Oxford-River Books English-Thai Dictionary
พจนานุกรมออกซฟอร์ด–ริเวอร์ บุ๊คส์ อังกฤษ–ไทย

Oxford-River Books English-Thai Dictionary

พจนานุกรมออกซฟอร์ด-ริเวอร์ บุ๊คส์ อังกฤษ-ไทย

Translated by
The Chalerm Prakiat Translation and Interpretation Centre
The Faculty of Arts
Chulalongkorn University
Bangkok

Chief Editors
Prima Mallikamas
Narisa Chakrabongse
Paisarn Piammattawat

แปลโดย
ศูนย์การแปลและล่ามเฉลิมพระเกียรติ
คณะอักษรศาสตร์ จุฬาลงกรณ์มหาวิทยาลัย

บรรณาธิการ
ปรีมา มัลลิกะมาส
หม่อมราชวงศ์นริศรา จักรพงษ์
ไพศาลย์ เปี่ยมเมตตาวัฒน์

OXFORD
UNIVERSITY PRESS

RIVER BOOKS

RIVER BOOKS **OXFORD UNIVERSITY PRESS**

Oxford University Press
Great Clarendon Street, Oxford OX2 6DP

Oxford University Press is a department of the University of Oxford.
It furthers the University's objective of excellence in research, scholarship,
and education by publishing worldwide in
Oxford New York Auckland Cape Town Dar es Salaam Hong Kong Karachi
Kuala Lumpur Madrid Melbourne Mexico City Nairobi New Delhi Shanghai
Taipei Toronto

With offices in Argentina Austria Brazil Chile Czech Republic
France Greece Guatemala Hungary Italy Japan South Korea Poland
Portugal Singapore Switzerland Thailand Turkey Ukraine Vietnam

Oxford is a registered trade mark of Oxford University Press
in the UK and in certain other countries.

Published in the United States by
Oxford University Press Inc., New York

This edition first published in Thailand in 2004 by
River Books Co., Ltd.
396 Maharaj Road, Tatien, Bangkok 10200
Tel: (66 2) 622-1900 Fax: (66 2) 225-3861
E-mail: riverps@ksc.th.com www.riverbooksbk.com

Reprinted 2006

Distributed in Thailand and Southeast Asia by
D.K. Today Co., Ltd.
Head office: 15/234 Soi Sua Yai Uthit, Ratchada Phisek Road,
Chankasem, Chatuchak, Bangkok 10900
Tel: (66) 0-2541-7375, 0-2930-6215 Fax: (66) 0-2541-7377, 0-2930-7733
Mobile Phone (66) 0-1845-1810
Email: tkeeree@inet.co.th www.dktoday.net

Showroom: 1 90/21-25 Rajaprarob Road, Bangkok 10400 Tel: 0-2245-5586 Fax: 0-2247-1033
Showroom: 2 23/55-56 Block F, Royal City Avenue (Opp. RCA Plaza) Rama 9
             Road-Soi Soonvijai, Bangkok 10320 Tel: 0-2641-4808 Fax: 0-2203-0674

© *Oxford-River Books English-Thai Dictionary* Oxford University Press and River Books 2004.
Under licence from Oxford University Press.
The English source language text is taken from *Oxford-Duden German Dictionary*
© Oxford University Press 1990, 1997, 1999, 2001, 2005.

All rights reserved. No part of this publication may be reproduced,
stored in a retrieval system, or transmitted, in any form or by any means,
without the prior permission in writing of River Books, Bangkok,
or as expressly permitted by law, or under terms agreed with the appropriate
reprographics rights organization. Enquiries concerning reproduction
outside the scope of the above should be sent to River Books, at the address above.

You must not circulate this book in any other binding or cover
and you must impose this same condition on any acquirer.

British Library Cataloguing in Publication Data
Data available.

Library of Congress Cataloging in publication Data
Data available

ISBN 974 8225 82 8
ISBN 13: 978-0-19-861068-7 (Oxford University Press edition)
ISBN 10: 0-19-861068-8

0 9 8 7 6 5 4 3 2

Printed and bound in Thailand by Sirivatana Interprint Public Co., Ltd.

Contents / สารบัญ

Foreword	คำปรารภ	6
Preface	คำนำ	7
Editors and Contributors	คณะทำงาน	9
Key to English-Thai Entries	คำอธิบายเรื่องคำศัพท์ที่ปรากฏในพจนานุกรม	10
Guide to the use of the Dictionary	คู่มือการใช้พจนานุกรมนี้	13
Phonetic symbols used in the transcription of English words	สัทอักษรที่ใช้ในการถอดเสียงอ่านคำภาษาอังกฤษ	24
Thai letters for Transcribing English Words	สัญลักษณ์แสดงการออกเสียงที่ใช้ตัวอักษรไทย	25
English abbreviations used in this Dictionary	คำย่อภาษาอังกฤษที่ใช้ในพจนานุกรมนี้	28
Characteristics of the Thai Language	ลักษณะของภาษาไทย	1041
Useful phrases according to function	วลีที่เป็นประโยชน์สำหรับโอกาสต่าง ๆ	1059
Thailand's Governmental Structure	โครงสร้างส่วนราชการของไทย	1070
English Irregular Verbs	คำกริยาภาษาอังกฤษที่รูปกริยาช่อง 2 และ 3 ไม่เป็นไปตามกฎ	1078

Foreword

This English-Thai dictionary project was initiated at the end of 1991 by Narisa Chakrabongse, the chairperson of River Books Press. She wished to produce a quality dictionary of modern English that would be of value to teachers and students at all levels of English language proficiency. With this goal in mind, River Books hired the Translation Centre at the Faculty of Arts to produce the Oxford-River Books English-Thai Dictionary.

The entire project, not including the printing, took a full 12 years to complete. The resulting volume is a work of academic distinction that reflects the hard work, dedication and cooperation of everyone involved, including River Books, the Translation Centre of the Faculty of Arts, and the Faculty deans whose terms corresponded with the making of this dictionary, namely Assoc. Prof. Dr. Pranee Kullavanich (1988-1992) and Assoc. Prof. Dr. Prapin Manomaivibul (1992-1996).

The project committee members who have overseen the project since its inception include the following former directors of the Faculty of Arts Translation Centre: Asst. Prof. Ubol Pukkanasut, Assoc. Prof. Dr. Duangduen Suwatthi, Assoc. Prof. Dr. Chalermsri Jan-orn, and Asst. Prof. Dr. Varunee Patamasang, as well as the current director, Asst. Prof. Sarapee Gaston.

Other members of the project committee have included: Prof. Preecha Changkwanyuen, Assoc. Prof. Somchai Thayanyong, Asst. Prof. Dr. Nongluck Mainaikij, Asst. Prof. Dr. Pranee Laphanich, Assoc. Prof. Dr. Pajee Yuwachit, Assoc. Prof. Praromrat Jotikasthira, Asst. Prof. Patama Attanato, Project Secretary Asst. Prof. Prima Mallikamas and Assistant Secretary Ajarn Subenja Phaoleungthong.

The successful completion of this dictionary would not have been possible wihtout the participation and support of the Faculty of Arts, our highly qualified team of outside experts and consultants, as well as the entire project staff.

The Faculty of Arts, Chulalongkorn University is extremely proud to have been involved in the creation of this new dictionary, which we are confident is an accurate and up-to-date reflection of contemporary English. We sincerely hope that it proves to a valuable resource for language teachers and learners as well as members of the general public.

Asst. Prof. Dr. M.R. Kalaya Tingsabadh
Dean of the Faculty of Arts, Chulalongkorn University

คำปรารภ

โครงการพจนานุกรมเล่มนี้เกิดขึ้นในปลายปี พ.ศ. 2534 โดยความริเริ่มของหม่อมราชวงศ์นริศรา จักรพงษ์ ประธานบริษัทสำนักพิมพ์ริเวอร์บุ๊คส์ จำกัด ด้วยความมุ่งหมายที่จะให้มีพจนานุกรมอังกฤษ-ไทยที่มีคุณภาพและมีความทันสมัย เพื่อให้เกิดประโยชน์แก่วงการวิชาการและการศึกษาโดยทั่วไป ทางสำนักพิมพ์ฯ จึงได้ว่าจ้างให้ศูนย์การแปล คณะอักษรศาสตร์จัดทำพจนานุกรมออกซฟอร์ด-ริเวอร์ บุ๊คส์ อังกฤษ-ไทยนี้ขึ้น

การจัดทำต้นฉบับของพจนานุกรมฉบับนี้ ไม่รวมขั้นตอนการพิมพ์ใช้เวลาทั้งสิ้น 12 ปี จึงเสร็จสมบูรณ์ ซึ่งกล่าวได้ว่าพจนานุกรมฉบับนี้ เป็นผลงานวิชาการที่เกิดขึ้นจากความวิริยะอุตสาหะและความร่วมมือร่วมใจของทุกฝ่ายที่เกี่ยวข้อง นับตั้งแต่สำนักพิมพ์ริเวอร์บุ๊คส์ จำกัด ศูนย์การแปล คณะอักษรศาสตร์คณบดีสมัยต่าง ๆ ของคณะอักษรศาสตร์ที่เกี่ยวข้องกับโครงการนี้ตั้งแต่รองศาสตราจารย์ ดร.ปราณี กุลละวณิชย์ (พ.ศ. 2531-พ.ศ. 2535) รองศาสตราจารย์ ดร.ประพิณ มโนมัยวิบูลย์ (พ.ศ. 2535-พ.ศ. 2539) จนถึงสมัยปัจจุบัน คณะทำงานอันประกอบด้วยผู้ช่วยศาสตราจารย์อุบล พุกกะณะสุต ประธานศูนย์การแปลในช่วงการเริ่มโครงการ รองศาสตราจารย์ ดร.ดวงเดือน สุวัตถี รองศาสตราจารย์ ดร.เฉลิมศรี จันทร์อ่อน ผู้ช่วยศาสตราจารย์ ดร.วารุณี ปัทมะศังข์ ประธานศูนย์การแปลในช่วงระหว่างการดำเนินงาน และผู้ช่วยศาสตราจารย์สารภี แกสตัน ผู้อำนวยการศูนย์การแปลและล่ามเฉลิมพระเกียรติในสมัยปัจจุบัน ศาสตราจารย์ปรีชา ช้างขวัญยืน รองศาสตราจารย์สมชาย ทยานยง ผู้ช่วยศาสตราจารย์ ดร.นงลักษณ์ ไม่หน่ายกิจ ผู้ช่วยศาสตราจารย์ ดร.ปราณี ฬาพานิช รองศาสตราจารย์ ดร.พจี ยุวชิต รองศาสตราจารย์ปรารมภ์รัตน์ โชติกเสถียร ผู้ช่วยศาสตราจารย์ปทมา อัตนโถ ผู้ช่วยศาสตราจารย์ปรีมา มัลลิกะมาส เลขานุการ และอาจารย์สุเบญจา เผ่าเหลืองทอง ผู้ช่วยเลขานุการ คณาจารย์ของคณะอักษรศาสตร์ ผู้ทรงคุณวุฒิจากภายนอกและเจ้าหน้าที่ทุกท่าน ซึ่งถ้าปราศจากผู้ใดผู้หนึ่งแล้ว ผลงานที่มีคุณค่าทางวิชาการนี้ ก็คงไม่อาจเสร็จสมบูรณ์ได้อย่างแน่นอน

คณะอักษรศาสตร์ จุฬาลงกรณ์มหาวิทยาลัย มีความยินดีและภาคภูมิใจเป็นอย่างยิ่งที่ได้มีส่วนในการสร้างผลงานวิชาการที่มีคุณภาพและทันสมัยนี้และหวังเป็นอย่างยิ่งว่า งานชิ้นนี้คงจะอำนวยประโยชน์ให้แก่วงการการศึกษาและผู้ศึกษาภาษาอังกฤษทั้งในและต่างประเทศทั่วไปได้เป็นอย่างดี

ผู้ช่วยศาสตราจารย์ ดร. หม่อมราชวงศ์กัลยา ติงศภัทิย์
คณบดีคณะอักษรศาสตร์ จุฬาลงกรณ์มหาวิทยาลัย

Preface

This English-Thai dictionary is intended primarily as a reference work and useful resource for students of the English language. The dictionary provides clear definitions of English words and expressions as well as explanations of English usage so that users can write and speak the language with greater accuracy and effectiveness. Non-Thai users interested in the Thai language can also benefit as the translations of English vocabulary will give them a better understanding of the Thai language.

Because the English-language proficiency of dictionary users varies widely, this English-Thai dictionary has attempted to meet the needs of varying groups of users. All entries were selected from bilingual dictionaries published by the Oxford University Press. These dictionaries contain the most frequently used words in the language, words which are generally considered to be the most essential vocabulary items for students of English as a second or a foreign language. The current volume also contains recent additions to the language as well as vocabulary from specialized fields such as business, sports, information technology, computers and medicine.

This English-Thai dictionary attempts to provide the most complete definitions of words and idioms possible, with meanings for individual entries listed from the most to the least common, just as in the models on which this dictionary is based. However, in cases where English makes distinctions in meaning that Thai does not, the Thai translation has been condensed to incorporate more than one English meaning.

In defining English words, the dictionary makers have, whenever possible, given an equivalent word. Translations for many new words or technical terms have been created by the Royal Thai Institute. In addition, as with many languages, there is an increased use of English loan words, and, where these are the most commonly used word they are transliterated in Thai followed by the abbreviation *(ท.ศ.)* for ทับศัพท์. Where an equivalent does not exist, a definition or explanation is given and this is shown in italics. Not surprisingly, there are more such instances in this English-Thai dictionary where the languages are so different than in, for example, an English-French or English-German dictionary.

An outstanding feature of this dictionary is its wealth of illustrative sentences and phrases. These examples are meant to help students of English use words in the appropriate context and construct phrases or sentences that conform to the

คำนำ

พจนานุกรมออกซฟอร์ด-ริเวอร์ บุ๊คส์ อังกฤษ-ไทยฉบับนี้ จัดทำขึ้นโดยมีวัตถุประสงค์หลักเพื่อให้เป็นหนังสืออ้างอิงสำหรับผู้ใช้ภาษาอังกฤษใช้เป็นเครื่องมือในการศึกษาค้นคว้า ทำความเข้าใจความหมายของคำศัพท์ สำนวนต่าง ๆ ตลอดจนวิธีการใช้ภาษาอังกฤษ เพื่อช่วยให้สามารถเขียนและพูดภาษาอังกฤษได้อย่างถูกต้องและมีประสิทธิภาพยิ่งขึ้น นอกจากนี้ชาวต่างประเทศที่สนใจศึกษาภาษาไทยก็สามารถใช้พจนานุกรมเล่มนี้ เพื่อค้นคว้าการแปลคำศัพท์และสำนวนต่าง ๆ ในภาษาอังกฤษเป็นภาษาไทย ซึ่งจะทำให้เข้าใจภาษาไทยได้ดียิ่งขึ้นอีกด้วย

เนื่องจากกลุ่มผู้ใช้พจนานุกรมมีความรู้ภาษาอังกฤษในระดับที่หลากหลายต่าง ๆ กัน พจนานุกรมอังกฤษ-ไทยฉบับนี้จึงได้พยายามครอบคลุมเนื้อหาให้ตอบสนองต่อความต้องการของผู้ใช้กลุ่มต่าง ๆ อย่างเหมาะสม โดยคัดเลือกรายการคำศัพท์จากพจนานุกรมทวิภาษา (Bilingual Dictionary) ของสำนักพิมพ์แห่งมหาวิทยาลัยออกซฟอร์ดที่มีชื่อเสียงมากว่าร้อยปีแห่งประเทศอังกฤษ ซึ่งบรรจุคำศัพท์ที่พิจารณาแล้วว่าเป็นคำที่ผู้ซึ่งเรียนภาษาอังกฤษเป็นภาษาที่สองหรือเป็นภาษาต่างประเทศควรจะต้องรู้ เพราะเป็นคำที่มีความถี่ในการใช้สูงและรวมเอาคำศัพท์ที่ทันสมัยและศัพท์เฉพาะด้านของสาขาต่าง ๆ เช่น ด้านธุรกิจ กีฬา เทคโนโลยีสารสนเทศ คอมพิวเตอร์ การแพทย์ ฯลฯ ไว้ด้วย

พจนานุกรมออกซฟอร์ด-ริเวอร์ บุ๊คส์ อังกฤษ-ไทยเล่มนี้พยายามให้ความหมายของคำศัพท์สำนวนต่าง ๆ อย่างครบถ้วนที่สุดเท่าที่จะเป็นไปได้ โดยเรียงลำดับจากความหมายที่พบว่า มีใช้มากไปหาน้อยตรงตามที่พบในพจนานุกรมต้นแบบ แต่ในกรณีที่ภาษาอังกฤษแบ่งความหมายของคำศัพท์นั้นไม่ตรงกับภาษาไทย เช่น ภาษาอังกฤษแยกย่อยเป็นหลายความหมาย แต่ภาษาไทยไม่แยก เวลาแปลเป็นภาษาไทยก็จะรวบให้เป็นความหมายเดียว

ในการให้ความหมายของคำศัพท์ภาษาอังกฤษในพจนานุกรมฉบับนี้เป็นภาษาไทย ได้ใช้แนวทางและวิธีการที่เป็นลำดับขั้นตอน กล่าวคือ พยายามให้คำภาษาไทยที่มีความหมายเทียบเคียง (equivalent word) กับคำศัพท์ภาษาอังกฤษก่อน แต่ถ้าคำศัพท์ภาษาอังกฤษนั้นเป็นศัพท์เฉพาะด้าน ก็จะพยายามใช้คำภาษาไทยที่ราชบัณฑิตยสถานบัญญัติไว้แล้ว ส่วนในกรณีที่ไม่สามารถหาคำเทียบเคียงหรือคำศัพท์บัญญัติได้ จะใช้วิธีให้คำจำกัดความหรือคำอธิบายเป็นภาษาไทยซึ่งจะพิมพ์ด้วยตัวเอนหรือในกรณีที่มีการใช้คำทับศัพท์นั้นอย่างแพร่หลาย ก็จะให้มีคำนั้นเขียนเป็นอักษรไทยและมีอักษรย่อ *ท.ศ.* ในวงเล็บกำกับอยู่ท้ายคำ อนึ่ง เป็นที่น่าสังเกตว่าการให้ความหมายโดยใช้วิธีให้คำจำกัดความหรือคำอธิบายนั้น มักจะพบมากในการทำพจนานุกรมระหว่างคู่ภาษาที่มีความแตกต่างกันสูง เช่น ภาษาอังกฤษและภาษาไทย เมื่อเทียบกับคู่ภาษาที่มีความแตกต่างกันไม่มากนัก เช่น ภาษาอังกฤษและภาษาเยอรมันหรือฝรั่งเศส

พจนานุกรมฉบับนี้ยังมุ่งเน้นเรื่องการให้ตัวอย่างการใช้ศัพท์และสำนวนอย่างหลากหลาย เพื่อช่วยให้ผู้ใช้สามารถใช้คำศัพท์และเรียงลำดับคำในวลีหรือประโยคได้อย่างเหมาะสมตามหลักไวยากรณ์ของภาษาอังกฤษและตามความนิยมของเจ้าของภาษา ประโยคและวลีตัวอย่างจะมีคำแปลภาษาไทยกำกับไว้ ทำให้ผู้ใช้สามารถเข้าใจความหมายของประโยคและวลีตัวอย่างได้อย่างถูกต้องและยังช่วยในการเลือกความหมายของคำให้เหมาะสมกับบริบทอีกด้วย ในการแปลประโยค

grammatical rules of English and reflect actual usage by native speakers. These sentences and phrases have been translated into Thai so that users have a clear understanding of their meanings and are able to express those meanings idiomatically in their own speech and writing.The dictionary makers have endeavoured to reflect the style of the language as well as its meaning. Thus spoken or coarse language is translated as closely as possible.

However, because the English and Thai languages differ in a number of fundamental ways, it has not always been possible to give direct translations of the entry words which appear in the example sentences and phrases. Often a direct translation or definition would not reflect actual Thai usage. When such was the case, the translators have agreed to give priority to conveying the complete and correct meaning of the English sample sentence, while attempting to remain as faithful as possible to its form and structure. At the same time, it was important for the translation to comply with the rules of Thai syntax and be deemed acceptable to native speakers of Thai. When the Thai translation was judged to be unnatural, words were changed to fit the context without altering the meaning, or the sentence structure was changed to conform to what is generally considered to be good Thai.

Throughout the dictionary, headwords and compounds appear in boldface type on the extreme left of each column. Likewise, phrasal verbs are also shown in boldface type and arranged in alphabetical order. To help users pronounce the entry words correctly, the dictionary makers have used both the International Phonetic Alphabet and have devised a set of simple, easy-to-use Thai letters to enable users to pronounce English words and expressions as accurately as possible.

The dictionary also recognizes both British and American varieties of English. Although priority has been given to British spelling and pronunciation, the dictionary clearly indicates variations characteristic of American English. Other useful information, such as specialized fields to help users understand the various meanings and uses of the entry word, appears in brackets in English before the translation of each meaning, while appropriate sample words which might accompany the translated word appear in a bracket in Thai before or after the word. This is a feature which sets this English-Thai dictionary apart from other similar dictionaries on the market.

To take full advantage of all the resources contained within this English-Thai dictionary, users should refer to the instructions for using the dictionary and the clear sample explanations on page 13 and to the pronunciation guide on page 24

ตัวอย่างเป็นภาษาไทยนั้น พจนานุกรมนี้คำนึงถึงสถานการณ์ในการใช้เป็นสำคัญ ดังนั้น จึงพยายามให้คำแปลที่ใกล้เคียงกับความเป็นจริงตามสถานการณ์ในการใช้ของต้นฉบับภาษาอังกฤษให้มากที่สุด เช่น ถ้าประโยคต้นฉบับใช้ภาษาพูดหรือคำหยาบต่าง ๆ ก็จะพยายามแปลให้เป็นประโยคภาษาไทยที่ใช้ภาษาระดับเดียวกัน แต่ในบางกรณี เช่นการแปลคำสรรพนามต่าง ๆ ก็ไม่สามารถแปลให้ตรงตามการใช้จริงได้ทั้งหมด เนื่องจากระบบคำสรรพนามของภาษาไทย มีคำที่หลากหลายและเกณฑ์การเลือกใช้คำที่ซับซ้อนกว่าของภาษาอังกฤษมาก เช่น การคำนึงถึงความสัมพันธ์ระหว่างผู้พูดกับผู้ฟัง เป็นต้น ในการแปลคำสรรพนามภาษาอังกฤษเป็นภาษาไทย ในประโยคซึ่งไม่แสดงบริบทที่ชัดเจน จึงต้องเลือกคำที่แสดงความสัมพันธ์ที่เป็นกลาง ๆ เช่น แปล he ว่า เขา she ว่า เธอ แปล you ว่า คุณ เป็นต้น

นอกจากนี้ ภาษาไทยและภาษาอังกฤษยังมีข้อแตกต่างอื่นอีกหลายประการ เช่น ในการแปลคำศัพท์ซึ่งปรากฏในประโยคและวลีตัวอย่างนั้นหลายกรณีไม่สามารถใช้คำเทียบเคียงหรือคำจำกัดความที่ให้ไว้โดยตรงได้ เนื่องจากไม่สอดคล้องกับภาษาไทยที่ใช้กันอยู่จริง พจนานุกรมฉบับนี้จึงพยายามแปลประโยคและวลีตัวอย่างโดยยึดหลักเกณฑ์ที่สำคัญคือใช้วิธีแปลโดยคำนึงว่าจะต้องถ่ายทอดความหมายได้ถูกต้องครบถ้วนสมบูรณ์ตรงตามประโยคต้นฉบับภาษาอังกฤษและพยายามเก็บรูปแบบของภาษาต้นฉบับไว้ให้มากที่สุดเท่าที่ทำได้ แต่กระนั้น ก็จะคำนึงด้วยว่าภาษาแปลนั้นสอดคล้องกับระบบวากยสัมพันธ์ของภาษาไทยและเป็นที่ยอมรับของเจ้าของภาษาหรือไม่ หากไม่เป็นไปตามลักษณะธรรมชาติของภาษาไทย ก็จะปรับคำให้เหมาะสมกับบริบท โดยที่ยังคงความหมายเดิมไว้หรือปรับรูปประโยคให้สละสลวยตามแบบของภาษาไทยที่ดีและตามความนิยม

ในการแสดงคำศัพท์ในพจนานุกรมฉบับนี้ คำที่เป็นศัพท์หลัก (Headwords) และคำผสม (Compounds) จะพิมพ์ด้วยตัวหนาวางอยู่ซ้ายสุดของแต่ละคอลัมน์ กริยากลุ่มคำ (Phrasal Verbs) จะแสดงไว้ในลักษณะเดียวกับศัพท์หลักแต่จะปรากฏเฉพาะส่วนที่เป็นคำบุพบทหรือคำวิเศษณ์เท่านั้น สำหรับศัพท์รอง (Sub-entry) จะปรากฏภายใต้ศัพท์หลักและเรียงตามลำดับตัวอักษร สำหรับการอ่านออกเสียงคำศัพท์ภาษาอังกฤษต่าง ๆ คณะผู้จัดทำได้ใช้ทั้งระบบสัทอักษรสากลและระบบคำอ่านที่ใช้อักษรไทยเพื่อที่ผู้ใช้จะสามารถอ่านออกเสียงได้ใกล้เคียงกับภาษาอังกฤษที่ใช้กันอยู่จริงมากที่สุดเท่าที่จะทำได้

นอกจากนี้ พจนานุกรมเล่มนี้ยังได้พยายามครอบคลุมภาษาอังกฤษทั้งแบบ British English และ American English เช่น ในด้านความนิยมในการใช้ ด้านการสะกดคำและการอ่านออกเสียง ในด้านการสะกดคำและการอ่านออกเสียงนั้นยึดแบบ British English เป็นหลัก ถ้าหากตัวสะกดและการอ่านออกเสียงแบบอเมริกันแตกต่างไป ก็จะมีการระบุไว้อย่างชัดเจน นอกจากนี้ ยังมีการให้ข้อมูลเพิ่มเติมที่สำคัญเกี่ยวกับคำศัพท์ เช่น สาขาวิชา เป็นภาษาอังกฤษในวงเล็บหน้าคำศัพท์ดังกล่าวไว้ด้วย รวมทั้งยังมีการให้คำหรือวลีที่ช่วยในการแยกแยะความหมายต่าง ๆ ของคำศัพท์เป็นภาษาไทย ซึ่งจะปรากฏในวงเล็บหน้าหรือหลังคำแปลของแต่ละความหมาย สิ่งนี้เป็นสิ่งหนึ่งที่ทำให้ พจนานุกรมออกซฟอร์ด-ริเวอร์ บุ๊คส์ อังกฤษ-ไทยฉบับนี้ แตกต่างไปจากพจนานุกรมอังกฤษ-ไทยฉบับอื่น ๆ ที่มีอยู่ในตลาด

เพื่อให้พจนานุกรมฉบับนี้เป็นเครื่องมือในการศึกษาค้นคว้าเกี่ยวกับภาษาอังกฤษได้อย่างมีประสิทธิภาพและเกิดประโยชน์แก่ผู้ใช้อย่างเต็มที่ ผู้ใช้สามารถอ่านรายละเอียดคู่มือการใช้พร้อมคำอธิบายและตัวอย่างประกอบที่ชัดเจนได้ในหน้า 13 และคำอธิบายระบบคำอ่านออกเสียงในหน้า 24

Editors and Contributors
คณะทำงาน

Consultants
Manas Chittakasem
Jeffrey Holland
Saranarat Kanchanavanit
Hansjörg Mayer
Don Sandage
J. R. Tippet
James Wilcox
Simon J.P. Wright

Phonetics
Patama Attanoto
Praromrat Jotikasthira
Preena Kangkun
Varunee Patumasang
Nattama Pongpairoj

Translators
Patama Attanato
Ratchaneewan Benjabundit
Sarat Boonyaratapan
Sumana Boonyaratavet
Aeoyjit Bunnag
Watcharopol Bupanimitr
Preecha Changkwanyuen
Aporn Chartburut
Suradej Chotiudompun
Rongrat Dusdeesurapot
Somacha Homhual
Soraj Hongladarom
Chalermsri Jan-orn
Sirirat Jintarat
Somjit Jirananthiporn

Suneeporn Julapipat
Tassaneeya Kaloyanamit
Sumolaya Kanjanapungka
Sanuagnsri Khantavichian
Komolkarn Ketsawai
Prangthip Kongritsuksathorn
Rawiwan Kosolkitiwong
Phongpharn Lawananont
Nongnuj Mokasamit
Chotika Peawmanakun
Subenja Phaoleungthong
Nattama Pongpairoj
Wittamon Pongpairoj
Surai Pongthongcharoen
Darin Pradittasanee
Ubol Pukkanasut
Wanna Saengaramruang
Prapaporn Sararit
Chokchai Simakajornboon
Kwanchanok Siripornnantana
Jirantra Srioutai
Ajaree Srirattanabun
Wilita Sriuranpong
Sunsern Suwanpratet
Jitpanas Suwanthep
Sunee Thanalertkun
Sirirat Thaveelertnithi
Rosanaporn Viravan
Voranart Wimolchalao
Chuleeporn Wirayawongchai
Thee Wongdithai
Saksri Yamnadda
Pachee Yuvajita

Editors
Sunant Anchaleenukoon
Visudh Busyakul
Duangkamol Chartprasert
Paradee Chintavej
Chalermsri Jan-orn
Cheranart Kanokchanya
Sanuagnsri Khantavichian
Sue Lightfoot
Phong Pramualratana
Nathathai Pukkanasut
Tasanee Sinsakul
Rosanaporn Viravan
Punchalee Wasanasomsit
Pachee Yuvajita

Characteristics of the Thai Language
Author: Anant Laulertvorakul
Reader: Prapod Asavavirulhakan

Design and typesetting
Jittima Jirapapan
Charoenkwan Klinphut
Suparat Sudcharoen

Readers
Caroline Levy
Juliette Levy
John Tague
Gee Thomson

Key to English-Thai Entries

คำอธิบายเรื่องคำศัพท์ที่ปรากฏในพจนานุกรม

1. Headword and pronunciation ศัพท์หลักและการออกเสียง

Headword. All entries are listed in strict alphabetical order, except for *phrasal* verbs
ศัพท์หลักทุกคำจะเรียงตามลำดับตัวอักษร ยกเว้นกริยากลุ่มคำ (phrasal verbs)

batch /bætʃ/แบฉ/ *n.* Ⓐ *(of loaves)* ขนมปังที่อบพร้อมกัน; Ⓑ *(of people)* กลุ่มหนึ่ง, รุ่นหนึ่ง; *(of letters, books, files, papers)* จำนวนหนึ่ง; *(of rules, regulations)* ชุดหนึ่ง

batch: ~ 'processing *n.* วิธีการผลิตออกมาเป็นชุด ๆ; **~ production** *n.* การผลิตออกมาเป็นชุด ๆ

Compound block with a swung dash ~ representing the first element of each compound
คำผสมใช้เครื่องหมาย ~ แทนส่วนแรกของคำซึ่งปรากฏครั้งแรกเพียงครั้งเดียว

¹bate /beɪt/เบท/ *v.t.* **with ~d breath** กลั้นใจ *(รอ)*, แทบจะไม่หายใจ; **~ one's breath** กลั้นหายใจ

²bate *n. (Brit. coll.)* ความโกรธ, ความโมโห; **be in a [terrible] ~:** โกรธ; **get/fly into a ~:** เกิดเดือดดาลขึ้นมา

bath /bɑːθ, US bæθ/บาธ, แบธ/ ❶ *n., pl.* **~s** Ⓐ การอาบน้ำ; **have** *or* **take a ~:** อาบน้ำ; Ⓑ *(vessel)* **~ [-tub]** อ่างอาบน้ำ; **room with ~:** ห้องพักที่มีห้องอาบน้ำอยู่ด้วย; Ⓒ *usu. in pl. (building)* อาคารที่มีที่อาบน้ำ; **[swimming] ~s** สระว่ายน้ำสาธารณะ; Ⓓ **Order of the B~** *(Brit.)* ตราสายสะพายแห่งบาธ ❷ *v.t. & i.* อาบน้ำ *(ในอ่าง)*

Each phrasal verb is entered on a new line immediately following the entry for the first element
กริยากลุ่มคำ จะปรากฏขึ้นต้นเป็นบรรทัดใหม่โดยอยู่ลำดับถัดไปจากคำกริยาซึ่งเป็นส่วนแรก

²bear ❶ *v.t.*, **bore** /bɜː(r)/บอ(ร)/, **borne** **A** /bɔːn/บอน/ Ⓐ *(show)* มี *(ลายเซ็น,*
~ a'way *v.t.* นำไป; ได้รับ *(รางวัล)*; **be borne away** เตลิดเปิดเปิงไป *(ด้วยอารมณ์รุนแรง)*
~ 'down ❶ *v.t.* เจิมตี; **be borne down by the weight of ...:** เหนื่อยอ่อนด้วยความกดดัน...
~ 'off ➡ ~ away
~ on ➡ ~ upon
~ 'out *v.t.* Ⓐ มุ่งหน้าไป; Ⓑ *(fig.)* สนับสนุน, ยืนยัน; **~ sb. out** สนับสนุน *ค.น.*; **~ sb. out in sth.** สนับสนุน *ค.น.* ในเรื่อง *ส.น.*

beastly /'biːstlɪ/'บีซทฺลิ/ *adj., adv. (coll.)* เยี่ยงสัตว์, อย่างเลวร้าย, อย่างยิ่ง

Pronunciation is shown in IPA immediately after the headword (see p. 24) and in Thai letters (see p. 26)
การออกเสียงที่ใช้ตัวสัทอักษรสากลจะปรากฏอยู่หลังศัพท์หลัก (ดูหน้า 24) และที่ใช้ตัวอักษรไทย (ดูหน้า 26)

'beat-up *adj. (coll.)* ผุพังจนไม่อาจซ่อมได้, บู้บี้

Stress mark ' showing stress on the following syllable. If no stress is shown in a compound block, it falls on the first element
เครื่องหมายแสดงการลงน้ำหนัก ' ปรากฏอยู่หน้าพยางค์ที่มีการลงน้ำหนัก ในคำผสม ถ้าไม่มีเครื่องหมายปรากฏ แสดงว่าส่วนแรกของคำเป็นส่วนที่ลงน้ำหนัก

¹bluff /blʌf/บลัฟ/ ❶ *n. (act)* การหลอกลวง, การขู่ขวัญ; **it's nothing but a ~:** ไม่มีอะไรหรอก นอกจากการขู่ขวัญ; ➡ + **call** 2 C ❷ *v.i. & t.* หลอกลวง, ขู่ขวัญให้กลัว

²bluff ❶ *n. (headland)* แหลม; *(inland)* หน้าผาที่สูงชัน ❷ *adj.* Ⓐ *(abrupt, blunt, frank, hearty) (อุปนิสัย)* ตรงไปตรงมา, เปิดเผย, อบอุ่น; Ⓑ *(perpendicular)* เป็นมุมฉาก, ชัน

Headwords spelt the same but with different meanings are entered separately with a raised number
ศัพท์หลักที่สะกดแบบเดียวกัน แต่มีความหมายต่างกัน จะแยกเป็นคนละหัวข้อโดยมีหมายเลขกำกับอยู่หน้าคำด้านบน

2. Grammatical information ข้อมูลทางไวยากรณ์

Grammatical categories and parts of speech
การแยกประเภททางไวยากรณ์และชนิดของคำ

capsize /kæp'saɪz, US 'kæpsaɪz/แคพ'ซายซฺ, 'แคพซายซฺ/ ❶ *v.t.* พลิกคว่ำ, ล่ม *(เรือ)* ❷ *v.i. (เรือ)* พลิกคว่ำ, ล่ม

catalysis /kə'tæləsɪs/เคอะ'แทเลอะซิซ/ *n., pl.* **catalyses** /kə'tælɪsiːz/เคอะ'แทลิซีซ/ *(Chem.)* การเร่งปฏิกิริยาทางเคมี

Irregular plural of a noun
รูปคำนามพหูพจน์ที่ไม่เป็นไปตามกฎ

11 Key to English-Thai Entries / คำอธิบายเรื่องคำศัพท์ที่ปรากฏในพจนานุกรม

Irregular tenses of a verb (see also table on pp. 1078)
รูปคำกริยา ช่อง 2 และ 3 ที่ไม่เป็นไปตามกฎ (ดูตารางในหน้า 1078 ประกอบ)

choose /tʃu:z/ฉูซ/ ❶ *v.t.*, **chose** /tʃəʊz/โฉซ/

chug /tʃʌg/ฉัก/ ❶ *v.i.*, **-gg-** *(รถยนต์)* ปล่อยเสียงครืดออกมาขณะเดินทางช้า ๆ ❷ *n.* เสียงครืด

Doubling of a final consonant of a verb before -ed or -ing
การซ้ำพยัญชนะท้ายคำกริยาก่อนเติม -ed และ -ing

Irregular comparative and superlative forms of an adjective
รูปคำคุณศัพท์ที่ไม่เป็นไปตามกฎ จะแสดงการเปรียบเทียบขั้นสูงกว่าและขั้นสูงสุด

dry /draɪ/ดรฺาย/ ❶ *adj.*, **drier** /'draɪə(r)/'ดรฺายเออะ(ร)/, **driest** /'draɪɪst/'ดรฺายอิซทฺ/ Ⓐ แห้ง, แห้งแล้ง; *(very ~)* แห้งผาก

3. Sense categories and labels การแบ่งความหมายและคำกำกับ

Sense categories
การแยกความหมาย จะแสดงโดยเครื่องหมาย Ⓐ Ⓑ .....

extremity /ɪk'stremɪtɪ/อิค'ซเตร็มมิทิ/ *n.* Ⓐ *(of branch, path, road)* ที่ปลายสุด; *(of region)* ส่วนที่ไกลสุดของภาคใด ๆ; *(fig.)* **the southernmost ~ of a continent** ส่วนที่อยู่ใต้สุดของทวีปใดทวีปหนึ่ง; Ⓑ *in pl. (hands and feet)* มือกับเท้า

facet /'fæsɪt/'แฟซิท/ *n.* Ⓐ *(of many-sided body, esp. of cut stone)* หน้า; Ⓑ *(aspect)* แง่มุม, ด้าน; **every ~:** ทุกแง่ทุกมุม, ทุกด้าน

Subject labels
คำกำกับแสดงสาขาวิชา จะแสดงเป็นภาษาอังกฤษ ในวงเล็บเป็นตัวเอน เช่น *(Computing)*

fax: ~ machine *n.* เครื่องโทรสาร, เครื่องแฟกซ์ *(ท.ศ.)*; **~ modem** *n. (Computing)* โมเด็มแฟกซ์ *(ท.ศ.)*; **~ number** *n.* เบอร์แฟกซ์

goalie /'gəʊlɪ/'โกลิ/ *n. (coll.)* ผู้รักษาประตู
[1]**gob** /gɒb/กอบ/ *n. (sl.)* ปาก; **shut your ~!** หุบปากนะ
[2]**gob** *v.i. (sl.: spit)* ขากถุย

Style labels
คำกำกับแสดงรูปแบบการใช้ภาษา เช่น *(coll.)* *(sl.)* เป็นต้น

Regional labels
คำกำกับแสดงภาษาถิ่น จะแสดงเป็นภาษาอังกฤษย่อในวงเล็บ

hobo /'həʊbəʊ/'โฮโบ/ *n., pl.* **~es** *(Amer.)* คนเร่ร่อนหางานทำ, คนจรจัด, คนพเนจร
Hogmanay /'hɒgmənеɪ/'ฮอกเมอะเน/ *n. (Scot., N. Engl.)* วันสุดท้าย *(วันที่ 31 ธันวาคม)*

4. Translations คำแปล

Translations
คำแปล จะอยู่ในรูปแบบประโยคหรือวลี

ignore /ɪg'nɔ:(r)/อิก'นอ(ร)/ *v.t.* ทำเป็นไม่รู้ไม่เห็น; ทำไม่ได้ยิน *(คำถาม, คำพูด)*; ไม่ทำตาม *(คำสั่ง, คำแนะนำ)*; ไม่ใส่ใจ; **he ~d me in the street** เขาทำเป็นไม่รู้จักฉันเมื่อพบกันตามถนน; **I shall ~ that remark!** ฉันจะทำเป็นไม่ได้ยินคำพูดนั้น

Collocators – words often used with the headword, shown to help select the correct translation for each context.
คำปรากฏร่วม - คำที่มักใช้ร่วมกับคำศัพท์หลัก แสดงไว้เพื่อช่วยในการเลือกคำแปลที่ถูกต้องในแต่ละบริบท

insert ❶ /ɪn'sɜ:t/อิน'เซิท/ *v.t.* Ⓐ ใส่ฟิล์มในกล้อง; หยอด *(เหรียญ)* ในโทรศัพท์; ใส่ *(เครื่องกระตุ้นหัวใจ)* ในร่างกาย; สอด *ส.น.* ในอีก *ส.น.*

Objects of a verb
กรรมของคำกริยา

intense /ɪn'tens/อิน'เท็นซฺ/ *adj.* **~r** /ɪn'tensə(r)/อิน'เท็นเซอะ(ร)/, **~st** /ɪn'tensɪst/อิน'เท็นซิสท/ Ⓐ *(ความรู้สึก, ความเจ็บปวด)* รุนแรง; *(ความโกรธ, ความร้อน)* จัด; *(การตั้งใจ)* คร่ำเคร่ง; *(การสังเกต)* เข้มงวด; **the day before the play opens is a period of ~ activity** วันก่อนเปิดการแสดง เป็นช่วงเวลาที่ทำงานกันอย่างคร่ำเคร่ง; Ⓑ *(eager, ardent)* *(การลงมือ)* ที่เอาจริงเอาจัง; *(การอภิปราย)* ดุเดือด

Nouns modified by an adjective
คำนามที่มีคำคุณศัพท์เป็นคำขยาย

intensify /ɪn'tensɪfaɪ/อิน'เท็นซิฟาย/ ❶ *v.t.* เพิ่มความรุนแรง ❷ *v.i.* *(ความร้อน)* เพิ่มขึ้น; *(ความขัดแย้ง)* ทวี, แรงขึ้น

Subjects of a verb
ประธานของคำกริยา

keenly /'ki:nlɪ/'คีนลิ/ *adv.* Ⓐ *(sharply)* อย่างแหลมคม; Ⓑ *(coldly)* อย่างหนาวเหน็บ; Ⓒ *(eagerly)* *(ทำงาน)* อย่างใจจดใจจ่อ; *(รอคอย)* อย่างกระตือรือร้น; **look forward ~ to sth.** รอคอย *ส.น.* อย่างใจจดใจจ่อ; Ⓓ *(piercingly)* อย่างแหลมคม, อย่างดุเด็ดเผ็ดมัน

Verb or adjectives modified by an adverb
คำกริยาหรือคำคุณศัพท์ที่มีคำวิเศษณ์เป็นคำขยาย

Key to English-Thai Entries / คำอธิบายเรื่องคำศัพท์ที่ปรากฏในพจนานุกรม 12

5. Phrases วลีต่าง ๆ

Examples (with a swung dash representing the headword)
ตัวอย่าง (เครื่องหมาย ~ ใช้แทนคำศัพท์หลักที่ปรากฏในตัวอย่าง)

quandary /ˈkwɒndərɪ/ˈควอนเดอะริ/ *n.* สถานการณ์ที่สับสน/ที่ทำให้ลังเลใจ, สถานการณ์หนีเสือปะจระเข้; **this demand put him in a ~:** ข้อเรียกร้องนี้ทำให้เขาอยู่ในลักษณะหนีเสือปะจระเข้; **he was in a ~ about what to do next** เขามีความลังเลใจว่าจะทำอะไรต่อไป

question /ˈkwestʃən/ˈเคว็ซฉ่น/ ❶ *n.* **A** คำถาม; **ask sb. a ~:** ถามคำถาม *ค.น.*; **put a ~ to sb.** ยื่นคำถามต่อ *ค.น.*; **be beyond all** *or* **be without ~:** อยู่นอกเหนือข้อสงสัยทั้งปวง *หรือ* ไม่เป็นที่ต้องสงสัยใด ๆ

Parts of a phrase separated by *or* are synonymousand interchangeable
ส่วนของวลีที่คั่นด้วย *or* แสดงว่ามีความหมายเหมือนกันและสามารถใช้แทนกันได้

Parts of a phrase separated by a slash are syntactically interchangeable but have different meanings
ส่วนของวลีที่คั่นด้วยเครื่องหมาย / แสดงว่าสามารถใช้แทนกันได้ แต่มีความหมายแตกต่างกัน

relapse /rɪˈlæps/ริˈแลพซฺ/ ❶ *v.i. (ผู้ป่วย)* กลับทรุด, กลับไปสู่สภาพเลวร้ายอย่างเดิม; **~ into** กลับไปสู่; **~ into drug-taking/shoplifting** กลับไปเสพยาเสพติด/ขโมยของอย่างเดิม; **~ into silence/lethargy** กลับไปสู่สภาพเงียบเฉย/ความเฉื่อยชา ❷ *n.* การกลับทรุด, การถอยกลับ, การกลับไปสู่สภาพเลวร้าย

6. Cross references การอ้างอิงถึงคำอื่น

An arrow directs the user to another headword with the same meaning
เครื่องหมายลูกศร ใช้เพื่อแสดงศัพท์หลักคำอื่นที่มีความหมายเดียวกัน

satiate /ˈseɪʃɪeɪt/ˈเซชิเอท/ ➡ **sate**

silver /ˈsɪlvə(r)/ˈซิลเวอะ(ร)/ ❶ *n.* **A** *no pl., no indef. art.* เงิน; **the price of ~:** ราคาของเงิน; **B** *(colour)* สีเงิน; **C** *no pl., no indef. art. (coins)* เหรียญเงิน; **thirty pieces** *or* **a handful of ~** *(fig.)* สำหรับเงินจำนวนมาก; **D** *(vessels, cutlery)* ของใช้ในบ้านที่ทำด้วยเงิน; *(cutlery of other material)* ช้อนส้อมธรรมดา; **E** *(medal)* เหรียญเงิน *(ในการแข่งขันกีฬา)*; **win two ~s** *(ชนะ)* ได้สองเหรียญเงิน ❷ *attrib. adj.* เงิน; มีสีคล้ายเงิน; **have a ~ tongue** มีวาทศิลป์; ➡ + ˈ**spoon** 1 A

➡ + directs the user to another headword where additional information can be found
เครื่องหมาย ➡ + ใช้เพื่อแสดงว่าสามารถค้นคำแปลเพิ่มเติมได้ที่ศัพท์หลักอื่นใดได้อีก

An arrow ➤ and a page-number cross reference direct the user to a usage box containing additional information
เครื่องหมาย ➤ ตามด้วยเลขหน้า แสดงว่าจะสามารถค้นคำอธิบายเพิ่มเติมเกี่ยวกับการใช้คำศัพท์หลักได้ที่หน้านั้น

solicitor /səˈlɪsɪtə(r)/เซอะˈลิซซิเทอะ(ร)/ *n.* ➤ **489** **A** *(Brit.: lawyer)* ทนายความ; **B** *(Amer.: canvasser)* ผู้ตรวจนับคะแนนเสียงเลือกตั้ง, ตระเวนหาเสียง

Guide to the use of the Dictionary
คู่มือการใช้พจนานุกรม

1. Order of entries

a) Headwords

Headwords (with the exception of phrasal verbs – see below) are entered in strict alphabetical order, ignoring hyphens, apostrophes, and spaces.

Examples/ตัวอย่าง **liberal**
liberal arts
liberalism

Abbreviations are also entered in alphabetical order in the main Dictionary.

Examples/ตัวอย่าง **clutter**
cm. *abbr.*
CND *abbr.*

Headwords spelt the same but with unrelated meanings (homographs) are entered separately with a raised number before each.

Examples/ตัวอย่าง ^{1}**dam**
^{2}**dam**

Each English phrasal verb is entered on a new line immediately following the entry for its first element, which is indicated by a swung dash.

Examples/ตัวอย่าง **track**
~ **'down**
'trackball

b) Compounds

Hyphenated English compounds are entered in their alphabetical place in the Dictionary, as are English compounds written as two or more words if they are regarded as having independent status in the language, e.g. **love affair.** Those not so regarded are given as phrases in the entry for their first word, so for example **love game** is given as ~ **game** under **love.**

Where two or more compounds with the same first element occur consecutively, they are given in paragraph-like blocks. The first element is given only once at the beginning of the block and is thereafter represented by a swung dash (~).

A compound in a block is spelt with the same initial letter – capital or small – as the first element at the beginning of the block, unless the opposite is shown.

Examples/ตัวอย่าง **grand** : ~ **niece** ....; **G**~ **Prix**
Great : ~ **Bear** ....; **g**~ **coat**

1. ลำดับรายคำ

a) ศัพท์หลัก

ศัพท์หลักทุกคำ (ยกเว้นกริยากลุ่มคำ) จะเรียงตามลำดับตัวอักษร โดยไม่คำนึงถึงเครื่องหมาย '-' และการเคาะวรรค เช่น

ศัพท์หลักที่เป็นอักษรย่อก็ใช้หลักเกณฑ์เดียวกัน เช่น

ศัพท์หลักที่สะกดแบบเดียวกัน แต่มีความหมายต่างกัน (homographs) จะปรากฏแยกเป็นคนละคำโดยมีหมายเลขกำกับอยู่หน้าคำด้านบน

กริยากลุ่มคำ (phrasal verbs) จะขึ้นต้นบรรทัดใหม่ในลักษณะเดียวกับศัพท์หลัก โดยอยู่ลำดับถัดไปจากคำกริยาซึ่งเป็นส่วนแรก โดยใช้เครื่องหมาย ~ แทน และแสดงเฉพาะส่วนที่เป็นคำบุพบท หรือคำวิเศษณ์เท่านั้น

^{1}**plump**
~ **'out**
~ **'up**
^{2}**plump**

b) คำผสม

คำผสม (compounds) ที่มีเครื่องหมาย - ระหว่างคำ จะเรียงตามลำดับตัวอักษรรวมไปกับศัพท์หลักประเภทอื่น ๆ เช่นเดียวกับคำผสมที่มีสถานภาพเท่ากับคำศัพท์หลักหนึ่งคำ ดังนั้น love affair จะปรากฏเต็มรูปคำ ในขณะที่คำผสมซึ่งไม่ได้มีสถานภาพเท่ากับคำศัพท์ 1 คำ เช่น love game จะปรากฏในรูป ~ game ภายใต้คำว่า love

คำส่วนแรกของคำผสมก็จะปรากฏเพียงครั้งแรกครั้งเดียว โดยส่วนแรกของคำผสมจะแทนด้วยเครื่องหมาย (~) เช่น **package:** ~ **deal** ....; ~ **holiday** ....; ~ **tour**......

ในกรณีที่คำส่วนแรกของคำผสม สะกดด้วยตัวอักษรตัวใหญ่แทนอักษรตัวเล็ก (และในทางกลับกัน) จึงจะแสดงตัวอักษรตัวแรกของคำไว้ด้วย เช่น

c) Phrases

Idioms, fixed phrases, proverbs, and quotations are usually entered under only one word, and cross references, starting with ➡ +, are given at other words under which the user might look. At **ask** ❷, for example, there is the cross reference ➡ + **trouble** 1 A, because the expressions **you are asking for trouble** and **that's asking for trouble** are entered under **trouble.**

c) วลี

วลีประเภทต่าง ๆ เช่น สำนวน สุภาษิต คำอ้างอิง จะปรากฏภายใต้คำ ๆ เดียว การอ้างอิงถึงคำอื่น (cross references) จะใช้เครื่องหมาย ➡ + ตามด้วยคำ ๆ นั้น เช่น ที่ **ask** ❷ จะมีการอ้างอิงถึง **trouble** 1 A ปรากฏอยู่ในรูป ➡ + **trouble** 1 A เพราะสำนวน **you are asking for trouble** และ **that's asking for trouble** ปรากฏอยู่ภายใต้คำศัพท์หลัก **trouble**

2. Division of entries

a) Numbered categories

When a word can be used as different parts of speech, these are numbered.

2. การแบ่งรายการคำ

a) การแบ่งชนิดของคำ โดยใช้ตัวเลข

ในกรณีที่คำหนึ่งคำสามารถจัดอยู่ได้หลายประเภท (part of speech) จะมีตัวเลขระบุไว้หน้าคำแต่ละประเภท เพื่อแยกแยะคำต่างประเภทออกจากกัน เช่น

Examples/ตัวอย่าง **blame** .... ❶ *v.t.* .... ❷ *n.* (*v.t.* สกรรมกริยา; *n.* คำนาม)

In verb entries, transitive, intransitive, and reflexive uses are also numbered.

สำหรับคำกริยา จะใช้ตัวเลขไว้หน้าคำกริยาแต่ละประเภทด้วยเพื่อแสดงว่าเป็น สกรรมกริยา อกรรมกริยา หรือกริยาสะท้อนกลับ เช่น

Examples/ตัวอย่าง **freeze** .... ❶ *v.i.* .... ❷ *v.t.*
behave .... ❷ *v. refl.*

b) Letter categories

When a word has more than one sense (as a particular part of speech) the different senses are distinguished by letters.

b) การแบ่งความหมายของคำ โดยใช้ตัวอักษร

ในกรณีที่คำหนึ่งคำมีความหมายมากกว่าหนึ่งความหมาย จะมีตัวอักษรระบุไว้หน้าแต่ละความหมาย เพื่อแยกแยะความหมายต่าง ๆ ออกจากกัน เช่น

Examples/ตัวอย่าง **alien** .... ❶ *adj.* ... ⒶA (*strange*) .... ⒷB (*foreign*) .... ⒸC (*different*) .... ⒹD (*repugnant*) .... ⒺE (*contrary*) ....

3. The headword

a) Form of the headword

The headword appears in bold type at the beginning of the entry. Nouns are given in the singular, but those which occur only in the plural are indicated as such.

3. ศัพท์หลัก

a) รูปคำของศัพท์หลัก

คำที่เป็นศัพท์หลัก (headwords) จะพิมพ์ด้วยตัวหนา (bold type) และเรียงอยู่ทางซ้ายของแต่ละคอลัมน์ ถ้าเป็นคำนามจะใช้รูปเอกพจน์ ยกเว้นคำนามที่มีแต่รูปพหูพจน์เท่านั้น เช่น

Examples/ตัวอย่าง **trousers** .... *n. pl.*

Verbs are given as infinitives (without *to* in English).

ถ้าเป็นคำกริยา จะใช้รูป infinitive (โดยไม่รวมคำว่า to)

b) The stress symbol used with headwords

The symbol ' shows stress on the following syllable (for more information see 4).

b) สัญลักษณ์ที่ใช้กับศัพท์หลัก

เครื่องหมาย ' หน้าพยางค์เป็นสัญลักษณ์ที่ใช้แสดงว่ามีการลงน้ำหนักที่พยางค์นั้น (ดูรายละเอียดเพิ่มเติมในหัวข้อ 4)

4. Pronunciation

a) International Phonetic Alphabet

The pronunciation of a headword is given between / / immediately after it, in the International Phonetic Alphabet (IPA), which is explained on page 24. English pronunciations are those common in educated Southern British English.

4. คำอ่าน

a) สัทอักษรสากล

สัทอักษรสากล (International Phonetic Alphabet) ที่แสดงคำอ่านออกเสียงของศัพท์หลักปรากฏอยู่ระหว่างเครื่องหมาย / / รายละเอียดปรากฏอยู่ที่หน้า 24 คำอ่านใช้การออกเสียงภาษาอังกฤษแบบอังกฤษที่ใช้อยู่ในหมู่ผู้มีการศึกษาทางตอนใต้ของประเทศ

A *simple headword* without a pronunciation given is pronounced in the same way as the headword immediately before it.

Abbreviations without prounciations given are pronounced as their full forms, except for English ones consisting of two or more capital letters, which are pronounced as individual letters, with the stress on the last, e.g. **BBC** is pronounced /biːbiːˈsiː/.

In cases where only the stress marker is to be shown in brackets, each syllable is represented as -, e.g.

Examples/ตัวอย่าง   **come to** ❶ /ˈ- -/ *v.t.* ...... ❷ /-ˈ-/ *v.i.*

No stress marker given means that the stress falls on the first part of the compound, e.g.

Examples/ตัวอย่าง   **country**: ~ folk ..... ~ ˈgentleman

In cases where the American pronunciation is significantly different this is also shown.

b) Thai letters for Transcribing English Words
In order to assist those Thai users unfamiliar with the International Phonetic Alphabet, the dictionary team have devised a system of phonetics transcription based on the Thai script (for further information see p.25).

5. Grammatical information
Grammatical information on a headword immediately follows the headword or its pronunciation. The part of speech comes first; if the word can be more than one part of speech, each is listed in a separate numbered section (see also 2a).

The following grammatical information is given:

a) Nouns
Nouns are labelled with the abbreviation *n.* and proper nouns with *pr. n.* Irregular plurals are always given.

Examples/ตัวอย่าง   **boy** .... *n.*
                        Australia .... *pr. n.*
                        bijou .... *n., pl.* ~x
                        mouse .... *n., pl.* mice
                        haddock .... *n., pl. same*

The label *n. pl.* or *pl.* indicates that the noun exists only in the plural.

Examples/ตัวอย่าง   **pants** .... *n., pl.*
                        police .... *n., pl.*

ศัพท์หลักใดที่ไม่มีการให้สัทอักษรแสดงคำอ่านไว้ หมายความว่าคำศัพท์นั้นอ่านออกเสียงเหมือนกับศัพท์หลักที่อยู่ลำดับก่อนหน้าคำศัพท์ดังกล่าว

คำย่อที่ไม่มีการให้สัทอักษรแสดงคำอ่านไว้ แสดงว่าอ่านออกเสียงเหมือนกับคำที่อยู่ในรูปปกติ ยกเว้นคำที่ประกอบด้วยอักษรตัวใหญ่สองตัวขึ้นไป จึงจะอ่านออกเสียงแยกตามตัวอักษรแต่ละตัว โดยลงน้ำหนักที่อักษรตัวสุดท้าย เช่น BBC อ่านว่า /biːbiːˈsiː/ /บีบีˈซี/

ถ้ามีการแสดงเครื่องหมายลงน้ำหนักเพียงอย่างเดียวระหว่างเครื่องหมาย / / แต่ละพยางค์จะแทนด้วยเครื่องหมาย - เช่น

ถ้าไม่มีการแสดงเครื่องหมายลงน้ำหนักในคำ แสดงว่าต้องลงน้ำหนักที่ส่วนแรกของคำ เช่น

ในกรณีที่การออกเสียงแบบอเมริกันต่างกับการออกเสียงแบบอังกฤษ ก็จะแสดงการออกเสียงแบบอเมริกันด้วย

b) ตัวอักษรไทยที่แสดงการออกเสียงในภาษาอังกฤษ
เพื่อเป็นการช่วยผู้ใช้พจนานุกรม ซึ่งอาจไม่คุ้นเคยกับระบบสัทอักษรสากล (IPA) ทางคณะผู้จัดทำพจนานุกรมได้สร้างระบบถอดเสียงอ่านคำภาษาอังกฤษที่ใช้ตัวอักษรไทย (โปรดดูรายละเอียด หน้า 25)

5. ข้อมูลทางไวยากรณ์
ข้อมูลทางไวยากรณ์เกี่ยวกับศัพท์หลักจะปรากฏหลังตัวคำหรือหลังคำอ่าน โดยข้อมูลแรกคือเรื่องชนิดของคำ หากศัพท์หลักดังกล่าวสามารถจัดอยู่ได้หลายประเภท (part of speech) จะมีตัวเลขระบุไว้หน้าคำแต่ละประเภท (ดู 2a ประกอบ)

a) คำนาม
คำที่เป็นสามานยนาม (common nouns) จะใช้ตัวย่อ *n.* ส่วนคำวิสามานยนาม (proper nouns) จะใช้ตัวย่อ *pr. n.* ถ้าคำนามนั้นมีรูปพหูพจน์ที่ไม่เป็นไปตามกฎ ก็จะให้รูปพหูพจน์ของคำนามนั้นไว้ด้วย

ถ้าคำนามนั้นมีแต่รูปพหูพจน์เท่านั้น จะใช้ตัวย่อ *n. pl.* เช่น

b) Pronouns

Only a limited number of pronouns exist in English whereas pronouns in Thai are numerous. In English, only **I** and **we** are used as the first person, **you** as the second person, **he, she, it** as the singular third person and **they** as their plural counterpart. In Thai, a speaker would select, of all available, the most appropriate pronoun to his /her status and/or emotional state in relation to the listener and the person or thing mentioned.

The first person (the speaker): ฉัน/chǎn/ (familiar), ข้าพเจ้า/khaâphacaâw/ (formal), ผม/phǒm/ (polite male speaker), ดิฉัน/dichán/ (polite female speaker) หนู/nǔu/ (younger or lesser status person female), เรา/raw/ (familiar), อั๊ว/ʔúa/ (very familiar male friend), กู/kuu/ (very familiar, angry), or his / her name, etc.

The second person (the listener): คุณ/khun/ (polite) เธอ /thɔɔ/ (familiar), ท่าน/thân/ (polite), แก/kææ/ (familar or angry), ลื้อ/lɨɨ/ (very familiar male friend), นาย/naaj/ (familiar male friend) or his/her name or the term indicating his/her relation to the speaker, etc.

The third person (the person or thing mentioned) : เขา /khǎw/, แก/kææ/, มัน/man/ or his / her name, etc.

Several nouns can also be used as personal pronouns as follows:

1. proper name of the person.

2. nouns indicating interrelation between the first person and the second / third person, e.g. kinship terms such as พ่อ/phɔ̂ɔ/ (father) – ลูก/lûuk/ (child), พี่/phîi/ (elder sibling) – น้อง/nɔ́ɔŋ/ (younger sibling), ลุง/luŋ/ (uncle, older brother of father) – หลาน/lǎan/ (niece/nephew).

3. nouns indicating the person's profession or position, e.g. หมอ/mɔ̌ɔ/ (doctor) ครู/khruu/ (teacher) แม่ค้า/mɛ̂ɛkháa/ (tradeswoman) ท่านอธิบดี/thân ʔathíbɔɔdii/ (Director-General) หัวหน้า/hǔanâa/ (chief), etc.

As Thai has a specific royal language, as well as partical words relating to Buddhist monks, a different set of pronouns exist. Examples of royal pronouns are กระหม่อม /kràmɔ̀m/ (I – used by commoners when talking to His/Her Serene Highness Prince/Princess), ข้าพระพุทธเจ้า/khâaphráphútthacâaw/ (I – used by commoners when talking to the king), ใต้ฝ่าละอองพระบาท /taâjfàaláʔɔɔŋphráʔbaàt/ (You – used by commoners to call Crown Prince/Princess), etc. Monastic pronouns include อาตมภาพ/ʔàattamaphâap/ (I – used by monks), โยม /joom/ (you – used by monks to call their listener), พระคุณเจ้า phráʔkhuncâaw/ (you – used by commoners to call Buddhist prelates), etc.

In this Dictionary, to avoid complexity, the following pronouns have been used: 'he' is translated as 'เขา', 'she' as 'เธอ' and 'you' as 'คุณ'.

b) คำสรรพนาม

การใช้สรรพนามในภาษาอังกฤษและภาษาไทยมีความแตกต่างกันมาก ในภาษาอังกฤษมีคำสรรพนามที่มีจำนวนจำกัด เช่น บุรุษที่ 1 มีแต่คำว่า **I** กับ **we** บุรุษที่ 2 มีแต่คำว่า **you** บุรุษที่ 3 มีคำว่า **he, she, it** เป็นเอกพจน์ **they** เป็นพหูพจน์ ในขณะที่ภาษาไทยมีบุรุษสรรพนามหลายคำ ให้ผู้พูดเลือกใช้ตามความเหมาะสมของฐานะ และอารมณ์ของผู้พูด ผู้ฟัง และผู้ที่กล่าวถึงหรือสิ่งที่กล่าวถึง หรือความสัมพันธ์ระหว่างกัน เช่น

บุรุษที่ 1 ใช้เรียกผู้พูด มีคำว่า ฉัน ข้าพเจ้า ผม ดิฉัน หนู เรา อั๊ว กู หรือส่วนของบุรุษที่ 1 ฯลฯ

บุรุษที่ 2 ใช้เรียกผู้ฟัง มีคำว่า คุณ เธอ ท่าน แก ลื้อ นาย พี่ มึง และชื่อของบุรุษที่ 2 หรือคำที่แสดงความสัมพันธ์กับบุรุษที่ 1 ฯลฯ

บุรุษที่ 3 ใช้เรียกผู้ที่กล่าวถึง มีคำว่า เขา แก มัน ชื่อของผู้ที่ถูกกล่าวถึง ฯลฯ

นอกจากนี้ ในภาษาไทยยังมีการใช้คำนาม แทนบุรุษสรรพนามทั้ง 3 ประเภทนี้ด้วย เช่น

1. คำนามที่เป็นชื่อของผู้พูดหรือผู้ฟัง

2. คำที่แสดงความสัมพันธ์ระหว่างผู้พูดและผู้ฟังในด้านต่าง ๆ อาทิเช่น ความสัมพันธ์เป็นเครือญาติ พ่อ-ลูก พี่-น้อง ลุง-หลาน หรือความสัมพันธ์ด้านอื่น ๆ เช่น ครู-ศิษย์ นาย-บ่าว

3. คำที่แสดงตำแหน่งและอาชีพของผู้พูดหรือผู้ฟัง เช่น ท่านอธิบดี หัวหน้า หรือ หมอ ครู แม่ค้า

เนื่องจากภาษาไทยมีภาษาเฉพาะสำหรับพระมหากษัตริย์และเจ้านายชั้นสูง เรียกว่า คำราชาศัพท์ รวมทั้งมีภาษาที่ใช้สำหรับพระสงฆ์โดยเฉพาะด้วย จึงมีคำสรรพนามที่เป็นคำราชาศัพท์ และคำที่พระสงฆ์ใช้เรียกตนเองและผู้ที่สนทนาด้วย ซึ่งจะแตกต่างจากคำสรรพนามที่ใช้ในภาษาทั่วไป คำสรรพนามที่เป็นคำราชาศัพท์ มีอาทิเช่น กระหม่อม ข้าพระพุทธเจ้า ใต้ฝ่าละอองพระบาท ฯลฯ คำสรรพนามที่ใช้ในภาษาของพระสงฆ์ เช่น อาตมาภาพ โยม พระคุณเจ้า เป็นต้น ด้วยเหตุนี้ ในการแปลคำสรรพนามภาษาอังกฤษเป็นภาษาไทย จึงต้องเลือกคำสรรพนามที่แสดงความสัมพันธ์ระหว่างผู้พูดและผู้ฟังที่เป็นกลาง ๆ เช่น แปล he ว่า เขา she ว่า เธอ และ you ว่า คุณ

c) Verbs

Verbs are labelled as transitive, intransitive, or reflexive.

c) คำกริยา

คำกริยาจะแบ่งออกเป็น 3 ชนิด คือ สกรรมกริยา (transitive) ใช้ตัวย่อ *v.t.* อกรรมกริยา (intransitive) ใช้ตัวย่อ *v.i.* และกริยาที่มีประธานและกรรมเป็นสิ่งเดียวกัน (reflexive) ใช้ตัวย่อ *v. refl.* เช่น

Examples/ตัวอย่าง **engrave** .... *v.t.*
creep .... *v.i.*
behave .... *v. refl.*

The entries for irregular verbs give their past tense, past participle, and any other forms necessary. Identical forms are given only once.

ในกรณีที่คำกริยาเป็น irregular verb จะให้รูปกริยา 3 ช่องของคำกริยานั้นไว้ครบทั้ง 3 รูป และยังจะให้รูปกริยาอื่นที่จำเป็นไว้ด้วย หากมีรูปกริยาที่ซ้ำกัน จะแสดงไว้ครั้งเดียว เช่น

Examples/ตัวอย่าง **hide** .... **hid** .... **hidden**
die .... **dying**
make .... **made**

The doubling of a final consonant before **-ed** or **-ing** is also shown.

Like English, Thai has transitive and intransitive verbs but, in English, inflectional suffixes and vowel change can show the tense, e.g. 'want' becomes 'wanted' and 'hide' becomes 'hid' to show past tense, whereas Thai verbs are tenseless and never change their form to show grammatical relations.

In Thai, tense is shown by time markers, which come before or after a verb phrase and indicate the time when the action occurs, such as

1) time markers indicating an action that has not started / been started, e.g. จะ /càʔ/

2) time markers indicating an action that is about to start / be started, e.g. จวน /cuan/, แทบ /thæ̂æp/

3) time markers indicating an action that has partly started / been started, e.g. ชัก /chák/

4) time markers indicating an action that has just started / been started, e.g. เพิ่ง /phə̂ŋ/

5) time markers indicating an action that is continuing, e.g. กำลัง /kamlaŋ/, อยู่ /jùu/

6) time markers indicating an action that is still unchanged, e.g. ยัง /jaŋ/, คง /khoŋ/

7) time markers indicating an action that is completely finished, e.g. แล้ว /lǽæw/

การซ้ำของพยัญชนะสุดท้ายก่อนเติม **-ed** หรือ **-ing** จะแสดง ไว้ด้วย

แม้ว่า คำกริยาในภาษาไทยและภาษาอังกฤษจะแบ่งออกเป็นสกรรมกริยา (กริยาที่ต้องการกรรม) และอกรรมกริยา (กริยาที่ไม่ต้องการกรรม) เหมือนๆ กัน แต่คำกริยาในภาษาไทยมีความแตกต่างจากคำกริยาในภาษาอังกฤษอย่างมากในเรื่องของรูปกริยา

ในภาษาไทย คำกริยาไม่มีการเปลี่ยนแปลงรูป เนื่องจากภาษาไทยเป็นภาษาที่ไม่มีการแสดงกาล (tenseless) โดยการเติมหน่วยเสริมท้าย (inflectional suffix) หรือการเปลี่ยนเสียงสระในคำอย่างเช่นในภาษาอังกฤษ ตามตัวอย่าง เช่น

want เมื่อเกิดในอดีตกาลจะเปลี่ยนรูปเป็น wanted

hide เมื่อเกิดในอดีตกาลจะเปลี่ยนรูปเป็น hid

การแสดงกาลในภาษาไทยจะใช้คำบ่งเวลาหรือคำที่แสดงเวลาที่เกิดกริยา เช่นคำว่า เคย แล้ว กำลัง อยู่ จะ เพิ่ง ฯลฯ ร่วมกับคำกริยา โดยคำบ่งเวลาอาจแบ่งออกได้เป็นประเภทย่อย ตามการแสดงว่ากริยาอยู่ในขั้นใดได้ดังนี้

1) แสดงว่ากริยายังไม่ได้เริ่ม เช่น จะ

2) แสดงว่ากริยาใกล้จะเริ่ม เช่น เกือบ จวน แทบ

3) แสดงว่ากริยาได้เริ่มขึ้นบ้างแล้ว เช่น ชัก

4) แสดงว่ากริยาเริ่มได้ไม่นาน เช่น เพิ่ง

5) แสดงว่ากริยาดำเนินไป เช่น กำลัง อยู่

6) แสดงว่ากริยาดำเนินไปไม่เปลี่ยนแปลง เช่น ยัง คง

7) แสดงว่ากริยาสำเร็จสมบูรณ์ เช่น แล้ว

d) Adjectives and adverbs

Irregular comparative and superlative forms are given.

d) คำคุณศัพท์และคำวิเศษณ์

เมื่อคำคุณศัพท์และคำวิเศษณ์มีรูปแสดงการเปรียบเทียบขั้นสูงกว่า (comparative) และขั้นสูงสุด (superlative) ที่ไม่เป็นไปตามกฎ (-er, -est) ก็จะมีการให้รูปคุณศัพท์และคำวิเศษณ์ที่เปลี่ยนไปไว้ด้วย เช่น

Examples/ตัวอย่าง **bad** .... **worse** .... **worst**

The abbreviation *attrib.* indicates that the adjective comes only before the noun.

อักษรย่อ *attrib.* (attributive) ใช้เพื่อแสดงว่าคำคุณศัพท์ภาษาอังกฤษนั้นเกิดในตำแหน่งหน้าคำนามเท่านั้น

Examples/ตัวอย่าง **giant** .... *attrib. adj.*

The abbreviation *pred.* indicates that the adjective comes only after the verb.

อักษรย่อ *pred.* (predicative) ใช้เพื่อแสดงว่าคำคุณศัพท์ภาษาอังกฤษนั้นเกิดในตำแหน่งตามหลังคำกริยาเชื่อม (linking verbs) เท่านั้น

Examples/ตัวอย่าง **afraid** .... *pred. adj.*

Both kinds of adjectives are called 'คำคุณศัพท์' /kham khunnasap/ in Thai. Two approaches are used in translating English adjectives into Thai. The first is to give their Thai equivalent e.g. 'stupid' is translated as 'โง่เขลา' /ŋôokhlǎw/. The other is to give an explanation. In these cases words such as ที่/thîi/ (that), ซึ่ง/sîŋ/ (which) or เกี่ยวกับ/kìawkàp/ (concerning), are added. Thus 'schizoid' is translated as 'ที่ป่วยเป็นโรคจิต *หรือ* ที่มีอาการเหมือนโรคจิต' (that is mentally ill *or* seems to have a mental illness).

In English, adjectives come before the nouns or noun phrases they modify but after in Thai. Occasionally the word ที่, ซึ่ง or เกี่ยวกับ may be needed when translating noun phrases with an adjective in the front.

The term 'คำวิเศษณ์' /kham wiseet/ refers to the English adverb. Adverbs are usually translated by adding อย่าง, โดย (by means *of*) or ด้วย (with) in combination with the particular quality described.

คำคุณศัพท์ คือ adjective ในภาษาอังกฤษ ทำหน้าที่ขยายคำนาม หรือเกิดร่วมกับคำกริยาเชื่อม (linking verb) การแปลคำคุณศัพท์จากภาษาอังกฤษเป็นภาษาไทย ใช้วิธีการหลัก ๆ อยู่ 2 วิธี วิธีแรกคือแปลโดยการให้คำเทียบเคียง เช่น beautiful แปลว่า สวยงาม stupid แปลว่า โง่เขลา เป็นต้น วิธีที่สองคือแปลโดยการอธิบาย ในกรณีเช่นนี้ จะมีคำว่า ที่, ซึ่ง, เกี่ยวกับ ปรากฏอยู่หน้าวลีที่เป็นคำอธิบายนั้น เช่น schizoid แปลว่า ที่ป่วยเป็นโรคจิต *หรือ* ที่มีอาการเหมือนโรคจิต

ตำแหน่งคำคุณศัพท์ในภาษาไทยและภาษาอังกฤษจะแตกต่างกัน ในภาษาอังกฤษ คำคุณศัพท์จะอยู่หน้าคำนาม ในขณะที่ในภาษาไทยจะอยู่หลังคำนาม

คำวิเศษณ์ ตรงกับ adverb ในภาษาอังกฤษ ทำหน้าที่ขยายคำกริยา หรือคำคุณศัพท์ การแปลคำวิเศษณ์จากภาษาอังกฤษเป็นภาษาไทย มักจะขึ้นต้นด้วยคำว่า อย่าง โดย หรือด้วย เช่น sagaciously แปลว่า อย่างฉลาดปราดเปรื่อง เป็นต้น

e) Compounds

Compounds are always labelled with their part of speech, but any further grammatical information is given at the entry for the second element.

e) คำผสม

การบอกชนิดของคำผสมจะใช้อักษรย่อ ซึ่งปรากฏตามหลังคำผสมนั้น และคำผสมจะมีการกำหนดชนิดของคำตามปกติ ถ้ามีข้อมูลทางไวยากรณ์เพิ่มเติม ข้อมูลจะแสดงไว้ที่คำศัพท์ที่เป็นส่วนที่สองของคำผสม เช่น

Examples/ตัวอย่าง **half-life** *n.*
life .... *n., pl.* **lives**

6. Labels

After the grammatical information comes any necessary information on the style, usage, regional restrictions, or subject fields of a word, printed in italics within parentheses. Many labels are abbreviations, which are explained on pp. 28-30

A label placed at the start of an entry of a numbered or letter category applies to the whole of that entry or category.

6. การแบ่งหมวดคำศัพท์

ข้อมูลเพิ่มเติมอื่น ๆ จะพิมพ์ด้วยตัวเอน (italic) อยู่ในวงเล็บ เพื่อช่วยให้ผู้ใช้พจนานุกรมมีความเข้าใจคำศัพท์ได้ดีขึ้น และสามารถนำคำศัพท์ไปใช้ได้อย่างเหมาะสมกับบริบทยิ่งขึ้น คำขยายความหมายนี้ ถ้าเป็นตัวย่อให้ดูที่หน้า 28-30

คำเพิ่มเติมที่อยู่หน้าคำศัพท์ ควรใช้กับตัวอย่างนั้นทั้งหมด

a) Style and usage labels

Labels are used to mark all words and expressions which are not neutral in style. Both headwords and their translations are labelled to help the user to understand the headwords and to use the translations correctly in context.

The following style and usage labels are used to describe English:

(poet.)	poetic (e.g. **beauteous, the deep**).
(literary)	literary or elevated (e.g. **bed of sickness, countenance, valorous**).

a) หมวดและรูปแบบการใช้ข้อมูลที่แสดงรูปแบบการใช้ภาษาจะปรากฏในวงเล็บ

จะมีการใช้หมวดคำศัพท์ในวงเล็บ เมื่อคำศัพท์นั้น ๆ ไม่เป็นกลาง ทั้งคำศัพท์และการแปล (ในบางกรณี) จะให้หมวดหมู่เพื่อช่วยให้ผู้ใช้เข้าใจคำศัพท์และคำแปลนั้นในบริบทที่ถูกต้อง

การแบ่งหมวดหมู่คำศัพท์ตามรูปแบบและการใช้ในภาษาอังกฤษ มีตามต่อไปนี้:

(poet.)	เกี่ยวกับบทกวี (เช่น **beauteous, the deep**)
(literary)	เกี่ยวกับวรรณคดี หรือภาษาในระดับสูง (เช่น **bed of sickness, countenance, valorous**)

(rhet.)	used for deliberate impressive or persuasive effect (e.g. **bounteous, plenteous**).	(rhet.)	เกี่ยวกับวาทศิลป์ (เช่น **bounteous, plenteous**)
(formal)	used only in formal speeches and writing (e.g. **hereafter, partake**).	(formal)	ที่เป็นทางการทั้งในภาษาพูดและภาษาเขียน (เช่น **hereafter, partake**)
(coll.)	everyday, conversational language; not generally written, but would not cause offence or ridicule (e.g. **Aussie, cropper, loo**).	(coll.)	ที่เป็นภาษาพูด ไม่ถือเป็นคำหยาบคาย (เช่น **Aussie, cropper, loo**)
(child lang.)	used only by or to small children (e.g. **bow-wow, choo-choo**).	(child lang.)	ที่เป็นภาษาเด็ก หรือใช้กับเด็ก (เช่น **bow-wow, choo-choo**)
(sl.)	especially colloquial and expressive; often used only by particular groups (e.g. **crud, gob, shoot one's mouth off**).	(sl.)	ภาษาแสลง มักใช้เฉพาะกลุ่ม (เช่น **crud, gob, shoot one's mouth off**)
(coarse)	coarse and offensive (e.g. **bollocks, fuck, piss**).	(coarse)	ที่เป็นคำหยาบ ใช้ในการด่าทอ (เช่น **bollocks, fuck, piss**)
(dated)	somewhat old-fashioned; used particularly by older people (e.g. **by Jove, ripping, top-hole**).	(dated)	ที่ล้าสมัย (เช่น **by Jove, ripping, top-hole**)
(arch.)	found only in literature but still used jocularly, ironically, or for a deliberately old-fashioned effect (e.g. **forsooth, peradventure, thou**).	(arch.)	ที่เป็นภาษาโบราณหรือตั้งใจใช้เพื่อย้อนยุค (เช่น **forsooth, peradventure, thou**)
(Hist.)	current term for an obsolete thing (e.g. **ducking stool, oubliette**).	(Hist.)	ที่ใช้เรียกสิ่งที่พ้นสมัย (เช่น **ducking stool, oubliette**)

The following style and usage labels are used to describe Thai:

การอธิบายรูปแบบและการใช้คำแปล มีดังต่อไปนี้

(ท.ศ.)	loan word transliterated in Thai (e.g. คาเฟ่, ดีเจ, แฟชั่น)	(ท.ศ.)	ที่เป็นคำทับศัพท์ (เช่น คาเฟ่, ดีเจ, แฟชั่น)
(ร.บ.)	word crated in Thai by the Royal Thai Academy (e.g. กฤตศิลป์, ปรัตถนิยม, เอกรงค์)	(ร.บ.)	ที่เป็นคำราชบัณฑิต (เช่น กฤตศิลป์, ปรัตถนิยม, เอกรงค์)
(ภ.ย.)	course and oftensive (e.g. ระยำ, เหี้ย, ไอ้ห่า)	(ภ.ย.)	ที่เป็นคำหยาบ เช่น ระยำ, เหี้ย, ไอ้ห่า
(ภ.พ.)	everyday conversational language (e.g. กวนประสาท, ห่วย, อ้วก)	(ภ.พ.)	ที่เป็นภาษาพูด (เช่น กวนประสาท, ห่วย, อ้วก)

b) Regional labels

Words and expressions restricted to particular areas of the English-speaking world are labelled accordingly. The most common labels are *(Brit.), (Amer.), (Austral.),* and *(Scot.)*.

The label *(dial.)* indicates that a word is used in a number of regions or dialects.

b) หมวดถิ่นฐานของคำศัพท์และสำนวนนั้น

(Brit.)	British ภาษาอังกฤษแบบอังกฤษ
(Amer.)	American ภาษาอังกฤษแบบอเมริกัน
(Austral.)	Australian ภาษาอังกฤษแบบออสเตรเลียน
(Scot.)	Scottish ภาษาอังกฤษแบบสกอต
(dial.)	แสดงว่าเป็นภาษาท้องถิ่นที่แพร่หลาย

c) Subject-field labels

Terms used in specialist or technical fields are labelled accordingly.

c) หมวดแสดงสาขาเฉพาะทาง

ศัพท์ที่ใช้เฉพาะทางจะปรากฏอยู่ในวงเล็บ

Examples/ตัวอย่าง   **collonade** .... *(Archit.)* สถาปัตยกรรม
                   entr'acte .... *(Theatre)* การละคร

d) Further usage labels

Figurative, derogatory, euphemistic, etc. use is indicated with appropriate labels.

d) หมวดเพิ่มเติม

นอกจากนี้ยังมีหมวดพิเศษอื่นๆ เช่น figurative (โดยภาพพจน์) derogatory (ที่แสดงการดูถูก) euphemistic (ที่แสดงการเกลื่อนคำ) ฯลฯ เช่น

Examples/ตัวอย่าง   **assail** .... *(fig.)*
                   intimate .... *(euphem.)*

Guide to the use of the Dictionary / คู่มือการใช้พจนานุกรม 20

7. Indicators

Indicators, printed in italics in parentheses before translations, distinguish between the various senses of a headword and, together with subject-field labels, tell the user which sense is being translated.

7. คำแยกความหมาย

ในการแยกความหมายของศัพท์หลัก จะมีการให้ตัวบ่งชี้ความหมาย (sense indicator) เป็นคำหรือวลีภาษาอังกฤษซึ่งแสดงขอบเขตของความหมายต่าง ๆ ของศัพท์หลักไว้ในวงเล็บหน้าคำแปลภาษาไทย เพื่อให้ผู้ใช้มีความเข้าใจและสามารถแยกแยะความหมายได้ชัดเจนยิ่งขึ้น

Examples/ตัวอย่าง **flapjack** .... *(oatcake)* .... *(pancake)*
below .... *(position)* .... *(direction)* .... *(later in the text)* ....

8. Translations and collocators

a) Translations

Normally, one general translation is given for each word or sense of a word. If two or more are given, separated by commas, they are synonymous and interchangeable.

8. คำแปลและคำปรากฏร่วม

a) คำแปล

โดยทั่วไปแล้ว คำแต่ละคำมักจะมีการให้คำแปลไว้ 1 คำ หากมีการให้คำแปลมากกว่านั้น ซึ่งจะเป็นคำพ้องความหมาย (synonymous) ก็จะคั่นด้วยเครื่องหมาย ,

Examples/ตัวอย่าง **sabre** .... กระบี่
sad .... เศร้า, เสียใจ, โทมนัส

Unless qualified by labels, indicators, or collocators, a translation can be regarded as adequate in practically all contexts. Where necessary, a translation is labelled for style, region, etc. in a similar way to headwords.

คำแปลที่ให้ไว้ โดยปกติแล้วจะสามารถใช้ได้กับทุกบริบท เว้นเสียแต่ว่าจะมีการใส่หมวดคำศัพท์ที่เฉพาะเจาะจง ตัวบ่งชี้ความหมาย (indicator) คำปรากฏร่วม (collocator) รวมทั้งข้อมูลเพิ่มเติมอื่น ๆ ที่จำเป็น เช่น ระดับภาษาถิ่นที่ใช้ภาษาหรือสำนวนดังกล่าว

Examples/ตัวอย่าง **sassy** .... *(Amer. coll.) (cheeky)* ทะลึ่ง; *(stylish)* ทันสมัย

Specialist terms are sometimes given two translations: a general or popular one and a specialist one, which is labelled *(ร.บ.)*

คำศัพท์ที่เป็นศัพท์เทคนิคอาจจะให้คำแปลที่ใช้กันอยู่ทั่วไป และคำแปลที่เป็นศัพท์บัญญัติโดยราชบัณฑิตยสถานไว้ด้วย โดยจะมีตัวย่อ *(ร.บ.)* ในวงเล็บกำกับอยู่ท้ายคำ

Examples/ตัวอย่าง **comedy** .... ละครชวนหัว, สุขนาฏกรรม *(ร.บ.)*

Words which are untranslatable because they have no equivalent in the other language are given a short explanation (gloss) in italic type.

บางครั้ง นอกจากคำแปลแล้ว จะมีการให้คำอธิบายสั้น ๆ ประกอบเพื่อให้สามารถเข้าใจความหมายของคำศัพท์คำนั้นได้ดีขึ้น โดยคำอธิบายจะใช้ตัวเอน

Examples/ตัวอย่าง **sabbath** .... *(Jewish)* วันเสาร์ *วันพักผ่อนจากการงาน*

A gloss is occasionally added to a translation to aid understanding of the headword.

คำศัพท์ที่ไม่สามารถแปลได้ เนื่องจากไม่มีคำเทียบเคียงในภาษาไทย จะใช้วิธีแปลโดยให้คำอธิบายสั้น ๆ ซึ่งพิมพ์ด้วยตัวเอน

Examples/ตัวอย่าง **samovar** .... *กาน้ำร้อนที่ใช้ในรัสเซีย มีท่ออุ่นอยู่ข้างใน*

The symbol ≈ indicates that the translation given is to be taken only as an approximate equivalent.

เครื่องหมาย ≈ แสดงว่าคำแปลที่ให้ไว้เป็นเพียงคำแปลโดยคร่าว เนื่องจากไม่มีคำเทียบเคียงในภาษาไทย

Examples/ตัวอย่าง **A level** .... ≈ การสอบข้อสอบมาตรฐานเพื่อเข้ามหาวิทยาลัยของประเทศอังกฤษ

A cross reference of the form ➡ indicates that a translation can be found under the entry referred to (see also 10).

การอ้างอิงถึงคำอื่นโดยใช้เครื่องหมาย ➡ แสดงว่าให้ไปดูคำแปลของคำศัพท์ตัวนั้น ตรงคำที่อ้างอิงถึง

Examples/ตัวอย่าง **satiate** /ˈseɪʃɪeɪt/ˈเซชิเอท/ ➡ **sate**

b) Collocators

As the choice of the correct translation often depends on the context in which it is to be used, collocators (words with which a translation typically occurs) are frequently supplied for translations of verbs, adjectives, adverbs, and combining forms. They are printed in italics in brackets.

b) คำปรากฏร่วม

เนื่องจากการเลือกคำแปลที่ถูกต้องนั้น มักจะขึ้นอยู่กับบริบทในการใช้เป็นหลัก ดังนั้นจึงมีการให้คำปรากฏร่วม (collocators) ของคำแปลต่าง ๆ ไว้ด้วย โดยเฉพาะคำประเภทคำกริยา คำคุณศัพท์ คำวิเศษณ์ โดยคำปรากฏร่วมจะอยู่ในวงเล็บ

Examples/ตัวอย่าง **saddle** .... อาน *(ม้า, รถจักรยาน, รถจักรยานยนต์)*
salubrious .... *(อากาศ)* สดชื่น; *(สถานที่)* น่าอยู่

If a collocator goes with more than one translation, the translations concerned are separated by commas instead of semi-colons.

ถ้าคำปรากฏร่วมสามารถใช้กับคำแปลได้มากกว่า 1 คำ คำแปลแต่ละคำจะคั่นด้วยเครื่องหมาย , แทนเครื่องหมาย ;

Examples/ตัวอย่าง **satisfy** .... จ่าย, ชำระ *(หนี้)*

With verbs, typical subjects and objects are given as collocators. Subjects are placed before the translation.

ในการแปลคำกริยา มักจะมีการให้คำปรากฏร่วมที่ทำหน้าที่เป็นประธานหรือกรรมของคำกริยานั้นไว้ด้วย โดยคำปรากฏร่วมที่ทำหน้าที่เป็นประธานจะอยู่ในวงเล็บหน้าคำกริยา

Examples/ตัวอย่าง **savage** .... *(สุนัข)* กัดอย่างดุเดือด;
(นักวิจารณ์) กล่าวโจมตีอย่างรุนแรง

Objects are placed after the translation.

ส่วนคำปรากฏร่วมที่ทำหน้าที่เป็นกรรมจะอยู่ในวงเล็บท้ายคำกริยา

Examples/ตัวอย่าง **salvage** .... *(rescue)* กู้ *(เรือ)*

With adjectives, collocators are nouns which the translations typically qualify. They are placed before the translation.

สำหรับคำปรากฏร่วมของคำคุณศัพท์ จะเป็นคำนาม ซึ่งคำคุณศัพท์จะทำหน้าที่ขยายคำนามดังกล่าว โดยคำปรากฏร่วมที่เป็นคำนามนั้นจะอยู่ในวงเล็บหน้าคำคุณศัพท์

Examples/ตัวอย่าง **sallow** .... *(ผิว)* ซีด, เหลือง
scratch .... *(มื้ออาหาร)* ที่รวบรวมจากของเหลือ

With adverbs, collocators are verbs and adjectives which the translations typically qualify. Verbs and adjectives are shown before the translation.

สำหรับคำปรากฏร่วมของคำวิเศษณ์จะเป็นคำกริยาและคำคุณศัพท์ ซึ่งคำวิเศษณ์จะทำหน้าที่ขยายคำกริยาดังกล่าว โดยคำวิเศษณ์นั้นจะอยู่ในวงเล็บหลังคำกริยา

Examples/ตัวอย่าง **excessively** .... *(ทาน, ดื่ม)* อย่างตะกละ
flimsily .... *(ก่อสร้าง)* อย่างไม่ถาวร; *(ห่อ)* อย่างไม่แน่น

c) Translation of abbreviations

Abbreviations are normally translated by the corresponding abbreviation in the other language.

c) การแปลคำย่อ

ในกรณีที่ภาษาไทยมีคำย่อที่แสดงความหมายตรงกับภาษาอังกฤษ ก็จะให้คำแปลในลักษณะที่เป็นคำย่อเช่นเดียวกัน เช่น

Examples/ตัวอย่าง etc. .... ฯลฯ

If there is no corresponding abbreviation in the other language, the full form is translated or explained if not itself entered in the Dictionary.

ในกรณีที่ในภาษาไทยไม่มีคำย่อที่ตรงกับภาษาอังกฤษ แต่ภาษาอังกฤษได้ปรากฏในรูปแบบเต็มในที่อื่น จะไม่มีการแปล ในกรณีที่คำย่อไม่ปรากฏที่อื่น จะให้คำแปลไว้ โดยให้คำเต็มของคำย่อนั้นไว้ด้วย

Examples/ตัวอย่าง **WC** .... water closet
SAM .... surface air missile ขีปนาวุธที่ยิงจากพื้นดินไปยังเป้าหมายในอากาศ

d) Further information given with translations

Where necessary, translations are accompanied by information on usage, word order, etc.

The prepositions typically following verbs are given and translated.

d) ข้อมูลเพิ่มเติมประกอบคำแปล

นอกจากคำแปลแล้ว ยังมีการให้ข้อมูลเพิ่มเติมประกอบคำแปลด้วย เช่น ข้อมูลเกี่ยวกับการใช้ การเรียงลำดับคำ ฯลฯ

ข้อมูลเพิ่มเติมที่มักให้ประกอบคำแปลคำกริยาคือคำบุพบท เพื่อแสดงว่าคำกริยานั้นปรากฏร่วมกับคำบุพบทใด

Examples/ตัวอย่าง **sack** .... ไล่ออก (**for** เนื่องจาก)

The indication *attrib.* means that a translation can be used attributively and not predicatively. The indication *pred.* means that an English adjective can be used predicatively and not attributively.

ข้อมูลเพิ่มเติมที่มักให้ประกอบคำแปลคำคุณศัพท์คือ attributive *(attrib.)* หรือ predicative *(pred.)* เพื่อแสดงว่า ในภาษาอังกฤษคำคุณศัพท์ดังกล่าวต้องปรากฏหน้าคำนาม *(attrib.)* หรือปรากฏตามหลังคำกริยา *(pred.)* เท่านั้น แต่ในคำแปลภาษาไทย คำคุณศัพท์จะปรากฏหลังคำนามเท่านั้น

Examples/ตัวอย่าง **safety** .... *(attrib.)* ทางความปลอดภัย
afraid .... *(pred.)* ที่รู้สึกกลัว

9. Phrases

Following the general translation(s) of a headword are phrases in which the general translation(s) may not be used. These include typical uses, fixed phrases, idioms, and proverbs. All are printed in bold serif type and are translated in their entirety. A swung dash is used to represent the headword.

9. วลีต่าง ๆ

หลังจากให้คำแปลของศัพท์หลักแต่ละคำแล้ว จะมีวลีซึ่งอาจจะไม่สามารถแปลตรงตัวได้ ต้องแปลแบบเน้นความหมาย วลีดังกล่าวจะปรากฏในวลีที่ไม่มีการเปลี่ยนรูป (fixed phrases) สำนวน (idioms) และสุภาษิตคำพังเพยต่าง ๆ ในวลีตัวอย่างมีการใช้เครื่องหมาย ~ เพื่อแทนคำศัพท์หลัก

Examples/ตัวอย่าง **sailor** .... **be a good/bad ~** ไม่เมาเรือ/เมาเรือ

In blocks of compounds, the swung dash in a phrase represents only the first element of the compound.

ในกรณีที่วลีตัวอย่างใช้ศัพท์หลักที่เป็นคำผสม (compounds) เครื่องหมาย ~ ใช้แทนส่วนแรกของคำผสม

Examples/ตัวอย่าง **second:** .... **~ thoughts** .... **there is no time for ~ thoughts**
ไม่มีเวลาที่จะเปลี่ยนใจ

Phrases and their translations can be given any of the labels mentioned in 6.

วลีและคำแปลอาจมีการให้หมวดคำเพิ่มเติมตามรายการที่กล่าวไว้ในข้อ 6 ได้

Examples/ตัวอย่าง **scratch** .... **you ~ my back and I'll ~ yours** *(fig. coll.)*
คุณช่วยฉัน ฉันก็ช่วยคุณ

In addition, any label attaching to a headword also applies to all phrases in that entry.

นอกจากนี้ หมวดคำเพิ่มเติมที่ให้ไว้ประกอบศัพท์หลัก ยังใช้ประกอบวลีต่าง ๆ ที่เป็นตัวอย่างการใช้ศัพท์หลักดังกล่าวด้วย

Examples/ตัวอย่าง **beddy-byes** .... *(child lang.)* **off to ~** ....

To save space, phrases may be combined.

– Two complete phrases separated by a comma are synonymous and share a translation.

เพื่อประหยัดเนื้อที่ วลีต่าง ๆ อาจปรากฏร่วมกัน

– วลี 2 วลีที่คั่นด้วย , มีความหมายและคำแปลเหมือนกัน

Examples/ตัวอย่าง **cash** .... **pay [in] ~, pay ~ down** จ่ายเงินสด

– Where portions of a phrase or translation are separated by *or* they are synonymous and interchangeable.

– เมื่อมีการใช้ *or (หรือ)* คั่นระหว่างส่วนของวลีหรือคำแปล แสดงว่ามีความหมายเหมือนกันและสามารถใช้แทนกันได้

Examples/ตัวอย่าง **decision** .... **come to** *or* **arrive at** *or* **reach a ~**

– Where portions of a phrase or translation are separated by a slash, they are syntactically interchangeable but have different meanings.

– เมื่อมีการใช้เครื่องหมาย / คั่นระหว่างส่วนของวลีหรือคำแปล แสดงว่ามีโครงสร้างที่ใช้แทนกันได้ แต่ความหมายแตกต่างกัน

Examples/ตัวอย่าง **beginning** .... **at the ~ of February/the month**
เมื่อต้นเดือนกุมภาพันธ์/ต้นเดือน

– Portions of a phrase and its translation in square brackets may be omitted, but always together, i.e. both phrase and translation are to be read either with or without the bracketed portions.

– ส่วนของวลีหรือคำแปลที่อยู่ระหว่าง [ ] อาจละไว้ได้ แต่ต้องละในทั้งสองภาษา

Examples/ตัวอย่าง **clear** .... **make it ~ [to sb.] that ....**: พูด [ให้ *ค.น.*] อย่างชัดเจนว่า...

NB: Square brackets are also used generally to enclose optional elements of words and phrases, e.g.

ข้อสังเกต เครื่องหมาย [ ] ใช้เพื่อแสดงว่า สิ่งที่ปรากฏระหว่างเครื่องหมายดังกล่าวอาจใช้หรือไม่ใช้ก็ได้ เช่น **choos[e]y** หมายถึงจะสะกดคำโดยมีตัว e หรือไม่มีก็ได้

10. Cross references

Cross references beginning with ➡ which take the place of a translation refer to a headword at which the translation is to be found. This kind of cross reference occurs mainly in the following circumstances:

– with synonyms

– with variant spellings

10. การอ้างอิงถึงคำอื่น

การอ้างอิงถึงคำอื่น แทนการแปล จะเริ่มต้นด้วยเครื่องหมาย ➡ การอ้างอิงดังกล่าวมักพบในกรณีดังต่อไปนี้:

– คำที่เป็นคำพ้องความหมาย (synonyms)

Examples/ตัวอย่าง **false move** ➡ **false step**

– คำที่มีการสะกดได้หลายรูปแบบ

Examples/ตัวอย่าง **beduin** ➡ **bedouin**

Cross references beginning with ➡ + refer to headwords at which further information may be found. They either help the user to find a phrase or idiom (see also 1c) or refer to an entry which serves as a model for a set of words because it is treated more comprehensively.

การอ้างอิงถึงคำอื่นที่ใช้เครื่องหมาย ➡ + แสดงว่าจะสามารถค้นหาข้อมูลเพิ่มเติมได้ที่คำศัพท์หลักเหล่านั้น ข้อมูลเพิ่มเติมอาจรวมถึงวลีหรือสำนวนต่าง ๆ ที่เกี่ยวข้อง

Phonetic symbols used in the transcription of English words
สัทอักษรที่ใช้ในการถอดเสียงอ่านคำภาษาอังกฤษ

ระบบคำอ่านภาษาอังกฤษ

สัทอักษร (Phonetic Symbols) ที่ใช้ในการถอดเสียงอ่าน (Transcription) คำภาษาอังกฤษในพจนานุกรมอังกฤษ-ไทยฉบับนี้ เป็นไปตามระบบของสัทอักษรสากล (International Phonetic Alphabet) หรือ IPA สัทอักษรตามรายการต่อไปนี้แบ่งออกเป็น 2 ชุด ชุดแรก คือ สัทอักษรที่ใช้แทนเสียงสระ (Vowel Sounds) และชุดที่สองคือ สัทอักษรที่ใช้แทนเสียงพยัญชนะ (Consonant Sounds)

1. สัทอักษรที่ใช้แทนเสียงสระ

สัญลักษณ์	ตัวอย่างคำ	คำอ่าน
/iː/	see	/siː/
/ɪ/	sit	/sɪt/
/e/	ten	/ten/
/æ/	hat	/hæt/
/ɑː/	arm	/ɑːm/
/ɒ/	got	/gɒt/
/ɔː/	saw	/sɔː/
/ʊ/	put	/pʊt/
/uː/	too	/tuː/
/ʌ/	cup	/kʌp/
/ɜː/	fur	/fɜː(r)/
/ə/	ago	/ə'gəʊ/
/eɪ/	page	/peɪdʒ/
/əʊ/	home	/həʊm/
/aɪ/	five	/faɪv/
/aʊ/	now	/naʊ/
/ɔɪ/	join	/dʒɔɪn/
/eə/	hair	/heə(r)/
/ɪə/	near	/nɪə(r)/
/ʊə/	pure	/pjʊə(r)/

2. สัทอักษรที่ใช้แทนพยัญชนะ

สัญลักษณ์	ตัวอย่างคำ	คำอ่าน
/p/	pen	/pen/
/b/	bad	/bæd/
/t/	tea	/tiː/
/d/	did	/dɪd/
/k/	cat	/kæt/
/g/	got	/gɒt/
/tʃ/	chin	/tʃɪn/
/dʒ/	June	/dʒuːn/
/f/	fall	/fɔːl/
/v/	voice	/vɔɪs/
/θ/	thin	/θɪn/
/ð/	then	/ðen/
/s/	so	/səʊ/
/z/	zoo	/zuː/
/ʃ/	she	/ʃiː/
/ʒ/	vision	/'vɪʒn/
/h/	how	/haʊ/
/m/	man	/mæn/
/n/	no	/nəʊ/
/ŋ/	sing	/sɪŋ/
/l/	leg	/leg/
/r/	red	/red/
/j/	yes	/jes/
/w/	wet	/wet/

สัญลักษณ์เพิ่มเติม

: เป็นเครื่องหมายที่แสดงว่า เสียงสระ เป็นสระเสียงยาว เช่น boot /buːt/

' เป็นเครื่องหมายที่แสดงการลงน้ำหนัก (stress) เช่น ago /ə'gəʊ/ พยางค์ที่ลงเสียงหนัก คือพยางค์ที่สอง

(r) แสดงว่า จะออกเสียงตัว r หรือไม่ออกก็ได้

Thai letters for Transcribing English Words
ตัวอักษรไทยที่แสดงการออกเสียงในภาษาอังกฤษ

เพื่อช่วยให้ผู้ใช้พจนานุกรมฉบับนี้ ซึ่งอาจไม่คุ้นเคยกับตัวสัทอักษรสากล สามารถอ่านออกเสียงคำภาษาอังกฤษได้ใกล้เคียงกับเจ้าของภาษามากที่สุด พจนานุกรมอังกฤษ-ไทยฉบับนี้ จึงได้ให้สัญลักษณ์แสดงการออกเสียงที่ใช้ตัวอักษรไทยไว้ด้วย โดยจะปรากฏระหว่างเครื่องหมาย / / และอยู่หลังสัทอักษรสากล

1. สัทอักษรที่ใช้แทนเสียงพยัญชนะ

สัญลักษณ์สากล	สัญลักษณ์ไทย	ตัวอย่างคำ	คำอ่าน
/p/	/พ/	pen	/เพ็น/
	/ป/	speak	/ซปีค/
/b/	/บ/	bad	/แบด/
/t/	/ท/	tea	/ที/
	/ต/	steal	/ซตีล/
/d/	/ด/	did	/ดิด/
/k/	/ค/	cat	/แคท/
	/ก/	skate	/ซเกท/
/g/	/ก/	got	/กอท/
/tʃ/	/ฉ/	chin	/ฉิน/
/dʒ/	/จ/	June	/จูน/
/f/	/ฟ/	fall	/ฟอล/
/v/	/ว/	voice	/วอยซ/
/θ/	/ธ/	thin	/ธิน/
/ð/	/ท/	then	/เท็น/
/s/	/ซ/	so	/โซ/
/z/	/ซ/	zeal	/ซีล/
/ʃ/	/ช/	she	/ชี/
/ʒ/	/ฌ/	vision	/'วิฌ'น/
/h/	/ฮ/	how	/ฮาว/
/m/	/ม/	man	/แมน/
/n/	/น/	no	/โน/
/ŋ/	/ง/	sing	/ซิง/
/l/	/ล/	leg	/เล็ก/
/r/	/ร/	red	/เร็ด/
/j/	/ย/	yes	/เย็ซ/
/w/	/ว/	wet	/เว็ท/

ก. เนื่องจากคู่เสียงพยัญชนะของภาษาอังกฤษหลายคู่ที่แตกต่างกันในเรื่องการสั่นสะเทือนของเส้นเสียง (ถ้าเส้นเสียงไม่สั่นจะเป็นพยัญชนะอโฆษะหรือเสียงไม่ก้อง แต่ถ้าเส้นเสียงสั่นจะเป็นพยัญชนะโฆษะหรือเสียงก้อง) ไม่มีในภาษาไทย จึงต้องเลือกรูปพยัญชนะภาษาไทยที่ออกเสียงคล้ายกันกับเสียงพยัญชนะภาษาอังกฤษมาใช้แทน เช่น

คู่เสียง	/ʃ/	แทนด้วย	/ช/	เป็นพยัญชนะอโฆษะ
	/ʒ/	แทนด้วย	/ฌ/	เป็นพยัญชนะโฆษะ
คู่เสียง	/tʃ/	แทนด้วย	/ฉ/	เป็นพยัญชนะอโฆษะ
	/dʒ/	แทนด้วย	/จ/	เป็นพยัญชนะโฆษะ
คู่เสียง	/θ/	แทนด้วย	/ธ/	เป็นพยัญชนะอโฆษะ
	/ð/	แทนด้วย	/ท/	เป็นพยัญชนะโฆษะ

ในกรณีคู่เสียงพยัญชนะของภาษาอังกฤษบางคู่ มีเฉพาะเสียงพยัญชนะแบบโฆษะเท่านั้นที่ไม่ปรากฏในภาษาไทย ก็จะใช้การขีดเส้นใต้เพื่อบอกว่าต้องออกเสียงแบบโฆษะ เช่น

คู่เสียง	/f/	แทนด้วย	/ฟ/	เป็นพยัญชนะอโฆษะ
	/v/	แทนด้วย	/ว/	เป็นพยัญชนะโฆษะ
คู่เสียง	/k/	แทนด้วย	/ค/	เป็นพยัญชนะอโฆษะ
	/g/	แทนด้วย	/ก/	เป็นพยัญชนะโฆษะ
คู่เสียง	/s/	แทนด้วย	/ซ/	เป็นพยัญชนะอโฆษะ
	/z/	แทนด้วย	/ซ/	เป็นพยัญชนะโฆษะ

ข. หน่วยเสียง /p, t, k/ ใช้อักษร พ ท ค แทนตามลำดับ ยกเว้นเมื่อเกิดตามหลังเสียง /s/ จะใช้อักษร ป ต ก แทน ซึ่งจะตรงกับการออกเสียงเหล่านี้เมื่อมีเสียง /s/ นำหน้า

ค. ภาษาอังกฤษมีพยัญชนะควบกล้ำมากกว่าภาษาไทย ทั้งในตำแหน่งต้นคำ (พยัญชนะต้น) และท้ายคำ (พยัญชนะสะกด) จึงต้องมีการกำหนดการใช้เครื่องหมายบางประการเพื่อแสดงว่าพยัญชนะเหล่านี้ต้องอ่านออกเสียงควบกันไม่ใช่เป็นพยางค์ที่ไม่มีรูปสระ เครื่องหมายที่กำหนดใช้เพื่อบอกการออกเสียงควบกล้ำคือการใส่จุดใต้พยัญชนะ เช่น ในตำแหน่งต้นคำ /เพฺลท/ เครื่องหมายจุดใต้ ล แสดงว่าต้องออกเสียง ล ควบตามหลัง พ plate รวมกันเป็นพยัญชนะต้น 2 เสียง struck /ซฺตฺรัค/ เครื่องหมายจุดใต้ ต และ ร แสดงว่าต้องออกเสียงพยัญชนะทั้งสองตัวนี้ควบไปกับ ซ รวมกันเป็นพยัญชนะต้น 3 เสียงในตำแหน่งท้ายคำ gold /โกลดฺ/ เครื่องหมายจุดใต้ ด แสดงว่าต้องออกเสียง ด ควบตามหลัง ล รวมกันเป็นพยัญชนะสะกดสองเสียง amongst /เออะมังซฺทฺ/ เครื่องหมายจุดใต้ ซ และ ท แสดงว่าต้องออกเสียงพยัญชนะทั้งสองตัวนี้ควบกล้ำไปกับ ง รวมกันเป็นพยัญชนะสะกด 3 เสียง

ง. พยัญชนะที่เกิดในตำแหน่งกลางคำ (นำหน้าและตามหลังด้วยเสียงสระ) เมื่อนำหน้าด้วยสระ /ɪ/, /ɛ/, /ʌ/, /ʊ/ จะออกเสียงเป็นเสียงคู่ เช่น

busy/bɪzɪ/ /ˈบิซฺซิ/
letter/lɛtə(r)/ /ˈเล็ทเทอะ(ร)/
lover/ˈlʌvə(r)/ /ˈลัวเวอะ(ร)/
pudding/ˈpʊdɪŋ/ /ˈพุดดิง/

ยกเว้น

1) เมื่อพยัญชนะในตำแหน่งกลางคำเป็นเสียง /r/ เช่น

heriot/ˈhɛrɪət/ /ˈเฮะเรียท/

2) เมื่อพยางค์ที่ตามมาไม่มีสระเป็นแกนของพยางค์ เช่น

couple/ˈkʌpˈl/ /ˈคัพ'ล/

2. สัทอักษรแทนเสียงสระ

	สัญลักษณ์	ตัวอย่างคำ	คำอ่าน
/iː/	/อี/	see	/ซี/
/ɪ/	/อิ/	sit	/ซิท/
/e/	/เอะ/	ten	/เท็น/
/æ/	/แอ/	hat	/แฮท/
/eə/		care	/แค(ร)/
/ɑː/	/อา/	arm	/อาม/
/ɒ/	/ออ/	got	/กอท/
/ɔː/		saw	/ซอ/
/ʊ/	/อุ/	put	/พุท/
/uː/	/อู/	too	/ทู/
/ʌ/	/อั/	cup	/คัพ/
		butter	/ˈบัทเทอะ(ร)/
/ɜː/	/เออ/	fur	/เฟอ(ร)/

/ə/	/เออะ/	ago	/เออะ'โก/
	/เอิ/	moment	/'โมเมินทฺ/
/eɪ/	/เอ/	page	/เพจ/
/əʊ/	/โอ/	home	/โฮม/
/aɪ/	/อาย/	five	/ฟายวฺ/
	/ไอ/	fight	/ไฟทฺ/
/aʊ/	/อาว/	now	/นาว/
	/เอา/	out	/เอาทฺ/
/ɔɪ/	/ออย/	join	/จอยนฺ/
/ɪə/	/เอีย/	near	/เนีย(ร)/
/ʊə/	/อัว/	poor	/พัว(ร)/
	/อิวเออะ/	pure	/พิวเออะ(ร)/

ก. สระผสม /aɪ/ และ /aʊ/ ในภาษาอังกฤษ แม้จะไม่มีการแยกระหว่างเสียงสั้นกับเสียงยาว แต่จะออกเสียงสั้นยาวต่างกันอย่างชัดเจน เมื่อปรากฏในตำแหน่งที่ต่างกัน

ก.1 สระ /aɪ/ เมื่อเกิดในตำแหน่งที่ลงน้ำหนัก (stressed) ในพยางค์เปิดหรือตามด้วยพยัญชนะสะกดที่เป็นเสียงโฆษะ และเมื่อเกิดในพยางค์ที่ไม่มีการลงน้ำหนัก (unstressed) ในตำแหน่งท้ายคำที่เป็นพยางค์เปิด (ไม่มีพยัญชนะสะกด) หรือมีพยัญชนะสะกดเป็นพยัญชนะโฆษะจะออกเสียงยาว จึงใช้รูปสระเสียงยาว /อาย/

เช่น cry/kraɪ/ /คราย/
divide/dɪ'vaɪd/ /ดิ'วายดฺ/
alibi/'ælɪbaɪ/ /'แอลิบาย/
alpine/'ælpaɪn/ /'แอลพายนฺ/

เมื่อสระ /aɪ/ เกิดในตำแหน่งที่ลงน้ำหนัก (stressed) และตามด้วยพยัญชนะสะกดที่เป็นเสียงอโฆษะหรือเกิดในพยางค์ที่ไม่ลงน้ำหนัก (unstressed) จะออกเสียงสั้น จึงใช้รูปสระเสียงสั้น /ไอ/

เช่น rice/raɪs/ /ไรซ/
lighter/'lɪtə(r)/ /'ไลเทอะ(ร)/
typhoon/taɪ'fu:n/ /ไท'ฟูน/

ก.2 สระ /aʊ/ เมื่อเกิดในตำแหน่งที่ลงน้ำหนัก (stressed) ในพยางค์เปิด หรือตามด้วยพยัญชนะสะกดที่เป็นเสียงโฆษะ จะออกเสียงยาวจึงใช้รูปสระเสียงยาว /อาว/

เช่น bound/boʊnd/ /บาวนฺดฺ/
allow/ə'laʊ/ /เออะ'ลาว/

เมื่อสระ /aʊ/ เกิดในตำแหน่งที่ลงน้ำหนัก (stressed) และตามด้วยพยัญชนะอโฆษะ จะออกเสียงสั้น จึงใช้รูปสระเสียงสั้น /เอา/

เช่น about/ə'baʊt/ /เออะ'เบาท/
south/saʊθ/ /เซาธ/

ข. สระผสม /ʊə/ เมื่อเกิดตามหลังพยัญชนะต้นที่เป็นพยัญชนะควบกล้ำ ซึ่งพยัญชนะควบที่นำหน้าสระ /ʊə/ เป็นเสียง /j/ สระ /ʊə/ จะออกเสียง /อิวเออะ/ (การใส่ อ ในที่นี้ เพื่อให้รูปสระ มีพยัญชนะเกาะ) เช่น

เช่น pure/pjʊə(r)/ /พิวเออะ(ร)/

ค. สระ /ʌ/ และ /ə/ ในภาษาอังกฤษจะออกเสียงคล้ายกันมาก แตกต่างกันตรงที่ /ʌ/ เกิดในพยางค์ที่ลงน้ำหนัก (stressed) ซึ่งแทนด้วย /อั/ และ /ə/ เกิดในพยางค์ที่ไม่ลงน้ำหนัก (unstressed) ซึ่งแทนด้วย /เออะ/ ในพยางค์เปิดและ /เอิ/ ในพยางค์ปิด

เช่น butter/'bʌtə(r)/ /'บัทเทอะ(ร)/
about/ə'baʊt/ /เออะ'เบาท/
moment/'momənt/ /'โมเมินทฺ/

English abbreviations used in this Dictionary
คำย่อภาษาอังกฤษที่ใช้ในพจนานุกรมนี้

abbr(s).	abbreviation(s)	คำย่อ, อักษรย่อ
adj.(s)	adjective(s)	คำคุณศัพท์
Admin.	Administration, Administrative	การบริหาร, การจัดการ
adv.	adverb	คำวิเศษณ์
Aeronaut.	Aeronautics	อากาศยาน
Agric.	Agriculture	เกษตรกรรม
Alch.	Alchemy	การเล่น
Amer.	American, America	ภาษาอเมริกัน, อเมริกา
Anat.	Anatomy	กายวิภาคศาสตร์
Anglican Ch.	Anglican Church	ศาสนาคริสต์นิกายแองกลิกัน
Anglo-Ind.	Anglo-Indian	ภาษาแองโกล-อินเดียน
Ant.	Antiquity	คำโบราณ
Anthrop.	Anthropology	มานุษยวิทยา
arch.	archaic	ภาษาเก่า, ภาษาโบราณ
Archaeol.	Archaeology	โบราณคดี
Archit.	Architecture	สถาปัตยกรรม
art.	article	คำกำกับนาม
Astrol.	Astrology	โหราศาสตร์
Astron.	Astronomy	ดาราศาสตร์
Astronaut.	Astronautics	การบินอวกาศ
attrib.	attributive	แสดงตำแหน่งหน้าคำนาม
Austral.	Australiain, Australia	ภาษาออสเตรเลีย, ออสเตรเลีย
Bacteriol.	Bacteriology	แบคทีเรียวิทยา
Bibliog.	Bibliography	บรรณานุกรม
Biochem.	Biochemistry	ชีวเคมีวิทยา
Biol.	Biology	ชีววิทยา
Bookk.	Bookkeeping	การทำบัญชี
Bot.	Botany	พฤกษศาสตร์
Brit.	British, Britain	ภาษาอังกฤษ
Can.	Canadian, Canada	ภาษาแคนาดา, แคนาดา
Chem.	Chemistry	เคมี
Cinemat.	Cinematography	การถ่ายภาพทำภาพยนตร์
coll.	colloquial	ภาษาพูด
collect.	collective	สมุหนาม
comb.	combination	คำเชื่อม
Commerc.	Commerce, Commercial	การค้า, การพาณิชย์
Communication Res.	Communication Research	การวิจัยเพื่อการสื่อสาร
compar.	comparative	การเปรียบเทียบขั้นกว่า
condit.	conditional	คำแสดงเงื่อนไข
conj.	conjunction	คำสันธาน
Constr.	Construction	การก่อสร้าง
constr.	construed	การอนุมาน, การตีความ
contr.	contracted form	รูปย่อ
def.	definite	คำชี้เฉพาะ
Dent.	Dentistry	ทันตศาสตร์
derog.	derogatory	คำดูถูก
dial.	dialect	ภาษาถิ่น
Diplom.	Diplomacy	การทูต
Dressm.	Dressmaking	การตัดเสื้อ
Eccl.	Ecclesiastical	เกี่ยวกับคริสต์ศาสนา
Ecol.	Ecology	นิเวศนวิทยา
Econ.	Economics	เศรษฐศาสตร์
Educ.	Education	การศึกษา
Electr.	Electricity	ไฟฟ้า
ellipt.	elliptical	การละไว้
emphat.	emphatic	การเน้น
esp.	especially	โดยเฉพาะอย่างยิ่ง
Ethnol.	Ethnology	ชาติพันธุ์วิทยา
Ethol.	Ethology	วิชาที่ศึกษาพฤติกรรมของสัตว์

29 English abbreviations used in this Dictionary / คำย่อภาษาอังกฤษที่ใช้ในพจนานุกรมนี้

euphem.	euphemistic	การเกลื่อนคำ
excl.	exclamation, exclamatory	คำอุทาน
expr.	expressing	การแสดงความคิด/ความรู้สึก
fem.	feminine	คำเพศหญิง
fig.	figurative	โดยภาพพจน์
Footb.	Football	ฟุตบอล
Gastr.	Gastronomy	ศาสตร์เกี่ยวกับอาหาร
Geneal.	Genealogy	พันธุกรรมศาสตร์
Geog.	Geography	ภูมิศาสตร์
Geol.	Geology	ธรณีวิทยา
Geom.	Geometry	เรขาคณิต
Graph. Arts	Graphic Arts	ศิลปะการทำภาพพิมพ์
Her.	Heraldry	ตราประจำตระกูล
Hist.	History, Historical	ประวัติศาสตร์
Horol.	Horology	การทำนาฬิกา
Hort.	Horticulture	วิชาพืชสวน
Hydraulic Engin.	Hydraulic Engineering	วิศวกรรมชลศาสตร์
imper.	imperative	คำสั่ง, ข้อบังคับ
impers.	impersonal	อนุรุษ
Ind.	Indian, India	ภาษาอินเดีย, อินเดีย
indef.	indefinite	ไม่ชี้เฉพาะ
Information Sci.	Information Science	ข้อมูลสารสนเทศ
int.	interjection	คำอุทาน
interrog.	interrogative	คำถาม
Int. Law	International Law	กฎหมายระหว่างประเทศ
Ir.	Irish, Ireland	ภาษาไอร์แลนด์, ไอร์แลนด์
iron.	ironical	คำแฝงนัย
joc.	jocular	คำหยอกเย้า
Journ.	Journalism	วารสารศาสตร์
lang.	language	ภาษา
Ling.	Linguistics	ภาษาศาสตร์
Lit.	Literature	วรรณคดี
lit.	literal	ตามตัวอักษร
Magn.	Magnetism	อำนาจแม่เหล็ก
Managem.	Management	การบริหาร
masc.	masculine	คำเพศชาย
Math.	Mathematics	คณิตศาสตร์
Mech.	Mechanics	กลศาสตร์
Mech. Engin.	Mechanical Engineering	วิศวกลศาสตร์
Med.	Medicine	แพทย์ศาสตร์
Metalw.	Metalwork	การหลอมโลหะ
Metaph.	Metaphysics	อภิปรัชญา
Meteorol.	Meteorology	อุตุนิยมวิทยา
Mil.	Military	การทหาร
Min.	Mineralogy	แร่ธาตุวิทยา
Motor Veh.	Motor Vehicles	รถยนต์
Mount.	Mountaineering	การปีนเขา
Mus.	Music	ดนตรี
Mythol.	Mythology	เทพนิยาย
n.	noun	คำนาม
Nat. Sci.	Natural Science	ธรรมชาติวิทยา
Naut.	Nautical	การเดินเรือ
neg.	negative	การปฏิเสธ
N. Engl.	Northern English	ภาษาอังกฤษทางตอนเหนือ
ns.	nouns	คำนาม (พหูพจน์)
Nucl. Engin.	Nuclear Engineering	วิศวนิวเคลียร์
Nucl. Phys.	Nuclear Physics	นิวเคลียร์ฟิสิกซ์
Num.	Numismatics	การศึกษาเกี่ยวกับเหรียญ
N.Z.	New Zealand	นิวซีแลนด์
obj.	object	สิ่งของ
Oceanog.	Oceanography	สมุทรศาสตร์
Ornith.	Ornithology	ปักษีวิทยา
Palaeont.	Palaeontology	ชีววิทยาเกี่ยวกับพืชและสัตว์โบราณ
Parapsych.	Parapsychology	จิตวิทยาเกี่ยวกับญาณ
Parl.	Parliament	รัฐสภา
pass.	passive	กรรมวาจก
Pharm.	Pharmacy	เภสัชศาสตร์
Philat.	Philately	การสะสมแสตมป์

English abbreviations used in this Dictionary / คำย่อภาษาอังกฤษที่ใช้ในพจนานุกรมนี้ 30

Philos.	Philosophy	ปรัชญา
Phonet.	Phonetics	สัทศาสตร์
Photog.	Photography	การถ่ายภาพ
phr(s).	Phrase(s)	วลี
Phys.	Physics	ฟิสิกซ์
Physiol.	Physiology	สรีรวิทยา
pl.	plural	พหูพจน์
poet.	poetical	เกี่ยวกับบทกวี
Polit.	Politics	รัฐศาสตร์
poss.	possessive	แสดงความเป็นเจ้าของ
postpos.	postpositive	เสริมท้ายคำ
p.p.	past participle	กริยาช่อง 3
pred.	predicative	แสดงตำแหน่งหลังคำกริยา
pref.	prefix	อุปสรรค, คำเสริมหน้า
Prehist.	Prehistory	ยุคก่อนประวัติศาสตร์
prep.	preposition	บุพบท
pres.	present	รูปกริยาปัจจุบันกาล
pres. p.	present participle	รูปกริยาที่เติม ing
pr. n.	proper noun	คำนามเฉพาะ
pron.	pronoun	สรรพนาม
pros.	Prosody	ฉันทลักษณ์
prov.	proverbial	คำพังเพย
Psych.	Psychology	จิตวิทยา
p.t.	Past tense	รูปกริยาอดีตกาล
®	Registered Trademark	เครื่องหมายการค้าจดทะเบียน
Railw.	Railways	การรถไฟ
RC Ch.	Roman Catholic Church	ศาสนาคริสต์นิกายโรมันคาทอลิก
refl.	reflexive	คำสะท้อนสัมพันธ์
rel.	relative	ศัพท์สัมพันธ์
Relig.	Religion	ศาสนา
Res.	Research	การวิจัย
Rhet.	Rhetoric	วาทศิลป์
rhet.	rhetorical	เกี่ยวกับวาทศิลป์
S. Afr.	South African, South Africa	ภาษาแอฟริกาใต้, แอฟริกาใต้
sb.	somebody	คนใดคนหนึ่ง
Sch.	School	โรงเรียน
Sci.	Science	วิทยาศาสตร์
Scot.	Scottish, Scotland	ภาษาสกอต, สกอตแลนด์
Shipb.	Shipbuilding	การต่อเรือ
sing.	singular	เอกพจน์
sl.	slang	ภาษาสแลง
Sociol.	Sociology	สังคมวิทยา
Soc. Serv.	Social Services	สาธารณประโยชน์ต่อสังคม
Soil Sci.	Soil Science	การศึกษาเกี่ยวกับดิน
St. Exch.	Stock Exchange	ตลาดหลักทรัพย์
sth.	something	สิ่งใดสิ่งหนึ่ง
suf.	suffix	ปัจจัย, คำเสริมท้าย
superl.	superlative	การเปรียบเทียบขั้นสูงสุด
Surv.	Surveying	การสำรวจ
symb.	symbol	สัญลักษณ์
tech.	technical	เฉพาะสาขา
Teleph.	Telephony	ระบบโทรศัพท์
Telev.	Television	โทรทัศน์
Theol.	Theology	เทววิทยา
Univ.	University	มหาวิทยาลัย
usu.	usually	โดยปกติ
v. aux.	auxiliary verb	กริยานุเคราะห์
Vet. Med.	Veterinary Medicine	สัตวแพทย์
v.i.	intransitive verb	อกรรมกริยา
voc.	vocative	เรียกขาน
v. refl.	reflexive verb	กริยาสะท้อนกลับ
v.t.	transitive verb	สกรรมกริยา
v.t. & i.	transitive and intransitive verb	สกรรมกริยาและอกรรมกริยา
W. Ind.	West Indian, West Indies	ภาษาเวสท์อินเดียน, เวสท์อินดีส
Woodw.	Woodwork	งานไม้
Zool.	Zoology	สัตววิทยา

¹A, ¹a /eɪ/เอ/ *n., pl.* **As** *or* **A's** Ⓐ *(letter)* พยัญชนะตัวที่ 1 ของภาษาอังกฤษ; **from A to Z** ตัวอักษรจาก ก จนถึง ฮ, ครอบคลุมขอบเขตทั้งหมดโดยสิ้นเชิง; **A road** ถนนทางเอก; Ⓑ **A** *(Mus.)* โน้ตตัว เอ ฟา; **A sharp** เอ ชาร์ป; **A flat** เอ แฟลต; Ⓒ *(example)* **if A says to B: ...:** ถ้านายเอพูดกับนายบีว่า...; Ⓓ *(Naut.)* **A 1** เรือชั้นหนึ่งตามระบบของลอยด์; Ⓔ **A 1** *(coll.)* ดีเยี่ยม, ยอดจริง ๆ; **I'm feeling absolutely A 1** ฉันรู้สึกดีเยี่ยมจริง ๆ; Ⓕ *(paper size)* **A1, A2, A3**, *etc.* กระดาษขนาด A1, A2, A3 ฯลฯ; **a pad of A4 [paper]** กระดาษขนาด A4 หนึ่งปึก; Ⓖ *(Sch., Univ.: mark)* คะแนนเกรดเอ; **he got an A [in French]** เขาสอบ [ภาษาฝรั่งเศส] ได้ เอ

²A *abbr.* **answer**

²a /ə, *stressed* eɪ/เออะ, เอ/ *indef. art.* ใช้ประกอบคำนามที่ไม่เฉพาะเจาะจง; Ⓐ หนึ่ง, จำนวนหนึ่ง, ...ได...หนึ่ง; **he is a gardener/a Frenchman** เขาเป็นคนสวน/ชาวฝรั่งเศส; **she did not say a word** เธอไม่พูดเลยสักคำเดียว; ➡ **+ many** 1 B; **quite; such** 1 A; Ⓑ *(per)* ต่อ, สำหรับ *(แต่ละบุคคล/สิ่งของ)*; **£40 a year** 40 ปอนด์ต่อปี; **it's 20p a pound** มันราคา 20 เพนซ์ต่อหนึ่งปอนด์; **two a penny** มีเป็นโหล; **six a side** ข้างละหก

AA *abbr.* Ⓐ *(Brit.)* **Automobile Association** สมาคมยานยนต์; Ⓑ **anti-aircraft** ต่อสู้อากาศยาน; **AA gun** ปืนต่อสู้อากาศยาน; Ⓒ **Alcoholics Anonymous** ชมรมช่วยเหลือผู้ติดสุรา

AB *abbr.* Ⓐ **able rating** *or* **seaman**; Ⓑ *(Amer. Univ.)* **Artium Baccalaureus/Bachelor of Arts**

ABA *n. (Brit.) abbr.* **Amateur Boxing Association** สหพันธ์มวยสมัครเล่น

aback /ə'bæk/เออะ'แบค/ *adv.* **be taken ~:** เกิดความประหลาดใจ, รู้สึกกระอักกระอ่วนใจ; **I've never seen her so taken ~:** ฉันไม่เคยเห็นเธอตกตะลึงเท่านี้มาก่อน

abacus /'æbəkəs/'แอเบอะเคิซ/ *n., pl.* **~es** *or* **abaci** /'æbəsaɪ/'แอเบอะซาย/ ลูกคิด

abandon /ə'bændən/เออะ'แบนเดิน/ ❶ *v.t.* Ⓐ *(forsake)* ละทิ้ง *(หลักการ, สถานที่)*; สละ *(สิทธิ, การร้องเรียน, ยานพาหนะ)*; **~ a baby** ทิ้งทารก; **~ a village** ละทิ้งหมู่บ้าน; **~ a car** ทิ้งรถ; **~ a ship** สละเรือ; Ⓑ *(surrender)* **~ sth. to the enemy** ยอมยก *ส.น.* ให้แก่ศัตรู; Ⓒ *(yield)* **~ oneself to sth.** ยอมจำนนแก่ *ส.น.*; Ⓓ *(give up)* ล้มเลิก *(โครงการ)*; ยอมสละ *(ความสุข, ความหวัง)*; **~ hope** ล้มเลิกความหวัง; **~ the game** ยกเลิกการแข่งขัน

❷ *n., no pl.* การขาดความยับยั้งชั่งใจ, การแสดงเสรีภาพอย่างไม่ยั้งคิด; **with ~:** ด้วยความเมามันอย่างสุดเหวี่ยง

abandoned /ə'bændənd/เออะ'แบนเดินดฺ/ *adj.* Ⓐ *(deserted)* ที่ถูกละทิ้ง, ร้าง; **~ property** ทรัพย์สินที่ถูกปล่อยไว้ให้ร้าง; Ⓑ *(profligate)* สุรุ่ยสุร่าย, ไม่เอาถ่าน *(บุคคล/ความประพฤติ)*

abandonment /ə'bændənmənt/เออะ'แบนเดินเมินทฺ/ *n., no pl.* Ⓐ *(giving up) (of right, claim, of plan, property)* การยกเลิก, การละทิ้ง *(สิทธิ, ข้ออ้าง, แผนการ, ทรัพย์สิน)*; Ⓑ *(carefreeness)* การไร้ความกังวล; Ⓒ *(self-surrender)* การจำนนต่อตนเอง

abase /ə'beɪs/เออะ'เบซ/ *v.t.* ลดเกียรติ, ทำให้ต่ำช้าลง; **~ oneself** ลดเกียรติตนเอง

abashed /ə'bæʃt/เออะ'แบชทฺ/ *adj.* ละอาย; **feel ~:** รู้สึกละอายใจ; **be ~ [by sth.]** เสียหน้า [โดย *ส.น.*]

abate /ə'beɪt/เออะ'เบท/ *v.i. (พายุ)* ลดความรุนแรง; *(ความโกรธ)* บรรเทาลง

abatement /ə'beɪtmənt/เออะ'เบทเมินทฺ/ *n., no pl.* การลดความรุนแรง; ➡ **+ noise abatement; smoke abatement**

abattoir /'æbətwɑ:(r), US æbə'twɑ:r/'แอเบอะทวา(ร), แอเบอะ'ทวาร/ *n.* โรงฆ่าสัตว์

abbess /'æbɪs/'แอบิซ/ *n.* แม่อธิการ, อธิการิณี

abbey /'æbɪ/'แอบิ/ *n.* Ⓐ สำนักของพระหรือชี; Ⓑ *(church)* โบสถ์; **the A~** *(Brit.)* มหาวิหารเวสต์มินสเตอร์

abbot /'æbət/'แอเบิท/ *n.* เจ้าอาวาส

abbreviate /ə'bri:vɪeɪt/เออะ'บรีวิเอท/ *v.t.* เขียนย่อ, ย่อ; ตัดทอน *(พิธี)* ให้สั้นลง; **~ 'Saint' to 'St'** ย่อคำว่า เซนต์ เป็นเอสที

ab'breviated dialling *n., no pl. (Teleph.)* หมุนด่วน

abbreviation /əbri:vɪ'eɪʃn/เออะบรีวิ'เอช'น/ *n. (of word etc.)* คำย่อ, การย่อคำ

ABC /eɪbi:'si:/เอบี'ซี/ *n.* Ⓐ *(alphabet)* ก, ข, ค; **as easy as ~:** ง่ายราวกับปอกกล้วยเข้าปาก; Ⓑ *(fig.: rudiments)* ความรู้พื้นฐาน

abdicate /'æbdɪkeɪt/'แอบดิเคท/ *v.t.* สละราชสมบัติ; **~ [the throne]** สละราชสมบัติ; **~ one's rights** ประกาศเลิกสิทธิทั้งปวง

abdication /æbdɪ'keɪʃn/แอบดิ'เคช'น/ *n. (by monarch)* การสละราชสมบัติ; **the ~ of his rights** การประกาศยกเลิกสิทธิของเขา

abdomen /'æbdəmɪn/'แอบเดอะมิน/ *n. (Anat.)* ช่องท้อง

abdominal /æb'dɒmɪnl/แอบ'ดอมิน'ล/ *adj. (Anat.)* เกี่ยวกับช่องท้อง

abduct /əb'dʌkt/เอิบ'ดัคทฺ/ *v.t.* ลักพาตัว

abduction /əb'dʌkʃn/เอิบ'ดัคช'น/ *n.* การลักพาตัว

abeam /ə'bi:m/เออะ'บีม/ *adv. (Naut.)* อยู่ทางขวางของลำเรือ; **~ of the ship** กึ่งกลางของลำเรือ

abed /ə'bed/เออะ'เบ็ด/ *adv. (arch.)* บนเตียง

Aberdeen /'æbədi:n/'แอเบอะดีน/ *n.* เมืองอาเบอร์ดีนในสกอตแลนด์; **~ [Angus]** วัวเนื้อสีดำไม่มีเขา พันธุ์สกอตแลนด์; **~ [terrier]** สุนัขเทอร์เรีย ขนหยาบ

Aberdonian /æbə'dəʊnɪən/แอเบอะ'โดเนียน/ ❶ *adj.* แห่งเมืองอาเบอร์ดีน ❷ *n.* ชาวเมืองอาเบอร์ดีน

aberrant /ə'berənt/เออะ'เบะเรินทฺ/ *adj.* ผิดแผกไปจากแบบธรรมดา, แตกต่างไปจากมาตรฐาน *(พฤติกรรม)*

aberration /æbə'reɪʃn/แอเบอะ'เรช'น/ *n.* Ⓐ *(straying, lit. or fig.)* การหลงทาง, การออกนอกลู่นอกทาง; *(deviation)* การหักเหออกไปจากสิ่งที่เป็นปกติ; *(lapse, moral slip)* การผิดศีลธรรมอย่างชั่ววูบ; **mental ~s** การเลื่อนลอยทางสมอง; Ⓑ *(Optics, Astron.)* แสงส่องคลาดเคลื่อน

abet /ə'bet/เออะ'เบ็ท/ *v.t.*, **-tt-** *(support)* สนับสนุน, ยุยงส่งเสริม; **aid and ~:** ช่วยเหลือและสนับสนุน; **aiding and ~ting [a criminal]** *(Law)* การสมรู้ร่วมคิดในการก่ออาชญากรรม

abeyance /ə'beɪəns/เออะ'เบเอินซฺ/ *n.* Ⓐ *(suspension)* **be in/fall into ~:** อยู่ระหว่างการระงับใช้; Ⓑ *(Law)* **be in ~** การยกเลิกชั่วคราว

abhor /əb'hɔ:(r)/เอิบ'ฮอ(ร)/ *v.t.*, **-rr-** รังเกียจ, ขยะแขยง; *(loathe)* เกลียดชัง

abhorrence /əb'hɒrəns, US -'hɔ:r-/เอิบ'ฮอเรินซฺ, -'ฮอร-/ *n.* Ⓐ *no pl. (loathing)* ความเกลียดชัง; **hold sth. in ~:** เกลียดชัง *ส.น.* เข้ากระดูกดำ; Ⓑ *(detested thing)* สิ่งที่น่ารังเกียจ, สิ่งที่น่าขยะแขยง

abhorrent /əb'hɒrənt/เอิบ'ฮอเรินทฺ/ *adj.* *(disgusting) (บุคคล, ความคิด)* น่าขยะแขยง, น่ารังเกียจ; **be ~ to sb.** เป็นที่น่าขยะแขยงสำหรับ *ค.น.*

abide /ə'baɪd/เออะ'บายดฺ/ ❶ *v.i.*, **abode** /ə'bəʊd/เออะ'โบด/ *or* **~d:** Ⓐ *usu.* **~d: ~ by** ปฏิบัติตาม; **~d by the rules** ปฏิบัติตามกับกฎระเบียบ; Ⓑ *(continue)* ยังทำต่อไป; *(remain)* ยังคงอยู่ ❷ *v.t.* Ⓐ *(tolerate)* อดทนต่อ; **I can't ~ dogs** ฉันทนสุนัขไม่ได้; Ⓑ *(submit to)* ยอมให้แก่, ยอมรับ

abiding /ə'baɪdɪŋ/เออะ'บายดิง/*attrib. adj.* *(ความรัก, ความเป็นเพื่อน)* ทนทาน, ถาวร

ability /ə'bɪlɪtɪ/เออะ'บิลลิทิ/ *n.* Ⓐ *(capacity)* ความสามารถ, การทำได้; **have the ~ to do sth.** มีความสามารถที่จะทำ *ส.น.*; **make use of one's ~** *or* **abilities** ใช้ความสามารถของตน; **have the ~ to type/do shorthand** พิมพ์ดีด/จดชวเลขได้; **to the best of my ~:** ทำสุดความสามารถของฉัน; Ⓑ *no pl. (cleverness)* ความฉลาด; **she is a girl of great ~:** เธอเป็นผู้หญิงที่ฉลาดมาก; Ⓒ *(talent)* ความสามารถพิเศษ, พรสวรรค์; **he shows** *or* **has great musical ~:** เขาแสดงพรสวรรค์ทางดนตรีสูงมาก; **she has a natural ~ for teaching** เธอมีความสามารถพิเศษทางการสอน

abject /'æbdʒekt/'แอบเจ็คทฺ/ *adj.* Ⓐ *(miserable)* เศร้าหมอง, ทุกข์ทรมาน, ข้นแค้น; **in the most ~ poverty** ในความยากจนข้นแค้นที่สุด; Ⓑ *(self-abasing, submissive)* ถ่อมตน; **an ~ apology** คำขออภัยที่อ่อนน้อมถ่อมตน

abjectly /'æbdʒektlɪ/'แอบเจ็คทลิ/ *adv.* Ⓐ *(miserably)* อย่างเศร้าหมอง, อย่างทนทุกข์ทรมาน, อย่างข้นแค้น; Ⓑ *(submissively)* อย่างถ่อมตน

abjectness /ˈæbdʒektnɪs/ˈแอบเจ็คทุนิซ/ *n., no pl.* Ⓐ *(misery)* ความเศร้าหมอง, ความทุกข์ทรมาน, ความขันแค้น; Ⓑ *(submissiveness)* ความอ่อนน้อมถ่อมตน

abjuration /æbdʒʊəˈreɪʃn/แอบจัวˈเรช่น/ *n. (of belief, religion)* การประกาศยกเลิกโดยคำสาบาน

abjure /əbˈdʒʊə(r)/เอิบˈจัว(ร)/ *v.t.* ยกเลิก *(ทฤษฎี)*; *(ศาสนา)* ปฏิญาณตน, บอกเลิก, สาบานว่าจะตัดขาด

ablative /ˈæblətɪv/ˈแอบเลอะทิฺว/ *(Ling.) adj.* เป็นรูปการแสดงว่ามาจาก; ที่แยกออกมาจาก; ~ case การแสดงที่มา *(จากจุดกำเนิด)*; ➡ + absolute C

ablaut /ˈæblaʊt/ˈแอบเลาท/ *n. (Ling.)* การเปลี่ยนเสียงสระในคำหรือรูปแบบที่สัมพันธ์กัน *เช่น* sing, sang

ablaze /əˈbleɪz/เออะˈเบลฺซ/ *pred. adj.* โชติช่วง, กำลังไหม้; **be ~:** ลุกเป็นไฟ; *(fig.)* ตื่นเต้น (**with** กับ); **be ~ with light** โชติช่วงด้วยแสงไฟ

able /ˈeɪbl/ˈเอบ'ล/ *adj.* Ⓐ **be ~ to do sth.** สามารถที่จะทำ *ส.น.* ได้; **I'd love to come but I don't know if I'll be ~ [to]** ฉันอยากมาแต่ไม่ทราบว่าจะมาได้หรือเปล่า; **I think you'd be better/more ~ to do it than I would** ฉันคิดว่าคุณจะทำได้ดีกว่าฉัน; Ⓑ *(competent)* สามารถ, มีอำนาจ; *(talented)* มีความสามารถพิเศษ

able: ~-bodied /ˈeɪblbɒdɪd/ˈเอบ'ลบอดิด/ *adj.* แข็งแรง, สมบูรณ์ *(สุขภาพ)*; **~ 'rating, ~ 'seaman** *ns.* กะลาสีเรือ/ทหารเรือประจำการ

ablution /əˈbluːʃn/เออะˈบลูช'น/ *n., usu. in pl.* Ⓐ *(ceremony)* พิธีล้างบาป **หรือ** พิธีล้างจอกศักดิ์สิทธิ์; *(joc.: washing)* การล้างชำระ; **perform one's ~s** การล้างชำระร่างกาย; Ⓑ *in pl.* ห้องน้ำ

ably /ˈeɪblɪ/ˈเอบลิ/ *adv.* อย่างมีความสามารถ

abnormal /æbˈnɔːml/แอบˈนอม'ล/ *adj.* Ⓐ *(deviant)* ผิดปกติ; **mentally/physically ~:** ผิดปกติทางจิตใจ/ร่างกาย; Ⓑ *(irregular)* เป็นข้อยกเว้น, ไม่เป็นไปตามกฎเกณฑ์

abnormality /æbnɔːˈmælətɪ/แอบนอˈแมเลอะทิ/ *n.* Ⓐ *(deviation)* ความผิดปกติ; Ⓑ *(irregularity)* การไม่เป็นไปตามกฎเกณฑ์

abnormally /æbˈnɔːməlɪ/แอบˈนอเมอะลิ/ *adv. (untypically)* อย่างผิดปกติ; *(unusually)* อย่างแปลกประหลาด, อย่างพิกล

Abo /ˈæbəʊ/ˈแอโบ/ *n., pl.* **~s** *(Austral. sl. derog.)* ชนเผ่าพื้นเมืองดั้งเดิมของทวีปออสเตรเลีย

aboard /əˈbɔːd/เออะˈบอด/ ❶ *adv. (on or in ship etc.)* โดยสารบนเรือ; **a bus with 30 passengers ~:** รถโดยสารซึ่งมีผู้โดยสาร 30 คน; **all ~!** เชิญขึ้น...ได้แล้ว ❷ *prep.* บนยานพาหนะ; **~ an ocean liner** บนเรือเดินสมุทร; **~ the bus/train** บนรถโดยสาร/รถไฟ; **~ ship** บนเรือ

[1]**abode** /əˈbəʊd/เออะˈโบด/ *n. (formal/joc.: dwelling place)* แหล่งพำนัก; **of no fixed ~:** ไม่มีที่พำนักเป็นหลักแหล่ง

[2]**abode** ➡ abide

abolish /əˈbɒlɪʃ/เออะˈบอลิช/ *v.t.* ยกเลิก, ล้มเลิก *(กฎหมาย, ระบอบ)*

abolishment /əˈbɒlɪʃmənt/เออะˈบอลิชเมินทฺ/, **abolition** /æbəˈlɪʃn/แอเบอะˈลิช'น/ *ns.* การล้มเลิก, การยกเลิก; *(of law)* การล้มล้าง

abolitionist /æbəˈlɪʃənɪst/แอเบอะˈลิชเชอะนิซทฺ/ *n.* ผู้นิยมการล้มล้าง

'A-bomb *n.* ระเบิดปรมาณู

abominable /əˈbɒmɪnəbl/เออะˈบอมิเนอะบ'ล/ *adj.* น่ารังเกียจ, น่ากลัว; **the A~ Snowman** *ตัวเยติ ซึ่งเป็นสัตว์ที่เชื่อว่าอาศัยอยู่เทือกเขาหิมาลัย พบแต่รอยตีน*

abominably /əˈbɒmɪnəblɪ/เออะˈบอมิเนอะบลิ/ *adv.* อย่างน่ารังเกียจ, น่ากลัว

abominate /əˈbɒmɪneɪt, US -mən-/เออะˈบอมิเนท, -เมิน-/ *v.t.* รังเกียจ, ขยะแขยง

abomination /əbɒmɪˈneɪʃn, US -mən-/เออะบอมิˈเนช'น, -เมิน-/ *n.* Ⓐ *no pl. (abhorrence)* ความเกลียดชัง; *(object of disgust)* สิ่งที่น่ารังเกียจ

aboriginal /æbəˈrɪdʒɪnl/แอเบอะˈริจจิน'ล/ ❶ *adj.* Ⓐ ดั้งเดิม *(เผ่าพันธุ์มนุษย์, สัตว์, พืช)*; **the ~ inhabitants of this region** ชนผู้อยู่อาศัยมาแต่ดั้งเดิมของแถบนี้; Ⓑ *(in Australia)* **A~ tribes** เผ่าชนพื้นเมืองดั้งเดิมของทวีปออสเตรเลีย ❷ *n.* เผ่าสัตว์หรือพืชดั้งเดิม; *(in Australia)* **A~:** ชนพื้นเมืองดั้งเดิมของทวีปออสเตรเลีย

aborigine /æbəˈrɪdʒɪnɪ/แอเบอะˈริจจินิ/ *n.* เผ่าสัตว์หรือพืชดั้งเดิม; *(in Australia)* **A~:** ชนพื้นเมืองดั้งเดิมของทวีปออสเตรเลีย

abort /əˈbɔːt/เออะˈบอท/ ❶ *v.i.* Ⓐ *(Med.)* แท้งลูก; Ⓑ *(fail)* ล้มเหลว, เป็นหมัน, ไม่สมบูรณ์ ❷ *v.t.* Ⓐ *(Med.)* ทำแท้ง; **~ a baby** ทำแท้งลูกในครรภ์; **~ a woman** ทำแท้งให้แก่ผู้หญิง; Ⓑ *(fig.: end)* แท้งก่อนกำหนด; Ⓒ *(Aeronaut., Astronaut.)* ยกเลิก

abortion /əˈbɔːʃn/เออะˈบอช'น/ *n.* Ⓐ *(deliberate)* การทำแท้ง, การรีดลูก; **have/get an ~:** ทำแท้ง, รีดลูก; Ⓑ **back-street ~:** การทำแท้ง, การรีดลูกโดยผิดกฎหมาย, คลินิกเถื่อน; *(involuntary)* การแท้ง; Ⓒ *(monstrosity)* สิ่งพิกลพิการ

abortionist /əˈbɔːʃənɪst/เออะˈบอเชอะนิซท/ *n.* แพทย์ผู้รับทำแท้ง; **back-street ~:** หมอทำแท้งเถื่อน

abortive /əˈbɔːtɪv/เออะˈบอทิฺว/ *adj.* *(ความหวัง)* ไม่ประสบผลสำเร็จ; *(แผนการ)* ไม่บรรลุผล; **be ~:** ไม่สำเร็จ

abound /əˈbaʊnd/เออะˈบาวนฺด/ *v.i.* Ⓐ *(be plentiful)* มีจำนวนมาก; Ⓑ **~ in sth.** อุดม/เต็มไปด้วย *ส.น.*; **the English language ~s in idioms** ภาษาอังกฤษเต็มไปด้วยสำนวน; **~ with** เต็มไปด้วย

about /əˈbaʊt/เออะˈเบาท/ ❶ *adv.* Ⓐ *(all around)* โดยรอบ; *(here and there)* ที่โน่นที่นี่, ทั่วไป, อย่างเกลื่อนกลาด; **all ~** ทั่วไปหมด; **strewn/littered ~ all over the room** โยน/ทิ้งกระจัดกระจายอย่างเกลื่อนกลาดทั่วห้อง; **there must be some kitchen utensils ~:** ต้องมีเครื่องครัวอยู่ที่ไหนสักแห่ง; Ⓑ *(near)* **be ~:** อยู่ใกล้, อยู่แถวนี้; **is John ~?** จอห์นอยู่แถวนี้หรือเปล่า; **there was nobody ~:** ไม่มีใครอยู่สักคน; Ⓒ **be ~ to do sth.** กำลังจะทำ *ส.น.*; **was ~ to laugh** กำลังจะหัวเราะ; *(Amer.: intend)* ตั้งใจจะทำ *ส.น.*; **I was just ~ to go shopping when ...:** ฉันตั้งใจจะออกไปซื้อของเมื่อ...; Ⓓ *(active)* **be out and ~:** ออกไปทำโน่นทำนี่; **be up and ~:** ลุกขึ้นแล้ว; Ⓔ ➤ 47, ➤ 177 *(approximately)* ประมาณ; **[at] ~ 5 p.m.** ประมาณ 5 โมงเย็น; **Here I am! – And ~ time too!** *(coll.)* ฉันมาแล้ว – น่าจะมาตั้งนานแล้ว; **it's ~ time somebody told him a thing** *or* **two** *(coll.)* ถึงเวลาแล้วที่ใครควรจะบอกบางสิ่งกับเขาเสียบ้าง; **I've had [just] ~ enough of this** *(coll.)* ฉันแทบจะทนสิ่งนี้ต่อไปไม่ได้แล้ว; Ⓕ *(round)* กลับทาง; **the battery is the wrong way ~:** แบตเตอรี่ใส่ผิดทาง; **~ turn!**, *(Amer.)* **~ face!**; *(Mil.)* กลับหลังหัน; ➡ + about-turn; Ⓖ *(in rotation)* **[week and] week ~:** สัปดาห์แล้วสัปดาห์เล่า; **[turn and] turn ~:** โดยผลัดกัน; **we take turn ~ at [the] cooking** เราผลัดกันทำอาหาร

❷ *prep.* Ⓐ *(all around)* ทั่วไปหมด, เกลื่อน; **there was litter lying ~ the park/streets** มีเศษขยะอยู่เกลื่อนสวนสาธารณะ/ถนน; **walk ~ the garden** เดินรอบ ๆ สวน; **man ~ town** ➡ town A; Ⓑ *(with)* **have sth. ~ one** มี *ส.น.* ติดตัว; **have you got a match ~ you?** คุณมีไม้ขีดติดตัวสักก้านบ้างไหม; ➡ + [1]wit B; Ⓒ *(concerning)* **a talk/an argument/a question ~ sth.** การคุย/การโต้แย้ง/การถามเกี่ยวกับ *ส.น.*; **talk/laugh ~ sth.** พูด/หัวเราะเกี่ยวกับ *ส.น.*; **cry ~ sth.** ร้องไห้เกี่ยวกับ *ส.น.*; **know ~ sth.** รู้เกี่ยวกับ *ส.น.*; **what was it ~?** มันเกี่ยวกับอะไร; **what is/was all that ~?** ทั้งหมดนั้นเป็นเรื่องเกี่ยวกับอะไรกัน; ➡ + [1]do 1 B; what 5 A; Ⓓ *(occupied with)* **be ~ sb.'s business** วุ่นอยู่กับงานของ *ค.น.*; **what are you/is he ~?** คุณ/เขากำลังสาละวนอยู่กับเรื่องอะไร; **mind what you're ~:** จงตั้งใจกับสิ่งที่คุณทำอยู่; ใช้ความระมัดระวัง; **be quick/brief ~ it** ทำให้เร็ว ๆ เถอะ; **while you're ~ it** ไหน ๆ คุณกำลังง่วนอยู่กับมัน; ➡ + go about 2

about-'face, about-'turn ❶ *ns. (lit.)* การหมุนตัวกลับ; *(fig.)* การกลับลำ ❷ *vs. i.* หมุนตัวกลับ; **~!** กลับหลังหัน

above /əˈbʌv/เออะˈบัว/ ❶ *adv.* Ⓐ *(position)* เหนือ, ข้างบน; *(higher up)* เหนือขึ้นไป; *(on top)* บนยอด; *(upstream)* เหนือน้ำ; **up ~:** ข้างบน; **from ~:** จากข้างบน; **~ right** บนขวา; Ⓑ *(direction)* ไปข้างบน; *(upstream)* ขึ้นเหนือ; Ⓒ *(earlier in text)* ที่ได้อ้างแล้ว; **see ~, p. 123** ดูที่อ้างแล้ว, หน้า 123; Ⓓ *(upstairs) (position)* ข้างบน; **the flat/floor ~:** ห้องชุด/ชั้นที่อยู่ข้างบน; **on the floor ~:** อยู่ชั้นบน; Ⓔ *(in heaven)* บนสวรรค์; **from ~** จากสวรรค์

❷ *prep.* Ⓐ *(position)* ข้างบน; *(upstream from)* เหนือน้ำขึ้นไป; **my brother is head and shoulders ~ me** พี่/น้องชายฉันสูงกว่าฉัน; **~ the general noise was heard...:** เหนือเสียงทั่วไปสามารถได้ยิน; **~ oneself** *(in high spirits)* อารมณ์ดี, ร่าเริง; *(conceited)* หยิ่งยะโส, โอหัง; **~ board** ถูกต้อง, โดยเปิดเผย; ➡ + average 1 A; [1]ground 1 A, B; head 1 B; par A, D; Ⓑ *(direction)* เหนือ; **the sun rose ~ the horizon** ดวงอาทิตย์ขึ้นเหนือขอบฟ้า; Ⓒ *(more than)* มากกว่า, นอกเหนือ; **will anyone go ~ £2,700?** ใครจะให้ราคามากกว่า 2,700 ปอนด์บ้างไหม; **he valued honour ~ life** เขารักเกียรติยศยิ่งกว่าชีวิต; **be ~ criticism/suspicion/reproach** อยู่เหนือคำวิจารณ์/ข้อสงสัย/การตำหนิ; **that's ~ me** นั่นสูงเกินไปสำหรับฉัน; **you ought to be ~ all that at your age** อายุปูนนี้แล้วไม่น่าจะเกี่ยวข้องกับสิ่งเหล่านั้น; **~ all [else]** นอกเหนือสิ่งทั้งปวง; ➡ + over 1 G; station 1 D; Ⓓ *(ranking higher than)* สูงกว่า; **she's in the class ~ me** เธออยู่ในชั้นสูงกว่าฉัน

❸ *adj (earlier)* ก่อนหน้านี้; *(~mentioned)* ที่กล่าวมาแล้ว

❹ *n.* **the ~:** สิ่งที่กล่าวไว้ข้างต้น; **the above shows...** สิ่งที่ได้กล่าวมาแล้วแสดงให้เห็นว่า...

above: ~ **board** *adj.* อย่างเปิดเผย, อย่างถูกต้อง; **~-mentioned** /ə'bʌvmenʃnd/เออะ'เบิวเม็นช่นด/, **above-named** /ə'bʌvneɪmd/เออะ'เบิวเนมด/ *adjs.* ที่กล่าวถึงข้างต้น

abracadabra /æbrəkə'dæbrə/แอเบรอะเคอะ'แดเบรอะ/ *n.* โอมเพี้ยง

abrade /ə'breɪd/เออะ'เบรด/ *v.t. (scrape off) (หิน)* ขูดออก, ถู *(ผิวหนัง)*

abrasion /ə'breɪʒn/เออ'เบรฌ่น/ *n.* Ⓐ *(Med.)* แผลถลอก; Ⓑ *(graze)* แผลถลอก

abrasive /ə'breɪsɪv/เออะ'เบรซิว/ ❶ *adj.* Ⓐ ที่ใช้ขัด/ถูได้; *(scratchy)* ที่เสียดสี; Ⓑ *(fig.: harsh)* เกรี้ยวกราด, เสียดแทง; **an ~ remark** คำพูดที่เสียดแทง ❷ *n.* สารกัดกร่อน

abreast /ə'brest/เออะ'เบร็ซท/ *adv.* Ⓐ เดินเคียงบ่าเคียงไหล่; **walk/ride three ~:** เดิน/ขี่จักรยานเคียงกันไป 3 คน; Ⓑ *(fig.)* **keep ~ of** *or* **with sth.** ติดตาม *ส.น.*

abridge /ə'brɪdʒ/เออ'บริจ/ *v.t.* Ⓐ *(condense)* ย่อบทความ *(หนังสือ, ภาพยนตร์)*; Ⓑ *(curtail)* จำกัด, ริดรอน *(เสรีภาพ, สิทธิ)*

abridgement /ə'brɪdʒmənt/ เออ'บริจเมินท/ *n.* Ⓐ *(shortening)* การย่อ; Ⓑ *(summary) (of text)* ฉบับสังเขป; *(of book)* ฉบับย่อ

abroad /ə'brɔːd/เออะ'บรอด/ *adv.* Ⓐ *(overseas)* ต่างประเทศ; *(direction)* ไปต่างประเทศ; **have you ever been ~?** คุณเคยไปต่างประเทศไหม; **are you going ~?** คุณจะไปต่างประเทศใช่ไหม; **from ~:** จากต่างประเทศ; Ⓑ *(widely)* อย่างแพร่หลายทุกทิศทุกทาง, กระจาย; **the news was spread ~ that ...:** มีข่าวแพร่สะพัดไปว่า...; *(at large)* **there is a rumour ~ that...:** มีข่าวลือกระจายไปทั่วว่า...

abrogate /'æbrəgeɪt/'แอเบรอะเกท/ *v.t.* ลบล้าง, เลิกล้ม, ยกเลิก *(กฎหมาย, ขนบธรรมเนียม)*

abrogation /æbrə'geɪʃn/แอเบรอะ'เกช่น/ *n., no pl.* ➡ **abrogate:** การยกเลิก

abrupt /ə'brʌpt/เออะ'บรัพท/ *adj.* Ⓐ *(sudden)* ทันทีทันใด, ฉับพลัน *(การเปลี่ยนแปลง, การสิ้นสุด)*; **come to an ~ halt** *(รถยนต์)* หยุดทันทีทันใด, หยุดกึก; Ⓑ *(disconnected) (สำนวน)* ขาดความต่อเนื่องกัน; Ⓒ *(brusque)* ห้วน ๆ, สั้น ๆ; Ⓓ *(steep) (หน้าผา)* ชัน; *(fig.) (การขึ้นราคา)* ฉับพลัน

abruptly /ə'brʌptlɪ/เออะ'บรัพทลิ/ *adv.* Ⓐ *(suddenly)* อย่างทันทีทันใด, อย่างฉับพลัน; Ⓑ *(disconnectedly)* อย่างขาดความต่อเนื่องกัน; Ⓒ *(brusquely)* อย่างห้วน ๆ, อย่างสั้น ๆ; Ⓓ *(steeply)* อย่างชัน; *(fig.)* อย่างฉับพลัน

abruptness /ə'brʌptnɪs/เออะ'บรัพทนิซ/ *n. no pl.* ➡ **abrupt:** Ⓐ ความฉับพลัน; Ⓑ การขาดความต่อเนื่องกัน; Ⓒ ความห้วน, ความสั้น; Ⓓ ความชัน; *(fig.)* ความฉับพลัน

abs *n., pl.* กล้ามท้อง

ABS *n., adj.* **anti-lock brake** *or* **braking system** ระบบห้ามล้อ เอบีเอส *(ท.ศ.)*

abscess /'æbsɪs/'แอบซิซ/ *n. (Med.)* ฝี; **perianal ~** ฝีคัณฑสูตร; **~ on the gums** รำมะนาด

abscond /əb'skɒnd/เอิบ'ซกอนด/ *v.i.* Ⓐ เผ่นหนีไป; *(depart)* **~ with sth.** หนีไปพร้อม *ส.น.*; Ⓑ *(flee)* หนีเตลิด, หนีหัวซุกหัวซุน

abseil /'æbseɪl/'แอบเซล/ *(Mount.)* ❶ *v.i.* โรยตัวจากหน้าผา ❷ *n.* การโรยตัวลงหน้าผา

absence /'æbsəns/'แอบเซินซ/ *n.* Ⓐ การไม่ปรากฏตัว, การไม่อยู่; *(from work)* การขาดงาน, การโดดงาน; **his ~s from school** การที่เขาขาดเรียน; **how long was your ~ from home?** คุณจากบ้านไปนานเท่าไหร่; **~ makes the heart grow fonder** การไม่อยู่ด้วยกันยิ่งทำให้รักกันมากขึ้น; ➡ + **¹leave** B; Ⓑ *(lack)* **the ~ of sth.** การขาด *ส.น.*; **in the ~ of concrete evidence** เมื่อขาดหลักฐานที่เป็นรูปธรรม; Ⓒ **~ [of mind]** การใจลอย, การที่ใจคอไม่อยู่กับเนื้อกับตัว

absent ❶ /'æbsənt/'แอบเซินท/ *adj.* Ⓐ ขาด, ไม่อยู่; **be ~:** ไม่อยู่, ขาด *(งาน, โรงเรียน)*; **be ~ from school/work** ขาดเรียน/งาน; **for all those ~ from the last meeting** สำหรับทุกคนที่ขาดประชุมครั้งที่แล้ว; **I'm afraid he's ~ in America at the moment** ฉันเสียใจว่าตอนนี้เขาอยู่ที่อเมริกา; **he's ~ on leave** เขาอยู่ระหว่างลา; **be ~ without leave** ลาโดยไม่ได้แจ้ง; **~ voter** ผู้ใช้สิทธิเลือกตั้งล่วงหน้า; Ⓑ *(lacking)* **be ~:** ขาด; **love was totally ~ from his childhood** ในวัยเด็กเขาขาดความรักโดยสิ้นเชิง; Ⓒ *(abstracted)* เลื่อนลอย
❷ /əb'sent/เอิบ'เซ็นท/ *v. refl.* **~ oneself [from sth.]** ปลีกตัวออกห่าง [จาก *ส.น.*]

absentee /æbsən'tiː/แอบเซิน'ที/ *n.* ผู้ขาด *(งาน, เรียน)*; **there were a few ~s** มีคนขาดสองสามคน; **~ landlord** เจ้าของที่ดินผู้ให้เช่าที่ในขณะที่ตนเองอาศัยอยู่ที่อื่น

absenteeism /æbsən'tiːɪzəm/แอบเซินทีอิเซิม/ *n., no pl.* การขาดงานเป็นอาจิณ

absently /'æbsəntlɪ/แอบ'เซินทลิ/ *adv.* อย่างเลื่อนลอย, อย่างเฉยชา

absent-minded *adj.* ใจลอย, ป้ำ ๆ เป๋อ ๆ

absent-mindedly *adv.* อย่างใจลอย, อย่างเผลอไผล

absent-mindedness /æbsənt'maɪndɪdnɪs/แอบเซ็นท'มายนฺดิดนิซ/, **absentness** /'æbsəntnɪs/'แอบเซินทนิซ/ *ns., no pl.* ความใจลอย; *(habitual)* ความขี้หลงขี้ลืมจนเป็นนิสัย

absinth /'æbsɪnθ/'แอบซินธฺ/ *n.* Ⓐ *(liqueur)* ~[e] *เหล้าดีกรีแรงมาก มีสีเขียวและจะมีสีขุ่นขาวเหมือนนมถ้าเติมน้ำ;* Ⓑ *(essence)* สารที่สกัดจากต้นโกฐจุฬาลัมพา; Ⓒ *(Bot.: wormwood)* ต้นโกฐจุฬาลัมพา

absolute /'æbsəluːt/'แอบเซอะลูท, -ลิวท/ *adj.* Ⓐ *(complete, not relative) (อำนาจ)* เด็ดขาด; *(ความสุข)* สัมบูรณ์ *(ร.บ.)*; *(อื้อฉาว, การโกหก)* แท้ ๆ; **an ~ fool** *(คนโง่)* บัดซบ; **~ alcohol** แอลกอฮอล์บริสุทธิ์; ➡ + **zero** 1 C; Ⓑ *(unrestricted) (อำนาจ)* เบ็ดเสร็จ; ไม่จำกัด; ส่วนใหญ่; **an ~ monarch** กษัตริย์ในระบอบสมบูรณาญาสิทธิราชย์; **~ majority** เสียงส่วนใหญ่; Ⓒ *(Ling.)* **~ construction** องค์ประกอบอิสระ; Ⓓ *(Philos.)* สมบูรณ์; **the ~** องค์สมบูรณ์

absolutely /'æbsəluːtlɪ/'แอบเซอลูทลิ/ *adv.* Ⓐ *(เลว)* อย่างสุด ๆ; *(ความจริง)* ที่เดียว; **you're ~ right!** คุณพูดถูกทีเดียว; *(รัก)* อย่างเลิศเลอ; Ⓑ *(positively)* อย่างเด็ดขาด; **~ fabulous/gorgeous** สวยเลิศเลอ; **I say ~ no** ฉันขอปฏิเสธอย่างเด็ดขาด; **~ not!** ไม่มีทาง!; Ⓒ *(unconditionally) (เชื่อ)* เต็มที่; *(ยืนยัน)* อย่างเด็ดขาด; Ⓓ *(without qualification, independently)* อย่างเด็ดขาด; Ⓔ *(Ling.)* อย่างอิสระ; Ⓕ /æbsə'luːtlɪ/แอบเซอะ'ลูทลิ/ *(coll.: yes indeed)* ร้อยเปอร์เซ็นต์เลย!

absolute: ~ **'pitch** *n. (Mus.) (ability)* การรับรู้ระดับเสียงโน้ตดนตรี และออกเสียงได้ถูกต้องทุกระดับ; ~ **temperature** *n. (Phys.)* อุณหภูมิที่วัดจาก -273.15°c

absolution /æbsə'luːʃn/แอบเซอะ'ลูช่น/ *n.* Ⓐ *(release)* การปลดเปลื้องจากความผิด; *(forgiveness of wrongdoing)* การให้อภัย; Ⓑ *(Relig.) (forgiveness)* การยกโทษบาป; **the priest pronounced ~:** พระประกาศยกโทษบาป

absolutism /'æbsəluːtɪzəm/'แอบเซอะลูทิเซิม/ *n., no pl. (Polit.)* สมบูรณาญาสิทธิราชย์ *(ร.บ.)* [sic: สมบูรณนิยม *(ร.บ.)*]

absolve /əb'zɒlv/เอิบ'ซอลว/ *v.t.* Ⓐ *(release)* นิรโทษกรรม; **~ from** อโหสิกรรม *(โทษ)*; นิรโทษกรรม *(คดี)*; *(Relig.)* ยกโทษบาปให้, อโหสิกรรม; Ⓑ *(acquit)* ยกฟ้อง, ตัดสินว่าไม่ผิด, ปล่อยตัว

absorb /əb'sɔːb, əb'zɔːb/เอิบ'ซอบ, เอิบ'ซอบ/ *v.t.* Ⓐ รับเข้าไป; *(lit. or fig.)* ซึมซับ *(ของเหลว)* **~ a price increase** รับการขึ้นราคาสินค้า; Ⓑ *(reduce in strength)* รับได้ *(ความรุนแรง)*; Ⓒ *(incorporate)* ดูดซึม, ซึมซับ *(สารเคมี, น้ำ)*; *(ชุมชน)* รวมเข้าไป; **be ~ed by/into the crowd** ถูกกลืนเข้าไปในฝูงชน; Ⓓ *(consume)* กิน *(เวลา, แรง)*; Ⓔ *(engross)* ครอบงำ *(ความสนใจ, บุคคล, จิตใจ)*

absorbed /əb'sɔːbd, əb'zɔːbd/เอิบ'ซอบด, เอิบ'ซอบด/ *adj.* ง่วนอยู่กับ, หมกมุ่นอยู่กับ; **be/get ~ in sth.** หมกมุ่นอยู่กับ *ส.น.*; **he was ~ed in his work** เขาง่วนอยู่กับงาน; **he's totally ~ in his passion/work** เขาทุ่มเทกับความใคร่/งานของเขา

absorbency /əb'zɔːbənsɪ/เอิบ'ซอเบินซิ/ *n.* ความสามารถในการดูดซึม

absorbent /əb'sɔːbənt, əb'zɔːbənt/เอิบ'ซอเบินท, เอิบ'ซอเบินท/ ❶ *adj.* ที่ซึมซับได้ดี; **~ cotton** *(Amer.)* สำลีที่ดูดซับได้ดี ❷ *n. (substance, material)* สสาร/วัตถุที่ดูดซึมได้

absorbing / əb'sɔːbɪŋ, əb'zɔːbɪŋ/เอิบ'ซอบิง, เอิบ'ซอบิง/ *adj.* น่าสนใจอย่างมาก, ทำให้หมกมุ่น

absorption / əb'sɔːpʃn, əb'zɔːpʃn/เอิบ'ซอพช่น, เอิบ'ซอพช่น/ *n.* Ⓐ *(incorporation, physical process)* การดูดซึม; **gastric ~** กระบวนการดูดซึมอาหารในกระเพาะอาหาร; Ⓑ *(of department, community)* การถูกกลืนเป็นพวกเดียวกัน; Ⓒ *(engrossment) (in reading, watching)* ความหมกมุ่น; **their ~ in each other** การที่เขาหมกมุ่นซึ่งกันและกัน

abstain /əb'steɪn/เอิบ'ซเตน/ *v.i.* Ⓐ หักห้ามใจ, ละเว้น, งด; **~ from sth.** หักห้ามใจจาก *ส.น.* หรือ งด *ส.น.*; **~ from drinking** งดดื่มสุรา; Ⓑ **~ [from voting]** ไม่ออกเสียง

abstainer /əb'steɪnə(r)/เอิบ'ซเตเนอะ(ร)/ *n.* Ⓐ ผู้ที่ละเว้นการดื่มสุรา; Ⓑ *(in vote)* ผู้ที่ไม่ออกเสียง

abstemious /əb'stiːmɪəs/แอบ'ซตีเมียซ/ *adj.*, **abstemiously** /əb'stiːmɪəslɪ/แอบ'ซตีเมียซลิ/ *adv.* [อย่าง] รู้จักบันยะบันยัง, [อย่าง] รู้จักประมาณตน

abstemiousness /əb'stiːmɪəsnɪs/แอบ'ซตีเมียซนิซ/ *n., no pl.* การรู้จักระงับตนเอง, การรู้จักบันยะบันยัง

abstention /əb'stenʃn/เอิบ'ซเต็นช่น/ *n.* Ⓐ การละเว้น; **~ from sex** การละเว้นจากกามารมณ์; Ⓑ **~ from the vote/from voting** การงดออกเสียง; **how many ~s were there?** มีคนงดออกเสียงกี่คน

abstinence /'æbstɪnəns/'แอบซติเนินซ/ *n.* Ⓐ *(abstaining)* การละเว้น *(สุรา, กามารมณ์)*; **total ~:** การละเว้นโดยเด็ดขาด; Ⓑ *(moderation)* การดำเนินชีวิตอย่างพอเพียงเรียบง่าย

a

abstinent /ˈæbstɪnənt/แอบซติเนินทฺ/ *adj.* พอแก่อัตภาพ, ละเว้น

abstract /ˈæbstrækt/แอบซแตรฺคทฺ/ ❶ *adj.* ไม่มีตัวตน, นามธรรม, เป็นไปในทางทฤษฎี; **~ noun** *(Ling.)* คำนามที่มีลักษณะเป็นนามธรรม; **the ~:** สิ่งที่เป็นนามธรรม; **in the ~:** ที่เป็นไปในทางทฤษฎีมากกว่าในทางปฏิบัติ; **~ expressionism** ➡ **action painting** ❷ *n.* Ⓐ *(summary)* บทคัดย่อ; สาระสังเขป Ⓑ *(idea)* ความคิดที่เป็นนามธรรม; Ⓒ *(Art)* ศิลปะแบบนามธรรม ❸ /æbˈstrækt/แอบˈซแตรฺคทฺ/ *v.t.* Ⓐ *(remove)* สกัด, แยก **(from** จาก**)**; *(euphem.: steal)* ขโมย, แอบดึง; Ⓑ *(summarize)* สรุปความ

abstracted /æbˈstræktɪd/เอิบˈซแตรฺคทิด/ *adj.*, **abstractedly** /æbˈstræktɪdlɪ/เอิบˈซแตรคทิดลิ/ *adv.* [อย่าง] หมกมุ่นอยู่กับสิ่งอื่น, [อย่าง] ใจลอย

abstraction /æbˈstrækʃn/เอิบˈซแตรฺคช่น/ *n.* Ⓐ *(removal)* การสกัดออกมา; *(euphem.: stealing)* การขโมย; Ⓑ *no pl. (absence of mind)* ความใจลอย, ความหลงลืม; Ⓒ *(idea)* ความคิดที่เป็นทฤษฎีมาก, ภาวะนามธรรม (ร.บ.); **he talks in ~s** เขาพูดเป็นทฤษฎีมาก

abstractly /ˈæbstræktlɪ/ˈแอบซแตรฺคทฺลิ/ *adv.* อย่างไม่เป็นรูปธรรม, อย่างเป็นนามธรรม

abstractness /ˈæbstræktnɪs/ˈแอบซแตรฺคทฺนิซ/ *n., no pl.* ความเป็นนามธรรม

abstractor /æbˈstræktə(r)/เอิบˈซแตรฺคเทอะ(ร)/ *n.* ผู้สรุปข่าว

abstruse /æbˈstru:s/เอิบˈซตรูซ/ *adj.*, **abstrusely** /æb ˈstru:slɪ/เอิบˈซตรูซลิ/ *adv.* อย่างเข้าใจยาก, อย่างคลุมเครือ

abstruseness /æbˈstru:snɪs/เอิบˈซตรูซนิซ/ *n., no pl.* ความคลุมเครือ, ความไม่ชัดเจน

absurd /əbˈsɜ:d/เอิบˈเซิด/ *adj.* พิสดาร, วิตถาร, พิกล; *(ridiculous)* ชอบกล, แหวกแนว; **the theatre of the ~:** รูปแบบของละครแหวกแนวและพยายามสะท้อนความไร้สาระของโลกปัจจุบัน

absurdity /əbˈsɜ:dɪtɪ/เอิบˈเซอดิทิ/ *n.* ความประหลาด, ความแหวกแนว, ความพิสดาร, ความชอบกล

absurdly /əbˈsɜ:dlɪ/เอิบˈเซิดลิ/ *adv.* อย่างประหลาด, อย่างพิสดาร; **he is ~ afraid of ...:** เขากลัว... อย่างผิดปกติ

Abu Dhabi /ɑ:bu:ˈdɑ:bɪ/อาบูˈดาบิ/ *pr. n.* อาบูดาบิ *(เมืองหลวงของสหพันธรัฐอาหรับ)*

abundance /əˈbʌndəns/เออะˈบันเดินซฺ/ *n.* Ⓐ **[an] ~ of sth.** ความอุดมสมบูรณ์ของ *ส.น.*; **an ~ of love/energy** ความรัก/พลังงานอันเหลือเฟือ; **in ~:** มีอยู่อย่างอุดมสมบูรณ์; Ⓑ *(profusion)* ปริมาณอันมากมาย; Ⓒ *(wealth)* ความมั่งคั่ง

abundant /əˈbʌndənt/เออะˈบันเดินทฺ/ *adj.* *(ทางเลือก)* เหลือเฟือ; *(ทรัพยากร)* อุดมสมบูรณ์; *(ความกระตือรือร้น)* นานัปการ; **an ~ supply of fish/fruit** มีปลา/ผลไม้อยู่อย่างอุดมสมบูรณ์; **~ proof/reason** มีข้อพิสูจน์/เหตุผลนานัปการ; **be ~** มีมากมาย; **~ in** อุดมไปด้วย

abundantly /əˈbʌndəntlɪ/เออˈบันเดินทฺลิ/ *adv.* อย่างเต็มที่, อย่างเหลือเฟือ; **I made it ~ clear that ...:** ฉันได้ให้เหตุผลอย่างเต็มที่ว่า...

abuse ❶ /əˈbju:z/เออะˈบิวซฺ/ *v.t.* Ⓐ *(misuse)* ใช้ไปในทางที่ผิด *(อำนาจ, อิทธิพล)*; *(maltreat)* ทำทารุณข่มเหง *(คน, สัตว์)*; ใช้จนพัง *(รถยนต์)*; **sexually ~:** ทารุณกรรมทางเพศ; Ⓑ *(insult)* ด่าทอ, กล่าวคำผรุสวาท ❷ *n.* Ⓐ *(misuse)* การใช้ไปในทางที่ผิด, การทำทารุณข่มเหง; **child abuse** การทารุณกรรมเด็ก; Ⓑ *(unjust or corrupt practice)* การประพฤติฉ้อฉล; Ⓒ *(insults)* คำด่าทอ, คำผรุสวาท; **a term of ~:** คำหยาบที่ใช้ด่าทอ

abusive /əˈbju:sɪv/เออะˈบิวซิว/ *adj.* หยาบคาย, สบประมาท; **~ language** ภาษาที่สบประมาท; **become** *or* **get ~:** เริ่มหยาบคายขึ้นทุกที

abut /əˈbʌt/เออะˈบัท/ ❶ *v.i.*, **-tt-** Ⓐ *(border)* **~ on** อยู่ติดกัน; Ⓑ *(end)* **~ on/against** แตะกัน, ยันกัน; *(rest)* พิง ❷ *v.t.* Ⓐ *(border on)* อยู่ติดกัน; Ⓑ *(end on)* แตะ, ยัน

abutment /əˈbʌtmənt/เออะˈบัทเมินทฺ/ *n.* ตอม่อ, เครื่องค้ำ *(สิ่งก่อสร้าง)*

abysmal /əˈbɪzml/เออะˈบิซมฺ'ล/ *adj.* Ⓐ *(bottomless)* ลึกล้ำ, ลึกจนหยั่งไม่ได้; *(fig.)* *(ความโง่เขลา)* อย่างมาก; Ⓑ *(coll.: bad)* *(อากาศ, ค่าแรง)* เลวร้าย, แย่มาก

abyss /əˈbɪs/เออะˈบิซ/ *n. (lit.)* ห้วงเหว, ห้วงลึก; *(fig.)* ความหายนะ; **the ~ of space/sea** ห้วงอวกาศ/ทะเล

Abyssinia /æbɪˈsɪnɪə/แอบิˈซินเนีย/ *pr. n.* *(Hist.)* ประเทศอาบิสซีเนีย *(เป็นชื่อดั้งเดิมของประเทศเอธิโอเปีย)*

AC *abbr. (Electr.)* **alternating current**

a/c *abbr.* **account** บ/ช

acacia /əˈkeɪʃə/เออะˈเคเชอะ/ *n. (Bot.)* พันธุ์ไม้สกุลอะเคเซียอยู่ในวงศ์ถั่ว; **[false] ~:** ต้น locust tree *(Robinia pseudoacacia)* ปลูกเป็นไม้ประดับ

academe /ˈækədi:m/ˈแอเคอะดีม/ *n. (literary)* โลกแห่งวิทยาการ; *(university)* มหาวิทยาลัย; **the grove[s] of A~:** แวดวงมหาวิทยาลัย

academic /ækəˈdemɪk/แอเคอะˈเด็มมิค/ ❶ *adj.* Ⓐ *(scholarly)* คงแก่เรียน, ทางวิชาการ; **an ~ person/thinker** นักวิชาการ; **he's better on the ~ side** เขาเก่งทางด้านวิชาการมากกว่า; Ⓑ *(of university etc.)* เกี่ยวกับการศึกษา; **~ year** ปีการศึกษา; Ⓒ *(abstract, formal)* เป็นทฤษฎี, เป็นนักวิชาการมาก; **~ art** ศิลปะที่ละเว้นการแสดงเป็นรูปธรรมชาติ ❷ *n.* นักวิชาการ

academical /ækəˈdemɪkl/แอเคอะˈเด็มมิค'ล/ ❶ *adj.* เป็นของวิชาการมหาวิทยาลัย ❷ *n. in pl.* ชุดประจำมหาวิทยาลัย

academically /ækəˈdemɪklɪ/แอเคอะˈเด็มมิค'ลิ/ *adv.* Ⓐ *(intellectually)* ในเชิงวิชาการ; **be ~ very able** เก่งมากในด้านวิชาการ; Ⓑ *(educationally)* **~ [speaking]** [ถ้าจะพูดกัน] ในเชิงวิชาการ

academician /əkædəˈmɪʃn, US ækədəˈmɪʃn/เออะแคเดอะˈมิช'น, แอเคอะเดอะมิช'น/ *n.* สมาชิกของบัณฑิตยสถาน, บัณฑิต

academy /əˈkædəmɪ/เออะˈแคเดอะมิ/ *n.* Ⓐ *(society)* บัณฑิตยสถาน; **Royal A~ [of Arts]** ราชบัณฑิตยสถานแห่งสหราชอาณาจักร; Ⓑ *(school)* สถาบันการศึกษา; **~ of dance** สถาบันนาฏศิลป์

Academy award *n.* รางวัลออสการ์

acanthus /əˈkænθəs/เออะˈแคนเธิซ/ *n. (Bot.)* ต้นไม้ในสกุล *Acanthus*

ACAS /ˈeɪkæs/ˈเอแคซ/ *abbr. (Brit.)* **Advisory Conciliation and Arbitration Service** อนุญาโตตุลาการด้านแรงงาน

accede /əkˈsi:d/แอคˈซีด/ *v.t.* Ⓐ *(assent)* ยอมรับ **(to** ต่อ**)**; Ⓑ เป็นภาคี *(อนุสัญญา)*; **~ [to the throne]** ขึ้นครองราชย์

accelerate /əkˈseləreɪt/เอิคˈเซ็ลเลอะเรท/ ❶ *v.t.* เร่ง *(เครื่อง)*; เร่งรัด *(โครงการ)* ❷ *v.i.* *(คนขับ)* เร่งความเร็ว; *(จรวด)* พุ่งขึ้น

acceleration /əkseləˈreɪʃn/เอิคเซะเลอะˈเรช'น/ *n.* การเร่ง; อัตราเร่ง *(รถยนต์)*; **the ~ of economic growth** การเร่งความเจริญเติบโตทางเศรษฐกิจ

accelerator /əkˈseləreɪtə(r)/เอิคˈเซ็ลเลอะเรเทอะ(ร)/ *n.* Ⓐ *(Motor Veh.)* **~ [pedal]** คันเร่ง; Ⓑ *(Phys.)* อุปกรณ์เร่งอนู

accent /ˈæksent, -sənt/ˈแอคเซ็นทฺ, -เซินทฺ/ ❶ *n.* Ⓐ *(prominence by stress)* การลงเสียงหนักเบา; *(mark)* เครื่องหมายกำกับบนตัวอักษรที่บ่งบอกระดับเสียงสูงต่ำหรือหนักเบา; Ⓑ *(pronunciation)* สำเนียง; *(note in sb.'s voice)* น้ำเสียง; Ⓒ *in pl. (speech)* ท่วงทำนองในการพูด; Ⓓ *(Music)* เครื่องหมายบนโน้ตดนตรี; Ⓔ *(emphasis)* การเน้น; **the ~ is on ...:** การเน้นอยู่ที่...; Ⓕ *(distinctive character)* ลักษณะเด่น ❷ /əkˈsent/เอิคˈเซ็นทฺ/ *v.t. (stress, lit. or fig.)* เน้น; *(mark)* ในเครื่องหมายกำกับเสียงหนักเบา

accentual /əkˈsentjʊəl/เอิคˈเซ็นฉวล/ *adj.* *(โน้ตเพลง)* ที่ได้รับการเน้น

accentuate /əkˈsentjʊeɪt/แอคˈเซ็นฉุเอท/ *v.t.* เน้น, ทำให้เด่น; ทวี *(ความรุนแรง, ความเจ็บปวด)*

accentuation /æksentʃʊˈeɪʃn/แอคเซ็นฉุˈเอช'น/ *n.* การเน้น, การทำให้เด่น

accept /əkˈsept/เอิคˈเซ็พทฺ/ *v.t.* Ⓐ ➤ 64 *(be willing to receive)* รับ *(การสมัคร, สมาชิก)*; ยอมรับ *(การติ, ผิดชอบ)*; *(agree to)* เห็นด้วยกับ *(แผน, ข้อเสนอ)*; **~ sb. for a job/school** รับ *ค.น.* เข้าทำงาน/เข้าโรงเรียน; **~ sb. for a course** รับ *ค.น.* เข้าเรียนวิชาใดวิชาหนึ่ง; **~ sb. into the Church/the family** รับ *ค.น.* เข้าในคริสต์ศาสนาหรือเข้ารีต/เข้าเป็นสมาชิกในครอบครัวเดียวกัน; **get sth. ~ed** ทำให้ *ส.น.* เป็นที่ยอมรับ; **~ sth. for publication** รับ *ส.น.* เพื่อการตีพิมพ์; Ⓑ *(approve)* ยอมรับ; **he is ~ed in the best circles** เขาเป็นที่ยอมรับในวงการชั้นนำ; **~ sb. as a member of the group** ยอมรับ *ค.น.* เข้าเป็นสมาชิกในกลุ่ม; Ⓒ *(acknowledge)* รับรู้, รู้กัน, ยอมรับ; **it is ~ed that ...:** เป็นที่ยอมรับ/รู้กันว่า...; **an ~ed fact** ข้อ เท็จจริงอันเป็นที่ยอมรับ; **~ sb. for what he is** ยอมรับ *ค.น.* อย่างที่เขาเป็น; Ⓓ *(believe)* **~ sth. [from sb.]** เชื่อ *ส.น.* *(จาก ค.น.)*; **I don't ~ that he is guilty, from what you told me** ฟังจากที่คุณเล่าฉันไม่เชื่อว่าเขาผิด; Ⓔ *(tolerate)* ทำใจยอมรับได้; **~ losing a job** ทำใจยอมรับที่ตกงาน; **he won't ~ that** เขาจะไม่ยอมสิ่งนั้น; Ⓕ *(Commerc.)* รับ *(เช็ค)*; **the hotel ~s traveller's cheques** โรงแรมนี้รับเช็คเดินทาง

acceptability /əkseptəˈbɪlətɪ/เอิคเซ็พเทอะˈบิลเลอะทิ/ *n., no pl.* การยอมรับได้; *(of salary, price, risk)* *(ความเหมาะสม)*; *(agreeableness)* ความน่าพึงพอใจ

acceptable /əkˈseptəbl/เอิคˈเซ็พเทอะบ'ล/ *adj.* Ⓐ *(suitable, reasonable)* เหมาะสม, สมเหตุสมผล, เป็นที่ยอมรับ; **damaged banknotes are not ~:** ธนบัตรเสียหายไม่สามารถรับได้; Ⓑ *(agreeable)* น่าพอใจ, เห็นด้วย; **would the salary be ~ to you?** คุณจะพอใจกับเงินเดือนไหม; **an ~ risk** การเสี่ยงที่พอรับได้

acceptably /əkˈseptəblɪ/เอิคˈเซ็พเทอะบลิ/ *adv.* Ⓐ *(suitably, agreeably)* อย่างเหมาะสม, อย่างน่าพอใจ; **be ~ priced** ตั้งราคาอย่างเหมาะ

a

สม; Ⓑ *(reasonably)* พอใช้ได้; **she sings ~ well** เธอร้องเพลงได้ดีพอสมควรในระดับหนึ่ง; Ⓒ *(adequately, tolerably)* อย่างพอใช้ได้

acceptance /ək'septəns/เอิค'เซ็พเทินซฺ/ *n.* Ⓐ *(willing receipt)* การรับ; *(of gift, offer)* การรับ; *(of duty, responsibility)* ความยอมรับ, การเห็นด้วย; *(in answer)* การเห็นด้วย; *(welcome)* การต้อนรับ; *(agreement)* การเห็นด้วย; **[letter of] ~**: จดหมายตอบรับ; **she gave her ~ to his proposal of marriage** เธอรับคำขอแต่งงานจากเขา; Ⓑ *no pl. (approval)* การยินยอม, ความเห็นชอบ; Ⓒ *no pl. (acknowledgement)* การยอมรับ, การรับรอง; *(of excuse, explanation)* การยอมรับ; **that fact has gained general ~**: ข้อเท็จจริงนั้นได้รับการยอมรับโดยทั่วไป; Ⓓ *no pl. (heeding)* การเอาใจใส่; Ⓔ *no pl. (toleration) (of a fact)* ความยอมรับ; *(of behaviour)* การทำใจ; Ⓕ *(Commerc.:* [engagement to honour] *bill etc.)* ใบแสดงรายการซื้อขาย

access /'ækses/'แอ็คเซ็ซ/ ❶ *n.* Ⓐ *no pl., no art. (entering)* ทางเข้าไป; *(by vehicles)* ทางขับเข้าไป; **this doorway is the only means of ~**: ประตูนี้เป็นทางเข้าเพียงทางเดียว; **'no entry except for ~'** 'ไม่มีกิจ ห้ามเข้า'; Ⓑ *(admission)* **gain** *or* **obtain** *or* **get ~**: เข้าถึง; Ⓒ *no pl. (opportunity to use or approach)* สิทธิหรือโอกาสที่จะเข้าถึง; **the father has ~ to the children** พ่อมีสิทธิที่จะเยี่ยมลูก; **she was not allowed ~ to her personal file** เธอถูกห้ามไม่ให้เข้าดูแฟ้มของตัวเอง; Ⓓ *(accessibility)* **easy/difficult of ~**: ความง่าย/ยากในการเข้าถึง; Ⓔ *(way* [in]*)* ทางเข้า; *(road)* ถนนเข้า; *(door)* ประตูทางเข้า ❷ *v.t. (Computing)* **~ the file/drive** เปิดไฟล์/เข้าสู่ไดรฟ์

accessary /ək'sesərɪ/เอิค'เซ็ซซิริ/ ❶ *n.* ➡ **accessory** 2 D ❷ *adj.* ซึ่งสมรู้ร่วมคิด

accessibility /əksesɪ'bɪlətɪ/เอิคเซะซิ'บิลเลอะทิ/ *n., no pl.* Ⓐ *(reachability)* **the easy ~ of the beach** การที่เข้าถึงชายหาดได้ง่าย; Ⓑ *(approachability, availability, understandability)* การเข้าถึงได้ง่าย, การหาง่าย, การเข้าใจได้

accessible /ək'sesɪbl/เอิค'เซ็ซซิบ'ล/ *adj.* Ⓐ *(reachable)* **[more] ~ [to sb.]** [ยิ่ง] เข้าถึง *ค.น.* ได้ง่าย [สำหรับ *ค.น.*]; Ⓑ *(available, open, understandable)* ซึ่งหาได้, ซึ่งเปิด, เข้าใจได้ (**to** สำหรับ)

accession /æk'seʃn/แอค'เซ็ช'น/ *n.* Ⓐ การเข้าสู่, การเข้ารับ, ภาคยานุวัติ *(ร.บ.)*; *(to position, estate)* การขึ้นดำรง *(ตำแหน่ง, ยศ, หน้าที่)*; **~ to the throne** การขึ้นครองราชย์; Ⓑ *(being added)* การเพิ่มขึ้น; Ⓒ *(thing added)* **new ~s to the library** หนังสือใหม่ในห้องสมุด; Ⓓ *(joining)* การเข้าเป็นภาคี *(ในสนธิสัญญา)*

accession number *n.* หมายเลขจัดเรียง *(หนังสือ, ซีดี ฯลฯ)* ในห้องสมุด

accessory /ək'sesərɪ/เอิค'เซ็ชเซอะริ/ ❶ *adj.* **~ [to sth.]** ส่วนเพิ่ม [ของ *ส.น.*] ❷ *n.* Ⓐ *(attachments)* ส่วนประกอบเพิ่มเติม; **one of the accessories** หนึ่งในสิ่งที่เพิ่มเติมขึ้น; **car accessories** อุปกรณ์ประดับยนต์; Ⓑ *(dress article)* เครื่องประดับตกแต่ง; Ⓒ **~ [to a crime]** ผู้สมรู้ร่วมคิดในอาชญากรรม; **~ before the fact** ผู้ยุยงให้ *ค.น.* ก่ออาชญากรรม

'access: ~ provider /'ækses prəvaɪdə(r)/'แอคเซ็ซ เพรฺอะวายเดอะ(ร)/ *n. (Computing)* ให้บริการเข้าอินเทอร์เน็ต; **~ road** *n.* ถนนส่วนบุคคล

accident /'æksɪdənt/'แอคซิเดินทฺ/ *n.* Ⓐ *(unlucky event)* อุบัติเหตุ; **road ~**: อุบัติเหตุบนท้องถนน; **meet with/have an ~**: ประสบอุบัติเหตุ; **~ rate** อัตราการเกิดอุบัติเหตุ; Ⓑ *(chance)* ความบังเอิญ; *(unfortunate chance)* โชคร้าย; **by ~**: โดยบังเอิญ; **by an** *or* **some ~ of fate** โดยโชคชะตา; Ⓒ *(mistake)* ความพลาดพลั้ง; **by ~**: โดยไม่ได้ตั้งใจ; Ⓓ *(mishap)* เคราะห์กรรม, เคราะห์ร้าย; **chapter of ~s** *(coll.)* เคราะห์กรรมที่ซัดกระหน่ำเป็นระลอก; **have a chapter of ~s** เกิดเคราะห์ซ้ำกรรมซัด; **~s will happen** อุบัติเหตุย่อมเกิดขึ้นได้

accidental /æksɪ'dentl/แอคซิ'เด็นท'ล/ ❶ *adj. (fortuitous, unintended)* ที่บังเอิญ, ที่เป็นเรื่องโชค, ที่เป็นอุบัติเหตุ; **~ death** ถึงแก่กรรมโดยอุบัติเหตุ ❷ *n. (Mus.) สัญลักษณ์ให้ขึ้นเสียงให้สูงขึ้นหรือลดเสียงให้ต่ำลงชั่วคราว*

accidentally /æksɪ'dentəlɪ/แอคซิ'เด็นเทอะลิ/ *adv. (by chance)* โดยบังเอิญ; *(by mistake)* ไม่ได้ตั้งใจ

Accident and Emergency Unit *n.* แผนกฉุกเฉินและอุบัติเหตุ

'accident-prone *adj.* **~ person** คนที่มีอุบัติเหตุอยู่ร่ำไป; **he was the most ~ of the children** ในกลุ่มเด็ก ๆ เขาเป็นคนที่ประสบอุบัติเหตุมากกว่าเพื่อน

acclaim /ə'kleɪm/เออะ'เคลม/ ❶ *v.t. (welcome)* ยินดี, สรรเสริญ; **~ sb. king** ประกาศให้ *ค.น.* เป็นกษัตริย์ ❷ *n., no pl.* Ⓐ *(welcome)* การยินดี, การต้อนรับอย่างกระตือรือร้น; Ⓑ *(approval)* การยกย่องสรรเสริญ

acclamation /ækləˈmeɪʃn/แอเคลอะ'เมช'น/ *n.* Ⓐ *no pl. (approval of plan or proposal)* การแสดงความเห็นด้วยอย่างเต็มที่; Ⓑ *usu. in pl. (shouting)* การโห่ร้อง

acclimatisation, acclimatise ➡ **acclimatiz-**

acclimatization /əklaɪmətaɪ'zeɪʃn, US -tɪ'z-/เออะคลายเมอะไท'เซช'น, -ทิ'ซ-/ *n. (lit. or fig.)* การปรับตัวให้เข้ากับ *(สถานการณ์, ที่ใหม่, ของใหม่)*

acclimatize /ə'klaɪmətaɪz/เออะ'คลายเมอะทายซฺ/ *v.t. (lit. or fig.)* ปรับให้เข้า, ปรับตัว; **~ sth./sb. to sth.** ปรับ *ส.น./ค.น.* ให้เข้ากับ *ส.น.*; **~ oneself** ปรับตัวเองให้เคยชิน; **get** *or* **become ~d to sth.** ปรับจนชินกับ *ส.น.*

accolade /'ækəleɪd, US -'leɪd/'แอเคอะเลด, -'เลด/ *n. (gesture)* การแตะดาบบนบ่าในพิธีการแต่งตั้งอัศวิน; *(praise, approval, acknowledgement)* การให้คำยกย่องสรรเสริญ

accommodate /ə'kɒmədeɪt/เออะ'คอเมอะเดท/ *v.t.* Ⓐ *(lodge)* ให้ที่พัก; *(hold, have room for)* มีที่พอ; **the flat ~s three people** แฟลตนี้สำหรับให้ 3 คนพัก; Ⓑ *(oblige)* ปรับให้เข้ากับ; Ⓒ *(render service, favour)* ให้ความช่วยเหลือ; **I shall endeavour to ~ you wherever possible** ฉันจะพยายามช่วยเหลือคุณเท่าที่ทำได้

accommodating /ə'kɒmədeɪtɪŋ/เออะ'คอเมอะเดทิง/ *adj. (obliging)* คอยช่วยเหลือ; *(compliant)* โอนอ่อนผ่อนตาม

accommodatingly /ə'kɒmədeɪtɪŋlɪ/เออะ'คอเมอะเดทิงลิ/ *adv. (obligingly)* ด้วยความยินดีที่จะช่วยเหลือผู้อื่น

accommodation /əkɒmə'deɪʃn/เออะคอเมอะ'เดช'น/ *n.* Ⓐ *no pl. (lodgings)* ที่พัก; **can you provide us with [some] ~ for the night?** คุณช่วยหาที่พักให้เราในคืนนี้ได้ไหม; **~ is very expensive in Oxford** ที่พักในออกซฟอร์ดแพงมาก; **there is a lack of good hotel ~ in this town** เมืองนี้ขาดห้องพักโรงแรม; **student ~ is getting more expensive** ที่พักนักศึกษาแพงขึ้นเรื่อย ๆ; Ⓑ *(space)* **there is ~ for 500 people in this auditorium** มีที่สำหรับ 500 คนในหอประชุมนี้; Ⓒ *in pl. (Amer.: lodgings)* ที่พัก

accommo'dation address *n.* ที่ที่สามารถติดต่อได้ในเมื่อไม่ได้ที่อยู่ที่แท้จริง

accompaniment /ə'kʌmpənɪmənt/เออะ'คัมเพอะนิเมินทฺ/ *n.* Ⓐ *(lit. or fig.)* สิ่งประกอบ; *(Mus.)* ดนตรีประกอบ; Ⓑ *(thing)* สิ่งเสริม, สิ่งที่ใช้ประกอบสิ่งอื่น

accompanist /ə'kʌmpənɪst/เออะ'คัมเพอะนิซทฺ/ *n. (Mus.)* คนที่เล่นดนตรีประกอบ

accompany /ə'kʌmpənɪ/เออะ'คัมเพอะนิ/ *v.t. (go along with)* ไปเป็นเพื่อน, ไปเป็นผู้ติดตาม; *(Mus.)* เล่นประกอบกับดนตรี; **the ~ing booklet** จุลสารแนบประกอบ

accomplice /ə'kʌmplɪs, US ə'kɒm-/เออะ'คัมพลิซ, เออะ'คอม-/ *n.* ผู้สมคบ, ผู้คบคิด

accomplish /ə'kʌmplɪʃ, US ə'kɒm-/เออะ'คัมพลิช, เออะ'คอม-/ *v.t. (perform)* กระทำ *(งานที่มอบหมาย)*; *(complete)* ทำให้เสร็จสมบูรณ์ *(งานศิลปะ, ตึก)*; *(achieve)* บรรลุ *(ผล, เป้าหมาย)*

accomplished /ə'kʌmplɪʃt, US ə'kɒm-/เออะ'คัมพลิชทฺ, เออะ'คอม-/ *adj.* เก่ง, เชี่ยวชาญ, ที่ฝึกมาดี; **he is an ~ speaker/dancer** เขาเป็นนักกล่าวสุนทรพจน์/นักเต้นรำที่เชี่ยวชาญ

accomplishment /ə'kʌmplɪʃmənt, US ə'kɒm-/เออะ'คัมพลิชเมินทฺ, เออะ'คอม-/ *n.* Ⓐ *no pl. (completion)* การทำให้สำเร็จ, สัมฤทธิ์ผล *(of aim)* การบรรลุผล; Ⓑ *(achievement)* ความสำเร็จ; *(skill)* ความสามารถ

accord /ə'kɔ:d/เออะ'คอด/ ❶ *v.i.* **~ [with sth.]** เข้ากัน [กับ *ส.น.*] ❷ *v.t. (formal: grant)* **~ sb. sth.** ให้ *ส.น.* แก่ *ค.น.* ❸ *n.* Ⓐ *(volition)* **of one's own ~**: โดยความตั้งใจของตน; **of its own ~**: ด้วยตัวมันเอง; Ⓑ *(harmonious agreement)* การเป็นน้ำหนึ่งใจเดียวกัน; **with one ~**: ด้วยความพร้อมใจกัน; Ⓒ *(harmony)* ความกลมกลืนกัน; **be in ~ with** เข้ากันได้ดีกับ; Ⓓ *(treaty)* สนธิสัญญา, ข้อตกลง

accordance /ə'kɔ:dəns/เออะ'คอเดินซฺ/ *n.* **in ~ with** ตามนัย; **in ~ with sb.'s wish** ตามความประสงค์ของ *ค.น.*

according /ə'kɔ:dɪŋ/เออะ'คอดิง/ *adv.* Ⓐ **~ as** *(depending on how)* เท่าที่, ตามที่; **everyone pays ~ as he is able** แต่ละคนจ่ายเท่าที่สามารถจะทำได้; Ⓑ **~ to** ตาม; **act ~ to the rules** ปฏิบัติตามผู้ปกครอง; **~ to the rules** ทำตามกฎ; **~ to him** *(opinion)* ตามความเห็นของเขา; *(account)* ตามที่เขาเล่า; **~ to circumstances/the season** ตามสภาพการณ์, ตามฤดูกาล

accordingly /ə'kɔ:dɪŋlɪ/เออะ'คอดิงลิ/ *adv. (as appropriate)* ตามนัยนั้น; *(therefore)* ฉะนั้น

accordion /ə'kɔ:dɪən/เออะ'คอเดียน/ *n.* หีบเพลง; **~ pleats** รอยจีบพับคล้ายหีบเพลง

accost /ə'kɒst/เออะ'คอซทฺ/ *v.t.* หยุดและทักทาย

account /ə'kaʊnt/เออะ'คาวนทฺ/ ❶ *v.t. (consider)* เห็นว่า, ถือว่า

accountability | acid house 38

a

❷ *n.* Ⓐ *(Finance) (reckoning)* บัญชี; *(statement)* รายงานการบัญชี; *(invoice)* ใบเรียกเก็บเงิน; **money of ~** *(Finance)* เงินสกุลที่ใช้คิดบัญชีทั้งที่ไม่ได้ใช้ซื้อขาย; **~ rendered;** ➡ **render** E; **keep ~s/the ~s** ทำบัญชี; **settle** *or* **square ~s with sb.** *(lit or fig.)* คิดบัญชีกับ *ค.น.*; **on ~:** *(ใช้กับสินค้า)* ขึ้นบัญชีเอาไว้จ่ายทีหลัง; **on one's [own] ~:** ซึ่งตัวเองรับจ่าย; ซึ่งตัวเองยอมเสี่ยง; *(fig.)* เฉพาะตัวเอง, สำหรับตัวเอง; Ⓑ *(at bank, shop)* บัญชี; **an ~ with** *or* **at a bank** บัญชีเงินฝากที่ธนาคาร; **pay sth. into one's ~:** ฝากเงินเข้าบัญชี; **draw sth. out of one's ~:** ถอนเงินออกจากบัญชี; **joint ~:** บัญชีร่วม; Ⓒ *(statement of facts)* รายงาน, เรื่อง; **give** *or* **render an ~ for sth.** เล่าเรื่องเกี่ยวกับ *ส.น.*; **call sb. to ~:** เรียกร้อง *ค.น.* ให้ชี้แจง; **give a good ~ of oneself** ทำให้คนอื่นประทับใจ; Ⓓ *(consideration)* **take ~ of sth., take sth. into ~:** คำนึงถึง *ส.น.*; **take no ~ of sth./sb., leave sth./sb. out of ~:** ไม่สนใจ *ส.น./ค.น. หรือ* ไม่นำ *ส.น./ค.น.* มาพิจารณา; **don't change your plans on my ~:** อย่าเปลี่ยนแผนของคุณเพื่อฉันเลย; **on ~ of** เนื่องจาก; **no ~, not on any ~:** ไม่ได้อย่างเด็ดขาด; Ⓔ *(importance)* **of some/little/no ~:** มีความสำคัญบ้าง/น้อยมาก/ไม่มีความสำคัญเลย; Ⓕ *(performance)* วิธีการแสดง; Ⓖ *(report)* **an ~ [of sth.]** การรายงานเกี่ยวกับ *ส.น.*; **give a full ~ of sth.** เล่าเรื่องทั้งหมดเกี่ยวกับ *ส.น.*; **by** *or* **from all ~s** จากที่ได้ยินมา; Ⓗ *(advantage)* **turn sth. to [good] ~:** เปลี่ยน *ส.น.* ให้เป็นประโยชน์

~ for *v.t.* Ⓐ *(give reckoning)* ชี้แจง *(การคำนวณตัวเลข)*; Ⓑ *(explain)* อธิบาย; **I can't ~ for that** ฉันอธิบายเรื่องนั้นไม่ได้; Ⓒ *(represent in amount)* แสดงเป็นจำนวน; Ⓓ *(kill, destroy, capture)* สังหาร, จับ

accountability /əkaʊntə'bɪlɪtɪ/เออะคาวนเทอะ'บิลลิทิ/ *n., no pl.* ความรับผิดชอบ **(to** ต่อ**)**

accountable /ə'kaʊntəbl/เออะ'คาวนเทอะบ'ล/ *adj.* รับผิดชอบ; *(explicable)* อธิบายได้; **be ~ to sb.** มีความรับผิดชอบต่อ *ค.น.*; **be ~ for sth.** รับผิดชอบใน *ส.น.*

accountancy /ə'kaʊntənsɪ/เออะ'คาวนเทินซิ/ *n., no pl.* วิชาบัญชี

accountant /ə'kaʊntənt/เออะ'คาวนเทินท/ *n.* ➤ 489 นักบัญชี; ➡ **+ chartered accountant**

ac'count holder *n.* เจ้าของบัญชี

accounting /ə'kaʊntɪŋ/เออะ'คาวนทิง/ *n.* Ⓐ *no pl. (Commerc.)* การบัญชี; Ⓑ *(explanation)* **there's no ~ for it** หาคำอธิบายไม่ได้; **there's no ~ for taste[s]** ลางเนื้อชอบลางยา

ac'count number *n.* เลขที่บัญชี

accredit /ə'kredɪt/เออะ'เคร็ดดิท/ *v.t.* Ⓐ *(vouch for)* ยืนยัน, เชื่อว่า; **he is ~ed with having introduced this word** เชื่อกันว่าเขาเป็นผู้บัญญัติศัพท์นี้; Ⓑ *(send as representative)* **be ~ed to sb.** ถูกส่งไปเป็นผู้แทนประจำกับ *ค.น.*

accredited /ə'kredɪtɪd/เออะ'เคร็ดดิทิด/ *adj.* *(ผู้แทน)* เป็นทางการ; *(โรงเรียน, หนังสือ, นักข่าว)* เป็นที่รับรอง

accretion /ə'kri:ʃn/เออะ'ครีช'น/ *n.* Ⓐ *(combination)* การก่อตัวขึ้น, การเพิ่ม; Ⓑ *(growth)* การเติบโต, ส่วนที่ทวีขึ้นมา

accrue /ə'kru:/เออะ'ครู/ *v.i.* *(ดอกเบี้ย)* เพิ่มขึ้น; **~ to sb.** *(เงินทอง)* เพิ่มให้ *ค.น.*

accrued /ə'kru:d/เออะ'ครูด/ *adj.* *(ดอกเบี้ย, หนี้สิน, เงินทอง)* ที่เพิ่มขึ้น

accumulate /ə'kju:mjʊleɪt/เออะ'คิวมิวเลท/ ❶ *v.t. (gather)* สะสม; *(in a pile)* กอง; *(produce)* สร้าง *(เงินทอง, หนี้สิน)*; **it's amazing how much stuff you ~ in the space of a year** น่าอัศจรรย์ใจนักว่าคนเราสะสมข้าวของได้มากมายในช่วงระยะแค่หนึ่งปี ❷ *v.i.* ทวีจำนวนขึ้นเรื่อย ๆ; *(ขยะ)* กองใหญ่ขึ้น; *(ตะกอน)* เพิ่มขึ้นตลอด

accumulation /əkju:mjʊ'leɪʃn/เออะคิวมิว'เลช'น/ *n. (being accumulated)* ของที่สะสม; *(mass)* การเพิ่มขึ้น

accumulator /ə'kju:mjʊleɪtə(r)/เออะ'คิวมิวเลเทอะ(ร)/ *n.* Ⓐ *(Electr.)* หม้อแบตเตอรีเก็บกระแสไฟฟ้า; Ⓑ *(bet)* การพนันหลายรอบในการแข่งม้า โดยใช้เงินในแต่ละชั้นเป็นเดิมพันขั้นต่อไปอีก

accuracy /'ækjʊrəsɪ/'แอคิวเรอะซิ/ *n.* ความถูกต้องแม่นยำ

accurate /'ækjʊrət/'แอคิวเริท/ *adj.* ถูกต้องแม่นยำ; **the description of the man turned out to be completely ~:** การระบุรูปร่างลักษณะของผู้ชายคนนั้นปรากฏว่าถูกต้องแม่นยำทุกอย่าง; **is the clock ~?** นาฬิกาเดินตรงหรือเปล่า

accurately /'ækjʊrətlɪ/'แอคิวเริทลิ/ *adv.* *(precisely)* อย่างแม่นยำ; *(correctly)* อย่างถูกต้อง; *(faithfully)* อย่างไม่ผิดเพี้ยน; **the landscape is represented ~:** ภาพทิวทัศน์ถูกจำลองไว้อย่างไม่ผิดเพี้ยน

accursed, *(arch.)* **accurst** /ə'kɜ:st/เออะ'เคิซท/ *adj.* Ⓐ *(ill-fated)* ชะตาร้าย; Ⓑ *(involving misery)* ถูกสาป; Ⓒ *(coll.: detestable)* น่าชัง, น่ารังเกียจ

accusation /ækju:'zeɪʃn/แอคิว'เซช'น/ *n.* Ⓐ *(accusing)* การกล่าวหา; *(being accused)* การถูกกล่าวหา; Ⓑ *(charge)* ข้อกล่าวหา; **make an ~/make ~s about sb./sth.** กล่าวหาเกี่ยวกับ *ค.น./ส.น.*

accusative /ə'kju:zətɪv/เออะ'คิวเซอะทิว/ *(Ling.)* ❶ *adj.* เกี่ยวกับกรรมการก; **~ case** กรรมการก ❷ *n.* กรรมการก

accusatory /ə'kju:zətərɪ, US -tɔ:rɪ/เออะ'คิวเซอะเทอะริ, -ทอริ/ *adj.* *(คำพูด, ท่าทาง)* ที่เป็นการกล่าวหา, คาดคั้น

accuse /ə'kju:z/เออะ'คิวซ/ *v.t. (charge)* กล่าวหา; *(law) (indict)* กล่าวโทษ; **~ sb. of cowardice** กล่าวหา *ค.น.* ว่าเป็นคนขลาด; **what are you accusing me of?** คุณกล่าวหาฉันด้วยเรื่องอะไร; คุณหาว่าฉันทำอะไร; **the children were ~d of stealing apples** พวกเด็ก ๆ ถูกกล่าวหาว่าขโมยแอปเปิ้ล; **~ sb. of theft/murder** กล่าวหา *ค.น.* ว่าเป็นขโมย/ฆาตกร; **the ~d** จำเลย, ผู้ถูกกล่าวหา

accuser /ə'kju:zə(r)/เออะ'คิวเซอะ/ *n.* โจทก์, ผู้กล่าวหา

accusing /ə'kju:zɪŋ/เออะ'คิวซิง/ *adj.* ที่กล่าวหา; **point an ~ finger at sb.** *(lit. or fig.)* ชี้นิ้วกล่าวหา *ค.น.*

accusingly /ə'kju:zɪŋlɪ/เออะ'คิวซิงลิ/ *adv.* อย่างกล่าวหา; *(reproachfully)* อย่างตำหนิ

accustom /ə'kʌstəm/เออะ'คัซเติม/ *v.t.* **~ sb. /sth. to sth.** ทำให้ *ค.น./ส.น.* ชินกับ *ส.น.*; **~ sb. to doing sth.** ฝึก *ค.น.* ให้ชินกับการทำ *ส.น.*; **grow/be ~ed to sth.** เกิดความเคยชินต่อ *ส.น.*; **I'm not ~ed to being called rude names** ฉันไม่ชินกับการถูกด่าเสีย ๆ หาย ๆ

accustomed /ə'kʌstəmd/เออะ'คัซเติมด/ *attrib. adj.* เคยชิน

AC/DC ❶ *n. abbr.* **alternating current/direct current** ไฟฟ้ากระแสสลับ/ไฟฟ้ากระแสตรง ❷ *adj. (informal)* ที่ชอบทั้งเพศหญิงเพศชาย

ace /eɪs/เอซ/ ❶ *n.* Ⓐ *(Cards)* ไพ่รูปเอ; *(Tennis)* ลูกเสิร์ฟที่แรงจนคู่ต่อสู้รับไม่ได้; **~ of trumps/diamonds** ไพ่รูป A ของทรัมพ์/หนึ่งข้าวหลามตัด; Ⓑ *(fig.)* **an ~ up one's sleeve** มีทีเด็ดที่ไม่เปิดเผย; **play one's ~:** ทิ้งไพ่ตาย; Ⓒ *(champion, outstanding person)* แชมเปี้ยน, มือเอก; *(pilot)* นักบินระดับเสืออากาศ; Ⓓ *(hair's breadth)* **he was within an ~ of doing it/of winning** เขาหวุดหวิดที่จะทำมัน/จะชนะอยู่แล้ว ❷ *adj. (coll.)* ยอดเยี่ยม

acerbic /ə'sɜ:bɪk/เออะ'เซอบิค/ *adj.* รสเปรี้ยวเฝื่อน; *(คำพูด, การวิจารณ์)* ที่ให้ความเจ็บแสบ

acerbity /ə'sɜ:bɪtɪ/เออะ'เซอบิทิ/ *n., no pl.* ➡ **acerbic:** รสเปรี้ยวและฝาด, ความรุนแรง

acetate /'æsɪteɪt/'แอซิเทท/ *n. (Chem.)* เกลือซึ่งเกิดจากกรดน้ำส้ม; **~ fibre/silk** สิ่งทอ/ผ้าไหมจากใยสังเคราะห์

acetic /ə'si:tɪk/เออะ'ซีทิค/ *adj. (Chem.)* คล้ายน้ำส้ม; **~ acid** กรดน้ำส้ม

acetone /'æsɪtəʊn/'แอซิโทน/ *n.* อะซีโตน *(ท.ศ.)* วัตถุเหลวเคโทนที่ใช้เป็นสารละลาย

acetylene /ə'setɪli:n/เออะ'เซ็ททิลีน/ *n.* อะเซทิลีน *(ท.ศ.)* ก๊าซไฮโดรคาร์ไบด์ ให้ความร้อนสูงเมื่อเกิดการเผาไหม้ ใช้เชื่อมโลหะ

ache /eɪk/เอค/ ❶ *v.i.* Ⓐ ➤ 453 เจ็บปวด, ระบม; **whereabouts does your leg ~?** ขาของคุณปวดตรงไหน; **I'm aching all over** ฉันปวดไปทั้งตัว; **her heart ~s with love** *(fig.)* หัวใจของเธอปวดร้าวด้วยความรัก; Ⓑ *(fig.: long)* **~ for sb./sth.** โหยหา *ค.น./ส.น.*; **~ to do sth.** คันไม้คันมือที่จะทำ *ส.น.* ❷ *n.* ➤ 453 ความเจ็บปวด; **~s and pains** ความเจ็บปวด

achievable /ə'tʃi:vəbl/เออะ'ฉีเวอะบ'ล/ *adj.* *(accomplishable)* ทำได้; *(attainable)* มีความเป็นไปได้ *(เป้าหมาย)*

achieve /ə'tʃi:v/เออะ'ฉีว/ *v.t.* ทำเสร็จ; ได้ *(ผล, มาตรฐาน)*; บรรลุ *(เป้าหมาย)*; ประสบ *(ความสุข)*; ค้นพบ *(ความสมดุล)*; **he ~d great things** เขาประสบความสำเร็จอันยิ่งใหญ่; **he's ~d what he set out to do** เขาทำสำเร็จตามที่ตั้งใจไว้; **he'll never ~ anything [in life]** เขาจะไม่มีวันบรรลุความสำเร็จในชีวิตของเขา

achievement /ə'tʃi:vmənt/เออะ'ฉีวเมินท/ *n.* Ⓐ *no pl.* ➡ **achieve:** ความสำเร็จ; การบรรลุผล; การค้นพบ; การได้ *(มาตรฐาน)*; **the task is impossible of ~:** งานชิ้นนี้ไม่อาจจะทำให้สำเร็จได้; **for these people ~ is measured in terms of money** สำหรับคนแบบนี้แล้วความสำเร็จจะวัดด้วยเงินเท่านั้น; Ⓑ *(thing accomplished)* ผลสำเร็จ

Achilles /ə'kɪli:z/เออะ'คิลลีซ/ *pr. n.* อะคิลลีส *(วีรบุรุษในตำนานของกรีกโบราณ)*; ➡ **'heel** 1 A; **tendon**

achy /'eɪkɪ/'เอคิ/ *adj.* **feel ~:** รู้สึกปวดเมื่อย หรือ รู้สึกครั่นเนื้อครั่นตัว; **I feel ~ all over** ฉันรู้สึกปวดเมื่อยไปทั้งตัว

acid /'æsɪd/'แอซิด/ ❶ *adj.* Ⓐ *(sour)* เปรี้ยว; *(fig.: biting)* ที่กัดกร่อน; Ⓑ *(Chem., Agric., Geol.)* *(ดิน, สารละลาย)* เป็นกรด ❷ *n.* Ⓐ กรด, สิ่งที่มีรสเปรี้ยว; Ⓑ *(sl.: LSD)* ยาเสพติดร้ายแรงประเภทแอลเอสดี

acid: ~ drop *n. (Brit.)* ลูกอมรสเปรี้ยว; **~ head** *n. (sl.)* ผู้ใช้ยาเสพติดประเภทแอลเอสดี; **~ house** *n.* โรงที่คนไปเสพยาแอลเอสดี; *attrib.*

~ house music เพลงที่เขียนโดยคอมพิวเตอร์และมีจังหวะที่สม่ำเสมอ

acidic /ə'sɪdɪk/เออะ'ซิดดิค/ *adj.* Ⓐ *(sour)* รสเปรี้ยว; *(fig.)* (คำพูด) ที่เจ็บแสบ; Ⓑ *(Chem., Agric., Geol.)* มีคุณสมบัติเป็นกรด

acidity /ə'sɪdɪtɪ/เออะ'ซิดดิที/ *n.* ความเป็นกรด; ความเปรี้ยว; ความเจ็บแสบ

acidly /'æsɪdlɪ/'แอซิดลิ/ *adv. (fig.)* อย่างเจ็บแสบ

acidosis /æsɪ'dəʊsɪs/แอซิ'โดซิซ/ *n., pl.* **acidoses** *(Med.)* สภาพที่ร่างกายมีกรดมากเกินไป

acid: ~ **rain** *n.* ฝนกรด; ~ **test** *n.* การทดสอบ *(ทอง)* ด้วยกรด; *(fig)* การทดสอบอย่างแท้จริง

acknowledge /ək'nɒlɪdʒ/เอิค'นอลิจ/ *v.t.* Ⓐ *(admit)* ยอมรับ *(ความผิดพลาด, ความจำเป็น, ปัญหา)*; *(accept)* รับ; *(take notice of)* รับรู้; *(recognize)* มองเห็น *(ความถูกต้อง, ความจำเป็น)*; **an ~d expert** ผู้ชำนาญที่เป็นที่ยอมรับ; **he won't ~ himself beaten** เขาไม่ยอมรับว่าแพ้; **~ sb./sth. [as** *or* **to be] sth.** ยอมรับ *ค.น./ส.น.* ว่าเป็น *ส.น.*; **he was ~d [as] the world's greatest living poet** เขาได้รับการยอมรับว่าเป็นกวีที่ยิ่งใหญ่ที่สุดในโลกที่ยังมีชีวิตอยู่; **~ sb. [as] capable of doing sth.** ยอมรับว่า *ค.น.* สามารถทำ *ส.น.* ได้; Ⓑ *(express thanks for)* ขอบคุณ; Ⓒ *(confirm receipt of)* ตอบรับ; **~ a letter** ตอบรับจดหมาย

acknowledg[e]ment /ək'nɒlɪdʒmənt/เอิค'นอลิจเมินท/ *n.* Ⓐ *(admission of a fact, necessity, error, guilt)* การยอมรับ; *(acceptance of a responsibility, duty, debt)* การรับ; *(recognition of authority, right, claim)* การยอมรับ; Ⓑ *(thanks, appreciation) (of services, friendship)* การแสดงความขอบคุณ; **a grateful ~ of the services you have rendered to the community** เพื่อเป็นการแสดงความขอบคุณที่คุณได้ทำประโยชน์ต่อชุมชน; Ⓒ *(confirmation of receipt)* การตอบรับ; **letter of ~:** จดหมายตอบรับ; Ⓓ *(author's)* กิตติกรรมประกาศ *(ร.บ.)*

acme /'ækmɪ/'แอคมิ/ *n.* จุดยอด, จุดสูงสุด

acne /'æknɪ/'แอคนิ/ *n.* ➤ **453** *(Med.)* สิว

acolyte /'ækəlaɪt/'แอเคอะไลท/ *n.* Ⓐ *(Eccl.)* ผู้ช่วยในพิธีทางศาสนา; Ⓑ *(fig.: follower)* ลูกน้อง, สานุศิษย์

aconite /'ækənaɪt/'แอเคอะไนท/ *n. (Bot.)* พืชหัวนก อยู่ในสกุล Aconitum

acorn /'eɪkɔːn/'เอคอน/ *n.* ผลของต้นโอ๊ก

acoustic /ə'kuːstɪk/เออะ'คูซติค/ *adj.* Ⓐ เกี่ยวกับเสียงหรือประสาทหูหรือคุณภาพของสถานที่ในการกระจายเสียง; Ⓑ *(Mus.)* **~ guitar** กีตาร์โปร่งชนิดหนึ่ง; *(in pop, folk, etc.)* กีต้าร์โปร่ง

acoustically /ə'kuːstɪkəlɪ/เออะ'คูซติค'ลิ/ *adv.* ในด้านคุณภาพเสียง

acoustics /ə'kuːstɪks/เออะ'คูซติคซฺ/ *n., pl.* Ⓐ *(properties)* คุณสมบัติของการสะท้อนเสียง; **~ of the new concert hall are excellent** การสะท้อนเสียงของห้องแสดงคอนเสิร์ตใหม่นี่ดีเยี่ยม; Ⓑ *constr. as sing. (science)* โสตศาสตร์, วิชาที่ว่าด้วยเสียง

acquaint /ə'kweɪnt/เออะ'เควนทฺ/ *v.t.* **~ sb./oneself with sth.** ทำให้ *ค.น.*/ตนเองรู้เรื่องเกี่ยวกับ *ส.น.*; **be ~ed with sb.** รู้จัก *ค.น.*

acquaintance /ə'kweɪntəns/เออะ'เควนเทินซฺ/ *n.* Ⓐ *no pl.* การคบหาสมาคม, การรู้จัก; **~ with sb.** การรู้จัก *ค.น.*; **a passing ~:** การรู้จักอย่างผิวเผิน; **make the ~ of sb.** ทำความรู้จักกับ *ค.น.*; Ⓑ *(person)* คนรู้จักกัน

acquiesce /ækwɪ'es/แอควิ'เอ๊ซ/ *v.i.* ยอมรับโดยสงบ; *(under pressure)* ยอมในที่สุด; **you must not ~ in everything [they say]** คุณไม่ควรจะยอมตาม [ที่เขาพูด] ทุกสิ่งทุกอย่าง

acquiescence /ækwɪ'esəns/แอควิ'เอ๊ซ'เซินซฺ/ *n.* Ⓐ *no pl. (acquiescing)* การยอมรับ *(ในใจ)*; Ⓑ *(assent)* การตกลง, การยินยอมโดยปริยาย

acquiescent /ækwɪ'esənt/แอควิ'เอ็ซเซินทฺ/ *adj.* ยอมโดยสงบ, ยอมรับอยู่ในใจ, ตกลง

acquire /ə'kwaɪə(r)/เออะ'ควายเออะ(ร)/ *v.t.* Ⓐ ได้มา *(ที่ดิน, ทรัพย์สิน)*; ได้ *(ประสบการณ์)*; Ⓑ *(take on)* รับเอา, ได้; **last year the orchestra ~d a new leader** ปีที่แล้ววงดนตรีได้หัวหน้าวงคนใหม่; **I have ~d a few unwanted pounds** ฉันมีน้ำหนักเพิ่มขึ้นสองสามปอนด์ โดยที่ไม่ต้องการเลย; **~d characteristics** *(Biol.)* ลักษณะที่ได้จากสิ่งแวดล้อม; **~ the habit of smoking** ติดนิสัยสูบบุหรี่; **~ a taste for sth.** เกิดชอบ *ส.น.* ขึ้นมา; **this wine is an ~d taste** เหล้าองุ่นต้องดื่มไปสักพักถึงจะชอบ

acquirement /ə'kwaɪəmənt/เออะ'ควายเออะเมินทฺ/ *n.* ➡ **acquisition** A

acquisition /ækwɪ'zɪʃn/แอควิ'ซิช'น/ *n.* Ⓐ การแสวงหา, การสะสมสมบัติ; *(of goods, wealth, land) (การสะสม)*; *(of knowledge)* การเรียนรู้; *(of attitude, habit)* การติด; Ⓑ *(thing)* สิ่งที่ได้มา

acquisitive /ə'kwɪzɪtɪv/เออะ'ควิซซิทิว/ *adj.* ที่อยากได้, ที่แสวงหา; **~ instinct** สัญชาตญาณที่ชอบสะสม; **the ~ society** สังคมที่ไขว่คว้าให้ได้มา, สังคมที่ทะยานอยากได้

acquisitiveness /ə'kwɪzɪtɪvnɪs/เออะ'ควิซซิทิวเนซ/ *n., no pl.* การใฝ่หาให้ได้มา, ความโลภ

acquit /ə'kwɪt/เออะ'ควิท/ *v.t.*, **-tt-** Ⓐ *(Law.)* ตัดสินว่าไม่มีความผิดตามข้อกล่าวหา; **~ sb. sth.** ให้ *ค.น.* พ้นข้อหาจาก *ส.น.*; **he was ~ted on all three charges** เขาถูกยกฟ้องทั้งสามข้อหา; Ⓑ *(discharge)* **~ oneself of** ทำหน้าที่; **~ oneself well** ทำหน้าที่อย่างดี; **if you ~ yourself well in the test** ถ้าคุณทำการทดสอบได้ดี

acquittal /ə'kwɪtl/เออะ'ควิท'ล/ *n.* Ⓐ *(Law)* การปล่อยตัวผู้ต้องหา/จำเลย, การยกฟ้อง; Ⓑ *(performance)* การทำหน้าที่

acre /'eɪkə(r)/'เอเคอะ(ร)/ *n.* Ⓐ ➤ **69** *(measure)* เอเคอร์ *(ท.ศ.)* ≈ ประมาณสองไร่ครึ่ง; Ⓑ *in pl. (land)* ที่ดิน; **broad ~s** พื้นที่ดินผืนใหญ่

acreage /'eɪkərɪdʒ/'เอเคอะริจ/ *n.* **what is the ~ of your estate?** ที่ดินของท่านมีเนื้อที่เท่าไร *หรือ* ที่ดินของเขามีกี่ไร่; **a farm of small ~:** ฟาร์มที่มีเนื้อที่ไม่มาก

acrid /'ækrɪd/'แอคริด/ *adj.* *(รส)* เผ็ด, ฉุน; *(กลิ่น)* ที่ทำให้แสบจมูก

acrimonious /ækrɪ'məʊnɪəs/แอคริ'โมเนียซ/ *adj.* *(ท่าทาง)* ฉุนเฉียว; *(การพูด)* เจ็บแสบ; *(การทะเลาะ)* ที่ดุเดือด

acrimoniously /ækrɪ'məʊnɪəslɪ/แอคริ'โมเนียซลิ/ *adv.* อย่างฉุนเฉียว, อย่างดุเดือด

acrimony /'ækrɪmənɪ, US -məʊnɪ/'แอคริเมอะนิ/ *n., no pl.* อารมณ์รุนแรง; *(of attitude)* ความขุ่นเคือง; *(of comment, criticism, etc.)* ความเจ็บแสบ; *(of argument, discussion)* ความจัดจ้าน

acrobat /'ækrəbæt/'แอเครอะแบท/ *n.* ➤ **489** *(lit. or fig.)* นักกายกรรม; **a mental/intellectual ~:** ผู้ที่คิดโลเล, ผู้ที่เปลี่ยนใจง่าย

acrobatic /ækrə'bætɪk/แอเครอะ'แบทิค/ *adj. (lit. or fig.)* โลดโผน

acrobatics /ækrə'bætɪks/แอเครอะ'แบทิคซฺ/ *n., no pl.* กายกรรม, วิชากายกรรม; **mental ~:** ความคิดโลเล

acronym /'ækrənɪm/'แอเครอะนิม/ *n.* *ชื่อย่อที่สร้างจากพยัญชนะตัวแรกของหลายคำมารวมกัน เช่น APEC ย่อมาจาก Asia Pacific;* รัสพจน์ *(ร.บ.) Economic Cooperation เป็นต้น*

across /ə'krɒs/เออะ'ครอซ/ ❶ *adv.* Ⓐ *(to intersect)* ตัดขวาง; Ⓑ *(from one side to the other)* ข้ามไปอีกข้าง; *(in crossword puzzle)* ด้านขวาง; *(from here to there)* ข้ามไปฝั่งโน้น; **go ~ to the enemy** *(fig.)* ไปเป็นฝ่ายศัตรู; **measure** *or* **be 9 miles ~:** วัดทางขวางได้ 9 ไมล์ *หรือ* กว้าง 9 ไมล์; Ⓒ *(on the other side)* อีกฝั่งหนึ่ง, ข้างโน้น, ข้างนั้น/ข้างนี้; **~ there/here** ข้ามไป/ข้ามมา **just ~ from us there is a little shop** ฟากตรงข้ามกับเรานี่มีร้านเล็ก ๆ อยู่ร้านหนึ่ง; Ⓓ *with verbs (towards speaker)* ข้ามมาหา; *(away from speaker)* ข้ามไป; **swim ~:** ว่ายน้ำข้ามมา/ข้ามไป

❷ *prep.* Ⓐ *(crossing)* ตัดข้าม **right ~ the field** ตัดข้ามทุ่งไป; **a double yellow line ~ an entrance** เส้นคู่สีเหลืองขวางทางเข้า; Ⓑ *(from one side to the other of)* จากฟากหนึ่งไปอีกฟากหนึ่ง; **we went ~ the Atlantic** เราข้ามมหาสมุทรแอตแลนติก; **protest meetings ~ Canada** การชุมนุมประท้วงเกิดขึ้นตลอดทั่วประเทศแคนาดา; **~ the board** ทั่วไป; **a pay rise ~ the board** การขึ้นเงินเดือนให้ทุกแผนก; Ⓒ *(on the other side of)* **~ the ocean/river** ทางฝั่งโน้นของมหาสมุทร/แม่น้ำ

a'cross-the-board *adj.* ทั่วไป; **an ~ pay rise** การขึ้นเงินเดือนของทุกแผนก

acrostic /ə'krɒstɪk/เออะ'ครอซติค/ *n.* *คำประพันธ์แบบโคลงกระทู้ โดยอักษรตัวแรกของแต่ละบาทผสมกันได้เป็นอีกคำหนึ่ง*

acrylic /ə'krɪlɪk/เออะ'คริลลิค/ ❶ *adj.* ทำจากอะครีลิค; **~ paint/fibre** สี/ใยอะครีลิค ❷ *n.* อะครีลิค *(ท.ศ.)*

act /ækt/แอคทฺ/ ❶ *n.* Ⓐ *(deed)* การกระทำ; *(official action)* การดำเนินการ; **an ~ of God** เหตุสุดวิสัย; **an ~ of mercy** การกระทำที่ปรานี; **an ~ of kindness** การกระทำที่เอื้อเฟื้อ; **an ~ of folly** การกระทำที่โง่เขลา; Ⓑ *(process)* **be in the ~ of doing sth.** กำลังทำ *ส.น.*; **he was caught in the ~ [of stealing]** เขาถูกจับได้ขณะกำลังขโมย; **they were caught in the [very] ~:** เขาถูกจับได้คาหนังคาเขา; Ⓒ *(in a play)* องก์; **a five-~ play** ละครที่แบ่งเป็นห้าองก์; **a one-~ play** ละครองก์เดียว; Ⓓ *(theatre performance)* การแสดง; **the ~ consisted of four jugglers** การแสดงประกอบด้วยนักโยนลูกบอลสี่คน; **he/she will be a hard ~ to follow** *(fig.)* เขา/เธอได้ตั้งมาตรฐานไว้สูงจนตามหลังยาก; **get one's ~ together** *(coll.)* รวบรวมสติ, ตระเตรียมให้พร้อม; Ⓔ *(pretence)* การเสแสร้ง, การแสดงตบตา; **it's all an ~ with her** มันเป็นการแสดงตบตาเธอเท่านั้น; **put on an ~** *(coll.)* แสร้งทำ; **get into the** *or* **in on the ~** *(sl.)* มีส่วนร่วมด้วย *(โดยเฉพาะเพื่อผลประโยชน์)*; Ⓕ *(decree)* กฎหมาย, พระราชบัญญัติ; **Act of Parliament** พระราชบัญญัติ

❷ *v.t.* Ⓐ *(perform)* แสดง *(ละคร)*; Ⓑ *(play role of)* แสดงบทบาท, เล่น/ทำตัวเป็น; **he's a famous film producer and really ~s the part**

acting | adapt 40

a

(*fig.*) เขาเป็นผู้สร้างหนังที่มีชื่อเสียงและช่างมีท่าทางสมบทบาท; ➡ 'fool 1 B

❸ *v.i.* Ⓐ (*perform actions*) ดำเนินการ, ปฏิบัติตาม; **~ upon the instructions you were given** โปรดดำเนินการไปตามคำสั่งที่คุณได้รับ; **~ [up]-on sb.'s advice** ทำตามคำแนะนำของ *ค.น.*; **~ quickly** ปฏิบัติอย่างรวดเร็ว; Ⓑ (*behave*) ประพฤติ; (*function*) **~ as sb.** ทำหน้าที่เป็น *ค.น.*; **~ as sth.** ทำหน้าเหมือน *ส.น.*; Ⓒ (*perform special function*) ทำหน้าที่พิเศษ; **~ for** *or* **~ on behalf of sb.** ทำแทน *หรือ* ทำในนามของ *ค.น.*; **~ to prevent sth.** ปฏิบัติเพื่อยับยั้ง *ส.น.*; Ⓓ (*perform play etc.; lit or fig.*) เล่น/แสดงละคร; **she wants to ~ on stage/in films** เธออยากแสดงละคร/ภาพยนตร์; Ⓔ (*have effect*) **~ on sth.** มีผลต่อ *ส.น.*

~ **'out** *v.t.* Ⓐ แสดงออก (*แบบละคร*); Ⓑ (*Psych.*) แสดงความต้องการออกมาเป็นพฤติกรรม

~ **'up** *v.i.* (*coll.*) เฮี้ยว, รวน; (*เครื่องยนต์*) เกเร; **the kids have been ~ing up like mad today** วันนี้เด็ก ๆ เฮี้ยวยังกับอะไรดี

acting /'æktɪŋ/'แอคทิ้ง/ ❶ *adj.* (*temporary*) รักษาการ; (*in charge*) ดูแลแทน ❷ *n., no pl.* (*Theatre etc.*) วิชาการแสดง; **she's studying ~:** เธอกำลังเรียนวิชาการแสดง; **an ~ career** อาชีพนักแสดง; **she does a lot of ~ in her spare time** เธอใช้เวลาว่างส่วนมากไปกับการแสดงละคร

action /'ækʃn/'แอคช'น/ *n.* Ⓐ (*doing sth.*) การกระทำ *ส.น.*, กัตตุภาวะ (*ร.บ.*); **what kind of ~ do you think is necessary?** คุณเห็นว่าจำเป็นจะต้องทำอะไร; **his quick ~ saved the boy's life** การกระทำอย่างฉับไวของเขาช่วยให้เด็กรอดชีวิตมาได้; **a man of ~:** นักปฏิบัติ; **take ~:** ลงมือปฏิบัติการ; **see sth. in ~:** ดู *ส.น.* ขณะกำลังปฏิบัติการอยู่; **put a plan into ~:** ลงมือทำงานตามแผนที่ตั้งไว้; **come into ~:** เริ่มปฏิบัติการแล้ว; **put sth. out of ~:** ทำให้ *ส.น.* ใช้การไม่ได้; **be put out of ~:** ทำให้เสีย, ใช้การไม่ได้; **a film full of ~:** ภาพยนตร์ที่เต็มไปด้วยบทโลดโผน; Ⓑ (*effect*) **the ~ of salt on ice** ปฏิกิริยาของเกลือต่อน้ำแข็ง; Ⓒ (*act*) การกระทำ; **she is impulsive in her ~s** เธอชอบทำอะไรอย่างหุนหันพลันแล่น; Ⓓ (*Theatre*) **where the ~ is** (*sl.*) ใจกลางของเหตุการณ์; **hey, man, where's the ~?** (*coll.*) เฮ้ย เพื่อนที่ไหนคึกคักที่สุดว่ะ; **get a piece of the ~** เข้าไปมีส่วนร่วม; Ⓔ (*legal process*) การฟ้องร้อง; **bring an ~ against sb.** ฟ้องร้อง *ค.น.*; Ⓕ (*fighting*) การรบ; **he died in ~:** เขาตายขณะปฏิบัติการในสนามรบ; **go into ~:** เข้าปฏิบัติการ; **we all went into ~** (*fig.*) เราทุกคนเข้าปฏิบัติการ; Ⓖ (*movement*) ลักษณะการเคลื่อนไหว, กัตตุภาวะ; (*mechanism*) กลไกการทำงาน; (*of piano, organ*) กลไกการเล่น

actionable /'ækʃənəbl/'แอคเชอะเนอะบ'ล/ *adj.* มีมูลให้ฟ้องร้องได้

action: ~ commitee, ~ group *ns.* คณะกรรมการ/กลุ่มปฏิบัติงาน; **~-packed** *adj.* (*หนังสือ, ภาพยนตร์*) น่าตื่นเต้น; **an ~-packed film** หนังที่เต็มไปด้วยความตื่นเต้นทั้งเรื่อง; **an ~-packed holiday** การพักร้อนที่มีกิจกรรมตลอด; **~ painting** *n.* ภาพวาดแบบนามธรรมโดยศิลปินแท้/โยนสีอย่างไม่คิดคำนึง; **~ 'replay** *n.* ภาพโทรทัศน์ที่ฉายซ้ำ; **~ stations** *n. pl.* (*Mil.; also fig.*) เข้าประจำการพร้อมปฏิบัติการ; **go to ~ stations** เข้าประจำที่ปฏิบัติการ; **~ station** ประจำการ

activate /'æktɪveɪt/'แอคทิเวท/ *v.t.* Ⓐ **~d by concern for public morality** ถูกผลักดันความห่วงใยในจริยธรรมของประชาชน; Ⓑ (*Chem., Phys.*) กระตุ้น; **~d carbon** *or* **charcoal** ถ่านที่ผ่านกระบวนการเพิ่มความสามารถในการซึมซับ

activation /æktɪ'veɪʃn/แอคทิ'เวช'น/ *n.* การทำให้ทำงาน, การทำให้เริ่มดำเนินการ

active /'æktɪv/'แอคทิว/ *adj.* Ⓐ (*บุคคล*) กระฉับกระเฉง; คล่องตัว, คล่องแคล่ว; ยังใช้อยู่; อยู่ในระหว่างดำเนินการ; (*ทหาร*) ประจำการ; (*ภูเขาไฟ*) ที่ยังคุกรุ่นอยู่; **a very ~ child** เด็กที่อยู่ไม่สุก; **take an ~ interest in sth.** สนใจติดตาม *ส.น.*; **take an ~ part in sth.** มีส่วนร่วมใน *ส.น.*; **he's still ~ as an author** เขายังเขียนหนังสืออยู่ประจำ; **maintain an ~ knowledge of current affairs** คอยติดตามข่าวคราวการเมืองอย่างใกล้ชิด; **~ carbon** ถ่านที่ได้ผ่านกระบวนการเพิ่มความซึมซับ; **on ~ service** *or* (*Amer.*) **duty** (*Mil.*) ประจำการอยู่; ➡ + 'list 1 A; Ⓑ (*Ling.*) **the ~ voice** กันตุวาจก, กัมมันต์ (*ร.บ.*)

actively /'æktɪvlɪ/'แอคทิวลิ/ *adv.* **be ~ engaged in sth.** มีบทบาทใน *ส.น.*; **be ~ interested in sth.** สนใจและเข้ามีบทบาทใน *ส.น.*

activeness /'æktɪvnɪs/'แอคทิวนิซ/ *n., no pl.* การไม่อยู่ว่าง; (*of mind*) ความคล่องแคล่ว; (*of person*) การมีกิจกรรม

activist /'æktɪvɪst/'แอคทิวิซท/ *n.* นักรณรงค์

activity /æk'tɪvɪtɪ/แอค'ทิวิทิ/ *n.* Ⓐ *no pl.* การดำเนินการ, กิจกรรม; กัมมันภาพ (*ร.บ.*); **military ~:** การดำเนินการทางทหาร; **~ in the field of reform** การเคลื่อนไหวในด้านการปฏิรูป; Ⓑ (*exertion*) การกระทำอย่างออกแรง; Ⓒ *usu. in pl.* (*action*) กิจกรรม; **she has so many social activities** เธอมีกิจกรรมทางสังคมมาก; **classroom activities** กิจกรรมในห้องเรียน; **outdoor activities** กิจกรรมกลางแจ้ง, กิจกรรมนอกห้องเรียน; **a new sporting ~:** กิจกรรมใหม่ทางกีฬา; **~ holiday** การไปพักร้อนที่มีกิจกรรมมากมาย; **some activities offered by the youth centre** กิจกรรมที่จัดโดยศูนย์เยาวชน

actor /'æktə(r)/'แอคเทอะ(ร)/ *n.* Ⓐ นักแสดงชาย; Ⓑ ➡ **actress**

actress /'æktrɪs/'แอคทริซ/ *n.* นักแสดงหญิง (*แต่สมัยนี้นิยมใช้* actor *สำหรับนักแสดงหญิงด้วย*)

actual /'æktʃʊəl/'แอคฉวล/ *adj.* Ⓐ (*real*) เป็นจริง, แท้จริง; (*ตัวอย่าง*) ที่เป็นรูปธรรม; **what was the ~ time of his arrival?** จริง ๆ แล้วเขามาถึงกี่โมง; **what is the ~ position now?** สภาพที่แท้จริงขณะนี้คืออะไร; **it's an ~ fact** มันเป็นเรื่องจริง, สิ่งที่เกิดขึ้นจริง; **in ~ fact** ในความเป็นจริง; **no ~ crime was committed** ไม่มีการก่ออาชญากรรมอย่างแท้จริง; Ⓑ (*current*) ปัจจุบัน; **the ~ situation** สถานการณ์ปัจจุบัน

actuality /æktʃʊ'ælɪtɪ/แอคฉุ'แอลิทิ/ *n.* (*reality*) ความเป็นจริง, ภาวะจริง; **the ~ of the situation** ความเป็นจริงของสถานการณ์; **in ~:** ในความเป็นจริง; **when her dream became an ~:** เมื่อความฝันของเธอกลายเป็นจริง

actually /'æktʃʊəlɪ/'แอคฉัวลิ/ *adv.* (*in fact*) ที่จริง, ตามความเป็นจริง; (*by the way*) อีกประการหนึ่ง, อนึ่ง; **~, to tell you the truth ...:** อนึ่ง จริง ๆ แล้ว; **~, I must be going** จริง ๆ แล้วฉันต้องไปแล้ว; **I'm ~ quite capable of looking after myself** ฉันสามารถดูแลตัวเองได้จริง ๆ; **he ~ had the cheek to suggest ...:** เขาบังอาจจริง ๆ ที่แนะนำว่า...

actuarial /æktʃʊ'eərɪəl/แอคฉุ'แอเรียล/ *adj.* เกี่ยวกับสถิติการประกันภัยต่าง ๆ

actuary /'æktʃʊərɪ, US -tʃʊrɪ/'แอคฉัวริ, -ฉุริ/ *n.* ➤ 489 ผู้เชี่ยวชาญทางด้านสถิติโดยเฉพาะในการประกันภัย

actuate /'æktʃʊeɪt/'แอคฉุเอท/ *v.t.* (*activate*) กระตุ้นให้ทำงาน, เดิน (*เครื่องจักร*); เริ่ม (*กระบวนการ*); เร้า (*ปฏิกิริยา*)

actuation /æktʃʊ'eɪʃn/แอคฉุ'เอช'น/ *n.* (*of machine, mechanism*) การกระตุ้นให้ทำงาน

acumen /'ækjʊmən, ə'kju:mən/'แอคิวเมิน, เออะ'คิวเมิน/ *n.* ความเฉียบแหลม, ไหวพริบ; **business/political ~:** ความเฉียบแหลมทางธุรกิจ/ทางการเมือง

acupressure /'ækjʊpreʃə(r)/'แอคิวเพร็ชเชอะ(ร)/ *n.* การรักษาด้วยการนวดแบบชีอัทซู

acupuncture /'ækjʊpʌŋktʃə(r)/'แอคิวเพิงคฺเฉอะ(ร)/ *n.* (*Med.*) การฝังเข็มรักษาโรค

acute /ə'kju:t/เออะ'คิวทฺ/ *adj.*, **~r, ~st** Ⓐ (*penetrating*) (*การรับรู้*) ไว, (*การวิจารณ์*) แหลมคม; (*ข้อสังเกต*) เฉียบแหลม; (*ความเข้าใจ*) ลึกซึ้ง; Ⓑ (*Geom.*) **~ angle** มุมแหลม, มุมชายธง; Ⓒ (*Med.*) (*อาการ, ขั้น*) ร้ายแรง, สาหัส; Ⓓ (*critical*) (*สถานการณ์, จุด*) วิกฤติ; (*ขั้น*) รุนแรง; Ⓔ (*keen*) (*การรับรู้กลิ่น*) หลักแหลม; (*สายตา*) คมมาก; (*ความเจ็บ*) ที่ทิ่มแทง; Ⓕ (*Ling.*) สูง; **~ accent** แสดงการออกเสียงของวรรณยุกต์หรือสระในบางภาษา; Ⓖ (*sharp*) (*ด้าม*) คม; (*ปลาย*) แหลมคม

acutely /ə'kju:tlɪ/เออะ'คิวทลิ/ *adv.* Ⓐ (*penetratingly*) อย่างไว, อย่างเฉียบแหลม; Ⓑ (*Med.*) อย่างสาหัส, อย่างเฉียบพลัน; **he is ~ ill with pneumonia** เขาป่วยเป็นโรคปอดอักเสบอย่างเฉียบพลัน; Ⓒ (*critically*) อย่างวิกฤติ; (*keenly*) อย่างฉลาดหลักแหลม

acuteness /ə'kju:tnɪs/เออะ'คิวทนิซ/ *n., no pl.* Ⓐ (*of criticism*) ความเฉียบแหลม; (*of observation*) แม่นยำ; (*of understanding*) ความลึกซึ้ง; Ⓑ (*Med.*) ความเฉียบพลัน; Ⓒ (*of pain, sensation*) ความรุนแรง; Ⓓ (*of sense, hearing, etc.*) ความไว; Ⓔ (*of cutting edge*) ความคม; (*of point*) ความแหลม

AD *abbr.* ➤ 231 **Anno Domini** ค.ศ.

ad /æd/แอด/ *n.* (*coll.*) ประกาศ, โฆษณา; **small ad** โฆษณาย่อย; **TV ads** โฆษณาทีวี

adage /'ædɪdʒ/'แอดิจ/ *n.* ภาษิต

adagio /ə'dɑ:dʒɪəʊ/เออะ'ดาจิโอ/ (*Mus.*) ❶ *adv.* ด้วยจังหวะช้า ๆ ❷ *adj.* ช้า ๆ ❸ *n., pl.* **~s** ช่วงเพลงจังหวะช้า ๆ

Adam /'ædəm/'แอเดิม/ *pr. n.* (*first man*) อาดัม; **he doesn't know me from ~:** เขาไม่รู้เลยว่าฉันเป็นใคร

adamant /'ædəmənt/'แอเดอะเมินทฺ/ *adj.* ยืนหยัดอย่างแน่วแน่; **be ~ that ...:** ยืนหยัดอย่างแน่วแน่ว่า...

Adam's 'apple *n.* ลูกกระเดือก

adapt /ə'dæpt/เออะ'แดพทฺ/ ❶ *v.t.* Ⓐ (*adjust*) ปรับ, แต่ง; ดัดแปลง (*เสื้อผ้า, เครื่องจักร*); **this room can easily be ~ed to individual tastes** ห้องนี้สามารถดัดแปลงให้เข้ากับรสนิยมของแต่ละบุคคลได้ง่าย; **your eyes will quickly ~ themselves to the dark** ตาของคุณจะปรับเข้ากับความมืดได้อย่างรวดเร็ว;

~ **oneself to sth.** ปรับตัวเข้ากับ *ส.น.*; **this furnace can be ~ed to take coal or oil** เตานี้ดัดแปลงให้ใช้ถ่านหินหรือน้ำมันก็ได้; **be ~ed for doing sth.** ถูกดัดแปลงสำหรับทำ *ส.น.*; Ⓑ *(modify)* เปลี่ยนแปลง, ดัดแปลง, แก้ไข; **~ed for TV by ...:** ดัดแปลงสำหรับโทรทัศน์โดย ...; ~ **sth. from sth.** ดัดแปลง *ส.น.* จาก *ส.น.* ❷ *v.i.* Ⓐ *(สัตว์, ตา)* ปรับสภาพ (**to** เข้ากับ); Ⓑ *(to surroundings, circumstances)* ปรับตัวให้เข้ากับสภาพแวดล้อม

adaptability /ədæptə'bɪlɪtɪ/เออะแดพเทอะ'บิลลิที/ *n., no pl. (to way of life or environment)* ความสามารถในการปรับตัว (**to** *or* **for** ให้เข้ากับ)

adaptable /ə'dæptəbl/เออะ'แดพเทอะบ'ล/ *adj. (บุคคล)* ปรับตัว; *(แผน)* ที่ปรับได้; *(สิ่งของ)* สามารถดัดแปลงได้; **be ~ to** *or* **for sth.** สามารถปรับให้เข้ากับ *ส.น.* ได้

adaptation /ædəp'teɪʃn/แอแดพ'เทช'น/ *n.* Ⓐ *no pl.* การปรับตัว; *(of garment)* การดัดแปลง; *(of machine)* การปรับ; Ⓑ *(version)* ฉบับปรับปรุงใหม่; *(of story, text)* ฉบับดัดแปลง; Ⓒ *(Biol.)* กระบวนการปรับตัวเข้ากับสภาพแวดล้อม

adapter, adaptor /ə'dæptə(r)/เออะ'แดพเทอะ(ร)/ *n. (device)* เครื่องดัดแปลง; อุปกรณ์ต่อเชื่อมปลั๊กไฟเข้ากับปลั๊กตัวเมีย, อะแดปเตอร์ *(ท.ศ.)*; **a four-socket ~:** แผงปลั๊กไฟสี่เต้า

ADC *abbr. (Mil.)* **Aide-de-Camp** ท.ส.

add /æd/แอด/ ❶ *v.t.* รวม, เพิ่ม, เติม, บวก, เสริม; ~ **two and two** สองบวกสอง; ~ **two numbers together** บวกสองจำนวนเข้าด้วยกัน; ~ **the flour to the liquid** เติมแป้งลงในของเหลว; **we have ~ed a number of new books to our collection** เราได้เพิ่มหนังสือใหม่หลายเล่มในจำนวนหนังสือที่ได้สะสมไว้
❷ *v.i.* ~ **to** รวมตัว, รวมเข้าด้วยกัน; ~ **[together] to give** *or* **make the desired amount** รวมเข้าด้วยกันเพื่อให้ได้ตามจำนวนที่ต้องการ

~ **'up** ❶ *v.i.* Ⓐ **these figures ~ up to [make] 30 altogether** ตัวเลขเหล่านี้รวมกันแล้วได้ผลลัพธ์ 30; **these things ~/it ~s up** *(fig. coll.)* สิ่งเหล่านี้มารวมกันแล้วก็หนัก; ~ **up to sth.** *(fig.)* ก่อให้เกิด *ส.น.* ขึ้น; Ⓑ *(make sense)* พอที่จะเข้าใจได้ ❷ *v.t.* หายอดผลรวมของ

added /'ædɪd/'แอดดิด/ *adj.* ที่เพิ่ม/เติม/เสริมเข้ามา; ~ **to this** ที่นอกจากนี้

addendum /ə'dendəm/เออะ'เด็นเดิม/ *n., pl.* **addenda** /ə'dendə/เออะ'เด็นเดอะ/ *(thing to be added)* สิ่งที่นำไปเพิ่มเติม/เสริม; *in pl. (in book etc.* ภาคผนวก, บทเสริมท้ายเล่ม

adder /'ædə(r)/'แอเดอะ(ร)/ *n. (Zool.)* งูพิษขนาดเล็ก *Vipera berus* พบในยุโรป

addict ❶ /ə'dɪkt/เออะ'ดิคทฺ/ *v.t.* **be ~ed** ติด; **become ~ed [to sth.]** ใช้ *ส.น.* จนติด; **be ~ed to alcohol/smoking/drugs** ติดเหล้า/บุหรี่/ยา ❷ *n.* /'ædɪkt/'แอดิคทฺ/ ผู้ติด *ส.น.*; *(fig. coll.)* ผู้ที่หลงใหล *ส.น.*; **become an ~:** กลายเป็นคนติด...; **drug/heroin ~s** คนติดยา/เฮโรอีน; **a TV ~** *(fig. coll.)* คนติดโทรทัศน์

addiction /ə'dɪkʃn/เออะ'ดิคช'น/ *n.* การติด; **an ~ to sth.** การติด *ส.น.*; ~ **to heroin** การติดเฮโรอีน

addictive /ə'dɪktɪv/เออะ'ดิคทิว/ *adj.* **be ~:** ที่ติด, เสพติด; *(fig. coll.)* ที่ทำให้หลงใหล

'adding machine *n.* เครื่องบวกเลข

addition /ə'dɪʃn/เออะ'ดิช'น/ *n.* Ⓐ *no pl. (of ingredient)* การผสมลงไป; *(adding up)* การบวกตัวเลข; **in ~:** อีกประการหนึ่ง; **in ~ to** นอกเหนือไปจาก; Ⓑ *(thing added)* สิ่งที่เพิ่ม/เสริม; **we are expecting a new ~ to our family** เรากำลังคอยสมาชิกใหม่ของครอบครัว

additional /ə'dɪʃənl/เออะ'ดิชเชอะน'ล/ *adj.* เพิ่มเติม, เสริม; ~ **details** รายละเอียดเพิ่มเติม

additionally /ə'dɪʃənəlɪ/เออะ'ดิชเชอะเนอะลิ/ *adv.* นอกจากนี้

additive /'ædɪtɪv/'แอดิทิว/ ❶ *n.* สารที่เติมเพื่อให้ได้คุณสมบัติเฉพาะ ❷ *adj.* เพิ่มเติม, เสริมเข้ามา

addled /'ædld/'แอด'ลด/ *adj.* Ⓐ *(rotten)* *(ไข่)* เน่า, ไม่เป็นตัว, กลวง; Ⓑ *(muddled)* โง่; *(ความคิด)* สับสน

'add-on ❶ *n. (accessory, addition)* สิ่งที่เพิ่มเติมเข้าไป ❷ *adj.* ~ **accessory** อุปกรณ์เสริม; **sth. can be bought as an ~ feature/accessory for sth.** *ส.น.* สามารถซื้อเป็นอุปกรณ์เสริมได้

address /ə'dres, US 'ædres/เออะ'เดร็ซ, 'แอเดร็ซ/ ❶ *v.t.* Ⓐ ~ **sth. to sb./sth.** พูดหรือเขียน *ส.น.* ถึง *ค.น./ส.น.*; **you must ~ your complaint to ...:** คุณต้องร้องทุกข์กับ...; ~ **oneself to sb./sth.** พูดหรือเขียนถึง *ค.น./ส.น.*; Ⓑ ➤ 519 *(mark with ~)* จ่าหน้าซอง (**to** ถึง); Ⓒ *(speak to)* พูดกับ *(ค.น.)*; กล่าวคำปราศรัยต่อกับ *(ผู้ฟัง)*; ~ **sb. as sth.** เรียก *ค.น. ส.น.*; Ⓓ *(give attention to)* มุ่งความสนใจไปยัง *(ปัญหา)*; Ⓔ *(apply)* ~ **oneself to sth.** เอาใจใส่กับ *ส.น.*
❷ *n.* Ⓐ ➤ 519 *(on letter or envelope)* ที่อยู่; **of no fixed ~:** ไม่มีที่อยู่อาศัยแน่นอน; Ⓑ *(discourse)* คำสนทนา, การแสดงปาฐกถาต่อหน้าผู้ฟัง; Ⓒ *(skill)* ความชำนาญ, ทักษะ; Ⓓ *in pl. (courteous approach)* การเข้าหาอย่างนอบน้อม, การขอความรัก; **pay one's ~es to sb.** เกี้ยว/ขอความรักกับ *ค.น.*; Ⓔ *(Computing)* รหัสที่ให้ตำแหน่งของข้อมูลที่เก็บไว้

ad'dress book *n.* สมุดจดที่อยู่

addressee /ædre'si:/แอเดร'ซี/ *n.* ผู้รับจดหมาย

ad'dress label *n.* ฉลากที่ใช้เขียนที่อยู่

adduce /ə'dju:s, US ə'du:s/เออะ'ดิวซฺ, เออะ'ดูซฺ/ *v.t.* อ้างเป็นตัวอย่าง/หลักฐาน

adenoids /'ædɪnɔɪdz/'แอดินอยดฺซฺ/ *n. pl. (Med.)* ทอนซิลคอหอยบวมอักเสบ

adept /'ædept, ə'dept/'แอเด็พทฺ, เออะ'เด็พทฺ/ ❶ *adj.* เชี่ยวชาญ, ช่ำชอง (**in, at** ใน) ❷ *n.* ผู้เชี่ยวชาญ, ผู้ชำนาญ

adequacy /'ædɪkwəsɪ/'แอดิเควอะซิ/ *n., no pl.* Ⓐ *(sufficiency)* ความพอเพียง, ความจุใจ; Ⓑ *(suitability)* ความเหมาะสม; Ⓒ *(bare sufficiency)* การเกือบจะไม่พอ; Ⓓ *(proportionateness)* **the ~ of sth. to sth.** ความได้สัดส่วนกันของ *ส.น.* ต่อ *ส.น.*

adequate /'ædɪkwət/'แอดิเควิท/ *adj.* Ⓐ *(sufficient)* พอใช้ได้, จุใจ; Ⓑ *(barely sufficient)* เกือบไม่พอ; **my grant is ~ and no more** เงินช่วยเหลือของฉันเกือบจะไม่พอใช้เลย; Ⓒ *(suitable)* เหมาะสม; **he couldn't find ~ words** เขาหาคำที่ซาบซึ้งเหมาะสมไม่ได้; Ⓓ *(proportionate)* ~ **[to sth.]** สมควรกับ *ส.น.*

adequately /'ædɪkwətlɪ/'แอดิเควิทลิ/ *adv.* Ⓐ *(sufficiently)* อย่างพอเพียง; **are you ~ prepared for your exam?** คุณเตรียมตัวพอสำหรับการสอบไหม; **these children are not ~ nourished** เด็กพวกนี้ไม่ได้รับอาหารอย่างพอเพียง; Ⓑ *(barely sufficiently)* เกือบไม่พอ; Ⓒ *(suitably)* อย่างเหมาะสม *(แต่งตัว, มีวุฒิภาวะ)*

ADHD *n. abbr.* **Attention Deficit Hyperactivity Disorder** อาการสมาธิสั้น

adhere /əd'hɪə(r)/เอิด'เฮีย(ร)/ *v.i.* Ⓐ *(stick)* ติด, ติดแน่น *(ด้วยกาว)*; ~ **[to each other]** เกาะติดกัน; Ⓑ *(give support)* ~ **to sth./sb.** ให้ความสนับสนุนแก่ *ส.น./ค.น.*; ~ **to a party/policy** ให้ความสนับสนุนพรรค/นโยบาย; Ⓒ *(keep)* ~ **to** ปฏิบัติตาม *(กำหนดการ, กฎเกณฑ์, ประเพณี)*; รักษาอย่างเคร่งครัด *(คำสั่ง, กฎหมาย)*; **we must ~ strictly to the schedule** เราต้องปฏิบัติตรงตามตารางเวลาอย่างเคร่งครัด

adherence /əd'hɪərəns/เอิด'เฮียเรินซฺ/ *n., no pl.* Ⓐ *(to party, leader, policy)* การให้ความสนับสนุน; Ⓑ *(to programme, agreement, promise, schedule)* การปฏิบัติตาม; *(to decision, tradition, principle)* การรักษา

adherent /əd'hɪərənt/เอิด'เฮียเรินทฺ/ *n.* ผู้ที่อุทิศตนเอง, ผู้ติดตาม

adhesion /əd'hi:ʒn/เอิด'ฮีฌ'น/ *n.* Ⓐ *no pl. (sticking)* การเกาะติด; Ⓑ *no pl. (support)* การสนับสนุน; *(to agreement)* การปฏิบัติตาม

adhesive /əd'hi:sɪv/เอิด'ฮีซิว/ ❶ *adj. (adherent)* ติดแน่น; *(แสตมป์, ซองจดหมาย)* ที่ติดด้วยเทปที่เหนียว; **be ~:** ที่เหนียวใช้ติดได้; ~ **plaster** ผ้ายางติดแผล; ➡ + **tape** 1 A ❷ *n.* วัตถุเหนียวที่ใช้ติด

ad hoc /æd 'hɒk/แอด 'ฮอค/ ❶ *adv.* อย่างเฉพาะกิจ, โดยวัตถุประสงค์เฉพาะ ❷ *adj.* เพื่อวัตถุประสงค์เฉพาะ

adieu /ə'dju:, US ə'du:/เออะ'ดิว, เออะ'ดู/ ❶ *int.* ลาก่อน; **we bid** *or* **wish you ~:** พวกเราขอลาคุณก่อน ❷ *n., pl.* **~s** *or* **~x** การอำลา

ad infinitum /æd ɪnfɪ'naɪtəm/แอด อินฟิ'นายเทิม/ *adv.* อย่างปราศจากขอบเขต; อย่างไม่มีที่สิ้นสุด, อย่างตลอดกาล

adipose /'ædɪpəʊs/'แอดิโพซ/ *adj.* ซึ่งมีลักษณะของไขมันหรือเป็นไขมัน; ~ **tissue** เนื้อเยื่อยึดต่อที่มีไขมัน

adjacent /ə'dʒeɪsənt/เออะ'เจเซินทฺ/ *adj.* ใกล้กัน, ติดต่อกัน, อยู่ข้างกัน; ~ **to** *(position)* ใกล้กัน, ข้าง ๆ; **he sat in the ~ room** เขานั่งอยู่ในห้องข้าง ๆ

adjectival /ædʒɪk'taɪvl/แอจิค'ทายว'ล/ *adj. (Ling.)* เป็นคำคุณศัพท์

adjective /'ædʒɪktɪv/'แอจิคทิว/ *n. (Ling.)* คำคุณศัพท์

adjoin /ə'dʒɔɪn/เออะ'จอยนฺ/ ❶ *v.t.* ติด, ติดกัน; **the room ~ing ours** ห้องที่ติดกับห้องของเรา ❷ *v.i.* ใกล้เคียง, ติดกัน; **an ~ing field** ทุ่งนาติดกัน; **in the ~ing room** ในห้องติดกัน

adjourn /ə'dʒɜ:n/เออะ'เจิน/ ❶ *v.t. (break off)* เลิก; *(put off)* เลื่อนออกไป ❷ *v.i. (suspend proceedings)* เลิกกำหนดการ *(ประชุม)*; **let's ~ to the sitting room/pub** ย้ายไปห้องนั่งเล่น/ร้านเหล้ากันดีกว่า

adjournment /ə'dʒɜ:nmənt/เออะ'เจินเมินทฺ/ *n. (suspending) (of court)* การยุติไว้ก่อน; *(of meeting)* การบอกเลิก

adjudge /ə'dʒʌdʒ/เออะ'จัจ/ *v.t. (pronounce)* ~ **sb./sth. [to be] sth.** วินิจฉัยว่า *ค.น./ส.น.* เป็น *ส.น.*

a

adjudicate | adore 42

a

adjudicate /əˈdʒuːdɪkeɪt/เออะ'จูดิเคท/ *v.i.* *(in court, tribunal)* เป็นผู้พิพากษา; *(in contest)* เป็นผู้ตัดสิน

adjudication /ədʒuːdɪˈkeɪʃn/เออะจูดิ'เคช'น/ *n.* [A] *(judging)* การพิพากษา, การวินิจฉัย; **expert ~:** การวินิจฉัยของผู้เชี่ยวชาญ; [B] *(decision)* การตัดสิน

adjudicator /əˈdʒuːdɪkeɪtə(r)/เออะ'จูดิเคเทอะ(ร)/ *n.* ผู้พิพากษา; *(in contest)* ผู้ชี้ขาด, ผู้ตัดสิน

adjunct /ˈædʒʌŋkt/'แอเจิงคทฺ/ *n.* [A] สิ่งที่ไม่จำเป็น; *(effect)* ผลที่ตามมาด้วย; [B] *(Ling.)* คำหรือวลีที่ใช้ขยายความกริยาหรือประธาน

adjuration /ædʒʊəˈreɪʃn/แอจัว'เรช'น/ *n.* การถือสัตย์ปฏิญาณ, การสาบาน

adjure /əˈdʒʊə(r)/เออะ'จัว(ร)/ *v.t.* ถือสัตย์ปฏิญาณ, สาบาน

adjust /əˈdʒʌst/เออะ'จัชทฺ/ ❶ *v.t.* [A] ปรับ *(โครงสร้าง)*; จัดให้เรียบร้อย *(ผม, เสื้อผ้า)*; *(regulate)* ปรับ *(ความเร็ว, ระดับ)*; วางให้เป็นระเบียบ *(สิ่งของ)*; *(adapt)* ปรับเปลี่ยน, ดัดแปลง *(แผน, เงื่อนไข)*; **~ sth. [to sth.]** ปรับ *ส.น.* [เข้ากับ *ส.น.*]; **please ~ your watches** กรุณาปรับเวลานาฬิกาข้อมือของคุณ; **'do not ~ your set'** อย่าปรับโทรทัศน์; [B] *(assess)* ประเมิน, กำหนด *(ความสูญเสีย/ความเสียหาย)*; **such discrepancies can be ~ed** ความขัดแย้งกันนี้สามารถปรับได้
❷ *v.i.* **~ [to sth.]** ปรับตัว/ทำตัวให้คุ้นเคย [กับ *ส.น.*]; **the eye soon ~s to the dark** นัยน์ตาจะปรับเข้ากับความมืดในไม่ช้า; **~ to new conditions/a requirement** ปรับตัวให้เข้ากับสภาพใหม่/ข้อบังคับ

adjustable /əˈdʒʌstəbl/เออะ'จัชเตอะบ'ล/ *adj.* สามารถปรับตัว/ดัดแปลงได้

adjustment /əˈdʒʌstmənt/เออะ'จัชทฺเมินทฺ/ *n.* [A] *(of layout, plan)* การปรับ; *(of things)* การจัดใหม่; *(of device, engine, machine)* การตั้งใหม่ให้ถูกต้อง; *(of hair, clothing)* การจัดแต่ง; *(to situation, lifestyle)* การปรับตัว; *(of eye)* การปรับสายตา; **some ~s are necessary on your car engine** เครื่องยนต์รถคุณจำเป็นต้องปรับสักหน่อย; **she made a few minor ~s to her manuscript** เธอแก้ไขต้นฉบับของเธอเล็กน้อย; [B] *(of insurance claim, damage)* การประเมินค่า; [C] *(settlement) (of claims or damages)* การกำหนดค่าชดเชย

adjutant /ˈædʒʊtənt/'แอจุเทินทฺ/ *n.* [A] *(Mil.)* ปลัด, นายทหารฝ่ายธุรการของหน่วยทหาร; [B] *(Ornith.)* **~ [bird]** นกตะกรุม

ad lib /æd ˈlɪb/แอด 'ลิบ/ *adv.* อย่างปากเปล่า, โดยไม่มีการเตรียม

ad-lib ❶ *adj. (unprepared, improvised)* ที่ไม่ได้เตรียม, เล่นสด; **give an ~ rendering** ให้ตอบ/แสดงสด ๆ ❷ *vi.,* **-bb-** *(coll.)* แสดงสด

Adm. *abbr.* **Admiral** พล.ร.อ.

'adman /ˈædmæn/'แอดแมน/ *n.* นักโฆษณา, คนทำโฆษณา

admin /ˈædmɪn/'แอดมิน/ *n.(coll.)* ฝ่ายบริหาร; **an ~ problem** ปัญหาในการบริหาร

administer /ædˈmɪnɪstə(r)/อิด'มินิชเตอะ(ร)/ *v.t.* [A] *(manage)* จัดการ, บริหารปกครอง *(บริษัท, กฎเกณฑ์, พื้นที่)*; [B] *(give, apply)* ให้, ดำเนิน, ใช้; **~ justice [to sb.]** ให้ความยุติธรรม [แก่ *ค.น.*]; **~ punishment to sb.** ดำเนินการลงโทษ *ค.น.*; **~ an oath to sb.** ให้คำสัตย์สาบานกับ *ค.น.*; **~ treatment to sb.** ให้การรักษาแก่ *ค.น.*

administration /ədmɪnɪˈstreɪʃn/เอิดมินิ'ชเตรฺช'น/ *n.* [A] *(management, managing)* การบริหาร, การจัดการ, การปกครอง; [B] *(giving, applying) (of sacraments)* การให้; *(of discipline)* การบังคับ; *(of medicine, aid relief)* การให้; **~ of justice** การให้ความยุติธรรม; **~ of an oath** การให้คำสัตย์สาบาน; [C] *(ministry, government)* กระทรวง, คณะรัฐบาล; *(Amer.: President's period of office)* ช่วงการดำรงตำแหน่ง; [D] *(Law)* **~ of the estate** การจัดการทรัพย์สินหรือมรดก

administrative /ədˈmɪnɪstrətɪv, US -streɪtɪv/เอิด'มินนิชเตรฺอะทิว, -ชเตรฺทิว/ *adj.* เกี่ยวกับการบริหาร/การจัดการต่าง ๆ; **~ work** งานบริหารต่าง ๆ; **an ~ job** งานบริหาร

administrator /ədˈmɪnɪstreɪtə(r)/เอิด'มินนิชเตรฺเทอะ(ร)/ *n.* ➤ **489** [A] *(manager)* ผู้จัดการ, ผู้บริหาร; [B] *(performing official duties)* ผู้ปฏิบัติหน้าที่ราชการ; [C] *(of deceased person's estate)* ผู้จัดการมรดก

admirable /ˈædmərəbl/'แอดเมอะเรอะบ'ล/ *adj.* น่าชมเชย, น่ายกย่อง, น่าสรรเสริญ; *(excellent)* ดีเยี่ยม, เป็นเลิศ

admirably /ˈædmərəblɪ/'แอดเมอะเรอะบลิ/ *adv.* อย่างน่าชมเชย, อย่างน่ายกย่อง, อย่างน่าสรรเสริญ; *(excellently)* อย่างดีเยี่ยม, อย่างเป็นเลิศ

admiral /ˈædmərəl/'แอดเมอะเริล/ *n.* [A] พลเรือเอก; **A~ of the Fleet** *(Brit.)* จอมพลเรือ, แม่ทัพเรือ; [B] *(butterfly)* **red ~:** ผีเสื้อสีแดงและน้ำตาล

Admiralty /ˈædmərəltɪ/'แอดเมอะเริลทิ/ *n.* **~ [Board]** คณะกรรมาธิการกระทรวงกลาโหมซึ่งควบคุมการปฏิบัติการของราชนาวีอังกฤษ

admiration /ædməˈreɪʃn/แอดเมอะ'เรช'น/ *n., no pl.* [A] ความนิยมชมชอบ, ความนับถือศรัทธา, ความเลื่อมใส, ความพึงพอใจ **(of, for** สำหรับ); [B] *(object of ~)* **be the ~ of sb.** เป็นที่ชื่นชอบของ *ค.น.*

admire /ədˈmaɪə(r)/เอิด'มายเออะ(ร)/ *v.t.* นิยมชมชอบ, นับถือ, ยกย่อง, ศรัทธา, เลื่อมใส

admirer /ədˈmaɪərə(r)/เอิด'มายเออะเรอะ(ร)/ *n.* ผู้นิยมชมชอบ, ผู้นับถือ, ผู้ยกย่อง, ผู้เลื่อมใส; *(suitor)* ผู้ชายที่หวังจะแต่งงาน

admiring /ədˈmaɪərɪŋ/เอิด'มายเออะริง/ *adj.,* **admiringly** /ədˈmaɪərɪŋlɪ/เอิด'มายเออะริงลิ/ *adv.* [อย่าง] นิยมชมชอบ, [อย่าง] เลื่อมใส

admissibility /ədmɪsəˈbɪlɪtɪ/เอิดมิซิ'บิลลิทิ/ *n., no pl.* การยอมรับได้, ฟังได้, รับไว้พิจารณาได้

admissible /ədˈmɪsɪbl/เอิด'มิซซิบ'ล/ *adj.* [A] *(แผนงาน, ความคิดเห็น)* พอจะยอมรับได้, ฟังได้; *(การเปลี่ยนจากคำสั่ง)* ที่อนุญาต; [B] *(Law)* ยอมรับเป็นหลักฐานได้; **that is not ~ evidence** นั่นไม่ใช่หลักฐานที่สามารถยอมรับได้

admission /ədˈmɪʃn/เอิด'มิช'น/ *n.* [A] *(entry)* การเข้า; **~ to university** การเข้าศึกษาในมหาวิทยาลัย; [B] *(charge)* ค่าผ่านประตู, ค่าเข้า; **~ costs** *or* **is 50p** ค่าเข้าราคา 50 เพนซ์; **charge for ~:** เก็บเงินค่าเข้า; [C] *(confession)* การยอมรับ, การสารภาพ; **by** *or* **on one's own ~:** โดยเจ้าตัวยอมรับ

admission: ~ charge, ~ fee, ~ price *ns.* ค่าผ่าน, ค่าเช่า; **~ money** *n.* เงินค่าผ่านประตู; **~ ticket** *n.* บัตรผ่านประตู

admit /ədˈmɪt/เอิด'มิท/ ❶ *v.t.,* **-tt-:** [A] *(let in)* อนุญาตให้เข้า, ให้เข้า; **persons under the age of 16 not ~ted** ไม่อนุญาตให้ผู้มีอายุต่ำกว่า 16 ปีเข้า; **~ sb. to a school/club** รับ *ค.น.* เข้าเรียนในโรงเรียน/เป็นสมาชิกชมรม; **'this ticket ~s two'** ตั๋วนี้เข้าได้สองคน; [B] *(accept as valid)* **if we ~ that argument/evidence** ถ้าเรายอมรับข้อโต้แย้ง/หลักฐานนั่น; [C] *(acknowledge)* รับรู้, ยอมรับ; **~ sth. to be true** รับรู้ว่า *ส.น.* เป็นความจริง; **~ to being guilty/drunk** ยอมรับว่าผิด/เมา; [D] *(have room for)* มีที่สำหรับ
❷ *v.i.,* **-tt-: ~ of sth.** ยอมให้ *ส.น.* เกิดขึ้น

admittance /ədˈmɪtəns/เอิด'มิทเทินซฺ/ *n.* การยอมให้เข้า; **no ~ [except on business]** ห้ามเข้าถ้าไม่มีกิจธุระ หรือ ไม่มีกิจห้ามเข้า

admittedly /ədˈmɪtɪdlɪ/เอิด'มิททิดลิ/ *adv.* จริงอยู่; **~ he is very young** จริงอยู่ว่าเขายังหนุ่มมาก

admixture /ædˈmɪkstʃə(r)/แอด'มิคซเฉอะ(ร)/ *n.* [A] *no pl. (mixing)* การผสม, การเติมส่วนผสมเข้าไป; [B] *(ingredient)* ส่วนผสม, ส่วนประกอบ

admonish /ədˈmɒnɪʃ/เอิด'มอนิช/ *v.t.* เตือน; *(reproach)* ตำหนิ, ว่ากล่าว

admonishment /ədˈmɒnɪʃmənt/เอิด'มอนิชเมินทฺ/, **admonition** /ædməˈnɪʃn/แอดเมอะ'นิช'น/ *ns.* คำว่ากล่าวตักเตือน; *(reproach)* คำตำหนิติเตียน

ad nauseam /æd ˈnɔːzɪæm/แอด 'นอซิแอม/ *adv.* อย่างเกินไปมาก, จนแทบจะอาเจียน

ado /əˈduː/เออะ'ดู/ *n., no pl., no art.* **without more** *or* **with no further ~:** โดยทันที, โดยไม่โอ้เอ้

adobe /əˈdəʊbɪ/เออะ'โดบิ/ *n. (brick)* อิฐดากแห้งชนิดไม่เผา, ดินเหนียวที่ใช้ทำอิฐประเภทนี้

adolescence /ædəˈlesns/แอเดอะ'เล็ซ'นซ/ *n., no art.* ช่วงวัยรุ่น

adolescent /ædəˈlesnt/แอเดอะ'เล็ซ'นทฺ/ ❶ *n.* วัยรุ่น, หนุ่มสาว ❷ *adj. (ปัญหา)* ของวัยรุ่น, ช่วงวัยรุ่น

adopt /əˈdɒpt/เออะ'ดอพทฺ/ *v.t.* [A] รับเป็นบุตรบุญธรรม, รับอุปการะ, นำมาเลี้ยง *(สัตว์)*; **we ~ed a refugee family** เรารับอุปการะครอบครัวผู้อพยพครอบครัวหนึ่ง; [B] *(take over)* รับ *(แนวคิด, วัฒนธรรม)* มาใช้; [C] *(take up)* ใช้ *(วิธีการ)*; ถือตาม *(จุดยืน)*; **that's not the right attitude to ~:** นั่นไม่ใช่ทัศนคติที่ควรถือตาม; [D] *(approve)* ยอมรับ, อนุมัติเห็นชอบ; **the meeting ~ed the motion** ที่ประชุมยอมรับมติข้อนั้น

adoption /əˈdɒpʃn/เออะ'ดอพช'น/ *n.* [A] การรับเป็นบุตรบุญธรรม, การรับอุปการะ; [B] *(taking over) (of culture, custom, belief)* การรับมาใช้; [C] *(taking up) (of method)* เลือกทำตาม; *(of point of view)* ถือตาม; [D] *(approval)* การอนุมัติ, การยอมรับ

adoption agency *n.* หน่วยงานที่รับผิดชอบในเรื่องการขอรับเลี้ยงบุตรบุญธรรม

adoptive /əˈdɒptɪv/เออะ'ดอพทิว/ *adj.* ซึ่งอุปการะ, บุญธรรม; **~ son/mother** ลูกชาย/แม่บุญธรรม

adorable /əˈdɔːrəbl/เออะ'ดอเรอะบ'ล/ *adj.,* **adorably** /əˈdɔːrəblɪ/เออะ'ดอเรอะบลิ/ *adv.* [อย่าง] น่ารัก, [อย่าง] น่าปลาบปลื้ม, [อย่าง] มีเสน่ห์

adoration /ædəˈreɪʃn/แอเดอะ'เรช'น/ *n.* [A] การชื่นชมบูชา; [B] *(worship of gods etc.)* การบูชาพระเจ้า

adore /əˈdɔː(r)/เออะ'ดอ(ร)/ *v.t.* [A] ชื่นชม, คลั่งไคล้, หลงใหล; **his adoring girlfriend/**

adorn | advertise
a

fans แฟนสาว/กลุ่มคนที่คลั่งไคล้เขา; Ⓑ *(coll.: like greatly)* **~ sth.** ชื่นชอบ *ส.น.* อย่างมาก; **~ doing sth.** ชื่นชอบการทำ *ส.น.* อย่างมาก; Ⓒ *(worship)* บูชา *(พระผู้เป็นเจ้า ฯลฯ)*

adorn /əˈdɔ:n/เออะ'ดอน/ *v.t.* ประดับ, ตกแต่ง; **~ oneself** ประดับประดาตัวเอง; **the dancer was ~ed with flowers** นางระบำประดับตกแต่งด้วยมวลดอกไม้

adornment /əˈdɔ:nmənt/เออะ'ดอนเมินทฺ/ *n.* Ⓐ *no pl.* การเสริมแต่ง, การประดับประดา; **a simple dress without ~:** ชุดธรรมดา ๆ ที่ไร้การประดับประดา; Ⓑ *(ornament)* สิ่งที่ประดับประดา; **many ~s were carved on the temple wall** มีการแกะสลักสิ่งประดับประดาบนผนังวัด

adrenal /əˈdri:nl/เออะ'ดรีน'ล/ *(Anat.)* ❶ *adj.* **~ glands** ต่อมหมวกไต ❷ *n.* ต่อมหมวกไต

adrenalin /əˈdrenəlɪn/เออะ'เดรฺ็นเนอะลิน/ *(Amer. ®) n. (Physiol., Med.)* ฮอร์โมนอาเดรีนนาลินที่ขับออกมาจากต่อมหมวกไต

Adriatic /eɪdrɪˈætɪk/เอดริ'แอติค/ *pr. n.* **~ [Sea]** ทะเลอะเดรียติก *(เป็นส่วนหนึ่งของทะเลเมดิเตอร์เรเนียน)*

adrift /əˈdrɪft/เออะ'ดริฟทฺ/ *pred. adj.* Ⓐ **be ~:** ล่องลอยอยู่; **cut a boat ~:** ปล่อยให้เรือลอยไป; Ⓑ *(fig.: exposed)* ปล่อยไปตามยถากรรม; **turn sb. ~:** ปล่อยให้ *ค.น.* ไปตามยถากรรม

adroit /əˈdrɔɪt/เออะ'ดรอยทฺ/ *adj.* คล่องแคล่ว, ชำนาญ; **be ~ at sth./doing sth.** ชำนาญ/คล่องแคล่วในการทำ *ส.น.*

adroitly /əˈdrɔɪtlɪ/เออะ'ดรอยทฺลิ/ *adv.* ด้วยความชำนิชำนาญ, อย่างคล่องแคล่ว

adroitness /əˈdrɔɪtnɪs/เออะ'ดรอยทฺนิซ/ *n., no pl.* ความชำนิชำนาญ, ความคล่องแคล่ว

adulation /ædjʊˈleɪʃn, US ædʒʊ-/แอดิว'เลช'น, แอจุ-/ *n., no pl. (praise)* การสรรเสริญ, การยกย่อง, การประจบสอพลอ; *(admiration of person)* ความชื่นชมศรัทธา

adult /ˈædʌlt, əˈdʌlt/'แอเดิลทฺ, เออะ'ดัลทฺ/ ❶ *adj.* เป็นผู้ใหญ่, ที่โตเต็มที่ *(ต้นไม้, สัตว์)*; **this play is suitable only for ~ audiences** ละครเรื่องนี้เหมาะสำหรับผู้ใหญ่เท่านั้น; **an ~ film/book** ภาพยนตร์/หนังสือสำหรับผู้ใหญ่ [เท่านั้น]; **behave in an ~ manner** ประพฤติตัวให้เป็นผู้ใหญ่ ❷ *n.* ผู้ใหญ่; **'~s only'** สำหรับผู้ใหญ่เท่านั้น; **~ education** การศึกษาผู้ใหญ่

adulterate /əˈdʌltəreɪt/เออะ'ดัลเทอะเรท/ *v.t.* ปลอมปน; **~d milk** นมที่เจือน้ำ

adulteration /ədʌltəˈreɪʃn/เออะดัลเทอะ'เรช'น/ *n.* การปลอมปน

adulterer /əˈdʌltərə(r)/เออะ'ดัลเทอะเรอะ(ร)/ *n.* ชายชู้

adulteress /əˈdʌltərɪs/เออะ'ดัลเทอะริซ/ *n.* หญิงชู้

adulterous /əˈdʌltərəs/เออะ'ดัลเทอะเริซ/ *adj.* เป็นชู้

adultery /əˈdʌltərɪ/เออะ'ดัลเทอะริ/ *n. no pl.* การเป็นชู้กัน; **commit ~:** เป็นชู้กัน

adulthood /ˈædʌlthʊd/'แอเดิลทฮุด/ *n., no pl.* ความเป็นผู้ใหญ่; **reach ~:** บรรลุนิติภาวะ, เป็นผู้ใหญ่

adumbrate /ˈædʌmbreɪt/'แอเดิมเบรท/ *v.t.* Ⓐ *(outline)* ทำเค้าโครง; Ⓑ *(suggest faintly)* บอกให้รู้เป็นนัย ๆ; Ⓒ *(foreshadow)* บอกลางให้เห็น, ส่อให้เห็น

advance /ədˈvɑ:ns, US -ˈvæns/เอิด'วานซฺ, -'แวนซฺ/ ❶ *v.t.* Ⓐ *(move forward)* เคลื่อนไปข้างหน้า; Ⓑ *(put forward)* เสนอ *(ทัศนะ, ทฤษฎี, แผน)*; Ⓒ *(bring forward)* เลื่อนให้เร็วขึ้น *(วันที่)*; **~d the meeting three hours** เลื่อนการประชุมเข้ามา 3 ชั่วโมง; Ⓓ *(promote)* สนับสนุน *(บุคคล, แผน)*; Ⓔ *(further)* พัฒนา, ผลักดัน; **~ one's own interests** คอยรักษาผลประโยชน์ตนเอง; Ⓕ *(pay before due date)* จ่ายเงินล่วงหน้าให้; **~ sb. a week's pay** จ่ายเงินหนึ่งสัปดาห์ให้ *ค.น.* ไปก่อน; *(loan)* **the bank ~d me two thousand pounds** ธนาคารให้ฉันกู้เงิน 2,000 ปอนด์; Ⓖ *(increase)* เพิ่มขึ้น *(ราคา)* ❷ *v.i.* Ⓐ *(move forward; also Mil.)* เดินหน้า, เคลื่อนไปข้างหน้า; **~ towards sb./sth.** เดินหน้าไปยัง *ค.น./ส.น.*; **he ~d towards me** เขาเดินตรงมายังฉัน; Ⓑ *(fig.: make progress)* เจริญก้าวหน้า; **~ in one's career** เจริญก้าวหน้าในอาชีพของตน; Ⓒ *(increase)* ขึ้น *(ราคา)* ❸ *n.* Ⓐ *(forward movement)* การเคลื่อนไปข้างหน้า, การเดินต่อไป; *(fig.: progress)* การพัฒนา; **any ~ on £30?** มีใครจะให้สูงกว่า 30 ปอนด์ไหม; Ⓑ *usu. in pl. (personal overture)* การเกี้ยวพาราสี, การทาบทาม; Ⓒ *(payment beforehand)* เงินที่จ่ายให้ก่อน; *(on salary)* เงินเดือนล่วงหน้า; *(loan)* เงินกู้; Ⓓ **in ~:** ล่วงหน้า; **be in ~ of one's age** ก้าวหน้าเกินอายุ; **send sb./sth. in ~:** ส่ง *ค.น./ส.น.* ไปล่วงหน้า

ad'vance booking *n. (for a film, table in restaurant etc.)* การจองล่วงหน้า

advanced /ədˈvɑ:nst, US -ˈvænst/เอิด'วานซทฺ, -'แวนซทฺ/ *adj.* ก้าวหน้า, ทันสมัย; **he has ~ ideas** เขามีความคิดก้าวหน้า; **be ~ in years** ล่วงเข้าวัยชรา, วัยสูงอายุ; **~ level ➡ A level; ~ studies** การศึกษาขั้นสูง

advance 'guard *n. (lit or fig.)* กองหน้า

advancement /ədˈvɑ:nsmənt, US -ˈvæns-/เอิด'วานซฺเมินทฺ, -'แวนซฺ-/ *n., no pl.* Ⓐ *(promotion)* การเลื่อนขั้น, ความก้าวหน้า; Ⓑ *(furtherance)* การสนับสนุน, ความผลักดัน

advance: ~ 'notice *n.* **a week's ~ notice** การแจ้งให้ทราบล่วงหน้า 1 สัปดาห์; **give sb. ~ notice of sth.** การแจ้งให้ *ค.น.* ทราบ *ส.น.* ล่วงหน้า; **~ 'payment** *n.* การชำระล่วงหน้า

advantage /ədˈvɑ:ntɪdʒ/เอิด'วานทิจ/ *n.* Ⓐ *(better position)* การได้เปรียบ, ข้อได้เปรียบ; **give sb. an ~ over sb.** ทำให้ *ค.น.* มีข้อได้เปรียบกว่า *ค.น.*; **gain/have/win an ~ over sb.** มีข้อได้เปรียบเหนือ *ค.น.*; **gain an ~ over an opponent** มีข้อได้เปรียบเหนือฝ่ายตรงข้าม; **take [full/unfair] ~ of sth.** ฉวยโอกาสจาก *ส.น.* [อย่างเต็มที่/อย่างเอาเปรียบ]; **she took ~ of my generosity** เธอฉวยโอกาสจากความใจดีของฉัน; **take ~ of sth./sb.** เอารัดเอาเปรียบ *ส.น./ค.น.*; *(euphem.: seduce)* ละเมิด *ค.น.* ทางเพศ; **don't let them take ~ of you** อย่าปล่อยให้พวกเขาเอาเปรียบคุณ; **have the ~ of sb.** อยู่ในสภาวะที่ถือไพ่เหนือ *ค.น.*; **we shall show our range of products to ~:** เราจะเสนอผลิตภัณฑ์ทั้งหมดของเราเพื่อจะให้ได้ประโยชน์สูงสุด; **be seen to better ~:** ดูมีภาษีกว่า; Ⓑ *(benefit)* เป็นประโยชน์, ข้อได้เปรียบ, ความเป็นต่อ; **'ability to type [would be] an ~':** ผู้พิมพ์ดีดได้จะได้รับการพิจารณาก่อน; **be to one's ~:** เป็นผลดีต่อบุคคลนั้น ๆ; **something to your ~:** สิ่งที่จะเป็นผลดีต่อคุณ; **turn sth. to [one's] ~:** พลิก *ส.น. (สถานการณ์, เหตุการณ์)* ให้เป็นผลดีกับ *ค.น.*; Ⓒ *(Tennis)* ฝ่ายที่แต้มได้เปรียบ; **~ in/out** ฝ่ายได้/เสียเปรียบ

advantageous /ædvənˈteɪdʒəs/แอดเวิน'เทเจิซ/ *adj.* *(ข้อตกลง)* เป็นผลดี, เป็นประโยชน์; *(สุขภาพ)* เป็นต่อ; **be [mutually] ~:** ซึ่งเอื้อประโยชน์ซึ่งกันและกัน; **be ~ to sb.** ซึ่งเป็นผลดีแก่ *ค.น.*

advantageously /ædvənˈteɪdʒəslɪ/แอดเวิน'เทเจิซลิ/ *adv.* **we could ~ discuss this** ถ้าเราจะอภิปรายเรื่องนี้ก็น่าจะเป็นประโยชน์; **be ~ placed** อยู่ในตำแหน่งที่จะเกิดประโยชน์; **compare ~ with sth.** เป็นต่อเมื่อเปรียบเทียบกับ *ส.น.*

advent /ˈædvent/'แอดเว็นทฺ/ *n., no pl.* Ⓐ *(of thing)* การเกิดขึ้น; **before the ~ of the railway** ก่อนหน้ายุครถไฟ; Ⓑ *no art.* **A~** *(season)* ช่วง 4 สัปดาห์ก่อนคริสต์มาส

adventitious /ædvenˈtɪʃəs/แอดเว็น'ทิชเชิซ/ *adj.* โดยบังเอิญ, โดยไม่คาดหวัง

adventure /ədˈventʃə(r)/เอิด'เว็นเฉอะ(ร)/ *n.* การผจญภัย; **in a spirit of ~:** ด้วยจิตใจที่ชอบการผจญภัย

ad'venture: ~ holiday *n.* การไปท่องเที่ยวที่มีกิจกรรมน่าตื่นเต้น หรือ ที่เป็นแนวผจญภัย; **~ playground** *n. (Brit.)* สนามเด็กเล่นที่มีเครื่องปีนป่ายใหญ่โตและหลากหลาย

adventurer /ədˈventʃərə(r)/เอิด'เว็นเฉอะเรอะ(ร)/ *n.* นักผจญภัย; *(derog.: speculator)* นักเก็งกำไร

adventuress /ədˈventʃərɪs/เอิด'เว็นเฉอะริซ/ *n.* หญิงที่ชอบผจญภัย

adventurism /ədˈventʃərɪzm/เอิด'เว็นเฉอะริซ'ม/ *n., no pl.* การชอบผจญภัย; *(Polit.)* การดำเนินนโยบายที่เสี่ยงสูง

adventurous /ədˈventʃərəs/เอิด'เว็นเฉอะเริซ/ *adj.* Ⓐ *(venturesome)* ผจญภัย, กล้า; **~ spirit** จิตใจรักการผจญภัย; Ⓑ *(filled with adventures)* เต็มไปด้วยการผจญภัย; Ⓒ *(enterprising)* ชอบทดลอง, กล้าได้กล้าเสีย

adverb /ˈædvɜ:b/'แอดเวิบ/ *n. (Ling.)* คำกริยาวิเศษณ์; **~ of time/place** คำกริยาวิเศษณ์บอกเวลา/สถานที่

adverbial /ədˈvɜ:bɪəl/เอิด'เวอเบียล/ *adj. (Ling.)* เป็นกริยาวิเศษณ์; **~ phrase** วลีกริยาวิเศษณ์

adverbially /ədˈvɜ:bɪəlɪ/เอิด'เวอเบียลิ/ *adv. (Ling.)* อย่างคำกริยาวิเศษณ์

adversary /ˈædvəsərɪ, US -serɪ/'แอดเวอะเซอะริ/ *n. (enemy)* ศัตรู; *(opponent)* ฝ่ายตรงข้าม, คู่แข่ง, อริ

adverse /ˈædvɜ:s/'แอดเวิซ/ *adj.* Ⓐ *(hostile)* เป็นอริ **(to** ต่อ**)**; **an ~ response** การโต้ตอบอย่างเป็นปรปักษ์; Ⓑ *(unfavourable)* เป็นผลร้าย, มีผลทางลบ *(เงื่อนไข, พัฒนาการ)*; *(บัญชี)* ที่ติดลบ; **developments ~ to our interests** การเปลี่ยนแปลงของเหตุการณ์ที่มีผลลบต่อผลประโยชน์ของเรา; Ⓒ *(contrary)* ขัดขวาง

adversely /ˈædvɜ:slɪ/'แอดเวิซลิ/ *adv.* Ⓐ *(hostilely)* อย่างเป็นปรปักษ์, อย่างเป็นอริ; Ⓑ *(unfavourably)* โดยมีผลลบ, โดยมีผลร้าย

adversity /ədˈvɜ:sɪtɪ/เอิด'เวอซิทิ/ *n.* Ⓐ *no pl.* สถานการณ์เลวร้าย; Ⓑ *usu. in pl. (misfortune)* เคราะห์หามยามร้าย

advert /ˈædvɜ:t/'แอดเวิท/ *(Brit. coll.)* **advertisement**

advertise /ˈædvətaɪz/'แอดเวอะทายซฺ/ ❶ *v.t.* ประกาศ; **~ one's intentions** ประกาศถึงความตั้งใจของตน; **~ one's presence** ทำให้ผู้อื่นรู้ว่า

ตนมาอยู่ ณ ที่นั้น ❷ *v.i.* โฆษณา; **~ on television** โฆษณาทางโทรทัศน์; **~ for sb./sth.** ประกาศ/โฆษณารับ *ค.น.* เข้าทำงาน/หา *ส.น.*

advertisement /əd'vɜːtɪsmənt, US ædvər'taɪzmənt/เอิด'เวอทิซเมินทฺ, แอดเวอ'ทายซฺเมินทฺ/ *n.* โฆษณา; **TV ~:** การโฆษณาทางโทรทัศน์; **classified ~:** การโฆษณาขนาดเล็ก *(ในหนังสือพิมพ์ ฯลฯ)*; **his behavior is not a good ~ for the firm** *(fig.)* ความประพฤติของเขาไม่ส่งเสริมภาพลักษณ์ของบริษัท

advertiser /'ædvətaɪzə(r)/'แอดเวอะไทเซอะ(ร)/ *n. (in newspaper)* ผู้ลงโฆษณา; *(on radio, TV)* ผู้โฆษณาทางวิทยุ, โทรทัศน์

advertising /'ædvətaɪzɪŋ/'แอดเวอะไทซิง/ *n., no pl., no indef. art.* การโฆษณา; **~ agency** บริษัทโฆษณา; **~ campaign** การรณรงค์โฆษณา

Advertising 'Standards Authority *n. (Brit.)* องค์กรควบคุมมาตรฐานการโฆษณา

advertorial /ædvə'tɔːrɪəl/แอดเวอะ'ทอเรียล/ *n.* การโฆษณาในรูปแบบของบทความ

advice /əd'vaɪs/เอิด'วายซฺ/ *n.* Ⓐ *no pl., no indef. art. (counsel)* คำปรึกษา, คำแนะนำ; **seek ~ from sb.** ขอคำปรึกษาจาก *ค.น.*; **my ~ to you would be ...:** สิ่งที่ฉันจะแนะนำคุณก็คือ ...; **he doesn't listen to ~:** เขาไม่ฟังคำแนะนำใคร; **on sb.'s ~:** จากคำแนะนำของ *ค.น.*; **a piece of ~:** คำแนะนำประการหนึ่ง; **give sb. a piece** *or* **bit** *or* **word of ~:** ให้คำแนะนำประการหนึ่งแก่ *ค.น.*; **if you ask** *or* **want my ~:** ถ้าคุณต้องการคำแนะนำจากฉัน; **take ~ [from sb.]** *or* **take sb.'s ~:** ทำตามคำแนะนำของ *ค.น.*; **take legal ~:** ขอคำปรึกษาทางกฎหมาย; Ⓑ *(formal notice)* การแจ้งให้ทราบอย่างเป็นทางการ

advisability /ədvaɪzə'bɪlɪtɪ/เอิดไวเซอะ'บิลลิทิ/ *n., no pl.* ความสมควร, ความเหมาะสม; **consider the ~ of doing sth.** พิจารณาว่าควรกระทำ *ส.น.* ดีหรือไม่

advisable /əd'vaɪzəbl/เอิด'วายเซอะบ'ล/ *adj.* สมควรกระทำ

advise /əd'vaɪz/เอิด'วายซฺ/ ❶ *v.t.* Ⓐ *(offer advice to)* ให้คำแนะนำ; **please ~ me** กรุณาให้คำแนะนำฉันด้วย; **~ sb. to do sth.** แนะนำ *ค.น.* ให้ทำ *ส.น.*; **~ sb. not to do** *or* **against doing sth.** แนะนำ *ค.น.* ว่ามิควรทำ *ส.น.*; **what would you ~ me to do?** คุณจะแนะนำให้ฉันทำอย่างไรดี; Ⓑ *(recommend)* เสนอแนะ; **~ sth.** เสนอแนะ *ส.น.*; Ⓒ *(inform)* แจ้งให้ทราบ **(of** เกี่ยวกับ**)**; **keep me ~d** คอยบอกให้ฉันทราบด้วย ❷ *v.i.* Ⓐ แนะนำ, เสนอ; **~ on sth.** เสนอข้อคิดเห็นเกี่ยวกับ *ส.น.*; **please ~:** กรุณาแนะนำ; Ⓑ *(Amer.: consult)* **~ with sb.** ปรึกษากับ *ค.น.*

advised /əd'vaɪzd/เอิด'วายซฺดฺ/ *adj.* **[well-]~:** เป็นการดี, เป็นการฉลาด; **be well/better ~:** *(บุคคล)* ที่ฉลาด/ฉลาดกว่า

advisedly /əd'vaɪzɪdlɪ/เอิด'วายซิดลิ/ *adv.* โดยได้พิจารณาถี่ถ้วนแล้ว

adviser, advisor /əd'vaɪzə(r)/เอิด'วายเซอะ(ร)/ *n.* ผู้ให้คำปรึกษา, ที่ปรึกษา

advisory /əd'vaɪzərɪ/เอิด'วายเซอะริ/ *adj.* ที่ให้คำปรึกษา; **~ committee** คณะกรรมการที่ปรึกษา; **in an ~ capacity** ในฐานะที่ปรึกษา

advocaat /ædvə'kɑːt/แอดเวอะ'คาท/ *n.* เหล้าที่ประกอบด้วยไข่ น้ำตาล และบรั่นดี

advocacy /'ædvəkəsɪ/'แอดเวอะเคอะซิ/ *n., no pl.* **sb.'s ~ of sth.** การสนับสนุนของ *ค.น.* เกี่ยวกับ *ส.น.*

advocate ❶ /'ædvəkət/'แอดเวอะเคิท/ *n.* ➤ 489 *(of a cause)* ผู้สนับสนุน, ผู้ส่งเสริม; *(for a person)* ผู้แก้ต่าง; *(Law: professional pleader)* ทนายความ; **Faculty of A~s** เนติบัณฑิตแห่งสกอตแลนด์; **Lord A ~:** หัวหน้าศาลสูงสุดของสกอตแลนด์ ❷ /'ædvəkeɪt/'แอดเวอะเคท/ *v.t.* Ⓐ *(recommend)* เสนอ, สนับสนุน; **~ a policy** สนับสนุนนโยบายหนึ่ง; **~ that ...:** เสนอว่า...; Ⓑ *(defend)* แก้ต่าง

advt. *abbr.* **advertisement**

adze *(Amer.:* **adz)** /ædz/แอดซฺ/ *ขวานที่มีใบมีดโค้งสำหรับถากไม้*

Aegean /iː'dʒiːən/อี'เจียน/ *pr. n.* **~ [Sea]** ทะเลเอเจียน *(ส่วนของเมดิเตอร์เรเนียน ระหว่างประเทศกรีกกับตุรกี)*

aegis /'iːdʒɪs/'อีจิซ/ *n.* Ⓐ *(auspices)* **under the ~ of sb./sth.** ภายใต้ความคุ้มครองของ *ค.น./ส.น.*; Ⓑ *(protection)* การปกป้อง

Aeneid /'iːnɪɪd/'อีนีอิด/ *n.* มหากาพย์อีนีดของเวอร์จิล

aeon /'iːən/'อีเอิน/ *n. (age)* กัลปาวสาน

aerate /'eəreɪt/'แอเรท/ *v.t.* Ⓐ *(charge with gas)* อัดลม; **~d water** น้ำอัดลม; Ⓑ *(Agric., Hort.)* [พรวนดิน] ให้อากาศผ่านได้

aerial /'eərɪəl/'แอเรียล/ ❶ *adj.* Ⓐ *(in the air)* ในอากาศ; **~ root** รากอากาศ; **~ cableway** *or* **rope way** *or* **railway** ทางรถไฟลอยฟ้า; Ⓑ *(atmospheric)* เกี่ยวกับอวกาศหรือบรรยากาศ; Ⓒ *(Aeronaut.)* ทางอากาศ; **~ bombardment** การทิ้งระเบิดทางอากาศ; **~ photograph/photography** ภาพถ่าย/การถ่ายภาพทางอากาศ; **~ spraying** การโปรย *(น้ำยา, สารเคมี)* ทางเครื่องบิน ❷ *n.* เสาอากาศ

aero- /'eərə/'แอเรอะ/ *in comb.* ทางอากาศ

aerobatics /eərə'bætɪks/แอเรอะ'แบทิคซฺ/ *n.* การแสดงท่าบินผาดโผน

aerobic /eə'rəʊbɪk/แอ'โรบิค/ *adj.* เกี่ยวกับอาศัยอากาศเพื่อดำรงชีวิต

aerobics /eə'rəʊbɪks/แอ'โรบิคซฺ/ *n., no pl.* การเต้นแอโรบิก *(ท.ศ.)*

aerodrome /'eərədrəʊm/'แอเรอะโดรฺม/ *n. (Brit. dated)* สนามบินขนาดย่อม

aerody'namic /eərəʊdaɪ'næmɪk/แอโรได'แนมิค/ *adj.* เกี่ยวกับอากาศพลศาสตร์, ลู่ลม

aerody'namics /eərəʊdaɪ'næmɪks/แอโรได'แนมิคซฺ/ *n., no pl* อากาศพลศาสตร์

aero-engine /'eərəʊendʒɪn/'แอโรเอ็นจิน/ *n. (Aeronaut.)* เครื่องยนต์ของอากาศยาน

'aerofoil *n.* ส่วนของอากาศยานที่ช่วยพยุงตัว เช่น ปีก หาง ครีบ

'aerogram[me] ➡ **air letter**

aeronautic /eərə'nɔːtɪk/แอเรอะ'นอทิค/, **aeronautical** /eərə'nɔːtɪkl/แอเรอะ'นอทิค'ล/ *adj.* เกี่ยวกับการบิน

aeronautics /eərə'nɔːtɪks/แอเรอะ'นอทิคซฺ/ *n., no pl.* ศาสตร์แห่งการบิน

aeroplane /'eərəpleɪn/'แอเรอะเพลน/ *n. (Brit.)* เครื่องบิน

aerosol /'eərəsɒl, US -sɔːl/'แอเรอะซอล/ *n.* Ⓐ *(spray)* ละอองฝอย; *(container)* **~ [spray]** กระป๋องสเปรย์ *(ท.ศ.)*; Ⓑ *(system of particles)* ละอองที่ฝอยลอยในอากาศ

'aerospace /'eərəʊspeɪs/'แอโรซเปซ/ *n., no pl., no art.* บรรยากาศชั้นต่าง ๆ ของโลกและห้วงอวกาศ; *(technology)* เทคโนโลยีทางอวกาศ

aesthete /'iːsθiːt/'อีซธีท/ *n.* ผู้ที่รักสวยรักงามเป็นพิเศษ

aesthetic /iːs'θetɪk/อีซ'เธ็ททิค/ *adj.* เกี่ยวกับความงาม, เกี่ยวกับความไพเราะ, สุนทรียภาพ *(ร.บ.)*

aesthetically /iːs'θetɪklɪ/อีซ'เธ็ททิคลิ/ *adv.* อย่างมีสุนทรีย์

aestheticism /iːs'θetɪsɪzəm/อีซ'เธ็ททิซิเซิม/ *n., no pl.* การนิยมในสุนทรียศาสตร์, ลัทธิที่ถือความงามเป็นสำคัญ

aesthetics /iːs'θetɪks/อีซ'เธ็ททิคซฺ/ *n., no pl.* สุนทรียศาสตร์

aether ➡ **ether** B

aetiology /iːtɪ'ɒlədʒɪ/อีทิ'ออเลอะจิ/ *n. (Med.)* วิชาว่าด้วยสมุฏฐานของโรค; *(Philos.)* ทฤษฎีว่าด้วยมูลเหตุ

AF *abbr.* **audio frequency**

afar /ə'fɑː/เออะ'ฟา/ *adv.* **~ [off]** ไกลโพ้น; **from ~:** จากแดนไกลโพ้น

AFC *abbr. (Brit.)* **Association Football Club** *สมาคมกีฬาฟุตบอล*

affability /æfə'bɪlɪtɪ/แอเฟอะ'บิลลิทิ/ *n., no pl.* ความมีอัธยาศัยดี, ความเป็นกันเอง; **the boss's back-slapping ~:** ความไม่ถือตัวของเจ้านาย

affable /'æfəbl/'แอเฟอะบ'ล/ *adj.* อัธยาศัยดี, อ่อนโยน, เป็นกันเอง; **he is on ~ terms with everyone** เขาเป็นกันเองกับทุกคน

affably /'æfəblɪ/'แอเฟอะบลิ/ *adv.* อย่างอ่อนโยน, อย่างอัธยาศัยดี, อย่างเป็นกันเอง

affair /ə'feə(r)/เออะ'แฟ(ร)/ *n.* Ⓐ *(concern, matter)* เรื่องราว; **it's not my ~:** ไม่ใช่เรื่องของฉัน, ไม่เกี่ยวกับฉัน; **that's his ~:** นั่นเป็นเรื่องของเขา; **the Dreyfus ~:** กรณีเดรย์ฟุส *(ท.ศ.)* *(กรณีถูกตัดสินในมีความผิดที่ครอบงำการเมืองฝรั่งเศสตอนต้นศตวรรษที่ 20)*; Ⓑ *in pl. (everyday business)* กิจวัตรประจำวัน; *(business dealings)* การเจรจาทางธุรกิจ; **state of ~s** สถานการณ์; ➡ **+ current** 1 C; **foreign** C; **state** 1 D; Ⓒ *(love ~)* ความสัมพันธ์ฉันท์ชู้สาว; **have an ~ with sb.** มีความสัมพันธ์ฉันท์ชู้สาวกับ *ค.น.*; Ⓓ *(occurrence)* เหตุการณ์, กรณี; Ⓔ *(coll.: thing)* สิ่งของ; **our house is a tumbledown ~:** บ้านของเราอยู่ในสภาพเสื่อมโทรม; Ⓕ **~ of honour** การดวล, การต่อสู้แบบตัวต่อตัว

[1]affect /ə'fekt/เออะ'เฟ็คทฺ/ *v.t. (pretend to have)* แสร้งทำ; *(pretend to feel or do)* แสร้งทำเป็นรู้สึก, แกล้งทำ; **the boy ~ed indifference** เด็กชายทำเป็นเฉยชา; **~ to do sth.** แสร้งทำ *ส.น.*

[2]affect *v.t.* Ⓐ *(produce effect on)* ส่งผลไปยัง, ส่งผลให้เกิด; **damp had ~ed the spark plugs** ความชื้นส่งผลให้หัวเทียนบอด; **plant growth is ~ed by the amount of rainfall** ปริมาณน้ำฝนมีผลต่อการเจริญเติบโตของพืช; Ⓑ *(emotionally)* มีผลกระทบจิตใจ; **be ~ed by sth.** รู้สึกกระทบกระเทือนจิตใจด้วย *ส.น.*; Ⓒ *(กฎ)* มีผล; *(โรค)* คุกคาม *(คนไข้)*; **his liver is ~ed** ตับของเขาได้รับผลกระทบ

affectation /æfek'teɪʃn/แอเฟ็ค'เทช'น/ *n.* Ⓐ *(studied display)* การวางท่า; Ⓑ *no pl. (pretence)* **~ of sth.** การเสแสร้งทำ *ส.น.*

affected /ə'fektɪd/เออะ'เฟ็คทิด/ *adj.* จอมปลอม, เสแสร้ง; *(สำนวน, รูปแบบ)* ดัดจริต

affectedly /ə'fektɪdlɪ/เออะ'เฟ็คทิดลิ/ *adv.* อย่างจอมปลอม, อย่างเสแสร้ง, อย่างมีจริต

affectedness /ə'fektɪdnɪs/เออะ'เฟ็คทิดนิซ/ *n., no pl.* ความเสแสร้ง, ความจอมปลอม, ความมีจริต

affecting /ə'fektɪŋ/เออะ'เฟ็คทิง/ *adj.* ตื้นตันใจ, ซาบซึ้ง, กระทบกระเทือนจิตใจ

affectingly /ə'fektɪŋlɪ/เออะ'เฟ็คทิงลิ/ *adv.* อย่างตื่นตันใจ, อย่างกระทบกระเทือนความรู้สึก

affection /ə'fekʃn/เออะ'เฟ็คช่น/ *n.* Ⓐ *(kindly feeling)* วิภาพ *(ร.บ.)*, ความรัก, ความชื่นชอบ เอ็นดู; **have** *or* **feel ~ for sb./sth.** รู้สึกเอ็นดูชื่นชอบ *ค.น./ส.น.;* **gain** *or* **win sb.'s ~s** เป็นที่รัก/ที่เอ็นดูของ *ค.น.;* **she was held in great ~ by many people** ผู้คนมากมายชื่นชอบเธออย่างมาก; **have a place in sb.'s ~s** เป็นที่ชื่นชอบของ *ค.น.;* **lots of love and ~** *(close of letter)* ด้วยความรักอย่างยิ่ง; Ⓑ *(Med.: illness)* โรค, อาการติดเชื้อ

affectionate /ə'fekʃənət/เออะ'เฟ็คเชอะเนิท/ *adj. (การมอง, การยิ้ม)* ซึ่งแสดงความรัก; *(เด็ก, สุนัข)* ขี้ประจบ; **your ~ son** *(in letter)* จากลูกรัก

affectionately /ə'fekʃənətlɪ/เออะ'เฟ็คเชอะเนิทลิ/ *adv.* ด้วยความรัก; **yours ~:** ด้วยความรัก

affidavit /æfɪ'deɪvɪt/แอฟิ'เดวิท/ *n. (Law)* **[sworn] ~:** *คำสาบานให้การที่เป็นลายลักษณ์อักษรต่อหน้าเจ้าพนักงาน;* **swear an ~:** สาบานว่าคำให้การเป็นลายลักษณ์อักษรเป็นความจริง

affiliate /ə'fɪlɪeɪt/เออะ'ฟิลลิเอท/ ❶ *v.t.* Ⓐ *(attach)* **be ~d to** *or* **with sth.** เกี่ยวข้องกับ *ส.น.;* **the organization is not politically ~d** องค์การนี้มิได้มีความเกี่ยวข้องทางการเมือง; Ⓑ *(adopt)* รับเข้าในสังกัด; **be an ~d member of an organization** เป็นสมาชิกสังกัดองค์การหนึ่ง ❷ *n. (person)* คนในสังกัด, สมาชิก; *(organization)* หน่วยงานในสังกัด, สาขา

affiliation /əfɪlɪ'eɪʃn/เออะฟิลิ'เอช่น/ *n.* สังกัด, การเข้าสังกัด, การเกี่ยวข้องอย่างเป็นทางการ **(to, with** กับ); **~ order** *คำสั่งศาลที่ให้ฝ่ายชายจ่ายค่าเลี้ยงดูลูกนอกสมรส*

affinity /ə'fɪnətɪ/เออะ'ฟินเนอะทิ/ *n.* Ⓐ *(relationship)* ความเกี่ยวดอง, ความสัมพันธ์แนบแน่น; Ⓑ *(liking)* ความรู้สึกชื่นชอบ; **feel an ~ to** *or* **for sb./sth.** รู้สึกชื่นชอบ *ค.น./ส.น.;* Ⓒ *(structural resemblance)* ความคล้ายคลึงกัน, ความใกล้เคียงกัน **(with, to** กับ); **the ~ of sth. to** *or* **with sth.** ความใกล้เคียงของ *ส.น.* กับอีกสิ่งหนึ่ง, สัมพรรคภาพ *(ร.บ.)*

affirm /ə'fɜːm/เออะ'เฟิม/ ❶ *v.t. (assert)* ยืนยัน *(ความคิดเห็นของตน);* ประกาศ *(ความบริสุทธิ์, ความไม่ผิด);* **~ sth. to sb.** ยืนยัน *ส.น.* กับ *ค.น.* ❷ *v.i. (Law)* ให้การรับรองว่าเป็นจริง *(โดยไม่สาบานทางศาสนา)*

affirmation /æfə'meɪʃn/แอเฟอะ'เมช่น/ *n.* Ⓐ *(of intention)* การยืนยัน *(คุณภาพ, ความจริง);* Ⓑ *(Law)* การให้การโดยไม่ต้องสาบาน

affirmative /ə'fɜːmətɪv/เออะ'เฟอเมอะทิว/ ❶ *adj.* เป็นการยืนยัน, เป็นการสนับสนุน *(คำตอบ);* **~ vote** คะแนนเสียงสนับสนุน ❷ *n.* คำตอบรับ; **answer in the ~:** ตอบรับ; **the answer is in the ~:** คำตอบเป็นคำตอบรับ

affirmative 'action *n. (Amer.)* การกระทำที่สนับสนุนผู้ถูกแบ่งแยกกดขี่ทางสังคม

affirmatively /ə'fɜːmətɪvlɪ/เออะ'เฟอเมอะทิวลิ/ *adv.* **answer ~:** ตอบรับ

affix ❶ /ə'fɪks/เออะ'ฟิคซฺ/ ❶ *v.t.* Ⓐ *(fix)* **~ sth. to sth.** ติด *ส.น.* ไว้กับอีก *ส.น.;* **the stamp had not been properly ~ed to the letter** จดหมายนั้นติดแสตมป์ไว้ไม่แน่น; Ⓑ *(impress)* ประทับ; **~ one's stamp/seal upon sth.** ประทับตรา/ปิดผนึกตราของตนลงบน *ส.น.;* Ⓒ *(add)* เติม, ต่อท้าย; **~ one's signature [to sth.]** ลงลายเซ็น [บน *ส.น.*]

❷ /'æfɪks/'แอฟิคซฺ/ *n. (Ling.)* ศัพท์รวมของคำอุปสรรคปัจจัยและอาคม

afflict /ə'flɪkt/เออะ'ฟลิคทฺ/ *v.t. (physically)* ทำให้ทรมาน, ทำให้เจ็บปวด; *(mentally)* ทรมานจิตใจ; **be ~ed with sth.** รู้สึกกลัดกลุ้มด้วย *ส.น.*

affliction /ə'flɪkʃn/เออะ'ฟลิคช่น/ *n.* Ⓐ *no pl. (distress)* ความเศร้าระทม, ความทรมาน; **endure sorrow and ~:** ทนต่อความเศร้าโศกและความทรมาน; Ⓑ *(cause of distress)* เหตุของความเศร้า; **bodily ~s** ความเจ็บปวดทางร่างกาย

affluence /'æflʊəns/'แอฟลุเอินซฺ/ *n., no pl.* Ⓐ *(wealth)* ความมั่งคั่ง; Ⓑ *(plenty)* ความอุดมสมบูรณ์

affluent /'æflʊənt/'แอฟลุเอินทฺ/ ❶ *adj.* Ⓐ *(wealthy)* ร่ำรวย, มั่งคั่ง; **the ~ society** สังคมอันมั่งคั่ง; Ⓑ *(abounding)* อุดมสมบูรณ์; **~ in** อุดมสมบูรณ์ด้วย ❷ *n. (of river)* แม่น้ำสาขาย่อย

afford /ə'fɔːd/เออะ'ฟอด/ *v.t.* Ⓐ สามารถทำได้; **be able to ~ sth.** สามารถซื้อ *ส.น.* ได้; **be able to ~** สามารถจ่ายได้ *(เงิน);* สามารถสละ *(เวลาได้);* **be able to ~ to do sth.** สามารถที่จะทำ *ส.น.* ได้; **sb. can ill ~ sth.** อยู่ในฐานะที่จะทำ *ส.น.* ได้ยาก; **we can well ~ to look critically at our dietary habits** เราสมควรอย่างยิ่งที่จะพิจารณาพฤติการทางโภชนาการของเรา; Ⓑ *(provide)* จัดหา, ให้ *(ความสุข, ความป้องกัน);* **~ sb. sth.** จัดหา/ให้ *ส.น.* แก่ *ค.น.*

affordable /ə'fɔːdəbl/เออะ'ฟอเดอะบ'ล/ *adj.* พอจะจับจ่ายได้, พอจะมีเวลา

afforest /ə'fɒrɪst, US ə'fɔːr-/เออะ'ฟอริซทฺ, เออะ'ฟอร-/ *v.t.* ปลูกป่า

afforestation /əfɒrɪ'steɪʃn, US əfɔːr-/เออะฟอริ'ซเตช่น, เออะฟอร-/ *n.* การปลูกป่า

affray /ə'freɪ/เออะ'เฟร/ *n.* การวิวาท

affront /ə'frʌnt/เออะ'ฟรั่นทฺ/ ❶ *v.t. (insult)* ดูถูก, สบประมาท; *(offend)* ทำให้โกรธ ❷ *n. (insult)* การดูถูก, การสบประมาท **(to** ต่อ)

Afghan /'æfgæn/'แอฟแกน/ ❶ *adj.* แห่งประเทศอัฟกานิสถาน; ➡ + **English** 1 ❷ *n.* Ⓐ *(person)* ชาวอัฟกานิสถาน; Ⓑ *(language)* ภาษาอัฟกานิสถาน; ➡ + **English** 2 A

Afghan 'hound *n.* สุนัขล่าสัตว์รูปร่างใหญ่และมีขนยาวประดุจเส้นไหม

Afghanistan /æf'gænɪstɑːn, -stæn/แอฟ'แกนิซตาน, -ซแตน/ *pr. n.* ประเทศอัฟกานิสถาน

aficionado /əfɪsjə'nɑːdəʊ, əfɪʃj-/เออะฟิซเยอะ'นาโด, เออะฟิช-/ *n., pl.* **~s** ผู้รัก *(กีฬา, งานอดิเรกใด ๆ)* เป็นชีวิตจิตใจ

afield /ə'fiːld/เออะ'ฟีลดฺ/ *adv.* **far ~** *(direction)* ไกลออกไปมาก; **we didn't go father ~ than ...:** เราไม่ได้ไปไกลออกไปกว่า...; **from as far ~ as** จากระยะทางไกลถึง...; **go too far ~** *(fig.)* คิดเลยเถิดเกินไป

afire /ə'faɪə(r)/เออะ'ฟายเออะ(ร)/ *pred. adj.* **[set] ~:** เผาให้ไหม้ *หรือ* ทำให้ลุกเป็นไฟ; **be ~:** ลุกไหม้

aflame /ə'fleɪm/เออะ'เฟลม/ *pred. adj.* **be ~:** ลุกเป็นไฟ

afloat /ə'fləʊt/เออะ'โฟลท/ *pred. adj.* Ⓐ *(floating)* ลอยอยู่, อยู่ในน้ำ; **get a boat ~:** นำเรือลงน้ำ; Ⓑ *(at sea)* ออกทะเล, อยู่บนเรือ; **be ~:** อยู่กลางทะเล; Ⓒ *(awash)* **be ~:** มีน้ำนองไปทั่ว

afoot /ə'fʊt/เออะ'ฟุท/ *pred. adj.* Ⓐ *(astir)* ลุกขึ้น, เคลื่อนไหว; Ⓑ *(under way)* อยู่ในระหว่างการดำเนินการ; **plans were ~ ...:** มีแผนที่จะ...; **there's trouble ~:** กำลังมีเรื่องยุ่งอยู่ขณะนี้

aforementioned /əfɔː'menʃnd/เออะฟอ'เม็นช่นดฺ/, **aforesaid** /ə'fɔːsed/เออะ'ฟอเซ็ด/ *adjs.* ดังที่กล่าวมาแล้ว

aforethought /ə'fɔːθɔːt/เออะ'ฟอธอท/ *adj.* **with malice ~:** ด้วยมีเจตนาร้าย

a fortiori /eɪ fɔːtɪ'ɔːraɪ/เอ ฟอทิ'ออราย/ *adv.* ด้วยเหตุผลที่ยิ่งน่าเชื่อถือ

afoul /ə'faʊl/เออะ'ฟาวล/ *adv. (Amer.)* พัวพัน, บาดหมางกัน; **fall** *or* **run ~ of sth.** พัวพันอยู่กับ *ส.น.; (fig.)* บาดหมางกับ *ส.น.*

afraid /ə'freɪd/เออะ'เฟรฺด/ *pred. adj.* **[not] be ~ [of sb./sth.]** [ไม่] กลัว [*ค.น./ส.น.*]; **be ~ lest ...:** เกรงว่า...; **be ~ to do sth.** กลัวที่จะทำ *ส.น.;* **I'm ~ so/not** ฉันเกรงว่าเป็นเช่นนั้น/ไม่เป็นเช่นนั้น; **I'm ~ [that] we must assume that....:** ฉันรู้สึกเสียใจที่เราจะต้องถือเสียว่า....

afresh /ə'freʃ/เออะ'เฟร็ช/ *adv.* อีกครั้ง, ด้วยเริ่มต้นใหม่; **every word has been translated ~:** มีการแปลคำทุกคำอีกครั้ง

Africa /'æfrɪkə/'แอฟริเคอะ/ *pr. n.* ทวีปแอฟริกา; ➡ + **black** 1 C

African /'æfrɪkən/'แอฟริเกิน/ ❶ *adj.* แห่งหรือเกี่ยวข้องกับทวีปแอฟริกา; **sb. is ~:** *ค.น.* เป็นชาวแอฟริกัน ❷ *n.* Ⓐ ชาวแอฟริกัน; Ⓑ *(Amer.: Black African)* คนนิโกร, ชาวแอฟริกันผิวดำ

African American *n.* ชาวอเมริกันเชื้อสายแอฟริกัน

African 'violet *n.* พืชไม้ดอก *Saintpaulia ionantha* ดอกสีน้ำเงิน ม่วง หรือชมพู

Afrikaans /æfrɪ'kɑːns/แอฟริ'คานซฺ/ *n.* ภาษาแอฟริคานส์ *(ภาษาของชนผิวขาวในแอฟริกาใต้ พัฒนามาจากภาษาดัชท์);* ➡ + **English** 2 A

Afrikaner /æfrɪ'kɑːnə(r)/แอฟริ'คาเนอะ(ร)/ *n.* ชาวแอฟริกาเนอร์ *(ชาวผิวขาวในแอฟริกาใต้)*

Afro /'æfrəʊ/'แอโฟร/ ❶ *adj. (ทรงผม)* แอฟโร *(ท.ศ.);* **~ look** ลักษณะแบบแอฟโร ❷ *n., pl.* **~s** ทรงผมแบบแอฟโร

Afro- /æfrəʊ/แอโฟร/ *in comb.* แอฟโร

Afro-A'merican ❶ *adj.* ชาวอเมริกันที่มีเชื้อสายแอฟริกัน ❷ *n.* คนอเมริกันเชื้อสายแอฟริกัน

Afro-Carib'bean ❶ *adj.* แห่งชาวแคริบเบียนเชื้อสายแอฟริกัน ❷ *n.* ชาวแคริบเบียนเชื้อสายแอฟริกัน

aft /ɑːft, US æft/อาฟทฺ, แอฟทฺ/ *adv. (Naut., Aeronaut.)* ทางท้าย; **go ~:** ไปทางท้าย

after /'ɑːftə(r)/'อาฟเทอะ(ร)/ ❶ *adv.* Ⓐ *(later)* หลังจาก, ต่อจาก, ภายหลัง; **two days ~:** สองวันหลังจากนั้น; **soon/shortly ~:** ไม่นาน/ในไม่ช้าหลังจากนั้น; **long ~:** ภายหลังอีกนาน; Ⓑ *(behind)* ข้างหลัง

❷ *prep.* Ⓐ ➤ 177 *(following in time)* ภายหลัง, ช้ากว่า; **~ six months** หกเดือนภายหลัง; **~ you** ทีหลังคุณ *หรือ* เชิญคุณไปก่อน; **~ you with the salt** *(coll.)* เชิญคุณเติมเกลือก่อน; **time ~ time** ครั้งแล้วครั้งเล่า; **day ~ day** วันแล้ววันเล่า; **it is a quarter ~ ten o'clock** *(Amer.)* เป็นเวลา 10 นาฬิกา 15 นาที; Ⓑ *(behind)* ข้างหลัง, ตามหลัง; *(pursuit of)* **be/shout ~ sb.** ตามหา/ตะโกนเรียก *ค.น.;* **what are you ~?** คุณต้องการอะไร; **she's only ~ his money** เธออยากได้/หวังแต่เงินของเขาเท่านั้น; Ⓒ *(about)* **ask ~ sb./sth.** ถามถึง *ค.น./ส.น.;*

afterbirth | aggression 46

a

(D) *(next in importance to)* ต่อจาก, หลัง; (E) *(in spite of)* ถึงแม้ว่า, ในที่สุด; **~ all** ในที่สุด; **so you've come ~ all!** ในที่สุดคุณก็มาถึง; **I think I'll have a beer ~ all** เออ เบียร์สักแก้วก็ดีเหมือนกัน; **so we took the train ~ all** ในที่สุดเราก็เดินทางโดยรถไฟ; (F) *(as a result of)* **~ what has happened** หลังจากที่เกิดเหตุดังกล่าว; **~ seeing that film/reading that book** หลังจากได้ดูภาพยนตร์เรื่องนั้น/อ่านหนังสือเล่มนั้น; (G) *(in allusion to, in imitation of)* ตามแบบ; เลียนแบบ; **named ~:** ตั้งชื่อตาม; **a picture ~ Rubens** ภาพวาดเลียนแบบรูเบนส์ ❸ *conj.* ภายหลัง ❹ *adj.* (A) *(later)* หลังจากนั้น, ตอนหลัง, ต่อ ๆ มา; **in ~ years** ในปีต่อ ๆ มา; (B) *(Naut.)* ไปทางท้ายเรือ

after: ~birth *n.* รกและถุงน้ำคร่ำหลังการคลอด; **~care** *n., no. pl. (after hospital stay)* การดูแลหลังการออกจาก *(โรงพยาบาล, คุก)*; **~'dinner speaker** *n.* ผู้กล่าวสุนทรพจน์หลังงานเลี้ยงกลางคืน; **~'dinner speech** *n.* สุนทรพจน์หลังการรับประทานอาหารค่ำ; **~effect** *n., usu. in pl.* ผลที่ติดตามมาภายหลัง; **~life** *n.* ชีวิตหลังจากตาย

aftermath /ˈɑːftəmæθ, -mɑːθ, US ˈæf-/ อาฟเทอะแมธ, -มาธ, ˈแอฟ-/ *n., no. pl.* ผลลัพธ์, ควันหลง; **the ~ of the war** ผลที่ติดตามมาภายหลังสงคราม; **in the ~ of sth.** ภายหลัง *ส.น.;*

afternoon /ɑːftəˈnuːn/อาฟเทอะˈนูน/ *n.* ➤ **177,** ➤ **233, 403** เวลาบ่าย, ตอนบ่าย; **this/tomorrow ~:** บ่ายนี้/บ่ายพรุ่งนี้; **during the ~:** ตอนบ่าย; **[early/late] in the ~:** พอตกบ่าย/ตอนบ่ายแก่ ๆ; **at three in the ~:** เวลาบ่าย 3 โมง; **on Monday ~s/~:** ทุกบ่ายวันจันทร์/วันจันทร์ตอนบ่าย; **one ~:** บ่ายวันหนึ่ง; **~s, of an ~:** ยามบ่าย; **~, he works at home** เขาทำงานที่บ้านในยามบ่ายเป็นกิจวัตร; **~, all!** *(coll. greeting)* สวัสดี ทุกคน; ➡ **+ good** 1 M

afters /ˈɑːftəz/ˈอาฟเทิซ/ *n.pl. (Brit. coll.)* ขนม

after: ~-sales service *n.* บริการหลังการขาย; **~shave** *n.* น้ำหอมทาหลังโกนหนวด; **~shock** *n.* แผ่นดินไหวย่อย ๆ หลังแผ่นดินไหวครั้งใหญ่; **~taste** *n.* รสที่ติดปาก *(หลังการรับประทานหรือดื่ม)*; **~thought** *n.* ความคิดนี้นึกขึ้นได้ภายหลัง; **be added as an afterthought** ได้ถูกเติมภายหลัง

afterwards /ˈɑːftəwədz, US ˈæf-/อาฟเทอะเวิดซฺ, ˈแอฟ-/ *(Amer.:* **afterward***) adv.* ในภายหลัง, ต่อมา

again /əˈgen, əˈgeɪn/เออะˈเกน, เออะˈเก็น/ *adv.* (A) *(another time)* อีกครั้งหนึ่ง, ซ้ำ; **see a film ~:** ดูภาพยนตร์อีกครั้งหนึ่ง; **play/sing a tune ~:** เล่นดนตรี/ร้องเพลงอีกครั้ง; **not ~!** อย่าบอกว่าเกิดขึ้นอีก; **~ and ~, time and [time] ~:** ซ้ำแล้วซ้ำเล่า; **back ~:** กลับไป/มาอีกครั้ง; **go back there ~:** กลับไปที่นั่นอีกครั้ง; **as much ~:** เพิ่มอีกเท่าตัว; **half as much/many ~:** เพิ่มขึ้นอีกครึ่งหนึ่ง; **come ~** *(coll.: would you say that again?)* พูดซ้ำอีกได้ไหมหรือช่วยพูดอีกครั้ง; (B) *(besides)* **[there] ~:** ยิ่งไปกว่านั้น, นอกจากนั้น; (C) *(on the other hand)* **[then/there] ~:** ถ้ามองอีกนัยหนึ่ง

against /əˈgenst, əˈgeɪnst/เออะˈเก็นซฺท, เออะˈเกนซฺท/ *prep.* (A) *(in opposition to, to the disadvantage of, in contrast to)* ในทางตรงข้าม, ต่อต้าน, เทียบ; **those ~ the motion** ผู้ไม่เห็นด้วยกับการเสนอ; **as ~:** เมื่อเปรียบเทียบกับ; **be ~ sb.'s doing sth.** ไม่เห็นด้วยที่ *ค.น.* จะทำ *ส.น.;* (B) *(into collision with, in contact with)* ข้าง, ไว้กับ; **lean sth. ~ sth.** พิง *ส.น.* กับ *ส.น.;* (C) *(in preparation for)* เพื่อป้องกัน; **protect sth. ~ frost** ปกป้อง *ส.น.* จากความหนาวจนกลายเป็นน้ำแข็ง; **save money ~ a rainy day** ออมเงินไว้เพื่อวันหน้า; **be warned ~ sth./doing sth.** ถูกเตือนให้ระวัง *ส.น.*/ไม่ให้ทำ *ส.น.;* (D) *(in return for)* ต่อ; **rate of exchange ~ the dollar** อัตราแลกเปลี่ยนต่อเงินดอลลาร์

agape /əˈgeɪp/เออะˈเกพ/ *adj.* **with mouth ~:** อ้าปากค้าง; **be ~:** อ้าปากค้าง (with ด้วย)

agaric /ˈægərɪk/ˈแอเกอะริค/ *n. (Bot)* เห็ดราในวงศ์ Agaricaceac ที่รับประทานได้

agate /ˈægət/ˈแอเกิท/ *n. (Min.)* หินโมรา

agave /əˈgeɪvɪ/เออะˈเกวิ/ *n. (Bot.)* ต้นว่านอะกาเว่ *(ท.ศ.)* มีใบเรียวยาวและมีหนามแหลม

age /eɪdʒ/เอจ/ ❶ *n.* (A) ➤ **47** อายุ, ปี, วัย; *(for children)* ขวบ; **the boys' ~s are 7, 6 and 3** อายุของเด็กชายเหล่านี้คือ 7 6 และ 3 ขวบ; **what ~ are you?, what is your ~?** คุณอายุเท่าไหร่; **at the ~ of** เมื่ออายุ...ปี; **at what ~:** เมื่ออายุกี่ปี; **children six years of ~ and under** เด็กที่มีอายุ 6 ขวบและต่ำกว่านั้น; **when I was your ~:** เมื่อฉันอายุเท่าคุณ; **he looks his ~:** เขาดูสมวัย; **come of ~:** บรรลุนิติภาวะ; *(fig.)* เป็นผู้ใหญ่แล้ว; **be over ~:** อายุเกินไป; **be/look under ~:** อ่อนวัยเกินไป/ดูเด็กเกินไป; **she's now of an ~ when she ...:** บัดนี้เธอถึงวัยที่เธอจะ...; **be** *or* **act your ~** *(coll.)* ทำตัวให้สมวัยหน่อยซิ; (B) *(advanced age)* วัยชรา; **her ~ is catching up with her** เริ่มจะดูแก่สมวัย; **her face was wrinkled with ~:** ใบหน้าของเธอย่นด้วยความชรา; **~ before beauty** *(joc.)* วัยต้องมาก่อนความงาม; (C) *(generation)* ยุค; (D) *(great period)* ระยะเวลายาวนาน; **wait [for] ~s** *or* **an ~ for sb./sth.** *(coll.)* รอคอย *ค.น./ส.น.* เป็นระยะเวลายาวนาน; **take/be ~s** *or* **an ~** *(coll.)* ใช้เวลานานมาก; **she took ~s looking for the book** เธอใช้เวลาค้นหาหนังสือนานมาก; **I'll be ~s yet** *(coll.)* ฉันจะต้องใช้เวลาอีกนานแสนนาน ❷ *v.t.* (A) ทำให้แก่ก่อนวัย, ทำให้แก่; **sth. ~s sb./sth. prematurely** *ส.น.* ทำให้ *ค.น./ส.น.* แก่ก่อนวัย; (B) *(mature)* ทำให้มีวุฒิภาวะ, ทำให้ได้ที่ *(ไวน์, เนยแข็ง)* ❸ *v.i.* แก่ลง

'age bracket *n.* ภายในขอบเขตของอายุหนึ่ง ๆ; **children in the 9/13 ~:** เด็กในวัยระหว่าง 9–13 ปี

aged ❶ *adj.* (A) /eɪdʒd/เอจดฺ/ ➤ **47 be ~ five** มีอายุ 5 ขวบ; **a boy ~ five** เด็กชายอายุ 5 ขวบ; (B) /eɪdʒd/เอจดฺ/ *(matured)* มีวุฒิภาวะ, แก่จัด, ได้ที่; (C) /ˈeɪdʒɪd/ˈเอจิด/ *(elderly)* แก่ชรา ❷ *n. pl.* **the ~:** คนชรา, คนแก่ *(ภ.พ.)*

'age group *n.* กลุ่มบุคคลที่มีอายุเดียวกัน, กลุ่มอายุ

ageism /ˈeɪdʒɪzm/ˈเอจิซ'ม/ *n.* อคติต่อผู้สูงอายุ

ageist /ˈeɪdʒɪst/ˈเอจิซท/ *adj. (policy, rule)* *(คำพูด, กฎ)* มีอคติต่อผู้สูงอายุ

ageless /ˈeɪdʒlɪs/ˈเอจลิซ/ *adj.* *(บุคคล)* ไม่แก่, ดูไม่แก่; *(eternal)* เป็นอมตะ

age: ~ limit *n.* ข้อจำกัดทางอายุ; **~-long** *adj.* ที่ยาวนาน

agency /ˈeɪdʒənsɪ/ˈเอเจินซิ/ *n.* (A) *(action)* การกระทำ, การปฏิบัติการ; **through/by the ~ of sb./sth.** โดยการกระทำของ *ค.น./ส.น.;* (B) *(business establishment)* บริษัทตัวแทนธุรกิจหรือสถานที่ประกอบการของตัวแทน; *(news/advertising ~)* บริษัททำข่าว/โฆษณา; *(United Nations Department)* หน่วยงานพิเศษขององค์การสหประชาชาติหรือของประเทศ

agenda /əˈdʒendə/เออะˈเจ็นเดอะ/ *n. (lit. or fig.)* ระเบียบวาระ; วาระการประชุม; **[be] on the ~:** อยู่ในวาระการประชุม; **six items on the ~:** 6 วาระในระเบียบการ; **be high on the ~:** อยู่ในระดับสูงในวาระการประชุม; **have a hidden ~:** มีวาระอื่นแอบแฝงอยู่/มีวาระซ่อนเร้น

agent /ˈeɪdʒənt/ˈเอเจินทฺ/ *n.* (A) แรงผลักดัน; *(Ling.)* วิธีการที่เกิดขึ้น; **be a free ~:** ทำตัวตามอำเภอใจตัวเอง หรือ ไม่...กับใคร; (B) *(substance)* ตัวกระทำ; **an oxidizing ~:** สสารที่ก่อให้เกิดการรวมตัวกับก๊าซออกซิเจน; (C) *(one who acts for another)* ผู้ทำการแทนตัวแทน; (D) *(spy)* จารชน, สายลับ

agent provocateur /ɑːʒɑ̃ prɒvɒkəˈtɜː(r)/อาฌอง พรฺอวอเคอะˈเทอะ(ร)/ *n., pl.* **agents provocateurs** /ɑːʒɑ̃ prɒvɒkəˈtɜː(r)/อาฌอง พรฺอวอเคอะˈเทอะ(ร)/ สายก่อกวน

age: ~-old /eɪdʒˈəʊld/เอจˈโอลดฺ/ *adj.* ดำรงอยู่เป็นเวลานาน; **~ range** *n.* ช่วงอายุ; **people in the 25 – 30 ~:** คนที่มีอายุระหว่าง 25–30 ปี; ➡ **+ age bracket**

agglomerate /əˈglɒməreɪt/เออะˈกลฺอเมอะเริท/ *v.t.* รวบรวมให้เป็นกลุ่มก้อน, สะสมในลักษณะที่ไม่เป็นระเบียบ

agglomeration /əglɒməˈreɪʃn/เออะˈกลฺอเมอะเรช'น/ *n. (mass)* มวลวัตถุ, การรวมสิ่งของอย่างไม่เป็นระเบียบ

aggrandizement /əˈgrændɪzmənt/เออะˈแกรนดิซเมินทฺ/ *n., no. pl.* การขยาย *(อำนาจ, อิทธิพล)*; **his personal ~:** การขยายอิทธิพลส่วนตัวของเขา

aggravate /ˈægrəveɪt/ˈแอเกรฺอะเวท/ *v.t.* (A) เพิ่มความรุนแรง *(การโต้แย้ง)*; ทำให้เลวร้ายลงไป *(สถานการณ์)*; (B) *(coll.: annoy)* ทำให้รำคาญ, ทำให้โกรธ; **be ~d by sth.** *ส.น.* ทำให้โกรธ

aggravating /ˈægrəveɪtɪŋ/ˈแอเกรฺอะเวทิง/ *adj. (coll.)* น่ารำคาญ; *(เด็ก, เสียง)* ที่กวนประสาท

aggravation /ægrəˈveɪʃn/แอเกรฺอะˈเวช'น/ *n., no pl.* (A) การเพิ่มความรุนแรง; *(of dispute)* การดุเดือดขึ้น; (B) *(coll.: annoyance)* สิ่งที่น่ารำคาญ

aggregate /ˈægrɪgət/ˈแอกฺริเกิท/ ❶ *n.* (A) *(sum total)* จำนวนเต็ม; ขันธ์ *(ร.บ.)*; *(assemblage)* จำนวนรวม; **in the ~:** ถ้ารวบรวมทั้งหมด หรือ ถ้ามองภาพกว้าง; (B) *(Building)* ชิ้นส่วนของหิน, กรวด ฯลฯ ที่ผสมทำคอนกรีต; (C) *(Geol.)* หินที่รวมแร่หลากหลาย ❷ *adj.* *(collected into one)* รวบรวมเป็นกลุ่ม, โดยรวม; **the ~ amount** จำนวนโดยรวม ❸ /ˈægrɪgeɪt/ˈแอกฺริเกท/ *v.t.* (A) รวบรวมเข้าด้วยกัน *(วัตถุ, สิ่งของ)*; **was ~d to the group** ถูกรวบรวมให้เข้าอยู่ในกลุ่ม; (B) *(unite)* ทำให้เป็นอันหนึ่งอันเดียว; *(coll.: amount to)* มีจำนวนรวมเป็น; **audiences aggregating 7 million** ผู้ชมซึ่งมีทั้งหมด 7 ล้านคน

aggregation /ægrɪˈgeɪʃn/แอกฺริˈเกช'น/ *n.* การรวบรวมให้เป็นกลุ่มก้อน

aggression /əˈgreʃn/เออะˈเกรฺช'น/ *n.* (A) *no pl.* การรุกราน; **an act of open ~:** การกระทำที่แสดงออกซึ่งการรุกรานอย่างเปิดเผย;

Age (อายุ)

How old? (อายุเท่าไร)

How old is she?, What age is she?
= เธออายุเท่าไร

She is forty [years old] or (more formal) ***forty years of age***
= เธออายุ 40 (ปี)

He has just turned sixty
= เขาเพิ่งจะอายุ 60

At the age of twenty
= เมื่อตอนที่อายุ 20 *หรือ* ตอนอายุ 20

Life begins at forty
= ชีวิตเริ่มต้นเมื่ออายุ 40

a man of fifty or ***aged fifty***
= ชายวัย 50 *หรือ* ชายอายุ 50

a girl of ten
= เด็กหญิงอายุ 10 ขวบ

a thirty-year-old [man]
= ชายวัย 30 *หรือ* ชายอายุ 30

a thirty-year-old [woman]
= หญิงวัย 30 *หรือ* หญิงอายุ 30

an eighty-year-old pensioner
= บุคคลวัย 80 ผู้รับบำนาญ

They have an eight-year-old and a five-year-old
= พวกเขามีลูกอายุแปดขวบและห้าขวบ

Older and younger (แก่กว่าและอ่อนกว่า)

I'm older than you [are]
= ฉันแก่กว่าคุณ

She's younger than him or ***than he is***
= เธออ่อนกว่าเขา

He's four years older than me or (more formal) ***four years my senior***
= เขาแก่กว่าฉัน 4 ปี *หรือ* อาวุโสกว่าฉัน 4 ปี

You are twenty years younger than her or (more formal) ***twenty years her junior***
= คุณอ่อน/เด็กกว่าเธอ 20 ปี *หรือ* อาวุโสน้อยกว่า 20 ปี

They are the same age
= พวกเขาอายุเท่ากัน

She is [exactly] the same age as John
= เธออายุเท่ากับจอห์นพอดี

Approximate ages (อายุโดยประมาณ)

He's about fifty
= เขาอายุประมาณ 50

She's just over sixty
= เธอเพิ่งอายุ 60 กว่า

He's nearly seventy or ***just under seventy***
= เขาอายุเกือบ 70 *หรือ* ใกล้จะ 70

He's getting on for seventy
= เขากำลังจะย่างเข้าอายุ 70

She's in her sixties
= เธออายุ 60 กว่าๆ

He's in his late/early sixties
= เขาอายุ 60 ปลายๆ/ต้นๆ

Jane's in her mid-forties
= เจนอายุประมาณ 45

He's still a teenager or ***in his teens***
= เขายังเป็นวัยรุ่น *หรือ* เขาอยู่ในช่วงวัยรุ่น

Her son's just ten
= ลูกชายของเธออายุเพิ่ง 10 ขวบ

She's barely twelve
= เธอเพิ่งจะอายุ 12 ปี

Games for the under-twelves
= เกมส์สำหรับเด็กอายุต่ำกว่า 12

Only for the over-eighties
= เฉพาะผู้มีอายุเกิน 80 ปีขึ้นไป

Ⓑ *(unprovoked attack)* การโจมตี; Ⓒ *no pl. (Psych.)* ความก้าวร้าว

aggressive /ə'gresɪv/เออะ'เกร็ชชิว/ *adj.* *(สัตว์)* ดุร้าย; ที่ใช้การโจมตี; ก้าวร้าว, รุกราน

aggressively /ə'gresɪvlɪ/เออ'เกร็ชวลิ/ *adv.* อย่างจู่โจม, อย่างเป็นปฏิปักษ์, อย่างก้าวร้าว; *(forcefully) (ขายของ)* อย่างดุเดือด; *(ทำงาน)* อย่างเอาจริงเอาจัง; **the product was marketed ~:** ผลิตภัณฑ์ชิ้นนี้วางตลาดอย่างพร้อมแข่งขันกับคู่แข่ง

aggressiveness /ə'gresɪvnɪs/เออ'เกร็ชชิวนิช/ *n., no pl.* ความก้าวร้าว, ความดุเดือด, การพร้อมที่จะรุกราน

aggressor /ə'gresə(r)/เออะ'เกร็ชเซอะ(ร)/ *n.* ผู้รุกราน, ผู้ก้าวร้าว

aggrieve /ə'gri:v/เออะ'กรีว/ *v.t.* Ⓐ *(treat unfairly)* ปฏิบัติต่อผู้อื่นอย่างไม่ยุติธรรม; **feel [oneself] much ~d at** *or* **over sth.** รู้สึกว่าได้รับการปฏิบัติอย่างไม่ยุติธรรมใน *ส.น.*; Ⓑ **~d** *(resentful)* ขุ่นเคืองไม่พอใจ; *(offended)* โกรธ, น้อยใจ

aggro /'ægrəʊ/'แอโกร/ *n., no pl. (Brit. sl.)* พฤติกรรมก้าวร้าว, การหาเรื่อง, ก้าวร้าว; **they are looking for ~:** พวกเขากำลังรนหาที่

aghast /ə'gɑ:st/เออะ'กาซท/ *pred. adj.* *(horrified)* ตกตะลึง; *(terrified)* อกสั่นขวัญหาย; **we stood ~ as ...:** เรายืนตะลึงในขณะที่...

agile /'ædʒaɪl, US 'ædʒl/'แอจายล, 'แอจ'ล/ *adj.* เคลื่อนไหวรวดเร็ว, ว่องไว, แข็งขัน

agility /ə'dʒɪlɪtɪ/เออะ'จิลลิทิ/ *n., no pl.:* ➡ **agile:** ความรวดเร็ว, ความว่องไว, ความแข็งขัน; **mental ~:** สมองที่เฉียบไว

agitate /'ædʒɪteɪt/'แอจิเทท/ ❶ *v.t.* Ⓐ *(shake)* เขย่า; *(stir up)* กวน; Ⓑ *(disturb)* รบกวน, ทำให้รำคาญ ❷ *v.i.* **~ for/against sth.** รณรงค์เพื่อ/เป็นการต่อต้าน *ส.น.*

agitated /'ædʒɪteɪtɪd/'แอจิเททดิด/ *adj.* กระวนกระวายใจ

agitation /ædʒɪ'teɪʃn/แอจิ'เทช'น/ *n.* Ⓐ *(shaking)* การเขย่า; *(stirring up)* การกวน; Ⓑ *(emotional disturbance)* ความวิตกกังวล, ความไม่สบายใจ; Ⓒ *(campaign)* การรณรงค์

agitator /'ædʒɪteɪtə(r)/'แอจิเทเทอะ(ร)/ *n.* Ⓐ ผู้ปลุกระดม, ผู้รณรงค์, ผู้ต่อต้าน *ส.น.*; Ⓑ *(device)* เครื่องกวนของเหลวให้เข้ากัน

AGM *abbr.* **Annual General Meeting** การประชุมสามัญประจำปี

agnostic /æg'nɒstɪk/แอก'นอซติค/ ❶ *adj.* แบบอไญยนิยาม ❷ *n.* ผู้ที่เชื่อว่าไม่สามารถรู้ได้ว่าพระเจ้ามีจริงหรือไม่

agnosticism /æg'nɒstɪsɪzm/แอก'นอซติซิซ'ม/ *n., no pl.* อไญยนิยม *(ร.บ.)*, *ความเชื่อว่าไม่สามารถรู้ได้ว่าพระเจ้ามีจริงหรือไม่*

ago /ə'gəʊ/เออะ'โก/ *adv.* **ten years ~:** สิบปีมาแล้ว; **[not] long ~:** [ไม่] นานมาแล้ว; **that was a long while ~:** นั่นเป็นเวลานานมาแล้ว; **how long ~ is it that...?** นานเท่าไหร่แล้วที่...; **no longer ~ than last Sunday** ไม่นานเกินวันอาทิตย์ที่แล้ว; *(only last Sunday)* วันอาทิตย์ที่ผ่านมา

agog /ə'gɒg/เออะ'กอก/ *pred. adj.* ตื่นเต้น **(for** ที่จะ); **be ~ for news/to hear the news** ตื่นเต้นที่จะได้ยินข่าวคราว

agonize /'ægənaɪz/'แอเกอะนายซ/ ❶ *v.i.* Ⓐ *(suffer agony)* เจ็บปวด, ทนทุกข์ทรมาน; Ⓑ *(fig.: struggle)* ดิ้นรน; **~ over sth.** ดิ้นรน/วิตกทุกข์ร้อนเกี่ยวกับ *ส.น.* ❷ *v.t.* สร้างความเจ็บปวด/ความทุกข์ทรมาน/ความวิตกทุกข์ร้อน; **an ~d scream** เสียงกรีดร้องแสดงความเจ็บปวด; **an agonizing wait** *(fig.)* การรอคอยที่สร้างความกระวนกระวายใจ

agony /'ægənɪ/'แอเกอะนิ/ *n.* ความเจ็บปวดอย่างรุนแรง, ทุกข์ทรมาน; **suffer ~/agonies** ต้องทนทุกข์ทรมานอย่างรุนแรง; **die in ~:** ตายด้วยความเจ็บปวด; **in an ~ of indecision/anticipation** *(fig.)* ภายใต้ความทุกข์ทรมานใจที่ตัดสินใจไม่ได้/ที่ต้องรอคอย; **death ~, last ~:** ความทรมานก่อนตาย

agony: ~ aunt *n. (coll.)* ผู้ตอบจดหมายในคอลัมน์ปัญหาชีวิตตามหน้าหนังสือพิมพ์หรือ

นิตยสาร, ศิราณี; ~ **column** *n. (Brit. coll.)* คอลัมน์ตอบปัญหาชีวิต; *(advice column)* คอลัมน์ให้คำแนะนำชีวิต

agoraphobia /ægərə'fəʊbɪə/แอเกอะเรอะ'โฟเบีย/*n. (Psych.)* อาการกลัวที่โล่งอย่างผิดปกติ

agrarian /ə'greərɪən/เออะ'แกรฺเรียน/ *adj. (relating to agricultural matters)* ทางเกษตรกรรม; **agrarian reform** การปฏิรูปทางการเกษตรกรรม

agree /ə'gri:/เออะ'กรี/ ❶ *v.i.* Ⓐ *(consent)* ยินยอม, ยอมรับ, ตกลง; ~ **to** *or* **with sth./to do sth.** ยินยอมกับ *ส.น./*ทำ *ส.น.*; **we can only ~ to differ** *or* **disagree** เราก็ได้แต่ยอมรับว่าเรามีความเห็นแตกต่างกัน; Ⓑ *(hold similar opinion)* เห็นด้วย; **they ~d [with me]** พวกเขาเห็นด้วย [กับฉัน]; ~ **with sb. about** *or* **on sth./that ...:** เห็นด้วยกับ *ค.น.* ในเรื่องนั้น *ส.น.* ที่ว่า...; **I ~:** เห็นด้วย; **I couldn't ~ more** ฉันเห็นด้วยอย่างยิ่ง; **do you ~ with what I say?** คุณเห็นด้วยกับสิ่งที่ฉันพูดไหม; Ⓒ *(reach similar opinion)* ~ **on sth.** เห็นพ้องกัน; **we could not ~ on how ...:** เราไม่สามารถเห็นพ้องกันด้วยเรื่อง...; Ⓓ *(harmonize)* ผสมกลมกลืน; **sth. ~s with sth.** *ส.น.* กลมกลืนกับ *ส.น.*; **make ~:** ทำให้เข้ากัน; ~ **closely** เข้ากันได้ดี; Ⓔ *(suit)* ~ **with sb.** ถูกคอกับ *ค.น.*; Ⓕ *(Ling.)* มีจำนวนเพศหรือบุรุษเดียวกัน

❷ *v.t.* Ⓐ *(reach agreement about)* ตกลงได้; Ⓑ *(consent to)* ~ **sth.** ให้การยอมรับ *ส.น.*

agreeable /ə'gri:əbl/เออะ'กรีเออบ'ล/ *adj.* Ⓐ *(pleasing) (บุคคล)* น่าพึงพอใจ; *(นิสัย)* ดี; *(เสียง)* ไพเราะ; *(บรรยากาศ)* สบาย; Ⓑ *(coll.: willing to agree)* **be ~ [to sth.]** เห็นด้วย [กับ *ส.น.*]

agreeableness /ə'gri:əbəlnɪs/เออะ'กรีเออะเบิลนิซ/ *n., no pl.* **the ~ of his company** ความรู้สึกสบายใจเมื่ออยู่กับเขา; **the ~ of the taste/climate** รสชาติที่ถูกปาก/ดินฟ้าอากาศที่สบาย

agreeably /ə'gri:əblɪ/เออะ'กรีเออะบลิ/ *adv.* อย่างเป็นที่น่าพึงพอใจ; ~ **surprised** แปลกใจอย่างน่าพึงพอใจ; **we were ~ entertained** เราได้รับความบันเทิงอย่างน่าพึงพอใจ

agreed /ə'gri:d/เออะ'กรีด/ *adj.* ซึ่งเป็นที่ตกลง *(ราคา, เวลา)*; **be ~ that .../about sth.** เห็นพ้องกัน/เกี่ยวกับ; **it was ~ that ...:** เป็นที่ตกลงว่า...; **~!** ตกลง

agreement /ə'gri:mənt/เออะ'กรีเมินทฺ/ *n.* Ⓐ การตกลง; *(mutual understanding)* การเห็นด้วย, ความเข้าใจกัน; **I'm in ~ with what you say** ฉันเห็นด้วยกับสิ่งที่คุณกล่าว; **enter into an ~:** บรรลุข้อตกลง; **come to** *or* **reach an ~ with sb. [about sth.]** ได้ข้อตกลงกับ *ค.น.* [เกี่ยวกับ *ส.น.*]; Ⓑ *(treaty)* สนธิสัญญา, ข้อตกลง; Ⓒ *no pl., no indef. art. (state of harmony)* สภาวะแห่งการผสมกลมกลืนกัน; Ⓓ *(Law)* สัญญา; **legal ~:** สัญญาทางกฎหมาย; Ⓔ *(Ling.)* ความสอดคล้องของเพศการกหรือบุรุษตามหลักไวยากรณ์

agribusiness /'ægrɪbɪznɪs/'แอกริบิซนิซ/ *n.* ธุรกิจด้านเกษตรกรรม, วิสาหกิจเกษตร

agrichemical /'ægrɪkemɪkl/'แอกริเคมิค'ล/ *n.* สารเคมีที่ใช้ในการเกษตรกรรม

agricultural /ægrɪ'kʌltʃərl/แอกริ'คัลเฉอะร'ล/ *adj.* แห่ง/เกี่ยวกับเกษตรกรรม/กสิกรรม; ~ **worker** คนงานเกษตรกรรม/กสิกรรม

agriculturalist /ægrɪ'kʌltʃərəlɪst/แอกริ'คัลเฉอะเรอะลิซทฺ/ ➡ **agriculturist**

agriculture /'ægrɪkʌltʃə(r)/'แอกริเคิลเฉอะ(ร)/ *n.* การเกษตรกรรม/การกสิกรรม

agriculturist /ægrɪ'kʌltʃərɪst/แอกริ'คัลเฉอะริซท/ *n.* ➤ 489 ผู้เชี่ยวชาญด้านการเกษตร; *(farmer)* ชาวนา

agrimony /'ægrɪmənɪ/'แอกริเมอะนิ/ *n. (Bot.)* พืชในสกุล *Agrimonia* มีดอกเล็กสีเหลือง

agriscience /'ægrɪsaɪəns/'แอกริซายเอินซฺ/ *n.* เกษตรเทคโนโลยี

agro-industry /'ægrəʊˌɪndəstrɪ/'แอกรอินดัซตริ/ *n.* เกษตรอุตสาหกรรม

aground /ə'graʊnd/เออะ'กฺราวนฺดฺ/ *pred. adj.* เกยตื้น, เกยฝั่ง; **go** *or* **run ~:** ขึ้นเกยตื้น, ขึ้นเกยฝั่ง

ague /'eɪgju:/'เอกิว/ *n.* ➤ 453 *(fever)* อาการจับไข้ที่เป็นระยะ *(เช่น ไข้จับสั่น)*; *(shivering fit)* อาการจับไข้หนาวสั่นเป็นระยะ

ah /ɑ:/อา/ *int.* โอ้; *(of pleasure)* เออ

aha /ɑ:'hɑ:, ə'hɑ:/อา'ฮา, เออะ'ฮา/ *int.* อา ฮา

ahead /ə'hed/เออะ'เฮ็ด/ *adv.* Ⓐ *(further forward in space)* ข้างหน้า; **the way ~ was blocked** หนทางข้างหน้าถูกปิดกั้น; **right** *or* **straight ~ of us** *(directly in line)* ข้างหน้าเราพอดี; **keep going straight ~** *(straight forwards)* จงตรงไปข้างหน้าเรื่อย ๆ; Ⓑ *(fig.)* **be ~ of the others** นำหน้าคนอื่น ๆ; **be ~ on points** มีคะแนนนำ; **get ~:** ก้าวหน้า; Ⓒ *(further forward in time)* ~ **of us lay three days of intensive training** 3 วันแห่งการฝึกอย่างเข้มข้นรอเราอยู่ข้างหน้า; **Bangkok is seven hours ~ of London** เวลาในกรุงเทพฯ เร็วกว่าลอนดอนเจ็ดชั่วโมง; **finish ~ of schedule** *or* **time** เสร็จก่อนเวลา; **get home ~ of sb.** ถึงบ้านก่อน *ค.น.*; **we've got ~ of ourselves** *(fig.)* เราทำได้เร็วเกินไป; **there is no point in looking too far ~:** ไม่มีประโยชน์ที่จะมองไปข้างหน้าไกลจนเกินไป

ahoy /ə'hɔɪ/เออะ'ฮอย/ *int. (Naut.)* เสียงร้องทักทายของชาวเรือ, เฮ้ย

AI *abbr.* Ⓐ **Artificial Intelligence** เอ.ไอ., ปัญญาประดิษฐ์; Ⓑ **artificial insemination** การผสมเทียม

aid /eɪd/เอด/ ❶ *v.t.* ~ **sb. [to do sth.]** ช่วยให้ *ค.น.* [ทำ *ส.น.*]; **~ed by** ช่วยเหลือโดย; **the finances have been ~ed by donations** ได้รับการช่วยเหลือทางการเงินจากการบริจาค; ➡ + **abet**; *(promote)* ส่งเสริม, สนับสนุน ❷ *n.* Ⓐ *no pl. (help)* ความช่วยเหลือ, การสนับสนุน; **come to sb.'s ~, go to the ~ of sb.** มาช่วยเหลือ/*ค.น.*; **with the ~ of sth./sb.** ด้วยความช่วยเหลือ/การสนับสนุนจาก *ส.น./ค.น.*; **in ~ of sb./sth.** เพื่อการช่วยเหลือ/สนับสนุน *ค.น./ส.น.*; **collect money in ~ of charity** เก็บเงินเพื่อสนับสนุนการกุศล; **what's [all] this in ~ of?** *(coll.)* จุดประสงค์ของสิ่ง [เหล่า] นี้คืออะไร; ➡ + **foreign aid**; Ⓑ *(source of help)* แหล่งความช่วยเหลือ

aide /eɪd/เอด/ *n.* Ⓐ ➡ **aide-de-camp**; Ⓑ *(assistant)* ผู้ช่วย

aide-de-camp /eɪddə'kɑ̃:/เอดเดอะ'คอง/ *n., pl.* **aides-de-camp** /eɪddə'kɑ̃:/เอดเดอะ'คอง/ *(Mil.)* นายทหารคนสนิท, องครักษ์

aide-mémoire /'eɪdmemwɑ:(r)/'เอดเม็มวา(ร)/ *n. (aid to memory)* บันทึกช่วยจำ

Aids /eɪdz/เอดซฺ/ *n., no pl., no. art.* ➤ 453 โรคเอดส์ *(ท.ศ.)*, โรคภูมิคุ้มกันบกพร่อง; **Aids test** *n.* การตรวจเลือดเพื่อหาเชื้อเอชไอวี; ~ **victim** ผู้เป็นโรคเอดส์; ~ **virus** ไวรัสที่ก่อให้เกิดโรคเอดส์

'Aids-related *adj.* ~ **disease/illness** โรคแทรกซ้อนอันเนื่องมาจากโรคเอดส์

aikido /'aɪkɪdəʊ/'ไอคิโด/ *n. (Sport)* กีฬาเอกิโดะ *(ท.ศ.) (วิธีป้องกันตัวแบบหนึ่งของญี่ปุ่น)*

ail /eɪl/เอล/ *v.t. (arch.: trouble)* ทำให้เป็นทุกข์; **what ~s him?** อะไรทำให้เขาเป็นทุกข์

ailing /'eɪlɪŋ/'เอลิง/ *adj. (sickly)* เจ็บป่วยเรื้อรัง

ailment /'eɪlmənt/'เอลเมินทฺ/ *n.* ความเจ็บป่วย; **minor ~:** ความเจ็บป่วยเล็ก ๆ น้อย ๆ

aim /eɪm/เอม/ ❶ *v.t.* มุ่ง, เล็ง *(อาวุธ, ไม้เทนนิส)*; เก็ง; ~ **sth. at sb./sth.** มุ่ง *ส.น.* ที่ *ค.น./ส.น.*; **that remark was not ~ed at you** *(fig.)* ข้อสังเกตนั้นไม่ได้มุ่งที่คุณ; ~ **a blow/shot/book at sb.** เก็งหมัด/เล็งปืน/โยนหนังสือไปยัง *ค.น.*

❷ *v.i.* Ⓐ ตั้งเป้าหมาย; ~ **at sth./sb.** เล็งใส่ *ส.น./ค.น.*; ~ **high/wide** เล็งสูง/ออกข้างมากเกินไป; ~ **high** *(fig.)* ตั้งเป้าหมายไว้สูง; Ⓑ *(intend)* ~ **to do sth.** *or* **at doing sth.** ตั้งใจจะทำ *ส.น.*; **please ~ to be back by 4 p.m.** ขอให้พยายามที่จะกลับมาให้ทันเวลาบ่าย 4 โมง; ~ **at** *or* **for sth.** *(fig.)* มุ่งที่จะได้ *ส.น.*; **I'm not quite sure what you're ~ing at** *(fig.)* ฉันไม่ค่อยแน่ใจว่าคุณกำลังมุ่งหวังอะไร

❸ *n.* Ⓐ เป้าหมาย, เป้า, การเล็ง; **his ~ was true** การเล็งเป้าของเขาแม่นยำ; **take ~ [at sth./sb.]** ตั้งเป้า [ที่ *ส.น./ค.น.*]; **take ~ at the target** เล็งให้ตรงเป้า; Ⓑ *(purpose)* จุดประสงค์, เป้าหมาย

aimless /'eɪmlɪs/'เอมลิซ/ *adj. (ชีวิต, กิจกรรม)* ปราศจากเป้าหมาย, ไร้จุดหมาย; *(พฤติกรรม)* ที่ไร้ประโยชน์

aimlessly /'eɪmlɪslɪ/'เอมลิซลิ/ *adv.* อย่างไร้เป้าหมาย

aimlessness /'eɪmlɪsnɪs/'เอมลิซนิซ/ *n.* ความไร้เป้าหมาย

ain't /eɪnt/เอนทฺ/ *(coll.)* Ⓐ = **am not, is not, are not**; ➡ **be**; Ⓑ = **has not, have not**; ➡ **have** 2

air /eə(r)/แอ(ร)/ ❶ *n.* Ⓐ อากาศ; **take the ~:** ไปสูดอากาศข้างนอก; **be in the ~** *(fig.) (be spreading) (ข่าวลือ, ความคิด)* กำลังแพร่กระจายไปทั่ว; *(be uncertain) (แผน, โครงการ)* ยังไม่ลงตัว; **be up in the ~** *(ข่าวลือ, ความคิด)* กำลังแพร่กระจายไปทั่ว; *(be uncertain) (แผนที่, โครงการ)* ยังไม่ลงตัว; **be walking on ~** *(fig.)* รู้สึกมีความสุขเต็มที่; **by ~:** ทางอากาศ; **travel by ~:** เดินทางโดยเครื่องบิน; **send a letter by ~:** ส่งจดหมายทางไปรษณีย์อากาศ; **from the ~:** มองจากอากาศลงมา; Ⓑ *(breeze)* สายลม, ลมโชย; Ⓒ *(Radio, Telev.)* **be/go on the ~:** ออกอากาศ; **be/go off the ~:** เลิกออกอากาศ; Ⓓ *(appearance)* **there was an ~ of absurdity about the whole exercise** เรื่องราวทั้งหมดนี้มีลักษณะไม่ชอบมาพากล; **his newspaper stories have the ~ of fiction** เรื่องที่เขาเขียนลงหนังสือพิมพ์มีลักษณะเป็นนิยาย; Ⓔ *(bearing)* ท่าทาง; *(facial expression)* หน้าตา หรือ สีหน้า; **~s and graces** ท่าทางดัดจริต; **give oneself** *or* **put on ~s** ทำวางท่า; Ⓕ *(Mus.)* ทำนองเพลง/ดนตรี

❷ *v.t.* Ⓐ *(ventilate)* ระบายอากาศ, ถ่ายเทอากาศ; **~ a room** ระบายอากาศในห้อง; Ⓑ *(finish drying)* ตาก/ผึ่งให้แห้ง; Ⓒ *(parade)* อวด, โชว์ *(ความสามารถ)*; Ⓓ *(make public)* แสดง

❸ *v.i. (be ventilated)* ผึ่งลม *(เปิดเผยความคิดเห็น)*

air: ~ bag *n. (Motor Veh.* ถุงลมนิรภัย; **~ base** *n. (Air Force)* ฐานทัพอากาศ; **~bed** *n.* ที่นอนอากาศ; **~borne** *adj.* **~borne bacteria** เชื้อแบคทีเรียที่มาทางอากาศ; **~borne freight** สินค้าที่ขนส่งทางอากาศ; **~borne troops** *pl.* กองกำลังทหารที่ขนส่งทางอากาศ; **become ~borne** บิน/ลอยขึ้นในอากาศ *(เครื่องบิน, ลูกโป่ง)*; **~ brake** *n.* ห้ามล้อลม, เบรกลม; **~ brick** *n.* แผ่นอิฐเจาะรู; **~brush** *n.* เครื่องพ่นสีอัดอากาศ; **~ bubble** *n.* ฟองอากาศ; **~ bus** *n.* เครื่องแอร์บัส *(ท.ศ.)* เครื่องบินโดยสารชนิดหนึ่ง; **~ conditioned** *adj.* ซึ่งปรับอากาศ; **~ conditioner** *n.* เครื่องปรับอากาศ, แอร์ *(ท.ศ.)*; **~ conditioning** *n., no pl.* ระบบปรับอากาศ; **~-cooled** *adj.* ซึ่งทำให้เย็นโดยใช้ลม; **~ corridor** *n. (Aeronaut.)* เส้นทางบินที่กำหนดไว้, ระเบียงการบิน; **~ cover** *n.* การคุ้มกันโดยเครื่องบิน

aircraft /ˈeəkrɑːft/ˈแอคราฟท/ *n., pl. same (aeroplane)* อากาศยาน; *(aeroplane)* เครื่องบิน

aircraft: ~ carrier *n. (Navy)* เรือบรรทุกเครื่องบิน; **~ noise** *n.* เสียงลมผ่านอย่างรวดเร็ว

air: ~ crew *n.* พนักงานประจำเครื่องบิน; **~ cushion** *n.* Ⓐ หมอนลม; Ⓑ **~ vehicle** ยานพาหนะที่มีชั้นอากาศเป็นหมอนลมรองยาน; **~drop** *n.* การทิ้ง *(เสบียง, อาวุธ, กองทหาร)* จากเครื่องบินด้วยร่มชูชีพ; **~ duct** *n.* ท่อระบายลม/อากาศ

Airedale /ˈeədeɪl/ˈแอเดล/ *n.* สุนัขเทอร์เรียขนาดใหญ่ ขนหยาบ

airer /ˈeərə(r)/ˈแอเรอะ(ร)/ *n.* ราวตากผ้า

air: ~ fare *n.* ค่าโดยสารเครื่องบิน; **~ ferry** *n. (~craft)* อากาศยาน; *(service)* การบริการรับส่งโดยอากาศยาน; **~field** *n.* สนามบิน; **~ filter** *n.* เครื่องกรองอากาศ; **~foil** *n. (Amer.)* ➡ **aerofoil**; **~ force** *n.* กองทัพอากาศ; **~frame** *n. (Aeronaut.)* ลำตัวเครื่องบิน; **~ freshener** *n.* น้ำหอมปรับอากาศ; **~gun** *n.* ปืนลม, ปืนอัดลม; **~ hostess** *n.* ➤ **489** พนักงานบริการหญิงบนเครื่องบิน, แอร์โฮสเตส *(ท.ศ.)*

airily /ˈeərɪlɪ/ˈแอริลิ/ *adv. (flippantly)* อย่างไร้แก่นสาร, อย่างเล่น ๆ

airiness /ˈeərɪnɪs/ˈแอรินิซ/ *n., no pl. (flippancy)* ความไม่ใส่ใจ, ความไร้แก่นสาร

airing /ˈeərɪŋ/ˈแอริง/ *n.* การอบ/ตากให้แห้ง; **these clothes need a good ~:** เสื้อผ้าเหล่านี้ต้องตากให้แห้ง; **~ cupboard** ตู้อบแห้ง; **give a problem an ~:** *(fig.)* ยกปัญหาขึ้นมาอย่างเปิดเผย

airless /ˈeəlɪs/ˈแอลิซ/ *adj. (ห้อง, ที่ทำงาน)* อบอ้าว, ไม่มีอากาศถ่ายเท, อุดอู้

air: ~ letter *n.* ไปรษณีย์อากาศ; **~lift** *n.* การลำเลียงขนส่งทางอากาศ; **~line** *n.* สายการบิน; *attrib.* **~line pilot** ➤ **489** นักบินประจำสายการบิน; **~ liner** *n.* เครื่องบินโดยสาร; **~lock** *n.* Ⓐ *(stoppage)* การที่น้ำหยุดไหล อันเกิดจากฟองอากาศอุดตัน, ภาวะอากาศอุดตัน; Ⓑ *(of spacecraft etc.)* ห้องปรับความกดอากาศ *(ระหว่างยานอวกาศสองลำ)*; **by ~ mail** ทางไปรษณีย์อากาศ; **~mail** *v.t.* ไปรษณีย์อากาศ; **~man** /ˈeəmən/ˈแอเมิน/ *n., pl.* **~men** /ˈeəmən/ˈแอเมิน/ นักบิน; **~ mile** *n.* ระยะทางบิน; **~-minded** *adj.* ใจลอย, เลื่อนลอย; **~miss** *n. (Aeronaut.)* การที่เครื่องบินบินใกล้กันเกินไป; **~plane** *(Amer.)* ➡ **aeroplane**; **~-play** *n., no pl. (Radio)* การเล่นแผ่นเสียง/ซีดีออกอากาศ; **~ pocket** *n. (Aeronaut.)* หลุมอากาศ; **~ pollution** *n.* มลพิษทางอากาศ; **~port** *n.* ท่าอากาศยาน; **~port tax** ภาษีสนามบิน; **~ pressure** *n.* ความกดอากาศ; **~ pump** *n.* เครื่องสูบลม; **~ rage** *n.* การอาละวาดระหว่างผู้โดยสารบนเครื่องบิน; **~ raid** *n.* การโจมตีทางอากาศ; **~-raid precautions** การเตรียมพร้อมเพื่อต่อต้านภัยทางอากาศ; **~-raid shelter** หลุมหลบภัยจากการโจมตีทางอากาศ; **~-raid warden** ยามผู้มีหน้าที่เตือนภัยการโจมตีทางอากาศ; **~ rifle** *n.* ปืนไรเฟิลที่ใช้ลมอัด, ปืนยาวอัดลม; **~screw** *n. (Aeronaut.)* ใบพัดเครื่องบิน; **~-sea 'rescue** *n.* การกู้ภัยทางทะเลโดยใช้อากาศยาน; **~ship** *n.* เรือเหาะ; **~ show** *n.* การแสดงการบินแบบต่าง ๆ; **~sick** *adj.* เมาเครื่องบิน; **~sickness** *n.* การเมาเครื่องบิน; **~space** *n.* เขตน่านฟ้า; **~ speed** *n. (Aeronaut.)* ความเร็วเครื่องบิน; **~stream** *n. (Meteorol.)* กระแสอากาศ; **~ strike** *n.* การโจมตีทางอากาศ; **~strip** *n.* ลานบิน, ทางวิ่งขึ้นลงสำหรับเครื่องบิน; **~ terminal** *n.* อาคารท่าอากาศยาน; **~tight** *adj.* กันอากาศเข้า, อากาศเข้าไม่ได้; **~time** *n.* เวลาออกอากาศ; **~-to-~** *adj.* ยานต่อยาน; **~-to-~ refuelling** การเติมน้ำมันเชื้อเพลิงกลางอากาศจากยานต่อยาน; **~ traffic** *n. (Aeronaut.)* การจราจรทางอากาศ; **~-traffic control** *(Aeronaut.)* การควบคุมการจราจรทางอากาศ; **~-traffic controller** ➤ **489** *(Aeronaut.)* พนักงานควบคุมการจราจรทางอากาศ; **~waves** *n. pl.* คลื่นวิทยุ; **~way** *n.* Ⓐ *(Aeronaut.)* เส้นทางบิน; Ⓑ *(Anat.)* หลอดลมในปอด; Ⓒ *(ventilation shaft)* ทางระบายอากาศในเหมือง; **~woman** *n.* นักบินหญิง; **~worthy** *adj. (Aeronaut.)* อยู่ในสภาพพร้อมที่จะบิน

airy /ˈeərɪ/ˈแอริ/ *adj.* Ⓐ *(ห้อง, บ้าน)* โปร่ง, อากาศถ่ายเทได้ดี; *(ชายทะเล)* มีลมโชย; Ⓑ *(poet.: lofty)* **the ~ mountain** ภูเขาสูงที่มีลมโชย; Ⓒ *(superficial)* ไม่ลึกซึ้ง, ผิวเผิน; Ⓓ *(flippant)* ไร้สาระ, ลม ๆ แล้ง ๆ

airy-fairy /eərɪˈfeərɪ/แอริˈแฟริ/ *adj. (coll. derog.)* ไม่ตั้งอยู่บนพื้นฐานของความจริง *(แผนการ)*; *(ความคิด)* ที่เพ้อฝัน

aisle /aɪl/อายลฺ/ *n.* ทางเดิน *(ระหว่างแถวที่นั่ง)*; *(lateral section of church)* ทางเดินด้านข้าง; **have the audience rolling in the ~s** *(coll.)* ทำให้ผู้ชมหัวเราะท้องคัดท้องแข็ง; **walk down the ~ with sb.** *(fig.)* แต่งงาน/สมรสกับ *ค.น.*

aitch /eɪtʃ/เอฉ/ *n.* ตัวอักษร H, h; **drop one's ~es** ออกเสียง h ที่ขึ้นต้นคำไม่ได้

ajar /əˈdʒɑː(r)/เออะˈจา(ร)/ *pred. adj.* **be** *or* **stand [slightly] ~:** แง้มอยู่ [เล็กน้อย]; **leave ~:** เปิดแง้มไว้ *(ประตู, หน้าต่าง)*

a.k.a. *abbr. (Amer.)* **also known as** เป็นที่รู้จักในนาม... ด้วย, เรียก... ก็มี

akimbo /əˈkɪmbəʊ/เออะˈคิมโบ/ *adv.* **with arms ~:** แขนเท้าสะเอว

akin /əˈkɪn/เออะˈคิน/ *pred. adj.* Ⓐ เกี่ยวดองกันโดยสายเลือด; **look ~:** หน้าตาเหมือนกัน; Ⓑ *(fig.)* คล้ายคลึง; **be ~ to sth.** คล้ายคลึง *ส.น.*

à la /ɑ la/อา ลา/ *prep.* ที่ปรุงหรือเตรียมด้วยวิธีการที่กำหนดอย่างละเอียด

alabaster /ˈæləbɑːstə/ˈแอเลอะบาซเตอะ/ ❶ *n.* หินอลาบาสเตอร์ *(ท.ศ.)*, เศวตศิลา ❷ *adj.* ทำจากอลาบาสเตอร์; **an ~ sculpture** รูปประติมากรรมหินขาวอลาบาสเตอร์

à la carte /ɑː lɑː ˈkɑːt/อา ลา ˈคาท/ ❶ *adv. (อาหาร)* ตามสั่ง ❷ *adj.* **the ~ menu** รายการอาหารตามสั่ง

alack /əˈlæk/เออะˈแลค/ *int. (arch.)* อนิจจา; **~-a-day** อนิจจาเอ๋ย, โธ่เอ๋ย

alacrity /əˈlækrɪtɪ/เออะˈแลคริทิ/ *n. no pl.* ความเต็มอกเต็มใจ, ความกระตือรือร้น; **accept with ~** ตอบรับด้วยความเต็มอกเต็มใจ

Aladdin's /əˈlædɪnz/เออะˈแลดินซฺ/: **~ cave** *n.* ขุมทรัพย์; **~ lamp** *n.* เครื่องนำโชค *(ตะเกียงวิเศษในนิทานอาลาดิน)*

à la mode /ɑː lɑː ˈməʊd/อา ลา ˈโมด/ *adj.* Ⓐ ทันสมัย; **be ~:** ทันสมัย; Ⓑ *(Cookery)* *(เนื้อวัว)* เคี่ยวในเหล้าไวน์; Ⓒ *(Amer. Gastr.)* **pie ~:** ขนมพายเสิร์ฟกับไอศกรีม

alarm /əˈlɑːm/เออะˈลาม/ ❶ *n.* Ⓐ การเตือนภัย; **give** *or* **raise/sound the ~:** ส่งสัญญาณเตือนภัย; Ⓑ *(fear)* ความตื่นตระหนก; **jump up in ~:** กระโดดลุกขึ้นด้วยความตื่นตระหนก; *(uneasiness)* ความวิตกกังวล; **spread ~ and despondency** ทำให้เกิดความวิตกกังวลและความสิ้นหวัง; Ⓒ *(mechanism)* สัญญาณเตือนภัย; **burglar ~:** สัญญาณกันขโมย; **fire ~:** สัญญาณเพลิงไหม้; **false ~:** สัญญาณหลอก; Ⓓ ➡ **alarm clock**

❷ *v.t.* Ⓐ *(make aware of danger)* ทำให้ตกใจ, ทำให้ตระหนักถึงภัย; *(call into action)* ส่งสัญญาณภัย; Ⓑ *(cause anxiety to)* ทำให้กังวล, ทำให้ตกใจ

a'larm: ~ bell *n.* กระดิ่งเตือนภัย; **the ~ bells started ringing in my head** *(fig.)* ฉันเริ่มเห็นความเสี่ยงที่กำลังมาอย่างชัดเจน; **~ call** *n.* การปลุกทางโทรศัพท์; **~ clock** *n.* นาฬิกาปลุก

alarming /əˈlɑːmɪŋ/เออะˈลามิง/ *adj.* น่าวิตก, น่าใจหาย

alarmingly /əˈlɑːmɪŋlɪ/เออะˈลามิงลิ/ *adv.* อย่างน่าวิตก, อย่างน่าใจหาย

alarmist /əˈlɑːmɪst/เออะˈลามิซทฺ/ ❶ *n.* ผู้กุข่าว, พวกกระต่ายตื่นตูม ❷ *adj. (หนังสือพิมพ์, บุคคล)* ชอบกุข่าว, ขี้ตื่น; *(สุนทรพจน์)* ที่สร้างความวิตกกังวล

alarum /əˈlɑːrəm/เออะˈลาเริม/ *n.* **~s and excursions** *(joc.)* เสียงเอะอะและความโกลาหลวุ่นวาย

alas /əˈlæs/เออะˈแลซ, เออะˈลาซ/ ❶ *int.* อนิจจา, พุทโธ่, โถ ❷ *adv. (unfortunately)* อย่างโชคร้าย

Alaska /əˈlæskə/เออะˈแลซเกอะ/ Ⓐ *pr. n.* มลรัฐอลาสกา; Ⓑ *n. (Cookery)* **baked ~:** ขนมเค้กเนื้อนุ่มกับไอศกรีมโปะด้วยเมอแรง

Albania /ælˈbeɪnɪə/แอลˈเบเนีย/ *pr. n.* ประเทศอัลบาเนีย

Albanian /ælˈbeɪnɪən/แอลˈเบเนียน/ ❶ *adj.* แห่งประเทศอัลบาเนีย; **sb. is ~** *ค.น.* เป็นชาวอัลบาเนีย; ➡ + **English** 1 ❷ *n.* Ⓐ *(person)* ชาวอัลบาเนีย; Ⓑ *(language)* ภาษาอัลบาเนีย; ➡ + **English** 2 A

albatross /ˈælbətrɒs, US *also* -trɔːs/ˈแอลเบอะทรอซ, -ทรอซ/ Ⓐ *(Ornith.)* นกอัลบาทรอส *(ท.ศ.)*, แร้งทะเล; Ⓑ *(Golf.)* ลูกอัลบาทรอส *(การตีต่ำกว่าพาร์สามที ณ หลุมใดหลุมหนึ่ง)*

albeit /ɔːlˈbiːɪt/ออลˈบีอิท/ *conj. (literary)* แม้ว่า, มาตรว่า

albino /ælˈbiːnəʊ, US -baɪ-/แอลˈบีโน, -บาย-/ *n., pl.* **~s** *(คนหรือสัตว์)* ในสภาพเผือก

Albion /ˈælbɪən/ˈแอลเบียน/ *n. (literary/poet.)* สหราชอาณาจักร; **perfidious ~:** สหราช

a

อาณาจักร *(ตามที่ฝรั่งเศสตั้งให้เพราะเชื่อว่าอังกฤษมักทรยศชาติอื่น)*

album /'ælbəm/'แอลเบิม/ *n.* Ⓐ อัลบั้ม *(ท.ศ.)*, สมุดสะสม *(ภาพถ่าย, ตราไปรษณียากร)*; Ⓑ *(record, set of records)* ชุดแผ่นเสียงลองเพลย์; **four-record ~**: ชุดแผ่นเสียงลองเพลย์ 4 แผ่น; Ⓒ *(record holder)* ซองแผ่นเสียง

albumen /'ælbjʊmɪn, US æl'bju:mən/'แอลบิวมิน, แอล'บิวเมิน/ *n.* Ⓐ ไข่ขาว; Ⓑ *(Bot.)* เนื้อเยื่อที่เก็บอาหารภายในเมล็ด

alchemist /'ælkəmɪst/'แอลเคอะมิซทฺ/ *n.* นักเล่นแร่แปรธาตุ

alchemy /'ælkəmɪ/'แอลเคอะมิ/ *n., no pl. (lit. or fig.)* การเล่นแร่แปรธาตุ, สายนเวท

alcohol /'ælkəhɒl, US -hɔ:l/'แอลเคอะฮอล, -ฮอล/ *n.* Ⓐ แอลกอฮอล์ *(ท.ศ.)*; Ⓑ สุรายาเมา, เหล้า

alcoholic /ælkə'hɒlɪk, US -hɔ:l-/แอลเคอะ'ฮอลิค, -ฮอล-/ ❶ *adj.* เป็น/มีสุรา; **~ smell/taste** กลิ่น/รสของสุรา; **~ stupor** การเมาสุราจนไม่รู้ตัว
❷ *n.* ผู้ป่วยเป็นโรคพิษสุราเรื้อรัง, ผู้ติดสุรา

Alcoholics A'nonymous *n.* ชมรมคนติดสุราที่รวมตัวกันเพื่อสนับสนุนการเลิกสุรา

alcoholism /'ælkəhɒlɪzm, US -hɔ:l-/'แอลเคอะ ฮอลิซ'ม, -ฮอล-/ *n., no pl.* การติดสุรา, โรคพิษสุราเรื้อรัง

alcopop /'ælkəʊpɒp/'แอลโคพอพ/ *n.* น้ำอัดลมที่ผสมแอลกอฮอล์

alcove /'ælkəʊv/'แอลโควฺ/ *n. (in garden, wall, hedge)* เวิ้ง, ซุ้ม

aldehyde /'ældɪhaɪd/'แอลดิฮายดฺ/ *n. (Chem.)* อัลดีไฮด์ *(ท.ศ.)* กลุ่มสารประกอบซึ่งเกิดจากปฏิกิริยาการรวมตัวของแอลกอฮอล์กับออกซิเจน

alder /'ɔ:ldə(r)/'ออลเดอะ(ร)/ *n. (Bot.)* ต้นอัลเดอร์ *(ท.ศ.)* ต้นไม้ในสกุล *Alnus*; **~ buckthorn** ไม้พุ่มพันธุ์ *Frangula alnus*

alderman /'ɔ:ldəmən/'ออลเดอะเมิน/ *n., pl.* **aldermen** /'ɔ:ldəmən/'ออลเดอะเมิน/ Ⓐ เทศมนตรี; Ⓑ *(Amer., Austral.)* ผู้ว่าราชการจังหวัดที่มาจากการเลือกตั้ง

ale /eɪl/เอล/ *n.* เบียร์; **ginger ~** น้ำขิง

aleatoric /eɪlɪə'tɒ:rɪk/เอเลีย'ทอริค/, **aleatory** /'eɪlɪətərɪ/'เอเลียเทอะริ/ *adjs.* ตามยถากรรม

'alehouse *n. (Hist.)* โรงเตี๊ยม, ร้านเหล้า

alert /ə'lɜ:t/เออะ'เลิท/ ❶ *adj.* Ⓐ *(watchful)* คอยเฝ้าระวัง, เตรียมพร้อม; **be ~ for trouble** เตรียมพร้อมที่จะเผชิญความยากลำบาก; **be ~ to sth.** เตรียมพร้อมที่จะรับมือกับ *ส.น.*; Ⓑ *(physically lively)* ตื่นตัว; *(mentally lively)* หูตาไว; *(attentive)* **the ~ listener** ผู้ฟังที่ตั้งอกตั้งใจ ❷ *n.* Ⓐ *(warning)* การเตือนภัย; Ⓑ *(state of preparedness)* การเตรียมพร้อม; **air-raid ~**: การเตือนให้เตรียมรับการโจมตีทางอากาศ; **be on the ~ [for/against sth.]** เตรียมพร้อม [สำหรับ/เพื่อรับมือกับ *ส.น.*] ❸ *v.t.* ทำให้ตื่นตัว, ตักเตือน; **~ sb. [to sth.]** เตือน *ค.น.* [ถึงภัยจาก *ส.น.*]

alertly /ə'lɜ:tlɪ/เออะ'เลิทลิ/ *adv.* อย่างตื่นตัว, อย่างเตรียมพร้อม

alertness /ə'lɜ:tnɪs/เออะ'เลิทนิซ/ *n., no pl.* ความตื่นตัว, ความพร้อม, ความว่องไว; **~ of mind** การว่องไวของสมอง

A level /'eɪ levl/'เอ เลิ้ว'ล/ *n. (Brit. Sch.)* การสอบมัธยมศึกษาขั้นสูงสุดก่อนเข้ามหาวิทยาลัย

alexandrine /ælɪg'zændrɪn/แอลิก'แซนดรายนฺ/ *n. (Pros.)* โคลงกลอนที่มี 6 พยางค์

alfalfa /æl'fælfə/แอล'แฟลเฟอะ/ *n. (Bot.)* พืชจำพวกถั่ว *Medicago sativa* ใบและดอกใช้เป็นอาหาร

alfresco /æl'freskəʊ/แอล'เฟร็ซโก/ *adj. & adv. (ทานอาหาร)* กลางแจ้ง, ข้างนอก

alga /'ælgə/'แอลเกอะ/ *n., pl.* **~e** *(Bot.)* สาหร่ายทะเล

algebra /'ældʒɪbrə/'แอลจิเบรอะ/ *n. (Math.)* พีชคณิต

algebraic /ældʒɪ'breɪɪk/แอลจิ'เบรอิค/ *adj. (Math.)* เกี่ยวกับพีชคณิต

Algeria /æl'dʒɪərɪə/แอล'เจียเรีย/ *pr. n.* ประเทศแอลจีเรีย

Algerian /æl'dʒɪərɪən/แอล'เจียเรียน/ ❶ *adj.* แห่งประเทศแอลจีเรีย ❷ *n.* ชาวแอลจีเรีย; **sb. is ~**: *ค.น.* เป็นชาวแอลจีเรีย

Algiers /æl'dʒɪəz/แอล'เจียซ/ *pr. n.* กรุงแอลเจียร์ *(เมืองหลวงของประเทศแอลจีเรีย)*

algorithm /'ælgərɪðm/'แอลเกอะริท'ม/ *n. (Math., Computing)* ระบบวิธีคำนวณทางคณิตศาสตร์ด้วยขั้นตอนเรียงลำดับ

alias /'eɪlɪəs/'เอเลียซ/ ❶ *adv.* เป็นที่รู้จักในนาม...ด้วย ❷ *n.* ชื่อปลอม, นามแฝง, สมนาม *(ร.บ.)*

alibi /'ælɪbaɪ/'แอลิบาย/ *n.* พยานสถานที่; *(coll.: excuse)* ข้อแก้ตัว

Alice /'ælɪs/'แอลิซ/ *n.* อาลิซ *(ท.ศ.) ชื่อเด็กผู้หญิงในนิทานเรื่อง Alice in Wonderland ซึ่งฝันไปว่าตนเองไปพบกับสิ่งประหลาดต่าง ๆ*; **an ~-in-Wonderland situation** การตกอยู่ในสภาวะพิลึกพิลั่น จนแทบไม่น่าเชื่อว่าจะเป็นจริงได้

alien /'eɪlɪən/'เอเลียน/ ❶ *adj.* Ⓐ *(strange)* แปลกประหลาด, ไม่คุ้นเคย; **be ~ to sb.** ไม่เป็นที่คุ้นเคยกับ *ค.น.*; Ⓑ *(foreign)* ต่างประเทศ, ต่างด้าว, ต่างชาติ; *(from another world)* จากโลกอื่น; Ⓒ *(different)* **be ~ from sth.** แตกต่างจาก *ส.น.*; Ⓓ *(repugnant)* **be ~ to sb.** เป็นปรปักษ์ต่อ *ค.น.*; เป็นสิ่งขยะแขยงสำหรับ *ค.น.*; Ⓔ *(contrary)* **cruelty was ~ to her nature** ความโหดร้ายไม่อยู่ในนิสัยเธอ; **fascism is ~ to our democratic beliefs** ลัทธิฟาสซิสม์ขัดกับความเชื่อในประชาธิปไตยของพวกเรา ❷ *n.* Ⓐ *(Admin.: foreigner)* ชาวต่างประเทศ, คนต่างด้าว; Ⓑ *(a being from another world)* มนุษย์/สิ่งมีชีวิตต่างดาว

alienate /'eɪlɪəneɪt/'เอเลียเนท/ *v.t.* Ⓐ *(estrange)* ทำให้ *(บุคคล)* เป็นปรปักษ์ต่อกัน หรือ แตกแยก; ทำให้บาดหมาง *(การสนับสนุน)*; **his gaffes have ~d many of his supporters** การกระทำอันเถรตรงของเขาทำให้ผู้สนับสนุนจำนวนมากหมางใจกัน; **feel ~d from society** รู้สึกถูกตัดขาดจากสังคม; Ⓑ *(divert)* หันเห, เบี่ยงเบน

alienation /eɪlɪə'neɪʃn/เอเลีย'เนช'น/ *n., no pl.* Ⓐ การทำให้แตกแยก, อัญภาวะ *(ร.บ.)*; Ⓑ *(Theatre)* วิธีทางด้านการละครซึ่งมุ่งให้ผู้ชมทำใจเป็นกลาง

[1]**alight** /ə'laɪt/เออะ'ไลท/ *v.i.* Ⓐ ลงมาจาก; **~ from a vehicle** ลงจากยานพาหนะ; **~ from a horse** ลงจากหลังม้า; Ⓑ *(นก)* บินลงเกาะ *(กิ่งไม้, หลังคา)*; *(เครื่องบิน)* บินลงจอด; *(เกล็ดหิมะ)* ลอยลงมา

[2]**alight** *pred. adj. (on fire)* **be/catch ~**: ลุกไหม้; **set sth. ~**: จุดไฟเผา *ส.น.*; **the upper storey was well ~**: ชั้นบนไฟลุกโชติช่วง

align /ə'laɪn/เออ'ลายนฺ/ *v.t.* Ⓐ *(place in a line)* เรียงเป็นเส้นตรง; **the posts must be ~ed** จะต้องวางแนวเสาให้ตรงกัน; Ⓑ *(bring into line)* จัดให้เป็นแนวเดียวกัน, ทำให้ลงรอยกัน; **~ the wheels** *(Motor Veh.)* ตั้งศูนย์ล้อ

alignment /ə'laɪnmənt/เออ'ลายนฺเมินทฺ/ *n.* Ⓐ การเรียงแถว, การปรับแนว, การจัดให้เป็นแนวเดียวกัน; **in/out of ~**: การเรียง/ไม่เรียงแถว; **the wheels are in/out of ~** *(Motor Veh.)* ล้อรถตรงศูนย์/ไม่ตรงศูนย์; Ⓑ *(Polit.)* การเข้าร่วมภาคีทางการเมือง

alike /ə'laɪk/เออะ'ไลค/ ❶ *pred. adj.* คล้ายกันมาก; *(indistinguishable)* เหมือนกัน, แยกออกจากกันไม่ได้ ❷ *adv.* ในลักษณะ/แบบเดียวกัน; **winter and summer ~**: ทั้งในฤดูหนาวและฤดูร้อน; **all of us ~ are concerned** พวกเราทุกคนพากันห่วงใย; **this concerns us all ~**: สิ่งนี้เกี่ยวข้องกับพวกเราทุกคน

alimentary /ælɪ'mentərɪ/แอลิ'เม็นเทอะริ/ *adj. (Med.)* เกี่ยวกับอาหารหล่อเลี้ยงชีวิต; **~ organ/system** อวัยวะ/ระบบทางเดินอาหาร

alimentary ca'nal *n. (Anat.)* ทางเดินอาหาร

alimentation /ælɪmən'teɪʃn/แอลิเมิน'เทช'น/ *n., no pl.* การบำรุงเลี้ยง, การให้อาหาร, การจัดหาสิ่งจำเป็นสำหรับชีวิต

alimony /'ælɪmənɪ, US -məʊnɪ/'แอลิเมอะนิ, -โมนิ/ *n.* ค่าเลี้ยงดู *(แก่ภรรยาหรือสามีหลังการหย่าร้างหรือแยกทางกัน)*

alive /ə'laɪv/เออะ'ลายวฺ/ *pred. adj.* Ⓐ ยังมีชีวิต; **stay ~**: ยังคงมีชีวิตอยู่; **if I'm still ~ in thirty years' time** ถ้าฉันยังคงมีชีวิตอยู่ในอีก 30 ปี; **any man ~**: ใครที่ยังมีชีวิตอยู่; **no man ~**: ไม่มีใครในโลก...; **man ~!** *(coll.)* มวลมนุษย์; **keep one's hopes ~**: รักษาความหวังไว้; **the issue is still ~**: เรื่องราวยังคงเป็นที่ถกเถียงกันอยู่; **come ~**: มีชีวิตขึ้นมา, ฟื้นคืนชีพ; *(เหตุการณ์)* คึกคักขึ้นมา; Ⓑ *(Electr.)* อัดกระแสไฟฟ้า, ต่อเข้ากับแหล่งกระแสไฟฟ้า; **be/become ~**: ได้รับการอัดกระแสไฟฟ้า; Ⓒ *(aware)* **be ~ to sth.** ตระหนักถึง *ส.น.*; **he's always ~ to new ideas** เขาจะรับรู้รับฟังความคิดใหม่ ๆ เสมอ; Ⓓ *(brisk)* กระปรี้กระเปร่า, มีชีวิตชีวา; **be ~ and kicking** ยังกระฉับกระเฉง; **look ~!** ทำตัวให้มีชีวิตชีวาหน่อย; Ⓔ *(swarming)* **be ~ with sth.** เนืองแน่นไปด้วย *ส.น.*

alkali /'ælkəlaɪ/'แอลเคอะลาย/ *n., pl.* **~s** *or* **~es** *(Chem.)* แอลคาไล *(ท.ศ.)*, ด่าง; **~ metal** โลหะแอลคาไล

alkaline /'ælkəlaɪn/'แอลเคอะลายน/ *adj. (Chem.)* ด่าง, เป็นแอลคาไล; **~ earth** แอลคาไลเอิร์ธ *(ท.ศ.)*, พื้นดินที่เป็นด่าง

all /ɔ:l/ออล/ ❶ *attrib. adj.* Ⓐ *(entire extent or quantity of)* ทั้งหมด; **~ England** ประเทศอังกฤษทั้งหมด; **~ day** ทั้งวัน; **~ the snow/milk/food** หิมะ/นม/อาหารทั้งหมด; **~ the family** ทั้งครอบครัว; **for ~ that** แม้ว่าเป็นเช่นนั้น; **~ his life** ตลอดชีวิตเขา; **~ my money** เงินทั้งหมดของฉัน; **stop ~ this noise/shouting!** เลิกส่งเสียง/ตะโกนเช่นนี้เสียที; **what's ~ this noise/shouting about?** เสียงดัง/เสียงตะโกนเหล่านี้มันเรื่องอะไรกัน; **thank you for ~ your hard work** ขอบคุณสำหรับงานหนัก ๆ ที่คุณทำมาทั้งหมด; **get away from it ~**: หลบหนีจากทุกสิ่งทุกอย่าง; **that says it ~**: นั่นก็ส่อให้รู้ทั้งหมด; Ⓑ *(entire number of)* ทั้งหมด; **~ the books** หนังสือทั้งหมด; **~ my books** หนังสือของฉันทั้งหมด; **in ~ our houses** ในบ้านพวกเรา

ทั้งหมด; **where are ~ the glasses?** แก้วน้ำหายไปไหนหมด; **~ ten men** ชายทั้งสิบคน; **we ~ went to bed** พวกเราเข้านอนกันหมด; **aren't we ~?** พวกเราก็เช่นกันหมด; **~ you children can stay here** พวกเด็ก ๆ ทั้งหมดอยู่ที่นี่ได้; **~ the others** คนอื่น ๆ ทั้งหมด; **~ those present** ทุกคนที่อยู่ ณ ที่นี้; **be ~ things to ~ men** เปลี่ยนบุคลิกไปตามสถานการณ์; **~ Goethe's works** ผลงานทั้งหมดของเกอเธ่; **why he of ~ people?** ทำไมต้องเป็นเขาด้วย คนอื่นก็มีอีกมากมาย; **of ~ the nitwits!** โง่ที่สุดในบรรดาคนโง่ทั้งปวง; **~ manner of things** สิ่งของมากมายหลากหลายชนิด; **~ manner of sausages** ไส้กรอกมากมายหลากหลายชนิด; **people of ~ ages** คนทุกวัย; **with ~ her faults** แม้ว่าเธอจะมีความบกพร่องพอสมควรแต่...; **All Fools' Day** *วันที่ 1 เมษายน (เป็นวันเล่นโกหกกัน)*; **All Saints' Day** วันที่ 1 พฤศจิกายน *(เป็นวันฉลองนักบุญทั้งหมดของคริสต์ศาสนา)*; **All Souls' Day** วันที่ 2 พฤศจิกายน *(เป็นวันที่ชาวคริสต์สวดระลึกถึงผู้ที่ล่วงลับไปแล้วทั้งหมด)*; **(C)** *(any whatever)* ทั้งหมดเท่าที่มีหรือ; **(D)** *(greatest possible)* **in ~ innocence** โดยความไม่รู้เท่าไม่ถึงการจริง ๆ; **with ~ speed** ด้วยความเร็วที่สุด; ➡ + **four** 2 C; **kind** 1 A; **that** 2 A; **time** 1 A, B, F; **way** 1 A

❷ *n.* **(A)** *(~ persons)* ทุกคน; **~ present** ทุกคนที่อยู่ในที่นั้น; **one and ~:** ทุก ๆ คนไม่มียกเว้น; **goodbye, one and ~!** ลาก่อนทุก ๆ คน; **~ and sundry** ทุก ๆ คน; **~ of us** พวกเราทุก ๆ คน; **the happiest/most beautiful of ~:** ผู้ที่มีความสุข/สวยที่สุดในโลก; **the best pupils of ~:** นักเรียนที่ดีที่สุด [ในบรรดานักเรียนทั้งหลาย]; **most of ~:** มากที่สุด; **he ran fastest of ~:** เขาวิ่งเร็วกว่าทุกคน; **(B)** *(every bit)* **~ of it/the money** เงินทุกบาททุกสตางค์; **(C)** **~ of** *(coll.: as much as)* **be ~ of seven feet tall** ที่สูงถึงเจ็ดฟุต; **(D)** *(~ things)* ทุกสิ่งทุกอย่าง, สิ่งเดียว; **~ that I possess** ทุกสิ่งที่ฉันมี; **~ I need is the money** สิ่งเดียวที่ฉันต้องการคือเงิน; **not ~ of the missing antiques have been recovered** ของเก่าที่หายไปไม่ได้หากลับคืนมาได้ทุกอย่าง; **when ~ is said and done** ในที่สุดแล้ว; **~ is lost** ทุกสิ่งล้มเหลว; **~ is not lost** เรายังมีหนทางอยู่; **he wants ~ or nothing** ถ้าไม่ได้ทั้งหมดเขาก็ไม่เอาเลย; **it's ~ or nothing** ถ้าไม่ได้หมดก็ไม่เอาทั้งปวง; **that is ~:** นั่นก็ทุกอย่างแล้ว; **it is not ~ it might be** มันไม่ดีเท่าที่ควร; **the most beautiful of ~:** สวยที่สุดในบรรดาทุกสิ่งทุกอย่าง; **most of ~:** ที่สุด; **for ~ you say, I still like her** คุณจะพูดอย่างไรก็ตาม ฉันก็ยังชอบเธออยู่ดี; **give one's ~:** ทำสุดความสามารถ; **lost one's ~:** สูญเสียทุกสิ่งทุกอย่าง; **it was ~ but impossible** มันเกือบจะเป็นไปไม่ได้; **it was ~ I could do not to laugh** ฉันต้องพยายามอย่างสุดความสามารถ; **~ in ~:** โดยสรุปแล้ว, โดยทั่วไปแล้ว; **it's ~ the same** *or* **~ one to me** สำหรับฉันมันก็เหมือน ๆ กัน; **that's ~ very well** *or* **fine** นั่นมันก็เรียบร้อยอยู่; **can I help you at ~?** ฉันจะช่วยอะไรคุณได้บ้างไหม; **I do not know at ~:** ฉันไม่รู้เรื่องเลย; **I do not care at ~:** ฉันไม่สนใจเลย; **you are not disturbing me at ~:** คุณไม่ได้รบกวนอะไรฉันเลย; **were you surprised at ~?** คุณแปลกใจบ้างไหม; **if you go to Venice at ~:** ถ้าคุณไปที่เวนิสเมื่อไรก็ตามนะ; **is he there at ~?** เขาอยู่ที่นั่นบ้างหรือเปล่า; **he is not stupid at ~:** เขาไม่ได้โง่เลย; **he is not at ~ stupid** เขาไม่โง่เลย; **she has no talent at ~:** เธอไม่มีความสามารถเลย; **nothing at ~:** ไม่มีอะไรเลย; **not at ~ happy/well** ไม่มีความสุข/สบายเลย; **not at ~!** ไม่เลย; *(acknowledging thanks)* ไม่เป็นไรมิได้; **if at ~:** ถ้ามีบ้าง; **in ~:** รวมทั้งหมดแล้ว; ➡ + **time** 1 C; **(E)** *(Sport)* **two [goals] ~:** เสมอกันสอง [ประตู] ต่อสอง; *(Tennis)* **thirty ~:** สามสิบเท่า

❸ *adv.* ตลอดล้วน; **~ but** เกือบจะ; **he ~ but fell down** เขาเกือบจะหกล้ม; **dressed ~ in white** ใส่สีขาวล้วน; **~ the better/worse [for that]** ยิ่งดี/แย่ [ที่มี/ได้ *ส.น.*]; **I feel ~ the better for it** หลังจากนั้นฉันรู้สึกยิ่งดี; **~ the more reason to do sth.** ยิ่งมีเหตุผลที่จะทำ *ส.น.*; **~ at once** *(suddenly)* ในทันทีทันใด; *(simultaneously)* ในขณะเดียวกัน, พร้อมกัน; **~ too soon** เร็วเกินไป; **go ~ serious** *(coll.)* จู่ ๆ เกิดอาการเคร่งเครียด; **be ~ 'for sth.** *(coll.)* ลุ้น *ส.น.* อย่างเต็มที่; เชียร์ *ส.น.* เต็มที่; **her latest play is ~ about ...:** ละครเรื่องล่าสุดของเธอเป็นเรื่องเกี่ยวกับ...; **be ~ 'in** *(exhausted)* เหน็ดเหนื่อยหมด; **go ~ out [to do sth.]** ทุ่มเท [เพื่อทำ *ส.น.*]; **be ~ ready [to go]** *(coll.)* เตรียมพร้อม [ที่จะไป]; **sth. is ~ right** *ส.น.* เรียบร้อยดี; *(tolerable)* *ส.น.* พอทนได้; **did you get home ~ right?** คุณกลับถึงบ้านเรียบร้อยดีไหม; **I'm ~ right** ฉันสบายดี; **work out ~ right** ออกมาดี; **that's her, ~ right** นั่นคือเธอถูกต้องแล้ว; **yes, ~ right** ใช่ ถูกต้องแล้ว; **is it ~ right if I go in?** จะเป็นอะไรไหมถ้าฉันจะเข้าไป *หรือ* ฉันเข้าไปได้ไหม; **it's ~ right for you/him** *etc.*, **but ...** *(coll.)* สำหรับคุณ/เขาไม่เป็นไรแต่...; **it's ~ right by** *or* **with me** สำหรับฉันไม่มีปัญหา; **lie ~ round the room** วางอยู่เต็มห้องไปหมด; **it was agreed ~ round that ...:** ทุกคนเห็นพ้องกันว่า...; **order drinks ~ round** สั่งเครื่องดื่มให้ทุกคน; **better ~ round** ดีสำหรับทุก ๆ คน; **be ~ there** *(coll.)* มีสติเป็นปกติ; **I don't think he's ~ there** *(coll.)* ฉันคิดว่าเขาไม่ค่อยเต็ม; **~ the same** อย่างไรก็ตาม; **it's ~ the same to me** สำหรับฉันยังไงก็ได้; **if it's ~ the same to you** ถ้าไม่ขัดข้อง; **the All Blacks** *(coll.)* *ทีมชาติกีฬารักบี้แห่งประเทศนิวซีแลนด์*

Allah /ˈælə/ˈแอเลอะ/ *pr. n.* พระอัลเลาะห์

all: ~-A'merican *adj.* **the ~-American football team** ทีมฟุตบอลชนะเลิศของสหรัฐอเมริกาทั้งประเทศ; **the ~-American boy** เด็กหนุ่มอเมริกันอย่างแท้จริง; **~-around** *(Amer.)* ➡ **~-round**

allay /əˈleɪ/เออะˈเล/ *v.t.* **(A)** ลด *(ความหวาดกลัว, ความระแวงสงสัย)*; **(B)** *(alleviate)* บรรเทา *(ความเจ็บปวด, ความหิวโหย)*

all: ~-'clear *n.* สัญญาณที่บอกว่าอันตรายผ่านพ้นไปแล้ว; **sound the ~-clear** ส่งสัญญาณบอกว่าอันตรายได้ผ่านพ้นไปแล้ว; **~-day** *adj.* ตลอดทั้งวัน

allegation /ælɪˈgeɪʃn/แอลิˈเกเช่น/ *n.* การกล่าวหา, ข้อกล่าวอ้าง; **make ~s against sb.** กล่าวหา *ค.น.*; **reject all ~s of corruption** ปฏิเสธข้อกล่าวหาที่ว่ามีการฉ้อราษฎร์บังหลวงทุกกระทง

allege /əˈledʒ/เออะˈเล็จ/ *v.t.* **~ that ...:** กล่าวหาหรืออ้างว่า...: **~ criminal negligence** กล่าวหาในเรื่องความประมาทเลินเล่อทางอาญา

alleged /əˈledʒd/เออะˈเล็จดฺ/ *adj.*, **allegedly** /əˈledʒɪdlɪ/เออะˈเล็จจิดลิ/ *adv.* ถูกกล่าวหา, ถูกกล่าวอ้าง

allegiance /əˈliːdʒəns/เออะˈลีเจินซฺ/ *n.* ความจงรักภักดี (to ต่อ); **swear ~ to king and country** ให้สัตย์ปฏิญาณว่าจะจงรักภักดีต่อพระมหากษัตริย์และประเทศชาติ; **oath of ~:** คำสาบานว่าจะจงรักภักดี; **some supporters changed their ~ from Manchester United to Real Madrid** แฟนฟุตบอลบางคนเปลี่ยนใจจากทีมแมนเชสเตอร์ยูไนเต็ดมาเชียร์เรียลแมดริด

allegorical /ælɪˈgɒrɪkl/แอลิˈกอริค'ล/ *adj.* ที่สื่อความหมายด้วยสัญลักษณ์, แฝงความหมาย, ที่เป็นอุปมานิทัศน์

allegory /ˈælɪgərɪ, US -gɔːrɪ/ˈแอลิเกอะริ, -กอริ/ *n.* อุปมานิทัศน์, นิทานเปรียบเทียบอุปมา

allegro /æˈleɪgrəʊ, æˈlegrəʊ/แอˈเลโกฺร, แอˈเล็กโกฺร/ *(Mus.)* ❶ *adv.* ที่บรรเลงจังหวะเร็ว ๆ ❷ *n., pl.* **~s** ช่วงบรรเลงจังหวะเร็ว

all-e'lectric *adj.* ใช้ระบบไฟฟ้าเท่านั้น; **our house is ~:** บ้านของเราใช้ระบบไฟฟ้าทุกอย่าง

'all-embracing *adj.* ครอบจักรวาล

Allen key ® /ˈælən kiː/ˈแอเลิน คี/ *n.* กุญแจปากตายรูปหกเหลี่ยม ใช้ไข Allen screw

allergen /ˈælədʒən/แอˈเลอะจ'น/ *n.* ตัวก่อปฏิกิริยาภูมิแพ้

allergic /əˈlɜːdʒɪk/เออะˈเลอจิค/ *adj.* *(อาการ)* แพ้

allergy /ˈælədʒɪ/ˈแอเลอะจิ/ *n.* **(A)** *(Med.)* อาการแพ้ (to ต่อ); **(B)** *(fig. coll.)* **have an ~ to sth.** ทน *ส.น.* ไม่ได้เลย

alleviate /əˈliːvɪeɪt/เออะˈลีวิเอท/ *v.t.* บรรเทา

alleviation /əliːvɪˈeɪʃn/เออะลีวิˈเอช'น/ *n., no pl.* การบรรเทา

¹alley /ˈælɪ/ˈแอลิ/ *n.* **(A)** ซอยเล็ก ๆ; *(between flower beds or gardens)* ทางเดินแคบ; *(avenue)* ถนน; **be up sb.'s ~** *(coll.)* ถูกใจ *ค.น.* *หรือ* ตรงสเป็ค *ค.น.*; **this problem is just** *or* **right up his ~** *(coll.)* เขาเป็นคนที่เหมาะที่สุดสำหรับปัญหานี้; **(B)** **skittle ~:** รางโยนโบว์ลิ่ง

²alley ➡ **²ally**

'all-fired *(Amer. coll.)* *adj., adv.* อย่างรุนแรงสุดขีด

alliance /əˈlaɪəns/เออะˈลายเอินซฺ/ *n.* การเป็นพันธมิตร; *(league)* สันนิบาต; **~ with other groups would increase our influence** การเป็นพันธมิตรกับกลุ่มอื่นจะเพิ่มอิทธิพลของพวกเรา; **in ~ with sb./sth.** ในความเป็นพันธมิตรกับ *ค.น./ส.น.*

allied /ˈælaɪd/ˈแอลายดฺ/ *adj.* **be ~ to** *or* **with sb./sth.** เกี่ยวข้องกับ *ค.น./ส.น.* **Thai is more closely ~ to Khmer than to Burmese** ภาษาไทยใกล้เคียงกับภาษาเขมรมากกว่าภาษาพม่า; **the A~ Powers** ประเทศกลุ่มพันธมิตรของสหราชอาณาจักรในสงครามโลกครั้งที่ 1 และ 2

alligator /ˈælɪgeɪtə(r)/ˈแอลิเกเทอะ(ร)/ *n.* *(Zool.)* จระเข้; *(skin)* หนังจระเข้

'alligator clip *n.* ที่หนีบที่มีฟันจับยึด

all: ~-important *adj.* สำคัญมาก; **~-in** *adj.* รวมทั้งหมด; **it costs £350 ~-in** ราคารวมทั้งหมด 350 ปอนด์; **~-in wrestling** มวยปล้ำที่มีข้อกำหนดกติกาน้อย

alliteration /əlɪtəˈreɪʃn/เออะลิเทอะˈเรช'น/ *n.* สัมผัสพยัญชนะ

alliterative /əˈlɪtərətɪv, US əˈlɪtəreɪtɪv/เออะˈลิทเทอะเรอะทิว, เออะลิทเทอะเรทิว/ *adj* ที่ใช้สัมผัสพยัญชนะ

'all-night *adj.* ตลอดทั้งคืน; *(งานเลี้ยง)* โต้รุ่ง; *(ร้าน, คลื่นวิทยุ)* เปิด 24 ชั่วโมง

allocate /ˈæləkeɪt/ˈแอเลอะเคท/ *v.t.* มอบหมาย, จัดสรรให้ *(เงิน, วัตถุ)*; **~ sth. to sb./sth.** มอบหมาย *ส.น.* ให้กับ *ค.น./ส.น.*

allocation /æləˈkeɪʃn/แอเลอะˈเคช่น/ *n.* การมอบหมาย; *(ration)* การจัดสรร, การแบ่งสรร

allot /əˈlɒt/เออะˈลอท/ *v.t.*, **-tt-**: **~ sth. to sb.** จัดแบ่ง *ส.น.* ให้กับ *ค.น.*; **you will be ~ted fifty pounds** คุณจะได้รับส่วนแบ่ง 50 ปอนด์; **we ~ted two hours to the task** พวกเราแบ่งเวลาสองชั่วโมงให้กับงานชิ้นนั้น; **~ shares** จัดสรรหุ้น

allotment /əˈlɒtmənt/เออะˈลอทเมินทฺ/ *n.* Ⓐ ส่วนแบ่ง; Ⓑ *(Brit.: plot of land)* ที่ดินผืนเล็ก ๆ ที่เช่าเพื่อเพาะปลูก; Ⓒ *(share)* การจัดแบ่งสรร

all: ~-out *attrib. adj.* รุนแรง, จริงจัง; **~-over** *attrib. adj.* **~-over tan** ทั่วไปหมด

allow /əˈlaʊ/เออะˈลาว/ ❶ *v.t.* Ⓐ *(permit)* **~ sth.** อนุญาต *ส.น.*; **~ sb. to do sth.** อนุญาต *ค.น.* ให้ทำ *ส.น.*; **be ~ed to do sth.** ได้รับอนุญาตให้ทำ *ส.น.*; **will you be ~ed to?** คุณจะได้รับอนุญาตไหม; **~ sb./oneself sth.** อนุญาตให้ *ค.น./*ตนเองได้ *ส.น.*; **sb. is ~ed sth.** *ค.น.* ได้รับอนุญาตได้ *ส.น.*; **~ sth. to happen** ปล่อยให้ *ส.น.* เกิดขึ้น; **~ yourself to be convinced** ปล่อยตัวเองให้รู้สึกคล้อยตาม; **~ sb. in/out/past/through** อนุญาต *ค.น.* ให้เข้าข้างใน/ออก/ผ่าน/ทะลุผ่าน; **~ sb. a discount/5% interest** ให้ส่วนลด/ดอกเบี้ย 5% กับ *ค.น.*; Ⓑ *(agree)* ตกลง, ยินยอม; Ⓒ *(Law)* ยอมรับพิจารณา *(ข้อเรียกร้อง)*; **~ the appeal** ยินยอมรับคำอุทธรณ์ไว้พิจารณา; Ⓓ *(Sport)* **the referee ~ed the goal** กรรมการตัดสินให้ได้ประตู ❷ *v.i.* **~ of sth.** ยอมรับ *ส.น.*; **~ for sth.** เพื่อไว้สำหรับ *ส.น.*; **we started very early, to ~ for delays** พวกเราออกเดินทางแต่เช้าเผื่อการล่าช้า

allowable /əˈlaʊəbl/เออะˈลาวเออะบ'ล/ *adj.* อนุญาตได้, ยอมให้ได้

allowance /əˈlaʊəns/เออะˈลาวเอินซฺ/ *n.* Ⓐ เงินค่าเบี้ยเลี้ยงที่ได้รับเป็นประจำ; *(money for special expenses)* เงินสำหรับค่าใช้จ่ายพิเศษ; **your luggage ~ is 44 kg.** คุณมีน้ำหนักกระเป๋าได้ 44 กิโลกรัม; **tax ~**: เงินรายได้ที่ไม่ต้องเสียภาษี; **clothing ~**: เงินเบี้ยเลี้ยงเสื้อผ้า; Ⓑ **make ~s for sth./sb.** ลดหย่อนผ่อนปรนให้ *ส.น./ค.น.*; **make ~ for errors** คำนวณเผื่อการผิดพลาด; Ⓒ *(Commerc.)* การหักออก หรือ การลด

alloy /ˈælɔɪ/ˈแอลอย/ ❶ *n.* โลหะผสม; *(inferior metal added)* โลหะคุณภาพด้อย; **~ steel** โลหะผสมเหล็ก ❷ /əˈlɔɪ/เออะˈลอย/ *n.* *v.t.* ผสม *(โลหะ)*; *(debase)* ลดคุณภาพ *(ของสารบริสุทธิ์)* ด้วยการผสม

all: ~-points bulletin *n. (Amer.)* รายชื่อผู้ต้องหา; **~-ˈpowerful** *adj.* มีอำนาจบริบูรณ์; **~-purpose** *adj.* อเนกประสงค์; **~risks** *attrib. adj.* **an ~risks insurance** การประกันภัยที่ครอบคลุมความเสี่ยงทุกประการ; **~-round** *adj.* *(คน)* มีความสามารถรอบด้าน; **~-ˈrounder** *n.* คนที่มีความสามารถรอบด้าน; *(Sport)* นักกีฬาที่เล่นกีฬาเก่งหลายประเภท

ˈallspice *n.* เครื่องเทศจากลูกของต้น *Pimenta dioica*; *(berry)* ผลของพืชที่นำมาใช้ทำเครื่องเทศ

ˈall-time *adj.* **~ record** ทำสถิติที่เป็นประวัติศาสตร์; **~ favourites** *or* **greats** เพลงยอดนิยมที่ทำลายสถิติ; **~ high/low** จุดสูงสุด/ต่ำสุดเป็นประวัติการณ์

allude /əˈluːd/เออะˈลูด, เออะˈลิวดฺ/ *v.i.* **~ to sth./sb.** อ้างอิงถึง *ส.น./ค.น.*; *(covertly)* อ้างอิงถึงเป็นนัย ๆ

allure /əˈljʊə(r)/เออะˈลิวเออะ(ร)/ ❶ *v.t.* ล่อ, ยั่วยวน; *(fascinate)* ทำให้หลงใหล; **~ sb. to do sth.** ล่อ *ค.น.* ให้ทำ *ส.น.*; **~d by thoughts of stardom** หลงใหลกับความอยากเป็นดารา ❷ *n., no pl.* เสน่ห์, ความดึงดูดใจ

allurement /əˈljʊəmənt/เออะˈลิวเออะเมินทฺ/ *n.* ความดึงดูดใจ, เสน่ห์; *(charm)* **she displayed all her ~s** เธอเผยเสน่ห์ของเธออย่างเต็มที่

alluring /əˈljʊərɪŋ/เออะˈลิวริง/ *adj.* ที่ดึงดูดใจ, มีเสน่ห์; **an ~ appeal** เสน่ห์ที่ดึงดูดความสนใจ

allusion /əˈluːʒn/เออะˈลูฌ'น, เออะˈลิวฌ'น/ *n.* Ⓐ การอ้างถึง; **in an ~ to** โดยการอ้างถึง; Ⓑ *(covert reference)* การอ้างเป็นนัย **(to** ถึง)

allusive /əˈluːsɪv/เออะˈลูซิว, เออะˈลิวซิว/ *adj.* **be ~ to sth.** เป็นการพาดพิง หรือ กล่าวอ้างเกี่ยวกับ *ส.น.*

alluvial /əˈluːvɪəl/เออะˈลูเวียล/ *adj. (Geol.)* เกี่ยวกับตะกอนจากการไหลของแม่น้ำ; **~ soil** ดินอุดมสมบูรณ์จากการทับถมหลังจากน้ำท่วม

ˈall-weather *attrib. adj.* ใช้ได้ในทุกสภาพอากาศ

[1]**ally** ❶ /ˈælaɪ/ˈแอลาย/ *v.t.* **~ oneself with sb./sth.** เอาตนเองเข้าร่วมกับ *ค.น. /ส.น.*; ➡ + **allied** ❷ /ˈælaɪ/ˈแอลาย/ *n.* พันธมิตร; **my old friend and ~**: เพื่อนและพันธมิตรเก่าของฉัน; **the Allies** ฝ่ายสัมพันธมิตร

[2]**ally** /ˈælaɪ/เออะลาย/ *n.* ลูกหมากพิเศษ *(ทำด้วยหินอ่อน หินปูนบริสุทธิ์หรือแก้ว)*

Alma Mater /ælmə ˈmɑːtə(r), -ˈmeɪtə(r)/แอลเมอะ ˈมาเทอะ(ร), -ˈเมเทอะ(ร)/ *n.* *มหาวิทยาลัยโรงเรียนหรือวิทยาลัยที่เคยเรียนมา*

almanac /ˈɔːlmənæk, US also ˈæl-/ˈออลเมอะแนค, ˈแอล-/ *n.* *ปฏิทินวัน เดือน ประจำปีที่มีข้อมูลทางดาราศาสตร์และอื่น ๆ*

almighty /ɔːlˈmaɪtɪ/ออลˈไมทิ/ ❶ *adj.* Ⓐ มีอำนาจสมบูรณ์; **the A~**: พระผู้เป็นเจ้า; **God A~!** *(coll.)* พระคุณเจ้าช่วย!; **he acts as if he were God A~**: เขาทำตัวราวกับว่าเขาเป็นผู้มีอำนาจสิทธิขาด; Ⓑ *(coll.: very great, hard, etc.)* ใหญ่มาก ❷ *adv. (coll.)* อย่างมาก

almond /ˈɑːmənd/ˈอาเมินดฺ/ *n.* Ⓐ อัลมอนด์ *(ท.ศ.)* เมล็ดถั่วรูปวงรี; **sweet/bitter ~**: อัลมอนด์หวาน/ขม; **~ eyes** ตายาวรี; Ⓑ *(tree)* ต้นอัลมอนด์ *Prunus dulcis*

almoner /ˈɑːmənə(r)/ˈอาเมอะเนอะ(ร)/ *n.* *(Brit)* นักสังคมสงเคราะห์ในโรงพยาบาล

almost /ˈɔːlməʊst/ˈออลโมซทฺ/ *adv.* เกือบจะ; **she ~ fell** เธอเกือบจะพลัดตก

alms /ɑːmz/อามซฺ/ *n., no pl.* การให้ทาน

ˈalmshouse *n.* บ้านสงเคราะห์คนยากไร้

aloe /ˈæləʊ/ˈแอโล/ *n.* Ⓐ ต้นหางจระเข้; Ⓑ *in pl. (Pharm.)* *ยาถ่ายขนานแรงที่สกัดจากยางของว่านหางจระเข้*

aloft /əˈlɒft, US əˈlɔːft/เออะˈลอฟทฺ, เออะˈลอฟทฺ/ *adv.* Ⓐ *(position) (literary)* สูงขึ้นไป, เหนือศีรษะ; *(Naut.)* บนยอดเสากระโดงเรือ; Ⓑ *(direction) (literary)* ขึ้นไป, ขึ้นสูง; *(Naut.)* สู่ยอดเสากระโดงเรือ; **go ~**: ปีนขึ้นไปบนยอดเสากระโดงเรือ

alone /əˈləʊn/เออะˈโลน/ ❶ *pred. adj.* คนเดียว, ตามลำพัง, โดดเดี่ยว; **be [all] ~**: อยู่คนเดียว; **she likes to be ~ sometimes** บางทีเธอชอบอยู่ตามลำพัง; **when his parents died he was left ~ [in the world]** เมื่อพ่อแม่ตายเขาก็เหลือแต่ตัวคนเดียว [ในโลก]; **he was not ~ in the belief that ...:** เขาไม่ได้เพียงคนเดียว ❷ *adv.* เท่านั้น, คนเดียว; **you ~ can help me** คุณคนเดียวที่ช่วยฉันได้; **the problem/money was his ~**: ปัญหา/เงินเป็นของเขาเพียงคนเดียว; **this fact ~**: ข้อเท็จจริงอันนี้เท่านั้น; **go it ~**: ทำอย่างโดดเดี่ยว

along /əˈlɒŋ/เออะˈลอง/ ❶ *prep.* Ⓐ *(position)* ตาม, เลียบตลอด; **~ one side of the street** เลียบด้านหนึ่งของถนน; **all ~ the wall** ตลอดแนวกำแพง; Ⓑ *(direction)* เลียบตามแนว; **walk ~ the river bank/street** เดินเลียบฝั่งแม่น้ำ/ถนน; **creep ~ a wall** เลื้อยไปตามกำแพง
❷ *adv.* Ⓐ *(onward)* รุกไปข้างหน้า; **he came running ~**: เขาวิ่งตรงมา; **leaves carried ~ by the wind** ใบไม้ที่ลมพัดพาไป; **he saw the train steaming ~ in the distance** เขาเห็นรถไฟไอน้ำวิ่งอยู่ไกล ๆ; **the snake was slithering ~ in the tall grass** งูกำลังเลื้อยไปข้างหน้าในพงหญ้าสูง; Ⓑ *(with one)* ไป; **bring/take sb./sth. ~**: นำ/พา *ค.น./ส.น.* มา/ไปด้วย; Ⓒ *(there)* **I'll be ~ shortly/as soon as I can** ฉันจะไปที่นั่นในไม่ช้า/ทันทีที่ฉันไปได้; Ⓓ **all ~**: ตลอด

alongside /əlɒŋˈsaɪd/เออะลองˈซายดฺ/ ❶ *adv.* เทียบเคียงข้าง *(ของเรือ ฯลฯ)*; **~ the quay** เทียบท่าเรือ; **~ of** ➡ 2 ❷ *prep. (position)* เคียงข้าง, ติดกับ; *(direction)* เคียงข้าง, ขนาน; *(fig.)* เคียงบ่าเคียงไหล่; **work ~ sb.** ทำงานเคียงข้างกับ *ค.น.*

aloof /əˈluːf/เออะˈลูฟ/ ❶ *adv.* อย่างแยกตัวห่าง, ห่าง; **stand ~ from the others** ยืนแยกจากคนอื่น; **hold ~ from sb.** เหินห่างจาก *ค.น.*; **keep ~**: แยกตัวออกไป; **keep ~ from sb.** ไม่ข้องแวะกับ *ค.น.* ❷ *adj.* *(บุคลิกภาพ)* เหินห่าง, ไม่เป็นกันเอง

aloofness /əˈluːfnɪs/เออะˈลูฟนิซ/ *n., no pl.* ความเหินห่าง, ความไม่สนใจ

aloud /əˈlaʊd/เออะˈลาวดฺ/ *adv.* ดัง ๆ, ออกเสียง; **read [sth.] ~**: อ่าน [*ส.น.*] ออกเสียง; **think ~**: พึมพำออกมา

alp /ælp/แอลพฺ/ *n. (pasture)* ทุ่งหญ้าเลี้ยงปศุสัตว์ในหุบเขาสูง; ➡ + **Alps**

alpaca /ælˈpækə/แอลˈแพเคอะ/ *n.* Ⓐ *(Zool.)* *สัตว์พื้นเมืองในประเทศเปรู มีขนยาวหยาบและดก*; Ⓑ *(wool)* ขนของสัตว์ชนิดนี้; *(fabric)* ผ้าที่ทอจากขนสัตว์อัลแพคา

alpenhorn /ˈælpənhɔːn/ˈแอลเพินฮอน/ *n.* *แตรไม้รูปเขาสัตว์ ใช้เป่าเรียกสัตว์*

alpenstock /ˈælpənstɒk/ˈแอลเพินซตอค/ *n.* *ด้ามไม้ยาวมีปลายเป็นเหล็กใช้ในการปีนเขา*

alpha /ˈælfə/ˈแอลเฟอะ/ *n.* Ⓐ *(letter)* อักษรตัวแรกของอักษรกรีก; **the A~ and Omega** การเริ่มต้นและการสิ้นสุด; Ⓑ *(Sch, Univ.: mark)* คะแนนสูงสุด

alphabet /ˈælfəbet/ˈแอลเฟอะเบ็ท/ *n.* พยัญชนะ, ชุดตัวอักษรในภาษาเขียน; **the phonetic/Cyrillic ~**: ตัวอักษรออกเสียง/รัสเซีย

alphabetical /ælfəˈbetɪkl/แอลเฟอะˈเบ็ททิค'ล/ *adj.* เกี่ยวกับอักษร/พยัญชนะ; **in ~ order** ตามลำดับอักษร/พยัญชนะ

alphabetically /ælfəˈbetɪkəlɪ/แอลเฟอะˈเบ็ททิคลิ/ *adv.* โดยลำดับตัวอักษร/พยัญชนะ

alphabetize /ˈælfəbətaɪz/ˈแอลเฟอะเบอะทายซฺ/ *v.t.* จัด *(ชื่อ, คำ ฯลฯ)* ตามลำดับตัวอักษร/พยัญชนะ

alpha: ~ particles *n. pl. (Phys.)* รังสีอัลฟา *(ท.ศ.)*, *อนุภาคประจุบวกที่ถูกปล่อยในกัมมันตภาพรังสีหรือปฏิกิริยานิวเคลียร์*; **~ rays** *n. pl. (Phys.)* ลำแสงของรังสีอัลฟา

alpine /ˈælpaɪn/แอลพายนฺ/ ❶ *adj.* Ⓐ เกี่ยวกับภูเขาสูง, อัลไพน์; **~ region/climate/vegetation** ภูมิภาค/อากาศ/พืชพันธุ์ [แห่ง] ภูเขาสูง; **~ flowers** ดอกไม้ที่ขึ้นบนภูเขาสูง, ดอกอัลไพน์ (*ท.ศ.*); **~ garden** สวนที่ปลูกต้นไม้ประเภทอัลไพน์; **~ skiing/event** การเล่นสกี/การแข่งขันกีฬาบนภูเขาสูง; Ⓑ **A~:** เกี่ยวกับเทือกเขาแอลป์ ❷ *n.* (*Bot.*) พืชภูเขา, ต้นอัลไพน์

Alpinist, alpinist /ˈælpɪnɪst/ˈแอลพินิซทฺ/ *n.* นักปีนเขาสูง (*โดยเฉพาะเทือกเขาแอลป์*)

Alps /ælps/แอลพซฺ/ *pr. n. pl.* **the ~:** เทือกเขาแอลป์ (*ในสวิตเซอร์แลนด์, ฝรั่งเศส, ออสเตรเลียและอิตาลี*)

already /ɔːlˈredɪ/ออลˈเร็ดดิ/ *adv.* แล้ว; **it's ~ 8 o'clock** *or* **8 o'clock ~:** เป็นเวลา 8 นาฬิกาแล้ว; **He's here. – A~?** เขามาแล้ว เร็วปานนี้เชียวหรือ; **she's ~ got ten children** เธอมีลูก 10 คนแล้ว

Alsace /ælˈsæs/แอลˈแซซ/ *pr. n.* แคว้นอัลซาส (*อยู่ทางตะวันออกเฉียงเหนือของฝรั่งเศส*); **~-Lorraine** อัลซาส-ลอเรน (*ในฝรั่งเศสเฉียงเหนือ*)

Alsatian /ælˈseɪʃn/แอลˈเซช่น/ ❶ *adj.* แห่งแคว้นอัลซาส ❷ *n.* Ⓐ (*person*) ชาวอัลซาส; Ⓑ (*dog*) สุนัขอัลเซเชียน (*ท.ศ.*)

also /ˈɔːlsəʊ/ˈออลโซ/ *adv.* ด้วย; (*moreover*) ยิ่งไปกว่านั้น; **I'm going, and John is ~ going** *or* **John is going ~:** ฉันจะไปและจอห์นก็จะไปด้วย; **he's writing a book and ~ translating one** เขากำลังเขียนและแปลหนังสือเล่มหนึ่งและยังแปลอีกเล่มหนึ่งด้วย; **he's writing and ~ translating a book** เขากำลังเขียนและแปลหนังสือเล่มหนึ่ง

ˈalso-ran *n.* **be an ~** (*สุนัข, ม้า*) ที่ไม่เคยได้อยู่ใน 3 อันดับแรก; **he remained an ~ all his life** (*fig.*) เขายังคงเป็นคนที่ไม่สลักสำคัญอะไรตลอดชีวิต

altar /ˈɔːltə(r)/ˈออลเทอะ(ร)/ *n.* Ⓐ (*Communion table*) แท่นในพิธีรับศีลมหาสนิท; **lead sb. to the ~** (*fig.*) แต่งงานกับหญิง *ค.น.* (*ใช้กับผู้ชาย*); Ⓑ (*for sacrifice*) แท่นบูชา

ˈaltarpiece *n.* งานจิตรกรรมที่ติดไว้เหนือแท่นบูชา

alter /ˈɔːltə(r)/ˈออลเทอะ(ร)/ ❶ *v.t.* Ⓐ (*change*) เปลี่ยนแปลง, แก้; **That's wrong. It will have to be ~ed** นั่นผิด จะต้องมีการแก้; **have a dress ~ed** ให้ช่างแก้กระโปรงชุดให้; Ⓑ (*Amer.: castrate, spay*) ตอนสัตว์ทั้งตัวผู้และตัวเมีย ❷ *v.i.* เปลี่ยนแปลง; **he has ~ed a lot since then** (*in appearance*) รูปร่างหน้าตาเขาเปลี่ยนไปมากนับตั้งแต่นั้นมา; (*in character*) บุคลิกนิสัยเขาเปลี่ยนแปลงไปมากนับตั้งแต่นั้นมา

alteration /ɔːltəˈreɪʃn/ออลเทอะˈเรช่น/ *n.* การเปลี่ยนแปลง; การแก้ไข; (*of text*) การเปลี่ยนแปลงข้อความ; (*of house*) การดัดแปลงบ้าน; **without any ~s** ปราศจากการเปลี่ยนแปลงใด ๆ; **we're having some ~s done to the house** เรากำลังให้มีการก่อสร้างดัดแปลงบ้าน

altercation /ɔːltəˈkeɪʃn/ออลเทอะˈเคช่น/ *n.* การทะเลาะ, การพิพาททกัน

alter ego /æltər ˈegəʊ, US ˈiːgəʊ/แอลเทอะ(ร) ˈเอ็กโก, ˈอีโก/ *n. pl.* **~s** เพื่อนที่สนิทและไว้ใจ; (*Psych.*) บุคลิกภาพที่สองหรืออีกแบบหนึ่งของบุคคล

alternate ❶ /ɔːlˈtɜːnət/ออลˈเทอเนิท/ *adj.* Ⓐ (*in turn*) สลับกัน, ผลัดกัน; **John and Mary come on ~ days** จอห์นและแมรีสลับกันมาคนละวัน; (*together*) จอห์นและแมรีจะมาด้วยกันวันเว้นวัน; **she goes shopping and goes to work on ~ Saturdays** เธอไปซื้อของและไปทำงานวันเสาร์เว้นเสาร์สลับกัน; **~ leaves** (*Bot.*) ใบไม้ที่สลับกันสองข้างของก้าน; **~ angles** (*Math.*) มุมสลับ; Ⓑ ➡ **alternative 1** ❷ *n.* Ⓐ (*deputy*) ผู้แทน; Ⓑ (*substitute*) ตัวแทน ❸ /ˈɔːltəneɪt, ˈɒltəneɪt/ˈออลเทอะเนท, ˈออลเทอะเนท/ *v.t.* สลับ, ผลัดเปลี่ยน; **she has only two summer dresses, so she ~s them** เธอมีชุดฤดูร้อนเพียงสองชุดเท่านั้น ดังนั้นเธอจึงสลับกันใส่; **he ~s his days off with his working days** เขาสลับผลัดเปลี่ยนวันหยุดกับวันทำงานของเขา ❹ *v.i.* สลับ, ผลัดเปลี่ยน

alternately /ɔːlˈtɜːnətlɪ/ออลˈเทอเนิทลิ/ *adv.* อย่างสลับกัน, อย่างผลัดเปลี่ยน

ˈalternating current *n.* (*Electr.*) กระแสไฟฟ้าสลับ

alternation /ɔːltəˈneɪʃn/ออลเทอะˈเนช่น/ *n.* การสลับสับเปลี่ยน, การผลัดเปลี่ยน; **~ of generations** (*Biol.*) การสืบพันธุ์ด้วยการสลับการร่วมเพศและไม่ร่วมเพศ

alternative /ɔːlˈtɜːnətɪv/ออลˈเทอเนอะทิว/ ❶ *adj.* อย่างอื่น, ที่ใช้แทนกันได้, ที่เป็นทางเลือก; **~ possibility** ทางเลือกอีกทาง; **~ suggestion** ข้อเสนอให้เลือกอีกข้อหนึ่ง; **~ route** เส้นทางให้เลือกอีกทางหนึ่ง; (*to avoid obstruction etc.*) ทางเลือกอื่น; **we'll try to get you on an ~ flight** เราจะพยายามหาเที่ยวบินอื่นให้ไปแทน; **the ~ society** สังคมทางเลือก; **~ medicine** แพทย์ทางเลือก, แพทย์แผนโบราณ ❷ *n.* Ⓐ (*choice*) ตัวเลือก, ทางเลือก; **if I had the ~:** ถ้าฉันมีทางเลือก; **we have no ~ [but to...]** พวกเราไม่มีทางเลือก [นอกจากที่จะ...]; **that left me** *or* **I was left with no ~:** นั่นทำให้ฉันไม่มีทางเลือก; Ⓑ (*possibility*) ทางเลือก, ความเป็นไปได้; **we have two ~s: either we press forward or we turn back** พวกเรามีทางเลือกอยู่สองทางคือเดินหน้าหรือถอยหลัง; **there is no [other] ~:** ไม่มีทางเลือก [อย่างอื่นอีก]; **what are the ~s?** มีทางเลือกอะไรบ้าง

alternatively /ɔːlˈtɜːnətɪvlɪ/ออลˈเทอเนอะทิวลิ/ *adv.* อีกทางหนึ่ง, ไม่อย่างนั้น; **or ~:** หรืออีกทางหนึ่ง

alternator /ˈɔːltəneɪtə(r)/ˈออลเทอะเนเทอะ(ร)/ *n.* (*Electr.*) เครื่องกำเนิดไฟฟ้ากระแสสลับ

although /ɔːlˈðəʊ/ออลˈโท/ *conj.* แม้ว่า; **~ quite clever, he still makes mistakes** แม้ว่าเขาจะค่อนข้างฉลาด แต่ก็ยังมีข้อผิดพลาด

altimeter /ˈæltɪmiːtə(r), US ælˈtɪmətər/ˈแอลทิมีเทอะ(ร), แอลˈทิเมอะเทอะ(ร)/ *n.* อุปกรณ์วัดความสูงเหนือระดับน้ำทะเล

altitude /ˈæltɪtjuːd, US -tuːd/ˈแอลทิทิวด, -ทูด/ *n.* ➤ **426** (*height*) ความสูง, ระดับความสูง; **what is our ~?** พวกเราอยู่ที่ระดับความสูงเท่าไร; **at what ~ are we flying?** เรากำลังบินอยู่ที่ระดับความสูงเท่าไร; **from this ~:** จากระดับความสูงนี้; **what is the ~ of ...?** ระดับความสูงของ... เป็นเท่าไร; **at an ~ of 2,000 ft.** ที่ระดับความสูง 2,000 ฟุต; **at high ~:** ที่ระดับสูงมาก; **gain/lose ~:** ไต่ขึ้นสู่/ลดระดับความสูง

alto /ˈæltəʊ/ˈแอลโท/ *n., pl.* **~s** (*Mus.*) (*voice, part*) ทำนองส่วนกลางของการร้องประสานเสียง, ระดับเสียงแอลโท (*ท.ศ.*); (*singer*) นักร้องระดับเสียงแอลโท; **~ saxophone/clarinet** แซกโซโฟน/แคลริเนตเสียงทุ้ม; **~ clef** กุญแจที่หัวบรรทัดโน้ตเพลงแสดงเสียงแอลโท โดยโน้ตซีอยู่บนเส้นกลาง

altogether /ɔːltəˈgeðə(r)/ออลเทอะˈเก็ทเทอะ(ร)/ ❶ *adv.* ทั้งหมด, อย่างสมบูรณ์; (*on the whole*) ส่วนใหญ่; (*in total*) ทั้งสิ้น; **not ~ [true/convincing]** ไม่ [จริง/น่าเชื่อ] ทั้งหมด ❷ *n.* **in the ~** (*coll.*) แก้ผ้า, เปลือย

altruism /ˈæltruɪzm/ˈแอลทรูอิซ่ม/ *n., no pl.* ปรัตถนิยม (*ร.บ.*), หลักการที่ถือว่าความสุขของคนอื่นสำคัญกว่าของตน

altruist /ˈæltruɪst/ˈแอลทรูอิซท/ *n.* คนที่ไม่เห็นแก่ตัว, คนที่คำนึงถึงความสุขของคนอื่นก่อนตนเอง

altruistic /æltruˈɪstɪk/แอลทรูˈอิซติค/ *adj.*, **altruistically** /æltruˈɪstɪkəlɪ/แอลทรูˈอิซติเคอะลิ/ *adv.* อย่างไม่เห็นแก่ตัว, อย่างเป็นห่วงเป็นใยคนอื่น

alum /ˈæləm/ˈแอเลิม/ *n.* (*Chem.*) สารส้ม

alumina /əˈluːmɪnə/เออะˈลูมิเนอะ/ *n.* ส่วนประกอบอะลูมินั่มออกไซด์ที่เกิดขึ้นเองในธรรมชาติ

aluminium /æljʊˈmɪnɪəm/แอลิวˈมินเนียม/ *n.* (*Brit.*) โลหะอะลูมิเนียม (*ท.ศ.*)

aluminium foil *n.* แผ่นอะลูมิเนียม ฟอยล์

aluminize /əˈluːmɪnaɪz/เออะˈลูมินายซฺ/ *v.t.* เคลือบด้วยโลหะอะลูมิเนียม

aluminum /əˈluːmɪnəm/เออะˈลูมิเนิม/ (*Amer.*) ➡ **aluminium**

alumna /əˈlʌmnə/เออะˈลัมเนอะ/ *n., pl.* **~e** (*Amer.*) นักเรียน/นิสิตเก่าหญิง

alumnus /əˈlʌmnəs/เออะˈลัมเนิซ/ *n., pl.* **alumni** (*Amer.*) นักเรียน/นิสิตเก่าชาย; **we are both alumni of Harvard** เราทั้งคู่เป็นนิสิตเก่า (*ชาย*) ของฮาวาร์ด

alveolar /ælˈvɪələ(r), ælvɪˈəʊlə(r)/แอลˈเวียเลอะ(ร), แอลวิˈโอเลอะ(ร)/ *adj.* Ⓐ (*Anat.*) **~ ridge** ปุ่มเหงือก; Ⓑ (*Phonet.*) ที่ออกเสียงโดยปลายลิ้นมาบรรจบหลังเหงือกบน

always /ˈɔːlweɪz/ˈออลเวซ/ *adv.* (*at all times*) เสมอ, ตลอดเวลา; (*repeatedly*) บ่อย ๆ, ซ้ำแล้วซ้ำเล่า; (*whatever the circumstances*) เสมอต้นเสมอปลาย; **he ~ comes on Monday** เขาจะมาวันจันทร์เสมอ; **he is ~ making fun of other people** เขาชอบล้อเลียนคนอื่นตลอดเวลา; **don't worry, I can ~ sleep on the floor** ไม่ต้องเป็นห่วงยังไง ๆ ฉันก็นอนบนพื้นได้; **you can ~ come by train if you prefer** ยังไง ๆ ถ้าคุณชอบมากกว่าคุณมาทางรถไฟก็ได้

alyssum /ˈælɪsəm/ˈแอลิเซิม/ *n.* (*Bot.*) พืชดอกในสกุล *Alyssum* มีดอกขาวหรือเหลือง

Alzheimer's disease /ˈæltshaɪməz diziːz/ˈแอลทไซเมิซ ดีซีซ/ *n.* ➤ **453** โรคสมองเสื่อมอย่างรุนแรงในคนชรา

AM *abbr.* **amplitude modulation** คลื่นวิทยุเอเอ็ม (*ท.ศ.*)

am ➡ **be**

a.m. /eɪˈem/เอˈเอ็ม/ ➤ **177** ❶ *adv.* ก่อนเที่ยงวัน (*ระหว่าง 1 นาฬิกา ถึง 11 นาฬิกา*); **[at] one/four ~:** [ตอน] ตีหนึ่ง/ตีสี่; **[at] five/eight ~:** [ตอน] ตีห้า/แปดโมงเช้า; **[at] nine ~:** [ตอน] เก้าโมงเช้า; **[at] ten/eleven ~:** [ตอน] สิบ/สิบเอ็ดโมงเช้า ❷ *n.* ช่วงเช้าก่อนเที่ยง **Monday/this ~:** ช่วงเช้าวันจันทร์/วันนี้

amalgam /əˈmælgəm/เออะˈแมลเกิม/ *n.* Ⓐ (*lit. or fig.: mixture*) ส่วนผสม; Ⓑ (*alloy*) ปรอทผสมโลหะ (*ใช้ในทันตกรรม*)

amalgamate /ə'mælgəmeɪt/เออะ'แมลเกอะเมท/ ❶ *v.t.* ทำให้รวมกัน (*บริษัท*); ผสมผสาน (*เชื้อชาติ*) ❷ *v.i.* (*บริษัท*) รวมเข้าด้วยกัน; (*เชื้อชาติ*) ที่ผสมผสานกัน

amalgamation /əmælgə'meɪʃn/เออะแมลเกอะ'เมช'น/ *n.* Ⓐ (*action*) การผสม, การรวมกัน; (*of races*) การผสมผสาน; (*of firms*) การรวมบริษัท; (*of departments*) รวมแผนก; Ⓑ (*result*) ผลของการ; **his 'theory' is an ~ of various ideas** ทฤษฎีของเขาเป็นผลมาจากการผสมผสานความคิดที่หลากหลาย

amanuensis /əmænjʊ'ensɪs/เออะแมนิว'เอ็นซิซ/ *n., pl.* **amanuenses** /əmænjʊ'ensi:z/เออะแมนิว'เอ็นซีซ/ คนที่เขียนหรือจดจากคำบอกหรือคัดลอกจากต้นฉบับ, เจ้าหน้าที่จดชวเลข

amaryllis /æmə'rɪlɪs/แอเมอะ'ริลลิซ/ *n.* (*Bot.*) (*plant of genus A~*) ว่านพันธุ์ *Amaryllis belladonna* มีถิ่นกำเนิดจากทวีปแอฟริกาตอนใต้; (*plant of related genus*) พืชสกุลอื่นที่สัมพันธ์กับพืชชนิดนี้, ว่านสี่ทิศ

amass /ə'mæs/เออะ'แมซ/ *v.t.* สะสม; **what a lot of books you have ~ed over the years!** ในหลายปีที่ผ่านมาคุณได้สะสมหนังสือไว้มากมายจังเลย; **~ a [large] fortune** สะสมทรัพย์สมบัติเอาไว้ [ก้อนใหญ่]

amateur /'æmətə(r)/'แอเมอะเทอะ(ร)/ *n.* Ⓐ (*non-professional*) มือสมัครเล่น; Ⓑ (*derog.: trifler*) คนที่ไม่ทำจริงจัง, คนหยิบโหย่ง; Ⓒ *attrib.* สมัครเล่น, งานอดิเรก; **~ actor** นักแสดงสมัครเล่น; **~ theatre** ละครที่ผู้แสดงเป็นมือสมัครเล่น; **when he retired he took up ~ photography/writing** เมื่อเขาเกษียณอายุแล้วเขาถ่ายรูป/เขียนหนังสือเป็นงานอดิเรก

amateurish /'æmətərɪʃ/'แอเมอะเทอะริช/ *adj.* (*derog.*) ไม่ชำนาญ, ขาดประสบการณ์, อ่อนหัด

amateurishness /'æmətərɪʃnɪs/'แอเมอะเทอะริชนิซ/ *n.* การเป็นมือสมัครเล่น

amateurism /'æmətərɪzm/'แอเมอะเทอะริซ'ม/ *n., no pl.* กีฬาสมัครเล่น; (*as qualifying principle*) สถานภาพนักกีฬาสมัครเล่น

amatory /'æmətərɪ, US -tɔ:rɪ/'แอเมอะเทอะริ, -ทอริ/ *adj.* เกี่ยวกับกามารมณ์; **~ poems** โคลงกลอนรัก; **~ letters** จดหมายรัก; **~ affairs** เรื่องรัก ๆ ใคร่ ๆ; **~ advances** การจีบ

amaze /ə'meɪz/เออะ'เมซ/ *v.t.* พิศวง, ทึ่ง; **be ~d [by sth.]** (*ส.น.*) ทำให้พิศวง

amazement /ə'meɪzmənt/เออะ'เมซเมินทฺ/ *n., no pl.* ความพิศวง, ความทึ่ง

amazing /ə'meɪzɪŋ/เออะ'เมซิง/ *adj.* (*remarkable*) พิเศษยิ่ง; (*astonishing*) น่าทึ่ง, น่าพิศวง; **'~ value'** คุ้มจริง ๆ

amazingly /ə'meɪzɪŋlɪ/เออะ'เมซิงลิ/ *adv.* Ⓐ *as sentence modifier* (*remarkably*) ที่น่าแปลกประหลาด; (*astonishingly*) อย่างน่าพิศวง; Ⓑ อย่างไม่น่าเชื่อ; **~ stupid** โง่เง่าชัด ๆ

[1]**Amazon** /'æməzən, US -zɒn/'แอเมอะเซิน, -ซอน/ *pr. n.* **the ~:** แม่น้ำอะเมซอน ในประเทศบราซิล

[2]**Amazon** *n.* Ⓐ (*Mythol.: female warrior*) นักรบสตรี; Ⓑ (*fig.*) สตรีรูปร่างกำยำสูงใหญ่

ambassador /æm'bæsədə(r)/แอม'แบเซอะเดอะ(ร)/ *n.* ➤ 489 Ⓐ เอกอัครราชทูต; (*on particular mission*) ทูตเฉพาะกิจ; **~ to a country/court** เอกอัครราชทูตประจำประเทศ/ประจำราชสำนัก; Ⓑ (*messenger*) ผู้ส่งสาส์น

ambassadorial /æmbæsə'dɔ:rɪəl/แอมแบเซอะ'ดอเรียล/ *adj.* ระดับเอกอัครราชทูต; (*of envoy*) แห่งเอกอัครราชทูต

amber /'æmbə(r)/'แอมเบอะ(ร)/ ❶ *n.* Ⓐ อำพัน; Ⓑ สีเหลืองอำพัน; Ⓒ (*traffic light*) ไฟจราจร (*เหลือง*); **when the ~ is flashing** เมื่อไฟเหลืองกะพริบ ❷ *adj.* ทำจากอำพัน; (*colour*) มีสีเหลืองอำพัน

ambergris /'æmbəgri:s, US -grɪs/'แอมเบอะกรีซ, -กริซ/ *n.* ขี้ปลาวาฬใช้ทำน้ำหอม

ambiance ➡ **ambience**

ambidexterity /æmbɪdeks'terɪtɪ/แอมบิเด็คซฺ'เตะริทิ/ ➡ **ambidextrousness**

ambidextrous /æmbɪ'dekstrəs/แอมบิ'เด็คซฺเตริซ/ *adj.* ถนัดทั้งมือซ้ายและขวา, มีทักษะหลายอย่าง

ambidextrously /æmbɪ'dekstrəslɪ/แอมบิ'เด็คซฺเตริซลิ/ *adv.* โดยถนัดทั้งมือซ้ายและขวา

ambidextrousness /æmbɪ'dekstrəsnɪs/แอมบิ'เด็คซฺเตริซนิซ/ *n., no pl.* ความถนัดทั้งสองข้าง

ambience /'æmbɪəns/'แอมเบียนซฺ/ *n.* สภาพแวดล้อม, บรรยากาศ; **the ~ of the theatre** บรรยากาศของโรงละคร

ambient /'æmbɪənt/'แอมเบียนทฺ/ *adj.* รอบ ๆ; **~ pressure/air** ความกดดันโดยรอบ

ambiguity /æmbɪ'gju:ɪtɪ/แอมบิ'กิวอิทิ/ *n.* ความกำกวม; (*having several meanings*) การมีหลายความหมาย

ambiguous /æm'bɪgjʊəs/แอม'บิกกิวเอิซ/ *adj.* มีความหมายกำกวม; (*with several meanings*) หลายนัย; **her smile was ~:** ยิ้มของเธอดูมีเลศนัย

ambiguously /æm'bɪgjʊəslɪ/แอม'บิกกิวเอิซลิ/ *adv.* อย่างมีความหมายกำกวม; (*with several meanings*) อย่างมีหลายความหมาย; **smile ~:** ยิ้มอย่างมีเลศนัย

ambiguousness /æm'bɪgjʊəsnɪs/แอม'บิกกิวเอิซนิซ/ *n., no pl.* ความกำกวม; (*having several meanings*) การมีหลายความหมาย

ambit /'æmbɪt/'แอมบิท/ *n.* ขอบเขต, วงจำกัด; **the ~ of sb.'s experience/competence** ขอบเขตของประสบการณ์/ความสามารถของ *ค.น.*

ambition /æm'bɪʃn/แอม'บิช'น/ *n.* ความทะเยอทะยาน; (*aspiration*) ความมุ่งมาดปรารถนา; **you can never fulfil every ~:** คุณไม่มีทางสมหวังได้ในทุกเรื่อง

ambitious /æm'bɪʃəs/แอม'บิชเชิซ/ *adj.* มีความทะเยอทะยาน, มีความมุ่งมาดปรารถนา; **she was very ~ for him to succeed** เธอมีความมุ่งมาดปรารถนาที่จะให้เขาสำเร็จ; **be ~ to do sth.** มีความทะเยอทะยานที่จะทำ *ส.น.*

ambitiously /æm'bɪʃəslɪ/แอม'บิชเชิซลิ/ *adv.* ด้วยความทะเยอทะยาน, ด้วยความมุ่งมาดปรารถนา

ambitiousness /æm'bɪʃəsnɪs/แอม'บิชเชิซนิซ/ *n., no pl.* ความทะเยอทะยาน, ความมุ่งมาดปรารถนา; **the ~ of his proposal/the new project** ความยิ่งใหญ่ของข้อเสนอของเขา/โครงการใหม่

ambivalence /æm'bɪvələns/แอม'บิเวอะเลินซฺ/ *n., no pl.* ความรู้สึกขัดแย้งในใจ, ความสองจิตสองใจ

ambivalent /æm'bɪvələnt/แอม'บิเวอะเลินทฺ/ *adj.* อย่างรู้สึกขัดแย้งในใจ, อย่างสองจิตสองใจ

amble /'æmbl/'แอมบ'ล/ ❶ *v.i.* Ⓐ (*ม้า*) เดินเหยาะย่าง; (*บุคคล*) เดินทอดน่อง; (*ride at easy pace*) ขี่ม้าเหยาะ ๆ; Ⓑ (*fig.: walk slowly*) เดินช้า ๆ ❷ *n.* Ⓐ การเหยาะย่าง; Ⓑ (*fig.*) การเดินช้า ๆ ตามสบาย

ambrosia /æm'brəʊzɪə, US -əʊʒə/แอม'โบรเซีย, -เฌอะ/ *n., no pl.* อาหารทิพย์

ambulance /'æmbjʊləns/'แอมบิวเลินซฺ/ *n.* Ⓐ (*vehicle*) รถพยาบาล; (*Mil.*) หน่วยเสนารักษ์; Ⓑ (*Mil.: mobile hospital*) โรงพยาบาลเคลื่อนที่

ambulance: ~-chaser *n.* (*Amer.*) ทนายความที่ว่าความคดีคนบาดเจ็บ; **~ driver** *n.* ➤ 489 พนักงานขับรถพยาบาล; **~-man** *n.* ➤ 489 เจ้าหน้าที่ประจำรถพยาบาล; **~ service** *n.* บริการรถพยาบาล; **~ worker** *n.* ➤ 489 เจ้าหน้าที่ประจำรถพยาบาล

ambulant /'æmbjʊlənt/'แอมบิวเลินทฺ/ *adj.* (*คนไข้*) เดินได้

ambush /'æmbʊʃ/'แอมบุช/ ❶ *n.* (*concealment*) การซุ่มโจมตี; **lie in ~** (*lit. or fig.*) ซุ่มคอยโจมตี; **arrange an ~:** จัดกองกำลังซุ่มโจมตี ❷ *v.t.* ซุ่มโจมตี

ameba /ə'mi:bə/เออะ'มีเบอะ/ (*Amer.*) ➡ **amoeba**

ameliorate /ə'mi:lɪəreɪt/เออะ'มีเลียเรท/ ❶ *v.t.* ทำให้ดีขึ้น ❷ *v.i.* ปรับปรุงตนให้ดีขึ้น

amelioration /əmi:lɪə'reɪʃn/เออะมีเลีย'เรช'น/ *n.* การปรับปรุงให้ดีขึ้น

ameliorative /ə'mi:lɪərətɪv/เออะ'มีเลียเรอะทิว/ *adj.* ที่ช่วยให้ดีขึ้น; **~ measures** มาตรการที่ทำให้ดีขึ้น; **~ effect** เป็นผลให้ดีขึ้น

amen /ɑ:'men, eɪ-/อา'เม็น, เอ-/ ❶ *int.* สาธุ; **say '~' to sth.** เปล่งวาจา 'สาธุ' กับ *ส.น.* ❷ *n.* การเปล่งคำ 'สาธุ', อาเมน (*ท.ศ.*)

amenability /əmi:nə'bɪlɪtɪ/เออะมีเนอะ'บิลลิทิ/ *n., no pl.* Ⓐ (*responsiveness*) การรับสนอง; Ⓑ (*of phenomenon etc.*) การสามารถทดสอบ/พิสูจน์ได้

amenable /ə'mi:nəbl/เออะ'มีเนอะบ'ล/ *adj.* Ⓐ (*responsive*) ที่สนองตอบ; **he simply isn't ~ to reason/advice** เขาไม่ยอมรับฟังเหตุผล/คำแนะนำเสียเลย; **~ to kindness** ตอบสนองความปราณี; Ⓑ (*subject*) ขึ้นอยู่กับ, อยู่ภายใต้; **be ~ to the laws of nature/rules of grammar** อยู่ภายใต้กฎของธรรมชาติ/ปฏิบัติตามกฎไวยากรณ์

amend /ə'mend/เออะ'เม็นดฺ/ *v.t.* (*correct*) แก้ไข; (*improve*) ปรับปรุง (*กฎหมาย, สถานการณ์, สัญญา*)

amendment /ə'mendmənt/เออะ'เม็นดเมินทฺ/ *n.* (*to motion*) การแก้ไขบัญญัติ; (*to bill*) การแก้ไขร่างกฎหมาย; (*to Constitution*) การแก้รัฐธรรมนูญ; (*of situation*) การปรับเปลี่ยนสถานการณ์

amends /ə'mendz/เออะ'เม็นดซฺ/ *n. pl.* **make ~ [to sb.]** การขอขมา/การชดใช้ค่าเสียหาย [แก่ *ค.น.*]; **make ~ for sth.** ชดใช้ค่าเสียหายสำหรับ *ส.น.*

amenity /ə'mi:nɪtɪ, ə'menɪtɪ/เออะ'มีนิทิ, เออะ'เม็นนิทิ/ *n.* Ⓐ *no pl.* (*pleasantness*) ความสบาย, ความรื่นรมย์ (*ของสถานที่*); Ⓑ (*pleasant feature*) (*of residence*) จุดเด่น; (*of locality*) สิ่งอำนวยความสะดวก; **the amenities of a town** สิ่งอำนวยความสะดวกของเมือง; **social amenities** การโอภาปราศรัย; **with every ~, including showers, air conditioning, etc.** ประกอบด้วยความสะดวกสบายทุกประการรวมทั้งห้องน้ำมีฝักบัวและเครื่องปรับอากาศ ฯลฯ

amenity: ~ **bed** *n. (Brit.) เตียงที่มีความส่วนตัวในโรงพยาบาลของรัฐ ซึ่งต้องจ่ายค่าใช้จ่ายเพียงเล็กน้อย;* ~ **centre** *n.* ศูนย์สำหรับออกกำลังกายพักผ่อน

America /ə'merɪkə/เออะ'เมะริเคอะ/ *pr. n.* **A** ประเทศสหรัฐอเมริกา; **B** **the ~s** อเมริกาเหนือ/ใต้และกลาง

American /ə'merɪkən/เออะ'เมะริเคิน/ **1** *adj.* แห่ง; **sb. is ~:** *ค.น.* เป็นชาวอเมริกัน; ~ **English** ภาษาอังกฤษที่ชาวอเมริกันใช้; ~ **studies** การศึกษาเกี่ยวกับอเมริกัน, อเมริกันศึกษา; ➡ + **English** 1; **legion** B **2** *n.* **A** *(person)* ชาวอเมริกัน; **B** *(language)* ภาษาอเมริกัน; ➡ + **English** 2 A

American: dream *n.* ความเชื่อว่าทุกคนสามารถประสบความสำเร็จได้ถ้าใช้ความพยายาม; *(for immigrants)* ความเชื่อในลัทธิของเสรีภาพและความเสมอภาค; ~ **'football** *n.* การเล่นอเมริกันฟุตบอล *(ลูกบอลเป็นรูปรี พัฒนามาจากกีฬารักบี้ฟุตบอล);* ~ **'Indian** **1** *n.* ชาวอินเดียนแดงที่อยู่ในอเมริกา **2** *adj.* แห่งอินเดียนแดง

Americanisation, Americanise ➡ **Americaniz-**

Americanism /ə'merɪkənɪzm/เออะ'เมะริเคอะนิซ'ม/ *n.* **A** *(Ling.) คำ, ความหมายหรือวลีที่มีต้นกำเนิดจากประเทศสหรัฐอเมริกา;* **B** *(attachment)* ความผูกพันกับสหรัฐอเมริกา

Americanization /əmerɪkənaɪ'zeɪʃn/เออะเมะริเคอะไน'เซช'น/ *n.* **A** การขยายตัวของอารยธรรมอเมริกัน; **B** *(naturalizalion)* การโอนสัญชาติเป็นชาวอเมริกัน

Americanize /ə'merɪkənaɪz/เออะ'เมะริเคอะนายซฺ/ *v.t.* **A** ทำให้มีลักษณะของอารยธรรมอเมริกัน; **B** *(naturalize)* โอนสัญชาติเป็นอเมริกัน

American: ~ **'organ** *n. (Mus.)* เครื่องดนตรีออร์แกนขนาดใหญ่; ~ **plan** *n. (Amer. Hotel Managem.)* การจัดโรงแรมที่บริการรวมค่าห้องค่าอาหารและอื่น ๆ

Amerindian /æmə'rɪndɪən/แอเมอะ'รินเดียน/ *adj. (American Indian)* แห่งอินเดียนแดง; ~ **languages** ภาษาอินเดียนแดง; ~ **peoples** ชาวอินเดียนแดง

amethyst /'æmɪθɪst/'แอมิธิซท/ *n.* อัญมณีสีม่วงแดง

AMEX /'æmeks/'แอเม็คซฺ/ *n. abbr.* **American Stock Exchange** ตลาดหลักทรัพย์อเมริกัน

amiability /'eɪmɪəbɪlɪtɪ/เอเมีย'บิลลิที/ *n., no pl.* ➡ **amiable:** อัธยาศัยดี, ไมตรีจิต

amiable /'eɪmɪəbl/'เอเมียบ'ล/ *adj. (บุคคล)* มีอัธยาศัยดี; *(พฤติกรรม)* ที่แสดงไมตรีจิต; **be in an ~ mood** มีอารมณ์ดี

amiably /'eɪmɪəblɪ/'เอเมียบลิ/ *adv.* อย่างมีอัธยาศัยดี; **be ~ disposed towards sb./sth.** มอง *ค.น./ส.น.* ในแง่ดี

amicability /æmɪkə'bɪlɪtɪ/แอมิเคอะ'บิลลิที/ *n., no pl.* ความมีไมตรีจิต

amicable /'æmɪkəbl/'แอมิเคอะบ'ล/ *adj.* มีไมตรีจิต; ~ **relations with one's neighbours** มีความเป็นมิตรกับเพื่อนบ้านของตน

amicably /'æmɪkəblɪ/'แอมิเคอะบลิ/ *adv.* อย่างมีไมตรีจิตต่อกัน; **get on ~ with one's neighbours** เข้ากับเพื่อนบ้านของตนได้เป็นอย่างดี

amid /ə'mɪd/เออะ'มิด/ *prep.* ในท่ามกลาง; *(fig.: during)* ระหว่าง; ~ **the fighting** ท่ามกลางการต่อสู้

amidships /ə'mɪdʃɪps/เออะ'มิดชิพซฺ/ *(Amer.:* **amidship**) *adv. (position)* ตอนกลางลำเรือ; *(direction)* ไปทางกลางลำเรือ; **hit sb. ~** *(fig. coll.)* ชก *ค.น.* กลางลำตัว

amidst /ə'mɪdst/เออะ'มิดซฺท/ ➡ **amid**

amino acid /əmi:nəʊ 'æsɪd/เออะ'มีโน 'แอซิด/ *n. (Chem.)* กรดอะมิโน *(ท.ศ.)*

Amish /'ɑ:mɪʃ, 'eɪmɪʃ, 'æmɪʃ/'อามิช, 'เอมิช, 'แอมิช/ **1** *n.* พวกอมิช *(ท.ศ.)*, นักเทศน์ผู้เคร่งครัดในอเมริกา; **the ~ Mennonites** พวกอมิชแห่งนิกาย Mennonites **2** *adj.* เกี่ยวกับพวกอมิช

amiss /ə'mɪs/เออะ'มิซ/ **1** *pred. adj.* **A** *(wrong)* ผิด, ไม่ถูกต้อง; **is anything ~?** มีอะไรผิดหรือ; **B** *(out of place)* ผิดที่ **2** *adv.* **take sth. ~:** ฟัง *ส.น.* ไม่เข้าหู, ไม่พอใจ *ส.น.;* **come** *or* **go ~:** เกิดผิดพลาดไป; **a glass of wine would not come** *or* **go ~:** ได้แค่ไวน์สักแก้วก็คงจะไม่เลวทีเดียว

amity /'æmɪtɪ/'แอมิที/ *n.* มิตรภาพ, สัมพันธไมตรี

ammeter /'æmɪtə(r)/'แอมิเทอะ(ร)/ *n. (Electr.)* มาตรวัดกระแสไฟฟ้าเป็นแอมแปร์, แอมมิเตอร์ *(ท.ศ.)*

ammo /'æməʊ/'แอโม/ *n., no pl. (Mil. coll.)* ยุทธปัจจัย, กระสุน

ammonia /ə'məʊnɪə/เออะ'โมเนีย/ *n.* ก๊าซแอมโมเนีย *(ท.ศ.);* ~ **water** น้ำที่มีก๊าซแอมโมเนียละลายอยู่

ammunition /æmjʊ'nɪʃn/แอมิว'นิช'น/ *n., no pl., no indef. art. (lit. or fig.)* ยุทธปัจจัย, กระสุนปืน

ammunition: ~ **belt** *n. (for machine gun)* สายดินระเบิด; ~ **depot,** ~ **dump** *n.* คลังลูกกระสุน/ดินระเบิด

amnesia /æm'ni:zɪə/แอม'นีเซีย/ *n. (Med.)* การสูญเสียความจำบางส่วนหรือทั้งหมด, โรคความจำเสื่อม

amnesty /'æmnɪstɪ/'แอมนิซติ/ *n.* นิรโทษกรรม; **grant an ~ to sb.** อนุมัติให้ *ค.น.* ได้รับนิรโทษกรรม; **they were released under an ~:** พวกเขาได้รับการปลดปล่อยด้วยการนิรโทษกรรม **Amnesty International (A.I.)** องค์การนิรโทษกรรมระหว่างประเทศ

amniocentesis /æmnɪəʊsen'ti:sɪs/แอมนิโอเซ็น'ทีซิซ/ *n. (Med.)* การตรวจ amniotic fluid เพื่อศึกษาสภาพของทารก

amoeba /ə'mi:bə/เออะ'มีเบอะ/ *n., pl.* **~s** *or* **~e** *(Zool.)* อะมีบา *(ท.ศ.)*, สัตว์น้ำเซลล์เดียวในตระกูลอะมีบา

amok /ə'mɒk/เออะ'มอค/ *adv.* **run ~:** การอาละวาดไปทั่ว

among[st] /ə'mʌŋst/เออะ'มังซฺท/ *prep.* **A** ในกลุ่ม, ในระหว่าง; ~ **us/you/friends** ในระหว่างพวกเรา/พวกคุณ/เพื่อนฝูง; ~ **other things** นอกจากนี้; ~ **others** พร้อมคนอื่น ๆ; **B** *(in/into the middle of, surrounded by)* ในหมู่, ในท่ามกลาง, ระหว่าง; **hide ~ the bushes** ซ่อนอยู่ในสุมทุมพุ่มไม้; ~ **tall trees** ในหมู่แมกไม้; **she was sitting ~ her children** เธอนั่งอยู่ท่ามกลางลูก ๆ ของเธอ; **there are some weeds ~ the flowers** มีวัชพืชแซมอยู่ในแปลงดอกไม้; **a village ~ the hills** หมู่บ้านที่อยู่กลางเนินเขา; **I saw him ~ the crowd** ฉันเห็นเขาอยู่ในฝูงคน; **C** *(in the practice or opinion of, in the number of)* ~ **men/scientists** ในหมู่พวกผู้ชาย/ในหมู่นักวิทยาศาสตร์; **who is the tallest ~ you?** ใครสูงที่สุดในหมู่พวกคุณ; **I count him ~ my friends** ฉันนับเขาเป็นสหายคนหนึ่งของฉัน; **that painting is reckoned ~ his best works** ภาพวาดนั้นนับเป็นหนึ่งในงานชิ้นเอกของเขา; **D** *(between)* ระหว่าง; **share the sweets ~ yourselves** แบ่งขนมกันกินระหว่างพวกคุณ; **we only have five pounds ~ us** พวกเรามีเงินรวมกันแค่ห้าปอนด์เท่านั้น; **he distributed his wealth ~ the poor** เขาแจกจ่ายทรัพย์สมบัติของเขาให้คนยากจน; **E** *(reciprocally)* กัน, กันเอง; **they often quarrel ~ themselves** พวกเขามักจะทะเลาะกันเอง; **we often disagree ~ ourselves** พวกเราชอบถกเถียงกันเอง; **F** *(jointly)* ~ **you/them** ในหมู่พวกคุณ/พวกเขา ฯลฯ

amoral /eɪ'mɒrəl, US eɪ'mɔ:rəl/เอ'มอเริล/ *adj.* อศีลธรรม *(ร.บ.)*

amorous /'æmərəs/'แอเมอะเริซ/ *adj.* ที่รักระคนใคร่; ~ **glances** การชายสายตายั่วยวน; ~ **advances** การล่วงเกินเชิงโลกีย์; **an ~ novel** นิยายประโลมโลก; **an ~ poem** โคลงกลอนที่แสดงอารมณ์รัก; **be ~ of sb.** *(literary)* ติดบ่วงรัก *ค.น.*

amorously /'æmərəslɪ/'แอเมอะเริซลิ/ *adv.* ด้วยอารมณ์รักระคนใคร่

amorousness /'æmərəsnɪs/'แอเมอะเริซนิซ/ *n., no pl.* ความรักระคนใคร่

amorphous /ə'mɔ:fəs/เออะ'มอเฟิซ/ *adj.* **A** *(shapeless, unorganized)* ไม่เป็นรูปเป็นร่าง, ไม่เป็นระเบียบ; *(fig.)* *(รูปแบบ)* วุ่นวาย; **B** *(Min., Chem.)* ไม่ตกผลึก, อสัณฐาน *(ร.บ.)*

amortization /əmɔ:tɑɪ'zeɪʃn/เออะมอไท'เซช'น/ *n. (Finance)* **A** *(of assets)* การชำระเงินเป็นงวด ๆ; **B** *(of debt, mortgage)* การไถ่ถอนหนี้พันธบัตรหรือหุ้นกู้ โดยตั้งเงินทุนสะสมไว้ชำระหนี้เป็นงวด ๆ

amortize /ə'mɔ:taɪz, US 'æmərtaɪz/เออะ'มอทายซฺ, 'แอเมอรทายซฺ/ *v.t. (Finance)* การผ่อนชำระหนี้เป็นงวด ๆ

amount /ə'maʊnt/เออะ'มาวนฺท/ **1** *v.i.* **~ to sth.** มีจำนวน/ขนาดเทียมเท่ากับ *ส.น.;* *(fig.)* มีผลเท่ากับ *ส.น.;* **the cost/debts/fees/profits ~ed to ...:** ราคา/หนี้สิน/ค่าบริการ/กำไรมีจำนวนเท่ากับ...; **all these arguments/proposals don't ~ to much** ข้อโต้แย้ง/ข้อเสนอทั้งหมดนี้ไม่ค่อยจะมีข้อสำคัญเท่าไร; **my savings don't ~ to very much** เงินออมของฉันมีจำนวนไม่มากนัก; **what this all ~s to is that ...:** ทั้งหมดนี้ก็หมายความว่า... **2** *n.* **A** *(total)* จำนวนรวมทั้งหมด; *(full significance)* ความหมายทั้งหมด; **B** **the ~ of a bill** จำนวนเงินในใบเสร็จ; **C** *(quantity)* ปริมาณ; **an ~ of rain/patience** น้ำฝน/ความอดทนปริมาณหนึ่ง; **large ~s of money** เงินเป็นจำนวนมาก; **a tremendous ~ of** *(coll.)* ปริมาณมากมหาศาลของ; **no ~ of money will make me change my mind** เงินมากเพียงใดก็ตามจะเปลี่ยนใจฉันไม่ได้; **no ~ of talking will settle the matter** ต่อให้เจรจากันมากเพียงใดก็คงยุติเรื่องไม่ได้; ➡ + **any** 1 E

amour /ə'mʊə(r)/เออะ'มัว(ร)/ *n.* การเป็นชู้กัน

amour propre /æmʊə'prɒprə/แอมัว'พรอพร/ *n., no pl.* **A** *(self-esteem)* ความเห็นคุณค่าของตน; **B** *(vanity)* ความสำคัญตนว่าสวยเก่ง

amp /æmp/แอมพฺ/ *n. (coll.)* **A** *(current)* แอมป์ *(ท.ศ.)* *(หน่วยวัดกระแสไฟฟ้า);* **B** *(Coll.: amplifier)* เครื่องขยายเสียง

ampere /'æmpeə(r), US 'æmpɪə(r)/'แอมแพ(ร), 'แอมเพีย(ร)/ *n. (Electr.)* แอมแปร์ *(ท.ศ.)* หน่วยวัดกระแสไฟฟ้า

a

ampersand /ˈæmpəsænd/ˈแอมเพอะแซนดฺ/ *n.* เครื่องหมาย '&' มีความหมายว่า and

amphetamine /æmˈfetəmiːn/แอมˈเฟ็ทเทอะมิน/ *n.* แอมเฟตามีน *(ท.ศ.)*, ยากระตุ้นประสาท, ยาบ้า

amphibian /æmˈfɪbɪən/แอมˈฟิบเบียน/ ❶ *adj.* Ⓐ *(Zool.)* ที่ดำรงชีวิตทั้งบนบกและในน้ำ; **~ animal** สัตว์ครึ่งบกครึ่งน้ำ; Ⓑ *(Mil.)* ➡ **amphibious** B ❷ *n.* Ⓐ *(Zool.)* สัตว์ครึ่งบกครึ่งน้ำ; Ⓑ *(vehicle)* รถสะเทินน้ำสะเทินบก

amphibious /æmˈfɪbɪəs/แอมˈฟิบเบียซ/ *adj.* Ⓐ *(Biol.)* ที่ดำรงชีวิตทั้งบนบกและในน้ำ; **toads are ~:** คางคกเป็นสัตว์ครึ่งบกครึ่งน้ำ; Ⓑ *(operating on land or water)* สะเทินน้ำสะเทินบก; **~ vehicle/tank/aircraft** ยาน/รถถัง/เครื่องบินสะเทินน้ำสะเทินบก; **~ warfare/operations/forces** สงคราม/การปฏิบัติการ/กองกำลังทหารทั้งทางบกและทางน้ำ

amphitheatre (*Amer.*: **amphitheater**) /ˈæmfɪθɪətə(r)/ˈแอมฟิเธียเทอะ(ร)/ *n.* Ⓐ โรงละครกลางแจ้ง; Ⓑ *(Geog.: hollow)* โพรง; Ⓒ *(fig.: arena)* สนามต่อสู้

amphora /ˈæmfərə/ˈแอมเฟอะเรอะ/ *n. pl.* **~e** *or* **~s** *เหยือกของกรีกหรือโรมัน มีสองหูคอแคบ*

ample /ˈæmpl/ˈแอมพ'ล/ *adj.*, **~r** /ˈæmplə(r)/ˈแอมเพลอะ(ร)/, **~st** /ˈæmplɪst/ˈแอมพลิซทฺ/ Ⓐ *(spacious) (สวน)* กว้างใหญ่ไพศาล; *(extensive, abundant) (เชิงอรรค)* ที่ครอบคลุมหมด; *(การตอบคำถาม)* ที่กว้างขวาง; Ⓑ *(enough)* **~ room/food** ที่/อาหารเพียงพอ; **this hall is ~ in size for the party** ห้องโถงนี้มีขนาดเพียงพอสำหรับงานเลี้ยง; Ⓒ *(stout) (หน้าอก)* ที่ใหญ่; *(รูปร่าง)* อ้วนใหญ่

amplification /æmplɪfɪˈkeɪʃn/แอมพลิฟิˈเคช'น/ *n.* Ⓐ *(Phys.)* การเพิ่มกำลัง; Ⓑ *(enlargement)* การขยายให้ใหญ่ขึ้น; Ⓒ *(of knowledge, wisdom, etc.)* การเพิ่มพูน

amplifier /ˈæmplɪfaɪə(r)/ˈแอมพลิไฟเออะ(ร)/ *n.* เครื่องขยายเสียง

amplify /ˈæmplɪfaɪ/ˈแอมพลิฟาย/ ❶ *v.t.* Ⓐ ขยายเสียงให้ดังขึ้น; Ⓑ *(enlarge on)* เพิ่มเติมรายละเอียด; Ⓒ *(enhance)* เพิ่มเติม *(ความรู้, ความเข้าใจ)* ❷ *v.i.* ให้รายละเอียดมากขึ้น; **~ on sth.** ขยายความ *ส.น.* ให้ชัดเจนขึ้น

amplitude /ˈæmplɪtjuːd/ˈแอมพลิทิวดฺ/ *n.* Ⓐ *(Electr.)* ช่วงห่างที่สุดของค่าการเปลี่ยนกระแสหรือคลื่นจากค่าเฉลี่ย; **~ modulation** การปรับหรือเปลี่ยนกระแสหรือคลื่นจากค่าเฉลี่ย; Ⓑ *(Phys.)* ระดับการแผ่ขยายในวงกว้างที่สุดของการสั่นสะเทือน; Ⓒ *no pl. (breadth)* ช่องกว้าง, ความกว้าง; *(abundance)* ความอุดมสมบูรณ์; *(wide range)* ช่วงกว้าง

amply /ˈæmplɪ/ˈแอมพลิ/ *adv. (spaciously, abundantly)* อย่างกว้างขวาง; *(ชี้แจง, อธิบาย)* อย่างเต็มที่

ampoule /ˈæmpuːl/ˈแอมพูล/ *n.* หลอดยาฉีดสำเร็จรูป

amputate /ˈæmpjʊteɪt/ˈแอมพิวเทท/ *v.t.* ตัดด้วยวิธีศัลยกรรม

amputation /æmpjʊˈteɪʃn/แอมพิวˈเทช'น/ *n.* ศัลยกรรมตัดขาแขน

amputee /æmpjʊˈtiː/แอมพิวˈที/ *n.* ผู้ถูกตัดขาแขน

Amtrack ® /ˈæmtræk/ˈแอ็มแทร็ค/ *n.* *(Amer.)* บริษัทรถไฟโดยสารของอเมริกา

amuck /əˈmʌk/เออะˈมัค/ ➡ **amok**

amulet /ˈæmjʊlɪt/ˈแอมิวลิท/ *n. (lit.)* เครื่องรางของขลัง, ตะกรุด; *(fig.)* เครื่องราง

amuse /əˈmjuːz/เออะˈมิวซฺ/ *v.t.* Ⓐ *(interest)* ทำให้สนุกเพลิดเพลิน; **keep a child ~d** ทำให้เด็กสนุกเพลิดเพลิน; **~ oneself with sth.** ทำให้ตัวเองเพลิดเพลินกับ *ส.น.;* **~ oneself by doing sth.** ทำให้ตัวเองเพลิดเพลินโดยการทำ *ส.น.;* Ⓑ *(make laugh or smile)* ทำให้หัวเราะหรือยิ้ม; **be ~d by** *or* **at sth.** ขำ/ขัน *ส.น.*

amusement /əˈmjuːzmənt/เออะˈมิวซฺเมินทฺ/ *n.* ความขบขัน, การทำให้สนุกสนาน; *(pastime)* กิจกรรมสนุกสนาน; **all the ~s on offer at the seaside** ความบันเทิงสนุกสนานสารพัดชนิดที่พบริมทะเล; **in the ~s** ในโรงเล่นเกม

amusement arcade *n.* สถานที่เล่นเกมอัตโนมัติ; **~ park** สวนสนุก

amusing /əˈmjuːzɪŋ/เออะˈมิวซิง/ *adj.*, **amusingly** /əˈmjuːzɪŋlɪ/เออะˈมิวซิงลิ/ *adv.* [อย่าง] น่าสนุก, [อย่าง] น่าขัน

[1]**an** /ən, æn/เอิน, แอน/ *indef. art.* ➡ +[2]**a;** อัน/คน ฯลฯ หนึ่ง; **an elephant/Englishman** ช้างตัวหนึ่ง/ชาวอังกฤษคนหนึ่ง; **an hour** ชั่วโมงหนึ่ง; **an historical play** ละครประวัติศาสตร์เรื่องหนึ่ง; **an LP** แผ่นเสียงลองเพลย์แผ่นหนึ่ง

[2]**an** /æn/แอน/ *conj. (arch./dial.)* ดังนั้น; **an I meet him** ดังนั้นฉันจึงไปพบเขา

anabolic steroid /ænəˈbɒlɪk ˈstɪərɔɪd/แอเนอะˈบอลิค ˈซเตียรอยดฺ/ *n. (Physiol.) ฮอร์โมนสังเคราะห์ใช้สำหรับเพิ่มขนาดของกล้ามเนื้อ*

anachronism /əˈnækrənɪzm/เออะˈแนเครอะนิซ'ม/ *n.* แนวคิดหรือสิ่งที่ผิดยุคสมัย, อกาละ *(ร.บ.)*

anachronistic /ənækrəˈnɪstɪk/เออะแนเครอะˈนิซติค/ *adj.* ผิดยุค, โบราณล้าสมัย

anaconda /ænəˈkɒndə/แอเนอะˈคอนเดอะ/ *n. (Zool.)* งูเหลือมชนิดหนึ่ง พบในอเมริกาใต้

anaemia /əˈniːmɪə/เออะˈนีเมีย/ *n., no pl.* ➤ **453** *(Med.)* โรคโลหิตจาง; ➡ + **pernicious**

anaemic /əˈniːmɪk/เออะˈนีมิค/ *adj. (Med.)* ที่เป็นโรคโลหิตจาง; *(fig.)* ซีดเผือด, ไม่มีชีวิตชีวา

anaerobic /æneəˈrəʊbɪk/แอแนˈโรบิค/ *adj.* *(Biol.)* ไม่ต้องการออกซิเจนเพื่อการดำรงชีวิต

anaesthesia /ænɪsˈθiːzɪə/แอนิซˈธีเซีย/ *n.* *(Med.) (absence of sensation)* อาการสลบ; *(artificially induced)* การวางยาสลบ; **general ~:** การทำให้หมดความรู้สึกทั่วร่างกาย; **local ~:** การทำให้ชาเฉพาะที่

anaesthetic /ænɪsˈθetɪk/แอนิซˈเธ็ทิค/ ❶ *adj. (Med.)* ที่ทำให้สลบ ❷ *n.* ยาสลบ; **give sb. an ~:** ให้ยาสลบ *ค.น.;* **be under an ~:** อยู่ภายใต้การวางยาสลบ; **general ~:** ยาสลบที่ทำให้หมดความรู้สึกทั่วร่างกาย; **local ~:** ยาชาเฉพาะที่

anaesthetist /əˈniːsθətɪst/เออะˈนีซเธอะทิซทฺ/ *n.* ➤ **489** *(Med.)* วิสัญญีแพทย์

anaesthetization /əniːsθətaɪˈzeɪʃn/เออะนีซเธอะไทˈเซช'น/ *n.* การวางยาสลบ; *(fig.)* อาการชะงักงัน **(to** ต่อ**)**

anaesthetize /əˈniːsθətaɪz/เออะˈนีซเธอะทายซฺ/ *v.t.* วางยาสลบ; *(fig.)* ทำให้ชะงักงัน/ชา; **become ~d to sth.** *(fig.)* เกิดความชะงักงันต่อ *ส.น.*

anagram /ˈænəgræm/ˈแอเนอะแกรม/ *n.* *คำหรือวลีที่สามารถสลับตัวอักษร เพื่อสร้างคำ/วลีใหม่*

anagrammatic /ænəgrəˈmætɪk/แอเนอะเกรอะˈแมทิค/, **anagrammatical** /ænəgrəˈmætɪkl/แอเนอะเกรอะˈแมทิค'ล/ *adj.* [อย่าง] เป็นการผสมคำหรือวลี

anal /ˈeɪnl/ˈเอน'ล/ *adj.* Ⓐ *(Anat.)* เกี่ยวกับทวาร; **~ region** บริเวณทวาร; **~ canal** ช่องทวาร; Ⓑ *(Psych.)* **~ stage** ระยะที่เด็กเรียนรู้เรื่องการขับถ่าย; **~ eroticism** *ความปรารถนาหรือความตื่นเต้นจากการร่วมเพศทางทวารหนัก*

analgesia /ænælˈdʒiːzɪə, US -ʒə/แอแนลˈจีเซีย, -เฌอะ/ *n. (Med.)* ความไม่สามารถรู้สึกเจ็บปวด

analgesic /ænælˈdʒiːsɪk/แอแนลˈจีซิค, -ซิค *(Med.)* ❶ *adj.* ระงับความเจ็บปวด ❷ *n.* ยาแก้ปวด, ยาระงับปวด

analog *(Amer.)* ➡ **analogue**

analogical /ænəˈlɒdʒɪkl/แอเนอะˈลอจิค'ล/ *adj.* Ⓐ เปรียบเทียบ, อุปมาน; **~ reasoning** การอ้างเหตุผลโดยอุปมาน; **~ expression** สำนวนเปรียบเทียบ; Ⓑ *(expressing analogy)* ที่แสดงการเปรียบเทียบ

analogous /əˈnæləgəs/เออะˈแนเลอะเกิซ/ *adj.* คล้ายคลึง, เปรียบเสมือน; **be ~ to/with sth.** คล้ายกับ *ส.น.*

analogously /əˈnæləgəslɪ/เออะˈแนเลอะเกิซลิ/ *adv.* อย่างคล้ายคลึงกัน

analogue /ˈænəlɒg, US -lɔːg/ˈแอเนอะลอก/ *n.* Ⓐ สิ่งที่คล้ายคลึงกับอีกสิ่งหนึ่ง; Ⓑ **~ computer** คอมพิวเตอร์เชิงอุปมาน; **~ watch** นาฬิกาที่มีเข็มบอกเวลาบนหน้าปัด

analogy /əˈnælədʒɪ/เออะˈแนเลอะจิ/ *n.* Ⓐ *(agreement; also Ling.)* ความสอดคล้องกัน; Ⓑ *(similarity)* ความคล้ายคลึงกัน, การเปรียบเทียบ, อุปมาอุปไมย; **draw an ~ between/with** เปรียบเทียบระหว่างสิ่งหนึ่งกับอีกสิ่งหนึ่ง; Ⓒ *(Logic)* อุปมา, แนวเทียบ, ข้อเปรียบเทียบ; **use an argument by ~/argue by ~:** โต้เถียงโดยใช้ข้อเปรียบเทียบ

analysable /ˈænəlaɪzəbl/ˈแอเนอะไลเซอะบ'ล/ *adj.* วิเคราะห์ได้, แยกแยะได้, จำแนกได้

analyse /ˈænəlaɪz/ˈแอเนอะลายซฺ/ *v.t.* Ⓐ วิเคราะห์, จำแนก, แยกแยะ *(ทางวรรณคดี, เคมี, ภาษาศาสตร์, คำนวณ ฯลฯ);* Ⓑ *(Chem.)* ตรวจสอบ; Ⓒ *(Ling)* วิเคราะห์ประโยค; Ⓓ *(Psych.)* วิเคราะห์ทางจิต; **get ~d** ได้รับการวิเคราะห์ทางจิต

analysis /əˈnæləsɪs/เออะˈแนลิซิซ/ *n., pl.* **analyses** *(Chem., Mid.: of sample)* การวิเคราะห์; **critical ~ of literary texts** การวิเคราะห์ผลงานด้านวรรณกรรมอย่างพินิจพิเคราะห์; **~ of market trends** การวิเคราะห์แนวโน้มของตลาด; **in the final** *or* **last** *or* **ultimate ~:** ในการวิเคราะห์ขั้นสุดท้าย, ในที่สุด

analyst /ˈænəlɪst/ˈแอเนอะลิซทฺ/ *n.* ➤ **489** Ⓐ นักวิเคราะห์; Ⓑ *(Econ.: Polit., etc.)* นักวิเคราะห์และพยากรณ์; Ⓒ *(Psych.)* นักจิตวิทยา

analytic /ænəˈlɪtɪk/แอเนอะˈลิทิค/ *adj.* ที่ใช้การวิเคราะห์, ที่ว่าด้วยการแยกแยะ

analytical /ænəˈlɪtɪkl/แอเนอะˈลิทิค'ล/ *adj.* Ⓐ *(วิธี, ภาษา)* ที่ว่าด้วยการวิเคราะห์, ที่ว่าด้วยการแยกแยะ; Ⓑ **~ geometry** เรขาคณิตที่ใช้พีชคณิต เพื่อกำหนดจุด

analytically /ænəˈlɪtɪkəlɪ/แอเนอะˈลิทิเคอะลิ/ *adv.* อย่างวิเคราะห์, อย่างจำแนกแยกแยะ

analyze *(Amer.)* ➡ **analyse**

anapaest (*Amer.*: **anapest**) /ˈænəpiːst/ˈแอเนอะพีซท/ *n. (Pros.)* ฉันทลักษณ์แบบหนึ่งหรือ จังหวะหนึ่งประกอบด้วยเสียงลหุสองพยางค์ตามด้วยเสียงครุหนึ่งพยางค์

anaphora /əˈnæfərə/เออะ'แนเฟอะเรอะ/ *n.* *(Lit.)* การละคำ; *(If you don't want to iron your shirt, I'll do it. 'it' เป็น anaphora)*

anarchic /əˈnɑːkɪk/เออะ'นาคิค/, **anarchical** /əˈnɑːkɪkl/เออะ'นาคิค'ล/ *adj.* อนาธิปไตย, ยุ่งเหยิง, ไม่มีขื่อแป, ไม่มีรัฐบาล

anarchism /ˈænəkɪzm/'แอเนอะคิซ'ม/ *n., no pl.* อนาธิปไตย *(ร.บ.)*

anarchist /ˈænəkɪst/'แอเนอะคิซท/ *n.* ผู้สนับสนุนคติอนาธิปไตย

anarchistic /ænəˈkɪstɪk/แอเนอะ'คิซติค/ *adj.* เกี่ยวกับคติอนาธิปไตย

anarchy /ˈænəkɪ/'แอเนอะคิ/ *n., no pl.* อนาธิปไตย; *(fig.: disorder)* สภาพสับสนอลหม่าน, ไม่มีขื่อมีแป

anathema /əˈnæθəmə/เออะ'แนเธอะเมอะ/ *n.* Ⓐ *no pl., no art. (detested thing)* สิ่งที่น่ารังเกียจ, สิ่งที่น่ายะแขยง; **be ~ to sb.** เป็นสิ่งที่น่ารังเกียจสำหรับ *ค.น.*; Ⓑ *no pl., no art. (accursed thing)* **be ~:** เป็นสิ่งที่ถูกสาปแช่ง; Ⓒ *(curse of God)* คำสาปของพระผู้เป็นเจ้า; *(curse of Church)* การประณามจากศาสนา

anathematize /əˈnæθəmətaɪz/เออะ'แนเธอะเมอะทายซ/ *v.t., v.i.* สาปแช่ง, ประณาม

anatomical /ænəˈtɒmɪkl/แอเนอะ'ทอมิค'ล/ *adj.*, **anatomically** /ænəˈtɒmɪkəlɪ/แอเนอะ'ทอมิเคอะลิ/ *adv.* เกี่ยวกับกายวิภาค, เกี่ยวกับร่างกาย

anatomist /əˈnætəmɪst/เออะ'แนเทอะมิซท/ *n.* ผู้เชี่ยวชาญทางกายวิภาค; *(dissector)* ผู้ผ่า/ชำแหละ *(คน, สัตว์, พืช)* เพื่อศึกษาโครงสร้าง; *(fig.)* นักวิเคราะห์

anatomize /əˈnætəmaɪz/เออะ'แนเทอะมายซ/ *v.t.* ตรวจอย่างละเอียด, ผ่า/ชำแหละ *(คน, สัตว์, พืช)* เพื่อศึกษาโครงสร้าง; *(fig.)* วิเคราะห์

anatomy /əˈnætəmɪ/เออะ'แนเทอะมิ/ *n., no pl.* Ⓐ กายวิภาคศาสตร์; *(dissection)* การผ่า/ชำแหละ *(คน, สัตว์, พืช)* เพื่อศึกษาโครงสร้าง; Ⓑ *(joc.: body)* ร่างกาย; **a certain part of his ~:** ส่วนหนึ่งของร่างกายเขา; Ⓒ *(fig.: analysis)* การวิเคราะห์

ANC *abbr.* **African National Congress** รัฐสภาแห่งชาติแอฟริกา

ancestor /ˈænsestə(r)/'แอนเซ็ซเตอะ(ร)/ *n.* บรรพบุรุษ, เทือกเถาเหล่ากอ; *(fig.)* ผู้/สิ่งบุกเบิก

ancestral /ænˈsestrəl/แอน'เซ็ซตรึล/ *adj.* *(บ้าน, เครื่องเพชร)* เป็นของ/สืบทอดมาจากบรรพบุรุษ; **~ portraits** ภาพเหมือนของบรรพบุรุษ

ancestry /ˈænsestrɪ/'แอนเซ็ซตริ/ *n.* Ⓐ *(lineage)* เชื้อสาย, เทือกเถาเหล่ากอ; Ⓑ *(ancestors)* บรรพบุรุษทั้งปวง, ปู่ย่าตายาย; Ⓒ *no pl. (ancient descent)* การสืบสายโลหิตในสมัยโบราณ

anchor /ˈæŋkə(r)/'แองเคอะ(ร)/ ❶ *n.* สมอเรือ; **lie at ~:** ทอดสมออยู่; **come to** *or* **cast** *or* **drop ~:** ทอดสมอ; **weigh ~:** ถอนสมอ; ➡ **+ drag** 2 E ❷ *v.t.* Ⓐ ทอดสมอ; *(secure)* ทำให้มั่นคง *(ด้วยการทอดสมอ)*; **we ~ed our boat close to the shore** เราทอดสมอเรือของเราใกล้ชายฝั่ง; Ⓑ *(fig.)* **be ~ed to sth.** ยึดติดอยู่กับ *ส.น.* อย่างมั่นคง ❸ *v.i.* ทอดสมอ

anchorage /ˈæŋkərɪdʒ/'แองเคอะริจ/ *n.* Ⓐ *(place for anchoring)* จุดทอดสมอเรือ; Ⓑ *(anchoring, lying at anchor)* การทอดสมอ; Ⓒ *(fig.)* ที่ยึดเหนี่ยว, หลัก

anchorite /ˈæŋkəraɪt/'แองเคอะไรท/ *n. (lit.)* โยคี, ฤาษี; *(fig.)* ผู้ปฏิบัติศาสนกิจโดยสันโดษ

anchor: ~man /ˈæŋkəmən/'แองเคอะเมิน/ *n.* Ⓐ *(Sport) (in tug-of-war)* คนสุดท้ายของทีมชักเย่อ; *(in relay race)* คนวิ่งคนสุดท้าย; *(Mountaineering)* คนรั้งท้ายในกลุ่มนักไต่เขา; **he is the ~man of the company** *(fig.)* เขาเป็นคนสำคัญของบริษัท; Ⓑ ➤ **489** *(Telev., Radio)* ผู้ประกาศหลัก *(ชาย)*, ผู้สัมภาษณ์, โฆษก *(ชาย)*; **~ ring** ห่วงของสมอ

anchor woman /ˈæŋkəwʊmən/'แองเคอะวูเมิน/ *n.* โฆษกหญิง *(รายการวิทยุ/โทรทัศน์)*; ผู้ประกาศหลักหญิง

anchovy /ˈæntʃəvɪ, US ænˈtʃəʊvɪ/'แอนเฉอะวิ, แอน'โฉวิ/ *n.* แอนโชวี *(ท.ศ.)*, ปลากะตัก

anchovy: ~ 'pear *n.* *ผลไม้จากเวสท์อินดีสชนิดหนึ่งมีลักษณะคล้ายมะม่วง*; **~ 'toast** *n.* ขนมปังปิ้งทาด้วยแอนโชวี

ancien régime /ˈɑ̃sjɛ̃ reɪˈʒiːm/'เอนซ'นเร'ฌีม/ *n., pl.* **anciens régimes** *ระบบการเมืองและสังคมในฝรั่งเศสก่อนการปฏิวัติปี 1789; (fig.)* ยุคการปกครองแบบโบราณ

ancient /ˈeɪnʃənt/'เอนเชินท/ ❶ *adj.* Ⓐ *(belonging to past)* แห่งอดีต, นานมาแล้ว, ในสมัยก่อน; *(pertaining to antiquity)* แห่งยุคโบราณ; **~ Rome/Greece** โรมและกรีซยุคโบราณ; **in ~ times** ในสมัยโบราณ; **~ history** ประวัติศาสตร์ยุคโบราณ; **that's ~ history; everybody knows it** *(fig.)* นั่นเป็นเรื่องนมนานมาแล้วทุกคนรู้ดี; **the ~ Greeks** ชาวกรีกโบราณ; **A~ Greek** ภาษากรีกโบราณ; **~ Egypt** อียิปต์ยุคโบราณ; Ⓑ *(old)* เก่าแก่, ทางประวัติศาสตร์; **~ monument** อาคารเก่าที่รัฐบาลอนุรักษ์; **~ lights** *(law.)* *กฎหมายโบราณที่ห้ามการสร้างสิ่งกีดขวางหน้าต่างเพื่อนบ้าน* ❷ *n.* Ⓐ **the ~s** คนโบราณ *(โดยเฉพาะชาวกรีกหรือชาวโรมัน)*; *(authors)* นักเขียนยุคโบราณ; Ⓑ **the A~ of Days** *(literary) (God)* พระผู้เป็นเจ้า; Ⓒ *(arch.: old man)* คนชรา

anciently /ˈeɪnʃəntlɪ/'เอนเชินทลิ/ *adv.* นานมาแล้ว, ในสมัยก่อน; *(in antiquity)* ในสมัยโบราณ

ancillary /ænˈsɪlərɪ, US ˈænsəlerɪ/แอน'ซิลเลอะริ, 'แอนเซอะเละริ/ ❶ *adj.* Ⓐ *(auxiliary)* **be ~ to sth.** ช่วยเหลือ *ส.น.*; **be ~ to medicine** ที่สนับสนุนการแพทย์; Ⓑ *(subordinate)* เป็นรอง, สำคัญน้อยกว่า; **~ industries** อุตสาหกรรมขนาดย่อม; **~ services** การบริการระดับรอง; **~ worker** คนงานระดับลูกน้อง; **a network of ~ roads** เครือข่ายถนนระดับรอง ❷ *n. (Brit.)* ลูกน้อง

and /ənd, *stressed* ænd/เอินด, แอนด/ *conj.* Ⓐ และ; **two hundred ~ forty** สองร้อยสี่สิบ; **a knife, fork, ~ spoon** มีด ส้อมและช้อน; **there are books ~ books** มีหนังสือมากมายไปหมด; **two ~ two are four** สองบวกสองเป็นสี่; **[by] two ~ two** [เป็น] แถว แถวละสอง; **~/or** และ/หรือ; Ⓑ *expr. condition* **take one more step ~ I'll shoot** ก้าวเข้ามาอีกก้าว ฉันจะยิง; **do that ~ you'll regret it** คุณทำสิ่งนั้น และคุณก็จะเสียใจ; Ⓒ *expr. continuation* แล้ว.....เล่า; **she cried ~ cried** เธอร้องไห้แล้วร้องไห้เล่า; **he tried ~ tried to open it** เขาพยายามแล้วพยายามเล่าที่จะเปิดมัน; **for weeks ~ weeks/years ~ years** สัปดาห์แล้วสัปดาห์เล่า/ปีแล้วปีเล่า; **for miles ~ miles** เป็นระยะทางนับไมล์ ๆ; **better ~ better** ดีวันดีคืน

andante /ænˈdæntɪ/แอน'แดนทิ/ *(Mus.)* ❶ *adv.* ในจังหวะช้า ❷ *adj.* จังหวะช้า ❸ *n.* บทหรือท่อนดนตรีที่มีจังหวะช้า

Andean /ænˈdɪən/แอน'เดียน/ *adj. (Geog.)* แห่งเทือกเขาแอนดีส

Andes /ˈændiːz/'แอนดีซ/ *pr. n. pl.* เทือกเขาแอนดีส *(ที่อยู่ทางตะวันตกของอเมริกาใต้)*

andiron /ˈændaɪən/'แอนไดเอิน/ *n.* ขาตั้งทำจากโลหะ *(มักเป็นคู่ ๆ)* วางท่อนฟืนเตาผิง

Andorra /ænˈdɔːrə/แอน'ดอเรอะ/ *pr. n.* รัฐแอนดอร์รา *(อยู่ระหว่างฝรั่งเศสและสเปน)*

Andrew /ˈændruː/'แอนดรู/ *pr. n. (as name of saint)* แอนดรู *(หนึ่งใน 12 สาวกของพระเยซู)*

androgynous /ænˈdrɒdʒɪnəs/แอน'ดรอจิเนิซ/ *adj.* Ⓐ *(Biol.) (คน, สัตว์)* ที่มีลักษณะของทั้งเพศหญิงและชาย; Ⓑ *(Bot.) (พืช)* *ที่มีเกสรตัวผู้และเกสรตัวเมียอยู่ในดอกหรือช่อเดียวกัน*

anecdotal /ænɪkˈdəʊtl/แอนิค'โดท'ล/ *adj.* เป็นเรื่องเล่าเล็ก ๆ น้อย ๆ, เกร็ด

anecdote /ˈænɪkdəʊt/'แอนิคโดท/ *n.* เรื่องเล่าสั้น ๆ, เกร็ด; **he is never without a witty ~:** เขาไม่เคยขาดเกร็ดคม ๆ ขำ ๆ มาเล่าเลย

anemia, anemic *(Amer.)* ➡ **anaem-**

anemometer /ænɪˈmɒmɪtə(r)/แอนิ'มอมิเทอะ(ร)/ *n. (Meteorol.)* มาตรวัดความเร็วลม

anemone /əˈnemənɪ/เออะ'เน็มเมอะนิ/ *n.* ต้นไม้ในสกุล *Anemone* ขึ้นตามป่าในยุโรป; ➡ **+ sea anemone; wood anemone**

aneroid /ˈænərɔɪd/'แอนเนอะรอยด/ *adj.* **~ barometer** มาตรวัดความกดอากาศแบบแอนิรอยด์

anesthesia *etc. (Amer.)* ➡ **anaesthesia** *etc.*

anew /əˈnjuː, US əˈnuː/เออะ'นิว, เออะ'นู/ *adv.* Ⓐ ใหม่, อีกครั้ง; **let's start ~:** เรามาตั้งต้นกันใหม่เถิด; Ⓑ *(in a new form)* ในรูปแบบ/แนวทางใหม่; **he decided to start life ~ in Australia** เขาตัดสินใจเริ่มต้นชีวิตใหม่ที่ออสเตรเลีย

angel /ˈeɪndʒl/'เอนจ'ล/ *n.* Ⓐ *(lit.)* เทวดา, เทวทูต, นางฟ้า; *(fig.)* คนที่ดีเลิศ; **evil ~:** เทวทูตแห่งความชั่วร้าย; **good ~:** เทวทูตแห่งความดี; **be on the side of the ~s** *(fig.)* อยู่ข้างเหล่าคนดี; **be an ~ and ...** *(coll.)* ได้โปรดเถอะ; เป็นคนน่ารักและ...; ➡ **+ guardian angel;** Ⓑ *(Commerc. coll.)* ผู้สนับสนุนการลงทุน *(โดยเฉพาะในด้านการละคร)*

angel: ~ cake *n., no pl.* สปองจ์เค้ก, เค้กเนื้อนุ่มและเบามาก; **~ fish** *n.* ปลาเทวดาชนิดต่าง ๆ

Angeleno, Angelino /ændʒəˈliːnəʊ/แอนเจอะ'ลีโน/ *n.* ชาวเมืองลอสแองเจลิส

angelic /ænˈdʒelɪk/แอน'เจ็ลลิค/ *adj.* Ⓐ *(of angel[s])* ของเทวดา; Ⓑ *(like angel[s])* ประดุจเทวดา; **an ~ child** เด็กที่บริสุทธิ์ไร้เดียงสา; **she looked ~:** เธอดูสวยบริสุทธิ์เหมือนนางฟ้า

angelica /ænˈdʒelɪkə/แอน'เจ็ลลิเคอะ/ *n.* Ⓐ *(Bot., Cookery, Med.)* *สมุนไพร Angelica archangelika ดอกเป็นช่อมีกลิ่นหอม ใช้ปรุงอาหารและยา*; Ⓑ *(candied)* ก้านของต้นไม้ชนิดนี้ซึ่งแช่อิ่ม

angelus /ˈændʒɪləs/'แอนจิเลิซ/ *n. (RC Ch.)* *พิธีสวดมนต์สามเวลาในคริสต์ศาสนานิกายโรมันคาธอลิก*; **~ bell** ระฆังที่เรียกเข้าพิธีนี้

anger /ˈæŋgə(r)/'แองเกอะ(ร)/ ❶ *n., no pl.* *(wrath)* ความโกรธ, ความโมโห; *(fury)* ความบ้าเลือด; **be filled with ~:** เต็มไปด้วยความโกรธ; **in [a moment of] ~:** ในช่วงโมโห [แวบหนึ่ง] ❷ *v.t.* ทำให้โกรธ; *(infuriate)* ทำให้โมโห; **be ~ed by sth.** โกรธเนื่องจาก *ส.น.*

a

angina [pectoris] /æn'dʒaɪnə (pektərɪs)/ แอน'จายเนอะ/ *n., no pl.* ➤ **453** *(Med.)* อาการเจ็บหน้าอกอย่างฉับพลันเนื่องจากเลือดไปเลี้ยงหัวใจไม่เพียงพอ, อาการปวดเค้นหัวใจ

Angkor /'æŋkɔ(r)/'แองคอ(ร)/ *pr. n.* นครวัด *(กลุ่มโบราณสถานในประเทศกัมพูชาที่มีนครวัดเป็นศูนย์กลาง)*

[1]**angle** ❶ *n.* Ⓐ *(Geom.)* มุมทางเรขาคณิต; **acute/obtuse/right ~:** มุมแหลม/ทะแยง/ฉาก; **at an ~ of 60°** ที่มุม 60 องศา; **at an ~:** เฉียง, เป็นมุม; **at an ~ to the wall** เป็นมุมกับฝาผนัง; Ⓑ *(corner)* มุม; *(recess)* ส่วนที่เว้าเข้าไป; Ⓒ *(direction)* ทิศทาง; *(fig.)* แง่มุม, มุมมอง; **the photo isn't taken from a flattering ~:** ภาพไม่ได้ถ่ายจากมุมที่เน้นความสวยงาม; **the committee examined the matter from various ~s** คณะกรรมการตรวจตราเรื่องราวจากแง่มุมต่าง ๆ; **looking at it from a commercial ~:** มองดูจากแง่มุมพาณิชย์ ❷ *v.t.* Ⓐ วางเฉียง; Ⓑ *(coll.: bias)* เสนออย่างแสดงอคติ *(ข่าว, เรื่องราว)* ❸ *v.i.* หักมุม; **the road ~s sharply to the left** ถนนหักมุมแคบไปทางซ้าย

[2]**angle** *v.i.* ตกปลาโดยใช้เบ็ดและเหยื่อ; *(fig.)* **~ for sth.** หลอกล่อเพื่อให้ได้ *ส.น.*; **~ for compliments** หลอกล่อเพื่อให้ได้คำสรรเสริญเยินยอ; **~ for an opportunity** คอยหาโอกาส

'**angle brackets** *n. pl.* วงเล็บมีรูปลักษณะ < >

angled /'æŋgld/'แองก'ลดฺ/ *adj. (angular)* *(รูปร่าง)* เป็นเหลี่ยม, เป็นมุม; *(placed obliquely)* วางเฉียง; *(fig. coll.)* หลอกล่อ, เลี้ยวลดแสดงอคติ; **acute-/obtuse-/right-~:** ที่เป็นมุมแหลม/ทแยง/ฉาก

angle: ~dozer /'æŋgldəʊzə(r)/'แองก'ลโดเซอะ(ร)/ *n.* รถแทรกเตอร์ขนาดใหญ่ใช้เกลี่ยดิน; **~ grinder** *n.* เครื่องสับและบดโลหะ; *(with cutting disc)* เครื่องบดและสับแพ มีหัวจานใช้ตัดโลหะได้ด้วย; **~ iron** *n.* เหล็กฉาก; **~-parking** *n.* ที่จอดรถเฉียงกับแนวถนน

angler /'æŋglə(r)/'แองเกลอะ(ร)/ *n.* Ⓐ นักตกปลาโดยใช้เบ็ดและคันเบ็ด; Ⓑ **~[fish]** ปลาชนิดต่าง ๆ ที่ใช้เส้นใยเล็ก ๆ ซึ่งโผล่จากกระโดงล่อตัวปลาขึ้น

Anglican /'æŋglɪkən/'แองกลิเคิน/ ❶ *adj.* แห่งนิกายแองกลิกัน ❷ *n.* สมาชิกของนิกายแองกลิกัน

Anglicanism /'æŋglɪkənɪzm/'แองกลิเคินนิซ'ม/ *n., no pl.* นิกายแองกลิกัน

Anglicism /'æŋglɪsɪzm/'แองกลิซิซ'ม/ *n.* Ⓐ *(word or idiom)* คำหรือสำนวนโวหารที่เป็นอังกฤษ; Ⓑ *(Englishness)* ความเป็นอังกฤษ

Anglicize /'æŋglɪsaɪz/'แองกลิซายซฺ/ *v.t.* ทำให้มีรูปแบบหรือลักษณะแบบอังกฤษ

angling /'æŋglɪŋ/'แองกลิ้ง/ *n.* กีฬาตกปลาโดยใช้เบ็ดและเหยื่อ

Anglist /'æŋglɪst/'แองกลิซทฺ/ *n.* นักศึกษาหรือผู้เชี่ยวชาญวิชาภาษาหรือวรรณคดีอังกฤษ

Anglistics /æŋ'glɪstɪks/แอง'กลิซติคซ/ *n., no pl.* การศึกษาวิชาภาษาและวรรณคดีอังกฤษ

Anglo- /'æŋgləʊ/'แองโกล/ *in comb.* เป็นอังกฤษ, เชื้อสายอังกฤษ; **he's an ~-Cypriot** เขาเป็นชาวอังกฤษเชื้อสายไซปรัส

Anglo-A'merican ❶ *adj.* ระหว่างอังกฤษกับอเมริกา; **an ~ agreement** ข้อตกลงระหว่างอังกฤษกับอเมริกา ❷ *n.* ชาวอเมริกันที่สืบเชื้อสายมาจากอังกฤษ

Anglo-'Catholic ❶ *n.* สมาชิกกลุ่มหนึ่งของนิกายแองกลิกัน ที่เน้นขนบธรรมเนียมของนิกายคาธอลิก ❷ *adj.* เกี่ยวข้องกับสมาชิกกลุ่มนี้

Anglo-'French /æŋgləʊ'frentʃ/แองโกล'เฟร็นฉฺ/ ❶ *adj.* ที่รวมฝรั่งเศสและอังกฤษ; *(Ling.)* แห่งภาษาแองโกลเฟรนช์ ❷ *n. (Ling.)* *ภาษาฝรั่งเศสที่ได้รับการพัฒนาในอังกฤษ หลังจากชัยชนะของชนเผ่านอร์มัน*

Anglo-'German *adj.* ระหว่างเยอรมันและอังกฤษ

Anglo-'Indian ❶ *adj.* เกี่ยวกับประเทศอังกฤษและอินเดีย ❷ *n.* ชาวอินเดียเชื้อสายอังกฤษ

Anglomania /æŋgləʊ'meɪnɪə/แองโกล'เมเนีย/ *n.* การคลั่งขนบธรรมเนียมอังกฤษ

Anglo-'Norman ❶ *adj.* เกี่ยวกับชาวอังกฤษเชื้อสายนอร์มัน ❷ *n. (dialect)* *ภาษาถิ่นของชาวฝรั่งเศสที่ใช้พูดในอังกฤษภายหลังชัยชนะของพวกนอร์มัน*

Anglophile /'æŋgləʊfaɪl/'แองโกลฟายล/ ❶ *n.* คนที่ชื่นชมของอังกฤษทั้งปวง ❷ *adj.* ที่ชื่นชมอังกฤษ

Anglophobia /æŋgləʊ'fəʊbɪə/แองโกล'โฟเบีย/ *n.* อาการกลัวและ/หรือเกลียดอังกฤษ

anglophone /'æŋgləʊfəʊn/'แองโกลโฟน/ ❶ *adj.* ซึ่งพูดภาษาอังกฤษ ❷ *n.* คนพูดภาษาอังกฤษ

Anglo-'Saxon ❶ *n.* พวกแองโกลแซกซอน *(มาจากเผ่าเยอรมันที่อพยพมาอังกฤษ ในศตวรรษที่ 5)*; *(language)* ภาษาแองโกลแซกซอน; *(Amer. coll.: English)* คนอังกฤษ ❷ *adj.* แห่งพวก/ภาษาแองโกลแซกซอน; *(Amer. coll.: English)* แห่งชาวอังกฤษ

Angola /æŋ'gəʊlə/แอง'โกเลอะ/ *pr. n.* ประเทศแองโกลา ในทวีปแอฟริกาตะวันตกเฉียงใต้

Angolan /æŋ'gəʊlən/แอง'โกเลิน/ ❶ *adj.* แห่งประเทศแองโกลา; **sb. is ~:** *ค.น.* เป็นชาวแองโกลา ❷ *n.* ชาวแองโกลา

angora /æŋ'gɔ:rə/แอง'กอเรอะ/ *n.* *(แมว, กระต่าย, แพะ)* พันธุ์แองกอรา; **~ [wool]** *ผ้าขนสัตว์ที่ทอจากขนแพะแองกอราหรือขนกระต่าย*

angrily /'æŋgrɪlɪ/'แองกริลิ/ *adv.* อย่างโกรธเคือง; *(stronger)* อย่างโมโหจัด

angry /'æŋgrɪ/'แองกริ/ *adj.* Ⓐ *(คน, เสียง, คำพูด)* โกรธ; *(stronger)* โมโห; **be ~ at** *or* **about sth.** โกรธเรื่อง *ส.น.*; **he was ~ at being asked** เขาโมโหที่ถูกถาม; **be ~ with** *or* **at sb.** โกรธ *ค.น.*; **be in an ~ mood** อยู่ในอารมณ์โกรธ; **get ~:** เกิดอารมณ์โกรธ; **get** *or* **make sb. ~:** ทำให้ *ค.น.* โมโห; Ⓑ *(fig.)* *(เมฆ, ท้องฟ้า)* ดูมืดขรึม; **an ~ sky** ท้องฟ้าทะมึน; Ⓒ *(inflamed and painful)* อักเสบและเจ็บปวด; **an ~ red** *(แผล)* อักเสบบวมแดง

angst /æŋst/แองซุท/ *n.* ความวิตกกังวล; *(remorse)* ความรู้สึกผิด, ความรู้สึกเสียใจ

angstrom /'æŋstrəm/'แองซเตริ้ม/ *n. (Phys.)* หน่วยวัดคลื่นวิทยุ

anguish /'æŋgwɪʃ/'แองกวิช/ *n., no pl.* ความทุกข์ทรมานอย่างรุนแรง, ความปวดร้าว; **he shuddered with ~:** เขาตัวสั่นด้วยความปวดร้าว

anguished /'æŋgwɪʃt/'แองกวิชทฺ/ *adj.* *(จิตใจ)* ทุกข์ทรมาน, ปวดร้าว

angular /'æŋgjʊlə(r)/'แองกิวเลอะ(ร)/ *adj.* Ⓐ *(having angles)* *(ตึก, รูปร่าง)* มีมุม [มาก]; Ⓑ *(lacking plumpness, stiff)* *(รูปร่าง)* ผอมเกร็ง, แข็งทื่อ; Ⓒ *(measured by angle)* โดยการวัดเชิงมุม; **~ momentum** *(Phys.)* จำนวนที่สิ่งหนึ่งหมุนตัว

angularity /æŋgjʊ'lærɪtɪ/แองกิว'แลริทิ/ *n., no pl.* ความเป็นมุม; **the ~ of his handwriting** ลายมือของเขาที่มีลักษณะแหลม/เป็นมุม

anhydride /æn'haɪdraɪd/แอน'ฮายดรายดฺ/ *n.* *(Chem.)* *ออกไซด์ที่กลายเป็นกรดได้ด้วยการเติมน้ำหรือสารประกอบที่ได้มาจากสารอื่น*

anhydrous /æn'haɪdrəs/แอน'ฮายเดรัซ/ *adj.* *(Chem.)* ปราศจากน้ำ *(โดยเฉพาะน้ำของผลึก)*

aniline /'ænɪli:n, US 'ænəlaɪn/'แอนิลีน, 'แอเนอะลายน/ *n.* แอนนิไลน์ *(ท.ศ.)* *(วัตถุเหลวคล้ายน้ำมัน ปราศจากสี ใช้ในอุตสาหกรรมสีย้อมผ้า ยาและพลาสติก)*; **~ dye** สีย้อมผ้าทำจากการสังเคราะห์วัตถุ; *(made from ~)* วัตถุที่ประกอบด้วยแอนนิไลน์

animal /'ænɪml/'แอนิม'ล/ ❶ *n.* Ⓐ *(quadruped)* สัตว์; *(any living being)* สิ่งมีชีวิต; **~ rights** สิทธิของสัตว์; **~ rights activists** นักรณรงค์เพื่อสิทธิของสัตว์; **domestic ~:** สัตว์เลี้ยงตามบ้าน; ➡ **+ kingdom** D; Ⓑ *(fig. coll.)* **there is no such ~ as a 'typical' criminal** ไม่มีคนใดที่สามารถเรียกได้ว่าเป็นอาชญากร 'ตัวอย่าง'; **that's a queer sort of ~:** นั่นเป็นคนพิลึกแท้; Ⓒ *(fig.: ~ instinct; brute)* สัญชาตญาณสัตว์, สัตว์เดรัจฉาน; **don't be such an ~!** อย่าทำตัวเยี่ยงสัตว์เดรัจฉานเช่นนั้น ❷ *adj.* Ⓐ เกี่ยวกับสัตว์; **~ behaviour/breeding** พฤติกรรม/การเพาะพันธุ์สัตว์; **~ spirits** การเปี่ยมล้นด้วยพลังธรรมชาติ, มีชีวิตชีวา; Ⓑ *(from ~)* *(ผลิตภัณฑ์)* สัตว์; Ⓒ *(carnal, sexual)* *(ความต้องการ, พฤติกรรม)* ในทางกามารมณ์, เกี่ยวกับเพศ

animalcule /ænɪ'mælkju:l/แอนิ'แมลคิวลฺ/ *n.* สัตว์เล็กที่ไม่สามารถเห็นได้ด้วยตาเปล่า, จุลินทรีย์

animal: A~ Libe'ration Front *n.* *แนวหน้าในการปลดปล่อยสัตว์ที่ถูกทำทารุณกรรม*; **~ lover** *n.* คนรักสัตว์; **~ pro'tectionist** *n.* ผู้ปกป้องสิทธิของสัตว์; **~ 'rights** *n. pl.* สิทธิของสัตว์; *attrib.* **~ rights supporter** ผู้สนับสนุนสิทธิของสัตว์

animate ❶ /'ænɪmət/'แอนิเมิท/ *v.t.* Ⓐ *(enliven)* ทำให้มีชีวิตชีวา; **a smile ~d her face** รอยยิ้มทำให้ใบหน้าเธอดูมีชีวิตชีวา; Ⓑ *(inspire)* บันดาลใจ, ดลใจ; *(to do sth. mischivous)* ยุยง; **~ sb. with enthusiasm** ทำให้ *ค.น.* เต็มไปด้วยความกระตือรือร้น; **he was ~d by a passion for truth** เขาได้รับแรงบันดาลใจจากความต้องการรู้ความจริง; Ⓒ *(breathe life into)* ทำให้มีชีวิต ❷ *adj.* มีชีวิต, สดใสร่าเริง; **~ things** สิ่งมีชีวิต

animated /'ænɪmeɪtɪd/'แอนิเมทิด/ *adj.* ร่าเริง, มีชีวิตชีวา *(การอภิปราย, การสนทนา, หน้าตา)*; **~ cartoon** การ์ตูนที่เคลื่อนไหวได้

animatedly /'ænɪmeɪtɪdlɪ/'แอนิเมทิดลิ/ *adv.* อย่างกระตือรือร้น; อย่างมีชีวิตชีวา

animation /ænɪ'meɪʃn/แอนิ'เมช'น/ *n.* Ⓐ *no pl.* ความร่าเริง, ความกระตือรือร้น, ความมีชีวิตชีวา; Ⓑ *(Cinemat.)* *เทคนิคการทำการ์ตูนและการใช้คอมพิวเตอร์เพื่อสร้างภาพพิเศษ*

animator /'ænɪmeɪtə(r)/'แอนิเมเทอะ(ร)/ *n.* ➤ **489** *(Cinemat.)* ผู้ทำภาพการ์ตูนหรือภาพโดยใช้คอมพิวเตอร์

animism /'ænɪmɪzm/'แอนิมิซ'ม/ *n., no pl.* *(Relig.)* คติถือผีสางเทวดา, วิญญาณนิยม *(ร.บ.)*

animosity /ænɪ'mɒsɪtɪ/แอนิ'มอซิทิ/ *n.* ความรู้สึกเป็นปรปักษ์อย่างรุนแรง **(against, towards** ต่อ)

anion /ˈænaɪən/ˈแอไนเอิน/ *n. (Phys.)* กลุ่มอะตอมมีประจุไฟฟ้าลบ *(ในการแยกวัตถุเหลวด้วยกระแสไฟฟ้าอิออนจะเคลื่อนไปยังขั้วที่มีประจุตรงกันข้าม)*

anise /ˈænɪs/ˈแอนิซ/ *n. (Bot.)* ต้น *Pimpinella anisum* พันธุ์ไม้จำพวกผักชีหรือยี่หร่า

aniseed /ˈænɪsiːd/ˈแอนิซีด/ *n.* เมล็ดของต้นแอนิส *(ใช้ปรุงกับสุราและขนมหวาน)*

anisette /ænɪˈzet/แอนิˈเซ็ท/ *n.* สุราเจือเมล็ดแอนิส

ankle /ˈæŋkl/ˈแองค'ล/ *n.* ➤ 118 *(joint)* ข้อเท้า

ankle: ~**-deep** *adj.* ลึกขนาดข้อเท้า; ~ **sock** *n.* ถุงเท้าสั้น *(แค่ข้อเท้า)*

anklet /ˈæŋklɪt/ˈแองคลิท/ *n.* Ⓐ กำไลข้อเท้า; Ⓑ *(Amer.)* ➡ **ankle sock**

annalist /ˈænəlɪst/ˈแอเนอะลิซท/ *n.* ผู้บันทึกเหตุการณ์ประจำปี

annals /ˈænəlz/ˈแอน'ลซ/ *n. pl. (lit. or fig.)* ประวัติการณ์; **in the ~ of human history** ในประวัติการณ์แห่งประวัติศาสตร์มวลมนุษย์ชาติ

Anne /æn/แอน/ *pr. n. (Hist., as name of ruler, saint, etc.)* เป็นชื่อของเจ้าผู้ครอง, นักบุญ ฯลฯ

anneal /əˈniːl/เออะˈนีล/ *v.t.* ทำให้แข็งแรงขึ้นโดยทำให้ร้อน แล้วเย็นลงช้า ๆ *(โลหะ, แก้ว)*

annelid /ˈænəlɪd/ˈแอเนอะลิด/ *n. (Zool.)* สัตว์ลำตัวเป็นปล้อง เช่น ไส้เดือนดิน ฯลฯ

annex /ˈæneks/ˈแอเน็คซ/ ❶ *v.t.* Ⓐ *(add)* เพิ่ม, ต่อเติม *(อาคาร)*; *(append)* แนบท้าย, ผนวก; Ⓑ *(incorporate)* ผนวก *(ดินแดน, อาณาเขตของผู้อื่น)*; *(coll.: take without right)* ยึด; Ⓒ *(attach) (as an attribute)* บวกเข้าไป; *(as a condition)* ระบุเป็นเงื่อนไข; *(as a consequence)* ด้วยผลลัพธ์ ❷ *n. (supplementary building)* อาคารที่สร้างเพิ่ม; *(built-on extension)* การขยายอาคารออกไป; *(appendix) (to document, to treaty)* ภาคผนวก

annexation /ænɪkˈseɪʃn/แอนิคˈเซช'น/ *n.* Ⓐ *(of land)* การผนวกดินแดน; Ⓑ *(as an attribute)* สิ่งที่ผนวกเข้าไป

annexe ➡ **annex** 2

annihilate /əˈnaɪəleɪt/เออะˈนายเออะเลท/ *v.t.* Ⓐ ทำลายล้างโดยสิ้นเชิง *(ศัตรู, ข้าศึก, เผ่า)*; Ⓑ *(fig.)* ทำให้หมดความสำคัญ, ทำให้ไร้อำนาจ

annihilation /ənaɪəˈleɪʃn/เออะไนเออะˈเลช'น/ *n.* Ⓐ ➡ **annihilate:** การทำลายล้างให้พินาศสิ้น; *(fig.)* การทำให้หมดอำนาจ; **the party's ~:** การทำลายล้างพรรคโดยสิ้นเชิง; Ⓑ *(Phys.)* การแปลงอนุภาคและปฏิกิริยานุภาคให้เป็นกัมมันตภาพรังสี

anniversary /ænɪˈvɜːsərɪ/แอนิˈเวิซเซอะริ/ *n.* วันครบรอบปี; **wedding ~:** วันครบรอบปีการแต่งงาน; **the university celebrated its 500th ~:** มหาวิทยาลัยเฉลิมฉลองวันครบรอบ 500 ปี; **the ~ of Shakespeare's birth** การฉลองวันครบรอบวันเกิดของเชกสเปียร์; **the ~ of his death** วันครบรอบปีที่เขาถึงแก่กรรม

Anno Domini /ænəʊ ˈdɒmɪnaɪ/แอโน ˈดอมินาย/ ❶ *adv.* ➤ 231 คริสต์ศักราช; ~ **62** ในปีค.ศ. 62 ❷ *n. (coll.)* การสูงวัย, ชรา

annotate /ˈænəteɪt/ˈแอโนเทท, ˈแอเนอะเทท/ *v.t.* เพิ่มเติมคำประกอบ, อธิบายประกอบ

annotation /ænəˈteɪʃn/แอเนอะˈเทช'น/ *n. (act)* การอธิบายเพิ่มเติมในหนังสือ; *(comment)* คำอธิบายประกอบ, บรรณนิทัศน์ *(ร.บ.)*

announce /əˈnaʊns/เออะˈนาวนฺซ/ *v.t.* Ⓐ ประกาศ, แจ้ง *(แผนการ)*; *(over Tannoy etc.)* ประกาศทางเครื่องขยายเสียง ฯลฯ; *(in newspaper)* ลงประกาศ; *(make known the approach of; fig.: signify)* ประกาศ

announcement /əˈnaʊnsmənt/เออะˈนาวนฺซเมินทฺ/ *n.* การประกาศ, คำประกาศ; *(over Tannoy etc.)* **they made an ~ over the radio that ...:** พวกเขาประกาศทางวิทยุว่า...; **did you read an ~ of his death in the paper?** คุณได้อ่านข่าวการตายของเขาในหนังสือพิมพ์หรือเปล่า

announcer /əˈnaʊnsə(r)/เออะˈนาวนฺเซอะ(ร)/ *n.* ➤ 489 ผู้ประกาศ *(รายการ, ผู้อ่านข่าว)*

annoy /əˈnɔɪ/เออะˈนอย/ *v.t.* Ⓐ ทำให้ขุ่นเคือง, ทำให้โกรธ, ทำให้รำคาญ; **his late arrival ~ed me** การมาสายของเขาทำให้ฉันโกรธ; **her remarks ~ everybody** ข้อสังเกตของเธอทำให้ทุกคนขุ่นเคืองใจ; Ⓑ *(harass)* รบกวน

annoyance /əˈnɔɪəns/เออะˈนอยเอินซฺ/ *n. (nuisance)* สิ่งน่ารำคาญ; **[much] to my/his ~:** เป็นความรำคาญใจแก่ฉัน/เขา [อย่างมาก]; **a look of ~:** ท่าทางรำคาญใจ; **having a pub next door to one's house is a constant ~:** การมีร้านเหล้าอยู่ข้างบ้านเป็นที่น่ารำคาญใจอยู่ตลอดเวลา

annoyed /əˈnɔɪd/เออะˈนอยด/ *adj.* **be ~ (at or with sb./sth.)** รำคาญ/โกรธ *ค.น./ส.น.;* **be ~ to find that ...** โกรธเมื่อรู้ว่า...; **he got very ~:** เขาโกรธมาก

annoying /əˈnɔɪɪŋ/เออะˈนอยอิง/ *adj.* น่ารำคาญ, น่าโมโห; **the ~ part of it is that ...:** ส่วนที่น่ารำคาญก็คือ....; **how ~!** น่ารำคาญจริง

annual /ˈænjʊəl/ˈแอนวล/ ❶ *adj.* Ⓐ *(reckoned by the year)* ต่อปี, ตลอดปี, ประจำปี; ~ **income** รายได้ต่อปี; ~ **subscription/rent** การสมัครเป็นสมาชิก/ค่าเช่ารายปี; ~ **turnover/production** ผลประกอบการ/ผลผลิตประจำปี; ~ **leave** การลาพักผ่อนประจำปี; ~ **rainfall** ปริมาณฝนเฉลี่ยทั้งปี; Ⓑ *(recurring yearly) (งานเลี้ยง, รายงาน)* ที่เกิดขึ้นปีละครั้ง, ประจำปี; Ⓒ *(Bot.)* พืชล้มลุกที่มีอายุยืนยาวได้ 1 ปี; ~ **ring** *(Bot.)* รอบปี
❷ *n.* Ⓐ *(Bot.)* พืชที่มีอายุไม่เกิน 1 ปี, พืชล้มลุก; Ⓑ *(Bibliog.)* รายงานประจำปี, หนังสือวารสารที่ตีพิมพ์ปีละครั้ง

annually /ˈænjʊəlɪ/ˈแอนวลลิ/ *adv. (per year)* ต่อปี; *(once a year)* ปีละครั้ง

annuity /əˈnjuːɪtɪ, US -ˈnuː-/เออะˈนิวอิทิ, -ˈนู-/ *n. (grant, sum payable)* เงินช่วยหรือเงินที่จัดให้เป็นรายปี; *(investment)* รายได้/ดอกเบี้ยจากเงินลงทุนที่ได้รับเป็นงวด ๆ

annul /əˈnʌl/เออะˈนัล/ *v.t.,* **-ll-** *(abolish)* ยกเลิก, ทำให้เป็นโมฆะ *(กฎหมาย, สัญญา, การสมรส)*

annular /ˈænjʊlə(r)/ˈแอนิวเลอะ(ร)/ *adj.* มีรูปร่างเป็นวงแหวน

annulment /əˈnʌlmənt/เออะˈนัลเมินทฺ/ *n. (of law, treaty, marriage, will)* การทำให้เป็นโมฆะ; *(of treaty)* การยกเลิก

Annunciation /ənʌnsɪˈeɪʃn/เออะเนินซิˈเอช'น/ *n.* Ⓐ *(Eccl.)* **the ~:** *คำประกาศของนักบุญคาเบรียลต่อพระแม่มารีว่า พระเยซูเจ้าจะอุบัติขึ้นในโลกมนุษย์ในครรภ์ของนาง;* **Feast of the ~:** เทศกาลเฉลิมฉลองการประกาศดังกล่าว; Ⓑ **a~:** คำประกาศ

annunciator /əˈnʌnsɪeɪtə(r)/เออะˈนันซิเอเทอะ(ร)/ *n. (indicator)* อุปกรณ์ให้สัญญาณว่าวงจรไฟฟ้าได้รับการกระตุ้น

annus mirabilis /ænəs mɪˈrɑːbɪlɪs/แอเนิซ มิˈราบิลิซ/ *n., no pl.* ปีที่เป็นศิริมงคล

anode /ˈænəʊd/ˈแอโนด/ *n. (Electr.)* ไฟฟ้าขั้วบวก

anodize /ˈænədaɪz/ˈแอเนอะดายซฺ/ *v.t.* *เคลือบป้องกัน (โลหะ) ด้วยชั้นของออกไซด์ โดยใช้ไฟฟ้า;* **anodizing** การเคลือบป้องกัน

anodyne /ˈænədaɪn/ˈแอเนอะดายนฺ/ ❶ *adj. (Med.)* สามารถบรรเทาความเจ็บปวดได้; *(fig.)* บรรเทาอาการตึงเครียด; *(soothing)* ซึ่งปลอบประโลมจิตใจ; **the ~ aspects of modern life** สิ่งปลอบประโลมของชีวิตสมัยใหม่ ❷ *n. (Med.)* ยาบรรเทาความปวด; *(fig.)* สิ่งปลอบประโลมจิตใจ

anoint /əˈnɔɪnt/เออะˈนอยนฺทฺ/ *v.t. (esp. Relig.)* ทาหรือเจิมในพิธีทางศาสนา ~ **sb. king** สถาปนา *ค.น.* ขึ้นเป็นพระมหากษัตริย์โดยพิธีเจิม

anomalous /əˈnɒmələs/เออะˈนอเมอะเลิซ/ *adj.* Ⓐ *(abnormal)* ผิดปกติ, วิปริต; Ⓑ *(Ling.: irregular)* ไม่เป็นไปตามกฎ

anomalously /əˈnɒmələslɪ/เออะˈนอเมอะเลิซลิ/ *adv.* Ⓐ อย่างผิดปกติ, อย่างวิปริต; Ⓑ *(Ling.)* อย่างไม่เป็นไปตามกฎ

anomaly /əˈnɒməlɪ/เออะˈนอเมอะลิ/ *n.* ความผิดปกติ, สิ่งที่ผิดปกติ; *(exception)* ข้อยกเว้น

anon /əˈnɒn/เออะˈนอน/ *adv.* Ⓐ *(arch./literary: soon)* ในไม่ช้า; Ⓑ *(coll.: later)* ภายหลัง; **more of that ~!** จะเล่าต่อภายหลัง; **see you ~:** แล้วเจอกันนะ

anon. /əˈnɒn/เออะˈนอน/ *abbr.* **anonymous [author]**

anonymity /ænəˈnɪmɪtɪ/แอเนอะˈนิมมิทิ/ *n.* สภาวะนิรนาม, การไม่ปรากฏนาม

anonymous /əˈnɒnɪməs/เออะˈนอนิเมิซ/ *adj.* ไม่ปรากฏชื่อ, นิรนาม; ~ **donor** ผู้บริจาคที่ไม่ประสงค์จะออกนาม; ~ **letter** บัตรสนเท่ห์

anonymously /əˈnɒnɪməslɪ/เออะˈนอนิเมิซลิ/ *adv.* อย่างไม่เปิดเผยนาม; **he phoned ~:** เขาโทรศัพท์มาโดยไม่บอกชื่อ; **he dresses rather ~:** เขาแต่งตัวค่อนข้างจะไม่เด่นสะดุดตา

anorak /ˈænəræk/ˈแอเนอะแรค/ *n.* เสื้อแจ็กเก็ตมีหมวกติดกันฝน

anorexia /ænəˈreksɪə/แอเนอะˈเร็คเซีย/ *n. (Med.)* โรคเบื่ออาหาร; ~ **nervosa** *โรคจิตที่หมกมุ่นกับการลดน้ำหนักจนเป็นอันตรายต่อร่างกาย*

another /əˈnʌðə(r)/เออะˈนัทเธอะ(ร)/ ❶ *pron.* Ⓐ *(additional)* อีก, อีกส่วนหนึ่ง, อีกอันหนึ่ง; **yet ~:** ยังมีอีกอัน/คนหนึ่ง; **one thing leads to ~:** สิ่งหนึ่งนำไปสู่อีกสิ่งหนึ่ง; **We have lots of apples. Please have ~:** เรามีแอปเปิ้ลมากมาย ทานอีกสักลูกซิ; **send a copy to the customer and keep ~ for reference** ส่งสำเนาฉบับหนึ่งไปให้ลูกค้าและเก็บอีกฉบับหนึ่งไว้เป็นหลักฐานอ้างอิง; **there's one school in the neighbourhood already and ~ [which is] being built** มีโรงเรียนอยู่แห่งหนึ่งแล้วในย่านนี้และอีกแห่งหนึ่งกำลังสร้างอยู่; Ⓑ *(counterpart)* อีกคน/อีกสิ่ง; **such ~:** อีกคน/สิ่งเช่นนั้น; Ⓒ *(Brit. Law)* **X versus Y and ~:** เอ็กซ์ต่อสู้กับวาย และอีกฝ่ายหนึ่งที่ยังไม่ได้ระบุชื่อ; Ⓓ *(different)* อีกคน, อีกสิ่ง, คนละคน, คนละสิ่ง; **she ran off with/married ~:** เธอหนีไปกับคนละคน/แต่งงานกับคนละคน; **making a mistake is one thing, but lying deliberately is quite ~:** การทำผิดเป็นเรื่องหนึ่งแต่การจงใจพูดโกหกนั้น เป็นคนละเรื่องไปเลย; **they said one to ~:** เขาพูดกันเอง; **in one way or ~:** ไม่วิธีใดก็อีกวิธีหนึ่ง; **for one reason or ~:** ด้วย

anschluss | anti 60

a

เหตุผลใดเหตุผลหนึ่ง; **A.N. Other** *(Brit.)* ผู้เล่น*ที่ไม่ได้รับการระบุชื่อหรือยังไม่ได้รับการคัดเลือก;* ➡ + one 1 F, 3 B

❷ *adj.* Ⓐ *(additional)* อีกสัก..., อีกอันหนึ่ง; **give me ~ chance** ให้โอกาสฉันอีกสักครั้งเถิด; **after ~ six weeks** หลังจากอีกหกอาทิตย์; **~ 100 pounds** อีก 100 ปอนด์; **he didn't say ~ word** เขาไม่ได้พูดอะไรอีกสักคำ; **he hasn't ~ day to live** เขาจะมีชีวิตอยู่ไม่ถึงวันพรุ่งนี้; **he hasn't ~ penny left** เขาไม่มีเงินเหลือสักบาทสักสตางค์; **it'll take ~ few years** มันจะใช้เวลาอีกสองสามปี; Ⓑ *(a person like)* คนที่สอง; **~ Chaplin** คล้ายแชปลินที่สอง; Ⓒ *(different)* คนอื่น, สิ่งอื่น; **ask ~ person** ถามคนอื่นเถิด; **~ time, don't be so greedy** คราวหน้าอย่าโลภมากเช่นนี้; **I'll do it ~ time** ฉันจะทำมันคราวหลัง; **[and] [there's] ~ thing** [และ] ยังมีอีกอย่างหนึ่ง; **it's one thing to make a request, ~ thing to order** การขอร้องพอรับได้ แต่การออกคำสั่งเป็นคนละเรื่องไปเลย; **that's quite ~ problem** นั่นคือคนละปัญหาไปเลย; **~ place** *(Brit. Parl.)* สภาอีกสภาหนึ่ง *(เมื่อใช้ในสภาผู้แทนราษฎรจะหมายถึงสภาขุนนางและเมื่อใช้ในสภาขุนนางจะหมายถึงสภาผู้แทนราษฎร);* ➡ + tomorrow A

anschluss /ˈænʃlʊs/ˈแอนชลุซ/ *n. (Hist.)* การรวม, การผนวก; **the ~ of Austria by Germany** การผนวกดินแดนออสเตรียโดยประเทศเยอรมนี

answer /ˈɑ:nsə(r), US ˈænsər/ˈอานเซอะ(ร), ˈแอนเซอะ(ร)/ ❶ *n.* Ⓐ *(reply)* คำตอบ; *(reaction)* ปฏิกิริยาโต้ตอบ; **I tried to phone him, but there was no ~:** ฉันพยายามที่จะโทรศัพท์ถึงเขา แต่ไม่มีคนรับสาย; **do you have any ~ to the accusations made against you?** คุณมีคำตอบต่อข้อกล่าวหาหรือเปล่า; **there is no ~ to that** ไม่มีคำตอบในเรื่องนั้น; **by way of [an] ~:** คำตอบ *(ของเขา)* คือ; **in ~ to sth.** เพื่อสนองตอบ *ส.น.;* **he always has an ~ [ready]** เขามีคำตอบพร้อมอยู่เสมอ; **make ~** *(formal)* ตอบคำถาม; Ⓑ *(to problem)* วิธีแก้ปัญหา; *(to calculation)* คำตอบ; **the ~ to 3x17 is 51** คำตอบของ 3 คูณ 17 คือ 51; **have** *or* **know all the ~s** *(coll.)* รู้ไปหมด

❷ *v.t.* Ⓐ ตอบ *(คำถาม, จดหมาย); (react to)* มีปฏิกิริยาตอบโต้ *(การถูกชก, ท่าโบกมือ); (respond to)* ตอบสนอง, ขานรับ *(ข้อเสนอ, คำขอร้อง);* **~ sb.** ตอบ *ค.น.;* **~ me!** ตอบฉันซิ; **~ a question** ตอบคำถาม; Ⓑ **~ the door/bell** เปิดประตู; Ⓒ *(be satisfactory for)* ตรงตาม, ได้ *(วัตถุประสงค์, ความต้องการ);* **the flat ~ed his purpose very well** ห้องชุดตอบสนองความต้องการของเขาได้ดีมาก; **her desires were fully ~ed** เธอได้อย่างที่ปรารถนาแล้วทุกประการ; ➡ + telephone 1

❸ *v.i.* Ⓐ *(reply)* ตอบ; **~ to sth.** ตอบ *ส.น.;* Ⓑ *(be responsible)* **~ for sth.** รับผิดชอบต่อ *ส.น.;* **~ to sb.** รับผิดชอบต่อ *ค.น.;* **one day you will have to ~ for your crimes** สักวันหนึ่งคุณจะต้องรับผิดชอบต่ออาชญากรรมที่คุณก่อขึ้น; **he has a lot to ~ for** เขามีเรื่องที่จะต้องรับผิดชอบมากมาย; Ⓒ *(correspond)* **~ to a description** ตรงกับคำบรรยาย; Ⓓ *(be satisfactory)* **~ for a purpose/intention** เป็นที่น่าพอใจตามวัตถุประสงค์/ความตั้งใจ; Ⓔ **~ to the name of ...:** ชื่อว่า..., รับรู้ว่าชื่อ... *(มักจะใช้กับสัตว์เลี้ยง)*

~ 'back *(coll.)* เถียง, แย้ง, ตอบกลับ; **he's always ready to ~ back** เขาพร้อมที่จะตอบกลับเสมอ; **don't ~ back!** อย่าเถียงนะ

answerable /ˈɑ:nsərəbl, US ˈæns-/ˈอานเซอะเรอะบ'ล, ˈแอน-/ *adj. (responsible)* **be ~ to sb.** รับผิดชอบต่อ *ค.น.;* **be ~ for sb./sth.** รับผิดชอบสำหรับ *ค.น./ส.น.*

answering: **~ machine** *n. (Teleph.)* เครื่องตอบรับโทรศัพท์; **~ service** *n. (Teleph.)* ธุรกิจบริการตอบรับโทรศัพท์

'answerphone *(Brit.)* ➡ answering machine

ant /ænt/แอนทฺ/ *n.* มด; **white ~:** ปลวก; **have ~s in one's pants** *(coll.)* กระสับกระส่าย, นั่งไม่ติด

antacid /ænt'æsɪd/แอนทฺˈแอซิด/ ❶ *n.* สารที่ป้องกันหรือลดกรดในกระเพาะอาหาร ❷ *adj.* ที่ลดกรดในกระเพาะ

antagonism /æn'tægənɪzm/แอนˈแทเกอะนิซฺ'ม/ *n.* การต่อต้าน, ความเป็นอริกัน, ความเกลียดชัง, ความเป็นปฏิปักษ์; **the ~ between the two families** ความเป็นปรปักษ์ระหว่างสองครอบครัว

antagonist /æn'tægənɪst/แอนˈแทเกอะนิซทฺ/ *n.* คู่แข่งขัน, คู่ปรปักษ์

antagonistic /æntægəˈnɪstɪk/แอนแทเกอะˈนิซติค/ *adj.* เป็นปรปักษ์; *(การวิจารณ์)* ที่โจมตี; *(ผลประโยชน์)* ที่ขัดแย้งกัน; **be ~ towards sth.** เป็นปรปักษ์กับ *ส.น.;* **be ~ towards sb.** เป็นอริกับ *ค.น.*

antagonize /æn'tægənaɪz/แอนˈแทเกอะนายซฺ/ *v.t.* Ⓐ *(evoke hostility or enmity of)* ก่อให้เกิดความเกลียดชัง, สร้างความเป็นศัตรู; Ⓑ *(counteract)* มีปฏิกิริยาโต้กลับ; **~ one another** สร้างความเป็นปรปักษ์ซึ่งกันและกัน

antarctic /æn'tɑ:ktɪk/แอนทาคทิค/ ❶ *adj.* เกี่ยวกับขั้วโลกใต้; **A~ explorer** นักสำรวจขั้วโลกใต้; **A~ Circle/Ocean** บริเวณรอบ ๆ/มหาสมุทรแอนตาร์กติก ❷ *n.* **the A~:** แถบขั้วโลกใต้

Antarctica /æn'tɑ:ktɪkə/แอนˈทาคทิเคอะ/ *n.* ทวีปแอนตาร์กติก, ทวีปขั้วโลกใต้

ante /ˈæntɪ/ˈแอนทิ/ ❶ *n. (in poker etc.)* เงินเดิมพันที่ผู้เล่นวางก่อนได้รับแจกไพ่, เงินล่วงหน้า; **up the ~** *(fig. coll.)* เพิ่มความเสี่ยงค่าใช้จ่ายในการทำ *ส.น.* ❷ *v.t.* วางเดิมพัน; **~ [up] £10** วางเดิมพันเป็นเงิน 10 ปอนด์; **can you ~ up £1,000 to buy this plot of land?** คุณจะจ่ายเงินมัดจำ 1,000 ปอนด์ เพื่อซื้อที่ดินผืนนี้ได้ไหม

'anteater /ˈænti:tə(r)/ˈแอนทีเทอะ(ร)/ *n. (Zool.)* ตัวกินมด

antecedent /æntɪˈsi:dnt/แอนทิˈซีด'นทฺ/ ❶ *adj. (ปัจจัย, หลักการ)* ก่อนหน้านี้; **be ~ to sth.** มาก่อนหน้า *ส.น.*

❷ *n.* Ⓐ *(preceding event)* เหตุการณ์ที่เกิดขึ้นก่อน; *(preceding thing)* สิ่งที่มาก่อน, บรรพบท *(ร.บ.);* Ⓑ *in pl. (past history)* **sb.'s ~s** เรื่องราวในอดีตของ *ค.น.*

antechamber /ˈæntɪtʃeɪmbə(r)/ˈแอนทิเฉมเบอะ(ร)/ *n.* ห้องเล็กที่นำไปสู่ห้องใหญ่, ห้องรับรอง

antedate /æntɪˈdeɪt/แอนทิˈเดท/ *v.t.* Ⓐ *(precede)* มาก่อน, เกิดขึ้นก่อน; Ⓑ *(give earlier date to)* ระบุวันเวลาในเอกสารย้อนหลังก่อนวันที่จริง

antediluvian /æntɪdɪˈlu:vɪən/แอนทิดิˈลูเวียน, -ˈลิวเวียน/ *adj. (lit.)* ก่อนน้ำท่วมใหญ่ในพระคัมภีร์ไบเบิล; *(fig.)* ล้าสมัย

antelope /ˈæntɪləʊp/ˈแอนทิโลพ/ *n.* Ⓐ *(Zool.)* ละมั่ง; Ⓑ *(leather)* หนังละมั่ง

antenatal /æntɪˈneɪtl/แอนทิˈเนท'ล/ *adj.* Ⓐ *(concerning pregnancy)* เกี่ยวกับการตั้งครรภ์; **~ care** การดูแลขณะตั้งครรภ์; **~ clinic** คลินิกสตรีมีครรภ์; Ⓑ *(before birth)* ก่อนการคลอดลูก

antenna /æn'tenə/แอนˈเท็นเนอะ/ *n.* Ⓐ *pl.* **~e** *(Zool.)* หนวดสัมผัส *(บนหัวของแมลงหรือสัตว์ที่มีกระดอง);* Ⓑ *pl.* **~s** *(Amer.: aerial)* สายอากาศ, เสาอากาศ

antepenultimate /æntɪpɪˈnʌltɪmət/แอนทิพิˈนัลทิเมิท/ *adj.* ที่สามจากท้าย; **the ~ syllable** พยางค์ที่สามจากท้าย

ante-post /æntɪˈpəʊst/แอนทิˈโพซทฺ/ *adj. (Horseracing)* **~ betting** การวางเดิมพันล่วงหน้า

anterior /æn'tɪərɪə(r)/แอนˈเทียเรีย(ร)/ *adj.* Ⓐ *(to the front)* ด้านหน้า, ข้างหน้า; **be in an ~ position** อยู่ในตำแหน่งข้างหน้า; Ⓑ *(prior)* มาก่อน; **be ~ to sth.** มาก่อน *ส.น.*

ante-room /ˈæntɪru:m, -rʊm/ˈแอนทิรูม, -รุม/ *n.* ห้องเล็ก ๆ ที่นำไปสู่ห้องใหญ่, ห้องรับรอง; *(waiting room)* ห้องรับรองแขก

antheap /ˈænthi:p/ˈแอนทฺฮีพ/ *n.* รังมด; **this human ~** *(fig.)* สถานที่นี้มีคนอยู่หนาแน่น

anthem /ˈænθəm/ˈแอนเธิม/ *n.* Ⓐ *(Eccl. Mus.)* เพลงประสานเสียงขับร้องในโบสถ์; Ⓑ *(song of praise)* เพลงสรรเสริญ; ➡ + national anthem

anther /ˈænθə(r)/ˈแอนเธอะ(ร)/ *n. (Bot.)* ส่วนยอดของเกสรตัวผู้ ซึ่งมีเรณูอยู่ข้างใน

anthill /ˈænthɪl/ˈแอนทฺฮิล/ ➡ antheap

anthologist /æn'θɒlədʒɪst/แอนˈธอเลอะจิซทฺ/ *n.* ผู้รวบรวมเรื่องราวจากวรรณคดี *(โดยเฉพาะบทร้อยกรอง บทเพลง, ภาพเขียน ฯลฯ)*

anthology /æn'θɒlədʒɪ/แอนˈธอเลอะจิ/ *n. (of poetry, prose, songs) (by different writers)* หนังสือรวมผลงาน โดยศิลปินหลายคน; *(by one writer)* หนังสือรวมผลงานดีเด่นของศิลปินเดี่ยว

anthracite /ˈænθrəsaɪt/ˈแอนเธรอะไซท/ *n.* ถ่านหินไร้ควัน

anthrax /ˈænθræks/ˈแอนแธรคซฺ/ *n., no pl., no indef. art.* ➤ **453** *(Med., Vet. Med.)* โรคแอนแทร็กซ์ *(ท.ศ.) (โรคระบาดที่เกิดในแกะและปศุสัตว์ที่ติดต่อมาถึงคนด้วย)*

anthropocentric /ænθrəpəʊˈsentrɪk/แอนเธรอะโพˈเซ็นทริค/ *adj.* ที่ถือว่ามนุษย์ชาติเป็นปัจจัยหลักของโลก, ที่เป็นมนุษย์ประมาณนิยม *(ร.บ.)*

anthropoid /ˈænθrəpɔɪd/ˈแอนเธรอะพอยดฺ/ ❶ *adj.* Ⓐ *(manlike)* มีรูปร่างคล้ายมนุษย์; **~ ape** มนุษย์วานร; Ⓑ *(coll. derog.: apelike)* มีรูปร่างคล้ายวานร ❷ *n.* มนุษย์วานร

anthropological /ænθrəpəˈlɒdʒɪk/แอนเธรอะเพอะˈลอจิค'ล/ *adj.* เกี่ยวกับมานุษยวิทยา

anthropologist /ænθrəˈpɒlədʒɪst/แอนเธรอะˈพอเลอะจิซทฺ/ *n.* ➤ **489** นักมานุษยวิทยา

anthropology /ænθrəˈpɒlədʒɪ/แอนเธรอะˈพอเลอะจิ/ *n., no pl.* มานุษยวิทยา

anthropomorphic /ænθrəpəˈmɔ:fɪk/แอนเธรอะเพอะˈมอฟิค/ *adj.* การถือว่าเทพหรือสัตว์*มีลักษณะหรือพฤติกรรมเหมือนมนุษย์,* มนุษย์รูปนิยม *(ร.บ.)*

anti /ˈæntɪ/ˈแอนทิ/ ❶ *prep.* ต่อต้าน; **be ~ sth.** ต่อต้าน *ส.น.* ❷ *adj.* ชอบต่อต้าน, คอยขัดขวาง; **young people are all so ~ these days** คนหนุ่มสาวสมัยนี้ต่อต้านอะไรต่ออะไรไปเสียหมด ❸ *n.* ผู้ต่อต้านนโยบายบางอย่าง

anti- /ænti/แอนทิ/ *pref.* แอนติ *(ท.ศ.)*, คัดค้าน, ต่อต้าน

anti: **~-a'bortion** *attrib. adj.* **~-abortion protester** นักต่อต้านการทำแท้ง; **~-abortion protest/law** การประท้วง/กฎหมายการทำแท้ง; **~-abortion demonstration/movement** การประท้วง/การเคลื่อนไหวต่อต้านการทำแท้ง; **~-abortionist** /æntɪə'bɔ:ʃənɪst/แอนทิเออะบอเชอะนิซทฺ/ *n.* ผู้ต่อต้านการทำแท้ง; **~-'aircraft** *adj. (Mil.)* (อาวุธ) ต่อต้านเครื่องบิน; **~-aircraft gun** ปืนต่อสู้อากาศยาน; **~-aircraft battery** ปืนใหญ่ต่อสู้อากาศยาน

antibiotic /æntɪbaɪ'ɒtɪk/แอนทิไบ'ออทิค/ ❶ *adj.* ที่เป็นสารปฏิชีวนะ ❷ *n.* ยาปฏิชีวนะ

'antibody /'æntɪbɒdɪ/'แอนทิบอดิ/ *n. (Physiol.)* สารต้านเชื้อแปลกปลอม, สารต่อต้าน

antic /'æntɪk/'แอนทิค/ *n. (trick)* เล่ห์กล; *(of clown)* พฤติกรรมที่ขบขันโง่เง่าของตัวตลก

Antichrist /'æntɪkraɪst/'แอนทิไครซทฺ/ *n.* ศัตรูของพระเยซูคริสต์, ซาตาน

anticipate /æn'tɪsɪpeɪt/แอน'ทิซิเพท/ *v.t.* Ⓐ *(expect)* คาดหวัง; *(foresee)* คาดการณ์ล่วงหน้า; **~ rain/trouble** คาดว่าจะมีฝน/ความยุ่งยาก; Ⓑ *(discuss or consider before due time)* ถกเถียงหรือคำนึงถึงก่อนเวลา; **don't ~ your income** อย่าใช้เงินล่วงหน้า; Ⓒ *(forestall)* **~ sb./sth.** ชิงลงมือก่อน *ค.น./ส.น.*

anticipation /æntɪsɪ'peɪʃn/แอนทิซิ'เพช'น/ *n., no pl.* การคาดหวัง, การคาดการณ์; **in ~ of sth.** ในการคาดหวัง *ส.น.*; **she was looking forward to the event with ~:** เธอกำลังตั้งตารอคอยเหตุการณ์นี้ด้วยความคาดหวัง; **thanking you in ~:** ขอบคุณล่วงหน้า

anticipatory /æntɪsɪ'peɪtərɪ/แอนทิซิ'เพเทอะริ/ *adj.* ที่คาดไว้ล่วงหน้า; **~ precautions** การป้องกันล่วงหน้า

anti'clerical /æntɪ'klerɪkl/แอนทิ'เคละริค'ล/ *adj.* ที่คัดค้านอิทธิพลของคณะสงฆ์ โดยเฉพาะในการเมือง

anticli'mactic *adj.* จบลงอย่างไม่สอดคล้องกับสิ่งที่มาก่อน; **the film has an ~ ending** ภาพยนตร์เรื่องนี้ตอนจบพลิกความคาดหมาย

anti'climax *n.* Ⓐ *(ineffective end)* การจบลงที่ทำให้ผิดหวัง; Ⓑ *(Lit.)* การจบเรื่องราวสำคัญ, ปฏิบท

anti'clockwise /æntɪ'klɒkwaɪz/แอนทิ'คลอควายซฺ/ ❶ *adv.* อย่างทวนเข็มนาฬิกา; **turn the key ~:** บิดกุญแจทวนเข็มนาฬิกา ❷ *adj.* ที่ทวนเข็มนาฬิกา; **in an ~ direction** ในทิศทางที่ทวนเข็มนาฬิกา

anticor'rosive *adj.* ป้องกันการสึกกร่อน

anti'cyclone *n. (Meteorol.)* บริเวณความกดอากาศสูง ซึ่งมีลมพัดหมุนเวียนออก ทำให้เกิดอากาศดีและปลอดโปร่ง

antidepressant /æntɪdɪ'presənt/แอนทิดิ'เพรซ'นทฺ/ *n. (Med.)* ยาบรรเทาความเศร้าหมอง

antidote /'æntɪdəʊt/'แอนทิโดท/ *n.* ยาถอนพิษ (**for against** สำหรับ); *(fig.)* สิ่งสกัดกั้น (**to** ต่อ)

anti-emetic /æntɪ ɪ'metɪk/แอนติ อิ'เม็ททิค/ *n.* ยาแก้อาเจียน

'antifreeze *n.* สารลดจุดเยือกแข็งของน้ำ *(ใช้มากในหม้อน้ำรถยนต์)*

antigen /'æntɪdʒən/'แอนทิเจิน/ *n. (Physiol.)* สารเร้าต่อต้าน

'anti-hero *n.* ตัวละครเอก ซึ่งขาดคุณลักษณะของตัวเอกตามประเพณีนิยม

anti'histamine *n. (Med.)* ยารักษาโรคภูมิแพ้

anti-inflammatory *n.* ยาแก้อักเสบ

'antiknock *n. (Motor Veh.)* สารที่เติมในเชื้อเพลิงรถยนต์ เพื่อกันไม่ให้เกิดการเผาไหม้ก่อนเวลาอันควร

Antilles /æn'tɪli:z/แอน'ทิลีซ/ *pr. n. pl.* หมู่เกาะแอนติลลิส *(ในทะเลแคริบเบียน)*

'anti-lock *adj.* ที่ป้องกันล้อไม่ให้ล็อกและรถลื่นไถลเมื่อมีการหยุดอย่างกะทันหัน; **~ brake** *or* **braking system** ระบบเบรกที่ป้องกันล้อไม่ให้ล็อกและรถลื่นไถลเมื่อมีการหยุดอย่างกะทันหัน

antimacassar /æntɪmə'kæsə(r)/แอนทิเมอะ'แคเซอะ(ร)/ *n.* ผ้าหุ้มเก้าอี้

'antimatter *n. (Phys.)* สสารที่ประกอบด้วยปฏิกิริยานุภาคล้วน ๆ

antimony /'æntɪmənɪ, US -məʊnɪ/'แอนทิเมอะนิ, -โมนิ/ *n.* แร่พลวง

antinomy *n.* ความขัดแย้งระหว่างกฎหรือหลักการ

'anti-novel *n.* นวนิยายซึ่งเลี่ยงรูปแบบของนวนิยายทั่วไป

anti'nuclear /æntɪ'nju:klɪə(r)/แอนทิ'นิวเคลีย(ร)/ *adj.* ต่อต้านอาวุธปรมาณู *หรือ* พลังปรมาณู

'antiparticle *n. (Phys.)* ปฏิกิริยานุภาคอนุภาคพื้นฐานที่มีมวลจำนวนเดียวกับอนุภาคที่กำหนดแน่นอน แต่มีคุณสมบัติทางด้านไฟฟ้าหรือแม่เหล็กตรงข้ามกัน

antipathetic /æntɪpə'θetɪk/แอนทิเพอะ'เธ็ททิค/, **antipathetical** /æntɪpə'θetɪkl/แอนทิเพอะ'เธ็ททิค'ล/ *adj.* Ⓐ *(averse, opposed)* **be ~ to sb./sth.** ต่อต้าน *ค.น./ส.น.*; Ⓑ *(arousing antipathy)* **be ~ to sb.** รู้สึกเป็นปรปักษ์ต่อ *ค.น.*

antipathy /æn'tɪpəθɪ/แอน'ทิเพอะธิ/ *n.* เป็นปรปักษ์; **~ to** *or* **for sb./sth.** เป็นปรปักษ์ต่อ *ค.น./ส.น.*

anti-person'nel *adj.* (ลูกระเบิด, กับระเบิด ฯลฯ) ที่ออกแบบเพื่อสังหารคน; **~ bomb** ระเบิดสังหาร; **~ mine** กับระเบิดสังหาร

antiperspirant /æntɪ'pɜ:spɪrənt/แอนทิ'เพอซปิเรินทฺ/ ❶ *adj.* ระงับเหงื่อ, ดับกลิ่นเหงื่อ; **~ spray** สเปรย์ดับกลิ่นเหงื่อ ❷ *n.* สารที่ใช้ทากันเหงื่อออก, ยาดับกลิ่น

antiphonal /æn'tɪfənəl/แอน'ทิเฟอะเนิล/ *adj. (Eccl. Mus.)* **~ singing** การขับร้องที่มีคนสองกลุ่มผลัดกันร้อง

antipodal /æn'tɪpədl/แอน'ทิเพอะด'ล/ *adj.* *(Australasian)* ที่อยู่คนละด้านของพื้นโลก *(มักใช้กับทวีปออสเตรเลียและเกาะในมหาสมุทรแปซิฟิก)*

antipodean /æntɪpə'di:ən/แอนทิเพอะ'ดีเอิน/ *adj.* ➡ **antipodal**

antipodes /æn'tɪpədi:z/แอน'ทิเพอะดีซ/ *n. pl.* สถานที่ที่อยู่คนละมุมโลก; *(Australasia)* ทวีปออสเตรเลียและเกาะในมหาสมุทรแปซิฟิก

'antipope *n. (Hist.)* พระสันตะปาปาที่ตั้งขึ้นมาต่อต้านพระสันตะปาปาที่มาจากการเลือกตั้งถูกต้องตามกฎเกณฑ์ของศาสนา

antiquarian /æntɪ'kweərɪən/แอนทิ'แควเรียน/ ❶ *adj.* Ⓐ *(of antiquity)* เกี่ยวกับโบราณวัตถุ; **~ research** การวิจัยเกี่ยวกับโบราณวัตถุ; **~ writings** งานเขียนเกี่ยวกับโบราณวัตถุ; **~ society** สมาคมเพื่อศึกษาโบราณวัตถุ; Ⓑ **~ bookshop** *or* **bookseller's** ร้านขายหนังสือหายาก; **~ book-seller** ➤ **489** คนขายหนังสือหายาก ❷ *n. (collector)* ผู้ที่สะสมโบราณวัตถุ

antiquarianism /æntɪ'kweərɪənɪzm/แอนทิ'แควเรียนิซฺ'ม/ *n., no pl.* ความนิยม/ศึกษาวัตถุโบราณ

antiquary /'æntɪkwərɪ, US -kwerɪ/'แอนทิเควอะริ, -เควะริ/ *n.* ➡ **antiquarian 2**

antiquated /'æntɪkweɪtɪd/'แอนทิเควทิด/ *adj. (old-fashioned)* เชย, คร่ำครึ; *(out of date)* ล้าสมัย

antique /æn'ti:k/แอน'ทีค/ ❶ *adj.* Ⓐ โบราณ, เก่าแก่; **furniture of ~ design** เครื่องเรือนแบบโบราณ; Ⓑ *(existing since old times)* มีอยู่ตั้งแต่ยุคโบราณ; *(antiquated)* (ความคิด, วิธีพูด) เชย, คร่ำครึ, ล้าสมัย ❷ *n.* ➤ **489** โบราณวัตถุ; **~ dealer** พ่อค้าวัตถุโบราณ, พ่อค้าของเก่า; **~ shop** ร้านขายวัตถุโบราณ, ร้านขายของเก่า

antiquity /æn'tɪkwɪtɪ/แอน'ทิควิทิ/ *n.* Ⓐ *no pl. (ancientness)* ความโบราณ; **a city/law/fossil of great ~:** เมือง/กฎหมาย/ซากดึกดำบรรพ์ที่โบราณมาก; Ⓑ *no pl., no art. (old times)* สมัยโบราณ *(โดยเฉพาะก่อนยุคกลาง)*; *(the ancients)* ผู้คนสมัยโบราณ *(โดยเฉพาะในยุคกรีกหรือโรมัน)*; **in ~:** ในสมัยโบราณ; Ⓒ *in pl. (ancient relics)* สิ่งปรักหักพังในสมัยโบราณ *(โดยเฉพาะอาคารและผลงานทางศิลปะ)*; *(ancient customs)* ธรรมเนียมโบราณ

antirrhinum /æntɪ'raɪnəm/แอนทิ'รายเนิม/ *n. (Bot.)* พืชในสกุลนี้ ดอกเหมือนปาก

anti-'Semite /æntɪ'si:maɪt, US -'semaɪt/แอนทิ'ซีไมท, -'เซ็มไมท/ *n.* ผู้ที่เป็นปรปักษ์หรือมีอคติต่อชาวยิว

anti-Se'mitic /æntɪsɪ'mɪtɪk/แอนทิซิ'มิททิค/ *adj.* เป็นปรปักษ์, มีอคติต่อชาวยิว

anti-'Semitism /æntɪ'semɪtɪzəm/แอนทิ'เซ็มมิทิเซิม/ *n., no pl.* ลัทธิต่อต้านชาวยิว

anti'sepsis *n., no pl. (Med.)* การป้องกันเชื้อโรค

anti'septic ❶ *adj.* Ⓐ ที่ป้องกันการติดเชื้อ; Ⓑ *(scrupulously clean)* ฆ่าเชื้อโรคแล้ว; *(sterile)* ปลอดการติดเชื้อ; *(fig.: unfeeling)* ขาดชีวิตชีวา ❷ *n.* ยาฆ่าเชื้อ

anti'social *adj.* Ⓐ ต่อต้านกฎสังคม; Ⓑ *(unsociable)* ไม่ชอบเข้าสังคม; ถือสันโดษ

anti'static *adj.* ที่ทำให้สภาพไฟฟ้าสถิตหมดไป

anti-'tank gun *n. (Mil.)* ปืนต่อสู้รถถัง

antithesis /æn'tɪθəsɪs/แอน'ทิธเธอะซิซ/ *n., pl.* **antitheses** /æn'tɪθəsi:z/แอน'ทิธเธอะซีซ/ Ⓐ *(thing)* สิ่งที่ตรงกันข้าม (**of, to** กัน, กับ); **these two concepts are the ~ of each other** ความคิดสองอย่างนี้ตรงกันข้ามกันอย่างสิ้นเชิง; Ⓑ *(state)* ภาวะแย้ง, ลักษณะที่ขัดแย้ง; *(Rhet.: contrast of ideas)* การใช้วลีที่ตรงกันข้ามกัน; **stand in ~ to sth.** ขัดแย้งกับ *ส.น.*; **the ~ of** *or* **between two things** ความแตกต่างระหว่างของสองสิ่ง

antithetic /æntɪ'θetɪk/แอนทิ'เธ็ททิค/, **antithetical** /æntɪ'θetɪkl/แอนทิ'เธ็ททิค'ล/ *adj.* Ⓐ *(opposite)* ตรงกันข้ามกัน; *(consisting of opposites)* ประกอบด้วยสิ่งที่ตรงข้ามกัน; **be ~ to sth.** ตรงกันข้ามกับ *ส.น.*; Ⓑ *(Rhet.)* ที่ใช้ประโยคตรงกันข้าม

anti: **~'toxin** *n. (Med.)* ภูมิต้านพิษ; **~'trust** *adj. (Amer.)* ห้ามผูกขาด; **~ law** กฎหมายห้ามผูกขาด; **~viral** *adj.* *(ยา)* ฆ่าเชื้อไวรัส; **~ virus software** *n.* โปรแกรมป้องกันเชื้อโรคทางคอมพิวเตอร์

antivivisectionism /æntɪvɪvɪ'sekʃənɪzm/แอนทิวิวิ'เซ็คเชอะนิซฺ'ม/ *n., no pl.* การต่อต้านการใช้สิ่งมีชีวิตเป็นเครื่องทดลองทางการแพทย์

antivivisectionist /æntɪvɪvɪ'sekʃənɪst/แอนทิวิวิ'เซ็คเชอะนิซทฺ/ *n.* ผู้ที่ต่อต้านการใช้สิ่งมีชีวิตเป็นเครื่องทดลองทางการแพทย์

a

antler /ˈæntlə(r)/ˈแอนทฺเลอะ(ร)/ *n. (branch of horn)* กิ่งเขากวางตัวผู้; *(horn)* เขา *(กวาง)*; a pair of ~s เขากวางคู่หนึ่ง

antonym /ˈæntənɪm/ˈแอนเทอะนิม/ *n.* คำตรงกันข้าม

antonymous /ænˈtɒnɪməs/แอนˈทอนิเมิซ/ *adj.* มีความหมายตรงกันข้าม

Antwerp /ˈæntwɜːp/ˈแอนทฺเวิพ/ *pr. n.* เมืองท่าแอนท์เวิร์ป *(ในประเทศเบลเยียม)*

anus /ˈeɪnəs/ˈเอเนิซ/ *n. (Anat.)* ช่องทวารหนัก

anvil /ˈænvɪl/ˈแอนวิล/ *n.* ทั่งตีเหล็ก; *(Anat.)* กระดูกท่อนกลางในหู

anxiety /æŋˈzaɪətɪ/แองˈซายเออะทิ/ *n.* Ⓐ *(state)* ความวิตกกังวล; *(concern about future)* ความห่วงในอนาคต; anxieties ความวิตกกังวล; cause sb. ~: ทำให้ *ค.น.* วิตกกังวล; Ⓑ *(desire)* ความปรารถนาอย่างแรงกล้า (for ที่จะ); his ~ to do sth. ความปรารถนาอย่างแรงกล้าที่จะทำ *ส.น.*

anxious /ˈæŋkʃəs/ˈแองคฺเชิซ/ *adj.* Ⓐ *(troubled)* เป็นทุกข์, กังวล; days of ~ waiting วันเวลาของการรอคอยอย่างกระวนกระวายใจ; be ~ about sth./sb. เป็นกังวลถึง *ส.น./ค.น.*; we were all so ~ about you พวกเราเป็นห่วงคุณมาก; Ⓑ *(eager)* กระตือรือร้น; be ~ for sth. กระตือรือร้นต่อ *ส.น.*; have an ~ desire to do sth. มีความปรารถนาอย่างแรงกล้าที่จะทำ *ส.น.*; he is ~ to please เขาต้องการเอาใจผู้อื่นมาก; he is ~ to learn another language เขากระตือรือร้นที่จะเรียนภาษาอีกภาษาหนึ่ง; Ⓒ *(worrying)* an ~ time เวลาที่น่าวิตก; two ~ days of waiting สองวันแห่งการรอคอยอย่างวิตกกังวล

anxiously /ˈæŋkʃəslɪ/ˈแองคฺเชิซลิ/ *adv.* Ⓐ อย่างวิตกกังวล, อย่างกระวนกระวายใจ; Ⓑ *(eagerly)* อย่างกระตือรือร้น; always ~ eager to help กระตือรือร้นที่จะช่วยอยู่เสมอ

any /ˈenɪ/ˈเอ็นนิ/ ❶ *adj.* Ⓐ *(some)* บ้าง, ใด ๆ; have you ~ wool/~ statement to make? คุณมีขนแกะ/ข้อความที่จะกล่าวบ้างไหม; if you have ~ difficulties ถ้าคุณประสบปัญหาใด ๆ; not ~: ไม่มีเลย; that isn't ~ way to behave นั่นไม่ใช่วิธีทางที่ควรประพฤติ; without ~: ไม่มีเลย; if you've ~ spare time *or* time to spare ถ้าคุณมีเวลาว่างบ้าง; we haven't ~ time to lose เราไม่มีเวลาจะเสียอีกเลย; have you ~ idea of the time? คุณทราบบ้างไหมว่ากี่โมงแล้ว; ~ news of Peter yet? มีข่าวคราวเกี่ยวกับปีเตอร์บ้างหรือยัง; Ⓑ *(one)* สักอัน; ไม่...เลย; there isn't ~ hood on this coat เสื้อโค้ตตัวนี้ไม่มีหมวกเลย; a book without ~ cover หนังสือที่ไม่มีปก; Ⓒ *(all)* ทั้งปวง, ทั้งมวล; to avoid ~ delay เพื่อหลีกเลี่ยงการเสียเวลาทั้งปวง; Ⓓ *(every)* ทุก ๆ, ใด ๆ, ไหน ๆ; ~ and every ทุก ๆ คน; ~ fool knows that! ใคร ๆ ก็รู้ทั้งนั้น!; ~ time *or* on ~ occasion [when] I went there ทุก ๆ ครั้งฉันไปที่นั่น; [at] ~ time เมื่อใดก็ตาม; [at] ~ time of day เวลาใดก็ได้; Ⓔ *(whichever)* อันไหนก็ได้, ใด ๆ ก็ตาม; choose ~ [one] book/~ books you like เลือกหนังสือเล่มใดเล่มหนึ่ง/เล่มไหน ๆ ที่คุณชอบ; choose ~ two numbers เลือกสองหมายเลขตัวไหนก็ได้; do it ~ way you like ทำวิธีใดก็ตามที่คุณชอบ; cook the meat [in] ~ way/[for] ~ length of time you wish ปรุงเนื้อวิธีใดก็ได้/นานเท่าใดก็ได้แล้วแต่คุณชอบ; visit us [at] ~ time มาเยี่ยมเราเวลาไหนก็ได้; [at] ~ time/day/minute [now] เมื่อไหร่/เวลา/วัน/นาทีไหนก็ได้; ~ moment now the bomb will explode ในสักประเดี๋ยวระเบิดก็จะดัง; you can count on him ~ time *(coll.)* คุณไว้ใจเขาได้เสมอ; I'd prefer Mozart ~ day *(coll.)* เมื่อไรก็ตามฉันก็จะเลือกฟังเพลงของโมซาร์ทเสมอ; not [just] ~ house ไม่ใช่บ้านธรรมดา ๆ; take ~ amount you wish เอาไปเท่าใดก็ได้ที่คุณต้องการ; ~ amount of จำนวนเท่าใดก็ได้; the room was filled with ~ amount of decorations/~ number of film stars ห้องเต็มไปด้วยเครื่องประดับประดาต่าง ๆ/ดาราภาพยนตร์มากมาย; ➡ + ˈcase A; old 1 D; rate 1 F; Ⓕ *(an appreciable)* มองออก, สังเกตได้; she didn't stay ~ length of time เธอไม่ได้อยู่นานเท่าไหร่; he couldn't walk ~ distance without feeling exhausted เขาไม่สามารถเดินไปไหนไกล ๆ ได้โดยไม่รู้สึกเหนื่อย; if he drinks ~ amount he gets roaring drunk ถ้าเขาดื่มเพียงเล็กน้อย เขาจะเมาเอะอะโวยวาย
❷ *pron.* Ⓐ *(some) in condi., interrog., or neg. sentence (replacing n.)* บ้าง, จำนวนหนึ่ง, ไม่เลย; not ~: ไม่...เลย; without ~: ไม่มีเลย; I need to buy some sugar, we haven't got ~ at the moment ฉันต้องซื้อน้ำตาลสักหน่อย เราไม่มีเหลือเลยตอนนี้; Here are some sweets. Would you like ~? นี่ไงขนม คุณต้องการบ้างไหม; they ate all the cake and didn't leave ~ for us *or* without leaving ~ for us พวกเขารับประทานขนมเค้กหมดโดยไม่เหลือให้เราเลย; hardly ~: แทบจะไม่เลย; Tea? No, I don't want ~ at the moment, thanks ชาไหม ไม่ฉันยังไม่ต้องการตอนนี้ ขอบคุณ; not known to ~ except ...: ไม่มีใครรู้จักเลยยกเว้น...; Here is a list of the books I need. Do you have ~ of them in stock? นี่คือรายชื่อหนังสือที่ฉันต้องการ คุณมีอยู่ในร้านบ้างไหม; I haven't seen ~ of my friends for years ฉันไม่ได้เจอเพื่อนสักคนเลย เป็นเวลาหลายปีแล้ว; is there ~ of that cake left? มีขนมเค้กก้อนนั้นเหลือบ้างไหม; is there ~ of you who would be willing to help? มีคุณคนไหนเต็มใจที่จะช่วยบ้างไหม; he is not having ~ of it *(fig. coll.)* เขาไม่สนใจ/ไม่เห็นด้วยทั้งสิ้น; Ⓑ *(no matter which)* อันไหนก็ตาม; you have to pick a number between 1 and 10, ~ you like คุณต้องเลือกเลขระหว่างหนึ่งถึงสิบ ตัวไหนก็ได้; you can choose three books, ~ [of them] you like คุณเลือกหนังสือได้สามเล่ม เล่มไหนก็ได้ตามใจชอบ; Which numbers? – Any between 1 and 10 เบอร์ไหน – เบอร์ไหนก็ได้ระหว่าง 1 และ 10
❸ *adv.* do you feel ~ better today? วันนี้คุณรู้สึกดีขึ้นบ้างไหม; if it gets ~ colder ถ้าหากว่าหนาวขึ้นกว่านี้อีก; he didn't seem ~ [the] wiser after that หลังจากนั้นเขาไม่เห็นจะฉลาดขึ้นบ้างเลย; I can't wait ~ longer ฉันรออีกต่อไปไม่ได้แล้ว; the occasional jokes do not make the book ~ [the] less boring มุขตลกที่มีอยู่ประปรายไม่ได้ทำให้หนังสือน่าสนใจขึ้นเลย; I don't feel ~ [the] better ฉันไม่รู้สึกดีขึ้นเลย; not ~ too happy about it ไม่ค่อยสบายใจกับมันเท่าไรนัก; ➡ + more 1 A, 3 D, I

ˈanybody /ˈenɪbɒdɪ/ˈเอ็นนิบอดิ/ *n. & pron.* Ⓐ *(whoever)* ใครก็ตาม; ~ and everybody ทุกผู้ทุกคน; Ⓑ *(somebody)* คนใดคนหนึ่ง, ใครก็ได้; how could ~ be so cruel? เป็นไปได้อย่างไรที่จะมีคนโหดร้ายขนาดนี้; there wasn't ~ willing to help ไม่มีใครสักคนที่เต็มใจจะช่วย; there's never ~ at home when I phone ไม่เคยมีใครอยู่บ้านเลยเวลาที่ฉันโทรศัพท์ไป; I've never seen ~ who ...: ฉันไม่เคยเห็นใครที่...; he is a match for ~ with his strength ในเรื่องความแข็งแรง เขาเป็นคู่ต่อสู้กับใครก็ได้; ~ but ใครก็ได้ที่ไม่ใช่...; The score is 1:1. It's ~'s match now คะแนนเป็น 1 ต่อ 1 ตอนนี้เป็นเกมของใครก็ได้; what will happen is ~'s guess ไม่มีใครรู้ว่าอะไรจะเกิดขึ้น; Ⓒ *(important person)* บุคคลสำคัญ; everybody who was ~ was there ทุก ๆ คนที่สำคัญอยู่ที่นั่น; he's not [just] ~: เขาไม่ใช่ [แค่] คนทั่วไปนะ

ˈanyhow *adv.* Ⓐ ➡ anyway; Ⓑ *(haphazardly)* อย่างส่งเดช, ตามยถากรรม; he dresses ~: เขาแต่งตัวอย่างส่งเดช; the furniture was arranged ~: เฟอร์นิเจอร์จัดวางไว้อย่างไม่เป็นระเบียบ; all ~: สับสนวุ่นวายไปหมด

ˈanyone ➡ anybody

ˈanyplace *(Amer. coll.)* ➡ anywhere

anything ❶ *n. & pron.* Ⓐ *(whatever thing)* อะไรก็ได้, สิ่งใดก็ได้; you may do ~ you wish คุณจะทำอะไรก็ได้ที่คุณต้องการ; ~ and everything ทุกสิ่งทุกอย่าง; Ⓑ *(something)* อะไร, บางสิ่งบางอย่าง; is there ~ wrong with you? คุณเป็นอะไรหรือเปล่า; have you done ~ silly? คุณได้ทำอะไรบ้า ๆ บอ ๆ หรือเปล่า; can we do ~ to help you? เราจะช่วยคุณได้อย่างไรบ้าง; I don't want ~ [further] to do with him ฉันไม่ต้องการยุ่งเกี่ยวกับเขาอีก[ต่อไป]; I've never seen ~ like it in my life ฉันไม่เคยเห็นอะไรแบบนี้เลยในชีวิต; he can hardly see ~ without his glasses เขาแทบจะมองอะไรไม่เห็นถ้าไม่มีแว่น; Ⓒ *(a thing of any kind)* อะไรก็ได้; ~ like that อะไรก็ได้แบบนั้น; as ... as ~ *(coll.)* อย่างมาก; as fast as ~ เร็วมาก; not for ~ [in the world] ไม่แลกกับสิ่งใดเลย [ในโลกนี้], หัวเด็ดตีนขาดก็ไม่ยอม; I will do ~ in my power to help you ฉันจะทำทุกสิ่งเท่าที่ทำได้เพื่อช่วยคุณ; the temperature is ~ from 30 to 40 degrees อุณหภูมิอยู่ระหว่าง 30 ถึง 40 องศา; ~ but *(~ except)* อะไรก็ได้เว้นแต่; *(far from)* คนละเรื่องไปเลย; Cheap? The house was ~ but! ถูกรึ ตรงกันข้าม บ้านนี้แพงมาก; prices are rising like ~ *(coll.)* ราคาขึ้นเร็วมาก; we don't want [just] ~: เราไม่ได้ต้องการแค่อะไรก็ได้
❷ *adv.* not ~ like as ... as เปรียบเทียบไม่ได้กับ..., ไม่...เท่า

ˈanyway *adv.* Ⓐ *(in any case, besides)* กรณีใดก็ตาม, อย่างไร; we wouldn't accept your help ~: ไม่ว่ากรณีใดก็ตามเราจะไม่รับความช่วยเหลือของคุณ; Ⓑ *(at any rate)* อย่างไรก็ตาม; ~, I must go now อย่างไรก็ตาม ฉันต้องไปแล้ว

ˈanywhere ❶ *adv.* Ⓐ *(in any place) (wherever)* ที่ไหนก็ตาม; *(somewhere)* แห่งใดแห่งหนึ่ง; can you see my bag ~? คุณเห็นกระเป๋าฉันที่ไหนบ้างไหม; the price could be ~ between £30 and £40 ราคาอาจจะอยู่ระหว่าง 30 ถึง 40 ปอนด์; not ~ near as ... as *(coll.)* ไม่...เท่า...เลย; ~ but ...: ที่ไหนก็ได้ยกเว้นแต่...; [just] ~: ที่ไหนก็ได้; not just ~: ไม่ใช่เพียงที่ใดก็ได้; Ⓑ *(to any place) (wherever)* ไปที่ใดก็ตาม; *(somewhere)* ที่ไหน, บางแห่ง; have you ever been ~ by plane? คุณเคยไปที่ไหนโดยเครื่องบินบ้างไหม; I wouldn't go ~ near that island again ฉันจะไม่ไปที่ไหนที่ใกล้เกาะนั้นอีกแล้ว; ~ but ...: ไปที่ไหนก็ได้ยกเว้นแต่...; [just] ~: ไปที่ไหนก็ได้
❷ *pron.* if there's ~ you'd like to see ถ้ามีที่ไหนที่คุณอยากจะชม; have you found ~ to live

a

yet? คุณหาที่พักได้หรือยัง; **is there ~ we can stay for the night?** มีที่ไหนให้เราพักค้างคืนได้บ้างไหม; **there's never ~ open for milk after 10 p.m.** ไม่มีที่ไหนเปิดขายนมหลัง 4 ทุ่ม; **~ but ...:** ที่ไหนก็ได้ยกเว้นแต่...; **[just] ~:** ที่ไหนก็ได้; **from ~ hot** จากที่ไหนก็ตามที่อากาศร้อน; **from ~ in the world** จากที่ไหนก็ได้ในโลกนี้

aorta /eɪˈɔːtə/เอ'ออเทอะ/ *n. (Anat.)* เส้นเลือดใหญ่ ซึ่งสูบฉีดโลหิต *(จากหัวใจด้านซ้ายไปเลี้ยงร่างกาย)*

apace /əˈpeɪs/เออะ'เพซ/ *adv. (arch./literary)* โดยด่วน, อย่างรวดเร็ว

apart /əˈpɑːt/เออะ'พาท/ *adv.* Ⓐ *(separately)* อย่างแยกจากกัน; **with one's legs ~:** ถ่างขาออก; **a few problems ~:** ยกเว้นปัญหาบางอย่าง; **~ from ...** *(except for)* นอกจาก..., ยกเว้นแต่...; *(in addition to)* นอกเหนือจาก...; **everybody ~ from one person** ทุกคนยกเว้นคน ๆ เดียว; **he took me ~ in order to speak to me alone** เขาดึงฉันออกห่างเพื่อจะพูดกับฉันตามลำพัง; **a race ~:** ชนชาติเฉพาะ; Ⓑ *(into pieces)* แยกออกเป็นชิ้น ๆ; **he took the engine ~:** เขารื้อเครื่องยนต์ออกเป็นชิ้น ๆ; **the toy came ~ in his hands** ของเล่นหลุดเป็นชิ้น ๆ ในมือเขา; **take ~** *(fig.) (criticize)* วิพากษ์วิจารณ์อย่างหนัก *(ละคร, หนังสือ)*; *(analyse)* วิเคราะห์; *(coll.: defeat)* พ่ายแพ้; **take a poem/play/book ~:** วิจารณ์บทกวี/บทละคร/หนังสือ; Ⓒ **~ [from]** *(to a distance)* ไกลออกไป, ห่าง; *(at a distance)* **ten kilometres ~:** ห่างกัน 10 กิโลเมตร; **they have moved far ~ from each other** พวกเขาได้ย้ายไปอยู่ห่างไกลจากกันและกัน; **they are miles** *or* **worlds ~ [from each other] in their tastes** พวกเขามีรสนิยมแตกต่างกันโดยสิ้นเชิง

apartheid /əˈpɑːtheɪt, -aɪt/เออะ'พาเทท, -อายทฺ/ *n., no pl., no art.* นโยบายเหยียดผิว

apartment /əˈpɑːtmənt/เออะ'พาทเมินทฺ/ *n.* Ⓐ อพาร์ตเมนต์ *(ท.ศ.)*; *(room)* ห้องชุด; **~s** *(in a mansion etc.)* ห้องชุดในคฤหาสน์ ฯลฯ; Ⓑ *(Amer.)* แฟลต; **~ house** อาคารอพาร์ตเมนต์

apathetic /æpəˈθetɪk/แอเพอะ'เธ็ททิค/ *adj.* ไม่สนใจ, ไม่แยแส (**about** เกี่ยวกับ); *(not feeling emotion)* ขาดอารมณ์, เฉยเมย

apathetically /æpəˈθetɪkəlɪ/แอเพอะ'เธ็ททิเคอะลิ/ *adv.* อย่างไม่น่าสนใจ; *(without emotion)* อย่างไม่มีอารมณ์

apathy /ˈæpəθɪ/'แอ็พเพอะธิ/ *n., no pl. (lack of emotion)* การขาดความสนใจ, การไม่แยแส, ความเฉยเมย

ape /eɪp/เอพ/ ❶ *n.* Ⓐ *(tailless monkey)* วานร, มนุษย์วานร; *(monkey)* ลิง; **man is descended from the ~s** มนุษย์สืบเชื้อสายมาจากลิง; Ⓑ *(imitator)* นักเลียนแบบ; Ⓒ *(apelike person)* คนที่มีลักษณะเหมือนลิง; **go ~** *(coll.)* อาละวาด ❷ *v.t.* เลียนแบบ, ล้อเลียน

APEC /ˈeɪpek/'เอเพ็ค/ *abbr.* **Asia Pacific Economic Cooperation** ความร่วมมือทางเศรษฐกิจเอเชีย-แปซิฟิค

apelike /ˈeɪplaɪk/'เอพไลค/ *adj.* มีลักษณะเหมือนวานร

Apennines /ˈæpɪnaɪnz/'แอพินายนซฺ/ *pr. n. pl.* เทือกเขาอะเพ็นไนน์ *(ที่ทอดยาวตามประเทศอิตาลี)*

aperçu /æpɜːˈsjuː/แอเพอ'ซิว/ *n.* Ⓐ *(summary)* บทย่อความ; Ⓑ *(insight)* การเข้าใจอย่างลึกซึ้ง

aperient /əˈpɪərɪənt/เออะ'เพียเรียนทฺ/ *adj.* ระบาย; **this preparation is mildly/strongly ~:** สารนี้เป็นยาระบายอ่อน ๆ/อย่างแรง

aperitif /əˈperətɪf, US əperəˈtiːf/เออะ'เพะริทีฟ, เออะเพะ'ริ'ทีฟ/ *n.* เครื่องดื่มก่อนอาหารที่มีแอลกอฮอล์

aperture /ˈæpətʃə(r)/'แอเพอะเฉอะ(ร)/ *n.* Ⓐ *(opening)* ช่องที่เปิด, รู; Ⓑ *(Optics, Photog., etc.)* ช่องรับแสงในเลนส์

APEX /ˈeɪpeks/'เอเพ็คซฺ/ *abbr.* **Advance Purchase Excursion** *การซื้อขายตั๋วเครื่องบินในราคาถูก โดยจองและจ่ายเงินล่วงหน้า*

apex /ˈeɪpeks/'เอเพ็คซฺ/ *n., pl.* **~es** *or* **apices** /ˈeɪpɪsiːz/'เอพิซีซฺ/ ปลาย, ยอด; *(of heart, lung, etc.)* ยอดบนของหัวใจ, ปอด; *(fig.)* จุดสูงสุด

apfelstrudel /ˈæpfəlstruːdl/'แอพเฟิลซตรูด'ล/ *n. ขนมหวานไส้แอปเปิ้ลจากประเทศออสเตรีย*

aphasia /əˈfeɪzɪə, US -ʒə/เออะ'เฟเซีย, -เฌอะ/ *n. (Med.)* ภาวะเสียการสื่อความ

aphid /ˈeɪfɪd/'เอฟิด/ *n. (Zool.)* ตัวเพลี้ย

aphorism /ˈæfərɪzm/'แอเฟอะริซฺ'ม/ *n. (pithy statement)* ข้อเขียนหรือคำกล่าวสั้น ๆ ที่มีสาระสำคัญ; *(maxim)* คำพังเพย, คำคม

aphoristic /æfəˈrɪstɪk/แอเฟอะ'ริซติค/ *adj.* อย่างมีคติพจน์

aphrodisiac /æfrəˈdɪzɪæk/แอเฟรอะ'ดิซซิแอค/ *(Med.)* ❶ *adj.* ซึ่งเร้าความต้องการทางเพศ ❷ *n.* สารยาที่กระตุ้นความต้องการทางเพศ

apiarist /ˈeɪpɪərɪst/'เอเพียริซทฺ/ *n.* ➤ 489 ผู้เลี้ยงผึ้ง

apiary /ˈeɪpɪərɪ, US -ɪerɪ/'เอเพียริ, -อิเอะริ/ *n.* ที่เลี้ยงผึ้ง

apices *pl. of* **apex**

apiece /əˈpiːs/เออะ'พีซ/ *adv.* คนละ ...ละ; **we took two bags ~:** เราถือคนละสองถุง; **they cost a penny ~:** ของเหล่านี้ราคาชิ้นละหนึ่งเพนนี; **books/five books at £1 ~:** หนังสือ/หนังสือ 5 เล่มเล่มละหนึ่งปอนด์

apish /ˈeɪpɪʃ/'เอพิช/ *adj.* Ⓐ *(apelike)* มีลักษณะเหมือนวานร; Ⓑ *(imitative)* เอาอย่าง, เลียนแบบ; Ⓒ *(silly)* โง่เง่า, บ้า ๆ บอ ๆ

aplenty /əˈplentɪ/เออะ'เพล็นทิ/ *adv.* ในปริมาณที่เพียงพอ

aplomb /əˈplɒm/เออะ'พลอม/ *n.* ความมั่นใจในตัวเอง

apocalypse /əˈpɒkəlɪps/เออะ'พอเคอะลิพซฺ/ *n.* Ⓐ *(event)* เหตุการณ์ที่ยิ่งใหญ่หรือรุนแรง; Ⓑ *(Relig.) (revelation)* การประกาศ *(เช่น การทำนายความสิ้นสุดของโลก)*; *(book)* หนังสือเล่มสุดท้ายของพระคริสตธรรมคัมภีร์ใหม่

apocalyptic /əpɒkəˈlɪptɪk/เออะพอเคอะ'ลิพทิค/, **apocalyptical** /əpɒkəˈlɪptɪkl/เออะพอเคอะ'ลิพทิค'ล/ *adj.* Ⓐ *(dramatic)* ยิ่งใหญ่และมหัศจรรย์; Ⓑ *(Relig.) (of revelation)* เกี่ยวกับการเปิดเผย, การพยากรณ์; *(of book) เกี่ยวกับหนังสือ Apocalypse ซึ่งเป็นหนังสือเล่มสุดท้ายของพระคริสตธรรมคัมภีร์ใหม่*

Apocrypha /əˈpɒkrɪfə/เออะ'พอคริเฟอะ/ *n. (Bibl.)* กลุ่ม 14 บทหนังสือของพระคัมภีร์เก่า

apocryphal /əˈpɒkrɪfl/เออะ'พอคริฟ'ล/ *adj.* Ⓐ *(of doubtful origin)* มีที่มาน่าสงสัย; *(invented)* ที่แต่งขึ้นมา; Ⓑ *(of the Apocrypha)* เกี่ยวกับ Apocrypha

apogee /ˈæpədʒiː/'แอเพอะจี/ *n.* Ⓐ *(highest point)* จุดสูงสุด, จุดไกลที่สุด; Ⓑ *(Astron.)* *ตำแหน่งในวงโคจรเมื่อเทหวัตถุอยู่ห่างจากโลกมากที่สุด*

apolitical /eɪpəˈlɪtɪkl/เอเพอะ'ลิททิค'ล/ *adj.* ไม่สนใจหรือไม่ยุ่งเกี่ยวกับการเมือง

Apollo /əˈpɒləʊ/เออะ'พอโล/ *pr. n.* เทพเจ้าอพอลโล *(สุริยเทพของกรีกและโรมันโบราณองค์อุปถัมภ์แห่งการดนตรีและกวีนิพนธ์)*

apologetic /əpɒləˈdʒetɪk/เออะพอเลอะ'เจ็ททิค/ *adj.* Ⓐ คอยขอโทษ ขออภัย; **~ words** คำแสดงความเสียใจ; **an ~ person** ผู้ที่รู้สึกผิด; **he wrote a very ~ letter** เขาเขียนจดหมายที่แสดงความเสียใจอย่างสุดซึ้ง; **he was most ~ about ...:** เขาคอยขอโทษเรื่อง...; Ⓑ *(diffident)* ขาดความเชื่อมั่นในตนเอง, ถ่อมตน *(การยิ้ม, เสียงพูด)*

apologetically /əpɒləˈdʒetɪklɪ/เออะพอเลอะ'เจ็ททิค'ลิ/ *adv.* Ⓐ อย่างเสียใจ, อย่างขอโทษ; **he wrote very ~ to say that he ...:** เขาเขียนจดหมายอย่างเสียใจยิ่ง เพื่อบอกว่าเขา...; Ⓑ *(diffidently)* อย่างขาดความมั่นใจ, อย่างถ่อมตน

apologetics /əpɒləˈdʒetɪks/เออะพอเลอะ'เจ็ททิคซฺ/ *n., no pl.* การใช้เหตุผลเพื่อสนับสนุนการเป็นคริสเตียน

apologia /æpəˈləʊdʒɪə/แอเพอะ'โลเจีย/ *n.* การแก้ต่าง, การยืนยันในความเชื่อและการประพฤติของตน

apologist /əˈpɒlədʒɪst/เออะ'พอเลอะจิซทฺ/ *n.* ผู้ปกป้องหลักการ โดยใช้เหตุผล

apologize /əˈpɒlədʒaɪz/เออะ'พอเลอะจายซฺ/ *v.i.* Ⓐ ➤ 64 ขอโทษ, แสดงความเสียใจ; **~ to sb. for sth./sb.** ขอโทษต่อ *ค.น.* ที่ทำ *ส.น.*/แทน *ค.น.*; Ⓑ *(defend one's actions)* การปกป้องการกระทำของตน

apology /əˈpɒlədʒɪ/เออะ'พอเลอะจิ/ *n.* Ⓐ ➤ 64 การขอโทษ, การขออภัย; **make an ~ [to sb.] for sth./sb.** ขอโทษ [*ค.น.*] ที่ทำ *ส.น.*/แทน *ค.น.*; **an ~ to sb. for sth.** การขอโทษต่อ *ค.น.* สำหรับ *ส.น.*; **you owe him an ~/he deserves an ~ from you** คุณควรขอโทษเขา/เขาสมควรได้รับคำขอโทษจากคุณ; **please accept our apologies** กรุณารับคำขอโทษของเรา; **she was full of apologies for her mistake** เธอขอโทษมากมายที่เธอผิดพลาด; Ⓑ *(defence)* การแก้ต่าง; Ⓒ *(poor substitute)* **an ~ for a ...:** เป็นการทดแทนที่ใช้ไม่ได้...; **what's this ~ for a meal?** คุณถือว่านี่เป็นอาหารมื้อหนึ่ง

apoplectic /æpəˈplektɪk/แอเพอะ'เพล็คทิค/ *adj.* ภาวะการหมดสติเนื่องจากเส้นโลหิตในสมองแตก; **stroke** *or* **fit** ภาวะการหมดสติที่เกิดจากเส้นเลือดในสมองอุดตันหรือแตก; *(furious)* โกรธมาก; **to be ~ with rage** โกรธจนเกือบหมดสติ

apoplexy /ˈæpəpleksɪ/'แอเพอะเพล็คซิ/ *n.* การหมดสติเนื่องจากเส้นเลือดในสมองแตก; **a fit of ~:** การหมดสติเนื่องจากเส้นโลหิตในสมองแตก

apostasy /əˈpɒstəsɪ/เออะ'พอซเตอะซิ/ *n.* การผละออกจากศาสนา; การสละ *(หลักการ, พรรค)*

apostate /əˈpɒsteɪt/เออะ'พอซเตท/ ❶ *n.* บุคคลที่ผละออก *(ศาสนา, หลักการ, พรรค)* ❷ *adj.* ที่ผละออก *(จากศาสนา, หลักการ, พรรค)*

a posteriori /eɪpɒsterɪˈɔːraɪ/เอ พอซเตะริ'ออราย/ ❶ *adv.* โดยเริ่มจากผลลัพธ์ไปหาสาเหตุ ❷ *adj.* ที่ดำเนินการจากผลไปหาสาเหตุ, หลังประสบการณ์

apostle /əˈpɒsl/เออะ'พอซ'ล/ *n. (lit. or fig.)* ผู้ส่งข่าว, ผู้เผยแพร่; **the A~s** *สาวกสิบสององค์*

a

Apologizing (การขอโทษ)

Fairly formal (รูปแบบทางการ)

I owe you an apology or ***I must apologize for accusing you wrongly***
= ดิฉัน/ผมต้องขออภัยที่กล่าวหาคุณอย่างผิด ๆ

Please accept my humble apology
= โปรดรับคำขอโทษที่ด้อยค่าของผม/ดิฉัน

I take back all that I said and apologize unreservedly
= ดิฉัน/ผมขอถอนคำพูดทั้งหมดและขออภัยในสิ่งที่พูดไป

I greatly or ***very much regret that I have had to disappoint you***
= ดิฉัน/ผมเสียใจอย่างยิ่ง *หรือ* อย่างมากที่ได้ทำให้ท่านผิดหวัง

I must ask you to forgive *or* **excuse my mistake**
= ดิฉันต้องขอให้คุณยกโทษ *หรือ* ให้อภัยในความผิดของดิฉัน

Please excuse my oversight
= โปรดให้อภัยที่ข้ามไป

Please forgive me for being so late with these birthday wishes
= ผม/ดิฉันขอโทษที่ส่งคำอวยพรวันเกิดมาล่าช้า

I must apologize for the delay in replying to your letter
= ผม/ดิฉันต้องขออภัยที่ตอบจดหมายของคุณล่าช้า

I am sorry or ***I regret to have to inform you that ...***
= ดิฉัน/ผมเสียใจที่ต้องแจ้งให้คุณทราบว่า ...

Less formal (รูปแบบส่วนตัว)

I really am sorry that I've let you down
= ฉันเสียใจจริง ๆ ที่ทำให้เธอผิดหวัง

I'm sorry to be such a nuisance
= ฉันขอโทษที่ก่อความรำคาญเช่นนั้น

Sorry! *(e.g. when you bump into someone)*
= ขอโทษ!

Sorry to bother you, but can you tell me ...
= ขอโทษที่รบกวนคุณ แต่ช่วยบอกฉันหน่อยได้ไหมว่า ...

I'm sorry, but or ***unfortunately I'll have to go now***
= ฉันขอโทษ *หรือ* ฉันเสียใจ แต่ฉันต้องไปแล้ว

Sorry, but I can't help
= ขอโทษ แต่ฉันไม่สามารถช่วยได้

Don't be cross that I haven't written before
= อย่าโกรธที่ฉันไม่ได้เขียนมาก่อนนี้

Forgive me! It was all a stupid misunderstanding
= ยกโทษให้ฉันด้วย! ทั้งหมดเป็นเพราะความเข้าใจผิดอย่างโง่ ๆ

ที่ได้รับเลือกให้เผยแพร่ศาสนาคริสต์; **A~s' Creed** *รูปแบบแรกเริ่มของบทสาบานความเชื่อในศาสนาคริสต์*

apostolic /æpə'stɒlɪk/แอเพอะ'ชตุอลิค/ *adj.* *เกี่ยวกับสาวกผู้เผยแพร่คริสต์ศาสนาสิบสององค์, เกี่ยวกับพระสันตะปาปา,* เอกอัครสมณทูต

apostrophe /ə'pɒstrəfɪ/เออะ'พอชเตรุอะฟิ/ *n.* Ⓐ *(sign) เครื่องหมาย (') ที่แสดงความเป็นเจ้าของหรือการย่อคำ;* Ⓑ *(Rhet.: exclamatory passage) ข้อความที่กล่าวถึงบุคคลที่เสียชีวิตแล้วหรือมิได้อยู่ในที่นั้น ราวกับว่ามีชีวิตอยู่*

apostrophize /ə'pɒstrəfaɪz/เออะ'พอชเตรุอะฟายซฺ/ *v.t.* พูดกับผู้ที่ไม่อยู่เสมือนกับว่าเขาอยู่ที่นั่น

apothecary /ə'pɒθɪkərɪ, US -kerɪ/เออะ'พอเธอะเคอะริ, -เคะริ/ *n.* Ⓐ เภสัชกร, พ่อค้ายา; Ⓑ **apothecaries' measure/weight** มาตรวัดสัดส่วนของยาในสมัยก่อน

apotheosis /əpɒθɪ'əʊsɪs/เออะพอธิ'โอซิซ/ *n., pl.* **apotheoses** /əpɒθɪ'əʊsi:z/เออะพอธิ'โอซีซฺ/ Ⓐ *(deification)* การยกย่องว่าเป็นพระเจ้าหรือนักบุญ; Ⓑ *(deified ideal)* อุดมคติที่ยกย่องเหมือนบูชาพระเจ้า; Ⓒ *(ultimate point)* จุดสุดยอด

appal /ə'pɔ:l/เออะ'พอล/ (*Amer.:* **appall**) *v.t.,* **-ll-** *(dismay)* ทำให้ตะลึง, ทำให้ตกใจ; *(terrify)* ทำให้ตื่นตระหนก; **your behaviour ~s me** ความประพฤติของคุณทำให้ฉันตกใจ; **obscenity ~s her** ความลามกทำให้เธอตกใจ

appalling /ə'pɔ:lɪŋ/เออะ'พอลิง/ *adj.* *(dismaying)* น่าตกใจ; *(terrifying)* น่าตื่นตระหนก; *(coll.: very bad)* แย่มาก

apparatchik /æpə'rɑ:tʃɪk/แอเพอะ'ราฉิค/ *n., pl.* **~s** *or* **~i** สมาชิกของระบบการบริหารของพรรคคอมมิวนิสต์, ตัวแทนพรรคคอมมิวนิสต์

apparatus /æpə'reɪtəs, US -'rætəs/แอเพอะ'เรเทิซ, -'แรเทิซ/ *n.* Ⓐ *(equipment)* อุปกรณ์; *(gymnastic ~)* อุปกรณ์ในการเล่นยิมนาสติก; Ⓑ *(machinery, lit. or fig.)* เครื่องมือ; **a piece of ~:** เครื่องมือชิ้นหนึ่ง

apparel /ə'pærəl/เออะ'แพเริล/ ❶ *n.* เสื้อผ้า, เครื่องนุ่งห่ม ❷ *v.t., (Brit.)* **-ll-** *(arch.)* สวมเสื้อผ้า

apparent /ə'pærənt/เออะ'แพเรินทฺ/ *adj.* Ⓐ *(clear) (ความจริง, เป้าหมาย, ความสนใจ ฯลฯ)* ชัดเจน, เห็นได้ชัด, ปรากฏชัด; **it soon became ~ that ...:** ในไม่ช้าก็ปรากฏชัดว่า...; **the meaning was/became clearly ~ to all of us** ความหมายปรากฏเห็นเด่นชัดแก่พวกเราทุกคน; **heir ~:** ทายาทโดยสมบูรณ์; **he is the heir ~ to the throne** เขาเป็นรัชทายาทโดยสมบูรณ์; Ⓑ *(seeming)* ดูเหมือน, ไม่จริง; **be only ~:** เพียงดูเหมือนว่า; **this was only the ~ truth** นี่แค่ดูเหมือนว่าเป็นความจริง

apparently /ə'pærəntlɪ/เออะ'แพเรินทฺลิ/ *adv.* Ⓐ *(clearly)* อย่างเด่นชัด; Ⓑ *(seemingly)* ดูเหมือนว่า; **he was not asleep, but only ~ so** เขาไม่ได้หลับเพียงแต่ดูเหมือนว่าหลับ

apparition /æpə'rɪʃn/แอเพอะ'ริช'น/ *n.* Ⓐ *(appearance)* การปรากฏ; Ⓑ *(ghost)* ผี, ปีศาจที่มองเห็นได้

appeal /ə'pi:l/เออะ'พีล/ ❶ *v.i.* Ⓐ *(Law etc.)* ร้องอุทธรณ์ (**to** ต่อ); **~ to a court** ร้องอุทธรณ์ต่อศาล; **~ against sth.** อุทธรณ์ขอร้อง, วิงวอนเกี่ยวกับ *ส.น.;* **~ from a judgement** ร้องอุทธรณ์การตัดสิน; Ⓑ *(refer)* **~ to** อ้าง *(ข้อเท็จจริง, ข้อมูลใหม่);* Ⓒ *(make earnest request)* **~ to sb. for sth./to do sth.** ขอร้อง *ส.น.* จาก *ค.น.* /ให้ *ค.น.*/ทำ *ส.น.;* **I ~ to you to give generously** ฉันขอวิงวอนให้คุณบริจาคอย่างมีใจกรุณา; Ⓓ *(address oneself)* **~ to sb./sth.** พูดขอร้องต่อ *ค.น./ส.น.;* **this type of music ~s to the senses rather than the intellect** ดนตรีประเภทนี้จะให้ผลทางอารมณ์มากกว่าทางปัญญา; Ⓔ *(be attractive)* **~ to sb./sth.** สร้างความดึงดูดใจให้ *ค.น./ส.น.;* **how does that ~?** สิ่งนั้นน่าสนใจไหม; **this music does not ~ to their tastes** ดนตรีนี้ไม่ถูกรสนิยมพวกเขาหรอก; Ⓕ *(Cricket)* การร้องเรียนต่อผู้ตัดสินชี้ขาด
❷ *v.t.* ส่ง *(คดี)* ต่อ
❸ *n.* Ⓐ *(Law etc.)* การร้องเรียน, การอุทธรณ์ (**to** ต่อ); *(to higher court)* การอุทธรณ์ต่อศาลระดับสูงขึ้น; **an ~ against** *or* **from a judgement** การร้องอุทธรณ์ต่อศาลฎีกาเพื่อพิจารณาคำพิพากษาอีกครั้ง; **lodge an ~ with sb.** ยื่นอุทธรณ์ต่อ *ค.น.;* **acquittal on ~:** การยกฟ้องหลังอุทธรณ์; **right of ~:** สิทธิในการอุทธรณ์; **there is no ~ against this decision** ไม่มีการอุทธรณ์ในการตัดสินครั้งนี้; **Court of A~:** ศาลอุทธรณ์; Ⓑ *(reference)* การร้องเรียน; **make an ~ to sth.** การร้องเรียนต่อ *ส.น.;* Ⓒ *(imploring request)* การขอร้อง; **an ~ to sb. for sth.** การขอร้องต่อ *ค.น.* เพื่อ *ส.น.;* **make an ~ to sb.** ขอร้องต่อ *ค.น.;* Ⓓ *(addressing oneself)* การพูดขอ; **make an ~ to sb.** ทำการขอไปยัง *ค.น.;* **the ~ of the music is to the senses rather than the intellect** ดนตรีนี้ให้ผลทางอารมณ์มากกว่าทางปัญญา; Ⓔ *(attraction)* การดึงดูด; **a Rolls Royce has a certain class ~:** รถโรลสรอยส์จะมีความดึงดูดแก่ผู้ที่อยากจะดูหรูหรา; Ⓕ *(Cricket)* การร้องต่อผู้ตัดสิน

appealable /ə'pi:ləbl/เออะ'พีเลอะบ'ล/ *adj.* สามารถอุทธรณ์ต่อศาลได้

appealing /ə'pi:lɪŋ/เออะ'พีลิง/ *adj.* Ⓐ *(imploring)* วิงวอน, ทำให้เกิดความสงสาร; **an ~ glance** การชำเลืองดูอย่างวิงวอน; Ⓑ *(attractive)* ดึงดูด, น่ารัก, น่าสนใจ

appealingly /ə'pi:lɪŋlɪ/เออะ'พีลิงลิ/ *adv.* อย่างดึงดูดใจ, อย่างน่ารัก

appeal(s) judge *n.* ผู้พิพากษาศาลอุทธรณ์

appear /ə'pɪə(r)/เออะ'เพีย(ร)/ *v.i.* Ⓐ *(become visible, be seen, arrive) (อาการ)* ปรากฏ; *(พระจันทร์)* ประจักษ์แก่ตา; *(present oneself)* แสดงตัว; *(Sport)* เล่น; **he was ordered to ~ at the police station/before the court** เขาได้รับคำสั่งให้ไปแสดงตัวที่สถานีตำรวจ/ต่อศาล;

a

he ~ed in court charged with murder เขาไปขึ้นศาลในข้อหาฆาตกรรม; Ⓑ *(occur) (ปัญหา, เหตุการณ์)* เกิดขึ้น; *(be manifest) (ความหมาย)* ปรากฏ; Ⓒ *(seem)* **~ [to be] ...:** ดูเหมือนว่า...; **try to ~ relaxed** พยายามทำทีว่าไม่เครียด; **you could at least ~ to be interested** อย่างน้อยที่สุดคุณก็ควรจะทำทีว่าสนใจ; **~ to do sth.** ดูเหมือนว่าจะทำ *ส.น.*; **she only ~s to be asleep** เธอเพียงแต่ทำทีว่ากำลังนอนหลับ; Ⓓ *(be published)* ได้รับการตีพิมพ์

appearance /əˈpɪərəns/เออะ'เพียเรินซฺ/ *n.* Ⓐ *(becoming visible)* การปรากฏให้เห็น, การแสดงตัว; *(of symptoms)* การปรากฏ; **make an** *or* **one's ~:** มาปรากฏตัว; **make a public ~:** ปรากฏตัวต่อสาธารณชน; **put in an ~:** ปรากฏตัว; Ⓑ *(look)* สภาพปรากฏ, ลักษณะ; **outward ~:** ลักษณะภายนอก; **the house had a shabby ~:** บ้านมีลักษณะซอมซ่อ; **his ~ of being nervous** ลักษณะประหม่าของเขา; **to judge by ~s, to all ~s** ดูจากภายนอก, เท่าที่เห็น; **for the sake of ~s, to keep up ~s** เพื่อรักษาหน้า; Ⓒ *(semblance)* รูปร่าง, ท่าทาง; **~s to the contrary, ...:** แม้ว่าท่าทางภายนอกจะ...; **~s can be deceptive** รูปโฉมภายนอกอาจจะหลอกลวงได้; Ⓓ *(occurrence)* สิ่งที่ปรากฏขึ้น; Ⓔ *(publication)* การตีพิมพ์

appease /əˈpiːz/เออะ'พีซ/ *v.t.* Ⓐ *(make calm)* ทำให้สงบเงียบโดยการยอมตาม; *(Polit.)* ยอมฝ่ายที่ดูว่าจะเป็นศัตรู; Ⓑ *(soothe)* ปลอบประโลม *(ความทุกข์)*; บรรเทา *(ความเจ็บปวด)*; *(satisfy)* สนอง *(ความต้องการ, ความหิว)*

appeasement /əˈpiːzmənt/เออะ'พีซเมินทฺ/ *n.* ➡ **appease:** การยอมตาม, การปลอบ, การระงับ, การสนอง

appellant /əˈpelənt/เออะ'เพ็ลเลินทฺ/ *(Law)* ❶ *n.* บุคคลผู้ยื่นคำอุทธรณ์ต่อศาล ❷ *adj.* ที่เป็นการอุทธรณ์

appellate /əˈpelət/เออะ'เพ็ลเลิท/ *adj. (Law)* เกี่ยวกับการอุทธรณ์; **~ judge** ผู้พิพากษาศาลอุทธรณ์; **~ hearing** การพิจารณาคดีอุทธรณ์

appellation /æpəˈleɪʃn/แอเพอะ'เลช'น/ *n.* *(name, nomenclature)* ฉายาหรือบรรดาศักดิ์; *(way of addressing)* วิธีการเรียกชื่อ, สมัญญาภิธาน *(ร.บ.)*

append /əˈpend/เออะ'เพ็นดฺ/ *v.t.* **~ sth. to sth.** ผนวก *ส.น.* เข้ากับ *ส.น.*; **~ one's signature to a document** ลงนามท้ายเอกสาร

appendage /əˈpendɪdʒ/เออะ'เพ็นดิจ/ *n.* Ⓐ *(addition)* ส่วนที่เพิ่มเติม, ส่วนเกิน; **he feels as if he has become a mere ~ to the household** เขารู้สึกราวกับว่าตนเองเป็นเพียงส่วนเกินของครอบครัว; Ⓑ *(accompaniment)* ส่วนประกอบ, ส่วนควบ

appendectomy /æpenˈdektəmɪ/แอเพ็น'เด็คเทอะมิ/, **appendicectomy** /əpendɪˈsektəmɪ/เออะเพ็นดิ'เซ็คเทอะมิ/ *n. (Med.)* การผ่าตัดไส้ติ่ง

appendices *pl. of* **appendix**

appendicitis /əpendɪˈsaɪtɪs/เออะเพ็นดิ'ไซทิซ/ *n.* ➤ 453 ไส้ติ่งอักเสบ

appendix /əˈpendɪks/เออะ'เพ็นดิคซฺ/ *n., pl.* **appendices** /əˈpendɪsiːz/เออะ'เพ็นดิซีซฺ/ *or* **~es** Ⓐ ภาคผนวก **(to** ของ); Ⓑ ➤ 118 *(Anat.)* **[vermiform] ~:** ไส้ติ่ง

appertain /æpəˈteɪn/แอเพอะ'เทน/ *v.i.* **~ to sth.** *(relate)* เกี่ยวข้องกับ *ส.น.*; *(belong)* เป็นของ *ส.น.*; *(be appropriate)* เหมาะสมกับ *ส.น.*

appetite /ˈæpɪtaɪt/'แอพิไทท/ *n.* Ⓐ *(for food)* ความหิว, อภิฉฉา *(ร.บ.)*; **~ for sex** ความต้องการทางเพศ; Ⓑ *(fig.: desire)* ความต้องการ **(for)**; **~ for knowledge** ความใฝ่รู้; **~ for life** ความใช้ชีวิตอย่างเต็มที่

appetizer /ˈæpɪtaɪzə(r)/'แอพิไทเซอะ(ร)/ *n.* อาหารหรือเครื่องดื่มเรียกน้ำย่อย; *(on menu)* อาหารจานแรก; **act as an/be an ~:** เป็นเครื่องเรียกน้ำย่อย

appetizing /ˈæpɪtaɪzɪŋ/'แอพิไทซิง/ *adj.* *(เครื่องดื่ม)* กระตุ้นความอยาก; *(กลิ่นหอม, หน้าตา)* ชวนรับประทาน, น่ากิน

appetizingly /ˈæpɪtaɪzɪŋlɪ/'แอพิไทซิงลิ/ *adv.* อย่างชวนรับประทาน, อย่างน่ากิน

applaud /əˈplɔːd/เออะ'พลอด/ ❶ *v.i.,* ปรบมือ ❷ *v.t.* ปรบมือ; *(approve of)* แสดงความเห็นชอบ; *(praise)* สรรเสริญ

applause /əˈplɔːz/เออะ'พลอซฺ/ *n.* เสียงปรบมือ; *(praise)* การสรรเสริญ; **give ~:** ปรบมือแสดงความชื่นชม; **get ~:** ได้รับการปรบมือ/ชื่นชม

apple /ˈæpl/'แอพ'ล/ *n.* ผลแอปเปิ้ล *(ท.ศ.)*; **the ~ of sb.'s eye** *(fig.)* *ค.น.* ที่เป็นดังแก้วตาดวงใจ

apple: **~ 'brandy** *n.* บรั่นดีที่กลั่นจากน้ำแอปเปิ้ลหมัก; **~ cart** *n.* **upset the ~ cart** *(fig.)* ทำให้เสียแผน; **~-'green** ❶ *adj.* มีสีเขียวอ่อน ❷ *n.* สีเขียวอ่อน; **~jack** *(Amer.)* ➡ **~ brandy**; **~ 'pie** *n.* ขนมพายแอปเปิ้ล; **~ pie bed** *การแกล้งพับผ้าปูที่นอนล่างขึ้นมา เพื่อทำให้คนนอนเหยียดขาไม่ได้*; **in ~ pie order** อย่างเป็นระเบียบเรียบร้อย; **~ 'sauce** *n.* ซอสที่ปรุงจากผลแอปเปิ้ล; **~ tree** *n.* ต้นแอปเปิ้ล

appliance /əˈplaɪəns/เออะ'พลายเอินซฺ/ *n.* *(utensil)* อุปกรณ์; *(aid)* อุปกรณ์, เครื่องใช้ในครัวเรือน; *(fire engine)* รถดับเพลิง

applicability /æplɪkəˈbɪlɪtɪ, əplɪ-/แอพลิเคอะ'บิลลิทิ, เออะพลิ-/ *n.* Ⓐ การนำมาใช้ได้, ความสามารถประยุกต์ใช้ได้ **(to** กับ); Ⓑ *(appropriateness)* ความเหมาะสม **(to** สำหรับ)

applicable /ˈæplɪkəbl, əˈplɪkəbl/'แอพลิเคอะบ'ล, เออะ'พลิเคอะบ'ล/ *adj.* Ⓐ สามารถนำมาใช้ได้, ประยุกต์ใช้ได้; Ⓑ เหมาะสม, เกี่ยวข้อง; **the ~ documents** เอกสารที่เกี่ยวข้อง; Ⓒ *(come into force)* มีผลบังคับใช้; **the new law becomes ~ from Monday** กฎหมายใหม่มีผลบังคับใช้ตั้งแต่วันจันทร์เป็นต้นไป

applicant /ˈæplɪkənt/'แอพลิเคินทฺ/ *n.* ผู้สมัคร **(for** สำหรับ)

application /æplɪˈkeɪʃn/แอพลิ'เคช'น/ *n.* Ⓐ *(putting)* การนำมาใช้, การประยุกต์, การทา; *(of heat, liquids)* การใช้; *(employment of rule etc.)* การนำมาใช้; **the ~ of new technology** การประยุกต์ใช้เทคโนโลยีใหม่; **this rule is of** *or* **has universal ~:** กฎนี้ใช้ได้ตลอด; Ⓑ *(request)* คำร้อง, ใบสมัคร **(for** สำหรับ); *(for passport, licence, etc.)* การขอ; **~ form** ใบสมัคร; **available on ~:** มีให้เมื่อยื่นคำร้อง; **~ for a passport** คำร้องขอหนังสือเดินทาง; Ⓒ *(diligence)* ความขยันหมั่นเพียร, ความกระตือรือร้น; **success as a writer demands great ~:** การจะประสบความสำเร็จเป็นนักเขียนได้ต้องใช้ความขยันหมั่นเพียรอย่างมาก; Ⓓ *(Med.: lotion, poultice, etc.)* ยาทา, การทา; Ⓔ *(Computing)* แอพพลิเคชั่น *(ท.ศ.)*, โปรแกรมประยุกต์

applicator /ˈæplɪkeɪtə(r)/'แอพลิเคเทอะ(ร)/ *n.* อุปกรณ์ง่าย ๆ ใช้ทา, สอด หยด ฯลฯ

appliqué /æˈpliːkeɪ, US æplɪˈkeɪ/แอ'พลีเค, แอพลิ'เค/ ❶ *n.* งานฝีมือที่เย็บชิ้นผ้าที่ตัดเป็นรูปต่าง ๆ บนผ้าอีกผืน ❷ *adj.* ที่ใช้การตัดและแปะผ้า

apply /əˈplaɪ/เออะ'พลาย/ ❶ *v.t.* Ⓐ ใช้ผ้าพันแผล; ทา *(ครีม, สี, กาว)*; ใช้ *(ความร้อน, น้ำ)*; **~ the brakes** เหยียบเบรก, ใช้เบรก; **~ gentle pressure to the tube** บีบหลอดเบา ๆ; **~ pressure to sb.** *(fig.)* สร้างความกดดันให้แก่ *ค.น.*; **~ common sense to the problem** ใช้สามัญสำนึกเพื่อแก้ปัญหา; Ⓑ *(make use of)* ประยุกต์ใช้; **applied linguistics/mathematics** วิชาภาษาศาสตร์/คณิตศาสตร์ประยุกต์; Ⓒ *(devote)* อุทิศ *(เวลา, แรงงาน)*; ใส่ใจ **(to** กับ); **~ oneself [to sth.]** อุทิศตนเอง [ให้กับ *ส.น.*]; **~ oneself to a task** อุทิศตนกับงานชิ้นหนึ่ง ❷ *v.i.* Ⓐ *(have relevance)* มีความเกี่ยวข้อง **(to** กับ); *(be valid)* มีผลบังคับใช้; **things which don't ~ to us** สิ่งซึ่งไม่เกี่ยวข้องกับพวกเรา; Ⓑ *(address oneself)* **~ [to sb.] for sth.** ยื่นคำร้อง [ต่อ *ค.น.*] สำหรับ *ส.น.*; **~ for a job** สมัครงาน; **~ for help to the governor** ยื่นคำร้องขอความช่วยเหลือจากผู้ว่าการ

appoint /əˈpɔɪnt/เออะ'พอยนฺทฺ/ *v.t.* Ⓐ *(fix)* กำหนด *(เวลา, สถานที่)*; **~ that ...:** กำหนดว่า...; Ⓑ *(choose for a job)* เลือกสำหรับงาน; *(assign to office)* แต่งตั้ง; **~ sb. [to be** *or* **as] sth./to do sth.** แต่งตั้ง *ค.น.* เป็น *ส.น.*/ให้ทำ *ส.น.*; **~ sb. to sth.** แต่งตั้ง *ค.น.* เป็น *ส.น.*; **he was ~ed governor** เขาได้รับแต่งตั้งให้เป็นผู้ว่าการ; **~ sb. one's heir** เลือกให้ *ค.น.* เป็นผู้รับมรดก/สืบสายตระกูล

appointed /əˈpɔɪntɪd/เออะ'พอยนฺทิด/ *adj.* Ⓐ *(fixed) (เวลา, สถานที่)* ที่กำหนด/นัดหมาย; Ⓑ **well/badly ~:** ตกแต่งอย่างสวยงาม/ไม่ดี

appointee /əpɔɪnˈtiː/เออะพอยนฺ'ที/ *n.* ผู้ที่ได้รับแต่งตั้ง

appointment /əˈpɔɪntmənt/เออะ'พอยนฺทฺเมินทฺ/ *n.* Ⓐ *(fixing)* การนัดหมาย *(เวลา, สถานที่)*; Ⓑ *(assigning to office)* การแต่งตั้ง **(as** เป็น); **~ to a position** การแต่งตั้งในตำแหน่ง; **by ~ to Her Majesty the Queen** โดยอยู่ในพระบรมราชูปถัมภ์ขายผลิตภัณฑ์ในพระมหากษัตริย์; Ⓒ *(office)* ตำแหน่ง; **a teaching ~:** ตำแหน่งครู; Ⓓ *(arrangement)* การนัด, การนัดหมาย; **dental ~:** การนัดทำฟัน; **make an ~ with sb.** นัดหมายกับ *ค.น.*; **by ~:** โดยนัดหมาย; Ⓔ *usu. in pl. (equipment etc.)* เครื่องเรือน, อุปกรณ์

apportion /əˈpɔːʃn/เออะ'พอช'น/ *v.t.* Ⓐ *(allot)* **~ sth. to sb.** แบ่งส่วน *ส.น.* ให้กับ *ค.น.*; Ⓑ *(portion out)* แบ่งออกให้เท่ากัน **(among** ระหว่าง)

apportionment /əˈpɔːʃənmənt/เออะ'พอเชินเมินทฺ/ *n. (allotting, portioning out)* การแบ่งส่วน **(among** ระหว่าง)

apposite /ˈæpəzɪt/'แอเพอะซิท/ *adj.* *(appropriate)* เหมาะสม; *(well chosen)* เลือกเฟ้นมาอย่างดีแล้ว; **~ to sth.** เหมาะสมกับ *ส.น.*; **these remarks are very ~ to the matter** ข้อสังเกตเหล่านี้เหมาะสมกับเรื่องราวอย่างมาก

appositely /ˈæpəzɪtlɪ/'แอเพอะซิทลิ/ *adv.* *(appropriately)* อย่างเหมาะสม

appositeness /ˈæpəzɪtnɪs/'แอเพอะซิทนิซ/ *n., no pl. (appropriateness)* ความเหมาะสม

apposition /æpəˈzɪʃn/แอเพอะ'ซิช'น/ *n.* *(Ling.)* การเติมคำนามอีกคำหนึ่ง เพื่อแสดง

appraisal | appurtenances 66

a

คุณสมบัติของคำนามแรก *เช่น William the Conqueror;* **in ~ [to sth.]** ซึ่งขยายความ [*ส.น.*] หรือ ซึ่งใกล้เคียง [*ส.น.*]

appraisal /ə'preɪzl/เออะ'เพรซฺ'ล/ *n. (evaluation)* การประเมินค่า; *(of property)* การตีราคา; **what ~ do you give/what is your ~ of the situation?** คุณประเมินสถานการณ์อย่างไร

appraise /ə'preɪz/เออะ'เพรซฺ/ *v.t. (evaluate)* ประเมินค่า/คุณภาพของ; *(value)* ตีราคา; **can you ~ the extent of the damage?** คุณประเมินขอบเขตของความเสียหายได้ไหม

appreciable /ə'priːʃəbl/เออะ'พรีเชอะบ'ล/ *adj. (perceptible) (ความแตกต่าง, อิทธิพล)* สังเกตได้; *(considerable)* มากทีเดียว, พอสมควร

appreciably /ə'priːʃəblɪ/เออะ'พรีเชอะบลิ/ *adv. (perceptibly) (เปลี่ยนแปลง)* อย่างที่สังเกต/รู้สึกได้; *(considerably)* อย่างมากทีเดียว

appreciate /ə'priːʃɪeɪt/เออะ'พรีชิเอท, -ชิเอท/ ❶ *v.t.* Ⓐ *([correctly] estimate value or worth of)* ตระหนักในคุณค่าของ; *(understand)* เข้าใจ; *(be aware of)* รับทราบ; *(be receptive to)* เข้าถึง; **~ that/what ...:** เข้าใจว่า/สิ่งที่...; Ⓑ *(be grateful for)* ซาบซึ้ง, สำนึกในบุญคุณของ; *(enjoy)* ชอบ; **I'd really ~ that** ฉันจะดีใจมากถ้า; **a stamped addressed envelope would be ~d** โปรดส่งซองที่จ่าหน้าและปิดแสตมป์ด้วย
❷ *v.i.* เพิ่มค่า, มีค่าสูงขึ้น

appreciation /əpriːʃɪ'eɪʃn/เออะพรีชิ'เอช'น, เออะ'พรีช-/ *n.* Ⓐ *([right] estimation)* การประเมินคุณค่า [ถูกต้อง]; *(understanding)* การเข้าใจ **(of** ใน); *(awareness)* การตระหนัก; Ⓑ *(gratefulness)* ความซาบซึ้งในบุญคุณ; *(enjoyment)* ความเพลิดเพลิน **(of** ใน); **in grateful ~ of** *or* **for your help** ด้วยความซาบซึ้งในความช่วยเหลือของคุณ; Ⓒ *(rise in value)* การเพิ่มค่า; Ⓓ *(review)* บทวิจารณ์ในแง่บวก

appreciative /ə'priːʃətɪv/เออะ'พรีเชอะทิว/ *adj.* Ⓐ **be ~ of sth./sb.** *(aware of)* ชื่นชม *ส.น./ค.น.;* **she is very ~ of music** เธอตระหนักในคุณค่าของดนตรีอย่างมาก; **be ~ of sb.'s plight** เห็นใจปัญหาของ *ค.น.;* Ⓑ *(grateful)* ซาบซึ้งในบุญคุณ **(of** ของ); *(approving)* เห็นคุณค่า

apprehend /æprɪ'hend/แอพริ'เฮ็นด/ *v.t.* Ⓐ *(arrest)* ยึด, จับกุม; Ⓑ *(perceive)* ตระหนักถึง, เข้าใจ *(ความจริง); (understand)* เข้าใจ *(ความหมาย);* ได้ยิน *(เสียง, คำพูด)* Ⓒ *(anticipate)* หวั่นเกรง *(โชคร้าย)*

apprehension /æprɪ'henʃn/แอพริ'เฮ็นช'น/ *n.* Ⓐ *(arrest)* การจับกุม; Ⓑ *(uneasiness)* ความวิตกกังวล, ความหวั่นเกรง; Ⓒ *(idea, conception)* แนวความคิด; *(understanding)* ความเข้าใจ

apprehensive /æprɪ'hensɪv/แอพริ'เฮ็นซิว/ *adj. (uneasy)* หวั่นเกรง, วิตกกังวล; **be ~ of sth.** หวั่นเกรง *ส.น.;* **be ~ of doing sth.** กังวลที่จะทำ *ส.น.;* **be ~ that ...:** กลัวว่า...; **~ for sb./sb.'s safety** เป็นห่วง *ค.น.*/ความปลอดภัยของ *ค.น.*

apprehensively /æprɪ'hensɪvlɪ/แอพริ'เฮ็นซิวลิ/ *adv. (uneasily)* อย่างหวั่นเกรง, อย่างวิตกกังวล

apprehensiveness /æprɪ'hensɪvnɪs/แอพริ'เฮ็นซิวนิซ/ *n.* ความหวั่นเกรง, ความวิตกกังวล **(of** ใน); **~ that ...:** ความวิตกกังวลว่า...; **~ for sb./sb.'s safety** ความเป็นห่วง *ค.น.*/ความปลอดภัยของ *ค.น.*

apprentice /ə'prentɪs/เออะ'เพร็นทิซ/ ❶ *n. (learner)* ผู้ฝึกงาน; *(to a painter)* ลูกมือฝึกงาน; *(beginner)* เด็กใหม่, คนเริ่มต้น; ❷ *v.t.* จ้างในฐานะผู้ฝึกงาน; **be ~d [to sb.]** ได้รับการว่าจ้างกับ [*ค.น.*] ในฐานะผู้ฝึกงาน

apprenticeship /ə'prentɪsʃɪp/เออะ'เพร็นทิซชิพ/ *n. (training)* การฝึกงาน; *(learning period)* ช่วงฝึกอบรม; **serve an/one's ~ with a carpenter** เข้ารับการฝึกงานอยู่กับช่างไม้

apprise /ə'praɪz/เออะ'พรายซฺ/ *v.t.* บอกกล่าว, แจ้งข่าว, รายงาน; **~ sb. that ...:** แจ้ง *ค.น.* ว่า...; **~ sb. of sth.** บอก *ค.น.* เกี่ยวกับ *ส.น.;* **be ~d of sth.** รับทราบเรื่อง *ส.น.*

appro /'æprəʊ/'แอโพร/ *n. (Brit.)* **on ~** *(Commerc. coll.)* = **on approval;** ➡ **approval** B

approach /ə'prəʊtʃ/เออะโพรฉ/ ❶ *v.i. (in space, in time) (ใต้ฝุ่น, เวลา)* ใกล้เข้ามา; **the train now ~ing platform 1** รถไฟที่กำลังเคลื่อนเข้าชานชาลาที่ 1; **the time is fast ~ing when you will have to ...:** เวลาที่คุณจะต้อง...กำลังใกล้เข้ามาอย่างรวดเร็ว
❷ *v.t.* Ⓐ *(come near to)* เข้ามาใกล้ *(สถานที่/เวลา); (set about)* จัดการกับ *(ปัญหา);* Ⓑ *(be similar to)* คล้ายคลึง, เทียบเคียง; Ⓒ *(approximate to)* ประมาณ, เกือบจะถึง; **the temperature/weight ~es 100°C/50 kg** อุณหภูมิ/น้ำหนักเกือบจะถึง 100 องศาเซลเซียส/50 กิโลกรัม; **a performance ~ing perfection** การแสดงที่เกือบจะสมบูรณ์แบบ; **few writers can ~ Shakespeare** มีนักเขียนน้อยคนที่มีความสามารถใกล้เคียงกับเชคสเปียร์; Ⓓ *(appeal to)* ยื่นข้อเสนอ, ทาบทาม; Ⓔ *(attempt to influence)* พยายามที่จะมีอิทธิพลเหนือหรือติดสินบนพยาน; Ⓕ *(make advances to)* จัดการกับ *(งาน, ปัญหา ฯลฯ)*
❸ *n.* Ⓐ แนวการสอนวิธีการ; *(treatment)* วิธีปฏิบัติ; *(attitude)* ทัศนะ **(to** ต่อ); **a new ~:** มุมมอง **(to** กับ); Ⓑ *(similarity)* ความคล้ายคลึง; Ⓒ *(approximation)* การประมาณ; **some sort of ~ to a timetable** ตารางเวลาโดยประมาณ; Ⓓ *(appeal)* การขอร้อง, การทาบทาม; **make an ~ to sb. concerning sth.** การทาบทาม *ค.น.* เกี่ยวกับ *ส.น.;* Ⓔ *(attempt to influence)* ความพยายามมีอิทธิพล; Ⓕ *(advance)* การเกี้ยวพาราสี, การพยายามเข้าใกล้ชิด; **make ~es to sb.** เกี้ยวพาราสี *ค.น.;* Ⓖ *(access)* ทางเข้า; *(road)* ถนนเข้า; Ⓗ *(Aeronaut)* การใกล้จะลงสู่สนามบิน

approachability /əprəʊtʃə'bɪlɪtɪ/เออะโพรเฉอะ'บิลลิทิ/ *n.* Ⓐ *(friendliness)* ความเป็นมิตร; *(receptiveness)* การพร้อมที่จะรับรู้สิ่งใหม่; Ⓑ *(accessibility)* การเข้าถึงได้

approachable /ə'prəʊtʃəbl/เออะ'โพรเฉอะบ'ล/ *adj.* Ⓐ *(friendly)* เป็นมิตร, ง่ายที่จะสนทนาด้วย; Ⓑ *(accessible)* สามารถเข้าถึงได้

ap'proach road *n.* ทางเข้าสู่มอเตอร์เวย์

approbate /'æprəbeɪt/'แอเพรอะเบท/ *v.t. (Amer.)* เห็นชอบด้วยอย่างเป็นทางการ, อนุมัติ

approbation /æprə'beɪʃn/แอเพรอะ'เบช'น/ *n. (sanction)* ความเห็นชอบ, การยินยอม; *(approval)* การเห็นด้วย; **parental ~:** ความเห็นชอบของบิดามารดา; **meet with/get sb.'s ~:** ได้รับความเห็นชอบจาก *ค.น.*

appropriate ❶ /ə'prəʊprɪət/เออะโพรเพรียท/ *adj. (suitable)* เหมาะสม, สมควร **(to, for** สำหรับ); **I feel it is ~ on such an occasion to say a few words** ในโอกาสเช่นนี้ฉันรู้สึกสมควรที่จะกล่าวอะไรสักเล็กน้อย; **a style ~ to a man of his age and importance** ในรูปแบบที่เหมาะสำหรับชายที่อยู่ในวัยและฐานะเช่นนี้; **the ~ authority** หน่วยงานที่เหมาะสม
❷ /ə'prəʊprɪeɪt/เออ'โพรพริเอท/ *v.t.* Ⓐ *(take possession of)* ยักยอก; *(take to oneself)* **~ sth. [to oneself]** ยึด *ส.น.* [ให้กับตนเอง]; Ⓑ *(reserve)* **~ sth. [to/for sth.]** สำรอง หรือ กัน *ส.น.* [ไว้เพื่อ *ส.น.*]

appropriately /ə'prəʊprɪətlɪ/เออะ'โพรเพรียทลิ/ *adv. (แต่งตัว, ถ่อมตัว)* อย่างเหมาะสม, อย่างสมควร

appropriateness /ə'prəʊprɪətnɪs/เออะ'โพรเพรียทนิซ/ *n., no pl.* ความเหมาะสม, การสมควร; *(of remarks, words)* ความเหมาะเจาะ, ความถูกต้อง

appropriation /əprəʊprɪ'eɪʃn/เออะโพรพริ'เอช'น/ *n.* การยึดครอง; *(taking to oneself)* การยักยอกเอามาเป็นของตัว; *(reservation)* การสำรอง, กันไว้

approval /ə'pruːvl/เออะ'พรูฟว'ล/ *n.* Ⓐ *(sanctioning) (of plan, project, expenditure)* การอนุมัติ; *(of proposal, reform, marriage)* การยินยอม; *(agreement)* การรับรอง **(for** ใน); **letter of ~:** จดหมายรับรอง; Ⓑ *(esteem)* ความเห็นพ้อง; **does the plan meet with your ~?** แผนการนี้คุณเห็นพ้องด้วยหรือเปล่า; **murmurs of ~:** เสียงยินยอม; **on ~** *(Commerc.)* โดยส่งคืนได้ภายในระยะเวลาที่ตกลงกันไว้

approve /ə'pruːv/เออะ'พรูว/ ❶ *v.t.* Ⓐ *(sanction)* อนุมัติ *(แผน, โครงการ, ค่าใช้จ่าย);* อนุญาต *(การแต่งงาน); (commend)* แนะนำ, รับรอง; **~d hotel** โรงแรมที่ได้รับการรับรองคุณภาพ; **~d school** *(Brit. Hist.)* สถานที่อบรมเยาวชน; Ⓑ *(find good)* ชม, เห็นด้วย
❷ *v.i.* **~ of** เห็นด้วย; **they don't ~ of her going out with boys** เขาไม่เห็นด้วยกับการที่เธอออกเที่ยวกับเด็กหนุ่ม ๆ

approving /ə'pruːvɪŋ/เออะ'พรูวิง/ *adj. (คำพูด)* แสดงความเห็นด้วย, แสดงความพอใจ; *(การมอง)* ชื่นชม

approvingly /ə'pruːvɪŋlɪ/เออะ'พรูวิงลิ/ *adv.* ➡ **approving:** อย่างเห็นด้วย, อย่างชื่นชม

approx. /ə'prɒks/เออะ'พรอคซ/ *abbr.* **approximately**

approximate ❶ /ə'prɒksɪmət/เออะ'พรอคซิเมิท/ *adj. (fairly correct)* โดยประมาณ, ใกล้กับที่เป็นจริง; **the figures given here are only ~:** ตัวเลขที่ให้ ณ ที่นี้เป็นเพียงตัวเลขโดยประมาณเท่านั้น ❷ /ə'prɒksɪmeɪt/เออะ'พรอคซิเมท/ *v.t.* Ⓐ *(make similar)* **~ sth. to sth.** ทำให้ *ส.น.* คล้ายกับอีกสิ่งหนึ่ง; Ⓑ *(come near to)* ทำให้ใกล้เคียง ❸ *v.i.* **sth. ~s to sth.** *ส.น.* ใกล้เคียงกับอีกสิ่งหนึ่ง

approximately /ə'prɒksɪmətlɪ/เออะ'พรอคซิเมิทลิ/ *adj. (roughly)* โดยประมาณ, อย่างคร่าว ๆ; *(almost)* เกือบ, อย่างใกล้เคียง; **the answer is ~ correct** คำตอบถูกต้องโดยประมาณ; **very ~:** อย่างคร่าว ๆ มาก

approximation /əprɒksɪ'meɪʃn/เออะพรอค'ซิ'เมช'น/ *n.* Ⓐ ความใกล้เคียง **(to** กับ); Ⓑ *(estimate)* การคาดคะเน, การประมาณการ; **at** *or* **as a rough ~ I'd say ...:** โดยการคาดคะเนอย่างคร่าว ๆ ฉันขอบอกว่า...

appurtenances /ə'pɜːtɪnənsɪz/เออะ'เพอทิเนินซิซ/ *n. pl.* Ⓐ *(belongings, appendages)* สิ่งที่ตนเป็นเจ้าของ, สิ่งประกอบ; **he had all the ~s of 'the good life'** เขามีทุกอย่างที่เป็นส่วน

ประกอบของ 'ชีวิตที่สุขสบาย'; **... and all the ~:** ...และสิ่งอำนวยความสะดวกทั้งปวง; [B] *(accessories)* เครื่องใช้, เครื่องมือ, เครื่องประดับ

APR *abbr.* **annualized percentage rate** อัตราร้อยละต่อปี *(ดอกเบี้ยเงินกู้, สินเชื่อ)*

Apr. *abbr.* **April** เม.ย.

après-ski /æpreɪ'skiː/แอเพรฺ'ซกี/ ❶ *n., no pl.* กิจกรรมหลังการเล่นสกี ❷ *attrib. adj. (เสื้อผ้า, เครื่องดื่ม)* หลังการเล่นสกี

apricot /'eɪprɪkɒt/'เอพริคอท/ ❶ *n.* [A] *(fruit, tree)* ผล/ต้นแอปริคอท *(ท.ศ.)*; **~ jam** แยมแอปริคอท *(ท.ศ.)*; **~ brandy** เหล้าบรั่นดีทำจากแอปริคอท; [B] สีเหลืองอมส้ม ❷ *adj.* มีสีเหลืองอมส้ม

April /'eɪprəl/'เอพริล, 'เอพรฺ'ล/ *n.* ➤ **231** เดือนเมษายน; **~ fool** ประเพณีการหลอกเล่นในวันที่ 1 เมษายน; **make an ~ fool of sb.** หลอก ค.น. ในวันที่ 1 เมษายน; **'~ fool!'** *การตะโกนล้อเลียนคนที่ถูกหลอกในวันที่ 1 เมษายน*; **~ Fool's Day** วันที่ 1 เมษายน; **~ showers** สภาพอากาศที่ฝนตกหนักเป็นช่วง ๆ; ➡ **+ August**

a priori /eɪ praɪ'ɔːraɪ/เอ ไพรฺ'ออราย/ ❶ *adv.* [A] โดยเริ่มจากเหตุไปสู่ผล; [B] เท่าที่ทราบ ❷ *adj.* ที่เริ่มจากเหตุไปหาผล

apron /'eɪprən/'เอเพริน/ *n.* [A] *(garment)* ผ้ากันเปื้อน; **be tied to sb.'s ~ strings** อยู่ภายใต้อิทธิพล ค.น. *(มักจะเป็นผู้หญิง)*; [B] *(on airfield)* ลานสนามบิน; [C] *(Theatre)* **~ [stage]** เวทีหน้าม่าน

apropos /æprə'pəʊ/แอเพรฺอะ'โพ/ ❶ *adv.* [A] *(to the purpose)* อย่างเหมาะสม; *(just when wanted)* ในเวลาที่เหมาะ; [B] **~ of** *(in respect of)* ในเรื่อง, เกี่ยวข้องกับ; [C] *(incidentally)* เออนี่แน่ะ ❷ *adj. (ข้อสังเกต)* เหมาะสม, ตรงเป้า ❸ *prep. (coll.)* ในเรื่องของ

apse /æps/แอพซ/ *n. (Archit.)* *ส่วนทางด้านตะวันออกของโบสถ์ที่ยื่นออกเป็นรูปครึ่งวงกลมหรือรูปหลายเหลี่ยม*

apt /æpt/แอพท/ *adj.* [A] *(suitable)* เหมาะสม, สมควร; [B] *(tending)* **be ~ to do sth.** มีแนวโน้มที่จะทำ *ส.น.*; **~ to lose his temper** มักจะอารมณ์เสีย; [C] *(quick-witted)* ฉลาด, เรียนรู้เร็ว; **be ~ at doing sth.** ฉลาดในการทำ *ส.น.*

aptitude /'æptɪtjuːd/'แอพทิทิวดฺ/ *n.* [A] *(propensity)* ความโน้มเอียงไปทาง; *(ability)* ความสามารถ, ความถนัด; **linguistic ~:** ความถนัดในด้านภาษาศาสตร์; **learning ~:** ความถนัดในการเรียนรู้; **~ test** การทดสอบความถนัด; [B] *(suitability)* ความเหมาะสม

aptly /'æptlɪ/'แอพทฺลิ/ *adv.* อย่างเหมาะสม, อย่างสมควร; **~ chosen words** คำที่คัดเลือกมาอย่างเหมาะสม

aptness /'æptnɪs/แอพทฺนิซ/ *n., no pl.* [A] *(suitability)* ความเหมาะสม; **the ~ of his replies** ความเหมาะสมของคำตอบของเขา; [B] *(tendency)* แนวโน้ม; [C] *(quickwittedness)* ความเฉลียวฉลาด, ความรวดเร็วในการเรียนรู้

aqualung /'ækwəlʌŋ/'แอเควอะเลิง/ *n.* อุปกรณ์ช่วยหายใจสำหรับนักประดาน้ำ

aquamarine /ækwəmə'riːn/แอเควอะเมอะ'รีน/ ❶ *n.* [A] *(colour)* สีฟ้าน้ำทะเล; [B] *(stone)* รัตนชาติสีฟ้าอมเขียว ❷ *adj.* มีสีฟ้าน้ำทะเล

aquaplane /'ækwəpleɪn/'แอเควอะเพลน/ ❶ *v.i.* [A] *(รถยนต์)* ลื่นไถลบนผิวถนนที่เปียก; [B] *(use ~)* เล่นแผ่นกระดานคล้ายสกีน้ำ ❷ *n.* แผ่นกระดานใช้เล่นคล้ายสกีน้ำ

aquaplaning /'ækwəpleɪnɪŋ/'แอเควอะเพลนนิง/ *n.* [A] การลื่นไถลบนถนนที่เปียก; [B] *(Sport)* การเล่นกระดานกลมคล้ายสกีน้ำ

aqua regia /ækwə 'riːdʒɪə/แอเควอะ 'รีเจีย/ *n. (Chem.)* *น้ำกรดที่ผสมจากกรดดินประสิวกับกรดเกลือ ใช้สำหรับหลอมละลายโลหะจำพวกทองคำและทองคำขาว*

aquarelle /ækwə'rel/แอเควอะ'เรล/ *n.* [A] *(technique)* วิธีวาดภาพโดยใช้สีน้ำชนิดใส; [B] *(product)* ภาพวาดด้วยสีน้ำชนิดใส

Aquarian /ə'kweərɪən/เออะ'แควเรียน/ *n. (Astrol.)* ผู้ที่เกิดในราศีกุมภ์

aquarium /ə'kweərɪəm/เออะ'แควเรียม/ *n., pl.* **~s** *or* **aquaria** /ə'kweərɪə/เออะ'แควเรีย/ ตู้ปลา; *(building)* พิพิธภัณฑ์สัตว์น้ำ

Aquarius /ə'kweərɪəs/เออะ'แควเรียซ/ *n. (Astron.)* กลุ่มดาวเป็นรูปคนถือคนโทน้ำ; *(Astrol.)* สัญลักษณ์ราศีกุมภ์; ➡ **+ Aries**

aquatic /ə'kwætɪk/เออะ'แควทิค/ ❶ *adj.* [A] ในน้ำ; **~ plant/bird** พืชน้ำ/นกน้ำ; [B] *(Sport)* ซึ่งเล่นในน้ำหรือบนผิวน้ำ; **~ sports** กีฬาทางน้ำ ❷ *n.* [A] *(plant)* พืชน้ำ; *(animal)* สัตว์น้ำ; [B] *in pl. (Sport)* กีฬาทางน้ำ

aquatint /'ækwətɪnt/'แอเควอะทินท/ *n. (technique)* *การแกะภาพบนแม่พิมพ์ทองแดงโดยใช้กรดไนตริกกัดแม่พิมพ์*; *(product)* *ภาพที่ดูคล้ายสีน้ำที่ใช้แผ่นทองแดงพิมพ์*

aqueduct /'ækwɪdʌkt/'แอควิเดิคท/ *n.* สะพานลำเลียงน้ำข้ามหุบเขา

aqueous /'eɪkwɪəs/'เอเควียซ/ *adj. (containing water, watery)* ซึ่งมีน้ำปนอยู่, เป็นน้ำ, เหมือนน้ำ; **~ vapour** ไอน้ำ; **~ content** ปริมาณน้ำที่ปนอยู่

aqueous 'humour *n. (Anat.)* *ของเหลวใส ๆ ที่อยู่ในช่องว่างระหว่างเลนส์ตากับแก้วตา*

aquifer /'ækwɪfə(r)/'แอควิเฟอะ(ร)/ *n. (Geol.)* *ชั้นหินหรือชั้นดินที่สามารถอุ้มหรือถ่ายน้ำได้ในปริมาณมาก*

aquilegia /ækwɪ'liːdʒɪə/แอควิ'ลีเจีย/ *n. (Bot.)* พืชสกุล *Aquilegia* มีดอกสีฟ้า *(เรียก columbine ก็ได้)*

aquiline /'ækwɪlaɪn/'แอควิลายน/ *adj.* ของนกอินทรี, คล้ายนกอินทรี; **~ eye/nose** ตาไวแบบตานกอินทรี/จมูกที่งุ้มคล้ายจงอยปากนกอินทรี

Arab /'ærəb/'แอเริบ/ ❶ *adj.* แห่งอาหรับ; **~ horse** ม้าพันธุ์อาหรับ ❷ *n.* [A] ชาวอาหรับ; **desert ~:** ชาวอาหรับที่เร่ร่อนกลางทะเลทราย, พวกเบดูอิน *(Bedouin)*; [B] *(Arabian horse)* ม้าพันธุ์อาหรับ

arabesque /ærə'besk/แอเรอะ'เบ็ซค/ *n.* [A] ลวดลายเถาวัลย์เลื้อยพันกัน; [B] *(Ballet)* *ท่ายืนเหยียดขาข้างหนึ่งไปข้างหลัง, ท่าหงส์เหิน*

Arabia /ə'reɪbɪə/เออะ'เรเบีย/ *pr. n.* คาบสมุทรอาระเบีย

Arabian /ə'reɪbɪən/เออะ'เรเบียน/ ❶ *adj.* แห่งอาระเบีย; **the ~ desert** ทะเลทรายอาระเบีย; **the ~ Nights** นิทานอาหรับเรื่องพันหนึ่งทิวา ❷ *n.* ชาวอาหรับ

Arabic /'ærəbɪk/'แอเรอะบิค/ ❶ *adj.* แห่งอาหรับ; **a~ numerals** เลขอารบิก *(ท.ศ.)* หรือเลขฝรั่งได้แก่ 0, 1, 2, 3, 4, 5, 6, 7, 8, 9; ➡ **+ English 1** ❷ *n.* ภาษาอาหรับ; ➡ **+ English 2 A**

arabis /'ærəbɪs/'แอเรอะบิซ/ *n. (Bot.)* พืชสกุล *Arabis (rock cress หรือ wall cress ก็เรียก)*

Arabist /'ærəbɪst/'แอเรอะบิซท/ *n.* *ผู้ที่ศึกษาหรือเชี่ยวชาญเรื่องอารยธรรมอาหรับ, ภาษาอาหรับ ฯลฯ*

arable /'ærəbl/'แอเรอะบ'ล/ ❶ *adj.* ซึ่งเพาะปลูกได้; **~ land** ที่ดินที่เหมาะกับการเพาะปลูก; **~ crops** พืชทางการเกษตร ❷ *n.* ที่ดินที่เหมาะกับการเพาะปลูก

Araby /'ærəbɪ/'แอเรอะบิ/ *pr. n. (poet.)* คาบสมุทรอาระเบีย

arachnid /ə'ræknɪd/เออะ'แรคนิด/ *n. (Zool.)* *สัตว์จำพวกมีขาเป็นปล้องแปดขา เช่น แมงป่อง, แมงมุม, ไร, หมัด, เห็บ ฯลฯ*

Araldite ® /'ærəldaɪt/'แอเริลไดท/ *n.* ยางไม้สังเคราะห์ *(ใช้เป็นกาวซ่อมเครื่องถ้วย)*

Aramaic /ærə'meɪɪk/แอเรอะ'เมอิค/ ❶ *adj.* แห่งภาษาอาราเมอิค ❷ *n.* ภาษาอาราเมอิค *(แขนงหนึ่งของภาษาตระกูลเซมิติค โดยเฉพาะภาษาของประเทศซีเรีย)*

araucaria /ærɔː'keərɪə/แอรอ'แคเรีย/ *n. (Bot.)* ต้นสนขนาดสูงในสกุล *Araucaria*

arbiter /'ɑːbɪtə(r)/'อาบิเทอะ(ร)/ *n. (judge)* ผู้พิพากษา; *(arbitrator)* ตุลาการ, ผู้ชี้ขาด, อนุญาโตตุลาการ; *(controller)* ผู้ควบคุมดูแล, ผู้มีอำนาจสิทธิขาดแต่เพียงผู้เดียว **(of** ใน**)**

arbitrage /'ɑːbɪtrɑːʒ/'อาบิทราฌ, -ทริฌ/ *n. (St. Exch.)* *การซื้อขายหุ้น สินค้าหรือตั๋วแลกเงินในตลาดหลายแห่ง เพื่อทำกำไรจากราคาที่ต่างกัน*

arbitrarily /'ɑːbɪtrərɪlɪ, US ɑːrbɪtrerəlɪ/'อาบิเทรอะริลิ, 'อารบิเทระเรอะลิ/ *adv.* [A] *(at random)* อย่างส่งเดช, โดยไม่มีกฎเกณฑ์, แบบสุ่ม; *(capriciously)* อย่างตามอำเภอใจ, โดยพลการ; [B] *(unrestrainedly)* อย่างไม่ยับยั้งใจ; [C] *(despotically)* อย่างเผด็จการ

arbitrariness /'ɑːbɪtrərɪnɪs/'อาบิเทรอะรินิซ/ *n., no pl.* [A] *(randomness)* ความส่งเดช, ความไม่มีกฎเกณฑ์, การสุ่ม; *(capriciousness)* การกระทำตามอำเภอใจ, การกระทำโดยพลการ; [B] *(unrestrainedness)* การไม่รู้จักยับยั้งชั่งใจ; [C] *(despotism)* เผด็จการ

arbitrary /'ɑːbɪtrərɪ, US 'ɑːrbɪtrerɪ/'อาบิเทรอะริ, 'อารบิเทระริ/ *adj.* [A] *(random)* ที่ส่งเดช, ไม่มีกฎเกณฑ์, ซึ่งสุ่มทำ; *(capricious)* ตามอำเภอใจ, ที่พลการ; [B] *(unrestrained)* ไม่มีการยับยั้งชั่งใจ; [C] *(despotic)* เผด็จการ; **~ rule** วิธีปกครองแบบเผด็จการ

arbitrate /'ɑːbɪtreɪt/'อาบิเทรฺท/ ❶ *v.t.* ตัดสิน; **~ a difference of opinion** ตัดสินในกรณีที่มีความเห็นไม่ตรงกัน ❷ *v.i.* **~ [upon sth.]** ชี้ขาด *[ส.น.]*; **~ between parties** เป็นอนุญาโตตุลาการระหว่างสองพวก หรือ ไกล่เกลี่ยระหว่างสองพวก

arbitration /ɑːbɪ'treɪʃn/อาบิ'เทรฺช'น/ *n.* การเป็นคนกลาง, การไกล่เกลี่ย; *(in industry)* การชี้ขาด, การตัดสินด้วยอนุญาโตตุลาการ; **go to ~:** เรียกคนกลางมาเป็นผู้ชี้ขาด; **take sth. to ~:** นำเรื่อง *ส.น.* เสนอต่อผู้ตัดสินชี้ขาด

arbitrator /'ɑːbɪtreɪtə(r)/'อาบิเทรฺเทอะ(ร)/ *n. (mediator)* ผู้ไกล่เกลี่ย, คนกลาง; *(in industry)* ผู้ชี้ขาด, อนุญาโตตุลาการ; *(judge)* ผู้พิพากษา

¹arbor /'ɑːbə(r)/'อาเบอะ(ร)/ *n. (axle)* เพลา, แกน; *(Amer.: tool holder)* สิ่งที่ยึดเครื่องมือในเครื่องกลึง

²arbor *(Amer.)* ➡ **arbour**

Arbor Day /'ɑːbə deɪ/'อาเบอะ เด/ *n. (Amer., Austral.)* วันปลูกต้นไม้ประจำปี

arboreal /ɑː'bɔːrɪəl/อา'บอเรียล/ *adj. (of trees)* ของต้นไม้, เกี่ยวกับต้นไม้; *(inhabiting trees)* ซึ่งอาศัยอยู่ตามต้นไม้; **be ~:** อาศัยอยู่ตามต้นไม้

a

arboretum /ɑ:bəˈri:təm/อาเบอะ'รีเทิม/ *n., pl.* **arboreta** /ɑ:bəˈrɪ:tə/อาเบอะ'ริตา/ *or (Amer.)* **~s** สวนพฤกษศาสตร์

arboriculture /ˈɑ:bərɪkʌltʃə(r)/'อาเบอะริเคิลเฉอะ(ร)/ *n.* การปลูกต้นไม้, วนเกษตร

arbor vitae /ɑ:bə ˈvaɪtɪ:, ɑ:bə ˈvi:taɪ/อาเบอะ 'ไวทิ, อาเบอะ 'วีไท/ *n. (Bot.)* ต้นไม้ประเภทไม่ผลัดใบในสกุล *Thuja*

arbour /ˈɑ:bə(r)/'อาเบอะ(ร)/ *n. (Brit.)* ซุ้มในสวนที่มีไม้เลื้อยและไม้ดอกพันอยู่โดยรอบ

arbutus /ɑ:ˈbju:təs/อา'บิวเทิซ/ *n.* ต้นไม้หรือไม้พุ่มเตี้ย ไม่ผลัดใบในสกุล *Arbutus*

arc /ɑ:k/อาค/ *n.* Ⓐ ส่วนของวงกลม, เส้นโค้ง; Ⓑ *(Electr.)* ประกายไฟฟ้าระหว่าง 2 ขั้วไฟฟ้า; **~ lamp/light** ตะเกียง/หลอดไฟที่ใช้ประกายไฟฟ้าแบบนี้; **~ welding** *การเชื่อมโลหะโดยใช้ความร้อนจากประกายไฟฟ้าแบบนี้*

arcade /ɑ:ˈkeɪd/อา'เคด/ *n.* ทางเดินที่มีหลังคา; **shopping ~:** ทางเดินปิดหลังคา ซึ่งมีร้านขายของทั้งสองฟาก

Arcadia /ɑ:ˈkeɪdɪə/อา'เคเดีย/ *pr. n. Geog.* Ⓐ เขตพื้นที่หนึ่งของประเทศกรีซในสมัยก่อน; Ⓑ สถานที่สงบสุขและเรียบง่าย

Arcadian /ɑ:ˈkeɪdɪən/อา'เคเดียน/ *adj.* เรียบง่ายและสงบสุขแบบชนบท

arcane /ɑ:ˈkeɪn/อา'เคน/ *adj.* ลี้ลับ, ลึกลับ; **~ rituals** พิธีกรรมอันลึกลับ

[1]**arch** /ɑ:tʃ/อาฉ/ ❶ *n.* Ⓐ *(สิ่งประดิษฐ์)* ลักษณะวงโค้ง, ซุ้ม; *(curvature of foot)* ส่วนโค้งของเท้า; *(of bridge)* ส่วนโค้ง; *(vault)* หลังคาโค้ง ❷ *v.i.* โก่งตัว, โค้ง ❸ *v.t.* Ⓐ *(furnish with ~)* สร้างเป็นโค้ง; **~ed gateway** ประตูโค้ง; **~ed in the Gothic manner** มีโค้งแบบกอธิค; Ⓑ *(form into ~)* โก่ง, งอเป็นโค้ง, โค้ง; **the cat ~ed its back** แมวโก่งหลังของมัน; **the horses ~ their necks** ม้าโก่งลำคอ

[2]**arch** *adj.* ซึ่งจงใจยั่วเย้า, มีเล่ห์กระเท่

arch- *pref.* หัวหน้า, ชั้นเอก, ชั้นหนึ่ง; **~-villain** ผู้ร้ายเต็มตัว

archaeological /ɑ:kɪəˈlɒdʒɪkl/อาคี'เออะลอจิค'ล/ *adj.* เกี่ยวกับโบราณคดี; **~ dig** การขุดค้นทางโบราณคดี

archaeologist /ɑ:kɪˈɒlədʒɪst/อาคิ'ออเลอะจิซทฺ/ *n.* ➤ 489 นักโบราณคดี

archaeology /ɑ:kɪˈɒlədʒɪ/อาคิ'ออเลอะจิ/ *n.* วิชาโบราณคดี; **marine/industrial ~:** โบราณคดีใต้น้ำ/โบราณคดีด้านอุตสาหกรรม

archaic /ɑ:ˈkeɪɪk/อา'เคอิค/ *adj. (out of use)* เลิกใช้ไปแล้ว, คร่ำครึ, ล้าสมัย; *(antiquated)* ดึกดำบรรพ์, โบราณ, **an ~ typewriter** *(coll.)* เครื่องพิมพ์ดีดยุคดึกดำบรรพ์

archaically /ɑ:ˈkeɪɪkəlɪ/อา'เคอิเคอะลิ/ *adv. (in out-of-use style)* ในแบบที่เลิกใช้ไปแล้ว, โบราณ, คร่ำครึ; *(deliberately)* อย่างจงใจเลียนแบบโบราณ

archaism /ˈɑ:keɪɪzm/'อาเคอิซ'ม/ *n.* Ⓐ ความนิยมเลียนแบบโบราณ; Ⓑ คำศัพท์ที่เลิกใช้แล้ว

archangel /ˈɑ:keɪndʒl/'อาเคนจ'ล/ *n.* เทวดาที่ดำรงตำแหน่งสูงสุด

arch'bishop /ɑ:tʃˈbɪʃəp/อาฉ'บิชเชิพ/ *n.* อาร์ชบิชอป *(ท.ศ.) (เป็นสมณศักดิ์ระดับสูงในคริสต์ศาสนา)*

arch'bishopric *n.* Ⓐ *(office)* ตำแหน่งของอาร์ชบิชอป; Ⓑ *(diocese)* เขตปกครองของอาร์ชบิชอป

arch'deacon *n.* อาร์ชดีคอน *(ท.ศ.) (นักบวชในคริสต์ศาสนา นิกายแองกลิกันตำแหน่งรองจากบิชอป)*

arch'deaconry, arch'deaconship *ns.* ตำแหน่งยศหรือที่พำนักของอาร์ชดีคอน

arch'diocese ➡ **archbishopric** B

arch'duchess /ɑ:tʃˈdʌtʃɪs/อาฉ'ดัจฉิซ/ *n. (Hist.)* ภรรยาอาร์ชดยุค, ผู้หญิงที่ดำรงตำแหน่งอาร์ชดัชเชส *(ท.ศ.)*

arch'duke *n. (Hist)* อาร์ชดยุค *(ท.ศ.) (ตำแหน่งสูงสุดของขุนนาง)*

arch-'enemy *n. (chief enemy)* ศัตรูคนสำคัญ; *(the Devil)* ➡ **arch-fiend**

archeology *etc. (Amer.)* ➡ **archaeology** *etc.*

archer /ˈɑ:tʃə(r)/'อาเฉอะ(ร)/ *n.* Ⓐ นักยิงธนู; Ⓑ *(Astrol.)* **the A~:** ราศีธนู; **under the sign of the A~:** ภายใต้ราศีธนู

'archerfish *n.* *ปลาแถบเอเชียอาคเนย์ที่ล่าแมลงที่กำลังบิน โดยพ่นน้ำจากปากเข้าหาเหยื่อ*

archery /ˈɑ:tʃərɪ/'อาเฉอะริ/ *n., no pl.* กีฬายิงธนู

archetypal /ˈɑ:kɪtaɪpl/'อาคิไทพ'ล/ *adj. (original)* ซึ่งเป็นแม่แบบ, ซึ่งเป็นต้นแบบ, ซึ่งเป็นแม่พิมพ์; *(typical)* ซึ่งเป็นแบบฉบับ; **he was the ~ film director** เขาเป็นผู้กำกับภาพยนตร์ที่ถือเป็นแบบฉบับ

archetype /ˈɑ:kɪtaɪp/'อาคิไทพ/ *n. (original)* ต้นแบบ, แม่แบบ, แม่พิมพ์; *(typical specimen)* แบบฉบับ, ตัวอย่าง

arch-'fiend *n.* ศัตรูคนสำคัญ, ซาตาน

archiepiscopal /ɑ:kɪɪˈpɪskəpl/อาคิอิ'พิซเกอะพ'ล/ *adj.* แห่งหรือเกี่ยวกับอาร์ชบิชอป

archiepiscopate /ɑ:kɪɪˈpɪskəpət/อาคิอิ'พิซเกอะเพิท, -เพท/ ➡ **archbishopric** A

Archimedes /ɑ:kɪˈmi:di:z/อาคิ'มีดีซ/ *n.* อาร์คิเมดิส *(นักคณิตศาสตร์ชาวกรีกในสมัยโบราณ)*; **~' principle** *(Phys.)* กฎของอาร์คิเมดิส

archipelago /ɑ:kɪˈpeləgəʊ/อาคิ'เพ็ลเลอะโก/ *n., pl.* **~s** *or* **~es** *(sea)* ทะเลที่มีเกาะจำนวนมาก; *(islands)* หมู่เกาะ; *(The A-)* ทะเลอาคีเพลาโก *(อยู่ทางภาคใต้ของยุโรป)*

architect /ˈɑ:kɪtekt/'อาคิเท็คทฺ/ *n.* Ⓐ ➤ 489 *(designer)* สถาปนิก; **naval ~:** ผู้ออกแบบและควบคุมการสร้างเรือ; ➡ **+ landscape architect;** Ⓑ *(maker, creator)* ผู้สร้าง, ผู้กระทำ, ผู้กำหนด; **the ~ of one's own fate/fortune** ผู้กำหนดโชคชะตาของตนเอง

architectonic /ɑ:kɪtekˈtɒnɪk/อาคิเท็ค'ทอนิค/ *adj.* Ⓐ เกี่ยวกับสถาปัตยกรรมหรือสถาปนิก; Ⓑ *(constructive)* เชิงสร้างสรรค์

architectural /ɑ:kɪˈtektʃərəl/อาคิ'เท็คเฉอะเริล/ *adj.* แห่งหรือเกี่ยวกับสถาปัตยกรรม; **~ style** แบบทางสถาปัตยกรรม

architecture /ˈɑ:kɪtektʃə(r)/'อาคิเท็คเฉอะ(ร)/ *n.* Ⓐ สถาปัตยกรรม; *(style)* สถาปัตยกรรม; **naval/railway/bridge ~:** การออกแบบและก่อสร้างเรือ/ทางรถไฟ/สะพาน; Ⓑ *(structure, lit. or fig.)* โครงสร้าง; Ⓒ *(Computing)* การออกแบบระบบเครื่องคอมพิวเตอร์

architrave /ˈɑ:kɪtreɪv/'อาคิเทรฺว/ *n. (beam)* คานหลัก; *(moulding)* คิ้วกรอบประตู/หน้าต่าง; ซุ้มประตู/หน้าต่าง

archival /ɑ:ˈkaɪvəl/อา'คายเวิล/ *adj.* เกี่ยวกับหอเก็บเอกสารหรือการสะสมเอกสาร

archive /ˈɑ:kaɪv/'อาคายว/ ❶ *n., usu. in pl.* แหล่งรวบรวมเอกสาร; หอจดหมายเหตุ; *(Computing)* แฟ้ม/ข้อมูลที่เก็บไว้ถาวร ❷ *v.t.* เก็บไว้ในหอจดหมายเหตุ

archivist /ˈɑ:kɪvɪst/'อาคิวิซทฺ/ *n.* ➤ 489 นักจดหมายเหตุ, ผู้จัดดูแลเอกสาร

archly /ˈɑ:tʃlɪ/'อาฉลิ/ *adv.* อย่างจงใจที่จะยั่วเย้า, อย่างมีจริตจะก้าน, อย่างเจ้าเล่ห์

archness /ˈɑ:tʃnɪs/'อาฉนิซ/ *n., no pl.* ความจงใจที่จะยั่วเย้า; *(of woman)* ความมีจริต

arch-'traitor *n.* ผู้ทรยศอย่างที่สุด

'archway *n. (vaulted passage)* ทางเดินที่มีหลังคาโค้ง, อุโมงค์; *(arched entrance)* ประตูทางเข้ารูปโค้ง

arctic /ˈɑ:ktɪk/'อาคทิค/ ❶ *adj.* Ⓐ *(lit.)* บริเวณขั้วโลกเหนือ; *(fig.)* เย็นจัด; **A~ Circle** เส้นขนานละติจูดที่ 66 องศา 33 ลิบดาเหนือ, วงเขตขั้วโลกเหนือ; **A~ Ocean** มหาสมุทรอาร์คติก ❷ *pr. n.* **the A~:** บริเวณรอบขั้วโลกเหนือ ❸ *n. (Amer.: overshoe)* รองเท้าหนาสวมทับรองเท้าธรรมดา

arctic: ~ 'fox *n.* สุนัขจิ้งจอกขั้วโลกเหนือ; **~ 'tern** *n.* *นกนางแอ่นที่อาศัยอยู่แถบชายฝั่งทะเลในขั้วโลกเหนือ*

ardency /ˈɑ:dənsɪ/'อาเดินซิ/ *n., no pl.* ความกระตือรือร้น; *(of feeling, desire, etc.)* ความเร่าร้อน; *(of admiration, prayer, belief, poem)* ความแรงกล้า

Ardennes /ɑ:ˈden/อา'เด็น/ *pr. n. pl.* ชายแดนฝรั่งเศสที่ติดเบลเยี่ยมและลักเซมเบิร์ก

ardent /ˈɑ:dnt/'อาด'นทฺ/ *adj. (eager) (ผู้สนับสนุน, นักดูละคร, ผู้สนใจ)* กระตือรือร้น; *(fervent) (ผู้ติดใจ, คู่รัก, ความหลง)* แรงกล้า, เร่าร้อน

ardently /ˈɑ:dntlɪ/'อาด'นทลิ/ *adv. (eagerly)* อย่างกระตือรือร้น; *(fervently)* อย่างเร่าร้อน; **hope ~:** หวังอย่างแรงกล้า

ardour *(Brit.; Amer.:* **ardor***)* /ˈɑ:də(r)/'อาเดอะ(ร)/ *n. (warm emotion)* ความรู้สึกที่อบอุ่น; *(passionate emotion)* ความรู้สึกอันดูดดื่ม/เร่าร้อน; *(fervour)* ความกระตือรือร้น, ความมุ่งมั่น; **~ for reform/learning** ความมุ่งการปฏิรูป/การเรียนรู้

arduous /ˈɑ:djʊəs, US -dʒʊ-/'อาดิวเอิซ,-จุ-/ *adj.* อยากลำบาก *(งาน); (การเดินทาง, การปีนป่าย)* ซึ่งกินแรง; ใช้ความพยายามอย่างมาก

arduously /ˈɑ:djʊəslɪ/'อาดิวเอิซลิ/ *adv. (laboriously)* อย่างลำบากตรากตรำ

arduousness /ˈɑ:djʊəsnɪs/'อาดิวเอิซนิซ/ *n., no. pl. (difficulty)* ความยากลำบาก

[1]**are** /ɑ:(r)/อา(ร)/ *n.* *หน่วยวัดเนื้อที่ในระบบเมตริก ซึ่งเท่ากับ 100 ตารางเมตร*

[2]**are** ➡ **be**

area /ˈeərɪə/'แอเรีย/ *n.* Ⓐ ➤ 69 *(surface measure)* เนื้อที่; **the floor ~ is 15 square metres** พื้นห้องมีเนื้อที่ 15 ตารางเมตร; **what is the ~ of your farm?** ไร่ของคุณมีเนื้อที่เท่าไร; Ⓑ *(region)* ท้องถิ่น, บริเวณ; *(of wood, marsh, desert)* พื้นที่; *(of city, country)* ย่าน, แถบ; *(of skin, wall)* บริเวณ, จุด; **a poor ~ of the town** ย่านยากจนของเมือง; **it happened in this ~:** มันเกิดขึ้นในย่านนี้; **in the Bangkok ~:** ในแถบกรุงเทพฯ; **in the ~ of ...** *(fig.)* ราว ๆ ...; **an ~ of ground** พื้นที่หนึ่ง; Ⓒ *(defined space)* พื้นที่เฉพาะกิจ; **parking/picnic/sports ~:** ลานจอดรถ/จุดปิกนิก/สนามกีฬา; **smoking ~:** เขตสูบบุหรี่; **camping ~:** บริเวณที่อนุญาตให้ตั้งแคมป์; Ⓓ *(subject field)* สาขาวิชา, แขนงวิชา; **in the ~ of electronics/medicine** ในสาขาวิชา

Area (square measure) (พื้นที่)

1 square inch (sq. in.) ตารางนิ้ว	=	6.45 cm^2		
144 square inches ตารางนิ้ว	=	1 square foot (sq. ft) ตารางฟุต	=	929 cm^2 *(เก้าร้อยยี่สิบเก้าตารางเซนติเมตร)*
9 square feet ตารางฟุต	=	1 square yard (sq. yd) ตารางหลา	=	0.836 m^2 *(ศูนย์จุดแปดสามหกตารางเมตร)*
4,840 square yards ตารางหลา	=	1 acre เอเคอร์	=	0.4 ha *(ศูนย์จุดสี่ฮา)*
640 acres เอเคอร์	=	1 square mile ตารางไมล์	=	2.59 km^2 *(สองจุดห้าเก้าตารางกิโลเมตร)*
1 ตารางนิ้ว (sq. in.)	=	6.45 cm^2 *(หกจุดสี่ห้าตารางเซนติเมตร)*		

What is the area of the room?
= ห้องนี้มีพื้นที่เท่าไร
The area of the room is 180 square feet
= ห้องมีพื้นที่ 180 ตารางฟุต (16.72 ตารางเมตร)
2,000 square feet of office space
= พื้นที่สำนักงาน 2,000 ตารางฟุต (186 ตารางเมตร)

He farms 1,000 acres [of land]
= เขาทำฟาร์ม (ในที่ดิน) 1,000 ไร่
A farm of 1,000 acres
= ฟาร์มขนาด 1,000 เอเคอร์
An area of about 40 square miles
= พื้นที่ประมาณ 40 ตารางไมล์ (100 ตารางกิโลเมตร)

อิเล็กทรอนิกส์/แพทย์ศาสตร์; Ⓔ *(scope)* ขอบข่าย; **~ of choice** ขอบข่ายที่มีให้เลือก; **~ of responsibility** ขอบข่ายความรับผิดชอบ; Ⓕ *(sunken court)* ลานเล็กข้างหน้าใต้ถุนอาคาร

'area code *n. (Amer. Teleph.)* รหัสพื้นที่

areaway /'eərɪəweɪ/'แอรีเอเว/ *(Amer.)* ➡ **area F**

areca /'ærɪkə, ə'ri:kə/'แอริเคอะ, เออะ'รีเคอะ/ *n.* ต้นหมาก; **~ nut** ผลหมาก

arena /ə'ri:nə/เออะ'รีเนอะ/ *n. (at circus, bullfight, in equestrianism)* สนามแสดง; *(fig.: scene of conflict)* สมรภูมิ; *(fig.: sphere of action)* เขตปฏิบัติการ, เวที; **the political ~:** เวทีการเมือง; **enter the ~** *(fig.)* เข้าสู่เวที; **~ theatre** โรงละครกลมที่มีเวทีอยู่ตรงกลาง

aren't /ɑ:nt/อานทฺ/ *(coll.)* = **are not;** ➡ **be**

areola /æ'rɪ:ələ/แอ'เรียเลอะ/ *n., pl.* **~e** /ə'ri:əli:/เออะ'รีเออะลี/ *(Anat.) (of nipple)* ผิวหนังสีคล้ำรอบหัวนม; *(of eye)* เส้นระหว่างตาดำและสีของตา

argent /'ɑ:dʒənt/'อาเจินทฺ/ *(esp. Her.)* ❶ *n.* แร่เงิน ❷ *adj.* สีเงิน

Argentina /ɑ:dʒən'ti:nə/อาเจิน'ทีเนอะ/ *pr. n.* ประเทศอาร์เจนตินา *(ในทวีปอเมริกาใต้)*

Argentine /'ɑ:dʒəntaɪn/'อาเจินทายนฺ, -ทีน/ ❶ *pr. n.* **the ~:** ประเทศอาร์เจนตินา ❷ *adj.* แห่งประเทศอาร์เจนตินา

Argentinian /ɑ:dʒən'tɪnɪən/อาเจิน'ทินเนียน/ ❶ *adj.* แห่งประเทศอาร์เจนตินา; **sb. is ~:** *ค.น.* เป็นชาวอาร์เจนตินา ❷ *n.* ชาวอาร์เจนตินา

argillaceous /ɑ:dʒɪ'leɪʃəs/อาจิ'เลเชิซ/ *adj. (of clay)* เป็นดินเหนียว; *(like clay)* คล้ายดินเหนียว

argle-bargle /ɑ:gl'bɑ:gl/อากฺ'ล'บากฺ'ล/ ➡ **argy-bargy**

argon /'ɑ:gɒn/'อากอน/ *n. (Chem.)* ธาตุอาร์กอน *(ท.ศ.) (อยู่ในจำพวกก๊าซที่ไม่ทำปฏิกิริยากับธาตุอื่น มีอยู่ 0.8 เปอร์เซ็นต์ในบรรยากาศโลก)*

argonaut /'ɑ:gənɔ:t/'อาเกอะนอท/ *n.* Ⓐ *(Zool.)* สัตว์แปดขาสกุล *Argonauta (paper nautilus ก็เรียกได้)*; Ⓑ **A~** *(Mythol.)* ชื่อวีรบุรุษที่ล่องเรือไปกับเจสัน เพื่อค้นหาขนแกะทองคำ

argosy /'ɑ:gəsɪ/'อาเกอะซิ/ *n. (Hist./poet.: merchant vessel)* เรือสินค้าขนาดใหญ่

argot /'ɑ:gəʊ/'อาโก/ *n.* ภาษาเฉพาะกลุ่ม *(มักหมายถึงภาษาที่พวกอาชญากรใช้)*; **thieves' ~:** ภาษาโจร; **that class/group has its own ~:** ชนชั้นนั้น/กลุ่มนั้นมีภาษาเฉพาะของเขาเอง

arguable /'ɑ:gjʊəbl/'อากิวเออะบ'ล/ *adj.* Ⓐ *(เรื่อง, ประเด็น)* ยังเป็นที่ถกเถียงได้, โต้แย้งได้; **it's not an ~ point at all** ไม่ใช่ประเด็นที่โต้แย้งได้; **it's ~ whether ...:** ยังเป็นที่ถกเถียงว่า...; Ⓑ **it is ~ that ...** *(can be reasonably be argued that)* เป็นสิ่งที่สามารถโต้แย้งได้ว่า...

arguably /'ɑ:gjʊəblɪ/'อากิวเออะบลิ/ *adv.* อย่างมีเหตุผล, อย่างโต้แย้งได้

argue /'ɑ:gju:/'อากิว/ ❶ *v.t.* Ⓐ *(maintain)* **~ that ...:** ยืนยันได้ว่า...; Ⓑ *(treat by reasoning)* อภิปราย, โต้แย้ง *(เหตุผล, จุดยืน)*; **I don't want to ~ the point now** ฉันยังไม่อยากโต้แย้งเรื่องนี้ตอนนี้; **~ sth. away** ถกเถียง *ส.น.* จนได้ข้อยุติ; Ⓒ *(persuade)* **~ sb. into doing sth.** วิงวอน *ค.น.* ให้ทำ *ส.น.*; **~ sb. out of doing sth.** เถียงจน *ค.น.* ตกลงไม่ทำ *ส.น.*; Ⓓ *(prove)* **~ sb. [to be] sb./sth.** พิสูจน์ว่า *ค.น.* เป็น *ค.น./ส.น.*; Ⓔ *(indicate)* **~ sth.** ชี้แจง *ส.น.* ❷ *v.i.* **~ with sb.** ถกเถียงกับ *ค.น.*; **~ against sb.** คัดค้าน *ค.น.*; **~ for/against sth.** พูดสนับสนุน/คัดค้าน *ส.น.*; **~ about sth.** ทะเลาะกันด้วยเรื่อง *ส.น.*; **none of your arguing!** อย่าเถียง!

argument /'ɑ:gjʊmənt/'อากิวเมินทฺ/ *n.* Ⓐ *(reason)* การให้เหตุผล; **~s for/against sth.** เหตุผลสนับสนุน/คัดค้าน *ส.น.*; Ⓑ *no pl. (reasoning process)* กระบวนการโต้แย้งอย่างมีเหตุผล; **the powers of logical ~:** ความสามารถในการโต้แย้งอย่างมีเหตุผล; **assume sth. for ~'s sake** ยอมรับ *ส.น.* ไว้ก่อนในทางทฤษฎี; Ⓒ *(debate)* การโต้คารม; **get into an ~/get into ~s with sb.** เกิดการโต้เถียงกันขึ้นกับ *ค.น.*; Ⓓ *(summary)* บทสรุปใจความสำคัญ; Ⓔ *(Math.)* ตัวกำหนดที่เปลี่ยนแปลงได้

argumentation /ɑ:gjʊmen'teɪʃn/อากิวเม็น'เทช'น/ *n.* Ⓐ *no pl. (reasoning)* การมีเหตุมีผล, วิธีการให้เหตุผล; **his powers of ~:** ความสามารถของเขาในการให้เหตุผล; Ⓑ *(debate)* การโต้แย้ง, การโต้เถียง

argumentative /ɑ:gjʊ'mentətɪv/อากิว'เม็นเทอะทิว/ *adj.* Ⓐ *(fond of arguing)* ชอบโต้เถียง; *(quarrelsome)* ชอบทะเลาะวิวาท; Ⓑ *(logical)* ใช้เหตุผลในการโต้เถียง

Argus /'ɑ:gəs/'อาเกิซ/ *n.* Ⓐ *(butterfly)* ผีเสื้อที่ปีกมีลวดลายคล้ายดวงตา; Ⓑ *(Ornith.)* ไก่ฟ้าพันธุ์เอเชีย ซึ่งหางมีลวดลายคล้ายดวงตา

argy-bargy /ɑ:dʒɪ'bɑ:dʒɪ/อาจิ'บาจิ/ *(joc.)* ❶ *n.* เสียงทะเลาะกันเอะอะเอ็ดตะโร ❷ *v.i.* ทะเลาะกันเอะอะโวยวาย

aria /'ɑ:rɪə/'อาเรีย/ *n. (Mus.)* เพลงสำหรับนักร้องเดี่ยวในอุปรากร

¹Arian /'eərɪən/'แอเรียน/ *n. (Astrol.)* ผู้ที่เกิดในราศีเมษ

²Arian ➡ **Aryan**

arid /'ærɪd/'แอริด/ *adj.* Ⓐ *(dry)* แห้ง, แห้งผาก *(อากาศ, ภูมิประเทศ)*; *(fig.)* ไร้ความรู้สึก; Ⓑ *(barren)* แห้งแล้ง, กันดาร; Ⓒ *(Geog.)* แห้งแล้ง; **~ zone** แถบแห้งแล้ง

aridity /ə'rɪdɪtɪ/เออะ'ริดดิทิ/ *n., no pl.* Ⓐ *(dryness of land, heat; Geog.)* ความแห้งแล้ง; *(fig.)* ความไร้ความรู้สึก; Ⓑ *(barrenness)* ความทุรกันดาร

aridness /'ærɪdnɪs/'แอริดนิซ/ ➡ **aridity**

Aries /'eəri:z/'แอรีซ/ *n. (Astron.)* กลุ่มดาวรูปแกะ; *(Astrol.)* ราศีเมษ; **under [the sign of] ~, the Ram** ภายใต้ราศีเมษ; **he/she is an ~:** เขา/เธอเป็นผู้เกิดในราศีเมษ; **first point of ~:** ฤดูใบไม้ผลิ

aright /ə'raɪt/เออะ'ไรท/ *adv.* อย่างถูกต้อง, อย่างแม่นยำ; **do I hear you ~?** ฉันได้ยินคุณถูกต้องหรือเปล่า

arise /ə'raɪz/เออะ'รายซฺ/ *v.i.*, **arose** /ə'rəʊz/เออะ'โรซฺ/, **arisen** /ə'rɪzn/เออะ'ริซ'น/ Ⓐ *(originate)* เริ่มต้น, ถือกำเนิดขึ้น; *(literary: be born)* เกิด; **hatred has ~n in their hearts** ความเกลียดชังได้อุบัติขึ้นในหัวใจของเขา; Ⓑ *(present itself)* ปรากฏขึ้น, เสนอหน้า; **the question of payment arose** เรื่องการจ่ายเงินได้ปรากฏขึ้น; **a crisis has ~n in Turkey** เกิดวิกฤติการณ์ขึ้นที่ตุรกี; **new hopes have** *or* **hope has ~n that ...:** เกิดความหวังใหม่ว่า...; Ⓒ *(result)* **~ from** *or* **out of sth.** เป็นผลมาจาก *ส.น.*; Ⓓ *(Hist.: stand up)* **~, Sir Robert!** เซอร์โรเบิร์ตยืนขึ้นได้แล้ว; Ⓔ *(พระอาทิตย์, พระจันทร์, หมอก)* ขึ้น; Ⓕ *(ทะเล, พายุ)* เกิดขึ้น, ก่อตัวขึ้น; Ⓖ *(rise from the dead)* ฟื้นคืนชีพ

aristocracy /ærɪ'stɒkrəsɪ/แอริ'ซตอเครอะซิ/ *n.* อภิชนาธิปไตย *(ร.บ.)*, ชนชั้นขุนนาง, พวกตระกูลสูง; *(fig.)* **an ~ of** บุคคลชั้นนำทาง...

aristocrat /'ærɪstəkræt, US ə'rɪst-/'แอริซเตอะแครฺท, เออะ'ริซทฺ-/ *n.* บุคคลชั้นสูง,

ขุนนาง; an ~ among wines *(fig.)* เหล้าองุ่นชั้นยอดเยี่ยม

aristocratic /ærɪstəˈkrætɪk, US əˈrɪst-/ แอริซเตอะ'แครฺทิค, เออะ'ริซทฺ-/ *adj.* Ⓐ แห่งตระกูลสูง, เป็นพวกขุนนาง; Ⓑ *(grand)* ยอดเยี่ยม, โอฬาร, โก้หรู; *(distinguished)* งามเด่นเป็นสง่า; *(refined)* เป็นผู้ดี, สละสลวย; *(stylish, fine) (ไวน์, คุณภาพ, เครื่องเรือน, รสนิยม)* ระดับสูง, ชั้นนำ

aristocratically /ærɪstəˈkrætɪkəlɪ/แอริซเตอะ'แครฺทิค'ลิ/ *adv.* อย่างเป็นขุนนาง, อย่างยอดเยี่ยม, อย่างหรูหรา

Aristotelian /ærɪstəˈtiːlɪən/แอริซเตอะ'ทีเลียน/ *adj.* แห่งอริสโตเติล

Aristotle /ˈærɪstɒtl/'แอริซตอท'ล/ *pr. n.* อริสโตเติล *(นักปราชญ์ชาวกรีกโบราณ, สิ้นชีวิตเมื่อ 322 ปี ก่อนคริสตกาล)*

¹arithmetic /əˈrɪθmətɪk/เออะ'ริธเมอะทิค/ *n.* Ⓐ *(science)* วิชาเลขคณิต; Ⓑ *(computation)* การคิดเลข, การคำนวณ; **mental ~:** เลขคณิตในใจ; **there are several mistakes in your ~:** คุณคิดเลขผิดสองสามแห่ง

²arithmetic /ærɪθˈmetɪk/แอริธ'เม็ททิค/,

arithmetical /ærɪθˈmetɪkl/แอริธ'เม็ททิค'ล/ *adj.* เกี่ยวกับวิชาเลขคณิต; **arithmetical progression** การลำดับตัวเลขด้วยปริมาณคงที่ *(เช่น 1, 2, 3 หรือ 9, 7, 5 เป็นต้น)*

ark /ɑːk/อาค/ *n.* **sth. looks as if it came [straight] out of the ~:** *(coll.)* ส.น. ดูเก่าแก่โบราณมาก; ➡ + **Noah's ark**

¹arm /ɑːm/อาม/ *n.* Ⓐ ➤ **118** *(limb)* แขน; **~ in ~ [with each other]** คล้อง/ควงแขนกัน; **[be] at ~'s length [from]** อยู่ในระยะที่แขนเอื้อมถึงได้; **keep at ~'s length from sb.** *(fig.)* วางตัวให้ห่าง ๆ จาก ค.น.; **as long as sb.'s ~** *(fig.)* ยาวมาก; **cost sb. an ~ and a leg** *(fig.)* ค.น. ต้องเสียเงินไม่ใช่น้อย ๆ; **on sb.'s ~:** ควงแขน ค.น.; **under one's ~:** หนีบไว้ใต้แขน; **a babe** *or* **a child in ~s** เด็กเล็กที่ยังเดินไม่ได้; **in sb.'s ~s** อยู่ในอ้อมกอดของ ค.น.; **fall into each other's ~s** โผเข้ากอดกัน; **take sb. in one's ~s** ดึงตัว ค.น. เข้ามากอด; **the lovers were found dead in each other's ~s** มีคนพบคู่รักคู่นี้กอดกันตาย; **with open ~s** *(lit. or fig.)* ต้อนรับอย่างยินดี; **within ~'s reach** *(lit. or fig.)* ซึ่งเอื้อมถึงได้สบาย; **be within ~'s reach of safety** ระยะเกือบจะปลอดภัยแล้ว; Ⓑ *(sleeve)* แขนเสื้อ; *(support)* การใช้แขนพยุง; Ⓒ *(branch)* กิ่งก้าน, สาขา; Ⓓ *(~-like thing)* สิ่งที่ยื่นออกคล้ายแขน, แขนง

²arm ❶ *n.* Ⓐ *usu. in pl. (weapon)* อาวุธ; **possession/export of ~s** การมีอาวุธไว้ในครอบครอง/การขายอาวุธต่างประเทศ; **~s race** การแข่งกันในด้านอาวุธ; **small ~s** ปืนขนาดเล็ก; **bear ~s** ติดอาวุธ, ถืออาวุธ; *(serve as soldier)* รับราชการทหาร; **in ~s** ซึ่งติดอาวุธ; **lay down one's ~s** วางอาวุธลง, หยุดสู้รบ; **take up ~s** จับอาวุธขึ้นต่อสู้, เริ่มสู้รบ; **under ~s** พร้อมรบ, ติดอาวุธ; **up in ~s** *(lit.)* ติดอาวุธพร้อมต่อสู้; **be up in ~s about sth.** *(fig.)* คัดค้าน ส.น. อย่างแข็งขัน; **~s dealer** ผู้ค้าอาวุธ; Ⓑ *in pl. (heraldic devices)* ตราประจำตระกูล; *(inn sign)* **'The King's/Waterman's Arms'** 'ภายใต้พระราชลัญจกร *หรือ* ตราของกษัตริย์/คนเรือ'; ➡ + **coat of arms;** Ⓒ *in pl. (military profession)* อาชีพทหาร; Ⓓ *(military grouping)* หน่วยทหาร ❷ *v.t.* Ⓐ *(furnish with weapons)* ติดอาวุธให้แก่; Ⓑ *(furnish with tools etc.)* จัดหาเครื่องมือ; *(fig.)* **~ oneself with sth.** หา ส.น. มาเตรียมตัวให้พร้อม; **~ed with all advantages/virtues** พรั่งพร้อมไปด้วยข้อได้เปรียบนานาประการ/ความดีนานาประการ; Ⓒ *(make able to explode)* ทำให้พร้อมที่จะระเบิดขึ้นได้

armada /ɑːˈmɑːdə/อา'มาเดอะ/ *n.* กองเรือรบ *(โดยเฉพาะที่ประเทศสเปนส่งไปโจมตีประเทศอังกฤษเมื่อ ค.ศ. 1588)*

armadillo /ɑːməˈdɪləʊ/อาเมอะ'ดิลโล/ *n., pl.* **~s** *(Zool.)* ตัวนิ่ม, ตัวนางอาย

Armageddon /ɑːməˈgedən/อาเมอะ'เก็ด'น/ *n.* Ⓐ *(ในพระคัมภีร์ไบเบิลใหม่)* สงครามครั้งสุดท้ายระหว่างความดีกับความชั่ว; Ⓑ สงครามหรือการดิ้นรนครั้งมหาศาล

armament /ˈɑːməmənt/'อาเมอะเมินทฺ/ *n.* Ⓐ *(weapons etc.)* **~[s]** อาวุธยุทโธปกรณ์; Ⓑ *(force)* กองกำลังที่ติดอาวุธ; Ⓒ *no pl. (process) (of persons)* การติดอาวุธไว้ใช้; *(of boat)* การติดอาวุธประจำเรือ

armature /ˈɑːmətʃə(r)/'อาเมอะเฉอะ(ร)/ *n.* Ⓐ *(Biol.: defensive covering)* เกราะห่อหุ้ม *(พืช, ร่างกายสัตว์)*; Ⓑ *(sculptor's framework)* โครงสร้างใช้ก่อประติมากรรม; Ⓒ *(Magn., Electr.)* ขดลวดหมุนของไดนาโมหรือของมอเตอร์ไฟฟ้า

arm: **~band** *n.* ปลอกแขน; **black ~:** ปลอกแขนไว้ทุกข์; **~chair** ❶ *n.* เก้าอี้ที่มีพนักท้าวแขน ❷ *adj.* **~chair politician/strategist** นักการเมือง/นักยุทธศาสตร์ที่แก่ทฤษฎี แต่ไม่ลงมือปฏิบัติ; **~chair critic** นักวิจารณ์ที่แก่ทฤษฎี แต่ไร้ประสบการณ์; **~chair travel** การเดินทางโดยใช้จินตนาการจากสื่อต่าง ๆ

armed /ɑːmd/อามดฺ/ *adj.* มีอาวุธ, ติดอาวุธ; **~ forces** กองทัพประจำประเทศ; **~ neutrality** นโยบายเป็นกลาง แต่เตรียมพร้อมป้องกันตนเองถ้าถูกโจมตี

-armed *adj. in comb. (with arms)* มีแขน; *(with sleeves)* เสื้อมีแขน; **long-/brown-~:** มีแขนยาว/มีแขนสีน้ำตาล; **two-~:** มี 2 แขน

Armenia /ɑːˈmiːnɪə/อา'มีเนีย/ *pr. n.* อาณาจักรอาร์มีเนีย

Armenian /ɑːˈmiːnɪən/อา'มิเนียน/ ❶ *adj.* แห่งอาร์มีเนีย; **sb. is ~:** ค.น. เป็นชาวอาร์มีเนีย; ➡ + **English 1** ❷ *n.* Ⓐ *(person)* ชาวอาร์มีเนีย; Ⓑ *(language)* ภาษาอาร์มีเนียน; ➡ + **English 2 A**

armful /ˈɑːmfʊl/'อามฟุล/ *n.* หอบ; **an ~ of fruit** ผลไม้หอบหนึ่ง; **with an ~ of gifts** ของขวัญหอบหนึ่ง; **flowers by the ~:** ดอกไม้เป็นหอบ

'armhole /ˈɑːmhəʊl/'อามโฮล/ *n.* วงแขนเสื้อ

armistice /ˈɑːmɪstɪs/'อามิซติซ/ *n. (cessation from hostilities)* การหย่าศึก; *(short truce)* การพักรบระยะสั้น; **A~ Day** *วันที่ระลึกการยุติสงครามโลกครั้งที่หนึ่ง (11พฤศจิกายน 1918)*

armless /ˈɑːmlɪs/'อามลิซ/ *adj. (without arms)* ไม่มีแขน; *(without sleeves)* ไม่มีแขนเสื้อ

armlet /ˈɑːmlɪt/'อามลิท/ *n. (band)* แถบรัดแขนเสื้อ, ปลอกแขน; *(bracelet)* กำไลแขน

'armlock *n. (Wrestling)* ท่าล็อกแขนในกีฬามวยปล้ำ

armor *(Amer.)* ➡ **armour**

armorer *(Amer.)* ➡ **armourer**

armorial /ɑːˈmɔːrɪəl/อา'มอเรียล/ *adj.* เกี่ยวกับตราประจำตระกูลขุนนาง; **~ bearings** สัญลักษณ์ประจำตระกูลขุนนาง

armory *(Amer.)* ➡ **armoury**

armour /ˈɑːmə(r)/'อาเมอะ(ร)/ *(Brit.)* ❶ *n.* Ⓐ *no pl. (Hist.)* เสื้อเกราะ; **suit of ~:** ชุดเสื้อเกราะ; Ⓑ *no pl. (steel plates)* เกราะ; Ⓒ *no pl. (~ed vehicles)* ยานยนต์หุ้มเกราะ; Ⓓ *(steel plate)* **~ [plate]** แผ่นเกราะ; **~-clad** ซึ่งหุ้มเกราะ; Ⓔ *no pl. (protective covering)* สิ่งห่อหุ้มป้องกัน ❷ *v.t. (furnish with protective cover)* หุ้มเกราะ; **~ed car/train** รถยนต์/รถไฟหุ้มเกราะ; **~ed cable** สายเคเบิลแบบหุ้ม; **~ed division** หน่วยยานยนต์หุ้มเกราะ; **~ed glass** กระจกกันกระสุน

armourer /ˈɑːmərə(r)/'อาเมอะเรอะ(ร)/ *n. (Brit.) (maker of arms etc.)* ผู้ผลิตและซ่อมแซมอาวุธ; *(keeper of arms)* ทหารสรรพาวุธ

armoury /ˈɑːmərɪ/'อาเมอะริ/ *n. (Brit.)* Ⓐ *(array of weapons)* สรรพาวุธ, อาวุธนานาชนิด; **one of the strongest weapons in the British ~:** หนึ่งในบรรดาอาวุธที่ร้ายแรงที่สุดในสรรพาวุธของประเทศอังกฤษ; Ⓑ *(arsenal)* คลังแสงสรรพาวุธ, คลังอาวุธ; Ⓒ *(Amer.: drill hall)* โรงฝึกทหาร

arm: **~pit** *n.* รักแร้; **~rest** *n.* เท้าแขนเก้าอี้, ที่วางแขน

arms: **~ control** *n.* การควบคุมกำลังอาวุธ; **~ race** *n.* การแข่งขันกันสะสมกำลังอาวุธ

army /ˈɑːmɪ/'อามิ/ *n.* Ⓐ *(fighting force)* กองทัพ; **standing ~:** กองทัพประจำการ; **mercenary ~:** กองทัพทหารรับจ้าง; **Napoleon's ~:** กองทัพของจักรพรรดินโปเลียน; Ⓑ *no pl., no indef. art. (military profession)* อาชีพทหาร; **be in the ~:** เป็นทหารประจำการ; **go into** *or* **join the ~:** ไปเป็นทหาร; *(as a career)* อาชีพทหาร; **leave the ~:** ออกจากการเป็นทหาร; Ⓒ *(large number)* จำนวนมาก; **an ~ of workmen/officials** คนงาน/ข้าราชการจำนวนมาก; **an ~ of ants** กองทัพมด

army: **~ corps** *n.* กองทัพ; **A~ List** *n. (Brit.)* ทำเนียบนายทหารชั้นสัญญาบัตร

arnica /ˈɑːnɪkə/'อานิเคอะ/ *n.* พืชตระกูลเบญจมาศ *(สกัดเป็นยาทาแผล)*

aroma /əˈrəʊmə/เออะ'โรเมอะ/ *n. (fragrance)* กลิ่นหอม

aromatherapy /ərəʊməˈθerəpɪ/เออะโรเมอะ'เธะเรอะพิ/ *n., no pl.* การใช้น้ำมันสกัดจากสมุนไพรเป็นยานวดแผนโบราณ

aromatic /ærəˈmætɪk/แอเรอะ'แมทิค/ ❶ *adj. (fragrant)* ซึ่งมีกลิ่นหอม; **~ spices** เครื่องเทศที่มีกลิ่นหอม ❷ *n.* ของหอม, เครื่องหอม

arose ➡ **arise**

around /əˈraʊnd/เออะ'ราวนฺด/ ❶ *adv.* Ⓐ *(on every side)* **[all] ~:** รอบทิศ, รอบด้าน; **he waved his arms ~:** เขาโบกแขนไปมา; **all ~ there was nothing but trees** รอบบริเวณนี้ไม่มีอะไรเลยนอกจากต้นไม้; Ⓑ *(round)* ที่โน่นที่นี่, ไปรอบ; **come ~ to sb.'s house** แวะมาหา ค.น. ที่บ้าน; **show sb. ~:** พา ค.น. ชมรอบ ๆ; **pass the hat ~:** ส่งหมวกผ่านรอบ ๆ; **have to get ~ to doing sth.** ในที่สุดจะต้องลงมือทำ ส.น. เสียที; **look ~, have a look ~:** ดูรอบ ๆ; Ⓒ *(coll.: near)* แถวนี้, ใกล้ ๆ นี้; **have you seen my hat ~?** คุณเห็นหมวกฉันอยู่แถวนี้บ้างไหม; **we'll always be ~ when you need us** พวกเราก็จะอยู่ตรงนี้เสมอตราบใดที่คุณต้องการ; Ⓓ *(coll.: in existence)* มีอยู่, เห็นอยู่, ปรากฏอยู่; **there's not/you don't see much leather ~ these days** เดี๋ยวนี้จะไม่ค่อยเห็นหนังแท้เท่าไร; Ⓔ *(in various places)* **ask/look ~:** ถาม/ดูไปทั่ว;

travel ~ within England เดินทางไปทั่วอังกฤษ; **he's been ~** *(fig.)* เขามีประสบการณ์กว้างขวาง; ➡ **+ go around; hang around**
❷ *prep.* Ⓐ รอบ ๆ, โอบ, คลุม; **they had their arms ~ each other** เขาเอาแขนโอบซึ่งกันและกันไว้; **darkness closed in ~ us** ความมืดปกคลุมพวกเราจนมองไม่เห็น; **he wore a coat ~ his shoulders** เขาเอาเสื้อคลุมคลุมไหล่ไว้; Ⓑ *(here and there in)* **we went ~ the town** เราไปรอบ ๆ ตัวเมือง; **~ the garden you'll find ...:** ในสวนคุณก็จะเห็น...; Ⓒ *(here and there near)* **~ London** แถวลอนดอน, แถบลอนดอน; Ⓓ *(round)* รอบ ๆ; **~ the back of the houses** หลังบ้าน; Ⓔ *(approximately at)* **~ 3 o'clock** ราว ๆ บ่ายสามโมง; **I saw him somewhere ~ the station** ฉันเห็นเขาที่ไหนสักแห่งแถว ๆ สถานี; Ⓕ *(approximately equal to)* ประมาณ; **sth. [costing] ~ £2** *ส.น.* ซึ่งมีราคาประมาณสองปอนด์

arousal /əˈraʊzl/เออะˈราวซฺ'ล/ *n.* Ⓐ *(awakening)* การตื่นตัว; Ⓑ *(excitement)* ความตื่นเต้น; *(sexual)* ความมีอารมณ์ทางเพศ, ความกำหนัด; *(calling into existence) (of interest, enthusiasm)* การเร้า, การกระตุ้น; *(of hatred, passion)* การปลุกปั่น

arouse /əˈraʊz/เออะˈราวซฺ/ *v.t.* Ⓐ *(awake)* ปลุกให้ตื่นนอน; **~ sb. from his sleep** ปลุกให้ *ค.น.* ตื่นนอน; Ⓑ *(excite)* ทำให้ตื่นเต้น; *(call into existence)* เร้า, กระตุ้นให้เกิด; **be sexually ~d by sth./sb.** เกิดความรู้สึกกำหนัดจาก *ส.น./ค.น.*; **~ suspicion** ก่อให้เกิดความระแวงสงสัย

arpeggio /ɑːˈpedʒɪəʊ/อาˈเพ็จจิโอ/ *n. pl.* **~s** *(Mus.)* กลุ่มตัวโน้ตของคอร์ดที่ไม่เล่นในเวลาเดียวกัน

arr. *abbr.* Ⓐ *(Mus.)* **arranged by;** Ⓑ **arrives**

arrack /ˈærək/ˈแอเริค/ *n.* น้ำตาลเมาจากข้าวหรือมะพร้าว

arraign /əˈreɪn/เออะˈเรน/ *v.t. (indict)* ฟ้องร้องในศาล (**for** สำหรับ); *(accuse)* กล่าวหา, กล่าวโทษ; **~ sb. for sth.** กล่าวหา *ค.น.* ว่ากระทำ *ส.น.*

arraignment /əˈreɪnmənt/เออะˈเรนเมินทฺ/ *n. (indictment)* การฟ้องศาล; *(accusation)* การกล่าวหา; **the ~ of them, their ~:** การกล่าวโทษเขา

arrange /əˈreɪndʒ/เออะˈเรนจฺ/ ❶ *v.t.* Ⓐ *(order)* จัดสั่ง; *(adjust)* จัดให้เป็นระเบียบ; **the seating was ~d so that ...:** ที่นั่งได้จัดให้...; Ⓑ *(Mus., Radio, etc.: adapt)* เรียบเรียงและปรับเปลี่ยน; Ⓒ *(settle beforehand)* กำหนด, เตรียมล่วงหน้า; **~ the catering for a party** เตรียมอาหารสำหรับงานปาร์ตี้; Ⓓ *(plan)* วางแผน *(ไปเที่ยว)*; จัดกำหนดการ; **don't ~ anything for next Saturday** วันเสาร์หน้าอย่าวางแผนอะไรนะ; Ⓔ *(resolve)* ยอมความ; **~ a dispute** ยอมความในกรณีพิพาท
❷ *v.i.* Ⓐ *(plan)* วางแผน, จัดการ (**for** สำหรับ); **~ for sb./sth. to do sth.** จัดการให้ *ค.น./ส.น.* ไปทำ *ส.น.*; **can you ~ to be at home when ...?** คุณอยู่ที่บ้านได้ไหมตอนที่...; **~ about sth.** จัดการเกี่ยวกับ *ส.น.*; **she ~d about getting him a work permit** เธอจัดการให้เขาได้รับใบอนุญาตทำงาน; Ⓑ *(agree)* **they ~d to meet the following day** เขาตกลงที่จะพบกันในวันรุ่งขึ้น; **~ with sb. about sth.** ตกลงกับ *ค.น.* เกี่ยวกับ *ส.น.*

arrangement /əˈreɪndʒmənt/เออะˈเรนจุเมินทฺ/ *n.* Ⓐ *(ordering, order)* การจัด, สิ่งที่ได้จัดไว้; **seating ~:** การจัดที่นั่ง; Ⓑ *(Mus., Radio. etc.: adapting, adaptation)* การเรียบเรียง, การดัดแปลง; **a guitar ~:** การเรียบเรียงโน้ตเพลงเพื่อใช้เล่นด้วยกีตาร์; Ⓒ *(settling beforehand)* การเตรียมการ/การตกลง; **by ~:** โดยตกลงกันไว้; Ⓓ *in pl. (plans)* แผนการ; **make ~s** วางแผนการ, เตรียมการ, กะการ; **we have made ~s for you to be picked up from the airport** เราได้เตรียมการให้คนไปรับคุณจากท่าอากาศยาน; **holiday ~s** แผนการไปเที่ยวพักผ่อน; **~s about security** แผนการรักษาความปลอดภัย; Ⓔ *(agreement)* ข้อตกลง; **make an ~ to do sth.** ตกลงกันว่าจะทำ *ส.น.*; **the ~ is that ...:** ที่ได้ตกลงกันไว้ก็คือ...; Ⓕ *(resolution)* การตกลงกันได้, การยอมความกัน; **I'm sure we can come to some ~ about ...:** ฉันแน่ใจว่าเราพอจะตกลงกันได้ในเรื่อง...

arrant /ˈærənt/ˈแอเรินทฺ/ *adj. (การโกหก, การใช้ในทางที่ผิด)* แย่ที่สุด, สุดแสน; **~ liar** นักโกหกตัวฉกาจ; **~ nonsense** เรื่องไร้สาระอย่างสุดแสน

arras /ˈærəs/ˈแอเริซ/ *n. (hist.)* พรมปักรูปภาพที่ใช้แขวนบนฝาผนัง

array /əˈreɪ/เออะˈเร/ ❶ *v.t. (formal: dress)* แต่งกาย; **~ sb. in sth.** ให้ *ค.น.* แต่งกายด้วย *ส.น.*; **~ sth. with sth.** ประดับ *หรือ* ตกแต่ง *ส.น.* ด้วย *ส.น.* ❷ *n. (ordered display)* การตั้งแสดงอย่างเป็นเรื่องเป็นราว

arrears /əˈrɪəz/เออะˈเรียซ/ *n. pl. (debts)* หนี้ที่ค้างชำระ; *(remainder)* **there were huge ~ of work to be done/letters to be answered** ยังมีงานคั่งค้างที่ต้องทำอีกมากมายมหาศาล/มีจดหมายที่ต้องตอบอีกมากมาย; **the work on the building is badly in ~:** งานสร้างตึกยังคั่งค้างอยู่อีกมาก; **be in ~ with sth.** ยังคงมี *ส.น.* คั่งค้างอยู่; **be paid in ~** ได้รับเงินย้อนหลัง

arrest /əˈrest/เออะˈเรสทฺ/ ❶ *v.t.* Ⓐ *(stop)* ทำให้หยุด; ยับยั้ง *(แม่น้ำ)*; **~ judgement** *(Law)* ยับยั้งคำพิพากษาไว้ก่อน; Ⓑ *(seize)* จับกุม *(บุคคล)*; ริบหรือยึด *(สิ่งของ)*; Ⓒ *(catch)* ดึงดูด, สะดุด, กระตุ้น *(ความสนใจ, การสังเกต)* ❷ *n.* Ⓐ *(stoppage)* การหยุดอยู่กับที่, การยับยั้ง; **~ of judgement** การยับยั้งการให้คำพิพากษา; **cardiac ~:** หัวใจวาย; Ⓑ *(legal apprehension) (of person)* การจับกุมตัว; *(of thing)* การริบ *หรือ* การยึด; **under ~:** ถูกจับกุม; **he was put under police/military ~:** เขาอยู่ภายใต้การควบคุมตัวของตำรวจ/ทหาร

arrestable /əˈrestəbl/เออะˈเรซเตอะบ'ล/ *adj.* **be an ~ act/offence** เป็นการกระทำ/ความผิดที่ถูกจับกุมได้

arris /ˈærɪs/ˈแอริซ/ *n.* อกไก่, สันคมที่เกิดจากการบรรจบกันของสองแผ่น

arrival /əˈraɪvl/เออะˈรายว'ล/ *n.* Ⓐ การมา/ไปถึง; *(fig.: at decision etc.)* การบรรลุ (**at**); *(of mail etc.)* การมาส่ง; *(coming)* การเข้าสู่; **it marked his ~ in the literary world** มันแสดงถึงการเข้าสู่แวดวงวรรณกรรมของเขา; **'~'** การมาถึง; **~s hall** ห้องผู้โดยสารขาเข้า; Ⓑ *(appearance)* การปรากฏ; **the ~ of buds in springtime** การผลิดอกตูมในฤดูใบไม้ผลิ; Ⓒ *(person, thing)* การมาถึงแล้ว; **new ~** *(coll.: newborn baby)* ทารกเกิดใหม่; **how's the new ~?** *(coll.)* น้องใหม่เป็นอย่างไรบ้าง; **new ~s** ผู้ *หรือ* สิ่งที่มาถึงใหม่; **late ~s at the theatre** ผู้มาชมละครสาย

arrive /əˈraɪv/เออะˈรายว/ *v.i.* Ⓐ มาถึง, ไปถึง, บรรลุ; **when do we ~ in Bangkok?** เราจะมาถึงกรุงเทพฯ เมื่อไร; **~ at a conclusion/an agreement** บรรลุข้อสรุป/ข้อตกลง; **we've ~d at stalemate** เรามาเจอทางตันเข้าแล้ว; **the train is just arriving** รถไฟกำลังมาถึงพอดี; Ⓑ *(establish oneself)* สร้างเกียรติและศักดิ์ศรี, เป็นที่รู้จัก, ประสบความสำเร็จ; **with this book he ~d** หนังสือเล่มนี้ทำให้เขาได้เป็นที่รู้จัก; Ⓒ *(be brought)* มาถึง; **what time does the mail usually ~?** ปกติไปรษณีย์มาถึงกี่โมงนะ; *(coll.: be born)* เกิด, คลอด; Ⓓ *(come)* *(วัน, เวลา)* มาถึง; **the time has ~d when ...:** ถึงเวลาแล้วที่จะ...

arrogance /ˈærəgəns/ˈแอเรอะเกินซฺ/ *n., no pl. (presumptuousness)* ความหยิ่งยโส, ความบังอาจ

arrogant /ˈærəgənt/ˈแอเรอะเกินทฺ/ *adj. (presumptuous)* หยิ่งโส, บังอาจ

arrogantly /ˈærəgəntlɪ/ˈแอเรอะเกินทฺลิ/ *adv.* อย่างหยิ่งยะโส; *(presumptuously)* อย่างบังอาจ

arrogate /ˈærəgeɪt/ˈแอเรอะเกท/ *v.t. (claim)* **~ sth. to oneself** แอบอ้างเอา *ส.น.* ไปเป็นของตนเอง

arrow /ˈærəʊ/ˈแอโร/ ❶ *n.* Ⓐ *(missile)* ลูกธนู; *(pointer)* ลูกศรชี้ทาง, เข็มชี้; **as straight as an ~:** เป็นเส้นตรง ❷ *v.t.* ใช้ลูกศรชี้ทาง *หรือ* กำหนดด้วยลูกศร

arrow: ~head *n.* Ⓐ หัวลูกธนู; Ⓑ *(Bot.)* พืชริมน้ำ *Sagittaria sagittana* มีใบคล้ายลูกธนู; **~ key** *n. (Computing)* แป้นพิมพ์รูปลูกศร; **~root** *n.* Ⓐ *(plant)* พืชในวงศ์ Marantaceae; Ⓑ *(starch)* แป้งที่ทำจากพืชชนิดนี้

[1]**arse** /ɑːs/อาซ/ *n. (coarse)* ตูด *(ภ.ย.)*; **move your ~!** ย้ายก้นไปได้แล้ว
~ a'bout, ~ around *v.i. (Brit. Coarse)* ไม่ทำเหี้ยอะไรเลย *(ภ.ย.)*

[2]**arse** ➡ [1]**ass 2**

arse: ~hole *n. (coarse)* รูตูด *(ภ.ย.)*; **~licking** *(coarse) n., no pl.* การประจบสอพลอ, การเลียตีน

arsenal /ˈɑːsənl/ˈอาเซอะน'ล/ *n. (store)* คลังแสง, กรมสรรพาวุธ; *(fig.)* คลังสะสมสิ่งต่าง ๆ ที่รุนแรง

arsenic /ˈɑːsənɪk/ˈอาเซินิค/ *n. (Chem.)* Ⓐ สารหนู, อาร์เซนิคไทรออกไซด์ *(ท.ศ.)*; Ⓑ *(element)* ธาตุกึ่งโลหะซึ่งเปราะใช้ในสารกึ่งตัวนำหรือโลหะผสม

arson /ˈɑːsn/ˈอาซ'น/ *n.* การลอบวางเพลิง

arsonist /ˈɑːsənɪst/ˈอาเซอะนิซทฺ/ *n.* ผู้ลอบวางเพลิง

art /ɑːt/อาท/ *n.* Ⓐ ศิลปะ; **the ~s** ➡ **fine art C**; Ⓑ *(skill, skilled activity)* ศิลปะ, กิจกรรมที่ใช้ฝีมือ; **works of ~:** ผลงานศิลปะ; **~ needlework/music/film** งานเย็บปักถักร้อยที่ใช้ฝีมือ/ดนตรี/ภาพยนตร์ที่เป็นศิลปะ; **~s and crafts** งานศิลปะและหัตถกรรม; **he is a master of his ~:** เขามีความสามารถเป็นเยี่ยมในศิลปะแขนงของเขา; **translation is an ~:** การแปลเป็นศิลปะชนิดหนึ่ง; Ⓒ *in pl. (branch of study)* สาขาวิชาอักษรศาสตร์ *หรือ* ศิลปศาสตร์; **he's an ~s student** เขาเป็นนักศึกษาสาขาอักษรศาสตร์ *หรือ* ศิลปศาสตร์; **faculty of ~s** คณะอักษรศาสตร์ *หรือ* ศิลปศาสตร์; **he has an ~s degree** เขาได้ปริญญาสาขาอักษรศาสตร์ *หรือ* ศิลปศาสตร์; **Bachelor/Master of Arts** อักษรศาสตร์/ศิลปศาสตร์บัณฑิต/อักษรศาสตร์/ศิลปศาสตร์มหาบัณฑิต, ปริญญาตรี/โทสาขาอักษรศาสตร์/ศิลปศาสตร์; Ⓓ *(knack)* ความชำนาญ, ความคล่องแคล่ว; *(stratagem)* กลยุทธ์, ยุทธวิธี; **an ~ in itself** เป็นกลยุทธ์; Ⓔ *(cunning)* เล่ห์เพทุบาย

a

art: ~ collection *n.* ชิ้นงานศิลปะที่สะสมไว้; **~ collector** *n.* นักสะสมงานศิลปะ; **~ college** ➡ **school**

art deco /ɑːt 'dekəʊ/อาท 'เด็คโค/ *n., no pl.* สไตล์อาร์ตเดโค (*ท.ศ.*) (*ศิลปะการตกแต่งที่เด่นดังในระยะ ค.ศ. 1910–30 ซึ่งใช้ลวดลายและรูปทรงเรขาคณิต*)

artefact, artifact /'ɑːtɪfækt/'อาทิแฟคทฺ/ *n.* สิ่งประดิษฐ์, ผลงานที่เกิดขึ้นจากความคิดสร้างสรรค์และฝีมือของมนุษย์

arterial /ɑː'tɪərɪəl/อา'เทียเรียล/ *adj.* (A) (*of artery*) เกี่ยวกับหลอดเลือด; (B) (*principal*) สำคัญ, หลัก; **~ road** ถนนสายหลัก

arteriosclerosis /ɑːtɪərɪəʊsklə'rəʊsɪs/อาเทียริโอซเกลอะ'โรซิซ/ *n., pl.* **arterioscleroses** /ɑːtɪərɪəʊsklə'rəʊsiːz/อาเทียริโอซเกลอะ'โรซีซ/ ➤ **453** (*Med.*) โรคผนังหลอดเลือดเปราะ

artery /'ɑːtərɪ/'อาเทอะริ/ *n.* (A) ➤ **118** (*Anat.*) เส้นโลหิตใหญ่; (B) (*fig.: road etc.*) เส้นทางขนส่งสายหลัก

artesian /ɑː'tiːzɪən/อา'ทีเซียน/ *adj.* **~ well** บ่อน้ำบาดาล

art: ~ exhibition *n.* งานนิทรรศการศิลปะ; **~ form** *n.* (*form of composition*) รูปแบบทางศิลปะ; (*medium of expression*) สื่อทางศิลปะ

artful /'ɑːtfl/'อาทฟ'ล/ *adj.* อย่างมีศิลปะ; (*บุคคล*) แสนกล, เจ้าเล่ห์; **an ~ dodger** นักหลบเลี่ยงเจ้าเล่ห์

artfully /'ɑːtfəlɪ/'อาทเฟอะลิ/ *adv.* อย่างชาญฉลาด; อย่างมีเล่ห์เหลี่ยม

artfulness /'ɑːtflnɪs/'อาทฟ'ลนิซ/ *n., no pl.* ความมีเล่ห์เหลี่ยม

'art: ~ gallery *n.* หอศิลป์, หอแสดงงานศิลปะ; **~ house** *n.* โรงภาพยนตร์ที่ฉายภาพยนตร์แหวกแนว

arthritic /ɑː'θrɪtɪk/อา'ธริทิค/ (*Med.*) ❶ *adj.* ที่ข้ออักเสบ; **she's got ~ joints in her fingers** เธอเป็นโรคข้อต่อนิ้วมืออักเสบ ❷ *n.* คนเป็นโรคข้ออักเสบ

arthritis /ɑː'θraɪtɪs/อา'ไธรทิซ/ *n.* ➤ **453** (*Med.*) โรคข้ออักเสบ

arthropod /'ɑːθrəpɒd/'อาเธรอะพอด/ *n.* (*Zool.*) *สัตว์ที่มีขาเป็นปล้อง เช่น แมลง, แมงมุม, ตะขาบ ฯลฯ*; **the ~s** สัตว์ที่มีขาเป็นปล้อง

Arthur /'ɑːθə(r)/'อาเธอะ(ร)/ *pr. n.* **King ~:** กษัตริย์อาเธอร์ (*ในตำนานของอังกฤษ*)

artic /'ɑːtɪk/'อาทิค/ *n.* (*coll.*) รถบรรทุกพ่วง

artichoke /'ɑːtɪtʃəʊk/'อาทิโฉค/ *n.* **[globe] ~:** พืชอาร์ทิโช็ค (*ท.ศ.*) *Cynara scolymus* ซึ่งส่วนล่างของกลีบและฐานใช้กินได้; **Jerusalem ~:** ต้นทานตะวันชนิด *Helianthus tuberosus* รับประทานได้

article /'ɑːtɪkl/'อาทิค'ล/ ❶ *n.* (A) (*of constitution, treaty*) มาตรา; (*of creed*) ข้อบัญญัติ; (*of indictment*) ข้อกล่าวหา; (*of agreement*) ข้อ; (*of the law*) มาตรา; (*in dictionary etc.*) รายชื่อคำศัพท์; **~s [of association]** กฎบัตรของสมาคม; **~s of apprenticeship/employment** สัญญาระหว่างเจ้าของกิจการกับผู้ที่สมัครฝึกอาชีพ/สัญญาการว่าจ้าง; **~ of faith** (*fig.*) ข้อบัญญัติทางศาสนา; (B) (*in magazine, newspaper*) บทความ; (C) (*Ling.*) คำนำหน้าคำนาม; **definite/indefinite ~:** คำนำหน้าคำนามที่ชี้เฉพาะ/ไม่ชี้เฉพาะ; (D) (*particular part, thing*) ชิ้น, สิ่งของ; **woollen ~s [of clothing]** เสื้อผ้าที่ทำด้วยขนสัตว์; **an ~ of furniture/clothing** เครื่องเรือนชิ้นหนึ่ง/เสื้อผ้าชิ้นหนึ่ง; **an ~ of value** สิ่งของมีค่า; **toilet ~s** เครื่องสำอาง, เครื่องประทินโฉม ❷ *v.t.* เข้าฝึกงาน (to กับ); **be ~d to sb.** เข้าฝึกงาน (*บัญชี, กฎหมาย*) อยู่กับ ค.น.

articled /'ɑːtɪkld/'อาทิค'ลดฺ/ *adj.* **~ clerk** (*Law*) เสมียนฝึกงานบัญชีหรือกฎหมาย

articulate ❶ /ɑː'tɪkjʊlət/อา'ทิคิวเลิท/ *adj.* (A) (*clear*) ชัดเจน, ชัดถ้อยชัดคำ, เข้าใจง่าย; (B) (*eloquent*) สละสลวย; **be ~/not very ~:** พูดเก่ง, พูดไม่เก่ง; (C) (*jointed*) ซึ่งเชื่อมกันด้วยข้อต่อ ❷ /ɑː'tɪkjʊleɪt/อา'ทิคิวเลท/ *v.t.* (A) *usu. in pass.* เป็นข้อต่อ; **~d lorry** รถพ่วง; (B) (*pronounce*) พูดอย่างชัดถ้อยชัดคำ; (*utter, express*) พูด/เขียน (*ความคิด*) อย่างได้เรื่องได้ราว ❸ *v.i.* (A) (*speak distinctly*) พูดออกมาอย่างชัดถ้อยชัดคำ; **~ clearly** พูดชัดเจนและเข้าใจง่าย; (B) (*speak*) พูด; (C) (*form a joint*) **~ with sth.** ประกบกับ *ส.น.* โดยข้อ

articulately /ɑː'tɪkjʊlətlɪ/อา'ทิคิวเลิทลิ/ *adv.* (A) (*clearly*) อย่างชัดเจน, อย่างแจ่มแจ้ง; (B) (*coherently*) อย่างได้เรื่องได้ราว, อย่างปะติดปะต่อ; **he expresses himself very ~:** เขาแสดงความคิดเห็นของตนอย่างได้เรื่องได้ราวมาก

articulateness /ɑː'tɪkjʊlətnɪs/อา'ทิคิวเลิทนิซ/ *n., no pl.* (*clarity*) ความชัดถ้อยชัดคำ; (*coherence*) ความได้เรื่องได้ราว, ความปะติดปะต่อ

articulation /ɑːtɪkjʊ'leɪʃn/อาทิคิว'เลช'น/ *n.* (A) (*clear speech*) การออกเสียงอย่างชัดถ้อยชัดคำ; **his ~ is good** เขาออกเสียงชัดถ้อยชัดคำ; (B) (*coherent speech*) การพูดที่ได้เรื่องได้ราว, การพูดที่ปะติดปะต่อ; (*act of speaking*) วิธีพูด

artifact (*Amer.*) ➡ **artefact**

artifice /'ɑːtɪfɪs/'อาทิฟิซ/ *n.* (A) (*cunning*) อุบาย, เล่ห์กล, เล่ห์เหลี่ยม; (B) (*device*) กลวิธี, กลยุทธ์; (C) (*skill*) ความชำนาญ, ความทะมัดทะแมง, ความคล่องแคล่ว

artificial /ɑːtɪ'fɪʃl/อาทิ'ฟิช'ล/ *adj.* (A) (*not natural*) เทียม, สร้างโดยมนุษย์, ไม่เป็นธรรมชาติ; (*not real*) เก๊, ไม่แท้; (*~ly produced*) ทำเทียม, สังเคราะห์ขึ้น; **~ sweetener** น้ำตาลเทียม; **~ limb** แขนขาเทียม; **~ eye** ตาแก้ว, ตาเทียม; (B) (*affected, insincere*) มารยา, เสแสร้ง; **she's ~ and two-faced** เธอเสแสร้งและตีสองหน้า; **~ politeness** ความสุภาพแบบเสแสร้ง; **she wore an ~ smile for the cameras** เธอปั้นหน้าให้ดูยิ้มแย้มต่อหน้ากล้อง; **her ~ enthusiasm** ความกระตือรือร้นที่เธอแสร้งทำ

artificial: ~ ho'rizon *n.* เส้นขอบฟ้าสมมติ; **~ insemi'nation** *n.* การผสมเทียม; **~ in'telligence** *n.* ปัญญาประดิษฐ์ (*ร.บ.*)

artificiality /ɑːtɪfɪʃɪ'ælɪtɪ/อาทิฟิชิ'แอลิทิ/ *n., no pl.* (A) (*unnaturalness*) ความไม่เป็นธรรมชาติ; (B) (*unreality*) ความไม่แท้, ไม่จริง; (C) (*affectedness*) การเสแสร้ง; (*formality*) ความเป็นพิธีรีตอง; (*insincerity*) ความดัดจริต, ความไม่จริงใจ

artificial: ~ 'kidney ➡ **kidney machine**; **~ 'language** *n.* ภาษาสมมติ

artificially /ɑːtɪ'fɪʃəlɪ/อาทิ'ฟิชเชอะลิ/ *adv.* (A) (*unnaturally*) โดยมนุษย์คิดทำขึ้น, โดยไม่เป็นธรรมชาติ, เทียม; **the food has been ~ flavoured** อาหารนี้ปรุงและแต่งกลิ่นรส; **~ produced diamonds/pearls** เพชรเทียม/มุกเทียม; (B) (*affectedly, insincerely*) อย่างเสแสร้ง, อย่างไม่จริงใจ

artificialness /ɑːtɪ'fɪʃəlnɪs/อาทิ'ฟิชเชิลนิซ/ ➡ **artificiality**

artificial respi'ration *n.* การผายปอดโดยใช้เครื่อง/มือ/วิธีปากต่อปาก

artillery /ɑː'tɪlərɪ/อา'ทิลเลอะริ/ *n.* ปืนใหญ่, กองพันทหารปืนใหญ่

artilleryman /ɑː'tɪlərɪmən/อา'ทิลเลอะริเมิน/ *n., pl.* **artillerymen** /ɑː'tɪlərɪmən/อาทิลเลอะริเมิน/ ทหารปืนใหญ่

artisan /ɑːtɪ'zæn, US 'ɑːrtɪzn/อาทิ'แซน, 'อาทิซ'น/ *n.* ช่างฝีมือ, ช่างศิลป์

artist /'ɑːtɪst/'อาทิซทฺ/ *n.* ➤ **489** (A) (*exponent of a fine art*) ศิลปิน; (*fig.*) ศิลปิน, ผู้ที่มีฝีไม้ลายมือ; **he's an ~ in words/rhetoric** เขาเป็นผู้มีศิลปะในการพูด/เขามีวาทศิลป์; **she's an ~ in cookery** เธอเป็นผู้มีฝีมือในการทำครัว; **he's a real ~ at his job** เขารู้งานในสาขาของเขาเป็นอย่างดีเยี่ยม; (B) ➡ **artiste**

artiste /ɑː'tiːst/อา'ทีซทฺ/ *n.* นักแสดงอาชีพ; **circus ~s** นักแสดงละครสัตว์อาชีพ

artistic /ɑː'tɪstɪk/อา'ทิซติค/ *adj.* (A) (*of art*) เกี่ยวกับศิลปะ, ทางด้านศิลปะ; **~ movements such as Expressionism** ขบวนการทางศิลปะ เช่น ลัทธิเอ็กซ์เพรสชันนิสม์; **the ~ world** แวดวงศิลปะ; (B) (*of artists*) แห่งศิลปิน; **~ circles** วงการศิลปิน; (C) (*made with art*) มีศิลป์; **~ designs** ลวดลายที่วาดอย่างวิจิตรบรรจง; **a truly ~ piece of poetry/writing** บทกวี/บทความที่บรรจงเขียนขึ้นอย่างมีศิลป์จริง ๆ; (D) (*naturally skilled in art*) ซึ่งมีพรสวรรค์ด้านศิลปะ; **she's quite ~:** เธอมีพรสวรรค์ด้านศิลป์ทีเดียว; **have ~ leanings** มีแววเป็นศิลปิน; (E) (*appreciative of art*) ซึ่งซาบซึ้งในศิลปะ, ซึ่งเห็นคุณค่าของศิลปะ; **~ sense** ความซาบซึ้งในศิลปะ

artistically /ɑː'tɪstɪklɪ/อา'ทิซติคลิ/ *adv.* (A) (*in art*) ในด้านศิลปะ; (*from an artist's viewpoint*) จากมุมมองของศิลปิน, ตามแบบฉบับของศิลปิน; (B) (*with art*) อย่างมีศิลป์, อย่างมีรสนิยม, อย่างวิจิตรบรรจง; (C) อย่างมีพรสวรรค์ทางศิลป์; **be ~ interested/appreciative** สนใจในศิลปะ/มีรสนิยมด้านศิลปะ

artistry /'ɑːtɪstrɪ/'อาทิซตริ/ *n., no pl.* (A) (*artistic pursuit*) ศิลปกรรม; (B) (*artistic ability*) ความสามารถในเชิงศิลปะ; (*artistic quality*) คุณลักษณะทางศิลปะ

artless /'ɑːtlɪs/'อาทลิซ/ *adj.* (A) (*guileless*) ไม่มีเล่ห์เหลี่ยม, ตรงไปตรงมา; **~ piety** ความเลื่อมใสบูชาอันสุจริตใจ; (B) (*simple*) เป็นธรรมชาติ, ไม่มีการปรุงแต่ง; **~ beauty/grace** ความงาม/กิริยางดงามตามธรรมชาติ

artlessly /'ɑːtlɪslɪ/'อาทลิซลิ/ *adv.* (A) (*guilelessly*) อย่างไม่มีเล่ห์เหลี่ยม, อย่างซื่อ ๆ, อย่างตรงไปตรงมา; (B) (*simply*) อย่างเป็นธรรมชาติ, อย่างไม่มีการปรุงแต่ง, เรียบง่าย

artlessness /'ɑːtlɪsnɪs/'อาทลิซนิซ/ *n., no pl.* (A) (*guilelessness*) ความไม่มีเล่ห์เหลี่ยม; (B) (*simplicity*) ความเป็นธรรมชาติ, ความเรียบง่าย

art: ~ nouveau /ɑː nuː'vəʊ/อาทนู'โว/ *n.* รูปแบบศิลปะและการตกแต่งของยุโรปตอนปลาย ค.ศ. ที่ 19 และต้น ค.ศ. ที่ 20 ที่ใช้ลวดลายเส้นคดเคี้ยวของพันธุ์พฤกษา; **~ paper** *n.* กระดาษที่เคลือบเงาคุณภาพดี

'arts centre *n.* ศูนย์ศิลปะ

art: ~ school *n.* โรงเรียน/วิทยาลัยด้านศิลปะ; **~work** *n.* งานอาร์ตเวิร์ก (*ท.ศ.*), ภาพประกอบในการทำสิ่งพิมพ์

arty /'ɑːtɪ/'อาทิ/ *adj.* (*coll.*) ซึ่งทำตนเป็นศิลปิน; **he's an ~ type** เขาเป็นคนประเภทตั้ง

As (ตาม, ดังที่, เหมือน)

When used as a preposition or conjunction to mean *like*, the usual translation is ตาม *or* ดังที่

as usual
= ตามปกติ

as explained below
= ตามที่อธิบายข้างล่าง

as so often
= ตามที่เป็นบ่อย ๆ

as you may have heard
= ดังที่คุณอาจเคยได้ยิน

as was the custom there
= ตามประเพณีที่นั่น

When *as* is used in the sense of *same as* กับ is used:

a coat the same colour as mine
= เสื้อโค้ตสีเดียวกับของฉัน

To give an example (*such as*) เช่น is commonly used:

a writer such as Dickens
= นักเขียนเช่น ดิคเค้น

However if the sense is *in the manner of* or *in the function of*, the translation is เป็น or ในฐานะเป็น:

Dressed as a sailor
= แต่งกายเป็นกะลาสี

He works as an engineer
= เขาทำงานเป็นวิศวกร

My duty as a father
= หน้าที่ของฉันในฐานะเป็นพ่อ

In comparisons (*as ... as ...*) the first *as* is not translated and the second *as* is translated by เท่า in most cases, or เหมือน in some cases:

She is as old as my mother
= เธอมีอายุเท่ากับแม่ของฉัน

This car is not as fast as yours
= รถยนต์คันนี้ไม่เร็วเท่ารถของคุณ

He is not as good a cook as you
= เขาไม่ใช่พ่อครัวที่เก่งเท่าคุณ

He is as wily as a fox
= เขาเป็นคนมีเล่ห์เหลี่ยมเหมือนกับสุนัขจิ้งจอก

Similarly where a verb such as *can/could* or *want/like* comes after *as*, the first *as* is omitted and the second is translated by เท่า:

Come as quickly as you can
= มาให้เร็วที่สุดเท่าที่คุณจะมาได้

Take as much as you like
= เอาไปได้มากเท่าที่คุณต้องการ

And where the sense of *as ... as* is the same as *however*, the translation is แม้...แต่:

As fast as we rowed** (= However fast we rowed)**, the others rowed faster
= แม้ว่าเราจะพายเร็ว แต่คนอื่นพายเร็วกว่า

For the conjunction in time expressions, the translations are เมื่อ (with the sense of *when*) or ในขณะที่ (with the sense of *while*):

As I stepped into the house, I heard her voice
= เมื่อฉันก้าวเข้าไปในบ้าน ฉันได้ยินเสียงของเธอ

As we were talking, the doorbell rang
= ในขณะที่เราคุยกัน เสียงออดหน้าประตูดังขึ้น

And expressing a reason with the sense of *since*, the translation is เนื่องจาก:

As I am going to London I can take it with me
= เนื่องจากฉันจะไปลอนดอน ฉันจึงสามารถเอามันไปด้วยได้

ตนเป็นศิลปิน; ~ **furniture** *เครื่องเรือนที่เน้นศิลปะมากกว่าประโยชน์ใช้สอย;* **an ~ design** ลวดลายสีสรรที่พยายามจะดูเป็นศิลปะ; **~[and-] crafty** *(joc.)* ดูเป็นศิลปะอย่างแปลกประหลาด

arum /ˈeərəm/ˈแอเริม/ *n. (Bot.)* พืชตระกูลต้นบอนเผือก; **~ lily** พืชต้นสูง *Zantedeschia aethiopica* ลักษณะคล้ายต้นลิลลี่

Aryan /ˈeərɪən/ˈแอเรียน/ ❶ *adj.* แห่งภาษาหรือชาวอารยัน ❷ *n.* Ⓐ *(language)* ภาษาอินโดยูโรเปียน, ภาษาอารยัน; Ⓑ *(person)* คนเชื้อสายอารยัน, ชาวอารยัน

as /əz, *stressed* æz/เอิซ, แอซ/ ➤ 73 ❶ *adv. in main sentence (in same degree)* **as... [as...]** เท่ากันกับ...; **as soon as possible** เร็วที่สุดเท่าที่จะเร็วได้; **almost as tall as ...:** เกือบสูงเท่า...; **half as much** ครึ่งหนึ่งเท่านั้น; **you know as well as I do that ...:** คุณรู้ดีเท่าฉันว่า...; **they did as much as they could** พวกเขาได้ทำมากที่สุดเท่าที่จะทำได้; **as good a ... [as ...]** ดีเท่า [กับ...] *หรือ* ดีพอ ๆ [กับ...]

❷ *rel. adv. or conj. in subord. clause* Ⓐ *expr. degree* **[as** *or* **so] ... as ...:** ...เท่าที่จะ; **as ... as possible** ... เท่าที่จะ...ได้; **as ... as you can ...** เท่าที่คุณสามารถทำได้; **come as quickly as you can** มาให้เร็วที่สุดเท่าที่คุณจะทำได้; **quick as a flash** เร็วเหมือนสายฟ้าแลบ; **as recently as [this morning]** เพิ่งจะ...[เมื่อเช้านี้]; **as early as [tomorrow]** [พรุ่งนี้] ก็ได้แล้ว; Ⓑ *(though)* **... as he** *etc.* **is/was** แม้ว่าเขา ฯลฯ เป็น/ได้เป็น...; **intelligent as she is/was, ...:** ถึงแม้เธอเป็นคนฉลาด...; **safe as it might be, ...:** ถึงแม้ว่าอาจปลอดภัย...; Ⓒ *(however much)* **try as he might/would, he could not concentrate** เขาพยายามมากขนาดไหนก็ตาม เขาก็ยังไม่สามารถรวบรวมสมาธิได้; **push/strain/pull as he might/would, ...:** แม้ว่าเขาได้พยายามผลัก/ออกแรง/ดึงแค่ไหนก็ตาม; Ⓓ *expr. manner* ตามที่; **as you may already have heard, ...:** ตามที่คุณอาจได้ยินมาแล้ว ...; **as we are all well aware, ...:** ตามที่เราตระหนักดี...; **as we had hoped/expected ...:** ตามที่เราได้หวัง/คาดหมายไว้...; **as it were** ในรูปแบบหนึ่ง, ในระดับหนึ่ง; **as you were!** *(Mil.)* พักได้; Ⓔ *expr. time* ขณะที่, ระหว่าง; **as and when** เมื่อใดที่; **I'll do it as and when I want to** ฉันจะทำเมื่อใดที่ฉันต้องการ; **as we climbed the stairs** ขณะที่เรากำลังขึ้นบันได; **as we were talking** ระหว่างที่เรากำลังคุยกันอยู่; **he knew her as a teenager** เขาได้รู้จักเธอขณะที่เธอเป็นวัยรุ่น; Ⓕ *expr. reason* เพราะ, เนื่องจาก; **as we're now all assembled** เนื่องจากบัดนี้พวกเราได้ชุมนุมกันพร้อมเพรียงแล้ว; Ⓖ *expr. result* **so ... as to ...:** เพื่อที่ว่า..; **would you be so kind as to help us?** คุณจะกรุณาให้ความช่วยเหลือเราได้ไหม; Ⓗ *expr. purpose* **so as to ...:** เพื่อที่จะ; **came early so as to meet us** มาแต่เช้าเพื่อที่จะพบพวกเรา; Ⓘ *expr. illustration* เช่น; **industrial areas, as the north-east of England for example** เขตอุตสาหกรรม เช่นทางตะวันออกเฉียงเหนือของอังกฤษเป็นต้น

❸ *prep.* Ⓐ *(in the function of)* ในฐานะ; **as an artist** ในฐานะที่เป็นศิลปิน; **speaking as a parent, ...:** พูดในฐานะพ่อ/แม่...; Ⓑ *(like)* เหมือน, ราวกับ; **he's treated as an outcast** เขาถูกปฏิบัติราวกับว่าเป็นคนชั้นต่ำ; **they regard him as a fool** พวกเขามองเขาเหมือนเป็นคนโง่

❹ *rel. pron. (which)* **fool as he was he did not notice the obvious dangers** โดยที่เขาเป็นคนโง่เขาจึงไม่เห็นอันตรายอันชัดแจ้ง; **as is our custom** ตามประเพณีนิยมของเรา; **he was shocked, as were we all** เขาตกใจอย่างเช่นเดียวกับพวกเรา; **it was him/the earthquake as did it** *(uneducated)* ตัวเขา/แผ่นดินไหวที่เป็นต้นเหตุ; **the same as ...:** เช่นเดียวกับ...; **such as** อย่างเช่น; **they enjoy such foreign foods as ...:** พวกเขาชอบอาหารต่างประเทศอย่างเช่น...

❺ **as far** ➡ **far** 1 D; **as for ...:** ในส่วนที่เกี่ยวกับ...; **as from ...:** จาก, ตั้งแต่...; **you will receive a pension as from your 60th birthday** คุณจะได้รับเงินบำนาญตั้งแต่วันครบรอบวันเกิดปีที่ 60 ของคุณ; **you are dismissed as from today** คุณถูกไล่ออกนับจากวันนี้; **as [it] is** อย่างนั้น; **leave it as it is** ทิ้งมันไว้อย่างนั้นแหละ; **the room is untidy enough as it is** ห้องนี้รกพออยู่แล้วแหละ; **as of ...** *(Amer.)* เริ่มแต่, นับจาก; **as of 31 December annually** นับจากวันที่ 31 ธันวาคมทุก ๆ ปี; **as to** ที่เกี่ยวกับ; **nothing further was mentioned as to holiday plans** ไม่มีการกล่าวถึงอะไรอีกในเรื่องที่เกี่ยวกับแผนพักร้อน; **as was** แต่ก่อน, ครั้งหนึ่ง; **Miss Tay as was** ที่แต่ก่อนใช้ชื่อนางสาวเทย์; **as yet** จน

a.s.a.p. | aspect

a

บัดนี้; **as yet the plan is only under discussion** จนบัดนี้แผนการยังอยู่ในขั้นอภิปรายถกเถียงกัน

a.s.a.p. *abbr.* **as soon as possible**

asbestos /æz'bestɒs, æs-/แอซ-เบ็สตอซ, แอซ-/ *n.* Ⓐ *(fabric)* ผ้าทนไฟจากแร่ใยหิน; Ⓑ *(mineral)* แร่ใยหิน

asbestosis /æzbe'stəʊsɪs, æs-/เอ๊ซเบะ'ซโตซิซ, แอซ-/ *n., no pl.* ➤ **453** *(Med.)* โรคที่เกิดจากการสูดละอองแร่ใยหินเข้าไปในปอด; **suffer from ~**: ป่วยเป็นโรคที่เกิดจากการสูดละอองแร่ใยหินเข้าไปในปอด

ascend /ə'send/เออะ'เซ็นด/ ❶ *v.i.* Ⓐ *(go up)* เคลื่อนขึ้น, ขึ้น; *(climb up)* ปีนขึ้น; *(by vehicle)* ขับขึ้น; *(come up)* ขึ้นมา; **the lift ~ed** ลิฟต์เคลื่อนขึ้น; **Christ ~ed into heaven** พระเยซูเสด็จขึ้นสู่สวรรค์; **~ in the lift** ขึ้นด้วยลิฟต์; Ⓑ *(rise)* ขึ้น, ขึ้นสูง; **the helicopter ~ed slowly** เฮลิคอปเตอร์ขึ้นอย่างช้า ๆ; **the water ~s to above the level of this line** น้ำจะขึ้นสูงเหนือระดับเส้นนี้; Ⓒ *(slope upwards) (เทือกเขา, ถนน)* ลาดชันขึ้น; **the stairs ~ very steeply** บันไดชัน; Ⓓ *(in quality, rank, etc.)* เลื่อนขั้น; Ⓔ *(in pitch)* สูงขึ้น; **his voice ~ed in anger** เสียงของเขาสูงขึ้นด้วยความโกรธ ❷ *v.t.* Ⓐ *(go up)* ปีน, ไต่ *(ภูเขา, บันได)*; **~ a rope** ไต่เชือก; Ⓑ *(come up)* **we saw a fireman ~ing the ladder towards us** เราเห็นเจ้าหน้าที่ดับเพลิงขึ้นบันไดตรงมายังเรา; Ⓒ *(go along)* ไปตาม *(ถนน)*; Ⓓ **~ the throne** เสด็จขึ้นครองราชย์

ascendancy /ə'sendənsɪ/เออะ'เซ็นเดินซิ/*n., no pl.* สถานภาพ/ตำแหน่งที่มีอำนาจ; **gain/have the ~ over sb.** มีอำนาจเหนือ *ค.น.*

ascendant /ə'sendənt/เออะ'เซ็นเดินทฺ/ *n.* Ⓐ *(Astrol.) การที่ราศีใดขึ้นเหนือขอบฟ้าทางทิศตะวันออกในช่วงเฉพาะ;* Ⓑ **in the ~**: ดวงกำลังขึ้น; **his popularity was now firmly in the ~**: เวลานี้ความนิยมในตัวเขาพุ่งสูงขึ้นอย่างมั่นคง

ascension /ə'senʃn/เออะ'เซ็นช'น/ *n.* Ⓐ *(going up)* การขึ้นไป; **right ~** *(Astron.)* ตำแหน่งบนท้องฟ้าที่วัดตามเส้นศูนย์สูตรแห่งท้องฟ้า; Ⓑ **[the] A~** *(Relig.) การเสด็จขึ้นสู่สวรรค์ของพระเยซูคริสต์ 40 วันหลังการฟื้นคืนชีพ*

A'scension Day *n.* วันพฤหัสบดีศักดิ์สิทธิ์ที่ฉลองการเสด็จขึ้นสู่สวรรค์ของพระเยซูประจำปี

ascent /ə'sent/เออะ'เซ็นทฺ/ *n.* Ⓐ *(going up, rise; also fig.)* การขึ้น; **our ~ in the lift/up the hill** การที่พวกเราขึ้นลิฟต์/ขึ้นเนินเขา; Ⓑ *(way; also fig.)* ทางขึ้น, ความก้าวหน้า, พัฒนาการ; **the ~ of man** พัฒนาการของมนุษย์; Ⓒ *(slope)* ทางลาดขึ้น; Ⓓ *(steps)* บันไดขึ้น

ascertain /æsə'teɪn/แอเซอะ'เทน/ *v.t.* สืบหาข้อเท็จจริง, สืบให้รู้แน่ *(ข้อเท็จจริง, ข้อมูล)*

ascertainable /æsə'teɪnəbl/แอเซอะ'เทเนอะบ'ล/ *adj.* พิสูจน์ได้; *(ข้อมูล)* สืบได้

ascertainment /æsə'teɪnmənt/แอเซอะ'เทนเมินทฺ/ *n.* การสืบให้แน่; *(of facts, data)* การพิสูจน์ความจริง; *(of information)* การสืบหาข้อมูล

ascetic /ə'setɪk/เออะ'เซ็ททิค/ ❶ *adj.* ถือสันโดษ, บำเพ็ญพรต, บำเพ็ญเพียร ❷ *n.* Ⓐ คนที่ฝึกฝนอบรมตนเองอย่างเข้มงวด; Ⓑ *(Relig. Hist.)* ฤาษี, นักบวช

ascetically /ə'setɪkəlɪ/เออะ'เซ็ททิเคอะลิ/ *adv.* อย่างถือสันโดษ, อย่างบำเพ็ญเพียร

asceticism /ə'setɪsɪzm/เออะ'เซ็ททิซิซ'ม/ *n., no pl.* การบำเพ็ญพรต, พรตนิยม *(ร.บ.)*

ascribe /ə'skraɪb/เออะ'ซกฺรายบฺ/ *v.t.* ลงความเห็น, อ้างเหตุ; **~ sth. to sth./sb.** *(regard as belonging)* ถือว่า *ส.น.* เป็นของ *ส.น./ค.น.*; *(attribute, impute)* อ้างเหตุ *ส.น.* ต่อ *ส.น./ค.น.*

ascription /ə'skrɪpʃn/เออะ'ซกฺริพช'น/ *n.* ➡ **ascribe**: การอ้างเหตุผล, การถือว่าไปด้วยกัน

ASEAN *abbr.* **Association of South-East Asian Nations**

asepsis /eɪ'sepsɪs/เอ'เซ็พซิซ, เออะ-/ *n., no pl.* Ⓐ *(absence of sepsis) การปลอดจากเชื้อแบคทีเรียที่เป็นอันตราย;* Ⓑ *(aseptic method)* วิธีทำให้ปลอดเชื้อในการผ่าตัด

aseptic /eɪ'septɪk, US ə'sep-/เอ'เซ็พทิค, เออะ'เซ็พ-/ *adj.* ปลอดจากการติดเชื้อแบคทีเรียที่เป็นอันตราย

asexual /eɪ'sekʃʊəl/เอ'เซ็คชวล/ *adj.* Ⓐ *(without sexuality)* ไม่มีการสืบพันธุ์; Ⓑ *(Biol.: without sex)* ไม่มีเพศหรืออวัยวะเพศ; **~ reproduction** การสืบพันธุ์โดยไม่อาศัยเพศ

¹ash /æʃ/แอช/ *n.* Ⓐ *(tree)* ต้นแอช *(ท.ศ.)* ต้นไม้ในสกุล *Fraxinus*; Ⓑ *(wood)* เนื้อไม้แอช; ➡ **+ mountain ash**

²ash *n.* Ⓐ *(powdery residue)* ขี้เถ้า, เถ้าถ่าน; **layer of ~**: ชั้นของขี้เถ้า; **cigarette ~**: ขี้บุหรี่; **sweep up the ~[es]** ปัดกวาดขี้เถ้า; Ⓑ *in pl. (remains)* เถ้าอัฐิ; ➡ **+ sackcloth**; Ⓒ *(Cricket)* **the Ashes** *ถ้วยรางวัลการแข่งขันคริกเกตที่เป็นชุดระหว่างประเทศออสเตรเลียและอังกฤษ*

ashamed /ə'ʃeɪmd/เออะ'เชมดฺ/ *adj., usu. pred.* ละอาย; **we were ~**: เรารู้สึกละอาย; **be ~ [of sb./sth.]** ละอายเกี่ยวกับ *ค.น./ส.น.*; **you ought to be ~ of yourselves for telling lies** พวกคุณควรรู้สึกละอายที่พูดปด; **be/feel ~ for sb./sth.** รู้สึกละอายแทน *ค.น./ส.น.*; **be ~ to do sth.** ละอายที่จะทำ *ส.น.*; **I'm ~ to have to say/admit that I told a white lie** ฉันละอายที่จะต้องบอกว่าฉันพูดปดโดยไม่มีเจตนาร้าย; **he was not ~ to stand up and say that ...**: เขาไม่รู้สึกละอายที่จะยืนขึ้นและพูดว่า...

ash: ~ bin *n.* ถังทิ้งขี้เถ้า; **~ blonde** ❶ *adj.* *(ผม)* สีบลอนด์ปนเทา ❷ *n.* คนที่มีผมสีบลอนด์ปนเทา; **~can** *(Amer.)* ➡ **~ bin**

ashen /'æʃn/'แอช'น/ *adj.* Ⓐ *(ash-coloured)* มีสีเหมือนขี้เถ้า; *(หน้า)* ซีด; **~ grey** สีเทาเหมือนขี้เถ้า; Ⓑ *(of ashes)* เป็นขี้เถ้า

ashore /ə'ʃɔː(r)/เออะ'ชอ(ร)/ *adv. (position)* บนฝั่ง, บนบก; *(direction)* สู่ฝั่ง, เข้าหาฝั่ง; **go/be ~**: ไป/อยู่บนบก

'ashpan *n.* ถาดรองรับขี้เถ้าในเตาผิง

ashram /'æʃrəm/'แอชเริม/ *n.* อาศรม, *สถานที่ที่ชาวฮินดูพักปฏิบัติธรรม*

ash: ~tray *n.* ที่เขี่ยบุหรี่; **~ tree** ➡ **¹ash** A; **Ash 'Wednesday** *n. วันแรกของเทศกาลถือศีลอดและสำนึกบาปของศาสนาคริสต์;* **~wood** ➡ **¹ash** B

Asia /'eɪʃə, US 'eɪʒə/'เอเชอะ, เอเฌอะ/ *pr. n.* ทวีปเอเชีย; **~ 'Minor** คาบสมุทรในเอเชียตะวันตก, เอเชียน้อย

Asian /'eɪʃən, US 'eɪʒən/'เอช'น, 'เอฌ'น/, **Asiatic** /eɪʃɪ'ætɪk, US eɪʒɪ-/เอชิ'แอทิค, เอฌิ-/ ❶ *adj.* แห่งเอเชีย ❷ *n.* ชาวเอเชีย

Asian American *n.* ชาวอเมริกันเชื้อสายเอเชีย

aside /ə'saɪd/เออะ'ซายดฺ/ ❶ *adv.* ต่างหาก, ข้างหนึ่ง; **stand ~!** หลบไปข้าง ๆ; **I pulled the curtain ~**: ฉันเปิดม่าน; **~ from sb./sth.** *(Amer.)* นอกจาก *ค.น./ส.น.*; **take sb. ~**: พา *ค.น.* ออกไปห่าง ๆ ❷ *n.* Ⓐ *(in a play)* พูดป้อง *(คำพูดที่ตัวละครพูดให้ผู้ดูละครฟังเท่านั้น โดยถือว่าตัวละครตัวอื่น ๆ ไม่ได้ยิน)*; Ⓑ *(incidental remark)* คำกล่าวที่ไม่มีสาระสำคัญ

asinine /'æsɪnaɪn/'แอซิไนน/ *adj. (stupid)* โง่งม; **don't be so ~**: อย่าโง่นักเลย

asininity /æsɪ'nɪnɪtɪ/แอซิ'นินนิทิ/ *n.* ความโง่งม

ask /ɑːsk, US æsk/อาซค, แอซค/ ❶ *v.t.* Ⓐ ถาม; **~ [sb.] a question** ถามคำถาม [*ค.น.*]; **~ sb.'s name** ถามชื่อของ *ค.น.*; **~ sb. [sth.]** ถาม *ค.น.* [*ส.น.*]; **I was ~ed some awkward questions by the boss** หัวหน้าถามคำถามบางอย่างกับฉันที่น่ากระอักกระอ่วนใจ; **~ sb. about sth.** ถาม *ค.น.* เกี่ยวกับ *ส.น.*; **I ~ you!** *(coll.)* ดูซิไม่น่าเชื่อ; **if you ~ 'me** *(coll.)* ถ้าจะถามฉันละก็; **~ me another** *(coll.)* ฉันไม่ทราบ; Ⓑ *(seek to obtain)* **~ sth.** ขอ *ส.น.*; **~ sb.'s advice on sth.** ขอคำแนะนำจาก *ค.น.* เกี่ยวกับ *ส.น.*; **how much are you ~ing for that car?** คุณเรียกราคารถคันนั้นเท่าไหร่; **~ a favour of sb., ~ sb. a favour** ขอความกรุณาเป็นพิเศษจาก *ค.น.*; **~ sb. to do sth.** ขอ *ค.น.* ให้ทำ *ส.น.*; **you have only to ~**: คุณแค่บอก; **~ a lot of sb.** ขอร้อง *ค.น.* อย่างมาก; ขออะไรมากมายจาก *ค.น.*; **it's ~ing a lot** มันเป็นการเรียกร้องอย่างมาก; **~ing price** ราคาที่ผู้ขายตั้งไว้; **it's yours for the ~ing** คุณแค่ขอก็จะได้แล้ว; Ⓒ *(invite)* ชวน, เชิญ; **~ sb. to dinner** เชิญ *ค.น.* มารับประทานอาหารเย็น; **~ sb. out** ชวน *ค.น.* ออกไปเที่ยว; **the boss ~ed me up to his office** หัวหน้าเชิญฉันขึ้นไปที่ห้องทำงาน ❷ *v.i.* **you may well ~**: น่าถามอย่างยิ่งเลย; **I'll ~ around** ฉันจะสอบถามให้; **~ after sb./sth.** ถามถึง *ค.น./ส.น.*; **~ after sb.'s health** ถามถึงสุขภาพของ *ค.น.*; **~ for sth./sb.** ถามหา *ส.น./ค.น.*; **~ for it** *(coll.: invite trouble)* แกว่งเท้าหาเสี้ยน, เอามือไปซุกหีบ; ➡ **+ trouble 1 A**

askance /ə'skæns/เออะ'ซแกนซฺ, -'ซกานซฺ/ *adv.* Ⓐ *(sideways)* จากข้าง ๆ; Ⓑ *(suspiciously)* **look ~ [at sb./sth.]** มอง *ค.น./ส.น.* ด้วยความสงสัย

askew /ə'skjuː/เออะ'ซกิว/ ❶ *adv.* เฉ, เอียง; *(awry)* **the wind had blown all her clothes ~**: ลมทำให้เสื้อผ้าของเธอยุ่งเหยิง ❷ *pred. adj.* เฉ, เอียง; *(awry)* ไม่เป็นระเบียบ, ยุ่งเหยิง

asleep /ə'sliːp/เออะ'ซลีพ/ *pred. adj.* Ⓐ *(lit. or fig.)* หลับ; *(euphem.: dead)* ตาย; **be/lie ~**: นอนหลับ; **he seems to be ~**: เขาดูเหมือนนอนหลับ; **fall ~**: งีบหลับไป; **has the government fallen ~?** *(fig.)* รัฐบาลมัวแต่นอนหลับอยู่หรือไง; **the old man fell ~** *(euphem.)* คนแก่หลับไม่ตื่น; Ⓑ *(numb)* ชา, ไม่มีความรู้สึก *(แขน, ขา)*

asocial /eɪ'səʊʃl/เอ'โซช'ล/ *adj. (antisocial)* ต่อต้าน, รังเกียจสังคม; *(not social)* ไม่เกี่ยวข้องกับสังคม, เข้าสังคมไม่เป็น; *(coll.: inconsiderate)* ไม่เห็นใจผู้อื่น

asp /æsp/แอซพฺ/ *n. (Zool.) (Vipera aspis) งูพิษขนาดเล็กชนิดหนึ่ง มักพบในยุโรปตอนใต้; (Naja haje)* งูพิษที่พบในแอฟริกาเหนือ

asparagus /ə'spærəgəs/เออะ'ซแปเรอะเกิซ/ *n.* หน่อไม้ฝรั่ง; **~ fern** *(Bot.)* พันธุ์ไม้ประดับ *Asparagus setaceus*

aspect /'æspekt/'แอซเป็คทฺ/ *n.* Ⓐ ลักษณะเฉพาะ, แง่, ด้าน; **only one ~ of the problem** เพียงด้านเดียวของปัญหา; Ⓑ *(expression)* สีหน้า; *(appearance)* **[physical] ~**: ลักษณะหน้าตา; Ⓒ *(position looking in a given* *direction)* การหันไปสู่ทิศใดทิศหนึ่ง; *(front)* ด้านหน้า; **have a southern ~:** หันไปทางทิศใต้; Ⓓ *(Astrol.)* ตำแหน่งสัมพันธ์ของดาวเคราะห์ ฯลฯ; Ⓔ *(Ling.)* เวสะ, *รูปแบบของคำกริยาที่แสดงจุดเริ่มต้นระยะเวลาและการสิ้นสุดลงอย่างสมบูรณ์หรือแสดงว่ากริยากำลังดำเนินอยู่*

aspectual /æ'spektjʊəl/แอ'ซเป็คทวล/ *adj.* *(Ling.)* เกี่ยวกับรูปแบบของกริยา

aspen /'æspən/'แอซเปิน/ *n. (Bot.)* ต้น *Populus tremula* ซึ่งใบจะสั่นในลมมาก, ต้นไป่หยาง

asperity /æ'sperɪtɪ/แอ'ซเปะริทิ/ *n., no pl.* Ⓐ *(harshness)* ความฉุนเฉียว *(อารมณ์)*; Ⓑ *(roughness)* ความหยาบกระด้าง

aspersion /ə'spɜ:ʃn, US -ʒn/เออะ'ซเปอช่น, -ฌ่น/ *n.* การทำลายชื่อเสียง, การใส่ร้ายป้ายสี; **cast ~s on sb./sth.** ทำลายชื่อเสียงของ *ค.น./ส.น.*

asphalt /'æsfælt, US -fɔ:lt/'แอซแฟลทฺ, -ฟอลทฺ/ ❶ *n.* ยางมะตอย, แอสฟัลท์ *(ท.ศ.)* ❷ *v.t.* ลาดยางมะตอย

asphyxia /æs'fɪksɪə/แอซ'ฟิคเซีย/ *n., no pl.* *(Med.)* การขาดออกซิเจนในเลือด *(เป็นสาเหตุให้หมดสติหรือเสียชีวิต)*, อาการแน่นหน้าอกหายใจไม่ออก

asphyxiate /æ'sfɪksɪeɪt/เอซ'ฟิคซิเอท/ ❶ *v.t.* ทำให้หายใจไม่ออก; **be ~d by sth.** *ส.น.* ทำให้หายใจไม่ออก ❷ *v.i.* หายใจไม่ออก

asphyxiation /æsfɪksɪ'eɪʃn/แอซฟิคซิ'เอช่น/ *n. (Med.)* การหายใจไม่ออก; **death by ~:** เสียชีวิตเพราะการหายใจไม่ออก

aspic /'æspɪk/'แอซปิค/ *n. (jelly)* วุ้นที่เคี่ยวจากเนื้อ

aspidistra /æspɪ'dɪstrə/แอซปิ'ดิซเตรอะ/ *n.* *(Bot.)* ไม้ประดับสกุล *Aspidistra* มีใบยาวเรียว

aspirant /æ'spaɪərənt, 'æspərənt/เออะ'ซปายเออะเรินทฺ, 'แอซปิรินทฺ/ ❶ *adj.* ทะเยอทะยาน, อยากได้/อยากเป็น ❷ *n.* ผู้ทะเยอทะยาน, ผู้อยากได้/อยากเป็น; **an ~ to high office** ผู้อยากได้ตำแหน่งสูง

aspirate /'æspərət/'แอซเปอะเริท/ ❶ *adj.* *(Phonet.)* *(การออกเสียง)* ธนิต *(ร.บ.)*, ที่มีลมประกอบ, ที่เป็นเสียงตัว h ❷ *n. (Phonet.)* พยัญชนะที่ออกเสียงโดยมีลมประกอบ, การออกเสียงตัว h ❸ *v.t.* Ⓐ *(Phonet.)* ออกเสียงโดยมีลมประกอบ; Ⓑ *(draw by suction)* ดูดออก

aspiration /æspə'reɪʃn/แอซเปอะ'เรช่น/*n.* Ⓐ ความอยากได้อย่างแรงกล้า, ความทะเยอทะยาน; **your ~[s] for** *or* **after success** ความทะเยอทะยานที่จะประสบผลสำเร็จของคุณ; **have ~s to sth.** มีความปรารถนาอย่างแรงกล้าที่จะบรรลุถึง *ส.น.*; Ⓑ *(Phonet.)* เสียงที่ออกโดยมีลมประกอบ, ลักษณะธนิต

aspire /ə'spaɪə(r)/เออะ'ซปายเออะ(ร)/ *v.i.* มีความปรารถนา, ทะเยอทะยาน, ใฝ่ฝัน; **~ to** *or* **after sth.** มีความทะเยอทะยานอยากได้ *ส.น.*; **~ to be sth.** ใฝ่ฝันที่จะเป็น *ส.น.*; **I once ~d to be an actor** ครั้งหนึ่งฉันใฝ่ฝันอยากจะเป็นนักแสดง

aspirin /'æspərɪn/'แอซเปอะริน/ *n. (Med.)* ยาแอสไพริน *(ท.ศ.)* *(ใช้บรรเทาปวดและลดไข้)*

aspiring /ə'spaɪərɪŋ/เออะ'ซปายเออะริง/ *adj.* ใฝ่ฝัน, ทะเยอทะยาน

[1]ass /æs/แอซ/ ❶ *n. (Zool.)* ลา; *(fig.)* คนโง่; **make an ~ of oneself** ทำให้ตนเองดูโง่ทึ่ม ❷ *v.i. (coll.)* **~ about** *or* **around** ทำโง่ ๆ เซ่อ ๆ, เล่นซน

[2]ass *(Amer.)* ➡ **[1]arse**

assail /ə'seɪl/เออะ'เซล/ *v.t.* Ⓐ โจมตีอย่างเต็มกำลัง, รุกราน; Ⓑ *(fig.)* โจมตี, ระรานด้วยวาจา; **~ sb. with questions/insults** ระราน *ค.น.* ด้วยคำถาม/การเหยียดหยาม; **I was ~ed with doubts** ฉันรู้สึกถูกคุกคามด้วยความสงสัย; **the noise ~ed our ears** เสียงเสียดแทงแก้วหูของเรา

assailant /ə'seɪlənt/เออะ'เซเลินทฺ/ *n.* ผู้โจมตี

assassin /ə'sæsɪn, US -sn/เออะ'แซซิน, -ซ่น/ *n.* Ⓐ ฆาตกร, ผู้ลอบสังหาร; Ⓑ *(Hist.)* *กลุ่มมุสลิมที่ถูกส่งไปลอบฆ่าศัตรูในสงครามครูเสด*

assassinate /ə'sæsɪneɪt, US -sən-/เออะ'แซซิเนท/ *v.t.* ฆ่า, ลอบสังหาร; **be ~d** ถูกลอบฆ่า

assassination /əsæsɪ'neɪʃn, US -sə'neɪʃn/ เออะแซซิ'เนช่น, -เซอะ'เนช่น/ *n.* ฆาตกรรม, การลอบสังหาร; **~ attempt** การพยายามลอบฆ่า; ➡ **+ character assassination**

assault /ə'sɔ:lt/เออะ'ซอลทฺ/ ❶ *n.* Ⓐ การบุกโจมตี; *(fig.)* การต่อว่าโดยวาจา; *(euphem.: rape)* การกระทำชำเรา; **verbal ~s** การโจมตีด้วยวาจา; Ⓑ *(Mil.)* การจู่โจม; **~ craft** เรือจู่โจม; **~ course** สนามฝึกที่มีอุปสรรค; Ⓒ *(Law)* การทำร้ายร่างกาย; ➡ **+ battery B** ❷ *v.t.* Ⓐ *(lit. or fig.)* จู่โจม; *(euphem.: rape)* กระทำชำเรา; Ⓑ *(Mil.)* บุกโจมตี, จู่โจม

assay /ə'seɪ/เออะ'เซ, 'แอเซ/ ❶ *n.* Ⓐ การตรวจสอบคุณภาพโลหะหรือสินแร่; **A~ Office** สำนักงานตรวจสอบคุณภาพสินแร่; Ⓑ *(Chem.)* การวิเคราะห์สินแร่ ❷ *v.t.* Ⓐ ตรวจสอบคุณภาพโลหะ/สินแร่; Ⓑ *(Chem.)* วิเคราะห์สินแร่; Ⓒ *(show on ~)* แสดงส่วนประกอบ

assemblage /ə'semblɪdʒ/เออะ'เซ็มบลิจ/ *n.* Ⓐ *(of persons)* การชุมนุม; *(of things, persons)* การรวบรวม; Ⓑ *(process) (bringing together)* การรวบรวม; *(fitting together)* การประกอบเข้าด้วยกัน; *(coming together)* การมารวมกัน

assemble /ə'sembl/เออะ'เซ็มบ'ล/ ❶ *v.t.* Ⓐ การเรียกมาชุมนุม *(ฝูงชน)*; เก็บไว้ด้วยกัน, รวบรวม, ประกอบเข้าด้วยกัน *(ข้อมูล, สิ่งของ)*; **a team was ~d, and work began** หลังการรวบรวมทีมงานก็ได้ลงมือทำงาน; Ⓑ *(fit together)* ประกอบชิ้นส่วนเข้าด้วยกัน ❷ *v.i.* ประชุมกัน

assembly /ə'semblɪ/เออะ'เซ็มบลิ/ *n.* Ⓐ *(coming together, meeting, deliberative body)* สมัชชา, การชุมนุมกัน; *(in school)* การประชุมพร้อมหน้ากันประจำทุกเช้าของนักเรียนและอาจารย์; Ⓑ *(fitting together)* การประกอบเข้าด้วยกัน; Ⓒ *(assembled unit)* สิ่งที่ประกอบจากหลายส่วน

as'sembly line *n.* สายประกอบ; **work on an ~/be produced on ~:** ทำงาน/ผลิตภัณฑ์จากสายประกอบ

assent /ə'sent/เออะ'เซ็นทฺ/ ❶ *v.i.* ยอมรับ, แสดงความเห็นพ้อง; **~ to sth.** ยอมรับ *ส.น.* ❷ *n.* การยอมรับ, การตกลง; **royal ~:** การได้รับพระบรมราชานุญาต, พระราชบัญญัติทางรัฐสภา; **by common ~:** โดยการเห็นพ้องเป็นเอกฉันท์

assert /ə'sɜ:t/เออะ'เซิท/ *v.t.* Ⓐ ยืนยัน *(สิทธิ, ความเชื่อ)*; **~ oneself** ยืนยันสิทธิของตน หรือผลักดันตัวเอง; **~ one's rights** แสดงสิทธิของตน; Ⓑ *(declare)* ประกาศ *(ความบริสุทธิ์)*

assertion /ə'sɜ:ʃn/เออะ'เซอช่น/ *n.* Ⓐ การอ้างสิทธิ, การยืนยันสิทธิ; Ⓑ *(declaration)* การประกาศยืนยัน; **~ of innocence** การประกาศความบริสุทธิ์; **make an ~:** การประกาศยืนยัน

assertive /ə'sɜ:tɪv/เออะ'เซอทิว/ *adj.* ซึ่งเด็ดขาด, จริงจัง; *(บุคคล, น้ำเสียง, ท่าทาง)* ซึ่งแสดงความมั่นใจ; *(dogmatic)* ที่ยืนยันความคิดของตน

assertiveness /ə'sɜ:tɪvnɪs/เออะ'เซอทิวนิซ/ *n., no pl.* ความมั่นคง, ความเด็ดขาด, ความจริงจัง; *(dogmatism)* การยืนยันจุดยืนของตน

assess /ə'ses/เออะ'เซ็ซ/ *v.t.* Ⓐ *(evaluate)* ประเมิน; Ⓑ *(value)* ตีราคา *(ทรัพย์สิน)*; Ⓒ *(fix amount of)* กำหนดอัตรา *(ภาษี, ค่าปรับ)* **(at** ที่); Ⓓ *(tax)* ประเมินและตั้งอัตรา

assessment /ə'sesmənt/เออะ'เซ็ซเมินทฺ/ *n.* Ⓐ *(evaluation)* การประเมิน; Ⓑ *(valuation)* การตีราคา *(ทรัพย์สิน)*; Ⓒ *(fixing amount of damages or fine)* การกำหนดค่าปรับ; Ⓓ *(tax to be paid)* ภาษีที่จะต้องจ่าย

assessor /ə'sesə(r)/เออะ'เซ็ซเซอะ(ร)/ *n.* ➤ **489** Ⓐ *(tax inspector)* เจ้าหน้าที่ผู้ประเมินภาษี, ผู้ประเมิน; Ⓑ *(adviser to judge)* ผู้เชี่ยวชาญที่ให้คำปรึกษาต่อศาล

asset /'æset/'แอเซ็ท/ *n.* Ⓐ สินทรัพย์; **my [personal] ~s** สินทรัพย์ส่วนตัวของฉัน; Ⓑ *(fig.)* *(useful quality)* คุณสมบัติ

'asset-stripping *n. (Commerc.)* การเข้ายึดกิจการและแยกขายทรัพย์สินของบริษัทให้เกิดผลประโยชน์

asseverate /ə'sevəreɪt/เออะ'เซ็วเวอะเรท/ *v.t.* ยืนยัน, ประกาศอย่างหนักแน่น

asseveration /əsevə'reɪʃn/เออะเซ็วเวอะ'เรช่น/ *n.* การยืนยัน, การประกาศอย่างหนักแน่น

asshole /'æshəʊl/'แอซโฮล/ *(Amer.) (vulgar)* *n.* ไอ้คนงี่เง่า, ไอ้สารเลว

assiduity /æsɪ'dju:ɪtɪ, US -du:-/แอซิ'ดิวอิทิ, -ดู-/ *n.* Ⓐ *no pl. (diligence)* ความขยัน; *(conscientiousness)* ความหมั่นเพียร; Ⓑ *(obsequious attention)* ความเอาใจมากเกินไป

assiduous /ə'sɪdjʊəs, US -dʒʊəs/เออะ'ซิดดิวเอิซ, -จูเอิซ/ *adj.* Ⓐ *(diligent)* ขยัน; *(conscientious)* หมั่นเพียร; **we made ~ efforts** พวกเราได้ใช้ความพยายามหนักมาก; Ⓑ *(obsequiously attentive)* การเอาใจมากเกินไป

assiduously /ə'sɪdjʊəslɪ, US -dʒʊəslɪ/ เออะ'ซิดดิวเอิซลิ, -จูเอิซลิ/ *adv.* Ⓐ *(diligently)* อย่างขยัน, อย่างหมั่นเพียร; Ⓑ *(with obsequious attentiveness)* อย่างเอาใจมากเกินไป

assiduousness /ə'sɪdjʊəsnɪs/เออะ'ซิดดิวเอิซนิซ/ ➡ **assiduity A**

assign /ə'saɪn/เออะ'ซายนฺ/ ❶ *v.t.* Ⓐ *(allot)* **~ sth. to sb.** มอบหมาย *ส.น.* ให้แก่ *ค.น.*; **the teacher has ~ed each of us a holiday task** ครูได้มอบหมายงานให้พวกเราแต่ละคนทำในช่วงหยุดเรียน; Ⓑ *(appoint)* แต่งตั้ง, มอบหมาย; **~ sb. to a job/task** แต่งตั้ง *ค.น.* ให้ทำงาน/ปฏิบัติภารกิจ; **~ sb. to do sth.** มอบหมายให้ *ค.น.* ทำ *ส.น.*; **~ sb. to a post** แต่งตั้ง *ค.น.* ให้ดำรงตำแหน่ง; Ⓒ *(specify)* กำหนด *(สมัย, วันที่, สถานที่, เหตุผล)*; Ⓓ *(ascribe)* อ้างมูลเหตุ; **~ a cause to sth.** อ้างมูลเหตุสำหรับ *ส.น.*; **~ an event to a date** ให้วันที่กับเหตุการณ์ใดเหตุการณ์หนึ่ง ❷ *n. (Law)* ผู้รับโอนทรัพย์สินอย่างถูกต้องตามกฎหมาย

assignable /ə'saɪnəbl/เออะ'ซายเนอะบ'ล/ *adj.* Ⓐ *(allottable)* ที่กำหนดส่วนแบ่งให้ได้, แจกจ่ายได้; **be ~ to sb.** กำหนดส่วนแบ่งให้แก่ *ค.น.* ได้; Ⓑ *(specifiable)* กำหนดแน่นอนได้; Ⓒ *(ascribable)* อ้างมูลเหตุได้, การให้ที่มา

assignation /æsɪg'neɪʃn/แอซิก'เนช่น/ *n.* Ⓐ *(appointment)* **sb.'s ~ to a job/task** การแต่งตั้ง *ค.น.* ให้ทำงาน/ปฏิบัติภารกิจ; **sb.'s ~**

a

to a post การแต่งตั้ง *ค.น.* ให้ดำรงตำแหน่ง; Ⓑ *(allotment)* การกำหนดส่วนแบ่ง, การจัดสรรปันส่วน; *(of property)* การแบ่งทรัพย์สิน; Ⓒ *(attribution)* การอ้างมูลเหตุ, การให้ที่มา; Ⓓ *(Amer.: illicit lovers' meeting)* การลอบพบกันของคู่รัก

assignee /æsaɪ'niː/แอไซ'นี/ *n.* Ⓐ *(agent)* ตัวแทน, ผู้แทน; Ⓑ ➡ **assign** 2

assignment /ə'saɪnmənt/เออะ'ซายนฺเมินทฺ/ *n.* Ⓐ *(allotment)* การแบ่งสรรปันส่วน; *(of property)* การแบ่งทรัพย์สิน; *(document)* การโอนเอกสาร; Ⓑ *(task)* งาน, ภารกิจ; *(Amer. Sch. and Univ.)* การบ้าน; Ⓒ *(attribution) (of date)* การกำหนดวันที่; *(of reason, cause)* การอ้างมูลเหตุ

assimilate /ə'sɪmɪleɪt/เออะ'ซิมมิเลท/ *v.t.* Ⓐ *(make like)* ทำให้เหมือน, ทำให้กลมกลืน; **~ sth. with** *or* **to sth.** ทำ *ส.น.* ให้เหมือนกับ *ส.น.*; Ⓑ *(absorb) (Biol.)* ดูดซึม *(อาหาร ฯลฯ)* เข้าไปในร่างกาย; Ⓒ *(fig.) (of information, influences, etc.)* รับ; Ⓓ *(Ling.)* ทำให้เสียงของคำสอดคล้องกัน

assimilation /əsɪmɪ'leɪʃn/เออะซิมมิ'เลช'น/ *n.* Ⓐ *(making or becoming like)* การทำให้เหมือน, การกลมกลืน (**to, with** กับ); Ⓑ *(Biol.: absorbing)* การดูดซึม; Ⓒ *(fig.) (of information, influences, etc.)* การรับ; Ⓓ *(Ling.)* การกลมกลืนเสียง

assist /ə'sɪst/เออะ'ซิซทฺ/ ❶ *v.t. (help)* ช่วยเหลือ; **~ sb. to do** *or* **in doing sth.** ช่วยเหลือ *ค.น.* ทำ/ในการทำ *ส.น.*; **~ sb. with sth.** ช่วยเหลือ *ค.น.* กับ *ส.น.* ❷ *v.i.* Ⓐ *(help)* ช่วยเหลือ; **~ with sth./in doing sth.** ช่วยเหลือกับ *ส.น.*/ในการทำ *ส.น.*; Ⓑ *(take part)* เข้าร่วม; **~ in sth.** เข้าร่วมในการทำ *ส.น.* **~ at the ceremony** ไปร่วมงานพิธี

assistance /ə'sɪstəns/เออะ'ซิซเตินซฺ/ *n., no pl.* ความช่วยเหลือ; **give ~ to sb.** ให้ความช่วยเหลือแก่ *ค.น.*; **be of ~ [to sb.]** ช่วยเหลือ [*ค.น.*]

assistant /ə'sɪstənt/เออะ'ซิซเตินทฺ/ ➤ 489 ❶ *n. (helper)* ผู้ช่วย; *(subordinate)* ลูกน้อง; *(of professor, artist)* ผู้ช่วย; *(in shop)* พนักงานขายของ ❷ *attrib. adj.* **~ manager** ผู้ช่วยผู้จัดการ; **~ editor** ผู้ช่วยบรรณาธิการ; **~ professor** *(Amer.)* ผู้ช่วยศาสตราจารย์

assizes /ə'saɪzɪz/เออะ'ซายซิซ/ *n. pl. (Brit. Law Hist.)* ศาลที่มีการพิจารณาคดีแพ่งและคดีอาญาเป็นระยะ ๆ ในแต่ละเมืองใหญ่ของอังกฤษ

associate /ə'səʊʃɪət/เออะ'โซชิเอท, -ซิเอท/ ❶ *n.* Ⓐ *(partner)* หุ้นส่วน, ภาคี; *(colleague)* เพื่อนร่วมงาน; *(companion)* เพื่อนเดินทาง, สหาย; *(of gangster)* ผู้มีส่วนร่วมกระทำ; Ⓑ *(subordinate member)* สมาชิกสมทบ, สมาชิกเสริม
❷ *adj.* ➤ 489 เกี่ยวข้อง; *(allied)* เกี่ยวพันกัน, สมทบ; **~ judge** ผู้พิพากษาสมทบ; **~ professor** *(Amer.)* รองศาสตราจารย์
❸ /ə'səʊʃɪeɪt, ə'səʊsɪeɪt/เออะ'โซชิเอท, เออะ'โซซิเอท/ *v.t.* Ⓐ *(join)* รวบรวม, เชื่อมโยง; **be ~d** เป็นหุ้นส่วนกัน; Ⓑ *(connect in the mind)* เชื่อมโยง; **~ sth. with sth.** เชื่อมโยง *ส.น.* กับอีก *ส.น.*; Ⓒ **~ oneself with sth.** ทำให้ตนเกี่ยวข้องกับ *ส.น.* ❹ *v.i.* **~ with sb.** เกี่ยวข้อง/พัวพันกับ *ค.น.*; *(for common purpose)* รวมกันเพื่อจุดประสงค์ร่วม

associateship /ə'səʊʃɪətʃɪp/เออะ'โซเชียทชิพ/ *n.* สมาชิกภาพสมทบ

association /əsəʊsɪ'eɪʃn/เออะโซซิ'เอช'น/ *n.* Ⓐ *(organization)* สมาคม, สนธิการ *(ร.บ.)*; **an ~ of residents** สมาคมผู้อยู่อาศัย; **articles** *or* **deeds of ~**: กฎข้อบังคับ; Ⓑ *(mental connection)* การนึกถึง, การเชื่อมโยง; **~ of ideas** การเชื่อมโยงความคิด; **have ~s for sb.** ทำให้ *ค.น.* ระลึกถึง; Ⓒ **A~ football** *(Brit.)* ฟุตบอล; Ⓓ *(connection)* การติดต่อ; Ⓔ *(contact with people)* การสัมผัส; *(cooperation)* การร่วมงาน; **business ~**: การทำธุรกิจร่วม

associative /ə'səʊʃɪətɪv/เออะ'โซเชียทิว/ *adj.* ที่เชื่อมโยง

assonance /'æsənəns/'แอเซอะเนินซฺ/ *n. (Pros.)* สัมผัสสระ, สัมผัสอักษร

assorted /ə'sɔːtɪd/เออะ'ซอทิด/ *adj. (ขนม, สิ่งของ)* ปะปน, คละกัน, หลากหลาย; **an ~ bunch of people** กลุ่มคนที่หลากหลาย; ➡ + **ill-assorted**

assortment /ə'sɔːtmənt/เออะ'ซอทเมินทฺ/ *n.* กลุ่มสิ่งของนานาประเภท, คนหลายจำพวก; **a good ~ of hats [to choose from]** หมวกหลากหลายประเภท [ให้เลือก]; **an ~ of ideas** ความคิดนานาประการผสมผสานกัน; **an odd ~ of players** กลุ่มนักแสดงหลากหลาย

Asst. *abbr.* **Assistant** ผช.

assuage /æ'sweɪdʒ/เออะ'ซเวจ/ *v.t.* บรรเทา; *(soothe)* ปลอบโยน *(บุคคล)*; บำบัด *(ความเจ็บปวด, ปัญหา)*

assume /ə'sjuːm, US ə'suːm/เออะ'ซิวมฺ/ *v.t.* Ⓐ คาดว่า, ถือว่า, สันนิษฐาน; **~ sb.'s innocence** ถือว่า *ค.น.* บริสุทธิ์; **he's not so stupid as we ~d him to be** เขาไม่ได้โง่อย่างที่เราคาดไว้; Ⓑ *(undertake)* เข้าครอง, รับ *(ตำแหน่ง, หน้าที่)*; Ⓒ *(take on)* ใช้ *(ชื่อ)*; เริ่มมี *(บทบาท, ลักษณะ)*; กลายเป็น *(เรื่องใหญ่)*; **under an ~d name** ใช้นามปากกา, ใช้ชื่อปลอม; Ⓓ *(formal: put on oneself)* สวมใส่ *(จีวร, ผ้าทรง)*; Ⓔ *(simulate)* หลอก, แกล้งทำ, เสแสร้ง *(เป็นมิตร, ความสนใจ)*

assuming /ə'sjuːmɪŋ/เออะ'ซิวมิง/ *adj.* Ⓐ **~ that ...**: สมมติว่า...; Ⓑ *(presumptuous)* ทึกทัก

assumption /ə'sʌmpʃn/เออะ'ซัมพฺช'น/ *n.* Ⓐ ข้อสมมติฐาน, มูลบท, การถือว่า; **going on the ~ that ...**: ถ้ายึดสมมติฐานว่า...; Ⓑ *(undertaking)* การรับรอง, การเข้าครอง; **~ of power/office** การเข้าครองอำนาจ/ตำแหน่ง; Ⓒ *(simulation)* การหลอกลวง, การเสแสร้ง; *(of look, air)* การทำเป็นว่า; **with an ~ of indifference** ด้วยการแสร้งทำเป็นไม่ใส่ใจ; Ⓓ **the A~** *(Relig.)* วันฉลองวันที่พระแม่มารีเสด็จสู่สวรรค์

assurance /ə'ʃʊərəns/เออะ'ชัวเรินซฺ/ *n.* Ⓐ คำสัญญา, การประกัน; **I give you my ~ that ...**: ฉันขอรับประกันกับคุณว่า...; **I can give you no ~ that ...**: ฉันไม่อาจสัญญากับคุณได้ว่า...; Ⓑ *no pl. (self-confidence)* ความมั่นใจในตัวเอง; Ⓒ *no pl. (certainty)* ความแน่นอน; Ⓓ *no pl. (impudence)* ความอวดดี, ความทะลึ่ง; Ⓔ *no pl. (Brit.: insurance)* การประกัน

assure /ə'ʃʊə(r)/เออะ'ชัว(ร)/ *v.t.* Ⓐ รับรอง, รับประกัน, สัญญา; **you're safe now, I ~ you** ขณะนี้คุณปลอดภัยแล้ว ฉันขอรับประกัน; **~ sb. of sth.** รับประกัน *ค.น.* เกี่ยวกับ *ส.น.*; Ⓑ *(convince)* **~ sb./oneself** ทำให้ *ค.น.*/ตนเองเชื่อมั่น; Ⓒ *(make certain or safe)* รับประกัน; Ⓓ *(Brit.: insure)* ประกัน

assured /ə'ʃʊərd/เออะ'ชัวดฺ/ *adj. (สิ่ง, ความสำเร็จ)* แน่นอน; **be ~ of sth.** มั่นใจใน *ส.น.*

assuredly /ə'ʃʊəːrɪdlɪ/เออะ'ชัวริดลิ/ *adv.* อย่างแน่นอน, อย่างมั่นใจ

Assyrian /ə'sɪrɪən/เออะ'ซิเรียน/ ❶ *adj.* แห่งอัสซีเรีย *(ประเทศโบราณ ซึ่งปัจจุบันเป็นประเทศอิรัก)* ❷ *n.* ชาวอัสซีเรีย

aster /'æstə(r)/'แอซเตอะ(ร)/ *n.* ไม้ดอกในสกุล *Aster* คล้ายเดซี่; **China ~**: ดอกเบญจมาศหรือดอกเก๊กฮวย *Callistephus chinensis*

asterisk /'æstərɪsk/'แอซเตอะริซคฺ/ ❶ *n.* เครื่องหมายดอกจัน ❷ *v.t.* เติมเครื่องหมายดอกจัน

astern /ə'stɜːn/เออะ'ซเติน/ *adv. (Naut., Aeronaut.)* ทางด้านหลัง, ทางท้าย; **~ of sth.** ข้างหลัง *ส.น.*; **full speed ~!** ถอยหลังเต็มตัว, ไปด้านหลังเต็มฝีจักร; **go ~**: ถอยหลัง; **fall ~**: จมลงทางด้านท้าย

asteroid /'æstərɔɪd/'แอซเตอะรอยดฺ/ *n. (Astron.)* ดาวพระเคราะห์น้อยที่โคจรรอบดวงอาทิตย์

asthma /'æsmə, US 'æzmə/แอซเมอะ, 'แอซเมอะ/ *n.* ➤ 453 *(Med.)* โรคหอบหืด

asthmatic /æs'mætɪk/แอซ'แมทิค/ *(Med.)* ❶ *adj.* เป็นหอบหืด, เกี่ยวกับหอบหืด ❷ *n.* คนเป็นโรคหอบหืด

astigmatism /ə'stɪgmətɪzem/เออะ'ซติกเมอะทิซ'ม/ *n. (Med., Optics)* พร่าตา, ลักษณะบกพร่องของสายตาหรือเลนส์ เมื่อรังสีแสงไม่ไปรวมกันที่จุดโฟกัส

astir /ə'stɜː(r)/เออะ'ซเตอะ(ร)/ *pred. adj.* เคลื่อนไหว, เดินเหิรไปมา; *(out of bed)* ตื่นขึ้น; *(excited)* ตื่นตัว, ตื่นเต้น

astonish /ə'stɒnɪʃ/เออะ'ซตอนิช/ *v.t.* ทำให้แปลกใจ, ทำให้ประหลาดใจ; **you ~ me** *(iron.)* คุณทำให้ฉันแปลกใจจริง ๆ; **he was ~ed to hear that ...**: เขาประหลาดใจที่ได้ยินว่า...

astonishing /ə'stɒnɪʃɪŋ/เออะ'ซตอนิชิง/ *adj.* น่าประหลาดใจ, น่าอัศจรรย์ใจ

astonishingly /ə'stɒnɪʃɪŋlɪ/เออะ'ซตอนิชิงลิ/ *adv.* อย่างน่าประหลาดใจ, อย่างน่าอัศจรรย์; *(as sentence-modifier)* **~ [enough], no one has yet ...**: น่าประหลาดใจที่ยังไม่มีใคร...

astonishment /ə'stɒnɪʃmənt/เออะ'ซตอนิชเมินทฺ/ *n., no pl.* ความประหลาดใจ, ความมหัศจรรย์; **in utter ~**: ด้วยความประหลาดใจอย่างที่สุด

astound /ə'staʊnd/เออะ'ซตาวนฺดฺ/ *v.t.* ทำให้พิศวง, ทำให้อัศจรรย์ใจ; **you ~ me** *(iron.)* คุณทำให้ฉันประหลาดใจแท้

astounding /ə'staʊndɪŋ/เออะ'ซตาวนฺดิง/ *adj.* น่าพิศวง, น่าประหลาดใจ

astrakhan /æstrə'kæn, US 'æstrəkən/แอซเตรอะ'แคน, 'แอซเตรอะเคิน/ *n. (fleece, cloth)* ขนลูกแกะ *(จากรัฐอัสตราคาน)*

astral /'æstrl/'แอซเตริล/ *adj.* แห่งดวงดาว; **~ body** เจตภูติ, ทิพยกาย, ร่างที่สองของมนุษย์ซึ่งจับต้องไม่ได้; **~ spirits** ปีศาจแห่งดวงดาว

astray /ə'streɪ/เออะ'ซเตร/ ❶ *adv.* หลงไปในทางผิด, เชือนแช; **sb. goes ~**: *ค.น.* หลงทาง; **sth. goes ~** *(is mislaid) ส.น.* ถูกวางไว้ผิดที่; *(is lost) ส.น.* หายไป; **lead ~**: พาไปทางผิด; **go/lead ~** *(fig.)* หันเห/ชักจูงไปในทางผิด ❷ *pred. adj.* **be ~**: หลงทาง, หลงผิด; *(fig.: be in error)* ผิดพลาด; *(ใบเสร็จรับเงิน)* คำนวณผิด

astride /ə'straɪd/เออะ'ซตฺรายดฺ/ ❶ *adv. (นั่ง)* คร่อม; *(ยืน)* ถ่างขา; **with one's legs ~**:

a

ยืนถ่างขา; ~ **of sth.** คร่อมอยู่บน *ส.น.* ❷ *prep.* Ⓐ คร่อมอยู่บน; Ⓑ *(extending across)* ถ่างออกทั้งสองด้าน

astringency /əˈstrɪndʒənsɪ/เออะ'ซตฺรินเจินซิ/ *n., no pl.* ความคม, ความเข้ม; *(of wine, fruit)* ความเปรี้ยว, ความฝาด; *(severity)* ความรุนแรง, ความเข้มงวด; *(of judgement)* ความขึงขัง, ความจริงจัง

astringent /əˈstrɪndʒənt/เออะ'ซตฺรินเจินทฺ/ ❶ *adj.* Ⓐ *(ผลไม้, ไวน์)* เปรี้ยว, ฝาด; *(รส, คำพูด)* เข้ม, แรง, แหลม, คม; Ⓑ *(styptic)* สมาน; *(Med.)* ระงับการไหลของโลหิต, ห้ามเลือดได้; Ⓒ *(severe)* รุนแรง, กัด, เด็ดขาด ❷ *n.* ยาสมานแผล, ยาห้ามเลือด

astro- /æstrəʊ/แอซโตฺร/ *in comb.* เกี่ยวกับจักรวาลศาสตร์

astrologer /əˈstrɒlədʒə(r)/เออะ'ซตฺรอเลอะเจอะ(ร)/ *n.* ➤ 489 โหร, หมอดู

astrological /æstrəˈlɒdʒɪkl/แอซเตฺรอะ'ลอจิค'ล/ *adj.* เกี่ยวกับโหราศาสตร์

astrology /əˈstrɒlədʒɪ/เออะ'ซตฺรอเลอะจิ/ *n., no pl.* โหราศาสตร์

astronaut /ˈæstrənɔːt/'แอซเตฺรอะ'นอท/ *n.* ➤ 489 นักบินอวกาศ

astronautical /æstrəˈnɔːtɪkl/แอซเตฺรอะ'นอทิค'ล/ *adj.* เกี่ยวกับอวกาศ, เกี่ยวกับมนุษย์อวกาศ; ~ **research** การวิจัยเกี่ยวกับอวกาศ; ~ **engineering** วิศวกรรมศาสตร์ด้านอวกาศ

astronautics /æstrəˈnɔːtɪks/แอซเตฺรอะ'นอทิคซฺ/ *n., no pl.* ศาสตร์ว่าด้วยการเดินทางไปยังอวกาศ

astronomer /əˈstrɒnəmə(r)/เออะ'ซตฺรอเนอะเมอะ(ร)/ *n.* ➤ 489 นักดาราศาสตร์

astronomical /æstrəˈnɒmɪkl/แอซเตฺรอะ'นอมิค'ล/ *adj.*, **astronomically** /æstrəˈnɒmɪkəlɪ/แอซเตฺรอะนอมิเคอะลิ/ *adv. (lit.)* [อย่าง] [แห่ง] ดาราศาสตร์; *(fig.)* มหาศาล; ~ **expensive** แพงลิ่ว

astronomy /əˈstrɒnəmɪ/เออะ'ซตฺรอเนอะมิ/ *n., no pl.* ดาราศาสตร์

astrophysical /æstrəʊˈfɪzɪkl/แอซโตฺร'ฟิซิค'ล/ *adj.* เกี่ยวกับสสารและพลังงานของดวงดาว

astrophysicist /æstrəʊˈfɪzɪsɪst/แอซโตฺร'ฟิซิซิซทฺ/ *n.* ➤ 489 นักดาราศาสตร์ผู้วิจัยเกี่ยวกับสสารและพลังงานของดวงดาว

astrophysics /æstrəʊˈfɪzɪks/แอซโตฺร'ฟิซิคซฺ/ *n., no pl.* ดาราศาสตร์สาขาที่ศึกษาเกี่ยวกับสสารและพลังงานของฟากฟ้า

astute /əˈstjuːt, US əˈstuːt/เออะ'ซติวทฺ, เออะ'ซตูทฺ/ *adj.* ฉลาด, แหลมคม; *(skilful)* คล่องแคล่ว, ชำนาญ

astutely /əˈstjuːtlɪ, US əˈstuːtlɪ/เออะ'ซติวทฺลิ, เออะ'ซทูทลิ/ *adv.* อย่างฉลาด, อย่างแหลมคม; *(skilfully)* อย่างคล่องแคล่ว, อย่างชำนาญ, อย่างสามารถ

astuteness /əˈstjuːtnɪs/เออะ'ซติวทนิซ/ *n., no pl.* ความฉลาด, ความแหลมคม; *(skill)* ความชำนาญ

asunder /əˈsʌndə(r)/เออะ'ซันเดอะ(ร)/ *adv. (literary)* อย่างแยกพรากจากกัน; **tear sth.** ~: ฉีก *ส.น.* ให้ขาด

asylum /əˈsaɪləm/เออะ'ซายเลิม/ *n.* ที่ลี้ภัย; **grant sb.** ~: ให้ที่ลี้ภัยแก่ *ค.น.*; **seek** ~: ขอลี้ภัย; **political** ~: การลี้ภัยทางการเมือง; *attrib.* ~ **seeker** ผู้ลี้ภัย

asymmetric /eɪsɪˈmetrɪk/เอซิ'เม็ททฺริค/, **asymmetrical** /eɪsɪˈmetrɪkl/เอซิ'เม็ททฺริค'ล/ *adj.* [โดย] สองข้างไม่เหมือนกัน, [อย่าง] ไม่เท่ากัน, [โดย] ไม่สมดุล; **asymmetric bars** *(Sport)* บาร์ต่างระดับ

asymmetry /eɪˈsɪmɪtrɪ, æˈsɪmɪtrɪ/เอ'ซิมมิทฺริ, แอ-/ *n.* อสมมาตร *(ร.บ.)*, ความไม่สมส่วน, ความไม่เท่ากันสองข้าง, ความไม่สมดุล

asymptomatic /eɪsɪmptəˈmætɪk/เอซิมพฺเทอะ'แมทิค/ *adj. (โรค)* ที่ไม่แสดงอาการ

asynchronous /eɪˈsɪŋkrənəs/เอ'ซิงเครอะเนิซ/ *adj.* ไม่พร้อมกัน, ไม่ได้ไปด้วยกัน; อสมวาร *(ร.บ.)*; ~ **motor** มอเตอร์กระแสไฟฟ้าสลับ

at /ət *stressed* æt/เอิท, แอท/ ➤ 78 *prep.* Ⓐ *expr. place* ที่; ~ **the station** ที่สถานี *(รถไฟ)*; ~ **the baker's/butcher's/grocer's** ที่ร้านขายขนมปัง/ร้านขายเนื้อ/ร้านของชำ; ~ **the chemist's** ที่ร้านขายยา; ~ **the supermarket** ที่ซุปเปอร์มาร์เก็ต; ~ **my mother's** ที่บ้านคุณแม่ของฉัน; ~ **home** ที่บ้าน; ~ **the party** ที่งานเลี้ยง; ~ **the office/hotel** ที่ที่ทำงาน/โรงแรม; ~ **school** ที่โรงเรียน; **Dover** ที่โดเวอร์; Ⓑ ➤ 177 *expr. time* ~ **Christmas/Easter** ช่วงเทศกาลคริสต์มาส/อีสเตอร์; ~ **six o'clock** ตอนหกโมง *หรือ* เวลาหกนาฬิกา; ~ **midnight** ตอนเที่ยงคืน *หรือ* เวลายี่สิบสี่นาฬิกา; ~ **midday** ตอนเที่ยงวัน, เวลาสิบสองนาฬิกา; ~ **dawn** ยามอรุณรุ่ง; ~ **[the age of] 40** เมื่ออายุ 40; ~ **this/the moment** ในขณะนี้; ~ **any time** ในเวลาใดก็ตาม *หรือ* เมื่อไรก็ได้; ~ **irregular intervals** เป็นช่วง ๆ; ~ **the first attempt** เมื่อพยายามครั้งแรก; Ⓒ *expr. price* ~ **£2.50 [each]** ในราคาชิ้นละ 2.50 ปอนด์; **petrol is charged** ~ **£1 per mile** คิดค่าน้ำมันไมล์ละ 1 ปอนด์; Ⓓ **she's still '~ it** เธอยังคงทำอยู่นั่นแหละ; **while we're/you're** *etc.* **'~ it** เนื่องจากพวกเรา/คุณ ฯลฯ กำลังทำสิ่งนั้นอยู่; **so while I was '~ it, ...:** แล้วในขณะที่ฉันทำมันอยู่; ~ **that** *(at that point)* ณ บัดนั้น, ในขณะนั้น; *(at that provocation)* ด้วยเหตุนั้น; *(moreover)* นอกจากนี้; *(nevertheless)* อย่างไรก็ตาม; **this is where it's** ~ *(coll.)* ที่นี่กำลัง 'ฮอต' มาก

atavism /ˈætəvɪzm/'แอเทอะวิซ'ม/ *n.* การย้อนสายพันธุ์, ความคล้ายคลึงข้ามช่วงชั้น

atavistic /ætəˈvɪstɪk/แอเทอะ'วิซติค/ *adj.* กลายพันธุ์

ataxia /əˈtæksɪə/เออะ'แทคเซีย/ *n., no pl. (Med.)* การสูญเสียสมรรถนะในการควบคุมการเคลื่อนไหวของร่างกาย; **locomotor** ~: การเคลื่อนไหวของร่างกายที่ไม่ประสานกัน

ate ➡ **eat**

atheism /ˈeɪθɪɪzm/'เอธิอิซ'ม/ *n., no pl.* อเทวนิยม *(ร.บ.)*, การปฏิเสธการมีอยู่ของพระเจ้า

atheist /ˈeɪθɪɪst/'เอธิอิซทฺ/ *n.* คนถือลัทธิอเทวนิยม

Athenian /əˈθiːnɪən/เออะ'ธีเนียน/ ❶ *adj.* แห่งเอเธนส์; **the** ~ **people** ประชาชนชาวเอเธนส์; ~ **history** ประวัติศาสตร์เอเธนส์ ❷ *n.* ชาวเอเธนส์

Athens /ˈæθɪnz/'แอธินซฺ/ *pr. n.* นครเอเธนส์ *(นครหลวงของประเทศกรีซโบราณและปัจจุบัน)*

atherosclerosis /æθərəʊskləˈrəʊsɪs/แอเธอะโรซเกลอะ'โรซิซ/ *n., pl.* **atheroscleroses** /æθərəʊskləˈrəʊsiːz/แอเธอะโรซเกลอะ'โรซีซ/ *(Med.)* โรคเส้นเลือดเสื่อมเนื่องจากผนังด้านในมีไขมันจับเป็นแผ่น

athlete /ˈæθliːt/'แอธลีท/ *n.* นักกีฬา, นักกรีฑา; *(runner, jumper)* นักวิ่ง, นักกระโดด; ~**'s foot** ➤ 453 *(Med.)* โรคน้ำกัดเท้า

athletic /æθˈletɪk/แอธ'เล็ททิค/ *adj.* เกี่ยวกับกีฬา, เกี่ยวกับกรีฑา; *(robust)* แข็งแรง; ~ **sports** กรีฑาทั้งประเภทลู่และลาน; **any reasonably** ~ **person** คนที่มีความเป็นนักกีฬาพอสมควร; **the goalkeeper made an** ~ **save** ผู้รักษาประตูได้กระโดดป้องกันประตูอย่างโลดโผน

athletically /æθˈletɪklɪ/แอธ'เล็ททิคลิ/ *adv.* อย่างนักกีฬา, อย่างแข็งแรง

athleticism /æθˈletɪsɪzm/แอธ'เล็ททิซิซ'ม/ *n., no pl.* พฤติกรรมด้านการกีฬา, ความเป็นนักกีฬา

athletics /æθˈletɪks/แอธ'เล็ททิคซฺ/ *n., no pl.* Ⓐ กรีฑาทั้งประเภทลู่และลาน; Ⓑ *(Amer.: physical sports)* กีฬา

at-'home *n.* วันที่กำหนดต้อนรับเพื่อนอย่างกันเองที่บ้านเป็นประจำ

athwart /əˈθwɔːt/เออะ'ธวอท/ ❶ *adv.* Ⓐ *(literary: from side to side)* จากด้านหนึ่งไปอีกด้านหนึ่ง; Ⓑ *(Naut.)* จากด้านข้าง, ทางขวาง ❷ *prep.* Ⓐ *(literary: from side to side of)* จากด้านหนึ่งไปยังอีกด้านหนึ่ง; Ⓑ *(Naut.)* จากด้านข้าง, ขวางกับ, ตรงข้ามกับ

Atlantic /ətˈlæntɪk/เอิท'แลนทิค/ ❶ *adj.* แห่งแอตแลนติก; ~ **Ocean** มหาสมุทรแอตแลนติก; ~ **coast** ชายฝั่งแอตแลนติก ❷ *pr. n.* มหาสมุทรแอตแลนติก

atlas /ˈætləs/'แอทเลิซ/ *n.* Ⓐ *(Geog.)* สมุดแผนที่; Ⓑ *(Anat.)* กระดูกสันหลังส่วนคอที่เชื่อมกับกระโหลกศีรษะ; ~ **of the world** สมุดแผนที่โลก

ATM *abbr.* **automated teller machine** เครื่องเอทีเอ็ม

atmosphere /ˈætməsfɪə(r)/'แอทเมิซเฟีย(ร)/ *n.* Ⓐ *(lit. or fig.)* บรรยากาศ; **the** ~ **of the Earth** บรรยากาศที่ห่อหุ้มโลก; Ⓑ *(air in a place)* อากาศ ณ บริเวณนั้น ๆ

atmospheric /ætməsˈferɪk/แอทเมิซ'เฟะริค/ *adj.* Ⓐ เกี่ยวกับบรรยากาศ; ~ **moisture** ความชื้นในอากาศ; Ⓑ *(fig.: evocative)* มีบรรยากาศดี

atmospherics /ætməsˈferɪks/แอทเมิซ'เฟะริคซฺ/ *n. pl. (Radio)* คลื่นระส่ำ, คลื่นรบกวน, คลื่นไฟฟ้าในบรรยากาศ

atoll /ˈætɒl/'แอทอล/ *n.* เกาะหินปะการังรูปโค้ง มีทะเลสาบอยู่ส่วนกลาง

atom /ˈætəm/'แอเทิม/ *n.* Ⓐ อะตอม *(ท.ศ.)*; Ⓑ *(fig.)* **not an** ~ **of truth** ไม่มีความจริงแม้แต่สักน้อยนิด; **not a single** ~ **of evidence** ไม่มีหลักฐานเลยแม้แต่น้อย

'atom bomb ➡ **atomic bomb**

atomic /əˈtɒmɪk/เออะ'ทอมิค/ *adj. (Phys.)* เกี่ยวกับปรมาณู, เกี่ยวกับอะตอม

atomic: ~ **'bomb** *n.* ระเบิดปรมาณู; ~ **'energy** *n., no pl.* พลังงานปรมาณู; ~ **'mass** ➡ ~ **weight**; ~ **'number** *n. (Phys., Chem.)* จำนวนโปรตอนในนิวเคลียสของอะตอม; ~ **'power** *n., no pl.* พลังปรมาณู, พลังนิวเคลียร์; ~ **'warfare** *n., no pl.* สงครามปรมาณู; **'weight** *n. (Phys., Chem.)* น้ำหนักมวลอะตอม

atomization /ætəmaɪˈzeɪʃn/แอเทอะไม'เซช'น/ *n.* การแตกเป็นอะตอมหรือเป็นชิ้นเล็กชิ้นน้อย; *(of liquid)* การฉีดเป็นฝอย

atomize /ˈætəmaɪz/'แอเทอะมายซฺ/ *v.t.* ทำให้แตกเป็นอะตอม; ฉีดเป็นสเปรย์

At (ที่, ตอน)

Where? (ที่ไหน)

ที่ *or* ตรง describes position:

at the corner of the street = ที่หัวมุมถนน
at the side = ตรงด้านข้าง
at the royal court = ที่/ตรงวังหลวง
at the top/bottom = ที่ด้านบน/ด้านล่าง
at the top of the pile = ที่ข้างบนของกอง
at the front/back = ที่ด้านหน้า/ด้านหลัง
at the bottom of page 4 = ที่/ตรงด้านล่างของหน้า 4
at the back of the house = ที่ด้านหลังบ้าน

When referring to some one's house or shop, ที่ is used and the word บ้าน *or* ร้าน are included:

at my uncle's = ที่บ้านลุงของฉัน
at the baker's = ที่ร้านขนมปัง
at the Robinsons = ที่บ้านพวกโรบินสัน
at Woolworth's = ที่ร้านวูลเวิร์ท

In the case of buildings, หน้า indicates the general area (including outside), while ข้างใน is used for the inside:

We met at the theatre *(i.e. inside)* = พวกเราเจอกันข้างในโรงละคร
We met at the theatre *(i.e. inside/just outside)* = เราเจอกันข้างใน/หน้าโรงละคร

ที่ is also often used for a place of work:

He works at the bank = เขาทำงานที่ธนาคาร
at the office = ที่ที่ทำงาน

but in the case of most offices and shops it is ใน:

at the bookshop = ในร้านหนังสือ
at the travel agent's = ในบริษัททัวร์
at the supermarket = ในซุปเปอร์มาร์เก็ต

The preposition is omitted in the certain cases:

[be] at school = [อยู่] โรงเรียน
at a party = ไปงาน
[be]at university = [อยู่] มหาวิทยาลัย

With place names, use ที่:

You have to change at Pattaya = คุณต้องเปลี่ยน (รถไฟ/รถประจำทาง) ที่พัทยา

When? (เมื่อไร)

With time, at is translated by ตอน:

at 9 a.m. = ตอน 9.00 น.
at 9 p.m. = ตอน 3 ทุ่ม
at midday/midnight = ตอนเที่ยงวัน/เที่ยงคืน
at a late hour = ตอนดึก
at night = ตอนกลางคืน
at sunrise/sunset = ตอนที่พระอาทิตย์ขึ้น/พระอาทิตย์ตก

It is also used with religious festivals, and some other time expressions:

She's coming at Christmas/Easter = เธอจะมาตอนคริสต์มาส/อีสเตอร์
at this moment = ตอนนี้
at any moment or ***at any time*** = ตอนไหนก็ได้

But note:

at [5 minute] intervals = เป็นระยะ ๆ [ทุกห้านาที]

How old? (อายุเท่าไร)

at [the age of] sixty = ตอน (อายุ) 60 ปี
at her age = ในช่วงอายุของเธอ
too old at forty = แก่เกินไปเมื่ออายุ 40

How much? (จำนวนเท่าไร)

Expressing price, the translation is ใน:

two pounds at fifty pence a pound = น้ำหนักสองปอนด์ในราคาปอนด์ละห้าสิบพี
six oranges at five baht each = ส้มหกลูกในราคาลูกละ 5 บาท
at the same price = ในราคาเดียวกัน

With superlatives (ใช้แสดงการเปรียบเทียบขั้นสูงสุด)

She was at her most charming = เธอได้เล่นบทเสน่ห์อย่างเต็มที่
I am not at my best in the morning = ตอนเช้าฉันจะไม่ค่อยเอาไหนเลย
This is an example of Czech music at its most captivating = นี่เป็นตัวอย่างของเพลงเชคที่น่าประทับใจมากที่สุด

atomizer /'ætəmaɪzə(r)/'แอเทอะไมเซอะ(ร)/ *n.* เครื่องฉีดน้ำเป็นละออง

atonal /eɪ'təʊnl/เอ'โทน'ล, เออะ-/ *adj. (Mus.) ไม่ใช้เสียงหลักในกุญแจเสียงใดเสียงหนึ่ง*

atone /ə'təʊn/เออะ'โทน/ *v.i.* ชดใช้, ชดเชย; **~ for sth.** ชดใช้สำหรับ *ส.น.*

atonement /ə'təʊnmənt/เออะ'โทนเมินทฺ/ *n.* Ⓐ *(atoning)* การสำนึกผิด, การไถ่โทษ; *(reparation)* การชดใช้, การชดเชย; **make ~ for sth.** ชดใช้สำหรับ *ส.น.*; Ⓑ *(Relig.)* การคืนดี; **Day of A~:** *พิธีถือบวชทางศาสนาประจำปีที่สำคัญที่สุดของชาวยิว;* **the A~:** *การที่พระเยซูคริสต์ไถ่บาปให้มวลมนุษย์*

atonic /ə'tɒnɪk/'แอทอนิค/ *adj. (Phonet., Pros.)* ไม่มีการลงน้ำหนักเสียง, ไม่เน้นเสียง

atop /ə'tɒp/เออะ'ทอพ/ ❶ *adv.* อยู่บนยอด; **~ of sth.** อยู่บน *ส.น.* ❷ *prep.* บน

atrium /'eɪtrɪəm/'เอเทฺรียม/ *n., pl.* **atria** /'eɪtrɪə/'เอเทฺรีย/ *or* **~s** Ⓐ *(Anat.)* หัวใจห้องบน; Ⓑ *(Archit., Roman Ant.)* ลานกลางบ้านแบบโรมัน

atrocious /ə'trəʊʃəs/เออะ'โทฺรเชิซ/ *adj.* น่ากลัว, โหดร้าย; *(อากาศ)* แย่มาก

atrociously /ə'trəʊʃəslɪ/เออะ'โทฺรเชิซลิ/ *adv. (ประพฤติ)* อย่างน่ากลัว, อย่างน่าเกลียด, อย่างโหดร้าย

atrocity /ə'trɒsɪtɪ/เออะ'ทฺรอซิทิ/ *n.* Ⓐ *no pl. (extreme wickedness)* ความทารุณโหดร้ายอย่างยิ่ง; Ⓑ *(atrocious deed)* การกระทำที่ชั่วร้าย, การกระทำที่ทารุณโหดร้าย; Ⓒ *(coll.: repellent thing)* สิ่งที่น่ารังเกียจขยะแขยง

atrophy /'ætrəfɪ/'แอเทฺรอะฟี/ ❶ *n.* Ⓐ *(Med.)* ความซูบผอม; **muscular ~:** อาการแกร็นของกล้ามเนื้อ, กล้ามเนื้อเสื่อม; Ⓑ *(emaciation)* ภาวะซูบผอม; *(fig.)* เสื่อมโทรม ❷ *v.i.* แกร็น, ผอมลง, แห้งตายไป

atropine /'ætrəpɪn, -pi:n/'แอเทฺรอะพิน, -พีน/ *n. (Med.) สารสกัดจากพืชมีฤทธิ์เสพติด ใช้ผสมยาบำบัดอาการปวดนิ่วในไตและถุงน้ำดี*

at sign /æt saɪn/แอท ซายนฺ/ *n.* เครื่องหมาย @ ที่ใช้ในการส่งอีเมล์

attach /əˈtætʃ/เออะ'แทฉ/ ❶ *v.t.* Ⓐ *(fasten)* ติด, ทำให้แน่น, แนบ; ต่อ, พ่วง *(รถ)* (to กับ); **please find ~ed a copy of the letter** มีสำเนาจดหมายแนบมาด้วย; Ⓑ *(join)* **~ oneself to sth./sb.** เข้าไปผูกผันตัวเองกับ *ส.น.;* Ⓒ *(assign)* **be ~ed to sth.** ถูกมอบหมายให้ประจำกับ *ส.น.;* **is there a car ~ed to the job?** งานตำแหน่งนี้มีรถด้วยหรือไม่; **the research unit is ~ed to the university** หน่วยงานวิจัยเป็นส่วนหนึ่งของมหาวิทยาลัย; Ⓓ *(fig.: ascribe)* อ้างเหตุ, เห็นว่า; **~ no blame to sb.** ไม่ตำหนิ *ค.น.;* **I can't ~ a name to that face** ฉันไม่สามารถโยงชื่อกับหน้าคนนั้น; Ⓔ *(attribute)* ให้; **~ importance/meaning to sth.** ให้ความสำคัญ/ความหมายกับ *ส.น.;* Ⓕ *(Law)* ริบ, ยึด, อายัด *(ทรัพย์สิน)*
❷ *v.i.* **no blame ~es to sb.** *ค.น.* ไม่ควรได้รับการตำหนิ; **suspicion ~es to sb.** *ค.น.* เป็นผู้ต้องสงสัย

attachable /əˈtætʃəbl/เออะ'แทเฉอะบฺ'ล/ *adj.* Ⓐ **be ~ to sth.** ผูกติดอยู่กับ *ส.น.* ได้; Ⓑ *(Law)* จำนำได้, จำนองได้

attaché /əˈtæʃeɪ, US ætəˈʃeɪ/เออะ'แทะเช, แอเทอะ'เช/ *n.* ผู้ช่วยทูต; **cultural/military/press/naval ~:** ทูตวัฒนธรรม/ทหารบก/สารนิเทศ/ทหารเรือ

at'taché case *n.* กระเป๋าเอกสาร

attached /əˈtætʃt/เออะ'แทฉทฺ/ *adj.* *(emotionally)* **be ~ to sb./sth.** ผูกพันอยู่กับ *ค.น./ส.น.;* **become ~ to sb./sth.** เกิดความผูกพันกับ *ค.น./ส.น.*

attachment /əˈtætʃmənt/เออะ'แทฉเมินทฺ/ *n.* Ⓐ *(act or means of fastening)* การผูก, การยึด, การต่อ, การพ่วง; **the ~ of a recording device to a telephone** การติดตั้งเครื่องบันทึกเสียงเข้ากับเครื่องรับโทรศัพท์; Ⓑ *(accessory)* อุปกรณ์ต่อพ่วง; **blender ~:** อุปกรณ์ต่อพ่วงกับเครื่องบดผสมอาหาร; Ⓒ *(ascribing)* การมอบหมาย; **the ~ of blame would be premature at this stage** ดูจะเป็นการเร็วเกินไปที่จะด่วนตำหนิใคร; Ⓓ *(attribution)* การอ้างถึง, การเชื่อว่ามี; Ⓔ *(affection)* ความผูกพัน, ความรักใคร่; **his ~ to that party** ความผูกพันของเขาที่มีต่อพรรคนั้น; **have an ~ for sb.** มีความผูกพันกับ *ค.น.;* Ⓕ *(Law)* การยึด *(ทรัพย์)*

attack /əˈtæk/เออะ'แทค/ ❶ *v.t.* Ⓐ *(ambush, raid)* รุกไล่, จู่โจม, โจมตี; *(fig.: criticize)* ติเตียน, วิพากษ์วิจารณ์; **a woman was ~ed and raped** ผู้หญิงคนหนึ่งถูกดักข่มขืน; Ⓑ *(affect)* เกิดเป็น *(โรค);* Ⓒ *(start work on)* ลงมือ; **she ~ed the washing-up** เธอลงมือล้างชามอย่างดุเดือด; Ⓓ *(take action against)* ดำเนินการกับ; Ⓔ *(act harmfully on)* กัด, แยกสลาย *(โลหะ, พื้นผิวหน้า)*
❷ *v.i.* โจมตี; **~ in strength** จู่โจมด้วยพละกำลังมากมาย
❸ *n.* Ⓐ *(on enemy)* การโจมตี; *(on person)* การจู่โจม; *(fig.: criticism)* การวิพากษ์วิจารณ์; **air ~:** การโจมตีทางอากาศ; **be under ~:** ถูกโจมตี; **come under ~ from all directions** *(fig.)* ถูกด่าว่า/โจมตีจากรอบด้าน; Ⓑ *(start)* การลงมือ; **make a spirited ~ on sth.** ลงมือทำ *ส.น.* อย่างใจกล้า; Ⓒ *(of illness, lit. or fig.)* การเกิดอาการ; **the girls got an ~ of the giggles** พวกเด็กผู้หญิงหัวเราะกิ๊กขึ้นมาในทันที; Ⓓ *(Sport)* การรุกไล่; Ⓔ *(Mus.)* การเริ่มเล่นอย่างเต็มที่

attacker /əˈtækə(r)/เออะ'แทเคอะ(ร)/ *n.* *(also Sport)* ผู้โจมตี, ผู้จู่โจม, ผู้รุกไล่

attacking /əˈtækɪŋ/เออะ'แทคิง/ *adj.* เชิงรุก, จู่โจม

attain /əˈteɪn/เออะ'เทน/ ❶ *v.t.* ถึง, บรรลุ *(เป้าหมาย, ผลสำเร็จ);* **~ power** ได้มาซึ่งอำนาจ; **the author ~ed his ambition** นักประพันธ์บรรลุเป้าหมายของเขา; **she ~ed her hope** เธอสมหวัง ❷ *v.i.* **~ to sth.** ประสบ *ส.น.;* **~ to success** ประสบความสำเร็จ; **~ to power** ได้บรรลุอำนาจ

attainability /əteɪnəˈbɪlɪtɪ/เออะ'เทนเนอะ'บิลลิทิ/ *n., no pl.* การหามาได้, การบรรลุถึง

attainable /əˈteɪnəbl/เออะ'เทนเนอะบฺ'ล/ *adj.* บรรลุถึงได้ *(จุดหมายปลายทาง, จุดประสงค์);* ทำให้เป็นจริงได้ *(ความหวัง, วัตถุประสงค์)*

attainder /əˈteɪndə(r)/เออะ'เทนเดอะ(ร)/ *n.* *(Hist.)* การสูญเสียสิทธิและกรรมสิทธิ์ครอบครองหลังการกบฏ

attainment /əˈteɪnmənt/เออะ'เทนเมินทฺ/ *n.* Ⓐ *no pl.* การทำให้เป็นจริง; **be impossible of ~:** ทำให้เป็นจริงไม่ได้; Ⓑ *(thing attained)* ผล, ความสำเร็จ

attar /ˈætə(r)/'แอเทอะ(ร)/ *n.* หัวน้ำหอม *(โดยเฉพาะที่สกัดจากกลีบกุหลาบ)*

attempt /əˈtempt/เออะ'เท็มพฺทฺ/ ❶ *v.t.* Ⓐ พยายาม, ทดลอง; **~ to do sth.** พยายามที่จะทำ *ส.น.;* Ⓑ *(try to accomplish)* พยายามทำให้สำเร็จ; *(try to conquer)* พยายามเอาชนะ; **candidates should ~ 5 out of 10 questions** ผู้เข้าสอบควรพยายามเลือกห้าจากสิบคำถาม
❷ *n.* ความพยายาม; **make an ~ at sth.** มีความพยายามใน *ส.น.;* **make an ~ to do sth.** มีความพยายามที่จะทำ *ส.น.;* **he will make an ~ on the 800 m record tonight** คืนนี้เขาจะพยายามทำลายสถิติของการวิ่ง 800 เมตร; **make an ~ on sb.'s life** พยายามลอบสังหารชีวิต *ค.น.*

attend /əˈtend/เออะ'เท็นดฺ/ ❶ *v.i.* Ⓐ *(give care and thought)* เฝ้าดูแล, เอาใจใส่; *(apply oneself)* **~ to sth.** ตั้งใจทำ *ส.น.;* *(deal with sth.)* จัดการกับ *ส.น.;* **everyone had their own tasks to ~ to** ทุกคนมีหน้าที่ของตนที่จะต้องเอาใจใส่; Ⓑ *(be present)* ปรากฏตัว, ร่วม, ประจำอยู่; **~ at sth.** ไปร่วม *ส.น.;* **the chiropodist ~s on Wednesday** ผู้บำบัดโรคเท้าจะประจำอยู่ทุกวันพุธ; Ⓒ *(wait)* รับใช้, ดูแล, เอาใจ; **~ on sb.** รับใช้ *ค.น.*
❷ *v.t.* Ⓐ *(be present at)* เข้าร่วม; *(go regularly to)* ไปเป็นประจำ; **his lectures are well ~ed** ปาฐกถาของเขามีผู้เข้าฟังจำนวนมากประจำ; Ⓑ *(follow as a result from)* เป็นผลจาก; **be ~ed by sth.** มี *ส.น.* เป็นผลตามมา; Ⓒ *(accompany)* ไปด้วย, ตามไป; **may good luck ~ you** *(formal)* ขอให้คุณโชคดีตลอดไป; Ⓓ *(wait on)* คอยรับใช้; Ⓔ *(แพทย์)* มาปฏิบัติ, มารักษา

attendance /əˈtendəns/เออะ'เท็นเดินซฺ/ *n.* Ⓐ *(being present)* การปรากฏตัว, การประจำอยู่, การเข้าร่วม; *(going regularly)* การไปเป็นประจำ (at ที่); **regular ~ at school** การไปโรงเรียนเป็นประจำ; **your ~ record is very poor** สถิติการเข้าร่วมกิจกรรมของคุณแย่มาก หรือ คุณไม่ค่อยได้เข้าร่วมเลย; Ⓑ *(number of people present)* จำนวนผู้เข้าร่วม; **there was only a small ~ for sth.** มีคนมาร่วม *ส.น.* เพียงจำนวนน้อย; **~s at churches are declining** มีคนไปโบสถ์น้อยลงเรื่อย ๆ; Ⓒ **be in ~:** ประจำอยู่; **the ladies in ~:** นางสนองพระโอษฐ์; **in close ~:** เฝ้าอยู่ในระยะใกล้ชิด; ➡ **+ dance** 2 A

attendance: ~ allowance *n. (Brit.)* เงินประกันสังคมที่รัฐจ่ายให้คนพิการที่ต้องมีคนดูแล; **~ centre** *n. (Brit.)* ศูนย์สำหรับเยาวชนที่กระทำความผิดกฎหมายไม่รุนแรง

attendant /əˈtendənt/เออะ'เท็นเดินทฺ/ ❶ *n.* Ⓐ ➤ 489 *(person providing service)* **[lavatory] ~:** คนเฝ้าห้องสุขา; **[cloak room] ~:** คนให้บริการประจำห้องเก็บเสื้อคลุม; **museum ~:** พนักงานผู้ดูแลพิพิธภัณฑ์; Ⓑ *(member of entourage)* ผู้ติดสอยห้อยตาม, บริวาร, ข้าราชบริพาร; *(Buddhism)* อุปฐาก *(ร.บ.)* ❷ *adj.* ติดตาม, ไปด้วย; **~ circumstances** ผลที่ตามมา; **its ~ problems/risks** ปัญหา/ภัยอันตรายที่ติดตามมา; **be ~ upon sth.** ขึ้นอยู่กับ *ส.น.*

attender /əˈtendə(r)/เออะ'เท็นเดอะ(ร)/ *n.* *(person present)* คนที่อยู่, คนเข้าร่วม; **regular ~s will know ...:** ใครที่เข้าร่วมประจำก็จะรู้...

attention /əˈtenʃn/เออะ'เท็นช'น/ ❶ *n.* Ⓐ *no pl.* ความตั้งใจ, ความสนใจ; **your careful ~ would be much appreciated** ขอให้พวกคุณตั้งใจฟัง; **pay ~ to sb./sth.** ตั้งใจฟัง *ค.น./ส.น.;* **pay ~!** ตั้งใจเดี๋ยวนี้; **hold sb.'s ~:** ดึงดูดความสนใจของ *ค.น.;* **attract [sb.'s] ~:** ดึงดูดความสนใจ [ของ *ค.น.*]; **catch sb.'s ~:** ทำให้ *ค.น.* สังเกต; **bring sth. to sb.'s ~:** ทำให้ *ค.น.* สังเกตเห็น *ส.น.;* **call** *or* **draw sb.'s ~ to sb./sth.** ทำให้ *ค.น.* สังเกต *ค.น./ส.น.;* **~ Miss Jones** *(on letter)* ถึงคุณโจนส์; Ⓑ *in pl.* *(consideration)* **give sth. one's personal ~:** ใส่ใจดูแล *ส.น.* ด้วยตนเอง; **we are giving your enquiry our fullest ~:** พวกเรากำลังตรวจสอบคำถามของคุณอย่างใกล้ชิด; Ⓒ *in pl.* *(ceremonious politeness)* ความเอาใจใส่อย่างเป็นพิธีรีตอง; **show sb. little ~s** ดูแลเอาใจใส่ *ค.น.;* **pay [one's] ~s to sb.** เกี้ยวพาราสี *ค.น.;* Ⓓ *(Mil.)* ท่ายืนระวังตรง; **stand to ~:** ยืนระวังตรง
❷ *int.* Ⓐ โปรดทราบ, โปรดระวัง; **~ all shipping** แจ้งผู้เดินเรือทั้งหลาย; Ⓑ *(Mil.)* ระวังตรง

attention-seeking ❶ *n.* การเรียกร้องความสนใจ ❷ *adj.* **~ [person]** [บุคคล] ชอบเรียกร้องความสนใจจากผู้อื่น

attention span *n.* **he has a very short ~:** เขาเป็นคนที่มีสมาธิสั้นมาก

attentive /əˈtentɪv/เออะ'เท็นทิวฺ/ *adj.* Ⓐ *(paying attention, heedful)* ใส่ใจ, ตั้งใจ; **be ~ to sth.** ตั้งใจกับ *ส.น.;* Ⓑ *(heedful)* **be more ~ to one's studies** ตั้งใจท่องหนังสือมากขึ้น; **be [more] ~ to sb.'s warning** ใส่ใจกับคำเตือนของ *ค.น.;* Ⓒ *(assiduous)* คอยเอาใจใส่; **he was very ~ to the ladies** เขาคอยเอาใจใส่แก่สาว ๆ เสมอ

attentively /əˈtentɪvlɪ/เออะ'เท็นทิวฺลิ/ *adv.* อย่างตั้งใจ, อย่างเอาใจใส่

attentiveness /əˈtentɪvnɪs/เออะ'เท็นทิวฺนิซ/ *n., no pl.* ความตั้งใจ, ความเอาใจใส่

attenuate /əˈtenjʊeɪt/เออะ'เท็นนิวเอท/ *v.t.* Ⓐ *(make thin)* ทำให้บาง/ผอมลง; **~d limbs** แขนขาที่ผ่ายผอม; Ⓑ *(reduce, lit. or fig.)* ลด, ทำให้อ่อนลง; **~ing circumstances** ข้อเท็จจริงที่ทำให้มีการพิจารณาผ่อนปรนลดโทษให้; Ⓒ *(Electr.)* ลด *(สัญญาณ)*

attenuation /ətenjʊˈeɪʃn/เออะเท็นนิว'เอช'น/ *n.* ➡ **attenuate** A, B, C; การทำให้อ่อนลง, การทำให้เบาบางลง

a

attest /əˈtest/เออะ'เท็ซทฺ/ ❶ *v.t. (certify validity of)* รับรอง, ยืนยัน *(ลายเซ็น, เอกสาร)* ❷ *v.i. (bear witness)* **~ to sth.** เป็นพยานเกี่ยวกับ *ส.น.*

attestation /ætɪˈsteɪʃn/แอเทะ'ซเตช'น/ *n.* การรับรอง, การเป็นพยาน, การให้ข้อพิสูจน์

attic *n.* Ⓐ *(storey)* ชั้นบนของบ้านใต้หลังคา; Ⓑ *(room)* ห้องใต้หลังคา

Attic /ˈætɪk/ˈแอทิค/ ❶ *adj.* *แห่งนครเอเธนส์โบราณหรืออิททิกะ;* **~ dialect** *ภาษากรีกโบราณที่ชาวเอเธนส์โบราณพูด;* **~ salt** *or* **wit** *ปัญญาหลักแหลมตามแบบชาวเอเธนส์โบราณ* ❷ *n. ภาษากรีกที่ใช้ในนครเอเธนส์โบราณ*

attire /əˈtaɪə(r)/เออะ'ทายเออะ(ร)/ ❶ *n., no pl.* เครื่องแต่งกาย *(โดยเฉพาะที่เป็นทางการ)* ❷ *v.t.* แต่งกาย; **be ~d in silk** แต่งกายด้วยผ้าแพรไหม; **~ oneself** แต่งตัว

attitude /ˈætɪtjuːd, US -tuːd/ˈแอทิทิวด,-ทูด/ *n.* Ⓐ *(posture, way of behaving)* การวางท่า, ท่าทาง; **in a defensive/threatening ~:** ท่าทำป้องกันตนเอง/รุกรานก้าวร้าว; Ⓑ *(mode of thinking)* **~ [of mind]** เจตคติ, ท่าที **(to[wards]** ต่อ); Ⓒ *(Aeron.)* ตำแหน่งในอากาศ, สุนทรีย์เจตคติ *(ร.บ.)*

attitudinize /ætɪˈtjuːdɪnaɪz, US -ˈtuːdən-/แอทิ'ทิวดินายซ, -ˈทูเดิน-/ *v.i.* วางท่า, เต๊ะท่า

attn. *abbr.* **for the attention of**

attorney /əˈtɜːnɪ/เออะ'เทอนิ/ *n.* ➤ **489** Ⓐ *(legal agent)* ตัวแทนที่ถูกต้องตามกฎหมาย; **power of ~:** การรับฉันทะ; Ⓑ *(Amer.: lawyer)* ทนายความ; ➡ **+ district attorney**

Attorney-ˈGeneral *n., pl.* **Attorneys-General** อัยการสูงสุด, รัฐมนตรีว่าการกระทรวงยุติธรรม

attract /əˈtrækt/เออะ'แทรคทฺ/ *v.t.* Ⓐ *(draw)* ดึงดูด *(ความสนใจ, การมอง);* **the party launched a publicity campaign to ~ new members** พรรคได้ทำการรณรงค์ประชาสัมพันธ์เพื่อดึงดูดสมาชิกใหม่; Ⓑ *(arouse pleasure in)* ทำให้ชอบ, ทำให้ติดใจ; **what ~s me about the woman is...:** สิ่งที่ทำให้ฉันติดใจผู้หญิงคนนี้ก็คือ...; Ⓒ *(arouse interest in)* ทำให้สนใจ; **I am ~ed by that idea** ฉันสนใจความคิดนั้น

attractant /əˈtræktənt/เออะ'แทรคเทินท/ *n.* สารที่มีคุณสมบัติดึงดูด *(โดยเฉพาะพวกแมลง)*

attraction /əˈtrækʃn/เออะ'แทรคช'น/ *n.* Ⓐ ความดึงดูด; *(force, lit. or fig.)* แรงดึงดูด; **the ~ of foreign travel** ความพิสมัยของการท่องเที่ยวต่างแดน; **the possibility of promotion has little ~ for me** โอกาสที่จะเลื่อนตำแหน่งไม่น่าสนใจสำหรับฉัน; Ⓑ *(fig.: thing that attracts)* บุคคล/สิ่งดึงดูด; **the fair is a big ~:** งานออกร้านเป็นสิ่งเรียกคนมาเที่ยวได้มาก; *(charm)* เสน่ห์; Ⓒ *(Ling.)* รูป *(สภาพ)* กลืนกัน

attractive /əˈtræktɪv/เออะ'แทรคทิ_ว/ *adj.* Ⓐ มีความดึงดูด, น่าสนใจ; **~ power/ force** อำนาจ/กำลังที่ดึงดูด; Ⓑ *(fig.)* น่าดู, ชวนมอง, มีเสน่ห์

attractively /əˈtræktɪvlɪ/เออะ'แทรคทิ_วลิ/ *adv.* อย่างน่าสนใจ, อย่างชวนมอง

attractiveness /əˈtræktɪvnɪs/เออะ'แทรคทิ_วนิซ/ *n., no pl.* ความน่าสนใจ, ความน่าดู

attributable /əˈtrɪbjʊtəbl/เออะ'ทริบบิวเทอะบ'ล/ *adj.* **be ~ to sb./sth.** มีสาเหตุมาจาก *ค.น./ส.น.;* **this comment is not ~:** ข้อวิจารณ์นี้ระบุที่มาไม่ได้

attribute ❶ /ˈætrɪbjuːt/ˈแอทริบิวท/ *n.* Ⓐ *(quality)* คุณลักษณะ, คุณสมบัติ; **punctuality is not one of her ~s** การตรงต่อเวลาไม่ใช่คุณสมบัติของเธอเลย; Ⓑ *(symbolic object)* ลักษณะเฉพาะของเทพสำคัญในศาสนาและวรรณคดี; Ⓒ *(Ling.)* ศัพท์ที่กำหนดคุณสมบัติ *(คุณศัพท์)*

❷ /əˈtrɪbjuːt/เออะ'ทริบบิวท/ *v.t.* Ⓐ *(ascribe, assign)* ยกให้เป็น, เชื่อว่า; **a poem ~d to Shakespeare** บทกวีที่เชื่อว่าเป็นของเชคสเปียร์; Ⓑ *(refer)* อ้างถึง, ให้เหตุผล, มีสาเหตุ; **the delay was ~d to the heavy traffic** การล่าช้ามีสาเหตุเพราะรถติด

attribution /ætrɪˈbjuːʃn/แอทริ'บิวช'น/ *n. (ascribing, assigning)* การถือเอาว่า, การเข้าใจว่า, การยกให้; *(referring)* การอ้างถึง, การให้เหตุผล

attributive /əˈtrɪbjʊtɪv/เออะ'ทริบบิวทิ_ว/ *adj.*, **attributively** /əˈtrɪbjʊtɪvlɪ/เออะ'ทริบิวทิ_วลิ/ *adv.* [อย่าง] กำหนดคุณสมบัติ

attrition /əˈtrɪʃn/เออะ'ทริช'น/ *n., no pl.* Ⓐ *(wearing down)* การบั่นทอนกำลัง; **war of ~:** *(lit.)* *สงครามที่ฝ่ายชนะเข้าโจมตีซ้ำ ๆ จนอีกฝ่ายหนึ่งอ่อนกำลัง;* *(fig.)* การต่อสู้ซึ่งฝ่ายหนึ่งไม่ยอมแพ้; Ⓑ *(friction, abrasion)* การครูด, การเสียดสี

attune /əˈtjuːn, US əˈtuːn/เออะ'ทิวน, เออะ'ทูน/ *v.t.* Ⓐ *(bring into accord)* ปรับให้เห็นพ้องกัน; Ⓑ *(fig.: make accustomed)* ปรับให้เคยชิน **(to** กับ); **be ~d to sth.** ได้ปรับให้เคยชินกับ *ส.น.*

atypical /eɪˈtɪpɪkl/เอ'ทิพพิค'ล/ *adj.* ไม่ตรงแบบ, ไม่เป็นไปตามแบบแผน

aubergine /ˈəʊbəʒiːn/ˈโอเบอะฌีน/ *n.* มะเขือสีม่วง

aubrietia /ɔːˈbriːʃə/ออ'บรีเชอะ/ *n. (Bot.)* *พืชขนาดเล็ก ดอกสีม่วงหรือชมพู ใช้ปลูกตามกำแพง*

auburn /ˈɔːbən/ˈออเบิน/ *adj. (ผม)* สีน้ำตาลอมแดง

auction /ˈɔːkʃn, ˈɒkʃn/ˈออคช'น/ ❶ *n.* Ⓐ การประมูลขาย, การเลหลัง; **sell sth. by ~:** ขาย *ส.น.*โดยวิธีเลหลัง; **be put up for ~:** ถูกเลหลังขาย; **Dutch ~:** *การเลหลังที่จะลดราคาลงเรื่อยไปจนกว่าจะหาผู้ซื้อได้;* Ⓑ *(Cards)* การประมูลหาเจ้ามือ, การเรียกไพ่ ❷ *v.t.* ขายโดยการประมูล/เลหลัง

auctioneer /ɔːkʃəˈnɪə(r)/ออคเชอะ'เนีย(ร)/ *n.* ➤ **489** ผู้ทำการประมูล/เลหลัง, พ่อค้าขายเลหลัง

audacious /ɔːˈdeɪʃəs/ออ'เดเชิซ/ *adj.* *(daring)* กล้า, บังอาจ; *(impudent)* อวดดี, ทะลึ่ง

audaciously /ɔːˈdeɪʃəslɪ/ออ'เดเชิซลิ/ *adv.* *(daringly)* อย่างกล้า, อย่างบังอาจ; *(impudently)* อย่างทะลึ่ง, อย่างอวดดี

audacity /ɔːˈdæsɪtɪ/ออ'แดซิทิ/ *n., no pl.* Ⓐ *(daringness)* ความกล้า, ความบังอาจ; Ⓑ *(impudence)* ความทะลึ่ง, ความอวดดี

audibility /ɔːdəˈbɪlɪtɪ/ออดิ'บิลลิทิ/ *n.* ความชัดเจนของเสียงที่ได้ยิน, การได้ยินชัด

audible /ˈɔːdɪbl/ˈออดิบ'ล/ *adj.* ได้ยินชัดเจน; **every word was ~ through the wall** ทุกคำพูดได้ยินชัดเจนทางอีกด้านของฝาผนัง; **the child's voice was scarcely ~:** เสียงเด็กนั้นแทบจะไม่ได้ยิน

audibly /ˈɔːdɪblɪ/ˈออดิบลิ/ *adv.* อย่างได้ยินชัด, อย่างฟังถนัด; **whisper sth. quite ~:** กระซิบ *ส.น.* ที่ค่อนข้างได้ยินถนัด

audience /ˈɔːdɪəns/ˈออเดียนซ/ *n.* Ⓐ *(listeners, spectators)* ผู้ฟัง, ผู้ชม; **the cinema/ concert ~s have increased** ผู้เข้าชมภาพยนตร์/คอนเสิร์ตได้เพิ่มขึ้น; Ⓑ *(formal interview)* การเข้าสัมภาษณ์หรือสนทนาอย่างเป็นทางการ **(with** กับ); **private ~ with** การเข้าพบสนทนาเป็นการส่วนตัว; Ⓒ *(readers)* ผู้อ่าน

audience: ~ participation *n.* การมีส่วนร่วมของผู้ฟัง; **~ ratings** *n.* ระดับความนิยมของผู้ฟัง; **~ research** *n.* การวิจัยเกี่ยวกับผู้ฟัง

audio /ˈɔːdɪəʊ/ˈออดิโอ/ *n.* เสียง, โสต *(ร.บ.)* *(มักใช้ประกอบคำนามอื่น ๆ);* **~ frequency** ความถี่ที่หูมนุษย์สามารถรับฟังได้; **~ range** ความกว้างของคลื่นเสียง; **~ equipment** เครื่องเสียงต่าง ๆ

audio: ~book *n.* หนังสือที่ฟังเป็นเทปหรือซีดี; **~ cassette** *n.* เทปเสียง; **~ engineer** *n.* นายช่างผู้ควบคุมเสียง *(ในการบันทึกเสียง);* **~ typist** *n.* ➤ **489** ผู้พิมพ์ที่พิมพ์จากการฟังเสียงที่บันทึกไว้; **~-ˈvisual** *adj.* โสตทัศน์

audit /ˈɔːdɪt/ˈออดิท/ ❶ *n.* **~ [of the accounts]** การตรวจสอบบัญชี; **the ~ of the firm's books** การตรวจสอบบัญชีบริษัท ❷ *v.t.* Ⓐ สอบบัญชี; Ⓑ *(Amer.: attend)* *เข้าเรียนโดยไม่ได้รับหน่วยกิตสำหรับวิชานั้น*

audition /ɔːˈdɪʃn/ออดิช'น/ ❶ *n. (singing, dancing, acting)* Ⓐ การแสดงให้ดู/ลองเสียงเพื่อได้รับการคัดเลือก; **~s are being held today** วันนี้จะมีคัดเลือกนักแสดง ❷ *v.i. (sing)* ร้องทดสอบคัดเลือก; **~ for a part** เข้าแสดงเพื่อคัดเลือก ❸ *v.t.* ทดสอบผู้สมัครการแสดง

auditor /ˈɔːdɪtə(r)/ˈออดิเทอะ(ร)/ *n.* ➤ **489** ผู้ตรวจสอบบัญชี

auditorium /ɔːdɪˈtɔːrɪəm/ออดิ'ทอเรียม/ *n., pl.* **~s** *or* **auditoria** ส่วนของโรงละคร ฯลฯ ที่เป็นที่นั่งของผู้ชม

auditory /ˈɔːdɪtərɪ, US -tɔːrɪ/ˈออดิเทอะริ/ *adj.* Ⓐ *(concerned with hearing)* เกี่ยวกับโสตประสาท; **the ~ nerve** ประสาทหู; Ⓑ *(received by the ear)* ที่หูรับฟังได้, ที่สัมผัสทางหู

au fait /əʊ ˈfeɪ/โอ ˈเฟ/ *pred. adj.* รู้เรื่อง, คุ้นเคย; *(up to date)* ทันต่อเหตุการณ์

Aug. *abbr.* **August** ส.ค.

Augean /ɔːˈdʒiːən/ออ'จีเอิน/ *adj.* สกปรกโสมม; **~ stables** *(lit.)* *คอกม้าที่สกปรกมากและถูกล้างโดยเฮอร์คิวลิส;* *(fig.)* ความสกปรกโสมม

auger /ˈɔːgə(r)/ˈออเกอะ(ร)/ *n. (for wood)* สว่าน; *(for soil)* เครื่องเจาะ

[1]**aught** /ɔːt/ออท/ *n., no pl., no art. (arch./poet.)* *(มักมีความหมายในทางปฏิเสธ)* อะไรก็ได้, ไม่มีอะไรเลย

[2]**aught** ➡ [2]**ought**

augment ❶ /ɔːgˈment/ออก'เม็นทฺ/ *v.t.* เพิ่ม *(กำลัง, รายได้);* **~ed interval** *(Mus.)* เพิ่มระยะระหว่างโน้ต 1 ระยะ; **~ one's income by writing short stories** หารายได้เพิ่มด้วยการเขียนเรื่องสั้น; ❷ *v.i.* แรงขึ้น, เพิ่มขึ้น

augmentation /ɔːgmenˈteɪʃn/ออกเม็น'เทช'น/ *n., no pl.* Ⓐ *(enlargement)* การขยาย, การเพิ่ม; *(of funds, finances)* การเพิ่มทุน; *(growth)* การเติบโต; Ⓑ *(Mus.)* การเพิ่มระยะระหว่างโน้ต

au gratin ➡ **gratin**

augur /ˈɔːgə(r)/ˈออเกอะ(ร)/ ❶ *n.* Ⓐ *(Roman Ant.)* โหรหลวงในสมัยโรมัน; Ⓑ *(soothsayer)* ผู้ทำนายจากลาง ❷ *v.t.* Ⓐ *(portend)* บอกลาง; **does this news ~ war** ข่าวนี้บอกลางว่าจะเกิด

สงครามหรือเปล่า; Ⓑ *(foretell)* ทำนาย, พยากรณ์ ❸ *v.i.* **~ well/ill for sb./sth.** เป็นลางดี/ร้ายสำหรับ *ค.น./ส.น.*

augury /ˈɔːgjʊrɪ/ออ'กิวริ/ *n.* นิมิต, โชคลาง

august /ɔːˈgʌst/ออ'กัซท/ *adj.* Ⓐ *(venerable)* ควรแก่การเคารพยำเกรง; *(noble)* สูงส่ง; Ⓑ *(majestic)* เป็นสง่า

August /ˈɔːgəst/ออเกิซท/ *n.* ➤ **231** เดือนสิงหาคม; **in ~**: ในเดือนสิงหาคม; **last/next ~**: เดือนสิงหาคมที่แล้ว/หน้า; **the first of/on the first of ~** *or* **on ~ [the] first** วันที่ 1 สิงหาคม; **1st ~** *(as date on document)* วันที่ 1 สิงหาคม; **every ~**: ทุก ๆ เดือนสิงหาคม; **an ~ day** วันหนึ่งในเดือนสิงหาคม; **from ~ to October** จากเดือนสิงหาคมถึงเดือนตุลาคม

¹Augustine /ɔːˈgʌstin/ออ'กัซตีน/ *pr. n.* นักบุญออกัสติน มรณะ ค.ศ. 430

²Augustine *n.* นักบวชสังกัดนิกายออกัสติน *(ซึ่งยึดกฎและหลักการของนักบุญออกัสติน)*

Augustinian /ɔːgəˈstɪnɪən/ออเกอะ'ซตินเนียน/ ❶ *adj.* เกี่ยวกับนักบุญออกัสตินหรือคำสอนของท่าน; **~ monk** พระในนิกายออกัสติน ❷ *n. (monk)* นักบวชนิกายออกัสติน

auk /ɔːk/ออค/ *n. (Ornith.)* นกทะเลในวงศ์ Alcidae *ที่ดำน้ำได้ เช่น นกกิลโมต, นกพัฟฟิน ฯลฯ*

auld /ɔːld/ออลด/ *adj. (Scot.)* ➡ **old**; **for ~ lang syne** เพื่อวันวาน

au naturel /əʊ nætjəˈrel/โอ แนเทีย'เริล/ *adv., pred. adj. (Gastr.)* ดิบ; *(cooked)* ปรุงให้สุกอย่างง่าย ๆ

aunt /ɑːnt, US ænt/อานท, แอนท/ *n. (mother's/father's older sister)* ป้า; *(mother's younger sister)* น้าผู้หญิง; *(father's younger sister)* อาผู้หญิง; **A ~ Sally** *การเล่นชนิดหนึ่งโดยใช้ลูกบอลปาหุ่นไม้; (fig.)* บุคคลหรือสิ่งของที่โดนวิจารณ์อย่างไม่สมควร

auntie, aunty /ˈɑːntɪ, US ˈæntɪ/ˈอานทิ, ˈแอนทิ/ *n. (with name)* ป้า, น้า, อา; **do you love A~ Betty?** หนูรักป้า/น้า/อาเบ็ตตี้หรือเปล่าจ๊ะ

au pair /əʊ ˈpeə(r)/โอ ˈแพ(ร)/ ❶ *n.* วัยรุ่น*ชาวต่างประเทศที่มาช่วยงานบ้านแลกกับที่พักอาหารและเงินใช้จ่ายเล็กน้อยเพื่อฝึกภาษา* ❷ *adj.* **~ girl** เด็กสาวที่มาช่วยงานบ้านเพื่อฝึกภาษา

aura /ˈɔːrə/ออเรอะ/ *n., pl.* **~e** *or* **~s** Ⓐ *(atmosphere)* บรรยากาศ; *(Med.)* การมีอาการว่าจะปวดศีรษะ, เป็นโรคลมบ้าหมู; **have an ~ about one** มีบรรยากาศพิเศษรอบตัว; **an ~ of mystery** บรรยากาศลึกลับ; Ⓑ *(subtle emanation) (ใช้กับวิญญาณหรือสิ่งลี้ลับ)* การแผ่กระจายรังสีห่อหุ้มร่าง

aural /ˈɔːrəl, aʊrəl/ออเริล/ *adj.* เกี่ยวกับหูหรือการได้ยิน; **~ surgeon** ศัลยแพทย์ด้านหู, โสตแพทย์

aureola /ɔːˈriːələ/ออ'เรียเลอะ/, **aureole** /ˈɔːrɪəʊl/ˈออริโอล/ *n. (Art)* วงรัศมีหรือรังสี*รอบศีรษะนักบุญในภาพเขียน; (around sun or moon)* วงแสงทรงกลด

au revoir /əʊ rəˈvwɑː(r)/โอ เรอะ'ววา(ร)/ *n.* ❶ *int.* ลาก่อน, สวัสดี ❷ *n.* **say one's ~s** กล่าวคำอำลา

auricle /ˈɔːrɪkl/ˈออริค'ล/ *n.* Ⓐ *(external ear)* ใบหู; Ⓑ *(Anat.: of heart)* หัวใจห้องบน; Ⓒ *(Bot.) ส่วนติ่งบนพืชที่มีลักษณะเหมือนใบหู*

auricular /ɔːˈrɪkjʊlə(r)/ออ'ริคคิวเลอะ(ร)/ *adj.* Ⓐ *(of the ear)* แห่งใบหู, เกี่ยวกับหู; *(by the ear)* โดยการฟัง; **~ witness** พยานโดยการฟังเรื่องราว; **~ confession** *(Relig.)* การสารภาพโดยกระซิบเข้าหู, พระผู้ฟัง; Ⓑ *(Anat.: of auricle of heart)* เกี่ยวกับหัวใจห้องบน

auriferous /ɔːˈrɪfərəs/ออ'ริฟเฟอะเริซ/ *adj. (Geol.)* ที่มีแร่ทองคำอยู่โดยธรรมชาติ

aurora /ɔːˈrɔːrə/ออ'รอเรอะ/ *n., pl.* **~s** *or* **~e** *ปรากฏการณ์ทางแสงที่เกิดขึ้นในบริเวณขั้วโลกเหนือหรือขั้วโลกใต้;* **~ borealis** /bɔːrɪˈeɪlɪs/บอริ'เอลิซ/ แสงเหนือ; **~ australis** /ɔːˈstreɪlɪs/ออ'ซเตรลิซ/ แสงใต้

auscultation /ɔːskəlˈteɪʃn/ออซเกิล'เทช'น/ *n., no pl. (Med.)* การตรวจฟัง *(โดยเฉพาะหัวใจ, ปอด ฯลฯ)* ในการวินิจฉัยโรค

auspice /ˈɔːspɪsɪz/ˈออซปิซิซ/ *n.* Ⓐ *in pl.* **under the ~s of sb./sth.** ภายใต้การอุปถัมภ์ของ *ค.น./ส.น.;* Ⓑ *(sign)* ลางบอกเหตุ; **under favourable ~s** ภายใต้ลางที่ดี *หรือ* ภายใต้สภาพที่เป็นมงคล

auspicious /ɔːˈspɪʃəs/ออ'ซปิชเชิซ/ *adj.* Ⓐ *(favourable) (การเริ่มต้น)* เป็นมงคล; Ⓑ *(fortunate)* โชคดี, เจริญรุ่งเรือง

auspiciously /ɔːˈspɪʃəslɪ/ออ'ซปิชเชิซลิ/ *adv.* Ⓐ *(favourable)* อย่างเป็นมงคล; Ⓑ *(fortunately)* อย่างโชคดี, อย่างเจริญรุ่งเรือง

Aussie /ˈɒzɪ, ˈɒsɪ/ˈออซิ, ˈออซิ/ *(coll.)* ❶ *adj.* เกี่ยวกับออสเตรเลีย ❷ *n.* Ⓐ ชาวออสเตรเลีย; Ⓑ *(Australia)* ทวีปหรือประเทศออสเตรเลีย

austere /ɒˈstɪə(r), ɔːˈstɪə(r)/ออ'ซเตีย(ร)/ *adj.* Ⓐ *(morally strict, stern)* เคร่งต่อกฎระเบียบ; **monks leading ~ lives** พระสงฆ์ที่ใช้ชีวิตอย่างเคร่ง; Ⓑ *(severely simple)* เกลี้ยง, เรียบง่าย; **the room was finished in an ~ style** ห้องตกแต่งแบบเรียบ ๆ; Ⓒ *(ascetic)* ชีวิตละแล้วทางโลก

austerely /ɒˈstɪəlɪ, ɔːˈstɪəlɪ/ออ'ซเตียลิ/ *adv.* Ⓐ *(morally, strictly, sternly)* อย่างเคร่งต่อกฎระเบียบหรือศีลธรรม; Ⓑ *(severely simply)* อย่างเกลี้ยง, อย่างไม่ตกแต่ง, อย่างเรียบง่าย; Ⓒ *(ascetically)* อย่างเคร่ง

austereness /ɒˈstɪənɪs, ɔːˈstɪənɪs/ออ'ซเตียนิซ/ ➡ **austerity** A, B

austerity /ɒˈsterɪtɪ, ɔːˈsterɪtɪ/ออ'ซเตะริทิ/ *n.* Ⓐ *no pl. (moral strictness)* ความเคร่งครัดต่อกฎระเบียบหรือศีลธรรม; Ⓑ *no pl. (severe simplicity)* ความเรียบง่าย, ความเกลี้ยงเกลา, การไร้การตกแต่ง; Ⓒ *no pl. (lack of luxuries)* การขาดสิ่งหรูหราฟุ่มเฟือย; Ⓓ *in pl. (deprivations)* สภาวะขาดแคลน, ความอดอยาก; *(for religious reasons)* การปฏิบัติตนอย่างเข้มงวด

Australasia /ɒstrəˈleɪʃɪə, ɔːs-/ออซเตรอะ'เลเชีย/ *pr. n.* ออสตราเลเซีย *(ทวีปออสเตรเลียและเกาะต่าง ๆ ในเขตแปซิฟิกตะวันตกเฉียงใต้)*

Australasian /ɒstrəˈleɪʃn, ɔːs-/ออซเตรอะ'เลฌ'น/ *adj.* **~ peoples/cultures** ชนชาติ/วัฒนธรรมออสตราเลเซีย; **~ region** ภูมิภาคออสตราเลเซีย

Australia /ɒˈstreɪlɪə, ɔːˈs-/ออ'ซเตรเลีย/ *pr. n.* ประเทศออสเตรเลีย, ทวีปออสเตรเลีย

Australian /ɒˈstreɪlɪən, ɔːˈs-/ออ'ซเตรเลียน/ ❶ *adj.* แห่งออสเตรเลีย; **~ bear** หมีโคอาลา; **sb. is ~**: *ค.น.* เป็นชาวออสเตรเลีย; **~ [National] Rules football** ฟุตบอลที่ใช้กฎ*การเล่นแบบออสเตรเลีย* ❷ *n.* ชาวออสเตรเลีย

Austria /ˈɒstrɪə, ˈɔːstrɪə/ˈออซเตรีย/ *pr. n.* ประเทศออสเตรีย; **~-Hungary** *(Hist.)* อาณาจักรออสเตรียฮังการี

Austrian /ˈɒstrɪən, ˈɔːstrɪən/ˈออซเตรียน/ ❶ *adj.* แห่งออสเตรีย; **sb. is ~**: *ค.น.* เป็นชาวออสเตรเลีย ❷ *n.* ชาวออสเตรีย

Austro-Hungarian /ɒstrəʊ hʌŋˈgeərɪən/ออซโตรฮัง'แกเรียน/ *(Hist.)* แห่งอาณาจักรออสเตรียฮังการี

autarchic /ɔːˈtɑːkɪk/ออ'ทาคิค/, **autarchical** /ɔːˈtɑkɪkl/ออ'ทาคิค'ล/ *adj.* Ⓐ *(sovereign)* มีอธิปไตย, เป็นเอกราช, เป็นสมบูรณาญาธิปไตย; Ⓑ *(despotic)* เผด็จการ, มีอำนาจสิทธิขาด, มีลักษณะทรราชย์

autarchy /ˈɔːtɑːkɪ/ˈออทาคิ/ *n., no pl.* สมบูรณาญาธิปไตย; *(of state, region)* ความเป็นสมบูรณาญาธิปไตย; *(of ruler, government, regime)* ความใช้อำนาจการปกครองเด็ดขาด

autarky /ˈɔːtɑːkɪ/ˈออทาคิ/ *n., no pl.* การพึ่งตนเองทางเศรษฐกิจ

authentic /ɔːˈθentɪk/ออ'เธ็นทิค/ *adj. (reliable)* เชื่อถือได้, น่าเชื่อถือ; *(genuine) (รูปภาพ)* เป็นของจริง, แท้; *(ความเรียกร้อง)* พิสูจน์ความถูกต้องได้; *(เอกสาร)* จริง

authentically /ɔːˈθentɪkəlɪ/ออ'เธ็นทิเคอะ/ *adv. (genuinely)* **his accent was ~ upperclass** สำเนียงของเขาเป็นสำเนียงคนชั้นสูงโดยแท้

authenticate /ɔːˈθentɪkeɪt/ออ'เธ็นทิเคท/ *v.t.* รับรอง, ยืนยัน; **~ sth.** ยืนยันว่า *ส.น.* เป็นของจริง; **~ information/a report** รับรองข่าว/รายงาน; **I succeeded in authenticating my claim** ฉันประสบความสำเร็จในการพิสูจน์ข้ออ้างของฉัน

authentication /ɔːθentɪˈkeɪʃn/ออเธ็นทิ'เคช'น/ *n., no pl.* การรับรองว่าเป็นของแท้; *(of information, report)* การรับรองข่าว/รายงาน

authenticity /ɔːθenˈtɪsɪtɪ/ออเธ็น'ทิซิทิ/ *n., no pl.* ความเป็นของแท้, ความน่าเชื่อถือได้; *(of claim)* สิทธิที่แท้จริง; *(of information, report)* ความถูกต้องเชื่อถือได้

author /ˈɔːθə(r)/ˈออเธอะ(ร)/ ❶ *n.* Ⓐ ➤ **489** *(writer)* ผู้เขียน, *(profession)* นักเขียน; **the ~ of the book/article** ผู้เขียนหนังสือ/บทความ; **the ~s of the 19th century** นักเขียนในศตวรรษที่สิบเก้า; Ⓑ *(originator)* ต้นเหตุ, ต้นกำเนิด ❷ *v.t. (write)* เขียน

authoress /ˈɔːθərɪs/ˈออเธอะริซ, ออเธอะ'เร็ซ/ *n.* ➤ **489** นักเขียนหญิง

authorisation, authorise ➡ **authoriz-**

authoritarian /ɔːθɒrɪˈteərɪən/ออธอริ'แทเรียน/ ❶ *adj.* ซึ่งปกครองโดยอำนาจเด็ดขาด, เคร่งครัด, กดขี่บังคับ ❷ *n.* บุคคลที่เคร่งครัด; **my father was a strict ~**: คุณพ่อของฉันต้องการให้ทุกคนอยู่ในโอวาทอย่างเคร่งครัด

authoritarianism /ɔːθɒrɪˈteərɪənɪzm/ออ'ธอริ'แทเรียนิซ'ม/ *n.* ลัทธิเผด็จการ, ลัทธิการใช้อำนาจ

authoritative /ɔːˈθɒrɪtətɪv, US -teɪtɪv/ออ'ธอริเทอะทิว/ *adj.* Ⓐ *(recognized as reliable)* เป็นที่เชื่อถือได้; *(ข้อมูล, ข่าว)* วางใจได้; *(official)* ที่เป็นทางการ, ที่สนับสนุนโดยทางการ; Ⓑ *(commanding)* ที่มีอำนาจ, ที่แสดงความมั่นใจในตนเอง

authoritatively /ɔːˈθɒrətətɪvlɪ/ออ'ธอริเทอะทิวลิ/ *adv.* Ⓐ *(reliably)* อย่างน่าเชื่อถือ; *(officially nature)* อย่างเป็นทางการ; **he talked ~ about his specialist field** เขาปาฐกถาเกี่ยวกับสาขาวิชาที่เขาชำนาญการอย่างน่าเชื่อถือ; Ⓑ *(commandingly)* อย่างมีอำนาจ, อย่างมีความมั่นใจในตนเอง

a

authoritativeness /ɔːˈθɒrɪtətɪvnɪs/ออ'ธอริเทอะทิวนิซ/ *n., no pl.* Ⓐ *(reliability)* ความน่าเชื่อถือ; *(official nature)* ลักษณะอย่างเป็นทางการ; Ⓑ *(commanding quality)* คุณสมบัติที่ทรงอำนาจ; *(of person)* ความเป็นผู้นำ; **the ~ of his manner** ความทรงอำนาจของกิริยาท่าทางของเขา

authority /ɔːˈθɒrɪtɪ/ออ'ธอริทิ/ *n.* Ⓐ *no pl. (power)* อำนาจ; *(delegated power)* อำนาจที่ได้รับมอบหมาย; **have the/no ~ to do sth.** มี/ไม่มีอำนาจในการทำ *ส.น.*; **you have my ~:** คุณได้รับสิทธิอำนาจจากฉัน; **have/exercise ~ over sb.** มี/ใช้อำนาจเหนือ/กับ *ค.น.*; **on one's own ~:** โดยรับผิดชอบเอง; **[be] in ~:** [เป็น] ผู้ทรงอำนาจ; **be under sb.'s ~:** อยู่ภายใต้อำนาจของ *ค.น.*; Ⓑ *(person having power)* บุคคลผู้มีอำนาจหน้าที่; *(body having power)* **the authorities** ทางการ, หน่วยงานของรัฐ, เหล่าผู้ทรงอำนาจ; **the highest legal ~:** ผู้ทรงอำนาจสูงสุดด้านกฎหมาย; Ⓒ *(expert, book, quotation)* ผู้ทรงความรู้, ต้นตำรา, สถาบัน; *(evidence)* หลักฐานอ้างอิง; **what is your ~ for your assertion?** คุณมีหลักฐานอะไรที่จะสนับสนุนข้อยืนยันของคุณ; **on the ~ of Darwin** โดยการอ้างอิงดาร์วิน; **have it on the ~ of sb./sth. that ...:** ได้มี *ค.น./ส.น.* เป็นหลักฐานแน่ชัดว่า...; **have it on good ~ that ...:** ได้รับข้อมูลจากแหล่งที่เชื่อถือได้ว่า...; Ⓓ *no pl. (weight of testimony)* น้ำหนักในการน่าเชื่อถือ; **give** *or* **add ~ to sth.** เพิ่มน้ำหนักแก่ *ส.น.*; Ⓔ *no pl. (power to influence)* มีอิทธิพล; Ⓕ *no pl. (masterfulness)* ความเป็นผู้นำ

authorization /ɔːθəraɪˈzeɪʃn/ออเธอะไร'เซ_ช'น/ *n.* การอนุมัติ, การอนุญาต; **obtain/give ~:** ได้รับ/ให้การอนุมัติ

authorize /ˈɔːθəraɪz/'ออเธอะรายซฺ/ *v.t.* Ⓐ *(give authority to)* มอบอำนาจ, ให้สิทธิอนุมัติ; **~ sb. to do sth.** มอบอำนาจแก่ *ค.น.* ในการทำ *ส.น.*; **entry is permitted only to ~d personnel** อนุญาตให้บุคคลที่ได้รับสิทธิผ่านเท่านั้น; Ⓑ *(sanction)* อนุมัติ, อนุญาต; **~ sth.** อนุมัติ *ส.น.*; **the A~d Version** *พระคัมภีร์ไบเบิลฉบับแปลเป็นภาษาอังกฤษใน ค.ศ. 1611*

authorship /ˈɔːθəʃɪp/'ออเธอะชิพ/ *n., no pl.* Ⓐ *no art. (occupation)* อาชีพนักเขียน; Ⓑ *(origin)* แหล่งที่มา; **of unknown ~:** แหล่งที่มาไม่ปรากฏ

autistic /ɔːˈtɪstɪk/ออ'ทิซติค/ *adj. (Psych., Med.)* โรคออทิสติก *(ท.ศ.)*, โรคสมาธิสั้น, โรคอัตตาวรณ์ *(ร.บ.)*

auto /ˈɔːtəʊ/'ออโท/ *n., pl.* **~s** *(Amer. coll.)* รถ

auto- /ˈɔːtəʊ/'ออโท/ *in comb.* ตนเอง, อัตตะ, อัตตา, อัตโนมัติ

autobahn /ˈɔːtəbɑːn/'ออเทอะบาน/ *n., pl.* **~s** *or* **~en** *ทางด่วนในประเทศเยอรมนีออสเตรียและสวิตเซอร์แลนด์*

autobi'ographer *n.* ผู้เขียนอัตชีวประวัติ

autobio'graphic, autobio'graphical /ɔːtəʊbaɪəˈgræfɪk, -ˈgræfɪkl/ออโทไบเออะ'แกรฺฟิค, -'แกรฺฟิค'ล/ *adj.* ที่เป็นอัตชีวประวัติ

autobi'ography /ɔːtəʊbaɪˈɒgrəfɪ/ออโทไบ'ออเกรฺอะฟิ/ *n.* อัตชีวประวัติ

autocade /ˈɔːtəʊkeɪd/'ออโทเคด/ *(Amer.)* ➡ **motorcade**

autoclave /ˈɔːtəkleɪv/'ออเทอะเคลฺว/ *n.* ภาชนะที่ใช้สำหรับปฏิกิริยาทางเคมี

autocracy /ɔːˈtɒkrəsɪ/ออ'ทอเครฺอะซิ/ *n.* อัตตาธิปไตย, เผด็จการ, การปกครองแบบพลการ

autocrat /ˈɔːtəkræt/'ออเทอะแครฺท/ *n.* อัตตาธิปัตย์ *(ร.บ.)* ผู้ปกครองด้วยอำนาจพลการ, ผู้เผด็จการ

autocratic /ɔːtəˈkrætɪk/ออเทอะ'แครฺทิค/ *adj.* เกี่ยวกับผู้ที่ปกครองโดยพลการ, เกี่ยวกับอัตตาธิปไตย

'autocross /ˈɔːtəʊkrɒs/'ออโทครฺอซ/ *n., no pl.* การแข่งรถยนต์ทางไกล

Autocue ® /ˈɔːtəʊkjuː/'ออโทคิว/ *n.* อุปกรณ์บอกบทสำหรับผู้ที่กำลังออกรายการโทรทัศน์

'autofocus *n. (Photog.)* ระบบปรับความชัดอัตโนมัติ

autogenic /ɔːtəʊˈdʒenɪk/ออโท'เจ็นนิค/ *adj.* ที่เกิดในตัวเอง; **~ training** การฝึกหัดตัวเอง

autogenous /ɔːˈtɒdʒɪnəs/ออ'ทอจิเนิซ/ *adj. (Med., Industry)* เกิดในตัวเอง; **~ welding** *การเชื่อมโลหะโดยไม่ต้องเพิ่มโลหะอื่น ๆ ลงไป*

'autogiro /ɔːtəʊˈdʒaɪərəʊ/ออโท'จายเออะโร/ *n., pl.* **~s** เฮลิคอปเตอร์รุ่นแรก ๆ

autograph /ˈɔːtəgrɑːf, US -græf/'ออเทอะกราฟ, -แกรฺฟ/ ❶ *n.* Ⓐ *(signature)* ลายเซ็น *(โดยเฉพาะของคนดัง)*; Ⓑ *(manuscript)* ต้นฉบับเขียนลายมือ; Ⓒ *(signed document)* **the original ~:** เอกสารตัวจริงที่ผู้เขียนลงนามกำกับ ❷ *v.t.* Ⓐ *(sign)* เซ็นชื่อ, ลงนามกำกับ; Ⓑ *(write with one's own hand)* เขียนด้วยลายมือ

autogyro ➡ **autogiro**

auto-im'mune /ɔːtəʊɪˈmjuːn/ออโทอิ'มิวนฺ/ *adj. (Med.)* *(โรค)* ที่เกิดจากภูมิต้านทานทำงานผิดปกติ; **~ response** การตอบสนองของภูมิต้านทานเชื้อโรคในร่างกาย

automat /ˈɔːtəmæt/'ออเทอะแมท/ *n. (Amer.)* Ⓐ *(slot machine)* สลอตแมชชีน *(ท.ศ.)*, ตู้เล่นการพนัน/ชำระสินค้าโดยการหยอดเหรียญ; Ⓑ *(cafeteria)* ร้านอาหารที่บริการโดยตู้อาหารหยอดเหรียญ

automate /ˈɔːtəmeɪt/'ออเทอะเมท/ *v.t.* ทำให้ใช้ระบบอัตโนมัติ

automated 'teller machine *n.* ระบบเบิกเงินจากบัญชีธนาคารอัตโนมัติ

automatic /ɔːtəˈmætɪk/ออเทอะ'แมทิค/ ❶ *adj.* อัตโนมัติ; **~ weapons** อาวุธอัตโนมัติ; **~ writing** *การเขียนโดยมีแรงดลใจจากอำนาจลึกลับที่อธิบายไม่ได้*; **~ gear system, ~ transmission** เกียร์อัตโนมัติ; **his reaction was completely ~:** ปฏิกิริยาของเขาเป็นไปอย่างอัตโนมัติโดยสิ้นเชิง; **disqualification is ~ after two false starts** หมดสิทธิในการแข่งขันโดยอัตโนมัติหลังจากออกตัวผิดกติกาสองครั้ง; **~ pilot** ➡ **autopilot** ❷ *n. (weapon)* อาวุธอัตโนมัติ; *(vehicle)* รถที่ใช้เกียร์อัตโนมัติ; *(tool, apparatus)* เครื่องมือ/เครื่องใช้ระบบอัตโนมัติ

automatically /ɔːtəˈmætɪklɪ/ออเทอะ'แมทิค'ลิ/ *adv.* โดยอัตโนมัติ

automation /ɔːtəˈmeɪʃn/ออเทอะ'เมช'น/ *n., no pl.* การใช้เครื่องมืออัตโนมัติ; *(automatic control)* การควบคุมอัตโนมัติ, อัตโนมัติกรรม *(ร.บ.)*

automatism /ɔːˈtɒmətɪzm/ออ'ทอเมอะทิซ'ม/ *n., no pl. (Biol., Med., Psych.)* การกระทำที่เกิดขึ้นโดยอัตโนมัติ, ชีวยนต์นิยม *(ร.บ.)*

automaton /ɔːˈtɒmətən, US -tɒn/ออ'ทอเมอะท'น, -ทอน/ *n. pl.* **~s** *or* **automata** /ɔːˈtɒmətə/ออ'ทอเมอะเทอะ/ มนุษย์กล, มนุษย์หุ่นยนต์

automobile /ˈɔːtəməbiːl, ɔːtəməˈbiːl/'ออเทอะเมอะบีล, ออเทอะเมอะ'บีล/ *n. (Amer.)* รถยนต์

automotive /ɔːtəˈməʊtɪv/ออเทอะ'โมทิวฺ/ *adj.* เกี่ยวกับรถยนต์; **~ industry** อุตสาหกรรมรถยนต์; **~ workers** คนงานโรงงานผลิตรถยนต์; **~ products** ผลิตภัณฑ์รถยนต์

autonomic /ɔːtəˈnɒmɪk/ออเทอะ'นอมิค/ *adj.* Ⓐ *(Physiol.)* ที่เป็นการทำงานนอกระบบการควบคุม เช่น การเต้นของหัวใจ; Ⓑ ➡ **autonomous**

autonomous /ɔːˈtɒnəməs/ออ'ทอเนอะเมิซ/ *adj. (also Philos.)* ซึ่งมีการปกครองเป็นอิสระ, อิสระ

autonomy /ɔːˈtɒnəmɪ/ออ'ทอเนอะมิ/ *n., no pl. (also Philos.)* อัตตาณัติ *(ร.บ.)*, ภาวะอิสระ *(ร.บ.)*; **~ of action** การปฏิบัติโดยอิสระ

'autopilot *n.* เครื่องนำร่องการเดินเรือโดยอัตโนมัติ; **[fly] on ~:** บินโดยใช้เครื่องมือนำทางอัตโนมัติ

autopsy /ˈɔːtɒpsɪ/'ออทอพซิ/ *n.* Ⓐ *(postmortem)* การชันสูตรพลิกศพ; *(attrib.)* **an ~ report** รายงานการชันสูตรพลิกศพ; Ⓑ *(personal inspection)* การตรวจสอบด้วยตนเอง; Ⓒ การวิเคราะห์อย่างวิพากษ์วิจารณ์

auto: ~save *(Computing) n.* ที่บันทึกข้อมูลโดยอัตโนมัติ **~-suggestion** *n.* การชี้นำที่มาจากความรู้สึกในใจของตนเอง; **~timer** *n.* เครื่องตั้งเวลาอัตโนมัติ

autumn /ˈɔːtəm/'ออเทิม/ *n.* ➤ **789** *(lit. or fig.)* ฤดูใบไม้ร่วง; **in ~ 1969, in the ~ of 1969** ในฤดูใบไม้ร่วง ค.ศ. 1969; **in early/late ~:** ในตอนต้น/ปลายฤดูใบไม้ร่วง; **last/next ~:** ฤดูใบไม้ร่วงปีก่อน/หน้า; **~ is a beautiful time of the year** ฤดูใบไม้ร่วงเป็นฤดูที่สวยมาก; **~ weather/fashions** อากาศ/แฟชั่นเครื่องแต่งกายในฤดูใบไม้ร่วง

autumnal /ɔːˈtʌmnl/ออ'ทัมน'ล/ *adj. (lit.)* แห่ง/เกี่ยวกับฤดูใบไม้ร่วง; *(fig.)* ในช่วงปลาย *(ของ ส.น./ค.น.)*; *(blooming or maturing in autumn)* ในฤดูใบไม้ร่วง; **~ flower** ดอกไม้ที่บานในฤดูใบไม้ร่วง

autumn 'crocus *n.* ดอกไม้เตี้ยในสกุล *Colchicum*

auxiliary /ɔːgˈzɪljərɪ/ออก'ซิลเลียริ/ ❶ *adj.* Ⓐ *(helping)* ช่วยเหลือ, อนุเคราะห์, เสริม; **be ~ to sth.** ช่วยเสริม *ส.น.*; **~ troops** กองทหารต่างชาติ/พันธมิตรที่เป็นกำลังเสริม; Ⓑ *(subsidiary)* ที่เพิ่มเติม, ที่ค้ำจุน; Ⓒ *(Ling.)* **~ verb** คำกริยานุเคราะห์ ❷ *n.* Ⓐ ➤ **489** ผู้ให้ความช่วยเหลือ, ผู้/สิ่งที่ให้ความอนุเคราะห์; **medical ~:** ผู้ช่วยแพทย์; Ⓑ *in pl. (Mil.)* กองทหารต่างชาติ/พันธมิตรที่เป็นกำลังเสริม; Ⓒ *(Ling.)* คำกริยานุเคราะห์

AV *abbr.* **Authorized Version;** ➡ **authorized B**

avail /əˈveɪl/เออะ'เวล/ ❶ *n., no pl., no art.* ผล, ประโยชน์ *(ปกติใช้ในรูปปฏิเสธหรือคำถาม)*; **be of no ~:** ไม่บังเกิดผล; **to no ~:** ไม่ประสบผลสำเร็จ; **of what ~ is it ...?** มีประโยชน์อะไรที่จะ ... ❷ *v.i.* Ⓐ *(be of profit)* มีประโยชน์, มีกำไร; **it will not ~:** มันจะไม่มีประโยชน์; Ⓑ *(afford help)* ช่วย ❸ *v.t.* ช่วย, ให้ประโยชน์ต่อ; **it will ~ you nothing** มันจะไม่ช่วยอะไรคุณเลย ❹ *v. refl.* **~ oneself of sth.** ใช้ *ส.น.* เป็นประโยชน์; **~ oneself of an opportunity** ใช้โอกาสให้เป็นประโยชน์แก่ตนเอง

availability /əveɪlə'bɪlɪtɪ/เออะเวเลอะ'บิลลิทิ/ *n., no pl.* การหาได้, การมีอยู่; **the ~ of sth.** การมี *ส.น.;* **I'll find out about the ~ of tickets** ฉันจะถามหาดูว่ามีตั๋วเหลืออยู่หรือเปล่า; **the likely ~ of spare parts** ความเป็นไปได้ที่จะมีอะไหล่; **the ~ of accommodation** การมีที่พัก

available /ə'veɪləbl/เออะ'เวเลอะบ'ล/ *adj.* Ⓐ *(at one's disposal)* มีอยู่, หาได้; **make sth. ~ to sb.** เตรียม *ส.น.* ให้ *ค.น.* ใช้; **be ~:** พร้อมที่จะช่วย; Ⓑ *(capable of use)* สามารถใช้ได้ *(ตั๋วเดินทาง);* Ⓒ *(obtainable)* มีพร้อม, หาได้; **have sth. ~:** มี *ส.น.* พร้อมอยู่; **nobody was ~ for comment** ไม่มีใครพร้อมที่จะออกความเห็น

avalanche /'ævəlɑ:nʃ, US -læntʃ/'แอเวอะลานชฺ, -แลนฉฺ/ ❶ *n. (lit.)* หิมะถล่ม; *(fig.)* ปริมาณของที่ท่วมท้น; **an ~ of letters** จดหมายกองมหึมา ❷ *v.i.* **mud ~d down** โคลนถล่มลงมา

avant-garde /ælævɒŋ'gɑ:d/แอวอง'กาด/ ❶ *adj.* ที่ใหม่และก้าวหน้า ❷ *n.* พวกที่มีความคิดใหม่ ๆ และหัวก้าวหน้า *(ศิลปิน, นักเขียน ฯลฯ)*

avarice /'ævərɪs/'แอเวอะริช/ *n., no pl.* ความโลภ, ความอยากได้; **~ for sth.** *(fig.)* ความอยากได้ *ส.น.*

avaricious /ævə'rɪʃəs/แอเวอะ'ริชเชิซ/ *adj.* โลภ; **~ for power** โลภอยากได้อำนาจ

avatar /'ævətɑ(r)/'แอเวอะทา(ร)/ *n.* อวตาร

Ave. *abbr.* **Avenue**

Ave [Maria] /'aveɪ (mɑ'rɪə)/'อาเว (มาเรีย)/ *n.* บทสวดมนต์วันทาพระแม่มารี

avenge /ə'vendʒ/เออะ'เว็นจฺ/ *v.t.* แก้แค้น, ล้างแค้น; **be ~d/~ oneself on sb./sth.** แก้แค้น *ค.น./ส.น.;* **be ~d for sth.** แก้แค้นสำหรับ *ส.น.*

avenger /ə'vendʒə(r)/เออะ'เว็นเจอะ(ร)/ *n.* ผู้แก้แค้น, ผู้ล้างแค้น

avenue /'ævənju:, US -nu:/'แอเวอะนิว, -นู/ *n. (broad street)* ถนนกว้าง; *(tree-lined road; Brit.: approach to country house)* ถนนเข้าสู่คฤหาสน์ ซึ่งจะมีต้นไม้อยู่สองข้างทาง; **~ of approach** ลู่ทาง, วิธีเข้าสู่ *(ปัญหา);* **all ~s of escape were closed** ช่องทางที่จะหนีรอดถูกปิดทั้งหมด; ➡ + **explore** B

aver /ə'vɜ:(r)/เออะ'เวอะ(ร)/ *v.t.,* **-rr-** ยืนยัน; **what one expert ~s, another denies** สิ่งที่ผู้เชี่ยวชาญคนหนึ่งยืนยัน อีกคนก็ปฏิเสธ

average /'ævərɪdʒ/'แอเวอะริจ/ ❶ *n.* Ⓐ ผลเฉลี่ย, จำนวนเฉลี่ย, มาตรฐานทั่วไป; **the ~ is about ...:** ผลเฉลี่ยอยู่ที่ประมาณ...; **on [the** *or* **an] ~:** คิดเฉลี่ยแล้ว; **above/below ~:** สูงกว่า/ต่ำกว่าค่าเฉลี่ย; **law of ~s** กฎแห่งค่าเฉลี่ย; Ⓑ *(arithmetic mean)* ค่าเฉลี่ย; **batting ~** *(Baseball, Cricket)* จำนวนเฉลี่ยของการตีลูก; **bowling ~** *(Cricket)* จำนวนเฉลี่ยของการปาลูก; Ⓒ *(Insurance)* **~ adjustment** การประเมินความเสียหายตามค่าเฉลี่ย

❷ *adj.* Ⓐ ปานกลาง; **~ speed** ความเร็วปานกลาง; **he is of ~ height** เขาสูงปานกลาง; Ⓑ *(mediocre)* ปานกลาง, ไม่ค่อยดี; *(ordinary)* ธรรมดา; **an ~ man** ผู้ชายธรรมดา

❸ *v.t.* Ⓐ *(find the ~ of)* หาค่าเฉลี่ยของ; Ⓑ *(amount on ~ to)* มีจำนวนถัวเฉลี่ย; **the planks ~d three metres in length** แผ่นกระดานเฉลี่ยแล้วมีความยาว 3 เมตร; **these things ~ themselves out** สิ่งเหล่านี้จะออกมาพอ ๆ กัน; Ⓒ *(do on ~)* ทำโดยเฉลี่ย; **she ~s four novels a year** โดยเฉลี่ยเธอเขียนนวนิยายปีละสี่เรื่อง; **the train ~d 90 m.p.h.** โดยเฉลี่ยรถไฟแล่นด้วยความเร็ว 90 ไมล์ต่อชม.

❹ *v.i.* **~ out at** เฉลี่ยได้

averagely /'ævərɪdʒlɪ/'แอเวอะริจลิ/ *adv.* โดย/อย่างเฉลี่ย, อย่างธรรมดา, อย่างปานกลาง

averse /ə'vɜ:s/เออะ'เวิซ/ *pred. adj.* **be ~ to** *or* **from sth.** รังเกียจ *ส.น.;* **be ~ to** *or* **from doing sth.** รังเกียจที่จะทำ *ส.น.*

aversion /ə'vɜ:ʃn, US ə'vɜ:rʒn/เออะ'เวอช'น, เออะ'เวอรฌ'น/ *n.* Ⓐ *no pl. (dislike)* ความเกลียดชัง, ความรังเกียจ; **have/take an ~ to** *or* **from sth.** มีความเกลียดชังต่อ *ส.น.;* **~ therapy** *(Psych.)* การบำบัดรักษาที่ทำให้คนไข้เกิดความรังเกียจนิสัยเดิมของตน; Ⓑ *(object)* **be sb.'s ~:** เป็นสิ่งเกลียดชังของ *ค.น.;* **my pet ~ is...:** สิ่งที่ฉันเกลียดชังเข้ากระดูกดำคือ...

avert /ə'vɜ:t/เออะ'เวิท/ *v.t.* Ⓐ *(turn away)* หลบ, เบี่ยงเบน *(การมอง, การสังเกต);* เบือน; **she ~ed her eyes** เธอหลบสายตา; Ⓑ *(prevent)* หยุดยั้ง, ป้องกัน *(เหตุร้าย, อุบัติเหตุ)*

aviary /'eɪvɪərɪ, US -vɪerɪ/'เอเวียริ, -วิเอะริ/ *n.* กรงนกขนาดใหญ่, สถานที่ขังนกจำนวนมาก *(บางแห่งคนเข้าไปเดินชมได้)*

aviation /eɪvɪ'eɪʃn/เอวิ'เอช'น/ *n., no pl., no art.* Ⓐ *(operating of aircraft)* การบิน; **~ fuel** น้ำมันเชื้อเพลิงที่ใช้กับเครื่องบิน; Ⓑ *(aircraft manufacture)* การผลิตเครื่องบิน; **~ industry** อุตสาหกรรมผลิตเครื่องบิน

aviator /'eɪvɪeɪtə(r)/'เอวิเอเทอะ(ร)/ *n.* ➤ **489** นักบิน

avid /'ævɪd/'แอวิด/ *adj. (enthusiastic)* กระตือรือร้น; **be ~ for sth.** *(eager, greedy)* ใจจดใจจ่อ/หิวกระหายสำหรับ *ส.น.*

avidity /ə'vɪdɪtɪ/เออะ'วิดดิทิ/ *n., no pl. (enthusiasm)* ความกระตือรือร้น; *(greed)* ความละโมบ, ความโลภโมโทสัน

avidly /'ævɪdlɪ/'แอวิดลิ/ *adv. (enthusiastically)* อย่างกระตือรือร้น; *(greedily)* อย่างละโมบ

avionics /eɪvɪ'ɒnɪks/เอวิ'ออนิคซฺ/ *n.* Ⓐ *no pl.* วิทยาศาสตร์และเทคโนโลยีด้านอิเล็กทรอนิกส์การบิน; Ⓑ *constr. as pl. (systems)* ระบบอิเล็กทรอนิกส์ของการบิน

avocado /ævə'kɑ:dəʊ/แอเวอะ'คาโด/ *n., pl.* **~s: ~ [pear]** ผลอาโวกาโด *(ท.ศ.); (tree)* ต้นอาโวกาโด *(Persea americana)*

avocation /ævə'keɪʃn/แอเวอะ'เคช'น/ *n. (minor occupation)* อาชีพเล็ก ๆ น้อย ๆ; *(coll.: vocation)* งานอาชีพ, การทำมาหากิน

avocet /'ævəset/'แอเวอะเซ็ท/ *n.* นกในสกุล *Pecurvirostra* ที่ชอบเดินในน้ำตื้น ๆ

avoid /ə'vɔɪd/เออะ'วอยด/ *v.t.* Ⓐ *(keep away from)* หลีกเลี่ยง; **~ an obstacle/a cyclist** หลีกเลี่ยงเครื่องกีดขวาง/หลบคนขี่จักรยาน; **~ the boss when he's in a temper** หลีกเลี่ยงหัวหน้าเมื่อเขาอารมณ์เสีย; Ⓑ *(refrain from)* งดเว้น, ระงับ; **~ doing sth.** งดเว้นการกระทำ *ส.น.;* **you can hardly ~ seeing her** คุณจะหลีกเลี่ยงการพบกับเธอไม่ได้; Ⓒ *(escape)* หนี; **they wore masks to ~ recognition** พวกเขาสวมหน้ากากเพื่อไม่ให้ใครจำหน้าได้

avoidable /ə'vɔɪdəbl/เออะ'วอยเดอะบ'ล/ *adj.* หลีกเลี่ยงได้, ละเว้นได้; **if it is [at all] ~:** ถ้าเลี่ยงได้

avoidance /ə'vɔɪdəns/เออะ'วอยด'นซฺ/ *n., no pl.* การหลีกเลี่ยง, การละเว้น; **the ~ of accidents** การหลีกเลี่ยงอุบัติเหตุ; **~ of death duties** การหลีกเลี่ยงการเสียภาษีมรดก

avoirdupois /ævədjʊ'pɔɪz/แอเวอะเดอะ'พอยซฺ/ *n.* Ⓐ มาตราชั่ง โดยถือหลัก 1 ปอนด์ประกอบด้วย 6 ออนซ์ หรือ 7,000 เกรนซ์; Ⓑ *(joc.: bodily weight)* น้ำหนัก

avow /ə'vaʊ/เออะ'วาว/ *v.t.* ยอมรับ, สารภาพ; **~ oneself [to be] sth.** ยอมรับว่าตนเองเป็น *ส.น.;* **an ~ed opponent/supporter** ฝ่ายตรงข้าม/ฝ่ายสนับสนุนที่ประกาศตัวอย่างเปิดเผย

avowal /ə'vaʊəl/เออะ'วาวเอิล/ *n.* การสารภาพ, การยอมรับ; **on your own ~:** โดยการรับสารภาพของตัวคุณเอง

avowedly /ə'vaʊɪdlɪ/เออะ'วาวอิดลิ/ *adv. (openly)* อย่างเปิดเผย, อย่างยอมรับ

avuncular /ə'vʌŋkjʊlə(r)/เออะ'วังคิวเลอะ(ร)/ *adj.* เอ็นดูผู้เยาว์ฉันท์ลุง

aw /ɔ:/ออ/ *int. expr. remonstrance, commiseration, disgust* โอย; **~, bad luck!** โอย โชคร้ายจริงโว้ย

AWACS /'eɪwæks/'เอแวคซฺ/ *abbr.* **Airborne Warning And Control Systems** ระบบการเตือนภัยและควบคุมด้วยการบินระดับสูง

await /ə'weɪt/เออะ'เวท/ *v.t.* รอคอย; **disaster ~s us if ...:** ความหายนะรอคอยพวกเราอยู่ ถ้า...; **the long ~ed visit** การเยี่ยมเยียนที่รอคอยมาเป็นเวลานาน

awake /ə'weɪk/เออะ'เวค/ ❶ *v.i.,* **awoke** /ə'wəʊk/เออะ'โวค/, **awoken** /ə'wəʊkn/เออะ'โวค'น/ *(lit. or fig.)* ตื่น; **we awoke to the sound of the rain on the windows** เราตื่นขึ้นก็ได้ยินเสียงฝนตกกระทบหน้าต่าง; **one day I shall ~ to find myself a rich man** วันหนึ่งฉันจะตื่นขึ้นมาและพบว่าเป็นเศรษฐี; **~ to sth.** ตระหนัก/รู้สึกถึง *ส.น.;* **when she awoke to her surroundings** เมื่อเธอเริ่มสังเกตสิ่งแวดล้อม ❷ *v.t.,* **awoke, awoken** *(lit. or fig.)* ปลุกให้ตื่น, ปลุกให้รับรู้; **~ sb. to sth.** *(fig.)* ปลุก *ค.น.* ให้รับรู้ *ส.น.;* **be awoken to sth.** *(fig.)* ถูกปลุกให้รับรู้/ตระหนักถึง *ส.น.*

❸ *pred. adj. (lit. or fig.)* ตื่นตัว; **wide ~:** ตาสว่าง/เบิกโพลง; **lie ~:** นอนตาเบิกโพลง; **be ~ to sth.** มีหูตาสว่างเพื่อรับรู้ *ส.น.*

awaken /ə'weɪkən/เออะ'เวเคิน/ ❶ *v.t. (esp. fig.)* ➡ **awake** 2 ❷ *v.i. (esp. fig.)* ➡ **awake** 1

awakening /ə'weɪkənɪŋ/เออะ'เวเคินนิง/ *n.* การตระหนักถึง, การตื่นตัวรับรู้; **a rude ~** *(fig.)* การรู้ตัวอย่างกะทันหัน

award /ə'wɔ:d/เออะ'วอด/ ❶ *v.t. (grant)* ให้ *(รางวัล, เงินชดเชย, เงินอุดหนุน);* เซ็นต์ *(สัญญา);* มอบ *(เหรียญตรา);* **~ sb. sth.** มอบ *ส.น.* แก่ *ค.น.;* **sb. is ~ed sth.** *ค.น.* ได้รับมอบหมาย *ส.น.;* **he was ~ed the prize** เขาได้รับรางวัล; **the referee ~ed a penalty [to Arsenal]** ผู้ตัดสินให้ลูกโทษ [ทีมอาร์เซนัล] ❷ *n.* Ⓐ *(judicial decision)* คำพิพากษาตัดสิน; Ⓑ *(payment)* ค่าชดเชย; *(grant)* เงินอุดหนุน; **make an ~ to sb.** ให้เงินอุดหนุน *ค.น.;* Ⓒ *(prize)* รางวัล

a'ward-winning *adj.* ได้รับชัยชนะ, ได้รับรางวัล

aware /ə'weə(r)/เออะ'แว(ร)/ *adj.* Ⓐ *pred. (conscious)* รู้ตัว, สำเหนียก; **be ~ of sth.** ตระหนักถึง *ส.น.;* **be ~ that ...:** จงทราบว่า...; **what made you ~ that ...?** อะไรทำให้คุณทราบว่า...; **the patient was ~ of everything going on around him** คนไข้รับรู้ทุกสิ่งทุกอย่างที่เกิดขึ้นรอบ ๆ ตัวเขา; **as far as I am ~:** เท่าที่ฉันรู้มา; **not that I am ~ of** นั่นไม่ใช่เรื่องที่ฉันรับรู้; Ⓑ *(well-informed)* ได้รับรู้เรื่องราวอย่างดี

awareness /ə'weənɪs/เออะ'แวนิซ/ *n., no pl. (consciousness)* การรับรู้, ความเข้าใจ,

a

ตระหนัก; raise public ~ of sth. เพิ่มความตระหนักของสาธารณชนใน *ส.น.*

awash /əˈwɒʃ/เออะ'วอช/ *pred. adj.* น้ำนอง, สูงเท่าระดับน้ำ; **be ~** *(flooded)* น้ำท่วม; *(fig.)* **be ~ with money** มีเงินท่วมท้น

away /əˈweɪ/เออะ'เว/ ❶ *adv.* Ⓐ *(at a distance)* ไกลออกไป, ห่างจาก; **~ in the distance** อยู่ห่าง, อยู่ไกล; **two feet ~ [from sth.]** ห่างจาก [*ส.น.*] สองฟุต; **play ~** *(Sport)* ไปเล่นที่สนามของฝ่ายตรงข้าม; **Christmas is still months ~:** ยังอีกหลายเดือนกว่าจะถึงคริสต์มาส; Ⓑ *(to a distance)* ไปให้ห่าง, ไปไกล ๆ; **get ~ from it all** ➡ **all** 1 A; **~ with you/him!** ไปได้ แล้วคุณ/เอาเขาไปเลย; **throw sth. ~:** โยน *ส.น.* ทิ้งไป; **~ we go!** ไปกันเถอะ; Ⓒ *(absent)* ไม่อยู่; **be ~ on business** ไม่อยู่เพราะไปทำธุรกิจ; **be ~ [from school] with a cold** หยุดโรงเรียนเพราะเป็นหวัด; **he's ~ in France/on holiday** เขาไปประเทศฝรั่งเศส/เขากำลังไปพักร้อน; Ⓓ *(towards or into non-existence)* **die/fade ~:** ตายจากไป/จางหายไป; **gamble one's money ~:** เล่นพนันจนผลาญเงินหมด; **drink the evening ~:** ดื่มตลอดคืน; **the water has all boiled ~:** น้ำเดือดจนแห้งไปหมด; **idle one's time ~:** ปล่อยเวลาให้ผ่านไป; Ⓔ *(constantly)* อย่างสม่ำเสมอ; **work ~ on sth.** เคร่งทำ *ส.น.* อย่างเพลินใจ; **laugh ~ at sth.** หัวเราะร่วนเกี่ยวกับ *ส.น.*; **they were singing ~:** พวกเขากำลังร้องเพลงกันอย่างสนุก; Ⓕ *(without delay)* โดยไม่รอช้าไปเลย....; **fire ~** *(lit. or fig.)* ยิง *(ปืน)* ไปเลย
❷ *adj. (Sport)* ที่เล่นในสนามคู่แข่ง; **the next match is ~:** การแข่งขันครั้งต่อไปต้องไปเล่นในสนามฝ่ายตรงข้าม; **~ match** การแข่งขันที่สนามฝ่ายตรงข้าม; **~ team** ทีมที่มาเยือน

awe /ɔː/ออ/ ❶ *n.* ความยำเกรงผสมกลัว (**of** สำหรับ); **be** *or* **stand in ~ of sb.** ยำเกรง *ค.น.*; *(feel respect)* รู้สึกเคารพยำเกรง *ค.น.*; **hold sb. in ~:** มีความรู้สึกยำเกรงนับถือ *ค.น.* ❷ *v.t.* ทำให้ยำเกรง; **be ~d by sth.** ยำเกรง *ส.น.*; **be ~d into silence** เกรงกลัวจนเงียบไปเลย; **in an ~d voice** ด้วยเสียงที่เต็มไปด้วยความยำเกรง

aweigh /əˈweɪ/เออะ'เว/ *pred. adj. (Naut.)* *(สมอเรือ)* ที่ห้อยอยู่เหนือน้ำ

'awe-inspiring *adj.* ทำให้เกิดความเกรงขาม, สร้างความประเสริฐเลอเลิศ

awesome /ˈɔːsəm/'ออเซิม/ *adj.* น่าเกรงขาม; **his strength was ~:** กำลังของเขาน่าเกรงขาม; *(stunningly good)* เจ๋ง, เก๋า

awe: ~-stricken, ~-struck *adj.* ตื่นตระหนกด้วยความยำเกรง, ตกประหม่า

awful /ˈɔːfl/'ออฟ'ล/ *adj.* Ⓐ แย่ทีเดียว; **too ~ for words** *(coll.)* แย่จนพูดไม่ออก; **be an ~ lot better/worse** *(coll.)* ดีขึ้นมาก/แย่ลงมาก; **an ~ lot of money/people** *(coll.)* เงิน/คนมากมายมหาศาล; **an ~ long time/way** *(coll.)* เวลานานเหลือทน/เส้นทางยาวมาก; Ⓑ *(commanding reverence)* น่ายำเกรง; *(solemnly impressive)* น่าเกรงขาม; **~ silence** ความเงียบ สงัดจนน่ากลัว

awfully /ˈɔːfəlɪ, ˈɔːflɪ/'ออเฟอะลิ/ *adv.* อย่างน่าเกลียด, อย่างแย่มาก; **not ~** *(coll.)* ไม่เท่าไรหรอก; **thanks ~** *(coll.)* ขอบคุณอย่างที่สุด

awfulness /ˈɔːflnɪs/'ออฟ'ลนิซ/ *n., no pl.* Ⓐ *(terribleness)* ความเลวร้าย; Ⓑ *(impressive solemnity)* ความน่าขนพองสยองเกล้า

awhile /əˈwaɪl/เออะ'วายล/ *adv.* สักครู่, สักประเดี๋ยว; **not yet ~:** อีกสักหน่อย

awkward /ˈɔːkwəd/'ออคเวิด/ *adj.* Ⓐ *(ill-adapted for use)* งุ่มง่าม, ใช้ไม่สะดวก; **be ~ to use** ใช้ไม่สะดวก; **this parcel is ~ to carry** ของห่อนี้ถือเกะกะ; Ⓑ *(clumsy)* เป็น, ซุ่มซ่าม, งุ่มง่าม, เงอะงะ; **be at an ~ age** อยู่ในวัยรุ่นที่เก้งก้าง; Ⓒ *(embarrassing, embarrassed)* กระอักกระอ่วน, น่าขวยเขิน; **feel ~:** รู้สึกกระอักกระอ่วนใจ; Ⓓ *(difficult)* *(ช่วงสถานการณ์)* อึดอัด; *(บุคคล)* ที่ลำบาก; ➡ + **customer** B

awkwardly /ˈɔːkwədlɪ/'ออคเวิดลิ/ *adv.* Ⓐ *(badly)* อย่างเลวร้าย; Ⓑ *(clumsily)* อย่างเป็น, อย่างซุ่มซ่าม, อย่างเงอะงะ; Ⓒ *(embarrassedly)* อย่างอับอาย, อย่างขวยเขิน; *(embarrassingly)* อย่างน่าอับอาย; Ⓓ *(unfavourably)* อย่างไม่เอื้ออำนวย

awkwardness /ˈɔːkwədnɪs/'ออคเวิดนิซ/ *n., no pl.* ➡ **awkward:** Ⓐ ความน่าเกลียด; **the ~ of the design puts me off** ความเทอะทะของรูปแบบทำให้ฉันเสียอารมณ์; Ⓑ ความเงอะงะ, ความซุ่มซ่าม, ความเป็น; Ⓒ ความน่าอับอาย, ความเขินอาย; **a moment of ~:** ช่วงเวลาที่น่าอับอาย; Ⓓ *(of person)* ความเงอะงะ

awl /ɔːl/ออล/ *n.* เหล็กปลายแหลม *(ใช้แทงรูหนังหรือไม้)*

awn /ɔːn/ออน/ *n.* ส่วนปลายแหลมที่ใบ *(เมล็ดข้าว, เมล็ดหญ้า, ใบไม้)*

awning /ˈɔːnɪŋ/'ออนิง/ *n. (on wagon, house, of tent, on ship)* กันสาด, ผ้าใบบังแดด

awoke, awoken ➡ **awake**

AWOL /ˈeɪwɒl/'เอวอล/ *adj. (Mil.) abbr.* **absent without leave; go ~:** หนีราชการทหาร

awry /əˈraɪ/เออะ'ราย/ ❶ *adv.* อย่างไม่ถูกที่, ทาง, อย่างผิดพลาด; **your coat has pulled your scarf [all] ~:** เสื้อนอกของคุณดึงผ้าพันคอให้เบี้ยวไป; **go ~** *(fig.)* ผิดพลาดไป
❷ *pred. adj.* ผิดพลาด, เอียง, เบี้ยว; **your tie is all ~:** เนคไทของคุณเบี้ยวไปหมด; **our clothes were all ~:** เสื้อผ้าของพวกเรายุ่งเหยิงไปหมด; **now our plans are utterly ~** *(fig.)* ที่นี้แผนของพวกเราก็ล้มเหลวไปหมด

axe *(Amer.:* **ax)** /æks/แอคซฺ/ ❶ *n.* Ⓐ ขวาน; **have an ~ to grind** *(fig.)* มีเรื่องส่วนตัวที่แฝงอยู่ หรือ มีเรื่องในใจที่ต้องระบาย; Ⓑ *(fig.: reduction)* **the ~:** การตัดทอน; **on which sector will the ~ fall next?** ส่วนไหนจะถูกตัดทอนรายจ่ายเป็นรายต่อไป; ➡ + **take** 1 F ❷ *v.t. (reduce)* ลด; *(eliminate)* กำจัด; *(abandon)* ละทิ้ง, ยกเลิก; *(dismiss)* ไล่ออก

axes *pl. of* **axe, axis**

axial /ˈæksɪəl/'แอคเซียล/ *adj.* เกี่ยวกับแกน, รอบ ๆ แกน; **~ symmetry** ความได้สัดส่วนของแกน

axil /ˈæksɪl/'แอคซิล/ *n. (Bot.)* มุมบนระหว่างใบกับก้านหรือระหว่างกิ่งกับลำต้น

axiom /ˈæksɪəm/'แอคเซียม/ *n.* หลักการที่เป็นที่ยอมรับ, ฐานบท, สัจพจน์ *(ร.บ.)*

axiomatic /æksɪəˈmætɪk/แอคเซีย'แมทิค/ *adj.* เป็นหลักการอันเป็นที่ยอมรับ, เป็นสัจธรรม; **I have taken it as ~ that ...:** ฉันยึดถือเรื่องนี้เป็นความจริงว่า...

axis /ˈæksɪs/'แอคซิซ/ *n., pl.* **axes** /ˈæksiːz/'แอคซิซฺ/ Ⓐ แกน, อักษะ *(ร.บ.)*; **~ of rotation** แกนของการหมุนเวียน; Ⓑ *(Polit.)* การร่วมเป็นพันธมิตรกันทางการเมืองของประเทศตั้งแต่ 2 ประเทศขึ้นไป, สันนิบาตการเมือง; **the A~** *(Hist.)* ฝ่ายอักษะ; **the A~ powers** *(Hist.)* อำนาจของฝ่ายอักษะ; Ⓒ *(Bot.)* แกนกลางของช่อดอก/ของก้าน; Ⓓ *(Anat., Physiol)* กระดูกสันหลังข้อที่สอง, แกนกลางของอวัยวะใด ๆ

axle /ˈæksl/'แอคซ'ล/ *n.* แกน, เพลา

'axle grease *n.* น้ำมันหล่อลื่นเพลาล้อ

[1]ay /aɪ/อาย/ ❶ *adv.* Ⓐ *(in voting; arch./dial.)* เห็นด้วย, ใช่; **answer ~** ตอบเห็นด้วย; Ⓑ *(Naut.)* **ay, ay, sir!** ครับท่าน! คะท่าน ❷ *n., pl.* **ayes** *(answer)* การตอบรับ; *(vote)* เสียงสนับสนุน; **the ayes have it** เสียงสนับสนุนได้คะแนนเสียงข้างมาก

[2]ay *int.* **ay me!** *(arch./poet.)* ว้าย ช่างน่าสงสารจัง

ayatollah /aɪəˈtɒlə/ไอเออะ'ทอเล/ *n.* ผู้นำสูงสุดทางศาสนามุสลิมนิกายชีไอต์ *(Shiite)*

[1]aye ➡ **[1]ay**

[2]aye /aɪ/อาย/ *adv. (arch.: ever)* ตลอดไป; **for ~:** ตลอดไป, ชั่วนิรันดร์

azalea /əˈzeɪlɪə/เออะ'เซเลีย/ *n. (Bot.)* ต้นอาเซเลีย *(ท.ศ.)* เป็นไม้พุ่มในสกุล *Rhododendron* ออกดอกสีต่าง ๆ

Azerbaijan /æzəbaɪˈdʒɑːn/แอเซอะไบ'ฌาน/ *pr. n.* ประเทศอาร์เซอร์ไบจาน *(ตั้งอยู่บนฝั่งทะเลแคสเปียน)*

azimuth /ˈæzɪməθ/'แอซิเมิธ/ *n. (Astron.)* ทิศทางของดาวเมื่อดูจากพื้นโลก, เส้นแวงราบ, มุมตำแหน่ง, ภาคทิศ *(ร.บ.)*

Azores /əˈzɔːz/เออะ'ซอซฺ/ *pr. n. pl.* หมู่เกาะอะซอเรส *(ในมหาสมุทรแอตแลนติกตอนเหนือ)*

Aztec /ˈæztek/'แอซเท็ค/ ❶ *adj.* แห่งชาวแอซเท็ค ❷ *n.* Ⓐ *(person)* ชาวแอซเท็ค *(ชนเผ่าพื้นเมืองในประเทศเม็กซิโกก่อนที่สเปนจะเข้าครอบครองในศตวรรษที่ 16)*; Ⓑ *(language)* ภาษาของชาวแอซเท็ค

azure /ˈæʒə(r), -zjə(r)/'แอเฌอะ(ร), -เซียฺ(ร)/ ❶ *n.* Ⓐ *(sky blue)* สีฟ้าสด; Ⓑ *(Her.)* สีฟ้า; Ⓒ *(literary: unclouded sky)* ท้องฟ้าแจ่มใส ❷ *adj.* Ⓐ *(sky-blue)* มีสีฟ้าสด; Ⓑ *(Her.)* สีฟ้า

Bb

B, b /biː/บี/ *n., pl.* **Bs** *or* **B's** Ⓐ *(letter)* **B, b** พยัญชนะตัวที่ 2 ของภาษาอังกฤษ; **B road** ถนนชั้นสอง; **~ film** *or (Amer.)* **movie** ภาพยนตร์ประกอบ; Ⓑ **B** *(Mus.)* เสียงที่เจ็ดของบันไดเสียงดนตรีสากลของ C major; **B flat** B, b; Ⓒ *(example)* ตัวอย่างหัวข้อ B, b; Ⓓ **B** *(Sch., Univ.: mark)* คะแนนผลการเรียนระดับบี; **he got a B** เขาได้คะแนนระดับบี

B. *abbr.* Ⓐ *(Univ.)* **Bachelor;** Ⓑ **bishop** บิชอป *(ท.ศ.); (Chess)* ตัวบิชอปในหมากรุกฝรั่ง; Ⓒ *(on pencil)* **black** B ดินสอดำ

BA *abbr.* Ⓐ *(Univ.)* **Bachelor of Arts;** ➡ + **B.Sc.;** Ⓑ **British Academy** *สมาคมของอังกฤษตั้งขึ้นเพื่อส่งเสริมวิชาอักษรศาสตร์ ปรัชญา ประวัติศาสตร์ รัฐศาสตร์และเศรษฐศาสตร์;* Ⓒ **British Association** *สมาคมอังกฤษส่งเสริมวิทยาศาสตร์ทุกประเภทและส่งเสริมความร่วมมือกันในหมู่นักวิทยาศาสตร์*

b. *abbr.* Ⓐ **born** เกิด; Ⓑ *(Cricket)* **bowled by** ขว้างโดย

BAA *abbr.* **British Airports Authority** การท่าอากาศยานอังกฤษ

baa /bɑː/บา/ ❶ *n.* เสียงแกะร้อง ❷ *v.i.*, **baaed** *or* **baa'd** *(แกะ)* ส่งเสียงร้อง

'baa-lamb *n. (child lang.)* ลูกแกะ

baba /'bɑːbɑː/'บาบา/ *n.* **[rum] ~**: ขนมเค้กเนื้อนุ่ม ๆ ราดด้วยน้ำเชื่อมกลิ่นเหล้ารัม

babble /'bæbl/'แบบ'ล/ ❶ *v.i.* Ⓐ *(talk incoherently)* พูดพล่ามไม่ปะติดปะต่อกัน; **~ [away** *or* **on]** *(ทารก)* พูดไม่เป็นภาษา, พูดเรื่อยเปื่อย; Ⓑ *(talk foolishly)* พูดไร้สาระ; **a babbling idiot** คนพูดพล่ามไร้สาระเหมือนคนบ้า; Ⓒ *(talk excessively)* **~ away** *or* **on** พูดน้ำไหลไฟดับ; Ⓓ *(murmur) (น้ำในลำธาร)* ไหลเซาะ ❷ *v.t.* Ⓐ *(divulge foolishly)* เปิดเผยอย่างโง่เง่า; **~ sth. to sb.** เปิดเผย *ส.น.* กับ *ค.น.* ด้วยความโง่เง่า; Ⓑ *(utter incoherently)* พูดที่ฟังไม่ได้ศัพท์; *(ทารก)* พูดเสียงอ้อแอ้ ❸ *n.* Ⓐ *(incoherent speech)* การพูดตะกุกตะกัก; *(childish or foolish speech)* การพูดเหมือนเด็กไร้เดียงสาหรือการพูดอย่างโง่; Ⓑ *(idle talk)* การพูดเรื่อยเปื่อย; Ⓒ *(murmur of water)* เสียงน้ำไหลซ่า ๆ; **the babbling of the stream** เสียงลำธารไหลซ่า ๆ; Ⓓ *(Teleph.)* เสียงรบกวนขณะพูดโทรศัพท์

babbler /'bæblə(r)/'แบบเบลอะ(ร)/ *n.* Ⓐ *(chatterer, teller of secrets)* คนช่างพูด, คนที่เปิดเผยความลับ; Ⓑ *(Ornith.)* นกที่จัดอยู่ในประเภทที่ส่งเสียงร้องดัง

babe /beɪb/เบบ/ *n.* Ⓐ *(inexperienced person)* คนที่ไม่มีประสบการณ์; **be a ~**: เป็นคนไร้ประสบการณ์; Ⓑ *(guileless person)* คนที่ไร้เดียงสา; **~s in the wood** คนที่ไร้เดียงสา, คนที่ช่วยตนเองไม่ได้; Ⓒ *(Amer. sl.: young woman)* หญิงสาว; **I love you, ~**: น้องสาวฉันรักเธอ; Ⓓ *(young child)* ทารก; **as innocent as a newborn ~**: ไร้เดียงสาเสมือนทารกแรกเกิด; ➡ + **mouth** 1 A

babel /'beɪbl/'เบบ'ล/ *n.* Ⓐ *(scene of confusion)* ภาพของความยุ่งเหยิง ความสับสน; Ⓑ *(noisy medley)* **~ of voices** เสียงฟังไม่ได้ศัพท์; **tower of ~** *(fig.)* แผนการใหญ่โตเพ้อฝัน; Ⓒ *(confusion of tongues)* ความสับสนเนื่องจากภาษาหลากหลาย; Ⓓ **Babel** หอสูงสู่สวรรค์ที่สร้างไม่เสร็จ *(ตามพระคัมภีร์คริสต์เตียน)*

baboon /bə'buːn/เบอะ'บูน/ *n. (Zool.)* ลิงบาบูน *(ท.ศ.); (fig. derog.: person)* คนหยาบคาย, คนป่าเถื่อน

babushka /bə'bʊʃkə/เบอะ'บูชเคอะ/ *n.* ผ้าโพกศีรษะผูกสายที่ใต้คางของสตรี

baby /'beɪbɪ/'เบบิ/ ❶ *n.* Ⓐ ทารก, ลูกอ่อน, เด็ก, ลูก; **have a ~/be going to have a ~**: ออกลูก/กำลังจะมีเด็กหรือมีลูก; **she is having a ~ in May** เขากำลังจะออกลูกในเดือนพฤษภาคม; **she has a young ~**: เขามีลูกอ่อน; **mother and ~ are doing fine** แม่และลูกสบายดี; **a ~ boy/girl** ลูกชาย/ลูกสาว; **throw out** *or* **away the ~ with the bathwater** *(fig.)* โยนสิ่งมีค่าหรือสิ่งจำเป็นทิ้งไปพร้อมกับของไม่มีค่า; **be left holding** *or* **carrying the ~** *(fig.)* ต้องรับผิดชอบในงานที่ไม่สมัครใจทำ; **leave sb. carrying the ~** *(fig.)* ให้ *ค.น.* รับผิดชอบในงานที่ไม่สมัครใจทำ; **it's your/his** *etc.* **~** *(fig.)* นี่เป็นเรื่องที่คุณ/เขาเอาใจใส่; **reference books are Jones's ~**: งานทำหนังสืออ้างอิงเป็นงานที่โจนส์ต้องรับผิดชอบ; Ⓑ *(youngest member)* คนที่เด็กที่สุด; **the ~ of the family** คนที่อ่อนวัยที่สุดในครอบครัว; Ⓒ *(childish person)* **be a ~**: ทำตัวเป็นเด็ก; Ⓓ *(young animal)* ลูกสัตว์; **~ bird/giraffe** ลูกนก/ลูกยีราฟ; Ⓔ *(small thing)* **be a ~**: เป็นสิ่งที่มีขนาดเล็ก, เป็นของจิ๋ว; **~ [car]** รถยนต์ขนาดเล็ก; **~ [bottle]** ขวดขนาดเล็ก; Ⓕ *(coll.: sweetheart)* ยอดรัก; *(in pop song also)* ที่รัก; Ⓖ *(coll.: young woman)* คู่รัก, สาวน้อย; Ⓗ *(coll.: person)* คน; **this ~** *(the speaker himself)* ตัวหนูเอง
❷ *v.t. (be easy on)* ปฏิบัติอย่างเอาอกเอาใจทะนุถนอม

baby: ~ boom *n.* อัตราการเกิดของเด็กที่เพิ่มขึ้นหลังสงคราม 1939-1945; **~-bouncer** *n.* เก้าอี้ที่แขวนจากขอบประตูเพื่อให้เด็กออกกำลังขา; **~ buggy** *n. (Amer.)* รถเข็นพับได้สำหรับเด็กนั่ง; **~ car** *n.* ➡ **baby** 1 E; **~ carriage** *n. (Amer.)* รถเข็นสำหรับเด็กนั่ง; **~ clothes** *n. pl.* เสื้อผ้าสำหรับเด็ก; **~-doll** *adj.* **~-doll pyjamas/nightdress** ชุดนอนกางเกงขาสั้น/ชุดนอนสั้น; **~ face** *n.* Ⓐ *(face)* หน้าเหมือนเด็ก; Ⓑ *(person)* วัยรุ่นหน้าเด็ก; **~ food** *n.* อาหารเด็ก; **~ 'grand** *n. (Mus.)* แกรนด์เปียโนขนาดเล็กที่สุด

babyhood /'beɪbɪhʊd/'เบบิฮุด/ *n., no pl.* วัยเด็ก

babyish /'beɪbɪɪʃ/'เบบิอิช/ *adj.* เหมือนทารก; **don't be so ~**: อย่าทำตัวเป็นเด็กซิ

baby: ~-minder *n.* พี่เลี้ยง; **~ powder** *n.* แป้งทาตัวเด็ก; **~sit** *v.i.* รับดูแลเด็กขณะพ่อแม่ไม่อยู่; **she ~sits for us** เขารับดูแลเด็กให้เรา; **~sitter** *n.* คนรับดูแลเด็กขณะพ่อแม่ไม่อยู่; **~sitting** *n.* การรับดูแลเด็กขณะพ่อแม่ไม่อยู่; **~-snatch** *v.i.* ➡ **cradle-snatch; ~-snatcher** *n.* Ⓐ คนลักพาตัวเด็ก; Ⓑ *(fig. coll.) คนที่หลงรักคนที่เด็กกว่าตนมาก;* **~-snatching** *n.* Ⓐ การลักพาเด็ก; **You can't ask her out. That would be ~-snatching** *(fig. coll.)* Ⓑ คุณพาเด็กสาวออกไปเที่ยวไม่ได้ เพราะจะเหมือนเยี่ยงโคแก่กินหญ้าอ่อน; **~-talk** *n.* การใช้ภาษาเด็ก; **~ walker** *n.* ราวติดล้อ สำหรับเด็กฝึกเดิน; **~ wipe** *n.* ผ้าเปียกสำเร็จรูปใช้เช็ดหน้าเด็ก

baccarat /'bækərɑː/'แบเคอะรา/ *n.* การเล่นไพ่ชนิดหนึ่งที่นิยมกันในประเทศฝรั่งเศส

Bacchanalia /bækə'neɪlɪə/แบเคอะ'เนเลีย/ *n. pl.* Ⓐ *(drunken revelry)* การรื่นเริงด้วยความมึนเมา; Ⓑ *(Greek and Roman Ant.) pl. เทศกาลรื่นเริงฉลองเทพเจ้าแห่งเมรัยของชาวโรมันและกรีกโบราณ*

Bacchanalian /bækə'neɪlɪən/แบเคอะ'เนเลียน/ ❶ *adj.* ดื่มอย่างเป็นบ้าเป็นหลัง ❷ *n.* ผู้ที่ร่าเริงจากการดื่มเหล้ามากมาย

baccy /'bækɪ/'แบคิ/ *n. (coll.)* ยาสูบ

bachelor /'bætʃələ(r)/'แบเฉอะเลอะ(ร)/ *n.* Ⓐ *(unmarried man)* ชายโสด; Ⓑ *(Univ.)* บัณฑิต *(ผู้ได้รับปริญญาตรี);* **B~ of Arts/Science** อักษรศาสตร์บัณฑิต/วิทยาศาสตร์บัณฑิต

bachelor: ~ flat *n.* ที่พักอาศัยของคนโสด; **~ girl** *n.* หญิงโสด

bachelorhood /'bætʃələhʊd/'แบเฉอะเลอะฮูด/ *n., no pl.* ความเป็นโสด

bacillary /bə'sɪlərɪ/เบอะ'ซิลเลอะริ/ *adj. (Biol., Med.)* สาเหตุเกิดจากเชื้อแบคทีเรีย

bacillus /bə'sɪləs/เบอะ'ซิลเลิซ/ *n., pl.* **bacilli** /bə'sɪlaɪ/เบอะ'ซิลลิ/ *(Biol., Med.)* Ⓐ *(rod-shaped bacterium)* แบคทีเรียที่มีรูปร่างยาว; Ⓑ *(pathogenic bacterium)* แบคทีเรียที่ทำให้เกิดโรค

back /bæk/แบ็ค/ ❶ *n.* Ⓐ ➤ **118** *(of person, animal)* หลัง; **stand ~ to ~**: ยืนหลังชนกัน; **give** *or* **make a ~**: โค้งตัวลง; **as soon as my ~ was turned** *(fig.)* ทันทีที่ฉันหันหลังให้; **behind sb.'s ~** *(fig.)* ➡ **behind** 2 B; **be on one's ~**: นอนหงาย; *(fig.: be ill)* นอนเจ็บ; **turn one's ~ on sb.** หันหลังให้ *ค.น.; (fig.: abandon sb.)* ละทิ้ง *ค.น.* ไป; **turn one's ~ on sth.** *(fig.)* เพิกเฉยหรือละเลยต่อ *ส.น.;* **don't turn your ~ on this chance** อย่าปล่อยให้โอกาสนี้ผ่านไป; **get** *or* **put sb.'s ~ up** *(fig.)* ทำให้ *ค.น.* รำคาญหรือโกรธ; **be glad to see the ~ of sb./sth.** *(fig.)* ดีใจที่ *ค.น./ส.น.* พ้นหูพ้นตาไปเสีย; **have one's ~ to the wall** *(fig.)* สู้อย่างจนตรอก; **be at sb.'s ~** *(fig.) (in support)* ช่วยเหลือ *ค.น.; (in pursuit)* ติดตาม *ค.น.;* **with sb. at one's ~** *(fig.)* มี *ค.น.* คอยติดตามอยู่; **get off my ~** *(fig. coll.)* หยุดรบกวนฉัน; **have sb./sth. on one's ~** *(fig.)* แบกภาระ *ค.น./ส.น.;* **you look as if you had the cares of the world on your ~**: ท่าทาง

b

ของคุณดูราวกับว่าแบกโลกไว้ทั้งใบ; **put one's ~ into sth.** *(fig.)* มุ่งทำ *ส.น.* อย่างกระตือรือร้น; **you're not exactly putting your ~ into this work** *(fig.)* คุณไม่ได้ทุ่มเทให้งานนี้เลย; ➡ + **break** 1 C, 2 B; Ⓑ *(outer or rear surface)* ด้านนอกหรือด้านหลัง; *(of vehicle)* ท้าย; **the car went into the ~ of me** *(coll.)* รถพุ่งชนท้ายรถฉัน; **with the ~ of one's hand** ใช้หลังมือ; **know sth. like the ~ of one's hand** *(fig.)* คุ้นเคย, รู้ *ส.น.* เหมือนหลับตาเห็น; **the ~ of one's/the head** ศีรษะด้านหลัง; **the ~ of the leg** *(below knee)* น่อง; Ⓒ *(of book) (spine)* สันหนังสือ; *(final pages)* หน้าสุดท้ายของเล่ม; **at the ~ [of the book]** ตอนท้าย [ของหนังสือ]; Ⓓ *(of dress)* ด้านหลังของชุดเสื้อกระโปรงติดกัน; *(of knife)* สันมีด; Ⓔ *(more remote part)* ส่วนที่อยู่ไกลออกไป; **at the ~ [of sth.]** อยู่ด้านหลังสุด [ของ *ส.น.*]; Ⓕ *(inside car)* ที่นั่งหลังรถ; *(of chair)* พนักเก้าอี้; *(of material)* ด้านหลังของผ้า; *(of house, cheque)* ข้างหลัง; *(~ wall)* กำแพงด้านหลัง; **~-to-~ houses** *(Brit.)* บ้านหันหลังชนกันมีกำแพงกั้นกลาง; **~ to front** กลับหน้ากลับหลัง; **please get to the ~ of the queue** โปรดต่อท้ายแถว; **we squeezed five people into the ~ [of the car]** เราอัด 5 คนให้นั่งเบียดกันหลังรถ; **the coat hook was on the ~ of the door** ตะขอแขวนเสื้ออยู่ด้านหลังประตู; **there's something at the ~ of my mind** มีอะไรที่อยู่ลึก ๆ ในจิตใจฉัน; **in ~ of sth.** *(Amer.)* อยู่หลัง *ส.น.*; ➡ + **beyond** 3; Ⓖ *(Sport) (player) (position)* ผู้เล่นตำแหน่งกองหลัง; *(position)* **he played at ~ this week** เขาเล่นเป็นกองหลังในสัปดาห์นี้; Ⓗ *(of ship)* กระดูกงูของเรือ; Ⓘ **the B~s** บริเวณมหาวิทยาลัยเคมบริดจ์ ซึ่งด้านหลังติดกับแม่น้ำแคม

❷ *adj., no comp.; superl.* **~most** /ˈbækməʊst /ˈแบคโมซทฺ/ Ⓐ *(situated behind)* ตั้งอยู่ด้านหลังสุด; **from the ~most of the three lines** จากเส้นที่อยู่หลังสุดของทั้งสามเส้น; Ⓑ *(of the past)* ที่ก่อนหน้านี้ที่สุด; **~ issue** สิ่งตีพิมพ์ฉบับก่อน; Ⓒ *(overdue)* เลยกำหนด *(เงินผ่อน, ภาษี)*, เลยเวลา; Ⓓ *(remote)* *(หมู่บ้าน, ถนน)* ไกล; Ⓔ *(reversed)* **~ motion** การเคลื่อนถอยหลัง; **~ flow** กระแสน้ำที่ไหลกลับ; Ⓕ *(Cricket)* **~ play** การเล่นตำแหน่งกองหลัง; Ⓖ *(Phonet.)* **~ vowel** เสียงสระที่ออกเสียงโคนลิ้น เช่น โอ ออ อู

❸ *adv.* Ⓐ *(to the rear)* ถอยหลัง; **step ~:** ก้าวถอยหลัง; **play ~** *(Cricket)* การก้าวถอยหลังเพื่อตีลูก; Ⓑ *(behind)* ข้างหลัง, ที่ผ่านไปแล้ว; **we passed a pub two miles ~:** เราผ่านผับสองไมล์มาแล้ว; **~ and forth** ไปมา, ไปกลับ; **ferries sailing ~ and forth between Dover and Calais** เรือรับจ้างแล่นไปมาระหว่างโดเวอร์และคาเลส์; **~ of sth.** *(Amer.)* ข้างหลัง *ส.น.*; Ⓒ *(at a distance)* **the house stands a long way ~ from the road** บ้านหลังนั้นอยู่ห่างจากถนนมาก; Ⓓ *(to original position, home)* กลับคืน, กลับบ้าน; **I got my letter ~:** ฉันได้รับจดหมายของฉันกลับคืนมา; **the journey ~:** การเดินทางกลับบ้าน; **there and ~:** ไปและกลับ; **it's twenty miles there and ~:** ระยะทางไปกลับยี่สิบไมล์; Ⓔ *(to original condition)* กลับสู่สภาพเดิม; Ⓕ *(in the past)* ที่แล้ว, เมื่อก่อน, ในอดีต; **go a long way ~:** นานมาแล้ว; **a week/month ~:** สัปดาห์/เดือนที่แล้ว; Ⓖ *(in return)* ตอบกลับ; **I got a letter ~:** ฉันได้รับจดหมายตอบกลับ

❹ *v.t.* Ⓐ *(assist)* ช่วยเหลือ, สนับสนุน; Ⓑ *(bet on)* วางเดิมพัน; **~ the wrong/right horse** *(fig.)* วางเดิมพันม้าที่แพ้/ชนะ; *(fig.)* เลือกสนับสนุน *(โครงการ, คน)* ที่ไม่ประสบความสำเร็จ; **~ X to beat Y** วางเดิมพันให้เอ็กซ์ชนะวาย; **the horse which is most heavily ~ed** ม้าที่ได้รับการวางเดิมพันสูงสุด; Ⓒ *(cause to move back)* ถอย *(รถ)*; ทำให้ *(ม้า)* ถอยหลัง; **how did you manage to ~ the car into that lamp post?** คุณถอยรถไปชนเสาไฟฟ้าได้อย่างไร; **~ water** พายให้เรือถอยหลัง; Ⓓ *(put or act as a ~ to)* สนับสนุน; Ⓔ *(endorse)* เขียนชื่อสลักหลัง *(ใบสั่งจ่าย)*; Ⓕ *(lie at the ~ of)* **~ sth.** เป็นฉากหลังของ *ส.น.*; Ⓖ *(Mus.)* ดนตรีคลอเสียงร้องเพลง

❺ *v.i.* ถอยหลัง, เคลื่อนกลับ, หมุนทวนเข็มนาฬิกา; **~ into/out of sth.** ถอยเข้าไป/ออกจาก *ส.น.*; **~ on to sth.** ด้านหลังอยู่ติดกับ *ส.น.*; **the house ~s on to the field** หลังบ้านอยู่ติดกับทุ่งนา; **~ and fill** *(Amer.)* กลับไปกลับมา; *(fig.)* เอาแน่อะไรไม่ได้

~ aˈway *v.i.* ถอยกลับ, ถอยห่าง; **the child ~ed away from the big dog** เด็กถอยห่างจากสุนัข; *(fig.)* ล้มเลิกความคิด

~ ˈdown *v.i. (fig.)* เลิกล้มข้อเรียกร้อง; ➡ + **back-down**

~ ˈoff *v.i.* ➡ **~ away**

~ ˈout *v.i.* ถอยหลังออก; *(fig.)* เลิกทำ, เลิกล้มสัญญา; **~ out of sth.** *(fig.)* เลิกล้ม *ส.น.*

~ ˈup ❶ *v.t.* สนับสนุน, ยืนยัน *(ความถูกต้อง, การให้การ, ทฤษฎี)*; Ⓐ *(computing)* ทำสำรอง *(ข้อมูล)*; **~ up a file on to a CD** อัดข้อมูลลงบนแผ่นซีดี ❷ *v.i.* Ⓐ น้ำคั่งอยู่เบื้องหลังสิ่งกีดขวาง, อุดตัน; Ⓑ *(reverse)* ถอย; Ⓒ *(Amer.: form queue of vehicles)* รถเรียงแถวยาวเมื่อการจราจรติดขัด; ➡ + **~-up**

back: ~ache *n., no pl.* ➤ **453** ปวดหลัง; **~ ˈbench** *n. (Brit. Parl.)* *ที่นั่งของสมาชิกสภาล่างของอังกฤษ ซึ่งไม่มีตำแหน่งในรัฐบาลหรือฝ่ายค้าน*; **a ~-bench MP** *สมาชิกสภาล่างที่ไม่มีตำแหน่งหน้าที่เป็นทางการ*; **~-bencher** *n. (Brit. Parl.)* *สมาชิกสภาล่างที่นั่งข้างหลังและไม่มีตำแหน่งสำคัญ*; **~biter** *n.* คนหมิ่นประมาทผู้อื่นลับหลัง, ผู้คอยแทงข้างหลัง; **~biting** *n.* การหมิ่นประมาทผู้อื่นลับหลัง; **~blocks** *n. pl. (Austral., NZ)* เขตแดนทุรกันดาร; **~ boiler** *n. (Brit.)* หม้อน้ำสำหรับทำน้ำร้อนที่อยู่หลังเตาผิงไฟ; **~bone** *n.* กระดูกสันหลัง; *(Amer.: of book)* สันหนังสือ; **to the ~bone** *(fig.)* อย่างเต็มที่, อย่างเต็มตัว; **he's British to the ~bone** เขาเป็นชาวอังกฤษอย่างเต็มตัว; **~-breaking** *adj.* ที่ทำให้เหนื่อยมาก; **~-breaking work** งานหนักมาก; **~ ˈburner** *n.* **put sth. on the ~ burner** *(fig. coll.)* ดองเรื่อง *ส.น.* เอาไว้ก่อนเพราะมีความสำคัญน้อย; **~chat** *n., no pl. (coll.)* การโต้ตอบ, การโต้เถียง; **none of your ~chat!** อย่าบังอาจมาย้อนนะ; **~cloth** *n. (Brit. Theatre)* ม่านหลังเวที; **~comb** *v.t.* ขยี้เส้นผมด้วยแปรงหรือหวีจนพองและดูหนาขึ้น; **~ copy** ➡ **~ number**; **~date** *v.t.* ลงวันที่ย้อนหลัง; **~ ˈdoor** *n.* ประตูหลัง; **~-door** *adj. (fig.)* ลักลอบทำสิ่งที่ผิด; **~-down** *n. (coll.)* การลดหย่อนท่าทีเดิม; **~drop** *n.* ➡ **~cloth**

backer /ˈbækə(r)/ˈแบคเคอะ(ร)/ *n.* ผู้ลงทุน; *(of horse)* ผู้วางเดิมพันในการแข่งม้า

back: ~fill *v.t.* ถมหลุม/อุโมงค์ใหม่; **~fire** ❶ /ˈ--/ *n.* การระเบิดของเครื่องยนต์ทำให้เครื่องหมุนกลับ ❷ /-ˈ-/ *v.i. (fig.)* เกิดผลตรงกันข้ามกับสิ่งที่คาดหวังเอาไว้; **it ~fired on me/him** มันเป็นในทางกลับที่ฉัน/เขาคาดหวังเอาไว้; **~-formation** *n. (Ling.)* *การสร้างคำใหม่จากศัพท์เดิม เช่น laze มาจากคำว่า lazy*

backgammon /ˈbækgæmən/ˈแบคแกเมิน, แบคˈแกเมิน/ *n. (game)* แบคแกมมอน *(ท.ศ.)* *เกมที่ใช้ลูกเต๋าเพื่อเคลื่อนหมากบนกระดาน*

back: ~ground *n.* Ⓐ *(lit. or fig.)* ภูมิหลัง, พื้นเพ, ส่วนหลังที่เห็นไกล ๆ *(ในภาพ)*; *(social status)* พื้นเพ, สถานะทางสังคม; *(education)* ภูมิหลัง; *(experience)* ประสบการณ์; **be in the ~ground** อยู่ในตำแหน่งที่ไม่เป็นจุดสนใจ; **he comes from a poor ~ground** เขามาจากพื้นเพที่ยากจน; **against this ~ground** ท่ามกลางภูมิหลังแบบนี้; **~ground heating** ระบบทำความร้อนทั่วทั้งตึก; **~ground music** ดนตรีประกอบการสนทนา การแสดง ฯลฯ; Ⓑ **~ground [information]** ข้อมูลภูมิหลัง; Ⓒ *(Radio)* เสียงหรือคลื่นสัญญาณรบกวน; **~hand** *(Tennis etc.)* ❶ *adj.* ที่ตีลูกหลังมือ, ลูกแบคแฮนด์ *(ท.ศ.)* ❷ *n.* การตีลูกหลังมือ; **~handed** /backˈhændɪd/แบคˈแฮนดิด/ *adj.* Ⓐ **~-handed slap** ตบด้วยหลังมือ; **~-handed stroke** *(Tennis)* ตีลูกแบคแฮนด์; Ⓑ *(fig.)* **a ~-handed compliment** การชมทางอ้อม; **~hander** *n.* Ⓐ *(stroke) (Tennis)* การตีลูกหลังมือ; *(blow)* การต่อยโดยใช้หลังมือ; Ⓑ *(coll.: bribe)* การให้สินบน

backing /ˈbækɪŋ/ˈแบคิง/ *n.* Ⓐ *(material)* สิ่งที่หนุน, สิ่งที่รองรับ; **leather ~:** รองด้วยหนัง; **the silver ~ of a mirror** กระจกฉาบด้วยเงิน; Ⓑ *(support)* การสนับสนุน; **the President has a large ~:** ประธานาธิบดีได้รับการสนับสนุนอย่างมาก; Ⓒ *(betting)* **there was much ~ of the favourite** ได้มีการวางเดิมพันตัวที่เก็งว่าจะชนะกันมาก; Ⓓ *(Mus.: accompaniment)* ดนตรีบรรเลงประกอบการร้อง

backing track *n. (Mus.)* เสียงดนตรีประกอบ

back: ~ issue ➡ **~ number**; **~lash** *n.* การตีกลับ; *(excessive play in machine)* อาการสะบัดของบางอย่างในเครื่องยนต์; *(fig.)* ปฏิกิริยาตอบโต้อย่างรุนแรง; **a rightwing ~lash** ปฏิกิริยาตอบโต้อย่างรุนแรงของฝ่ายขวา

backless /ˈbæklɪs/ˈแบคลิซ/ *adj.* *(ชุด)* เปิดหลัง

back: ~list *n.* รายชื่อหนังสือที่พิมพ์ซ้ำหลายปีของสำนักพิมพ์; **~log** *n.* สิ่งที่ทำค้างอยู่; **~log of work** งานที่ทำค้างอยู่; **a large ~log of unfulfilled orders** ใบสั่งซื้อของที่ยังค้างส่งเป็นจำนวนมาก; **~ marker** *n.* Ⓐ *(lagging behind other competitors)* ผู้แข่งขันที่มาเป็นที่โหล่; Ⓑ ผู้แข่งขันที่มีแต้มต่อน้อยที่สุด; **~ ˈnumber** *n.* Ⓐ *(of periodical, magazine)* วารสารฉบับเก่า; Ⓑ *(fig. coll.)* **these methods are a [real] ~ number** ระเบียบวิธีเหล่านี้ล้าสมัย [จริง ๆ]; **not every star is a ~ number when he is 60** ไม่ใช่ดาราทุกคนที่จะล้าสมัยเมื่อเขาอายุ 60 ปี; **~pack** ❶ *n.* เป้ ❷ *v.i.* เดินทางพร้อมเป้; **~packer** นักท่องเที่ยวทั่วโลกพร้อมเป้; **~packing** การท่องเที่ยวพร้อมเป้; **~ passage** *n. (Anat. coll.)* ทวารหนัก; **~ pay** *n.* เงินเดือนชดเชยค้างจ่าย; **he was reinstated with ~ pay** เขาได้ตำแหน่งคืนพร้อมเงินเดือนที่ค้างจ่าย; **she was awarded £7,850 in ~ pay** เธอได้รับเงินชดเชยค้างจ่าย 7,850 ปอนด์; **~-ˈpedal** *v.i.* Ⓐ ถีบจักรยานถอยหลัง; *(brake)* ใช้การถีบถอยหลังเบรกจักรยาน; Ⓑ *(fig.)* กลับคำหรือนโยบายที่เคยตกลงไว้; **~rest** *n.* พนักพิงหลัง; **~ ˈroom**

n. ห้องที่อยู่ส่วนหลัง; **in the ~ room** *(fig.)* เก็บเป็นความลับ; **~room boys** *(coll.)* ผู้ทำงานวิจัยในห้องปฏิบัติการ *(เช่น นักวิทยาศาสตร์ วิศวกร แต่ไม่เป็นที่รู้จักของคนทั่วไป);* **~scratcher** *n.* ไม้เกาหลัง; **~scratching** *n. (fig. coll.)* **[mutual] ~scratching** ต่างฝ่ายช่วยสนับสนุนซึ่งกันและกัน; **~ 'seat** *n.* ที่นั่งหลัง *(รถยนต์);* **take a ~ seat** *(fig. coll.)* สงบเสงี่ยม, เจียมตัว; **be in the ~ seat** *(fig. coll.)* อยู่ในตำแหน่งต่ำกว่า; **~-seat driver** *(fig.) ผู้โดยสารรถที่ชอบแนะนำหรือเตือนคนขับรถ;* **~side** *n.* สะโพก, ก้น; **get [up] off one's ~side** *(fig.)* หยุดคุยโม้เสียทีแล้วลงมือทำ; **~sight** *n.* ช่องเล็งเป้าปืน; **~slapping** *adj. (fig.)* แสดงความเป็นมิตร; **~slider** *n.* ผู้ที่กลับไปสู่อบายมุข; **~space** *v.i.* ถอยหลังหนึ่งเคาะ *(พิมพ์ดีด);* **~'stage ❶** *adj.* หลังเวที; **~stage activities** *(fig.)* กิจกรรมลับ **❷** *adv.* **A** **go ~stage** ไปหลังเวที; **wait ~stage for the artist** คอยศิลปินหลังเวที; **B** *(fig.)* ลับ, หลังฉาก; **~'stair[s]** ➡ **~-door**; **~'stairs** *n. pl.* บันไดด้านหลังตึก; **~stitch ❶** *v.t. & i.* เย็บด้นถอยหลัง **❷** *n.* เข็มเย็บด้นถอยหลัง; **~stitch seam** ตะเข็บด้นถอยหลัง; **~ street** *n.* ถนนสายเล็ก ๆ; **from the ~streets of Naples** จากย่านแออัดของเมืองเนเปิลส์; ➡ + **abortion** A; **abortionist**; **~stroke** *n. (Swimming)* การว่ายน้ำท่าหงายหลัง; **do** *or* **swim the ~stroke** ว่ายน้ำท่าหงายหลัง; **~ talk** *(Amer.)* ➡ **~chat**; **~track** *v.i.* กลับไปในเส้นทางเดิม; *(fig.)* เปลี่ยนการกระทำ *หรือ* เปลี่ยนความคิดเห็นเดิม; **~-up** *n.* **A** *(support)* การสนับสนุน; **a racing driver needs a large ~-up crew** นักขับรถแข่งต้องมีช่างเทคนิคคอยช่วยเหลือจำนวนมาก; **B** *(reserve)* สำรอง; **~-up supplies** สิ่งของต่าง ๆ ที่สำรองไว้; **~-up [copy]** สำเนาสำรอง; *(Computing)* สำรองข้อมูล; **C** *(Amer.: queue of vehicles)* รถติดเป็นแถวยาว; **a ~-up of cars** รถยนต์ติดเป็นแถวยาว; **D** **~-up light** *(Amer.)* ไฟถอยรถ

backward /'bækwəd/'แบคเวิด/ **❶** *adj.* **A** *(directed to rear)* ไปข้างหลัง; **~ movement** ที่ถอยหลัง; **the ~ slant to his handwriting** ลายมือของเขาเอนไปข้างหลัง; **B** *(reluctant, shy)* ไม่เต็มใจ, อาย; **be ~ in coming forward** *(joc.)* กลัว ๆ กล้า ๆ; **C** *(slow, retarded) (เด็ก)* เชื่องช้าทางกายทางสมอง; *(underdeveloped) (ภูมิภาค)* ล้าหลัง, ด้อยพัฒนา; **~ in sth.** ล้าหลังใน *ส.น.;* **~ in his studies** การศึกษาของเขาล้าหลัง **❷** *adv.* ➡ **backwards**

'backward-looking *adj.* การมองอดีต

backwardness /'bækwədnɪs/'แบคเวิดนิซ/ *n., no pl.* **A** *(reluctance, shyness)* ความไม่เต็มใจ, ความอาย; **B** *(of child)* พัฒนาการที่ช้าผิดปกติ; *(of country, region)* ความด้อยพัฒนา, ความล้าหลัง; **the child's ~ in school** ความเชื่องช้าของเด็กในการเรียนหนังสือ

backwards /'bækwədz/'แบคเวิดซฺ/ *adv.* **A** ข้างหลัง, หงายหลัง; **the child fell [over] ~ into the water** เด็กหงายหลังตกลงไปในน้ำ; **bend** *or* **fall** *or* **lean over ~ to do sth.** *(fig. coll.)* พยายามทุกทางที่จะทำ *ส.น.;* **B** *(oppositely to normal direction)* ในทางกลับ; **~ and forwards** *(to and fro, lit. or fig.)* กลับไปกลับมา, ไป ๆ มา ๆ; **travelling ~ and forwards between London and the south coast** เดินทางไปมาระหว่างกรุงลอนดอนกับฝั่งทะเลทางใต้; **C** *(into a worse state)* **go ~:** ถอยหลัง, กลับไปสู่สภาพเลวร้าย; **under his leadership the country is going ~** ภายใต้การนำของเขาประเทศกำลังถอยหลัง; **D** *(into past)* **look ~:** มองย้อนหลัง; **E** *(reverse way)* กลับกัน, ย้อนกลับ; **you're doing everything ~:** คุณกำลังทำทุกอย่างกลับกันหมด; **know sth. ~:** รู้เรื่อง *ส.น.* อย่างทะลุปรุโปร่ง

back: ~wash *n.* กระแสน้ำจากแรงปะทะของเรือ; **in the ~wash of** *(fig.)* ผลพวงจาก; **~water** *n.* บึง, หนองน้ำ; *(fig.)* ไกลปืนเที่ยง; **this town is too much of a ~water** เมืองนี้ดูไกลปืนเที่ยงจริง ๆ; **~woods** *n. pl.* บริเวณป่าดงดิบ; *(fig.)* ที่ซึ่งอยู่ห่างไกล; **~woodsman** *n.* คนที่อาศัยอยู่ในป่า; *(uncouth person)* คนบ้านนอก; **~ 'yard** *n.* ลานหลังบ้าน; *(Amer.:* **garden)** สวน [หลังบ้าน]; **in one's own ~ yard** *(fig.)* เรื่องใกล้ตัว

bacon /'beɪkn/'เบค'น/ *n.* เบคอน *(ท.ศ.);* **~ and eggs** เบคอนและไข่ดาว; **bring home the ~** *(fig. coll.)* ประสบความสำเร็จในการงาน; **save one's ~** *(fig.)* เอาตัวรอด

bacteria *pl. of* **bacterium**

bacterial /bæk'tɪərɪəl/แบค'เทียเรียล/ *adj.* เป็นแบคทีเรีย

bactericide /bæk'tɪərɪsaɪd/แบค'เทียริซายดฺ/ *n.* ยาฆ่าเชื้อแบคทีเรีย

bacteriological /bæktɪərɪə'lɒdʒɪkl/แบคเทียเรีย'ลอจิค'ล/ *adj.* เกี่ยวกับเชื้อแบคทีเรีย; **~ warfare** สงครามที่ใช้เชื้อโรค

bacteriologist /bæktɪərɪ'ɒlədʒɪst/แบคเทียริ'ออเลอะจิซทฺ/ *n.* ผู้ชำนาญในวิชาแบคทีเรีย

bacteriology /bæktɪərɪ'ɒlədʒɪ/แบคเทียริ'ออเลอะจิ/ *n.* วิชาที่ว่าด้วยเชื้อแบคทีเรีย

bacterium /bæk'tɪərɪəm/แบค'เทียเรียม/ *n., pl.* **bacteria** /bæk'tɪərɪə/แบค'ทีเรีย/ แบคทีเรียม *(ท.ศ.),* จุลินทรีย์จำพวกหนึ่ง

bad /bæd/แบด/ **❶** *adj.,* **worse** /wɜ:s/เวิซ/, **worst** /wɜ:st/เวิซทฺ/ **A** เลว; *(worthless)* เลว, ไม่ดี, ไร้ค่า, ชุ่ย; *(counterfeit) (เงิน, เหรียญ)* ปลอม; *(rotten) (เนื้อ, ปลา)* เน่า, เสีย; *(unpleasant) (สภาพ)* ไม่เพลิดเพลินเจริญใจ; **do a ~ job on sth.** ทำงาน *ส.น.* อย่างชุ่ย ๆ; **sth. gives sb. a ~ name** *ส.น.* ทำให้ *ค.น.* มีชื่อเสียงไม่ดี; **sb. gets a ~ name** *ค.น.* เสียชื่อ; **she is in ~ health** เธอมีสุขภาพไม่ดี; **she has a ~ complexion** ผิวของเธอไม่ดี; **be ~ at doing sth.** ไม่ถนัดทำ *ส.น.;* **be a ~ liar** โกหกไม่เก่ง; **[some] ~ news** ข่าวร้าย [บ้าง]; **~ breath** กลิ่นปาก; **he is having a ~ day** เป็นวันที่เขาไม่สนุกเลย; **~ business** เรื่องราวไม่ดี; **it is a ~ business** *(fig.)* เป็นเรื่องยุ่งยาก; **in the ~ old days** วันแห่งความยุ่งยากในอดีต; **not ~** *(coll.)* ไม่เลว; **not so ~** *(coll.)* ไม่เลวนัก; **things weren't so ~** *(coll.)* เรื่องไม่เลวร้ายนัก; **sth. is not a ~ idea** *ส.น.* เป็นความคิดที่ไม่เลวเลย; **not half ~** *(coll.)* ดีทีเดียว; **sth. is too ~** *(coll.) ส.น.* แย่เกินจะแก้ไขอะไรได้แล้ว; **that was too ~ of him** *(coll.)* เขาช่างไร้มารยาทเสียจริง; **too ~!** *(coll.)* โชคร้ายจริง; **it's too ~ she's so ill** โชคร้ายจริง ๆ ที่เธอป่วยหนัก; **go ~:** เสีย; **in a ~ sense** ในความหมายที่ไม่ดี; **B** *(noxious)* เป็นอันตราย; **it is ~ for you** เป็นอันตรายแก่ตัวคุณ หรือ เป็นอันตรายต่อสุขภาพ; **C** *(wicked)* เลวร้าย; *(immoral)* ไร้ศีลธรรม; *(naughty) (เด็ก)* ซน, เกเร; **D** *(offensive)* **[use] ~ language** [ใช้] ภาษาหยาบคาย; **E** *(in ill health)* **she's ~ today** วันนี้เธอไม่ดีเลย; **have a ~ arm/finger** เจ็บแขน/เจ็บนิ้วมือ; **I have a ~ pain** ฉันปวดมาก; **be in a ~ way** ไม่สบายมาก, อยู่ในสภาวะลำบาก; **F** *(serious)* รุนแรง, ร้ายแรง; *(ปัญหา)* หนัก, *(สถานการณ์)* เลวร้าย; *(ไฟไหม้)* อย่างรุนแรง; **G** *(coll.: regretful)* **a ~ conscience** ไม่สบายใจเพราะสำนึกผิด; **feel ~ about sth./not having done sth.** ไม่สบายใจใน *ส.น./*ไม่สบายใจที่ไม่ได้ทำ *ส.น.* ให้สำเร็จ; **I feel ~ about him** ฉันรู้สึกเสียใจในเรื่องของเขา; **H** *(Commerc.)* **a ~ debt** หนี้สูญ; **I** *(Law: invalid)* ยกเลิก *(ทางกฎหมาย);* ➡ + **book** 1 A; **'egg**; **form** 1 H; **hat** B; **lot** C; **luck** A; **patch** 1 A; **penny** C; **temper** 1 A; **worse** 1; **worst** 1 **❷** *n.* **A** *(ill fortune)* โชคร้าย; **B** *(debit)* **be £100 to the ~:** เป็นหนี้อยู่ 100 ปอนด์; **C** *(ruin)* **go to the ~:** เสียคนไปแล้ว; ➡ + **worse** 3 **❸** *adv. (Amer. coll.)* ➡ **badly**

baddish /'bædɪʃ/'แบดิช/ *adj.* ค่อนข้างเลว

baddy /'bædɪ/'แบดิ/ *n. (coll.)* ผู้ร้าย, อาชญากร *(ในเรื่องหรือในภาพยนตร์);* **the goodies and the baddies** คนดีและร้าย

bade ➡ **bid** 1 C, D, E

badge /bædʒ/แบจ/ *n.* **A** *(as sign of office, membership, support)* เหรียญตรา, กระดุม, ป้ายชื่อ; **B** *(symbol)* เครื่องหมาย; **C** *(thing revealing quality or condition)* เครื่องหมายแสดงคุณภาพ

badger /'bædʒə(r)/'แบเจอะ(ร)/ **❶** *n.* ตัวแบดเจอร์ *(ท.ศ.)* สัตว์คล้ายชะมด มีขนขาวดำ **❷** *v.t.* **~ sb. [into doing/to do sth.]** คอยรบกวน *ค.น.* ให้กระทำ *ส.น.;* **~ sb. with questions** คอยถามคำถามกับ *ค.น.* ตลอดเวลา; **don't ~ her out of her wits!** อย่าเย้าแหย่ให้เธอประสาทเสีย

'badger baiting *n.* การใช้สุนัขล่าแบดเจอร์

badinage /'bædɪnɑ:ʒ/'แบดินาฌ/ *n.* การล้อเล่น, การยั่วเย้า

'bad lands *n. pl. (Amer.)* พื้นที่แห้งแล้งกันดาร

badly /'bædlɪ/'แบดลิ/ *adv.,* **worse** /wɜ:s/เวิซ/, **worst** /wɜ:st/เวิซทฺ/ **A** บกพร่อง; **B** *(seriously)* อย่างรุนแรง; **he hurt himself ~:** เขาทำตัวเองเจ็บอย่างรุนแรง; **he has got it ~:** เขาโดนหนักมาก; **be ~ beaten** โดนต่อย/ทุบตีอย่างหนัก; *(in game, battle)* แพ้อย่างยับเยิน; **C** *(urgently)* อย่างรีบด่วน; **want sth. [so] ~:** อยากได้ *ส.น.* อย่างสุดหัวใจ; **D** *(coll.: regretfully)* **feel ~ about sth.** รู้สึกไม่สบายใจในเรื่อง *ส.น.;* **I don't feel too ~ about it** ฉันไม่รู้สึกเสียใจมากนักในเรื่องนั้น; ➡ + **worse** 2; **worst** 2

'bad man *n. (Amer.)* โจร, คนเถื่อน

badminton /'bædmɪntən/'แบดมินเทิน/ *n.* แบดมินตัน *(ท.ศ.)*

'bad mouth *n. (Amer. coll.)* การซุบซิบนินทา

'bad-mouth *v.t. (Amer. coll.)* ซุบซิบนินทา, การพูดปากเสีย

badness /'bædnɪs/'แบดนิซ/ *n., no pl.* ➡ **bad:** ความเลวร้าย, ความเฮงซวย; **the ~ in him** ความเลวร้ายในตัวเขา

bad-tempered /bæd'tempəd/แบด'เท็มเพิด/ *adj.* อารมณ์ไม่ดี, อารมณ์ร้าย

BAe *abbr.* **British Aerospace** *บริษัทเกี่ยวกับกิจการอวกาศของอังกฤษ*

baffle /'bæfl/'แบฟ'ล/ **❶** *v.t.* **A** *(perplex)* **~ sb.** ทำให้ *ค.น.* งุนงง; **B** *(stop progress of)* ยับยั้งความก้าวหน้า **❷** *n.* **~[plate]** อุปกรณ์ [แผง] กั้นการไหลของของเหลว ก๊าซ ฯลฯ ผ่านที่

b

เปิด; **~[-board]** *(of loudspeaker)* แผ่นป้องกันเสียงแพร่กระจาย

baffled /ˈbæfld/ˈแบฟ'ลดฺ/ *adj.* ฉงน, งงงวย; **be ~** รู้สึกงงงวย

bafflement /ˈbæflmənt/ˈแบฟ'ลเมินทฺ/ *n.* ความงุนงง, การทำให้ฉงน

baffling /ˈbæflɪŋ/ˈแบฟลิ้ง/ *adj.* น่างุนงง

bag /bæg/แบกฺ/ ❶ *n.* Ⓐ กระเป๋า, ถุง, ย่าม; *(sack)* กระสอบ; *(hand~)* กระเป๋าถือ; *(of plastic)* ถุงพลาสติก; *(small paper ~)* ถุงกระดาษใบเล็ก ๆ; **a ~ of cement** ซีเมนต์หนึ่งถุง *หรือ* กระสอบ; **~ and baggage** *(fig.)* สิ่งของทั้งหมด; **be a ~ of bones** *(fig.)* ผอมเป็นโครงกระดูก; **[whole] ~ of tricks** *(fig.)* ทุกสิ่งทุกอย่าง; **have exhausted one's [whole] ~ of tricks** ใช้อุบายทุกวิถีทางจนหมด; **leave sb. holding the ~** *(Amer. fig.)* ปล่อย *ค.น.* ให้รับผิดชอบทั้งหมด; **his nomination is in the ~** *(fig. coll.)* การเสนอชื่อเขาเป็นของตาย; **freedom was as good as in the ~** การมีอิสระจะได้แน่นอนแล้ว; ➡ **+ cat** A; **mixed ~**; Ⓑ *(Hunting: amount of game)* จำนวนเนื้อที่ล่ามาได้; **make** *or* **secure a good bag** ยิงสัตว์ได้มาก; *(fig.)* ได้อะไรมากมาย; Ⓒ *in pl. (coll.: large amount)* **~s of** เป็นกระสอบ; Ⓓ *in pl. (Brit. dated.: trousers)* กางเกงขายาว; Ⓔ *(puffiness)* **have ~s under** *or* **below one's eyes** มีถุงบวมที่บริเวณใต้ตา; Ⓕ *(sl. derog.: woman)* **[old] ~:** อีแก่; Ⓖ *(coll.: current interest, activity)* **what's your ~?** ตอนนี้คุณทำ/สนใจอะไรอยู่ ❷ *v.t.*, **-gg-** Ⓐ *(put in sacks)* บรรจุในกระสอบ; *(put in plastic bags)* บรรจุในถุงพลาสติก; Ⓑ *(Hunting)* ล่าสัตว์; Ⓒ *(claim possession of)* อ้างกรรมสิทธิ์ความเป็นเจ้าของ; *(euphem.: steal)* ขโมย; *(Brit. Sch. coll.: claim)* **~s I go first** ฉันอุบอิ๊บไปก่อน

bagatelle /bægəˈtel/แบเกอะˈเท็ล/ *n.* Ⓐ *(trifle)* สิ่งเล็กน้อย, สิ่งที่ไม่สำคัญ; Ⓑ *(Mus.)* ดนตรีสั้น ๆ ที่มักเล่นกับเปียโน

bagel /ˈbeɪgl/ˈเบก'ล/ *n.* ขนมปังแข็งรูปร่างวงแหวน ซึ่งมักสอดไส้ต่าง ๆ

bagful /ˈbægfʊl/ˈแบกฟุล/ *n.* ➡ **bag** 1 A: **a ~ of** จำนวนเต็มถุง/กระสอบ

baggage /ˈbægɪdʒ/ˈแบกิจ/ *n.* Ⓐ สัมภาระ, กระเป๋าเดินทาง; **mental/cultural ~** *(fig.)* กรอบความคิด/วัฒนธรรมติดตัว; ➡ **+ bag** 1 A; Ⓑ *(Mil.)* เป้ทหาร; Ⓒ *(joc.: woman)* ผู้หญิง; *(saucy girl)* เด็กสาวทะลึ่ง

baggage: ~ allowance น้ำหนักกระเป๋าที่นำขึ้นเครื่องบินได้; **be over/within one's ~ allowance** มีน้ำหนักกระเป๋าเกิน/ไม่เกินกำหนด; **~ car** *n. (Amer.)* รถขนกระเป๋าเดินทาง; **~ check** *n.* การตรวจกระเป๋าเดินทาง; *(Amer.: ticket)* ตั๋วกระเป๋าเดินทาง; **~ handler** *n.* คนยกกระเป๋าเดินทาง; **~ handling** *n.* แผนกกระเป๋าเดินทาง; **~ reclaim** *n.* สายพานลำเลียงกระเป๋าเดินทาง; **~ room** *n. (Amer.)* ห้องเก็บกระเป๋าเดินทาง; **~ tag** *n. (Amer.)* ป้ายติดกระเป๋าเดินทาง

bagginess /ˈbægɪnɪs/ˈแบกินิซ/ *n., no pl.* ความหลวม *(เสื้อผ้า)*; **the ~ of these old trousers** ความหลวมโคลกของกางเกงขายาวตัวเก่านี้

baggy /ˈbægɪ/ˈแบกิ/ *adj.* *(เสื้อผ้า)* หลวม; *(ถุงน่อง, เสื้อยืด)* ห้อยยาน

Baghdad /bægˈdæd/แบกˈแดด/ *pr. n.* กรุงแบกแดด *(เมืองหลวงของประเทศอิรัก)*

bag: ~pipe *adj.* เกี่ยวกับปี่สกอต; **~pipe[s]** *n.* ปี่สกอต; **~piper** *n.* คนเป่าปี่สกอต

baguette /bæˈget/แบˈเก็ท/ *n.* ขนมปังยาวแบบฝรั่งเศส

bah /bɑː/บา/ *int.* ฮึ

Bahamas /bəˈhɑːməz/เบอะˈฮาเมิซ/ *pr. n. pl.* **the ~:** หมู่เกาะบาฮามัส *(อยู่ทางทิศตะวันออกเฉียงใต้ของรัฐฟลอริดา สหรัฐอเมริกา)*

Bahamian /bəˈheɪmɪən/เบอะˈเฮเมียน/ ❶ *adj.* แห่งบาฮามัส ❷ *n.* ชาวบาฮามัส

baht *n.* สกุลเงินบาท

[1]**bail** /beɪl/เบล/ ❶ *n.* Ⓐ การประกันตัว *(ผู้ต้องหา)*; *(financial)* เงินประกัน; *(personal)* คนประกัน; **grant sb. ~:** ยอมให้ *ค.น.* ได้รับการประกันตัวไป; **give sb. ~ on payment of the sum of ...:** ให้ *ค.น.* ได้รับการประกันตัวด้วยเงินจำนวน...; **be [out] on ~:** ประกันตัว [ออกไป]; **the judge refused ~ to the accused** ผู้พิพากษาปฏิเสธที่จะให้ผู้ต้องหาได้รับการประกัน; **put** *or* **release sb. on ~:** ปล่อย *ค.น.* ไปโดยการประกันตัว; **forfeit one's** *or (coll.)* **jump** *or (coll.)* **skip [one's] ~:** หนีประกัน; Ⓑ *(person[s] acting as surety)* ผู้ประกัน; **go ~ for sb.** ให้การประกันตัว *ค.น.*; **go ~ for sb./sth.** *(fig.)* ช่วย *ค.น./ส.น.* ที่กำลังลำบากด้วยการให้เงินอุดหนุน ❷ *v.t.* Ⓐ *(entrust)* มอบไว้ในปกครอง; Ⓑ *(release)* ปล่อยผู้ต้องหาโดยการประกัน; Ⓒ *(go ~ for)* ประกันตัว; **~ sb. out** ประกันตัว *ค.น.* ออกมา

[2]**bail** *n. (Cricket)* ท่อนไม้เล็ก ๆ บนเสาคริกเกต

[3]**bail** *v.t. (scoop)* **~ [out]** วิดน้ำ [ออกไป]

~ out *v.i. (Aeronaut.)* กระโดดร่มจากเครื่องบิน

bailey /ˈbeɪlɪ/ˈเบลิ/ *n. (wall)* กำแพงด้านนอกของปราสาท; *(outer court)* ลานด้านนอก; *(inner court)* ลานปราสาทด้านในที่ล้อมด้วยกำแพง; **the Old B~:** *ศาลอาญาในกรุงลอนดอน*

ˈ**Bailey bridge** *n.* สะพานไบลีย์ *(ใช้ประกอบในยามฉุกเฉินจากท่อนเหล็กสำเร็จรูป)*

bailiff /ˈbeɪlɪf/ˈเบลิฟ/ *n.* ➤ **489** Ⓐ เจ้าหน้าที่ศาล; *(performing distraints)* พนักงานยึดทรัพย์สินของลูกหนี้; *(serving writs)* พนักงานผู้ยื่นหมายศาล; Ⓑ *(agent of landlord)* ผู้ดูแลผลประโยชน์ของเจ้าของที่ดิน; Ⓒ *(Amer. Admin.: court official)* เจ้าหน้าที่ศาล

bailiwick /ˈbeɪlɪwɪk/ˈเบลิวิค/ *n. (Hist.)* พื้นที่หรือขอบเขตอำนาจของเบลิฟ

bairn /beən/แบน/ *n. (Scot./N. Engl./literary)* เด็ก

[1]**bait** /beɪt/เบท/ ❶ *v.t.* Ⓐ เหยื่อ, ติดเบ็ด *(ที่ตะขอตกปลา)*; Ⓑ *(torment with dogs)* ทรมานโดยให้สุนัขทำร้าย; **~ sth. [with dogs]** ก่อกวน *ส.น.* [ด้วยสุนัข]; **the badger was ~ to death** ตัวแบดเจอร์ถูกสุนัขไล่กัดจนตาย; Ⓒ *(fig.: torment)* ทรมาน; *(in playful manner)* ล้อเล่น, กวนเล่น; **~ sb. with questions** ทรมาน *ค.น.* ด้วยคำถามอย่างคึกคะนอง ❷ *n. (lit. or fig.)* เหยื่อ *(ล่อปลาหรือสัตว์)*, เครื่องล่อ, สิ่งล่อ; **live ~:** เหยื่อเป็น ๆ; **rise to** *or* **take the ~** *(fig.)* ติดเหยื่อ, ตกหลุมพลาง

[2]**bait** ➡ [2]**bate**

baize /beɪz/เบซ/ *n. (Textiles)* *ผ้าสักหลาดสีเขียวใช้ปูโต๊ะบิลเลียด*

bake /beɪk/เบค/ ❶ *v.t.* Ⓐ *(cook)* อบ *(อาหาร)*; **~d apple** แอปเปิ้ลอบ; **~d beans** ถั่วในซอสมะเขือเทศ *(มักบรรจุลงกระป๋อง)*; **~d potato** มันฝรั่งอบ; Ⓑ *(harden)* อบให้แข็ง *(เครื่องดินเผา)* ❷ *v.i.* Ⓐ *(อาหาร)* ผ่านกระบวนการอบ; *(fig.: be hot)* **I am baking!** ฉันร้อนจังเลย; Ⓑ *(be hardened) (กระเบื้อง)* ถูกเผาจนแข็ง; *(ดิน)* ถูกแดดเผาไหม้ ❸ *n. (Amer.: party)* งานเลี้ยง *(ที่มีอาหารประเภทอบหรือปิ้ง)*

bake: ~apple *n. (Can.)* ลูกคราวด์เบอรี่แห้ง **~house** *n.* ร้านทำและขายขนมปัง ขนมเค้ก

Bakelite /ˈbeɪkəlaɪt/ˈเบเคอะไลท/ *n.* พลาสติกชนิดหนึ่ง ผลิตจากฟอร์มัลดีไฮด์และฟีนอล

baker /ˈbeɪkə(r)/ˈเบเคอะ(ร)/ *n.* ➤ **489** คนที่ทำและขายขนมปัง *(เป็นอาชีพ)*; **at the ~'s** ที่ร้านขายขนมปัง; **go to the ~'s** ไปที่ร้านขายขนมปัง; **a ~'s dozen** ขนมปังสิบสามชิ้น *(คนทำขนมปังมักจะขายสิบสองชิ้นแถมอีกหนึ่งชิ้น)*

bakery /ˈbeɪkərɪ/ˈเบเคอะริ/ *n.* ร้านทำและขายขนมปัง ขนมเค้ก, ร้านเบเกอรี่ *(ท.ศ.)*

baking /ˈbeɪkɪŋ/ˈเบคิง/ *adv.* **it's ~ hot today, isn't it?** วันนี้อากาศช่างร้อนอบอ้าวจังเลยนะ

baking: ~ dish *n.* จานที่เข้าเตาอบได้; **~ powder** *n.* แป้งฟูใช้อบขนมปัง; **~ sheet** *n.* กระดาษใต้ขนมอบ; **~ soda** *n.* โซเดียมไบคาร์บอเนต; **~ tin** *n.* พิมพ์อบอาหาร; **~ tray** *n.* ถาด *(ดีบุก)* ใส่อาหารอบ

Balaclava /bæləˈklɑːvə/แบเลอะˈคลาเวอะ/ *n.* **~ [helmet]** *หมวกกระชับที่ทำจากขนสัตว์คลุมศีรษะและลำคอ ยกเว้นบริเวณส่วนหน้า*

balalaika /bæləˈlaɪkə/แบเลอะˈไลเคอะ/ *n.* เครื่องดนตรีสายที่นิยมในรัสเซียและมีรูปสามเหลี่ยมและ 2–4 สาย

balance /ˈbæləns/ˈแบเลินซฺ/ ❶ *n.* Ⓐ *(instrument)* ตาชั่งน้ำหนัก; **~[wheel]** อุปกรณ์ถ่วงดุลในนาฬิกา; Ⓑ **the B~** *(Astrol.)* ราศีตุลย์; ➡ **+ archer** B; Ⓒ *(fig.)* **be** *or* **hang in the ~:** *(ผล, การพิจารณา, อนาคตของบางคน ฯลฯ)* ยังไม่แน่, อยู่ในขั้นวิกฤติ, ลูกผีลูกคน; **the prisoners' lives are in the ~:** พวกนักโทษกำลังรอฟังผลการตัดสินว่าจะอยู่หรือจะตาย; Ⓓ *(even distribution)* ความสมดุล *(น้ำหนัก, จำนวน)*; *(correspondence)* ความเหมาะเหม็งลงตัว; *(due proportion)* ความได้สัดส่วน; *(Art: harmony)* ความผสมผสานกลมกลืน; **strike a ~ between** เดินสายกลางระหว่าง; **the ~ of sb.'s mind** ความมั่นคงทางจิตใจของ *ค.น.*; **~ of power** ➡ **power** 1 F; Ⓔ *(counterpoise)* น้ำหนักที่ใช้ถ่วงให้สมดุล, ความเท่ากัน; Ⓕ *(steady position)* การทรงตัว, ตำแหน่งที่มั่นคง; **keep/lose one's ~** ทรงตัวได้/เสียการทรงตัว; **off [one's] ~** *(lit. or fig.)* เสียหลัก; **throw sb. off his balance** ทำให้ *ค.น.* เสียหลัก; Ⓖ *(preponderating weight or amount)* น้ำหนัก; **the ~ of evidence appears to be in his favour** หลักฐานส่วนใหญ่ดูเหมือนเป็นประโยชน์ต่อเขา; Ⓗ *(Bookk.: difference)* ความแตกต่างระหว่างเงินคงเหลือและเงินที่เบิกไปใช้; *(state of bank account)* บัญชีเงินในธนาคาร; *(statement)* ยอดผลต่างระหว่างเงินเข้าและเงินออกในบัญชีธนาคาร; **on ~** *(fig.)* เมื่อพิจารณาทุกสิ่งทุกอย่างแล้ว; **~ sheet** บัญชีงบดุล; Ⓘ *(Econ.)* **~ of payments** ดุลการชำระเงินประจำปีของประเทศ; **~ of trade** ดุลการค้าของประเทศ; Ⓙ *(surplus amount)* **~ [in hand]** ส่วนเหลือ; **you may keep the ~:** คุณเก็บจำนวนที่เกินได้; Ⓚ *(remainder)* ส่วนที่เหลือ ❷ *v.t.* Ⓐ *(weigh up)* ชั่งน้ำหนัก; **~ sth. with** *or* **by** *or* **against sth. else** เอา *ส.น.* มาชั่งกับอีกสิ่งหนึ่ง; Ⓑ *(bring into or keep in ~)* ทำให้สมดุล; **~ oneself** พยุงตัว, รักษาความทรงตัว; Ⓒ

(equal, neutralize) ทำให้เท่ากัน, ทำให้สมดุลกัน; **~ each other, be ~d** เท่าเทียมกัน; Ⓓ *(make up for, exclude dominance)* ไม่ให้ส่วนไหนเด่น; Ⓔ *(Bookk.)* ทำบัญชีให้สองฝ่ายเท่ากัน ❸ *v.i.* Ⓐ *(be in equilibrium)* อยู่ในความสมดุลกัน, เท่ากัน; **do these scales ~?** ตาชั่งอันนี้เที่ยงตรงไหม; **balancing act** *(lit. or fig.)* เดินสายกลางระหว่างสองอย่างที่ยากลำบาก

balanced /ˈbælənst/ˈแบเลินซฺท/ *adj.* สมดุล; *(คน)* ที่มีสติ; *(อาหาร)* ที่ถูกสัดส่วน

balcony /ˈbælkənɪ/ˈแบลเคอะนิ/ *n.* ระเบียง, มุข; *(Amer. Theatre: dress circle)* ที่นั่งชั้นบนในโรงละคร

bald /bɔːld/บอลดฺ/ *adj.* Ⓐ *(คน)* หัวล้าน, *(สัตว์)* ไม่มีขน; *(ต้นไม้)* ไม่มีใบ; *(ภูเขา)* โล้น ๆ; **he is ~:** เขาศีรษะล้าน; **go ~:** กลายเป็นหัวล้าน; Ⓑ *(plain)* ราบเรียบ; *(ภาษา)* ที่ไร้ลวดลาย; Ⓒ *(coll.: worn smooth) (ยางรถยนต์)* สึกจนเรียบ

ˈbald eagle *n.* นกอินทรีหัวโล้น *(ใช้เป็นสัญลักษณ์ของสหรัฐอเมริกา)*

balderdash /ˈbɔːldədæʃ/ˈบอลเดอะแดช/ *n., no pl., no indef. art.* Ⓐ ข้อเขียนหรือคำพูดที่เหลวไหลไร้สาระ; Ⓑ *(jumble of words)* กลุ่มคำจับฉ่ายที่ไม่มีความหมาย

bald: ~head *n.* Ⓐ หัวล้าน; Ⓑ *(Orth.)* นกอินทรีหัวโล้น

balding /ˈbɔːldɪŋ/ˈบอลดิง/ *adj. (คน)* หัวเริ่มล้าน; *(สัตว์)* มีขนน้อย; *(ต้นไม้)* ที่ใบเริ่มร่วง

baldly /ˈbɔːldlɪ/ˈบอลดฺลิ/ *adv. (คำพูด)* ตรงไปตรงมา; **simply and ~:** ง่ายและเรียบ ๆ; **to put it ~:** ถ้าจะพูดอย่างตรงไปตรงมา

baldness /ˈbɔːldnɪs/ˈบอลดฺนิซ/ *n., no pl.* ➡ **bald** A, B; ความหัวล้าน, ความไม่มีขน, ความตรงไปตรงมา

ˈbaldpate ➡ **baldhead**

baldric /ˈbɔːldrɪk/ˈบอลดฺริค/ *n. (Hist.)* สายสะพายดาบหรือแตรสัญญาณ

baldy /ˈbɔːldɪ/ˈบอลดิ/ *n. (offensive)* ไอ้หัวล้าน/หัวโกร๋น

¹bale /beɪl/เบล/ ❶ *n.* ห่อหรือมัด ❷ *v.t. (pack)* รวมเป็นห่อ/มัด *(ฟาง)*

²bale *n. (arch./poet.)* Ⓐ *(evil)* ความชั่วร้าย; Ⓑ *(woe)* ความทุกข์ยาก, ความโศกเศร้า

³bale ➡ **³bail**

Balearic Islands /bælɪˈærɪk aɪləndz/แบลิˈแอริค ไอเลินดฺซฺ/ *pr. n. pl.* *หมู่เกาะบาเลียริคอยู่ทางทิศตะวันออกของประเทศสเปน*

baleful /ˈbeɪlfʊl/ˈเบลฟุล/ *adj. (ท่าทาง, การมอง ฯลฯ)* โศกเศร้า; *(malignant)* ร้ายกาจ, มุ่งร้าย

balefully /ˈbeɪlfəlɪ/ˈเบลเฟอะลิ/ *adv.* อย่างโศกเศร้า; *(malignantly)* อย่างร้ายกาจ, อย่างมุ่งร้าย

balk /bɔːlk/บอลค/ ❶ *n.* Ⓐ *(ridge)* สัน; Ⓑ *(timber beam)* คานที่ยึดเสา; Ⓒ *(tie beam)* ขื่อ; Ⓓ *(hindrance)* อุปสรรค, สิ่งกีดขวาง (to ต่อ); Ⓔ *no indef. art. (Billiards)* *เส้นบนโต๊ะบิลเลียดสำหรับตั้งลูกเปิดเกมการเล่น;* Ⓕ *(Basebell)* การเล่นผิดกติกาของผู้โยน ❷ *v.t.* Ⓐ ขัดขวาง, กีดกัน; **they were ~ed in their plan/undertaking** *etc.* แผน/การลงมือทำงาน ฯลฯ ของเขาถูกขัดขวาง; **they were ~ed of their prey** พวกเขาถูกขัดขวางที่จะได้เหยื่อ; Ⓑ *(avoid)* หลีกเลี่ยง *(บุคคล, คำตอบ)* ❸ *v.i.* ไม่ยอมทำ (at); *(ม้า)* ถอยกลัว, ไม่ยอมไปต่อ

Balkan /ˈbɔːlkn/ˈบอลค่น/ ❶ *adj.* เกี่ยวกับบอลคาน *(ท.ศ.)*, ภาคตะวันออกเฉียงใต้ของทวีปยุโรป ❷ *n. pl.* **the B~s** ประเทศในบริเวณบอลคาน

balkanization, Balkanization /bɔːlkənaɪˈzeɪʃn, US -nɪˈz-/บอลเคอะไนˈเซช'น/ *n.* *การแบ่งแยกภูมิภาคหรืออาณาจักรออกเป็นเขตย่อย ๆ ซึ่งเป็นปฏิปักษ์ต่อกัน*

Balkanize /ˈbɔːlkənaɪz/ˈบอลเคอะนายซฺ/ *v.t.* *แบ่งแยกอาณาจักรเป็นเขตย่อย ๆ ซึ่งเป็นปฏิปักษ์ต่อกัน*

¹ball /bɔːl/บอล/ ❶ *n.* Ⓐ ลูกบอล, สิ่งที่เป็นลูกกลม ๆ; **the animal rolled itself into a ~:** สัตว์ม้วนตัวเป็นลูกกลม ๆ; Ⓑ *(Sport. incl. Golf, Polo)* ลูก [บอล]; *(Billiards etc., Croquet)* ลูก; **the ~ is in your court** *(fig.)* คุณต้องเป็นผู้รับผิดชอบ; **have the ~ at one's feet** *(fig.)* ตนมีโอกาสที่ดีที่สุด; **keep one's eye on the ~** *(fig.)* คอยติดตามความเคลื่อนไหวต่อไปอย่างใกล้ชิด; **keep the ~ rolling** *(fig.)* ดำเนินกิจกรรมต่อไปเรื่อย ๆ; **start the ~ rolling** *(fig.)* เริ่มต้นกิจกรรม; **be on the ~** *(fig. coll.)* ว่องไว, ตื่นตัว; **play ~:** เล่นลูกฟุตบอล; *(fig. coll.: cooperate)* ร่วมมือกัน; **play ~ with sb.** เล่นลูกบอลกับ *ค.น.; (fig. coll.: cooperate)* ร่วมมือกับ *ค.น.*; Ⓒ *(missile)* ลูกปืนใหญ่; Ⓓ *(round mass)* ก้อนกลม ๆ; *(of wool, string, fluff, etc.)* ขนสัตว์/เชือก/ปุยฝ้ายที่ม้วนเป็นก้อนกลม ๆ; **two ~s of wool** ขนสัตว์ก้อนกลม ๆ 2 ก้อน; **~ of clay** ดินเหนียวก้อนกลม ๆ; Ⓔ *(Anat.: rounded part)* ส่วนของร่างกายที่มีลักษณะกลม; **~ of the hand/foot** ส่วนกลมของมือ/เท้า; Ⓕ *in pl. (coarse: testicles)* ไข่ *(ภ.ย.)*; **~s!** *(fig.)* ไอ้เหี้ย *(ภ.ย.)*; **make a ~s of sth.** *(fig.)* ทำ *ส.น.* ให้เละเทะ, ทำ *ส.น.* อย่างห่วย ❷ *v.t.* ปั้น *(ดินเหนียว)* เป็นลูกบอล; ขยำ *(กระดาษ)* เป็นลูกกลม

~ ˈup *v.t. Brit.* ➡ **balls up**

²ball *n. (dance)* งานเต้นรำ, งานราตรีสโมสร; **give a ~:** จัดงานราตรีสโมสร; **have [oneself] a ~** *(fig. coll.)* สนุกมาก; **open the ~:** เปิดการลีลาศ

ballad /ˈbæləd/ˈแบเลิด/ *n.* Ⓐ เพลง; *(narrative)* ร้องบรรยายเรื่องราว; Ⓑ *(poem)* บทกวีที่บรรยายเรื่องราว

balladry /ˈbælədrɪ/ˈแบเลอะดริ/ *n.* บทกวีนิพนธ์ที่บรรยายเรื่องราว

ball and ˈsocket joint *n.* ข้อต่อที่ปลายกระดูกกลมมนอยู่ในเบ้า

ballast /ˈbæləst/ˈแบเลิซทฺ/ *n.* Ⓐ อับเฉาเรือ; **be in ~:** *(เรือ)* ขนแต่วัตถุหนัก ๆ เท่านั้น; Ⓑ *(fig.: sth. that gives stability) ส.น.* ที่ให้ความมั่นคง; Ⓒ *(coarse stone etc.)* หินกรวดหยาบ ๆ ที่ใช้โรยบนทางรถไฟ

ball: ~ ˈbearing *n. (Mech.)* ตลับลูกปืนในเครื่องจักร; **~boy** *n.* *เด็กชายเก็บลูกบอลในการแข่งขันเทนนิส;* **~ clay** *n. (Amer. Min.)* ดินเหนียวอย่างที่ใช้ทำเครื่องเคลือบดินเผา; **~cock** *n.* อุปกรณ์ทรงกลมใช้ควบคุมระดับน้ำในถังเก็บน้ำ; **~ control** *n.* การควบคุมลูกบอล

ballerina /bæləˈriːnə/แบเลอะˈรีเนอะ/ *n.* นักบัลเลต์หญิง; **prima ~:** นักบัลเล่ย์หญิงที่เป็นตัวแสดงนำ

ballet /ˈbæleɪ/ˈแบเล/ *n.* บัลเลต์ *(ท.ศ.)*; **~ dancer** นักเต้นบัลเลต์

ball: ~ game *n.* Ⓐ กีฬาใด ๆ ที่เล่นด้วยลูกบอล; Ⓑ *(Amer.)* กีฬาเบสบอล; **a whole new ~ game** *(fig. coll.)* เรื่องราวที่พลิกกลับใหม่หมด; **a different ~ game** *(fig. coll.)* เป็นคนละเรื่องไปเลย; **~girl** *n.* *เด็กหญิงเก็บลูกบอลในการแข่งขันเทนนิส*

ballistic /bəˈlɪstɪk/เบอะˈลิซติค/ *adj.* เกี่ยวกับอาวุธที่ใช้ยิง; **~ missile** ขีปนาวุธ

ballistics /bəˈlɪstɪks/เบอะˈลิซติคซฺ/ *n., no pl.* วิทยาศาสตร์เกี่ยวกับขีปนาวุธ

ball: ~ joint ➡ **ball and socket joint; ~ lightning** *n.* ฟ้าแลบลักษณะกลมเหมือนลูกบอล

balloon /bəˈluːn/เบอะˈลูน/ ❶ *n.* Ⓐ บอลลูน *(ท.ศ.)*; **hot-air ~:** บอลลูนที่ใช้ความร้อน; **when the ~ goes up** *(fig.)* เมื่อปัญหาความยุ่งยากที่ไม่ได้คาดคิดเกิดขึ้น; Ⓑ *(toy)* ลูกโป่ง; Ⓒ *(coll.: in strip cartoon etc.)* วงกลมคำพูดหรือ ความคิดของตัวการ์ตูน; Ⓓ *(drinking glass)* แก้วทรงกลมขนาดใหญ่ *(ใช้ดื่มบรั่นดี)* ❷ *v.i.* Ⓐ โป่งพองเหมือนบอลลูน; Ⓑ *(travel in ~)* เดินทางโดยบอลลูน ❸ *v.t. (hit, kick)* ตี, เตะ *(ลูกบอล ฯลฯ)* ลอยโด่งไปในอากาศ

balloon ˈtyre *n.* *ยางรถยนต์ขนาดใหญ่ สูบลมอ่อน ๆ ป้องกันความกระเทือน*

ballot /ˈbælət/ˈแบเลิท/ ❶ *n.* Ⓐ *(voting)* การลงคะแนนเสียง; **[secret] ~:** การลงคะแนน [ด้วยวิธีลับ]; **hold** *or* **take a ~:** มีการจัดการลงคะแนนเสียง; Ⓑ *(vote)* การออกเสียง; **cast one's ~:** ไปลงคะแนนของตน; Ⓒ *(ticket, paper)* บัตรเลือกตั้ง ❷ *v.i.* ออกเสียงลับ; **~ for sb./sth.** ออกเสียงให้กับ *ค.น./ส.น.* ❸ *v.t.* ทำให้ออกเสียงลับ

ballot: ~ box *n.* *กล่องหรือหีบใส่บัตรลงคะแนนเสียง;* **~ paper** *n.* บัตรลงคะแนนเสียง

ball: ~park *n. (Amer.)* สนามเบสบอล; **your estimate is not in the right ~park** *(fig.)* การคาดคะเนของคุณไม่ใกล้เคียงเลย; **~park figure** *n.* ตัวเลขประมาณ; **~ pen, ~point, ~point ˈpen** *ns.* ปากกาลูกลื่น; **~room** *n.* ห้องเต้นรำขนาดใหญ่; **~room dancing** *n.* การเต้นรำแบบบอลรูม

balls ˈup *v.t.* ทำงานเละ

balls-up /ˈbɔːlzʌp/ˈบอลซัพ/ *(coarse) n.* การทำอะไรให้เละเทะ; **make a ~ of sth.** ทำ *ส.น.* ผิดพลาดเสียหายอย่างร้ายแรง

ballsy /bɔːlzɪ/บอลซิ/ *adj. (very informal)* มุทะลุดุเดือดและใจกล้าบ้าบิ่น

bally /ˈbælɪ/ˈแบลิ/ *(Brit. dated. euphem.) adj., adv.* ระยำอัปรีย์, เลวทราม

ballyhoo /bælɪˈhuː, US ˈbælɪhuː/แบลิˈฮู/ *n.* Ⓐ *(publicity)* การโฆษณาที่เสียงดังโครมคราม; **create a great deal of ~ over sth.** ทำการโฆษณาที่เสียงดังโครมครามเกี่ยวกับ *ส.น.*; Ⓑ *(nonsense)* ความไร้สาระ

balm /bɑːm/บาม/ *n.* Ⓐ *(lit.)* ยาหม่องบรรเทาความเจ็บปวด; *(fig.)* สิ่งที่บรรเทาความโศกเศร้า; Ⓑ *(fragrance)* กลิ่นหอม; Ⓒ *(tree)* *ต้นไม้ในเอเชียหรือในแอฟริกาเหนือที่ให้น้ำมันหอม;* Ⓓ *(herb)* *สมุนไพรในสกุล Melissa มีกลิ่นหอม;* **~ of Gilead** *ยางสนมีกลิ่นหอม สมัยก่อนใช้ทาแก้ปวด*

balmy /ˈbɑːmɪ/ˈบามิ/ *adj.* Ⓐ *(yielding balm)* ที่ให้น้ำมันหรือขี้ผึ้ง; Ⓑ *(fragrant)* กลิ่นหอม; Ⓒ *(soft, mild)* นุ่มนวล, อ่อน ๆ; Ⓓ *(coll.: crazy)* บ้า ๆ บอ ๆ; Ⓔ *(soothing, healing)* ที่บรรเทา, ที่รักษา

baloney ➡ **boloney** A

balsa /ˈbɔːlsə/ˈบอลเซอะ/ *n.* Ⓐ *(tree)* ต้น *Ochroma lagopus* จากเขตร้อนของทวีปอเมริกา; Ⓑ *(wood)* **~[-wood]** ไม้น้ำหนักเบาจากต้นนี้

balsam /ˈbɔːlsəm/ˈบอลเซิม/ *n.* Ⓐ *(lit. also Med., Chem.)* ยางไม้หอมที่ใช้เป็นยาแก้ปวด;

b

Ⓑ *(tree)* ต้นไม้ที่ให้ยางหอม; Ⓒ *(plant of genus Impatiens)* ดอกไม้สกุล Impatiens บานช่วงฤดูใบไม้ผลิ

balsam 'fir *n.* ต้น Abies balsamea คล้ายต้นสนในทวีปอเมริกาเหนือ ให้ยางหอม; **balsamic vinegar** /bɔːl'sæmɪk 'vɪnɪɡə(r)/บอล'เซอะมิค 'วินนิเกอ(ร)/ น้ำส้มผสมพืชหอมจากประเทศอิตาลี

Baltic /'bɔːltɪk/'บอลทิค/ ❶ *pr. n.* ทะเลบอลติก *(ทางภาคตะวันออกเฉียงเหนือของยุโรป)* ❷ *adj.* เกี่ยวกับทะเลบอลติก; **~ coast** ชายฝั่งทะเลบอลติก; **the ~ Sea** ทะเลบอลติก; **the ~ States** รัฐในแถบทะเลบอลติก *(ฟินแลนด์ เอสโตเนีย ลิทัวเนียและลัตเวีย)*

baluster /'bæləstə(r)/'แบเลิซเตอะ(ร)/ *n.* Ⓐ *(pillar)* เสาราวระเบียงหรือบันได; Ⓑ *(post)* เสา; *(balustrade)* ราวระเบียงที่มีเสาต้นเล็ก ๆ

balustrade /bælə'streɪd/แบเลอะ'ซเตรด/ *n.* ราวระเบียงที่มีเสาต้นเล็ก ๆ

bamboo /bæm'buː/แบม'บู/ *n.* Ⓐ *(stem)* ต้นไผ่; Ⓑ *(grass)* หญ้าในตระกูลไผ่; **~ curtain** *(Polit.)* ประเทศสาธารณรัฐประชาชนจีน, ม่านไม้ไผ่; **~ shoots** หน่อไม้

bamboozle /bæm'buːzl/แบม'บูซ'ล/ *v.t. (coll.)* Ⓐ *(mystify)* ทำให้งุนงง; Ⓑ *(cheat)* หลอกลวง, โกง; **~ sb. into doing sth.** หลอกลวง *ค.น.* ให้ทำ *ส.น.*; **~ sb. out of sth.** โกง *ส.น.* จาก *ค.น.*

ban /bæn/แบน/ ❶ *v.t.*, **-nn-** ห้าม *(เป็นทางการ)*; **~ sb. from doing sth.** ห้าม *ค.น.* ไม่ให้ทำ *ส.น.*; **he was ~ned from driving/playing** เขาถูกห้ามไม่ให้ขับรถ/เข้าแข่งขัน; **~ sb. from a place** ห้าม *ค.น.* ไม่ให้เข้าสถานที่หนึ่ง; **~ sb. from a pub** ห้าม *ค.น.* ไม่ให้เข้าผับ ❷ *n.* การห้าม, การสั่งห้าม; **place a ~ on sth.** การประกาศห้าม *ส.น.*; **the ~ placed on these drugs** การห้ามจำหน่ายยาเหล่านี้; **lift the ~ on sth.** ยกเลิกการสั่งห้าม *ส.น.*

banal /bə'nɑːl, US 'beɪnl/เบอะ'นาล, 'เบน'ล/ *adj.* ธรรมดาสามัญ, ซ้ำซาก

banality /bə'nælətɪ/เบอะ'แนเลอะทิ/ *n.* ความธรรมดาสามัญ, ความซ้ำซาก

banana /bə'nɑːnə/เบอะ'นาเนอะ/ *n.* Ⓐ *(fruit)* กล้วย; **a hand of ~s** กล้วยหนึ่งเครือ; **go ~s** *(Brit. coll.)* โกรธเป็นบ้า; Ⓑ *(plant)* ต้นกล้วย

banana: ~ republic *n. (derog.)* ประเทศเล็ก ๆ ในทวีปอเมริกากลางที่พึ่งพาการหลั่งไหลเข้ามาของเงินทุนต่างชาติ; **~ skin** *n.* เปลือกกล้วย; **~ 'split** *n.* กล้วยผ่าซีกพร้อมไอศกรีมก้อนตรงกลาง

band /bænd/แบนดฺ/ ❶ *n.* Ⓐ แถบ; **a ~ of light/colour** แถบแสง/สี; Ⓑ *(range of values)* ลำดับจากสูงไปต่ำ; Ⓒ *(of frequency or wavelength)* แถบลำดับความถี่หรือความยาวคลื่น; **long/medium ~:** ลำดับคลื่นยาว/ปานกลาง; **high-frequency ~:** ลำดับความถี่สูง; Ⓓ *(organized group)* กลุ่ม; *(of robbers, outlaws etc.)* กลุ่ม, กอง; **B~ of Hope** *สมาคมส่งเสริมการงดเว้นการดื่มสุราโดยเด็ดขาด;* Ⓔ *(of musicians)* คณะ, วง; *(pop group, jazz ~)* คณะ; *(dance ~)* คณะเต้นรำ; *(military ~)* วงโยธวาทิต; *(brass ~)* วงแตรวง; **if** *or* **when the ~ begins to play** *(fig. coll.)* เมื่อเริ่มเอาจริงเอาจังกัน; Ⓕ *in pl. (part of legal, clerical, or academic dress)* แถบของชุด; Ⓖ *(ring round bird's leg)* ห่วง; Ⓗ *(Amer.) (herd)* ฝูงสัตว์; *(of birds, insects)* ฝูง; Ⓘ *in pl. (arch.: sth. that restrains)* สิ่งเหนี่ยวรั้ง; ➡ **+ beat** 1 D ❷ *v.t.* Ⓐ **~ sth.** ผูก *หรือ* รัดสายคาด *ส.น.*; Ⓑ *(form into a league)* ตั้งเป็นสันนิบาต; Ⓒ *(mark with stripes)* ขีดเป็นเส้น; **~ed** *(Biol.)* มีลายเป็นแถบ *หรือ* เป็นทาง ❸ *v.i.* **~ together [with sb.]** เข้ารวมกลุ่มกัน [กับ *ค.น.*]

bandage /'bændɪdʒ/'แบนดิจ/ ❶ *n. (for wound, fracture, as support)* ผ้าพันแผล; *(for blindfolding)* ผ้าปิดตา ❷ *v.t.* พันแผล

'Band-Aid ® *n.* แถบพลาสติกปิดแผลสำเร็จรูป

b. & b. /biː ən 'biː/บี เอิน 'บี/ *abbr.* **bed & breakfast**

'bandbox /'bændbɒks/'แบนดฺบอคซฺ/ *n.* กล่องกระดาษสำหรับใส่หมวก

bandicoot /'bændɪkuːt/'แบนดิคูท/ *n.* Ⓐ *(Ind.: rat)* หนู; Ⓑ *(Austral.: marsupial)* สัตว์ที่มีกระเป๋าหน้าท้องใส่ลูก มีลักษณะเหมือนหนู

bandit /'bændɪt/'แบนดิท/ *n.* โจร

banditry /'bændɪtrɪ/'แบนดิทริ/ *n.* การปล้นฆ่าอย่างทารุณ, โจรกรรม

'bandmaster *n.* ผู้นำวงโยธวาทิตหรือวงเครื่องเป่าทองเหลือง

bandoleer, bandolier /bændə'lɪə(r)/แบนเดอะ'เลีย(ร)/ *n.* เข็มขัดใส่ลูกกระสุนคาดสะพายไหล่

'bandsaw *n.* เลื่อยสายพาน

bandsman /'bændzmən/'แบนดฺซเมิน/ *n., pl.* **bandsmen** คนเล่นดนตรีในวงโยธวาทิตหรือวงเครื่องเป่าทองเหลือง

band: ~stand *n.* เวทีแสดงดนตรีในสวนสาธารณะ; **~wagon** *n.* รถบรรทุกวงดนตรีในขบวนพาเหรด; **climb** *or* **jump on [to] the ~wagon** *(fig.)* เข้าร่วมกับคนอื่นพอเห็นว่าสิ่งที่เขาทำน่าจะประสบความสำเร็จ; **~width** *n. (Communications)* แบนด์วิดท์ *(ท.ศ.)* แถบลำดับสูงสุดและต่ำสุดของความถี่ของคลื่น

[1]bandy /'bændɪ/'แบนดิ/ *v.t.* Ⓐ *(toss to and fro)* โยนขว้างไป ๆ มา ๆ; Ⓑ *(fig.)* บอกเล่า *(เรื่องราว, ข่าวลือ, ฯลฯ)* ต่อ ๆ กันไป; **be bandied from mouth to mouth** *(เรื่องราว, ข่าวลือ ฯลฯ)* ถูกบอกเล่าจากปากต่อปาก; **insults were being bandied about** คำด่ากำลังถูกกล่าวโต้ตอบกันไปมา; Ⓒ *(discuss)* **~ about** ถกกันไป ถกกันมา; Ⓓ *(exchange)* แลกเปลี่ยน; **they were ~ing blows** พวกเขากำลังแลกหมัดกัน; **don't ~ words with me** อย่าต่อล้อต่อเถียงกับฉัน

[2]bandy *adj.* *(ขา)* โก่งออก; **he has ~ legs** *or* **is ~-legged** เขามีขาโก่ง; **~-legged person** คนขาโก่ง

bane /beɪn/เบน/ *n.* สิ่งทำลาย, ยาพิษ; **he is the ~ of my life** เขาคือสาเหตุแห่งความทุกข์อันใหญ่หลวงในชีวิตฉัน

[1]bang /bæŋ/แบง/ ❶ *v.t.* Ⓐ กระแทก, ชน, ตีอย่างแรง; **~ one's head on** *or* **against the ceiling** กระแทกศีรษะเข้ากับเพดานปังใหญ่; **I could ~ their heads together** *(fig.)* ฉัน *(อยากจะ)* จับหัวเขาโขกกันนัก; **she ~ed down the receiver** เธอกระแทกหูโทรศัพท์ดังโครม; **he ~ed the nail in** เขาตอกตะปูเข้าไป; ➡ **+ brick wall;** Ⓑ *(sl.: copulate with)* เอากัน ❷ *v.i.* Ⓐ *(strike)* **~ [against sth.]** กระแทกกับ *ส.น.*; **~ at the door** ทุบประตูโครม ๆ; Ⓑ *(make sound of blow or explosion)* ทำให้เกิดเสียงดังก้อง; **~ away at sth.** ตอก *หรือ* ตีเสียงดังปัง ๆ ที่ *ส.น.*; **~ shut** กระแทกปิดดังปัง; **a door is ~ing somewhere** ประตูกำลังกระแทกไปมาอยู่ตรงไหนสักแห่ง ❸ *n.* Ⓐ *(blow)* การตี, การฟาด, การทุบ; **give your radio a good ~:** ตบวิทยุของคุณสักปังซิ; Ⓑ *(noise)* เสียงดัง; **the party went off with a ~** *(fig.)* งานสนุกสนานครึกครื้นมาก; ➡ **+ big bang; whimper** 1 ❹ *adv.* Ⓐ *(with impact)* อย่างแรง; Ⓑ *(explosively)* **go ~:** ระเบิดปัง; **the balloon went ~ and exploded** ลูกโป่งระเบิดดังปัง; Ⓒ **~ goes sth.** *(fig.: sth. ends suddenly) ส.น.* นั้นสูญหายไปในทันที; **~ went £50** ห้าสิบปอนด์ก็หมดไปเลย; Ⓓ **~ off** *(coll.: immediately)* ทันทีทันใด; **answer ~ off** ตอบทันควัน; Ⓔ *(coll.: exactly)* ตรงเผง; **you are ~ on time** คุณมาตรงเวลาเผงเลย; **~ on [the] target** ถูกเป้าเผงเลย; Ⓕ **~-up** *(Amer. sl.: first-class)* พิเศษ, ยอดเยี่ยม ❺ *int.* ปัง!

[2]bang ❶ *v.t.* ตัดผมทรงผมม้า ❷ *n. in pl. (esp. Amer.: Fringe)* ผมทรงผมม้า

banger /'bæŋə(r)/'แบงเงอะ(ร)/ *n. (coll.)* Ⓐ *(sausage)* ไส้กรอก; Ⓑ *(firework)* ประทัด; Ⓒ *(car)* รถเก่าที่เสียงดัง

Bangkok /bæŋ'kɒk, 'bæŋkok/แบง'คอค/ *pr. n.* กรุงเทพมหานคร

Bangladesh /bæŋɡlə'deʃ/แบงเกลอะ'เด็ช/ *pr. n.* ประเทศบังกลาเทศ

Bangladeshi /bæŋɡlə'deʃɪ/แบงเกลอะ'เด็ชชิ, เบิง-/ ❶ *adj.* แห่งบังกลาเทศ ❷ *n.* ชาวบังกลาเทศ

bangle /'bæŋɡl/'แบงก'ล/ *n.* กำไล

banian /'bænɪən/'แบเนียน/ *n. (Bot.)* **~[-tree]** ต้นไทร

banish /'bænɪʃ/'แบนิช/ *v.t.* เนรเทศ, ขับออก **(from** จาก**)**

banishment /'bænɪʃmənt/'แบนิชเมินทฺ/ *n.* การเนรเทศ

banister /'bænɪstə(r)/'แบนิซเตอะ(ร)/ *n.* Ⓐ *(uprights and rail)* ราวบันได; Ⓑ *usu. in pl. (upright)* ซี่ลูกกรง

banjax /'bændʒæks/'แบนแจคซฺ/ *v.t. (coll.)* ทำให้เสียหาย, ใช้ไม่ได้

banjo /'bændʒəʊ/'แบนโจ/ *n., pl.* **~s** *or* **~es** แบนโจ *(ท.ศ.)* ดนตรีเครื่องสาย มีรูปลักษณะคล้ายกีตาร์

[1]bank /bæŋk/แบงคฺ/ ❶ *n.* Ⓐ *(slope)* พื้นที่ลาดเอียง; Ⓑ *(at side of river)* ตลิ่งแม่น้ำ; Ⓒ *(elevation in bed of sea or river)* เนินตื้นใต้น้ำ; Ⓓ *(mass)* **a ~ of clouds/fog** กลุ่มเมฆ/หมอก; **a ~ of snow** กองหิมะ; Ⓔ *(artificial slope)* โค้งถนนส่วนที่สร้างให้สูงขึ้นกว่าด้านตรงข้าม เพื่อให้รถที่วิ่งเร็วเลี้ยวโค้งได้ ❷ *v.t.* Ⓐ *(build higher)* พูนให้สูงขึ้น; Ⓑ *(heap)* **~ [up]** สุมทับ; **~ [up] the fire with coal** สุมถ่านหินบนกองไฟ; Ⓒ เลี้ยวโค้ง *(เครื่องบิน)* ❸ *v.i.* Ⓐ *(rise)* **~ [up]** *(เมฆ, ควัน)* พูนสูงขึ้น; Ⓑ *(เครื่องบิน)* ตะแคงเมื่อเลี้ยวโค้ง

[2]bank ❶ *n.* Ⓐ *(Commerc., Finance)* ธนาคาร; **central ~:** ธนาคารกลาง, ธนาคารชาติ; **the B~** *(Brit.)* = **Bank of England; cry/laugh all the way to the ~** *(fig. coll.)* รู้สึกละอายในความสำเร็จ/แสดงความดีใจในการสำเร็จของตน; Ⓑ *(Gaming)* เจ้ามือการพนัน; ➡ **+ blood bank; bottle bank** ❷ *v.i.* Ⓐ *(keep ~)* ทำงานธนาคาร; Ⓑ *(keep money)* **~ at/with ...:** ฝากเงินกับ...; Ⓒ **~ on sth.** หวังพึ่ง *ส.น.* ❸ *v.t.* ฝากธนาคารไว้ *(เงินหรือของมีค่า)*

[3]bank *n.* Ⓐ *(row)* แถว *(สวิตช์, เก้าอี้)*; Ⓑ *(tier)* **~ [of oars]** ใบพายที่เรียงเป็นแถวเป็นชั้น

bankable /ˈbæŋkəbl/ˈแบงเคอะบ'ล/ *adj.* ที่ธนาคารยอมรับ; *(fig.)* ที่เชื่อถือได้; **a ~ reputation** ประวัติที่เชื่อถือได้

bank: ~ account *n.* บัญชีเงินฝากธนาคาร; **~ balance** *n.* ยอดบัญชีเงินฝาก; **~ bill** *n.* *(Brit.)* ธนบัตร, ตั๋วแลกเงินที่ธนาคารออกและรับซื้อ; **~ book** *n.* สมุดคู่ฝาก; **~ card** *n.* บัตรเครดิตที่ต้องแสดงเมื่อจ่ายเงินด้วยเช็ค; **~ charges** *n. pl.* ค่าธรรมเนียมธนาคาร; **~ clerk** *n.* ➤ 489 พนักงานธนาคาร; **~ draft** *n.* ใบสั่งจ่ายเงินธนาคาร

banker /ˈbæŋkə(r)/ˈแบงเคอะ(ร)/ *n.* ➤ 489 *(Commerc., Finance)* นายธนาคาร

banker's: ~ card ➡ **bank card; ~ draft** ➡ **~ draft; ~ 'order** ➡ **order** 1 O

bank 'holiday *n.* (A) วันหยุดธนาคาร; (B) *(Brit.: public holiday)* วันหยุดทั่วไป, วันหยุดราชการ

banking /ˈbæŋkɪŋ/ˈแบงคิง/ *n.* การธนาคาร; **a career in ~:** อาชีพในแวดวงการธนาคาร; **it is ~ practice** เป็นธรรมเนียมปฏิบัติทางธนาคาร

bank: ~ loan *n.* เงินกู้จากธนาคาร; **take out a ~ loan** ขอกู้เงินจากธนาคาร; **~ manager** *n.* ➤ 489 ผู้จัดการธนาคาร; **~note** *n.* ธนบัตร; **~ raid** *n.* การปล้นธนาคาร; **~ rate** *n.* อัตราของธนาคาร; **~ robber** *n.* โจรปล้นธนาคาร; **~roll** ❶ *n.* ธนบัตรหนึ่งปึก ❷ *v.t.* สนับสนุนทางการเงิน

bankrupt /ˈbæŋkrʌpt/ˈแบงครัพทฺ/ ❶ *n.* (A) *(Law)* บุคคลล้มละลาย; **become a ~:** ตกเป็นบุคคลล้มละลาย; **be declared a ~:** ถูกศาลสั่งให้เป็นบุคคลล้มละลาย; (B) *(insolvent debtor)* ลูกหนี้ที่ไม่สามารถใช้หนี้สินได้; *(a moral bankrupt)* ผู้ไร้ศีลธรรม ❷ *adj.* (A) ล้มละลาย; **go ~:** เป็นบุคคลล้มละลาย; (B) *(fig.)* **morally ~:** ขาดศีลธรรม ❸ *v.t.* ทำให้ล้มละลาย

bankruptcy /ˈbæŋkrʌptsɪ/ˈแบงครัพทฺซิ/ *n.* การเป็นบุคคลล้มละลาย, การสิ้นเนื้อประดาตัว; **go into ~:** ตกเป็นบุคคลล้มละลาย

'bank statement *n.* รายงานยอดเงินในบัญชีธนาคาร; **~ transfer** *n.* การโอนเงินระหว่างธนาคาร

banner /ˈbænə(r)/ˈแบเนอะ(ร)/ ❶ *n.* (A) *(flag, ensign; also fig.)* ธง; **join** *or* **follow the ~ of** เข้าร่วมขบวนการของ; (B) *(on two poles)* ป้ายข้อความที่มีด้ามถือตรงปลายสองด้าน; (C) *(sth. used as symbol)* สัญลักษณ์ ❷ *adj.* (A) *(conspicuous)* **~ headline** หัวพาดหนังสือพิมพ์; (B) *(Amer.: preeminent)* โดดเด่น, ยอดเยี่ยม

bannister ➡ **banister**

bannock /ˈbænək/ˈแบเนิค/ *n.* *(Scot., N. Engl.)* ขนมปังก้อนกลมแบน

banns /bænz/แบนซฺ/ *n. pl.* การประกาศในโบสถ์ *(คริสต์ศาสนา) สามอาทิตย์ติดต่อกันว่าจะมีพิธีสมรส;* **put up the ~:** แจ้งความประสงค์แต่งงานในโบสถ์; **forbid the ~:** คัดค้านการสมรสที่ประกาศ

banquet /ˈbæŋkwɪt/ˈแบงควิท/ ❶ *n.* งานเลี้ยงอย่างเป็นพิธีการ ❷ *v.i.* ร่วมในงานเลี้ยงหรูหรา; **~ing hall** ห้องโถงใหญ่จัดงานเลี้ยงหรูหรา

banshee /bænˈʃiː, US ˈbænʃiː/แบนˈชี, ˈแบนชี/ *n.* *(Ir., Scot.)* วิญญาณผู้หญิงซึ่งจะส่งเสียงโหยหวน เพื่อจะบอกว่ามีการตายในบ้านนั้น

bantam /ˈbæntəm/ˈแบนเทิม/ *n.* ไก่แจ้

'bantamweight /ˈbæntəmweɪt/ˈแบนเทิมเวท/ *n.* *(Boxing etc.)* รุ่นแบนตั้มเวท *(ท.ศ.), (นักมวยน้ำหนักขนาดเบาไม่เกิน 116 ปอนด์)*

banter /ˈbæntə(r)/ˈแบนเทอะ(ร)/ ❶ *n.* (A) การกระเซ้าเย้าแหย่, การล้อเลียนฉันมิตร; (B) *(remarks)* การต่อปากคำเล่น ๆ ❷ *v.t.* พูดแหย่ฉันมิตร (**about** เกี่ยวกับ) ❸ *v.i.* พูดเป็นเชิงล้อเลียน

Bantu /bænˈtuː/แบนˈทู/ ❶ *n.* (A) *pl. same or* **~s** ชาวแบนทู *(ส่วนใหญ่อยู่ในแอฟริกากลางและแอฟริกาใต้);* (B) *(language group)* กลุ่มของภาษาของชนเหล่านี้ ❷ *adj.* แห่งชนหรือภาษาของชาวแบนทู

Bantustan /bæntʊˈstɑːn/แบนทุˈซตาน/ *n. (S. Afr.) (มักจะใช้ในความหมายที่ดูหมิ่น)* เขตที่ในอดีตสงวนไว้ให้คนสาธารณรัฐแอฟริกาใต้ผิวดำอยู่

banyan ➡ **banian**

baobab /ˈbeɪəbæb/ˈเบโอแบบ/ *n. (Bot.)* *ต้นไม้พื้นเมืองแอฟริกา ลำต้นใหญ่ ผลใหญ่ เนื้อในกินได้*

BAOR *abbr.* **British Army of the Rhine**

bap /bæp/แบพ/ *n. (Brit.)* ขนมปังเนื้อนุ่มก้อนแบนเล็ก

baptise ➡ **baptize**

baptism /ˈbæptɪzm/ˈแบพทิซฺ'ม/ *n.* ศีลจุ่ม, พิธีศีลมหาสนิท; **~ is the first sacrament** ศีลจุ่มเป็นพิธีแรกในพิธีกรรมอันศักดิ์สิทธิ์ในคริสต์ศาสนา; **~ of fire** *(fig.)* ประสบการณ์อันเจ็บปวดในการเริ่มทำอะไรเป็นครั้งแรก

baptismal /bæpˈtɪzml/แบพˈทิซม'ล/ *adj.* เกี่ยวกับพิธีเข้าเป็นคริสต์ศาสนิกชน

Baptist /ˈbæptɪst/ˈแบพทิซทฺ/ ❶ *n.* (A) คริสต์ศาสนิกชนสังกัดนิกายบัปติสต์ *(ท.ศ.);* (B) **John the ~:** จอห์นผู้... ❷ *adj.* **the ~ Church/a ~ chapel** นิกายบัปติสต์/โบสถ์บัปติสต์

baptize /bæpˈtaɪz/แบพˈทายซฺ/ *v.t.* (A) ทำพิธีศีลจุ่ม; **be ~d a Catholic/Protestant** เข้าเป็นคริสต์ศาสนิกชนนิกายคาทอลิก/โปรเตสแตนต์; **what name were you ~d by?** ท่านได้รับการตั้งชื่อให้ว่าอะไร

[1]**bar** /bɑː(r)/บา(ร)/ ❶ *n.* (A) *(piece of rigid material)* ท่อน *(ไม้, เหล็ก); (of gold or silver)* ทองแท่ง, เงินแท่ง; **a ~ of soap** สบู่หนึ่งก้อน; **a ~ of chocolate** ช็อกโกแลตหนึ่งแท่ง; (B) *(Sport)* บาร์ *(ท.ศ.);* **high** *or* **horizontal ~:** บาร์สูงหรือขนานกับพื้นดิน; **parallel ~s** บาร์คู่; (C) *(heating element)* ส่วนที่ให้ความร้อนในเครื่องทำความร้อน; (D) *(band)* แถบ, ลำของแสงหรือสี; (E) *(rod, pole)* เสา; *(of cafe, prison)* ซี่ลูกกรง; **behind ~s** *(in prison)* ติดคุก; (F) *(barrier, lit. or fig.)* สิ่งกีดขวางต่าง ๆ (**to** ต่อ); **a ~ on recruitment/promotion** การห้ามให้สมัครงาน/เลื่อนตำแหน่ง; (G) *(for refreshment)* บาร์; (H) *(Law: place at which prisoner stands)* คอก, บัลลังก์; **the prisoner at the ~** ผู้ต้องหาในคอก; **be judged at the ~ of conscience/of public opinion** *(fig.)* ให้มโนธรรม/ความเห็นของสาธารณชนเป็นสิ่งตัดสิน; (I) *(Law: particular court)* ศาล; **be called to the ~:** ได้รับอนุมัติให้เป็นเนติบัณฑิต *(ของอังกฤษ);* **he was reading for the ~:** เขากำลังศึกษาจะเป็นเนติบัณฑิต; **the ~:** เนติบัณฑิตโดยรวม; (J) *(Mus.)* การแบ่งจังหวะ; **~[-line]** เส้นขีดแบ่งจังหวะ; (K) *(sandbank, shoal)* สันดอนทราย ❷ *v.t.,* **-rr-** (A) *(fasten)* ปิดโดยใช้กลอน; **~red window** หน้าต่างที่มีลูกกรง; (B) *(keep)* **~ sb. in/out** ขัง ค.น. ไว้ข้างใน/กันไม่ให้เข้ามาได้; (C) *(obstruct)* ขวางกั้น *(ถนน)* (**to** ต่อ); **~ sb's way** ขวางทาง ค.น. ไว้; (D) *(prohibit, hinder)* ห้าม, ไม่อนุญาต; **~ sb. from doing sth.** ห้าม ค.น. ไม่ให้ทำ ส.น.; (E) *(not consider)* ไม่นับ, ยกเว้น; (F) *(mark)* ทำให้เป็นรอยทาง ๆ; **~red [with colourful stripes]** เป็นทาง [สีสดใส]; **~red with brown** เป็นรอยทาง ๆ สีน้ำตาล; (G) *(Law)* ขัดขวางหรือหน่วงเหนี่ยว *(กิจกรรม)* โดยคัดค้าน ❸ *prep.* ยกเว้น; **~ any accidents** ยกเว้นในกรณีอุบัติเหตุ; **~ none** ไม่มีการยกเว้นใด ๆ

[2]**bar** *n. (Meteorol., Phys.)* บาร์ *(ท.ศ.),* หน่วยวัดความกดอากาศ

barb /bɑːb/บาบ/ ❶ *n.* (A) เงี่ยงเบ็ด, หัวธนู; *(fig.)* คำพูดที่เจ็บปวด; **~s of ridicule** วาจาเย้ยหยันทิ่มแทง; (B) *(of fish)* หนวดปลา; (C) *(of feather)* ขนนกเส้นเล็ก ๆ ที่งอกจากแกนกลางและเกาะติดกันเป็นผืน ❷ *v.t.* ใส่เงี่ยงให้ตัวเบ็ดหรือหัวธนู

Barbadian /bɑːˈbeɪdɪən/บาˈเบเดียน/ ❶ *adj.* แห่งบาร์เบโดส; **sb. is ~** ค.น. เป็นชาวบาร์เบโดส ❷ *n.* ชาวบาร์เบโดส

Barbados /bɑːˈbeɪdɒs/บาˈเบดอซ/ *pr. n.* เกาะบาร์เบโดส *(ในหมู่เกาะเวสต์อินดีส)*

barbarian /bɑːˈbeərɪən/บาˈแบเรียน/ ❶ *n.* *(lit. or fig.)* คนป่าเถื่อน ❷ *adj.* *(lit. or fig.)* คนป่าเถื่อน, อนารยชน *(ร.บ.),* ป่าเถื่อนหยาบคาย

barbaric /bɑːˈbærɪk/บาˈแบริค/ *adj.* เหี้ยมโหดทารุณ, ป่าเถื่อน

barbarically /bɑːˈbærɪklɪ/บาˈแบริคลิ/ *adj.* อย่างป่าเถื่อน, อย่างอนารยชน

barbarism /ˈbɑːbərɪzm/ˈบาเบอะริซฺ'ม/ *n.* (A) *no pl. (rudeness also)* อนารยธรรม *(ร.บ.),* ความป่าเถื่อน; (B) *no pl. (departing from normal standards)* ความไร้มนุษยธรรม; (C) *(instance)* การกระทำที่ป่าเถื่อน

barbarity /bɑːˈbærətɪ/บาˈแบเรอะทิ/ *n.* (A) *no pl.* ความโหดร้าย; **he treats criminals with ~:** เขาทำต่ออาชญากรอย่างโหดเหี้ยม; (B) *(instance)* พฤติกรรมโหดร้าย

barbarous /ˈbɑːbərəs/ˈบาเบอะเริซ/ *adj.* โหดร้ายป่าเถื่อน, ไม่มีความเป็นอารยะ

barbarously /ˈbɑːbərəslɪ/ˈบาเบอะเริซลิ/ *adv.* อย่างโหดร้ายป่าเถื่อน, อย่างไร้อารยธรรม

barbarousness /ˈbɑːbərəsnɪs/ˈบาเบอะเริซนิซ/ *n., no pl.* ความโหดร้ายป่าเถื่อน, การไร้อารยธรรม

Barbary 'ape *n. (Zool.)* ลิงหางสั้นที่มีในแอฟริกาเหนือและยิบรอลตาร์

Barbary Coast *pr. n.* **the ~** ฝั่งทะเลเขตบาร์เบอรี *(ในแอฟริกาตอนเหนือ)*

barbecue /ˈbɑːbɪkjuː/ˈบาบิคิว/ ❶ *n.* (A) *(party)* บาร์บีคิว *(ท.ศ.)* งานเลี้ยงอาหารกลางแจ้ง โดยย่างไฟรับประทาน; (B) *(food)* อาหารประเภทย่างไฟ; (C) *(fireplace with frame)* เตามีตะแกรงสำหรับย่างอาหาร; (D) *(frame)* ตะแกรงย่างอาหาร ❷ *v.t.* ย่าง *(อาหาร)*

barbed wire /bɑːbd ˈwaɪər/บาบดฺ ˈวายเออะ(ร)/ *n.* ลวดหนาม; **~ fence** รั้วลวดหนาม

barbel /ˈbɑːbl/ˈบาบ'ล/ *n.* (A) *(Zool.)* ปลาน้ำจืดขนาดใหญ่ของยุโรป มีเส้นคล้ายหนวดห้อยจากปาก; (B) *(filament)* หนวดปลาที่งอกจากปาก

'barbell *n.* เหล็กยกน้ำหนัก

barber /ˈbɑːbə(r)/ˈบาเบอะ(ร)/ *n.* ➤ 489 ช่างตัดผมชาย; **go to the ~'s** ไปหาช่างตัดผมชาย; **~'s pole** เสามีลายสลับสีขาวหน้าร้านตัดผม

barberry /ˈbɑːbərɪ/ˈบาเบอะริ/ *n.* (A) *(shrub)* ไม้พุ่มในสกุล Berberis ดอกสีเหลือง; (B) *(berry)* ผลบาร์เบอร์รี

b

barber: ~-shop *n. (Amer.)* **~-shop harmony, ~-shop singing/quartet** การร้องเพลงประสานเสียงโดยนักร้องชายสี่คน; **~'s shop** *n. (Brit.)* ร้านตัดผมชาย

barbican /'bɑːbɪkən/'บาบิเคิน/ *n. (Hist.) แนวป้องกันรอบนอกของตัวเมืองหรือปราสาท ฯลฯ โดยเฉพาะหอคอยเหนือประตูใหญ่*

barbiturate /bɑː'bɪtjʊrət/บา'บิททิวเริท/ *n. (Chem.)* ยาบาร์บิทูเรท *(ท.ศ.)*, ยากล่อมประสาทหรือยานอนหลับ

barcarole /bɑːkə'rəʊl, -'rɒl/บาเคอะโรล/, **barcarolle** /bɑːkə'rɒl/บาเคอะ'รอล/ *n. เพลงร้องของคนเรือในเวนิส; ดนตรีที่แต่งเลียนเพลงประเภทนี้*

Barcelona /bɑːsɪ'ləʊnə/บาซิ'โลเนอะ/ *pr. n.* เมืองบาร์เซโลนาในสเปน; **~ nut** ลูกนัทชนิดหนึ่ง

bar: ~ chart *n.* แผนภูมิแบบแท่ง; **~ code** *n.* บาร์โค้ด *(ท.ศ.)*, รหัสแท่ง

bard /bɑːd/บาด/ *n.* กวี; **the B~ [of Avon]** เชคสเปียร์

bardic /'bɑːdɪk/'บาดิค/ *adj.* แห่งกวี

bare /beə(r)/แบ(ร)/ ❶ *adj.* Ⓐ เปลือย, เปล่า, ไร้; **expose a ~ back to the sun** เปลือยหลังให้โดนแสงแดด; **walk with or in ~ feet** เดินเท้าเปล่า; **in one's ~ skin** เปลือย; Ⓑ *(hatless)* **with one's head ~** ไม่สวมหมวก; Ⓒ *(leafless) (ต้นไม้)* โกร๋น; Ⓓ *(unfurnished) (ห้อง, พื้น)* โล่ง; Ⓔ *(unconcealed)* **lay ~ sth.** เปิดเผย *ส.น.*; Ⓕ *(unadorned) (ความจริง)* ไม่มีการตกแต่ง; ➡ + bone 1 A; Ⓖ *(empty)* ว่าง; Ⓗ *(scanty)* แทบจะไม่พอ; Ⓘ *(mere) (อาหาร, ชีวิต)* ที่กระเหม็ดกระแหม่; **the ~ necessities of life** สิ่งจำเป็นแท้ ๆ ในชีวิต; Ⓙ *(without tools)* **do sth. with one's ~ hands** ทำ *ส.น.* ด้วยมือเปล่า; Ⓚ *(unprovided with)* **~ of sth.** ปราศจาก *ส.น.*; **the land was ~ of any vegetation** พื้นที่ที่ปราศจากพืชพรรณใด ๆ
❷ *v.t.* Ⓐ *(uncover)* เปิด *(แขน, ขา, ศีรษะ)*; **~ one's back to the sun** เปิดหลังให้รับแดด; Ⓑ *(reveal)* เปิดเผย, แยก *(เขี้ยว)*; ยิง *(ฟัน)*; **she ~d her heart to him** เธอเผยความในใจให้เขา

bare: ~back *adj. & adv. (ขี่ม้า, ลา ฯลฯ)* หลังเปล่า; **~faced** *adj.*, **~faced[ly]** /beə 'feɪsɪd(lɪ)/แบ'เฟซอิด(ลิ)/ *adv. (fig.)* อย่างหน้าด้าน; **~foot** ❶ *adj.* เท้าเปล่า; **~foot doctor** ผู้จบการแพทย์พื้นฐาน *(โดยเฉพาะในประเทศจีน)* ❷ *adv.* ด้วยเท้าเปล่า; **~handed** /beə 'hændɪd/แบ'แฮนดิด/ ❶ *adj.* **he was ~handed** *(without gloves)* เขาไม่ได้ใส่ถุง; *(without weapon)* มือเปล่า ❷ *adv.* ด้วยมือเปล่า; **~headed** /beə'hedɪd/แบ'เฮ็ดดิด/ ❶ *adj.* **he was ~headed** เขาไม่ได้ใส่หมวก *หรือ* ศีรษะเปล่า ❷ *adv.* โดยไม่ได้ใส่หมวก; **~-legged** *adj.* ไม่ได้ใส่ถุงน่อง

barely /'beəlɪ/'แบลิ/ *adv.* Ⓐ *(only just)* แทบจะไม่, จวนเจียน; *(barely escaped)* หนีรอดมาได้อย่างจวนเจียน; Ⓑ *(scantily)* แทบจะไม่มี/ใส่

bare-'midriff *adj.* เปิดหน้าท้อง

bareness /'beənɪs/'แบนิซ/ *n., no pl.* ➡ bare 1 C, D, F: ความโกร๋น, ความโล่ง, ความไม่ได้แต่ง

'barfly /'bɑːflaɪ/'บาฟลาย/ *n. (Amer.)* คนขี้เหล้าเมายา

bargain /'bɑːgɪn/'บากิน/ ❶ *n.* Ⓐ *(agreement)* ข้อตกลง, สัญญาซื้อขาย; **an unequal ~:** การตกลงที่ไม่ยุติธรรม; **into the ~,** *(Amer.)* **in the ~:** นอกเหนือไปจากที่คาดคิด; **make** *or* **strike a ~ to do sth.** ตกลงที่จะทำ *ส.น.*; **I'll make a ~ with you** ฉันจะตกลงกับคุณ; **they got the best of the ~:** เขาเป็นฝ่ายได้เปรียบในการตกลง; Ⓑ *(thing acquired)* สิ่งที่ได้มา; **a good ~:** ของคุ้มหรือเกินค่า; **a bad ~:** ของที่ไม่คุ้มค่า; Ⓒ *(thing offered cheap)* สินค้าลดราคา, สินค้าราคาถูก; *(thing acquired cheaply)* สิ่งที่ได้มาถูก; **a definite ~:** ของที่คุ้มค่ามาก; ➡ + best 3 E; hard 1 A
❷ *v.i.* Ⓐ *(discuss)* ต่อรองราคา; **~ for sth.** ต่อรองราคาของ *ส.น.*; Ⓑ **~ for** *(expect)* คาด, กะไว้ว่า; **more than one had ~ed for** เกินกว่าที่เตรียมรับมือไว้; **~ for sth.** คาดว่า *ส.น.*
❸ *v.t.* **~ away** เอาสิ่งมีค่าไปแลกกับของไม่มีราคา

bargain: ~ 'basement *n.* ชั้นใต้ดินของห้างที่ใช้ขายสินค้าลดราคา; **~ counter** *n.* เคาน์เตอร์ขายสินค้าลดราคา; **~ hunter** *n.* ผู้แสวงหาของที่คุ้มราคา

bargaining /'bɑːgɪnɪŋ/'บากินิง/ *n.* การต่อรอง, การเจรจาต่อรอง; **~ position** จุดยืนในการต่อรอง; ➡ + collective bargaining

bargain: ~ offer *n.* สินค้าลดราคา; **~ price** *n.* ราคาลด

barge /bɑːdʒ/บาจ/ ❶ *n.* Ⓐ เรือท้องแบนที่ใช้ในการลำเลียงตามแม่น้ำลำคลอง; **freight/cargo ~:** เรือขนสินค้า; Ⓑ *(for State occasions)* เรือพิธี ❷ *v.i.* Ⓐ *(lurch)* **~ into sb.** เดินชน *ค.น.*; **~ against sth.** เดินชน *ส.น.*; **~ about the house** เดินวุ่นง่านอยู่ในบ้าน; Ⓑ **~ in** *(intrude)* พรวดพราดเข้ามาอย่างผิดจังหวะ; **he ~d in on us** เขาพรวดพราดเข้ามาหาพวกเรา

bargee /bɑː'dʒiː/บา'จี/ *(Brit.)*, **barge-man** *(Amer.) ns.* ➤ 489 คนเรือ

'bargepole /'bɑːdʒpəʊl/'บาจโพล/ *n.* ไม้ถ่อเรือ; **I wouldn't touch him/that** *etc.* **with [the end of] a ~!** *(fig.)* ฉันไม่มีวันเกี่ยวข้องใด ๆ กับเขา/สิ่งนั้น ฯลฯ

baritone /'bærɪtəʊn/'แบริโทน/ *(Mus.)* ❶ *n.* เสียงบาริโทน *(ท.ศ.)*, เสียงระดับรองจากเสียงต่ำสุดของนักร้องชาย, นักร้องเสียงบาริโทน ❷ *adj.* **~ voice** ระดับเสียงรองจากเสียงต่ำสุด

barium /'beərɪəm/'แบเรียม/ *n. (Chem.)* ธาตุแบเรียม *(ท.ศ.)*; **~ meal** ส่วนผสมของแบเรียมกับน้ำ *(ใช้กับคนไข้ที่ต้องเอกซเรย์ลำไส้)*

[1]bark /bɑːk/บาค/ ❶ *n.* Ⓐ *(of tree)* เปลือกไม้; Ⓑ *(for tanning, dyeing)* เปลือกไม้ที่ใช้ในการฟอกหนัง ❷ *v.t.* Ⓐ *(abrade)* ทำหนังถลอก; Ⓑ *(strip ~ from)* ลอกเปลือกจากต้นไม้

[2]bark ❶ *n. (lit.)* เสียงเห่า; *(fig.)* เสียงตะคอก; **his ~ is worse than his bite** *(fig.)* เขาทำท่าดูไปอย่างนั้นเอง; หมาเห่าใบตองแห้ง ❷ *v.i.* Ⓐ *(lit.)* เห่า; *(fig.)* ตะคอก; **~ at sb.** เห่าใส่ *ค.น.*; **be ~ing up the wrong tree** ไปผิดทาง, พยายามผิดทาง; Ⓑ **~ at** *(abuse)* ด่าทอ, กล่าวร้าย; Ⓒ *(speak loudly and curtly)* ตะคอก; Ⓓ *(Amer.: act as tout)* ร้องเชิญชวนขายสินค้า ❸ *v.t.* Ⓐ เห่า; Ⓑ *(bellow)* **~ out orders to sb.** ตะคอกคำสั่งกับ *ค.น.*

[3]bark *n. (poet.: ship)* เรือ

'barkeep *(Amer.)*, **'barkeeper** *n.* คนผสมเหล้า; *(owner)* เจ้าของร้านเหล้า

barker /'bɑːkə(r)/'บาเคอะ(ร)/ *n.* คนร้องเชิญชวนลูกค้า

barley /'bɑːlɪ/'บาลิ/ *n.* ข้าวบาร์เลย์; ➡ + pearl barley

barley: ~corn *(grain)* เมล็ดข้าวบาร์เลย์ *(ท.ศ.)*; **~-mow** *n.* กองฟางข้าวบาร์เลย์; **~ sugar** *n. ลูกอมสีอำพันทำจากน้ำตาลเคี่ยวและข้าวบาร์เลย์*; **~ water** *n.* น้ำหวานที่ทำจากน้ำ และข้าวบาร์เลย์ต้ม

barm /bɑːm/บาม/ *n.* ฟองเบียร์, ส่าเหล้า

bar: ~maid *n.* ➤ 489 *(Brit.)* หญิงผสมเหล้า; **~man** /'bɑːmən/'บาเมิน/ *n., pl.* **~men** /'bɑːmən/'บาเมิน/ ➤ 489 ชายผสมเหล้า

bar mitzvah /bɑː 'mɪtzvə/บา 'มิทซฺเวอะ/ *n.* Ⓐ *(boy) เด็กชายชาวยิวที่มีอายุครบ 13 ปีที่ผ่านพิธีรับเข้าศาสนา*; Ⓑ *(ceremony) พิธีรับเด็กชายชาวยิวที่มีอายุครบ 13 ปีเข้าศาสนา*

barmy /'bɑːmɪ/'บามิ/ *adj. (coll.: crazy)* บ้า

barn /bɑːn/บาน/ *n.* Ⓐ *(Brit.: for grain etc.)* ยุ้งฉาง, โรงนา; *(Amer.: for implements etc.)* โรงเก็บเครื่องมือ; *(Amer.: for animals)* คอกสัตว์; Ⓑ *(derog.)* ตึกขนาดใหญ่ธรรมดา ๆ

barnacle /'bɑːnəkl/'บาเนอะค'ล/ *n.* Ⓐ *(Zool.) สัตว์น้ำขนาดเล็กจำพวกเพรียง*; Ⓑ **~ [goose]** *ห่านแถบขั้วโลกเหนือ Branta leucopsis ที่บินมาอังกฤษในหน้าหนาว*

barn: ~ dance *n.* การเต้นรำคู่แบบแถวหรือวงกลม; **~ door** *n.* ประตูใหญ่ของยุ้งฉาง; **be as big as a ~ door** *(fig.)* ใหญ่โตมาก

barney /'bɑːnɪ/'บานิ/ *n. (coll.)* การทะเลาะเสียงดัง; **have a ~:** ทะเลาะเสียงดัง

barn: ~ owl *n.* นกเค้าแมว *Tytoalba (มักอาศัยอยู่ตามยุ้งฉาง)*; **~storm** *v.i.* ตระเวนแสดงมหรสพ; **~stormer** *n.* ผู้ตระเวนแสดงมหรสพตามชนบท; *(Amer.: politician)* นักการเมืองที่ตระเวนออกหาเสียงตามชนบท; *(Amer.: aviator)* นักบินผาดโผน; **~storming** /'bɑnstɔːmɪŋ/'บานซตฺอมิง/ *adj.* ที่น่าตื่นเต้น; **~yard** *n.* ลานรอบโรงนา

barograph /'bærəgrɑːf, US -græf/'แบเรอะกราฟ, -แกรฟ/ *n.* เครื่องบันทึกความกดดันอากาศอัตโนมัติ

barometer /bə'rɒmɪtə(r)/เบอะ'รอมิเทอะ(ร)/ *n. (lit.)* เครื่องวัดความกดอากาศ; *(fig.)* สิ่งชี้วัดความคิดเห็นของมหาชน, บาร์รอมิเตอร์ *(ท.ศ.)*

barometric /bærə'metrɪk/แบเรอะ'เม็ททริค/ *adj.* เกี่ยวกับความกดอากาศ; **~ pressure** ความกดอากาศ

baron /'bærən/'แบเริน/ *n.* Ⓐ *(holder of title)* บารอน *(ท.ศ.) (ขุนนางผู้มีบรรดาศักดิ์ชั้นต่ำสุดของอังกฤษ)*; Ⓑ *(merchant)* **coal/oil ~:** พ่อค้าถ่านหิน/น้ำมันรายใหญ่; Ⓒ *(powerful person)* ผู้มีอำนาจ; **press ~:** ผู้มีอำนาจในวงการหนังสือพิมพ์; Ⓓ *(Hist.: holder of land)* เจ้าของที่ดิน; Ⓔ *(sirloin)* เนื้อสันนอก; **~ of beef** เนื้อวัวส่วนที่เป็นเนื้อสันนอก 2 ชิ้นติดกับกระดูกสันหลัง

baroness /'bærənɪs/'แบเรอะนิซ/ *n.* สตรีผู้ได้รับบรรดาศักดิ์ชั้นต่ำสุด, ภรรยาของบารอน

baronet /'bærənɪt/'แบเรอะนิท/ *n.* ผู้มีบรรดาศักดิ์ต่ำสุดในบรรดาศักดิ์ที่สืบทอดในตระกูลได้

baronetcy /'bærənɪtsɪ/'แบเรอะนิทซิ/ *n.* การมีกรรมสิทธิ์ครอบครองที่ดินและตำแหน่งของบารอน

baronial /bə'rəʊnɪəl/เบอะ'โรเนียล/ *adj.* เกี่ยวกับบารอน

barony /'bærənɪ/'แบเรอะนิ/ *n.* Ⓐ ที่ดินและตำแหน่งของบารอน; Ⓑ *(Scot.: manor)* คฤหาสน์และที่ดิน

b

baroque /bəˈrɒk, US bəˈrəʊk/เบอะ'รอค, เบอะ'โรค/ ❶ *n.* บารอค *(ท.ศ.) รูปแบบของศิลปะ สถาปัตยกรรมและดนตรีในคริสต์ศตวรรษที่ 17–18 ที่เน้นความหรูหราและการประดับประดา* ❷ *adj.* Ⓐ แห่งรูปแบบบารอค; **~ painting/literature** ภาพเขียน/วรรณคดีสมัยบารอค; **~ painter/writer** จิตรกร/นักเขียนสมัยบารอคหรือในแบบบารอค; Ⓑ *(grotesque)* รูปแบบที่มีลวดลายผสมหน้าคนและสัตว์

barouche /bəˈruːʃ/เบอะ'รูช/ *n. (Hist.) รถสี่ล้อเทียมม้ามีหลังคาพับได้ในสมัย ค.ศ.ที่ 19*

barque *n.* เรือ

[1]**barrack** /ˈbærək/'แบเริค/ *n. usu. in pl., often constr. as sing.* Ⓐ *(for soldiers)* โรงทหาร; Ⓑ *(for temporary housing)* โรงเรือนที่อยู่อาศัยชั่วคราว; Ⓒ *(plain, dull building)* อาคารธรรมดา ๆ ที่ไม่มีอะไรเด่นสะดุดตา

[2]**barrack** ❶ *v.i.* ตะโกนโห่ ❷ *v.t.* ตะโกนเยาะเย้ยขัดจังหวะ

barrack: ~-room ˈlawyer *n.* บุคคลผู้ชอบโต้เถียงอย่างวางท่า; **~ ˈsquare** *n.* สนามฝึกหัดใกล้โรงทหาร

barracouta /bærəˈkuːtə/แบเรอะ'คูเทอะ/, **barracuda** /bærəˈkuːdə/แบเรอะ'คูเดอะ/ *n., pl. same or* **~s**; Ⓐ *usu.* **-uda** *(seafish) ปลาทะเลเขตร้อนขนาดใหญ่ที่ดุร้ายและกินเนื้อ;* Ⓑ *usu.* **-outa** *(foodfish) ปลาตัวยาวเรียวจำพวกปลาน้ำดอกไม้ มักพบในมหาสมุทรทางตอนใต้*

barrage /ˈbærɑːʒ, US bəˈrɑːʒ/'แบราฌ/ *n.* Ⓐ *(Mil.)* การระดมยิงปืนใหญ่; *(fig.)* **a ~ of questions/insults** การถามคำถาม/ด่าว่าอย่างต่อเนื่องเป็นชุด; **a ~ of cheers** เสียงเชียร์ที่ดังกระหึ่มเป็นเวลานาน; Ⓑ *(artificial barrier)* ทำนบ; Ⓒ *(Fencing, Show jumping, etc.)* รอบตัดสิน

ˈbarrage balloon *n. บอลลูนขนาดใหญ่ ใช้ป้องกันไม่ให้เครื่องบินบินต่ำ*

barramundi /bærəˈmʌndɪ/แบเรอะ'มันดิ/ *n. (Zool.)* ปลาน้ำจืดชนิดต่าง ๆ ของออสเตรเลีย ที่บริโภคได้

barre /bɑː(r)/บา(ร)/ *n. (Ballet)* ราวจับ *(ในขณะฝึกเต้นบัลเลต์)*

barrel /ˈbærəl/'แบร'ล/ *n.* Ⓐ *(vessel)* ถังไม้ใส่เหล้าหรือเบียร์; *(metal, for oil, fuel, tar)* ถังโลหะ; **be over a ~** *(fig.)* จนมุม, หมดท่า; **scrape the ~** *(fig.)* ขูดก้นหม้อ; Ⓑ *(measure)* บาร์เรล *(ท.ศ.)*, หน่วยวัดปริมาตร *(ราว 30–40 แกลลอน)*; Ⓒ *(of gun)* ลำกล้องปืน; Ⓓ *(of pen)* ส่วนที่บรรจุน้ำหมึกในตัวปากกา

barrel: ~-chested /ˈbærltʃestɪd/'แบร'ลเฉ็ซติด/ *adj.* **a ~-chested man** ชายอกล่ำสัน; **~house** *n. (Amer.)* ร้านเหล้าเล็ก ๆ ราคาถูก; **~house music** ดนตรีแจ๊สที่ขับร้องอย่างบ้าคลั่ง; **~-organ** *n. (Mus.)* หีบเพลงชนิดมือหมุน; **~ vault** *n. (Archit.)* ซุ้มหรือหลังคาโค้งรูปครึ่งวงกลม

barren /ˈbærən/'แบเริน/ ❶ *adj.* Ⓐ *(คน, สัตว์)* เป็นหมัน; *(ต้นไม้, พืช)* ไม่สามารถมีดอกมีผลได้; *(การแต่งงาน)* ที่ไม่มีลูก; *(พื้นที่)* กันดาร, แห้งแล้ง; Ⓑ *(dull) (งาน)* น่าเบื่อหน่าย; *(ช่วงชีวิต, การถกเถียง)* ไร้ประโยชน์; **a ~ discussion** การอภิปรายที่ไร้ประโยชน์ *หรือ* ขาดไหวพริบ ❷ *n.* **~[s]** เขตพื้นที่ทุรกันดารในอเมริกาเหนือ

barrenness /ˈbærənnɪs/'แบเรินนิซ/ *n., no pl.* Ⓐ ความไม่สามารถมีดอกมีผลได้; *(of marriage)* การไม่มีลูก; Ⓑ ➡ **barren** B: ความน่าเบื่อหน่าย; ความไร้ประโยชน์

barrette /bəˈret/เบอะ'เร็ท/ *n. (Amer.)* กิ๊บติดผมทรงยาว

barricade /bærɪˈkeɪd/แบริ'เคด/ ❶ *n.* สิ่งกีดขวาง; **a ~ of silence** *(fig.)* ความเงียบที่เป็นดุจกำแพงกีดขวาง ❷ *v.t.* สร้างเครื่องกีดขวาง

barrier /ˈbærɪə(r)/'แบเรีย(ร)/ *n.* Ⓐ *(fence)* แนวกั้น, รั้วกั้น; *(at railway, frontier)* ประตูกั้น; Ⓑ *(gate of railway station)* ประตูกั้น; Ⓒ *(obstacle, lit. or fig.)* สิ่งกีดขวาง, อุปสรรค; **language ~:** อุปสรรคในเรื่องภาษา; **a ~ to progress** อุปสรรคขัดขวางความก้าวหน้า; **break the class ~:** ทำลายกำแพงชนชั้น; ➡ + **sound barrier**

barrier: ~ cream *n.* ครีมทาผิวหนังป้องกันการติดเชื้อ; **~ reef** *n.* แนวปะการังใกล้ฝั่ง

barring /ˈbɑːrɪŋ/'บาริง/ *prep.* ยกเว้น, เว้นเสียแต่; **~ accidents** เว้นเสียแต่จะเกิดอุบัติเหตุ; **~ the possibility of rain** ยกเว้นว่าฝนอาจจะตก

barrister /ˈbærɪstə(r)/'แบริซเตอะ(ร)/ *n.* ➤ **489** Ⓐ *(Brit.)* **~[-at-law]** ทนายความที่มีสิทธิว่าความในศาลสูง; Ⓑ *(Amer.: lawyer)* ทนายความ

barroom /ˈbɑːruːm/'บารูม/ *n. (Amer.)* บาร์ขายเหล้า

[1]**barrow** /ˈbærəʊ/'แบโร/ *n.* Ⓐ รถเข็นสองล้อ; Ⓑ ➡ **wheelbarrow**

[2]**barrow** *n. (Archaeol.) เนินดินเหนือหลุมฝังศพสมัยก่อนประวัติศาสตร์*

ˈbarrow boy *n.* ➤ **489** *(Brit.)* เด็กเข็นรถเร่ขายสินค้า

bar ˈsinister *n. (Her.) สัญลักษณ์บนโล่ซึ่งแสดงความเป็นลูกนอกกฎหมาย*

Bart. *abbr.* **baronet**

ˈbartender *n.* ➤ **489** คนผสมเหล้าในบาร์, บาร์เทนเดอร์ *(ท.ศ.)*

barter /ˈbɑːtə(r)/'บาเทอะ(ร)/ ❶ *v.t.* แลกเปลี่ยนสิ่งของหรือบริการ; **~ sth. for sth. [else]** แลก *ส.น.* กับ [อีก] *ส.น.*; **~ away sth.** แลก *ส.น.* ไปเหมือนเสียเปล่า ❷ *v.i.* แลกเปลี่ยนสิ่งของ; **they ~ed for cigarettes with books and clothes** พวกเขาแลกหนังสือและเสื้อผ้ากับบุหรี่ ❸ *n.* การแลกเปลี่ยน; **~ of opinions/ideas** *(fig.)* การแลกเปลี่ยนความคิดเห็น

barytes /bəˈraɪtiːz/เบอะ'ไรทีซ/ *n. (Min.)* แร่แบไรท์ *(ท.ศ.)*

basal /ˈbeɪsl/'เบซ'ล/ *adj.* Ⓐ *(Med., Biol.)* เกี่ยวกับส่วนฐาน; **~ cell** เซลล์พื้นฐาน; Ⓑ *(fun-damental)* ขั้นมูลฐาน; ➡ + **metabolism**

basalt /ˈbæsɔːlt/'แบซอลทฺ/ *n.* หินบะซอลต์ *(ท.ศ.)* ที่เกิดจากภูเขาไฟ

bascule /ˈbæskjuːl/'แบซกิวลฺ/ *n.* น้ำหนักถ่วงเพื่อความสมดุล; **~ bridge** *สะพานที่ชักขึ้นหรือหย่อนลงโดยอาศัยน้ำหนักถ่วง*

[1]**base** /beɪs/เบซ/ ❶ *n.* Ⓐ *(of lamp, pyramid, wall)* ฐาน; *(of mountain)* ส่วนล่าง; *(principle)* หลักการขั้นพื้นฐาน; *(belief)* รากฐาน; *(main ingredient)* ส่วนผสมหลัก; *(of make-up)* รองพื้น; *(Ling.: root)* ราก; *(of tree)* โคน; **shake the very ~ of sth.** *(fig.)* สะเทือนไปถึงรากฐานของ *ส.น.*; **glue has a flour ~:** กาวใช้แป้งเป็นส่วนผสมหลัก; **a sauce which has a tomato ~:** น้ำซอสที่ใช้มะเขือเทศเป็นส่วนผสมหลัก; Ⓑ *(Mil.)* ฐานทัพ, ที่มั่น; Ⓒ *(Baseball)* ฐาน; **get to first ~** *(fig. coll.)* ประสบผลสำเร็จขั้นแรก; **he didn't get to first ~ with her** เขาจีบเธอได้ไม่ถึงไหนเลย; **be off ~** *(fig. coll.)* ผิดพลาด; Ⓓ *(Archit.)* ฐาน; Ⓔ *(Geom.)* ฐาน, เส้นฐาน; *(of triangle also)* ฐาน; *(of solid also)* ฐาน; Ⓕ *(Chem.)* เบส; Ⓖ *(Surv.)* ฐานปฏิบัติการ; Ⓗ *(Math.: number)* ฐาน เช่น เลขฐาน 10; Ⓘ *(Bot., Zool.)* ส่วนฐาน, ส่วนโคน; Ⓙ *(Her.)* ส่วนล่างสุดของโล่ ❷ *v.t.* Ⓐ **be ~d on sth.** ใช้ *ส.น.* เป็นหลัก, อิงกับ *ส.น.*; **~ sth. on sth.** อิง *ส.น.* ไว้กับ *ส.น.*; **~ one's hopes on sth.** ฝากความหวังไว้กับ *ส.น.*; **a book ~d on newly discovered papers** หนังสือที่ใช้เอกสารที่เพิ่งค้นพบใหม่เป็นหลัก; Ⓑ *in pass. (have chief station or means)* **be ~d in Paris** ประจำอยู่ในกรุงปารีส; **a submarine ~d on Malta** เรือดำน้ำที่มีฐานอยู่ที่มอลตา; **computer-~d accountancy** การบัญชีที่ใช้คอมพิวเตอร์เป็นหลัก

[2]**base** *adj.* Ⓐ *(morally low)* เลวทราม, ต่ำช้า; Ⓑ *(cowardly)* ขลาด; *(selfish)* ใจแคบ, เห็นแก่ตัว; *(mean)* เหนียว; Ⓒ *(degrading)* ต่ำลง

baseball /ˈbeɪsbɔːl/'เบซบอล/ *n.* เบสบอล *(ท.ศ.)*

base: ~ board *n. (Amer.)* แผ่นไม้ที่รอบส่วนล่างผนังห้อง; **~born** *adj. (arch.)* เกิดในตระกูลต่ำ; *(illegitimate)* เกิดนอกสมรส; **~ ˈcoin** *n.* เหรียญเก๊; **~ hit** *n. (Baseball)* การตีลูกที่ทำให้ผู้ตีลูกวิ่งไปฐานที่หนึ่งได้สำเร็จ

base lending rate *n.* อัตราเงินกู้ขั้นต่ำสุด

baseless /ˈbeɪslɪs/'เบซลิซ/ *adj.* ไม่มีมูล

baselessly /ˈbeɪslɪslɪ/'เบซลิซลิ/ *adv.* อย่างไม่มีมูล, อย่างไร้เหตุผล

baselessness /ˈbeɪslɪsnɪs/'เบซลิซนิซ/ *n., no pl.* ความไร้เหตุผล

base: ~line *n.* เส้นฐาน; เส้นท้ายคอร์ต *(เทนนิส)*; **~load** *n. (Electr.)* ปริมาณการใช้ไฟฟ้าเฉลี่ยต่ำสุด

basely /ˈbeɪslɪ/'เบซลิ/ *adv.* อย่างต่ำช้า

baseman /ˈbeɪsmən/'เบซเมิน/ *n., pl.* **basemen** *(Baseball)* ผู้ป้องกันฐาน

basement /ˈbeɪsmənt/'เบซเมินทฺ/ *n.* ชั้นใต้ดิน; **a ~ flat** ห้องชุดที่อยู่ใต้ดิน

base ˈmetal *n.* โลหะด้อยค่าเช่นตะกั่ว *(เมื่อเทียบกับเงินหรือทองคำ)*

baseness /ˈbeɪsnɪs/'เบซนิซ/ *n., no pl.* ความต่ำค่า, ความเลวทราม

ˈbase rate *n.* Ⓐ *(Finance)* อัตราดอกเบี้ยที่กำหนดโดยธนาคาร; Ⓑ *(wage)* อัตราค่าจ้างขั้นต่ำ

bases *pl. of* **base** *or* [1]**basis**

bash /bæʃ/แบช/ ❶ *v.t.* ฟาด, กระแทก; **~ one's head against sth.** กระแทกศีรษะกับ *ส.น.*; **~ sth. in/up.** ทำให้ *ส.น.* พังยับเยิน; **the car was badly ~ed in** รถพังยับเยิน; **~ sb. up** ทุบตี *ค.น.* จนบอบช้ำ; **he was badly ~ed up** เขาถูกทุบตีบอบช้ำมาก; **queer ~ing** *(sl.)* การรุมทุบตีพวกเกย์; **union ~ing** การโจมตีพวกเข้าในสมาคมแรงงาน ❷ *n.* Ⓐ การฟาด, การทุบ; Ⓑ *(coll.: attempt)* ลองทำ; **have a ~ at sth.** ลองทำ *ส.น.*; Ⓒ *(coll.: party)* งานเลี้ยง

bashful /ˈbæʃfl/'แบชฟ'ล/ *adj.* Ⓐ *(shy)* ขี้อาย, ประหม่า; Ⓑ *(shamefaced)* จ๋อง, แหย

bashfully /ˈbæʃfəlɪ/'แบชเฟอะลิ/ *adv.* ➡ **bashful:** อย่างขี้อาย, อย่างประหม่า

bashfulness /ˈbæʃflnɪs/'แบชฟ'ลนิซ/ *n., no pl.* ➡ **bashful:** ความขี้อาย

basic /ˈbeɪsɪk/'เบซิค/ *adj.* Ⓐ *(fundamental)* เป็นพื้นฐาน; **~ structure/principle/element/vocabulary** โครงสร้าง/หลักการ/องค์ประกอบ/คำศัพท์พื้นฐาน; **be ~ to sth.** เป็นหลักของ *ส.น.*; **have a ~ knowledge of sth.** มีความรู้ขั้นพื้นฐานเกี่ยวกับ *ส.น.*; Ⓑ *(standard minimum)*

basically | bathe 94

b

~ wages/salary ค่าจ้าง/ค่าแรงขั้นต่ำสุด; **the length of a ~ working day is 8 hours** ระยะเวลาทำงานมาตรฐานขั้นต่ำคือ 8 ช.ม.; **~ requirements** ข้อกำหนดขั้นต่ำ; Ⓒ *(Chem., Geol.)* ด่าง; ➡ + **basics**

basically /ˈbeɪsɪklɪ/ˈเบซิคลิ/ *adv.* ในขั้นพื้นฐาน, โดยพื้นฐาน

basic: ~ ˈdye *n. (Chem.)* สีย้อมลักษณะด่าง; **B~ ˈEnglish** *n.* ภาษาอังกฤษขั้นมูลฐาน; **~ ˈindustry** *n.* อุตสาหกรรมมูลฐาน

basics /ˈbeɪsɪks/ˈเบซิคฺซฺ/ *n. pl.* **stick to the ~:** ว่ากันโดยเนื้อ ๆ *(สำนวน);* **the ~ of maths/cooking** หลักการพื้นฐานของคณิตศาสตร์/การประกอบอาหาร; **go** *or* **get back to ~** *(when learning)* กลับไปเริ่มต้นใหม่; *(return to moral values)* กลับไปยึดมั่นในหลักศีลธรรม; **he doesn't understand the ~ of honesty** เขาไม่ทราบว่าความซื่อสัตย์คืออะไร

basic ˈslag *n.* ปุ๋ยใส่ฟอสเฟตที่เป็นผลพลอยได้จากการผลิตเหล็กกล้า

basidium /bəˈsɪdɪəm/เบอะˈซิดเดียม/ *n., pl.* **basidia** *(Bot.)* ส่วนที่สร้างสปอร์ของเห็ดราบางชนิด

basil /ˈbæzl/ˈแบซ'ล/ *n. (Bot.)* **[sweet] ~:** ใบ/ต้นโหระพา; **bush ~:** พุ่มโหระพา

basilica /bəˈzɪlɪkə/เบอะˈซิลลิเคอะ/ *n.* อาคารขนาดใหญ่สมัยโรมันใช้เป็นที่สาธารณะและต่อมาในโบสถ์

basilisk /ˈbæzɪlɪsk/ˈแบซิลิซคฺ/ *n. (Mythol.)* สัตว์เลื้อยคลานในตำนาน ซึ่งลมหายใจและสายตาสังหารคนได้; **~ stare** *(fig.)* การจ้องมองที่น่ากลัว

basin /ˈbeɪsn/ˈเบซ'น/ *n.* Ⓐ อ่าง; *(wash~)* อ่างล้างมือ; *(bowl)* กะละมัง, ชามอ่าง; Ⓑ *(depression)* แอ่ง; *(artificial)* แอ่งน้ำที่ขุดขึ้น; Ⓒ *(of river etc.)* ลุ่มแม่น้ำ; **the ~ of the Amazon, the Amazon ~:** ลุ่มแม่น้ำอะเมซอน; Ⓓ *(harbour)* อ่าวด้านใน; Ⓔ *(valley)* ลุ่มแม่น้ำ; Ⓕ *(Geol.)* ชั้นหินที่เอียงเทสู่ศูนย์กลาง

basinful /ˈbeɪsɪnfʊl/ˈเบซินฟุล/ *n.* **ten ~s of water** น้ำสิบอ่างเต็ม; **have had a ~ of sth.** *(fig. coll.: more than enough)* เหลืออดต่อ *ส.น.*

basis /ˈbeɪsɪs/ˈเบซิซ/ *n., pl.* **bases** Ⓐ *(ingredient)* ส่วนสำคัญ; Ⓑ *(foundation, principle, common ground)* รากฐาน, หลักการ, พื้นฐาน; **rest on a ~ of conjecture** ตั้งอยู่บนรากฐานของการคาดเดา; **meet on a purely friendly ~:** พบกันในฐานะฉันมิตรเท่านั้น; **on a first come first served ~:** ด้วยหลักการที่ว่าใครมาก่อนได้ก่อน; Ⓒ *(beginning)* จุดเริ่มต้น

bask /bɑːsk, US bæsk/บาซคฺ, แบซคฺ/ *v.i.* Ⓐ ผึ่ง, ตาก, อาบแดด; **~ in the sun** อาบแสงแดด; Ⓑ *(fig.)* อิ่มอาบ, เป็นสุข **(in** ด้วย)

basket /ˈbɑːskɪt, US ˈbæskɪt/ˈบาซกิท, ˈแบซกิท/ *n.* Ⓐ ตะกร้าสาน, กระจาด; *(of chip pan)* ตะแกรง; **wire ~:** ตะกร้าลวด; Ⓑ *(quantity)* **a ~ [full] of plums/apples** พลัม/แอปเปิ้ลหนึ่งตะกร้า; **sell ~s of sth.** ขาย *ส.น.* เป็นตะกร้า; Ⓒ *(protection for hand)* ด้ามมือจับ, อุปกรณ์ป้องกันมือที่มีลักษณะเป็นตะกร้า; *(Fencing)* หน้ากากกั้นศีรษะและหน้า; Ⓓ *(of typewriter)* **[type]~:** ส่วนประกอบของแป้นพิมพ์; Ⓔ *(Basketball)* ตะกร้าบาสเกตบอล; **make** *or* **score a ~:** การทำแต้มในกีฬาบาสเกตบอล; Ⓕ *(Econ.)* **~ of currencies** เงินตราสกุลต่าง ๆ จำนวนหนึ่ง

basket: ~ball *n.* กีฬาบาสเกตบอล *(ท.ศ.)*

basket case *n. (coll.)* คนที่ไม่มีแขนมีขา; *(fig.)* คน/สิ่งที่หมดหวัง; **~ chair** *n.* เก้าอี้หวาย; **~ clause** *n.* มาตราที่ครอบคลุมหลายกรณี

basketful /ˈbɑːskɪtfʊl/ˈบาซกิทฟุล/ ➡ **basket** B

basketry /ˈbɑːskɪtrɪ/ˈบาซกิทริ/ ➡ **basketwork**

basket: ~ weave *n.* ลายสานลายตะกร้า; **~work** *n. (art)* วัสดุเครื่องสาน, ศิลปะจักสาน; *(collectively)* งานจักรสาน; **a piece of ~work** งานศิลปะจักสานหนึ่งชิ้น; **~work is his hobby** งานจักสานเป็นงานอดิเรกของเขา

basking ˈshark *n.* ฉลามพันธุ์ใหญ่ *Cetorhinus maximus* มักอยู่ใกล้ผิวน้ำ

Basle /bɑːl/บาล/ ❶ *pr. n.* เมืองบาเซิล ในประเทศสวิตเซอร์แลนด์ ❷ *attrib. adj.* เกี่ยวกับเมืองบาเซิล

Basque /bæsk, bɑːsk/แบซคฺ, บาซคฺ/ ❶ *adj.* เกี่ยวกับชนเผ่าบาสก์หรือภาษาชาวบาสก์; **the ~ Country** ภูมิภาคบาสก์ในสเปน ❷ *n.* Ⓐ ชาวบาสก์; *(language)* ภาษาบาสก์; Ⓑ **b~** *(of bodice)* ส่วนลำตัวของเสื้อผู้หญิงที่ตัดแนบตัวตลอดจากไหล่ถึงเอว; Ⓒ **b~** *(bodice)* เสื้อรัดรูปของสตรี

bas-relief /ˈbæsrɪliːf, ˈbɑːrɪliːf/ˈแบซริลีฟ, ˈบาริลีฟ/ *n. (Art)* ภาพสลักนูนต่ำ

[1]**bass** /bæs/แบซ/ *n., pl. same or* **~es** *(Zool.)* ปลากะพงน้ำจืด

[2]**bass** *n. (fibre)* ใยจากเปลือกไม้บางชนิด *(ใช้ทำเสื่อ)*

[3]**bass** /beɪs/เบซ/ *(Mus.)* ❶ *adj.* มีเสียงต่ำ; **~ voice** เสียงต่ำ ❷ *n.* Ⓐ *(voice, part)* ภาคเสียงต่ำ; *(singer)* นักร้องที่มีเสียงต่ำ; Ⓑ *(coll.)* *(double ~)* เครื่องดนตรีไวโอลินใหญ่เสียงต่ำ; *(~ guitar)* กีตาร์เบส *(ท.ศ.);* Ⓒ **figured** *or* **thorough ~:** ส่วนเบสของคีย์บอร์ด; *(theory)* ทฤษฎีการเพิ่มเสียงเบสเพื่อขยายเสียงดนตรีบารอค; ➡ + [1]**ground**

bass: ~ clef *n. (Mus.)* เครื่องหมายแสดงระดับเสียงต่ำ; **~ drum** *n.* กลองเบส

basset /ˈbæsɪt/ˈแบซิท/ *n.* **~[-hound]** สุนัขล่าสัตว์พันธุ์หนึ่ง ลำตัวยาว ขาสั้น หูใหญ่

bass guiˈtar *n.* กีตาร์เบส *(ท.ศ.)*

bassinet /bæsɪˈnet/แบซิˈเน็ท/ *n.* เปลเด็กอ่อนสานด้วยหวาย

bassist /ˈbeɪsɪst/ˈเบซิซทฺ/ *n.* นักสีไวโอลินเสียงต่ำ

basso /ˈbæsəʊ/ˈแบโซ/ *n., pl.* **~s** *or* **bassi** *(Mus.)* นักร้องชายที่ร้องระดับเสียงต่ำสุด

bassoon /bəˈsuːn/เบอะˈซูน/ *n. (Mus.)* เครื่องดนตรีบาซูน *(ท.ศ.)*, ปี่ใหญ่

bassoonist /bəˈsuːnɪst/เบอะˈซูนิซทฺ/ *n. (Mus.)* ผู้เล่นเครื่องดนตรีบาซูน

bass: ~ player *n.* ผู้เล่นเครื่องดนตรีเบส; **~ viol** *n.* ไวโอลินเสียงต่ำ; *(Amer.: double ~)* ไวโอลินเสียงเบส

bast /bæst/แบซทฺ/ *n.* เส้นใยจากเปลือกไม้ประเภทไลม์

bastard /ˈbɑːstəd, US ˈbæs-/ˈบาซเติด, ˈแบซ-/ ❶ *adj.* Ⓐ เกิดนอกสมรส, เกิดนอกกฎหมาย; Ⓑ *(hybrid) (ภาษา, รูปแบบ)* เทียม, ไม่แท้, ลูกผสม; Ⓒ *(Bot., Zool.)* เป็นสัตว์พันธุ์ผสม ❷ *n.* Ⓐ ลูกนอกสมรส; Ⓑ *(sl.) (disliked person)* คนต่ำช้า, คนเลวทราม; *(disliked thing)* ของน่ารังเกียจ; **you old ~!** *(in friendly exclamation)* อ้ายเสือร้าย; **the poor ~!** *(unfortunate person)* อ้ายโชคร้าย, อ้ายน่าสังเวช

bastard: ~ title *n. (Printing)* ชื่อเรื่องย่อที่พิมพ์หน้าหนึ่ง; **~ wing** *n. (Zool.)* ปีกเล็กสั้น *(ของนกต่าง ๆ)*

bastardy /ˈbɑːstədɪ/ˈบาซเตอะดิ/ *n., no pl.* ความเป็นลูกนอกสมรส

[1]**baste** /beɪst/เบซทฺ/ *v.t. (stitch)* เย็บเนาชิ้นผ้าให้ติดกันอย่างหยาบ ๆ

[2]**baste** *v.t.* Ⓐ ตักน้ำมันราดชิ้นเนื้อระหว่างการอบ; Ⓑ *(thrash, cudgel)* ทุบ, ตีจนน่วม

bastion /ˈbæstɪən/ˈแบซเตียน/ *n.* ส่วนที่ยื่นออกมาของแนวกำแพงป้องกัน; *(fig.)* สิ่งที่ถือว่าให้ความคุ้มครอง; **~ of freedom** เสาหลักของเสรีภาพ

[1]**bat** /bæt/แบท/ *n. (Zool.)* ค้างคาว; **blind as a ~** *(fig.)* ตาบอดเหมือนค้างคาว; **have ~s in the belfry** *(fig. coll.)* เป็นคนพิลึก; **sb. drives like a ~ out of hell** *(sl.)* *ค.น.* ขับรถตีนผี

[2]**bat** ❶ *n.* Ⓐ *(Sport)* ไม้ตีลูก; *(for table tennis)* ไม้ปิงปอง; **do sth. off one's own ~** *(fig.)* ทำ *ส.น.* เองตามลำพัง; **his earnings off his own ~:** รายได้ที่เขาหามาได้เอง; **carry one's ~** *(Cricket)* ผู้เข้าตีที่ตอนจบช่วงยังไม่ถูกให้ออก; **right off the ~** *(Amer. fig.)* โดยทันที; Ⓑ *(act of using ~)* การตีลูกบอล; Ⓒ *usu. in pl. (implement to guide aircraft)* วัตถุคล้ายไม้ปิงปองใช้โบกให้สัญญาณเครื่องบินเข้าจอด; Ⓓ *(batsman)* ผู้ตีลูก

❷ *v.i.,* **-tt-:** Ⓐ *(Sport)* เข้าตีลูก; Ⓑ *(coll.: move)* **~ around the town** เพ่นพ่านไปทั่วเมือง; **~ away** เร่ร่อนไป

❸ *v.t.,* **-tt-:** Ⓐ ตี; Ⓑ *(Baseball)* **~ in two runs** ตีได้ 2

[3]**bat** *n. (Brit. coll.: pace)* ความรวดเร็ว; **at an awful ~:** ด้วยความรวดเร็วอย่างยิ่ง

[4]**bat** *v.t.,* **-tt-: ~ one's eyes/eyelids** กะพริบตา; **he never ~ted an eyelid** *(fig.: betrayed no emotion)* เขาไม่แสดงอาการสะดุ้งสะเทือนเลย; **without ~ting an eyelid** *(fig.)* โดยไม่ตกอกตกใจแม้แต่นิด

batch /bætʃ/แบฉ/ *n.* Ⓐ *(of loaves)* ขนมปังที่อบพร้อมกัน; Ⓑ *(of people)* กลุ่มหนึ่ง, รุ่นหนึ่ง; *(of letters, books, files, papers)* จำนวนหนึ่ง; *(of rules, regulations)* ชุดหนึ่ง

batch: ~ file *n.* ชุดแฟ้มข้อมูล; **~ ˈprocessing** *n.* วิธีการผลิตออกมาเป็นชุด ๆ; **~ production** *n.* การผลิตออกมาเป็นชุด ๆ

[1]**bate** /beɪt/เบท/ *v.t.* **with ~d breath** กลั้นใจ *(รอ)*, แทบจะไม่หายใจ; **~ one's breath** กลั้นหายใจ

[2]**bate** *n. (Brit. coll.)* ความโกรธ, ความโมโห; **be in a [terrible] ~:** โกรธ; **get/fly into a ~:** เกิดเดือดดาลขึ้นมา

bath /bɑːθ, US bæθ/บาธ, แบธ/ ❶ *n., pl.* **~s** Ⓐ การอาบน้ำ; **have** *or* **take a ~:** อาบน้ำ; Ⓑ *(vessel)* **~ [-tub]** อ่างอาบน้ำ; **room with ~:** ห้องพักที่มีห้องอาบน้ำอยู่ด้วย; Ⓒ *usu. in pl. (building)* อาคารที่มีที่อาบน้ำ; **[swimming] ~s** สระว่ายน้ำสาธารณะ; Ⓓ **Order of the B~** *(Brit.)* ตราสายสะพายแห่งบาธ ❷ *v.t. & i.* อาบน้ำ *(ในอ่าง)*

bath: B~ brick *n.* ก้อนหินสำหรับขัดโลหะ; **B~ bun** *n.* ขนมปังก้อนกลมเล็กใส่ลูกเกด; **~ cap** *n.* หมวกอาบน้ำ; **~ chair** *n.* เก้าอี้เข็นสำหรับคนเจ็บป่วย; **~ cube** *n. pl.* เกลือก้อนใส่น้ำอาบเพื่อแก้น้ำกระด้างหรือให้มีกลิ่นหอม

bathe /beɪð/เบธ/ ❶ *v.t.* Ⓐ *(swim)* ว่ายน้ำ, เล่นน้ำ; Ⓑ *(moisten)* ล้าง *(แผล)*; **~d with** *or*

in sweat *(ตัว)* อาบไปด้วยเหงื่อ, *(หน้า)* เปียกเหงื่อ; **~d with** *or* **in tears** ชุ่มไปด้วยน้ำตา; Ⓒ *(envelop)* **sunlight ~d the gardens** แสงแดดอาบไปทั่วสวน; **~d in sun-light** อาบด้วยแสงตะวัน ❷ *v.i.* แช่น้ำ, ว่ายน้ำ; **go bathing** ไปเล่นน้ำ ❸ *n.* **take** *or* **have a ~:** การแช่น้ำ, การลงเล่นน้ำ

bather /'beɪðə(r)/'เบเทอะ(ร)/ *n.* Ⓐ คนที่ว่ายน้ำ; Ⓑ *in pl. (Austral.: garment)* ชุดว่ายน้ำ

bathetic /bə'θetɪk/เบอะ'เธ็ททิค/ *adj.* ที่เปลี่ยนจากเรื่องสูงมาสู่ความธรรมดาอย่างฉับพลัน

bathing /'beɪðɪŋ/'เบทิง/ *n.* การว่ายน้ำ, การเล่นน้ำ; **'~ prohibited'** ห้ามเล่นน้ำบริเวณนี้

bathing: ~ beach *n.* หาดสำหรับลงเล่นน้ำ; **~ beauty, ~ belle** *ns.* ผู้หญิงในชุดว่ายน้ำที่น่าดึงดูดใจ; **~ cap** *n.* หมวกว่ายน้ำ; **~ costume** *n.* ชุดว่ายน้ำ; **~-machine** *n. (Hist.)* รถเปลี่ยนเสื้อผ้า *(ในสถานที่อาบน้ำหรือตามชายหาด)*; **~ suit** *n.* ชุดว่ายน้ำ *(หญิง)*; **~ trunks** *n. pl.* กางเกงว่ายน้ำ *(ชาย)*

'bath mat *n.* พรมหรือผ้าปูหน้าอ่างอาบน้ำ

bathos /'beɪθɒs/'เบธอซ/ *n., no pl. (Lit., Rhet.)* การเปลี่ยนอารมณ์อย่างฉับพลันจากเรื่องหนักมาสู่เรื่องเบาไร้สาระ, การใช้เรื่องไร้สาระเข้ามาขัดจังหวะเรื่องทางอุดมคติ; *(anticlimax)* แอนติไคลแมกซ์ *(ท.ศ.)*

bath: ~robe *n.* เสื้อคลุมอาบน้ำ; **~room** *n.* ห้องน้ำ; **~ salts** *n. pl.* เกลือใส่น้ำอาบเพื่อแก้ความกระด้าง; **~time** *n.* เวลาอาบน้ำ; **~ towel** *n.* ผ้าเช็ดตัว; **~tub** ➡ **bath** 1 B; **~water** *n.* น้ำในอ่างอาบน้ำ; ➡ + **baby** 1 A

batik /bə'ti:k, bæ'ti:k/เบอะ'ทีค, 'แบทิค/ *n.* ผ้าบาติก *(ท.ศ.) (ลายผ้าที่เกิดจากการใช้ขี้ผึ้งและการย้อมสี)*

batiste /bæ'ti:st, bə't-/แบ'ทีซฑ, เบอะ'ท-/ ❶ *n.* ผ้าลินินหรือผ้าฝ้ายเนื้อดี ❷ *adj.* ทำด้วยผ้าลินิน; **~ dress/blouse** ชุด/เสื้อลินินเนื้อดี

batman /'bætmən/'แบทเมิน/ *n., pl.* **batmen** *(Mil.)* ทหารรับใช้, ทหารฝ่ายธุรการ

baton /'bætn, 'bætɒn, US bə'tɒn/'แบท'น/ *n.* Ⓐ *(staff of office)* คทา; **Field Marshal's ~:** คทาจอมพล; Ⓑ *(truncheon)* ไม้พลอง, ตะบองตำรวจ; Ⓒ *(Mus.)* ไม้บาตอง *(ท.ศ.) (ที่ใช้ในการควบคุมวงดนตรี ฯลฯ)*; **conductor's ~:** ไม้บาตองของวาทยกร; Ⓓ *(for relay race)* ไม้ที่นักวิ่งผลัดส่งให้กัน; Ⓔ *(Her.)* รูปคทาหรือกระบองบนโล่; **~ sinister** *เครื่องหมายแสดงความเป็นลูกนอกกฎหมาย*; Ⓕ *(Horol.)* ขีดสั้น ๆ แทนตัวเลขบนหน้าปัดนาฬิกา

bats /bæts/แบทซฺ/ *pred. adj. (coll.)* สติไม่ดี; **go ~:** เสียสติ

batsman /'bætsmən/'แบทซเมิน/ *n., pl.* **batsmen** *(Sport)* คนตีลูกบอล; **~'s wicket** *การโยนลูกคริกเกตที่เอื้อประโยชน์แก่ผู้ตี*

battalion /bə'tælɪən/เบอะ'แทเลียน/ *n. (lit. or fig.)* กองพัน; **~s of** *(fig.)* กลุ่มใหญ่, จำนวนมากมายของ; **God is for the big ~s** พระเจ้าอยู่ฝ่ายคนที่ใจกล้า

[1]batten /'bætn/'แบท'น/ ❶ *n.* Ⓐ *(piece of timber)* ไม้ระแนง; Ⓑ *(Naut.) แผ่นไม้หรือโลหะสำหรับตรึงผ้าใบตรงทางลงไปใต้ท้องเรือ*; Ⓒ *(bar, strip of wood) แผ่นไม้ยึดแผ่นกระดานของบานประตู* ❷ *v.t. (Naut.)* **~ down** ปิดช่องทางลงใต้ท้องเรือ

[2]batten *v.i.* Ⓐ **~ on sth.** เกาะกิน, อาศัย *ส.น.*; *(grow fat)* อ้วนพีด้วย *ส.น.*; Ⓑ *(thrive)* **~ on** ขูดรีด

[1]batter /'bætə(r)/'แบเทอะ(ร)/ ❶ *v.t.* Ⓐ *(strike)* ทุบ, ตี, กระแทก; **~ down/in** พังทลายเข้าไป, ถล่มเข้าไป; **~ sth. to pieces** ทำให้ *ส.น.* พังทลาย; **he ~ed his head against the wall** เขาเอาหัวชนฝา; Ⓑ *(attack with artillery)* กระหน่ำยิงด้วยปืนใหญ่; **~ down** ทำลาย; Ⓒ *(fig.: handle severely)* กระหน่ำ, ระดม *(คำถาม, คำตำหนิ, ภาระงาน)*; **~ sb. into exhaustion** กระหน่ำใส่ *ค.น.* จนเขาหมดแรง; Ⓓ *(bruise, damage)* ทุบตี, เล่นงาน, ซ้อม, กระหน่ำ; **~ed baby** เด็กที่ถูกทารุณกรรม; **~ed wife** ภรรยาที่ถูกซ้อมอยู่เนือง ๆ; **~ed wives' home** สถานสงเคราะห์หญิงที่ถูกทารุณกรรม; **~ed by the gales** ถูกพายุกระหน่ำ; **a ~ed car** รถที่ถูกชนจนยับเยิน ❷ *v.i.* ทุบ, กระแทก; **~ed at** *or* **against the door** ทุบประตูโครม ๆ

[2]batter *n. (Cookery)* แป้งผสมทำแพนเค้กหรือชุบทอด; *(for waffle)* แป้งผสมทำขนมรังผึ้ง

[3]batter *n. (Baseball)* ผู้ตีลูกเบสบอล

battering ram /'bætərɪŋ ræm/'แบเทอะริง แรม/ *n.* ท่อนซุงหนัก ๆ สำหรับกระทุ้งพังประตูป้อม

battery /'bætərɪ/'แบเทอะริ/ *n.* Ⓐ *(series)* กลุ่ม, ชุด; *(Mil.)* กองทหารปืนใหญ่; *(Electr.)* แบตเตอรี่ *(ท.ศ.)*, หม้ออัดไฟ, ถ่านไฟฉาย; **a ~ of specialists** *(fig.)* ผู้เชี่ยวชาญชุดใหญ่; ➡ + **recharge** 1; Ⓑ *(Law)* **[assault and] ~:** การทำร้ายร่างกายและทุบตี; Ⓒ *(Psych.)* การทดสอบเป็นชุด; Ⓓ *(Baseball)* ผู้ขว้างและผู้รับบอล; Ⓔ *(Agric.) กรงหรือคอกที่เรียงเป็นตับสำหรับเลี้ยงไก่หรือวัวจำนวนมาก*

battery: ~ charger *n.* ที่ชาร์จแบตเตอรี่; **~ 'chicken** *n.* ไก่ที่เลี้ยงแบบอุตสาหกรรม; **~ 'farming** *n.* การทำฟาร์มเลี้ยงสัตว์โดยใช้กรงหรือคอกที่เรียงเป็นตับ; **~ 'hen** *n.* ไก่ที่เลี้ยงในฟาร์มดังกล่าว; **~-operated** *adj.* ใช้พลังงานจากถ่าน

batting /'bætɪŋ/'แบทิง/ *n. (Sport)* การตีลูก; ➡ + **average** 1 B

battle /'bætl/'แบท'ล/ ❶ *n.* Ⓐ *(fight)* การรบ, การยุทธ, การศึก; **the ~ at Amman** การรบที่เมืองอัมมัน; **they went out to ~:** พวกเขาออกไปรบ; **do** *or* **give ~:** การทำศึก, การสู้รบ; **join ~ with sb.** เริ่มรบกับ *ค.น.*; **die in ~:** ตายในการรบ; Ⓑ *(fig.: contest)* **~ for life** การต่อสู้เพื่อชีวิต; **~ of words** การต่อสู้ทางวาจา; **~ of wits** การชิงไหวชิงพริบ; ➡ + **fight** 2 C; Ⓒ *(victory)* ชัยชนะ; **the ~ is to the strong** ชัยชนะเป็นของผู้ที่แข็งแกร่ง; **that is half the ~:** ถ้าได้ *ส.น.*/ตรงจุดนั้นก็ถือว่าชนะแล้ว; ➡ + **[1]pitch** 2 F ❷ *v.i.* ต่อสู้; **~ with** *or* **against ill health** ต่อสู้กับสุขภาพที่อ่อนแอ; **~ for women's rights** ต่อสู้เพื่อสิทธิสตรี ❸ *v.t.* Ⓐ รับมือกับ, ทำศึกกับ, ต่อสู้กับ; Ⓑ **~ one's way through the crowd** แหวกทางฝ่าฝูงชน

battle: ~axe *n.* ขวานศึก; *(coll.: woman)* หญิงที่ชอบวางอำนาจ; **~-cruiser** *n. (Navy)* เรือรบลาดตระเวน; **~ cry** *n.* คำขวัญปลุกใจในการทำศึก

battle: ~dress *n. (Mil.) (for general service)* เครื่องแบบทหาร; *(for field service)* เครื่องแบบออกรบ; **~ fatigue** *n. อาการโรคประสาทที่เกิดขึ้นจากการสู้รบในสงคราม*; **~field, ~ground** *ns.* สนามรบ; **~-lines** *n. pl.* แนวรบ

battlement /'bætlmənt/'แบท'ลเมินทฺ/ *n., usu. in pl.* Ⓐ กำแพงป้อมปราการที่มีช่องสำหรับยิงปืนหรือธนู; Ⓑ *(roof)* เชิงเทิน

battlemented /'bætlməntɪd/'แบท'ลเมินทิด/ *adj.* มีกำแพงแบบป้อมปราการ

battle: ~ 'royal *n.* การต่อสู้ครั้งใหญ่, การตะลุมบอน; *(everyone for himself)* การตะลุมบอน; **~ship** *n.* เรือรบ; **~-weary** *adj.* อาการโรคประสาทที่เกิดขึ้นจากการสู้รบในสงคราม

batty /'bætɪ/'แบทิ/ *adj. (coll.)* บ้า ๆ บอ ๆ, คลั่ง; **go** *or* **become ~:** เป็นบ้า

'batwing sleeve *n.* เสื้อแขนปีกค้างคาว

bauble /'bɔ:bl/'บอบ'ล/ *n.* Ⓐ *(trinket)* เครื่องประดับชิ้นเล็ก ๆ ไร้ค่า; Ⓑ *(toy)* ของเล่น; **dolls and other ~s** ตุ๊กตาและของเล่นอื่น ๆ; Ⓒ *(Hist.: jester's emblem) สัญลักษณ์ของตัวตลกคือไม้เล็ก ๆ ติดกระดิ่ง*; Ⓓ *(worthless thing)* ของที่ไม่มีค่า; **be a ~/be ~s** เป็นของไม่มีราคา

baulk ➡ **balk**

bauxite /'bɔ:ksaɪt/'บอคไซท/ *n. (Min.)* แร่อะลูมิเนียม

Bavaria /bə'veərɪə/เบอะ'แวเรีย/ *pr. n.* รัฐบาวาเรีย *(อยู่ทางใต้ของประเทศเยอรมนี)*

Bavarian /bə'veərɪən/เบอะ'แวเรียน/ ❶ *adj.* แห่งบาวาเรียน; **sb. is ~:** *ค.น.* เป็นชาวบาวาเรียน ❷ *n.* Ⓐ *(person)* ชาวบาวาเรียน; Ⓑ *(dialect)* ภาษาบาวาเรียน

bawdily /'bɔ:dɪlɪ/'บอดิลิ/ *adv.* อย่างหยาบโลน, อย่างพูดจาสองแง่สองง่าม

bawdiness /'bɔ:dɪnɪs/'บอดินิซ/ *n., no pl.* ➡ **bawdy** 1: ความหยาบโลน, ความลามก

bawdy /'bɔ:dɪ/'บอดิ/ ❶ *adj.* ที่หยาบโลน, ลามก; **~ talk** คำพูดที่หยาบโลน; **~ jokes** ตลกที่ลามก ❷ *n.* การพูดหรือการเขียนที่หยาบโลนลามก

'bawdy house *n. (arch.)* ซ่องโสเภณี

bawl /bɔ:l/บอล/ ❶ *v.t.* ตะโกน, ร้อง, ตวาด; **~ sth. at sb.** ตะโกน *ส.น.* ใส่ *ค.น.*; **~ [out] one's wares** ร้องขายของ; **~ sb. out** *(coll.)* ด่าว่า *ค.น.* อย่างรุนแรง ❷ *v.i.* **~ out to sb.** ตะโกนเรียก *ค.น.* ดังลั่น; **~ at sb.** ตะโกนใส่ *ค.น.* ดังลั่น

[1]bay *n. (of sea)* อ่าว; **the B~ of Bengal** อ่าวเบงกอล; **Hudson's B~:** อ่าวฮัดสัน; **the B~ of Pigs** อ่าวพิคส์

[2]bay *n.* Ⓐ *(division of wall)* ส่วนแบ่งของผนัง; Ⓑ *(space in room)* พื้นที่ระหว่างเสาหรือกำแพงในห้อง; Ⓒ *(recess, compartment)* ซุ้มหรือมุข; *(in barn)* ที่เก็บกองหญ้าแห้งในยุ้งข้าว; **sick~** ห้องพยาบาล; Ⓓ *(of railway line)* ปลายทางรถไฟสายย่อยที่ขนานกับทางสายหลัก; Ⓔ *(platform)* ชานชาลา; *(in bus station)* ท่าเทียบรถที่สถานีรถประจำทาง

[3]bay ❶ *n. (bark)* เสียงเห่าหอน *(ของสุนัขล่าเนื้อ)*; **at ~:** *(สัตว์ที่ถูกล่า)* ถูกต้อนจนไม่สามารถหนีได้; **be at ~** *(fig.)* จนมุม; **hold** *or* **keep sb./sth. at ~** *(fig.)* ต่อต้าน *ค.น./ส.น.* ไม่ให้เข้าใกล้; **stand at ~** *(fig.)* หันกลับมาประจันหน้ากับศัตรู ❷ *v.i.* **~ at sb./sth.** เห่าใส่ *ค.น./ส.น.* ❸ *v.t.* เห่าใส่

[4]bay /beɪ/เบ/ *n.* Ⓐ *(Bot.)* ต้นไม้ *Laurus nobilis ใบใช้ร้อยเป็นมาลัยหรือปรุงอาหาร*; Ⓑ *in pl. (wreath)* **[garland of] ~s** มาลัยใบเบย์ *(สวมศีรษะผู้มีชัยชนะหรือกวี)*

[5]bay ❶ *adj. (ม้า)* สีน้ำตาลปนแดง ❷ *n.* ม้าสีน้ำตาลปนแดงและแผงคอและหางสีดำ

bay: ~berry *n.* พันธุ์ไม้ในสกุล *Myrica ใบมีกลิ่นหอม*; **~leaf** *n. (Cookery)* ใบเบย์สด หรืออบแห้งใช้ปรุงอาหาร

bayonet /'beɪənɪt/'เบเออะนิท/ ❶ *n.* ดาบปลายปืน; **with fixed ~s** มีการติดดาบปลายปืน ❷ *v.t.* แทงด้วยดาบปลายปืน; **~ sb. to death** แทง *ค.น.* ด้วยดาบปลายปืนจนตาย

bayonet: ~ fitting *n.* การประกอบหลอดไฟฟ้าชนิดเขี้ยว; **~ plug** *n.* ปลั๊กชนิดเขี้ยว; **~ socket** *n.* กระจุ๊บหลอดไฟฟ้าชนิดเขี้ยว

bay: ~ **'rum** *n.* น้ำหอมใส่ผม; ~ **'window** *n.* หน้าต่างที่เป็นมุขยื่นออกมา

bazaar /bə'zɑ:(r)/เบอะ'ซา(ร)/ *n.* *(oriental market)* ตลาด *(ของชาวตะวันออก)*; *(large shop)* ร้านขายสินค้าจิปาถะ; *(sale)* สถานที่ที่ขายสินค้าราคาถูกเพื่อการกุศล; **a church ~:** ตลาดนัดขายสินค้าราคาถูก จัดรอบ ๆ บริเวณโบสถ์

bazooka /bə'zu:kə/เบอะ'ซูเคอะ/ *n.* *(Mil.)* ปืนบาซูก้า *(ท.ศ.)* *(ปืนยิงจรวดต่อต้านรถถังระยะสั้น)*

BBC *abbr.* **British Broadcasting Corporation** บีบีซี *(ท.ศ.)*

bbl. *abbr.* **barrels** *(esp. of oil)*

BC *abbr.* ➤ **231 before Christ** ก่อนคริสตกาล

BD *abbr.* **Bachelor of Divinity** ศาสนศาสตร์บัณฑิต; ➡ + **B.Sc.**

BDS *abbr.* **Bachelor of Dental Surgery** ทันตแพทย์ศาสตร์บัณฑิต; ➡ + **B.Sc.**

be /bi:, bɪ/บี, บิ/ *v., pres. t.* **I am** /əm, *stressed* æm/เอิม, แอม/, *neg. (coll.)* **ain't** /eɪnt/เอนทฺ/, **he is** /ɪz/อิซ/, *neg. (coll.)* **isn't** /'ɪznt/'อิซ'นทฺ/; **we are** /ə(r), *stressed* ɑ:(r)/, *neg. (coll.)* **aren't** /a:nt/อานทฺ/; *p.t.* **I was** /wəz, *stressed* wɒz/เวิซ, วอซ'นทฺ/, *neg. (coll.)* **wasn't** /'wɒznt/'วอซ'น/, **we were** /wə(r) stressed wɜ:(r), weə(r)/เวอะ(ร), เวอ(ร), แว(ร)/, *neg. (coll.)* **weren't** /wɜ:nt, weənt/เวินท, แวนทฺ/; *pres. p.* **being** /'bi:ɪŋ/'บีอิง/; *p.p.* **been** /bɪn, *stressed* bi:n/บิน, บีน/ ❶ *copula* Ⓐ *indicating quality or attribute* เป็น; **she'll be ten next week** สัปดาห์หน้าเธอจะมีอายุสิบขวบ; **she is a mother/an Italian** เธอเป็นแม่/เป็นชาวอิตาเลียน; **being a Frenchman, he naturally took an interest in politics** ในเมื่อเขาเป็นชาวฝรั่งเศส เขาก็ต้องสนใจเรื่องการเมืองเป็นธรรมดา; **not being a cat lover, I kept well away** เนื่องจากฉันไม่ใช่คนรักแมว เลยอยู่ห่างให้มากที่สุด; **he is being nice to them/sarcastic** เขาดีกับ/กระทบกระเทียบคนเหล่านั้น; **he has always been lazy** เขาขี้เกียจเรื่อยมา; **be sensible!** มีเหตุผลหน่อยซิ; Ⓑ *in exclamation* **was she pleased!** เธอพอใจจริง ๆ; **isn't he stupid!** เขาช่างเป็นคนโง่เง่าจริง ๆ นะ; **aren't you a big boy!** หนูโตเป็นหนุ่มแล้วนะ; Ⓒ **will be** *(indicating supposition)* **[I dare say] you'll be a big boy by now** [ฉันว่า] ตอนนี้น้องคงโตเป็นหนุ่มแล้วซีนะ; **you'll be relieved to hear that** คุณจะรู้สึกโล่งใจแน่เมื่อได้ยินเช่นนั้น; Ⓓ *indicating physical or mental welfare or state* รู้สึก; **be ill/unwell** ไม่สบาย, ป่วย; **I am well** ฉันสบายดี; **I am hot** ฉันรู้สึกร้อน; **I am freezing** ฉันหนาวสั่น; **how are you/is she?** คุณ/เธอสบายดีหรือ; Ⓔ *identifying the subject* **he is the person I was speaking of** เขาเป็นคนที่ฉันพูดถึง; **it is the 5th today** วันนี้เป็นวันที่ห้า; **who's that?** นั่นใคร; **it is she, it's her** เธอนั่นเอง; **it is Joe who came** คุณโจนั่นเองที่มา; **if I were you** ถ้าฉันเป็นคุณ; Ⓕ *indicating profession, pastime, etc.* **be a teacher/a footballer** เป็นครู/นักฟุตบอล; **she wants to be a surgeon** เธออยากจะเป็นศัลยแพทย์; **he is a keen footballer in his spare time** ในยามว่างเขาเป็นนักฟุตบอลที่เก่งมาก; Ⓖ *with possessive* **it is/was hers** มันเป็นของเธอ; **this book is your uncle's** หนังสือเล่มนี้เป็นของลุงของคุณ; Ⓗ *indicating intended recipient* **it's for you** นี่สำหรับคุณ; Ⓘ *(cost)* ราคา; **how much are those eggs?** ไข่เหล่านั้นราคาเท่าไร; **that will be 76p** ราคา 76 เพนซ์; Ⓙ *(equal)* เท่ากับ; **two times three is six, two threes are six** 2 คูณ 3 เท่ากับ 6; **sixteen ounces is a pound** 16 ออนซ์เท่ากับ 1 ปอนด์; Ⓚ *(constitute)* เป็น; **London is not England** ลอนดอนไม่ใช่ประเทศอังกฤษ; Ⓛ *(mean)* มีความหมาย, หมายถึง; **he was everything to her** เขาคือทุกสิ่งทุกอย่างสำหรับเธอ; **seeing is believing** การเห็นคือการเชื่อ; Ⓜ *(represent)* มีค่าเท่ากับ; **let x be 3** ให้เอ็กซ์มีค่าเท่ากับ 3 ❷ *v.i.* Ⓐ *(exist)* มีอยู่, คงอยู่; **can such things be?** สิ่งอย่างนี้มีด้วยหรือ; **I think, therefore I am** ฉันรู้จักคิด เพราะฉะนั้นฉันก็มีตัวตนอยู่จริง; **there is/are ...:** มี...; **there are no such things** ไม่มีสิ่งเช่นนั้น; **once upon a time there was a princess** ครั้งหนึ่งนานมาแล้วมีเจ้าหญิงพระองค์หนึ่ง; **to be or not to be** จะเลือกทางไหนดี; **the powers that be** ผู้ทรงอำนาจ; **for the time being** เฉพาะในขณะนี้; **Miss Jones that was** เดิมซึ่งเป็นนางสาวโจนส์; **be that as it may** อย่างไรก็ตาม; Ⓑ *(remain)* ยังคงอยู่; **I shan't be a moment** *or* **second** รอสักครู่นะ ไม่นานหรอก หรือ แป๊ปเดียวฉันก็มา; **she has been in her room for hours** เธออยู่ในห้องหลายชั่วโมงแล้ว; **let it be** ปล่อยวางเสียเถอะ; **let him/her be** อย่าไปรบกวนเขา/เธอเลย; ปล่อยเขา/เธอตามลำพัง; Ⓒ *(attend)* อยู่; **is he here?** เขาอยู่ที่นี่หรือ; Ⓓ *(indicating position in space or time)* **he's upstairs** เขาอยู่ชั้นบน; **how long has he been here?** เขาอยู่ที่นี่มานานเท่าไรแล้ว; Ⓔ *(be situated)* ตั้งอยู่; **Hungary is in the heart of Europe** ประเทศฮังการีตั้งอยู่ใจกลางทวีปยุโรป; **the chair is in the corner** เก้าอี้ตั้งอยู่ในมุม; **here you are** *(on arrival)* มาถึงแล้วนะ; *(on giving sb. sth.)* นี่แน่ะเธอ; Ⓕ *(happen, occur, take place)* มีขึ้น, เกิดขึ้น; **where will the party be?** งานเลี้ยงจะมีขึ้นที่ไหน; Ⓖ *(go, come)* **be off with you!** คุณไปได้แล้ว; **I'm off** *or* **for home** ฉันจะไปละ/จะกลับบ้านละ; **she's from Australia** เธอมาจากประเทศออสเตรเลีย; **are you for London?** คุณไปลอนดอนหรือ; **be on one's way** กำลังเดินทางไปยังจุดหมาย; Ⓗ *(on visit etc.)* ไปเที่ยว, ไปเยือน; **have you [ever] been to London?** คุณเคยไป [เที่ยว] ลอนดอนหรือยัง; **has anyone been?** มีใครมาบ้างหรือยัง; **has the postman been?** บุรุษไปรษณีย์มาหรือยัง; Ⓘ **be for/against sth./sb.** เห็นด้วยกับ/ไม่เห็นด้วยกับ *ส.น./ค.น.*; **I am against hanging** ฉันไม่เห็นด้วยกับการลงโทษโดยการแขวนคอ; **How kind she is. She's been and tidied the room** *(coll.)* เธอช่างใจดีอะไรเช่นนั้น เธอทำความสะอาดห้องให้แล้ว; **the children have been at the biscuits** เด็ก ๆ ได้หยิบขนมปังกรอบไปทาน; **I've been into this matter** ฉันได้ศึกษาเรื่องนี้แล้ว ❸ *v. aux.* Ⓐ *forming passive* **the child was found** มีคนพบเด็กแล้ว; **Thai is spoken in this shop** คนในร้านนี้พูดภาษาไทย; Ⓑ *(arch.)* *(forming past tenses of verbs of motion)* **the sun is set** พระอาทิตย์ตกแล้ว; **when I got there she was gone** เมื่อฉันไปถึง เธอก็ไปแล้ว; **Christ is risen** *(Relig.)* พระเยซูคริสต์ทรงฟื้นคืนพระชนม์; **the prisoner is fled** นักโทษหนีไปแล้ว; Ⓒ *forming continuous tenses, active* **he is reading** เขากำลังอ่านหนังสือ; **I am leaving tomorrow** ฉันจะออกเดินทางพรุ่งนี้; **the train was departing when I got there** รถไฟกำลังเคลื่อนออกจากสถานีเมื่อฉันไปถึง; Ⓓ *forming continuous tenses, passive* **the house is/was being built** บ้านกำลังสร้างอยู่; Ⓔ *expr. obligation* **be to** ต้อง; **I am to inform you** ฉันจะต้องบอกกับคุณ; **you are to report to the police** คุณจะต้องรายงานตัวกับตำรวจ; **he is to clean the house thoroughly** เขาจะต้องทำความสะอาดบ้านทุกซอกทุกมุม; **he is to be admired** เขาเป็นคนที่น่าชมชอบ; Ⓕ *expr. arrangement* **the Queen is to arrive at 3 p.m.** พระราชินีจะเสด็จมาถึงเวลา 3 โมงเย็น; **he is to be there** เขาจะต้องอยู่ที่นั่น; **I am to go** ฉันจะไป; Ⓖ *expr. possibility* **the car is for sale** รถคันนี้บอกขาย; **it was not to be seen** สิ่งนี้/นั้นมองไม่เห็น; **there was nothing to be seen** ไม่มีอะไรให้ดูเลย; **I was not to be sidetracked** ฉันไม่ให้ใครดึงฉันออกจากเส้นทางที่เลือกไว้; Ⓗ *expr. destiny* **they were never to meet again** พวกเขาจะไม่ได้พบกันอีกหลังจากนั้น; Ⓘ *expr. condition* **if I were to tell you that ..., were I to tell you that ...:** ถ้าฉันจะต้องบอกคุณว่า... ❹ **bride-/husband-to-be** ผู้ที่กำลังจะเป็นเจ้าสาว/สามี; **mother-/father-to-be** ผู้ที่กำลังจะเป็นแม่/พ่อ; **the be-all and end-all** ส่วนที่สำคัญที่สุด, แก่น, ชีวิตจิตใจ; **her boyfriend is the be-all and end-all of her existence** เพื่อนชายของเธอเป็นชีวิตจิตใจของเธอ

beach /bi:tʃ/บีฉ/ ❶ *n.* หาด, ชายหาด; ~ **area** บริเวณชายหาด; **on the ~:** บนชายหาด; ~ **hat/suit/shoe** หมวกชายหาด/ชุดชายหาด/รองเท้าชายหาด ❷ *v.t.* *(เรือ)* เกยหาด; **they ~ed their boats here** พวกเขานำเรือมาเกยหาดที่นี่

beach: ~**ball** *n.* ลูกบอลยางใช้เล่นที่ชายหาด; ~**comber** /'bi:tʃkəʊmə(r)/'บีฉโคเมอะ(ร)/ *n.* Ⓐ คนที่เดินหาของตามชายหาด; Ⓑ *(wave)* คลื่นขนาดใหญ่; ~**head** *n.* *(Mil.)* หัวหาด *(สถานที่ที่ทหารยึดไว้ได้เมื่อขึ้นบก)*; ~**wear** *n.* ชุดไปทะเล

beacon /'bi:kən/'บีเคิน/ *n.* Ⓐ ไฟส่งสัญญาณเตือนภัย; *(Naut.)* ไฟสัญญาณเตือนภัยหรือนำทางเรือ; Ⓑ *(Brit.)* *(hill)* เนินเขาที่เหมาะแก่การก่อกองไฟสัญญาณ; Ⓒ *(lighthouse, tower, etc.)* ประภาคาร, หอไฟสัญญาณ; Ⓓ *(radio station)* สถานีวิทยุส่งสัญญาณ; Ⓔ *(signal light)* สัญญาณไฟ; *(for aircraft)* ไฟนำทางบนสนามบิน; Ⓕ *(fig.)* แสงสว่างดวงประทีป

bead /bi:d/บีด/ ❶ *n.* Ⓐ ลูกปัด, ลูกประคำ; **tell one's ~s** นับลูกประคำขณะสวดมนต์; ~**s of dew** หยดน้ำค้าง; ~**s of perspirations** *or* **sweat** หยดเหงื่อ; Ⓑ *(gunsight)* ลูกศูนย์เล็งเป้าที่ปากกระบอกปืน; **draw a ~ on sb./sth.** เล็งปืนไปที่ *ค.น./ส.น.*; Ⓒ *(tyre edge)* ➡ **beading** C; Ⓓ *(Archit.)* ➡ **beading** B ❷ *v.t.* ร้อยลูกปัดเข้าด้วยกัน

beading /'bi:dɪŋ/'บีดิง/ *n.* Ⓐ การตกแต่งด้วยลูกปัด; Ⓑ *(Archit.)* คิ้ว; Ⓒ *(tyre edge)* ขอบของยางรถยนต์ที่ฝังอยู่ในฝักมะขามของวงล้อ

beadle /'bi:dl/'บีด'ล/ *n.* ➤ **489** *(Brit.)* *(Hist.: of church)* เจ้าหน้าที่พิธีการในโบสถ์; *(with more responsibility, esp. Scot.)* ผู้ช่วยบาทหลวง; *(of university)* เจ้าหน้าที่พิธีการในมหาวิทยาลัย, ผู้ถือคทาพิธี

beady /ˈbiːdɪ/ˈบีดิ/ *adj.* ~ **eyes** ตาคม, ตาไว; **those ~ eyes of hers don't miss anything** ไม่มีอะไรลอดสายตาว่องไวของเธอไปได้; **I've got my ~ eye on you** ฉันกำลังจับตาดูคุณอยู่นะ

ˈbeady-eyed *adj.* มีตาไว; *(watchful)* จับตามอง

beagle /ˈbiːgl/ˈบีก̱ล/ *n.* สุนัขล่าสัตว์ *(โดยเฉพาะกระต่าย)*

¹beak /biːk/บีค/ *n.* จะงอยปาก; *(of turtle, octopus)* ปาก; *(fig.: large, hooked nose)* จมูกโด่งโค้ง

²beak *n. (Brit. sl.)* (A) *(magistrate, judge)* ตุลาการส่วนท้องถิ่น, ผู้พิพากษา; (B) *(schoolmaster)* ครูผู้ชาย

beaked /biːkt/บีคทฺ/ *adj.* มีจงอยปากนก

beaker /ˈbiːkə(r)/ˈบีเคอะ(ร)/ *n.* (A) *(cup)* ถ้วยทรงสูง ปากกว้าง; (B) *(Chem.)* แก้วทรงกระบอก ใช้ในการทดลอง

ˈbe-all ➡ be 4

beam /biːm/บีม/ ❶ *n.* (A) *(timber etc.)* ขื่อ, แป, คาน; **behold the ~ in thine own eye** *(Bibl.)* ขอให้คุณมองหาข้อบกพร่องในตัวของคุณเองก่อนที่จะไปจ้องจับผิดผู้อื่น *(พระคัมภีร์)*; (B) *(in loom)* กี่; (C) *(Agric.: in plough)* คันไถ; (D) *(in balance)* คันชั่ง; (E) *(Naut.) (ship's breadth)* ช่วงที่กว้างที่สุดของลำเรือ; *(side of ship)* กาบเรือ; **on the port ~**: บนกาบซ้ายของเรือ; **broad in the ~** *(fig. coll.)* สะโพกใหญ่; (F) *(ray etc.)* แสง ฯลฯ; **~ of light** ลำแสง; **the car's headlamps were on full ~**: ไฟหน้ารถส่องแสงสว่างเต็มที่; (G) *(Aeronaut., Mil., etc.: guide)* การส่งสัญญาณวิทยุหรือเรดาร์นำทาง; *(course)* **come in on the ~**: บินตามสัญญาณเรดาร์; **be off ~** *(fig. coll.)* ผิดพลาด; **your calculation is way off ~**: การคิดคำนวณของคุณผิดพลาดไปมาก; **be on the ~** *(fig. coll.)* ถูกต้อง; (H) *(smile)* ยิ้มแป้น; **a ~ of pleasure** ยิ้มด้วยความชื่นชมยินดี

❷ *v.t.* (A) **~ [forth]** แผ่รังสีหรือลำแสง; (B) *(broadcast)* กระจายเสียง *(ข่าว, วิทยุ ฯลฯ)*; *(fig.: aim)* **~ at** ตั้งเป้าหมายไปที่; **~ towards** ตั้งเป้าหมายไปยัง; **this magazine is ~ed at housewives** นิตยสารฉบับนี้มีกลุ่มเป้าหมายเป็นแม่บ้าน

❸ *v.i.* (A) *(shine)* ส่องแสง; **the sun ~ed down** พระอาทิตย์ส่องแสงลงมา; (B) *(smile)* ยิ้มอย่างร่าเริง; **~ at sb.** ยิ้มแป้นให้ *ค.น.*

ˈbeam-ends *n. pl.* **the ship is on her ~** เรือเอียงอยู่บนกาบ; **be on one's ~** *(fig.)* เกือบสิ้นเนื้อประดาตัว

beaming /ˈbiːmɪŋ/ˈบีมิง/ *adj.* ส่องแสง, ยิ้มแป้น

bean /biːn/บีน/ ❶ *n.* (A) ถั่ว; **full of ~s** *(fig. coll.)* มีชีวิตชีวา, ร่าเริง; **he hasn't [got] a ~** *(fig. coll.)* เขาไม่มีสักบาท; **not worth a ~** *(coll.)* ไม่มีค่าแม้แต่น้อย; ➡ + old 1 D; ¹spill 1 B; (B) *(Amer. sl.: head)* หัว ❷ *v.t. (Amer. coll.: hit)* **~ sb.** ตีที่หัว ค.น.

bean: ~ bag *n.* (A) ถุงกลมยัดถั่วพลาสติกใช้ในการเล่นเกมของเด็ก ๆ; (B) *(cushion)* เบาะนั่งบู้บี้บรรจุด้วยลูกปัด; **~ curd** *n.* เต้าหู้; **~ feast** *n. (Brit. coll.)* การฉลองกันอย่างครึกโครม; *(employees' annual dinner)* การเลี้ยงประจำปีของพวกพนักงาน

beano /ˈbiːnəʊ/ˈบีโน/ *n., pl.* **~s** *(Brit. coll.)* การเลี้ยง, การฉลอง

bean: ~pole *n. (lit.)* ไม้ค้ำต้นถั่ว; *(fig.)* คนผอมสูง; **~sprout** *n.* ถั่วงอก; **~stalk** *n.* ลำต้นถั่ว; **~stick** *n.* ไม้ค้ำต้นถั่ว

¹bear /beə(r)/แบ(ร)/ *n.* (A) หมี; **be like a ~ with a sore head** *(coll.)* ฉุนเฉียว, ขุ่นเคืองอารมณ์เสีย; (B) *(fig.)* คนไร้มารยาท, คนหยาบคาย; (C) *(Astron.)* **Great/Little B~**: หมู่ดาวจระเข้/หมู่ดาวไถ; (D) *(St. Exch.)* คนที่ขายหุ้นโดยหวังซื้อกลับภายหลังในราคาต่ำกว่า

²bear ❶ *v.t.*, **bore** /bɔː(r)/บอ(ร)/, **borne** A /bɔːn/บอน/ (A) *(show)* มี *(ลายเซ็น, การแกะสลัก)* แสดง *(ลักษณะ)*; **~ a resemblance** *or* **likeness to sb.** มีความคล้ายคลึงกันกับ *ค.น.*; (B) *(be known by)* มี, เป็นที่รู้จักกันในนามของ; (C) **~ some/little relation to sth.** มีความเกี่ยวข้องบ้าง/น้อยกับ *ส.น.*; (D) *(poet./formal: carry)* แบก *(อาวุธ)*; หาม, พาไป; **I was borne along by the fierce current** กระแสน้ำที่เชี่ยวกรากพัดพาตัวฉันไปด้วย; **be borne in upon sb.** *ค.น.* เริ่มตระหนัก; (E) *(endure, tolerate)* ทน *(ทุกข์, ทรมาน)*; **he couldn't ~ the misery** เขาทนความทุกข์ยากไม่ไหว; **I can't ~ watching her eat** ฉันทนดูเธอรับประทานไม่ได้; **I can't ~ salami** ฉันทานไส้กรอกซาลามี่ไม่ได้เลย; (F) *(sustain)* รับ *(น้ำหนัก, งานหนัก)*; ยอมรับ *(ผิด)*; (G) *(be fit for)* เหมาะ; **it does not ~ repeating** *or* **repetition** มันเลวร้ายเกินไปที่จะกล่าวซ้ำ; *(is not important)* ไม่สำคัญพอที่จะกล่าวซ้ำ; **his language won't ~ repeating** ภาษาหยาบคายของเขาไม่ควรที่จะกล่าวซ้ำ; **it will not ~ scrutiny** มันจะทนการพิจารณาไม่ได้; **it does not ~ thinking about** ไม่ควรแม้แต่คิดถึง; **~ comparison with sth.** ดีพอที่จะเปรียบเทียบกับอีก *ส.น.* ได้, ไม่แพ้อะไรในการเปรียบเทียบ; (H) *(carry in the mind)* คิด, จดจำอยู่ตลอดเวลา, หมกมุ่นอยู่; **~ sb. a grudge** *or* **a grudge against sb.** คิดอาฆาตแค้นต่อ *ค.น.*; **~ sb. malice** *or* **malice towards sb.** คิดร้ายต่อ *ค.น.*; **~ sth. in mind** จดจำ *ส.น.* ไว้; **~ in mind that ...:** จดจำไว้ว่า..., ไม่ลืมว่า...; (I) *(give birth to)* คลอดบุตร; **has borne a son** ได้คลอดบุตรชาย; ➡ + born; (J) *(yield)* เกิดผล; ออก *(ดอก)*; **his efforts bore no result** *(fig.)* ความพยายามของเขาไม่บังเกิดผลใด ๆ; **~ fruit** *(fig.)* ออกผล; (K) *(bring sth. needed)* ทำ *ส.น.* ให้; **~ witness** *or* **testimony to sth.** เป็นพยานให้กับ *ส.น.*; **~ sb. company** ไปเป็นเพื่อน *ค.น.*; **~ a hand** ยื่นมือช่วยเหลือ; **~ a hand in an undertaking** ช่วยงานสำคัญ; (L) *(behave)* **~ oneself well/with dignity** ประพฤติตัวดี/ประพฤติตัวอย่างมีศักดิ์ศรี; **he bore himself with dignity at a difficult time** เขาประพฤติตัวอย่างสมศักดิ์ศรีแม้อยู่ในสภาวการณ์ที่ยุ่งยาก

❷ *v.i.*, **bore, borne** (A) **the path ~s [to the] left** เส้นทางนั้นเบนไปทางซ้าย; **he bore right** เขาเลี้ยวไปทางขวา; (B) **bring to ~**: ใช้ *(ความสามารถ, คำพูด)*; **bring one's influence to ~**: ใช้อิทธิพลในเรื่องใดเรื่องหนึ่ง

~ **aˈway** *v.t.* นำไป; ได้รับ *(รางวัล)*; **be borne away** เตลิดเปิดเปิงไป *(ด้วยอารมณ์รุนแรง)*

~ **ˈdown** ❶ *v.t.* โจมตี; **be borne down by the weight of ...:** เหนื่อยอ่อนด้วยความกดดัน... ❷ *v.i.* **~ down on sb./sth.** ตรงรี่เข้าใส่ *ค.น./ส.น.*; *(เรือ)* แล่นเข้ามาอย่างหลบไม่ทัน

~ **ˈoff** ➡ ~ away

~ **on** ➡ ~ upon

~ **ˈout** *v.t.* (A) มุ่งหน้าไป; (B) *(fig.)* สนับสนุน, ยืนยัน; **~ sb. out** สนับสนุน *ค.น.*; **~ sb. out in sth.** สนับสนุน *ค.น.* ในเรื่อง *ส.น.*

~ **ˈup** ❶ *v.t.* ให้กำลังใจ, ค้ำจุน ❷ *v.i.* (A) อดทน; **~ up well under sth.** เข้มแข็งอดทนต่อ *ส.น.*; (B) *(Naut.)* เหหัวเรือออกไปอีกทางเพื่อให้พ้นทิศทางลม

~ **upon** *v.t. (relate to)* เกี่ยวข้องกับ; **how does this ~ upon the problem?** เรื่องนี้เกี่ยวข้องกับปัญหาอย่างไร

~ **with** *v.t.* **~ with sb./sth.** ให้เวลา *ค.น./ส.น.*; **~ with sth. for the time being** ยอมทนต่อ *ส.น.* ในขณะนี้; **if you'll ~ with me a little longer** ถ้าคุณจะให้เวลาฉันอีกสักนิดหนึ่ง

bearable /ˈbeərəbl/ˈแบเรอะบ'ล/ *adj.* สามารถทนได้

bear: ~-baiting *n. (Hist.)* การให้ฝูงสุนัขรังแกหมีที่ถูกผูกล่ามไว้; **~ cub** *n.* ลูกหมี

beard /bɪəd/เบียด/ ❶ *n.* (A) หนวด, เครา; **full ~**: หนวดเคราเต็มหน้า; **small pointed ~**: เคราแพะ; (B) *(Bot.)* ขนแหลมที่รวงข้าวบาร์เลย์ ฯลฯ ❷ *v.t.* ท้าทายอย่างเปิดเผย, เข้าเผชิญหน้า; **~ the lion in his den** *(fig.)* เข้าเผชิญกับคนใหญ่คนโตถึงที่บ้านของเขา

bearded /ˈbɪədɪd/ˈเบียดิด/ *adj.* ที่ไว้หนวดเครา; **be ~**: ไว้หนวดเครา; **a ~ gentleman** สุภาพบุรุษที่ไว้หนวดเครา

bearer /ˈbeərə(r)/ˈแบเรอะ(ร)/ *n.* (A) *(carrier)* ผู้นำ; *(of letter, message, cheque, banknote)* ผู้ถือ; **the ~ of this letter** ผู้ถือจดหมายฉบับนี้; **cheque to ~**: เช็คจ่ายเงินให้แก่ผู้ถือ; **payable to ~**: จ่ายให้แก่ผู้ถือ; **I am the ~ of glad tidings** ฉันเป็นผู้นำข่าวดี; (B) **the ~ of shares/bonds** ผู้ถือหุ้น/ผู้ถือพันธบัตร; **~ share/bond** หุ้นพันธบัตรที่จ่ายแก่ผู้ถือ

bear: ~garden *n. (fig.)* เหตุการณ์อึกทึกครึกโครม; **~ hug** *n.* การสวมกอดอย่างแนบแน่น

bearing /ˈbeərɪŋ/ˈแบริง/ *n.* (A) *(behaviour)* การปฏิบัติตน, ความประพฤติ; *(deportment)* การวางกิริยา, ท่าทาง; **a man of soldierly ~**: ผู้ชายที่มีกิริยาท่าทางเหมือนทหาร; (B) *(endurance)* ความอดทน; **beyond** *or* **past [all] ~**: เกินขีดความอดทน [ทั้งหมด]; (C) *(relation)* ความเกี่ยวพัน; **consider sth. in all its ~s** พิจารณา *ส.น.* ในทุกแง่มุม; **have some/no ~ on sth.** เกี่ยวกับ/ไม่เกี่ยวเลยกับ *ส.น.*; (D) *(significance)* ความสำคัญ; **the ~ of a remark** ความสำคัญของข้อสังเกต; (E) *(Mech. Engin.)* ตลับลูกปืน; (F) *(compass ~)* เข็มทิศ; **take a compass ~**: กำหนดตำแหน่งโดยเข็มทิศ; **get one's ~s** หาทิศทางของตน; **I have lost my ~s** *(lit. or fig.)* ฉันหลงทาง, ฉันงง; (G) *(Her.)* ตราประจำตระกูล, เครื่องหมายบนโล่ของอัศวิน

bearish /ˈbeərɪʃ/ˈแบริช/ *adj.* (A) ดุดัน, อารมณ์ร้าย; (B) *(St. Exch.)* ที่ราคาตก, ที่ซบเซา

ˈbear market *n. (St. Exch.)* ตลาดหลักทรัพย์ที่ราคาตก, สภาวะตลาดซบเซา

ˈbearskin *n.* (A) หนังหมี; (B) *(Mil.)* *หมวกขนสัตว์ทรงสูงซึ่งนายทหารราชองครักษ์อังกฤษสวมในงานพระราชพิธี*

beast /biːst/บีซทฺ/ *n. (quadruped)* สัตว์ป่าสี่ตีน; *(ferocious, wild)* สัตว์ดุร้าย; *(fig.: brutal person)* คนดุร้ายป่าเถื่อน, คนกักขฬะ; *(disliked person)* ไอ้สัตว์, คนทุเรศ; **it was a ~ of a winter** เป็นฤดูหนาวที่ทารุณ; **the B~** *(Bibl.)* ซาตาน; **man and ~**: สิ่งมีชีวิตทั้งหลายในโลกนี้ไม่ว่าคนหรือสัตว์

beastliness /ˈbiːstlɪnɪs/ˈบีซทฺลินิซ/ *n., no pl. (coll.)* ความน่ารังเกียจ

beastly /ˈbiːstlɪ/ˈบีซทฺลิ/ *adj., adv. (coll.)* เยี่ยงสัตว์, อย่างเลวร้าย, อย่างยิ่ง

b

beat /biːt/บีท/ ❶ *v.t.*, ~ **beaten** /ˈbiːtn/ˈบีท่น/ Ⓐ *(strike repeatedly)* ตี *(ไข่, ทอง)*; เคาะ *(จังหวะ)*; ตบ *(พรม)*; ~ **the dust out of a carpet/cushion** ตบฝุ่นออกจากพรม/หมอน; ~ **a path through sth.** แหวก/ฝ่าทางผ่าน *ส.น.*; ~ **one's breast** *(lit. or fig.)* ต๊อกชกหัว; ~ **its chest** *(ลิง)* ตบอก; ~ **some sense into sb.** บังคับ *ค.น.* ให้เปลี่ยนความประพฤติและทัศนะ; ~ **the bounds** *(Brit.)* ทำเครื่องหมายหลักเขตวัด; ~ **one's brains** ใช้สมองอย่างหนัก; ~ **it** *(coll.)* วิ่งหนีให้พ้น; ~ **it!** หนีเร็ว; Ⓑ *(hit)* ทุบตี; **be ~en to death** ถูกทุบตีจนตาย; Ⓒ *(defeat)* พิชิต *(ฝ่ายตรงข้าม)*; *(surmount)* พ้นจนได้ *(เงินเฟ้อ, ปัญหา)*; ~ **the deadline** เสร็จก่อนเส้นตาย; Ⓓ *(surpass)* เอาชนะ, ล้ำหน้า; **hard to ~:** ยากที่จะเอาชนะได้; **you can't ~** *or* **nothing ~s Thai cuisine** ไม่มีอาหารอะไรสู้อาหารไทยได้; ~ **that!** สู้มัน; ~ **everything** *(coll.)*, ~ **the band** *(coll.)* ทำอย่างจริงจังจนผู้อื่นสู้ไม่ได้; ~ **sb. to it** มาถึง/ทำเสร็จก่อน *ค.น.*; **can you ~ it?** ไม่น่าเชื่อเลย; Ⓔ *(circumvent)* หาวิธีหรือช่องทางพิชิต; ~ **the system** หาทางพิชิตระบบ; Ⓕ *(perplex)* **it ~s me how/why ...:** ฉันงงไปเลยว่าเป็นไปได้อย่างไร/เพราะอะไร...; Ⓖ ~ **time** เคาะจังหวะ *(ดนตรี)*; Ⓗ *(Hunting)* ~ **the bushes/water** ตีพุ่มไม้/น้ำ; Ⓘ *p.p.* ~: **I'm ~** *(coll.: exhausted)* ฉันเหนื่อยเหลือเกิน; ➡ + **beaten** 2
❷ *v.i.*, ~, **beaten** Ⓐ *(throb)* *(หัวใจ, ชีพจร)* เต้น; **my heart seemed to stop ~ing** หัวใจของฉันเหมือนจะหยุดเต้น; Ⓑ *(แดด)* แผดเผา **(on** ลงมา**)**; *(คลื่น)* ซัด **(on, against** กับ**)**; *(ลม)* พัดแรง; *(ฝน)* สาด **(against** กับ**)**; Ⓒ ~ **about the bush** พูดอ้อมค้อมไม่ตรงประเด็น; Ⓓ *(knock)* เคาะ; Ⓔ *(Naut.)* แล่นเรือตามลม
❸ *n.* Ⓐ *(stroke, throbbing)* การตี, การเต้น; *(rhythm)* จังหวะ; **his heart missed a ~:** หัวใจของเขาหยุดเต้นไปชั่วขณะ; ~ **[music]** ดนตรีจังหวะร้อนแรง; Ⓑ *(Mus.)* จังหวะ; *(of metronome, baton)* จังหวะของเครื่องจับจังหวะ/ไม้บาตอง *(ท.ศ.)*; Ⓒ *(Phys.)* จังหวะของการผสมผสานของเสียง 2 เสียง หรือกระแสไฟฟ้าที่มีความถี่คล้ายแต่ไม่เท่ากัน; Ⓓ *(of policeman, watchman)* การลาดตระเวน; *(habitual round)* การลาดตระเวนประจำ; *(area)* พื้นที่ลาดตระเวน; **be off sb.'s [usual] ~** *(fig.)* ไม่ได้อยู่ในขอบเขตความชำนาญของ *ค.น.*; Ⓔ *(Hunting)* การตีพุ่มไม้ไล่เหยื่อ; Ⓕ **did you ever see the ~ of that?** *(Amer. coll.)* คุณเคยเห็นอะไรถึงขนาดนั้นไหม; Ⓖ *(Amer. Journ.: scoop)* ข่าวที่ตีพิมพ์เผยแพร่ก่อนคู่แข่ง

~ **a'bout** *v.i.* หาข้อแก้ตัว

~ **'back** *v.t.* บังคับ *(ศัตรู)* ให้ถอยร่น

~ **'down** ❶ *v.i.* *(แดด)* แผดเผา; *(ฝน)* กระหน่ำ ❷ *v.t.* Ⓐ ทุบ *(ประตู)* จนพัง; Ⓑ *(in bargaining)* ต่อราคาลง

~ **'in** *v.t.* ทุบเข้าไป, พังทะลาย

~ **'off** *v.t.* ตีกลับจนถอยร่น *(การโจมตี)*

~ **'out** *v.t.* Ⓐ เคาะ *(จังหวะ)*; ตีขึ้นรูป *(ทอง)*; ตี *(ไฟ)* จนดับ; Ⓑ *(Amer.: defeat)* พิชิต

~ **'up** *v.t.* Ⓐ ชกต่อยและทุบตี *(บุคคล)*; ตีให้แข็ง *(ไข่, ครีม)*; Ⓑ *(attract)* ชักชวนให้สมัคร *(ทหาร, งาน)*

beaten /ˈbiːtn/ˈบีท่น/ ❶ ➡ **beat** 1, 2 ❷ *adj.* Ⓐ **a ~ track** *or* **path** ทางที่เดินย่ำจนเรียบ, เส้นทางสัญจรที่ใช้กันมาก; **off the ~ track** *(remote)* ไปในที่ห่างไกล; ไปนอกเส้นทาง; **he has always kept to the ~ track** *(fig.)* เขามักจะทำอย่างที่เคยทำเสมอ; **go off the ~ track** *(fig.)* ประพฤติผิดประเพณีปฏิบัติ; Ⓑ *(hammered)* ตีขึ้นรูป *(เงิน, ทอง)*; Ⓒ *(exhausted, dejected)* อ่อนล้าหมดแรง, เหนื่อยจนลุกไม่ขึ้น

beater /ˈbiːtə(r)/ˈบีเทอะ(ร)/ *n.* Ⓐ *(Cookery)* เครื่องผสมอาหาร, เครื่องตี *(ครีม, ไข่)*; Ⓑ *(Hunting)* คนต้อนสัตว์ให้ล่า; Ⓒ *(carpet ~)* ไม้ตีพรม

beatific /biːəˈtɪfɪk/บิเออะˈทิฟฟิค/ *adj.* มีความสุขอย่างยิ่ง; *(blissful)* *(ยิ้ม)* ที่แสดงความสุขอย่างยิ่ง

beatification /bɪætɪfɪˈkeɪʃn/บิแอทิฟิˈเคช่น/ *n.* *(Relig.)* การกล่าวสดุดีผู้เสียชีวิตและประกาศให้เป็นนักบุญ

beatify /bɪˈætɪfaɪ/บิˈแอทิฟาย/ *v.t.* *(Relig.)* กล่าวสดุดีผู้เสียชีวิตและประกาศให้เป็นนักบุญ

beating /ˈbiːtɪŋ/ˈบีทิง/ *n.* Ⓐ *(punishment)* **a ~:** การเฆี่ยนตี, การลงโทษ; **a good ~:** การลงโทษหนัก; Ⓑ *(defeat)* พิชิต; **give sb. a good ~:** ทำให้ *ค.น.* แพ้อย่างหนัก; **take** *or* **get a [sound] ~:** แพ้อย่างเต็มที่; **take some/a lot of ~:** ยากที่จะดีกว่า

beatitude /bɪˈætɪtjuːd, US -tuːd/บิˈแอทิทิวดฺ/ *n.* Ⓐ *(blessedness)* การได้รับการสดุดีให้เป็นนักบุญ; Ⓑ *in pl.* *โองการประสาทพรใน Matt. 5:3-11*

'beat-up *adj.* *(coll.)* ผุพังจนไม่อาจซ่อมได้, บู้บี้

beau /bəʊ/โบ/ *n., pl.* ~**x** /bəʊz/โบซ/ *or* ~**s** Ⓐ *(ladies' man)* ชายหนุ่มที่ชอบเอาใจสาว ๆ, หนุ่มเจ้าสำราญ, พ่อพวงมาลัย; Ⓑ *(Amer.: boyfriend)* เพื่อนผู้ชาย

Beaufort scale /bəʊfət ˈskeɪl/โบเฟิท ˈซเกล/ *n.* *(Meteorol.)* *อัตราความเร็วของลมจาก 0 ถึง 12*

Beaujolais /ˈbəʊʒəleɪ/ˈโบเฌอะเล/ *n.* *เหล้าองุ่นเบอร์กันดีแดงหรือขาวจากย่านโบโจเลย์ประเทศฝรั่งเศส*

beaut /bjuːt/บิวทฺ/ *(Austral., NZ, & Amer. sl.)* ❶ *n.* คนหรือสิ่งของที่สวยงามเป็นเลิศ ❷ *adj.* สวยงามเป็นเลิศ

beauteous /ˈbjuːtɪəs/ˈบิวเทียซ/ *adj.* *(poet.)* สวยงาม

beautician /bjuːˈtɪʃn/บิวˈทิช่น/ *n.* ➤ 489 ช่างเสริมสวย

beautification /bjuːtɪfɪˈkeɪʃn/บิวทิฟิˈเคช่น/ *n.* การตบแต่งให้งดงาม; *(of the body)* การเสริมสวย

beautiful /ˈbjuːtɪfl/ˈบิวทิฟ'ล/ *adj.* *(หน้าตา, รูปภาพ, ทิวทัศน์, เครื่องเพชร)* สวยงาม; *(เพลง, ดนตรี, เสียง)* ไพเราะ; *(impressive)* งดงาม, ประทับใจ; **the B~ People** บุปผาชน; ~ **letters** *(Amer.)* วรรณคดี; **small is ~:** เล็กกระทัดรัดคือความสวยงาม

beautifully /ˈbjuːtɪfəlɪ/ˈบิวทิเฟอะลิ/ *adv.* อย่างสวยงาม; *(coll.: very well)* ดีมาก; **you did [that] ~:** คุณทำ [สิ่งนั้น] ได้ดีมาก

beautify /ˈbjuːtɪfaɪ/ˈบิวทิฟาย/ *v.t.* ทำให้สวยงาม; *(adorn)* ตบแต่งประดับประดา; ~ **oneself** แต่งตัวให้สวยงาม

beauty /ˈbjuːtɪ/ˈบิวทิ/ *n.* Ⓐ *no pl.* ความสวย, ความงดงาม *(ผู้หญิง, หน้าตา)*; *(of action, response)* ความเหมาะเจาะ; *(of idea, simplicity, sacrifice)* ความสูงส่ง; ~ **is only skin deep** ความสวยงามมิใช่ดูแต่รูปลักษณ์ภายนอกเท่านั้น; **be a thing of ~:** เป็นสิ่งที่งดงามมาก; Ⓑ *(person or thing)* ความสวย; *(animal)* สวย; **she is a real ~:** เธอเป็นคนสวยจริง ๆ; **B~ and the Beast** โฉมงามกับอสูร; **They've just bought a new car. It's a ~:** พวกเขาเพิ่งซื้อรถยนต์คันใหม่มันสวยจริง ๆ; Ⓒ *(exceptionally good specimen)* สิ่งที่ดี/สวยเป็นพิเศษ; **that last goal was a ~:** การยิงประตูสุดท้ายนั้นยอดเยี่ยมเป็นพิเศษ; Ⓓ *(beautiful feature)* จุดเด่นเป็นพิเศษ; **her eyes are her great ~:** ดวงตาเป็นจุดเด่นคือสิ่งพิเศษสุดของเธอ; **the ~ of it/of living in California is that the weather is so good** จุดเด่นของการอยู่ที่แคลิฟอร์เนียก็คืออากาศดีจริง ๆ

beauty: ~ competition, ~ contest *ns.* การประกวดนางงาม; ~ **parlour** ➡ ~ **salon**; ~ **queen** *n.* เทพีแห่งความงาม, นางงาม; ~ **salon** *n.* ร้านเสริมสวย; ~ **spot** *n.* *(patch)* ไฝที่ใบหน้า; *(place)* สถานที่ที่มีทัศนียภาพสวยงาม; **a local ~ spot** จุดที่มีทัศนียภาพงดงามของท้องถิ่น; ~ **treatment** *n.* บริการเสริมสวย

beaux *pl. of* **beau**

beaver /ˈbiːvə(r)/ˈบีเวอะ(ร)/ ❶ *n.* Ⓐ *pl. same or* ~**s** ตัวบีเวอร์ *(ท.ศ.)*; สัตว์ที่ใช้ฟันแทะต้นไม้และสร้างเขื่อน; **eager ~** *(fig. coll.)* คนขยันเกินเหตุ; *(esp. at school)* นักเรียนที่ขยันเรียน; Ⓑ *(fur)* ขนบีเวอร์ ❷ *v.i.* *(Brit.)* ~ **away** ทำงานหนัก; อย่างขยันขันแข็ง

beaver: B~board, ® *n.* *(Amer.)* แผ่นกระดานไฟเบอร์ชนิดหนึ่ง; ~ **lamb** *n.* ขนแกะทำเทียมขนบีเวอร์

becalmed /bɪˈkɑːmd/บิˈคามดฺ/ *adj.* **be ~:** *(เรือใบ)* ที่ลอยลำนิ่งเพราะไม่มีลม

became ➡ **become**

because /bɪˈkɒz, US *also* -kɔːz/บิˈคอซฺ/ ❶ *conj.* เพราะ, ด้วยเหตุว่า, เนื่องจาก; **one of the reasons why she stopped is ~ she was tired** สาเหตุหนึ่งที่เธอหยุดก็เพราะเธอเหนื่อย; **he is popular ~ he is handsome** เขาเป็นที่นิยมเพราะเขารูปหล่อ; **that is ~ you don't know Thai** นั่นเป็นเพราะคุณไม่รู้ภาษาไทย ❷ *adv.* ~ **of** เพราะ, ด้วยเหตุ; **don't come just ~ of me** อย่ามาเพราะฉันคนเดียวนะ; ~ **of which he ...:** ด้วยเหตุนี้เขาจึง...

[1]**beck** /bek/เบ็ค/ *n.* *(dial.: brook)* ลำธาร

[2]**beck** *n.* *(literary)* **be at sb.'s ~ and call** พร้อมที่จะรับใช้ *ค.น.* เมื่อถูกเรียก; **have sb. at one's ~ and call** มี *ค.น.* คอยรับคำสั่งในทันที

beckon /ˈbekn/ˈเบ็ค'น/ ❶ *v.t.* Ⓐ กวักเรียก; ~ **sb. in/over** กวักเรียกให้ *ค.น.* เข้ามา/มาหา; Ⓑ *(fig.: invite)* เชื้อเชิญ ❷ *v.i.* Ⓐ ~ **to sb.** กวักเรียก *ค.น.*; Ⓑ *(fig.: be inviting)* เชื้อเชิญ

become /bɪˈkʌm/บิˈคัม/ ❶ *copula, forms as* **come** ได้เป็น, กลายเป็น; ~ **a politician/dentist** ได้เป็นนักการเมือง/ทันตแพทย์; ~ **a hazard/nuisance/rule** กลับกลายเป็นภัยคุกคาม/เรื่องกวนใจ/กฎระเบียบ; ~ **popular/angry** กลายเป็นที่นิยม/เกิดอารมณ์โกรธ; ~ **accustomed** *or* **used to sb./sth.** เคยชินกับ *ค.น./ส.น.* ❷ *v.i., forms as* **come** เกิดขึ้น; **what has ~ of him?** เกิดอะไรขึ้นกับเขาน่ะ; **what has ~ of that guidebook/courier?** หนังสือนำเที่ยวเล่มนั้น/คนเดินหนังสือคนนั้นหายไปไหน; **what is to ~ of you?** แล้วจะเกิดอะไรขึ้นกับคุณบ้าง ❸ *v.t., forms as* **come** Ⓐ ➡ **befit**; Ⓑ *(suit)* ~ **sb.** เหมาะกับ *ค.น.*, รับกับ *ค.น.*

becoming /bɪˈkʌmɪŋ/บิˈคัมมิง/ *adj.* Ⓐ *(fitting)* เหมาะสม; **it is not ~ for a young lady to ...:** ไม่เหมาะสมที่หญิงสาวจะ...; Ⓑ *(flattering)* *(ชุด, กระโปรง)* ใส่ขึ้น, *(ทรงผม)* รับกับหน้า

becquerel /ˈbekərəl/ˈเบ็คเคอะเร็ล/ *n.* *(Phys.)* *หน่วยกัมมันตภาพรังสีเมื่อแตกสลาย หนึ่งครั้งต่อวินาที*

bed /bed/เบ็ด/ ❶ *n.* Ⓐ เตียง; *(without bedstead)* ที่นอน; **they talked together till ~** *(coll.)* เขาคุยกันจนเข้านอน; **he's very fond of his ~:** เขาชอบนอนมาก; **be/lie in ~:** นอนอยู่ในเตียง; **~ and board** *(lodging)* ที่พักค้างคืนรวมอาหาร; *(marital relations)* ความสัมพันธ์ฉันท์สามีภรรยา; **~ and breakfast** ที่พักค้างคืนรวมอาหารเช้า; **a ~ and breakfast place** โรงแรมขนาดเล็กราคาประหยัดรวมอาหารเช้า; **get into/out of ~:** เข้านอน/ตื่นนอน; **go to ~ with sb.** *(fig.)* ร่วมหลับนอนกับ *ค.น.*; **the newspaper has gone to ~** *(fig.)* หนังสือพิมพ์ขึ้นแท่นพิมพ์แล้ว; **make the ~:** ทำเตียง; **put sb. to ~:** พา *ค.น.* ไปนอน; **put a paper to ~** *(fig.)* เตรียมหนังสือพิมพ์ให้พร้อมขึ้นแท่น; **life isn't a** *or* **is no ~ of roses** *(fig.)* ชีวิตใช่ว่าจะโรยด้วยกลีบกุหลาบ; **his life isn't exactly a ~ of roses** *(fig.)* ชีวิตของเขาไม่ได้โรยด้วยกลีบกุหลาบ; **~ of sickness** *(literary)* เตียงผู้ป่วย; **have got out of ~ on the wrong side** *(fig.)* อารมณ์ร้ายไปทั้งวัน; **as you make your ~ so you must lie on it** *(prov.)* คุณทำอะไรไปก็ต้องรับผลที่ตามมา; **take to one's ~:** ล้มหมอนนอนเสื่อ; **be confined to ~:** ลุกจากเตียงไม่ขึ้น; **be brought to ~** *(literary)* ใกล้คลอด; Ⓑ *(flat base)* ฐาน, พื้น *(ถนน)*, ทาง *(รถไฟ)*; **the machine rests on a ~ of concrete** เครื่องจักรนี้ตั้งอยู่บนฐานคอนกรีต; Ⓒ *(in garden)* แปลงพืช; **a ~ of flowers** แปลงปลูกดอกไม้; Ⓓ *(of sea, lake, river)* ท้อง; Ⓔ *(layer)* ชั้นซ้อน ๆ กัน; Ⓕ *(of oysters etc.)* แพของหอยนางรม

❷ *v.t.*, **-dd-:** Ⓐ ไปนอน; Ⓑ *(fig. coll.)* พา *(ผู้หญิง)* ไปนอน; Ⓒ *(plant)* ปลูกพืชลงในแปลง ❸ *v.i.*, **-dd-** ไปนอน; **he ~s with his mistress** *(fig.)* เขาหลับนอนกับเมียน้อย

~ 'down ❶ *v.t.* ปูฟางในคอก *(ม้า)*; **the troops were ~ded down in a barn** กองทหารได้พักนอนในโรงนา; **the farmer ~ded down the tramp** ชาวนาให้ที่พักนอนแก่คนจรจัด ❷ *v.i.* นอนชั่วคราว; **she ~s down with her boyfriend** *(fig.)* เธอหลับนอนกับแฟนเธอ

~ 'in *v.t.* ติดตั้งไว้อย่างมั่นคงแข็งแรง

~ 'out *v.t.* ปลูกพืชลงในแปลง

B. Ed. /biːˈed/บีˈเอ็ด/ *abbr.* **Bachelor of Education** ครุศาสตร์บัณฑิต, การศึกษาบัณฑิต *(ค.บ., กศ.บ.)*; ➡ + B. Sc.

bedazzle /bɪˈdæzl/บิˈแดซ˞ล/ *v.t.* Ⓐ ทำให้ตาพร่าเพราะแสงจ้า; Ⓑ *(confuse)* ทำให้งุนงง

bed: ~bug *n.* ตัวเลือด; **~chamber** *n.* Ⓐ *(arch.)* ห้องนอน; Ⓑ **the Royal Bedchamber** ห้องบรรทม; **Lady/Gentleman of the Bedchamber** นางกำนัล/มหาดเล็กประจำห้องบรรทม; **~clothes** *n. pl.* ผ้าปูที่นอน; **turn down** *or* **back the ~clothes** กลับผ้าปูที่นอน

beddable /ˈbedəbl/ˈเบ็ดเดอะบ˞ล/ *adj.* *(coll.)* **be ~:** มีเสน่ห์เย้ายวน, น่านอนด้วย

bedding /ˈbedɪŋ/ˈเบ็ดดิง/ *n.*, *no pl.*, *no indef. art.* Ⓐ ฟูกและผ้าปู; *(litter)* คอกสัตว์; Ⓑ *(Geol.)* ชั้นหิน

'bedding plant *n.* กล้าไม้ที่พร้อมจะปลูกลงแปลง

beddy-byes /ˈbedɪbaɪz/ˈเบดิบายซ˞/ *n.* *(child lang.)* การลาไปนอน; **off to ~:** ไปนอนนะจ๊ะ

bedeck /bɪˈdek/บิˈเด็ค/ *v.t.* ตกแต่ง, ประดับประดา; **~ oneself** แต่งตัวสวยงาม; **~ed with flags** ประดับธงทิว

bedevil /bɪˈdevl/บิˈเด็ว˞ล/ *v.t.*, *(Brit.)* **-ll-:** Ⓐ *(spoil)* ทำให้เสียหาย, ทำลาย; Ⓑ *(plague, afflict)* ทำให้วิบัติ; **that family is ~led by bad luck** ครอบครัวนั้นต้องวิบัติเพราะเคราะห์ร้าย; Ⓒ *(torment)* ทรมาน; **~ sb.'s life** ทรมานชีวิตของ *ค.น.*

bed: ~fast *adj.* *(arch.)* ล้มหมอนนอนเสื่อ; **~fellow** *n.* เพื่อนร่วมเตียง, หุ้นส่วน; **make** *or* **be strange ~fellows** *(fig.)* เป็นเพื่อนกันโดยไม่คาดฝัน, *(องค์กร)* ที่ไม่น่าจะร่วมงานกันได้; **~head** *n.* หัวเตียง; **~jacket** *n.* เสื้อคลุมสวมทับเวลานั่งขึ้นในเตียง

bedlam /ˈbedləm/ˈเบ็ดเลิม/ *n.* ความปั่นป่วนวุ่นวาย; **absolute ~:** การจลาจล; **it is [like] ~ in here** ในนี้วุ่นวายจัง

'bedlinen *n.* ผ้าปูที่นอนและปลอกหมอน

bedouin /ˈbeduːɪn/ˈเบ็ดดุอิน/ *n.*, *pl. same* ชาวอาหรับพเนจรในทะเลทราย

bed: ~pan *n.* กระโถนปัสสาวะ-อุจจาระของคนไข้; **~plate** *n.* แผ่นโลหะที่เป็นฐานรองรับเครื่องจักร; **~post** *n.* เสาเตียง

bedraggle /bɪˈdrægl/บิˈแดรก˞ล/ *v.t.* ทำให้เปียกและสกปรก; **~d** มอมแมม, รุ่มร่าม

bed: ~ rest *n.* การที่คนป่วยต้องนอนแช่วอยู่แต่บนเตียง; **~ridden** *adj.* ต้องนอนแซ่วเพราะป่วยเรื้อรัง; **~rock** *n.* ฐานหิน; *(fig.)* หลักการพื้นฐานของทฤษฎี; **get** *or* **reach down to ~rock** *(fig.)* ค้นลงไปจนถึงหลักการพื้นฐาน; **~ roll** *n.* ถุงนอน; **~room** *n.* ห้องนอน; **~room comedy/farce** ละครตลกเกี่ยวกับเรื่องเพศสัมพันธ์; **~room scene** ฉากห้องนอน; **she has ~room eyes** ดวงตาเธอช่างเชื้อเชิญจริง; **a two-~room[ed] house** บ้านสองห้องนอน; **~ set'tee** *n.* เก้าอี้ยาวที่ใช้เป็นเตียงได้; **~side** *n.* ที่ข้างเตียง; **be at the ~side** *(เฝ้าไข้)* อยู่ข้างเตียง; **~side table/lamp** โต๊ะ/โป๊ะไฟข้างเตียง; **~side reading** การอ่านหนังสือก่อนนอน; **a ~side book** หนังสือสำหรับอ่านก่อนนอน; **have a good ~side manner** *(นายแพทย์)* มีวิธีปฏิบัติที่ดีต่อคนไข้; **~sit, ~sitter** *ns.* *(coll.)*, **~'sitting-room** *n.* *(Brit.)* ห้องเดี่ยวที่รวมทั้งห้องนอนห้องนั่งเล่นและครัว; **~socks** *n. pl.* ถุงเท้าสำหรับใส่นอน; **~sore** *n.* แผลซึ่งเกิดจากการนอนป่วยอยู่นาน; **get ~sores** เป็นแผลเพราะนอนป่วยอยู่นาน; **~spread** *n.* ผ้าคลุมเตียง; **~stead** *n.* โครงสร้างของเตียง; **~straw** *n.* *(Bot.)* **[Our] Lady's ~straw** *สมุนไพรในสกุล Galium ครั้งหนึ่งเคยใช้เป็นฟางรองนอน;* **~table** *n.* โต๊ะหรือถาดมีขาเลื่อนสำหรับผู้ที่นั่งในเตียง; **~time** *n.* เวลาเข้านอน; **it's past the children's ~time** เลยเวลาเข้านอนของเด็ก ๆ แล้ว; **will you have it finished by ~time?** จะทำเสร็จก่อนเข้านอนไหม; **a ~time story** นิทานก่อนนอน; **a novel that makes good ~time reading** นวนิยายที่เหมาะสำหรับอ่านก่อนนอน

beduin ➡ **bedouin**

'bed-wetting *n.* การปัสสาวะรดที่นอน

bee /biː/บี/ *n.* Ⓐ ผึ้ง; **she's such a busy ~** *(fig.)* เธอช่างมีธุระยุ่งจริง ๆ; **as busy as a ~** *(fig.)* มีงานยุ่งมาก; **have a ~ in one's bonnet** *(fig.)* คิดหมกมุ่นอยู่กับเรื่อง *ส.น.*; **she thinks she's the ~'s knees** เธอคิดว่าตัวเธอแน่จริง ๆ; Ⓑ *(Amer.)* *(meeting)* การประชุมเฉพาะเพื่อกิจกรรม; *(party)* งานสังสรรค์; ➡ + **spelling bee**

Beeb /biːb/บีบ/ *n.* *(Brit. coll.)* **the ~:** สถานีวิทยุกระจายเสียงบีบีซี

beech /biːtʃ/บีฉ/ *n.* Ⓐ *(tree)* ต้นบีช *(ท.ศ.)* ในสกุล Fagus Ⓑ *(wood)* ไม้บีช

beech: ~-marten *n.* *ตัวมาร์เท็น Martes Foina คล้ายพังพอน มีขนที่อกสีขาว อาศัยอยู่ในยุโรปตอนใต้และเอเชีย;* **~-mast** *n. pl. same* ผลบีช; **~-nut** *n.* ผลบีช; **~wood** ➡ **beech** B

'bee-eater *n.* *(Ornith.)* นกจาบคา กินผึ้งเป็นอาหาร

beef /biːf/บีฟ/ ❶ *n.* Ⓐ *no pl.* เนื้อวัว; Ⓑ *no pl.* *(muscles)* กล้ามเนื้อ; **have plenty of ~:** มีกล้ามเนื้อเป็นมัด ๆ; **there's a great deal of ~ on him** เขามีกล้ามเนื้อเป็นมัดทีเดียว; Ⓒ *usu. in pl.* **beeves** /biːvz/บีวซ˞/ *or* *(Amer.)* **~s** *(ox)* วัว; Ⓓ *pl.* **~s** *(coll.: complaint)* คำร้องทุกข์, การบ่น ❷ *v.t.* **~ up** เสริมให้แกร่งขึ้น ❸ *v.i.* *(coll.)* ร้องทุกข์, บ่น **(about** เกี่ยวกับ)

beef: ~burger *n.* แฮมเบอร์เกอร์; **~cake** *n.* *(Amer. coll.)* กล้ามเนื้อ *(ที่ผู้ชายเบ่งออกมาเต็มที่)*; **~ cattle** *n. pl.* ฝูงวัวเนื้อ; **~eater** *n.* *(Brit.)* พัศดีคุมหอคอยแห่งลอนดอน; **~steak** *n.* เนื้อวัวส่วนสะโพกย่างหรือทอด; **~steak fungus** เห็ดสีแดงประเภทหนึ่งรับประทานได้ มีลักษณะคล้ายเนื้อวัว; **~ 'tea** น้ำซุปสกัดจากเนื้อ

beefy /ˈbiːfɪ/ˈบีฟิ/ *adj.* Ⓐ *(like beef)* คล้ายเนื้อวัว; Ⓑ *(coll.: muscular)* กำยำล่ำสัน; *(fleshy)* อ้วน, เจ้าเนื้อ

bee: ~hive *n.* รังผึ้ง; *(rounded)* รวงผึ้ง; *(fig.: scene of activity)* สถานที่จอแจ; *(hair-style)* ทรงผมโป่งเหมือนรวงผึ้ง; **~-keeper** *n.* ➤ 489 คนเลี้ยงผึ้ง; **~-keeping** *n.* ➤ 489 การเลี้ยงผึ้ง; **~line** *n.* **make a ~line for sth./sb.** ตรงดิ่งไปยัง *ส.น./ค.น.* อย่างรวดเร็วที่สุด

been ➡ **be**

beep /biːp/บีพ/ ❶ *n.* เสียงแหลมยาว; *(of car horn)* เสียงแตรรถยนต์ ❷ *v.i.* บีบแตรให้สัญญาณ; **~ at sb.** บีบแตรใส่ *ค.น.*; **a ~ing sound** เสียงแหลมยาว ❸ *v.t.* *(esp. Amer.)* **bleep** 3

beeper /ˈbiːpə(r)/ˈบีเพอะ(ร)/ *n.* เครื่องอิเล็กทรอนิกส์ที่ส่งสัญญาณ, เครื่องเพจ *(ท.ศ.)*

beer /bɪə(r)/เบีย(ร)/ *n.* เบียร์ *(ท.ศ.)*; **order two ~s** สั่งเบียร์สองแก้ว; **brew various ~s** กลั่นเบียร์ชนิดต่าง ๆ; **life is not all ~ and skittles** *(fig.)* ชีวิตไม่ใช่มีแต่ความสนุกรื่นเริงเท่านั้น; **small ~:** คนหรือสิ่งของที่ไม่สู้จะสำคัญ; *(fig.: trifles)* เรื่องหยุมหยิม; **that firm's turnover is only small ~:** ผลประกอบการของบริษัทนั้นเล็กน้อยมาก; **he is only small ~:** เขาเป็นแค่ลูกกระจ๊อกเท่านั้น

beer: ~ barrel *n.* ถังเบียร์; **~ belly** *n.* *(coll.)* พุงพลุ้ย; **~ bottle** *n.* ขวดเบียร์; **~ can** *n.* กระป๋องเบียร์; **~ cellar** *n.* ห้องใต้ดินสำหรับเก็บหรือกินเบียร์; **~ crate** *n.* ลังเบียร์; **~ drinker** *n.* นักดื่มเบียร์; **~ engine** *n.* เครื่องดูดเบียร์ออกจากถัง; **~ garden** *n.* ร้านขายเบียร์กลางแจ้ง; **~ glass** *n.* แก้วเบียร์; **~ hall** *n.* โรงเบียร์; **~house** *n.* *(Brit.)* ร้านเบียร์; **~ making** *n.* การทำเบียร์; **~ mat** *n.* แผ่นรองแก้วเบียร์; **~ money** *n.* ค่าเหล้าค่าเบียร์เป็นเงินเล็กน้อย; **~ mug** *n.* เหยือกเบียร์; **~ pump** ➡ **~ engine; ~-swilling** *adj.* *(coll.)* ที่ดื่มเบียร์อย่างกระหาย

beery /ˈbɪərɪ/ˈเบียริ/ *adj.* Ⓐ มีกลิ่นหรือรสเบียร์; **~ taste/smell** รสเบียร์/กลิ่นเบียร์; Ⓑ *(tipsy)* มีอาการมึนเมา

beestings /ˈbiːstɪŋz/ˈบีซติงซ˞/ *n. pl.* *(Agric.)* น้ำนมที่ได้ตอนแรก *(โดยเฉพาะจากแม่วัว)* หลังตกลูก

beeswax /ˈbiːzwæks/ˈบีซแวคซ˞/ *n.* ขี้ผึ้ง

b

beet /bi:t/บีท/ หัวผักกาดหวาน; red ~: หัวผักกาดแดง; white ~: หัวผักกาดขาว; ~ sugar น้ำตาลที่ทำจากหัวผักกาดหวาน

¹beetle /'bi:tl/'บีท'ล/ *n.* ตัวด้วง, แมลงปีกแข็ง; as blind as a ~ *(fig.)* สายตาสั้นมาก

²beetle *n. (tool)* ม้อน; *(machine)* เครื่องทุบผ้า

³beetle *v.i.* Ⓐ *(คิ้ว)* ขมวด; *(หน้าผา)* ชะโงกง้ำ; Ⓑ ~ along/off/past *(coll.)* รีบร้อน/จากไป/ผ่านไปอย่างรวดเร็ว; *(รถ)* วิ่งผ่านไปอย่างเร็ว

beetle: ~**-browed** *adj.* ที่คิ้วขมวด, ที่คิ้วดก; ~ **'brows** *n. pl.* คิ้วขมวด, คิ้วดก; ~**-crusher** *n.* รองเท้าบูทหรือรองเท้าขนาดใหญ่

'beetroot /'bi:tru:t/'บีทรูท/ *n.* หัวผักกาดหวาน

beeves ➡ beef 1 C

befall /bɪ'fɔ:l/บิ'ฟอล/ ❶ *v.i., forms as* fall 2 บังเกิด, อุบัติขึ้น ❷ *v.t., forms as* fall 2 บังเกิดขึ้นแก่ *(บุคคล ฯลฯ)*

befit /bɪ'fɪt/บิ'ฟิท/ *v.t.,* -tt- *(be seemly for)* เหมาะสม; it ill ~s you to do that ไม่เหมาะสมที่คุณจะทำเช่นนั้น; she behaved as ~ted a lady เธอประพฤติตัวสมเป็นกุลสตรี

befitting /bɪ'fɪtɪŋ/บิ'ฟิททิง/ *adj.* เหมาะสม

befog /bɪ'fɒg/บิ'ฟอก/ *v.t.,* -gg-: Ⓐ *(confuse)* ทำให้งุนงง, มึนเมา *(จากเหล้าหรือยา)*; Ⓑ *(obscure)* ทำให้มัว; Ⓒ ปกคลุมไปด้วยหมอก

befool /bɪ'fu:l/บิ'ฟูล/ *v.t.* หลอกลวง, ทำให้หลงกล; be ~ed ถูกหลอกลวง

before /bɪ'fɔ:(r)/บิ'ฟอ(ร)/ ❶ *adv.* Ⓐ *(of time)* ก่อน, เมื่อก่อน, ที่...แล้ว; the day ~: วันก่อน; long ~: นานมาแล้ว; not long ~: ก่อนหน้านี้ไม่นาน; our friendship is less close than ~: มิตรภาพของเราไม่แน่นแฟ้นเหมือนแต่ก่อน; the noise continued as ~: เสียงนั้นก็ยังคงดังอยู่เช่นเดิม; you should have told me so ~: คุณน่าจะบอกฉันให้รู้เสียก่อนหน้านี้; I've seen that film ~: ฉันเคยดูหนังเรื่องนั้นมาก่อน; I've heard that ~: ฉันเคยได้ยินมาก่อนแล้ว; I wish I had known that ~: ฉันอยากที่จะรู้เรื่องนั้นมาก่อน; I'll give it to you on your birthday and not ~: ฉันจะให้ของนี้เมื่อถึงวันเกิดของคุณเท่านั้น; Ⓑ *(ahead in position)* อยู่ก่อน, อยู่หน้า, สำคัญกว่า; Ⓒ *(in front)* ข้างหน้า; go/ride ~: ไป/ไปนั่งข้างหน้า
❷ *prep.* Ⓐ ➤ 231 *(of time)* ก่อน; the day ~ yesterday เมื่อวานซืน; the year ~ last ปีก่อนปีที่แล้ว; the year ~ that ปีก่อนหน้านั้น; the time ~ that ครั้งก่อน, ครั้งนั้น; old/die ~ one's time แก่เกินอายุ/ตายก่อนเวลา; it was [well] ~ my time เป็นช่วงก่อนสมัยฉัน [ตั้งนาน]; since ~ the operation/war ตั้งแต่ก่อนการผ่าตัด/สงคราม; ~ now ก่อนหน้านี้; ~ Christ ก่อนคริสต์กาล; he got there ~ me เขาไปถึงที่นั่นก่อนฉัน; ~ then ก่อนตอนนั้น; ~ long ในอีกไม่นาน; ~ leaving, he phoned/I will phone ก่อนเดินทาง เขาโทรศัพท์มา/ฉันจะโทรศัพท์; ~ tax ก่อนหักภาษี; Ⓑ *(position)* ต่อหน้า, ข้างหน้า, เบื้องหน้า; ~ my very eyes ต่อหน้าต่อตาฉันแท้ ๆ; go ~ a committee/court of law ไปปรากฏตัวต่อหน้าคณะกรรมการ/ศาลสถิตยุติธรรม; be brought/appear ~ the judge ถูกนำไปอยู่/ไปปรากฏตัวต่อหน้าผู้พิพากษา; Ⓒ *(under the action of)* ด้วยแรงของ; sail ~ the wind แล่นเรือด้วยแรงลม; ➡ + carry 1 A; Ⓓ *(awaiting)* have one's future/life ~ one มีอนาคต/ชีวิตรออยู่เบื้องหน้า; *(confronting)* the matter ~ us เรื่องที่เรากำลังเผชิญอยู่; the task ~ us งานที่เราจะต้องเผชิญหน้า; the problem ~ them ปัญหาที่พวกเขากำลังจะเผชิญ; Ⓔ *(ahead of in sequence)* ข้างหน้า, มาก่อน; he's ~ her in class เขาเก่งกว่าเธอในชั้นเรียน; he puts work ~ everything เขาถือว่างานต้องมาก่อนสิ่งอื่นใด; ~ all else she is a teacher เธอมีความเป็นครูเหนือสิ่งอื่นใด; ~ everything else *(as most important)* ก่อนอื่น, สำคัญเหนือสิ่งใด; ladies ~ gentlemen สุภาพสตรีก่อนสุภาพบุรุษ; Ⓕ *(rather than)* ก่อน, แทนที่จะเป็น; death ~ dishonour ยอมตายก่อนที่จะยอมเสียเกียรติ; right ~ might ใช้เหตุผลก่อนที่จะใช้กำลัง
❸ *conj.* Ⓐ ก่อนที่จะ; it'll be ages ~ I finish this กว่าจะเสร็จงานนี้ก็คงอีกนานโข; shortly/long ~ I met you ไม่นาน/นานก่อนที่ฉันได้รู้จักคุณ; Ⓑ *(rather than)* แทนที่จะเป็น, ดีเสียกว่า

beforehand /bɪ'fɔ:hænd/บิ'ฟอแฮนด/ ❶ *adv. (in anticipation)* ล่วงหน้า, โดยเตรียมพร้อม; I found out about it ~: ฉันได้สืบ/รู้เรื่องนี้ล่วงหน้า; whereas five minutes ~ it had been sunny, ขณะที่ 5 นาทีก่อนหน้านี้ยังมีแดดอยู่ ❷ *pred. adj.* be ~ with *(early)* ทำก่อนเวลา; *(premature, overhasty)* ทำก่อนถึงกำหนด, อย่างใจร้อนเกินไป

befoul /bɪ'faʊl/บิ'ฟาวลฺ/ *v.t.* Ⓐ ทำให้สกปรกหรือใช้ไม่ได้, ทำให้ *(อากาศ)* เสีย; Ⓑ *(fig.)* ทำให้ *(ชื่อเสียง)* เสียหาย; ทำให้ *(บรรยากาศ)* ไม่ดี

befriend /bɪ'frend/บิ'เฟร็นด/ *v.t.* Ⓐ *(act as a friend to)* เป็นมิตรกับ; Ⓑ *(help)* ช่วยเหลือ

befuddle /bɪ'fʌdl/บิ'ฟัด'ล/ *v.t.* Ⓐ *(make drunk)* ทำให้มึนเมา; Ⓑ *(confuse)* ทำให้สับสน

beg /beg/เบ็ก/ ❶ *v.t.,* -gg- Ⓐ ขอ, ขอทาน; ~ one's bread มีชีวิตอยู่ด้วยการขอ; Ⓑ *(ask earnestly)* ขอร้อง, อ้อนวอน, วิงวอน; he ~ged her not to go เขาขอร้องเธอไม่ให้ไป; she ~ged to come with us เธอขอร้องที่จะมาด้วยกับเรา; ~ that sth. be done ขอร้องให้ทำ *ส.น.*; I ~ to inform you that ... *(formal)* ฉันขอเรียนให้ทราบว่า...; I ~ to differ ฉันขอคัดค้าน *(อย่างสุภาพ)*; ~ sb. for sth. ขอร้อง *ค.น.* เพื่อ *ส.น.*; Ⓒ *(ask earnestly for)* ~ sth. ขอร้องเพื่อ *ส.น.*; ~ sth. of sb. ขอ *ส.น.* จาก *ค.น.*; ~ a favour [of sb.] ขอร้อง [*ค.น.*] ให้ช่วยเหลือ; ~ forgiveness ขอร้องให้ยกโทษ; ~ leave *or* permission to do sth. ขออนุญาตทำ *ส.น.*; ➡ + pardon 1 B; Ⓓ ~ the question *(evade difficulty)* หลีกเลี่ยงปัญหา
❷ *v.i.,* -gg- Ⓐ วิงวอน; a ~ging letter จดหมายวิงวอน; go [a-]~ging ไม่มีใครที่ต้องการ; Ⓑ *(ask earnestly)* ขอร้อง; ~ of sb. to do sth. ร้องขอให้ *ค.น.* ทำ *ส.น.*; ~ off ขอตัวไม่เข้าร่วม

began ➡ begin

begat ➡ beget

beget /bɪ'get/บิ'เก็ท/ *v.t.,* **begot** /bɪ'gɒt/บิ'กอท/ *or (arch.)* **begat** /bɪ'gæt/บิ'แกท/, **begotten** /bɪ'gɒtn/บิ'กอท'น/ Ⓐ *(arch.: procreate)* ให้กำเนิด; God's only begotten son พระบุตรเพียงองค์เดียวของพระผู้เป็นเจ้า; Ⓑ *(literary: cause)* เป็นเหตุให้, ก่อให้เกิด

beggar /'begə(r)/'เบ็กเกอะ(ร)/ ❶ *n.* Ⓐ ขอทาน, ยาจก; ~s can't be choosers *(prov.)* ผู้ที่เป็นยาจกไม่มีสิทธิเลือกได้; Ⓑ *(coll.: person)* คน, บุคคล; poor ~: คนที่น่าสงสาร; a poor old ~: ตาแก่ที่น่าสงสาร; be a lucky/lazy/cheeky ~: อ้ายโชคดี/เกียจคร้าน/หยาบคาย; be a funny little ~: เป็นเจ้าตัวตลก
❷ *v.t.* Ⓐ กลายเป็นยาจก; Ⓑ *(outshine)* ทำได้ดีกว่า, เก่งกว่า; ~ description มิอาจสรรหาคำบรรยายได้

beggarly /'begəlɪ/'เบ็กเกอะลิ/ *adj.* ขัดสน, แทบไม่พอ; *(fig.)* แบบยาจก; *(ungenerous)* ขี้เหนียว, ยากจน; *(มุมมอง)* ที่แคบ

beggary /'begərɪ/'เบ็กเกอะริ/ *n.* ความยากจนแสนสาหัส; be reduced to ~: ตกอยู่ในสภาพยากจนอย่างแสนสาหัส

begin /bɪ'gɪn/บิ'กิน/ ❶ *v.t.,* -nn-, **began** /bɪ'gæn/บิ'แกน/, **begun** /bɪ'gʌn/บิ'กัน/ Ⓐ เริ่ม; ~ sth. เริ่มต้น *ส.น.*; ~ a new bottle เปิดขวดใหม่; she began life in a small village เธอใช้ชีวิตวัยเด็กในหมู่บ้านเล็ก ๆ แห่งหนึ่ง; ~ school เริ่มเข้าเรียน; when do you ~ your retirement? คุณจะเกษียณเมื่อไร; ~ doing *or* to do sth. เริ่มทำ *ส.น.*; I began to slip ฉันเริ่มที่จะลื่นตกลงมา; I began to feel dizzy ฉันเริ่มรู้สึกเวียนศีรษะ; I am ~ning to get annoyed ฉันเริ่มโกรธแล้ว; Ⓑ not ~ to do sth. *(coll.: make no progress towards doing sth.)* the film does not ~ to compare with the book ภาพยนตร์ดูจะเทียบกับหนังสือไม่ได้เลย; she didn't even ~ to grasp it เธอไม่มีวี่แววว่าจะเข้าใจสักนิดเดียว; the authorities couldn't even ~ to assess the damage ทางการไม่มีที่ท่าแม้ว่าจะเริ่มประเมินความเสียหาย
❷ *v.i.* -nn-, began, begun เริ่มต้น, ตั้งต้น; when the world began เมื่อโลกเริ่มเกิดขึ้น; where does the river ~? แม่น้ำสายนี้เริ่มไหลตรงไหน; ~ning student *(Amer.)* นักเรียนขั้นต้น; ~ning next month ตั้งแต่เดือนหน้า; ~ at the beginning เริ่มกันตั้งแต่ต้นเลย; ~ [up]on sth. ตั้งต้นทำ *ส.น.*; ~ with sth./sb. เริ่มต้นด้วย *ส.น./ค.น.*; to ~ with ประการแรก; it is the wrong book, to ~ with ประการแรก มันไม่ใช่หนังสือเล่มที่ถูกต้อง

beginner /bɪ'gɪnə(r)/บิ'กินเนอะ(ร)/ *n.* ผู้เริ่มศึกษาใหม่, มือใหม่; ~'s luck โชคดีของผู้เริ่มหัด

beginning /bɪ'gɪnɪŋ/บิ'กินนิง/ *n.* ➤ 231 จุดเริ่มต้น, อันดับแรก, ตอนต้น; at *or* in the ~: ในตอนแรก; at the ~ of February/the month ตอนต้นเดือนกุมภาพันธ์/เดือน; myths about the ~ of the world ตำนานต่าง ๆ ว่าด้วยการกำเนิด/จุดเริ่มต้นของโลก; at the ~ of the day เมื่อเริ่มวัน; from ~ to end จากต้นจนจบ; from the [very] ~: จากจุดเริ่มต้น; have its ~s in sth. มีจุดเริ่มต้นมาจาก *ส.น.*; small ~s เริ่มจากจุดเล็ก ๆ *(เงินทุน ฯลฯ)*; [this is] the ~ of the end [นี่] แสดงว่าเรื่องใกล้จะจบแล้ว; go back to the ~: กลับไปตั้งต้นใหม่; make a ~ with sth. เริ่มต้นทำ *ส.น.*

begone /bɪ'gɒn, US -'gɔ:n/บิ'กอน/ *v.i. in imper. and inf. only* ~! ไปให้พ้น; tell sb. to ~: บอก *ค.น.* ให้ไปให้พ้น

begonia /bɪ'gəʊnɪə/บิ'โกเนีย/ *n. (Bot.)* ต้นบิโกเนีย *(ท.ศ.)* ไม้ดอกชนิดหนึ่งในสกุล *Begonia*

begorra /bɪ'gɒrə/บิ'กอเรอะ/ *int. (Ir.)* ตายจริง

begot, begotten ➡ beget

begrudge /bɪ'grʌdʒ/บิ'กรัจ/ *v.t.* Ⓐ *(envy)* อิจฉาริษยา; ~ sb. sth. อิจฉา *ค.น.* ด้วยเรื่อง *ส.น.*; I don't ~ their buying a car ฉันไม่อิจฉาเลยที่เขาซื้อรถใหม่; Ⓑ *(give reluctantly)* I ~ the time/money I have to spend ฉันเสียดายเวลา/เงินที่ต้องจ่ายไป; Ⓒ *(be dissatisfied with)* ~ doing sth. ไม่พอใจในการกระทำ *ส.น.*; he did not ~ the fact that ...: เขามิได้เสียดายที่...

beguile /bɪ'gaɪl/บิ'กายลฺ/ *v.t.* Ⓐ *(delude)* ล่อหลอก, ลวง; ~ sb. into doing sth. ลวง *ค.น.*

b

ให้ทำ *ส.น.*; **be ~d by sb./sth.** ถูก *ค.น./ส.น.* ล่อหลอก; Ⓑ *(cheat)* หลอกโกง; **~ sb. [out] of sth.** หลอก *ส.น.* จาก *ค.น.*; **~ sb. into doing sth.** หลอก *ค.น.* ให้ทำ *ส.น.*; Ⓒ *(divert attention from)* เบนความสนใจจาก; *(charm)* ดึงดูดใจ; *(amuse)* ทำให้เพลิน

beguiling /bɪˈɡaɪlɪŋ/บิ'กายลิง/ *adj.* เป็นการหลอกล่อ, เป็นการโกง, เป็นการดึงดูดใจ

begun ➡ **begin**

behalf /bɪˈhɑːf, US -ˈhæf/บิ'ฮาฟ, -'แฮฟ/ *n., pl.* **behalves** /bɪˈhɑːvz/บิ'ฮาวซฺ/ **on** *or (Amer.)* **in ~ of sb./sth.** *(as representing sb./sth.)* แทน *ค.น./ส.น.*; *(more formally)* ในนามของ *ค.น./ส.น.*; **on** *or (Amer.)* **in sb.'s/my ~:** *(for sb.'s/my benefit)* เพื่อประโยชน์ของ *ค.น.*/ฉัน; **don't fret on my ~:** อย่ากังวลแทนฉันเลย

behave /bɪˈheɪv/บิ'เฮว/ ❶ *v.i.* Ⓐ ประพฤติตัว, วางตัว, แสดง; **how do you ~ under stress?** ภายใต้สถานการณ์ตึงเครียด คุณทำตัวอย่างไร; **he ~s more like a friend to them** เขาประพฤติตัวเหมือนเป็นเพื่อนกับพวกเขามากกว่า; **~ well/badly** ประพฤติตัวดี/ไม่ดี; **~ well/badly towards sb.** ประพฤติตัวดี/ไม่ดีต่อ *ค.น.*; **my car hasn't been behaving too well of late** พักนี้รถของฉันวิ่งไม่ค่อยจะดีเลย; **well-/ill-** *or* **badly/nicely ~d** ประพฤติดี/ไม่ดี; Ⓑ *(do what is correct)* ทำในสิ่งที่ถูกต้อง ❷ *v. refl.* **~ oneself** ประพฤติตัวดี; **~ yourself!** ประพฤติตัวดี ๆ หน่อย

behavior *etc. (Amer.)* ➡ **behaviour** *etc.*

behaviour /bɪˈheɪvjə(r)/บิ'เฮเวีย(ร)/ *n.* Ⓐ *(conduct)* ความประพฤติ, พฤติกรรม (**towards** ต่อ); *(of child)* **be on one's good/best ~:** ประพฤติตัวดี; **put sb. on his/her best ~:** ทำให้/บอก ให้ *ค.น.* ประพฤติตัวดี ๆ; Ⓑ *(moral conduct)* พฤติกรรม; **his ~ towards her** พฤติกรรมที่เขามีต่อเธอ; Ⓒ *(of ship/machine/substance)* ลักษณะการทำงาน, คุณลักษณะ; Ⓓ *(Psych.)* ปฏิกิริยา; **~ therapy** *การรักษาอาการทางประสาทโดยเน้นปฏิกิริยาตอบสนองของผู้ป่วย*

behavioural /bɪˈheɪvjərəl/บิ'เฮเวียร'ล/ *adj.* ในเรื่องความประพฤติ, พฤติกรรม; **~ similarities** ลักษณะที่คล้ายทางพฤติกรรม

behavioural 'science *n.* ศาสตร์ที่ว่าด้วยพฤติกรรมมนุษย์

behaviourism /bɪˈheɪvjərɪzm/บิ'เฮเวียริซ'ม/ *n., no pl. (Psych.)* พฤติกรรมนิยม (ร.บ.)

behaviourist /bɪˈheɪvjərɪst/บิ'เฮเวียริซทฺ/ *n. (Psych.)* นักพฤติกรรมนิยม

behead /bɪˈhed/บิ'เฮ็ด/ *v.t.* ตัดศีรษะ

beheld ➡ **behold**

behest /bɪˈhest/บิ'เฮ็ซทฺ/ *n., no pl. (literary)* **at sb.'s ~:** ตามคำบัญชาของ *ค.น.*

behind /bɪˈhaɪnd/บิ'ฮายนฺดฺ/ ❶ *adv.* Ⓐ *(at rear of sb./sth.)* ข้างหลัง; **from ~:** จากข้างหลัง; **be ~:** อยู่ข้างหลัง; **the person ~:** คนข้างหลัง; **come from ~:** มาจากข้างหลัง; *(fig.)* มาทันคู่แข่ง; **he glanced ~ before moving off** เขาเหลือบมองไปข้างหลังก่อนที่จะเคลื่อนออกไป; **you go ahead and we'll follow on ~:** คุณไปก่อนเถอะแล้วพวกเราจะตามไปที่หลัง; **the church tower and the mountain ~** หอคอยของโบสถ์และภูเขาเบื้องหลังนั้น; Ⓑ *(further back)* **[be] miles ~:** [อยู่] หลังเป็นกิโลที่เดียว; **[be] years/weeks ~:** ล่าช้าเป็นปี/สัปดาห์; **stay ~:** คอยอยู่ข้างหลัง; **leave sb. ~:** ทิ้ง *ค.น.* ไว้; *(move faster)* *ค.น.* ตามไม่ทัน; **fall/lag ~:** รั้งท้าย, ไม่ทัน; **be ~:** อยู่ข้างหลัง; *(be late)* ล่าช้า; Ⓒ *(in arrears)* **be/get ~ with one's payments/rent** ยังค้างชำระ/ค้างค่าเช่าอยู่; Ⓓ *(remaining after one's departure)* **leave sth. ~:** ทิ้ง *ส.น.* ไว้เบื้องหลัง; **he left his gloves ~ by mistake** เขาทิ้งถุงมือไว้โดยบังเอิญ; **stay ~** อยู่ต่อ/บ้าน; *(as punishment)* ไม่ให้มา ❷ *prep.* Ⓐ *(at rear of, on other side of; fig.: hidden by)* ด้านหลัง, ข้างหลัง; **he stepped out from ~ the wall** เขาก้าวออกมาจากข้างหลังกำแพง; **he came from ~ her/a bush** เขาโผล่ออกมาจากข้างหลังเธอ/จากพุ่มไม้; **one ~ the other** ตามหลังกัน, เรียงเป็นแถว; **the person ~ him** ผู้ที่อยู่ข้างหลังเขา; **~ sb.'s back** *(fig.)* ลับหลัง *ค.น.*; **what was ~ his words?** อะไรที่แอบแฝงอยู่ในคำพูดของเขา; Ⓑ *(towards rear of)* ไปทางข้างหลัง; **I don't want to go ~ his back** ฉันไม่อยากจะทำอะไรลับหลังเขา; **put ~ one** ลืมเสีย; **put the past ~ one** ทิ้งอดีตไว้เบื้องหลัง; **look ~ the façade** *(fig.)* มองทะลุ, มองอะไรให้ทะลุสิ่งที่ฉาบไว้ภายนอก; Ⓒ *(further back than)* ไกลออกไป; **they were miles ~ us** พวกเขาอยู่หลังเราไปหลายไมล์; **be ~ the times** เป็นอดีตกาล, ล้าสมัย; **fall/lag ~ sb./sth.** ไม่ทัน *ค.น./ส.น.*; Ⓓ *(past)* ผ่านพ้นไป, เลยไป; **my youth is now ~ me** ความเป็นหนุ่มสาวของฉันได้ผ่านพ้นไปแล้ว; **all that trouble is ~ me** ความยุ่งยากทั้งหมดนั้นผ่านพ้นไปแล้ว; Ⓔ *(later than)* **be/run ~ schedule** ทำไม่ทันตามกำหนดเวลา; **~ time** ล่าช้า; Ⓕ *(in support of)* เบื้องหลัง, หนุนหลัง; **I'm right ~ you in all you do** ฉันจะหนุนหลังคุณในทุกสิ่งทุกอย่าง; **the man ~ the project** ผู้ชายที่อยู่เบื้องหลังโครงการนี้; **he has a lot of money ~ him** เขามีเงินหนุนหลังอยู่มหาศาล; Ⓖ *(in the tracks of)* ตามรอย; **he followed ~ her on his bike** เขาขี่จักรยานตามรอยเธอ; Ⓗ *(remaining after departure of)* **she left nothing ~ her but an old photograph** เธอไม่ได้ทิ้งอะไรไว้เลย นอกจากรูปถ่ายเก่า ๆ รูปหนึ่ง ❸ *n. (buttocks)* บั้นท้าย, ก้น

behindhand /bɪˈhaɪndhænd/บิ'ฮายนฺดฺแฮนดฺ/ *pred. adj.* Ⓐ **be/get ~ with one's payments/rent** ค้างชำระ/ค้างค่าเช่า; **I am getting ~ in my work** ฉันชักจะทำงานไม่ทันแล้ว; **the farmers are ~ with their harvesting** ชาวนาเก็บเกี่ยวล่าช้า; Ⓑ *(out of date, behind time)* ล้าหลัง, ไม่เข้าสมัย; **she is about twenty years ~ in her style of dress/taste in music** การแต่งกาย/รสนิยมทางดนตรีของเธอล้าหลังไปประมาณ 20 ปี

behold /bɪˈhəʊld/บิ'โฮลดฺ/ *v.t.*, **beheld** /bɪˈheld/บิ'เฮ็ลดฺ/ *(arch./literary)* Ⓐ มองดู; Ⓑ *in imper.* จงดูนี่สิ

beholden /bɪˈhəʊldən/บิ'โฮลเดิน/ *pred. adj.* **be ~ to sb. [for sth.]** มีพันธะ/หน้าที่อยู่กับ *ค.น.* [ในเรื่อง *ส.น.*]

beholder /bɪˈhəʊldə(r)/บิ'โฮลเดอะ(ร)/ *n. (arch./literary)* ผู้ดู; **beauty is in the eye of the ~:** ความงามนั้นขึ้นอยู่กับสายตาของผู้ดู

behove /bɪˈhəʊv/บิ'โฮว/ *v.t. impers. (arch./literary)* **it ~s sb. to do sth.** สมควรแล้วที่ *ค.น.* จะทำ *ส.น.*; **it ill ~s sb. to do sth.** ไม่สมควรที่ *ค.น.* จะทำ *ส.น.*

beige /beɪʒ/เบฌ/ ❶ *n.* สีเบจ *(ท.ศ.)*, สีข้าวสาร ❷ *adj.* เป็นสีเบจ *(สีข้าวสาร)*

Beijing /beɪˈdʒɪŋ/เบ'จิง/ *pr. n.* กรุงปักกิ่ง *(เมืองหลวงของประเทศสาธารณรัฐประชาชนจีน)*

being /ˈbiːɪŋ/'บีอิง/ ❶ *pres. part. of* **be** ❷ *n.* Ⓐ *no pl., no art. (existence)* การมีอยู่, การเป็นอยู่, การเกิดขึ้น; **in ~:** ที่มีอยู่/เป็นอยู่; **bring sth. into ~:** ทำให้ *ส.น.* เกิดขึ้น; **call into ~:** ทำให้มีขึ้น/เกิดขึ้น; **come into ~:** มีขึ้น, เกิดขึ้น; **when the new system comes into ~:** เมื่อระบบใหม่เกิดขึ้น; Ⓑ *(anything, esp. person, that exists)* มนุษย์, บุคคล, สิ่งมีชีวิต; **the Supreme B~:** พระผู้เป็นเจ้า; Ⓒ *(constitution, nature, essence)* องค์ประกอบ, จิตใจ, แก่นแท้; **my very ~ cried out in protest** จิตใจของฉันร่ำร้องด้วยความฝืนทน

Beirut /ˈbeɪruːt, beɪˈruːt/'เบรูท/ *pr. n.* เมืองเบรุต *(เมืองหลวงของประเทศเลบานอน)*

bejewelled *(Amer.:* **bejeweled***)* /bɪˈdʒuːəld/บิ'จูเวิลดฺ/ *adj.* ซึ่งประดับประดาด้วยเพชรพลอย

belabour *(Brit.; Amer.:* **belabor***)* /bɪˈleɪbə(r)/บิ'เลเบอะ(ร)/ *v.t.* Ⓐ เฆี่ยนตี; *(fig.)* ประณามอย่างรุนแรง; Ⓑ ➡ **labour** 3 B

Belarus /beləˈrus/เบ็ลโล'รุซ/ *pr. n.* สาธารณรัฐเบลารุส

belated /bɪˈleɪtɪd/บิ'เลทิด/ *adj.* ล่าช้า

belatedly /bɪˈleɪtɪdlɪ/บิ'เลทิดลิ/ *adv.* อย่างล่าช้า

belay /bɪˈleɪ/บิ'เล/ ❶ *v.t.* ตรึง *(เชือก)* ให้แน่นหนา; **~ [there]!** หยุด *(ตรงนั้น)*, พอแล้ว; **~ing-pin** *(Naut.)* หมุดยึดเชือก ❷ *n. (Mount.)* การคล้องเชือก เพื่อตรึงให้แน่น; *(rock)* หินหรือหมุดแหลมที่ใช้สำหรับตรึงเชือก

bel canto /bel ˈkæntəʊ/เบ็ล 'แคนโท/ *n. (Mus.)* *ลักษณะการร้องเพลงโอเปร่าที่เน้นลีลาท่วงทำนองและความเชื่อมโยงของเพลงแต่ละท่อน*

belch /beltʃ/เบ็ลฉฺ/ ❶ *v.i.* พลุ่ง, พ่น, เรอ; **flames ~ed forth from the furnace** เปลวไฟพลุ่งขึ้นมาจากเตาเผา ❷ *v.t.* ปล่อย, พ่นออกมา *(ควัน, เปลวไฟ)*; **the car exhaust was ~ing fumes** ท่อไอเสียรถพ่นควันออกมา ❸ *n.* การเรอ

beleaguer /bɪˈliːɡə(r)/บิ'ลีเกอะ(ร)/ *v.t. (lit. or fig.)* รุมล้อม, กวนใจ, ตอแย

belfry /ˈbelfrɪ/'เบ็ลฟริ/ *n.* หอระฆัง

Belgian /ˈbeldʒən/'เบ็ลเจิน/ ❶ *n.* ชาวเบลเยียม ❷ *adj.* แห่งเบลเยียม; **sb. is ~:** *ค.น.* เป็นชาวเบลเยียม

Belgium /ˈbeldʒəm/'เบ็ลเจิม/ *pr. n.* ประเทศเบลเยียม

Belgrade /belˈɡreɪd/เบ็ล'เกรด/ *pr. n.* กรุงเบลเกรด *(เมืองหลวงของเซอร์เบีย)*

belie /bɪˈlaɪ/บิ'ลาย/ *v.t.*, **belying** /bɪˈlaɪɪŋ/บิ'ลายอิง/ *(fail to fulfil)* มิได้ทำตาม; *(give false notion of)* กลบเกลื่อน, ปกปิด; *(fail to justify)* ไม่อาจให้เหตุผลที่สนับสนุนได้, ขัดกับ; *(fail to corroborate)* ไม่ตรงตามความเป็นจริง

belief /bɪˈliːf/บิ'ลีฟ/ *n.* Ⓐ ความเชื่อ, ความมั่นใจ; **have great ~ in sth.** มีความเชื่ออย่างยิ่งใน *ส.น.*; **~ in sth.** ความเชื่อใน *ส.น.*; **beyond** *or* **past ~:** เหลือเชื่อ; **it is my ~ that ...:** ฉันมีความเชื่อว่า...; **in the ~ that ...:** ในความเชื่อมั่นว่า...; **to the best of my ~:** ในความเห็นที่แท้จริงของฉัน, เท่าที่ฉันทราบ; Ⓑ *(Relig.)* ความเชื่อ

believable /bɪˈliːvəbl/บิ'ลีเวอะบ'ล/ *adj.* เชื่อได้

believe /bɪˈliːv/บิ'ลีว/ ❶ *v.i.* Ⓐ **~ in sth.** *(put trust in truth of)* เชื่อ/ศรัทธาใน *ส.น.*; **I ~ in him** ฉันเชื่อในตัวเขา; **I ~ in free medical treatment for all** ฉันเห็นด้วยกับการรักษาพยาบาลฟรีให้แก่ทุกคน; **I don't ~ in going to the dentist** ฉันไม่เห็นว่าการไปหาหมอฟันเป็นเรื่องจำเป็น; Ⓑ *(have faith)* เชื่อถือ, เลื่อมใส

(in ใน) *(พระเจ้า)*; Ⓒ *(suppose, think)* เห็นว่า, คิดว่า; **I ~ so/not** ฉันคิดว่าเช่นนั้น/ไม่ใช่เช่นนั้น; **Mr. Smith, I ~:** คุณสมิธใช่ไหม ❷ *v.t.* Ⓐ **~ sth.** เชื่อ *ส.น.*; **I ~d his words** ฉันเชื่อคำพูดของเขา; **I can well ~ it** ฉันเชื่อว่าเป็นเช่นนั้นแน่; **if you ~ that, you'll ~ anything** ถ้าคุณเชื่อสิ่งนั้น คุณก็เชื่อไปหมด; **[I] don't ~ a word of it** ฉันไม่เชื่อเลยแม้แต่คำเดียว; **don't you ~ it** อย่าไปเชื่อนะ; **~ it** *or* **not** เชื่อหรือไม่; **would you ~ [it]** คุณเชื่อไหมล่ะ; **I'd never have ~d it of her** ฉันไม่เคยเชื่อว่าเธอจะทำเช่นนั้น; **~ sb.** เชื่อ *ค.น.*; **I don't ~ you** ฉันไม่เชื่อคุณหรอก; **they would have us ~ that ...:** พวกเขาต้องการให้พวกเราเชื่อว่า...; **~ [you] me** เชื่อฉันเถอะ; **I [can] ~ you** ฉันเชื่อคุณ; **I couldn't ~ my eyes/ears** ฉันไม่เชื่อตา/หูตัวเองเลยจริง ๆ; Ⓑ *(be of opinion that)* คิดว่า, เห็นว่า; **she ~d it to be wrong** เธอคิดว่านั่นเป็นสิ่งที่ผิด; **he is ~d to be in the London area** เชื่อกันว่าเขาอยู่ในแถบลอนดอน; **people ~d her to be a witch** ผู้คนเชื่อว่าเธอเป็นแม่มด; **make ~ [that...]** ทำเหมือนกับ [ว่า...]

believer /bɪ'li:və(r)/บิ'ลีเวอะ(ร)/ *n.* Ⓐ ผู้มีความเชื่อ; Ⓑ **be a great** *or* **firm ~ in sth.** เป็นผู้ที่เห็นด้วยกับ/ศรัทธาใน *ส.น.* อย่างยิ่ง; **I'm a firm ~ in being strict with children** ฉันเห็นด้วยอย่างยิ่งว่าควรเข้มงวดกับเด็ก ๆ; **I'm no great ~ in taking exercise** ฉันไม่ชอบออกกำลังกาย

Belisha beacon /bəli:ʃə 'bi:kn/เบอะลีเชอะ 'บีค'น/ *n. (Brit.)* ไฟดวงกลมสีส้มที่ตรงทางม้าลาย

belittle /bɪ'lɪtl/บิ'ลิท'ล/ *v.t.* ทำให้ต่ำต้อยด้อยค่า; **don't ~ yourself** อย่าทำให้ตัวเองด้อยค่า

belittlement /bɪ'lɪtlmənt/บิ'ลิท'ลเมินท/ *n.* การทำให้ต่ำต้อยด้อยค่า

bell /bel/เบ็ล/ ❶ *n.* Ⓐ ระฆัง; *(smaller)* กระดิ่ง; **clear as a ~:** *(เสียง)* ใสประดุจระฆัง; *(understandable)* ชัดเจนอย่างยิ่ง; **sound as a ~:** *(บุคคล)* สุขภาพดียิ่ง; *(สิ่งของ)* ใช้การได้ดี; Ⓑ *(device to give ~-like sound)* อุปกรณ์ที่ทำเสียงเหมือนระฆัง/กระดิ่ง; **electric ~:** กระดิ่งไฟฟ้า; Ⓒ *(ringing)* เสียงระฆัง, เสียงกระดิ่ง; **the ~ has gone** เสียงออด/กระดิ่งดังขึ้นแล้ว; **there's the ~:** นั่นไงเสียงระฆัง; **was that the ~?** นั่นเสียงกระดิ่งใช่ไหม; Ⓓ *(Boxing)* เสียงระฆังในการชกมวย; Ⓔ *(Naut.)* **one ~/eight ~s** *เวลาที่บอกทุกครึ่งชั่วโมง โดยฟังจากเสียงระฆังในเรือที่ดี 1-8 ครั้ง*; Ⓕ *(Bot.)* ดอกไม้ที่รูปร่างคล้ายระฆัง ❷ *v.t.* **~ the cat** *(fig.)* เอาลูกกระพรวนไปผูกคอแมว

belladonna /belə'dɒnə/เบะละเลอะ'ดอเนอะ/ *n.* Ⓐ *(Bot.)* ต้นมีพิษ *Atropa belladona; (drug)* ยาที่ทำมาจากต้นเบลลาดอนนา; Ⓑ **~ lily** ต้นลิลี *Amaryllis belladonna* ของแอฟริกาใต้

bell: ~-bottomed *adj. (กางเกง)* ขาบาน; **~boy** *n. (Amer.)* เด็กขนกระเป๋าตามโรงแรม; **~-buoy** *n. (Naut.)* ทุ่นติดระฆัง

belle /bel/เบ็ล/ *n.* สาวสวย; **~ of the ball** ผู้หญิงที่สวยที่สุดในงานราตรี

belles-lettres /bel'letr/เบ็ล'เล็ทรฺ/ *n. pl.* งานวรรณคดี, งานวรรณกรรม

bell: ~flower *n.* ต้นดอกไม้รูปทรงคล้ายระฆัง; **~hop** *(Amer.)* ➡ **bellboy**

bellicose /'belɪkəʊs/'เบ็ลลิโคซ/ *adj.* ชอบทะเลาะวิวาท

belligerence /bɪ'lɪdʒərəns/บิ'ลิดเจอะเรินซฺ/, **belligerency** /bɪ'lɪdʒərənsɪ/บิ'ลิดเจอะเรินซิ/ *n., no pl. (ประเทศ)* ความชอบก่อสงคราม; *(of person)* คนขี้ทะเลาะวิวาท, คนก้าวร้าว

belligerent /bɪ'lɪdʒərənt/บิ'ลิดเจอะเรินทฺ/ ❶ *adj. (ประเทศ)* ที่ชอบทำสงคราม, *(คน)* ที่ชอบทะเลาะ; **~ powers** ประเทศมหาอำนาจที่ชอบทำสงคราม ❷ *n.* ประเทศที่เข้าทำสงคราม

bellow /'beləʊ/'เบ็ลโล/ ❶ *v.i. (สัตว์)* ส่งเสียงดัง; *(คน)* ตะโกน; **~ at sb.** ตะโกนใส่ *ค.น.*; **~ for sth./sb.** ตะโกนเรียกขอ *ส.น./ค.น.* ❷ *v.t.* **~ out** ร้องตะโกนออกมา ❸ *n. (คน)* เสียงตะโกน; *(สัตว์)* ร้องเสียงดัง

bellowing /'beləʊɪŋ/'เบ็ลโลอิง/ *n.* การส่งเสียงร้องตะโกน

bellows /'beləʊz/'เบ็ลโลซ/ *n. pl.* Ⓐ หีบลม; *(Mus.)* ที่สูบลม; **a pair of ~:** หีบลมอันหนึ่ง; Ⓑ *(Phot.) ส่วนพับยืดของกล้องถ่ายรูปขนาดใหญ่*

bell: ~ pull *n.* ที่ดึงระฆัง; **~ push** *n.* ปุ่มกดออด; **~-ringer** *n.* ผู้สั่นระฆังในโบสถ์; **~-ringing** *n.* การสั่นระฆังในโบสถ์; **~ rope** *n.* เชือกดึงระฆัง; **~-shaped** *adj.* มีรูปทรงกระฆัง; **~ tent** *n.* เต็นท์ทรงระฆัง; **~ tower** *n.* หอระฆัง; **~wether** *n.* แกะตัวผู้ที่เป็นตัวนำฝูง, *(คน)* หัวโจก, หัวหน้า

belly /'belɪ/'เบ็ลลิ/ ❶ *n.* ส่วนท้อง; *(womb)* มดลูก; *(stomach)* ท้อง; **go ~ up** *(coll.: go bankrupt)* หมดตัว, ล้มละลาย; ❷ *v.t.* ทำให้ป่อง/พอง; **the wind bellied [out] the sails** ลมพัดให้ใบเรือกางออก ❸ *v.i.* **~ [out]** กางออก, ป่องออก

belly: ~ache ❶ *n.* อาการปวดท้อง, จุกเสียด ❷ *v.i. (sl.)* บ่น, งอแง (**about** เกี่ยวกับ); **~aching** *n. (sl.)* การบ่น; **~ button** *n. (coll.)* สะดือ; **~ dance** *n.* ระบำส่ายหน้าท้อง; **~ dancer** *n.* นางระบำส่ายหน้าท้อง

bellyful /'belɪfʊl/'เบ็ลลิฟุล/ *n.* **a ~ of food** อาหารเต็มท้อง; **have had a ~ of sth.** *(fig.)* รับ/โดน *ส.น.* จนเกินพอ

belly: ~ landing *n. (Aeronaut.)* การบินลงโดยที่ส่วนล่างไม่ลง; **~ laugh** *n.* หัวเราะท้องแข็ง; **he gave a great ~ laugh** เขาหัวเราะท้องคัดท้องแข็ง

belong /bɪ'lɒŋ, US -lɔ:ŋ/บิ'ลอง/ *v.i.* Ⓐ *(be rightly assigned)* **~ to sb.** เป็นของ *ค.น.*; **~ to sth.** เป็นของ *ส.น.*; **power ~s to the workers** *(as slogan)* พลังอำนาจเป็นของกรรมกร; Ⓑ **~ to** *(be member of)* **~ to a club** เป็นสมาชิกสโมสร; **she ~s to a trade union/the club** เธอเป็นสมาชิกของสหภาพการค้า/สโมสร; **~ to a church/the working class/another generation** เป็นสมาชิกของโบสถ์/เป็นชนชั้นกรรมาชีพ/เป็นคนละรุ่น; Ⓒ *(be rightly placed)* **feel that one doesn't ~:** รู้สึกว่าตนไม่เข้ากับ *(สถานที่หรือสังคมนั้น ๆ)*; **he doesn't really ~ anywhere** เขาไม่ค่อยผูกพันกับที่ใดอย่างแท้จริง; **a sense of ~ing** ความรู้สึกผูกพัน; **where does this ~?** ของสิ่งนี้ควรจะไว้ที่ไหน; **the cutlery ~s in this drawer** ช้อนส้อมต้องเก็บไว้ในลิ้นชักนี้; **~ outside** อยู่/ไว้ข้างนอก; **~ together** ไปด้วยกัน; **this item doesn't ~ under the heading** เรื่องนี้ไม่ควรอยู่ใต้หมวดนี้

belongings /bɪ'lɒŋɪŋz, US -'lɔ:ŋ-/บิ'ลองอิงซฺ/ *n. pl.* ข้าวของ, ทรัพย์สมบัติ; **personal ~:** ข้าวของ/ทรัพย์สมบัติส่วนตัว; **all our ~:** ข้าวของ/ทรัพย์สมบัติทั้งหมดของเรา

beloved /bɪ'lʌvɪd/บิ'ลัฟวิด, บิ'ลัวดฺ/ ❶ *adj.* เป็นที่รักมาก, สุดที่รัก, ยอดรัก; **be ~ by** *or* **of sb.** เป็นที่รักมากของ *ค.น.*; **in ~ memory of my husband** ด้วยความระลึกถึงสามีสุดที่รักของฉัน ❷ *n.* คนที่เป็นที่รักมาก; **my ~** *(iron.)* ที่รักของฉัน; **dearly ~** *(Relig.)* ท่านทั้งหลายที่มาร่วมงาน

below /bɪ'ləʊ/บิ'โล/ ❶ *adv.* Ⓐ *(position)* ใต้, ข้างล่าง; *(lower down)* ข้างล้างนั่น, ต่ำลงไป; *(downstream)* ทางท้ายน้ำ; **it is on the shelf ~:** มันอยู่บนชั้นถัดลงมา; **down ~:** ข้างล่างนั่น; **from ~:** จากข้างล่าง; Ⓑ *(direction)* ต่ำกว่า, ใต้, ข้างล่าง; *(downstream)* ทิศทางสายน้ำไหล; **if you glance ~:** ถ้าคุณลองมองไปข้างล่าง; Ⓒ *(later in text)* ต่อไป; **see [p. 123] ~:** โปรดดู [หน้า 123] ต่อไป; **as described in detail ~:** ดังที่ให้รายละเอียดข้างล่างนี้; **please sign ~:** โปรดลงชื่อข้างล่างนี้; **a photo with a caption ~:** รูปที่มีคำบรรยายอยู่ข้างล่าง; **~ left** ล่างซ้าย; Ⓓ *(downstairs) (position)* ชั้นล่าง, ข้างล่าง; *(direction)* ทางด้านล่าง; **go ~:** ลงไปชั้นล่าง; **the flat/floor ~:** ห้องเช่าชั้นล่าง/ชั้นล่าง; **on the floor ~:** บนชั้นถัดลงไป; Ⓔ *(~ zero)* **frosts of ten and twenty ~:** น้ำแข็งที่อุณหภูมิลบ 10-20 องศา; Ⓕ *(Relig.)* **on earth ~:** บนโลกเรานี้; **here ~:** บนโลกแห่งนี้; Ⓖ *(in hell)* ในนรก ❷ *prep.* Ⓐ *(position)* ข้างล่าง, ใต้, ต่ำกว่า; *(downstream from)* ใต้น้ำ/ท้ายน้ำ; **down ~ us was a huge abyss** ใต้พวกเรามีห้วงเหวลึกขนาดใหญ่; **his hair is well ~ shoulder level** ผมของเขายาวเลยไหล่ลงไปอีก; ➡ **+ average** 1 A; **par** A, D; Ⓑ *(direction)* ข้างล่าง, ใต้; **the sun sank ~ the horizon** ดวงอาทิตย์ลับไปในขอบฟ้า; **he went ~ deck** *(Naut.)* เขาลงไปใต้ดาดฟ้าเรือ; Ⓒ *(ranking lower than)* ระดับต่ำกว่า; **she's in the class ~ me** เธอเรียนในชั้นต่ำกว่าฉัน; **~-zero temperatures** อุณหภูมิต่ำกว่าศูนย์; **the temperature is well ~ zero** อุณหภูมินั้นต่ำกว่าศูนย์ไปมาก; **~ the breadline** ยากจนแสนเข็ญ; Ⓓ *(unworthy of)* **it is ~ him** มันไม่ควรค่า/คู่ควรกับเขา

belt /belt/เบ็ลทฺ/ ❶ *n.* Ⓐ เข็มขัด; *(for carrying tools, weapons, ammunitions, etc.)* สายคาด; *(on uniform)* เข็มขัด; **he wears both ~ and braces** *(fig.)* เขาทำอย่างรอบคอบเตรียมพร้อมไม่ให้ผิดพลาด; **hit below the ~** *(lit.)* ชกใต้เข็มขัด; *(fig.)* ทำอย่างไม่ถูกต้องหรือผิดกติกา; **under one's ~** *(อาหาร)* ที่รับประทานเข้าไป; **with a couple of drinks under his ~:** หลังจากได้ดื่มไปสองสามแก้ว; **with all those qualifications under his ~:** ด้วยคุณสมบัติทั้งหมดที่เขาได้รับมานั้น; ➡ **+ tighten** 1 A; Ⓑ *(strip)* แถบยาว; *(of colour, trees)* แถบสี, แนวต้นไม้; *(region)* เขต, บริเวณ; **industrial ~:** เขตอุตสาหกรรม; **~ of warm air/low pressure** บริเวณอากาศร้อน/ความกดอากาศต่ำ; **coal/oil ~:** เขตหรือบริเวณ *(ที่มี)* ถ่านหิน/น้ำมัน; Ⓒ *(of machinegun cartridges)* สายกระสุนปืนกล; Ⓓ *(Mech. Engin.: drive~)* สายพาน; Ⓔ *(coll.: heavy blow)* การชกแรง ๆ; **give sb. a ~:** ต่อยหรือชก *ค.น.* แรง ๆ ❷ *v.t. (hit)* ตี, ชกแรง ๆ; **I'll ~ you [one]** *(coll.)* ฉันจะฟาดคุณให้สักทีหรอก ❸ *v.i. (coll.)* **~ up/down the motorway** บึ่งไปทางด่วน; **he ~ed off as fast as his legs would carry him** เขารีบเผ่นไปเร็วเท่าที่จะเร็วได้

~ along *v.i. (coll.)* แล่นฉิว

~ out *v.t. (coll.)* ร้องเพลงหรือเปล่งเสียงออกมาดัง ๆ; *(on piano)* ดีดเปียโนอย่างแรง

~ 'up *v.i.* Ⓐ *(Amer. coll., Brit. coll. joc.: put seatbelt on)* คาดเข็มขัดนิรภัย; Ⓑ *(Brit. coll.: be quiet)* เงียบ, หุบปาก

belting /ˈbeltɪŋ/ˈเบ็ลทิง/ *n.* Ⓐ การเฆี่ยนตี; **give sb. a [good] ~** *(coll.)* เฆี่ยนตี *ค.น.* [อย่างรุนแรง]; Ⓑ *(material)* วัสดุที่ใช้ทำเข็มขัดหรือสายคาด; *(of leather)* หนังทำเข็มขัด

belying ➡ **belie**

bemoan /bɪˈməʊn/บิˈโมน/ *v.t.* รำพันความโศกเศร้าเสียใจ, บ่น/คร่ำครวญ

bemuse /bɪˈmjuːz/บิˈมิวซฺ/ *v.t.* ทำให้ฉงนสงสัย; *(stupefy)* ทำให้มึนงงสับสน

bemused /bɪˈmjuːzd/บิˈมิวซฺดฺ/ *adj.* ฉงนหรือมึนงงสับสน

bench /bentʃ/เบ็นฉฺ/ *n.* Ⓐ ม้านั่งยาว; *(seat across boat)* ที่นั่งขวางในเรือ; *(Sport: for reserves)* ม้านั่งขอบสนามของโค้ชและผู้เล่นสำรอง; Ⓑ *(Law)* **on the ~:** เข้ามีตำแหน่งเป็นผู้พิพากษา; **he was given a seat on the ~:** เขาได้รับการแต่งตั้งเป็นผู้พิพากษา; Ⓒ *(office of judge)* ตำแหน่งผู้พิพากษา; **be raised to the B~:** ได้รับการแต่งตั้งเป็นผู้พิพากษา; Ⓓ *(law-court)* **Queen's/King's B~** *(Brit.)* ศาลยุติธรรมที่ดูแลเรื่องคดีอาชญากรรม; Ⓔ *(Brit. Parl.)* ที่นั่งในรัฐสภา; ➡ + **back-bench; cross-bench; front bench;** Ⓕ *(work table)* โต๊ะทำงาน; *(gold or silversmith's)* โต๊ะทำงานของช่างทองหรือช่างเงิน; *(carpenter's)* โต๊ะทำงานของช่างไม้; *(in laboratory)* โต๊ะทำงานในห้องปฏิบัติการ

bench: ~mark *n.* *เครื่องหมายที่นักสำรวจทำไว้บนกำแพง/เสาตึก ฯลฯ เพื่อเป็นจุดอ้างอิงในการวัดความสูง; (fig.)* จุดมาตรฐานอ้างอิง; **~ ˈseat** *n.* ที่นั่งสำหรับ 2-3 คน; **~ test** *n.* *การทดสอบประสิทธิภาพของระบบคอมพิวเตอร์ โดยใช้โปรแกรมชุด*

[1]**bend** /bend/เบ็นดฺ/ ❶ *n.* Ⓐ *(bending)* ส่วนงอ, ส่วนโค้ง; **a ~ of the body/the knee** การงอร่างกาย/เข่า; Ⓑ *(curve) (in road)* ทางโค้งบนถนน; **there is a ~ in the road** มีทางโค้งบนถนน; **a ~ in the river** คุ้งน้ำ; **be round the ~** *(fig. coll.)* เป็นบ้าไปแล้ว; **go round the ~** *(fig. coll.)* กำลังจะบ้า; **drive sb. round the ~** *(fig. coll.)* ทำให้ *ค.น.* เป็นบ้าไปเลย; Ⓒ ➤ **453 the ~s** *(Med. coll.)* *อาการที่เกิดกับผู้ดำน้ำตอนขึ้นจากน้ำลึกเร็วเกินไป*

❷ *v.t.*, **bent** /bent/เบ็นทฺ/ Ⓐ *(force out of straightness)* ทำให้งอ, ทำให้โค้ง, ดัด; **~ sth. at an angle** ดัด *ส.น.* ให้โค้งงอเป็นมุม; **~ sth. back/forward/up/down** ดัดให้ *ส.น.* โค้งงอไปข้างหลัง/ไปข้างหน้า/ขึ้น/ลง; **'please do not ~'** *(on envelope)* 'กรุณาอย่าพับ/งอ'; **~ sth. back into shape** ดัดให้ *ส.น.* กลับเข้ารูปทรง; **~ the law** *(fig.)* ตีความ/ปรับเปลี่ยนกฎหมายให้เกิดผลประโยชน์กับตน; ➡ + **rule** 1 A; Ⓑ *(fix)* **be bent on sth.** มุ่งมั่นใน *ส.น.*; **on pleasure bent** *(dated)* มุ่งมั่นที่จะเก็บเกี่ยวความสุข/สุนทรีย์; **~ one's energies on sth.** *(dated)* ทุ่มเทกำลังสุดตัวให้กับ *ส.น.*; **~ oneself to sth.** ทุ่มเทให้กับ *ส.น.*; Ⓒ *(coll.: pervert)* มีพฤติกรรมเบี่ยงเบน; ปรับเปลี่ยน *(ผล)* อย่างไม่ถูกต้อง; Ⓓ *(direct)* **we must ~ our steps home** พวกเราต้องมุ่งหน้ากลับบ้านแล้ว; **he bent his mind on** *or* **to the problem** เขาเอาใจใส่กับปัญหา; **~ an ear** ฟังอย่างตั้งใจหรือด้วยความเห็นใจ; Ⓔ *(force to submit)* บังคับให้ยอม; Ⓕ *(Naut.)* ผูกติด *(ใบเรือ)* กับปมเงื่อน

❸ *v.i.*, **bent** Ⓐ งอ, โค้ง; **the road ~s** ถนนเป็นทางโค้ง; **the road ~s for two miles** ถนนโค้งไปมาเป็นระยะทางสองไมล์; **the river ~s/~s in and out** แม่น้ำโค้งไปโค้งมา; Ⓑ *(bow)* โค้งคำนับ; *(fig.)* ยอม; **~ to** *or* **before sb.** *(fig.)* ทำตาม, โอนอ่อนผ่อนตาม, เคารพนอบน้อม *ส.น.*; **catch sb. ~ing** *(fig. coll.)* เห็น *ค.น.* อยู่ในสถานการณ์ที่น่าอับอาย

~ ˈdown *v.i.* งอลง, โค้งลง, ก้มลง

~ ˈover *v.i.* งอ, โค้ง, ก้มตัว; ➡ + **backwards** A

[2]**bend** *n.* Ⓐ *(Naut.)* เงื่อนหรือปมเชือก; Ⓑ *(Her.)* *เส้นทแยงบนโล่ห์จากมุมบนขวาถึงมุมล่างซ้าย;* **~ sinister** *เส้นทแยงจากมุมบนซ้ายถึงมุมล่างขวา (สัญลักษณ์ของการเป็นลูกนอกสมรส)*

bendable /ˈbendəbl/ˈเบ็นเดอะบ'ล/ *adj.* โค้งงอได้, ดัดได้

bended /ˈbendɪd/ˈเบ็นดิด/ *adj.* **on ~ knee[s]** ซึ่งกำลังคุกเข่าลง

bender /ˈbendə(r)/ˈเบ็นเดอะ(ร)/ *n. (coll.)* การดื่มเหล้ากันอย่างเมามาย

bendy /ˈbendɪ/ˈเบ็นดิ/ *adj. (coll.)* Ⓐ โค้งงอได้ง่าย; Ⓑ *(winding)* คดเคี้ยว

beneath /bɪˈniːθ/บิˈนีธ/ ❶ *prep.* Ⓐ *(unworthy of)* **~ sb.** ไม่คู่ควรกับ *ค.น.*; **~ sb's dignity** ไม่ควรค่ากับเกียรติยศของ *ค.น.*; **marry ~ one** แต่งงานกับคนที่ไม่คู่ควรกับตน; **~ contempt** ไม่ควรค่าเลยสักน้อย, เลวทราม; Ⓑ *(arch./literary: under)* ใต้ ❷ *adv. (arch./literary)* ข้างล่าง, ภายใต้

Benedictine ❶ *n.* Ⓐ /benɪˈdɪktɪn, -tiːn/เบะนิˈดิคทิน, –ทีน/ *(monk/nun)* *พระหรือนางชีในนิกายที่นักบุญเบเนดิคท์เป็นผู้ก่อตั้งขึ้น;* Ⓑ ® /benɪˈdɪktiːn/เบะนิˈดิคทีน/ *(liqueur)* สุราที่ทำมาจากบรั่นดี มีต้นกำเนิดมาจากพระนิกายนี้ในประเทศฝรั่งเศส ❷ *adj.* เกี่ยวกับนักบุญเบเนดิคท์และนิกายของเขา

benediction /benɪˈdɪkʃn/เบะนิˈดิคช'น/ *n. (Relig.)* การสวดขอพรโดยเฉพาะเมื่อสิ้นสุดพิธีกรรมทางศาสนา; **pronounce/say the ~** *(before/after meal)* สวดมนต์ขอพรก่อน/หลังอาหาร

benefaction /benɪˈfækʃn/เบะนิˈแฟคช'น/ *n.* Ⓐ *(gift)* ของขวัญ; *(endowment)* การบริจาคให้; Ⓑ *(doing good)* การทำดี

benefactor /ˈbenɪfæktə(r)/ˈเบ็นนิแฟคเทอะ(ร)/ *n.* ผู้ที่ให้หรือสนับสนุน *(โดยเฉพาะทางด้านการเงิน)*; *(patron)* ผู้อุปถัมภ์

benefactress /ˈbenɪfæktrɪs/ˈเบ็นนิแฟคทริซ/ *n.* สตรีผู้สนับสนุน *(โดยเฉพาะทางด้านการเงิน)*; *(patroness)* สตรีผู้อุปถัมภ์

benefice /ˈbenɪfɪs/ˈเบ็นนิฟิซ/ *n. (Eccl.)* รายได้และตำแหน่งของการเป็นพระ, ที่ดินและทรัพย์สินของโบสถ์

beneficence /bɪˈnefɪsəns/บิˈเน็ฟฟิซ'นซฺ/ *n.* การทำความดี; *(active kindness)* ความเมตตากรุณา

beneficent /bɪˈnefɪsənt/บิˈเน็ฟฟิซ'นทฺ/ *adj.* *(showing active kindness)* มีเมตตากรุณา; *(doing good)* ที่ทำดี

beneficial /benɪˈfɪʃl/เบะนิˈฟิช'ล/ *adj.* Ⓐ เป็นประโยชน์; **be ~ to sth./sb.** เป็นประโยชน์ต่อ *ส.น./ค.น.*; **a good night's sleep is very ~:** การนอนหลับเต็มอิ่มตลอดคืนมีประโยชน์มาก; Ⓑ *(Law)* มีสิทธิที่จะได้รับผลประโยชน์จากทรัพย์สิน; **~ owner** เจ้าของที่มีสิทธิได้รับผลประโยชน์จากทรัพย์สิน

beneficially /benɪˈfɪʃəlɪ/เบะนิˈฟิชเชอะลิ/ *adv.* ➡ **beneficial** A: อย่างเป็นประโยชน์

beneficiary /benɪˈfɪʃərɪ, US -fɪʃɪerɪ/เบะนิˈฟิช เชอะริ, –ฟิเชียริ/ *n.* ผู้มีสิทธิได้รับประโยชน์

benefit /ˈbenɪfɪt/ˈเบ็นนิฟิท/ ❶ *n.* Ⓐ ผลประโยชน์, คุณประโยชน์; **be of ~ to sb./sth.** มีคุณประโยชน์ต่อ *ค.น./ส.น.*; **have the ~ of** ได้ประโยชน์ของ...; **derive ~ from sth., get some ~ from sth.** ได้รับคุณประโยชน์จาก *ส.น.*; **not get much ~ from sth.** ไม่ได้รับคุณประโยชน์มากนักจาก *ส.น.*; **did you get much ~ from your holiday?** คุณได้ประโยชน์จากการไปพักผ่อนของคุณมากไหม; **without the ~ of** ปราศจากการช่วยเหลือ; **with the ~ of** ด้วยความช่วยเหลือ; **to sb.'s ~:** เป็นคุณประโยชน์แก่ *ค.น.*; **for sb.'s ~:** เพื่อคุณประโยชน์ของ *ค.น.*; **for the ~ of sth.** เพื่อผลประโยชน์ของ *ส.น.*; **for the ~ of future generations** เพื่อคุณประโยชน์ของคนรุ่นหลัง; **for the ~ of anyone who/all those who...** *(iron.)* เพื่อคุณประโยชน์ของใครก็ตามซึ่ง/ทุกคนซึ่ง...; **give sb. the ~ of the doubt** ถือว่า *ค.น.* ไม่มีความผิดไว้ก่อน, ยกประโยชน์ให้แก่จำเลย; **give sb. the ~ of sth.** ยกประโยชน์ของ *ส.น.* ให้แก่ *ค.น.*; Ⓑ *(allowance)* เงินช่วยเหลือ; **social security ~:** เงินช่วยเหลือจากประกันสังคม; **supplementary ~** *(Brit.)* เงินช่วยเหลือที่รัฐจ่ายให้ผู้มีรายได้น้อย; **unemployment ~:** เงินช่วยเหลือคนว่างงาน; **sickness ~:** เงินช่วยเหลือกรณีเจ็บป่วย; **disablement ~:** เงินช่วยเหลือคนพิการ; **child ~** *(Brit.)* เงินช่วยเหลือเลี้ยงดูเด็ก; **maternity ~:** เงินช่วยเหลือผู้หญิงระหว่างลาคลอด; **~ club** *or* **society** *สโมสรหรือสมาคมที่มีประกันการเจ็บป่วยหรือโรคอันเกิดจากความชรา;* Ⓒ **~ [performance/match/concert]** [การแสดง/การแข่งขัน/การเล่นคอนเสิร์ต] เพื่อการกุศล; Ⓓ **without ~ of clergy** *(joc.)* ปราศจากการอนุญาตหรือการอนุมัติของพระ ❷ *v.t.* **~ sb./sth.** เป็นคุณประโยชน์กับ *ค.น./ส.น.*; **these facilities/discoveries have ~ed the area/humanity** เครื่องอำนวยความสะดวก/การค้นพบเหล่านี้ให้คุณประโยชน์แก่พื้นที่นี้/แก่มนุษยชาติ ❸ *v.i.* **~ by/from sth.** ได้รับผลประโยชน์จาก *ส.น.*; **~ from experience** ได้รับคุณประโยชน์จากประสบการณ์; **how do I/will my son ~?** ฉัน/ลูกชายของฉันจะได้รับประโยชน์อย่างไร

Benelux /ˈbenɪlʌks/ˈเบะนิลักซฺ/ *pr. n.* **the ~ countries** *กลุ่มประเทศเบเนลักซ์ คือ เบลเยียม, ฮอลแลนด์และลักเซมเบิร์ก*

benevolence /bɪˈnevələns/บิˈเน็วเวอะเลินซฺ/ *n., no pl. (desire to do good)* ความปรารถนาที่จะประกอบความดี; *(of ruler)* ความปรารถนาที่จะช่วยเหลือเจือจุน

benevolent /bɪˈnevələnt/บิˈเน็วเวอะเลินทฺ/ *adj.* Ⓐ *(desiring to do good)* ปรารถนาที่จะประกอบความดี; **~ despotism** การปกครองแบบเผด็จการที่ปรารถนาประกอบความดี; Ⓑ *attrib. (charitable)* (องค์กร) เป็นการกุศล; Ⓒ *(kind and helpful)* เมตตากรุณา; **a ~ smile/air** รอยยิ้ม/บรรยากาศที่มีเมตตา

benevolently /bɪˈnevələntlɪ/บิˈเน็วเวอะเลินทฺลิ/ *adv.* ด้วยความปรารถนาดี, อย่างมีเมตตากรุณา

Bengali /beŋˈɡɔːlɪ/เบ็งˈกอลิ/ ❶ *n.* Ⓐ *(person)* ชาวเบงกอล; Ⓑ *(language)* ภาษาเบงกอล ❷ *adj.* เกี่ยวกับแคว้นเบงกอล, คนหรือภาษาเบงกอล

benighted /bɪˈnaɪtɪd/บิˈไนทิด/ *adj. (fig.)* มืดมน *(ทางศีลธรรม, ทางปัญญา)*, ล้าหลัง

benign | best 104

benign /bɪˈnaɪn/บิˈนายนฺ/ *adj.* Ⓐ *(gracious, gentle)* สุภาพอ่อนโยน; *(mild) (อากาศ)* อบอุ่น, ปานกลางกำลังดี; *(ดิน)* อุดมสมบูรณ์; *(fortunate)* ที่ดี, *(ดวงดาว)* ที่นำโชค; Ⓑ *(Med.) (โรค, เนื้องอก ฯลฯ)* ไม่อันตรายร้ายแรง

benignity /bɪˈnɪgnɪtɪ/บิˈนิกนิทิ/ *n., no pl.* Ⓐ ความสุภาพอ่อนโยน, ความใจดี; Ⓑ *(Med.) (โรค)* ความไม่เป็นอันตรายร้ายแรง

benignly /bɪˈnaɪnlɪ/บิˈนายนฺลิ/ *adv.* อย่างสุภาพอ่อนโยน, อย่างใจดี

benison /ˈbenɪzən/ˈเบ็นนิเซิน/ *n. (arch.)* พรจากพระ

¹bent /bent/เบ็นทฺ/ ❶ ➡ ¹**bend** 2, 3 ❷ *n.* ความสนใจ, ความสามารถ; **have a ~ for sth.** มีความสนใจใน *ส.น.*; **those with** *or* **of an artistic ~:** ผู้ที่มีความสามารถด้านศิลปะ; **follow one's ~:** ทำตามความสนใจของตน; **to the top of one's ~:** ถูกใจเต็มที่ ❸ *adj.* Ⓐ งอ, โค้ง; Ⓑ *(Brit. sl.: corrupt)* ไม่ซื่อสัตย์, รับสินบน; Ⓒ *(Brit. coll. derog.: homosexual)* เกย์, พวกรักร่วมเพศ

²bent *n. (Bot.)* ต้นหญ้าแข็งในสกุล *Agrostis; (stiff flower stalk)* ต้นหญ้าที่โคนอ่อนและปลายแข็ง

benumb /bɪˈnʌm/บิˈนัม/ *v.t.* Ⓐ ทำให้ชาหรือหมดความรู้สึก; **~ed** หมดความรู้สึก; **~ed with cold** หมดความรู้สึกด้วยความหนาวจัด; Ⓑ *(fig.: stupefy)* ทำให้มึนงงสับสน; **he was ~ed with panic/grief** เขามึนงงสับสนด้วยความตกใจ/ความโศกเศร้า

Benzedrine, ® /ˈbenzədriːn/ˈเบ็นเซอะดรีน/ *n. (Med.)* ชื่อการค้าของยาแอมเฟตตามีน

benzene /ˈbenziːn/ˈเบ็นซีน/ *n. (Chem.)* สารเบนซิน *(ท.ศ.)* ใช้ในการผลิตพลาสติก; **~ ring** *วงแหวนไม่อิ่มตัวรูปหกเหลี่ยมของอะตอมคาร์บอนหกตัวในโมเลกุลของน้ำมันเบนซิน*

benzine /ˈbenziːn/ˈเบ็นซีน/ *n.* น้ำมันเบนซิน *(ท.ศ.)*

bequeath /bɪˈkwiːð/บิˈควีฑ/ *v.t.* Ⓐ **~ sth. to sb.** ทำพินัยกรรมยก *ส.น.* ให้ *ค.น.*; Ⓑ *(fig.)* สืบทอดมาให้คนรุ่นหลัง

bequest /bɪˈkwest/บิˈเคว็สทฺ/ *n.* มรดก, การทำพินัยกรรม; **make a ~ to sb. of sth.** ทำพินัยกรรมมอบ *ส.น.* ให้กับ *ค.น.*

berate /bɪˈreɪt/บิˈเรท/ *v.t.* ดุด่า, ตำหนิ

bereave /bɪˈriːv/บิˈรีว/ *v.t. (deprive through death)* **~ A of B** ทำให้เอสูญเสียบีไป; **a disaster ~d him of his father** ภัยพิบัติทำให้เขาต้องสูญเสียพ่อของเขา; **the ~d** ผู้ที่สูญเสียเนื่องจากการเสียชีวิต

bereavement /bɪˈriːvmənt/บิˈรีวเมินทฺ/ *n.* การสูญเสียเนื่องจาก *(เพื่อน/ญาติมิตร)* เสียชีวิต; **he sympathized with her in her ~:** เขาเห็นใจเธอในการสูญเสียของเธอ; **on account of their recent ~:** เนื่องจากการสูญเสียเมื่อเร็ว ๆ นี้ของพวกเขา

bereft /bɪˈreft/บิˈเร็ฟทฺ/ *pred. adj.* **be bereft of sth.** ไม่มี *ส.น.*, สูญเสีย *ส.น.* ไป

beret /ˈbereɪ, US bəˈreɪ/ˈเบะเร, เบอะˈเร/ *n.* หมวกกลมแบนทำจากผ้าสักหลาด; *(as military headdress)* หมวกกลมที่ทหารใส่

bergamot /ˈbɜːgəmɒt/ˈเบอเกอะมอท/ *n.* Ⓐ *(tree)* ต้นมะกรูด; Ⓑ *(perfume)* น้ำหอมที่สกัดมาจากผิวมะกรูด; Ⓒ *(herb)* สมุนไพรจำพวกมะกรูด; **~ oil** น้ำมันมะกรูด

beriberi /berɪˈberɪ/เบะริˈเบะริ/ *n.* ➤ 453 *(Med.)* โรคเหน็บชา *(ทำให้เส้นประสาทอักเสบอันเนื่องมาจากการขาดวิตามินบี 1)*

berk /bɜːk/เบิค/ *n. (Brit. sl.)* คนโง่

Berlin /bɜːˈlɪn/เบอˈลิน/ ❶ *pr. n.* กรุงเบอร์ลิน *(เมืองหลวงของประเทศเยอรมนี)* ❷ *attrib. adj.* แห่งกรุงเบอร์ลิน; *(Ling.)* เกี่ยวกับภาษาที่ใช้ในกรุงเบอร์ลิน

Berliner /bɜːˈlɪnə(r)/เบอˈลินเนอะ(ร)/ *n.* ชาวเบอร์ลิน

Bermuda /bəˈmjuːdə/เบอะˈมิวเดอะ/ *pr. n.* หมู่เกาะเบอร์มิวดา *(ในมหาสมุทรแอตแลนติก)*; **the ~s** หมู่เกาะเบอร์มิวดา; **~s, ~ shorts** กางเกงขาสั้นยาวระดับหัวเข่า

Berne /bɜːn/เบิน/ *pr. n.* กรุงเบิร์น *(เมืองหลวงของประเทศสวิตเซอร์แลนด์)*

berry /ˈberɪ/ˈเบะริ/ *n.* ผลไม้ลูกกลม ๆ เล็ก ๆ; ➡ **+ brown** 1

berserk /bəˈsɜːk/เบอะˈเซิค/ *adj.* บ้าไปเลย; **go ~:** บ้าเลือด; **he went ~ with an axe** เขาใช้ขวานฟาดฟันด้วยความบ้าเลือด

berth /bɜːθ/เบิธ/ ❶ *n.* Ⓐ *(adequate space)* พื้นที่/ระยะที่เพียงพอ; **give the rocks a wide ~:** ทิ้งช่วงให้ห่างจากหิน; **give sb./sth. a wide ~** *(fig.)* อยู่ห่าง ๆ จาก *ค.น./ส.น.*; Ⓑ *(ship's place at wharf)* ที่สำหรับเรือจอดเทียบท่า; Ⓒ *(sleeping place) (in ship, train, aircraft)* ที่นอน; **a 4-~ caravan** รถคาราวานที่มี 4 ที่นอน; Ⓓ *(job)* งาน; **find a cushy ~:** หางานสบาย ๆ ทำ ❷ *v.t.* จอด *(เรือ)* เทียบท่า ❸ *v.i. (เรือ)* แล่นเข้าเทียบท่า

beryl /ˈberəl/ˈเบะเริล/ *n.* กลุ่มอัญมณี ซึ่งรวมมรกตและนิล

beryllium /bəˈrɪlɪəm/เบอะˈริลเลียม/ *n. (Chem.)* ธาตุโลหะชนิดแข็งสีขาว *ใช้ในการผลิตโลหะผสม*

beseech /bɪˈsiːtʃ/บิˈซีฉ/ *v.t.,* **besought** /bɪˈsɔːt/บิˈซอท/ *or* **~ed** *(literary)* ขอร้อง, วิงวอน; **~ sb. to do sth.** ขอร้อง *ค.น.* ให้ทำ *ส.น.*; **~ sb. for sth.** วิงวอน *ค.น.* เพื่อ *ส.น.*; **I ~ you** ฉันขอร้องคุณละนะ

beseeching /bɪˈsiːtʃɪŋ/บิˈซีฉิง/ *adj.*, **beseechingly** *adv.* อย่างวิงวอนขอร้อง

beset /bɪˈset/บิˈเซ็ท/ *v.t., forms as* **set** 1 Ⓐ รุมเร้า, เต็มไปด้วย *(ปัญหา, อุปสรรค)*; **sth. is ~ with troubles** *ส.น.* มีปัญหารุมเร้า; **~ by doubts** ถูกรุมเร้าด้วยความสงสัย; Ⓑ *(hem in)* ห้อมล้อม, ล้อมรอบ; *(occupy and make impassable)* เข้าครอบครองและปิดกั้น; **~ting sin** บาปที่เกาะกินใจ/รุมเร้า

beside /bɪˈsaɪd/บิˈซายดฺ/ *prep.* Ⓐ *(close to)* ข้าง ๆ, ใกล้; **~ the sea/lake** ติดทะเล/ทะเลสาบ; **walk ~ the river** เดินเลียบแม่น้ำ; **sit/stand ~ sb.** นั่ง/ยืนอยู่ข้าง ๆ *ค.น.*; **sit down/go and stand ~ sb.** นั่งลง/ไปยืนข้าง ๆ *ค.น.*; Ⓑ *(compared with)* เมื่อเปรียบเทียบกับ; Ⓒ *(wide of)* ไม่เกี่ยวข้องกับ, นอกประเด็น; **be ~ the point** ไม่เกี่ยวข้องกับประเด็น; Ⓓ **~ oneself with joy/grief** ควบคุมตัวเองไม่ได้เนื่องจากความดีใจ/ความโศกเศร้า

besides /bɪˈsaɪdz/บิˈซายดซฺ/ ❶ *adv.* ด้วย, นอกจากนี้; **he was a historian ~:** นอกจากนี้เขาเป็นนักประวัติศาสตร์; **do/say sth. [else] ~:** ทำ/พูด *ส.น.* [อื่น ๆ] ด้วย; **~, we don't need it** นอกจากนี้พวกเราก็ไม่ต้องการสิ่งนี้อยู่แล้ว; **whatever she may have done ~:** อะไรก็ตามที่เธออาจจะได้กระทำไปแล้วด้วย ❷ *prep.* **~ us [there were others]** นอกจากพวกเราแล้ว [ยังมีคนอื่นอีก]; **~ my husband and me** นอกจากสามีของฉันและตัวฉันเอง; **~ which, he was late** นอกจากนั้นเขายังมาสายอีก; **he said nothing ~ that** เขาไม่ได้พูดอะไรนอกจากนั้น

besiege /bɪˈsiːdʒ/บิˈซีจ/ *v.t. (lit. or fig.)* ล้อม, ห้อมล้อม; **be ~d with letters/offers/requests/enquiries** ถูกห้อมล้อมไปด้วยจดหมาย/ข้อเสนอ/คำขอร้อง/คำถาม

besieger /bɪˈsiːdʒə(r)/บีˈซีเจอะ(ร)/ *n.* ผู้ห้อมล้อม

besmear /bɪˈsmɪə(r)/บิˈซเมีย(ร)/ *v.t.* ทำให้สกปรก, ทำให้เปื้อน; **~ed with blood** เปรอะเปื้อนเลือด

besmirch /bɪˈsmɜːtʃ/บิˈซเมิฉ/ *v.t. (lit. or fig.)* ทำให้เปื้อน, ทำลายชื่อเสียง/เกียรติยศ; **~ sb.'s name** ทำลายชื่อเสียงของ *ค.น.*

besom /ˈbiːzəm/ˈบีเซิม/ *n.* ไม้กวาดที่ทำจากกิ่งไม้

besot /bɪˈsɒt/บีˈซอท/ *v.t.,* **-tt-** ทำให้งง, ทำให้หลงใหล; **be ~ted by** *or* **with the idea that ...:** หลงใหลด้วยความคิดที่ว่า...; **~ted with alcohol** มึนงงด้วยฤทธิ์แอลกอฮอล์; **be ~ted by** *or* **with sb.** หลงใหล *ค.น.*

besought ➡ **beseech**

bespatter /bɪˈspætə(r)/บิˈซแปเทอะ(ร)/ *v.t.* ทำให้เปื้อนเป็นจุด ๆ, สาด *(น้ำ)*

bespeak /bɪˈspiːk/บิˈซปีค/ *v.t., forms as* **speak** 2 Ⓐ *(suggest)* บ่งชี้เป็นหลักฐาน; Ⓑ *(reserve)* สงวนไว้ล่วงหน้า

bespectacled /bɪˈspektəkld/บิˈซเป็คเทอะค'ลด/ *adj.* ใส่แว่น

bespoke /bɪˈspəʊk/บิˈซโปค/ ❶ ➡ **bespeak** ❷ *attrib. adj.* **~ overcoat** เสื้อนอกที่สั่งตัด; **~ boots** รองเท้าบูทที่ตัดตามสั่ง; **~ tailor** ช่างตัดเสื้อผ้าชายตามสั่ง

bespoken ➡ **bespeak**

best /best/เบ็ซทฺ/ ❶ *adj. superl. of* **good** Ⓐ ดีที่สุด; **be ~ [of all]** ที่ดีที่สุด [ของทั้งหมด]; **the ~ thing about it was ...:** สิ่งที่จะดีที่สุดก็คือ...; **the ~ thing to do is to apologize** สิ่งที่ควรทำที่สุดก็คือการขอโทษ; **the very ~ people** พวกคนที่ดีที่สุดจริง ๆ; **may the ~ man win!** ขอให้คนที่ดีที่สุดเป็นผู้ชนะ; Ⓑ *(most advantageous)* ที่ดีที่สุด; **which** *or* **what is the ~ way?** ทางไหน *หรือ* วิธีใดดีที่สุด; **it's ~ to travel via Paris** เดินทางผ่านทางปารีสจะดีที่สุด; **think it ~ to do sth.** คิดว่าถูกต้อง/ดีที่สุดที่จะทำ *ส.น.*; **do as you think ~** *or* **what you think is ~:** ทำในสิ่งที่คุณคิดว่าถูกต้องที่สุด; Ⓒ *(greatest)* ส่วนใหญ่, เกือบทั้งหมด; **the ~ part of the day/money** ช่วงเวลาเกือบทั้งวัน/เงินส่วนใหญ่; **[for] the ~ part of an hour** [เป็นเวลา] เกือบหนึ่งชั่วโมง

❷ *adv. superl. of* ²**well 2** ดีที่สุด; **like sth. ~ of all** ชอบ *ส.น.* มากที่สุด; **as ~ we could** ดีที่สุดเท่าที่พวกเราจะทำได้; **as ~ you can** ดีที่สุดเท่าที่คุณสามารถทำได้; **you know ~:** คุณเป็นคนที่ทราบดีที่สุด; **you'd ~ be going now** คุณน่าจะไปได้แล้ว; **he is ~ known for his etchings** ผู้คนส่วนใหญ่จะรู้จักเขาในด้านศิลปะการทำแบบโลหะพิมพ์; **he is the person ~ able to do it/to cope** เขาเป็นคนที่จะทำสิ่งนี้/จัดการได้ดีกว่าเพื่อน; **I was not ~ pleased to discover that ...** *(iron.)* ฉันไม่พอใจอย่างยิ่งที่พบว่า...

❸ *n.* Ⓐ **the ~:** คนหรือสิ่งที่ดีที่สุด; **the wine was not of the ~:** เหล้าองุ่นนี้ไม่ใช่เหล้าองุ่นที่ดีที่สุด; **their latest record is their ~:** แผ่นเสียงล่าสุดของเขาดีกว่าเพื่อน/ดีที่สุด; Ⓑ *(clothes)* เสื้อผ้าที่ดีที่สุด; **wear one's [Sunday]**

b

~: ใส่เสื้อผ้าที่ดีที่สุดของตน; Ⓒ **play the ~ of three [games]** เล่น 3 เกม โดยคนที่ชนะ 2 เกมเป็นผู้ชนะ; **the ~ of it is ...** *(also iron.)* เรื่องที่น่าดีใจที่สุดก็คือ..., สิ่งที่ดีที่สุดก็คือ...; **get** *or* **have the ~ of it** ได้ประโยชน์, ชนะ; **get the ~ out of sth./sb.** ได้ประโยชน์จาก *ส.น./ค.น.* อย่างเต็มที่; **that's the ~ of having a car** นั่นเป็นข้อดีที่สุดของการมีรถ; **he is not in the ~ of health** เขาสุขภาพไม่ค่อยดี; **bring out the ~ in sb.** ดึงเอาคุณสมบัติที่ดีที่สุดของ *ค.น.* ออกมา; **all the ~!** *(coll.)* ขอให้โชคดี; Ⓓ **the ~** *pl.* กลุ่มที่ดีที่สุด; **they are the ~ of friends** พวกเขาเป็นเพื่อนที่ดีที่สุด; **with the ~ of intentions** ด้วยความตั้งใจดียิ่ง; **from the ~ of motives** โดยมีเจตนาที่ดี; **get six of the ~** *(coll.)* ถูกตี/หวด/ฟาด 6 ครั้งเป็นการลงโทษ; **[sb. is] one of the ~** *(coll.)* [*ค.น.*] เป็นคนที่ดีที่สุดคนหนึ่ง; **she can down a pint of beer/play tennis with the ~ of them** *(coll.)* เธอสามารถดื่มเบียร์/เล่นเทนนิสสู้ใครก็ได้; Ⓔ **at ~:** ถ้ามองในแง่ดีที่สุด; **be at one's ~:** อยู่ในสภาพหรือรูปแบบที่ดีที่สุด; **an example of modern architecture at its ~:** ตัวอย่างของสถาปัตยกรรมสมัยใหม่ที่ดีที่สุด; **[even] at the ~ of times** [แม้แต่] ในช่วงเวลาที่ดีที่สุด; **it is [all] for the ~:** ดีแล้วล่ะ; **he did it [all] for the ~:** เขาทำ [ทั้งหมด] ด้วยความหวังดี; **hope for the ~:** หวังว่าทุกสิ่งทุกอย่างคงจะราบรื่น; **do one's ~:** ทำสุดความสามารถ, ทำดีที่สุด; **he is doing his ~ to ruin me** *(iron.)* เขากำลังทำทุกอย่างเพื่อทำลายฉัน; **do the ~ you can** ทำดีที่สุดที่คุณสามารถทำได้; **it's not good, but it's the ~ I can do** มันไม่ดีเท่าไหร่ แต่ก็ดีเท่าที่ฉันทำได้; **look one's ~:** ดูสวยงาม/ดูดีที่สุดที่จะเป็นไปได้; **make the ~ of oneself** ทำตนเองให้มีเสน่ห์มากที่สุด เท่าที่จะทำได้; **make the ~ of it/things** พยายามมองในแง่ที่ดีที่สุด; **make the ~ of a bad job** *or* **bargain** *(coll.)* พยายามหาข้อดีในสถานการณ์เลวร้าย; **to the ~ of one's ability** สุดความสามารถของตน; **to the ~ of my belief/knowledge** เท่าที่ฉันทราบ; **she wants/has the ~ of everything** เธอต้องการ/มีสิ่งที่ดีที่สุดตลอด

❹ *v.t. (Sport)* ชนะ; *(outwit)* ชนะในด้านความคิด

best: ~-before date *n. (กิน)* ดีที่สุดก่อนวันที่...; **~-dressed** *attrib. adj.* ที่แต่งกายได้ดีที่สุด; **~ 'end** *n. (Gastr.)* เนื้อสัตว์ส่วนที่ไม่มีกระดูก เช่น เนื้อสัน; **~ 'friend** *n.* เพื่อนรัก, เพื่อนสนิท; **be ~ friends with sb.** เป็นเพื่อนรัก/เพื่อนสนิทกับ *ค.น.*; **~-hated** *attrib. adj. (iron.)* ไม่เป็นที่ชื่นชอบที่สุด

bestial /ˈbestɪəl, US ˈbestʃəl/ˈเบ็ซเตียล, ˈเบ็ซเฉิล/ *adj. (of or like a beast)* เป็นสัตว์ป่า, เหมือนกับสัตว์ป่า; *(brutish, barbarous)* เยี่ยงสัตว์, ป่าเถื่อน; *(savage)* ป่าเถื่อนโหดร้าย; *(depraved)* เลวทราม, ไร้ศีลธรรม

bestiality /bestɪˈælətɪ, US bestʃɪ-/เบ็ซติˈแอเลอะทิ/ *n.* Ⓐ ความเหมือนกับสัตว์ป่า; *(savagery)* ความป่าเถื่อนโหดร้าย; Ⓑ *(sodomy)* การร่วมเพศระหว่างมนุษย์และสัตว์

bestir /bɪˈstɜː(r)/บิˈซเตอ(ร)/ *v. refl.*, **-rr-** กระตุ้น, เร้าใจ *(ตนเอง)*

best: ~-kept *attrib. adj.* เก็บรักษาในสภาพดีที่สุด; **the ~-kept village in England** หมู่บ้านที่ได้รับการดูแลรักษาที่ดีที่สุดในอังกฤษ; **~-known** *attrib. adj.* มีชื่อเสียง *หรือ* เป็นที่รู้จักมากที่สุด; **~-laid** *attrib. adj.* ซึ่งได้วางแผนไว้อย่างดีที่สุด; **~-loved** *attrib. adj.* ที่รักมากที่สุด; **~ 'man** *n.* เพื่อนเจ้าบ่าว

bestow /bɪˈstəʊ/บิˈซโต/ *v.t.* มอบให้, ให้ *(ของขวัญ, สิทธิ ฯลฯ)*; **~ sth. [up]on sb.** มอบ *ส.น.* แก่ *ค.น.*

bestowal /bɪˈstəʊəl/บิˈซโตเอิล/ *n.* การให้, การมอบให้

'best-quality *attrib. adj.* ที่คุณภาพดีที่สุด

bestride /bɪˈstraɪd/บิˈซตฺรายดฺ/ *v.t., forms as* **stride** 3 นั่ง/ยืนคร่อม, ยืนกางขา

best: ~ 'seller *n.* สิ่งของที่ขายดีมาก; *(author)* ผู้เขียนหนังสือที่มียอดขายดี; **~-selling** *attrib. adj.* ที่ขายดี; **~-selling book/novel** หนังสือ/นวนิยายที่ขายดีมาก; **a ~-selling novelist** นักเขียนนวนิยายที่ขายดีมาก

bet /bet/เบ็ท/ ❶ *v.t.*, **-tt-**, **~** *or* **~ted** Ⓐ พนัน; **I ~ him £10** ฉันพนันเขาไว้ 10 ปอนด์; **he ~ £10 on that horse** เขาพนันม้าตัวนั้นเอาไว้ 10 ปอนด์; Ⓑ *(coll.: be confident)* มั่นใจ; **I ~ he's late** ฉันพนันได้เลยว่าเขาต้องมาสาย; **[I] ~ you I know where he got it from** ฉันมั่นใจว่าฉันทราบดีว่าเขาเอามันมาจากไหน; **[you can] ~ your life** [คุณสามารถ] เอาชีวิตคุณเป็นเดิมพันได้; **[I] ~ you [anything]** จะให้พนันอะไรก็ได้, ฉันมั่นใจเลย; **I'll ~ he tells them he's swum the Channel** ฉันพนันได้เลยว่าเขาต้องบอกพวกเขาว่าเขาว่ายน้ำข้ามช่องแคบ; **~ [you] I can** ฉันทำได้แน่นอนเลย; **you '~ [I am/I will** *etc.***]** แน่นอนเลย

❷ *v.i.*, **-tt-**, **~** *or* **~ted** Ⓐ พนัน; **~ on sth.** พนัน *ส.น.*; Ⓑ *(coll.: be confident)* มั่นใจ, เชื่อ; **the shops will be closed, I'll ~:** ร้านค้าจะปิดหมดแล้ว ฉันมั่นใจเลย; **[do you] want to ~?** [คุณ] จะพนันมั้ยละ; ➡ **+ 'boot** 1 A; **bottom** 2 B

❸ *n.* Ⓐ การพนัน; *(sum)* จำนวนเงินที่พนัน; **make** *or* **have a ~ with sb. on sth.** มีการลงพนันกับ *ค.น.* เกี่ยวกับ *ส.น.*; **accept** *or* **take a ~ on sth.** ยอมรับการพนัน *ส.น.*; **lay a ~ on sth.** วางพนันใน *ส.น.*; Ⓑ *(fig. coll.: choice)* ตัวเลือก, ความเห็น; **be a bad/good/safe ~:** เป็นทางเลือกที่ไม่ดี/ดี/ปลอดภัย; **it's a fair ~ that ...:** พนันกันได้เลยว่า...; **be sb.'s best ~:** เป็นตัวเลือก/ความหวังที่ดีที่สุดของ *ค.น.*; **my ~ is that ...:** ความเห็นของฉันก็คือว่า...

beta /ˈbiːtə, US ˈbeɪtə/ˈบีเทอะ, ˈเบเทอะ/ *n.* Ⓐ *(letter)* เบต้า *(ท.ศ.)* พยัญชนะตัวที่สองของกรีก; Ⓑ *(Sch., Univ.: mark)* คะแนนอันดับที่สอง

beta-blocker /ˈbiːtəblɒkə(r)/ˈบีเทอะบลอเคอะ(ร)/ *n. (Med.)* ยาป้องกันไม่ให้หัวใจถูกกระตุ้นมากเกินไป ใช้ในการรักษาอาการเจ็บหน้าอกและลดความดัน

betake /bɪˈteɪk/บิˈเทค/ *v. refl., forms as* **take** 1 *(literary)* ไปสู่ *(สถานที่, บุคคล)*; **~ oneself somewhere** ไปสู่ที่ใดที่หนึ่ง

beta: ~ particles *n. pl. (Phys.)* อณูเบต้า *(ร.บ.)*; **~ rays** *n. pl. (Phys.)* รังสีที่เกิดจากอนุภาคเบต้า

betcha /ˈbetʃə/ˈเบ็ทเชอะ/ *excl. (coll.)* พนันได้เลย; **you ~!** *(Amer.)* แน่นอน, ได้เลย

betel /ˈbiːtl/ˈบีท'ล/ *n. (Bot.)* ใบพลู; **~ nut** *(ผล)* หมาก

bête noire /beɪt ˈnwɑː(r)/เบท ˈนวา(ร)/ *n., pl.* **bêtes noires** บุคคล *หรือ* สิ่งที่ตนทนไม่ได้

bethink /bɪˈθɪŋk/บิˈธิงคฺ/ *v. refl.*, **bethought** *(literary)* คิดใคร่ครวญ, หยุดคิด, นึกขึ้นได้โดยการคิดใคร่ครวญ

betide /bɪˈtaɪd/บิˈทายดฺ/ *(literary)* ❶ *v.t.* เกิดขึ้นกับ; **woe ~ you if ...:** จะมีความทุกข์ระทมเกิดขึ้นกับคุณถ้า...; **whatever ~s you** ไม่ว่าอะไรจะเกิดขึ้นกับคุณก็ตาม ❷ *v.i.* เกิดขึ้น

betimes /bɪˈtaɪmz/บิˈทายมซฺ/ *adv. (literary)* เช้า, ภายในเวลาอันสั้น

betoken /bɪˈtəʊkən/บิˈโทเคิน/ *v.t.* Ⓐ *(indicate)* บ่งชี้; Ⓑ *(suggest)* แสดงถึง

betony /ˈbetənɪ/ˈเบ็ทเทอะนิ/ *n. (Bot.)* พืชดอกสีม่วงแดง *Stachys officinalis*

betook ➡ **betake**

betray /bɪˈtreɪ/บิˈเทฺร/ *v.t.* Ⓐ ทรยศ *(ประเทศ)*; หักหลัง *(เพื่อน)*; แสดง, เปิดเผยให้เห็น *(ความรู้สึก)*; **~ oneself** แสดงความจริงโดยไม่ต้องการ, หลุดออกมา; **~ the fact that ...:** เปิดเผยข้อเท็จจริงที่ว่า...; Ⓑ *(lead astray)* พาออกนอกลู่นอกทาง

betrayal /bɪˈtreɪəl/บิˈเทฺรเอิล/ *n.* การทรยศ, การหักหลัง; **~ of one's friends/country** หักหลังเพื่อน/ทรยศประเทศชาติของตน; **an act of ~:** การทรยศหักหลัง; **a ~ of trust** การทรยศทำลายความไว้วางใจ

betroth /bɪˈtrəʊð/บิˈโทฺรท/ *v.t. (arch.)* หมั้น; **be ~ed to sb.** หมั้นหมายจะแต่งงานกับ *ค.น.*

betrothal /bɪˈtrəʊðl/บิˈโทฺรท'ล/ *n. (arch.)* การหมั้นหมาย

betrothed /bɪˈtrəʊðd/บิˈโทฺรทดฺ/ *(arch.)* ❶ *adj.* ที่ได้รับหมั้นหมาย ❷ *n.* ผู้ที่ได้รับการหมั้นหมาย

better /ˈbetə(r)/ˈเบ็ทเทอะ(ร)/ ❶ *adj.* ➤ 453 *compar. of* **good** 1 ดีกว่า; **I have something ~ to do** ฉันมีอะไรจะทำที่ดีกว่า; **do you know of anything ~?** คุณรู้จักอะไรที่ดีกว่านี้ไหม; **that's ~:** นั่นดีกว่า; **~ and ~:** ดีขึ้นโดยลำดับ; **~ still, let's phone** ที่จะดีไปกว่านั้น ก็คือโทรศัพท์กัน; **be much ~** *(recovered)* ดีขึ้นมากแล้ว *(จากการเจ็บป่วย)*; **he is much ~ today** วันนี้เขาดีขึ้นมาก; **get ~** *(recover)* ดีขึ้น; **I am/my ankle is getting ~:** ฉัน/ข้อเท้าของฉันดีขึ้นเรื่อย ๆ; **so much the ~:** ก็ดีแล้ว; **she is none the ~ for it** เธอไม่ได้รับประโยชน์อะไรเลย; **she is much the ~ for having been to university** เธอได้ประโยชน์มากจากการไปเรียนมหาวิทยาลัย; **my ~ feelings/nature** ความรู้สึกผิดชอบชั่วดี/นิสัยในแง่ดีของฉัน; **be ~ than one's word** ทำได้ดีกว่าที่กล่าวไว้; **my/his ~ half** *(joc.)* สามี/ภรรยาของฉัน/ของเขา; **the ~ part of sth.** *(greater part)* ส่วนใหญ่ของ *ส.น.*; **[for] the ~ part of an hour** เป็นเวลาเกือบชั่วโมง; **he is no ~ than a criminal** เขาก็พอ ๆ กับอาชญากร; **she's no ~ than she should be** *(euphem.)* เธอไม่ได้ดีอะไรนักหนาอย่างที่ใครคิด; **on ~ acquaintance** เมื่อรู้จักดีขึ้น; ➡ **+ all** 3

❷ *adv. compar. of* **²well** 2 Ⓐ *(in a ~ way)* ดีกว่า, ดีขึ้น; **I hope you do ~ in future** ฉันหวังว่าคุณจะโชคดีขึ้นในอนาคต; *(by your own efforts)* ฉันหวังว่าในอนาคตคุณจะทำได้ดีกว่านี้; Ⓑ *(to a greater degree)* ดีกว่ามาก, มากขึ้น; **the ~ to do sth.** *(เพื่อที่จะ)* ทำ *ส.น.* ได้ดีขึ้น; **you cannot do ~ than ...:** คุณไม่สามารถทำได้ดีไปกว่า...; **I like Shakespeare ~ than Marlowe** ฉันชอบเชคสเปียร์มากกว่ามาโลว์; **he is ~ liked than Carter** เขาเป็นที่ชื่นชอบมากกว่าคาร์เตอร์; Ⓒ **be ~ off without sth./sb.** มีความสุขมากกว่าเมื่อปราศจาก *ส.น./ค.น.*; **he would do ~ to ask first** จะดีกว่าถ้าเขาจะถามก่อน; Ⓓ **know ~ than ...:** รู้ดีกว่าที่จะ...; **you ought to know ~ than to ...:** คุณควรฉลาดพอที่จะ...; Ⓔ **go one ~ [than sb.],** *(Amer.)* **go sb. one ~:** ทำได้ดีกว่า *ค.น.*; Ⓕ **you'd ~ not tell her** คุณอย่าบอกเธอดีกว่า; **I'd ~ begin by introducing myself** ฉันเริ่มต้นโดยการแนะนำ

ตัวฉันเองก่อนดีกว่า; **I'd ~ be off now** ฉันควรจะไปแล้วล่ะ; **hadn't you ~ ask first?** คุณไม่ควรถามก่อนหรือ; **I promise I'll clear up after the party – You'd ~!** ฉันสัญญาว่าจะเก็บกวาดทำความสะอาดหลังจากงานเลี้ยง คุณต้องทำแน่เลย; ➡ + **better off**
❸ *n.* Ⓐ สิ่ง/สถานการณ์ที่ดีขึ้น; **we hope for ~:** พวกเราคาดหวังว่าทุกอย่างจะดีขึ้น; **get the ~ of sb./sth.** เอาชนะ/เป็นต่อ *ค.น./ส.น.*; **ill health/exhaustion got the ~ of him** ความเหนื่อยเหนื่อยเอาชนะเขาจนได้; **for ~, for worse** ในยามทุกข์และสุข; **be a change for the ~:** เป็นการเปลี่ยนแปลงไปในแง่ดี; **I thought ~ of it** พอได้คิดดี ๆ ฉันเปลี่ยนใจ; Ⓑ *in pl.* ผู้ที่มีฐานะสูงกว่า
❹ *v.t.* Ⓐ *(surpass)* ทำดีกว่า, ก้าวนำ, แซง; Ⓑ *(improve)* ปรับปรุง; **~ oneself** *(rise socially)* ยกฐานะของตนในสังคม

'better-class *attrib. adj. (ฐานะในสังคม)* ที่สูงกว่า

betterment /ˈbetəmənt/ˈเบ็ทเทอะเมินท/ *n., no pl.* การทำให้ดีขึ้น, การยกคุณภาพ

better: ~ 'off /betərˈɒf/เบ็ทเทอะˈออฟ/ *adj.* Ⓐ *(financially)* รวยกว่า; Ⓑ **he is ~ off than I am** เขามีฐานะทางการเงินดีกว่าฉัน; **be ~ off than sb.** รวยกว่า *ค.น.*; **~-quality** *attrib adj.* คุณภาพดีกว่า; **~-than-average** *attrib. adj.* ดีกว่าเกณฑ์เฉลี่ย; **earn a ~-than-average income** มีรายได้ที่สูงกว่าเกณฑ์เฉลี่ย

betting /ˈbetɪŋ/ˈเบ็ททิ่ง/ ❶ *n.* การพนัน; **there was heavy ~ on that horse** มีการแทงพนันม้าตัวนั้นกันอย่างครึกโครม; **what's the ~ it rains?** *(fig.)* จะพนันไหมล่ะว่าฝนจะตกหรือไม่ ❷ *attrib. adj.* ที่ชอบ/เล่นพนัน; **I'm not a ~ man** ฉันไม่ใช่คนที่เล่นการพนัน

'betting office, 'betting shop *ns.* สถานที่รับพนันและจ่ายเงินพนัน

between /bɪˈtwiːn/บิˈทวีน/ ❶ *prep.* Ⓐ *(position)* ระหว่าง; *(direction)* ระหว่าง; **it is not far ~ the two places** ระยะทางระหว่างสองแห่งนั้นไม่ไกล; **~ then and now** ระหว่างตอนนั้นกับตอนนี้; **~ now and the end of term** ระหว่างตอนนี้ถึงปลายภาคเรียน; **there's nothing to choose ~ them** ไม่มีอะไรจะให้เลือกเลยระหว่างสองอย่าง/คนนี้; **[in] ~:** [ใน] ระหว่าง; Ⓑ *(amongst)* ระหว่าง, ท่ามกลาง, ในบรรดา; **the work was divided ~ the volunteers** งานถูกแบ่งระหว่างเหล่าอาสาสมัคร; **~ ourselves, ~ you and me** ถ้าคุยกันเอง; **that's [just] ~ ourselves** นั่นมัน [แค่] เป็นเรื่องระหว่างพวกเรา; Ⓒ *(by joint action of)* **~ them/the four of them they succeeded in dislodging the stone** โดยการที่พวกเขา/ทั้งสี่คนร่วมแรงกัน ก็เคลื่อนย้ายหินได้สำเร็จ; **we ate it up ~ us** พวกเรากินกันจนเกลี้ยง; Ⓓ *(shared by)* **~ us we had 40p** พวกเราทั้งหมดมีเงินแค่ 40 เพนซ์; **we had three tents ~ the five of us** พวกเรามีเต็นท์ 3 หลังสำหรับ 5 คน; **there is nothing ~ us** พวกเราไม่ได้มีเรื่องอะไรกันนะ; **it's all over ~ us** เรื่องของเรามันจบลงแล้ว ❷ *adv.* **[in] ~:** [ใน] ระหว่าง, *(in time)* ระหว่าง; **the space ~:** ช่องว่างระหว่าง

between: ~times, ~whiles *advs.* ในช่วงคั่นระหว่างเหตุการณ์, บางครั้งบางคราว

betwixt /bɪˈtwɪkst/บิˈทวิคซฺท/ ❶ *prop. (arch./poet.)* ระหว่าง ❷ *adv.* Ⓐ *(arch./poet.)* ระหว่าง; Ⓑ **~ and between** *(coll.)* อันนี้ก็ไม่ใช่อันนั้นก็ไม่เชิง

bevel /ˈbevl/ˈเบ๊ว่ล/ ❶ *n. (slope)* ขอบหน้าตัดแฉลบ; **~ edge** มุมเอียง; **~ gear** ล้อเฟืองถ่ายกำลังระหว่างสองเพลา, ฟันเฟืองรูปกรวยตัด ❷ *v.t., (Brit.)* **-ll-** ทำให้เป็นขอบหน้าตัดแฉลบ

beverage /ˈbevərɪdʒ/ˈเบ๊วเวอะริจ/ *n. (formal)* เครื่องดื่ม

bevy /ˈbevɪ/ˈเบ๊ววิ/ *n.* Ⓐ *(fig.) (คน)* กลุ่มใหญ่; *(นก)* ฝูงหนึ่ง

bewail /bɪˈweɪl/บิˈเวล/ *v.t.* เสียใจมาก; *(lament)* คร่ำครวญ

beware /bɪˈweə(r)/บิˈแว(ร)/ *v.t. & i.; only in imper. and inf.* **~ [of] sth./sb.** ระวัง *ส.น./ค.น.*; **~ of doing sth.** ระวังในการทำ *ส.น.*; **'~ of black ice/falling masonry'** ระวังน้ำแข็งบนถนน/ระวังวัสดุก่อสร้างที่อาจตกลงมา; **'~ of pick-pockets'** ระวังคนล้วงกระเป๋า; **'~ of the dog'** ระวังสุนัขดุ; **~ [of] how ...** ระวังให้ดีว่า... อย่างไร; **~ that you do not succumb to the temptation** ระวังตัวอย่าหลงไปกับสิ่งเย้ายวน

bewilder /bɪˈwɪldə(r)/บิˈวิลเดอะ(ร)/ *v.t.* ทำให้งุนงงสับสน; **be ~ed by sth.** รู้สึกงุนงงสับสนใน *ส.น.*

bewildering /bɪˈwɪldərɪŋ/บิˈวิลเดอะริง/ *adj.* ชวนให้งุนงงสับสน

bewilderment /bɪˈwɪldəmənt/บิˈวิลเดอะเมินท/ *n., no pl.* ความรู้สึกงุนงงสับสนมาก; **in total ~:** ในสภาพที่งุนงงสับสนไปหมด

bewitch /bɪˈwɪtʃ/บิˈวิฉ/ *v.t.* ทำให้หลงเสน่ห์; *(fig.)* สะกด *(ด้วยมนต์)*

bewitching /bɪˈwɪtʃɪŋ/บิˈวิทฉิง/ *adj.* น่ายินดีปลาบปลื้ม, ทำให้หลงใหล

bewitchingly /bɪˈwɪtʃɪŋlɪ/บิˈวิทฉิงลิ/ *adv.* อย่างมีเสน่ห์; **smile ~ at sb.** ยิ้มให้ *ค.น.* อย่างสวยงามจับใจ

beyond /bɪˈjɒnd/บิˈยอนดฺ/ ❶ *adv.* Ⓐ *(in space)* ซึ่งอยู่ไกลออกไป; *(on other side of wall, mountain range, etc.)* อีกด้านหนึ่ง, ข้างหลัง; **the world ~:** ชาติหน้า, นรกหรือสวรรค์; Ⓑ *(in time)* ภายหลัง/เลยจาก *(เวลานั้น ๆ)* ไป; Ⓒ *(in addition)* นอกจากนี้; **and nothing ~:** และไม่มีอะไรนอกจากนี้ ❷ *prep.* Ⓐ *(at far side of)* ข้างโน้น, ด้านโน้น; **when we get ~ the river, we'll stop** เมื่อเราข้ามแม่น้ำไปแล้วเราก็จะหยุด; Ⓑ *(in space: after)* ต่อจาก; **all we saw was ruin ~ ruin** สิ่งที่พวกเราพบเห็นมีแต่ซากปรักหักพังซากแล้วซากเล่า; Ⓒ *(later than)* เกิน, เลยไปจาก; **she never looks** *or* **sees ~ the present** เธอไม่เคยมอง *หรือ* เห็นสิ่งใดไกลไปกว่าปัจจุบันเลย; **I shan't wait ~ an hour/~ 6 o'clock** ฉันจะไม่รอเกินหนึ่งชั่วโมง/เกิน 6 นาฬิกา; Ⓓ *(out of reach, comprehension, range)* ไกล, นอกเหนือ, เกินไป; **it's [far** *or (coll.)* **way] ~ me/him** *etc. (too difficult)* มันยากเกินไปสำหรับที่ฉัน/เขาจะเข้าใจ; *(incomprehensible)* เป็นสิ่งที่ฉันไม่สามารถเข้าใจได้; **be ~ the power of anyone's imagination** เกินอำนาจจินตนาการของใครก็ตาม; **your work is ~ all praise** งานของคุณมีค่าเกินคำชมใด ๆ ทั้งหมด; **~ reproach** ซึ่งไม่มีที่ติ; **that is ~ my powers/competence** นั่นมันเกินขอบเขตอำนาจ/ความสามารถของฉัน; **be ~ sb.'s capabilities/understanding** เกินขอบเขตความสามารถ/ความเข้าใจของ *ค.น.*; Ⓔ *(surpassing, exceeding)* ดีกว่า, เก่งกว่า, ที่เกินหน้า; **I succeeded ~ my wildest hopes** ฉันประสบความสำเร็จเกินความหวังอันเลิศลอยของฉัน; **they're living ~ their means** พวกเขาใช้จ่ายเกินฐานะของเขา; Ⓕ *(more than)* มากกว่า; **he can't yet walk ~ a few steps** เขายังเดินได้ไม่กี่ก้าว; ➡ + **joke** 1 A; Ⓖ *(besides)* นอกจาก; **there's nothing you can do ~ writing to him regularly** ไม่มีสิ่งใดที่คุณสามารถทำได้ นอกจากเขียนไปหาเขาอย่างสม่ำเสมอ; **~ this/that** นอกจากนี้/นั้น ❸ *n.* **the B~:** ความลี้ลับหลังจากที่ตายแล้ว; **at the back of ~:** ที่อันไกลโพ้น/เปลี่ยว/เงียบเหงา

[1]**b.f.** /biːˈef/บีˈเอ็ฟ/ *n. (Brit. euphem.)* ไอ้งั่ง โง่บัดซบ

[2]**b.f.** *abbr. (Bookk.)* **brought forward** *(ยอด)* ยกมา

B film, B movie *n.* หนังที่สร้างด้วยงบต่ำ เพื่อเป็นหนังประกอบ

BFPO *abbr.* **British Forces Post Office** *ไปรษณีย์พิเศษของกองทัพทหารอังกฤษ*

b.h.p. *abbr. (Mech. Engin.)* **brake horsepower**

biannual /baɪˈænjʊəl/ไบˈแอนิวเอิล/ *adj.* ปีละ 2 ครั้ง

biannually /baɪˈænjʊəlɪ/ไบˈแอนิวเอิลลิ/ *adv.* อย่างปีละ 2 ครั้ง

bias /ˈbaɪəs/ˈบายเอิซ/ ❶ *n.* Ⓐ *(leaning)* การเข้าข้าง, ความเอนเอียง; **have a ~ towards** *or* **in favour of sth./sb.** มีความเอนเอียงไปสู่ *หรือ* เข้าข้าง/สนับสนุน *ส.น./ค.น.*; **have a ~ against sth./sb.** มีอคติต่อ *ส.น./ค.น.*; **be of** *or* **have a conservative ~:** มีความเอนเอียงไปทางอนุรักษ์นิยม; Ⓑ *(prejudice)* อคติ; **be without ~:** ปราศจากอคติ; Ⓒ *(Statistics)* จำนวนของผลเฉลี่ยที่ได้ต่างไปจากค่าอุเทศ; Ⓓ *(Dressmaking)* ผ้าเฉียง; **cut on the ~:** ตัดเฉียง; **~ binding** กุ๊นผ้าเฉลียง ❷ *v.t.*, **-s-** *or* **-ss-** ทำให้มีความเอนเอียง, ทำให้มีอคติ; **be ~ed towards** *or* **in favour of sth./sb.** มีความเอนเอียงไปสู่ *หรือ* เข้าข้าง/สนับสนุน *ส.น./ค.น.*; **they are ~ed in favour of women** พวกเขามีความเอนเอียงเข้าข้างผู้หญิง; **be ~ed against sth./sb.** มีอคติต่อ *ส.น./ค.น.*; **a ~ed account** เรื่องราวที่มีอคติ; **a ~ed jury/judge** คณะลูกขุน/ผู้พิพากษาที่มีอคติ

bib /bɪb/บิบ/ ❶ *n.* Ⓐ *(for baby)* ผ้ากันเปื้อนที่ผูกคอเด็ก; Ⓑ *(of apron etc.)* ส่วนของผ้ากันเปื้อนที่ปิดหน้าอก; **put on one's best ~ and tucker** *(joc.)* ใส่เสื้อผ้าชุดที่ดีที่สุดของตน ❷ *v.i.*, **-bb-** *(arch.)* ดื่มมาก

Bible /ˈbaɪbl/ˈบายบ'ล/ *n.* Ⓐ *(Christian)* คัมภีร์ไบเบิล *(ท.ศ.) (ที่ประกอบด้วยคัมภีร์เก่าและคัมภีร์ใหม่)*; Ⓑ *(of other religion)* คัมภีร์ของศาสนาอื่น ๆ; *(fig.: authoritative book)* หนังสือที่ใช้เป็นคัมภีร์

Bible: ~ class *n.* ชั้นเรียนคัมภีร์ไบเบิล; **~ 'oath** *n.* การให้คำสาบานต่อพระคัมภีร์

biblical /ˈbɪblɪkl/ˈบิบลิค'ล/ *adj.* เกี่ยวกับหรือที่มีบรรจุในคัมภีร์ไบเบิล, เหมือนภาษาที่ใช้ในคัมภีร์ไบเบิล

bibliographer /bɪblɪˈɒgrəfər/บิบลิˈออเกฺรอะเฟอะ(ร)/ *n.* ➤ 489 ผู้จัดบรรณานุกรม

bibliographic /bɪblɪəˈgræfɪk/บิบลิเออะˈแกฺรฟิค/, **bibliographical** /bɪblɪəˈgræfɪk(l)/บิบลิเออะˈแกฺรฟิค'ล/ *adj.* เป็นบรรณานุกรม

bibliography /bɪblɪˈɒgrəfɪ/บิบลิˈออเกฺรอะฟิ/ *n.* Ⓐ *(list)* บรรณานุกรม; Ⓑ *(study)* การศึกษาเกี่ยวกับประวัติและการผลิตหนังสือ

bibliophile /ˈbɪblɪəfaɪl/ˈบิบบลิเออะฟายลฺ/ *n.* คนเก็บสะสม *หรือ* รักหนังสือ

bibulous /ˈbɪbjʊləs/ˈบิบบิวเลิซ/ *adj.* ช่างดื่มสุรามาก, ซึ่งติดสุรา

bicarb /ˈbaɪkɑːb/ˈไบคาบ/ *n. (coll.)* โซเดียมไบคาร์บอเนต

bicarbonate /baɪˈkɑːbənət/ไบˈคาเบอะเนิท/ *n.* Ⓐ *(Cookery)* ~ **[of soda]** โซเดียมไบคาร์บอเนตที่ใช้ในผงฟู; Ⓑ *(Chem.)* ไบคาร์บอเนต *(ท.ศ.)* เกลือที่เป็นกรดของกรดคาร์บอนิค

bicentenary /baɪsenˈtiːnərɪ, US -ˈsentənerɪ/ ไบเซ็นˈทีเนอะริ/, **bicentennial** /baɪsenˈtenɪəl/ ไบเซ็นˈเท็นเนียล/ ❶ *adjs.* ครบรอบ 200 ปี, ที่เกิดขึ้นทุก ๆ 200 ปี; **~ celebrations** การเฉลิมฉลองครบ 200 ปี ❷ *ns.* การเฉลิมฉลองครบรอบ 200 ปี

biceps /ˈbaɪseps/ˈไบเซ็พซฺ/ *n.* Ⓐ *(Anat.)* กล้ามเนื้อขนาดใหญ่บริเวณโคนแขน; Ⓑ *(muscularity)* กล้ามเนื้อที่ส่วนหน้าของแขน

bicker /ˈbɪkə(r)/ˈบิคเคอะ(ร)/ *v.i.* ทะเลาะวิวาทเล็ก ๆ น้อย ๆ; **~ with sb. about** *or* **over sth.** ทะเลาะเบาะแว้งกับ *ค.น.* เกี่ยวกับ *ส.น.*

bickering /ˈbɪkərɪŋ/ˈบิคเคอะริง/ *n.* การทะเลาะวิวาทเล็ก ๆ น้อย ๆ, การทะเลาะเบาะแว้ง

bicycle /ˈbaɪsɪkl/ˈไบซิคˈล/ ❶ *n.* Ⓐ รถจักรยาน; **ride a ~:** ขี่จักรยาน; **by ~:** โดยจักรยาน ❷ *v.i.* ขี่จักรยาน; **he ~s to work** เขาขี่จักรยานไปทำงาน

bicycle: ~ clip *n.* ตัวหนีบขากางเกงผู้ขี่จักรยาน; **~ courier** *n.* ผู้ส่งเอกสารโดยขี่จักรยาน; **~ kick** *n. (Football)* การกระโดดม้วนตัวเตะลูกบอลไปด้านหลัง; **~ lane** *n.* ทางวิ่งสำหรับรถจักรยาน; **~ messenger** *n.* ผู้ส่งเอกสารโดยขี่รถจักรยาน; **~ path** *n.* ทางวิ่งสำหรับรถจักรยาน; **~ rack** *n.* ราวสำหรับจอดรถจักยาน

bid /bɪd/บิด/ ❶ *v.t.* Ⓐ **-dd-**, ~ *(at auction)* ประมูลราคา; **what am I ~?** มีใครเสนอราคาเท่าใดบ้าง; **~ up the price** ประมูลราคาแพงขึ้น; Ⓑ **-dd-**, ~ *(Cards)* เรียกไพ่; Ⓒ **-dd-, bade** /bæd/เบด/ *or* **~, bidden** /ˈbɪdn/ˈบิดˈน/ *or* ~ *(arch./poet.: command)* บอก, สั่ง; **~ sb. do sth.** สั่งให้ *ค.น.* ทำ *ส.น.*; **do as you are ~[den]** ทำตามที่ถูกสั่งมา; Ⓓ **-dd-, bade** *or* **~, bidden** *or* ~ *(invite)* เชิญ; **he bade her be seated** เขาเชิญให้เธอนั่งลง; Ⓔ **-dd-, bade** *or* **~, bidden** *or* **~: ~ sb. welcome** กล่าวคำต้อนรับแก่ *ค.น.*; **~ sb. goodbye** กล่าวคำอำลาแก่ *ค.น.*; **~ sb./***(coll.)* **sth. farewell, ~ farewell to sb./***(coll.)* **sth.** กล่าวคำอำลาแก่ *ค.น.*/เลิกทำ *ส.น.*; **~ sb. good day** กล่าวคำสวัสดีแก่ *ค.น.* ❷ *v.i.*, **-dd-, ~;** Ⓐ พยายาม (**for** ที่จะ); **the President is ~ding for re-election** ประธานาธิบดีพยายามที่จะได้รับเลือกตั้งอีกวาระหนึ่ง; **~ fair to be sth.** มีแนวโน้มว่าจะเป็น *ส.น.*; Ⓑ *(at auction)* ประมูลราคา; Ⓒ *(Cards)* เรียกไพ่ ❸ *n.* Ⓐ *(at auction)* การประมูล; **make a ~ of £9 for sth.** ประมูล 9 ปอนด์สำหรับ *ส.น.*; Ⓑ *(fig.: attempt)* ความพยายาม; **make a ~ for sth.** พยายามทำ *ส.น.*, ช่วงชิง *ส.น.*; **he made a strong ~ for the Presidency** เขาใช้ความพยายามมากที่จะชิงตำแหน่งประธานาธิบดี; **in his absence they made a ~ for power** ในช่วงที่เขาไม่อยู่ พวกเขาพยายามจะยึดอำนาจ; **a ~ for fame and fortune** ความพยายามเพื่อชื่อเสียงและลาภยศ; **the prisoner made a ~ for freedom** นักโทษพยายามหนี; **his ~ to save the crew failed** ความพยายามของเขาที่จะช่วยชีวิตลูกเรือล้มเหลว; Ⓒ *(Cards)* การเรียกไพ่; **make no ~:** ไม่เรียกไพ่; **it's your ~:** ถึงตาคุณเรียกไพ่แล้ว

biddable /ˈbɪdəbl/ˈบิดเดอะบˈล/ *adj. (obedient)* เชื่อฟัง, ว่าง่าย

bidden ➡ bid 1 C, D, E

bidder /ˈbɪdə(r)/ˈบิดเดอะ(ร)/ *n.* ผู้ประมูลราคา, ผู้เสนอราคา; **the highest ~:** ผู้ที่เสนอราคาสูงสุด

bidding /ˈbɪdɪŋ/ˈบิดดิง/ *n.* Ⓐ *(at auction)* การประมูลราคา; **open the ~:** เปิดการประมูลราคา; **~ was brisk** มีการประมูลราคาอย่างคึกคัก; ➡ + **force** 2 I; Ⓑ *(command)* คำสั่ง, การออกคำสั่ง; **at sb.'s ~:** ด้วยคำสั่งของ *ค.น.*; **do sb.'s ~:** ทำตามคำสั่งของ *ค.น.*; Ⓒ *(Cards)* การเรียกไพ่

'bidding: ~ prayer *n.* บทสวดอ้อนวอนก่อนการเทศน์

bide /baɪd/บายดฺ/ ❶ *v.t.* **~ one's time** รอคอยโอกาสที่ดีของตน ❷ *v.i. (arch./dial.: remain)* ยังคงอยู่ต่อ; **~ awhile** *or (Scot.)* **a wee** อยู่ต่อสักพักหนึ่ง

bidet /ˈbiːdeɪ, US biːˈdeɪ/ˈบีเด/ *n.* อ่างรูปรีในห้องสุขา สำหรับเป็นที่นั่งชำระ

biennial /baɪˈenɪəl/ไบˈเอ็นเนียล/ ❶ *adj.* Ⓐ *(lasting two years)* อยู่เป็นเวลาสองปี; Ⓑ *(once every two years)* ทุก ๆ สองปี ❷ *n. (Bot.)* ต้นพืชที่มีช่วงชีวิตสองปี

biennially /baɪˈenɪəlɪ/ไบˈเอ็นเนียลิ/ *adv.* โดยที่อยู่เป็นเวลาสองปี, ที่เกิดขึ้นทุก ๆ สองปี

bier /bɪə(r)/เบีย(ร)/ *n.* แคร่หามศพไปฝัง, เชิงตะกอน

biff /bɪf/บิฟ/ *(coll.)* ❶ *n.* การชกหรือทุบอย่างแรง; **he gave her a ~ on the head** เขาทุบศีรษะเธออย่างแรง ❷ *v.t.* ชก, ตี, ทุบ, ฟาด; **he ~ed me on the head with a book** เขาเอาหนังสือฟาดหัวฉัน

bifocal /baɪˈfəʊkl/ไบˈโฟคˈล/ *(Optics)* ❶ *adj.* มีจุดรวมแสง *(โฟกัส)* สองส่วน *(ส่วนหนึ่งสำหรับภาพระยะไกล อีกส่วนหนึ่งสำหรับภาพระยะใกล้)* ❷ *n. in pl.* แว่นตาที่มีเลนส์ 2 ชนิด คือ สำหรับดูใกล้และดูไกล

bifurcate /ˈbaɪfəkeɪt/ˈไบเฟอะเคท/ ❶ *v.i.* แยกออกเป็นสองแฉก/กิ่ง ❷ *v.t.* ทำให้แยกออกเป็นสองแฉก/กิ่ง

bifurcation /baɪfəˈkeɪʃn/ไบเฟอะˈเคชˈน/ *n. (division)* การแยกออกเป็นสองแฉก/กิ่ง; *(point)* จุดที่แยกออกเป็นสองแฉก/กิ่ง; *(branch)* กิ่งก้านที่แยกเป็นสอง

big /bɪg/บิก/ ❶ *adj.* Ⓐ *(in size)* ใหญ่; *(อาหารมื้อ)* หนัก; *(วัน)* สำคัญ; *(เงิน)* จำนวนมาก; *(ราคา)* สูง; **earn ~ money** หาเงินได้มาก; **he is a ~ man/she is a ~ woman** *(tall)* เขาเป็นชาย/เธอเป็นหญิงรูปร่างสูงใหญ่; *(fat)* เขา/เธอเป็นคนอ้วน; **she is a ~ girl** *(joc.: busty)* เธอเป็นผู้หญิงหน้าอกใหญ่; **the ~ expense of moving house** ค่าใช้จ่ายสูงในการย้ายบ้าน; **~ words** คำพูดโอ้อวด (➡ + G); **in a ~ way** *(coll.)* อย่างใหญ่โต, อย่างยิ่งใหญ่; **he fell in love with her in a ~ way** เขาตกหลุมรักเธออย่างถอนตัวไม่ขึ้น; **carry/wield a ~ stick** *(fig.)* เล่นไม้หนัก, มี/แสดงอำนาจ; Ⓑ *(of largest size, larger than usual)* ใหญ่โต; **~ game** สัตว์ล่าขนาดใหญ่; **Conservatism with a ~ C** *(fig.)* อนุรักษ์นิยมจัด; Ⓒ **~ger** *(worse)* ยิ่งร้าย; **the ~ger the crime the more severe the penalty** อาชญากรรมยิ่งร้ายแค่ไหน โทษก็ยิ่งหนักมากขึ้นเท่านั้น; **~gest** *(worst)* เลวร้ายที่สุด, แย่ที่สุด; **he is the ~gest liar/idiot** เขาเป็นคนโกหกที่เลวร้ายที่สุด/เป็นคนโง่เง่าที่สุด; Ⓓ *(grown up, elder)* โตแล้ว, มีอายุมากกว่า; **you're ~ enough to know better** คุณโตพอที่จะรู้ดีกว่านี้; Ⓔ *(important)* ใหญ่, สำคัญ; **the ~ story in the papers today is ...:** ข่าวสำคัญในหนังสือพิมพ์วันนี้คือ...; **a ~ man** ชายคนสำคัญ; **the Big Three/Four** *etc.* ผู้มีอำนาจ 3/4 คน ฯลฯ; Ⓕ *(coll.: outstanding)* *(โอกาส)* ยิ่งใหญ่; *(จุด)* สำคัญ; **what's the ~ hurry?** แล้วทำไมต้องรีบร้อนอย่างนี้; Ⓖ *(boastful)* โอ้อวด; **get** *or* **grow/be too ~ for one's boots** *or* **breeches** *(coll.)* กลายเป็น/เป็น *(คนที่)* เย่อหยิ่งจองหอง; **~ talk** การพูดคุยโม้โอ้อวด; **~ talker** คนที่พูดคุยโม้โอ้อวด; **~ words** คำพูดจาคุยโม้โอ้อวด, คำใหญ่ (➡ + A); Ⓗ *(coll.: generous)* เอื้อเฟื้อเผื่อแผ่; **that's ~ of you** *(iron.)* ช่างเอื้อเฟื้อจริงนะ; Ⓘ *(coll.: keen)* **be ~ on sth.** ใจจดใจจ่อกับ *ส.น.*; Ⓙ *(coll.: popular)* **be ~** เป็นคนดังที่ได้รับความนิยม; ➡ + **idea** E ❷ *adv.* อย่างใหญ่โต; **come/go over ~:** ทำตัวใหญ่โต; **talk ~:** พูดโม้โอ้อวด; **think ~:** วางแผนใหญ่โต

bigamist /ˈbɪgəmɪst/ˈบิเกอะมิซทฺ/ *n.* บุคคลที่ทำผิดฐานมีสามี/ภรรยาสองคนในขณะเดียวกัน

bigamous /ˈbɪgəməs/ˈบิเกอะเมิซ/ *adj.* มีความผิดฐานมีสามี/ภรรยาสองคนในขณะเดียวกัน

bigamy /ˈbɪgəmɪ/ˈบิเกอะมิ/ *n.* การทำความผิดฐานมีสามี/ภรรยา 2 คน ในขณะเดียวกัน

big: ~ band *n. (Mus.)* วงดนตรีเพลงแจ๊สวงใหญ่; **~ 'bang** *n.* Ⓐ *(Astron.)* *การขยายตัวอย่างรุนแรงและรวดเร็ว ซึ่งเชื่อกันว่าเป็นสมมติฐานของการกำเนิดจักรวาล;* **Big Ben** *n.* หอนาฬิกาบิกเบน *(ของตึกรัฐสภาอังกฤษ)*; **Big 'Brother** *n.* จอมเผด็จการที่ปรารถนาจะประกอบคุณงามความดี *(ดังในนวนิยายเรื่อง 1984 ของ* Orwell*)*, **~ 'business** *n.* การประกอบธุรกิจที่ใช้เงินเป็นจำนวนมาก; **~ 'cheese** *n. (coll.: person)* คนสำคัญ; **~ 'deal** ➡ 'deal 3 A; **~ 'dipper** *n.* Ⓐ *(Brit.: at fair)* รถไฟเหาะ *(ที่สวนสนุก)*; Ⓑ *(Astron.)* ➡ **dipper** D; **~ end** *n. (Motor Veh.)* ส่วนแกนที่เชื่อมกับเพลาข้อเหวี่ยง; **~ game** *n.* สัตว์ล่าขนาดใหญ่; **~-game hunting** การออกล่าสัตว์ขนาดใหญ่; **~head** *n. (coll.)* คนหัวโต; **~-'headed** *adj. (coll.)* หัวโต; **~-'hearted** *adj.* ใจกว้าง

bight /baɪt/ไบท/ *n.* Ⓐ *(loop)* ห่วงเชือก; Ⓑ *(curve) (in coast)* ส่วนโค้งในแนวชายฝั่ง; *(in river)* คุ้งน้ำ, เวิ้ง

big: ~ mouth *n. (fig. coll.)* **have a ~ mouth** พูดมาก, ปากสว่าง; **~ 'name** *n. (person)* คนที่มีชื่อเสียง; **~ 'noise** *n. (coll.)* บุคคลสำคัญ

bigot /ˈbɪgət/ˈบิเกิท/ *n.* คนที่ยึดมั่นกับความเชื่อถือของตนอย่างรุนแรง

bigoted /ˈbɪgətɪd/ˈบิเกอะทิด/ *adj.* มีอคติหรือใจแคบ

bigotry /ˈbɪgətrɪ/ˈบิเกอะทริ/ *n.* การมีอคติหรือใจแคบ ไม่ยอมรับความเชื่อที่แตกต่างอย่างไร้เหตุผล

big: ~ shot ➡ ~ **noise**; **~ time** *n.* **be in the ~ time** *(coll.)* กำลังประสบความสำเร็จในอาชีพการงาน; **make it [in]to** *or* **hit the ~ time** *(sl.)* ประสบความสำเร็จในอาชีพการงาน; **~ 'top** *n.* เต็นท์กลางของการแสดงละครสัตว์; **~ 'wheel** *n.* Ⓐ *(at fair)* ชิงช้าสวรรค์; Ⓑ *(coll.: person)* บุคคลสำคัญ; **~wig** *n. (coll.)* บุคคลสำคัญ

bijou /ˈbiːʒuː/ˈบีฌู/ ❶ *n., pl.* **~x** /ˈbiːʒuː/ˈบีฌู/ เพชรพลอย, เครื่องประดับ; *(fig.)* เหมือนเพชร, ของมีค่า ❷ *adj.* เล็กและวิจิตรพิสดาร

b

bike /baɪk/ไบค/ *(coll.)* ❶ *n. (bicycle)* รถจักรยาน; *(motorcycle)* รถจักรยานยนต์ ❷ *v.i. (by bicycle)* ขี่จักรยานต์; *(by motorcycle)* ขี่รถจักรยานยนต์

bike: ~ courier ➡ **~ messenger; ~ lane** *(esp. Amer.)* ➡ **bicycle lane; ~ messenger** *n.* ➤ **489** *(on motorbike, on bicycle)* คนส่งเอกสารทางจักรยานยนต์/จักรยาน; **~ path** *(esp. Amer.)* ➡ **bicycle path**

biker /ˈbaɪkə(r)/ไบเคอะ(ร)/ *n. (cyclist)* คนขี่จักรยาน; *(motor-cyclist)* คนขับขี่จักรยานยนต์

bikini /bɪˈkiːnɪ/บิˈคีนิ/ *n.* ชุดบิกินี *(ท.ศ.)*, ชุดว่ายน้ำผู้หญิงแบบสองชิ้น; **~ briefs** กางเกงในผู้หญิงเล็กและรัดรูป

bikini line *n.* **to have one's ~ waxed** ถอนขนบางส่วนเพื่อใส่ชุดบิกินีที่เว้าสูงตรงโคนขา

bilateral /baɪˈlætərəl/ไบˈแลเทอะร'ล/ *adj.* เป็นของหรือเกี่ยวกับสองด้าน, ทวิภาคี *(ร.บ.)*

bilaterally /baɪˈlætərəlɪ/ไบˈแลเทอะเรอะลิ/ *adv.* ที่เกี่ยวกับสองฝ่าย, แบบทวิภาคี; **the two countries agreed ~ on disarmament** ทั้งสองประเทศได้ตกลงเรื่องลดกำลังอาวุธอย่างทวิภาคี

bilberry /ˈbɪlbrɪ, US -berɪ/ˈบิลบริ, -เบะริ/ *n.* ไม้พุ่มในทวีปยุโรปตอนเหนือ, ลูกเบอร์รีสีน้ำเงินเข้มของต้นไม้ชนิดนี้

bile /baɪl/บายลฺ/ *n.* Ⓐ *(Physiol.)* น้ำดี; Ⓑ *(Med.)* กรดน้ำดี; Ⓒ *(fig.: peevishness)* ความโกรธ, อารมณ์หงุดหงิด

bilge /bɪldʒ/บิลจฺ/ *n.* Ⓐ ส่วนราบแบนของใต้ท้องเรือ; Ⓑ *(filth)* น้ำสกปรกที่ขังไว้ในท้องเรือ; *(fig. coll.: nonsense)* เรื่องไร้สาระ, ความไร้สาระ

bilge: ~-keel *n. แผ่นหรือท่อนไม้ที่ติดไว้ท้องเรือเพื่อป้องกันการโคลงเคลง, โครงสันเรือ;* **~-water** *n.* น้ำสกปรกที่ขังไว้ในท้องเรือ

bilingual /baɪˈlɪŋgwəl/ไบˈลิงเกวิล/ *adj.* พูดสองภาษาคล่อง, พูด/เขียนเป็นสองภาษา

bilingualism /baɪˈlɪŋgwəlɪzm/ไบˈลิงเกวอะลิซ'ม/ *n., no pl.* ความสามารถในการใช้สองภาษา, การใช้สองภาษาได้คล่องเท่ากัน

bilious /ˈbɪljəs/ˈบิลเลียซ/ *adj. (Med.)* อาการผลิตน้ำดีมากเกินไป; *(fig.: peevish)* หงุดหงิด, โกรธเคือง; **~ attack** เป็นโรคตับหรือเกี่ยวกับน้ำดี; **a ~ green** สีเขียวออกเหลือง

biliousness /ˈbɪljəsnɪs/ˈบิลเลียซนิซ/ *n., no pl.* การมีน้ำดีขับออกมามากเกินไป; *(fig.)* ความหงุดหงิด, อารมณ์ไม่ดี

bilk /bɪlk/บิลคฺ/ *v.t.* Ⓐ *(evade payment to)* หลบเลี่ยงการชำระเงิน *(เจ้าหนี้)*; Ⓑ *(evade payment of)* หลบเลี่ยงการชำระ *(หนี้)*; **~ payment** หลบหนี้; Ⓒ *(cheat)* ฉ้อโกง, เชิดเงิน; **~ sb. of sth.** ฉ้อโกง *ค.น.* ใน *ส.น.*; **he ~ed us out of the money** เขาเชิดเงินเราไป

¹bill /bɪl/บิล/ ❶ *n.* Ⓐ *(of bird)* จะงอยปากนก; Ⓑ *(promontory)* แหลมแคบ ๆ; Ⓒ *(Naut.: point of anchor fluke)* ปลายขาสมอเรือ ❷ *v.i. (นกเขา ฯลฯ)* ใช้จะงอยปากคลอเคลียกัน; *(คน)* คุยกระหนุงกระหนิง; **~ and coo** *(คู่รัก)* คลอเคลียและคุยกระหนุงกระหนิง

²bill *n.* Ⓐ *(Hist.: weapon)* อาวุธคล้ายขวานกับหอกในด้ามเดียวกัน; Ⓑ *(for lopping)* เครื่องมือคล้ายเคียว

³bill ❶ *n.* Ⓐ *(Parl.)* พระราชบัญญัติ; Ⓑ *(note of charges)* ใบเสร็จ, บิล *(ท.ศ.)*; **could we have the ~, please?** เก็บเงินด้วย; **a ~ for £10** ใบเสร็จเป็นจำนวนเงิน 10 ปอนด์; *(amount)* **a large ~:** ใบเสร็จในจำนวนเงินสูง; Ⓒ *(poster)* ป้ายประกาศ; **'[stick] no ~s'** 'ห้ามติดประกาศ'; Ⓓ *(programme)* รายการการแสดง *(ของโรงละคร)*; **what's on the ~?** มีรายการอะไรบ้าง; **top the ~, be top of the ~:** เป็นรายการ *หรือ* บุคคลที่สำคัญที่สุดในรายการบันเทิง; **~ of fare** รายการอาหาร; *(fig.)* รายการแสดง; Ⓔ *(Law)* ร่างกฎหมายที่นำเสนอ; Ⓕ ➤ **572** *(Amer.: banknote)* ธนบัตร; **a 50-dollar ~:** ธนบัตร 50 ดอลลาร์หนึ่งใบ; Ⓖ **~ [of exchange]** *(Commerc.)* ตั๋วแลกเงิน; Ⓗ **~ of health** ใบตรวจโรคติดต่อของลูกเรือและของทางท่าเรือ; **give sb./sth. a clean ~ of health** *(fig.)* ให้รายงานหรือใบแสดงว่า *ค.น.* สุขภาพดี *หรือ ส.น.* มีสภาพดีเยี่ยม; **~ of lading** รายการของที่บรรทุกลงเรือ, ใบขนสินค้า; **~ of quantities** *(Brit.)* รายการประมาณวัสดุก่อสร้างและราคา; **~ of sale** ใบแสดงการโอนทรัพย์สินส่วนบุคคล
❷ *v.t.* Ⓐ *(announce)* ประกาศ; **he is ~ed to appear next week at the Palace Theatre** มีประกาศว่าเขาจะแสดงอาทิตย์หน้า ณ โรงละครพาเลส; Ⓑ *(advertise)* ติดประกาศโฆษณา; Ⓒ *(charge)* คิดราคา, คิดเงิน; **~ sb. for sth.** คิดราคา/เก็บเงิน *ค.น.* สำหรับ *ส.น.*

'billboard *n.* แผ่นป้ายโฆษณาขนาดใหญ่

¹billet /ˈbɪlɪt/ˈบิลลิท/ ❶ *n.* Ⓐ *(quarters)* เรือนที่พัก; *(for soldiers)* คำสั่งที่ให้รับทหารเข้าพักอาศัย; Ⓑ *(job)* งาน, การแต่งตั้ง ❷ *v.t.* Ⓐ *(quarter)* ให้ *(ทหาร)* เข้าพัก; Ⓑ *(provide quarters for) (เจ้าของบ้าน)* จัดหาที่พัก *(ให้แก่ทหาร)*

²billet *n.* Ⓐ *(of wood)* ท่อนไม้ฟืน; Ⓑ *(bar)* แท่งโลหะเล็ก ๆ; Ⓒ *(Archit.)* ส่วนประดับที่เป็นลนสลับ

billet-doux /bɪlɪˈduː/บิลิˈดู/ *n., pl.* **billets-doux** /bɪlɪˈduːz/บิลิดูซ/ จดหมายรัก

bill: ~fold *n. (Amer.)* กระเป๋าใส่ธนบัตร; **~head** *n.* ใบเสร็จที่มีชื่อบริษัทพิมพ์ไว้; **~ hook** ➡ **²bill** B

billiard /ˈbɪljəd/ˈบิลเลียด/: **~ ball** *n.* ลูกบิลเลียด; **~ cue** *n.* ไม้แทงบิลเลียด; **~ player** *n.* ผู้เล่นบิลเลียด; **~ room** *n.* ห้องเล่นบิลเลียด

billiards /ˈbɪljədz/ˈบิลเลียดซ/ *n.* การเล่นบิลเลียด; **a game of ~:** บิลเลียดหนึ่งเกม; **bar ~** *(Brit.)* เกมคล้ายบิลเลียด แต่หลุมอยู่ตรงกลางโต๊ะ ไม่ใช่ริมโต๊ะ

'billiard table *n.* โต๊ะบิลเลียด

billion /ˈbɪljən/ˈบิลเลียน/ *n.* ➤ **602** Ⓐ *(thousand million)* พันล้าน; Ⓑ *(esp. Brit. dated: million million)* ล้านล้าน

billionaire /bɪljəˈneə(r)/บิเลียˈแน(ร)/ *n. (Amer.)* มหาเศรษฐีพันล้าน

billow /ˈbɪləʊ/ˈบิลโล/ ❶ *n.* Ⓐ *(surging mass)* กลุ่มก้อน *(ควัน, หมอก, เมฆ)* ที่เคลื่อนตัวอย่างรวดเร็ว; **a ~ of flame** เปลวไฟพวยพุ่ง; Ⓑ *(arch.: wave)* ลูกคลื่น; **~[s]** *(poet.: sea)* ทะเล ❷ *v.i.* เคลื่อนไหวหรือก่อตัวเหมือนลูกคลื่น; *(หมอก, เมฆ)* ที่พัดเป็นก้อนใหญ่; *(ใบเรือใบ)* กางเต็มลม; *(กระโปรง)* ปลิวขึ้น; *(ควันบุหรี่)* พ่นออกมาคลุ้งไปหมด

billowy /ˈbɪləʊɪ/ˈบิลโลˈอิ/ *adj.* เหมือนลูกคลื่น; *(ทะเล)* เต็มไปด้วยลูกคลื่น; *(ใบเรือใบ)* เต็มลม

bill: ~poster, ~sticker *ns.* ➤ **489** ผู้ปิดประกาศโฆษณาตามที่ต่าง ๆ, คนติดใบปลิว

¹billy /ˈbɪlɪ/ˈบิลลิ/ *n. (pot)* หม้อหุงต้มมีฝาปิดและด้ามถือสำหรับใช้ตอนไปป่า

²billy *n.* Ⓐ ➡ **billy goat;** Ⓑ **~ [club]** *(Amer.)* ไม้กระบองของตำรวจ

'billycan ➡ **'billy**

'billy goat *n.* แพะตัวผู้

billy-o /ˈbɪlɪəʊ/ˈบิลลิโอ/ *n. (coll.)* **like ~:** มาก, รวดเร็ว, สุดขีด ฯลฯ; **they are fighting like ~:** พวกเขากำลังชกกันอย่างเอาเป็นเอาตาย

bimetallic /baɪmɪˈtælɪk/ไบมิˈแทลิค/ *adj.* ทำมาจากโลหะสองชนิด; **~ strip** *ธาตุไวชนิดหนึ่งในเครื่องปรับระดับอุณหภูมิ ทำมาจากโลหะสองชนิด*

bimonthly /baɪˈmʌnθlɪ/ไบˈมันธฺลิ/ ❶ *adj.* Ⓐ *(two-monthly)* เกิดขึ้นทุก ๆ สองเดือน; *(นิตยสาร)* รายสองเดือน; Ⓑ *(twice-monthly)* เกิดขึ้นสองครั้งในหนึ่งเดือน ❷ *adv.* Ⓐ *(two-monthly)* ทุก ๆ สองเดือน; Ⓑ *(twice monthly)* สองครั้งในหนึ่งเดือน

bin /bɪn/บิน/ *n.* Ⓐ *(for storage)* ถัง, ลังใส่ของ; *(for coal)* ถังใส่ถ่านหิน; *(for fruit)* ลังใส่ผลไม้; *(for bread)* หีบใส่ขนมปัง; *(for wine)* หีบใส่ไวน์; Ⓑ *(for rubbish) (inside and house)* ถังขยะ; *(in public place)* ถังขยะ

binary /ˈbaɪnərɪ/ˈบายเนอะริ/ ❶ *adj.* Ⓐ เกี่ยวกับหรือที่มีเป็นคู่, ทวิภาค *(ร.บ.)*, ทวินิยม *(ร.บ.)*; **~ system** ระบบคณิตศาสตร์ฐานสอง; Ⓑ *(Math.)* เป็นระบบคณิตศาสตร์ฐานสอง; **~ digit** ตัวเลขฐานสอง; **~ number** ฐานสอง; Ⓒ *(Biol.)* **~ fission** การแบ่งเซลล์หรือระบบสิ่งมีชีวิตออกเป็นสองส่วน; Ⓓ *(Mus.)* **~ form** *รูปแบบทางดนตรีซึ่งมี 2 ตอนที่มีความเกี่ยวข้องกัน;* **~ measure** *(Mus.)* 2 จังหวะใน 1 บาร์; Ⓔ *(Astron.)* **~ star** ดวงดาวสองดวงที่โคจรรอบกันและกัน; Ⓕ *(Chem.)* **~ compound** สารประกอบที่มีธาตุหรือรากสองชนิด ❷ *n. (Astron.)* ดวงดาวสองดวงโคจรรอบกันและกัน

bind /baɪnd/บายนฺดฺ/ ❶ *v.t.*, **bound** Ⓐ *(tie)* ผูก, มัด; *(bandage)* พัน **(with** ด้วย**)**; **he was bound hand and foot** เขาถูกมัดมือและเท้า; **they bound the animal's legs together** พวกเขามัดขาของสัตว์เข้าไว้ด้วยกัน; **~ sb. to sth.** มัด *ค.น.* ไว้กับ *ส.น.*; **~ sth. to sth.** มัด *ส.น.* ไว้กับ *ส.น.*; Ⓑ *(fasten together)* ผูกหรือมัดไว้ด้วยกัน; *(fig.: unite)* เข้ารวมกัน; Ⓒ **~ books** เย็บเข้าเล่ม; Ⓓ **be bound up with sth.** *(fig.)* เกี่ยวข้องอย่างใกล้ชิดกับ *ส.น.*; Ⓔ *(oblige)* **~ sb./oneself to sth.** ผูกมัด *ค.น.*/ตนเองไว้กับ *ส.น.*; **this agreement ~s us** ข้อตกลงนี้ผูกมัดพวกเรา *(ให้ทำตาม)*; **be bound to do sth.** *(required)* มีพันธะต้องทำ *ส.น. หรือ* ถูกผูกมัดให้ทำ *ส.น.*; **be bound by law** ถูกกฎหมายบังคับ; **be bound to secrecy** มีพันธะ *หรือ* หน้าที่ที่จะเก็บเป็นความลับ; ➡ **+ honour** 1 D; Ⓕ **be bound to do sth.** *(certain) ส.น.* จะต้องเกิดขึ้นแน่; **it is bound to rain** ฝนจะต้องตกแน่นอน; Ⓖ **I'm bound to say that...** *(feel obliged)* ฉันจำเป็นต้องบอก...; Ⓗ *(constipate)* ทำให้ท้องผูก; Ⓘ *(Cookery)* ทำให้ *(ส่วนผสม)* เข้ากัน; Ⓙ *(indenture)* ทำสัญญาผูกมัดเป็นผู้ฝึกหัดงาน; **he was bound [apprentice] for 3 years** เขาทำสัญญา [เป็นผู้ฝึกหัดงาน] เป็นเวลา 3 ปี; Ⓚ *(Law)* **~ sb. over [to keep the peace]** ให้ *ค.น.* ปฏิบัติตามคำสั่งของศาลในช่วงระยะเวลาที่กำหนด; **I'll be bound** *(fig.)* พนันได้เลย; Ⓛ *(coll.: bore)* ทำให้เบื่อ; **~ sb. stiff** ทำให้ *ค.น.* เบื่ออย่างที่สุด; Ⓜ *(encircle)* **~ one's hair with flowers** ร้อยผมด้วยดอกไม้; Ⓝ *(edge)* ทำขอบ *(ผ้า ฯลฯ)* กันเส้นด้ายลุ่ย
❷ *v.i.*, **bound** Ⓐ *(cohere) (ดินเหนียว)* เกาะเป็นก้อน; Ⓑ *(be restricted)* ติดแน่น, ฝืด; **the window frame ~s easily** หน้าต่างนี้ฝืด; Ⓒ *(coll.: complain)* บ่น **(about** เกี่ยวกับ**)**
❸ *n.* Ⓐ *(Bot.)* ตัวเกาะของต้นไม้เลื้อย; Ⓑ *(Mus.)*

109 binder | birth

b

เส้นเชื่อมติด (ˆ); Ⓒ *(coll.: nuisance)* **be a ~:** สิ่งที่น่ารำคาญ; **what a ~!** ช่างน่าเบื่อจังเลย; Ⓓ **be in a ~** *(Amer. coll.)* มีปัญหา

binder /ˈbaɪndə(r)/ˈบายนฺเดอะ(ร)/ *n.* Ⓐ *(substance)* สารที่ยึดหรือผสานสิ่งอื่น ๆ เข้าด้วยกัน; Ⓑ *(book~)* ผู้เย็บเล่ม, เครื่องเย็บเล่ม, เครื่องเข้าปกหนังสือ; Ⓒ *(Agric.)* เครื่องที่ใช้มัด *(ข้าว ฯลฯ)* ให้เป็นฟ่อน; Ⓓ *(tie beam)* คานเชื่อม; Ⓔ *(cover) (for papers)* แฟ้มเอกสาร; *(for magazines)* แฟ้มเก็บนิตยสาร; Ⓕ *(bondstone)* หินที่ใช้เป็นตัวยึด/เชื่อมวัสดุก่อสร้าง

bindery /ˈbaɪndərɪ/ˈบายนฺเดอะริ/ *n.* โรงงานเข้าเล่ม

binding /ˈbaɪndɪŋ/ˈบายนฺดิง/ ❶ *adj. (สัญญา)* ที่บังคับหรือผูกมัด ❷ *n.* Ⓐ *(cover of book)* ปกหนังสือ; Ⓑ *(edge) (of carpet, material, etc.)* ขอบ *(พรม, ผ้า)*; Ⓒ *(on ski)* ส่วนที่ยึดบูทไว้กับสกี

bindweed /ˈbaɪndwiːd/ˈบายนฺดุวีด/ *n. (Bot.)* ไม้เลื้อย

binge /bɪndʒ/บินจฺ/ *n. (coll.: drinking bout)* ดื่มเหล้าจำนวนมาก; **go/be out on a ~:** ไปเที่ยวกินเหล้าอย่างไม่ยั้ง

bingo /ˈbɪŋgəʊ/ˈบิงโก/ ❶ *n., no pl.* บิงโก *(ท.ศ.) เกมชนิดหนึ่ง ผู้ชนะคือผู้ที่มีเบอร์เต็มแผ่นเป็นคนแรก;* **~ hall** ห้องโถงใหญ่ใช้เล่นเกมบิงโก ❷ *int.* ไชโย, ได้แล้ว

ˈbin liner *n.* ถุงพลาสติกรองถังขยะ

binnacle /ˈbɪnəkl/ˈบินเนอะค'ล/ *n. (Naut.)* ที่ตั้งเข็มทิศในเรือ

binocular /bɪˈnɒkjʊlə(r)/ไบˈนอคิวเลอะ(ร)/ ❶ *adj.* ที่ใช้สองตาส่อง ❷ *n. in pl.* **[pair of] ~s** กล้องส่องทางไกล

bint /bɪnt/บินทฺ/ *n. (coll. derog.)* ผู้หญิง, สาว

bio- /ˈbaɪəʊ/ˈบายโอ/ *in comb.* ชีว-

bioactive *adj.* ประกอบจุลินทรีย์

bioˈchemical *adj.* เกี่ยวกับชีวเคมี

bioˈchemist *n.* ➤ 489 นักชีวเคมี

bioˈchemistry *n.* ชีวเคมี

biodeˈgradable *adj.* สามารถย่อยสลายได้โดยแบคทีเรียและสิ่งมีชีวิตอื่น ๆ

biodeˈgrade *v.i.* ย่อยสลายโดยธรรมชาติ

biodiˈversity /baɪəʊdaɪˈvɜːsətɪ/บายโอดิˈเวอเซอะทิ/ *n.* ความหลากหลายทางชีวภาพ

bioengiˈneering *n.* Ⓐ ชีววิศวกรรม; **a ~ process** ขั้นตอนทางชีววิศวกรรม; Ⓑ *(genetic engineering)* วิศวกรรมทางพันธุกรรม

bioˈethics *n.* หลักคุณธรรมทางชีวภาพ

biofuel /ˈbaɪəʊfjʊəl/ˈบายโอฟุเอิล/ *n.* เชื้อเพลิงชีวภาพ

ˈbiogas *n.* ก๊าซชีวภาพ

bioˈgenesis *n., no pl.* การสร้างหรือการสังเคราะห์สิ่งมีชีวิตขึ้นมาจากสิ่งมีชีวิตอื่น, ทฤษฎีว่าด้วยกำเนิดของสิ่งมีชีวิต

biogenic /baɪəˈdʒenɪk/ไบโอˈเจ็นนิค/ *adj.* สร้างขึ้นโดยสิ่งมีชีวิต

biographer /baɪˈɒgrəfə(r)/ไบˈแอกรุเฟอะ(ร)/ *n.* ➤ 489 ผู้เขียนชีวประวัติบุคคล

biographic /baɪəˈgræfɪk/ไบเออะˈแกรฺฟิค/, **biographical** /baɪəˈgræfɪkl/ไบเออะˈแกรฺฟิค'ล/ *adj.* เกี่ยวกับชีวประวัติบุคคล

biography /baɪˈɒgrəfɪ/ไบˈออเกรฺอะฟิ/ *n.* ชีวประวัติบุคคล; *(branch of literature)* การเขียนชีวประวัติบุคคล

biohazard *n.* ความเสี่ยงทางชีวภาพ

biological /baɪəˈlɒdʒɪkl/ไบเออะˈลอจิค'ล/ *adj.* เกี่ยวกับชีววิทยา

biological: ~ ˈclock *n.* กลไกในร่างกายที่กำหนดช่วงของปฏิกิริยาต่าง ๆ; **~ control** *or* **biocontrol** *n.* การควบคุมสัตว์รบกวนด้วยวิธีการทางชีววิทยา; **~ powder** *n.* สารซักฟอกที่ประกอบจุลินทรีย์; **~ warfare** *n.* สงครามชีวภาพ

biologically /baɪəˈlɒdʒɪklɪ/ไบเออะˈลอจิค'ลลิ/ *adv.* โดยชีววิทยา

biologist /baɪˈɒlədʒɪst/ไบˈออเลอะจิซทฺ/ *n.* ➤ 489 นักชีววิทยา

biology /baɪˈɒlədʒɪ/ไบˈออเลอะจิ/ *n.* ชีววิทยา

ˈbiomass *n.* สิ่งมีชีวิตทั้งมวลในบริเวณหนึ่ง *(ซึ่งแสดงเป็นน้ำหนักรวมต่อพื้นที่)*, มวลชีวภาพ *(ร.บ.)*

biomedical /baɪəʊˈmedɪkl/ไบโอˈเม็ดดิค'ล/ *adj.* เกี่ยวกับชีวแพทยศาสตร์

biometric /baɪəʊˈmetrɪk/ไบโอˈเม็ททฺริค/, **biometrical** /baɪəʊˈmetrɪkl/ไบโอˈเม็ททฺริค'ล/ *adj.* เกี่ยวกับชีวสถิติวิทยา

bionic /baɪˈɒnɪk/ไบˈออนิค/ *adj. (ในนิยายวิทยาศาสตร์) มีส่วนของร่างกายที่ทำงานตามระบบไฟฟ้า;* ซึ่งมีพลังมากกว่ามนุษย์ปกติ

bionics /baɪˈɒnɪks/ไบˈออนิคซฺ/ *n. การศึกษาระบบกลไกการทำงานของมนุษย์และการประยุกต์ใช้เครื่องมืออิเล็กทรอนิกส์*

biophysicist /baɪəʊˈfɪzɪsɪst/ไบออˈฟิซิซิซทฺ/ *n.* นักชีวฟิสิกส์

biopic /ˈbaɪɒpɪk/ˈไบออพิค/ *n.(coll.)* ภาพยนตร์ที่นำเสนอชีวประวัติในเชิงนวนิยาย

biopsy /ˈbaɪɒpsɪ/ˈบายออพซิ/ *n.* การตัดเนื้อเยื่อเพื่อวินิจฉัยโรค

ˈbiorhythm *n. กระบวนการชีววิทยาที่เกิดขึ้นเป็นวงจรและเชื่อกันว่าส่งผลกระทบทางอารมณ์ สติปัญญาและร่างกายของบุคคล,* การเปลี่ยนแปลงทางพฤติกรรมหรือทางร่างกาย

bioscope /ˈbaɪəskəʊp/ˈบายเออะซโกพ/ *n. (S. Afr.)* โรงหนัง

ˈbiosphere *n. บริเวณเปลือกโลกและชั้นบรรยากาศที่มีสิ่งมีชีวิตอาศัยอยู่,* ชีวภาค *(ร.บ.)*

bioˈsynthesis *n. การเกิดสารประกอบทางเคมีโดยเอนไซม์ของสิ่งมีชีวิต*

biotechˈnology *n.* การใช้สิ่งมีชีวิตในการผลิตเวชภัณฑ์หรือผลิตภัณฑ์อื่น ๆ หรือในการดูแลรักษาสิ่งแวดล้อม, วิชาชีวเทคโนโลยี

biotope /ˈbaɪətəʊp/ˈไบเออะโทพ/ *adj. บริเวณที่สิ่งแวดล้อมมีความเกี่ยวข้องกับนิเวศวิทยาชุมชนแบบใดแบบหนึ่ง*

biowarfare /baɪəʊˈwɔːfeə(r)/ไบโอˈวอแฟ(ร)/ *n.* สงครามชีวภาพ

bipartisan /baɪpɑːtɪˈzæn, baɪˈpɑːtɪzn/ไบพาทิˈแซน, ไบˈพาทิซ'น/ *adj.* ที่เกี่ยวกับพรรคการเมืองสองพรรค

bipartite /baɪˈpɑːtaɪt/ไบˈพาไททฺ/ *adj. (having two parts)* มีสองส่วน; *(involving two parties) (สัญญา, ข้อตกลง)* ระหว่างสองฝ่าย

biped /ˈbaɪped/ˈไบเพ็ด/ *n.* สัตว์สองเท้า

biplane /ˈbaɪpleɪn/ˈไบเพลน/ *n.* เครื่องบินที่มีปีกซ้อนสองชุด

bipolarization /baɪpəʊləraɪˈzeɪʃn, US -rɪˈz-/ไบโพเลอะไรˈเซช'น, -ริˈซ-/ *n. (magnetic)* การทำให้เป็นสองขั้ว *(ขั้วเหนือและขั้วใต้)*

bipolarize /baɪˈpəʊləraɪz/ไบˈโพเลอะรายซฺ/ *v.t.* ทำให้เป็นสองขั้ว

birch /bɜːtʃ/เบิฉ/ ❶ *n.* Ⓐ *(tree)* ต้นเบิร์ช *(ท.ศ.)* ต้นไม้ *Betula papyrifera* เปลือกบางพบทั่วไปทางซีกโลกเหนือ; Ⓑ ➡ **birch rod** ❷ *v.t.* เฆี่ยนตีด้วยกิ่งไม้เบิร์ช

ˈbirch bark *n. เปลือกไม้ของ Betula papyrifera ใช้ทำเรือแคนู*

birching /ˈbɜːtʃɪŋ/ˈเบอฉิง/ *n.* การเฆี่ยนตีด้วยกิ่งไม้เบิร์ช; **~ should be made illegal** การเฆี่ยนตี สมควรเป็นสิ่งผิดกฎหมาย

ˈbirch rod *n.* กิ่งไม้เบิร์ชที่ใช้เฆี่ยนตี

bird /bɜːd/เบิด/ *n.* Ⓐ นก; **the ~ is** *or* **has flown** *(fig.)* นักโทษได้หลบหนีไป; **~s of a feather flock together** *(prov.)* คนที่มีนิสัยเหมือนกันก็จะรวมกลุ่มอยู่ด้วยกัน; **it's [strictly] for the ~s** *(coll.)* เป็นเรื่องเล็กน้อยที่ไม่ต้องใส่ใจ; **get the ~** *(be hissed etc.)* ถูกโห่ไล่; *(be dismissed)* ถูกไล่ออก; **give sb. the ~** *(hiss sb.)* โห่ไล่ *ค.น.*; *(dismiss sb.)* ขับไล่ *ค.น.* ออกไป; **kill two ~s with one stone** *(fig.)* ยิงปืนนัดเดียวได้นกสองตัว; **a ~ in the hand is worth two in the bush** *(prov.)* สิบเบี้ยใกล้มือ; **like a ~** *(without difficulty or hesitation)* อย่างง่ายดาย; **a little ~ told me** มีพรายกระซิบบอกฉันมา; **tell sb. about the ~s and the bees** *(euphem.)* บอก *ค.น.* เกี่ยวกับเรื่องทางเพศ; Ⓑ *(sl.: girl)* เด็กสาว; Ⓒ *(coll.: person)* บุคคล; **a queer ~:** เป็นคนแปลก; **a gay old ~:** คนแก่ที่ร่าเริง; Ⓓ *no art. (sl.: imprisonment)* การขังคุก; **do ~:** ถูกขังคุก; ➡ + **early bird**

bird: ~ bath *n.* อ่างน้ำในสวนให้นกกินหรืออาบ; **~brained** *adj. (coll.)* Ⓐ *(stupid)* โง่เขลา; **~brained person** คนโง่เขลา; Ⓑ *(flighty)* ไม่มั่นคง, โลเล; **~cage** *n.* กรงนก; **~call** *n.* เสียงนกร้อง; *(instrument)* อุปกรณ์เลียนเสียงร้องของนก; **~ fancier** *n.* คนรักนก; *(breeder)* คนเลี้ยงและผสมพันธุ์นก

birdie /ˈbɜːdɪ/ˈเบอดิ/ ❶ *n.* Ⓐ นกตัวเล็ก ๆ; Ⓑ *(Golf)* เบอร์ดี้ *(ท.ศ.), ตีลงหลุมได้หนึ่งไม้ต่ำกว่าพาร์สำหรับหลุมนั้น* ❷ *v.t.* ตีกอล์ฟได้เบอร์ดี้

bird: ~lime *n. สารเหนียวที่ทาไว้บนกิ่งไม้ เพื่อเป็นกับดักนกตัวเล็ก ๆ;* **~ of ˈparadise** *n. นกส่วนใหญ่พบในนิวกินี ที่มีขนสวยงามมาก; (flower)* ดอกปักษาสวรรค์; **~ of ˈpassage** *n. (lit.)* นกที่อพยพ; *(fig.)* คนที่ไม่อยู่นานในสถานที่ใด ๆ; **~ sanctuary** *n.* บริเวณสงวนพันธุ์นก; **~ seed** *n.* เมล็ดพืชที่ผสมเป็นอาหารนก; **~'s-eye** *n. (Bot.)* ต้นไม้ที่มีดอกกลม ๆ เล็ก ๆ สีสดใส; **~'s-eye ˈview** *n.* ภาพจากที่สูง; **have/get a ~'s-eye view of sth.** *(lit. or fig.)* มีภาพโดยรวมทั่วไปของ *ส.น.*; **~'s nest** *n.* รังนก; **~'s nest soup** ซุปรังนก; **~ strike** *n.* การชนกันระหว่างนกกับเครื่องบิน; **~ table** *n.* โต๊ะสำหรับให้อาหารนก; **~watcher** *n.* นักดูนก; **~-watching** *n., no pl., no indef. art.* การดูนก

biretta /bɪˈretə/บิˈเร็ทเทอะ/ *n. (Eccl.)* หมวกสี่เหลี่ยมของบาทหลวง มักเป็นสีดำ

Biro ® /ˈbaɪrəʊ/ˈบายโร/ *n., pl.* **~s** ปากกาลูกลื่น

birth /bɜːθ/เบิธ/ *n.* Ⓐ การเกิด, การกำเนิด; **at the/at ~:** ในตอนเกิด; **[deaf] from** *or* **since ~:** [หูหนวก] แต่กำเนิด; **date and place of ~:** สถานที่และวันเดือนปีเกิด; **land of my ~:** ดินแดนที่เกิดของฉัน; **give ~:** คลอด; **she gave ~ prematurely** เธอคลอดลูกก่อนกำหนด; **give ~ to a child** คลอดบุตร; Ⓑ *(coming into existence) (of movement, fashion, etc.)* การเกิดขึ้น; *(of party, company of nation)* การก่อตั้ง; *(of new era)* การเกิด; **the ~ of an idea** การเกิดขึ้นของความคิด; **come to ~:** เกิดขึ้น, มีขึ้น; **give ~ to sth.** ก่อให้เกิด *ส.น.* ขึ้น; Ⓒ *(parentage)* ชาติกำเนิด; **of good/low** *or* **humble ~:** มีชาติกำเนิดที่ดี/ต่ำต้อย; **of high ~:** มีชาติกำเนิดสูง; **be a Thai by ~:** เป็นคนไทย

b

โดยกำเนิด; **sb.'s right by ~:** สิทธิโดยกำเนิดของ *ค.น.*

birth: ~ certificate *n.* สูติบัตร; **~ control** *n.* การคุมกำเนิด; **~day** *n.* ➤ 403 วันเกิด; **when is your ~day?** วันเกิดของคุณเมื่อไร; **~day card** บัตรอวยพรวันเกิด; **~day party** งานเลี้ยงวันเกิด; **~day present** ของขวัญวันเกิด; **~day honours** *(Brit.)* การแต่งตั้งหรือให้ยศแก่บุคคล *(ในวันเฉลิมฯ ขององค์พระประมุขอังกฤษ)*; **[be] in his/her ~day suit** แก้ผ้า, อยู่ในชุดวันเกิด

'birthing pool /ˈbɜːθɪŋpuːl/ˈเบอธิงพูล/ *n.* อ่างที่ใช้ทำคลอดทารกแบบธรรมชาติ

birth: ~mark *n.* ปานที่มีมาแต่กำเนิด; **~place** *n.* สถานที่เกิด; *(house)* บ้านเกิด; **~ rate** *n.* อัตราการเกิด; **~right** *n.* สิทธิที่มีแต่กำเนิด; *(right of first-born)* สิทธิการสืบทอดของลูกคนแรก; **~stone** *n.* อัญมณีประจำวันหรือเดือนที่เกิด

biscuit /ˈbɪskɪt/ˈบิซกิท/ ❶ *n.* Ⓐ *(Brit.)* ขนมปังกรอบ; **coffee and ~s** กาแฟกับขนมปังกรอบ; **~ tin** กระป๋องขนมปังกรอบ; Ⓑ *(Amer.: roll)* ขนมปังอบก้อนเล็ก ๆ; Ⓒ *(colour)* สีน้ำตาลอ่อน; Ⓓ *(pottery)* เครื่องเคลือบดินเผา; ➡ + take 1 C ❷ *adj.* มีสีน้ำตาลอ่อน

bisect /baɪˈsekt/ไบˈเซ็คทฺ/ *v.t. (into halves)* แบ่งครึ่ง; *(into two)* แบ่งเป็น 2 ส่วน

bisection /baɪˈsekʃn/ไบˈเซ็คช่น/ *n. (into halves)* การแบ่งครึ่ง; *(into two)* การแบ่งเป็น 2 ส่วนเท่ากัน

bisector /baɪˈsektə(r)/ไบˈเซ็คเทอะ(ร)/ *n.* เส้นแบ่งครึ่ง, ของที่แบ่งเป็น 2 ส่วนเท่ากัน

bisexual /baɪˈsekʃʊəl/ไบˈเซ็คชิวเอิล/ ❶ *adj.* Ⓐ *(Biol.)* มีลักษณะของทั้งสองเพศ; Ⓑ *(attracted by both sexes)* ชอบทั้งสองเพศ ❷ *n.* คนที่ชอบทั้งสองเพศ

bisexuality /baɪsekʃjuˈælɪtɪ/ไบเซ็คชิวˈแอลิที/ *n., no pl.* ➡ **bisexual** 1: ลักษณะของการที่มีทั้งสองเพศ; การชอบทั้งสองเพศ

bish /bɪʃ/บิช/ *n. (Brit. dated coll.)* ข้อผิดพลาด

bishop /ˈbɪʃəp/ˈบิชเชิพ/ *n.* Ⓐ *(Eccl.)* เจ้าคณะ, หัวหน้าบาทหลวง; Ⓑ *(Chess)* ตัวหมากรุกฝรั่งซึ่งเทียบเท่ากับโคน

bishopric /ˈbɪʃəprɪk/ˈบิชเชอะพริค/ *n.* Ⓐ *(office)* ตำแหน่งเจ้าคณะ; Ⓑ *(diocese)* เขตการปกครองของเจ้าคณะ

'bishop sleeve *n.* แขนเสื้อจีบพอง

bismuth /ˈbɪzməθ/ˈบิซเมิธ/ *n. (Chem., Med.)* สารบิสมัธ *(ท.ศ.)* ใช้ในการทำโลหะผสม

bison /ˈbaɪsn/ˈไบซ่น/ *n. (Zool.) (Amer.: buffalo)* วัวกระทิง

bisque /bɪsk/บิซค/ Ⓐ *(porcelain)* เครื่องเคลือบดินเผาเนื้อละเอียด; Ⓑ *(Gastr.)* ซุปทะเลข้นใส่ครีม

bistort /ˈbɪstɔːt/ˈบิซตอท/ *n. (Bot.)* สมุนไพรมีรากบิดเบี้ยวและมีดอกสีสด

bistro /ˈbiːstrəʊ/ˈบีซโตรฺ/ *n.* ร้านอาหารขนาดเล็ก

[1]**bit** /bɪt/บิท/ *n.* Ⓐ *(mouthpiece)* เหล็กขวางปากม้าสำหรับบังคับม้า; **take the ~ between one's teeth** *(fig.)* ยั้งไม่อยู่, เตลิด, ไม่ฟังใคร; Ⓑ *(of drill)* สว่าน; *(of key)* ส่วนของกุญแจที่ใช้ไขตัวแม่กุญแจ; *(of soldering iron)* เหล็กสำหรับบัดกรี

[2]**bit** *n.* Ⓐ *(piece)* ชิ้น; *(smaller)* ชิ้นเล็ก, เศษ; **a little ~:** นิดหน่อย; **a ~ of cheese/wood/coal/sugar** ชีส/ไม้/ถ่าน/น้ำตาลนิดหนึ่ง; **a ~ of trouble/ luck** ปัญหา/โชคนิดหน่อย; **the best ~s** ส่วนที่ดีที่สุด; **it cost quite a ~:** แพงพอสมควร; **have a ~ of cheek** หน้าด้าน; **a ~ of all right** *(coll.)* สิ่ง/คนที่สวยงาม; **a ~ [of stuff]** *(coll.: woman)* ผู้หญิงงาม; **~ by ~:** ทีละนิด; *(gradually)* ค่อย ๆ; **smashed to ~s** แหลกเป็นชิ้น ๆ; **sb./sth. is blown to ~s** *ค.น./ส.น.* ระเบิดเป็นเศษเล็ก ๆ; **he was thrilled to ~s** *(coll.)* เขาดีใจมาก; **~s and bobs/pieces** ของกระจุกกระจิก; **do one's ~:** ทำตามหน้าที่; *(fair share also)* ทำตามความรับผิดชอบ; **not a** *or* **one ~** *(not at all)* ไม่...แม้แต่น้อย; **sb./sth. is not a ~ of use** *ค.น./ส.น.* ใช้ไม่ได้เลย; **it is not a ~ of use complaining** ไม่มีประโยชน์ที่จะบ่น; **not a ~ of it** ไม่มีสักนิดเดียว; **he is every ~ as clever as you are** เขาฉลาดเท่า ๆ กับคุณทุกอย่าง; Ⓑ **a ~** *(somewhat)* ค่อนข้างจะ, นิดหน่อย; **a ~ tired/ late/too early** ค่อนข้างเหนื่อย/สาย/เช้าเกินไป; **a little ~, just a ~:** นิดหน่อย; **quite a ~:** พอสมควร; **with a ~ more practice** ถ้าฝึกอีกนิดหน่อย; Ⓒ **a ~ of** *(rather)* ออกจะ, ค่อนข้างจะ, มีส่วน; **be a ~ of a coward/bully** ค่อนข้างจะขี้ขลาด/นักเลง; **every politician has to be a ~ of a showman** นักการเมืองทุกคนต้องมีส่วนเป็นนักแสดง; **a ~ of a disappointment** ออกจะผิดหวัง; Ⓓ *(Brit.)* **~s of furniture** เฟอร์นิเจอร์ชิ้นโทรม ๆ; **~s of children** เด็กเล็ก ๆ; Ⓔ *(short time)* **[for] a ~:** สักครู่; **a little ~, just a ~:** ประเดี๋ยว, ชั่วครู่; **wait a ~ longer** รออีกประเดี๋ยว; Ⓕ *(short distance)* **a ~:** ระยะสั้น ๆ; **a ~ closer** ใกล้อีกนิด; **a little ~, just a ~:** นิดหน่อย; Ⓖ *(coin)* เหรียญ; **sixpenny/ threepenny ~** *(Brit.)* เหรียญ 6 เพนนี/3 เพนนี; Ⓗ *(Amer.: 12 1/2 cents)* **two ~s** 25 เซนต์; **four/ six ~s** 50/75 เซนต์; Ⓘ *(role)* **a ~ [part]** บทบาทเล็กน้อย *(ในละครหรือภาพยนตร์)*

[3]**bit** *n. (Computing)* บิต *(ท.ศ.)* หน่วยความจำในคอมพิวเตอร์

[4]**bit** *v.* ➡ **bite** 1, 2

bitch /bɪtʃ/บิฉ/ ❶ *n.* Ⓐ *(dog)* สุนัขตัวเมีย; Ⓑ *(sl. derog.: woman)* หญิงสำส่อน, หญิงร้าย; ➡ + **son**; Ⓒ *(coll.: grumble)* **have a ~ about sth.** บ่นเกี่ยวกับ *ส.น.* ❷ *v.i. (coll.)* พร่ำบ่น **(about** เกี่ยวกับ**)**; ❸ *v.t.* **~ sth. [up]** *(coll.)* ทำ *ส.น.* ไม่ได้เรื่อง

bitchy /ˈbɪtʃɪ/ˈบิฉิ/ *adj. (coll.)* นินทาในแง่ร้าย; **be/get ~ about sb.** ว่าร้าย *ค.น.*

bite /baɪt/ไบท/ ❶ *v.t.*, **bit** /bɪt/บิท/, **bitten** /ˈbɪtn/ˈบิท่น/ กัด; *(sting)* ต่อย; **~ one's nails** กัดเล็บ; *(fig.)* รออย่างนั่งไม่ติด; **~ one's lip** *(lit.)* กัดริมฝีปาก; *(fig.)* ข่มอารมณ์; **he won't ~ you** *(fig. coll.)* เขาไม่กัดคุณหรอก; **I've been bitten** *(fig.: swindled)* ฉันถูกหลอก; **once bitten twice shy** *(prov.)* เสียรู้หนึ่งครั้งยิ่งระวังเป็นสองเท่า; **~ the hand that feeds one** *(fig.)* ทำร้ายผู้มีพระคุณของตน, กินบนเรือนขี้รดบนหลังคา; **~ the dust** *(fig.)* ตาย, ล้มเหลว; **be bitten with an idea** เขาคลุ้มคลั่งอยู่กับความคิดอย่างหนึ่ง; **what's biting** *or* **bitten you/him?** *(fig. coll.)* ทำไมคุณ/เขาอารมณ์ร้ายอย่างนี้ ❷ *v.i.*, **bit, bitten** Ⓐ *(sting)* กัด, ต่อย; *(take bait, lit. or fig.)* ติดเบ็ด; Ⓑ **~ at sth.** กัด หรืองับ *ส.น.*; Ⓒ *(have an effect)* มีผล; Ⓓ **have sth. to ~ on** *(fig.)* มี *ส.น.* ต้องทำหรือตรวจดู ฯลฯ; **~ on the bullet** *(fig.)* ประพฤติตนอย่างกล้าหาญ ❸ *n.* Ⓐ *(act)* การกัด; *(piece)* *(อาหาร)* คำหนึ่ง; *(wound)* แผลที่เกิดจากการกัด; *(by mosquito etc.)* รอยกัด; **he took a ~ of the apple** เขากัดแอปเปิ้ลหนึ่งคำ; **can I have a ~?** ขอกัดคำหนึ่งได้ไหม; **take one ~ at a time** ทานอาหารที่ละคำ; **put the bite on [sb.]** *(Amer. coll.)* ใช้ความกดดันกับ [*ค.น.*]; Ⓑ *(taking of bait)* การงับเหยื่อ; **I haven't had a ~ all day** ปลาไม่งับเหยื่อเลยทั้งวัน; **wait for a ~:** รอให้ปลางับเหยื่อ; Ⓒ *(food)* อาหาร, ของกิน; **I haven't had a ~ [to eat] since breakfast** ฉันไม่ได้ทานอะไรตั้งแต่มื้อเช้า; **have a ~ to eat** ทานอาหารสักหน่อย; **come and have a ~ to eat** มาทานอะไรกัน; Ⓓ *(grip)* ยึด; **these old tyres have no ~:** ยางเก่าเหล่านี้ไม่มีดอกยึดเกาะถนน; Ⓔ *(incisiveness)* ความเฉียบขาด; **we need new laws that will have more ~:** เราต้องการกฎหมายใหม่ที่มีความเฉียบขาดมากขึ้น; Ⓕ *(Dent.)* รอยบุบ

~ 'back *v.t.* **~ sth. back** ระงับ *ส.น.*; **~ back one's words/a remark** ระงับคำพูด/ข้อคิดเห็น

~ 'off *v.t.* กัดขาด; **the dog bit off the man's ear** สุนัขกัดหูผู้ชายขาด; **~ sb.'s head off** *(fig.)* จับผิด *ค.น.* อย่างโกรธเคือง/ไม่ยุติธรรม; **~ off more than one can chew** *(fig.)* พยายามทำสิ่งที่เกินขีดความสามารถของตน

biter /ˈbaɪtə(r)/ˈไบเทอะ(ร)/ *n.* **the ~ bit** คนที่กะจะทำร้ายคนอื่น กลับทำตัวเอง; *(in deception also)* จะหลอกคนอื่นแต่กลับถูกหลอก; **it's a case of the ~ bit** เป็นเรื่องของคนหลอกลวงถูกหลอกเสียเอง

'bite-size *adj.* มีขนาดรับประทานได้ง่าย

biting /ˈbaɪtɪŋ/ˈไบทิง/ *adj. (stinging)* ปวด; *(ความหนาว, ลม)* แหลมคม; *(sarcastic)* *(คำพูด)* เหน็บแนม

bitingly /ˈbaɪtɪŋlɪ/ˈไบทิงลิ/ *adv.* อย่างเสียดสี/อย่างเหน็บแนม, อย่างเจ็บแสบ

bit: ~ map *n. (Computing)* *ภาพที่ประกอบขึ้นมาด้วยการตัดกันของบิตในแนวตั้งและแนวนอนเกิดเป็นจุดภาพ*; **~ part** *n. (Theat.)* บทเล่นประกอบที่สั้นมาก

bitten ➡ **bite** 1, 2

bitter /ˈbɪtə(r)/ˈบิทเทอะ(ร)/ ❶ *adj.* Ⓐ ขม; **~ orange** *(Bot.)* ส้มรสขม; **~ lemon** *(drink)* มะนาวโซดา; Ⓑ *(fig.)* *(คำพูด, คำตอบ)* เจ็บปวด; *(ความหนาว)* สั่น; *(การต่อสู้)* ดุเดือด; *(ลม)* เย็นเฉียบ; *(คน)* ที่เจนชีวิต; *(ความรู้สึก)* ขมขื่น, ร้ายแรง; **~ experience** ประสบการณ์อันขมขื่น; **to the ~ end** ถึงที่สุด; **be/feel ~ [about sth.]** ขมขื่นกับ ส.น.; ➡ + **pill** B ❷ *n.* Ⓐ *(bitterness)* ความขมขื่น; Ⓑ *in pl. (liquors)* เหล้าที่มีรสขม; Ⓒ *(Brit.: beer)* เบียร์ที่มีรสขมสีเข้ม

bitterly /ˈbɪtəlɪ/ˈบิทเทอะลิ/ *adv.* อย่างเจ็บปวด, อย่างขมขื่น, อย่างร้ายแรง; **~ cold** หนาวอย่างร้ายกาจ; **he ~ resented the unfounded accusations** เขาเจ็บปวดต่อข้อกล่าวหาที่ไร้หลักฐาน; **be ~ opposed to sth.** ต่อต้าน *ส.น.* อย่างรุนแรง

bittern /ˈbɪtən/ˈบิท'น/ *n. (Ornith.)* นกกระยาง

bitterness /ˈbɪtənɪs/ˈบิทเทอนิซ/ *n., no pl. (of reply, remark, attack, person, wind)* ความขมขื่น, ความหนาวเย็น *(ของคำตอบ, ความคิดเห็น, การโจมตี, คน, ลม)*

bitter-'sweet *adj. (lit. or fig.)* หวานปนขม, สุขปนทุกข์

bitty /ˈbɪtɪ/ˈบิททิ/ *adj.* เป็นชิ้นเล็กชิ้นน้อย

bitumen /ˈbɪtjʊmɪn, US bəˈtuːmən/ˈบิททิวมิน, เบอะˈทูเมิน/ *n.* สารที่ประกอบด้วย*ไฮโดรคาร์บอนเป็นส่วนใหญ่ ได้มาจากน้ำมันปิโตรเลียม*

bituminous /bɪ'tju:mɪnəs, US -'tu:-/บิ'ทิวมิเนิซ, -'ทู-/ *adj.* ที่ประกอบด้วยไฮโดรคาร์บอนเป็นส่วนใหญ่; **~ coal** ถ่านหินชนิดหนึ่งให้เปลวไฟร้อน

bivalve /'baɪvælv/'บายแวลว/ ❶ *adj.* Ⓐ *(Zool.)* หอยสองฝา; Ⓑ *(Biol.)* มีสองกลีบ ❷ *n. (Zool.)* หอยเปลือกคู่

bivouac /'bɪvʊæk/'บิววุแอค/ ❶ *n.* การพักกลางแจ้งชั่วคราว *(โดยเฉพาะของทหาร)* ❷ *v.i.*, **-ck-** พักแรมกลางแจ้ง

bi-weekly /baɪ'wi:klɪ/ไบ'วีคลิ/ ❶ *adj.* Ⓐ *(two-weekly)* ทุกสองอาทิตย์; Ⓑ *(twice-weekly)* อาทิตย์ละสองครั้ง ❷ *adv.* Ⓐ *(two-weekly)* ทุกสองอาทิตย์; Ⓑ *(twice weekly)* อาทิตย์ละสองครั้ง

biz /bɪz/บิซ/ *n. (coll.)* ธุรกิจ

bizarre /bɪ'zɑ:(r)/บิ'ซา(ร)/ *adj.* แปลก; *(eccentric)* พิกล, ประหลาด; *(grotesque, irregular)* แปลกประหลาด, ผิดปกติ

bk. *abbr.* **book**

blab /blæb/แบลบ/ *(coll.) v.i. & v.t.*, **-bb-** พูดอย่างไม่ระวัง, พูดพล่อย, ปล่อยความลับ

black /blæk/แบลค/ ❶ *adj.* Ⓐ ดำ; *(very dark)* มืด; *(dirty)* **as ~ as coal** *or* **ink** ดำเป็นถ่านหรือหมึก; ➡ **+ face** 1 A; Ⓑ *(dark clothed) (แต่ง)* ชุดดำ; Ⓒ **B~** *(dark skinned)* คนผิวดำ; **B~ man/woman/child** ผู้ชาย/ผู้หญิง/เด็กผิวดำ; **B~ people** คนผิวดำ; **B~ ghettos** ย่านของคนดำ; **B~ Africa** คนดำในแอฟริกา; Ⓓ *(looking gloomy)* เศร้าหมอง; **things look ~:** สิ่งต่าง ๆ ดูยากลำบาก; **~ clouds** เมฆดำ; Ⓔ *(fig.: wicked)* เลวร้าย; **~ ingratitude** อกตัญญูอย่างร้ายแรง; Ⓕ *(evil)* ชั่วร้าย; **he is not as ~ as he is painted** เขาไม่ชั่วร้ายอย่างที่ว่ากันหรอก; **get some ~ looks** ถูกมองอย่างดุร้าย; **give sb. a ~ look** มอง *ค.น.* อย่างมืดดิ; Ⓖ *(dismal)* **a ~ day** วันที่มืดมน; **be in a ~ mood** อารมณ์ขรึม/มืดมน; **~ despair** หมดหวังอย่างสิ้นเชิง; Ⓗ *(macabre)* น่ากลัว, เกี่ยวข้องกับความตาย *(เรื่องตลก, คำพูด)*; Ⓘ *(not to be handled) (เรือ, งาน)* ที่ห้ามจับ *(เพราะประท้วง)* ❷ *n.* Ⓐ *(colour)* สีดำ; *(in roulette)* ตัวสีดำ; Ⓑ **B~** *(person)* คนผิวดำ; Ⓒ *(credit)* **[be] in the ~:** มีเงินในบัญชี; Ⓓ *(Bot.: fungus)* รา; Ⓔ *(Snooker)* ลูกดำ; Ⓕ *(~ clothes)* **dressed in ~:** ใส่ชุดสีดำ ❸ *v.t.* Ⓐ *(blacken)* ทำให้ดำ; **~ sb.'s eye** ชก *ค.น.* จนตาเขียว; **~ one's face** ทำให้หน้าดำ; **~ one's shoes** ขัดรองเท้า; Ⓑ *(declare ~)* ประท้วงหยุดงาน

~ 'out ❶ *v.t.* ดับไฟให้มืด *(เมื่อถูกโจมตีทางอากาศ)* ❷ *v.i.* หมดสติ; ➡ **+ ~out**

black: ~ and 'blue *adj.* ฟกช้ำดำเขียว; **~ and 'white** ❶ *adj. (in writing)* เป็นลายลักษณ์อักษร; *(Cinemat., Photog., etc.)* ขาวดำ; *(fig.: comprising only opposite extremes)* ต่างกันโดยสิ้นเชิง ❷ *n.* **[sth. is there/down] in ~ and white** *(in writing)* เป็นสิ่งที่บันทึกไว้เป็นลายลักษณ์อักษร; **this film is in ~ and white** ภาพยนตร์เรื่องนี้เป็นภาพยนตร์ขาวดำ; **things in ~ and white** *(fig.)* สิ่งที่ต่างกันโดยสิ้นเชิง; **~-and-white** *adj.* ขาวดำ; **~ 'art** *n.* มายาดำ; **~ball** *v.t.* ออกเสียงไม่รับรองให้เป็นสมาชิก, ออกเสียงคัดค้าน; **~ 'beetle** *n. (Zool.)* แมลงสาบ *Blatta orientalis;* **~berry** *n.* แบล็คเบอร์รี่ *(ท.ศ.)*; **go ~berrying** เก็บผลแบล็คเบอร์รี่; **~bird** *n.* นกดุเหว่า; **~board** *n.* กระดานดำ; **~ 'books** *n. pl.* **be in sb.'s ~ books** ไม่เป็นที่โปรดปรานของ *ค.น.*; **~ 'box** *n. (flight recorder)* กล่องดำ, กล่องบันทึกการบิน; **~ 'bread** *n.* ขนมปังดำ; **~buck** *n. (Zool.)* กวาง *Antilope cervicepra* พบในอินเดีย; **~ 'cap** *n. (Brit. Law Hist.) หมวกดำแบนที่ผู้พิพากษาอังกฤษจะสวมตอนลงโทษประหารชีวิต;* **~cap** *n. (Ornith.)* นกร้อง *Sylvia atricapilla มีขนสีดำบนหัว;* **~cock** *n. (Ornith.)* ไก่ป่าชนิดหนึ่ง; **B~ Country** *n. (Brit.)* จังหวัด *Staffordshire และ Worcestershire ของอังกฤษที่มีอุตสาหกรรมหนาแน่น;* **~'currant** *n. ต้นไม้ Ribes nigrum มีผลสีดำ ซึ่งรับประทานได้;* **B~ 'Death** *n.* โรคระบาดในยุโรปในศตวรรษที่ 14; **~ 'earth** *n. (Geol.)* ดินดำ; **~ e'conomy** *n.* เศรษฐกิจมืด/ดำ

blacken /'blækən/'แบลเคิน/ *v.t.* Ⓐ *(make dark[er]) (ท้องฟ้า)* มืดลง; *(make black[er])* ดำลง; **the ancient buildings were ~ed by centuries of smoke and grime** ตึกโบราณพวกนี้ดำเพราะฝุ่นควันที่มีมาหลายร้อยปี; Ⓑ *(fig.: defame)* ทำลายชื่อเสียง, ใส่ร้าย; **~ sb.'s [good] name** ทำลายชื่อเสียง [ที่ดี] ของ *ค.น.*; **~ the picture** ทาสีดำบนภาพ

black: ~ 'eye *n.* Ⓐ *(bruised)* ตาฟกช้ำดำเขียว; Ⓑ *(dark)* **~ eyes** ตาสีดำ; **~-eyed** *adj.* **be ~eyed** มีตาสีดำ; **~-face** *n.* Ⓐ *(sheep)* แกะที่มีหน้าดำ; Ⓑ *(make-up)* การแต่งหน้าให้ดำเพื่อรับบทเป็นคนดำ; **~fly** *n. (Zool.)* Ⓐ *(aphid)* ตัวเพลี้ย; Ⓑ *(thrips)* แมลงที่เป็นอันตรายต่อพืช; **B~ 'Forest** *pr. n.* ป่าทางตะวันตกเฉียงใต้ของประเทศเยอรมนี; **B~ Forest 'gateau** *n.* ขนมเค้กช็อกโกแลตไส้เชอรี่กับครีม; **B~ Friar** *n.* บาทหลวงนิกายโดมินิกัน; **~ 'frost** ➡ **frost** 1 A; **~ grouse** *n. (Ornith.)* ไก่ป่า Lyrus retrix มีขนที่เท้า พบในทวีปยุโรป

blackguard /'blægɑ:d/'แบลกาด, -เกิด/ ❶ *n. (scoundrel)* อันธพาล, นักเลง; *(foul-mouthed person)* คนปากเสีย ❷ *adj. (scoundrelly)* อันธพาล; *(foul-mouthed)* ปากเสีย ❸ *v.t. (call a ~)* **~ sb.** หาว่า *ค.น.* เป็นอันธพาล; *(abuse)* ด่าว่า *ค.น.*

blackguardly /'blægɑ:dlɪ/'แบลกาดลิ/ *adj.* เลวทราม, ต่ำช้า

black: ~head *n.* Ⓐ *(Ornith.)* นกหัวดำ; Ⓑ *(pimple)* สิวหัวดำ; **~ 'hole** *n.* Ⓐ *(Astron.) บริเวณหนึ่งในอวกาศที่สารหรือรังสีใด ๆ มิอาจเล็ดลอดออกไปได้;* Ⓑ *(esp. Mil.: gaol)* ที่ขังนักโทษทหาร; **~ 'ice** *n.* น้ำแข็งบางใส *(โดยเฉพาะบนพื้นถนน)*

blacking /'blækɪŋ/'แบลคิง/ *n.* ครีมขัดรองเท้าสีดำ

blackish /'blækɪʃ/'แบลคิช/ *adj.* มีสีออกดำ

black: ~jack *n.* Ⓐ *(flag)* ธงสีดำของโจรสลัด; Ⓑ *(Amer.: bludgeon)* กระบองตะกั่ว; Ⓒ *(Cards)* เกมไพ่ชนิดหนึ่ง ที่ต้องรวมไพ่ให้ได้ 21; Ⓓ *(vessel)* ภาชนะทำด้วยหนังสำหรับใส่เหล้า; **~lead** /'blækled/'แบลกเล็ด/ ❶ *n.* กราไฟต์ที่ใช้ทำไส้ดินสอ ❷ *v.t.* ขัดด้วยกราไฟต์; **~leg** ❶ *n.* Ⓐ *(Brit.: strike-breaker)* คนที่ไม่เข้าร่วมในการนัดประท้วงหยุดงาน; Ⓑ *(swindler)* นักต้มตุ๋น ❷ *v.i.* ไม่เข้าร่วมในการประท้วงนัดหยุดงาน; **~ 'letter** *n. (Gothic type)* ตัวพิมพ์หนา; **~ list** *n.* บัญชีดำ; **~list** *v.t.* ใส่ชื่อลงในบัญชีดำ

blackly /'blæklɪ/'แบลคลิ/ *adv.* Ⓐ *(darkly, gloomily)* ด้วยความกลุ้มใจ, ด้วยความมืดมัว; Ⓑ *(angrily)* ด้วยความโกรธ

black: ~mail ❶ *v.t.* ขู่เอาเงิน; **~mail sb. into doing sth.** ขู่เข็ญบังคับให้ *ค.น.* ทำ *ส.น.* ❷ *n.* การข่มขู่เอาเงินเป็นค่าตอบแทนที่ไม่เปิดเผยความลับ; **sheer/emotional ~mail** การข่มขู่ทางอารมณ์; **B~ Maria** *n.* รถขนนักโทษ; **~ 'mark** *n. (fig.)* รอยด่าง, จุดหรือเครื่องหมายที่แสดงความไม่น่าเชื่อถือ; **a ~ mark against sb.** มลทินบนชื่อเสียง *ค.น.*; **~ 'market** *n.* ตลาดมืด; **~ marketeer** *n.* ผู้ที่ขายของอยู่ในตลาดมืด; **~ 'mass** *n.* Ⓐ *(Satanist mass)* พิธีมิซซาของผู้บูชาซาตาน; Ⓑ *(requiem mass)* การประกอบพิธีมิซซาเพื่อส่งวิญญาณของผู้ตาย

blackness /'blæknɪs/'แบลคนิซ/ *n., no pl.* Ⓐ *(black colour)* ความดำ; **the ~ of the sky** ความมืดดำของท้องฟ้า; Ⓑ *(darkness)* ความมืด; *(fig.: wickedness)* ความชั่วร้าย

'blackout *n.* Ⓐ การที่ไฟดับ *(เนื่องจากไฟฟ้าเสีย)*, การดับไฟ *(เพราะมีการโจมตีทางอากาศ)*; *(Theatre, Radio)* การดับไฟบนเวทีหรือการดับไฟฟ้าวิทยุ; **news ~:** การปิดข่าว; Ⓑ *(Med.)* **I had a ~:** ฉันเป็นลม

black: ~ 'pudding *n.* ไส้กรอกที่ผสมเลือด; **B~ 'Rod** *n. (Brit. Parl.) คนขานชื่อในสภาขุนนางของอังกฤษ;* **B~ 'Sea** *pr. n.* ทะเลดำ; **~ 'sheep** *n. (lit.)* แกะดำ; *(fig.)* คนที่ไม่ทำตามค่านิยมของกลุ่ม; **~shirt** *n. (Polit.)* สมาชิกของกลุ่มฟาสซิสท์ในอิตาลี; **~smith** *n.* ➤ **489** ช่างตีเหล็ก; **~ spot** *n. (fig.)* จุดอันตราย; **~ 'tea** *n.* ชาที่หมักก่อนตากแห้ง; **~thorn** *n. (Bot.) ไม้พุ่ม Prunus spinosa มีหนามและดอกเล็กสีขาว;* **~ tie** *n.* ไทหูกระต่ายสีดำ *(ใช้กับเสื้อราตรีของผู้ชาย)*; **~top** *n. (Amer. Road Constr.)* วัสดุที่ใช้ราดยางถนน; **~ 'velvet** *n. (drink)* เครื่องดื่มผสมแชมเปญกับเบียร์ดำ; **~ 'widow** *n. (Zool.)* แมงมุมดำมีพิษ

bladder /'blædə(r)/'แบลเดอะ(ร)/ *n.* ➤ **118** *(Anat., Zool., Bot.)* กระเพาะปัสสาวะ

'bladderwrack *n. (Bot.)* สาหร่าย *fucus vesiculosus* สีน้ำตาลมีถุงอากาศทำให้ลอยตัวได้

blade /bleɪd/เบลด/ *n.* Ⓐ *(of sword, knife, dagger, razor, plane, scissors etc.)* ใบมีด; *(of saw, oar, paddle, spade, propeller)* ใบ; *(of propellor, paddle wheel, turbine)* ใบพัด; Ⓑ *(of grass etc.)* ใบหญ้า ฯลฯ; Ⓒ *(sword)* ใบดาบ; Ⓓ *(person)* คนหนุ่มที่เสเพล

blah /blɑ:/บลา/ **blah-blah** *n. (coll.)* คำพูดไร้สาระ

blahs /blɑ:z/บลาซ/ *n. pl. (Amer. coll.)* คำพูดเหลวไหล

blame /bleɪm/เบลม/ ❶ *v.t.* Ⓐ *(hold responsible)* **~ sb. [for sth.]** ตำหนิ *ค.น.* ในการกระทำ *ส.น.*; **always get ~d for sth.** ถูกตำหนิเสมอในการทำ *ส.น.*; **don't ~ me [if…]** อย่าว่าฉันนะ [ถ้า…]; **~ sth. [for sth.]** โทษ *ส.น.* [สำหรับ *ส.น.*]; **be to ~ [for sth.]** ต้องรับผิด [สำหรับ *ส.น.*]; **~ sth. on sb./sth.** *(coll.)* โยนความผิดให้ *ค.น./ส.น.*; Ⓑ *(reproach)* **~ sb./oneself** โทษ *ค.น.*/ตัวเอง; **I don't ~ you/him** *(coll.)* ฉันไม่โทษคุณ/เขาหรอก; **who can ~ her?** ใครจะว่าเธอได้; **don't ~ yourself** อย่าโทษตัวเองเลย; **have only oneself to ~:** ต้องโทษตัวเองเท่านั้น; **blaming oneself never helps** การโทษตัวเองไม่เคยช่วยให้อะไรดีขึ้น ❷ *n.* Ⓐ *(responsibility)* ความรับผิดชอบ, ความผิด; **lay** *or* **put the ~ on sb. [for sth.]** ปัดความรับผิดชอบให้ *ค.น.* [สำหรับ *ส.น.*]; **bear the ~ [for sth.]** รับผิด [สำหรับ *ส.น.*]; Ⓑ *(censure)* การตำหนิ

b

blameable /ˈbleɪməbl/ˈเบลฺเมอะบ'ล/ *adj.* ตำหนิได้

blameless /ˈbleɪmlɪs/ˈเบลฺมลิซ/ *adj.*

blamelessly /ˈbleɪmlɪslɪ/ˈเบลฺมลิซลิ/ *adv.* [อย่าง] ไม่มีความผิด

blameworthy /ˈbleɪmwɜ:ðɪ/ˈเบลฺมเวอะทิ/ *adj.* สมควรถูกตำหนิ

blanch /blɑ:ntʃ, US blæntʃ/บลานฉฺ/ ❶ *v.t.* Ⓐ *(whiten)* ฟอกขาว; *(ถั่ว)* เอาเปลือกออก; *(make pale)* ทำให้ซีดขาว; Ⓑ *(Cookery: scald)* ลวกผักในน้ำเดือดชั่วระยะสั้น ❷ *v.i. (grow pale)* ขาวซีด

blancmange /bləˈmɒnʒ/เบลฺอะˈมอนฌฺ/ *n.* *ขนมหวานทำจากแป้งข้าวโพดผสมนม*

blanco /ˈblæŋkəʊ/ˈแบลฺงโค/ *(Mil.)* ❶ *n., no pl.* สารสีขาวใช้ขัดเข็มขัดให้ขาว ❷ *v.t.* ขัดด้วยบลองโก *(ท.ศ.)*

bland /blænd/แบลนดฺ/ *adj. (gentle, suave)* นุ่มนวล, ละมุนละไม; *(mild)* จืดชืด *(อาหาร)*, อ่อนโยน, ไร้อารมณ์; *(not irritating, not stimulating)* ไม่ระคายเคือง, ไม่กระตุ้น; *(unexciting)* ไม่ตื่นเต้น

blandish /ˈblændɪʃ/ˈแบลนดิช/ *v.t. (flatter)* ประจบ; *(cajole)* ล่อลวง *(ด้วยการป้อยอ)*

blandishment /ˈblændɪʃmənt/ˈแบลนดิชเมินทฺ/ *n. (flattery)* การประจบ; *(cajolery)* การป้อยอ; *(allurement)* การล่อหลอก

blandly /ˈblændlɪ/ˈแบลนดฺลิ/ *adv. (gently)* อย่างนุ่มนวล; *(mildly)* อย่างอ่อนโยน, อย่างไม่มีรสชาติ, อย่างจืดชืด

blandness /ˈblændnɪs/ˈแบลนดฺˈนิซ/ *n., no pl.;* ➡ **bland:** ความนุ่มนวล, ความละมุนละไม, ความจืดชืด

blank /blæŋk/แบลงคฺ/ ❶ *adj.* Ⓐ *(ผนัง)* ว่าง; Ⓑ *(empty)* ว่างเปล่า; **leave a ~ space** ปล่อยช่องว่างไว้; Ⓒ *(fig.)* *(หน้าตา, การมอง)* ว่างเปล่า, เหม่อลอย; **look ~:** ดูว่างเปล่า; **give sb. a ~ look** มอง *ค.น.* ด้วยสายตาเหม่อลอย ❷ *n.* Ⓐ *(space)* ที่ว่าง; **my mind was a ~:** ฉันคิดอะไรไม่ออก; **his memory was a ~:** ความจำเขาหายไป; Ⓑ *(document with ~s)* ช่องว่างไว้เติม; Ⓒ *(lottery ticket)* ล็อตเตอรี่ที่ไม่ถูกรางวัล; **draw a ~:** จับสลากที่ไม่ถูกรางวัล; *(fig.)* ไม่ได้ผล, ล้มเหลว; Ⓓ *(domino)* โดมิโนที่ข้างหนึ่งหรือทั้งสองข้างไม่มีตัวเลข; Ⓔ *(cartridge)* กระสุนหลอก; Ⓕ *(Num.)* เหรียญกลม; Ⓖ *(dash)* เครื่องหมายละเว้น; *(euphemism)* เครื่องหมายขีดยาวแทนคำหยาบ

blank: ~ **'cartridge** *n.* กระสุนหลอก; ~ **'cheque** *n.* เช็คที่ไม่ได้กรอกจำนวนเงิน; *(fig.)* เสรีภาพที่ไม่จำกัด; **give sb. a ~ cheque** *(fig.)* ให้เสรีภาพแก่ *ค.น.* อย่างเต็มที่

blanket /ˈblæŋkɪt/ˈแบลงคิท/ ❶ *n.* Ⓐ ผ้าห่ม; **wet '~** *(fig.)* คนที่เศร้าซึม ทำให้ผู้อื่นหมดสนุก; **be born on the wrong side of the ~** *(fig.)* เกิดนอกกฎหมาย; Ⓑ *(thick layer)* ชั้นหนา, การคลุม; **a ~ of snow** การคลุมของหิมะ; **a ~ of fog/cloud** ชั้นหนาของหมอก/เมฆ; Ⓒ *(Printing)* ผ้ายางที่คลุมไม่ให้ตัวพิมพ์เสียหาย ❷ *v.t.* Ⓐ *(cover)* ปกคลุม; Ⓑ *(stifle)* ปกปิด ❸ *adj.* ครอบคลุมทุกด้าน, รวมทุกอย่าง; **~ agreement** สัญญาที่ครอบคลุมทุกอย่าง; **~ term** คำที่มีความหมายกว้าง

'blanket stitch *n.* การเย็บผ้าชนิดหนึ่งใช้ตรงชายผ้า

blankety /ˈblæŋkətɪ/ˈแบลงเคอะทิ/ *adj.* *(euphem.)* ~ **[blank]** เครื่องหมายละเว้นแทนคำหยาบ; **what the ~ blank ...?** อะไรว่ะ; **call sb./sth. a ~ blank** เรียก *ค.น./ส.น.* ว่าอ้ายโง่

blankly /ˈblæŋklɪ/ˈแบลงคฺลิ/ *adv.* อย่างว่างเปล่า, อย่างเหม่อลอย

blankness /ˈblæŋknɪs/ˈแบลงคฺนิซ/ *n., no pl.* Ⓐ *(of surface etc.)* ความว่าง; **the ~ of the wall** ความว่างของกำแพง; Ⓑ *(expressionlessness)* ความว่างเปล่า, การไม่แสดงความรู้สึก; **the ~ of his expression** สีหน้าของเขาไม่แสดงความรู้สึกใด ๆ ทั้งสิ้น

blank: ~ **test** *n. การทดสอบทางวิทยาศาสตร์โดยไม่มีตัวอย่าง*; ~ **'verse** *n. (Pros.)* กลอนเปล่า

blanquette /blɑ̃ˈket/บลางˈเค็ท/ *n. (Cookery)* การปรุงเนื้อลูกวัวในซอสขาว

blare /bleə(r)/แบลฺ(ร)/ ❶ *v.i.* *(ลำโพง)* ส่งเสียงดัง, คำราม ❷ *v.t.* ~ **out** พูด *(คำ)* ออกมาเสียงดัง ❸ *n. (of loudspeaker, radio, voice)* เสียงดัง; *(of trumpet, trombone)* เสียงเป่าดัง ๆ

blarney /ˈblɑ:nɪ/ˈบลานิ/ ❶ *n. (cajoling)* คำยกยอ; *(nonsense)* คำพูดไร้สาระ ❷ *v.i.* พูดประจบ, พูดยกยอ ❸ *v.t.* ~ **sb.** พูดจายกยอ *ค.น.*; **don't be ~ed into doing it** อย่างถูกยกยอปอปั้นให้ทำสิ่งนั้น

blasé /ˈblɑ:zeɪ, US blɑ:ˈzeɪ/ˈบลาเซ/ *adj.* ไม่ประทับใจ เนื่องจากความคุ้นเคยจนเกินไป, เบื่อหน่ายความสนุกสนานเพลิดเพลิน

blaspheme /blæsˈfi:m/แบลฺซˈฟีม/ *v.i.* พูดจาดูหมิ่นไม่เคารพศาสนา

blasphemous /ˈblæsfəməs/ˈแบลซเฟอะเมิซ/ *adj.* เป็นการดูหมิ่นศาสนา

blasphemy /ˈblæsfəmɪ/ˈแบลซเฟอะมิ/ *n.* การ/คำพูดจาดูหมิ่นศาสนา; **~ is a sin** การพูดจาดูหมิ่นศาสนาเป็นบาป

blast /blɑ:st, US blæst/บลาซทฺ, แบลซทฺ/ ❶ *n.* Ⓐ *(gust)* **a ~ [of wind]** ลมพัดแรงชั่วครู่หนึ่ง; Ⓑ *(sound)* เสียงจากการเป่า *(เครื่องดนตรี, นกหวีด, แตรรถยนต์)*; **he gave a ~ on his trumpet** เขาเป่าทรัมเปตอย่างแรงสักครั้งหนึ่ง; **give one ~ of the horn** บีบแตรเร่งสักครั้งซิ; Ⓒ *(Metallurgy etc.: air current)* กระแสลมเป่า *(จากการหลอมโลหะ)*; **at full ~** *(fig.)* อย่างเต็มที่; Ⓓ *(of explosion)* คลื่นอากาศจากการระเบิด; *(coll.: explosion)* การระเบิด; Ⓔ *(coll.: reprimand)* คำตำหนิติเตียนอย่างรุนแรง ❷ *v.t.* Ⓐ *(blow up)* ระเบิด *(หิน ฯลฯ)*; *(coll.: kick)* เตะ *(ฟุตบอล)*; Ⓑ *(wither)* ทำให้เหี่ยว *(ต้นไม้, สัตว์ ฯลฯ)*; Ⓒ *(curse)* **~ you/him!** ขอให้แก/เขาพินาศย่อยยับ ❸ *v.i. (coll.: shoot)* ยิง; **start ~ing away** เริ่มยิง ❹ *int.* **[oh] ~!** โอ้ย ตายจริง

~ **'off** *v.i.* พุ่งขึ้นจากพื้นดิน; ➡ + **blast-off**

blasted /ˈblɑ:stɪd, US ˈblæst-/ˈบลาซติด/ *adj. (damned)* ระยำ, ฉิบหาย *(ภ.ย.)*

blast: ~ **furnace** *n.* เตาหลอมโลหะ *(ที่ใช้ลมเป่า)*; **~-hole** *n.* รูบรรจุชนวนระเบิด; **~-off** ❶ *n.* การปล่อยจรวด ฯลฯ ❷ *v.i.* *(จรวด)* พุ่งขึ้นจากสถานีส่ง

blatancy /ˈbleɪtnsɪ/ˈเบลฺท'นซิ/ *n., no pl.* ➡ **blatant:** ความชัดเจน; ความไร้ยางอาย; ความครึกโครม; การสะดุดตา

blatant /ˈbleɪtnt/ˈเบลฺท'นทฺ/ *adj.* Ⓐ *(flagrant)* *(ความผิด, การกระทำผิด ฯลฯ)* เด่นชัดมาก, เห็นได้ชัดเจนมาก; Ⓑ *(unashamed)* ไร้ยางอาย, *(การโกหก)* อย่างหน้าด้าน; Ⓒ *(noisy)* มีเสียงดังหนวกหู; Ⓓ *(visually obtrusive)* สะดุดตา

blatantly /ˈbleɪtntlɪ/ˈเบลฺท'นทลิ/ *adv.* ➡ **blatant:** อย่างเด่นชัด; อย่างไร้ยางอาย; ด้วยเสียงดังหนวกหู; อย่างสะดุดตา

[1]blaze /bleɪz/เบลฺซฺ/ ❶ *n.* Ⓐ *(conflagration)* เพลิงไหม้รุนแรง; **it took hours to put out the ~:** ใช้เวลาเป็นชั่วโมง ๆ ที่จะดับไฟไหม้อันรุนแรง; Ⓑ *(display)* **a ~ of lights** ความสว่างจ้าของโคมไฟ; **a ~ of colour** ความเจิดจ้าของสี; Ⓒ *(fig.: full light)* แสงเจิดจ้า; **in a ~ of glory** ในแสงแห่งความรุ่งโรจน์; Ⓓ *(fig.: outburst)* การระเบิดออกมา *(ของอารมณ์)*; **[in] a ~ of temper** [ใน] อารมณ์อันพลุ่งพล่าน; Ⓔ *(coll.)* **go to ~s!** ไปลงนรกเสียเถอะ; **like ~s** *(ทำงาน)* ด้วยพลังงานมากมาย; *(วิ่งแล่น)* รวดเร็วมาก; **what the ~s [are you doing]?** คุณกำลังทำบ้าอะไรอยู่; **how the ~s am I supposed to ...?** และคุณจะให้ฉันทำ... ยังไงว่ะนี่ ❷ *v.i.* Ⓐ *(burn)* ลุกไหม้; **the house was already blazing when the firemen arrived** บ้านกำลังไหม้อยู่เมื่อพนักงานดับเพลิงมาถึง; **a blazing fire** ไฟลุกแรง; **the blazing sun** ดวงอาทิตย์เจิดจ้า; **a blazing hot day** วันที่มีอากาศร้อนจัด; Ⓑ *(be brilliantly lighted)* สว่างโชติช่วง; Ⓒ *(emit light)* ส่องแสง; **the spotlight ~d down on them** ไฟสปอตไลท์ส่องแรงลงมาที่พวกเขา; Ⓓ *(fig.: with anger etc.)* *(ตา)* เต็มไปด้วยประกาย; **a blazing row** การทะเลาะวิวาทอันเผ็ดร้อน; Ⓔ *(show bright colours)* แสดงสีสันสว่างสดใส

~ **a'way** *v.i.* Ⓐ *(shoot)* ยิงอย่างต่อเนื่อง; Ⓑ *(work)* ทำงานอย่างกระตือรือร้น

~ **'up** *v.i.* Ⓐ *(burst into ~)* ลุกเป็นเปลวเพลิง; Ⓑ *(in anger)* ระเบิดออกด้วยความโกรธ

[2]blaze ❶ *n. (on animal's head)* จุด/แถบสีขาว; *(on tree)* ตำหนิบนต้นไม้ *(เพื่อแสดงเส้นทาง)* ❷ *v.t.* สลักเครื่องหมาย *(ที่ต้นไม้)*; **~ a trail** ทำตำหนิไว้ที่ทางเดิน; **~ a** *or* **the trail** *(fig.)* เป็นผู้บุกเบิก

[3]blaze *v.t. (proclaim)* ประกาศอย่างเป็นทางการ; **~ sth. abroad** กระจายข่าว *ส.น.* ออกไป

blazer /ˈbleɪzə(r)/ˈเบลฺเซอะ(ร)/ *n.* เสื้อแจ็กเก็ต *(ของชุดกีฬา, เครื่องแบบนักเรียน)*, เสื้อแจ็กเก็ตผู้ชายมักเป็นสีน้ำเงินเข้ม

blazing 'star *n. (Amer. Bot.)* พันธุ์ไม้ในอเมริกาให้ดอกหลากสี

blazon /ˈbleɪzn/ˈเบลฺซ'น/ *v.t.* Ⓐ *(Her.)* เขียน/วาดตรา *(บนอาวุธ)*; Ⓑ *(fig.) (paint)* วาดตราหรือเครื่องหมาย; *(proclaim)* ประกาศ

bleach /bli:tʃ/บลีฉฺ/ ❶ *v.t.* ฟอก *(ผ้า)* ให้ขาว; ย้อมผมให้ทอง ❷ *v.i.* ขาวหรือซีด *(โดยการตากแดดหรือฟอก)* ❸ *n. (substance)* สารฟอกขาว; *(process)* กระบวนการฟอกให้ขาว

bleaching /ˈbli:tʃɪŋ/ˈบลีฉิง/ : ~ **agent** *n.* สารที่ใช้ฟอกขาว; ~ **powder** *n.* ผงที่ใช้ฟอกขาว

[1]bleak /bli:k/บลีค/ *adj.* Ⓐ *(bare)* *(ทิวทัศน์, ภูเขา, เกาะ)* อ้างว้าง ๆ, เยือกเย็น; Ⓑ *(chilly)* *(อากาศ)* หนาวเย็น; Ⓒ *(unpromising)* ไม่มีท่าว่าจะประสบความสำเร็จ; **~ prospect[s]** โอกาสที่ไม่มีท่าว่าจะสำเร็จ

[2]bleak *n. (Zool.)* ปลาน้ำจืดตัวเล็ก ๆ พบในยุโรป

bleakly /ˈbli:klɪ/ˈบลีคลิ/ *adv.* Ⓐ *(การมองโลก)* อย่างไร้ความหวัง; Ⓑ อย่างหนาวเย็น

bleakness /ˈbli:knɪs/ˈบลีคนิซ/ *n., no pl.* Ⓐ *(of prospect)* ความสิ้นหวัง; Ⓑ *(of weather)* ความหนาวเย็น

bleary /ˈblɪərɪ/ˈเบลียริ/ *adj.* *(ดวงตา)* พร่ามัว; **look ~-eyed** ดูตาพร่ามัว, ดูง่วงนอน

bleat /bli:t/บลีท/ ❶ *v.i.* *(แกะ แพะ หรือลูกวัว)* ทำเสียงร้องครวญคราง; *(fig.)* พูดอย่างอ่อนแรง, พูดอย่างโง่ ๆ; *(plaintively)* พูดอย่าง

ครํ่าครวญ ❷ *v.t.* ~ **[out]** พูดออกมาอย่างอ่อนแรง ❸ *n.* เสียงร้อง *(ของแกะ แพะ ฯลฯ); (plaintive)* เสียงพูดอย่างอ่อนแรง หรือ ครํ่าครวญ

bled ➡ **bleed**

bleed /bliːd/บลีด/ ❶ *v.i.*, **bled** /bled/เบล็ด/ เลือดออก; ~ **for the cause/one's country** หลั่งเลือดเพื่อเป้าหมาย/เพื่อประเทศชาติของตน ❷ *v.t.*, **bled** Ⓐ *(draw blood from, lit. or fig.)* ทำให้เลือดออก; ~ **sb. white** *(fig.)* ใช้เงินของ *ค.น.* จนไม่เหลือซักบาท; Ⓑ *(extract fluid, air, etc. from)* ระบายอากาศออก *(จากห้ามล้อ, เครื่องทำความร้อน)*

bleeder /ˈbliːdə(r)/ˈบลีเดอะ(ร)/ *n.* Ⓐ *(haemophiliac)* คนที่เป็นโรคเลือดออกง่าย; Ⓑ *(coarse: unpleasant person)* คนเลว

bleeding /ˈbliːdɪŋ/ˈบลีดิง/ ❶ *n. (loss of blood)* การสูญเสียเลือด, การที่มีเลือดออก ❷ *adj. (Brit. coarse: damned)* อัปรีย์, ระยำ; **don't stand there the whole ~ time doing nothing!** อย่ายืนเป็นเบื้ออยู่ตรงนั้นตลอดเวลาโดยไม่ทำอะไรเลย ❸ *adv. (Brit. coarse)* **I don't ~ care!** ให้ตายซิ กูไม่สน; **don't be ~ stupid!** อย่า *(ทำตัว)* โง่ระยำ *(ภ.ย.)*

bleeding 'heart *n.* Ⓐ *(Bot.)* ต้นไม้ที่มีดอกเป็นรูปหัวใจ; Ⓑ *(coll.: person)* คนใจอ่อนเกินไป

bleep /bliːp/บลีพ/ *n.* สัญญาณเสียงสูงเป็นระยะ ๆ; **two faint ~s** สัญญาณเสียงแผ่ว ๆ สองครั้ง

bleeper /ˈbliːpə(r)/ˈบลีเพอะ(ร)/ *n.* อุปกรณ์ติดต่ออิเล็กทรอนิกส์ที่ส่งสัญญาณเสียง

blemish /ˈblemɪʃ/ˈเบล็มมิช/ ❶ *n.* Ⓐ *(stain)* ตำหนิ, รอยเปื้อน; *(on fruit)* ตำหนิ; Ⓑ *(defect, lit. or fig.)* มลทิน, ข้อบกพร่อง; **be without a ~:** ปราศจากข้อบกพร่อง; **her only ~ was her quick temper** ข้อบกพร่องอย่างเดียวของเธอคืออารมณ์ร้อน ❷ *v.t.* Ⓐ *(spoil)* ทำให้เสื่อมเสีย; Ⓑ *(fig.)* ~ **sth.** ทำให้ *ส.น.* ด่างพร้อย

blench /blentʃ/เบล็นฉ/ *v.i.* หดกลับด้วยความกลัว, หัวหด

blend /blend/เบล็นดฺ/ ❶ *v.t.* Ⓐ *(mix)* ผสม; Ⓑ *(make indistinguishable)* ทำให้กลมกลืนกัน ❷ *v.i.* Ⓐ เข้ากัน, ผสมกลมกลืนกัน; **pink does not ~ with orange** สีชมพูไม่เข้ากับสีส้ม; ~ **in with/into sth.** ผสมเข้ากับ *ส.น.*; Ⓑ *(วิสกี้, ใบชา, ยาเส้น)* ผสมเข้ากันอย่างดี ❸ *n. (mixture)* การผสมเข้ากัน

blender /ˈblendə(r)/ˈเบล็นเดอะ(ร)/ *n.* Ⓐ *(person)* ผู้ผสม; Ⓑ *(apparatus)* เครื่องผสมอาหาร

blending /ˈblendɪŋ/ˈเบล็นดิง/ *n. (of coffees, wines, whiskies)* การนำของชนิดต่าง ๆ มาผสมเข้าด้วยกัน

Blenheim /ˈblenɪm/ˈเบล็นนิม/ *pr. n.* **the Battle of ~:** การยุทธ์แห่งเบลนแนม *(ระหว่างอังกฤษและฝรั่งเศสใน ค.ศ. 1704)*

bless /bles/เบล็ซ/ *v.t.*, **blessed** /blest/เบล็ซทฺ/ *or* **blest** /blest/เบล็ซทฺ/ Ⓐ *(consecrate, pronounce blessing on)* อวยพร, ให้ศีลให้พร; **she did not have a penny to ~ herself with** *(fig.)* เธอไม่มีสตางค์สักแดงเดียว; **they have been ~ed with a son** พวกเขาโชคดีที่ได้ลูกชาย; **[God] ~ you** ขอให้พระผู้เป็นเจ้าคุ้มครอง; *(as thanks)* ขอบคุณ; *(to person sneezing) เป็นสำนวนที่ใช้พูดกับคนที่จาม;* **goodbye and God ~:** ลาก่อนและขอให้คุณพระคุ้มครอง; ~ **you, I wouldn't dream of it** ขอบคุณ ฉันไม่รบกวนคุณหรอก; ~ **me!, I'm blest!, ~ my soul!** ตายจริง, โชคดีจริง; ~ **me if it isn't Sid** อุ๊ยตาย นี่เจ้าซิดนั่นเอง; Ⓑ *(call holy)* ถือว่าศักดิ์สิทธิ์; *(attribute one's good fortune to)* **they ~ed their stars/guardian angel that ...:** พวกเขาขอบคุณโชคชะตาและเทพดาอารักษ์ที่...

blessed ❶ /blest/เบล็ซทฺ/ *p.t. and p.p. of* **bless** ❷ /ˈblesɪd/ˈเบล็ซซิด/, *pred.* /blest/เบล็ซทฺ/ *adj.* Ⓐ **be ~ with sth.** *(also iron.)* โชคดีที่มี *ส.น.*, มีโชคใน *ส.น.*; Ⓑ *(revered) (พระผู้เป็นเจ้า)* ที่เคารพนับถือ; *(in Paradise)* ศักดิ์สิทธิ์; *(RC Ch.: beatified) (ผู้เสียชีวิต)* ได้รับประกาศเป็นทางการว่าเขาอยู่บนสวรรค์; *(blissful)* เต็มไปด้วยความสุข; Ⓒ *attrib. (euphem.: cursed)* อัปรีย์

blessedness /ˈblesɪdnɪs/ˈเบล็ซซิดนิซ/ *n., no pl. (happiness)* ความสุข; *(enjoyment of divine favour)* ความสุขจากพรของพระเจ้า

blessing /ˈblesɪŋ/ˈเบล็ซซิง/ *n.* Ⓐ *(declaration or bestowal of divine favour, grace at table)* การให้พร, การอวยพร; **do sth. with sb.'s ~** *(fig.)* ทำ *ส.น.* ด้วยความเห็นชอบของ *ค.น.*; **give sb./sth. one's ~** *(fig.)* เห็นชอบกับ *ค.น./ส.น.*; Ⓑ *(divine gift)* พรจากพระเจ้า; **count one's ~s** *(fig.)* พอใจกับสิ่งที่ตนมี; Ⓒ *(fig. coll.: welcome thing)* โชคดี; **what a ~!** ช่างเป็นสิ่งที่โชคดีเสียจริง; **be a ~ in disguise** ดูจะเป็นโชคร้าย แต่กลับเป็นโชคดีในภายหลัง; ➡ **+ mixed blessing**

blest ➡ **bless**; *(poet.)* ➡ **blessed** 2

blether /ˈbleðə(r)/ˈเบล็ดเทอะ(ร)/ ❶ *v.i.* พูดจาโง่ ๆ, พูดจาเหลวไหล; **go on ~ing** พูดจาโง่ ๆ ไปเรื่อย ❷ *n.* การพูดจาเหลวไหล

blew /bluː/บลู/ ➡ **'blow** 1, 2

blight /blaɪt/ไบลทฺ/ ❶ *n.* Ⓐ *(plant disease)* โรคแห้งเหี่ยวของต้นไม้ที่เกิดจากแมลงหรือเชื้อรา; *(fig.: malignant influence)* อิทธิพลชั่วร้าย; **fascism – a ~ on the twentieth century** ระบบฟาสซิสท์เป็นอิทธิพลชั่วร้ายในศตวรรษที่ 20; Ⓑ *(fig.: unsightly urban area)* เขตเมืองที่ไม่น่าดู; Ⓒ *(Brit.: aphid)* แมลงที่ดูดน้ำผลไม้ ❷ *v.t.* Ⓐ *(affect with ~)* **be ~ed** *(ต้นไม้)* เป็นโรคเหี่ยวแห้ง; Ⓑ *(spoil)* ทำลาย, ทำให้เสียหาย; *(frustrate)* ทำให้ไม่ได้ผล *(ความหวัง);* **a ~ed area** บริเวณที่ไม่เจริญ

blighter /ˈblaɪtə(r)/ˈไบลเทอะ(ร)/ *n. (Brit. coll.)* Ⓐ **the poor ~:** คนที่น่าสงสาร; Ⓑ *(derog.)* คนที่น่ารังเกียจหรือน่ารำคาญ; *(thing)* สิ่งที่ทำให้เกิดความเสียหาย

blimey /ˈblaɪmɪ/ˈบลายมิ/ *int. (Brit. sl.)* ตายจริง

blimp /blɪmp/บลิมพฺ/ *n.* Ⓐ *(Brit.)* **[Colonel] B~:** *เรียกกับคนที่ขี้โอ่และต่อต้านการเปลี่ยนแปลง;* Ⓑ *(airship)* เรือเหาะลำเล็ก ๆ

blimpish /ˈblɪmpɪʃ/ˈบลิมพิช/ *adj.* ต่อต้านความเปลี่ยนแปลง

blind /blaɪnd/บลายนดฺ/ ❶ *adj.* Ⓐ ตาบอด; **a ~ man/woman** ชาย/หญิงตาบอด; **[be] as ~ as a bat** ตาบอดสนิท; ~ **in one eye** ตาบอดข้างเดียว; **go** *or* **become ~:** กลายเป็น *(คน)* ตาบอด; **turn a ~ eye [to sth.]** *(fig.)* ทำเป็นมองหรือสังเกต *[ส.น.]* ไม่เห็น; Ⓑ *(Aeronaut.)* ~ **landing/flying** การลงจอด/การบินที่มองไม่เห็นพื้นดิน *(ใช้แต่อุปกรณ์การบินเท่านั้น);* Ⓒ *(without foresight)* ไม่มองการณ์ไกล; **a ~ policy** นโยบายที่ไม่มองการณ์ไกล; Ⓓ *(unreasoning) (อคติ, การปฏิเสธ, ทำตาม)* ไม่มีเหตุผล; Ⓔ *(oblivious)* **be ~ to sth.** ไม่รู้เกี่ยวกับ *ส.น.*; Ⓕ *(reckless) (การรีบร้อน)* หุนหันพลันแล่น, ไม่รอบคอบ; Ⓖ *(not ruled by purpose) (ความโกรธ, ความกลัว)* ไร้เหตุผล; Ⓗ *(concealed) (อุปสรรค)* มองไม่เห็น; Ⓘ *(walled up) (ประตู, หน้าต่าง, ฯลฯ)* ที่ปิดสนิท; Ⓙ *(coll.: drunk)* เมาหลอก; **get ~:** ดื่มจนเมาเละ; Ⓚ **a ~** *(coll.: any whatever)* **he doesn't do a ~ thing [to help her]** เขาไม่ได้ทำอะไรสักอย่าง [เพื่อช่วยเธอ]; **not a ~ bit of** ไม่แม้แต่น้อย; **it didn't do a ~ bit of good** มันไม่ช่วยเลยสักนิดเดียว; **you didn't take a ~ bit of notice** คุณไม่ได้ใส่ใจสักนิดเดียว ❷ *adv.* Ⓐ อย่างตาบอด, อย่างมองไม่เห็น; **the pilot had to fly/land ~:** นักบินต้องบิน/ลงจอดโดยมองไม่เห็นพื้นดิน; Ⓑ *(completely)* ~ **drunk** เมาสนิท, เมาเต็มที่; **swear ~:** รับประกันอย่างแน่นอน; Ⓒ *(Cookery)* **bake sth. ~:** อบ *ส.น.* โดยไม่ใส่ไส้ ❸ *n.* Ⓐ *(screen)* ม่าน, มู่ลี่; *(of cloth)* มู่ลี่ผ้า; Ⓑ *(Amer. Hunting: hide)* สถานที่ที่ใช้ส่องสัตว์ป่า; Ⓒ *(pretext)* ข้ออ้าง, ข้อแก้ตัว; *(cover)* สิ่งที่บดบัง; **be a ~ for sth.** เป็นสิ่งที่บดบัง *ส.น.*; Ⓓ *(Brit. dated coll.: drinking bout)* **go on a ~:** ไปดื่มเหล้าจนเมามาย; Ⓔ *pl.* **the ~:** คนตาบอด; **it's [a case of] the ~ leading the ~** *(fig.)* เตี้ยอุ้มค่อม ❹ *v.t. (lit. or fig.)* ทำให้ตาบอด; **be ~ed** *(accidentally)* ตาบอดโดยอุบัติเหตุ; ~ **sb. to the fact that ...:** ทำให้ *ค.น.* มองไม่เห็นความจริงที่ว่า...; **he was ~ed by his infatuation** ความหลงใหลทำให้เขาหน้ามืดตามัว; ~ **sb. with science** ทำให้ *ค.น.* ทึ่งด้วยการโอ้อวดความรู้ ❺ *v.i. (Brit. coll.: go heedlessly)* ไปเร็วอย่างไม่ระมัดระวัง; ~ **along** ไปเร็วอย่างไม่ระมัดระวัง

blind: ~ **'alley** *n. (lit. or fig.)* ทางตัน, จนตรอก; ~ **'corner** *n.* ทางโค้งที่ไม่สามารถมองเห็นอีกด้านหนึ่งได้; ~ **'date** *n. การไปเที่ยวของหนุ่มสาวที่ไม่รู้จักกัน*

blinder /ˈblaɪndə(r)/ˈบลายนฺเดอะ(ร)/ *n.* Ⓐ **play a ~** *(Sport)* เล่นดีสุดยอด; Ⓑ *usu. in pl. (Amer.: blinker)* เครื่องปิดตาม้า

'blindfold ❶ *v.t.* ใช้ผ้าปิดตา; **the conjurer asked to be ~ed** ผู้เล่นกลขอให้คนมาปิดตา ❷ *adj.* ถูกผ้าปิดตา; **he was ~ all the time** เขาถูกปิดตาตลอดเวลา; **I could do that ~** *(fig.)* ฉันสามารถทำสิ่งนั้นได้สบายมาก ❸ *n.* ผ้าปิดตา

blind 'gut *n. (Anat.)* ส่วนต้นของลำไส้ใหญ่

blinding /ˈblaɪndɪŋ/ˈบลายนฺดิง/ *adj. (แสง)* ทำให้ตาบอด, มองไม่เห็น; **a ~ headache** ปวดหัวจนตาลาย

blindingly /ˈblaɪndɪŋlɪ/ˈบลายนฺดิงลิ/ *adv.* **[shine] ~** ส่องจ้าจนตาพร่ามัว; **to be ~ obvious** โจ่งแจ้งมาก

blindly /ˈblaɪndlɪ/ˈบลายนฺดฺลิ/ *adv.* อย่างตาบอด, อย่างมองไม่เห็น; *(fig.)* โดยปราศจากความเข้าใจ, โดยไม่คิด

blind man's 'buff *n.* การเล่นซ่อนหา, ไอ้โม่ง

blindness /ˈblaɪndnɪs/ˈบลายนฺดฺนิซ/ *n., no pl.* Ⓐ ตาบอด; Ⓑ *(lack of foresight)* การขาดการมองการณ์ไกล; *(unreasonableness)* ความไม่มีเหตุผล

blind: ~ **side** *n. (Rugby)* ด้านที่ไม่ได้เสริมกำลังป้องกัน; *(fig.)* ด้านที่ไม่เห็นว่ามีอันตราย; ~ **spot** *n. (Anat.)* ส่วนหนึ่งของเรตินาในตาที่ไม่ไวต่อแสง; *(Motor Veh.)* จุดบอดของคนขับรถยนต์; *(fig.: weak spot)* จุดอ่อน; ~**worm** *n. (Zool.)* กิ้งก่าจำพวกหนึ่งมีดวงตาเล็กมาก

blink /blɪŋk/บลิงคฺ/ ❶ *v.i.* Ⓐ กะพริบตา; Ⓑ *(shine intermittently)* ส่องแสงเป็นระยะ ๆ;

blinker | blood relation 114

b

(shine momentarily) ส่องแสงชั่วขณะ ❷ *v.t.* Ⓐ **~ back/away one's tears** ห้ามน้ำตาโดยการกะพริบตา; **~ one's eyes** กะพริบตา; Ⓑ *(fig.: ignore)* เพิกเฉย, ไม่สนใจ ❸ *n.* Ⓐ *(blinking)* การกะพริบตา; **he gave one or two ~s** เขากะพริบตาหนึ่งหรือสองครั้ง; Ⓑ *(intermittent light)* แสงที่ส่องออกมาเป็นระยะ ๆ; *(momentary gleam)* แสงเพียงชั่วครู่; Ⓒ *(coll.)* **be on the ~:** *(เครื่องยนต์, เครื่องจักร)* ไม่ทำงาน, เสีย

blinker /ˈblɪŋkə(r)/ˈบลิงเคอะ(ร)/ ❶ *n. in. pl.* เครื่องปิดตาม้า, **have/put ~s on** *(lit.)* ใส่เครื่องปิดตาม้า; *(fig.)* ไม่ยอมมองความจริง ❷ *v.t.* สวมที่ปิดตาม้า; **this horse has to be ~ed** ม้าตัวนี้ต้องสวมเครื่องปิดตา; **be ~ed** *(fig.)* มีความคิดที่คับแคบและมีอคติ

blinking /ˈblɪŋkɪŋ/ˈบลิงคิง/ *(Brit. coll. euphem.)* ❶ *adj.* ระยำ; **it's a ~ nuisance** เป็น สิ่งที่น่ารำคาญชะมัด ❷ *adv.* **I don't ~ [well] care** ฉันไม่สนใจให้ตายซิ; **it's ~ raining** ฝนกำลังตกหนักระยำเลย *(ภ.พ.)*

blip /blɪp/บลิพ/ ❶ *v.t.*, **-pp-** ทำเสียงเบา ๆ ดังปล็อกอย่างเสียงเปิดขวดเหล้า ❷ *n.* Ⓐ *(sound)* *(of bursting bubble)* เสียงดังปล็อก; *(on magnetic tape)* เสียงผิดจังหวะเล็กน้อย; Ⓑ *(Radar: image)* จุดที่ปรากฏบนจอเรดาร์

bliss /blɪs/บลิซ/ *n. (joy)* ความสุขเต็มที่; *(gladness)* ความดีใจ; **his idea of ~:** สิ่งที่ทำให้เขามีความสุขที่สุด

blissful /ˈblɪsfl/ˈบลิซฟ'ล/ *adj.* มีความสุขที่สมบูรณ์แบบ; **~ ignorance** *(iron.)* มีความสุขเพราะไม่รู้ความจริง

blissfully /ˈblɪsfəlɪ/ˈบลิซเฟอะลิ/ *adv.* **~ happy** มีความสุขอย่างสมบูรณ์แบบ, มีความสุขมาก; **be ~ unaware** *or* **ignorant [of sth.]** *(iron.)* ไม่รับรู้ [เกี่ยวกับ *ส.น.*] อย่างมีความสุข

blister /ˈblɪstə(r)/ˈบลิซเตอะ(ร)/ ❶ *n. (on skin, plant) (on metal, paintwork)* ตุ่มพอง, จุดพอง ❷ *v.t.* ทำให้เป็นเม็ดพุพอง ❸ *v.i. (ผิวหนัง, ใบไม้)* ขึ้นเป็นตุ่มพอง; *(สี)* ขึ้นเป็นจุดพอง

blistering /ˈblɪstərɪŋ/ˈบลิซเตอริง/ *adj.* **a ~ attack** การโจมตีอย่างรุนแรง; **a ~ criticism** การวิพากษ์วิจารณ์อย่างเผ็ดร้อน; **a ~ pace** การตั้งจังหวะ *(วิ่ง, แล่นรถ)* เร็วจี๋

ˈblister pack *n.* ห่อที่มีกระดาษแข็งด้านหลังและด้านหน้าเป็นพลาสติก

blithe /blaɪð/บลายฑฺ/ *adj.* Ⓐ *(poet.: joyous)* สนุกสนานเบิกบาน, ร่าเริง; Ⓑ *(casual)* สบาย ๆ, ไม่วิตกกังวล

blithely /ˈblaɪðlɪ/ˈบลายเทอลิ/ *adv.* **~ ignore sth.** ไม่สนใจ *ส.น.* โดยไม่อนาทรร้อนใจ

blithering /ˈblɪðərɪŋ/ˈบลิทเทอะริง/ *adj.* *(coll.)* Ⓐ *(utter)* สมบูรณ์แบบ, ทั้งสิ้น; **a ~ idiot** คนโง่เง่าเต่าตุ่นคนหนึ่ง; Ⓑ *(senselessly talkative)* พูดพล่ามไร้สาระ

B. Litt. /biː ˈlɪt/บี ˈลิท/ *abbr.* **Bachelor of Letters** อักษรศาสตร์บัณฑิต; ➡ + **B.Sc.**

blitz /blɪts/บลิทซฺ/ *(coll.)* ❶ *n.* Ⓐ *(Hist.)* การโจมตีทางอากาศโดยพวกทหารเยอรมัน; **during the [London] ~:** ระหว่างการโจมตี [ที่กรุงลอนดอน] ทางอากาศ; Ⓑ *(fig.: attack)* การจู่โจมอย่างสายฟ้าแลบ, ลงมืออย่างเต็มที่; **have a ~ on one's room** ลงมือจัดห้องของตนเป็นการใหญ่ ❷ *v.t.* โจมตีหรือทำลายอย่างหนัก

blizzard /ˈblɪzəd/ˈบลิซเซิด/ *n.* พายุหิมะ

bloat /bləʊt/บโลท/ ❶ *v.t.* ทำให้บวม, ทำให้ขยายตัว; **dead bodies ~ed by the water** ศพที่บวมขึ้นเพราะน้ำ ❷ *v.i.* บวม, ขยายตัว; เหลิง

bloated /ˈbləʊtɪd/ˈโบลทิด/ *adj.* Ⓐ *(having overeaten)* อิ่มเกินไป, ป่อง; **I feel ~:** ฉันรู้สึกอิ่มเกิน; Ⓑ **be ~ with pride/wealth** ยืดพองด้วยความภาคภูมิใจ/ความมั่งคั่งร่ำรวย

bloater /ˈbləʊtə(r)/ˈโบลเทอะ(ร)/ *n.* ปลาแฮริงที่ใส่เกลือและรมควัน

blob /blɒb/บลอบ/ *n.* Ⓐ *(drop)* หยด; *(small mass) (เนย, แยม)* ก้อนเล็ก ๆ; *(of butter etc.)* Ⓑ *(spot of colour)* หยดสี

bloc /blɒk/บลอค/ *n. (Polit.)* กลุ่ม *(ประเทศ, พรรคการเมือง)* ที่มีจุดประสงค์ร่วมกัน; **the Eastern ~/Eastern ~ countries** *(Hist.)* กลุ่มประเทศตะวันออก; **the Western ~ [countries]** กลุ่มประเทศตะวันตก; **~ vate** ➡ **block vote**

block /blɒk/บลอค/ ❶ *n.* Ⓐ *(large piece)* ชิ้นใหญ่; **~ of wood** ไม้ชิ้นใหญ่; Ⓑ *(for chopping on)* เขียง; Ⓒ *(for beheading on)* ไม้สำหรับตะแลงแกง; *(for hammering on, for mounting horse from)* แท่น; *(toy building brick)* แท่งไม้หรือพลาสติกสำหรับให้เด็กก่อขึ้นมา; **be a chip off the old ~:** ลูกชายที่มีอุปนิสัยเหมือนพ่อ; **be on the ~** *(Amer.)* กำลังถูกประมูล; Ⓓ *(large mass of concrete or stone, building stone) (หิน)* ก้อนใหญ่; Ⓔ *(coll.: head)* **knock sb.'s ~ off** ชกศีรษะ *ค.น.*; Ⓕ *(building)* ตึกใหญ่, อาคารใหญ่; **~ of flats/offices** อาคารห้องชุด/สำนักงาน; Ⓖ *(Amer.: area between streets)* พื้นที่ระหว่างสองซอย; **on this/our ~:** บนพื้นที่แถบนี้/พวกเรา; **six ~s away** ห่างออกไปหกช่วงซอย/ถนน; Ⓗ *(large quantity)* ปริมาณมาก; **a ~ of shares** หุ้นจำนวนมาก; **a ~ of seats** ที่นั่งติดกันจำนวนมาก; Ⓘ *(pad of paper)* แผ่นกระดาษปึกหนึ่ง; Ⓙ *(obstruction)* อุปสรรค, การขัดขวาง; Ⓚ *(traffic jam)* การจราจรติดขัด Ⓛ *(mental barrier)* **a mental ~:** มีความคิดที่ตัน; **a psychological ~:** อุปสรรคทางจิตใจ; Ⓜ *(Printing)* แม่พิมพ์ที่ทำจากไม้หรือโลหะ; Ⓝ *(pulley)* ลูกรอก; **~ and tackle** ลูกรอกและเชือก; Ⓞ *(Athletics)* ที่ยันเท้าก่อนจะออกวิ่งแข่ง
❷ *v.t.* Ⓐ *(obstruct)* กีดขวาง*(ถนน, แม่น้ำ)*; *(การมอง)* ถูกปิดบัง; ขัดขวาง *(การค้นคว้า, การก้าวหน้า)*; *(จมูก, ท่อน้ำ)* ตัน; Ⓑ *(Commerc.)* จำกัดการใช้หรือการแลกเปลี่ยน *(เงินตราหรือทรัพย์สิน)*; **~ed currency** เงินตราที่ถูกจำกัดการใช้; Ⓒ *(emboss)* ทำให้นูนเป็นลวดลาย *(บนปกหนังสือ)*

~ ˈin *v.t.* วาด/ออกแบบโครงร่างคร่าว ๆ; *(หน้าต่าง, ประตู)* ที่ถูกปิดตัน

~ ˈoff *v.t.* ปิด, กั้น *(ถนน)*

~ ˈout *v.t.* ปิดกั้น *(แสงสว่าง)* ให้มิดชิด; ไม่ยอมรับ *(ความทรงจำ)*; วาดโครงร่างคร่าว ๆ

~ ˈup *v.t.* กักบริเวณ; ปิด *(ประตู, หน้าต่าง)* ให้ตาย

blockade /blɒˈkeɪd/บลอˈเคด/ ❶ *n.* การปิดล้อม, การขัดขวางการเข้า-ออก ❷ *v.t.* ปิดล้อม, กีดขวาง

blockage /ˈblɒkɪdʒ/ˈบลอคิจ/ *n.* การกีดขวาง, การขัดขวาง, ภาวะการถูกกีดขวางหรือขัดขวาง; *(of pipe, gutter)* การอุดตัน

block: ~board *n.* กระดานไม้อัด; **~ ˈbooking** *n.* การจองที่นั่งเป็นกลุ่ม; **~buster** *n.* Ⓐ *(bomb)* ลูกระเบิดขนาดใหญ่; Ⓑ *(fig.) (ภาพยนตร์, หนังสือ)* ที่ใหญ่โตมโหฬาร; **~ ˈcapital** *n.* อักษรภาษาอังกฤษแบบตัวพิมพ์ใหญ่; **~ diagram** *n.* แผนผังของการจัดชิ้นส่วนของเครื่องมือ; **~ ˈgrant** *n.* เงินช่วยเหลือที่ให้เป็นเงินก้อนครั้งเดียว; **~head** *n.* คนโง่เขลา; **~ heater** *n.* เครื่องสะสมความร้อนในเวลากลางคืน *(ซึ่งค่าไฟฟ้าถูกกว่า)*; **~house** *n.* หอสังเกตการณ์; **~ ˈletters** *n. pl.* ตัวพิมพ์ใหญ่; **~ ˈvote** *n.* คะแนนเสียงที่มีอำนาจในอัตราที่สอดคล้องกับจำนวนประชากร ซึ่งผู้ลงคะแนนเสียงเป็นตัวแทน

bloke /bləʊk/โบลค/ *n. (Brit. coll.)* ผู้ชาย

blond /blɒnd/บลอนดฺ/ *adj.* ➡ **blonde** 1

blonde /blɒnd/บลอนดฺ/ ❶ *adj.* มีผมสีทองหรือผมสีอ่อน ❷ *n.* ผู้หญิงที่มีผมสีทอง

blood /blʌd/บลัด/ ❶ *n.* Ⓐ ➤ **118** เลือด, โลหิต; **sb.'s ~ boils** *(fig.)* *ค.น.* โกรธจัด; **it makes my ~boil** มันทำให้ฉันโกรธจัด; **sb.'s ~ turns** *or* **runs cold** *(fig.)* *ค.น.* หวาดกลัว; **draw first ~** *(lit.)* การที่เลือดออกครั้งแรก *(ในการชกมวย)*, *(fig.)* ได้คะแนนแรกในการแข่งขัน; **be after** *or* **out for sb.'s ~** *(fig.)* หวังแก้แค้น *ค.น.*; **taste ~** *(fig.)* มีกำลังใจจากความสำเร็จในตอนแรก; **it's like getting ~ out of** *or* **from a stone** เป็นสิ่งที่เป็นไปได้ยาก; **[a policy of] ~ and iron** [นโยบาย] เลือดกับเหล็ก *(หมายถึงการรบ)*; Ⓑ *(relationship)* สายเลือด, ความสัมพันธ์; **~ is thicker than water** *(prov.)* เลือดข้นกว่าน้ำ; Ⓒ *(race)* เชื้อชาติ; **of noble ~:** มีเชื้อสายขุนนางหรือผู้ดี; **fresh** *or* **new ~:** สมาชิกใหม่ที่รับเข้ากลุ่ม; **young ~:** สมาชิกอายุน้อยของกลุ่ม, ชายหนุ่มที่แต่งตัวตามสมัยนิยม; **sth. is in sb.'s ~:** *ส.น.* อยู่ในสายเลือดของ *ค.น.*; Ⓓ *(passion)* **his ~ is up** เขาอยู่ในอารมณ์ที่พร้อมจะต่อสู้; **do sth. in cold ~:** ทำ *ส.น.* อย่างเลือดเย็น; **[there is] bad ~ [between them]** [มี] ความรู้สึกไม่ดี [ระหว่างพวกเขา] ❷ *v.t.* Ⓐ **has this hound been ~ed yet?** สุนัขล่าเนื้อตัวนี้ล่าเหยื่อได้หรือยัง; Ⓑ *(fig.)* **he was ~ed in the Battle of Waterloo** เขาได้รับประสบการณ์ครั้งแรกในสงครามวอเตอร์ลู

blood: ~ and ˈthunder *n.* น่าตื่นเต้นเร้าใจ; **~-and-thunder stories** เรื่องราวที่น่าตื่นเต้นเร้าใจ; **~ bank** *n.* ธนาคารเลือด; **~bath** *n.* การสังหารหมู่; **~ brother** *n. (by birth)* พี่หรือน้องชายร่วมสายโลหิต; *(by ceremony)* พี่หรือน้องชายร่วมสาบาน; **~ cell** *n.* เซลล์เลือด; **~ clot** *n.* ก้อนเลือด; **~ count** *n.* การนับจำนวนเม็ดโลหิตในเลือด, จำนวนเม็ดโลหิตที่นับได้; **carry out a ~ count** นับจำนวนเม็ดโลหิตในเลือด; **~-curdling** *adj.* น่าสยดสยอง, น่าหวาดกลัว; **~ donor** ➡ **donor** B; **~ feud** *n.* ความอาฆาตแค้นระหว่างตระกูล; **~ group** *n.* กลุ่มเลือด; **~ heat** *n.* อุณหภูมิปกติของร่างกายมนุษย์ *(ประมาณ 37˚C หรือ 98.4˚F)*; **~hound** *n.* สุนัขล่าเนื้อขนาดใหญ่ ใช้ในการตามรอยสัตว์

bloodless /ˈblʌdlɪs/ˈบลัดลิซ/ *adj.* Ⓐ *(without bloodshed)* ที่ปราศจากการนองเลือด; **a ~ coup** รัฐประหารที่ปราศจากการนองเลือด; Ⓑ *(without blood, pale)* ไม่มีเลือด, ซีด; Ⓒ *(unemotional)* ไม่มีอารมณ์ความรู้สึก, เย็นชา

blood: ~-letting *n. (Med. Hist.)* การผ่าตัดให้เลือดไหลออกบ้าง; *(fig.)* การนองเลือด; **~lust** *n.* ความกระหายเลือด; **~ money** *n.* เงินที่จ่ายให้กับฆาตกรรับจ้าง; เงินที่จ่ายเป็นค่าชดเชยให้กับครอบครัวของคนที่ถูกฆาตกรรม; **~ orange** *n.* ส้มที่มีเนื้อเป็นสีแดง; **~ poisoning** *n.* โลหิตเป็นพิษ; **~ pressure** *n.* ความดันโลหิต; **~ ˈpudding** *n.* ไส้กรอกเลือดหมูชนิดหนึ่ง; **~-red** *adj.* สีแดงเหมือนเลือด; **~ relation** *n.*

ญาติทางสายเลือด; ~ **sample** *n.* ตัวอย่างเลือด; ~**shed** *n.* การนองเลือด; ~**shot** *adj.* *(ตา)* อักเสบ, แดงเรื่อ ๆ; ~ **sports** *n. pl.* กีฬาล่าสัตว์; ~**stain** *n.* คราบเลือด; ~**stained** *adj.* *(lit. or fig.)* มีคราบเลือด; ~**stock** *n.* ม้าที่มีสายพันธุ์ดีเยี่ยม, ม้าพันธุ์แท้; ~**stone** *n.* อัญมณีที่มีจุดสีแดง; ~**stream** *n.* ระบบหมุนเวียนของเลือด, กระแสเลือด; ~**sucker** *n.* *(leech)* ปลิง; *(fig.: extortioner)* คนที่ขูดรีดผู้อื่น; ~ **sugar** *n.* ปริมาณกลูโคสในเลือด; ~ **test** *n.* การตรวจเลือด; ~**thirsty** *adj.* กระหายเลือด; ~ **transfusion** *n.* การถ่ายเลือด; ~ **vessel** *n.* เส้นเลือด

bloody /ˈblʌdɪ/ˈบลัดดิ/ ❶ *adj.* Ⓐ *(running with blood)* นองเลือด; *(like blood)* เหมือนเลือด; *(loving bloodshed)* ชอบการนองเลือด; **give sb. a ~ nose** *(lit.)* ชกจมูก *ค.น.* จนเลือดออก; *(fig.)* สั่งสอน *ค.น.* อย่างรุนแรง; Ⓑ *(sl.: damned)* ระยำ; **you ~ fool !** แกนี่โง่ระยำ; **~ hell!** ตายห่า!; Ⓒ *(Brit.) as intensifier* สัก; **he didn't leave me a ~ penny** เขาไม่ได้ทิ้งเงินไว้ให้ฉันสักแดงเดียว; **that/he is a ~ nuisance** นั่นเป็นสิ่ง/เขาเป็นคนที่โคตรรำคาญเลย ❷ *adv.* Ⓐ *(sl.: damned)* ระยำ; **don't be so ~ stupid!** อย่าโง่ระยำ; Ⓑ *(Brit.) as intensifier* **not ~ likely!** ไม่มีวันเสียหรอก, ไม่มีทาง; **I don't ~ [well] like it!** ฉันไม่ชอบมันเลย ให้ตายซิ ❸ *v.t. (make ~)* ทำให้เลือดออก; *(stain with blood)* ทำให้เปื้อนเลือด

bloody: B~ 'Mary *n.* *เครื่องดื่มที่มีส่วนผสมของเหล้าว้อดก้าและน้ำมะเขือเทศ;* **~-'minded** *adj.* ไม่ยอมช่วย, ดื้อ

bloom /bluːm/บลูม/ ❶ *n.* Ⓐ ดอกไม้; **be in ~:** ดอกไม้บาน; **have come into ~:** *(ดอกไม้)* ถึงคราวเบ่งบาน; Ⓑ *(on fruit)* ละอองบนเปลือกผลไม้ซึ่งแสดงถึงความสดใหม่; *(flush)* หน้าสีชมพู; Ⓒ *(prime)* ความสมบูรณ์, ความเปล่งปลั่ง; **in the ~ of youth** ในวัยเปล่งปลั่ง, หนุ่มสาว; **come into ~** เบิกบาน ❷ *v.i.* ออกดอก, *(ดอก ไม้)* บาน; *(fig.: flourish)* เจริญรุ่งเรือง, เฟื่องฟู

bloomer /ˈbluːmə(r)/ˈบลูเมอะ(ร)/ *n. (Brit.)* Ⓐ *(coll.: error)* ความผิดพลาด; Ⓑ *(loaf)* ขนมปังยาว

bloomers /ˈbluːməz/ˈบลูเมิซ/ *n. pl.* Ⓐ กางเกงผู้หญิง; *(coll.: knickers)* กางเกงในผู้หญิงทรงยาวหลวม; Ⓑ *(Hist.: costume)* กางเกงขายาวผู้หญิง *(ใช้ขี่จักรยาน)*

blooming /ˈbluːmɪŋ/ˈบลูมิง/ *(Brit. coll. euphem.)* ❶ *adj.* ชะมัด, เป็นบ้า; **oh, you ~ idiot!** แกมันโง่ชะมัดเลย ❷ *adv.* ชะมัด, เป็นบ้า; **was ~ difficult** มันยากเป็นบ้าเลย

blooper /ˈbluːpə(r)/ˈบลูเพอะ(ร)/ *n. (Amer. coll.)* ความผิดพลาดที่น่าอาย; **make** *or* **pull a ~:** ทำความผิดพลาดที่น่าขายหน้า

blossom /ˈblɒsəm/ˈบลอเซิม/ ❶ *n.* Ⓐ *(flower)* ดอกไม้; Ⓑ *no pl., no indef. art. (mass of flowers)* ดอกทั้งหมดของต้นไม้ต้นหนึ่ง; **be in ~:** *(ดอกไม้)* กำลังบาน; **have come into ~:** *(ดอกไม้)* บาน ❷ *v.i.* Ⓐ ออกดอก; **the trees ~ed early this year** ปีนี้ต้นไม้ออกดอกเร็ว; Ⓑ *(fig.)* เจริญเติบโต, พัฒนา, เจริญก้าวหน้า; **~ [out] into a statesman/poet** เจริญก้าวหน้าเป็นรัฐบุรุษ/กวี

blot /blɒt/บลอท/ ❶ *n.* Ⓐ *(spot of ink)* หยดหมึก; *(stain)* รอยเปื้อน; *(blemish)* สิ่งแปดเปื้อน; **a ~ on the landscape** *(lit. or fig.)* สิ่ง *(เช่นอาคารก่อสร้าง)* ที่ทำลายความสวยงามของภูมิประเทศ; Ⓑ *(fig.)* มลทิน, ข้อบกพร่อง; **a ~ on sb.'s character** มลทินบนชื่อเสียง *ค.น.;* ➡ **+ escutcheon**

❷ *v.t.*, **-tt-:** Ⓐ *(dry)* ซับให้แห้ง; Ⓑ *(spot with ink)* หยดหรือแต้มด้วยหมึก; *(fig.: disgrace)* ทำให้อัปยศ, ทำให้อับอายขายหน้า; **~ one's copy-book** *(fig. coll.)* ทำให้ชื่อเสียงของตนด่างพร้อย

~ **'out** *v.t.* Ⓐ *(obliterate)* ลบ *(ที่เขียน)* ออก; Ⓑ *(obscure)* ทำให้มองไม่เห็น, บัง; **thick smoke/fog ~ted out the enemy ship/the mountains** ควัน/หมอกหนาทำให้ไม่สามารถมองเห็นเรือศัตรู/ภูเขา; Ⓒ ทำลาย

blotch /blɒtʃ/บลอฉ/ *n. (on skin)* บริเวณที่อักเสบบนผิวหนัง; *(patch of ink etc.)* รอยเปื้อน, หยด

blotchy /ˈblɒtʃɪ/ˈบลอฉิ/ *adj. (skin)* *(ผิวหนัง)* เต็มไปด้วยรอยอักเสบ; *(with wet blotches)* มีรอยเปื้อน

blotter /ˈblɒtə(r)/ˈบลอเทอะ(ร)/ *n.* Ⓐ กระดาษซับหมึก; Ⓑ *(Amer.) (record book)* สมุดบันทึก; *(Police: record of arrests)* สมุดบันทึกของตำรวจ

blotting-paper /ˈblɒtɪŋpeɪpə(r)/ˈบลอทิงเพเพอะ(ร)/ *n.* กระดาษซับหมึก

blotto /ˈblɒtəʊ/ˈบลอโท/ *pred. adj. (coll.)* เมาหยำเป

blouse /blaʊz, US blaʊs/บลาวซฺ/ *n.* เสื้อเชิ้ตผู้หญิง

[1]**blow** /bləʊ/โบล/ ❶ *v.i.*, **blew** /bluː/บลู/, **blown** /bləʊn/โบลน/ Ⓐ *(ลม, พายุ)* พัด; **there is a gale ~ing out there** ข้างนอกกำลังมีพายุ; **the wind blew in gusts** ลมพัดแรงเป็นระยะ ๆ; **there's a draught ~ing** มีกระแสลมโชยมา; **cold air blew down every corridor** ทุกทางเดิน/ระเบียงมีลมเย็นพัดมา; Ⓑ *(exhale)* เป่า; **~ on one's tea to cool it** เป่าน้ำชาให้เย็นลง; **~ on one's hands to warm them** เป่ามือให้อุ่น; **~ hot and cold** *(fig.)* เปลี่ยนใจไปเรื่อย ๆ, โลเล; Ⓒ *(puff, pant)* หอบ; Ⓓ *(eject air and water)* *(ปลาวาฬ)* พ่นลมและน้ำ; Ⓔ *(be sounded by ~ing)* เป่า *(แตร, เครื่องดนตรี);* Ⓕ *(be driven by ~ing)* ปลิว, ถูกพัด; **a few leaves blew along the road** ใบไม้ไม่กี่ใบปลิวไปตามถนน; Ⓖ *(melt)* **the fuse has blown** ฟิวส์ขาด; Ⓗ *(coll.: depart)* จากไป

❷ *v.t.*, **blew, blown** (➡ + M); Ⓐ *(breathe out)* เป่า *(ลม, ควัน);* Ⓑ *(send by ~ing)* **~ sb. a kiss** ส่งจูบ *ค.น.;* Ⓒ *(drive by ~ing)* *(ลม)* พัดพา *(หิมะ, ใบไม้, ขี้ฝุ่น);* Ⓓ *(make by ~ing)* เป่า *(แก้ว, ฟองสบู่);* Ⓔ *(sound)* เป่า *(แตร, ขลุ่ย ฯลฯ);* **~ one's own trumpet** *(fig.)* ยกย่องชมเชยตัวเอง, โอ้อวด; Ⓕ *(send jet of air at)* พ่นลม; *(gently)* เป่าลม; Ⓖ *(clear)* เป่า *(ไข่นก);* **~ one's nose** สั่งน้ำมูก; Ⓗ *(send flying)* ระเบิด; **~ sth. to pieces** ระเบิด *ส.น.* เป็นชิ้น ๆ; **it ~s your mind** *(coll.)* มันทำให้คุณเกิดภาพหลอน; **this dope will ~ your mind** *(coll.)* กัญชานี้จะทำให้คุณพี้สุดยอด; **~ one's top** *or (Amer.)* **stack** *(coll.)* ระเบิดออกมาด้วยความโกรธจัด; Ⓘ *(cause to melt)* ทำให้ *(ฟิวส์)* ขาด; Ⓙ *(break into)* ระเบิด *(ตู้เซฟ, หีบ);* Ⓚ *(coll.: reveal)* เปิดเผย *(ความลับ);* ➡ **+ cover** 1 I; [2]**gaff;** Ⓛ **be ~n** *(out of breath)* หอบฮัก ๆ; Ⓜ *p.t., p.p.* **~ed** *(coll.: curse)* **[well,] I'm** *or* **I'll be ~ed** ตายจริง, ไม่น่าเชื่อ; **I'll be ~ed if I'll do it!** ไม่มีทางที่ฉันจะทำสิ่งนั้น; **well, I'll be ~ed if it isn't old Sid!** ไม่น่าเชื่อนั่นมันตาซิดนี่หว่า; **~ you, Jack!** ให้ตายซิ แจ็ค; **~ you, Jack, I'm all right** นั่นเป็นปัญหาของมึง; **~ the expense** ไม่สนใจว่าจะแพงแค่ไหน; Ⓝ *(coll.: squander)* ผลาญจนหมดสิ้น; **he blew all his winnings on gambling** เขาล้างผลาญเงินที่เล่นพนันมาได้จนหมดสิ้น; **he blew all his money on women** เขาล้างผลาญเงินของเขาไปกับผู้หญิงจนหมดสิ้น; **~ it** *(lose opportunity)* สูญเสียโอกาส

❸ *n.* Ⓐ *(wind)* ลมแรง, พายุ; Ⓑ *(inhaling of fresh air)* **we went outside for a ~:** พวกเราออกไปข้างนอกเพื่อสูดอากาศบริสุทธิ์; Ⓒ *(~ing of instrument)* **he gave a loud/long ~ on his trumpet** เขาเป่าทรัมเปตดัง/นาน; Ⓓ *(~ing of nose)* **he gave his nose a [good] ~:** เขาสั่งน้ำมูก [แรง]; **have a good ~:** สั่งน้ำมูกดี ๆ นะ

~ **a'way** ❶ *v.i.* ปลิวกระจาย ❷ *v.t.* Ⓐ ทำให้ปลิวกระจาย; Ⓑ *(Amer. coll.: kill by shooting)* ฆ่าโดยการยิงทิ้ง; *coll.: defeat utterly* ทำให้พ่ายแพ้อย่างสิ้นเชิง; Ⓒ *(Football, tennis)* ชนะอย่างเต็มที่; Ⓓ *(coll.: disprove)* พิสูจน์ว่าไม่จริง *(ทฤษฎี);* Ⓔ *(impress)* ประทับใจมาก; **be ~n away by sb./sth.** ประทับใจมากด้วย *ค.น./ส.น.;* **we were ~n away by the news** พวกเราตกใจมากจากข่าวนี้; Ⓕ **be ~n away** มึนเมา *(จากเหล้า, กัญชา ฯลฯ)*

~ **'down** ❶ *v.i.* ปลิวลงมา ❷ *v.t.* พัด *(ต้นไม้)* ล้ม

~ **'in** ❶ *v.t.* พัดเข้ามา; **the gale blew the windows in** พายุพัดหน้าต่างเข้ามา ❷ *v.i.* Ⓐ *(ลม)* พัดเข้ามา; *(ขี้ฝุ่น)* ปลิวเข้ามา; Ⓑ *(coll.: enter)* เข้ามา

~ **'off** ❶ *v.i.* Ⓐ ปลิวไป; Ⓑ *(Brit. sl.: break wind)* เรอ, ตดเสียงดัง ❷ *v.t.* พ่น *(ไอน้ำ, ควัน)* ออกอย่างแรง; *(กระสุน)* ระเบิด

~ **'out** ❶ *v.t.* Ⓐ *(extinguish)* เป่า *(เทียน, ไม้ขีด);* Ⓑ *(by explosion)* **the explosion blew all the windows out** แรงระเบิดได้ทำให้หน้าต่างทุกบานแตกกระจายออกไป; **~ sb.'s/one's brains out** ระเบิด *(ยิง)* สมอง *ค.น.*/ตัวเอง ❷ *v.i.* *(ยาง)* ระเบิด; *(ตะเกียง, เทียน)* ดับ ❸ *v. refl.* *(พายุ)* สงบ, หมดกำลัง; ➡ **+ ~-out**

~ **'over** ❶ *v.i.* ผ่านไป, ซาลง; *(การทะเลาะ)* ซาลง; *(พายุ)* สงบลง; **wait till the whole thing ~s over** *(fig.)* คอยจนกว่าเรื่องทั้งหมดจะผ่านไป ❷ *v.t.* ลมพัดผ่านไป

~ **'up** ❶ *v.t.* Ⓐ *(shatter)* ทำให้แตกกระจายหรือทำลายโดยการระเบิด; Ⓑ *(inflate)* สูบลม *(ยาง);* เป่าลม *(ลูกโป่ง);* Ⓒ *(coll.: reprove)* ดุว่า, ตำหนิติเตียน; Ⓓ *(coll.: enlarge)* ขยาย *(รูปถ่าย);* Ⓔ *(coll.: exaggerate)* เล่า *(เรื่องราว)*/เขียน *(รายงาน)* เกินความจริง ❷ *v.i.* Ⓐ *(explode)* ระเบิด; Ⓑ *(arise suddenly)* *(สงคราม, พายุ)* เกิดขึ้นอย่างฉับพลัน; Ⓒ *(lose one's temper)* อารมณ์เสีย, อารมณ์โกรธ; ➡ **+ ~-up**

[2]**blow** *n.* Ⓐ *(stroke)* การทุบ, การฟาด, การตี, การชก; *(with axe)* การฟัน; *(jolt, push)* การกระแทก; **in** *or* **at one ~** *(lit. or fig.)* ด้วยการตี/ทุบ/ฟาด/ชกเพียงครั้งเดียว; **come to ~s** ลงเอยด้วยการชกต่อย; **a ~-by-~ description/account** การบรรยายอย่างละเอียดตามลำดับ; **strike a ~ for sb./sth.** *(fig.)* ช่วยเหลือ *ค.น./ส.น.;* **strike a ~ against sb./sth.** คัดค้าน *ค.น./ส.น.;* Ⓑ *(disaster)* ความหายนะ, ภัยพิบัติ; **come as** *or* **be a ~ to sb.** เป็นความหายนะของ *ค.น.;* **suffer a ~:** ประสบปัญหาหนัก *หรือ* ตกใจจาก *ส.น.*

b

'blow-dry *v.t.* แต่งผมให้เข้ารูปด้วยเครื่องเป่าผม

blower /'bləʊə(r)/'โบลเออะ(ร)/ *n.* Ⓐ *(apparatus)* เครื่องเป่า; Ⓑ *(Brit. coll.: telephone)* โทรศัพท์; **on the ~:** กำลังพูดโทรศัพท์; **get on the ~:** พูดโทรศัพท์; **I spoke to him on the ~ yesterday** ฉันพูดโทรศัพท์กับเขาเมื่อวานนี้

blow: ~fish *n.* ปลาปักเป้า; **~fly** *n.* แมลงวันจำพวกหนึ่ง; **~hole** *n.* Ⓐ *(Zool.)* รูเป่าลม/น้ำของปลาวาฬหรือปลาโลมา; Ⓑ *(Metallurgy)* ฟองอากาศในโลหะ; **~ job** *n. (coarse)* อมนกเขา *(ภ.ย.)*; **give sb. a ~ job** อมนกเขาให้ *ค.น. (ภ.ย.)* **~lamp** *n.* ตะเกียงเตาฟู่

blown ➡ **'blow** 1, 2

blow: ~-out *n.* Ⓐ *(burst tyre)* ยางรถยนต์ที่ระเบิด; Ⓑ *(coll.: meal)* อาหารมื้อใหญ่; **we had a good ~-out at the Savoy** พวกเราได้รับประทานอาหารมื้อใหญ่ที่เอร็ดอร่อยที่โรงแรมซาวอย; **~pipe** *n. (weapon)* ไม้ซาง, ท่อเป่า; *(tool)* หลอดเป่าเร่งไฟ; *(Glassblowing)* หลอดเป่าแก้ว; **~torch** *(Amer.)* ➡ **~lamp**; **~-up** *n. (coll.: enlargement)* การขยาย *(ภาพถ่าย)* ให้ใหญ่ขึ้น

blowy /'bləʊɪ/'โบลอิ/ *adj.* มีลมพัด; *(wind-swept)* มีลมแรง

blowzy /'blaʊzɪ/'บลาวซิ/ *adj.* Ⓐ *(red-faced)* มีหน้าแดง; **she had a ~, well-fed appearance** เธอมีหน้าแดง ท่าทางอยู่ดีกินดี; Ⓑ *(coarse-looking)* ดูหยาบกร้าน; Ⓒ *(slatternly)* *(หญิง)* สกปรก, ไม่เรียบร้อย

blub /blʌb/บลับ/ *v.i.*, **-bb-** *(coll.)* ร้องไห้สะอึกสะอื้น

blubber /'blʌbə(r)/'บลับเบอะ(ร)/ ❶ *n.* Ⓐ *(whale-fat)* ไขมันปลาวาฬ; Ⓑ *(coll.: weeping)* การร้องไห้สะอึกสะอื้น ❷ *v.i. (coll.: weep)* ร้องไห้สะอึกสะอื้น

bludgeon /'blʌdʒən/'บลัจเจิน/ ❶ *n.* กระบอง ❷ *v.t.* ตีด้วยกระบอง; **~ sb. to death** ตี *ค.น.* ด้วยกระบองจนตาย

'blue /blu:/บลู/ ❶ *adj.* Ⓐ *(dark)* สีน้ำเงิน; *(mid)* สีฟ้า; **be ~ with cold/rage** สีหน้าเขียวด้วยความหนาว/ความโกรธจัด; ➡ **+ face** 1 A; Ⓑ *(depressed)* **be/feel ~:** รู้สึกหดหู่; Ⓒ *(Brit. Polit.: conservative)* เป็นพวกอนุรักษ์นิยม; Ⓓ *(pornographic)* เกี่ยวกับสิ่งลามกอนาจาร; **~ film** *or* **movie** หนังหรือภาพยนตร์ลามกอนาจาร; **~ jokes** ตลกลามกอนาจาร ❷ *n.* Ⓐ *(colour) (dark)* สีน้ำเงิน; *(Mid.)* สีฟ้า; Ⓑ *(blueness)* ความเป็นสีน้ำเงินหรือสีฟ้า; Ⓒ *(Snooker)* ลูกน้ำเงิน; Ⓓ *(~ clothes)* **dressed in ~:** สวมชุดสีน้ำเงิน; **the boys in ~** *(Brit. coll.: police)* ตำรวจ; Ⓔ *(Brit. Univ.)* **be a/get a** *or* **one's ~:** เป็นนักกีฬาตัวแทนมหาวิทยาลัย/ได้รับเสื้อสามารถ; Ⓕ *(whitener)* ผงสีฟ้าใช้ในการซักผ้า, คราม; Ⓖ *(sky)* ท้องฟ้าที่สดใส; **out of the ~** *(fig.)* โดยไม่คาดคิดเอาไว้, อย่างไม่คาดหวัง; **disappear into the ~** *(fig.)* หายเข้ากลีบเมฆ; Ⓗ *(Polit.: Conservative)* ผู้สนับสนุนพรรคอนุรักษ์นิยม; Ⓘ *(butterfly)* ผีเสื้อสีฟ้าตัวเล็ก ๆ; Ⓙ **the ~s** *(melancholy)* ความโศกเศร้า, ความหดหู่เศร้าใจ; **have the ~s** รู้สึกหดหู่โศกเศร้า; Ⓚ **the ~s** *(Mus.)* ดนตรีบลูส์ *(ท.ศ.)* *(มีต้นกำเนิดมาจากชนผิวดำทางตอนใต้ของอเมริกา)*; **play/sing the ~s** เล่น/ร้องดนตรีบลูส์; **play a ~s** เล่นดนตรีบลูส์ ❸ *v.t. (make ~)* ทำให้เป็นสีน้ำเงิน/ฟ้า

²blue *v.t. (Brit. coll.: squander)* ล้างผลาญ *(เงิน)*, ใช้จ่ายอย่างสุรุ่ยสุร่าย

blue: ~ baby *n. (Med.)* ทารกแรกเกิดที่มีผิวออกสีเขียว *เนื่องจากการขาดออกซิเจนในเลือด*; **~bell** *n. (campanula)* พันธุ์ไม้มีดอกสีฟ้า คล้ายกับรูประฆัง; *(wild hyacinth)* ไม้ดอกในสกุลลิลี่ มีกลิ่นหอมและดอกมีลักษณะคล้ายระฆัง; **~berry** *n.* พุ่มไม้เตี้ยในสกุล *Vaccinium* พบทางตอนเหนือของอเมริกา, ผลไม้ของพืชชนิดนี้; **~bird** *n.* นกชนิดหนึ่งลำตัวมีสีฟ้า หน้าอกมีสีแดง; **~ 'blood** *n.* ชาติตระกูลผู้ดี, เชื้อสายในตระกูลสูง; **~-'blooded** *adj.* เป็นลูกผู้ดีมีตระกูล; **~ book** *n.* Ⓐ *(Brit. Parl.)* *รายงานของรัฐสภาอังกฤษหรือองคมนตรี*; Ⓑ *(Amer. Polit.)* *หนังสือแสดงรายชื่อบุคคลในคณะรัฐบาลของสหรัฐอเมริกาอย่างเป็นทางการ*; **~bottle** *n.* Ⓐ *(Zool.)* แมลงวันหัวเขียว; Ⓑ *(Bot.)* ดอกไม้สีน้ำเงินเข้ม; **~ 'cheese** *n.* เนยแข็งที่มีเส้นสีฟ้าจากรา; **~ 'chip** *n. (Poker)* ชิป *(ท.ศ.)* สีน้ำเงินใช้ในการเล่นพนันแทนเงิน; **~-chip share** *n. (St. Exch.)* หุ้นหรือหลักทรัพย์ ซึ่งมีความเสี่ยงน้อย; **~-'collar** *adj.* **~-collar worker** คนงานที่ทำงานใช้แรงงาน; **~-collar union** สหภาพแรงงาน; **~-eyed** *adj.* มีตาสีฟ้า; **be ~-eyed** มีตาสีฟ้า; **~-eyed 'boy** *n. (fig. coll.)* คนโปรด; **~fish** *n.* ปลาสีน้ำเงิน *Pomatomus saltatrix*; **~ 'fit** *n. (coll.)* **have a ~ fit** เป็นลมหน้าเขียว; **~ grass** *n. (Amer.: Poa pratensis)* หญ้าที่มีสีเขียวออกน้ำเงิน; **~ gum** *n. (Bot.)* ต้นไม้จำพวกยูคาลิปตัส มีต้นกำเนิดในทวีปออสเตรเลีย; **~jacket** *n. (fig.)* ทหารเรือ; **~ 'jeans** *n. pl.* กางเกงยีนสีน้ำเงิน; **~ 'moon** *n.* **once in a ~ moon** นาน ๆ ครั้ง; **~ 'mould** *n.* เชื้อราสีน้ำเงิน *(ที่ขึ้นในอาหารหรืออินทรีย์วัตถุอื่น ๆ)*; **~ 'murder** *n.* **cry** *or* **scream ~ murder** *(coll.)* ร้องเสียงแหลม เขย่าขวัญ

blueness /'blu:nɪs/'บลูนิซ/ *n., no pl.* ความเป็นสีฟ้า/สีน้ำเงิน

blue: ~ 'pencil *n. (fig.)* ≈ ปากกาแดง; **~-'pencil** *v.t.* เปลี่ยนแปลงแก้ไขหรือตัดบางส่วน *(โดยใช้ปากกาแดง)*; **B~ 'Peter** *n. (Naut.)* *ธงสีน้ำเงินมีรูปสี่เหลี่ยมสีขาวอยู่ตรงกลาง ชักขึ้นบนยอดเสาตอนเรือกำลังออกจากท่า*; **~print** *n.* Ⓐ พิมพ์เขียว; Ⓑ *(fig.)* แผนงานที่ให้รายละเอียด; **~ 'ribbon** *n.* Ⓐ *(ribbon of the Garter)* เครื่องราชอิสริยาภรณ์ชั้นสูงของอังกฤษ; Ⓑ *(distinction)* เกียรติยศที่ได้มาจากการแข่งขัน; รางวัลที่หนึ่ง; Ⓒ *(sign of teetotalism)* เครื่องหมายการห้ามดื่มสุรา; **~stocking** *n.* ผู้หญิงที่มีการเรียนรู้สูง; **she was too much of a ~stocking** เธอเป็นผู้หญิงที่หมกมุ่นกับการเรียนรู้มากเกินไป; **~ 'streak** *n. (coll.)* **he ran like a ~ streak** เขาวิ่งเร็วยิ่งกับลมกรด; **~throat** *n. (Ornith.)* นกชนิดหนึ่งร้องเพลงได้ พบทางตอนเหนือของยุโรปและเอเชีย; **~ tit** *n. (Ornith.)* นกเล็ก ๆ *Parus caerulus* มีหัวหางและปีกเป็นสีฟ้า; **~ 'water** *n.* ทะเลเปิด; **~ 'whale** *n.* ปลาวาฬ *Balaenoptera musculus* ที่ใหญ่ที่สุดในโลก

bluesy /'blu:zɪ/'บลูซิ/ *adj. (Mus.)* มีท่วงทำนองเป็นเพลงบลูส์

'bluff /blʌf/บลัฟ/ ❶ *n. (act)* การหลอกลวง, การขู่ขวัญ; **it's nothing but a ~:** ไม่มีอะไรหรอก นอกจากการขู่ขวัญ; ➡ **+ call** 2 C ❷ *v.i. & t.* หลอกลวง, ขู่ขวัญให้กลัว

²bluff ❶ *n. (headland)* แหลม; *(inland)* หน้าผาที่สูงชัน ❷ *adj.* Ⓐ *(abrupt, blunt, frank, hearty)* *(อุปนิสัย)* ตรงไปตรงมา, เปิดเผย, อบอุ่น; Ⓑ *(perpendicular)* เป็นมุมฉาก, ชัน

bluffness /'blʌfnɪs/'บลัฟนิซ/ *n., no pl.* ความตรงไปตรงมา, ความเปิดเผย

bluish /'blu:ɪʃ/'บลูอิช/ *adj.* ที่ค่อนข้างเป็นสีน้ำเงิน/ฟ้า

blunder /'blʌndə(r)/'บลันเดอะ(ร)/ ❶ *n.* ความผิดพลาดโง่ ๆ; **make a ~:** ทำความผิดพลาดโง่ ๆ ❷ *v.i.* Ⓐ *(make mistake)* ทำความผิดพลาดโง่ ๆ; Ⓑ *(move blindly)* เดินคลำทาง; **he ~ed about the darkened room/down the corridor** เขาเดินคลำทางในห้องมืด/ไปตามทางเดิน ❸ *v.t. (mismanage)* จัดการผิดพลาด

blunderbuss /'blʌndəbʌs/'บลันเดอะเบิซ/ *n. (Arms Hist.)* ปืนสั้นโบราณมีปากกระบอกเหมือนแตร

blunt /blʌnt/บลันท/ ❶ *adj.* Ⓐ *(มีด, ดินสอ)* ที่ทื่อ, ทู่, ไม่แหลมคม; **a ~ instrument** อุปกรณ์ที่ทื่อ; Ⓑ *(outspoken)* *(อุปนิสัย)* ตรงไปตรงมา, โผงผาง; ขวานผ่าซาก; **he was quite ~ about his opinion/dislike** เขาค่อนข้างแสดงความคิดเห็น/ความไม่ชอบอย่างเปิดเผย; Ⓒ *(uncompromising)* *(การปฏิเสธ)* เด็ดขาด ❷ *v.t.* **~ [the edge of]** ทำให้ *(ดาบ, มีด)* ทื่อหรือหายคม; **~ the edge of one's appetite** ทำให้ความหิวของตนลดลง; **a knife ~ed by years of use** มีดที่ทื่อเพราะใช้มานานปี

bluntly /'blʌntlɪ/'บลันทลิ/ *adv.* Ⓐ *(outspokenly)* อย่างตรงไปตรงมา, อย่างเปิดเผย; Ⓑ *(uncompromisingly)* อย่างไม่ประนีประนอม

bluntness /'blʌntnɪs/'บลันทนิซ/ *n., no pl.* ➡ **blunt** 1: ความทื่อ; ความตรงไปตรงมา, ความโผงผาง; **he was shocked by the ~ of her refusal** เขาตกใจกับการปฏิเสธอันตรงไปตรงมาของเธอ

blur /blɜ:(r)/เบลอ(ร)/ ❶ *v.t.*, **-rr-** Ⓐ *(smear)* ทำให้มีรอยเปื้อน, ทำให้เปรอะเปื้อน; Ⓑ *(make indistinct)* ทำให้พร่า ไม่ชัด; **become ~red** ไม่ชัด; Ⓒ *(dim)* ไม่แจ่มชัด; **my vision is ~red** ทัศนะของฉันไม่ชัดเจน; **her eyes were ~red by tears** ดวงตาของเขาพร่าไปด้วยน้ำตา ❷ *n.* Ⓐ *(smear)* รอยเปื้อน; Ⓑ *(dim image)* ภาพที่พร่ามัวไม่ชัด

blurb /blɜ:b/เบลิบ/ *n.* การเขียนบรรยายแนะนำหนังสือ *(บนปก)*

blurt /blɜ:t/เบลิท/ *v.t.* พูดออกมาโดยไม่คิด; *(คำพูด)* หลุดออกมา; **~ sth. out** พูด *ส.น.* ออกมาโดยไม่คิด

blush /blʌʃ/บลัช/ ❶ *v.i.* Ⓐ หน้าแดง; **make sb. ~:** ทำให้ *ค.น.* อายจนหน้าแดง; Ⓑ *(be ashamed)* ละอายใจ ❷ *n.* Ⓐ *(reddening)* การที่หน้าแดงด้วยความอับอาย; **spare sb.'s ~es** อย่าทำให้ *ค.น.* อับอาย; Ⓑ *(rosy glow)* สีแดงเรื่อ; **the ~ of dawn** *(literary)* สีแดงเรื่อแห่งรุ่งอรุณ; Ⓒ *(glance)* **at [the] first ~:** ความประทับใจแรกเห็น

blusher /'blʌʃə(r)/'บลัชเชอะ(ร)/ *n.* เครื่องสำอางที่ใช้ทาแก้ม

bluster /'blʌstə(r)/'บลัซเตอะ(ร)/ ❶ *v.i.* Ⓐ *(ลม)* พัดแรง; Ⓑ *(คน)* พูดจาก้าวร้าว/โอ้อวด ❷ *v.t.* **~ one's way out of sth.** หลบหลีกจาก *ส.น.* โดยการพูดจาก้าวร้าว; **you can't ~ your way out of this one** คุณไม่สามารถแก้ปัญหาครั้งนี้ได้โดยการพูดจาก้าวร้าว ❸ *n.* Ⓐ *(blowing of wind)* การที่ลมพัดแรง; Ⓑ *(talk, threats)* การพูดจาก้าวร้าวเสียงดัง, คำขู่

blustery /'blʌstərɪ/'บลัซเทอะริ/ *adj.* *(สภาพอากาศ)* ที่มีลมพัดแรงมาก

b

BM *abbr.* Ⓐ ➡ MB; Ⓑ British Museum พิพิธภัณฑ์ของกรุงลอนดอน

B movie /ˈbiː muːvɪ/ˈบี มูวิ/ *n.* ➡ B film

B. Mus. /biːˈmʌz/บีˈมัซ/ *abbr.* Bachelor of Music ปริญญาตรีทางดนตรี; ➡ + B.Sc.

BMX *abbr.* bicycle moto-cross BMX; ~ [bike] จักรยาน บี เอ็ม เอ็กซ์

BO *abbr. (coll.)* body odour กลิ่นตัว

boa /ˈbəʊə/ˈโบเออะ/ *n.* Ⓐ *(Zool.)* งูไม่มีพิษขนาดใหญ่ในทวีปอเมริกา; *(python)* งูเหลือม, งูหลาม; Ⓑ *(garment)* ผ้าคลุมไหล่บางยาว ทำจากขนนกหรือขนสัตว์

ˈboa constrictor /ˈbəʊə kənstrɪktə(r)/ˈโบเออะ เคินซตริคเทอะ(ร)/ *n.* งูขนาดใหญ่ไม่มีพิษ พบในเขตร้อนของทวีปอเมริกา; *(python)* งูเหลือม, งูหลาม

boar /bɔː(r)/บอ(ร)/ *n.* Ⓐ *(male pig)* หมูตัวผู้ *(ที่ยังไม่ได้ตอน)*; Ⓑ *(wild)* หมูป่า; Ⓒ *(guinea pig)* หนูตะเภา

board /bɔːd/บอด/ ❶ *n.* Ⓐ ไม้กระดาน, แผ่นไม้กระดาน; **as flat as a ~:** *(ผู้หญิง)* แบนเหมือนไม้กระดาน; **bare ~s** แผ่นกระดานเปล่า ๆ; Ⓑ *(black~)* กระดานดำ; Ⓒ *(notice-~)* กระดานสำหรับติดประกาศ; Ⓓ *(in game)* กระดานหมากรุก; Ⓔ *(spring~)* กระดานกระโดดน้ำ; Ⓕ *(material)* กระดานไม้อัด; Ⓖ *(meals)* อาหาร; **~ and lodging** อาหารและที่พัก; **full ~:** ที่พักพร้อมอาหารสามมื้อ; Ⓗ *(table)* **a festive ~:** โต๊ะอาหารที่ตกแต่งพิเศษ; Ⓘ *(Admin. etc.)* คณะผู้บริหาร, คณะกรรมการ; **gas/water/electricity ~:** คณะผู้บริหารก๊าซ/น้ำ/ไฟฟ้า; **~ [of examiners]** คณะกรรมการ [ผู้ตรวจสอบ]; **~ of inquiry** คณะกรรมการสอบสวน; **~ of trustees** คณะกรรมการจัดการผลประโยชน์ของสถาบันต่าง ๆ, คณะทรัสตี *(ท.ศ.)*; **~ [of interviewers]** คณะกรรมการ [สอบสัมภาษณ์]; **~ of trade** *(Amer.)* สภาหอการค้า; **B~ of Trade** *(Brit. Hist.)* สภาการพาณิชย์ *(ทำหน้าที่เหมือนกระทรวงพาณิชย์)*; Ⓙ *(Commerc., Industry)* **~ [of directors]** คณะกรรมการบริษัท; *(supervisory ~)* คณะกรรมการควบคุมดูแล; *(in public body)* คณะกรรมการของหน่วยงานรัฐบาล; **chairman of the ~:** ประธานคณะกรรมการ; Ⓚ *(Naut., Aeronaut., Transport)* **on ~:** อยู่บนเรือ/เครื่องบิน/รถ; **on ~ the ship/plane** อยู่บนเรือ/เครื่องบิน; **on ~ the train/bus** อยู่บนรถไฟ/รถประจำทาง; **go on ~ the train/bus** ขึ้นรถไฟ/รถประจำทาง; **take sb. on ~** *(fig. coll.)* รับ ค.น. มาเป็นพวกเดียวกัน; **take sth. on ~** *(fig. coll.) (consume)* บริโภค *ส.น.*; *(accept)* ยอมรับ *ส.น.*; Ⓛ **the ~s** *(Theatre)* เวทีโรงละคร; Ⓜ **go by the ~:** *(แผนการ)* ถูกละทิ้ง, ถูกปฏิเสธ; *(หลักการ)* ถูกเพิกเฉย, ถูกละเลย; **your high principles will have to go by the ~:** หลักการอันสูงส่งของคุณจะต้องถูกละเลย; ➡ + above 2 A; across 2 B
❷ *v.t.* Ⓐ ➡ ~ up; Ⓑ *(provide with lodging)* บริการอาหารและที่พัก; Ⓒ *(go on ~)* **~ the ship/plane** ขึ้นเรือ/เครื่องบิน; **~ the train/bus** ขึ้นรถไฟ/รถประจำทาง; Ⓓ *(come alongside)* ชิดลำเรือ *(เพื่อขึ้น)*; *(force one's way on ~)* บุกขึ้นเรือ; Ⓔ *(interview)* **~ sb.** สัมภาษณ์ ค.น. ❸ *v.i.* Ⓐ *(lodge)* ให้พักอาศัยอยู่; Ⓑ *(~ an aircraft)* ขึ้นเครื่องบิน; **'flight L 5701 now ~ing [at] gate 15'** 'เที่ยวบินที่ L 5701 ขึ้นเครื่องได้แล้วที่ประตูทางออกหมายเลข 15'

~ **'out** ❶ *v.i.* กินนอนข้างนอก ❷ *v.t.* ให้บริการอาหารและที่พัก

~ **'up** *v.t.* ใช้ไม้กระดานปิดกั้น

boarder /ˈbɔːdə(r)/ˈบอเดอะ(ร)/ *n.* Ⓐ *(lodger)* ผู้มาพักและรับบริการอาหาร; Ⓑ *(Sch.)* นักเรียนกินนอน, นักเรียนประจำ; Ⓒ *(Naut.)* ข้าศึกหรือศัตรูที่ขึ้นมาบนเรือ

ˈboard game *n.* การละเล่นบนกระดาน *(เช่น หมากรุก, หมากฮอส)*

boarding /ˈbɔːdɪŋ/ˈบอดิง/ **~ house** *n.* บ้านพัก/หอพักที่จัดอาหารให้พร้อม; **~-party** *n.* กลุ่มข้าศึกที่บุกขึ้นเรือ; **~-pass** *n.* บัตรผ่านขึ้นเครื่องบิน; **~ school** *n.* โรงเรียนกินนอนหรือโรงเรียนประจำ

board: **~ meeting** *n.* การประชุมเจ้าหน้าที่บริหาร *หรือ* คณะกรรมการ; **~room** *n.* ห้องประชุม; **~sailing** ➡ windsurfing; **~walk** *n.* *(Amer.)* ทางเดินไม้กระดาน *(ตามแนวชายหาด, ในที่แฉะ)*

boast /bəʊst/โบซทฺ/ ❶ *v.i.* คุยโม้, โอ้อวด; **that's nothing to ~ about** นั่นไม่ใช่อะไรที่จะต้องคุยโม้ ❷ *v.t.* มี; *(possess)* เป็นเจ้าของ *(สิ่งที่น่ายกย่อง)*; **our school ~s a fine playing field** โรงเรียนของเรามีสนามกีฬาที่ดี ❸ *n.* Ⓐ การคุยโม้โอ้อวด; **his favourite ~ is that ...:** การคุยโม้ที่เขามักจะพูดเสมอ...; Ⓑ *(cause of pride)* สิ่งที่ทำให้ภูมิใจ

boaster /ˈbəʊstə(r)/โบซเตอะ(ร)/ *n.* คนคุยโม้โอ้อวด, คนขี้คุย

boastful /ˈbəʊstfl/ˈโบซทฺฟ'ล/ *adj.* ที่คุยโม้, ที่โอ้อวด; **~ stories** เรื่องราวที่คุยโม้

boastfully /ˈbəʊstfəlɪ/ˈโบซทฺเฟอะลิ/ *adv.* อย่างคุยโม้, อย่างโอ้อวด; **talk ~ of sth.** พูดจาโอ้อวดเกี่ยวกับ *ส.น.*

boastfulness /ˈbəʊstfəlnɪs/ˈโบซทฺเฟอะนิซ/ *n., no pl.* การคุยโม้, การโอ้อวด

boat /bəʊt/โบท/ ❶ *n.* Ⓐ เรือขนาดเล็ก; **ship's ~:** เรือลำเล็กที่พ่วงติดอยู่กับเรือขนาดใหญ่; **go by ~:** ไปทางเรือ; **push the ~ out** *(fig. coll.)* เฉลิมฉลองอย่างเอิกเกริก; **be in the same ~** *(fig.)* อยู่ในสถานการณ์อันเลวร้ายเช่นเดียวกัน; ➡ + ¹burn 2 A; miss 2 D; ²rock 1 B; Ⓑ *(ship)* เรือ; Ⓒ *(for sauce etc.)* ภาชนะรูปเรือสำหรับใส่น้ำปรุงรส ฯลฯ ❷ *v.i.* **go ~ing** ออกไปแล่นเรือเล่น

boat: **~ deck** *n.* ดาดฟ้าเรือ; **~ drill** *n.* การสาธิต/การฝึกซ้อมการช่วยชีวิตทางน้ำ

boater /ˈbəʊtə(r)/โบเทอะ(ร)/ *n.* Ⓐ *(person)* คนที่แล่นในเรือ; Ⓑ *(hat)* หมวกฟางชนิดหนึ่ง ส่วนบนตัดและมีปีก

boatful /ˈbəʊtfʊl/ˈโบทฟุล/ *n.* จำนวนเต็มลำเรือ

boat: **~hook** *n.* ไม้ค้ำถ่อเรือ ปลายมีตะขอใช้เกี่ยวได้; **~house** *n.* โรงเก็บเรือ; **~load** *n.* จำนวนเต็มลำเรือ; *(coll.)* คนจำนวนมาก; **~man** /ˈbəʊtmən/ˈโบทเมิน/ *n., pl.* **~men** Ⓐ *(hiring)* คนให้เช่าเรือ; Ⓑ *(providing transport)* คนรับจ้างแล่นเรือขนส่ง; **~ people** *n. pl.* ผู้อพยพที่ลี้ภัยจากบ้านเกิดเมืองนอนทางเรือ; **~ race** *n.* การแข่งเรือ; **the B~ Race** *การแข่งเรือพายระหว่างมหาวิทยาลัยออกซฟอร์ดกับเคมบริดจ์*; **~swain** /ˈbəʊsn/ˈโบซ'น/ *n.* นายทหารเรือที่ดูแลพัสดุ; **~swain's chair** นั่งร้านแบบแขวนด้วยเชือก สำหรับทำงานบนที่สูง; **~ train** *n.* รถไฟรับ-ส่งผู้โดยสารขึ้น-ลงเรือ

¹bob /bɒb/บอบ/ ❶ *v.i.*, **-bb-** Ⓐ **~ [up and down]** กระเด้งขึ้นลง, *(on water)* ลอยขึ้นลง, เคลื่อนไหว *(ขึ้นลง)* อย่างรวดเร็ว; *(jerkily)* แกว่งไกว, กระเพื่อม *(ขึ้นลง)*; **the poppies ~bed in the breeze** ดอกฝิ่นแกว่งไกวในสายลม; **a cork was ~bing on the waves** ไม้ก๊อกกำลังลอยกระเพื่อมไปมาตามลูกคลื่น; **~ up** ผลุบโผล่; Ⓑ *(curtsy)* ถอนสายบัว ❷ *n. (curtsy)* การถอนสายบัว

²bob ❶ *n.* Ⓐ *(weight)* ลูกตุ้มนาฬิกา; ลูกดิ่ง; ทุ่นของหางว่าว; Ⓑ *(hairstyle)* ผมทรงบ๊อบ *(ท.ศ.)* ❷ *v.t.*, **-bb-** ตัดผมทรงบ๊อบ; **wear one's hair ~bed** ไว้ผมทรงบ๊อบ

³bob *n., pl. same (Brit. coll.)* Ⓐ *(Hist.: shilling)* เงินชิลลิ่ง *(เท่ากับ 5 เพนซ์)*; *(fig.)* **she's got** *or* **she's worth a few ~, she's not short of a ~ or two** เธอมีเงินพอใช้; Ⓑ *(5p)* เงินจำนวน 5 เพนซ์; **two/ten ~:** 10/50 เพนซ์

⁴bob *n. (coll.)* **~'s your uncle** แล้วก็สบายไปเลย

⁵bob *n. (~sled)* แคร่เลื่อนหิมะ

bobbin /ˈbɒbɪn/ˈบอบิน/ *n.* หลอดด้าย, กระสวย

ˈbobbin lace *n.* ลูกไม้ถักทอด้วยมือ โดยใช้กระสวย

bobble /ˈbɒbl/ˈบอบ'ล/ *n.* ลูกบอลลูกเล็ก ๆ *(ทำด้วยขนสัตว์หรือด้าย มักใช้ตกแต่งหรือประดับขอบ)*

bobby /ˈbɒbɪ/ˈบอบิ/ *n. (Brit. coll.)* ตำรวจ

bobby: **~ pin** *n. (Amer.)* กิ๊บติดผมชนิดแบน; **~ socks** *n. pl.* ถุงเท้าสั้นแค่ข้อเท้า; **~-soxer** /ˈbɒbɪ sɒksə(r)/ˈบอบิ ซอคเซอะ(ร)/ *n.* เด็กสาววัยรุ่น

ˈbobcat *n. (Amer.)* แมวป่าตัวเล็กอาศัยอยู่ในทวีปอเมริกาเหนือ ขนสีน้ำตาลอมแดง

bob: **~sled, ~sleigh** *ns.* แคร่เลื่อนหิมะ; **~stay** *n. (Naut.)* โซ่/เชือกสำหรับผูกเสากระโดงเรือ; **~tail** *n. (horse)* ม้าที่หางตัดสั้น; *(dog)* สุนัขที่หางตัดสั้น

bock /bɒk/บอค/ *n.* เบียร์เยอรมันดีกรีสูงและมีสีเข้ม

bod /bɒd/บอด/ *n. (Brit. coll.)* คน, บุคคล; **~s** บุคคลหลายคน; **odd ~:** คนแปลกประหลาด

bode /bəʊd/โบด/ ❶ *v.i.* **~ ill/well** เป็นลางร้าย/ดี ❷ *v.t.* Ⓐ *(foretell)* ทำนาย; Ⓑ *(portend)* เป็นลาง, บอกเหตุล่วงหน้า; **~ no good** บอกลางร้าย

bodega /bəˈdiːgə/โบˈดีเกอะ/ *n.* ร้าน/โรงจำหน่ายเหล้าไวน์และอาหารในประเทศที่พูดภาษาสเปน

bodice /ˈbɒdɪs/ˈบอดิซ/ *n. (part of dress)* ส่วนตัวเสื้อของสตรี *(ไม่รวมแขนเสื้อ)*; *(undergarment)* เสื้อชั้นในของสตรีรัดหน้าอกและเอว

ˈbodice ripper /ˈbɒdɪ srɪpə(r)/ˈบอดิซ ริพเพอะ(ร)/ *n. (coll.)* ละครหรือนวนิยายเพ้อฝันเกี่ยวกับความรัก

-bodied /bɒdɪd/บอดิด/ *in comb.* มีรูปร่าง, มีลำตัว; **big-~** มีร่างกายใหญ่โต; **a wide-~ aircraft** เครื่องบินที่มีลำตัวกว้าง

bodiless /ˈbɒdɪlɪs/ˈบอดิลิซ/ *adj. (ผี)* ไม่มีลำตัว; **a ~ head** หัวที่ไม่มีลำตัวต่อลงมา

bodily /ˈbɒdɪlɪ/ˈบอดิลิ/ ❶ *adj.* เกี่ยวกับร่างกาย; **~ harm** อันตรายต่อร่างกาย; **~ needs** ความต้องการของร่างกาย; **~ organs** อวัยวะของร่างกาย ❷ *adv.* **he lifted her ~:** เขาอุ้มเธอขึ้นสูง; **the audience rose ~:** ผู้ชมทั้งหมดลุกขึ้น

bodkin /ˈbɒdkɪn/ˈบอดคิน/ *n.* Ⓐ *(needle)* เข็มใหญ่ร้อยด้ายหน้า; Ⓑ *(hairpin)* เข็มยาวเสียบผม; Ⓒ *(tool)* เครื่องมือแหลมใช้เจาะรู, เหล็กหมาด

body /ˈbɒdɪ/ˈบอดิ/ ❶ *n.* Ⓐ ➤ 118 *(of person)* ร่างกาย, ลำตัว; *(of animal)* ตัว; **bend one's ~ forward** โน้มลำตัวไปข้างหน้า; **the ~ of Christ** พระกายของพระเยซูคริสต์; **enough to keep ~ and soul together** เพียงพอที่จะดำรง

b

The body (ร่างกาย)

Thai does not use the possessive adjective for parts of the body, unlike English, as long as it is clear whose body part it is (which usually means that it belongs to the person who is the subject of the sentence):

He raised his hand
= เขายกมือขึ้น

She closed her eyes
= เธอหลับตา

But

She closed his eyes
= เธอปิดตาของเขา

She passed her hand over my forehead
= เธอเอามือลูบหน้าผากของฉัน

From the last two examples it can be seen that where the owner of the part of the body is not the subject, i.e. not doing the action, Thai uses the possessive formed by ของ plus the personal pronoun. The same rule applies for actions involving injury:

I've broken my leg
= ฉันขาหัก

He dislocated his arm
= เขาแขนหัก

You nearly dislocated his arm
= คุณแทบจะทำแขนเขาหัก

She hit her head on the beam
= เธอเดินเอาศีรษะชนคานไม้

Can you put some cream on my back [for me]?
= คุณช่วยทาครีมที่หลังฉันหน่อยได้ไหม

Note the same construction with a noun:

She massaged her son's back
= เธอนวดหลังลูกชายของเธอ

Note the following impersonal construction:

My head is spinning
= หัวฉันหมุนเลย

My feet were tingling
= เท้าฉันรู้สึกชาผิดปกติ

····➤ Illnesses

Body features (ลักษณะร่างกาย)

Body features which in English are indicated by adjectives ending in -ed are usually translated as มี

blue-eyed
= มีตาสีฟ้า

long-legged
= มีขายาว

dark-haired
= มีผมสีดำ

These are not used attributively as in English, but come in the normal position for adjectives i.e. after the noun:

a long-legged blonde
= หญิงผมทองขายาว

but

He is blue-eyed
= เขามีตาสีฟ้า

She is dark-haired
= เธอมีผมสีดำเข้ม

····➤ Colours, Height, Weight

ชีวิตต่อไปได้; **do sth. ~ and soul** ทำ *ส.น.* อย่างเต็มกำลังความสามารถ; Ⓑ *(corpse)* ศพ; **over my dead ~!** ข้ามศพฉันไปก่อนเถิด; Ⓒ *(coll.: person)* บุคคล, คน; **she/he is a very kind ~:** เธอ/เขาเป็นคนใจดีมาก; Ⓓ *(group of persons)* กลุ่มบุคคล, คณะ, หมู่เหล่า; *(having a particular function)* องค์กร; *(military force)* กลุ่มกองทัพ; **government ~:** องค์กรรัฐบาล; **charitable ~:** องค์กรการกุศล; **student ~:** องค์การนักศึกษา; **in a ~:** เป็นกลุ่ม; Ⓔ *(mass)* **a huge ~ of water** น้ำปริมาณมากมาย; Ⓕ *(main portion)* ส่วนหลัก, ส่วนสำคัญ; Ⓖ *(Motor Veh.)* ตัวถังรถยนต์; *(Railw.)* ตู้รถไฟ; *(aircraft fuselage)* ลำตัวเครื่องบิน; Ⓗ *(majority)* ส่วนใหญ่; Ⓘ *(collection)* การสะสม, การรวบรวม; **a ~ of knowledge** องค์ความรู้; **a ~ of facts** การรวบรวมข้อเท็จจริง; Ⓙ *(of soup or gravy)* หัวเชื้อของน้ำซุป/น้ำเกรวี่; *(of wine)* ความเข้มข้น; **have no great ~:** ไม่มีรสชาติเข้มข้น; ➡ **+ corporate A; foreign D; heavenly B; politic 1 C**
❷ *v.t.* **~ sth. forth** ทำให้ *ส.น.* เป็นรูปเป็นร่างขึ้นมา

body: ~ bag *n.* ถุงใส่ศพ; **~ blow** *n.* การชกเข้าบริเวณลำตัว *(ในกีฬาชกมวย)*; *(fig.)* สิ่งที่ทำให้ท้อถอยอย่างรุนแรง; **~building** ❶ *n.* การเพาะกาย ❷ *adj.* **~building food** อาหารบำรุงเสริมสร้างกำลังกาย; **~ clock** ➡ **biological clock; ~ colour** *n.* สีทึบ; **~ fascism** *n.* ค่านิยมที่ความสวยงาม ความผอม ฯลฯ; **~ fluids** *n. pl.* ของเหลวในร่างกาย; **~guard** *n.* ➤ **489** *(single)* ผู้คุ้มกัน; *(group)* คณะผู้คุ้มกัน; **~ hair** *n.* ขนตามร่างกาย; **~ language** *n.* ภาษาที่สื่อ/แสดงออกโดยการใช้ท่าทาง, ภาษากาย; **~ odour** *n.* กลิ่นตัว; **~ piercing** *n.* การเจาะตามส่วนต่างๆ ของร่างกาย *(เพื่อสวมเครื่องประดับ)*; **~ search** *n.* การค้นร่างกาย *(ผู้ต้องสงสัย)*; **~snatcher** *n.* ผู้ขโมยศพ; **~ stocking** *n.* ชุดชั้นในรัดรูปของสตรี; **~ weight** *n.* น้ำหนักตัว; **~work** *n., no pl. (Motor Veh.)* ตัวถังรถยนต์

Boer /'bəʊə(r), bʊə(r)/'บอ(ร), บัว(ร)/ ❶ *n.* ชาวบัวร์ *(ชาวแอฟริกาใต้เชื้อสายดัทช์)*
❷ *adj.* **the ~ War** สงครามบัวร์ *(ระหว่างอังกฤษกับทรานสวาล)*

boffin /'bɒfɪn/'บอฟิน/ *n. (Brit. coll.)* นักวิจัยด้านวิทยาศาสตร์ โดยเฉพาะด้านการทหาร

bog /bɒg/บอก/ ❶ *n.* Ⓐ พื้นที่แฉะ, พรุ *(ร.บ.)*; *(marsh, swamp)* หนอง, บึง; Ⓑ *(Brit. sl.: lavatory)* ห้องน้ำ ❷ *v.t.*, **-gg-: be ~ged down** จมอยู่ใน; **get ~ged down in details** *(fig.)* รายละเอียด

bogey /'bəʊgɪ/'โบกิ/ *n.* Ⓐ *(Golf: one stroke over par)* การทำโบกี้ *(ท.ศ.)*; Ⓑ ➡ **bogy**

boggle /'bɒgl/'บอก'ล/ *v.i.* Ⓐ *(be startled)* ตื่นตระหนก; **the imagination/the mind ~s at the thought** คิดไม่ถึง หรือ แทบไม่น่าเชื่อ; Ⓑ *(hesitate, demur)* **~ at or about sth.** ลังเลใจเกี่ยวกับ *ส.น.*

boggy /'bɒgɪ/'บอกิ/ *adj.* เฉอะแฉะ, มีน้ำขัง

bog 'oak *n.* ต้นโอ๊คโบราณที่ทับถมอัดแน่นจนเป็นถ่านหินดำ

bog-standard *adj. (coll.)* ธรรมดาที่สุด

bogus /'bəʊgəs/'โบเกิซ/ *adj.* ปลอม, เก๊, หลอกลวง, กำมะลอ; **~ firm** บริษัทกำมะลอ; **the claim/deal was ~:** ข้ออ้าง/ข้อตกลงเป็นการหลอกลวง

bogy /'bəʊgɪ/'โบกิ/ *n.* Ⓐ **B~** *(the Devil)* ซาตาน; Ⓑ *(evil spirit)* ปีศาจร้าย, วิญญาณชั่วร้าย; **~ man** คนที่น่ากลัว; Ⓒ *(bugbear)* สาเหตุของความรำคาญ/ความขุ่นเคือง; สิ่งที่น่ากลัวโดยไม่มีพื้นฐาน; Ⓓ *(Brit. coll.: piece of dried mucus)* เศษขี้มูกแห้ง

Bohemia /bəʊ'hi:mɪə/โบ'ฮีเมีย/ *pr. n.* อาณาจักรโบฮีเมียในสมัยโบราณ *(ปัจจุบันเป็นส่วนหนึ่งของสาธารณรัฐเช็กและสาธารณรัฐสโลวัก)*

Bohemian /bəʊ'hi:mɪən/โบ'ฮีเมียน/ ❶ *adj.* Ⓐ *(socially unconventional)* *(มีวิถีชีวิต)* ที่สังคมไม่ยอมรับ; **a ~ person** บุคคลที่มีวิถีชีวิตที่สังคมไม่ยอมรับ; Ⓑ *(Geog.)* เกี่ยวกับดินแดน/ชาวโบฮีเมีย; **he/she is ~:** เขาเป็นชาวโบฮีเมีย
❷ *n.* Ⓐ *(socially unconventional person)* บุคคลที่ไม่ใช้ชีวิตตามกฎเกณฑ์ของสังคม; Ⓑ *(native of Bohemia)* ชาวโบฮีเมีย

bohemianism /bəʊ'hi:mɪənɪzm/โบ'ฮีเมียนิซ'ม/ *n., no pl.* หลักการ/วิถีชีวิตที่สังคมไม่ยอมรับ

¹boil /bɔɪl/บอยล/ ❶ *v.i.* Ⓐ *(ของเหลว)* เดือด, เป็นไอ; *(Phys.)* จุดเดือด; **the kettle's ~ing** กาน้ำกำลังเดือด; **keep the pot ~ing** *(fig.) (get a living)* ทำมาหากิน; *(keep sth. going)* รักษา *ส.น.* ให้ทำต่อไป; Ⓑ *(fig.)* *(ทะเล)* ปั่นป่วนเหมือนน้ำที่กำลังเดือด; Ⓒ *(fig.: be angry)* พลุ่งพล่าน, เดือดดาล; Ⓓ *(fig. coll.: be hot)* ร้อนระอุ; **I'm ~ing** ฉันร้อนจังเลย; **be ~ing [hot]** ร้อนประดุจน้ำเดือด; **a ~ing hot August day** วันหนึ่งในเดือนสิงหาคมที่ร้อนระอุ
❷ *v.t.* Ⓐ ต้มจนเดือด; **~ sth. dry** ต้ม *ส.น.* จนแห้ง; **it is necessary to ~ the water** จำเป็นที่จะต้องต้มน้ำ; **~ed potatoes** มันฝรั่งต้ม; **~ the kettle** ต้มกาน้ำ; **~ed shirt** เสื้อเชิ้ตที่ลงแป้งจน

119 boil | bond

แข็ง; **go and ~ your head** *(fig. coll.)* ออกไปให้พ้น; Ⓑ *(make by ~ing)* ต้มให้เดือด; **~ed sweet** *(Brit.)* ลูกกวาดที่ทำจากน้ำตาลเคี่ยว; **come to/go off the ~:** มาถึง/พ้นจุดเดือด; *(fig.)* มาถึง/พ้นจุดวิกฤติ หรือ จุดสำคัญ; **bring to the ~:** ต้มจนเดือด; *(fig.)* นำไปสู่จุดเดือด/จุดที่พร้อมใช้

~ a'way *v.i.* Ⓐ *(continue boiling)* เดือดพล่าน; Ⓑ *(evaporate completely)* เดือดจนเหือดแห้ง

~ 'down ❶ *v.i.* ลดปริมาณโดยการระเหยของไอน้ำ; **~ down to sth.** *(fig.)* สรุปได้ว่าเป็น *ส.น.* ❷ *v.t.* ทำให้ลดลงโดยการเดือดเป็นไอ; *(fig.)* ทำให้งวดลง; **~ 'over** *v.i.* *(นม)* เดือดจนล้นหม้อ

~ 'up ❶ *v.t.* ต้มให้เดือด ❷ *v.i.* เดือดขึ้น; *(fig.)* โกรธถึงจุดระเบิด

²**boil** *n.* *(Med.)* ฝี

boiler /ˈbɔɪlə(r)/ˈบอยเลอะ(ร)/ *n.* Ⓐ อุปกรณ์/เครื่องต้มน้ำ, หม้อน้ำ, กาน้ำ; Ⓑ *(hotwater tank)* หม้อน้ำร้อน; Ⓒ *(for laundry)* ถังโลหะสำหรับต้มเสื้อผ้า

boiler: ~house *n.* ห้องหม้อน้ำ; **~maker** *n.* ➤ 489 ช่างทำ/ซ่อมหม้อน้ำและภาชนะโลหะอื่น ๆ; **~ room** *n.* ห้องเก็บอุปกรณ์/เครื่องทำน้ำร้อน; **~ suit** *n.* ชุดชิ้นเดียว สวมทับเมื่อทำงานหนัก

boiling /ˈbɔɪlɪŋ/ˈบอยลิง/ ❶ ➡ **boil** 1, 2 ❷ *n.* **the whole ~** *(coll.)* ทั้งหมด

boiling: ~ point *n.* ➤ 914 จุดเดือด; **be at/reach ~ point** *(fig.)* ถึงจุดเดือด/จุดตื่นเต้นเต็มที่; **~-ring** *n.* วงไฟฟ้าบนเตา

boisterous /ˈbɔɪstərəs/ˈบอยซุเตอะเริซ/ *adj.* Ⓐ *(noisily cheerful)* อึกทึกครึ้นเครง; Ⓑ *(rough)* *(ทะเล, อากาศ)* ปั่นป่วน, แปรปรวน

boisterously /ˈbɔɪstərəslɪ/ˈบอยซุเตอะเริซลิ/ *adv.* ➡ **boisterous:** อย่างอึกทึกครึ้นเครง; อย่างปั่นป่วน

bold /bəʊld/โบลดฺ/ *adj.* Ⓐ *(courageous)* กล้าหาญ; *(daring)* กล้าท้าทาย; Ⓑ *(forward)* กล้าบ้าบิ่น; **make so ~ [as to ...]** กล้าพอ[ที่จะ...]; ➡ + **brass** 1 A; Ⓒ *(striking)* *(พาดหัวหนังสือพิมพ์)* เด่น; *(ลายเส้น)* ชัดเจน; **bring out in ~ relief** ทำให้เด่นอย่างชัดเจน; Ⓓ *(vigorous)* กระฉับกระเฉง; *(รูปแบบ, ลายมือ)* เต็มไปด้วยพละกำลัง; Ⓔ *(Printing)* พิมพ์ตัวหนา; *(demi ~)* ตัวดำที่ทึบน้อยลง; **in ~ [type]** พิมพ์ตัวหนา

bold: ~-face, ~-faced ➡ **bold** E

boldly /ˈbəʊldlɪ/ˈโบลดุลิ/ *adv.* Ⓐ *(courageously)* อย่างกล้าหาญ; *(daringly)* อย่างกล้าท้าทาย; Ⓑ *(forwardly)* อย่างกล้าบ้าบิ่น; Ⓒ *(strikingly)* อย่างเด่น, อย่างชัดเจน

boldness /ˈbəʊldnɪs/ˈโบลดุนิซ/ *n., no pl.* Ⓐ *(courage, daring)* ความกล้าหาญ, ความกล้าท้าทาย; Ⓑ *(forwardness)* ความกล้าบ้าบิ่น; Ⓒ *(strikingness)* ความชัดเจน, ความเด่นชัด; *(of description, style)* ความมีพละกำลัง; *(of an outline, of lettering)* ความเด่นชัด; *(of pattern)* ความฉูดฉาด

bole /bəʊl/โบล/ *n.* *(trunk)* ลำต้นของต้นไม้

bolero /bəˈleərəʊ/โบˈแลโร/ *n., pl.* **~s** Ⓐ ระบำหรือดนตรีสเปนชนิดหนึ่ง มีสามจังหวะ; Ⓑ เสื้อแจ็กเก็ตผู้หญิงตัวสั้นและเปิดหน้าอก

Bolivia /bəˈlɪvɪə/โบˈลิเวีย/ *pr. n.* ประเทศโบลิเวีย *(สาธารณรัฐในทวีปอเมริกาใต้)*

Bolivian /bəˈlɪvɪən/โบˈลิเวียน/ ❶ *adj.* แห่งประเทศโบลิเวีย; **sb. is ~:** *ค.น.* เป็นชาวโบลิเวีย ❷ *n.* ชาวโบลิเวีย

boll /bəʊl/โบล/ *n.* สมอป่าน, สมอฝ้าย

bollard /ˈbɒlɑːd/ˈบอลาด/ *n.* *(Brit.)* เสาเตี้ย ๆ ที่เกาะกลางถนน หรือ สำหรับผูกเชือกเรือ

bollocking /ˈbɒləkɪŋ/ˈบอเลอะคิง/ *(Brit.)* *(coarse) n.* การด่าทอ; **to give sb. a ~** ด่า/ด่าทอ *ค.น.*

bollocks /ˈbɒləks/ˈบอเลิคซฺ/ *(coarse)* ❶ *n. pl.* ไข่ *(ภ.ย.)* ❷ *int.* ไอ้เหี้ย

'boll weevil *n.* เพลี้ย/แมลงตัวเล็ก ๆ ของอเมริกาหรือเม็กซิโก ตัวอ่อนจะกัดทำลายลูกฝ้าย

Bollywood /ˈbɒlɪwʊd/ˈบอลิวุด/ *pr. n.* อุตสาหกรรมภาพยนตร์อินเดีย

bologna /bəˈləʊnjə/เบอะˈโลนเยอะ/ *n.* *(Amer.)* **~ [sausage]** ไส้กรอกโบโลนญา *(ท.ศ.)* *(ไส้กรอกขนาดใหญ่รวมเนื้อหลายชนิด)*

Bolognese /bɒləˈneɪz/บอเลอะˈเนียซฺ/ ❶ *n.* ชาวเมืองโบโลนญาซึ่งอยู่ทางตอนกลางเฉียงเหนือของประเทศอิตาลี ❷ *adj.* **~ sauce** ซอสข้นที่ทำจากเนื้อบดและมะเขือเทศ

boloney /bəˈləʊnɪ/เบอะˈโลนิ/ *n.* Ⓐ *(coll.)* เรื่องไร้สาระ; Ⓑ *(Amer.: sausage)* ➡ **bologna**

Bolshevik /ˈbɒlʃɪvɪk, US also ˈbəʊl-/ˈบอลชิวิค, ˈโบล-/ *n.* Ⓐ *(Hist.)* สมาชิกของพรรคบอลเชวิก *(พรรคสังคมนิยมในรัสเซีย ผู้ก่อปฏิวัติใน ค.ศ. 1917)* คอมมิวนิสต์รัสเซีย; Ⓑ *(coll.: revolutionary)* ผู้นิยมการปฏิวัติ

bolshie, bolshy /ˈbɒlʃɪ/ˈบอลชิ/ *adj.* *(coll.: uncooperative)* ไม่ให้ความร่วมมือ, ต่อต้าน

bolster /ˈbəʊlstə(r)/ˈโบลซุเตอะ(ร)/ ❶ *n.* *(pillow)* หมอนยาว *(ยัดไส้จนแข็ง)*; *(wedge-shaped)* หมอนรองรูปลิ่ม ❷ *v.t.* *(fig.)* สนับสนุน, ส่งเสริม, ให้กำลังใจ; **~ sb. up** เพิ่มกำลังใจให้ *ค.น.*; **~ sth. up.** สนับสนุน *ส.น.*; **~ up a regime/one's status** ส่งเสริมระบอบการปกครอง/สถานภาพของตน

¹**bolt** /bəʊlt/โบลทฺ/ ❶ *n.* Ⓐ *(on door or window)* สลัก/กลอน/คาน; *(on gun)* ไก/สลักปืน; Ⓑ *(metal pin)* สลักเกลียว; *(without thread)* สลัก; Ⓒ *(of crossbow)* ลูกศร/ลูกธนู; **shoot one's ~** *(fig.)* ทำถึงที่สุดแล้ว; Ⓓ **~ [of lightning]** สายฟ้า; **[like] a ~ from the blue** *(fig.)* โดยไม่ได้คาดหวังแม้แต่นิด; Ⓔ *(sudden dash)* **make a ~ for freedom** พุ่งหนีอย่างรวดเร็วเพื่ออิสรภาพ; **make a ~ for it** พยายามหนี ❷ *v.i.* Ⓐ พุ่งกรูหนีออกไปทันที; *(ม้า, หมาป่า)* วิ่งหนี; **~ out of the shop** วิ่งออกจากร้านอย่างเร็วจี๋; Ⓑ *(Hort., Agric.)* *(พืช)* ที่ปล่อยให้เริ่มมีเมล็ด; Ⓒ *(Amer. Polit.)* ละทิ้งการเมือง ❸ *v.t.* Ⓐ *(fasten with ~)* ใส่สลัก/กลอน/คาน; **~ sb. in/out** ใส่กลอนขัง *ค.น.* ไว้ข้างใน/ข้างนอก; Ⓑ *(fasten with ~s with/without thread)* ขัน/ใส่สลักเกลียว; **~ sth. to sth.** ขันเกลียว *ส.น.* เข้ากับอีก *ส.น.*; Ⓒ *(gulp down)* **~ [down]** กลืน *(อาหาร)* โดยไม่เคี้ยว; Ⓓ ทำให้วิ่งหนีอย่างรวดเร็ว ❹ *adv.* **~ upright** ตรงเด่ง

²**bolt** *v.t.* *(sift)* ร่อน *(แป้ง ฯลฯ)*

bolt: ~-hole *n.* *(lit. or fig.)* ที่หลบซ่อน; **~-on** *adj.* ที่สามารถติดเสริมเข้ากับเครื่องยนต์ได้โดยใช้สลัก

Bolzano /bɒlˈzɑːnəʊ/โบลˈซาโน/ *pr. n.* เมืองโบลซาโน *(ทางตะวันออกเฉียงเหนือของอิตาลี ติดกับชายแดนออสเตรีย)*

bomb /bɒm/บอม/ ❶ *n.* Ⓐ ลูกระเบิด; **go like a ~** *(fig. coll.)* ประสบความสำเร็จมาก; **my new car goes like a ~:** รถยนต์คันใหม่ของฉันแล่นได้เร็วมาก; **go down a ~ with** *(fig. coll.)* ได้รับการต้อนรับอย่างดีมาก; Ⓑ *(coll.: large sum of money)* **a ~:** เงินก้อนใหญ่; Ⓒ *(Amer. coll.: failure)* ความล้มเหลว ❷ *v.t.* โจมตีด้วยลูกระเบิด, ทิ้ง/วางระเบิด; **~ a pub** ทิ้งระเบิดร้านเหล้า ❸ *v.i.* Ⓐ ทิ้งลูกระเบิด; **~ing raid** การโจมตีโดยการทิ้งระเบิด; Ⓑ *(coll.: fail)* ล้มเหลว; Ⓒ *(coll.: travel fast)* เคลื่อนที่/ไปอย่างรวดเร็ว

~ 'out *v.t.* ทิ้งระเบิดให้พังพินาศ

Bombay /bɒmˈbeɪ/บอมˈเบ/ *pr. n.* *(Hist.)* ชื่อเดิมของเมืองมุมไบของอินเดีย

Bombay duck *n.* ปลาสลิด

bombard /bɒmˈbɑːd/บอมˈบาด/ *v.t.* *(Mil.)* ระดมยิงด้วยอาวุธหนัก, ระดมทิ้งระเบิด; *(fig.)* โจมตี *(ด้วยคำถาม, คำผรุสวาท)*

bombardier /bɒmbəˈdɪə(r)/บอมเบอะˈเดีย(ร)/ *n.* Ⓐ *(Brit. Mil.)* ทหารชั้นประทวน [ในหน่วยทหารปืนใหญ่]

bombardment /bɒmˈbɑːdmənt/บอมˈบาดเมินทฺ/ *n.* การระดมยิงด้วยอาวุธหนัก, การระดมทิ้งระเบิด; *(fig.)* การโจมตี *(ด้วยการตั้งคำถาม, คำผรุสวาท)*

bombast /ˈbɒmbæst/ˈบอมแบซทฺ/ *n., no pl.* ภาษาหรูหราที่เต็มไปด้วยถ้อยคำฟุ่มเฟือย, คำพูดคุยโว

bombastic /bɒmˈbæstɪk/บอมˈแบซติค/ *adj.* เกี่ยวกับภาษา/คนที่ชอบคุยโว

bomb: ~ bay *n.* ช่องเก็บลูกระเบิดบนเครื่องบิน; **~ blast** *n.* ความแรงของระเบิด; **~ disposal** *n.* การปลดชนวนลูกระเบิด; **~ disposal expert** ผู้เชี่ยวชาญในการปลดชนวนระเบิด, **~ disposal squad** หน่วยทหารปลดชนวนระเบิด

bombe /bɔ̃mb/บอมบฺ/ *n.* *(Gastr.)* ของหวานที่ทำเป็นรูปโดม มักแช่เย็นจนแข็ง

bombed /bɒmd/บอมดฺ/ *adj.* *(Amer.)* มึนเมา

bomber /ˈbɒmə(r)/ˈบอเมอะ(ร)/ *n.* Ⓐ *(Air Force)* เครื่องบินทิ้งระเบิด; Ⓑ *(terrorist)* ผู้ก่อการร้ายที่มักลักลอบวางระเบิด

'bomber jacket *n.* เสื้อแจ็กเก็ต *(แบบที่นักบินในอดีตใส่)*

bombing /ˈbɒmɪŋ/ˈบอมิง/ *n.* การทิ้งลูกระเบิด

bomb: ~proof *adj.* ต้านทานระเบิดได้; **~ scare** *n.* การขู่วางระเบิด; **~shell** *n.* ลูกระเบิดสำหรับปืนใหญ่; *(fig.)* สิ่งที่สร้างความผิดหวังอย่างมาก; **come as a** *or* **be something of a ~shell** มาเป็นสิ่งที่สร้างความผิดหวังอย่างมาก; **a blonde ~shell** สาวผมบลอนด์ทรงเสน่ห์; **~-site** *n.* สถานที่ที่ถูกทิ้งระเบิด

bona fide /bəʊnə ˈfaɪdɪ/โบเนอะ ˈฟายดิ/ ❶ *adj.* *(genuine)* เป็นของแท้, น่าเชื่อถือได้; *(sincere)* จริงใจ; **~ contract** สัญญาที่ถูกต้อง; **~ purchaser** ผู้ซื้อตัวจริง ❷ *adv.* *(genuinely)* อย่างแท้จริง; *(sincerely)* อย่างจริงใจ; *(in good faith)* ด้วยความศรัทธาอย่างแท้จริง

bonanza /bəˈnænzə/เบอะˈแนนเซอะ/ ❶ *n.* Ⓐ *(unexpected success)* ความสำเร็จที่ไม่คาดหวัง; Ⓑ *(large output)* โชคลาภก้อนใหญ่, ขุมทรัพย์ ❷ *adj.* ให้ผลผลิตจำนวนมาก, ให้ความเจริญรุ่งเรืองอย่างมาก

bon-bon /ˈbɒnbɒn/ˈบอนบอน/ *n.* ขนมหวาน, ลูกกวาด

bonce /bɒns/บอนซฺ/ *n.* *(Brit. coll.: head)* หัว

bond /bɒnd/บอนดฺ/ ❶ *n.* Ⓐ สิ่งผูกมัด, ข้อผูกมัด; Ⓑ *in pl.* *(shackles, lit. or fig.)* โซ่ตรวน, เครื่องพันธนาการ; Ⓒ *(uniting force)* พันธกิจ; *(between mother and child)* ความสัมพันธ์ฉันแม่ลูก; Ⓓ *(adhesion)* **the ~ will be instantaneous/unbreakable** การติด *(ด้วยกาว)* จะเกิดขึ้นทันที/แยกออกไม่ได้; Ⓔ *(Commerc.) (debenture)* ใบกู้เงิน, ใบกู้ยืม;

bondage | bookends 120

b

(deed) หนังสือตกลงยินยอมมอบสิทธิ/ความเป็นเจ้าของ; **goods in ~:** สินค้าที่เก็บไว้ในโกดัง *(จนกว่าผู้นำเข้าจะเสียภาษีนำเข้าเรียบร้อยแล้ว);* Ⓕ *(agreement)* สัญญา, ข้อตกลง; *(covenant)* บทบัญญัติ *(ในกฎหมายโบราณ);* **my word is [as good as] my ~:** คำพูดของฉันถือเป็นข้อตกลง; Ⓖ *(Insurance)* พันธบัตร; Ⓗ *(Building)* วิธีเรียงอิฐเพื่อก่อกำแพงที่ทนทาน; **English ~** วิธีก่ออิฐชนิดหนึ่ง; Ⓘ ➡ **bondpaper;** Ⓙ *(Chem.)* การเชื่อมโยงระหว่างอะตอม ❷ *v.t.* Ⓐ *(join securely)* เชื่อมโยงอย่างติดแน่น; Ⓑ *(Building)* ก่ออิฐสลับกันเป็นชั้น; Ⓒ *(Commerc.)* เก็บสินค้าไว้ในโกดัง *(จนกว่าผู้นำเข้าจะเสียภาษีนำเข้าเรียบร้อยแล้ว);* ➡ + **bonded** A

bondage /'bɒndɪdʒ/'บอนดิจ/ *n., no pl.* ความเป็นทาส, การตกเป็นทาส, พันธนาการ *(ร.บ.); (sexual perversion)* การผูกมัดเพื่อกระตุ้นอารมณ์ทางเพศ; **in ~ to sb.** ตกเป็นทาสของ *ค.น.*

bonded /'bɒndɪd/'บอนดิด/ *adj.* Ⓐ *(Commerc.)* *(สินค้า)* ที่เก็บไว้เพื่อรอการชำระภาษีนำเข้า; **~ goods** สินค้าที่เก็บไว้เพื่อรอการชำระภาษี; **~ warehouse** โกดังเก็บสินค้าของศุลกากรที่รอการชำระภาษีนำเข้า; **~ debt** หนี้พันธบัตร; Ⓑ *(cemented, reinforced)* โบก/ทาด้วยปูน, เสริมให้แข็งแรง

'bond: ~paper *n.* ใบหุ้นกู้, พันธบัตร; *(for general use)* กระดาษคุณภาพดี; **~stone** *n. (Building)* การก่ออิฐ/หินสลับเป็นชั้น ๆ; **~-washing** *n. (Finance)* การยกเลิกเงินปันผล

bone /bəʊn/โบน/ ❶ *n.* Ⓐ ➤ **118** กระดูก; *(of fish)* ก้างปลา; **~s** *(fig.: remains)* ซากศพ; **be chilled to the ~** *(fig.)* หนาวจนเข้ากระดูกดำ; **cut prices to the ~:** ตัด/ลดราคาจนถึงขีดต่ำสุด; **cut expenditure to the ~:** ตัดค่าใช้จ่ายให้เหลือน้อยที่สุด; **work one's fingers to the ~** *(fig.)* ทำงานหนักมาก; **I feel it in my ~s** *(fig.)* ฉันรู้สึกมีลางสังหรณ์อะไรบางอย่าง; **make old ~s** *(fig.)* มีชีวิตจนแก่ชรา; **the bare ~s** *(fig.)* ส่วนสำคัญของสิ่งใดสิ่งหนึ่ง; *(of a story)* เค้าโครงของเรื่อง; **close to the** *or* **near the ~** *(fig.) (indecent)* ปฏิภาณจนถึงขั้นก้าวร้าว; *(destitute)* สิ้นเนื้อประดาตัว; ➡ + **dry** 1 A; Ⓑ *(material)* เขา *(สัตว์); (ivory)* งา; Ⓒ *(stiffener)* วัสดุที่ช่วยเสริมให้แข็ง/เป็นโครง; *(in collar)* โครงในปกเสื้อ; *(in corset)* โครงของเครื่องรัดสะโพกของสตรี; Ⓓ *(subject of dispute)* **have/find a ~ to pick with sb.** มี/หาเรื่องที่จะต้องถกเถียงกับ *ค.น.;* **~ of contention** ต้นเหตุของการทะเลาะเบาะแว้ง; **make no ~s about sth./doing sth.** ยอมรับ *ส.น.*/การทำ *ส.น.* โดยไม่โต้แย้ง ❷ *v.t.* เลาะกระดูก *(ไก่);* เลาะก้าง *(ปลา)* ❸ *v.i.* **~ up on sth.** *(Amer. coll.)* ศึกษา *ส.น.* อย่างตั้งอกตั้งใจ

bone: ~ 'china *n.* เครื่องกระเบื้องเนื้อละเอียด *(มีส่วนผสมของเถ้ากระดูก);* **~ 'dry** *adj.* แห้งสนิท; **~fish** *n. (Amer.)* ปลาชนิดต่าง ๆ ในกีฬาตกปลา; **~head** *n. (coll.)* คนโง่/ทึ่ม; **~headed** *adj. (coll.)* โง่, ทึ่ม; **~-'idle, ~ 'lazy** *adjs.* ขี้เกียจสันหลังยาว; **~ marrow** *n. (Anat.)* ไขกระดูก; **~meal** *n.* กระดูกบด/ป่น

boner /'bəʊnə(r)/'โบเนอะ(ร)/ *n. (coll.)* ความผิดพลาดอย่างโง่ ๆ; **pull a ~:** ทำความผิดพลาดอย่างโง่ ๆ

bone: ~-shaker *n.* รถยนต์เก่าที่นั่งไม่สบาย; รถจักรยานแบบโบราณที่มีล้อเป็นยางแข็ง; **~ 'weary** *adj.* เหนื่อยอ่อน; เมื่อยล้ามาก

bonfire /'bɒnfaɪə(r)/'บอนไฟเออะ(ร)/ *n.* Ⓐ *(at celebration)* กองไฟใหญ่จุดเฉลิมฉลอง; **B~ Night** *(Brit.)* *วันที่ 5 พฤศจิกายน เป็นวันที่มีการจุดดอกไม้ไฟและเผาหุ่นจำลองของ Guy Fawkes;* Ⓑ *(for burning rubbish)* กองไฟเผาขยะ; **make a ~ of sth.** *(lit. or fig.)* เผาไหม้ *ส.น.* ในกองไฟ

bongo /'bɒŋgəʊ/'บองโก/ *n., pl.* **~s** *or* **~es** *(drum)* กลองบองโก *(ท.ศ.)* เป็นกลองคู่ขนาดเล็กรูปร่างยาว

bonhomie /'bɒnəmi:/'บอเนอะมี/ *n., no pl.* ความเป็นมิตร; ความร่าเริงเบิกบาน

bonk /bɒŋk/บองคฺ/ *(Brit.)* ❶ *v.t.* Ⓐ *(coll.: hit)* ตีให้เกิดเสียงก้อง, เคาะ, กระแทก; Ⓑ *(sl. copulate with)* เอากับ *(ภ.ย.)* ❷ *v.i. (sl. copulate)* เอากัน *(ภ.ย.)*

bonkers /'bɒŋkəz/'บองเคิซ/ *adj. (coll.)* บ้า; บ๊อง; **go ~:** เป็นบ้า; **be ~:** เป็นบ้า

bon mot /bɔ̃ 'məʊ, bɒn 'məʊ/บอง 'โม, บอน 'โม/ *n., pl.* **bons mots** คำพูดที่เฉียบคม

bonnet /'bɒnɪt/'บอนิท/ *n.* Ⓐ *(woman's/child's)* *หมวกมีปีกเป็นกระบังรอบหน้าและมีเชือกรัดใต้คาง;* ➡ + **bee** A; Ⓑ *(Brit. Motor Veh.)* ฝากระโปรงรถยนต์

bonny /'bɒnɪ/'บอนิ/ *adj.* Ⓑ *(fine)* ดี, สวยงาม, น่ารื่นรมย์; Ⓑ *(healthy-looking)* ดูสดชื่น, เปล่งปลั่ง; Ⓒ *(Scot. and N. Engl.: comely)* มีรูปร่างหน้าตาสวยงาม

bonsai /'bɒnsaɪ/'บอนซาย/ *n.* Ⓐ *(tree)* ต้นบอนไซ *(ท.ศ.)*, ต้นไม้แคระ; Ⓑ *no pl., no art. (method)* วิธีการปลูก/ตกแต่งต้นบอนไซ

bonus /'bəʊnəs/'โบเนิซ/ *n.* Ⓐ ผลประโยชน์พิเศษที่ไม่ได้คาดหวัง; Ⓑ *(to shareholders, insurance-policy holder)* เงินปันผล; *(to employee)* เงินพิเศษ/โบนัส *(ท.ศ.);* **Christmas ~:** เงินโบนัสที่จ่ายให้ในเทศกาลคริสต์มาส; **cost-of-living ~:** เงินช่วยค่าครองชีพ; **production ~:** เงินโบนัสในการทำงานพิเศษ; Ⓒ *(advantage)* ข้อได้เปรียบ, ผลประโยชน์

bon vivant /bɔ̃ vi:'vɑ̃/บอ วี'วอ/ *n., pl.* **~** *or* **bons vivants** ผู้ที่อยู่ดีกินดี, นักชิม

bon voyage /bɔ̃ vwɑ:'jɑ:ʒ/บอ วอ'จาด/ *int.* ขอให้เดินทางด้วยความสวัสดิภาพ

bony /'bəʊnɪ/'โบนิ/ *adj.* Ⓐ *(of bone)* เป็นกระดูก; *(like bone)* เหมือนกระดูก; Ⓑ *(big-boned)* มีกระดูกใหญ่; Ⓒ *(skinny)* ผอมจนมีแต่กระดูก; Ⓓ *(full of bones)* เต็มไปด้วย *(เนื้อ)* กระดูก *หรือ (ปลา)* ก้าง; **be ~:** เต็มไปด้วยกระดูก/ก้าง

boo /bu:/บู/ ❶ *int. to surprise sb.* บู...บู, อื้อ...อื้อ; *expr. disapproval, contempt* โห่; **he wouldn't say '~' to a goose** เขาขี้กลัวมาก; **cries of '~':** ออกเสียงโห่ ❷ *n.* การส่งเสียงโห่ ❸ *v.t.* โห่ *ค.น.;* **he was ~ed off the stage** เขาถูกโห่ไล่ลงจากเวที ❹ *v.i.* โห่

boob /bu:b/บูบ/ *(Brit. coll.)* ❶ *n.* Ⓐ *(mistake)* ความผิดพลาด; Ⓑ *(simpleton)* คนโง่, คนที่หลอกลวงได้ง่าย; Ⓒ *(breast)* นมผู้หญิง ❷ *v.i.* ทำความผิดพลาด

booboo /'bu:bu:/'บูบู/ *(coll.)* ➡ **boob** 1 A

booby /'bu:bɪ/'บูบิ/ *n.* Ⓐ คนโง่, คนที่ทำตัวเหมือนเด็ก; Ⓑ *(Ornith.)* นกแกนเนตตัวเล็กในสกุล *Sula*

booby: ~hatch *n. (Amer. sl.)* โรงพยาบาลโรคจิต; **~ prize** *n.* รางวัลที่โหล่; **~ trap** *n.* Ⓐ กับดักที่วางไว้เพื่อล้อกันเล่น; Ⓑ *(Mil.)* กับระเบิด; **~-trap** *v.t.* Ⓐ วางกับดัก, วางกับดักระเบิด; Ⓑ *(Mil.)* **the bomb/the door had been ~-trapped** มีการวางกับดักระเบิด/มีการวางกับระเบิดที่ประตู

boodle /'bu:dl/'บูด'ล/ *n. (coll.)* เงินที่ได้มาโดยไม่ซื่อสัตย์; *(for bribery)* เงินสินบน

book /bʊk/บุค/ ❶ *n.* Ⓐ หนังสือ, สมุด; **in ~ form** ในรูปหนังสือ; **be a closed ~ [to sb.]** *(fig.)* เป็นเรื่องที่ *ค.น.* ไม่รู้ *หรือ* ไม่เข้าใจ; **the ~ of Job** หนังสือจ็อบ *(ท.ศ.)* ในพระคัมภีร์ไบเบิล; **the ~ of fate** *(fig.)* ชะตาชีวิต, พรหมลิขิต; **the ~ of life** *(fig.)* หนทางชีวิต, โชคชะตา; **the [Good] B~:** พระคัมภีร์ไบเบิล; **throw the ~ at sb.** *(fig.)* กล่าวหา/ลงโทษ *ค.น.* อย่างรุนแรงที่สุด; **bring to ~** *(fig.)* คิดบัญชี; **in my ~** *(fig.)* ในความคิดเห็นของฉัน; **it won't suit my ~** *(fig.)* เป็นการไม่สะดวกสำหรับฉัน; **be in sb.'s good/bad ~s** *(fig.)* เป็นที่พอใจ/ไม่พอใจของ *ค.น.;* **that's not in the ~** *(fig. coll.)* นั่นไม่ได้รับอนุญาต; **I can read you like a ~** *(fig.)* ฉันอ่านคุณได้ทะลุปรุโปร่ง; **do sth.** *or* **play it/speak by the ~** *(fig.)* ทำ *ส.น.* ตามกฎอย่างเคร่งครัด; **speak** *or* **talk like a ~** *(fig.)* พูด/ใช้ภาษาอย่างเป็นทางการ; **take a leaf out of sb.'s ~** *(fig.)* เลียนแบบ *ค.น.;* **you could take a leaf out of his ~:** คุณสามารถเลียนแบบเขาได้; ➡ + **black books; open** 1 K; Ⓑ *(for accounts)* สมุดจดบัญชี; *(for notes)* สมุดจดบันทึก; *(for exercises)* สมุดแบบฝึกหัด; Ⓒ *(telephone directory)* สมุดรายนามผู้ใช้โทรศัพท์; **be in the ~:** อยู่ในสมุดรายนามผู้ใช้โทรศัพท์; Ⓓ *(coll.: magazine)* นิตยสาร; Ⓔ *in. pl. (records, accounts)* รายการ/บัญชีบันทึก; **do the ~s** ลงบัญชี; **balance the ~s** ทำงบดุลบัญชี; ➡ + **keep** 1 H; Ⓕ *in pl. (list of members)* **be on the ~s** อยู่ในบัญชีรายชื่อสมาชิก; Ⓖ *(record of bets)* บัญชีพนัน; **make** *or* **keep a ~ on sth.** ลงรายการบัญชีพนัน *ส.น.;* Ⓗ **~ of tickets** ตั๋วที่ทำเป็นเล่ม; **~ of stamps/matches** สมุดแสตมป์/ชุดไม้ขีดไฟ; **~ of samples** หนังสือตัวอย่าง *(เช่น ตัวอย่างสินค้า ฯลฯ);* Ⓘ *(in poem) (กวีนิพนธ์)* เล่ม; Ⓙ *(libretto)* บทอุปรากร; *(playscript)* บทละคร; **~ of words** หนังสือ; *(fig.)* ชุดกฎเกณฑ์; คู่มือ ❷ *v.t.* Ⓐ *(engage in advance)* จอง *(ตั๋ว, โต๊ะ, โรงแรม)* ล่วงหน้า; จ้าง *(ศิลปิน, นักแสดง);* **be fully ~ed** *(ตั๋ว)* ได้ถูกจองหมดแล้ว; ที่นั่ง *(เครื่องบิน, โรงแรม)* เต็มหมดแล้ว; Ⓑ *(enter in ~)* ลงบันทึก, ลงรายการ; *(for offence)* ลงรายละเอียดรูปพรรณสัณฐานของผู้กระทำผิด; Ⓒ *(issue ticket to)* **we are ~ed on a flight to Athens** เรามีตั๋วเครื่องบินไปกรุงเอเธนส์ ❸ *v.i.* จอง, สำรองที่นั่ง; *(for travel, performance)* สำรองที่นั่ง

~ 'in ❶ *v.i.* เข้าพักในโรงแรม ฯลฯ; **we ~ed in at the Ritz** พวกเราเข้าพักในโรงแรมริทซ์ ❷ *v.t.* Ⓐ *(make reservation for)* จองห้อง/จองโต๊ะ; **we're ~ed in at the Dorchester** พวกเราจองห้องไว้ที่โรงแรมดอร์เชสเตอร์; Ⓑ *(register)* ลงทะเบียน

~ 'up *v.i.* จองล่วงหน้า ❷ *v.t.* จองจนเต็ม; **the guest house is ~ed up** บ้านพักถูกจองหมดแล้ว *หรือ* เต็มแล้ว

bookable /'bʊkəbl/'บุคเคอะบ'ล/ *adj.* **be ~:** จองล่วงหน้าได้

book: ~binder *n.* ➤ **489** ช่างเย็บ/เข้าเล่มหนังสือ; **~binding** *n., no pl.* การเย็บ/เข้าเล่มหนังสือ; **~case** *n.* ตู้/ชั้นหนังสือ; **~ club** *n.* ชมรมซื้อหนังสือในราคาพิเศษ; **~ends** *n. pl.* ที่ค้ำหนังสือ

bookie /ˈbʊkɪ/ˈบุคกิ/ *n. (coll.)* เจ้ามือรับแทงม้า

booking /ˈbʊkɪŋ/ˈบุคกิง/ *n.* Ⓐ *(of ticket, table, room, seat)* การจอง; **~ for the concert opens today** การจองตั๋วคอนเสิร์ตเริ่มต้นวันนี้; **make/cancel a ~:** จอง/ยกเลิกการจอง; **change one's ~:** เปลี่ยนตั๋วของตน; Ⓑ *(of performer)* การจ้างนักแสดง

booking: ~ clerk *n.* ➤ 489 พนักงานขายตั๋วรถไฟ; **~ hall** *n.* ห้องขายตั๋วรถไฟ; **~ office** *n.* *(in station)* สำนักงานขายตั๋วรถไฟ; *(in theatre)* ตู้ขายตั๋ว; *(selling tickets in advance)* แผนกจองตั๋ว

bookish /ˈbʊkɪʃ/ˈบุคกิช/ *adj.* Ⓐ *(studious)* ขยัน; *(addicted to reading)* **be ~:** เป็นหนอนหนังสือ; Ⓑ *(as in books)* ราวกับคัดลอกมาจากหนังสือ/ตำรา, มีลักษณะเป็นภาษาหนังสือ

book: ~ jacket *n.* ปกหุ้มหนังสือ; **~keeper** *n.* ➤ 489 คนทำบัญชี; **~keeping** *n.* การทำบัญชี

booklet /ˈbʊklɪt/ˈบุคลิท/ *n.* หนังสือเล่มบาง ๆ, อนุสาร *(ร.บ.)*

book: ~-lover *n.* คนรักหนังสือ; **~maker** *n.* ➤ 489 *(in betting)* เจ้ามือรับแทงม้า; **~making** *n., no pl.* Ⓐ *(in betting)* การเป็นเจ้ามือรับแทงม้า; Ⓑ *(compiling books)* การทำหนังสือ; **~man** *n.* ผู้สนใจด้านวรรณกรรม, นักวิชาการ, ผู้มีอาชีพขาย/พิมพ์หนังสือ; **~ mark[er]** *ns.* ที่คั่นหนังสือ; **~mobile** /ˈbʊkməbiːl/ˈบุคเมอะบีล/ *n.* *(Amer.)* ห้องสมุดเคลื่อนที่; **~ page** *n.* Ⓐ *(in newspaper)* หน้าในหนังสือพิมพ์เกี่ยวกับวรรณกรรม/หนังสือ; Ⓑ *(page of book)* หน้าของหนังสือ/สมุด; **~plate** *n.* ป้ายแสดงชื่อเจ้าของหนังสือ; **~ post** *n., no pl.* ไปรษณียภัณฑ์ประเภทหนังสือ; **~rest** *n.* ที่วางหนังสือเพื่อเปิดอ้าไว้ได้; **~ review** *n.* บทวิจารณ์หนังสือ; **~seller** *n.* ➤ 489 คนขายหนังสือ; **~shelf** *n.* หิ้งหนังสือ; **on my ~shelves** บนหิ้งหนังสือของฉัน; **~shop** *n.* ร้านขายหนังสือ; **~stall** *n.* แผงขายหนังสือ; **~store** *(Amer.)* ➡ **~shop**

booksy /ˈbʊksɪ/ˈบุคซิ/ *adj. (coll.)* แสร้งว่าชอบอ่านหนังสือ/สนใจด้านวรรณกรรม

book: ~ token *n.* บัตรกำนัลที่สามารถแลกเป็นหนังสือได้ตามราคาที่กำหนดไว้; **~ trough** *n.* แผงหนังสือรูปตัว v; **~ value** *n. (Bookk.)* มูลค่าตามบัญชี; **~work** *n.* การศึกษาตำรับตำรา/หนังสือ; **~worm** *n. (lit.)* แมลงที่กัดกินหนังสือ; *(fig.)* หนอนหนังสือ

¹boom /buːm/บูม/ *n.* Ⓐ *(for camera or microphone)* แขนยื่นเข้าออกสำหรับกล้องหรือไมโครโฟน; Ⓑ *(Naut.)* ไม้ซึงใบเรือ; Ⓒ *(floating barrier)* ทุ่นลอยใช้ *(ขวางปากแม่น้ำหรือปากอ่าว)*

²boom ❶ *v.i.* Ⓐ *(ปืน, คลื่น)* ทำเสียง/ก้อง/กังวาน; Ⓑ *(ธุรกิจค้าขาย, เมือง)* เจริญรุ่งเรืองอย่างรวดเร็ว, บูม *(ท.ศ.)* **business is ~ing** ธุรกิจรุ่งเรือง ❷ *n.* Ⓐ *(of person)* เสียงพูดดังก้อง; *(of gun, waves)* เสียงก้อง; Ⓑ *(in business)* ความเจริญรุ่งเรืองทางธุรกิจ; *(in prices)* ราคาสูงขึ้น; *attrib.* **a ~ area** บริเวณพื้นที่ที่เจริญเติบโตอย่างรวดเร็ว; **a ~ year** ปีที่ค้าขายรุ่งเรือง; Ⓒ *(period of economic expansion)* ช่วงการขยายตัวทางเศรษฐกิจ; ช่วงบูม; **the ~ years** ปีแห่งการขยายตัวทางเศรษฐกิจ

~ 'out ❶ *v.i.* *(เสียงพูด)* ก้องกังวาน; *(ปืนใหญ่)* ลั่นกังวาน; ❷ *v.t.* *(คำสั่ง)* ตะโกน

boomerang /ˈbuːməræŋ/ˈบูเมอะแรง/ ❶ *n.* *(lit.)* บูมเมอแรง *(ท.ศ.)* *(ไม้รูปโค้งที่เมื่อขว้างออกไปแล้วจะกลับมาหาผู้ขว้าง)*; *(fig.)* แผนการที่จะกลับมามีผลต่อผู้วางแผน ❷ *v.i. (fig.)* *(แผนการ, การกระทำ)* หวนกลับมามีผลต่อผู้คิด, กรรมตามสนอง

booming /ˈbuːmɪŋ/ˈบูมิง/ *adj.* Ⓐ *(deep, resonant)* *(เสียง)* ดังก้อง, ดังลั่น, ดังสนั่น; Ⓑ *(Econ.)* เจริญรุ่งเรือง; บูม *(ท.ศ.)*

'boom town *n.* เมืองที่เจริญเติบโตอย่างรวดเร็ว

boon /buːn/บูน/ *n.* Ⓐ *(blessing)* พร; ข้อได้เปรียบ; **be a tremendous ~** *or* **a ~ and a blessing to sb.** เป็นพรอันประเสริฐแก่ *ค.น.*; Ⓑ *(request, favour)* คำขอร้อง, บุญคุณ

'boon companion *n.* เพื่อนสนิท

boondoggle /ˈbuːndɒgl/ˈบูนดอก'ล/ *(Amer.)* ❶ *n.* งานที่ไร้ประโยชน์; การผลาญเงิน *(ของรัฐ)* *(ร.บ.)* ❷ *v.i.* ไร้ประโยชน์

boor /ˈbʊə(r), bɔː(r)/ˈบัว(ร), บอ(ร)/ *n.* คนหยาบคายไร้มารยาท, คนซุ่มซ่าม/งุ่มง่าม

boorish /ˈbʊərɪʃ, bɔː-/ˈบัวริช, บอ-/ *adj.*, **boorishly** /ˈbʊərɪʃlɪ, bɔː-/ˈบัวริชลิ, บอ-/ *adv.* อย่างหยาบคาย; อย่างซุ่มซ่ามงุ่มง่าม

boorishness /ˈbʊərɪʃnɪs, bɔː-/ˈบัวริชนิซ, บอ-/ *n., no pl.* ความหยาบคายไร้มารยาท, ความซุ่มซ่ามงุ่มง่าม

boost /buːst/บูซทฺ/ ❶ *v.t.* Ⓐ ส่งเสริม *(การส่งออก, เศรษฐกิจ)*; สนับสนุนทำให้ *(ราคา)* สูงขึ้น; *(increase reputation of)* เพิ่มชื่อเสียง; *(recommend vigorously)* แนะนำอย่างยิ่ง; Ⓑ *(coll.: push from below)* ผลักดัน, ยกขึ้น; Ⓒ *(Electr.)* เพิ่มปริมาณโวลต์ *(ในกระแสไฟฟ้า)*; Ⓓ *(Radio)* ขยายสัญญาณ *(คลื่นวิทยุ)* ❷ *n.* การส่งเสริม, การสนับสนุน; *(increase)* การเพิ่ม; **give sb./sth. a ~:** ให้การสนับสนุน *ค.น./ส.น.*; **be given a ~:** ได้รับการส่งเสริม; **give sales/production a ~:** ส่งเสริมการขาย/การผลิต

booster /ˈbuːstə(r)/ˈบูซเตอะ(ร)/ *n.* Ⓐ *(Med.)* **~ [shot** *or* **injection]** ยาฉีดกระตุ้น เพื่อให้ยาที่ฉีดไว้ออกฤทธิ์ หรือ มีผลคุ้มกันต่อเนื่อง; Ⓑ *(Astronaut.)* **~ [rocket/motor]** จรวด/เครื่องยนต์เสริม; **~ cushion, ~ seat.** *n.* เบาะเสริม

boot /buːt/บูท/ ❶ *n.* Ⓐ รองเท้าบูท *(ท.ศ.)*, รองเท้าหุ้มข้อ; **get the ~** *(fig. coll.)* ถูกไล่ออก *(จากงาน/สถานที่)*; **give sb. the ~** *(fig. coll.)* ให้ *ค.น.* ออกจากงาน; **give sb. a ~ up the backside** *(fig. coll.)* กระตุ้น *ค.น.* ให้ลุกขึ้นทำงาน; **as tough as old ~s** *(fig. coll.)* มีความอดทนมาก; **put the ~ in** *(coll.)* เตะอย่างรุนแรง, ใส่อย่างเต็มที่; **the ~ is on the other foot** *(fig.)* ข้อเท็จจริงตรงข้ามกับที่เป็นอยู่; **you can bet your ~s that ...** *(fig. coll.)* แน่นอนที่เดียวว่า...; ➡ **+ big** 1 G; **¹die** 1 A; **heart** 1 C; Ⓑ *(Brit.: of car)* กระโปรงท้ายรถ; Ⓒ *(Hist.: torture)* การทรมานโดยหุ้มและบดขยี้เท้า ❷ *v.t.* Ⓐ *(coll.)* เตะอย่างแรง; **~ sb. out** *(fig. coll.)* ไล่ *ค.น.* ออกจากงาน; Ⓑ *(Computing)* **~ [up]** เปิดคอมพิวเตอร์ให้พร้อมใช้งาน

²boot *n.* **to ~:** เช่นกัน, ด้วย

bootable /ˈbuːtəbl/ˈบูเทอะบ'ล/ *adj.* *(Computing)* ที่ทำให้อยู่ในสภาพพร้อมใช้งานได้; **~ disk** แผ่นดิสก์ที่ใช้เตรียมเครื่องคอมพิวเตอร์

boot: ~black *(Amer.)* ➡ **shoeblack**; **~ disk** *n.* *(Computing)* แผ่นดิสก์ที่ใช้ปลุกเครื่อง

booted /ˈbuːtɪd/ˈบูทิด/ *adj.* สวมรองเท้าบูท

bootee /buːˈtiː/บูˈที/ *n.* *(infant's)* รองเท้าทารก; *(woman's)* รองเท้าบูทสั้น

booth /buːð, US buːθ/บูท, บูธ/ *n.* Ⓐ แผงลอย, ร้านที่มีลักษณะเป็นแผงชั่วคราว; Ⓑ *(telephone ~)* ตู้โทรศัพท์; Ⓒ *(polling ~)* จุดลงคะแนนเสียง

'bootleg ❶ *v.t.* ลอบนำเข้า; *(sell/make)* ขาย/ผลิตอย่างผิดกฎหมาย ❷ *adj.* ที่ลักลอบนำเข้า; *(sold/made)* ขาย/ผลิตอย่างผิดกฎหมาย

bootlegger /ˈbuːtlegə(r)/ˈบูทเล็กเกอะ(ร)/ *n.* ➡ **bootleg** 1: ผู้ลักลอบนำเข้า *(โดยเฉพาะสุรา)*

'bootlicker *n. (derog.)* คนประจบสอพลอ, คนเลียตีน

boots /buːts/บูทซฺ/ *n. sing. (Brit. dated)* พนักงานโรงแรมที่มีหน้าที่ทำความสะอาดรองเท้าบูท ขนกระเป๋า ฯลฯ

boot: ~ sale *n. (Brit.)* การนำของเก่าที่ไม่ใช้แล้วมาวางขายเหลัง มักทำจากท้ายรถยนต์; **~strap** *n. (Computing)* ชุดคำสั่งที่ใช้ในคอมพิวเตอร์เพื่อสั่งให้ระบบทำงาน; **~straps** *n. pl.* **pull oneself up** *or* **raise oneself by one's own ~straps** *(fig.)* พัฒนาตนเองโดยใช้ความพยายามของตน

booty /ˈbuːtɪ/ˈบูทิ/ *n., no pl.* ของเชลยศึก, ของโจร

booze /buːz/บูซ/ *(coll.)* ❶ *v.i.* ดื่มเหล้า ❷ *n., no pl.* Ⓐ *(drink)* เหล้า; Ⓑ *(drinking bout)* การดื่มเมามาย; **go/be on the ~:** ดื่มเหล้าจนเมามาย

boozer /ˈbuːzə(r)/ˈบูเซอะ(ร)/ *n.* Ⓐ *(coll.: one who boozes)* คอเหล้า; Ⓑ *(Brit. coll.: public house)* ผับ *(ท.ศ.)*, ร้านขายเหล้า

'booze-up *n. (coll.)* การดื่มจนเมามาย; **have a ~:** ดื่มจนเมามาย

boozy /ˈbuːzɪ/ˈบูซิ/ *adj. (coll.)* เมา; *(addicted to drink)* ติดสุรา

bop /bɒp/บอพ/ *(coll.)* ❶ *v.i.* เต้นรำ *(ตามจังหวะดนตรีป๊อบ)* *(ท.ศ.)* ❷ *n.* การเต้นรำ *(ตามจังหวะดนตรีป๊อบ)*; **have a ~:** เต้นรำ; **put on a ~:** จัดงานเต้นรำ

bopper /ˈbɒpə(r)/บอˈเพอะ(ร)/ *n. (coll.)* นักเต้นรำตามจังหวะดนตรีป๊อบ

borage /ˈbɒrɪdʒ, US ˈbɔːrɪdʒ/ˈบอริจ/ *n.* พืชในสกุล *Borago* ดอกสีน้ำเงินสด ใบใช้ในการปรุงรส

borax /ˈbɔːræks/ˈบอแรคซ/ *n. (Chem.)* สารบอแรกซ์ *(ท.ศ.)*, น้ำประสานทอง

Bordeaux /bɔːˈdəʊ/บอˈโด/ *n., pl. same* เหล้าองุ่นที่ผลิตจากแคว้นบอร์โดซ์ *(ทางภาคตะวันตกเฉียงใต้ของประเทศฝรั่งเศส)*

bordel /bɔːˈdel/บอˈเด็ล/, *n. pl.* **~s, bordello** /bɔːˈdeləʊ/บอˈเด็ลโล/ *n., pl.* **~los** *(Amer.)* ซ่องโสเภณี

border /ˈbɔːdə(r)/ˈบอเดอะ(ร)/ ❶ *n.* Ⓐ ขอบ, ริม, ชาย; *(of tablecloth, handkerchief, dress)* ชาย *(กระโปรง, ผ้าปูโต๊ะ)*; Ⓑ *(of country)* เขตแดน, ชายแดน; **the B~[s]** แนวชายแดนต่าง ๆ; **north of the B ~** *(in Scotland)* ในสกอตแลนด์; Ⓒ *(flower bed)* แปลงดอกไม้; ➡ **+ herbaceous**
❷ *attrib. adj.* *(เมือง, แม่น้ำ)* ชายแดน
❸ *v.t.* Ⓐ *(adjoin)* เชื่อม, อยู่ติด; **be ~ed by** ถูกเชื่อมโดย; Ⓑ *(put a ~ to, act as ~ to)* กำหนดเขต; ใส่ขอบ; Ⓒ *(resemble closely)* ใกล้เคียงมาก ❹ *v.i.* **~ on** ➡ 3 A, C

borderer /ˈbɔːdərə(r)/ˈบอเดอะเรอะ(ร)/ *n.* ผู้อาศัยอยู่ใกล้กับแนวชายแดน

border: ~land อาณาบริเวณใกล้ชายแดน; *(fig.)* สภาวะก้ำกึ่ง *(อยู่ตรงกลางของ 2 ฝ่าย)*; **~line** ❶ *n.* เส้นแบ่งขอบเขต; *(fig.)* เส้นแบ่งสภาวะกึ่งกลางระหว่างทั้ง 2 ฝ่าย, ความคลุมเครือ ❷ *adj.* **sb./sth. is ~line** *(fig.)* *ค.น./ส.น.* อยู่ในสภาวะก้ำกึ่ง; **a ~line case/candidate/type**

(fig.) กรณี/ผู้เข้าสมัคร/ประเภทที่ก้ำกึ่ง; **B~ terrier** *n.* สุนัขพันธ์เทอร์เรียร์ *(ท.ศ.)* ขนาดเล็ก ขนหยาบ

¹bore /bɔ:(r)/บอ(ร)/ ❶ *v.t. (make hole in)* เจาะ, ไช, คว้าน; **~ the rock/the wood** เจาะหิน/ไม้; **~ one's way through sth.** เจาะทะลุ *ส.น.* ❷ *v.i. (drill) (สว่าน)* เจาะ ❸ *n.* Ⓐ *(of firearm, engine cylinder) (of tube, pipe)* รู; Ⓑ *(calibre)* ความกว้างของปากลำกล้อง; Ⓒ ➡ borehole

²bore ❶ *n.* Ⓐ *(nuisance)* **it's a real ~:** น่าเบื่อจริงเชียว; **what a ~!** ช่างน่ารำคาญอะไรอย่างนี้; **she is a real ~:** เธอเป็นคนน่าเบื่อจริง ๆ; Ⓑ *(dull person)* คนที่น่าเบื่อ ❷ *v.t. (weary)* ทำให้เบื่อหน่าย; **sb. is ~d with sth.** *ค.น.* เบื่อหน่าย *ส.น.*; **sb. is ~d with life** *ค.น.* เบื่อหน่ายชีวิต; **I'm ~d** ฉันเบื่อ; **~ sb. to death** *or* **to tears** *(coll.)* ทำให้ *ค.น.* เบื่อเหลือประมาณ

³bore *n. (tidewave)* กระแสน้ำที่ซัดปากแม่น้ำ

⁴bore ➡ ²bear

boredom /ˈbɔ:dəm/ˈบอเดิม/ *n., no pl.* ความเบื่อหน่าย; **with a look of utter ~ on one's face** ด้วยสีหน้าที่แสดงความเบื่อหน่ายอย่างเต็มที่

ˈborehole *n.* หลุมที่เจาะแล้ว

borer /ˈbɔ:rə(r)/ˈบอเรอะ(ร)/ *n. (tool)* เครื่องมือสำหรับขุด/เจาะ

boring /ˈbɔ:rɪŋ/ˈบอริง/ *adj.* น่าเบื่อหน่าย

born /bɔ:n/บอน/ ❶ *v.i.* **be ~:** เกิด, มีกำเนิด; **I was ~ in England** ฉันเกิดในประเทศอังกฤษ; **he was ~ of rich parents** *or* **~ rich** เขาเกิดมามีพ่อแม่รวย *หรือ* เกิดมารวย; **he was ~ into a rich family** เขาเกิดมาในครอบครัวที่มั่งมี; **a new era was ~:** ยุคใหม่เกิดขึ้นแล้ว; **be ~ again** *(fig.)* เปลี่ยนศาสนา *(โดยเฉพาะเปลี่ยนมานับถือศาสนาคริสต์อย่างเคร่งครัด)*; **I wasn't ~ yesterday** *(fig.)* ฉันไม่อ่อนหัดหรือ ไร้ประสบการณ์นะ; **there's one ~ every minute** *(coll.)* คนโง่มีตลอด; **be ~ of sth.** *(fig.)* เป็นผลมาจาก *ส.น.*; **be ~ blind/lucky** ตาบอด/โชคดีมาแต่เกิด; **be ~ a poet** เป็นกวีมาแต่เกิด; **be ~ to sth.** *(fig.)* ทำ *ส.น.* ได้โดยธรรมชาติ; **be ~ to command** เกิดมาเพื่อออกคำสั่ง; **sb. is ~ to be hanged** *ค.น.* เกิดมาเพื่อจะถูกแขวนคอ ❷ *adj.* Ⓐ **you don't know you are ~** *(coll.)* คุณไม่รู้เลยว่าคุณโชคดีเพียงใด; **~ again** *(fig.)* พ้นบาปและจะได้ไปสวรรค์; **a ~ again Christian** ชาวคริสต์ที่พ้นบาปและเชื่อว่าจะได้ไปสวรรค์; **in all my ~ days** *(fig. coll.)* ชั่วชีวิตของฉัน; ➡ + breed 1 C; Ⓑ *(destined to be)* **be a ~ orator** *or* **an orator ~:** ถูกลิขิตให้เป็นนักพูด; Ⓒ *(complete)* **a ~ fool** คนโง่โดยสิ้นเชิง

borne /bɔ:n/บอน/ ➡ ²bear

boron /ˈbɔ:rɒn/ˈบอรอน/ *n.* บอรอน *(ท.ศ.) (ธาตุอโลหะสีเหลืองที่สกัดมาจากโบแรกซ์ ใช้ในการทำให้เหล็กแข็ง)*

borough /ˈbʌrə, US -rəʊ/ˈเบอเระ, –โร/ *n.* Ⓐ *(Brit. Hist.: town with corporation)* เมืองที่มีนายกเทศมนตรีและคณะปกครอง; **the ~ of Brighton** ≈ เมืองไบรตัน; Ⓑ *(Brit.: town sending members to Parliament) เมืองที่มีผู้แทนราษฎรในสภาผู้แทนราษฎร*; Ⓒ *(Amer.)* **the ~ of ...** *(town)* เมือง...; *(village)* หมู่บ้าน

borrow /ˈbɒrəʊ/ˈบอโร/ ❶ *v.t.* Ⓐ ขอยืม; กู้ *(เงินจากธนาคาร)*; **~ sth. from sb.** ขอยืม *ส.น.* จาก *ค.น.*; Ⓑ *(fig.)* ยืม *(ความคิด/วิธีการ/สิ่งประดิษฐ์)* มาใช้; **sb. is living on ~ed time** *ค.น.* กำลังมีชีวิตอยู่ต่อไปอย่างไม่คาดคิด ❷ *v.i.* ยืม; *(from bank)* กู้ยืม **(from** จาก)

borrowed ˈlight *n.* Ⓐ *(reflected light)* แสงสะท้อน; Ⓑ *(internal window)* หน้าต่างภายใน

borrower /ˈbɒrəʊə(r)/ˈบอโรเออะ(ร)/ *n. (from bank)* ผู้กู้เงิน; *(from library)* ผู้ขอยืมหนังสือ

borrowing /ˈbɒrəʊɪŋ/ˈบอโรอิง/ *n. (from bank)* การกู้ยืมเงิน; *(from library)* การขอยืม; *(fig.)* คำยืม; **'haute couture' is a ~ from French** คำว่า 'haute couture' เป็นคำยืมมาจากภาษาฝรั่งเศส

borsch /bɔ:ʃ/บอช/ *n.* ซุปหัวบีตแดงและเนื้อของชาวรัสเซีย/โปแลนด์ รับประทานกับครีมเปรี้ยว

Borstal /ˈbɔ:stl/ˈบอซต'ล/ *n. (Brit.)* สถานดัดสันดานวัยรุ่นผู้กระทำผิด

bortsch /bɔ:tʃ/บอฉ/ *n.* ➡ borsch

borzoi /ˈbɔ:zɔɪ/ˈบอซอย/ *n.* *สุนัขขนาดใหญ่ เดิมใช้ล่าสุนัขป่าของรัสเซีย ขนยาว*

bosh /bɒʃ/บอช/ *n., no pl., no indef. art. (sl.)* เรื่องไร้สาระ, การพูดจาโง่ ๆ

bos'n /ˈbəʊsn/ˈโบซ'น/ ➡ boatswain

Bosnia /ˈbɒznɪə/ˈบอซเนีย/ *pr. n.* ประเทศบอสเนีย

bosom /ˈbʊzəm/ˈบุซเซิม/ *n.* Ⓐ *(person's breast)* หน้าอก, ทรวงอก; Ⓑ *(of dress, blouse)* อกเสื้อ; Ⓒ *(fig.: enfolding relationship)* ในอ้อมอก; **in the ~ of one's family** ในอ้อมอกของครอบครัว *ค.น.*; **a ~ friend** เพื่อนสนิท; Ⓓ *(fig.: seat of thoughts or emotions)* หัวอก; **lay bare one's ~ to sb.** เปิดอกกับ *ค.น.*; Ⓔ *(fig.: surface)* พื้นผิวภายนอก; Ⓕ *in pl. (Amer.: breasts)* หน้าอกผู้หญิง; Ⓖ *(Amer.: shirt front)* แผ่นหน้าของเสื้อ

bosomy /ˈbʊzəmɪ/ˈบุซเซอะมิ/ *adj. (ผู้หญิง)* มีทรวงอกใหญ่

Bosphorus /ˈbɒsfərəs/ˈบอซเฟอเริซ/ *pr. n.* ช่องแคบบอสฟอรัส *(ท.ศ.) (ระหว่างทะเลดำกับทะเลมาร์มารา)*

¹boss /bɒs/บอซ/ *n.* Ⓐ *(metal knob, stud)* ปุ่ม; *(on shield)* ปุ่มนูน; Ⓑ *(protuberance)* ลายดุน; Ⓒ *(Archit.) ส่วนประดับอาคารใช้ปิดจุดที่สันไขว้ของส่วนโค้งหรือของหลังคาตัดกัน*

²boss ❶ *n. (coll.)* Ⓐ *(master)* เจ้านาย; **OK, you're the ~:** ตกลงคุณเป็นเจ้านาย; **who's the ~ in your household?** ใครเป็นหัวหน้าครอบครัว; Ⓑ *(Amer. Polit.)* หัวหน้าพรรค ❷ *v.t.* **~ sth.** มีอิทธิพลใน *ส.น.*; **~ sb. [about** *or* **around]** สั่งให้ *ค.น.* ทำโน่นทำนี่

ˈboss-eyed *adj. (coll)* มีตาเข *หรือ* ตาเหล่; **be ~:** มีตาเข *หรือ* ตาเหล่

bossiness /ˈbɒsɪnɪs/ˈบอซินิซ/ *n., no pl.* การชอบสั่งการ

bossy /ˈbɒsɪ/ˈบอซิ/ *adj. (coll.)* ชอบสั่งการ; **don't be so ~:** อย่าคอยสั่งการมากนักเลย

bosun, bo'sun /ˈbəʊsn/ˈโบซ'น/ ➡ boatswain

botanic /bəˈtænɪk/เบอะˈแทนิค/ *(arch.)*, **botanical** /bəˈtænɪk(l)/เบอะˈแทนิค'ล/ *adj.* เกี่ยวกับพฤกษศาสตร์; **~ garden[s]** สวนพฤกษศาสตร์

botanist /ˈbɒtənɪst/ˈบอเทอะนิซท/ *n.* ➤ 489 นักพฤกษศาสตร์

botany /ˈbɒtənɪ/ˈบอเทอะนิ/ *n., no pl.* พฤกษศาสตร์

botch /bɒtʃ/บอฉ/ ❶ *n. (bungled work)* ➡ 2 A: งานที่ทำแบบลวก ๆ *หรือ* แบบขอไปที; **make a ~ of sth.** ทำ *ส.น.* อย่างลวก ๆ ❷ *v.t.* Ⓐ *(bungle)* ทำอย่างหยาบ ๆ แบบขอไปที; **a ~ed job** งานที่ทำแบบหยาบ ๆ ขอไปที; Ⓑ *(repair badly)* ซ่อมแซมอย่างลวก ๆ ❸ *v.i.* ➡ 2 A: ทำแบบลวก ๆ

~ ˈup *v.t.* Ⓐ *(bungle)* ทำอย่างลวก ๆ; Ⓑ *(repair badly)* ซ่อมแซมอย่างหยาบ ๆ แบบขอไปที

both /bəʊθ/โบธ/ ❶ *adj.* ทั้งคู่, ทั้งสอง; **we ~ like cooking** เราทั้งคู่ชอบทำอาหาร; **~ these books are expensive** หนังสือทั้งสองเล่มนี้ราคาแพง; **~ [the] brothers** พี่/น้องชายทั้งคู่; **~ our brothers** พี่/น้องชายของเราทั้งสองคน; **~ ways** *(Brit. Racing)* = **each way** ➡ each 1; **you can't have it ~ ways** คุณไม่สามารถเลือกทั้งสองทางได้; ➡ + cut 2 A
❷ *pron.* คน/สิ่งของทั้งคู่, ทั้งสองคน/สิ่ง; **~ [of them] are dead** ทั้งสองคนตาย; **they are ~ dead** เขาตายทั้งคู่; **~ of you/them are ...:** พวกคุณ/พวกเขาทั้งสองเป็น...; **for them ~:** สำหรับเขาทั้งคู่; **Love or hate? – B~:** รักหรือเกลียด ล่ะ ทั้งสองอย่าง; **go along to bed, ~ of you** ไปนอนเถิดทั้งคู่
❸ *adv.* **~ A and B, A and B ~:** ทั้งเอและบี; **~ brother and sister are dead** ทั้งพี่/น้องชายและพี่/น้องสาวตาย; **~ you and I** ทั้งคุณและฉัน; **he and I were ~ there** เขาและฉันอยู่ที่นั่นทั้งคู่; **she was ~ singing and playing** เธอทั้งร้องเพลงและเล่นดนตรี

bother /ˈbɒðə(r)/ˈบอเทอะ(ร)/ ❶ *v.t.* Ⓐ *in pass. (take trouble)* **I can't be ~ed [to do it]** ฉันไม่มีอารมณ์ที่จะทำสิ่งนั้น; **I can't be ~ed with details like that** ฉันขี้เกียจใส่ใจกับรายละเอียดเช่นนั้น; **can't you even be ~ed to dress properly?** แม้แต่จะแต่งกายให้เรียบร้อยคุณก็ยังขี้เกียจหรือ; **I can't be ~ed with people who ...:** ฉันไม่น่าพากับคนที่...; Ⓑ *(annoy)* รบกวน; *(แผล, หลัง)* ปวด; **I'm sorry to ~ you, but ...:** ฉันขอโทษที่รบกวนคุณ แต่ว่า...; **don't ~ me now** อย่ารบกวนฉันในขณะนี้; Ⓒ *(worry)* วิตก, กังวล; **I'm not ~ed about him/the money** ฉันไม่กังวลเกี่ยวกับเขา/เงิน; **what's ~ing you/is something ~ing you?** คุณกำลังกังวลอะไรหรือเปล่า; **~ oneself** *or* **one's head about sth.** ทำให้ตนเองวิตกกังวลเกี่ยวกับ *ส.น.*; ➡ + hot 1 F; Ⓓ *(coll.: confound)* **~ it!** น่ารำคาญจริง; **~ him/her/you/this car!** เขา/เธอ/คุณ/รถคันนี้น่ารำคาญจริง
❷ *v.i. (trouble oneself)* **~ to do that** อุตส่าห์ทำสิ่งนั้น; **don't ~ to do sth.** คุณไม่จำเป็นต้องทำ *ส.น.* หรอก; **she didn't even ~ to ask** เธอไม่แม้แต่จะถาม; **you needn't have ~ed to come** คุณไม่น่าจะอุตส่าห์มาเลย; **you needn't/shouldn't have ~ed** คุณไม่จำเป็นจะต้องลำบาก/ยุ่งยาก; **don't ~!** ไม่ต้องสนเลย; **~ with sth./sb.** ยุ่งยากอยู่กับ *ส.น./ค.น.*; **~ about sth./sb.** ยุ่งยากเกี่ยวกับ *ส.น./ค.น.*
❸ *n.* Ⓐ *(nuisance)* **what a ~!** น่ากวนใจมาก; **it's a real/such a ~:** เป็นสิ่งที่กวนใจเสียจริง ๆ; Ⓑ *(trouble)* เรื่องยุ่งยาก, ปัญหา; **it's no ~ [for me]** ไม่ได้เป็นปัญหา [สำหรับฉัน]; **the children were no ~ at all** เด็ก ๆ ไม่เป็นปัญหาเลย; **have a spot of ~ with sth.** มีปัญหาเล็กน้อยกับ *ส.น.*; **without any ~ at all** ไม่มีปัญหาใด ๆ เลย; **it's not worth the ~:** ไม่คุ้มกับความยุ่งยาก; **I'm sorry to have put you to all this ~:** ฉันเสียใจที่ทำให้คุณยุ่งยากอย่างนี้; **if it isn't too much ~:** ถ้าไม่เป็นการรบกวนจนเกินไป; **go to the ~ of doing sth.** อุตส่าห์ทำ *ส.น.*
❹ *int. (coll.)* โอ้ย กวนจริง

botheration /bɒðəˈreɪʃn/บอเทอะˈเรช'น/ *int.* ➡ **bother** 4

bothersome /ˈbɒðəsəm/ˈบอเทอะเซิม/ *adj.* น่ารำคาญ, ยุ่งยาก, ลำบาก, เป็นปัญหา

bottle /ˈbɒtl/ˈบอท'ล/ ❶ *n.* Ⓐ ขวด; **a beer ~:** ขวดเบียร์; **a ~ of beer** เบียร์หนึ่งขวด; Ⓑ *(fig. coll.: alcoholic drink)* **be too fond of the ~:** ชอบดื่มเหล้ามากจนเกินไป; **be on the ~:** ดื่มจัด; ➡ + **hit** 1 K; Ⓒ *(gas cylinder)* **a ~ of gas** ก๊าซหนึ่งถัง; Ⓓ *(Brit. coll.: courage, confidence)* ความกล้าหาญ, ความมั่นใจ; **lose one's ~:** หมดความกล้าหาญ *หรือ* ความมั่นใจในตนเอง
❷ *v.t.* Ⓐ *(put into ~s)* ใส่/บรรจุขวด; Ⓑ *(store in ~s)* บรรจุไว้ในขวด; **~d beer** เบียร์ *(บรรจุ)* ขวด; **~d gas** ก๊าซถัง; Ⓒ *(preserve in jars)* ดอง *(ผลไม้ ฯลฯ)* ไว้ในขวด
~ 'up *v.t.* Ⓐ *(conceal)* ปิดบัง, เก็บกด *(ความรู้สึก)*; Ⓑ *(entrap)* ทำให้ติดกับ, ทำให้อยู่ในสภาวะถูกปิดล้อม

bottle: ~ bank *n.* สถานที่ทิ้งขวดใช้แล้วเพื่อนำไปใช้ใหม่; **~-fed** *adj.* ที่กินนมขวด; **~-fed babies** ทารกที่ได้กินนมขวด

bottleful /ˈbɒtlfʊl/ˈบอท'ลฟุล/ *n.* **a ~ of shampoo** ยาสระผม 1 ขวดเต็ม

bottle: ~ glass *n.* แก้วสีเขียวเข้มที่ใช้ในการทำขวด; **~-green** ❶ *n.* สีเขียวเข้ม ❷ *adj.* มีสีเขียวเข้ม; **~neck** *n.* ปากคอขวด; *(fig.)* บริเวณการจราจรที่เป็นคอขวด; *(in production process also)* ภาวะที่กระบวนการผลิตติดขัด; **~ opener** *n.* ที่เปิดขวด; **~ party** *n.* งานเลี้ยงที่แขกนำเครื่องดื่มมาช่วย; **~ top** *n.* จุก/ฝาขวด

bottom /ˈbɒtəm/ˈบอเทิม/ ❶ *n.* Ⓐ *(lowest part)* ก้น, ส่วนล่างสุด; *(of cup, glass, box, chest)* ก้น; *(of valley, canyon, crevasse, well, shaft)* ก้น; *(of hill, slope, cliff, stairs)*; ตีน; **the ~ of the valley** ก้นหุบเขา; **[be] at the ~ of the page/list** อยู่ที่ท้ายสุดของหน้า/รายการ; **[be] in the ~ of the box/glass** อยู่ที่ก้นกล่อง/แก้ว; **the ~ of my coat/dress is all muddy** ชายเสื้อโค้ต/กระโปรงชุดของฉันเปรอะโคลนหมด; **the book right at the ~ of the pile** หนังสือเล่มที่อยู่ล่างสุดในกองนั้น; **~ up** กลับหัวกลับหาง; **~s up!** *(coll.)* เอาดื่มก้นเถอะ; **the ~ fell** *or* **dropped out of her world/the market** *(fig.)* โลกของเธอพังพินาศ/ตลาดหลักทรัพย์ตกต่ำอย่างที่สุด; **knock the ~ out of sth.** *(fig.)* พิสูจน์ว่า *ส.น.* ไม่มีค่า; ➡ + **false bottom**; Ⓑ ➤ **118** *(buttocks)* สะโพก, ก้น; Ⓒ *(of chair)* ส่วนของเก้าอี้ที่เป็นที่นั่ง; Ⓓ *(of sea, lake)* ก้น, พื้น; **on the ~:** บนก้นท้องน้ำ; **go to the ~:** *(จม)* ลงสู่ก้นท้องน้ำ; **send a ship to the ~:** ทำให้เรือจมลงสู่ก้นท้องน้ำ; **touch ~:** *(หยั่ง)* ถึงก้นท้องน้ำ; *(fig.)* ถึงจุดตกต่ำ/เลวร้ายที่สุด; Ⓔ *(farthest point)* **at the ~ of the garden/street** ที่ท้ายสวน/สุดถนน; ➡ + **heart** 1 B; Ⓕ *(underside)* ข้างใต้, ข้างล่าง; Ⓖ *(fig.)* **start at the ~:** เริ่มจากข้างล่าง; **be ~ of the class/league** เป็นที่โหล่ของชั้น/กลุ่ม; Ⓗ *usu. in pl.* **~[s]** *(of track suit, pyjamas)* ส่วนกางเกง; Ⓘ *(fig.: basis, origin)* **be at the ~ of sth.** เป็นพื้นฐาน *หรือ* สาเหตุของ *ส.น.*; **get to the ~ of sth.** เข้าให้ถึงข้อเท็จจริงของ *ส.น.*; **at ~:** โดยธาตุแท้, ตามความเป็นจริง; Ⓙ *(Naut.)* ท้องเรือ; **~ up** หงายท้อง; Ⓚ *(Brit. Motor Veh.)* **in ~:** ด้วยเกียร์ต่ำสุด
❷ *adj.* Ⓐ *(lowest)* ล่างสุด; *(lower)* ต่ำกว่า; Ⓑ *(fig.: last)* ท้ายสุด; **be ~:** เป็นที่โหล่, เป็นที่สุดท้าย; **you can bet your/I'd [be willing to] bet my ~ dollar** *(fig. coll.)* แน่นอนฉัน[ยินดี] แทงหมดตัว
❸ *v.i.* **~ [out]** ถึงจุดต่ำสุด

bottom: ~ 'dog ➡ **underdog**; **~ 'drawer** *n.* *(fig.) เสื้อผ้าและของใช้ผู้หญิงสะสมไว้เพื่อการแต่งงาน*

bottomless /ˈbɒtəmlɪs/ˈบอเทิมลิซ/ *adj.* ปราศจากก้น; *(ทะเล)* ลึกจนหยั่งไม่ถึง; *(fig.: inexhaustible)* ไม่มีวันหมดสิ้น; **the ~ pit** นรกอเวจี

bottom 'line *n.* *(fig. coll.)* **the ~:** ข้อสรุป, ผลสรุป

'botulism /ˈbɒtjuːlɪzm/ˈบอทิวลิซ'ม/ *n., no pl., no art.* ➤ **453** *(Med.) อาการอาหารเป็นพิษที่เกิดจากเชื้อแบคทีเรียในอาหาร*

boudoir /ˈbuːdwɑː(r)/ˈบูดวา(ร)/ *n.* ห้องส่วนตัว, ห้องแต่งตัวของผู้หญิง

bouffant /ˈbuːfɑ̃ː/ˈบูฟาง/ *adj.* *(ผม)* ฟูฟ่อง, *(กระโปรง)* พอง

bough /baʊ/บาว/ *n.* กิ่งไม้

bought ➡ **buy** 1

bouillabaisse /buːjəˈbeɪs/บูเยอะˈเบ็ซ/ *n.* *(Gastr.) ซุปปลาเข้มข้นเป็นอาหารของแคว้นโปรวองซ์ ประเทศฝรั่งเศส*

bouillon /ˈbuːjɒn/บูˈยอง, ˈบูยอน/ *n.(Cookery)* ซุปใส, น้ำซุป; **~ cube** ซุปก้อน

boulder /ˈbəʊldə(r)/ˈโบลเดอะ(ร)/ *n.* ก้อนหินขนาดใหญ่

'boulder clay *n.* *(Geol.) ก้อนหินขนาดใหญ่เกิดจากการรวมตัวของตะกอนซึ่งมาจากการละลายของธารน้ำแข็ง; ดินที่มีหินปูน*

boulevard /ˈbuːləvɑːd, US ˈbʊl-/ˈบูเลอะวาด, ˈบุล-/ *n.* ถนนสายหลักขนาดกว้าง มักมีต้นไม้สองข้างทาง

boult ➡ **²bolt**

bounce /baʊns/บาวนฺซ/ ❶ *v.i.* Ⓐ กระเด้ง, กระดอน; *(on bumpy road)* *(รถยนต์)* กระโดดไปมา; **the ball ~d twice** ลูกบอลกระเด้งสองครั้ง; **~ up and down on sth.** กระเด้งขึ้นลงบน *ส.น.*; Ⓑ *(coll.: be rejected by bank)* *(เช็ค)* เด้ง; **it won't ~:** มันไม่กระเด้ง; Ⓒ *(rush)* **~ about** กระโดดโลดเต้น; **~ into/out of the room** ถลันเข้าไปใน/ออกจากห้อง; **~ in/out** พรวดพราดเข้า/ออก
❷ *v.t.* Ⓐ ทำให้กระเด้งขึ้นลง; **he ~d the baby on his knee** เขาขยับหัวเข่าให้เด็กทารกที่นั่งอยู่เด้งขึ้นลง; Ⓑ *(Amer. coll.: dismiss)* ขับไล่, ไล่ออกจากงาน
❸ *n.* Ⓐ *(rebound)* การกระเด้งกลับ, การกระดอนกลับ; **on the ~:** ในขณะที่กระดอนกลับ; Ⓑ *(rebounding power)* แรงกระเด้ง, แรงกระดอนกลับ; *(fig.: energy)* พลัง; **there's plenty of/not much ~ in the ball** บอลลูกนี้มีแรงเด้งมาก/น้อย
~ 'back *v.i.* สะท้อนกลับ, กระเด้งกลับ; *(fig.)* ฟื้นตัว
~ 'off ❶ *v.i.* กระเด้ง/กระดอนจาก ❷ *v.t.* **~sth. off sth.** ทำให้ *ส.น.* กระเด้ง/กระดอนจากอีก *ส.น.*; **~ off sth.** กระเด้ง/กระดอนจาก *ส.น.*; *(สัญญาณ)* สะท้อนจาก *ส.น.*

bouncer /ˈbaʊnsə(r)/ˈบาวนฺเซอะ(ร)/ *n.* *(coll.)* Ⓐ ยามตามคลับ สถานที่เต้นรำ ฯลฯ; Ⓑ *(Cricket)* ลูกบอลที่โยนไปแล้วกระดอนขึ้นสูง

bouncing /ˈbaʊnsɪŋ/ˈบาวนฺซิง/ *adj.* แข็งแรง; เอะอะอึกทึก

bouncy /ˈbaʊnsɪ/ˈบาวนฺซิ/ *adj.* Ⓐ กระเด้ง/กระดอนได้ดี; Ⓑ *(fig.: lively)* มีชีวิตชีวา

¹bound /baʊnd/บาวนฺดฺ/ ❶ *n.* Ⓐ *usu. in pl.* *(limit)* ขอบเขต; **within the ~s of possibility** *or* **the possible** ภายในขอบเขตของความเป็นไปได้; **keep sth. within ~s** รักษา *ส.น.* ไว้ในขอบเขต; **increase beyond all ~s** เพิ่มขึ้นจนเกินขอบเขต; **the ball is out of ~s** ลูกบอลออกนอกเส้น; **go beyond the ~s of decency** เกินเลยขอบเขตของความเหมาะสม; **sth. is out of ~s [to sb.]** *ส.น.* อยู่นอกขอบเขตที่ได้รับอนุญาต [ของ *ค.น.*]; **the pub is out of ~s** ผับอยู่นอกเขตที่ได้รับอนุญาต; **beyond the ~s of human knowledge** นอกเหนือขอบเขตความรู้ของมนุษย์; **there are no ~s to his ambition** เขาทะเยอทะยานอย่างไม่มีขอบเขต; **know no ~s** *(fig.)* ไม่รู้จักขอบเขต; **keep within the ~s of reason/propriety** คอยใช้เหตุผล/ความถูกต้องเป็นเกณฑ์ตัดสิน; Ⓑ *(of territory)* เขตแดน; ➡ + **beat** 1 A
❷ *v.t., usu. in pass.* กั้นเขต; **be ~ed by sth.** ถูกกั้นเขตหรือเขตแดนโดย *ส.น.*; **sth. is ~ed by sth.** *(fig.)* *ส.น.* ถูกครอบงำด้วย *ส.น.*; *ส.น.* มี *ส.น.* เป็นขอบเขต

²bound ❶ *v.i.* *(spring)* กระโดดขึ้นลง, กระโดดโลดเต้น; **~ with joy** กระโดดโลดเต้นด้วยความยินดี; **~ into the room** กระโดดโลดเต้นเข้าไปในห้อง; **the dog came ~ing up** สุนัขกระโดดโลดเต้นเข้ามา ❷ *n.* *(spring)* การกระโดด; **at** *or* **with one ~:** ด้วยการกระโดดแค่ครั้งเดียว; ➡ + **leap** 3

³bound *pred. adj.* ➤ **191 be ~ for home/Bangkok** มุ่งหน้าไปบ้าน/กรุงเทพฯ; **homeward ~:** มุ่งหน้ากลับบ้าน; **where are you ~ for?** คุณเดินทางไปทางไหน; **all passengers ~ for Zürich** ผู้โดยสารทุกคนที่มุ่งจะไปเมืองซูริค

⁴bound ➡ **bind** 1, 2

boundary /ˈbaʊndərɪ/ˈบาวนฺเดอะริ, -ดริ/ *n.* ขอบเขต, แนวเขตแดน, เส้นแบ่งเขต

bounden /ˈbaʊndn/ˈบาวนฺด'น/ *attrib. adj.* **~ duty** หน้าที่อันเกิดจากจิตสำนึก

bounder /ˈbaʊndə(r)/ˈบาวนฺเดอะ(ร)/ *n.* *(dated coll.)* คนไร้สกุลรุนชาติ

boundless /ˈbaʊndlɪs/ˈบาวนฺดลิซ/ *adj.* ไร้ขอบเขต

bounteous /ˈbaʊntɪəs/ˈบาวนฺเทียซ/ *adj.* *(rhet.)* ➡ **bountiful**

bountiful /ˈbaʊntɪfl/ˈบาวนฺทิฟ'ล/ *adj.* *(generous)* ใจดี, มีความเอื้อเฟื้อเผื่อแผ่; *(plentiful)* มากมาย; **Lady B~:** สตรีที่ชอบทำการกุศลหรืออุปถัมภ์ผู้อื่น

bountifully /ˈbaʊntɪfəlɪ/ˈบาวนฺทิเฟอะลิ/ *adv.* *(generously)* อย่างใจดี, ด้วยความเอื้อเฟื้อเผื่อแผ่; *(plentifully)* อย่างมากมาย

bounty /ˈbaʊntɪ/ˈบาวนฺทิ/ *n.* Ⓐ *(reward)* รางวัลตอบแทน; *(for capturing/shooting animals, outlaws)* รางวัลนำจับ, ค่าหัว; Ⓑ *(Commerc.)* ค่านายหน้าของเซลส์แมน/ตัวแทนจำหน่ายสินค้า; Ⓒ *(gift)* ของขวัญ

bouquet /bʊˈkeɪ, bəʊ-/บู'เค, โบ-/ *n.* Ⓐ *(bunch of flowers)* ช่อดอกไม้; **bride's ~:** ช่อดอกไม้เจ้าสาว; Ⓑ *(fig.: praise)* **get a ~:** ได้รับคำชม; **he gets all the ~s** เขาได้รับการสรรเสริญทั้งปวง; **be meant as a ~:** ตั้งใจให้เป็นการชมเชย; Ⓒ *(perfume of wine)* กลิ่นเหล้าองุ่น

bouquet garni /bukeɪ gɑːˈniː/บูเค กาˈนี/ *n., pl.* **bouquets garnis** *(Cookery)* พืชสมุนไพรต่าง ๆ ที่มัดรวมกันเป็นช่อ ใช้ปรุงรส

bourbon /ˈbɜːbən, ˈbʊəbən/ˈเบอเบิน, ˈบัวเบิน/ *n.* *(Amer.)* **~ [whiskey]** วิสกี้ที่กลั่นจากข้าวโพดและข้าวไรย์

b

bourgeois /ˈbʊəʒwɑː, US bʊərˈʒwɑː/ˈบัวฌวา/ ❶ *n., pl. same* Ⓐ *(middle-class person)* คนชั้นกลาง; **the ~** *pl.* ชนชั้นกลาง, กระฎุมพี *(ร.บ.)*; Ⓑ *(person with conventional ideas, selfish materialist)* คนที่มีความคิดตามหลักขนบธรรมเนียม; นักวัตถุนิยมที่เห็นแก่ตัว; Ⓒ *(capitalist)* นักทุนนิยม ❷ *adj.* Ⓐ *(middle-class)* ชั้นกลาง; Ⓑ *(conventional, selfishly materialist)* ยึดตามขนบธรรมเนียม, มีลักษณะวัตถุนิยมอย่างเห็นแก่ตัว; Ⓒ *(capitalistic)* นิยมลัทธิทุนนิยม

bourgeoisie /bʊəʒwɑːˈziː/ บัวฌวา'ซี/ *n.* Ⓐ สังคมระดับชนชั้นกลาง; Ⓑ *(capitalist class)* ชนชั้นนายทุน, ชนชั้นกระฎุมพี *(ร.บ.)*

bout /baʊt/เบาท/ *n.* Ⓐ *(spell)* ช่วงระยะเวลาหนึ่ง; Ⓑ *(contest)* การแข่งขัน, การประลองกำลัง; Ⓒ *(fit)* ปฏิกิริยาชั่วครู่หนึ่ง; **a ~ of temper** อารมณ์โกรธวูบหนึ่ง; **he's out on one of his drinking ~s again** เขาออกไปดื่มครั้งใหญ่อีกแล้ว

boutique /buːˈtiːk/บู'ทีค/ *n.* ร้านบูติก *(ท.ศ.)*, ร้านขนาดเล็กมักขายเสื้อผ้าและเครื่องประดับที่ทันสมัย

bovine /ˈbəʊvaɪn/ˈโบวายน/ *adj.* Ⓐ *(of ox)* เกี่ยวกับ/เหมือนวัว; Ⓑ *(of genus Bos)* **be a ~ animal** เป็นสัตว์ประเภทปศุสัตว์; Ⓒ *(fig.)* *(heavy)* หนัก; *(stupid)* โง่, ทึ่ม; *(sluggish)* เชื่องช้า, เชื่อง

bovver /ˈbɒvə(r)/ˈบอเวอะ(ร)/ *n. (coll.)* การก่อ/หาเรื่องโดยจงใจ

[1]**bow** /bəʊ/โบ/ ❶ *n.* Ⓐ *(curve)* ส่วนโค้ง; Ⓑ *(weapon)* ธนู, คันศร; **have two strings to one's ~:** มีทางเลือกอื่น; ➡ + **longbow**; Ⓒ ➡ **saddle-bow**; Ⓓ *(Mus.)* คันชักของเครื่องดนตรีประเภทสี; *(stroke)* การชักคันชัก 1 ครั้ง; **up/down ~:** ชักคันชักขึ้น/ลง; Ⓔ *(tied knot or ribbon)* โบว์; **tie the shoelace in a ~:** ผูกเชือกรองเท้าให้เป็นโบว์; Ⓕ *(Amer.: of spectacle frame)* กรอบแว่นตา ❷ *v.t.* สี/ชักคันชัก *(ซอ, ไวโอลิน)* ❸ *v.i.* งอ, โค้งเป็นรูปคันธนู

[2]**bow** /baʊ/บาว/ ❶ *v.i.* Ⓐ *(submit)* ยอม; Ⓑ **~ [down to** *or* **before sb./sth.]** *(bend)* โค้ง [ให้แก่ *ค.น./ส.น.*]; Ⓒ *(incline head)* **~ [to sb.]** ก้มศีรษะ/คำนับ [*ค.น.*]; **a ~ing acquaintance with sth.** รู้ *หรือ* รู้จัก *ส.น.* เพียงผิวเผิน ไม่ลึกซึ้ง; **~ out** โค้ง/คำนับเพื่ออำลา; **~ out of sth.** ถอนตัว/ปลีกตัวออกจาก *ส.น.*; ➡ + **scrape** 2 E ❷ *v.t.* Ⓐ *(cause to bend)* ทำให้โค้ง; **~ed down by** *or* **with care/responsibilities** *(fig.)* รับภาระ/ความรับผิดชอบจนหลังแอ่น; **~ed down by** *or* **with age** *(fig.)* แก่จนหลังค่อม; ➡ + **knee** A; Ⓑ *(show by ~ing)* **he ~ed his acknowledgement of the applause** เขาโค้งรับการปรบมือ; **~ sb. in/out** โค้งรับการเข้ามา/การจากไปของ *ค.น.* ❸ *n.* การโค้งคำนับ; **make one's ~** *(make entrance, exit)* โค้งคำนับเมื่อเข้ามา/ออกไป; **take a ~:** โค้งรับการปรบมือ; **they ought to** *or* **can take a ~** *(fig.)* พวกเขาสมควรได้รับความเคารพ/การคารวะ

[3]**bow** /baʊ/บาว/ *n. (Naut.)* Ⓐ *usu. in pl.* หัวเรือ; **in the ~s** ที่หัวเรือ; **on the ~:** ทิศทาง 45 องศาข้างหน้า; **shot across the ~s** *(fig.)* คำเตือน; Ⓑ *(rower)* มือพายที่อยู่ด้านหัวเรือ

bowdlerize /ˈbaʊdləraɪz/ˈบาวดฺเลอะรายซฺ/ *v.t.* ตัดตอน *(หนังสือ)*; **a ~d version** ฉบับที่มีการตัดตอน

bowel /ˈbaʊəl/ˈบาวเอิล/ *n.* Ⓐ ➤ **118** *(Anat.)* **~s** *pl., (Med.)* **~:** ลำไส้; Ⓑ *in pl. (interior)* ส่วนในสุด; **in the ~s of the library** ลึกภายในห้องสมุด; **in the ~s of the earth** ชั้นในสุดของโลก

bower /ˈbaʊə(r)/ˈบาวเออะ(ร)/ *n.* Ⓐ *(enclosed by foliage)* ซุ้มไม้, บริเวณที่มีต้นไม้ปกคลุม; *(summer house)* บ้านเล็กในสวน; Ⓑ *(poet.) (inner room)* ห้องข้างใน; *(boudoir)* ห้องส่วนตัวของผู้หญิง

ˈ**bowerbird** *n.* นกพื้นเมืองของออสเตรเลียและนิวกินี *(ซึ่งตัวผู้สร้างรังวิจิตรพิศดารเพื่อล่อตัวเมีย)*

[1]**bowl** /bəʊl/โบล/ *n.* Ⓐ *(basin)* อ่าง; *(shallower)* ชาม; **mixing ~:** ชามผสม/คลุก *(อาหาร ฯลฯ)*; **washing-up ~:** กะละมัง/อ่างล้างจาน; **soup ~:** ถ้วย/ชามซุป; **sugar ~:** โถน้ำตาล; **a ~ of water** น้ำหนึ่งชาม, น้ำหนึ่งอ่าง; **a ~ of soup** ซุปหนึ่งถ้วย; Ⓑ *(~-shaped part)* ส่วนที่มีลักษณะเว้าเป็นชามอ่าง; *(of WC)* โถส้วม; *(of spoon)* ตัวช้อน; *(of pipe)* กระเปาะของกล้องยาสูบ; Ⓒ *(amphitheatre)* โรงมหรสพ/สนามกีฬารูปวงกลมกลางแจ้ง; Ⓓ *(Amer.: region)* พื้นที่ที่เป็นแอ่ง

[2]**bowl** ❶ *n.* Ⓐ *(ball)* ลูกบอล *(ไม้หรือยางแข็ง)*; *(in tenpin bowling)* ลูกโบว์ลิ่ง; *(in skittles)* ลูกบอลไม้; Ⓑ *in pl. (game)* การเล่นโบลซ์ *(ท.ศ.)* *(กีฬาที่โยนลูกบนลานหญ้า)* ❷ *v.i.* Ⓐ *(play ~s)* เล่นโบลซ์; *(play skittles)* เล่นสกิตเติลส์; *(play bowling)* เล่นโบว์ลิ่ง; Ⓑ *(go along)* ไปเรื่อย ๆ; **~ along** เคลื่อนที่ไปเรื่อย ๆ; Ⓒ *(Cricket)* ขว้างลูก ❸ *v.t.* Ⓐ *(roll)* กลิ้งไปบนพื้น; **~ sb./sth. over** ชน *ค.น./ส.น.* ล้ม; **~ sb. over** *(fig.)* ทำให้ *ค.น.* อึ้ง *(ด้วยความรู้สึกรุนแรง)*; Ⓑ *(Cricket etc.)* ส่ง/ขว้างลูก; **~ [down] the wicket** ขว้างลูกไปชนเสาวิกเก็ตล้ม; **~ the batsman [out]/side out** ขว้างลูกจนผู้ตีลูก/ฝ่ายตีลูกต้องออกจากสนาม

bow /bəʊ/โบ/: **~-ˈlegged** *adj.* มีขาโก่ง; **be ~legged** มีขาโก่ง, เป็นคนขาโก่ง; **~ ˈlegs** *n. pl.* ขาโก่ง

[1]**bowler** /ˈbəʊlə(r)/ˈโบเลอะ(ร)/ *n.* Ⓐ *(Cricket etc.)* ผู้ขว้างลูก; Ⓑ *(at bowls, bowling)* ผู้โยนลูก

[2]**bowler** *n.* **~ [hat]** หมวกสักหลาดหนาทรงกลมของผู้ชาย

[1]**bowl fire** *n.* เตาไฟฟ้า

bowline /ˈbəʊlɪn/ˈโบลิน/ *n.* Ⓐ **~ [knot]** ปมที่ผูกเป็นเงื่อนตาย; Ⓑ *(Naut.: rope)* เชือกที่ขึงจากดาดฟ้ากับใบเรือบนยอดเสา

bowling /ˈbəʊlɪŋ/ˈโบลิง/ *n.* **[tenpin] ~:** โบว์ลิ่ง *(ท.ศ.)*; **go ~:** ไปเล่นโบว์ลิ่ง

bowling: ~ alley *n. (for ten-pin ~)* รางโบว์ลิ่ง; *(for skittles)* ลานเล่นสกิตเติลส์; **~ average** ➡ **average 1 B**; **~ crease** *n. (Cricket)* แนวที่ผู้ส่งลูกต้องยืนเมื่อขว้างลูก; **~ green** *n.* สนามหญ้าเล่นโบลซ์

[1]**bowman** /ˈbəʊmən/ˈโบเมิน/ *n., pl.* **bowmen** *(archer)* คนยิงธนู

[2]**bowman** /ˈbaʊmən/ˈบาวเมิน/ *n., pl.* **bowmen** *(Naut.)* คนพายเรือที่อยู่ในตำแหน่งใกล้หัวเรือมากที่สุด

bowser /ˈbaʊzə(r)/ˈบาวเซอะ(ร)/ *n. (tanker)* ถังจ่ายน้ำมันสำหรับเครื่องบิน

bow: ~sprit /ˈbəʊsprɪt/ˈโบซปริท/ *n. (Naut.)* กระโดงเรือ *(เป็นที่ผูกสายระโยง)*; **~string** /ˈbəʊstrɪŋ/ˈโบซตริง/ *n.* สายธนู; **~ tie** /bəʊ ˈtaɪ/โบ'ทาย/ *n.* หูกระต่าย; **~ window** /bəʊ ˈwɪndəʊ/โบ'วินโด/ *n.* หน้าต่างมุขโค้ง

bow-wow /baʊˈwaʊ/บาว'วาว/ ❶ *n.* Ⓐ *(dog's bark)* เสียงเห่าของสุนัข; Ⓑ *(child lang.: dog)* หมา ❷ *interj.* เสียงเลียนเสียงเห่า

[1]**box** /bɒks/บอคซฺ/ *n. (Bot.)* Ⓐ *(tree)* ต้นไม้/ไม้พุ่มขนาดเล็กในสกุล *Buxus*; Ⓑ *(wood)* เนื้อไม้ของพืช

[2]**box** ❶ *n.* Ⓐ *(container)* กลัก, กล่อง; *(bigger)* หีบ; *(made of cardboard, thin wood etc.)* ลัง, หีบ, กล่อง; **a ~ of cigars** ซิการ์หนึ่งกล่อง; **pencil ~:** กล่องดินสอ; **jewellery ~:** กล่องเครื่องประดับ; **cigar ~:** กล่องซิการ์; **cardboard ~:** กล่อง/ลังกระดาษ; *(smaller)* กลัก; **shoe~:** กล่องรองเท้า; **~ of matches** กลักไม้ขีดไฟ; Ⓑ *(~ ful)* **she emptied the whole ~ of beads on to the floor** เธอเทลูกปัดทั้งกล่องลงพื้น; Ⓒ **the ~** *(coll.: television)* โทรทัศน์; Ⓓ *(coachman's seat)* ที่นั่งคนขับรถม้า; Ⓔ *(at newspaper office)* หมายเลขสำหรับตอบการโฆษณา; Ⓕ *(in theatre etc.)* ที่นั่งชมที่แยกส่วนเฉพาะ; Ⓖ *(compartment)* **[loose] ~:** คอกม้า; ➡ + **horsebox**; Ⓗ *(country house)* บ้านพักในชนบท; Ⓘ *(casing)* วัตถุที่หลอที่ห่อหุ้ม; *(cricketer's etc. shield)* กระจับนักกีฬา; Ⓙ *(confined area)* บริเวณจำกัดวง; *(enclosed by printed lines)* บริเวณที่มีเส้นตีกรอบไว้; Ⓚ *(Footb. coll.: penalty area)* เขตโทษ; Ⓛ *(Baseball)* บริเวณที่ยืนของผู้ตี/ผู้ขว้างลูก ❷ *v.t.* ➡ **1 A:** จัด/ใส่/บรรจุลงในกล่อง/ลัง/หีบ; **~ the compass** *(Naut.)* กล่าวทวนทิศทางที่เข็มทิศแสดงตามลำดับ; *(fig.)* วนจนครบรอบ; ล้อมไว้; ล้อมกรอบ

~ ˈin *v.t.* Ⓐ *(enclose in ~)* ใส่/บรรจุไว้ในกล่อง/ลัง/หีบ; Ⓑ *(enclose tightly)* ปิดล้อม, จำกัดบริเวณ; **feel ~ed in** รู้สึกอึดอัด

~ ˈup *v.t.* Ⓐ *(enclose in ~)* ➡ **~ 1 A**; Ⓑ *(confine)* ลงกล่อง/รัง; **I'd hate to be ~ed up anywhere with him** ฉันจะไม่ชอบเลยถ้าจะถูกขังอยู่กับเขาไว้ที่ไหนสักแห่ง

[3]**box** ❶ *n. (slap, punch)* การตบ, การชก; **he gave him a ~ on the ear[s]** เขาชกผู้ชายอีกคนที่กกหู ❷ *v.t.* Ⓐ *(slap, punch)* ตบ, ชก; **he ~ed his ears** *or* **him round the ears** เขาตบกกหู/บริเวณกกหูของอีกคนหนึ่ง; **get one's ears ~ed** ถูกตบกกหู; Ⓑ *(fight with fists)* ชก; **~ sb.** ชก/ต่อย *ค.น.* ❸ *v.i.* ชก (**~ with, against** กับ) **~ clever** *(coll.)* ใช้ปัญญาในการกระทำสิ่งใด

Box and Cox /bɒks ənd ˈkɒks/บอคซฺ เอินดฺ 'คอคซฺ/ *n. (two persons who take turns)* **like ~:** บุคคลสองคนที่สลับใช้ที่พักเดียวกันหรือหน้าที่การทำงาน; **be like ~:** สลับกันทำหน้าที่/ใช้สถานที่คนละเวลา

box: ~ barrage *n.* การระดมยิงปืนใหญ่ล้อมกรอบ; **~ camera** *n.* กล้องถ่ายรูปที่มีลักษณะคล้ายกล่อง; **~car** *n. (Amer. Railw.)* ตู้บรรทุกสินค้ารถไฟ

boxer /ˈbɒksə(r)/ˈบอคเซอะ(ร)/ *n.* Ⓐ ➤ **489** นักมวย; Ⓑ *(dog)* สุนัขบ็อกเซอร์ *(ท.ศ.)*

ˈ**boxer shorts** *n.pl.* กางเกงชั้นในผู้ชายทรงหลวม

boxful /ˈbɒksfʊl/ˈบอคซฟุล/ *n.* **a ~ of chocolates** ช็อกโกแลตหนึ่งกล่องเต็ม

ˈ**box girder** *n.* คานเหล็กที่มีทรงเป็นกล่องเปิดหัวท้าย

boxing /ˈbɒksɪŋ/ˈบอคซิง/ *n.* การชกมวย; **professional/amateur ~:** การชกมวยอาชีพ/สมัครเล่น

boxing: B~ Day *n. (Brit.)* วันหลังวันคริสต์มาส; **~ glove** *n.* นวม; **~ match** *n.* การแข่งขันชกมวย; **~ ring** *n.* เวที/สังเวียนมวย

b

box: ~ junction *n. (Brit.)* บริเวณชุมทางถนนที่มีเส้นทแยงสีเหลืองบนผิวถนน ซึ่งห้ามจอดข้างใน; **~-kite** *n.* ว่าวที่ทำเป็นรูปกล่องเปิดหัวท้าย; **~ number** *n. (at newspaper office)* หมายเลขที่ใช้ตอบการโฆษณาส่วนบุคคล; *(at post office)* หมายเลขตู้ไปรษณีย์; **my post office ~ number is ...:** หมายเลขตู้ไปรษณีย์ของฉันคือ...; **~ office** *n.* สถานที่จอง/ขายบัตร *(ภาพยนตร์, ละคร ฯลฯ)*; *(fig.)* **be ~ office, be a ~ office success** *(การแสดง/ศิลปะ)* ทำรายได้ดี; **be good/bad ~ office** *(การแสดง/ศิลปะ)* ทำรายได้ได้ดี/ไม่ดี; **~ pew** *n.* ที่นั่งในโบสถ์ซึ่งกั้นแยกไว้; **~-pleat** *n.* *รอยจีบที่พับทบทั้งสองด้านทำให้เกิดเป็นแถบยาวลอยตัว;* **~ room** *n. (Brit.)* ห้องเก็บของ; **~ score** *n.* รายละเอียดคร่าว ๆ เกี่ยวกับผู้เล่นเบสบอล; **~-spanner** *n. (Brit.)* กุญแจเลื่อน *(หัวเป็นรูปหกเหลี่ยมสองข้างใช้ขันน็อต)*; **~-spring** *n.* ชุดขดลวดที่มีลักษณะเป็นสปริงจัดเรียงไว้ในกรอบ; **~wood** ➡ **¹box** B

boy /bɔɪ/บอย/ ❶ *n.* Ⓐ เด็กผู้ชาย; **baby ~:** ทารกเพศชาย; **~s' school** โรงเรียนชาย; **a ~'s name** ชื่อของเด็กชาย; **[my] ~** *(as address)* หนุ่มจ๋า, เจ้าเพื่อนยาก; **here/sit/come on ~!** *(to dog)* มานี่/นั่ง/เร็วเข้า *(ชื่อสุนัข)*; **good ~!** *(to dog)* ดีมาก; **the ~s** *(male friends)* กลุ่มเพื่อนหนุ่ม; **come on, ~s!** เร็วเข้าหนุ่ม ๆ; **~s will be ~s** ชายหนุ่มก็เป็นเช่นนี้วันยังค่ำ; **jobs for the ~s** ระบบเส้นสาย; **the Smith ~s** บรรดาลูกชายของครอบครัวสมิทธ์; ➡ **+ old boy;** Ⓑ *(servant)* คนรับใช้ผู้ชาย ❷ *int.* **[oh] ~:** ตายจริง

boy-and-'girl *adj.* เกี่ยวกับเด็กหนุ่มสาว/วัยรุ่น

'boy band *n.* วงดนตรีที่สมาชิกเป็นเด็กหนุ่ม

boycott /'bɔɪkɒt/'บอยคอท/ ❶ *v.t.* บอยคอต *(ท.ศ.)*, รวมกันต่อต้านในด้านสังคมและเศรษฐกิจ, คว่ำบาตร ❷ *n.* การบอยคอต *(ท.ศ.)*, การรวมกันต่อต้าน, การคว่ำบาตร

'boyfriend /'bɔɪfrend/'บอยเฟร็นดฺ/ *n.* คู่รัก *(ชาย)*

boyhood /'bɔɪhʊd/'บอยฮุด/ *n.* วัยเด็ก

boyish /'bɔɪɪʃ/'บอยอิช/ *adj.* มีลักษณะเหมือนเด็กชาย; **she had a ~ haircut/figure** เธอตัดผม/มีรูปร่างเหมือนเด็กผู้ชาย

Boyle's Law /'bɔɪlz lɔː/'บอยลซฺ ลอ/ *n. (Phys.)* กฎของบอยล์ *(ท.ศ.)* *(กล่าวว่าปริมาตรของก๊าซซึ่งมีมวลสารที่กำหนดให้ จะเปลี่ยนแปลงเป็นสัดส่วนผกผันกับความดันที่กระทำต่อมันเมื่ออุณหภูมิคงที่)*

boy: ~meets-'girl *attrib. adj. (นิยาย, ภาพยนตร์)* รัก ๆ ใคร่ ๆ; **~ 'scout** ➡ **'scout** 1 A

bozo /'bəʊzəʊ/'โบโซ/ *n. (Amer.) informal* ตัวตลก; คนบ้า ๆ บอ ๆ

BP *abbr.* Ⓐ **boiling point;** Ⓑ **British Petroleum** บี.พี.; Ⓒ *(Med.)* **British Pharmacopoeia** ตำรับเภสัชกรรมของสหราชอาณาจักร; Ⓓ **blood pressure** ความดันโลหิต

Bp. *abbr.* **bishop**

BR *abbr. (Hist.)* **British Rail[ways]** การรถไฟแห่งสหราชอาณาจักร

bra /brɑː/บรา/ *n.* เสื้อยกทรง

Br. *abbr.* Ⓐ **British** แห่งสหราชอาณาจักร; Ⓑ **Brother** นักบวชในศาสนาคริสต์, ภ.

brace /breɪs/เบรฺซ/ ❶ *n.* Ⓐ *(buckle)* หัวเข็มขัด; *(connecting piece)* ส่วนที่เชื่อมต่อ; *(Dent.)* ลวดดัดฟัน; Ⓑ *in pl. (trouser straps)* สายโยงกางเกงพาดบ่า; Ⓒ *pl. same (pair)* **a/two ~ of** คู่/สองคู่; *(derog.)* **a ~ of twins/servants** ฝาแฝด/คนรับใช้หนึ่งคู่; Ⓓ *(Printing, Mus.)* เครื่องหมายปีกกา; Ⓔ *(strut)* ไม้ค้ำยัน; Ⓕ *(Naut.)* เชือกชักคานพยุงใบเรือ; ➡ **+ brace and bit** ❷ *v.t.* Ⓐ *(fasten, string up)* ผูก/มัดให้แน่น; *(stretch)* ขึง; *(with struts)* ใช้ไม้หรือเสาค้ำยันไว้; **~ up one's courage** รวบรวมความกล้าให้แน่วแน่; Ⓑ *(support)* ค้ำ/ยันให้มั่นคง; Ⓒ *(Naut.)* หมุน/หันเรือโดยการดึงเชือกชักคานพยุงใบเรือ ❸ *v. refl.* **~ oneself [up]** *(fig.)* เตรียมตัวเตรียมใจให้พร้อม; **~ oneself [up] for sth.** *(fig.)* เตรียมพร้อมเพื่อเผชิญ *ส.น.*

brace and 'bit *n.* สว่านมือพร้อมดอกสว่าน

bracelet /'breɪslɪt/'เบรฺซลิท/ *n.* Ⓐ *(band, bangle)* กำไลข้อมือ; *(chain)* สร้อยข้อมือ; Ⓑ *in pl. (coll.: handcuffs)* กุญแจมือ

bracer /'breɪsə(r)/'เบรฺเซอะ(ร)/ *(coll.: tonic)* ยาบำรุงกำลัง, โทนิค *(ท.ศ.)*

brachial /'breɪkɪəl/'เบรฺเคียล/ *adj. (Anat.)* เกี่ยวกับแขน

bracing /'breɪsɪŋ/'เบรฺซิง/ *adj.* ทำให้มีพลัง; *(อากาศ)* ทำให้สดชื่น

bracken /'brækn/'แบรฺค'น/ *n.* ต้นเฟิร์นขนาดใหญ่

bracket /'brækɪt/'แบรฺคิท/ ❶ *n.* Ⓐ *(support, projection)* เท้าแขน, เครื่องค้ำยัน; *(lamp support)* เหล็กฉากสำหรับแขวนโคม; Ⓑ *(mark)* เครื่องหมายวงเล็บ; **open/close ~s** เปิด/ปิดวงเล็บ; Ⓒ *(group)* กลุ่ม; **social ~:** กลุ่มสังคม ❷ *v.t.* Ⓐ *(enclose in ~s)* ใส่ไว้ในวงเล็บ; Ⓑ *(couple with brace)* เชื่อมเข้าด้วยไม้/เหล็กเชื่อมปีกกา; *(fig.)* จัดไว้ในกลุ่มเดียวกัน

brackish /'brækɪʃ/'แบรฺคิช/ *adj.* กร่อย

bract /brækt/แบรฺคทฺ/ *n. (Bot.)* ใบประดับ

brad /bræd/แบรฺด/ *n.* ตะปูไร้หัว, ตะปูหัวแบน *(ใช้ตอกให้จมหมดทั้งตัว)*

bradawl /'brædɔːl/'แบรฺดอล/ *n.* เหล็กหมาดสำหรับเจาะเพื่อตอกตะปูไร้หัว

brae /breɪ/เบรฺ/ *n. (Scot.) (bank)* ตลิ่งที่ลาดเอียง; *(hillside)* ไหล่เขา

brag /bræg/แบรฺก/ ❶ *n. (boast, boasting)* การโอ้อวด, การคุยโว; **his ~ is that ...:** การโอ้อวดของเขาก็คือ... ❷ *v.i.*, **-gg-** *(about)* โอ้อวด, คุยโว ❸ *v.t.*, **-gg-** โอ้อวด, คุยโว; **he ~s that he has a Rolls Royce** เขาอวดว่าเขามีรถโรลส์รอยซ์

braggart /'brægət/'แบรฺเกิท/ ❶ *n.* คนชอบโอ้อวด/คุยโว ❷ *adj.* ชอบโอ้อวด/คุยโว

brahmin /'brɑːmɪn/'บรามิน/ *n.* พราหมณ์, นักบวชในศาสนาพราหมณ์

brahminism /'brɑːmɪnɪzm/'บรามินิซ'ม/ *n.* ลัทธิพราหมณ์

braid /breɪd/เบรฺด/ ❶ *n.* Ⓐ *(plait)* เปีย; *(band entwined with hair)* ผ้าที่ถักเข้ากับผมเปีย; Ⓑ *(decorative woven band)* แถบผ้า/ดิ้น/กุ๊นริม; Ⓒ *(on uniform)* ดิ้นทองถักบนชุดเครื่องแบบ ❷ *v.t.* Ⓐ *(plait; arrange in ~s)* ถักให้เป็นเปีย; Ⓑ ถักผมเปีย; Ⓒ *(trim with ~)* ประดับกุ๊นริมด้วยแถบผ้า/ดิ้น

braiding /'breɪdɪŋ/'เบรฺดิง/ *n. (bands)* แถบผ้า/เชือกที่ได้จากการถัก; *(decorative woven bands)* แถบผ้า/เชือกถัก/กุ๊นริม

Braille /breɪl/เบรฺล/ *n.* ระบบตัวอักษรเบรลล์ *(ท.ศ.)*

brain /breɪn/เบรฺน/ ❶ *n.* Ⓐ ➤ **118** สมอง; **have [got] sex/food/money on the ~:** คิดแต่เรื่องเพศ/อาหาร/เงินตลอดเวลา; **he's got her on the ~:** เขาคิดแต่เรื่องเธอ; **use your ~[s]** ใช้สมองของคุณ; **he's got a good ~:** เขามีสติปัญญาดี *หรือ* เขาเป็นคนฉลาด; **you need ~s for that** คุณต้องใช้สติปัญญาคิดเรื่องนั้น; **he didn't have the ~s to do it** เขาไม่ฉลาดพอที่จะทำมัน; **~ versus brawn** พลังสมองต่อสู้กับพลังกล้ามเนื้อ; ➡ **+ 'rack** 2 C; Ⓑ *in pl. (Gastr.)* มันสมอง; Ⓒ *(coll.: clever person)* **she's the ~[s] of the class** เธอเป็นคนฉลาดที่สุดในชั้น; **he's a terrific ~:** เขาเป็นต้นคิดที่เยี่ยมยอด; **the ~ behind the business** คนวางแผนอยู่เบื้องหลังธุรกิจ ❷ *v.t.* ตีหัวแตก, ตีศีรษะอย่างแรง; **I'll ~ you!** *(coll.)* ฉันจะฟาดหัวแก

brain: ~child *n. (coll.)* ความคิดสร้างสรรค์ที่ยอดเยี่ยม; **that system was my own ~child** ระบบนั้นเป็นสิ่งที่ฉันคิดสร้างสรรค์ขึ้นเอง; **~ drain** *n. (coll.)* สมองไหล

brainless /'breɪnlɪs/'เบรฺนลิซ/ *adj. (stupid)* โง่, หัวทึบ

brain: ~ power *n.* สติปัญญา, ความสามารถทางสมอง; **his ~ power will get him far** สติปัญญาจะทำให้เขาไปได้ไกล; **~stem** *n.* ➤ **489** *(Anat.)* ก้านสมอง; **~storm** *n.* Ⓐ ความยุ่งยากทางจิตใจ; Ⓑ *(Amer. coll.)* ➡ **~ wave** B; **~storming** *n.* การระดมสมอง; **~s trust** *n.* *กลุ่มผู้เชี่ยวชาญซึ่งตอบคำถามแบบไม่มีการเตรียมตัวล่วงหน้า โดยเฉพาะต่อสาธารณชน;* **~ surgeon** *n.* ศัลยแพทย์สมอง; **~-teaser** *n.* ปริศนา, ปัญหา; **~ trust** *n. (Amer.)* คณะที่ปรึกษาซึ่งเป็นผู้เชี่ยวชาญ; **~ tumour** *n.* เนื้องอกในสมอง; **~-twister** ➡ **~-teaser; ~wash** *v.t.* ล้างสมอง; **~wash sb. into doing sth.** ล้างสมอง *ค.น.* ให้ทำ *ส.น.*; **~washing** *n.* การล้างสมอง; **~wave** *n.* Ⓐ *(Physiol.)* คลื่นสมอง; Ⓑ *(coll.: inspiration)* ความคิดสร้างสรรค์อย่างฉับพลัน; **~work** *n.* การทำงานที่ต้องใช้สมอง

brainy /'breɪnɪ/'เบรฺนิ/ *adj.* ฉลาดปราดเปรื่อง, เฉียบแหลม

braise /breɪz/เบรฺซ/ *v.t. (Cookery)* ตุ๋น, ต้ม, นึ่งด้วยไฟอ่อน ๆ

¹brake /breɪk/เบรฺค/ ❶ *n. (apparatus; coll.: pedal etc.)* เบรก *(ท.ศ.)*, ห้ามล้อ; **sth. acts as a ~ on sth.** *ส.น.* ปฏิบัติการเหมือนห้ามล้อ *หรือ* ทำการหน่วงเหนี่ยว *ส.น.*; **apply** *or* **put on the ~s** เหยียบเบรก; *(fig.)* ยับยั้งการกระทำ; **put the ~[s] on sth.** *(fig.)* ยับยั้งการกระทำ *ส.น.*; **put the ~[s] on spending** ยับยั้งการใช้จ่าย ❷ *v.t. & v.i.* เบรก, ห้ามล้อ, ใช้/เหยียบห้ามล้อ; **~ hard** เหยียบห้ามล้อเต็มที่

²brake *n. (Bot.)* ต้นเฟิร์นขนาดใหญ่

³brake *n. (thicket)* ป่าละเมาะ, ดงไม้

⁴brake *n.* Ⓐ *(wagonette)* รถม้า 4 ล้อ ประทุนเปิดปิดได้; Ⓑ *(estate car)* รถตรวจการขนาดใหญ่

brake: ~ block *n.* ดุมเบรก; **~ drum** *n.* กระทะเบรก, จานเบรก; **~ fluid** *n.* น้ำมันเบรก; **~ horsepower** *n.* กำลังเครื่องยนต์ที่ใช้ในการเบรก; **~ light** *n.* ไฟเบรก; **~ lining** *n.* ผ้าเบรก; **~ pad** *n.* ผ้าเบรก; **~ shoe** *n.* ฝักเบรก; **~-van** *n. (Railw.)* ตู้รถไฟซึ่งทำหน้าที่ควบคุมห้ามล้อ

braking /'breɪkɪŋ/'เบรฺคิง/ *n.* การเบรก, การห้ามล้อ

'braking distance *n.* ระยะเบรก

bramble /'bræmbl/'แบรฺมบ'ล/ *n.* Ⓐ *(shrub)* ไม้พุ่มพวกกุหลาบ เช่น dogrose; *(blackberry bush)* ไม้พุ่มเตี้ยมีหนาม *Rubus fructicosus*; Ⓑ *(fruit)* ผลแบล็กเบอร์รี

b

Bramley /ˈbræmlɪ/ˈแบรมลิ/ *n.* แอปเปิ้ลเขียวขนาดใหญ่ ใช้ประกอบอาหาร

bran /bræn/แบรน/ *n.* รำข้าว

branch /brɑːntʃ, US bræntʃ/บรานฉ/ ❶ *n.* **A** *(bough)* ก้าน; *(twig)* กิ่ง; **B** *(of nerve, artery, antlers)* แขนง; *(of rivers, family [of languages], subject, local establishment, shop)* สาขา; *(of road, railway)* สายย่อย ❷ *v.i.* **A** แตกแขนง, แยกออก; *(ต้นไม้)* แผ่กิ่ง; **B** *(tend)* **~ away from sth.** แยก/แตกแขนงออกจาก *ส.น.*; **C** *(diverge)* **~ into sth.** แยกไปทำ *ส.น.*

~ **'forth** *v.i.* ➡ ~ 2 A

~ **'off** *v.i.* แยกออก *(จากส่วนหลัก)*

~ **'out** *v.i.* **A** ➡ ~ 2 A; **B** *(~off)* แยกออกมาจากส่วนหลัก; **C** *(fig.)* **~ out into sth.** ขยายความสนใจออกไปใน *ส.น.*; **~ out on one's own** แยกออกไปตั้งกิจกรรมส่วนตัว

branch: ~ **line** *n.* *(Railw.)* เส้นทางเดินรถไฟสายย่อย; ~ **manager** *n.* ➤ 489 ผู้จัดการสาขา; ~ **office** *n.* สำนักงานสาขา

brand /brænd/แบรนด/ ❶ *n.* **A** *(trade mark)* เครื่องหมายการค้า; *(goods of particular make)* ยี่ห้อสินค้า; *(fig.: type)* ประเภท; **~ of washing powder/soap** ยี่ห้อของผงซักฟอก/สบู่; **B** *(permanent mark, stigma)* ตราประทับ; *(on sheep, cattle)* ตราประทับบนแกะ/ปศุสัตว์; *(on cigar box, crate)* ตราประทับ; **~ of Cain** สิ่งที่ตราหน้า, ข้อประณาม, ข้อตำหนิที่ทำให้ขายหน้า; **C** *(burning log etc.)* ไม้ที่ติดไฟอยู่; *(poet.: torch)* คบไฟ; **D** *(Bot.: blight)* แมลงศัตรูพืชชนิดหนึ่งที่ทำให้ใบไหม้; **E** *(poet.: sword)* ดาบ
❷ *v.t.* **A** *(burn)* ตีตราด้วยเหล็กร้อน *(บนแกะ/วัว)*; **B** *(stigmatize [as])* ~ **[as]** ตีตรา, ตราหน้า, ประณาม; **C** *(Brit.: label with trade mark)* ติดเครื่องหมายการค้า/ยี่ห้อ; **~ed goods** สินค้าที่มียี่ห้อ; **D** *(impress)* ทำให้ประทับใจ

brand: ~ **awareness** *n.* การรับรู้ในตราสินค้า; ~ **image** *n.* ภาพพจน์ของยี่ห้อ

'branding iron *n.* เหล็กที่ใช้เผาไฟเพื่อตีตราประทับบนปศุสัตว์

brandish /ˈbrændɪʃ/ˈแบรนดิช/ *v.t.* กวัดแกว่ง *หรือ* แสดง *(ดาบ, อาวุธ)* เพื่อขู่

brand: ~ **leader** *n.* ผลิตภัณฑ์ที่ขายดีที่สุด หรือมีชื่อเสียงมากที่สุด

brand: ~ **name** *n.* ชื่อทางการค้าของสินค้า; **~-'new** *adj.* ใหม่เอี่ยม, ใหม่ถอดด้าม; **is the car ~-new?** รถคันนี้ใหม่เอี่ยมหรือ

brandy /ˈbrændɪ/ˈแบรนดิ/ *n.* เหล้าบรั่นดี *(ท.ศ.)*

brandy: ~ **ball** *n.* *(Brit.)* ขนมหวานชนิดหนึ่งปรุงรสด้วยบรั่นดี; ~ **butter** *n.* ซอสปรุงรสจากบรั่นดี เนย และน้ำตาล; ~ **snap** *n.* ทองม้วนชนิดหนึ่ง มีกลิ่นบรั่นดี

brant /brænt/แบรนท/ *(Amer.)* ➡ **brent**

'bran tub *n.* *อ่างใส่รำข้าวสำหรับให้ลูกค้าเสี่ยงโชค โดยการควานหารางวัล*

[1]**brash** /bræʃ/แบรช/ *adj.* **A** *(self-assertive)* ทำเขื่อง, อวดดี; *(garish)* *(สี)* ฉูดฉาด; **B** *(rash)* บุ่มบ่าม, ไม่รอบคอบ

[2]**brash** *n.* **A** *(loose rock)* **[stone] ~:** ก้อนหินที่แตกออกเป็นชิ้น ๆ; **B** *(loose ice)* น้ำแข็งที่แตกออกเป็นก้อน ๆ ลอยอยู่ในทะเล/แม่น้ำ

[3]**brash** *n.* *(Med.)* อาการท้องเฟ้อเรอเปรี้ยว

brashly /ˈbræʃlɪ/ˈแบรชลิ/ *adv.* ➡ **'brash:** อย่างเขื่อง, ไม่รอบคอบ, ฉูดฉาด

brashness /ˈbræʃnɪs/ˈแบรชนิซ/ *n., no pl.* ➡ **'brash:** ความเขื่อง, ความอวดดี, ความไม่รอบคอบ

brass /brɑːs, US bræs/บราซ, แบรซ/ ❶ *n.* **A** ทองเหลือง; **do sth. as bold as ~:** ทำ *ส.น.* อย่างบ้าบิ่น; **B** *(inscribed tablet)* แท่นพิมพ์กดที่ทำด้วยทองเหลือง; **C** **[horse] ~es** เครื่องประดับบังเหียนม้าลากรถทำด้วยทองเหลือง; **D** **the ~** *(Mus.)* ส่วนของวงดนตรีที่ใช้เครื่องเป่าทองเหลือง; **E** ➡ **brassware**; **F** *no pl., no indef. art. (Brit. coll.: money)* เงิน; **G** **[top] ~** *(coll.: officers, leaders of industry etc.)* นายทหารชั้นผู้ใหญ่, ผู้นำ *(ในด้านอุตสาหกรรม ฯลฯ)* ❷ *attrib. adj.* **~ player** *(Mus.)* นักดนตรีประเภทเครื่องเป่า ❸ *v.t.* **be ~ed off [doing sth.]** *(coll.)* เบื่อหน่ายกับการทำ *ส.น.*; **be ~ed off with** *or* **about sb./sth.** *(coll.)* เบื่อหน่ายกับ *ค.น./ส.น.*

brass 'band *n.* แตรวง, วงโยธวาทิต

brasserie /ˈbræsərɪ/ˈแบรเซอะริ/ *n.* ภัตตาคารแต่เดิมเสิร์ฟเบียร์พร้อมอาหาร; *(more fashionable)* ร้านอาหาร

brass: ~ **'farthing** *n.* **not a ~ farthing** ไม่มีสักสลึงเดียว; **he doesn't care a ~ farthing about it** เขาไม่ใส่ใจมันแม้แต่น้อย; ~ **hat** *n.* *(coll.)* นายทหารชั้นผู้ใหญ่

brassica /ˈbræsɪkə/ˈแบรซิเคอะ/ *n.* *(Bot.)* พืชประเภทมีดอกสี่กลีบในสกุล *Brassica* เช่น กะหล่ำปลี บรัสเซลสเปราต์

brassière /ˈbræzjə(r), US brəˈzɪə(r)/ˈแบรเซีย(ร), เบรอะˈเซีย(ร)/ *n.* *(formal)* เสื้อยกทรง, บราเซียร์ *(ท.ศ.)*

brass: ~ **'plate** *n.* แผ่นป้ายทองเหลือง; ~ **rubbing** *n.* **A** *no pl., no indef. art.* ศิลปะการทำลวดลายโดยใช้กระดาษถูไปบนแผ่นทองเหลืองที่มีลวดลาย; **B** *(impression)* ลวดลายที่ได้จากการใช้กระดาษถูไปบนแผ่นทองเหลือง; ~ **'tacks** *n. pl.* **get** *or* **come down to ~ tacks** *(coll.)* มาพูดกันถึงข้อเท็จจริง/สาระสำคัญ; **~ware** *n., no pl.* เครื่องทองเหลือง

brassy /ˈbrɑːsɪ, US ˈbræsɪ/ˈบราซิ, ˈแบรซิ/ *adj.* **A** *(in colour)* สีทองเหลือง; *(in sound)* ดัง, ดังแปร๋น; **B** *(impudent)* ทะลึ่ง, บังอาจ; *(pretentious)* มารยา, อวดเก่ง

brat /bræt/แบรท/ *n.* *(derog.: child)* เด็กที่กวนประสาท; *(young rascal)* เด็กสารเลว

brat pack *n. informal* *กลุ่มหนุ่มสาวที่ประสบความสำเร็จในวงการอาชีพเดียวกัน*

bravado /brəˈvɑːdəʊ/เบรอะˈวาโด/ *n., pl.* **~es** *or* **~s** ความองอาจ; **be full of ~:** เต็มไปด้วยความองอาจ; **do sth. out of ~:** ทำ *ส.น.* อย่างอวดเก่ง

brave /breɪv/เบรว/ ❶ *adj.* **A** กล้าหาญ; *(able to endure sth.)* อดทน, เข้มแข็ง; **be ~!** จงเข้มแข็ง; **B** *(literary: splendid)* วิเศษ, สวยงาม, น่าชม; **make a ~ show** ทำเป็นเข้มแข็ง; **a ~ new world** โลกใหม่ที่แสนวิเศษ ❷ *n.* นักรบอินเดียนแดง ❸ *v.t.* ท้า; เผชิญหน้าอย่างกล้าหาญ; **~ it out** ประพฤติอย่างไม่กลัวข้อสงสัย/คำตำหนิ

bravely /ˈbreɪvlɪ/ˈเบรวลิ/ *adv.* **A** *(showing endurance)* อย่างกล้าหาญ, อย่างอดทน/เข้มแข็ง; **B** *(literary: splendidly)* อย่างสวยงาม, อย่างวิเศษ

bravery /ˈbreɪvərɪ/ˈเบรเวอะริ/ *n., no pl.* ความกล้าหาญ; *(endurance)* ความอดทน, ความเข้มแข็ง

bravo /brɑːˈvəʊ/บราˈโว/ *int.* บราโว *(ท.ศ.)* *(เสียงแสดงความยินดี)*; **shouts of '~':** เสียงตะโกนแสดงความเห็นชอบ

bravura /brəˈvʊərə/เบรอะˈวัวเรอะ, เบรอะˈวัวเออะเรอะ/ *n.* ความสามารถพิเศษจริง ๆ; **~ piece/passage** *(Mus.)* ท่อนของดนตรีที่ต้องอาศัยความสามารถพิเศษ

braw /brɔː/บรอ/ *adj.* *(Scot.)* งาม, ดี

brawl /brɔːl/บรอล/ ❶ *v.i.* **A** ทะเลาะวิวาทเสียงอึกทึก; **B** *(กระแสน้ำ)* ไหลดังซ่า ๆ ❷ *n.* การทะเลาะวิวาท/เสียงอึกทึกครึกโครม

brawn /brɔːn/บรอน/ *n.* **A** *(muscle)* กล้ามเนื้อ; *(muscularity)* ความล่ำสันแข็งแรง; **he's got some ~:** เขาล่ำสันแข็งแรง; **you need a bit of ~ for that** คุณต้องมีความล่ำสันสักหน่อยสำหรับสิ่งนั้น; ➡ **+ brain** 1 A; **B** *(chopped pig's head)* หัวหมูสับ

brawny /ˈbrɔːnɪ/ˈบรอนิ/ *adj.* มีกล้ามเป็นมัด ๆ, ล่ำสัน

bray /breɪ/เบร/ ❶ *n.* *(of ass)* เสียงลาร้อง ❷ *v.i.* *(ลา)* ส่งเสียงร้อง

braze /breɪz/เบรซ/ ❶ *v.t.* เชื่อมโลหะ, บัดกรี ❷ *n.* รอยโลหะเชื่อม, รอยบัดกรี

brazen /ˈbreɪzn/ˈเบรซ'น/ ❶ *adj.* **A** หน้าด้าน; *(shameless)* ไร้ยางอาย; **B** *(of brass)* เป็น/ทำด้วยทองเหลือง; **C** *(harsh-sounding)* มีเสียงห้าว; **D** *(brass-coloured)* **~ [yellow]** มีสีเหมือนทองเหลือง; **a ~ yellow** สีทองเหลือง ❷ *v.t.* **~ [out]** เผชิญหน้าอย่างไม่สะทกสะท้าน; **~ it out** เผชิญหน้าอย่างท้าทายต่อคำตำหนิ

'brazen-faced ➡ **brazen** 1 A

brazenly /ˈbreɪznlɪ/ˈเบรซ'นลิ/ *adv.* อย่างหน้าด้าน; *(shamelessly)* อย่างไร้ยางอาย

brazenness /ˈbreɪznnɪs/ˈเบรซ'นนิซ/ *n., no pl.* ความหน้าด้าน; *(shamelessness)* ความไร้ยางอาย

brazier /ˈbreɪzɪə(r), ˈbreɪʒə(s)/ˈเบรเซีย(ร), เบรเฌอะ(ร)/ *n.* เตาเหล็กเคลื่อนที่บนขาตั้ง

Brazil /brəˈzɪl/เบรอะˈซิล/ *n.* **A** *pr. n.* ประเทศบราซิล; **B** ➡ **Brazil nut**

Brazilian /brəˈzɪlɪən/เบรอะˈซิลเลียน/ ❶ *adj.* แห่งประเทศบราซิล; **sb. is ~:** *ค.น.* เป็นชาวบราซิล ❷ *n.* ชาวบราซิล

Bra'zil nut *n.* บราซิลนัต *(ท.ศ.)*, *เมล็ดผลไม้รูปสามเหลี่ยม เนื้อข้างในรับประทานได้*

breach /briːtʃ/บรีฉ/ ❶ *n.* **A** *(violation)* การละเมิด, การฝ่าฝืน, การทำลาย; **~ of faith/duty** การละเมิดศาสนา/หน้าที่; **~ of the peace** การทำลายความสงบเรียบร้อยของส่วนรวม; **~ of contract** การละเมิดสัญญา; **~ of promise** การละเมิดคำมั่นสัญญา; *(Law Hist.: breaking off an engagement to marry)* การถอนหมั้น; **be in ~ of the regulations** ละเมิดกฎข้อบังคับ; **B** *(of relations)* การยกเลิก; **~ of diplomatic relations** การตัดความสัมพันธ์ทางการทูต; **C** *(gap)* ช่อง; *(fig.)* การทำลาย; **stand in the ~** *(fig.)* เผชิญกับการโจมตีเป็นหนังหน้าไฟ; **step into the ~** *(fig.)* ช่วยเหลือเมื่อเกิดวิกฤติการณ์ *(โดยเฉพาะการเข้าแทนคนที่ถอนตัวออก)* ❷ *v.t.* เจาะทะลุ, ทำให้เกิดช่องขึ้น; **the wall/dike was ~ed** กำแพง/ปราการถูกเจาะทะลุ

bread /bred/เบร็ด/ ❶ *n.* **A** ขนมปัง; **a piece of ~ and butter** ขนมปังทาเนยหนึ่งแผ่น; **[some] ~ and butter** ขนมปังทาเนยสองสามแผ่น; **~ and butter** *(fig.)* การทำมาหากินของบุคคล; งานประจำ; **quarrel with one's ~ and butter** *(fig.)* ทุบหม้อข้าวตัวเอง; **~ and circuses** การเลี้ยงดูและให้ความบันเทิงของรัฐ; **~ and milk** *อาหารเช้าโดยบิขนมปังลงในนมอุ่น ๆ*; **~ and water** *(lit.)* ขนมปังกับน้ำ; *(fig.)* สิ่งจำเป็นในการดำรงชีวิต; **have one's ~**

buttered on both sides มีสภาพชีวิตที่เป็นสุข; know which side one's ~ is buttered รู้ว่าผลประโยชน์ของตนอยู่ตรงไหน; ➡ + water 1 B; Ⓑ *(necessary food)* [daily] ~: อาหารจำเป็น; break ~ [with sb.] *(arch.)* รับประทานอาหารกับ *ค.น.;* eat the ~ of idleness *(literary)* ขี้เกียจ; มีชีวิตอยู่ไปวัน ๆ; take the ~ out of sb.'s mouth *(fig.)* ทำให้ *ค.น.* หมดโอกาสทำมาหากิน; Ⓒ *(coll.: money)* เงิน ❷ *v.t.* คลุกด้วยขนมปังป่นในการประกอบอาหาร

bread: ~-and-butter 'pudding *n.* ของหวานทำจากขนมปัง นม ลูกเกดและก้านพลูอบ; **~ bin** *n.* กล่องใส่ขนมปัง; **~board** *n.* เขียงสำหรับหั่นขนมปัง; **~crumb** *n.* เศษขนมปัง; ~crumbs *(for coating e.g. fish)* ผงขนมปังป่นใช้ชุบอาหาร; **~fruit** *n.* สาเก; **~knife** *n.* มีดหั่นขนมปัง; **~line** *n. (Amer.) แถวของผู้คนที่คอยรับแจกอาหาร;* live on/below the ~line *(fig.)* ใช้ชีวิตเหนือ/ต่ำกว่าระดับความเป็นอยู่ที่พอประทังชีพได้; **~ 'roll** *n.* ขนมปังก้อนกลม ๆ; **~ 'sauce** *n. (Gastr.)* ซอสขาวที่ทำจากขนมปังป่น; **~stick** *n.* ขนมปังที่ทำเป็นแท่ง ๆ

breadth /bredθ/เบร็ดธ/ *n.* Ⓐ ➤ 517 *(broadness)* ความกว้าง; what is the ~ of ...? ... กว้าง/มีความกว้างเท่าไร; be 20 metres in ~: มีความกว้าง 20 เมตร; Ⓑ *(extent)* ขอบเขต; *(range)* with his ~ of experience/knowledge ด้วยขอบเขตประสบการณ์/ความรู้ของเขา; ~ of mind/vision *etc. (fig.)* ใจ/ทัศนะกว้าง

bread: ~ tin กระป๋องขนมปัง; **~winner** *n.* ผู้ที่หาเลี้ยงครอบครัว

[1]**break** /breɪk/เบรค/ ❶ *v.t.*, **broke** /brəʊk/โบรค/, **broken** /'brəʊkn/โบรเค็น/ Ⓐ ทำ *(แก้ว, ไข่, กระจก)* แตก; ทำ *(ไม้บรรทัด, เก้าอี้)* หัก; *(so as to damage)* ทำให้เสีย, ทำให้ใช้การไม่ได้; *(fig. interrupt)* ขัดจังหวะ; ทำลาย *(ความเงียบสงบ);* ~ sth. in two/in pieces หัก *ส.น.* เป็น 2 ชิ้น/ชิ้นเล็กชิ้นน้อย; ~ the set ทำให้ไม่ครบชุด; the TV/my watch is broken โทรทัศน์/นาฬิกาข้อมือของฉันเสีย; Ⓑ *(crack)* ทำให้แตกร้าว; Ⓒ *(fracture)* ทำให้หัก/เคลื่อน; he broke his leg เขาขาหัก; sth. ~s no bones *(fig.) ส.น.* ไม่ได้เลวร้ายเท่าไร; no ~s broken *(fig.)* ไม่มีอะไรเกิดขึ้น; ~ one's/sb.'s back *(fig.)* ให้ความลำบากแก่ตนเอง/*ค.น.* จนทนไม่ได้; ~ the back of sth. *(fig.)* ทำเสร็จในส่วนที่ยากที่สุด; ~ a tooth ฟันหัก; ~ open เปิดโดยใช้กำลัง, งัด; Ⓓ *(violate)* ผิด *(คำพูด, นัด, สัญญา);* ละเมิด *(ข้อบังคับ, กฎหมาย);* ไม่ปฏิบัติตาม *(กฎเกณฑ์);* ~ the law ละเมิดกฎหมาย; Ⓔ *(destroy)* ทำลาย *(ความเป็นเพื่อน, ชีวิตคู่);* Ⓕ *(surpass)* ทำลาย *(สถิติในการกีฬา);* Ⓖ *(abscond from)* ~ jail หนีจากคุก; ~ the bounds หนีจากพันธนาการ; ~ ship หนีจากเรือ; ➡ + cover 1 J; Ⓗ *(weaken)* ทำให้อ่อนลง; ลด *(ความหยิ่ง); (quash)* ทำลาย *(การประท้วงหยุดงาน, การกบฏ);* ~ sb.'s spirit ทำลายจิตใจ *ค.น.;* ~ sb.'s heart ทำให้หัวใจของ *ค.น.* สลาย, หักอก *ค.น.;* it broke my heart มันทำให้หัวใจฉันสลาย; ~ sb. *(crush)* ทำลาย *ค.น.;* ~ a horse [to the rein] ฝึกม้า; ~ the habit เลิกนิสัย; ~ the smoking/drinking habit เลิกนิสัยสูบบุหรี่/ดื่มเหล้า; ~ sb. of the smoking habit ทำให้ *ค.น.* เลิกนิสัยสูบบุหรี่; ➡ + make 1 P; Ⓘ *(cushion)* บรรเทา; ลดการกระแทก *(ตอนล้มลง);* Ⓙ *(make bankrupt)* ทำให้ล้มละลาย; ~ the bank ได้เงินจากการพนันเป็นจำนวนมากมาย; you mustn't ~ the bank *(fig. coll.) (spend a lot)* คุณอย่าใช้จ่ายฟุ่มเฟือย; *(ruin yourself)* อย่าทำให้ตนหมดตัว; it won't ~ the bank *(fig. coll.)* มันไม่แพงมาก; Ⓚ *(reveal)* ~ the news that ...: เปิดเผยข่าวว่า...; ~ the glad/bad news to sb. that ...: เปิดเผยข่าวดี/ร้ายแก่ *ค.น.* ว่า...; I don't know how to ~ this news to you, but ...: ฉันไม่ทราบว่าจะบอกข่าวนี้ให้กับคุณได้อย่างไร แต่...; Ⓛ *(use part of)* แตก *(ธนบัตร 1000 บาท);* Ⓜ *(unfurl)* คลี่/กาง *(ธง)* ออก; Ⓝ *(solve)* แกะโค้ดลับ; Ⓞ *(disprove)* ทำลาย *(คนที่เป็นพยานให้);* Ⓟ *(Tennis)* ~ service/sb.'s service ชนะเกมที่ฝ่ายตรงข้ามเป็นฝ่ายเสิร์ฟ; ➡ + broken 2; [1]wind 1 E

❷ *v.i.*, **broke, broken** Ⓐ แตก; *(เก้าอี้, กระดูก)* หัก; *(fig. be interrupted)* ถูกขัดจังหวะ; sb.'s heart is ~ing หัวใจของ *ค.น.* แตกสลาย; ~ in two/in pieces แตก/หักเป็นสองชิ้น/หลาย ๆ ชิ้น; the chocolate ~s easily ช็อกโกแลตหักง่าย; Ⓑ *(crack)* แตกร้าว, หัก; the bows of the ship broke against *or* on the rocks หัวเรือแตกร้าวเพราะกระแทกก้อนหิน; my back was nearly ~ing หลังฉันเกือบหัก; Ⓒ *(be destroyed) (ความเป็นมิตร)* ถูกทำลาย; Ⓓ *(sever links)* ~ with sb./sth. ตัดขาดจาก *ค.น./ส.น.;* Ⓔ *(weaken)* ทำให้ยอมแพ้/อ่อนลง; until he/his will ~s จนกระทั่งเขาหมดกำลังใจ; Ⓕ ~ into ล่วงล้ำเข้าไป *(ในบ้านตึก);* ระเบิด *(ตู้เซฟ);* ~ into laughter เสียงหัวเราะออกมาดังลั่น; ~ into tears ร้องไห้โฮ; he broke into a sweat เขาเหงื่อแตกพลั่ก ๆ; ~ into a trot/run *etc.* เริ่มควบ/วิ่ง *ฯลฯ;* sb. ~s into acting/industry *(coll.)* เข้าวงการบันเทิง/ทำงานอุตสาหกรรมได้; ~ into one's capital เริ่มใช้เงินที่สะสมไว้; ~ into a banknote แตก/แลกให้เป็นธนบัตรย่อย; ~ out of prison *etc.* แหกคุก *ฯลฯ;* Ⓖ *(escape)* ~ free *or* loose [from sb./sb.'s grip] หลุดพ้น [จาก *ค.น.*/จากเงื้อมมือของ *ค.น.*]; ~ free/loose [from prison] หนี [ออกจากคุก]; some planks had broken loose ไม้กระดานบางแผ่นหลุดออกมา; Ⓗ *(คลื่น)* ซัด/สาดเป็นฟอง (on/against บน, กับ); Ⓘ *(อากาศ)* เปลี่ยนอย่างฉับพลัน; Ⓙ *(เมฆ)* มีช่องว่าง; Ⓚ *(วัน)* เริ่มรุ่งอรุณ; Ⓛ *(พายุ)* เริ่มขึ้นอย่างรุนแรง; Ⓜ *(disperse)* กระจัดกระจาย; ทหาร *(แตกแถว);* Ⓝ *(change tone)* sb.'s voice ~s *ค.น.* เสียงแตก; *(with emotion) (น้ำเสียง)* แตกด้วยความซึ้ง; Ⓞ *(Boxing)* แยกออกจากกัน; ~! แยก; Ⓟ *(have interval)* ~ for coffee/lunch หยุดพักเพื่อดื่มกาแฟ/พักเที่ยง; we'll ~ for five minutes เราจะหยุดพัก 5 นาที; Ⓠ *(Cricket) (ลูกที่ถูก ขว้าง)* เปลี่ยนทิศทาง/กระดอนเฉไปข้าง ๆ; Ⓡ *(become public)* เปิดเผย; *(ข่าว)* แตก

❸ *n.* Ⓐ การแตกหัก; ~ [of service] *(Tennis)* การชนะเกมซึ่งอีกฝ่ายเป็นผู้เสิร์ฟ; a ~ in the weather ความแปรปรวนของอากาศ; a ~ with sb. การเลิกคบกับ *ค.น.;* a ~ with sth. การเลิก *ส.น.;* ~ of day รุ่งอรุณ; at ~ of day ยามรุ่งอรุณ; Ⓑ *(gap)* ช่องว่าง; *(in ground)* พื้นดินแยก; *(Electr.: in circuit)* การตัดวงจรไฟฟ้า; *(broken place)* รอยแยก; Ⓒ *(escape from prison)* การหนีออกจากคุก; *(sudden dash)* they made a sudden ~: พวกเขาพุ่งตัวไปข้างหน้าโดยทันทีทันใด; they made a ~ for the gateway พวกเขาพุ่งไปยังประตูโดยทันทีทันใด; Ⓓ *(interruption)* การขัดจังหวะ; Ⓔ *(pause, holiday)* การพัก, การหยุด; during the commercial ~s on TV ระหว่างการพักโฆษณาทางโทรทัศน์; take *or* have a ~: หยุดพัก; work without a ~: ทำงานโดยไม่มีการหยุดพัก; tea ~ *(Brit.)* การหยุดพักเพื่อดื่มน้ำชา; go away for a weekend ~: ไปเที่ยวสุดสัปดาห์; Ⓕ *(coll.: fair chance, piece of luck)* โชคดี; lucky ~: โชคดี; that was a bad ~ for him นั่นเป็นโชคร้ายสำหรับเขา; Ⓖ [bad] ~ *(coll.) (unfortunate remark)* การไม่สมควรพูด; *(ill-judged action)* การกระทำที่ผิดพลาด; Ⓗ *(Electr.)* การที่กระแสไฟไม่ครบวงจร; Ⓘ *(Cricket)* การเปลี่ยนทิศทางเฉของลูกที่ขว้างออกไป; Ⓙ *(Billiards etc.) คะแนนที่ทำได้ในการแทงแต่ละไม้, การแทงเปิดเกมเพื่อให้ลูกกระจายออกจากกัน;* Ⓚ *(Jazz) การเล่นเดี่ยวในช่วงสั้น ๆ ของนักดนตรีแจ๊ส*

~ a'way ❶ *v.t.* ~ sth. away [from sth.] แยก *ส.น.* ออก [จากอีก *ส.น.*] ❷ *v.i.* Ⓐ ~ away [from sth.] แยกออก [จาก *ส.น.*]; *(separate itself/oneself)* ปลีกตัวออกจาก; *(escape)* หลบหนี; he broke away from them เขาปลีกตัวจากพวกเขา; Ⓑ *(Footb.)* วิ่งหลบผู้ติดตาม; Ⓒ *(get out of control) (รถ)* อยู่นอกเหนือการบังคับของผู้ขับ

~ 'down ❶ *v.i.* Ⓐ *(fail) (เครื่องจักรกล)* เสีย; *(การต่อรอง)* ล้มเหลว; Ⓑ *(cease to function) (รถยนต์, โทรทัศน์)* เสีย; the machine has broken down เครื่องยนต์เสีย; Ⓒ *(be overcome by emotion)* ระงับอารมณ์ไม่ได้; Ⓓ *(Chem.)* แยกเป็นส่วนประกอบ/องค์ประกอบ ❷ *v.t.* Ⓐ *(demolish)* ทำลาย *(ประตู);* รื้อ *(รัง, กล่อง);* Ⓑ *(suppress)* ทำลาย *(การต่อต้าน);* Ⓒ *(analyse)* วิเคราะห์; ➡ + ~down; broken-down

~ 'in ❶ *v.i.* Ⓐ *(intrude forcibly)* ล่วงล้ำเข้าไป; ➡ + ~-in; Ⓑ *(interrupt)* ~ in [on sb./sth.] สอดเข้าไป/ขัดจังหวะ [*ค.น./ส.น.*] ❷ *v.t.* Ⓐ *(accustom to habit)* ฝึกหัด *(ผู้สมัครงาน);* หัดนิสัย *(เด็กเล็ก); (tame)* ฝึกให้เชื่อง *(ม้า);* หัดนิสัย *(หมา); (discipline)* ฝึกหัดระเบียบ; Ⓑ *(wear etc. until comfortable)* สวมใส่ *(รองเท้า)* จนสบาย; Ⓒ ~ the door in พังประตูเข้าไป

~ into ➡ ~ 2 F

~ 'off ❶ *v.t.* หักออกจากกัน; ตัดสัมพันธ์ไมตรี; ~ it off [with sb.] เลิกกับ [*ค.น.*] ❷ *v.i.* Ⓐ หักออกจากกัน; Ⓑ *(cease)* ยกเลิก; Ⓒ หยุดทำงาน, พักผ่อน

~ 'out *v.i. (escape, appear)* หลบหนี, ปรากฏขึ้น; ~ out in spots/a rash *etc.* ตุ่ม/ผื่นปรากฏขึ้นมา; he broke out in a cold sweat เขาเหงื่อแตกด้วยความกลัว

~ out of ➡ ~ 2 F

~ 'through *v.t. & v.i.* ฝ่าฟันอุปสรรค; ➡ + ~through

~ 'up ❶ *v.t.* Ⓐ *(~ into pieces)* ทำให้แตกออกเป็นชิ้น; รื้อ *(เรือ);* ขุด *(ดิน);* Ⓑ *(disband)* ทำให้ *(ฝูงชน)* กระจาย; ทำให้ *(ครอบครัว)* แตกแยก; ~ it up! *(coll.)* เลิกเสีย; Ⓒ *(disconcert)* ทำให้เสียอารมณ์; Ⓓ *(end)* ยกเลิก *(การแต่งงาน, ความสัมพันธ์)* ❷ *v.i.* Ⓐ *(~ into pieces, lit. or fig.)* แตกสลาย; *(สัญญาณ)* ขาด; Ⓑ *(disband) (กลุ่มคน)* กระจัดกระจายไป; *(โรงเรียน)* เลิก; Ⓒ *(be convulsed)* ~ up [with laughter] สั่นสะเทือน [ด้วยการหัวเราะ];

break | breeding 128

b

D *(cease)* ล้มเลิก; *(end relationship)* **~ up [with sb.]** เลิก [กับ *ค.น.*]; **they broke up last year** พวกเขาเลิกกันเมื่อปีที่แล้ว; **E** ➡ ~ 2 I; **F** *(mentally)* เสียสติ, มีอาการเป็นโรคจิต; ➡ + ~-up

²**break** ➡ ⁴**brake**

breakable /'breɪkəbl/'เบรฺเคอะบ'ล/ ❶ *adj.* ซึ่งแตกหักได้ง่าย ❷ *n. in pl.* สิ่งซึ่งอาจแตกหักได้

breakage /'breɪkɪdʒ/'เบรฺคิจ/ *n.* **A** *(breaking)* การทำสิ่งของแตกหัก; **B** *(result of breaking)* ความเสียหายจากการแตกหัก; **~s must be paid for** จะต้องจ่ายค่าเสียหายเนื่องจากการแตกหัก

break: ~away ❶ *n.* **A** การแยกโดยอิสระ; การหลุดพ้น; **a ~away from tradition** การเป็นอิสระจากขนบธรรมเนียม; **B** *(Sport: false start)* การเริ่มแข่งที่ผิดพลาด; **C** *(Rugby)* การวิ่งพ้นสกรัม ❷ *adj. (Brit.)* แบ่งแยกออกไป; **~away group** กลุ่มที่แบ่งแยกออกไป; **~-dancing** *n. การเต้นรำแบบเร้าใจ ซึ่งพวกอเมริกันผิวดำริเริ่มขึ้น;* **~down** *n.* **A** *(fig.: collapse)* **a ~down in the system** *(fig.)* การล้มเหลวของระบบ; **B** *(mechanical failure)* การที่เครื่องยนต์เสีย; **~down service** การบริการรับซ่อมรถที่เสีย; **~down truck/van** รถบรรทุกรถเสีย; **C** *(health or mental failure)* การล้มป่วย, ความป่วยทางจิตใจ; **a ~down in health** การเสียสุขภาพ; **D** *(analysis)* การวิเคราะห์; **E** *(Chem.)* การแยกแยะ; **~down product** ผลิตภัณฑ์ที่ได้รับการแยกแยะ

breaker /'breɪkə(r)/'เบรฺเคอะ(ร)/ *n.* **A** *(wave)* คลื่นลูกใหญ่แตกกระจาย; **B** **[car] ~:** คนที่ซื้อรถเก่าเพื่อใช้ชิ้นส่วน; **~'s [yard]** เชียงกง; **C** เบรกเกอร์ *(ท.ศ.) (เครื่องตัดวงจรกระแสไฟฟ้า)*

break 'even *v.i.* เท่าทุน; **~ point** จุดเท่าทุน

breakfast /'brekfəst/'เบร็คเฟิซทฺ/ ❶ *n.* อาหารเช้า; **have sth. for ~:** รับประทาน *ส.น.* เป็นอาหารเช้า; **eat** *or* **have [one's] ~:** รับประทานอาหารเช้า; **have a cooked ~:** รับประทานอาหารเช้าที่ต้องปรุง/หุง; ➡ + **wedding breakfast** ❷ *v.i.* รับประทานอาหารเช้า; **we ~ed on bacon and eggs** เรารับประทานเบคอนและไข่เป็นอาหารเช้า

breakfast: ~ cereal *n. ธัญพืชอบกรอบที่รับประทานเป็นอาหารเช้า;* **~ 'television** *n.* รายการโทรทัศน์ยามเช้า; **~ time** *n.* เวลาอาหารเช้า

'break-in *n.* การบุกรุกเข้าไป; **there has been a ~ at the bank** มีการบุกรุกเข้าไปในธนาคาร

'breaking *n.* **~ and entering** *(Law)* การบุกรุกเข้าไปในอาคาร/เคหสถาน

breaking: ~ point *n.* จุดแตกหัก *(ของอุปกรณ์);* จุดยอมแพ้ *(ของบุคคล);* **be at ~ point** *(mentally)* มีความเครียดถึงขีดสุด; **~-strength** *n.* พลังที่สามารถทำให้สิ่งของแตก/หัก

break: ~neck *adj.* เร็วจนเสี่ยง; **~out** *n.* การแหกคุก; **~through** *n.* ความก้าวหน้า, การค้นพบครั้งสำคัญ; **~-up** *n.* **A** *(disintegration) (of earth, soil, road surface)* การแตกแยกออก *(ของโลก, ดิน, ผิวถนน); (fig.)* จิตใจหวั่นไหว; *(of weather)* อากาศเลวลง; *(of old structure)* การพังทลาย; **B** *(disbanding, dispersal)* การกระจัดกระจาย; **C** *(ceasing)* การสิ้นสุด; *(ending of relationship)* การเลิก; **~water** *n.* ตลิ่ง หรือ เขื่อนที่ป้องกันคลื่น

bream /bri:m/บรีม/ *n., pl. same (Zool.)* **A** *ปลาน้ำจืดพันธุ์ Abramis brama หลังโค้ง มีสีเหลืองคล้ายปลาตะเพียน;* **B** **[sea] ~** *(Sparidae)* ปลาน้ำเค็มที่มีรูปร่างแบบเดียวกัน

breast /brest/เบร็ซทฺ/ ❶ *n. (lit. or fig.)* เต้านม, หน้าอก; ทรวงอก; อก; **make a clean ~ [of sth.]** *(fig.)* สารภาพ [*ส.น.*] อย่างเปิดอก ❷ *v.t.* **A** *(oppose, confront)* ต่อต้าน; **~ the wind** ต้านลม; **B** *(Brit.: climb)* ปีน/ไต่ถึงจุดยอด *(เขา, กำแพง);* **~ the waves** ต้านคลื่น; ➡ + **tape** 1 B

breast: ~bone *n.* ➤ **118** กระดูกสันหน้าอก; **~ cancer** *n.* ➤ **453** มะเร็งเต้านม; **~fed** *adj.* **be ~fed** ได้รับการเลี้ยงดูด้วยนมมารดา; **~feed** *v.t. & v.i.* เลี้ยงลูกด้วยนมตนเอง; **~feeding** *n.* การเลี้ยงลูกด้วยนมตนเอง; **~plate** *n. (armour)* เกราะแผ่นอก; **~ 'pocket** *n.* กระเป๋าอกเสื้อ; **~stroke** *n. (Swimming)* การว่ายน้ำท่ากบ; **do** *or* **swim [the] ~stroke** ว่ายน้ำท่ากบ

breath /breθ/เบร็ธ/ *n.* **A** ลมหายใจ; **have bad ~:** มีกลิ่นปาก; **say sth. below** *or* **under one's ~:** กระซิบ; **draw ~:** หายใจ; **as long as I draw ~:** ตราบใดที่ฉันยังมีลมหายใจอยู่; **a ~ of fresh air** การสูดอากาศสดชื่น; **go out for a ~ of fresh air** ออกไปสูดอากาศสดชื่นสักหน่อย; **be a ~ of fresh air in sb.'s life** เป็นความสดชื่นในชีวิตของ *ค.น.;* **waste one's ~:** พูดโดยไร้ประโยชน์; **sth. is the ~ of life to sb.** *ส.น.* เป็นของจำเป็นสำหรับ *ค.น.;* **she caught her ~:** เธอตกใจมากจนแทบหยุดหายใจ; เธอหยุดพัก *(หลังออกแรง);* **hold one's ~:** กลั้นลมหายใจ; **get one's ~ back** หายใจปกติอีกครั้งหนึ่ง; **be out of/short of ~:** หายใจไม่ออก/หายใจหอบฮั่ก ๆ; **take ~:** หยุดพัก; **pause for ~:** พักหายใจ; **take sb.'s ~ away** *(fig.)* ทำให้ *ค.น.* ตกตะลึง; ➡ + **save** 1 E; **B** *(one respiration)* การหายใจเข้าหนึ่งครั้ง; **take** *or* **draw a [deep] ~:** สูดหายใจลึก; **in the same ~:** ในเวลา/ขณะเดียวกัน; **C** *(air movement, whiff)* การเคลื่อนไหวของอากาศ, ลม; **there wasn't a ~ of air** ไม่มีอากาศสักกระแสหนึ่ง; **a ~ of wind** กระแสลมชั่วครู่; **not a ~ of suspicion/rumour** ไม่มีข้อสงสัย/ข่าวลือแม้แต่น้อย

breathalyse /'breθəlaɪz/'เบร็ธเธอะลายซฺ/ *v.t.* วัดระดับของแอลกอฮอล์ในลมหายใจของผู้ขับรถ

breathalyser ® *(Amer.:* **breathalyzer)** /'breθəlaɪzə(r)/'เบร็ธเธอะไลเซอะ(ร)/ *n.* เครื่องมือวัดระดับแอลกอฮอล์ในลมหายใจของผู้ขับรถ; **~ test** การตรวจวัดระดับแอลกอฮอล์ในลมหายใจของผู้ขับรถ; **blow/breathe into a ~ [bag]** พ่นลมหายใจเข้าไปในถุงวัดระดับแอลกอฮอล์ในลมหายใจ

breathe /bri:ð/บรีทฺ/ ❶ *v.i.* **A** *(lit. or fig.)* หายใจ; **~ in** หายใจเข้า; **~ out** หายใจออก; **~ into sth.** พ่นลมหายใจรด *ส.น.;* ➡ + **neck** 1 A; **B** *(take breath)* **stop to ~:** หยุดเพื่อหายใจ; **give me a chance to ~!** ปล่อยให้ฉันหายใจบ้างซิ; **C** *(blow)* พัด/เป่าเบา ๆ ❷ *v.t.* **A** **~ a breath** สูดลมหายใจ; **~ one's last** หายใจเป็นครั้งสุดท้าย; **~ fire** พ่นไฟออกมา; *(fig.)* ขู่; **~ [in/out]** หายใจเข้า/ออก; **~ new life into sth.** *(fig.)* ชุบชีวิต *ส.น.;* **B** *(utter)* พูด; ถอนหายใจ; **~ a sigh of relief/a sigh of regret** ถอนหายใจด้วยความโล่งอก/ความเสียใจ; **don't ~ a word about** *or* **of this to anyone** อย่าบอกเรื่องนี้/สิ่งนี้กับใคร; **C** *(show evidence of)* แผ่

breather /'bri:ðə(r)/'บรีเทอะ(ร)/ *n.* **A** *(brief pause)* การพักหายใจชั่วครู่; *(brief holiday etc.)* การหยุดพักผ่อนระยะสั้น ๆ; **take** *or* **have a ~:** หยุดพักระยะสั้น ๆ; **go out for a ~:** ออกไปสูดอากาศบริสุทธิ์ครู่หนึ่ง; **B** *(Motor Veh.)* ท่อระบายอากาศ

breathing /'bri:ðɪŋ/'บรีทิง/ *n.* การหายใจ

breathing: ~ apparatus *n.* **A** *(Med.)* เครื่องช่วยหายใจ; **B** *(of fireman etc.)* อุปกรณ์หายใจ; **~ space** *n. (time to breathe)* เวลาพักผ่อน; *(pause)* ระยะพักชั่วคราว; **~ tube** *n.* ท่อหายใจ

breathless /'breθlɪs/'เบร็ธลิซ/ *adj.* หอบ; หายใจไม่ทัน; **leave sb. ~** *(lit. or fig.)* ทำให้ *ค.น.* แทบหยุดหายใจ/หายใจไม่ทัน; **we stood ~ while ...:** พวกเรายืนนิ่งจนแทบไม่หายใจขณะที่...; **we were ~ with amazement** พวกเราแทบหยุดหายใจด้วยความพิศวง

breathlessly /'breθlɪslɪ/'เบร็ธลิซลิ/ *adv.* ด้วยอาการหอบ/หายใจไม่ทัน

breathlessness /'breθlɪsnɪs/'เบร็ธลิซ'นิซ/ *n., no.pl.* การหายใจไม่ออก; *(caused by smoking or illness)* การหายใจลำบาก

breath: ~taking *adj.* ทำให้ประหลาดใจ/พิศวง; **~ test** *n.* การตรวจวัดระดับแอลกอฮอล์ในลมหายใจ

breathy /'breθɪ/'เบร็ธธิ/ *adj.* มีเสียงลมหายใจแทรก *(ในเสียง)*

Brechtian /'brektɪən/'เบร็คเทียน/ *adj. (Theatre) เกี่ยวกับผลงานหรือเทคนิคของ Bertolt Brecht นักกวีชาวเยอรมัน*

bred ➡ **breed** 1, 2

breech /bri:tʃ/บรีฉ/ *n.* พานท้ายปืน

breech: ~ birth *n. (Med.)* การคลอดทารกโดยส่วนก้นหรือเท้าออกมาก่อน; **~block** *n.* พานท้ายของกระบอกปืน

breeches /'brɪtʃɪz/'บริฉฉิซ/ *n. pl.* **A** *(short trousers)* **[pair of] ~:** กางเกงรัดเข่า; **[riding-] ~:** กางเกงขี่ม้า; **B** *(trousers)* กางเกงขายาว; *(knickerbockers)* กางเกงรัดเข่า; **wear the ~** *(fig.) (ผู้หญิง)* ที่ทำตัวเป็นผู้นำ; ➡ + **big** 1 G

'breeches buoy *n. (Naut.)* เครื่องชูชีพซึ่งมีกางเกงผ้าใบสวม

breech: ~-loader *n.* เครื่องบรรจุกระสุนที่ท้ายลำกล้องปืน; **~-loading** *adj.* บรรจุกระสุนที่ท้ายลำกล้องปืน

breed /bri:d/บรีด/ ❶ *v.t.,* **bred** /bred/เบร็ด/ **A** *(be the cause of)* ก่อให้เกิด; **B** *(raise)* เพาะ *(ต้นไม้);* เลี้ยง *(สัตว์);* **bred in the bone** ตามกรรมพันธุ์; **C** *(bring up)* เลี้ยงดู; **be bred and born** *or* **born and bred sth.** เกิดและเติบโตเป็น *ส.น.;* **he was born and bred in London** เขาเกิดและเติบโตในกรุงลอนดอน; **D** *(bear)* ให้กำเนิด; *(generate)* แพร่พันธุ์ ❷ *v.i.,* **bred** **A** *(spread)* สืบพันธุ์, แพร่พันธุ์; **they ~ like flies** *or* **rabbits** พวกมันสืบพันธุ์เหมือนแมลงวัน/กระต่าย; **B** *(arise)* เกิดขึ้น ❸ *n.* **A** พันธุ์ *(สัตว์, ไม้);* **~s of cattle** พันธุ์ปศุสัตว์; **the Jersey ~ [of cattle]** วัวพันธุ์เจอร์ซี่; **what ~ of dog is that?** สุนัขนั้นพันธุ์อะไร; **B** *(lineage)* เชื้อสาย; **a noble ~ of men** เชื้อสายผู้ดี; **C** *(sort)* ชนิด

breeder /'bri:də(r)/'บรีดเดอะ(ร)/ *n.* ➤ **489** ผู้ผสมพันธุ์; **be a ~ of sth.** เป็นคนผสมพันธุ์ *ส.น.;* **dog/horse ~:** ผู้ผสมพันธุ์สุนัข/ม้า

'breeder reactor *n. (Nucl. Engin.)* เตาปฏิกรณ์ปรมาณู

breeding /'bri:dɪŋ/'บรีดิง/ *n.* สายพันธุ์; เชื้อสาย; **[good] ~:** เชื้อสาย หรือ มารยาทดี; **have ~:** มีเชื้อสาย หรือ มารยาทที่ดี

breeding: ~ ground *n. (lit. or fig.)* สถานที่เพาะพันธุ์; แหล่งของ; **~ season** *n.* ฤดูผสมพันธุ์

¹breeze /bri:z/บรีซ/ ❶ *n.* A *(gentle wind)* ลมอ่อน ๆ; **there is a ~:** มีลมโชยอ่อน ๆ; **night ~:** ลมบกซึ่งพัดในตอนกลางคืน; **sea ~:** ลมทะเล; B *(Meteorol.)* ลม *(ซึ่งมีความเร็วลม 4-31 ไมล์ต่อชั่วโมง)* ❷ *v.i. (coll.)* **~ along** มา/ไปแบบสบาย ๆ; *(on foot)* เดินอย่างสบาย ๆ; **~ in** เข้ามาแบบสบาย ๆ

²breeze *n. (cinders)* ถ่านไฟ, ถ่าน

³breeze *n. (Zool.)* ตัวเหลือบ

'breeze block *n. (Building)* อิฐมวลเบา *(ทำจากถ่านผสมกับทรายและซีเมนต์)*

breezily /'bri:zɪlɪ/'บรีซิลิ/ *adv. (coll.)* อย่างร่าเริง, เบิกบาน; *(carelessly)* อย่างเลินเล่อ

breeziness /'bri:zɪnɪs/'บรีซินิซ/ *n., no. pl. (coll.) (carefree nature)* ความร่าเริง/เบิกบาน; *(carelessness)* ความเลินเล่อ

breezy /'bri:zɪ/'บรีซิ/ *adj.* A *(windy)* มีลมอ่อน ๆ; B *(coll.) (brisk and carefree)* กระฉับกระเฉงและร่าเริง; C *(careless)* ประมาท

brent /brent/เบร็นทฺ/ *n.* **~[goose]** ห่านตัวเล็ก ๆ พันธุ์ *Branta bernicla*

Brent crude /'brent kru:d/'เบร็นทฺ ครูด/ *n. (Ind., Econ.)* น้ำมันดิบที่มาจากเมืองเบรนท์แถบทะเลเหนือ

brethren ➡ **brother** D

Breton /'bretn/'เบร็ท'น/ ❶ *adj.* แห่งแคว้นบริตานีในฝรั่งเศส; ➡ + **English** 1 ❷ *n.* A *(language)* ภาษาเบรตอน; ➡ + **English** 2 A; B *(person)* ชาวแคว้นบริตานี

breve /bri:v/บรีว/ *n.* A *(Mus.)* โน้ตดนตรีซึ่งมีจังหวะ 2 ชั้นครึ่ง; B *(of short/unstressed vowel)* *เสียงสระสั้น ๆ หรือเสียงที่ไม่เน้น*

breviary /'bri:vɪərɪ, US -ɪerɪ/'บรีเวียริ/ *n. (Eccl.)* *หนังสือที่บอกกิจกรรมในแต่ละวันสำหรับพระในศาสนาคริสต์นิกายโรมันคาธอลิก*

brevity /'brevɪtɪ/'เบร็ววิทิ/ *n.* ความย่อ; ความสั้น

brew /bru:/บรู/ ❶ *v.t.* A ชง *(ชา, กาแฟ);* กลั่น *(เบียร์);* **~ [up]** ชง *(ชา, กาแฟ);* B *(fig.: put together)* **~ [up]** รวมตัวเข้าด้วยกัน; *(generate)* ก่อให้เกิด *(ความรู้สึก)* ขึ้นอย่างช้า ๆ; *(formulate)* ก่อ *(แผน)* ขึ้น
❷ *v.i.* A *(ชา, กาแฟ)* กำลังชง; *(เบียร์)* กำลังกลั่น; B *(fig.: gather)* *(ก้อนเมฆ)* ก่อตัวขึ้น
❸ *n.* A *(brewed beer/tea)* เบียร์ที่ต้มกลั่นแล้ว; ชาที่ชงแล้ว; **~ [of tea/coffee]** การชง [ชา/กาแฟ]; B *(amount brewed)* จำนวนที่ต้ม/ชง; *(of tea etc.)* **we'll have to make another ~:** เราต้องชงชาเพิ่มอีกกาหนึ่ง

brewer /'bru:ə(r)/'บรูเออะ(ร)/ *n.* A ➤ 489 *(person)* ผู้ต้มกลั่นเบียร์; B *(firm)* บริษัทผลิตเบียร์

brewery /'bru:ərɪ/'บรูเออะริ/ *n.* โรงต้มกลั่นเบียร์

briar ➡ **¹,²brier**

bribe /braɪb/บรายบฺ/ ❶ *n.* สินบน; **a ~ [of £100]** เงินสินบน [จำนวน 100 ปอนด์]; **take a ~/~s** รับสินบน; **he won't accept ~s** เขาไม่รับสินบน; **offer sb. a ~:** เสนอสินบนให้ *ค.น.*
❷ *v.t.* ติดสินบน; **he won't be ~d** เขาจะไม่ยอมรับสินบน; **~ sb. to do/into doing sth.** ติดสินบน *ค.น.* ให้ทำ *ส.น.*

bribery /'braɪberɪ/'บรายเบะริ/ *n.* การให้/รับสินบน; **open to ~:** พร้อมที่จะรับสินบน; **be involved in ~:** พัวพันกับการให้/รับสินบน

bric-à-brac /'brɪkəbræk/'บริกเอแบรก/ *n.* ของเก่าที่ไม่มีราคาค่างวด; *(smaller things)* ของกระจุกกระจิก; **~ collector** คนสะสมของกระจุกกระจิก

brick /brɪk/บริค/ ❶ *n.* A *(block)* อิฐบล็อก; *(clay)* อิฐ; **~s and mortar** *(buildings)* อาคาร; *(as investment)* สิ่งก่อสร้าง; **drop a ~** *(fig. coll.)* พูด/ทำสิ่งที่ผิดพลาดโดยไม่ตั้งใจ; **be** *or* **come down on sb. like a load** *or* **ton of ~s** *(coll.)* ต่อว่า *ค.น.* อย่างรุนแรงมาก; B *(toy)* ก้อนอิฐจำลองจากไม้หรือพลาสติก; C *(of ice cream)* แท่งไอศกรีม; D *(coll.: person)* คนซื่อสัตย์/ใจดี; **you've been a real ~:** คุณเป็นคนใจดีจริง ๆ
❷ *adj.* A ทำจากอิฐ; B *(red)* มีสีอิฐ
❸ *v.t.* **~ up/in** ปิด/ขวางกั้นด้วยงานก่ออิฐ

brick: ~bat *n.* A ก้อนอิฐ; B *(fig.: uncomplimentary remark)* คำตำหนิ; **greet sb. with ~bats** ทักทาย *ค.น.* ด้วยคำตำหนิ; **~-built** *adj.* สร้างด้วยอิฐ; **it is ~-built** มันสร้างด้วยอิฐ

brickie /'brɪkɪ/'บริคคิ/ *n. (Brit. coll.)* ช่างก่ออิฐ

brick: ~-kiln *n.* เตาเผาอิฐ; **~layer** *n.* ➤ 489 ช่างก่ออิฐ; **~laying** *n.* ➤ 489 การก่ออิฐ; **~-red** *adj.* สีแดงอิฐ; **~ 'wall** *n.* กำแพงอิฐ; **bang one's head against a ~ wall** *(fig.)* พยายามทำในสิ่งที่เป็นไปไม่ได้; **come up against a ~ wall** *(fig.)* พบปัญหา/อุปสรรคที่แก้ไม่ได้; **~work** *n.* A *(bricklaying)* การก่ออิฐ; B *(structure)* โครงสร้างที่ก่อด้วยอิฐ; **~yard** *n.* สถานที่ผลิตอิฐ

bridal /'braɪdl/'บรายดฺ'ล/ *adj. (of bride)* เกี่ยวกับเจ้าสาว; *(of wedding)* เกี่ยวกับพิธีแต่งงาน; **~ couple** คู่บ่าวสาว; **~ suite** ห้องชุดสำหรับคู่บ่าวสาวในโรงแรม

bride /braɪd/บรายดฺ/ *n.* เจ้าสาว

'bridegroom *n.* เจ้าบ่าว

bridesmaid /'braɪdzmeɪd/'บรายดฺซเมด/ *n.* เพื่อนเจ้าสาว; **chief ~:** นางสนองเจ้าสาว

¹bridge /brɪdʒ/บริจฺ/ ❶ *n.* A *(lit. or fig.)* สะพาน; ตัวเชื่อมโยง; **cross that ~ when you come to it** *(fig.)* คอยจัดการกับปัญหาเมื่อมันเกิดขึ้น; ➡ + **¹burn** 2 A; B *(Naut.)* สะพานเรือ; หอบังคับการเรือ; C *(of nose)* ดั้งจมูก; D *(of violin)* สะพานรับสายไวโอลิน; *(of spectacles)* สันแว่นตา; E *(Dent.)* สะพานฟันจากซี่หนึ่งไปยังอีกซี่หนึ่ง ❷ *v.t.* ทอดสะพานข้าม; ต่อ; ประสาน; **~ the gap** *(fig.)* ประสานช่องว่าง

²bridge *n. (Cards)* การเล่นไพ่บริดจ์ *(ท.ศ.)*

'bridgehead *n.* ฐานกองทหารริมแม่น้ำหรือสิ่งกีดขวางอื่น ๆ

'bridging loan *n. (Commerc.)* เงินกู้จากธนาคาร*เพื่อสำรองเวลาซื้อบ้านหลังหนึ่งและขายบ้านอีกหลัง*

bridle /'braɪdl/'บรายดฺ'ล/ ❶ *n.* บังเหียน ❷ *v.t.* A สวมบังเหียน; B *(fig.: restrain)* ยั้งไว้, ควบคุม *(อารมณ์)* ❸ *v.i.* **~ at sth.** แสดงความขุ่นเคืองไม่พอใจ *ส.น.*

'bridle path, 'bridle road *ns.* ทาง/ถนนที่ทุรกันดาร

Brie /bri:/บรี/ *n.* เนยแข็งเนื้อนิ่มชนิดหนึ่ง

¹brief /bri:f/บรีฟ/ *adj.* A *(of short duration)* สั้น, รวบรัด; **after a ~ discussion** หลังการอภิปรายสั้น ๆ; B *(concise)* ย่อ, กระชับ; **in ~, to be ~:** โดยย่อ; **make** *or* **keep it ~:** ทำให้ย่นย่อ/สั้น ๆ; **be ~:** พูดกระชับ; **the news in ~:** ข่าวสรุป

²brief ❶ *n.* A *(Law: summary of facts)* ประเด็นสำคัญของคำฟ้อง, คำแถลงแก้ฟ้อง; **hold a ~ for sb.** แก้ต่างให้ *ค.น.;* **hold no ~ for sb.** *(fig.)* ไม่ช่วยแก้ต่างให้ *ค.น.;* B *(Brit. Law: piece of work)* คดี; C *(Amer. Law: statement of arguments)* สำนวนความ; C *(instructions)* คำสั่งสำหรับปฏิบัติงาน ❷ *v.t.* A *(Brit. Law)* สรุปคดี; B *(Mil.: instruct)* สั่งให้ปฏิบัติการทางทหาร; C *(inform, instruct)* แจ้งให้ทราบ; สั่ง

'briefcase /'bri:fkeɪs/'บรีฟเคซ/ *n.* กระเป๋าเอกสาร

briefing /'bri:fɪŋ/'บรีฟิง/ *n.* A การสรุป, การทำบันทึก; *(of reporters or press)* การสรุปย่อข่าว; *(before raid etc.)* การสรุปแผนงานก่อนปฏิบัติการ; B *(instructions)* คำสั่งให้ปฏิบัติการ; *(information)* รายละเอียดย่อ ๆ

briefly /'bri:flɪ/'บรีฟลิ/ *adv.* A *(for a short time)* ในช่วงสั้น; B *(concisely)* อย่างย่อ; **[to put it] ~, ...:** กล่าวโดยย่อ...

briefness /'bri:fnɪs/'บรีฟนิซ/ *n., no. pl.* A *(shortness)* ความสั้น; B *(conciseness)* ความกระชับ

briefs /bri:fs/บรีฟซฺ/ *n. pl.* **[pair of] ~:** กางเกงใน

¹brier /braɪə(r)/'บรายเออะ(ร)/ *n. (Bot.: rose)* กุหลาบป่า

²brier *n.* A *(pipe)* กล้องยาสูบทำจากรากต้นฮีธขาว; B *(Bot.: heath)* ต้นฮีธขาวพันธุ์ *Erica arborea*

'brier rose *n.* กุหลาบป่าชนิดหนึ่ง

brig /brɪg/บริก/ *n.* A *(Naut.)* เรือใบสองเสา; B *(Amer. coll.: prison)* คุกบนเรือรบ

Brig. *abbr.* **brigadier** พลจัตวา

brigade /brɪ'geɪd/บริ'เกด/ *n.* A *(Mil.)* กองพลน้อย; **the old ~** *(fig.)* เหล่าอนุรักษ์นิยม; B *(organized or uniformed body)* หมู่หรือคณะที่รวมกันเพื่อทำการอย่างใดอย่างหนึ่ง

brigadier [general] /brɪgə'dɪə(r) (dʒenrl)/ /บริเกอะ'เดีย(ร) (เจ็นเนอะร'ล)/ *n. (Mil.)* พลจัตวา

brigand /'brɪgənd/'บริกเกินดฺ/ *n.* โจร

bright /braɪt/ไบรฺทฺ/ ❶ *adj.* A *(แสง)* สว่าง; *(แสงอาทิตย์)* จ้า, ช่วงโชติ; *(สี)* สด; **~ reflection** แสงสะท้อนมีประกาย; **~ blue** สีฟ้าสด; **~ yellow /red** สีเหลือง/สีแดงสด; **a ~ day** วันที่สดใส; **~ intervals/periods** ช่วงเวลา/ระยะเวลาที่อากาศสดใส; **the one ~ spot** *(fig.)* จุดดีอย่างเดียว; **the ~ lights of the city** *(fig.)* ความดึงดูดใจของนคร; **look on the ~ side** *(fig.)* มองในแง่ดี; **~-eyed and bushy-tailed** *(joc.)* สดใสร่าเริง; B *(cheerful)* บุคลิกร่าเริง, ชื่นบาน, แจ่มใส; *(สี, อากาศ)* สดใส; C *(clever)* ฉลาด; **that wasn't very ~ [of you], was it?** นั่นเป็นเรื่องที่ไม่ฉลาดเลย [ของคุณ] นะ; **he is a ~ boy** เขาเป็นเด็กฉลาด; D *(hopeful)* สดใส; **a ~ future** อนาคตที่สดใส ❷ *adv.* A อย่างสว่าง/ช่วงโชติ/สดใส; B **~ and early** เช้าตรู่

brighten /'braɪtn/'ไบรฺท'น/ ❶ *v.t.* **~ [up]** A ทำให้สดใสขึ้น; B *(make more cheerful)* ทำให้ร่าเริง/ชื่นบาน/แจ่มใสขึ้น ❷ *v.i.* **~ [up]** A *(ท้องฟ้า)* โปร่งใสขึ้น; *(อากาศ)* แจ่มใสขึ้น; **the weather** *or* **it is ~ing [up]** อากาศแจ่มใสขึ้น; B *(become more cheerful)* *(บุคคล)* อารมณ์ดีขึ้น; *(หน้าตา)* ดูแจ่มใสขึ้น

brightly /'braɪtlɪ/'ไบรฺทลิ/ *adv.* A อย่างสดใส, สว่างไสว; **~ lit** จุดไฟอย่างสว่างไสว; **~ coloured** มีสีสันสดใส; B *(cheerfully)* อย่างแจ่มใส, อย่างร่าเริง

brightness /'braɪtnɪs/'ไบรฺทนิซ/ *n., no pl.* A *(of light, star, spot)* ความสว่าง; *(of sunlight)* ความจ้า; *(of metal, eyes, star)* ความมีประกาย; *(of colours)* ความสดใส; *(of eyes)*

b

bright spark | briskness 130

ความแจ่มใส; **the ~ of the reflection** ความสว่างจ้าของแสงสะท้อน; Ⓑ *(cheerfulnes)* ความร่าเริง; Ⓒ *(cleverness)* ความฉลาด; **the ~ of his ideas** ความฉลาดของความคิดเขา

bright spark *n. (Brit. coll.)* คนเจ้าเล่ห์เล็กน้อย

[1]**brill** /'brɪl/'บริล/ *n., pl. same (Zool.)* ปลา *Scophthalmus rhombus* ตัวแบนพบในทวีปยุโรป

[2]**brill** *adj. (Brit. coll.)* สุดยอด

brilliance /'brɪljəns/'บริลเลียนซฺ/, **brilliancy** *n., no pl.* Ⓐ *(brightness) (of light)* ความสว่าง; *(of star, diamond)* ความมีประกาย; *(of colours)* ความสดใส; Ⓑ *(of person, invention, idea, move, achievement)* ความฉลาดหลักแหลม; **the ~ of his mind** ความฉลาดของความคิดเขา; Ⓒ *(illustriousness)* ความเก่งกาจ

brilliant /'brɪljənt/'บริลเลียนทฺ/ ❶ *adj.* Ⓐ *(bright) (สี)* สดใส; *(เพชร)* เป็นประกาย; *(อากาศ)* แจ่มใส; *(แสง)* สว่างจ้า; Ⓑ *(highly talented)* ฉลาด, หลักแหลม; **that was ~** *(iron.)* เลิศมาก; Ⓒ *(illustrious)* มีชื่อเสียง, รุ่งโรจน์; **a ~ achievement** ผลงานที่ยอดเยี่ยม ❷ *n.* เพชรน้ำดีเยี่ยม, เพชรที่เจียระไนหลายหน้า

brilliantine /'brɪljənti:n/'บริลเลียนทีน/ *n.* น้ำมันใส่ผม

brilliantly /'brɪljəntlɪ/'บริลเลียนทฺลิ/ *adv.* Ⓐ *(ส่องแสง)* อย่างสดใส; **it was a ~ sunny day** เป็นวันที่มีแดดแจ่มใสจริง ๆ; **~ lit** จุดไฟอย่างสว่างไสว; Ⓑ *(with great talent)* อย่างฉลาดหลักแหลม; **a ~ thought-out scheme** แผนที่คิดมาอย่างหลักแหลม; Ⓒ *(illustriously)* อย่างมีชื่อเสียง, อย่างรุ่งโรจน์

brim /brɪm/บริม/ ❶ *n.* Ⓐ *(of cup, bowl, hollow)* ขอบปากถ้วย/ชาม/หลุม; **full to the ~:** เต็มปริ่มจนถึงขอบปาก; Ⓑ *(of hat)* ปีกหมวก ❷ *v.i.,* **-mm-: be ~ming with sth.** เต็มปริ่มไปด้วย *ส.น.;* **be ~ming with tears** *(fig.)* นองไปด้วยน้ำตา

~ **'over** *v.i.* Ⓐ ไหลล้น, ล้น; Ⓑ *(fig.)* **he was ~ming over with confidence** เขาเปี่ยมไปด้วยความมั่นใจ

brim-'full *adj.* **be ~ with sth.** เต็มไปด้วย *ส.น.;* **be ~ of energy/curiosity** *(fig.)* เต็มไปด้วยพลัง/ความอยากรู้อยากเห็น; **be ~ of new ideas** *(fig.)* เต็มไปด้วยความคิดใหม่ ๆ

brimless /'brɪmlɪs/'บริมลิซ/ *adj. (หมวก)* ที่ไม่มีขอบ

brindle /'brɪndl/'บรินด'ล/, **brindled** /'brɪndld/'บรินด'ลด/ *adjs. (แมว, สุนัข)* มีสีออกน้ำตาลปนเหลือง

brine /braɪn/บรายนฺ/ *n. (salt water)* น้ำเค็ม; น้ำทะเล; *(for preserving)* น้ำเกลือดองอาหาร

bring /brɪŋ/บริง/ *v.t.,* **brought** /brɔ:t/บรอท/ Ⓐ *(as a present or favour)* นำ *(สิ่งของ)* มา; พา *(คน)* มา; **~ sth. with one** นำ *ส.น.* มาด้วย; **I haven't brought my towel** ฉันไม่ได้เอาผ้าเช็ดตัวมาด้วย; **he brought the chair nearer** เขาเลื่อนเก้าอี้ให้ชิดขึ้น; **~ sb. before sb.** นำ/พา *ค.น.* ให้มาพบกับอีก *ค.น.;* **what ~s you here?** อะไรพาคุณมาที่นี่; **who brought you here?** ใครพาคุณมาที่นี่; **he brought the car to the front door** เขาขับรถมาที่ประตูหน้า; **April brought a change in the weather** เมื่อเดือนเมษายนอากาศได้เปลี่ยนแปลง; **~ sb. low** เอา ชนะ *ค.น.* ได้; **~ sth. [up]on oneself/sb.** ทำ *ส.น.* ใส่ตนเอง; **~ a business/country through a crisis** นำ/พาธุรกิจ/ประเทศผ่านพ้นช่วงวิกฤติมาได้; Ⓑ *(result in)* นำมาซึ่ง; **the television appeal brought thousands of replies** การออกโทรทัศน์นำมาซึ่งคำตอบนับพัน; **the distress call brought help within a matter of minutes** สัญญาณแจ้งเหตุร้ายทำให้ได้รับความช่วยเหลือภายในไม่กี่นาที; **this will ~ shame on you** สิ่งนี้จะนำความอับอายมาสู่คุณ; **~ honour to sb.** นำเกียรติยศมาสู่ *ค.น.;* **~ tears to sb.'s eyes** ทำให้ *ค.น.* หลั่งน้ำตา; Ⓒ *(persuade)* **~ sb. to do sth.** อ้อนวอนให้ *ค.น.* ทำ *ส.น.;* **I could not ~ myself to do it** ฉันไม่สามารถบังคับตัวเองให้ทำได้; Ⓓ *(initiate, put forward)* **~ a charge/legal action against sb.** ดำเนินการฟ้องร้อง *ค.น.;* **~ a case/matter before a court** นำคดีขึ้นฟ้องศาล; **~ a complaint** ยกคำร้อง; Ⓔ *(be sold for, earn)* มีรายได้; Ⓕ *(adduce)* อ้าง

~ **a'bout** *v.t.* Ⓐ *(cause to happen)* ก่อให้เกิด; **~ it about that ...:** ก่อให้เกิดว่า...; Ⓑ *(Naut.)* **~ the ship about** กลับลำเรือ

~ **a'long** *v.t.* Ⓐ นำมาด้วย; Ⓑ ➡ **~ on** B

~ **'back** *v.t.* Ⓐ *(return)* นำกลับมา; *(from a journey)* นำกลับ; Ⓑ *(recall)* เรียกกลับ; **~ sth. back to sb.** เรียก *ส.น.* กลับมาให้ *ค.น.;* **~ back memories** เรียกความทรงจำกลับมา; Ⓒ *(restore, reintroduce)* ฟื้นฟู *(ขนบธรรมเนียม);* นำกลับมาใช้ใหม่; **~ back the Socialists!** ขอให้พวกสังคมนิยมกลับมา; **be brought back to power** กลับมามีอำนาจตามเดิม; **~ sb. back to health** ฟื้นฟูสุขภาพ *ค.น.* ให้คืนสู่ปกติ; **nothing will ~ him back to life** ไม่มีอะไรที่จะทำให้เขากลับมามีชีวิตใหม่ได้

~ **'down** *v.t.* Ⓐ ทำให้ตกลง; Ⓑ *(shoot down out of the air)* ยิงตกลงมา; Ⓒ *(land)* นำลงมา *(เครื่องบิน);* ดึง *(ว่าว)* ลงมา; Ⓓ *(kill, wound)* ฆ่า, ทำให้บาดเจ็บ; Ⓔ *(reduce)* ลดลงมา *(ราคา, เงินเฟ้อ);* **~ sb. down to one's own level** ดึง *ค.น.* ลงมาสู่ระดับเดียวกับตน; Ⓕ *(attract)* **that'll ~ a penalty down on you** นั่นจะทำให้คุณถูกลงโทษ; **that'll ~ the boss's wrath down on you[r head]** นั่นจะทำให้เจ้านายโกรธคุณ; Ⓖ *(cause to fall)* ทำให้ล้ม *(นักฟุตบอล);* พัง *(กำแพง)* ลง; *(fig.)* ล้ม *(รัฐบาล);* ➡ + **house** 1 I

~ **'forth** *v.t.* Ⓐ *(produce)* ให้กำเนิด *(ทารก);* ให้ผลิตผล *(ต้นผลไม้);* Ⓑ *(fig.)* เสนอ *(ความคิด, ประเด็น);* ก่อให้เกิด *(การโต้แย้ง, การประท้วง)*

~ **'forward** *v.t.* Ⓐ เอาออกมา, นำมาข้างหน้า; **~ your chairs forward** ขยับเก้าอี้ของคุณมาข้างหน้า; Ⓑ *(draw attention to)* เสนอ *(ความคิด);* แสดง *(หลักฐาน);* Ⓒ *(move to earlier time)* เลื่อนให้เร็วขึ้น; Ⓓ *(Bookk.)* ยกไป/มา; **the amount brought forward** จำนวนเงินที่ยกมา

~ **'in** *v.t.* Ⓐ นำเข้ามา; Ⓑ *(introduce)* แนะนำ *(ข้อเสนอ, เสื้อ);* นำเข้ามา; **why ~ all that in?** เรื่องนี้ไม่เกี่ยวเลย; Ⓒ *(yield)* ให้กำไร; นำ *(รายได้)* มาให้; Ⓓ *(Law)* **~ in a verdict of guilty/not guilty** เบิกคำพิจารณาความว่ามีความผิด/ไม่มีความผิด; Ⓔ *(call in)* เรียกเข้ามา

~ **'off** *v.t.* Ⓐ *(rescue)* ช่วยเหลือ; Ⓑ *(conduct successfully)* ประสบผลสำเร็จ; **~ off a coup** ทำรัฐประหารสำเร็จ; **we didn't ~ it off** พวกเราทำไม่สำเร็จ

~ **'on** *v.t.* Ⓐ *(cause)* ทำให้เกิด; **brought on by ...:** *(ความไม่สบาย)* เกิดขึ้นโดย...; Ⓑ *(advance progress of)* เร่ง *(ดอกไม้, ผลไม้);* ติว *(เด็กนักเรียน);* Ⓒ *(on stage etc.)* นำออกแสดง; Ⓓ *(Sport)* เปลี่ยนคนเล่นให้คนใหม่เข้ามา

~ **'out** *v.t.* Ⓐ เอาออกมา; **he put his hand in his pocket and brought out a knife** เขาล้วงกระเป๋าและเอามีดออกมา; Ⓑ *(show clearly)* แสดงให้เห็น *(ความแตกต่าง);* อธิบาย *(ความหมาย);* เน้น *(สี);* Ⓒ *(cause to appear)* ทำให้ปรากฏ; **the crisis brought out the best in him** วิกฤติการณ์ทำให้ส่วนที่ดีที่สุดของเขาปรากฏ; **~ sb. out in a rash** ทำให้ *ค.น.* เป็นผื่น; Ⓓ *(begin to sell)* นำออกจำหน่าย *(สินค้า);* ตีพิมพ์ *(หนังสือ)*

~ **'over** *v.t.* Ⓐ นำมา; Ⓑ *(convert)* **~ sb. over to sth.** ทำให้ *ค.น.* เชื่อ/ทำตาม *ส.น.;* **~ sb. over to a cause** ทำให้ *ค.น.* เชื่อในอุดมการณ์

~ **'round** *v.t.* Ⓐ พา *(เพื่อน)* มา; Ⓑ *(restore to consciousness)* ทำให้ฟื้นคืนสติ; Ⓒ *(win over)* ทำให้เห็นด้วย; **~ sb. round to one's way of thinking** ทำให้ *ค.น.* เห็นด้วยกับความคิดของตน; Ⓓ *(direct)* **~ a conversation round to sth.** เปลี่ยนหัวข้อสนทนามาสู่ *ส.น.*

~ **'through** *v.t.* ช่วยให้พ้น *(ความยากลำบาก)*

~ **'to** *v.t.* Ⓐ *(restore to consciousness)* ทำให้ฟื้นคืนสติ; Ⓑ *(Naut.)* หยุด/จอดเรือ

~ **to'gether** *v.t.* นำมาร่วมกัน

~ **'up** *v.t.* Ⓐ เลี้ยงดู; Ⓑ *(educate)* ให้สั่งสอน; **~ sb. up to be economical** สั่งสอน *ค.น.* ให้ประหยัด; **I was brought up to believe that ...:** ฉันถูกสอนมาให้เชื่อว่า; Ⓒ *(rear)* เลี้ยงดู; Ⓓ *(call attention to)* เน้น, รื้อฟื้น; **did you have to ~ that up?** คุณต้องรื้อฟื้นเรื่องนั้นด้วยเหรอ; **~ up the past** รื้อฟื้นเรื่องเก่า; Ⓔ *(vomit)* อาเจียน; Ⓕ *(Law)* **~ sb. up [before a judge]** เบิกตัว *ค.น.* [พิจารณาต่อหน้าศาล]; Ⓖ *(Mil.)* นำมาแนวหน้า; Ⓗ *(cause to stop)* **~ sb. up short** ทำให้ *ค.น.* หยุดชะงัก; ➡ + [1]**rear** 1 B

bring-and-'buy [sale] *n.* งานซื้อขายเพื่อการกุศล

brink /brɪŋk/บริงคฺ/ *n. (lit.)* ขอบ *(ฝั่ง, หน้าผา); (fig.)* จุดที่จวนเจียนจะทำ; **shiver on the ~** *(fig.)* ลังเลใจก่อนที่จะลงมือทำ *ส.น.;* **be on the ~ of doing sth.** จวนเจียนจะทำ *ส.น.;* **be on the ~ of ruin/success** จวนเจียนจะล้มเหลว/สำเร็จ; **they were on the ~ of starvation** พวกเขากำลังจะตกอยู่ในภาวะขาดอาหาร

brinkmanship /'brɪŋkmənsɪp/บริงคฺเมินชิพ/ *n. no pl.* นโยบายที่เสี่ยง; **be playing a game of ~:** กำลังเสี่ยงถึงจุดสุดท้าย

briny /'braɪnɪ/'บรายนิ/ *n. (Brit. coll.)* **the ~:** ทะเล

briquet, briquette /brɪ'ket/บริ'เค็ท/ *n.* ผงถ่านหินอัดแน่น ใช้เป็นเชื้อเพลิง

brisk /brɪsk/บริซคฺ/ *adj. (การเดิน, บริการ)* ฉับไว, รวดเร็ว; *(คน)* กระฉับกระเฉง, ไม่ชอบอยู่เฉย; *(ลม)* แรงพอใช้; *(การค้า, ธุรกิจ)* ขายดี/คล่อง; *(ความต้องการ)* มาก; **we set off at a ~ pace** พวกเราออกเดินทางอย่างรวดเร็ว; **we went for a ~ walk** พวกเราไปเดินออกกำลังกาย; **business was ~:** ธุรกิจซื้อง่ายขายคล่อง; **bidding for the lots was ~:** การประมูลของเป็นไปอย่างคึกคัก

brisket /'brɪskɪt/'บริซกิท/ *n. (Gastr.)* หน้าอกของสัตว์; **~ of beef** เนื้อส่วนหน้าอก

briskly /'brɪsklɪ/'บริซคฺลิ/ *adv.* อย่างคล่องแคล่ว, อย่างว่องไว; **the wind blew ~:** ลมพัดมาแรงพอใช้; **sell ~:** ขายดี/คล่อง

briskness /'brɪsknɪs/'บริซคฺนิซ/ *n., no pl.* ➡ **brisk:** ความคล่องแคล่วว่องไว; ความเร็ว; *(fig.)* ความกระฉับกระเฉง; **the ~ of demand/trade** อุปสงค์มาก หรือ ความคล่องตัวของการค้า

bristle /'brɪsl/'บริซ'ล/ ❶ *n.* Ⓐ ขนสั้นและแข็ง; **be made of ~ :** ทำด้วยขนสั้นแข็ง; Ⓑ **~s** *(of beard)* หนวดเคราที่เริ่มขึ้น ❷ *v.i.* Ⓐ **~ [up]** *(ขนสัตว์)* ลุกชัน; **the dog's hair ~d [up], the dog ~d** ขนสุนัขลุกชัน; Ⓑ **~ with** *(fig.: have many)* หนาแน่น, เต็มไปด้วย; **~ with difficulties/obstacles** เต็มไปด้วยความลำบาก/อุปสรรค; Ⓒ **~ [up]** *(fig.: become angry)* โกรธ

bristly /'brɪslɪ/'บริซลิ/ *adj.* มีขนแข็ง; มีเคราขึ้นครึ้ม; **~ beard** ขน/เคราที่แข็ง

Brit /brɪt/บริท/ *n. (coll.)* ชาวอังกฤษ

Brit. *abbr.* Ⓐ **Britain** สหราชอาณาจักร; Ⓑ **British** ชาวอังกฤษ

Britain /'brɪtn/'บริท'น/ *pr. n.* สหราชอาณาจักร

Britannia /brɪ'tænjə/บริ'แทนเยอะ/ *pr. n. (literary)* บุคลาธิษฐานของสหราชอาณาจักร *(รูปหญิงสาวใส่หมวกเหล็ก ถือโล่และทวนสามง่าม)*

britches *n. informal (Amer.)* **breeches**

Briticism /'brɪtɪsɪzm/'บริททิซิซ'ม/ *n.* สำนวนที่ใช้เฉพาะในประเทศอังกฤษ

British /'brɪtɪʃ/'บริททิช/ ❶ *adj.* แห่งสหราชอาณาจักร; **he/she is ~:** เขา/เธอเป็นชาวอังกฤษ; **sth. is ~:** *ส.น.* มาจากสหราชอาณาจักร; **the best of ~ [luck]** *(coll.)* ขอให้โชคดีเถอะนะ; ➡ **+ English** 1 ❷ *n. pl.* **the ~:** ชาวอังกฤษ

British: ~ Airports Authority/BAA *n.* การท่าอากาศยานอังกฤษ; **~ Columbia** /brɪtɪʃ kə'lʌmbɪə/บริทิช เคอะ'ลัมเบีย/ *pr. n.* มณฑลบริติชโคลัมเบีย; **~ 'Council** *n. สถาบันวัฒนธรรมของอังกฤษในต่างประเทศ*

Britisher /'brɪtɪʃə(r)/'บริททิเชอะ(ร)/ *n.* ชาวอังกฤษ

British 'Isles *pr. n. pl.* หมู่เกาะอังกฤษ

Britishism /'brɪtɪʃɪzm/'บริททิชิซ'ม/ ➡ **Briticism**

Briton /'brɪtn/'บริท'น/ *n.* ชาวอังกฤษ

Britpop /'brɪtpɒp/บริทพอพ/ *n., no pl., no art.* *เพลงป๊อปของอังกฤษในช่วงทศวรรษ 1990*

Brittany /'brɪtənɪ/'บริทเทอะนิ/ *pr. n.* แคว้นบริตานีตรงฝั่งทะเลตะวันตกเฉียงเหนือของฝรั่งเศส

brittle /'brɪtl/'บริท'ล/ *adj.* Ⓐ *(วัตถุ)* หิน; *(แก้ว)* เปราะ; แตกง่าย; Ⓑ *(fig.: insecure)* ขาดความมั่นใจ; เสียอารมณ์ง่าย

brittleness /'brɪtlnɪs/'บริท'ลนิซ/ *n., no pl.* ➡ **brittle:** Ⓐ การแตกหักง่าย; Ⓑ *(fig.)* ความไม่มั่นคง, ความอ่อนแอ

bro. *abbr.* **brother**

broach /brəʊtʃ/โบรฺฉ/ *v.t.* Ⓐ เจาะ *(ถังเบียร์)*; แกะ *(กล่อง, ห่อ)*; Ⓑ *(fig.)* เสนอเรื่องเพื่ออภิปราย

broad /brɔ:d/บรอด/ ❶ *adj.* Ⓐ กว้าง; *(extensive)* กว้างขวาง; **a river sixty feet ~:** แม่น้ำกว้าง 60 ฟุต; **grow ~er** กว้างขึ้น; **make sth. ~er** ทำให้ *ส.น.* กว้างขึ้น; **it's as ~ as it is long** *(fig.)* เลือกข้างไหนก็เหมือนกัน; Ⓑ *(explicit)* เด่นชัด, แน่ชัด; *(ยิ้ม)* กว้าง; **a ~ hint** การบอกเป็นนัยให้รู้ที่ชัดแจ้ง; Ⓒ *(clear, main)* ชัดแจ้ง *(ข้อมูล)* หลัก ๆ; **in ~ outline** เค้าโครงหลัก; **give the ~ outlines of a plan** ให้เค้าโครงหลักของแผนงาน; **draw a ~ distinction between ...:** แยกประเภทอย่างชัดแจ้งระหว่าง...; ➡ **+ daylight** A; Ⓓ *(generalized)* โดยทั่ว ๆ ไป, สรุปรวบยอด; **in the ~est sense** ในความหมายที่กว้างที่สุด; **as a ~ rule/indication** กฎ/ข้อชี้แนะโดยทั่วไป; Ⓔ *(strongly regional)* เป็นภาษาท้องถิ่นแท้; **he speaks ~ Scots** เขาพูดภาษาท้องถิ่นของสกอต; Ⓕ *(coarse)* *(การพูดจา)* หยาบ; Ⓖ *(tolerant)* อดกลั้น; ใจกว้าง; **B~ Church** *กลุ่มคนในนิกายแองกลิกันที่นิยมการตีความคำสอนอย่างเสรี* ❷ *n.* Ⓐ *(broad part)* ส่วนที่กว้าง; **the ~ of the back** ส่วนที่กว้างของแผ่นหลัง; Ⓑ *(Amer. coll.: woman)* ผู้หญิง

broad: ~ 'bean *n.* ถั่วชนิด *Vicia faba* ในฝักมีเมล็ดกินได้; **~-'brimmed** *adj. (หมวก)* ปีกกว้าง

broadcast /'brɔ:dkɑ:st, US -kæst/'บรอดคาซทฺ, -แคซทฺ/ ❶ *n. (Radio, Telev.)* การกระจายเสียง/ถ่ายทอด; *(live)* การถ่ายทอดสด ❷ *v.t., ~ or* **~ed, ~** Ⓐ *(Radio, Telev.)* ถ่ายทอดรายการ; Ⓑ *(spread)* หว่าน *(เมล็ด)*; *(fig.)* เผยแพร่ *(ข่าว, คำกล่าวหา)* ❸ *v.i., ~ or* **-ed** ออกอากาศ ❹ *adj. (Radio, Telev.)* ที่กระจายเสียงทางวิทยุ/โทรทัศน์; **a ~ appeal** รายการรับบริจาคเงินทางวิทยุกระจายเสียง/โทรทัศน์

broadcaster /'brɔ:dkɑ:stə(r)/'บรอดคาซเทอะ(ร)/ *n.* ➤ **489** *(Radio, Telev.)* ผู้กระจายเสียงวิทยุ/โทรทัศน์

broadcasting /'brɔ:dkɑ:stɪŋ, US -kæst-/บรอดคาซทิง, -แคซทฺ-/ *n., no pl. (Radio, Telev.)* การกระจายเสียง; *(of live programmes)* การถ่ายทอดสด; **written for ~:** เขียนสำหรับออกอากาศ; **the early days of ~:** ยุคแรก ๆ ของการกระจายเสียง; **work in ~:** ทำงานในสถานีวิทยุกระจายเสียง

broaden /'brɔ:dn/'บรอด'น/ ❶ *v.t.* Ⓐ ทำให้กว้างขึ้น; Ⓑ *(fig.)* ขยายขอบเขต *(การอภิปราย)*; **~ one's mind** ทำให้โลกทัศน์กว้างขึ้น; **travel ~s the mind** การเดินทางทำให้โลกทัศน์กว้างขึ้น ❷ *v.i.* ขยายให้กว้างออกไป; *(fig.)* ขยายออกไป; **her smile ~ed into a grin** รอยยิ้มของเธอขยายออกจนยิ้มแฉ่ง

'broad jump *n. (Amer. Sport)* กีฬากระโดดไกล

broadly /'brɔ:dlɪ/'บรอดลิ/ *adv.* Ⓐ อย่างกว้างขวาง; *(บอกเป็นนัย)* อย่างชัดเจน; *(ยิ้ม)* แฉ่ง; Ⓑ *(in general)* โดยทั่วไป; **~ speaking** กล่าวโดยทั่วไป; **~ based** บนฐานกว้างขวาง

broad: ~-'minded *adj.* ใจกว้าง; **have very ~-minded views about sth.** มีความคิดเปิดกว้างมากเกี่ยวกับ *ส.น.*; **~mindedness** /brɔ:d'maɪndɪdnɪs/บรอด'มายนฺดิดนิซ/ *n., no pl.* ความใจกว้าง

broadness /'brɔ:dnɪs/'บรอดนิซ/ ➡ **breadth**

broad: ~sheet *n.* Ⓐ *(Printing) กระดาษแผ่นใหญ่ที่มีข้อมูลต่าง ๆ พิมพ์อยู่เพียงด้านเดียว*; หนังสือพิมพ์ขนาดใหญ่; Ⓑ *(pamphlet)* แผ่นพับ; **~-'shouldered** *adj.* ไหล่กว้าง; **~side** *n.* Ⓐ *(Naut.)* การระดมยิงปืนพร้อม ๆ กันจากกราบเรือด้านใดด้านหนึ่ง; *(fig.)* การด่าว่าเต็มที่; **~side on [to sth.]** หันด้านข้าง [กับ *ส.น.*]; **fire [off] a ~side** *(lit. or fig.)* ระดมยิง; Ⓑ ➡ **~sheet**; **~sword** *n.* ดาบที่มีใบมีดกว้าง; **~way** *n.* ถนนสายหลักที่กว้างขวาง; **B~way** *(Amer.)* บรอดเวย์ *(ท.ศ.)* ย่านโรงละครในกรุงนิวยอร์ก

brocade /brə'keɪd/เบรอะ'เคด, โบรฺ-/ *n.* แพรต่วนที่ปักดอก; ผ้าดิ้นเงินดิ้นทอง

broccoli /'brɒkəlɪ/'บรอคเคอะลิ/ *n.* บรอคเคอลี *(ท.ศ.)*

brochure /'brəʊʃə(r), US brəʊ'ʃʊər/'โบรฺเชอะ(ร), โบรฺ'ชิวเออะ(ร)/ *n.* แผ่นพับ หรือใบปลิว; โบรชัวร์ *(ท.ศ.)*

broderie anglaise /'brəʊdrɪ ã'gleɪz/โบรฺเดอะริอาน'เกลซ/ *n.* ลายปักบนผ้าลินินฉลุ

[1]**brogue** /brəʊg/โบรฺก/ *n.* Ⓐ *(rough shoe)* รองเท้าหนังหยาบ; Ⓑ *(decorated outdoor shoe)* รองเท้าแบบสมบุกสมบัน

[2]**brogue** *n. (accent)* สำเนียงพื้นเมือง *(โดยเฉพาะของชาวไอริช)*

broil /brɔɪl/บรอยล/ *v.t.* ย่าง; *(on gridiron)* ปิ้ง; **~ing sun** *(fig.)* แดดร้อนแผดเผา

broiler /'brɔɪlə(r)/'บรอยเลอะ(ร)/ *n.* Ⓐ *(chicken)* ไก่อ่อนเลี้ยงไว้ย่างหรือปิ้ง; Ⓑ *(utensil)* ตะแกรงย่าง

'broiler house *n.* โรงเลี้ยงไก่อ่อน

broke /brəʊk/โบรฺค/ ❶ ➡ **break** 1, 2 ❷ *pred. adj. (coll.)* ล้มละลาย; **go ~:** ถังแตก; **go for ~** *(coll.)* ยอมเสี่ยงทุกสิ่งเพื่อหวังผล

broken /'brəʊkən/'โบรฺเคิน/ ❶ ➡ **break** 1, 2 ❷ *adj.* Ⓐ *(แก้ว, ไข่)* แตก; *(คอ, กระดูก, เก้าอี้)* หัก; *(เตียง)* พัง; *(นาฬิกา, เครื่องยนต์)* เสีย; **~ glass** แก้วที่แตก; **get ~:** แตก หัก พังเสีย; **he got a ~ arm** แขนเขาหัก; Ⓑ *(uneven)* *(ทางเดิน)* ไม่เรียบ; *(ทะเล, ผืนน้ำ)* ที่มีคลื่น; Ⓒ *(imperfect)* ไม่สมบูรณ์; **in ~ English** ภาษาอังกฤษที่ไม่ถูกต้อง; Ⓓ *(fig.)* *(ครอบครัว, การแต่งงาน)* ที่แตกแยก; *(การนอนหลับ)* ไม่สงบ; **come from a ~ home** มาจากครอบครัวที่แตกแยก; **in a ~ voice** ด้วยเสียงแตกพร่า

broken: ~-down *adj. (บ้าน)* ที่โทรม; *(รถยนต์)* ที่พัง; **~-hearted** /brəʊkn'hɑ:tɪd/โบรฺค'นฮาทิด/ *adj.* อกหัก, หัวใจแตกสลาย; **~ 'line** *n.* เส้นไข่ปลา *(คือ...)*

brokenly /'brəʊkənlɪ/'โบรฺเคินลิ/ *adv.* อย่างแตกหัก

broken marriage *n.* ชีวิตสมรสแตกแยก

broker /'brəʊkə(r)/'โบรฺเคอะ(ร)/ *n.* ➤ **489** Ⓐ *(Commerc.: middleman)* โบรกเกอร์ *(ท.ศ.)*, พ่อค้าคนกลาง; *(of real estate)* นายหน้าค้าที่ดิน; *(stock~)* ตัวแทนในการซื้อขายหุ้น; Ⓑ ➡ **pawn~**; Ⓒ *(intermediary)* คนกลางระหว่างสองฝ่าย; ➡ **+ honest** A

brolly /'brɒlɪ/'บรอลิ/ *n. (Brit. coll.)* ร่ม

bromide /'brəʊmaɪd/'โบรฺมายด/ *n.* Ⓐ *(Chem.)* ส่วนผสมของสารโบรมีน; Ⓑ *(fig.) (person)* คนน่าเบื่อ; *(remark)* คำกล่าวที่ไม่น่าสนใจ

bromine /'brəʊmi:n/'โบรฺมีน/ *n. (Chem.)* สารโบรมีน *(ท.ศ.)*

bronchial /'brɒŋkɪəl/'บรองเคียล/ *adj.* ➤ **453** *(Anat., Med.)* เกี่ยวกับหลอดลม; **~ tubes** หลอดลม; **~ pneumonia** โรคหลอดลมและปอดอักเสบ

bronchitis /brɒŋ'kaɪtɪs/บรอง'ไคทิซ/ *n., no pl.* ➤ **453** *(Med.)* หลอดลมอักเสบ

bronco /'brɒŋkəʊ/'บรองโค/ *n., pl.* **~s** Ⓐ ม้าป่า *(ในอเมริกาเหนือด้านตะวันตก)*; Ⓑ *(any horse)* ม้าตามทุ่งหญ้า

bronze /brɒnz/บรอนซฺ/ ❶ *n.* Ⓐ ทองสัมฤทธิ์; **the B~ Age** ยุคทองสัมฤทธิ์; **a statuette in ~:** รูปปั้นขนาดเล็กทำจากทองสัมฤทธิ์; Ⓑ *(colour)* สีทองสัมฤทธิ์; Ⓒ *(work of art)* ผลงานทางศิลปะที่ทำจากทองสัมฤทธิ์; Ⓓ *(medal)* เหรียญทองแดง ❷ *attrib. adj.* สัมฤทธิ์; *(coloured like bronze)* สีทองสัมฤทธิ์; **~ medal** เหรียญทองแดง ❸ *v.t.* อาบแดด *(ให้ผิวเป็นสีน้ำตาล)* ❹ *v.i. (ผิว)* กลายเป็นสีน้ำตาลออกแดง

bronzed /brɒnzd/บรอนซฺด/ *adj.* เป็นสีน้ำตาล

brooch /brəʊtʃ/โบรฺฉ/ *n.* เข็มกลัดประดับเสื้อ

brood /bru:d/บรูด/ ❶ *n.* Ⓐ ลูกนกรังหนึ่ง; *(of hen)* ลูกเจี๊ยบหนึ่งครอก; Ⓑ *(joc./derog.: human family)* ครอบครัว; *(children only)* เด็ก ๆ ❷ *v.i.* Ⓐ *(think)* ครุ่นคิด, ไตร่ตรอง; **~ over** *or* **upon sth.** ไตร่ตรอง *ส.น.*; Ⓑ *(sit)* *(นก)* นั่งฟักไข่; Ⓒ *(fig.: hang close)* **thunder**

b

clouds ~ed over the valley เมฆฝนลอยต่ำอยู่เหนือหุบเขา

'brood mare *n.* แม่พันธุ์ม้า

broody /'bru:dɪ/'บรูดิ/ *adj.* (A) *(นก)* ที่ต้องการกกไข่; **~ hen** แม่ไก่ที่ฟักไข่; (B) *(fig. coll.)* **she is getting** *or* **feeling ~:** เธอรู้สึกต้องการจะมีลูก; (C) *(fig.: depressed)* กลุ้มใจ; ครุ่นคิดอย่างเศร้าหมอง

¹brook /brʊk/บรุค/ *n.* ลำธารเล็ก ๆ

²brook *v.t.* ยอม, ทน; **~ no nonsense/delay** ไม่ยอมฟังเรื่องเหลวไหล/ให้ล่าช้า

broom /bru:m, brʊm/บรูม, บรุม/ *n.* (A) ไม้กวาด; **a new ~** *(fig.)* คนที่เพิ่งถูกแต่งตั้งใหม่; **a new ~ sweeps clean** *(prov.)* คนที่เพิ่งถูกแต่งตั้งใหม่ย่อมมีความกระตือรือร้นที่จะเปลี่ยนแปลง; (B) *(Bot.) (Genista)* ต้นกกระจอกทอง; *(Cytisus scoparius)* พืชที่ใช้ทำไม้กวาด

broom: ~ cupboard *n.* ตู้ไม้กวาด; **~stick** *n.* ด้ามไม้กวาด

Bros. *abbr.* **Brothers**

broth /brɒθ, US brɔ:θ/บรอธ/ *n.* (A) *(unclarified stock)* น้ำต้มเนื้อ; (B) *(thin soup)* น้ำซุปผัก

brothel /'brɒθl/'บรอธ'ล/ *n.* ช่องโสเภณี

brother /'brʌðə(r)/'บรัทเทอะ(ร)/ *n.* (A) พี่/น้องชาย; **they are ~ and sister** พวกเขาเป็นพี่น้องกัน; **the ~s Robinson** *or* **Robinson ~s** พี่น้องผู้ชายตระกูลโรบินสัน; **the Marx B~s** เดอะ มาร์ซ บราเดอร์ส *(ท.ศ.)*; (B) *(friend, associate, fellow member)* เพื่อน, เพื่อนร่วมงาน, เพื่อนสมาชิก; *(in trade union)* เพื่อนสมาชิกในสหภาพแรงงาน; **oh ~!** *(coll.)* เอ๊ะ ไหงเป็นงั้นไปได้; **be ~s in arms** ร่วมรบเคียงบ่าเคียงไหล่กัน; **his ~ doctors/officers** เพื่อนหมอ/เพื่อนนายทหารของเขา; (C) *pl. (Commerc.)* **Hedges B~s** หุ้นส่วนตระกูลเฮดเจส; (D) *pl.* **brethren** *(Eccl.)* สมาชิกในโบสถ์ชาวคริสต์

brotherhood /'brʌðəhʊd/'บรัทเทอะฮุด/ *n.* (A) *no pl.* ความสัมพันธ์ในทางสายเลือด; ภราดรภาพ; ผูกพันฉันพี่น้อง; **the ~ of all men** *(fig.)* ความเป็นมนุษย์ร่วมโลก; (B) *(association)* สมาคม; *(Amer.: trade union)* สหภาพแรงงาน

'brother-in-law *n., pl.* **brothers-in-law** พี่/น้องเขย

brotherly /'brʌðəlɪ/'บรัทเทอะลิ/ *adj.* อย่าง/ฉันพี่น้อง; **~ love** ความรักแบบพี่น้อง

brought ➡ **bring**

brouhaha /'bru:hɑ:hɑ:/'บรูฮาฮา/ *n. (coll.)* *(noise)* เสียงดัง; *(fuss)* ความสับสนวุ่นวาย

brow /braʊ/บราว/ *n.* (A) *(eye~)* คิ้ว; (B) *(forehead)* หน้าผาก; (C) *(of hill)* ยอดเขา

'browbeat *v.t., forms as* **beat** ❶ ขู่, ข่มขู่; **~ sb. into doing sth.** ขู่ *ค.น.* ให้ทำ *ส.น.*; **I refuse to be ~en** ฉันไม่ยอมให้ใครมาข่มขู่

brown /braʊn/บราวน/ ❶ *adj.* สีน้ำตาล; **as ~ as berries/a berry** อาบแดดจนผิวเป็นสีน้ำตาลเข้ม ❷ *n.* (A) สีน้ำตาล; (B) *(Snooker)* ลูกสีน้ำตาล; (C) *(~ clothes)* **dressed in ~:** แต่งตัวในชุดสีน้ำตาล ❸ *v.t.* (A) ทำให้ *(ผิว, ร่างกาย)* เป็นสีน้ำตาล; (B) *(Cookery)* เคี่ยวจนเป็นสีน้ำตาล; (C) *(Brit. coll.)* **be ~ed off with sth./sb.** เบื่อเอือมระอา *ส.น./ค.น.*; **be ~ed off with doing sth.** เบื่อ/เซ็งที่จะทำ *ส.น.* ❹ *v.i.* (A) อาบแดด *(ให้ผิวคล้ำ)*; **I don't ~ easily** ฉันไม่ดำง่าย ๆ หรอก; (B) *(Cookery)* กลายเป็นสีน้ำตาล

brown: ~ 'ale *n.* เบียร์ดำ; **~ 'bear** *n.* หมีใหญ่สีน้ำตาล *(ในอเมริกาเหนือ)*; **~ 'bread** *n.* *(made with wholemeal flour)* ขนมปังดำ; **~ 'coal** *n.* ถ่านหินลิกไนต์; **~-eyed** *adj.* ตาสีน้ำตาล; **be ~-eyed** มีตาสีน้ำตาล

brownie /'braʊnɪ/'บราวนิ/ *n.* (A) **the B~s** สมาชิกของเนตรนารีรุ่นเยาว์; **get ~ points** *(fig. coll.)* ได้คะแนนเพิ่ม; (B) *(elf)* ปีศาจดีที่สิงอยู่ตามบ้านและช่วยทำงานบ้านอย่างลับ ๆ; (C) *(Amer.: cake)* เค้กบราวนี *(ท.ศ.)*

browning /'braʊnɪŋ/'บราวนิง/ *n. (Cookery)* *(sugar)* น้ำตาลทรายแดง; *(flour)* แป้งสีน้ำตาล *(แป้งช้อมมือ)*

brownish /'braʊnɪʃ/'บราวนิช/ *adj.* ออกสีน้ำตาล

brown: ~-nose *v.i. (Amer. coll.)* ประจบประแจง; เลียแข้งเลียขา; **~ 'paper** *n.* กระดาษห่อของ; **~ 'rice** *n.* ข้าวซ้อมมือ; ข้าวแดง; **B~shirt** *n. (Hist.)* สมาชิกนาซีในองค์กรของฟาสซิส; **~stone** *n. (Amer.)* (A) หินทรายสีออกน้ำตาลแดง; (B) *(house)* บ้านที่ฉาบด้วยหินชนิดนี้; **~ 'study** *n.* **be in a ~ study** ตกอยู่ในภวังค์; **~ 'sugar** *n.* น้ำตาลทรายแดง

browse /braʊz/บราวซ/ ❶ *v.t.* (A) *(สัตว์)* กิน *(หญ้า, ใบไม้)*; (B) *(computing)* **~ sth.** หา *ส.น.* *(ในอินเทอร์เน็ต)* ❷ *v.i.* (A) *(สัตว์เลี้ยง)* แทะเล็มหญ้า/ใบไม้; **~ on sth.** แทะเล็ม *ส.น.*; (B) *(fig.)* **~ through a book/a magazine** อ่านหนังสือ/นิตยสารผ่าน ๆ; **I'm just browsing** *(in shop)* ฉันแค่เดินชมรอบ ๆ; (C) *(computing)* ค้นหา; **~ through sth.** ค้นหาใน *ส.น.* ❸ *n. (fig.)* **have a ~:** กวาดสายตาไปรอบ ๆ, มองดูรอบ ๆ; **it's worth a ~:** น่าจะลองมองดู เผื่อจะมีอะไรดี ๆ บ้าง

Bruges /bru:ʒ/บรูฌ/ *pr. n.* เมืองบรูช ในเบลเยียม

bruise /bru:z/บรูซ/ ❶ *n.* (A) *(Med.)* รอยช้ำ, ฟกช้ำดำเขียว; (B) *(on fruit)* รอยช้ำ ❷ *v.t.* (A) ทำให้ช้ำ *(ผัก, ผลไม้)*; **~ oneself/one's leg** ไปโดนอะไรจน [ขา] ฟกช้ำ; **he was badly ~d when he fell off his bike** เขามีรอยฟกช้ำดำเขียวอย่างมากเมื่อตกจากจักรยานของเขา; **the peaches are ~d/easily ~d** ลูกพีชช้ำ/ช้ำง่าย; (B) *(fig.)* ช้ำใจ ❸ *v.i.* *(คน)* ได้แผลฟกช้ำมา; *(ผลไม้)* มีรอยช้ำ

bruiser /'bru:zə(r)/'บรูเซอะ(ร)/ *n. (coll.)* นักเลง; นักมวยอาชีพ

Brum /brʌm/บรัม/ *abbr.* **Birmingham**

Brummie /'brʌmɪ/'บรัมมิ/ *n.* ชาวเบอร์มิงแฮม

brunch /brʌntʃ/บรันฉ/ *n. (coll.)* มื้ออาหารที่เป็นทั้งอาหารเช้าและอาหารกลางวัน

Brunei /bru:'naɪ/บรู'ไน/ *pr. n.* ประเทศบรูไน

brunette /bru:'net/บรู'เน็ท/ ❶ *n.* หญิงสาวที่มีผมสีน้ำตาลเข้ม ❷ *adj.* มีผมสีน้ำตาลเข้ม

brunt /brʌnt/บรันทฺ/ *n.* ผลกระทบหลัก; **the main** *or* **full ~ of the attack fell on the French** ฝรั่งเศสโดนเข้าอย่างจังในการโจมตีครั้งนี้; **the ~ of the financial cuts** ผลกระทบหลักของการตัดค่าใช้จ่าย; **bear the ~:** รับผลกระทบเต็มที่

brush /brʌʃ/บรัช/ ❶ *n.* (A) แปรง; *(for sweeping)* ไม้กวาด; *(with short handle)* แปรงที่มีด้ามสั้น; *(for scrubbing)* แปรงขัด; *(for painting or writing)* พู่กัน; **flat ~:** พู่กันแบน; (B) *(quarrel, skirmish)* การทะเลาะ; การปะทะกันอย่างประปราย; **his first ~ with the law came at an early age** การมีปัญหากับตำรวจครั้งแรกของเขาเกิดขึ้นเมื่อเขาอายุยังน้อย; (C) *(light touch)* การสัมผัสเบา ๆ; (D) *(tail) (of squirrel)* หางกระรอก; *(of fox)* หางสุนัขจิ้งจอก; (E) **give your hair/teeth a ~:** แปรงผม/สีฟัน; **give your shoes/clothes a ~:** ขัดรองเท้า/ปัดฝุ่นบนเสื้อผ้าหน่อย; (F) *(Amer., Austral.: undergrowth)* ต้นไม้เตี้ยใต้ต้นไม้ใหญ่; (G) *(land covered with undergrowth)* ที่ดินปกคลุมด้วยพุ่มไม้เตี้ย ๆ ❷ *v.t.* (A) *(sweep)* กวาด; แปรงปัด *(เสื้อผ้า)*; **~ one's teeth/hair** สีฟัน/แปรงผม; **~ the dust from one's coat/the shelf** ปัดฝุ่นออกจากเสื้อโค้ต/หิ้ง; (B) *(treat)* ใช้แปรงทา *(หน้าขนมเค้ก)*; **~ed aluminium/fabric** อะลูมิเนียมที่พื้นผิวด้าน/ผ้าที่แปรงให้เนื้อผ้านูนฟู; (C) *(touch in passing)* ถากกันไป; ผ่านกันไป; **~ one's hand over one's hair/brow** เอามือลูบผม/หน้าผากของตน ❸ *v.i.* **~ by** *or* **against** *or* **past sb./sth.** สัมผัสผ่าน *ค.น./ส.น.* ไป

~ a'side *v.t.* ปัด *(คน, ความคิด)* ออกไป

~ a'way *v.t.* แปรงออก, ขัดออก, ถูออก; ปัด *(แมลง)*

~ 'down *v.t.* แปรงฝุ่นออก; **~ oneself down** ปัดฝุ่นตัวเอง; *(with hand)* ปัดฝุ่นด้วยมือ

~ 'off *v.t.* (A) ปัดออก *(ฝุ่น, แมลง)*; *(with hand or cloth)* ปัดด้วยมือหรือผ้า; (B) *(fig.: rebuff)* บอกปัด, ปฏิเสธ; **she ~ed me off** เธอปฏิเสธฉัน; ➡ + **brush-off**

~ 'up ❶ *v.t.* (A) ปัด/กวาด *(ขี้ฝุ่น, เศษอาหาร)*; (B) ฟื้นฟู *หรือ* ทบทวน *(ความรู้, ภาษา)* ❷ *v.i.* **~ up on** ฟื้นฟู *(ความรู้ในบางเรื่อง)*; ➡ + **brush-up**

'brushfire ❶ *n.* ไฟป่าที่ไม่รุนแรง ❷ *adj. (fig.)* **~ warfare** สงครามย่อย ๆ

brushless /'brʌʃlɪs/'บรัชลิซ/ *adj.* ไม่จำเป็นต้องใช้แปรง *(ครีมโกนหนวด)*

brush: ~-off *n.* การปฏิเสธ, การบอกปัด; **give sb. the ~-off** บอกปัด *ค.น.*; **~ stroke** *n.* รอยพู่กัน; **~-up** *n.* (A) **I'll have to give my English a ~-up** ฉันต้องทบทวนภาษาอังกฤษใหม่ซะแล้ว; (B) **have a wash and ~-up** ล้างหน้าล้างตาและปรุงโฉมเสียใหม่; **~wood** *n.* (A) กิ่งไม้ที่หักออกมาจากต้น; (B) *(thicket)* พุ่มไม้เตี้ย; **~work** *n.* ฝีแปรง

brusque /brʌsk, US brʊsk/บรัชค, บรุชค/, **brusquely** /'bru:sklɪ, US 'brʌsklɪ/'บรูชคลิ, 'บรัชคลิ/ *adv.* [อย่าง] ไร้มารยาท, [อย่าง] ไม่สุภาพ, ไม่สำรวม

brusqueness /'brʊsknɪs, US 'brʌsk-/'บรุชคนิซ, 'บรัชค-/ *n., no pl.* ความไม่มีมารยาท, ความห้วน

Brussels /'brʌslz/'บรัช'ลซ/ *pr. n.* กรุงบรัสเซลส์ *(เมืองหลวงของประเทศเบลเยียม)*

Brussels: ~ 'carpet *n.* พรมขนสัตว์จากกรุงบรัสเซลส์; **~ 'lace** *n.* ลูกไม้วิจิตรทำด้วยมือ; **~ 'sprouts** *n. pl.* ดอกกะหล่ำขนาดเล็ก *(ซึ่งงอกชิดกันไปตามลำต้น)*

brutal /'bru:tl/'บรูท'ล/ *adj.* (A) เหี้ยมโหด, ไร้มนุษยธรรม; (B) *(fig.)* โหดร้าย, ไม่เห็นแก่ใคร *(การเปิดใจพูด)*; *(ความจริง)* ขมขื่น

brutalism /'bru:təlɪzm/'บรูเทอะลิซ'ม/ *n.* (A) ความเหี้ยมโหดทารุณ; (B) *(Art, Archit.)* สถาปัตยกรรมที่เน้นความหนักแน่นมากกว่าความสวยงาม

brutality /bru:'tælɪtɪ/บรู'แทลิทิ/ *n.* ความเหี้ยมโหดทารุณ

brutalization /bru:təlaɪ'zeɪʃn/บรูเทอะไล'เซช'น/ *n. (treating brutally)* การกระทำที่เหี้ยมโหดทารุณ; *(becoming brutalized)* การทำให้กลายเป็นคนเหี้ยมโหด

brutalize /'bru:təlaɪz/'บรูเทอะลายซ/ ❶ *v.t.* (A) ทำให้โหดเหี้ยม; **soldiers ~ed by a long war** ทหารที่กลายเป็นคนโหดเหี้ยมหลังสงคราม

133 **brutally | buffet**

ที่ยาวนาน; Ⓑ *(treat brutally)* ปฏิบัติอย่างเหี้ยมโหด ❷ *v.i.* กลายเป็นคนโหดเหี้ยม

brutally /'bru:təlɪ/'บรูเทอะลิ/ *adv.* อย่างโหดเหี้ยม; **be ~ frank with sb.** *(fig.)* พูดตรง ๆ กับ *ค.น.* อย่างไม่ระวัง

brute /bru:t/บรูท/ ❶ *n.* Ⓐ *(animal)* สัตว์ร้าย; Ⓑ *(brutal person)* คนโหดเหี้ยม; *(thing)* สิ่งที่เลวร้าย; **a ~ of a problem** *(fig.)* ปัญหาที่เลวร้าย; **a drunken ~:** คนขี้เมาหยาเป; **an unfeeling ~ of a man** คนใจสัตว์; Ⓒ *(coll.: person)* ไอ้ตัวนี้ ❷ *attrib. adj. (without capacity to reason)* ไร้เหตุผล; *(merely material)* ใช้กำลัง; *(อำนาจ)* ที่ใช้กำลัง; *(ข้อมูล)* โดด ๆ; **~ beasts** สัตว์ป่า; **by ~ force** ที่ใช้แต่กำลัง

brutish /'bru:tɪʃ/'บรูทิช/ *adj. (หนุ่ม)* มารยาททราม; *(ตัณหา)* เยี่ยงสัตว์; **lead a ~ existence** ดำรงชีวิตอยู่เยี่ยงสัตว์

bryony /'braɪənɪ/'บรายเออะนิ/ *n. (Bot.)* *ไม้เลื้อยในสกุล Bryonia มีดอกสีขาวอมเขียว*

BS *abbr.* Ⓐ **British Standard** มาตรฐานอังกฤษ; Ⓑ **Bachelor of Surgery** ปริญญาตรีด้านศัลยศาสตร์; ➡ + **B. Sc.**; Ⓒ *(Amer.)* **Bachelor of Science**; ➡ + **B. Sc.**

B. Sc. /bi:es'si:/บีเอ็ซ'ซี/ *abbr.* **Bachelor of Science** วิทยาศาสตร์บัณฑิต; **John Clarke ~:** นายจอห์น คลาร์ค, วท.บ.; **he is a** *or* **has a ~:** เขาได้ปริญญาวิทยาศาสตร์บัณฑิต; **[study for] one's** *or* **a ~ in physics/chemistry** ศึกษาเพื่อได้ปริญญาวิทยาศาสตร์บัณฑิตสาขาฟิสิกส์/สาขาเคมี

BSE *abbr.* **bovine spongiform encephalopathy** โรควัวบ้า, *โรคติดเชื้อในสัตว์ โดยเฉพาะวัวและแกะ เป็นโรคระบาดที่รุนแรงชนิดหนึ่ง*

BSI *abbr.* **British Standards Institution** คณะกรรมการมาตรฐานของอังกฤษ

BST *abbr.* **British Summer Time** การเปลี่ยนแปลงเวลาในฤดูร้อน *(โดยเลื่อนเวลาให้เร็วขึ้น 1 ชั่วโมง)*

Bt. *abbr.* **baronet**

bubble /'bʌbl/'บับ'ล/ ❶ *n.* Ⓐ ฟอง *(อากาศ, สบู่)*; *(small)* ฟองเล็ก ๆ; *(fig.)* ความเพ้อฝัน; **blow ~s** เป่าฟองสบู่; **the/his ~ has burst** *(fig.)* ความเพ้อฝัน [ของเขา] พังทลาย; Ⓑ *(sound or appearance of boiling)* เสียง *หรือ* อาการเดือดปุด ๆ; Ⓒ *(domed canopy)* โครงสร้างรูปโดม ❷ *v.i.* Ⓐ *(rise in ~s)* ปุดขึ้นมาเป็นฟอง; *(form ~s) (น้ำ, โคลน, ลาวา)* เกิดเป็นฟอง; *(make sound of ~s)* มีเสียงเดือดปุด ๆ; Ⓑ *(fig.)* **~ with sth.** ท่วมท้นไปด้วย *ส.น.*

~ 'over *v.i.* ท่วมท้น; *(ฟอง)* ล้นออกมา; **~ over with excitement/laughter/joy** *(fig.)* ตื่นเต้นสุดขีด/หัวเราะร่วน/ดีใจสุดขีด

~ 'up *v.i. (น้ำพุ)* ปุดเป็นฟองขึ้นมา

bubble: ~ and 'squeak *n.* ผัดผักกับมันฝรั่งทอด; **~ bath** *n.* น้ำฟองสบู่; **~ car** *n.* รถยนต์ *ขนาดเล็กมี 3 ล้อ หลังคากระจกเปิดเป็นประตูเข้าออก*; **~ gum** *n.* หมากฝรั่งที่เป่าเป็นลูกโป่งได้; **~ pack** *n.* ห่อของที่หุ้มด้วยพลาสติกใสด้านบน; **~-wrapped** *adj.* ที่ห่อด้วยพลาสติกที่มีถุงลมหรือที่ห่อพลาสติกกันกระแทก

bubbly /'bʌblɪ/'บับ'ลิ/ ❶ *adj.* Ⓐ *(อ่างน้ำ)* เป็นฟองฟู่; Ⓐ *(fig. coll.)* ร่าเริง, มีชีวิตชีวา ❷ *n. (Brit. coll.)* เหล้าแชมเปญ

bubonic plague /bju:bɒnɪk 'pleɪg/บิวบอนิค 'เพลก/ *n.* ➤ **453** *(Med.)* กาฬโรค

buccaneer /bʌkə'nɪə(r)/บัคเคอะ'เนีย(ร)/ *n.* Ⓐ โจรสลัด; Ⓑ ผู้ที่แสวงหาผลประโยชน์ใส่ตนโดยไร้ยางอาย

Bucharest /bju:kə'rest/บิวเคอะ'เร็ซท/ *pr. n.* กรุงบูคาเรสต์ *(เมืองหลวงของโรมาเนีย)*

[1]buck /'bʌk/'บัค/ ❶ *n.* Ⓐ *(male)* สัตว์เพศผู้; *(deer, chamois, rabbit, hare)* ตัวผู้; Ⓑ *(arch.: dandy)* หนุ่มสำอาง; Ⓒ *attrib.* **~ private** *(Amer. Mil. sl.)* พลทหาร ❷ *v.i. (ม้า)* กระโดดอยู่กับที่ ❸ *v.t.* Ⓐ **~ [off]** *(ม้า)* กระโดดสลัดคนขี่ตกลงไป; Ⓑ *(Amer.: resist)* ต่อต้าน, ดื้อแพ่ง; **don't try to ~ the system** อย่าพยายามต่อต้านระบบ

[2]buck *n. (coll.)* **pass the ~ to sb.** *(fig.)* ให้ *ค.น.* เป็นแพะรับบาป; โยนความรับผิดชอบให้ผู้อื่น; **the ~ stops here** *(fig.)* ในที่สุดความรับผิดชอบก็มาตกที่นี่

[3]buck *(coll.)* ❶ *v.i.* **~ 'up** Ⓐ *(make haste)* เร่งหน่อย; **~ up!** เร็วเข้า; Ⓑ *(cheer up)* ทำตัวให้ร่าเริง; **~ up!** ทำใจดี ๆ ไว้, สู้เข้าไว้ ❷ *v.t.* **~ up** Ⓐ *(cheer up)* ให้กำลังใจ; **we were ~ed up by the good news** ข่าวดีนั้นทำให้เรามีกำลังใจ; Ⓑ **~ one's ideas up** *(coll.)* ควบคุมอารมณ์ตนเองให้ดี

[4]buck *n.* ➤ **572** *(Amer. and Austral. coll.: dollar)* เงินดอลลาร์; **make a fast ~:** หาเงินได้คล่อง

bucked /bʌkt/บัคท/ *adj. (coll.)* ทำให้มีกำลังใจขึ้น, ทำให้ร่าเริงขึ้น; **I was** *or* **felt ~ by it** มันทำให้ฉันมีกำลังใจขึ้น/ร่าเริงขึ้น

bucket /'bʌkɪt/'บัคคิท/ ❶ *n.* Ⓐ ถัง; **a ~ of water** น้ำหนึ่งถัง; **the rain fell in ~s** *(fig.)* ฝนตกราวกับฟ้ารั่ว; **kick the ~** *(fig. coll.)* ตาย; Ⓑ *(of waterwheel)* ถังเล็ก ๆ ที่ติดอยู่กับระหัดวิดน้ำ ❷ *v.i.* Ⓐ *(pour down)* **the rain is ~ing down** ฝนเทลงมาอย่างหนัก; Ⓑ *(move jerkily) (พาหนะ)* เคลื่อนที่ไปอย่างโคลงเคลง

bucketful /'bʌkɪtfʊl/'บัคคิทฟุล/ *n.* เต็มถัง; **two ~s of water** น้ำสองถังเต็ม

bucket: ~ seat *n.* *ที่นั่งมีพนักหลังโอบกระชับเช่น ในรถแข่ง*; **~ shop** *n.* บริษัทเก็งกำไรตลาดหุ้น; *(for air tickets)* ตัวแทนจำหน่ายตั๋วเครื่องบินราคาถูก

bucking bronco /bʌkɪŋ 'brɒŋkəʊ/บัคคิง 'บรองโค/ *n.* Ⓐ *(animal)* ม้าพยศ; Ⓑ *(Sport)* การแสดงการขี่ม้าพยศ

buckle /'bʌkl/'บัค'ล/ ❶ *n.* หัวเข็มขัด ❷ *v.t.* Ⓐ รัดเข็มขัด; **~ sth. on** รัดเข็มขัดให้ *ส.น.*; **~ sth. up** ติด *ส.น.* ให้แน่น; Ⓑ *(crumple)* ทำให้ *(กันชนล้อ)* โค้งงอ ❸ *v.i. (ล้อรถ, กันชน)* บู้บี้โค้งงอ; **~ under the weight** พังจากน้ำหนักที่ทับลงมา

~ to ❶ /'---/ *v.t.* **~ [down] to a task/to work** รีบเร่งทำงาน/ลงมือทำงานอย่างเต็มที่ ❷ /--'-/ *v.i.* ควบคุมสติอารมณ์เพื่อต่อสู้กับอุปสรรค

buckler /'bʌklə(r)/'บัคเคลอะ(ร)/ *n. (Hist.)* โล่รูปกลม

buckram /'bʌkrəm/'บัคเคริม/ *n. (Textiles)* *ผ้าฝ้ายหรือผ้าขนสัตว์สำหรับทำซับในหรือบุปกหนังสือ*

buck 'rarebit *n.* แผ่นเนยแข็งอบ มีไข่ลวกวางข้างบน

Buck's Fizz /bʌks 'fɪz/บัคซฺ 'ฟิซฺ/ *n.* แชมเปญผสมน้ำส้ม

buckshee /bʌk'ʃi:/เบิค'ชี/ *(Brit. coll.)* ❶ *adj.* แจกฟรี, ให้เปล่า; **a ~ trip** การเที่ยวฟรี ❷ *adv.* อย่างได้มาฟรี, โดยไม่ต้องจ่ายเงิน

buck: ~shot *n.* ลูกกระสุน *(ใช้ล่าสัตว์ในสมัยก่อน)*; **~thorn** *n. (Bot.)* ไม้พุ่มมีหนามในสกุล *Rhamnus แต่ก่อนใช้เป็นยาระบาย*; **~-tooth** *n.* ฟันยื่น, ฟันเหยิน

buckwheat /'bʌkwi:t, US -hwi:t/'บัควีท, -ฮวีท/ *n. (Agric.)* ข้าวสาลีในสกุล *Fagopyrum*

bucolic /bju:'kɒlɪk/บิว'คอลิค/ *adj. (กวี, นวนิยาย)* เกี่ยวกับชีวิตคนเลี้ยงแกะ, บรรยากาศบ้านนอก

bud /bʌd/บัด/ ❶ *n.* ตาไม้; **come into ~/be in ~:** เพิ่งจะแตกตา; **the trees are in ~:** ต้นไม้กำลังแตกตา; **nip sth. in the ~** *(fig.)* ทำลาย/ยุติ *ส.น.* เสียตั้งแต่แรก ❷ *v.i.*, **-dd-** *(ต้นไม้)* แตกตา; *(บุคคล)* เริ่มเจริญงอกงาม; **a ~ding painter/actor** *(fig.)* นักวาดเขียน/แสดงที่มีศักยภาพ

Buddha /'bʊdə/'บุดเดอะ/ *n.* พระพุทธเจ้า

Buddhism /'bʊdɪzm/'บุดดิซฺ'ม/ *n.* พระพุทธศาสนา, ศาสนาพุทธ

Buddhist /'bʊdɪst/'บุดดิซท/ ❶ *n.* พุทธศาสนิกชน, ชาวพุทธ ❷ *adj.* เกี่ยวกับพระพุทธศาสนา

buddleia /'bʌdlɪə/'บัดเลีย/ *n. (Bot.)* ไม้พุ่มในสกุล *Buddleia* ดอกม่วงหรือขาวมีกลิ่นหอม

buddy /'bʌdɪ/'บัดดิ/ *(coll.)* ❶ *n.* บัดดี้ *(ท.ศ.)*, สหายสนิท, คู่หู ❷ *v.i.* **~ up [with sb.]** เป็นคู่หู/บัดดี้ [กับ *ค.น.*]

budge /bʌdʒ/บัจ/ ❶ *v.i.* ขยับ; *(fig.: change opinion)* เปลี่ยนใจ, ยอมโอนอ่อนผ่อนตาม ❷ *v.t.* Ⓐ ทำให้ขยับเขยื้อน; **I can't ~ this screw** ฉันไขตาปูควงนี้ไม่ออก; Ⓑ *(fig.: change opinion)* ทำให้เปลี่ยนทัศนะ; **he refuses to be ~d** เขาไม่ยอมเปลี่ยนทัศนะ

budgerigar /'bʌdʒərɪgɑ:(r)/'บัจเจอะริกา(ร)/ *n.* นกหงส์หยก

budget /'bʌdʒɪt/'บัจจิท/ ❶ *n.* งบประมาณ; **keep within ~:** ไม่ให้เกินงบประมาณที่ตั้งไว้; **be on a ~:** ต้องใช้จ่ายอย่างประหยัด; **~ meal/holiday** มื้ออาหาร/การท่องเที่ยวที่ไม่แพง ❷ *v.i.* ตั้งงบประมาณไว้; **~ for sth.** ตั้งงบประมาณไว้สำหรับ *ส.น.* ❸ *v.t.* ตั้งงบประมาณ

'budget account *n.* บัญชีเงินฝากสำหรับค่าใช้จ่ายประจำ

budgetary /'bʌdʒɪtərɪ, US -terɪ/'บัจจิเทอะริ, -เทะริ/ *adj.* เกี่ยวกับงบประมาณ

budget: ~ day *n.* วันที่นำงบประมาณเสนอต่อรัฐสภา; **~ speech** *n.* การแถลงงบประมาณในรัฐสภา

budgie /'bʌdʒɪ/'บัจจิ/ *n. (coll.)* นกหงส์หยก

buff /bʌf/บัฟ/ ❶ *adj.* สีน้ำตาลแกมเหลือง ❷ *n.* Ⓐ *(coll.: enthusiast)* ผู้ที่นิยมอย่างคลั่งไคล้, แฟน ๆ; Ⓑ **in the ~:** *(พูดติดตลก)* อยู่ในชุดเปล่าเปลือย; **strip down to the ~:** ถอดเสื้อผ้าออกหมดเกลี้ยง; Ⓒ *(colour)* สีน้ำตาลปนเหลือง ❸ *v.t.* Ⓐ *(polish)* ขัดจนเป็นเงา *(โลหะ, รองเท้า ฯลฯ)*; Ⓑ ทำให้ผิวนิ่มขึ้น *(หนัง)*

buffalo /'bʌfələʊ/'บัฟเฟอะโล/ *n., pl.* **~es** *or same (Zool.)* กระบือ, ควาย

[1]buffer /'bʌfə(r)/'บัฟเฟอะ(ร)/ ❶ *n.* Ⓐ *(Railw.)* กันชนระหว่างตู้รถไฟ; *(on vehicle)* เบาะกันกระเทือน; *(Chem.)* *ส่วนผสมที่รักษาสภาพความเข้มข้นของไฮโดรเจนไอออน เมื่อเติมกรดหรือด่างลงไป*; *(fig.)* สิ่งที่เป็นกันชน; Ⓑ *(Computing)* บัฟเฟอร์ *(ท.ศ.)*, *พื้นที่หรือหน่วยความจำชั่วคราวที่ช่วยในการถ่ายข้อมูลระหว่างอุปกรณ์หรือโปรแกรมที่ใช้ความเร็วต่างกัน* ❷ *v.t.* ทำตัวเป็นกันชน

[2]buffer *n. (Brit. coll.)* **old ~:** ตาแก่

'buffer state *n.* รัฐกันชน

buffer zone *n.* เขตกันชน

[1]buffet /'bʌfɪt/'บัฟฟิท/ ❶ *n. (blow, lit. or fig.)* การตี; **~s of fate** เคราะห์ซ้ำกรรมซัด

b

b

❷ *v.t.* ตี; **~ed by the wind/waves** ถูกลม/คลื่นพัดกระหน่ำ

²**buffet** /'bʊfeɪ, US bə'feɪ/'บุฟเฟ, เบอะ'เฟ/ *n.* Ⓐ *(Brit.: place)* ที่ขายอาหาร; **~ car** *(Railw.)* ตู้เสบียง; Ⓑ *(Brit.: meal)* อาหารแบบบุฟเฟ่ต์ *(ท.ศ.)*, อาหารที่ตักเอง; **~ lunch/supper** มื้ออาหารกลางวัน/เย็นแบบบุฟเฟ่ต์; Ⓒ *(cupboard)* ตู้เก็บถ้วยชาม; *(sideboard)* ตู้เก็บถ้วยชามและวางจานอาหาร

buffeting /'bʌfɪtɪŋ/'บัฟฟิทิง/ *n.* การเขย่า; *(fig.)* การตี; **~s of fate** แรงกระหน่ำของชะตาชีวิต, เคราะห์กรรม

buffoon /bə'fu:n/เบอะ'ฟูน/ ❶ *n.* จำอวด, ตัวตลก ❷ *v.i.* เล่นจำอวด, ทำตลก

buffoonery /bə'fu:nərɪ/เบอะ'ฟูเนอะริ/ *n.* การแสดงจำอวด

bug /bʌg/บัก/ ❶ *n.* Ⓐ แมลง; Ⓑ *(Amer.: small insect)* แมลง, ตัวด้วง; Ⓒ *(coll.: virus)* เชื้อบาซิลลัส *(แบคทีเรีย)*; **don't you breathe your ~s over me** อย่าเอาเชื้อโรคมาติดฉันนะ; Ⓓ *(coll.: disease)* โรคติดเชื้อ; **catch a ~:** ติดโรค; **I don't want to catch that ~ of yours** ฉันไม่อยากติดโรคจากคุณ; Ⓔ *(coll.: concealed microphone)* เครื่องดักฟัง; Ⓕ *(coll.: defect)* ข้อบกพร่องหรือปัญหา *(ในโปรแกรมคอมพิวเตอร์หรือระบบ ฯลฯ)*; **we have got all the ~s out of the system** พวกเราได้กำจัดข้อบกพร่องออกจากระบบหมดแล้ว; Ⓖ *(coll.: obsession)* การติดอยู่กับสิ่งนั้น, การหมกมุ่น; **he has a ~ about neatness** เขาเป็นคนเจ้าระเบียบ; **then I got the ~:** แล้วฉันก็เกิดติดใจไปด้วย; Ⓗ *(coll.: enthusiast)* แฟน ๆ, คนที่คลั่งไคล้ใน *ส.น.* ❷ *v.t.*, **-gg-:** Ⓐ *(coll.: install microphone in)* ติดตั้งเครื่องดักฟัง; **~ging device** เครื่องดักฟัง; Ⓑ *(coll.) (annoy)* กวนประสาท *(ภ.พ.)*, รบกวนจิตใจ; **what's ~ging you?** มีอะไรกวนใจคุณหรือ

bugbear /'bʌgbeə(r)/'บักแบ(ร)/ *n.* Ⓐ *(annoyance, problem)* เรื่องกวนใจให้รำคาญ; ปัญหา; Ⓑ *(object of fear)* สิ่งที่กลัว

bugger /'bʌgə(r)/'บักเกอะ(ร)/ ❶ *n.* Ⓐ *(sodomite)* คนที่มีเพศสัมพันธ์ทางทวารหนัก; Ⓑ *(coarse) (fellow)* ชายหนุ่ม; *(as insult)* ไอ้สารเลว; ไอ้สัตว์ *(ภ.ย.)*; **you lucky ~:** แกโชคดีมาก; **you poor ~:** แกนี่น่าเวทนาจริง; **play silly ~s** ก่อแต่ปัญหาที่ไม่เข้าท่า; Ⓒ *(coarse: thing)* *(สิ่งของ)* ไม่ได้เรื่อง; **that door is a ~ to open** ประตูนั่นช่างเปิดยากเสียเหลือเกิน; Ⓓ *(coarse: damn)* ไอ้ห่า *(ภ.ย.)*; ไอ้ห่า, ไอ้เฮงซวย *(ภ.ย.)*; **I don't give a ~ what you think** กูไม่สนหรอกว่ามึงจะคิดอย่างไร ❷ *v.t.* Ⓐ มีเพศสัมพันธ์ทางทวารหนัก; Ⓑ *(coarse: damn)* **~ you/him** ไอ้ห่า, ไอ้เฮงซวย *(ภ.ย.)*; **~ this car/him!** *(angry)* ไอ้รถเวร/ไอ้คนห่า *(ภ.ย.)*; **~ it!** เวรกรรมจริง ๆ; *(in surprise)* อะไรวะ; **well, ~ me** *or* **I'll be ~ed!** โธ่เอ๋ยเวรกรรมจริง ๆ; Ⓒ *(coarse: tire)* **be [completely] ~ed** เหนื่อยฉิบหาย

~ a'bout, ~ a'round ❶ *v.i. (coarse)* ทำแต่เรื่องเหลวไหล/ไม่รับผิดชอบ; **~ about with sth.** ทำเหลวไหลกับ *ส.น.* ❷ *v.t.* มาเล่นตลก

~ 'off *v.i. (coarse)* ไปแล้ว; **~ off!** ไปให้พ้น *(ภ.พ.)*; **~ off and leave me alone** ไปให้พ้นและทิ้งกูตามลำพัง

~ 'up *v.t. (coarse)* ทำให้ฉิบหาย *(ภ.พ.)*

bugger-all *n. (coarse)* ไม่ได้ทำเหี้ยอะไร *(ภ.ย.)*; **be worth ~** ไร้ค่า

buggery /'bʌgərɪ/'บักเกอะริ/ *n.* การร่วมประเวณีทางทวารหนัก

Buggins's turn /'bʌgɪnzɪz tɜ:n/'บักกินซิซเทอน/ *n. (Brit.)* การแต่งตั้งตามอายุราชการ

buggy /'bʌgɪ/'บักกิ/ *n.* Ⓐ *(horse-drawn)* รถเปิดประทุนขนาดเล็กที่ลากด้วยม้า; *(motor vehicle)* รถยนต์เล็ก ๆ มักใช้แบตเตอรี่; Ⓑ *(pushchair)* รถเด็ก; Ⓒ *(Amer.)* ➡ **baby buggy**

bugle[-horn] /'bju:gl(hɔ:n)/'บิวก'ล(ฮอน)/ *n.* แตรทหาร

bugler /'bju:glə(r)/'บิวเกลอะ(ร)/ *n.* คนเป่าแตร

build /bɪld/บิลดฺ/ ❶ *v.t.*, **built** /bɪlt/บิลทฺ/ Ⓐ สร้าง *(อาคาร, เขื่อน)*; ปลูก *(บ้าน)*; ก่อ *(กำแพง)*; ประกอบ *(รถยนต์)*; **the house is still being built** บ้านยังอยู่ในระหว่างการก่อสร้าง; **the house took three years to ~:** บ้านหลังนี้ใช้เวลาสามปีกว่าจะสร้างเสร็จ; **he was the man who built the bridge** เขาเป็นคนสร้างสะพานนี้; **the house is solidly built** บ้านนี้สร้างอย่างแข็งแรง; **~ a fire** ก่อไฟ; **~ sth. from** *or* **out of sth.** สร้าง *ส.น.* จาก *ส.น.*; **the dinghy was built from a kit** เรือลำนี้สร้างจากชิ้นส่วนสำเร็จรูป **be sturdily/ strongly built** *(fig.)* *(สิ่งของ)* สร้างอย่างแข็งแรงทนทาน; *(คน)* รูปร่างล่ำสัน; Ⓑ *(fig.)* สร้าง *(ระบบ, สังคม, อาณาจักร, อนาคต, ชื่อเสียง)*; **~ one's hopes upon sb./sth.** ตั้งความหวังไว้กับ *ค.น./ส.น.*; **~ a new career for oneself** สร้างอนาคตใหม่ให้ตนเอง ❷ *v.i.*, **built** Ⓐ สร้าง, ก่อ; Ⓑ *(fig.) (drama, music)* *(ละคร, ดนตรี)* เพิ่มความเข้มข้นขึ้น; **~ on one's successes** สร้างต่อบนรากฐานของความสำเร็จ ❸ *n.* วิธีการก่อสร้าง; *(of person)* รูปร่าง

~ 'in *v.t.* สร้างให้ติดกับผนัง; ➡ **+ built-in**

~ into *v.t.* **~ sth. into sth.** ประกอบ *ส.น.* เข้าไปใน *ส.น.*; *(fig.)* **~ a clause into a contract** เพิ่มเติมเงื่อนไข/ข้อจำกัดลงในสัญญา

~ on *v.t.* Ⓐ เพิ่ม; ก่อสร้างบน *(ที่ดิน)*; Ⓑ *(attach)* **~ sth. on to sth.** สร้าง *ส.น.* ต่อเติมเข้ากับอีก *ส.น.*

~ 'up ❶ *v.t.* Ⓐ ปลูกสร้างอาคาร; พัฒนา *(ที่ดิน)*; Ⓑ *(accumulate)* สะสม *(เสบียง, เงินทอง, ทรัพย์สิน)*; **~ up a reputation** สร้างชื่อเสียง; **~ up a fine reputation as a speaker** สร้างชื่อเสียงในฐานะเป็นนักพูด; Ⓒ *(strengthen)* เพิ่มพลัง; ทำให้ *(คน)* เข้มแข็งขึ้น; Ⓓ *(increase)* เพิ่ม, ขยาย *(การผลิต, ประสิทธิภาพ)*; เสริมกำลัง *(กองทหาร, ความมั่นใจ)*; **~ up sb.'s hopes [unduly]** ให้ความหวัง [ลม ๆ แล้ง ๆ] แก่ *ค.น.*; Ⓔ *(develop)* พัฒนา *(บริษัท, ธุรกิจ)*; *(expand)* ขยาย; **~ sth. up from nothing** สร้าง *ส.น.* ให้ใหญ่โตขึ้นจากที่ไม่มีอะไรเลย; **~ up one's strength** เสริมพละกำลัง; *(นักกีฬา)* ฝึกซ้อมให้มีกำลังกล้ามเนื้อ; Ⓕ *(praise, boost)* ปั้น *(ดารา, นักแสดง)*; **the film was built up to be something marvellous** ภาพยนตร์เรื่องนี้ได้รับการประโคมข่าวว่าเป็นสิ่งเลอเลิศ; **he wasn't half the performer he was built up to be** การแสดงของเขายังไม่ได้ครึ่งของที่ประกาศไว้เลย ❷ *v.i.* Ⓐ *(ความตึงเครียด, แรงกดดัน)* เพิ่มขึ้น; *(ดนตรี)* ดังกระหึ่มมากขึ้น; *(เสียงดัง)* เพิ่มขึ้น; **~ up to a crescendo** เพิ่มความดังขึ้นเรื่อย ๆ; Ⓑ ค่อย ๆ ก่อตัวขึ้น *(แถวยาว, การจราจรติดขัด)*; ➡ **+ build-up; built-up, built-up**

builder /'bɪldə(r)/'บิลเดอะ(ร)/ *n.* ➤ **489** Ⓐ ผู้สร้าง, ผู้ก่อตั้ง; Ⓑ *(contractor)* ผู้รับเหมาก่อสร้าง; **~'s labourer** คนงานก่อสร้าง; **~'s merchant** *(person/firm)* ผู้/บริษัทค้าวัสดุก่อสร้าง

building /'bɪldɪŋ/'บิลดิง/ *n.* Ⓐ การก่อสร้างอาคาร; *(of vehicle)* การประกอบ; **~ commenced three years ago** งานก่อสร้างนี้เริ่มเมื่อสามปีที่แล้ว; *attrib.* **~ materials** วัสดุก่อสร้าง; **~ operations** วิธีการก่อสร้าง; **~ land** ที่ดินก่อสร้าง; Ⓑ *(structure)* อาคาร; *(for living in)* บ้านเรือน

building: ~ contractor *n.* ➤ **489** ผู้รับเหมาก่อสร้าง; **~ line** *n. (Archit.)* แนวเขตก่อสร้าง; **~-site** *n.* พื้นที่ก่อสร้าง; **~ society** *n. (Brit.)* ธนาคารอาคารสงเคราะห์; **~ trade** *n.* ธุรกิจการก่อสร้าง

'build-up *n.* Ⓐ *(publicity)* การโฆษณา; **give sb./sth. a good ~:** ป่าวประกาศ *หรือ* โฆษณา *ค.น./ส.น.* เสียใหญ่โต; **give a film a massive ~:** โหม/ประโคมข่าวโฆษณาภาพยนตร์ขนานใหญ่; Ⓑ *(approach to climax)* การใกล้จุดสุดยอด; Ⓒ *(increase)* การเพิ่มขึ้น; *(of forces)* การเพิ่มกำลัง; **a ~ of traffic** การจราจรติดขัด

built ➡ **build** 1, 2

built: ~-in *adj.* Ⓐ ประกอบเข้ากับ; **a ~-in cupboard/bookcase/kitchen** ตู้เก็บถ้วยชาม/ชั้นหนังสือ/ครัวที่ประกอบกับผนัง; Ⓑ *(fig.: instinctive)* เป็นสัญชาตญาณ; ติดตั้งแต่กำเนิด; **the system has ~-in safeguards against accidents** *(fig.)* ระบบนี้มีการป้องกันอุบัติภัยอัตโนมัติติดตั้งไว้ภายใน; ➡ **+ obsolescence; ~-up** *adj.* Ⓐ มีบ้านเรือนอยู่หนาแน่น; **a ~-up area** บริเวณที่มีบ้านเรือนอยู่หนาแน่น; **the speed limit applies in all ~-up areas** การจำกัดความเร็วใช้กับบริเวณที่มีบ้านเรือนอยู่หนาแน่นทุกแห่ง; Ⓑ *(prefabricated)* ที่สำเร็จรูป และนำมาประกอบเข้าทีหลัง; Ⓒ **~-up shoulders** ไหล่เสริมฟองน้ำ; **a ~-up shoe** รองเท้าเสริมส้น

bulb /bʌlb/บัลบฺ/ *n.* Ⓐ *(Bot., Hort.)* พืชประเภทมีหัว *(เช่น หัวหอม)*; Ⓑ *(of lamp)* หลอด ไฟ; Ⓒ *(of thermometer, chemical apparatus)* กระเปาะหลอดแก้ว; Ⓓ *(of syringe, dropper, horn)* ปลายหลอด

bulbous /'bʌlbəs/'บัลเบิซ/ *adj.* Ⓐ มีรูปกลมเป็นกระเปาะ, เป่ง *(บวม)*; **~ finger** นิ้วอ้วนป้อม; **~ nose** จมูกบาน; Ⓑ *(Bot.)* มีลักษณะเป็นหัวเหมือนหัวหอม

Bulgaria /bʌl'geərɪə/บัล'แกเรีย/ *pr. n.* ประเทศบัลกาเรีย

Bulgarian /bʌl'geərɪən/บัล'แกเรียน/ ❶ *adj.* แห่งบัลกาเรีย; **he/she is ~:** เขา/เธอเป็นชาวบัลกาเรีย; ➡ **+ English** 1 ❷ *n.* Ⓐ *(person)* ชาวบัลกาเรีย; Ⓑ *(language)* ภาษาบัลกาเรีย; ➡ **+ English** 2 A

bulge /bʌldʒ/บัลจฺ/ ❶ *n.* Ⓐ การบวมนูน, จุดที่บวมขึ้นมา, *(in line)* เส้นโค้ง; *(in tyre)* ปุ่มที่นูนขึ้นมา; Ⓑ *(coll.: increase)* การเพิ่ม; Ⓒ *(Mil.)* ส่วนที่ไปข้างหน้า ❷ *v.i.* Ⓐ *(swell outwards)* บวมปูดออกมา; **her eyes ~d out of her head** *(fig. coll.)* เธอมองด้วยความพิศวง; Ⓑ *(be full)* อิ่มแปล้

bulging /'bʌldʒɪŋ/'บัลจิง/ *adj.* *(ถุงจ่ายตลาด, กระเป๋ากางเกง, กล่อง)* แทบปริ, ยัดจนตุง; *(พุง)* กลม; **~ eyes** ตาโปน; *(in surprise)* ทำหน้าตาประหลาดใจ

bulimia (nervosa) /bu:'lɪmɪə nɜ:'vəʊsə/บู'ลิมเมีย เนอ'โวเซอะ/ *n.* ความอยากอาหารมากผิดปกติ, โรคหิว

bulimic /bjuːˈlɪmɪk/บิวˈลิมิค/ *n.* คนที่เป็นโรคจิตที่ทำให้กินผิดปกติ *(โดยจะกินมากเกินไปเป็นช่วง ๆ แล้วทำให้ตัวเองอาเจียนเพื่อไม่ให้น้ำหนักขึ้น); adj.* ที่กินมากผิดปกติและตามด้วยการอาเจียน

bulk /bʌlk/บัลค/ ❶ *n.* [A] *(large quantity)* **in ~:** ในปริมาณมาก; [B] *(large shape)* รูปร่างใหญ่โตเทอะทะ; [C] *(size)* ใหญ่โต; **be of great ~:** ใหญ่โตมาก; [D] *(volume)* ปริมาตรมาก; **sea water is heavier, ~ for ~, than fresh water** น้ำทะเลหนักกว่าน้ำจืด เมื่อเทียบในปริมาตรที่เท่ากัน; [E] *(greater part)* **the ~ of the money/goods** เงิน/สินค้าส่วนใหญ่; **the ~ of the population/votes** ประชากร/เสียงส่วนใหญ่; [F] *(Commerc.)* **in ~** *(loose)* เหมาซื้อ, ไม่ได้บรรจุกล่อง, ไม่ได้แบ่งบรรจุในขวดเล็ก *(ไวน์)*; *(wholesale)* ขายส่ง; **~ transport** การขนส่งทีละมาก ๆ; **~ sales** การขายส่งเป็นจำนวนมาก ❷ *v.i.* **~ large** มีบทบาทสำคัญ ❸ *v.t.* [A] *(combine)* รวมกันเพื่อจัดส่งครั้งเดียว; [B] *(make thicker)* ทำให้มีปริมาตรเพิ่มขึ้น

bulk: ~ 'buyer *n.* ผู้เหมาซื้อ; **~ 'buying** *n.* การซื้อเหมา; **~ 'carrier** *n.* ผู้รับเหมาขนสินค้า; **~ goods** *n. pl.* สินค้าจำนวนมากที่ไม่ได้บรรจุกล่อง; **~head** *n.* ฝากั้น, ผนังกั้น *(ในเรือ, เครื่องบิน ฯลฯ)*

bulkiness /ˈbʌlkɪnɪs/ˈบัลคินิซ/ *n., no pl.* *(unwieldiness)* ความเทอะทะ, ความอุ้ยอ้าย

bulky /ˈbʌlkɪ/ˈบัลคิ/ *adj.* *(สิ่งของ)* กินที่มาก, ใหญ่โต; *(คน)* รูปร่างใหญ่โตเทอะทะ; *(เสื้อผ้า)* ไม่มีทรวดทรง; *(unwieldy)* *(สิ่งของ, หีบห่อ)* เทอะทะ; **~ goods** สินค้าชิ้นใหญ่; **a ~ book** หนังสือเล่มหนา

[1]**bull** /bʊl/บุล/ ❶ *n.* [A] วัวตัวผู้ที่ไม่ได้ตอน; **like a ~ in a china shop** *(fig.)* คนที่พรวดพราดซุ่มซ่าม; **like a ~ at a gate** คนใจร้อน/ประมาท; **take the ~ by the horns** *(fig.)* เข้าประจันหน้าสิ่งอันตราย หรือ ท้าทายอย่างห้าวหาญ; [B] *(Astrol.)* **the B~:** ราศีพฤษภ; ➡ + **archer** B; [C] *(whale, elephant)* ปลาวาฬ/ช้างตัวผู้; [D] ➡ **~'s eye** A; [E] *(Amer. coll.: policeman)* ตำรวจ; [F] *(St. Exch.)* การซื้อหุ้นด้วยคิดว่าราคาจะขึ้นในภายหลัง ❷ *adj.* มีลักษณะห้าวหาญเหมือนกระทิงเปลี่ยว

[2]**bull** *n. (RC Ch.)* ประกาศของพระสันตะปาปา

[3]**bull** ➡ **Irish bull**

[4]**bull** *n. (coll.)* [A] *(routine)* กิจวัตรประจำวัน; *(Mil.: discipline)* ระเบียบวินัย; [B] *(nonsense)* สิ่งไร้สาระ; [C] *(Amer.: blunder)* ความผิดพลาดอย่างโง่ ๆ

bull: ~-at-a-gate *adj., adv.* คนใจร้อน/ประมาท; **~ bar** *n.* โครงเหล็กที่ติดอยู่ด้านหน้ารถเพื่อใช้เป็นกันชน; **~ calf** *n.* ลูกวัวตัวผู้; **~dog** *n.* [A] สุนัขบูลด็อก *(ท.ศ.)* ลักษณะบึกบึนหัวโต ขนเนียน; **he's one of the ~dog breed** *(fig.)* เขาเป็นคนเอาจริงเอาจังไม่ยอมแพ้ง่าย ๆ; **~dog clip** ที่หนีบกระดาษแบบแข็ง; [B] *(Brit. Univ.)* ผู้ดูแลหอพัก; **~doze** *v.t.* [A] ไถด้วยรถแทรกเตอร์; **~doze a path** ไถทางด้วยรถแทรกเตอร์; [B] *(fig.: force)* **~doze sb. into doing sth.** ใช้พลังบังคับ *ค.น.* ให้ทำ *ส.น.*; **the Bill was ~dozed through Parliament by the government** *(fig.)* รัฐบาลผลักดันพระราชบัญญัติผ่านสภา; **~dozer** /ˈbʊldəʊzə(r)/ˈบุลโดเซอะ(ร)/ *n.* รถแทรกเตอร์ถางทางพลังสูง

bullet /ˈbʊlɪt/ˈบุลลิท/ *n.* ลูกกระสุนปืน; ➡ + **bite** 2 D

bullet: ~ head *n.* หัวกระสุน; **~ hole** *n.* รูกระสุน; **be riddled with ~ holes** โดนยิงพรุนไปหมด

bulletin /ˈbʊlɪtɪn/ˈบุลลิทิน/ *n.* แถลงการณ์อย่างเป็นทางการสั้น ๆ; **we will bring you further ~s to keep you informed** พวกเราจะแถลงการณ์ต่อไป เพื่อให้ท่านรับทราบ

'bulletin board *n. (Amer.)* กระดานปิดประกาศ; *(Sch., Univ.)* บอร์ดข่าวสาร

bullet: ~proof *adj.* *(กระจก, เสื้อ)* กันกระสุน; **~proof glass** กระจกกันกระสุน; **~ wound** *n.* แผลที่เกิดจากลูกกระสุน

bull: ~fight *n.* กีฬาสู้วัวกระทิง; **~fighter** *n.* ➤ 489 คนที่ต่อสู้กับวัวกระทิง; **~finch** *n.* *(Ornith.)* นกขนาดเล็กปากสั้น จำพวกนกกระจอก; **~frog** *n.* กบตัวโตอยู่ในอเมริกาเหนือ; **~horn** *n.* โทรโข่ง

bullion /ˈbʊljən/ˈบุลเลียน/ *n., no pl., no indef. art.* โลหะแท่ง; **gold/silver ~:** ทองแท่ง/เงินแท่ง

bullish /ˈbʊlɪʃ/ˈบุลลิช/ *adj. (St. Exch.)* ที่ทำให้ราคาหุ้นสูงขึ้น; **feel ~:** รู้สึกว่าจะได้ผลประโยชน์; มีความหวังว่าทุกอย่างจะดีขึ้น

bull: ~ market *n. (St. Exch.)* ตลาดหุ้นที่มีการซื้ออย่างต่อเนื่องทำให้ราคาสูงขึ้น; **~ neck** *n.* คอที่สั้นและใหญ่; **~-necked** *adj.* คอหนาและสั้น; **~-nose[d]** /ˈbʊlnəʊz(d)/ˈบุลโนซฺด/ ที่มีปลายกลม

bullock /ˈbʊlək/ˈบุลเลิค/ *n.* วัวหนุ่มตัวผู้, วัวที่ตอนแล้ว

bull: ~ point *n. (coll.)* ข้อได้เปรียบ; **~ring** *n.* สนามต่อสู้กับวัว; **~ session** *n. (esp. Amer.)* การสนทนาโต้ตอบอย่างไม่เป็นทางการ; *(men only)* การสนทนาที่มีแต่ผู้ชาย; **~seye** *n.* [A] *(of target)* ใจกลางเป้า; **score a ~seye** *(lit. or fig.)* ยิงถูกใจกลางเป้า; [B] *(boss of glass)* ปุ่มแก้ว; *(Naut.)* กระจกกลมเพื่อส่องแสงเข้าภายในเรือ; [C] *(boiled sweet)* ลูกกวาดกลมรสมินท์; **~shit** *(coarse) n.* เรื่องไร้สาระ, เหลวไหล; **~ terrier** *n.* สุนัขขนสั้นพันธุ์ทางระหว่างบูลด็อกกับเทอร์เรีย

[1]**bully** /ˈbʊlɪ/ˈบุลลิ/ ❶ *n.* [A] *คนที่ใช้พลังหรืออำนาจบังคับข่มขู่คนอื่น; (esp. schoolboy etc.)* นักเรียนอันธพาล; [B] *(hired ruffian)* ➡ **bully-boy** ❷ *v.t. (persecute)* บีบบังคับโดยใช้กำลัง; ข่มขู่; **~ sb. into/out of doing sth.** กดดัน *ค.น.* ให้ทำ/หรือไม่ทำ *ส.น.*

[2]**bully** *(coll.)* ❶ *adj.* ดีมาก, ชั้นหนึ่ง ❷ *int.* **~ for you** *(also iron.)* เออ โชคดีไป; **~ for him!** *(also iron.)* เออ! ก็ดีสำหรับเขา

[3]**bully** *(Hockey)* ❶ *n. การเริ่มต้นเล่นฮอคกี้ โดยคู่เล่นทั้งสองฝ่ายตีไม้ของฝ่ายตรงข้ามสามที ก่อนแย่งลูก* ❷ *v.i.* **~ off** เริ่มต้นเล่นตามวิธีดังกล่าว

bully: ~ beef *n.* เนื้อบดกระป๋อง; **~ boy** *n.* หนุ่มชอบข่มขู่คนอื่น; **a gang of ~boys** แก๊งหนุ่มอันธพาล

bullying /ˈbʊlɪɪŋ/ˈบุลลิอิง/ ❶ *n.* การข่มขู่รังแกคนอื่น ❷ *adj.* ชอบข่มขู่ผู้อื่น

'bully-off *n. (Hockey)* การเริ่มเล่นฮอคกี้

bulrush /ˈbʊlrʌʃ/ˈบุลเรัช/ *n. (Bot.)* หญ้า *Scirpus lacustris* มักขึ้นในหรือใกล้น้ำ

bulwark /ˈbʊlwək/ˈบุลเวิค/ *n.* [A] *(rampart)* กำแพงต้านข้าศึก; ป้อมปราการ; [B] *(breakwater)* เขื่อนกั้นน้ำ; [C] *usu. in pl. (Naut.)* ขอบเรือบนดาดฟ้า

[1]**bum** /bʌm/บัม/ *n. (Brit. coll.)* ก้น

[2]**bum** *(coll.)* ❶ *n. (Amer.)* [A] *(tramp)* คนพเนจร, คนจรจัด; [B] *(lazy dissolute person)* คนขี้เกียจเสเพล; [C] **be on the ~** *(be a vagrant)* เป็นคนเสเพล ❷ *adj.* ปลอม, เก๊, ผิดพลาด; **a ~ cheque** เช็คปลอม ❸ *v.i.*, **-mm-: ~ [about *or* around]** พเนจรไปเรื่อย ๆ ❹ *v.t.*, **-mm-** ขอทาน, อ้อนวอน (**off** จาก); **~ one's way through France** เที่ยวตุหรัดตุเหร่ไปทั่วฝรั่งเศส

bumble /ˈbʌmbl/ˈบัมบ'ล/ *v.i.* เดินต้วมเตี้ยม; **~ about** เดินต้วมเตี้ยมไปมา

'bumble-bee *n.* ผึ้งใหญ่ชนิดหนึ่ง ในสกุล *Bombus*

bumbling /ˈbʌmblɪŋ/ˈบัมบลิง/ *adj.* ปฏิบัติหรือแสดงอาการที่งุ่มง่าม

bumf /ˈbʌmf/ˈบัมฟ/ *n. (Brit. coll.)* [A] *(derog.: papers)* เอกสาร, สิ่งตีพิมพ์; [B] *(toilet paper)* กระดาษชำระ

bump /bʌmp/บัมพ/ ❶ *n.* [A] *(sound)* เสียงชน; *(impact)* การ/รอยกระแทก; **this car has had a few ~s** รถคันนี้มีรอยบุบ 2-3 รอย; [B] *(swelling)* อาการบวม; **get a nasty ~ on the head** มีแผลบวมใหญ่โตบนศีรษะ; [C] *(hump)* โหนก, อุปสรรค; [D] *(on skull)* โหนกศีรษะ; [E] *(coll.: dancer's forward thrust of abdomen)* การยื่นสะโพกในจังหวะเต้นรำ; **~s and grinds** การขยับสะโพกไปมาแบบเต้นอะโกโก้ ❷ *adv.* *(หล่นลง, ชน)* กระแทก; **the car went ~ into the vehicle in front** รถไปชนกระแทกรถข้างหน้า; **be afraid of things that go ~ in the night** กลัวเสียงแปลก ๆ ในเวลากลางคืน ❸ *v.t.* [A] กระแทก, ชน; **I ~ed the chair against the wall** ฉันกระแทกเก้าอี้เข้าข้างฝา; [B] *(hurt)* กระแทกหัว/เข่ากับ *ส.น.* ❹ *v.i.* [A] **~ against sth.** ชนกับ *ส.น.*; **~ against sb.** ชนกับ *ค.น.*; [B] *(move with jolts)* เคลื่อนไหวอย่างตะกุกตะกัก, กระเด้ง; **~ down the stairs** กระเด้งลงบันได

~ into *v.t.* [A] ชน, กระแทก; *(with car, shopping trolley, etc.)* ชน *(กำแพง, ประตู)*; **~ into sb.** ชน *ค.น.*; *(with vehicle)* **I ~ed into the back of another car** ฉันขับไปชนท้ายรถอีกคัน; [B] *(meet by chance)* พบโดยบังเอิญ; **if you ~ into Tom, tell him ...:** ถ้าคุณบังเอิญพบทอม บอกเขาด้วยว่า...

~ 'off *v.t. (coll.)* เก็บ *(ภ.พ.)*, ยิงทิ้ง

~ up *v.t. (coll.)* เพิ่ม *(ราคา, เงินเดือน)*

bumper /ˈbʌmpə(r)/ˈบัมเพอะ(ร)/ ❶ *n.* [A] *(Motor Veh.)* กันชน; [B] *(Amer. Railw.)* กันชนวัว; [C] *(brim-full glass)* แก้วที่เต็ม; [D] *(Cricket)* ลูกบอลที่ขว้างให้กระเด้งสูง ❷ *adj.* *(การเก็บเกี่ยว, พืชผล)* อุดมสมบูรณ์ผิดปกติ; *(ผลิตผล)* ที่มากผิดปกติ; **~ edition** สิ่งพิมพ์ฉบับพิเศษ

bumper: ~ car *n.* รถที่มียางโดยรอบ *สำหรับขับเล่นชนกัน*; **~-to-bumper** ❶ *adj.* **a ~-to-~ traffic jam** การจราจรติดยาวเหยียด ❷ *adv.* อย่างติดขัด

bumpkin /ˈbʌmpkɪn/ˈบัมพคิน/ *n.* **[country] ~:** คนบ้านนอกเซ่อ ๆ ซ่า ๆ

bumptious /ˈbʌmpʃəs/ˈบัมพเชิซ/ *adj.*, **bumptiously** /ˈbʌmpʃəslɪ/บัมพุเชิซลิ/ *adv.* [อย่าง] โอหัง, [อย่าง] อวดดี

bumptiousness /ˈbʌmpʃəsnɪs/ˈบัมพเชิซนิซ/ *n., no pl.* ความเย่อหยิ่งถือดี

bumpy /ˈbʌmpɪ/ˈบัมพิ/ *adj.* *(ถนน)* ขรุขระ; *(พาหนะ)* กระทบกระเทือน; *(เที่ยวบิน)* ที่มีอากาศแปรปรวน

bum: ~ 'rap *n. (Amer. coll.)* ติดคุกเพราะถูกกล่าวหาผิด ๆ; **~'s 'rush** *n. (Amer. coll.)* การขับไล่ออกอย่างรุนแรง; **give sb. the ~'s rush** ไล่ *ค.น.* ออกอย่างรุนแรง; **~ 'steer** *n. (Amer. sl.)* **give sb. a ~ steer** ให้ข้อมูลผิด ๆ กับ *ค.น.*

b

b

bun /bʌn/บัน/ *n.* Ⓐ ขนมปังกลมนุ่ม รสหวาน; *(currant ~)* ขนมเค้กกลมที่ใส่ลูกเกด; Ⓑ *(hair)* ผมมวยผม; ➡ + **oven**

bunch /bʌntʃ/บันฉ/ ❶ *n.* Ⓐ *(of flowers)* ช่อดอกไม้; *(of grapes, bananas)* พวง *(องุ่น)*; เครือ *(กล้วย)*; *(of parsley, radishes)* กำ; **a ~ of roses/parsley** ช่อกุหลาบ/พาสลี่หนึ่งกำ; **a ~ of keys** พวงกุญแจ; Ⓑ *(lot)* กลุ่ม, ชุด; **a whole ~ of ...:** ...จำนวนมาก; **the best** *or* **pick of the ~:** ดีที่สุดในพวกนั้น; Ⓒ *(coll.: gang)* แก๊ง; *(group)* กลุ่ม; **look a real ~ of idiots** ดูเหมือนพวกคนปัญญาอ่อนทั้งโขยง
❷ *v.t.* Ⓐ เกาะเป็นกลุ่ม; มาเป็นชุด; **the runners were tightly ~ed as they came round the final bend** นักวิ่งเกาะกลุ่มกันแน่นเมื่อเข้าโค้งสุดท้าย; Ⓑ *(gather into folds)* จับ *(ผ้า)* เข้าเป็นจีบ
~ 'up ❶ *v.i.* *(บุคคล)* รวมกลุ่มกันแน่น; *(กระโปรง)* นอนไม่เรียบ ❷ *v.t.* รวมเข้าเป็นจีบ

bundle /ˈbʌndl/ˈบันด'ล/ ❶ *n.* Ⓐ *(of papers)* มัด; *(of hay)* ฟ่อน; *(of books)* ห่อ; *(of fibres)* ขด; *(of nerves)* มัด; **tie sth. up in a ~:** ผูก *ส.น.* ให้เป็นมัด; **she's a ~ of mischief/energy/misery** *(fig.)* เธอเป็นตัวยุ่ง/มีพลังมากจริง ๆ/มีแต่ความทุกข์; Ⓑ *(coll.: large amount of money)* กองใหญ่; **the car must have cost a ~** รถคันนี้ราคาคงแพงน่าดูเลย; Ⓒ *(coll.)* **go a ~ on sb./sth.** ติดใจ *ค.น./ส.น.* มาก; ➡ + **nerve** 1 B
❷ *v.t.* Ⓐ ผูกให้เป็นฟ่อน/มัด; Ⓑ *(throw hastily)* **~ sth. into the suitcase/back of the car** โยน *ส.น.* ลงไปในกระเป๋าเสื้อผ้า/หลังรถ; Ⓒ *(put hastily)* **~ sb. into the car** ผลัก *ค.น.* ขึ้นรถ; Ⓓ *(Computing)* ขายส่วนต่างรวมเข้าด้วยกัน
~ 'off *v.t.* ไล่ออกไปอย่างเร็ว
~ 'up *v.t.* Ⓐ *(put in ~)* ผูกเป็นมัด; Ⓑ *(dress warmly)* ใส่เสื้อผ้าหลายชั้น

'bunfight *n. (Brit. coll.)* งานเลี้ยงน้ำชา

bung /bʌŋ/บัง/ ❶ *n.* จุกอุดรูถัง *(โดยเฉพาะถังไม้)* ❷ *v.t.* Ⓐ อุดรูถัง; Ⓑ *(coll.: throw)* เหวี่ยง *หรือ* โยน
~ 'up *v.t.* **be/get ~ed up** ถูกกีดขวาง

bungalow /ˈbʌŋgələʊ/ˈบังเกอะโล/ *n.* บังกะโล *(ท.ศ.)*, บ้านชั้นเดียว

bungee jumping /ˈbʌndʒiː dʒʌmpɪŋ/ˈบันจี จัมพิง/ *n.* *การกระโดดหัวดิ่งจากที่สูงโดยใช้เชือกผูกข้อเท้า*; บันจี้จัมพ์ *(ท.ศ.)*

'bunghole *n.* รูในถัง

bungle /ˈbʌŋgl/ˈบังก'ล/ ❶ *v.t.* ทำงานผิดพลาด; **~ it/the job** ทำมัน/งานผิดพลาดหมดเลย ❷ *n.* งานที่ทำผิดพลาด

bungler /ˈbʌŋglə(r)/ˈบังเกลอะ(ร)/ *n.* คนที่ทำงานผิดพลาด

bungling /ˈbʌŋglɪŋ/ˈบังกลิง/ ❶ *adj.* ที่ทำผิดพลาด; **~ person** คนที่ทำงานผิดพลาด/ทำอย่างลวก ๆ; **you ~ idiot!** ไอ้โง่ ❷ *n.* การทำอย่างลวก ๆ *หรือ* การทำผิดพลาด

bunion /ˈbʌnjən/ˈบันเยิน/ *n.* ➤ **453** *(Med.)* อาการบวมเจ็บที่เท้า

¹bunk /bʌŋk/บังค/ *n. (in ship, aircraft, lorry)* เตียงนอนเล็ก; *(in room, sleeping car)* เตียงนอน; *(~ bed)* เตียงนอนสองชั้น

²bunk *n. (coll.: nonsense)* เรื่องไร้สาระ; **don't talk ~:** อย่าพูดไร้สาระ

³bunk *n. (Brit. coll.)* **do a ~:** หลบหนีไป; **the cashier did a ~ with the money** แคชเชียร์เชิดเงินหนีไป

'bunk bed *n.* เตียงสองชั้น

bunker /ˈbʌŋkə(r)/ˈบังเคอะ(ร)/ ❶ *n. (fuel ~)* ถังใหญ่เก็บน้ำมัน; *(Mil.)* ที่กำบัง; *(Golf)* บังเกอร์ *(ท.ศ.)* ❷ *v.t. (Golf)* **be ~ed** ติดอยู่ในบังเกอร์; *(fig. coll.)* อยู่ในสถานการณ์ยากลำบาก

bunkum /ˈbʌŋkəm/ˈบังเคิม/ *n. (เรื่อง)* เหลวไหล, ไร้สาระ

bunny /ˈbʌnɪ/ˈบันนิ/ *n.* กระต่าย *(ภาษาเด็ก)*; **~ girl** *ผู้หญิงที่ต้อนรับแขกในไนท์คลับ ใส่หูกระต่ายที่ศีรษะ*

Bunsen burner /ˈbʌnsn ˈbɜːnə(r)/ˈบันซ'น ˈเบอเนอ(ร)/ *n.* ตะเกียงฟู่ก๊าซที่ใช้ในห้องวิทยาศาสตร์

¹bunting /ˈbʌntɪŋ/ˈบันทิง/ *n. (Ornith.)* นกตัวเล็ก ๆ ในสกุล *Emberizidae*

²bunting *n., no pl.* Ⓐ *(fabric)* ผ้าหยาบทำธง; Ⓑ *(flags, decoration)* ธงประดับสีต่าง ๆ

buoy /bɔɪ/บอย/ ❶ *n.* Ⓐ ทุ่น; *(buoyant part)* ส่วนที่ลอยน้ำ; Ⓑ *(life~)* ห่วงชูชีพ ❷ *v.t.* **~ [up]** ยกเหนือระดับน้ำ; *(fig.: support, sustain)* ให้กำลังใจ; **I was ~ed [up] by the thought that ...:** ฉันมีกำลังใจจากความคิดที่ว่า...

buoyancy /ˈbɔɪənsɪ/ˈบอยเอินซิ/ *n.* Ⓐ *(of body)* ความสามารถที่จะลอยตัว; Ⓑ *(fig.) (of stock market prices)* ความกระเตื้องลอยตัว; *(of person)* อารมณ์ร่าเริง, ความกระตือรือร้น

'buoyancy tank *n. (Naut.)* ถังที่อากาศเข้าไม่ได้ ติดไว้ที่เรือขนาดเล็กเพื่อให้เรือลอยอยู่ได้

buoyant /ˈbɔɪənt/ˈบอยเอินท/ *adj.* Ⓐ ลอยน้ำได้; พยุงตัวได้; **be [more] ~:** ร่าเริง [ขึ้นอีก]; ลอยน้ำได้ [ดีขึ้น]; Ⓑ *(fig.) (ตลาดหุ้น)* กระเตื้อง; *(อารมณ์)* ร่าเริง; *(เดิน)* ตัวลอย; **share prices were ~ today** ราคาหุ้นขึ้นวันนี้; **in ~ spirits** มีอารมณ์ร่าเริง

bur /bɜː(r)/เบอ(ร)/ *n.* Ⓐ *(Bot.)* เปลือกเมล็ดที่มีหนามติดเสื้อผ้าได้; *(fig.)* คนที่เกาะติดอย่างน่ารำคาญ; Ⓑ ➡ **burr** A; Ⓒ ➡ **burr** B

burble /ˈbɜːbl/ˈบ๊บ'ล/ *v.i.* Ⓐ *(speak lengthily)* พูดเรื่อยเปื่อย; **~[on] about sth.** พูดยืดยาวถึง *ส.น.*; **~ [on] incessantly to sb.** พูดกับ *ค.น.* อย่างไม่รู้จักจบ; Ⓑ *(make a murmuring sound)* ทำเสียงพึมพำ; *(ทารก)* ทำเสียงสบายใจ

burbot /ˈbɜːbət/ˈเบอเบิท/ *n. (Zool.)* ปลาน้ำจืดคล้ายปลาไหล

burden /ˈbɜːdn/ˈเบอด'น/ ❶ *n.* Ⓐ *(load)* น้ำหนักบรรทุก; *(fig.)* ภาระ; **beast of ~:** สัตว์ที่ใช้บรรทุกของหนัก; **become a ~:** กลายเป็นภาระ; **be a ~ to sb.** เป็นภาระแก่ *ค.น.*; **put a fresh ~ upon sb.** หาภาระใหม่ให้ *ค.น.*; **put too much of a ~ upon sb.** ให้ภาระแก่ *ค.น.* มากเกินไป; **the ~ of proof rests with** *or* **on you** หน้าที่พิสูจน์อยู่กับคุณ; **tax ~:** ภาระการเสียภาษี; Ⓑ *(chief theme)* จุดสำคัญ, ประเด็นหลัก; Ⓒ *(of song)* ส่วนของเพลงที่ร้องซ้ำ; Ⓓ *(Naut.: tonnage)* ระวางบรรทุก
❷ *v.t.* แบกน้ำหนัก; รับภาระ; **they were heavily ~ed** พวกเขาแบกของหนักมาก; *(fig.)* **~ sb./oneself with sth.** *ให้ภาระ ส.น.* กับ *ค.น.*/ตนเอง; **~ sb./oneself with too many responsibilities** *ค.น.*/ตัวเองมีภาระรับผิดชอบมากเกินไป

burdensome /ˈbɜːdnsəm/ˈเบอด'นเซิม/ *adj.* เป็นภาระหนัก; *(fig.)* เป็นภาระ; **become/be ~ to sb.** เป็นภาระหนักต่อ *ค.น.*

burdock /ˈbɜːdɒk/ˈเบอดอค/ *n. (Bot.)* หญ้าเจ้าชู้

bureau /ˈbjʊərəʊ, US -ˈrəʊ/ˈบิวเออะโร, -ˈโร/ *n., pl.* **~x** *or* **~s** Ⓐ *(Brit.: writing-desk)* โต๊ะเขียนหนังสือ*(ที่มีลิ้นชักและฝาครอบ)*; *(Amer.: chest of drawers)* โต๊ะเครื่องแป้งที่มีลิ้นชัก; Ⓑ *(office)* ที่ทำงาน; *(department)* กรม, สำนักงานสำหรับธุรกิจเฉพาะ; *(Amer.: government department)* หน่วยราชการ

bureaucracy /bjʊəˈrɒkrəsɪ/บิวเออะˈรอเครอะซิ/ *n.* Ⓐ การปกครองที่มีการบริหารจากส่วนกลาง, อำมาตยาธิปไตย *(ร.บ.)*; Ⓑ *(officials)* พนักงาน/ข้าราชการในส่วนกลาง

bureaucrat /ˈbjʊərəkræt/ˈบิวเออะเรอะแครท, -โรแครท/ *n.* ข้าราชการ, ผู้บริหารเจ้าระเบียบ

bureaucratic /bjʊərəˈkrætɪk/บิวเออะเรอะˈแครทิค/ *adj.* เกี่ยวกับข้าราชการ; **~ mentality** จิตใจเจ้าระเบียบ *หรือ* การคิดแบบข้าราชการ

bureaucratically /bjʊərəˈkrætɪklɪ/บิวเออะเรอะˈแครทิค'ลลิ/ *adv.* อย่างราชการ, อย่างลัทธิเจ้าขุนมูลนาย

bureau de change /bjʊərəʊ də ʃɑ̃ʒ/บิวเรอะ เดอะ ชาฌ/ *n.* สถานที่แลกเปลี่ยนเงินตราต่างประเทศ

burette /bjʊəˈret/บิวเออะˈเร็ท/ *(Amer.:* **buret***)* *n. (Chem.)* หลอดแก้วสำหรับวัดของเหลว

burg /bɜːg/เบิก/ *n. (Amer. coll.)* เมือง

burgee /bɜːˈdʒiː/เบอˈจี/ *n. (Naut.)* ธงเล็ก ๆ; *(triangular)* ธงเล็กสามเหลี่ยม

burgeon /ˈbɜːdʒən/ˈเบอเจิน/ *v.i.* Ⓐ *(begin to grow rapidly)* เติบโตอย่างรวดเร็ว; **the arts and sciences ~ed** ศิลปะและวิทยาการได้เติบโตอย่างรวดเร็ว; Ⓑ *(bud) (กิ่งไม้)* แตกตา

burger /ˈbɜːgə(r)/ˈเบอเกอะ(ร)/ *n. (coll.)* แฮมเบอร์เกอร์ *(ท.ศ.)*; **~ bar** *n. (coll.)* ร้านแฮมเบอร์เกอร์

burgess /ˈbɜːdʒɪs/ˈเบอจิซ/ *n.* Ⓐ *(Brit.)* ≈ ผู้แทนอำเภอเมืองหรือนคร; ผู้อาศัยในเมืองที่มีสิทธิ์ทางกฎหมายเต็มที่; Ⓑ *(Amer.)* ผู้ว่าราชการจังหวัด *หรือ* เขตการปกครอง

burgh /ˈbʌrə/ˈเบอเรอะ/ *n. (Scot. Hist.)* *เขตเมืองในสกอตแลนด์ ที่ถูกยกเลิกในปี ค.ศ. 1975*

burgher /ˈbɜːgə(r)/ˈเบอเกอะ(ร)/ *n. (arch. or joc.)* ผู้อาศัยในเมืองสำคัญในอดีต

burglar /ˈbɜːglə(r)/ˈเบอเกลอะ(ร)/ *n.* โจร, ขโมย, นักย่องเบา

'burglar alarm *n.* สัญญาณป้องกันขโมย/ภัย

burglarize /ˈbɜːgləraɪz/ˈเบอเกลอะรายซ/ *(Amer.)* ➡ **burgle** 1

'burglar-proof *adj.* ที่ขโมยเข้าไม่ได้เลย

burglary /ˈbɜːglərɪ/ˈเบอเกลอะริ/ *n.* การบุกรุก, การขโมย; *(offence)* การโจรกรรม

burgle /ˈbɜːgl/ˈเบอก'ล/ ❶ *v.t.* ขโมย; **the shop/he was ~d** ร้าน/เขาถูกขโมย ❷ *v.i.* ขโมย, ฉก

burgomaster /ˈbɜːgəmɑːstə(r)/ˈเบอเกอะมาซเตอะ(ร)/ *n.* *นายกเทศมนตรีของเมืองในประเทศเนเธอร์แลนด์หรือเบลเยียม*

burgundy *n.* Ⓐ *(wine)* เหล้าองุ่นจากมณฑลเบอร์กันดี; Ⓑ *(colour)* สีแดงแก่ปนม่วง

Burgundy /ˈbɜːgəndɪ/ˈเบอเกินดิ/ *pr. n.* มณฑลเบอร์กันดีทางภาคกลางประเทศฝรั่งเศส

burial /ˈberɪəl/ˈเบะเรียล/ *n.* การฝังศพ; **Christian ~:** การฝังศพตามแบบคริสเตียน; **~ at sea** การเอาหีบศพลงทะเล

burial: ~ ground ป่าช้า, สุสาน; **~ mound** *n.* เนินหลุมฝังศพ; **~ service** *n.* พิธีฝังศพ

burin /ˈbjʊərɪn/ˈบิวเออะริน/ *n.* Ⓐ เหล็กแหลมใช้แกะสลัก; Ⓑ *(Archaeol.)* เครื่องมือยุคหินปลายแหลมคม

burlap /ˈbɜːlæp/ˈเบอแลพ/ *n.* ผ้ากระสอบ

burlesque /bɜːˈlesk/เบอะˈเล็ซคฺ/ ❶ *adj.* *(Theatre)* ละครตลกล้อเลียน; Ⓐ **~ show** การแสดงมหรสพแบบล้อเลียน; Ⓑ *(book, play)* หนังสือ/บทละครที่ล้อเลียนงานอื่น ๆ; Ⓒ *(parody)* การเขียนล้อเลียน; ❷ *(Amer.: variety show)* การแสดงเบ็ดเตล็ด ❸ *v.t.* แสดงล้อเลียน; ทำท่าตลกยั่วเย้า

burly /ˈbɜːlɪ/ˈเบอลิ/ *adj.* ล่ำสัน, แข็งแรง

Burma /ˈbɜːmə/ˈเบอเมอะ/ *pr. n.* ประเทศพม่า *(ปัจจุบันเรียกว่า เมียนมาร์)*

Burmese /bɜːˈmiːz/เบอะˈมีซฺ/ ❶ *adj.* แห่งประเทศพม่า; **sb. is ~:** *ค.น.* เป็นชาวพม่า; ➡ + English 1 ❷ *n., pl. same* Ⓐ *(person)* ชาวพม่า; Ⓑ *(language)* ภาษาพม่า; ➡ + English 2 A

¹burn /bɜːn/เบิน/ ❶ *n.* ➤ 453 *(on the skin)* แผลจากการโดนไหม้/ลวก; *(on material)* รอยไหม้; *(hole)* **the cigarette ~t a hole in the carpet** บุหรี่ไหม้พรมเป็นรู; **second-degree ~s** ไหม้เข้าถึงเนื้อ

❷ *v.t.*, **~t** /bɜːnt/เบ็นทฺ/ *or* **~ed** Ⓐ ไหม้; **~ a hole in sth.** ไหม้ *ส.น.* เป็นรู; **money ~s a hole in his pocket** *(fig.)* เงินในกระเป๋าของเขาหมดไปอย่างรวดเร็ว; **~ one's boats** *or* **bridges** *(fig.)* ตัดสินใจอย่างเด็ดขาดโดยไม่คำนึงถึงอนาคต; Ⓑ *(use as fuel)* เผา *(ถ่าน)*; ใช้ *(ฟืน, ก๊าซ, น้ำมัน)* เป็นเชื้อเพลิง; *(use up)* เผาผลาญ; **~ coal in the stove** เผาถ่านหินในเตา; **this lamp ~s oil** ตะเกียงนี้ใช้น้ำมัน; **have money to ~** *(fig.)* มีเงินมากมาย; **I haven't got money to ~:** ฉันไม่มีเงินจะผลาญ; Ⓒ ➤ 453 *(injure)* ทำไฟไหม้, โดนไฟไหม้; **~ oneself/one's hand** ทำไฟไหม้ตนเอง/มือ; **he was severely ~t in the fire** เขาถูกไฟไหม้เหวอะหวะ; **~ one's fingers, get one's fingers ~t** *(fig.)* เดือดร้อนเพราะเข้าไปยุ่ง หรือเพราะความหุนหัน; Ⓓ *(spoil)* **be ~t** ไหม้เสียหาย; **~t toast** ขนมปังปิ้งไหม้; Ⓔ *(cause burning sensation to)* รู้สึกเผ็ด; **this curry is ~ing my throat** แกงนี้เผ็ดร้อนคอ; Ⓕ *(put to death)* **~ sb. [at the stake/alive]** เผาคนทั้งเป็น; Ⓖ *(fire, harden)* เผา; **~ wood to make** *or* **for charcoal** เผาไม้ให้เป็นถ่าน; Ⓗ *(corrode)* *(กรด)* กัด; Ⓘ *(parch)* **the earth was ~ed brown/dry** พื้นดินถูกเผาจนเป็นสีน้ำตาล/จนแห้ง

❸ *v.i.*, **~t** *or* **~ed** ถูกเผา; ถูกไฟไหม้; Ⓐ **~ to death** ถูกไฟไหม้; **five people ~ed to death in the fire** คนตายห้าคนจากไฟไหม้; **may you ~ in hell** ขอให้ตกนรกหมกไหม้; Ⓑ *(blaze)* *(กองไฟ)* ลุกโพรง, ประทุ; *(ตึก)* ลุกเป็นเพลิง; Ⓒ *(give light)* *(เทียน, โคมไฟ)* ให้แสงสว่าง; **~ lower** ให้แสงสว่างน้อยลง; Ⓓ ➤ 453 *(be injured)* โดนไฟไหม้; **she/her skin ~s easily** ผิวของเธอถูกแดดเผาดำได้ง่าย; Ⓔ *(be spoiled)* *(ขนมเค้ก, อาหาร)* ไหม้จนเสีย; Ⓕ *(feel hot)* รู้สึกตัวร้อน; **her cheeks were ~ing with embarrassment** *(fig.)* แก้มของเธอแดงด้วยความอาย; **I was ~ing with shame** ตัวฉันร้อนผ่าวด้วยความอาย; **his ears were ~ing** *(fig.)* มีคนพูดชมเขา; Ⓖ *(fig.: be passionate)* **~ with rage/anger** เร่าร้อนด้วยความโกรธ; **~ with desire/longing [for sb.]** เร่าร้อนด้วยความปรารถนา/ความหวัง [สำหรับ *ค.น.*]; **be ~ing with curiosity** เร่าร้อนด้วยความอยากรู้อยากเห็น; **be ~ing to do sth.** เร่งเร้าจะทำ *ส.น.*; Ⓗ *(be corrosive)* กัดกร่อน, ผุพัง

~ aˈway ❶ *v.t. (by laser etc.)* ค่อย ๆ ไหม้ให้หาย ❷ *v.i.* Ⓐ *(continue to ~)* ไหม้อยู่; ยังไม่ดับ; Ⓑ *(diminish, be destroyed)* ไหม้จนหมด; *(เทียน)* ไหม้จนหมด

~ ˈdown ❶ *v.t.* มอด, ดับ ❷ *v.i.* *(ตึก)* ถูกเผาจนหมด; *(less brightly)* *(ไฟ)* มอด; *(เทียน)* ค่อย ๆ ดับ

~ ˈin *v.t.* ใช้ไฟประทับ *(ตรา)*; *(fig.)* *(เหตุการณ์)* ฝังอยู่ในจิตใจ

~ into *v.t.* ฝังลึกเข้าไป; **the events were ~t into her memory** *(fig.)* เหตุการณ์นั้นถูกตรึงอยู่ในความทรงจำของเธอ

~ ˈout ❶ *v.t.* Ⓐ ไหม้จนดับ; **the fire ~ed itself out** ไฟดับลงไปเอง; Ⓑ *(fig.)* **feel ~ed out** รู้สึกเหน็ดเหนื่อยมาก; รู้สึกหมดแรงหมดไฟ; **~ oneself out** ทำลายสุขภาพ; Ⓒ **the family was ~ed out of house and home** ครอบครัวโดนไฟไหม้หมดบ้านหมดช่อง; Ⓓ *(Electr.)* ทำให้เครื่องร้อนจนเกือบไหม้; ❷ *v.i.* Ⓐ *(ไฟ, เทียน)* ไหม้จนหมด; Ⓑ *(Electr.)* ทำให้เครื่องร้อนจนเกือบไหม้

~ ˈup ❶ *v.t.* Ⓐ ใช้ให้หมด *(พลัง)*; **~ up the road** *(fig. coll.)* ขับรถอย่างเร็วจี๋; Ⓑ *(Amer.: make furious)* ทำให้โกรธแค้น ❷ *v.i.* Ⓐ *(begin to blaze)* ลุกเป็นเพลิง; Ⓑ *(be destroyed)* *(ดาวเทียม, ดาวหาง)* เผาไหม้สลาย

²burn *n. (Scot.)* ลำธารเล็ก ๆ

ˈburned-out *adj. (lit. or fig.)* หมดไฟ

burner /ˈbɜːnə(r)/ˈเบอเนอะ(ร)/ *n.* หัวตะเกียง, หัวเตาอบ, อุปกรณ์ติดไฟ; ➡ + back burner; Bunsen burner

burning /ˈbɜːnɪŋ/ˈเบอนิง/ ❶ *adj.* Ⓐ เผาไหม้; Ⓑ *(fig.)* อันแรงกล้า; *(ความต้องการ)* อันแรงกล้า; *(ความพยายาม)* อย่างสุดขีด; *(ปัญหา)* ที่เร่งด่วน; **sth. is a ~ shame** *ส.น.* เป็นเรื่องน่าละอายอย่างมาก ❷ *n.* การเผาไหม้; **a smell of ~:** กลิ่นไหม้

burning glass *n.* แก้วขยายที่ใช้รวมความร้อนจากแสงอาทิตย์

burnish /ˈbɜːnɪʃ/ˈเบอนิช/ *v.t.* ขัดให้เรียบ

ˈburn-out *n.* หมดแรงทางกายหรือจิตใจ; **risk ~** เสี่ยงที่จะรับภาระมากเกินไป

burnt ➡ ¹burn 2, 3

burnt: ~ ˈoffering *n.* สิ่งของ/อาหารที่บูชาด้วยการเผา; *(fig. joc.: burnt food)* อาหารที่สุกจนไหม้เกรียม; **~-out** ➡ burned-out

burp /bɜːp/เบิพ/ *(coll.)* *n.* เรอ; **emit a loud ~/a series of ~s** เรอออกมาดัง/เรอติดต่อกัน

burr /bɜː(r)/เบอ(ร)/ *n.* Ⓐ *(rough edge)* ขอบ *(กระดาษ, โลหะ)* ที่ไม่เรียบ; Ⓑ *(drill)* สว่านเล็กของศัลยแพทย์/ทันตแพทย์; Ⓒ ➡ bur A

burrow /ˈbʌrəʊ/ˈเบอโร/ ❶ *n.* โพรงสัตว์ขนาดเล็ก เช่น กระต่าย ❷ *v.t.* ขุด *(โพรง, อุโมงค์)*; **~ one's way under/through sth.** ขุดใต้/ทะลุ *ส.น.* ❸ *v.i.* อาศัยอยู่ในโพรง, หลบซ่อนตัว; **~ into sth.** *(fig.)* ค้นหา/ศึกษา *ส.น.*; **~ through sth.** *(fig.)* ผลักดันให้ผ่านทะลุ *ส.น.*

bursar /ˈbɜːsə(r)/ˈเบอเซอะ(ร)/ *n.* ➤ 489 เหรัญญิก *(มหาวิทยาลัย, โรงเรียน)*

bursary /ˈbɜːsərɪ/ˈเบอเซอะริ/ *n.* Ⓐ ที่ทำงานของเหรัญญิกมหาวิทยาลัย; Ⓑ *(scholarship)* ทุนการศึกษา

burst /bɜːst/เบิซทฺ/ ❶ *n.* Ⓐ *(split)* การแตก/แยก/ปริ; **a ~ in a pipe** การแตกในท่อ; Ⓑ *(of flame)* การพวยพุ่ง; **a sudden ~ of flame** เปลวไฟที่พวยพุ่งออกมาอย่างกระทันหัน; Ⓒ *(outbreak of firing)* การเปิดฉากระดมยิง; Ⓓ *(fig.)* **a ~ of applause/cheering** เสียงปรบมือ/เสียงเชียร์กราวหนึ่ง; **there was a ~ of laughter** มีเสียงหัวเราะอยู่กราวหนึ่ง; **~ of rage** การระเบิดอารมณ์โกรธ; **~ of enthusiasm** ความกระตือรือร้นที่เกิดขึ้นอย่างฉับพลัน; **a ~ of speed** การเร่งความเร็วอย่างฉับพลัน; Ⓔ *(explosion)* การระเบิด; **a bomb ~:** การระเบิดของลูกระเบิด ❷ *v.t.*, **~** ทำให้ *(หม้อน้ำร้อน)* ระเบิด; ทำให้ *(ท่อ)* แตก; ทำ *(ลูกโป่ง)* แตก; **~ pipe** ท่อแตก; **the river ~ its banks** แม่น้ำพังตลิ่ง; **he ~ a blood vessel** เส้นเลือดของเขาแตก; **he [almost] ~ a blood vessel** *(fig.)* เขา [แทบจะ] เลือดขึ้นหน้า; **~ the door open** พังประตูเข้ามา; **~ one's sides with laughing** *(fig.)* หัวเราะงอหาย ❸ *v.i.*, **~** Ⓐ *(จรวด, หม้อน้ำร้อน)* ระเบิด; **~ open** *(ประตู)* เปิดออกโครม; Ⓑ *(be full to overflowing)* *(เขื่อน)* แตก; *(ตลิ่งแม่น้ำ)* พังทลาย; **be ~ing with sth.** เต็มเปี่ยมไปด้วย *ส.น.*; **be full to ~ing[-point]** เต็มจนเกือบล้น; **be ~ing with pride/impatience** *(fig.)* ท่วมท้นไปด้วยความภาคภูมิใจ/ความไม่อดทน; **be ~ing with health** *(fig.)* มีสุขภาพสมบูรณ์; **be ~ing with happiness/excitement** *(fig.)* เต็มเปี่ยมไปด้วยความสุข/ความตื่นเต้น; **I can't eat any more. I'm ~ing** *(fig.)* ฉันทานอีกไม่ไหวแล้ว ท้องกำลังจะแตก; **be ~ing to say/do sth.** *(fig.)* อยากพูด/ทำ *ส.น.* เต็มแก่; Ⓒ *(appear, come suddenly)* **~ from sb.'s lips** หลุดออกจากปาก *ค.น.*; **~ through sth.** ทะลุ *ส.น.*; **the Beatles ~ upon the pop scene in the early sixties** คณะสี่เต่าทองปรากฏในวงการเพลงป๊อบตอนต้นทศวรรษที่ 60; **the sun ~ through the clouds** พระอาทิตย์ทะลุก้อนเมฆ

~ ˈin *v.i.* พรวดพราดเข้ามา; **~ in [up]on sb./sth.** เข้าขัดจังหวะ *ค.น./ส.น.* หรือ พรวดพราดเข้ามาในห้องที่มี *ค.น.* อยู่/ในเหตุการณ์ *ส.น.*

~ into *v.t.* Ⓐ ถลัน/พรวดพราดเข้าไป; **we ~ into the room** เราถลัน/พรวดพราดเข้าไปในห้อง; Ⓑ *(suddenly begin)* **~ into tears** น้ำตาไหลพรั่งพรู; **~ into laughter** ระเบิดเสียงหัวเราะ; **~ into flower** ผลิดอกอย่างฉับพลัน; **~ into song** อยู่ดี ๆ เริ่มร้องเพลง; **~ into flames** ลุกเป็นไฟ

~ ˈout *v.i.* Ⓐ ถลัน/พรวดพราดออก; **~ out of a room** ถลัน/พรวดพราดออกจากห้อง; Ⓑ *(exclaim)* ร้องตะโกน/อุทาน, โพล่ง; Ⓒ *(suddenly begin)* **~ out laughing/crying** ระเบิดเสียงหัวเราะ/เสียงร้องไห้

burton /ˈbɜːtn/ˈเบอท'น/ *n. (Brit. coll.)* **go for a ~** *(be destroyed)* ถูกทำลาย; *(be lost)* สิ่งของหายไป; หมดสิ้น; *(be killed)* ถูกฆ่า

bury /ˈberɪ/ˈเบะริ/ *v.t.* Ⓐ ฝัง *(ศพ)*; **~ sb. at sea** ปล่อยศพ *ค.น.* ลงทะเล; **be dead and buried** *(lit.)* ตายสนิท; *(fig.)* จบสิ้น; **where is Marx buried?** มาร์กซ์ถูกฝังอยู่ที่ไหน; **~ sb. alive** ฝัง *ค.น.* ทั้งเป็น; Ⓑ *(hide)* ซ่อน, ปิดบัง; **~ one's differences** *(fig.)* ยกเลิกความขัดแย้งซึ่งกันและกัน; **~ the hatchet** *or* *(Amer.)* **tomahawk** *(fig.)* ยุติการทะเลาะวิวาท; หย่าศึก; **~ one's face in one's hands** ใช้มือทั้งสองปิดหน้า; Ⓒ *(bring underground)* ฝังไว้ใต้ดิน, กลบ; **buried cable** *(Electr.)* สายเคเบิลใต้ดิน; **the houses were buried by a landslide** บ้านเรือนถูกดินถล่มกลบ; Ⓓ *(plunge)* **~ one's teeth in sth.** ใช้ฟันงับ *ส.น.*; **~ one's hands in one's pockets** เอามือซุกกระเป๋า; **sth. buries itself in sth.** *ส.น.* จม/ฝังอยู่ใน *ส.น.*;

b

burying-ground | busy 138

b

E (involve deeply) หมกมุ่นอยู่กับ; ~ oneself in one's studies/books หมกมุ่นอยู่กับการเรียน/หนังสือ

burying /ˈberɪɪŋ/ˈเบะริอิง/: ~-ground, ~-place ns. ป่าช้า, สุสาน

bus /bʌs/บัซ/ ❶ n., pl. ~es ((Amer.:) ~ses) **A** รถโดยสารประจำทาง, รถเมล์; go by ~: ไปโดยรถโดยสารประจำทาง; **B** (coll.: car, aircraft) รถยนต์, เครื่องบิน; ➡ + miss 2 D ❷ v.i., (Amer.) -ss- ไปโดยรถโดยสารประจำทาง ❸ v.t., -ss- (Amer.) ขนส่งโดยรถโดยสารประจำทาง

bus: ~**bar** n. (Electr.) สะพานไฟฟ้า, สะพานจ่ายไฟ; ~**boy** n. (Amer.) ผู้ช่วยพนักงานเสิร์ฟตามภัตตาคาร

busby /ˈbʌzbɪ/ˈบัซบิ/ n. (Brit.) หมวกขนสัตว์ทรงสูง สวมโดยทหารม้ารักษาพระองค์ในยุโรป

bus: ~ **company** n. บริษัทรถโดยสารประจำทาง; ~ **conductor** n. ➤ 489 กระเป๋ารถเมล์; ~ **depot** n. ➡ ~ garage; ~ **driver** n. ➤ 489 พนักงานขับรถโดยสาร; ~ **fare** n. ค่าโดยสารรถประจำทาง; how much is the ~ fare from A to B? ค่าโดยสารรถประจำทางจากเอไปถึงบีราคาเท่าไหร่; ~ **garage** n. อู่รถโดยสารประจำทาง

¹**bush** /bʊʃ/บุช/ n. **A** (shrub) พุ่มไม้; (collect.: shrubs) ไม้พุ่มนานาชนิด; ➡ + beat 1 H, 2 C; **B** (woodland) ป่า; go ~ (Austral.) (leave usual surroundings) ทิ้งถิ่นประจำของตน; (run wild) กลับคืนสู่ธรรมชาติ; (go berserk) บ้าระห่ำ; **C** ~ [of hair] ผมหนึ่งหย่อม

²**bush** n. **A** (threaded socket) รูเสียบขาตั้งกล้องถ่ายรูป; **B** (metal lining) เครื่องสวมเพลา; **C** (Electr.) ที่บุรองเพลา

ˈ**bushbaby** n. (Zool.) ลีเมอร์ชนิดหนึ่งคล้ายลิงในทวีปแอฟริกา

bushed /bʊʃt/บุชทฺ/ adj. (Amer. coll.) หมดเรี่ยวแรง

bushel /ˈbʊʃl/ˈบุช'ล/ n. มาตราตวงเท่ากับ 8 แกลลอนหรือ 36.4 ลิตร; hide one's light under a ~ (fig.) ปกปิดความสามารถของตน

bushing /ˈbʊʃɪŋ/ˈบุชชิง/ ➡ ²bush

bush: ~ **jacket** n. เสื้อซาฟารี (ท.ศ.); ~ **league** n. (Amer.) สมาคมกีฬาอาชีพชั้นรอง; **B~man** n. **A** (native) ชนเผ่าบุชแมน อาศัยอยู่ทางใต้ของทวีปแอฟริกา; **B** (language) ภาษาดั้งเดิมของชนเผ่าบุชแมน; ~-**ranger** n. (Austral. Hist.) พวกนอกกฎหมายชาวออสเตรเลียที่หลบซ่อนอยู่ตามป่า; ~ ˈ**telegraph** n. (fig.) ข่าวลือ; การแพร่กระจายข่าวอย่างรวดเร็ว; the news spread via the ~ telegraph ข่าวแพร่กระจายโดยการลือ; ~**whacker** n. (Amer., Austral., NZ: backwoodsman) ผู้ที่เดินทาง/อยู่อาศัยตามป่า; ผู้ที่แผ้วถางป่า

bushy /ˈbʊʃɪ/ˈบุชชิ/ adj. (covered with bushes) ปกคลุมด้วยพุ่มไม้; (growing luxuriantly) เติบโตอย่างอุดมสมบูรณ์

busily /ˈbɪzɪlɪ/ˈบิซซิลิ/ adv. ยุ่ง, ไม่ว่าง

business /ˈbɪznɪs/ˈบิซนิซ/ n. **A** (trading operation) ธุรกิจ, กิจการ; (company, firm) บริษัท; (large) ธุรกิจขนาดใหญ่; **B** no pl. (buying and selling) การซื้อขาย; on ~: ในทางธุรกิจ; he's in the wool ~: เขาทำธุรกิจซื้อขายขนสัตว์; ~ is brisk ธุรกิจคล่องตัว; how's ~ with you? (lit. or fig.) กิจการ/ธุรกิจเป็นอย่างไรบ้าง; ~ is ~ (fig.) ธุรกิจย่อมเป็นธุรกิจ (ไม่มีการผ่อนปรน); in my ~: ในธุรกิจของฉัน/ในวงการของฉัน; set up in ~: เริ่มดำเนินธุรกิจ; he's in ~ for himself เขาทำธุรกิจของตนเอง; go out of ~: เลิกกิจการ; go into ~: เข้าสู่วงการธุรกิจ หรือ ทำธุรกิจ; do ~ [with sb.] ทำธุรกิจ [กับ ค.น.], ค้าขาย [กับ ค.น.] I'm glad we were able to do ~: ฉันดีใจที่เราสามารถทำธุรกิจด้วยกันได้; be in ~: อยู่ในวงการธุรกิจ; we're in ~ [again] (fig.) เรากลับมามีอำนาจ/คืนสู่ตำแหน่งอีกครั้ง; it was ~ as usual ยังคงดำเนินกิจการอยู่; ทุกอย่างดำเนินไปอย่างปกติ; 'B~ as usual during alterations' 'ยังเปิดกิจการอยู่ในขณะที่บูรณะสถานที่'; do you want to go into ~ or become a lawyer? คุณอยากเข้าสู่วงการธุรกิจหรืออยากเป็นทนายความ; go about one's ~: จัดการกับธุรกิจของตน; **C** (task, duty, province) ภาระหน้าที่, เรื่องราว, ธุระ, สิทธิ; that is my ~/none of your ~: นั่นเป็นเรื่องของฉัน/ไม่ใช่เรื่องของคุณ; that is your ~: นั่นเป็นหน้าที่ของคุณ; what ~ is it of yours? เป็นธุระอะไรของคุณเล่า; มันเรื่องอะไรของคุณเล่า; send sb. about his ~: ไล่ ค.น. ออกไป; mind your own ~: อย่ายุ่งกับเรื่องของคนอื่น; he has no ~ to do that เขาไม่มีสิทธิที่จะทำอย่างนั้น; make it one's ~ to do sth. รับผิดชอบที่จะต้องทำ ส.น.; (with more effort) ตั้งใจที่จะทำ ส.น. อย่างเต็มที่; like nobody's ~ (coll.) อย่างพิเศษ; **D** (matter to be considered) เรื่องราว; 'any other ~' เรื่องอื่น ๆ ใด ๆ; the [main] ~ of the day เรื่อง [หลัก] ที่จะต้องจัดการในวันนั้น ๆ; get on with the ~ in hand ลงมือจัดการ ส.น.; **E** (difficult matter) ปัญหา, เรื่องยาก; a lengthy ~: ปัญหายืดยาว; it's going to be a ~ getting the piano down the stairs การขนเปียโนลงบันไดจะเป็นปัญหา; what a ~ [this is]! ช่างเป็นเรื่องที่ยากลำบากอะไรเช่นนี้; make a [great] ~ of sth. ทำ ส.น. เป็นเรื่องใหญ่; **F** (serious work) get down to [serious] ~: เข้าสู่เรื่องราวที่สำคัญ; (Commerc.) ลงมือทำงานอย่างจริงจัง; mean ~: เอาจริงเอาจัง; ~ before pleasure งานมาก่อนความสนุกสนาน; combine ~ and pleasure ทำให้สนุกด้วยและได้งานด้วย; **G** (derog.: affair) เรื่องส่วนตัว, เรื่องที่ไม่ถูกต้องตามทำนองคลองธรรม; **H** no pl. (Theatre) อากัปกิริยาใด ๆ ของนักแสดงบนเวทีที่ช่วยให้ฉากสมจริงขึ้น

business: ~ **address** n. ที่อยู่ของสถานประกอบการ; ~ **card** n. นามบัตร; ~ **class** ❶ n., no pl. ชั้นธุรกิจ ❷ adv. fly/travel ~ class บิน/เดินทางชั้นธุรกิจ; ~ **correspondence** n. การโต้ตอบจดหมายธุรกิจ; ~ **cycle** n. (Amer.) วงจรธุรกิจ; ~ **end** n. (coll.) (of tool) ส่วนที่ใช้; (of hammer etc.) หัวค้อน; (of rifle etc.) กระบอกปืนกล; ~ **hours** n. pl. เวลาเปิดทำการ; ~ **letter** n. จดหมายธุรกิจ; ~**like** adj. มีลักษณะเป็นธุรกิจ, เป็นการเป็นงาน; ~ **lunch** n. อาหารกลางวันที่มีการพูดคุย/เจรจาทางธุรกิจ; ~ **machine** n. เครื่องมือเครื่องใช้ในสำนักงาน; ~**man** n. ➤ 489 นักธุรกิจ; ~ **park** นิคมธุรกิจ; ~ **plan** แผนการงาน, แผนธุรกิจ; ~ **premises** n. pl. สถานที่ประกอบการทางธุรกิจ; ~ **school** n. วิทยาลัยธุรกิจ; ~ **studies** n. pl. ธุรกิจศาสตร์; ~ **suit** n. ชุดเสื้อสากลที่ดูเป็นทางการ; ~ **trip** n. การเดินทางเพื่อธุรกิจ; on a ~ trip เดินทางเพื่อทำธุรกิจ; ~**woman** n. ➤ 489 นักธุรกิจหญิง

busker /ˈbʌskə(r)/ˈบัซเกอะ(ร)/ n. วณิพก

busking /ˈbʌskɪŋ/ˈบัซกิง/ n. การเล่นดนตรีของเหล่าวณิพก

bus: ~ **lane** n. (Brit.) ช่องทางเดินรถโดยสารประจำทาง; ~**load** n. น้ำหนักบรรทุกของรถโดยสาร; ~**man** /ˈbʌsmən/ˈบัซเมิน/ n. a ~man's holiday (fig.) ไม่ได้หยุดพักแม้แต่น้อย (เพราะทำกิจกรรมเดียวกันที่ทำในที่ทำงาน); ~ **ride** n. การโดยสารรถประจำทาง; B. is only an hour's ~ ride away ใช้เวลาโดยสารรถประจำทางเพียง 1 ชั่วโมงก็จะถึงบี; ~ **route** n. เส้นทางเดินรถโดยสารประจำทาง; ~ **service** n. บริการรถโดยสารประจำทาง; (specific service) รถโดยสารสายเฉพาะ; ~ **shelter** n. ที่พักรอรถโดยสาร

bussing /ˈbʌsɪŋ/ˈบัซซิง/ n., no pl. (Amer.) การนำเด็กนักเรียนจากอีกตำบลมาเข้าโรงเรียนเพื่อรวมกลุ่มทางสังคม

bus: ~ **station** n. สถานีรถประจำทาง; ~ **stop** n. ป้ายรถประจำทาง

¹**bust** /bʌst/บัซทฺ/ n. **A** (sculpture) รูปปั้นศีรษะและไหล่; **B** (upper front of body) หน้าอก; (woman's bosom) สัดส่วนรอบอกของสตรี; what ~ are you?, what is your ~ [measurement]? รอบอกของคุณขนาดเท่าไร

²**bust** (coll.) ❶ n. **A** (collapse of trade) เศรษฐกิจตกต่ำ; (general) ความล้มเหลว; **B** (police raid) การโจมตีของตำรวจ; **C** (Cards) มือไพ่ที่อ่อนมาก; **D** (drinking bout) การดื่มเหล้าจนเมา; go on a ~: ออกไปดื่มเหล้าจนมึนเมา ❷ adj. **A** (broken) แตกหัก, พังทลาย; **B** (bankrupt) ล้มละลาย; go ~: ล้มละลาย ❸ v.t., ~ or ~ed **A** (burst) ระเบิด (หีบ); (break) แตก/แยกออก; ~ sth. open ใช้แรงเปิด ส.น.; **B** (coll.) (dismiss) ไล่ออก; (demote) ลดขั้น; ลดตำแหน่ง; (break up) ตีแตก (กองโจร, วงอาชญากร); (arrest) จับกุม; **C** (coll.: punch) ชก, ต่อย; ~ sb. on the chin/jaw ชก/ต่อยที่คาง/ขากรรไกรของ ค.น. ❹ v.i., ~ or ~ed แตก; (ไม้บรรทัด, ปลายดินสอ) หัก; be laughing fit to ~: หัวเราะจนท้องคัดท้องแข็ง; ~ in half แตกออกเป็นสองเสี่ยง

~ ˈ**up** v.t. เลิก (การแต่งงาน); แตกแยก (จากงาน, ทำงานร่วมกัน); ~ a place up ทำลายสถานที่ให้เละ

bustard /ˈbʌstəd/ˈบัซเติด/ n. (Ornith.) นกในวงศ์ Otididae (ลักษณะคล้ายนกกระเรียน)

buster /ˈbʌstə(r)/ˈบัซเตอะ(ร)/ n. (sl.) (as address) ไอ้เกลอ; (threatening) ไอ้มึง

bus: ~ **terminal** n. สถานีปลายทางของรถประจำทาง; ~ **ticket** n. ตั๋วรถประจำทาง

¹**bustle** /ˈbʌsl/ˈบัซ'ล/ ❶ v.i. กระวีกระวาด, กุลีกุจอ; ~ in/out/about เข้า/ออก/ทำงานอย่างกุลีกุจอ; the town centre was bustling with activity กลางใจเมืองวุ่นวายด้วยกิจกรรม ❷ v.t. เร่ง ค.น. หรือ กระตุ้น ค.น. ให้ทำงานหนัก ❸ n. (activity) มีกิจกรรมมากมาย; (of fair, streets also) ความพลุกพล่านวุ่นวาย; (fuss) ความจู้จี้จุกจิก

²**bustle** n. (Fashion Hist.) สุ่มสวมใต้กระโปรงเพื่อให้บานพอง

bustling /ˈbʌslɪŋ/ˈบัซลิง/ adj. สถานที่เต็มไปด้วยกิจกรรม; (คน) กุลีกุจอ

ˈ**bust-up** n. (coll.) การทะเลาะวิวาท; there's going to be a ~: กำลังจะมีการทะเลาะวิวาทเกิดขึ้น

busty /ˈbʌstɪ/ˈบัซติ/ adj. มีหน้าอกใหญ่

busy /ˈbɪzɪ/ˈบิซซิ/ ❶ adj. **A** (occupied) ยุ่ง, ไม่ว่าง, มีธุระ; I'm ~ now ขณะนี้ฉันกำลังยุ่งอยู่;

139 **busybody | buy**

keep oneself ~: ทำให้ตนเองไม่ว่าง; หาอะไรทำ; **keep sb. ~:** ทำให้ *ค.น* ไม่ว่าง; **be ~ at** *or* **with sth.** วุ่น/ง่วนอยู่กับ *ส.น.*; **be ~ in the kitchen** ง่วนอยู่ในครัว; **he was ~ packing** เขากำลังวุ่นอยู่กับการบรรจุของ; **get ~:** เริ่มลงมือทำ; **as ~ as a bee** *(fig.)* ทำงานหามรุ่งหามค่ำ; Ⓑ *(full of activity)* เต็มไปด้วยกิจกรรม; *(ชีวิต)* ยุ่งวุ่นวาย; *(เมือง, ถนน)* จุ้นจ้าน; *(การจราจร)* หนาแน่น; *(มือไม้)* ไม่ว่าง; *(สมอง)* ที่คิดโน่นคิดนี่ตลอดเวลา; **a ~ road** ถนนที่จอแจ; **the office was ~ all day** สำนักงานวุ่นวายตลอดทั้งวัน; **I'm/he's a ~ man** ฉัน/เขาเป็นคนที่มีธุระยุ่งตลอดเวลา; **he leads a very ~ life** เขาดำเนินชีวิตที่วุ่นวายมาก; **it has been a ~ day/week** เป็นวัน/สัปดาห์ที่วุ่นวาย; **I had a ~ day/week** วันนี้/สัปดาห์นี้ฉันวุ่นวายตลอด; Ⓒ *(Amer. Teleph.)* สาย *(โทรศัพท์)* ไม่ว่าง

❷ *v. refl.* **~ oneself with sth.** ง่วนอยู่กับ *ส.น.*; **~ oneself [in] doing sth.** ง่วนอยู่กับการทำ *ส.น.*

busy: ~body *n.* คนที่สอดรู้สอดเห็นในเรื่องของผู้อื่น; **don't be such a ~body** อย่าทำตัวสาระแนอย่างนั้น; **~ Lizzie** /bɪzɪ 'lɪzɪ/บิสซิ 'ลิสซิ/ *n. (Bot.)* ไม้ประดับ *Impatiens walleriana* มีใบหยักและดอกห้อยย้อย; **~ signal** *n. (Amer. Teleph.)* สัญญาณสายโทรศัพท์ไม่ว่าง

but /bət, *stressed* bʌt/เบิท, บัท/ ❶ *conj.* Ⓐ *(co-ordinating)* แต่; **Sue wasn't there, ~ her sister was** ซูไม่ได้อยู่ที่นั่น แต่พี่/น้องสาวของเธออยู่; **I can't come today ~ I can come tomorrow** ฉันมาวันนี้ไม่ได้แต่มาพรุ่งนี้ได้; **he might have been able to help, ~ then he isn't here** เขาอาจจะช่วยเหลือได้ แต่เขาก็ไม่ได้อยู่ที่นี่; **we tried to do it ~ couldn't** เราพยายามทำแล้วแต่ก็ทำไม่ได้; **~ surely you must have noticed ...:** แต่ทว่าคุณต้องสังเกตเห็น... อย่างแน่นอน; **~ I 'did!** แต่ทว่าฉันได้ทำ; **~ then what if the plane is delayed** แต่ทว่าแล้วจะเกิดอะไรขึ้นถ้าเครื่องบินล่าช้า; Ⓑ *(correcting after a negative)* แต่, หากแต่; **not that book ~ this one** ไม่ใช่หนังสือเล่มนั้น แต่เป็นเล่มนี้; **not only ... ~ also** ไม่เพียงแต่... แต่ยัง... ด้วย; **I can't change the way my son acts, not ~ what I've tried** ฉันไม่สามารถเปลี่ยนความประพฤติของลูกชายได้ ถึงแม้ว่าจะพยายามแล้วก็ตาม; **I don't doubt ~ that it's true** ฉันไม่สงสัยเลยว่านั่นเป็นเรื่องจริง; **I don't deny ~ that ...:** ฉันไม่ปฏิเสธว่า...; Ⓒ *(subordinating)* แต่ที่...ไม่; **never a week passes ~ he phones** ไม่มีอาทิตย์ใดที่เขาไม่โทรศัพท์มาหา

❷ *prep.* ยกเว้น, นอกจาก; **all ~ him** ทุกคนยกเว้นเขา; **no one ~ you** ไม่มีใครเลยนอกจากคุณ; **anyone ~ Jim** ใครก็ตามยกเว้นจิม; **all ~ three** ทั้งหมดยกเว้นสาม; **the next ~ one/two** ที่สอง/สามถัดจากนี้ไป; **the last ~ one/two** ที่สอง/สามจากท้ายสุด; **nobody, ~ nobody, may leave the room** ไม่มีใครสักคนเดียวที่จะออกไปจากห้องได้; ➡ + all 3; anything 1 C; nothing 1 A

❸ /bət/บัท/ *adv.* แค่, เพียงแค่; **they are ~ children** พวกเขาเป็นแค่เด็ก ๆ เท่านั้น; **if I could ~ talk to her ...:** ถ้าฉันแค่ได้พูดกับเธอ...; **we can ~ try** เราได้แต่พยายามเท่านั้น

❹ *rel. pron.* ผู้/ที่ไม่; **there is no one ~ knows that ...:** ไม่มีใครที่ไม่รู้ว่า...

❺ *n.* การคัดค้าน; **no ~s [about it]!** ไม่มีแต่; **there are no ~s about it** ไม่มีคำว่าแต่สำหรับสิ่งนี้; ➡ + if 2

butane /'bju:teɪn/'บิวเทน, บิว'เทน/ *n. (Chem.)* ก๊าซบิวเทน *(ท.ศ.)*

butch /bʊtʃ/บุช/ ❶ *adj. (ผู้หญิง, เสื้อผ้า, ทรงผม)* ที่มีลักษณะเป็นผู้ชาย, มีลักษณะห้าว; **~ haircut** *(Amer.)* ทรงผมที่ตัดสั้นเหมือนผู้ชาย ❷ *n. (woman)* ผู้หญิงที่ห้าวเหมือนผู้ชาย; ทอม; *(man)* ชายชาตรี, นักเลง

butcher /'bʊtʃə(r)/'บุเฉอะ(ร)/ ❶ *n.* Ⓐ ➤ 489 คนฆ่าสัตว์; พ่อค้าเนื้อสัตว์; **~'s [shop]** ร้านค้าเนื้อสัตว์; **~'s meat** เนื้อสัตว์สด *(ยกเว้นเนื้อสัตว์ปีก เนื้อสัตว์ป่าและเบคอน)*; **the ~, the baker, the candlestick-maker** *(fig.)* คนที่ทำงานทุกประเภท; **have** *or* **take a ~'s [hook] at sb./sth.** *(coll.)* มองดู *ค.น./ส.น.*; ➡ + baker; Ⓑ *(fig.: murderer)* ฆาตกรโหด; Ⓒ *(Amer. coll.: vendor)* คนขายของบนรถไฟ ❷ *v.t.* ฆ่าสัตว์, ชำแหละสัตว์; *(fig.: murder)* สังหาร, ฆาตกรรม; *(fig.: ruin)* ทำ *(บทเขียน, หนังสือ)* ตัดตอนจนเสีย

butchery /'bʊtʃərɪ/'บุเฉอะริ/ *n.* Ⓐ **~ [trade or business]** กิจการค้าเนื้อสัตว์; Ⓑ *(fig.: needless slaughter)* การฆ่าโดยไม่จำเป็น; **it's sheer ~!** เป็นการฆ่าโดยไม่จำเป็นแท้ ๆ; Ⓒ *(slaughterhouse)* โรงฆ่าสัตว์

butler /'bʌtlə(r)/'บัทเลอะ(ร)/ *n.* ➤ 489 หัวหน้าคนรับใช้ชายตามบ้าน, พ่อบ้าน

[1]**butt** /bʌt/บัท/ *n. (vessel.)* ถังไม้ *(บรรจุเหล้าองุ่นหรือเบียร์)*

[2]**butt** *n.* Ⓐ *(end)* ส่วนท้าย, ส่วนปลาย; *(of rifle)* พานท้าย/ด้ามปืน; *(of spear, fishing rod, etc.)* ด้าม; Ⓑ *(of cigarette, cigar)* ก้น; **cigarette ~:** ก้นบุหรี่; Ⓒ *(Amer. sl.: buttocks)* ก้น

[3]**butt** *n.* Ⓐ *(object of teasing or ridicule)* เป้า; เหยื่อ; **be the ~ of ridicule** เป็นเป้าของการเย้ยหยัน; **make a ~ of sb.** ทำให้ *ค.น.* เป็นเป้าของการล้อเลียน/เย้ยหยัน; Ⓑ *in pl. (shooting range)* พิสัยการยิง; Ⓒ *(target)* เป้าหมาย; Ⓓ *(grouse-shooter's stand)* นั่งร้านของพรานยิงไก่ป่า

[4]**butt** ❶ *n. (push) (by person)* การใช้ศีรษะดัน, การใช้หัวชน; *(by animal)* การขวิด; **give sb. a ~ in the stomach** ใช้หัวชนท้อง *ค.น.* ❷ *v.i.* Ⓐ *(push with head) (คน)* ใช้ศีรษะดัน, ใช้หัวชน; *(สัตว์)* ขวิด; Ⓑ *(meet end to end)* **~ against sth.** เข้าประชิดกับ *ส.น.* ❸ *v.t.* Ⓐ *(push with head) (คน)* ใช้ศีรษะดัน, ใช้หัวชน; *(สัตว์)* ขวิด; **~ sb. in the stomach** ใช้หัวชนท้อง *ค.น.*; Ⓑ แนบ/ทำให้ติดกัน; **~ sth. against sth.** แนบ/ทำ *ส.น.* ให้ติดกับ *ส.น.*

~ 'in *v.i. (fig. coll.)* ขัดจังหวะ; *(meddle)* เข้าแทรก; **may I ~ in?** ฉันขอแทรกหน่อยได้ไหม

butte /bju:t/บิวทฺ/ *n. (Amer. Geog.)* เนินเขาสูงชันที่ตั้งอยู่โดด ๆ

[1]**butt-end** ➡ [2]butt A, B

butter /'bʌtə(r)/'บัทเทอะ(ร)/ ❶ *n.* เนย; **he looks as if ~ wouldn't melt in his mouth** *(fig.)* เขามองดูสงบเสงี่ยมจริง ๆ; **melted ~:** เนยที่ละลายจนเหลว ❷ *v.t.* ทาเนย; **fine words ~ no parsnips** ถ้อยคำไพเราะที่ใช้การอะไรไม่ได้

~ 'up *v.t.* **~ sb. up** สรรเสริญเยินยอ *ค.น.*

butter: ~ bean *n. (lima bean)* ถั่วลิมา เมล็ดแบนสีขาว รับประทานได้; **~ cream** *n. ส่วนผสมของเนย น้ำตาลป่นและอื่น ๆ ใช้สอดไส้หรือทาหน้าขนมเค้ก;* **~cup** *n. (Bot.)* ต้นบัตเตอร์คัพ *(ท.ศ.)* ดอกสีเหลืองในสกุล *Ranunculus;* **~ dish** *n.* ชามสำหรับใส่เนย; **~fingers** *n. sing.* คนซุ่มซ่ามที่มักจะทำอะไรตกหล่นอยู่เสมอ

butterfly /'bʌtəflaɪ/'บัทเทอะฟลาย/ *n.* Ⓐ ผีเสื้อ; **break a ~ on the wheel** *(fig.)* ขี่ช้างจับตั๊กแตน; **have butterflies [in one's stomach]** *(fig. coll.)* มีอาการปั่นป่วนในท้อง; Ⓑ *(fig.: showy person)* คนที่ชอบโอ้อวด; *(frivolous woman)* ผู้หญิงที่เหลาะแหละ/ไม่เอาจริงเอาจัง; Ⓒ ➡ butterfly stroke

butterfly: ~-nut *n.* แป้นเกลียวหางปลา; **~ stroke** *n. (Swimming)* การว่ายน้ำท่าผีเสื้อ; **do** *or* **swim the ~ stroke** ว่ายน้ำท่าผีเสื้อ; **~ valve** *n.* วาล์ว/ลิ้นปีกผีเสื้อ

butter: ~ knife *n.* มีดตัดเนย; **~milk** *n. นมส่วนที่เหลือจากการทำเนย;* **~scotch** *n. ขนมหวานกรอบที่ทำจากเนย น้ำตาลทรายแดง ฯลฯ*

buttery /'bʌtərɪ/'บัทเทอะริ/ *n. ห้องเก็บเสบียงอาหารสำหรับนักศึกษามหาวิทยาลัย;* *(Univ.)* ร้านอาหารในมหาวิทยาลัย

buttock /'bʌtək/'บัทเทิค/ *n.* ➤ 118 *(of person)* ก้น, สะโพก; *(of animal)* ก้น

button /'bʌtn/'บัท'น/ ❶ *n.* Ⓐ กระดุม; **as bright as a ~:** ฉลาดเฉลียว; มีชีวิตชีวา; **he didn't care** *or* **give a ~ [about it]** *(fig.)* เขาไม่ใส่ใจ [เรื่องนั้น] เลย; Ⓑ *(of electric bell etc., on fencing foil)* ปุ่ม; **press** *or* **push the ~:** กดปุ่ม; Ⓒ *(bud)* ดอกตูม; **~ mushroom** เห็ดตูม ❷ *v.t. (fasten)* ใส่/ติดกระดุม; **~ one's lip** *(Amer. sl.)* ปิดปากสนิท ❸ *v.i.* ติดกระดุม; **this dress ~s down the back** เสื้อชุดนี้ติดกระดุมด้านหลัง

~ 'up ❶ *v.t.* ติดกระดุม; *(fig.)* ทำให้เสร็จสมบูรณ์; **have the deal [all] ~ed up** ข้อตกลงลงตัวเรียบร้อยหมดแล้ว; **~ed up** *(fig.: taciturn)* ขรึม, เก็บตัว ❷ *v.i.* ติดกระดุม

'button-down *adj. (คอเสื้อ)* ที่ติดกระดุม

'buttonhole ❶ *n.* Ⓐ รังดุม; **~ stitch** ตะเข็บรังดุม; Ⓑ *(Brit.: flowers worn in coat lapel)* ดอกไม้ที่สอดรังดุมปกเสื้อโค้ต ❷ *v.t. (detain)* เหนี่ยวรั้ง; **he was ~d by x** เขาโดนเอ็กซ์เหนี่ยวรั้งไว้

'button-through *adj. (กระโปรงชุด)* ที่ติดกระดุมตลอด

buttress /'bʌtrɪs/'บัททริซ/ ❶ *n.* Ⓐ *(Archit.)* ผนังยัน; เครื่องค้ำหรือพยุงกำแพง *(หินหรืออิฐ)*; Ⓑ *(support)* เครื่องค้ำจุน; Ⓒ *(fig.)* สิ่งสนับสนุน; ผู้ค้ำจุน ❷ *v.t.* **~ [up]** ค้ำจุน; *(fig.)* สนับสนุนด้วยเหตุผล; ให้น้ำหนัก *(กับข้อโต้แย้ง)*

'butt weld *n.* การบัดกรีให้ปลายทั้งสองข้างของวัตถุต่อกัน

butty /'bʌtɪ/'บัททิ/ *n. (coll.)* แซนด์วิช *(ท.ศ.)*

buxom /'bʌksəm/'บัคเซิม/ *adj. (ผู้หญิง)* ท้วม, อวบ

buy /baɪ/บาย/ ❶ *v.t.,* **bought** /bɔ:t/บอท/ Ⓐ ซื้อ; **~ sb./oneself sth.** ซื้อ *ส.น.* ให้ *ค.น.*/ตนเอง; **~ and sell goods** ซื้อขายสินค้า; **the baht ~s less than it used to** เงินบาทซื้อของได้น้อยกว่าเดิม; **~ [oneself]/sb. a pint** ซื้อเบียร์หนึ่งแก้ว [ให้ตนเอง]/*ค.น.*; **money cannot ~ happiness** เงินซื้อความสุขไม่ได้; Ⓑ *(fig.)* ซื้อ *(ชื่อเสียง, เวลา)*; **victory was dearly bought** ชัยชนะได้มาด้วยราคาแพง; Ⓒ *(bribe)* ติดสินบน; ซื้อ *(ความยินยอม)*; Ⓓ *(coll.) (believe)* เชื่อ; *(accept)* ยอมรับ; **I'll ~ that** *(believe)* ฉันเชื่อสิ่งนั้น; *(agree)* ฉันเห็นด้วย; Ⓔ **~ it** *(sl.: be killed)* **we nearly bought it that time** คราวนั้นเราเกือบตาย

❷ *n.* การซื้อ; **be a good ~:** ของที่ซื้อได้สมราคา; **plenty of good ~s** ของที่สมราคาจำนวนมาก;

buyer | Byzantium 140

the best ~: ของที่ราคาคุ้มค่าที่สุด; this week's best ~ is ... ของที่คุ้มค่าที่สุดในสัปดาห์นี้คือ...

~ **'in** *v.t.* Ⓐ ซื้อเป็นจำนวนมาก; ซื้อตุนไว้; Ⓑ *(at auction)* การถอนสินค้าออกจากการขายเลหลังเพราะราคาไม่ถึงราคาที่กำหนด

~ **into** *v. refl. & i.* ~ [oneself] into a business ซื้อหุ้นในบริษัท

~ **'off** *v.t.* จ่าย *(เจ้าหนี้)*; *(bribe)* ติดสินบน

~ **'out** *v.t.* ซื้อหุ้น *(ผู้ร่วมบริษัท, ผู้ถือหุ้น)*; ซื้อ *(บริษัท)*

~ **'up** *v.t.* กว้านซื้อ

buyer /'baɪə(r)/'บายเออะ(ร)/ *n.* Ⓐ ผู้ซื้อ; potential ~: ผู้มีศักยภาพซื้อ; Ⓑ ➤ 489 *(Commerc.)* ลูกค้า; Ⓒ a ~'s *or* ~s' market ตลาดของผู้ซื้อ

buying /'baɪɪŋ/'บายอิง/ *n., no pl.* การซื้อ

'buying power *n.* กำลังซื้อ

buy out *n.* การซื้อกิจการคืนทั้งหมด

buzz /bʌz/บัซ/ ❶ *n.* Ⓐ *(of insect)* เสียงหึ่ง ๆ; Ⓑ *(sound of buzzer)* เสียงออด; give one's secretary a ~: กดออดเรียกเลขานุการ; Ⓒ *(of conversation, movement)* เสียงที่แกะคำไม่ออก; Ⓓ *(coll.: telephone call)* โทรศัพท์; give sb. a ~: โทรศัพท์ถึง *ค.น.*; Ⓔ *(coll.: thrill)* ความตื่นเต้น

❷ *v.i.* Ⓐ ➡ 1 A: *(แมลง)* ทำเสียงหึ่ง ๆ; Ⓑ *(signal with buzzer)* กดออดเรียก; Ⓒ *(sound confusedly)* the courtroom ~ed as ...: ศาลมีเสียงดังอื้ออึงเมื่อ...; ~ with excitement เสียงดังอื้ออึงด้วยความตื่นเต้น; the rumour set the office ~ing ข่าวลือทำให้ทุกคนคุยอย่างอื้ออึ้ง; my ears are ~ing หูของฉันอื้อ

❸ *v.t. (Aeronaut.)* บินเฉียดฉิวเครื่องบินอีกลำ

~ **a'bout,** ~ **a'round** ❶ *v.i.* บินว่อนไปมา; *(fig.)* เดินเป็นเสือติดจั่น; ❷ *v.t.* ~ around sth. แมลงบินตอม *ส.น.*; ~ around the room *(แมลง)* บินว่อนทั่วห้อง

~ **'off** *v.i. (coll.)* รีบจากไป

buzzard /'bʌzəd/'บัซเซิด/ *n. (Ornith.)* Ⓐ *(Brit.)* นกที่ล่าสัตว์เป็นอาหารประเภทเหยี่ยวอยู่ในสกุล Butea; Ⓑ *(Amer.: turkey ~)* นกเหยี่ยวอเมริกันชนิดหนึ่ง

buzzer /'bʌzə(r)/'บัซเซอะ(ร)/ *n.* ออด/กริ่งไฟฟ้า

buzz: ~**-saw** *n. (Amer.)* เลื่อยที่มีลักษณะเป็นวงกลม; ~**word** *n.* คำศัพท์เทคนิค/เกี่ยวกับคอมพิวเตอร์ที่นิยมใช้กันแพร่หลาย, คำขวัญ

¹by/baɪ/บาย/ ❶ *prep.* Ⓐ *(near, beside)* ใกล้, ข้าง ๆ; *(next to)* ใกล้กับ, ติดกับ; by the window/river ริมหน้าต่าง/แม่น้ำ; the bus stop by the school ป้ายรถเมล์ข้างโรงเรียน; she sat by me เธอนั่งข้าง ๆ/ติดกับฉัน; come and sit by me มานั่งข้าง ๆ ฉันสิ; Ⓑ *(to position beside)* ตรง; ใกล้; go over by the table/wall ไปตรงโต๊ะ/กำแพง; come by the fire มาใกล้กองไฟ; Ⓒ *(about, in the possession of)* ใกล้ตัว; have sth. by one มี *ส.น.* อยู่ใกล้ตัว; Ⓓ *(slightly inclining to)* ค่อนข้าง, เอนเอียงไปทาง; northeast by east ตะวันออกเฉียงเหนือค่อนไปทางตะวันออก; Ⓔ by herself *etc.* ➡ herself A; Ⓕ *(along)* ตาม; by the river ไปตามแม่น้ำ; Ⓖ *(via)* โดยผ่าน; to Paris by Dover ไปกรุงปารีสโดยผ่านเมืองโดเวอร์; leave by the door/window ออกไปทางประตู/หน้าต่าง; we came by the quickest/shortest route เรามาโดยเส้นทางที่เร็วที่สุด/สั้นที่สุด; Ⓗ *(passing)* ผ่าน; run/drive by sb./sth. วิ่ง/ขับรถผ่าน *ค.น./ส.น.*; Ⓘ *(during)* ระหว่าง, ในช่วง; by day/night ในช่วงกลางวัน/กลางคืน; by the light of the moon ภายใต้แสงจันทร์; Ⓙ *(through the agency of)* โดย; written by ...: เขียนโดย...; by sheer good fortune โดยโชคดีแท้ ๆ; Ⓚ *(through the means of)* โดย, เพราะ; he was killed by lightning/a falling chimney เขาตายเพราะถูกฟ้าผ่า/เพราะปล่องไฟถล่ม; heated by gas/oil ทำให้ร้อนโดยก๊าซ/น้ำมัน; begin/end by doing sth. เริ่มต้น/สิ้นสุดโดยการกระทำ *ส.น.*; by turning the knob โดยการหมุนลูกบิด; grab sb. by the collar กระชากคอเสื้อ *ค.น.*; I knew him by his voice ฉันจำเขาได้จากเสียงของเขา; I could tell by his face that ...: ฉันสามารถบอกได้จากใบหน้าของเขาว่า...; by bus/ship *etc.* โดยรถประจำทาง/เรือ; by air/sea โดยเครื่องบิน/เรือ; make a living by sth. หาเลี้ยงชีพโดยการทำ *ส.น.*; have children by sb. มีลูกกับ *ค.น.*; Ⓛ ➤ 231 *(not later than)* ภายใน, เมื่อ; by now/this time ขณะนี้/เวลานี้; by next week she will be in China ภายในสัปดาห์หน้าเธอคงจะอยู่ในเมืองจีนแล้วละ; by the time this letter reaches you เมื่อจดหมายฉบับนี้ถึงคุณ; but by that time all the tickets had been sold แต่เมื่อถึงเวลานั้นบัตรได้ขายไปหมดแล้ว; but by that time it was too late แต่เมื่อถึงเวลานั้น ก็สายเกินไปเสียแล้ว; by the 20th of the month ภายในวันที่ 20 ของเดือน; Ⓜ *(indicating unit of time)* ต่อ, เป็น; *(indicating unit of length, weight, etc.)* เป็น; by the second/minute/hour เป็นวินาที/นาที/ชั่วโมง; rent a house by the year เช่าบ้านรายปี; you can hire a car by the day *or* by the week คุณสามารถเช่ารถเป็นรายวันหรือรายสัปดาห์; pay sb. by the month จ่ายค่าจ้างให้ *ค.น.* เป็นรายเดือน; day by day/month by month วันต่อวัน/เดือนต่อเดือน; by the day/month *(as each day etc. passes)* เป็นวัน/เดือน; cloth by the metre ผ้าเป็นเมตร; sell sth. by the packet/ton/dozen ขาย *ส.น.* เป็นห่อ/ตัน/โหล; 10 ft. by 20 ft. 10 คูณ 20 ฟุต; Ⓝ *(indicating amount)* by the thousands เป็นพัน ๆ; one by one ทีละคน, ทีละอัน/สิ่ง; two by two/three by three ทีละสอง/สามคน; little by little ทีละเล็กทีละน้อย; Ⓞ *(indicating factor)* ด้วย; 8 divided by 2 is 4 8 หารด้วย 2 ได้ 4; Ⓟ *(indicating extent)* โดย; wider by a foot กว้างกว่า 1 ฟุต; win by ten metres ชนะสิบเมตร; passed by nine votes to two ผ่านโดยเก้าเสียงต่อสอง; Ⓠ *(according to)* ตาม; by my watch ตามนาฬิกาของฉัน; by the left, quick march! *(Mil.)* ซ้ายหัน เดินเร็ว ๆ; Ⓡ *(in oaths)* โดย; by [Almighty] God โดยพระเจ้า

❷ *adv.* Ⓐ *(past)* ผ่าน; march/drive/run/flow by เดิน/ขับรถ/วิ่ง/ไหลผ่าน; Ⓑ *(near)* ใกล้; close/near by ใกล้ ๆ; Ⓒ *(aside, in reserve)* ข้าง ๆ; Ⓓ by and large โดยทั่ว ๆ ไป; by and by อีกไม่นานเกินรอ, ในที่สุด

²by ➡ ²bye

¹bye /baɪ/บาย/ *int. (coll.)* สวัสดี; ~ [for] now! ลาก่อน

²bye /'baɪ/'บาย/ *n.* Ⓐ *(Sport)* draw a ~ in the first round จับสลากได้บาย *(ท.ศ.)* ในรอบแรก/ผ่านรอบแรกโดยไม่ต้องแข่งขัน; Ⓑ by the ~: = by the way ➡ way 1 g; Ⓒ *(Cricket)* การวิ่งได้คะแนนจากลูกบอลที่ผ่านคนตีลูกโดยไม่ถูกตี

¹bye-bye /'baɪbaɪ, bə'baɪ/'บายบาย, เบอะ'บาย/ *int. (coll.)* สวัสดี; ~ [for] now! ลาก่อน, แล้วเจอกัน

²bye-bye /'baɪbaɪ/'บายบาย/, **bye-byes** *n. (child lang.)* go [to] ~: ไปนอน

bye-law ➡ by-law

'by-election *n.* การเลือกตั้งซ่อม

'bygone /'baɪgɒn/'บายกอน/ ❶ *n.* let ~s be ~s สิ่งใดที่ผ่านไปแล้วก็ขอให้แล้วกันไป ❷ *adj.* [in] ~ days เมื่อวันวานที่ผ่านมา

'by-law /'baɪlɔː/'บายลอ/ *n.* Ⓐ *(esp. Brit.)* กฎระเบียบท้องถิ่นหรือสุขาภิบาล, เทศบัญญัติ *(ร.บ.)*; the park ~s กฎระเบียบของสวนสาธารณะ; Ⓑ *(of company etc.)* กฎข้อบังคับ, ระเบียบ

byline /'baɪlaɪn/'บายลายนฺ/ *n.* Ⓐ *(source of income)* รายได้รอง/เสริม; Ⓑ *(in newspaper)* บรรทัดแสดงชื่อเจ้าของบทความ

'bypass /'baɪpɑːs/'บายพาซ/ ❶ *n. (road)* บายพาส *(ท.ศ.)*, ถนนวงแหวน, ทางเบี่ยง; *(channel: also Electr.)* สายสำรอง; *(Med.)* ~ surgery ผ่าตัดบายพาส ❷ *v.t.* Ⓐ เปลี่ยนเส้นทาง *(แม่น้ำ, ท่อก๊าซ)*; Ⓑ the road ~es the town ถนนเลี่ยงเมือง; Ⓒ *(avoid)* หลีกเลี่ยง *(ปัญหา, ความยากลำบาก)*; *(fig.: ignore)* ละเลย

by-play *n., no pl., no indef. art. (Theatre)* เรื่องสำรองในบทละคร

'by-product *n.* ผลิตผลพลอยได้

byre /'baɪə(r)/'บายเออะ(ร)/ *n. (Brit.)* คอกวัว

'byroad *n.* ถนนซอย, ถนนเล็ก ๆ

bystander /'baɪstændə(r)/'บายซแตนเดอะ(ร)/ *n.* คนที่มุงดู, ไทยมุง

byte /baɪt/ไบท/ *n. (Computing)* ไบต์ *(ท.ศ.)* *(กลุ่มของบิตจำนวน 8 บิต ซึ่งถือเป็น 1 หน่วยของข้อมูลที่สร้างขึ้นด้วยเครื่องคอมพิวเตอร์)*

'byway /'baɪweɪ/'บายเว/ *n.* ถนนเล็ก ๆ

'byword /'baɪwɜːd/'บายเวิด/ *n. (proverb)* สุภาษิต; *(person or thing taken as typical or notable example)* แม่บท (for ของ)

Byzantine /baɪ'zæntaɪn, 'bɪzəntaɪn/บาย'แซนทายนฺ, 'บิเซินทายนฺ/ *adj.* Ⓐ แห่งอาณาจักรไบแซนทิอุม; *(ศิลปะ)* แบบไบเซนไทน์; Ⓑ *(complicated)* ยุ่งยาก, สับสน

Byzantium /bɪ'zæntɪəm, baɪ'zæntɪəm/บิ'แซนเทียม, ไบ'แซนเทียม/ *pr. n.* อาณาจักรไบแซนเทียม

Cc

C

C, c /siː/ซี/ *n., pl.* **Cs** *or* **C's** Ⓐ *(letter)* พยัญชนะตัวที่ 3 ของภาษาอังกฤษ; Ⓑ **C** *(Mus.)* ตัวโน้ตซี; **middle C,** ตัวกลางของเปียโน; **C sharp** โน้ตระหว่าง C กับ D; Ⓒ *(Roman numeral)* เลขโรมัน C มีค่าเท่ากับ 100; Ⓓ *(example)* C *(ตัวอย่างอันดับที่ 3 นับจาก A และ B)*; Ⓔ C *(Sch., Univ.: mark)* ผลการเรียนระดับ 3; **he got a C** เขาได้คะแนนระดับซี

C. *abbr.* Ⓐ ➤ **914 Celsius** องศาเซลเซียส; Ⓑ ➤ **914 Centigrade** องศาเซนติเกรด; Ⓒ *(Geogr.)* **Cape;** Ⓓ *(Pol.)* **Conservative**

c. *abbr.* Ⓐ **circa;** Ⓑ ➤ **572 cent[s];** Ⓒ **century;** Ⓓ **chapter;** Ⓔ **cubic**

© *symb.* **copyright ©**

CA *abbr.* **chartered accountant**

ca. *abbr.* **circa**

cab /kæb/แคบ/ *n.* Ⓐ *(taxi)* รถแท็กซี่, รถโดยสารรับจ้าง; Ⓑ *(Hist.: hackney carriage)* รถม้าให้เช่า; Ⓒ *(of lorry, truck, crane, train)* ที่นั่งคนขับ

CAB *abbr.* **Citizens' Advice Bureau** *สำนักงานปรึกษาของมหาชน*

cabal /kəˈbæl/เคอะแบล/ *n.* Ⓐ *(intrigue)* การวางแผนลับ; Ⓑ *(clique, faction)* กลุ่มที่มีความสนใจตรงกัน *(โดยเฉพาะด้านการเมือง)*

cabaret /ˈkæbəreɪ/ˈแคเบอะเร/ *n.* การแสดงคาบาเร่ต์ *(ท.ศ.)*

cabbage /ˈkæbɪdʒ/ˈแคบิจ/ *n.* Ⓐ กะหล่ำปลี; **red/white ~:** กะหล่ำแดง/ขาว; **as big as ~s** โตเท่ากะหล่ำ *(ดอกกุหลาบ)*; Ⓑ *(coll.: person)* คนที่เฉื่อยชา, คนที่สมองเสื่อม; **become a ~:** กลายเป็นคนสมองเสื่อม; **after his accident he became a complete ~:** หลังจากประสบอุบัติเหตุเขากลายเป็นคนสมองเสื่อมโดยสิ้นเชิง

cabbage: ~ lettuce *n.* ต้นผักกาดต้นใหญ่ประเภทหนึ่ง; **~ 'white** *n. (Zool.)* ผีเสื้อสีขาว *Pieris brassicae*

cabbala /kəˈbɑːlə/เคอะˈบาเลอะ/ *n.* ลัทธิความเชื่อในสิ่งลึกลับ

cabbalistic /kæbəˈlɪstɪk/แคเบอะˈลิซติค/ *adj.* ลึกลับ; เกี่ยวกับเวทมนตร์คาถา; เกี่ยวกับพิธีกรรมทางศาสนา

cabby /ˈkæbɪ/ˈแคบิ/ *(coll.)* **'cab-driver** *ns.* คนขับรถแท็กซี่; *(of horse-drawn vehicle)* คนขับรถม้า

caber /ˈkeɪbə(r)/ˈเคเบอะ(ร)/ *n.* ลำต้นต้นสน *(ที่ใช้ในการเล่นกีฬาประเภทหนึ่งของชาวสกอต)*; **tossing the ~:** การแข่งขันโยนลำต้นของต้นสน

cabin /ˈkæbɪn/ˈแคบิน/ *n.* Ⓐ *(in ship) (for passengers)* ห้องพักผู้โดยสาร; *(for crew)* ห้องลูกเรือ; *(in aircraft)* ห้องข้างในของเครื่องบิน; Ⓑ *(simple dwelling)* กระท่อม; Ⓒ *(driver's)* ➡ **cab C**

cabin: ~ boy *n. (Naut.)* เด็กรับใช้บนเรือ; **~ class** *n.* ชั้นสองบนเรือ; **they travelled ~ class** พวกเขาเดินทางชั้นสอง; **~ cruiser** *n.* เรือท่องเที่ยวขนาดใหญ่ที่มีห้องนอน

cabinet /ˈkæbɪnɪt/ˈแคบินิท/ *n.* Ⓐ ตู้; *(in bathroom, for medicines)* ตู้ยา; *(display ~)* ตู้แสดงของมีค่า/สินค้า; *(for radio, TV, etc.)* ตู้เก็บโทรทัศน์ ฯลฯ; Ⓑ **the C ~** *(Polit.)* คณะรัฐมนตรี

cabinet: ~maker *n.* ➤ **489** ช่างทำตู้ไม้มืออาชีพ; **C~ 'Minister** *n.* รัฐมนตรี

cable /ˈkeɪbl/ˈเคบ'ล/ ❶ *n.* Ⓐ *(rope)* เชือกเคเบิล *(ท.ศ.)*, เชือกพวน, เชือกที่แข็งแรงทำด้วยป่านหรือลวดบิดเป็นเกลียว; *(of mountain railway)* สายเคเบิล; Ⓑ *(Electr., Teleph.)* สายไฟฟ้า; สายโทรศัพท์; Ⓒ *(cablegram)* โทรเลข; Ⓓ *(Naut.) (chain of anchor)* สายสมอเรือ; *(measure)* การวัดระยะทาง 200 หลา ❷ *v.t. (transmit)* ส่งข่าวโดยโทรเลข; *(inform)* **~ sb.** ส่งโทรเลขถึง *ค.น.*

cable: ~ car *n.* กระเช้าสวรรค์, รถเคเบิลลอยฟ้า; **~gram** *n.* โทรเลข *(ที่ส่งผ่านสายเคเบิลใต้น้ำ)*; **~ railway** *n.* รถไฟขึ้น/ลงตามที่ลาดโดยใช้สายเคเบิล; **~ stitch** *n. ลายถักนิตติ้งมีลักษณะเหมือนเชือกบิดเป็นเกลียว;* **~ television** *n.* เคเบิลทีวี *(ท.ศ.)*; **~way** *n.* รถเคเบิลลอยฟ้า

'cabman /ˈkæbmən/ˈแคบเมิน/ *n.pl.* **cabmen** /kæbmən/แคบเมิน/ คนขับรถแท็กซี่

caboodle /kəˈbuːdl/เคอะˈบูด'ล/ *n., no. pl. (coll.)* **the whole ~** *(people)* ทั้งกลุ่ม; *(things)* สิ่งทั้งหมด หรือ ทั้งปวง

caboose /kəˈbuːs/เคอะˈบูซ/ *n.* Ⓐ *(on ship)* ห้องครัวบนดาดฟ้าเรือ; Ⓑ *(Amer.: on train)* รถตู้ของพนักงาน

'cab rank *n. (Brit.)* คิวรถแท็กซี่

cabriolet /kæbrɪəˈleɪ/แคบริเออะˈเล/ *n. (Hist.)* Ⓐ *(carriage)* รถกูบ 2 ที่นั่งเทียมม้าตัวเดียว; Ⓑ *(car)* รถยนต์ที่เปิดประทุนได้

cacao /kəˈkɑːəʊ, kəˈkeɪəʊ/เคอะˈคาโอ, เคอะˈเคโอ/ *n., pl.* **~s** Ⓐ *(seed)* เมล็ดโกโก้ *(ท.ศ.)*; Ⓑ *(tree)* **~ [tree]** ต้นโกโก้ *(ท.ศ.)*

cache /kæʃ/แคช/ ❶ *n.* Ⓐ *(hiding place)* ที่ซ่อน *(ขุมทรัพย์, เสบียง, อาวุธ ฯลฯ)*; Ⓑ *(things hidden)* ของที่ซุกซ่อนไว้; **make a ~ of sth.** เอา *ส.น.* ไปซุกซ่อนไว้ ❷ *v.t.* ซุกซ่อน

cachet /ˈkæʃeɪ, kæˈʃeɪ/ˈแคเช/ *n.* Ⓐ *(mark)* เครื่องหมายตราประทับ; *(fig.)* ของแท้; Ⓑ *(prestige)* เกียรติยศ

cack-handed /kækˈhændɪd/แคคˈแฮนดิด/ *adj. (coll.)* Ⓐ *(left-handed)* ถนัดซ้าย; Ⓑ *(clumsy)* ซุ่มซ่าม

cackle /ˈkækl/ˈแคค'ล/ ❶ *n.* Ⓐ *(clucking of hen)* เสียงกระต๊าก; Ⓑ *(laughter)* เสียงหัวเราะก๊าก; *(laugh)* **he gave a loud ~:** เขาหัวเราะเสียงดังก๊าก; Ⓒ *(talk)* พูดคุยเสียงดังและไร้สาระ; **cut the ~!** *(coll.)* หยุดพูดเรื่องไร้สาระเสียที ❷ *v.i.* Ⓐ *(แม่ไก่)* ส่งเสียงกระต๊าก; Ⓑ *(laugh)* หัวเราะเสียงก๊าก

cacophonous /kəˈkɒfənəs/เคอะˈคอเฟอะเนิซ/ *adj.* ดังรบกวนจนฟังไม่ได้ศัพท์

cacophony /kəˈkɒfənɪ/เคอะˈคอเฟอะนิ/ *n.* เสียงดังขรม, เสียงดังรบกวน *(ซึ่งเกิดจากเสียงหลาย ๆ เสียงรวมกัน)*, เสียงที่ฟังไม่ได้ศัพท์

cactus /ˈkæktəs/ˈแคคเทิซ/ *n., pl.* **cacti** /ˈkæktaɪ/ˈแคคทาย/ *or* **~es** ต้นกระบองเพชร

cad /kæd/แคด/ *n. (dated derog.)* คนถ่อย; ผู้ชายที่ประพฤติตนไม่สมเกียรติลูกผู้ชาย

CAD *abbr.* **computer aided design** การออกแบบโดยใช้คอมพิวเตอร์

cadaver /kəˈdɑːvə(r), -ˈdeɪv-, kəˈdævər/ เคอะˈเดเวอะ(ร), เคอะˈดาเวอะ(ร)/ *n. (of animal)* ซากสัตว์; *(of human)* ศพ

cadaverous /kəˈdævərəs/เคอะˈแดเวอะเริซ/ *adj.* Ⓐ *(corpse like)* เหมือนศพ; Ⓑ *(deathly pale)* ซีดเซียวเหมือนศพ; Ⓒ *(gaunt)* ดูอ่อนระโหยโรยแรง

caddie /ˈkædɪ/ˈแคดิ/ *(Golf)* ❶ *n.* แคดดี้ *(ท.ศ.)* ❷ *v.i.* **~ for sb.** แบกถุงไม้กอล์ฟให้กับ *ค.น.*

caddis /ˈkædɪs/ˈแคดิซ/: **~ fly** *n.* แมลงซึ่งปีกมีขน หากินเวลากลางคืนอยู่ในสกุล *Trichoptera;* **~ worm** *n.* ตัวอ่อนของแมลงชนิดนี้

¹caddy /ˈkædɪ/ˈแคดิ/ *n.* หีบหรือกล่องเล็ก ๆ

²caddy ➡ **caddie**

cadence /ˈkeɪdəns/ˈเคเดินซฺ/ *n.* Ⓐ *(rhythm)* จังหวะ; **marching/dancing ~:** จังหวะการเดินสวนสนาม/การเต้นรำ; **speech ~:** จังหวะการพูด; Ⓑ *(close of musical phrase)* การจบของดนตรีแต่ละวรรค; *(fall of voice)* เสียงตก, เสียงลงต่ำ

cadenza /kəˈdenzə/เคอะˈเด็นเซอะ/ *n. (Mus.)* ช่วงทำนองเล่นเดี่ยวโดยเครื่องดนตรีชิ้นใด ๆ ซึ่งมักจะเป็นช่วงท้ายของคอนเสิร์ต

cadet /kəˈdet/เคอะˈเด็ท/ *n.* Ⓐ *(Mil. etc.)* นักเรียน *(โรงเรียนนายเรือ, นายร้อย ฯลฯ)*; **naval/police ~:** นักเรียนนายเรือ/นายร้อยตำรวจ; Ⓑ *(younger brother/son)* น้องชาย/ลูกชายคนรอง

cadge /kædʒ/แคจ/ ❶ *v.t.* วอนขอ, ขอ; **could I ~ a lift with you?** ฉันขอติดรถไปกับคุณได้ไหม ❷ *v.i.* ขอ, ร้องขอ

cadger /ˈkædʒə(r)/ˈแคเจอะ(ร)/ *n.* ขอทาน, ผู้ขอ

cadmium /ˈkædmɪəm/ˈแคดเมียม/ *n.* ธาตุโลหะเนื้ออ่อนสีขาวเงิน, แคดเมียม *(ท.ศ.)*

cadre /ˈkɑːdə(r), ˈkædrɪ/ˈคาเดอะ(ร), ˈคาดรฺ/ *n. (Mil., Polit.)* กลุ่มในกองทัพหรือกลุ่มการเมือง ซึ่งรวมตัวกันเพื่อคอยเสริมกำลังพลในยามจำเป็น, ทหารฝ่ายเสนาธิการ; กลุ่มผู้ผลักดันในพรรคคอมมิวนิสต์

caecum /ˈsiːkəm/ˈซีเคิม/ *n. pl.* **caeca** /ˈsiːkə/ˈซีเคอ/ *(Anat.)* รอยต่อระหว่างลำไส้เล็กและลำไส้ใหญ่ที่มีไส้ติ่งงอกออกมา

Caesar /ˈsiːzə(r)/ˈซีเซอะ(ร)/ *n.* Ⓐ ซีซาร์ *(ท.ศ.) (ตำแหน่งจักรพรรดิโรมัน)*; *(fig.)* ผู้ที่ถือลัทธิอัตตาธิปไตย; Ⓑ *(Med. coll.)* การทำคลอดโดยผ่าท้อง

Caesarean, Caesarian /sɪˈzeərɪən/ซิˈแซเรียน/ *adj. & n.* **~ [birth** *or* **operation** *or* **section]** การทำคลอดโดยผ่าท้อง

caesura /sɪˈzjʊərə/ซิˈซิวเออะเรอะ/ *n. (Pros.)* ช่วงเว้นวรรคในการอ่านเพื่อหยุดหายใจ; การหยุดอ่านเว้นช่วงระหว่างคำในบทร้อยกรองของกรีกและโรมัน

café, cafe /ˈkæfɪ, ˈkæfeɪ/ˈแคฟิ, ˈแคเฟ/ *n.* Ⓐ คาเฟ่ *(ท.ศ.)*, ร้านกาแฟ; *(tearoom)* ร้านน้ำชา-กาแฟ; Ⓑ *(Amer.: bar)* บาร์, ร้านขายเหล้า

café: ~ **au lait** /kæfeɪ əʊˈleɪ/แคเฟ โอˈเล/ *n., no. pl.* กาแฟใส่นม/ครีม; ~ **society** *n., no pl.* ลูกค้าประจำของภัตตาคารหรือไนต์คลับ

cafeteria /kæfəˈtɪərɪə/แคฟิˈเทียเรีย/ *n.* ร้านอาหารบริการตนเอง, คาเฟ่ทีเรีย *(ท.ศ.)*

cafetière /kæfəˈtjeə/คาฟˈเทีย/ *n.* หม้อต้มกาแฟ

caff /kæf/แคฟ/ *n. (Brit. coll.)* ร้านกาแฟ; **transport** ~: ร้านอาหารสำหรับคนขับรถระยะทางไกล

caffeine /ˈkæfiːn/ˈแคฟีน/ *n.* สารคาเฟอีน *(ท.ศ.)*

caftan /ˈkæftæn/ˈแคฟแทน/ *n.* Ⓐ ชุดยาวหลวมมีเข็มขัดคาดของผู้ชายชาวตะวันออกใกล้; Ⓑ ชุดติดกันทรงหลวมของผู้หญิง

cage /keɪdʒ/เคจ/ ❶ *n.* Ⓐ กรง; Ⓑ *(Mining)* โครง/ลิฟต์บรรทุกในเหมือง; Ⓒ *(of lift)* ตัวลิฟต์บรรทุกผู้โดยสาร/ของ ❷ *v.t.* ขัง *(นก, สัตว์)* ไว้ในกรง

'cage bird *n.* นกที่เลี้ยงในกรง

cagey /ˈkeɪdʒɪ/ˈเคจิ/ *adj. (coll.)* Ⓐ *(wary)* ระมัดระวัง, ระแวดระวังภัย; **be ~ about sth.** ระมัดระวัง *ส.น.*; **a ~ buyer** ผู้ซื้อที่ระมัดระวังเป็นพิเศษ; Ⓑ *(secretive, uncommunicative)* ลับ ๆ ล่อ ๆ, ไม่เปิดเผย; **be ~ about saying sth.** ทำปิด ๆ บัง ๆ ในการพูด *ส.น.*

cagily /ˈkeɪdʒɪlɪ/ˈเคจิลิ/ *adv. (coll.)* อย่างระแวดระวัง; *(shrewdly)* อย่างมีเล่ห์เหลี่ยม

caginess /ˈkeɪdʒɪnɪs/ˈเคจินิซ/ *n. (caution)* ความระมัดระวัง; *(secretiveness)* การลับ ๆ ล่อ ๆ, การปิดปากไม่พูด

cagoule /kəˈguːl/เคอะˈกูล/ *n.* เสื้อกันลม สั้น เนื้อเบา

cagy ➡ **cagey**

cahoots /kəˈhuːts/เคอะˈฮูทซฺ/ *n. pl. (coll.)* Ⓐ *(company, partnership)* **be in ~ with the devil** คบค้าสมาคมอยู่กับคนชั่วร้าย; **go into ~ with sb.** เข้าร่วมมั่วสุมกับ *ค.น.*; Ⓑ *(collusion)* **be in ~ with sb.** สมรู้ร่วมคิดกับ *ค.น.*

caiman ➡ **cayman**

Cain /keɪn/เคน/ *pr. n. (Bible)* บุตรคนโตของอดัมและอีฟ; **raise ~** *(coll.)* สร้างความเดือดร้อน

cairn /keən/แคน/ *n.* Ⓐ *(pyramid of stones)* *หินก้อนใหญ่ที่ก่อขึ้นเป็นอนุสาวรีย์หรือสัญลักษณ์*; **a ~ of stones** กองหิน; Ⓑ *(dog)* ~ **[terrier]** สุนัขพันธุ์เทอร์เรียชนิดหนึ่ง

Cairo /ˈkaɪərəʊ/ˈคายโร/ *pr. n.* กรุงไคโร *(เมืองหลวงของประเทศอียิปต์)*

caisson /ˈkeɪsən/ˈเคเซิน/ *n.* Ⓐ *(watertight chamber)* ห้อง/ตู้กันน้ำ *(ใช้สำหรับการก่อสร้างใต้น้ำ)*; Ⓑ *(floating vessel)* ทุ่นลอยน้ำ *(ใช้เป็นประตูน้ำในอู่เรือ)*

'caisson disease *n.* โรคปวดข้อจากการทำงานใต้น้ำที่มีแรงกดอากาศสูงเป็นเวลานาน ๆ

cajole /kəˈdʒəʊl/เคอะˈโจล/ *v.t.* **~ sb. into sth./into doing sth.** อ้อนวอน *ค.น.* ให้ทำ *ส.น.*; **~ sb. out of doing sth.** อ้อนวอนให้ *ค.น.* เลิกทำ *ส.น.*; **~ sth. out of a person** หลอกล่อ *ส.น.* จากใครคนหนึ่ง

cajolery /kəˈdʒəʊlərɪ/เคอะˈโจเลอะริ/ *n.* การพูดจาหว่านล้อม, การพูดจาหลอกล่อ

Cajun /ˈkeɪdʒən/ˈเคจิน/ ❶ *n.* Ⓐ *ผู้ที่มีเชื้อสายฝรั่งเศส-แคนาดาที่อาศัยอยู่ในมลรัฐหลุยเซียน่า*; Ⓑ ภาษาของผู้ที่มีเชื้อสายฝรั่งเศส-แคนาดา ❷ *adj.* ที่เกี่ยวกับผู้ที่มีเชื้อสายฝรั่งเศส-แคนาดา

cake /keɪk/เคค/ ❶ *n.* Ⓐ ขนมเค้ก *(ท.ศ.)*; **a piece of ~**: ขนมเค้ก 1 ชิ้น; **a slice of ~**: ขนมเค้ก 1 ชิ้น *(บาง ๆ)*; Ⓑ *(fig.)* **get a slice of the ~**: รับส่วนแบ่ง; **go** *or* **sell like hot ~s** ประสบความสำเร็จมาก; **a piece of ~** *(coll.)* เรื่องง่าย ๆ, เรื่องกล้วย ๆ; **you cannot have your ~ and eat it** *or* **eat your cake and have it** อย่ารักพี่เสียดายน้อง; **~s and ale** *(fig.)* ความสนุกสนาน; ➡ **+ take** 1 C; Ⓒ *(block)* **a ~ of soap** สบู่ 1 ก้อน; **a ~ of wax** ขี้ผึ้ง 1 ก้อน; **a ~ of tobacco** ยาฉุน 1 ตั้ง ❷ *v.t.* Ⓐ *(cover)* ปกคลุม, เต็มไปด้วย; **~d with dirt/blood** เต็มไปด้วยฝุ่น/เลือด; **his suit was ~d with mud** ชุดสูทของเขาเต็มไปด้วยขี้โคลน; Ⓑ *(form into mass)* **rain ~d the soil** ฝนทำให้ดินเกาะเป็นก้อน ❸ *v.i. (form a mass)* เกาะกลุ่มเป็นก้อน

cake: ~ **shop** *n.* ร้านขายขนมเค้ก; ~ **slice** *n.* มีดตัดเค้ก; ~ **stand** *n.* ถาด/ชั้นใส่ขนมเค้ก; ~ **tin** *n.* กระป๋องเค้ก, ถาดอบขนมเค้ก; ~**walk** *n. (dance)* *การเต้นรำที่พัฒนามาจากการแข่งขันซึ่งมีเค้กเป็นรางวัล*; *(easy task)* งานกล้วย ๆ, ของหมู ๆ

cal. *abbr.* **calorie[s]**

CAL /kæl/แคล/ *abbr.* **computer-aided** *or* **computer-assisted learning** การเรียนการสอนที่ใช้คอมพิวเตอร์ช่วย

calabash /ˈkæləbæʃ/ˈแคเลอะแบช/ *n.* Ⓐ *(gourd)* น้ำเต้า; Ⓑ *(pipe, container)* ภาชนะหรือกล้องสูบยาทำจากเปลือกน้ำเต้า

calaboose /kæləˈbuːs/แคเลอะˈบูซ/ *n. (Amer.)* คุก

calamine /ˈkæləmaɪn/ˈแคเลอะมายนฺ/ *n.* ยาน้ำทาแก้ผดผื่นคัน

calamitous /kəˈlæmɪtəs/เคอะˈแลมิเทิซ/ *adj.* หายนะอย่างใหญ่หลวง

calamity /kəˈlæmətɪ/เคอะˈแลเมอะทิ/ *n.* Ⓐ ความหายนะ, ภัยพิบัติ; **calamities of nature** ภัยพิบัติทางธรรมชาติ; Ⓑ *(adversity)* ความทุกข์ยาก; Ⓒ *(distress)* ความลำบาก

Calamity 'Jane *n.* ผู้ทำนายภัยพิบัติ

calcification /kælsɪfɪˈkeɪʃn/แคลซิฟิเคชฺ'น/ *n.* การกลายเป็นหินปูน

calcify /ˈkælsɪfaɪ/ˈแคลซิฟาย/ ❶ *v.i.* กลายเป็นหินปูน ❷ *v.t.* ทำให้กลายเป็นหินปูน

calcine /ˈkælsɪn/ˈแคลซิน/ ❶ *v.t.* เผาจนเป็นเถ้า; เผาหรือย่างจนเป็นผง, ถูกไฟเผาหรือทำให้บริสุทธิ์ ❷ *v.i.* ผ่านกระบวนการเผาจนเป็นเถ้า

calcite /ˈkælsaɪt/ˈแคลไซท/ *n. (Min.)* ก้อนแร่แคลเซียมคาร์บอเนต

calcium /ˈkælsɪəm/ˈแคลเซียม/ *n.* แคลเซียม *(ท.ศ.)*, *(ธาตุโลหะสีเทาอ่อน จำเป็นต่อการเจริญเติบโตของสิ่งมีชีวิต)*

calcium: ~ **'carbide** *n.* แคลเซียมคาร์ไบด์ *(ท.ศ.) (สารประกอบสีเทาใช้ในการผลิตก๊าซ)*; ~ **'carbonate** *n.* แคลเซียมคาร์บอเนต *(ท.ศ.) (สารประกอบสีขาว ใช้ในอุตสาหกรรมซีเมนต์และปูนขาว)*; หินปูน

calculable /ˈkælkjʊləbl/ˈแคลคิวเลอะบ'ล/ *adj.* คำนวณได้, คาดคะเนได้

calculate /ˈkælkjʊleɪt/ˈแคลคิวเลท/ ❶ *v.t.* Ⓐ *(ascertain)* คำนวณ; *(by estimating)* ประมาณ; คาดคะเน; Ⓑ *(plan)* **be ~d to do sth.** วางแผนว่าจะทำ *ส.น.*; Ⓒ *(Amer. coll.: suppose, believe)* คิดว่า, ถือเอา, เชื่อ ❷ *v.i.* Ⓐ *(Math.)* คำนวณ; Ⓑ **~ on doing sth.** หมายมั่นจะทำ *ส.น.*

calculated /ˈkælkjʊleɪtɪd/ˈแคลคิวเลทิด/ *adj. (deliberate) (การกระทำ)* โดยจงใจ; *(การเสี่ยง)* โดยรู้ตัว; *(apt, suitable)* เหมาะเจาะ, สมควร

calculating /ˈkælkjʊleɪtɪŋ/ˈแคลคิวเลทิง/ *adj.* อย่างคำนวณผลประโยชน์; คิดทางได้ทางเสีย; **with a ~ eye** ด้วยความมาดหมายประโยชน์ของตนเอง

calculation /kælkjʊˈleɪʃn/แคลคิวˈเลช'น/ *n.* Ⓐ *(result)* ผลลัพธ์จากการคำนวณ; **he is out in his ~s** เขาคำนวณผิดพลาด; Ⓑ *(calculating)* การคำนวณ, การกะประมาณ; Ⓒ *(forecast)* การคาดคะเน; **by my ~s** ในการคาดคะเนของฉัน

calculator /ˈkælkjʊleɪtə(r)/ˈแคลคิวเลเทอะ(ร)/ *n.* Ⓐ *(person)* ผู้คำนวณ; *(machine)* เครื่องคิดเลข; Ⓑ *(set of tables)* ตารางการคำนวณ

calculus /ˈkælkjʊləs/ˈแคลคิวเลิซ/ *n., pl.* **calculi** /ˈkælkjʊlaɪ/ˈแคลคิวลาย/ *or* **~es** Ⓐ *(Math. etc.)* คณิตศาสตร์สาขาแคลคูลัส *(ท.ศ.)*; *(infinitesimal ~)* *การคำนวณโดยใช้จำนวนน้อยที่สุดเป็นเกณฑ์ โดยไม่มีการกลายเป็นศูนย์*; **[the] differential/integral/infinitesimal ~**: การคำนวณโดยใช้จุดทศนิยม/โดยใช้การเพิ่มหน่วยเต็ม/โดยใช้จำนวนน้อยที่สุดเป็นเกณฑ์; Ⓑ *(Med.)* ก้อนนิ่ว

Calcutta /kælˈkʌtə/แคลˈคัทเทอะ/ *pr. n.* เมืองกัลกัตตา ในประเทศอินเดีย

caldron ➡ **cauldron**

Caledonia /kælɪˈdəʊnɪə/แคลิˈโดเนีย/ *pr. n. (Hist./poet.)* สกอตแลนด์

Caledonian /kælɪˈdəʊnɪən/แคลิˈโดเนียน/ ❶ *adj.* แห่งสกอตแลนด์ ❷ *n. (joc./Hist.)* ชาวสกอตแลนด์

calendar /ˈkælɪndə(r)/ˈแคลินเดอะ(ร)/ *n.* Ⓐ ปฏิทิน; Ⓑ *(register, list)* บันทึก, บัญชีรายชื่อ; **[church] ~**: ปฏิทินศาสนกิจ; *(list of canonized saints)* บัญชีรายชื่อนักบุญ; *(list of cases for trial)* รายการคดี; *(Amer.: list of matters for debate)* บัญชีหัวข้ออภิปรายประจำวัน

calender /ˈkælɪndə(r)/ˈแคลินเดอะ(ร)/ ❶ *n.* เครื่องรีดผ้าหรือกระดาษ ❷ *v.t.* รีดให้เรียบเป็นมัน

calends /ˈkælɪndz/ˈแคลินดฺซฺ/ *n. pl.* *วันแรกของเดือนในปฏิทินโรมันโบราณ*

calendula /kəˈlendjʊlə/เคอะˈเล็นดิวเลอะ/ *n. (Bot.)* ดอกไม้ในสกุล *Calendula* คล้ายยี่สุ่นหรือดาวเรือง

[1]**calf** /kɑːf, US kæf/คาฟ, แคฟ/ *n., pl.* **calves** /kɑːvz/คาวซ/ Ⓐ *(young of bovine animal)* ลูกวัว; *(leather)* **~[skin]** หนังลูกวัว; **a cow in** *or* **with ~**: วัวที่กำลังท้อง; Ⓑ *(of deer)* ลูกกวาง; *(of elephant, whale, rhinoceros)* ลูกช้าง, ปลาวาฬ; ➡ **+ fat** 3; **golden calf**

[2]**calf** *n., pl.* **calves ➤ 118** *(Anat.)* น่อง

calf: ~ **love** *n.* ความรักวัยเด็ก; ~**skin** *n.* หนังลูกวัว; *(leather)* หนังวัว

caliber *(Amer.)* ➡ **calibre**

calibrate /ˈkælɪbreɪt/ˈแคลิเบรท/ *v.t.* วัดขนาดโดยเทียบกับมาตรฐาน; หาค่าแบ่งออกเป็นขีด ๆ; ปรับเทียบ

calibration /kælɪˈbreɪʃn/แคลิˈเบรช'น/ *n. (of gauge)* การเทียบมาตรฐาน

calibre /ˈkælɪbə(r)/ˈแคลิเบอะ(ร)/ *n. (Brit.)* Ⓐ *(diameter)* เส้นผ่าศูนย์กลางภายในของกระบอกปืน; Ⓑ *(fig.)* ความสามารถ; **a man of your ~**: ผู้ชายที่มีความสามารถเช่นคุณ

calico /ˈkælɪkəʊ/ˈแคลิโค/ ❶ *n., pl.* **~es** *or (Amer.)* **~s** Ⓐ ผ้าดิบ; Ⓑ *(Amer.: printed cotton fabric)* ผ้าพิมพ์ ❷ *adj.* Ⓐ ทำจากผ้าดิบ; Ⓑ *(Amer.: multicoloured)* หลากสี

California /kælɪˈfɔːnɪə/แคลิˈฟอเนีย/ *pr. n.* มลรัฐแคลิฟอร์เนียในสหรัฐอเมริกา

Californian /kælɪˈfɔːnɪən/แคลิˈฟอเนียน/ ❶ *adj.* แห่งแคลิฟอร์เนีย ❷ *n.* ชาวแคลิฟอร์เนีย
caliper ➡ **calliper**
caliph /ˈkælɪf, ˈkeɪlɪf/ˈแคลิฟ, ˈเคลิฟ/ *n.* *(Hist.)* *ประมุขของประเทศที่นับถือศาสนาอิสลามในสมัยก่อน*
calisthenics ➡ **callisthenics**
calk ➡ **caulk**
call /kɔːl/คอล/ ❶ *v.i.* Ⓐ *(shout)* ตะโกน; **~ to sb.** ตะโกนเรียก *ค.น.*; **~ [out] for help** ตะโกนขอความช่วยเหลือ; **~ [out] for food/drink** ตะโกนขออาหาร/เครื่องดื่ม; **~ after sb.** ตะโกนไล่หลัง *ค.น.*; Ⓑ *(pay brief visit)* เยี่ยม, แวะ (at ที่); *(รถไฟ, รถเมล์)* หยุด; **~ at a port/station** แวะที่ท่าเรือ/สถานี; **~ on sb.** เยี่ยม *ค.น.*; **the postman ~ed to deliver a parcel** บุรุษไปรษณีย์มาส่งพัสดุ; **a man has ~ed to read the meter** พนักงานแวะมาอ่านมิเตอร์; Ⓒ *(communicate by telephone)* โทรศัพท์; **who is ~ing, please?** จากไหนคะ/ครับ; **thank you for ~ing** ขอบคุณที่โทรมา; *(communicate by radio)* **this is London ~ing** นี่คือลอนดอน ❷ *v.t.* Ⓐ *(cry out)* เรียก; ขาน *(ชื่อ, เลข)*; Ⓑ *(cry to)* ร้องเรียก *(ผู้คน)*; Ⓒ *(summon)* เรียก; *(into the army)* เรียกตัวเข้ากองทัพ; *(to a duty, to do sth.)* เรียกมาปฏิบัติงาน; **~ him into the room** เรียกเขาเข้ามาในห้อง; **be ~ed home/to arms** ถูกเรียกกลับบ้าน/เข้ากองทัพ; **he was ~ed to his maker** *(literary)* เขาไปสวรรค์แล้ว *(หมายถึงตายแล้ว)*; **~ sth. into being** สร้าง *ส.น.* ขึ้นมา; **~ sb.'s bluff** ทำเป็นจริงอย่างที่ *ค.น.* พูดหรือขู่ไว้; **that was ~ed in question** มีการโต้เถียง *หรือ* มีข้อสงสัยเกี่ยวกับ *ส.น.*; **please ~ me a taxi** *or* **~ a taxi for me** ช่วยเรียกแท็กซี่ให้ฉันหน่อย; Ⓓ *(communicate with by radio/telephone)* เรียก; *(initially)* ติดต่อก่อน; **don't ~ us, we'll ~ you** แล้วเราจะโทรไปหาคุณเอง; Ⓔ *(rouse)* ปลุก; Ⓕ *(announce)* เรียก *(การประชุม)*; ประกาศ *(การประท้วงลางาน)*; **~ a halt to sth.** ตัดสินใจยุติ, หยุด *ส.น.*; **time was ~ed by the bartender** บาร์เทนเดอร์บอกถึงเวลาปิดบาร์; Ⓖ *(urge)* **duty ~s** ถึงเวลาทำงานแล้ว; **he was ~ed to preach the Gospel by God** เขาได้รับพระบัญชาจากพระเจ้าให้เทศนาพระคัมภีร์; ➡ + **attention** 1 A; Ⓗ *(nominate)* **he was ~ed to the presidency of the university** เขาได้รับการเสนอชื่อให้ดำรงตำแหน่งอธิการบดีของมหาวิทยาลัย; **be ~ed to witness sth.** ถูกเรียกมาเป็นพยาน *ส.น.*; Ⓘ *(name)* มีชื่อ, เรียกว่า; **he is ~ed Bob** เขาชื่อบ๊อบ; **he doesn't mind if you simply ~ him Bob** เรียกเขาว่าบ๊อบก็ได้ เขาไม่ว่าหรอก; **you can ~ him by his first name** คุณเรียกชื่อเขาเฉย ๆ ก็ได้; **what is it ~ed in English?** ภาษาอังกฤษเรียกว่าอะไร; **~ it what you will** เรียกอย่างไรก็ตาม; **~ sb. names** ด่าว่า *ค.น.*; Ⓙ *(consider)* ถือว่า, เห็นว่า; **I ~ that selfish** การทำเช่นนั้นฉันถือว่าเห็นแก่ตัว; **£1.03 — let's ~ it one pound** 1 ปอนด์ 3 เพนซ์–เป็น 1 ปอนด์ถ้วนก็แล้วกัน; **Shall we ~ it ten dollars/even?** คิดเป็น 10 ดอลลาร์/ถือว่าหมดหนี้ต่อกันแล้วดีมั้ย; **~ sth. one's own** ถือว่า *ส.น.* เป็นสมบัติของตน; Ⓚ *(Cards etc.)* เรียกไพ่; *(in coin tossing)* ทายเหรียญว่าออกหัวหรือก้อย; **he ~ed heads and lost** เขาทายว่าออกหัวแล้วก็เสีย; ➡ + **account** 3 C; **'bar** 1 I; **day** A; **spade** A; **tune** 1 A
❸ *n.* Ⓐ *(shout, cry)* เสียงตะโกน, เสียงร้อง; **a ~ for help** เสียงร้องขอความช่วยเหลือ; **he came at my ~:** เขามาเมื่อฉันเรียก; **can you give me a ~ at 6 o'clock?** คุณปลุกฉันตอน 6 โมงได้ไหม; **remain/be within ~:** อยู่ใกล้เผื่อมีการเรียก; **on/at ~:** *(หมอ ฯลฯ)* พร้อมที่จะบริการ/อยู่เวร; Ⓑ *(of bugle, whistle)* เสียงสัญญาณ; *(of drum)* เสียงกลองเรียก; Ⓒ *(instrument)* อุปกรณ์เลียนเสียงร้อง *(ของนกหรือสัตว์)*; Ⓓ *(visit)* การเยี่ยมเยียน; **make** *or* **pay a ~ on sb., make** *or* **pay sb. a ~:** เยี่ยมเยียน *ค.น.*; **have to pay a ~** *(coll.: need lavatory)* ต้องเข้าห้องน้ำ; Ⓔ *(telephone ~)* การโทรศัพท์; **give sb. a ~:** โทรศัพท์หา *ค.น.*; **make a ~:** โทรศัพท์; **receive a ~:** ได้รับโทรศัพท์; Ⓕ *(invitation, summons)* การเชิญ, การเรียกพบ; *(by God)* บัญชาจากพระเจ้า; *(Theatre)* การเรียกให้เข้าฉาก; *(by audience)* เสียงเรียกจากคนดูให้ปรากฏตัวอีก; **the ~ of the sea/the wild** เสียงเพรียกจากท้องทะเล/พงไพร; **~ of nature** จำเป็นต้องขับถ่าย; **answer the ~ of duty** ปฏิบัติตามหน้าที่; **a ~ for unity** การเรียกร้องให้มีความสามัคคี; **a worldwide ~ for disarmament** เสียงเรียกร้องทั่วโลกให้มีการปลดอาวุธ; Ⓖ *(need, occasion)* ความจำเป็น, โอกาส; **what ~ is there for you to worry?** มีความจำเป็นอะไรที่คุณจะต้องกังวล; Ⓗ *(esp. Commer.: demand)* ความต้องการ, อุปสงค์; *(demand made)* ความต้องการที่ถูกระบุชัดเจน; **a ~ for capital/money** การระดมเงินทุน/เงิน; **have many ~s on one's purse/time** ต้องจ่ายเงินออกหลายด้าน/ต้องใช้เวลาทำหลายสิ่ง; Ⓘ *(Cards etc.)* การเรียกไพ่; **it is your ~ now** ถึงตาคุณเรียกแล้ว; **was your ~ heads or tails?** คุณทายหัวหรือก้อย; Ⓙ *(St. Exch.)* *สิทธิในการเลือกซื้อหุ้นในราคาตายตัวตามระยะเวลาที่ตกลงไว้*
~ a'side *v.t.* เรียกออกมาคุยต่างหาก
~ a'way *v.t.* เรียกไปอีกทางหนึ่ง
~ 'back ❶ *v.t.* โทรกลับ ❷ *v.i.* Ⓐ โทรกลับ; Ⓑ *(come back)* เรียกกลับมาอีกเที่ยว
~ 'down *v.t.* Ⓐ *(invoke)* อธิษฐาน *(พระเจ้า, ขอพร)* ให้; **~ down curses on sb.'s head** สาปแช่ง *ค.น.*; Ⓑ *(reprimand)* ดุด่า, ว่ากล่าว
~ for *v.t.* Ⓐ *(send for, order)* เรียก *(แท็กซี่)*; สั่ง *(กับข้าว, เครื่องดื่ม)*; Ⓑ *(collect)* มารับ *(คน, สัมภาระ)*; **'to be ~ed for'** จะมีคนมารับเอง; Ⓒ *(require, demand)* ต้องการ, จำเป็น; **that remark was not ~ed for** คำพูดนั้นไม่เหมาะสม; **this ~s for a celebration** อย่างนี้ต้องฉลอง
~ 'forth *v.t.* ดึงออก; ล้วงเอา *(ความจริง)*; ก่อให้เกิด *(การต่อต้าน)*; ปลุกฟื้น *(ความหลัง, ความรู้สึก)*
~ 'in ❶ *v.i.* แวะมาหา; **I'll ~ in on you** ฉันจะแวะมาหาคุณ; **I'll ~ in at your office** ฉันจะแวะมาหาที่สำนักงานคุณ ❷ *v.t.* Ⓐ เรียกกลับแหล่งเดิม *(เหรียญเงิน, สินค้า)*; Ⓑ **~ in a specialist** เชิญผู้ชำนาญการมาให้คำปรึกษา
~ 'off *v.t.* *(cancel)* ยกเลิก *(นัดหมาย ฯลฯ)*; *(stop, end)* หยุด, เลิก *(การประท้วง)*; **~ off your dogs!** สั่งให้หมาคุณหยุดเห่าซะ
~ on ➡ + **~ [up]on**
~ 'out ➡ ❶ *v.t.* เรียกปฏิบัติการ *(ทหาร)*; เรียก *(คนงาน)* ให้หยุดงาน *(เพื่อประท้วง)* ❷ *v.i.* ➡ **~** 1 A; **~ out to warn sb.** ร้องเตือน *ค.น.*
~ 'up *v.t.* Ⓐ *(imagine, recollect)* จินตนาการ *(ภาพ)*; รำลึก *(ถึงอดีต)*; Ⓑ *(summon)* อธิษฐานเรียก *(ซาตาน, วิญญาณ)*; Ⓒ *(by telephone)* โทรศัพท์; **I'll ~ you up again** ฉันจะโทรหาคุณอีก; Ⓓ *(Mil.)* เรียกตัวเข้าประจำการ; **they were ~ed up to go to Vietnam** พวกเขาถูกเกณฑ์ทหารไปประจำการที่เวียดนาม; ➡ + **call-up**
~ [up]on *v.t.* **~ upon God** วิงวอนขอพระเจ้า; **~ upon sb.'s generosity/sense of justice** ร้องขอความเอื้ออารี/ความยุติธรรมจาก *ค.น.*; **~ [up]on sb. to do sth.** เรียกร้อง *ค.น.* ให้ทำ *ส.น.*
call: **~ box** *n.* ตู้โทรศัพท์; **~ boy** *n.* Ⓐ *(in theatre)* ผู้ช่วยคอยเรียกผู้แสดงขึ้นเวที/ผู้ช่วยบอกบท; Ⓑ *(in hotel)* เด็กรับใช้ในโรงแรม; **~ button** *n.* ปุ่มบนแป้นโทรศัพท์; **~ centre** *n.* ศูนย์รับโทรศัพท์เฉพาะธุรกิจ
caller /ˈkɔːlə(r)/ˈคอเลอะ(ร)/ *n.* Ⓐ ผู้มาเยี่ยม; *(visitor)* แขก; *(on telephone)* ผู้โทรศัพท์มา; Ⓑ *(in bingo, square dance)* โฆษก; ผู้ประกาศเบอร์
caller display *n.* การแสดงหมายเลขโทรศัพท์ของผู้โทรเข้ามา
'call girl *n.* นางทางโทรศัพท์
calligrapher /kəˈlɪɡrəfə(r)/เคอะˈลิกเกรอะเฟอะ(ร)/ *n.* ➤ **489** ผู้เขียนลายมืองาม; *(professional)* ช่างเขียนอักษร
calligraphy /kəˈlɪɡrəfɪ/เคอะˈลิกเกรอะฟิ/ *n.* Ⓐ *(beautiful handwriting)* การเขียนลายมือบรรจง, การคัดลายมือ; *(as an art)* ศิลปะการเขียนตัวอักษร; Ⓑ *(handwriting)* ลายมือ
call-in (programme) /ˈkɔːlɪn/ˈคอลิน/ *n.* *(Amer.)* รายการโทรทัศน์หรือวิทยุที่ผู้ชม/ผู้ฟังโทรศัพท์เข้าไปร่วมรายการได้
calling /ˈkɔːlɪŋ/ˈคอลิง/ *n.* Ⓐ *(occupation, profession)* อาชีพ; Ⓑ *(divine summons)* โองการจากพระผู้เป็นเจ้า
'calling card *n.* *(Amer.)* นามบัตร
calliper /ˈkælɪpə(r)/ˈแคลิเพอะ(ร)/ *n.* Ⓐ *in pl.* **[pair of] ~s** *วงเวียนขาโค้งสำหรับวัดเส้นผ่าศูนย์กลางของสิ่งที่โค้งนูน*; Ⓑ **~ [splint]** *(Med.)* เฝือกเหล็ก; Ⓒ **[brake] ~:** จานเบรก, จานห้ามล้อ
callisthenics /kælɪsˈθenɪks/แคลิซˈเธ็นนิคซ/ *n. pl.* การเพาะกาย
call: **~ meter** *n.* *(Teleph.)* มิเตอร์วัดค่าใช้โทรศัพท์; **~ money** *n.* เงินที่กู้ไปโดยจะต้องใช้คืน; **~ option** *n.* *สัญญาให้สิทธิแก่ผู้ซื้อในการซื้อหลักทรัพย์จำนวนหนึ่งในราคาหนึ่ง ภายในเวลาที่กำหนด*
callosity /kəˈlɒsətɪ/เคอะˈลอเซอะทิ/ *n.* Ⓐ *no pl.* ความด้านของผิวหนัง; Ⓑ *(lump)* หนังด้าน, ผิวกร้าน
callous /ˈkæləs/ˈแคเลิซ/ ❶ *adj.* *(unfeeling, insensitive)* กระด้าง, ปราศจากความรู้สึก; *(การกระทำ)* ใจดำ; *(ชีวิต, โลก)* ที่ขาดความอบอุ่น ❷ *n.* ➡ **callus**
callously /ˈkæləslɪ/ˈแคเลิซลิ/ *adv.* อย่างปราศจากความรู้สึก, อย่างกระด้าง, อย่างใจดำ
callousness /ˈkæləsnɪs/ˈแคเลิซนิซ/ *n., no pl.* *(want of feeling)* ความไร้ความรู้สึก, ความใจดำ; *(of act, behaviour)* ความใจแข็ง; **his ~ towards [the feelings of] other people** ความด้านชาของเขาต่อความรู้สึกของคนอื่น
'call out *n.* การเรียกให้ออกไปให้บริการนอกสถานที่; การเรียกเข้าปฏิบัติการ *(ตำรวจ, หมอ)*; **the ~ could come at any time** อาจมีการเรียกปฏิบัติงานได้ทุกเมื่อ; **~-out charge** *n.* การเรียกเก็บค่าบริการนอกสถานที่
'call-over *n.* การเรียกชื่อ; *(of betting prices)* การอ่านราคาพนัน
callow /ˈkæləʊ/ˈแคโล/ *adj.* Ⓐ *(raw, inexperienced)* วัยหนุ่ม/สาวที่ไร้ประสบการณ์;

C

in my ~ youth ในวัยหนุ่ม/สาวที่ไร้ประสบการณ์ของฉัน; Ⓑ *(unfledged)* ยังไม่งอกขน *(ลูกนก)*, อ่อนหัด *(คน)*

call: ~ sign, ~ signal *ns.* สัญญาณประจำตัวของผู้ส่งสัญญาณวิทยุ; **~-up** *n. (Mil.)* การเรียกตัวเข้าประจำการ

callus /ˈkæləs/ˈแคเลิซ/ *n.* Ⓐ *(Physiol.)* หนังที่ด้าน; Ⓑ *(Med.) เนื้อเยื่อหนา ๆ ที่ก่อตัวรอบกระดูกที่หัก;* Ⓒ *(Bot.)* เนื้อเยื่อใหม่ก่อตัวขึ้น

call waiting *n.* ระบบลำดับหมายเลขโทรศัพท์เข้า

calm /kɑːm, US kɑːlm/คาม, คาลม/ ❶ *n.* Ⓐ *(stillness)* ความนิ่ง; *(serenity)* ความเงียบสงบ; **the peaceful ~ of the night** ความเงียบสงบในยามค่ำคืน; Ⓑ *(windless period)* ช่วงลมสงบ; **a dead ~:** ไม่มีลมเลย; **the ~ before the storm** *(lit. or fig.)* ความสงบก่อนจะเกิดพายุ ❷ *adj.* Ⓐ *(tranquil, quiet, windless)* สงบ, เงียบ, ไร้ลม; **keep ~:** ใจเย็น ๆ; ไม่ตื่นเต้น; **keep one's voice ~:** พูดอย่างราบเรียบ; Ⓑ *(coll.: self-confident)* มั่นใจในตัวเอง ❸ *v.t.* ทำให้เงียบ, ทำ *(คน)* ให้สงบ; **~ sb. down** ทำให้ *ค.น.* สงบสติอารมณ์ ❹ *v.i.* **~ [down]** *(พายุ, อารมณ์)* สงบลง

calmly /ˈkɑːmlɪ, US ˈkɑːlmlɪ/ˈคามลิ/ *adv.* อย่างสงบเงียบ; อย่างใจเย็น

calmness /ˈkɑːmnɪs, US ˈkɑːlm-/ˈคามนิซ, ˈคาลมฺ-/ *n., no pl.* ความสงบ, ความนิ่ง, ความใจเย็น; *(of water, sea)* การไม่มีคลื่น; ความราบรื่น

Calor gas ® /ˈkælə gæs/ˈแคเลอะแกซ/ *n.* ก๊าซถัง, ก๊าซบิวเทนอัดบรรจุในถัง

calorie /ˈkælərɪ/ˈแคเลอะริ/ *n.* แคลอรี *(ท.ศ.) (หน่วยวัดปริมาณความร้อนที่ทำให้น้ำหนัก 1 กรัมมีอุณหภูมิสูงขึ้น 1 องศาเซนติเกรด)*

calorific /kæləˈrɪfɪk/แคเลอะˈริฟฟิค/ *adj.* มี/เกิดความร้อน; **~ value** ค่าความร้อน

calorimeter /kæləˈrɪmɪtə(r)/แคเลอะˈริมมิเทอะ(ร)/ *n.* มาตรวัดความร้อน

calumniate /kəˈlʌmnɪeɪt/เคอะˈลัมนิเอท/ *v.t.* หมิ่นประมาท

calumny /ˈkæləmnɪ/ˈแคเลิมนิ/ ❶ *n.* การใส่ร้าย, การทำให้เสียชื่อเสียง ❷ *v.t.* ใส่ร้าย, ป้ายสี, หมิ่นประมาท

calvados /ˈkælvədɒs/ˈแคลเวอะดอซ/ *n.* บรั่นดีที่ทำจากแอปเปิ้ล

Calvary /ˈkælvərɪ/ˈแคลเวอะริ/ *n. (place) สถานที่ที่พระเยซูถูกตรึงกางเขน; (representation)* เครื่องหมายรูปพระเยซูถูกตรึงกางเขน

calve /kɑːv/คาว/ *v.i. (แม่วัว)* คลอดลูก

calves *pl. of* **calf**[1,2]

Calvinism /ˈkælvɪnɪzm/ˈแคลวินิซ'ม/ *n.* ลัทธิของคาลวิน ชาวสวิส (1509-1564)

Calvinist /ˈkælvɪnɪst/ˈแคลวินิซทฺ/ *n.* ผู้ที่นับถือลัทธิคาลวิน

Calvinistic /kælvɪˈnɪstɪk/แคลวิˈนิซติค/, **Calvinistical** /kælvɪˈnɪstɪkl/แคลวิˈนิซติค'ล/ *adj.* ทำตัวแบบลัทธิคาลวิน

calypso /kəˈlɪpsəʊ/เคอะˈลิพโซ/ *n. pl.* **~s** *เพลงของเวสท์อินดีส มักจะร้องสดเกี่ยวกับเรื่องที่สนใจขณะนั้น*

calyx /ˈkeɪlɪks, ˈkælɪks/ˈเคลิคซฺ, ˈแคลิคซฺ/ *n. pl.* **calyces** /ˈkeɪlɪsiːz, ˈkælɪsiːz/ˈเคลิซีซ, ˈแคลิซีซ/ *or* **~es** Ⓐ *(Bot.)* วงกลีบนอก; วงกลีบเลี้ยง; Ⓑ *(Anat.)* โพรงที่มีลักษณะคล้ายถ้วย; กิ่งกรวยไต

cam /kæm/แคม/ *n.* ลูกเบี้ยว

CAM *abbr.* **Computer-aided manufacturing** การผลิตโดยใช้คอมพิวเตอร์ช่วย

camaraderie /kæməˈrɑːdərɪ, US -ˈræd-/แคเมอะˈราเดอะริ, -แรด-/ *n.* ความเป็นเพื่อน

camber /ˈkæmbə(r)/ˈแคมเบอะ(ร)/ ❶ *n.* Ⓐ *(convexity) (พื้นผิวถนน, ปีกเครื่องบิน ฯลฯ)* ที่โค้งขึ้น; Ⓑ *(Motor Veh.)* อาการเอียงของล้อหน้ารถยนต์ ❷ *v.t.* ทำให้โค้งขึ้น; **a ~ed road** ถนนที่ถูกทำให้โค้งขึ้น

Cambodia /kæmˈbəʊdɪə/แคมˈโบเดีย/ *pr. n.* ประเทศกัมพูชา, ประเทศเขมร

Cambodian /kæmˈbəʊdɪən/แคมˈโบเดียน/ ❶ *adj.* แห่งเขมร ❷ *n.* ชาวเขมร

Cambrian /ˈkæmbrɪən/ˈแคมเบรียน/ ❶ *adj.* Ⓐ *(Welsh)* เกี่ยวกับแคว้นเวลส์ *หรือ* ชาวเวลส์; Ⓑ *(Geol.)* ยุคแรกของมหายุคพาลีโอโซอิก

cambric /ˈkæmbrɪk/ˈแคมบริค/ *n.* ผ้าลินินขาว

Cambridge /ˈkeɪmbrɪdʒ/ˈเคมบริจ/ *n.* เมืองเคมบริดจ์, มหาวิทยาลัยเคมบริดจ์; **~ blue** *n.* สีฟ้าอ่อน *(สีของมหาวิทยาลัยเคมบริดจ์)*

camcorder /ˈkæmkɔːdə(r)/ˈแคมคอเดอะ(ร)/ *n.* กล้องวีดิทัศน์พร้อมเครื่องอัดเสียงในตัว

came ➡ **come 1**

camel /ˈkæml/ˈแคม'ล/ *n. (Zool.)* อูฐ

'camel['s]-hair *n.* ขนอูฐ; **~ brush** *n.* พู่กันที่มีปลายขนนุ่ม; **~ coat** *n.* เสื้อขนอูฐ

camellia /kəˈmiːlɪə/เคอะˈมีเลีย/ *n. (Bot.)* พันธุ์ไม้ไม่ผลัดใบในสกุล Camellia มีดอกใหญ่สีชมพู แดง ขาว

Camelot /ˈkæmɪlɒt/ˈแคมิลอท/ *n. ที่ตั้งของพระราชวังของกษัตริย์อาร์เธอร์ในยุคอัศวินโบราณของอังกฤษ*

camembert /ˈkæməmbeə(r)/ˈแคเมิมแบ(ร)/ *n.* เนยแข็งฝรั่งเศสชนิดหนึ่ง เนื้อเหลว

cameo /ˈkæmɪəʊ/ˈแคมิโอ/ *n., pl.* **~s** Ⓐ *(carving)* รูปแกะสลักนูนซึ่งมีสีแตกต่างกับสีพื้น; Ⓑ *(short sketch) ภาพบรรยายคร่าว ๆ ของงานวรรณกรรมหรือฉากละครสั้น ๆ; (minor role) บทเล็ก ๆ ในละครหรือภาพยนตร์*

camera /ˈkæmrə, ˈkæmərə/ˈแคมเรอะ, แคเมอะเรอะ/ *n.* Ⓐ กล้องถ่ายรูป; *(for still pictures)* กล้องถ่ายภาพนิ่ง; **be/go on ~:** ถูกถ่ายภาพยนตร์; Ⓑ *(Law)* **in ~:** ในห้องส่วนตัวของผู้พิพากษา *(ที่ห้ามไม่ให้คนอื่นเข้า); (fig.)* อย่างปกปิดเป็นความลับ

camera: ~ case *n.* กระเป๋าใส่กล้อง; **~man** *n.* ➤ **489** ตากล้อง, ช่างกล้อง; **~-shy** *adj.* อายกล้อง; **~work** *n., no pl., no indef. art.* ทักษะในการถ่ายภาพ

Cameroon /kæməˈruːn/แคเมอะรูน/ *pr. n.* ประเทศคาเมรูน *(ทางฝั่งตะวันตกของทวีปแอฟริกา)*

camiknickers /ˈkæmɪnɪkəz/ˈแคมินิเคิซ/ *n. pl. (Brit.)* ชุดชั้นในผู้หญิงแบบเสื้อและกางเกงติดกัน

camisole /ˈkæmɪsəʊl/ˈแคมิโซล/ *n. (arch.)* เสื้อชั้นในผู้หญิง

camomile /ˈkæməmaɪl/ˈแคเมอะมายลฺ/ *n. (Bot.)* พืชที่มีกลิ่นหอมในสกุล *Anthemis* หรือ *Matricaria;* **~ tea** น้ำชาแคโมไมล์

camouflage /ˈkæməflɑːʒ/ˈแคเมอะฟลาฌ/ ❶ *n. (lit. or fig.)* การพราง *(ของทหาร, ของสัตว์)* ❷ *v.t. (lit. or fig.)* พรางตัว

[1]**camp** /kæmp/แคมพฺ/ ❶ *n.* ค่าย; *(Mil.)* ค่ายทหาร; **the world is divided into two opposing ~s** *(fig.)* โลกถูกแบ่งออกเป็นสองค่ายที่ขัดแย้งกัน; ➡ **+ foot 1 A** ❷ *v.i.* **~ [out]** ตั้งค่าย; *(in tent)* ค้างแรมในกระโจมหรือเต็นท์; **go ~ing** ออกค่าย

[2]**camp** ❶ *adj.* Ⓐ *(affected)* ดัดจริตเสแสร้ง, แกล้งทำท่าทางเหมือนผู้หญิง; Ⓑ *(exaggerated)* มีลีลาแพรวพราวเป็นตลาดมากเกินไป; เวอร์ *(ภ.พ.);* Ⓒ *(homosexual)* ท่าทางเหมือนกะเทย; *(effeminate)* มีท่าทางและนิสัยเหมือนผู้หญิง ❷ *n.* ท่าทางที่เสแสร้งหรือเหมือนผู้หญิง ❸ *v.t.* **~ it up** แสดงท่ามากเกินไป; **~ up a part** เล่นบทแบบดัดจริตมากเกินไป

campaign /kæmˈpeɪn/แคมˈเพน/ ❶ *n.* Ⓐ *(Mil.)* การต่อสู้, การรบ; **be on ~:** อยู่ในระหว่างรบ; Ⓑ *(organized course of action)* การหาเสียง, การรณรงค์, การโฆษณา; **publicity ~:** การทำประชาสัมพันธ์; ➡ **+ presidential** ❷ *v.i.* **~ for sth.** รณรงค์เพื่อ *ส.น.;* **~ against sth.** รณรงค์; ต่อต้าน *ส.น.;* **be ~ ing** *(for election) (นักการเมือง)* ออกหาเสียง; **~ hard** รณรงค์หาเสียงอย่างเอาจริงเอาจัง

campaigner /kæmˈpeɪnə(r)/แคมˈเพนเนอะ(ร)/ *n.* Ⓐ ผู้รณรงค์เผยแพร่, ผู้หาเสียง; Ⓑ *(veteran)* ทหารผ่านศึก; **an old ~:** ทหารผ่านศึกที่แก่แล้ว, มือเก่า; **~ for ...:** ผู้รณรงค์เพื่อ...; **~ against ...:** ผู้รณรงค์ต่อต้าน...

cam'paign trail *n.* การทัศนาจรหาเสียง; **on the ~:** ออกเดินทางหาเสียง

campanology /kæmpəˈnɒlədʒɪ/แคมเพอะˈนอเลอะจิ/ *n.* การศึกษาเกี่ยวกับระฆัง, ศิลปะการตีระฆัง

campanula /kæmˈpænjʊlə/แคมˈแพนิวเลอะ/ *n.* ดอกไม้สกุล *Campanula* ดอกเป็นทรงระฆัง

'camp bed *n.* เตียงสนาม, เตียงผ้าใบ

camper /ˈkæmpə(r)/ˈแคมเพอะ(ร)/ *n.* Ⓐ คนพักแรมโดยกางเต็นท์; Ⓑ *(vehicle)* รถยนต์ขนาดใหญ่ใช้สำหรับพักแรม; *(adapted minibus)* รถตู้สำหรับพักแรม

camp: ~fire *n.* กองไฟกลางแจ้งในค่าย; **~ follower** *n.* คนงานในค่ายทหาร; *(fig.: disciple, follower)* ลูกศิษย์, คนติดตาม

camphor /ˈkæmfə(r)/ˈแคมเฟอะ(ร)/ *n.* การบูร

camping /ˈkæmpɪŋ/ˈแคมพิง/ *n.* การพักแรม, การออกค่าย; *(in tent)* การพักแรมในเต็นท์

camping: ~-ground *(Amer.)* ➡ **~ site; ~ holiday** *n.* การพักผ่อนโดยการออกพักแรม; **~ site** *n.* ที่ตั้งค่าย

camp: ~site *n.* ที่ตั้งค่าย; **~ stool** *n.* ม้านั่งเล็กพับได้

campus /ˈkæmpəs/ˈแคมเพิซ/ *n.* Ⓐ *(grounds of university)* บริเวณมหาวิทยาลัย; Ⓑ *(university)* วิทยาเขต, มหาวิทยาลัย

CAMRA /ˈkæmrə/ˈแคมเรอะ/ *abbr.* **Campaign for Real Ale**

'camshaft *n.* แกนลูกเบี้ยว

[1]**can** /kæn/แคน/ ❶ *n.* Ⓐ *(milk ~, watering ~)* กระป๋องนม, กระป๋องรดน้ำต้นไม้; *(for oil, petrol)* กระป๋องน้ำมัน; *(Amer.: for refuse)* ถังขยะ; **a ~ of paint** กระป๋องสี; **carry** *or* **take the ~ [back]** *(fig. coll.)* เป็นหนังหน้าไฟ; Ⓑ *(container for preserving)* กระป๋อง; **a ~ of tomatoes/sausages** มะเขือเทศ/ไส้กรอกกระป๋อง; **~s of food** อาหารกระป๋อง; **a ~ of beer** เบียร์กระป๋อง; **a ~ of worms** *(fig.)* ปัญหาที่ซับซ้อน; Ⓒ *(Amer. sl.: lavatory)* ห้องน้ำ; Ⓓ *(sl.: prison)* คุก ❷ *v.t.,* **-nn-** Ⓐ *(preserve)* อัดกระป๋อง; Ⓑ *(put into ~)* บรรจุกระป๋อง

[2]**can** *v. aux., only in pres. ~, neg.* **~not** /ˈkænɒt/ˈแคนอท/, *(coll.)* **~'t** /kɑːnt/คานทฺ/ *past* **could** /kʊd/คุด/, *neg. (coll.)* **couldn't** /ˈkʊdnt/ˈคุด'นทฺ/ ทำได้; *(have right, be permitted)* สามารถทำได้; มีสิทธิ; **as much as one ~:** เท่าที่ทำได้; **as ... as '~ be ...**เท่าที่เป็นได้

หรือ ...เท่าที่...ได้; **~ do** *(coll.)* ทำได้, ไม่มีปัญหา; **he ~'t be more than 40** เขาต้องมีอายุไม่เกิน 40; **you ~'t smoke in this compartment** คุณสูบบุหรี่ในตู้ *(รถไฟ)* นี้ไม่ได้; **what you say ~not be true** สิ่งที่คุณพูดเป็นไปไม่ได้; **come nearer, I ~'t hear what you're saying** เข้ามาใกล้ๆ หน่อย ฉันไม่ได้ยินที่คุณพูด; **could you ring me tomorrow?**; คุณโทรมาหาฉันพรุ่งนี้ได้ไหม; **how [ever] could you do this to me?** คุณทำกับฉันอย่างนี้ได้อย่างไร; **I could have killed him** ฉันเกือบจะฆ่าเขา; **[that] could be [so]** อาจเป็นไปได้

Canada /ˈkænədə/ˈแคนเนอะเดอะ/ *pr. n.* ประเทศแคนาดา

'Canada goose *n.* ห่านป่าพันธุ์ *Branta canadensis*, ห่านแคนาดา

Canadian /kəˈneɪdɪən/เคอะˈเนเดียน/ ❶ *adj.* แห่งประเทศแคนาดา; **sb. is ~**: *ค.น.* เป็นคนแคนาดา ❷ *n.* ชาวแคนาดา; **the French/English ~s** คนแคนาดาเชื้อสายฝรั่งเศส/อังกฤษ

canaille /kæˈnaɪ/แคˈนาย/ *n.* ฝูงคนอันธพาล; ฝูงชน

canal /kəˈnæl/เคอะˈแนล/ *n.* (A) *(watercourse, marking on Mars)* คลอง; **the Panama C~**: คลองปานามา; (B) *(Zool., Bot.)* หลอด, ท่อ; *(alimentary ~)* ช่องทางเดินอาหาร

ca'nal boat *n. เรือแคบยาวสำหรับใช้ในคลอง; (Hist.: towed barge) เรือบรรทุกสินค้าล่องตามคลองที่ถูกลากโดยม้า*

canalize /ˈkænəlaɪz/ˈแคนเนอะลายซุ/ *v.t.* ขุดคลอง

canalization /kænəlaɪˈzeɪʃn/แคนเนอะไลˈเซช่น/ *n.* การขุดคลอง

canapé /ˈkænəpɪ, US kænəˈpeɪ/ˈแคนเนอะพิ, แคนเนอะˈเพ/ *n. (food)* ขนมปังมีหน้าชิ้นเล็ก *(รับประทานเป็นของว่าง)*

canard /kəˈnɑːd, ˈkænɑːd/เคอะˈนาด, ˈแคนาด/ *n. (false report)* ข่าวโคมลอย

Canaries /kəˈneərɪz/เคอะˈแนริซ/ *pr. n. pl.* หมู่เกาะแคนารี *(ในมหาสมุทรแอตแลนติกทางทิศตะวันตกจากฝั่งแอฟริกา)*

canary /kəˈneərɪ/เคอะˈแนริ/ *n.* นกคีรีบูนสีเหลืองอ่อน

canary: C~ 'Islands *pr. n. pl.* หมู่เกาะแคนารี; **~-seed** *n.* เมล็ดพืชสำหรับเป็นอาหารนก; **~ 'yellow** *n.* สีเหลืองสดใส; **~-yellow** *adj.* มีสีเหลืองสดใส

canasta /kəˈnæstə/เคอะˈแนซเตอะ/ *n. (Cards)* การเล่นไพ่ที่ใช้สองสำรับ

cancan /ˈkænkæn/ˈแคนแคน/ *n.* ระบำแคนแคน *(ท.ศ.)*, การเต้นระบำโดยเตะขาขึ้นสูง

cancel /ˈkænsl/ˈแคนซ่ล/ ❶ *v.t., (Brit.)* **-ll-**: (A) *(cross out)* ขีดฆ่า *(คำ, ประโยค)*; (B) *(call off)* บอกเลิก, ยกเลิก *(การเดินทาง, นัด ฯลฯ)*; *(annul, revoke)* เลิก; **the match had to be ~led** การแข่งขันจำเป็นต้องถูกยกเลิก; **the boat to Dublin has been ~led** เรือที่จะไปเมืองดับลินถูกยกเลิก; **the lecture has been ~led** การบรรยายได้ถูกยกเลิก; (C) *(balance, neutralize)* ทำให้สมดุล, หักกลบลบกัน; **the arguments ~ each other out** ข้อโต้แย้งหักล้างกันหมด; (D) *(deface)* ทำเครื่องหมายว่าเป็นโมฆะ *(แสตมป์, ตั๋ว)*; ยกเลิก *(เช็ค)*; (E) *(Math.)* หักออก *(ตัวประกอบที่เท่ากัน) ในแต่ละข้างของสมการหรือหาจำนวนเศษและตัวหารของเศษส่วน*; (F) *(Amer. Mus.)* กลับสู่ตำแหน่งเดิม ❷ *v.i., (Brit.)* **-ll-**: **~ [out]** หักกลบลบกัน, ลบล้างกันไป

cancellation /kænsəˈleɪʃn/แคนเซอะˈเลช่น/ *n.* ➡ **cancel 1**: (A) การขีดฆ่าออก; (B) การปฏิเสธ, การยกเลิก; (C) การทำให้สมดุล, การหักกลบลบกัน; (D) การทำเครื่องหมายว่าเป็นโมฆะ; (E) การหักออก; (F) การระบุว่าใช้เสียงตำแหน่งเดิม

cancer /ˈkænsə(r)/ˈแคนเซอะ(ร)/ *n.* (A) ➤ **453** *(Med.)* โรคมะเร็ง; *(fig.)* สิ่งชั่วร้ายที่แพร่กระจาย; **~ of the liver** มะเร็งที่ตับ; (B) **C~** *(Astrol., Astron.)* ราศีกรกฎ; กลุ่มดาวปู; ➡ **+ Aries; tropic**

Cancerian /kænˈsɪərɪən/แคนˈเซียเรียน/ *n. (Astrol.)* ชาวราศีกรกฎ

cancerous /ˈkænsərəs/ˈแคนเซอะเริซ/ *adj.* เป็นมะเร็ง; *(fig.) (ความเลวร้าย)* ที่แพร่กระจาย; *(ความเกลียดชัง)* ที่ยั้งไม่ได้; **~ growth** เนื้องอกที่เป็นมะเร็ง

candelabra /kændɪˈlæbrə, kændɪˈlɑːbrə/แคนˈดิแลเบรอะ, แคนดิˈลาเบรอะ/ *n.*,

candelabrum /kændɪˈlæbrəm, kændɪˈlɑːbrəm/แคนดิแลเบริ่ม, แคนดิˈลาเบริ่ม/ *n., pl.* **~** *or (Amer.)* **candelabrums** เชิงเทียนขนาดใหญ่

candid /ˈkændɪd/ˈแคนดิด/ *adj.* เปิดเผย, ตรงไปตรงมา; **let me be ~ with you** ขอฉันพูดอย่างเปิดเผยกับคุณหน่อย

candidacy /ˈkændɪdəsɪ/ˈแคนดิดเดอะซิ/ *n.* การสมัครเข้ารับเลือก, การสมัครสอบ

candidate /ˈkændɪdət, US -deɪt/ˈแคนดิเดิท, แคนดิเดท/ *n.* (A) ผู้สมัคร *(เข้ารับเลือก, สอบ)*; ผู้ได้รับการเลือกให้เข้าแข่งขัน; **a ~ for Mayor** ผู้สมัครตำแหน่งนายกเทศมนตรี; **he offered himself as a ~ for the position** เขาเสนอตนเองเป็นผู้สมัครเข้ารับตำแหน่งนั้น; **~s for a club/for membership** ผู้สมัครเข้าชมรม/เป็นสมาชิก; (B) *(examinee)* ผู้ถูกทดสอบ, ผู้เข้าสอบ,นักเรียน; **a Ph. D. ~**: นักศึกษาปริญญาเอก; **a ~ for a degree** นักศึกษาที่ทำปริญญา

candidature /ˈkændɪdətʃə(r)/ˈแคนดิเดอะเฉอะ(ร)/ *n. (esp. Brit.)* การสมัครรับเลือก

candid 'camera *n.* การถ่ายรูปหรือหนังโดยผู้ถูกถ่ายไม่รู้ตัว

candidly /ˈkændɪdlɪ/ˈแคนดิดลิ/ *adv.* อย่างเปิดเผย, อย่างตรงไปตรงมา; **~, I dislike the whole idea** ถ้าจะพูดอย่างตรงไปตรงมานะ ฉันไม่ชอบความคิดทั้งหมดนี้หรอก

candle /ˈkændl/ˈแคนด'ล/ ❶ *n.* (A) เทียน, เทียนไข; **burn the ~ at both ends** *(fig.)* ทำงานหนักหามรุ่งหามค่ำ; **she can't** *or* **is not fit to hold a ~ to him** *(fig.)* เธอไม่สมควรที่จะถูกนำมาเปรียบเทียบกับเขา *หรือ* เธอเทียบเขาไม่ติด; **the game is not worth the ~** *(fig.)* เกมนี้ไม่คุ้มกับความเหนื่อยยาก *หรือ* ได้ไม่เท่าเสีย; (B) *(unit)* **~[power]** กำลังเทียน, แรงเทียน; ➡ **+ Roman candle** ❷ *v.t.* ตรวจความสด *(ของไข่)* โดยส่องกับแสง

candle: ~light *n.* แสงเทียน; **by ~**: *(อ่าน)* โดยแสงเทียน, ยามโพล้เพล้; **~power** *n.* ➡ **candle 1 B**; **~stick** *n.* เชิงเทียน; **~wick** *n.* (A) *(of candle)* ไส้เทียน; (B) *(material)* ผ้าฝ้ายนุ่มหนา

candour *(Brit.; Amer.:* **candor**) /ˈkændə(r)/ˈแคนเดอะ(ร)/ *n. (frankness)* ความเปิดเผย; *(honest)* ความซื่อสัตย์, ความซื่อตรง

candy /ˈkændɪ/ˈแคนดิ/ ❶ *n.* (A) ขนมหวาน; **a ~**: ขนมชิ้นหนึ่ง; (B) *(Amer.) (sweets)* ลูกกวาด ❷ *v.t. (ผลไม้)* เคลือบน้ำตาล; **candied lemon/orange peel** ผิวมะนาว/ผิวส้มเคลือบน้ำตาล

candy: ~floss *n.* สายไหม, น้ำตาลปั่นเป็นปุย; **~ store** *n. (Amer.)* ร้านขายลูกกวาด; **~-stripe** *n.* ลายทางสดใสบนพื้นสีขาว; **~-striped** *adj.* เป็นลายทางสดใสบนพื้นสีขาว

'candytuft *(Bot.) n.* พันธุ์ไม้ดอกในสกุล *Iberis มีดอกสีขาวชมพูหรือม่วง*

cane /keɪn/เคน/ ❶ *n.* (A) *(stem of bamboo, rattan, etc.)* ลำต้น *(ไผ่, หวาย)*; *(of raspberry, blackberry)* ลำต้น; ➡ **+ sugar cane**; (B) *(material)* เส้นหวาย; (C) *(stick)* ไม้เท้า, ไม้เรียว; **get the ~**: ถูกเฆี่ยนด้วยไม้เรียว; (D) *(esp. Brit.: walking stick)* ไม้เท้า ❷ *v.t.* (A) *(beat)* เฆี่ยน; (B) *(weave)* สาน

cane: ~ chair *n.* เก้าอี้หวาย; **~ sugar** *n.* น้ำตาลอ้อย

canine /ˈkeɪnaɪn, kænaɪn/ˈเคนายนฺ, ˈแคนายนฺ/ ❶ *adj.* (A) *(of dog[s])* เกี่ยวกับ *หรือ* แห่งสุนัข; (B) **~ tooth** เขี้ยว *(ของคน)* ❷ *n.* เขี้ยว *(ของคน)*

caning /ˈkeɪnɪŋ/ˈเคนิง/ *n.* การเฆี่ยน *(ด้วยไม้เรียว)*; **he got a ~**: เขาถูกเฆี่ยน

canister /ˈkænɪstə(r)/ˈแคนิซเตอะ(ร)/ *n.* กระปุก, กระป๋องขนาดเล็ก *(มักเป็นโลหะใช้ใส่ชา ฯลฯ)*

canker /ˈkæŋkə(r)/ˈแคงเคอะ(ร)/ ❶ *n.* (A) *(disease) (of dogs, cats, rabbits, etc.)* โรคหูเปื่อย; *(of horses)* มะเร็งกีบม้า; (B) *(fig.: corrupting influence)* อิทธิพลชั่ว ❷ *v.t.* (A) *(consume with ~)* ทำให้เน่าเปื่อย; เป็นโรคเนื้อเยื่อเน่าเปื่อย; (B) *(fig.: infect, corrupt)* ทำให้เลวทราม, ค่อยๆ ทำลาย

cannabis /ˈkænəbɪs/ˈแคเนอะบิซ/ *n. (Bot.)* กัญชา; *(drug)* กัญชา

cannabis' resin *n.* สารจากดอกของต้นกัญชาตัวเมีย

canned /kænd/แคนดฺ/ *adj.* (A) ซึ่งบรรจุกระป๋อง; **~ fish/meat/fruit** ปลา/เนื้อสัตว์/ผลไม้กระป๋อง; **~ beer** เบียร์กระป๋อง; **~ food** อาหารกระป๋อง; (B) *(sl.: drunk)* เมา; (C) *(recorded)* ซึ่งบันทึกเสียงไว้แล้ว; **~ music/entertainment** ดนตรีที่บันทึกเสียงไว้แล้ว/การแสดงที่บันทึกภาพไว้แล้ว

cannelloni /kænɪˈləʊnɪ/แคนิˈโลนิ/ *n. หลอดพาสต้าที่ยัดไส้เนื้อและราดด้วยซอสมะเขือเทศและเนยแข็ง*

canner /ˈkænə(r)/ˈแคเนอะ(ร)/ *n.* ผู้ผลิตอาหารกระป๋อง; *(worker)* คนงานบรรจุอาหารกระป๋อง

cannery /ˈkænərɪ/ˈแคเนอริ/ *n.* โรงงานผลิตอาหารกระป๋อง

cannibal /ˈkænɪbl/ˈแคนิบ'ล/ *n.* คนกินเนื้อคน, สัตว์ที่กินเนื้อสัตว์ประเภทเดียวกัน; **these animals are ~s** สัตว์พวกนี้เป็นสัตว์ที่กินเนื้อสัตว์ประเภทเดียวกันเอง

cannibalise ➡ **cannibalize**

cannibalism /ˈkænɪbəlɪzm/ˈแคนิเบอะลิซ'ม/ *n.* การกินเนื้อคน *หรือ* การกินเนื้อสัตว์ประเภทเดียวกัน

cannibalistic /kænɪbəˈlɪstɪk/แคนิเบอะˈลิซติค/ *adj.* กินเนื้อคน *หรือ* สัตว์ประเภทเดียวกัน

cannibalize /ˈkænɪbəlaɪz/ˈแคนิเบอะลายซฺ/ *v.t.* ใช้ *(เครื่องจักร, รถยนต์)* เป็นแหล่งอะไหล่สำรองสำหรับเครื่องอื่น

cannily /ˈkænɪlɪ/ˈแคนิลิ/ *adv.(cautiously)* อย่างระมัดระวัง; *(shrewdly)* อย่างฉลาดหลักแหลม

cannon /ˈkænən/ˈแคเนิน/ ❶ *n.* (A) *(gun)* ปืนใหญ่; (B) *(Brit. Billiards etc.)* การแทงแคนนอน *(ท.ศ.) (การแทงให้ลูกขาวกระทบกับกลุ่มลูกสีอื่นๆ กระจาย)* ❷ *v.i. (Brit.)* (A) **~ against sth.** กระทบชนกับ *ส.น.*; **~ into sb./sth.** ชน *ค.น./ส.น.*; (B) *(Billiards)* ลูกขาวกระทบลูกสีอื่นๆ ที่อยู่เป็นกลุ่มให้กระจาย

cannonade /kænəˈneɪd/แคนเนอะˈเนด/ *(arch.)* ❶ *n.* การระดมยิงปืนเข้าหากันอย่างหนัก ❷ *v.t.* ระดมยิงอย่างหนัก

cannon: ~ **ball** *n. (Hist.)* กระสุนปืนใหญ่; ~ **fodder** *n.* ทหารซึ่งถูกใช้สังเวยปืนใหญ่ในสงคราม

cannot ➡ ²**can**

cannula /ˈkænjʊlə/ˈแคนิวเลอะ/ *n., pl.* ~**e** /ˈkænjʊliː/ˈแคนิวลี/ *or* ~**s** *(Med.)* หลอดใช้เป็นท่อส่งของเหลวเข้าหรือออกจากร่างกาย

canny /ˈkænɪ/ˈแคนิ/ *adj.* (A) *(shrewd)* ฉลาดหลักแหลม; *(thrifty)* ประหยัด, มัธยัสถ์, ตระหนี่; (B) *(cautious, wary)* ระมัดระวัง; (C) *(มุขตลก)* แอบแฝง

canoe /kəˈnuː/เคอะˈนู/ ❶ *n.* เรือแคนู *(ท.ศ.)*, เรือพายชนิดหนึ่ง รูปร่างเพรียว; *(Indian ~, Sport)* แคนูแข่ง; ➡ + ¹**paddle** 2 ❷ *v.i.* ไปโดยเรือแคนู; ~ **down the river** พายเรือแคนูไปตามแม่น้ำ

canoeing /kəˈnuːɪŋ/เคอะˈนูอิง/ *n.* การพายเรือแคนู; กีฬาพายเรือแคนู

canoeist /kəˈnuːɪst/เคอะˈนูอิซทฺ/ *n.* คนพายเรือแคนู, นักพายเรือแคนู

canon /ˈkænən/ˈแคเนิน/ *n.* (A) *(general law, criterion)* มาตรการทั่ว ๆ ไป, หลักการทั่ว ๆ ไป; **the ~s of conduct** ระเบียบความประพฤติ; (B) *(member of cathedral chapter)* สมาชิกของคณะบาทหลวงของโบสถ์; (C) *(church decree)* บัญญัติของศาสนา; (D) *(list of sacred books)* รายชื่อคัมภีร์ศักดิ์สิทธิ์; *(fig.)* **the Shakespearean ~:** งานทั้งหมดของเชคสเปียร์; (E) *(Mus.)* *การเล่นทำนองดนตรีเดียวกันซ้ำ ๆ โดยใช้เครื่องดนตรีต่างกันหรือในระดับต่างกัน*

cañon ➡ **canyon**

canonical /kəˈnɒnɪkl/เคอะˈนอนิค'ล/ ❶ *adj.* (A) ตามมาตรฐาน, เกี่ยวกับวินัย, ข้อปฏิบัติทางศาสนา; ~ **dress** เครื่องแต่งกายของบาทหลวง; ~ **hours** เวลาที่กำหนดให้สวดมนต์; (B) *(authoritative standard)* เป็นแบบฉบับ; *(ความคิดเห็น, ค่านิยม)* เป็นที่ยอมรับ, ได้มาตรฐาน, เชื่อถือได้; (C) *(Mus.)* ที่ใช้ทำนองเดิมในรูปแบบที่ต่างกัน; (D) *(of cathedral chapter or member of it)* แห่งหรือสมาชิกของคณะบาทหลวงของโบสถ์; **a ~ clergyman** บาทหลวง ❷ *n. in pl.* เครื่องแต่งกายของบาทหลวง

canonisation, canonise ➡ **canoniz-**

canonization /kænənaɪˈzeɪʃn/แคเนอะไนˈเซช'น/ *n.* การประกาศว่าเป็นนักบุญ; ~ **of saints** การประกาศว่าเป็นนักบุญ

canonize /ˈkænənaɪz/ˈแคเนอะนายซฺ/ *v.t.* (A) ประกาศว่าเป็นนักบุญ; **he was ~d [a saint]** เขาได้รับการประกาศว่าเป็นนักบุญ; (B) *(regard as saint)* ยกย่องว่าเป็นนักบุญ

canon: ~ **law** *n.* วินัยศาสนา *(โดยเฉพาะของโรมันคาทอลิก)*; ~ **'regular** *n.* บาทหลวงที่เป็นสมาชิกของนิกายอันใดอันหนึ่ง

canoodle /kəˈnuːdl/เคอะˈนูด'ล/ *(coll.) v.i. & t.* จูบกอดกัน

'can-opener *n.* ที่เปิดกระป๋อง

canopy /ˈkænəpɪ/ˈแคเนอะพิ/ ❶ *n.* (A) กำบังที่ห้อย/แขวนอยู่ *(เหนือบัลลังก์, เตียง, คน)*; **the ~ of the heavens** *or* **celestial ~:** แดนสวรรค์/ท้องฟ้า; **a ~ of leaves** ร่มไม้ใบบังประดุจฉัตร *(ภาษากวี)*; (B) *(of parachute)* ส่วนที่พองออกของร่มชูชีพ; (C) *(of aircraft)* ส่วนที่ครอบห้องนักบิน ❷ *v.t.* ปิดด้วยสิ่งครอบคลุม

¹**cant** /kænt/แคนทฺ/ ❶ *v.t.* ทำให้ลาดหรือเอียง; ~ **off** ทำให้เอียง; ~ **over** เอียงกะเท่เร่ ❷ *v.i. (take inclined position, lie aslant)* เอน; นอนเอียง ❸ *n. (movement)* การเท, การเอียง; *(tilted position)* ตำแหน่งที่เอียง; *(bevel)* ส่วนลาดของขอบ *(หน้าต่าง, ประตู)*

²**cant** ❶ *n.* (A) *(derog.: language of class, sect, etc.)* ภาษาเฉพาะกลุ่มนิกาย ฯลฯ; **thieves'/beggars' ~:** ภาษาขโมย/ขอทาน; (B) *(insincere use of words)* การที่ปากอย่างใจอย่าง; (C) *(ephemeral catchwords)* คำขวัญที่เปลี่ยนตามสมัยนิยม; **a ~ phrase** วลีที่ใช้ชั่วคราว; ~ **phrases/terms/words** วลี/คำศัพท์/คำที่เป็นเหมือนคำขวัญเพียงชั่วคราว ❷ *v.i.* (A) ➡ 1 A: *(use, speak in ~)* ใช้ภาษาเฉพาะกลุ่ม; (B) *(talk with affectation of piety)* พูดอย่างแสร้งว่าเป็นคนที่มีพฤติกรรมน่าเคารพบูชา

can't /kɑːnt/คานทฺ/ *(coll.)* = **cannot;** ➡ ²**can**

Cantab. /ˈkæntæb/ˈแคนแทบ/ *adj. abbr.* **of Cambridge University** แห่งมหาวิทยาลัยเคมบริดจ์

cantabile /kænˈtɑːbɪlɪ/แคนˈทาบิลิ/ *(Mus.)* ❶ *adv.* ในท่วงทำนองที่เลียนแบบการร้องเพลง ❷ *adj.* มีทำนองเหมือนร้อง ❸ *n.* ท่อนหนึ่งของบทเพลงที่มีท่วงทำนองเหมือนร้อง

cantaloup[e] /ˈkæntəluːp/ˈแคนเทอะลูพ/ *n.* แคนตาลูป *(ท.ศ.)* แตงหวานจำพวกแตงไทย

cantankerous /kænˈtæŋkərəs/แคนˈแทงเคอะเริซ/ *adj.* มีอารมณ์ร้าย, ชอบทะเลาะ; *(ม้า, รถยนต์เก่า)* ดื้อ; **don't be so ~ on Monday mornings** อย่ามีอารมณ์ร้ายอย่างนั้นทุกเช้าวันจันทร์สิ

cantankerously /kænˈtæŋkərəslɪ/แคนˈแทงเคอะเริซลิ/ *adv.* ➡ **cantankerous: behave** *or* **act ~:** ประพฤติอย่างดื้อ *หรือ* มีอารมณ์ร้าย

cantankerousness /kænˈtæŋkərəsnɪs/แคนˈแทงเคอะเริซนิซ/ *n., no pl.* ➡ **cantankerous:** อารมณ์ร้าย; ความเป็นคนเจ้าอารมณ์, การชอบทะเลาะ

cantata /kænˈtɑːtə/แคนˈทาเทอะ/ *(Mus.)* บทร้องพรรณนาประกอบวงดนตรี

canteen /kænˈtiːn/แคนˈทีน/ *n.* (A) ร้านอาหารในสถานที่ทำงานต่าง ๆ; (B) *(case of plate or cutlery)* หีบใส่ชุดมีดส้อม

canter /ˈkæntə(r)/ˈแคนเทอะ(ร)/ ❶ *n.* การวิ่งเหยาะ ๆ *(ของม้า)*; **the horse broke into an easy ~:** ม้าวิ่งเหยาะ ๆ; **win in a ~** *(fig.)* ชนะมาอย่างง่ายดาย ❷ *v.i.* วิ่งเหยาะ ๆ; วิ่งช้า ๆ ❸ *v.t.* ทำให้ม้าวิ่งเหยาะ ๆ

'Canterbury bell *n. (Bot.)* ดอกหญ้ากระดิ่งลม *ในสกุล Campanaula ดอกใหญ่ทรงระฆัง*

canticle /ˈkæntɪkl/ˈแคนทิค'ล/ *n.* (A) เพลงร้องในพิธีศาสนา; (B) **the C~ of Solomon** *or* **C~s** เพลงสวดสรรเสริญกษัตริย์โซโลมอน

cantilever /ˈkæntɪliːvə(r)/ˈแคนทิลีเวอะ(ร)/ *n.* (A) *(bracket)* ที่ค้ำ, คานรองรับ; (B) *(beam girder)* คานยื่น; คานขนาดใหญ่

'cantilever bridge *n.* สะพานที่สร้างขึ้นบนคานยื่นจากตอม่อ

canto /ˈkæntəʊ/ˈแคนโท/ *n., pl.* ~**s** ส่วนหนึ่งของกลอนหรือโคลงที่ยาว

canton /ˈkæntɒn/ˈแคนทอน/ *n.* รัฐในประเทศสวิสเซอร์แลนด์, เขตปกครองเล็ก ๆ

Canton /ˈkæntɒn/ˈแคนทอน/ *n.* มณฑลกวางตุ้ง *เมืองกวางโจวในประเทศจีน*

cantonal /ˈkæntənl, kænˈtɒnl/ˈแคนเทอะน'ล, แคนˈทอน'ล/ *adj.* แห่งรัฐในประเทศสวิสเซอร์แลนด์; แห่งเขตปกครองเล็ก ๆ

Cantonese /kæntəˈniːz/แคนเทอะˈนีซ/ ❶ *adj.* แห่งกวางตุ้ง; **sb is ~:** *ค.น.* เป็นชาวจีนกวางตุ้ง ❷ *n., pl. same* (A) *(person)* ชาวจีนกวางตุ้ง; (B) *(language)* ภาษาจีนกวางตุ้ง

cantor /ˈkæntɔ(r)/ˈแคนทอ(ร)/ *n.* ผู้ร้องนำในโบสถ์, ต้นเสียง

canvas /ˈkænvəs/ˈแคนเวิซ/ *n.* (A) *(cloth)* ผ้าใบ; **under ~:** ในเต็นท์; *(Naut.)* การที่เรือใบกางใบ; **under full ~:** ด้วยกางใบเรือออกเต็มที่; (B) *(Art)* ผ้าใบที่ใช้เขียนภาพสีน้ำมัน; (C) *(of racing boat)* ส่วนปิดของเรือแข่ง; **win by a ~:** ชนะ *(ในการแข่งเรือ)* อย่างหวุดหวิด

canvass /ˈkænvəs/ˈแคนเวิซ/ ❶ *v.t.* (A) *(solicit votes in or from)* หาเสียง; ~ **customers** หาลูกค้า; **they were ~ed on their political views** พวกเขาถูกสำรวจทัศนะทางการเมือง; (B) *(Brit.: propose)* เสนอ *(แผน, ความคิด)*; (C) *(Amer.: check validity of)* ตรวจสอบความถูกต้องของบัตรเลือกตั้ง ❷ *v.i.* หาเสียง, วิ่ง **(on behalf of** สำหรับ); ~ **for votes** หาเสียง; ~ **for a seat in Parliament/a job** หาเสียงเพื่อตำแหน่งในสภา/วิ่งเพื่อได้ตำแหน่ง; ~ **for an applicant** หาเสียงให้ผู้สมัคร ❸ *n.* การหาเสียง; *(Amer.: scrutiny of votes)* การตรวจสอบคะแนนเสียง

canvasser /ˈkænvəsə(r)/ˈแคนเวอะเซอะ(ร)/ *n.* (A) *(for votes)* ผู้ช่วยหาเสียง; (B) *(salesperson)* ตัวแทนจำหน่าย; (C) *(Amer.: checker of votes)* ผู้ตรวจสอบคะแนนเสียง

canvassing /ˈkænvəsɪŋ/ˈแคนเวอะซิง/ *n.* *(for votes)* การหาเสียง; *(Commerc.)* การหาลูกค้า; *(opinion polling)* การสำรวจความคิดเห็น

canyon /ˈkænjən/ˈแคนเยิน/ *n.* หุบเขาชันและแคบ *(มักมีแม่น้ำหรือลำธารผ่าน)*

cap /kæp/แคพ/ ❶ *n.* (A) หมวกแก๊ป *(ท.ศ.)*; *(nurse's, servant's)* หมวก; *(bathing ~)* หมวกว่ายน้ำ; *(with peak)* หมวกมีกระบัง; *(skull~)* หมวกเป็นรูปทรงกลมคลุมกะโหลกศีรษะ; **college ~** หมวกสี่เหลี่ยมแบน; **in ~ and gown** ในชุดเสื้อครุยและหมวก; **if the ~ fits [he** *etc.* **should] wear it** *(fig.)* ถ้าสิ่งใดเหมาะ [กับเขา ฯลฯ] ก็ควรใช้ให้คุ้ม; **with ~ in hand** *(fig.)* ด้วยความอ่อนน้อม; **she set her ~ at him** *(fig.)* เธอพยายามจะเกี่ยวเขา; ~ **and bells** หมวกแก๊ปผูกกระดิ่งอันเป็นสัญลักษณ์ของตัวตลก; ➡ + **feather** 1 A; (B) *(of mushroom)* ส่วนคล้ายรูปหมวกของดอกเห็ด; *(of honeycomb)* ส่วนคล้ายฝาครอบรังผึ้ง; (C) *(device to seal or close)* ฝาปิด; *(petrol ~, radiator-~)* ฝาปิด; *(on milk bottle)* ฝา; *(of shoe)* ปลาย/หัวรองเท้า; (D) *(Brit. sport)* หมวกแก๊ป *(จากการร่วมเป็นสมาชิกของคณะนักกีฬา)*; *(player)* นักกีฬาทีมชาติ; **get one's ~:** ได้รับหมวกแก๊ปของการร่วมเป็นสมาชิกทีมชาติ; (E) *(contraceptive)* อุปกรณ์คุมกำเนิด; (F) *(explosive)* วัตถุระเบิดที่ใช้ในปืนของเล่นเด็ก ❷ *v.t.*, **-pp-** (A) ปิด *(ขวด)*; ใส่ครอบ *(ฟัน)*; (B) *(Brit. Sport : award ~ to)* ถูกเลือกเข้าคณะนักกีฬา; **he was ~ped ten times for England** เขาได้เป็นนักกีฬาทีมชาติอังกฤษสิบครั้ง; (C) *(crown) (with clouds, snow, mist)* ปกคลุมโดย; **~ped with snow** ปกคลุมด้วยหิมะ; (D) *(follow with sth. even more noteworthy)* ตามด้วย *ส.น.* ที่เด่นกว่า; **to ~ it all** นอกเหนือไปจากนี้; **that ~s the lot!** นั่นเยี่ยมกว่าที่ผ่านมาแล้วทั้งหมด

cap. /kæp/แคพ/ *abbr.* (A) *(Printing etc.)* **capital** ตัวพิมพ์ใหญ่; (B) **chapter** บท

CAP *abbr.* **Common Agricultural Policy** นโยบายเกษตรร่วม *(ของสหภาพยุโรป)*

capability /keɪpəˈbɪlɪtɪ/เคเพอะˈบิลลิทิ/ *n.* (A) ความสามารถ, ศักยภาพ; **his ~ of**

understanding difficult text ความสามารถของเขาในการเข้าใจข้อความยากๆ; **this plot of land has the ~ for further development** ที่ดินผืนนี้ยังมีศักยภาพพัฒนาต่อไปได้; **~ for growth** ความสามารถที่จะเติบโตได้; Ⓑ *in pl. (undeveloped faculty)* ความสามารถที่ยังไม่ได้รับการพัฒนา

capable /ˈkeɪpəbl/เคเพอะบ'ล/ *adj.* Ⓐ **be ~ of sth.** สามารถทำ *ส.น.*; **show him what you are ~ of** แสดงให้เขาเห็นซิว่าคุณมีความสามารถอะไร; **he is ~ of any crime** เขาประกอบอาชญากรรมได้ทุกประเภท; **she is quite ~ of neglecting her duties** เธอหนีงานได้เก่งทีเดียว; **be ~ of improvement** สามารถปรับปรุงได้; **be ~ of misinterpretation** สามารถถูกตีความหมายผิดไปได้; **it is not ~ of being expressed in a few words** สิ่งนี้ไม่สามารถพูดสั้นๆ ได้; Ⓑ *(gifted, able)* มีพรสวรรค์, มีความสามารถพิเศษ; **~ fingers** นิ้วมือที่คล่องแคล่ว

capably /ˈkeɪpəblɪ/ˈเคเพอะบลิ/ *adv.* ด้วยความสามารถ, อย่างสามารถ

capacious /kəˈpeɪʃəs/เคอะˈเพเชิซ/ *adj.* จุมาก; ใหญ่มาก; กว้างขวาง, มีเนื้อที่มาก

capaciousness /kəˈpeɪʃəsnɪs/เคอะˈเพเชิซนิซ/ *n., no pl. (of room, hall)* ความกว้าง; *(of receptacle)* ความใหญ่, ความจุ

capacitance /kəˈpæsɪtəns/เคอะˈแพซิเทินซฺ/ *n. (Electr.)* ความสามารถของระบบที่จะเก็บประจุไฟฟ้า; ปริมาณความจุไฟฟ้า

capacitor /kəˈpæsɪtə(r)/เคอะˈแพซิเทอะ(ร)/ *n. (Electr.)* เครื่องสะสมประจุไฟฟ้า

capacity /kəˈpæsɪtɪ/เคอะˈแพซิทิ/ *n.* Ⓐ *(power)* กำลัง, พลัง; *(to do things)* ความสามารถ; **this book is within the ~ of young readers** ผู้อ่านรุ่นเยาว์สามารถเข้าใจหนังสือเล่มนี้ได้; **some have more ~ for happiness than others** บางคนสามารถมีความสุขได้มากกว่าคนอื่น; Ⓑ *no pl. (maximum amount)* เต็มที่, เต็มกำลัง, สูงสุด; **the machine is working to ~:** เครื่องจักรกำลังทำงานเต็มกำลัง; **a seating ~ of 300** สามารถจุได้ 300 ที่นั่ง; **filled to ~** *(ห้องโถง, โรงภาพยนตร์)* เต็มทุกที่นั่ง; **the film drew ~ houses for ten weeks** ภาพยนตร์เรื่องนี้เรียกคนดูได้เต็มโรงเป็นเวลาสิบสัปดาห์; **the star was cheered by a ~ audience** ดาราได้รับเสียงโห่ร้องต้อนรับจากผู้ชมเต็มโรง; Ⓒ *(measure)* ปริมาตร, ปริมาณ, ปริมาณความจุ; **measure of ~:** มาตราวัดปริมาตร; Ⓓ *(position)* ตำแหน่ง, หน้าที่, ฐานะ; **in his ~ as critic/lawyer** ในฐานะนักวิจารณ์/ในหน้าที่นักกฎหมาย; **in a civil ~:** ในฐานะพลเรือน; Ⓔ *(mental power)* สมรรถนะ, ความสามารถ; **he has a mind of great ~:** เขามีสมรรถนะในการเรียนรู้สูง; **have a ~ for genuine love** สามารถรักแท้; Ⓕ *(legal competence)* อำนาจทางกฎหมาย; **he does not have any legal ~:** เขาไม่มีอำนาจทางกฎหมาย; Ⓖ *(Electr.)* ความจุไฟฟ้า

caparison /kəˈpærɪsn/เคอะˈแพริซ'น/ *n., usu. in pl. (horse's trappings)* เครื่องประดับม้า

[1]cape /keɪp/เคพ/ *n. (garment)* เสื้อคลุมไม่มีแขน; *(part of coat)* เสื้อคลุมสั้นที่เป็นส่วนของเสื้อนอกยาว

[2]cape *n. (Geog.)* แหลม; **the C~ [of Good Hope]** แหลม [กู๊ดโฮป]; **C~ Horn** แหลมฮอร์น; **C~ Town** เมืองเคปทาวน์ *(เมืองหลวงของแอฟริกาใต้)*; **C~ Verde Islands** หมู่เกาะเคปเวิร์ด

[1]caper /ˈkeɪpə(r)/เคเพอะ(ร)/ ❶ *n.* Ⓐ *(frisky movement)* การกระโดดโลดเต้น; **cut a ~/~s** กระโดดโลดเต้น; Ⓑ *(wild behaviour)* ความประพฤติที่ไม่มีการควบคุม; Ⓒ *(coll.: activity, occupation)* กิจกรรม ❷ *v.i.* **~ [about]** กระโดดโลดเต้นไปรอบๆ

[2]caper /ˈkeɪpə(r)/เคเพอะ(ร)/ *n.* Ⓐ *(shrub)* พันธุ์ไม้เลื้อย *Capparis spinosa* พบในแถบเมดิเตอร์เรเนียน; Ⓑ *in pl. (pickled buds)* *ดอกตูมเล็กๆ ของต้นดังกล่าวที่นำมาดองและรับประทาน*

capercaillie /kæpəˈkeɪlɪ/แคเพอะˈเคลิ/, **capercailzie** /kæpəˈkeɪlzɪ/แคเพอะˈเคลซิ/ *ns. (Ornith.)* *ไก่ป่าขนาดใหญ่ทางยุโรป Tetrao urogallus*

capful /ˈkæpfʊl/ˈแคพฟุล/ *n.* **one ~:** ปริมาณเต็มฝาปิด

capillary /kəˈpɪlərɪ, US ˈkæpɪlərɪ/เคอะˈพิลเลอะริ, ˈแคพิเลอะริ/ ❶ *adj. (of hairlike diameter)* เหมือนเส้นผม; *(of hair)* เส้นผม; **~ tube** หลอดรูเล็ก ❷ *n.* เส้นโลหิตฝอย

[1]capital /ˈkæpɪtl/ˈแคพิท'ล/ ❶ *adj.* Ⓐ *(การลงโทษ)* โดยประหารชีวิต; *(อาชญากรรม)* ที่มีโทษประหาร; Ⓑ *attrib. (ตัวอักษร)* พิมพ์ใหญ่; **~ letters** อักษรตัวพิมพ์ใหญ่; **'I' is written with a ~ letter** 'I' *(ฉัน)* ต้องเขียนด้วยตัวอักษรพิมพ์ใหญ่; **with a ~ A** ด้วยอักษร A ตัวใหญ่; *(fig.)* อย่างแท้จริง; Ⓒ *attrib. (principal)* เป็นเมืองหลวง; **London is the ~ city of Britain** นครลอนดอนเป็นเมืองหลวงของสหราชอาณาจักร; Ⓓ *(important, leading)* *(หนังสือ, นิทรรศการ)* สำคัญ, ดีเยี่ยม; *(คน)* ชั้นนำ; *(dated coll.: excellent, first-rate)* ยอดเยี่ยม, ชั้นหนึ่ง; **~!** ยอดเยี่ยม!; Ⓔ *(Commerc.)* **~ funds/stock** เงินทุน/หุ้น; **~ sum/expenditure/investment** เงินทุนก้อนหนึ่ง/ค่าใช้จ่ายในการลงทุนธุรกิจ/การลงทุนเงินก้อน
❷ *n.* Ⓐ *(letter)* ตัวอักษรตัวใหญ่; **[large] ~s** ตัวอักษรตัวใหญ่ *(ที่มีขนาดใหญ่กว่าส่วนอื่นของบริบท)*; **small ~s** พิมพ์ตัวอักษรตัวใหญ่ *(แต่มีขนาดเท่ากับส่วนอื่นของบริบท)*; **write one's name in [block] ~s** เขียนชื่อของตนด้วยตัวพิมพ์ใหญ่ทั้งหมด; Ⓑ *(city, town)* เมืองหลวง, เมืองสำคัญ; Ⓒ *(stock, accumulated wealth, its holders)* เงินลงทุน; สินทรัพย์สะสม; พวกทุนนิยม; **personal** *or* **private ~:** เงินสะสมส่วนตัว; **~ and labour** ฝ่ายนายทุนและฝ่ายกรรมกร; *(in non-socialist terminology)* นายจ้างและลูกจ้าง; **make ~ out of sth.** *(fig.)* ใช้ *ส.น.* เป็นข้อได้เปรียบ

[2]capital *n. (Archit.)* หัวหรือบัวเพดานของเสา

capital: **~ 'gain** *n.* กำไรจากการขายหลักทรัพย์หรือทรัพย์สิน; **~ 'gains tax** *n. (Brit.)* ภาษีเก็บจากกำไรที่ได้ในการขายสินทรัพย์ทุน; **~ goods** *n. pl.* ทรัพย์สินของการลงทุน *(โรงงาน, เครื่องจักร ฯลฯ)*

capitalise ➡ **capitalize**

capitalism /ˈkæpɪtəlɪzm/ˈแคพิเทอะลิซ'ม/ *n.* ลัทธิทุนนิยม; *(possession of capital)* การครอบครองทุน; **~ is...:** ลัทธิทุนนิยมคือ...

capitalist /ˈkæpɪtəlɪst/ˈแคพิเทอะลิซทฺ/ ❶ *n.* นายทุน, นักทุนนิยม ❷ *adj.* เกี่ยวกับลัทธิทุนนิยม; **the ~ class** ชนชั้นนายทุน

capitalistic /ˌkæpɪtəˈlɪstɪk/ˌแคพิเทอะˈลิซติค/ *adj.* เกี่ยวกับลัทธิทุนนิยม

capitalize /ˈkæpɪtəlaɪz/ˈแคพิเทอะลายซฺ/ ❶ *v.t.* Ⓐ เขียน *(ตัวอักษร)* ให้เป็นตัวใหญ่; Ⓑ *(convert, compute)* เปลี่ยนเป็นเงินทุน ❷ *v.i.* *(fig.)* **~ on sth.** ใช้ข้อได้เปรียบจาก *ส.น.*, เก็บเกี่ยวผลประโยชน์จาก *ส.น.*

capital: **~ 'levy** *n.* ภาษีสมบัติทรัพย์สิน; **~ ship** *n.* เรือรบขนาดใหญ่; **~ sum** *n.* เงินก้อนใหญ่ *(โดยเฉพาะที่สั่งจ่ายให้แก่บุคคลที่ทำประกัน)*; **~ territory** *n.* เขตเมืองหลวงของประเทศ

capitation /kæpɪˈteɪʃn/แคพิˈเทช'น/ *n.* ภาษีรายบุคคล, เงินรัฐชูปการ *(ร.บ.)*

capi'tation grant *n.* เงินที่แบ่งให้เป็นรายตัวบุคคล

Capitol /ˈkæpɪtl/ˈแคพิท'ล/ *n.* อาคารรัฐสภาของสหรัฐอเมริกา

capitulate /kəˈpɪtjʊleɪt/เคอะˈพิฉุเลท/ *v.i.* ยอมจำนน; ยอมแพ้ *(โดยมีเงื่อนไขที่ระบุไว้)*

capitulation /kəpɪtjʊˈleɪʃn/เคอะพิฉุˈเลช'น/ *n.* การยอมจำนน; การยอมแพ้

capo /ˈkæpəʊ/ˈแคโพ/ *n., pl.* **~s** *(Mus.)* *อุปกรณ์หนีบเครื่องดนตรีประเภทกีตาร์เพื่อปรับเสียง*

capon /ˈkeɪpən, -ɒn/ˈเคเพิน, -พอน/ *n.* ไก่ตอนเลี้ยงเป็นอาหาร

cappuccino /kæpʊˈtʃiːnəʊ/แคพุˈฉีโน/ *n., pl.* **~s** กาแฟคาปูชิโน *(ท.ศ.)*, กาแฟอิตาลีที่ใส่นมร้อนฟูและผงช็อกโกแลต

Capri /kəˈpriː/เคอะˈพรี/ *pr. n.* เกาะคาพรี *(ทางใต้ของประเทศอิตาลี)*; **~ pants** กางเกงผู้หญิงสามส่วนลีบขา

caprice /kəˈpriːs/เคอะˈพรีซ/ *n.* Ⓐ *(change of mind or conduct)* การเปลี่ยนใจซึ่งดูเหมือนไร้เหตุผล; *(inclination)* การทำตามใจชอบ; **out of sheer ~:** จากการใช้อารมณ์แท้ๆ; **the ~s of English weather** การเปลี่ยนแปลงแบบฉับพลันของสภาพอากาศอังกฤษ; Ⓑ *(work of art)* งานศิลปะที่เต็มไปด้วยชีวิตชีวา

capricious /kəˈprɪʃəs/เคอะˈพริชเชิซ/ *adj.* ที่เปลี่ยนใจง่าย, ที่ใช้อารมณ์; *(irregular, unpredictable)* ไม่เสมอต้นเสมอปลาย; คาดเดาไม่ได้

capriciously /kəˈprɪʃəslɪ/เคอะˈพริชเชิซลิ/ *adv.* อย่างเปลี่ยนใจในทันทีทันใด, อย่างเอาแต่ใจ; อย่างคาดเดาไม่ได้

capriciousness /kəˈprɪʃəsnɪs/เคอะˈพริชเชิซนิซ/ *n., no pl.* การเปลี่ยนแปลงอย่างฉับพลัน; ความไม่แน่นอน; ความเอาแต่ใจ; *(of actions)* การกระทำที่ไม่อยู่กับร่องกับรอย; *(of weather)* ความแปรปรวน

Capricorn /ˈkæprɪkɔːn/ˈแคพริคอน/ *n. (Astrol., Astron.)* ราศีแพะ, กลุ่มดาวแพะ; ➡ + **Aries; tropic**

Capricornian /kæprɪˈkɔːnɪən/แคพริˈคอเนียน/ *n. (Astrol.)* คนที่เกิดในราศีแพะ

caps. /kæps/แคพซ/ *abbr.* **capital letters** อักษรตัวพิมพ์ใหญ่

capsicum /ˈkæpsɪkəm/ˈแคพซิเคิม/ *n.* Ⓐ *(pod)* เมล็ดพริก; Ⓑ *(plant)* ต้นพริก

capsize /kæpˈsaɪz, US ˈkæpsaɪz/แคพˈซายซฺ, ˈแคพซายซฺ/ ❶ *v.t.* พลิกคว่ำ, ล่ม *(เรือ)* ❷ *v.i.* *(เรือ)* พลิกคว่ำ, ล่ม

capstan /ˈkæpstən/ˈแคพซเติน/ *n.* Ⓐ *(barrel for cable)* กว้านสำหรับสายไฟ; Ⓑ *(in tape recorder)* แกนหมุน

'capstan lathe *n.* เครื่องกลึงที่มีแกนหมุน

'cap stone *n. (top stone)* หินก้อนบนขอบกำแพง/สิ่งก่อสร้าง; *(coping)* สันกำแพง

capsule /ˈkæpsjuːl, US ˈkæpsl/ˈแคพซิวล, ˈแคพซ'ล/ *n. (Med.)* เม็ดแคปซูลยา *(ท.ศ.)*; *(Physiol.)* เนื้อเยื่อห่อหุ้มในร่างกาย; *(Bot.)* ผลไม้แห้งที่ปล่อยเมล็ดออกมาเมื่อสุกได้ที่; ถัง

C

C

กำเนิดสปอร์; *(of rocket)* ส่วนของจรวดอวกาศที่ปลดออกได้

Capt. *abbr.* **Captain** ร.อ.; น.อ.; ร.ต.อ.

captain /ˈkæptɪn/ˈแคพทิน/ ❶ *n.* Ⓐ กัปตัน *(ท.ศ.)*, หัวหน้า; *(in army)* ร้อยเอก; *(navy)* นาวาเอก; **~ of a ship** ผู้บัญชาการเรือ; **~ of industry** *(fig.)* ผู้นำในวงการอุตสาหกรรม; Ⓑ *(head boy/girl at school)* หัวหน้านักเรียน; **form ~:** หัวหน้าชั้น; Ⓒ *(Sport)* หัวหน้าทีม; Ⓓ *(Amer.: police rank)* ผู้ช่วยผู้บัญชาการตำรวจนครบาล ❷ *v.t.* เป็นหัวหน้า, เป็นผู้นำ; **~ a team** เป็นหัวหน้านำทีม *(กีฬา)*

captaincy /ˈkæptɪnsɪ/ˈแคพทินซิ/ *n. (Sport)* ตำแหน่งกัปตัน/หัวหน้าทีมกีฬา

caption /ˈkæpʃn/ˈแคพช่น/ ❶ *n.* Ⓐ *(heading)* หัวเรื่อง; Ⓑ *(wording under photograph/drawing)* คำอธิบายภาพ; *(Cinemat., Telev.)* คำบรรยายใต้ภาพ ❷ *v.t.* ให้หัวเรื่อง *(แก่บทความ ฯลฯ)*; ให้คำอธิบายใต้ภาพ

captious /ˈkæpʃəs/ˈแคพเชิซ/ *adj.* ชอบติ ชอบวิจารณ์, ชอบจับผิด

captivate /ˈkæptɪveɪt/ˈแคพทิเวท/ *v.t.* ทำให้หลงใหล; ทำให้หลงเสน่ห์; **she was ~d by his charm/by Tom** เธอหลงเสน่ห์ของเขา/ของทอม

captivating /ˈkæptɪveɪtɪŋ/ˈแคพทิเวทิง/ *adj.* น่าหลงใหล, น่าประทับใจ

captivation /kæptɪˈveɪʃn/ˈแคพทิˈเวช่น/ *n.* การทำให้หลงใหล; การทำให้หลงเสน่ห์; การทำให้ประทับใจ

captive /ˈkæptɪv/ˈแคพทิว/ ❶ *adj. (taken prisoner)* ถูกจับ; **a ~ person** คนที่ถูกขัง; **a ~ animal** สัตว์ที่ถูกขัง; **be taken ~:** ถูกจับเป็นเชลยหรือนักโทษ; **hold sb. ~:** จับกุม *ค.น.*; **lead/bring sb. ~ somewhere** นำ/พา *ค.น.* ไปเป็นเชลยหรือนักโทษในที่แห่งใดแห่งหนึ่ง ❷ *n.* เชลย, นักโทษ

captive: ~ ˈaudience *n.* กลุ่มที่ต้องทนชมหรือทนฟัง; **~ balˈloon** *n.* ลูกโป่งที่ผูกติดไว้

captivity /kæpˈtɪvɪtɪ/แคพˈทิวิทิ/ *n.* การถูกจับ/ขัง; **in [a state of] ~:** ใน [สภาพของ] การถูกจับ/ขัง; **be held in ~:** ถูกควบคุมเป็นเชลย/นักโทษ

captor /ˈkæptə(r)/ˈแคพเทอะ(ร), ˈแคพทอ(ร)/ *n. (of city, country)* ผู้เข้ายึด; *(Hist.: of ship)* ผู้ยึดเรือ; **his ~:** ผู้จับกุมเขา

capture /ˈkæptʃə(r)/ˈแคพเฉอะ(ร)/ ❶ *n.* Ⓐ *(seizing) (of thief etc.)* การจับกุม; *(of town)* การยึด; Ⓑ *(thing or person captured)* สิ่งที่จะจับได้; Ⓒ *(Chess etc.)* การกิน *(ตัวหมากของคู่แข่งขัน)*
❷ *v.t.* Ⓐ จับ *(คน, สัตว์)*; ยึด *(เมือง)*; ดึงดูด *(ความสนใจ)*; ชนะ *(รางวัล)*; เลียนได้สำเร็จ *(ภาพเหมือน)*; **~ sb.'s heart** ชนะใจ *ค.น.*; **they ~d the city from the Romans** พวกเขาเข้ายึดเมืองจากพวกโรมัน; Ⓑ *(put in permanent form)* จับให้อยู่ในรูปแบบถาวร *(รูปวาด)*; บันทึก *(ความรู้สึก)*; Ⓒ *(Chess etc.)* กินตัวหมาก *(ของคู่แข่งขัน)*; Ⓓ *(Computing)* เก็บ *(ข้อมูล)*

Capuchin /ˈkæpjʊtʃɪn/ˈแคพิวฉิน/ *n. (Franciscan friar)* พระในศาสนาคริสต์นิกายฟรานซิสกันใหม่

capuchin: ~ monkey *n.* ลิงในสกุล *Cebus* ที่มีขนรอบหัวเหมือนที่คลุมศีรษะพระ; **~ pigeon** *n.* นกพิราบพันธุ์หนึ่ง

capybara /kæpɪˈbɑːrə/แคพิˈบาเรอะ/ *n. (Zool.) Hydrochoerus hydrochaeris* หนูขนาดใหญ่ ว่ายน้ำได้ พบในทวีปอเมริกาใต้

car /kɑː(r)/คา(ร)/ *n.* Ⓐ *(motor ~)* รถยนต์; **by ~:** ทาง/โดยรถยนต์; Ⓑ *(railway carriage etc.)* ตู้ขบวนรถไฟ; Ⓒ *(Amer.: lift cage)* ห้องผู้โดยสาร; Ⓓ *(of balloon, airship, etc.)* ห้องเคบิน

carafe /kəˈræf, kəˈrɑːf/เคอะˈแรฟ, เคอะˈราฟ/ *n.* เหยือกแก้ว *(บรรจุน้ำหรือเหล้าองุ่น)*

caramel /ˈkærəmel/ˈแคเรอะเม็ล/ *n.* Ⓐ *(toffee)* ลูกอมคาราเมล *(ท.ศ.)*, กาละแม; Ⓑ *(burnt sugar or syrup)* น้ำตาลหรือน้ำเชื่อมเคี่ยวการปรุงรส ฯลฯ; Ⓒ *(colour)* สีน้ำตาลอ่อน, น้ำตาลอมทอง

carapace /ˈkærəpeɪs/ˈแคเรอะเพซ/ *n. (of turtle, tortoise)* กระดอง; *(of other crustacean)* กระดองหรือเปลือก

carat /ˈkærət/ˈแคเริท/ *n.* กะรัต *(ท.ศ.)*; *หน่วยการชั่งน้ำหนักของอัญมณีมีน้ำหนักเท่ากับ 200 มิลลิกรัม; หน่วยวัดความบริสุทธิ์ของทองคำ*; **a 22-~ gold ring, a gold ring of 22 ~s** แหวนทองคำ 22 กะรัต

caravan /ˈkærəvæn/ˈแคเรอะแวน/ ❶ *n.* Ⓐ *(Brit.)* รถคาราวาน *(ท.ศ.)*; *(used for camping)* รถคาราวานใช้พักแรม; Ⓑ *(company of merchants, pilgrims, etc.)* กลุ่มพ่อค้า/นักแสวงบุญที่เดินทางข้ามเขตทะเลทราย ❷ *v.i., (Brit)* **-nn-: go ~ning** เดินทางท่องเที่ยวในรถคาราวาน; **~ through Ireland** ท่องเที่ยวโดยรถคาราวานทั่วเกาะไอร์แลนด์

caravan: ~ park, ~ site *ns.* สถานที่จอดรถคาราวาน

caravel /ˈkærəvel/ˈแคเรอะเว็ล/ *n. (Hist.)* *เรือใบเล็กและเร็วของสเปนและโปรตุเกสในศตวรรษที่ 15–17*

caraway /ˈkærəweɪ/ˈแคเรอะเว/ *n.* คาราเวย์ *(ท.ศ.)*, ต้น *Carum carvi* เครื่องเทศคล้ายยี่หร่า

ˈcaraway seed *n.* เมล็ดของต้นคาราเวย์ใช้ปรุงรส

carbide /ˈkɑːbaɪd/ˈคาบายด/ *n.* คาร์ไบด์ *(ท.ศ.)* *สารประกอบของคาร์บอนกับธาตุอื่นอีกหนึ่งธาตุ เช่น แคลเซียมคาร์ไบด์*

carbine /ˈkɑːbaɪn/ˈคาบายน/ *n.* ปืนไรเฟิลแบบสั้น

carbohydrate /kɑːbəˈhaɪdreɪt/คาเบอะˈฮายเดรท/ *n. (Chem.)* คาร์โบไฮเดรต *(ท.ศ.)*, *(สารประกอบอินทรีย์กลุ่มใหญ่ที่ผลิตพลังงานประกอบด้วยธาตุคาร์บอน ไฮโดรเจนและออกซิเจน)*

carbolic /kɑːˈbɒlɪk/คาˈบอลิค/ *adj.* *(มาจากคำเต็มว่า carbolic acid)* กรดคาร์บอลิก *(ท.ศ.)* ใช้ฆ่าเชื้อโรค; **~ soap** สบู่คาร์บอลิก

ˈcar bomb *n.* ระเบิดที่วางใน/ใต้รถยนต์

carbon /ˈkɑːbən/ˈคาเบิน/ *n.* Ⓐ คาร์บอน *(ท.ศ.)* *(ธาตุอโลหะที่เกิดขึ้นเองตามธรรมชาติในสภาพบริสุทธิ์)*; Ⓑ *(copy)* สำเนา; *(paper)* กระดาษใช้สำหรับทำสำเนา; Ⓒ *(Electr.)* ท่อนคาร์บอน *(ผงถ่านผสมกับวัตถุอื่นแล้วอบแห้งใช้ทำขั้วตะเกียงไฟฟ้า)*

carbonade /kɑːbəˈneɪd/คาเบอะˈเนด/ *n.* **[beef] ~:** สตู [เนื้อวัว] *(เข้มข้นปรุงมาจากหอมใหญ่และเบียร์)*

carbonate /ˈkɑːbəneɪt/ˈคาเบอะเนท/ ❶ *n.* เกลือของกรดคาร์บอนิก ❷ *v.t.* อัดก๊าซคาร์บอนไดออกไซด์; **a ~d beverage** เครื่องดื่มที่อัดก๊าซคาร์บอนไดออกไซด์

carbon: ~ ˈcopy *n.* สำเนาที่ใช้กระดาษคาร์บอน; *(fig.) (imitation)* การเลียนแบบ; *(identical counterpart)* คน/สิ่งที่เหมือนอีกคนหนึ่งอย่างสิ้นเชิง; **~ dating** *n.* *การกำหนดอายุของอินทรีย์วัตถุจากอัตราส่วนของกัมมันตภาพคาร์บอนในนั้น*; **~ diˈoxide** *n. (chem.)* ก๊าซคาร์บอนไดออกไซด์ *(ท.ศ.)*

carboniferous /kɑːbəˈnɪfərəs/คาเบอะˈนิฟเฟอะเริซ/ ❶ *adj.* Ⓐ *(producing coal)* ที่ผลิตถ่านหิน; Ⓑ *(Geol.)* เกี่ยวกับยุคคาร์บอนิเฟอรัสในมหายุคพาลีโอโซอิก; **C~ period** ระยะที่ห้าของยุคพาลีโอโซอิก ❷ *n. (Geol.)* **the C~:** ยุคดังกล่าว

carbonize (carbonise) /ˈkɑːbənaɪz/ˈคาเบอะนายซ/ *v.t.* เปลี่ยนโดยใช้ความร้อน *(ถ่านหิน, เพชร, กราไฟท์)*; *(to obtain gas)* ทำให้ร้อนเพื่อเอาก๊าซ

carbon: ~ monoxide *n. (chem.)* ก๊าซคาร์บอนโมนอกไซด์ *(ท.ศ.)* ก๊าซพิษไม่มีสี ไม่มีกลิ่น; **~ paper** *n.* กระดาษทำสำเนา; **~ ˈsteel** *n.* เหล็กกล้าที่ประกอบด้วยธาตุคาร์บอน, เหล็กกล้าที่ไม่มีโลหะอื่นผสมอยู่; **~ tetrachˈloride** *n. (Chem.)* *ของเหลวมีพิษชนิดหนึ่ง ใช้ดับไฟและเป็นตัวทำละลาย*

car ˈboot sale *n.* *ตลาดนัดที่ขายของเก่าจากท้ายรถ*

carborundum /kɑːbəˈrʌndəm/คาเบอะˈรันเดิม/ *n.* *สารประกอบของคาร์บอน ซิลิโคนและสารอื่น ๆ ใช้ในการขัดถู*

carboy /ˈkɑːbɔɪ/ˈคาบอย/ *n.* ขวดแก้วขนาดใหญ่

carbuncle /ˈkɑːbʌŋkl/ˈคาบังค'ล/ *n.* Ⓐ *(stone)* พลอยสีแดงเข้ม; Ⓑ *(abscess)* ฝีหนองอักเสบ

carburettor /kɑːbəˈretə(r)/คาบิวˈเร็ทเทอะ(ร),/ *(Amer.:* **carburetor***)* /ˈkɑːrbəretər/ˈคาเบอะเร็ทเทอะ(ร)/ *n.* คาร์บูเรเตอร์ *(ท.ศ.)* *(เครื่องผสมน้ำมันเชื้อเพลิงกับอากาศให้เครื่องยนต์เผาไหม้ภายใน)*

carcass *(Brit. also:* **carcase***)* /ˈkɑːkəs/ˈคาเคิซ/ *n.* Ⓐ *(dead body; joc.: live human body)* ซากศพ *(ที่ไม่ได้ผ่านกระบวนการอาบน้ำยา)*; *(at butcher's)* ลำตัวของสัตว์ *(ที่ยังไม่ได้ตัดเป็นชิ้นส่วน)*; **~ meat** เนื้อสัตว์ดิบ ๆ โดยไม่ได้ผ่านกระบวนการถนอมอาหาร; Ⓑ *(remains)* เศษชิ้นส่วน; **~es of old cars/bikes** เศษชิ้นส่วนของรถยนต์/จักรยานเก่า ๆ; Ⓒ *(of ship, fortification, etc.)* ซากโครง; *(of new building)* โครงสร้าง; Ⓓ *(of tyre)* โครง

carcinogen /kɑːˈsɪnədʒən/คาˈซินเนอะเจิน/ *n. (Med.)* สารก่อมะเร็ง

carcinogenic /kɑːsɪnəˈdʒenɪk/คาซิเนอะˈเจ็นนิค/ *adj. (Med.)* ที่ก่อให้เกิดมะเร็ง

carcinoma /kɑːsɪˈnəʊmə/คาซิˈโนเมอะ/ *n., pl.* **~ta** /kɑːsɪˈnəʊmətə/คาซิˈโนเมอะเทอะ/ *or* **~s** *(Med.)* มะเร็งเยื่อบุผิว

car: ~ coat *n.* เสื้อคลุมตัวสั้นเหมาะสำหรับขับขี่รถยนต์; **~ crash** *n.* รถชนกัน

¹card /kɑːd/คาด/ *n.* Ⓐ *(playing ~)* ไพ่; **read the ~s** ดู/อ่านไพ่; **be on the ~s** *(fig.)* เป็นไปได้; **put [all] one's ~ on the table** *(fig.)* เปิดเผยให้ทราบความตั้งใจจริงของตน [ทั้งหมด]; **have [yet] another ~ up one's sleeve** *(fig.)* [ยัง] มีอีกแผนการสำรองไว้; Ⓑ *in pl. (game)* การเล่นไพ่; **play ~s** เล่นไพ่; **lose money at ~s** สูญเสียเงินในการเล่นไพ่; Ⓒ *(post~)* ไปรษณียบัตร; *(ticket)* ตั๋ว; *(visiting ~, greeting ~, invitation)* บัตร; **let me give you my ~:** ฉันขอให้นามบัตรไว้นะ; Ⓓ *(programme at races etc.)* รายการ; Ⓔ *in pl. (coll.: employee's documents)* เอกสารของลูกจ้าง *(ที่นายจ้างเก็บเอาไว้)*; **ask for/get ones ~:** ขอลาออก/ถูกเชิญให้ออกจากงาน; Ⓕ *(person)* คน, บุคคล; **an odd ~:** บุคคลที่แปลกประหลาด; Ⓖ *(coll.: eccentric person)* คนแปลกประหลาด

^{2}**card** *(Textiles)* ❶ *n. (instrument)* อุปกรณ์แปรงเส้นใยฝ้าย ❷ *v.t.* แปรงให้เรียบ

cardamom, cardamum /ˈkɑːdəməm/ˈคาเดอะเมิม/ *n.* ต้นกระวาน

card: ~board *n.* กระดาษแข็ง; *(fig. attrib.)* ปราศจากคุณค่าจริง ๆ; **~board box** กล่องกระดาษแข็ง; **~board ˈcity** *n. สถานที่รวมกลุ่มของพวกเร่ร่อนที่อาศัยตามสะพาน ถนน ฯลฯ;* **~-carrying** *adj.* **a ~-carrying member** สมาชิกที่ได้ลงทะเบียนพรรคการเมือง; **~ file** *n.* บัตรดัชนี; **~ game** *n.* การเล่นไพ่; **~holder** *n.* สมาชิกที่ลงทะเบียน

cardiac /ˈkɑːdiæk/ˈคาดิแอค/ *adj. (of heart)* เกี่ยวกับหัวใจ; *(of stomach)* เกี่ยวกับขั้วกระเพาะที่ติดกับหลอดอาหาร

cardiac arrest *n.* หัวใจหยุดเต้น

cardigan /ˈkɑːdɪɡən/ˈคาดิเกิน/ *n.* เสื้อแจ๊กเก็ตถักแขนยาว มีกระดุมด้านหน้า

cardinal /ˈkɑːdɪnl/ˈคาดิน่ล/ ❶ *adj.* Ⓐ *(fundamental) (คำถาม, ลัทธิ, หน้าที่)* พื้นฐาน; *(chief)* หลัก; Ⓑ *(of deep scarlet)* มีสีแดงสดเลือดนก; **~ red** สีแดงสดเข้ม ❷ *n.* Ⓐ *(Eccl.)* พระราชาคณะในศาสนาโรมันคาทอลิก *(ที่เป็นองค์ประชุมคัดเลือกองค์สันตะปาปา);* Ⓑ ➡ **cardinal number;** Ⓒ *(song-bird)* นกในสกุล *Richmondena* พบในทวีปอเมริกาเหนือ

cardinal: ~ number *n.* ➤ **602** เลขสำหรับนับจำนวน 1, 2, 3; **~ points** *n. pl.* ทิศหลักสี่ทิศ; **~ ˈsin** *n.* บาปมหันต์ในศาสนาคริสต์; **~ ˈvirtues** *n. pl.* คุณธรรมหลัก; **~ ˈvowel** *n. (Phonet.)* เสียงสระหลักในภาษาอังกฤษ *(เอ อี ไอ โอ ยู)*

card: ~ ˈindex *n.* บัตรดัชนี; **~-ˈindex** *v.t.* ทำบัตรดัชนี

carding machine /ˈkɑːdɪŋməʃiːn/ˈคาดดิงเมอะชีน/ *n.* เครื่องแปรงใย/ไหม

cardio- /kɑːdɪəʊ/ˈคาดิโอ/ *in comb. (Med.)* หัวใจ

ˈcardiogram *n.* บันทึกการทำงานของหัวใจ

ˈcardiograph *n.* อุปกรณ์บันทึกการทำงานของหัวใจ

cardiologist /kɑːdɪˈɒlədʒɪst/คาดิˈออลิจิซทฺ/ *n.* ➤ **489** แพทย์ผู้เชี่ยวชาญด้านโรคหัวใจ

cardiology /kɑːdɪˈɒlədʒɪ/คาดิˈออเลอะจิ/ *n.* หทัยวิทยา

cardiovascular /kɑːdɪəʊˈvæskjʊlə(r)/คาดิโอˈแวซคิวเลอะ(ร)/ *adj.* ที่เกี่ยวกับหัวใจและหลอดเลือดหัวใจ

card: ~phone *n.* โทรศัพท์สาธารณะที่ใช้บัตร; **~ playing** *n., no pl.* การเล่นไพ่; **all forms of ~ playing** รูปแบบทั้งหมดของการเล่นไพ่; **~ room** *n.* ห้องเล่นไพ่; **~-sharp, ~ sharper** *ns.* คนขี้โกงในการเล่นไพ่; **~ table** *n.* โต๊ะเล่นไพ่; **~ trick** *n.* การใช้ไพ่เล่นกล; **~ vote** *n.* การออกเสียง *(โดยเฉพาะในสหภาพแรงงาน ซึ่งบัตรของตัวแทนเพียงผู้เดียวมีค่าเท่ากับคะแนนเสียงของทั้งกลุ่ม)*

care /keə(r)/แค(ร)/ ❶ *n.* Ⓐ *(anxiety)* ความทุกข์, ความกังวล; **a life full of ~:** ชีวิตที่เต็มไปด้วยความทุกข์; **cast ~ aside** *(arch./literary)* ลืมภารกิจหน้าที่ชั่วคราว; **she hasn't got a ~ in the world** เธอไม่มีความทุกข์ในโลกนี้; Ⓑ *(painstaking)* ความอุตสาหะอย่างเต็มที่, ความพยายามสุดฝีมือ; **he takes great ~ over his work** เขาพยายามทำงานสุดฝีมือ; Ⓒ *(caution)* ความระมัดระวัง, ความรอบคอบ; **take ~, have a ~:** ระวังตัว; **take ~** *or* **have a ~ to do sth.** ไม่ลืมทำ *ส.น.;* **take more ~!** ระวังมากขึ้นซิ; **take ~ to lock the door** อย่าลืมปิดล็อกประตู; Ⓓ *(attention)* **medical ~:** สวัสดิการด้านการรักษาพยาบาล; **old people need special ~:** คนสูงอายุต้องการความดูแลเป็นพิเศษ; Ⓔ *(concern)* **~ for sb./sth.** ความเป็นห่วง *ค.น./ส.น.;* Ⓕ ➤ **403** *(charge)* การปกป้อง, การดูแล; **~ of,** *(Amer.)* **in ~ of** *(on letter)* ฝากให้, ถึง; **be in ~:** อยู่ในการปกป้องของรัฐ; **put sb. in ~/take sb. into ~:** นำพา *ค.น.* ให้ไปอยู่ในการปกป้องของรัฐ; **take ~ of sb./sth.** *(ensure safety of)* ปกป้องดูแล *ค.น./ส.น.; (attend to, dispose of)* ดูแลจัดการ *ค.น./ส.น.;* **take ~ of one's appearance** พิถีพิถันกับรูปลักษณะภายนอกของตนเอง; **take ~ of oneself** ดูแลตนเอง; *(as to health)* ดูแลสุขภาพ; **take ~ [of yourself]!** ดูแลตัวเองให้ดีนะ; **that will take ~ of itself** เรื่องนั้นก็จะเรียบร้อยไปเอง ❷ *v.i.* Ⓐ **~ for** *or* **about sb./sth.** *(heed)* เอาใจใส่ *หรือ* เป็นห่วง *ค.น./ส.น.; (feel interest)* สนใจ *ค.น./ส.น.;* **he ~s only for his own interests** เขาสนใจแต่ผลประโยชน์ของตัวเขาเอง; Ⓑ **~ for** *or* **about sb./sth.** *(like)* ชอบ *ค.น./ส.น.;* **someone he really ~s for** *or* **about** คนที่เขาชอบจริง ๆ; **he never shows how much he ~s** เขาไม่เคยแสดงออกว่าเขาชอบมากแค่ไหน; **I don't ~ about him** ฉันไม่ชอบเขา; **would you ~ for a drink?** คุณอยากจะดื่มอะไรไหม; Ⓒ *(feel concern)* **I don't ~ [whether/how/what** *etc.***]** ฉันไม่สนใจ [ว่า/อย่างไร/อะไร ฯลฯ]; **do you ~ if ...:** คุณจะว่าอะไรไหมถ้า...; **people who ~:** คนที่เป็นห่วง/สนใจ; **she doesn't appear to ~ [how she dresses]** ดูเหมือนเธอไม่สนใจ [ว่าเธอจะแต่งกายอย่างไร]; **don't you ~?** คุณไม่สนใจเลยหรือ; **for all I ~** *(coll.)* ฉันไม่ได้สนใจเลยสักนิดเดียว; **I couldn't ~ less** *(coll.)* ฉันไม่สนแม้แต่นิดเดียว; **I couldn't ~ less about money** *(coll.)* ฉันไม่สนใจเรื่องเงินทองหรอก; **I couldn't/don't ~ a tinker's cuss** *or* **a hoot** *or* **two hoots** *or* **tuppence about him/it** *etc. (coll.)* ฉันไม่สนใจใยดีเลยว่าเขา/มันจะเป็นจะตายยังไง; **what do I ~?** *(coll.)* ยังไงก็ได้; **not that I ~** *(coll.)* ยังไงฉันก็ไม่สน; **who ~s?** *(coll.)* ใครจะไปสนใจ; ➡ **+ damn** 2 B; Ⓓ *(wish)* **~ to do sth.** ปรารถนา *หรือ* ต้องการที่จะทำ *ส.น.;* **would you ~ to try some cake?** คุณอยากจะลองชิมเค้กสักหน่อยไหม; Ⓔ **~ for sb./sth.** *(look after)* ดูแล *ค.น./ส.น.;* **well ~d for** ได้รับการดูแลอย่างดี

careen /kəˈriːn/เคอะˈรีน/ ❶ *v.t. (Naut.)* เอียง *(เรือ)* บนด้านข้าง *(เพื่อซ่อมแซม, ทำความสะอาด ฯลฯ)* ❷ *v.i.* Ⓐ *(Naut.: be turned over) (เรือ)* ถูกคว่ำ; *(fig.)* ซวดเซจวนเจียนจะล้ม; Ⓑ *(Amer.: career)* แล่น/วิ่งอย่างรวดเร็ว

career /kəˈrɪə(r)/เคอะˈเรีย(ร)/ ❶ *n.* Ⓐ *(way of livelihood)* อาชีพ; **a teaching ~:** อาชีพครู; **take up a ~ in journalism** *or* **as a journalist** ยึดอาชีพเป็นผู้สื่อข่าว *หรือ* นักข่าว; **her modelling ~ was finished** อาชีพนางแบบของเธอจบสิ้นแล้ว; **she's not interested in [having] a ~:** เธอไม่สนใจที่จะทำงานทำการ/ที่จะมีอาชีพ; Ⓑ *(progress in life)* เส้นทางชีวิต; *(very successful)* ความสำเร็จในชีวิต; Ⓒ *(swift course)* การแล่น *หรือ* วิ่งอย่างรวดเร็ว; **in our ~ down the slope** ในการวิ่งลงที่ลาดอย่างรวดเร็วของพวกเรา; **in full ~:** *(ม้า, รถยนต์)* วิ่งเต็มที่; **in mid ~:** แล่นเร็วจี๋ *(รถ)* มาได้ครึ่งทาง ❷ *v.i.* แล่นไปอย่างรวดเร็ว; **go ~ing down the hill** แล่น/วิ่งลงเนินเขาอย่างรวดเร็ว

career: ~ break *n.* ได้โอกาสดีในอาชีพของตน; **~ ˈdiplomat** *n.* ➤ **489** นักการทูตอาชีพ; **~ girl** *n.* หญิงสาวที่มุ่งจะมีอาชีพการงาน

careerist /kəˈrɪərɪst/เคอะˈเรียริซทฺ/ *n.* คนที่ยอมทำทุกอย่างเพื่อความก้าวหน้าของตน

career: ~s adviser *n.* ➤ **489** ผู้ให้บริการแนะแนวด้านอาชีพ; **~s [advisory] service** *n.* บริการแนะแนวด้านอาชีพ; **~s master/~s mistress** *n.* ครูที่แนะแนวด้านอาชีพ; **~s office** *n.* สำนักบริการแนะแนวด้านอาชีพ; **~s officer** ➡ **~s advisor; ~ woman** *n.* ผู้หญิงที่สนใจอาชีพการงานเป็นหลัก

ˈcarefree *adj.* ไม่มีความวิตกกังวล, สำราญใจ

careful /ˈkeəfl/ˈแคฟ'ล/ *adj.* Ⓐ *(thorough)* ละเอียดถี่ถ้วน; *(watchful, cautious)* ระมัดระวัง, รอบคอบ; **[be] ~!** ระวัง; **be ~ to do sth.** อย่าลืมทำ *ส.น.;* **he was ~ not to mention the subject** เขาคอยระวังที่จะไม่เอ่ยถึงเรื่องนั้น; **be ~ that ...:** ระวังว่า...; **be ~ for sb./sth.** คอยเป็นห่วงเป็นใย *ค.น./ส.น.;* **he is ~ for his own interests** เขาคอยระวังเกี่ยวกับผลประโยชน์ของตน; **be ~ of sb./sth.** *(take care of)* คอยดูแล *ค.น./ส.น.; (be cautious of)* ระมัดระวังเกี่ยวกับ *ค.น./ส.น.;* **be ~ of the roads!** ระมัดระวังในการข้ามถนน; **be ~ how you word the letter** โปรดระมัดระวังในการร่างจดหมาย; **be ~ [about] how/what/where** *etc.* ระวัง [ว่า] อย่างไร/อะไร/ที่ไหน ฯลฯ; **be ~ about sth.** ระมัดระวังเกี่ยวกับ *ส.น.;* **be ~ about sb.** คอยระวังเกี่ยวกับ *ค.น.;* **they're so ~ about the baby** พวกเขาระมัดระวังมากเกี่ยวกับเด็กทารก; **be ~ about saying too much** คอยระวังไม่พูดมากเกินไป; **do be ~ about drinking and driving** ระวังอย่าดื่มเหล้าแล้วขับรถนะ; **be ~ with sb./sth.** ระมัดระวังกับ *ค.น./ส.น.;* **he's very ~ with his words** เขาคอยระวังคำพูดของเขามาก; Ⓑ *(showing care)* รอบคอบ, อย่างตั้งอกตั้งใจ, ละเอียดถี่ถ้วน; **a ~ piece of work** ชิ้นงานที่ละเอียดถี่ถ้วน; **after ~ consideration** หลังจากการพิจารณาอย่างรอบคอบ; **pay ~ attention to what he says** ตั้งใจฟังคำพูดของเขาอย่างละเอียดถี่ถ้วน

carefully /ˈkeəfəlɪ/ˈแคเฟอะลิ/ *adv. (thoroughly)* อย่างละเอียดถี่ถ้วน; *(attentively)* อย่างเอาใจใส่; *(cautiously)* อย่างระมัดระวัง, อย่างรอบคอบ; **watch ~:** เฝ้ามองอย่างระมัดระวัง

carefulness /ˈkeəflnɪs/ˈแคฟ'ลนิซ/ *n., no pl.* ความละเอียดถี่ถ้วน; *(caution)* ความเอาใจใส่, ความระมัดระวังรอบคอบ

care label *n.* ป้ายแนะนำวิธีซักเสื้อผ้า

careless /ˈkeəlɪs/ˈแคลิซ/ *adj.* Ⓐ *(inattentive)* ไม่เอาใจใส่; *(thoughtless)* ประมาท, สะเพร่า; **be ~ about** *or* **of sb./sth.** ไม่ระมัดระวังเกี่ยวกับ *ค.น./ส.น.;* **you oughtn't to be so ~ about drinking and driving** คุณไม่ควรประมาทเกี่ยวกับการดื่มสุราและการขับรถ; **~ of sb./sth.** *(unconcerned about)* ไม่เป็นห่วง *ค.น./ส.น.;* **~ with sb./sth.** ไม่เอาใจใส่ *ค.น./ส.น.;* **be ~ [about or of] how/what/where** *etc.* ไม่สนใจ [ว่า] อย่างไร/อะไร/ที่ไหน ฯลฯ; Ⓑ *(showing lack of care)* ไม่เอาใจใส่, สะเพร่า; **a [very] ~ mistake** ข้อผิดพลาดที่สะเพร่า [มาก]; Ⓒ *(nonchalant)* เฉยเมย, เพิกเฉย

carelessly /ˈkeəlɪslɪ/ˈแคลิซลิ/ *adv.* Ⓐ *(without care)* อย่างไม่เอาใจใส่; *(thoughtlessly)* อย่างประมาท, อย่างสะเพร่า; Ⓑ *(nonchalantly)* อย่างเฉยเมย, อย่างเพิกเฉย

C

C

carelessness /ˈkeəlɪsnɪs/ˈแคลิซนิซ/ *n., no pl. (lack of care)* ความไม่เอาใจใส่; *(thoughtlessness)* ความประมาท, ความสะเพร่า

carer /ˈkeərə(r)/ˈแคเรอะ(ร)/ *n.* ➤ 489 ผู้ที่ช่วยดูแลตามบ้าน *(ผู้ป่วยหรือผู้สูงอายุ)*; **be a ~ for** *or* **of sb.** เป็นผู้ดูแล *ค.น.*; *(for sick person)* รักษาพยาบาล *ค.น.*

caress /kəˈres/เคอะˈเร็ซ/ ❶ *n.* การลูบไล้ด้วยความรัก, การจูบ ❷ *v.t.* ~ *(each other)* ลูบไล้อย่างแผ่วเบา *(ซึ่งกันและกัน)*

caret /ˈkærət/ˈแคเริท/ *n.* เครื่องหมาย (ร) ที่แสดงการพิมพ์หรือเขียนแทรก

care: ~taker *n.* Ⓐ ภารโรง, คนคอยดูแล; *(in private house)* คนเฝ้าบ้าน; Ⓑ **~taker government** รัฐบาลรักษาการณ์; **~ worker** *n.* ➤ 489 ผู้ที่ทำงานด้านสังคมสงเคราะห์; **~worn** *adj.* ดูอมทุกข์; **he looked ~worn** เขาดูเหมือนคนอมทุกข์

car: ~fare *n. (Amer.)* ค่าโดยสารรถประจำทาง; **~ ferry** *n.* เรือบรรทุกรถยนต์ข้ามฝาก

cargo /ˈkɑːgəʊ/ˈคาโก/ *n., pl.* **~es** *or (Amer.)* **~s** คาร์โก้ *(ท.ศ.)*, สินค้าบรรทุก *(ในเรือ/ในเครื่องบิน)*; **a ~ of spices** การบรรทุกสินค้าเครื่องเทศ

cargo: ~ boat, ~ ship, ~ vessel *ns.* เรือบรรทุกสินค้า

ˈ**car hire** *n.* การเช่ารถ

ˈ**carhop** *n. (Amer. coll.)* คนบริการในภัตตาคารที่ขับรถเข้าไปและทานในรถ

Caribbean /kærɪˈbiːən/แคริˈบีเอิน, เคอะˈริเบียน/ ❶ *n.* **the ~:** ช่วงของมหาสมุทรแอตแลนติกระหว่างเวสท์อินดีสและอเมริกากลาง ❷ *adj.* เกี่ยวกับบริเวณนี้; เกี่ยวกับชาวคาริบ หรือภาษาและวัฒนธรรมของพวกเขา; **the ~ Sea** ทะเลแคริบเบียน *(ท.ศ.)*; **~ holiday** ไปเที่ยวพักผ่อนแถบทะเลแคริบเบียน

caribou /ˈkærɪbuː/ˈแคริบู/ *n., pl. same (Zool.)* กวางในทวีปอเมริกาเหนือ

caricature /ˈkærɪkətʃʊə(r)/ˈแคริเคอะฉิวเออะ(ร)/ ❶ *n.* งานศิลปะล้อเลียน; *(in mime)* ละครใบ้เพื่อล้อเลียนหรือเสียดสี; **do a ~ of sb.** เขียนภาพ หรือ แสดงบทล้อเลียน *ค.น.* ❷ *v.t.* เขียนภาพล้อเลียน *(บางคน/บางสิ่ง)*; *(in mime)* เล่นละครใบ้เพื่อล้อเลียน

caricaturist /ˈkærɪkətʃʊərɪst/ˈแคริเคอะฉิวริซทฺ/ *n.* ➤ 489 นักเขียนภาพล้อเลียน; *(in mime)* นักเล่นบทละครล้อเลียน/เสียดสี

caries /ˈkeəriːz/ˈแครีซ, ˈแคริอีซ/ *n., pl. same (Med., Dent.)* การผุกร่อน *(ของกระดูกหรือฟัน)*

carillon /kəˈrɪljən, US ˈkærɪ-/เคอะˈริลเลียน, ˈแคริเลียน/ *n.* ชุดระฆังหลาย ๆ ใบที่ตีเป็นทำนองหรือเพลง; ท่วงทำนองเพลงที่เกิดจากการตีชุดระฆัง

caring /ˈkeərɪŋ/ˈแคริง/ *adj. (สังคม)* สงเคราะห์; *(คน)* เมตตา, เอื้อเฟื้อเผื่อแผ่

carjacking /ˈkɑːdʒækɪŋ/ˈคาแจคิง/ *n.* การขโมยรถในขณะที่คนกำลังขับ; ขโมยจี้รถ

car: ~jacker /ˈkɑːdʒækə(r)/ˈคาแจเคอะ(ร)/ *n.* คนขโมยรถ *(ขณะขับอยู่)*; ˈ**~load** *n.* Ⓐ ปริมาณบรรทุกของรถหนึ่ง ๆ; **people were arriving by the ~:** คนมากันหลายคันรถ; Ⓑ *(Amer.)* ปริมาณสินค้าพิกัดต่ำสุดที่คิดค่าขนส่งในอัตราต่ำ

carman /ˈkɑːmən/ˈคาเมิน/ *n., pl.* **carmen** /ˈkɑːmən/ˈคาเมิน/ คนขับรถบรรทุก

ˈ**car mat** *n.* ผ้าหรือเบาะปูพื้นรถยนต์

Carmelite /ˈkɑːməlaɪt/ˈคามิไลท/ *n. (friar)* พระนิกายโรมันคาทอลิกที่เข้มงวดมาก; *(nun)* นางชีในนิกายนี้

carmine /ˈkɑːmaɪn/ˈคามายนฺ/ ❶ *n.* สีแดงเข้ม ❷ *adj.* มีสีแดงเข้ม

carnage /ˈkɑːnɪdʒ/ˈคานิจ/ *n.* การสังหารหมู่ *(ในการสู้รบ)*; **a scene of ~:** ภาพของการสังหารหมู่; **the dreadful annual ~ on the roads** บัญชีประจำปีของอุบัติเหตุสาหัสบนท้องถนนที่น่าสะเทือนขวัญ

carnal /ˈkɑːnl/ˈคาน'ล/ *adj.* Ⓐ *(sensual)* เกี่ยวกับความรู้สึก/ความเพลิดเพลินทางกาย/ทางเพศ; **~ desires/sins** ความปรารถนา/บาปทางกาย; **~ lust** กิเลสตัณหาทางกาย; Ⓑ *(worldly) (ความต้องการ, ความรู้สึก)* ทางโลก, ทางโลกียวิสัย

carnal ˈ**knowledge** *n. (Law)* **have ~ of sb.** การร่วมประเวณีกับ *ค.น.*

¹**carnation** /kɑːˈneɪʃn/คาˈเนช'น/ *n. (Bot.)* ต้น/ดอกคาร์เนชั่น *(ท.ศ.)* ดอกมีกลิ่นหอม

²**carnation** ❶ *n.* สีชมพู ❷ *adj.* ~ **[pink]** มีสีชมพู

carnet /ˈkɑːneɪ/ˈคาเน/ *n. (of motorist)* ใบอนุญาตให้นำยานยนต์ข้ามเขตแดนในระยะเวลาจำกัด; *(of camper)* ใบอนุญาตให้ใช้สถานที่ออกค่ายพักแรม

carnival /ˈkɑːnɪvl/ˈคานิว'ล/ *n.* Ⓐ *(festival)* งานเทศกาลรื่นเริง; **~ procession** ขบวนแห่งานเทศกาลรื่นเริง; Ⓑ *(pre-Lent festivities)* งานฉลองกันอย่างมโหฬารก่อนเทศกาลถือศีล *(ระยะ 40 วันก่อนเทศกาลอีสเตอร์)*; Ⓒ *(Amer.) (circus)* ละครสัตว์; *(funfair)* งานประเภทสวนสนุกเร่ร่อน

carnivore /ˈkɑːnɪvɔː(r)/ˈคานิวอ(ร)/ *n. (animal)* สัตว์กินเนื้อ; *(plant)* พืชที่กินเนื้อสัตว์หรือแมลง

carnivorous /kɑːˈnɪvərəs/คาˈนิเวอะเริซ/ *adj. (สัตว์หรือพืช)* ที่กินเนื้อสัตว์อื่นหรือแมลง

carob /ˈkærəb/ˈแคเริบ/ *n.* Ⓐ *(pod)* เมล็ดเหมือนฝักถั่ว รับประทานได้ *(บางทีใช้แทนช็อกโกแลต)*; Ⓑ *(tree)* ต้นไม้ที่ไม่ทิ้งใบ *Ceratonia siliqua* พบในยุโรป

carol /ˈkærəl/ˈแคเริล/ ❶ *n.* Ⓐ **[Christmas] ~:** เพลง [คริสต์มาส]; **~ concert, ~ singing** การร้องเพลงในโบสถ์ตอนคริสต์มาส; **~ singers** คนที่เดินร้องเพลงคริสต์มาสตามบ้าน; Ⓑ *(joyous song)* เพลงรื่นเริง ❷ *v.t., (Brit.)* **-ll-:** Ⓐ *(sing as carol)* ร้องเป็นเพลงคริสต์มาส; Ⓑ *(sing joyfully)* ร้องเพลงรื่นเริง ❸ *v .i., (Brit.)* **-ll-:** Ⓐ ร้องเพลงสดุดีคริสต์มาส; Ⓑ *(sing joyfully)* ร้องเพลงอย่างรื่นเริง

carom /ˈkærəm/ˈแคเริม/ *(Amer.)* ❶ *n.* การแทงลูกบิลเลียดไปกระทบลูกสองลูก; **~ billiards** การเล่นแคร์รัมบิลเลียด *(ท.ศ.)* ❷ *v.i. (Billiards)* แทงลูกบิลเลียดไปกระทบลูกอื่นสองลูก

carotene /ˈkærətiːn/ˈแคเรอะทีน/, **carotin** /ˈkærətɪn/ˈแคเรอะทิน/ *n.* สารแคโรทีน *(ท.ศ.) (พบในหัวแครอท มะละกอ ฟักทอง)*

carotid /kəˈrɒtɪd/เคอะˈรอทิด/ *(Anat)* ❶ *adj. เกี่ยวกับหลอดโลหิตแดงใหญ่สองเส้นที่นำโลหิตเข้าสู่สมองและคอ*; **~ artery** ➡ 2 ❷ *n. หลอดโลหิตแดงใหญ่สองเส้นที่นำโลหิตเข้าสมองและคอ*

carousal /kəˈraʊzl/เคอะˈราวซ'ล/ *n.* งานเลี้ยงที่มีการดื่มเหล้ามากมาย

carouse /kəˈraʊz/เคอะˈราวซ/ ❶ *v.i.* ดื่มเหล้ากันอึกทึกสนุกสนาน ❷ *n.* ➡ **carousal**

carousel /kærəˈsel/แคเรอะˈเซ็ล, แคเรอะˈเซ็ล/ *n.* Ⓐ *(conveyor system)* สายพานหมุนเป็นวงกลม *(ของกระเป๋าผู้โดยสาร, ในโรงงาน)*; Ⓑ *(Amer.: roundabout)* ม้าหมุนในสวนสนุก หรือ งานเทศกาล

ˈ**car owner** *n.* เจ้าของรถ

¹**carp** /kɑːp/คาพ/ *n., pl. same (Zool.)* ปลาน้ำจืดในวงศ์ Cyprinidae โดยเฉพาะ *Cyprinus carpio*, ปลาคาร์พ *(ท.ศ.)*

²**carp** *v.i.* จับผิด; บ่น; **~ [on and on] at sb./sth.** บ่นใส่ *ค.น.*/เรื่อง *ส.น.* [อย่างไม่รู้จักหยุด]

ˈ**car park** *n.* ที่จอดรถ; *(underground)* ที่จอดรถชั้นใต้ดิน; *(building)* อาคารจอดรถ

ˈ**car parking** *n.* การจอดรถ; **~ facilities are available** มีที่จอดรถ

carpel /ˈkɑːpl/ˈคาพ'ล/ *n. (Bot.)* เกสรตัวเมีย

carpenter /ˈkɑːpɪntə(r)/ˈคาพินเทอะ(ร)/ ❶ *n.* ➤ 489 ช่างไม้; *(for furniture)* ช่างทำเครื่องเรือน; *(ship's)* ช่างไม้ต่อเรือ ❷ *v.t.* สร้างหรือซ่อมโดยวิธีของช่างไม้

carpentry /ˈkɑːpəntrɪ/ˈคาพินทฺริ/ *n.* Ⓐ *(art)* ศิลปะงานไม้; *(in furniture)* การทำเครื่องเรือน; Ⓑ *(woodwork)* งานไม้; **[piece of] ~:** งานไม้ [หนึ่งชิ้น]; *(structure)* สิ่งก่อสร้างจากไม้

carpet /ˈkɑːpɪt/ˈคาพิท/ ❶ *n.* Ⓐ *(covering)* พรม; **[fitted] ~:** พรม [ที่ปูติดแน่น]; **stair ~:** พรมปูบันได; **be on the ~** *(coll.: be reprimanded)* ถูกตำหนิติเตียน; *(be under discussion)* อยู่ในระหว่างการพิจารณา; **have sb. on the ~** *(coll.: reprimand sb.)* ตำหนิติเตียน *ค.น.*; **sweep sth. under the ~** *(fig.)* ปกปิด; ซ่อนเร้น *ส.น.* โดยหวังว่าจะถูกลืมไป; ➡ **+ red carpet**; Ⓑ *(expanse)* บริเวณพื้นที่กว้างขวางที่เหมือนกับปูพรม; **~ of flowers** พื้นที่กว้างที่มีดอกไม้ปกคลุม; **~ of grass/snow/leaves** ที่มีหญ้า/หิมะ/ใบไม้ปกคลุมเป็นผืน ❷ *v.t.* Ⓐ *(cover)* ปูพรม; *(fig.)* ปกคลุม; **snow ~ed the village in [a layer of] white** หิมะปกคลุมหมู่บ้านเป็น [แผ่นพื้น] สีขาว; Ⓑ *(coll.: reprimand)* **be ~ed for sth.** ถูกตำหนิติเตียนเรื่อง *ส.น.*

carpet: ~ bag *n.* กระเป๋าเดินทางชนิดหนึ่ง *(ที่แต่เดิมทำมาจากวัสดุที่คล้ายพรม)*; **~bagger** *n.* Ⓐ นักฉวยโอกาสที่ไม่มีความซื่อสัตย์; Ⓑ *(Hist.)* ผู้ลงสมัครเลือกตั้งในพื้นที่ที่ไม่ใช่บ้านเกิด *(คนจากรัฐทางภาคเหนือของสหรัฐที่เดินทางมาทางใต้หลังสงครามกลางเมือง เพื่อทำกินและแสวงหาอำนาจทางการเมือง)*; **~ beater** *n.* อุปกรณ์ตีพรมเพื่อกำจัดฝุ่น; **~ bombing** *n.* การทิ้งระเบิดแบบปูพรมจากเครื่องบินเป็นแนวขวาง

carpeting /ˈkɑːpɪtɪŋ/ˈคาพิทิง/ *n.* Ⓐ พรม; **some ~** มีพรมปูบางส่วน; **wall-to-wall ~:** ปูพรมทั้งห้อง; **stair-~:** ปูพรมตามขั้นบันได; Ⓑ *(fig.)* ➡ **carpet** 1 B

carpet: ~ slipper *n.* รองเท้าใส่ในบ้าน *(เดิมทำมาจากวัสดุที่เหมือนพรม)*; **~ sweeper** *n.* เครื่องทำความสะอาดพรม *(มีแปรงหมุน)*

car: ~ phone *n.* โทรศัพท์ติดรถยนต์; **~ pool** *n.* การตกลงใช้รถร่วมกัน; *(of a firm etc.)* รถยนต์ส่วนกลางสำหรับพนักงานบริษัท; **~port** *n.* โรงรถที่มีเพียงหลังคาและเสา *(มักอยู่ติดกับตัวบ้าน)*

ˈ**car radio** *n.* วิทยุติดรถยนต์

carrel /ˈkærl/ˈแคร'ล/ *n.* ห้องแบ่งย่อยเล็ก ๆ ในห้องสมุด

car rental ➡ **car hire**

carriage /ˈkærɪdʒ/ˈแคริจ/ *n.* Ⓐ *(horse-drawn vehicle)* รถม้า; **~ and pair/four/six** *etc.* รถเทียมม้าที่มีม้าสองตัว/สี่ตัว/หกตัว ฯลฯ; ➡ **+ drive** 2 A; Ⓑ *(Railw.)* ตู้รถไฟโดยสาร; Ⓒ *(Mech.)* รถหัวจักร *(of typewriter)* แคร่เครื่องพิมพ์ดีด; Ⓓ *no pl. (conveying, being conveyed)* การขนส่ง; การถูกขนส่ง; **use for ~:**

ใช้สำหรับการขนส่ง; **E** *(cost of conveying)* ค่าขนส่ง; **~ forward** เก็บเงินค่าขนส่งที่ปลายทาง; **~ paid** ชำระค่าขนส่งแล้ว; **F** *(bearing)* การแบกถือ; ➡ + gun carriage; invalid carriage

carriage: ~ clock *n.* นาฬิกาเดินทาง *(บรรจุอยู่ในกล่องสี่เหลี่ยมมีหูหิ้ว)*; **~way** *n.* ทางรถยนต์วิ่ง

'car ride *n.* การนั่งรถ

carrier /ˈkærɪə(r)/ˈแคเรีย(ร)/ *n.* **A** *(bearer)* ผู้ขนส่ง, คนนำพา; **~ of good news** คนนำข่าวดี; **B** *(conductor)* **be the ~ of sth.** เป็นตัวผู้นำของ *ส.น.*; **C** *(hired conveyor of goods or passengers)* บริษัทรับจ้างขนส่ง; *(person)* ผู้รับจ้างขนส่ง; **firm of ~s** บริษัทรับจ้างขนส่ง; **D** *(on bicycle etc.)* ที่บรรจุของบนจักรยาน ฯลฯ; *(for child passenger)* ที่นั่งสำหรับผู้โดยสารเด็ก; **E** ➡ carrier bag; **F** ➡ carrier wave; **G** ➡ aircraft carrier; **H** *(Med.: of disease)* ตัวพาหะนำโรค; *(Genetics: of characteristic)* ตัวนำพันธุกรรม

carrier: ~ bag *n.* ถุง *(กระดาษหรือพลาสติก)* มีหูหิ้ว; **~ pigeon** *n.* นกพิราบสื่อสาร; **by ~ pigeon** โดยนกพิราบสื่อสาร; **~ wave** *n. (Phys.)* คลื่นแม่เหล็กไฟฟ้าความถี่สูง ใช้ส่งสัญญาณ

carrion /ˈkærɪən/ˈแคเรียน/ *n.* **A** *(flesh)* เนื้อสัตว์ที่ตายและเน่าเหม็น; **B** *(fig.: garbage)* ขยะของสกปรก

'carrion crow *n.* นกกาสีดำ *Corvus corone* พบในทวีปยุโรป กินเนื้อเน่าเหม็น

carrot /ˈkærət/ˈแครึท/ *n.* **A** หัวแครอท *(ท.ศ.)*, หัวผักกาดแดง; **grated ~[s]** หัวผักกาดแดงขูด; **B** *(fig.)* รางวัลหรือผลประโยชน์ใช้ล่อคน; **dangle a ~ in front of sb.'s nose** เอาสิ่งดี ๆ มาล่อ *ค.น.*; **with ~ and stick** ใช้ทั้งวิธีล่อโดยให้รางวัลและทั้งการข่มขู่

carroty /ˈkærətɪ/ˈแคเรอะทิ/ *adj.* *(ผม)* สีเหมือนหัวแครอท

carrousel *(Amer.)* ➡ carousel

carry /ˈkærɪ/ˈแคริ/ ❶ *v.t.* **A** *(transport)* แบก *(ของหนัก)*; หาม *(ของใหญ่)*; ยก, ขนส่ง; หิ้ว *(ของที่มีหู)*; *(with emphasis on destination)* นำ *(ข่าว, สิ่งของ)* มา; *(แม่น้ำ)* พัดลอยมา; *(ลมแรง)* ปลิวมา; *(ยานพาหนะ)* ขนส่งมา; **~ sth. with one in a bag** หิ้ว *ส.น.* ใส่ถุงติดตัวไปด้วย; **where do you ~ your purse?** คุณเก็บกระเป๋าสตางค์ไว้ที่ไหน; **~ sth. in one's head** จำ *ส.น.* ใส่ใจไว้; **~ sth. round with one** *(lit.)* ถือ *ส.น.* ไปไหนต่อไหนด้วย; *(fig.)* ระลึกถึง *ส.น.* โดยไม่มีวันลืม; **~ all before one** *(fig.)* ประสบความสำเร็จอย่างสมบูรณ์แบบ; **B** *(conduct)* ดำเนินการ; **~ sth. into effect** ทำ *ส.น.* สำเร็จ; **C** *(support)* สนับสนุน; *(contain)* มี; **~ responsibility** มีความรับผิดชอบ; **D** *(have with one)* **~ [with one]** มีติดตัว; *(เรือใบ)* กางใบ; **E** *(possess)* มี *(อำนาจ)*; ➡ + conviction B; **F** *(hold)* **he carries his head in a proud way** เขาเชิดศีรษะแสดงท่าทางหยิ่งยโส; **she carries herself well** เธอวางมาดดี; **he carries himself very erect** เขาเดินตัวตรงมาก; **G** *(prolong)* **~ sth. to sth.** ทำ *ส.น.* จนถึง *ส.น.*; **~ sth. to a close** *or* **an end** ทำให้ *ส.น.* จบลง; **such plans must be carried to their natural conclusions** แผนการเช่นนั้นต้องดำเนินการจนถึงจุดจบโดยธรรมชาติ; **~ modesty /altruism** *etc.* **to excess** ยึดมั่นในความถ่อมตน /ความไม่เห็นแก่ตัว ฯลฯ มากเกินไป; **~ things to extremes** ทำอะไรเกินขอบเขต; ➡ + far 1 D; **H** *(transmit)* นำต่อ *(โรค)*; **I** *(Math.: transfer)* ถ่ายโอนไปอีกแถวหนึ่ง; **~ one** ใส่หนึ่งแถวซ้าย; **J** *(be pregnant with)* อุ้มท้อง, มีครรภ์; **she was ~ing his child** เธอกำลังอุ้มท้องลูกของเขา; **K** *(win)* ชนะ *(รางวัล ฯลฯ)*; *(ญัตติ)* ผ่าน; **the motion is carried** ญัตติผ่านด้วยคะแนนเสียงข้างมาก; **~ one's point [with sb.]** ทำให้ [*ค.น.*] เชื่อฟัง; โน้มน้าว *ค.น.* สำเร็จ; **~ one's hearers/audience with one** โน้มน้าวจิตใจผู้ฟังได้สำเร็จ; **~ the day** ชนะคู่แข่ง; **L** *(involve)* นำมาด้วย; พัวพันด้วย; **discipline carries both advantages and disadvantages** วินัยมีทั้งผลดีและผลเสีย; **M** *(stock)* มีขายในร้าน; **N** *(publish, broadcast)* *(หนังสือนิตยสาร, หนังสือพิมพ์)* ตีพิมพ์; *(สถานีวิทยุ/โทรทัศน์)* ออกอากาศ
❷ *v.i.* *(เสียง)* ได้ยินจากระยะไกล; *(กลิ่น)* ลอยมา; *(ขีปนาวุธ)* เดินทาง, ผ่าน

~ **'away** *v.t.* เคลื่อนย้ายออกไป; *(by force)* กระชากออกไปโดยพละกำลัง; *(fig.)* **be** *or* **get carried away** *(be inspired)* ถูกดล หรือ บันดาลใจ (**by** จาก); *(lose self-control)* สูญเสียการควบคุมตนเอง; ลืมตัว; **don't get carried away!** อย่าลืมตัว

~ **'back** *v.t.* **A** *(return)* พา/นำ/ยก/ถือกลับ; **B** ➡ take back B

~ **'forward** *v.t. (Bookk.)* ยกยอดบัญชีไปหน้าถัดไป

~ **'off** *v.t.* **A** *(from place)* นำออกไป, แบกไป; *(as owner or possessor)* ยกไปด้วย; *(cause to die)* *(โรค)* ทำให้ตาย; **B** *(abduct)* ลักพาตัว; **C** *(win)* ชนะ *(รางวัล)*; **D** *(make acceptable)* ทำให้เป็นที่ยอมรับ; *(cope with)* ทำให้สำเร็จได้; **~ it/sth. off [well]** ฝ่าฟันทำ *ส.น.* ได้สำเร็จ [เป็นอย่างดี]

~ **'on** ❶ *v.t. (continue)* ทำต่อไป *(บริษัท)*; รักษา *(ขนบธรรมเนียม)*; **~ on the firm** ทำกิจการของบริษัทต่อไป; **~ on [doing sth.]** ทำ [*ส.น.*] ต่อไป; **they carried on talking** พวกเขาคุยต่อ ❷ *v.i.* **A** *(continue)* ทำต่อไป; **~ on with a plan/project** ทำแผนการ/โครงการต่อไป; **B** *(coll.: behave in unseemly manner)* ประพฤติตนไม่เหมาะสม; *(make a fuss)* บ่นกระปอดกระแปดโวยวาย; **C** **~ on with sb.** *(flirt)* ทำเจ้าชู้กับ *ค.น.*; *(have affair)* ลักลอบเป็นชู้ หรือ ได้เสียกับ *ค.น.*; ➡ + carry-on

~ **'out** *v.t. (put into practice)* นำ *(ความคิด, ข้อเสนอแนะ ฯลฯ)* ไปปฏิบัติ; ดำเนิน *(แผน, โครงการ)*; ปฏิบัติตาม *(คำสั่ง, คำขู่)*; ทำตาม *(ข้อตกลง)*

~ **'over** *v.t.* **A** *(postpone)* ผลัด หรือ เลื่อนออกไป; **B** *(St. Exch.)* เลื่อนชำระเงินในวันถัดไป; **C** ➡ ~ forward; ➡ + ~-over

~ **'through** *v.t.* **A** *(bring safely through)* **~ sb. through** ช่วยให้ *ค.น.* พ้นอันตราย; **B** *(complete)* ทำให้สมบูรณ์, ทำเสร็จ

'carrycot *n.* กระเช้า/ตะกร้าหิ้วเด็ก

carryings-on /kærɪɪŋzˈɒn/แคริอิงซ'ออน/ *n. pl. (coll.)* **A** *(questionable behaviour)* พฤติกรรมน่าสงสัย; **there are strange ~ in the house** มีพฤติกรรมน่าสงสัยเกิดขึ้นในบ้าน; **B** *(love affairs)* การลักลอบได้เสีย หรือ การเป็นชู้

carry: ~-on *n. (coll.)* **A** อาการตื่นเต้นโวยวาย; **B** *(flirtation)* การจีบเล่น; การทำเจ้าชู้ *(กับ)*; *(love affair)* การลักลอบได้เสีย หรือ การเป็นชู้; **~-out** *(Brit.) n.* **~-out [meal]** อาหารที่ซื้อไปกินที่อื่น; **~-out [restaurant]** ร้านอาหารที่ให้บริการซื้อไปกินที่อื่น; **get a ~-out** ไปซื้ออาหารจากร้านอาหารเพื่อไปกินที่อื่น; *(to drink)* ซื้อเครื่องดื่มไปดื่มข้างนอก; **~-over** *n. (St. Exch.)* การผัดผ่อนเลื่อนชำระเงินในวันถัดไป

'carsick *adj.* **children are often ~:** เด็ก ๆ มักจะเมารถ

cart /kɑːt/คาท/ ❶ *n.* เกวียน; รถม้าบรรทุกของหนัก; **horse and ~:** รถม้า; **be [left] in the ~** *(Brit. coll.)* ถูกทิ้งให้เข้าตาจน; **put the ~ before the horse** *(fig.)* ทำอะไรผิดลำดับก่อนหลังไปหมด ❷ *v.t.* **A** *(carry [as] in cart)* บรรทุกใส่เกวียน; **B** *(fig. coll.: carry with effort)* แบกอย่างทุลักทุเล; **~ sth. around with one** แบก *ส.น.* อย่างทุลักทุเลไปทั่ว

~ **'off** *v.t. (coll.)* ลาก/บรรทุกไป

carte blanche /kɑːt ˈblɑ̃ʃ/คาท ˈบลานช/ *n.* การมอบอำนาจเต็มที่ให้แก่ *ค.น.*

cartel /kɑːˈtel/คาˈเท็ล/ *n.* การรวมกลุ่มของผู้ผลิตเพื่อตั้งราคาให้สูงและควบคุมการตลาด

carter /ˈkɑːtə(r)/ˈคาเทอะ(ร)/ *n.* ➤ **489** คนขี่เกวียน; คนขนส่งสินค้า

Cartesian /kɑːˈtiːzjən/คาˈทีเซียน/ *adj.* **~ coordinates** *(Math.)* พิกัดคาร์ทีเซียน *(ท.ศ.)*

Carthage /ˈkɑːθɪdʒ/ˈคาธิจ/ *pr. n.* อาณาจักรโบราณตอนเหนือของทวีปแอฟริกา

'car thief *n.* นักขโมยรถยนต์

'carthorse /ˈkɑːthɔːs/ˈคาทฮอซ/ *n.* ม้าลากเกวียน

Carthusian /kɑːˈθjuːzjən/คาˈธิวเซียน/ ❶ *adj.* *เกี่ยวกับพระในสำนักคาร์ธูเซียน (ท.ศ.) ซึ่งก่อตั้งขึ้นในปี 1084 ในประเทศฝรั่งเศส* ❷ *n.* พระในสำนักคาร์ธูเซียน

cartilage /ˈkɑːtɪlɪdʒ/ˈคาทิลิจ/ *n.* กระดูกอ่อน

cartilaginous /kɑːtɪˈlædʒɪnəs/คาทิˈแลจิเนิซ/ *adj.* เป็น หรือ เหมือนกระดูกอ่อน

cartload *n.* **A** จำนวนหนึ่งคันเกวียน; **by the ~** เป็นจำนวนหนึ่งเกวียน; **B** *(fig.: large quantity)* **a ~ of books** หนังสือจำนวนมาก; **~s of food** อาหารปริมาณมาก

cartographer /kɑːˈtɒgrəfə(r)/คาˈทอเกรอะเฟอะ(ร)/ *n.* ➤ **489** นักเขียน/วาดแผนที่

cartographic /kɑːtəˈgræfɪk/คาเทอะˈแกริฟิค/, **cartographical** /kɑːtəˈgræfɪkl/คาเทอะˈแกริฟิค'ล/ *adj.* เกี่ยวกับการทำแผนที่

cartography /kɑːˈtɒgrəfɪ/คาˈทอเกรอะฟิ/ *n.* วิชาการทำแผนที่

carton /ˈkɑːtn/ˈคาท'น/ *n.* กล่อง, ลังภาชนะ; **a ~ of milk** นมหนึ่งกล่อง; **a ~ of detergent** ผงซักฟอกหนึ่งกล่อง; **a ~ of cigarettes** บุหรี่หนึ่งกล่อง; **a ~ of yoghurt** โยเกิร์ตหนึ่งถ้วย

cartoon /kɑːˈtuːn/คาˈทูน/ ❶ *n.* **A** *(amusing drawing)* การ์ตูน *(ท.ศ.)*; ภาพวาดที่ตลกขบขัน; *(satirical illustration)* ภาพประกอบเสียดสี; *(sequence of drawings)* การ์ตูนชุด; **B** *(film)* ภาพยนตร์การ์ตูน; **C** *(Art)* ภาพร่างคร่าว ๆ, ภาพสเกตซ์ ❷ *v.t. (draw amusingly)* วาดภาพ *(การ์ตูน)* ให้ตลกขบขัน

cartoonist /kɑːˈtuːnɪst/คาˈทูนิซท/ *n.* ➤ **489** นักวาดการ์ตูน, นักวาดภาพตลกขบขัน; *(satirical ~)* นักวาดการ์ตูนเสียดสี

cartridge /ˈkɑːtrɪdʒ/ˈคาทริจ/ *n.* **A** *(case for explosive)* กระสุนปืน; **B** *(spool of film, cassette)* ม้วน; **C** *(for pickup head)* เข็มเล่นแผ่นเสียง; **D** *(ink container)* หลอดหมึก *(ปากกา)*; กล่องหมึก *(เครื่องพิมพ์)*

cartridge: ~ belt *n.* สายเข็มขัดมีช่องบรรจุกระสุนปืน; **~ case** *n.* ปลอกกระสุน; **~ paper** *n. (for drawing)* กระดาษหนาเนื้อหยาบ

cart: ~ road, ~ track *n.* ทางที่ขรุขระ, ทางเกวียน; **~wheel** *n.* **A** ล้อเกวียน; **B** *(Gymnastics)* ท่าตีลังกาล้อเกวียน; **turn** *or* **do ~wheels** ตีลังกาล้อเกวียน; **~wright** /ˈkɑːtraɪt/ˈคาทไรท/ *n.* คนทำหรือสร้างเกวียน

C

carve /kɑːv/คาว/ ❶ *v.t.* Ⓐ *(cut up)* หั่น *(เนื้อสัตว์)*; Ⓑ *(produce by cutting) (from wood, from stone)* แกะสลัก; **~ sth. out of wood/stone** แกะสลัก *ส.น.* จากไม้/หิน; **~ sth. in/into/on sth.** แกะสลัก *ส.น.* ใน/ลงไปใน/บน *ส.น.*; **~ a tunnel in the rock** เจาะทะลุอุโมงค์เข้าไปในหิน; **~ one's way** พากเพียรสร้างตนเอง; Ⓒ *(change by cutting)* เปลี่ยนโดยการตัดและแกะสลัก; **he ~d a block of wood/stone into a madonna** เขาแกะสลักไม้/หินเป็นรูปปั้นของพระแม่มารี; Ⓓ *(adorn by cutting)* **the frame was ~d with leaves** กรอบได้รับการตกแต่งแกะสลักเป็นใบไม้ ❷ *v.i.* Ⓐ หั่นเนื้อเป็นชิ้น ๆ; Ⓑ **~ in wood/ivory/stone** แกะสลักในไม้/งาช้าง/หิน; **~ through sth.** เจาะทะลุ *ส.น.*

~ out *v.t.* แกะสลัก; เจาะ; **~ out a tunnel in the rock** เจาะหินเป็นอุโมงค์; **~ out an existence** *(fig)* บากบั่นประทังชีวิตไม่ให้อดตายไปวัน ๆ

~ up *v.t.* หั่น/ตัด/ชำแหละเป็นชิ้น *(เนื้อ)*; แบ่ง *(เขตแดน)* เป็นส่วน

carver /ˈkɑːvə(r)/ˈคาเวอะ(ร)/ *n.* Ⓐ *(in wood, in stone)* ช่างแกะสลัก, ช่างไม้/หิน; *(of meat)* คนหั่นเนื้อ; Ⓑ *(knife)* ➡ **carving knife**; Ⓒ *in pl. (knife and fork)* มีดและส้อมสำหรับหั่นเนื้อ

carving /ˈkɑːvɪŋ/ˈคาวิง/ *n.* Ⓐ *(in or from wood, ivory)* สิ่งแกะสลัก; **a ~ of a madonna in wood** ไม้แกะสลักรูปพระแม่มารี; **an ivory ~ of an elephant** งาช้างแกะสลักรูปช้าง; Ⓑ *(in or from stone)* รูปแกะสลักจากหิน; *(on stone)* การแกะสลักบนหิน; *(ornament)* เครื่องประดับที่เป็นสิ่งแกะสลัก

'carving: ~ fork *n.* ส้อมสำหรับใช้กับมีดหั่นเนื้อ; **~ knife** *n.* มีดหั่นเนื้อ

'car wash *n.* สถานบริการล้างรถ

caryatid /kærɪˈætɪd/แคริ'แอทิด/ *n., pl.* **~s** *or* **~es** /kærɪˈætɪdiːz/แคริ'แอดีซ/ *(Archit)* เสาแกะสลักเป็นรูปผู้หญิง

Casanova /kæzəˈnəʊvə, kæsəˈnəʊvə/แคเซอะ'โนเวอะ/ *n.* คาสโนวา *(ท.ศ.)*; เสือผู้หญิง

cascade /kæsˈkeɪd/แคซ'เคด/ ❶ *n. (lit. or fig.)* น้ำตกเล็ก ๆ *(อาจเป็นส่วนของน้ำตกขนาดใหญ่)* ❷ *v.i.* ย้อย, สลาย, ตกเหมือนน้ำตก; **her hair ~d down her back** *(fig.)* ผมของเธอสยายเต็มแผ่นหลัง

¹case /keɪs/เคซ/ *n.* Ⓐ *(instance, matter)* ตัวอย่าง, กรณี; **if there is another ~ of this happening** ถ้ามีกรณีแบบนี้เกิดขึ้นอีก; **several ~s of fire** กรณีไฟไหม้หลายกรณี; **if it's a ~ of your not being able to get here** ถ้ามันเป็นเรื่องที่ว่าคุณไม่สามารถมาที่นี่ได้; **it's just a ~ of concentrating** มันเป็นเรื่องของการตั้งสมาธิเท่านั้น; **then that's a different ~:** นั่นก็เป็นอีกกรณี; **if that's the ~:** ถ้าเป็นอย่างนั้น; **it is [not] the ~ that ...:** มัน [ไม่ใช่] เป็นเรื่องที่ว่า...; **it seems to be the ~ that they have ...:** มันดูเป็นเรื่องที่พวกเขาได้...; **as is generally the ~ with ...:** ดังที่ปกติมักจะเกิดขึ้นกับ...; **such being the ~:** เมื่อเรื่องเป็นเช่นนี้; **as the ~ may be** ตามสถานการณ์; **in ~:** ในกรณี; **[just] in ~** *(to allow for all possibilities)* [แค่] ในทุกกรณีที่อาจจะเกิดขึ้น; **in ~ of fire/complaints/burst pipes/danger** ในกรณีไฟไหม้/คำร้องเรียน/ท่อระเบิด/ภัยอันตราย; **in ~ of emergency** ในกรณีฉุกเฉิน; **in ~ of hostages' being released** ในกรณีที่ตัวประกันถูกปล่อยตัว; **in the ~ of** ในกรณีของ; **in the ~ of New College** ในกรณีของนิวคอลเลจ; **in any ~** *(regardless of anything else)* อย่างไรก็ตาม, ถึงอย่างไร; **I don't need it in any ~:** ถึงอย่างไรฉันก็ไม่ต้องการมัน; **we don't want to go to the party and in any ~ it's raining** พวกเราไม่อยากไปที่งานเลี้ยง และอีกอย่างหนึ่งฝนก็กำลังตก; **in no ~** *(certainly not)* ไม่ว่ากรณีใดก็ตาม; **in that ~:** ในกรณีนั้น; **in which ~ he would ...:** ถ้าเป็นอย่างนั้นจริงเขาก็จะ...; Ⓑ *(Med., Soc. Serv., etc., or coll.: person afflicted)* ผู้ป่วย; *(Police)* คดี; **a murder ~:** คดีฆาตกรรม; **he is a mental/psychiatric ~:** เขาเป็นผู้ป่วยโรคจิต; **this man is a dangerous ~:** ชายคนนี้เป็นบุคคลอันตราย; **her son is a problem ~:** บุตรชายเธอเป็นปัญหา; Ⓒ *(Law)* คดี; *(action)* การดำเนินคดี; **which was that ~ five years ago?** คดีเมื่อห้าปีก่อนนั้นชื่อคดีอะไรนะ; **the Dreyfus ~:** คดีของเดรย์ฟัส; **the ~ for the prosecution/defence** สำนวนสำหรับการฟ้องร้องดำเนินคดี/การแก้ต่าง; **put one's ~:** เสนอข้อเท็จจริงและเหตุผลเพื่อสนับสนุนฝ่ายของตน; **and that is our ~:** และนั่นคือสำนวนให้การของพวกเรา; Ⓓ *(fig.: set of arguments)* ชุดข้อโต้แย้ง; *(valid set of arguments)* **you have no ~ there** เรื่องนั้นคุณไม่มีข้อโต้แย้ง; **there's a ~ for doing sth.** มีเหตุผลที่จะทำ *ส.น.*; **have a [good] ~ for doing sth./for sth.** มีเหตุผลจูงใจ [ที่ดี] สำหรับการทำ *ส.น.*/สำหรับ *ส.น.*; **make out a ~ for sth.** ให้เหตุผลที่ดีสำหรับ *ส.น.*; Ⓔ *(Ling.)* การก; Ⓕ *(fig. coll.) (comical person)* บุคคลตลกขบขัน

²case ❶ *n.* Ⓐ ลัง, หีบ; *(small)* กล่อง; *(brief~)* กระเป๋าเอกสาร; *(for musical instrument)* กระเป๋า; **violin ~:** กล่องไวโอลิน; **doctor's ~:** กระเป๋าแพทย์; **pen and pencil ~:** กล่องใส่ปากกาและดินสอ; Ⓑ *(sheath)* ซอง, ปลอก; *(for spectacles, cigarettes)* ซอง; *(for jewellery)* กล่องเครื่องเพชร; Ⓒ *(crate)* ลังไม้; **~ of oranges** ลังไม้บรรจุส้ม; Ⓓ *(glass box)* ตู้; **[display]~:** ตู้กระจก [แสดงของประดับ]; Ⓔ *(cover)* เปลือก; ปก; *(seed vessel)* เปลือกหุ้มเมล็ด; *(of sausage)* เปลือกไส้กรอก; *(of book)* ปกหนังสือ; Ⓕ *(Printing)* ถาดช่องตัวพิมพ์; ➡ + **lower case; upper case**

❷ *v.t.* Ⓐ *(box)* ใส่กล่อง/หีบ/ลัง; Ⓑ *(sl.: examine)* **~ the joint** ดูลาดเลาสถานที่

case: ~book *n.* Ⓐ *(Law)* หนังสือรวบรวมคำพิพากษาคดีความ; Ⓑ *(Med.)* สมุดประวัติคนไข้; Ⓒ *(of social worker etc.; also fig.)* สมุดผู้ได้รับการสงเคราะห์; **~-bound** *n. (หนังสือ)* หุ้มปกแข็ง; **~ ending** *n. (Ling.)* การเปลี่ยนตัวอักษรลงท้ายการก; **~-harden** *v.t.* ทำให้ผิวนอกแข็ง *(โดยเฉพาะการหลอมเหล็กกล้า)*; **~-hardened** *(fig.)* (จิตใจ) โหดเหี้ยมปราศจากความปรานี; **~ history** *n.* Ⓐ *(record)* ประวัติ; Ⓑ *(Med.)* บันทึกประวัติคนไข้; **~ knife** *n.* มีดที่เก็บไว้ในฝักหรือปลอก; **~ law** *n. (Law)* กฎหมายที่กำหนดจากกรณีคำพิพากษาของคดีในอดีต; **~load** *n.* จำนวนคนไข้/คดี ฯลฯ; **he has a heavy ~load, his ~load is heavy** เขามีคนไข้/คดีที่ต้องดูแลมาก; **the [doctor's] ~load** จำนวนคนไข้ [ของแพทย์]; **share the [doctor's] ~load** แบ่งเบาจำนวนคนไข้ [ของแพทย์]

casement /ˈkeɪsmənt/ˈเคซเมินทฺ/ *n.* Ⓐ หน้าต่าง*(ที่เปิด/ปิดได้ด้วยบานพับ)*; Ⓑ *(poet.: window)* หน้าต่าง

'casement window *n.* หน้าต่างที่มีบานพับ

case: ~ study *n.* การศึกษาข้อมูลและประวัติเฉพาะราย; **~work** *n., no pl. no indef. art.* งานสังคมสงเคราะห์ที่ดูแลเป็นรายบุคคล; **~worker** *n.* ➤ **489** นักสังคมสงเคราะห์ *(ที่ให้บริการเป็นรายบุคคล)*

cash /kæʃ/แคช/ ❶ *n., no pl. no indef. art.* ➤ **572** Ⓐ เงินสด; **payment in ~ only** ชำระด้วยเงินสดเท่านั้น; **pay [in] ~, pay ~ down** จ่ายเงินสด; **we haven't got the ~:** เราไม่มีเงิน; **be short of ~:** เงินสดขาดมือ; **~ on delivery** เก็บเงินปลายทาง; Ⓑ *(Banking etc.)* เงินสด; **can I get ~ for these cheques?** ฉันขอขึ้นเงินสดจากเช็คพวกนี้หน่อยได้ไหม; **you may withdraw £50 in ~:** คุณสามารถถอนเงินสดได้ 50 ปอนด์; ➡ + **discount 1**

❷ *v.t.* Ⓐ นำเช็คไปขึ้นเงินสด; Ⓑ *(Bridge)* ทิ้งไพ่และทำแต้มได้

~ in ❶ /ˈ--/ *v.t.* นำเข้าบัญชี, นำไปฝากธนาคาร *(เงินสดของมีค่า)*; **~ in one's checks** *or* **chips** *(fig. coll.)* ตาย ❷ /-ˈ-/ *v.i.* **~ in on sth.** *(lit. or fig.)* ทำกำไรได้จาก *ส.น.*

cash: ~ account *n.* สมุดบัญชีเงินฝาก; **~ and carry** *n.* ระบบการขายแบบที่ผู้ซื้อจ่ายเงินสดแล้วนำของไปเลย; **~-and-carry store** ร้านขายของแบบชำระเงินสดแล้วรับของไปเลย; **~back** *n., no pl., no art.:* การแลกเงินสดในร้านค้าพร้อมซื้อสินค้าโดยใช้บัตรเครดิต; **~ book** *n.* สมุดบัญชีเงินสด; **~ box** *n.* กล่องเงินสด; **~ card** *n.* บัตรถอนเงินสดจากเครื่องอัตโนมัติ; บัตรเอทีเอ็ม; **~ crop** *n.* พืชเศรษฐกิจ; **~ desk** *n. (Brit.)* จุดชำระเงินในร้านค้า; **~ dispenser** *n.* เครื่องจ่ายเงินอัตโนมัติโดยใช้บัตร

cashew nut *n.* เม็ดมะม่วงหิมพานต์

'cash flow *n. (Econ.)* กระแสเงินสดรายรับและรายจ่าย

¹cashier /kæˈʃɪə(r)/แค'เชีย(ร)/ *n.* ➤ **489** แคชเชียร์ *(ท.ศ.)*, พนักงานรับ-จ่ายเงิน; **~'s office** จุดสำหรับให้ลูกค้าชำระเงิน

²cashier /kæˈʃɪə(r)/แค'เชีย(ร)/ *v.t.* ไล่ออกจากตำแหน่ง; *(Mil.)* ไล่ออกจาก

'cashless *adj.* ที่ไม่ใช้เงินสด; **the ~ society** สังคมที่เลิกใช้เงินสด

cashmere /kæʃˈmɪə(r)/ˈแคชเมีย(ร)/ *n.* ขนแกะพันธุ์แคชเมียร์ *(ท.ศ.)* *(ซึ่งนุ่มและละเอียดเป็นพิเศษ)*; **~ wool/sweater** ผ้าสักหลาดแคชเมียร์/เสื้อสเวตเตอร์แคชเมียร์

cash: ~ payment *n.* การจ่ายเงินสด; **make ~ payment** ชำระด้วยเงินสด; **~point** *n.* เครื่องจ่ายเงินสดอัตโนมัติ; **~ price** *n.* ราคาของที่ซื้อด้วยเงินสด; **~ register** *n.* เครื่องบันทึกยอดเงิน; **~ sale** *n.* การขายโดยรับเงินสด; **~ value** *n.* มูลค่าเงินสด

casing /ˈkeɪsɪŋ/ˈเคซิง/ *n.* สิ่งห่อหุ้มเปลือกนอก; *(of projectile, cable, tyre)* ปลอกห่อหุ้ม

casino /kəˈsiːnəʊ/เคอะ'ซีโน/ *n., pl.* **~s** สถานที่เล่นการพนัน; บ่อนคาสิโน *(ท.ศ.)*

cask /kɑːsk, US kæsk/คาซค, แคซค/ *n.* ถังใส่เบียร์หรือเหล้าองุ่น

casket /ˈkɑːskɪt, US ˈkæskɪt/ˈคาซคิท, ˈแคซคิท/ *n.* Ⓐ ตลับ; กล่องขนาดเล็ก *(ประดับประดาอย่างสวยงาม สำหรับใส่ของมีค่า)*; Ⓑ *(Amer.: coffin)* หีบศพ

Caspian Sea /kæspɪən ˈsiː/แคซเปียน ˈซี/ *pr. n.* ทะเลสาบแคสเปียน *(ท.ศ.)* *(อยู่ระหว่างทวีปยุโรปและเอเชีย)*

Cassandra /kəˈsændrə/เคอะ'แซนเดรอะ/ *pr. n.* แคสเซนดรา *(ท.ศ.)* *(บุตรีท้าวไพรแอมแห่งทรอย)*; คนที่คอยทำนายเหตุการณ์ร้าย

cassata /kəˈsɑːtə/เคอะˈซาเทอะ/ *n.* ไอศกรีมใส่ผลไม้แช่อิ่ม ผลไม้แห้ง และลูกนัต

cassava /kəˈsɑːvə/เคอะˈซาเวอะ/ *n.* Ⓐ *(plant)* ต้นมันสำปะหลัง; Ⓑ *(flour)* แป้งมันสำปะหลัง

casserole /ˈkæsərəʊl/ˈแคเซอะโรล/ *n.* Ⓐ *(vessel)* ชามมีหูและฝาใช้อบอาหาร; Ⓑ *(food)* อาหารที่อบแบบนี้

cassette /kəˈset, kæˈset/เคอะˈเซ็ท, แคˈเซ็ท/ *n.* ตลับ/ม้วน *(เทป, ฟิล์ม)*; *(miniature film ~)* ตลับฟิล์มขนาดเล็ก

cassette: ~ deck *n.* เครื่องเล่นเทปคาสเซตต์; **~ recorder** *n.* เครื่องอัดเทปคาสเซตต์

cassock /ˈkæsək/ˈแคเซิค/ *n. (Eccl.)* เสื้อยาวของบาทหลวงหรือคณะนักร้องในโบสถ์

cast /kɑːst, US kæst/คาซทฺ, แคซทฺ/ ❶ *v.t.* Ⓐ *(throw)* เหวี่ยง, ขว้าง; **~ sth. adrift** ปล่อย *ส.น.* ให้ล่องลอยไป; **~ loose** แยกออก; ผละจากไป; **he ~ loose from his family** *(fig.)* เขาผละจากครอบครัวไป; **~ sth. ashore** ซัด *ส.น.* ขึ้นฝั่ง; **~ an or one's eye over sth.** เหลือบตาดู *ส.น.*; **~ one's eyes round a room** กวาดตาดูรอบห้อง; **~ light on sth.** ส่องไฟสู่ *ส.น.*; *(fig.)* ทำความกระจ่างใน *ส.น.*; **~ the line/net** เหวี่ยงเบ็ด/ทอดแห; **~ a shadow [on/over sth.]** *(lit.)* ทำให้ *ส.น.* อยู่ในร่มเงา; ทำให้เกิดความหม่นหมองเศร้าสลด [ในเรื่อง *ส.น.*]; **~ a spell on sb./sth.** สาปแช่ง *ค.น./ส.น.*; **~ a vote** ลงคะแนนเสียง; **~ one's mind back to sth.** หวนรำลึกถึง *ส.น.*; **~ sth. to the winds** *(fig.)* โปรย *ส.น.* ไปกับลม; ➡ + **aspersion; lot** G; Ⓑ *(shed) (เกิดการ)* ร่วง *(ผม, ขนสัตว์, ใบไม้)*; สลัด *(เขาสัตว์)*; **the snake ~s its skin** งูลอกคราบ; **a horse ~s a shoe** ม้าทำเกือกหลุดหาย; **~ aside** *(fig.)* ปัดไปไว้ข้าง ๆ, เขี่ยทิ้งไป, ไม่สนใจ *(ข้อเสนอแนะ)*; เลิกละ *(อุปนิสัย, อคติ)*; ลืมความกังวล; เลิกคบค้า *(เพื่อนฝูง)*; ปล่อยวาง *(ความขี้อาย)*; ปล่อยให้หลุด *(โอกาส)*; **she ~ aside her books and the academic life** เธอเลิกสนใจตำรับตำราและชีวิตทางวิชาการ; Ⓒ *(shape, form)* หล่อ; Ⓓ *(calculate)* ผูกดวง; Ⓔ *(assign role[s] of)* มอบบทแสดง; **~ Joe as sb./in the role of sb.** มอบให้โจแสดงเป็น *ค.น.*; **~ a play/film** จัดหาตัวแสดงในละคร/ภาพยนตร์ ❷ *n.* Ⓐ *(Med.)* เฝือก; Ⓑ *(set of actors)* รายนามผู้แสดง; Ⓒ *(model)* สิ่งที่หล่อ; Ⓓ *(throwing of missile etc., throw of dice)* การโยน *(ก้อนหิน)*; การทอด *(ลูกเต๋า)*; *(distance of throw)* **a stone's ~** ระยะที่ขว้างก้อนหินได้ *(ไม่ไกล)*; Ⓔ *(Fishing) (throw of net)* การทอดแห; *(throw of line)* การเหวี่ยงเบ็ด; Ⓕ *(twist)* **develop a ~:** บิดเบี้ยว, งอ; **have a ~ in the** *or* **one's eye** ตาเหล่; Ⓖ *(tinge)* สีจาง ๆ; Ⓗ *(quality)* คุณภาพ; **~ of mind** คุณภาพของจิตใจ; **~ of features** *or* **~ countenance** ลักษณะใบหน้า หรือ เค้าหน้า

~ aˈbout *v.i.* **~ about [to find** *or* **for sth.]** คิดค้น [หาหนทางหรือ *ส.น.*]

~ aˈround ➡ **~ about**

~ aˈway *v.t.* Ⓐ ละทิ้ง; Ⓑ **be ~ away on an island** ถูกทิ้งอยู่บนเกาะ

~ ˈdown *v.t.* **be ~ down [by sth.]** [*ส.น.*] ทำให้ท้อแท้/หมดอาลัย

~ in *v.i.* **~ in one's lot with sb.** ร่วมชะตากรรมกับ *ค.น.*

~ ˈoff ❶ *v.t.* Ⓐ *(abandon)* ทอดทิ้ง *(เด็ก)*; ยกเลิก *(ชีวิตเดิม)*; *(reject)* ละทิ้ง; Ⓑ *(Naut.)* ปล่อยเรือ, ปลดเชือกผูกเรือ; Ⓒ *(Knitting)* เก็บเข็ม; Ⓓ *(Printing)* **~ off [the manuscript]** ประมาณความยาว [ของบทความ] ❷ Ⓐ *v.i. (Knitting)* เก็บเข็ม; Ⓑ *(Naut.)* จากไป; ➡ + **~-off**

~ ˈon *v.t. & i. (Knitting)* ขึ้นเข็ม

~ ˈup *v.t.* Ⓐ *(add)* รวมกัน, บวกกัน; Ⓑ *(wash up)* ซัดขึ้นฝั่ง

castanet /kæstəˈnet/แคซเตอะˈเน็ท/ *n., usu. in pl. (Mus.)* แผ่นเคาะประกอบดนตรี *(โดยเฉพาะในการเต้นระบำสเปน)*

castaway /ˈkɑːstəweɪ, US ˈkæst-/ˈคาซเตอะเว, ˈแคซทฺ-/ *n.* ผู้โดยสารเรือที่ประสบภัยพิบัติเรือล่ม

caste /kɑːst/คาซทฺ/ *n. (lit. or fig.)* Ⓐ ชนชั้นอภิสิทธิ์; วรรณะ *(ร.บ.)*; Ⓑ *no pl., no art. (class system)* ระบบชั้นวรรณะ; *(social position)* ฐานะทางสังคม; **lose ~:** สูญเสียฐานะทางสังคม

castellated /ˈkæstəleɪtɪd/ˈแคซเตอะเลทิด/ *adj.* Ⓐ *(castlelike)* ที่สร้างคล้ายปราสาท; Ⓑ *(battlemented)* มีกำแพงและป้อมปราการเหมือนปราสาท

ˈcaste mark *n.* เครื่องหมายบนหน้าผากที่แสดงชั้นวรรณะ

caster /ˈkɑːstə(r), US ˈkæstər/ˈคาซเตอะ(ร)/ *n.* Ⓐ ➡ **castor;** Ⓑ *(Printing)* เครื่องหล่อตัวพิมพ์

castigate /ˈkæstɪgeɪt/ˈแคซติเกฺท/ *v.t. (punish)* ลงโทษ; *(criticize)* วิจารณ์

castigation /kæstɪˈgeɪʃn/แคซติเกฺช'น/ *n. (punishment)* การลงโทษ; *(criticism)* การวิจารณ์

Castilian /kəˈstɪlɪən/เคอะˈซติเลียน/ ❶ *adj.* เกี่ยวกับภาษาหรือชาวแคสตีล *(ท.ศ.)*; ➡ + **English** 1 ❷ *n.* Ⓐ ชาวแคสตีล; Ⓑ *(language)* ภาษาแคสตีล ➡ + **English** 2 A

casting /ˈkɑːstɪŋ, US ˈkæst-/ˈคาซติง, ˈแคซทฺ-/ *n.* Ⓐ *(Metallurgy: product)* การหล่อ, สิ่งที่หล่อ; Ⓑ *(Theatre, Cinemat.)* การกำหนดบท

casting ˈvote *n.* เสียงตัดสิน *(เมื่อสองฝ่ายมีคะแนนเท่ากัน)*; **the ~ rests with the manager** เสียงตัดสินขึ้นอยู่กับผู้จัดการ

cast: ~ ˈiron *n.* เหล็กหล่อ, เหล็กหลอม; **~-iron** *adj.* เป็นเหล็กหล่อ; *(fig.) (การยืนยัน)* ร้อยเปอร์เซ็นต์; *(คดี)* แน่นแฟ้น; สุขภาพ *(แข็งแรง)*; *(จิตใจ)* เข้มแข็ง

castle /ˈkɑːsl, US ˈkæsl/ˈคาซ'ล, ˈแคซ'ล/ ❶ *n.* Ⓐ *(stronghold)* ปราสาท, ป้อมปราการ; *(mansion)* คฤหาสน์; **Windsor C~:** พระราชวังวินด์เซอร์; **~s in the air** *or* **in Spain** วิมานในอากาศ; Ⓑ *(Chess)* ตัวเรือ ❷ *v.i. (Chess)* ใช้ตัวเรือแลกตำแหน่งกับขุน

ˈcast-off ❶ *adj.* ถูกทอดทิ้ง ❷ *n. in pl.* สิ่งของที่ถูกทอดทิ้ง; **she didn't want her friend's ~s** *(fig. joc.)* เธอไม่อยากได้ของที่เพื่อนทิ้งแล้ว

castor /ˈkɑːstə(r), US ˈkæs-/ˈคาซเตอะ(ร), ˈแคซ-/ *n.* Ⓐ *(sprinkler)* อุปกรณ์โปรย *(น้ำตาล, ผงต่าง ๆ)*; Ⓑ *(wheel)* ล้อเล็ก ๆ *(ของเครื่องเรือน/เครื่องจักร)*

castor: ~ ˈoil *n.* น้ำมันเม็ดละหุ่ง; **~ sugar** *n. (Brit.)* น้ำตาลทรายขาวละเอียด

castrate /kæˈstreɪt, US ˈkæstreɪt/แคˈซเตรฺท, ˈแคซเตรฺท/ *v.t.* Ⓐ ตอน; *(fig.)* ลดกำลัง; Ⓑ *(expurgate)* ตัดทอนแก้ไข *(หนังสือ)*

castration /kæˈstreɪʃn/แคˈซเตรฺช'น/ *n.* Ⓐ การตอน; *(fig.)* การลดกำลัง; Ⓑ *(expurgate)* การตัดทอนแก้ไข *(หนังสือ)*

castrato /kæˈstrɑːtəʊ/แคˈซตฺราโท/ *n., pl.* **castrati** /kæˈstrɑːtiː/แคˈซตฺราที/ *(Mus. Hist.)* นักร้องชายที่ถูกตอนตั้งแต่เด็ก เพื่อให้รักษาระดับเสียงสูง

casual /ˈkæʒʊəl/ˈแคฌวล/ ❶ *adj.* Ⓐ ไม่เป็นทางการ; *(การแต่งกาย)* ตามสบาย; *(คำพูด)* ที่ไม่ใส่ใจ; *(การทำ ส.น.)* ไม่พิถีพิถัน; *(การรู้จัก)* ผิวเผิน; *(ทัศนคติ)* ไม่เอาจริงเอาจัง; *(งาน)* ชั่วคราว; *(เดินเหิน)* อย่างใจเย็น; **I'm just here on a ~ visit** ฉันแค่มาเยี่ยมเฉย ๆ; **be ~ about sth.** ไม่พิถีพิถันเกี่ยวกับ *ส.น.*; **you can't be so ~ about timekeeping** คุณจะต้องใส่ใจเรื่องเวลาให้มากกว่านี้; **he's so ~ about his work** เขาช่างไม่ใส่ใจกับงานของเขาเลย; **~ sex** การร่วมเพศโดยไม่มีความสัมพันธ์ใด ๆ; Ⓑ *(accidental)* โดยบังเอิญ; **by some ~ coincidence** โดยบังเอิญ ❷ *n.* Ⓐ *in pl. (clothes)* เสื้อชุดลำลอง; Ⓑ ➡ **casual labourer;** Ⓒ ➡ **casual shoe**

casual: ~ˈearnings *n. pl.* ค่าจ้างชั่วคราว; **~ ˈlabour** *n., no pl.* แรงงานชั่วคราว; **~ ˈlabourer** *n.* คนงานชั่วคราว

casually /ˈkæʒjʊəlɪ/ˈแคฌวลิ/ *adv. (ทำงาน)* อย่างชั่วคราว; *(ทำ ส.น.)* อย่างไม่พิถีพิถัน; *(พูดคุย)* อย่างไม่เป็นทางการ; *(แต่งตัว)* อย่างสบาย ๆ; *(ทำสิ่งใด)* อย่างไม่ใส่ใจ; *(รู้จัก)* อย่างผิวเผิน; **I glanced ~ at the headlines** ฉันชำเลืองมองหัวข้อข่าวอย่างผ่าน ๆ; **I was ~ reading a book** ฉันอ่านหนังสืออย่างไม่ใส่ใจนัก; **he treats/approaches his work too ~:** เขาจัดการ/ทำงานของเขาอย่างปล่อยปละละเลยมากเกินไป; Ⓑ *(accidentally)* โดยบังเอิญ

casualness /ˈkæʒjʊəlnɪs/ˈแคฌวลนิซ/ *n., no pl.* ความบังเอิญ; ความตามสบาย; *(of remark)* ความไม่เป็นทางการ; ความไม่ใส่ใจ

casual ˈshoe *n.* รองเท้าลำลอง

casualty /ˈkæʒjʊəltɪ/ˈแคฌวลทิ/ *n.* Ⓐ *(injured person)* คนบาดเจ็บ; *(in battle)* คนบาดเจ็บ; *(dead person)* คนตาย; Ⓑ *(fig.)* คนที่ได้รับผลกระทบ; *(failure)* คนล้มเหลว; Ⓒ *no art. (hospital department)* แผนกฉุกเฉิน; **work in ~:** ทำงานในแผนกฉุกเฉิน

casualty: ~ department *n.* แผนกฉุกเฉิน; **~ list** *n.* รายชื่อผู้บาดเจ็บและเสียชีวิต; **~ ward** *n.* แผนกฉุกเฉิน

casuist /ˈkæʒjʊɪst/ˈแคฌิวอิซทฺ/ *n. (Philos.)* ผู้ศึกษาและยึดถือหลักธรรมจริยา; เจ้าคารม, เจ้าโวหาร

casuistry /ˈkæzjʊɪstrɪ/ˈแคซิวอิซทฺริ/ *n. (Philos.)* การใช้หลักศีลธรรมในการตัดสินปัญหา; การเล่นสำนวนโวหาร

cat /kæt/แคท/ *n.* Ⓐ แมว; **she-~** แมวตัวเมีย; **tom~** แมวตัวผู้; **be as nervous as a ~:** ประสาทเครียดมาก; **play ~ and mouse with sb.** แกล้ง *ค.น.*; **when the ~'s away [the mice will play]** *(prov.)* แมวไม่อยู่ หนูร่าเริง; **let the ~ out of the bag** *(fig.)* เปิดเผยความลับโดยไม่ได้ตั้งใจ; **be like a ~ on hot bricks** ใจคอไม่อยู่กับเนื้อกับตัว; **look like something the ~ brought in** *(fig.)* หน้าตาท่าทางเหมือนไอ้โจร; **curiosity killed the ~** *(fig.)* สอดรู้สอดเห็นมากนักอาจเป็นอันตราย; **[fight] like ~ and dog** กัดกันอย่างกับหมากับแมว; **not a ~ in hell's chance** ไม่มีโอกาสเลยแม้แต่น้อย; **we'll wait and see which way the ~ jumps** *(fig.)* จะรอดูไปก่อนว่าเหตุการณ์จะคลี่คลายไปอย่างไร; **a ~ may look at a king** *(prov.)* เขาก็คน เราก็คน; **enough to make a ~ laugh** ตลกงอหงาย; **put the ~ among the pigeons** *(fig.)* หาเรื่องก่อเหตุวุ่นวาย; **it would be putting the ~ among the pigeons** ก็เท่ากับก่อเหตุวุ่นวายนั่นแหละ; **rain ~s and dogs** ฝนตกหนักขนาดไม่ลืมหูลืมตา;

C

cataclysm | catchment area 154

C

no room to swing a ~ *(fig.)* ที่เท่ากับแมวดิ้นตาย; **has the ~ got your tongue?** พูดไม่ออกแล้วหรือไง; Ⓑ *(coll. derog.: malicious woman)* หญิงเจ้าเล่ห์; Ⓒ *(Zool.: member of genus Felis)* สัตว์สกุลแมว; **the [great] Cats** สัตว์สกุลสิงโต, เสือ, เสือดาว ฯลฯ; **the ~ family** สกุลแมว; Ⓓ ➡ **cat-o'-nine-tails**

cataclysm /ˈkætəklɪzm/ˈแคเทอะคลิซ่ม/ *n.* ภัยพิบัติ; *(fig.: upheaval)* การปฏิวัติ, กลียุค

cataclysmic /kætəˈklɪzmɪk/แคเทอะˈคลิซมิค/ *adj.* ซึ่งสะเทือนขวัญอย่างรุนแรง; ซึ่งเหมือนภัยพิบัติ

catacomb /ˈkætəkuːm, US -kəʊm/ˈแคเทอะคูม, –โคม/ *n. pl.* Ⓐ สุสานใต้ดิน; Ⓑ *(cellar)* ห้องใต้ดินที่เก็บอาหารและเหล้า

catafalque /ˈkætəfælk/ˈแคเทอะแฟลค/ *n.* แท่นตั้งหีบศพของบุคคลสำคัญ

Catalan /ˈkætəlæn/ˈแคเทอะแลน/ ❶ *adj.* แห่งแคว้นคาตาโลเนียในประเทศสเปน; ➡ + **English** 1 ❷ *n.* Ⓐ *(person)* ชาวคาตาโลเนีย; Ⓑ *(language)* ภาษาคาตาโลเนีย; ➡ + **English** 2 A

catalog, cataloger *(Amer.)* ➡ **catalogue, cataloguer**

catalogue /ˈkætəlɒg, US -lɔːg/ˈแคเทอะลอก/ ❶ *n.* แค็ตตาล็อก *(ท.ศ.)*; รายการสินค้า; **subject ~:** รายการหนังสือที่เรียงตามเนื้อหา ❷ *v.t.* จัดทำแค็ตตาล็อก; ทำรายการ *ส.น.*

cataloguer /ˈkætəlɒgə(r)/ˈแคเทอะลอเกอะ(ร)/ *n.* ผู้จัดทำแค็ตตาล็อก

Catalonia /kætəˈləʊnɪə/แคเทอะˈโลเนีย/ *pr. n.* แคว้นคาตาโลเนีย *(ทางทิศเหนือของประเทศสเปน)*

catalyse /ˈkætəlaɪz/ˈแคเทอะลายซฺ/ *v.t.* *(Chem.: also fig.)* ทำให้เกิดปฏิกิริยา *(โดยวิธีเติมสารตัวเร่งเข้าไป)*

catalysis /kəˈtæləsɪs/เคอะˈแทเลอะซิซ/ *n., pl.* **catalyses** /kəˈtælɪsiːz/เคอะˈแทลิซีซฺ/ *(Chem.)* การเร่งปฏิกิริยาทางเคมี

catalyst /ˈkætəlɪst/ˈแคเทอะลิซทฺ/ *n. (Chem)* ตัวเร่งปฏิกิริยา; *(fig.)* สิ่งที่เป็นปัจจัยสำคัญในเหตุการณ์หนึ่ง; **act as a ~** ทำหน้าที่เป็นตัวเร่งปฏิกิริยา

catalytic /kætəˈlɪtɪk/แคเทอะˈลิทิค/ *adj.* *(Chem.; also fig.)* เกี่ยวข้องกับการเร่งปฏิกิริยา

catalytic conˈverter *n. (Motor Veh.)* เครื่องแปลงไอเสียแบบเร่งปฏิกิริยา *(โดยเปลี่ยนก๊าซที่มีมลภาวะให้เป็นก๊าซที่ไม่เป็นอันตราย)*

catalyze *(Amer.)* ➡ **catalyse**

catamaran /kætəməˈræn/แคเทอะเมอะˈแรน/ *n. (Naut.)* เรือคาตามารัน *(ท.ศ.)*; เรือซึ่งมีลำเรือแยกเป็นสองลำขนานกัน, แพขนาน

cat-and-ˈdog *adj.* **lead a ~ life** วิวาทกันตลอดเวลาเหมือนหมากัดกับแมว

catapult /ˈkætəpʌlt/ˈแคเทอะเพิลทฺ/ ❶ *n.* หนังสติ๊ก ❷ *v.t.* Ⓐ *(fling)* ยิงหนังสติ๊ก; เหวี่ยง; **they were ~ed into action** *(fig.)* พวกเขาถูกผลักดันให้เร่งปฏิบัติการอย่างรีบด่วน; **the tragedy ~ed us into the depths of despair** โศกนาฏกรรมครั้งนั้นทำให้เราจมปลักอยู่กับความสิ้นหวัง; Ⓑ *(launch)* ผลักดันออกไป ❸ *v.i. (be flung)* ถูกยิง/เหวี่ยงออกไป

cataract /ˈkætərækt/ˈแคเทอะแรคทฺ/ *n.* Ⓐ น้ำตกขนาดใหญ่; *(fig.)* ฝนห่าใหญ่, น้ำเชี่ยว; Ⓑ *(Med.)* ต้อกระจกที่เลนส์ตา

catarrh /kəˈtɑː(r)/เคอะˈทา(ร)/ *n.* ➤ 453 Ⓐ *(discharge)* น้ำมูก; Ⓑ *(inflammation)* อาการอักเสบของเยื่อบุหลอดลม

catastrophe /kəˈtæstrəfɪ/เคอะˈแทซเตรอะฟิ/ *n.* ภัยพิบัติร้ายแรง; **end in ~:** จบลงด้วยความวิบัติ

catastrophic /kætəˈstrɒfɪk/แคเทอะˈซตรอฟิค/ *adj.*, **catastrophically** /kætəˈstrɒfɪkəlɪ/แคเทอะˈซตรอฟิเคอะลิ/ *adv.* อย่างร้ายแรง, อย่างวิบัติ

catatonia /kætəˈtəʊnɪə/แคเทอะˈโทเนีย/ *n.* ❶ *(Psych.) โรคประสาทหลอนทำให้เกิดอาการชักและหมดสติชั่วขณะ บางครั้งมีการอาละวาดด้วย* ❷ อาการชักและหมดสติสลับกัน

catatonic /kætəˈtɒnɪk/แคเทอะˈทอนิค/ *adj.* *(Psych.)* มีอาการชักสลับกับการหมดสติ

cat: ~ **burglar** *n.* นักย่องเบาที่ปีนขึ้นบ้าน; ~**call** ❶ *n.* เสียงผิวปากแสดงความไม่พอใจ ❷ *v.i.* ผิวปากเสียงแหลม; เป่าปาก

catch /kætʃ/แคฉ/ ❶ *v.t.* **caught** /kɔːt/คอท/ Ⓐ *(capture)* จับตัวไว้; *(lay hold of)* จับยึดไว้ด้วยมือ; **~ sb. by the arm** เอามือจับแขน *ค.น.* ไว้ *หรือ* ดึง *ค.น.* ไว้; **~ hold of sb./sth.** จับตัว *ค.น./ส.น.* ไว้ได้; *(to stop oneself falling)* ยึดเหนี่ยว *ค.น./ส.น.* ไว้; **he caught hold of me by the throat** เขาจับ/รัดคอฉันไว้; Ⓑ *(intercept motion of)* รับได้; **he caught the door before it slammed** เขาคว้าประตูไว้ได้ก่อนที่มันจะปิดปัง; **the brambles kept ~ing our clothes** ต้นหนามคอยเกี่ยวเสื้อผ้าของเรา; **~ a thread** เย็บเส้นด้ายติดเข้าไป; **get sth. caught** *or* **~ sth. on/in sth.** *ส.น.* โดน *ส.น.* เกี่ยว; **I got my finger caught** *or* **caught my finger in the door** นิ้วของฉันถูกประตูหนีบ; **get caught on/in sth.** เข้าไปเกี่ยวกับ *ส.น.*; ➡ + **breath** A; Ⓒ *(travel by)* เดินทางโดย *(พาหนะ)*; *(manage to see)* แลเห็น; *(manage to hear)* ได้ยิน, ได้ฟัง *(เสียงวิทยุ)*; *(be in time for)* ไปทัน *(รถไฟ, เครื่องบิน)*; ไปทันได้พบ *(ค.น.)*; **did you ~ her in?** คุณไปพบเธอทันไหม; **did you ~ the post?** คุณไปทิ้งจดหมายทันไหม; Ⓓ *(surprise)* **~ sb. at/doing sth.** จับ *ค.น.* ได้ในขณะทำ *ส.น.*; **~ sb. unawares** ทำให้ *ค.น.* สะดุ้ง; **caught by a sudden fall of the dollar** ไม่ทันได้เตรียมตัวที่ค่าเงินดอลลาร์ตกวูบกะทันหัน; **caught in a mist/thunderstorm** ติดอยู่กลางหมอก/กลางพายุฝน; **I caught myself thinking how old she looked** ฉันรู้ตัวว่าอดคิดไม่ได้ว่าเธอดูแก่มากทีเดียว; **~ sb. in sth./somewhere** พบ *ค.น.* ทำ *ส.น.* โดยบังเอิญ/ณ ที่ใดที่หนึ่ง; **you'll never ~ me in this pub again** คุณจะไม่มีวันเจอฉันในร้านเหล้าแห่งนี้อีก; **~ me!/him!** ไม่มีวันเสียละ; ➡ + **act** 1 B; ¹**bend** 3 B; ²**hop** 3 C; Ⓔ ➤ 453 *(become infected with, receive)* ติดเชื้อ; **~ sth. from sb.** ติด *ส.น.* จาก *ค.น.*; **~ [a] cold** เป็นหวัด; *(fig.)* ประสบปัญหา; **he caught this habit from his wife** *(fig.)* เขาติดนิสัยนี้มาจากภรรยา; **he caught that trick from his brother** *(fig.)* เขาได้อุบายนี้มาจากพี่ชาย; **you'll ~ a terrible scolding/beating** *etc.* **from your father** เดี๋ยวได้โดนพ่อดุแหลก/ตีตายเลย; **~ it** *(fig. coll.)* ติด *ส.น.*; **you'll ~ it from me** เดี๋ยวคุณจะโดนจากฉันแน่; ➡ + **death** A; Ⓕ *(arrest)* **~ sb.'s gaze** สบสายตา *ค.น.*; **~ sb.'s attention/interest** สะดุดความสนใจของ *ค.น.*; **~ sb.'s fancy** เป็นที่ถูกอกถูกใจ *ค.น.*; **~ the Speaker's eye** *(Parl.)* สบตาประธานสภา *(เพื่อขออภิปราย)*; **~ sb.'s eye** สบตากับ *ค.น.*; เป็นที่สังเกตของ *ค.น.*; ทำให้ *ค.น.* ติดใจ; *(be impossible to overlook)* เห็นอยู่ต่ำตา; Ⓖ *(hit)* **~ sb. on/in sth.** หวด *หรือ* ฟาด *ค.น.* บน/ใน *ส.น.*; **~ sb. a blow [on/in sth.]** หวด *หรือ* ฟาด *ค.น.* [บน/ใน *ส.น.*]; Ⓗ *(grasp in thought)* เข้าใจ; **did you ~ his meaning?** คุณเข้าใจความหมายของเขาหรือเปล่า; **~ the mood** เกิดความรู้สึกคล้อยตามไป; **~ sb.'s likeness** *(วาด/เขียน)* บุคลิกของ *ค.น.* ได้; Ⓘ ➡ **~ out** a ❷ *v.i.*, **caught** Ⓐ *(begin to burn)* ติดไฟ; Ⓑ *(become fixed)* ติดแน่น, เกี่ยว; **my coat caught on a nail** เสื้อฉันเกี่ยวตะปูเข้า; Ⓒ **~ at sb.'s sleeve** กระตุกแขนเสื้อ *ค.น.*
❸ *n.* Ⓐ *(of ball)* **make [several] good ~es** รับลูกบอลได้ดี [หลาย ๆ หน]; **make a ~ with one hand** รับด้วยมือข้างเดียว; Ⓑ *(amount caught, lit. or fig.)* ค่าของสิ่งที่ได้; สิ่งที่จับไว้ได้; **you've made a great ~ as far as your house is concerned** *(fig.)* คุณซื้อบ้านมาถูกเหมือนได้เปล่า; **sth. is no [great] ~** *(fig.)* ธุรกิจ *ส.น.* ไม่น่าสนใจ; **he was no ~[, matrimonially]** *(fig.)* เขาไม่ใช่กิ่งทองใบหยกหรอก; Ⓒ *(trick, unexpected difficulty)* อุปสรรค, ปัญหา (in ใน); **there must be a ~ in it somewhere** คงต้องเจอตอเข้าสักที่หนึ่ง; **the ~ is that ...:** ปัญหาคือ...; **~-22** *(coll.)* ภาวะที่กลืนไม่เข้าคายไม่ออก; **it's ~-22** *(coll.)* หาทางออกไม่ได้; Ⓓ *(fastener)* อุปกรณ์ปิด/เปิด/เกี่ยว; *(of door)* กลอน, สลัก; Ⓔ *(Cricket etc.) การรับลูก ซึ่งทำให้คนตีลูกต้องออกจากสนาม*; **miss a ~:** รับลูกไม่ได้; **he is a good ~:** เขารับลูกได้เก่ง

~ **ˈon** *v.i. (coll.)* Ⓐ *(become popular)* เข้ามาอยู่ในสมัยนิยม; Ⓑ *(understand)* เข้าใจ

~ **ˈout** *v.t.* Ⓐ *(Cricket etc.) รับลูกได้ ทำให้ผู้ตีต้องออกจากสนาม*; Ⓑ *(detect in mistake etc.)* จับได้ว่าทำผิด; **it's not easy to ~ him out** จะจับผิดเขาให้ได้นั้นไม่ง่ายเลย; **he was caught out on a point of form** เขาพลาดในเรื่องระเบียบปฏิบัติ; Ⓒ *(take unawares)* จับได้โดยที่อีกฝ่ายไม่รู้ตัว

~ **ˈup** ❶ *v.t.* Ⓐ *(reach)* **~ sb. up** ตาม *ค.น.* ทัน; *(in quality, skill)* เทียบเคียงกับเขาได้แล้ว; Ⓑ *(absorb)* **be caught up in sth.** ใจจดจ่ออยู่กับ *ส.น.*; **they were completely caught up in each other** พวกเขารู้สึกซาบซึ้งดื่มด่ำซึ่งกันและกัน; Ⓒ *(snatch)* เหนี่ยว; เกี่ยว; ติดแน่น; **sth. gets caught up in sth.** *ส.น.* เข้าไปติดแน่นอยู่ในอีก *ส.น.* ❷ *v.i. (get level)* ตามทัน, ไล่ทัน; **~ up with sb.** *(in quality, skill)* ทัดเทียมกับ *ค.น.*; **~ up on sth.** เสริม *(ความสามารถ)* ให้ได้ระดับ; ทำ *ส.น.* ให้อิ่ม *(นอนหลับ)*; **I'm longing to ~ up on your news** ฉันอยากจะรู้ข่าวคราวใหม่ ๆ ของคุณเหลือเกิน

catch: ~**-all** *n.* ภาชนะใช้ใส่ของได้ทุกอย่าง; *(fig.)* *ส.น.* ที่รวบรวมทุกอย่างอยู่ในตัว; **~-all term** *คำพูดที่ใช้กันบ่อยจนความหมายที่แท้จริงเกือบไม่เหลือ*; ~**-as-~-ˈcan** *n.* การเล่นเกมแบบคว้าได้คว้าเอา; **play ~-as-~-can** ใช้วิธีตัวใครตัวมัน, มือใครยาวสาวได้สาวเอา; ~ **crop** *n. (Agric.)* *พืชที่ปลูกคั่นระหว่างแนวพืชชนิดอื่นหรือระหว่างปลูกพืชอีกรอบ*

catcher /ˈkætʃə(r)/ˈแคเฉอะ(ร)/ *n.* Ⓐ ผู้จับ; Ⓑ *(Baseball)* ตำแหน่งผู้รับลูกบอล ซึ่งอยู่หลังผู้ตีลูก

catching /ˈkætʃɪŋ/ˈแคฉิง/ *adj.* *(โรคภัยไข้เจ็บ)* ซึ่งติดต่อกันได้; *(นิสัย, ความประพฤติ)* ที่ลอกเลียนง่าย

catchment area *n. (lit.)* พื้นที่รับ *(น้ำฝน)*; *(fig.)* พื้นที่เขตบริการ *(ของโรงเรียนหรือโรงพยาบาล ฯลฯ)*

catch: ~penny *adj.* **~penny goods** ของขายราคาย่อมเยาว์; **~phrase** *n.* คำขวัญ; สโลแกน *(ท.ศ.)*; **~ points** *n. pl. (Railw.)* เครื่องมือเลื่อนรถไฟออกจากราง; **~ question** *n.* คำถามที่แฝงกลลวง; **~word** *n.* Ⓐ *(headword)* คำหรือข้อความที่เป็นหัวพาด; *(slogan)* คำขวัญ; Ⓑ *(at foot of page)* คำแรกสุดและคำท้ายสุดของพจนานุกรมแต่ละหน้า

catchy /ˈkætʃɪ/ˈแคฉิ/ *adj.* Ⓐ จำง่ายและไพเราะ; **a ~ song** เพลงที่ฟังและติดใจ; Ⓑ *(attractive)* สวยงาม; *(สี, เสื้อผ้า)* งามตา

'cat door *n.* ประตูแมว *(บานเปิดปิดขนาดเล็กเจาะในตัวประตูบ้าน)*

catechise ➡ **catechize**

catechism /ˈkætɪkɪzm/ˈแคทิคิซฺ่ม/ *n. (Relig.)* Ⓐ *(book.)* หนังสือสรุปหลักการของศาสนาในรูปปุจฉาวิสัชนา; **Church C~:** หนังสือสรุปหลักการของศาสนาคริสต์นิกายแองกลิกัน; Ⓑ *(instruction)* คำสอนในรูปปุจฉาวิสัชนา; *(fig.: questioning)* การซักถาม; **put sb. through a ~** *(fig.)* เอาตัว *ค.น.* มาซักไซ้ไล่เลียง

catechize /ˈkætɪkaɪz/ˈแคเทอะคายซฺ/ *v.t. (Relig.) (instruct)* สอนด้วยวิธีถาม-ตอบ; *(fig.: question)* ซักถาม, ตรวจสอบ

categorial /kætɪˈgɒrɪəl/แคเทอะˈกอเรียล/ *adj.* สมบูรณ์, เด็ดขาด, แน่ชัด

categorical /kætɪˈgɒrɪkl, US -ˈgɔ:r-/แคทิˈกอริค่ล/ *adj.* อย่างไม่มีเงื่อนไข, เด็ดเดี่ยว, ชัดเจน; **he was quite ~ about it** เขามีท่าทีเด็ดเดี่ยวทีเดียวในเรื่องนี้; **~ imperative** *(Philos.)* คำสั่งเด็ดขาด, *คำสั่งที่ไม่มีเงื่อนไขเป็นเจตนาที่ไม่คำนึงถึงผลและเป็นกฎสากล*

categorically /kætɪˈgɒrɪkəlɪ, US -ˈgɔ:r-/แคทิˈกอริเคอะลิ/ *adv.* อย่างไม่มีเงื่อนไข, อย่างเด็ดเดี่ยว, อย่างชัดเจน

categorize (**categorise**) /ˈkætɪgəraɪz/ˈแคทิเกอะรายซฺ/ *v.t.* จำแนกออกเป็นประเภท

category /ˈkætɪgərɪ, US -gɔ:rɪ/ˈแคทิเกอะริ/ *n. (also Philos.)* ประเภทหรือหมวด; มโนทัศน์โดยนัยอนุโลมที่จิตยึดไว้

cater /ˈkeɪtə(r)/ˈเคเทอะ(ร)/ *v.i.* Ⓐ *(provide or supply food)* **~ [for sb./sth.]** จัดหาอาหารและเครื่องดื่มให้ [*ค.น.*/สำหรับบางโอกาส]; **~ for weddings** จัดเลี้ยงในงานแต่งงาน; Ⓑ *(provide requisites etc.)* **~ for sb./sth.** จัดหาสิ่งที่จำเป็นให้ *ค.น./ส.น.*; จัดบริการ *ค.น./ส.น.*; **~ for the needs of the individual** สนองความต้องการของแต่ละบุคคล; **~ for all ages** ให้บริการทุกกลุ่มอายุ; Ⓒ **~ to** *(pander)* สนองความต้องการที่ไม่ถูกต้อง; **newspapers ~ing to people's love of scandal** หนังสือพิมพ์หาข่าวอื้อฉาวไว้สนองความต้องการของชาวบ้าน

catercorner /ketəˈkɔ:nə(r)/แคเทอะˈคอเนอะ(ร)/ **catercornered** /ˈkætəkɔ:nəd/ˈแคเทอะคอเนิด/ *(Amer.) adv., adj.* อย่างทแยงมุม

caterer /ˈkeɪtərə(r)/ˈเคเทอะเรอะ(ร)/ *n.* ➤ **489** ผู้มีอาชีพจัดอาหารและเครื่องดื่มในงานเลี้ยง

catering /ˈkeɪtərɪŋ/ˈเคเทอะริง/ *n.* Ⓐ *(trade)* **~ [business]** กิจการจัดงานเลี้ยง; กิจการร้านอาหาร; กิจการทำอาหาร; **he is interested in ~ as a career** เขาสนใจที่จะประกอบกิจการร้านอาหารเป็นอาชีพ; Ⓑ *(service)* บริการทำอาหารส่งถึงที่; **who's responsible for the ~ in this hotel?** ใครรับผิดชอบด้านอาหารและเครื่องดื่มในโรงแรมนี้; **do the ~:** ทำงานด้านจัดอาหารและเครื่องดื่ม; **~ firm/service** ➡ **caterer**

caterpillar /ˈkætəpɪlə(r)/ˈแคเทอะพิเลอะ(ร)/ *n.* Ⓐ *(Zool.)* ตัวอ่อนของผีเสื้อ; ดักแด้, ตัวแก้ว, ตัวด้วง, ตัวบุ้ง; Ⓑ **C~ [tractor]** ® *(Mech.)* รถแทรกเตอร์ตีนตะขาบ

caterpillar: ~ 'track, ~ 'tread *ns.* เหล็กคาดล้อตีนตะขาบ

caterwaul /ˈkætəwɔ:l/ˈแคเทอะวอล/ ❶ *v.i. (แมว)* ร้องหง่าว ๆ; *(นักร้อง)* ที่ร้องดังและเพี้ยน ❷ *n.* เสียงแมวหง่าว

cat: ~fish *n.* ปลาน้ำจืดนานาพันธุ์มักมีหนวดข้างปาก เช่น ปลาดุก; **~ flap** ➡ **cat door**; **~gut** *n.* สายเอ็นของเครื่องดนตรีประเภทเครื่องสาย; *(Med.)* เอ็นสำหรับเย็บแผลผ่าตัด

catharsis /kəˈθɑ:sɪs/เคอะˈธาซิซ/ *n., pl.* **catharses** /ˈkəˈθɑ:si:z/แคˈเธอะซีซฺ/ *(emotional outlet; also Psych.)* Ⓐ การระบายอารมณ์ในงานศิลปะหรือในการแสดงละคร; Ⓑ *(Psych.)* กรรมวิธีระบายหรือขจัดอารมณ์เก็บกด *(โดยการเล่าถึงเหตุที่ทำให้ความเครียดทางอารมณ์เกิดขึ้น)*

cathartic /kəˈθɑ:tɪk/เคอะˈธาทิค/ ❶ *adj.* Ⓐ *(Med.)* มีฤทธิ์ระบาย; **~ medicine** ยาระบาย; Ⓑ *(effecting catharsis; also Psych.)* ซึ่งก่อให้เกิดการระบายอารมณ์ ❷ *n. (Med.)* ยาระบาย

Cathay /kæˈθeɪ/แคˈเธ/ *pr. n. (arch./poet.)* ประเทศจีน

cathedral /kəˈθi:drəl/เคอะˈธีเดริล/ *n.* **~ [church]** มหาวิหาร; โบสถ์ที่สำคัญที่สุดในเขตปกครองทางศาสนา; **Cologne C~:** มหาวิหารแห่งนครโคโลญ; **Rheims C~:** มหาวิหารแห่งนครแรมส์

ca'thedral city *n.* เมืองซึ่งเป็นที่ตั้งของมหาวิหาร

Catherine /ˈkæθərɪn/ˈเคเทอะริน/ *pr. n. (Hist., as name of ruler etc.)* แคเทอรีน *(เจ้าหญิง, จักรพรรดิ ฯลฯ)*

'Catherine wheel *n.* Ⓐ *(firework)* ดอกไม้ไฟรูปร่างกลม จุดแล้วหมุนเป็นวง; Ⓑ ➡ **cart-wheel B**; Ⓒ *(Archit.)* หน้าต่างรูปกลมแบ่งออกเป็นแฉกเหมือนวงล้อ

catheter /ˈkæθɪtə(r)/ˈแคธิเทอะ(ร)/ *n. (Med.)* ท่อ *หรือ* สายยางที่สอดเข้าไปในร่างกายเพื่อถ่ายของเหลวเข้าหรือออก, หลอดสวน

catheterize /ˈkæθɪtəraɪz/ˈแคธิเทอะรายซฺ/ *v.t. (Med.)* สอดสายยางเข้าไปในร่างกาย

cathode /ˈkæθəʊd/ˈแคโธด/ *n. (Electr.)* แคโทด *(ท.ศ.)*, *(ขั้วไฟฟ้าลบหรือตัวนำที่ได้รับการประจุไฟฟ้าลบในอิเล็กโทรไลซิส)*; *(electrolysis)* และหลอดสุญญากาศ

'cathode ray *n.* รังสีแคโทด *(เป็นลำรังสีของอนุภาคอิเล็กตรอนที่ส่งจากแคโทดของหลอดสุญญากาศสมบูรณ์)*

catholic /ˈkæθəlɪk, ˈkæθlɪk/ˈแคเธอะลิค, ˈแคธลิค/ ❶ *adj.* Ⓐ *(all-embracing)* ซึ่งครอบคลุมรอบด้าน; *(ความสนใจ)* กว้างขวาง; **has ~ tastes** มีรสนิยมกว้างขวาง; *(universal, universally applicable)* ใช้ได้ทั่วไป, เป็นสากล; Ⓑ **C~** *(Relig.)* แห่งคริสต์ศาสนานิกายโรมันคาทอลิก ❷ *n.* **C~:** ผู้นับถือคริสต์ศาสนานิกายโรมันคาทอลิก; ชาวโรมันคาทอลิก

Catholicism /kəˈθɒlɪsɪzm/เคอะˈธอลิซิซฺ่ม/ *n. (Relig.)* คริสต์ศาสนานิกายโรมันคาทอลิก

cation /ˈkætaɪən/ˈแคไทเอิน/ *n. (Phys.)* แคตไอออน *(ท.ศ.)* ที่มีประจุไฟฟ้าบวก; ไอออนบวก

catkin /ˈkætkɪn/ˈแคทคิน/ *n. (Bot.)* ดอกที่มีลักษณะเป็นปุยฟูนุ่มที่ห้อยลงมาจากต้นไม้จำพวกหลิว ฯลฯ

cat: ~lick *n.* การชำระล้างร่างกายพอเป็นพิธี; **give oneself a ~lick** ชำระล้างร่างกายพอเป็นพิธี; **~like** *adj.* เหมือนแมว; **~ lover** *n.* ผู้รักแมว; **~mint** *n. (Bot.)* ต้นไม้ดอกสีขาวพันธุ์ *Nepeta cataria มีกลิ่นฉุนที่แมวชอบ*; **~nap** *n.* การหลับชั่วงีบหนึ่ง; **have** *or* **take a ~nap** นอนหลับชั่วงีบหนึ่ง; **~-nip** *n. (Bot.)* ต้นไม้ดอกสีขาวมีกลิ่นฉุนที่แมวชอบ; **~-o'-'nine-tails** *n.* แส้ทำด้วยเชือกปม 9 เส้น *(ใช้เฆี่ยนนักโทษ)*; **~'s-'cradle** *n.* Ⓐ *(game)* หาบสะดึง *(การละเล่นของเด็กโบราณใช้มือขึงวงเชือกเป็นรูปต่าง ๆ)*; Ⓑ *(string pattern)* ลวดลายที่เกิดจากการพันด้าย; **~'s-eye** *n.* Ⓐ *(stone)* อัญมณีเพชรตาแมว; Ⓑ *(Brit.: reflector)* ปุ่มสะท้อนแสงบนพื้นถนน; **~'s-paw** *n.* Ⓐ *(person)* คนที่ถูกคนอื่นใช้เป็นเครื่องมือ; Ⓑ *(Naut.)* ลมอ่อน; **~'s pyjamas** ➡ **~'s whiskers**; **~'s-tail** *n. (Bot.)* ต้นหางแมว *(ดอกคล้ายหางแมว reed-mace ก็เรียก)*; **~suit** *n. (woman's)* ชุดเสื้อกางเกงติดกันแบบแนบเนื้อ; *(infant's)* ชุดหมีของเด็ก; **~'s 'whiskers** *n. pl. (sl.:the best)* คน/สิ่งของที่ดีเยี่ยม; **sb. is the ~'s whiskers** *ค.น.* ยอดเยี่ยมที่สุด; **sth. is the ~'s whiskers** *ส.น.* ดีเลิศ

cattery /ˈkætərɪ/ˈแคเทอะริ/ *n.* ที่รับเลี้ยงแมว

cattily /ˈkætɪlɪ/ˈแคทิลิ/ *adv. (คำพูด)* แสบ ๆ; อย่างมุ่งร้าย

cattiness /ˈkætɪnɪs/ˈแคทินิซ/ *n.* ความมุ่งร้าย

cattish /ˈkætɪʃ/ˈแคทิช/ ➡ **catty**

cattle /ˈkætl/ˈแคท'ล/ *n. pl.* ปศุสัตว์; วัวควาย; **sheep and ~:** แกะและวัว; **700 head of ~:** ปศุสัตว์ 700 ตัว

cattle: ~ breeding *n.* การผสมพันธุ์ปศุสัตว์; **~ cake** *n. (Brit . Agric.)* อาหารปศุสัตว์ซึ่งอัดเป็นแท่ง; **~ grid** *n. (Brit.)*, **~ guard** *n. (Amer.)* ตะแกรงกว้างบนถนน รถแล่นข้ามไปได้ แต่ปศุสัตว์เดินผ่านไม่ได้; **~man** *n.* Ⓐ *(tender)* โคบาล; คนเลี้ยงปศุสัตว์; Ⓑ *(breeder)* ผู้ผสมพันธุ์และเลี้ยงปศุสัตว์; **~ market** *n.* ตลาดค้าปศุสัตว์; *(fig.) สถานที่ เช่น โรงเต้นรำที่เต็มไปด้วยผู้หญิงให้เลือก*; **~ plague** *n.* โรคระบาดปศุสัตว์; **~ rustler** *n. (Amer.)* โจรปล้นปศุสัตว์; **~ truck** *n.* รถบรรทุกปศุสัตว์; *(Railw.)* ตู้รถไฟบรรทุกปศุสัตว์

catty /ˈkætɪ/ˈแคทิ/ *adj. (การพูด)* ที่แสบมาก, มีเจตนาร้าย; **they're so ~ about their colleague** พวกเขาพูดถึงเพื่อนร่วมงานอย่างเจ็บปวดเหลือเกิน

'catwalk /ˈkætwɔ:k/ˈแคทวอค/ *n.* ยกพื้นแคบ ๆ *(เป็นทางเดินสำหรับการแสดงแฟชั่นหรือประกวดนางงาม)*

Caucasia /kɔ:ˈkeɪzɪə, kɔ:ˈkeɪʒə/คอˈเคเซีย, คอˈเคเฌอะ/ *pr. n.* รัฐคอเคเซีย *(ทางใต้ของรัสเซียระหว่างทะเลแคสเปียนและทะเลดำ)*

Caucasian /kɔ:ˈkeɪʒn, -ˈkeɪzɪən/คอˈเคฌ'น, -ˈเคเซียน/ ❶ *adj.* Ⓐ เกี่ยวกับหรือแห่งชนผิวขาว; Ⓑ เกี่ยวกับหรือแห่งเทือกเขาคอเคซัส ❷ *n.* ชนเผ่าคอเคเซียน; คนผิวขาว

Caucasus /ˈkɔ:kəsəs/ˈคอเคอะเซิซ/ *pr. n.* เทือกเขาคอเคซัส

caucus /ˈkɔ:kəs/ˈคอเคิซ/ *n. (Brit. derog., Amer.)* Ⓐ *(committee)* การประชุมกลุ่มที่ทรงอิทธิพลของคณะกรรมการหรือพรรคการเมือง; Ⓑ *(party meeting)* การประชุมของผู้นำและสมาชิกพรรคการเมือง *(โดยเฉพาะสมาชิกสภาสูงเพื่อกำหนดนโยบายของพรรคและการส่งผู้แทนพรรคเข้าสมัครรับเลือกตั้ง)*

caudal /ˈkɔ:dl/ˈคอด'ล/ *adj. (Zool.)* Ⓐ *(of tail)* ของหาง; *(at tail)* ที่หาง; Ⓑ *(of posterior of body)* เกี่ยวกับบั้นท้ายของร่างกาย

caught ➡ **catch 1, 2**

C

cauldron /ˈkɔ:ldrən/ˈคอลเดริน/ *n.* ภาชนะโลหะใช้ห้อยต้มอาหารเหนือกองไฟ

cauliflower /ˈkɒlɪflaʊə(r), US ˈkɔ:lɪ-/ˈคอลิฟลาวเออะ(ร)/ *n.* กะหล่ำดอก

cauliflower: ~ ˈcheese *n.* กะหล่ำดอกอบด้วยเนยแข็ง; **~ ˈear** *n.* หูนักมวย *(ซึ่งหนาและด้านเพราะถูกต่อยซ้ำแล้วซ้ำอีก)*

caulk /kɔ:k/คอค/ *v.t.* อุดรอยต่อไม้กระดานเรือ *(ด้วยด้ายดิบ วัสดุที่น้ำไม่ซึมหรือชัน)*; ตอกหมันเรือ

causal /ˈkɔ:zl/ˈคอซ̲ˈล/ *adj.* ซึ่งเป็นเหตุ; **~ connection** ความสัมพันธ์อันเป็นเหตุ; **~ sentence** ประโยคที่แสดงเหตุ

causality /kɔ:ˈzælɪtɪ/คอˈแซเลอะทิ/ *n., no pl. (esp. Ling., Philos.)* ความสัมพันธ์ระหว่างเหตุกับผล; กฎที่ว่าทุกอย่างเกิดจากเหตุ; **the law[s] of ~:** กฎแห่งความสัมพันธ์ระหว่างเหตุกับผล

causally /ˈkɔ:zəlɪ/ˈคอเซอะลิ/ *adv.* ในลักษณะที่แสดงเหตุและผล

causation /kɔ:ˈzeɪʃn/คอˈเซช̲ˈน/ *n.* **A** *(causing)* การกระทำที่เป็นเหตุหรือก่อให้เกิดผล; **B** *(relation of cause and effect)* ความสัมพันธ์ระหว่างเหตุและผล

causative /ˈkɔ:zətɪv/ˈคอเซอะทิ̲ว/ *adj.* **A** เป็นเหตุ; **B** *(Ling.)* ซึ่งก่อให้เกิดผล

cause /kɔ:z/คอซ/ ❶ *n.* **A** *(what produces effect)* สาเหตุ **(of** ของ); *(person)* ตัวการ; **be the ~ of sth.** เป็นสาเหตุให้เกิด *ส.น.*; **B** *(Philos.)* เหตุ; **C** *(reason)* เหตุผล; **~ for/to do sth.** เหตุผลในการที่จะทำ *ส.น.*; **no ~ for concern** ไม่มีเหตุที่จะต้องวิตกทุกข์ร้อน; **where he saw ~ to do so** เมื่อเขาเห็นว่ามีเหตุที่จะต้องทำเช่นนั้น; **show ~ why ...:** ชี้เหตุผลว่าทำไม...; **without good ~:** โดยไม่มีสาเหตุอันสมควร; **D** *(object of support)* สิ่งที่ผดุง, สิ่งที่สนับสนุนอุดมการณ์; **he died in the ~ of peace** เขาตายเพื่อผดุงสันติภาพ; **take up sb.'s ~:** สนับสนุนอุดมการณ์ของ *ค.น.*; **freedom is our common ~:** เสรีภาพคืออุดมการณ์ที่เรายึดถือร่วมกัน; **be a lost ~:** ความพยายามที่ไร้ผล; **make common ~ with sb.** เข้าร่วมโครงการกับ *ค.น.*; **[in] a good ~:** [เพื่อ] จุดมุ่งหมายอันสูงส่ง; **E** *(Law) (matter)* คดีที่ฟ้องร้องกันในศาล; **he lost his ~ in the courts** เขาแพ้คดีในศาล
❷ *v.t.* **A** *(produce)* ทำให้เกิด *(เรื่องวุ่นวาย, อารมณ์ไม่ดี)*; สร้าง *(ความรู้สึก)*; **B** *(give)* **~ sb. worry/pain** ก่อปัญหา/ความทุกข์ให้ *ค.น.*; **~ sb. expense** ทำให้ *ค.น.* ต้องเสียเงิน; **~ sb. trouble/bother** สร้างความยุ่งยากให้ *ค.น.*; **C** *(induce)* **~ sb. to do sth.** ชักนำให้ *ค.น.* ทำ *ส.น.*; **~ the alarm to go on** ทำให้สัญญาณดังขึ้น; **~ sb. to lose concentration** ทำให้ *ค.น.* เสียสมาธิ; **~ sb. to be miserable** ทำให้ *ค.น.* กลัดกลุ้ม; **~ sth. to be done** ทำให้ *ส.น.* เสร็จสิ้นไป

cause célèbre /kɔ:z seɪˈlebr/คอซ เซˈเล็บรฺ/ *n., pl.* **causes célèbres** /kɔ:z seɪˈlebr/คอซ̲ เซˈเลบระ/ คดีดัง

causeless /ˈkɔ:zlɪs/ˈคอซ̲ลิซ/ *adj.* ไร้เหตุผล

causeway /ˈkɔ:zweɪ/ˈคอซ̲เว/ *n.* ทำนบ, คันดิน; ทางเดินซึ่งยกสูงขึ้นข้างถนน

caustic /ˈkɔ:stɪk/ˈคอซติค/ ❶ *adj.* **A** *(sarcastic)* *(การล้อเลียน)* เสียดสี; *(คำพูด)* เจ็บแสบ, ถากถาง; ปากจัด; **B** *(burning)* กัดกร่อน; แผดเผา; *(Chem.)* **~ potash** โปแตสแผดเผา *(โปแตสเซียมไฮดรอกไซด์)*; **~ soda** โซดาแผดเผา, โซดาไฟ *(โซเดียมไฮดรอกไซด์)*
❷ *n. (substance)* สารที่ไหม้หรือกัดเนื้อเยื่อ; สารที่มีฤทธิ์เป็นด่างอย่างแรง

caustically /ˈkɔ:stɪkəlɪ/ˈคอซติเคอะลิ/ *adv. (sarcastically)* อย่างเจ็บแสบ, อย่างปากจัด

cauterisation, cauterise ➡ **cauteriz-**

cauterization /kɔ:təraɪˈzeɪʃn/คอเทอะไรˈเซช̲ˈน/ *n. (Med.)* การห้ามเลือดโดยใช้ไฟฟ้าจี้

cauterize /ˈkɔ:təraɪz/ˈคอเทอะรายซฺ/ *v.t. (Med.)* เผาหรือทำให้เนื้อเยื่อแข็ง *(เพื่อทำลายการติดเชื้อหรือเพื่อห้ามเลือด)*; **~ a snakebite** เผาเนื้อเยื่อบริเวณที่ถูกงูกัด

caution /ˈkɔ:ʃn/ˈคอช̲ˈน/ ❶ *n.* **A** ความระมัดระวัง; **use ~:** ใช้ความระมัดระวัง; **B** *(warning)* การเตือน; ข้อควรระวัง; *(warning and reprimand)* การว่ากล่าวตักเตือน; **by way of a ~:** เป็นเชิงตักเตือน; **act as a ~ to sb.** เป็นสัญญาณเตือน *ค.น.* ว่ามีภัย; **just a word of ~:** เป็นเพียงถ้อยคำเตือนสติ; **C** *(dated coll.: sb. comical)* **be a ~:** เป็นเจ้าตลก ❷ *v.t. (warn)* เตือน; *(warn and reprove)* ว่ากล่าวตักเตือน; **~ sb. against sth./doing sth.** เตือน *ค.น.* ให้ระวัง *ส.น.*/เตือน *ค.น.* ไม่ให้ทำ *ส.น.*; **~ sb. to/not to do sth.** เตือน *ค.น.* ให้ทำ/ไม่ให้ทำ *ส.น.*

cautionary /ˈkɔ:ʃənərɪ, US -nerɪ/ˈคอเชอะเนอะริ/ *adj.* เป็นการเตือน, ซึ่งเตือนใจ

ˈcaution money *n.* เงินประกัน; **demand/pay ~:** เรียกร้อง/จ่ายเงินประกัน

cautious /ˈkɔ:ʃəs/ˈคอเชิซ/ *adj.* มีความระมัดระวัง; *(circumspect)* มีความรอบคอบ

cautiously /ˈkɔ:ʃəslɪ/ˈคอเชิซลิ/ *adv.* อย่างระมัดระวัง; *(circumspectly)* อย่างรอบคอบ

cavalcade /kævəlˈkeɪd/แคเวิลˈเคด/ *n.* ขบวนแห่; *(convoy of cars)* ริ้วขบวนรถ; *(procession of cars)* ขบวนแห่รถยนต์

cavalier /kævəˈlɪə(r)/แคเวอะˈเลีย(ร)/ ❶ *n.* **A** *บุรุษในราชสำนักที่มีหน้าที่คุ้มครองสตรี*; **B** *(Hist.: Royalist) ผู้สนับสนุนพระเจ้าชาร์ลที่ 1 ในสงครามกลางเมืองอังกฤษ*; **C** *(arch.: horseman)* อัศวิน ❷ *adj. (offhand)* ขาดมารยาท, ไม่มีสัมมาคารวะ; *(arrogant)* หยิ่งจองหอง

cavalry /ˈkævəlrɪ/ˈแคเวิลริ/ *n. constr. as sing. or pl.* ทหารม้า; *(soldiers in vehicles)* ทหารยานเกราะ

cavalry: ~man /ˈkævəlrɪmən/ˈแคเวิลริเมิน/ *n., pl.* **~men** ทหารม้า; **~ officer** *n.* นายทหารม้า; **~ regiment** *n.* กรมทหารม้า; **~ sword** *n.* ดาบของทหารม้า; **~ twill** *n.* ผ้าลายสองซึ่งทนทาน

[1]**cave** /keɪv/เคว/ ❶ *n.* ถ้ำ ❷ *v.t.* ขุดอุโมงค์ ❸ *v.i.* สำรวจถ้ำ
~ ˈin *v.i.* ทรุดลงไป; *(fig.) (collapse)* พังทลาย; *(submit)* ยอม; **the roof of the tunnel ~d in** *(on the workmen)* เพดานอุโมงค์ทรุดลงทับคนงาน; ➡ + **cave-in**

[2]**cave** /ˈkeɪvɪ/ˈเควิ̲/ *int. (Brit. dated sl.)* ระวัง

caveat /ˈkævɪæt, US ˈkeɪvɪæt/ˈแควิ̲แอท, เควิ̲แอท/ *n. (warning)* คำเตือน, เงื่อนไข; *(Law)* กระบวนการในศาลเพื่อยุติคดีชั่วคราว; **~ emptor** *หลักการที่ผู้ซื้อต้องรับผิดชอบของที่ซื้อไปเอง*

cave: ~ bear *n. หมีขนาดใหญ่ซึ่งสูญพันธุ์ไปแล้ว*; **~ dweller** *n.* มนุษย์ถ้ำ; *(fig.)* คนเถื่อน; **~-in** *n.* การพังทลาย; **~man** ➡ **~ dweller**; **~painting** *n.* ภาพวาดบนผนังถ้ำ

caver /ˈkeɪvə(r)/ˈเคเว̲อะ(ร)/ *n.* นักสำรวจถ้ำ

cavern /ˈkævən/ˈแคเวิ̲น/ *n. (cave, lit. or fig.)* ถ้ำใหญ่; *(artificial)* สถานที่ที่มืดคล้ายถ้ำ

cavernous /ˈkævənəs/ˈแคเว̲อะเนิซ/ *adj. (like a cavern)* ที่ใหญ่โตคล้ายถ้ำ; *(full of caverns)* มีถ้ำมาก, เป็นโพรงไปทั่ว

caviare (caviar) /ˈkævɪɑ:(r), kævɪˈa(r)/ˈแควิ̲อา(ร), แควิ̲ˈอา(ร)/ *n.* คาเวียร์ *(ท.ศ.)*, *(ไข่ปลาสเตอร์เจียน)*; **it is ~ (caviar) to the general** *(fig.)* ไก่ได้พลอย; ตาบอดได้แว่น

cavil /ˈkævɪl/ˈแควิ̲ล/ ❶ *v.i., (Brit.)* **-ll-: ~ at/about sth.** คัดค้านในเรื่องหยุมหยิม ❷ *n.* การบ่น/คัดค้านเรื่องหยุมหยิม

caving /ˈkeɪvɪŋ/ˈเควิ̲ง/ *n.* การสำรวจถ้ำ

cavity /ˈkævɪtɪ/ˈแควิ̲ทิ/ *n.* โพรง; *(in tooth)* รูฟันผุ; **nasal/oral/uterine ~:** โพรงจมูก/ช่องปาก/โพรงมดลูก

ˈcavity wall *n. (Building)* กำแพงอิฐหรือแท่งซีเมนต์สองชั้น *(โดยเว้นตรงกลางเพื่อให้เป็นฉนวนกันความร้อน/หนาว)*

cavort /kəˈvɔ:t/เคอะˈวอท/ *v.i. (coll.)* **~ [about** *or* **around]** กระโดดโลดเต้นด้วยความดีใจ

caw /kɔ:/คอ/ ❶ *n.* เสียงการ้อง ❷ *v.i.* ร้องเสียงกาๆ

cay /keɪ/เค/ *n. แนวปะการังหรือสันทรายเตี้ยๆ รอบเกาะ*

cayenne /keɪˈen/เคˈเอ็น/ *n.* **~ [ˈpepper]** พริกป่นจากพืชสกุล *Capsicum*

cayman /ˈkeɪmən/ˈเคเมิน/ *n. (Zool.)* จระเข้ในสกุล *Caiman* พบในอเมริกาใต้

CB *abbr.* **A** **Companion [of the Order] of the Bath** *เครื่องราชอิสริยาภรณ์ชั้นสามของ* Order of the Bath; **B** **citizens' band** *คลื่นวิทยุที่ประชาชนใช้สื่อสารติดต่อกันเอง*

CBE *abbr.* **Commander [of the Order] of the British Empire** *เครื่องราชอิสริยาภรณ์ชั้นสามของ* Order of the British Empire

CBI *abbr.* **Confederation of British Industry** *สหพันธ์อุตสาหกรรมบริติช*

CBS *n. (Amer.) abbr.* **Columbia Broadcasting System** สถานีโทรทัศน์ซีบีเอส

cc /si:ˈsi:/ซีˈซี/ *abbr.* **cubic centimetre(s)**

CCTV *abbr.* **closed circuit television** โทรทัศน์วงจรปิด

CD *abbr.* **A** **civil defence** กองกำลังพลเรือน; **B** **Corps Diplomatique** คณะทูตานุทูตจากประเทศต่างๆ; **C** **compact disc** ซีดี; **CD player** เครื่องเล่นซีดี

Cdr. *abbr.* **commander** พ.ท., น.ท.

CD-ROM /si:di:ˈrɒm/ซีดีˈรอม/ *n.* แผ่นซีดีรอม *(ท.ศ.)*; **~ drive** เครื่องอ่านซีดีรอม

CE *abbr.* **A** **Church of England** ศาสนาคริสต์นิกายแองกลิกัน; **B** **civil engineer** วิศวกรโยธา; **C** **Common Era** คริสต์ศักราช, ค.ศ.

cease /si:s/ซีซ/ ❶ *v.i.* หยุด, เลิก; **he never ~d in his efforts** เขาไม่เคยเลิกล้มความพยายาม; **when the storm ~d** เมื่อพายุสงบลง; **~ from sth./from doing sth.** หยุดทำ/เลิกทำ *ส.น.*; **without ceasing** อย่างไม่หยุดหย่อน
❷ *v.t.* **A** *(stop)* หยุด, เลิก; **~ doing** *or* **to do sth.** เลิกทำ *ส.น.*; **~ to understand** ไม่เข้าใจแล้ว; **sth. has ~d to exist** *ส.น.* สิ้นสูญไปแล้ว; **We have ~d manufacturing tyres** เราเลิกผลิตยางรถยนต์ไปแล้ว; **it never ~s to amaze me** ฉันจะอัศจรรย์ใจไปตลอด
❸ *n.* **without ~:** โดยไม่หยุด หย่อน, ไม่รู้จบ

ˈcease fire *n.* คำสั่งหยุดยิง; *(period)* ระยะเวลาพักรบ

ceaseless /ˈsi:slɪs/ˈซีซลิซ/ *adj.* ไม่หยุดหย่อน, ไม่รู้จักหยุด, ต่อเนื่อง; **her ~ chatter began to annoy me** การพูดไม่หยุดของเธอเริ่มทำให้ฉันรำคาญ

ceaselessly /ˈsiːslɪslɪ/ˈซีซลิซลิ/ *adv.* อย่างไม่หยุดหย่อน, โดยไม่รู้จบ
cedar /ˈsiːdə(r)/ˈซีเดอะ(ร)/ *n.* Ⓐ ต้นสนซีดาร์ *(ท.ศ.)*; **~ of Lebanon** ต้นสนซีดาร์แห่งเลบานอน; Ⓑ ➡ **cedarwood**
ˈcedarwood *n.* ไม้สนซีดาร์
cede /siːd/ซีด/ *v.t. (surrender)* สละ, ยอมเสีย *(ดินแดน, สิทธิ ฯลฯ)* **(to** ต่อ); ยกกรรมสิทธิ์ให้; *(grant)* ให้ *(ที่ดิน, สิทธิ)* **(to** แก่)
cedilla /sɪˈdɪlə/ซิˈดิลเลอะ/ *n. (Ling.)* *เครื่องหมายใต้ตัว ç ในภาษาฝรั่งเศสเพื่อแสดงว่าตัว c นั้นจะต้องออกเป็นเสียง ซ*
Ceefax, ® /ˈsiːfæks/ˈซีเฟคซฺ/ *n. (Brit.)* บริการ *เขียนข่าวทางจอโทรทัศน์ของบีบีซี*
ceilidh /ˈkeɪlɪ/ˈเคลิ/ *n. (Scot., Ir.)* การจับกลุ่มสนุกสนาน ร้องเพลงเต้นรำ
ceiling /ˈsiːlɪŋ/ˈซีลิง/ *n.* Ⓐ เพดาน; ➡ + **hit** 1 B; Ⓑ *(upper limit)* พิกัดสูงสุด; **~ temperature** อุณหภูมิสูงสุด; Ⓒ *(Aeronaut.)* เพดานบินสูงสุด; Ⓓ *(Meteorol.)* **[cloud] ~:** เพดานเมฆ; *(height)* ความสูงของเมฆ
celandine /ˈseləndaɪn/ˈเซ็ลเลินดายนฺ/ *n. (Bot.)* Ⓐ **[greater] ~:** ต้น *Chelidonium majus* ดอกใหญ่สีเหลือง; Ⓑ **[lesser] ~:** ต้น *Ranunculus ficaria* ดอกเล็กสีเหลือง
celeb /ˈseleb/ˈเซเล็บ/ *n., abbr.* **celebrity** บุคคลผู้มีชื่อเสียง
celebrant /ˈselɪbrənt/ˈเซ็ลลิเบรินทฺ/ *n. (Eccl.)* พระผู้ประกอบพิธีทางคริสต์ศาสนา *(โดยเฉพาะพิธีรำลึกถึงอาหารมื้อสุดท้ายของพระเยซู)*
celebrate /ˈselɪbreɪt/ˈเซ็ลลิเบรท/ ❶ *v.t.* Ⓐ *(observe)* ฉลอง; **~ Christmas** เฉลิมฉลองเทศกาลคริสต์มาส; Ⓑ *(Eccl.)* ทำพิธีทางศาสนา; **the wedding was ~d in St Paul's** การสมรสมีพิธีทางศาสนาในโบสถ์เซนต์พอล; Ⓒ *(extol)* สดุดี, สรรเสริญ; **Odysseus's heroic exploits are ~d in The Odyssey** วีรกรรมของโอดิสซูสได้รับการสดุดีในมหากาพย์โอดิสซี ❷ *v.i.* Ⓐ มีงานฉลอง; Ⓑ *(officiate at Eucharist)* *เป็นประธานในพิธีระลึกถึงอาหารมื้อสุดท้ายของพระเยซู*
celebrated /ˈselɪbreɪtɪd/ˈเซ็ลลิเบรทิด/ *adj.* ได้รับการยกย่อง; *(หนังสือ)* มีชื่อเสียงโด่งดัง
celebration /selɪˈbreɪʃn/เซ็ลลิˈเบรฺชั่น/ *n.* Ⓐ *(observing)* การฉลอง; *(party etc.)* งานฉลอง; **in ~ of** เพื่อฉลองสำหรับโอกาส; *(with festivities)* การฉลองเทศกาลต่าง ๆ; **the ~ of Easter** การฉลองเทศกาลอีสเตอร์; **the ~ on her birthday** การฉลองวันเกิดของเธอ; **the Coronation ~s** งานสมโภชพิธีราชาภิเษก; **this calls for a ~!** เรื่องนี้ต้องฉลองกันเสียหน่อย; Ⓑ *(performing)* **the ~ of the wedding/christening** การประกอบพิธีแต่งงาน/พิธีตั้งชื่อ; **the ~ of Communion** การประกอบพิธีถือศีลมหาสนิทในคริสต์ศาสนา; Ⓒ *(extolling)* พิธีสรรเสริญ
celebratory /selɪˈbreɪtərɪ, US -tɔːrɪ/เซ็ลลิˈเบรฺเทอะริ, -ทอริ/ *adj.* เพื่อการฉลอง
celebrity /sɪˈlebrɪtɪ/ซิˈเล็บบริทิ/ *n.* Ⓐ *no pl. (fame)* ความมีชื่อเสียง; Ⓑ *(person)* ผู้มีชื่อเสียง; **that ~ of stage and cinema** ดารานักแสดงละครเวทีและภาพยนตร์คนนั้น
celeriac /sɪˈlerɪæk/ซิˈเลอะริแอค/ *n.* ผักขึ้นฉ่ายพันธุ์ที่โคนกาบอวบใหญ่
celerity /sɪˈlerətɪ/ซิˈเละเรอะทิ/ *n. (literary)* ความเร็ว
celery /ˈselərɪ/ˈเซ็ลเลอะริ/ *n.* ผักขึ้นฉ่าย *Apium graveolens*
celesta /sɪˈlestə/ซิˈเล็ซเตอะ/ *n. (Mus.)* *เครื่องดนตรีคีย์บอร์ดขนาดเล็กเสียงใสคล้ายระฆัง*
celestial /sɪˈlestɪəl/ซิˈเล็ซเตียล/ *adj.* Ⓐ *(heavenly)* แห่งสวรรค์; **~ realm** อาณาจักรบนสวรรค์; Ⓑ *(of the sky)* แห่งท้องฟ้า
celibacy /ˈselɪbəsɪ/ˈเซ็ลลิเบอะซิ/ *n., no art.* การงดเว้นเพศสัมพันธ์; *(Rel.)* การไม่แต่งงานด้วยเหตุผลทางศาสนา
celibate /ˈselɪbət/ˈเซ็ลลิเบิท/ ❶ *adj.* งดเว้นเพศสัมพันธ์; *(Rel.)* สละโลกีย์แล้ว, ถือพรหมจรรย์; **remain ~:** คงพรหมจรรย์ไว้ ❷ *n. (Rel.)* พรหมจรรย์
cell /sel/เซ็ล/ *n.* Ⓐ *(also Biol., Electr.)* เซลล์ *(ท.ศ.)*; Ⓑ *(enclosed cavity)* ช่อง/รู/โพรงเล็ก ๆ; *(for prisoner)* ห้องขังนักโทษ; *(room for Buddhist monk)* กุฏิพระ; *(fig.: compartment of brain)* โพรงสมอง
cellar /ˈselə(r)/ˈเซ็ลเลอะ(ร)/ *n.* ห้องใต้ดิน; *(wine storage place, stock of wine)* ที่เก็บเหล้าองุ่น; **they keep a good ~:** พวกเขาสะสมเหล้าองุ่นดี ๆ ไว้
cellist /ˈtʃelɪst/ˈเฉ็ลลิซทฺ/ *n.* ➤ **489** *(Mus.)* นักเชลโล
cello /ˈtʃeləʊ/ˈเฉ็ลโล/ *n., pl.* **~s** *(Mus.)* เชลโล *(ท.ศ.)*
Cellophane, cellophane ® /ˈseləfeɪn/ˈเซ็ลเลอะเฟน/ *n.* วัสดุโปร่งใสทำด้วยสาร Viscose สำหรับห่อของ
cellular /ˈseljʊlə(r)/ˈเซ็ลลิวเลอะ(ร)/ *adj.* Ⓐ เป็นโพรงเล็ก ๆ เต็มไปหมด, พรุน *(หิน, วัสดุ)*; *(Biol.: of cells)* ซึ่งประกอบด้วยเซลล์; **~ plant** พืชที่ก้านและใบแยกออกจากกันไม่ชัดเจน; Ⓑ *(with open texture)* ซึ่งทออย่างหยาบ ๆ; **~ blankets** ผ้าห่มที่มีช่องเล็ก ๆ ในการทอ
cellular: ~ ˈphone *n.* โทรศัพท์มือถือ; **~ ˈradio** *n.* วิทยุเคลื่อนที่
cellule /ˈseljuːl/ˈเซ็ลลิวลฺ/ *n. (Anat.)* เซลล์หรือโพรงขนาดเล็ก
cellulite /ˈseljʊlaɪt/ˈเซ็ลลิวไลท/ *n.* *ไขมันใต้ผิวหนังทำให้ผิวด้านนอกมีลักษณะเป็นคลื่น*
cellulitis /seljʊˈlaɪtɪs/เซะลิวˈไลทิซ/ *n.* ➤ **453** *(Med.)* *การอักเสบของเนื้อเยื่อที่ประกอบขึ้นจากเซลล์*
celluloid /ˈseljʊlɔɪd/ˈเซ็ลลิวลอยดฺ/ *n.* Ⓐ เซลลูลอยด์; Ⓑ *(cinema films)* โลกภาพยนตร์; **~ hero** พระเอกหนัง
cellulose /ˈseljʊləʊs, ˈseljʊləʊz/ˈเซ็ลลิวโลซฺ, เซ็ลลิวโลซ/ *n.* Ⓐ *(Chem.)* เซลลูโลส *(ท.ศ.)* *(สารประกอบคาร์โบไฮเดรตตัวที่เป็นองค์ประกอบสำคัญของผนังเซลล์พืชใช้ในการผลิตเส้นใย)*; Ⓑ *in popular use* **~ [lacquer]** แลกเกอร์ *(ท.ศ.)*
Celsius /ˈselsɪəs/ˈเซ็ลเซียซ/ *adj.* ➤ **914** เซลเซียส; **~ scale** มาตราวัดอุณหภูมิเซลเซียส
celt /selt, US ˈselt/เซ็ลทฺ/ *n. (Archaeol.)* *เครื่องมือหินหรือโลหะยุคก่อนประวัติศาสตร์มีรูปร่างคล้ายหิน*
Celt /kelt, US selt/เค็ลทฺ, เซ็ลทฺ/ *n.* ชนชาวเคลต์ *(ท.ศ.)* คนดั้งเดิมที่อาศัยอยู่แถบยุโรปตะวันตก
Celtic /ˈkeltɪk, US ˈseltɪk/ˈเค็ลทิค, ˈเซ็ลทิค/ ❶ *adj.* เกี่ยวกับชาวเคลต์ ❷ *n.* กลุ่มภาษาของชาวเคลต์ *(ได้แก่ภาษาเกลิคเวลซ์ คอร์นิชและไบรตัน)*
Celtic: ~ ˈcross *n.* *ไม้กางเขนแบบลาตินซึ่งมีวงกลมล้อมรอบจุดตัด*; **~ ˈfringe** *n.* *พื้นที่ซึ่งชาวเคลต์อาศัยอยู่คือรอบนอกบริเวณที่เรียกว่าอังกฤษ*
cement /sɪˈment/ซิˈเม็นทฺ/ ❶ *n.* Ⓐ *(Building)* ซีเมนต์ *(ท.ศ.)*; *(mortar)* ปูนซีเมนต์; Ⓑ *(sticking substance)* สารที่ใช้ติดให้สนิท; *(for mending broken vases etc. also)* สารเชื่อมของแตกหักให้ติดกัน ❷ *v.t.* Ⓐ *(unite with binder)* ต่อกันให้ติดสนิท โดยใช้เครื่องประสาน; *(stick together)* ต่อเข้าด้วยกัน; ใช้สารเหนียวยา; *(fig.)* ประสาน, ผูกพัน; **~ a friendship** ผูกมิตรภาพให้แน่นแฟ้น; Ⓑ *(apply cement to)* ใช้ซีเมนต์ยา; **he ~ed the bricks into place** เขาใช้ซีเมนต์ก่ออิฐให้เข้าที่
cemetery /ˈsemətrɪ, US -terɪ/ˈเซ็มเมอะทริ, -เทะริ/ *n.* ป่าช้า, สุสาน
C. Eng. *abbr.* **chartered engineer** วิศวกรที่ได้รับใบอนุญาตตามกฎหมาย
cenotaph /ˈsenətɑːf, US -tæf/ˈเซ็นเนอะทาฟ, -แทฟ/ *n.* อนุสาวรีย์ในรูปแบบที่บรรจุศพ *(ส่วนใหญ่สำหรับทหารที่สิ้นชีพในสงครามและไม่ได้ศพคืนมา)*; **the C~** *(Brit.)* *อนุสาวรีย์ในกรุงลอนดอนสำหรับผู้เสียชีวิตในสงครามโลกทั้งสอง*
censer /ˈsensə(r)/ˈเซ็นเซอะ(ร)/ *n.* *ภาชนะที่ใช้เผากำยานในโบสถ์ขณะประกอบศาสนพิธี*
censor /ˈsensə(r)/ˈเซ็นเซอะ(ร)/ ❶ *n.* Ⓐ ผู้ตรวจและอนุญาตให้เผยแพร่ *(ภาพยนตร์, ข่าว ฯลฯ)*; เซ็นเซอร์ *(ท.ศ.)*; *(also Roman Hist.)* *ผู้พิพากษาหนึ่งในสองคนที่ได้รับเลือกทุกปีให้มีหน้าที่สำรวจสำมะโนครัวและควบคุมศีลธรรมจรรยาของชาวโรมัน*; **get past the ~s** ผ่านการตรวจสอบจากเจ้าพนักงานตรวจสิ่งพิมพ์แล้ว, ผ่านการเซ็นเซอร์เรียบร้อย; Ⓑ *(judge)* ผู้ตัดสินว่ามีสิ่งต้องห้ามในสื่อใด ๆ; Ⓒ *(Psych.)* แรง*กระตุ้นที่ขวางกั้นความคิดหรือความทรงจำบางอย่างไม่ให้เข้ามาในจิตสำนึก*
❷ *v.t.* Ⓐ ทำหน้าที่เป็นเจ้าพนักงานตรวจสิ่งพิมพ์; Ⓑ *(make changes in)* ตรวจตัดหรือแก้ไข; **the ~ed version of film** ภาพยนตร์ที่ตรวจตัดแล้ว
censorious /senˈsɔːrɪəs/เซ็นˈซอเรียซ/ *adj.* ซึ่งวิพากษ์วิจารณ์อย่างรุนแรง, คอยจ้องจับผิด; **be ~ of sb./sth.** จับผิด *ค.น./ส.น.*
censure /ˈsenʃə(r)/ˈเซ็นเชอะ(ร)/ ❶ *n.* คำตำหนิ; **~ of sth.** คำติเตียน *ส.น.*; **propose a vote of ~ on sb.** เสนอให้มีการลงคะแนนเสียงเพื่อประณาม *ค.น.*; ❷ *v.t.* ตำหนิอย่างรุนแรง, ประณาม
census /ˈsensəs/ˈเซ็นเซิซ/ *n.* การทำสำมะโนประชากร, การนับจำนวน *ส.น.* อย่างเป็นทางการ; **[national] ~:** สำมะโนประชากรแห่งชาติ
cent /sent/เซ็นท/ *n.* ➤ **572** เหรียญ 1 เซนต์; **I don't** *or* **couldn't care a ~ about sth.** *(coll.)* ฉันไม่อินังขังขอบหรอกกับ *ส.น.*
cent. *abbr.* **century** ศตวรรษ
centaur /ˈsentɔː(r)/ˈเซ็นทอ(ร)/ *n. (Mythol.)* ครึ่งม้าครึ่งคน *(ในเทพปกรณัมของกรีกจากหัวถึงเอวเป็นมนุษย์ แต่ท่อนล่างและขาเป็นม้า)*
centenarian /sentɪˈneərɪən/เซ็นทิˈแนเรียน/ ❶ *adj.* มีอายุร้อยปี; *(over 100 years old)* มีอายุกว่าร้อยปี ❷ *n.* ผู้มีอายุหนึ่งร้อยปี; *(over 100 years old)* ผู้มีอายุเกินกว่าร้อยปี; **he/she lived to be a ~:** เขา/เธอมีอายุยืนยาวถึงร้อยกว่าปี
centenary /senˈtiːnərɪ/เซ็นˈทีเนอะริ/ ❶ *adj.* **~ celebrations/festival** งานฉลอง/งานเทศกาลครบรอบร้อยปี ❷ *n.* งานฉลองครบรอบร้อยปี; *(birthday)* วันเกิดอายุครบร้อยปี
centennial /senˈtenɪəl/เซ็นˈเท็นเนียล/ ❶ *adj.* *(100th)* ลำดับที่หนึ่งร้อย; *(lasting 100 years)* ยาวนานร้อยปี; *(occurring every 100 years)* เกิดขึ้นทุก ๆ 100 ปี ❷ *n.* ➡ **centenary** 2
center *(Amer.)* ➡ **centre**
centering /ˈsentərɪŋ/ˈเซ็นเทอะริง/ ➡ **centring**
centi- /ˈsentɪ/ˈเซ็นทิ/ *in comb.* Ⓐ *(one-hundredth)* เศษหนึ่งส่วนร้อย; Ⓑ *(one-hundred)* หนึ่งร้อย

centigrade /ˈsentɪgreɪd/ˈเซ็นทิเกฺรด/ *adj.* ➤ 914 ➡ **Celsius**

centime /ˈsɑ̃ti:m/ˈซองทีม/ *n.* ➤ 572 *(Hist.)* หน่วยเงินเล็กที่สุดของฝรั่งเศส; เหรียญ 1 ซองตีม

centimetre *(Brit.; Amer.:* **centimeter)** /ˈsentɪmi:tə(r)/ˈเซ็นทิมีเทอะ(ร)/ *n.* ➤ 69, ➤ 426, ➤ 517, ➤ 998 เซนติเมตร

C

centipede /ˈsentɪpi:d/ˈเซ็นทิพีด/ *n.* ตะขาบ

central /ˈsentrl/ˈเซ็นทรฺ'ล/ ❶ *adj.* เป็นศูนย์กลาง, สำคัญ, เป็นหลัก; **be ~ to sth.** เป็นศูนย์กลางของ *ส.น.*; **in ~ London** ในใจกลางกรุงลอนดอน; **in a ~ situation** ในสถานที่ที่เป็นศูนย์กลาง; **the ~ part** *or* **portion of the apple/the earth** ส่วนในสุดของผลแอปเปิ้ล/โลก; **the ~ part of the town** บริเวณใจกลางเมือง ❷ *n., no art. (Amer.)* ศูนย์; ชุมสายโทรศัพท์; **call ~:** เรียกชุมสายโทรศัพท์

Central: ~ African Re'public *pr. n.* สาธารณรัฐแอฟริกากลาง; **~ A'merica** *pr. n.* อเมริกากลาง; **~ A'merican** ❶ *adj.* แห่งอเมริกากลาง ❷ *n.* ชาวอเมริกากลาง; **~ 'Europe** *pr. n.* ยุโรปกลาง; **~ Euro'pean** ❶ *adj.* แห่งยุโรปกลาง ❷ *n.* ชาวยุโรปกลาง; **c~ 'heating** *n.* ระบบทำความร้อนของบ้าน

centralisation, centralise ➡ **centraliz-**

centralization /sentrəlaɪˈzeɪʃn, US -lɪˈz-/เซ็นเทรอะไล'เซฺช'น/ *n.* การรวมอำนาจปกครองเข้าสู่ศูนย์กลาง

centralize /ˈsentrəlaɪz/ˈเซ็นเทรอะลายซฺ/ *v.t.* รวม *(อำนาจ, ระบบ ฯลฯ)* เข้าสู่ศูนย์กลาง; โยงเข้าสู่ศูนย์กลาง; **~ records** รวบรวมข้อมูลมาไว้ที่ส่วนกลาง

central 'locking *n. (Motor Veh.)* ระบบการปิดจากจุดเดียว *(กุญแจ, ปุ่มประตู)*; ระบบเซ็นทรัลล็อก *(ท.ศ.)*

centrally /ˈsentrəlɪ/ˈเซ็นเทรอะลิ/ *adv.* Ⓐ *(in centre)* ตรงศูนย์กลาง; Ⓑ *(in leading place)* เป็นศูนย์กลาง

central: ~ 'nervous system *n. (Anat., Zool)* ระบบประสาทส่วนกลาง; **~ processing unit** *n. (Computing)* หน่วยประมวลผลกลาง; **~ reser'vation** *n.* เกาะกลางถนน; **~ 'station** *n. (Railw.)* สถานีรถไฟกลาง

centre /ˈsentə(r)/ˈเซ็นเทอะ(ร)/ *(Brit.)* ❶ *n.* Ⓐ จุดศูนย์กลาง; ส่วนกลาง; **be the ~ of attention** เป็นจุดสนใจ; **be in the ~ of things** อยู่ท่ามกลางเหตุการณ์; Ⓑ *(town ~)* ใจกลางเมือง; Ⓒ *(of rotation)* เข็มหรือเดือยที่สิ่งอื่นหมุนรอบ; Ⓓ *(nucleus)* นิวเคลียส; จุดรวม; แก่นกลาง; Ⓔ *(serving an area)* ศูนย์ให้บริการ; **university careers ~:** ศูนย์ให้การช่วยเหลือในการเลือกอาชีพหลังเรียนจบ; Ⓕ *(filling of chocolate)* ไส้; Ⓖ *(Polit.)* กลุ่ม/พรรคการเมืองที่ไม่เอียงซ้ายเอียงขวา; **left of ~** ค่อนข้างเอียงซ้าย; Ⓗ *(Sport: player)* เซ็นเตอร์ *(ท.ศ.)*, ผู้เล่นเป็นกองกลางในกีฬาบางประเภท; *(football, hockey: kick or hit)* **he kicked/hit a ~:** เขาเตะ/ตีลูกมายังบริเวณกลางสนาม; Ⓘ **~ of attraction** *(Phys.)* ศูนย์กลางของแรงดึงดูด; **she likes to be the ~ of attraction** *(fig.)* เธอชอบเป็นจุดเด่น; **sth. is a [great] ~ of attraction** *ส.น.* เป็นที่น่าสนใจ [อันยิ่งใหญ่] ของฝูงชน; **~ + gravity** D; **²mass** 1 F; Ⓙ ➡ **centring**
❷ *adj.* เป็นจุดศูนย์กลาง, ตรงกลาง; **~ party** *(Polit.)* พรรคการเมืองที่อยู่ตรงกลาง; **the ~ point of the circle/triangle** จุดศูนย์กลางของวงกลม/รูปสามเหลี่ยม
❸ *v.i.* **~ in/on sth.** มีศูนย์กลางใน/ตรง *ส.น.*; **~ on sth.** มีประเด็นหลักอยู่ที่ *ส.น.*; **the novel ~s on Prague** นวนิยายเล่มนี้ใช้กรุงปรากเป็นแก่นของเรื่อง; **the discussion ~d on pollution** การอภิปรายถกเรื่องมลพิษเป็นข้อหลัก; **~ [a]round sth.** เน้นเกี่ยวกับ *ส.น.*; วนอยู่กับ
❹ *v.t.* Ⓐ *(place in ~)* ตั้งไว้ตรงกลาง; Ⓑ *(concentrate)* **be ~d/~ sth. in a place** ตั้ง *ส.น.* ในสถานที่แห่งหนึ่ง; **~ a novel [a]round sth.** ดำเนินนวนิยายโดยเน้น *ส.น.*; **be ~d [a]round sth.** เน้นเกี่ยวกับ *ส.น.*; Ⓒ *(Football, Hockey)* เตะหรือตีลูกให้ไปอยู่กลางสนาม

centre: ~ bit *n.* เครื่องเจาะที่มีใบมีดอยู่ด้านข้าง; **~board** *n.* แผ่นไม้ซึ่งชักขึ้นลงในร่องระหว่างกระดูกงูเรือ; **~ circle** *n. (Football, Basketball, Ice Hockey)* จุดกลางสนาม; **~fold** *n.* หน้าพับ, ตรงกลางนิตยสารที่เป็นหน้าพับ; **~ 'forward** *n.* ผู้เล่นฮอกกี้และฟุตบอลในตำแหน่งรุกของกองกลาง; **~ 'half** *n.* เซนเตอร์ฮาล์ฟ *(ท.ศ.) (ผู้เล่นตำแหน่งกองกลาง)*; **~piece** *n. (ornament)* เครื่องประดับที่วางไว้กลางโต๊ะ; *(principal item)* แก่นกลาง; **~ 'spread** *n.* หน้ากลางของหนังสือพิมพ์ ฯลฯ; **~ three-quarter** *n. (Rugby)* คนที่เล่นข้างในจุด 3/4

centrifugal /sentrɪˈfju:gl, senˈtrɪfjʊgl/เซ็นทริ ฟิวกฺ'ล, เซ็น'ทริฟิวกฺ'ล/ *adj.* เคลื่อนหรือเหวี่ยงออกไปจากจุดศูนย์กลาง; **~ force** แรงหนีศูนย์กลาง; กำลังเหวี่ยงจากศูนย์กลาง

centrifuge /ˈsentrɪfju:dʒ/ˈเซ็นทริฟิวจฺ/ ❶ *n.* เครื่องแยกของเหลว *(ที่หมุนอย่างแรงเพื่อแยกของเหลวจากของแข็งหรือของเหลวอื่น)* ❷ *v.t.* แยกโดยใช้เครื่องแยกของเหลว

centring /ˈsentrɪŋ/ˈเซ็นทริง/ *n. (Building)* กรอบค้ำยันชั่วคราว *(สำหรับค้ำยันส่วนโค้งหรือโดมของอาคารขณะก่อสร้าง)*

centripetal /sentrɪˈpi:tl, senˈtrɪpɪtl/เซ็นทริพ'พิท'ล/ *adj.* เคลื่อนหรือโน้มเข้าไปหาจุดศูนย์กลาง; **~ force** แรงรั้งวัตถุนั้น ๆ เข้าหาจุดศูนย์กลาง

centrism /ˈsentrɪzm/ˈเซ็นทริซฺ'ม/ *n. (Polit. etc.)* แนวความคิดที่เป็นกลาง

centrist /ˈsentrɪst/ˈเซ็นทริซทฺ/ *n. (Polit. etc.)* นักการเมืองที่มีแนวความคิดเป็นกลาง

centurion /senˈtjʊərɪən, US -tʊər-/เซ็น'ทิวเออะเรียน/ *n. (Roman Hist.)* ผู้บังคับกองร้อยในกองทัพโรมันโบราณ

century /ˈsentʃərɪ/ˈเซ็นเฉอะริ, ˈเซ็นทิวริ/ *n.* Ⓐ ➤ 231 *(hundred-year period from a year ..00)* ศตวรรษ; **twentieth ~** คริสต์ศตวรรษที่ 20; *(hundred years)* หนึ่งร้อยปี; **~-old** ที่มีอายุเก่าแก่หนึ่งร้อยปี; **centuries-old** มีอายุเป็นหลายร้อยปี; เป็นหลายศตวรรษ; Ⓑ *(Cricket)* การทำแต้มได้ครบหนึ่งร้อย; Ⓒ *(hundred)* จำนวนหนึ่งร้อย; **a ~ of** จำนวนหนึ่งร้อยของ; Ⓓ *(Roman Hist.)* หน่วยในกองทัพโรมันโบราณ ซึ่งมีทหารหนึ่งร้อยคน

cephalopod /ˈsefələpɒd/ˈเซ็ฟเฟอะเลอะพอด/ *n. (Zool.)* สัตว์ทะเลในประเภทเซฟาโลโปดาซึ่งมีหัวเป็นหนวด เช่น ปลาหมึกชนิดต่าง ๆ

ceramic /sɪˈræmɪk/ซิ'แรมิค/ ❶ *adj.* เกี่ยวกับเครื่องกระเบื้องดินเผา *(ถ้วย, ชาม)* ❷ *n.* กระเบื้องเซรามิค *(ท.ศ.)*, เครื่องกระเบื้องดินเผา

ceramics /sɪˈræmɪks/ซิ'แรมิคซฺ/ *n., no pl.* Ⓐ ผลิตภัณฑ์เครื่องกระเบื้องดินเผา; Ⓑ ศิลปะการทำเครื่องกระเบื้องดินเผา

Cerberus /ˈsɜ:bərəs/ˈเซอเบอะเริซ/ *n.* สุนัขในเทพนิยายกรีกโรมันโบราณ *(เชื่อกันว่ามีสามหัวและเฝ้าประตูปากทางเข้านรก)*

cereal /ˈsɪərɪəl/ˈเซียเรียล/ ❶ *n.* Ⓐ *(kind of grain)* เมล็ดพืชจำพวกข้าว; Ⓑ *(breakfast dish)* ซีเรียล *(ท.ศ.)*; อาหารเช้าที่ทำมาจากเมล็ดพืชรับประทานกับนม ❷ *adj.* ที่มีเมล็ดรับประทานได้

cerebellum /serɪˈbeləm/เซอะริ'เบ็ลเลิม/ *n. (Anat.)* สมองน้อย; สมองส่วนหลัง

cerebral /ˈserɪbrəl, US səˈri:brəl/ˈเซะริเบริล, เซอะ'รีเบริล/ *adj.* Ⓐ ➤ 453 *(of the brain)* เกี่ยวกับสมองใหญ่; Ⓑ *(appealing to intellect, intellectual)* เกี่ยวกับสติปัญญา

cerebral 'palsy *n.* ➤ 453 *(Med.)* โรคอัมพาตเนื่องจากสมองถูกกระทบกระเทือนก่อนหรือบาดเจ็บระหว่างคลอด

cerebrate /ˈserɪbreɪt/ˈเซะริเบรท/ *v.i. (literary)* คิด, ใคร่ครวญ

cerebration /serɪˈbreɪʃn/เซะริ'เบรช'น/ *n.* การทำงานของสมอง

cerebrum /ˈserɪbrəm/ˈเซะริเบริม/ *n. (Anat.)* สมองใหญ่; สมองส่วนหน้า

ceremonial /serɪˈməʊnɪəl/เซะริ'โมเนียล/ ❶ *adj.* เกี่ยวข้องกับงานพิธีหรือพิธีกรรม; *(prescribed for ceremony)* เป็นทางการ; ใช้ในงานพิธีเท่านั้น; **~ clothing** ชุดทางการ ❷ *n.* ขั้นตอนพิธีกรรม

ceremonially /serɪˈməʊnɪəlɪ/เซะริ'โมเนียลิ/ *adv.* ถูกต้องตามระเบียบแบบแผน; ตรงตามพิธี

ceremonious /serɪˈməʊnɪəs/เซะริ'โมเนียซ/ *adj.* พิถีพิถัน; จู้จี้จุกจิก; สุภาพอ่อนน้อม; *(according to prescribed ceremony)* ทำตามระเบียบ, เป็นพิธีการ

ceremoniously /serɪˈməʊnɪəslɪ/เซะริ'โมเนียซลิ/ *adv.* อย่างพิถีพิถัน, อย่างสุภาพอ่อนน้อม, อย่างพิธีรีตอง; **he bowed ~:** เขาโค้งคำนับอย่างอ่อนน้อม

ceremoniousness /serɪˈməʊnɪəsnɪs/เซะริ'โมเนียซนิซ/ *n., no pl.* ความพิถีพิถัน, ความเจ้าระเบียบ; ความสุภาพอ่อนน้อม

ceremony /ˈserɪmənɪ, US -məʊnɪ/ˈเซะริเมอะนิ/ *n.* Ⓐ พิธี; *(formal act)* พิธีการ; **opening/prize-giving ~:** พิธีเปิด/มอบรางวัล; **Christmas ~:** เทศกาลคริสต์มาส; Ⓑ *no pl., no art. (formalities)* ระเบียบแบบแผน, พิธีรีตอง; **stand on ~:** ยึดระเบียบแบบแผน; **without [great] ~:** โดยไม่ต้องมีพิธีรีตอง [มาก]; ➡ **+ master** 1 F

cerise /səˈri:z, -ri:s/เซอะรีซ, เซอะ'รีซ/ ❶ *adj.* มีสีแดงเหมือนผลเชอร์รี่ ❷ *n.* สีแดงเหมือนผลเชอร์รี่

cerium /ˈsɪərɪəm/ˈเซียเรียม/ *n. (Chem.)* โลหะสีเงินเกิดขึ้นตามธรรมชาติในแร่ต่าง ๆ

cert /sɜ:t/เชิท/ *n. (Brit. coll.)* Ⓐ **that's a ~:** นั่นมันของตายอยู่แล้ว; Ⓑ *(as winner)* ตัวเก็ง; **be tipped as a/look [like] a ~:** คาดว่าจะเป็น/ดูเหมือนว่าจะเป็นตัวเก็ง; Ⓒ *(for appointment)* **be a ~ for the job/as the next party leader** ตัวเก็งที่จะได้งาน/เป็นหัวหน้าพรรคการเมืองคนต่อไป; **his record makes him a ~ for the team** สถิติของเขาทำให้เขาเป็นตัวเก็งว่าจะได้เข้าร่วมทีม

cert. /sɜ:t/เชิท/ *abbr.* **certificate**

certain /ˈsɜ:tn/ˈเซอท'น/ *adj.* Ⓐ *(settled)* *(เวลา, นัดหมาย)* ตกลงเรียบร้อยแล้ว; Ⓑ *(unerring)* ถูกต้อง; แน่นอน; *(sure to happen)* แน่นอน; *(การตาย)* เลี่ยงไม่ได้; **the course of the tragedy is ~:** การจบของละครเรื่องเศร้าเป็นสิ่งแน่นอนอยู่แล้ว; **for ~:** แน่นอน; **I [don't] know for ~ when ...:** ฉัน [ไม่] รู้แน่ว่าเมื่อไหร่ ...; **make ~ of sth.** *(ensure)* ทำให้แน่ใจ หรือมั่นใจใน *ส.น.*; **we made ~ of a seat on the**

train เราตรวจให้แน่ว่าเรามีที่นั่งบนรถไฟ; **we made ~ of a timely arrival** เราจัดการให้แน่ว่าจะไปถึงตรงเวลา; **the doctor had to make absolutely ~ of his diagnosis** แพทย์ต้องมั่นใจเต็มที่ในการวินิจฉัยโรค; Ⓒ *(indisputable)* แน่นอน; ไม่ต้องโต้เถียง; Ⓓ *(confident)* มั่นใจ, แน่ใจ; **I'm not ~ of** *or* **about the colour** ฉันไม่มั่นใจว่าชอบสีนี้หรือไม่; **of that I'm quite ~:** ฉันมั่นใจในเรื่องนั้น; **we're not ~ about emigrating** เราไม่แน่ใจว่าจะอพยพหรือไม่; **are you ~ of the facts?** คุณมั่นใจหรือในข้อเท็จจริง; **she wasn't ~ about** *or* **of her love for him** เธอไม่แน่ใจว่าเธอรักเขาหรือไม่; **be ~ that ...:** แน่ใจว่า...; Ⓔ **be ~ to do sth.** ต้องทำ *ส.น.* แน่; **people were ~ to notice that she'd been crying** คนต้องสังเกตเห็นแน่ว่าเธอร้องไห้มา; Ⓕ *(particular but as yet unspecified)* ที่ตกลงไว้; Ⓖ *(slight: existing but probably not already known)* เล็กน้อย, พอมีอยู่บ้าง, หนึ่ง ๆ; **to a ~ extent** ในระดับหนึ่ง; **a ~ Mr. Smith** คนคนหนึ่งที่ชื่อนายสมิทธ์

certainly /'sɜ:tnlɪ, 'sɜ:tɪnlɪ/'เซอท'นลิ, 'เซอทินลิ/ *adv.* Ⓐ *(admittedly)* อย่างแน่นอน, โดยไม่ต้องสงสัย; *(definitely)* อย่างเด็ดขาด, อย่างตรงเผง; *(clearly)* อย่างชัดเจน; Ⓑ *(in answer)* แน่นอน, ใช่แล้ว; **[most] ~ not!** ไม่มีทาง

certainty /'sɜ:tntɪ/'เซอท'นทิ/ *n.* Ⓐ **be a ~:** เป็นสิ่งที่ไม่ต้องสงสัย; สิ่งที่แน่นอน; **regard sth. as a ~:** ถือว่า *ส.น.* แน่นอน; **it isn't as much of a ~ now as it was** เดี๋ยวนี้มันไม่แน่นอนเหมือนเมื่อก่อน; Ⓑ *(absolute conviction, sure fact, assurance)* ความเชื่อมั่น; ความแน่นอน, การรับประกัน; **~ of** *or* **about sth./sb.** เชื่อมั่นใน *ส.น./ค.น.*; **~ that ...:** แน่นอนว่า...; **have the ~ of accommodation/sunshine** มีที่พัก/แสงแดดแน่นอน

Cert. Ed. /sɜ:t 'ed/เชิท 'เอ็ด/ *abbr. (Brit.)* **Certificate in Education** ประกาศนียบัตรศึกษาศาสตร์

certifiable /sɜ:tɪ'faɪəbl/เซอทิ'ฟายเออะบ'ล, 'เซอทิ'ฟายเออะบ'ล/ *adj.* Ⓐ *(ผลการทดลอง)* สามารถพิสูจน์รับรองได้; **what makes a person ~ as dead?** อะไรที่จะสามารถพิสูจน์ได้ว่าคนคนหนึ่งเสียชีวิตแล้ว; Ⓑ *(as insane)* วิกลจริต; **a ~ lunatic** บุคคลที่แพทย์รับรองว่าวิกลจริต

certifiably /sɜ:tɪ'faɪəblɪ/'เซอทิ'ฟายเออะบลิ/ *adv.* สามารถพิสูจน์รับรองได้; **~ [in]sane** รับรองได้ว่ามีจิตปกติ [วิกลจริต] จริง

certificate ❶ /sə'tɪfɪkət/เซอะ'ทิฟฟิเคิท/ *n.* ประกาศนียบัตร; เอกสารทางการรับรองข้อเท็จจริง *(การเกิด, การแต่งงาน); (Cinemat.) ข้อความในตอนต้นภาพยนตร์ว่าเหมาะสำหรับผู้ชมกลุ่มไหน;* **a birth/marriage ~:** สูติบัตร/ทะเบียนสมรส; **a doctor's ~:** ใบรับรองแพทย์; **~ of origin** เอกสารแสดงถึงประเทศที่ผลิตหรือจำหน่ายสินค้านำเข้า; **he gained a ~ of merit in his exam** เขาได้รับประกาศนียบัตรดีเด่นในการสอบไล่ของเขา ❷ /sə'tɪfɪkeɪt/เซอะ'ทิฟฟิเค็ท/ *v.t.* รับรองโดยการมอบประกาศนียบัตร

Certificate of Secondary Edu'cation *n. (Brit. Hist.)* การสอบวัดผลสำหรับเด็กนักเรียนชั้นมัธยมในอังกฤษและเวลส์

certification /sɜ:tɪfɪ'keɪʃn/เซอะทิฟิ'เคช'น/ *n.* การรับรองโดยการมอบประกาศนียบัตร; *(as doctor)* การได้รับใบอนุญาต; *(certificate)* ประกาศนียบัตร, ใบรับรอง

certified /'sɜ:tɪfaɪd/'เซอะทิฟายดฺ/ *adj.* Ⓐ ได้รับการพิสูจน์รับรอง; **~ as unfit for human habitation** พิสูจน์แล้วว่าไม่เหมาะที่จะเป็นที่อยู่อาศัยของมนุษย์; **she's a ~ driving instructor** เธอเป็นครูสอนขับรถที่ผ่านการรับรองแล้ว; **this film is ~ as unsuitable for children** ภาพยนตร์เรื่องนี้ได้รับการประกาศว่าไม่เหมาะสำหรับเด็ก; Ⓑ *(declared insane)* รับรองว่าวิกลจริตจริง

certified: ~ 'cheque *n. (Finance)* เช็คที่ธนาคารรับรอง; **~ 'mail** *n. (Amer.)* **send sth. by ~ mail** ส่ง *ส.น.* โดยไปรษณีย์ที่ลงทะเบียน; **an item of ~ mail** สิ่งของที่ส่งโดยการลงทะเบียน; **~ public ac'countant** *n.* นักตรวจสอบบัญชีที่ผ่านการรับรองแล้ว, ตรวจสอบบัญชีรับรอง

certify /'sɜ:tɪfaɪ/'เซอทิฟาย/ *v.t.* Ⓐ พิสูจน์รับรอง; เป็นพยานรับรอง; *(declare by certificate)* ประกาศโดยการออกใบรับรอง; **~ sb. as competent** รับรอง *ค.น.* ว่ามีคุณสมบัติ; **this is to ~ that ...:** เอกสาร/ประกาศนียบัตรนี้รับรองว่า...; **this building has been certified [as] Crown property** อาคารหลังนี้ได้รับการประกาศให้เป็นทรัพย์สินส่วนพระมหากษัตริย์; **certified as a true copy** ได้รับการรับรองว่าเป็นสำเนาถูกต้อง; Ⓑ *(declare insane)* รับรองว่าวิกลจริตจริง; **you ought to be certified** *(coll.)* เธอนี่บ้าจริง ๆ

certitude /'sɜ:tɪtju:d, US -tu:d/'เซอทิทิวดฺ/ *n.* ความเชื่อมั่น, ความแน่นอน

cervical /'sɜ:vɪkl/'เซอวิค'ล, เซอ'ไวค'ล/ *adj. (Anat)* Ⓐ *(of neck)* เกี่ยวกับคอ; Ⓑ *(of cervix)* เกี่ยวกับปากมดลูก; **~ screening** การตรวจหามะเร็งในปากมดลูก; **~ smear test** การตรวจหามะเร็งในเซลล์จากปากมดลูก

cervix /'sɜ:vɪks/'เซอวิคซฺ/ *n., pl.* **cervices** /'sɜ:vɪsi:z/'เซอวิซีซฺ/ *(Anat.: of uterus)* ปากมดลูก

Cesarean, Cesarian *(Amer.)* ➡ **Caesarean**

cessation /se'seɪʃn/เซะ'เซช'น/ *n.* Ⓐ การหยุด; Ⓑ *(interval)* การพัก

cession /'seʃn/'เซ็ช'น/ *n.* Ⓐ การยอมมอบ *(สิทธิ, ทรัพย์สิน, ดินแดน)* ให้; การยอมยกให้; Ⓑ ดินแดนที่มอบให้

cesspit /'sespɪt/'เซ็ซพิท/ *n.* Ⓐ *(refuse pit)* หลุมสำหรับทิ้งขยะ; Ⓑ ➡ **cesspool**

cesspool /'sespu:l/'เซ็ซพูล/ *n.* ถังส้วมซึม, ถังใต้ดินสำหรับรองรับน้ำเสียหรือของโสโครก; *(fig.)* **~ of iniquity** แหล่งความเสื่อมทราม

cetacean /sɪ'teɪʃn/ซิ'เทช'น/ *n. (Zool.) สัตว์ทะเลในลำดับเซตาเซีย เช่น ปลาวาฬ*

Ceylon /sɪ'lɒn/ซิ'ลอน/ *pr. n. (Hist.)* ชื่อเดิมของประเทศศรีลังกา

cf. *abbr.* **compare**

c.f. *abbr.* **carried forward**

CFC *abbr. (Chem., Ecol.)* **chlorofluorocarbon** สาร ซี.เอฟ.ซี.

ch. *abbr.* Ⓐ **chapter;** Ⓑ **church**

cha /tʃɑ:/ฉา/ ➡ **char**[3]

cha-cha /'tʃɑ:tʃɑ:/'ฉาฉา/ ❶ *n.* การเต้นรำแบบ ช่า-ช่า-ช่า; ดนตรีประกอบจังหวะดังกล่าว ❷ *v.i.* เต้นรำช่า-ช่า-ช่า

Chad /tʃæd/แชด/ *pr. n.* ประเทศชาด *(ในทางเหนือของแอฟริกากลาง)*

chafe /tʃeɪf/เชฟ/ ❶ *v.t. (make sore)* ทำให้แสบ, ทำให้ช้ำ; *(rub)* ถู; *(fig.)* ทำให้ขุ่นเคือง, ทำให้รำคาญ ❷ *v.i.* ช้ำ, เคือง; **my skin ~s easily** ผิวฉันบวมช้ำง่าย; **~ at** *or* **under sth.** *(fig.)* รู้สึกเคืองกับ *ส.น.*

chafer /'tʃeɪfə(r)/'เฉเฟอะ(ร)/ *n. (Zool.) แมลงจำพวกด้วงอยู่ในวงศ์ Scarabeidae ตัวใหญ่และเคลื่อนไหวช้า*

chaff /tʃɑ:f, tʃæf, US tʃæf/ฉาฟ, แฉฟ/ ❶ *v.t.* **~ sb. about sth.** ยั่วล้อ *ค.น.* เกี่ยวกับ *ส.น.* ❷ *v.i.* พูดจาไร้สาระ; ล้อเล่น ❸ *n.* Ⓐ *(banter)* การคุยไร้สาระ; **enough of the ~!** หยุดคุยเรื่อยเปื่อย; Ⓑ *(husks of corn, etc.)* ฝักข้าว, แกลบ; ➡ **+ wheat;** Ⓒ *(cattle food)* หญ้าหรือฟางที่สับใช้เป็นอาหารวัว

chaffinch /'tʃæfɪntʃ/'แฉฟินฉฺ/ *n. (Ornith.)* นก *Fringilia coelebs* ตัวขนาดเล็กจำพวกนกกระจอก อาศัยในยุโรป

chagrin /'ʃægrɪn, US ʃə'gri:n/'แชกริน, เชอะ'กรีน/ ❶ *n.* ความขุ่นเคือง, ความโทมนัสอย่างรุนแรง; **much to sb.'s ~:** ซึ่งทำให้ *ค.น.* รู้สึกขุ่นเคืองใจเป็นอย่างมาก ❷ *v.t.* รู้สึกขุ่นเคือง, รู้สึกเศร้าโศกเสียใจ; **be** *or* **feel ~ed at** *or* **by sth.** รู้สึกเศร้าเสียใจจาก *ส.น.*

chain /tʃeɪn/เฉน/ ❶ *n.* Ⓐ โซ่; *(fig.)* เครื่องพันธนาการ, เครื่องผูกมัด; *(of flowers)* พวงดอกไม้; *(jewellery)* สายสร้อย; **~ of office** สร้อยประจำตำแหน่ง; **be in ~s** ถูกล่ามโซ่; **door ~:** โซ่ประตู; **supply ~** ห่วงโซ่อุปทาน; Ⓑ *(series)* ลำดับ; ชุด, แนว; **~ of events** ลำดับเหตุการณ์; **~ of ideas** ลำดับความคิด; **~ of mountains** เทือกเขา; **~ of islands/lakes** แนวเกาะ/ทะเลสาบ; **~ of shops/hotels** ร้านค้า/โรงแรมซึ่งอยู่ในเครือเดียวกัน; Ⓒ *(measurement)* 1 เชน 20m ❷ *v.t. (lit. or fig.)* **~ sb./sth. to sth.** ล่ามโซ่ *ค.น./ส.น.* กับ *ส.น.*; **the dog must be kept ~ed up** ต้องล่ามสุนัขไว้

chain: ~ armour *n.* เกราะที่ทำด้วยห่วง/โซ่ถักเข้าด้วยกัน; **~ gang** *n.* กลุ่มนักโทษที่ล่ามโซ่ติดกันขณะที่ทำงานนอกที่คุมขัง; **~ letter** *n.* จดหมายลูกโซ่; **~-link fencing** *n.* รั้วลวดตาข่าย; **~ mail** *n.* เกราะที่ทำด้วยโซ่ถักเข้าด้วยกัน; **~ re'action** *n. (Chem., Phys.; also fig.)* ปฏิกิริยาลูกโซ่; **~saw** *n.* เลื่อยยนต์ที่มีฟันเลื่อยต่อกันเป็นโซ่; **~-smoke** *v.t. & i.* สูบบุหรี่มวนต่อมวนไม่หยุด; **~-smoker** *n.* ผู้ที่สูบบุหรี่มวนต่อมวน; **~-smoking** *n.* การสูบบุหรี่มวนต่อมวน; **~ stitch** *n.* ลายถักรูปลูกโซ่; **~ store** *n.* ร้านค้าในเครือเดียวกัน; **~ wheel** *n.* เฟืองลูกโซ่

chair /tʃeə(r)/แจ(ร)/ ❶ *n.* Ⓐ เก้าอี้; *(arm~, easy ~)* เก้าอี้เท้าแขน; **take a ~ [please]** [เชิญ] นั่งเก้าอี้; Ⓑ *(professorship)* ตำแหน่งศาสตราจารย์; *(of authority)* ตำแหน่งผู้มีอำนาจ; Ⓒ *(at meeting)* ประธานการประชุม; *(chairman)* ประธาน; **be** *or* **preside in/take the ~:** ดำรงตำแหน่งประธาน; **leave** *or* **vacate the ~:** ออกจากตำแหน่งประธาน; **address the ~:** พูดต่อประธาน ❷ *v.t.* Ⓐ *(preside over)* ทำหน้าที่เป็นประธาน; **~ a meeting** เป็นประธานการประชุม; **the meeting was ~ed by ...:** การประชุมมี... เป็นประธาน; Ⓑ *(Brit.: carry as victor)* ยกขึ้นเพื่อฉลองชัยชนะ

chair: ~ back *n.* หลังเก้าอี้; **~lift** *n.* เก้าอี้ที่ห้อยจากสายพานเพื่อบรรทุกคนขึ้นเขา

chairman /'tʃeəmən/'แฉเมิน/ *n., pl.* **chairmen** /'tʃeəmən/'แฉเมิน/ Ⓐ ➤ **489** ประธาน; **Mr./Madam C~:** ท่านประธาน; **~ of the firm** ประธานบริษัท; **~'s report** รายงานประจำปีของบริษัท *(ซึ่งมีประธานบริษัทลงลายมือชื่อไว้)*; ➡ **+ board** 1 J; Ⓑ *(master of ceremonies)* พิธีกร

chairmanship /'tʃeəmənʃɪp/'แฉเมินชิพ/ *n.* ตำแหน่งประธาน

C

chair: ~person *n.* ประธาน; **~woman** *n.* ประธานที่เป็นหญิง

chaise /ʃeɪz/เชซฺ/ *n. (esp. Hist.)* รถม้าเปิดนั่งได้หนึ่งหรือสองคน; **closed** *or* **covered ~:** รถม้าเล็กมีประทุน

chaise longue /ʃeɪz ˈlɒŋ/เชซฺ ˈลอง/ *n.* เก้าอี้นวมยาวชนิดมีเท้าแขนข้างเดียว

chalcedony /kælˈsedənɪ/แคลˈเซ็ดเดอะนิ/ *n. (Min.)* หินควอทซ์ชนิดหนึ่งมีลักษณะต่าง ๆ กัน; หินจำพวกโมรา

chalet /ˈʃæleɪ/ˈแชเล/ *n.* บ้านแบบชาเลท์ *(ท.ศ.)*; กระท่อมที่ใช้เป็นที่พักแรมในวันหยุด

chalet ˈbungalow *n.* บังกะโลแบบชาเลท์ *(ท.ศ.)*

chalice /ˈtʃælɪs/ˈแฉลิซ/ *n. (poet)* ถ้วยแก้วทานไวน์; *(Eccl.)* ถ้วยที่ใช้ในพิธีมิซซา

chalk /tʃɔːk/ฉอค/ ❶ *n.* ชอล์ก *(ท.ศ.)*, ผงชอล์ก; แท่งชอล์ก; **a drawing in ~/~s** ภาพที่วาดโดยใช้ชอล์ก; **as white as ~:** *(ใบหน้า)* ซีดเผือด; **by a long ~** *(Brit. coll.)* ไกลมาก; **not by a long ~:** นิดเดียว; **as different as ~ and cheese** ต่างกันราวฟ้ากับดิน ❷ *v.t.* วาด/เขียนด้วยชอล์ก

~ ˈout *v.t.* วาดโครงสร้างคร่าว ๆ; **she had her future career ~ed out** *(fig.)* เธอวางแผนอาชีพในอนาคตของเธออย่างคร่าว ๆ

~ ˈup *v.t.* (A) บันทึกผลคะแนน; (B) *(fig.: register)* บรรลุความสำเร็จ; (C) **~ it up** *(fig.)* จดลงบัญชีเสีย; **~ it up to sb.'s account** จดใส่บัญชีของ *ค.น.*

chalk: ~-pit *n.* เหมืองชอล์ก; **~-stripe** *n. (Textiles)* แถบสีขาวเล็ก ๆ บนพื้นดำ

chalky /ˈtʃɔːkɪ/ˈฉอคิ/ *adj.* (A) *(soil)* เต็มไปด้วยชอล์ก; (B) *(colour)* ขาวเหมือนชอล์ก

challenge /ˈtʃælɪndʒ/ˈแฉลินจฺ/ ❶ *n.* (A) *(to contest or duel; also Sport)* การท้าทาย **(to)**; **issue a ~ to sb.** ทำการท้าทาย *ค.น.*; (B) *(call for a response)* สิ่งท้าทาย; **the main ~ facing us today** สิ่งท้าทายหลักที่เรากำลังเผชิญหน้าอยู่ในปัจจุบันนี้; **pose a ~ to sb.** เป็นสิ่งที่ท้าทาย *ค.น.*; **rise to a ~:** เผชิญหน้ากับการท้าทาย; (C) *(of sentry)* การร้องถามและบังคับให้ขานรหัส; (D) *(person, task)* คน/งานที่ท้าทาย; **accept a ~** รับคำท้า; (E) *(Law: exception taken)* การไม่ยอมรับ; คัดค้าน; *(Amer.: to a vote)* การร้องคัดค้าน
❷ *v.t.* (A) *(to contest etc.)* ท้าดวล; ท้าแข่งขัน; **~ sb. to a duel** ท้าดวลกับ *ค.น.*; **~ sb. to a match/fight/debate** ท้าแข่งขัน/ต่อสู้/ถกเถียงกับ *ค.น.*; **~ the world record** ท้าทายสถิติโลก; (B) *(fig.)* ท้าทาย, คัดค้าน; **~ sb.'s authority** ท้าทาย หรือ คัดค้านอำนาจของ *ค.น.*; (C) *(demand password etc. from)* ร้องถามรหัสผ่าน; (D) *(Law)* **~ a juryman** ไม่ยอมรับสมาชิกคณะลูกขุนคนหนึ่ง; **~ [the] evidence [of a witness]** คัดค้านหลักฐาน [ของพยาน]; (E) *(question)* ทักท้วง; **~ sb.'s right to do sth.** ทักท้วงสิทธิของ *ค.น.* ที่จะทำ *ส.น.*; **~ a belief/principle** ทักท้วงความเชื่อ/กฎเกณฑ์; **~ a verdict** ทักท้วงคำตัดสิน; (F) *(stimulate)* กระตุ้น

ˈchallenge cup *n.* ถ้วยการแข่งขันกีฬา ซึ่งต้องชนะมากกว่าหนึ่งครั้งจึงจะได้

challenger /ˈtʃælɪndʒə(r)/ˈแฉลินเจอะ(ร)/ *n.* ผู้ท้าทาย, ผู้เข้าร่วมแข่งขัน, ศัตรู

challenging /ˈtʃælɪndʒɪŋ/ˈแฉลินจิง/ *adj.* ท้าทายความสามารถ; *(งาน)* ยากลำบาก

chamber /ˈtʃeɪmbə(r)/ˈเฉมเบอะ(ร)/ *n.* (A) *(poet./arch.: room)* ห้อง; *(bedroom)* ห้องนอน; (B) *in pl. (Brit.) (set of rooms)* กลุ่มห้อง; *(lawyer's room)* สำนักงานทนายความ; *(judge's room)* ห้องที่ผู้พิพากษาใช้ตัดสินคดีในกรณีที่ไม่จำเป็นต้องขึ้นศาล; (C) *(of deliberative or judicial body)* สภาที่ปรึกษา หรือ สภาตุลาการ; **Upper/Lower C~** *(Parl.)* สภาสูง/ล่าง; (D) *(Anat.; in machinery, esp. of gun; artificial compartment)* ช่อง หรือ ห้อง; **~ of the heart/eye** ห้องหัวใจ/เบ้าตา; ➡ + **cloud chamber; horror 1 C**

ˈchamber concert *n.* การแสดงคอนเสิร์ตของกลุ่มเครื่องดนตรีขนาดเล็ก

chamberlain /ˈtʃeɪmbəlɪn/ˈเฉมเบอะลิน/ *n.* มหาดเล็ก, กรมวัง

chamber: ~maid *n.* ➤ 489 แม่บ้านในโรงแรม; **~ music** *n.* ดนตรีคลาสสิคที่เขียนขึ้นสำหรับเล่นกับเครื่องดนตรีน้อยชิ้น; **C~ of ˈCommerce** *n.* หอการค้า; **~ orchestra** *n.* วงดนตรีเล็ก ๆ ที่เล่นดนตรีคลาสสิค; **~ pot** *n.* กระโถนปัสสาวะ

chameleon /kəˈmiːlɪən/เคอะˈมีเลียน/ *n. (Zool.)* (A) สัตว์จำพวกกิ้งก่า สามารถเปลี่ยนสีได้; (B) *(fig.)* คนที่โลเลเปลี่ยนใจง่าย

chamois /ˈʃæmwɑː, US ˈʃæmɪ/ˈแชมวา, ˈแชมิ/ *n., pl. same* (A) *(Zool.)* สัตว์จำพวกเลียงผา; (B) *(leather)* หนังสัตว์ที่อ่อนนุ่มและยืดหยุ่นดี; **~ leather** หนังชามัวส์ *(ท.ศ.)*

chamomile ➡ **camomile**

[1]champ /tʃæmp/แฉมพฺ/ ❶ *v.t. (ม้า)* เคี้ยวเสียงดัง ❷ *v.i.* เคี้ยวเสียงดัง; **be ~ing [at the bit] to do sth.** *(fig.)* รู้สึกหงุดหงิดเพราะอยากจะทำ *ส.น.*

[2]champ *(coll.)* ➡ **champion 1 B, C**

champagne /ʃæmˈpeɪn/แชมˈเพน/ *n.* เหล้าแชมเปญ *(ท.ศ.)*

champagne: ~-coloured *adj.* มีสีเหมือนแชมเปญ; สีฟางข้าว; **~ glass** *n.* แก้วแชมเปญ

champers /ˈʃæmpəz/ˈแชมเพิซฺ/ *n. (Brit. coll.)* เหล้าแชมเปญ

champion /ˈtʃæmpɪən/ˈแฉมเพียน/ ❶ *n.* (A) *(defender)* ผู้ปกป้อง; **he is a ~ of the poor** เขาเป็นผู้ปกป้องคนจน; (B) *(Sport)* ผู้ชนะเลิศ; แชมเปี้ยน *(ท.ศ.)*; **the ice skating/discus ~:** ผู้ชนะเลิศในการแข่งสเกตน้ำแข็ง/ขว้างจักร; **world ~:** ผู้ชนะเลิศของโลก, แชมเปี้ยนโลก; (C) *(animal or plant best in contest)* ที่ชนะเลิศ; (D) *attrib.* เป็นผู้ชนะเลิศ; ซึ่งชนะเลิศ; **~ dog** สุนัขที่ชนะเลิศ; **~ boxer** นักมวยที่ชนะเลิศ
❷ *v.t.* สนับสนุน, ช่วยเหลือ, ปกป้อง
❸ *adj., adv. (N. Engl. coll.)* ดีเลิศ, วิเศษ

championship /ˈtʃæmpɪənʃɪp/ˈแฉมเพียนชิพ/ *n.* (A) *(Sport)* ตำแหน่งชนะเลิศ; **defend the ~:** ป้องกันตำแหน่งชนะเลิศ; **~ title/match** ตำแหน่ง/ศึกชิงชนะเลิศ; **compete for the ~ title** ต่อสู้เพื่อชิงตำแหน่งชนะเลิศ; (B) *(advocacy)* **~ of a cause** การรณรงค์เพื่อ *ส.น.*

chance /tʃɑːns, US tʃæns/ฉานซฺ, แฉนซฺ/ ❶ *n.* (A) *no art. (fortune)* ความบังเอิญ; โชคชะตา, ดวง, โชค; **~ encounter** การพบกันโดยบังเอิญ; **as ~ would have it** ตามที่ดวงได้กำหนด; **leave sth. to ~, let ~ decide** ปล่อยไปตามดวง; **trust to ~:** เชื่อดวง; **game of ~:** เกมวัดดวง; **the result of ~:** เกิดจากความบังเอิญ; **pure ~:** ความบังเอิญโดยแท้; **by ~:** โดยบังเอิญ; **it's not just ~:** นี่ไม่ใช่เรื่องบังเอิญเท่านั้นนะ; (B) *(trick of fate)* โชคชะตา, ชะตาลิขิต, ดวง; **by [any] ~, by some ~ or other** โดยบังเอิญ; **could you by any ~ give me a lift?** คุณพอจะรับฉันไปด้วยได้ไหม; (C) *(opportunity)* โอกาส; *(possibility)* ความเป็นไปได้; **give sb. a ~:** ให้โอกาสกับ *ค.น.*; **give sb. half a ~:** ให้โอกาส *ค.น.* อย่างน้อยนิด; **given the ~:** ถ้าได้รับโอกาส; **give sth. a ~ to do sth.** ให้โอกาส *ส.น.* ได้ทำ *ส.น.*; **offer sb. the ~ of doing sth.** ให้โอกาส *ค.น.* ทำ *ส.น.*; **get a/the ~ to do sth.** ได้โอกาสที่จะทำ *ส.น.*; **~ would be a fine thing** ไม่มีโอกาสหรอก; **have a ~ to do sth., have the ~ of doing sth.** มีโอกาสที่จะทำ *ส.น.*; **this is my big ~:** นี่แหละโอกาสทองของฉัน; **now's your ~!** นี่เป็นโอกาสของคุณแล้ว; **have no ~ of doing** *or* **to do sth.** ไม่มีโอกาสที่จะทำ *ส.น.*; **not have much ~ of doing sth.** ไม่ค่อยมีโอกาสที่จะทำ *ส.น.*; **the [off] ~ doing sth./that** ด้วยความหวังที่ว่าอาจจะมีโอกาสทำ *ส.น.*/สิ่งนั้น; **be in with a ~ of doing sth.** พอมีทางที่อาจจะได้ทำ *ส.น.*; **stand a ~ of doing sth.** ได้มีโอกาสทำ *ส.น.*; **no ~!** *(coll.)* ไม่มีทาง; (D) *in sing. or pl. (probability)* **have a good/fair ~ of doing sth.** มีโอกาสดี/ดีพอควรที่จะทำ *ส.น.*; **[is there] any ~ of your attending?** คุณจะมีทางมาร่วมหรือไม่; **what ~ [of a breakthrough] is there?** มีโอกาสทำสำเร็จ *(ไปรอด)* ไหม; **there is every/not the slightest ~ that ...:** มีโอกาสมาก/ไม่มีโอกาสแม้แต่น้อยที่จะ...; **there's a good/fair ~ of its working out** มีโอกาสที่ดี/ค่อนข้างดีที่จะทำได้สำเร็จ; **there's little ~ of its being a success** เรื่องนี้มีโอกาสที่จะสำเร็จได้ยาก; **the ~s are that ...:** ดูเหมือนว่า...; **the ~s are against it** ดูแล้วไม่น่าจะเป็นไปได้; **the ~s against it happening are slight** โอกาสน้อยมากที่มันจะไม่เกิดขึ้น; **the ~s are ten to one against its being a success** โอกาสที่เรื่องนี้จะไม่สำเร็จมีถึงสิบต่อหนึ่ง; **sb.'s ~s are slim** *ค.น.* มีโอกาสน้อย; (E) *(risk)* **take one's ~:** ลองเสี่ยงดู; **take a ~/~s** ลองเสี่ยง; **take a ~ on sth.** ลองเสี่ยงกับ *ส.น.*
❷ *v.i.* เกิดขึ้นโดยบังเอิญ; **it ~d that ...:** มันบังเอิญที่ ...; **~ to do sth.** บังเอิญทำ *ส.น.*; **she ~d to be sitting there** เธอบังเอิญไปนั่งตรงนั้น; **~ [up]on sth./sb.** พบ *ส.น./ค.น.* โดยบังเอิญ
❸ *v.t.* เสี่ยง; **~ it** เสี่ยงดู; **we'll have to ~ that happening** เราจะต้องลองเสี่ยงดูว่ามันอาจเกิดขึ้น; **~ one's luck** เสี่ยงโชค

chancel /ˈtʃɑːnsl, US tʃænsl/ˈฉานซ'ล, แฉนซ'ล/ *n. (Eccl.)* ส่วนของโบสถ์ที่อยู่ใกล้แท่นบูชาจัดไว้สำหรับนักบวชหรือนักร้องเพลงสวด

chancellery /ˈtʃɑːnsələrɪ, US ˈtʃæns-/ˈฉานเซอะเลอะริ, ˈแฉนเซอะ-/ *n. (office)* สำนักงาน; *(of consul)* สถานทูต หรือ สถานกงศุลใหญ่

chancellor /ˈtʃɑːnsələ(r), US ˈtʃæns-/ˈฉานเซอะเลอะ(ร), ˈแฉนเซอะ-/ *n.* (A) *(Polit., Law, Univ.)* เสนาบดี, อธิการบดี; **C~ of the Exchequer** *(Brit.)* รัฐมนตรีว่าการกระทรวงการคลัง; **Lord [High] C~** *(Brit.)* ประธานฝ่ายตุลาการ, ประธานวุฒิสภา; (B) *(chief minister of State)* นายกรัฐมนตรี; **Federal C~:** นายกรัฐมนตรีของสหพันธรัฐ

chancer /ˈtʃɑːnsə(r)/ˈฉานเซอะ(ร)/ *n.* ผู้เสี่ยงโชค

chancery /ˈtʃɑːnsərɪ, US ˈtʃæns-/ˈฉานเซอะริ, ˈแฉนเซอะ-/ *n.* (A) **C~** *(Brit. Law)* ศาลตุลาการใหญ่ของอังกฤษ; **Court of C~** *(Hist.)* ศาลของบาทหลวงซึ่งในสมัยก่อนอยู่ในคณะรัฐบาลปกครองประเทศ; (B) *(Brit. Diplom.)* สถานทูต/กงสุล; (C) *(public records office)* สำนักงานสถิติ

chancy /ˈtʃɑːnsɪ, US ˈtʃændsɪ/ˈฉานซิ, ˈแฉนดฺซิ/ *adj.* เสี่ยง, ไม่แน่นอน

chandelier /ʃændə'lɪə(r)/แชนเดอะ'เลีย(ร)/ *n.* โคมระย้า, โคมช่อ, เชิงเทียนแขวน

chandler /'tʃɑ:ndlə(r), US 'tʃæn-/'ฉานดฺเลอะ(ร), 'แฉน-/ *n.* ➤ 489 *(arch.)* พ่อค้าขายของเบ็ดเตล็ด; ➡ + ship's chandler

change /tʃeɪndʒ/เฉนจฺ/ ❶ *n.* Ⓐ *(of name, address, lifestyle, job, goverment, condition, etc.)* การเปลี่ยน; **there has been a ~ of plan** ได้มีการเปลี่ยนแผน; **sth. undergoes a ~:** *ส.น.* เปลี่ยนแปลงไป; **How is she, doctor? — No ~:** เธอเป็นอย่างไรบ้างคุณหมอ ยังเหมือนเดิม; **see a ~ in sb.** เห็นว่า *ค.น.* เปลี่ยนแปลงไป; **this last year has seen many ~s** ในปีที่ผ่านมามีความเปลี่ยนแปลงหลายอย่าง; **there has been a ~ in sb./sth.** *ค.น./ส.น.* เปลี่ยนแปลงไป; **make ~s/a ~:** เปลี่ยน *หรือ* ปรับเปลี่ยน (to, in); **make a ~ [of trains/buses]** เปลี่ยน [รถไฟ/รถประจำทาง]; **a ~ in the weather** การเปลี่ยนแปลงของสภาพอากาศ; **a ~ for the better/worse** การเปลี่ยนแปลงในทางที่ดี/เลวลง; **a ~ of air would do her good** การเปลี่ยนอากาศจะช่วยให้เธอสบายขึ้น; **a ~ of scene/environment** การเปลี่ยนสถานที่/สิ่งแวดล้อม; **the ~ [of life]** การหมดประจำเดือน; **a ~ of drivers every four hours** การเปลี่ยนคนขับทุกสี่ชั่วโมง; **a ~ of heart** การเปลี่ยนใจ; การกลับใจ; Ⓑ *no pl., no art. (process of changing)* การเปลี่ยนแปลง; **be for/against ~:** สนับสนุน/ต่อต้านการเปลี่ยนแปลง; **~ came slowly** การเปลี่ยนแปลงดำเนินไปอย่างช้า ๆ; Ⓒ *(for the sake of variety)* เพื่อการเปลี่ยนแปลง; **[just] for a ~:** [เพียง] เพื่อให้มีการเปลี่ยนแปลงบ้าง; **make a ~** *(be different)* ทำให้มีความแตกต่าง (**from** กับ); **that makes a ~** *(iron.)* อือ ก็ค่อยยังชั่วหน่อย; **a ~ is as good as a rest** *(prov.)* เปลี่ยนแปลงเสียบ้างก็ดี; Ⓓ ➤ 572 *no pl., no indef. art. (money)* เงินทอน; **[loose** *or* **small] ~:** เศษสตางค์; **give ~,** *(Amer.)* **make ~:** ทอนเงินให้; **give sb. his/her ~:** ทอนเงินให้ *ค.น.*; **give sb. 40p in ~:** ทอนเงินให้ *ค.น.* 40 เพนซ์; **can you give me ~ for 50p?** ขอแลกเงิน 50 เพนซ์ได้ไหม; **I haven't got ~ for £20** ฉันไม่สามารถแลก 20 ปอนด์ได้; **[you can] keep the ~:** ไม่ต้องทอนหรอก; **get no ~ out of sb.** *(fig. coll)* ไม่ได้เรื่องราวอะไรจาก *ค.น.* เลย; Ⓔ **a ~ [of clothes]** *(fresh clothes)* เสื้อผ้าอีกชุด; Ⓕ *(of moon)* สภาวะข้างขึ้นข้างแรมของดวงจันทร์; Ⓖ *usu. in pl. (Bellringing)* การสั่นระฆัง; **ring the ~s** *(fig.)* คอยสับเปลี่ยนวิธีทำ *ส.น.*

❷ *v.t.* Ⓐ *(switch)* เปลี่ยน; เปลี่ยนแปลง; สับเปลี่ยน; **~ one's clothes** เปลี่ยนเสื้อผ้า; **~ one's address/name** เปลี่ยนที่อยู่/ชื่อ; **~ trains/buses** เปลี่ยนรถไฟ/รถโดยสาร; **~ schools/one's doctor** เปลี่ยนโรงเรียน/หมอประจำตัว; **he's always changing jobs** เขาเปลี่ยนงานเสมอ; **~ seats** ย้ายที่นั่งไปนั่งที่อื่น; (➡ + C); **~ the record** เปลี่ยนแผ่นเสียง; **~ the bed** เปลี่ยนผ้าปูที่นอน; **~ the baby** เปลี่ยนผ้าอ้อมให้เด็ก; **~ ownership** เปลี่ยนเจ้าของ; ➡ + gear 1 A; hand 1 A, C; horse 1 A; side 1 I; Ⓑ *(transform)* แปรรูป; *(alter)* แก้ไข; **~ sth./sb. into sth./sb.** เปลี่ยน *ส.น./ค.น.* ให้เป็นอีก *ส.น./ค.น.*; **she ~d him from a prince into a frog** เธอเปลี่ยนเขาจากเจ้าชายให้เป็นกบ; **marriage ~d his way of life** การแต่งงานเปลี่ยนวิถีชีวิตของเขา; **you won't be able to ~ him** คุณเปลี่ยนแปลงเขาไม่ได้หรอก; **~ direction** เปลี่ยนเส้นทาง; ➡ + colour C; mind 1 B; step 1 E; tune 1 A; Ⓒ *(exchange)* แลก, เปลี่ยน; **~ seats** แลกที่นั่ง, เปลี่ยนที่นั่ง; (➡ + A); **~ seats with sb.** แลกที่นั่งกับ *ค.น.*; **~ sth./sb. for sth./sb.** แลก *ส.น./ค.น.* กับอีก *ส.น./*อีก *ค.น.*; **take sth. back to the shop and ~ it for sth.** กลับไปที่ร้าน เพื่อแลก *ส.น.* กับอีก *ส.น.*; ➡ + place 1 F; Ⓓ ➤ 572 *(in currency or denomination)* แลกเงินตรา, แตกเงิน; **~ one's money into Euros** แลกเงินเป็นเงินยูโร

❸ *v.i.* Ⓐ *(alter)* เปลี่ยนแปลง, แก้ไข, กลับ; **has she ~d?** เธอเปลี่ยนไปบ้างไหม; **she'll never ~!** เธอไม่มีวันเปลี่ยนหรอก; **wait for the lights to ~:** รอให้ไฟเปลี่ยนสีก่อน; **~ for the better** เปลี่ยนไปในทางที่ดีขึ้น; **conditions ~d for the worse** สถานการณ์เลวลง; Ⓑ *(into something else)* เปลี่ยนแปลง, กลายเป็น; **he ~d from a prince into a frog** เขาแปลงรูปจากเจ้าชายเป็นกบ; **the wind ~s from east to west** ลมเปลี่ยนจากทิศตะวันออกมาพัดจากทิศตะวันตก; **Britain ~d to the metric system** อังกฤษเปลี่ยนมาใช้ระบบเมตริก; **almost overnight it seemed to ~ from winter to spring** ดูเหมือนว่าจะเปลี่ยนจากฤดูหนาวเป็นฤดูใบไม้ผลิในชั่วข้ามคืน; Ⓒ *(exchange)* แลกเปลี่ยน; **~ with sb.** แลกกับ *ค.น.*; Ⓓ *(put on other clothes)* เปลี่ยนชุด; **~ out of/into sth.** เปลี่ยนจากชุดหนึ่ง/เป็นอีกชุดหนึ่ง; Ⓔ *(take different train or bus)* **where do I ~?** ฉันต้องเปลี่ยนรถที่ไหน; **all ~!** ทุกคนลงจากรถ; **~ at Bristol** เปลี่ยนรถที่เมืองบริสตอล

~ 'down *v.i. (Motor veh.)* เปลี่ยนลงเกียร์ต่ำ

~ 'over *v.i.* Ⓐ *(to something else)* **~ over from sth. to sth.** เปลี่ยนจาก *ส.น.* มาเป็นอีก *ส.น.*; ย้ายจาก *ส.น.* ไปอีก *ส.น.*; **the student ~d over to medicine** นักเรียนย้ายไปเรียนอายุรกรรม; **they ~d over from one system to another** พวกเขาเปลี่ยนจากระบบหนึ่งมาใช้อีกระบบหนึ่ง; Ⓑ *(exchange places)* แลกที่นั่ง; *(Sport)* เปลี่ยน [ข้าง]; ➡ + ~over

~ 'round ❶ *v.i.* สับเปลี่ยน; *(Sport)* เปลี่ยน [ข้าง] ❷ *v.t.* โยกย้าย *(เฟอร์นิเจอร์, รูปภาพ)*; เปลี่ยนแปลง *(ห้อง)*

~ 'up *v.i. (Motor Veh.)* เปลี่ยนเกียร์สูงขึ้น

changeability /tʃeɪndʒə'bɪlɪtɪ/เฉนเจอะ'บิลลิทิ/ ➡ changeableness

changeable /'tʃeɪndʒəbl/'เฉนเจอะบ'ล/ *adj. (irregular, inconstant) (นิสัย)* ไม่มั่นคง; *(อารมณ์)* ไม่สม่ำเสมอ; *(อากาศ)* ที่เปลี่ยนแปลง; *(ลม)* ที่เปลี่ยนทิศอยู่เรื่อย

changeableness /'tʃeɪndʒəblnɪs/'เฉนเจอะบิลนิซ/ *n., no pl. (inconstancy)* ความไม่สม่ำเสมอ; *(of person)* การเปลี่ยนแปลงง่าย; ความชอบเปลี่ยนใจ

'change[-giving] machine *n.* ตู้แลกเปลี่ยนเงินอัตโนมัติ

changeless /'tʃeɪndʒlɪs/'เฉนจฺลิซ/ *adj.* ไม่เปลี่ยนแปลง

changeling /'tʃeɪndʒlɪŋ/'เฉนจฺลิง/ *n.* เด็กที่เชื่อกันว่ามีผู้แอบเอามาแลกกับเด็กอีกคนหนึ่ง

'changeover /'tʃeɪndʒəʊvə(r)/'เฉนจฺโอเวอะ(ร)/ *n.* Ⓐ การเปลี่ยน, ความเปลี่ยนแปลง; **~ from sth. to sth.** การเปลี่ยนจาก *ส.น.* เป็นอีก *ส.น.*; **the ~ from one government to the next** การเปลี่ยนรัฐบาลเดิมเป็นอีกรัฐบาลหนึ่ง; **the sudden ~ in public opinion** ความเปลี่ยนแปลงอย่างกะทันหันในประชามติ; Ⓑ *(Sport: of baton in relay race)* การเปลี่ยนไม้ระหว่างวิ่งผลัด; *(of teams changing ends)* การเปลี่ยนข้าง

changing /'tʃeɪndʒɪŋ/'เฉนจิง/ ❶ *adj.* สับเปลี่ยน, เปลี่ยนแปลง ❷ *n.* **the C~ of the Guard** การเปลี่ยนทหารยามหน้าพระราชวัง

changing: ~ cubicle *n.* ห้องเปลี่ยนเสื้อผ้าส่วนตัว; **~ room** *n. (Brit.)* Ⓐ *(Sport)* ห้องเปลี่ยนเสื้อผ้าในการเล่นกีฬา; Ⓑ *(in shop)* ห้องลองเสื้อ

channel /'tʃænl/'แฉน'ล/ ❶ *n.* Ⓐ คลอง; ช่องแคบ; *(gutter)* รางส่งน้ำ; *(navigable part of waterway)* ทางน้ำที่เดินเรือได้; **the C~** *(Brit.)* ช่องแคบอังกฤษ *(ระหว่างเกาะอังกฤษกับฝรั่งเศส)*; **~ of a/the river** คุ้งน้ำ; Ⓑ *(fig.)* ขั้นตอน; **your application will go through the usual ~s** ใบสมัครของคุณจะผ่านขั้นตอนตามปกติ; **you must apply through the official ~s** คุณต้องสมัครผ่านตามขั้นตอนทางการ; **direct sb.'s talents into the right ~:** ชักนำความสามารถของ *ค.น.* ไปในแนวทางที่เหมาะสม; Ⓒ *(Telev., Radio)* ช่วงคลื่นของสถานีใด ๆ; *(Telev.)* ช่อง; Ⓓ *(on recording tape etc.)* แถบบันทึกเสียง; Ⓔ *(groove)* รางร่อง; *(flute)* ลำขลุ่ย ❷ *v.t., (Brit.)* **-ll-** *(convey)* ส่ง, ถ่ายทอด; *(fig.: guide, direct)* นำ, ชี้แนะ

Channel: c~-hop *v.i. (coll.)* Ⓐ *(Telev.)* เปลี่ยนช่องตลอด; Ⓑ *(cross the English Channel)* ข้ามช่องแคบอังกฤษไปเที่ยวช่วงสั้น; **~ Islands** *pr. n. pl.* หมู่เกาะแชนแนล; **~ Tunnel** *n.* อุโมงค์ใต้ช่องแคบอังกฤษ; **~ Tunnel rail link** *รถไฟที่เชื่อมกับอุโมงค์ลอดช่องแคบอังกฤษ*

chant /tʃɑ:nt, US tʃænt/ฉานทฺ, แฉนทฺ/ ❶ *v.t.* Ⓐ *(Eccl.)* ร้องเพลง; สวดทำนอง; Ⓑ *(utter rhythmically)* เปล่งเสียงเป็นจังหวะ ❷ *v.i.* Ⓐ *(Eccl.)* สวดมนต์เป็นทำนอง; Ⓑ *(utter slogans etc.)* ท่อง; พูดพร้อมกัน ฯลฯ ❸ *n.* Ⓐ *(Eccl., Mus.)* เพลงสวด; โคลงสรรเสริญ; Ⓑ *(sing-song)* การร้องเพลงหมู่; *(slogans)* การพูดหรือตะโกนเรียกร้องพร้อมกัน; การท่องซ้ำไปซ้ำมา

chanterelle /a:ʃæntə'rel/แฉนเทอะ'เร็ล/ *n. (Bot.)* เห็ดสีเหลืองพันธุ์ *Cantharellus cibarrius*

chaos /'keɪɒs/'เคออซ/ *n., no indef. art.* ความวุ่นวาย, ความโกลาหล, ความสับสนอลหม่าน; **be in [a state of] [complete] ~:** อยู่ในสภาวะสับสนอลหม่านสุดขีด; **it's absolute ~:** มันวุ่นวายกันสุดขีด; **cause ~:** สร้างเกิดความวุ่นวาย

'chaos theory *n.* ทฤษฎีเคออส *(ท.ศ.)*, ทฤษฎีอลวน

chaotic /keɪ'ɒtɪk/เค'ออทิค/ *adj.*,

chaotically /เค'ออทิเคอะลิ/ *adv.* ยุ่งเหยิง, สับสนอลหม่าน, โกลาหล

[1]chap /tʃæp/แฉพ/ *n. (Brit. coll.)* เด็กผู้ชาย; **old ~:** เพื่อนยาก; **my dear ~:** เพื่อนรัก; **would you ~s lend a hand?** พวกหนุ่ม ๆ ช่วยหน่อยได้ไหม; **hello, old ~!** สวัสดี เพื่อนยาก

[2]chap ❶ *v.t.*, **-pp-** แตกระแหง; **my hands are ~ped** มือฉันแห้งแตก; **~ped skin** ผิวแตกระแหง ❷ *n. usu. in pl.* รอยแตกบนผิวหนัง, รอยปริตามตะเข็บ

[3]chap *n. (jaw)* กรามล่าง; *(Gastr.: of pig)* แก้มตอนล่าง

chap. *abbr.* chapter

chapat[t]i /tʃə'pɑ:tɪ, tʃə'pætɪ/เฉอะ'พาทิ, เฉอะ'แพทิ/ *n.* จปาตี *(ท.ศ.)*, โรตีแผ่นบางทำจากแป้งสาลีซ้อมมือไม่ใส่ผงฟู

'chap-book *n. (Hist.)* แผ่นพับเล็ก ๆ ซึ่งมีเรื่องต่าง ๆ ที่พวกพ่อค้าเร่นำมาขาย

C

chapel /'tʃæpl/'แฉพ'ล/ *n.* Ⓐ *สถานที่อธิษฐานเฉพาะตัวในโบสถ์หรือจัดเป็นส่วนเฉพาะในที่ทำการหรือบ้านของชาวคริสต์;* **~ of rest** *(Brit.)* หอพิธี, ที่เก็บศพไว้รอฝัง Ⓑ *(Brit.: of Nonconformists)* โบสถ์ *(ของผู้นับถือศาสนาคริสต์ศาสนานิกายที่ไม่ใช่แองกลิกัน);* Ⓒ *(subordinate to parish church) โบสถ์นิกายแองกลิกันซึ่งอยู่ใต้บังคับบัญชาของศาสนจักร*

chaperon /'ʃæpərəʊn/'แชเพอะโรน/ ❶ *n. หญิงติดตามดูแลสาวโสด เพื่อกันข้อครหานินทา; (joc.)* คนที่คอยดูแลเด็กเล็กเวลาออกนอกบ้าน ❷ *v.t.* ทำหน้าที่พี่เลี้ยงคอยดูแล; *(escort)* ติดตามไปเป็นเพื่อน

chaplain /'tʃæplɪn/'แฉพลิน/ *n.* บาทหลวงที่ประจำการอยู่ในโบสถ์สถานที่ทหาร/ทำงานต่าง ๆ *(ทำนองอนุศาสนาจารย์)*

chaplaincy /'tʃæplɪnsɪ/'แฉพลินซิ/ *n.* Ⓐ ตำแหน่งบาทหลวงที่ประจำอยู่ในโบสถ์ของสถานที่ทำการต่าง ๆ; Ⓑ *(building)* สำนักงานของบาทหลวง

chaplet /'tʃæplɪt/'แฉพลิท/ *n.* Ⓐ *(Hist: wreath)* มาลัยหรือเครื่องประดับวงกลมใช้สวมบนศีรษะ; Ⓑ *(string of beads) (RC Ch.)* สายประคำ 55 เม็ด ซึ่งนักบวชใช้สวดมนต์; *(as necklace)* สร้อยคอ

chappie, chappy /'tʃæpɪ/'แฉพิ/ *n. (coll.)* **a nice ~:** ชายหนุ่มที่น่ารัก

chaps /tʃæps, ʃæps/แฉพซฺ, แชพซฺ/ *n. pl. (Amer.: overalls)* เสื้อคลุมทำด้วยหนังสัตว์

chapter /'tʃæptə(r)/'แฉพเทอะ(ร)/ *n.* Ⓐ *(of book)* บท; **[quote sth.] ~ and verse** การอ้างอิงหลักฐานอย่างครบถ้วน; **give ~ and verse for sth.** อ้างบทอ้างตอน; ให้คำอ้างอิงหลักฐานยืนยันอย่างแน่ชัด; Ⓑ *(fig.)* **~ in** *or* **of sb.'s life** ช่วงเวลาในชีวิต *ค.น.;* **~ of history** ช่วงเวลาในประวัติศาสตร์; ➡ **+ accident** D; Ⓒ *(Eccl.)* บทบัญญัติของสงฆ์; Ⓓ *(Amer.: branch of a society)* สาขาของสมาคม

chapter: ~ heading *n.* หัวเรื่องบท; **~ house** *n.* Ⓐ อาคารที่ใช้ชุมนุมคณะสงฆ์; Ⓑ *(Amer.: for student meetings)* สโมสรนิสิตชายหญิง

[1]**char** /tʃɑː(r)/ฉา(ร)/ *v.t. & i.*, **-rr-** เผาเป็นถ่าน; ไหม้เกรียม

[2]**char** ➤ **489** ❶ *n. (Brit. cleaner)* หญิงทำความสะอาดตามบ้าน ❷ *v.i.*, **-rr-** *(be cleaner)* รับจ้างทำความสะอาด; **~ for sb.** ทำความสะอาดสำหรับ *ค.น.*

[3]**char** *n. (Brit. coll.: tea)* ชา; **a cup of ~:** น้ำชาหนึ่งถ้วย

charabanc /'ʃærəbæŋ/'แชเรอะแบง/ *n. (Brit. dated)* รถบัส [เปิดหลังคา]

character /'kærɪktə(r)/'แคริคเทอะ(ร)/ *n.* Ⓐ *(mental or moral qualities, integrity)* คุณสมบัติประจำตัว, บุคลิก; *(description of qualities)* นิสัย, คุณสมบัติประจำตัว; **be of good ~:** นิสัยดี; **a woman of ~:** ผู้หญิงที่มีบุคลิกลักษณะเฉพาะตัว; **strength of ~:** ความเข้มแข็งทางจิตใจ; Ⓑ *(reputation)* ชื่อเสียง; *(testimonial)* การรับรอง; Ⓒ *no pl. (individuality, style)* ลักษณะพิเศษเฉพาะตัว, แบบฉบับ; *(characteristic, esp. Biol.)* คุณลักษณะ; **the town has a ~ all of its own** เมืองนี้มีคุณลักษณะเฉพาะ; **have no ~:** ไม่มีความเข้มแข็ง; **his face has ~:** หน้าของเขา มีบุคลิกลักษณะพิเศษ; Ⓓ *(in novel etc.)* ตัวละครในนิยาย ฯลฯ; *(part played by sb.)* บทละครหรือภาพยนตร์; **be in/out of ~** *(fig.)* เข้ากับ/ไม่เข้ากับนิสัย; **his behaviour was quite out of ~** *(fig.)* พฤติกรรมของเขาดูไม่เหมือนนิสัยปกติเสียเลย; **act in/out of ~** *(fig.)* ประพฤติตาม/ไม่ประพฤติตามนิสัยปกติ; Ⓔ *(coll.: extraordinary person)* คนที่มีเอกลักษณ์พิเศษ; คนแหวกแนว; **be [quite] a ~/a real ~:** มีบุคลิกพิเศษเฉพาะตัว; **what a ~!** คนอะไรแปลกประหลาดอย่างนี้; Ⓕ *(personage)* บุคคล; *(coll.: individual)* ปัจเจกชน; **a public ~:** บุคคลที่มีชื่อเสียง; Ⓖ *(graphic symbol: Computing)* ตัวสัญลักษณ์; *(set of letters)* ตัวอักษร, ตัวอักขระ

character: ~ actor *n.* นักแสดงชายที่เล่นบทของคนแปลก; **~ actress** *n.* นักแสดงหญิงที่มีความชำนาญในการเล่นบุคลิกหลากหลาย; **~ assassination** *n.* การทำลายชื่อเสียงของผู้อื่น; **~-building** ❶ *n.* การสร้างอุปนิสัย ❷ *adj.* เกี่ยวกับการสร้างอุปนิสัย

characterisation, characterise ➡ **characterize**

characteristic /kærɪktə'rɪstɪk/แคริคเทอะ'ริซติค/ ❶ *adj.* เป็นลักษณะประจำตัว ❷ *n.* Ⓐ บุคลิกลักษณะ; **one of the main ~s** บุคลิกลักษณะหนึ่งที่เด่นอย่างหนึ่ง; Ⓑ ➡ **characteristic curve**

characteristically /kærɪktə'rɪstɪklɪ/แคริคเทอ'ริซติคลิ/ *adv.* ตามแบบฉบับเฉพาะตัว; **~ American** แบบฉบับอเมริกัน; **~ enough for him he ...:** ก็ตามแบบของเขา

characteristic 'curve *n.* กราฟแสดงความสัมพันธ์ระหว่างจำนวนสองจำนวนที่ผันแปรตามกัน

characterization /kærɪktəraɪ'zeɪʃn/แคริคเทอะไร'เซฌ'น/ *n.* การอธิบายลักษณะ, การวาดภาพบุคลิก

characterize /'kærəktəraɪz/'แคริคเทอะรายซฺ/ *v.t.* แสดงลักษณะ, อธิบายลักษณะ

characterless /'kærɪktəlɪs/'แคริคเทอะ(ร)ลิซ/ *adj.* ไม่มีลักษณะพิเศษ, ไร้บุคลิก

character: ~ part *n. (Theatre)* บทที่ผู้แสดงต้องจับบุคลิกเฉพาะให้ได้; **~ sketch** *n.* การร่างเค้าโครงภาพการละครโดยเน้นจุดเฉพาะของสถานการณ์/บุคลิก; **~ study** *n.* การฝึกตัวแสดงให้ได้บุคลิกเฉพาะของบท

charade /ʃə'rɑːd, US ʃə'reɪd/เชอะ'ราด/ *n.* การใบ้คำ; การเล่นเดาคำจากการบอกใบ้; *(fig.)* เป็นการหลอกลวง, ไม่จริงใจ; **play [a game of] ~s** เล่นเกมปริศนาใบ้คำ; **be an absolute ~** *(fig.)* เป็นการหลอกลวงอย่างสิ้นเชิง

charcoal /'tʃɑːkəʊl/'ฉาโคล/ *n.* Ⓐ ถ่าน; *(for drawing)* สีถ่านใช้วาดรูป; Ⓑ ➡ **charcoal grey**

charcoal: ~ biscuit *n. ขนมกรอบที่เจือถ่านไม้ช่วยย่อยอาหาร;* **~-burner** *n.* เตาเผาถ่าน; **~ drawing** *n.* รูปที่วาดด้วยสีถ่าน; **~ 'grey** *n.* สีเทาเข้ม; **~ pencil** *n.* ดินสอถ่าน

chard /tʃɑːd/ฉาด/ *n. (Bot.)* หัวบีตพันธุ์ *Beta vulgaris* ใบสีเขียวกินได้

charge /tʃɑːdʒ/ฉาจ/ ❶ *n.* Ⓐ ➤ **572** *(price)* ราคา; *(payable to telephone company, bank, authorities, etc., for services)* ค่าบริการ; **what's your ~?** ค่าบริการของคุณเท่าไร; คุณคิดเท่าไหร่ *(ภ.พ.);* **what would the ~ be for doing that?** เรื่องนี้คิดค่าบริการเท่าไร; **is there a ~ for it?** สิ่งนี้คิดค่าบริการหรือเปล่า; **make a ~ of £1/no ~ for sth.** คิดค่าบริการหนึ่งปอนด์/ไม่คิดค่าบริการ; **at no extra ~:** ไม่คิดค่าบริการเพิ่ม; **incidental ~s** ค่าบริการเบ็ดเสร็จ; Ⓑ *(care)* ความรับผิดชอบดูแล; *(task)* ภาระหน้าที่; *(person entrusted)* บุคคลที่อยู่ในความดูแล; **be in ~ of a child** มีภาระดูแลเด็ก; **the boy was placed in his ~:** เด็กชายอยู่ในความดูแลของเขา; **the patients in** *or* **under her ~:** คนไข้ในความดูแลของเธอ; **be under sb.'s ~:** อยู่ในความดูแลของ *ค.น.;* **leave sb. in [full] ~ of sth.** ปล่อย *ค.น.* รับผิดชอบ *ส.น.* [อย่างเต็มที่]; **the officer/teacher in ~:** เจ้าหน้าที่/ครูผู้รับผิดชอบ; **be in ~:** รับผิดชอบ; **be in ~ of sth.** รับผิดชอบ *ส.น.;* **put sb. in ~ of sth.** จัดให้ *ค.น.* รับผิดชอบต่อ *ส.น.; (make leader)* มอบหมายให้ *ค.น.* เป็นผู้นำ *ส.น.;* **take ~:** เข้ารับผิดชอบ; *(fig. coll.: get out of control)* ออกจากการควบคุม; **take ~ of sth.** *(become responsible for)* เข้ารับผิดชอบ *ส.น.; (as deputy)* เข้ารักษาการ *ส.น.; (for safe keeping)* รับ *ส.น.* มาอยู่ใต้การควบคุมดูแล; **the police took ~ of the evidence** เจ้าหน้าที่ตำรวจเข้ามาควบคุมหลักฐาน; **give sb. in ~** *(Brit.)* มอบตัว *ค.น.* ให้ตำรวจ; Ⓒ *(Law: accusation)* ข้อกล่าวหา; **make a ~ against sb.** ตั้งข้อกล่าวหาต่อ *ค.น.;* **bring a ~ of sth. against sb.** กล่าวหา *ค.น.* ว่าทำ *ส.น.;* **press ~s** แจ้งข้อกล่าวหา; **face a ~ [of sth.]** เผชิญข้อกล่าวหา [เรื่อง *ส.น.*]; **on a ~ of** ในข้อกล่าวหาเรื่อง; **[stand] convicted on all six ~s** ถูกพิพากษาโทษตามข้อกล่าวหาทั้ง 6 ข้อ; **what's the ~?** ข้อกล่าวหามีอะไรบ้าง; Ⓓ *(allegation)* ข้อกล่าวหา, ข้ออ้าง; Ⓔ *(attack)* การโจมตีอย่างรุนแรงและรวดเร็ว; **return to the ~** *(fig.)* เริ่มทดลองใหม่อีกครั้ง; Ⓕ *(of explosives etc.)* ดินระเบิด; *(in blast furnace etc.)* การประจุไฟในเตาหลอม; Ⓖ *(of electricity)* การอัด *(ชาร์ท)* ไฟ, การประจุไฟฟ้า; **put the battery on ~:** อัดแบตเตอรี่; **poetry/person with an emotional ~** *(fig.)* บทกวีนิพนธ์/บุคคลที่แสดงอารมณ์รุนแรง; Ⓗ *(directions)* การสั่ง; *(of judge to jury)* การชี้แนะของผู้พิพากษาให้กับคณะลูกขุน; Ⓘ *(Her.)* ความรับผิดชอบ

❷ *v.t.* Ⓐ ➤ **572** *(demand payment of or from)* **~ sb. sth., ~ sth. to sb.** เรียกเก็บเงินค่า *ส.น.* จาก *ค.น.;* **be ~d** ถูกเรียกค่าบริการ; **I wasn't ~d for it** ฉันไม่ต้องเสียเงินสำหรับสิ่งนี้; **~ sb. £1 for sth.** เรียกค่าบริการ *ค.น.* 1 ปอนด์ สำหรับ *ส.น.;* คิด 1 ปอนด์สำหรับ *ส.น.;* **customers are ~d for breakages** ลูกค้าต้องจ่ายค่าแตกหัก; **~ sth. [up] to sb.'s account** หักค่า *ส.น.* จากบัญชีของ *ค.น.;* **to whom is the dress to be ~d?** ค่าเสื้อชุดนี้จะให้เก็บเงินที่ใคร; **~ it [up] to the firm** เก็บเงินที่บริษัท; Ⓑ *(Law: accuse)* กล่าวหา; **~ sb. with sth.** กล่าวหา *ค.น.* ใน *ส.น.;* Ⓒ *(blame)* ตำหนิ, หาว่า; **~ sb. with doing sth.** ตำหนิ *ค.น.* ที่ทำ *ส.น.;* **~ sb. with being lazy** หาว่า *ค.น.* ขี้เกียจ; Ⓓ *(formal: entrust)* **~ sb. with sth.** มอบหมายให้ *ค.น.* ทำ *ส.น.;* **~ oneself with sth.** รับผิดชอบใน *ส.น.;* Ⓔ *(load)* *(ปืน)* ประจุ; *(แบตเตอรี่)* บรรทุกจนเต็ม; Ⓕ *(Electr.)* อัดกระแสไฟฟ้า; **~d with emotion** *(fig.)* เต็มไปด้วยอารมณ์รุนแรง; Ⓖ *(rush at)* จู่โจม; Ⓗ *(formal: command)* สั่งมอบหมาย, บัญชา; **~ sb. to do sth.** สั่ง *ค.น.* ให้ทำ *ส.น.;* **the judge ~d the jury** ผู้พิพากษาชี้แนะหน้าที่ให้คณะลูกขุน

❸ *v.i.* Ⓐ *(attack)* โจมตี; **~!** เข้าตี; **~ at sb./sth.** โจมตี *ค.น./ส.น.;* **he ~d into a wall** *(fig.)* เขาวิ่งชนกำแพง; Ⓑ *(coll.: hurry)* รีบเร่ง

chargeable /'tʃɑːdʒəbl/'ฉาจเจอะบ'ล/ *adj.* Ⓐ **be ~ to sb.** เรียกเก็บเงิน *ค.น.* ได้; Ⓑ *(Law)* **be ~ with sth.** สามารถถูกกล่าวหาในข้อหา *ส.น.* ได้

charge: ~ account *n. (Amer.)* เครดิตเงินตามร้านต่าง ๆ; มีบัตรเครดิตเพื่อใช้ในห้างโดยเฉพาะ **~ card** *n.* บัตรเครดิต

chargé d'affaires /ʃɑːʒeɪ dæˈfeə(r) ชาเฌ แด'แฟ(ร)/ *n., pl.* **chargés d'affaires** /ʃɑːʒeɪ dæˈ feə(r)/ชาเฌ แด'แฟ(ร)/ อุปทูต

charge: ~-hand *n. (Brit.)* ผู้ช่วยหัวหน้างานซึ่งต้องคุมคนงานอื่น ๆ; **~-nurse** *n. (Brit.)* พยาบาลผู้ดูแลแผนกคนไข้เฉพาะตึกหรือชั้น

charger /ˈtʃɑːdʒə(r)/ˈฉาเจอะ(ร)/ *n.* Ⓐ *(Mil.: cavalry horse; of knight)* ม้าในกองทหารม้า; Ⓑ *(poet.: horse)* ม้า; Ⓒ *(arch.: dish)* จานแบนใหญ่; Ⓓ *(Electr.)* เครื่องอัดแบตเตอรี่

ˈcharge sheet *n.* Ⓐ สมุดบันทึกคดีและข้อกล่าวหาต่าง ๆ ที่สถานีตำรวจ; Ⓑ *(Mil.)* สำนวนฟ้อง

char-grilled /ˈtʃɑːgrɪld/ฉากฺริลดฺ/ *adj.* ที่ย่างด้วยถ่านไม้

charily /ˈtʃeərɪlɪ/ˈแฉริลิ/ *adv.* อย่างระมัดระวัง

chariot /ˈtʃærɪət/ˈแฉเรียท/ *n. (Hist.) (for fighting or racing)* รถม้าสองล้อที่ใช้ในสมัยโบราณ; *(carriage)* ราชรถ

charioteer /tʃærɪəˈtɪə(r)/แฉเรีย'เทีย(ร)/ *n.* สารถี, คนขับรถม้า

charisma /kəˈrɪzmə/เคอะ'ริซเมอะ/ *n., pl.* **~ta** /kəˈrɪzmətə/เคอะ'ริซเมอะเทอะ/ บารมี, บุคลิกพิเศษที่ทำให้คนเลื่อมใส, เสน่ห์ดึงดูดใจ

charismatic /kærɪzˈmætɪk/แคริซ'แมทิค/ *adj.* มีบุคลิกพิเศษที่ทำให้คนเลื่อมใส, มีเสน่ห์ดึงดูดใจ, มีบารมี

charitable /ˈtʃærɪtəbl/ˈแฉริเทอะบ'ล/ *adj.* Ⓐ *(generous)* เอื้อเฟื้อเผื่อแผ่, ใจกว้าง; Ⓑ *(lenient)* เมตตาต่อเพื่อนมนุษย์, มีความปรานี; Ⓒ *(of or for charity)* เกี่ยวกับ *หรือ* สำหรับการกุศล

charitably /ˈtʃærɪtəblɪ/ˈแฉริเทอะบลิ/ *adv.* อย่างเอื้อเฟื้อเผื่อแผ่, อย่างมีจิตเมตตา

charity /ˈtʃærɪtɪ/ˈแฉริทิ/ *n.* Ⓐ *(leniency)* ความเมตตา, ความปรานี; Ⓑ *(Christian love)* ความเมตตาเพื่อนมนุษย์, ความกรุณา; **faith, hope, and ~:** ความเลื่อมใสศรัทธา ความหวังและความรักฉันเพื่อนมนุษย์; *(Buddhism)* ทาน, จาคะ; Ⓒ *(kindness)* ความเมตตากรุณา, ความใจดี; Ⓓ *(beneficence)* การกุศล; **live on ~/accept ~:** อยู่ได้ด้วย/ยอมรับความเมตตา; **~ begins at home** *(prov.)* หัดมีใจเมตตาต่อคนในครอบครัวเสียก่อน; **give money to ~:** บริจาคเงินแก่การกุศล; **collect for ~:** เก็บสะสม *(สิ่งของและเงิน)* เพื่อการกุศล; **be in aid of ~:** ทำเพื่อการกุศล; **[as] cold as ~:** เย็นเยือก; Ⓔ *(institution)* องค์กรหรือสมาคมเพื่อการกุศล; Ⓕ *(educational trust)* มูลนิธิสนับสนุนการศึกษา

charlady /ˈtʃɑːleɪdɪ/ˈฉาเลดิ/ *n. (Brit.)* ➡ ²**char 1**

charlatan /ˈʃɑːlətən/ˈชาเลอะเทิน/ *n.* กำมะลอ, คนที่อวดอ้างความชำนาญพิเศษ แต่จริง ๆ ไม่มี

Charlemagne /ˈʃɑːləmeɪn/ˈแฉเลอเมน/ *pr. n.* พระเจ้าชาร์เลอมาญ *(ค.ศ. 742-814)*

Charles /tʃɑːlz/ฉาลซฺ/ *pr. n. (Hist., as name of ruler etc.)* พระเจ้าชารลส์

Charles's Wain /ˈtʃɑːlzɪz ˈweɪn/ฉาลซิซ'เวน/ *n. (Astron.)* กลุ่มดาวหมีใหญ่ *หรือ* กลุ่มดาวคันไถ

charleston /ˈtʃɑːlstən/ˈฉาลซเติน/ *n. การเต้นรำคึกคักแบบอเมริกันในสมัย 1920 ที่มีการเตะเท้าออกข้าง ๆ*

charley horse /ˈtʃɑːlɪ hɔːs/ˈฉาลิ ฮอซ/ *n. (Amer. coll.)* อาการเกร็งหรือตะคริวตามแขนขา

charlie /ˈtʃɑːlɪ/ˈฉาลิ/ *n.* **be/look a right ~** *(coll.)* เป็น/ดูเป็นคนโง่; **feel a proper ~** *(coll.)* รู้สึกเป็นคนโง่

charm /tʃɑːm/ฉาม/ ❶ *n.* Ⓐ *(act)* การกระทำที่เกี่ยวกับเวทมนตร์คาถา; *(thing)* สิ่งที่ประกอบด้วยเวทมนตร์คาถา; *(words)* ถ้อยคำที่เป็นเวทมนตร์คาถา; **lucky ~:** ของขลัง; **work like a ~:** ประสบความสำเร็จอย่างทันทีทันใด; Ⓑ *(talisman)* เครื่องราง; Ⓒ *(trinket)* เครื่องประดับเล็ก ๆ ห้อยจากสร้อยข้อมือ ฯลฯ; Ⓓ *(attractiveness)* เสน่ห์, ความดึงดูดใจ; **have ~:** มีเสน่ห์; **place of great ~:** สถานที่ที่มีเสน่ห์มาก; **person of great ~** คนเสน่ห์แรง; **turn on the ~** *(coll.)* ใช้เสน่ห์เล่ห์กล
❷ *v.t.* Ⓐ *(captivate)* ทำให้หลงเสน่ห์, ทำให้หลงใหล; **be ~ed with sth.** หลงใหลกับ *ส.น.*; **she can ~ the birds out of the trees** เธอมีเสน่ห์จนทุกคนหลงใหลกันหมด; **~ed, I'm sure** *(coll. iron)* แหม ช่างน่ารักอะไรกัน; Ⓑ *(by magic)* ใช้เวทมนตร์คาถา *(กับงู)*; **~ sth. out of sb.** ใช้เสน่ห์ล่อเอา *ส.น.* มาจาก *ค.น.*; **bear or lead a ~ed life** ดำรงชีวิตราวกับมีเวทมนตร์คาถาปกป้อง

charmer /ˈtʃɑːmə(r)/ˈฉาเมอะ(ร)/ *n.* ชาย/หญิงเจ้าเสน่ห์

charming /ˈtʃɑːmɪŋ/ˈฉามิง/ *adj.* มีเสน่ห์, น่ารัก, น่าชม; **~!** *(iron.)* น่ารักจะตายล่ะ เชอะ!

charmingly /ˈtʃɑːmɪŋlɪ/ˈฉามิงลิ/ *adv.* อย่างมีเสน่ห์, อย่างน่ารัก

charnel house /ˈtʃɑːnl haʊs/ˈฉาน'ล เฮาซ/ *n.* โรงเก็บศพ; *(for bones)* ที่เก็บกระดูก

chart /tʃɑːt/ฉาท/ ❶ *n.* Ⓐ *(map)* แผนที่หรือแผนภูมิทางภูมิศาสตร์; **naval ~:** แผนที่เดินเรือ; **weather ~:** แผนที่แสดงสภาพอากาศ; Ⓑ *(graph etc.)* ข้อมูลในรูปแบบผังตารางหรือกราฟ ฯลฯ; *(diagram)* แผนภาพ; Ⓒ *(tabulated information)* ข้อมูลในรูปแบบตาราง; **the ~s** *(of pop records)* อันดับเพลงยอดนิยมประจำสัปดาห์
❷ *v.t.* ทำตารางแสดงข้อมูล; *(map)* ทำแผนที่หรือแผนภูมิ; *(fig.: describe)* บรรยาย *(ชีวิตของคน)*; พรรณนา; ติดตาม *(ชีวิตของบุคคล)*

ˈchart-buster *n.* เพลงยอดนิยมที่ขายดีมาก

charter /ˈtʃɑːtə(r)/ˈฉาเทอะ(ร)/ ❶ *n.* Ⓐ ตราตั้ง, กฎบัตรอำนวยสิทธิ *(จากพระมหากษัตริย์หรือฝ่ายนิติบัญญัติ)*; *(of foundation also)* พระราชบัญญัติสถาปนา *(เมือง, องค์กร, มหาวิทยาลัย)*; *(fig.)* ใบอนุญาต; **grant a ~ to a city** ให้กฎบัตรก่อตั้งเมือง; **the Great C~** *(Hist.)* แมกนา คาร์ต้า *(ธรรมนูญที่พระเจ้าจอห์นทรงลงพระปรมาภิไธยพระราชทานสิทธิเสรีภาพแก่พลเมืองอังกฤษ)*; Ⓑ *(deed conveying land)* โฉนดที่ดิน; Ⓒ *(privilege, admitted right)* สิทธิพิเศษ, สิทธิที่ได้รับการยอมรับ; Ⓓ *(Transport)* **be on ~:** ถูกเช่า *(เครื่องบิน, เรือ ฯลฯ)*
❷ *v.t. (transport)* เช่า *(เครื่องบิน, เรือ ฯลฯ)*

chartered /ˈtʃɑːtəd/ˈฉาเทิด/:
~ accountant *n.* ➤ **489** *(Brit.)* ผู้สอบบัญชีที่ได้รับใบอนุญาตตามกฎหมาย; **~ ˈaircraft** *n.* เครื่องบินเช่าเหมาลำ; **~ engiˈneer** *n.* ➤ **489** *(Brit.)* วิศวกรที่ได้รับใบอนุญาตตามกฎหมาย; **~ libˈrarian** *n.* ➤ **489** *(Brit.)* บรรณารักษ์ที่ได้รับใบอนุญาตตามกฎหมาย; **~ surˈveyor** *n.* ➤ **489** *(Brit.)* นักสำรวจที่ได้รับใบอนุญาตตามกฎหมาย

charter: ~ flight *n.* เที่ยวบินเช่าเหมาลำหรือว่าจ้าง; **~- party** *n. (Transport)* *ข้อตกลงระหว่างเจ้าของเรือและพ่อค้าในการเช่าเรือและรับจ้างส่งสินค้า*; **~ plane** *n.* ➡ **chartered aircraft**

charwoman /ˈtʃɑːwʊmən/ˈฉาวุเมิน/ *n.* ➡ ²**char 1**

chary /ˈtʃeərɪ/ˈแฉริ/ *adj.* Ⓐ *(sparing, ungenerous)* ตระหนี่, ไม่ให้มาก; **be ~ of doing sth.** อิดออดไม่อยากทำ *ส.น.*; Ⓑ *(cautious)* ระมัดระวัง, รอบคอบ; **be ~ of doing sth.** ระมัดระวังในการทำ *ส.น.*

¹**chase** /tʃeɪs/เฉซ/ ❶ *n.* Ⓐ การไล่ตาม; การล่า/จับ; **car ~:** การไล่ตามในรถ; **give ~ [to the thief]** ไล่ตามจับ [ขโมย]; Ⓑ *(Hunting)* การล่าสัตว์เพื่อเป็นกีฬา; *(steeplechase)* การแข่งม้าทางวิบาก; การวิ่งแข่งทางวิบาก ❷ *v.t. (pursue)* ไล่ตาม, ติดตาม, ตามจับ; **~ sth.** *(fig.)* ไล่ตาม *ส.น.*; **~ yourself** *imper. (fig. coll.)* ไสหัวไปให้พ้น ❸ *v.i.* **~ after sb./sth.** ไล่ตามจับ *ค.น./ส.น.*; **I've been chasing about all over the place** *(coll.)* ฉันเที่ยววิ่งไปมาทั่วทุกแห่ง

~ around ❶ /--ˈ-/ *v.i.* **~ around after sb.** คอยไล่ตาม *ค.น.* ❷ *v.t.* **~ around town** รีบไปโน่นไปนี่ทั่วเมือง

~ aˈway *v.t.* ไล่ไป

~ ˈoff *v.i.* ขับไล่, ขับไล่ไสส่ง

~ round ➡ **~ around**

~ ˈup *(coll.)* *v.t.* ติดตาม *(งานที่คั่งค้าง, การจ่ายเงิน, ผู้รับผิดชอบ ฯลฯ)*

²**chase** *v.t. (Metalw.)* สลัก *หรือ* ดุนลวดลาย *(โลหะ)*

chaser /ˈtʃeɪsə(r)/ˈเฉเซอะ(ร)/ *n.* Ⓐ *(horse)* ม้าสำหรับการแข่งวิ่งวิบาก; Ⓑ **drink sth. as a ~** *(coll.)* ดื่ม *ส.น.* ไล่ตามหลังเหล้า; **drink beer with vodka ~s** ดื่มเบียร์และตามด้วยว็อดก้า

chasm /ˈkæzm/ˈแคซ'ม/ *n. (lit.)* เหว, หุบเหว; *(fig.)* ความแตกต่างอันกว้าง *(ในด้านความรู้สึก, ความสนใจ ฯลฯ)*

chassis /ˈʃæsɪ/ˈแชซิ/ *n., pl. same* /ˈʃæsɪz/ˈแชซิซ/ *(Motor Veh.)* โครงรถยนต์, แคชซี *(ท.ศ.)*

chaste /tʃeɪst/เฉซทฺ/ *adj.* Ⓐ เว้นจากการมีเพศสัมพันธ์, ประพฤติพรหมจรรย์; Ⓑ *(decent)* *(ความประพฤติ, คำพูด ฯลฯ)* ดีงาม, เหมาะสม; Ⓒ *(restrained)* *(การแต่งกาย, ศิลปะ)* เรียบง่าย, ไม่ประดับประดา

chastely /ˈtʃeɪstlɪ/ˈเฉซทฺลิ/ *adv.* ➡ **chaste** อย่างเว้นการมีเพศสัมพันธ์; อย่างเรียบเฉย; อย่างเรียบร้อยเจียมตัว

chasten /ˈtʃeɪsn/ˈเฉซ'น/ *v.t.* Ⓐ ต่อว่า; ฝึกอบรมให้มีระเบียบ; Ⓑ *(fig.)* ยับยั้ง, เหนี่ยวรั้ง *(อารมณ์รุนแรง)*; ทำให้สงบสติอารมณ์

chastening /ˈtʃeɪsnɪŋ/ˈเฉซท'นิง/ *adj.* ทำให้สงบสติอารมณ์, ทำให้เงียบหงอย

chastise /tʃæˈstaɪz/แฉซ'ทายซฺ/ *v.t.* Ⓐ *(punish)* ลงโทษอย่างรุนแรง; Ⓑ *(thrash)* เฆี่ยนตี

chastisement /tʃæˈstaɪzmənt/แฉซ'ทายซฺเมินทฺ/ *n.* การลงโทษอย่างรุนแรง

chastity /ˈtʃæstətɪ/ˈแฉซเตอะทิ/ *n., no pl.* การถือพรหมจรรย์; การงดเว้นไม่ร่วมประเวณี; **vow of ~:** การปฏิญาณถือพรตพรหมจรรย์

ˈchastity belt *n. (Hist.)* *เข็มขัดของสตรีที่ใส่เพื่อป้องกันการร่วมประเวณี; เข็มขัดพรหมจรรย์*

chasuble /ˈtʃæzjʊbl/ˈแฉซิวบ'ล/ *n. (Eccl.)* *เสื้อคลุมหลวม ไม่มีแขนที่บาทหลวงใส่ทำพิธีทางศาสนาคริสต์*

chat /tʃæt/แฉท/ ❶ *n.* Ⓐ การพูดคุย, การสนทนา; **have a ~ about sth.** คุยกันเกี่ยวกับ *ส.น.*; Ⓑ *no pl., no indef. art. (~ting)* การพูดคุย, การสนทนา; Ⓒ *(Computing)* เข้าห้องแชตรูม ❷ *v.i.* **-tt-:** Ⓐ พูดคุย; **~ with** *or* **to sb. about sth.** พูดคุยกับ *ค.น.* เกี่ยวกับ *ส.น.*; Ⓑ *(Computing)* เข้าห้องแชตรูม

~ ˈup *v.t. (Brit. coll.)* Ⓐ *(amorously)* เกี้ยวพาราสี; Ⓑ *(to elicit information)* พูดคุยเพื่อหาข้อมูล

C

C

château /ˈʃætəʊ/ˈแชโท/ *n., pl.* **~x** /ˈʃætəʊz/ˈแชโทส/ คฤหาสน์ *หรือ* ปราสาทในฝรั่งเศส; **~-bottled wine** เหล้าองุ่นที่ผลิตและบรรจุขวดในบริเวณของปราสาทในฝรั่งเศส

chat: **~ line** *n.* การคุยทางโทรศัพท์ที่ออกวิทยุ; **~ room** *n.* ห้องสนทนาในอินเทอร์เน็ต; **~ show** *n.* รายการสัมภาษณ์คนมีชื่อเสียง

chattel /ˈtʃætl/ˈแฉท'ล/ *n., usu. in pl.* **~[s]** สังหาริมทรัพย์; ทรัพย์สินที่เคลื่อนย้ายได้; ➡ **good** 3 g

chatter /ˈtʃætə(r)/ˈแฉเทอะ(ร)/ ❶ *v.i.* Ⓐ พูดเร็ว, พูดไม่หยุด, พูดเรื่อยเปื่อย; Ⓑ *(rattle) (ฟัน)* สั่นรัว; **his teeth ~ed** ฟันของเขากระทบกันกึ๊กกั๊ก *(จากความหนาวเย็น)* ❷ *n.* Ⓐ การพูดหรือเสียงสนทนา; *(of child)* การพูดเจื้อยแจ้ว; *(of monkey)* การร้องเจี๊ยวจ๊าว; Ⓑ *(of teeth)* เสียงฟันกระทบกัน

chatterbox /ˈtʃætəbɒks/ˈแฉเทอะบอคซฺ/ *n.* คนช่างคุย

chattering classes *n. pl.* คนที่ชอบคุยถึงข่าวสารเหตุการณ์ปัจจุบัน

chattily /ˈtʃætɪlɪ/ˈแฉทิลิ/ *adv.* อย่างช่างคุย, ในเชิงสนทนา

chattiness /ˈtʃætɪnɪs/ˈแฉทินิซ/ *n., no pl.* ความช่างคุย, ความช่างพูด

chauffeur /ˈʃəʊfə(r), US ʃəʊˈfɜːr/ˈโชเฟอะ(ร), โชเฟอ(ร)/ ➤ **489** ❶ *n.* คนขับรถ; **~-driven car** รถที่มีคนขับประจำ ❷ *v.t.* ขับรถ

chauvinism /ˈʃəʊvɪnɪzm/ˈโชวินิเซิม/ *n., no pl.* ความคลั่งชาติ; การสนับสนุนกลุ่มของตนจนมีอคติกับผู้อื่น; **male ~:** ผู้ชายที่หลงเพศและมีอคติกับผู้หญิง

chauvinist /ˈʃəʊvɪnɪst/ˈโชวินิซทฺ/ *n.* คนคลั่งชาติ; **male ~/[male] ~ pig** ชายที่หลงเพศตนเองและมีอคติกับผู้หญิง

chauvinistic /ʃəʊvɪˈnɪstɪk/ˈโชวินิซติค/ *adj.* เกี่ยวกับความคลั่งชาติหรือคลั่งเพศ

cheap /tʃiːp/ฉีพ/ ❶ *adj.* Ⓐ *(inexpensive)* ถูก, ย่อมเยาว์; **~ ticket** *(at reduced rate)* ตั๋วลดราคา; **be ~ and nasty** ราคาถูกแต่คุณภาพไม่ดี; **be ~ at the price** คุ้มค่ามาก; *(fig.)* ถึงจะแพงก็คุ้มค่า; **on the ~** *(coll.)* อย่างถูก ๆ; **do it on the ~** *(coll.)* ทำแบบถูก ๆ; Ⓑ *(easily got or made)* ที่ได้มา หรือที่ทำขึ้นอย่างง่าย ๆ; Ⓒ *(worthless)* ไม่มีคุณค่า, ไร้ค่า; **feel ~:** *(coll.)* รู้สึกไม่มีคุณค่า, รู้สึกอับอาย; **hold ~:** ถือว่ามีคุณค่าต่ำ; **make oneself ~:** ทำตนเองให้ไม่มีคุณค่า; Ⓓ *(Finance) (เงินกู้)* ในราคาถูก, ในอัตราต่ำ ❷ *adv.* อย่างถูก; **I got it ~:** ฉันได้มันมาถูก ๆ; **be going ~:** ขายราคาถูก

cheapen /ˈtʃiːpən/ˈฉีเพิน/ ❶ *v.t.* ทำให้ราคาถูกลง; *(fig.)* ทำให้คุณค่าลดน้อยลง; ทำให้ลดระดับต่ำลง; **~ oneself** ลดคุณค่าของตัวเองลง; **feel ~ed** รู้สึกว่าตัวมีคุณค่าน้อยลง ❷ *v.i. (ราคา)* ถูกลง

ˈcheapjack ❶ *n.* คนขายของคุณภาพต่ำในราคาที่ถูก ❷ *adj.* คุณภาพด้อย, ไร้ค่า

cheaply /ˈtʃiːplɪ/ˈฉีพลิ/ *adv.* ➡ **cheap** 1: ถูก; ไม่มีค่า

cheapness /ˈtʃiːpnɪs/ˈฉีพนิซ/ *n., no pl.* การมีราคาถูก, การมีคุณค่าน้อย; *(fig.)* ความไม่มีคุณค่า, ความไร้ค่า

cheat /tʃiːt/ฉีท/ ❶ *n.* Ⓐ *(person)* คนโกง, คนขี้โกง; Ⓑ *(act)* การขี้โกง, การโกง, การหลอกลวง; **that's a ~!** อย่างนี้โกงกันนี่ ❷ *v.t.* Ⓐ โกง, หลอกลวง; **~ sb./sth. [out] of sth.** โกง *หรือ* หลอกลวง *ค.น./ส.น.* [ให้สูญเสีย] *ส.น.*; **~ sb. into doing sth.** หลอกลวง *ค.น.* ให้ทำ *ส.น.*; Ⓑ *(escape)* **~ sb.** หลบหลีก *ค.น.*; **~ death** หนีตาย ❸ *v.i.* โกง; **~ at cards/at school/in class** เล่นโกงไพ่/ที่โรงเรียน/ในชั้นเรียน

Chechen /ˈtʃetʃn/ˈเฉ็ทช'น/ ❶ *adj.* เกี่ยวกับรัฐเชชเช็น; **he/she is ~:** เขา/เธอเป็นชาวเชชเช็น ❷ Ⓐ *(person)* ชาวเชชเช็น; Ⓑ *(language)* ภาษาเชชเช็น

Chechenia, Chechnya /tʃeʃˈnɪɑː/เฉ็ชˈเนีย/ *pr. ns.* รัฐเชชเนียในรัสเซียตอนใต้

[1]**check** /tʃek/เฉ็ค/ ❶ *n.* Ⓐ *(stoppage, thing that restrains)* สิ่งที่หยุดยั้ง; *(restraint)* สิ่งเหนี่ยวรั้ง, การยับยั้งห้ามปราม; **[hold *or* keep sth.] in ~:** เหนี่ยวรั้ง *หรือ* ควบคุม [*ส.น.*] ไว้; **hold *or* keep one's temper in ~:** พยายามระงับอารมณ์ของตน; **act as a ~ upon sth.** ทำหน้าที่เป็นเครื่องเหนี่ยวรั้ง *ส.น.*; **a ~ must be put on sth.** ต้องหยุดยั้ง *ส.น.* ไว้; **[a system of] ~s and balances** *(Amer.)* [ระบบ] ถ่วงดุลอำนาจ; Ⓑ *(for accuracy)* การตรวจสอบ; **make a ~ on sth./sb.** ตรวจสอบ *ส.น./ค.น.* เพื่อความถูกต้อง; **give sth. a ~:** ตรวจสอบ *ส.น.*; **keep a ~ on** คอยตรวจสอบ; Ⓒ *(token) (for left luggage)* ตั๋ว *หรือ* เหรียญที่เก็บไว้แลกตอนรับกระเป๋าคืน *(Amer.: in theatre)* ตั๋วแลกตอนรับเสื้อนอกคืน; *(for seat-holder)* ตั๋วจองที่นั่ง; *(of verification)* ใบยืนยันการเป็นเจ้าของ; *(Amer.: bill in restaurant etc.)* ใบเสร็จรับเงิน; Ⓓ *(rebuff; also Mil.)* การทำให้ต้องหยุด; Ⓔ *(chess)* รุกฆาต; **be in ~:** *(ตัวขุน)* เข้าตาอับ; **put sb. in ~:** ทำให้ตัวขุนเข้าตาอับ; Ⓕ *(Hunting)* การหยุดจับกลิ่นชั่วขณะ; Ⓖ *(Amer.: counter at cards)* เหรียญพลาสติกใช้นับแต้ม; ➡ **+ cash in** 1; Ⓗ *(Amer.)* ➡ **cheque**

❷ *v.t.* Ⓐ *(restrain)* หน่วงเหนี่ยว, ยับยั้ง, ชะลอ, อดกลั้น; **~ oneself** ยับยั้งตนเอง; Ⓑ *(examine accuracy of)* ตรวจสอบความถูกต้อง *(ตั๋วเดินทาง)*; ตรวจ *(การบ้าน)*; *(Amer.: mark with tick)* ทำเครื่องหมายกำกับ; *(Amer.: deposit)* ฝาก *(กระเป๋า)*; Ⓒ *(stop; also Mil.)* หยุด; Ⓓ *(Chess)* รุกฆาต *(ขุนฝ่ายตรงข้าม)*

❸ *v.i.* Ⓐ *(test)* ตรวจสอบ; **~ on sth.** ตรวจสอบ *ส.น.*; **~ with sb.** ตรวจสอบกับ *ค.น.*; **just ~ing** *(coll. joc.)* แค่ตรวจเพื่อความสบายใจ; Ⓑ *(Amer.: agree)* ตกลง, เห็นด้วย; Ⓒ *(Hunting)* หยุดรอจับกลิ่นในระหว่างไล่ล่า

❹ *int.* Ⓐ *(Chess)* บอก 'รุก'; Ⓑ *(Amer.)* เห็นด้วย

~ ˈback *v.i.* ตรวจตรา, ทบทวน

~ ˈin ❶ *v.t.* เข้าพัก *(ในโรงแรม)*; *(at airport)* **~ in one's luggage** นำกระเป๋าไปฝากขึ้นเครื่องบิน ❷ *v.i. (arrive at hotel)* มาถึง; *(sign the register)* ลงชื่อในทะเบียนผู้เข้าพัก; *(report one's arrival)* รายงานตัว; *(at airport)* แสดงตัวในฐานะผู้โดยสาร; ➡ **+ check-in**

~ ˈoff *v.t.* กาออก *(บนรายการ)*

~ ˈout ❶ *v.t.* ตรวจสอบ ❷ *v.i.* ออกจากที่พัก; **~ out of a hotel** ออกจากโรงแรม; *(pay)* จ่ายค่าโรงแรม; **~ out of the supermarket** ชำระเงินที่ซุปเปอร์มาร์เก็ต; ➡ **+ checkout**

~ ˈover *v.t.* ตรวจสอบอย่างละเอียดถี่ถ้วน

~ ˈthrough *v.t.* ตรวจสอบอย่างละเอียดถี่ถ้วน *(ใบเสร็จ, เอกสาร)*

~ ˈup *v.i.* ตรวจสอบให้แน่ใจ; **~ up on sb./sth.** คอยตรวจสอบ *ค.น./ส.น.* จนกว่าจะแน่ใจ; **the police will ~ up on you** ตำรวจจะคอยติดตามตรวจสอบคุณ; ➡ **+ check-up**

[2]**check** *n. (pattern)* ลายตาหมากรุก; **a shirt of red and white ~:** เสื้อที่มีลายตาหมากรุกสีแดงสลับขาว

checkbook *(Amer.)* ➡ **cheque book**

checked /tʃekt/เฉ็คทฺ/ *adj. (patterned)* มีลายเป็นตาหมากรุก

checker /ˈtʃekə(r)/ˈเฉ็คเคอะ(ร)/ *n.* ผู้พิสูจน์หรือตรวจสอบ

ˈcheckerboard *n. (Amer.)* กระดานหมากรุก

checkers /ˈtʃekəz/ˈเฉ็คเคิซ/ *n., no pl. (Amer.)* ➡ **draughts**

ˈcheck-in *n.* การลงทะเบียน *(เข้าพักในโรงแรม)*; การแสดงตัว *(ขึ้นเครื่องบิน)*

ˈchecking account *n. (Amer.)* บัญชีเงินฝากกระแสรายวัน

check: **~list** *n.* รายการตรวจสอบ; **~mate** ❶ *n.* การเดินหมากอุดทางเดินของขุนฝ่ายตรงข้ามให้จน ❷ *int.* บอก "รุกฆาต" ❸ *v.t.* Ⓐ รุกฆาตฝ่ายตรงข้ามได้สำเร็จ; Ⓑ *(fig.)* ทำให้พ่ายแพ้อย่างไม่มีทางสู้; **~-out** *n.* การออกจากที่พัก; *(desk)* โต๊ะชำระเงิน *(ในซุปเปอร์มาร์เก็ต ฯลฯ)*; **~out desk *or* point or counter** โต๊ะ *หรือ* จุดชำระเงิน *(ในซุปเปอร์มาร์เก็ต ฯลฯ)*; **~point** *n.* จุดตรวจ *(เอกสาร, รถยนต์ ฯลฯ)*; **~room** *n. (Amer.)* Ⓐ *(cloakroom)* ห้องรับฝากเสื้อ หมวก ฯลฯ; Ⓑ *(for left luggage)* ห้องรับฝากสัมภาระ; **~-up** *n. (Med.)* การตรวจสุขภาพอย่างละเอียด; **get/have a ~-up** ไปตรวจสุขภาพ; **go to the doctor for a ~-up** ไปหาแพทย์เพื่อตรวจสุขภาพ

Cheddar /ˈtʃedə(r)/ˈเฉ็ดเดอะ(ร)/ *n.* เนยแข็งเนื้อแน่นจากเมืองเช็ดเดอร์ในประเทศอังกฤษ

cheek /tʃiːk/ฉีค/ ❶ *n.* Ⓐ แก้ม; **~ by jowl** อยู่ใกล้กัน, สนิทสนมกัน; **dance ~ to ~:** เต้นรำอย่างใกล้ชิดจนแก้มแนบแก้ม; **turn the other ~** *(fig.)* ยอมรับสิ่งร้าย ๆ โดยไม่ตอบโต้; ไม่คิดจะแก้แค้น; Ⓑ *(impertinence)* ความทะลึ่ง, ความโอหังบังอาจ; **have the ~ to do sth.** กล้าทำ *ส.น.* อย่างโอหัง; **I like your ~** *(iron.)* คุณที่น่าตบจริงนะ; **none of your ~:** อย่าแส่, อย่ามาทะลึ่ง; **have plenty of ~:** โอหังมาก; Ⓒ ➤ **118** *in pl. (coll.: buttocks)* แก้มก้น ❷ *v.t.* **~ sb.** พูดอย่างทะลึ่ง *หรือ* อย่างโอหังกับ *ค.น.*

ˈcheekbone *n.* โหนกแก้ม

cheekily /ˈtʃiːkɪlɪ/ˈฉีคิลิ/ *adv.* อย่างทะลึ่ง, อย่างทะเล้น; **behave ~:** ทำตัวทะลึ่ง *หรือ* ทะเล้น

cheekiness /ˈtʃiːkɪnɪs/ˈฉีคินิซ/ *n., no pl.* ความทะลึ่ง, ความทะเล้น

ˈcheek pouch *n. (Zool.)* กระพุ้งแก้มสัตว์

cheeky /ˈtʃiːkɪ/ˈฉีคิ/ *adj.* ทะลึ่ง, ทะเล้น; **~ girl** เด็กหญิงที่ทะลึ่ง; **~ boy** เด็กชายที่ทะเล้น; **~ devil/monkey** *(coll.)* ไอ้ตัวทะลึ่ง

cheep /tʃiːp/ฉีพ/ ❶ *v.i. (ลูกนก)* ส่งเสียงแหลม ๆ เบา ๆ ❷ *n.* เสียงแหลม ๆ เบา ๆ ของลูกนก; **not a ~ [out of sb.]** [เขา] ไม่ส่งเสียงแม้สักเจี๊ยบหนึ่ง

cheer /tʃɪə(r)/ˈเฉีย(ร)/ ❶ *n.* Ⓐ *(applause)* การปรบมือให้กำลังใจ; **give sb. a [big] ~:** ร้องไชโยให้ *ค.น.* *(อย่างเอิกเกริก)*; **give three ~s for sb.** ร้องไชโยขึ้นสามครั้งเพื่อเป็นเกียรติแก่ *ค.น.*; **two ~s** *(iron.)* วิเศษจริงนะ; Ⓑ *in pl. (Brit. coll.: as a toast)* ไชโย; Ⓒ *in pl. (Brit. coll.: thank you)* ขอบคุณ; Ⓓ *in pl. (Brit. coll.: goodbye)* ไปแล้วนะ; Ⓔ *(arch.: frame of mind)* **be of good ~:** ขอให้อารมณ์ดี ❷ *v.t.* Ⓐ *(applaud)* **~ sth./sb.** ร้องแสดงความยินดีใน *ส.น./ค.น.*; Ⓑ *(gladden)* ทำให้ดีใจ ❸ *v.i.* ตะโกนโห่ร้องด้วยความยินดี

~ ˈon *v.t.* ให้กำลังใจ *(นักแข่งขัน)* ด้วยการตะโกนโห่ร้อง

~ ˈup ❶ *v.t.* ทำให้คลายทุกข์ ❷ *v.i.* อารมณ์ดีขึ้น; **~ up!** อย่ากลุ้มใจซิ

cheerful /'tʃɪəfl/'เฉียฟ'ล/ *adj.* *(in good spirits)* ร่าเริง, อารมณ์ดี; *(bright, pleasant)* สว่างสดใส *(ทิวทัศน์)* สวยงาม; *(willing)* เต็มใจ; **make sb. ~:** ทำให้ *ค.น.* ร่าเริงดีอกดีใจ

cheerfully /'tʃɪəfəlɪ/'เฉียเฟอะลิ/ *adv.* อย่างร่าเริง, อย่างสว่างสดใส; อย่างเต็มใจ; **the fire blazed ~:** ไฟลุกโพลงเป็นเปลวสว่าง; **~ assuming that...** *(iron.)* เหมาเอาตามชอบใจว่า...

cheerily /'tʃɪərɪlɪ/'เฉียริลิ/ *adv.* อย่างร่าเริง

cheering /'tʃɪərɪŋ/'เฉียริง/ ❶ *adj.* Ⓐ *(gladdening)* ทำให้ดีอกดีใจ; Ⓑ *(applauding)* โห่ร้องให้กำลังใจ ❷ *n.* การโห่ร้องให้กำลังใจ

cheerio /tʃɪərɪ'əʊ/เฉียริ'โอ/ *int.* Ⓐ *(Brit. coll.: goodbye)* สวัสดี; Ⓑ *(dated: as a toast)* ไชโย

'cheerleader *n.* ผู้นำกองเชียร์, ประธานเชียร์, เชียร์ลีดเดอร์ *(ท.ศ.)*

cheerless /'tʃɪəlɪs/'เฉียลิซ/ *adj.* หดหู่, เศร้าซึม, ไม่ร่าเริงสดใส

cheery /'tʃɪərɪ/'เฉียริ/ *adj.* ร่าเริง

cheese /tʃi:z/ฉีซฺ/ *n.* Ⓐ *(food)* ชีส *(ท.ศ.)*, เนยแข็ง; **~s** เนยแข็งหลาย ๆ ชนิด; Ⓑ *(whole)* เนยแข็งก้อน; *(piece)* เนยแข็งหนึ่งชิ้น; Ⓒ **say ~!** *(Photog.)* เอ้า ยิ้มหน่อย; **hard ~!** *(dated coll.)* โชคร้ายจริง; ➡ **+ lemon cheese**

cheese: ~board *n.* แผ่นกระดานวางเนยแข็ง, เนยแข็งหลายชนิดให้เลือก; **~cake** *n.* Ⓐ ขนมชีสเค้ก *(ท.ศ.)*; Ⓑ *no pl., no indef. art. (coll.)* รูปถ่ายสตรีในท่ายั่วยวน; **~cloth** *n.* ผ้าป่านบาง ๆ; **~-cutter** *n.* เส้นลวดตัดเนยแข็ง; **~ dish** *n.* จานใส่เนยแข็งที่มีฝาครอบ

cheesed off /tʃi:zd 'ɒf/ฉีซดฺ 'ออฟ/ *adj.* *(Brit. coll.)* เบื่อหน่าย; **I am ~ with school** ฉันเบื่อโรงเรียนเต็มทน; **I'm ~:** ฉันเซ็ง

cheese: ~-grater *n.* เครื่องขูดเนยแข็ง; **~-paring** ❶ *adj.* ขี้เหนียว ❷ *n.* ความขี้เหนียว; **~ 'straw** *n.* แป้งผสมเนยแข็งอบเป็นแท่งยาว ๆ

cheesy /'tʃi:zɪ/'ฉีซิ/ *adj.* Ⓐ ที่มีรสกลิ่นเนยแข็ง; Ⓑ ที่คุณภาพต่ำ

cheetah /'tʃi:tə/'ฉีเทอะ/ *n.* *(Zool.)* เสือชีต้า *(ท.ศ.)* *Acinonyx jubatus* เป็นสัตว์เลี้ยงลูกด้วยนมที่มีลายจุด วิ่งเร็วที่สุด

chef /ʃef/เช็ฟ/ *n.* ➤ 489 พ่อ/แม่ครัว *(ในภัตตาคาร ฯลฯ)*

Chelsea /tʃelsɪ/เฉ็ลซิ/: **~ 'bun** *n.* ขนมปังลูกเกดที่ม้วนขดเป็นก้อนแบน; **~ 'pensioner** *n.* คนที่อยู่ใน Chelsea Royal Hospital สำหรับทหารผ่านศึกที่ชราภาพหรือพิการ

chemical /'kemɪkl/'เค็มมิค'ล/ ❶ *adj.* เกี่ยวกับเคมี ❷ *n.* สารเคมี

chemical: ~ engi'neer *n.* วิศวกรเคมี; **~ engi'neering** *n.* วิศวกรรมเคมี; **~ firm** *n.* บริษัทผลิตสารเคมี

chemically /'kemɪklɪ/'เค็มมิค'ลิ/ *adv.* โดยใช้เคมี, ทางเคมี

chemical: ~ 'warfare *n.* สงครามเคมี; **~ worker** *n.* นักปฏิบัติการเคมี

chemise /ʃə'mi:z/เชอะ'มีซฺ/ *n.* เสื้อชั้นในผู้หญิง *(ตัวหลวมไม่มีแขน)*

chemist /'kemɪst/'เค็มมิซทฺ/ *n.* Ⓐ *(person skilled in chemistry)* นักเคมี; Ⓑ *(Brit.: pharmacist)* เภสัชกร; **~'s [shop]** ร้านขายยา; *(dispensary)* ที่จ่ายยา; ➡ **+ baker**

chemistry /'kemɪstrɪ/'เค็มมิซตฺริ/ *n., no pl.* Ⓐ *no indef. art* วิชาเคมี; คุณสมบัติปฏิกิริยาหรือปรากฏการณ์ทางเคมี; **the ~ of iron** คุณสมบัติทางเคมีของเหล็ก; Ⓑ *(fig.)* ความเปลี่ยนแปลง *(ทางอารมณ์)* ที่สลับซับซ้อน; บุคลิกภาพ *หรือ* พื้นอารมณ์ของบุคคล

chemistry: ~ laboratory *n.* ห้องปฏิบัติการเคมี; **~ set** *n.* ชุดอุปกรณ์สำหรับปฏิบัติการเคมี

chemotherapy /ki:mə(ʊ)'θerəpɪ/คีเมอะ'เธระเรอะพิ/ *n.* การรักษาโรคมะเร็งทางยาเคมี

chenille /ʃə'ni:l/เชอะ'นีล/ *n.* *ด้ายไหมกำมะหยี่ (ที่ใช้ขลิบริมเครื่องเรือนหรือทอเป็นผืนผ้าเนื้อฟูนิ่ม)*

cheque /tʃek/เช็ค/ *n.* เช็ค *(ท.ศ.)*, ใบสั่งจ่ายเงิน; **write a ~:** เขียนเช็ค; **will you take a ~?** คุณรับเช็คไหม; **pay by ~:** จ่ายเป็นเช็ค

cheque: ~book *n.* สมุดเช็ค; **~book journalism** *n.* การจ่ายเงินก้อนใหญ่เพื่อให้ได้สิทธิตีพิมพ์เฉพาะ; **~ card** *n.* บัตรรับรองเช็คในจำนวนที่ระบุไว้

chequer /'tʃekə(r)/'เช็คเคอะ(ร)/ ❶ *n.* ลายตาหมากรุก ❷ *v.t.* ทำเป็นลายตาหมากรุก

'chequerboard *n.* กระดานหมากรุก

chequered /'tʃekəd/'เช็คเคิด/ *adj.* Ⓐ สลับสี; **a lawn ~ with sunlight and shade** สนามที่เป็นลายสลับจากแดดและร่มเงา; Ⓑ *(fig.)* *(ชีวิต, การทำงาน)* ขึ้น ๆ ลง ๆ, ที่ผันแปร

cherish /'tʃerɪʃ/'เฉะริช/ *v.t.* Ⓐ *(value and keep)* รักษาไว้ *(ความหวัง, ความทรงจำ)*; ตรึงใจ; **~ an illusion** หลงยึดถือความเพ้อฝัน; **~ sb.'s memory** รำลึกถึง *ค.น.* อยู่ในใจเสมอ; Ⓑ *(foster)* **~ sb.** ทะนุถนอม *ค.น.*; **to love and to ~, till death do us part** *(in marriage ceremony)* จงรักกันและทะนุถนอมกันจนกว่าจะตายจากกัน

cheroot /ʃə'ru:t/เชอะ'รูท/ *n.* บุหรี่ซิการ์ *(เปิดปลายทั้งสองข้าง)*

cherry /'tʃerɪ/'เฉะริ/ ❶ *n.* Ⓐ *(fruit)* ลูกเชอร์รี่; **it's no use having two bites at a ~** *(fig.)* บางอย่างไม่มีประโยชน์ที่จะลองเป็นครั้งที่สองได้; **we may get two bites at the ~** *(fig.)* พวกเราคงจะมีโอกาสอีกครั้ง; Ⓑ *(tree)* ต้นเชอร์รี่ ❷ *adj.* เป็นสีแดงแสด; **a bright ~ red** สีแดงสดใส

cherry: ~ blossom *n.* ดอกเชอร์รี่; **~ 'brandy** *n.* เหล้าบรั่นดีสีแดงเข้ม ที่มีลูกเชอร์รี่จุ่มแช่อยู่; **~-pick** ❶ *v.t.* เลือกสิ่งของ ❷ *n.* การเลือกสิ่งที่ดีที่สุด; **~ 'pie** *n.* Ⓐ ขนมพายใส่ลูกเชอร์รี่; Ⓑ *(Brit.: flower)* พุ่มวนิลา; **~ stone** *n.* เมล็ดเชอร์รี่

cherub /'tʃerəb/'เฉะเริบ/ *n.* Ⓐ *pl.* **~im** /'ʃerəbɪm/'เฉะเรอะบิม/ *(Theol., of celestial order)* เทวดาที่มีศักดิ์เป็นอันดับสอง; Ⓑ *pl.* **~s** *(Art)* รูปเทวดาซึ่งมักเป็นเด็กมีปีกบิน; *(child)* เด็กหน้าตาบริสุทธิ์แจ่มใส

cherubic /tʃɪ'ru:bɪk/ฉิ'รูบิค/ *adj.* *(เด็ก)* ที่มีใบหน้าบริสุทธิ์ไร้เดียงสา; **~ face** ใบหน้าบริสุทธิ์ไร้เดียงสา

chervil /'tʃɜ:vɪl/'เฉอวิล/ *n.* *(Bot.)* พืชพันธุ์ *Anthriscus cerefolium* มีดอกรวมเป็นช่อคล้ายร่ม ใช้ปรุงรส

Cheshire /'tʃeʃə(r)/'เฉ็ชเชอะ(ร)/: **~ 'cat** *n.* **grin like a ~ cat** ยิ้มแสยะ; **~ 'cheese** *n.* เนยแข็งจากมณฑลเชสเชอร์ ในประเทศอังกฤษ

chess /tʃes/เฉ็ซ/ *n., no pl., no indef. art.* เกมหมากรุก; **play ~:** เล่นหมากรุก; **be good at ~:** เล่นหมากรุกเก่ง

chess: ~board *n.* กระดานหมากรุก; **~man** *n.* ตัวหมากรุก; **~ player** *n.* ผู้เล่นหมากรุก

chest /tʃest/เฉ็ซทฺ/ *n.* Ⓐ หีบ; *(for clothes or money)* หีบ; *(treasury; also fig.)* คลังทรัพย์สิน *หรือ* แหล่งการเงินของสถาบัน; Ⓑ *(part of body)* หน้าอก, ทรวงอก; **cold on the ~:** หวัดลงปอด; **get sth. off one's ~** *(fig. coll.)* พูดให้เปิดอก; **play [sth.] close to one's ~** *(fig. coll.)* ระมัดระวังคำพูด *หรือ* ปกปิด [*ส.น.*] เป็นความลับ

-chested /'tʃestɪd/'เฉ็ซติด/ *adj. in comb.* มีหน้าอกแบบใดแบบหนึ่ง; **a broad-~ man** ผู้ชายอกกว้าง

chesterfield /'tʃestəfi:ld/'เฉ็ซเตอะฟีลดฺ/ *n.* *(sofa)* เก้าอี้นวมขนาดใหญ่ *(เท้าแขนสูงเท่าพนักพิง)*

chest: ~ expander *n.* เครื่องออกกำลังกายใช้ขยายหน้าอก; **~ measurement** *n.* การวัดทรวงอก

chestnut /'tʃesnʌt/'เฉ็ซเนิท/ ❶ *n.* Ⓐ *(tree)* ต้นเกาลัด; **Spanish** *or* **sweet ~:** ต้นเกาลัดสเปน; ➡ **+ horse chestnut**; Ⓑ *(fruit)* ลูกเกาลัด; **pull the ~s out of the fire** *(fig.)* กู้สถานการณ์ร้ายให้ดีขึ้น; Ⓒ *(colour)* สีน้ำตาลแดง; Ⓓ ➡ **chestnut wood**; Ⓔ *(stale story or topic)* **[old] ~** เรื่องราวเก่าที่น่าเบื่อ; Ⓕ *(horse)* ม้าสีน้ำตาลแดง ❷ *adj.* *(colour)* **~[-brown]** สีน้ำตาลแดง

chestnut: ~ tree ➡ **chestnut 1 a**; **~ wood** *n.* ไม้เกาลัด

chest of 'drawers ตู้ลิ้นชัก

chesty /'tʃestɪ/'เฉ็ซติ/ *adj.* *(coll.)* อาการของโรคทรวงอก; เป็นหวัด *(ลงปอด)*; **be ~:** ไอ; เป็นหวัดลงปอด; **you sound rather ~ today** วันนี้คุณฟังเหมือนเป็นหวัดลงปอด

chevron /'ʃevrən/'เช็วเริน/ *n.* Ⓐ *(badge)* เครื่องหมายรูปตัววี *(บนแขนเสื้อของเครื่องแบบ)*; Ⓑ *(Her.)* รูปตัววีหัวกลับ; Ⓒ *(traffic sign)* สัญญาณตัววีแสดงโค้ง

chew /tʃu:/ฉู/ ❶ *v.t.* *(คน)* เคี้ยว; *(สัตว์)* แทะ; **~ one's fingernails** แทะเล็บของตัวเอง; **~ the rag** *or* **the fat [about sth.]** *(fig.)* พร่ำบ่น [เกี่ยวกับ *ส.น.*]; ➡ **+ bite off**; **cud** ❷ *v.i.* เคี้ยว; **~ on** *or* **over sth.** *(fig.)* ครุ่นคิดเกี่ยวกับ *ส.น.* ❸ *n.* การเคี้ยว; ของขบเคี้ยว

~ 'out *v.t.* *(Amer. coll.)* ว่ากล่าว, ตำหนิติเตียน

chewable /'tʃu:əbl/'ฉูเออะบ'ล/ *adj.* ที่เคี้ยวได้

chewing gum /'tʃu:ɪŋgʌm/'ฉูอิงกัม/ *n.* หมากฝรั่ง

chewy /'tʃu:ɪ/'ฉูอิ/ *adj.* ต้องเคี้ยวมาก; *(เนื้อ)* เหนียว

Chianti /kɪ'æntɪ/คิ'แอนทิ/ *n.* เหล้าองุ่นแดงของอิตาลี

chiaroscuro /kjɑ:rə'skʊərəʊ/คิอาเรอะ'ซกุเออะโร/ *n., pl.* **~s** *(in painting)* การให้แสงเงาในการวาดภาพ; *(fig. also)* สิ่งที่คลุมเครือ

chic /ʃi:k/ชีค/ ❶ *adj.* ทันสมัย *(การแต่งกาย, การวางตัว)* โก้หรู ❷ *n.* ความมีรูปแบบทันสมัย, ความโก้หรู

chicane /ʃɪ'keɪn/ชิ'เคน/ *n.* *(Sport)* เครื่องกีดขวางทาง *(ในลู่แข่งรถ)*

chicanery /ʃɪ'keɪnərɪ/ชิ'เคเนอริ/ *n.* Ⓐ *no pl.* *(deception)* การพูดหลอกลวง, การใช้เล่ห์กล; *(legal trickery)* เล่ห์เหลี่ยมในทางกฎหมาย; Ⓑ *(sophistry)* การให้เหตุผลที่ฉลาดและแยบยลในทางที่ผิด

Chicano /tʃɪ'kɑ:nəʊ/ฉิ'คาโน/ *n.* ชาวอเมริกันเชื้อสายเม็กซิกัน

chichi /'ʃi:ʃi:/'ชีชี/ ❶ *adj.* ดัดจริต, ตกแต่งมากเกินไป ❷ *n.* อาการดัดจริต, ของที่ฉูดฉาดเกินงาม

chick /tʃɪk/ฉิค/ *n.* Ⓐ ลูกนก; Ⓑ *(coll.: child)* เด็ก; Ⓒ *(sl.: young woman)* หญิงสาว

chickadee /'tʃɪkədi:/'ฉิคเคอะดี/ *n.* *(Ornith.)* นกพันธุ์เล็กในสกุลของนกกระจิบ โดยเฉพาะ *Parus atricaplilus*

chicken /'tʃɪkɪn/'ฉิคคิน/ ❶ *n.* Ⓐ ไก่; *(grilled, roasted)* เนื้อไก่ปิ้ง; **don't count your ~s [before they are hatched]** *(prov.)* อย่าคิดว่าจะได้อะไรก่อนที่จะได้จริง ๆ; Ⓑ *(coll.:*

C

chicken-and-egg | china cupboard 166

youthful person) คนวัยหนุ่มวัยสาว; ไก่อ่อน; **she's no ~** *(is no longer young)* เธอไม่ใช่ไก่อ่อนแล้วนะ; *(is experienced)* เธอมีประสบการณ์แล้ว; Ⓒ *(coll.: game)* **play ~:** เล่นเกม *(ของเด็ก ๆ)* ทดสอบความกล้าหาญ; Ⓓ *(coll.: coward)* คนขี้ขลาดตาขาว ❷ *adj. (coll.)* ขี้ขลาดตาขาว ❸ *v.i.* **~ out** *(coll.)* ถอนตัวจาก *ส.น.* เพราะกลัว; **~ out of sth.** ถอนตัวออกจาก *ส.น.* เพราะไม่กล้า

chicken: ~-and-'egg *adj. (คำถาม, ปัญหา)* ไก่หรือไข่อันไหนมาก่อน; ปัญหาที่ไม่มีคำตอบ; **~-breasted** *adj.* มีหน้าอกไก่; **~ feed** *n.* Ⓐ อาหารไก่; Ⓑ *(fig. coll.)* เงินกระจอก *(ภ.พ.)*; **the firm paid them ~ feed** บริษัทจ่ายเงินจำนวนกระจอกให้กับพวกเขา; **~-hearted** *adj.* ขี้ขลาดตาขาว; **~ 'pie** *n.* พายไก่; **~pox** *n.* ➤ **453** *(Med.)* โรคอีสุกอีใส; **~ run** *n.* พื้นที่ล้อมรั้วสำหรับเลี้ยงไก่; **~ 'salad** *n.* สลัดไก่; **~ 'soup** *n.* ซุปไก่; **~ wire** *n.* ลวดที่เป็นตาข่าย

chick: ~pea *n.* ถั่วพันธุ์ *Cicer arietinium* มีเมล็ดกลมสีเหลือง; **~weed** *n. (Bot.)* วัชพืชหลากชนิด มีก้านเล็กบาง ดอกขนาดจิ๋วสีขาว

chicory /ˈtʃɪkərɪ/ˈจิคเคอะริ/ *n.* Ⓐ *(plant)* พืชพันธุ์ *Cichorium intybus* มีดอกสีน้ำเงินปลูกเพื่อนำใบหรือรากมาใช้; *(for coffee)* รากใช้แทนกาแฟ; Ⓑ *(Amer.: endive)* ใบของผัก *Cichorium endivia* ใช้ทำสลัด

chide /tʃaɪd/ฉายดฺ/, **~d** *or* **chid** /tʃɪd/ฉิด/, **~d** *or* **chid** *or (arch./literary)* **chidden** /ˈtʃɪdn/ˈฉิด'น/ ❶ *v.t.* ดุด่า; ตะเพิด ❷ *v.i.* ดุด่า

chief /tʃiːf/ฉีฟ/ ❶ *n.* Ⓐ *(of state, town, clan)* หัวหน้า หรือ ผู้นำ; *(of party, of tribe)* หัวหน้า; **~ of state** ประมุข; Ⓑ *(of department)* หัวหน้า; *(coll.: one's superior, boss)* หัวหน้า, เจ้านาย; **~ of police** ผู้บัญชาการสำนักตำรวจ; **~ of staff** *(of a service)* หัวหน้าบุคลากร; *(commander)* เสนาธิการทหาร; Ⓒ **in ~** ที่สูงสุด; **Colonel-in-C~** ผู้บัญชาการ; Ⓓ *(Her.)* เครื่องหมายส่วนบนของตรา ❷ *adj., use attrib.* Ⓐ หัวหน้า, สูงสุด; **~ priest** หัวหน้าพระ; **~ clerk** หัวหน้าเสมียน; **~ engineer** หัวหน้าวิศวกร; **[Lord] C~ Justice** *(Brit.)* ประธานศาลสูงสุด; Ⓑ *(first in importance, influence, etc.)* หลัก, ที่สุด; **~ reason/aim** เหตุผล/จุดประสงค์หลัก; **his ~ crime** อาชญากรรมที่ร้ายแรงที่สุดของเขา; **his ~ hope** ความหวังสูงสุดของเขา; Ⓒ *(prominent, leading)* โดดเด่น; เป็นผู้นำ; **~ culprit** จำเลยที่หนึ่ง; จำเลยตัวเอ้; **~ offender** หัวโจก

chiefly /ˈtʃiːflɪ/ˈฉีฟลิ/ *adv.* เป็นหลัก, ส่วนมาก, ส่วนใหญ่

chieftain /ˈtʃiːftən/ˈฉีฟเทิน/ *n. (of Highland clan, of tribe)* หัวหน้าเผ่า; *(of band of robbers)* หัวหน้าแก๊งโจร

chiff-chaff /ˈtʃɪftʃæf/ˈฉิฟแฉฟ/ *n. (Ornith.)* *นกตัวเล็ก ๆ พันธุ์ Phyloscopus collybita อาศัยอยู่ในทวีปยุโรป*

chiffon /ˈʃɪfɒn, US ʃɪˈfɒn/ˈชิฟอน/ ❶ *n.* *(Textiles)* ผ้าชีฟอง *(ท.ศ.)*, ผ้าไหม/ผ้าไนลอนที่ทอเนื้อบางมาก ❷ *adj.* ทำมาจากเนื้อผ้าชีฟอง

chignon /ˈʃiːnjɒn/ˈชีนยอง/ *n.* *มวยผมผู้หญิงที่เกล้ารวบไว้ข้างหลัง*

chihuahua /tʃɪˈwɑːwɑː/ฉิ'วาวา/ *n.* *สุนัขพันธุ์จิ๋วตาโตขนเรียบ มีถิ่นกำเนิดในประเทศเม็กซิโก*

chilblain /ˈtʃɪlbleɪn/ˈฉิลเบลฺน/ *n.* *อาการปวดบวมและคันบนผิวหนังที่มือหรือเท้า ฯลฯ (เนื่องจากถูกอากาศเย็นหรือการหมุนเวียนของโลหิตไม่ดี)*

child /tʃaɪld/ฉายลดฺ/ *n., pl.* **~ren** /ˈtʃɪldrən/ˈฉิลเดริน/ เด็ก; *(infant)* ทารก; *(more formal)* บุตรธิดา; *(in familiar sense)* ลูก; **when I was a ~:** เมื่อฉันเป็นเด็ก; **my ~:** *(lit.)* ลูกของฉัน; **my ~:** *int.* ลูกจ๋า, หนูจ๋า; **a ~'s guide to...** *(fig.)* สำหรับเด็ก...; **[be] with ~** *(dated)* ตั้งท้อง, ตั้งครรภ์; **the ~ is the father of the man** *(prov.)* *ประสบการณ์ในวัยเด็กหล่อหลอมอุปนิสัยและบุคลิกภาพเมื่อเติบโตเป็นผู้ใหญ่*

child: ~ abuse การกระทำทารุณกรรมเด็ก; **~-bearing** ❶ *n.* การท้อง ❷ *adj.* มีลูกได้; **~ 'benefit** *n. (Brit.)* *เงินที่รัฐจ่ายให้กับผู้ปกครองจนกว่าเด็กจะมีอายุครบถึงเกณฑ์ที่กำหนด*; **~birth** *n.* การคลอดบุตร; **die in ~birth** ตายในระหว่างการคลอดบุตร; **~ care** *n.* Ⓐ การเลี้ยง/ดูแลทารก/เด็ก; Ⓑ *(social services department)* แผนกบริการสังคมด้านการเลี้ยงดูเด็ก; **~ 'guidance** *n.* การแนะแนวเรื่องดูแลเด็ก

childhood /ˈtʃaɪldhʊd/ˈฉายลดฺฮุด/ *n.* ความเป็นเด็ก, วัยเด็ก; **in ~:** ในวัยเด็ก; **from** *or* **since ~:** จาก หรือ ตั้งแต่วัยเด็ก; **be in one's second ~:** อยู่ในวัยชรา

childish /ˈtʃaɪldɪʃ/ˈฉายลดิช/ *adj.*, **childishly** /ˈtʃaɪldɪʃlɪ/ˈฉายลดิชลิ/ ทำเป็นเด็ก, เหมาะกับเด็ก; *(derog.) (ผู้ใหญ่)* ทำตัวเป็นเด็ก

childishness /ˈtʃaɪldɪʃnɪs/ˈฉายลดิชนิซ/ *n., no pl.* ความเป็นเด็ก; *(derog.)* การทำตัวเป็นเด็ก; *(conduct)* พฤติกรรมแบบเด็ก

childless /ˈtʃaɪldlɪs/ˈฉายลดฺลิซ/ *adj.* ไม่มีเด็ก/บุตร

childlike /ˈtʃaɪldlaɪk/ˈฉายลดฺไลค/ *adj.* เหมือนกับเด็ก

child: ~minder *n.* ➤ **489** *(Brit.)* พี่เลี้ยงดูแลเด็ก; **~ molester** *n.* คนที่กระทำชำเราเด็ก; **~ 'prodigy** *n.* เด็กปัญญาเลิศ; เด็กอัจฉริยะ; **~proof** *adj. (อุปกรณ์, เครื่องมือ ฯลฯ)* ที่เด็กไม่สามารถใช้/ทำลายได้; **~proof door lock** *(in car)* ระบบล็อกในรถยนต์เพื่อไม่ให้เด็กเปิดประตู; **~ psy'chology** *n.* จิตวิทยาเด็ก

children *pl. of* **child**

child: ~'s play *n., no pl. (fig.)* งานง่าย ๆ; **it's ~'s play!** มันเป็นงานง่าย ๆ; **C~ Support Agency** *n.* หน่วยงานสงเคราะห์เด็ก; **~ 'welfare** *n.* สวัสดิการสำหรับเด็ก; ทารกสงเคราะห์

Chile /ˈtʃɪlɪ/ˈฉิลลิ/ *pr. n.* ประเทศชิลี

Chilean /ˈtʃɪlɪən/ˈฉิลเลียน/ ❶ *adj.* แห่งประเทศชาวชิลี; **sb. is ~:** *ค.น.* เป็นชาวชิลี ❷ *n.* ชาวชิลี

Chile: ~ 'pine *n. (Bot.)* ต้นสน *Araucaria araucaria* ใบแข็งมาก; **~ saltpetre** *n.* โซเดียมไนเตรตที่เกิดขึ้นตามธรรมชาติ

chili ➡ **chilli**

chill /tʃɪl/ฉิล/ ❶ *n.* Ⓐ *(cold sensation)* ความรู้สึกเย็นหรือหนาวสะท้าน; *(feverish shivering)* การหนาวสั่นเป็นไข้; *(illness)* ไข้หนาวสั่น; **catch a ~:** เป็นไข้หนาวสั่น; Ⓑ *(unpleasant coldness)* ความหนาวเย็นอย่างไม่สบาย; *(fig.)* ความรู้สึกหดหู่ซึมเศร้า; **take the ~ off [sth.]** อุ่น *[ส.น.]* เล็กน้อย; **there's a ~ in the air** อากาศค่อนข้างเย็น; Ⓒ *(depressing influence)* ความกดดัน, อิทธิพลหดหู่; **her presence at the party cast** *or* **spread a ~ over things** พอเธอเข้ามาร่วมงานเลี้ยง คนก็เซ็งกันไปหมด; Ⓓ *(of manner)* ความเย็นชา ❷ *v.t.* Ⓐ *(make cold, preserve)* แช่เย็น; **I was ~ed to the marrow** ฉันหนาวจนถึงกระดูก; Ⓑ *(Metallurgy)* *ทำให้ (โลหะที่ละลาย)* แข็งตัวโดยการสัมผัสกับวัตถุที่เย็นกว่า ❸ *v.i.* Ⓐ เย็นลง; Ⓑ *(Amer.)* ➡ **~ out** ❹ *adj. (literary; lit or fig.)* หนาวเย็น

chill out *v.i. (Amer. coll.) (relax)* ผ่อนคลายความเครียด; *(calm down)* ใจเย็นลง

'chill factor ➡ **wind chill factor**

chilli /ˈtʃɪlɪ/ˈฉิลลิ/ *n., pl.* **~es** พริก; **~ concarne** /tʃɪlɪ kɒnˈkɑːnɪ/ˈฉิลลิคอน'คานิ/ *(Gastr.)* สตูเนื้อวัวบดกับถั่วใส่พริกปรุงรส

chilliness /ˈtʃɪlɪnɪs/ˈฉิลลินิซ/ *n., no pl. (lit. or fig.)* ความหนาวเย็น, ความเย็นชา

chilling /ˈtʃɪlɪŋ/ˈฉิลลิง/ *adj. (fig.)* น่าตกใจกลัว; *(คำพูด, การมอง)* เย็นชา

chilly /ˈtʃɪlɪ/ˈฉิลลิ/ *adj.* Ⓐ *(lit. or fig.) (อากาศ, วัตถุ)* ค่อนข้างเย็น; Ⓑ *(feeling somewhat cold)* **I am rather ~:** ฉันรู้สึกค่อนข้างหนาว; *(sensitive to cold)* **I'm rather a ~ person** ฉันเป็นคนขี้หนาว

Chiltern Hundreds /ˈtʃɪltən/ˈฉิลเทิน/ *n.* *(Brit. Polit.) ตำแหน่งลอย สำหรับให้แก่สมาชิกสภาสามัญที่ลาออก;* **apply for the ~:** ลาออกจากการเป็นผู้แทน

chimaera ➡ **chimera**

chime /tʃaɪm/ฉายมฺ/ ❶ *n.* Ⓐ เสียงระฆัง; **ring the ~s** ตีระฆัง; Ⓑ *(set of bells)* ระฆังชุด ❷ *v.i. (ระฆัง)* ตี; **chiming clock** นาฬิกาที่ตีทุกชั่วโมง ❸ *v.t.* ตี *(ระฆัง)*; ตีบอกเวลา **~ 'in** *v.i.* Ⓐ *(Mus.)* เข้าร่วมเล่น; *(fig.)* เห็นด้วย; Ⓑ *(interject remark)* พูดสอดแทรกในการสนทนา

chimera /kaɪˈmɪərə, kɪˈmɪərə/ไค'เมียเรอะ, คิ'เมียเรอะ/ *n.* Ⓐ *(hybrid)* *สัตว์ประหลาดในเทพปกรณัมของกรีก หัวเป็นสิงโตตัวเป็นแพะหางเป็นงูหายใจออกมาเป็นไฟ;* *(fanciful conception)* จินตนาการที่พิลึกพิลั่นมหัศจรรย์; Ⓑ *(bogy)* ปีศาจ; Ⓒ *(Biol.)* สิ่งมีชีวิตที่ประกอบด้วยเนื้อเยื่อทางพันธุกรรมหลายชนิด

chimerical /kaɪˈmerɪkl/ไค'เมะริค'ล/ *adj.* ไม่เป็นจริง, ที่จินตนาการขึ้น

chimney /ˈtʃɪmnɪ/ˈฉิมนิ/ *n.* Ⓐ *(of house, factory, ship, etc.)* ปล่องไฟ; *(above open fire)* ปล่องเหนือกองไฟ; **the smoke goes up the ~:** ควันลอยขึ้นปล่องไฟ; **come down the ~:** ลงมาทางปล่องไฟ; **smoke like a ~** *(fig.)* สูบบุหรี่จัดมาก; Ⓑ *(of lamp)* หลอดแก้วของตะเกียง; Ⓒ *(vent of volcano etc.)* ปล่องภูเขาไฟ; Ⓓ *(Mountaineering)* ช่องรอยแยกในหิน

chimney: ~ breast *n.* ผนังภายในรอบบริเวณปล่องไฟ; **~ corner, ~ nook** *ns.* มุมของเตาผิงไฟในบ้าน; **~ piece** *n.* โครงสร้างรอบเตาผิงในบ้าน; **~ pot** *n.* ยอดปล่องไฟ; **~ stack** ➡ **stack** 1 d; **~ sweep** *n.* ➤ **489** คนกวาดปล่องไฟ

chimp /tʃɪmp/ฉิมพฺ/ *(coll.)*, **chimpanzee** /tʃɪmpənˈziː, tʃɪmpænˈziː/ฉิมเพิน'ซี, ฉิมแพน'ซี/ *ns.* ลิงชิมแปนซี *(ท.ศ.)*

chin /tʃɪn/ฉิน/ *n.* ➤ **118** คาง; **keep one's ~ up** *(fig.)* ยังคงร่าเริงต่อหน้าความยากลำบาก; **~ up!** อย่ากลุ้มใจ; **take it on the ~** *(suffer severe blow)* ทนต่อปัญหารุนแรง; *(endure sth. courageously)* อดทนรับความทุกข์อย่างกล้าหาญ; ➡ **+ stick out** 1 A

china /ˈtʃaɪnə/ˈฉายเนอะ/ *n.* เครื่องเคลือบดินเผาเนื้อดี; *(crockery)* เครื่องกระเบื้องถ้วยชาม; **broken ~:** เศษกระเบื้อง

China /ˈtʃaɪnə/ˈฉายเนอะ/ *pr. n.* ประเทศจีน

china: ~ cabinet *n.* ตู้วางเครื่องกระเบื้อง; **~ 'clay** *n.* ดินขาวเนื้อละเอียด; **~ cupboard** *n.* ตู้เก็บถ้วยชาม

China: ~man /ˈtʃaɪnəmən/ฉายเนอะเมิน/ *n., pl.* **~men** /ˈtʃaɪnəməm/ฉายเนอะเมิน/ *(derog.)* คนเจ๊ก; **c~ shop** *n.* ➡ **bull** 1 A; **~ 'tea** *n.* ชาจีน; **~town** *n.* ย่านคนจีน *(นอกประเทศจีน)*; **c~ware** *n., no pl.* เครื่องปั้นดินเผา, เครื่องเคลือบดินเผา

chinch [bug] /ˈtʃɪntʃ(bʌg)/ฉินฉ(บัก)/ *n. (Amer.)* Ⓐ ตัวเรือด *Blissus leucopterus;* Ⓑ *(destroying grain)* แมลงตัวเล็ก ๆ ที่ทำลายเมล็ดพืช

chinchilla /tʃɪnˈtʃɪlə/ฉินˈฉิลเลอะ/ *n.* Ⓐ *(Zool.)* สัตว์ที่ใช้ฟันแทะคล้ายหนูหรือกระรอก; Ⓑ *(fur)* ขนสีเทานุ่มราคาแพงของสัตว์ชนิดนี้; Ⓒ *(cat)* แมวพันธุ์หนึ่ง; *(rabbit)* กระต่ายพันธุ์หนึ่ง มีขนคล้ายตัวชินชิลลา

chin-chin /tʃɪnˈtʃɪn/ฉินˈฉิน/ *int. (Brit) (greeting)* สวัสดี; *(farewell)* ลาก่อน; *(as a toast)* ไชโย

¹**chine** /tʃaɪn/ฉายน/ *n. (Brit. Geog.: ravine)* หุบเขาแคบลึก *(ในเกาะไวท์หรือดอร์เซ็ทประเทศอังกฤษ)*

²**chine** *n.* Ⓐ *(backbone)* กระดูกสันหลัง; *(Cookery: joint of meat)* เนื้อติดกระดูก; Ⓑ *(Geog.: ridge)* สันเนิน/เขา

Chinese /tʃaɪˈniːz/ฉายˈนีซ/ ❶ *adj.* จีน, แห่งประเทศจีน; **sb. is ~:** ค.น. เป็นคนจีน; ➡ **+ English** 1 ❷ *n.* Ⓐ *pl. same (person)* คนจีน; Ⓑ *(language)* ภาษาจีน; ➡ **+ English 2 a**

Chinese: ~ 'boxes *n. pl.* กล่องแบบจีนที่มีชั้นในซ้อนกันเป็นชั้น ๆ; **~'burn** *n. การเอามือรัดแขนและหมุนแรง ๆ ให้เจ็บ;* **give sb. a ~ burn** บีบและหมุนบนแขนคนอื่น; **~ 'goose** *n.* ห่านพันธุ์จีนหลังนูน; **~ 'lantern** *n.* Ⓐ *(of paper)* โคมกระดาษ; Ⓑ *(Bot.)* ต้นโคมจีน *Physalis alkekengi* ดอกขาว ผลกลมสีส้ม มีกลีบเลี้ยงบางเหมือนกระดาษสีแดงหุ้มไว้; **~ 'puzzle** *n.* ปริศนาหรือปัญหาที่ยากและสลับซับซ้อนมาก; **~ 'white** *n.* สีขาวที่ทำมาจากสังกะสีออกไซด์

¹**chink** *n.* Ⓐ รอยร้าว, ช่องแคบ ๆ; **a ~ in sb.'s armour** *(fig.)* จุดอ่อนของ ค.น.; Ⓑ **a ~ of light** ช่องแสงเล็ก ๆ

²**chink** ❶ *n. (sound)* ➡ ¹**clink** ❷ *v.i. & t.* ➡ ¹**clink** 2, 3

Chink /tʃɪŋk/ฉิงค/ *n. (sl. derog.)* เจ๊ก

chinless /ˈtʃɪnlɪs/ฉินลิซ/ *adj.* Ⓐ มีคางเล็ก; **be ~:** มีคางที่เล็ก; Ⓑ *(fig.)* **~ wonder** *(Brit. joc.)* คนที่ทำอะไรไม่เป็น *(โดยมากใช้กับคนตระกูลสูง)*

chinoiserie /ʃiːnˈwɑːzərɪ/ชีนˈวาเซอะริ/ *n. การลอกเลียนแบบศิลปะจีนในการวาดภาพและในการประดับตกแต่งเครื่องเรือน*

chin: ~ rest *n.* ที่วางคาง *(ของไวโอลิน, วิโอลา)*; **~strap** *n. (of helmet)* สายรัดคาง; *(of bonnet)* สายโยงหมวก

chintz /tʃɪnts/ฉินทฺซฺ/ *n. ผ้าฝ้ายพิมพ์ลายต่างสีเคลือบผิวมันด้านเดียว ใช้บุเครื่องเรือน*

chintzy /ˈtʃɪntsɪ/ฉินทฺซิ/ *adj.* มีลวดลายเต็มไปหมด; ราคาถูก

'chinwag *(coll.)* ❶ *n.* การพูดคุย ❷ *v.i.* พูดคุย, นินทา

chip /tʃɪp/ฉิพ/ ❶ *n.* Ⓐ เศษ *(ไม้, หิน)*; **have a ~ on one's shoulder** *(fig.)* คอยคิดว่าทุกคนดูถูกหรือไม่ชอบตน; ➡ **block** 1 C; Ⓑ *(of potato)* มันฝรั่งหั่นแท่งแล้วทอด; Ⓒ *in pl. (Brit.: fried)* เฟรนฟรายด์ *(ท.ศ.)*; *(Amer.: crisps)* มันฝรั่งหั่นเป็นชิ้นบาง ๆ ทอดกรอบ; Ⓓ **there is a ~ on this cup/paintwork** ถ้วยใบนี้มีรอยบิ่น/สีที่ทาไม้ตรงจุดนี้โดนกระเทาะ; Ⓔ *(Gambling)* เบี้ยพนัน; **have had one's ~s** *(Brit. fig. coll.)* หลีกเลี่ยงความพ่ายแพ้ การลงโทษไม่ได้; **when the ~s are down** *(fig. coll.)* เมื่อถึงจุดสำคัญ; ➡ **+ cash** in 1; Ⓕ *(Electronics)* ชิ้นซิลิคอนขนาดเล็กมาก; Ⓖ *(for making baskets)* เส้นตอก/ฟางที่ใช้สาน; **~ [basket]** [ตะกร้า] ที่สานด้วยตอกหรือฟาง; Ⓗ ➡ **chip shot**

❷ *v.t.,* **-pp-:** Ⓐ กระเทาะ *(ถ้วยชามจนบิ่น)*; สับ/แกะ *(ไม้)* ออกจากชิ้นใหญ่; **~[off]** ตัดหรือสับออก; แกะออก; **the varnish is ~ped** น้ำยาเคลือบมีรอยร้าว/ตกสะเก็ด; Ⓑ *(cut into ~s)* **~ped potatoes** มันฝรั่งที่หั่นเป็นชิ้น; เฟรนฟรายด์ *(ท.ศ.)*; Ⓒ **~ the ball** *(Golf)* ตีลูกช่วงสั้นเป็นวงโค้ง; *(Football)* เตะลูกให้ตกโค้งในระยะใกล้ ❸ *v.i.* **-pp-: this china ~s easily** เครื่องปั้นดินเผานี้เปราะแตกง่าย

~ 'in *(coll.)* ❶ *v.i.* Ⓐ *(interrupt)* สอดแทรก, ขัดจังหวะ; **who asked you to ~ in with your opinion?** ใครขอให้คุณสอดแทรกความคิดเห็นของคุณ; Ⓑ *(contribute money)* ลงขัน; **~ in with £5** ลงขัน 5 ปอนด์ ❷ *v.t. (contribute)* สมทบ, ลงขัน

'chipboard *n.* แผ่นไม้อัด

chipmunk /ˈtʃɪpmʌŋk/ฉิพเมิงค/ *n. (Zool.)* กระรอกชนิดหนึ่ง *(ลำตัวมีแถบลายสีอ่อนสลับกับสีแก่)*

chipolata /tʃɪpəˈlɑːtə/ฉิเพอะˈลาเทอะ/ *n.* ไส้กรอกขนาดเล็ก

'chip pan *n.* กระทะทอดเฟรนฟรายด์

chipper /ˈtʃɪpə(r)/ฉิพเพอะ(ร)/ *adj. (Amer.)* ร่าเริงสดใส

chipping /ˈtʃɪpɪŋ/ฉิพพิง/ *n.* เศษไม้ชิ้นเล็ก; *(stone also)* เศษหิน *(เล็ก ๆ)*; *(Road Constr.)* กรวดหิน *(ใช้โรยผิวหน้าถนน)*; **'loose ~s'** 'ระวังกรวดหิน'

chippy /ˈtʃɪpɪ/ฉิพพิ/ *n. (coll.)* ร้านขายปลาทอดควบมันฝรั่งทอด

chip: ~ shop *n. (Brit.)* ➡ **chippy; ~ shot** *n. (Golf)* การตีลูกโค้งช่วงสั้น ๆ; *(Footb.)* การเตะลูกเป็นแนวโค้งช่วงสั้น ๆ

chiropodist /kɪˈrɒpədɪst, ʃɪˈrɒpədɪst/คิˈรอเพอะดิซทฺ, ชิ-/ *n.* ➤ **489** หมอรักษาโรคเท้า

chiropody /kɪˈrɒpədɪ, ʃɪˈrɒpəd/คิˈรอเพอะดิ, ชิ-/ *n.* การรักษาโรคเท้า

chiropractor /kaɪərəpræktə(r)/คายเรอะˈแพรฺคเทอะ/ *n.* ➤ **489** *(Med.)* หมอรักษาโรคข้อ *(โดยเฉพาะที่เกี่ยวกับข้อต่อกระดูกสันหลัง)*

chirp /tʃɜːp/เฉิพ/ ❶ *v.i.* *(นกตัวเล็ก ๆ, ตั๊กแตน)* ส่งเสียงร้องแหลมเล็ก; *(talk merrily)* พูดคุยอย่างสนุกสนาน ❷ *n. (of small bird, grasshopper)* เสียงร้องแหลมเล็ก

~ 'up *v.i.* *(อารมณ์)* ร่าเริงขึ้น

chirpily /ˈtʃɜːpɪlɪ/เฉอพิลิ/ *adv.,* **chirpy** /ˈtʃɜːpɪ/เฉอพิ/ *adj. (coll.)* ร่าเริงเบิกบาน, มีชีวิตชีวา

chirrup /ˈtʃɪrəp/ฉิเริพ/ ❶ *v.i.* *(นกตัวเล็ก ๆ)* ส่งเสียงร้องแหลมเล็ก ❷ *n.* เสียงร้องแหลมเล็ก, เสียงร้องจุ๊บจิ๊บ

chisel /ˈtʃɪzl/ฉิซˈล/ ❶ *n.* สิ่ว; *(for wood)* ตอก; ➡ **+ cold chisel** ❷ *v.t. (Brit.)* **-ll-:** Ⓐ ถาก *หรือ* เกลาด้วยสิ่ว; *(in wood)* จักตอก; **finely ~led features** หน้าคม; Ⓑ *(coll.: defraud)* ฉ้อโกง; **~ sb. out of sth.** ฉ้อโกง ส.น. จาก ค.น.

chiseller *(Amer.:* **chiseler)** /ˈtʃɪzələ(r)/ˈฉิซˈลเลอะ(ร)/ *n. (coll.: swindler)* คนโกง

¹**chit** /tʃɪt/ฉิท/ *n.* Ⓐ *(young child)* เด็กเล็ก; **be a mere ~ of a child** แค่เป็นเด็กตัวนิดเดียวเท่านั้น; Ⓑ *(usu. derog.: woman)* หญิงสาวบอบบาง; **only a ~ of a girl** แค่หญิงสาวตัวเล็กนิดเดียวเท่านั้น

²**chit** *n. (note)* บันทึกข้อความเล็ก ๆ น้อย ๆ; *(certificate)* ใบรับรอง; *(bill)* ใบเรียกเก็บเงิน; *(receipt)* ใบเสร็จ; *(from doctor)* จดหมายแพทย์

chit-chat /ˈtʃɪttʃæt/ฉิทแฉท/ ❶ *n.* การพูดคุย เรื่องเบา ๆ, การซุบซิบนินทา, การเม้าท์ *(ภ.พ.)* ❷ *v.i.,* **-tt-** พูดคุยอย่างเป็นกันเอง, ซุบซิบนินทา, เม้าท์ *(ภ.พ.)*

chitterling /ˈtʃɪtəlɪŋ/ฉิทเทอะลิง/ *n., usu. in pl.* เครื่องในของหมูใช้ปรุงเป็นอาหาร

chivalric /ˈʃɪvlrɪk/ชิววฺˈลริค/ *adj. (of chivalry)* **the ~ ages** ยุคอัศวินในสมัยกลาง

chivalrous /ˈʃɪvlrəs/ชิววฺˈลเริซ/ *adj. (ผู้ชาย)* กล้าหาญ, เป็นอัศวิน; **~ age** ยุคอัศวิน; **~ deed** การกระทำแบบอัศวิน

chivalrously /ˈʃɪvlrəslɪ/ชิววฺˈลเริซลิ/ *adv.* อย่างกล้าหาญ, อย่างเป็นอัศวิน

chivalry /ˈʃɪvlrɪ/ชิววฺˈลริ/ *n., no pl.* Ⓐ *(ในยุคกลาง)* ความเป็นอัศวิน; Ⓑ *(medieval knightly system)* ระบบศีลธรรมและสังคมของอัศวิน; **Age of C~:** ยุคอัศวิน; **the Age of C~ is not dead** ยังไม่หมดยุคอัศวินเสียทีเดียว *(กรุงศรีอยุธยาไม่สิ้นคนดี)*

chives /tʃaɪvz/ฉายวฺ/ *n. pl.* หอมเล็ก

chiv[v]y /ˈtʃɪvɪ/ฉิววิ/ *v.t.* ตามตื๊อ; *(harass)* คอยรบกวน; **~ sb. into doing sth.** ตามตื๊อรบกวน ค.น. ให้ ทำ ส.น.; **~ sb. about sth.** ตามตื๊อ ค.น. เกี่ยวกับส.น.

~ along *v.t.* คอยตามตื๊อ, รบกวนอยู่เรื่อย ๆ

chloride /ˈklɔːraɪd/คลอรายดฺ/ *n. (Chem.)* สารประกอบของคลอรีนกับธาตุอื่น ๆ; *(bleaching agent)* น้ำยาฟอกสี

chlorinate /ˈklɔːrɪneɪt/คลอริเนท/ *v.t.* ใส่คลอรีน

chlorination /klɔːrɪˈneɪʃn/คลอริˈเนชˈน/ *n.* การใส่คลอรีน

chlorine /ˈklɔːriːn/คลอรีน/ *n.* ธาตุคลอรีน *(ท.ศ.)*

chlorofluorocarbon, CFC /ˌklɔːrəʊˈflʊərəʊkɑːbən/,คลอเรอะˈฟลูเออะคาเบิน/ *n.* สารซีเอฟซี *(ท.ศ.) (ประกอบด้วยคลอรีน ฟลูโอรีนและคาร์บอน)*

chloroform /ˈklɒrəfɔːm, US ˈklɔːr-/คลอเรอะฟอม, ˈคลอเรอะฟอม/ ❶ *n. สารเหลวชนิดหนึ่งไม่มีสี มีกลิ่นหอม ใช้เป็นตัวทำละลาย เดิมใช้เป็นยาสลบ* ❷ *v.t.* ทำให้สลบด้วยสิ่งนี้

chlorophyll /ˈklɒrəfɪl/คลอเรอะฟิล/ *n. (Bot.)* คลอโรฟิล *(ท.ศ.) (สารสีเขียวในพืชที่ทำหน้าที่สังเคราะห์แสง เพื่อสร้างพลังงาน)*

choc /tʃɒk/ฉอค/ *n. (Brit. coll.)* ช็อกโกแลต

chocaholic /tʃɒkəˈhɒlɪk/ฉอเคอะˈฮอลิค/ *n.* คนที่บ้าช็อกโกแลต

'choc ice /ˈtʃɒkaɪs/ชอคไอซ/ *n.* ไอศกรีมแท่งเคลือบช็อกโกแลต

chock /tʃɒk/ฉอค/ ❶ *n.* ท่อนไม้หรือลิ่มเสียบกันเขยื้อน *(ของลูกล้อ, ถังไม้ประตู ฯลฯ)* ❷ *v.t.* ยึด *(ด้วยท่อนไม้)*

'chock-a-block *pred. adj.* อัดแน่น, เต็มเอียด

chocker /ˈtʃɒkə(r)/ฉอเคอะ(ร)/ *adj. (Brit. sl.)* เบื่อหน่าย, รังเกียจขยะแขยง; **be ~ with** *or* **of sth.** เบื่อ ส.น. อย่างเต็มทน

C

'chock-full /'tʃɒk'fʊl/'ฉอคฟุล/ *pred. adj.* อัดแน่น; **~ with sth.** อัดแน่นด้วย *ส.น.*

chockie /'tʃɒkɪ/'ฉอคิ/ ➡ **choc**

chocolate /'tʃɒkələt/'ฉอเคอะเลิท, 'ฉอเคลิท/ ❶ *n.* 🅐 ช็อกโกแลต *(ท.ศ.); (sweetmeat)* ขนมช็อกโกแลต; **drinking ~:** ช็อกโกแลตสำหรับดื่ม; 🅑 *(colour)* สีน้ำตาลไหม้ ❷ *adj.* 🅐 *(with flavour of ~)* รสช็อกโกแลต; 🅑 *(with colour of ~)* **~[-brown]** สีน้ำตาลไหม้

chocolate: ~ 'biscuit *n.* ขนมปังกรอบรสช็อกโกแลต *หรือ* เคลือบด้วยช็อกโกแลต; **~ box** ❶ *n.* กล่องช็อกโกแลต ❷ *adj. (fig.)* สวยงามตามแบบฉบับ, ช่างฝัน; **~-coated** *adj.* เคลือบช็อกโกแลต

choice /tʃɔɪs/ฉอยซฺ/ ❶ *n.* 🅐 การเลือก, ทางเลือก; **if the ~ were mine, if I had the ~:** ถ้าฉันเลือกได้ *หรือ* ถ้าฉันเป็นคนเลือก; **by** *or* **for ~:** ถ้าเลือกได้; **of my/his** *etc.* **~:** ตามที่ฉัน/เขา ฯลฯ เลือก; **take your ~:** คุณเลือกซิ; *(truculently)* มึงเลือกเอาซิ; **take one's ~ of sth. from sth.** เลือก *ส.น.* จาก *ส.น.*; **make a [good] ~:** เลือกได้ [ดี]; **make a careful ~:** ค่อย ๆ เลือก, เลือกให้ดี; **give sb. the ~:** ให้ *ค.น.* เป็นผู้เลือก; **the ~ is yours** คุณเป็นคนเลือก; **you have a free ~:** คุณเลือกได้ตามใจชอบ; **do sth. from ~:** ทำ *ส.น.* อย่างเต็มใจ; **if I were given the ~:** ถ้าฉันมีสิทธิเลือก; **have no ~ but to do sth.** ไม่มีทางเลือกอื่นนอกจากทำ *ส.น.*; **leave sb. no ~:** ไม่เหลือทางเลือกให้ *ค.น.*; **you have several ~s** คุณมีทางเลือกพอสมควร; 🅑 *(thing chosen)* **his ~ of wallpaper was ...:** กระดาษบุฝาผนังที่เขาเลือกคือ...; **the curtains were your ~:** คุณเป็นคนเลือกผ้าม่านนะ; **this is my ~:** นี่แหละที่ฉันเลือก; ➡ **+ Hobson's choice**; 🅒 *(variety)* ที่มีไว้ให้เลือก; **there is a ~ of three** มีไว้ให้เลือกสามอย่าง/ทาง; **be spoilt for ~:** มีให้เลือกมากมาย; **have a ~:** มีให้เลือก, มีทางเลือก ❷ *adj.* ที่เลือกมาอย่างพิถีพิถัน, คุณภาพดี, ชั้นหนึ่ง **~ wine** เหล้าองุ่นที่เลือกมาอย่างพิถีพิถัน; **~ tomatoes/fruit** มะเขือเทศ/ผลไม้ที่คัดเลือกอย่างดี

choir /'kwaɪə(r)/'ควายเออะ(ร)/ *n.* กลุ่มนักร้องประสานเสียง; *(Archit.)* บริเวณโบสถ์ระหว่างแท่นบูชาและที่นั่งของศาสนิกชน

choir: ~boy *n.* เด็กชายนักร้องประสานเสียง; **~master** *n.* ผู้นำกลุ่มนักร้องประสานเสียง; **~ practice** *n.* การฝึกร้องเพลงประสานเสียง; **~ school** *n.* โรงเรียนสอนการร้องเพลงประสานเสียง; **~-screen** *n.* ฉากกั้นไม่ให้เห็นนักร้อง; **~-stall** ➡ **'stall** 1 C

choke /tʃəʊk/โฉค/ ❶ *v.t.* 🅐 *(lit. or fig.)* ทำให้หายใจไม่ออก, ทำให้สำลัก; **a fish bone was choking him** ก้างปลาทำให้เขาสำลัก; **you'll ~ yourself** คุณจะสำลัก; **in a voice ~d with emotion** *(fig.)* โดยน้ำเสียงสั่นเครือด้วยความสะเทือนใจ; **be/get ~d up about sth.** *(fig. coll.)* เสียใจ/ผิดหวังเกี่ยวกับ *ส.น.*; 🅑 *(strangle)* รัดคอ; **~ to death** รัดคอตาย; **the collar was choking him** คอเสื้อรัดคอเขาไว้แน่น; 🅒 *(fill chock-full)* เติมเต็ม, อัดแน่น; *(block up)* ขวางทาง

❷ *v.i.* 🅐 *(temporarily)* หายใจไม่ออกชั่วคราว; *(permanently)* หายใจไม่ออก **(on** จาก); 🅑 *(from emotion)* **he almost ~d with rage** เขาเกือบจะสำลักด้วยความโกรธจัด

❸ *n.* 🅐 *(Motor Veh.)* ลิ้นปิด-เปิดในเครื่องผสมอากาศกับน้ำมันเบนซิน; 🅑 *(Electr.)* ขดลวดตัวนำที่ใช้ปรับกระแสช่วงคลื่นไฟฟ้า

~ 'back *v.t.* ยับยั้ง *(น้ำตา)*; อดกลั้น *(ความโกรธ)*

~ 'down *v.t.* กล้ำกลืน, อดกลั้น

~ 'off *v.t. (fig. coll.)* ไล่ไป; *(tell off)* ต่อว่า, ตำหนิ

choked /tʃəʊkt/โฉคทฺ/ *adj. (coll.: disgusted)* รังเกียจ, ขยะแขยง

choker /'tʃəʊkə(r)/'โฉเคอะ(ร)/ *n. (high collar)* ปกเสื้อคอตั้ง; *(necklace)* สร้อยคอแบบรัดคอ

choler /'kɒlə(r)/'คอเลอะ(ร)/ *n.* 🅐 *(Hist.)* อารมณ์โกรธ; 🅑 *(poet./arch.)* **in ~:** ในความโกรธ; **fit of ~:** ฉุนเฉียวขึ้นมาทันควัน

cholera /'kɒlərə/'คอเลอะเรอะ/ *n.* ➤ **453** *(Med.)* อหิวาตกโรค

choleric /'kɒlərɪk/'คอเลอะริค/ *adj.* โกรธง่าย, อารมณ์ฉุนเฉียว

cholesterol /kə'lestərɒl/เคอะ'เล็ซเตอะรอล/ *n. (Med.)* คอลเลสเตอรอล *(ท.ศ.) (ไขมันชนิดหนึ่งที่พบในเนื้อเยื่อของร่างกายและ/หรือในเลือด)*

chomp /tʃɒmp/ฉอมพฺ/ *v.t.* ➡ **'champ**

Chomskyan /'tʃɒmskɪən/'ฉอมซเกียน/ *adj.* ที่เกี่ยวกับชอมสกี้ *(นักภาษาศาสตร์ที่มีชื่อเสียงในกลุ่มทฤษฎีภาษาศาสตร์ปริวรรต)*

choo-choo /'tʃu:tʃu:/'ฉูฉู/ *n. (child lang./coll.)* รถไฟ *(โดยเฉพาะที่เป็นรถจักรไอน้ำ)*

choose /tʃu:z/ฉูซฺ/ ❶ *v.t.*, **chose** /tʃəʊz/โฉซฺ/, **chosen** /'tʃəʊzn/'โฉซ'น/ 🅐 *(select)* เลือก; *(from a group)* คัดเลือก; **~ a career** เลือกอาชีพ; **~ sb. as** *or* **to be** *or* **for leader** เลือก *ค.น.* ให้เป็นหัวหน้า; **~ sb. from among ...:** เลือก *ค.น.* จาก...; **carefully chosen words** คำที่เลือกสรรมาอย่างพิถีพิถัน; **the chosen [few]** *(Theol.)* ผู้ที่พระเจ้าโปรดให้รอดปลอดภัย; **the chosen people** *or* **race** *(Theol.)* ชน *หรือ* เชื้อชาติที่พระเจ้าเลือกอุปถัมภ์; 🅑 *(decide)* **~/~ not to do sth.** ตัดสินใจทำ/ไม่ทำ *ส.น.*; **he chose rather to study** เขาตัดสินใจที่จะเรียน; **she did not ~ to wear 'black** เธอไม่ได้เลือกที่จะใส่สีดำ; **there's nothing/not much/little to ~ between them** ไม่มีเลือก/ไม่ค่อยมีจะเลือกระหว่างพวกเขา

❷ *v.i.*, **chose, chosen** เลือก; **when I ~:** เมื่อฉันเลือก; **do just as you ~:** ทำตามที่คุณต้องการ; **~ between ...:** เลือกระหว่าง...; **~ from sth.** เลือกจาก *ส.น.*; *(from several)* เลือกจากหลาย ๆ สิ่ง; **there are several to ~ from** มีหลายสิ่งหลายอย่างให้เลือก; **he cannot ~ but submit** เขาไม่มีทางเลือกนอกจากจะยอม; **if you/we** *etc.* **so ~:** ถ้าคุณ/พวกเรา ฯลฯ เลือกเช่นนั้น; **as you ~:** แล้วแต่คุณจะเลือก

chooser /'tʃu:zə(r)/'ฉูเซอะ(ร)/ *n.* ➡ **beggar** 1 A

choos[e]y /'tʃu:zɪ/'ฉูซิ/ *adj. (coll.)* จู้จี้, ช่างเลือก

¹chop /tʃɒp/ฉอพ/ ❶ *n.* 🅐 การสับ/หั่น/ฟัน; 🅑 *(of meat)* ชิ้นเนื้อติดกระดูกซี่โครง; 🅒 *(coll.)* **get the ~** *(be killed)* ถูกฆ่าตาย; *(be dismissed)* ถูกไล่ออกไป; **sth. gets the ~:** *ส.น.* ถูกขจัด; **give sb. the ~** *(dismiss)* ไล่ *ค.น.* ออกไป; *(kill)* ฆ่า *ค.น.*; **be due for the ~:** เกือบถึงเวลาเต็มที่ *(ที่จะขจัด, ไล่ออก, ยกเลิก)*; ➡ **+ karate chop** ❷ *v.t.*, **-pp-:** 🅐 สับ *(เนื้อ, กระเทียม)*; หั่น *(ผัก)*; ฟัน *(ไม้)*; **they ~ped a way through the undergrowth** พวกเขาฟันทางผ่านพุ่มไม้; **~ped herbs** สมุนไพรที่สับแล้ว; 🅑 *(Sport)* ตี *(ลูกบอล)* ด้วยขอบไม้ *หรือ* ด้านข้าง ❸ *v.i.*, **-pp-: ~ [away] at sth.** สับ *ส.น.* ถี่ ๆ; **~ through the bone** สับทั้งกระดูก

~ 'down *v.t.* ตัด *(พุ่มไม้)*; ฟัน *หรือ* โค่น *(ต้นไม้)* ให้ล้ม

~ 'off *v.t.* ตัด, ฟันออก *(ด้วยขวาน)*

~ 'up *v.t.* หั่น/สับ *(เนื้อ, ผักต่าง ๆ)* เป็นชิ้นเล็ก ๆ; **~ped-up parsley** ผักชีฝรั่งซอยละเอียด

²chop *n.* 🅐 *(jaw)* กรามของสัตว์; 🅑 *in pl. (coll.: person's mouth)* ปาก; ➡ **+ lick** 1 A

³chop *v.i. & t.*, **-pp-: she's always ~ping and changing** เธอมักจะเปลี่ยนใจอยู่เสมอ; **keep ~ping and changing** เปลี่ยนใจอยู่เรื่อย ๆ

~ a'bout *v.i. (coll.)* คอยเปลี่ยนไปเปลี่ยนมา; *(ลม)* เปลี่ยนทิศทางอย่างกะทันหัน

'chop-house *n. (coll.)* ร้านอาหาร

chopper /'tʃɒpə(r)/'ฉอเพอะ(ร)/ *n.* 🅐 *(axe)* ขวานด้ามสั้น; *(cleaver)* มีดสับเนื้อ; 🅑 *(coll.: helicopter)* เฮลิคอปเตอร์, ฮอ *(ภ.พ.)*; 🅒 *in pl. (coll.: teeth)* ฟัน

chopping board /'tʃɒpɪŋbɔ:d/'ฉอพิงบอด/ *n.* เขียง

choppy /'tʃɒpɪ/'ฉอพิ/ *adj. (อากาศ ฯลฯ)* ค่อนข้างแปรปรวน; *(ทะเล)* มีคลื่น

'chopstick /'tʃɒpstɪk/'ฉอพซติค/ *n.* ตะเกียบ

chop suey /tʃɒp'su:ɪ/ฉอพ'ซูอิ/ *n. (Gastr.)* ข้าวราดเนื้อผัดถั่วงอกและหน่อไม้

¹choral /'kɔ:rl/'คอร'ล/ *adj.* เกี่ยวกับกลุ่ม *หรือ* คณะนักร้องประสานเสียง; **~ piece** เพลงที่ขับร้องโดยกลุ่ม *หรือ* คณะนักร้องประสานเสียง

chorale (**²choral**) /kɔ:'rɑ:l/เคอะ'ราล/ *n.* 🅐 เพลงสวดสรรเสริญพระเจ้าที่ร้องในโบสถ์; 🅑 *(group)* กลุ่ม *หรือ* คณะนักร้องประสานเสียง

choral /'kɔ:rl/'คอร'ล/: **~ service** *n.* การขับร้องประสานเสียง; **~ society** *n.* สมาคมนักร้องประสานเสียง

¹chord /kɔ:d/คอด/ *n.* 🅐 *(string of harp etc.)* สาย; *(fig.)* จุดสัมพันธ์; **strike a [familiar/responsive] ~ with sb.** *(fig.)* พูดสิ่งที่ *ค.น.* เห็นชอบด้วย/เตือนความจำของ *ค.น.*; **touch the right ~** *(fig.)* ปลุกอารมณ์ได้อย่างชำนาญ; 🅑 *(Math.)* เส้นตรงลากเชื่อมจุดปลายของโค้งสองจุด; *(Aeron.: of wing)* เส้นตรงที่เชื่อมจุดปลายของคู่ปีกของเครื่องบิน

²chord *n. (Mus.)* กลุ่มโน้ตดนตรี *(มักเป็นสามตัวขึ้นไป)* ที่เล่นพร้อมกัน, คอร์ดกีต้าร์ *(ท.ศ.)*; **common ~:** การรวมโน้ตสามตัวพร้อมกัน

chore /tʃɔ:(r)/ฉอ(ร)/ *n.* งานที่น่าเบื่อ; งานบ้าน; งานประจำ; **do the [general] household ~s** ทำงานบ้าน [ทั่วไป]; **writing letters is a ~:** การเขียนจดหมายเป็นเรื่องน่าเบื่อ

chorea /kɒ'rɪ:ə/คอ'เรีย/ *n. (Med.)* โรคประสาทมีอาการกล้ามเนื้อกระตุก

choreograph /'kɒrɪəgrɑ:f, -græf/'คอเรียกราฟ, -แกรฟ/ *v.t. & i.* จัดแต่งออกแบบท่าเต้นบัลเลต์ *หรือ* ระบำบนเวทีอื่น ๆ

choreographer /kɒrɪ'ɒgrəfə(r)/คอริ'ออเกรอะเฟอะ(ร)/ *n.* ➤ **489** คนออกแบบท่าเต้นบัลเลต์ *หรือ* ระบำบนเวทีอื่น ๆ

choreographic /kɒrɪə'græfɪk/คอเรีย'แกรฟิค/ *adj.* เกี่ยวกับการจัดออกแบบท่าเต้นบัลเลต์ *หรือ* ระบำบนเวทีอื่น ๆ

choreography /kɒrɪ'ɒgrəfɪ/คอริ'ออเกรอะฟิ/ *n.* การจัดแต่งท่าเต้นบัลเลต์หรือระบำบนเวทีอื่น ๆ

chorister /'kɒrɪstə(r), US 'kɔ:r-/'คอริซเตอะ(ร)/ *n.* 🅐 *(choirboy)* นักร้องประสานเสียงชายในโบสถ์; 🅑 *(Amer.: leader of choir)* ผู้นำกลุ่ม *หรือ* คณะนักร้องประสานเสียงในโบสถ์

chortle /'tʃɔ:tl/'ฉอท'ล/ ❶ *v.i.* หัวเราะฮ่า ๆ; *(contemptuously)* หัวเราะอย่างดูถูกดูแคลน ❷ *n.* การหัวเราะฮ่า ๆ; **reply/say with a ~:** ตอบ/พูดพร้อมกับหัวเราะฮ่า ๆ

chorus /ˈkɔːrəs/ˈคอเริช/ ❶ *n.* Ⓐ *(utterance)* การพูด/ร้องออกมาพร้อมกัน; **they broke [out] into a ~ of ...:** พวกเขาพูด/ร้องออกมาพร้อมกันว่า...; **say sth. in ~:** พูด *ส.น.* พร้อมกัน; **the football fans kept up a ~ of 'Scotland'** พวกแฟนฟุตบอลคอยร้อง 'สกอตแลนด์' ออกมาพร้อม ๆ กัน; Ⓑ *(of singers)* กลุ่มคณะนักร้องประสานเสียง, คอรัส *(ท.ศ.)*; *(of dancers)* กลุ่มคณะนักเต้นบัลเลต์ที่เป็นตัวประกอบ; **be in the ~:** อยู่ในกลุ่มคณะนักร้องประสานเสียงหรือนักเต้นบัลเลต์; Ⓒ *(of popular song)* สร้อยของเพลง; Ⓓ *(Mus.: composition)* เพลงที่แต่งขึ้นเพื่อร้องประสานเสียง ❷ *v.t.* พูด *หรือ* ร้องออกมาพร้อมกัน

chorus: ~ girl *n.* หญิงนักร้องประสานเสียง; *(dancer)* นักเต้นรำหญิง; **~ line** *n.* แถวนักเต้นรำหมู่; **~-master** *n.* ผู้ฝึก *หรือ* ผู้นำกลุ่มนักร้อง/นักเต้นรำ

chose, chosen ➡ **choose**

chough /tʃʌf/ฉัฟ/ *n. (Ornith.)* **[Cornish] ~:** นกในวงศ์ Pyrrhocorax ขนดำมันเหลือบน้ำเงิน; **[alpine] ~:** กาแถบภูเขาแอลป์

choux /ʃuː/ชู/ *n.* **~ [pastry]** ขนมอบเนื้อเบามาก มีไข่เป็นส่วนผสมหลัก

chow /tʃaʊ/ฉาว/ *n.* Ⓐ *(dog)* สุนัขพันธุ์หนึ่งของจีน มีขนยาวและลิ้นสีดำ ๆ; Ⓑ *(Amer. sl.: food)* อาหาร

chowder /ˈtʃaʊdə(r)/ˈฉาวเดอะ(ร)/ *n. (Amer.)* *น้ำซุปหรือสตูเนื้อปลา, หอยสดหรือข้าวโพดและเบคอน*

Christ /kraɪst/ไครซทฺ/ ❶ *n.* พระเยซูคริสต์, พระคริสต์; ➡ + **before** 2 A ❷ *int. (sl.)* **[oh] ~!, ~ almighty!** พระคุณเจ้าช่วยด้วยเถอะ!

Christadelphian /krɪstəˈdelfɪən/คริซเตอะˈเด็ลเฟียน/ *n.* ชาวคริสต์ที่ปฏิเสธความเชื่อใน*ตรีเอกานุภาพและคาดหวังว่าพระเยซูคริสต์จะกลับมาสู่โลกมนุษย์เป็นครั้งที่สอง*

'Christ-child *n.* พระเยซูคริสต์ในวัยทารก

christen /ˈkrɪsn/ˈคริซ'น/ *v.t.* Ⓐ ตั้งชื่อให้ในพิธีศีลจุ่ม *(และรับเข้าเป็นชาวคริสต์)*; **she was ~ed Martha** เธอได้ชื่อว่ามาร์ธาในพิธีศีลจุ่ม; Ⓑ *(coll.: use for first time)* ตั้งชื่อและเรียกครั้งแรก

Christendom /ˈkrɪsndəm/ˈคริซ'นเดิม/ *n., no pl., no art.* คริสตจักร; *(Christians)* ชาวคริสต์ทั้งหมดทั่วโลก

christening /ˈkrɪsənɪŋ/ˈคริซ'นนิง/ *n.* การตั้งชื่อในพิธีศีลจุ่ม *(และเข้าเป็นชาวคริสต์)*; **her ~ will be next Sunday** เธอจะเข้าพิธีตั้งชื่อในวันอาทิตย์หน้า

Christian /ˈkrɪstjən/ˈคริซเตียน, ˈคริซฉ'น/ ❶ *adj.* เกี่ยวกับศาสนาคริสต์ ❷ *n.* ชาวคริสต์

Christian 'era *n.* **in the first century of the ~:** ในศตวรรษแรกของคริสต์ศักราช

Christianity /krɪstɪˈænətɪ/คริซติˈแอนิทิ/ *n., no pl., no art.* ศาสนาคริสต์

Christian: ~ name *n.* ชื่อที่ตั้งให้ในพิธีศีลจุ่ม; **~ 'Science** *n.* ลัทธิหนึ่งของศาสนาคริสต์ที่*เลื่อมใสในพลังการรักษาโรคด้วยการสวดมนต์อย่างเดียว*; **~ 'Scientist** *n.* คนที่เลื่อมใสในศาสนาคริสต์นิกายนี้

Christlike /ˈkraɪstlaɪk/ˈไครซทฺไลคฺ/ *adj.* เหมือนพระเยซูคริสต์ *(ในลักษณะอุปนิสัยหรือการกระทำ)*

Christmas /ˈkrɪsməs/ˈคริซเมิซ/ *n.* ➤ **403** วันคริสต์มาส *(ท.ศ.)* *(ตรงกับวันที่ 25 ธันวาคม วันคล้ายวันประสูติของพระเยซูคริสต์)*; **merry** *or* **happy ~:** สุขสันต์วันคริสต์มาส; **what did you get for ~?** คุณได้อะไรในวันคริสต์มาส; **at ~:** ในวันคริสต์มาส

Christmas: ~ box *n. (Brit.)* *ของขวัญ/เงินรางวัลที่ให้พนักงาน, พ่อค้า ฯลฯ ในวันคริสต์มาส*; **~ cake** *n.* ขนมเค้กผลไม้; **~ card** *n.* บัตรอวยพรวันคริสต์มาส; **~ 'carol** *n.* เพลงรื่นเริงที่ขับร้องในวันคริสต์มาส; **~'Day** *n.* วันคริสต์มาส; **~ 'Eve** *n.* วันสุกดิบก่อนถึงวันคริสต์มาส; **~ 'holiday** *n.* วันหยุดในเทศกาลคริสต์มาส; **the ~ holidays** ช่วงหยุดเรียน/งานในเทศกาลคริสต์มาส; **~ present** *n.* ของขวัญคริสต์มาส; **~ 'pudding** *n.* ขนมพุดดิ้ง *(ที่ทำจากแป้งและผลไม้รับประทานในวันคริสต์มาส)*; **~ 'rose** *n.* ดอก *Helleborus niger* มีดอกสีขาวเบ่งบานในฤดูหนาว; **~ 'stocking** *n.* *ถุงเท้าที่เด็กแขวนปลายเตียงเพื่อของขวัญในวันคริสต์มาส*

Christmassy /ˈkrɪsməsɪ/ˈคริซเมอะซิ/ *adj.* อย่างวันคริสต์มาส, ดูหรรษาร่าเริง; **it doesn't feel very ~:** ไม่ค่อยรู้สึกว่าเป็นช่วงคริสต์มาสเลย

Christmas: ~-tide, ~ time *ns.* เทศกาลคริสต์มาส; **at ~-tide** *or* **~ time** ตอนเทศกาลคริสต์มาส; **~ tree** *n.* ต้นคริสต์มาส

chromatic /krəˈmætɪk/เครฺอะˈแมทิค/ *adj.* *เกี่ยวกับหรือทำด้วยสี (โดยเฉพาะสีสด ๆ)*

chromatic 'scale *n. (Mus.)* มาตราส่วนครึ่งหนึ่งของระดับเสียง

chromatography /krəʊməˈtɒgrəfɪ/โครฺเมอะˈทอเกรฺอะฟิ/ *n. (Chem.)* *การแยกสารประกอบด้วยการกรองผ่านวัสดุดูดซึมชนิดต่าง ๆ*

chrome /krəʊm/โครฺม/ *n.* Ⓐ *(chromium-plate)* แผ่นโครเมียม; Ⓑ *(colour)* สีเหลือง

chrome: ~ 'steel *n.* เหล็กกล้าผสมโครเมียม; **~ 'yellow** *n.* ➡ **chrome** B

chromium /ˈkrəʊmɪəm/ˈโครฺเมียม/ *n.* ธาตุโลหะโครเมียม *(ท.ศ.)* สีขาวแข็ง เกิดขึ้นเองตามธรรมชาติ

chromium: ~-plate ❶ *n.* แผ่นชุบโครเมียม ❷ *v.t.* ชุบ *หรือ* เคลือบด้วยโครเมียม; **~-plated** *adj.* ชุบโครเมียม; **~-'plating** *n.* การชุบ *หรือ* เคลือบด้วยโครเมียม

chromosome /ˈkrəʊməsəʊm/ˈโครฺเมอะโซม/ *n. (Biol.)* โครโมโซม *(ท.ศ.)* *(ส่วนคล้ายท่อนเส้นด้ายที่พบในนิวเคลียสของเซลล์) ซึ่งพบ 47 คู่ในเซลล์มนุษย์ ซึ่งกำกับการทำงานของยีน*

chronic /ˈkrɒnɪk/ˈครฺอนิค/ *adj.* Ⓐ *(โรค, ปัญหา)* เรื้อรัง; **~ sufferers from arthritis** ผู้ป่วยเรื้อรังด้วยโรคข้ออักเสบ; **~ fatigue syndrome** *อาการรู้สึกเหนื่อยตลอดเวลาจากสาเหตุที่ไม่ชัดเจน*; **he had been plagued by ~ doubts** เขาถูกทรมานจากความสงสัยเรื้อรัง; Ⓑ *(Brit. coll.: bad, intense)* เลวร้าย, รุนแรง; **be ~:** สถานการณ์เลวร้าย; **it hurt something ~:** มันทำให้เจ็บปวดอย่างรุนแรงมาก

chronically /ˈkrɒnɪkəlɪ/ˈครฺอนิเคอะลิ/ *adv.* อย่างเรื้อรัง, จนเป็นอุปนิสัย; **she was ~ afraid of ...:** เธอกลัว...จนเป็นอุปนิสัย

chronicle /ˈkrɒnɪkl/ˈครฺอนิค'ล/ ❶ *n.* Ⓐ การบันทึกเหตุการณ์; พงศาวดาร, จดหมายเหตุ; Ⓑ *(account)* เรื่องราวทั้งหมด; Ⓒ *(Bibl.)* **C~s** *ชื่อหนังสือประวัติศาสตร์สองเล่มของพระคัมภีร์เก่าของไบเบิล* ❷ *v.t.* บันทึก *(เหตุการณ์)* ตามลำดับที่เกิดขึ้น; **he ~d these events** เขาได้บันทึกเหตุการณ์เหล่านี้

chronicler /ˈkrɒnɪklə(r)/ˈครฺอนิคเลอะ(ร)/ *n.* ➤ **489** นักจดบันทึกเหตุการณ์ *(ตามลำดับ)*

chronological /krɒnəˈlɒdʒɪkl/ครฺอเนอะˈลอจิค'ล/ *adj.*, **chronologically** /krɒnəˈlɒdʒɪkəlɪ/เครฺอะนอˈลอจิเคอะลิ/ *adv.* จัดเรียบเรียง *(เหตุการณ์)* ตามลำดับ

chronology /krəˈnɒlədʒɪ/เครฺอะˈนอเลอะจิ/ *n.* การลำดับ/บันทึกเหตุการณ์ในอดีต; *(table)* ตารางแสดงลำดับเหตุการณ์

chronometer /krəˈnɒmɪtə(r)/เครฺอะˈนอมิเทอะ(ร)/ *n.* เครื่องวัดเวลา *(ตรงถูกต้องในระดับทุกอุณหภูมิและใช้ในการเดินเรือ)*

chrysalis /ˈkrɪsəlɪs/ˈคริซเซอะลิซ/ *n., pl.* **~es** *or* **chrysalides** /krɪˈsælɪdiːz/คริˈแซลิดีซ/ *(Zool.)* Ⓐ *(pupa)* ตัวดักแด้ของผีเสื้อหรือแมลง; Ⓑ *(case enclosing pupa)* เปลือกแข็งที่ห่อหุ้มตัวดักแด้

chrysanth /krɪˈsænθ/คริˈแซนธฺ/ *n. (coll.)* ➡ **chrysanthemum**

chrysanthemum /krɪˈsænθɪməm/คริˈแซนธิเมิม/ *n. (Bot.)* Ⓐ *(flower)* ดอกเบญจมาศ; Ⓑ *(plant)* ต้นเบญจมาศ

chub /tʃʌb/ฉับ/ *n., pl. same (Zool.)* *ปลาแม่น้ำ Leuciscus cephalus มีลำตัวหนา เนื้อหยาบ*

chubby /ˈtʃʌbɪ/ˈฉับบิ/ *adj.* Ⓐ *(plump)* อ้วนกลม; **~ cheeks** แก้มยุ้ย; Ⓑ *(plump-faced)* หน้ากลมแก้มป่อง

[1]**chuck** /tʃʌk/ฉัค/ ❶ *v.t.* Ⓐ *(coll.: throw)* โยน, ขว้างทิ้ง; Ⓑ **~ sb. under the chin** เชยคาง *ค.น.* อย่างรักใคร่หรือหยอกเล่น; Ⓒ *(coll.: throw out)* โยนทิ้ง; **~ it!** *(coll.)* หยุดที; **~ the whole thing** เลิกล้มทั้งหมด ❷ *n.* Ⓐ **give sb. a ~ under the chin** เชยคาง *ค.น.* อย่างรักใคร่หรือหยอกเล่น; Ⓑ *(coll.: dismissal)* **give sb. the ~ [from his/her job]** ไล่ *ค.น.* ออก [จากงานของเขา/ของเธอ]; **get the ~:** ถูกไล่ออก

~ a'way *v.t. (coll.)* โยนทิ้ง; *(fig.: waste)* ใช้ *(เงิน)* อย่างสุรุ่ยสุร่าย

~ 'out *v.t. (coll.)* โยนทิ้ง; *(fig.: eject)* ไล่ออกไป; ขับออกไป

~ up *v.t. (coll.)* อ้วก *(ภ.พ.)*

[2]**chuck** *n. (of drill, lathe)* อุปกรณ์ยึดวัตถุที่จะต้องกลึงหรือเจาะ

[3]**chuck** *n. (Amer. coll.: food)* อาหาร

chucker-out /tʃʌkəˈraʊt/ฉัคเคอะˈเอาท/ *n. (coll.)* คนที่คอยไล่ผู้ก่อกวนให้ออกนอกสถานที่

chuckle /ˈtʃʌkl/ˈฉัค'ล/ ❶ *v.i.* Ⓐ หัวเราะหึ ๆ; หัวเราะเบา ๆ; Ⓑ *(exult)* หัวเราะเงียบ ๆ อยู่คนเดียว ❷ *n.* การหัวเราะหึ ๆ, การหัวเราะเบา ๆ; **have a ~ [to oneself] about sth.** แอบหัวเราะหึ ๆ [กับตัวเอง] เกี่ยวกับ *ส.น.*

chuckle: ~-head *n.* คนโง่; **~-headed** *adj.* โง่

'chuck wagon *n. (Amer. coll.)* รถเสบียง*เคลื่อนที่ในไร่ปศุสัตว์ ฯลฯ*

chuff /tʃʌf/ฉัฟ/ *v.i.* *(เครื่องจักรไอน้ำ ฯลฯ)* ทำเสียงปู๊น ๆ

chuffed /tʃʌft/ฉัฟทฺ/ *pred. adj. (Brit. coll.)* ดีใจ (**about, at, with** เกี่ยวกับ); **be ~:** ยินดี

chug /tʃʌg/ฉัก/ ❶ *v.i.*, **-gg-** *(รถยนต์)* ปล่อยเสียงครืดออกมาขณะเดินทางช้า ๆ ❷ *n.* เสียงครืด

chum /tʃʌm/ฉัม/ *(coll.) n.* Ⓐ เพื่อนสนิท; **be great ~s** เป็นเพื่อนสนิทมาก; Ⓑ *(Austral., NZ.)* **new ~:** คนมาใหม่

~ 'up *v.i.* **~ up [with sb.]** กลายเป็นเพื่อนสนิท [กับ *ค.น.*]

chummy /ˈtʃʌmɪ/ˈฉัมมิ/ *adj. (coll.)* เป็นมิตรสนิท; **be ~ with sb.** เป็นมิตรสนิทกับ *ค.น.*

chump /tʃʌmp/ฉัมพฺ/ *n.* Ⓐ *(coll.: foolish person)* คนโง่เขลา; Ⓑ **be off one's ~** *(coll.)* เป็นบ้าไปเลย

chump 'chop *n.* บั้นท้ายของแกะ

C

C

chunk /tʃʌŋk/ฉังค/ *n.* ชิ้นหนา, ก้อน *(เนื้อ)*; *(broken off)* ชิ้นที่แตกหักออกมา; *(large amount)* ก้อนใหญ่; **~ of wood** ไม้ชิ้นหนา

chunky /'tʃʌŋkɪ/'ฉังคิ/ *adj.* Ⓐ *(containing chunks) (อาหารสุนัข, แยม)* มีชิ้นหนา ๆ; Ⓑ *(small and sturdy, short and thick)* เตี้ยและล่ำ; สั้นและหนา; **~ fingers** นิ้วสั้นและหนา; **~ book** หนังสือเล่มเล็กและหนา; Ⓒ *(made of thick, bulky material) (เสื้อ)* หนาและรุ่งร่าม

Chunnel /'tʃʌnl/'ฉัน'ล/ *n. (Brit. coll.)* อุโมงค์ใต้ช่องแคบระหว่างอังกฤษกับฝรั่งเศส

chunter /'tʃʌntə(r)/'ฉันเทอะ(ร)/ *v.i. (coll.)* Ⓐ *(murmur)* บ่นหรือพูดพึมพำ; Ⓑ *(grumble)* พร่ำบ่น

chupatty ➡ **chapat[t]i**

church /tʃɜ:tʃ/เฉิฉ/ *n.* Ⓐ โบสถ์; **in** *or* **at ~:** ใน *หรือ* ที่โบสถ์; **after ~:** หลังกลับจากโบสถ์; **go to ~:** ไปโบสถ์; Ⓑ **C~** *(body)* กลุ่มคริสต์ศาสนิกชน; **go into the C~:** เข้าไปเป็นบาทหลวง/พระ; **the C ~ of England** คริสต์ศาสนาทางราชการของอังกฤษ; **the C~ militant** *คริสต์ศาสนิกชนที่ยังมีชีวิตอยู่ในโลกนี้, คริสต์ศาสนิกชนที่จำเป็นต้องรวมกันต่อสู้ความชั่วในโลกนี้;* **the C~ triumphant** *คริสต์ศาสนิกชนในสวรรค์ซึ่งชนะความชั่วในโลกแล้ว*

church: ~goer *n.* คนที่ไปโบสถ์เป็นประจำ; **~-going** ❶ *n., no pl.* การไปโบสถ์เป็นประจำ ❷ *attrib. adj.* ไปโบสถ์เป็นประจำ; **~man** /'tʃɜ:tʃmən/'เฉิฉเมิน/ *n., pl.* **~men** /'tʃɜ:tʃmən/'เฉิฉเมิน/ Ⓐ *(member of clergy)* บาทหลวง, พระในศาสนาคริสต์; Ⓑ *(member of church)* สมาชิกของโบสถ์; อุบาสก; **~ 'mouse** *n.* **as poor as a ~ mouse** จนมาก, จนกรอบ; **~ parade** *n.* ขบวนแห่ทางศาสนา; **~warden** *n.* Ⓐ ผู้ช่วยในโบสถ์ที่เป็นคนธรรมดา; Ⓑ *(Amer.: church administrator)* ไวยาวัจกร; **~woman** *n.* บาทหลวงผู้หญิง *หรือ* สมาชิกสตรีของโบสถ์; อุบาสิกา

'churchy /'tʃɜ:tʃɪ/'เฉิฉิ/ *adj.* คนที่เคร่งศาสนามาก

churchyard /'tʃɜ:tʃjɑ:d/'เฉิฉยาด/ *n.* บริเวณรอบโบสถ์ *(มักเป็นสุสาน)*

churl /tʃɜ:l/เฉิล/ *n.* Ⓐ *(derog.) (ill-bred person)* คนหยาบคาย; *(surly person)* คนอารมณ์ร้าย; Ⓑ *(arch.) (peasant)* ชาวนา; *(person of low birth)* คนชาติตระกูลต่ำ, คนชั้นต่ำ

churlish /'tʃɜ:lɪʃ/'เฉอลิช/ *adj. (derog.) (ill-bred)* ไม่ได้รับการสั่งสอน, หยาบคาย; *(surly)* อารมณ์ร้าย

churlishly /'tʃɜ:lɪʃlɪ/'เฉอลิชลิ/ *adv. (derog.)* ➡ **churlish:** อย่างหยาบคาย; อย่างอารมณ์ร้าย

churlishness /'tʃɜ:lɪʃnɪs/'เฉอลิชนิซ/ *n., no pl. (derog.)* ➡ **churlish:** ความหยาบคาย; ความอารมณ์ร้าย

churn /tʃɜ:n/เฉิน/ ❶ *n. (Brit.)* Ⓐ *(for making butter)* เครื่องปั่นนมหรือครีมเป็นเนย; Ⓑ *(milk can)* กระป๋องนม *(ขนาดใหญ่)* ❷ *v.t.* Ⓐ **~ butter** ผลิตเนยโดยการปั่น; Ⓑ ตีหรือปั่น, กวน *(น้ำ)* ❸ *v.i. (ของเหลว)* ปั่นป่วนพล่าน; *(ทะเล)* มีคลื่นมาก; *(ล้อ)* หมุนอย่างแรง; **my stomach was ~ing** ท้องไส้ของฉันกำลังปั่นป่วน

~ 'out *v.t.* ผลิตมากมาย; ผลิตเป็นประจำ; **he's been ~ing out three books a year** เขาเข็นหนังสือออกมาปีละ 3 เล่มเป็นประจำ

~ 'up *v.t.* กวน, ทำให้เป็นคลื่น; ทำให้ปั่นป่วน

chute /ʃu:t/ฉูท/ *n.* Ⓐ ราง/ท่อ/ทางลาดเพื่อส่งสิ่งของไปสู่ที่ต่ำกว่า; *(for persons)* รางลาดลงส่งคน; **escape ~** *(in aircraft)* ทางลาดลงฉุกเฉิน; Ⓑ *(coll.: parachute)* ร่มชูชีพ

chutney /'tʃʌtnɪ/'ฉัทนิ/ *n.* ซอสรสจัด *(ปรุงจากผลไม้หรือผัก น้ำส้ม เครื่องเทศ น้ำตาล ฯลฯ)*

chutzpah /'hʊtspə/'ฮูทซฺเปอะ/ *n. (coll.)* ความหน้าด้านไร้ยางอาย; ความทะลึ่งตึงตัง

CI *abbr. (Brit.)* **Channel Islands**

CIA *abbr. (Amer.)* **Central Intelligence Agency**

ciabatta /tʃə'bɑ:tə/เฉอะ'บาเทอะ/ *n.* ขนมปังอิตาเลียนชนิดหนึ่ง

ciborium /sɪ'bɔ:rɪəm/ซิ'บอเรียม/ *n., pl.* **ciboria** /sɪ'bɔ:rɪə/ซิ'บอเรีย/ *(Archit., Eccl.)* *ปะรำ หรือ ซุ้มถาวรเหนือแท่นบูชา, ภาชนะใส่ขนมปังและน้ำมนต์ในพิธีรำลึกถึงวันมรณกาลของพระเยซู*

cicada /sɪ'kɑ:də, US -'keɪdə/ซิ'คาเดอะ, ซิ'เคเดอะ/ *n. (Zool.)* จักจั่น

Cicero /'sɪsərəʊ/'ซิเซอะโร/ *pr. n.* ซิเซโร *(นักการเมืองชาวโรมัน ซึ่งมีชื่อเสียงในเรื่องการกล่าวสุนทรพจน์)*

CID *abbr. (Brits.)* **Criminal Investigation Department; the ~:** กองสืบสวนคดีอาญากลาง

cider /'saɪdə(r)/'ซายเดอะ(ร)/ *n.* เครื่องดื่มทำจากน้ำแอปเปิ้ลหมัก, ไซเดอร์ *(ท.ศ.)*

cider: ~ apple *n.* แอปเปิ้ลที่ใช้ทำไซเดอร์; **~ press** *n.* เครื่องคั้นแอปเปิ้ล

cig /sɪg/ซิก/ *n. (coll.)* บุหรี่

cigar /sɪ'gɑ:(r)/ซิ'กา(ร)/ *n.* ซิการ์ *(ท.ศ.)*

cigarette /sɪgə'ret, US 'sɪgərət/ซิเกอะ'เร็ท/ *n.* บุหรี่

cigarette: ~ card *n.* รูปยาซิกาเร็ต; **~ case** *n.* กล่องบุหรี่; **~ end** *n.* ก้นบุหรี่; **~ holder** *n.* หลอดใส่บุหรี่; **~ lighter** *n.* ไฟแช็ก; *(in car)* ไฟแช็กในรถยนต์; **~ packet** *n.* ซองบุหรี่; **~ paper** *n.* กระดาษมวนบุหรี่

cigar: ~ lighter *n.* ➡ **cigarette lighter; ~-shaped** *adj.* รูปร่างเหมือนบุหรี่ซิการ์

cilium /'sɪlɪəm/'ซิเลียม/ *n., pl.* **cilia** /'sɪlɪə/'ซิเลีย/ *(Biol., Anat.)* ขนตา; ส่วนที่คล้ายขนบนเซลล์บางตัว

C.-in-C. *abbr. (Mil.)* **Commander-in-Chief** ผบ.ทบ.

cinch /sɪntʃ/ซินฉ/ ❶ *n.* Ⓐ *(coll.) (easy thing)* สิ่ง/งานง่าย ๆ; *(Amer.: sure thing)* สิ่งที่แน่นอน; **that's a ~:** นั่นเป็นสิ่งที่แน่นอน; Ⓑ *(Amer.: saddle girth)* สายรัดอานม้า ❷ *v.t. (Amer.)* Ⓐ *(coll.: make certain of)* **~ sth. for sb.** ทำ *ส.น.* ให้แน่นอนสำหรับ *ค.น.*; Ⓑ *(put girth on)* **~ a horse** สายรัดอานม้า

cinchona /sɪŋ'kəʊnə/ซิง'โคเนอะ/ *n.* Ⓐ *(Med.)* ยาจากเปลือกไม้ต้นซิงโคนา *(เดิมใช้เป็นยาบำรุง)*; Ⓑ *(Bot.)* *ต้นไม้ในสกุล Cinchona มีถิ่นกำเนิดในทวีปอเมริกาใต้*

cinder /'sɪndə(r)/'ซินเดอะ(ร)/ *n.* Ⓐ กากเถ้าถ่านหิน/ไม้ *(ที่ยังพอติดไฟได้อีก)*; **~s** กากเถ้าถ่านหิน/ไม้ *(ที่ยังติดไฟได้อีก)*; **burnt to a ~:** ถูกเผาไหม้จนเป็นเถ้าถ่าน; Ⓑ *(glowing ember)* ถ่านก้อนเล็ก ๆ ที่ยังร้อนแดงติดไฟอยู่; Ⓒ *(slag)* ขี้โลหะหลังจากการถลุงแร่

Cinderella /sɪndə'relə/ซินเดอะ'เร็ลเลอะ/ *n.* Ⓐ *(person)* ซินเดอเรลลา *(ท.ศ.) (สาวงามในนิทาน)*; Ⓑ *(fig.: thing)* สิ่งที่ถูกเพิกเฉยไม่ได้รับความสนใจ

cinder: ~-path *n.* ทางที่โรยด้วยเถ้าถ่าน; **~-track** *n.* ทางรถไฟขนส่งเถ้าถ่าน

cine /'sɪnɪ/'ซินิ/ *adj.* เกี่ยวกับการสร้างภาพยนตร์

cine: ~ camera *n.* กล้องถ่ายภาพยนตร์; **~ film** *n.* ฟิล์มภาพยนตร์

cinema /'sɪnəmɑ:, 'sɪnəmə/'ซินิมา, 'ซินิเมอะ/ *n.* Ⓐ *(Brit.: building)* โรงภาพยนตร์; โรงหนัง *(ภ.พ.)*; **go to the ~:** ไปดูหนัง; **what's on at the ~?** หนังเรื่องอะไรฉายอยู่ที่โรง; Ⓑ *no pl., no art. (cinematography)* ศิลปะการสร้างภาพยนตร์; Ⓒ *(films, film production)* ภาพยนตร์, หนัง *(ภ.พ.)*

cinema: ~ complex *n.* ศูนย์โรงภาพยนตร์; **~-goer** *n. (Brit.)* คนที่ไปดูหนังเป็นประจำ

cinematic /sɪnɪ'mætɪk/ซิเนอะ'แมทิค/ *adj.* เกี่ยวกับภาพยนตร์; **~ art** ศิลปะภาพยนตร์

cinematographer /sɪnəmə'tɒgrəfə(r)/ซินิเมอะ'ทอเกฺรอะเฟอะ(ร)/ *n.* ผู้ควบคุมการถ่ายภาพยนตร์; ช่างกล้อง

cinematographic /sɪnɪmætə'græfɪk/ซินิ'แมเทอะ'แกฺรฟิค/ *adj.* เกี่ยวกับศิลปะการสร้างภาพยนตร์

cinematography /sɪnɪmə'tɒgrəfɪ/ซินิเมอะ'ทอเกฺรอะฟิ/ *n., no pl.* ศิลปะการสร้างภาพยนตร์

cineraria /sɪnə'reərɪə/ซิเนอะ'แรเรีย/ *n. (Bot.)* พืชพันธุ์ *Cineraria cruentus* มีดอกสีสดใส

cinnabar /'sɪnəbɑ:(r)/'ซินเนอะบา(ร)/ *n.* โลหะปรอท *(กำมะถันสีแดงสดใส นำมาสกัดเอาปรอทได้)*

cinnamon /'sɪnəmən/'ซินเนอะเมิน/ *n.* เครื่องเทศอบเชย; *(plant)* ต้นอบเชย

cinquefoil /'sɪŋkfɔɪl/'ซิงคฺฟอยลฺ/ *n.* Ⓐ *(Bot.)* *ต้นไม้ในสกุล Potentilla มีใบแยกห้าใบอยู่บนก้านเดียวกัน;* Ⓑ *(Archit.)* การประดับที่มี 5 แฉก *(ในวงกลมหรือโค้งประตู)*

Cinque Ports /sɪŋk 'pɔ:ts/ซิงคฺ 'พอทซฺ/ *n. pl.* *กลุ่มเมืองท่าบนชายฝั่งตะวันออกเฉียงใต้ของอังกฤษ*

cipher /'saɪfə(r)/'ไซเฟอะ(ร)/ ❶ *n.* Ⓐ *(code, secret writing)* รหัส/การเขียนลับ; *(key)* ใบบอกรหัสลับ; *(method)* วิธีการเขียนรหัสลับ; **in ~:** ใช้รหัสลับ; Ⓑ *(symbol for zero)* สัญลักษณ์เลขศูนย์; Ⓒ *(fig.: nonentity)* คน *หรือ* สิ่งที่ไม่สำคัญ; Ⓓ *(monogram)* อักษรย่อของชื่อบุคคลที่เขียนไขว้กัน ❷ *v.t. (put into code)* เขียนเป็นรหัส

circa /'sɜ:kə/'เซอะเคอะ/ *prep.* ประมาณ

circadian /sɜ:'keɪdɪən/เซอะ'เคเดียน/ *adj. (Physiol.)* เกิดขึ้นราววันละครั้ง

circle /'sɜ:kl/'เซอค'ล/ ❶ *n.* Ⓐ *(also Geom.)* วง, วงกลม; **great/small ~** *(Geom., Naut., Aeronaut., Astron.)* วงใหญ่/วงเล็ก; **fly/stand in a ~:** บินเป็นรูปวงกลม/ยืนเป็นรูปวงกลม; *(inside a ~)* บิน/ยืนภายในวงกลม; **run round in ~s** *(fig. coll.)* วิ่งไปมาอย่างวุ่นวาย; **go round in ~s** วนเป็นวงกลม; *(fig.)* ไม่ก้าวหน้า; **~ of friends** แวดวงเพื่อนฝูง; **come full ~** *(fig.)* กลับมาที่จุดเริ่มต้น; **things have now come full ~:** ตอนนี้สิ่งต่าง ๆ ได้ย้อนกลับมาที่จุดเริ่มต้น; Ⓑ ➡ **vicious circle;** Ⓒ *(seats in theatre or cinema)* แถวที่เป็นรูปโค้ง *(มักยกระดับ)*; Ⓓ *(Archaeol.)* กลุ่มหินที่จัดเรียงกันเป็นรูปวงกลม; Ⓔ *(Hockey)* วงนักกีฬาที่ถือไม้ตี ❷ *v.i.* เคลื่อนที่เป็นรูปวงกลม; *(walk in a ~)* เดินเป็นรูปวงกลม ❸ *v.t.* Ⓐ *(move in a ~ round)* วนรอบ; **the aircraft ~d the airport** เครื่องบินบินวนรอบสนามบิน; Ⓑ *(draw ~ round)* ลากเส้นเป็นวงกลมรอบ

~ 'back *v.i.* วกกลับ

~ 'round *v.i.* วนรอบ

circlet /'sɜ:klɪt/'เซอคลิท/ *n. (of gold etc.)* วงกลมทอง *(รอบศีรษะ)*; *(of flowers)* มาลัยดอกไม้รอบศีรษะ

circuit /'sɜ:kɪt/'เซอคิท/ *n.* Ⓐ *(Electr.) (path of current)* วงจรไฟฟ้า; Ⓑ *(Motor racing)* สนามแข่งรถ, ลู่แข่งรถ; Ⓒ *(journey round)* การ

เดินทางรอบ; **we made a ~ of the lake** พวกเราเดิน/เดินทางรอบทะเลสาบ; Ⓓ *(judge's itinerary) การที่ผู้พิพากษาเวียนไปพิจารณาคดีตามศาลต่าง ๆ ในเขตอำนาจ;* **go on ~:** *(ผู้พิพากษา) เวียนไปพิจารณาคดีตามศาลต่าง ๆ ในเขตอำนาจ;* **judges go on ~ for part of the year** ช่วงหนึ่งของปีผู้พิพากษาจะเวียนไปพิจารณาคดีตามศาลต่าง ๆ; Ⓔ *(sequence of sporting events)* **on the professional tennis/golf ~:** การเดินทางไปแข่งขันในที่ต่าง ๆ ของกลุ่มเล่นเทนนิส/กอล์ฟมืออาชีพ

circuit: ~ board *n. (Computing)* แผ่นวงจร; **~-breaker** *n. (Electr.)* ตัวตัดกระแสไฟฟ้าอัตโนมัติ; **~ diagram** *n. (Electr)* แผนภูมิวงจรไฟฟ้า

circuitous /sɜːˈkjuːɪtəs/เซอะ'คิวอิเทิซ/ *adj.* อ้อม, วนไปวนมา; **the path followed a ~ route** เส้นทางวนไปมาตลอด; **reach sb. by a ~ route** การเข้าหา *ค.น.* โดยใช้ทางอ้อม

circuitry /ˈsɜːkɪtrɪ/'เซอคิทริ/ *n. (Electr.)* ระบบการหมุนเวียนกระแสไฟฟ้า

circuit training *n.* การออกกำลังหลาย ๆ แบบติดต่อกัน

circular /ˈsɜːkjʊlə(r)/'เซอคิวเลอะ(ร)/ ❶ *adj.* Ⓐ *(round)* กลม; **~ form** รูปกลม; Ⓑ *(moving in circle)* เคลื่อนที่เป็นวงกลม; Ⓒ *(Logic)* **that argument is ~:** การอ้างเหตุผลนั้นวนอยู่เพราะเป็นเหตุผลของกันและกัน ❷ *n. (letter, notice)* จดหมายเวียน; ใบปลิว

circularize (circularise) /ˈsɜːkjʊləraɪz/'เซอคิวเลอะรายซฺ/ *v.t.* **every household was ~d** บ้านทุกหลังได้รับแจกใบปลิว

circular: ~ 'letter *n.* ➡ **circular** 2; **~ 'saw** *n.* เลื่อยวงเดือน; **~ 'tour** *n. (Brit.)* ทัศนาจรที่วนกลับไปที่จุดเริ่มต้น **(of** ของ**)**

circulate /ˈsɜːkjʊleɪt/'เซอคิวเลท/ ❶ *v.i. (เลือด, น้ำ, เงิน, การจราจร)* หมุนเวียน; *(คน)* วนไปรอบ; *(ข่าว)* เวียนไปทั่ว ❷ *v.t.* ส่ง *(ข่าว, ข้อมูล)* เวียนไป; กำกับ *(การจราจร)* ให้วิ่งอย่างไม่ติดขัด; ปล่อย *(เงินปลอม)* ให้หมุนเวียน; เผย/แพร่ *(ข่าวลือ, หนังสือพิมพ์)*

circulation /sɜːkjʊˈleɪʃn/เซอคิว'เลช'น/ *n.* Ⓐ *(Physiol.)* การหมุนเวียน; *(of sap, water, atmosphere)* การหมุนเวียน; **~ trouble, poor ~** *(Physiol.)* โลหิตหมุนเวียนไม่ดี; Ⓑ *(of news, rumour, publication)* การเผยแพร่; **have a wide ~:** พิมพ์เผยแพร่อย่างกว้างขวาง; **that document was not intended for public ~:** เอกสารนั้นไม่ได้ตั้งใจเผยแพร่ให้คนทั่วไปทราบ; Ⓒ *(of notes, coins)* การใช้; **withdraw from ~:** เลิกใช้; **put/come into ~:** เริ่มใช้; Ⓓ *(fig.)* **be back in ~:** *(after illness etc.)* กลับเข้ามาในวงสังคม; *(after emotional crisis)* คืนสู่สภาพปกติ; **be out of ~:** ออกไปจากวงสังคม; Ⓔ *(number of copies sold)* ยอดจำหน่ายของหนังสือ

circulatory /sɜːkjʊˈleɪtərɪ, US ˈsɜːkjələtɔːrɪ/เซอคิว'เลเทอะริ, 'เซอคิวเลอะทอริ/ *adj. (Physiol., Bot.)* หมุนเวียนไป; **~ system** ระบบการหมุนเวียน

circumcise /ˈsɜːkəmsaɪz/'เซอเคิมซายซฺ/ *v.t.* ขริบหนังหุ้มปลายองคชาต; ทำพิธีสุหนัต

circumcision /sɜːkəmˈsɪʒn/เซอเคิม'ซิฌ'น/ *n.* Ⓐ การขริบ; Ⓑ **C~** *(Eccl.)* เทศกาลเฉลิมฉลองพิธีสุหนัตของพระคริสต์ *(ซึ่งกำหนดในวันที่ 1 มกราคม)*

circumference /səˈkʌmfərəns/เซอะ'คัมเฟอะเรินซฺ/ *n.* เส้นรอบวง; **the ~ of the earth is almost 25,000 miles** เส้นรอบวงของโลกยาวเกือบ 25,000 ไมล์; **be ... in ~:** มีรอบวง...

circumflex /ˈsɜːkəmfleks/'เซอเคิมเฟล็คซฺ/ ❶ *adj.* **~ accent** *เครื่องหมายบนตัวสระเพื่อบอกวิธีการออกเสียง* ❷ *n. เครื่องหมายกำหนดการออกเสียง*

circumlocution /sɜːkəmləˈkjuːʃn/เซอเคิมเลอะ'คิวช'น/ *n.* Ⓐ *no pl. (use of many words)* การใช้คำมากเกินความจำเป็น; *(evasive talk)* การพูดแบบเลี่ยง ๆ; **without ~:** ไม่ชักแม่น้ำทั้งห้า *หรือ* ไม่อ้อมค้อม; Ⓑ *(roundabout expression)* การพูดอ้อมค้อม

circumnavigate /sɜːkəmˈnævɪgeɪt/เซอเคิม'แนวิเกท/ *v.t.* เดินทางรอบโลก; *(by sailing boat)* แล่นเรือใบรอบโลก; **Magellan was the first to ~ the globe** แม็กเจลแลนเป็นคนแรกที่แล่นเรือรอบโลก

circumscribe /ˈsɜːkəmskraɪb/'เซอเคิมซกฺรายบฺ/ *v.t. (lay down limits of)* ขีดวงจำกัด, จำกัดขอบเขต; **our choice was ~d** ข้อ/ทางเลือกของเราถูกจำกัด

circumspect /ˈsɜːkəmspekt/'เซอเคิมซเป็คทฺ/ *adj.* รอบคอบ, ระมัดระวัง; **we must be ~ about making new investments** จะลงทุนครั้งใหม่นี้เราจะต้องรอบคอบ

circumspection /sɜːkəmˈspekʃn/เซอเคิม'ซเป็คช'น/ *n., no pl.* ความรอบคอบ, ความระมัดระวัง

circumspectly /ˈsɜːkəmspektlɪ/'เซอเคิมซเป็คลิ/ *adv.* อย่างรอบคอบ, อย่างระมัดระวัง

circumstance /ˈsɜːkəmstəns/'เซอเคิมซเตินซฺ/ *n.* Ⓐ *usu. in pl.* สถานการณ์, กรณี; **by force of ~[s]** ในสถานการณ์บังคับ; **in** *or* **under the ~s** ในสถานการณ์ปัจจุบัน; **under no ~s** ไม่ว่าอะไรจะเกิดขึ้นก็ตาม; Ⓑ *in pl. (financial state)* สถานการณ์ทางการเงิน; Ⓒ *no pl. (full detail in narrative)* รายละเอียดทั้งหมด; Ⓓ *no pl. (ceremony)* พิธีการ; Ⓔ *(incident, occurrence, fact)* เหตุการณ์; ปรากฏการณ์; ➡ **+ creature** C

circumstantial /sɜːkəmˈstænʃl/เซอเคิม'ซแตนช'ล/ *adj.* Ⓐ **~ evidence** หลักฐานที่สรุปได้จากข้อเท็จจริง; **the evidence was purely ~:** หลักฐานมาจากการสำรวจข้อเท็จจริงเท่านั้น; Ⓑ *(detailed)* ลงรายละเอียดอย่างครบถ้วน

circumvent /sɜːkəmˈvent/เซอเคิม'เว็นทฺ/ *v.t.* หลบหลีก; เอาชนะ *(ศัตรู)* ได้ด้วยอุบาย

circumvention /sɜːkəmˈvenʃn/เซอเคิม'เว็นช'น/ *n.* การหลบหลีก; การเอาชนะได้ด้วยอุบาย

circus /ˈsɜːkəs/'เซอเคิซ/ *n.* Ⓐ ละครสัตว์; *(arena)* โรงละครสัตว์; Ⓑ *(Brit.: in town)* ลานกลางเมืองที่ถนนหลายสายมาบรรจบกัน

cirque /sɜːk/เซิค/ *n. (Geog.)* อัฒจันทร์โค้งหรือหุบเหวน้ำแข็งรูปวงกลมบนไหล่เขา

cirrhosis /sɪˈrəʊsɪs/ซิ'โรซิซ/ *n., pl.* **cirrhoses** /sɪˈrəʊsiːz/ซิ'โรซีซ/ ➤ 453 *(Med.)* โรคตับแข็ง; **~ of the liver** โรคตับแข็ง

cirrus /ˈsɪrəs/'ซิเริซ/ *n., pl.* **cirri** /ˈsɪraɪ/ซิราย/ *(Meteorol.) กลุ่มเมฆสีขาวโปร่งคล้ายใยไหม ลอยอยู่ในระดับสูงมาก*

CIS *abbr.* **Commonwealth of Independent States**

cissy /ˈsɪsɪ/'ซิซซิ/ ➡ **sissy**

cist /sɪst, kɪst/ซิซทฺ, คิซทฺ/ *n. (Archaeol.) (coffin)* โลงศพ; *(burial chamber)* ห้องฝังศพ

Cistercian /sɪˈstɜːʃn/ซิ'ซเตอช'น/ ❶ *n. พระหรือนางชีในนิกายซิสเตอร์เชียนที่ก่อตั้งในปี 1098* ❷ *adj.* เกี่ยวกับนิกายนี้

cistern /ˈsɪstən/'ซิซเติน/ *n.* ถังเก็บน้ำ

citadel /ˈsɪtədəl/'ซิทเทอะเดิล, 'ซิทเทอะเด็ล/ *n. (fortress)* ป้อมปราการ

citation /saɪˈteɪʃn/ไซ'เทช'น/ *n.* Ⓐ *no pl. (citing)* การอ้างอิง; Ⓑ *(quotation)* การอ้างถึง, การกล่าวถึง; Ⓒ *(announcement accompanying award)* การประกาศยกย่องพร้อมกับมอบรางวัลเกียรติยศ; Ⓓ *(Mil.: mention in dispatch)* การประกาศยกย่องในข่าวทางการทหาร

cite /saɪt/ไซท/ *v.t.* Ⓐ *(quote)* อ้างถึง, กล่าวถึง; Ⓑ *(Mil.: mention in dispatch)* ประกาศยกย่องในข่าวทางการทหาร; Ⓒ *(Law)* เรียกตัวไปศาล

citizen /ˈsɪtɪzən/'ซิททิเซิน/ *n.* Ⓐ *(of town, city)* พลเมือง, ประชาชน, คนในบังคับ; Ⓑ *(of state)* **he is a British ~:** เขาเป็นพลเมืองอังกฤษ; **~ of the world** *(fig.)* พลเมืองของโลก; คนที่อยู่ได้ทุกแห่ง; **C~s' Advice Bureau** *(Brit.) สถานที่บริการประชาชนในด้านคำแนะนำหรือข่าวสารในเรื่องสิทธิประโยชน์;* **~'s arrest** *กรณีพิเศษที่บุคคลธรรมดาสามารถจับกุมคนร้ายได้โดยไม่ต้องมีหมายจับ;* **~s' band radio** *ระบบการสื่อสารทางวิทยุภายในท้องถิ่นที่ใช้คลื่นความถี่พิเศษ;* Ⓒ *(Amer.: civilian)* พลเรือน

citizenry /ˈsɪtɪzənrɪ/'ซิททิเซินริ/ *n.* ประชากร

citizenship /ˈsɪtɪzənʃɪp/'ซิททิเซินชิพ/ *n.* ความเป็นพลเมือง

citric acid /sɪtrɪk ˈæsɪd/ซิทริค 'แอซิด/ *n. (Chem.)* กรดที่ได้จากผลไม้รสเปรี้ยว เช่น มะนาว

citron /ˈsɪtrən/'ซิทเทริน/ *n.* Ⓐ *(fruit)* มะงั่ว; Ⓑ *(tree)* ต้นมะงั่ว *(ไม้พุ่มมีผลใหญ่คล้ายมะนาว)*

citrus /ˈsɪtrəs/'ซิทเทริซ/ *n.* Ⓐ **~ [fruit]** ผลไม้จำพวกมะงั่ว, มะนาว, มะกรูด, ส้ม; Ⓑ *(tree)* ต้นไม้รสเปรี้ยวในสกุล *Citrus*

city /ˈsɪtɪ/'ซิทิ/ *n.* Ⓐ เมืองใหญ่, นคร, เทศบาลนคร; **the ~ of Birmingham** เมืองเบอร์มิงแฮม; **the C~:** ย่านธุรกิจการเงินการค้าของนครลอนดอน; **Heavenly C~, C~ of God** สวรรค์; Ⓑ *(Brit.: town created ~ by charter)* เมืองในอังกฤษที่ก่อตั้งขึ้นโดยออกกฎบัตร; Ⓒ *(Amer.: municipal corporation)* เทศบาล; Ⓓ *attrib.* ของเมือง; **~ lights** ความสว่างไสวของเมืองใหญ่; **~ wall** กำแพงเมือง; **~ workers** คนที่ทำงานในเมือง

city: ~ 'centre *n.* ย่านใจกลางนคร; **~ desk** *n. (Amer.)* แผนกหนังสือพิมพ์เกี่ยวกับข่าวท้องถิ่น; **C~ editor** *n. (Brit.)* บรรณาธิการข่าวธุรกิจ; **~ editor** *n. (Amer.)* บรรณาธิการข่าวท้องถิ่น; **~ 'fathers** *n. pl. คนที่เกี่ยวข้องหรือมีประสบการณ์ในการบริหารเมือง;* **~ 'hall** *n. (Amer.)* Ⓐ ศาลาเทศบาลนคร; Ⓑ *no pl., no art. (municipal officers)* กรมการเมือง; **~ 'slicker** *n.* Ⓐ *(derog.: plausible rogue)* คนเจ้าเล่ห์ที่พบได้ตามเมืองใหญ่; Ⓑ *(sophisticated ~-dweller)* คนเมืองที่เจนโลก; **~-state** *n. (Hist.)* นครรัฐ

civet /ˈsɪvɪt/'ซิวิท/ *n.* Ⓐ **~[cat]** ชะมด

civic /ˈsɪvɪk/'ซิวิค/ *adj.* Ⓐ *(of citizens, citizenship)* เกี่ยวกับพลเมือง; **my ~ responsibility** ความรับผิดชอบของฉันในฐานะพลเมือง/ประชาชน; Ⓑ *(of city)* เทศบาล; **~ authorities** เจ้าหน้าที่เทศบาล; **~ centre** ที่ตั้งของสำนักงานเทศบาลและที่ทำการสาธารณะ, ศูนย์กลางสถานที่ราชการ

civics /ˈsɪvɪks/'ซิวิคซฺ/ *n., no pl.* วิชาหน้าที่พลเมือง

civies *n.* ➡ **civvies**

civil /ˈsɪvl/'ซิว'ล/ *adj.* Ⓐ *(not military)* พลเรือน; **in ~ life** ชีวิตพลเรือน; **the ~**

authorities เจ้าหน้าที่ฝ่ายพลเรือน; (B) *(polite, obliging)* สุภาพ, มีน้ำใจ; (C) *(Law)* เกี่ยวกับกฎหมายแพ่ง; (D) *(of citizens)* เกี่ยวกับประชาชน; (E) *(defined by enactment)* นิยามโดยการตรากฎหมาย; (F) *(not ecclesiastical)* ไม่เกี่ยวกับพระ/ศาสนา

civil: ~ aviation *n.* การบินพลเรือน; **~ de'fence** *n.* การป้องกันภัยฝ่ายพลเรือน; **~ diso'bedience** *n.* การขัดขืนอย่างสงบ; การดื้อแพ่ง; **~ engi'neer** *n.* ➤ 489 วิศวกรโยธา; **~ engi'neering** *n.* วิศวกรรมโยธา

civilian /sɪ'vɪljən/ซิ'วิลเลียน/ ❶ *n.* พลเรือน ❷ *adj.* เกี่ยวกับพลเรือน, ฝ่ายพลเรือน; **wear ~ clothes** แต่งกายชุดพลเรือน

civilisation, civilise ➡ **civiliz-**

civility /sɪ'vɪlɪtɪ/ซิ'วิลลิทิ/ *n.* (A) *no pl.* ความสุภาพ; (B) *in pl.* มารยาทที่สุภาพ

civilization /sɪvɪlaɪ'zeɪʃn, US -əlɪ'z-/ซิวิไล'เซช'น, ซิวิลิ'เซช'น/ *n.* อารยธรรม

civilize /'sɪvɪlaɪz/'ซิววิลายซ/ *v.t.* (A) ทำให้มีอารยธรรม; (B) *(refine, educate)* **~ sb.** อบรม/ให้การศึกษา *ค.น.*

civilized /'sɪvɪlaɪzd/'ซิววิลายซุด/ *adj.* มีอารยธรรม; ที่มีความเจริญรุ่งเรือง

civil: ~ 'law *n.* กฎหมายแพ่ง; **~ 'liberty** *n., usu. in pl.* เสรีภาพของพลเมือง *(ที่จะทำหรือพูดตามใจถ้าไม่ผิดกฎหมาย)*; **~ list** *n. (Brit.)* งบประมาณรายปีของพระราชวงศ์ที่รัฐสภาอนุมัติให้

civilly /'sɪvɪlɪ, 'sɪvəlɪ/'ซิวิลิ, 'ซิวเวอะลิ/ *adv.* อย่างสุภาพ

civil: ~ 'marriage *n.* การสมรสโดยการจดทะเบียนอย่างเดียว *(ไม่มีพิธีทางศาสนา)*; **~ 'rights** *n. pl.* สิทธิของพลเมือง; **~ rights movement** ขบวนการเรียกร้องสิทธิของพลเมือง; **~ 'servant** *n.* ➤ 489 ข้าราชการพลเรือน; **C~ 'Service** *n.* ราชการ; **~ 'war** *n.* สงครามกลางเมือง

civvies /'sɪvɪz/'ซิววิซ/ *n. pl. (Brit. sl.)* ชุดพลเรือน

Civvy Street /'sɪvɪ stri:t/'ซิววิ ซตรีท/ *n., no pl., no art. (Brit. coll.)* ชีวิตพลเรือน; **get back to ~:** กลับไปดำเนินชีวิตอย่างพลเรือน

CJD *abbr.* ➤ 453 **Creutzfeld-Jakob disease** *(โรคที่ทำลายสมองและทำให้เสียชีวิตได้)*

cl. *abbr.* **class**

¹clad /klæd/แคลุด/ *adj. (arch./literary)* แต่งตัว; **walls ~ in ivy** กำแพงที่ปกคลุมด้วยไม้เลื้อย; ➡ **+ ironclad; ivy-clad**

²clad *v.t.*, **-dd-** แต่งตัวให้, ปกคลุม, เคลือบ

cladding /'klædɪŋ/'แคลุดดิง/ *n.* สิ่งห่อหุ้ม

claim /kleɪm/เคลม/ ❶ *v.t.* (A) *(demand as one's due property)* เรียกร้อง *(ค่าเสียหาย, ความช่วยเหลือ)*; ยึด *(บัลลังก์)*; อ้าง *(สิทธิ)*; ขอ *(ขึ้นเงินเดือน)*; ไปรับคืน *(ของที่หาย)*; **~ one's luggage** ไปรับกระเป๋าเดินทางของตน; (B) *(represent oneself as having)* แสดงตนว่าได้/มี *(ชัยชนะ)*; (C) *(profess, contend)* อ้าง; ยืนยัน; **the new system is ~ed to have many advantages** มีผู้ยืนยันว่าระบบใหม่มีข้อได้เปรียบหลายอย่าง; (D) *(need, deserve)* ต้องการ *(ความตั้งใจ)*; ได้รับ *(ความสนใจ)*; (E) *(result in loss of)* ทำให้สูญเสีย *(ชีวิต, ทรัพย์สิน)*

❷ *v.i.* (A) *(Insurance)* เรียกร้องค่าประกัน; (B) *(for costs)* **~ for damages/expenses** การเรียกร้องค่าเสียหาย/ค่าใช้จ่าย

❸ *n.* (A) การอ้างสิทธิ; ข้อเรียกร้อง **(to** ใน**)**; **lay ~ to sth.** เรียกร้องสิทธิใน *ส.น.*; **make too many ~s on sth.** เรียกร้องจาก *ส.น.* มากเกินไป; (B) *(assertion)* การอ้าง, ยืนยัน; **make ~s about sth.** การยืนยันเกี่ยวกับ *ส.น.*; (C) *(pay ~)* การเรียกร้องเงินเดือน; **put in a ~ for a pay rise** เรียกร้องขึ้นขอเงินเดือน; (D) **~ [for expenses]** การเรียกร้องค่าใช้จ่าย; **~ for damages** การเรียกร้องค่าเสียหาย; (E) *(Mining)* การได้กรรมสิทธิ์ทำเหมืองที่ดิน; **stake a ~:** ขอกรรมสิทธิ์ทำเหมือง; **stake a ~ to sth.** *(fig.)* ระบุ/แสดงสิทธิใน *ส.น.*; **I staked my ~ to the seat** ฉันรีบเข้าไปยึดที่นั่ง; (F) *(Insurance)* การเรียกร้องค่าสินไหม *(ร.บ.)*; ค่าสินไหมทดแทน *(ร.บ.)*; (G) *(in patent)* ข้อความพรรณนาลักษณะใหม่ *(ของสิ่งประดิษฐ์)* ในสิทธิบัตร

~ 'back *v.t.* ขอคืน *(ตามสิทธิ์)*; **~ tax/expenses** *etc.* **back** ขอคืนภาษีส่วนที่จ่ายเกินไป/ขอเบิกค่าใช้จ่าย

claimant /'kleɪmənt/'เคลเมินทุ/ *n. (for rent rebate, social security benefit, inheritance)* ผู้เรียกร้องสิทธิ; **~ to a title** ผู้อ้างสิทธิว่าควรได้รับตำแหน่ง; **~ to the throne** ผู้อ้างสิทธิขึ้นครองราชย์

'claim form *n.* (A) *(Insurance)* แบบกรอกข้อความเรียกร้องค่าประกัน; (B) *(for expenses)* แบบกรอกข้อความเบิกค่าใช้จ่าย

clairvoyance /kleə'vɔɪəns/แคล'วอยเอินซุ/ *n., no pl.* ความสามารถมองเห็นอนาคต

clairvoyant /kleə'vɔɪənt/แคล'วอยเอินทุ/ ❶ *n.* คนตาทิพย์ ❷ *adj.* รู้ถึงสิ่งที่มองไม่เห็น

clam /klæm/แคลุม/ ❶ *n.* หอยกาบ; **shut up like a ~** *(fig.)* หุบปากสนิท ❷ *v.i.* **-mm-: ~ up** *(coll.)* ไม่ยอมพูดจา

'clambake /'klæmbeɪk/'แคลุมเบก/ *n. (Amer.)* ปิกนิกชายทะเล *(เพื่อกินหอยกาบปิ้ง)*

clamber /'klæmbə(r)/'แคลุมเบอะ(ร)/ ❶ *v.i.* ปีนป่ายซ้ำ ๆ ด้วยความยากลำบาก; *(baby)* คืบคลาน; **~ up a wall** ปีนป่ายกำแพง ❷ *n.* การปีนป่ายอย่างลำบากลำบน

clamminess /'klæmɪnɪs/'แคลุมินิซ/ *n., no pl.* ➡ **clammy:** ความเหนอะหนะ

clammy /'klæmɪ/'แคลุมิ/ *adj.* *(อากาศ)* แฉะ; *(มือ, เสื้อผ้า)* เหนอะหนะ; ลื่นเป็นเมือก; **~ with sweat** เหงื่อออกจนเหนอะหนะตัวไปหมด

clamor *(Amer.)* ➡ **clamour**

clamorous /'klæmərəs/'แคลุมเมอะเริซ/ *adj.* โห่ร้อง, เอ็ดตะโร; *(การคัดค้าน)* เสียงดัง

clamour /'klæmə(r)/'แคลุมเมอะ(ร)/ *(Brit.)* ❶ *n.* (A) *(noise, shouting)* เสียงตะโกน; (B) *(protest)* การคัดค้าน; *(appeal, demand)* การเรียกร้อง ❷ *v.i.* (A) *(shout)* ตะโกน; (B) *(protest, demand)* **~ against sth.** ต่อต้าน *ส.น.*; **~ for sth.** เรียกร้อง *ส.น.*; **~ to be let out** ร้องตะโกนขอให้ปล่อย

clamp /klæmp/แคลุมพุ/ ❶ *n.* ตัวหนีบ; *(for holding)* อุปกรณ์หนีบ/จับ; ➡ **+ wheel clamp** ❷ *v.t.* หนีบให้ติดกัน; **~ two pieces of wood together** หนีบไม้สองแผ่นเข้าด้วยกัน ❸ *v.i. (fig.)* **~ down on sb./sth.** ปราบปราม *ค.น./ส.น.* อย่างรุนแรง; **~ down on expenses** ตัดค่าใช้จ่าย

'clampdown *n.* การควบคุมอย่างเข้มงวด; **the credit ~, the ~ on credit** การจำกัดสินเชื่อ

clan /klæn/แคลุน/ *n.* (A) *(of Scottish Highlanders)* ชาติวงศ์, ชาติตระกูล, เผ่าพันธุ์; (B) *(derog.: group, set)* กลุ่ม, พวกพ้อง

clandestine /klæn'destɪn/แคลุน'เด็ซติน/ *adj.*, **clandestinely** /klæn'destɪnlɪ/แคลุน'เด็ซตินลิ/ *adv.* อย่างลับ ๆ

clang /'klæŋ/'แคลุง/ ❶ *n. (of bell)* เสียงตีเพล้ง; *(of hammer)* เสียงโป๊ก ❷ *v.i. (ระฆัง, ฆ้อน)* ดังก้อง

clanger /'klæŋə(r)/'แคลุเงอะ(ร)/ *n. (Brit. coll.)* ความผิดพลาด; **drop a ~:** เผลอพูดพล่อยละลาบละล้วงอย่างน่าขายหน้า

clangor *(Amer.)* ➡ **clangour**

clangorous /'klæŋgərəs/'แคลุงเกอะเริซ/ *adj.* ซึ่งดังกึกก้องต่อเนื่องกัน

clangour /'klæŋgə(r)/'แคลุงเกอะ(ร)/ *n. (Brit.)* เสียงดังกึกก้องต่อเนื่องกัน

clank /klæŋk/แคลงคุ/ ❶ *n. (of sword, chain)* เสียงกระทบของโลหะ ❷ *v.i. & v.t.* ทำให้เกิดเสียงเช้ง

clannish /'klænɪʃ/'แคลุนิช/ *adj.* (A) เกี่ยวกับเผ่าพันธุ์; (B) *(derog.)* กลุ่มที่ไม่เปิดต่อผู้อื่น, ความชอบอยู่เป็นพวก

¹clap /klæp/แคลุพ/ ❶ *n.* (A) การปรบมือ, การตบมือ; **give sb. a ~:** ปรบมือแสดงความชื่นชม *ค.น.*; (B) *(slap)* การตบ; **give sb. a congratulatory ~ on the back** ตบหลัง *ค.น.* เพื่อแสดงความยินดี; (C) **~ of thunder** เสียงฟ้าร้อง

❷ *v.i.*, **-pp-** ตบมือ

❸ *v.t.*, **-pp-:** (A) **~ one's hands** ปรบมือ; **~ sth.** ปรบมือแสดงความชื่นชม *ส.น.*; **~ sb.** ปรบมือเพื่อให้เกียรติ *ค.น.*; (B) *(slap)* **~ sb. on the back** ตบหลัง *ค.น.* *(เพื่อแสดงความยินดี)*; (C) *(place)* **~ sb. in prison** จับ *ค.น.* เข้าคุก; **the prisoner was ~ped in irons** นักโทษถูกพันธนาการด้วยโซ่ตรวน; **~ one's hand over sb's mouth** ใช้มือปิดปาก *ค.น.* ไว้; **~ eyes on sb./sth.** แลเห็น *ค.น./ส.น.*; **I disliked the place at the moment I ~ped eyes on it** ทันทีที่ฉันแลเห็นสถานที่นั้นฉันก็ไม่ชอบแล้ว; (D) **~ped out** *(sl.)* *(คน, ความคิด)* หมดสภาพ; *(เครื่องบิน, รถ)* ที่เกือบจะพัง

~ on *v.t.* (A) เพิ่ม *(ภาษี)*; **the airlines ~ped 25% on the fare** สายการบินเพิ่มราคาค่าโดยสาร 25%; **a preservation order has been ~ped on my house** บ้านของฉันถูกขึ้นทะเบียนเป็นสถานที่ที่ต้องอนุรักษ์ไว้; (B) *(Naut)* **~ on sail** ชักใบเรือเพิ่มขึ้น; (C) *(put on hastily)* รีบสวม *(หมวก)*; **~ handcuffs on sb.** ใส่กุญแจมือ *ค.น.* อย่างรวดเร็ว

²clap *n. (coarse)* กามโรค; **pick up a dose of the ~:** ติดกามโรคมา

clapboard /'klæpbɔ:d, 'klæbəd/'แคลุพบอด, 'แคลุพเบิด/ *n. (Amer.)* ไม้ฝาบ้าน *(ตีพาดขวางซ้อนเหลื่อมกันเป็นเกล็ด)*

Clapham /'klæpəm/'แคลุเพิม/ *n.* **the man on the ~ omnibus** *(Brit.)* คนทั่ว ๆ ไป, คนธรรมดา

clapper /'klæpə(r)/'แคลุเพอะ(ร)/ *n.* (A) *(of bell)* ลิ้นกระดิ่ง; ลูกตุ้มระฆัง; (B) **like the ~s** *(Brit. coll.)* เร็วและแรงมาก

'clapperboard *n. (Cinemat)* ป้ายไม้ 2 ชิ้นใช้กระทบกันให้เกิดเสียงหน้ากล้อง *(เพื่อส่งสัญญาณให้เริ่มถ่ายภาพยนตร์)*

clapping /'klæpɪŋ/'แคลุพิง/ *n., no pl.* การตบมือ

claptrap /'klæptræp/'แคลุพแทรุพ/ *n., no pl.* (A) *(pretentious assertions)* การพูดพล่อยไร้สาระอย่างเสแสร้งและไม่จริงใจ; (B) *(coll.: nonsense)* เรื่องไร้สาระ

claque /klæk, klɑ:k/แคลุค, คลาค/ *n.* หน้าม้า, กลุ่มคนที่จ้างมาปรบมือในโรงละคร

claret /ˈklærət/ˈแคลุเริท/ ❶ *n.* ไวน์แคลเรท (*ท.ศ.*) เหล้าองุ่นแดงจากเบอร์โดซ์ในฝรั่งเศส ❷ *adj.* มีสีเหมือนเหล้าองุ่นแดง, เป็นสีม่วงแดง

clarification /klærɪfɪˈkeɪʃn/ˈแคลุริฟิˈเคช่น/ *n.* Ⓐ (*explanation*) การอธิบายให้กระจ่างแจ้ง, การขยายความ; **I should like more ~ on several points** ฉันอยากได้คำอธิบายเพิ่มเติมเกี่ยวกับหลายข้อ; Ⓑ (*of liquid*) การกลั่นของเหลวให้บริสุทธิ์

clarify /ˈklærɪfaɪ/ˈแคลุริฟาย/ *v.t.* Ⓐ (*make clear*) อธิบาย (*ปัญหา, สถานการณ์*) ให้กระจ่างแจ้ง; **the discussion helped me to ~ my thoughts about the matter** การที่ได้พูดคุยกันทำให้ฉันเข้าใจเรื่องนั้นกระจ่างขึ้น; Ⓑ (*purify, make transparent*) ทำให้ใสบริสุทธิ์

clarinet /klærɪˈnet/แคลุริˈเน็ท/ *n.* (*Mus.*) ปี่แคลริเน็ท (*ท.ศ.*)

clarinettist /klærɪˈnetɪst/แคลุริˈเน็ททิซทฺ/ (*Amer.*: **clarinetist**) *n.* ➤ **489** (*Mus.*) นักเป่าปี่แคลริเน็ท

clarion /ˈklærɪən/ˈแคลุเรียน/ *attrib. adj.* ดังและชัด; **like a ~ call** เสียงเรียกที่ดังและชัด

clarity /ˈklærɪtɪ/ˈแคลุริทิ/ *n., no pl.* ความใส; ความแจ่มแจ้ง

clash /klæʃ/แคลุช/ ❶ *v.i.* Ⓐ (*ดาบ*) ปะทะกัน; ชนกัน; Ⓑ (*meet in conflict*) ประจันหน้า; **~ with sb.** ประจันหน้ากับ *ค.น.*; **the two armies ~ed outside the town** กองทัพสองฝ่ายประจันหน้ากันนอกเมือง; Ⓒ (*disagree*) เถียง; ไม่เห็นด้วย, ต่อต้าน; **~ with sb.** ไม่เห็นด้วยกับ *ค.น.*; Ⓓ (*be incompatible*) (*ความสนใจ*) เข้ากันไม่ได้; (*ความต้องการ*) ขัดกัน (**with** กับ); (*สี*) ไม่เข้ากัน
❷ *v.t.* ทำให้กระทบกัน, ทำให้ชนกัน
❸ *n.* Ⓐ (*of cymbals, swords*) การกระทบ, การปะทะ, การชนกัน; (*of gears*) ความฝืดของเฟือง; Ⓑ (*meeting in conflict*) การประจันหน้า; Ⓒ (*disagreement*) ความขัดแย้ง, ความไม่เห็นด้วย; Ⓓ (*incompatibility*) การเข้ากันไม่ได้; (*of personalities, styles, colours*) การไปด้วยกันไม่ได้; (*of events*) ประชันกันในเวลาเดียว; **~ of interests** ผลประโยชน์ขัดกัน

clasp /klɑːsp, US klæsp/คลาซพฺ, เคลุซพฺ/ ❶ *n.* Ⓐ ตะขอ, ที่กลัด; (*of belt*) หัวเข็มขัด; Ⓑ (*embrace*) การกอด, การโอบ; Ⓒ (*grasp*) การกำ, การจับ; Ⓓ (*on medal ribbon*) แถบแสดงสมรภูมิบนเหรียญกล้าหาญ ❷ *v.t.* Ⓐ (*embrace*) กอด; **the lovers lay ~ed in each other's arms** คู่รักนอนกอดกัน; Ⓑ (*grasp*) ฉวย; **~ hands** สัมผัสมือกัน; **~ sth. in one's hand** จับ *ส.น.* ไว้ในกำมือ; **~ one's hands** ไขว้มือกัน; **he stood with his hands ~ed behind his back** เขายืนเอามือไขว้หลัง

ˈclasp knife *n.* มีดพับ

class /klɑːs, US klæs/คลาซ, แคลุซ/ ❶ *n.* Ⓐ (*in society*) ชนชั้น; (*system*) ระบบชนชั้น; Ⓑ (*Educ.*) ชั้นเรียน; (*Sch. lesson*) ชั่วโมงเรียน/สอน; (*Univ.*) สัมมนา; **teach a ~** (*Univ.*) สอนกลุ่มสัมมนา; **in ~:** ในชั้นเรียน; ขณะกำลังเรียน/สอน; **a French ~:** ชั่วโมงเรียนวิชาภาษาฝรั่งเศส; **the ~ of 1970** (*Amer.*) รุ่นปี 1970; Ⓒ (*division according to quality*) ระดับ, ชั้น; **be in a ~ by itself** *or* **on its own/of one's own** *or* **by oneself** ไม่มีใครทาบติด; ไม่มีใครเสมอเหมือน; **he's not in the same ~ as ...:** เขาไม่ได้อยู่ในระดับเดียวกับ ...; Ⓓ (*coll.: quality*) คุณภาพ; **there's not much ~ about her** เธอไม่ใช่คนดีเด่นอะไรนัก; **have [no] ~:** มี [ไม่มี] คุณภาพ; *attrib.* **a ~ football player** นักฟุตบอลชั้นเยี่ยม; Ⓔ (*group, set; also Biol.*) กลุ่ม; Ⓕ (*Univ.: of degree*) ระดับชั้นปริญญา; Ⓖ (*Mil.*) ทหารเกณฑ์รุ่นเดียวกัน ❷ *v.t.* จัดเข้าประเภท; **~ sth. as sth.** จัด *ส.น.* เข้าประเภทเดียวกับ *ส.น.*; ถือว่า *ส.น.* เป็น *ส.น.*

class: ~-conscious *adj.* สำนึกเรื่องชนชั้น, ตระหนักในฐานะชนชั้น; **~ consciousness** *n.* ความสำนึกเรื่องชนชั้น; **~ distinction** *n.* การแบ่งชั้นวรรณะ

classic /ˈklæsɪk/ˈแคลุซิค/ ❶ *adj.* ชั้นยอดเยี่ยม; ตามศิลปะคลาสสิค, ตามแบบแผนของกรีกหรือโรมัน, คลาสสิค (*ท.ศ.*) ❷ *n.* Ⓐ *in pl.* (*classical studies*) การศึกษาวรรณคดีและประวัติศาสตร์ของกรีกโบราณและโรมัน; Ⓑ (*writer: follower of ~ models*) นักประพันธ์ผู้ยึดถือแบบแผนของกรีกและโรมัน; Ⓒ (*garment*) เสื้อผ้าตัดแบบเรียบง่ายแต่ภูมิฐานไม่ตามสมัยนิยม; Ⓓ (*book, play, film*) ความเป็นอมตะ, ความได้สัดส่วนพอเหมาะพอดีตามรูปแบบที่กำหนดไว้เป็นแบบแผน; Ⓔ (*Brit.: horse race*) การแข่งม้านัดพิเศษห้านัด

classical /ˈklæsɪkl/ˈแคลุซิค'ล/ *adj.* Ⓐ เกี่ยวกับวรรณคดีหรือศิลปะของกรีกโบราณและโรมัน; **~ scholar/studies** นักปราชญ์/การศึกษาที่เกี่ยวกับกรีกโบราณและโรมัน; **the ~ period** สมัยกรีกโบราณประมาณ ค.ศ. 1750–1800; **the ~ world** โลกโบราณ; **~ education** *การศึกษาด้านมนุษยศาสตร์ที่มีพื้นฐานของกรีกโบราณและโรมัน*; Ⓑ ชั้นหนึ่ง, ดีเด่น

classically /ˈklæsɪklɪ/ˈแคลุซิค'ลลิ/ *adv.* อย่างมีแบบแผนเด่นชัด, อย่างสำคัญพิเศษ; อย่างที่เกี่ยวกับกรีกโบราณและโรมัน

classical music *n.* ดนตรีคลาสสิค

classicism /ˈklæsɪsɪzəm/ˈแคลุซิซิเซิม/ *n.* Ⓐ การทำตามแบบแผนของกรีกโบราณและโรมัน; Ⓑ สำนวนโวหารจากภาษากรีกโบราณและโรมัน; Ⓒ การศึกษาเกี่ยวกับแนวทางของกรีกโบราณและโรมัน

classicist /ˈklæsɪsɪst/ˈแคลุซิซิซทฺ/ *n.* ผู้ยึดแบบแผนเด่นชัด; (*classics scholar*) นักปราชญ์ผู้เชี่ยวชาญทางวรรณคดีกรีกโบราณและโรมัน

classifiable /ˈklæsɪfaɪəbl/ˈแคลุซิฟายเออะบ'ล/ *adj.* จำแนกเป็นประเภทได้; **be ~ into five main types** สามารถจำแนกเป็นห้าประเภท

classification /klæsɪfɪˈkeɪʃn/ˈแคลุฟิˈเคช่น/ *n.* การจำแนกประเภท, การแยกหมวดหมู่

classified /ˈklæsɪfaɪd/ˈแคลุซิฟายดฺ/ *adj.* Ⓐ (*arranged in classes*) แยกประเภทไว้, จัดเป็นหมวดหมู่ไว้; **~ advertisement** โฆษณาเล็ก ๆ ซึ่งแยกตามประเภท; **~ directory** บัญชีรายชื่อแยกประเภท; **~ results** ผลลัพธ์จำแนกประเภท; Ⓑ (*officially secret*) ถูกกำหนดเป็นความลับ

classify /ˈklæsɪfaɪ/ˈแคลุซิฟาย/ *v.t.* Ⓐ แยกประเภท; **~ books by subjects** แยกประเภทหนังสือตามเนื้อเรื่อง; Ⓑ (*designate as secret*) ระบุชั้นความลับ

classless /ˈklɑːslɪs, US ˈklæs-/ˈคลาซลิซ, ˈแคลุซ-/ *adj.* (*สังคม*) ที่ปราศจากชนชั้น, ไม่แบ่งชั้นวรรณะ

class: ~list *n.* (*Univ.*) รายชื่อผู้สอบได้ตามระดับขั้นเกียรตินิยม; **~mate** *n.* เพื่อนร่วมชั้นเรียน; **~room** *n.* (*Sch.*) ห้องเรียน; **~ ˈstruggle, ~ ˈwar** *ns.* การต่อสู้ระหว่างชนชั้น; **~work** *n.* งานทำในชั้นเรียน

classy /ˈklɑːsɪ, US ˈklæsɪ/ˈคลาซิ, แคลุซิ/ *adj.* (*coll.*) มีระดับ; (*โรงแรม*) หรูหรา

clatter /ˈklætə(r)/ˈแคลุเทอะ(ร)/ ❶ *n.* เสียงอึกทึกโครมคราม; **the kettle fell with a ~ to the ground** กาน้ำหล่นลงบนพื้นดังโครม ❷ *v.i.* Ⓐ ทำเสียงโครมคราม; Ⓑ (*move or fall with a ~*) กลิ้งหรือตกลงมาดังโครม ❸ *v.t.* ทำให้เกิดเสียงดังอึกทึก

clause /klɔːz/คลอซ/ *n.* Ⓐ เงื่อนไข, มาตรา, หัวข้อ; Ⓑ (*Ling.*) อนุประโยค; **[subordinate] ~:** ประโยคย่อย

claustrophobia /klɔːstrəˈfəʊbɪə/คลอซเตรอะˈโฟเบีย/ *n., no pl.* (*Psych.*) โรคกลัวสถานที่ปิดล้อมหรือจำกัดบริเวณ

claustrophobic /klɔːstrəˈfəʊbɪk/คลอซเตรอะˈโฟบิค/ *adj.* (*สถานที่*) ชวนให้เกิดความกลัวว่าจะถูกปิดล้อมหรือจำกัดบริเวณ; (*บุคคล*) เป็นโรคกลัวสถานที่ที่ปิดล้อมหรือจำกัดบริเวณ; (*สถานที่*) แออัด **หรือ** คับแคบ

clavicle /ˈklævɪkl/ˈแคลุวิค'ล/ *n.* (*Anat.*) กระดูกไหปลาร้า

claw /klɔː/คลอ/ ❶ *n.* Ⓐ (*of bird, animal*) เล็บ; (*of crab, lobster, etc.*) ก้าม; (*foot with ~*) กรงเล็บ; **the cat bared its ~s** แมวกางเล็บออก; **get one's ~s into sb.** (*fig. coll.*) คอยตามถากถาง *ค.น.*; คอยติดตาม *ค.น.* อย่างไม่ปล่อย; Ⓑ (*of hammer*) ปลายแฉก (*ใช้ถอนตะปู*) ของค้อน; หงอนค้อน; (*of cine camera, projector*) คีม, ที่ยึด ❷ *v.t.* ขูด, ขีดข่วน; **the two women ~ed each other** หญิงทั้งสองต่อสู้ด้วยการขีดข่วน; **~ one's way to the top** ตะเกียกตะกายจนถึงข้างบน; (*fig.*) ฟันฝ่าจนถึงสุดยอด ❸ *v.i.* **~ at sth.** พยายามยึด *ส.น.* ไว้แน่น; **she ~ed desperately for the door handle** เธอพยายามตะกายจับลูกบิดประตูอย่างหมดหวัง

~ back *v.t.* ยึด (*เงินทอง*) คืน (*อย่างยากลำบาก*); ดึง (*ตำแหน่ง, อำนาจ*) กลับคืนมา; ฉุดกระชากกลับมา

ˈclawback *n.* การดึงกลับอย่างยากลำบาก

clay /kleɪ/เคล/ *n.* ดินเหนียว; (*for pottery*) ดินเหนียว, ดินปั้น

clayey /ˈkleɪɪ/ˈเคลอิ/ *adj.* คล้ายดินเหนียว, เป็นดินเหนียว

clay: ~ ˈpigeon *n.* (*Sport*) *เป้าดินเผารูปจานรองใช้โยนขึ้นให้นักแม่นปืนยิง*; **~ ˈpigeon shooting** *n.* การยิงปืนสู่เป้าดินเผา; **~ ˈpipe** *n.* กล้องยาเส้นทำด้วยดินเผา

clean /kliːn/คลีน/ ❶ *adj.* Ⓐ สะอาด, สดชื่น; Ⓑ (*unused, fresh*) (*ผ้าปูที่นอน*) ใหม่, ผุดผ่องคงเดิม; (*free of defects*) ปราศจากมลทินสิ่งเปรอะเปื้อน; **start with/have a ~ sheet** (*fig.*) เริ่มต้นใหม่, ลืมอดีตให้หมด; **he has a ~ record** เขามีประวัติดีไม่ด่างพร้อย **หรือ** เขาเป็นคนมือสะอาด; **make a ~ start** เริ่มต้นใหม่; **come ~** (*coll.*) (*confess*) สารภาพอย่างหมดเปลือก; (*tell the truth*) เปิดอกพูดความจริง; **have ~ hands** *or* **fingers** (*fig.*) ปราศจากความผิด, มือสะอาด; Ⓒ (*well-formed, shapely*) (*เครื่องบิน, รถยนต์*) รูปทรงได้สัดส่วน, เพรียวลม; **a ship/car with ~ lines** เรือ/รถยนต์ที่เพรียวลม; Ⓓ (*regular, complete*) (*รอยตัด*) เรียบร้อย; เด็ดขาด; **make a ~ break with sb.** แยกจาก *ค.น.* อย่างเด็ดขาด; **make a ~ break [with** *or* **from sth.]** เลิกทำ **หรือ** จาก *ส.น.* อย่างสิ้นเชิง; **make a ~ job of sth.** (*fig. coll.*) ทำ *ส.น.* อย่างพิถีพิถันเรียบร้อย; Ⓔ (*cleanly*) สะอาด; (*house-trained*) (*สัตว์*) ฝึกให้สะอาดในบ้าน; Ⓕ (*free from disease*) ปลอดโรค; (*Relig.: not prohibited*) ไม่เป็นที่ต้องห้าม; Ⓖ (*deft*) เจนจัด; Ⓗ (*not obscene or indecent*) สุภาพ, ไม่หยาบคาย, เรียบร้อย; **be good ~ fun** เป็น

clean-cut | clear 174

C

ความสนุกแบบสุภาพเรียบร้อย; **keep the jokes ~!** ตลกให้สุภาพหน่อยนะ; (I) *(sportsmanlike, fair)* ขาวสะอาด, บริสุทธิ์ยุติธรรม; (J) *(เนื้อไม้)* เรียบปราศจากปม

❷ *adv.* (A) *(completely, outright, simply)* อย่างหมดสิ้น, อย่างเกลี้ยงจริง ๆ, โดยสิ้นเชิง; **we're ~ out of whisky** เราไม่มีวิสกี้เหลือเลยจริง ๆ; **the fox got ~ away** สุนัขจิ้งจอกหนีหายไปเรียบร้อยแล้ว; (B) *(fairly) (เล่นกีฬา, ต่อสู้)* อย่างบริสุทธิ์ยุติธรรม

❸ *v.t.* (A) ทำความสะอาด, ขจัดสิ่งสกปรกให้หมดไป; ขัด *(รองเท้า, กระจกหน้าต่าง)*; ถู *(พื้น, เครื่องเรือน)*; ล้าง *(พื้น, ครัว, ห้องน้ำ)*; กวาด *(ขี้ฝุ่น)*; *(with cloth)* เช็ด; **~ that dirt off your face** เช็ดสิ่งสกปรกออกจากหน้าของคุณ; **~ the house from top to bottom** ทำความสะอาดบ้านตั้งแต่ชั้นบนจนถึงชั้นล่าง; **~ one's hands/teeth** ล้างมือ/แปรงฟัน; **~ one's plate** *(eat everything)* กินจนเกลี้ยงจาน; *(clean fish, game)* ควักไส้ *(นก, ปลา)* ก่อนนำมาปรุงอาหาร

❹ *v.i.* ทำความสะอาดร่างกาย

❺ *n.* **this carpet needs/your teeth need a good ~** พรมผืนนี้/ฟันของคุณจำเป็นต้องทำความสะอาดอย่างละเอียดถี่ถ้วนเป็นพิเศษ; **give your shoes/face/jacket a ~:** ขัดรองเท้า/ล้างหน้า/ทำความสะอาดเสื้อนอกของคุณให้เอี่ยมอ่อง

~ 'down *v.t.* ล้าง *(รถ, ฝาผนัง, กำแพง)*

~ 'out *v.t.* (A) *(remove dirt from)* ทำความสะอาด, ขจัดสิ่งสกปรกให้หมดเกลี้ยง; เก็บกวาดมูลสัตว์ *(จากคอก)*; *(remove rubbish from)* เก็บขยะทิ้ง; (B) *(coll.)* **~sb. out** *(take all sb.'s money)* ไถเงินจาก *ค.น.* จนหมดตัว **I'm completely ~ed out** ฉันถูกปอกลอกเสียหมดตัว; **the tobacconist was ~ed out of cigarettes** บุหรี่ของพ่อค้าบุหรี่ถูกซื้อจนหมดเกลี้ยง; **sb. is ~ed out of sherry** *ค.น.* ไม่มีเหล้าเชอร์รีเหลือเลย; ➡ + **~-out**

~ 'up ❶ *v.t.* (A) จัด *(ห้อง, โต๊ะ, ผ้าม่าน)* ให้เป็นระเบียบเรียบร้อย; ขจัด *(ขยะ, เศษหิน)*; (B) **~ oneself up** ทำให้ตนเองสะอาดสะอ้าน; *(get washed)* อาบน้ำชำระกาย; (C) *(coll.: acquire)* รวบผลประโยชน์อย่างมหาศาล; **~ up a fortune** ได้รับโชคลาภมหาศาล; (D) *(Mil.)* ทำลายล้างศัตรู; (E) *(fig.)* ขจัด *(สิ่งเลวร้าย)*; ยุติการ *(ฉ้อราษฎร์บังหลวง)* ❷ *v.i.* (A) จัดให้เรียบ, ทำความสะอาด; (B) ➡ 1 B; (C) *(coll.: make money)* ทำรายได้/ประโยชน์อย่างใหญ่โต; ➡ + **~-up**

'clean-cut *adj.* คมสันหล่อเหลา; **his ~ features** ลักษณะที่คมสันหล่อเหลาของเขา

cleaner /ˈkliːnə(r)/ˈคลีเนอะ(ร)/ *n.* (A) ➤ 489 *(person)* คนรับจ้างทำความสะอาด; *(woman also)* สาวใช้ทำความสะอาด; (B) *(vacuum ~)* เครื่องดูดฝุ่น; *(substance)* สารขจัดรอยเปื้อน; *(powder)* ผงซักฟอก; *(liquid)* น้ำยาล้างจาน, พื้น; (C) *usu. in pl. (dry-~)* การซักแห้ง; **take sth. to the ~s** เอา *ส.น.* ไปซักแห้ง; **take sb. to the ~s** *(coll.)* ปอกลอกเอา เงิน *ค.น.* จนหมด

cleaning /ˈkliːnɪŋ/ˈคลีนิง/: **~-rag** *n.* ผ้าขี้ริ้วถูบ้าน; **~-woman** *n.* ➤ 489 หญิงทำความสะอาด

clean-limbed /ˈkliːnlɪmd/ˈคลีนลิมดฺ/ *adj.* มีรูปร่างสมส่วน; รูประหงส์ทรงเพรียว

cleanliness /ˈklenlɪnɪs/ˈเคล็นลินิซ/ *n., no pl.* ความสะอาด; **~ is next to godliness** *(prov.)* ความสะอาดเป็นคุณลักษณะที่รองลงมาจากทิพยภาวะ

'clean-living *adj.* บริสุทธิ์, ซื่อสัตย์สุจริต, มีสัจจะสมควรเชื่อถือ

¹cleanly /ˈkliːnlɪ/ˈเคลี็นลิ/ *adv.* อย่างสะอาด, อย่างเรียบ; **the bone broke ~:** กระดูกหักเผาะออก; **the knife doesn't cut ~:** มีดตัดไม่เรียบ

²cleanly /ˈklenlɪ/ˈเคล็นลิ/ *adj.* อย่างสะอาด

cleanness /ˈkliːnnɪs/ˈคลีนนิซ/ *n., no pl.* (A) ความสะอาด; (B) *(freshness)* ความสดชื่น; *(freedom from defects)* ความเกลี้ยงปราศจากมลทิน; (C) *(shapeliness)* ความสมส่วน; ความเพรียวลม; **the ~ of the ship's lines** ความเพรียวลมของเรือ; (D) *(regularity of cut or break)* การตัด/หักเป็นแนวตรง; (E) *(cleanliness)* ความสะอาดสะอ้าน; **the ~ of her habits** ความสะอาดสะอ้านของเธอ; (F) *(deftness)* ความคล่องแคล่ว; (G) *(coll: of joke, entertainment, etc.)* ที่สุภาพไม่หยาบคาย; (H) *(of fight, contest, etc.)* ความบริสุทธิ์ยุติธรรม

'clean-out *n.* **give sth. a ~:** ทำความสะอาด *ส.น.*; **sth. needs a [good] ~:** *ส.น.* จำเป็นต้องทำความสะอาด [เป็นการใหญ่]

cleanse /klenz/เคล็นซฺ/ *v.t.* (A) *(spiritually purify)* ล้างบาป, ทำจิตให้บริสุทธิ์; **~d of or from sin** ซึ่งล้างบาปมลทินให้สิ้นไปแล้ว; (B) *(clean)* ทำให้สะอาดหมดจด; (C) *(Bibl.)* ขจัดโรคภัยให้หมดสิ้นไป

cleanser /ˈklenzə(r)/ˈเคล็นเซอะ(ร)/ *n.* (A) *(liquid)* น้ำยาทำความสะอาด; *(powder)* ผงซักฟอก; (B) *(for skin)* ครีม/น้ำยาล้างหน้า

'clean-shaven *adj.* โกนหนวดเคราเกลี้ยง

cleansing /ˈklenzɪŋ/ˈเคล็นซิง/: **~ cream** *n.* ครีมล้างหน้า; **~ department** *n.* หน่วยกำจัดของเสีย/ขยะของเทศบาล; **~ tissue** *n.* กระดาษเช็ดหน้า

'clean-up *n.* (A) **give sth./oneself a ~:** ทำความสะอาด *ส.น.*/ตนเอง; **sth. needs a ~:** *ส.น.* จำเป็นต้องทำความสะอาด; (B) *(reducing crime or corruption)* การปราบปรามอาชญากรรมหรือความประพฤติมิชอบธรรม

clear /klɪə(r)/เคลีย(ร)/ ❶ *adj.* (A) *(ผิวหน้า)* สดใส; *(คำพูด)* ชัดเจน; *(สี)* บริสุทธิ์, ใส; **as ~ as a bell** ใสแจ๋วดุจเสียงระฆัง; (B) *(distinct) (รูปภาพ, ภาพถ่าย)* คมชัด; *(ความแตกต่าง)* เด่นชัด; (C) *(obvious, unambiguous) (คำพูด, คำสั่ง, ความหมาย)* กระจ่างชัด; **you have a ~ duty to report these thefts** คุณมีหน้าที่แจ้งชัดที่ต้องรายงานเรื่องการโจรกรรมเหล่านี้; **make oneself ~:** พูดให้ชัดเจน; **make sth. ~:** ทำให้ *ส.น.* กระจ่างชัดเจน; **make it ~ [to sb.] that...:** ทำให้ปรากฏชัด [แก่ *ค.น.*] ว่า...; **let's get this/one thing ~:** ขอให้พวกเรา/สิ่งหนึ่งชัดเจน; **in ~:** ไม่ได้ใช้รหัสซ่อน; (D) *(free)* ปลอด, พ้น; *(Horse riding) (ทำรอบ)* ไม่มีที่ผิดพลาด; **[be] ~ of a place** ไปจากสถานที่แห่งหนึ่ง; **~ of debt** ปลอดหนี้สิน; **he is ~ of blame** เขาพ้นจากการถูกติเตียน; **be ~ of suspicion** พ้นจากข้อสงสัย; **we're in the ~** *(free of suspicion)* เราพ้นจากข้อสงสัย; *(free of trouble)* เราพ้นจากความยุ่งยาก; **be three points ~:** นำหน้าสามแต้ม; (E) *(complete)* **a ~ six inches** หกนิ้วเต็ม; **three ~ days/lines** รวมสามวัน/บรรทัดเต็ม; (F) *(open, unobstructed)* โล่ง, ว่าง, ปลอดโปร่ง; **keep sth. ~** *(not block)* รักษา *ส.น.* ให้ปลอดโปร่ง; **~ of snow** ปราศจากหิมะ; **have a ~ run** เดินทางอย่างปลอดโปร่ง; **all ~** *(one will not be detected)* ไม่มีใครคอยมอง; ➡ + **all-~: the way is [now] ~ [for sb.] to do sth.** *(fig.)* [ตอนนี้] ช่องทางปลอดโปร่งเพื่อที่ [*ค.น.*] จะทำ *ส.น.* ได้; (G) *(discerning)* ทะลุปรุโปร่ง, กระจ่าง; **keep a ~ head** คงความคิดให้กระจ่างเอาไว้; **a ~ thinker** ผู้คิดเห็นอย่างทะลุปรุโปร่ง; (H) *(certain, confident)* **be ~ [on or about sth.]** แน่ใจ [*ส.น.*]; **are you ~ in your own mind that...?** คุณมั่นใจจริงแล้วหรือว่า...; (I) *(without deduction, net)* **~ profit** กำไรสุทธิ; ➡ + **coast** 1 A; **conscience**

❷ *adv.* (A) *(apart, at a distance)* **keep ~ of sth./sb.** หลีกเลี่ยง *ส.น./ค.น.*; **'keep ~'** *(don't approach)* 'ห้ามเข้า', 'ออกห่าง'; **please stand or keep ~ of the door** โปรดยืนห่าง ๆ *หรือ* ออกห่างจากประตู; **move sth. ~ of sth.** เคลื่อนย้าย *ส.น.* ให้อยู่ห่างจากอีก *ส.น.*; **the driver was pulled ~ of the wreckage** คนขับรถถูกดึงพ้นออกจากซากรถ; **the driver leaped ~ just before the crash** คนขับรถกระโดดพ้นก่อนที่รถจะปะทะกัน; (B) *(distinctly) (พูด, มองเห็น)* อย่างชัดเจน; (C) *(completely)* **the prisoners had got ~ away** นักโทษหนีไปไกล; (D) *(Amer.: all the way)* ตลอดจนถึง; **~ through to Boston** ตลอดจนถึงเมืองบอสตัน

❸ *v.t.* (A) *(make ~)* ทำให้ใส *(น้ำ)*; ทำให้บริสุทธิ์; **~ the air** ระบายอากาศ; *(fig.)* ทำให้บรรยากาศสดใสคลายความตึงเครียด; **~ one's mind of doubts/anxieties** *(fig.)* ขจัดข้อสงสัย/ความวิตกกังวลออกไปจากใจ; **he tried to ~ his head** *(fig.)* เขาได้พยายามคิดให้กระจ่าง/ทำสมองให้แจ่มใส; **~ one's conscience** ขจัดมลทินทางใจในสำนึกให้สิ้นไป; (B) *(free from obstruction)* เก็บกวาด *(ถนน)*; จัดให้เกลี้ยง *(โต๊ะทำงาน, ชั้นวางของ)*; กำจัดสิ่งกีดขวาง *(ในท่อ, คลอง)*; **~ the streets of snow** กวาดหิมะให้เกลี้ยงถนน; **~ a space for sb./sth.** เตรียมที่ว่างให้ *ค.น./ส.น.*; **~ one's throat** กระแอม, ทำให้คอโล่ง; **~ the ground** *(fig.)* เตรียมตัวรับ *ส.น.*; **~ land [for cultivation]** ปรับที่ให้เตียน, ถางป่า/หญ้า [เพื่อการเพาะปลูก]; ➡ + **deck** 1 A; **way** 1 F; (C) *(make empty)* รื้อ *(กระเป๋า)*; ทำให้ว่างเปล่า; **~ the room** ย้ายคนออกจากห้อง, จัดห้องให้ว่าง; **~ the table** เก็บโต๊ะให้เกลี้ยง; **~ one's desk** เก็บกวาดโต๊ะเขียนหนังสือ; **~ a country of bandits** กวาดล้างโจรผู้ร้ายให้หมดจากประเทศ; **~ the court** ให้คนออกจากห้องพิจารณาคดี; **~ one's plate** กินจนเกลี้ยงจาน; (D) *(remove)* เคลื่อนย้าย; แก้ไข; **~ sth. out of the way** เคลื่อนย้าย *ส.น.* ให้พ้นทาง; (E) *(pass over without touching)* กระโดดพ้น *(ไม้ขวาง)*; ข้ามพ้น *(สิ่งกีดขวาง)*; *(pass by)* ผ่านไป; (F) *(show to be innocent)* แสดงความบริสุทธิ์; **~ oneself** แสดงความบริสุทธิ์ของตน; **~ sb. of sth.** ทำให้ *ค.น.* พ้นข้อกล่าวหา *ส.น.*; **seek to ~ oneself of a charge** พยายามแก้ข้อกล่าวหา; **~ one's name** พิสูจน์ตนว่าบริสุทธิ์; (G) *(declare fit to have secret information)* ผ่านการตรวจสอบเพื่อจะรับรู้ข่าวสารลับ; (H) *(get permission for)* **~ sth. with sb.** เสนอ *ส.น.* ให้ *ค.น.* อนุมัติ; *(give permission for)* **~ a plane for take-off/landing** อนุญาตให้เครื่องบินบินขึ้น/ลง; (I) *(at customs)* **~ customs** ผ่านด่านตรวจภาษีศุลกากร; **~ sth. through customs** นำ *ส.น.* ไปผ่านด่านตรวจภาษีศุลกากร; (J) *(make as gain)* ทำกำไร; **~ one's expenses** ได้ทุนคืนมา; (K) *(pay off)* ใช้หนี้; (L) *(pass through bank)* **~ a cheque** ฝากเช็คให้ธนาคารเรียกเก็บเงิน; (M) *(get rid of)* **~ [old] stock** ล้างสต็อก *หรือ* โละสินค้า [ที่ค้างในคลัง]; **'reduced to ~'** 'ลดราคาเพื่อล้างสต็อก'; (N) *(Sport: move away)* เคลื่อนพ้นไป; **the ball was ~ed upfield** ลูกบอลถูกเตะไกลออกไป

175 **clearance | click**

❹ *v.i.* Ⓐ *(become clear)* ปลอดโปร่ง; *(อากาศ, ท้องฟ้า)* สว่างขึ้น; *(fig.) (หน้าตา)* แจ่มใส/เบิกบาน; Ⓑ *(disperse) (เมฆ)* กระจายหายไป; Ⓒ *(ลูก)* ถูกเตะไกลออกไป

~ **a'way** ❶ *v.t.* ย้ายออกไป; *(from the table)* เก็บโต๊ะอาหาร ❷ *v.i.* Ⓐ เคลื่อนย้ายไป; Ⓑ *(disperse) (เมฆ)* จางหายไป

~ **'off** ❶ *v.t.* กำจัด; ใช้ *(หนี้)* ให้หมด ❷ *v.i. (coll.)* ไปให้พ้น

~ **'out** ❶ *v.t.* เคลื่อนย้าย; ขนออกไป ❷ *v.i. (coll.)* จาก/หายไป; ➡ + **~-out**

~ **'up** ❶ *v.t.* Ⓐ จัดให้เป็นระเบียบ; เก็บ *(สิ่งรก ๆ)* เข้าที่; Ⓑ *(explain, solve)* ทำให้กระจ่าง; แก้ไข ❷ *v.i.* Ⓐ จัดให้เป็นระเบียบเรียบร้อย; Ⓑ *(become ~) (อากาศ)* ปลอดโปร่งขึ้น; Ⓒ *(disappear) (อาการ)* หายไป; ➡ + **~-up**

clearance /'klɪərəns/'เคลียเรินซฺ/ *n.* Ⓐ *(of obstruction)* การเคลื่อนย้ายสิ่งกีดขวาง; *(of old building)* การรื้อทิ้ง; *(of forest)* การถางป่า; **make a ~:** การจัดสถานที่ให้ว่างเตียน; Ⓑ *(of people)* การเคลื่อนย้าย; Ⓒ *(of cheque)* การผ่านธนาคาร; Ⓓ *(of ship at customs)* การผ่านด่านตรวจภาษีศุลกากร; *(certificate)* ใบรับรองการเสียภาษีศุลกากร; Ⓔ *(for aircraft to land/take off)* การได้รับอนุญาตให้บินลงจอด/บินขึ้น; Ⓕ *(security ~)* การผ่านการตรวจสอบเพื่อรับรู้ข้อมูลลับ; *(document)* เอกสารอนุมัติการมีสิทธิรับรู้ข้อมูล; Ⓖ *(clear space)* ช่องว่าง; *(headroom)* ที่ว่างแนวตั้ง; Ⓗ *(Sport)* การเตะหรือตีลูกบอลให้พ้นอันตราย; **make a poor ~:** การเตะหรือตีลูกบอลให้พ้นอันตรายได้ไม่เต็มที่

clearance: ~ **order** *n.* คำสั่งรื้อถอน; ~ **sale** *n.* การขายลดราคาแบบรุสต็อก

clear: **~-cut** *adj.* มีโครงร่างชัดเจน; *(การชนะ, ผล, การตัดสิน)* เด่นชัด; *(เส้นรอบ, ร่าง)* คมชัด; **~-headed** *adj.* มีความคิดแจ่มชัด; **remain ~-headed** ยังมีความคิดปลอดโปร่ง

clearing /'klɪərɪŋ/'เคลียริง/ *n. (land)* บริเวณที่โล่งในป่า

clearing: ~ **bank** *n. (Commerc.)* ธนาคารที่แลกเปลี่ยนเอกสารทางการเงินกัน; ~ **house** *n. (Commerc.)* สำนักงานใหญ่ของธนาคารที่สาขาใช้เป็นศูนย์กลางการแลกเปลี่ยนเช็คและปรับบัญชีเงินเดินสะพัดให้สมดุล; *(fig.)* สำนักงานประมวลและกระจายข่าวสาร

clearly /'klɪəlɪ/'เคลียลิ/ *adv.* Ⓐ *(distinctly)* อย่างชัดเจน; Ⓑ *(manifestly, unambiguously)* อย่างกระจ่างแจ้ง; อย่างไม่สับสน; **please explain yourself more ~:** โปรดอธิบายเจตนาของคุณให้ชัดเจนกว่านี้หน่อย; **~, immediate action is called for** เห็นได้ชัดว่าจำเป็นต้องปฏิบัติการทันที

clearness /'klɪənɪs/'เคลียนิซ/ *n., no pl.* Ⓐ ความชัดเจน; *(of skin, complexion)* ความเกลี้ยงใส; Ⓑ *(distinctness) (of photograph, outline)* ความคมชัด; *(of words, of sounds)* ความแจ่มชัด; Ⓒ *(manifestness, unambiguousness)* ความแจ่มแจ้งไม่สับสน

clear: **~-out** *n.* การรื้อของเก่า; **have a ~-out** ทำการโละของ; **sth. needs a good ~-out** *ส.น.* จำเป็นต้องรื้อของออกและจัดให้เป็นระเบียบ; **~-sighted** *adj.* มองเห็นการไกล; ~ **'soup** *n.* ซุปใส

clearstory *(Amer.)* ➡ **clerestory**

clear: **~-thinking** *adj.* มีความคิดแจ่มชัด, จับประเด็นเก่ง; **~-up** *n.* การจัดให้เป็นระเบียบ; **have a [good] ~-up** จัดให้เป็นระเบียบเรียบร้อย [หมดจด]; **~way** *n. (Brit.)* ถนนที่ห้ามรถยนต์หยุดจอด

cleat /kli:t/คลีท/ *n.* Ⓐ *(to give footing on gangway)* ปุ่มโลหะหรือไม้ที่ใช้ผูกขันชะเนาะเข้ากับเชือกไม่ให้หลุดเลื่อน; *(to prevent rope from slipping)* ตะขอเกี่ยวกับเชือกกันลื่น; Ⓑ *(wedge)* ลิ่ม; Ⓒ *(to strengthen woodwork)* ไม้ขอบ, ไม้บัว; Ⓓ *(on boot, shoe)* ปุ่ม *(ดอกยาง)* กันลื่น

cleavage /'kli:vɪdʒ/'คลีวิจ/ *n.* Ⓐ *(act of splitting)* การแบ่ง, การแตกแยก; *(tendency)* รอยแยกเป็นแนวในหินหรือแก้ว ฯลฯ; *(fig.)* รอยร้าว; **the sharp ~ of opinions/interests** ความแตกแยกที่เด่นชัดทางความคิดเห็น/ความสนใจ; Ⓑ *(coll.: between breasts)* ร่องอก, ร่องนม; Ⓒ *(Biol.)* การแบ่งตัวของเซลล์

¹**cleave** /kli:v/คลีว/ *v.t.*, **~d** *or* **clove** /kləʊv/โคลว/ *or* **cleft** /kleft/เคล็ฟท/, **~d** *or* **cloven** /'kləʊvn/'โคลว่น/ *or* **cleft** *(literary)* Ⓐ *(split)* ผ่า, ฟัน, สับให้แยกออก; Ⓑ *(make way through)* แหวก, ฝ่า; **~ one's way through sth.** แหวกทางผ่าน *ส.น.* ที่ขวาง; ➡ + ²**cleft** 2; **cloven** 2

²**cleave** *v.i. (arch.: adhere)* เกาะติด; **~ to sb./sth.** *(fig.)* ซื่อสัตย์ภักดีต่อ *ค.น./ส.น.* อย่างแนบแน่น

cleaver /'kli:və(r)/'คลีเวอะ(ร)/ *n.* มีดสับ *(เนื้อสัตว์)*

clef /klef/เคล็ฟ/ *n. (Mus.)* กุญแจเสียง, *เครื่องหมายแสดงระดับเสียงต้นบรรทัดในโน้ตเพลง*

¹**cleft** /kleft/เคล็ฟท/ *n.* รอยแตก; *(fig.)* รอยร้าว

²**cleft** ❶ ➡ ¹**cleave** ❷ *adj.* แตก, ถูกแบ่งเป็นส่วน ๆ; **~ palate** เพดานโหว่เป็นช่อง; **be [caught] in a ~ stick** *(fig.)* กลืนไม่เข้าคายไม่ออก

clematis /'klemətɪs, klə'meɪtɪs/'เคล็มเมอะทิซ, เคลอะเมทิซ/ *n. (Bot.)* ดอกไม้เลื้อยในสกุล *Clematis* มีดอกใหญ่ ขาว ชมพู ม่วง

clemency /'klemənsɪ/'เคล็มเมินซิ/ *n., no pl.* Ⓐ *(mercy)* ความกรุณา, การให้อภัย, การผ่อนผัน; **show ~ to sb.** มีความเมตตาต่อ *ค.น.*; Ⓑ *(of weather, climate)* อากาศกำลังสบาย

clement /'klemənt/'เคละเมินทฺ/ *adj.* ที่มีเมตตากรุณา, ที่ไม่รุนแรง

clementine /'klemənti:n, 'kleməntaɪn/'เคล็มเมินทีน, 'เคล็มเมินทายน/ *n.* ส้มผลเล็ก

clench /klentʃ/เคล็นฉ/ *v.t.* Ⓐ *(close tightly)* เค้น, กำแน่น, ขบ, บีบ; **~ one's fist** *or* **fingers** กำหมัด *หรือ* กำมือแน่น; **with one's fist ~ed** *or* **[one's] ~ed fist** ด้วยหมัด *หรือ* ด้วยกำปั้น; **they gave the ~ed-fist salute** พวกเขาชูกำปั้นแสดงการทักทาย; **~ one's teeth** ขบฟัน; **through ~ed teeth** ด้วยอาการขบเขี้ยวเคี้ยวฟัน; Ⓑ *(grasp firmly)* จับแน่น, ขบแน่น; **~ sth. between one's teeth** ขบไว้แน่นระหว่างฟัน; Ⓒ *(secure by bending)* ดึงจนงอพับเข้ามา

clerestory /'klɪəstɔ:rɪ/'เคลียซตอริ, 'เคลียซตอริ/ *n.* Ⓐ *(Archit.)* แถวหน้าต่างใหญ่ในโบสถ์เหนือระดับหลังคาเฉลียงด้านข้าง; Ⓑ *(Amer. Railw.)* หลังคาตู้รถไฟส่วนที่ยกสูงขึ้นและมีหน้าต่างหรือช่องระบายอากาศ

clergy /'klɜ:dʒɪ/'เคลอจิ/ *n. pl.* สถาบันสงฆ์; คณะบาทหลวงหรือพระผู้ปฏิบัติหน้าที่ทางศาสนาในโบสถ์; **thirty ~:** บาทหลวงสามสิบคณะ

clergyman /'klɜ:dʒɪmən/'เคลอจิเมิน/ *n., pl.* **clegymen** /'klɜ:dʒɪmən/'เคลอจิเมน/ ➤ **489** สมาชิกของคณะบาทหลวง *(โดยเฉพาะในนิกาย Church of England)*

cleric /'klerɪk/'เคละริค/ *n.* บาทหลวง

clerical /'klerɪkl/'เคละริค'ล/ *adj.* Ⓐ *(of clergy)* เกี่ยวกับบาทหลวง; **~ collar** คอปกสีขาวตรงที่ผูกติดกับคอทางด้านหลังที่บาทหลวงบางนิกายใช้; Ⓑ *(of or by clerk)* เกี่ยวกับเสมียน หรือ เจ้าหน้าที่ธุรการ; **~ duties/task/occupation/work** หน้าที่/ภาระงาน/อาชีพ/งานที่เกี่ยวกับเสมียน; **~ error** คำที่เขียนผิด, สะกดผิด; **~ staff** คณะเจ้าหน้าที่ฝ่ายธุรการ; **~ worker** ➤ **489** เสมียน

clerihew /'klerɪhju:/'เคละริฮิว/ *n. (Lit.)* บทกลอนตลกอ้างถึงคนสำคัญ *(เป็นโคลงสองบาทสองต่อกัน)*

clerk /klɑ:k, US klɜ:rk/คลาค, เคลิรคฺ/ *n.* ➤ **489** Ⓐ พนักงาน; *(in bank, in office etc.)* พนักงาน; **city ~:** ปลัดเทศมณฑล; Ⓑ *(in charge of records)* เลขานุการ; Ⓒ **~ of the course** *(Horseracing)* เลขานุการของคณะกรรมการผู้จัดสินการแข่งม้า; **~ of [the] works** *(Building)* ผู้คุมงานก่อสร้าง; Ⓓ *(Eccl.: lay officer)* คนดูแลโบสถ์, มัคนายก; *(arch./Law: clergyman)* **~ [in holy orders]** บาทหลวง; Ⓔ *(Brit. Parl.)* เลขาธิการสภาขุนนาง; Ⓕ *(Amer.: assistant in shop)* พนักงานขายของ; *(in hotel)* พนักงานโรงแรม

clever /'klevə(r)/'เคล็วเวอะ(ร)/ *adj.*, **~er** /'klevərə(r)/'เคล็วเวอะเรอะ(ร)/ **~est** /'klevərɪst/'เคล็วเวอริซทฺ/ Ⓐ ฉลาด, เรียนเก่ง; **be ~ at mathematics/thinking up excuses** เก่งคณิตศาสตร์/แก้ตัวเก่ง; Ⓑ *(skilful, dextrous)* คล่องแคล่ว, ชำนาญ; **be ~ with one's hands** มีทักษะสูงทางมือ; Ⓒ *(ingenious)* มีความสามารถ, ฉลาดปราดเปรื่อง; Ⓓ *(smart, cunning)* ฉลาดเฉียบแหลม, เจ้าเล่ห์เจ้ากล, ฉลาดแกมโกง; **he was too ~ for us** เขาฉลาดเฉียบแหลมเกินเรา หรือ เราตามเขาไม่ทัน

clever: **~-~** *adj. (derog.)* ชาญฉลาด, ฉลาดเกิน *(แซว)*; **~-clogs** *n. sing., pl. same;* ➡ **~-sticks**; ~ **Dick** *n. (coll. derog.)* คนรู้มาก หรือ คนอวดเก่ง; **all right, ~ Dick!** ถูกแล้วละพ่อศรีธนญชัย!

cleverly /'klevəlɪ/'เคล็วเวอะลิ/ *adv.* Ⓐ ด้วยความฉลาด, อย่างมีปัญญา; Ⓑ *(skilfully, dextrously)* อย่างชำนาญ, อย่างคล่องแคล่ว

cleverness /'klevənɪs/'เคล็วเวอะนิซ/ *n., no pl.* Ⓐ ความฉลาด; *(talent)* ปัญญาความสามารถ, ความเก่งกาจ; Ⓑ *(skilfulness, dexterity)* ความชำนาญ, ความคล่องแคล่ว; **his ~ with his hands** ความคล่องแคล่วในการใช้มือของเขา; Ⓒ *(ingenuity)* ความสามารถ, ความฉลาดปราดเปรื่อง; Ⓓ *(smartness)* ความฉลาดเฉียบแหลม, ความฉลาดแกมโกง

'clever-sticks *n. sing., pl. same (coll. derog.) (iron.)* ไอ้รู้มาก

clew /klu:/คลู/ *(Naut.)* ❶ *n. (of hammock)* เชือกสายเล็ก ๆ ที่ปลายเปลญวน; *(of sail)* ส่วนล่างของใบเรือ ❷ *v.t.* **~ up** พับใบเรือ

cliché /'kli:ʃeɪ, US kli:'ʃeɪ/'คลีเช, คลี'เช/ *n.* สำนวนจำเจ, คำที่ใช้ซ้ำซาก, ความคิดที่เก่าคร่ำครึ; *(Printing)* แผ่นพิมพ์โลหะ

click /klɪk/คลิก/ ❶ *n.* Ⓐ เสียงดังกริ๊ก; Ⓑ *(Ling.)* เสียงเดาะลิ้น ❷ *v.t.* Ⓐ ทำให้เกิดเสียงดังกริ๊ก; **~ the shutter of a camera** กดกล้อง; **~ one's heels/tongue** ตบเท้า/กระดกลิ้น; **~ finger and thumb** ดีดนิ้ว; Ⓑ *(Computing)* กด *(เม้าท์)* ❸ *v.i.* Ⓐ ทำเสียงกริ๊ก; Ⓑ *(coll.: agree)* **~ with sth.** เห็นด้วยกับ *ส.น.*; Ⓒ *(be successful)* ประสบความสำเร็จ; *(coll.: fall into context)* **it's just ~ed** เพิ่งจะเข้าใจ/ปิ๊ง; **the name ~ed** ชื่อสะดุดหู; **~ with sb.** *(coll.)* ถูกชะตา, ถูกตาต้องใจ *ค.น.*; **they ~ed immediately** เขารู้สึกถูกชะตากันทันที

C

C

'click beetle *n.* แมลงปีกแข็งในสกุล *Elateridae ซึ่งส่งเสียงกริ๊กเมื่อกลับตัวจากการถูกคว่ำ*

client /'klaɪənt/'คลายเอินทฺ/ *n.* Ⓐ *(of lawyer, solicitor, barrister, social worker)* ลูกความ; *(of architect)* ผู้ว่าจ้าง; Ⓑ *(customer)* ลูกค้า

clientele /kli:ɒn'tel, US klaɪən'tel/คลีออน'เท็ล, คลายเอิน'เท็ล/ *n. (of shop)* กลุ่มลูกค้า; *(of theatre)* ผู้ชม

cliff /klɪf/คลิฟ/ *n. (on coast, inland)* หน้าผา

cliff: ~hanger *n.* เรื่องราวตื่นเต้นระทึกใจ; **~-hanging** *adj.* เต็มไปด้วยความระทึกใจ

climacteric /klaɪ'mæktərɪk/ไคล'แมคเทอะ ริค, ไคลแมค'เทะริค/ ❶ *adj.* Ⓐ *(critical)* จุดวิกฤติ; Ⓑ *(Med.) เกี่ยวกับช่วงที่การเจริญพันธุ์และกิจกรรมทางเพศลดลง* ❷ *n. (Med)* ช่วงชีวิตที่การเจริญพันธุ์และกิจกรรมทางเพศลดลง; *(fig.)* จุดเปลี่ยนในวิกฤติการณ์

climactic /klaɪ'mæktɪk/ไคล'แมคทิค/ *adj.* **~ scene/event** ฉาก/เหตุการณ์ที่เป็นจุดสุดยอด

climate /'klaɪmət/'คลายเมิท/ *n.* ภูมิอากาศ; **the ~ of opinion** บรรยากาศทางความคิดมวลชน

climatic /klaɪ'mætɪk/ไคล'แมทิค/ *adj.* เกี่ยวกับภูมิอากาศ

climatology /klaɪmə'tɒlədʒɪ/ไคลเมอะ'ทอเลอะจิ/ *n., no. pl.* การศึกษาเกี่ยวกับภูมิอากาศ

climax /'klaɪmæks/'คลายแมคซฺ/ ❶ *n.* Ⓐ จุดสุดยอด; จุดสำคัญของเนื้อร้อง; Ⓑ *(orgasm)* จุดสุดยอดของการร่วมเพศ ❷ *v.i.* มาถึงจุดสุดยอด; **~ in sth.** ถึงจุดสุดยอดใน *ส.น.*

climb /klaɪm/คลายมฺ/ ❶ *v.t.* ขึ้น *(บันได, ภูเขา);* ปีน *(เขา, ต้นไม้, หน้าผา);* ไต่ *(กำแพง, ต้นไม้, เสา);* **this mountain had never been ~ed before** ภูเขาลูกนี้ไม่เคยมีใครปีนมาก่อน; **the prisoners escaped by ~ing the wall** นักโทษหลบหนีโดยการปีนกำแพง ❷ *v.i.* Ⓐ ขึ้น/ปีน **(up** บน**)**; **into/out of** ขึ้น/ลง *(เตียง, ยานพาหนะ);* **~ aboard** เข้าไปข้างใน; **~ing plants/roses** ไม้/กุหลาบเลื้อย; Ⓑ *(เครื่องบิน, ดวงอาทิตย์)* ขึ้น, ไต่ระดับ; Ⓒ *(slope upward)* ลาดขึ้น; Ⓓ *(in social rank)* ก้าวหน้า ❸ *n. (ascent)* การขึ้น/ปีน; *(of road)* ความชัน; *(of aeroplane)* ระดับความสูง; **the pilot put the plane into a steep ~:** นักบินขับเครื่องบินไต่ระดับความสูงอย่างรวดเร็ว; **the first ~ of Everest** การปีนยอดเขาเอเวอเรสต์ครั้งแรก

~ 'down *v.i.* Ⓐ ไต่ลง, ลง; *(from a horse)* ลงจากหลังม้า; Ⓑ *(fig.: retreat, give in)* ยอม *(ในการโต้แย้ง, การต่อของ);* **~ down over an issue** ยอมเปลี่ยนจุดยืนเกี่ยวกับประเด็นที่โต้แย้งกันอยู่; ➡ **+ climbdown**

climbable /'klaɪməbl/'คลายเมอะบ'ล/ *adj.* สามารถปีนขึ้นไปได้

'climbdown *n.* การยอมเปลี่ยนความคิดเห็น

climber /'klaɪmə(r)/'คลายเมอะ(ร)/ *n.* Ⓐ *(mountaineer)* นักปีนเขา; *(of cliff, rock face)* นักไต่หน้าผา; Ⓑ *(plant)* พืชจำพวกไม้เลื้อย

climbing: ~ boot *n.* รองเท้าสำหรับการไต่หรือปีน; **~ frame** *n.* โครงสำหรับให้เด็กปีนเล่น; **~ iron** *n.* เหล็กแหลมเพื่อปีนป่ายที่ผูกติดกับรองเท้า

clime /klaɪm/คลายมฺ/ *n. (literary)* ภาค; Ⓐ *in sing. or pl. (region)* ภูมิภาค; Ⓑ *(climate)* ภูมิอากาศ

clinch /klɪntʃ/คลินฉฺ/ ❶ *v.t.* Ⓐ *(confirm or settle conclusively)* ยืนยันหรือตกลง *(ข้อโต้แย้ง, ข้อต่อรอง ฯลฯ);* Ⓑ ➡ **clench** C ❷ *n.* Ⓐ *(Boxing)* การที่นักมวยเข้ากอดรัดคู่ชก; Ⓑ *(coll.: embrace)* การโอบกอด; **go into a ~** เข้าโอบกอดกัน

clincher /'klɪntʃə(r)/'คลินเฉอะ(ร)/ *n.* ปัจจัย; **be the ~:** สิ่งที่เป็นปัจจัยทำให้ทุกอย่างเสร็จสิ้น

cling /klɪŋ/คลิง/ *v.i.,* **clung** /klʌŋ/คลัง/ Ⓐ **~ to sth./sb.** เกาะติดกับ *ส.น./ค.น.; (โคลน)* ติดอยู่กับ *ส.น./ค.น.; (ฝุ่น)* เคลือบ *ส.น./ค.น.;* **the lovers clung to each other** คู่รักกอดกันแน่น; **his sweat-soaked shirt clung to his back** เสื้อเชิ้ตที่เปียกเหงื่อแนบติดกับหลังของเขา; **her perfume still ~s to the scarf** กลิ่นน้ำหอมของเธอยังติดอยู่บนผ้าพันคอ; **~ together** ติดกันอยู่, อยู่ด้วยกัน; **a ~ing dress** กระโปรงชุดที่รัดรูป; Ⓑ *(remain stubbornly faithful)* **~ to sb./sth.** ยึดมั่นอยู่กับ *ค.น./ส.น.*

cling: ~ film *n.* แผ่นฟิล์มบางใสใช้ห่อสิ่งของ; **~[stone] peach** *n. (Bot.)* ผลไม้จำพวกลูกท้อที่มีเนื้อติดเมล็ด

clinic /'klɪnɪk/'คลินนิค/ *n.* Ⓐ *(place)* สถานพยาบาลเอกชน; Ⓑ *(private hospital)* คลินิก *(ท.ศ.);* **dental ~:** คลินิกทำฟัน; Ⓒ *(medical teaching at bedside)* การสอนวิชาแพทย์ข้างเตียงผู้ป่วย; Ⓓ *(Amer.: conference, short course)* การประชุม/การอบรมระยะสั้น

clinical /'klɪnɪkl/'คลินนิค'ล/ *adj.* Ⓐ *(Med.)* เกี่ยวกับหรือสำหรับการรักษาผู้ป่วย; **~ thermometer** ปรอทวัดไข้; Ⓑ *(objective, disapassionate)* อย่างไม่ใช้อารมณ์; *(coldly detached)* เย็นชาไร้ความรู้สึก; *(ความสนใจ)* ในแง่การแพทย์เท่านั้น; Ⓒ *(bare, functional)* ราบเรียบ, โพลน *(ห้อง, อาคาร)*

clinically /'klɪnɪkəlɪ/'คลินนิเคอะลิ/ *adv.* Ⓐ *(Med.)* เกี่ยวกับการรักษา; Ⓑ *(dispassionately)* อย่างไม่ใช้อารมณ์

clinicial: ~ psy'chologist *n.* ➤ 489 จิตแพทย์

¹clink /klɪŋk/คลิงคฺ/ ❶ *n. (of glasses, bottles, coins, keys)* เสียง *(ของแข็ง)* ดังกริ๊ง ❷ *v.i.* เกิดเสียงกระทบดังกริ๊ง *(แก้ว, ขวด)* ❸ *v.t.* ชน *(แก้ว)* ให้เกิดเสียงดังกริ๊ง; เขย่ากระดิ่งดังกรุ๊งกริ๊ง

²clink *n. (sl.: prison)* คุก; **be in ~:** อยู่ในคุก; **be put in ~:** ถูกจับเข้าคุก

clinker /'klɪŋkə(r)/'คลิงเคอะ(ร)/ *n. กากแข็งที่เหลือจากถ่านที่เผาไหม้*

'clinker-built *adj.* ต่อเป็นเกล็ดซ้อนกัน; **a ~ boat** *เรือสร้างโดยกระดานซ้อนเกยกันเป็นเกล็ด*

¹clip /klɪp/คลิพ/ ❶ *n.* Ⓐ *(for paper, pen)* ที่หนีบ/ที่เหน็บ; กิ๊บ *(ผม);* Ⓑ *(piece of jewellery) เข็มกลัดประดับแบบหนีบติด;* Ⓒ *(set of cartridges)* แผงกระสุนปืน ❷ *v.t.* **-pp-: ~ sth. [on] to sth.** หนีบ *ส.น.* ติดกับ *ส.น.;* **~ papers together** หนีบกระดาษไว้ด้วยกัน

~ 'on ❶ *v.i.* หนีบติด ❷ *v.t.* หนีบติด; ➡ **+ clip-on**

²clip ❶ *v.t.,* **-pp-:** Ⓐ *(cut)* ตัด *(เล็บ, ผม, ปีก);* เล็ม *(ต้นไม้);* **~ sb.'s wings** *(fig.)* ตัดปีก *ค.น.,* กำหราบ *ค.น.;* **~ a second off the record** ทำเวลาได้ดีกว่าสถิติชนะเลิศ 1 วินาที; Ⓑ ตัดขน *(แกะ, สุนัข);* Ⓒ ฉีก *(ตั๋ว);* Ⓓ *(coll.: hit)* **~ sb. on the jaw** ชกขากรรไกร *ค.น.;* **~ the crash barrier** ขับเฉี่ยวรั้วกันชน; Ⓔ **~ one's words/letters** พูดรวบคำ *หรือ* พูดแบบออกเสียงไม่ครบทุกพยางค์; Ⓕ *(Amer.: cut from newspaper)* ตัดข่าว ❷ *n.* Ⓐ *(of fingernails, hedge)* การตัด *(เล็บ, ผม, ปีก);* การเล็ม *(ต้นไม้);* **give the hedge a ~:** เล็มรั้วต้นไม้; Ⓑ *(extract from film)* ตอนสั้นที่ตัดจากภาพยนตร์; Ⓒ *(blow with hand)* การชก; **~ round** *or* **on** *or* **over the ear** ออกหมัดรอบ ๆ/บน/เหนือหู; **~ on the jaw** การชกที่ขากรรไกร; Ⓓ **be going at a good** *or* **fast ~** ไปด้วยความเร็วสูง; Ⓔ *(quantity of wool) ปริมาณขนแกะทั้งหมดที่ตัดได้ครั้งหนึ่ง ๆ*

clip: ~ art *n. (Computing)* รูปภาพที่สามารถได้จากอินเทอร์เน็ต, กฤตศิลป์ *(ร.บ.);* **~board** Ⓐ *n.* แผ่นรองเขียนที่มีที่หนีบกระดาษ; Ⓑ *(Computing)* ที่เก็บข้อมูลในระหว่างตัดแปะข้อความ; **~-clop** /'klɪpklɒp/'คลิพคลอพ/ ❶ *n.* เสียงของกีบม้าบนถนน ❷ *v.i.* **-pp-** เสียงม้าเดิน/วิ่งบนถนน; **~ joint** *n. (coll. derog.)* สถานที่เถื่อน; **~-on** *adj.* **a ~-on accessory** เครื่องประดับที่ใช้หนีบ/เหน็บ; **~-on sunglasses** แว่นตาดำที่หนีบกับแว่นสายตา; **a ~-on handle** มือจับที่หนีบติด; **do you wear ~ earrings** คุณใส่ต่างหูแบบหนีบไหม

clipped /klɪpt/คลิพทฺ/ *adj. (การพูด)* ละคำ

clipper /'klɪpə(r)/'คลิพเพอะ(ร)/ *n.* Ⓐ *in pl. (for hair)* กรรไกรไฟฟ้า; Ⓑ *(Naut.)* เรือใบที่วิ่ง *(เร็ว เดิมใช้ข้ามมหาสมุทร)*

clipping /'klɪpɪŋ/'คลิพพิง/ *n.* Ⓐ *(piece clipped off)* ชิ้นส่วนที่ตัดออกมา *(เล็บ, ผม);* Ⓑ *(newspaper cutting)* ข้อความที่ตัดมา

clique /kli:k/คลีค/ *n.* ก๊ก; กลุ่มคนที่รวมพวก

cliquey /'kli:kɪ/'คลีคิ/, **cliquish** /'kli:kɪʃ/'คลีคิช/ *adj. (derog.)* **be ~:** ชอบจับแยกกลุ่ม; **a ~ attitude** ทัศนคติที่รักกลุ่มเดียวกันและกีดกันคนภายนอก

clitoris /'klɪtərɪs/'คลิทเทอะริซ/ *n. (Anat.)* ปุ่มกระสันในอวัยวะเพศหญิง; ปุ่มคลิโตริส *(ท.ศ.)*

cloak /kləʊk/โคลค/ ❶ *n.* Ⓐ เสื้อคลุม; *(fig.)* **~ of snow** การปกคลุมของหิมะ; **under the ~ of darkness** ภายใต้ความมืดมิด; **use sth. as a ~ for sth.** ใช้ *ส.น.* ปิดบังซ่อนเร้น *ส.น.;* **a ~ of secrecy** ภายใต้บรรยากาศลึกลับ; Ⓑ *in pl.* ห้องสุขา ❷ *v.t.* Ⓐ คลุมเสื้อคลุม; Ⓑ *(fig.)* **~ed in mist/darkness** ในหมอก/ความมืด; **sth. is ~ed in secrecy** *ส.น.* ถูกปกปิดเป็นความลับ

cloak: ~-and-'dagger *adj.* ลึกลับ, เกี่ยวกับการสมคบคิดและจารกรรม; **~room** *n.* ห้องเก็บเสื้อคลุม หมวก หรือกระเป๋า เป็นต้น; *(Brit.: euphem.: lavatory)* ห้องน้ำ; **~ room attendant** ➤ 489 ผู้ดูแลห้องฝากเสื้อนอก

¹clobber /'klɒbə(r)/'คลอเบอะ(ร)/ *n. (Brit. coll.)* เสื้อผ้าหรือสิ่งของส่วนตัว

²clobber *v.t. (coll.)* Ⓐ *(hit)* ตีซ้ำแล้วซ้ำอีก; *(financially)* ทำให้มีปัญหามหาศาลด้านการเงิน; Ⓑ *(defeat, criticize)* ทำให้แพ้, วิพากษ์วิจารณ์อย่างหนัก

cloche /klɒʃ/คลอช, โคลช/ *n.* Ⓐ *(Agric. Hort.) แผ่นโปร่งใสขนาดเล็กใช้คลุมป้องกันหรือเร่งพืช;* Ⓑ **~ ['hat]** หมวกผู้หญิงทรงระฆังรัดรูปของผู้หญิง

clock /klɒk/คลอค/ ❶ *n.* Ⓐ ➤ 177 นาฬิกา; **[work] against the ~:** [ทำงาน] แข่งกับเวลา; **beat the ~ [by 10 minutes]** เสร็จก่อนเวลา [10 นาที]; **put** *or* **turn the ~ back** *(fig.)* ย้อนเวลากลับ/ย้อนอดีต; **round the ~:** ตลอดวันตลอดคืน, ตลอด 24 ชม.; **hold the ~ on sb.** หยุดเวลาให้ *ค.น.;* **watch the ~** *(fig.)* คอยดูนาฬิกาในขณะทำงาน; Ⓑ *(coll.) (speedometer)* มิเตอร์บอกความเร็วของรถ; *(milometer)* มิเตอร์บอกระยะกิโลเมตร; *(taximeter)* มิเตอร์ *(ท.ศ.);* Ⓒ *(coll.: stopwatch)* นาฬิกาจับเวลา; Ⓓ *(Bot.: seedhead) ส่วนหัวของเมล็ดที่ปกคลุมด้วยขน;* Ⓔ *(Brit sl.: face)* หน้าคน; ➡ **+ o'clock** ❷ *v.t.* Ⓐ **~ [up]** บันทึก, ทำได้ *(เวลา, ระยะทาง,*

177 clock-face | clock-watcher

The clock (นาฬิกา)

What time is it?
= เวลาเท่าใด, กี่โมงแล้ว
Could you tell me the time?
= คุณช่วยบอกฉันหน่อยได้ไหมว่ากี่โมงแล้ว
What time do you make it?
= นาฬิกาของคุณเวลาเท่าไร
By my watch it's five to/ten past nine
= นาฬิกาของฉันตอนนี้คืออีกห้านาทีเก้าโมง/เก้าโมงสิบนาที

My watch is fast/slow
= นาฬิกาของฉันเดินเร็ว/ช้า
It's just after or ***just gone ten***
= เพิ่งจะสิบโมง
It's gone eleven
= สิบเอ็ดโมงแล้ว
It's coming up to seven
= กำลังจะเจ็ดโมง

Thai uses the twenty-four hour clock for official events and when quoting times in print or on radio and television. Note that when such times are spoken, the word นาฬิกา is never omitted, and it is immediately followed by the number of minutes. However a mixture of the 12 hour clock during the day and a Thai system based on dividing the day into quarters of 6 hours each eg: *7 a.m.* = 1 โมงเช้า, *7 p.m.* = 1 ทุ่ม, *1 a.m.* = ตี 1 is also used in conversation and letters, followed by เช้า, เย็น ("in the morning", "in the evening"), etc. if it is necessary to make this clear.

WRITTEN (ภาษาเขียน)	SPOKEN (ภาษาพูด)
1.00 a.m./0100	***one [a.m.*** or ***in the morning]/one hundred hours***
= 1.00 นาฬิกา	ตีหนึ่ง
1.00 p.m./13.00	***one [p.m.*** or ***in the afternoon]/thirteen hundred hours***
= 13.00 นาฬิกา	บ่ายโมง, สิบสามนาฬิกา
2.05 a.m./02.05	***five past two [in the morning]/[o] two o five***
= 2.05 นาฬิกา	ตีสองห้านาที
2.05 p.m./14.05	***five past two [in the afternoon]/fourteen o five***
= 14.05 นาฬิกา	บ่ายสองโมงห้านาที, สิบสี่นาฬิกา 5 นาที
4.15 a.m./04.15	***four fifteen [a.m.], a quarter past four [in the morning]/[o] four fifteen***
= 4.15 นาฬิกา	ตีสี่สิบห้านาที
4.15 p.m./16.15	***four fifteen [p.m.], a quarter past four [in the afternoon]***
= 16.15 นาฬิกา	บ่ายสี่โมงสิบห้านาที
5.30 a.m./05.30	***five thirty [a.m.], half past five [in the morning]/[o] five thirty***
= 5.30 นาฬิกา	ตีห้าครึ่ง
5.30 p.m./17.30	***five thirty [p.m.], half past five [in the afternoon]/seventeen thirty***
= 17.30 นาฬิกา	บ่ายห้าโมงครึ่ง
7.45 a.m./07.45	***seven forty-five [a.m.], a quarter to eight [in the morning]/[o] seven forty-five***
= 7.45 นาฬิกา	เจ็ดโมงเช้าสี่สิบห้า, อีกสิบห้านาทีแปดโมงเช้า
7.45 p.m./19.45	***seven forty-five [p.m.], a quarter to eight [in the evening]/nineteen forty-five***
= 19.45 นาฬิกา	หนึ่งทุ่มสี่สิบห้านาที, อีกสิบห้านาทีสองทุ่ม
12.00 [midnight]/, 00.00, 2400	***twelve [o'clock], [twelve] midnight/oo double o, twenty-four hundred hours***
= 0 นาฬิกา, 24 นาฬิกา	เที่ยงคืน
12 noon]/12.00	***twelve [o'clock], [twelve] noon/twelve hundred hours***
= 12.00 นาฬิกา	เที่ยงวัน

N.B. When using the twenty-four hour clock, **00.00 =** ศูนย์นาฬิกา indicates the beginning of the day, **24.00 =** ยี่สิบสี่นาฬิกา the end of the day.

When? (เมื่อไร)

"at" with a time is ตอน:
He came at eight o'clock
= เขามาตอนแปดโมง
[At] what time do you want breakfast?
= คุณต้องการรับประทานอาหารเช้าตอนกี่โมง
at half past
= ตอน...ครึ่ง
at half past eight, at half eight
= ตอนแปดโมงครึ่ง
at six exactly, on the dot of six
= ตอนหกโมงตรง

at about ten
= ตอนประมาณสิบโมง
at twelve at the latest
= ช้าที่สุดตอนสิบสองโมง
It must be ready by eleven
= ต้องพร้อมภายในสิบเอ็ดโมง
I won't be there until six
= ฉันจะไม่ไปที่นั่นจนหกโมง (เย็น, เช้า)
closed from 1 to 2 p.m.
= ปิดระหว่าง 13 ถึง 14 นาฬิกา
every hour on the hour
= ทุกชั่วโมงตรง

ความเร็ว); **my car has ~ed up 50,000 miles** รถของฉันวิ่งมาแล้ว 50,000 ไมล์; **~ 3.43.7/a personal best** วิ่งเร็ว 3.43.7/ที่สุดที่เคยวิ่ง; **B** *(coll.: time)* จับเวลา; **C** *(coll.: hit)* **~ sb. [one]** ตีหัว *ค.น.*

~ 'in, ~ 'on *v.i.* ลงเวลาเริ่มงาน, เริ่มงาน; **the night shift ~s in** *or* **on at 8 p.m.** งานกะกลางคืนเริ่มตอนสองทุ่ม

~ 'off, ~ 'out *v.i.* ลงเวลาเลิกงาน, เลิกงาน; **we ~ off** *or* **out earlier than usual on a Friday** วันศุกร์เราเลิกงานเร็วกว่าปกติ

clock: ~-face *n.* หน้าปัดนาฬิกา; **~ golf** *n.* กอล์ฟที่เล่นรอบวงกลม; **~maker** *n.* ➤ 489 ช่างทำนาฬิกา; **~ radio** *n.* วิทยุมีนาฬิกาปลุกในเครื่อง; **~ tower** *n.* หอนาฬิกา; **~-watcher** *n.*

clockwise | close-set 178

ผู้ที่เลิกงานทันทีทันใดที่ถึงเวลา; ~-**watching** การจ้องมองเวลาเลิกงาน

'clockwise /'klɒkwaɪz/'คลอควายซฺ/ *adv., adj.* ตามเข็มนาฬิกา, หมุนตามเข็มนาฬิกา; **in a ~ direction** ในทิศทางตามเข็มนาฬิกา

'clockwork /'klɒkwɜ:k/'คลอคเวิค/ *n.* ที่ไขลาน *(เหมือนนาฬิกา)*; **a ~ car** รถไขลาน; **as regular as ~** *(fig.)* ตรงต่อเวลามาก; **with ~ precision/regularity** *(fig.)* ด้วยความตรงเผง/เวลา; **go like ~** ดำเนินไปอย่างเรียบร้อยมาก

clod /klɒd/คลอด/ *n.* Ⓐ *(lump)* ก้อน; *(of earth)* ก้อนดิน; Ⓑ *(derog.: dolt)* คนโง่หรือเซ่อ

'clodhopper *n.* Ⓐ ➡ **clod** B; Ⓑ *(coll.: shoe)* รองเท้างุ่มง่าม

clog /klɒg/คลอก/ ❶ *n.* รองเท้าไม้; *([fashionable]) wooden-soled shoe)* รองเท้าพื้นไม้; **pop one's ~s** *(Brit. coll.)* ตาย ❷ *v.t.* **-gg-**: Ⓐ **~ [up]** อุดตัน *(รูผิวหนัง)*; ติดแน่น *(เครื่องยนต์)*; **be ~ged [up] with sth.** อุดตันด้วย *ส.น.*; Ⓑ *(impede)* ขัดขวาง, เกะกะ; Ⓒ **~ [up]** *(encumber)* เต็มไปด้วย

cloister /'klɔɪstə(r)/'คลอยซฺเตอะ(ร)/ ❶ *n.* Ⓐ *(covered walk)* ระเบียงมีหลังคาล้อมโบสถ์หรือวิหาร; Ⓑ *(convent, monastery; monastic life)* วัด, สำนักชี; ชีวิตแบบสงฆ์ ❷ *v. refl.* **~ oneself in one's study** *(fig.)* เก็บตัวไว้ในห้องทำงาน

cloistered /'klɔɪstəd/'คลอยซฺเติด/ *adj.* แบบสันโดษตัดขาดจากโลกภายนอก; *(fig.)* มีชีวิตแบบสงฆ์

clone /kləʊn/โคลน/ *(Biol.)* ❶ *n.* Ⓐ สิ่งมีชีวิตที่เกิดขึ้นจากการแยกเซลล์โดยไม่มีการผสมพันธุ์; *(fig.)* สิ่งที่เป็นการเลียนแบบอีกสิ่งหนึ่ง ❷ *v.t.* ขยายพันธุ์โดยการแตกเซลล์ไม่ต้องผสมพันธุ์

clonk /klɒŋk/คลองคฺ/ *n. (coll.)* Ⓐ *(sound)* เสียงของอะไรที่ตกลงมาแรง ๆ; Ⓑ **get a ~ on the head** โดนอะไรตกลงบนศีรษะ

close ❶ /kləʊs/โคลซฺ/ *adj.* Ⓐ *(near in space)* ใกล้; **be ~ to sth.** อยู่ใกล้ *ส.น.*; **how ~ is London to the South coast?** ลอนดอนอยู่ห่างจากชายฝั่งด้านใต้เท่าไร; **you're too ~ to the fire** คุณอยู่ใกล้ไฟเกินไป; **fly ~ to the ground** บินในระดับใกล้พื้นดิน; **I wish we lived ~r to your parents** ฉันอยากให้เรามีบ้านใกล้พ่อแม่ของคุณกว่านี้; **be ~ to tears/breaking point** น้ำตาใกล้จะไหล/ใกล้จุดแตกหัก; **be ~ to exhaustion** ใกล้จะหมดแรง; **at ~ quarters, the building looked less impressive** เมื่อมองใกล้ ๆ ตึกหลังนี้ดูน่าประทับใจน้อยลง; **fighting at ~ quarters** การปะทะแบบประชิดตัว; **at ~ range** ในระยะสั้น; Ⓑ *(near in time)* ใกล้เวลา; **war is ~**: สงครามใกล้เข้ามา; Ⓒ *(in near or intimate relation)* ใกล้ชิด, สนิท *(เพื่อน, ญาติ)*; **be/become ~ to sb.** สนิท/เกิดความสนิทกับ *ค.น.*; Ⓓ *(rigorous, painstaking) (การตรวจสอบ, งานฝีมือ)* ละเอียด, จดจ่อ; **pay ~ attention** ให้ความสนใจอย่างจดจ่อ; Ⓔ *(stifling)* อับ; *(อากาศ)* อ้าว; Ⓕ *(nearly equal)* ใกล้เคียง, สูสี, เฉียด; **a ~ race** การแข่งขันที่สูสี; **I had a ~ call/shave/thing** *(coll.)* ฉันรอดจากอันตรายมาได้อย่างหวุดหวิด; Ⓖ *(fitting exactly) (เสื้อผ้า)* พอดีตัว; *(การแปล, การเลียนแบบ, ความคล้ายคลึง)* ใกล้เคียง; **be the ~st equivalent to sth.** ใกล้เคียงกับ *ส.น.* อย่างมากที่สุด; **bear a ~ resemblance to sb.** เหมือนกับ *ค.น.* มาก; Ⓗ *(narrow, confined) (ห้อง)* คับแคบ; Ⓘ *(dense) (รั้วต้นไม้)* ทึบ; *(ลายมือ)* ชิด; *(fig.) (การถกเถียง)* ที่มีเหตุมีผล; Ⓙ *(concealed)* เก็บตัว; *(secret)* **keep sth. ~**: เก็บ *ส.น.* เป็นความลับ; **keep** *or* **lie ~ for a while** ซ่อนตัวสักพักหนึ่ง; Ⓚ *(niggardly)* ขี้เหนียว; **he's very ~ with his money** เขาเป็นคนขี้เหนียวมาก; Ⓛ *(Phonet.) (สระ)* ปิด ❷ /kləʊs/โคลซฺ/ *adv.* Ⓐ *(near)* ใกล้; **come ~ to the truth** เข้าใกล้ความจริง; **that's the ~st I've ever come to being involved in an accident** นั่นคือครั้งที่ฉันเกือบจะประสบอุบัติเหตุที่สุด; **be ~ at hand** อยู่ใกล้แค่เอื้อม; เหตุการณ์ใกล้จะเกิด; **~ by** อยู่ใกล้; **~ by the river** ใกล้แม่น้ำ; **the lamb stayed ~ by its mother's side** ลูกแกะอยู่ใกล้แม่ของมันตลอด; **~ on 60 years** เกือบ 60 ปี; **~ on 2 o'clock** ใกล้จะบ่ายสอง; **~ to sb./sth.** ใกล้ *ค.น./ส.น.*; **don't stand so ~ to the edge of the cliff** อย่ายืนใกล้ริมหน้าผามากนัก; **come ~ to tears** น้ำตาใกล้จะไหล; **she came ~ to being the best/the winner** เธอเกือบได้เป็นคนที่เก่งที่สุด/ผู้ชนะ; **~ together** ใกล้กัน; **try not to come too ~ together** พยายามอย่ามาติด ๆ กันมากเกินไป; **can't you stand ~r together?** พวกคุณช่วยยืนชิดกันมากขึ้นได้ไหม; **these deadlines come too ~ together** เวลากำหนดเสร็จพวกนี้อยู่ติดกันมากเกินไป; **it brought them ~r together** *(fig.)* มันทำให้พวกเขาใกล้ชิดยิ่งขึ้น; **~ behind** ตามติด; **leave sth./stand ~ behind sb./sth.** ทิ้ง *ส.น.* อยู่หลัง *ค.น.* ไม่ไกล/ยืนใกล้ ๆ หลัง *ค.น./ส.น.*; **see sth. [from] ~ 'to** *or* **'up** เห็น *ส.น.* อย่างใกล้ชิด; **go ~**: ไปใกล้; Ⓑ *(in ~ manner)* ชิด, ใกล้; **on looking ~r** เมื่อมองใกล้เข้าไปอีก ❸ /kləʊz/โคลซ/ *v.t.* Ⓐ *(shut)* ปิด *(ประตู, หน้าต่าง, ร้านค้า)*; หลับ *(ตา)*; *(declare shut)* ปิด *(โรงงาน, กิจการ, ถนน, สะพาน)*; **behind ~d doors** อย่างไม่เปิดเผย; **~ one's eyes to sth.** *(fig.)* ทำเป็นมองไม่เห็น/เพิกเฉย *ส.น.*; Ⓑ *(conclude)* สรุป, ยุติ *(การสนทนา, การอภิปราย, การประชุม)*; ปิด *(บัญชี)*; **~ an account** ปิดบัญชี; **the matter is ~d** เรื่องจบลงแล้ว; Ⓒ *(make smaller)* ทำให้เล็กลง, ทำให้แคบลง, ลด; **~ the gap between rich and poor** ลดช่องว่างระหว่างคนรวยกับคนจน; Ⓓ *(Electr.)* ทำให้ไหลหมุนเวียนไปได้ตลอด *(กระแสไฟฟ้า)* ❹ /kləʊz/โคลซ/ *v.i.* Ⓐ *(shut)* ปิด; **the valve won't ~**: วาล์วไม่ยอมปิด; **the door/lid doesn't ~ properly** ประตู/ฝาปิดไม่สนิท; Ⓑ *(permanently) (ร้านค้า, กิจการ)* ปิด; *(บริษัท)* เลิก; Ⓒ *(come to an end)* จบ, เลิก; *(finish speaking)* จบ; **in closing** สุดท้ายนี้; Ⓓ *(come closer, within striking distance)* ใกล้เข้ามา; ใกล้จะชนะ; *(join battle)* ประชิดตัวในการต่อสู้; **I ~d with him in hand-to-hand fighting** ผมประชิดตัวเขาในการสู้กันตัวต่อตัว ❺ *n.* Ⓐ /kləʊz/โคลซ/ *no pl.* จุดจบ, จุดยุติ; **come** *or* **draw to a ~**: จบลง; **bring** *or* **draw sth. to a ~**: ทำให้ *ส.น.* ถึงจุดยุติ; **at ~ of business** เวลาเลิกงาน; **at ~ of play** เวลาเลิกการแข่งขัน; Ⓑ *(Mus.)* จังหวะเสียงที่นำไปสู่ตอนจบของเพลง; Ⓒ *(Brit.: precinct of cathedral)* อาณาเขตของโบสถ์/สังฆมณฑล; *(enclosed place)* ถนนตัน; พื้นที่ที่มีหลักเขตหรือรั้ว/กำแพงกั้น

~ **'down** ❶ *v.t.* เลิก, ปิด *(บริษัท, ร้านค้า)* ❷ *v.i.* ถูกปิด; *(Brit.) (สถานีวิทยุ)* เลิกกระจายเสียงข้ามคืน; **many businesses have ~d down because of the recession** ธุรกิจหลายแห่งต้องปิดกิจการลง เนื่องจากภาวะเศรษฐกิจชบเซา

~ **'in** *v.i.* Ⓐ *(กลางคืน, ความมืด)* ครอบคลุม; *(ช่วงสว่างของวัน)* สั้นลง; **~ in [up]on sb./sth.** *(draw nearer)* เข้าใกล้ *ส.น./ค.น.* มากขึ้น; *(draw around)* ล้อมรอบ

~ **off** *v.t.* ปิด

~ **'out** *v.t. (Amer.)* โละขาย *(สินค้า)*; ยกเลิก *(กิจการ)*

~ **'up** ❶ *v.i.* Ⓐ เคลื่อนเข้ามาใกล้ขึ้น; Ⓑ *(ดอกไม้)* หุบ; Ⓒ *(lock up)* ปิด ❷ *v.t.* ปิด; ➡ + **-up**

close-cropped /kləʊskrɒpt/'โคลซครอพทฺ/ *adj. (ผม, หญ้า)* ตัดสั้นจนเตียน

closed /kləʊzd/โคลซดฺ/ *adj.* Ⓐ *(no longer open) (ร้านค้า, สถานที่ต่าง ๆ)* ปิด; (~) 'ปิด'; **museums are ~ to the public on Monday** พิพิธภัณฑ์ปิดทุกวันจันทร์; Ⓐ *(restricted)* ไม่เปิดให้ทุกคน; จำกัด; *(Sport)* จำกัดให้เฉพาะคนบางกลุ่ม; **a women's ~ golf tournament** การแข่งขันกอล์ฟหญิง; ➡ + **Scholarship** A; Ⓒ *(Phonet.) (พยางค์)* มีตัวสะกด; ➡ + **book** 1 A

closed: ~-circuit *adj.* **~-circuit television** โทรทัศน์วงจรปิด; *(for supervision)* โทรทัศน์สังเกตการณ์

close-down /'kləʊzdaʊn/'โคลซดาวนฺ/ *n.* Ⓐ *(closing)* การปิด; *(of works, railway, mine)* การเลิก; Ⓑ *(Radio, Telev.)* การปิดสถานี

closed: ~ season *(Amer.)* ➡ **close season**; **~ 'shop** *n.* สถานที่ทำงาน ฯลฯ ซึ่งลูกจ้างทุกคนต้องเป็นสมาชิกของสหภาพแรงงานที่ตกลงกันไว้

close /kləʊs/โคลซ/: **~-fisted** *adj.* ขี้เหนียว; **~-fitting** *adj. (กระโปรง)* รัดรูป; *(เสื้อผ้า)* พอดีตัว; **~-grained** *adj. (ไม้, หนัง)* มีเนื้อละเอียด; **~ 'harmony** *n. (Mus.)* การประสานเสียงให้กลมกลืนซึ่งเกิดจากโน้ตของคอร์ดที่อยู่ใกล้กัน; **~-hauled** *adj. (Naut.)* แล่นเรือใบให้ใกล้ลมมากที่สุด; **~-knit** *adj.* ผูกติดแน่น; มีความสัมพันธ์แน่นแฟ้น

closely /'kləʊslɪ/'โคลซลิ/ *adv.* Ⓐ อย่างชิด, ใกล้, ติด; **follow me ~**: ตามฉันมาติด ๆ นะ; **look ~ at** มองใกล้ ๆ; **the first explosion was ~ followed by two more** การระเบิดครั้งแรกติดตามด้วยการระเบิดอีกสองครั้งในระยะเวลาติด ๆ กัน; Ⓑ *(intimately)* ใกล้ชิดสนิทสนม; **we're not ~ related** เราเป็นญาติห่าง ๆ; Ⓒ *(rigorously, painstakingly) (ตรวจงาน)* อย่างเข้มงวด; *(สอบสวน)* อย่างละเอียดรอบคอบ; อย่างระมัดระวัง; **a ~ guarded secret** ความลับที่ปกปิดอย่างระมัดระวัง; Ⓓ *(nearly equally)* **fought ~ contested** แข่งขันกันอย่างสูสี; Ⓔ *(exactly)* ทีเดียว; **~ resemble sb.** เหมือน *ค.น.* ทีเดียว; Ⓕ *(densely)* แน่นหนา; ชิดมาก; **~ printed/written** พิมพ์/เขียนชิดมาก; **~ reasoned** *(fig.)* ถกเถียงอย่างมีเหตุผล

closeness /'kləʊsnɪs/'โคลซนิซ/ *n., no pl.* Ⓐ *(nearness in space or time)* ความใกล้; Ⓑ *(intimacy)* ความใกล้ชิด, ความสนิทสนม; **the ~ of their friendship** ความสนิทสนมของมิตรภาพของพวกเขา; Ⓒ *(rigorousness)* ความละเอียดรอบคอบ *(ของการสอบสวน)*; ความระมัดระวัง *(ของการเฝ้ามอง)*; Ⓓ *(of atmosphere, air)* ความอับ; Ⓔ *(of contest, election, etc.)* ผลที่สูสีกัน; Ⓕ *(exactness)* **the ~ of the fit** ความพอดีตัว; **the ~ of a translation** การแปลที่ตรงตามต้นฉบับ

close: /kləʊs/โคลซ/: **~-range** *adj.* ระยะใกล้; **~-range weapon** อาวุธระยะใกล้; **~-range shots** *(Photog.)* การถ่ายภาพระยะใกล้; **~ season** *n.* ฤดูที่ห้ามล่าสัตว์บางจำพวกเนื่องจากเป็นฤดูผสมพันธุ์; **~-set** *adj. (ตา)* ซึ่งตั้งอยู่ชิดกัน; *(รั้วต้นไม้)* ทึบ

closet /ˈklɒzɪt/ˈคลอซิท/ *n.* Ⓐ *(Amer.: cupboard)* ตู้; **come out of the ~** *(fig.)* เปิดเผยความสนใจหรือพฤติกรรมที่หลบซ่อนอยู่; Ⓑ *(water-~)* ห้องน้ำ

closeted /ˈklɒzɪtɪd/ˈคลอซิทิด/ *adj.* **be ~ together /with sb.** ปรึกษาหารือกันเป็นการส่วนตัวในห้องที่ปิดประตูมิดชิด/กับ *ค.น.*

close-up /ˈkləʊsʌp/ˈโคลุซอัพ/ *n. (Cinemat., Telev.)* **~ [picture/shot]** ภาพถ่ายระยะใกล้; *(of face etc.)* ถ่ายภาพหน้า; **in ~:** ถ่ายภาพใกล้/หน้า

closing /ˈkləʊzɪŋ/ˈโคลุซิง/: **~ date** *n. (for competition)* วันหมดกำหนด; **the ~ date for applications for the job is ...:** วันที่ปิดรับสมัครงานคือ...; **~ time** *n. (of public house, shop)* เวลาปิด; **it's nearly ~ time** เกือบถึงเวลาปิดแล้ว

closure /ˈkləʊʒə(r)/ˈโคลุเฌอะ(ร)/ *n.* Ⓐ *(closing)* การปิด *(บริษัท, โรงงาน)*; การเลิกทำงาน; การปิดกั้น *(ถนน, สะพาน)*; **a two-year ~:** การเลิกทำงานเป็นเวลาสองปี; Ⓑ *(Parl.)* การปิดการอภิปรายในสภา; Ⓒ *(cap, stopper)* จุก/ฝา [ขวด]

clot /klɒt/คลอท/ ❶ *n.* Ⓐ ก้อนเลือดที่แข็งตัว; **a ~ [of blood] had formed over the wound/in the artery** ก้อนเลือดเกาะกรังบนบาดแผล/ในเส้นโลหิตใหญ่; Ⓑ *(Brit. coll.: stupid person)* คนโง่เง่า, คนทึ่ม ❷ *v.i.*, **-tt-** *(เลือด, ครีม)* แข็งตัวเป็นก้อน

cloth /klɒθ/คลอธ/ *n., pl.* Ⓐ **~s** ผ้า; **~ of gold/silver** ผ้าทำด้วยเส้นทอง/เส้นเงิน; **bound in ~:** หุ้มด้วยผ้า; **cut one's coat according to one's ~** *(fig.)* ใช้จ่ายเงินภายในวงเงินที่ตนสามารถจะจ่ายได้; Ⓑ *(piece of ~)* ชิ้นผ้า, ผ้าผืนหนึ่ง; *(dish~)* ผ้าเช็ดจาน; *(table~)* ผ้าปูโต๊ะ; *(duster)* ผ้าเช็ดโต๊ะเก้าอี้ ฯลฯ; Ⓒ *no pl. (clerical profession)* **a gentleman of the ~:** พระ, นักบวช, บาทหลวง

cloth: ~ binding *n.* ปกหนังสือที่ทำด้วยผ้า; **~-bound** *adj.* หุ้มปกด้วยผ้า; **~-cap** *adj.* **he tried to project a ~-cap image** เขาพยายามสร้างภาพพจน์ว่าตัวเขาเป็นกรรมกร; **a ~-cap comedian/entertainer** นักแสดงชวนหัว/ผู้ที่ให้ความบันเทิงให้ชนชั้นกรรมกร

clothe /kləʊð/โคลุฑ/ *v.t.* ปกคลุม; *(fig.)* **~ one's sentiments/ideas in words** แสดงความรู้สึก/ความคิดออกมาเป็นคำพูด; **the cherry trees were ~d in blossom** ต้นเชอร์รีออกดอกสะพรั่ง; **the hills were ~d in snow** เนินเขาถูกปกคลุมด้วยหิมะ

'cloth-eared *adj. (coll. derog.)* หูหนวก

clothes /kləʊðz, US kləʊz/โคลุฑซุ, โคลุซ/ *n. pl.* Ⓐ เสื้อผ้า, เครื่องนุ่งห่ม; *(collectively)* เสื้อ; **with one's ~ on** สวมเสื้อผ้าอยู่; **put one's ~ on** สวมเสื้อผ้า/แต่งตัว; **without any ~ on** ไม่ได้สวมเสื้อผ้า; **take one's ~ off** ถอดเสื้อผ้า; Ⓑ ➡ **bedclothes**

clothes: ~ basket *n.* ตะกร้าใส่เสื้อผ้า; **~ brush** *n.* แปรงปัดเสื้อผ้า; **~ hanger** *n.* ไม้แขวนเสื้อ; **~ horse** *n.* โครงตากผ้า; **~ line** *n.* ราวตากผ้า; **~ moth** *n.* แมลงกัดเสื้อผ้า; **~ peg** *(Brit.)*; **~pin** *(Amer.) ns.* ที่หนีบเสื้อผ้าเวลาตาก

clothier /ˈkləʊðɪə(r)/ˈโคลุเฑีย(ร)/ *n.* ➤ 489 *(formal)* พ่อค้าเสื้อผ้าผู้ชาย

clothing /ˈkləʊðɪŋ/ˈโคลุฑิง/ *n., no pl.* เสื้อผ้า, เครื่องนุ่งห่ม; **article of ~:** เครื่องนุ่งห่มหนึ่งชิ้น; **bloodstained ~ was found** พบเสื้อผ้าที่มีรอยเลือด

clotted cream /klɒtɪd ˈkriːm/คลอทิด ˈครีม/ ➡ **Devonshire cream**

cloture /ˈkləʊtʃə(r)/ˈโคลุเฉอะ(ร), ˈโคลทิวเออะ(ร)/ *(Amer.)* ➡ **closure** B

cloud /klaʊd/คลาวดฺ/ ❶ *n.* Ⓐ เมฆ; **be** *or* **live in the ~s** *(fig.)* หมกมุ่นอยู่ในความคิดฝันของตนเอง; **have one's head in the ~s** *(fig.) (be unrealistic)* คิดฟุ้งซ่าน, ฝันกลางวัน; *(be absentminded)* ใจลอย; **[be] on ~ seven** *or* **nine** *(fig. coll.)* มีความสุขอย่างยิ่ง; **every ~ has a silver lining** *(prov.)* เหตุการณ์ที่รุนแรงที่สุดก็ต้องมีส่วนดี; **there wasn't a ~ in the sky** *(lit. or fig.)* ไม่มีเมฆหมอกอยู่บนท้องฟ้า *หรือ* ท้องฟ้าโปร่งใส; **a ~ on the horizon** *(fig.)* มีเมฆหมอกอยู่บนขอบฟ้า *(มีลางร้าย)*; Ⓑ **~ of dust/smoke** ฝุ่นคลุ้งตลบ/ควันไฟลอยปกคลุมทั่วไป; Ⓒ *(fig.: cause of gloom or suspicion)* บรรยากาศขุ่นมัว/เศร้าหมอง; **the ~ of suspicion hangs over him** มีความสงสัยเกี่ยวกับตัวของเขา; **he left under a ~:** เขาจากไปภายใต้ความสงสัย ❷ *v.t.* Ⓐ *(ท้องฟ้า)* มืดมัว; ทำให้มัว *(กระจก, หน้าต่าง)*; Ⓑ *(fig.: cast gloom or trouble on)* ทำลาย *(อารมณ์, ความสุข)*; **his face was ~ed with anxiety** ใบหน้าของเขาดูไม่สบายใจด้วยความวิตกกังวล; *(make unclear)* ทำให้มัวหมอง *(ปัญหา, ความเข้าใจ)*

~ 'over *v.i.* ปกคลุมด้วยเมฆ; *(กระจก)* มัว; **her face ~ed over** ใบหน้าของเธอฉายแววโศกสลด

cloud: ~ bank *n.* กลุ่มก้อนเมฆหนาที่ลอยต่ำ; **~berry** *n.* ผลไม้ *Rubus chamaemorus* มีสีส้มหรือสีเหลือง; **~burst** *n.* พายุฝน; **~-capped** *adj. (ยอดเขา)* มีเมฆบดบัง; **~ chamber** *n. เครื่องมือตรวจหารังสีหรือรังสีแกมมาโดยอาศัยไอน้ำ*; **~ cover** *n.* ความหนาของเมฆที่บดบังท้องฟ้า; **~ 'cuckoo land** *n.* ดินแดนในความฝันหรืออุดมคติ

cloudiness /ˈklaʊdɪnɪs/ˈคลาวดินิซ/ *n.* Ⓐ *(of liquid)* สภาพขุ่นมัว; Ⓑ *(of sky)* สภาพที่มีเมฆ

cloudless /ˈklaʊdlɪs/ˈคลาวดฺลิซ/ *adj.* แจ่มใส, ปราศจากเมฆ, โปร่ง

cloudy /ˈklaʊdɪ/ˈคลาวดิ/ *adj.* มีเมฆ, มืดครึ้ม, มืดมัว; *(เพชรพลอย)* น้ำไม่ดี; **it is getting ~:** อากาศเริ่มมืดมัว

clout /klaʊt/เคลาทฺ/ ❶ *n.* Ⓐ *(coll.: hit)* การตีอย่างแรง; **get a ~ round the ears** ถูกตีอย่างแรงที่กกหู; Ⓑ *(coll. power, influence)* อำนาจ, อิทธิพล; **this union hasn't much ~ with the Government** สหภาพนี้ไม่มีอิทธิพลมากนักในการต่อรองกับรัฐบาล; Ⓒ **~ [nail]** ตะปูหัวแบนใหญ่ ❷ *v.t. (coll.)* ตี; **~ sb. round the ear/on the head** ตี *ค.น.* ที่กกหู/ที่ศีรษะ

¹clove /kləʊv/โคลุว/ *n.* กลีบ *(กระเทียม, หอมหัวเล็ก)*; **a ~ of garlic** กระเทียมหนึ่งกลีบ

²clove *n.* Ⓐ *(spice)* กานพลู; **oil of ~s** น้ำมันกานพลู; Ⓑ **~ [gillyflower]** ไม้ดอกล้มลุก *Dianthus caryophyllus* มีกลิ่นหอม

³clove ➡ **¹cleave**

'clove hitch *n.* เงื่อนตายชนิดหนึ่ง

cloven /ˈkləʊvn/ˈโคลุว'น/ ❶ ➡ **¹cleave** ❷ *adj.* **~ foot/hoof** ตีนเป็นกีบ; *(of devil)* เกี่ยวกับสิ่งชั่วร้าย/ซาตาน

clover /ˈkləʊvə(r)/ˈโคลุเวอะ(ร)/ *n.* พันธุ์ไม้ในสกุล *Trifolium*; **be/live in ~** *(fig.)* มีชีวิตอยู่อย่างหรูหราสะดวกสบาย

'cloverleaf *n.* ใบโคลเวอร์มีรูปคล้ายดอกจิก; *(also Road Constr.) ชุมทางที่ตัดกันเป็นรูปดอกจิก*

clown /klaʊn/คลาวนฺ/ ❶ *n.* Ⓐ ตัวตลกในละครสัตว์; **act** *or* **play the ~:** แสดง *หรือ* เล่นเป็นตัวตลก; Ⓑ *(ignorant person)* คนโง่เขลา; *(ill-bred person)* คนที่ขาดการอบรม ❷ *v.i.* **~ [about** *or* **around]** ทำตัวเหมือนตัวตลก, ทำสิ่งโง่ ๆ

clownish /ˈklaʊnɪʃ/ˈคลาวนิช/ *adj. (derog.)* เหมือนตัวตลก, บ้า ๆ บอ ๆ

cloy /klɔɪ/คลอย/ ❶ *v.t.* ทำให้เบื่อ/เอียนเพราะมากเกินไป; **~ the appetite** กินมากเกินไปจนเอียน; **be ~ed with pleasure** สนุกสนานมากเกินไปจนเกิดความเบื่อหน่าย ❷ *v.i.* เอียนเพราะกินหรือได้รับมากเกินไป

cloying /ˈklɔɪɪŋ/ˈคลอยอิง/ *adj. (lit. or fig.)* หวานแสบไส้; มากจนเอียน

cloze /kləʊz/โคลุซ/ *n.* **~ test** *(Educ.) แบบทดสอบความสามารถในการอ่านโดยวิธีเติมคำในช่องว่าง*, การทดสอบแบบโคลซ *(ท.ศ.)*

club /klʌb/คลับ/ ❶ *n.* Ⓐ *(weapon)* ไม้พลองหรือกระบอง; *(Indian ~) ไม้คล้ายขวดใช้รำเพื่อออกกำลัง*; *(golf ~)* ไม้ตีกอล์ฟ; Ⓑ *(association)* สมาคม, สโมสร; **social ~:** สมาคมทางด้านสังคม; **Conservative ~:** สมาคมอนุรักษ์นิยม; **join the ~** *(fig.)* เชิญร่วมทุกข์!; **be in the ~** *(Brit. fig. sl.)* มีครรภ์; **put sb. in the ~** *(Brit. fig. sl.)* ทำให้ผู้หญิงท้อง; Ⓒ *(premises)* บริเวณที่ตั้งสโมสร; Ⓓ *(Cards)* รูปดอกจิก; **the ace/seven of ~s** หนึ่งแต้ม/เจ็ดแต้มดอกจิก ❷ *v.t.*, **-bb-** Ⓐ *(hit)* ตี; Ⓑ *(contribute)* **~ [together]** ลงขัน [ด้วยกัน] ❸ *v.i.*, **-bb-: ~ together** *(in order to buy something)* เข้าร่วมกันซื้อของ, ลงขันกัน

clubbable /ˈklʌbəbl/ˈคลับเบอะบ'ล/ *adj.* ชอบเข้าสังคม, เป็นมิตร

club: ~ chair *n. เก้าอี้ที่มีเท้าแขนและพนักเตี้ยรวมกันเป็นครึ่งวงกลม*; **~ foot** *n.* เท้าผิดรูป, เท้าพิการตั้งแต่กำเนิด; **~house** *n.* อาคาร *หรือ* ที่ทำการของสโมสร; **~man** *n.* ผู้ที่ชอบไปอยู่ที่สโมสร; **~moss** *n. (Bot.)* ต้นในวงศ์ Lycopodiaceae ช้องนางคลี; **~root** *n.* โรคพืชโดยมีอาการบวมที่ราก; **~ 'sandwich** *n. (Amer.)* คลับแซนด์วิช *(ท.ศ.) (แซนด์วิชสองชั้นใส่ไข่ เบคอน ไก่ และผักสลัด)*

clubbing *n.* การไปเที่ยวไนท์คลับเป็นประจำ; **to go ~:** ไปเที่ยวไนท์คลับเป็นประจำ

clubland *n.* ย่านที่มีไนท์คลับตั้งอยู่มาก

cluck /klʌk/คลัค/ ❶ *n.* เสียงร้องของแม่ไก่ *(เรียกลูกไก่)* ❷ *v.i.* ร้องเรียกลูกไก่

clue /kluː/คลู/ ❶ *n.* Ⓐ *(fact, principle)* ข้อเท็จจริง, หลักการ; *(in criminal investigation)* ร่องรอย, ปม; **find a ~ to a mystery/problem** พบร่องรอยที่นำไปสู่การไขปริศนา/การแก้ปัญหา; **the fingerprints are a ~ as to who murdered the man** รอยนิ้วมือคือปมที่จะบ่งว่าใครคือคนฆ่าชายผู้นั้น; Ⓑ *(fig. coll.)* **give sb. a ~:** บอกใบ้แก่ *ค.น.*; **not have a ~:** ไม่รู้เรื่องเลย; **he never seems to have a ~ about anything** เขาดูเหมือนไม่เคยทำ/รู้เรื่องใด ๆ เลย; Ⓒ *(in crossword)* คำบอกใบ้ ❷ *v.t. (coll.: inform)* **~ sb. up** บอกให้ *ค.น.* รู้เรื่องรู้ราว; **be ~d up about** *or* **on sth., be ~d in on sth.** รู้เรื่องใน *ส.น.*; **keep sb. ~d up** ทำให้ *ค.น.* รอบรู้ทันสมัยอยู่เสมอ

clueless /ˈkluːlɪs/ˈคลูลิซ/ *adj. (coll. derog.)* โง่เง่า, เซ่อ; **he's completely ~:** เขาเป็นคนโง่เง่าจริง ๆ

clump /klʌmp/คลัมพฺ/ ❶ *n. (of trees, bushes, flowers)* กอไม้; **a ~ of shrubs** กอต้นไม้เตี้ย ๆ ❷ *v.i.* Ⓐ *(tread)* ย่ำเท้าหนัก; Ⓑ *(form ~)* เกาะเป็นกลุ่ม/กอ; อยู่รวมเป็นกลุ่ม ❸ *v.t.* Ⓐ *(heap, plant together)* กอง; จัดเป็นกลุ่ม/กอ; Ⓑ *(coll.: hit.)* ตี

clumsily /ˈklʌmzɪlɪ/ˈคลัมซิลิ/ *adv.* ➡ **clumsy:** อย่างงุ่มง่าม

clumsiness /ˈklʌmzɪnɪs/ˈคลัมซินิซ/ *n., no pl.* ➡ **clumsy:** ความงุ่มง่าม

clumsy /ˈklʌmzɪ/ˈคลัมซิ/ *adj.* (A) *(awkward)* งุ่มง่าม, เงอะงะ; (B) *(ill-contrived)* ไม่มีปฏิภาณ, โฉ่งฉ่างไม่แนบเนียน; *(คำพูด)* ไม่สละสลวย

clung ➡ **cling**

clunk /klʌŋk/คลังคุ/ *n.* (A) *(sound)* เสียงของหนักกระทบกัน; (B) *(Amer.)* คนโง่

cluster /ˈklʌstə(r)/ˈคลัซเตอะ(ร)/ ❶ *n.* (A) *(of grapes, berries)* พวง, ช่อ; *(of hair curls)* ลอน; พุ่ม, กอ *(ต้นไม้)*; (B) *(of stars, cells)* ฝูง, กลุ่ม; *(of houses, huts, islands)* หมู่; *(people, bees, insects)* ฝูง; (C) *(Ling.)* กลุ่มพยัญชนะควบกล้ำ ❷ *v.t.* **be ~ed with sth.** รวมกันเป็นกระจุกกับ *ส.น.* ❸ *v.i.* **~ [a]round sb./sth.** ห้อมล้อม *ค.น./ส.น.*

[1]**clutch** /klʌtʃ/คลัฉ/ ❶ *v.t.* ฉวย, คว้า; **the mother ~ed the child to her breast** แม่กอดตัวลูกไว้แนบอก ❷ *v.i.* **~ at sth.** พยายามจับ/ยึด *ส.น.*; *(fig.)* พยายามฉวยโอกาสใดโอกาสหนึ่ง; ➡ **+ straw** B ❸ *n.* (A) *(tight grasp)* การจับ/ยึดไว้แน่น; (B) *in pl. (fig.: control)* การควบคุม; **fall into sb.'s ~es** ตกอยู่ในการควบคุมของ *ค.น.*; **get out of sb.'s ~es** หลุดพ้นจากการควบคุมของ *ค.น.*; (C) *(grasping)* **make a ~ at sth./sb.** พยายามคว้า *ส.น./ค.น.* ให้ได้; (D) *(Motor Veh., Mech.)* คลัทช์ *(ท.ศ.) (เครื่องเกาะเพลา)*; **let in the ~, put the ~ in** เหยียบคลัทช์เพื่อเปลี่ยนเกียร์; **disengage the ~** ปล่อยคลัทช์ *(เกียร์ว่าง)*; **let the ~ out** ยกเท้าออกจากคลัทช์; **~ pedal** แป้นคลัทช์

[2]**clutch** *n. (of eggs)* ไข่ที่แม่ไก่กำลังฟัก; *(of chicks)* ลูกไก่ครอกหนึ่ง

ˈ**clutch bag** *n.* กระเป๋าถือไม่มีสายใช้หนีบไว้แนบตัว

clutter /ˈklʌtə(r)/ˈคลัทเทอะ(ร)/ ❶ *n.* (A) ความรกรุงรัง, ข้าวของวางเกลื่อนกลาด; **in a ~:** อยู่ในสภาพรก; **he pushed the ~ into a corner** เขาผลักข้าวของที่วางเกลื่อนกลาดเข้าไปไว้ในมุม; (B) *(on radar screen)* คลื่นรบกวนบนจอเรดาห์ ❷ *v.t.* **~ [up] the table/room** วางของเกะกะไว้บนโต๊ะ/ในห้อง; **be ~ed [up] with sth.** รกรุงรัง [ไปหมด] ด้วย *ส.น.*; **be ~ed [up] with holiday makers/cabs** เต็ม [ไปหมด] ด้วยนักท่องเที่ยว/รถรับจ้าง; **a ~ed room** ห้องที่รกรุงรัง

cm. *abbr.* ➤ **69,** ➤ **426,** ➤ **517 centimetre[s]** ซ.ม.

Cmder *n. (Mil.) abbr.* **Commander**

CND *abbr. (Brit.)* **Compaign for Nuclear Disarmament** การรณรงค์เพื่อการต่อต้านการใช้อาวุธนิวเคลียร์

c/o *abbr.* ➤ **519 care of** ส่งต่อโดย

Co. *abbr.* (A) **company** บริษัท; **and Co.** /əndkəʊ/แอนดโค/ *(coll.)* และพรรคพวก; (B) **county** เขต, แขวงปกครอง

CO *abbr.* (A) **commanding officer** ผบ.; (B) **Conscientious Objector**

coach /kəʊtʃ/โคฉ/ ❶ *n.* (A) *(road vehicle)* รถโดยสารประจำทางสำหรับแล่นทางไกล, รถโค้ช *(ท.ศ.)*, รถทัวร์; *(state ~)* รถม้า; **~ and four/six** รถเทียมม้าสี่/รถเทียมม้าหก; ➡ **+ drive** 2 A; (B) *(railway carriage)* ตู้รถไฟ; (C) *(bus)* รถทัวร์; **by ~:** โดยรถทัวร์; (D) *(tutor)* ครูสอนพิเศษ; *(sport instructor)* ครูฝึกกีฬา, โค้ช *(ท.ศ.)*; *(baseball ~)* ครูฝึกเบสบอล ❷ *v.t.* สอนพิเศษ; **~ a pupil for an examination** สอนพิเศษแก่นักเรียนเพื่อเตรียมสอบไล่

coach: ~builder *n.* ➤ **489** คนต่อตัวถังรถยนต์; **~ house** *n.* โรงเก็บรถม้าและพาหนะอื่น ๆ ในบริเวณบ้าน

coaching /ˈkəʊtʃɪŋ/ˈโคฉิง/ *n., no pl.* (A) *(teaching)* การสอนพิเศษ; (B) *(sport)* การฝึกพิเศษ; (C) *(travelling)* **~ days** *ยุคของการเดินทางด้วยรถโดยสารเทียมม้า*; **~ inn** *ที่พักแรมของผู้เดินทางด้วยรถโดยสารเทียมม้า*

coach: ~load *n.* **a ~load of football supporters** แฟนที่มาเชียร์กีฬาฟุตบอลจำนวนหนึ่งคันรถ; **~man** /ˈkəʊtʃmən/ˈโคฉเมิน/ *n., pl.* **~men** /ˈkəʊtʃmən/ˈโคฉเมิน/ คนขับรถม้า; **~ party** *n.* กลุ่มคนเดินทางไปเที่ยวโดยรถโดยสาร; **~ station** *n.* สถานีรถโดยสาร; **~ tour** *n.* การทัศนาจรโดยรถโดยสาร; **~work** *n.* โครงภายนอกของรถยนต์หรือรถไฟ

coagulant /kəʊˈægjʊlənt/โคˈแอกิวเลินทฺ/ *n. (Med.)* สารที่ทำให้เกิดการแข็งตัว

coagulate /kəʊˈægjʊleɪt/โคˈแอกิวเลท/ ❶ *v.t.* ทำให้เป็นลิ่ม ❷ *v.i.* จับเป็นก้อน

coagulation /kəʊægjʊˈleɪʃn/โคแอกิวˈเลช'น/ *n.* (A) *(process)* การจับตัวเป็นก้อน, การกลายเป็นลิ่ม; (B) *(mass)* ก้อนลิ่ม

coal /kəʊl/โคล/ *n.* (A) ถ่านหิน; (B) *(piece of ~)* ถ่านหินก้อนหนึ่ง; **live ~s** ถ่านหินที่กำลังลุกโชน; **heap ~s of fire on sb.'s head** *(fig.)* ทำความดีชนะความชั่วจนทำให้ *ค.น.* เกิดความละอายใจ; **haul** *or* **call sb. over the ~s** *(fig.)* ติเตียน *ค.น.* อย่างรุนแรง; **carry ~s to Newcastle** *(fig.)* เอามะพร้าวห้าวไปขายสวน

coal: ~bed *n.* ชั้นถ่านหินใต้พื้นดิน; **~-black** *adj.* ดำเหมือนถ่าน; **~ box** *n.* ลังบรรจุถ่านหิน; **~ bunker** *n.* ห้องเก็บถ่านหิน; **~ cellar** *n.* ห้องใต้ดินสำหรับเก็บถ่านหิน; **~ dust** *n.* ผงถ่านหิน

coalesce /kəʊəˈles/โคเออะˈเล็ซ/ *v.i. (สสาร)* รวมตัวกัน; *(fig.)* รวมกันเป็นอันหนึ่งอันเดียว

coalescence /kəʊəˈlesns/โคเออะˈเล็ซ'นซฺ/ *n.* การรวมกันของสสาร; *(fig.)* การรวมกันเป็นอันหนึ่งอันเดียว

coal: ~face *n.* หน้าตัดชั้นถ่านหิน *(ที่กำลังขุดอยู่)*; **at the ~face** ที่หน้าตัดชั้นถ่านหิน; **~field** *n.* บริเวณที่มีชั้นถ่านหิน; **~ fire** *n.* กองไฟที่เผาถ่านหิน; **~-fired** *adj.* ซึ่งใช้ถ่านหินเป็นเชื้อเพลิง; **~-fired power station** โรงไฟฟ้าพลังถ่านหิน; **~ gas** *n.* ก๊าซที่ได้จากการเผาถ่านหิน; **~ heaver** *n.* คนที่โยนถ่านหินเข้าเตาเผา; **~-hole** *n. (Brit.)* (A) ห้องเล็ก ๆ สำหรับเก็บถ่านหิน; (B) *(cellar)* ห้องใต้ดินใช้เก็บถ่านหิน; **~house** *n.* โรงเก็บถ่านหิน

coalition /kəʊəˈlɪʃn/โคเออะˈลิช'น/ *n. (Polit.)* การรวมกลุ่มพรรคการเมือง; **a ~ of plans/projects** การรวมแผนการ/การรวมโครงการ; *(union, company)* การรวมตัว; **a ~ of interests** ผลประโยชน์ที่ร่วมกัน

coaˈlition government *n.* รัฐบาลผสม

coal: ~man *n.* ➤ **489** กรรมกรขนถ่านหิน; **~ measures** *n. pl. (Geol.)* แนวหินซึ่งมีชั้นถ่านหินคั่นอยู่; **~ merchant** *n.* ➤ **489** พ่อค้าถ่านหิน; **~ mine** *n.* เหมืองถ่านหิน; **~ miner** *n.* ➤ **489** กรรมกรขุดถ่านหิน; **~ mining** *n.* การขุดถ่านหิน; **~ oil** *n. (Amer.)* น้ำมันพาราฟิน; **~ scuttle** *n.* ภาชนะโลหะสำหรับบรรจุถ่านหินในบ้าน; **~-seam** *n.* ชั้นถ่านหินใต้ดิน; **~ shed** ➡ **~house; ~ shovel** *n.* จอบโกยถ่านหิน; **~ tar** *n.* น้ำมันดำจากถ่านหิน; **~ tit** *n. (Ornith.)* นกสีเทาตัวเล็ก ๆ หัวสีดำ

coaming /ˈkəʊmɪŋ/ˈโคมิง/ *n. (Naut.)* ขอบรอบปากระวางเรือเพื่อป้องกันไม่ให้น้ำเข้า

coarse /kɔːs/คอซ/ *adj.* (A) *(inferior)* มีคุณภาพต่ำ; (B) *(in texture)* มีเนื้อหยาบ; (C) *(unrefined, rude, obscene)* หยาบ, หยาบคาย, หยาบโลน

coarse: ~ 'fish *n. (esp. Brit.)* *ปลาน้ำจืดที่ไม่ใช่ปลาแซลมอนและเทราต์*; **~-grained** *adj. (กระดาษ, ทราย, น้ำตาล)* เนื้อหยาบ

coarsely /ˈkɔːslɪ/ˈคอซลิ/ *adv.* ➡ **coarse:** (A) อย่างมีคุณภาพต่ำ; (B) อย่างหยาบ; **chop onions ~:** สับหอมอย่างหยาบ ๆ; (C) อย่างไม่เรียบร้อย, อย่างหยาบคาย

coarsen /ˈkɔːsn/ˈคอซ'น/ ❶ *v.t.* ทำให้กร้าน ❷ *v.i.* กร้านขึ้น, หยาบขึ้น

coarseness /ˈkɔːsnɪs/ˈคอซนิซ/ *n., no pl.* ➡ **coarse:** (A) ความมีคุณภาพต่ำ; (B) ความหยาบ, ความกร้าน; (C) ความไม่เรียบร้อย, ความหยาบคาย

coast /kəʊst/โคซทฺ/ ❶ *n.* (A) ฝั่งทะเล; **on the ~:** บนชายฝั่งทะเล; **off the ~:** ห่างชายฝั่งทะเล, นอกชายฝั่งทะเล; **the ~ is clear** *(fig.: there is no danger)* ทุกอย่างปลอดภัย; (B) *(Amer.)* **the C~:** *ชายฝั่งทะเลมหาสมุทรแปซิฟิก หรือ ฝั่งตะวันตกของประเทศสหรัฐอเมริกา*; (C) *(Amer.: slide)* ทางของแคร่เลื่อนหิมะ; **go for a ~:** ไปแล่นแคร่เลื่อนหิมะ ❷ *v.i.* (A) *(ride)* ดับเครื่องรถ และปล่อยให้แล่นลงเนินเขา; (B) *(fig.: progress)* **they are just ~ing along in their work** พวกเขาทำงานอย่างสบาย ๆ; **he ~s through every examination** เขาสอบผ่านอย่างง่ายดายทุก ๆ ครั้ง; (C) *(sail)* แล่นเรือเลียบชายฝั่งทะเล; (D) *(Amer.: toboggan)* เล่นแคร่เลื่อนบนหิมะ

coastal /ˈkəʊstl/ˈโคซท'ล/ *adj.* ตาม/เกี่ยวกับชายฝั่งทะเล; **~ traffic** การสัญจรตามชายฝั่งทะเล

coaster /ˈkəʊstə(r)/ˈโคซเตอะ(ร)/ *n.* (A) *(mat)* ที่รองแก้ว; (B) *(tray)* ถาดรองขวดเหล้า; (C) *(ship)* *เรือเดินเลียบชายฝั่งจากเมืองท่าหนึ่งไปยังอีกเมืองท่าหนึ่ง*; (D) *(Amer.: sledge)* แคร่เลื่อนบนหิมะ

coast: ~guard *n.* (A) ➤ **489** *(person)* ยามฝั่ง; (B) *(organization)* หน่วยรักษาการณ์ตามชายฝั่งทะเล; **~line** *n.* แนวฝั่งทะเล

coat /kəʊt/โคท/ ❶ *n.* (A) เสื้อนอก; *(man's jacket)* เสื้อนอกผู้ชาย; **turn one's ~** *(fig.)* เปลี่ยนฝ่าย, เปลี่ยนอุดมการณ์เพราะได้ผลประโยชน์ดีกว่า; ➡ **+ cloth** A; (B) *(layer)* การทาทับ, การเคลือบ, การชุบ; **give sth. a second ~ of paint** ทาสีทับ *ส.น.* เป็นครั้งที่สอง; (C) *(animal's hair, fur, etc.)* ขนของสัตว์; *(of bird)* ขนนก; (D) ➡ **coating;** (E) *(skin, rind, husk)* ผิว, เปลือก *(พืช)*; (F) *(Anat.)* เยื่อบุอวัยวะ ❷ *v.t.* เคลือบ; *(with paint)* ทา *(สี)*

ˈ**coat dress** *n.* กระโปรงชุด ตัดคล้ายเสื้อนอก

coated /ˈkəʊtɪd/ˈโคทิด/ *adj. (กระดาษ, กระจก)* เคลือบ; *(ผ้า)* อาบ; *(ภูเขา)* ปกคลุม; **~ with dust/sugar** ปกคลุมด้วยฝุ่น/เคลือบด้วยน้ำตาล

coat: ~ hanger *n.* ไม้แขวนเสื้อ; **~ hook** *n.* ตะขอแขวนเสื้อ

coating /ˈkəʊtɪŋ/ˈโคทิง/ *n. (สี)* ชั้นนอก; *(ฝุ่น, หิมะ, น้ำตาล)* ด้วยการปกคลุม; การเคลือบ *(ฟิล์ม, น้ำยา, ชะแลค)*

coat: ~ of 'arms *n.* *ตราของตระกูลขุนนางในสมัยโบราณ, ของเมืองหลวง ฯลฯ*; **~-tails** *n. pl.* หางเสื้อคลุม

co-author /kəʊ'ɔ:θə(r)/โค'ออเธอะ(ร)/ ❶ *n.* ผู้ร่วมเขียนหนังสือ; **they were ~s of the book** พวกเขาเป็นผู้แต่งหนังสือเล่มนั้นร่วมกัน ❷ *v.t.* แต่งหนังสือร่วมกัน

coax /kəʊks/โคคซฺ/ *v.t.* เกลี้ยกล่อม, ชักชวน, คะยั้นคะยอ; **~ sb. to do sth.** เกลี้ยกล่อม *ค.น.* ให้ทำ *ส.น.*; **~ a fire to burn/an engine into life** ทำให้กองไฟลุกโพลน/ทำให้เครื่องยนต์ติด; **~ a smile/some money out of sb.** หลอกล่อให้ยิ้ม/หลอกล่อเอาเงินจาก *ค.น.*; **~ sb. out of doing sth.** คะยั้นคะยอ *ค.น.* ไม่ให้คิดทำ *ส.น.*

coaxial /kəʊ'æksɪəl/โค'แอคเซียล/ *adj.* มีแกนร่วมกัน

coaxing /'kəʊksɪŋ/'โคซิง/ *n.* การอ้อนวอนชักชวน; **it took a lot of ~ before he agreed** ใช้เวลาชักชวนอยู่นานกว่าเขาจะตกลงยินยอม

cob /kɒb/คอบ/ *n.* Ⓐ *(nut)* ผลเฮเซลนัต *(ท.ศ.)*; Ⓑ *(swan)* หงส์; Ⓒ *(horse)* ม้าที่มีลักษณะเตี้ยขาสั้น; Ⓓ ➡ **corn cob**; Ⓔ *(loaf)* ขนมปังที่มีรูปร่างกลมเหมือนโดม

cobalt /'kəʊbɔ:lt/'โคบอลทฺ/ *n.* Ⓐ *(element)* ธาตุโคบอลต์ *(ท.ศ.)*; Ⓑ *(pigment, colour)* สีน้ำเงินเข้ม

cobber /'kɒbə(r)/'คอเบอะ(ร)/ *n. (Austral. and NZ coll.)* เพื่อน

[1]**cobble** /'kɒbl/'คอบ'ล/ ❶ *n. (stone)* ก้อนหินกลมใช้ปูถนน; **rumble over the ~s** *(เสียงล้อเกวียน)* บดหนักมาตามถนนที่ปูก้อนหินกลม ๆ ❷ *v.t.* ปูด้วยก้อนหินกลม ๆ; **~d streets** ถนนที่ปูด้วยก้อนหินกลม

[2]**cobble** *v.t. (put together, mend)* นำเข้ามารวมกันอย่างลวก ๆ; ซ่อมแซม *(รองเท้า)*; **~ up plans /verses** เขียนโครงการ/เขียนบทกลอนอย่างลวก ๆ; **~ together** ต่อเข้าด้วยกันอย่างลวก ๆ

cobbler /'kɒblə(r)/'คอเบลอะ(ร)/ *n.* Ⓐ ➤ **489** คนซ่อมรองเท้า; Ⓑ *in pl. (Brit. sl.: nonsense)* เรื่องเหลวไหล; **a load of ~s** เป็นเรื่องเหลวไหลทั้งนั้น

'cobblestone ➡ [1]**cobble 1**

'cobnut ➡ **cob A**

COBOL /'kəʊbɒl/'โคบอล/ *n. abbr.* **Common Business Oriented Language** ภาษาของเครื่องคอมพิวเตอร์ที่ใช้ประมวลผลทางธุรกิจ, ภาษาโคบอล *(ท.ศ.)*

cobra /'kɒbrə/'คอเบรอะ/ *n. (Zool.)* งูเห่า

cobweb /'kɒbweb/'คอบเว็บ/ *n.* Ⓐ *(network)* ใยแมงมุม; Ⓑ *in pl. (rubbish)* ของเสีย, ขยะ, สิ่งที่เหลวไหล; **blow away the ~s** *(fig.)* ทำให้ตัวเองสดชื่นกระปรี้กระเปร่าขึ้น

Coca-Cola ® /kəʊkə 'kəʊlə/โคเคอะ 'โคลา/ *n.* เครื่องดื่มโค้ก

cocaine /'kə'keɪn/เคอะ'เคน, โค'เคน/ *n.* โคเคน *(ท.ศ.)* ยาเสพติดซึ่งทำจากใบโคคา

coccyx /'kɒksɪks/'คอคซิคซฺ/ *n. (Anat.)* กระดูกก้นกบ

cochineal /kɒtʃɪ'ni:l/'คอฉินีล/ *n. (Zool.)* แมลงแถบอเมริกาใต้ *Dactylopius coccus* ใช้ทำสีย้อมสีแดงเข้ม

cochlea /'kɒklɪə/'คอเคลีย/ *n. pl.* **~e** /'kɒklii:/'คอคลิอี/ *(Anat.)* อวัยวะรูปหอยโข่งในโพรงช่องหูส่วนใน

[1]**cock** /kɒk/คอค/ ❶ *n.* Ⓐ *(bird, lobster, crab, salmon)* นก/กุ้งมังกร/ปู/ปลาแซลมอนตัวผู้; *(domestic fowl)* ไก่ตัวผู้; **that ~ won't fight** *(fig.)* ทำอย่างนั้นไม่มีประโยชน์; Ⓑ *(sl.: man)* ไอ้เพื่อน; **old ~:** เจ้าเพื่อนยาก; Ⓒ *(spout, tap, etc.)* ก๊อกหรือวาล์วควบคุมการไหลของน้ำในท่อ; Ⓓ *(coarse: penis)* จู๋ *(ภ.พ.)*; Ⓔ *(in gun)* นกสับ; **be/start/go off at half ~** *(fig.)* ทำอย่างไม่เตรียมพร้อม; ยิงไม่ตรงเป้า ❷ *v.t.* Ⓐ *(erect, stand up)* ตั้งตรง *(หูสัตว์)*; ยก *(ส่วนของร่างกาย)*; **~ one's eye at sb.** เหลียวมอง *ค.น.*; *(wink)* กระพริบตาให้ *ค.น.*; Ⓑ *(bend)* งอ *(เข่า)*; **the parrot ~ed its head [to one side]** นกแก้วเอียงคอ [ไปข้างหนึ่ง]; Ⓒ *(put on slanting)* ใส่ให้เฉียง; **a ~ed hat** หมวกสมัยเก่าที่มี 3 มุม; **knock sb./sth. into a ~ed hat** *(fig.) (destroy)* ตี *ค.น./ส.น.* เสียจนเละ; *(surpass)* เอาชนะ *ค.น./ส.น.*; Ⓓ **~ a/the gun** ง้างนกสับเพื่อเตรียมยิง

~ 'up *v.t. (Brit. sl.)* ทำให้เละ; ➡ + **~-up**

[2]**cock** *n. (heap)* กอง *(ขยะ, ฟาง)*

cockade /kə'keɪd/คอ'เคด/ *n.* เครื่องหมายแสดงสังกัดที่หมวก

cock-a-doodle-doo /kɒkədu:dl'du:/คอเคดูด'ล'ดู/ *n. (crowing)* เสียงไก่ขัน; *(ภาษาเด็ก)* กุ๊กไก่

cock-a-hoop /kɒkə'hu:p/คอเคอะ'ฮูพ/ ❶ *adj.* ลิงโลด, ยินดีปรีดา; *(boastful)* โอ้อวด; **be ~:** อยู่ในอารมณ์โอ้อวด ❷ *adv.* อย่างยินดีปรีดา; *(boastfully)* อย่างโอ้อวด

cock and 'bull story *n.* เรื่องโม้

cockatoo /kɒkə'tu:/คอเคอะ'ทู/ *n. (parrot)* นกกระตั้ว, นกแขกเต้า *(นกแก้วในวงศ์* Cacatuinae)

cockchafer /'kɒktʃeɪfə(r)/'คอคเฉเฟอะ(ร)/ *n.* แมลงปีกแข็ง *Melolontha melolontha* ออกกินใบไม้ตอนกลางคืน

'cockcrow *n.* **at ~:** เวลารุ่งอรุณ

cockerel /'kɒkərəl/'คอเคอะร'ล/ *n.* ลูกไก่ตัวผู้อายุไม่เกินหนึ่งปี

cocker [spaniel] /'kɒkə(r)/'คอคเคอะ(ร)/ *n.* สุนัขพันธุ์สแปเนียลชนิดหนึ่งใช้เก็บนกที่ถูกยิงตก

cock-eyed /'kɒkaɪd/'คอคอายดฺ/ *adj.* Ⓐ *(crooked)* โค้ง, แฉ; Ⓑ *(absurd)* เหลวไหล; Ⓒ *(coll.: squinting)* ตาเหล่; **be ~:** ตาเหล่

'cockfighting *n.* การชนไก่

cockily /kɒkɪlɪ/คอคิลิ/ *adv.* อย่างหยิ่งผยองโอหัง, อย่างลำพอง

cockiness /'kɒkɪnɪs/'คอคินิซ/ *n., no pl.* ความหยิ่งผยอง

cockle /'kɒkl/'คอค'ล/ *n.* Ⓐ *(bivalve, shell)* หอยกาบ; Ⓑ **warm the ~s of sb.'s heart** ทำให้ *ค.น.* รู้สึกพึงพอใจอย่างสุดซึ้ง

cockney /'kɒknɪ/'คอคนิ/ ❶ *adj.* แบบคอคนีย์ *(ท.ศ.)* ❷ *n.* Ⓐ *(person)* ชาวคอคนีย์ *(คนที่อยู่แถบด้านตะวันออกของลอนดอน)*; Ⓑ *(dialect)* สำเนียงแบบคอคนีย์

cock: ~ of the 'walk *n. (fig.)* **be the ~ of the walk** ทำตัวเป็นผู้นำหรือเด่นกว่าผู้อื่นในกลุ่ม; เป็นคนหยิ่ง; **~ of the 'wood** *n.* Ⓐ *(capercaillie)* ไก่ขนาดใหญ่ *Tetrao urogallus*; Ⓑ *(Amer.: woodpecker)* นกหัวขวานที่มีหงอนสีแดง; **~pit** *n.* Ⓐ *(Aeronaut)* ห้องนักบิน; Ⓑ *(in racing car)* ช่องนั่งของผู้ขับ; Ⓒ *(for ~fighting)* สนามชนไก่

cockroach /'kɒkrəʊtʃ/'คอคโรฉ/ *n.* แมลงสาบ

cockscomb /'kɒkskəʊm/'คอคซโกม/ *n. (Ornith.)* หงอนไก่; *(Brit.)* ต้นหงอนไก่

cocksure /kɒk'ʃɔ:(r), US kɒk'ʃʊər/คอค'ชอ(ร), คอค'ชัว(ร)/ *adj.* Ⓐ *(convinced)* แน่ใจมาก; Ⓑ *(self-confident)* มั่นใจในตัวเอง; **be ~ of oneself** *(dogmatic)* ผยอง

cocktail /'kɒkteɪl/'คอคเทล/ *n.* เหล้าค็อกเทล *(ท.ศ.)*, เหล้าผสมน้ำผลไม้; ➡ + **fruit cocktail**

cocktail: ~ cabinet *n.* ตู้เก็บเหล้าและแก้วค็อกเทล; **~ dress** *n.* ชุดค็อกเทล *(ท.ศ.) (กระโปรงชุดติดกันตัวสั้น)*; **~ glass** *n.* แก้วเหล้าค็อกเทล; **~ party** *n.* งานเลี้ยงค็อกเทล; **~ shaker** *n.* ภาชนะผสมเหล้าค็อกเทล; **~ stick** *n.* ไม้จิ้มอาหารในงานเลี้ยงค็อกเทล

cock-tease(r) /'kɒkti:zə(r)/'คอคทีเซอะ(ร)/ *n.* ผู้หญิงที่ชอบยั่วยวนผู้ชาย

'cock-up *n. (Brit. sl.)* สิ่งผิดพลาด; **make a ~ of sth.** ทำ *ส.น.* พลาด

cocky /'kɒkɪ/'คอคิ/ *adj.* หยิ่ง, อวดดี, ยโส

coco /'kəʊkəʊ/'โคโค/ ➡ **coconut A**

cocoa /'kəʊkəʊ/'โคโค/ *n.* ผงจากเมล็ดโกโก้, เครื่องดื่มโกโก้ *(ท.ศ.)* จากผงนี้

'cocoa bean *n.* เมล็ดโกโก้

coconut /'kəʊkənʌt/'โคเคอะนัท/ *n.* Ⓐ *(tree)* ต้นมะพร้าว; Ⓑ *(nut)* ลูกมะพร้าว; Ⓒ *(coll.: head)* หัวคน

coconut: ~ 'butter *n.* น้ำมันมะพร้าว; **~ 'matting** *n.* เสื่อใยมะพร้าว; **~ milk** *n.* น้ำมะพร้าว; *(thicker)* กะทิ; **~ palm** ➡ **coconut A**; **~ shy** *n.* การเล่นปามะพร้าวด้วยลูกบอล

cocoon /kə'ku:n/เคอะ'คูน/ ❶ *n.* Ⓐ *(Zool.)* รังไหม, ใยหุ้มตัวอ่อนของแมลง; Ⓑ *(covering)* น้ำยาเคลือบกันสนิม ❷ *v.t. (wrap as in cocoon)* ห่อหุ้ม

[1]**cod** /kɒd/คอด/ *n., pl. same* ปลาค็อด *(ท.ศ.)* ปลาทะเลขนาดใหญ่ในวงศ์ Gadidae

[2]**cod** *(coll.)* ❶ *v.t.*, **-dd-** Ⓐ *(fool.)* ล้อเล่น; Ⓑ *(parody)* ล้อเลียน ❷ *v.i.*, **-dd-** ล้อเล่น

COD *abbr.* **cash on delivery; collect on delivery** *(Amer.)*

coda /'kəʊdə/'โคเดอะ/ *n. (Mus.)* ท่อนจบของบทเพลง

coddle /'kɒdl/'คอด'ล/ *v.t.* Ⓐ เอาอกเอาใจ, พะเน้าพะนอ; โอ๋ *(เด็ก)*; Ⓑ *(Cookery)* ต้มไข่ในน้ำที่มีอุณหภูมิต่ำกว่าจุดเดือด

code /kəʊd/โคด/ ❶ *n.* Ⓐ *(collection of statutes etc.)* ประมวล *(กฎหมาย)*; **a ~ of laws** ประมวลกฎหมาย; **~ of religion/literature/society** บทบัญญัติของศาสนา/กฎเกณฑ์ของวรรณคดี/กฎเกณฑ์ในสังคม; **~ of honour** มาตรฐานทางพฤติกรรมของสังคม; **~ of conduct** จรรยาบรรณ *(ร.บ.)*; Ⓑ *(system of signals)* ระบบสัญลักษณ์หรือรหัสที่ใช้สื่อสารลับ; **be in ~:** อยู่ในรูปของรหัส; **put sth. into ~:** ทำให้ *ส.น.* อยู่ในรูปของรหัส; ➡ + **genetic A** ❷ *v.t.* ทำให้ *(ข้อความ)* อยู่ในรูปรหัส, ลงรหัส

code: ~ book *n.* บัญชีรหัสลับ; **~ name** *n.* ชื่อที่ตั้งเป็นสัญลักษณ์; **~ number** *n.* ตัวเลขที่ใช้แทนชื่อจริง; **~ word** *n.* คำที่ใช้เป็นรหัส

codex /'kəʊdeks/'โคเด็คซฺ/ *n., pl.* **codices** /'kəʊdɪsi:z/'โคดิซีซฺ/ Ⓐ *(manuscript volume)* หนังสือโบราณเขียนด้วยลายมือ; Ⓑ *(of drugs etc.)* หนังสือระบุลักษณะของยาต่าง ๆ

'codfish ➡ [1]**cod**

codger /'kɒdʒə(r)/'คอเจอะ(ร)/ *n. (coll.)* ตาแก่

codicil /'kəʊdɪsɪl, US 'kɒdəsl/'โคดิซิล, 'คอเดอะซ'ล/ *n.* ส่วนเพิ่มเติมและแก้ไขของพินัยกรรม

codification /kəʊdɪfɪ'keɪʃn/โคดิฟิ'เคช'น/ *n.* การรวบรวมให้เป็นหมวดหมู่; การประมวล *(กฎหมาย)*

codify /'kəʊdɪfaɪ, US 'kɒd-/'โคดิฟาย, 'คอดิฟาย/ *v.t.* ประมวล *(กฎหมาย)*; จัด *(หลักไวยากรณ์หรือหลักเกณฑ์)* ให้เป็นหมวดหมู่

coding /'kəʊdɪŋ/'โคดิง/ *n.* Ⓐ *(action)* การใส่รหัส; Ⓑ *(result)* รหัส *หรือ* กลุ่มรหัส

C

codling *n. (fish)* ปลาค็อดขนาดเล็ก
cod-liver 'oil *n.* น้ำมันตับปลา
codpiece /'kɒdpi:s/'คอดพีซ/ *n. (Hist.)* *กระเป๋าเล็ก ๆ หรือแถบผ้าที่ตอนหน้าของกางเกงของผู้ชายในสมัยศตวรรษที่ 15 และ 16*
co-driver /kəʊ'draɪvə(r)/โค'ดรายเวอะ(ร)/ *n.* ผู้ช่วยนักขับ *(ในการแข่งรถ)*
cods /kɒdz/คอดซฺ/ **codswallop** /'kɒdzwɒləp/'คอดซวอเลิพ/ *n. (Brit. coll.)* เรื่องไร้สาระ, เรื่องเหลวไหล; **this is a load of ~:** นี่เป็นเรื่องเหลวไหลทั้งเพ
coed /kəʊ'ed, 'kəʊəd/โค'เอ็ด, 'โคเอ็ด/ *(esp. Amer. coll.)* ❶ *n.* นักเรียนหญิงในโรงเรียนสหศึกษา ❷ *adj.* เกี่ยวกับโรงเรียนสหศึกษา; **~ school** โรงเรียนสหศึกษา
co-edition /kəʊɪ'dɪʃn/โคอิ'ดิช'น/ *n. หนังสือของสำนักพิมพ์อื่นหรือภาษาอื่นที่พิมพ์พร้อมกับการพิมพ์หลัก*
coeducation /kəʊedʒu:'keɪʃn/โคเอะจิว'เคเชิน/ *n.* สหศึกษา
coeducational /kəʊedju:'keɪʃənl/โคเอะดิว'เคเชิน'ล/ *adj.* แบบสหศึกษา
coefficient /kəʊɪ'fɪʃənt/โคอิ'ฟิเชินทฺ/ *n. (Math., Phys.)* ค่าสัมประสิทธิ์
coelacanth /'si:ləkænθ/'ซีเลอะแคนธฺ/ *n. (Zool.)* ปลาทะเลขนาดใหญ่ *Latimeria chalumnae* ซึ่งเดิมคิดว่าสูญพันธุ์ไปแล้ว
coequal /kəʊ'i:kwəl/โค'อีเควิล/ *(arch./literary) adj.* ซึ่งเท่าเทียมกัน
coerce /kəʊ'3:s/โค'เอิซ/ *v.t.* บีบบังคับ; **~ sb. into sth., ~ sb. into doing sth.** บีบบังคับ *ค.น.* ให้ทำ *ส.น.*
coercion /kəʊ'3:ʃn, US -ʒn/โค'เออช'น, -ฌ'น/ *n.* การบีบบังคับ
coercive /kəʊ'3sɪv/โค'เออซิว/ *adj.* บีบบังคับ, ใช้กำลัง
coexist /kəʊɪg'zɪst/โคอิก'ซิซทฺ/ *v.i.* ดำรงอยู่ร่วมกัน; **~ [together] with sb./sth.** อยู่ร่วมกันกับ *ค.น./ส.น.*
coexistence /kəʊɪg'zɪstəns/โคอิก'ซิซเทินซฺ/ *n.* การอยู่ร่วมกัน; **peaceful ~:** การอยู่ร่วมกันโดยสันติ
coexistent /kəʊɪg'zɪstənt/โคอิก'ซิซเทินทฺ/ *adj.* ที่อยู่ร่วมกัน
coextensive /kəʊɪk'stensɪv/โคอิค'ซเต็นซิว/ *adj. (formal)* **be ~:** ซึ่งครอบคลุมพื้นที่เดียวกัน *หรือ* ช่วงเวลาเดียวกัน
C. of E. /si:əv'i:/ซีเอิว'อี/ *abbr.* **Church of England**
coffee /'kɒfɪ, US 'kɔ:fɪ/'คอฟิ/ *n.* Ⓐ กาแฟ; **drink/have a cup of ~:** ดื่มกาแฟหนึ่งถ้วย; **three black/white ~s** กาแฟไม่ใส่/ใส่นมสามถ้วย; **I was invited to ~:** ฉันได้รับเชิญไปดื่มกาแฟ; Ⓑ *(colour)* สีกาแฟ
coffee: ~ bar *n.* ร้านกาแฟ; ร้านขายกาแฟที่เคาน์เตอร์; **~ bean** *n.* เมล็ดกาแฟ; **~ break** *n.* ช่วงหยุดพักงานเพื่อดื่มกาแฟ; **~ cup** *n.* ถ้วยกาแฟ; **~ 'essence** *n. กาแฟเข้มข้นที่มักจะผสมรากต้น chicory ลงไปด้วย*; **~ filter** *n.* กระดาษกรองเมล็ดกาแฟบด; **~ grinder** *n.* เครื่องบดเมล็ดกาแฟ; **~ grounds** *n., pl.* กากกาแฟหลังจากชงแล้ว; **~ house** *n.* ร้านขายกาแฟ; **~ machine, ~ maker** *ns.* เครื่องต้มกาแฟ; **~ mill** *n.* เครื่องบดเมล็ดกาแฟ; **~ morning** *n. งานเลี้ยงกาแฟตอนเช้าซึ่งมักจะเกี่ยวกับการกุศล*; **~ percolator** *n. เครื่องต้มกาแฟโดยวิธีให้น้ำร้อนซึมผ่านเข้าไป*; **~ pot** *n.* กาต้มกาแฟ; **~ shop** *n.* ร้านกาแฟ; **~ stall** *n.* แผงขายกาแฟและของว่างต่าง ๆ; **~ table** *n.* โต๊ะขนาดเตี้ยในห้องรับแขก; **~ table book** *หนังสือที่มีภาพประกอบสวยงาม มักจะวางไว้ให้แขกดูเล่น*
coffer /'kɒfə(r)/'คอเฟอะ(ร)/ *n.* Ⓐ *(box)* หีบ; Ⓑ *in pl. (treasure funds)* **the household ~s** เงินสะสมของครอบครัว; **the ~s of the government** เงินคงคลังของรัฐบาล; Ⓒ *(Archit.)* ส่วนเว้าเข้าไปในเพดาน หรือผิวโดม; Ⓓ **~[dam]** หีบดำน้ำ *(เพื่อก่อสร้างหรือซ่อมแซมสิ่งที่อยู่ในน้ำ)*
coffin /'kɒfɪn/'คอฟิน/ *n.* โลงศพ; ➡ + **nail** 1 B
cog /kɒg/คอก/ *n. (Mech.)* ซี่ล้อ, ฟันเฟือง; **be just a ~ [in the wheel/machine]** *(fig.)* เป็นแค่ตัวประกอบไม่สำคัญในหน่วยงานใหญ่
cogency /'kəʊdʒənsɪ/'โคเจินซิ/ *n. (of argument, reason)* ความน่าเชื่อถือ; *(of narration, description, slogan)* พลังในการโน้มน้าวจิตใจ
cogent /'kəʊdʒənt/'โคเจินทฺ/ *adj. (convincing)* น่าเชื่อ, มีเหตุผลหนักแน่น
cogently /kəʊdʒəntlɪ/โคเจินทฺลิ/ *adv.* ➡ **cogent:** อย่างน่าเชื่อ, อย่างมีเหตุผลหนักแน่น
cogitate /'kɒdʒɪteɪt/'คอจิเทท/ *(formal/joc.) v.i. & v.t.* พิจารณา *หรือ* ไตร่ตรองอย่างรอบคอบ
cogitation /'kɒdʒɪteɪʃn/'คอจิเทช'น/ *n. (formal/joc.)* การไตร่ตรองอย่างรอบคอบ; **after much ~:** ภายหลังการพิจารณาอย่างรอบคอบอยู่นาน
cognac /'kɒnjæk/'คอนแยค/ *n.* เหล้าคอนยัค *(ท.ศ.) (เหล้าบรั่นดีที่มีคุณภาพสูง)*
cognate /'kɒgneɪt/'คอกเนท/ *adj. (Ling.) (คำ) ที่มีรากจากตระกูลภาษาเดียวกัน (เช่น อังกฤษ father, เยอรมัน Vater, ลาติน pater)*
cognisance, cognisant ➡ **cogniz-**
cognition /kɒg'nɪʃn/คอก'นิช'น/ *n.* กระบวนการรับรู้หรือเข้าใจ, ความรู้
cognitive /'kɒgnɪtɪv/'คอกนิทิว/ *adj.* เกี่ยวกับการรับรู้หรือความเข้าใจ
cognizance /'kɒgnɪzəns/คอกนิเซินซฺ/ *n. (formal)* Ⓐ *no pl. (awareness)* การรับรู้, สำเหนียก; **have ~ of sth.** รับรู้ถึง *ส.น.*; **take ~ of sb./sth.** รับรู้เกี่ยวกับ *ค.น./ส.น.*; Ⓑ *no pl. ([right of] dealing with a matter legally)* อำนาจของศาลที่จะพิจารณาสอบสวนเรื่องใดเรื่องหนึ่ง
cognizant /'kɒgnɪzənt/'คอกนิเซินทฺ/ *adj. (formal)* Ⓐ *(having knowledge)* มีความรู้, มีข้อมูล; Ⓑ *(having jurisdiction)* มีอำนาจหน้าที่พิจารณาตัดสินคดี
cognoscenti /kɒgnə'ʃentɪ/คอกเนอะ'เช็นทิ/ *n., pl.* ผู้เชี่ยวชาญในด้านใดด้านหนึ่งเป็นพิเศษ
cog: ~ railway *n. (esp. Amer.)* รางรถไฟขึ้นเขามีล้อเฟือง; **~wheel** *n.* ล้อเฟือง
cohabit /kəʊ'hæbɪt/โค'แฮบิท/ *v.i.* อาศัยอยู่ร่วมกัน, อยู่ด้วยกันฉันท์สามีภรรยา *(โดยไม่ได้เข้าพิธีแต่งงาน)*
cohabitation /kəʊhæbɪ'teɪʃn/โคแฮบิ'เทช'น/ *n.* การอยู่ร่วมกัน, การอยู่ด้วยกันฉันท์สามีภรรยา *(โดยไม่ได้เข้าพิธีแต่งงาน)*
cohere /kəʊ'hɪə(r)/โค'เฮีย(ร)/ *v.i.* Ⓐ *(ส่วนทั้งหมด)* ยึดเกาะกัน; Ⓑ *(การโต้เถียง, ความเรียง, ร้อยแก้ว)* มีเหตุมีผลและสอดคล้องกัน
coherence /kəʊ'hɪərəns/โค'เฮียเรินซฺ/ *n.* Ⓐ ความมีเหตุมีผลและสอดคล้องกัน, สหนัย *(ร.บ.)*; Ⓑ *(Phys.) (คลื่น)* ลักษณะที่เข้าจังหวะกัน/สอดคล้องกัน
coherent /kəʊ'hɪərənt/โค'เฮียเรินทฺ/ *adj.* Ⓐ *(cohering)* ติดเนื่องกัน; Ⓑ *(fig.)* ติดต่อกัน, สอดคล้อง; **a ~ presentation of the facts** การเสนอข้อเท็จจริงอย่างสอดคล้องกัน; Ⓒ *(Phys.) (คลื่น)* ที่เข้าจังหวะกัน/สอดคล้องกัน
coherently /kəʊ'hɪərəntlɪ/โค'เฮียเรินทฺลิ/ *adv.* อย่างต่อเนื่องกัน, อย่างสอดคล้องกัน
cohesion /kəʊ'hi:ʒn/โค'ฮีฌ'น/ *n.* Ⓐ *(sticking together)* การยึดเกาะ; *(of substances)* การเชื่อมแน่น; Ⓑ *(fig.) (of group, state, community)* ความเป็นอันหนึ่งอันเดียวกัน, ความสามัคคี; Ⓒ *(Phys.)* แรงยึดเกาะของโมเลกุลในสาร
cohesive /kəʊ'hi:sɪv/โค'ฮีซิว/ *adj.* เป็นอันหนึ่งอันเดียวกัน; *(การโต้แย้ง)* ต่อเนื่องกันอย่างสมเหตุผล; *(สาร)* เกาะติดกัน
cohort /'kəʊhɔ:t/'โคฮอท/ *n.* Ⓐ *(division of Roman army, band of warriors)* หน่วยรบ; Ⓑ *(group)* กลุ่มคนที่มีจุดประสงค์ร่วมกัน; Ⓒ *(Amer.: assistant, colleague)* ผู้ช่วย, ผู้ร่วมงาน
coiffure /kwɑ:'fjʊ:(r)/ควา'ฟิวเออะ(ร)/ *n.* ทรงผม, การแต่งผม
coil /kɔɪl/คอยล/ ❶ *v.t.* Ⓐ *(arrange)* ม้วน, พัน; **the snake ~ed itself round a branch** งูพันตัวรอบกิ่งไม้; Ⓑ *(twist)* ขดเป็นวง; **the snake ~ed itself up** งูขดตัวเป็นวง ❷ *v.i.* Ⓐ *(twist)* **~ round sth.** พันรอบ *ส.น.*; Ⓑ *(move sinuously)* บิดตัว, คดเคี้ยว ❸ *n.* Ⓐ **~s of rope/wire/piping** ขดเชือก/ลวด/ท่อ; Ⓑ *(single turn of ~ed thing)* การขดพันหนึ่งรอบ; Ⓒ *(length of coiled rope etc.) (เชือก, ลวด, สายไฟ)* หนึ่งมัด; Ⓓ *(lock of hair)* ผมหนึ่งปอย; Ⓔ *(contraceptive device)* ห่วงยางอนามัย; Ⓕ *(Electr.)* ขดลวดไฟฟ้า
'coil spring *n.* ขดลวดสปริง
coin /kɔɪn/คอยนฺ/ ❶ ➤ **572** *n. (metal money)* เงินเหรียญ; **in ~:** เป็นเงินเหรียญ; **the other side of the ~** *(fig.)* แง่คิดตรงกันข้าม; **pay sb. in his own ~** *(fig.)* ปฏิบัติกับ *ค.น.* อย่างที่ผู้นั้นกระทำต่อตน, เกลือจิ้มเกลือ ❷ *v.t.* Ⓐ *(invent)* สร้างหรือประดิษฐ์ *(คำศัพท์)*; **to ~ a phrase** *(iron.)* ขอพูดอะไรที่สร้างสรรค์หน่อย *(แต่จริง ๆ ซ้ำซาก)*; Ⓑ *(make)* หา *(เงินทอง)* ได้มาก; **~ money** *(fig.)* หาเงินได้จำนวนมากอย่างง่ายดาย; Ⓒ ทำเหรียญกษาปณ์
coinage /'kɔɪnɪdʒ/'คอยนิจ/ *n.* Ⓐ *(system)* ระบบเงินเหรียญที่ใช้; Ⓑ *(coins)* เงินเหรียญ; Ⓒ *(coining)* การทำเหรียญ; Ⓓ *(invention)* คำศัพท์ที่สร้างขึ้นใหม่; **'astronaut' and 'sputnik' are modern ~s** 'นักบินอวกาศ' และ 'ยานสปุทนิค' เป็นศัพท์ใหม่
'coin-box telephone *n.* โทรศัพท์ที่ใช้ระบบหยอดเหรียญ
coincide /kəʊɪn'saɪd/โคอิน'ซายดฺ/ *v.i.* Ⓐ *(in space)* เกิดขึ้นที่เดียวกัน; **~ with one another** เกิดขึ้นในบริเวณเดียวกัน; Ⓑ *(in time)* เกิดขึ้นในเวลาเดียวกัน; Ⓒ *(agree together, concur in opinion)* เห็นพ้องกัน **(with** กับ); **~ in sth.** เห็นพ้องกันใน *ส.น.*
coincidence /kəʊ'ɪnsɪdəns/โค'อินซิเดินซฺ/ *n.* Ⓐ *(being coincident)* การประจวบกัน; Ⓑ *(instance)* การบังเอิญ; **by pure** *or* **sheer ~:** โดยบังเอิญอย่างแท้จริง; **it was a happy ~:** มันเป็นการบังเอิญที่ดี; **by a curious ~:** โดยบังเอิญอย่างประหลาด; Ⓒ *(of events)* การประจวบกัน
coincident /kəʊ'ɪnsɪdənt/โค'อินซิเดินทฺ/ *adj. (formal) (in space)* เกิดขึ้นในที่แห่งเดียวกัน; *(in time or place)* เกิดขึ้นเวลาเดียวกันหรือที่เดียวกัน; **be ~ with sth.** เกิดขึ้นในเวลา/ที่เดียวกัน, เห็นพ้องกันกับ *ส.น.*

coincidental /kəʊɪnsɪ'dentl/โคอินซิ'เด็นท'ล/ *adj.* โดยบังเอิญ; **be ~ with sth.** เกิดขึ้นโดยบังเอิญกับ *ส.น.*

coincidentally /kəʊɪnsɪ'dentəlɪ/โคอินซิ'เด็นเทอะลิ/ *adv.* ในขณะเดียวกัน; *(by coincidence)* โดยบังเอิญ

coiner /'kɔɪnə(r)/'คอยเนอะ(ร)/ *n. (esp. Brit.)* Ⓐ ผู้ผลิตเหรียญปลอม; Ⓑ *(inventor)* ผู้ที่คิดหรือประดิษฐ์สิ่งใหม่ *(คำ, วลี)*

'coin-operated *adj.* ทำงานได้โดยหยอดเหรียญ

coir /'kɔɪə(r)/'คอยเออะ(ร)/ *n.* กาบมะพร้าว

coition /kəʊ'ɪʃn/โค'อิช'น/, **coitus** /kəʊ'ɪtəs/โค'อิเทิซ/ *ns. (Med.)* การร่วมประเวณี

coitus interruptus /kəʊɪtəs ɪntə'rʌptəs/โคอิเทิซ อินเทอะ'รัพเทิซ/ *n. การร่วมประเวณีโดยดึงอวัยวะสืบพันธุ์เพศชายออกมาก่อนการหลั่ง*

[1]**coke** /kəʊk/โคค/ ❶ *n.* ถ่านโค้ก ❷ *v.t.* เปลี่ยนถ่านหินให้เป็นถ่านโค้ก

[2]**coke** *n. (coll.: cocaine)* โคเคน

Coke ® /kəʊk/โคก/ *n. (drink)* โค้ก

col. *abbr.* **column**

col /kɒl/คอล/ *n.* แอ่งเว้าในเทือกเขา

Col. *abbr.* **Colonel** พ.อ.

cola /'kəʊlə/'โคเลอะ/ *n.* ต้นโคลา

colander /'kʌləndə(r)/'คัลเลินเดอะ(ร)/ *n.* กระชอน, ที่กรอง

cold /kəʊld/โคลดฺ/ ❶ *adj.* Ⓐ เย็น, หนาว; **I feel ~:** ฉันรู้สึกหนาว; **her hands/feet were ~:** มือและเท้าของเธอเย็น; Ⓑ *(without ardour etc.)* เฉยเมย, ไม่แยแส; *(คน, คำพูด, การทักทาย, การต้อนรับ)* เย็นชา; *(ความโกรธ)* เย็นเหมือนน้ำแข็ง; **go ~ on sth.** เลิกสนใจ *ส.น.* ต่อไป; **leave sb. ~:** *ค.น.* ไม่ประทับใจเลยจนนิดเดียว; Ⓒ *(dead)* ตาย; Ⓓ *(coll.: unconscious)* ไม่มีสติ; **he laid him out ~:** เขาต่อยเจ้านั่นจนลงไปนอนหมดสติ; **the punch knocked him out ~:** หมัดนั้นน็อกเขาลงไปกองหมดสติ; Ⓔ *(coll.: at one's mercy)* **have sb. ~:** มี *ค.น.* อยู่ในกำมือ; Ⓕ *(sexually frigid)* ชาเย็นทางเพศ; Ⓖ *(slow to warm) (พื้นดิน)* เย็น; Ⓗ *(Amer.: unrehearsed)* ไม่ได้เตรียมตัว *หรือ* ซ้อมมาก่อน; Ⓘ *(chilling, depressing)* เยือกเย็น, หดหู่; Ⓙ *(uninteresting)* ไม่น่าสนใจ; **the news is already ~:** ข่าวนั้นไม่น่าสนใจแล้ว; Ⓚ *(Hunting) (กลิ่นของเหยื่อ)* หายไป; *(in children's games)* **you're ~ and getting ~er** คุณห่างจากจุดที่ซ่อนสิ่งของมากขึ้นทุกที ❷ *adv.* Ⓐ *(in cold state)* หนาวเย็น; *(Amer.: without preparation)* ไม่ได้ตระเตรียม; Ⓑ *(Amer. coll.: completely)* อย่างสมบูรณ์ ❸ *n.* Ⓐ ความหนาวเย็น; **shiver with ~:** สั่นด้วยความหนาวเย็น; **be left out in the ~** *(fig.)* ถูกละเลยหรือมองข้ามไป; Ⓑ ➤ 453 *(illness)* โรคหวัด; **~ [in the head]** คัดจมูกน้ำมูกไหล; ➡ + **blood** 1 A, D; **catch** 1 E; **cold turkey; fish** 1 C; **snap** 3 E; **water**

cold: ~-blooded /'kəʊldblʌdɪd/'โคลดฺบลัดิด/ *adj.* Ⓐ *(สัตว์)* เลือดเย็น; **~-blooded animals** สัตว์เลือดเย็น; Ⓑ *(callous) (บุคคล)* อำมหิต, เลือดเย็น; **~ chisel** *n. (Metal.)* สิ่วเหล็กกล้าที่ใช้ตอกโลหะเย็น; **~ 'comfort** *n.* สิ่งปลอบประโลมที่ไร้ผล; **~ cream** *n.* ครีมล้างและบำรุงผิวหนัง; **~ cuts** *n.* เนื้อสุกแล้วหั่นบาง ๆ รับประทานเป็นอาหารจานเย็น; **~ 'feet** *n. (fig.)* **get/have ~ feet** เกิดอาการหวาดผวา; **~ frame** *n.* *โครงกระจกใช้ปกป้องพืชอ่อน ๆ;* **~ 'front** *n.* *(Meteorol.) ขอบหน้าของกลุ่มก้อนอากาศเย็นที่กำลังเคลื่อนที่ไปข้างหน้า;* **~-hearted** *adj.* ใจดำ

coldly /'kəʊldlɪ/'โคลดฺลิ/ *adv.* อย่างเย็นชา, อย่างปราศจากอารมณ์และความรู้สึก

cold 'meat *n.* Ⓐ เนื้อที่สุกแล้วแต่เสิร์ฟเย็น; **~s** เนื้อสุกต่าง ๆ เสิร์ฟเย็น; Ⓑ *(sl.: corpse)* ซากศพ

coldness /'kəʊldnɪs/'โคลดฺนิซ/ *n., no pl.* Ⓐ ความเย็น, ความหนาว; **the ~ of the weather** ความเย็นของอากาศ; Ⓑ *(feeling cold)* ความรู้สึกหนาว; *(of hands, feet)* ความเย็น; Ⓒ *(lack of ardour etc.)* ความเย็นชา; Ⓓ *(of dead body, colour)* ความเยือกเย็น

cold: ~ pressed *adj.* ที่กด/อัดในขณะเย็น *(น้ำมันมะกอก);* **~-'shoulder** *v.t.* แสดงกิริยาไม่เป็นมิตร; *(fig.)* **give sb. the ~ shoulder** จงใจไม่เป็นมิตรกับ *ค.น.;* **~ 'steel** *n.* หอกดาบ; **~ 'storage** *n.* ห้องเย็นสำหรับเก็บอาหารสด; **put sth. in ~ storage** *(fig.)* ละ *(ความคิด, กิจกรรม)* ไว้ชั่วคราว *หรือ* แช่ดอง *ส.น.* ไว้ก่อน; **~ store** *n.* ห้องแช่เย็น; **~ 'sweat** *n.* เหงื่อออกด้วยความกลัว/ความเจ็บป่วย; **break out in a ~ sweat** เหงื่อแตกเนื่องจากความกลัวหรือความเจ็บป่วย; **~ 'turkey** *n. (Amer. sl.)* คำพูดตรงไปตรงมา; *(ศัพท์ผู้เสพยา)* เลิกเสพอย่างทันทีทันใด; *(attrib.)* **the ~ turkey cure/treatment** การเลิกเสพยาเสพติดโดยสิ้นเชิงอย่างปัจจุบันทันด่วน; **~ 'war** *n.* สงครามเย็น; **~ wave** *n. ช่วงที่อากาศหนาวปกคลุมพื้นที่บริเวณหนึ่งเป็นเวลาชั่วคราว;* **~-work** *v.t. ประกอบให้เป็นรูป (โลหะ) ในอุณหภูมิที่ลดฮวบฮาบโดยไม่มีการตกผลึก*

coleslaw /'kəʊlslɔː/'โคลซฺลอ/ *n.* สลัดกะหล่ำปลีหั่นฝอยผสมกับน้ำสลัดมายองเนส

coleus /'kəʊlɪəs/โคเลียซ/ *n.* พันธุ์ไม้ในสกุล Coleus คล้ายตำแย มีใบหลากสี

colic /'kɒlɪk/'คอลิค/ *n.* อาการเสียดท้อง

coliseum /kɒlɪ'sɪːəm/คอลิ'เซียม/ *n. (Amer.)* กรีฑาสถาน, สนามกีฬา

colitis /kə'laɪtɪs/เคอะ'ไลทิซ/ *n. (Med.)* ลำไส้ใหญ่อักเสบ

collaborate /kə'læbəreɪt/เคอะ'แลเบอะเรท/ *v.i.* Ⓐ *(work jointly)* ประสานงาน, ทำงานร่วมกัน; **~ [with sb.] on sth.** ร่วมมือ [กับ *ค.น.*] ใน *ส.น.;* **~ [with sb.] on** *or* **in doing sth.** ร่วมมือ [กับ *ค.น.*] ในการทำ *ส.น.;* Ⓑ *(cooperate with enemy)* สมคบ, คบคิดกับศัตรู

collaboration /kəlæbə'reɪʃn/เคอะ'แลเบอะเรช'น/ *n.* การร่วมมือทำงานด้วยกัน; *(with enemy)* การสมคบคิด; **work in ~ with sb.** ทำงานร่วมกับ *ค.น.*

collaborator /kə'læbəreɪtə(r)/เคอะ'แลเบอะเรเทอะ(ร)/ *n.* ผู้ร่วมทำงาน; *(with enemy)* ผู้สมคบคิดกับฝ่ายศัตรู; **they were ~s on this book** พวกเขาร่วมกันทำหนังสือเล่มนี้

collage /'kɒlɑːʒ, US kə'lɑːʒ/'คอลาฌ, เคอะ'ลาฌ/ *n. ภาพที่ทำขึ้นโดยใช้เศษวัสดุต่าง ๆ มาแปะกาวติดไว้ด้วยกัน*

collapse /kə'læps/เคอะ'แลพซฺ/ ❶ *n.* Ⓐ *(of person) (physical, mental breakdown)* การล้มฟุบ; *(heart attack)* หัวใจวาย; *(of lung, artery)* การทรุดลง; Ⓑ *(of tower, bridge, structure, wall, roof)* การล้มลง; *(โต๊ะ, เก้าอี้)* ล้มพับ; Ⓒ *(fig.: failure)* ความไม่สำเร็จ; *(of negotiations, plans)* ความล้มเหลว; *(of civilization, empire, society)* ความแตกสลาย; *(of currency, prices)* การตกอย่างฉับพลัน; การพังทลาย; *(ถนน, เขื่อน)* การทรุดลง ❷ *v.i.* Ⓐ *(person)* ล้มลง, ล้มหมดสติ; *(ปอด, ระบบเลือด)* ทรุดลง *หรือ* หยุดทำงาน; **his circulation ~d** ระบบเดินเลือดของเขาหยุดทำงาน; **~ into tears** ทรุดลงน้ำตาคลอ; **~ with laughter** หัวเราะจนฟุบลง; Ⓑ *(เต็นท์)* พังลงมา; *(โต๊ะ, เก้าอี้)* ล้มลง; *(ตึก, สะพาน)* พังทลายลงมา; Ⓒ *(fig.: fail) (ธุรกิจ, ความหวัง, ระบบ)* ล้มเหลว; *(ราคา, หุ้น)* ตกอย่างฉับพลัน; *(อาณาจักร, สังคม)* แตกสลาย; Ⓓ *(fold down) (กล้องส่องทางไกล)* หดเข้า; *(ร่ม, เก้าอี้)* พับเก็บ ❸ *v.t.* พับเก็บ *(ร่ม, เก้าอี้);* หดเข้า *(กล้องส่องทางไกล)*

collapsible /kə'læpsɪbl/เคอะ'แลพซิบ'ล/ *adj.* *(จักรยาน, โต๊ะ, เก้าอี้)* ที่พับได้; *(ร่ม, กล้องส่องทางไกล)* ที่หดได้; **it is ~:** มันพับเก็บ/หดเข้าได้

collar /'kɒlə(r)/'คอเลอะ(ร)/ ❶ *n.* Ⓐ ปกเสื้อ; **with ~ and tie** พร้อมเนคไท; **[surgical] ~:** เฝือกคอ; **hot under the ~** *(fig.) (embarrassed)* เขิน; *(angry)* โกรธ; Ⓑ *(for dog)* ปลอกคอ; Ⓒ *(for horse)* แอก; Ⓓ *(on bolt, pipe, etc.)* ปลอกผูกมัด ❷ *v.t.* Ⓐ *(seize)* จับ; **the policeman ~ed the thief** ตำรวจจับขโมย; Ⓑ *(coll.: appropriate)* ฉวย *(โดยไม่ได้รับอนุญาตหรือผิดกฎหมาย);* **who's collared my pen?** ใครฉวยปากกาฉันไป

collar: ~bone *n. (Anat.)* กระดูกไหปลาร้า; **~ button** *n.* Ⓐ *(Brit.)* กระดุมตรงคอเสื้อ; Ⓑ *(Amer.: stud)* กระดุมติดปกเสื้อกับตัวเสื้อ; **~ stud** *n. (esp. Brit.)* กระดุมติดปกเสื้อของเสื้อเชิ้ต

collate /kə'leɪt/เคอะ'เลท/ *v.t.* Ⓐ *(Bibliog.: compare)* เปรียบเทียบ *(เอกสาร);* **~ a copy with the original** เปรียบเทียบสำเนากับต้นฉบับ; Ⓑ *(put together)* รวบรวมเข้าด้วยกัน *(ข้อมูล)*

collateral /kə'lætərl/เคอะ'แลเทอะร'ล/ ❶ *adj.* Ⓐ *(subordinate) (สิ่งของ)* สำคัญรองลงมา; *(contributory)* **~ evidence** หลักฐานประกอบ; Ⓑ **~ relatives** ญาติสายอื่น ❷ *n.* Ⓐ *(person)* ญาติสายอื่น; Ⓑ *(property pledged as guarantee)* **~ [security]** หลักทรัพย์ที่ใช้ค้ำประกัน

collation /kə'leɪʃn/เคอะ'เลช'น/ *n.* Ⓐ การเปรียบเทียบ; *(of book or a set of sheets)* การจัดเรียงหน้า; Ⓑ *(light meal)* อาหารว่าง; *(in RC Ch.)* อาหารว่างที่รับประทานได้ระหว่างถือศีลอด; **cold ~:** อาหารว่างที่เสิร์ฟเย็น

collator /kə'leɪtə(r)/เคอะ'เลเทอะ(ร)/ *n.* *(Computing)* ผู้ตรวจสอบ, ผู้ตรวจทาน

colleague /'kɒliːg/'คอลีก/ *n.* เพื่อนร่วมงาน

[1]**collect** /kə'lekt/เคอะ'เล็คท/ ❶ *v.i.* Ⓐ *(assemble)* รวมกัน, รวมเป็นกลุ่ม; Ⓑ *(accumulate) (ฝุ่น, ขยะ)* สะสมเป็นกอง ❷ *v.t.* Ⓐ *(assemble)* รวบรวม *(ขยะ, สิ่งของ);* **~ volunteers** รวบรวมอาสาสมัคร; **~ [up] one's belongings** เก็บข้าวของ [ให้เรียบร้อย]; **she ~ed a lot of praise/good marks** เธอได้รับคำชม/คะแนนดี ๆ มากมาย; **~ dust** ฝุ่นจับ; Ⓑ *(coll.: fetch, pick up)* ไปรับ; **~ a parcel from the post office** ไปรับพัสดุภัณฑ์จากที่ทำการไปรษณีย์; **~ sb. from the station** ไปรับ *ค.น.* จากสถานี; Ⓒ *(get from others)* เก็บ *(ภาษี, หนี้, บิล);* ได้ *(ดอกเบี้ย);* ไปรับ *(ตั๋ว);* **~ on delivery** *(Amer.)* ให้ผู้รับของเป็นผู้จ่ายเงิน; Ⓓ *(as hobby)* สะสม *(ของเก่า, หนังสือ, ไปรษณียบัตร, เครื่องลายคราม);* Ⓔ *(regain control of)* **~ one's wits/thoughts** รวบรวมสติ/ความคิด; Ⓕ *(coll.: receive money)* เรี่ยไร *(เงิน, ของบริจาค)* ❸ *adj. (Amer.)* **a ~ telephone call** โทรศัพท์เก็บเงินปลายทาง; **a ~ telegram** โทรเลขที่เก็บเงินปลายทาง ❹ *adv. (Amer.)* **send a message ~:** ส่งข้อความโดยเก็บเงินปลายทาง; **pay for the goods ~:** จ่ายค่าสินค้าปลายทาง; **he called New York ~:** เขาโทรศัพท์ไปนิวยอร์กโดยให้เก็บเงินปลายทาง

C

²collect /ˈkɒlekt/ˈคอเล็คท/ *n. (Eccl.)* บทสวดมนต์เฉพาะสั้น ๆ ของศาสนาคริสต์

collectable /kəˈlektəbl/เคอะˈเล็คเทอะบ'ล/ *adj.* ที่น่าเก็บไว้; **to be very ~** น่าสะสม

collectables /kəˈlektəblz/เคอะˈเล็คเทอะบ'ลซ/ *n.* ของที่เก็บสะสมไว้; **antiques and ~:** ของเก่าและของสะสม

collected /kəˈlektɪd/เคอะˈเล็คทิด/ *adj.* Ⓐ *(gathered)* ที่รวบรวมอยู่; Ⓑ *(calm)* สุขุม, คุมสติได้

collectedly /kəˈlektɪdlɪ/เคอะˈเล็คทิดลิ/ *adv.* อย่างสุขุม, อย่างคุมสติได้

collection /kəˈlekʃn/เคอะˈเล็คช'น/ *n.* Ⓐ *(collecting)* การสะสม; การเก็บ *(ค่าเช่า, ภาษี, ค่ารถเมล์, เงิน);* การรวบรวม *(คน, สิ่งของ);* **make** *or* **hold a ~ of old clothes** สะสมเสื้อผ้าเก่า ๆ; Ⓑ *(amount of money collected)* จำนวนเงินที่เรี่ยไรได้; *(in church)* เงินที่เรี่ยไรได้ในโบสถ์; **take the ~:** เรี่ยรายเงิน; Ⓒ *(of mail)* การเก็บจดหมาย; *(from postbox)* เก็บจดหมายจากตู้ไปรษณีย์; Ⓓ *(group collected) (of coins, books, stamps, paintings, etc.)* สิ่งที่สะสมไว้; *(of fashionable clothes)* คอลเลคชั่น *(ท.ศ.)* ของเสื้อผ้ารุ่นใหม่; *(of people)* กลุ่มคน; Ⓔ *(accumulated quantity)* ปริมาณที่รวบรวม/สะสมไว้

collective /kəˈlektɪv/เคอะˈเล็คทิว/ ❶ *adj.* ร่วมกัน; **~ interests** ผลประโยชน์ร่วมกัน; **~ leadership/responsibility** ความเป็นผู้นำ/ความรับผิดชอบร่วมกัน; **~ guilt** ความผิดร่วมกัน; **~ agreement** ข้อตกลงร่วมกัน ❷ *n.* Ⓐ สหกรณ์; Ⓑ ➡ **collective noun**

collective: ~ 'bargaining *n. การเจรจาต่อรองเรื่องค่าจ้าง ฯลฯ โดยผู้แทนของกลุ่มลูกจ้าง;* **~ 'farm** *n.* นารวม

collectively /kəˈlektɪvlɪ/เคอะˈเล็คทิวลิ/ *adj.* ร่วมกัน; **work/act ~:** ทำงาน/ทำร่วมกัน

collective: ~ 'noun *n. (Ling.)* สมุหนาม; **~ 'ownership** *n.* ความเป็นเจ้าของที่ดิน/ผลผลิตร่วมกัน; **~ se'curity** *n.* ความมั่นคงร่วมกัน

collectivism /kəˈlektɪvɪzm/เคอะˈเล็คทิวิซ'ม/ *n.* ลัทธิการมีกรรมสิทธิ์ในที่ดินและผลผลิตร่วมกัน

collector /kəˈlektə(r)/เคอะˈเล็คเทอะ(ร)/ *n.* Ⓐ *(of stamps, coins, etc.)* นักสะสม; *(of taxes)* พนักงานจัดเก็บภาษี; *(of rent, cash)* คนเก็บค่าเช่า/เงิน; *(of jumble)* ผู้เก็บรวบรวม; ➡ **+ ticket collector;** Ⓑ *(of electric train)* อุปกรณ์เก็บ/รักษากระแสไฟฟ้า

collector: ~'s item, ~'s piece *ns.* สิ่ง/ชิ้นที่นิยมสะสม

colleen /ˈkɒliːn/คอˈลีน/ *n. (Ir.)* เด็กสาว

college /ˈkɒlɪdʒ/ˈคอลิจ/ *n.* Ⓐ *(esp. Brit.) (independent corporation in university)* หน่วยงานในมหาวิทยาลัยที่เป็นเอกเทศ; Ⓑ *(small university)* มหาวิทยาลัย *(ขนาดเล็ก);* Ⓒ *(place of further education)* วิทยาลัย, มหาวิทยาลัย; **military/naval ~:** วิทยาลัยทหารบก/ทหารเรือ; **go to ~** *(esp. Amer.)* เข้ามหาวิทยาลัย/วิทยาลัย; **start ~** *(esp. Amer.)* เริ่มเรียนระดับอุดมศึกษา; Ⓓ *(esp. Brit.: school)* โรงเรียนเอกชน; Ⓔ *(of physicians, surgeons)* โรงเรียนแพทย์/ศัลยแพทย์; *(of cardinals)* สภาราชาคณะของสมเด็จสันตะปาปาที่กรุงโรม

College: ~ of 'Arms *n. (esp. Brit.) หน่วยงานในอังกฤษที่ทำหน้าที่เกี่ยวกับตราประจำตระกูลและข้อมูลเกี่ยวกับเชื้อสายขุนนาง;* **~ of Edu'cation** วิทยาลัยฝึกหัดครู; *(for graduates)* บัณฑิตวิทยาลัย

collegiate /kəˈliːdʒət/เคอะˈลีเจิท/ *adj.* ซึ่งเกี่ยวกับวิทยาลัย/มหาวิทยาลัย; **Oxford has a ~ structure/is a ~ university** ออกซฟอร์ดเป็นมหาวิทยาลัย ซึ่งประกอบด้วยวิทยาลัยหลายแห่งในเครือ

collide /kəˈlaɪd/เคอะˈลายด/ *v.i.* Ⓐ *(come into collision)* ชน **(with** กับ); Ⓑ *(be in conflict)* ขัดแย้งกัน

collie /ˈkɒlɪ/ˈคอลิ/ *n.* สุนัขที่ใช้เลี้ยงแกะพันธุ์สกอตมีจมูกยาวแหลมและขนดกยาว

collier /ˈkɒlɪə(r)/ˈคอเลีย(ร)/ *n.* Ⓐ ➤ **489** ➡ **coal miner;** Ⓑ *(ship)* เรือบรรทุกถ่านหิน

colliery /ˈkɒljərɪ/ˈคอเลียริ/ *n.* เหมืองถ่านรวมบริเวณทั้งหมด

collision /kəˈlɪʒn/เคอะˈลิฌ'น/ *n.* Ⓐ *(colliding)* การชนกัน **(with** กับ); **come into ~:** ชนกัน; **a head-on ~ of a car with a bus** *or* **between a car and a bus** การชนประสานงาระหว่างรถเก๋งกับรถประจำทาง; Ⓑ *(fig.)* ความขัดแย้ง; **come into ~ with the law** ขัดแย้งกับกฎหมาย; มีปัญหากับตำรวจ

col'lision course *n. (lit or fig.) การกระทำหรือสภาวะที่จะนำไปสู่การชนกัน/ความขัดแย้ง;* **on a ~:** กำลังจะมีการชนกันหรือความขัดแย้ง

collocate /ˈkɒləkeɪt/ˈคอเลอะเคท/ ❶ *v.t.* Ⓐ *(place together)* วางไว้ด้วยกัน; Ⓑ *(arrange)* จัดให้เป็นระเบียบ; Ⓒ *(put in a place)* เก็บเข้าที่; Ⓓ *(Ling.) (คำที่)* ใช้ด้วยกันเสมอ ❷ *v.i. (Ling.) (คำที่)* ใช้ด้วยกันเสมอ

collocation /kɒləˈkeɪʃn/คอเลอะˈเคช'น/ *n.* การวางไว้ด้วยกัน; *(arrangement)* การจัดให้เป็นระเบียบ; *(Ling.: of words)* การรวมคำที่ใช้ด้วยกันได้

collocator /ˈkɒləkeɪtə(r)/ˈคอเลอะเคเทอะ(ร)/ *n. (Ling.)* คำที่ใช้ขยายคำบางคำเท่านั้น

colloid /ˈkɒlɔɪd/ˈคอลอยด/ *n. (Chem.)* ตัวยางคอลลอยด์ *(ท.ศ.),* ลักษณะหรือสภาพกาวยาง

colloidal /kəˈlɔɪdl/คอˈลอยด'ล/ *adj. (Chem.)* เกี่ยวกับตัวยางคอลลอยด์, ลักษณะหรือสภาพกาวยาง

colloquial /kəˈləʊkwɪəl/เคอะˈโลเควียล/ *adj.* เป็นสำนวนพูด/สนทนา; **~ language** ภาษาที่ใช้ในการสนทนากัน

colloquialism /kəˈləʊkwɪəlɪzm/เคอะˈโลเควียลิซ'ม/ *n.* Ⓐ *(style)* การใช้ภาษาพื้น ๆ หรือภาษาพูด; Ⓑ *(a form)* ถ้อยคำหรือวลีพื้น ๆ หรือภาษาพูด

colloquially /kəˈləʊkwɪəlɪ/เคอะˈโลเควียลิ/ *adv.* อย่างพื้น ๆ; อย่างเป็นภาษาพูด

colloquium /kəˈləʊkwɪəm/เคอะˈโลเควียม/ *n., pl.* **colloquia** /kəˈləʊkwɪə/เคอะˈเควีย/ การประชุม *หรือ* การสัมมนาทางวิชาการ

colloquy /ˈkɒləkwɪ/ˈคอเลอะควิ/ *n. (formal)* Ⓐ *no pl. (act of conversing)* การสนทนา; Ⓑ *(a conversation)* บทสนทนา

collude /kəˈluːd/เคอะˈลูด/ *v.i.* สมรู้ร่วมคิด

collusion /kəˈluːʒn/เคอะˈลูฌ'น/ *n.* การสมรู้ร่วมคิด *(ในการฉ้อโกง);* **act in ~ with sb.** สมรู้ร่วมคิดกับ ค.น.

collywobbles /ˈkɒlɪwɒblz/ˈคอลิวอบ'ลซ/ *n. pl. (coll.) (feeling of apprehension)* ความรู้สึกเสียวไส้; *(stomach ache)* อาการปวดท้อง

cologne ➡ **eau-de-Cologne**

Cologne /kəˈləʊn/เคอะˈโลน/ ❶ *pr. n.* เมืองโคโลญในประเทศเยอรมัน ❷ *attrib. adj.* แห่งโคโลญ

Colombia /kəˈlɒmbɪə/เคอะˈลัมเบีย/ *pr. n.* ประเทศโคลัมเบีย

Colombian /kəˈlɒmbɪən/เคอะˈลัมเบียน/ ❶ *adj.* แห่งประเทศโคลัมเบีย ❷ *n.* ชาวโคลัมเบีย

¹colon /ˈkəʊlən/ˈโคเลิน/ *n.* เครื่องหมายวรรคตอน (:) *(ใช้นำหน้าข้อความอ้างอิงหรือรายชื่อสิ่งของ)*

²colon /ˈkəʊlən, ˈkəʊlɒn/ˈโคเลิน, ˈโคลอน/ *n.* ➤ **118** *(Anat.)* ปลายลำไส้ใหญ่

colonel /ˈkɜːnl/ˈเคอน'ล/ *n.* Ⓐ *(highest regimental officer)* พันเอก; Ⓑ *(member of military junta)* สมาชิกของกลุ่มเผด็จการทหาร; ➡ **+ blimp** A; **chief** 1 C

colonial /kəˈləʊnɪəl/เคอะˈโลเนียล/ *adj.* Ⓐ *(of colony)* เกี่ยวกับอาณานิคม; **~ empire** จักรวรรดิอาณานิคม; **C~ Office** *(Hist.)* ทบวงอาณานิคม; Ⓑ *(Amer.: of period of British colonies)* แห่งสมัยอาณานิคมอังกฤษ; **~ architecture** สถาปัตยกรรมสมัยอาณานิคมอังกฤษ

colonialism /kəˈləʊnɪəlɪzm/เคอะˈโลเนียลิซ'ม/ *n.* ลัทธิล่าอาณานิคม

colonialist /kəˈləʊnɪəlɪst/เคอะˈโลเนียลิซท/ *n.* นักล่าอาณานิคม

colonic /kəʊˈlɒnɪk/โคˈลอนิค/ *adj. (Med.)* เกี่ยวกับปลายลำไส้ใหญ่

colonisation, colonise ➡ **coloniz-**

colonist /ˈkɒlənɪst/ˈคอเลอะนิซท/ *n.* ผู้ที่อาศัยอยู่ในอาณานิคม

colonization /kɒlənaɪˈzeɪʃn, US -nɪˈz-/ˈคอเลอะไนˈเซช'น/ *n.* การก่อตั้งอาณานิคม

colonize /ˈkɒlənaɪz/ˈคอเลอะนายซ/ *v.t. (establish colony in)* ก่อตั้งอาณานิคม

colonnade /kɒləˈneɪd/คอเลอะˈเนด/ *n. (Archit.)* เสาที่เรียงกันเป็นแถว

colony /ˈkɒlənɪ/ˈคอเลอะนิ/ *n.* อาณานิคม, ทัณฑนิคม *(ร.บ.);* กลุ่ม, หมู่คณะ; **a ~ of artists/ants** กลุ่มศิลปิน/มด

colophon /ˈkɒləfən/ˈคอเลอะเฟิน/ *n.* Ⓐ *(tailpiece)* ลวดลายที่พิมพ์ตอนจบบทหนังสือ; Ⓑ *(on title page)* สัญลักษณ์หรือเครื่องหมายของผู้พิมพ์หนังสือ

color *(Amer.)* ➡ **colour**

Colorado beetle /kɒləˈrɑːdəʊ biːtl/คอเลอะˈราโด บีท'ล/ *n.* ด้วง *Leptinotarsa decemlineata* ลายทางสีเหลืองดำ ตัวอ่อนเป็นศัตรูพืชต้นมันฝรั่ง

coloration /kʌləˈreɪʃn/คัลเลอะˈเรช'น/ *n.* Ⓐ *(colouring)* การย้อมสี; Ⓑ *(colour)* สีธรรมชาติของสิ่งมีชีวิต

coloratura /kɒlərəˈtʊərə/คอเลอะราˈทูเรอะ/ *n. (Mus.)* ท่อนร้องที่มีลวดลายแสดงความสามารถของเพลง; **~ soprano** *นักร้องหญิงเสียงโซปราโน ที่ชำนาญการขับร้องเพลงให้มีลวดลาย*

colored *(Amer.)* ➡ **coloured**

colossal /kəˈlɒsl/เคอะˈลอซ'ล/ *adj.* Ⓐ *(gigantic, huge)* ใหญ่มหึมา; Ⓑ *(of or like a colossus) (บุคคล, รูปปั้น)* ใหญ่กว่ามนุษย์ธรรมดา; Ⓒ *(coll.: remarkable, splendid)* น่าพิศวง, วิเศษ, มหัศจรรย์

colossus /kəˈlɒsəs/เคอะˈลอเซิซ/ *n., pl.* **colossi** /kəˈlɒsaɪ/เคอะˈลอซาย/ *or* **~es** รูปปั้นที่มีขนาดใหญ่กว่ามนุษย์ธรรมดา

colostomy /kəˈlɒstəmɪ/เคอะˈลอซเตอะมิ/ *n. (Med.) การผ่าตัดเปิดปลายลำไส้ใหญ่ เพื่อทำช่องทวารหนักเทียมที่หน้าท้อง*

colour *n.* ˈkʌlə(r)/ˈคัลเลอะ(ร)/ ❶ *n.* Ⓐ สี; **primary ~s** แม่สี; **secondary ~s** สีผสม; **what ~**

is it? นี่สีอะไร; see the ~ of sb.'s money *(fig.)* ขอเห็นเงินก่อน; Ⓑ *(Art, Her.)* สี; a box of ~s กล่องสี; Ⓒ *(complexion)* สี *(ผิว, หน้า)*; change ~: เปลี่ยนสีหน้า; *(go red/pale)* *(หน้า)* แดง/ซีด; lose/gain ~: *(สีหน้า)* ซีด/มีเลือดฝาด; get one's ~ back สีหน้ามีเลือดฝาดขึ้นมาอีกครั้ง; bring the ~ back to sb.'s cheeks ทำให้หน้ามีสีสันขึ้นมาอีกครั้ง; he is/feels/looks a bit off ~ today วันนี้เขาไม่ค่อยสบาย/รู้สึกไม่ค่อยสบาย/ดูหน้าซีดเซียวเล็กน้อย; have a high ~: สีหน้ามีเลือดฝาด; Ⓓ *(racial)* สีผิว; Ⓔ *usu. in pl. (appearance, aspect)* ลักษณะ, สภาพ; appear in its true ~s ปรากฏตามลักษณะที่แท้จริง; see sth. in its true ~ มองเห็น *ส.น.* ในสภาพแท้จริง Ⓕ *(appearance of reasonableness)* give *or* lend ~ to sth. ทำให้ *ส.น.* ดูน่าเชื่อถือ, เป็นความจริง; Ⓖ *(character, tone, quality, etc.)* คุณลักษณะ; *(aspect, appearance)* ลักษณะ, สภาพ; add ~ to a story เพิ่มสีสันให้เรื่อง; local ~: ลักษณะเฉพาะของท้องถิ่น; Ⓗ *in pl. (ribbon, dress, etc., worn as symbol of party, club, etc.)* ริบบิ้น, เสื้อผ้า, ฯลฯ ที่สวมเป็นสัญลักษณ์ของพรรค, สมาคม, ฯลฯ; get *or* win one's ~s *(Brit. Sport)* ได้รับคัดเลือกเข้าไปอยู่ในทีมกีฬา; give sb. his ~s *(Brit. Sport)* คัดเลือก *ค.น.* เข้าร่วมทีมกีฬา; show one's [true] ~s *or* oneself in one's true ~s *(fig.)* แสดงลักษณะที่แท้จริงของตน; Ⓘ *in pl. (national flag)* ธงชาติ; Ⓙ *(flag)* ธง; *(of ship)* ธงประจำเรือ; Queen's/King's regimental ~: ธงประจำกองทหารของพระราชินี/พระมหากษัตริย์; serve with the ~s *(Hist.)* เป็นทหาร; join the ~s *(Hist.)* เป็นทหาร; come off/pass with flying ~s *(fig.)* ผ่านด้วยคะแนนดีเยี่ยม; nail one's ~s to the mast *(fig.)* แสดงจุดยืนของตนอย่างชัดเจน; lower one's ~ *(fig.)* เลิกล้ม, ลดข้อ *(เรียกร้อง)* ของตน; sail under false ~s *(fig.)* แสร้งทำ/เป็น *ส.น.*; Ⓚ *(Mus.) (timbre, quality)* ลักษณะของเสียงร้องหรือเสียงเครื่องดนตรีที่ต่างกัน; ➡ + troop 3
❷ *v.t.* Ⓐ *(give ~ to)* ให้สี, ระบายสี; Ⓑ *(paint)* ทาสี; ~ in ลงสี, ระบายสี *(ในภาพ)*; ~ a wall red ทากำแพงเป็นสีแดง; Ⓒ *(stain, dye)* ย้อมสี *(ผ้า)*; Ⓓ *(disguise)* ปลอมแปลง; Ⓔ *(misrepresent)* บิดเบือน *(ข่าว)*; Ⓕ *(fig.: influence)* มีอิทธิพล
❸ *v.i.* Ⓐ *(ใบไม้, องุ่น)* เปลี่ยนสี; Ⓑ *(blush)* ~ [up] หน้าแดง

colouration *(Brit.)* ➡ **coloration**

colour: ~ **bar** *n.* การปฏิเสธที่จะให้บริการผู้ที่ไม่ใช่คนผิวขาว; ~-**blind** *adj.* ตาบอดสี; a ~-blind person คนที่ตาบอดสี; ~-**blindness** *n.* การที่ตาบอดสี; ~ **code** *n.* การใช้สีเป็นรหัส; ~-**coded** *adj.* ที่ใช้สีเป็นรหัส

coloured /ˈkʌləd/ˈคัลเลิด/ *(Brit.)* ❶ *adj.* Ⓐ มีสี; yellow-/green-~ มีสีเหลือง/เขียว; ~ paper *(for printing, wrapping, making designs)* กระดาษสี; ~ pencil ดินสอสี; Ⓑ *(of non-white descent)* มีเชื้อสายที่ไม่ใช่ผิวขาว; ~ people คนผิวสี; Ⓒ *(S. Afr.: of mixed descent)* มีเลือดผสม *(ระหว่างคนผิวขาวกับคนผิวสี)*; ~ people *(คนที่เป็น)* ลูกครึ่ง *(ระหว่างคนผิวขาวกับคนผิวสี)* ❷ *n.* Ⓐ คนผิวสี; Ⓑ *(S. Afr.: person of mixed descent)* ลูกครึ่งผิวขาวกับผิวสี

colour: ~-**fast** *adj.* สีไม่ตก; ~ **film** *n.* ฟิล์มสี

colourful /ˈkʌləfl/ˈคัลเลอะฟ'ล/ *adj. (Brit.)* มีสีสันตระการตา; สดใส; *(ละคร, วิธีพูด)* มีชีวิตชีวา; *(ชีวิต)* โลดโผน

colourfully /ˈkʌləfəlɪ/ˈคัลเลอะเฟอะลิ/ *adv. (Brit.)* อย่างมีสีสันสดใส, อย่างมีชีวิตชีวา; ~ dressed/striped/painted แต่งตัวมี/ผ้าเป็นลาย/ทาสีสันสดใส

colouring /ˈkʌlərɪŋ/ˈคัลเลอะริง/ *n. (Brit.)* Ⓐ *(action)* การใช้สี; ~ 'in การลงสี; Ⓑ *(colours)* สี; Ⓒ *(facial complexion)* ผิวหน้า; Ⓓ ~ [matter] *(in food etc.)* สารให้สี *(ที่ใช้ใส่อาหาร ฯลฯ)*

colouring book *n.* สมุดระบายสี

colourless /ˈkʌləlɪs/ˈคัลเลอะลิซ/ *adj. (Brit.)* Ⓐ *(without colour)* ไม่มีสี; *(pale)* ซีด; *(dull-hued)* *(ภาพ, ทะเล, ท้องน้ำ)* สีทึม; Ⓑ *(fig.)* *(เรื่อง, รูปแบบ)* ไม่น่าสนใจ; *(บุคคล)* ไม่มีชีวิตชีวา

colour: ~ **magazine** ➡ ~ supplement; ~ **photograph** *n.* ภาพถ่ายสี; ~ **photography** *n.* การถ่ายภาพสี; ~ **printing** *n.* การพิมพ์สี่สี; ~ **scheme** *n.* การจัดสี; ~-**sergeant** *n. (Mil.)* สิบเอกทหารเรือ *(ของอังกฤษ)*; ~ **supplement** *n. ภาคพิเศษของหนังสือพิมพ์ที่มีภาพสีประกอบ;* ~ **television** *n.* โทรทัศน์สี; ~ **transparency** *n.* แผ่นใสสี

colt /kəʊlt/โคลทฺ/ *n.* Ⓐ ลูกม้าตัวผู้ *(ที่อ่อนกว่า 4 ปี)*; *(player in junior team)* ผู้เล่น *(กีฬา)* ในทีมเยาวชน; Ⓑ *(inexperienced person)* ผู้ที่อ่อนประสบการณ์

coltsfoot /ˈkəʊltsfʊt/ˈโคลทฺซฺฟุท/ *n., pl.* ~**s** *(Bot.)* พืชป่าพันธุ์ *Tussilago farfara* ที่ขึ้นเป็นกระจุก มีดอกสีเหลือง

columbine /ˈkɒləmbaɪn/ˈคอเลิมบายนฺ/ *n. (Bot.)* พืชในสกุล *Aquilegia* มีดอกสีม่วง

Columbus /kəˈlʌmbəs/โค'ลัมเบิซ/ *pr. n.* โคลัมบัส *ผู้ค้นพบทวีปอเมริกาเมื่อปี ค.ศ. 1492*

column /ˈkɒləm/ˈคอเลิม/ *n.* Ⓐ เสา; Ⓑ *(in machine)* เสาในเครื่องยนต์; *(of tripod)* ขาตั้งกล้อง; Ⓒ *(of liquid, vapour, etc.)* ลำ, แนว; ~ of mercury แนว/ลำปรอท; ~ of smoke ควันที่พุ่งเป็นลำขึ้นไป; Ⓓ *(division of page, table, etc.)* คอลัมน์ *(ท.ศ.)*, สดมภ์ *(ร.บ.)*, แถว; a ~ of figures ตัวเลขแถวหนึ่ง; in two ~s เป็นสองแถว; Ⓔ *(in newspaper)* คอลัมน์ในหนังสือพิมพ์; the sports ~: คอลัมน์กีฬา; the gossip ~: คอลัมน์ซุบซิบสังคม; Ⓕ *(of troops, vehicles, ships)* แถว; dodge the ~ *(fig. coll.)* เลี่ยงหน้าที่การงาน; Ⓖ *(Amer.: party, faction)* พรรค, กลุ่มหมู่คณะ *(โดยเฉพาะทางการเมือง)*

columnar /kəˈlʌmnə(r)/เคอะ'ลัมเนอะ(ร)/ *adj.* เป็นเสาลำแนว; *(แถว)* ที่พิมพ์เป็นคอลัมน์

'column inch *n.* advertisement of two ~es *การลงโฆษณาในหนังสือพิมพ์ในเนื้อที่สองคอลัมน์แต่ละคอลัมน์ยาวหนึ่งนิ้ว*

columnist /ˈkɒləmɪst/ˈคอเลิมนิซทฺ/ *n.* นักเขียนคอลัมน์ประจำในหนังสือพิมพ์; radio ~: ผู้รายงานข่าวสารคดีทางวิทยุ

coma /ˈkəʊmə/ˈโคเมอะ/ *n.* Ⓐ *(Med.)* อาการโคม่า *(ท.ศ.) (อาการหมดสติเป็นเวลานาน)*; be in a ~: อยู่ในอาการโคม่า; go into a ~: *(อาการ)* เข้าขั้นโคม่า; Ⓑ *(fig.: torpor)* อาการเฉื่อยชาเชื่องช้า

comb /kəʊm/โคม/ ❶ *n.* Ⓐ *(also as tech. term)* หวี; *(curry-~)* หวีเสนียดสำหรับแปรงขนม้า; Ⓑ *(action)* give one's hair a ~: หวีผมของตน; Ⓒ *(honey~)* รวงผึ้ง ❷ *v.t.* Ⓐ หวีผม; ~ sb.'s/one's hair หวีผม *ค.น.*/ของตน; ~ sth. out of sb.'s hair สาง *ส.น.* ออกจากผมของ *ค.น.*; Ⓑ *(curry)* แปรงขน *(ม้า)*; Ⓒ *(search)* ค้นหาอย่างละเอียด

~ **'out** *v.t.* Ⓐ หวีผม; Ⓑ *(separate for removal)* หวีสางผม *หรือ* ขนเพื่อให้อะไรบางอย่างหลุดออกมา; Ⓒ *(search)* ค้นและกำจัด *(สิ่งที่ไม่ต้องการ)*

combat /ˈkɒmbæt/ˈคอมแบท/ ❶ *n.* การต่อสู้, การรบ, การแข่งขัน; single ~: การต่อสู้ตัวต่อตัว ❷ *v.t. (fig.: strive against)* ต่อสู้กับ ❸ *v.i. (engage in battle or contest)* ทำสงคราม, แข่งขัน

'combat aircraft *n.* เครื่องบินรบ

combatant /ˈkɒmbətənt/ˈคอมเบอะเทินทฺ/ ❶ *adj.* เข้ารบ, เข้าสู้ ❷ *n. (in war)* ผู้ที่ร่วมต่อสู้, ผู้ร่วมรบในสงคราม; *(in duel)* ผู้ที่ต่อสู้แบบตัวต่อตัว

combat: ~ **dress** *n.* ชุดออกรบ; ~ **fatigue** *n.* ความเครียดจากการสู้รบ

combative /ˈkɒmbətɪv/ˈคอมเบอะทิว/ *adj.* พร้อมที่จะต่อสู้/รบ

combatively /ˈkɒmbətɪvlɪ/ˈคอมเบอะทิวลิ/ *adv.* อย่างพร้อมที่จะต่อสู้/รบ

combativeness /ˈkɒmbətɪvnɪs/ˈคอมเบอะทิวนิซ/ *n., no pl.* ความพร้อมที่จะต่อสู้/รบ

combe *(Brit.)* ➡ **coomb**

combed /kəʊmd/โคมดฺ/ *adj.* หวีแล้ว, สางแล้ว

comber /ˈkəʊmə(r)/ˈโคเมอะ(ร)/ *n. (wave, breaker)* คลื่นยาวที่ม้วนตัวซัดเข้าฝั่ง

combination /kɒmbɪˈneɪʃn/คอมบิ'เนช'น/ *n.* Ⓐ การรวมกัน; in ~: พร้อมกัน; Ⓑ *(Chem.)* การผสมของสารเคมี; Ⓒ *(Brit. Motor Veh.)* จักรยานยนต์ที่มีรถพ่วงอยู่ด้านข้าง; Ⓓ *in pl. (dated Brit.: undergarment)* ชุดชั้นในติดกัน

combi'nation lock *n.* ล็อกที่เปิดโดยการกด *หรือ* หมุนตามรหัส

combine /kəmˈbaɪn/เคิม'บายนฺ/ ❶ *v.t.* Ⓐ *(join together)* รวมกัน; Ⓑ *(possess together)* มี *(คุณสมบัติที่มักจะต่างกัน)* ร่วมกัน; ~s charm and authority มีทั้งเสน่ห์และอำนาจ; Ⓒ *(cause to coalesce)* ทำให้ *(สาร, มวล)* รวมกัน ❷ *v.i.* Ⓐ *(join together, coalesce)* *(สาร, สิ่ง)* รวมกัน; Ⓑ *(cooperate)* ร่วมมือกัน ❸ /ˈkɒmbaɪn/ˈคอมบายนฺ/ *n.* Ⓐ กลุ่มที่รวมตัวกัน *(เพื่อผลประโยชน์ในการควบคุมราคาสินค้า ฯลฯ)*; *(in socialist economy)* ทุนรวมในระบบเศรษฐกิจสังคมนิยม; Ⓑ *(machine)* ~ [harvester] เครื่องจักรใช้เก็บเกี่ยวและนวดข้าวสาลี

combined /kəmˈbaɪnd/เคิม'บายนดฺ/ *adj.* ที่รวมกัน; a ~ operation การปฏิบัติงานแบบหลายอย่างรวมกัน

combings /ˈkəʊmɪŋz/ˈโคมิงซฺ/ *n. pl.* ผมที่ร่วงเนื่องจากการหวี

combining form /kəmˈbaɪnɪŋ fɔːm/เคิม'บายนิง ฟอม/ *n. (Ling.)* หน่วยคำที่ประกอบเข้ากันเพื่อสร้างคำใหม่ *(e.g. bio- = life, -graphy = writing)*

combo /ˈkɒmbəʊ/ˈคอมโบ/ *n., pl.* ~**s** วงดนตรีแจ๊สขนาดเล็ก

combust /kəmˈbʌst/เคิม'บัซทฺ/ *v.t.* ไหม้, เผาไหม้

combustible /kəmˈbʌstɪbl/เคิม'บัซติบ'ล/ *adj.* Ⓐ ไหม้ไฟได้; Ⓑ *(fig.)* ตื่นเต้นง่าย, ขี้รำคาญ

combustion /kəmˈbʌstʃn/เคิม'บัซฉ'น/ *n.* การเผาไหม้; ~ chamber *(Mech. Engin.) (of jet engine)* ห้องหัวสูบ; *(of internal-~ engine)* ห้องหัวสูบ

come /kʌm/คัม/ ❶ *v.i.*, **came** /keɪm/เคม/, **come** /kʌm/คัม/ Ⓐ *(start or move towards or to sth. or sb.)* มา; ~ here! มานี่; [I'm] coming! *(ฉัน)* มาแล้ว; ~ running วิ่งเข้ามา; ~ running into the room วิ่งเข้ามาในห้อง;

~ laughing into the room เดินหัวเราะเข้ามาในห้อง; **not know whether** *or* **if one is coming or going** ยุ่งจนหัวหมุนไปหมดแล้ว; **~, ~!** จุ๊ ๆ จุ๊ ๆ พอละ พอละ *(ชักจะเลยเถิดไปใหญ่แล้ว)*; **~ [now]!** *(fig.) (encouraging)* เอาเลย; *(don't be hasty)* ใจเย็น ๆ; Ⓑ *(arrive at a place)* มาถึง; **they came to a house/town** พวกเขามาถึงบ้านหลังหนึ่ง/เมืองหนึ่ง; **he has just ~ from school/America** เขาเพิ่งมาจากโรงเรียน/อเมริกา; **let 'em all ~!, ~ one ~ all** *(coll.)* ให้พวกเขามาให้หมดเลย; **~ and see me soon** แล้วมาเยี่ยมฉันนะ; **the news came as a surprise** ข่าวนี้ [เป็นเรื่องที่] น่าประหลาดใจ; **Christmas/ Easter is coming** วันคริสต์มาส/อีสเตอร์ใกล้จะมาถึงแล้ว; Ⓒ *(traverse)* ข้าม; **he has ~ a long way** เขาเดินทางมาไกล; **the project has ~ a long way** *(fig.)* โครงการนี้ได้ดำเนินการมาไกลแล้ว; Ⓓ *(be brought)* นำมา; **~ to sb.'s notice** *or* **attention/knowledge** ค.น. สังเกตเห็น/รับรู้; Ⓔ *(enter)* เข้ามา; **the train came into the station** รถไฟแล่นเข้ามาในสถานี; Ⓕ *(occur)* มา; *(in list etc.)* อยู่; **the adjective ~s after the noun** คุณศัพท์มาหลังคำนาม; Ⓖ *(be~, be)* **the shoelaces have ~ undone** เชือกรองเท้าหลุดแล้ว; **the handle has ~ loose** ที่จับหลวม; **it ~s cheaper to buy things in bulk** การซื้อของครั้งละมาก ๆ จะถูกกว่า; **it all came right in the end** ทุกอย่างจบลงด้วยดี; **it will all ~ right in the end** ทุกอย่างจะจบลงด้วยดีในที่สุด; **it ~s easily/naturally to him** เป็นเรื่องง่าย ๆ/ธรรมดาสำหรับเขา; **what you say ~s to this ...:** สิ่งที่คุณพูดก็คือ...; **when it ~s to cooking** ถ้าเป็นเรื่องการทำอาหาร; **~ to that, if it ~s to that** ที่จริง, ถ้าเป็นเช่นนั้น/ในกรณีนั้น; **~ to oneself** ได้สติกลับคืนมา; **have ~ to believe/ realize that ...:** ในที่สุดก็เชื่อ/ตระหนักว่า...; **we came to know him better** เราได้รู้จักเขาดีขึ้น; Ⓗ *(become present)* จะมาถึง, จะกลายเป็น, จะเกิดขึ้น; **in the coming week/month** ในสัปดาห์/เดือนที่จะมาถึง; **be a coming man** เป็นผู้ชายที่กำลังจะประสบความสำเร็จ; **this coming Christmas** วันคริสต์มาสที่จะมาถึงนี้; **She had it coming to her** เธอสมควรที่จะโดนเช่นนั้น; Ⓘ **to ~** *(future)* ในอนาคต; **in years to ~:** ในอนาคต; **for some time to ~:** ในช่วงเวลาต่อมาอีกนาน; Ⓙ *(be left or willed)* **he has a lot of money coming to him** เขาจะได้เงินมรดกจำนวนมาก; **the farm came to him on his father's death** ที่นา/ไร่ตกเป็นของเขาเมื่อบิดาของเขาตาย; Ⓚ *(be result)* มาจาก, เป็นผลของ; **that's what ~s of grumbling** นั่นเป็นผลของการบ่น; **nothing came of it** มันไม่ได้มีผลอะไรเลย; **~ of noble parents** มาจากตระกูลที่สูงส่ง; **the suggestion came from him** คำแนะนำมาจากตัวเขา; Ⓛ *(reach, extend)* **the motorway ~s within 10 miles of us** ทางด่วนห่างจากเราแค่ 10 ไมล์; Ⓜ *(happen)* **how ~s it that you...?** เป็นไปได้อย่างไรว่าคุณ...; **how did you ~ to break your leg?** ขาคุณหักได้อย่างไร; **how ~?** *(coll.)* เรื่องนี้เกิดขึ้นได้อย่างไร; **~ what may** ไม่ว่าอะไรจะเกิดขึ้นก็ตาม; Ⓝ *(be available)* มี *(ให้เลือก)*; **this dress ~s in three sizes** เสื้อชุดนี้มีให้เลือก 3 ขนาด; **as tough/clever/stupid as they ~:** แกร่ง/ฉลาด/โง่มากอย่างที่สุด; Ⓞ *(coll.: play a part)* **~ the bully with sb.** รังควาน ค.น.; **don't ~ the innocent with me** อย่ามาทำไร้เดียงสากับฉัน; **don't ~ that game with me** อย่ามาเล่นอย่างนั้นกับฉันนะ; **~ it strong** ทำแรงพอใช้; **~ it too strong** [ทำ... ฯลฯ] เกินขอบเขตมาก; Ⓟ **~ [next] Friday/next week** เมื่อวันศุกร์/สัปดาห์หน้า; **it's two years ~ Christmas since we were divorced** ตอนคริสต์มาสนี้เราหย่ากันมาได้สองปีแล้ว; Ⓠ *(sl.: have orgasm)* เสร็จ, มา *(ภ.พ.)*

❷ *n. (sl.: semen)* น้ำอสุจิ

~ a'bout *v.i.* Ⓐ เกิดขึ้น; **how did it ~ about that...?** มันเกิดขึ้นได้อย่างไรที่ว่า; Ⓑ *(Naut.)* *(เรือ)* เปลี่ยนทิศทาง

~ across ❶ /--'-/ *v.i.* Ⓐ *(be understood)* *(ความหมาย, สุนทรพจน์)* เป็นที่เข้าใจ; Ⓑ *(coll.: make an impression)* ทำให้เกิดความรู้สึก; **he always wants to ~ across as a tough guy** เขาอยากให้ใคร ๆ คิดว่าเขาเป็นคนแกร่งเสมอ; Ⓒ **~ across with** *(coll.: give, hand over)* ให้, มอบให้ *(เงิน, กุญแจ)*

❷ /'---/ *v.t.* **~ across sb./sth.** พบ/เห็น ค.น./ส.น. โดยบังเอิญ; **have you ~ across my watch?** คุณเห็นนาฬิกาของฉันไหม

~ a'long *v.i. (coll.)* Ⓐ *(hurry up)* **~ along!** รีบหน่อย, มาเร็ว ๆ เข้า; Ⓑ *(try harder)* **~ along, now!** พยายามให้มากขึ้นหน่อย; Ⓒ *(make progress)* **~ along nicely** ก้าวหน้าอย่างมาก; **her maths is coming along nicely** วิชาคณิตศาสตร์ของเธอก้าวหน้าอย่างมาก; Ⓓ *(arrive, present oneself/itself)* *(บุคคล)* มาถึง; *(โอกาส)* ปรากฏ; **he'll take any job that ~s along** เขาจะรับงานอะไรก็ได้ที่ปรากฏ; Ⓔ *(to place)* มา **(with** กับ**)**

~ at *v.t.* Ⓐ ค้นพบ *(ความจริง)*; Ⓑ *(attack)* จู่โจม; **he came at me with a knife** เขาจู่โจมฉันด้วยมีด

~ a'way *v.i.* Ⓐ ออกเดินทางมา; Ⓑ *(became detached)* หลุด **(from** จาก**)**; Ⓒ *(be left)* **~ away with the impression/feeling that ...:** เหลือความรู้สึกที่ว่า...

~ 'back *v.i.* Ⓐ *(return)* กลับมา; *(ความจำ)* กลับคืนมา; Ⓑ *(return to memory)* **it will ~ back [to me]** มันจะกลับมาสู่ความทรงจำ [ของฉัน]; Ⓒ **~ back [into fashion]** กลับสู่ความนิยม; Ⓓ *(retort)* **~ back at sb. with sth.** ตอบกลับ ค.น. ด้วย ส.น.; **the team came back strongly** ทีมมีพลังกลับคืนมา; ➡ + **~back**

~ between *v.t.* มาระหว่าง, แทรกระหว่าง

~ by ❶ /'--/ *v.t. (obtain, receive)* ได้มา, ได้รับ; **was the money honestly ~ by?** เงินได้มาโดยสุจริตหรือเปล่า ❷ /-'-/ *v.i.* ผ่าน, แวะมา

~ 'down *v.i.* Ⓐ *(collapse)* พังลง, ล้มลง; *(fall)* *(ราคา, หิมะ, ฝน)* ตก, หล่น; **the beams came down on my head** ขื่อหล่นลงมาโดนหัวฉัน; Ⓑ *(~ to place regarded as lower)* ลงมา; *(~ southwards)* ลงมาทางใต้; Ⓒ *(leave university)* **~ down** *(from Oxford)* จบจากมหาวิทยาลัยออกซฟอร์ด; **when he came down [from Oxford] he got married** เมื่อเขาจบ [จากมหาวิทยาลัยออกซฟอร์ด] เขาก็แต่งงาน; Ⓓ *(land)* ลงแตะพื้น; *(crash)* ตก; **~ down in a field** *(เครื่องบิน)* ลงบน/ตกที่ทุ่งนา; Ⓔ *(be transmitted)* *(ตำนาน)* สืบทอดลงมา; Ⓕ **~ down to** *(reach)* มาถึง; Ⓖ **~ down to** *(be reduced to)* ลดลงเหลือ; Ⓗ **~ down to** *(be a question of)* เป็นเรื่อง/กรณีของ; Ⓘ *(be reduced; suffer change for the worse)* ลดลงมา, ตกต่ำ; **she has ~ down in the world** ฐานะ/สถานภาพของเธอตกต่ำ; Ⓙ *(make a decision)* **~ down in favour of sb./sth.** ตัดสินใจชอบ ค.น./ส.น.; **~ down on the side of sb./sth.** ตัดสินใจเข้าข้าง ค.น./ส.น.; Ⓚ **~ down on** *(rebuke, pounce on)* ตำหนิ; **~ down on sb. for sth.** ตำหนิ ค.น. ด้วยเรื่อง ส.น.; Ⓛ **~ down with** ติด, เป็น *(โรคภัย, ไข้หวัด)*; ➡ + **comedown; earth** 1 A

~ 'forth *v.i.* ออกมา

~ 'in *v.i.* Ⓐ *(enter)* เข้ามา; **~ in!** เข้ามา; **this is where we came in** *(fig.)* นี่คือที่ที่เราเข้ามา; Ⓑ *(น้ำทะเล)* น้ำขึ้น; Ⓒ *(be received)* ได้รับ *(ข่าว, รายงาน)*; Ⓓ *(in radio communication)* ทราบแล้ว เปลี่ยน; **C~ in, Tom, ~ in, Tom. Over** ทอมติดต่อด้วย จบ; Ⓔ *(make next contribution to discussion etc.)* เป็นผู้พูดคนต่อไป; **would you like to ~ in here, Mr. Brown?** คุณบราวน์ คุณอยากจะพูด/เสนออะไรในช่วงนี้ไหม; Ⓕ *(became fashionable)* ทันสมัย; Ⓖ *(become seasonable or available)* ถึงฤดู; ➡ + **handy** B; Ⓗ *(gain power, be elected)* ขึ้นสู่อำนาจ, ได้รับเลือก; Ⓘ *(in race)* ได้ที่ *(หนึ่ง, สอง ฯลฯ)*; Ⓙ *(as income)* *(รายได้)* เข้ามา; Ⓚ *(find a place; have a part to play)* **where do I ~ in?** จะให้ฉันทำอะไร; **~ in on sth.** เข้าไปมีส่วนร่วมใน ส.น.; Ⓚ **~ in for** ได้รับ *(การสังเกต, การติเตียน)*

~ into *v.t.* Ⓐ *(enter)* เข้ามา; *(รถไฟ, เรือ)* แล่นเข้ามา; Ⓑ *(inherit)* รับ *(มรดก)*; Ⓒ *(play a part)* **wealth does not ~ into it** ทรัพย์สมบัติไม่ได้เข้ามามีส่วนเกี่ยวข้องด้วย; **where do I ~ into it?** ฉันจะมีส่วนตอนไหน

~ near *v.t.* **~ near [to] doing sth.** เกือบจะทำ ส.น.; **he came near [to] committing suicide** เขาเกือบจะฆ่าตัวตาย

~ off ❶ /-'-/ *v.i.* Ⓐ *(become detached)* *(มือจับ, ฝา)* หลุด; *(be removable)* *(ฝา)* ถอดได้; *(มลทิน, รอยเปื้อน)* เอาออกได้; Ⓑ *(fall from sth.)* หล่นลงมา; Ⓒ *(emerge from contest etc.)* มีผล *(ดี, ไม่ดี ฯลฯ)*; Ⓓ *(succeed)* *(แผน, โครงการ)* ประสบความสำเร็จ; **the play/ experiment/ marriage/holiday didn't ~ off** ละคร/การทดลอง/การแต่งงาน/การไปเที่ยวพักผ่อนไม่ประสบความสำเร็จ; Ⓔ *(take place)* เกิดขึ้น; **their marriage didn't ~ off** พวกเขาไม่ได้แต่งงานกัน; **their holiday didn't ~ off** พวกเขาไม่ได้ไปท่องเที่ยวกัน; Ⓕ *(coll.: have orgasm)* เสร็จ; มา *(ภ.พ.)*

❷ *v.t.* **~ off a horse/bike** ตกม้า/จักรยาน; **~ 'off it!** *(coll.)* หยุดพูดเหลวไหลเสียที, หยุดพล่ามเสียที

~ on ❶ /-'-/ *v.i.* Ⓐ *(continue coming, follow)* มาต่อ, ตามมา; **~ on!** มา; *(encouraging)* มาซี่; *(impatient)* เร็วเข้า; *(incredulous)* ไม่เอาน่า; **I'll ~ on later** ฉันจะมาทีหลัง; Ⓑ *(make progress)* **my work is coming on very well** งานของฉันก้าวหน้าไปได้ดีมาก; Ⓒ *(begin to arrive)* *(หน้าหนาว, ฝน)* เริ่มจะมา; **the rain came on, it came on to rain** ฝนเริ่มจะตกแล้ว; **he thought he had a cold coming on** เขาคิดว่าเขากำลังจะเป็นหวัด; Ⓓ *(be heard or seen on television etc.)* ฉาย, แสดง, ออกอากาศ; **the film/opera** *etc.* **doesn't ~ on till 8 o'clock** หนัง/โอเปร่า ฯลฯ ไม่แสดงจนถึงเวลา 2 ทุ่ม; Ⓔ *(appear on stage or scene)* ปรากฏตัวบนเวที หรือ เข้าฉาก; ➡ + **come-on**

❷ /'--/ *v.t.* ➡ **~ upon**

~ 'out *v.i.* Ⓐ ออกมา; **~ out [on strike]** นัดหยุดงาน; Ⓑ *(emerge from examination etc.)* **~ out top/second/bottom** สอบได้ที่หนึ่ง/ที่สอง/ที่สุดท้าย; Ⓒ *(appear, become visible)* *(แดด,*

C

ดอกไม้) ออก; *(ดาว)* ปรากฏให้เห็น; Ⓓ *(be revealed) (ความจริง)* ถูกเปิดเผย; *(ผล)* ออกมา; **the results came out negative** ผลออกมาเป็นไปในทางลบ; **the answer came out wrong** คำตอบออกมาผิด; Ⓔ *(be published, declared etc.) (ผล)* ถูกประกาศ; *(ข่าว)* ได้รับการตีพิมพ์; Ⓕ *(be solved) (ปริศนา, ปัญหา)* แก้ได้; Ⓖ *(make début)* ทำ/แสดง/ปรากฏตัวสู่สังคมเป็นครั้งแรก; Ⓗ *(be released from prison)* ถูกปล่อยออกจากคุก; Ⓘ *(declare oneself)* **~ out for** *or* **in favour of sth.** ประกาศตัวว่าเห็นด้วยกับ *ส.น.*; **~ out againt sth.** แสดงการคัดค้าน *ส.น.*; Ⓙ เปิดเผยว่าเป็นพวกรักร่วมเพศ; Ⓚ *(be satisfactorily visible)* ออกมาดี, ดูดี; **you have ~ out very well in all of these photos** ในบรรดารูปทั้งหมดนี้ คุณดูดีมากเลย; **the photo has not ~ out** รูปถ่ายเสีย *หรือ* รูปถ่ายออกมาไม่ดี; Ⓛ *(be covered)* **his face came out in pimples** หน้าของเขาเต็มไปด้วยสิว; **she came out in a rash** ตัวเธอขึ้นเป็นผื่น; Ⓜ *(be removed) (รอยเปื้อน)* ลบออกไปได้; Ⓝ **~ out with** ประกาศ, เปิดเผย *(ความจริง, ข้อเท็จจริง)*

~ 'over ❶ *v.i.* Ⓐ *(~ from some distance) (ข้าม, ลง)* มาจาก; Ⓑ *(change sides or opinions)* **~ over to sb./sth.** เปลี่ยนฝ่ายมาที่ *ค.น./ส.น.*; Ⓒ ➡ **~across** 1 B; Ⓓ **she came over funny/dizzy** เธอรู้สึกแปลก ๆ/คลื่นไส้; **he came over faint** เขารู้สึกจะเป็นลม ❷ *v.t. (coll.)* เกิดขึ้น; **what has ~ 'over him?** เขาเป็นอะไรไป

~ 'round *v.i.* Ⓐ *(make informal visit)* แวะมาเยี่ยม; Ⓑ *(recover)* คืนสติ; Ⓒ *(be converted)* เปลี่ยนไปเชื่อความคิดของผู้อื่น; **he came round to my way of thinking** เขาเปลี่ยนมาเห็นด้วยกับความคิดเห็นของฉัน; Ⓓ *(recur)* **Christmas ~s round again** วันคริสต์มาสมาถึงอีกแล้ว

~ 'through ❶ *v.i.* ประสบผลสำเร็จ, ผ่านมาได้ ❷ *v.t. (survive)* เอาชนะ *(ความยากลำบาก)*

~ to ❶ /'--/ *v.t.* Ⓐ *(amount to) (ค่าใช้จ่าย)* รวมเป็น; *(การรวมเลข)* ให้ผล; **his plans came to nothing** แผนของเขาไม่เกิดผลอะไร; **he/it will never ~ to much** เขา/มันจะไม่มีวันประสบความสำเร็จเท่าไร; Ⓑ *(inherit)* ได้รับมรดก, ตกทอด; **~ to oneself** ➡ 2; Ⓒ *(arrive at)* **what is the world coming to?** โลกจะเป็นยังไงต่อไป; **this is what he has ~ to** ตอนนี้สภาพเขาย่ำแย่อย่างนี้ ❷ /-'-/ *v.i.* คืนสติ, ฟื้น

~ to'gether *v.i. (บุคคล)* มารวมตัวกัน; *(แผนการ ฯลฯ)* เป็นรูปเป็นร่าง; *(เหตุการณ์)* เกิดขึ้นพร้อมกัน

~ under *v.t.* Ⓐ *(be classed as or among)* ถูกจำแนกเป็น, ถูกจัดประเภทอยู่ใน; Ⓑ *(be subject to)* อยู่ภายใต้, อยู่ภายใต้การควบคุมของ; **these shops have ~ under new management** ร้านเหล่านี้อยู่ภายใต้ฝ่ายจัดการชุดใหม่

~ 'up *v.i.* Ⓐ *(~ to place regarded as higher)* ขึ้นมา; *(~ northwards)* ขึ้นมาทางเหนือ; **he ~s up to London every other weekend** เขาขึ้นมาลอนดอนวันหยุดสุดสัปดาห์เว้นสัปดาห์; Ⓑ *(join university)* **~ up [to Cambridge]** เข้ามหาวิทยาลัยเคมบริดจ์; Ⓒ **~ up to sb.** *(approach for talk)* เข้ามาคุยกับ *ค.น.*; Ⓓ **~ up with sb.** *(get abreast)* เดินทัน *ค.น.*; Ⓔ *(arise out of ground) (ต้นไม้)* โผล่ขึ้นมา, ขึ้นมาจากดิน; Ⓕ *(be discussed) (เรื่อง, คำถาม)* ถูกนำมาอภิปราย; Ⓖ *(present itself)* เสนอ; **~ up for sale/renewal** เสนอขาย/การต่อสัญญา; **coming up** *(coll.: sth. is nearly ready)* เกือบเสร็จแล้ว; Ⓗ **~ up to** *(reach)* มาถึง; *(be equal to) (การเรียกร้อง, ความหวัง)* เท่ากับ; Ⓘ **~ up against sth.** *(fig.)* เผชิญกับ *ส.น.*, คัดค้านกับ *ส.น.*; Ⓙ **~ up with** เสนอ *(ความคิด ฯลฯ)*; มี *(ทางออก)*; ให้ *(คำตอบ)*

~ upon *v.t.* Ⓐ *(attack)* จู่โจม; **disaster/war came upon them** ความหายนะ/สงครามจู่โจมพวกเขา; Ⓑ *(meet by chance)* พบโดยบังเอิญ

~ with *v.t. (be supplied together with)* **this model ~s with ...:** รุ่นนี้มาพร้อมกับ...

'comeback *n.* Ⓐ *(return to profession etc.)* การคืนสู่สังเวียน, การกลับมาจับอีกครั้ง *(งาน)*; Ⓑ *(coll.: retort)* การตอบสวน; **I got an immediate ~ from him that ...:** เขาตอบสวนฉันทันทีทันควันว่า...; Ⓒ *(means of redress)* **have no ~:** ไม่มีช่องทางได้ค่าชดเชย

comedian /kə'miːdɪən/เคอะ'มีเดียน/ *n.* ➤ **489** ตัวตลก, นักแสดงรายการตลก

comedienne /kəmiːdɪ'en/เคิมมีดิ'เอ็น/ *n.* ➤ **489** ตัวตลกหญิง, นักแสดงรายการตลกหญิง

'comedown *n. (lose of prestige etc.)* การเสียสถานภาพ, การเสียหน้า

comedy /'kɒmɪdɪ/'คอมิดิ/ *n.* Ⓐ *(Theatre)* สุขนาฏกรรม, ละครตลก; Ⓑ *(humorous incident in life)* เหตุการณ์ตลก; **a ~ of errors** เหตุการณ์ตลกขบขันซึ่งเกิดจากความเข้าใจผิด; Ⓒ *(humour)* อารมณ์ขัน, ความน่าขบขัน

come-'hither *attrib. adj. (ท่าทาง, การมอง)* ยั่วยวน, เชิญชวน

comeliness /'kʌmlɪnɪs/'คัมลินิซ/ *n., no pl.* ความสะสวย *(ของผู้หญิง)*

comely /'kʌmlɪ/'คัมลิ/ *adj.* สวย, น่ามอง *(ผู้หญิง)*

'come-on *n. (coll.) (lure)* **give sb. the ~:** ทำให้ *ค.น.* สนใจ, โปรยเสน่ห์ให้ *ค.น.*, ให้ท่า *ค.น.*

comer /'kʌmə(r)/'คัมเมอะ(ร)/ *n.* **the competition is open to all ~s** การแข่งขันเปิดให้กับผู้สมัครทุก ๆ คน; **the first ~:** คนที่มาเป็นคนแรก

comestible /kə'mestɪbl/เคอะ'เม็ซติบ'ล/ *n. usu. in pl.* อาหาร

comet /'kɒmɪt/'คอมิท/ *n. (Astron.)* ดาวหาง

comeuppance /kʌm'ʌpəns/เคิม'อัพเพินซ/ *n.* **get one's ~:** กรรมสนองกรรม

comfort /'kʌmfət/'คัมเฟิท/ ❶ *n.* Ⓐ *(consolation)* การปลอบโยน; **it is a ~/no ~ to know that ...:** เป็นการช่วย/ไม่ช่วยที่ได้ทราบว่า...; **he takes ~ from the fact that ...:** เขารู้สึกสบายใจจากข้อเท็จจริงที่ว่า...; Ⓑ *(physical well-being)* ความสบายทางกาย; **live in great ~:** มีความเป็นอยู่อย่างสะดวกสบายมาก; Ⓒ *(person)* ผู้ปลอบโยน; **be a ~ to sb.** เป็นผู้ปลอบโยน/ให้กำลังใจแก่ *ค.น.*; Ⓓ *(cause of satisfaction)* สาเหตุของความพึงพอใจ; Ⓔ *usu. in pl. (things that make life easy)* สิ่งอำนวยความสะดวก; **with every modern ~** *or* **all modern ~s** ด้วยเครื่องอำนวยความสะดวกทั้งหลาย; **he likes his ~s** เขาชอบอยู่อย่างสะดวกสบาย; **creature ~s** สิ่งที่ทำให้ชีวิตสะดวกสบาย; ➡ **+ cold comfort** ❷ *v.t. (give help to)* ให้ความช่วยเหลือ, ปลอบโยน

comfortable /'kʌmfətəbl, Us -fərt-/'คัมเฟอะเทอะบ'ล, -เฟอร-/ ❶ *adj.* Ⓐ *(giving, having, providing comfort)* สะดวกสบาย; *(fig.)* ง่ายดาย; **a ~ victory** ชัยชนะง่ายดาย; **a ~ majority** เสียงข้างมากอย่างทิ้งห่าง; Ⓑ *(at ease)* **be/feel ~:** รู้สึกสบาย; **make yourself ~:** ทำตัวตามสบาย, ถือเป็นกันเอง; **the patient/his condition is ~:** คนไข้/อาการของเขาเป็นที่น่าพอใจ; Ⓒ *(having an easy conscience)* **she didn't feel very ~ about it** เธอไม่สู้จะสบายใจเท่าไรเกี่ยวกับเรื่องนั้น ❷ *n. (Amer.)* ผ้านวมคลุมเตียง

comfortably /'kʌmfətəblɪ, US -fərt-/'คัมเฟอะเทอะบลิ, -เฟอร-/ *adv.* อย่างสะดวกสบาย; **they are ~ off** พวกเขามีฐานะดีพอใช้

comforter /'kʌmfətə(r)/'คัมเฟอะเทอะ(ร)/ *n.* Ⓐ *(person)* ผู้ปลอบโยน; Ⓑ *(esp. Brit.: baby's dummy)* หัวนมยางสำหรับให้เด็กดูดเล่น; Ⓒ *(esp. Brit.: woollen scarf)* ผ้าพันคอขนสัตว์; Ⓓ *(Amer.: warm quilt)* ผ้านวม, ผ้าคลุมเตียง

comforting /'kʌmfətɪŋ/'คัมเฟอะทิง/ *adj.* ทำให้จิตใจดีขึ้น, ที่ปลอบใจ; **we gave her a ~ cup of tea** เราให้ชาเธอดื่มเพื่อให้เธอรู้สึกดีขึ้น

comfortless /'kʌmfətlɪs/'คัมเฟิทลิซ/ *adj. (ชีวิต)* เศร้าโศก; *(บุคคล)* ที่ไม่น่ารัก

comfort: ~ station *n. (Amer.)* ห้องน้ำสาธารณะ; **~ zone** *n. (โรงแรม, ห้อง)* ที่ไร้ความสะดวกสบาย

comfrey /'kʌmfrɪ/'คัมฟริ/ *n. (Bot.)* พืชในสกุล *Symphytum* ดอกรูประฆังสีขาวหรือม่วง

comfy /'kʌmfɪ/'คัมฟิ/ *adj. (coll.)* สะดวกสบาย; **make yourself ~:** ทำตัวให้สบาย; **are you ~?** คุณรู้สึกสบายหรือเปล่า

comic /'kɒmɪk/'คอมิค/ ❶ *adj.* Ⓐ *(burlesque, funny)* ตลกขบขัน; Ⓑ *(of or in the style of comedy)* แบบตลก; **~ relief** ตลกคลายเครียด ❷ *n. (coll.)* Ⓐ ➤ **489** *(comedian)* ตัวตลก; Ⓑ *(periodical)* นิตยสารการ์ตูนของเด็ก; Ⓒ *(amusing person)* คนที่ตลก

comical /'kɒmɪkl/'คอมิค'ล/ *adj.* ตลก, ขบขัน

comically /'kɒmɪklɪ/'คอมิคลิ/ *adv.* อย่างน่าตลกขบขัน

comic: ~ 'opera *n. (lit. or fig.)* อุปรากรที่มีบทพูดมากและมีบทตลก; **~ strip** *n.* ภาพวาดการ์ตูน; **~ strips** ภาพวาดการ์ตูน

coming /'kʌmɪŋ/'คัมมิง/ ❶ *adj.* ➡ **come** ❷ *n. (of person, of time)* การมาถึง; **comings and goings** การไป ๆ มา ๆ

comma /'kɒmə/'คอเมอะ/ *n.* เครื่องหมายจุลภาค

command /kə'mɑːnd, US -'mænd/เคอะ'มานด, -'แมนด/ ❶ *v.t.* Ⓐ *(order, bid)* สั่ง, บัญชา (**sb.** *ค.น.*); **he ~ed that the work should be done immediately** เขาสั่งว่างานควรจะเสร็จโดยทันที; Ⓑ *(be in ~ of)* เป็นผู้บัญชาการ *(กองทัพ, เรือ)*; Ⓒ *(have at one's disposal)* ครอบครอง, เป็นเจ้าของ *(ทรัพย์สิน)*; Ⓓ *(restrain)* **~ oneself/one's temper** ควบคุมตัวเอง/อารมณ์ตนเอง; Ⓔ *(deserve and get)* สมควรได้รับ *(การยอมรับ, ความนับถือ)*; **he ~s a high fee** เขาสามารถเรียกร้องค่าตอบแทนสูง; Ⓕ อยู่สูงกว่า; **the hill ~s a fine view** จากบนเขาสามารถมองเห็นทิวทัศน์สวยงาม ❷ *v.i.* Ⓐ *(be supreme)* มีอำนาจสูงสุด; Ⓑ *(be in ~)* มีอำนาจ, เป็นผู้บังคับบัญชา ❸ *n.* Ⓐ คำสั่ง; **at** *or* **by sb.'s ~:** ตามคำสั่งของ *ค.น.*; **at the ~ 'halt'** ตามคำสั่ง 'หยุด'; **word of ~:** คำสั่ง; Ⓑ *(exercise or tenure)* การบังคับบัญชา; **be in ~ of an army/ship** มีอำนาจบัญชาการกองทัพบก/เรือ; **the army is under the ~ of General X** กองทัพบกอยู่ใต้อำนาจบังคับบัญชาของนายพล ก.; **have/take ~ of ...:**

commandant | commissioner 188

บังคับบัญชา/เข้าเป็นผู้บังคับบัญชา...; **officer in ~:** นายทหารผู้มีอำนาจบัญชาการ; Ⓒ *(control, mastery, possession)* ความรู้, ความชำนาญ; **have a good ~ of French** มีความรู้ภาษาฝรั่งเศสดี; **all the money at his ~:** เงินทั้งหมดที่อยู่ในความครอบครองของเขา; Ⓓ *(body of troops)* กองทหาร, หน่วยทหาร; *(district under ~)* เขตที่อยู่ภายใต้การควบคุม; *(ship)* เรือที่อยู่ภายใต้การควบคุม; Ⓔ *(Computing)* คำสั่ง

C

commandant /kɒmən'dænt/คอเมิน'แดนทฺ/ *n.* ผู้บังคับบัญชา, ผู้บัญชาการ; **C~-in-Chief** ผู้บัญชาการทหารสูงสุด

commandeer /kɒmən'dɪə(r)/เคอ'เมินเดีย(ร)/ *v.t.* Ⓐ *(take arbitrary possession of)* ยึด; Ⓑ *(seize for military service)* จับเกณฑ์ทหาร *(ผู้ชาย)*; ยึด *(อาคาร, ม้า)*

commander /kə'mɑ:ndə(r)/เคอะ'มานเดอะ(ร)/ *n.* Ⓐ *(one who commands)* ผู้สั่งการ; Ⓑ *(naval officer below captain)* นาวาโท; Ⓒ *(Police)* ผู้บังคับการกองร้อย; Ⓓ **C~-in-Chief** ผู้บัญชาการทหารสูงสุด; ➡ **wing commander**

commanding /kə'mɑ:ndɪŋ, US -'mæn-/เคอะ'มานดิง, -'แมน-/ *adj.* Ⓐ *(ท่าทาง, เสียงพูด, บุคลิก)* โดดเด่น, เป็นผู้นำ; **be in a ~ position** อยู่ในตำแหน่งที่โดดเด่น; *(Sport)* อยู่ในตำแหน่งนำ; Ⓑ *(สถานที่สูง)* ให้ทิวทัศน์กว้างไกล; **~ heights** *(fig.)* จุดสูงที่ครอบคลุมได้ทั่ว, จุดควบคุม

commanding 'officer *n.* ผู้บังคับบัญชา, ผู้บัญชาการ

commandment /kə'mɑ:ndmənt, US -'mæn-/เคอะ'มานดฺเมินทฺ, -'แมน-/ *n.* บัญญัติทางศาสนา; **the Ten C~s** บัญญัติสิบประการ

commando /kə'mɑ:ndəʊ, US -'mæn-/เคอะ'มานโด, -'แมน-/ *n., pl.* **~s** Ⓐ *(unit.)* หน่วยจู่โจม; Ⓑ *(member of ~)* ทหารหน่วยจู่โจม

command: C~ Paper *n. (Brit.)* *เอกสารที่พระบรมราชโองการให้รัฐสภาพิจารณา;* **~ performance** *n.* การแสดงรอบพิเศษหน้าพระที่นั่ง; **~ post** *n.* ศูนย์บัญชาการของหน่วยทหาร

commemorate /kə'meməreɪt/เคอะ'เม็มเมอะเรท/ *v.t.* รำลึกถึง, เป็นอนุสรณ์, เฉลิมฉลอง; **Easter ~s the resurrection of Christ** เทศกาลอีสเตอร์เฉลิมฉลองการฟื้นคืนชีพของพระเยซู; **in order to ~ the victory** เพื่อเฉลิมฉลองชัยชนะ, เพื่อรำลึกถึงชัยชนะ

commemoration /kəmemə'reɪʃn/เคอะเมะเมอะ'เรช'น/ *n.* Ⓐ *(act)* การรำลึกถึง, การเฉลิมฉลอง; **in ~ of** เป็นการรำลึกถึง; **the ~ of sb.'s death** พิธีรำลึกถึงวันสิ้นชีวิตของ *ค.น.*; Ⓑ *(church service)* พิธีกรรมทางศาสนาเพื่อรำลึกถึง *(บุคคล, เหตุการณ์ ฯลฯ)*

commemorative /kə'memərətɪv, US -'meməreɪt-/เคอะ'เม็มเมอะเรอะทิว, -'เม็มเมอะเรท-/ *adj.* ที่เฉลิมฉลอง, รำลึกถึง; **~ of** ซึ่งเป็นการเฉลิมฉลอง, อนุสรณ์, รำลึกถึง

commence /kə'mens/เคอะ'เม็นซฺ/ *v.t. & i.* เริ่ม; **building ~d** การก่อสร้างได้เริ่มขึ้น; **~ to do** *or* **doing sth.** เริ่มทำ *ส.น.*

commencement /kə'mensmənt/เคอะ'เม็นซฺเมินทฺ/ *n.* การเริ่ม

commend /kə'mend/เคอะ'เม็นดฺ/ *v.t.* Ⓐ *(praise)* ยกย่อง, ชมเชย, สรรเสริญ; **~ sb. [up]on sth.** ชมเชย *ค.น.* สำหรับ *ส.น.*; **~ sb./sth. to sb.** แนะนำ *ค.น./ส.น.* กับ *ค.น.*; **be highly ~ed** ได้การรับรองอย่างสูง; Ⓑ *(entrust or commit to person's care)* มอบให้อยู่ในความดูแล

commendable /kə'mendəbl/เคอะ'เม็นเดอะบ'ล/ *adj.* สมควรได้รับการยกย่อง, น่าชมเชย, น่าสรรเสริญ

commendably /kə'mendəblɪ/เคอะ'เม็นเดอะบลิ/ *adv.* อย่างสมควรได้รับการยกย่อง, อย่างน่าชมเชย, อย่างน่าสรรเสริญ

commendation /kɒmen'deɪʃn/คอเม็น'เดช'น/ *n.* Ⓐ *(praise)* คำยกย่อง, การชมเชย; *(official)* การจารึกเกียรติประวัติอย่างเป็นทางการ; *(award)* รางวัล; Ⓑ *(act of commending)* การยกย่อง, การชมเชย, การสรรเสริญ

commendatory /kə'mendətərɪ/เคอะ'เม็นเดอะเทอะริ/ *adj.* ซึ่งยกย่อง/ชมเชย/สรรเสริญ

commensurable /kə'menʃərəbl, kə'mensjərəbl/เคอะ'เม็นเชอะเรอะบ'ล, เคอะ'เม็นเซียเรอะบ'ล/ *adj.* Ⓐ ที่เปรียบเทียบได้ (**with, to** กับ); Ⓑ *(proportionate)* **be ~ with sth.** ได้สัดส่วนกันกับ

commensurate /kə'menʃərət, kə'mensjərət/เคอะ'เม็นเชอะเริท, เคอะ'เม็นเซียเริท/ *adj.* **~ to** *or* **with** มี *(ขนาด, ระยะเวลา)* เหมือนกัน; **be ~ to** *or* **with sth.** เป็นสัดส่วนกับ *ส.น.*

comment /'kɒment/'คอเม็นทฺ/ ❶ *n.* Ⓐ *(explanatory note, remark)* คำอธิบาย, ข้อสังเกต (**on** เกี่ยวกับ); *(marginal note)* เชิงอรรถ; **no ~!** *(coll.)* ไม่แสดงความเห็น; Ⓑ *(criticism)* การวิพากษ์วิจารณ์; Ⓒ *no pl. (gossip)* การซุบซิบนินทา; Ⓓ *(illustration)* การอธิบายโดยให้ตัวอย่าง ❷ *v.i.* Ⓐ *(make remarks)* **~ on sth.** ตั้งข้อสังเกต *หรือ* แสดงความคิดเห็นเกี่ยวกับ *ส.น.*; **he ~ed that ...:** เขาให้ข้อสังเกตว่า...; Ⓑ *(write explanatory notes)* **~ on a text/manuscript** เขียนคำอธิบายบนบทความ

commentary /'kɒməntrɪ, US -terɪ/'คอเมินเทอะริ/ *n.* Ⓐ *(series of comments, expository treatise)* คำอธิบาย, บทอธิบาย; Ⓑ *(comment)* ข้อสังเกต (**on** เกี่ยวกับ); **the sombre factories are a sad ~ upon our civilization** โรงงานที่ทรุดโทรมเป็นอุทาหรณ์ที่น่าเศร้าต่ออารยธรรมของพวกเรา; Ⓒ *(Radio, Telev.)* **[live** *or* **running] ~:** การบรรยาย *หรือ* รายงานเหตุการณ์สด

commentate /'kɒmənteɪt/'คอเมินเทท/ *v.i.* **~ on sth.** บรรยายเกี่ยวกับ *ส.น.*

commentator /'kɒmənteɪtə(r)/'คอเมินเทเทอะ(ร)/ *n.* ➤ **489** ผู้อธิบาย *หรือ* วิจารณ์เหตุการณ์ *ฯลฯ*; *(Sport)* ผู้บรรยายสด

commerce /'kɒmɜ:s/'คอเมิซ/ *n.* พาณิชยกรรม; *(between countries)* การค้าขายระหว่างประเทศ; **the world of ~:** โลกแห่งการค้า, โลกของพาณิชยกรรม

commercial /kə'mɜ:ʃl/เคอะ'เมอช'ล/ ❶ *adj.* Ⓐ เป็นการค้าขาย, เป็นธุรกิจ; **the ~ world** โลกแห่งการค้า; Ⓑ *(interested in financial return)* หวังค่าตอบแทน; Ⓒ *(impure)* *(สารเคมี)* ที่ยังไม่บริสุทธิ์ ❷ *n.* โฆษณาทางโทรทัศน์; **during the ~s on TV** ในระหว่างโฆษณาทางโทรทัศน์

commercial: ~ 'art *n.* ศิลปะการโฆษณา, ศิลปะการขาย; **~ 'bank** *n.* ธนาคารพาณิชย์; **~ 'break** *n.* การพักเพื่อชมโฆษณา; **~ 'broadcasting** *n.* การออกอากาศซึ่งรายได้มาจากการโฆษณา; **~ college** *n.* วิทยาลัยพาณิชยการ; **~ correspondence** *n.* จดหมายการค้า

commercialise ➡ **commercialize**

commercialism/kə'mɜ:ʃəlɪzm/เคอะ'เมอเชอะลิซ'ม/ *n.* ลัทธิการค้าเพื่อหวังผลกำไร, หลักการค้าซึ่งถือเอาผลกำไรเป็นสิ่งสำคัญที่สุด

commercialize /kə'mɜ:ʃəlaɪz/เคอะ'เมอเชอะลายซฺ/ *v.t.* ทำให้ได้รับผลกำไร, ทำให้เป็นการค้า

commercially /kə'mɜ:ʃəlɪ/เคอะ'เมอเชอะลิ/ *adv.* อย่างเป็นการค้า, ในทางการค้า, ในทางพาณิชย์

commercial: ~ 'radio *n.* วิทยุที่ได้รับเงินจากโฆษณา; **~ 'television** *n.* โทรทัศน์ที่ได้รับเงินจากโฆษณา; **~ 'traveller** *n.* ➤ **489** ตัวแทนขายตามร้าน; **~ vehicle** *n.* ยานพาหนะขนส่งสินค้าหรือผู้โดยสารที่จ่ายค่าโดยสาร

Commie /'kɒmɪ/'คอมิ/ *n. (coll. derog.)* คอมมิวนิสต์

commingle /kə'mɪŋgl/เคอะ'มิงก'ล/ *(formal)* ❶ *v.t.* ผสม ❷ *v.i.* คบกัน, ปะปนกัน

commis /kə'mi:/'เคอะมี/ *adj.* **~ chef** บริกร, *พนักงานเสิร์ฟที่มีตำแหน่งชั้นผู้น้อยหรือหัวหน้าคนครัวมือรอง*

commiserate /kə'mɪzəreɪt/เคอะ'มิซเซอะเรท/ *v.i.* **~ with sb.** เห็นอกเห็นใจ *ค.น.*; *(express one's commiseration)* แสดงความเห็นอกเห็นใจแก่ *ค.น.*

commiseration /kəmɪzə'reɪʃn/เคอะมิซเซอะ'เรช'น/ *n.* Ⓐ ความเห็นใจ; Ⓑ *in sing. or pl. (condolence)* การแสดงความเสียใจ

commissar /'kɒmɪsɑ:(r)/'คอมิซา(ร)/ *n. (Hist.)* *หัวหน้ากรมกองของสหภาพโซเวียตก่อนปี ค.ศ. 1946*

commissariat /kɒmɪ'seərɪət/คอมิ'แซเรียท/ *n.* กรมทหารที่มีหน้าที่จัดหาเสบียงอาหาร ฯลฯ

commissary /'kɒmɪsərɪ, kə'mɪsərɪ/'คอมิเซอะริ, เคอะ'มิเซอะริ/ *n.* Ⓐ *(Mil.)* *เจ้าหน้าที่ทหารที่รับผิดชอบด้านจัดหาเสบียงอาหาร ฯลฯ;* Ⓑ *(Amer.: store for supply of food etc.)* กรมพลาธิการ

commission /kə'mɪʃn/เคอะ'มิช'น/ ❶ *n.* Ⓐ *(authority)* คณะกรรมการ; Ⓑ *(body of persons having authority, department of Commissioner)* คณะกรรมการ; Ⓒ *(instruction, piece of work)* คำสั่ง; Ⓓ **Royal C~** *(Brit.)* ผู้รับสนองพระบรมราชโองการ; Ⓔ *(warrant conferring authority)* หนังสือมอบอำนาจให้เป็นตัวแทนบริษัท ฯลฯ ในด้านการค้า; *(in armed services)* ใบมอบหมายตำแหน่งทหาร; **get one's ~:** รับตำแหน่งทางทหาร; **resign one's ~:** ลาออกจากตำแหน่งทางทหาร; Ⓕ *(pay of agent)* ค่านายหน้า, ค่าคอมมิชชั่น *(ท.ศ.)*; **sell goods on ~:** ขายสินค้าโดยมีค่านายหน้า; Ⓖ *(act of committing crime etc.)* การประกอบอาชญากรรม ฯลฯ; Ⓗ **in/out of ~** พร้อมที่จะประจำการ/นอกประจำการ; *(รถยนต์, ลิฟต์)* ใช้ได้/เสีย ❷ *v.t.* Ⓐ สั่งงานศิลปะ *(ศิลปิน)*; Ⓑ *(empower by commission)* มอบอำนาจ; **~ed officer** เจ้าหน้าที่ทหารที่ได้รับมอบอำนาจ; Ⓒ *(give command of ship to)* ตั้งเป็นกัปตัน; Ⓓ *(prepare for service)* เตรียม *(เรือ)* สำหรับการปฏิบัติการ; Ⓔ *(bring into operation)* นำ *(โรงงาน, อุปกรณ์ ฯลฯ)* มาใช้การได้

commissionaire /kəmɪʃə'neə(r)/เคอะมิเชอะ'แน(ร)/ *n.* ➤ **489** *(esp. Brit.)* ยามเฝ้าประตู *(โรงแรม, โรงละคร ฯลฯ)*

commissioner /kə'mɪʃənə(r)/เคอะ'มิชเชอะเนอะ(ร)/ *n.* Ⓐ *(person appointed by commission)* คนที่ได้รับแต่งตั้งให้ปฏิบัติหน้าที่เฉพาะอย่าง, กรรมาธิการ *(ร.บ.)*; *(of police)* ผู้บังคับการตำรวจ; Ⓑ *(member of commission)* บุคคลที่ได้รับแต่งตั้งเป็นสมาชิกคณะเจ้าหน้าที่ของรัฐบาล; Ⓒ *(representative of supreme* *authority)* ตัวแทนผู้มีอำนาจสูงสุดในอำเภอ, แผนก, กรม, กอง ฯลฯ; **High C~:** ผู้แทนของกษัตริย์ในการประชุมทั่วไปของศาสนจักรสกอตแลนด์; Ⓓ **C~ for Oaths** ทนายที่ได้รับมอบสิทธิจัดการผู้ที่จะกล่าวคำสัตย์ปฏิญาณ

commit /kə'mɪt/เคอะ'มิท/ *v.t.*, **-tt-** Ⓐ *(perpetrate)* กระทำ *(ฆาตกรรม, การขโมย)*; ทำ *(ความผิดพลาด)*; **thou shalt not ~ adultery** *(Bibl.)* ท่านจะต้องไม่ประพฤติผิดลูกเมียผู้อื่นและผู้หญิงที่ทำกับผัวคนอื่น; Ⓑ *(pledge, bind)* **~ oneself/ sb. to doing sth.** สาบานว่าตน/*ค.น.* จะทำ *ส.น.*; **~ oneself to a course of action** ปฏิญาณตนว่าจะกระทำการอย่างใดอย่างหนึ่ง; Ⓒ *(entrust)* มอบหมาย; **~ sth. to writing/paper** เขียน *ส.น.* เป็นลายลักษณ์อักษร; ➡ + **memory** A; Ⓓ *(consign to custody)* **~ sb. for trial** ส่ง *ค.น.* ฟ้องศาล; **~ sb. to prison** จำคุก *ค.น.*

commitment /kə'mɪtmənt/เคอะ'มิทเมินทฺ/ *n.* Ⓐ *(to cause of action or opinion)* พันธะ, ข้อผูกมัด **(to** ต่อ); *(by conviction)* การอุทิศตน **(to** สำหรับ); Ⓑ ➡ **committal** A

committal /kə'mɪtl/เคอะ'มิท'ล/ *n.* Ⓐ *(to prison)* การนำตัวบุคคลเข้าจำคุก; *(to hospital)* การมอบตัว; Ⓑ *(to grave)* การฝังศพ; **~ service** พิธีการฝังศพ

committed /kə'mɪtɪd/เคอะ'มิทิด/ *adj.* Ⓐ มีข้อผูกมัด; Ⓑ *(morally dedicated)* ที่อุทิศตน

committee /kə'mɪtɪ/เคอะ'มิทิ/ *n.* คณะกรรมการ

com'mittee man, com'mittee woman *ns.* สมาชิกคณะกรรมการ

commode /kə'məʊd/เคอะ'โมด/ *n.* Ⓐ *(chest of drawers)* ตู้ที่มีลิ้นชัก; Ⓑ *(chamber pot)* **[night-]~:** ตั้งหัวเตียงที่เป็นกล่องใส่กระโถนปัสสาวะ

commodious /kə'məʊdɪəs/เคอะ'โมเดียซ/ *adj.* กว้างขวาง, จุได้มาก

commodity /kə'mɒdɪtɪ/เคอะ'มอดิทิ/ *n.* Ⓐ *(utility item)* สิ่งของที่เป็นประโยชน์, โภคภัณฑ์ *(ร.บ.)*; *(not luxury)* ของใช้, สิ่งที่ไม่หรูหรา; **household ~:** ของใช้ในบ้าน; **a rare/precious ~** *(fig)* สิ่งของที่หายาก/ของมีค่า; Ⓑ *(St. Exch.)* สินค้าซื้อขาย; *(raw material)* วัตถุดิบ

commodore /'kɒmədɔ:(r)/'คอเมอะดอ(ร)/ *n.* Ⓐ *(naval officer)* นายพลเรือจัตวา; Ⓑ *(of squadron)* ผู้บังคับบัญชา/กรมกองของกองทัพเรือ; Ⓒ *(of yacht club)* ประธานสโมสรเรือยอร์ช; Ⓓ *(senior captain of shipping line)* กัปตันอาวุโส

common /'kɒmən/'คอเมิน/ ❶ *adj.*, **~er** /'kɒmənə(r)/'คอเมอะเนอะ(ร)/, **~est** /'kɒmənɪst/'คอเมอะนิซทฺ/ Ⓐ *(belonging equally to all)* *(ลักษณะ, ความมุ่งหมาย, ความรู้สึก, ภาษา)* ทั่ว ๆ ไป, สามัญ; **~ to all birds** เป็นลักษณะของนกโดยทั่วไป; ➡ + **cause** 1 D; **consent** 2 A; Ⓑ *(belonging to the public)* เป็นของสาธารณะ, เป็นของส่วนรวม; **the ~ good** ประโยชน์ของสาธารณะ; **a ~ belief** ความเชื่อทั่ว ๆ ไป; **a ~ prostitute** *or* **harlot** *(arch.)* โสเภณี; **a ~ criminal** อาชญากรคดีสามัญ; **have the ~ touch** การมีอัธยาศัยดี, โอภาปราศรัยดี; Ⓒ *(usual)* ปกติ, ธรรมดา; *(frequent)* *(เหตุการณ์, ปรากฏการณ์)* ซึ่งพบเห็นได้บ่อย ๆ; *(ยี่ห้อ, คำ)* ที่เป็นที่รู้จักดี; *(Bot., Zool.: of the most familiar type)* ซึ่งพบเห็นโดยทั่วไป; **a ~ sight** สิ่งที่พบเห็นบ่อย ๆ; **such a thing is ~ nowadays** สิ่งนี้เป็นเรื่องธรรมดา; *(is frequent)* ใช้บ่อย, มีทั่วไป; **a word in ~ usage** คำที่ใช้กันอยู่บ่อย ๆ; **drugs are in ~ use today** ยาเสพติดเป็นสิ่งที่ใช้กันทั่วไปในปัจจุบัน; **~ honesty/courtesy** ความซื่อสัตย์/ความสุภาพที่ควรมีตามปกติ; **~ or garden** *(coll.)* ธรรมดา; **a ~ *or* garden subject/programme** หัวข้อ/รายการที่ไม่มีอะไรพิเศษ; **a hotel out of the ~ run** โรงแรมระดับพิเศษ; **no ~ mind** *(fig.)* สติปัญญาระดับปราดเปรื่อง; Ⓓ *(without rank or position)* ชั้นสามัญ, ระดับธรรมดา, ไม่มีตำแหน่ง; ➡ + **herd** 1 B; Ⓔ *(vulgar)* หยาบคาย, ไพร่; **be as ~ as muck** ชั้นต่ำมาก; Ⓕ *(Math.)* ใช้ได้กับจำนวนสองจำนวนหรือมากกว่าขึ้นไป; Ⓖ *(Ling.)* **~ noun** สามานยนาม; **~ gender** เพศที่เป็นกลาง *(ทั้งเพศชายและเพศหญิง เช่น ครู)*
❷ *n.* Ⓐ *(land)* ที่ดินของชุมชน, ที่ดินสาธารณะ; Ⓑ **have sth./nothing/a lot in ~ [with sb.]** มีอะไรเหมือนกัน/ไม่มีอะไรเหมือนกัน/มีอะไรเหมือนกันมาก [...กับ *ค.น.*]; **in ~ with most of his friends he wanted ...:** เช่นเดียวกับเพื่อนของเขาส่วนใหญ่เขาต้องการ...; Ⓒ *(coll.: common sense)* สามัญสำนึก; **use your ~!** ใช้สามัญสำนึกของคุณคิดดู

common: C~ Agri'cultural Policy *n.* นโยบายทางการเกษตรซึ่งเป็นที่ตกลงเห็นชอบร่วมกัน [ของ อี.ยู]; **~ 'cold** *n.* ➤ **453** ไข้หวัดธรรมดา; **~ de'nominator** *n. (Math.)* ตัวส่วนร่วม; **the least *or* lowest ~ denominator** *(lit. or fig.)* ตัวหารร่วมมากซึ่งมีค่าน้อยที่สุดหรือต่ำที่สุด; **~ 'entrance** *n. (Brit.)* การสอบเข้าโรงเรียนมัธยมของนักเรียนโรงเรียนเอกชน

commoner /'kɒmənə(r)/'คอเมอะเนอะ(ร)/ *n.* Ⓐ *(one of the people)* สามัญชน; Ⓑ *(student)* นักศึกษามหาวิทยาลัยอังกฤษซึ่งไม่ได้รับทุนเล่าเรียน

common: ~ 'factor *n. (Math.)* ตัวประกอบร่วม; **~ 'ground** *n.* จุดเห็นพ้องกันทั้ง 2 ฝ่าย; **~ 'knowledge** *n.* เรื่องที่รู้กันทั่วไป, เรื่องที่ทุกคนรู้ดี; **it's [a matter of] ~ knowledge that ...:** เป็น [เรื่อง] ที่รู้กันดีว่า...; **~ land** *n.* ที่ดินสาธารณะ, ที่ดินชุมชน; **~ 'law** *adj.* กฎหมายที่มาจากขนบธรรมเนียมและคำตัดสินที่เคยมี; **~ law marriage** *การกินอยู่เยี่ยงสามีภรรยาโดยไม่จดทะเบียนสมรสตามกฎหมาย;* **she's his ~ law wife/he's her ~ law husband** เธอเป็นภรรยาที่ไม่ได้จดทะเบียนของเขา/เขาเป็นสามีของเธอที่ไม่ได้จดทะเบียน

commonly /'kɒmənlɪ/'คอเมินลิ/ *adv.* Ⓐ *(generally)* โดยทั่ว ๆ ไป; Ⓑ *(vulgarly)* อย่างหยาบคาย

common: C~ 'Market *n.* ตลาดร่วมยุโรป *(อี.ยู)*; **~ 'multiple** *n. (Math.)* ผลคูณร่วม; **the least *or* lowest ~ multiple** ผลคูณร่วมที่มีค่าน้อยที่สุดหรือต่ำที่สุด

commonness /'kɒmənnɪs/'คอเมินนิซ/ *n.*, *no pl.* Ⓐ *(usualness)* ความปกติ, ความธรรมดา; *(frequency)* ความบ่อย; Ⓑ *(vulgarity)* ความเป็นของชั้นเลว

commonplace /'kɒmənpleɪs/'คอเมินเพลซ/ ❶ *n. (platitude)* คำพูดที่พูดกันเสมอ ๆ, ข้อสังเกตที่น่าเบื่อ; *(anything usual or trite)* อะไรที่ปกติหรือธรรมดา ๆ ❷ *adj.* ขาดความคิดริเริ่ม, ธรรมดา

common: C~ 'Prayer *n.* พิธีสวดมนต์ของ*ศาสนจักรอังกฤษซึ่งมีต้นกำเนิดใน* the Book of ~ Prayer; **~ room** *n. (Brit.) (for lecturers)* ห้องพักอาจารย์

commons /'kɒmənz/'คอเมินซฺ/ *n. pl.* Ⓐ **the [House of] C ~:** สภาสามัญ, สภาผู้แทนราษฎร; Ⓑ *(Brit.: common people)* ประชาชนธรรมดาสามัญ; ➡ + **short commons**

common: ~ 'sense *n.* สามัญสำนึก, ความรู้รอบตัว; **~ sense** *adj. (การตัดสิน, จุดยืน)* มีเหตุผล; **~ stock** *n. (Amer. Finance)* หุ้นสามัญ; **~ time** *n. (Mus.)* จังหวะสี่ทับสี่

commonwealth /'kɒmənwelθ/'คอเมินเวิลธฺ/ *n.* Ⓐ **the [British] C~[of Nations]** เครือจักรภพอังกฤษ *(ร.บ.)*, เครือรัฐ *(ร.บ.)* *(องค์การระหว่างประเทศประกอบด้วยสหราชอาณาจักรและรัฐต่าง ๆ ซึ่งเคยอยู่ในจักรวรรดิอังกฤษมาก่อน)*; **C~ Day** วันเฉลิมฉลองเครือจักรภพอังกฤษ *(เมื่อก่อนเรียก Empire Day)*; Ⓑ *(independent state)* รัฐอิสระ; *(republic or democratic state)* สาธารณรัฐประชาธิปไตย; **C~ of Australia** สหพันธรัฐออสเตรเลีย; Ⓒ **the C~** *(Brit. Hist.)* การปกครองสาธารณรัฐของรัฐบาลอังกฤษในปี *ค.ศ. 1649-60 (สมัยโอลิเวอร์ ครอมเวลล์)*

commotion /kə'məʊʃn/เคอะ'โมช'น/ *n.* *(noisy confusion)* ความสับสนอลหม่าน; *(insurrection)* การกบฏ, จลาจล; **make a ~:** ทำเสียงเอะอะวุ่นวาย

communal /'kɒmjʊnl, kə'mju:nl/'คอมิวน'ล, เค'มูน'ล/ *adj.* Ⓐ *(of or for the community)* เป็นของชุมชน, เกี่ยวเนื่องกับชุมชน; **~ living/life** การอยู่/ชีวิตแบบชุมชน; Ⓑ *(for the common use)* สำหรับส่วนรวม

communally /'kɒmjʊnəlɪ, kə'mju:nəlɪ/'คอมิวเนอะลิ, เคอะ'มิวเนอะลิ/ *adv.* ร่วมกัน; **be ~ owned** เป็นเจ้าของร่วมกัน

[1]**commune** /'kɒmju:n/'คอมิวนฺ/ *n.* Ⓐ ประชาคม, ชุมชน, กลุ่มคนซึ่งอาศัยร่วมกัน; Ⓑ *(territorial division)* การแบ่งเขต

[2]**commune** /kə'mju:n/เคอะ'มิวนฺ/ *v.i.* Ⓐ **~ with sb./sth.** พูดอย่างสนิทสนมกับ *ค.น./ส.น.*; **~ together** รู้สึกเห็นอกเห็นใจกัน; Ⓑ *(Amer. Eccl.)* รับศีลมหาสนิท; *(RC Ch.)* รับศีลมหาสนิท

communicable /kə'mju:nɪkəbl/เคอะ'มิวนิเคอะบ'ล/ *adj. (ข่าว, ข้อมูล)* สามารถส่งต่อไปได้; *(โรค)* ติดต่อ

communicant /kə'mju:nɪkənt/เคอะ'มิวนิเดินทฺ/ *n. (RC Ch.)* บุคคลซึ่งได้รับศีลมหาสนิท; *(Protestant Ch.)* ผู้เข้าร่วมพิธีฉลองรำลึกถึงอาหารมื้อสุดท้ายของพระเยซู

communicate /kə'mju:nɪkeɪt/เคอะ'มิวนิเคท/ ❶ *v.t. (impart, transmit)* สื่อสาร *(ข่าว, ข้อมูล, ความรู้สึก)*; ส่ง *(ข่าว)*; ส่งต่อ *(ความร้อน, การกระเทือน, โรคติดเชื้อ ฯลฯ)*; ติดต่อ; บอกให้ทราบ *(แผนการ)*; **he ~d the plan to his friends** เขาบอกแผนงานให้เพื่อนของเขาทราบ ❷ *v.i.* Ⓐ *(have common door)* มีประตูทะลุถึงกัน, ติดกัน; **communicating rooms** ห้องที่มีประตูทะลุถึงกัน; Ⓑ **~ with sb.** ติดต่อกับ *ค.น.*; **she has difficulty in communicating** เธอมีปัญหาในการติดต่อสื่อสารกับผู้อื่น; Ⓒ *(RC Ch.)* ประกอบพิธีรับศีลมหาสนิทให้; *(Protestant Ch.)* ร่วมพิธีฉลองรำลึกถึงอาหารมื้อสุดท้ายของพระเยซู

communication /kəmju:nɪ'keɪʃn/เคอะมิวนิ'เคช'น/ *n.* Ⓐ *(imparting of disease, motion, heat, etc.)* การส่งต่อ; *(imparting of news, information)* การสื่อสาร, การส่งข่าว; *(imparting of ideas)* การสื่อความคิด; **~ with the spacecraft/the mainland** การติดต่อกับ

C

C

ยานอวกาศ/แผ่นดินใหญ่; ~ **among the deaf and dumb** การสื่อสารระหว่างคนหูหนวกและคนเป็นใบ้; Ⓑ *(information given)* ข้อมูล; Ⓒ *(interaction with sb.)* การติดต่อสื่อสารกัน; **lines of ~:** วิธีการติดต่อกัน; **means/systems of ~:** วิธีการ/ระบบของการสื่อสาร; **be in ~ with sb.** กำลังติดต่อสื่อสารกับ *ค.น.;* Ⓓ *in pl. (conveying information)* ข้อมูลที่สื่อสารหรือส่งไป; *(science, practice)* วิทยาการและการปฏิบัติในการสื่อสาร; *(Mil.)* วิธีการขนส่งระหว่างฐานและส่วนหน้า

communication: ~-cord *n. เชือกหรือโซ่ในตู้โบกี้รถไฟที่ใช้ดึงเพื่อหยุดรถไฟเวลาฉุกเฉิน;* ~ **link** *n.* โยงใยการสื่อสาร; **~s satellite** *n.* ดาวเทียมสื่อสาร; ~ **theory** *n.* สาขาความรู้ว่าด้วยการส่งผ่านและแลกเปลี่ยนข้อมูล

communicative /kə'mju:nɪkətɪv, US -keɪtɪv/เคอะ'มิวนิเคอะทิว, -เคทิว/ *adj.* เปิดเผย, ช่างพูด, พร้อมที่จะติดต่อสื่อสาร

communion /kə'mju:nɪən/เคอะ'มิวเนียน/ *n.* Ⓐ **[Holy] C~** *(Protestant Ch.)* พิธีฉลองเพื่อรำลึกถึงอาหารมื้อสุดท้ายของพระเยซู; *(RC Ch.)* พิธีรับศีลมหาสนิท; **receive** *or* **take [Holy] C~:** การเข้าพิธีรับศีลมหาสนิท; Ⓑ *(fellowship)* การมีความคิดความเชื่อถือจุดประสงค์ร่วมกัน; **the ~ of saints** การร่วมสมัครสมานของชาวคริสต์ทั้งที่มีชีวิตอยู่และเสียชีวิตไปแล้ว; ~ **with nature/God** การผูกพันรวมเป็นหนึ่งเดียวกับธรรมชาติ/พระเจ้า

communion: ~ cup *n.* ถ้วยสำหรับพิธีรับศีลมหาสนิท; ~ **rail** *n.* ราวสำหรับคนเดินเข้าพิธีรับศีลมหาสนิท; ~ **service** *n.* พิธีรับศีลมหาสนิท

communiqué /kə'mju:nɪkeɪ, US kəmju:nə'keɪ/เคอะ'มิวนิเค, เคอะมิวเนอะ'เค/ *n.* แถลงการณ์ของทางราชการ

communism /'kɒmjʊnɪzm/'คอมิวนิซ'ม/ *n.* ลัทธิคอมมิวนิสต์; **C~:** รูปแบบของสังคมคอมมิวนิสต์ที่จัดตั้งในรัสเซียและที่อื่น

communist /'kɒmjʊnɪst/'คอมิวนิซท/ ❶ *n.* คนที่เป็นคอมมิวนิสต์ *(ท.ศ.)* ❷ *adj.* เกี่ยวกับลัทธิคอมมิวนิสต์; **the C~ Party/Manifesto** พรรคคอมมิวนิสต์/หลักการของคอมมิวนิสต์; **~-led/-dominated** ซึ่งนำโดยคอมมิวนิสต์/ซึ่งครอบงำโดยคอมมิวนิสต์

communistic /kɒmjʊ'nɪstɪk/'คอมิว'นิซติค/ *adj.* เกี่ยวกับลัทธิคอมมิวนิสต์, ที่เป็นคอมมิวนิสต์

community /kə'mju:nɪtɪ/เคอะ'มิวนิทิ/ *n.* Ⓐ *(organized body)* คณะบุคคลที่ถูกจัดตั้งขึ้นมา, ประชาคม *(ร.บ.);* Ⓑ *(persons living in same place, having common religion, etc.)* **the Jewish ~:** ชุมชนของชาวยิว; **a ~ of monks** ชุมชนวัด, ชุมชนของพระ; Ⓒ *no pl. (public)* ชุมชน, สาธารณชน; **the ~ at large** ชุมชนโดยส่วนรวม; Ⓓ *(body of nations)* การรวมกลุ่มของชาติต่าง ๆ; **the ~ of nations** กลุ่มของชาติต่าง ๆ; Ⓔ *no pl. (sharedness)* การรับผิดชอบร่วม, ความเห็นพ้องกัน; **a sense of ~:** ความรู้สึกว่าเป็นชุมชน, ความรู้สึกพ้องกัน

community: ~ 'care *n., no pl.* การดูแลรักษาในชุมชน *(แทนที่จะเข้าโรงพยาบาล);* ~ **centre** *n.* ศูนย์กลางชุมชน; ~ **'charge** *n. (Brit.) ภาษีท้องถิ่นที่เรียกเก็บกับผู้บรรลุนิติภาวะในชุมชน;* ~ **chest** *n. (Amer.)* กองทุนการกุศลและสวัสดิการในชุมชน; ~ **council** *n. (Brit.)* สภาชุมชน; ~ **home** *n. (Brit.) ศูนย์ที่อยู่ของเยาวชนผู้กระทำผิด ซึ่งต้องได้รับการดูแลควบคุม;* ~ **medicine** *n.* การรักษาพยาบาลในชุมชน; ~ **relations** *n. pl.* ความสัมพันธ์ระหว่างชุมชน; ~ **'service** *n.* การบริการชุมชน *(การทำงานให้กับชุมชนโดยอาสาสมัครหรือเป็นการลงโทษ);* ~ **singing** *n.* การร้องเพลงโดยคนกลุ่มใหญ่; ~ **spirit** *n.* การมีส่วนร่วมในชุมชน

commutable /kə'mju:təbl/เคอะ'มิวเทอะบ'ล/ *adj.* Ⓐ *(interchangeable)* แลกเปลี่ยนกันได้, สับเปลี่ยนกันได้; Ⓑ *(convertible)* เปลี่ยนแปลงได้

commutation /kɒmjʊ'teɪʃn/คอมิว'เทช'น/ *n.* Ⓐ *(of punishment)* การลดหย่อนโทษตามกฎหมาย; Ⓑ *(Electr.)* การเปลี่ยนกระแสไฟฟ้า *หรือ* การที่กระแสไฟฟ้าถูกเปลี่ยน

commu'tation ticket *n. (Amer.)* ตั๋วเดือน

commutator /'kɒmju:teɪtə(r)/'คอมิวเทเทอะ(ร)/ *n. (Electr.)* เครื่องมือเปลี่ยนทางเดินกระแสไฟฟ้า

commute /kə'mju:t/เคอะ'มิวทฺ/ ❶ *v.t.* Ⓐ *(change to sth. milder)* ลดให้อ่อนลง *(โทษ);* Ⓑ *(change to sth. different)* เปลี่ยน; Ⓒ *(interchange)* แลกเปลี่ยนกัน, สับเปลี่ยนกัน; Ⓓ *(make payment)* จ่ายเงิน *(ค่าชดเชย)* **(for, into** เพื่อ) ❷ *v.i.* Ⓐ *(travel daily)* เดินทางจากบ้านไปทำงานทุกวัน; Ⓑ *(Amer.: hold season ticket)* ถือตั๋วเดือน

commuter /kə'mju:tə(r)/เคอะ'มิวเทอะ(ร)/ *n.* บุคคลซึ่งเดินทางเข้าไปทำงานในเมือง

com'muter: ~ belt *n.* ย่านชานเมืองของผู้ที่เดินทางไปทำงานในเมือง; ~ **train** *n.* รถไฟขนส่งคนไปทำงานในเมือง

¹compact /kəm'pækt/เคิม'แพคทฺ/ ❶ *adj.* ที่อัดไว้แน่น, กะทัดรัด, ประหยัดเนื้อที่, เล็กแต่ได้สัดส่วนดี ❷ *v.t.* Ⓐ *(put firmly together)* กดให้ติดกันแน่น; Ⓑ *(fig.: condense)* อัดให้เล็กลง **(into** เป็น)

²compact /'kɒmpækt/'คอมแพคทฺ/ *n.* Ⓐ แป้งแผ่นทาหน้า; Ⓑ *(Amer.: car)* รถยนต์กะทัดรัด, รถยนต์ขนาดเล็ก

³compact *n. (agreement)* ข้อตกลง, สัญญา; **a ~ with the devil** สัญญากับปีศาจซาตาน

compact 'disc *n.* แผ่นซีดี *(ท.ศ.)*

compactly /kəm'pæktlɪ/คอม'แพคทฺลิ/ *adv.* อย่างแน่น, อย่างกะทัดรัด

compactness /kəm'pæktnɪs/คอม'แพคทฺนิซ/ *n., no pl.* ความแน่น, ความกะทัดรัด

¹companion /kəm'pænjən/เคิม'แพเนียน/ *n.* Ⓐ *(one accompanying)* ผู้ที่ไปเป็นเพื่อน; **my travelling ~s** เพื่อนร่วมทางของฉัน; Ⓑ *(associate)* เพื่อน, มิตรสหาย; **the ~s of his youth** เพื่อนในวัยเด็กของเขา; **his drinking ~s** เพื่อนร่วมดื่มของเขา; ~ **in arms** เพื่อนทหาร; Ⓒ *(Brit.: of [knightly] order)* ตำแหน่งของอัศวิน; **C~ of the Bath** *สมาชิกอัศวินระดับต่ำสุดของอิสริยาภรณ์;* **C~ of Honour/Literature** สมาชิกของสมาคมของอังกฤษ; Ⓓ *(woman living with another) ผู้หญิงโสด ซึ่งรับจ้างอยู่อาศัยหรือดูแลหญิงอีกผู้หนึ่ง;* Ⓔ *(handbook)* หนังสือคู่มือ; **Gardener's C~:** หนังสือคู่มือการทำสวน; **C~ to Music/the Theatre** หนังสือคู่มือทางดนตรี/ละคร; Ⓕ *(matching thing)* สิ่งที่เข้าคู่กับอีกสิ่งหนึ่ง, สิ่งที่ไปด้วยกัน; **the ~ volume to ...:** หนังสือชุดเดียวกันกับ...; Ⓖ *(Astron.)* หนึ่งในดาวคู่

²companion *n. (Naut.)* Ⓐ โครงในเรือที่ยกเป็นดาดฟ้า เพื่อส่งแสงลงข้างล่าง; Ⓑ *(stairs)* ➡ **companionway**

companionable /kəm'pænjənəbl/เคิม'แพเนียเนอะบ'ล/ *adj.* น่าคบค้าสมาคมด้วย, เป็นมิตร

companion: ~ hatch *n. (Naut.)* ทางลงบันไดในเรือ; ~ **ladder** *n. (Naut.)* บันไดจากดาดฟ้าสู่ห้องพักโดยสาร; ~ **set** *n.* ชุดเครื่องมือเขี่ยเตาผิง

companionship /kəm'pænjənʃɪp/เคิม'แพเนียนชิพ/ *n.* ความเป็นเพื่อน; *(fellowship)* มิตรภาพ

com'panionway *n. (Naut.)* บันไดมาสู่ห้องพักผู้โดยสาร

company /'kʌmpənɪ/'คัมเพอะนิ/ *n.* Ⓐ *(persons assembled, companionship)* บุคคลที่รวมกลุ่ม, ฝูงชน; **a ~ of ships** เรือกองหนึ่ง; **expect/receive ~:** รอคอย/ต้อนรับแขก; **for ~:** อยู่เป็นเพื่อน; **two is ~, three is a crowd** คนเดียวหัวหาย สองคนเพื่อนตาย สามคนวุ่นวาย; **keep one's own ~:** อยู่ตามลำพังไม่สุงสิงกับใคร; **he likes his own ~:** เขาชอบอยู่คนเดียว; **in ~ with sb.** ด้วยกันกับ *ค.น. หรือ* พร้อม *ค.น.;* **be in ~:** ไม่ได้อยู่ตามลำพัง, อยู่ในกลุ่ม; **bear** *or* **keep sb. ~:** อยู่เป็นเพื่อนกับ *ค.น.;* **keep ~ with sb.** ไปมาหาสู่กับ *ค.น.;* **part ~ with sb./sth.** เลิกคบหากับ *ค.น./ส.น.;* Ⓑ *(companion[s])* **low ~:** เพื่อนฝูงไม่ดี; **the ~ he keeps** เพื่อนที่เขาคบหาด้วย; **be good/bad** *etc.* **~:** เป็นเพื่อนที่น่าพอใจ/น่าเบื่อ *หรือ* เพื่อนที่ดี/ไม่เหมาะสม; Ⓒ *(firm)* บริษัท; ~ **car** รถยนต์บริษัท; ~ **policy** นโยบายของบริษัท; Ⓓ *(Commerc.)* **Jones and C~:** โจนส์และหุ้นส่วน; Ⓔ *(of actors)* กลุ่มนักแสดง/ผู้ให้ความบันเทิง; Ⓕ *(of Scouts)* กลุ่มลูกเสือ; Ⓖ *(Mil.)* กองร้อย; ~ **sergeant major** จ่ากองร้อย; Ⓗ *(Navy)* **ship's ~:** ลูกเรือทั้งหมด

comparability /kɒmpərə'bɪlɪtɪ/คัมเพอะเรอะ'บิลลิทิ/ *n., no pl.* การสามารถเปรียบเทียบได้

comparable /'kɒmpərəbl/'คอมเพอะเรอะบ'ล/ *adj.* ที่เปรียบเทียบได้ **(to, with** กับ)

comparably /'kɒmpərəblɪ/'คอมเพอะเรอะบลิ/ *adv.* อย่างเปรียบเทียบ, ในเชิงเปรียบเทียบ

comparative /kəm'pærətɪv/เคิม'แพเรอะทิว/ ❶ *adj.* Ⓐ ซึ่งเป็นการเปรียบเทียบ, เกี่ยวกับการเปรียบเทียบ *(วิทยาศาสตร์ ฯลฯ);* ~ **religion** ศาสนาเปรียบเทียบ; Ⓑ *(estimated by comparison)* **the ~ merits/advantages of the proposals** ผลบวก/ผลดีของข้อเสนอต่าง ๆ เมื่อได้เปรียบเทียบ; Ⓒ *(relative)* ค่อนข้าง; **in ~ comfort** ค่อนข้างสะดวกสบาย; **with ~ ease** ค่อนข้างง่าย; Ⓓ *(Ling.)* **the ~ degree** การเปรียบเทียบขั้นกว่า; **a ~ adjective/adverb** คำคุณศัพท์/คำวิเศษณ์ขั้นกว่า ❷ *n. (Ling.)* สำนวนหรือรูปแบบของการเปรียบเทียบ

comparatively /kəm'pærətɪvlɪ/เคิม'แพเรอะทิวลิ/ *adv.* Ⓐ *(by means of comparison)* โดยวิธีการเปรียบเทียบ; Ⓑ *(relatively)* ค่อนข้าง

compare /kəm'peə(r)/เคิม'แพ(ร)/ ❶ *v.t.* Ⓐ เปรียบเทียบ **(to, with** กับ); ~ **two/three** *etc.* **things** เปรียบเทียบสอง/สาม ฯลฯ สิ่ง; **~d with** *or* **to sb./sth.** เมื่อเปรียบเทียบกับ *ค.น./ส.น.;* **X is not to be ~d to Y** จะนำเอ็กซ์มาเปรียบเทียบกับวายไม่ได้; ~ **notes about sth.** แลกเปลี่ยนความคิดเห็นเกี่ยวกับ *ส.น.;* Ⓑ *(Ling.)* แสดงการเปรียบเทียบขั้นกว่าและขั้นสูงสุด ❷ *v.i.* เปรียบเทียบกับ *ส.น.* ได้, เท่าเทียมกันกับ *ส.น.* ❸ *n. (literary)* **beyond** *or* **without ~:** หาสิ่งมาเทียบไม่ได้อีกแล้ว, ดีที่สุด; **lovely beyond ~:** งดงามแบบหาที่เปรียบไม่ได้

C

Points of the compass (ทิศบนเข็มทิศ)

	COMPASS POINT	ABBR (อักษรย่อ)
north	ทิศเหนือ	N
south	ทิศใต้	S
east	ทิศตะวันออก	E
west	ทิศตะวันตก	W
north-east	ทิศตะวันออกเฉียงเหนือ	NE
north-west	ทิศตะวันตกเฉียงเหนือ	NW
south-east	ทิศตะวันออกเฉียงใต้	SE
south-west	ทิศตะวันตกเฉียงใต้	SW
north-north-east	ทิศตะวันออกเฉียงเหนือค่อนไปทางเหนือ	NNE
north-north-west	ทิศตะวันตกเฉียงเหนือค่อนไปทางเหนือ	NNW
south-south-east	ทิศตะวันออกเฉียงใต้ค่อนไปทางใต้	SSE
south-south-west	ทิศตะวันตกเฉียงใต้ค่อนไปทางใต้	SSW
east-north-east	ทิศตะวันออกเฉียงเหนือค่อนไปทางตะวันออก	ENE
west-north-west	ทิศตะวันตกเฉียงเหนือค่อนไปทางตะวันตก	WNW
east-south-east	ทิศตะวันออกเฉียงใต้ค่อนไปทางตะวันออก	ESE
west-south-west	ทิศตะวันตกเฉียงใต้ค่อนไปทางตะวันตก	WSW

The words เหนือ, ใต้, ตะวันออก and ตะวันตก and their derivatives are also used in nautical and meteorological contexts.

Directions (ทิศทาง)

The wind is from the north/the north-east
= ลมพัดมาจากทางทิศเหนือ/ทิศตะวันออกเฉียงเหนือ

We are going north tomorrow
= เราจะขึ้นเหนือ *หรือ* ไปทางเหนือพรุ่งนี้

They were travelling westwards or ***in a westerly direction***
= พวกเขาได้เดินทางไปทางตะวันตก *หรือ* ทางทิศตะวันตก

The road runs due north
= ถนนวิ่งตรงไปทางทิศเหนือ

the northbound train
= รถไฟที่วิ่งไปทางเหนือ *หรือ* รถไฟสายเหนือ

The aircraft/ship is southward bound
= เครื่องบินบิน/เรือวิ่งไปทางใต้

The sitting room faces north
= ห้องนั่งเล่นหันไปทางทิศเหนือ

Locations (ที่ตั้ง)

The South of England
= ทางใต้ของอังกฤษ

The Deep South
= รัฐทางใต้สุดของสหรัฐอเมริกา

The far North
= สุดขั้วโลกเหนือ

The Middle/Far East
= ตะวันออกกลาง/ตะวันออกไกล

They live in the South-West
= พวกเขาอาศัยอยู่ที่ภาคตะวันตกเฉียงใต้

She comes from the North-East
= เธอมาจากทางตะวันออกเฉียงเหนือ

It's a few miles to the west
= มันอยู่อีกสองสามไมล์ไปทางตะวันตก

Further [to the] east
= ห่างออกไปทางทิศตะวันออก

25 miles [to the] north of London
= อยู่เหนือลอนดอน 25 ไมล์

Just to the south of the island/of Crete
= อยู่ทางใต้ของเกาะครีตเพียงเล็กน้อย

Adjectives (คำคุณศัพท์)

The English adjectives *north/northern, south/southern* etc. are translated by prefacing the direction with ทาง or ด้าน, or by simply using the direction alone.

Northern/Southern Italy
= ทางภาคเหนือ/ภาคใต้ของอิตาลี

North/South America
= อเมริกาเหนือ/ใต้

West/East Africa
= แอฟริกาตะวันตก/ตะวันออก

the south side
= ด้านใต้

the Southern States
= รัฐทางตอนใต้

the West Coast
= ชายฝั่งตะวันตก

the north face of the Eiger
= หน้าผาด้านเหนือของภูเขา

comparison /kəm'pærɪsn/เคิม'แพริซ'น/ *n.* Ⓐ *(act of comparing, simile)* การเปรียบเทียบ, การอุปมาอุปไมย; **the ~ of X and** *or* **with Y** การเปรียบเทียบเอ็กซ์กับวาย; **in** *or* **by ~ [with sb./sth.]** ในการเปรียบเทียบ [กับ *ค.น./ส.น.*]; **this one is cheaper in** *or* **by ~:** เมื่อเปรียบเทียบดูแล้วอันนี้ถูกกว่า; **beyond [all] ~:** ต่างกันอย่างสิ้นเชิง, เหนือกว่าอย่างมาก; **there's no ~ between them** ต่างกันราวฟ้ากับดิน; **bear** *or* **stand ~:** สามารถเปรียบเทียบเคียงกันได้; **~s are odious** การเปรียบเทียบเป็นสิ่งที่ไม่ดี; Ⓑ *(Ling.)* รูปของการเปรียบเทียบขั้นกว่าและขั้นสูงสุด; **degrees of ~:** ขั้นของการเปรียบเทียบ

compartment /kəm'pɒ:tmənt/เคิม'พาทเมินทฺ/ *n. (in drawer, desk, etc.)* ช่องที่แบ่งกั้นไว้; *(fig.)* *(สิ่ง)* ที่แยกออก, ที่กั้นไว้; *(of railway carriage)* ห้องผู้โดยสารในรถไฟ; *(Naut.)* ส่วนแบ่งของเรือที่กันน้ำได้

compartmentalize /kɒmpɑ:t'mentəlaɪz/คอมพาท'เม็นเทอะลายซฺ/ *v.t.* แบ่งออกเป็นส่วน ๆ, จำแนกประเภท; *(excessively)* แยกประเภทอย่างละเอียดถี่ยิบ

compass /'kʌmpəs/'คัมเพิซ/ ❶ *n.* Ⓐ *in pl.* **[a pair of] ~es** วงเวียนสำหรับใช้ในการวาดเขียน; Ⓑ ➤ **191** *(for navigating)* เข็มทิศ; **mariner's ~:** เข็มทิศนักเดินเรือ; **the four points of the ~:** ทิศทั้งสี่ของเข็มทิศ; Ⓒ *(boundary)* วง, ขอบเขต; Ⓓ *(extent)* อาณาเขต, บริเวณ, อาณาบริเวณ; *(fig.: scope)* ขอบเขต; **beyond the ~ of the human mind** อยู่นอกเหนือขอบเขตของจิตใจมนุษย์; **in a small ~:** ในขอบเขตแคบ ๆ; Ⓔ *(Mus.) (of instrument)* ช่วงเสียง *หรือ* โทนเสียง; *(of voice)* ช่วงเสียง *หรือ* โทนเสียง ❷ *v.t. (grasp mentally)* เข้าใจ

'compass card *n.* หน้าปัดเข็มทิศ

compassion /kəm'pæʃn/เคิม'แพช'น/ *n., no pl.* ความเมตตา, ความเห็นอกเห็นใจ (**for, on** สำหรับ)

compassionate /kəm'pæʃənət/เคิม'แพเชอะเนิท/ *adj.* มีความเมตตา, เห็นอกเห็นใจ; **on ~ grounds** ด้วยเหตุผลที่มีปัญหาส่วนตัว; *(for family reasons)* โดยเหตุที่มีปัญหาทางครอบครัว

compassionate 'leave *n. (Brit.)* การอนุญาตให้ลาเนื่องจากมีปัญหาทางครอบครัว

compatibility /kəmpætɪ'bɪlɪtɪ/เคิมแพทิ'บิลลิทิ/ *n., no pl. (consistency, mutual tolerance)* ความสม่ำเสมอ, ความคงเส้นคงวา; *(of people)* ความเข้ากันได้; *(of equipment etc.)*

compatible | compliance 192

C

การใช้ด้วยกันได้, ความเชื่อมต่อกันได้; *(Computing)* การมีระบบสอดคล้องกัน

compatible /kəm'pætɪbl/เคิม'แพทิบ'ล/ *adj.* *(consistent, mutually tolerant)* *(บุคคล)* สม่ำเสมอ, คงเส้นคงวา; *(Computing)* *(ระบบ, เครื่อง)* สอดคล้อง; *(ยา)* ที่เหมาะสมไม่ก่อผลข้างเคียง

compatriot /kəm'pætrɪət, US -'peɪt-/เคิม'แพเทรียท/ *n.* เพื่อนร่วมชาติ, เพื่อนร่วมประเทศ

compel /kəm'pel/เคิม'เพ็ล/ *v.t.*, **-ll-** บังคับ; **~ sb. to do sth.** บังคับ *ค.น.* ให้ทำ *ส.น.*; **~ sb.'s admiration/respect** เรียกร้องความชื่นชม/ความเคารพจาก *ค.น.*; **he felt ~led to tell her** เขารู้สึกจำเป็นต้องบอกเธอ

compelling /kəm'pelɪŋ/เคิม'เพ็ลลิง/ *adj.* *(ความสวยงาม)* ที่กระตุ้นให้เกิดความสนใจอย่างมาก; *(เหตุผล)* ที่มีน้ำหนักมาก

compellingly /kəm'pelɪŋlɪ/เคิม'เพ็ลลิงลิ/ *adv.* โดยกระตุ้นให้เกิดความติดใจอย่างมาก, อย่างมีน้ำหนักมาก

compendious /kəm'pendɪəs/เคิม'เพ็นเดียซ/ *adj.* *(หนังสือ ฯลฯ)* ที่ครอบคลุมเรื่องราวแต่สั้น

compendium /kəm'pendɪəm/เคิม'เพ็นเดียม/ *n.*, *pl.* **~s** *or* **compendia** /kəm'pendɪə/เคิม'เพ็นเดีย/ สารานุกรมในรูปแบบคู่มือ; *(summary)* สรุป *หรือ* บทคัดย่อของผลงานชิ้นใหญ่; **~ of games** ชุดรวบรวมเกมต่าง ๆ

compensate /'kɒmpenseɪt/'คอมเพ็นเซท/ ❶ *v.i.* Ⓐ *(make amends for)* **~ for sth.** ชดเชยสำหรับ *ส.น.*; **~ for injury** ชดใช้เงินให้สำหรับการบาดเจ็บ; Ⓑ *(Psych.)* **~ for sth.** *ทดแทนการบกพร่องในด้านหนึ่ง โดยการพัฒนาความสามารถในอีกด้านหนึ่ง* ❷ *v.t.* Ⓐ **~ sb. for sth.** ชดใช้ *ค.น.* สำหรับ *ส.น.*; Ⓑ *(Mech)* ถ่วง *(น้ำหนัก)*

compensation /kɒmpen'seɪʃn/คอมเพ็น'เซช'น/ *n.* Ⓐ การทดแทน, การชดเชย, การชดใช้; *(for damages, injuries, etc.)* เงินค่าเสียหาย, เงินชดเชยการบาดเจ็บ; *(for requisitioned property)* เงินค่าชดเชย; **£100 in ~** *or* **by way of ~:** เงิน 100 ปอนด์เป็นค่าชดเชยความเสียหาย; **but he had the ~ of knowing that...:** แต่เขาได้รับการทดแทนโดยรู้ว่า...; **growing old has its ~s** การชราลงก็มีข้อดีด้วย; Ⓑ *(Psych.)* *การพัฒนาทางใดทางหนึ่งเพื่อทดแทนการบกพร่องในอีกด้านหนึ่ง*

compère /'kɒmpeə(r)/'คอมแพ(ร)/ *(Brit.)* ❶ *n.* พิธีกร, โฆษก ❷ *v.t.* ทำหน้าที่เป็นโฆษก *หรือ* พิธีกร

compete /kəm'pi:t/เคิม'พีท/ *v.i.* แข่ง [ขัน]; *(Sport)* แข่งขันกีฬา; **~ with sb./sth.** แข่งขันกับ *ค.น./ส.น.*; **he ~d against** *or* **with his rivals for the title** เขาแข่งขันตำแหน่งกับคู่ต่อสู้; **~ in a race** ลงแข่ง; **be [un]able to ~:** [ไม่] สามารถแข่ง; **~ with one another** แข่งกัน

competence /'kɒmpɪtəns/'คอมพิเทินซ/, **competency** /'kɒmpɪtənsɪ/'คอมพิเทินซิ/ *ns.* Ⓐ *(ability)* ความสามารถ; **a high degree of ~ in French** มีความสามารถในภาษาฝรั่งเศสสูง; Ⓑ *(Law)* อำนาจทางกฎหมาย *(ของศาล, คณะผู้บริหาร ฯลฯ)* ในการตัดสิน; Ⓒ *(Ling.)* ความสามารถ

competent /'kɒmpɪtənt/'คอมพิเทินท/ *adj.* Ⓐ *(qualified)* มีคุณสมบัติครบถ้วน, มีความสามารถ; **not ~ to do sth.** ไม่มีคุณสมบัติที่จะทำ *ส.น.*; Ⓑ *(effective)* ได้ผล, มีผลต่อ; Ⓒ *(appropriate)* เหมาะสม; Ⓓ *(Law)* *(ผู้พิพากษา, ศาล, พยาน)* ที่มีคุณสมบัติถูกต้องตามกฎหมาย

competently /'kɒmpɪtəntlɪ/'คอมพิเทินทุลิ/ *adv.* อย่างมีคุณสมบัติเหมาะสม, อย่างมีความสามารถ, อย่างได้ผล

competition /kɒmpɪ'tɪʃn/คอมเพอะ'ทิช'น/ *n.* Ⓐ *(contest)* การแข่งขัน; Ⓑ *(those competing)* ผู้แข่งขัน; *(Sport)* คู่ต่อสู้, คู่แข่งขัน; Ⓒ *(act of competing)* การแข่งขัน; **a spirit of ~:** วิญญาณของการต่อสู้; **be in ~ with sb.** อยู่ในการแข่งขันกับ *ค.น.*

competitive /kəm'petɪtɪv/เคิม'เพ็ททิทิฺว/ *adj.* Ⓐ เป็นการแข่งขัน, ที่จะเอาชนะ; **~ sports** การกีฬาที่เป็นการแข่งขัน; **~ spirit** วิญญาณของการแข่งขัน; **a ~ examination** การสอบแข่งขัน; **on a ~ basis** บนพื้นฐานของการแข่งขัน; Ⓑ *(comparable with rivals)* สู้คู่แข่งได้; **a very ~ market** ตลาดที่มีการแข่งขันสูงมาก *หรือ* ตลาดที่ดุเดือดมาก

competitively /kəm'petɪtɪvlɪ/เคิม'เพ็ททิทิฺวลิ/ *adv.* **they were bidding ~:** เขาประมูลกันอย่างดุเดือด; **these models are ~ priced** รุ่นเหล่านี้มีราคาแข่งขันกัน

competitor /kəm'petɪtə(r)/เคิม'เพ็ททิเทอะ(ร)/ *n.* ผู้แข่งขัน; *(in contest, race)* ผู้เข้าประกวด, ผู้ลงแข่งขัน; *(for job)* ผู้สมัคร; **our ~s** คู่แข่งของเรา

compilation /kɒmpɪ'leɪʃn/คอมพิ'เลช'น/ *n.* การรวบรวม, การเรียบเรียง; *(of dictionary, guidebook)* การรวบรวม

compile /kəm'paɪl/เคิม'พายล/ *v.t.* Ⓐ *(put together)* รวบรวม, เรียบเรียง; Ⓑ *(accumulate)* รวบรวม *(แต้ม)*

compiler /kəm'paɪlə(r)/เคิม'พายเลอะ(ร)/ *n.* Ⓐ ผู้รวบรวม, ผู้เรียบเรียง; Ⓑ *(Computing)* *โปรแกรมใช้แปลภาษาคอมพิวเตอร์ชั้นสูงให้เป็นรหัสเครื่อง*, คอมไพเลอร์ *(ท.ศ.)*

complacency /kəm'pleɪsənsɪ/เคิม'เพลเซินซิ/ *n.*, *no pl.* ความพึงพอใจตนเอง, ความอิ่มใจ, การกระหยิ่มยิ้มย่อง

complacent /kəm'pleɪsnt/เคิม'เพลซ'นท/ *adj.* พอใจตนเอง, อิ่มอกอิ่มใจ, กระหยิ่มใจ

complacently /kəm'pleɪsntlɪ/เคิม'เพลซ'นทุลิ/ *adv.* อย่างพอใจตนเอง, อย่างอิ่มอกอิ่มใจ

complain /kəm'pleɪn/เคิม'เพลน/ *v.i.* *(express dissatisfaction)* บ่น, แสดงความไม่พอใจ **(about, at** เกี่ยวกับ**)**; **~ of sth.** แสดงความไม่พอใจใน *ส.น.*; **his continual ~ing** การบ่นตลอดของเขา; **she ~s of [having] toothache** เธอบ่นว่าปวดฟัน; **I have nothing to ~ about/of** ฉันไม่มีอะไรต้องต่อว่า *หรือ* ร้องเรียน

complaint /kəm'pleɪnt/เคิม'เพลนท/ *n.* Ⓐ *(utterance of grievance)* การบ่น, การแสดงความไม่พอใจ; *(formal accusation, expression of grief)* การร้องทุกข์, การร้องเรียน; **have/cause grounds for ~:** มี/เป็นเหตุให้เกิดการร้องเรียน; Ⓑ ➤ **453** *(bodily ailment)* โรคภัยไข้เจ็บ, ความเจ็บป่วยทางร่างกาย; **a heart ~** โรคเกี่ยวกับหัวใจ

complaisance /kəm'pleɪzəns/เคิม'เพลเซินซ/ *n.*, *no pl.* *(formal)* ความอ่อนโยน, ความเต็มใจช่วยเหลือผู้อื่น; *(deference)* ความคล้อยตาม

complaisant /kəm'pleɪzənt/เคิม'เพลเซินท/ *adj.* *(formal)* อ่อนโยน, ยอมตาม

complement /'kɒmplɪmənt/'คอมพลิเมินท/ ❶ *n.* Ⓐ *(what completes)* สิ่งที่เติมให้สมบูรณ์; Ⓑ *(full number)* **a [full] ~:** อัตราเต็ม; *(of people)* จำนวนเต็ม *(ที่จะขึ้นรถโดยสาร, ควบคุมเรือ)*; **the ship's ~:** ลูกเรือทั้งหมด; Ⓒ *(Ling.)* คำ *หรือ* วลีซึ่งประกอบกริยาทำให้ประธานหรือกรรมมีความหมายสมบูรณ์ขึ้น ❷ *v.t.* ทำให้สมบูรณ์

complementary /kɒmplɪ'mentrɪ/คอมพลิ'เม็นทริ/ *adj.* Ⓐ *(completing)* ทำให้สมบูรณ์; Ⓑ *(completing each other)* เสริมซึ่งกันและกัน; **they are ~ to one another** เขาเสริมซึ่งกันและกัน

complementary 'colour *n.* สีคู่; **~ 'medicine** *n.* การรักษาเสริมจากการรักษาแบบตะวันตก เช่น การฝังเข็ม

complete /kəm'pli:t/เคิม'พลีท/ ❶ *adj.* Ⓐ มีครบถ้วน; *(in number)* ครบจำนวน, จำนวนเต็ม; **a ~ edition** ฉบับพิมพ์ที่ครบชุด; **the ~ works of Schiller** งานทั้งหมดของ Schiller; **make a ~ confession** สารภาพจนหมดเปลือก; **a house ~ with contents** บ้านที่รวมเครื่องใช้ครบถ้วน; Ⓑ *(finished)* *(งาน)* เสร็จสมบูรณ์; *(การก่อสร้าง)* จบบริบูรณ์; Ⓒ *(absolute)* สมบูรณ์; *(คนโง่, คนใช้ไม่ได้)* แท้จริง; *(ความเงียบ)* สนิท; *(ความยุ่งยาก)* เต็มที่; **a ~ stranger** คนแปลกหน้าแท้จริง; **meet with ~ approval** ได้รับความเห็นชอบอย่างเต็มที่; Ⓓ *(accomplished)* ที่ประสบความสำเร็จ ❷ *v.t.* Ⓐ *(finish)* ทำให้เสร็จ *(งาน)*; Ⓑ *(make whole)* ทำให้สมบูรณ์; Ⓒ *(make whole amount of)* ทำให้ครบถ้วน; Ⓓ กรอก *(แบบสอบถาม)*; เขียน *(คำตอบในข้อสอบ)*

completely /kəm'pli:tlɪ/เคิม'พลีทลิ/ *adv.* อย่างสมบูรณ์, อย่างครบถ้วน, อย่างเต็มที่

completeness /kəm'pli:tnɪs/เคิม'พลีทนิซ/ *n.*, *no pl.* การเสร็จสิ้นสมบูรณ์, ความสมบูรณ์, ความครบถ้วน

completion /kəm'pli:ʃn/เคิม'พลีช'น/ *n.* การทำให้จบ, การทำให้เสร็จ, การทำให้ครบถ้วน; *(of building, work)* การสร้างสมบูรณ์; *(of contract)* การจบ; *(of questionnaire, form)* การเติมข้อความ; **on ~ of the course** เมื่อจบหลักสูตร; **on ~ of all the formalities** เมื่อพิธีรีตองเสร็จสิ้นลง; **on ~ of the sale** เมื่อการขายเสร็จสิ้น

com'pletion date *n.* วันที่สัญญาสิ้นสุดลง, วันที่จะต้องทำให้แล้วเสร็จ, วันครบสัญญา

complex /'kɒmpleks, US kəm'pleks/'คอมเพล็คซ/ ❶ *adj.* Ⓐ *(complicated)* ยุ่งยาก, ซับซ้อน, เข้าใจได้ยาก; Ⓑ *(composite)* ประกอบด้วยหลาย ๆ ส่วน; Ⓒ *(Ling.)* **a ~ sentence** ประโยคที่ประกอบด้วยอนุประโยค, ประโยคซับซ้อน; Ⓓ *(Chem.)* สารประกอบที่โมเลกุลสร้างพันธะกับอะตอมของโลหะ; *(Math.)* ที่รวมทั้งข้อจริงและสมมติฐาน ❷ *n.* *(also Psych.)* ความรู้สึกกดดันที่ก่อให้เกิดพฤติกรรมผิดปกติ; **a [building] ~:** ตึก *หรือ* อาคารที่เชื่อมต่อกัน; **have a ~ about sth.** *(coll.)* มีความกังวล/ปมด้อยเกี่ยวกับ *ส.น.*

complexion /kəm'plekʃn/เคิม'เพล็คช'น/ *n.* สีผิว; *(fig.)* คุณลักษณะ, แง่มุม; **of various political ~s** มีแง่มุมทางการเมืองที่หลากหลาย; **that puts a different ~ on the matter** สิ่งนั้นทำให้ต้องมองเรื่องนี้ในอีกแง่หนึ่ง

-complexioned /kəm'plekʃnd/เคิม'เพล็คช'นด/ *adj. in comb.* **yellow-/fair-~:** ผิวเหลืองซีด/ผิวขาว

complexity /kəm'pleksɪtɪ/เคิม'เพล็คซิทิ/ ➡ **complex** 1; ความยุ่งยาก, ความสลับซับซ้อน

compliance /kəm'plaɪəns/เคิม'พลายเอินซ/ *n.* Ⓐ *(action)* การปฏิบัติตามกฎระเบียบ, การเชื่อฟัง, การทำตาม; **act in ~ with sth.** กระทำตามความต้องการของ *ส.น.*; Ⓑ *(unworthy submission)* การยินยอมอย่างไม่คู่ควร

compliant /kəmˈplaɪənt/เคิมˈพลายเอินทฺ/ *adj.* ยินยอมปฏิบัติตาม, กระทำตามคำสั่ง, เชื่อฟัง

complicate /ˈkɒmplɪkeɪt/ˈคอมพลิเคท/ *v.t.* ทำให้ยุ่งยาก, ทำให้สลับซับซ้อน

complicated /ˈkɒmplɪkeɪtɪd/ˈคอมพลิเคทิด/ *adj.* ยุ่งยาก, สลับซับซ้อน

complication /kɒmplɪˈkeɪʃn/คอมพลิˈเคช่น/ *n.* Ⓐ สภาพยุ่งยาก *หรือ* สลับซับซ้อน; Ⓑ *(circumstance)* สถานการณ์ยุ่งยากสับสน, สถานการณ์สลับซับซ้อน, ความยุ่งยาก; Ⓒ *(Med.)* โรคแทรกซ้อน

complicit /kəmˈplɪsɪt/เคิมˈพลิซิท/ *adj.* ที่สมรู้ร่วมคิดด้วย

complicity /kəmˈplɪsɪtɪ/เคิมˈพลิซซิทิ/ *n.* การสมคบกระทำความผิด

compliment ❶ /ˈkɒmplɪmənt/ˈคอมพลิเมินทฺ/ *n.* Ⓐ *(polite words)* คำชม, คำชื่นชม, คำชมเชย; **pay sb. a ~ [on sth.]** ชม *ค.น.* [ในเรื่อง *ส.น.*]; **return the ~:** ชมเชยกลับไป; **my ~s to the chef** ขอชมเชยพ่อครัว/แม่ครัวด้วย; Ⓑ *in pl. (formal greetings)* คำอวยพร *(โดยเฉพาะข้อความที่เขียนแนบไปกับของขวัญ)*; อภินันทนาการ; **my ~s to your parents** ฝากความระลึกถึงไปยังพ่อแม่ของคุณด้วย; **give them my ~s** ฝากความระลึกถึงไปยังพวกเขาด้วย; **the ~s of the season** ขอฝากอวยพรในเทศกาล; **with the ~s of the management/author** ด้วยอภินันทนาการของฝ่ายจัดการ/ผู้แต่ง
❷ /ˈkɒmplɪmənt/ˈคอมพลิเมินทฺ/ *v.t. (say polite words to)* **~ sb. on sth.** แสดงความยินดี *หรือ* ชื่นชม *ค.น.* ในเรื่อง *ส.น.*

complimentary /kɒmplɪˈmentərɪ/คอมพลิˈเม็นเทอะริ/ *adj.* Ⓐ *(expressing compliment)* ที่แสดงความชื่นชมยินดี; Ⓑ *(given free as compliment)* ที่ให้เป็นของกำนัล *หรือ* ของสมนาคุณ; **a ~ ticket/copy** ตั๋ว/หนังสือที่ให้เป็นของสมนาคุณ

compliments slip *n.* บัตรหรือการ์ดแนบของฝาก/เอกสาร

compline /ˈkɒmplɪn, ˈkɒmplaɪn/ˈคอมพลิน, ˈคอมพลายน/ *n. (Eccl.)* ช่วงของการสวดมนต์ 7 ชั่วโมงสุดท้าย

comply /kəmˈplaɪ/เคิมˈพลาย/ *v.i.* **~ with sth.** ทำตาม *ส.น.*; **~ with a treaty/conditions** ปฏิบัติตามสนธิสัญญา/เงื่อนไขที่กำหนด; **he refused to ~:** เขาปฏิเสธที่จะปฏิบัติตาม

component /kəmˈpəʊnənt/เคิมˈโพเนินทฺ/ ❶ *n.* Ⓐ ชิ้นส่วน, ส่วนประกอบ; *(of machine)* ชิ้นส่วน; *(in manufacturing)* ส่วนประกอบ; Ⓑ *(Math.) หนึ่งในสองเวคเตอร์ขึ้นไปที่มีค่าเท่ากันกับเวคเตอร์ที่กำหนดให้* ❷ *adj.* **a ~ part** ส่วนประกอบ; **the ~ parts of a car** ส่วนประกอบของรถยนต์

comport /kəmˈpɔːt/เคิมˈพอท/ *v. refl. (formal)* ประพฤติตน, วางตัว

compose /kəmˈpəʊz/คอมˈโพซฺ/ *v.t.* Ⓐ *(make up)* ประกอบกันขึ้น; **be ~d of** ประกอบขึ้นด้วย; Ⓑ *(construct)* แต่ง *(เนื้อเพลง, กลอน)*; เขียน *(รายงาน)*; Ⓒ *(Mus.)* แต่ง/ประพันธ์เพลง; Ⓓ *(Printing)* เรียงพิมพ์; Ⓔ *(arrange)* จัดการ, ตระเตรียม; **~ oneself to** *or* **for an action** เตรียมตัวเพื่อสิ่งที่จะต้องทำ; **~ one's thoughts** รวบรวมความคิดให้สุขุมรอบคอบ; Ⓕ *(calm)* **~ oneself** สำรวมใจ, ตั้งสติ; Ⓖ *(put together)* จัด, ประกอบเข้าด้วยกัน

composed /kəmˈpəʊzd/คอมˈโพซฺดฺ/ *adj. (calm)* สงบ

composer /kəmˈpəʊzə(r)/เคิมˈโพเซอะ(ร)/ *n.* Ⓐ ➤ **489** *(of music)* นักประพันธ์เพลง; Ⓑ *(of poem etc.)* นักประพันธ์บทกวี

composite /ˈkɒmpəzɪt, -zaɪt/ˈคอมเพอะซิท, -ไซทฺ/ ❶ *adj.* Ⓐ ประกอบด้วยส่วนต่าง ๆ ที่ผสมผสานกัน, สังขตภาพ *(ร.บ.)*; **a ~ illustration/photograph** ภาพ/รูปถ่ายที่ประกอบด้วยภาพ/รูปถ่ายต่าง ๆ มารวมกัน; Ⓑ *(Bot.)* **~ flower/plant** ดอกไม้/พืชในวงศ์ Compositae ❷ *n.* Ⓐ สิ่งที่ประกอบด้วยหลาย ๆ ส่วน; Ⓑ *(Bot.)* พืชในวงศ์ Compositae มีดอกเล็ก ๆ จำนวนมากรวมเป็นหัวเดียว

composition /kɒmpəˈzɪʃn/คอมเพอะˈซิช่น/ *n.* Ⓐ *(act)* การรวบรวมเข้าด้วยกัน; *(construction)* การก่อสร้าง; *(formation of words)* การรวมเข้าเป็นคำใหม่; Ⓑ *(constitution) (of soil, etc.)* ส่วนประกอบ, องค์ประกอบ; *(mental constitution)* อุปนิสัย, คุณสมบัติ; *(of picture)* องค์ประกอบ; Ⓒ *(composed thing) (mixture)* สิ่งที่ผสมหลายอย่าง; *(piece of writing)* บทประพันธ์, ข้อเขียน; *(essay)* เรียงความ; *(piece of music)* บทเพลง; Ⓓ *(construction in writing) (of sentences)* การเขียนประโยค; *(of prose, verse)* การประพันธ์; *(literary production)* เขียน, การประพันธ์; *(Mus.)* การแต่ง *หรือ* ประพันธ์เพลง; *(art of ~)* ศิลปะการประพันธ์; Ⓔ *(Printing)* การจัดเรียงตัวพิมพ์; Ⓕ *(formal: compromise)* การประนีประนอมทางกฎหมาย; *(with creditors etc.)* การเจรจาประนีประนอม; *(sum paid to creditors)* จำนวนเงินที่ผ่อนชำระหนี้เป็นงวด ๆ; Ⓖ *(formal: of disagreement)* การตกลง

composition ˈfloor *n.* พื้นที่ปูโดยไม่มีรอยต่อ

compositor /kəmˈpɒzɪtə(r)/เคิมˈพอซิเทอะ(ร)/ *n.* ➤ **489** *(Printing)* ผู้เรียงพิมพ์

compos mentis /kɒmpəs ˈmentɪs/คอมเพิซ ˈเม็นทิซ/ *adj.* มีสติ, มีจิตปกติ

compost /ˈkɒmpɒst/ˈคอมพอซทฺ/ ❶ *n.* ปุ๋ยหมัก, มูลฝอย; *(fig.)* สิ่งที่ผสมผสานกัน ❷ *v.t.* ใช้ปุ๋ยหมักลงในดิน; หมักปุ๋ย

compost: ~ heap, ~ pile *ns.* กองปุ๋ยหมัก

composure /kəmˈpəʊʒə(r)/เคิมˈโพเฌอะ(ร)/ *n.* ลักษณะสงบเยือกเย็น, ความสงบ; **lose/regain one's ~:** สูญเสียความสงบ/ได้ความสงบกลับคืนมา; **upset sb.'s ~:** รบกวนความสงบของ *ค.น.*

compote /ˈkɒmpəʊt, -pɒt/ˈคอมโพท, -พอท/ *n.* ผลไม้แช่อิ่ม

[1]**compound** /ˈkɒmpaʊnd/ˈคอมพาวนดฺ/ ❶ *adj.* Ⓐ *(of several ingredients)* ประกอบด้วยส่วนผสมหลายอย่าง; **a ~ substance** สารประกอบ; Ⓑ *(of several) (parts)* ประกอบด้วยส่วนต่าง ๆ; **a ~ word** คำผสม; Ⓒ *(Zool.)* **~ eye** ตา *(ของแมลงและพวกกุ้ง ปู)* ซึ่งประกอบด้วยหน่วยรับภาพหลาย ๆ หน่วย; Ⓓ *(Bot.)* ประกอบด้วยส่วนต่าง ๆ; Ⓔ *(Med.)* **~ fracture** กระดูกที่หักหลายจุด; Ⓕ *(Ling.)* ที่ประกอบด้วยอนุประโยค; **~ sentence** อเนกรรถประโยค, ประโยคที่ประกอบด้วยอนุประโยค
❷ *n.* Ⓐ *(mixture)* สารผสม; Ⓑ *(Ling.)* คำผสม; Ⓒ *(Chem.)* สารประกอบ
❸ /kəmˈpaʊnd/เคิมˈพาวนดฺ/ *v.t.* Ⓐ *(mix)* ผสมเข้าด้วยกัน, รวมกัน; *(fig.)* *(ปัญหา)* ทำให้ยุ่งยากขึ้น; *(combine)* เชื่อมโยงเข้าด้วยกัน *(คำ)*; *(make up)* ปรุงแต่งขึ้นจากหลาย ๆ ส่วน; **be ~ed of ...:** ผสมขึ้นจากส่วนของ...; Ⓑ *(increase, complicate)* เพิ่มขึ้น *(ปัญหา, ความยากลำบาก)*; Ⓒ *(formal: settle)* จัดการประนีประนอม, ไกล่เกลี่ย
❹ *v.i. (formal)* **~ with sb. for sth.** ตกลงประนีประนอมกับ *ค.น.* ในเรื่อง *ส.น.*

[2]**compound** /ˈkɒmpaʊnd/ˈคอมพาวนดฺ/ *n.* Ⓐ *(enclosed space)* บริเวณที่มีรั้วล้อมรอบ; **prison ~:** บริเวณเรือนจำ; Ⓑ *(enclosure round building)* บริเวณภายในรั้วรอบอาคาร; **embassy ~:** บริเวณรอบสถานทูต

compound interest /kɒmpaʊnd ˈɪntrɪst/คอมพาวนดฺ ˈอินทริซทฺ/ *n. (Finance)* ดอกเบี้ยทบต้น

comprehend /kɒmprɪˈhend/คอมพริˈเฮ็นดฺ/ *v.t.* Ⓐ *(understand)* เข้าใจ; Ⓑ *(include, embrace)* รวมทั้ง, ครอบคลุม

comprehensibility /kɒmprɪhensɪˈbɪlɪtɪ/คอมพริเฮ็นซิˈบิลลิทิ/ *n., no pl.* ความเข้าใจได้; ความรวมอยู่ด้วยกัน

comprehensible /kɒmprɪˈhensɪbl/คอมพริˈเฮ็นซิบ'ล/ *adj.* เข้าใจได้; รวมไว้ด้วยกันได้; **~ only to specialists** มีเพียงผู้เชี่ยวชาญเท่านั้นที่เข้าใจได้

comprehensibly /kɒmprɪˈhensɪblɪ/คอมพริˈเฮ็นซิบลิ/ *adv.* อย่างเข้าใจได้; อย่างรวมไว้ด้วยกันหมด

comprehension /kɒmprɪˈhenʃn/คอมพริˈเฮ็นช่น/ *n.* Ⓐ *(understanding)* ความเข้าใจ; **her behaviour is beyond my ~:** พฤติกรรมของเธอ อยู่นอกเหนือความเข้าใจของฉัน; Ⓑ **~ [exercise/test]** [แบบฝึกหัด/แบบทดสอบ] ความรู้ความเข้าใจ

comprehensive /kɒmprɪˈhensɪv/คอมพริˈเฮ็นซิวฺ/ *adj.* Ⓐ *(inclusive)* สมบูรณ์, รวมแทบทุกอย่างเข้าไว้ด้วยกัน, รวบยอด; Ⓑ *(Sch.)* **~ school** โรงเรียนมัธยมของรัฐที่ไม่ต้องสอบเข้า; **go ~** *(โรงเรียน)* แปลงไปใช้ระบบไม่คัดเลือก; Ⓒ *(Insurance)* ครอบคลุมหมดทุกกรณี; **~ policy** การประกันที่ครอบคลุมทุกกรณี; **have you ~ insurance?** คุณมีประกันแบบครอบคลุมทุกกรณีไหม

comprehensively /kɒmprɪˈhensɪvlɪ/คอมพริˈเฮ็นซิวฺลิ/ *adv.* อย่างสมบูรณ์แบบ, อย่างครอบจักรวาล; **~ beaten** แพ้อย่างย่อยยับ

comprehensiveness /kɒmprɪˈhensɪvnɪs/คอมพริˈเฮ็นซิวฺนิซ/ *n., no pl.* ความสมบูรณ์พร้อม; **the ~ of the book is surprising** หนังสือครอบคลุมทุกเรื่องอย่างไม่น่าเชื่อ

compress ❶ /kəmˈpres/เคิมˈเพร็ซ/ *v.t.* Ⓐ *(squeeze)* บีบ, อัด **(into** เข้าไป**)**; Ⓑ อัด *(ลม, ก๊าซ)*; Ⓒ *(Computing)* บีบอัดแฟ้มข้อมูลให้เล็กลง ❷ /ˈkɒmpres/ˈคอมเพร็ซ/ *n. (Med.)* ผ้าประคบแผล

compressed air /kəmprest ˈeə(r)/เคิมเพร็ซทฺ ˈแอ(ร)/ *adj.* อากาศอัด

compressible /kəmˈpresɪbl/เคิมˈเพร็ซซิบ'ล/ *adj.* สามารถบีบได้, สามารถอัดลงได้

compression /kəmˈpreʃn/เคิมˈเพร็ช่น/ *n.* การบีบ, การกด, การอัด *(ให้ลดปริมาณ)*

compressor /kəmˈpresə(r)/เคิมˈเพร็ซเซอะ(ร)/ *n.* อุปกรณ์เพิ่มแรงอัด *(โดยเฉพาะในเครื่องยนต์)*, คอมเพรสเซอร์ *(ท.ศ.)*

comprise /kəmˈpraɪz/เคิมˈพรายซฺ/ *v.t. (include)* รวมไว้; *(not exclude)* ไม่ได้แยกออกไป; *(consist of)* ประกอบไปด้วย; *(compose, make up)* ประกอบกัน

compromise /ˈkɒmprəmaɪz/ˈคอมเพรอะมายซฺ/ ❶ *n.* การออมชอม, การประนีประนอมกัน; **~ decision/agreement** การตัดสินใจ/การตกลงกันด้วยการประนีประนอม ❷ *v.i.* ประนี

C

compromising | conceptually 194

ประนอม, รอมชอมกัน; **~ with sb. over sth.** รอมชอมกับ *ค.น.* ในเรื่อง *ส.น.*; **agree to ~:** ตกลงประนีประนอมกัน ❸ *v.t. (bring under suspicion)* ทำให้น่าสงสัย; *(bring into danger)* ทำให้ตกอยู่ในอันตราย; **~ oneself** ทำให้ตนเองตกอยู่ในอันตราย; **~ one's reputation** ทำให้ชื่อเสียงของตนมัวหมอง

compromising /ˈkɒmprəmaɪzɪŋ/ˈคอมเพรอะมายซิง/ *adj.* ประนีประนอม; ทำให้เสี่ยง *(ชื่อเสียง, อันตราย)*

comptroller /kənˈtrəʊlə(r)/เคินˈโทรฺเลอะ(ร)/ *n.* ➤ **489** ผู้ควบคุม *(ใช้เรียกตำแหน่งของเจ้าหน้าที่การเงิน)*; **C~ General** อธิบดีกรมบัญชีกลาง

compulsion /kəmˈpʌlʃn/เคิมˈพัลช่น/ *n. (also Psych.)* การบีบบังคับ, แรงผลักดันที่ไม่อาจหักห้ามได้; **be under no ~ to do sth.** ไม่ได้ถูกบังคับให้กระทำ *ส.น.*

compulsive /kəmˈpʌlsɪv/เคิมˈพัลซิว/ *adj.* Ⓐ *(also Psych.)* *(คนขี้บ่น)* ที่ห้ามตัวเองไม่ได้; ที่รู้สึกบีบบังคับ; **he is a ~ eater/gambler** เขาเป็นคนกินล้างกินผลาญ/นักการพนันผีสิง; Ⓑ *(irresistible)* **this book is ~ reading/this TV programme is ~ viewing** หนังสือเล่มนี้อ่านแล้ววางไม่ลง/รายการโทรทัศน์ที่อดดูไม่ได้

compulsively /kəmˈpʌlsɪvlɪ/เคิมˈพัลซิวลิ/ *adv.* **do sth. ~:** ทำ *ส.น.* อย่างควบคุมตัวเองไม่ได้

compulsorily /kəmˈpʌlsərɪlɪ/เคิมˈพัลเซอะริลิ/ *adv.* โดยจำเป็นต้องทำ, เป็นสิ่งบังคับ

compulsory /kəmˈpʌlsərɪ/เคิมˈพัลเซอะริ/ *adj.* จำเป็น, เป็นสิ่งที่บังคับ; **be ~:** บังคับโดยกฎหมาย *หรือ* กฎระเบียบ; **a ~ subject** วิชาบังคับ; **~ purchase** การเวนคืน

compunction /kəmˈpʌŋkʃn/เคิมˈพังคช่น/ *n.* ความรู้สึกผิดชอบชั่วดี, การมีจิตสำนึก

computation /kɒmpjʊˈteɪʃn/คอมพิวˈเทช่น/ *n.* การคิดคำนวณ; **form of ~:** วิธีการคิดคำนวณ

compute /kəmˈpjuːt/เคิมˈพิวทฺ/ ❶ *v.t.* คิดคำนวณ (**at** ที่) ❷ *v.i.* Ⓐ *(make reckoning)* คิดคำนวณ; Ⓑ *(use computer)* ใช้คอมพิวเตอร์คิดคำนวณ

computer /kəmˈpjuːtə(r)/เคิมˈพิวเทอะ(ร)/ *n.* เครื่องคอมพิวเตอร์ *(ท.ศ.)*, คณิตกรณ์ *(ร.บ.)*

computer: ~-aided, ~-assisted *adjs.* ใช้คอมพิวเตอร์ช่วย; **~-aided design** การออกแบบโดยใช้คอมพิวเตอร์; **~-aided engineering** การผลิตอัตโนมัติโดยใช้คอมพิวเตอร์; **~ aniˈmation** *n.* การทำให้การ์ตูนเคลื่อนไหวโดยคอมพิวเตอร์; **~ ˈarchitecture** *n.* โครงสร้างและการทำงานของคอมพิวเตอร์; **~ crime** *n., no pl.* *การก่ออาชญากรรมโดยเข้าระบบคอมพิวเตอร์ของผู้อื่น*; **~ dating** *n.* การใช้คอมพิวเตอร์เพื่อหาคู่; **~ dating agency/service** บริการหาคู่โดยใช้คอมพิวเตอร์; **~ game** *n.* เกมคอมพิวเตอร์; **~ ˈgraphics** *n. pl.* กราฟฟิกที่วาดด้วยคอมพิวเตอร์; **~ hacker** *n.* *คนที่เข้าไปดูหรือขโมยข้อมูลในระบบคอมพิวเตอร์ของคนอื่น*

computerisation, computerise, computerised ➡ **computeriz-**

computerization /kəmpjuːtəraɪˈzeɪʃn/เคิมพิวเทอะไรˈเซช่น/ *n.* การเปลี่ยนมาใช้ระบบคอมพิวเตอร์

computerize /kəmˈpjuːtəraɪz/เคิมˈพิวเทอะรายซฺ/ *v.t.* นำคอมพิวเตอร์มาใช้ *(ในการเก็บข้อมูล, ประมวล ฯลฯ)*

computerized /kəmˈpjuːtəraɪzd/เคิมˈพิวเทอะรายซฺดฺ/ *adj.* ที่ใช้คอมพิวเตอร์

computerized toˈmography /təˈmɒgrəfɪ/เทอะˈมอเกรอะฟิ/ *n. (Med.)* การถ่ายภาพเอ็กซเรย์โดยใช้ระบบคอมพิวเตอร์

computer: ~-ˈliterate *adj.* มีความสามารถในการใช้คอมพิวเตอร์, ใช้คอมพิวเตอร์เป็น; **~-ˈoperated** *adj.* ที่ควบคุม/ปฏิบัติด้วยคอมพิวเตอร์; **~ ˈprocessing** *n.* การประมวลผลด้วยเครื่องคอมพิวเตอร์; **~ program** *n.* ชุดคำสั่งคอมพิวเตอร์; **~ programmer** *n.* ➤ **489** นักเขียนชุดคำสั่งคอมพิวเตอร์; **~ programming** *n.* การเขียนชุดคำสั่งคอมพิวเตอร์; **~ science** *n.* ศาสตร์ด้านคอมพิวเตอร์; **~ terminal** *n.* เครื่องคอมพิวเตอร์ที่เชื่อมโยงกับหน่วยประมวลผลกลาง; **~ ˈtypesetting** *n.* การใช้คอมพิวเตอร์เรียงตัวพิมพ์; **~ virus** *n.* *โปรแกรมที่เข้าไปทำลายระบบการทำงานของคอมพิวเตอร์*, ไวรัสคอมพิวเตอร์ *(ท.ศ.)*

computing /kəmˈpjuːtɪŋ/เคิมˈพิวทิง/ *n.* Ⓐ การใช้คอมพิวเตอร์ *(คำนวณ, ป้อนข้อมูล)*; **personal ~:** ใช้ระบบคอมพิวเตอร์ส่วนตัว; Ⓑ *attrib.* **~ skills** ทักษะในการใช้คอมพิวเตอร์; **~ time** ช่วงเวลาที่คอมพิวเตอร์คำนวณ

comrade /ˈkɒmreɪd, US -ræd/ˈคอมเรด, -แรด/ *n.* Ⓐ สหาย, เพื่อนร่วมงาน; **~-in-arms** เพื่อนเหล่าทหารหาญ; Ⓑ *(Polit.)* สหายร่วมอุดมการณ์

comradely /ˈkɒmreɪdlɪ, ˈkɒmrɪdlɪ/คอมเรดลิ, ˈคอมริดลิ/ *adj.* เป็นเพื่อนกัน, อย่างเป็นสหาย

comradeship /ˈkɒmreɪdʃɪp, US -ræd-/ˈคอมเรดชิพ, -แรด-/ *n., no pl.* ความเป็นเพื่อน, ความเป็นเพื่อนร่วมอุดมการณ์; **a spirit of ~:** วิญญาณของความเป็นเพื่อนร่วมอุดมการณ์

[1]**con** /kɒn/คอน/ *(coll.)* ❶ *n.* การฉ้อโกง ❷ *v.t.,* **-nn-:** Ⓐ *(swindle)* โกง *(เงิน, ทรัพย์สมบัติ)*; **~ sb. out of sth.** หลอกลวง *ส.น.* จาก *ค.น.*; Ⓑ *(persuade)* ชักจูงไปในทางไม่ดี; **~ sb. into sth.** ล่อให้ *ค.น.* ทำ *ส.น.*; **~ sb. into believing sth.** หลอกลวงให้ *ค.น.* เชื่อใน *ส.น.*

[2]**con** *n., adv., prep.* ➡ **ˈpro**

[3]**con** *n. (coll.: convict)* นักโทษในคุก

[4]**con** *v.t.,* **-nn-** *(arch.: study)* เรียน, เรียนรู้จดจำ

concatenation /kənkætɪˈneɪʃn/เคินแคทิˈเนช่น/ *n. (lit. or fig.)* การต่อเข้าด้วยกัน, การเชื่อมโยง

concave /ˈkɒnkeɪv/ˈคอนเคว/ *adj.* เว้า, ด้านเว้า; **~ mirror/lens** กระจก/เลนส์เว้า

concavity /kɒnˈkævətɪ/คอนˈแควิทิ/ *n.* ความโค้งเว้า

conceal /kənˈsiːl/เคินˈซีล/ *v.t.* ซ่อน, ปกปิด, ปิดบัง (**from** จาก); **~ the true state of affairs from sb.** ปกปิดสภาวการณ์ที่แท้จริงจาก *ค.น.*; **~ vital facts** ปกปิดข้อเท็จจริงที่สำคัญไว้

concealed /kənˈsiːld/เคินˈซีลดฺ/ *adj.* พรางไว้, ปกปิดไว้, ซ่อนไว้; **~ lighting** ไฟที่ซ่อนไว้

concealment /kənˈsiːlmənt/เคินˈซิลเมินทฺ/ *n.* ➡ **conceal:** การปกปิด, การซ่อนไว้; **stay in ~:** หลบซ่อนอยู่

concede /kənˈsiːd/เคินˈซีด/ *v.t. (admit, allow)* ยอมรับ *(ความพ่ายแพ้, ความผิดพลาด)*; *(grant)* มอบ, ยกให้ *(สิทธิ)*; *(Sport)* ยอมให้ฝ่ายตรงข้ามชนะ; **~ [defeat]** *(in election etc.)* ยอมรับความพ่ายแพ้

conceit /kənˈsiːt/เคินˈซีท/ *n.* Ⓐ *no pl. (vanity)* ความทรนง, ความหยิ่งยโส, ความโอหัง; Ⓑ *in pl. (Lit.)* การเปรียบเทียบที่วิจิตรพิสดาร

conceited /kənˈsiːtɪd/เคินˈซีทิด/ *adj.* ทรนง, หยิ่งจองหอง

conceitedly /kənˈsiːtɪdlɪ/เคินˈซีทิดลิ/ *adv.* อย่างทรนง, อย่างยโสโอหัง

conceitedness /kənˈsiːtɪdnɪs/เคินˈซีทิดนิซ/ *n.* ความทรนง, ความลำพองอวดดี

conceivable /kənˈsiːvəbl/เคินˈซีเวอะบ'ล/ *adj.* ที่จินตนาการได้, ที่พอนึกออก; **it's scarcely ~ that ...:** แทบจะนึกไม่ถึงเลยว่า...

conceivably /kənˈsiːvəblɪ/เคินˈซีเวอะบลิ/ *adv.* อย่างเชื่อได้, อย่างพอจะนึกออกได้; **he cannot ~ have done it** เป็นไปไม่ได้ว่าเขาจะทำอย่างนั้น

conceive /kənˈsiːv/เคินˈซีว/ ❶ *v.t.* Ⓐ ตั้งท้อง, ตั้งครรภ์; Ⓑ *(form in mind)* คิดขึ้นในใจ, เกิดขึ้นในใจ; **~ a dislike for sb./sth.** เกิดความรู้สึกไม่ชอบ *ค.น./ส.น.*; **~ a liking for sb./sth.** เกิดความชอบ *ค.น./ส.น.*; **when the idea was first ~d** เมื่อความคิดเกิดขึ้นครั้งแรก; Ⓒ *(think)* คิด, เชื่อ; Ⓓ *(express)* ทำให้เป็นรูปเป็นร่างขึ้นมา ❷ *v.i.* Ⓐ *(become pregnant)* ตั้งท้อง, ตั้งครรภ์; Ⓑ **~ of sth.** คิด *ส.น.* ขึ้นมา

concentrate /ˈkɒnsəntreɪt/ˈคอนเซินเทรฺท/ ❶ *v.t.* รวบรวม *(ทหาร, เรือ)*, ชุมนุม; เพ่งสมาธิ; **~ one's efforts/energies [up]on sth.** รวบรวมความพยายามทั้งหมดในการทำ *ส.น.*; **~ one's mind on sth.** เพ่งจิตใจอยู่กับ *ส.น.*; **~ the mind** รวบรวมสมาธิ ❷ *v.i.* รวบรวมสมาธิ, เพ่งสมาธิ (**on** กับ); **~ on doing sth.** ตั้งใจทำ *ส.น.* ❸ *n.* สาร/อาหารที่เข้มข้นกว่าปกติ; หัวอาหารสัตว์

concentrated /ˈkɒnsəntreɪtɪd/ˈคอนเซินเทรฺทิด/ *adj.* มุ่งมั่นเอาจริงเอาจัง, เจาะลึก; เข้มข้น *(สารละลาย, อาหาร ฯลฯ)*

concentration /kɒnsənˈtreɪʃn/คอนเซินˈเทรฺช่น/ *n.* Ⓐ การตั้งใจอย่างเต็มที่; การรวบรวมเข้าไว้ด้วยกัน; การมีสมาธิจดจ่ออยู่กับสิ่งหนึ่ง; *(Chem.)* ความเข้มข้นของสารที่ละลายในของเหลว; **power[s] of ~:** พลังในการรวบรวมสมาธิจิตใจ; **lose one's ~:** เสียสมาธิ; Ⓑ *(people brought together)* การรวบรวมประชาชนเข้าไว้ด้วยกัน; *(of troops etc.)* การระดมพล

concenˈtration camp *n.* ค่ายกักกันนักโทษการเมือง *(โดยเฉพาะในสมัยนาซีเยอรมัน)*

concentric /kənˈsentrɪk/เคินˈเซ็นทริค/ *adj.* มีจุดศูนย์กลางร่วมกัน; **the circles were ~ with each other** วงกลมหลายวงมีจุดศูนย์กลางร่วมกัน

concept /ˈkɒnsept/ˈคอนเซ็พทฺ/ *n.* Ⓐ *(notion)* ความคิดรวบยอด, กระบวนทัศน์ *(ร.บ.)*; *(Philosophy)* มโนทัศน์ *(ร.บ.)*; *(idea)* ความคิด, อุบาย, หลักการ; Ⓑ *(invention)* ความคิดสร้างสรรค์; **a new ~ in make-up** แนวความคิดแบบใหม่ในการแต่งหน้า

concept car *n.* รถต้นแบบ

conception /kənˈsepʃn/เคินˈเซ็พช่น/ *n.* Ⓐ *(idea)* ความคิด, อุบาย; *(Buddhism)* ปฏิสนธิ *(ร.บ.)*; **I had no ~ of how ...:** ฉันไม่มีแนวความคิดว่าจะ...อย่างไร; **the original ~ of a picture** ความคิดเริ่มต้นของรูปภาพหนึ่ง; Ⓑ *(conceiving)* **great powers of ~:** อำนาจอันยิ่งใหญ่ของจินตนาการ; Ⓒ *(of child)* การตั้งครรภ์, การตั้งท้อง

conceptual /kənˈseptjʊəl/เคินˈเซ็พฉวล/ *adj.* เป็นความคิด, เป็นเรื่องจินตนาการ

conceptual art *n.* ศิลปะที่เน้นจินตนาการ

conceptualize /kənˈseptjʊəlaɪz/เคินˈเซ็พฉัวลายซฺ/ *v.t.* คิดขึ้นมา, สร้างหลักการขึ้นมา

conceptually /kənˈseptjʊəlɪ/เคินˈเซ็พฉัวลิ/ *adv.* โดยคิดขึ้นมา, โดยใช้จินตนาการ; **the plan is ~ good** แผนการนี้ดีในด้านความคิด/หลักการ

concern /kən'sɜːn/เคิน'เซิน/ ❶ *v.t.* Ⓐ *(affect)* มีผลกระทบต่อ, เกี่ยวข้อง; **as ~s ..., so far as ... is ~ed** ในส่วนที่เกี่ยวกับ...; **all that ~s us is whether ...:** สิ่งเดียวที่พวกเราต้องสนใจก็คือ...; **'to whom it may ~:'** เรียนท่านผู้เกี่ยวข้อง; *(on certificate, testimonial)* ผู้ที่เกี่ยวข้อง; Ⓑ *(interest)* **~ oneself with** *or* **about sth.** ให้ความสนใจใน *ส.น.; **she does not ~ herself with politics** เธอไม่ยุ่งเกี่ยวกับการเมือง; Ⓒ *(trouble)* **the news/her health greatly ~s me** ข่าว/สุขภาพของเธอทำให้ฉันเป็นห่วงมาก
❷ *n.* Ⓐ *(relation)* **have no ~ with sth.** ไม่มีความเกี่ยวข้องกับ *ส.น.*; **have a ~ in sth.** มีผลประโยชน์ *หรือ* มีความเกี่ยวข้องใน *ส.น.*; Ⓑ *(anxiety)* ความกังวล, ความเป็นห่วงเป็นใย; *(interest)* ความสนใจ; **a matter of general ~:** เรื่องที่คนทั่วไปสนใจ; **an expression of ~ on one's face** สีหน้าที่แสดงความกังวล; **express ~:** แสดงความเป็นห่วง; Ⓒ *(matter)* เรื่องราว, ธุระ, การงาน; **that's no ~ of mine** ไม่ใช่เรื่องของฉัน *หรือ* ไม่ใช่ธุระของฉัน; **it's his ~:** มันเป็นเรื่องของเขา; Ⓓ *(firm)* บริษัท, ธุรกิจ; ➡ **+ going** 2 E

concerned /kən'sɜːnd/เคิน'เซินด/ *adj.* Ⓐ *(involved)* เกี่ยวข้อง, มีส่วนร่วม; *(interested)* สนใจ, ให้ความสนใจ; **the people ~:** ผู้คนที่เกี่ยวข้อง; **the firms/countries ~:** บริษัทต่าง ๆ/ประเทศต่าง ๆ ที่เกี่ยวข้อง; **we are not ~ with it** เราไม่เกี่ยวข้องกับมัน; **where work/health** *etc.* **is ~:** ในด้านการงาน/สุขภาพ ฯลฯ; **as** *or* **so far as I'm ~:** ในส่วนที่ฉันเกี่ยวข้องด้วย; **not as far as I'm ~:** ไม่ใช่เรื่องที่ฉันต้องรับทราบ *หรือ* ไม่ใช่ในส่วนของฉัน; Ⓑ *(implicated)* ยุ่งเกี่ยว, เกี่ยวข้อง (**in** ใน); Ⓒ *(troubled)* กังวล, เป็นห่วง; **I am ~ to hear/learn that ...:** ฉันเป็นกังวลที่ได้ยิน/รู้ว่า...; **I was ~ at the news** ฉันรู้สึกเป็นห่วงเมื่อทราบข่าว; **I am very ~ for** *or* **about him/his health** ฉันเป็นห่วงกังวลเกี่ยวกับเขา/สุขภาพของเขา

concerning /kən'sɜːnɪŋ/เคิน'เซอนิง/ *prep.* เกี่ยวกับ, ในเรื่องของ, เนื่องจาก

concernment /kən'sɜːnmənt/เคิน'เซินเมินทฺ/ *n.* Ⓐ งานการต่าง ๆ, ธุรกิจ; Ⓑ *(anxiety)* ความวิตกกังวล

concert ❶ /'kɒnsət/'คอนเซิท/ *n.* Ⓐ *(of music)* คอนเสิร์ต (*ท.ศ.*), การแสดงดนตรี; Ⓑ *(agreement, union)* ความสอดคล้องกัน, ความพ้องกัน; **work in ~ with sb.** ทำงานร่วมกับ *ค.น.*; Ⓒ *(combined sounds)* การประสานเสียง; **in ~:** พร้อมกัน, ที่ประสานเสียง
❷ /kən'sɜːt/เคิน'เซิท/ *v.t.* เตรียมแผนด้วยกัน

concerted /kən'sɜːtɪd/เคิน'เซอทิด/ *adj.* รวมเข้าด้วยกัน, ประสานงาน; **~ action** การทำงานร่วมกัน; **make a ~ effort** พยายามทำด้วยความประสานร่วมมือกัน

concert: **~-goer** *n.* คนที่ชอบไปฟังคอนเสิร์ตบ่อย ๆ; **~ 'grand** *n.* เปียโนขนาดใหญ่สุด; **~ hall** *n.* ห้อง *หรือ* โรงแสดงคอนเสิร์ต; *(building)* อาคารแสดงคอนเสิร์ต

concertina /kɒnsə'tiːnə/คอนเซอะ'ทีเนอะ/ ❶ *n. (Mus.)* *เครื่องดนตรีหกเหลี่ยมประเภทคีย์บอร์ด คล้ายหีบเพลงชัก* ❷ *v.i.* บีบพับเข้าไปเป็นชั้น ๆ ทับกัน

'concertmaster *n. (esp. Amer.)* ผู้เล่นไวโอลินที่นำวงดุริยางค์ซิมโฟนี

concerto /kən'tʃeətəʊ, -'tʃɜːt-/เคิน'แฉโท, -'เฉอ-/ *n., pl.* **~s** *or* **concerti** /kən'tʃeəti:/เคิน'เฉอทิ/ *(Mus.)* คอนแชร์โต (*ท.ศ.*) *(บทเพลงสำหรับการแสดงเดี่ยวเครื่องดนตรีประชันกับวงออเคสตรา มีสามท่อน)*

concert: **~ overture** *n. (Mus.)* บทบรรเลงโหมโรงของอุปรากร แต่เขียนเพื่อแสดงในคอนเสิร์ต; **~ pianist** *n.* นักเปียโนในการแสดงคอนเสิร์ต; **~ pitch** *n.* *การกำหนดให้โทนเสียงของ A ที่สูงกว่าเสียง C กลางเท่ากับ 440 เฮิรตซ์*

concession /kən'seʃn/เคิน'เซ็ช'น/ *n.* การยอมให้, สัมปทาน; *(voluntary yielding)* การให้สิทธิพิเศษ

concessionaire /kənseʃə'neə(r)/เคินเซะเชอะ'แน(ร)/ *n.* ผู้ถือกรรมสิทธิ์การใช้ประโยชน์ในที่ดิน, ผู้ได้รับสัมปทาน

concessionary /kən'seʃənərɪ/เคิน'เซะเชอะเนอะริ/ *adj.* ที่ได้รับเป็นพิเศษ, ที่มอบให้, เป็นสัมปทาน; **~ rate/fare** ที่ลดราคา

concessionnaire ➡ **concessionaire**

concessive /kən'sesɪv/เคิน'เซ็ชซิว/ *adj. (Ling.)* *(ของบุพบท หรือ คำเชื่อม) ที่นำหน้าวลีหรือข้อความที่ดูเหมือนจะขัดแย้งกับประโยคหลัก แต่จริง ๆ แล้วเสริมประโยคหลัก*; **a ~ clause** อนุประโยคลักษณะยินยอม *(ที่นำหน้าด้วย although, even if)*

conch /kɒŋk, kɒntʃ/คองคฺ, คอนฉฺ/ *n. (Zool.)* สัตว์จำพวกหอยทากทะเลในวงศ์ Strombidae; *(shell)* เปลือกหอยสังข์, เปลือกหอยในวงศ์หอยทาก Strombidae

concierge /'kɔːnsɪeəʒ, 'kɒnsɪeəʒ/'คองซิแอฌ, 'คอนซิแอฌ/ *n.* คนเฝ้าประตูแฟลต ฯลฯ; *(in hotel)* เจ้าหน้าที่ดูแลแขกในล็อบบี้

conciliate /kən'sɪlɪeɪt/เคิน'ซิลลิเอท/ ❶ *v.t.* Ⓐ *(reconcile)* ทำให้คืนดีกัน, ทำให้ไปด้วยกันได้; Ⓑ *(pacify)* ปลอบโยน, รอมชอม, ทำให้สงบและเห็นคล้อยตาม ❷ *v.i.* ทำการประนีประนอม, รอมชอม

conciliation /kənsɪlɪ'eɪʃn/เคินซิลิ'เอช'น/ *n.* Ⓐ *(reconcilement)* การคืนดีกัน; Ⓑ *(pacification)* การปลอบโยนเอาอกเอาใจ; Ⓒ *(in industrial relations)* การไกล่เกลี่ย; **~ board** คณะกรรมการไกล่เกลี่ยข้อพิพาท

conciliator /kən'sɪlɪeɪtə(r)/เคิน'ซิลิเอเทอะ(ร)/ *n.* คนประสานการคืนดีกัน, คนประนีประนอม

conciliatory /kən'sɪljətərɪ, US -tɔːrɪ/'ซิลลิเออะเทอะริ, -ทอริ/ *adj.* ที่รอมชอม, ที่ประนีประนอม, ที่ปลอบโยน

concise /kən'saɪs/เคิน'ไซซ/ *adj.* สั้นแต่ได้ใจความ, กระชับ; **be ~** *(บุคคล)* ที่พูด/เขียนอย่างกระชับ; **a ~ dictionary** พจนานุกรมฉบับย่อ

concisely /kən'saɪslɪ/เคิน'ไซซลิ/ *adv.* อย่างสั้นแต่ได้ใจความ, อย่างกระชับ

conciseness /kən'saɪsnɪs/เคิน'ไซซนิซ/, **concision** /kən'sɪʒn/เคิน'ซิฌ'น/ *ns., no pl.* ความสั้นแต่ได้ใจความ, ความกระชับ

conclave /'kɒnkleɪv/'คอนเคลว/ *n.* Ⓐ *(RC Ch.)* *การประชุมของพระคาร์ดินัล เพื่อเลือกตั้งพระสันตะปาปา, สถานที่สำหรับการประชุมเลือกตั้งพระสันตะปาปา*; Ⓑ *(private meeting)* การประชุมลับภายใน

conclude /kən'kluːd/เคิน'คลูด/ ❶ *v.t.* Ⓐ *(end)* จบ, ทำให้เสร็จสิ้น, ปิด; Ⓑ *(infer)* อนุมาน, สรุป; Ⓒ *(reach decision)* ลงความเห็นได้, วินิจฉัยออก; **~ from the evidence that ...:** สรุปความจากหลักฐานได้ว่า...; Ⓓ *(agree on)* เห็นด้วย ❷ *v.i. (end)* ดำเนินมาถึงตอนจบ, มาถึงตอนท้ายสุด

concluding /kən'kluːdɪŋ/เคิน'คลูดิง/ *adj.* ตอนจบ, ตอนท้ายสุด

conclusion /kən'kluːʒn/เคิน'คลูฌ'น/ *n.* Ⓐ *(end)* ตอนท้าย, ตอนจบ; **in ~:** ในตอนท้าย; Ⓑ *(result)* ผลสุดท้าย, ผลที่ได้รับ; Ⓒ *(decision reached)* การตัดสินใจ *หรือ* ข้อวินิจฉัยที่ออกมา; Ⓓ *(inference)* การสรุปความ; **draw** *or* **reach a ~:** ได้ข้อสรุปว่า...; Ⓔ *(Logic)* ข้อสรุป; Ⓕ *(agreement)* ความเห็นพ้องด้วย, การตกลง

conclusive /kən'kluːsɪv/เคิน'คลูซิว/ *adj.* ที่แน่ชัด, ขั้นเด็ดขาด

conclusively /kən'kluːsɪvlɪ/เคิน'คลูซิวลิ/ *adv.* อย่างเด็ดขาด, อย่างแน่ชัด

conclusiveness /kən'kluːsɪvnɪs/เคิน'คลูซิวนิส/ *n., no pl.* ความไร้ข้อกังขา, ความเด็ดขาด, ความแน่ชัด

concoct /kən'kɒkt/เคิน'คอคทฺ/ *v.t.* ปรุงแต่ง *(อาหาร)*; ผสม *(เครื่องดื่ม)*; *(fig.)* สร้างขึ้นมา *(ประวัติศาสตร์, พยานเท็จ)*; คิด/วาง *(แผน)*

concoction /kən'kɒkʃn/เคิน'คอคช'น/ *n.* Ⓐ *(preparing)* การปรุงแต่ง, การจัดทำ; Ⓑ *(drink)* เครื่องดื่มที่ผสมขึ้นมา; *(meal)* การปรุงอาหาร

concomitant /kən'kɒmɪtənt/เคิน'คอมิทฺ'นทฺ/ *(formal)* ❶ *adj.* ไปด้วยกัน, ร่วมด้วย, ร่วมกัน; *(simultaneous)* พร้อมเพรียงกัน; **~ circumstances** สถานการณ์ที่เกี่ยวโยงกัน ❷ *n.* สิ่งที่มาด้วยกัน

concord /'kɒŋkɔːd, 'kɒnkɔːd/'คองคอด, 'คอนคอด/ *n.* Ⓐ *(agreement)* การเห็นด้วย, การสอดคล้องกัน; Ⓑ *(treaty)* สนธิสัญญา; Ⓒ *(Mus.)* *ชุดของตัวโน้ตที่มีท่วงทำนองประสานกัน*; Ⓓ *(Ling.)* *ความสอดคล้องกันระหว่างเพศ จำนวน ฯลฯ ของคำต่าง ๆ*

concordance /kən'kɔːdəns/เคิน'คอเดินซฺ, เคิง'คอด'นซ/ *n.* Ⓐ *(formal: agreement)* การเห็นด้วย, การเห็นพ้องกัน, ความสอดคล้องกัน; Ⓑ *(index)* ดัชนีของคำหลัก ๆ ที่ใช้ในงานใด ๆ

concordant /kən'kɔːdənt/เคิน'คอเดินทฺ/ *adj. (formal)* สอดคล้องกัน; **be ~ with sth.** ที่สอดคล้องกันกับ *ส.น.*

concordat /kən'kɔːdæt/เคิน'คอแดท/ *n.* ข้อตกลงระหว่างโบสถ์โรมันคาทอลิกกับรัฐ

concourse /'kɒŋkɔːs/'คอนคอซ, 'คองคอซ/ *n. (of public building)* ลานกลางที่เปิดโล่ง; **station ~:** ลานใจกลางของสถานี

concrete /'kɒŋkriːt/'คองครีท/ ❶ *adj.* *(specific)* เฉพาะ, แน่นอนตายตัว, รูปธรรม; **~ noun** *(Ling.)* วัตถุนาม ❷ *n.* คอนกรีต (*ท.ศ.*); *attrib.* เป็นคอนกรีต ❸ *v.t.* ปิดไว้ด้วยคอนกรีต; *(embed in ~)* **~ [in]** ฝังไว้ในคอนกรีต

concretely /kɒn'kriːtlɪ/คอน'ครีทลิ/ *adv.* อย่างเป็นรูปร่าง, อย่างเป็นรูปธรรม

concrete /'kɒnkriːt, 'kɒŋ-/'คอนครีท, 'คอง-/: **~ mixer** *n.* เครื่องผสมคอนกรีต; **~ 'poetry** *n.* *บทกวีที่ใช้รูปแบบแหวกแนวของตัวพิมพ์เพิ่มความสะดุดตา*

concretion /kən'kriːʃn/เคิน'ครีช'น/ *n.* Ⓐ *no pl. (coalescence)* การรวมตัวกันเป็นก้อน; Ⓑ *(Med.)* นิ่ว, *สารอนินทรีย์ที่รวมตัวเป็นก้อนแข็งภายในร่างกาย*; Ⓒ *(Geol.)* ก้อนหินกลมเล็ก *(ฝังอยู่ในหินปูนหรือดินเหนียว)*

concubine /'kɒŋkjʊbaɪn/'คองคิวบายนฺ/ *n.* Ⓐ *(formal: cohabiting mistress)* นางบำเรอ; Ⓑ *(secondary wife)* เมียน้อย, อนุภรรยา

concur /kən'kɜː(r)/เคิน'เคอ(ร)/ *v.i.*, **-rr-** Ⓐ *(agree)* **~ [with sb.] [in sth.]** เห็นด้วย [กับ *ค.น.*] [ใน *ส.น.*]; Ⓑ *(coincide, combine)* เกิดขึ้นพร้อมกัน, เกิดขึ้นร่วมกัน

C

concurrence /kən'kʌrəns/เคิน'เคอเรินซฺ/ *n., no pl.* (A) *(general agreement)* ความเห็นพ้องกันของทุกฝ่าย; (B) *(coincidence)* สิ่งที่เกิดขึ้นพร้อมกัน, ร่วมกัน

concurrent /kən'kʌrənt/เคิน'เคอเรินทฺ/ *adj.* (A) ในเวลาเดียวกัน, ที่ทำด้วยกัน; **be ~ with sth.** ดำเนินไปในเวลาเดียวกันกับ *ส.น.*; **~ sentences** คำพิพากษาที่ลงโทษจำเลยเป็นรายกระทงรวมกัน; (B) *(agreeing)* ที่เห็นพ้องกัน; **be ~ with sth.** เห็นพ้องด้วยกับ *ส.น.*

concurrently /kən'kʌrəntlɪ/เคิน'เคอเรินทลิ/ *adv.* (A) *(simultaneously)* โดยดำเนินไปพร้อมกัน; (B) *(Law)* **run ~:** ดำเนินไปพร้อม ๆ กัน

concuss /kən'kʌs/เคิน'คัซ/ *v.t.* **be ~ed** สมองโดนกระทบกระเทือนอย่างแรง

concussion /kən'kʌʃn/เคิน'คัช'น/ *n. (Med.)* *การหมดสติไปชั่วคราวหรือทำอะไรไม่ได้เนื่องจากการได้รับบาดเจ็บที่ศีรษะ*

condemn /kən'dem/เคิน'เด็ม/ *v.t.* (A) *(censure)* ประณาม, วิพากษ์วิจารณ์ในทางไม่ดี; (B) *(Law: sentence)* พิพากษาลงโทษ; *(fig.)* ตัดสินลงโทษ; **~ sb. to death/to life imprisonment** สั่งตัดสินลงโทษ *ค.น.* ถึงประหารชีวิต/จำคุกตลอดชีวิต; **be ~ed to do sth.** *(fig.)* ถูกลงโทษให้ต้องทำ *ส.น.*; (C) *(give judgement against)* พิพากษาลงโทษ; (D) *(show to be guilty)* พิสูจน์ว่ามีความผิด; (E) *(declare unfit)* ประกาศว่าไม่ปลอดภัย *(อาคาร); ประกาศว่าไม่สามารถบริโภคได้ (เนื้อ)*

condemnation /kɒndem'neɪʃn/คอนเด็ม'เนช'น/ *n.* (A) *(censure)* การประณาม, การวิพากษ์วิจารณ์ในทางไม่ดี; (B) *(Law: conviction)* การพิพากษาลงโทษ

condemnatory /kɒndem'neɪtərɪ/คอนเด็ม'เนเทอะริ/ *adj.* วิพากษ์วิจารณ์, ช่างประณาม

condemned /kən'demd/เคิน'เด็มดฺ/ *adj.* (A) ถูกวิพากษ์วิจารณ์ในทางไม่ดี, ถูกประณาม; **a ~ man** นักโทษที่ถูกตัดสินประหารชีวิต; (B) **a ~ house** บ้านที่ทางการประกาศว่าไม่เหมาะจะใช้เป็นที่อยู่อาศัย; (C) **~ cell** ห้องขังสำหรับนักโทษที่ถูกตัดสินประหารชีวิต

condensate /kən'denseɪt, 'kɒndənseɪt/เคิน'เด็นเซท, 'คอนเดินเซท/ *n.* สารที่เกิดขึ้นจากการกลั่นตัว, การควบแน่น

condensation /kɒnden'seɪʃn/คอนเด็น'เซช'น/ *n.* (A) *no pl. (condensing)* การกลั่นตัว, การควบแน่น; (B) *(what is condensed)* สิ่งที่กลั่นตัว, สิ่งที่ควบแน่น; *(water)* น้ำที่กลั่นตัว; (C) *(abridgement)* การตัดตอน; *(abridged form)* ฉบับย่อ

conden'sation trail *n. (Aeronaut.)* *แนวยาวในท้องฟ้า ซึ่งเกิดจากการควบแน่นของไอน้ำในอากาศที่ถูกความร้อนจากเครื่องบิน*

condense /kən'dens/เคิน'เด็นซฺ/ ❶ *v.t.* (A) ทำให้เข้มข้นขึ้น, อัดปริมาตรให้แน่น; **~d milk** นมข้น; (B) *(Phys., Chem.)* ควบแน่น; **in a ~d form** อยู่ในรูปเข้มข้น, ในรูปหดตัว; ในฉบับย่อ ❷ *v.i.* ควบแน่น

condenser /kən'densə(r)/เคิน'เด็นเซอะ(ร)/ *n.* (A) *(of steam engine)* อุปกรณ์ควบแน่นของไอน้ำในเครื่องจักรกล; (B) *(Electr.)* ➡ **capacitor**; (C) *(Chem.)* สิ่งที่ทำให้เกิดการควบแน่น

condescend /kɒndɪ'send/คอนดิ'เซ็นดฺ/ *v.i.* **~ to do sth.** สู้อุตส่าห์ลดตัวลงมาทำ *ส.น.*; **~ to sb.** วางมาดต่อ *ค.น.*

condescending /kɒndɪ'sendɪŋ/คอนดิ'เซ็นดิง/ *adj. (derog.)* วางมาด, ทำให้ *ค.น.* รู้สึกว่า ด้อยกว่า

condescendingly /kɒndɪ'sendɪŋlɪ/คอนดิ'เซ็นดิงลิ/ *adv. (derog.)* อย่างวางมาด, อย่างทำให้ *ค.น.* รู้สึกด้อยกว่า

condescension /kɒndɪ'senʃn/คอนดิ'เซ็นช'น/ *n. (derog.: patronizing manner)* การวางมาด, การทำให้ *ค.น.* รู้สึกด้อยกว่า; **his air of ~:** ท่วงท่าที่วางมาดเหนือผู้อื่นของเขา

condiment /'kɒndɪmənt/'คอนดิเมินทฺ/ *n.* เครื่องปรุงแต่งรสอาหาร

condition /kən'dɪʃn/เคิน'ดิช'น/ ❶ *n.* (A) *(stipulation)* เงื่อนไข; **make it a ~ that ...:** กำหนดระบุเงื่อนไขว่า...; **on [the] ~ that ...:** ด้วยเงื่อนไขที่ว่า...; (B) *(in pl.: circumstances)* สถานการณ์, สิ่งแวดล้อม, สภาพที่เกิดขึ้น; **weather/light ~s** สภาพอากาศ/แสงสว่าง; **under** *or* **in present ~s** ภายใต้ *หรือ* ในสถานการณ์ปัจจุบัน; **living/working ~s** สภาพการดำรงชีวิต/การทำงาน; (C) *(state of being) (of athlete, etc.)* สภาพความพร้อม; *(of thing)* สภาพ; *(of invalid, patient, etc.)* อาการ ฯลฯ; **keep sth. in good ~:** เก็บรักษา *ส.น.* ให้อยู่ในสภาพดี; **be out of ~/in [good] ~** *(บุคคล)* มีสภาพไม่สมบูรณ์/สมบูรณ์พร้อม; **sb. is in no ~ to do sth.** *ค.น.* ไม่อยู่ในสภาพที่จะทำ *ส.น.* ได้; **she's in no ~ to travel/drive** เธอไม่อยู่ในสภาพที่จะเดินทาง/ขับรถได้; **get into ~** *(Sport)* ฝึกซ้อมเพื่อให้มีสภาพสมบูรณ์พร้อม; (D) ➤ **453** *(Med.)* ความผิดปกติ, อาการ, มีปัญหา; **have a heart/lung** *etc.* **~:** หัวใจ/ปอด ฯลฯ มีความผิดปกติ ❷ *v.t.* (A) *(determine)* กำหนด, ทำให้ขึ้นกับ; (B) *(make suitable or fit)* ทำให้อยู่ในสภาพพร้อม *(นักกีฬา)*; ทำให้อ้วนขึ้น *(สัตว์เลี้ยง)*; ➡ + **air-conditioned**; (C) *(accustom)* ฝึกให้คุ้นเคย *(ม้า, สุนัข)*; **~ sb. to sth.** ฝึก *ค.น.* ให้เคยชินกับ *ส.น.*; **be ~ed to do sth.** ถูกสอนให้เคยชินกับการทำ *ส.น.*; **be ~ed to respond to a stimulus** ถูกฝึกให้ตอบสนองต่อสิ่งกระตุ้น; ➡ + **reflex 1**

conditional /kən'dɪʃənl/เคิน'ดิชเชอะน'ล/ ❶ *adj.* (A) ขึ้นกับ, มีเงื่อนไข; **be ~ [up]on sth.** ขึ้นกับ *ส.น.*; (B) *(Ling.)* *(อนุประโยค, มาลา ฯลฯ)* ที่แสดงการมีเงื่อนไข; **~ clause** อนุประโยคที่แสดงเงื่อนไข; **~ mood/tense** มาลา/กาลที่แสดงเงื่อนไข ❷ *n. (Ling.)* การแสดงเงื่อนไข

conditionally /kən'dɪʃənəlɪ/เคิน'ดิชเชอะเนอะลิ/ *adv.* อย่างมีเงื่อนไข, อย่างขึ้นกับข้อกำหนดบางอย่าง

conditioner /kən'dɪʃənə(r)/เคิน'ดิชเชอะเนอะ(ร)/ *n.* (A) ➡ **air-conditioner**; (B) ➡ **hair conditioner**

condo /'kɒndəʊ/'คอนโด/ *abbr.* **condominium** คอนโด *(ท.ศ.)*

condole /kən'dəʊl/เคิน'โดล/ *v.i. (formal)* **~ with sb. [up]on sth.** แสดงความเห็นอกเห็นใจ *ค.น.*; **~ with sb. on the death of his mother** แสดงความเสียใจกับ *ค.น.* ที่สูญเสียมารดาไป

condolence /kən'dəʊləns/เคิน'โดเลินซฺ/ *n.* การแสดงความเห็นอกเห็นใจ, แสดงความเสียใจด้วย; **offer sb. one's ~s** แสดงความเสียใจกับ *ค.น.*; **letter of ~:** จดหมายแสดงความเสียใจ; **please accept my ~s** ผม/ดิฉันขอแสดงความเสียใจด้วย *หรือ* โปรดรับการแสดงความเสียใจด้วย

condom /'kɒndɒm/'คอนดอม/ *n.* ถุงยาง [อนามัย]

condominium /kɒndə'mɪnɪəm/คอนเดอะ'มินเนียม/ *n.* (A) *(Polit.)* การบริหารงานของรัฐ โดยรัฐอื่น; (B) *(Amer.: property)* คอนโดมิเนียม *(ท.ศ.)*; *(single dwelling)* ห้องชุดในคอนโดมิเนียม

condone /kən'dəʊn/เคิน'โดน/ *v.t.* (A) อภัยโทษ, ยกโทษให้, มองข้ามไป *(การรุกโจมตี, การกระทำผิด)*; *(approve)* ยอมรับ *หรือ* อนุญาตโดยปริยาย; (B) *(Law)* ยกโทษให้คู่สมรสที่มีเพศสัมพันธ์กับบุคคลอื่น, อภัยโทษคดีชู้สาว

condor /'kɒndɔ:(r)/'คอนเดอะ(ร)/ *n. (Ornith.)* *แร้งขนาดใหญ่ Vultur gryphus ขนสีดำ มีวงแหวนสีขาวรอบลำคอและมีหงอน*

conduce /kən'dju:s, US -'du:-/เคิน'ดิวซฺ/ *v.i. (formal)* **~ to** นำไปสู่, ทำให้บังเกิด *(ผล)*

conducive /kən'dju:sɪv, US -'du:-/เคิน'ดิวซิว/ *adj.* **be ~ to sth.** มีส่วน *หรือ* ช่วยในการทำ *ส.น.*

conduct ❶ /'kɒndʌkt/'คอนดัคทฺ/ *n.* (A) *(behaviour)* ความประพฤติ, พฤติกรรม; **good ~:** ความประพฤติดี; **rules of ~:** กฎเกณฑ์ของความประพฤติ; (B) *(way of ~ing)* วิธีปฏิบัติงาน, การกระทำ; *(of conference, inquiry, operation)* วิธีดำเนินการ; **his ~ of the war** วิธีการบัญชาการสงครามของเขา; **their ~ of the negotiations** วิธีการเจรจาของเขา; (C) *(leading, guidance)* การนำทาง, การพาไป; ➡ + **safe conduct** ❷ /kən'dʌkt/เคิน'ดัคทฺ/ *v.t.* (A) *(Mus.)* อำนวยเพลง; (B) *(direct)* นำไปสู่, ดำเนิน *(การปฏิบัติงาน, การประชุม)*; ปฏิบัติ, บัญชา *(สงคราม)*; **~ one's affairs** ดำเนินกิจการของตน; (C) *(Phys.)* ส่งผ่าน *(ความร้อน, กระแสไฟฟ้า, ฯลฯ)* โดยการนำ; (D) **~ oneself** ประพฤติตัว; (E) *(guide)* นำทาง, พาไป; **~ sb. away [from]** พา *ค.น.* ออกไป [จาก]; **a ~ed tour [of a museum/factory]** การนำชม [พิพิธภัณฑ์/โรงงาน]

conduction /kən'dʌkʃn/เคิน'ดัคช'น/ *n. (Phys.)* การส่งผ่าน *(ความร้อน, กระแสไฟฟ้า)*

conductive /kən'dʌktɪv/เคิน'ดัคทิว/ *adj.* สามารถนำ *(ความร้อน, ไฟฟ้า ฯลฯ)* ได้

conductivity /kɒndʌk'tɪvɪtɪ/คอนดัค'ทิววิทิ/ *n. (Phys.)* ความสามารถนำของแต่ละสาร

conductor /kən'dʌktə(r)/เคิน'ดัคเทอะ(ร)/ *n.* (A) ➤ **489** *(Mus.)* วาทยากร, ผู้อำนวยเพลง; (B) ➤ **489** *(of bus, tram)* พนักงานเก็บค่าโดยสาร, กระเป๋ารถเมล์/รถราง *(ภ.พ.)*; *(Amer.: of train)* เจ้าหน้าที่ควบคุมรถไฟ; (C) *(Phys.)* สารที่นำ *หรือ* ส่งผ่านได้; **~ rail** *รางที่ส่งกระแสไฟฟ้าให้กับรถไฟฟ้า*

conductress /kən'dʌktrɪs/เคิน'ดัคทริซ/ *n.* ➤ **489** กระเป๋ารถเมล์หญิง

conduit /'kɒndɪt, 'kɒndjuɪt, US 'kɒndwɪt/'คอนดิท, 'คอนดิวอิท, 'คอนดวิท/ *n.* (A) ราง/ท่อส่ง *(น้ำ, ของเหลว)*; (B) *(Electr.)* ท่อ *หรือ* ฉนวนหุ้มลวดสายไฟฟ้า

cone /kəʊn/โคน/ ❶ *n.* (A) กรวย, สิ่งรูปกรวย; *(traffic ~)* กรวยจราจร; (B) *(Bot.)* ผลสนที่แห้งแล้ว; (C) **ice cream ~:** ไอศกรีมโคน *(ท.ศ.)*, ขนมกรอบรูปกรวยใส่ไอศกรีม; (D) *(Anat.)* *โครงสร้างรูปกรวยเล็กจิ๋วในเรตินาของดวงตา* ❷ *v.t.* **~ off** ใช้กรวยกั้นถนน/ทาง

confab /'kɒnfæb/'คอนแฟบ/ *n. (coll.)* การร่วมวงสนทนา; *(discussion)* การอภิปรายกัน

confection /kən'fekʃn/เคิน'เฟ็คช'น/ *n.* (A) ขนมหวานต่าง ๆ; (B) *(mixing, compounding)* การผสมเข้าด้วยกัน; (C) *(article of dress)* ชุดเสื้อผ้าผู้หญิงที่สวยงาม

confectioner /kən'fekʃənə(r)/เคิน'เฟ็คเชอะเนอะ(ร)/ *n.* ➤ **489** *(maker)* คนทำขนมหวาน; *(retailer)* คนขายขนมหวาน; *(cake decorator)* คนตกแต่งเค้ก; **~'s [shop]** ร้านขายขนมหวาน; **~s' sugar** *(Amer.)* น้ำตาลไอซิ่ง

confectionery /kən'fekʃənərɪ, US -ʃənerɪ/ เคิน'เฟ็คเชอะเนอะริ/ *n.* (A) ขนมหวานต่าง ๆ; *(cakes etc.)* ขนมเค้กต่าง ๆ; (B) *(shop)* ร้านขายขนมหวานต่าง ๆ; (C) *(confectioner's art)* ศิลปะในการทำขนมหวาน

confederacy /kən'fedərəsɪ/เคิน'เฟ็ดเดอะเรอะซิ/ *n.* (A) *(league, alliance)* การร่วมมือกัน, พันธมิตร; (B) *(conspiracy)* การร่วมกันกระทำผิด; (C) *(body)* สมาพันธ์ของการร่วมมือกัน; **the [Southern] C~** *(Amer. Hist.) สมาพันธ์รัฐทางใต้ในสงครามกลางเมืองของสหรัฐอเมริกา (ค.ศ. 1861-1865)*

confederate ❶ /kən'fedərət/เคิน'เฟ็ดเดอะเริท/ *adj.* (A) *(allied)* ร่วมมือกัน, เป็นมิตรกัน; (B) *(Polit.)* เป็นพันธมิตร; **the C~ States** *(Amer. Hist.) รัฐต่าง ๆ ทางใต้ของสหรัฐอเมริกาที่รวมตัวกันเป็นสมาพันธ์ในสงครามกลางเมือง* ❷ *n.* ผู้ร่วมมือกัน; *(accomplice)* ผู้สมรู้ร่วมคิด; **C~** *(Amer. Hist.) สมาชิกสมาพันธ์รัฐทางใต้ในสงครามกลางเมืองอเมริกา* ❸ /kən'fedəreɪt/เคิน'เฟ็ดเดอะเรท/ *v.t.* รวมกันเป็นกลุ่ม ❹ *v.i.* รวมกัน, ร่วมมือกัน

confederation /kənfedə'reɪʃn/เคินเฟอะเดอะ'เรช'น/ *n.* (A) *(Polit.)* สมาพันธ์, สมาพันธรัฐ *(ร.บ.)*, การที่รัฐต่าง ๆ *หรือ* ชาติต่าง ๆ รวมกัน; **the Swiss C~:** สมาพันธรัฐสวิสฯ; (B) *(alliance)* สหพันธ์; **C~ of British Industry** *สหพันธ์อุตสาหกรรมของอังกฤษ*

confer /kən'fɜ(r)/เคิน'เฟอ(ร)/ ❶ *v.t.*, **-rr-: ~ a title/degree/knighthood [up]on sb.** ทำพิธีมอบบรรดาศักดิ์/ปริญญาบัตร/ยศอัศวินให้แก่ *ค.น.*; **~ a quality [up]on sth.** ให้คุณภาพแก่ *ส.น.* ❷ *v.i.*, **-rr-: ~ with sb.** ปรึกษาหารือกับ *ค.น.*

conference /'kɒnfərəns/'คอนเฟอะเรินซฺ/ *n.* (A) *(meeting)* การประชุม; (B) *(consultation)* การปรึกษาหารือ; *(business discussion)* การประชุม; **be in ~:** อยู่ในระหว่างการประชุม

conference: ~ room *n.* หอประชุม, ห้องประชุม; **~ table** *n.* โต๊ะประชุม; **get round the ~ table** *(fig.)* มาปรึกษาหารือกัน

conferment /kən'fɜ:mənt/เคิน'เฟอเมินทฺ/ *n.* การมอบบรรดาศักดิ์, การประสาทปริญญาบัตร

confess /kən'fes/เคิน'เฟ็ซ/ ❶ *v.t.* (A) สารภาพ; **he ~ed himself to be the culprit** เขาสารภาพว่าตนเป็นผู้ผิด; **I ~ myself a traditionalist** ฉันยอมรับว่าตนเองเป็นนักประเพณีนิยม; (B) *(Eccl.)* สารภาพบาป; **~ one's sins to a priest** ไปสารภาพบาปของตนต่อบาทหลวง; (C) *(Eccl.)* **the priest ~ed the penitent** บาทหลวงรับฟังคำสารภาพบาปจากผู้สำนึกผิด ❷ *v.i.* (A) **~ to sth.** ยอมรับว่าได้ทำ *ส.น.*; **~ to being unable to do sth.** ยอมรับว่าไม่สามารถทำ *ส.น.*; (B) *(Eccl.)* สารภาพบาป **(to sb.** กับ *ค.น.*)

confessed /kən'fest/เคิน'เฟ็ซทฺ/ *adj.* ซึ่งยอมรับสารภาพ, อย่างเปิดเผย; **a ~ homosexual** ผู้ชายที่รักผู้ชายด้วยกันอย่างเปิดเผย

confessedly /kən'fesɪdlɪ/เคิน'เฟ็ซซิดลิ/ *adv.* อย่างยอมรับสารภาพ, โดยเปิดเผย

confession /kən'feʃn/เคิน'เฟ็ช'น/ *n.* (A) *(of offence etc.)* การรับสารภาพ; **on** *or* **by one's own ~:** โดยการสารภาพของเจ้าตัว; **I have a ~ to make** ฉันมีเรื่องที่จะสารภาพให้ฟัง; (B) *(Eccl.: of sins etc.)* การสารภาพบาป; **~ of sins** การสารภาพบาป; **hear sb.'s ~:** ฟังคำสารภาพบาปของ *ค.น.*; **make one's ~:** ไปสารภาพบาปต่อบาทหลวง; (C) *(thing confessed)* คำสารภาพ; (D) *(Relig.: denomination)* นิกาย, ลัทธิ; **what ~ is he?** เขานับถือนิกายใด; **Roman Catholic by ~:** นับถือศาสนาคริสต์นิกายโรมันคาทอลิก; (E) *(Eccl.: confessing)* การประกาศว่านับถือศาสนาใด; **~ of faith** การแจ้งให้รู้กันว่าตนนับถือศาสนาใด

confessional /kən'feʃənl/เคิน'เฟ็ชเชอะน'ล/ *(Eccl.)* ❶ *adj. (of confession)* เกี่ยวกับการสารภาพบาป; *(denominational)* เกี่ยวกับลัทธิศาสนา; **~ schools** โรงเรียนศาสนา ❷ *n.* (A) *(stall)* ตู้เล็ก ๆ สำหรับบาทหลวงฟังคำสารภาพบาป; (B) *(act)* การสารภาพบาป

confessor /kən'fesə(r)/เคิน'เฟ็ซเซอะ(ร)/ *n.* *(Eccl.)* พระผู้ฟังคำสารภาพบาป

confetti /kən'fetɪ/เคิน'เฟ็ททิ/ *n.* ลูกปา, *กระดาษสีต่าง ๆ ชิ้นเล็ก ๆ ที่ขว้างในงานแต่งงาน*

confidant /kɒnfɪ'dænt/คอนฟิ'แดนทฺ/ *n. masc.* ผู้ชายที่ไว้วางใจในการรับรู้เรื่องส่วนตัว

confidante /kɒnfɪ'dænt/คอนฟิ'แดนทฺ/ *n. fem.* ผู้หญิงที่ไว้วางใจในการรับรู้เรื่องส่วนตัว

confide /kən'faɪd/เคิน'ฟายดฺ/ ❶ *v.i.* **~ in sb.** เล่าเรื่องส่วนตัว *หรือ* ความลับให้ *ค.น.* ฟัง; **~ to sb. about sth.** เล่า *ส.น.* ที่เป็นความลับให้ *ค.น.* ฟัง ❷ *v.t.* **~ sth. to sb.** เล่า *ส.น.* ที่เป็นความลับให้ *ค.น.* ฟัง; **he ~d that he ...:** เขาระบายความในใจว่า...

confidence /'kɒnfɪdəns/'คอนฟิเดินซฺ/ *n.* (A) *(firm trust)* ความเชื่อมั่น, ความไว้ใจ; **have [complete** *or* **every/no] ~ in sb./sth.** มีความเชื่อมั่น [เต็มที่/ไม่มีความเชื่อมั่นเลย] ใน *ค.น./ส.น.*; **have [absolute] ~ that ...:** มั่นใจ [อย่างล้นเหลือ] ว่า...; **place** *or* **put one's ~ in sb./sth.** ไว้วางใจใน *ค.น./ส.น.*; (B) *(assured expectation)* ความมาดมั่น; **in full ~ of success** ด้วยความมาดมั่นในความสำเร็จ; (C) *(self-reliance)* ความมั่นใจในตนเอง; (D) *(boldness)* ความกล้าทำ; (E) *(telling of private matters)* การเล่าความในใจ; **in ~:** เป็นความลับ; **this is in [strict] ~:** เรื่องนี้ลับ [สุดยอด]; **take sb. into one's ~:** เล่าความลับของตนให้ *ค.น.* ฟัง; ไว้ใจ *ค.น.* โดยเล่าความลับให้ฟัง; **be in sb's ~:** ได้รับความไว้วางใจจาก *ค.น.*; (F) *(thing told in ~)* ความในใจที่เล่าอย่างเป็นความลับ

confidence: ~ game *n. (Amer.)* ➡ **~ trick**; **~ man** *n.* นักต้มตุ๋นที่หลอกให้คนไว้ใจ; **~ trick** *n. (Brit.)* อุบายหลอกลวง; **~ trickster** *n. (Brit.)* ➡ **~ man**

confident /'kɒnfɪdənt/'คอนฟิเดินทฺ/ *adj.* (A) *(trusting, fully assured)* มั่นใจ, แน่ใจ; **be ~ that [sth. will happen]** มั่นใจว่า [*ส.น.* จะเกิดขึ้น]; **be ~ of sth.** มั่นใจใน *ส.น.*; (B) *(bold)* กล้า; (C) *(self-assured)* มั่นใจในตนเอง

confidential /kɒnfɪ'denʃl/คอนฟิ'เด็นช'ล/ *adj.* (A) *(uttered in confidence)* ลับเฉพาะ; (B) *(entrusted with secrets)* ซึ่งรักษาความลับ, เป็นที่ไว้วางใจ; **~ secretary** เลขานุการส่วนตัว

confidentiality /kɒnfɪdenʃɪ'ælətɪ/คอนฟิเด็นชิ'แอเลอะทิ/ *n no pl.* ความไว้เนื้อเชื่อใจ, การรักษาความลับ

confidentially /kɒnfɪ'denʃəlɪ/คอนฟิ'เด็นชิแอลิ/ *adv.* อย่างลับเฉพาะ

confidently /'kɒnfɪdəntlɪ/'คอนฟิเด็นทฺลิ/ *adv.* อย่างมั่นใจ

confiding /kən'faɪdɪŋ/เคิน'ฟายดิง/ *adj.*, **confidingly** /kən'faɪdɪŋlɪ/เคิน'ฟายดิงลิ/ *adv.* อย่างไว้เนื้อเชื่อใจ, อย่างเชื่อใจกัน

configuration /kənfɪgə'reɪʃn, US -fɪgjʊ'rəɪʃn/เคินฟิกิ'เรช'น, -ฟิเกอะ'เรช'น/ *n.* (A) *(arrangement, outline)* วิธีจัดเรียง, โครงแบบ; (B) *(Astron.)* ตำแหน่งของดวงดาว; (C) *(Computing)* การจัดโครงแบบระบบคอมพิวเตอร์

configure /kən'fɪgə(r)/คอน'ฟิเกอะ(ร)/ *v.t.* *(esp. Computing)* จัดโครงแบบ

confine /kən'faɪn/เคิน'ฟายน/ *v.t.* (A) กักบริเวณ, จำกัดเขต *(ไฟไหม้, น้ำท่วม)*; **be ~d to bed/the house** ถูกบังคับให้อยู่แต่บนเตียงนอน/ในบ้าน; **be ~d to barracks** กักให้อยู่ในค่ายทหาร; **be ~d to a small area** ถูกกักตัวให้อยู่ในที่แคบ; (B) *(fig.)* **~ sb./sth. to sth.** จำกัด *ค.น./ส.น.* ให้ทำเฉพาะ *ส.น.*; **~ oneself to sth./to doing sth.** บังคับตัวเองให้อยู่ใน *ส.น.*/ให้ทำแค่ *ส.น.* เท่านั้น; (C) *(imprison)* จำคุก

confined /kən'faɪnd/เคิน'ฟายนดฺ/ *adj.* ซึ่งจำกัด, ซึ่งมีขอบเขต

confinement /kən'faɪnmənt/เคิน'ฟายนเมินทฺ/ *n.* (A) *(imprisonment)* การกักขัง, การจำคุก; *(in asylum)* การเก็บตัว; (B) *(being confined)* การถูกกักขัง; **put/keep sb. in ~:** กักขัง *ค.น.* ไว้; **~ in hospital** การที่ต้องนอนโรงพยาบาล; **animals kept in ~:** สัตว์ที่ถูกกักขัง; (C) *(childbirth)* การคลอดบุตร; (D) *(limitation)* ขีดจำกัด, ขอบเขตจำกัด

confines /'kɒnfaɪnz/'คอนฟายนซฺ/ *n. pl.* เขตจำกัด

confirm /kən'fɜ:m/เคิน'เฟิม/ *v.t.* (A) ยืนยัน, ทำให้แน่ใจ; **be ~ed in one's suspicions** ได้รับการยืนยันในข้อสงสัยของตน; (B) *(Protestant Ch.)* ทำพิธีรับเข้าเป็นคริสต์ศาสนิกชนอันแท้จริง

confirmation /kɒnfə'meɪʃn/คอนเฟอะ'เมช'น/ *n.* (A) คำยืนยัน, การยืนยัน; (B) *(Protestant Ch.)* การทำพิธีรับเข้าเป็นคริสต์ศาสนิกชนอันแท้จริง; **~ class [es]** การอบรมเพื่อเป็นคริสต์ศาสนิกชนอันแท้จริง; (C) *(of Jewish faith)* พิธีรับเข้าเป็นผู้นับถือศาสนายิว

confirmatory /kən'fɜ:mətərɪ/คอน'เฟอเมอะเทอะริ/ *adj.* ซึ่งยืนยัน

confirmed /kən'fɜ:md/คอน'เฟิมดฺ/ *adj.* (A) *(unlikely to change)* แน่วแน่, ไม่เปลี่ยนใจ *(เป็นโสด, กินเจ)*; *(คนดื่มเหล้า)* ซึ่งแก้ไม่ได้; (B) *(Protestant Ch.)* ซึ่งได้ผ่านพิธีรับเป็นคริสต์ศาสนิกชนมาแล้ว

confiscate /'kɒnfɪskeɪt/'คอนฟิซเคท/ *v.t.* ยึด, ริบ; **~ sth. from sb.** ริบ *ส.น.* มาจาก *ค.น.*

confiscation /kɒnfɪs'keɪʃn/คอนฟิซ'เคช'น/ *n.* การยึด, การริบทรัพย์

conflagration /kɒnflə'greɪʃn/คอนเฟลอะ'เกรช'น/ *n.* ไฟไหม้ครั้งมโหฬาร, อัคคีภัย

conflate /kən'fleɪt/เคิน'เฟลท/ *v.t.* นำสิ่ง*(บทความ)* ที่แตกต่างกันมารวมกัน

conflation /kən'fleɪʃn/เคิน'เฟลช'น/ *n.* การนำข้อเขียนที่แตกต่างกันมารวมกัน

conflict /'kɒnflɪkt/'คอนฟลิคทฺ/ ❶ *n.* (A) *(fight)* การต่อสู้, การปะทะกัน; **come into ~ with sb./sth.** เกิดการต่อสู้กับ *ค.น./ส.น.*; **be in ~ with sb./sth.** ขัดแย้งกับ *ค.น./ส.น.*; (B) *(clashing)* การขัดแย้งกัน; **a ~ of views/interests** การขัดแย้งกันด้านความคิดเห็น/ในเรื่องผลประโยชน์; (C) *(Psych.)* ความขัดแย้ง ❷ *v.i. (be incompatible)* ขัดกัน, ค้านกัน; **~ with sth.** ขัด, ค้านกันกับ *ส.น.*

conflicting /kən'flɪktɪŋ/คอน'ฟลิคทิง/ *adj.* ซึ่งขัดกัน, ซึ่งค้านกัน

confluence /'kɒnfluəns/'คอนฟลุเอินซฺ/ *n.* การไหลมาบรรจบกัน *(แม่น้ำสองสาย)*

C

conform /kən'fɔ:m/เคิน'ฟอม/ ❶ *v.i.* Ⓐ ปฏิบัติ, เป็นไป (to ตาม); ~ to a pattern เป็นไปตามแบบแผน; **those who do not ~ will be asked to leave the club** ผู้ที่ไม่ปฏิบัติตามจะถูกขอให้ออกจากสมาคมนี้; Ⓑ *(comply)* ~ **to** *or* **with sth./with sb.** ปฏิบัติตนให้สอดคล้องกับ *ส.น./ค.น.* ❷ *v.t.* ~ **sth. to sth.** ทำ *ส.น.* ให้คล้ายกับอีก *ส.น.*, ปรับ *ส.น.* ให้กลมกลืนกับอีก *ส.น.*

conformation /kɒnfɔ:'meɪʃn/คอนฟอ'เมช'น/ *n.* Ⓐ *(structure)* รูปทรง, โครงสร้าง; Ⓑ *(adaptation)* การปรับให้กลมกลืนกัน, การโอนอ่อนผ่อนตาม

conformism /kən'fɔ:mɪzm/เคิน'ฟอมิซ'ม/ *n.* การทำตัวให้สอดคล้องกับกฎระเบียบแบบแผน

conformist /kən'fɔ:mɪst/เคิน'ฟอมิซทฺ/ *n.* ผู้ที่ทำตัวให้สอดคล้องกับกฎระเบียบแบบแผน

conformity /kən'fɔ:mɪtɪ/เคิน'ฟอมิทิ/ *n.* การโอนอ่อนผ่อนตาม (**with, to** กับ)

confound /kən'faʊnd/เคิน'ฟาวนฺดฺ/ *v.t.* Ⓐ ~ **it!** เวรกรรม, อพิโธ่; ~ **him** *or* **the man!** ไอ้หมอนี่มันกวนจริง ๆ; Ⓑ *(defeat)* ล้มล้าง, ทำลาย; Ⓒ *(confuse)* ทำให้รู้สึกสับสน; Ⓓ *(discomfit)* ทำให้รู้สึกไม่สบายใจ; Ⓔ *(make indistinguishable)* ทำให้แยกไม่ออก; Ⓕ *(mix up mentally)* จำสับกัน, เอาไปปนเปกัน; Ⓖ *(throw into disorder)* ทำให้ยุ่งเหยิงไม่เป็นระเบียบ

confounded /kən'faʊndɪd/เคิน'ฟาวนฺดิด/ *adj.*, **confoundedly** /kən'faʊndɪdlɪ/เคิน'ฟาวนฺดิดลิ/ *adv. (coll. derog.)* [อย่าง] บัดซบ, [อย่าง] สับสน

confront /kən'frʌnt/เคิน'ฟรันทฺ/ *v.t.* Ⓐ เผชิญหน้า; ~ **sb. with sth.** ทำให้ *ค.น.* มาเผชิญหน้ากับ *ส.น.*; **he was ~ed with** *or* **by an angry mob** เขาต้องเผชิญหน้ากับฝูงชนที่โกรธแค้น; Ⓑ *(stand facing)* ประจันหน้ากัน; **enemies ~ing one another** ศัตรูที่ประจันหน้ากันอยู่; **find oneself ~ed by** *or* **with a problem** พบว่าตนเองต้องเผชิญกับปัญหาอยู่อย่างหนึ่ง; Ⓒ *(face in defiance)* เผชิญหน้าอย่างท้าทาย; Ⓓ *(oppose)* คัดค้าน; *(make comparison)* นำมาเทียบเคียงกันดู

confrontation /kɒnfrən'teɪʃn/คอนเฟรินเ'ทช'น/ *n.* การเผชิญหน้า, การประจันหน้า

confrontational /kɒnfrən'teɪʃənəl/คอนเฟรินเ'ทเชอะเนิล/ *adj.* ที่เผชิญหน้ากัน, ที่ชอบหาเรื่อง *(ภ.พ.)*

Confucianism /kən'fju:ʃənɪzm/เคิน'ฟิวเชนิซ'ม/ *n., no pl.* ปรัชญาของขงจื๊อ, ลัทธิของขงจื๊อ

confuse /kən'fju:z/เคิน'ฟิวซฺ/ *v.t.* Ⓐ *(disorder)* ทำให้ยุ่งเหยิงไม่เป็นระเบียบ; *(blur)* ทำให้คลุมเครือ; ~ **the issue** ทำให้ประเด็นคลุมเครือ; **it simply ~s matters** สิ่งนี้ก็ได้แต่ทำให้เรื่องมันคลุมเครือ; Ⓑ *(mix up mentally)* จำสับกัน; ~ **two things** จำสองสิ่งสับกัน, เอาไปปนเปกัน; Ⓒ *(perplex)* ทำให้งง

confused /kən'fju:zd/เคิน'ฟิวซฺดฺ/ *adj.* *(ความคิด)* สับสน; *(สถานการณ์)* ยุ่งเหยิง; *(embarrassed)* กระดาก, อาย, เคอะเขิน

confusedly /kən'fju:zɪdlɪ/เคิน'ฟิวซิดลิ/ *adv.* อย่างสับสน, อย่างยุ่งเหยิง

confusing /kən'fju:zɪŋ/เคิน'ฟิวซิง/ *adj.* ทำให้รู้สึกสับสนวุ่นวายใจ

confusion /kən'fju:ʒn/เคิน'ฟิวฌ'น/ *n.* Ⓐ *(disordering)* การทำให้ยุ่งไม่เป็นระเบียบ; *(mixing up)* ความสับกัน, การปนเป; ~ **of tongues** มีเสียงคนพูดหลายภาษา; Ⓑ *(state)* สภาพยุ่งเหยิง; *(embarrassment)* ความกระดากอาย, ความเคอะเขิน; **throw sth./sb. into ~:** ทำให้ *ส.น.* ยุ่งเหยิง/ทำให้ *ค.น.* สับสนวุ่นวายใจ; **reply/blush in ~:** ตอบ/หน้าแดงด้วยความเขิน; **in [total] ~:** ด้วยความอลเวง, อย่างชุลมุนวุ่นวาย; **a scene of total ~:** สภาพที่อลเวงเต็มที่

confutation /kɒnfjʊ:'teɪʃ(ə)n/คอนฟิวเ'ทช'น/ *n.* การพิสูจน์ให้เห็นว่ามีความผิดพลาด

confute /kən'fju:t/เคิน'ฟิวทฺ/ *v.t.* พิสูจน์ว่าผิด

conga /'kɒŋgə/'คองเกอะ/ *n.* ระบำคองกา *(ท.ศ.)*

congeal /kən'dʒi:l/เคิน'จีล/ ❶ *v.i.* Ⓐ *(coagulate) (ของเหลว)* แข็งตัวและรวมก้อน; ~ **into sth.** *(fig.)* แข็งตัวกลายเป็น *ส.น.*; Ⓑ *(freeze)* เย็นจนแข็ง ❷ *v.t.* Ⓐ *(coagulate)* ทำให้แข็งตัว; Ⓑ *(solidify by cooling)* ทำให้เย็นจนแข็ง

congenial /kən'dʒi:nɪəl/เคิน'จีเนียล/ *adj.* Ⓐ *(kindred)* เข้ากันได้ดี, มีนิสัยใจคอตรงกัน; ~ **spirits** เพื่อนที่มีนิสัยใจคอตรงกัน; Ⓑ *(agreeable)* น่ารื่นรมย์

congeniality /kəndʒi:nɪ'ælɪtɪ/เคินจีนิ'แอลิทิ/ *n., no pl.* ความมีนิสัยใจคอตรงกัน, ความเข้ากันได้ดี

congenital /kən'dʒenɪtl/เคิน'เจ็นนิท'ล/ *adj.* แต่กำเนิด; **a ~ idiot** โง่มาแต่กำเนิด; **a ~ defect** ความผิดปกติ *หรือ* ข้อบกพร่องแต่กำเนิด

congenitally /kən'dʒenɪtəlɪ/เคิน'เจ็นนิเทอะลิ/ *adv.* โดยกำเนิด

conger /'kɒŋgə(r)/'คองเกอะ(ร)/ *n. (Zool.)* ~ **[eel]** ปลาไหลทะเลในวงศ์ Congridae

congest /kən'dʒest/เคิน'เจ็ซทฺ/ *v.t.* อุด, ปิด, อุดตัน

congested /kən'dʒestɪd/เคิน'เจ็ซทิด/ *adj.* แออัด, อุดตัน; *(ถนน)* มีรถติดมาก; **my nose is ~:** ฉันคัดจมูก

congestion /kən'dʒestʃn/เคิน'เจ็ซฌ'น/ *n.* *(of traffic etc.)* การจราจรติดขัด; *(over-population)* ความแออัดของประชากร; ~ **of the lungs** *(Med.)* การอุดตันของปอด; **nasal ~:** อาการคัดจมูก

conglomerate ❶ /kən'glɒmərət/เคิน'กลอเมอะเริท/ *v.t. (lit. or fig.)* ทำให้รวมตัวกันเป็นกลุ่มก้อน ❷ *v.i.* รวมตัวกันเป็นกลุ่มก้อน; *(fig.)* มาชุมนุมกัน ❸ /kən'glɒmərət/เคิน'กลอเมอะเริท/ *n.* Ⓐ *(Commerc.)* เครือบริษัท, กิจการขนาดใหญ่; Ⓑ *(Geol.)* ก้อนกรวดที่เกาะตัวรวมกัน

conglomeration /kənglɒmə'reɪʃn/เคินกลอเมอะ'เรช'น/ *n.* สารที่รวมตัวกัน; *(collection)* การรวมตัวกันเป็นกลุ่มก้อน

Congo /'kɒŋgəʊ/'คองโก/ *pr. n. (Geog.: river, country)* แม่น้ำคองโก, ประเทศคองโก

Congolese /kɒŋgə'li:z/คองเกอะ'ลีซ/ ❶ *adj.* แห่งประเทศคองโก ❷ *n.* ชาวคองโก

congratulate /kən'grætjʊleɪt/เคิน'แกรฺจุเลท/ *v.t.* แสดงความยินดี; ~ **sb./oneself [up]on sth.** แสดงความยินดีกับ *ค.น.*/กับตนเองใน *ส.น.*

congratulation /kəngrætjʊ'leɪʃn/เคินแกรฺจุ'เลช'น/ ❶ *int.* ~**s!** ยินดีด้วย (**on** ใน) ❷ *n.* Ⓐ *in pl.* ความยินดี; **offer sb. one's ~s** แสดงความยินดีกับ *ค.น.*; Ⓑ *(action)* การแสดงความยินดี

congratulatory /kən'grætjʊlətərɪ, US -tɔ:rɪ/เคิน'แกรฺจุเลอะเทอะริ, -ทอริ/ *adj.* ซึ่งแสดงความยินดี; ~ **note/letter** จดหมายแสดงความยินดี

congregate /'kɒŋgrɪgeɪt/'คองกฺริเกท/ ❶ *v.i.* ร่วมชุมนุม ❷ *v.t.* รวบรวม

congregation /kɒŋgrɪ'geɪʃn/คองกฺริ'เกช'น/ *n.* Ⓐ *(Eccl.)* กลุ่มผู้เข้าร่วมพิธีทางศาสนาในโบสถ์; Ⓑ *(Brit. Univ.)* การประชุมใหญ่ของอาจารย์อาวุโสของมหาวิทยาลัย

congress /'kɒŋgres, US 'kɒŋgrəs/'คองเกร็ซ, 'คองเกริซ/ *n.* Ⓐ *(meeting of heads of state etc.)* การประชุมระดับสูง; **the C~ of Vienna** สภาคองเกรสแห่งเวียนนา; **a party ~:** การประชุมพรรคการเมือง; Ⓑ *(association)* สหพันธ์; Ⓒ **C~** *(Amer. legislature)* รัฐสภาอเมริกัน

congressional /kən'greʃənl/เคิน'เกร็ชเชอะน'ล/ *adj.* เกี่ยวกับสภาคองเกรส; ~ **district** เขตซึ่งสามารถจะมีผู้แทนเข้ารัฐสภาได้ 1 คน

Congress: ~**man** /'kɒŋgresmən/'คองเกร็ซเมิน/ *n., pl.* ~**men** /'kɒŋgresmən/'คองเกร็ซเมิน/ *(Amer.)* สมาชิกรัฐสภาอเมริกัน *(ชาย)*; ~**woman** *n. (Amer.)* สมาชิกรัฐสภาอเมริกัน *(หญิง)*

congruence /'kɒŋgrʊəns/'คองกรุเอินซฺ/, **congruency** /'kɒŋgrʊənsɪ/'คองกรุเอินซิ/ *n.* Ⓐ ความเห็นพ้องต้องกัน, ความสอดคล้องกัน; Ⓑ *(Geom.)* การทับกันสนิทหรือการเท่ากัน *(ของสามเหลี่ยม)*

congruent /'kɒŋgrʊənt/'คองกรุเอินทฺ/ *adj.* Ⓐ *(formal)* ซึ่งสอดคล้องหรือกลมกลืนกัน; Ⓑ *(Geom.) (รูปทางเลขาคณิต)* ที่ทับกันพอดี *หรือ* เท่ากัน

congruity /kɒŋ'gru:ɪtɪ/คอง'กฺรูอิทิ/ *n.* ความเห็นพ้องต้องกัน, ความสอดคล้องกัน, ความมีสัดส่วนพอดีกัน

conic /'kɒnɪk/'คอนิค/ *adj.* เป็นกรวย; ~ **section** รูปที่ได้มาโดยการตัดรูปกรวย

conical /'kɒnɪkl/'คอนิค'ล/ *adj.* รูปร่างเป็นกรวย; ➡ **projection** I

conifer /'kɒnɪfə(r), 'kəʊn-/'คอนิเฟอะ(ร), 'โคนิเฟอะ(ร)/ *n.* ต้นไม้จำพวกสน

coniferous /kə'nɪfərəs, US kəʊ'n-/เคอะ'นิฟเฟอะเริซ, โค'น-/ *adj. (ป่า, ไม้)* สน; ~ **tree** ต้นไม้จำพวกสน; ~ **forest** ป่าสน

conjectural /kən'dʒektʃərl/เคิน'เจ็คเฉอะร'ล/ *adj.* ซึ่งเดา *หรือ* คาดคะเน; **all this is ~:** ทั้งหมดนี้เป็นการเดาเท่านั้น; **a ~ emendation of a text** การสันนิษฐานความหมายของบทความ

conjecturally /kən'dʒektʃərəlɪ/เคิน'เจ็คเฉอะเรอะลิ/ *adv.* โดยวิธีเดา *หรือ* โดยวิธีคาดคะเน

conjecture /kən'dʒektʃə(r)/เคิน'เจ็คเฉอะ(ร)/ ❶ *n.* Ⓐ การคาดคะเน, การเดา; **rely on ~:** พึ่งพาอาศัยการเดา; Ⓑ *(Lit.)* การสันนิษฐาน ❷ *v.t.* คาดคะเน ❸ *v.i. (guess)* เดา

conjoin /kən'dʒɔɪn/เคิน'จอยนฺ/ ❶ *v.t.* เชื่อมโยง ❷ *v.i.* เชื่อมโยงกัน

conjoint /kən'dʒɔɪnt/เคิน'จอยนฺทฺ/ *adj.* *(formal)* Ⓐ *(united)* ซึ่งรวมเข้าเป็นอันหนึ่งอันเดียวกัน; Ⓑ *(associated)* ซึ่งเกี่ยวข้องกัน

conjointly /kən'dʒɔɪntlɪ/เคิน'จอยนฺทลิ/ *adv.* โดยร่วมมือกัน

conjugal /'kɒndʒʊgl/'คอนจุก'ล/ *adj.* เกี่ยวกับการแต่งงาน; **the ~ state** สภาวะการแต่งงาน; ~ **bliss/worries** ความสุขในชีวิตแต่งงาน/ปัญหาในชีวิตแต่งงาน

conjugate ❶ /'kɒndʒʊgeɪt/'คอนจุเกท/ *v.t.* *(Ling.)* ผันคำกริยา ❷ *v.i.* Ⓐ *(Ling.)* ผัน *(คำกริยา)*; Ⓑ *(Biol.)* ผสมพันธุ์ ❸ /'kɒndʒʊgət/'คอนจุเกิท/ *adj.* Ⓐ ซึ่งจับคู่กัน; Ⓑ *(Ling.)* ซึ่งมาจากรากศัพท์เดียวกัน ❹ *n. (Ling.)* คำที่มีรากศัพท์เดียวกัน

conjugation /kɒndʒʊˈgeɪʃn/คอนจุ'เกฺชั่น/ *n.* Ⓐ *(joining together)* การรวมเข้าด้วยกัน; Ⓑ *(Ling.)* การผันคำกริยา; Ⓒ *(Biol.)* การผสมพันธุ์

conjunction /kənˈdʒʌŋkʃn/เคิน'จังคฺชั่น/ *n.* Ⓐ การร่วมกัน, การเชื่อมโยงเข้าด้วยกัน; **in ~ with sb./sth.** พร้อมด้วย *ค.น./ส.น.*; Ⓑ *(formal: of events)* การประจวบกันของเหตุการณ์; Ⓒ *(Ling.)* สันธาน, คำเชื่อม; Ⓓ *(Astrol., Astron)* *การที่ดวงดาวในอวกาศสองดวงดูเหมือนว่ามาอยู่ในแนวตรงกันเมื่อมองจากโลก*

conjunctivitis /kəndʒʌŋktɪˈvaɪtɪs/เคินเจิงคฺทิ'ไวฺทิซ/ *n.* ➤ **453** *(Med.)* โรคเยื่อตาขาวอักเสบ, โรคตาแดง

conjure /kənˈdʒʊə(r)/เคิน'จัว(ร)/ ❶ *v.t.* Ⓐ *(formal: beseech)* วิงวอน; Ⓑ *(by magic)* เสก, ร่ายเวทมนต์ ❷ *v.i.* แสดงปาฏิหาริย์ต่าง ๆ; **conjuring trick** การเล่นกล; **a name to ~ with** ชื่อที่เป็นที่เคารพยกย่อง *หรือ* โด่งดัง

~ **ˈaway** *v.t.* เสกให้ไป

~ **ˈup** *v.t.* เสกขึ้นมา

conjurer, conjuror /ˈkʌndʒərə(r)/คันเจอะเรอะ(ร)/ *n.* นักเล่นกล

[1]**conk** /kɒŋk/คองคฺ/ *v.i.* ~ **ˈout** *(coll.)* *(บุคคล)* สลบ, อ่อนเพลีย; *(เครื่องยนต์, รถยนต์)* เสีย

[2]**conk** *n. (coll.)* Ⓐ *(nose)* จมูก; Ⓑ *(head)* หัว *(ภ.พ.)*

conker /ˈkɒŋkə(r)/คองเคอะ(ร)/ *n. (horse chestnut)* ลูกกลมและแข็งจากต้นในสกุล *Aesculus*; **play ~s** เล่นฟาดลูกคองเคอร์ที่ผูกไว้กับเชือก

[1]**conman** *(coll.)* ➡ **confidence man**

connect /kəˈnekt/เคอะ'เน็คทฺ/ ❶ *v.t.* Ⓐ *(join together)* เชื่อมโยง (**to, with** ด้วยกัน); *(Electr.)* ต่อสาย (**to, with** กับ); Ⓑ *(join in sequence)* พ่วง, เกี่ยว; Ⓒ *(associate)* เกี่ยวข้อง, เชื่อมสัมพันธ์; **~ sth. with sth.** เชื่อมโยง *ส.น.* กับอีก *ส.น.*; **be ~d with sb./sth.** เกี่ยวข้องกับ *หรือ* สัมพันธ์กับ *ค.น./ส.น.* ❷ *v.i.* Ⓐ *(join)* **~ with sth.** เชื่อมกับ *ส.น.; (เรือ, รถไฟ)* ต่อกับ *ส.น.*; Ⓑ *(form logical sequence)* เข้าเรื่องเข้าราว, มีความสัมพันธ์; Ⓒ *(coll.: hit.)* ต่อยอย่างจัง ๆ

~ **ˈup** *v.t.* พ่วง, เชื่อม

connected /kəˈnektɪd/เคอะ'เน็คทิด/ *adj.* Ⓐ *(logically joined)* เข้ากันได้ดี, สัมพันธ์กัน; **sth. is ~ with sth.** *ส.น.* สัมพันธ์กับอีก *ส.น.*, *ส.น.* เกี่ยวข้องกับอีก *ส.น.*; Ⓑ *(related)* เป็นญาติกัน, เกี่ยวดองกัน; **he is well ~:** เขาเป็นคนกว้างขวาง

connecting /kəˈnektɪŋ/เคอะ'เน็คทิง/: **~ door** *n.* ประตูที่เปิดถึงกันได้; **~ rod** *n. (Mech. Engin.)* ก้านลูกสูบ

connection /kəˈnekʃn/เคอะ'เน็คชั่น/ *n.* Ⓐ *(act, state)* การต่อเข้าด้วยกัน, การเกี่ยวข้อง; *(Electr.: of telephone)* การต่อ; **the Italian ~:** ความสัมพันธ์กับประเทศอิตาลี; **run in ~ with sth.** *(train, ship etc.)* จัดไว้ให้ไปต่อสายอื่นได้; Ⓑ *(fig.: of ideas)* ความสัมพันธ์, ความเกี่ยวข้องกัน; **in this ~:** ในเรื่องนี้; **in ~ with sth.** เกี่ยวกับ *ส.น.*; Ⓒ *(part)* สิ่งที่เชื่อมโยง; Ⓓ *(train, boat, etc.)* ที่ต่อกันได้; **catch** *or* **make a ~:** ไปต่ออีกสายหนึ่ง; Ⓔ *(family relationship)* ความเป็นญาติกัน; Ⓕ *(person) (relative)* ญาติพี่น้อง; **business ~s** คนที่ติดต่อกันในวงการธุรกิจ; **have ~s** มีคนรู้จัก, เป็นคนกว้างขวาง; Ⓖ *(personal dealings)* **he has no ~s with the firm of this name** เขาไม่มีความเกี่ยวข้องใด ๆ กับบริษัทที่ชื่อนี้; Ⓗ *(sl.: supplier of narcotics)* นักค้ายาเสพติด

connective /kəˈnektɪv/เคอะ'เน็คทิฺว/ *adj.* Ⓐ ซึ่งเชื่อมโยงให้ติดกัน; Ⓑ *(Anat.)* **~ tissue** เนื้อเยื่อที่เป็นตัวเชื่อมต่อ

connexion *(Brit.)* ➡ **connection**

conning tower /ˈkɒnɪŋ taʊə(r)/'คอนิง ทาวเออะ(ร)/ *n. (Naut.)* หอบังคับการเรือ *(โดยเฉพาะเรือดำน้ำ)*

connivance /kəˈnaɪvəns/เคอะ'นายเวินซฺ/ *n.* การแสร้งทำเป็นเอาหูไปนาเอาตาไปไร่

connive /kəˈnaɪv/เคอะ'นายฺว/ *v.i.* Ⓐ **~ at sth.** *(disregard)* ทำเป็นไม่รู้ไม่เห็น; Ⓑ *(conspire)* **~ with sb.** สมรู้ร่วมคิดกับ *ค.น.*

connoisseur /kɒnəˈsɜː(r)/คอเนอะ'เซอ(ร)/ *n.* ผู้รู้, ผู้เชี่ยวชาญ; **a ~ of wine** ผู้มีความรอบรู้เรื่องเหล้าองุ่น

connotation /kɒnəˈteɪʃn/คอเนอะ'เทชั่น/ *n.* ความหมายแฝงของคำ

connote /kəˈnəʊt/เคอะ'โนท/ *v.t. (formal)* Ⓐ *(suggest)* แฝงความหมายว่า; Ⓑ *(signify)* หมายความว่า, มีความหมายว่า

connubial /kəˈnjuːbɪəl, US -ˈnuː-/เคอะ'นิวเบียล/ *adj.* เกี่ยวกับการแต่งงาน

conquer /ˈkɒŋkə(r)/'คองเคอะ(ร)/ *v.t.* พิชิต, ปราบ *(นิสัยไม่ดี, ศัตรู)*, เข้ายึดครอง; **I came, I saw, I ~ed** ฉันมา ฉันเห็น ฉันพิชิต

conqueror /ˈkɒŋkərə(r)/'คองเคอะเรอะ(ร)/ *n.* ผู้พิชิต, ผู้มีชัย; **[William] the C~:** พระเจ้าวิลเลียมผู้พิชิต *(ซึ่งข้ามมาจากฝรั่งเศสมายึดครองอังกฤษใน ค.ศ. 1066)*

conquest /ˈkɒŋkwest/'คองเคฺวซฺทฺ/ *n.* Ⓐ การพิชิต; **the Norman C~:** การพิชิตประเทศอังกฤษโดยวิลเลียมแห่งนอร์มังดีในปี ค.ศ. 1066; Ⓑ *(territory)* ดินแดนที่ถูกยึดครอง; Ⓒ *(fig.: of mountain)* การพิชิตยอดเขา

ˈcon rod *n. (Motor Veh. coll.)* ก้านลูกสูบ

consanguinity /kɒnsæŋˈgwɪnɪtɪ/คอนแซง'กฺวินิทิ/ *n.* การมีวงศ์ตระกูล *หรือ* บรรพบุรุษเดียวกัน

conscience /ˈkɒnʃəns/'คอนเชินซฺ/ *n.* จิตสำนึก, สติสัมปชัญญะ, ความรู้สึกผิดชอบชั่วดี; *(Philosophy)* มโนธรรม *(ร.บ.)*; **have a good** *or* **clear/bad** *or* **guilty ~:** มีสำนึกที่เชื่อว่าตนทำถูกต้อง/สำนึกในความผิด; **have no ~:** ขาดสติสัมปชัญญะ; **with a clear** *or* **easy ~:** ด้วยสำนึกที่เชื่อว่าตนทำในสิ่งที่ถูกต้อง; **have sth. on one's ~:** มี *ส.น.* ในใจที่ทำให้รู้สึกผิด; **that is still on my ~:** สิ่งนั้นยังติดค้างอยู่ในจิตสำนึกของฉัน; **in all ~:** จะโดยมาตรฐานใด ๆ ก็ตาม; *(without doubt)* โดยไม่ต้องสงสัยเลย; **freedom** *or* **liberty of ~:** เสรีภาพในการนับถือศาสนาใด; **a matter of ~:** เป็นเรื่องของจิตสำนึก

conscience: ~ clause *n. (Law)* ข้อยกเว้นในกฎหมายเพื่อปกป้องผู้นับถือศาสนาหรือลัทธิบางอย่าง; **~ money** *n.* เงินที่จ่ายเพื่อให้ตัวเองสบายใจขึ้น; **~-smitten, ~-stricken, ~-struck** *adjs.* รู้สึกไม่สบายใจเพราะสำนึกในความผิด

conscientious /kɒnʃɪˈenʃəs/คอนชิ'เอ็นเชิซ/ *adj.* ที่สำนึกในหน้าที่, ซึ่งประพฤติตนอย่างมีศีลธรรมรู้ผิดชอบชั่วดี; *(meticulous)* รอบคอบและละเอียดถี่ถ้วน; **~ objector** ผู้ที่ไม่ยอมปฏิบัติตามกฎเกณฑ์เนื่องจากเหตุผลทางศีลธรรม *(โดยเฉพาะไม่ยอมเข้ารับการเกณฑ์ทหาร)*

conscientiously /kɒnʃɪˈenʃəslɪ/คอนชิ'เอ็นเชิซลิ/ *adv.* อย่างสำนึกในหน้าที่; *(meticulously)* อย่างรอบคอบละเอียดถี่ถ้วน

conscientiousness /kɒnʃɪˈenʃəsnɪs/คอนชิ'เอ็นเชิซนิซ/ *n.* ความรู้สำนึกในหน้าที่; *(meticulousness)* ความรอบคอบละเอียดถี่ถ้วน

conscious /ˈkɒnʃəs/'คอนเชิซ/ ❶ *adj.* Ⓐ **be ~ of sth.** สำนึกถึง *ส.น.*; **he is ~ of his inferiority** เขาคอยแต่จะนึกถึงความด้อยของตนเอง; **I was ~ that ...:** ฉันรู้ดีว่า...; **I suddenly became ~ that ...:** อยู่ ๆ ฉันก็ตระหนักขึ้นมาว่า...; Ⓑ *pred. (awake)* รู้สึกตัว, มีสติ; **become ~:** รู้สึกตัว; **become ~ again** รู้สึกตัวอีกครั้ง, ฟื้นขึ้นมา; Ⓒ *(realized by doer)* *(การกระทำ, การตัดสิน)* รู้ตัว, โดยเจตนา; Ⓓ *(self-~)* ประหม่า ❷ *n.* จิตที่มีสติสัมปชัญญะ

consciously /ˈkɒnʃəslɪ/'คอนเชิซลิ/ *adv.* อย่างรู้ตัว, อย่างมีสติ; **be ~ superior** รู้ตัวว่าตนเองเหนือกว่า

consciousness /ˈkɒnʃəsnɪs/'คอนเชิซนิซ/ *n., no pl.* Ⓐ ความรู้ตัว, ความมีสติ; **lose/recover** *or* **regain ~:** เป็นลม/ฟื้นจากเป็นลม; Ⓑ *(totality of thought)* ความตระหนักร่วมกัน; **moral ~:** ความตระหนักร่วมกันในด้านศีลธรรมจรรยา; Ⓒ *(perception)* ความเข้าใจ, การตระหนัก, การรู้สึกตัว

conscript ❶ /kənˈskrɪpt/เคิน'ซกฺริพทฺ/ *v.t.* เกณฑ์, ระดมพล; **be ~ed into the army** ถูกเกณฑ์ทหาร, ถูกเรียกเข้าไปเป็นทหาร ❷ /ˈkɒnskrɪpt/'คอนซกฺริพทฺ/ *n.* ทหารเกณฑ์; **an army of ~s** กองทัพทหารเกณฑ์

conscription /kənˈskrɪpʃn/เคิน'ซกฺริพชั่น/ *n.* *(action)* การเกณฑ์ทหาร; *(compulsory military service)* การรับราชการทหารโดยการเกณฑ์

consecrate /ˈkɒnsɪkreɪt/'คอนซิเครทฺ/ *v.t.* *(Eccl.; also fig.)* สถาปนาให้เป็นสิ่งศักดิ์สิทธิ์, ทำให้เป็นสิ่งที่สักการะบูชา; **~ sb. a bishop** สถาปนา *ค.น.* ให้เป็นบิชอป

consecration /kɒnsɪˈkreɪʃn/คอนซิ'เครชั่น/ *n. (Eccl.; also fig.)* พิธีสถาปนาทางศาสนา, การทำให้เป็นสิ่งศักดิ์สิทธิ์

consecutive /kənˈsekjʊtɪv/เคิน'เซ็คคิวทิฺว/ *adj.* Ⓐ *(following continuously)* *(เดือน, วัน)* ซึ่งตามมาอย่างต่อเนื่อง, *(ตัวเลข)* ที่เรียงกัน; **this is the fifth ~ day that ...:** วันนี้เป็นวันที่ 5 ติดต่อกันมาที่...; Ⓑ *(in logical sequence)* เรียงลำดับกันตามเหตุผล; Ⓒ *(Ling.)* ซึ่งแสดงถึงผลลัพธ์ที่ตามมา; **~ clause** ประโยคซึ่งแสดงผลลัพธ์

consecutive interpreˈtation *n.* การแปลหลังพูดจบข้อความเป็นช่วง ๆ

consecutively /kənˈsekjʊtɪvlɪ/เคิน'เซ็คคิวทิฺวลิ/ *adv.* โดยเรียงมาตามลำดับ, โดยตามมาอย่างต่อเนื่อง

consensual /kənˈsenʃʊəl/เคิน'เซ็นชุเอิล/ *adj.* ที่เห็นชอบด้วยกันทั้งสองฝ่าย

consensus /kənˈsensəs/เคิน'เซ็นเซิซ/ *n.* การเห็นพ้องต้องกัน, มติมหาชน; *(การเมือง, การปกครอง)* ของเสียงส่วนใหญ่; **the general ~ is that ...:** มติทั่วไปเห็นว่า...; **the ~ of opinion is in favour of the amendment** เสียงส่วนใหญ่สนับสนุนให้มีการแก้ไข

consent /kənˈsent/เคิน'เซ็นทฺ/ ❶ *v.i.* อนุญาต, ยินยอม, เห็นชอบ; **~ to sth.** ยินยอมต่อ *ส.น.*; **~ to do sth.** ยินยอมทำ *ส.น.*; **~ing adult** ผู้ใหญ่ซึ่งยินยอมใน *ส.น.* *(โดยเฉพาะการรักร่วมเพศ)* ❷ *n.* Ⓐ *(agreement)* การยินยอม, การตกลง, ความเห็นชอบ; **by common** *or* **general ~:** โดยความเห็นชอบร่วมกัน; *(as wished by all)* ตามที่ทุกคนปรารถนา; **age of ~:** วัยที่มีเพศสัมพันธ์ได้โดยถูกต้องตามกฎหมาย; Ⓑ *(permission)* การ

C

อนุญาต, การอนุมัติ; **give/refuse [sb.] one's ~:** ยอม/ไม่ยอมอนุญาต [แก่ *ค.น.*]

consequence /ˈkɒnsɪkwəns, US -kwens/ ˈคอนซิเควินซ/ *n.* Ⓐ *(result)* ผลลัพธ์, ผล; **in ~:** โดยมีผลว่า...; **in ~ of** เป็นผลจาก; **as a ~:** ผลลัพธ์ก็คือว่า...; **as a ~ of** เป็นผลจาก; **with the ~ that ...:** โดยมีผลลัพธ์ที่ว่า...; **accept** *or* **take the ~s** ยอมรับผลกรรมที่ตามมา; Ⓑ *(importance)* ความสำคัญ; **be of no ~:** ไม่มีความสำคัญ; **nothing of ~:** ไม่ได้เป็นสิ่งสำคัญ; **persons of [no] ~** *(significant)* บุคคลที่ [ไม่] มีความสำคัญ; *(influential, high-ranking)* บุคคลที่ [ไม่] มีอิทธิพล, บุคคลที่ [ไม่] มีตำแหน่งสูง; **he's of no ~:** เขาไม่มีความสำคัญ

consequent /ˈkɒnsɪkwənt, US -kwent/ ˈคอนซิเควินทฺ/ *adj.* Ⓐ *(resultant)* อนุบท *(ร.บ.)*, เป็นผลลัพธ์, เป็นผลตามมา; *(following in time)* ไล่หลังมา, ถัดมา; **be ~ [up]on sth.** *(formal)* เป็นผลลัพธ์ของ *ส.น.*; Ⓑ *(logically consistent)* ต่อเนื่องกันตามหลักเหตุผล

consequential /kɒnsɪˈkwenʃl/คอนซิˈเควิ้นช'ล/ *adj.* Ⓐ *(resulting)* เป็นผลตามมา; *(following in time)* ไล่หลังมา, ถัดมา; Ⓑ *(indirectly following)* ซึ่งเป็นผลทางอ้อม; **~ damage[s]** ความเสียหายที่ตามมา; Ⓒ *(self-important)* สำคัญตนผิด, ซึ่งทนงตนเอง

consequentially /kɒnsɪˈkwenʃəlɪ/คอนซิˈเควิ้นเชอะลิ/ *adv.* Ⓐ *(indirectly)* โดยทางอ้อม; Ⓑ *(self-importantly)* อย่างสำคัญตนผิด

consequently /ˈkɒnsɪkwəntlɪ/ˈคอนซิเควินทฺลิ/ *adv.* ด้วยเหตุนั้น, เพราะฉะนั้น

conservancy /kənˈsɜːvənsɪ/เคินˈเซอเวินซิ/ *n.* Ⓐ *(Brit.: conserving body)* คณะกรรมการควบคุม/อนุรักษ์สิ่งแวดล้อม; **the Nature C~:** คณะกรรมการอนุรักษ์ธรรมชาติ; **the Thames C~:** คณะกรรมการอนุรักษ์แม่น้ำเทมส์; Ⓑ *(preservation)* การอนุรักษ์

conservation /kɒnsəˈveɪʃn/คอนเซอะˈเวช'น/ *n.* Ⓐ *(preservation)* การสงวน, การพิทักษ์รักษา, การอนุรักษ์; *(wise utilization)* การใช้ *(ทรัพยากร)* อย่างประหยัด; **wildlife ~:** การอนุรักษ์สัตว์ป่า; Ⓑ *(Phys.)* **~ of energy/momentum** การประหยัดพลังงาน/โมเมนตัม

conserˈvation area *n. (Brit.) (rural)* พื้นที่อนุรักษ์, บริเวณป่าสงวน; *(urban)* เขตอนุรักษ์

conservationist /kɒnsəˈveɪʃənɪst/คอนเซอะˈเวเชอะนิซทฺ/ *n.* นักอนุรักษ์สิ่งแวดล้อม

conservation: ~ officer *n.* เจ้าหน้าที่อนุรักษ์; **~ site** *n.* สถานที่อนุรักษ์

conservatism /kənˈsɜːvətɪzəm/เคินˈเซอเวอะทิเซิม/ *n.* อนุรักษ์นิยม

conservative /kənˈsɜːvətɪv/เคินˈเซอเวอะทิว/ ❶ *adj.* Ⓐ *(conserving)* ซึ่งเก็บรักษาไว้, ซึ่งพยายามสงวนไว้; **~ surgery** การผ่าตัดเพื่อรักษาอวัยวะไว้; Ⓑ *(averse to change)* ไม่ชอบการเปลี่ยนแปลง, อนุรักษ์นิยม; Ⓒ *(not too high)* *(การประเมินราคา)* ไม่สูงเกินไป; **at a ~ estimate** โดยคำนวณให้ต่ำไว้, โดยคำนวณไว้ระดับกลาง ๆ; Ⓓ *(avoiding extremes)* ธรรมดา, เป็นแบบกลาง ๆ, เดินสายกลาง *(รสนิยม, ทัศนคติ)*; **~ in his dress** แต่งกายแบบเรียบง่าย; Ⓔ *(Brit. Polit.)* อนุรักษ์นิยม; **the C~ Party** พรรคอนุรักษ์นิยม ❷ *n.* Ⓐ **C~** *(Brit. Polit.)* สมาชิกพรรคอนุรักษ์นิยม; Ⓑ *(conservative person)* ผู้ที่มีความคิดแบบอนุรักษ์นิยม

conservatively /kənˈsɜːvətɪvlɪ/เคินˈเซอเวอะทิวลิ/ *adv.* อย่างระมัดระวัง, อย่างระดับกลาง ๆ; **~ estimated** คิดคำนวณไว้ระดับกลาง ๆ

conservatoire /kənˈsɜːvətwɑː(r)/เคินˈเซอเวอะทวา(ร)/ *n. (school of music)* สถาบันดนตรี; *(school of other arts)* สถาบันศิลปะ

conservatory /kənˈsɜːvətərɪ, US -tɔːrɪ/เคินˈเซอเวอะเทอะริ, -ทอริ/ *n.* Ⓐ *(greenhouse)* เรือนกระจกปลูกต้นไม้; Ⓑ *(Amer.)* ➡ **conservatoire**

conserve /kənˈsɜːv/เคินˈเซิว/ ❶ *v.t.* Ⓐ อนุรักษ์ *(รูปภาพ, ตึกเก่า)*; รักษา *(ความเชื่อถือ, หลักการ)*; คนจม *(สุขภาพ)*; ออม *(แรง)*; **~ old building** อนุรักษ์อาคารเก่า; Ⓑ *esp. in p.p. (Phys.)* ประหยัด *(แรงผลักดัน, พลังงาน)* ❷ *n. often in pl.* **~s** ผลไม้กวน *หรือ* เชื่อม, แยม *(ท.ศ.)*

consider /kənˈsɪdə(r)/เคินˈซิดเดอะ(ร)/ *v.t.* Ⓐ *(look at)* พิจารณา; *(think about)* ไตร่ตรอง; **~ sth.** ไตร่ตรอง *ส.น.*; **please ~ my suggestion** โปรดพิจารณาข้อแนะนำของฉัน; Ⓑ *(weigh merits of)* พินิจพิเคราะห์, ชั่งใจ; **he's ~ing emigrating** เขากำลังชั่งใจตนเองเรื่องการอพยพย้ายถิ่นฐาน; **five candidates are being ~ed** ผู้สมัคร 5 คนกำลังอยู่ในขั้นพิจารณา; Ⓒ *(reflect)* ตรึกตรอง, ใคร่ครวญ; **you must ~ that you/whether or not you ...:** คุณต้องใคร่ครวญดูว่าคุณ...หรือไม่; **just ~!** ลองคิดดูซี่!; Ⓓ *(have opinion)* มีความเห็นว่า...; **we ~ that you are not to blame** พวกเรามีความเห็นกันว่าคุณไม่ผิด; Ⓔ *(regard as)* ถือว่า, มองว่า; **I ~ him [to be** *or* **as] a swindler** ฉันถือว่าเขาเป็นคนหลอกลวง; **do you ~ yourself educated?** คุณมองตัวคุณเองว่าเป็นคนมีการศึกษาดีหรือเปล่า; **~ yourself under arrest** ขอให้ถือว่าคุณถูกจับแล้ว; **she is ~ed a great beauty** ผู้คนถือว่าเธอเป็นคนสวยมาก; Ⓕ *(allow for)* คำนึงถึง; **~ other people's feelings** คำนึงถึงความรู้สึกของผู้อื่น; **all things ~ed** เมื่อพิจารณาทุกแง่มุม

considerable /kənˈsɪdərəbl/เคินˈซิดเดอะเรอะบ'ล/ *adj.* Ⓐ *(no little)* *(ความยากลำบาก, อุปสรรค)* ไม่ใช่น้อย; *(ความสุข)* อย่างมาก; *(Amer.: large)* *(ตึก, อัญมณี)* ขนาดใหญ่; Ⓑ *(important)* *(บุคคล, ศิลปิน)* สำคัญ

considerably /kənˈsɪdərəblɪ/เคินˈซิดเดอะเรอะบลิ/ *adv.* อย่างสูง, อย่างยิ่ง; *(in amount)* ไม่ใช่น้อย ๆ, อย่างมาก

considerate /kənˈsɪdərət/เคินˈซิดเดอะเริท/ *adj.* รู้จักเกรงใจ, รู้จักเอาใจ; *(thoughtfully kind)* มีจิตใจดี, มีน้ำใจ; **be ~ to[wards] sb.** นึกถึงใจของ *ค.น.*

considerately /kənˈsɪdərətlɪ/เคินˈซิดเดอะเริทลิ/ *adv.* อย่างรู้จักเกรงใจ; *(obligingly)* อย่างพร้อมที่จะช่วยเหลือ, อย่างเห็นอกเห็นใจ

considerateness /kənˈsɪdərətnɪs/เคินˈซิดเดอะเริทนิซ/ *n.* ความรู้จักเกรงใจ; *(obligingness)* ความพร้อมที่จะช่วยเหลือ, ความเห็นอกเห็นใจ

consideration /kənsɪdəˈreɪʃn/เคินซิเดอะˈเรช'น/ *n.* Ⓐ การตรึกตรอง, การใคร่ครวญ; *(meditation)* การพิจารณา; **take sth. into ~:** นำ *ส.น.* มาใคร่ครวญ; **give sth. one's ~:** ใคร่ครวญ *ส.น.*; **the matter is under ~:** เรื่องนี้กำลังพิจารณาอยู่; **in ~ of** ในการใคร่ครวญเรื่องนี้; **leave sth. out of ~:** ไม่นำมา *ส.น.* พิจารณา; Ⓑ *(thoughtfulness)* ความเกรงใจผู้อื่น, การเห็นอกเห็นใจ; **show ~ for sb.** แสดงความเกรงใจ *ค.น.*; Ⓒ *(sth. as reason)* เหตุผล, ปัจจัย; **time is an important ~ in this case** เวลาเป็นปัจจัยหลักในกรณีนี้; Ⓓ *(payment)* ค่าใช้จ่าย, ค่าตอบแทน; **for a ~:** เพื่อค่าตอบแทน

considered /kənˈsɪdəd/เคินˈซิดเดิด/ *adj.* Ⓐ **~ opinion** ความเห็นที่คิดรอบคอบแล้ว; Ⓑ **be highly ~ [by others]** ได้รับการยกย่องอย่างสูง [จากผู้อื่น]

considering /kənˈsɪdərɪŋ/เคินˈซิดเดอะริง/ *prep.* **~ sth.** เมื่อคำนึงถึง *ส.น.*; **~ [that] ...:** เมื่อคำนึงถึงว่า...; **that's not so bad, ~** *(coll.)* เมื่อพิจารณาทุกสิ่งแล้ว สิ่งนั้นไม่เลวร้ายเท่าไรหรอก

consign /kənˈsaɪn/เคินˈซายนฺ/ *v.t.* Ⓐ มอบหมาย (to แก่); **~ a child to its uncle's care** มอบหมายเด็กให้อยู่ในความดูแลของลุง; **~ sth. to the scrap heap** *(lit. or fig.)* โยน *ส.น.* เข้ากองขยะ; **~ a letter to the flames** เอาจดหมายไปเผาไฟ; Ⓑ *(Commerc.)* ส่งสินค้า/จดหมาย/พัสดุภัณฑ์; **~ goods to ...:** ส่งสินค้าไปยัง...

consignee /kɒnsaɪˈniː/คอนซายˈนี/ *n. (of goods on consignment)* ผู้รับมอบ, ผู้รับสินค้า

consignment /kənˈsaɪnmənt/เคินˈซายนฺเมินทฺ/ *n. (Commerc.)* Ⓐ *(consigning)* การส่งไป (to ยัง); **~ note** ใบแจ้งส่งของ; Ⓑ *(goods)* สิ่งของ, สินค้าที่ส่งไป

consist /kənˈsɪst/เคินˈซิซทฺ/ *v.i.* Ⓐ **~ of** ประกอบด้วย; Ⓑ **~ in** อยู่ที่, เกิดจาก...

consistence /kənˈsɪstəns/เคินˈซิซเตินซฺ/, **consistency** /kənˈsɪstənsɪ/เคินˈซิซเตินซิ/ *ns.* Ⓐ *(density)* ความแน่นหนา; *(of thick liquids)* ความเข้มข้น; **mixtures of various consistencies** ส่วนผสมของของเหลวที่เข้มข้นต่าง กัน; Ⓑ *(being consistent)* การไม่เปลี่ยนแปลง, ความคงเส้นคงวา; **~ of style** ความคงเส้นคงวาของรูปแบบ

consistent /kənˈsɪstənt/เคินˈซิซเตินทฺ/ *adj.* Ⓐ *(compatible)* สอดคล้องกัน, ไปกันได้; **be ~ with sth.** สอดคล้องกับ; Ⓑ *(uniform)* *(คุณภาพ)* สม่ำเสมอ, คงที่, คงเส้นคงวา; **~ quality** คุณภาพที่คงที่; Ⓒ *(adhering to principles)* มั่นคง, ซื่อตรงต่อหลักการ

consistently /kənˈsɪstəntlɪ/เคินˈซิซเตินทฺลิ/ *adv. (compatibly, in harmony)* อย่างไปกันได้, อย่างสอดคล้องกัน; *(uniformly)* อย่างทนนาน, อย่างมีเอกภาพ; *(persistently)* อย่างไม่เลิกรา, อย่างเพียรพยายาม

consistory /kənˈsɪstərɪ, US -tɔːrɪ/เคินˈซิซเตอะริ/ *n. สภาพระราชาคณะในคริสต์ศาสนาที่บริหารงานฝ่ายศาสนจักร*

consolation /kɒnsəˈleɪʃn/คอนเซอะˈเลช'น/ *n.* Ⓐ *(act)* การปลอบโยน; **words of ~:** คำปลอบโยน; **a letter of ~:** จดหมายแสดงความเสียใจ; Ⓑ *(consoling circumstance)* สภาวะที่ช่วยปลอบใจ, เครื่องปลอบใจ; **that's one ~!** นั่นเป็นสิ่งปลอบใจอย่างหนึ่ง

consoˈlation prize *n.* รางวัลปลอบใจ

consolatory /kənˈsɒlətərɪ, US -tɔːrɪ/เคินˈซอเลอะเทอะริ/ *adj.* ที่ปลอบประโลมใจ

[1]**console** /kənˈsəʊl/คอนˈโซล/ *v.t.* ปลอบใจ; **~ sb. for a loss** ปลอบโยน *ค.น.* เนื่องจากมีการสูญเสีย

[2]**console** /ˈkɒnsəʊl/ˈคอนโซล/ *n.* Ⓐ *(Mus.)* *ส่วนของเครื่องดนตรีชนิดออร์แกนที่เป็นตู้บรรจุคีย์บอร์ด;* Ⓑ *(panel)* แผงหน้าปัดควบคุม *(อุปกรณ์อิเล็กทรอนิกส์, เครื่องจักรกล ฯลฯ)*; Ⓒ *(cabinet)* ตู้ใส่โทรทัศน์

consolidate /kənˈsɒlɪdeɪt/เคินˈซอลิเดท/ ❶ *v.t.* Ⓐ *(strengthen)* เสริม *(กำลัง)*; **~ one's power** เสริมอำนาจของตน; *(fig.)* ทำให้แข็งแกร่ง, ทำให้มั่นคง *(ตำแหน่ง, ฐานะ)*; Ⓑ *(combine)* รวมกัน, ทำให้เป็นหนึ่งเดียว *(พื้นที่, บริษัท)*

❷ *v.i.* Ⓐ *(become solid)* แข็งแรง, มั่นคง, เป็นปึกแผ่น; Ⓑ *(merge) (บริษัท, หนี้สิน)* รวมเป็นหนึ่งเดียว

consolidation /kənsɒlɪ'deɪʃn/เคินซอลิ'เดช'น/ *n., no pl.* Ⓐ *(strengthening)* การเสริมความแข็งแกร่ง, การทำให้มั่นคง; Ⓑ *(unification)* การรวมกันให้เป็นหนึ่งเดียว

consoling /kən'səʊlɪŋ/เคิน'โซลิง/ *adj.* ปลอบประโลม

consommé /kən'sɒmeɪ/เคิน'ซอเม/ *n.* ซุปใส

consonance /'kɒnsənəns/'คอนเซอะเนินซฺ/ *n.* Ⓐ *(Mus.)* ตัวโน้ตที่ประสานเสียงกันดี; Ⓑ *(fig. formal)* ความสอดคล้อง, การผสมกลมกลืน; **actions which were not in ~ with his words** การกระทำที่ไม่สอดคล้องกับคำพูดของเขา; Ⓒ *(Phonet.)* การที่เสียงพยัญชนะคล้ายกัน, สัมผัสพยัญชนะ

consonant /'kɒnsənənt/'คอนเซอะเนินทฺ/ ❶ *n.* พยัญชนะ; **~ shift** การเลื่อนเสียงพยัญชนะ ❷ *adj.* Ⓐ *(formal)* **be ~ with** *or* **to sth.** สอดคล้องกับ *ส.น.*; Ⓑ *(Mus.)* ประสานเสียงกัน; Ⓒ *(Phonet.)* มีเสียงพยัญชนะเหมือนกัน, มีสัมผัสพยัญชนะ

consonantal /kɒnsə'næntl/คอนเซอะ'แนนท'ล/ *adj. (Phonet.)* เป็นพยัญชนะ

[1]**consort** /'kɒnsɔːt/'คอนซอท/ *n.* มเหสี; **the prince ~:** เจ้าชายที่เป็นพระสวามีของพระราชินีผู้ปกครองแผ่นดิน, พระสวามี

[2]**consort** /kən'sɔːt/เคิน'ซอท/ *v.i.* Ⓐ *(keep company)* ติดต่อ, ข้องแวะ, มั่วสุมอยู่ (**with** กับ); **he'd been ~ing with known criminals** เขามั่วสุมอยู่กับอาชญากรที่เป็นที่รู้จักดี; Ⓑ *(arch.: agree)* เห็นพ้อง, สอดคล้อง; **they ~ed ill together** พวกเขาเข้ากันไม่ได้เลย

[3]**consort** /'kɒnsɔːt/'คอนซอท/ *n. (Mus.)* วงดนตรีที่เล่นเพลงยุคเก่า ๆ

consortium /kən'sɔːtɪəm/เคิน'ซอเทียม/ *n., pl.* **consortia** /kən'sɔːtɪə/เคิน'ซอเทีย/ *(association)* สมาคมบริษัท, บริษัทค้าร่วม

conspectus /kən'spektəs/เคิน'ซเป็คเทิซ/ *n.* การสำรวจอย่างกว้าง ๆ

conspicuous /kən'spɪkjʊəs/เคิน'ซปิคคิวเอิซ/ *adj.* Ⓐ *(clearly visible)* เตะตา, สะดุดตา, เด่น; **make oneself ~:** ทำให้ตนเองเป็นที่สังเกต; **leave sth. in a ~ position** วาง *ส.น.* ไว้ให้เห็นได้ชัด; Ⓑ *(noticeable)* เป็นที่สังเกตได้; **make oneself ~ by one's absence** ทำตนให้เป็นที่สังเกตด้วยการไม่ปรากฏตัว; **~ expenditure/consumption** ค่าใช้จ่ายอันมหาศาล/การบริโภคแบบอวดความร่ำรวย; Ⓒ *(obvious, noteworthy)* เห็นได้ชัด, สะดุดตา, พึงจดจำ; **~ beauty** ความงามที่สะดุดตา; **~ for their loyalty** ความจงรักภักดีของพวกเขาเป็นที่น่าจดจำ; **the most ~ example** ตัวอย่างที่เด่นที่สุด

conspicuously /kən'spɪkjʊəslɪ/เคิน'ซปิคคิวเอิซลิ/ *adv.* Ⓐ *(very visibly)* อย่างสะดุดตา, อย่างเป็นที่สังเกต; Ⓑ *(obviously)* อย่างโจ่งครึ่ม, อย่างชัดเจน

conspicuousness /kən'spɪkjʊəsnɪs/เคิน'ซปิคคิวเอิซนิซ/ *n., no pl.* Ⓐ *(being clearly visible)* การเป็นเป้าสายตา, ความสะดุดตา; Ⓑ *(obviousness)* ความโจ่งครึ่ม, ความเด่นชัด

conspiracy /kən'spɪrəsɪ/เคิน'ซปิเระซิ/ *n.* Ⓐ *(conspiring)* การสมคบกัน, การสมรู้ร่วมคิด; **be in ~ against sb.** สมคบกันคิดร้ายต่อ *ค.น.*; Ⓑ *(plot)* แผนประทุษร้าย; **form a ~:** วางแผนประทุษร้าย; **~ of silence** การพร้อมใจกันนิ่งเงียบ; Ⓒ *(Law)* การสมรู้ร่วมคิด, การสมคบกัน; **~ to murder** การสมคบกันทำฆาตกรรม

conspirator /kən'spɪrətə(r)/เคิน'ซปิเระเทอะ(ร)/ *n.* ผู้สมรู้ร่วมคิด, ผู้ร่วมวางแผนประทุษร้าย

conspiratorial /kənspɪrə'tɔːrɪəl/เคินซฺปิเระ'ทอเรียล/ *adj.* ที่สมรู้ร่วมคิด

conspire /kən'spaɪə(r)/เคิน'ซปายเออะ(ร)/ *v.i. (lit. or fig.)* สมรู้ร่วมคิด, สมคบ

constable /'kʌnstəbl, US 'kɒn-/'คันซเตอะบ'ล, 'คอน-/ *n.* ➤ 489 Ⓐ *(Brit.)* ➡ **police constable**; Ⓑ *(Brit.)* **Chief C~:** ผู้บังคับการตำรวจ

constabulary /kən'stæbjʊlərɪ, US -lerɪ/เคิน'ซแตบิวเลอะริ, -เละริ/ ❶ *n.* กรมตำรวจ; *(unit)* กองกำลังตำรวจ ❷ *adj.* เกี่ยวกับกรมตำรวจ

constancy /'kɒnstənsɪ/'คอนซเตินซิ/ *n.* Ⓐ *(steadfastness)* ความแน่วแน่มั่นคง; Ⓑ *(faithfulness)* ความภักดี; Ⓒ *(unchangingness)* ความคงเส้นคงวา; *(uniformity)* ความเป็นน้ำหนึ่งใจเดียวกัน

constant /'kɒnstənt/'คอนซเตินทฺ/ ❶ *adj.* Ⓐ *(unceasing)* ไม่หยุดหย่อน, ตลอดเวลา; **it's ~ laughter when they're around** มีเรื่องให้หัวเราะกันตลอดเวลาตอนพวกเขาอยู่ที่นี่; **be a ~ reminder of sth./sb.** เป็นสิ่งที่เตือนใจให้นึกถึง *ส.น./ค.น.* อยู่ตลอดเวลา; **we had ~ rain** เราเจอฝนที่ตกอย่างไม่รู้จักหยุด; **there was a ~ stream of traffic** มียวดยานแล่นอย่างไม่ขาดสาย; Ⓑ *(unchanging)* คงเดิม, ไม่เปลี่ยนแปลง; Ⓒ *(steadfastly)* มั่นคง, แน่วแน่; **be ~ in one's determination** มั่นคง/แน่วแน่ในความตั้งใจของตน; Ⓓ *(faithful)* ภักดี; **be ~ [to sb.]** ภักดีต่อ *ค.น.* ❷ *n. (Phys., Math)* ค่าคงตัว

constantly /'kɒnstəntlɪ/'คอนซเตินทฺลิ/ *adv.* Ⓐ *(unceasingly)* อย่างไม่มีหยุด, อย่างตลอดเวลา; Ⓑ *(unchangingly)* อย่างไม่เปลี่ยนแปลง, อย่างคงที่; Ⓒ *(steadfastly)* อย่างมั่นคง, อย่างแน่วแน่; Ⓓ *(faithfully)* อย่างภักดี

constellation /kɒnstə'leɪʃ(ə)n/คอนซเตอะ'เลช'น/ *n.* กลุ่มดวงดาวที่มองเห็นเป็นรูปต่าง ๆ

consternation /kɒnstə'neɪʃn/คอนซเตอะ'เนช'น/ *n.* ความตกอกสั่นขวัญหาย; *(confusion)* ความสับสนวุ่นวายใจ; **in ~:** ในสภาพตกอกสั่นขวัญหาย; **be filled with ~:** เต็มไปด้วยความรู้สึกสับสนวุ่นวายใจ

constipate /'kɒnstɪpeɪt/'คอนซติเพท/ *v.t.* ทำให้เกิดอาการท้องผูก; **be ~d** มีอาการท้องผูก

constipation /kɒnstɪ'peɪʃn/คอนซติ'เพช'น/ *n.* ➤ 453 อาการท้องผูก

constituency /kən'stɪtjʊənsɪ/เคิน'ซติทิวเอินซิ/ *n. (voters)* กลุ่มผู้มีสิทธิลงคะแนนเสียงเลือกตั้งในเขตใด ๆ; *(area)* เขตเลือกตั้ง

constituent /kən'stɪtjʊənt/เคิน'ซติททิวเอินทฺ/ ❶ *adj. (composing a whole)* **~ part** ส่วนประกอบ; **~ member** สมาชิกรายย่อย; **the ~ gases in air/~ parts of water** ก๊าซต่าง ๆ ซึ่งประกอบเป็นอากาศ/ส่วนประกอบต่าง ๆ ของน้ำ ❷ *n.* Ⓐ *(component part)* ส่วนประกอบ; Ⓑ *(member of constituency)* ผู้มีสิทธิลงคะแนนเสียงในแต่ละเขตเลือกตั้ง

constitute /'kɒnstɪtjuːt/'คอนซติททิวทฺ/ *v.t.* Ⓐ *(from)* เป็น; **~ a threat to sth.** เป็นอันตรายต่อ *ส.น.*; Ⓑ *(make up)* ทำขึ้น, สร้างขึ้น; **be ~d of bricks and mortar** สร้างด้วยอิฐและปูน; Ⓒ *(give legal form to)* ก่อตั้งอย่างถูกกฎหมาย *(พรรค, อุปกรณ์, คณะกรรมการ)*

constitution /kɒnstɪ'tjuːʃn, US -'tuːʃn/คอนซติ'ทิวช'น/ *n.* Ⓐ *(of person)* สภาพ *(ทางร่างกาย, ทางจิต)*; Ⓑ *(mode of State organization)* โครงสร้างของรัฐ; Ⓒ *(body of laws and principles)* รัฐธรรมนูญ; **written ~:** รัฐธรรมนูญอันเป็นลายลักษณ์อักษร; Ⓓ *(giving legal form)* การก่อตั้งตามกฎหมาย

constitutional /kɒnstɪ'tjuːʃənl, US -'tuː-/คอนซติ'ทิวเชอะน'ล, -'ทู-/ ❶ *adj.* Ⓐ *(of bodily or mental constitution)* แห่งสภาพร่างกาย/จิตใจ; Ⓑ *(Polit.) (of constitution)* แห่งรัฐธรรมนูญ; *(authorized by or in harmony with constitution)* ภายใต้รัฐธรรมนูญ; **~ monarchy** พระมหากษัตริย์ภายใต้รัฐธรรมนูญ; **~ law** กฎหมายที่บัญญัติในรัฐธรรมนูญ; Ⓒ *(essential)* จำเป็นอย่างยิ่ง, สำคัญยิ่ง ❷ *n.* การเดินออกกำลังกาย

constitutionality /kɒnstɪtjuːʃə'nælətɪ, US -tuː-/คอนซติทิวเชอะ'แนลิทิ, -ทู-/ *n., no pl.* การปฏิบัติตามรัฐธรรมนูญ, การเคารพในรัฐธรรมนูญ

constitutionally /kɒnstɪ'tjuːʃənəlɪ, US -'tuː-/คอนซติ'ทิวเชอะเนอะลิ, -'ทู-/ *adv.* Ⓐ *(in bodily or mental constitution)* ในแง่สภาพร่างกาย/จิตใจ; Ⓑ *(Polit.)* โดยเป็นไปตามรัฐธรรมนูญ; Ⓒ *(essentially)* อย่างจำเป็นยิ่งยวด

constrain /kən'streɪn/เคิน'ซเตรน/ *v.t.* Ⓐ บังคับ; Ⓑ *(confine)* กักขัง; *(fig.)* ระงับความรู้สึก, ฝืนใจ

constrained /kən'streɪnd/เคิน'ซเตรนดฺ/ *adj.* ถูกบีบบังคับ; *(การพูดคุย)* ฝืนความรู้สึก; *(ท่าทาง)* ไม่เป็นธรรมชาติ

constraint /kən'streɪnt/เคิน'ซเตรนทฺ/ *n.* Ⓐ การบังคับ; **he felt himself under some ~ to speak** เขารู้สึกว่าถูกบีบบังคับให้ต้องพูด; Ⓑ *(confinement)* การกักขัง; *(limitation)* การจำกัด, ข้อจำกัด; Ⓒ *(restraint)* การสะกดกั้นความรู้สึก, ความสงบเสงี่ยม; **the atmosphere was one of ~:** บรรยากาศมีลักษณะของความสงบเสงี่ยม

constrict /kən'strɪkt/เคิน'ซตริคทฺ/ *v.t. (make narrow)* ทำให้แคบลง; *(เสื้อผ้า)* รัด *(เอว, คอ)*; **roadworks are ~ing the flow of traffic** การซ่อมถนนทำให้ช่องทางจราจรแคบลง

constriction /kən'strɪkʃn/เคิน'ซตริคช'น/ *n. (narrowing)* การทำให้ตีบ *หรือ* แคบ; **~ of the neck/throat/blood vessels** คอคอด/ลำคอตีบ/เส้นเลือดตีบ

construct ❶ /kən'strʌkt/เคิน'ซตรัคทฺ/ *v.t.* Ⓐ *(build)* สร้าง; *(fig.)* ก่อตั้ง *(แผน, ทฤษฎี)*; พัฒนา *(ความคิด)*; Ⓑ *(Ling.)* สร้าง; *(Geom.: draw)* วาด, ลากเส้น ❷ /'kɒnstrʌkt/'คอนซตรัคทฺ/ *n.* Ⓐ สิ่งที่สร้างขึ้น; Ⓑ *(Ling.)* โครงสร้างทางไวยากรณ์

construction /kən'strʌkʃn/เคิน'ซตรัคช'น/ *n.* Ⓐ *(constructing)* การสร้าง; *(of sentence)* การแต่งประโยค; *(fig.) (of empire, kingdom)* การก่อตั้ง; *(of plan, syllabus)* การวางแผน; *(of idea)* การพัฒนา; **~ work** งานก่อสร้าง; **~ worker** ➤ 489 คนงานก่อสร้าง; **of wooden ~:** ที่สร้างด้วยไม้; **be under ~:** อยู่ในระหว่างก่อสร้าง; Ⓑ *(thing constructed)* สิ่งก่อสร้าง; *(fig.)* สิ่งที่สร้างสรรค์ขึ้นมา; **a wooden ~:** อาคารไม้; Ⓒ *(Ling.)* โครงสร้าง; *(Geom.: drawing)* การวาด, การลากเส้น; Ⓓ *(interpretation)* การตีความ; **what ~ would you put upon ...?** คุณจะตีความอย่างไร...

C

C

constructional /kən'strʌkʃenl/เคิน'ชตฺรัคเชอะนฺ'ล/ *adj.* เกี่ยวกับการก่อสร้าง; *(ส่วน, วัสดุ, แผน)* ก่อสร้าง; **~ kit** กล่องอุปกรณ์ต่าง ๆ ที่ใช้ในการก่อสร้าง; **~ toy** ของเล่นที่มีส่วนประกอบให้เด็กหัดสร้างสิ่งต่าง ๆ

constructive /kən'strʌktɪv/เคิน'ชตฺรัคทิฺว/ *adj.* Ⓐ *(of construction; of structure of building)* เกี่ยวกับการก่อสร้าง, เกี่ยวกับโครงสร้างของอาคาร; **~ material** วัสดุก่อสร้าง; **~ worker** คนงานก่อสร้าง; Ⓑ *(tending to construct) (การวิจารณ์, วิธีการ)* เชิงสร้างสรรค์; Ⓒ *(helpful) (คำแนะนำ, มุมมอง)* ซึ่งเป็นประโยชน์ Ⓓ *(inferred)* ทางอ้อม

constructively /kən'strʌktɪvlɪ/เคิน'ชตฺรัคทิวลิ/ *adv.* Ⓐ *(in construction)* ในด้านการก่อสร้าง; Ⓑ *(helpfully)* อย่างเป็นประโยชน์, อย่างสร้างสรรค์

construe /kən'stru:/เคิน'ชตฺรู/ *v.t.* Ⓐ *(Ling.) (combine)* ใช้ร่วมกัน *(เช่น rely ใช้ร่วมกับคำว่า on); (analyse)* วิเคราะห์โครงสร้างประโยค; *(translate)* แปล; Ⓑ *(interpret)* ตีความ; **I ~d his words as meaning that ...:** ฉันตีความคำพูดของเขาว่า...

consul /'kɒnsl/'คอนซฺ'ล/ *n.* กงสุล

consular /'kɒnsjʊlə(r), US -səl-/'คอนซิวเลอะ(ร)/ *adj. (of State agent)* แห่ง *หรือ* เกี่ยวกับกงสุล; **~ rank** ตำแหน่งกงสุล

consulate /'kɒnsjʊlət, US -səl-/'คอนซิวเลิท/ *n.* Ⓐ *(period)* วาระการดำรงตำแหน่งกงสุล; Ⓑ *(establishment)* สถานกงสุล; Ⓒ *(Roman & French Hist.)* ยุทธการปกครอง *(ในฝรั่งเศสระหว่างปี ค.ศ. 1799-1804)*

consulship /'kɒnslʃɪp/'คอนซฺ'ลชิพ/ ➡ **consulate** A, C

consult /kən'sʌlt/เคิน'ซัลทฺ/ ❶ *v.i.* ปรึกษา; **~ together** ปรึกษากัน ❷ *v.t.* Ⓐ *(seek information from)* หาข้อมูลใน *(ตำรา, หนังสือ);* ขอคำปรึกษา *(ผู้เชี่ยวชาญ, แพทย์);* **~ a list/book** เปิดรายชื่อ/หนังสือค้นหาข้อมูล; **~ one's watch** ดูนาฬิกา; **~ a dictionary** ค้นหา *(คำ)* ในพจนานุกรม; **~ an oracle** ขอคำแนะนำจากผู้พยากรณ์; Ⓑ *(consider)* คำนึงถึง

consultancy /kən'sʌltənsɪ/เคิน'ซัลเทินซิ/ *n.* Ⓐ *(of adviser)* ตำแหน่ง/อาชีพที่ปรึกษา; **~ fee** ค่าที่ปรึกษา; Ⓑ *(physician)* ตำแหน่งนายแพทย์อาวุโส

consultant /kən'sʌltənt/เคิน'ซัลเทินทฺ/ ❶ *n.* ➤ **489** Ⓐ *(adviser)* ที่ปรึกษา; Ⓑ *(physician)* นายแพทย์ผู้อาวุโส ❷ *attrib. adj.* ➡ **consulting**

consultation /kɒnsʌl'teɪʃn/คอนซัล'เทช'น/ *n.* การปรึกษา (**on** เกี่ยวกับ); **have a ~ with sb.** ปรึกษา *ค.น.*; **by ~ of a dictionary/of an expert** โดยการค้นหาในพจนานุกรม/โดยการปรึกษาผู้เชี่ยวชาญ; **they are in ~ with the management about wages** พวกเขากำลังปรึกษากับฝ่ายบริหารเรื่องค่าจ้าง; **act in ~ with sb.** ดำเนินการโดยปรึกษากับ *ค.น.*

consultative /kən'sʌltətɪv/เคิน'ซัลเทอะทิฺว/ *adj.* เป็นเชิงแนะนำ, ที่ให้คำปรึกษา; **work on a ~ basic** *or* **in a ~ capacity for sb.** ทำงานในด้านให้คำปรึกษาแก่ *ค.น.*; **~ document** เอกสารฉบับร่างเพื่อใช้ในการอภิปราย; *(governmental)* ที่ปรึกษาคณะรัฐบาล

consulting /kən'sʌltɪŋ/เคิน'ซัลทิง/ *attrib. adj. (วิศวกร, สถาปนิก)* ที่ปรึกษา; **~ physician** แพทย์ผู้ให้คำปรึกษาแนะนำ

con'sulting room *n.* ห้องตรวจโรค

consumable /kən'sju:məbl, US -'su:m-/เคิน'ซิวเมอะบ'ล, -'ซูม-/ *adj.* Ⓐ *(exhaustible)* วัสดุสิ้นเปลือง, สิ่งบริโภค; Ⓑ *(edible, drinkable)* บริโภคได้

consume /kən'sju:m, US -'su:m-/เคิน'ซิวม, -'ซูม-/ *v.t.* Ⓐ *(use up)* ใช้หมด *(แรง, เวลา, ทรัพยากร);* Ⓑ *(destroy)* ทำลาย; *(eat, drink)* กิน, ดื่ม, บริโภค; **'nothing is to be ~d on these premises'** 'ห้ามรับประทานหรือดื่มในสถานที่แห่งนี้'; Ⓒ *(fig)* **be ~d with love/passion** ถูกความรัก/กิเลสตัณหาเผาผลาญ; **be ~d with fear/jealousy/envy/longing** ถูกความกลัว/ความอิจฉาริษยา/ความต้องการครอบงำ

consumer /kən'sju:mə(r), US -'su:m-/เคิน'ซิวเมอะ(ร), -'ซูม-/ *n. (Econ.)* ผู้บริโภค; ➡ **+ durable 2**

con'sumer goods *n. pl.* เครื่อง/สินค้าอุปโภคบริโภค

consumerism /kən'sju:mərɪzəm, US -'su:m-/เคิน'ซิวเมอะริเซิม, -'ซูม-/ *n., no pl., no art.* ลัทธิบริโภคนิยม, การคุ้มครองของผู้บริโภค

consumerist /kən'sju:mərɪst, US -'su:m-/เคิน'ซิวเมอะริซทฺ, -'ซูม-/ *adj.* ที่รักษาผลประโยชน์ของผู้บริโภค

consumer: ~ price index *n.* ดัชนีราคาสินค้าผู้บริโภค; **~ pro'tection** *n.* การคุ้มครองผู้บริโภค; **~ research** *n.* การสำรวจความต้องการของผู้บริโภค; **~ resistance** ➡ **sales resistance**

consuming /kən'sju:mɪŋ, US -su:m-/เคิน'ซิวมิง, -ซูม-/ *adj.* ที่สำคัญที่สุด, ที่จับใจที่สุด, ที่ครอบงำ; **stamp collecting is a ~ interest of his** การสะสมแสตมป์เป็นความสนใจที่จับใจเขา

consummate /kən'sʌmət/คอน'ซัมเมิท/ ❶ *adj.* Ⓐ *(perfect)* สมบูรณ์, เสร็จบริบูรณ์, ดีเลิศ; **with ~ ease** ด้วยความง่ายดายเหลือเกิน; Ⓑ *(accomplished)* ที่ประสบความสำเร็จสูงสุด; **a ~ artist** ศิลปินซึ่งประสบผลสำเร็จสูงสุด ❷ *v.t.* ทำให้สมบูรณ์, ทำให้สำเร็จบริบูรณ์; *(การแต่งงาน)* ทำให้สมบูรณ์โดยการร่วมเพศ

consummately /kən'sʌmətlɪ/คอน'ซัมเมิทลิ/ *adj. (highly)* อย่างสูง; *(perfectly)* อย่างสมบูรณ์, อย่างดีเลิศ; *(completely)* อย่างครบถ้วน, โดยสิ้นเชิง

consummation /kɒnsə'meɪʃn/คอนเซอะ'เมช'น/ *n.* Ⓐ *(completion)* การทำให้เสร็จ; *(of discussion, business)* การทำให้บรรลุเป้าหมาย; *(of marriage)* การทำให้สมบูรณ์โดยการร่วมเพศ; Ⓑ *(goal)* เป้าหมาย; *(perfection, perfected thing)* สิ่งที่บริบูรณ์, ดีเลิศ

consumption /kən'sʌmpʃn/เคิน'ซัมพช'น/ *n.* Ⓐ *(using up, eating, drinking)* การบริโภค, การใช้หมด, การกิน, การดื่ม; *(act of eating or drinking)* การกิน/ดื่ม; **~ of electricity/fuel/sugar** การใช้ไฟฟ้า/การเผาผลาญเชื้อเพลิง/การบริโภคน้ำตาล; **~ of alcohol** การดื่มสุรา; **what is our milk ~?** เราดื่มนมปริมาณเท่าไร; Ⓑ *(destruction)* การทำลาย; *(waste)* การสูญเสีย, การสิ้นเปลือง; Ⓒ *(Econ.)* การบริโภค; Ⓓ ➤ **453** *(Med. dated)* วัณโรค

consumptive /kən'sʌmptɪv/เคิน'ซัมพฺทิฺว/ ❶ *adj. (Med. dated)* เป็นวัณโรค ❷ *n.* ผู้ป่วยเป็นวัณโรค

cont. *abbr.* **continued**

contact ❶ /'kɒntækt/'คอนแทคฺ/ *n.* Ⓐ *(state of touching)* การสัมผัส; *(fig.)* การติดต่อ; **point of ~:** จุดสัมผัส; **be in ~ with sb.** *(fig.)* ติดต่อกับ *ค.น.*; **come into ~ with sb./sth.** *(fig.)* มีการติดต่อกับ *ค.น./ส.น.*; **make ~ with sb.** *(fig.)* ติดต่อกับ *ค.น.*; **lose ~ with sb.** *(fig.)* ขาดการติดต่อกับ *ค.น.*; **renew ~ [with sb.]** *(fig.)* เริ่มการติดต่อคบหา [กับ *ค.น.*] ใหม่; Ⓑ *(Electr.) (connection)* จุดเชื่อม, การเชื่อม; **make/break a/the ~:** เชื่อมต่อ/ตัดการเชื่อมต่อ; Ⓒ *(Med.: person)* ผู้ที่อาจจะเป็นพาหะนำโรคติดต่อ; Ⓓ *(adviser etc.)* ที่ปรึกษา

❷ /'kɒntækt, kən'tækt/'คอนแทคฺ, เคิน'แทคฺ/ *v.t.* Ⓐ *(get into touch with)* ติดต่อ; **can I ~ you by telephone?** ฉันติดต่อกับคุณทางโทรศัพท์ได้ไหม; **try to ~ sb.** พยายามติดต่อกับ *ค.น.*; **~ your bank manager about the loan** ติดต่อกู้ยืมกับผู้จัดการธนาคาร; **~ sb. by letter** ติดต่อ *ค.น.* ทางจดหมาย; Ⓑ *(begin dealings with)* เริ่มมีความสัมพันธ์กับ, เริ่มติดต่อกับ

contact: ~ lens *n.* คอนแทคเลนส์ *(ท.ศ.), (เลนส์สายตาใช้วางทาบบนลูกตา)*; **~ man** *n.* ผู้รับติดต่อ; **~ print** *n. (photog.)* การอัดรูปโดยวางแผ่นฟิล์มลงบนกระดาษไวต่อแสงโดยตรง

contagion /kən'teɪdʒn/เคิน'เทจ'น/ *n.* Ⓐ *(communication of disease)* การติดต่อของโรค; Ⓑ *(contagious disease)* โรคติดต่อ; Ⓒ *(moral corruption) (fig.)* การเสื่อมศีลธรรม

contagious /kən'teɪdʒəs/เคิน'เทเจิซ/ *adj. (lit. or fig.)* ติดต่อกันได้; **~ area/water** พื้นที่/น้ำซึ่งเป็นที่แพร่กระจายของโรค; **he is ~/is no longer ~:** เขาเป็นพาหะนำโรค/ไม่ได้เป็นพาหะนำโรคอีกต่อไป

contain /kən'teɪn/เคิน'เทน/ *v.t.* Ⓐ *(hold as contents, include)* บรรจุ, มีรวมอยู่; *(comprise)* ประกอบด้วย; **be ~ed within a space/between limits** บรรจุลงภายในพื้นที่หนึ่ง/ระหว่างขอบเขตที่กำหนด; Ⓑ *(prevent from moving)* หยุดยั้ง/ระงับการเคลื่อนไหว; *(prevent from spreading; also Mil.)* หยุดยั้งการแพร่กระจาย/การแผ่ขยาย; *(restrain)* ยับยั้ง; **he could hardly ~ himself for joy** เขาแทบจะยั้งความยินดีไม่ได้

container /kən'teɪnə(r)/เคิน'เทเนอะ(ร)/ *n.* ภาชนะใส่ของ; *(cargo ~)* ตู้บรรทุกสินค้า; **cardboard/wooden ~:** กล่องกระดาษแข็ง/ลังไม้; **in cylindrical/circular plastic ~s** ในภาชนะพลาสติกรูปทรงกระบอก/ทรงกลม

containerization /kənteɪnəraɪ'zeɪʃn/เคินเทเนอะไร'เซช'น/ *n.* การบรรจุในตู้บรรทุกสินค้า

containerize /kən'teɪnəraɪz/เคิน'เทเนอะรายซฺ/ *v.t.* บรรจุโดยตู้บรรทุกสินค้า

con'tainer ship *n.* เรือบรรทุกสินค้า

containment /kən'teɪnmənt/เคิน'เทนเมินทฺ/ *n.* การบรรจุ, การใส่, การยับยั้ง; *(Mil.)* การยับยั้งการรุกราน

contaminant /kən'tæmɪnənt/เคิน'แทมิเนินทฺ/ *n.* สิ่งเจือปน, วัตถุปนเปื้อน

contaminate /kən'tæmɪneɪt/เคิน'แทมิเนท/ *v.t.* Ⓐ *(pollute)* ทำให้สกปรก, ทำให้เปรอะเปื้อน, ทำให้ไม่บริสุทธิ์, ทำให้มีมลทิน; *(with radioactivity)* เจือปน; Ⓑ *(infect lit. or fig.)* ทำให้ติดเชื้อโรค; *(fig.: spoil)* ทำลาย

contamination /kəntæmɪ'neɪʃn/เคินแทมิ'เนช'น/ *n.* ➡ **contaminate**

contango /kən'tæŋgəʊ/เคิน'แทงโก/ *n., pl.* **~s** *(Brit. Finance)* การเลื่อน/การโอนหุ้นออกไปอีกหนึ่งช่วงของการคิดบัญชี

contemplate /'kɒntəmpleɪt/'คอนเทิมเพลทฺ/ ❶ *v.t.* Ⓐ พิจารณา, ตรึกตรอง; *(mentally)* คิดใคร่ครวญ; ➡ **+ navel**; Ⓑ *(expect)* หวัง; *(consider)* พิจารณา; **~ sth./doing** คิดใคร่ครวญ *ส.น.*/คิดที่จะทำ; **I wouldn't even ~ the idea** ฉันจะไม่สนใจแม้แต่จะพิจารณาความคิดนั้น ❷ *v.i.* คิดใคร่ครวญ

contemplation /kɒntəm'pleɪʃn/'คอนเทิม'เพลฺช'่น/ *n.* Ⓐ การพิจารณา, การตรึกตรอง; *(mental)* การคิดใคร่ครวญ; Ⓑ *(expectation)* ความคาดหวัง; *(consideration)* การพิจารณา; **be in ~:** อยู่ในระหว่างการใคร่ครวญพิจารณา; Ⓒ *(meditation)* การคิดคำนึง, การไตร่ตรอง, การนั่งสมาธิ, การเข้าฌาน

contemplative /kən'templətɪv, 'kɒntempleɪtɪv/เคิน'เท็มเพลอะทิ฿/ *adj.* ซึ่งครุ่นคิด, ไตร่ตรอง

contemporaneous /kəntempə'reɪnɪəs/เคินเท็มเพอะ'เรเนียซ/ *adj. (formal)* ในเวลาเดียวกัน; *(of the same period)* ซึ่งอยู่ในยุคสมัยเดียวกัน, เกิดขึ้นพร้อมกัน

contemporary /kən'tempərərɪ, US -pərerɪ/เคิน'เท็มเพอะเรอะริ/ ❶ *adj.* Ⓐ ในเวลาเดียวกัน; *(present-day)* ร่วมสมัย; **A is ~ with B** เออยู่ในสมัยเดียวกับบี; **the design is highly/very ~:** การออกแบบเป็นปัจจุบันสมัยมาก ๆ; Ⓑ *(equal in age)* มีอายุเท่ากัน; **A is ~ with B** เอมีอายุเท่ากับบี
❷ *n.* Ⓐ *(person belonging to same time)* คนที่อยู่ในสมัยเดียวกัน (to กับ); **we were contemporaries** *or* **he was a ~ of mine at university/school** พวกเราเป็นรุ่นเดียวกัน/เขาเป็นเพื่อนร่วมรุ่นของฉันที่มหาวิทยาลัย/โรงเรียน; Ⓑ *(person of same age)* ผู้ที่มีอายุเท่ากัน; **they are contemporaries** พวกเขามีอายุรุ่นราวคราวเดียวกัน; **he is a ~ of hers** เขาเป็นคนรุ่นเดียวกับเธอ

contempt /kən'tempt/เคิน'เท็มพฺท/ *n.* Ⓐ การดูถูก, การหมิ่นประมาท, การสบประมาท (of, for สำหรับ); ➡ + **familiarity** C; Ⓑ *(disregard)* การไม่สนใจ, การมองข้าม; **in ~ of all rules** ไม่สนใจกฎทุกข้อ; Ⓒ *(being despised)* **have** *or* **hold sb. in ~:** ดูถูก *หรือ* เหยียดหยาม *ค.น.*; **bring sb. into ~:** ทำให้ *ค.น.* ถูกหมิ่นประมาท; **fall into ~:** ตกอยู่ในการเหยียดหยาม; ➡ + **beneath** 1 A; Ⓓ *(Law)* การละเมิด; **~ of court** หมิ่นศาลกฎหมายและเจ้าหน้าที่

contemptible /kən'temptɪbl/เคิน'เท็มพฺทิบ'ล/ *n.* ที่น่าชัง, น่าเหยียดหยาม, อย่างน่าดูถูก

contemptibly /kən'temptɪblɪ/เคิน'เท็มพฺทิบลิ/ *adv.* อย่างน่าชัง, อย่างน่าเหยียดหยาม, อย่างน่าชัง, อย่างน่ารังเกียจ

contemptuous /kən'temptjʊəs/เคิน'เท็มพฺทิวเอิซ/ *adj.* ดูถูก, เหยียดหยาม, หยิ่งยโส; **be ~ of sth./sb.** ดูถูก *ส.น./ค.น.*; **~ of danger/warning** ไม่ระวังอันตราย/ไม่เชื่อฟังคำเตือน; **with** *or* **in ~ disdain** โดยแสดงการดูหมิ่นอย่างเต็มที่

contemptuously /kən'temptjʊəslɪ/เคิน'เท็มพฺทิวเอิซลิ/ *adv.* อย่างดูหมิ่น, อย่างดูถูก

contend /kən'tend/เคิน'เท็นดฺ/ ❶ *v.i.* Ⓐ *(strive)* **~ [with sb. for sth.]** ต่อสู้ [กับ *ค.น.* เพื่อ *ส.น.*]; Ⓑ *(struggle)* **be able/have to ~ with** สามารถ/จำเป็นต้องดิ้นรนกับ; **I've got enough to ~ with at the moment** ฉันมีปัญหามากพอแล้วตอนนี้; **~ with/against the waves** สู้กับคลื่น; Ⓒ *(arch.: argue)* **~ with sb. about sth.** โต้เถียงกับ *ค.น.* เกี่ยวกับ *ส.น.* ❷ *v.t.* **~ that ...:** ยืนยันว่า...

contender /kən'tendə(r)/เคิน'เท็นเดอะ(ร)/ *n.* ผู้สมัคร, ผู้เข้าแข่งขัน

¹content /'kɒntent/'คอนเท็นทฺ/ *n.* Ⓐ *in pl.* สิ่งที่บรรจุอยู่; **the ~s of the room had all been damaged** ของทุกอย่างในห้องเสียหาย; **the ~s of this medicine are listed on the packet** ส่วนผสมของยาระบุไว้บนห่อ; **[table of] ~s** สารบัญ; **something in the ~s of the letter has made her very upset** สิ่งหนึ่งในเนื้อหาของจดหมายทำให้เธอวุ่นวายใจมาก; Ⓑ *(amount contained)* ปริมาณความจุ; Ⓒ *(capacity)* ความสามารถในการจุ; *(volume)* ปริมาณความจุ; Ⓓ *(constituent elements, substance)* เนื้อหา, สาระใจความ, ส่วนประกอบ

²content /kən'tent/คอน'เท็นทฺ/ ❶ *pred. adj.* พอใจ (**with** กับ); **not rest ~ until** จะไม่พอใจจนกระทั่ง; **not ~ with being late every morning, he also wants a pay rise** นอกจากจะมาทำงานสายทุกเช้าแล้ว เขายังจะขอขึ้นเงินเดือนอีก; **be ~ to do sth.** พร้อมที่จะทำ *ส.น.*; *(pleased)* ยินดีที่จะทำ *ส.น.*; **I should be well ~ to do so** ฉันยินดีที่จะทำอย่างนี้
❷ *n.* **to one's heart's ~:** ได้ตามหัวใจปรารถนา
❸ *v.t.* พึงพอใจ, ทำให้พอใจ; **~ oneself with sth./sb.** พึงพอใจกับ *ส.น./ค.น.*

contented /kən'tentɪd/เคิน'เท็นทิด/ *adj.* พอใจ, มีความสุข; **be ~ to do sth.** ยินดีที่จะทำ *ส.น.*

contentedly /kən'tentɪdlɪ/เคิน'เท็นทิดลิ/ *adv.* อย่างยินดี, อย่างพึงพอใจ

contentedness /kən'tentɪdnɪs/เคิน'เท็นทิดนิซ/ *n., no pl.* ความพึงพอใจ

contention /kən'tenʃn/เคิน'เท็นช'่น/ *n.* Ⓐ *(dispute)* การโต้เถียง, ความขัดแย้ง; *(rivalry)* ความเป็นปรปักษ์; **the matter in ~:** ข้อขัดแย้ง; **sth. is the subject of much ~:** *ส.น.* เป็นหัวข้อที่มีการถกเถียงกันมาก; **be in ~ with sb.** มีการแข่งขันกับ *ค.น.*; Ⓑ *(point asserted)* สิ่งที่ยืนยัน; ➡ + **¹put** 1 F

contentious /kən'tenʃəs/เคิน'เท็นเชิซ/ *adj.* Ⓐ *(quarrelsome)* ชอบทะเลาะ; Ⓑ *(involving contention) (เรื่อง, ข้อเสนอ)* ที่โต้เถียงได้

contentiously /kən'tenʃəslɪ/เคิน'เท็นเชิซลิ/ *adv.* อย่างยั่วโมโห; **a ~ worded question** คำถามที่ยั่วโมโห

contentment /kən'tentmənt/เคิน'เท็นทฺเมินทฺ/ *n.* ความพอใจ; **smile with ~:** ยิ้มด้วยความพึงพอใจ

contest /'kɒntest/'คอนเท็ซทฺ/ ❶ *n.* Ⓐ *(competition)* การแข่งขัน, การชิงชัย; Ⓑ *no pl., no art. (dated/formal)* **a matter of ~:** เรื่องที่ขัดแย้ง; **engage in ~:** พัวพันในการแข่งขัน
❷ *v.t.* Ⓐ *(dispute)* โต้เถียงโต้แย้ง, ทะเลาะ; ไม่เห็นด้วย *(ทฤษฎี)*; Ⓑ *(fight for)* สู้เพื่อ; Ⓒ *(Brit.) (compete in)* แข่งขันใน; *(compete for)* แข่งขันเพื่อ; Ⓓ *(Amer.: dispute result of)* เถียงกับ, ไม่ยอมรับ *(ผลที่ปรากฏ)* ❸ *v.i.* **~ with** *or* **against sb./sth.** โต้เถียงกับ *ค.น./ส.น.*

contestable /kən'testəbl/เคิน'เท็ซเตอะบ'ล/ *adj.* ที่เถียงได้, ที่ค้านได้

contestant /kən'testənt/เคิน'เท็ซเตินทฺ/ *n. (competitor)* ผู้แข่งขัน, คู่ปรปักษ์

contestation /kɒntes'teɪʃn/คอนเท็ซ'เตช'่น/ *n.* Ⓐ *(contesting)* การแข่งขัน; *(of claim, right)* การคัดค้าน; Ⓑ *(disputation)* การโต้เถียง, การพิพาท; Ⓒ *(assertion)* การกล่าวยืนยัน, การอ้างการรักษาไว้

context /'kɒntekst/'คอนเท็คซฺทฺ/ *n.* Ⓐ บริบท; **in/out of ~:** ใน/นอกบริบท; **this sentence is quoted out of [its proper] ~:** ประโยคนี้เอามาใช้นอกบริบท [ที่ถูกต้อง]; **in this ~:** ในบริบทนี้; Ⓑ *(fig.: ambient conditions)* สภาพแวดล้อม; **in the ~ of** ในสภาพแวดล้อมของ

contextual /kən'tekstjʊəl/เคิน'เท็คซฺทิวเอิล/ *adj.* เกี่ยวกับบริบท, ตามสภาพแวดล้อม

contextualize /kən'tekstjʊəlaɪz/เคิน'เท็คซฺทิวเอิลลายซฺ/ *v.t. (place in context)* อธิบายในบริบท, นำไปใส่ในสภาพแวดล้อม

contiguity /kɒntɪ'gju:ɪtɪ/คอนทิ'กิวทิ/ *n., no pl. (formal)* Ⓐ *(contact)* การติดต่อ; Ⓑ *(proximity)* ความใกล้ชิด, ความใกล้เคียง

contiguous /kən'tɪgjʊəs/เคิน'ทิกิวเอิซ/ *adj. (formal)* Ⓐ *(touching)* ที่สัมผัสกัน; Ⓑ *(adjoining, neighbouring)* ติดกัน, ใกล้ชิด; **be ~:** อยู่ติดกัน, อยู่ใกล้กัน; **be ~ to sth.** ติด *หรือ* ใกล้ชิดกับ *ส.น.*

continence /'kɒntɪnəns/'คอนทิเนินซฺ/ *n.* Ⓐ *(temperance)* การควบคุมใจตนเอง, การบังคับใจตนเอง; *(chastity)* ความบริสุทธิ์; Ⓑ *(Med.)* การควบคุมการปัสสาวะและการขับถ่าย

¹continent /'kɒntɪnənt/'คอนทิเนินทฺ/ *n.* ทวีป, ผืนแผ่นดินใหญ่; **the ~s of Europe, Asia, Africa** ทวีปยุโรป, ทวีปเอเชีย, ทวีปแอฟริกา; **the C~:** ผืนแผ่นดินใหญ่ของยุโรป

²continent *adj.* Ⓐ *(temperate)* ควบคุมตนเอง; *(chaste)* บริสุทธิ์; Ⓑ *(Med.)* **be ~:** สามารถควบคุมการขับถ่ายได้

continental /kɒntɪ'nentl/คอนทิ'เน็นท'ล/ ❶ *adj.* Ⓐ เกี่ยวกับทวีป, เกี่ยวกับแผ่นดินใหญ่; **~ Europe** ภาคพื้นทวีปยุโรป; Ⓑ **C~** *(mainland European)* แห่งภาคพื้นยุโรป, เกี่ยวกับทวีปยุโรป ❷ *n.* **C~:** ผู้อาศัยอยู่ในภาคพื้นยุโรป

continental: ~ 'breakfast *n.* อาหารเช้าอย่างเบารวมขนมปังและเครื่องดื่ม; **~ climate** *n. (Geog.)* ภูมิอากาศที่มีการแปรปรวนของอุณหภูมิมาก; **~ quilt** *(Brit.) n.* ผ้านวมที่ยัดด้วยขนนก; **~ 'shelf** *n. (Geog.)* ไหล่ทวีป

contingency /kən'tɪndʒənsɪ/เคิน'ทินเจินซิ/ *n.* Ⓐ *(chance event)* เหตุการณ์ที่เกิดขึ้นโดยบังเอิญ; *(possible event)* เหตุการณ์ที่อาจจะเกิด; Ⓑ *(incidental event)* เรื่องบังเอิญ; *(incidental expense)* ค่าใช้จ่ายที่เกิดขึ้นโดยบังเอิญ, ค่าใช้จ่ายเบ็ดเตล็ด

contingency: ~ fund *n.* ทุนสำรองสำหรับค่าใช้จ่ายที่อาจเกิดขึ้นได้; **~ plan** *n.* แผนการฉุกเฉิน, แผนการรองรับเหตุการณ์ที่อาจเกิดขึ้นได้

contingent /kən'tɪndʒənt/เคิน'ทินเจินทฺ/ ❶ *adj.* Ⓐ *(fortuitous)* บังเอิญ, โชคดี; Ⓑ *(incidental)* เกิดขึ้นโดยบังเอิญ; Ⓒ *(Philos.)* อาจจะหรืออาจจะไม่เกิดขึ้น; Ⓓ *(conditional)* เป็นเงื่อนไข (**[up]on** ของ) ❷ *n. (Mil.; also fig.)* กลุ่มที่เป็นส่วนของกลุ่มใหญ่กว่า

continual /kən'tɪnjʊəl/เคิน'ทินนิวเอิล/ *adj. (frequently happening)* เกิดขึ้นบ่อย; *(without cessation)* ไม่หยุด, มีตลอด; **there have been ~ quarrels** การทะเลาะวิวาทเหล่านั้นมีมาตลอด; **she's a ~ chatterbox** เธอเป็นคนที่พูดไม่หยุด

continually /kən'tɪnjʊəlɪ/เคิน'ทินนิวเอิลลิ/ *adv. (frequently)* บ่อย, หลายครั้ง, ถี่มาก; *(without cessation)* อย่างไม่หยุด; **~ tired** เหนื่อยเป็นประจำ

continuance /kən'tɪnjʊəns/เคิน'ทินนิวเอินซฺ/ *n.* Ⓐ *(continuing)* การต่อเนื่อง, การต่อไป; *(of happiness, noise, rain)* ความคงทน; *(remaining)* การคงอยู่; Ⓑ *(Amer. Law)* การเลื่อนคดีออกไป (**until** จน)

continuation /kəntɪnjʊ'eɪʃn/เคินทินิว'เอช'่น/ *n.* Ⓐ การต่อเนื่อง, การยืดขยายออกไป; **a ~ of these good relations** การดำรงของความสัมพันธ์ที่ดี; Ⓑ *(St. Exch.)* การยกยอดบัญชีไป

C

C

continue /kən'tɪnjuː/เคิน'ทินนิว/ ❶ *v.t.* Ⓐ ทำต่อ, ทำให้ยืดออกไป; **'to be ~d'** 'แล้วจะมีต่อ'; **~d on page 2** อ่านต่อที่หน้า 2; **~ doing** *or* **to do sth.** ทำ *ส.น.* ต่อไป; **it ~d to rain** ฝนตกต่อไป; **it ~s to be a problem** ยังคงเป็นปัญหาต่อไป; **'...', he ~d '...'** เขากล่าวต่อไป; **do ~ what you were saying** จงพูดต่อไป; **I'll ~ the story where I left off** ฉันจะเริ่มเล่าต่อจากจุดที่เล่าค้างไว้; Ⓑ *(Amer. Law)* ยืดคดีออกไป (**until** จนกว่า) ❷ *v.i.* Ⓐ *(persist) (ปัญหา, อากาศ)* ไม่เปลี่ยนแปลง; *(persist in doing sth.)* ทำต่อไปไม่หยุด; *(last)* ยังคงอยู่; **this tradition still ~s** ประเพณีนี้ยังทนทานอยู่; **if the rain ~s** ถ้าฝนยังคงตกต่อไป; **if you ~ like this/in this manner** ถ้าคุณเป็นเช่นนี้ต่อไป; **how long is his speech likely to ~?** เขาจะกล่าวสุนทรพจน์ต่ออีกนานเท่าไร; **~ with sth.** ทำ *ส.น.* ต่อไป; **we ~d with the work until midnight** เราทำงานต่อไปจนถึงเที่ยงคืน; **~ with a plan** ดำเนินแผนต่อไป; **~ on one's way** เดินทางต่อไป; Ⓑ *(stay)* คงอยู่ยืนหยัด; **~ in power** ยืนหยัดอยู่ในอำนาจ; **she ~d in mourning for him all her life** เธอไว้ทุกข์ให้เขาตลอดชีวิต; Ⓒ *(not become other than)* ยังคง...อยู่; **he ~s feverish** เขายังคงมีไข้อยู่

continued /kən'tɪnjuːd/เคิน'ทินนิวดฺ/ *adj.* ต่อไป; **~ existence** การคงอยู่ต่อไป, การมีชีวิตต่อไป

continuity /kɒntɪ'njuːɪtɪ/คอนทิ'นิวอิทิ/ *n., no pl.* Ⓐ *(of path, frontier)* การต่อเป็นแนวยาว; *(unbroken succession, logical sequence, consistency)* การต่อเนื่อง; Ⓑ *(Cinemat., Telev., Radio) (scenario, script)* บททีต่อเนื่องไปตามลำดับ; *(linking announcements)* การประกาศที่เชื่อมต่อกัน

conti'nuity girl/man *n.* ➤ 489 คนดูแลความต่อเนื่องของฉาก

continuo /kən'tɪnjʊəʊ/เคิน'ทินนิวโอ/ *n., pl.* **~s** *(Mus.)* Ⓐ *(accompaniment)* เสียงร้องหรือเสียงดนตรีเบส; Ⓑ *(instruments)* เครื่องดนตรีแนวเบสชนิดหนึ่ง

continuous /kən'tɪnjʊəs/เคิน'ทินนิวเอิซ/ *adj.* Ⓐ *(ถนน, ทางรถไฟ)* ไม่ขาดสาย; *(ฝน, ความรำพัน)* ต่อเนื่อง; Ⓑ *(Ling.)* **~ [form]** กาลที่แสดงการกำลังกระทำอยู่; **present ~** *or* **~ present/past ~** *or* **~ past** ซึ่งบอกถึงการกำลังกระทำอยู่ในปัจจุบัน/ซึ่งบอกถึงการกำลังกระทำอยู่ในอดีต

continuously /kən'tɪnjʊəslɪ/เคิน'ทินนิวเอิซลิ/ *adv. (in space)* ต่อเนื่อง; *(in time or sequence)* ต่อเนื่องกัน, ไม่ขาดตอน

continuous 'stationery *n.* กระดาษหนึ่งรีม *(500 หรือ 516 แผ่น)* ที่ต่อกันไปเป็นแผ่นเดียว

continuum /kən'tɪnjʊəm/เคิน'ทินนิวเอิม/ *n., pl.* **continua** /kən'tɪnjʊə/เคิน'ทินนิวเออะ/ สิ่งที่มีโครงสร้างต่อเนื่องไปเรื่อย ๆ

contort /kən'tɔːt/เคิน'ทอท/ *v.t.* บิด, บูดเบี้ยว *(หน้า)*; งอ *(ตัว)*; **his face was ~ed with anger** หน้าเขาบูดเบี้ยวเพราะความโกรธ

contortion /kən'tɔːʃn/เคิน'ทอช'น/ *n.* การทำให้บูดเบี้ยว, ลักษณะที่บิดเบี้ยว, การงอ *(ตัว)*

contortionist /kən'tɔːʃənɪst/เคิน'ทอเชอะนิซทฺ/ *n.* นักดัดตนในการแสดงกายบริหาร

contour /'kɒntʊə(r)/'คอนทัว(ร)/ *n.* Ⓐ *(outline)* เส้นภายนอกของโครงสร้าง; Ⓑ ➡ **contour line**

contour: ~ line *n. (Geog., Surv.)* เส้นที่เชื่อมจุดที่สูงเท่ากันบนแผนที่; **~ map** *n.* แผนที่ที่แสดงเส้นบอกความสูง; **~ ploughing** *n. (Agric.)* การไถไปตามเขา

contra /'kɒntrə/'คอนเทรอะ/ ❶ *prep. & adv.* **pro and ~:** อย่างสนับสนุนและต่อต้าน ❷ *n.* **the pros and ~s** ผู้ที่สนับสนุนและผู้ที่ต่อต้าน

contraband /'kɒntrəbænd/'คอนเทรอะแบนดฺ/ ❶ *n. (smuggled goods)* ของที่ลักลอบนำเข้ามา, สินค้าเถื่อน; **~ of war** สินค้าต้องห้ามให้ชาติเป็นกลางส่งให้ชาติคู่สงคราม ❷ *adj.* ซึ่งต้องห้าม, ลักลอบเข้ามา; **~ goods** สินค้าที่ลักลอบเข้ามา

contrabassoon /kɒntrəbə'suːn/คอนเทรอะเบอะ'ซูน/ *n.* ปี่ทุ้มขนาดใหญ่

contraception /kɒntrə'sepʃn/คอนเทรอะ'เซ็พช'น/ *n.* การคุมกำเนิด

contraceptive /kɒntrə'septɪv/คอนเทรอะ'เซ็พทิว/ ❶ *adj.* ที่คุมกำเนิด; **~ device/method** อุปกรณ์/วิธีการคุมกำเนิด ❷ *n.* ยา *หรือ* อุปกรณ์คุมกำเนิด

contract ❶ /'kɒntrækt/'คอนแทรคทฺ/ *n.* Ⓐ สัญญา, ข้อตกลง; **~ of employment** สัญญาการว่าจ้าง; **be under ~ to do sth.** อยู่ภายใต้สัญญาที่จะทำ *ส.น.*; **exchange ~s** *(Law)* แลกเปลี่ยนนิติกรรมสัญญา; **marriage ~:** สัญญาสมรส; Ⓑ *(Bridge etc.)* การรับรองที่จะชนะแต้มที่เสนอไว้; Ⓒ ➡ **contract bridge** ❷ /kən'trækt/เคิน'แทรคทฺ/ *v.t.* Ⓐ *(cause to shrink, make smaller)* ทำให้หด, ทำให้เล็กลง, ลดขนาด; *(draw together)* นำเข้าหากัน; Ⓑ *(form)* **~ marriage** เข้าสู่การสมรส; **~ a habit** สร้างนิสัย; Ⓒ *(become infected with)* ติดโรค; **~ sth. from sb.** ติด *ส.น.* จาก *ค.น.*; **~ sth. from ...:** ติด *ส.น.* จาก...; Ⓓ *(incur)* ก่อให้เกิด, ทำให้เกิด *(หนี้สิน)*; Ⓔ *(Ling)* ย่อให้สั้นลง *(คำ, พยางค์)* ❸ *v.i.* Ⓐ *(enter into agreement)* ตกลง, ทำสัญญา; **~ for sth.** ทำสัญญาเพื่อ *ส.น.*; **~ to do sth.** *or* **that one will do sth.** สัญญาที่จะทำ *ส.น.*; Ⓑ *(shrink, become smaller, be drawn together)* หด; *(ม่านตา)* เล็กลง, ถูกนำเข้าหากัน

~ 'out ❶ *v.i.* **~ out [of sth.]** พ้นจากการผูกพัน [จาก *ส.น.*]; *(withdraw)* ถอนตัว [จาก *ส.น.*] ❷ *v.t.* **~ work out [to another firm]** ให้งาน [กับอีกบริษัท]

contract bridge /kɒntrækt'brɪdʒ/คอนแทรคทฺ'บริจ/ *n.* รูปแบบที่เป็นสามัญที่สุดของไพ่บริดจ์

contractile /kən'træktaɪl, US -tl/เคิน'แทรคทายลฺ, -ท'ล/ *adj. (Anat.: capable of contracting)* หดตัวได้

contraction /kən'trækʃn/เคิน'แทรคช'น/ *n.* Ⓐ *(shrinking)* การหด, การลด; *(of eye pupils)* การหดตัวของม่านตา; Ⓑ *(Physiol.: of muscle)* การหดเกร็ง; Ⓒ *(Ling.)* การย่อคำ; Ⓓ *(catching)* การติด *(เชื้อ, โรค)*; Ⓔ *(forming)* การสร้าง, การก่อตั้ง; *(of marriage)* การสมรส; **~ of debts** การก่อหนี้

'contract killer *n.* มือปืนรับจ้าง

contractor /kən'træktə(r)/เคิน'แทรคเทอะ(ร)/ *n.* ➤ 489 ผู้ทำสัญญา *(โดยเฉพาะเพื่อจัดหาวัสดุหรือรับเหมาก่อสร้าง)*; ➡ + **building contractor**

contractual /kən'træktjʊəl/เคิน'แทรคฉวล/ *adj.*, **contractually** /kən'træktjʊəlɪ/เคิน'แทรคฉวลิ/ *adv.* ผูกพันโดยสัญญา

contradict /kɒntrə'dɪkt/คอนเทรอะ'ดิคทฺ/ *v.t.* โต้แย้ง, เถียงปฏิเสธ, ขัดแย้ง

contradiction /kɒntrə'dɪkʃn/คอนเทรอะ'ดิคช'น/ *n.* การขัดแย้ง (**of** กับ); **in ~ to sth./sb.** โดยขัดแย้งกับ *ส.น./ค.น.*; **be a ~ to** *or* **of sth.** เป็นการขัดแย้งต่อ *ส.น.*; **a ~ in terms** คำพูด *หรือ* กลุ่มคำที่แย้งกันเอง

contradictory /kɒntrə'dɪktərɪ/คอนเทรอะ'ดิคเทอะริ/ *adj.* Ⓐ ที่ขัดแย้ง; *(mutually opposed)* ที่ขัดแย้งกันเอง; **that is ~ to what was said last week** นั่นขัดแย้งกับสิ่งที่พูดไปเมื่อสัปดาห์ที่แล้ว; Ⓑ *(inclined to contradict)* ชอบขัดแย้ง; *(inconsistent)* ไม่สอดคล้องกัน, ขัดกัน

contradistinction /kɒntrədɪ'stɪŋkʃn/คอนเทรอะดิ'ซติงคฺช'น/ *n.* ความแตกต่างที่ปรากฏโดยการเปรียบเทียบ; **in ~ to sth.** ความแตกต่างกับ *ส.น.*

'contraflow *n.* จราจรสองทางชั่วคราว *(มักจะใช้ในกรณีปิดเส้นทางคู่ขนานเพื่อซ่อมแซมถนน)*

contralto /kən'træltəʊ/เคิน'แทรลโท/ *n., pl.* **~s** *(Mus.)* Ⓐ *(voice)* ระดับเสียงผู้หญิงต่ำสุด; Ⓑ *(singer)* นักร้องหญิงเสียงต่ำ; Ⓒ *(part)* บทร้องสำหรับเสียงร้องหญิงระดับต่ำ

contraption /kən'træpʃn/เคิน'แทรพช'น/ *n. (coll.) (strange machine or device)* เครื่องจักรหรือยานพาหนะมหัศจรรย์ *หรือ* กลไกที่ดูแปลกประหลาด

contrapuntal /kɒntrə'pʌntl/คอนเทรอะ'พันท'ล/ *adj.* ที่มีทำนองหลาย ๆ แนวสอดประสานกัน

contrarily /'kɒntrərɪlɪ/'คอนเทรอะริลิ/ *adv.* Ⓐ *(in a contrary manner)* **I think ~:** ฉันคิดในทางตรงกันข้าม; **we've decided ~:** เราได้ตัดสินใจในทางตรงกันข้าม; Ⓑ /kən'treərɪlɪ/เคิน'แทรฺริลิ/ *(coll.: perversely)* อย่างดื้อรั้น, หัวแข็ง

contrariness /kɒn'treərɪnɪs/คอน'เทรอะรินิซ/ *n., no. pl. (coll.)* การทำตรงกันข้าม, ความดื้อรั้น

contrariwise /kən'treərɪwaɪz, US -trerɪ/เคิน'แทรฺริวายซฺ, -เทระริ/ *adv.* Ⓐ *(on the other hand)* อีกด้านหนึ่ง; Ⓑ *(in the opposite way)* ในทางตรงกันข้าม

contrary ❶ *adj.* Ⓐ /'kɒntrərɪ, US -trerɪ/'คอนเทรอะริ, -เทระริ/ ซึ่งขัดแย้ง; **be ~ to sth.** ขัดแย้งกับ *ส.น.*; **the result was ~ to expectation** ผลขัดกับสิ่งที่หวังไว้; Ⓑ *(opposite)* ตรงข้าม; *(adverse) (ลม)* ที่พัดไปอีกทาง; Ⓒ /kən'treərɪ/เคิน'แทรฺริ/ *(coll.: perverse)* ดื้อรั้น, หัวแข็ง; **he's ~ by nature** เขาเป็นคนดื้อรั้นโดยกำเนิด ❷ /'kɒntrərɪ/'คอนเทรอะริ/ *n.* **the ~:** สิ่งที่ตรงกันข้าม; **be/do completely the ~:** เป็น/ทำในสิ่งที่ตรงกันข้ามโดยสิ้นเชิง; **go by contraries** ไปในทิศทางตรงกันข้าม; **on the ~:** ในทางตรงกันข้าม; **quite the ~:** ตรงกันข้ามเลย ❸ *adv.* **~ to sth.** ตรงข้ามกับ *ส.น.*; **~ to expectation** ตรงกันข้ามกับที่หวังไว้

contrast ❶ /kən'trɑːst/เคิน'ทราซทฺ/ *v.t.* แสดงความแตกต่าง; นำ *(สี)* มาตัดกัน; **~ sth. with sth.** เปรียบเทียบ *ส.น.* กับ *ส.น.* [เพื่อให้เห็นความแตกต่าง]; **be ~ed with sth.** ถูกนำมาเปรียบเทียบกับ *ส.น.* ❷ *v.i.* **~ with sth.** แสดงความแตกต่างกับ *ส.น.* ❸ /'kɒntrɑːst/'คอนทราซทฺ/ *n.* Ⓐ *(juxtaposition)* การวางให้ตัดกัน; **what a ~!** ช่างแตกต่างกันเสียจริง; **in ~, ...:** ในทางตรงข้าม; **[be] in ~ with sth.** แตกต่างกับ *ส.น.*; **by way of ~:** เพื่อแสดงความแตกต่าง; Ⓑ *(thing)* **a ~ to sth.** เป็นสิ่งที่แตกต่างกับอีก *ส.น.*; *(person)* **be a ~ to sb.** เป็นบุคคลที่แตกต่างจากอีกคนหนึ่ง; Ⓒ *(Photog., Telev.)* ระดับของความสว่างของภาพ; Ⓓ **~ medium** *(Med.)* สารเน้นความแตกต่างของสารกัมมันตรังสี

contrasting /kən'trɑːstɪŋ/คอน'ทราซติง/ *adj.* ที่ตัดกัน; *(very different)* แตกต่างกันมาก

contravene /kɒntrə'viːn/คอนเทรอะ'วีน/ *v.t.* *(infringe)* ละเมิด, ฝ่าฝืน *(สิทธิ, กฎหมาย)*; *(conflict with)* ขัดแย้งกับ

C

contravention /kɒntrə'venʃn/คอนเทรฺอะ'เว็นช'น/ *n.* **~ of the law/rules/moral standards** การละเมิดกฎหมาย/กฎ/ศีลธรรม; **be in ~ of sth.** เป็นการละเมิด *ส.น.;* **act in ~ of sth.** ทำการละเมิด *ส.น.*

contretemps /'kɔ̃trətɑ̃/'คอนเทรฺอะทอง/ *n., pl. same* /'kɔ̃trətɑ̃z/'คอนเทรฺอะองซฺ/ โชคไม่ดี, เหตุร้าย

contribute /kən'trɪbju:t/เคิน'ทริบิวทฺ, 'คอนทริบิวทฺ/ ❶ *v.t.* **~ sth. [to *or* towards sth.]** บริจาค *ส.น. หรือ* มีส่วนร่วมทำประโยชน์แก่ *ส.น.;* **~ money towards sth.** บริจาคเงินสำหรับ *ส.น.;* **he regularly ~s articles to the 'Guardian'** เขาเขียนบทความให้หนังสือพิมพ์ 'การ์เดียน' เป็นประจำ
❷ *v.i.* **~ to *or* towards a jumble sale** บริจาคของเพื่อขายทอดตลาด; **if only the child would ~ more in class** ถ้าเด็กคนนั้นสามารถมีส่วนร่วมในชั้นเรียนมากขึ้น; **everyone ~d towards the production** ทุก ๆ คนมีส่วนร่วมในการแสดง; **~ to charity** บริจาคให้การกุศล; **~ to sb.'s misery/disappointment** มีส่วนในความทุกข์/ความผิดหวังของ *ค.น.;* **~ to a newspaper** เขียนบทความในหนังสือพิมพ์; **he ~d to the 'Encyclopaedia Britannica'** เขาร่วมทำงานให้กับสารานุกรมบริแทนนิคา; **~ to the success of sth.** ช่วยนำมาซึ่งความสำเร็จของ *ส.น.*

contribution /kɒntrɪ'bju:ʃn/คอนทริ'บิวช'น/ *n.* Ⓐ *(act of contributing)* **make a ~ to a fund** ชำระเงินเข้ากองทุน; **the ~ of clothing and money to sth.** การบริจาคเสื้อผ้าและเงินให้กับ *ส.น.;* **make a ~ to sth.** มีส่วนร่วมใน *ส.น.;* Ⓑ *(thing contributed)* สิ่งที่ทำไป; *(for charity)* ของบริจาค; **~s of clothing and money** การบริจาคเสื้อผ้าและเงิน; **make a ~ to sth.** บริจาคเข้า *ส.น.*

contributor /kən'trɪbjʊtə(r)/เคิน'ทริบิวเทอะ(ร)/ *n.* Ⓐ *(giver)* ผู้ให้, ผู้บริจาค; Ⓑ *(to encyclopaedia, dictonary, etc.)* ผู้เขียน, ผู้ร่วมงาน; **he is a regular ~ [of articles] to the 'Bangkok Post'** เขาเป็นผู้เขียน [บทความ] ส่งตีพิมพ์ให้ 'บางกอกโพสต์' เป็นประจำ

contributory /kən'trɪbjʊtərɪ, US -tɔ:rɪ/เคิน'ทริบิวเทอะริ, -ทอริ/ *adj.* Ⓐ *(that contributes)* **a ~ factor to his state of mind/in the poor state of the economy** องค์ประกอบที่มีบทบาทต่อสภาพจิตของเขา/สภาพเศรษฐกิจตกต่ำ; **~ funds** กองทุนช่วยเหลือสนับสนุน; **~ negligence** *(Law)* ความประมาทของผู้เสียหายที่มีส่วนร่วมที่ทำให้เกิดอุบัติเหตุ; Ⓑ *(operated by contributions)* **be run on a ~ basis** ดำเนินการไปได้ด้วยเงินบริจาค; **~ insurance payments** การจ่ายเงินประกันภัยซึ่งมีส่วนช่วยเหลือ

'con trick *(coll.)* ➡ **confidence trick**

contrite /'kɒntraɪt/'คอนไทรฺท, เคิน'ไทรฺท/ *adj. (showing contrition)* แสดงความสำนึกผิด; **~ sigh/tears/words** การถอนหายใจ/น้ำตา/คำพูดที่แสดงการสำนึกผิด; **~ apology** การขอโทษที่แสดงถึงความสำนึกผิด

contritely /kɒn'traɪtlɪ/เคิน'ไทรฺทลิ/ *adv.* อย่างสำนึกผิด, อย่างเสียใจ

contrition /kən'trɪʃn/เคิน'ทริช'น/ *n.* ความเสียใจ, ความสำนึกผิด; **~ leads to absolution** การสำนึกผิดนำไปสู่การให้อภัย; **hang one's head in ~:** จมอยู่ในความสำนึกผิด

contrivance /kən'traɪvəns/เคิน'ทรฺายเวินซฺ/ *n.* Ⓐ *(contriving)* สิ่งที่คิดขึ้น; **deceitful ~s** แผนการหลอกลวง; Ⓑ *(invention)* การประดิษฐ์; *(inventive capacity)* ความสามารถในการประดิษฐ์; Ⓒ *(device)* เครื่องมือ, กลไก

contrive /kən'traɪv/เคิน'ทรฺายวฺ/ *v.t.* Ⓐ *(manage)* สามารถ; **~ to do sth.** สามารถทำ *ส.น.* จนได้; **can you ~ to be here by 6 a.m.?** คุณมาถึงที่นี่เวลา 6 โมงเช้าได้หรือไม่; **they ~d to meet** พวกเขาจัดแจงมาพบกันจนได้; Ⓑ *(devise)* คิดแผนการ, คิดประดิษฐ์; **~ ways and means of doing sth.** คิดแนวทางและวิธีการทำ *ส.น.*

contrived /kən'traɪvd/เคิน'ทรฺายวฺดฺ/ *adj.* วิจิตรเกินไป, ที่ประดิษฐ์ขึ้น

control /kən'trəʊl/เคิน'โทรฺล/ ❶ *n.* Ⓐ *(power of directing, restraint)* การควบคุม, การบงการ, การเหนี่ยวรั้ง (of ของ); *(management)* การจัดการ; **~ of the economy** การจัดการเศรษฐกิจ; **board of ~:** คณะกรรมการควบคุม; **~ over ecclesiastical matters** อำนาจการควบคุมในเรื่องเกี่ยวกับศาสนา; **governmental ~:** อำนาจการควบคุมของฝ่ายรัฐบาล; **~ of the vehicle/machine is totally automatic** การควบคุมยานพาหนะ/เครื่องจักรเป็นไปโดยอัตโนมัติทั้งหมด; **have ~ of sth.** ควบคุม *ส.น.* อยู่; **take ~ of** เข้าควบคุม; **keep ~ of sth.** รักษาอำนาจควบคุม *ส.น.;* **be in ~ [of sth.]** อยู่ในความควบคุม *(ส.น.);* **be in ~ of the situation** ควบคุมสถานการณ์ได้; **who's in ~ here?** ใครควบคุมที่นี่; **be in ~ of education** ควบคุมการศึกษา; **[go *or* get] out of ~ *or* beyond [sb.'s] ~:** ไม่ได้อยู่ในความควบคุมอีกต่อไป *หรือ* อยู่นอกเหนือการควบคุม [ของ *ค.น.*]; **circumstances beyond sb.'s ~:** สถานการณ์นอกเหนือการควบคุมของ *ค.น.;* **[get sth.] under ~:** [เอา *ส.น.* มาไว้] ภายใต้การควบคุม; **keep oneself/sth. under ~:** ควบคุมตนเอง/*ส.น.* ให้ได้; **everything's under ~** *(fig.)* ทุกอย่างเรียบร้อย; **lose ~ [of sth.]** ควบคุม [*ส.น.*] ไม่ได้; **lose ~ of the situation** ควบคุมสถานการณ์ไม่ได้; **gain ~ of sth.** เข้าควบคุม *ส.น.;* **lose/regain ~ of oneself** ควบคุมตนเองไม่ได้/สามารถควบคุมตนเองได้อีก; **have some/complete/no ~ over sth.** สามารถควบคุม *ส.น.* ได้บ้าง/ควบคุม *ส.น.* อย่างเต็มที่/ควบคุม *ส.น.* ไม่ได้เลย; **have ~ over oneself** สามารถควบคุมตนเองได้; **he has no ~ over himself** เขาไม่สามารถควบคุมตนเองได้; ➡ + **flight control;** Ⓑ *(standard of comparision)* มาตรฐานการเปรียบเทียบ; **~ experiment** การทดสอบที่มีมาตรฐานเปรียบเทียบ; Ⓒ *(device)* เครื่องควบคุม; **~s** *(as a group)* แผงควบคุม; *(of TV, stereo system)* ปุ่มควบคุม; **be at the ~s** อยู่ที่เครื่องควบคุม; *(คนขับ, นักบิน) หรือ* กำลังขับ *(เครื่องบิน, รถยนต์);* Ⓓ *in pl. (means of regulating)* วิธีการควบคุม; **impose ~s on imports** ตั้งมาตรการควบคุมสินค้านำเข้า; Ⓔ *(Spiritualism)* การควบคุมวิญญาณ; Ⓕ *(checkpoint for rally cars)* จุดตรวจสำหรับรถแข่ง
❷ *v.t.,* **-ll-** Ⓐ *(have ~ of)* ควบคุม; ขับ *(รถยนต์);* **you must ~ your dog** คุณต้องควบคุมสุนัขของคุณ; **he ~s the financial side of things** เขาควบคุมด้านการเงิน; **~ a class** ควบคุมชั้น; **~ling company** *(Econ.)* บริษัทที่ควบคุม; **~ling interest** สิทธิส่วนมากตามกฎหมาย; Ⓑ *(hold in check)* ควบคุม *(อารมณ์); (regulate)* กำหนด *(ความเร็ว);* ตั้งมาตรการควบคุม *(การนำเข้า);* **~ yourselves, children!** เด็ก ๆ อย่าโวยวาย; Ⓒ *(check, verify)* ตรวจสอบ, พิสูจน์ว่าจริง

control: ~ centre *n.* ศูนย์ควบคุม; **~ desk** *n.* แผนกควบคุม; **~ freak** *n.* คนที่ชอบบงการ

controller /kən'trəʊlə(r)/เคิน'โทรฺเลอะ(ร)/ *n.* Ⓐ *(director)* ผู้อำนวยการ, ผู้บัญชาการ, หัวหน้า; Ⓑ ➡ **comptroller**

control: ~ panel *n.* แผงควบคุม; **~ room** *n.* ห้องควบคุม; **~ tower** *n.* หอควบคุม

controversial /kɒntrə'vɜ:ʃl/คอนเทรฺอะ'เวอช'ล/ *adj. (causing controversy) (ศิลปะ, ความคิด, กฎหมาย)* ซึ่งสร้างความขัดแย้งกัน; *(ข้อความ, คำถาม)* ที่เป็นที่โต้เถียงกัน; *(given to controversy)* ชอบหาเรื่อง; *(lacking neutrality)* ไม่เป็นกลาง

controversy /'kɒntrəvɜ:sɪ, kən'trɒvəsɪ/'คอนเทรฺอะเวอะซิ, เคิน'ทรฺอเวอะซิ/ *n.* การขัดแย้ง, การโต้เถียง, การทะเลาะ; **much ~:** การโต้แย้งมากมาย; **sth. is beyond ~:** *ส.น.* ที่ไม่มีข้อโต้เถียง/ขัดแย้ง

controvert /kɒntrə'vɜ:t/คอนเทรฺอะ'เวิท/ *v.t. (formal)* โต้เถียง; ปฏิเสธ *(ทฤษฎี, ข้อเสนอ)*

contuse /kən'tju:z/เคิน'ทิวซฺ/ *v.t.* ทำให้ฟกช้ำดำเขียว

contusion /kən'tju:ʒn, US -'tu:-/เคิน'ทิวฌ'น, ทู-/ *n.* บาดแผลฟกช้ำดำเขียว

conundrum /kə'nʌndrəm/เคอะ'นันเดรฺิม/ *n. (riddle)* ปริศนา *(ที่ใช้การเล่นคำ); (hard question)* ปัญหาหนัก; **pose ~s** ตั้งปริศนา

conurbation /kɒnɜ:'beɪʃn/คอเนอ'เบช'น/ *n.* *ส่วนของเมืองที่ขยายใหญ่และรวมชานเมืองเข้าไปด้วย*

convalesce /kɒnvə'les/คอนเวอะ'เล็ซ/ *v.i.* พักฟื้น

convalescence /kɒnvə'lesns/คอนเวอะ'เลเซินซฺ/ *n.* การพักฟื้น

convalescent /kɒnvə'lesənt/คอนเวอะ'เล็ซเซินทฺ/ ❶ *adj.* พักฟื้น; **you'll be ~ for a few weeks** คุณจะต้องพักฟื้น 2-3 สัปดาห์ข้างหน้า; **~ patient** คนไข้กำลังพักฟื้น ❷ *n.* ผู้ที่ทุเลา *หรือ* พักฟื้น

convalescent: ~ home, ~ hospital *ns.* สถานพักฟื้น

convection /kən'vekʃn/เคิน'เว็คช'น/ *n. (Phys., Meteorol.)* การถ่ายเทความร้อนโดยส่วนร้อนลอยขึ้น; **~ current** การหมุนเวียนของอากาศ

convective /kən'vektɪv/เคิน'เว็คทิวฺ/ *adj. (Phys, Meteorol.)* ที่ถ่ายเทความร้อน

convector /kən'vektə(r)/เคิน'เว็คเทอะ(ร)/ *n.* เครื่องทำความร้อนที่ใช้ระบบหมุนเวียนของอากาศร้อน

convene /kən'vi:n/เคิน'วีน/ ❶ *v.t.* เรียกให้มาประชุม ❷ *v.i.* มาชุมนุมกัน, รวมกัน

convener /kən'vi:nə(r)/เคิน'วีเนอะ(ร)/ *n. (Brit.)* ผู้เรียก *หรือ* ดำเนินการประชุม

convenience /kən'vi:nɪəns/เคิน'วีเนียนซฺ/ *n.* Ⓐ *no pl. (suitableness, advantageousness)* ความเหมาะสม, ความสะดวก; **its ~ to *or* for the city centre** ความสะดวก/ใกล้เคียงกับใจกลางเมือง [ของแห่งนั้น]; **marriage of ~:** การสมรสเพื่อผลประโยชน์ที่ไม่ใช่ความรัก; ➡ + **'flag 1;** Ⓑ *(personal satisfaction)* ความพอใจของตน; ความสะดวกสบายส่วนตัว; **for sb.'s ~, for ~'s sake** เพื่อความสะดวกของ *ค.น.;* **is it to your ~?** คุณสะดวกหรือเปล่า; **at your ~:** แล้วแต่ความสะดวกของคุณ; **at your earliest ~:** เร็วที่สุดเท่าที่เป็นไปได้; Ⓒ *(advantage)* การได้เปรียบ; **be a ~ to sb.** เป็นการได้เปรียบกับ *ค.น.;* **having a car is such a ~:** การมีรถยนต์เป็นสิ่งสะดวกเหลือเกิน; **make a ~ of sb.** เอาเปรียบ *ค.น.;* Ⓓ *(advantageous*

convenience food | conviction 206

C

thing) สิ่งอำนวยความสะดวก; **a car is a [great] ~ to have** รถยนต์เป็นสิ่งอำนวยความสะดวก [อย่างมาก]; Ⓔ *(esp. Admin.: toilet)* ห้องสุขา; **public ~:** ห้องสุขาสาธารณะ

con'venience food *n.* อาหารสำเร็จรูป

convenient /kən'vi:nɪənt/เคิน'วีเนียนทฺ/ *adj.* Ⓐ *(suitable, not troublesome)* เหมาะสม, สะดวก; *(useful)* มีประโยชน์; **be ~ to** *or* **for sb.** สะดวกสำหรับ *ค.น.;* **would it be ~ to you?** จะสะดวกสำหรับคุณหรือไม่; **it's not very ~ at the moment** มันไม่ค่อยสะดวกในตอนนี้; **if it is not ~ to have us to stay** ถ้าไม่สะดวกที่จะให้เรามาพักอยู่; Ⓑ *(of easy access)* **be ~ to** *or* **for sth.** สะดวกสำหรับ *ส.น.;* **our house is very ~ to** *or* **for the city centre** บ้านของเราสะดวกมากที่จะไปใจกลางเมือง; Ⓒ *(opportunely available or occurring)* **a ~ taxi** รถแท็กซี่ที่ผ่านมาพอดี

conveniently /kən'vi:nɪəntlɪ/เคิน'วีเนียนทลิ/ *adv.* Ⓐ *(suitably, without difficulty, accessibly)* อย่างเหมาะสม, ไม่ยาก, อย่างสะดวก; **when can you ~ drop round?** คุณจะสะดวกแวะมาได้เมื่อไร; **we're ~ situated for the shops** เราอยู่ไม่ไกลจากร้านค้า; Ⓑ *(opportunely)* อย่างโชคดี, อย่างพอดี; **very ~, we were only a mile from a garage** โชคดีที่เราอยู่ห่างจากอู่ซ่อมรถเพียงหนึ่งไมล์

convenor ➡ **convener**

convent /'kɒnvənt, US -vent/'คอนเวินทฺ, 'คอนเว็นทฺ/ *n.* ที่อยู่ของแม่ชีในคริสต์ศาสนา; **~ of nuns** สำนักชี; **enter a ~:** บวชเป็นชีในคริสต์ศาสนา

convention /kən'venʃn/เคิน'เว็นช'น/ *n.* Ⓐ *(a practice)* ธรรมเนียมปฏิบัติ, วิธีปฏิบัติ, สัญนิยม *(ร.บ.);* **it is the ~ to do sth.** เป็นธรรมเนียมปฏิบัติที่จะทำ *ส.น.;* **~s of spelling** กฎระเบียบของการสะกดคำ; Ⓑ *no art. (established customs)* ธรรมเนียมปฏิบัติ; **break with ~:** ฝ่าฝืนธรรมเนียมปฏิบัติ; Ⓒ *(formal assembly)* การประชุม; Ⓓ *(agreement between parties)* การตกลงระหว่างพรรค; *(agreement between States)* อนุสัญญาระหว่างรัฐ

conventional /kən'venʃənl/เคิน'เว็นเชอะน'ล/ *adj.* ที่ยึดธรรมเนียมปฏิบัติ, ธรรมดาสามัญ, ตามประเพณีนิยม; *(not spontaneous)* ทำตามกฎระเบียบ; **it is ~ wisdom that ...:** เป็นที่รู้กันว่า...; **it is ~ to send flowers** เป็นธรรมเนียมที่นิยมส่งดอกไม้; **~ weapons** อาวุธธรรมดาที่ *(ไม่ใช่อาวุธนิวเคลียร์)*

conventionally /kən'venʃənəlɪ/เคิน'เว็นเชอะเนอะลิ/ *adv.* โดยธรรมเนียมนิยม, อย่างธรรมดา

conventioneer /kənvenʃə'nɪə(r)/เคินเว็นเชอะ'เนีย(ร)/ *n. (Amer.)* ผู้ที่เข้าประชุม

'convent school *n.* โรงเรียนคอนแวนต์ *(ท.ศ.)*

converge /kən'vɜ:dʒ/เคิน'เวิจ/ *v.i.* **~ [on each other]** ลู่เข้าหากัน, เบนเข้าหากัน; *(ความคิด, เส้นทาง)* บรรจบกัน; **~ on sb.** เข้าหา *ค.น.;* **they ~d on the scene of the accident** พวกเขาต่างมุ่งเข้ามายังที่ ๆ เกิดอุบัติเหตุ

convergence /kən'vɜ:dʒəns/เคิน'เวอเจินซฺ/ *n.* Ⓐ การมารวมกัน, การมาบรรจบกัน; **at the ~ of the roads** ณ จุดที่ถนนมาบรรจบกัน; Ⓑ *(Math.)* การมาถึงซึ่งผลลัพธ์ที่มีเหตุผลมากที่สุดเท่านั้น; *(Biol., Psych.)* แนวโน้มที่จะเหมือนกันเมื่ออยู่ในสิ่งแวดล้อมเดียวกัน

convergent /kən'vɜ:dʒənt/เคิน'เวอเจินทฺ/ *adj.* Ⓐ เข้าหากัน, บรรจบกัน; Ⓑ *(Biol., Psych.)* มีแนวโน้มที่คล้ายคลึงกันเมื่ออยู่ในสิ่งแวดล้อมเดียวกัน; มีแนวโน้มว่าจะได้ผลลัพธ์ที่มีเหตุผลมากที่สุดเท่านั้น; **~ lens** *(Optics)* เลนส์ที่รวมแสงเข้ามาที่จุด ๆ เดียว

conversant /kən'vɜ:sənt/คอน'เวอะเซินทฺ/ *pred. adj.* คุ้นเคย, รอบรู้, เชี่ยวชาญ (**with** กับ, ใน)

conversation /kɒnvə'seɪʃn/คอนเวอะ'เซช'น/ *n.* การสนทนา, การพูดคุย; **be in ~ [with sb.]** สนทนา [กับ *ค.น.*]; **be deep in ~:** ติดพันกับการสนทนา; **enter into ~ with sb.** เริ่มสนทนากับ *ค.น.;* **make [polite] ~ with sb.** สนทนา [อย่างสุภาพ] กับ *ค.น.;* **in the course of ~:** ในระหว่างการสนทนา; **come up in ~:** พูดถึงโดยบังเอิญ; **he hasn't much ~:** เขาคุยไม่เก่ง; **have a ~ with sb.** สนทนากับ *ค.น.*

conversational /kɒnvə'seɪʃənl/คอนเวอะ'เซเชอะน'ล/ *adj.* เป็นการสนทนา; *(บุคคล)* ชอบการพูดคุย; *(รูปแบบการคุย)* เป็นกันเอง; **talk in ~ tone/in a ~ manner** พูดคุยโดยใช้น้ำเสียงเป็นกันเอง/โดยท่าทางเป็นกันเอง; **~ English** ภาษาอังกฤษที่เป็นภาษาพูด; **the discussion remained on a casual, ~ level** การถกปัญหายังคงอยู่ในระดับการสนทนาแบบเป็นกันเอง

conversationalist /kɒnvə'seɪʃənəlɪst/คอนเวอะ'เซเชอะเนอะลิซทฺ/ *n.* ผู้ที่สนทนาเก่ง, คนคุยเก่ง; **be a/no great ~:** เป็นนักสนทนาที่เก่ง/ไม่เก่ง

conversationally /kɒnvə'seɪʃənəlɪ/คอนเวอะ'เซเชอะเนอะลิ/ *adv.* **'Nice day today', he remarked ~:** 'วันนี้อากาศดีนะครับ' เขาเอ่ยอย่างชวนสนทนา

conver'sation piece *n. (topic of conversation)* หัวข้อการสนทนา, บทสนทนา

¹converse /kən'vɜ:s/เคิน'เวิซ/ *v.i. (formal)* สนทนา; **~ [with sb.] [about** *or* **on sth.]** สนทนา [กับ *ค.น.*] [เกี่ยวกับ *ส.น.*]

²converse /'kɒnvɜ:s/'คอนเวิซ/ ❶ *adj.* สถานการณ์ตรงกันข้าม, กลับกัน ❷ *n.* Ⓐ *(opposite)* สิ่งที่ตรงกันข้าม; Ⓑ *(Math.)* *สมมติฐานและบทสรุปของทฤษฎีบทหนึ่งซึ่งเป็นบทสรุปและสมมติฐานของอีกทฤษฎีหนึ่ง;* Ⓒ *(Logic)* การกลับกัน

conversely /'kɒnvɜ:slɪ, kən'vɜ:slɪ/'คอนเวิซลิ, เคิน'เวิซลิ/ *adv.* โดยกลับกัน, อย่างตรงกันข้าม

conversion /kən'vɜ:ʃn, US kən'vɜ:rʒn/เคิน'เวอช'น/ *n.* Ⓐ *(transforming)* การเปลี่ยนรูป, การแปรสภาพ (**into** เป็น); Ⓑ *(adaptation, adapted building)* การดัดแปลง, อาคารที่ถูกดัดแปลง; **do a ~ on sth.** ทำการดัดแปลง *ส.น.;* Ⓒ *(of person)* การเปลี่ยนศาสนา (**to** เป็น, ไปสู่); Ⓓ *(to different units or expression)* การเปลี่ยนแปลง, การเคลื่อนย้าย; Ⓔ *(Finance, Logic, Theol., Psych., Phys.)* การแลก; *(calculation)* การเปลี่ยน; *(Rugby, Amer. Footb.)* *การเตะลูกเข้าประตู หลังจากการได้แต้มจากการวางทรัย*

con'version table *n.* ตารางเปรียบเทียบค่า *(น้ำหนัก, ปริมาตร);* ตารางแลกเปลี่ยนเงินตรา

convert ❶ /kən'vɜ:t/เคิน'เวิท/ *v.t.* Ⓐ *(transform, change in function)* เปลี่ยนรูป, แปรสภาพ; Ⓑ *(adapt)* **~ sth. [into sth.]** ดัดแปลง *ส.น.* [ให้เป็น *ส.น.*]; Ⓒ *(bring over)* **~ sb. [to sth.]** *(lit. or fig.)* ทำให้ *ค.น.* เชื่อใน *ส.น.;* Ⓓ *(to different units or expressions)* แปลง; Ⓔ *(Finance)* เปลี่ยน *(เงินตรา)* ให้เป็นสกุลอื่น; *(calculate)* คำนวน; Ⓕ *(Rugby, Amer. Footb.)* เตะลูกเข้าประตูหลังจากได้วางทรัย ❷ *v.i.* Ⓐ *(be transformable, be changeable in function)* **~ into sth.** เปลี่ยนรูปเป็น *ส.น.;* Ⓑ *(be adaptable)* ดัดแปลงได้; Ⓒ *(to new method etc.)* เปลี่ยนไปสู่วิธีใหม่ ❸ /'kɒnvɜ:t/'คอนเวิท/ *n.* Ⓐ *(Relig.)* คนที่เปลี่ยนความเชื่อ; Ⓑ *(fig.)* **the new ~s to the Party** ผู้ที่สนับสนุนพรรครุ่นใหม่; **he became a ~ to Asian philosophy** เขาเปลี่ยนไปนิยมปรัชญาเอเชีย

converter /kən'vɜ:tə(r)/เคิน'เวอเทอะ(ร)/ *n.* Ⓐ *(Metall.)* เครื่องเปลี่ยนใช้ในการผลิตเหล็กกล้า; Ⓑ *(Electr.)* *เครื่องมือเปลี่ยนกระแสไฟฟ้าตรงให้เป็นกระแสสลับหรือในทางกลับกัน*

convertibility /kənvɜ:tɪ'bɪlɪtɪ/เคินเวอทิ'บิลลิทิ/ *n., no pl.* Ⓐ การเปลี่ยนแปลงได้; Ⓑ *(Finance)* การเปลี่ยนเงินตราเป็นอีกสกุลได้

convertible /kən'vɜ:tɪbl/เคิน'เวอทิบ'ล/ ❶ *adj.* Ⓐ **be ~ into sth.** สามารถเปลี่ยนแปลงไปเป็น *ส.น.* ได้; **~ sofa** เก้าอี้นวมที่แปลงให้เป็นที่นอนได้; Ⓑ *(able to be altered)* **be ~ [into sth.]** สามารถดัดแปลง [เป็น *ส.น.*]; Ⓒ *(Finance)* **be ~ into sth.** สามารถแลกเป็น *ส.น.* ได้, แปรสภาพได้; **~ bond** พันธบัตรแปรสภาพ ❷ *n. (car)* รถยนต์เปิดประทุนได้

convex /'kɒnveks/'คอนเว็คซฺ/ *adj.* มีโครงร่าง *หรือ* พื้นผิวนูน, โค้งออก

convexity /kɒn'veksɪtɪ/คอน'เว็คซิทิ/ *n.* ผิวหน้านูน, ภาวะที่นูนออก

convey /kən'veɪ/เคิน'เว/ *v.t.* Ⓐ *(transport)* ขนส่ง; *(transmit)* ถ่ายทอด *(ข่าว);* ฝาก *(ความระลึกถึง);* **the TV pictures are ~ed by satellite** รายการโทรทัศน์ถูกถ่ายทอดผ่านดาวเทียม; Ⓑ *(impart)* บอก, แจ้ง, สื่อความหมาย; **words cannot ~ it** คำพูดไม่สามารถสื่อความหมายได้; **the message ~ed nothing whatever to me** ข่าวสารไม่มีความหมายสำหรับบอกอะไรฉันเลย; **~ one's meaning to sb.** ถ่ายทอดความหมายของตนให้ *ค.น.;* Ⓒ *(Law)* **~ property [to sb.]** โอนทรัพย์สิน [ให้กับ *ค.น.*]

conveyance /kən'veɪəns/เคิน'เวเอินซฺ/ *n.* Ⓐ *(transportation)* การขนส่ง, การส่ง, การลำเลียง; *(of sound, picture)* การถ่ายทอด; *(heat, light)* การส่งต่อ; *(of message, greetings)* การฝาก; Ⓑ *(formal: vehicle)* ยานพาหนะ; Ⓒ *(Law)* การโอน; **[deed of] ~:** [เอกสาร, สัญญา] การโอน

conveyancing /kən'veɪənsɪŋ/เคิน'เวเอ็นซิง/ *n. (Law)* **~ [of property]** การโอน [ทรัพย์สิน]

conveyer, conveyor /kən'veɪə(r)/เคิน'เวเออะ(ร)/ *n.* คน *หรือ* เครื่องมือขนส่ง; **[bucket] ~:** สายพานที่มีถังขนส่ง; **[chain] ~:** สายพานลำเลียง; **~ [belt]** [สายพาน] นำวัตถุเข้าเครื่องจักร

convict ❶ /'kɒnvɪkt/'คอนวิคทฺ/ *n.* นักโทษ ❷ /kən'vɪkt/เคินวิคทฺ/ *v.t.* Ⓐ *(declare guilty)* ตัดสินว่ากระทำผิด; **be ~ed** ถูกตัดสินว่ากระทำผิด; Ⓑ *(prove guilty)* **~ sb. of sth.** พิสูจน์ *ค.น.* ว่ากระทำผิด *ส.น.*

conviction /kən'vɪkʃn/เคิน'วิคช'น/ *n.* Ⓐ *(Law)* การตัดสินว่ากระทำผิด (**for** ใน); **have you [had] any previous ~s?** คุณเคยถูกตัดสินว่ากระทำผิดมาก่อนหรือไม่; **he has no criminal ~s at all** เขาไม่เคยกระทำผิดทางอาญาเลย; Ⓑ *(settled belief)* ความเชื่อมั่น, ความมั่นใจ; **a vegetarian by ~:** ผู้เคร่งรับประทานอาหารมังสวิรัติ; **it is their ~ that ...:** พวกเขามั่นใจว่า...; **her ~ of the existence of God/of his innocence** ความเชื่อมั่นของเธอว่าพระเจ้ามีจริง/ความมั่นใจของเธอในความบริสุทธิ์ของเขา; **what are his**

political ~s? อุดมการณ์ทางการเมืองของเขาคืออะไร; **carry ~:** น่าเชื่อถือ; *(เสียงพูด)* ที่หนักแน่น

convince /kənˈvɪns/เคิน'วินซฺ/ *v.t.* ทำให้เชื่อ, ทำให้มั่นใจ; **~ sb. that ...:** ทำให้ *ค.น.* เชื่อว่า...; **be ~d that ...:** มั่นใจว่า...; **manage to ~ oneself that ...:** ทำให้ตนเองเชื่อว่า...; **~ sb. of sth.** ทำให้ *ค.น.* เชื่อใน *ส.น.*

convincing /kənˈvɪnsɪŋ/เคิน'วินซิง/ *adj.* น่าเชื่อถือ, ฟังขึ้น

convincingly /kənˈvɪnsɪŋlɪ/เคิน'วินซิงลิ/ *adv.* โดยสามารถทำให้มั่นใจ, อย่างน่าเชื่อถือ, อย่างฟังขึ้น

convivial /kənˈvɪvɪəl/เคิน'วิวเวียล/ *adj.* รื่นเริง, สนุกสนาน

conviviality /kənvɪvɪˈælɪtɪ/เคินวิวเวีย'แอลิทิ/ *n., no pl.* ความรื่นเริง, ความสนุกสนาน

convivially /kənˈvɪvɪəlɪ/เคิน'วิวเวียลลิ/ *adv.* อย่างรื่นเริง, อย่างสนุกสนาน

convocation /kɒnvəˈkeɪʃn/คอนเวอะ'เคช'น/ *n.* Ⓐ *(calling together)* การเรียกประชุม; *(of council, synod)* การเรียกชุมนุม; Ⓑ *(assembly)* การประชุมใหญ่, การชุมนุมครั้งสำคัญ; Ⓒ *(Brit. Eccl.)* การประชุมในท้องถิ่นของเมืองแคนเทอร์เบอรีหรือเมืองยอร์ค; Ⓓ *(Brit. Univ.)* การประชุมสภามหาวิทยาลัย

convoke /kənˈvəʊk/เคิน'โวค/ *v.t.* เรียกประชุมอย่างเป็นทางการ

convoluted /ˈkɒnvəluːtɪd/'คอนเวอะลูทิด/ *adj.* Ⓐ *(twisted)* บิด, ม้วนงอ; Ⓑ *(complex)* สับสน, ยุ่งยาก, สลับซับซ้อน

convolution /kɒnvəˈluːʃn/คอนเวอะ'ลูช'น/ *n.* การคด, การบิด; **the ~s of the winding road** ถนนที่คดเคี้ยวเป็นวงวน

convolvulus /kənˈvɒlvjʊləs/เคิน'วอลวิวเลิซ/ *n. (Bot.)* ไม้เลื้อยในวงศ์ Convolvulus

convoy /ˈkɒnvɔɪ/'คอนวอย/ ❶ *n.* ขบวน *(เรือสินค้า, รถ)* ที่มีกำลังคุ้มกัน; **in ~:** เดินทางเป็นกลุ่ม ❷ *v.t.* พิทักษ์, คุ้มกัน

convulse /kənˈvʌls/เคิน'วัลซฺ/ *v.t.* Ⓐ **be ~d** ชักดิ้นชักงอ; *(fig.)* **be ~d with laughter** หัวเราะงอหาย; **be ~d with rage/fury** ตัวสั่นรัวด้วยความเดือดดาล/ความโกรธ; Ⓑ *(shaking, lit. or fig.)* สั่นรัว, ทำให้สั่น

convulsion /kənˈvʌlʃn/เคิน'วัลช'น/ *n.* Ⓐ *in pl.* การชักดิ้นชักงอ; *(Med.)* อาการสั่นไหวอย่างแรง; *(fig.)* **~s of laughter** การหัวเราะงอหาย; **we were in absolute ~s** พวกเราหัวเราะงอหายเลย; Ⓑ *(shaking, lit. or fig.)* การสั่น, การสั่นสะเทือน

convulsive /kənˈvʌlsɪv/เคิน'วัลซิว/ *adj.*, **convulsively** /kənˈvʌlsɪvlɪ/เคิน'วัลซิวลิ/ *adv.* [อย่าง] มีอาการสั่นรัว, [อย่าง] มีอาการชักดิ้นชักงอ

cony /ˈkəʊnɪ/'โคนิ/ *n.* Ⓐ *(rabbit)* กระต่าย; Ⓑ *(fur)* ขนกระต่าย

coo /kuː/คู/ ❶ *int. (of dove)* ขันแบบนกเขา ❷ *n. (of dove)* **the ~[s]** เสียงขันคูของนกเขา ❸ *v.i. (ทารก)* ทำเสียงอืออออในลำคอ ❹ *v.t. & i.* พูดหรือคุยเบา ๆ ด้วยเสียงกระจุ๋งกระจิ๋ง

cooee /ˈkuːiː/'คูอี/ ❶ *int.* เสียงกู่, เสียงตะโกน ❷ *v.i.* กู่, ตะโกน; **they ~d to us** พวกเขากู่หาเรา

cook /kʊk/คุค/ ❶ *n.* ➤ 489 พ่อครัว, แม่ครัว; **too many ~s spoil the broth** *(prov.)* แม่ครัวหลายคนมักปรุงน้ำซุปไม่เป็นรส, มากหมอมากความ ❷ *v.t.* Ⓐ ประกอบและปรุงอาหาร, ทำกับข้าว *(ภ.พ.)*, ทำอาหาร; *(fry)* ทอด; *(roast)* อบ; *(boil)* ต้ม; **how would you ~ this piece of meat?** คุณจะปรุงเนื้อชิ้นนี้อย่างไร; **~ed in the oven** อบในเตาอบ; **~ed meal** อาหารปรุงสำเร็จแล้ว; **how long should one ~ this joint?** เนื้อส่วนนี้ควรจะปรุงนานเท่าไร; **do you ~ with gas or electricity?** คุณทำอาหารด้วยเตาแก๊สหรือเตาไฟฟ้า; **she knows how to ~:** เธอทำกับข้าวเป็น; **~ sb.'s goose [for him]** *(fig.)* ทำลายโอกาสของ *ค.น.*; **he ~ed his own goose** เขาทำลายโอกาสของตัวเขาเอง; Ⓑ *(fig. coll.: falsify)* ปลอมแปลง, หลอกลวง; Ⓒ *(Brit. coll.: fatigue)* **be ~ed** รู้สึกเหนื่อยล้า ❸ *v.i.* ปรุงอาหาร, สุก; **the meat was ~ing slowly** เนื้อชิ้นนี้เคี่ยวไฟอ่อน ๆ; **what's ~ing?** *(fig. coll.)* มีอะไรเกิดขึ้น

~ **'up** *v.t.* ประดิษฐ์ขึ้น, แต่งขึ้น *(เรื่องราว)*; ยกเมฆ *(แผน)*

cook: ~book *n.* ➡ **cookery book**; **~-chill 'food** *n.* *อาหารสำเร็จรูปแช่แข็งที่นำมาอุ่นรับประทานได้ทันที*

cooker /ˈkʊkə(r)/'คุคเคอะ(ร)/ *n.* Ⓐ *(Brit.: appliance)* เตาประกอบอาหาร; **electric/gas ~:** เตาไฟฟ้า/แก๊ส; Ⓑ *(vessel)* ภาชนะสำหรับประกอบอาหาร; Ⓒ *(fruit)* **are those apples eaters or ~s?** แอปเปิ้ลพวกนั้นรับประทานได้เลยหรือต้องเอาไปปรุงก่อน

cookery /ˈkʊkərɪ/'คุคเคอะริ/ *n.* Ⓐ การทำกับข้าว *(ภ.พ.)*, การทำอาหาร; Ⓑ *(Amer.: place)* ห้องครัว

'cookery book *n. (Brit.)* ตำราอาหาร

cookhouse /ˈkʊkhaʊs/'คุคเฮาซฺ/ *n. (Mil.)* โรงครัว

cookie /ˈkʊkɪ/'คุคิ/ *n.* Ⓐ *(Scot.)* ขนมปังขาวก้อนกลมเล็ก; Ⓑ *(Amer.: biscuit)* คุกกี้ *(ท.ศ.)*; **that's the way the ~ crumbles** *(fig. coll.)* อะไรจะเกิดก็เกิด; Ⓒ *(coll.: person) (woman)* ผู้หญิง; *(attractive woman)* ผู้หญิงที่น่าสนใจ; *(man)* ผู้ชาย; Ⓓ *(Computing)* คุกกี้ *(ท.ศ.)*

cooking /ˈkʊkɪŋ/'คุคิง/ *n.* การปรุงอาหาร, การทำอาหาร; **Thai ~:** การทำอาหารไทย; **your ~ is marvellous** คุณทำอาหารอร่อยมาก; **do one's own ~:** ทำกับข้าวเอง; **do the ~:** ทำกับข้าว

cooking: ~ apple *n.* แอปเปิ้ลชนิดที่ใช้ทำอาหาร; **~ fat** *n.* ไขมันที่ใช้ทำอาหาร; **~ salt** *n.* เกลือปรุงรส; **~ sherry** *n.* เหล้าองุ่นสำหรับผสมอาหาร; **~ utensil** *n.* อุปกรณ์ทำอาหาร, เครื่องครัว; **~ vessel** *n.* ภาชนะสำหรับทำอาหาร

cook: ~out *n. (Amer.)* งานเลี้ยงบาร์บีคิว; **have a ~out** มีงานเลี้ยงบาร์บีคิว; **~ stove** *n. (Amer.)* เตา [ประกอบอาหาร]

cool /kuːl/คูล/ ❶ *adj.* Ⓐ เย็น, อุณหภูมิต่ำ; **I wait until my tea is ~ enough to drink** ฉันจะรอจนกว่าน้ำชาจะเย็นพอดื่มได้; **I am/feel ~:** ฉันรู้สึกเย็น; **'store in a ~ place'** เก็บในที่เย็น; **bake in a ~ oven** อบไฟอ่อน; Ⓑ *(unexcited)* **he kept** *or* **stayed ~:** เขายังคงสงบเยือกเย็น; **play it ~** *(coll.)* เล่นบทสงบเยือกเย็น; **she's always so ~ about things** เธอคุมสติได้เสมอ; **he was ~, calm, and collected** เขาเงียบสงบ ใจเย็นและคุมสติอยู่; **keep a ~ head** รักษาความสงบ, ไม่ตื่นเต้นง่าย ๆ; ➡ + **cucumber**; Ⓒ *(unemotional, unfriendly)* เย็นชา, ไม่เป็นมิตร, ไว้ตัว; *(calmly audacious)* เอาเปรียบอย่างเลือดเย็น; **be a ~ customer** *(fig.)* เป็นคนที่เอาเปรียบอย่างเลือดเย็น; **a ~ £3,000/thousand** *(coll.)* ราคาตั้ง 3,000 ปอนด์/หนึ่งพัน; Ⓓ *(Jazz)* ในรูปแบบของคูลแจ๊ส *(ท.ศ.)*; **~ jazz** ดนตรีแจ๊สชนิดฟังสบาย; Ⓔ *(coll.: excellent)* ดีเลิศ, สุดยอด *(ภ.พ.)* ❷ *n.* Ⓐ *(coolness)* ความเย็น; Ⓑ *(cool air, place)* **sit in the ~:** นั่งในที่เย็น; **store sth. in the ~:** เก็บ *ส.น.* ไว้ในที่เย็น; Ⓒ *(coll.: composure)* **keep/lose one's ~:** รักษา/เสียความใจเย็น ❸ *v.i.* เย็นลง; **the weather has ~ed** อากาศเย็นลง; **wait until your milk ~s a bit** รอให้นมเย็นลงสักหน่อย; *(fig.)* **our relationship has ~ed** ความสัมพันธ์ของเราเย็นชาลงหรือไม่ใกล้ชิดเหมือนเมื่อก่อน; **the first heat of passion has ~ed** ความหลงใหลอันร้อนแรงแต่แรกคลายลง; **~ towards sb./sth.** เย็นชาต่อ *ค.น./ส.น.* ❹ *v.t.* ลดอุณหภูมิลง, ทำให้เย็นลง; **[have to] ~ one's heels** [ต้อง] รอคอย; **~ it!** *(coll.)* ใจเย็น ๆ

~ **'down** ❶ *v.i.* Ⓐ *(น้ำชา, อากาศ)* เย็นลง; Ⓑ *(fig.)* สงบลง, ใจเย็นลง; **his anger has ~ed down** เขาค่อย ๆ หายโกรธ ❷ *v.t.* ทำให้เย็นลง, ทำให้สงบลง

~ **'off** ❶ *v.i.* Ⓐ เย็นลง; **the weather has ~ed off** อากาศเย็นลง; **we need a few minutes to ~ off** ขอเวลาหายร้อนสักสองสามนาที; Ⓑ *(fig.)* สงบลง; *(ความโกรธ, ความหลงใหล)* ซาลง; *(ความใกล้ชิด)* ลดลง ❷ *v.t.* ทำให้เย็นลง; *(fig.)* ทำให้สงบลง

coolant /ˈkuːlənt/'คูเลินทฺ/ *n.* สารหล่อเย็น; *(for cutting-tool)* ของเหลวที่ใช้ลดความฝืดของเครื่องตัด; *(for internal-combustion engine)* น้ำยาหล่อเย็น

'cool box *n.* กล่องเก็บความเย็น, กระติกแช่เย็น

cooler /ˈkuːlə(r)/'คูเลอะ(ร)/ *n.* Ⓐ *(vessel)* ภาชนะสำหรับแช่เย็น; Ⓑ *(Amer.: refrigerator)* ตู้เย็น; Ⓒ *(coll.: prison)* คุก, ห้องขัง

'cool-headed *adj.* สงบ, ใจเย็น

coolie /ˈkuːlɪ/'คูลิ/ *n.* กุลี *(ท.ศ.)*, ผู้ใช้แรงงาน

'coolie hat หมวกปีกกว้างยอดทรงกรวยที่พวกกุลีใส่ หมวกทรงจีน

cooling /ˈkuːlɪŋ/'คูลิง/ *adj.* เย็นลง, ทำให้เย็นลง; **~ fan** *n.* พัดลม; **~-'off period** *n.* *เวลาช่วงหนึ่งเพื่อให้โอกาส (ลูกค้า, คู่โต้แย้ง) เปลี่ยนใจก่อนตัดสินใจทำ ส.น.*; **~ tower** *n.* หอระบายน้ำ *(ซึ่งลดอุณหภูมิในระหว่างไหลลง)*

coolly /ˈkuːllɪ/'คูลลิ/ *adv.* Ⓐ อย่างเย็นเยือก; Ⓑ *(fig.) (calmly)* อย่างใจเย็น; *(unemotionally, in unfriendly manner)* อย่างเย็นชา, อย่างไม่เป็นมิตร, อย่างเฉยเมย; *(impudently)* อย่างหน้าด้าน

coolness /ˈkuːlnɪs/'คูลนิซ/ *n., no pl.* ความเย็น; *(fig.) (calmness)* ความใจเย็น; *(unemotional nature, unfriendliness)* ความเย็นชา; *(impudence)* ความหน้าด้าน; *(insolence)* ความทะลึ่ง

coomb /kuːm/คูม/ *n. (Brit.) (on hill flank)* *หุบเขา หรือ แอ่งบนด้านข้างของเนินเขา*; *(short valley)* หุบเขาสั้น ๆ

coon /kuːn/คูน/ *n.* Ⓐ *(Amer.: racoon)* แร็กคูน *(ท.ศ.)*, *(สัตว์กินเนื้อตัวเล็ก มีหางเป็นพวงพบในอเมริกา)*; Ⓑ *(sl. derog.) (black person)* คนนิโกร

'coonskin *n. (Amer.)* หนังแร็กคูน; *(cap)* หมวกขนแร็กคูนพร้อมหาง

coop /kuːp/คูพ/ ❶ *n. (cage)* กรง; *(for poultry)* เล้าไก่ ❷ *v.t.* **~ in** *or* **up** กักขัง *(คน)* ไว้ในที่แคบ ๆ

co-op /ˈkəʊɒp/'โคออพ/ *n. (coll.)* Ⓐ *(Brit.) (society)* สหกรณ์; *(shop)* ร้านสหกรณ์; Ⓑ *(Amer.)* ➡ **co-operative** 2 B

cooperate /kəʊˈɒpəreɪt/โค'ออเพอะเรท/ *v.i.* ร่วมมือกัน (in ใน); *(with each other)* ร่วมมือซึ่งกันและกัน; **~ with sb.** ร่วมมือกับ *ค.น.*; **the patient refused to ~:** คนไข้ไม่ยอมให้ความร่วมมือ; **~ with the police** ร่วมมือกับตำรวจ

C

cooperation /kəʊɒpə'reɪʃn/โคออเพอะ'เรช'น/ *n.* Ⓐ ➡ **cooperate:** การร่วมมือ; **with the ~ of** ด้วยความร่วมมือของ; **in ~ with** โดยความร่วมมือกับ; Ⓑ *(Econ.)* ใช้ระบบสหกรณ์; **the principle of ~:** หลักการของสหกรณ์

cooperative /kəʊ'ɒpərətɪv/โค'ออเพอะเรอะทิฟ/ ❶ *adj.* Ⓐ *(offering cooperation)* เสนอการร่วมมือ; *(helpful)* ช่วยเหลือ; Ⓑ *(Econ.)* อย่างเป็นสหกรณ์ ❷ *n.* Ⓐ สหกรณ์; *(shop)* ร้านสหกรณ์; **workers' ~:** สหกรณ์ของคนงาน; Ⓑ *(Amer.: dwelling)* ที่อยู่อาศัยเป็นห้องชุดที่มีเจ้าของร่วม

cooperative: ~ shop *n.* ➡ **~ store; ~ society** *n.* สมาคมสหกรณ์; **~ store** *n.* ร้านสหกรณ์

co-opt /kəʊ'ɒpt/โค'ออพทฺ/ *v.t.* แต่งตั้งเป็นสมาชิก *(โดยสมาชิกปัจจุบันเชื้อเชิญ)*; **be ~ed [on] to a committee** ได้รับการแต่งตั้งให้เป็นกรรมการ

co-option /kəʊ'ɒpʃn/โค'ออพช'น/ *n.* การแต่งตั้งให้เป็นสมาชิก

coordinate ❶ /kəʊ'ɔ:dɪnət/โค'ออดิเนิท/ *adj.* Ⓐ *(equal in rank)* ตำแหน่งเท่ากัน; Ⓑ *(Ling.)* เป็นอนุประโยคที่เท่าเทียมกัน ❷ *n.* Ⓐ *(Math.)* *ชุดของตัวเลขที่ใช้กำหนดจุดบนเส้นหรือระนาบ;* พิกัด *(ร.บ.)*; Ⓑ *in pl. (clothes)* เสื้อผ้าที่เข้าชุดกัน ❸ /kəʊ'ɔ:dɪneɪt/โค'ออดิเนท/ *v.t.* Ⓐ ประสานงาน, เรียบเรียงให้สอดคล้อง; **~ one's thoughts** เรียบเรียงความคิด; Ⓑ *(Ling.)* **coordinating conjunction** สันธานเชื่อมเอกอรรถประโยคที่สมบูรณ์เท่ากัน

coordination /kəʊɔ:dɪ'neɪʃn/โคออดิ'เนช'น/ *n.* การเรียบเรียง, สภาพความคล่องไม้คล่องมือ; **he lacks ~:** เขาขาดความคล่องตัว *หรือ* เขางุ่มง่ามเทอะทะ

coordinator /kəʊ'ɔ:dɪneɪtə(r)/โค'ออดิเนเทอะ(ร)/ *n.* ผู้ประสานงาน

coot /ku:t/คูท/ *n.* Ⓐ *(Ornith.)* **[bald] ~:** นกเป็ดน้ำหัวล้านในสกุล *Fulica*; **be [as] bald as a ~:** หัวล้านเหมือนนกกระทุง; Ⓑ *(coll.: stupid person)* **[silly] ~:** คนโง่

co-owner /kəʊ'əʊnə(r)/โค'โอเนอ(ร)/ *n.* เจ้าของร่วม

¹cop /kɒp/คอพ/ *n. (coll.: police officer)* ตำรวจ; **she's a ~:** เธอเป็นตำรวจ; **~s and robbers** ตำรวจจับผู้ร้าย

²cop *(coll.)* ❶ *v.t.,* **-pp-:** Ⓐ **when ..., you'll ~ it** *(be punished)* เมื่อ...คุณเสร็จแน่; Ⓑ **they ~ped it** *(were killed)* พวกนั้นถูกฆ่าทิ้ง; Ⓒ *(hit)* **he ~ped him one under the chin** เขาต่อยเขาที่คางหนึ่งที ❷ *n.* **it's a fair ~!** จับกุมได้คาหนังคาเขา; **no ~, not much ~:** ไม่ดีเท่าไหร่, ไม่มีอะไรพิเศษ

~ 'out *v.i. (coll.)* Ⓐ *(escape)* หนี, หลบหนี; **~ out of society** หนีออกจากสังคม; Ⓑ *(give up)* ยกเลิก, ยอมแพ้; Ⓒ *(go back on one's promise)* **you can't ~ out like that** คุณเบี้ยวเฉย ๆ อย่างนั้นไม่ได้หรอก; ➡ + **cop-out**

copartner /kəʊ'pɑ:tnə(r)/โค'พาทเนอะ(ร)/ *n.* หุ้นส่วน

copartnership /kəʊ'pɑ:tnəʃɪp/โค'พาทเนอะชิพ/ *n. (relationship)* ความสัมพันธ์; *(company)* วงสมาคม, บริษัท

¹cope /kəʊp/โคพ/ *v.i.* Ⓐ *(be able to contend)* **~ with sb./sth.** สามารถรับมือกับ *ค.น./ส.น.*; **~ with a handicapped child** ดูแลและจัดการกับเด็กพิการ; Ⓑ *(deal with sth.)* จัดการ; **we must find someone who will ~:** เราต้องหา *ค.น.* ที่รับมือกับสถานการณ์ได้

²cope *n. (Eccl.)* เสื้อคลุมยาวเข้าพิธีของบาทหลวง

Copenhagen /kəʊpn'heɪgn/โคเพิน'เฮก'น/ *pr. n.* เมืองโคเปนเฮเกน *(เมืองหลวงของประเทศเดนมาร์ก)*

Copernican /kə'pɜ:nɪkn/เคอะ'เพอนิค'น/ *adj.* *เกี่ยวกับทฤษฎีของโคเปอร์นิคัสที่ว่าโลกและดาวเคราะห์อื่น ๆ หมุนรอบดวงอาทิตย์*

copier /'kɒpɪə(r)/'คอเพีย(ร)/ *n. (machine)* เครื่องถ่ายเอกสาร, ผู้คัดลอก

co-pilot /'kəʊpaɪlət/'โคไพเลิท/ *n.* นักบินที่สอง

coping /'kəʊpɪŋ/'โคพิง/ *n.* สันกำแพง

'coping stone *n.* หินที่ใช้เป็นสันกำแพง

copious /'kəʊpɪəs/'โคเพียซ/ *adj. (plentiful)* มากมาย, อุดมสมบูรณ์; *(informative)* เพียบพร้อมด้วยข้อมูล

copiously /'kəʊpɪəslɪ/'โคเพียซลิ/ *adv.* *(plentifully)* อย่างมากมาย, อย่างอุดมสมบูรณ์; *(informatively)* อย่างเพียบพร้อมด้วยข้อมูลหรือข่าวสาร

copiousness /'kəʊpɪəsnɪs/'โคเพียซนิซ/ *n., no. pl. (plentifulness)* ความอุดมสมบูรณ์, ความมากมาย

'cop-out *n. (coll.)* การหลีกเลี่ยงอย่างขี้ขลาด; **that's a ~:** นั่นเป็นการเบี้ยวดื้อ ๆ

¹copper /'kɒpə(r)/'คอเพอะ(ร)/ ❶ *n.* Ⓐ ทองแดง; Ⓑ *(coin)* เหรียญทองแดง; **a few ~s** ไม่กี่สตางค์; **it only costs a few ~s** ราคาไม่กี่สตางค์; Ⓒ *(boiler)* หม้อต้มน้ำ ❷ *attrib. adj.* Ⓐ *(made of ~) (หม้อ)* ทองแดง; Ⓑ *(coloured)* มีสีทองแดง

²copper *n. (Brit. coll.)* ➡ **¹cop**

copper: ~ 'beech *n.* ต้นบีช *(ท.ศ.)* ที่มีใบเป็นสีทองแดง; **~-bottomed** *adj. (เรือ, หม้อ)* มีก้นหุ้มทองแดง; *(fig.) (authentic)* ของแท้, ของจริง; *(financially reliable)* แน่นอน; **~-coloured** *adj.* สีทองแดง; **~plate** ❶ *n.* Ⓐ *(metal plate)* แผ่นทองแดง; Ⓑ *(print)* แม่พิมพ์ทองแดง ❷ *adj.* **~plate writing** การเขียนตัวอักษรที่บรรจงเลียนแบบตัวพิมพ์

coppery /'kɒpərɪ/'คอเพอะริ/ *adj.* เหมือนทองแดง, มีสีทองแดง

coppice /'kɒpɪs/'คอพิซ/ *n.* ป่าละเมาะ, ป่าแสม

'coppice wood *n.* ไม้แสม, ต้นไม้เล็ก ๆ

copra /'kɒprə/'คอเพรอะ/ *n.* เนื้อมะพร้าวตากแห้ง

copse /kɒps/คอพซฺ/ ➡ **coppice**

'cop shop /'kɒpʃɒp/'คอพชอพ/ *n. (Brit. coll.)* สถานีตำรวจ, โรงพัก

Copt /kɒpt/คอพทฺ/ *n.* ชาวคอพท์ *(ชาวอียิปต์สมัยกรีกและโรมันโบราณที่นับถือศาสนาคริสต์)*

Coptic /'kɒptɪk/'คอพทิค/ ❶ *adj.* เกี่ยวกับชาวคอพท์ ❷ *n. (language)* ภาษาของชาวคอพท์ *(ปัจจุบันใช้แต่ในคริสต์ศาสนานิกายที่ชาวคอพท์นับถือ)*

copula /'kɒpjʊlə/'คอพิวเลอะ/ *n. (Ling.)* คำเชื่อม โดยเฉพาะคำกริยา

copulate /'kɒpjʊleɪt/'คอพิวเลท/ *v.i.* ร่วมประเวณี

copulation /kɒpjʊ'leɪʃn/คอพิว'เลช'น/ *n.* การมีเพศสัมพันธ์

copy /'kɒpɪ/'คอพิ/ ❶ *n.* Ⓐ *(reproduction)* การถอดแบบ; *(imitation)* การเลียนแบบ; *(with carbon paper etc.) (typed)* การพิมพ์โดยใช้กระดาษคาร์บอนด์; *(written)* การเขียนสำเนา; **write a ~:** เขียนสำเนา; ➡ + **²fair** 1 H; **rough copy;** Ⓑ *(specimen)* ตัวอย่าง, ฉบับ, ใบ; **have you a ~ of today's 'Times'?** คุณมีหนังสือพิมพ์ 'Times' ฉบับวันนี้หรือเปล่า; **send three copies of the application** ส่งใบสมัคร 3 ใบ; **top ~:** ตัวจริง; Ⓒ *(manuscript etc. for printing)* ต้นฉบับ; **supply ~:** ส่งต้นฉบับ; **make good ~** *(Journ. coll.: news)* ทำข่าวดี/ออกเป็นข่าวได้; **[advertising] ~:** ข้อความโฆษณา ❷ *v.t.* Ⓐ *(make ~ of)* อัดสำเนา, ทำสำเนา; *(by photocopier)* ถ่ายเอกสาร; *(transcribe)* คัดลอก; Ⓑ *(imitate)* เลียนแบบ ❸ *v.i.* Ⓐ จำลอง; **~ from sb./sth.** ลอก/เลียนแบบจาก *ค.น./ส.น.*; Ⓑ *(in exam etc.)* ลอก; **~ from sb./sth.** ลอกจาก *ค.น./ส.น.*

~ 'out *v.t.* คัดลอกตรงตามตัวอักษร

copy: ~book *n. attrib.* สมุดคัดลายมือ; *(fig.)* *(อากาศ)* ดีมาก; ➡ + **blot** 2 B; **~cat** *n. (coll.)* **you're such a ~cat!** คุณนี่ชอบทำตามคนอื่นจริง ๆ; **~ desk** *n. (Amer.)* โต๊ะกองบรรณาธิการ; **~ editor** *n.* ผู้อ่านตรวจต้นฉบับก่อนพิมพ์

copyist /'kɒpɪɪst/'คอพิอิซท/ *n.* ผู้เขียนสำเนา

copy: ~ protection *n. (Computing)* การป้องกันการทำสำเนา; **~right** ❶ *n.* ลิขสิทธิ์; **be out of ~:** หมดลิขสิทธิ์; **protected by ~:** ได้รับการคุ้มครองจากกฎหมายลิขสิทธิ์ ❷ *adj.* มีลิขสิทธิ์; **~right library** *(Brit.)* ห้องสมุดที่มีสิทธิได้รับหนังสือทุกเล่มที่พิมพ์ในสหราชอาณาจักรอังกฤษ ❸ *v.t.* จดทะเบียนลิขสิทธิ์; **~ typist** *n.* ➤ 489 ผู้พิมพ์ต้นฉบับ; **~writer** *n.* ผู้เขียนข้อความ *(โฆษณา, ข่าว)*

coquetry /'kɒkɪtrɪ, 'kəʊkɪtrɪ/'คอคิทริ, 'โคคิทริ/ *n.* ความเป็นหญิงเจ้าชู้, ความยั่วยวน *(ของผู้หญิง)*

coquette /kə'ket/เคอะ'เค็ท/ ❶ *n.* หญิงเจ้าชู้ ❷ *v.i.* ทำดัดจริต, ยั่วยวน

coquettish /kə'ketɪʃ/เคอะ'เค็ททิช/ *adj.* เจ้าชู้, ดัดจริต, ยั่วยวน

cor /kɔ:(r)/คอ(ร)/ *int. (Brit. sl.)* โอโห

coracle /'kɒrəkl/'คอเรอะค'ล/ *n. (Brit.)* *เรือบดเล็ก ๆ ใช้หวายสานเป็นโครงหุ้มด้วยวัสดุกันน้ำ*

coral /'kɒrl, US 'kɔ:rəl/'คอเริล/ ❶ *n.* ปะการัง ❷ *attrib. adj. (สร้อย, เกาะ)* ปะการัง

cor anglais /kɔ:r 'ɒŋgleɪ/คอร 'อองเกล/ *n.* *(Mus.)* Ⓐ *(instrument)* เครื่องเป่าประเภทปี่; Ⓑ *(organ stop)* ปุ่มเปลี่ยนเสียงออร์แกนให้*เหมือนปี่ชนิดดังกล่าว*

corbel /'kɔ:bl/'คอบ'ล/ *n. (Archit.) (of stone)* แง่หิน; *(of timber)* รอดยื่น

'corbel table *n. (Archit.)* ชายคาที่วางบนรอด

cord /kɔ:d/คอด/ *n.* Ⓐ เชือก, ด้ายหนาเหนียว; Ⓑ *(Anat.)* ➡ **spermatic cord; spinal cord; umbilical cord; vocal cords;** Ⓒ *(rib)* ซี่โครง; *(cloth)* ผ้าลูกฟูกลายทาง; Ⓓ *in pl. (trousers)* **[pair of] ~s** กางเกงขายาวลูกฟูก [หนึ่งตัว]; Ⓔ *(Amer. Electr.: flex)* สายไฟฟ้า

cordage /'kɔ:dɪdʒ/'คอดิจ/ *n. (Naut.)* เชือกโยงเรือและขึงใบเรือ

cordate /'kɔ:deɪt/'คอเดท/ *adj. (Biol.)* เป็นรูปหัวใจ

cordial /'kɔ:dɪəl, US 'kɔ:rdʒəl/'คอเดียล/ ❶ *adj.* อบอุ่น, จริงใจ; **a ~ welcome** การต้อนรับที่อบอุ่น ❷ *n. (drink)* เครื่องดื่มรสผลไม้

cordiality /kɔ:dɪ'ælɪtɪ, US kɔ:rdʒɪ-/คอดิ'แอลิทิ/ *n., no pl.* ความจริงใจ, ความอบอุ่น

cordially /'kɔ:dɪəlɪ, US -dʒəlɪ/'คอเดียลลิ, -เจอะลิ/ *adv.* อย่างจริงใจ, อย่างอบอุ่น; **~ dislike sb.** เกลียด *ค.น.* สุดหัวใจ; **~ yours** ด้วยความระลึกถึงเสมอ *(คำลงท้ายในจดหมาย)*

cordillera /kɔ:dɪ'ljeərə/คอดิ'ลิแอเรอะ/ *n.* *(Geog.)* เทือกเขาขนาน ซึ่งมีที่ราบสูงระหว่างกัน

cordite /ˈkɔːdaɪt/ˈคอไดท/ *n.* ดินระเบิดไร้ควันที่ทำจากเยื่อไนเตรตและไนโตรกลีเซอรีน

cordless /ˈkɔːdlɪs/ˈคอดลิซ/ *adj.* *(without cord)* ไร้สาย

ˈcordless phone *n.* โทรศัพท์ไร้สาย

cordon /ˈkɔːdn/ˈคอด'น/ ❶ *n.* *(line of police; also Mil.)* แนวรักษาการณ์; **a ~ of policemen** เขตรักษาการณ์ของตำรวจ; ➡ + **throw around b** ❷ *v.t.* **~ [off]** ปิดกั้นด้วยเขตรักษาการณ์

cordon bleu /kɔːdɔ̃ ˈblɜː/คอดอง ˈเบลอ/ *n.* ผู้ปรุงอาหารฝีมือเยี่ยม, พ่อ/แม่ครัวเอก; **~ cookery** การปรุงอาหารเลิศรส

corduroy /ˈkɔːdərɔɪ, ˈkɔːdjʊrɔɪ/ˈคอเดอรอย, ˈคอดิวรอย/ *n.* Ⓐ *(material)* ผ้าลูกฟูก; Ⓑ *in pl.* *(trousers)* กางเกงผ้าลูกฟูก

core /kɔː(r)/ˈคอ(ร)/ ❶ *n.* Ⓐ *(of fruit)* แกนกลาง; Ⓑ *(Geol.)* *(rock sample)* ตัวอย่างหิน; *(of earth)* แกนของโลก; Ⓒ *(Electr.: of soft iron)* ไส้กลางของเหล็กอ่อน; Ⓓ *(fig.: innermost part)* **get to the ~ of the matter** เข้าถึงแก่นแท้ของเรื่อง; **rotten to the ~:** เน่าถึงไส้ใน; **English to the ~:** เป็นคนอังกฤษอย่างแท้จริง; Ⓔ *(Industry: internal mould)* ส่วนกลางของแบบพิมพ์; Ⓕ *(Nucl. Engin.)* แกนกลาง; Ⓖ *(Computing)* หน่วยความจำหลัก *(ที่ใช้หลักการของวงแหวนแม่เหล็ก)*; Ⓗ *(of rope, electrical cable)* ไส้กลาง ❷ *v.t.* คว้านเมล็ดออก *(แอปเปิ้ล, เงาะ)*

corer /ˈkɔːrə(r)/ˈคอเรอะ(ร)/ *n.* เครื่องดึง/คว้านไส้กลางออก

co-respondent /kəʊrɪˈspɒndənt/โคริˈซปอนเดินทฺ/ *n.* ผู้ตกเป็นจำเลยในคดีหย่าร้าง

ˈcore time *n.* ช่วงที่คนทำงานเป็นกะต้องเข้าทำงาน

Corfu /kɔːˈfuː/คอˈฟู/ *pr. n.* เกาะคอร์ฟู *(ในหมู่เกาะไอโอเนียนของประเทศกรีซ)*

corgi /ˈkɔːgɪ/ˈคอกิ/ *n.* **[Welsh] ~:** สุนัขพันธุ์เตี้ยหน้าแหลมเหมือนสุนัขจิ้งจอก

coriander /kɒrɪˈændə(r), US kɔːr-/คอริˈแอนเดอะ(ร)/ *n.* ผักชี

coriˈander seed *n.* ลูกผักชี

Corinth /ˈkɒrɪnθ/ˈคอรินธฺ/ *pr. n.* เมืองโครินธ์ของกรีกโบราณ

cork /kɔːk/คอค/ ❶ *n.* Ⓐ *(bark)* เปลือกไม้ก๊อก; Ⓑ *(bottle stopper)* จุกไม้ก๊อก; Ⓒ *(fishing float)* ทุ่นก๊อกที่ใช้ตกปลา; Ⓓ *attrib.* ไม้ก๊อก ❷ *v.t.* ใส่จุก, ปิดจุก

~ ˈup *v.t.* ใส่จุก, ใส่ก๊อก; **~ up one's emotions** ปิดบังความรู้สึกทั้งมวล

corked /kɔːkt/คอคทฺ/ *adj.* Ⓐ *(stopped with cork)* ปิดด้วยจุกก๊อก; Ⓑ *(impaired)* เสียหายเพราะจุกเสีย

corker /ˈkɔːkə(r)/ˈคอเคอะ(ร)/ *n.* *(coll.)* *(thing)* **that joke was a real ~, that was a ~ of a joke** คำพูดตลกนั้นเยี่ยมจริง; *(person)* **she's/he's a real ~:** เธอ/เขาเด่นจริง ๆ

corking /ˈkɔːkɪŋ/ˈคอคิง/ *adj.* *(coll.)* *(large)* ใหญ่; *(excellent)* ดีเยี่ยม, วิเศษเกินคาด

cork: ~screw ❶ *n.* *(bottle opener)* ที่เปิดขวดแบบเกลียว ❷ *v.i.* *(เครื่องบิน)* ควงสว่านลงมา; **~ˈtile** *n.* แผ่นไม้ก๊อกอัด *(ปูพื้นหรือติดผนัง)*; **~-tipped** *adj.* *(Brit.)* บุหรี่ก้นกรอง; **~wood** *n.* Ⓐ *(wood)* ไม้คอร์ก; Ⓑ *(tree)* ต้นคอร์ก

corky /ˈkɔːkɪ/ˈคอคิ/ *adj.* เหมือนไม้คอร์ก; *(wine)* ที่เสียเพราะจุกก๊อกไม่ดี

corm /kɔːm/คอม/ *n.* *(Bot.)* พืชหัวที่มีลำต้นใต้ดิน เช่น ดอกลิลลี่

cormorant /ˈkɔːmərənt/ˈคอเมอะเรินทฺ/ *n.* *(Ornith.)* นกกาน้ำทะเลในวงศ์ Phalacrocoracidae

¹corn /kɔːn/คอน/ *n.* Ⓐ *(cereal)* ธัญพืชหลักโดยเฉพาะข้าวไรย์และข้าวสาลี; **[sweet] ~:** *(maize)* ข้าวโพดหวาน; **~ on the cob** ข้าวโพดทั้งฝัก; Ⓑ *(seed)* เมล็ดข้าวโพด, เมล็ดธัญพืช

²corn *n.* *(on foot)* ตุ่มบนเท้า, ตาปลา; **tread on sb.'s ~s** *(fig.)* ทำร้ายความรู้สึกของ *ค.น.*

corn: ~cob *n.* ซังข้าวโพด; **~crake** /ˈkɔːnkreɪk/ˈคอนเครค/ *n.* *(Ornith.)* นก *Crex crex* พบในยุโรป อาศัยอยู่ในไร่ข้าวโพดทำรังบนพื้นดิน; **~ dolly** *n.* ตุ๊กตาที่ทำจากฟางข้าวสาลี

cornea /ˈkɔːnɪə/ˈคอเนีย/ *n.* *(Anat.)* กระจกตา, แก้วตา

corneal /ˈkɔːnɪəl/ˈคอเนียล/ *adj.* *(Anat.)* เกี่ยวกับกระจกตา *หรือ* แก้วตา

corned beef /kɔːnd ˈbiːf/คอนดฺ ˈบีฟ/ *n.* คอร์นบีฟ *(ท.ศ.)*, เนื้อบดปรุงรสสำเร็จรูปอัดกระป๋อง

cornelian /kɔːˈniːlɪən/คอˈนีเลียน/ *n.* Ⓐ หินเขี้ยวหนุมานชนิดหนึ่งที่มีสีแดงหรือแดงปนขาว; Ⓑ สีเหมือนหินนี้

corner /ˈkɔːnə(r)/ˈคอเนอะ(ร)/ ❶ *n.* Ⓐ มุม, หัวมุม; *(curve)* หัวโค้ง; **on the ~:** ตรงหัวโค้ง; **at the ~:** ที่หัวโค้ง; **~ of the street** หัวมุมถนน; **sharp ~:** โค้งอันตราย; **cut [off] a/the ~:** ตัดหัวโค้ง; **cut ~s** *(fig.)* ทำอย่างลวก ๆ; **cut ~s with sth.** *(fig.)* ใช้วิธีลัดในการทำ *ส.น.*; **[sth. is] just [a]round the ~:** *[ส.น.]* อยู่ใกล้มาก *หรือ* อยู่ตรงนี้เอง; **Christmas is just round the ~** *(fig. coll.)* เกือบจะถึงวันคริสต์มาสแล้ว; **turn the ~:** เลี้ยวตามทางโค้ง; **he has turned the ~ now** *(fig.)* ตอนนี้เขาพ้นขีดอันตรายแล้ว; Ⓑ *(hollow angle between walls)* มุมตึก; *(of mouth, eye)* มุมปาก, หางตา; **~ of the mouth/eye** มุมปาก/หางตา; **drive sb. into a ~:** ต้อน *ค.น.* เข้าไปจนมุม; ➡ + **paint** 2 A; **tight** 1 I; Ⓒ *(Boxing, Wrestling)* มุมบนเวทีมวย; Ⓓ *(secluded place)* ที่สันโดษ, มุมที่หลบสายตา; *(remote region)* ถิ่นที่ห่างไกล; **from the four ~s of the earth** จากสี่มุมโลก; Ⓔ *(Hockey/Footb.)* การเตะ/ตีลูกจากมุมสนาม; **score from a ~:** ได้ประตูจากลูกเตะมุม; **take a ~:** เตะลูกคอร์เนอร์ *(ท.ศ.)*; Ⓕ *(Commerc.)* การควบคุมการซื้อขายสินค้าบางชนิด ❷ *v.t.* Ⓐ *(drive into ~)* ต้อนเข้าไปจนมุม; **have [got] sb. ~ed** มี *ค.น.* อยู่ในจุดที่หนีไม่ได้; Ⓑ *(Commerc.)* คุม, กว้านซื้อ; **~ the market in coffee** เข้าคุมตลาดกาแฟ ❸ *v.i.* เลี้ยวโค้ง, เลี้ยวมุม, หักมุม; **~ well/badly** *(รถยนต์)* เลี้ยวดี/แหกโค้ง; **when ~ing** ตอนเลี้ยวโค้ง

corner: ~ cupboard *n.* ตู้ถ้วยชามเข้ามุม; **~ flag** *n.* *(Sport)* ธงมุมสนาม; **~ hit** *n.* *(Hockey)* ลูกตีมุม; **score [a goal] from a ~ hit** ได้แต้ม *(ประตู)* จากลูกตีมุม; **score from a ~ kick** ได้ประตูจากลูกคอร์เนอร์; **take a ~ kick** ได้ลูกเตะมุม; **~ seat** *n.* ที่นั่งติดมุม; **~ shop** *n.* ร้านหัวมุม; **~stone** *n.* แท่งหินที่อยู่มุมกำแพง, ศิลาฤกษ์; *(fig.)* สิ่งสำคัญที่จะขาดเสียมิได้

cornet /ˈkɔːnɪt/ˈคอนิท/ *n.* Ⓐ *(Brit.: wafer)* กรวยขนมบาง ๆ ใส่ไอศกรีม; Ⓑ *(Mus.)* *(instrument)* เครื่องดนตรีชนิดหนึ่งอยู่ในประเภทเครื่องลมทองเหลือง

corn: ~ exchange *n.* ตลาดค้าข้าวสาลี; **~field** *n.* นาข้าวสาลี; *(Amer.)* ไร่ข้าวโพด; **~flakes** *n. pl.* คอร์นเฟลก *(ท.ศ.)* *(แผ่นข้าวโพดอบกรอบใช้รับประทานเป็นอาหารเช้า)*; **~flour** *n.* Ⓐ *(Brit.: ground maize)* แป้งข้าวโพด; Ⓑ *(flour of rice etc.)* แป้งข้าวจ้าว; **~flower** *n.* ดอกไม้ในสกุล *Centaurea* ซึ่งขึ้นในนาข้าวสาลี

cornice /ˈkɔːnɪs/ˈคอนิซ/ *n.* Ⓐ *(Archit.)* คิ้วบนตึก *หรือ* บัว; Ⓑ *(moulding)* บัว, หัวเสาในรูปแบบคลาสสิคใต้มุมเพดานห้อง; Ⓒ *(Mount.)* ก้อนหิมะแข็งที่ยื่นออกมาจากริมหน้าผา

Cornish /ˈkɔːnɪʃ/ˈคอนิช/ ❶ *adj.* แห่งมณฑลคอร์นวอลล์ *(ทางภาคตะวันตกเฉียงใต้ของอังกฤษ)* ❷ *n.* ภาษาเคลท์เก่าแก่ที่ใช้ในคอร์นวอลล์

Cornish: ~ ˈcream *n.* ครีมข้นสีเหลือง; **~ pasty** /kɔːnɪʃ ˈpæstɪ/คอนิชˈแพซติ/ *n.* เนื้อและผักปรุงรสห่อหุ้มด้วยแป้งอบ

corn: ~ marigold *n.* ดอกไม้สีเหลืองคล้ายดอกเดซี่; **~starch** *n.* *(Amer.)* ➡ **~flour** A

cornucopia /kɔːnjʊˈkəʊpɪə/คอนิวˈโคเพีย/ *n.* สัญลักษณ์ของความอุดมสมบูรณ์ประกอบด้วยเขาแพะประดับด้วยดอกไม้ ผลไม้ และข้าวโพด; **a ~ of information** *(fig.)* ข้อมูลมากมาย

corny /ˈkɔːnɪ/ˈคอนิ/ *adj.* *(coll.)* *(old-fashioned)* ล้าสมัย, เชย; *(trite)* น่าเบื่อ, ซ้ำซาก; *(sentimental)* ซาบซึ้งใจ

corolla /kəˈrɒlə/เคอะˈรอเลอะ/ *n.* *(Bot.)* วงของกลีบในของดอกไม้

corollary /kəˈrɒlərɪ, US ˈkɒrəlerɪ/เคอะˈรอเลอะริ/ *n.* *(proposition)* อนุนัย *(ร.บ.)*, ข้อเสนอที่เนื่องจากอีกข้อที่ได้รับการพิสูจน์แล้ว; *(inference)* ข้อวินิจฉัย, การลงความเห็น; *(consequence)* ผลลัพธ์, ผลที่ตามมา

corona /kəˈrəʊnə/เคอะˈโรเนอะ/ *n.*, *pl.* **~e** /kəˈrəʊniː/เคอะˈโรนี/ *or* **~s** Ⓐ *(circle of light round sun or moon)* แสงที่เกิดเป็นวงรอบดวงจันทร์หรือดวงอาทิตย์; *(gaseous envelope of sun)* ก๊าซที่ห่อหุ้มดวงอาทิตย์; Ⓑ *(Anat.)* พวงมาลาที่มีรูปทรงเหมือนมงกุฎ

coronary /ˈkɒrənərɪ, US ˈkɔːrənerɪ/ˈคอเรอะเนอะริ, ˈคอเรอะเนะริ/ ❶ *adj.* *(Anat.)* เป็นวงคล้ายมงกุฎ ❷ *n.* *(Med.)* ➡ **coronary thrombosis**

coronary: ~ ˈartery *n.* *(Anat.)* เส้นโลหิตใหญ่ส่งเลือดเข้าหัวใจ; **~ thromˈbosis** *n.* ➤ 453 *(Med.)* การมีเลือดเกาะเป็นก้อนทำให้เส้นโลหิตที่เข้าหัวใจอุดตัน

coronation /kɒrəˈneɪʃn, US kɔːr-/คอเรอะˈเนช'น/ *n.* พิธีบรมราชาภิเษก

coroner /ˈkɒrənə(r), US ˈkɔːr-/ˈคอเรอะเนอะ(ร)/ *n.* เจ้าพนักงานผู้ไต่สวนสาเหตุการตายอย่างผิดปกติ, พนักงานชันสูตรพลิกศพ

coronet /ˈkɒrənət, US ˈkɔːr-/ˈคอเรอะเนิท/ *n.* มงกุฎขนาดเล็ก, วงกลมสวมศีรษะของสตรีทำจากวัสดุมีค่า

Corp. *abbr.* Ⓐ *(Mil.)* **corporal** ยศสิบโท *(ในกองทัพบกและนาวิกโยธินสหรัฐฯ)*; Ⓑ *(Amer.)* **corporation** บ.

corpora *pl. of* **corpus**

¹corporal /ˈkɔːpərəl/ˈคอเพอะเริล/ *adj.* เกี่ยวกับร่างกาย, เกี่ยวกับเนื้อหนังมังสา

²corporal *n.* *(Mil.)* ยศสิบโท *(ในกองทัพบกและนาวิกโยธินสหรัฐฯ)*

corporal punishment *n.* การลงโทษทางกาย *(โดยเฉพาะการเฆี่ยนตี)*

corporate /ˈkɔːpərət/ˈคอเพอะเริท/ *adj.* Ⓐ *(forming corporation)* ซึ่งประกอบเป็นองค์กร; **~ body, body ~:** บุคคลที่รวมกันขึ้นเป็นองค์กรหรือบริษัท; Ⓑ *(of corporation)* ที่รวมตัวเป็นองค์กรหรือบริษัท

corporate: ~ advertising *n.* โฆษณาที่มุ่งสร้างภาพพจน์ที่ดีให้บริษัทโดยรวม; **~ culture** *n.*

C

corporate identity | corrugation 210

C

วัฒนธรรมองค์กร; ~ **identity** *n.* เอกลักษณ์ของบริษัท; ~ **image** *n.* ภาพพจน์ของบริษัท; ~ **law** *n.* กฎหมายหุ้นส่วนบริษัท; ~ **lawyer** *n.* ทนายความที่เชี่ยวชาญด้านกฎหมายหุ้นส่วนบริษัท

corporately /ˈkɔːpərətlɪ/ˈคอเพอะเรทลิ/ *adv.* โดยรวมกันเป็นองค์กร หน่วยงาน *หรือ* บริษัท

corporate: ~ **name** *n.* ชื่อบริษัท; ~ **planning** *n.* การวางแผนอนาคตของบริษัท; ~ **raider** *n.* *ผู้ที่กว้านซื้อหุ้นของบริษัทเพื่อเข้าควบคุมการบริหาร;* ~ **state** *n.* รัฐบรรษัท

corporation /kɔːpəˈreɪʃn/คอเพอะˈเรช'น/ *n.* Ⓐ *(civic authority)* **[municipal]** ~: เทศบาล; *(of borough, city)* เทศบาลเมือง; Ⓑ *(united body)* รัฐที่รวมกันเป็นปึกแผ่น; *(artificial person) กลุ่มบุคคลที่ถือสิทธิเหมือนบุคคลเดียวในแง่กฎหมาย;* ~ **tax** ภาษีบริษัท; Ⓒ *(coll.: belly)* พุงพลุ้ย

corporative /ˈkɔːpərətɪv/ˈคอเพอะเรอะทิว/ *adj.* Ⓐ *(of civic authorities)* เกี่ยวกับเทศบาล; *(of united body)* เกี่ยวกับบริษัท *หรือ* องค์กร, บรรษัท, บริษัท *(ร.บ.)*; *(of artificial body) เกี่ยวกับกลุ่มบุคคลที่มีสิทธิทางกฎหมายเสมือนบุคคลเดียวกัน;* Ⓑ *(organized in corporations)* ซึ่งจัดตั้งเป็นรูปแบบบริษัท; *(governed by corporations)* ซึ่งปกครองโดยบริษัท; ~ **state** บรรษัท *(ร.บ.)*

corporeal /kɔːˈpɔːrɪəl/คอˈพอเรียล/ *adj.* Ⓐ *(bodily)* มีตัวมีตน; เป็นรูปธรรม *(ร.บ.)*; Ⓑ *(material)* ประกอบด้วยวัตถุที่มีตัวตน

corps /kɔː(r)/คอ(ร)/ *n., pl. same* /kɔːz/คอซ/ กลุ่มทหารที่มีหน้าที่เฉพาะ; ➡ + **diplomatic corps**

corps: ~ **de ballet** /kɔː dəˈbæleɪ/คอ เดอะ ˈแบเล/ *n.* คณะบัลเลต์; ~ **diplomatique** /kɔː dɪpləmæˈtiːk/คอ ดิเพลอะแมˈทีค/ *n.* คณะทูต

corpse /kɔːps/คอพซุ/ *n.* ศพ, ซากมนุษย์

corpulence /ˈkɔːpjʊləns/ˈคอพิวเลินซฺ/, **corpulency** /ˈkɔːpjʊlənsɪ/ˈคอพิวเลินซิ/ *n.* ความอ้วน

corpulent /ˈkɔːpjʊlənt/ˈคอพิวเลินทฺ/ *adj.* อ้วนมีพุงพลุ้ย

corpus /ˈkɔːpəs/ˈคอเพิซ/ *n., pl.* **corpora** /ˈkɔːpərə/ˈคอเพอเรอะ/ *(texts)* คลังข้อมูล, *งานเขียนทั้งหมดของนักเขียนคนหนึ่ง หรือเกี่ยวกับเรื่องใดเรื่องหนึ่ง*

Corpus Christi /kɔːpəs ˈkrɪstɪ/คอเพิซ ˈคริซติ/ *n. (Eccl.)* พิธีทางศาสนาระลึกถึงอาหารมื้อสุดท้ายของพระเยซู

corpuscle /ˈkɔːpəsl/ˈคอเพอะซ'ล/ *n.* Ⓐ *(Phys.)* เม็ดเลือด; Ⓑ *(Anat.)* เซลล์ในร่างกาย; **[blood]** ~s เม็ดเลือดแดง

corral /kəˈrɑːl, US -ˈræl/คอˈราล, -ˈแรล/ ❶ *n.* Ⓐ *(Amer.: pen)* คอกสัตว์; Ⓑ *(Hist.: defensive enclosure) วงเกวียนหลาย ๆ เล่มเป็นป้อมในระหว่างเดินทาง;* Ⓒ *(for wild animals)* รั้วกั้นสัตว์ป่า ❷ *v.t.,* **-ll-** Ⓐ *(Hist.: form into ~)* ทำเป็นวงเวียน; Ⓑ *(confine in ~)* ขังไว้ในคอก; Ⓒ *(Amer. coll.: acquire)* ได้มา

correct /kəˈrekt/เคอะˈเร็คทฺ/ ❶ *v.t.* Ⓐ *(amend)* แก้ไข *(คำผิด, การบ้าน)*; ~ **a few points** แก้ไขบางจุด; ~**ed for spelling mistakes** แก้ไขตัวสะกดผิด; **these glasses should ~ your eyesight/vision** แว่นนี้จะช่วยแก้ไขสายตา/การมองของคุณได้; ~ **the focus** ปรับโฟกัส; ~ **me if I'm wrong** แก้ให้ฉันด้วยนะถ้าฉันผิด; **I stand ~ed** ฉันยอมรับว่าผิด; Ⓑ *(counteract)* ลบล้าง; Ⓒ *(admonish)* ว่ากล่าว; Ⓓ *(punish)* ลงโทษ; Ⓔ *(bring to standard)* ทำให้ได้มาตรฐาน; Ⓕ *(eliminate aberration from)* ขจัดความคลาดเคลื่อน ❷ *adj.* ถูกต้อง; *(precise)* เที่ยงตรง; **that is ~:** ถูกต้องแล้ว; **have you the ~ time?** คุณมีเวลาที่ถูกต้องหรือเปล่า; **is that clock ~?** นาฬิกานั่นเที่ยงตรงหรือเปล่า; **am I ~ in assuming that ...?** ฉันถูกหรือเปล่าที่คาดว่า...; **the ~ thing for you to do is to speak to the manager** สิ่งที่คุณควรจะทำให้ถูกต้องคือไปพูดกับผู้จัดการ; **what is the ~ thing to do in such a situation?** อะไรคือสิ่งที่ควรทำในสถานการณ์เช่นนั้น; ~ **to five decimal places** แก้ไขเป็นจุดทศนิยม 5 หลัก

correcting fluid /kəˈrektɪŋ fluːɪd/เคอะˈเร็คทิง ฟลูอิด/ *n.* น้ำยาลบคำผิด

correction /kəˈrekʃn/เคอะˈเร็คช'น/ *n.* Ⓐ *(correcting)* การแก้ไข; **I speak under ~:** ฉันพูดโดยที่ได้รับการแก้ไขแล้ว; **I'm open to ~:** ฉันยินดีให้มีการแก้ไข; Ⓑ *(corrected version)* ~**s to the manuscript** ต้นฉบับที่แก้ไขแล้ว; **the pupils had to write out** *or* **do their ~s** นักเรียนต้องเขียนใหม่ให้ถูกต้อง *หรือ* แก้ไขคำผิด; Ⓒ *(punishment)* การลงโทษ; **house of ~** *(arch.)* สถานที่ดัดสันดาน

corrective /kəˈrektɪv/เคอะˈเร็คทิว/ *adj.* ดัดแปลงแก้ไข; **take ~ action** ปฏิบัติการแก้ไข

correctly /kəˈrektlɪ/เคอะˈเร็คทฺลิ/ *adv.* อย่างถูกต้อง; *(precisely)* อย่างแม่นยำ; **behave very ~:** ประพฤติตนอย่างถูกต้องที่สุด

correctness /kəˈrektnɪs/เคอะˈเร็คทฺนิซ/ *n., no pl.* ➡ **correct 2**: ความถูกต้อง, ความแม่นยำ

corrector /kəˈrektə(r)/เคอะˈเร็คเทอะ(ร)/ *n.* ผู้แก้ไข *หรือ* ชี้ให้เห็นสิ่งที่ผิด

correlate /ˈkɒrɪəleɪt, US ˈkɔːr-/ˈคอริเลท/ ❶ *v.i.* มีความสัมพันธ์ซึ่งกันและกัน; ~ **with** *or* **to sth.** มีความสัมพันธ์กับ *ส.น.* ❷ *v.t.* ~ **sth. with sth.** ทำให้ *ส.น.* มีความเกี่ยวพันกันกับอีก *ส.น.* ❸ *n.* สิ่งที่เกี่ยวเนื่อง *หรือ* สัมพันธ์กัน

correlation /kɒrɪˈleɪʃn/คอริˈเลช'น/ *n.* ความสัมพันธ์ซึ่งกันและกัน, สหสัมพันธ์ *(ร.บ.)*; *(connection)* ความสัมพันธ์, ความเกี่ยวเนื่องกัน

correlative /kɒˈrelətɪv, kə-/คอˈเร็ลเลอะทิว, เคอะˈเร็ลเลอะทิว/ ❶ *adj.* Ⓐ *(having correlation)* ~ **[with** *or* **to sth.]** มีความเกี่ยวพัน [กับ *ส.น.*]; **be ~ with** *or* **to sth.** สัมพันธ์กับ *ส.น.*; Ⓑ *(Ling.)* *(คำ)* ที่ต้องใช้ด้วยกัน เช่น neither... nor

correspond /kɒrɪˈspɒnd, US kɔːr-/คอริˈซปอนดฺ, คอร-/ *v.i.* Ⓐ *(be analogous, agree in amount)* ~ **[to each other]** สอดคล้องประสานกัน; ~ **to sth.** สอดคล้องกับ *ส.น.*; **do the classes ~ in number?** ห้องเรียนสอดคล้องกับจำนวนนักเรียนหรือไม่; Ⓑ *(agree in position)* ~ **[to sth.]** อยู่ในฐานะเดียวกัน [กับ *ส.น.*]; *(be in harmony)* ~ **[with** *or* **to sth.]** ลงรอยกัน [กับ *ส.น.*]; Ⓒ *(communicate)* ~ **with sb.** ติดต่อ [ทางจดหมาย] กับ *ค.น.*; **do you still ~ with your old school friends?** คุณยังเขียนจดหมายติดต่อกับเพื่อนโรงเรียนเก่าอยู่หรือเปล่า

correspondence /kɒrɪˈspɒndəns, US kɔːr-/คอริˈซปอนเดินซฺ, คอร-/ *n.* Ⓐ การประสานกัน, ความคล้ายคลึงกัน, ความสอดคล้อง (**with** กับ, **between** ระหว่าง); **the ~ of form with** *or* **to** *or* **and content** ความสอดคล้องกันของรูปแบบและเนื้อหา; Ⓑ *(communication, letters)* การสื่อสาร, การติดต่อกันทางจดหมาย; **be in ~ with sb.** ติดต่อทางจดหมายกับ *ค.น.*

correspondence: ~ **college** *n.* โรงเรียนที่สอนนักเรียนทางไปรษณีย์; ~ **column** *n.* คอลัมน์ตอบจดหมายผู้อ่านในหนังสือพิมพ์; ~ **course** *n.* วิชาเรียนทางไปรษณีย์; ~ **school** ➡ ~ **college**

correspondent /kɒrɪˈspɒndənt, US kɔːr-/คอริˈซปอนด'นทฺ, คอร-/ *n.* Ⓐ ผู้ที่เขียนจดหมายเป็นประจำ; *(penfriend)* เพื่อนทางจดหมาย; *(to newspaper)* คนเขียนจดหมายไปยังหนังสือพิมพ์; **be a good/bad ~:** เป็นคนที่หมั่นเขียนจดหมาย/ขี้เกียจเขียนจดหมาย; Ⓑ ➤ 489 *(Radio, Telev., Journ., etc.)* ผู้สื่อข่าว; Ⓒ *(business ~)* บุคคลหรือบริษัทที่มีความสัมพันธ์ทางธุรกิจกับบริษัทอื่น

corresponding /kɒrɪˈspɒndɪŋ, US kɔːr-/คอริˈซปอนดิง, คอร-/ *adj.* Ⓐ ตรงกันตามส่วน (**to** กับ); **the number of calories ~ to the amount of energy** จำนวนแคลอรีตรงตามส่วนกับปริมาณพลังงานที่ได้รับ; Ⓑ ~ **member** สมาชิกกิตติมศักดิ์ซึ่งไม่มีสิทธิในการบริหาร

correspondingly /kɒrɪˈspɒndɪŋlɪ, US kɔːr-/คอริˈซปอนดิงลิ, คอร-/ *adv.* อย่างตรงกัน, อย่างประสานกัน

corrida /kɒˈriːdə/คอˈรีเดอะ/ *n.* กีฬาสู้วัวในประเทศสเปน

corridor /ˈkɒrɪdɔː(r), US ˈkɔːr-/ˈคอริดอ(ร), ˈคอร-/ *n.* Ⓐ *(inside passage)* ทางเดินภายในตึกระหว่างห้องต่าง ๆ; *(outside passage)* ทางเดินนอกตึก, เฉลียง; **in the ~s of power** *(fig.)* ศูนย์กลางของอำนาจทางการเมือง; Ⓑ *(Railw.)* ทางเดินในตู้รถไฟ

corridor: ~ **coach** *n. (Railw.)* ตู้รถไฟที่มีทางเดินตลอด; ~ **train** *n.* ขบวนรถไฟ ซึ่งมีทางเดินติดต่อถึงกันโดยตลอด

corrie /ˈkɒrɪ/ˈคอริ/ *n. (esp. Scot.)* หลุมกลม ๆ บนภูเขา

corrigenda /kɒrɪˈdʒendə/ˈคอริเจ็นเดอะ/ *n. pl.* (รูปพหูพจน์ของ *corrigendum*) คำผิดที่ต้องแก้ไข

corroborate /kəˈrɒbəreɪt/เคอะˈรอเบอะเรท/ *v.t.* สนับสนุน *(การร้องขอ)*; *(formally)* ยืนยัน *(โดยเฉพาะที่เกี่ยวกับพยานในศาล)*

corroboration /kərɒbəˈreɪʃn/เคอะรอเบอะˈเรช'น/ *n.* ➡ **corroborate:** การสนับสนุน, การยืนยัน; **in ~ of sth.** ในการยืนยัน *ส.น.*

corroborative /kəˈrɒbərətɪv, US -reɪtɪv/เคอะˈรอเบอะเรอะทิว, -เรทิว/ *adj.* ที่สนับสนุน, ที่ยืนยัน

corrode /kəˈrəʊd/เคอะˈโรด/ ❶ *v.t.* ทำให้กร่อน, กัดทำลาย *(เหล็ก, หิน)*; *(fig.)* ค่อย ๆ ทำลาย *(ความหวัง)* ❷ *v.i.* *(เหล็ก, หิน)* กร่อน, เสื่อม; ค่อย ๆ ถูกทำลาย

corrosion /kəˈrəʊʒn/เคอะˈโรฌ'น/ *n.* ความเสียหาย; *(of metal, stone)* กัดกร่อน; *(fig.)* การทำลาย

corˈrosion-resistant *adj.* ป้องกันการกัดกร่อน

corrosive /kəˈrəʊsɪv/เคอะˈโรซิว/ ❶ *adj.* ที่กัดกร่อน ❷ *n.* สารกัดกร่อน

corrosiveness /kəˈrəʊsɪvnɪs/เคอะˈโรซิวนิซ/ *n., no pl.* ความสามารถกัดกร่อน; *(fig.)* ศักยภาพในการทำลาย

corrugate /ˈkɒrʊgeɪt/ˈคอรุเกท/ *v.t.* *(bend into ridges)* ทำให้เป็นลอน, ทำให้หยักเป็นทาง; ~**d cardboard/paper** กระดาษย่น; ~**d iron** แผ่นสังกะสี

corrugation /kɒrʊˈgeɪʃn, US kɔːr-/คอเรอะˈเกช'น, คอร-/ *n.* Ⓐ การทำให้ย่นเป็นลูกฟูก; Ⓑ *(wrinkle, ridge mark)* รอยย่น, รอยยับ; *(ridge made by bending)* ลูกฟูก

corrupt /kəˈrʌpt/เคอะ'รัพทฺ/ ❶ *adj.* Ⓐ *(rotten)* เน่า; Ⓑ *(depraved)* เสื่อมทราม; *(influenced by bribery)* กินสินบน; **~ practices** การปฏิบัติการที่ชั่วร้ายเลวทราม *หรือ* วิธีคอร์รัปชั่น *(ท.ศ.)*; Ⓒ *(impure)* ไม่บริสุทธิ์; *(vitiated) (หนังสือ, บทความ)* ถูกตัด, ถูกแก้ ❷ *v.t.* Ⓐ *(taint)* ทำให้มีมลทิน, ทำให้มีสารเจือปน *(น้ำ, อากาศ)*; Ⓑ *(deprave)* ทำให้เสื่อมทราม; *(bribe)* ให้สินบน; Ⓒ *(destroy purity of)* ทำลายความบริสุทธิ์; *(vitiate)* ทำให้เสียไป

corruption /kəˈrʌpʃn/เคอะ'รัพช'น/ *n.* Ⓐ *(decomposition)* การเน่าเปื่อย, การผุพัง; Ⓑ *(moral deterioration)* ความเสื่อมทรามทางศีลธรรม; Ⓒ *(use of corrupt practices)* การฉ้อราษฎรบังหลวง, การคอร์รัปชัน *(ท.ศ.)*; Ⓓ *(perversion)* ความวิปริต; *(vitiation)* การทุจริต

corruptness /kəˈrʌptnɪs/เคอะ'รัพทฺนิซ/ *n., no pl.* ➡ **corrupt** 1: การเน่าเปื่อย, การผุพัง, การมีคอร์รัปชั่น *(ท.ศ.)*

corsage /kɔːˈsɑːʒ/คอ'ซาฌ/ *n.* Ⓐ *(bodice)* เสื้อชั้นนอกผู้หญิงที่รัดหน้าอก; Ⓑ *(bouquet)* ช่อดอกไม้เล็ก ๆ ติดเสื้อผู้หญิง

corsair /ˈkɔːseə(r)/'คอแซ(ร)/ *n. (Hist.)* เรือโจรสลัด, โจรสลัด

corselette /ˈkɔːslet/'คอเซอะเล็ท/ *n.* ชุดชั้นในรัดรูปของผู้หญิง, เสื้อเกราะ

corset /ˈkɔːsɪt/'คอซิท/ ❶ *n.* Ⓐ *in sing. or pl. (woman's undergarment)* ชุดชั้นในผู้หญิงรัดรูป; Ⓑ *(garment worn for injury etc.)* เสื้อรัดรูปเพื่อรักษาร่างกายเมื่อได้รับบาดเจ็บ ❷ *v. refl.* สวมชุดชั้นในรัดรูป ❸ *v.t. (fig.)* ควบคุมอย่างใกล้ชิด

Corsica /ˈkɔːsɪkə/'คอซิเคอะ/ *pr. n.* เกาะคอร์ซิกา *(ตั้งอยู่ทางใต้ของประเทศฝรั่งเศส)*

Corsican /ˈkɔːsɪkən/'คอซิเคิน/ ❶ *adj.* แห่งเกาะคอร์ซิกา; **sb. is ~:** *ค.น.* เป็นชาวคอร์ซิกา ❷ *n.* Ⓐ *(person)* ชาวคอร์ซิกา; Ⓑ *(dialect)* ภาษาท้องถิ่นในคอร์ซิกา

cortège /kɔːˈteɪʒ/คอ'เทฌ/ *n. (funeral procession)* ขบวนแห่ศพ

cortex /ˈkɔːteks/'คอเท็คซฺ/ *n., pl.* **cortices** /ˈkɔːtɪsiːz/'คอทิซีซ/ *(Bot., Zool.)* เปลือกไม้, เนื้อเยื่อชั้นนอกใต้หนังกำพร้า; *(Anat.)* เปลือก *(สมอง, ไต)*

cortical /ˈkɔːtɪkl/'คอทิค'ล/ *adj. (Bot., Anat., Zool.)* เกี่ยวกับเปลือกไม้หรือเนื้อเยื่อชั้นนอก, เป็นชั้นนอกของอวัยวะ

cortisone /ˈkɔːtɪzəʊn/'คอทิโซน/ *n.* ฮอร์โมนคอร์ทิโซน *(ท.ศ.) (ใช้บำบัดอาการกล้ามเนื้ออักเสบ หืด และโรคอื่น ๆ)*

corundum /kəˈrʌndəm/เคอะ'รันเดิม/ *n.* ผลึกอะลูมินาที่แข็งมาก *(ใช้ในการขัดหรือเสียดสีบางชนิดเป็นอัญมณี เช่น ไพลินและทับทิม)*

coruscate /ˈkɒrəskeɪt, US ˈkɔːr-/'คอเริซเกท, 'คอร-/ *v.i.* ส่องแสงแวววับเป็นประกาย; *(fig.)* แสดงความเก่ง *หรือ* ความเฉียบแหลม

corvette /kɔːˈvet/คอ'เว็ท/ *n. (Naut.)* เรือรบคุ้มกันขนาดเล็ก

[1]**cos** /kɒs/คอซ/ *n.* ผักกาดหอมชนิดหนึ่งมีใบเรียวแคบ

[2]**cos, 'cos** /kɒz/คอซ/ *(coll.)* ➡ **because**

[3]**cos** /kɒs, kɒz/คอซ/ *abbr. (Math.)* **cosine**

cosecant /kəʊˈsiːkənt/โค'ซีเคินทฺ/ *n. (Math.)* โคเซแคนต์ *(ท.ศ.)*, ด้านตรงข้ามมุมฉากหารด้วยด้านตรงข้ามมุมน้อย

cosh /kɒʃ/คอช/ *(Brit. coll.)* ❶ *n.* กระบอง ❷ *v.t.* ตีด้วยกระบอง

co-signatory /kəʊˈsɪgnətərɪ, US -tɔːrɪ/โค'ซิกเนอะเทอะริ, -ทอริ/ ❶ *adj.* ลงนามร่วมกัน ❷ *n.* บุคคล *หรือ* ประเทศซึ่งร่วมลงนามกับบุคคล/ประเทศอื่น

cosily /ˈkəʊzɪlɪ/'โคซิลิ/ *adv.* อย่างสบาย, อย่างผาสุก

cosine /ˈkəʊsaɪn/'โคซายนฺ/ *n. (Math.)* โคไซน์ *(ท.ศ.)*, ด้านประชิดมุมน้อยหารด้วยด้านตรงข้ามมุมฉาก

cosiness /ˈkəʊzɪnɪs/'โคซินิซ/ *n., no pl.* ➡ **cosy** 1 A: ความสุขสบาย

cosmetic /kɒzˈmetɪk/คอซ'เม็ททิค/ ❶ *adj. (lit. or fig.)* ตกแต่ง, เสริมความงาม; **~ surgery** ศัลยกรรมเสริมความงาม ❷ *n.* เครื่องสำอาง

cosmeceutical /kɒzməsjuːtɪkl/คอซเมะซิวทิค'ล/ *n.* เครื่องสำอางบำรุงผิวพรรณที่มีคุณสมบัติเป็นยา

cosmetician /kɒzmeˈtɪʃn/คอซเมะ'ทิช'น/ *n.* ➤ **489** *(Amer.)* ช่างแต่งหน้า, ช่างเสริมความงาม

cosmic /ˈkɒzmɪk/'คอซมิค/ *adj. (lit. or fig.)* เกี่ยวกับจักรวาล, แห่งจักรวาล; **~ radiation** *or* **rays** รังสีจากอวกาศ

cosmography /kɒzˈmɒgrəfɪ/คอซ'มอเกรอะฟิ/ *n.* ศาสตร์เกี่ยวกับการบันทึกเรื่องของจักรวาล

cosmology /kɒzˈmɒlədʒɪ/คอซ'มอเลอะจิ/ *n. (Astron., Philos.)* จักรวาลวิทยา *(ร.บ.)*

cosmonaut /ˈkɒzmənɔːt/'คอซเมอะนอท/ *n.* ➤ **489** นักบินอวกาศชาวรัสเซีย

cosmopolitan /kɒzməˈpɒlɪtən/คอซเมอะ'พอลิเทิน/ ❶ *adj.* จากทั่วโลก, รวมหลายชาติหลายภาษา ❷ *n.* ผู้ที่เดินทางทั่วโลกและเปิดรับต่อทุกสิ่งทุกอย่าง

cosmos /ˈkɒzmɒs/'คอซมอซ/ *n.* Ⓐ จักรวาล; Ⓑ *(fig.: system)* ความคิดที่เป็นระบบ

Cossack /ˈkɒsæk/'คอแซค/ *n.* ชาวคอสแซ็คจากทางใต้ของรัสเซีย; **~ hat** หมวกคอสแซ็ค; **~ trousers** กางเกงทหารม้า

cosset /ˈkɒsɪt/'คอซิท/ *v.t.* พะเน้าพะนอ

cost /kɒst, US kɔːst/คอซทฺ/ ❶ *n.* Ⓐ ➤ **572** ราคา, ค่าใช้จ่าย, ต้นทุน; **the ~ of bread/gas/oil** ราคาขนมปัง/ก๊าซ/น้ำมัน; **the ~ of heating a house** ค่าใช้จ่ายในการทำให้บ้านอบอุ่น; **the ~ of travelling by public transport** ค่าใช้จ่ายในการเดินทางโดยการขนส่งมวลชน; **regardless of ~, whatever the ~:** โดยไม่คำนึงถึงค่าใช้จ่าย *หรือ* ไม่ว่าค่าใช้จ่ายจะเป็นเท่าไรก็ตาม; **bear the ~ of sth.** รับภาระจ่าย *ส.น.*; **do sth. at great/little ~ to sb./sth.** ทำ *ส.น.* โดย *ค.น./ส.น.* มีค่าใช้จ่ายสูง/น้อย; **[sell sth.] at ~:** [ขาย *ส.น.*] ในราคาต้นทุน; Ⓑ *(fig.)* ราคา, ค่าที่ต้องเสีย, ความสูญเสีย; **at all ~s, at any ~:** เท่าไหร่เท่ากัน, ไม่ว่าต้องเสียแค่ไหน; **at the ~ of sth.** โดยจะต้องสูญเสีย *หรือ* เสียสละ *ส.น.*; **at great ~ in human lives** โดยที่ต้องสูญเสียชีวิตคนไปเป็นจำนวนมาก; **whatever the ~:** จะต้องเสียแค่ไหนก็ตาม; **to my/his** *etc.* **~:** ที่ฉัน/เขา ฯลฯ ต้องเสีย; **as I know to my ~:** ฉันรู้ดีจากประสบการณ์ที่เจ็บปวด; ➡ + [1]**count** 2 A; Ⓒ *in pl. (Law)* ค่าเสียหาย, ค่าธรรมเนียม; **which party was ordered to pay ~s?** ฝ่ายไหนถูกสั่งให้ชำระค่าเสียหาย; **in the case A vs. B, A was awarded ~s** สำหรับคดีระหว่าง A และ B นั้น A เป็นฝ่ายได้รับค่าเสียหาย ❷ *v.t.* Ⓐ ➤ **572** *p.t., p.p.* **~** *(lit.)* มีราคา; *(fig.)* ต้องเสียเท่าไหร่; **how much does it ~?** สิ่งนี้มีราคาเท่าไร; **~ money** เงินต้นทุน; **~ what it may, whatever it may ~:** ไม่ว่าจะมีราคาเท่าไรก็ตาม; **~ sb. sth.** ทำให้ *ค.น.* ต้องเสีย *ส.น.*; **it'll ~ you** *(coll.)* คุณจะต้องเสียแพง; **~ sb. dear[ly]** ทำให้ *ค.น.* ต้องเสียสูงมาก; ➡ + [1]**arm** A; **earth** 1 F; Ⓑ *p.t., p.p.* **~ed** *(Commerc.: fix price of)* **~ sth.** กำหนดราคาของ *ส.น.*

cost: ~ accountant *n.* ➤ **489** *(Commerc.)* นักบัญชีซึ่งบันทึกต้นทุนและค่าใช้จ่ายของบริษัท; **~ accounting** *n. (Commerc.)* การบันทึกต้นทุนราคาและค่าใช้จ่ายของบริษัท

co-star /ˈkəʊstɑː(r)/'โคซตา(ร)/ *(Cinemat., Theatre)* ❶ *n.* **be a/the ~:** เป็นดาราร่วมหรือเป็นนักแสดงร่วม; **Mitr and Petchara were ~s** มิตรและเพชราเป็นดาราร่วมกัน ❷ *v.i.*, **-rr-** เล่นเป็นนักแสดงร่วม ❸ *v.t.*, **-rr-: the film ~red Johnny Depp** ภาพยนตร์นี้มีจอห์นนี่ เด็ปป์เป็นนักแสดงร่วมด้วย

Costa Rican /kɒstə ˈriːkən/คอซเตอะ 'รีเคิน/ ❶ *adj.* แห่งประเทศคอสตาริกา ❷ *n.* ชาวคอสตาริกัน

cost: ~-'benefit *adj.* กำไรที่หักจากต้นทุนราคา; **~-effective** *adj.* มีผลประโยชน์ที่คุ้มกับต้นทุน

coster[monger] /ˈkɒstəmʌŋgə(r), US ˈkɔːst-/'คอซเตอะเมิงเกอะ(ร)/ *n. (Brit.)* คนขายผักผลไม้จากรถเข็นตามท้องถนน

costing /ˈkɒstɪŋ, US ˈkɔːstɪŋ/'คอซติง/ *n.* Ⓐ *(estimation of costs)* การประเมินราคาต้นทุน; Ⓑ *(costs)* ค่าใช้จ่าย

costly /ˈkɒstlɪ, US ˈkɔːstlɪ/'คอซทฺลิ/ *adj.* Ⓐ มีราคาแพง, มีคุณค่ามาก; Ⓑ *(fig.)* **a ~ victory** ชัยชนะที่มีการเสียหายมาก; **a ~ error** ความผิดพลาดอันใหญ่หลวง

cost: ~ of 'living *n.* ค่าครองชีพ; **~-of-living allowance** เบี้ยเลี้ยงในการครองชีพ; **~-of-living bonus** เงินโบนัสในการครองชีพ; **~-of-living index** ดัชนีค่าครองชีพ; **~ price** *n.* ราคาสินค้าต้นทุน

costume /ˈkɒstjuːm, US -tuːm/'คอซติวม, -ตูม/ ❶ *n.* Ⓐ เครื่องแต่งกาย; *(theatrical ~)* ชุดละคร; **the ~ of the nation** เครื่องแต่งกายประจำชาติ; **historical ~s** เครื่องแต่งกายแบบโบราณ; **Highland ~:** เครื่องแต่งกายของสกอตแลนด์; Ⓑ *(dated: jacket and skirt)* เสื้อแจ็กเก็ตกับกระโปรงเข้าชุดกัน ❷ *v.t.* จัดเครื่องแต่งกาย

costume: ~ ball *n.* งานเต้นรำที่แต่งชุดแฟนซี; **~ designer** *n.* คนออกแบบชุดละคร/ภาพยนตร์; **~ 'jewellery** *n.* เครื่องประดับที่ทำจากอัญมณีเทียม; **~ piece, ~ play** *ns.* ละครที่ใช้เครื่องแต่งกายแบบโบราณ

costumer /ˈkɒstjʊmə(r)/'คอซติวเมอะ(ร)/, **costumier** /kɒˈstjuːmɪə(r), US -ˈstuː-/คอ'ซติวเมีย(ร)/ *ns.* ➤ **489** ช่างตัดเครื่องแต่งกายสำหรับละคร *หรือ* โอกาสพิเศษ; *(hirer of costumes)* คนเช่าเสื้อผ้าสำหรับใช้ในละคร

cosy /ˈkəʊzɪ/'โคซิ/ ❶ *adj.* Ⓐ สบาย, อบอุ่น, ผาสุก; **feel ~:** รู้สึกสบาย; **be ~:** รู้สึกสบาย; **a ~ feeling** ความรู้สึกสบาย ๆ; Ⓑ *(derog.: complacent, convenient)* สะดวก; **they have a very ~ relationship** พวกเขามีความสัมพันธ์อันอบอุ่น ❷ *n.* ➡ **egg cosy; tea cosy**

~ a'long *v.t. (coll.)* ทำให้สบายใจ

~ 'up to *v.i. (Amer. coll.)* **~ up to the fire-place** ซุกตัวให้อุ่นสบายอยู่ข้างเตาผิง; **~ up to sb.** ตีสนิทกับ *ค.น.*; *(ingratiate oneself with sb.)* ประจบประแจง *ค.น.*

cot /kɒt/คอท/ *n. (Brit.: child's bed)* เตียงเด็ก, เปล; **the baby cried in his ~:** เด็กร้องไห้อยู่ในเปล

cotangent /kəʊ'tændʒənt/โค'แทนเจินทฺ/ *n.* ด้านประชิดมุมน้อยหารด้วยด้านตรงข้ามมุมน้อย

'cot death *n. (Brit.)* การตายของทารกขณะหลับ โดยหาสาเหตุไม่ได้

cote /kəʊt/โคท/ *n.* เพิง/คอก/โรง/รัง/เล้า สำหรับสัตว์และนกต่าง ๆ; ➡ **+ dovecote**

coterie /'kəʊtərɪ/'โคเทอะริ/ *n.* กลุ่มคนที่มีความสนใจร่วมกัน; **artistic ~:** กลุ่มศิลปิน

cotoneaster /kətəʊnɪ'æstə(r)/เคอะโทนิ'แอซเตอะ(ร)/ *n. (Bot.)* พันธุ์ไม้ในสกุล *Cotoneaster* มีผลสีแดงจัด

cottage /'kɒtɪdʒ/'คอทิจ/ *n.* บ้านขนาดเล็กในชนบท

cottage: ~ 'cheese *n.* เนยแข็งนุ่มที่เป็นก้อนเล็ก ๆ สีขาวทำจากหางนม; **~ 'hospital** *n.* โรงพยาบาลขนาดเล็ก ๆ *(ไม่มีแพทย์ประจำบ้านอยู่)*; **~ industry** *n.* อุตสาหกรรมในครัวเรือน; **~ loaf** *n. ขนมปังขาวที่ทำเป็นก้อน 2 ก้อนทับกัน;* **~ 'pie** *n.* พายเนื้อบดที่โปะด้วยมันบด

cottager /'kɒtɪdʒə(r)/'คอทิเจอะ(ร)/ *n.* ผู้ที่อาศัยในบ้านขนาดเล็ก

cottaging /'kɒtɪdʒɪŋ/'คอทิจิง/ *n. การหาคู่รักร่วมเพศตามห้องน้ำสาธารณะชาย*

cotter /'kɒtə(r)/'คอเทอะ(ร)/ *n.* **~[-pin]** สลักชนิดผ่า, ลิ่ม, ส่วนที่ยึดชิ้นส่วนของเครื่องจักรเข้าด้วยกัน

cotton /'kɒtn/'คอท'น/ ❶ *n. (substance, plant)* ฝ้าย; *(thread)* ด้าย; *(cloth)* ผ้าฝ้าย ❷ *attrib. adj.* ผ้าฝ้าย ❸ *v.i.* **~ 'on** *(coll.)* เริ่มเข้าใจ; **~ 'on to** *(coll.) (catch on to)* จับจุดได้; *(understand)* เข้าใจความหมาย; **~ to sb.** *(Amer.)* เป็นเพื่อนกับ *ค.น.*

cotton: ~ belt *n. (Geog.)* เขตปลูกฝ้ายในสหรัฐอเมริกา; **~ candy** *n. (Amer.)* ขนมสายไหม; **~ gin** *n. (machine)* เครื่องปั่นฝ้าย; **~ mill** *n.* โรงปั่นฝ้าย; **~-picking** *adj. (Amer. coll.)* แย่; **~ plant** *n.* ต้นฝ้าย; **~ 'print** *n.* ผ้าฝ้ายที่พิมพ์เป็นลาย; **~ reel** *n.* หลอดด้าย; **~ spinner** *n.* คนปั่นฝ้าย; **~ spinning** *n.* การปั่นฝ้าย; **~tail** *n. (Amer. Zool.)* กระต่ายพื้นเมืองสหรัฐอเมริกา; **~ 'waste** *n.* เศษเส้นด้ายใช้ทำความสะอาดเครื่องจักร; **~ 'wool** *n.* Ⓐ สำลี; **~ wool ball** สำลีก้อน; Ⓑ *(Amer.: raw ~)* ฝ้ายดิบ

cottony /'kɒtənɪ/'คอเทอะนิ/ *adj.* เป็นปุยเหมือนฝ้าย

cotyledon /kɒtɪ'li:dn/คอทิ'ลีด'น/ *n. (Bot.)* ใบของต้นอ่อนที่อยู่ในเมล็ดพืช

¹couch /kaʊtʃ/เคาฉ/ ❶ *n.* Ⓐ *(sofa)* เก้าอี้ยาว; Ⓑ **doctor's ~:** เตียงนอนแพทย์; **psychiatrist's ~:** เก้าอี้นอนในห้องของจิตแพทย์; Ⓒ *(arch./literary: bed)* เตียง ❷ *v.t.* พูด; **~ed in modest terms** พูดด้วยคำง่าย ๆ

²couch /ku:tʃ, kaʊtʃ/คูฉ, เคาฉ/ *n.* **~[grass]** *(Bot.)* หญ้าในสกุล *Agropyron* มีรากเลื้อยยาว

couchette /ku:'ʃet/คู'เช็ท/ *n. (Railw.)* ตู้รถไฟซึ่งที่นั่งสามารถเปลี่ยนเป็นที่นอนได้, ตู้นอนรถไฟ

couch po'tato *n. (coll.)* คนที่ไม่ชอบทำอะไรเอาแต่นั่ง ๆ นอน ๆ

cougar /'ku:gə(r)/'คูเกอะ(ร)/ *n. (Amer. Zool.)* แมวป่าขนาดใหญ่ในอเมริกา *Felis concolor*

cough /kɒf, US kɔ:f/คอฟ/ ❶ *n. (act of coughing, condition)* การไอ; **give a ~:** ไอ; **have a [bad] ~:** ไอหนักมาก ❷ *v.i.* Ⓐ ไอ, กระแอม; Ⓑ *(เครื่องยนต์)* สำรากควันออกมาจากเครื่องยนต์; *(ปืน)* กระตุก ❸ *v.t.* **~ out** ไอออกมา; *(say with cough)* พูดไปไอไป; **~ up** ไอขึ้นมา; *(coll.: pay)* จ่ายเงิน; **come on, ~ up!** เร็ว ควักกระเป๋ามา

'cough drop ➡ **cough sweet**

coughing /'kɒfɪŋ, US 'kɔ:fɪŋ/'คอฟิง/ *n.* การไอ; **there was a lot of ~:** มีการไอมาก; **a bout of ~:** การไออยู่ชั่วขณะหนึ่ง

cough: ~ medicine *n.* ยาแก้ไอ; **~ mixture** *n.* ยาน้ำแก้ไอ; **~ sweet** *n.* ยาอมแก้ไอ

could ➡ **²can**

couldn't /'kʊdnt/'คุด'นท/ *(coll.)* = **could not;** ➡ **²can**

coulomb /'ku:lɒm/'คูลอม/ *n. (Electr.)* *หน่วยไฟฟ้าซึ่งมีค่าเท่ากับปริมาณไฟฟ้าที่ส่งได้โดยกระแสไฟฟ้า 1 แอมแปร์ใน 1 วินาที*

council /'kaʊnsl/'คาวนฺซ'ล/ *n.* Ⓐ คณะกรรมการ, คณะมนตรี; **family ~:** การประชุมของผู้ใหญ่ในครอบครัว; Ⓑ *(administrative/advisory body)* สภา; **local ~:** สภาท้องถิ่น, เทศบาล/ตำบล; **city/town ~:** สภาเทศบาลนคร/เทศบาล; Ⓒ *(Eccl.)* สภาของคณะสงฆ์; **diocesan ~:** สภาคณะบิชอป

council: ~ chamber *n.* ห้องประชุม; **~ estate** *n.* หมู่บ้านจัดสรรของเทศบาล; **~ flat** *n.* แฟลตของเทศบาล; **~ house** *n.* บ้านในหมู่บ้านจัดสรรของเทศบาล; **~ housing** *n.* ระบบบ้านจัดสรร

councillor /'kaʊnsələ(r)/'คาวนฺเซอะเลอะ(ร)/ *n.* ➤ **489** สมาชิกสภา, เทศมนตรี; **town ~:** สมาชิกสภาเมือง

council: ~ man /'kaʊnslmən/'คาวนฺซ'ลเมิน/ *n., pl.* **~men** /'kaʊnslmən/'คาวนฺซ'ลเมิน/ เทศมนตรี, สมาชิกสภา *(อเมริกัน)*; **~ meeting** *n.* การประชุมสภาตำบล/เทศบาล; **~ of 'war** *n. (lit. or fig.)* การประชุมฉุกเฉิน; **~ tax** *n. (Brit.)* ภาษีที่กำหนดจากค่าของบ้านที่อยู่อาศัย

counsel /'kaʊnsl/'คาวนฺซ'ล/ ❶ *n.* Ⓐ *(consultation)* คำแนะนำ, การปรึกษา; **take/hold ~ with sb. [about sth.]** ปรึกษากับ *ค.น.* [เรื่อง *ส.น.*]; Ⓑ การปรึกษาหารือ; **~ of perfection** คำแนะนำที่ฟังดูดีเลิศ แต่ไม่สามารถนำไปปฏิบัติได้จริง; **keep one's own ~:** เก็บความรู้สึกไว้ในใจ; Ⓒ *pl. same (Law)* ทนายความ, ที่ปรึกษาทางด้านกฎหมาย; **~ for the defence** ทนายฝ่ายจำเลย; **~ for the prosecution** ทนายฝ่ายโจทก์; **Queen's/King's C~:** ราชนิติกรมีฐานะสูงกว่าเนติบัณฑิตทั้งปวง

❷ *v.t. (Brit.)* **-ll-:** Ⓐ *(advise)* แนะนำ, ให้คำปรึกษา; **~ sb. to do sth.** แนะนำ *ค.น.* ให้ทำ *ส.น.*; Ⓑ *(suggest)* **~ forbearance** แนะนำให้ใช้ความอดทน

counselling *(Amer.:* **counseling**) /'kaʊnsəlɪŋ/'คาวนฺเซอะลิง/ *n.* การให้คำปรึกษาปัญหาส่วนตัว; **marriage ~:** การให้คำปรึกษาเกี่ยวกับปัญหาในชีวิตคู่

counsellor, *(Amer.)* **counselor** /'kaʊnsələ(r)/'คาวนฺเซอะเลอะ(ร)/ *n.* ➤ **489** Ⓐ ที่ปรึกษา, ผู้ให้ความช่วยเหลือผู้มีปัญหาส่วนตัว; **marriage-guidance ~:** ผู้ให้ความช่วยเหลือเกี่ยวกับปัญหาในชีวิตคู่; **[student] ~:** ที่ปรึกษาทางด้านจิตวิทยาสำหรับนักศึกษา; Ⓑ *(Diplom.)* เจ้าหน้าที่การทูตชั้นสูง, ที่ปรึกษาเอกอัครราชทูต; Ⓒ *(Law)* **~[-at-law]** *(Amer.: barrister)* ทนายความ, เนติบัณฑิต; Ⓓ *(Brit.)* **C~ of State** *ผู้สำเร็จราชการชั่วคราวระหว่างที่พระประมุขไม่ได้ประทับอยู่*

¹count /kaʊnt/คาวนฺท/ ❶ *n.* Ⓐ การนับ; **keep ~ [of sth.]** คอยนับ [*ส.น.*]; **I'm going to keep ~ of the number of times he says 'incredible'** ฉันจะนับจำนวนครั้งที่เขาพูดคำว่า 'เหลือเชื่อ'; **lose ~:** นับไม่ถ้วน, ไม่รู้จำนวน; **lose ~ of sth.** นับ *ส.น.* ไม่ทันแล้ว; **have/take/make a ~:** นับ; **on the ~ of three** เมื่อนับถึงสาม; Ⓑ *(sum total)* ผล, ยอดรวม; Ⓒ *(Law)* ข้อหา; **guilty on ten ~s** มีความผิดสิบกระทง; **on that ~** *(fig.)* ในแง่นั้น; Ⓓ *(Boxing)* การนับสิบ; **be out for the ~:** ถูกจับแพ้นับสิบ; *(fig.)* แพ้, หมดแรง; Ⓔ *(Phys.) (event)* จำนวนอนุภาคที่เป็นไอออนที่เครื่องตรวจนับได้

❷ *v.t.* Ⓐ นับ; **~ ten** นับสิบ; **~ the votes** นับคะแนนเสียง; **~ again** นับใหม่; **~ the pennies** *(fig.)* ประหยัด, มัธยัสถ์; **~ the cost** *(fig.)* ไตร่ตรองผลได้ผลเสียก่อนทำ; Ⓑ *(include)* รวม; **be ~ed against sb.** นับเป็นข้อลบกับ *ค.น.*; **not ~ing** ไม่รวม, ไม่นับ; Ⓒ *(consider)* ถือว่า, เห็นว่า; **~ oneself lucky** ถือว่าตัวเองโชคดี; **~ sb. as one of us/a friend** ถือว่า *ค.น.* เป็นพวกเรา/เพื่อนคนหนึ่ง; **I ~ him [as] one of the family** ฉันถือว่าเขาเป็นคนในครอบครัว; **~ sb. among one's friends/clients** นับว่า *ค.น.* เป็น [หนึ่งในหมู่] เพื่อน/ลูกค้า

❸ *v.i.* Ⓐ นับ; **~ from one to ten** นับหนึ่งถึงสิบ; **~ [up] to ten** นับ [ถึง] สิบ; Ⓑ *(be included)* มีค่า, มีความสำคัญ; **every moment ~s** *(เวลา)* ทุกขณะมีค่า; **~ against sb.** เป็นข้อเสียต่อ *ค.น.*; **money ~s/looks ~:** เงิน/รูปร่างหน้าตามีความสำคัญ; **money is what ~s** เงินคือสิ่งสำคัญ; **~ for much/little** มีความสำคัญมาก/น้อย; **appearances ~ for a great deal** *or* **a lot** รูปลักษณ์มีความสำคัญมากทีเดียว; Ⓒ *(conduct a reckoning)* **~ing from now** นับแต่เวลานี้

~ 'down ❶ *v.i.* นับถอยหลัง ❷ *v.t.* **~ sth. down** นับถอยหลังสำหรับ *ส.น.*; ➡ **+ count-down**

~ 'in *v.t.* นับรวม; **~ sb. in on a venture** รวม *ค.น.* ในการวางแผนสำหรับโครงการใด ๆ; **shall I ~ you in?** คุณจะมาร่วมกับเราไหม; **you can ~ me in** คุณรวมฉันเข้าไปได้เลย

~ on *v.t.* **~ on sb./sth.** ไว้ใจ *ค.น./ส.น.*; **you mustn't ~ on winning first prize** คุณไม่ควรหวังว่าจะได้รับรางวัลที่หนึ่ง

~ 'out *v.t.* Ⓐ *(one by one)* นับโดยหยิบออกมาทีละอัน; Ⓑ *(exclude)* **[you can] ~ me out** คุณตัดฉันออกไปได้เลย; Ⓒ *(Boxing)* นับครบสิบแล้วตัดสินให้แพ้; Ⓓ *(Brit. Parl.)* **~ the House out** ยุติการประชุมสภาผู้แทนราษฎร เนื่องจากมีผู้เข้าร่วมประชุมน้อยกว่าสี่สิบคน

~ 'up *v.t.* รวม

~ upon ➡ **~ on**

²count *n. (nobleman)* เคานต์ *(ท.ศ.)*, *ยศขุนนางเทียบได้กับยศชั้นเอิร์ลของประเทศอังกฤษ*

countable /'kaʊntəbl/'คาวนฺเทอะบ'ล/ *adj. (also Ling.)* นับได้, นับถ้วน

'countdown /'kaʊntdaʊn/'คาวนฺทฺดาวนฺ/ *n.* การนับถอยหลัง

countenance /'kaʊntɪnəns/'คาวนฺทิเนินซฺ/ ❶ *n.* Ⓐ *(literary: face)* หน้า, หน้าตา; Ⓑ *(formal: expression)* สีหน้า; **change ~:** เปลี่ยนสีหน้า; **keep ~:** รักษาสีหน้าให้เป็นปกติ; Ⓒ *(dated/formal: composure)* ความสำรวม, ความสงบ; **keep sb. in ~** *(arch.)* สนับสนุนให้กำลังใจ *ค.น.*; **keep one's ~:** สงบสำรวม, รักษาสีหน้า; **lose ~:** เสียหน้า; **put sb. out of ~:** ทำให้ *ค.น.* เสียหน้า; Ⓓ *(dated/formal: moral support)* การให้กำลังใจ; **give ~ to sb./sth.** ให้กำลังใจ *ค.น./ส.น.*

❷ *v.t. (formal) (approve)* แสดงความเห็นด้วย, ยอมรับ; *(support)* ส่งเสริม, สนับสนุน

¹counter /'kaʊntə(r)/'คาวนฺเทอะ(ร)/ *n.* Ⓐ *(in shop, cafeteria, restaurant, train, post office, bank)* เคานต์เตอร์ *(ท.ศ.)*, โต๊ะกั้น;

~ **clerk ➤ 489** เจ้าหน้าที่บริการหน้าร้าน; **these medicines/weapons can be bought over the ~**: ยา/อาวุธพวกนี้หาซื้อได้ง่าย; **[buy/sell sth.] under the ~** *(fig.)* [ซื้อ/ขาย *ส.น.*] ใต้โต๊ะ; Ⓑ *(small disc for games)* เบี้ยเล่นเกม; *(token representing coin)* เบี้ยใช้แทนเหรียญ; Ⓒ *(apparatus for counting)* เครื่องนับจำนวน

²**counter** ❶ *adj.* ตรงกันข้าม ❷ *v.t.* Ⓐ *(oppose, contradict)* ขัดขวาง, คัดค้าน, ต่อต้าน, แย้ง; Ⓑ *(meet by ~move)* ตีกลับ, โต้ตอบ ❸ *v.i.* Ⓐ *(make ~move)* ตอบโต้; Ⓑ *(Boxing)* ชกตอบ ❹ *adv.* Ⓐ *(in the opposite direction)* ในทิศทางตรงกันข้าม, อย่างสวนกัน; **go/run ~**: ไป/วิ่งสวนทาง; Ⓑ *(contrary)* **act ~ to** ไม่ทำตามคำสั่ง; **go ~ to** ไปในทางตรงข้าม; **run ~ to** ทำในทางตรงข้าม ❺ *n.* Ⓐ *(Boxing)* การชกตอบ; Ⓑ *(~move)* การตอบโต้, การตีกลับ

³**counter** *n. (Naut.)* ช่วงโค้งของท้ายเรือ

counter: ~'act *v.t.* ขัดขวาง, ลบล้าง; **~'action** *n.* การขัดขวาง, การลบล้าง; **~-attack** *(lit. or fig.)* ❶ *n.* การตีโต้, การรุกกลับ ❷ *v.t.* **~-attack sb.** ตีโต้/รุกกลับ *ค.น.* ❸ *v.i.* ตีโต้, รุกกลับ; **~ attraction** *n.* Ⓐ *(rival)* คู่แข่งในความดึงดูดใจ; Ⓑ *(of contrary tendency)* ความดึงดูดใจในทางตรงกันข้าม; **~balance** ❶ *v.t.* ถ่วงน้ำหนัก; *(fig.: neutralize)* รักษาสมดุล ❷ *n. (lit. or fig.)* พลังถ่วงที่ทำให้เกิดความสมดุล; **~blast** *n.* การโต้แย้งอย่างรุนแรง; **~charge** *n.* การกล่าวหากลับ; **~check** *n.* Ⓐ *(double check)* การตรวจซ้ำ; Ⓑ *(check that opposes a thing)* การตรวจตราที่ขัดกับอีกสิ่งหนึ่ง; **~claim** *(Law)* ❶ *n.* การฟ้องกลับ ❷ *v.t.* ฟ้องกลับ; **~'clockwise ➡ anticlockwise; ~-'espionage** *n.* จารกรรมซ้อนจารกรรม

counterfeit /ˈkaʊntəfɪt/ˈคาวนฺเทอะฟิท/ ❶ *adj.* *(เงิน, เอกสาร)* ปลอม; *(เพชรพลอย)* เก๊; *(fig. literary)* *(ความรู้สึก)* ที่เสแสร้ง; **~ money** เงินปลอม ❷ *v.t.* Ⓐ *(forge)* ปลอม, ทำลอกเลียน; Ⓑ *(fig.: simulate)* เสแสร้ง

counterfeiter /ˈkaʊntəfɪtə(r)/ˈคาวนฺเทอะฟิเทอะ(ร)/ *n. (forger)* ผู้ปลอม, ผู้ทำลอกเลียน

counter: ~foil *n.* ต้นขั้ว *(เช็ค, ใบเสร็จ ฯลฯ)*; **~-intelligence** *n.* **➡ ~-espionage; ~'irritant** *n. (Med.)* ยาแก้คัน

countermand /kaʊntəˈmɑːnd, US -ˈmænd/คาวนฺเทอะˈมานดฺ, -ˈแมนดฺ/ *v.t.* Ⓐ *(revoke)* ถอน, ยกเลิก *(คำสั่ง, คำบัญชา ฯลฯ)*; Ⓑ *(cancel order for)* ยกเลิกคำสั่ง *(สินค้า)*; **~ an action/payment** ยกเลิกคำสั่งปฏิบัติการ/การจ่ายเงิน; Ⓒ *(recall)* เรียกกลับ

counter: ~measure *n.* มาตรการป้องกันอันตราย *หรือ* ต่อต้านการคุกคาม ฯลฯ; **~move** *n.* การเคลื่อนไปในทิศทางตรงกันข้าม, การเคลื่อนไหวหรือการกระทำที่ขัดแย้งกัน, การตอบโต้; **~offensive** *n. (Mil.)* การตีกลับของฝ่ายตั้งรับเพื่อหาทางถอยหนี; **~-offer** *n.* ข้อเสนอตอบโต้

counterpane /ˈkaʊntəpeɪn/ˈคาวนฺเทอะเพน/ *n. (dated)* ผ้าคลุมเตียง

counter: ~part *n.* คนหรือสิ่งของที่คล้ายกันมาก, สิ่งที่เป็นคู่ **(of** ของ**)**; **~point** *n. (Mus.)* การประสานทำนองเพลงตามกฎเกณฑ์ที่กำหนดไว้; **~poise** *n.* ตัวถ่วงน้ำหนัก, ภาวะสมดุล, ดุลยภาพ; **~pro'ductive** *adj.* ซึ่งให้ผลตรงกันข้ามกับที่ต้องการ; **sth. is ~productive** *ส.น.* ให้ผลตรงข้ามกับที่ต้องการ; **~-proposal** *n.* การเสนอญัตติแย้ง; **C~-Reformation** *n. (Hist.)* *การปฏิรูปศาสนจักรโรมันคาทอลิกในช่วงคริสต์ศตวรรษที่ 16 และ 17*; **~-revolution** *n.* การปฏิวัติซ้อน; **~-revolutionary** ❶ *adj.* ปฏิวัติซ้อน ❷ *n.* นักปฏิวัติซ้อน; **~shaft** *n. (Mech. Engin.)* เพลารอง; *(Amer.: layshaft)* เพลาตัวที่สอง *หรือ* เพลาตัวกลาง; **~sign** ❶ *v.t.* Ⓐ *(add signature to)* เซ็นกำกับ; Ⓑ *(ratify)* เซ็นอนุมัติ, ให้สัตยาบัน ❷ *n. (Mil.: password)* คำสัญญาณลับ; **~'signature** *n.* ลายเซ็นกำกับ; **~sink** *v.t.*, **~sunk** /ˈkaʊntəsʌŋk/ˈคาวนเทอะซังคฺ/ *p.p., adj. (Woodw., Metalw.)* Ⓐ *(bevel off)* บากและเซาะ ให้ตะปูราบกับพื้นผิว; Ⓑ *(sink)* ขันเกลียว *(ตะปูควง ฯลฯ)* ลงไปในรู; **~stroke** *n.* การตีกลับ; **~-'tenor** *n. (Mus.)* เสียงร้องระดับสูงสุดของชาย *(ซึ่งสูงกว่าเทเนอร์)*; **~weight** *n.* น้ำหนักที่ใช้ถ่วงดุล

countess /ˈkaʊntɪs/ˈคาวนฺทิซ/ *n.* เคานต์เตส *(ท.ศ.), ภริยาของขุนนางยศระดับเคานต์หรือเอิร์ล; ขุนนางยศระดับเคานต์หรือเอิร์ลที่เป็นหญิง*

counting house /ˈkaʊntɪŋhaʊs/ˈคาวนฺทิงเฮาซฺ/ *n. (dated)* สำนักงานบัญชีภายในบริษัท

countless /ˈkaʊntlɪs/ˈคาวนฺทฺลิซ/ *adj.* มากมายเกินกว่าจะนับได้, เหลือคณา, เอนกอนันต์; **~ numbers of** จำนวนที่นับไม่ถ้วนของ

countrified /ˈkʌntrɪfaɪd/ˈคันทฺริฟายดฺ/ *adj.* เป็นบ้านนอก

country /ˈkʌntrɪ/ˈคันทฺริ/ *n.* Ⓐ ประเทศ, ชาติ; *(fatherland, homeland)* ปิตุภูมิ, มาตุภูมิ; **sb.'s [home] ~**: บ้านเกิดเมืองนอนของ *ค.น.*; **fight/die for one's ~**: สู้/ตายเพื่อชาติ; **farming ~**: พื้นที่เพาะปลูก; **this is excellent bird-watching ~**: นี่เป็นพื้นที่ที่วิเศษสำหรับการดูนก; **densely wooded ~**: พื้นที่ป่าทึบ; **this is unknown ~ to me** *(fig.)* ฉันไม่คุ้นกับเรื่องนี้; Ⓑ *(rural district)* บ้านนอก; *(~side)* ชนบท; **~ road/air** ถนน/อากาศในชนบท; **~ inn** โรงเตี๊ยมในชนบท; **[be/live *etc.*] in the ~**: [อยู่/อาศัย ฯลฯ] ในชนบท; **to the ~**: ไปชนบท; **[go/travel *etc.*] across ~**: [ไป/เดินทาง ฯลฯ] ข้ามทุ่งนา *(ไม่ใช่ถนน)*; **up ~**: *(เดินทาง)* เข้าไปภายในประเทศ; **in the ~** *(Cricket coll.)* ไกลออกไปในสนามคริกเกต; Ⓒ *(Brit.: population)* ประชาชน; **the ~ won't stand for it** ประชาชนจะไม่ยอมรับ; **appeal** *or* **go to the ~**: ปล่อยให้ประชาชนตัดสิน *(โดยการยุบสภาและจัดเลือกตั้ง)*

country: ~-and-'western *adj. (เพลง)* ลูกทุ่ง, คาวบอย *(ท.ศ.)*; **~ club** *n.* สโมสรกีฬาและสังสรรค์ที่ตั้งอยู่ในชนบท; **~ 'cousin** *n.* บุคคลที่ดูเป็นบ้านนอก; **~ 'dance, ~ 'dancing** *n.* การเต้นรำหมู่ของพื้นเมือง *(โดยเฉพาะอังกฤษ)*

countryfied ➡ countrified

country: ~ folk *n.* ชาวชนบท, คนบ้านนอก; **~ 'gentleman** *n.* เจ้าที่ดิน; **~ 'house** *n.* บ้านหลังใหญ่ในชนบท; **~ life** *n.* ชีวิตในชนบท, ชีวิตบ้านนอก; **~man** /ˈkʌntrɪmən/ˈคันทฺริเมิน/ *n., pl.* **~men** /ˈkʌntrɪmən/ˈคันทฺริเมิน/ Ⓐ *(national)* เพื่อนร่วมชาติ; **[my/her *etc.*] fellow ~man** เพื่อนร่วมชาติ *(ของฉัน/เธอ ฯลฯ)*; Ⓑ *(rural)* ชาวชนบท, คนบ้านนอก; **~ music** *n.* เพลงลูกทุ่ง *หรือ* เพลงคาวบอย; **~ people** *n. pl.* ชาวชนบท, คนบ้านนอก; **~ 'seat** *n.* คฤหาสน์ในชนบทของครอบครัวผู้ดี; **~side** *n.* Ⓐ *(rural areas)* พื้นที่ชนบท; **the preservation of the ~side** การสงวนรักษาพื้นที่ในชนบท; Ⓑ *(rural scenery)* ทัศนียภาพในชนบท; **~wide** *adj.* ทั่วประเทศ; **~woman** *n.* Ⓐ *(national)* เพื่อนหญิงร่วมชาติ; **my fellow ~woman** สุภาพสตรีผู้เป็นเพื่อนร่วมชาติของฉัน; Ⓑ *(rural)* ผู้หญิงชนบท, ผู้หญิงบ้านนอก

county /ˈkaʊntɪ/ˈคาวนฺทิ/ ❶ *n.* Ⓐ *(Brit.)* เทศมณฑล, จังหวัด; Ⓑ *(Brit.: gentry)* ชนชั้นนำในท้องถิ่น ❷ *adj. (Brit.)* มีสถานภาพทางสังคมหรือลักษณะของชนชั้นสูง

county: ~ 'borough *n. (Hist./Ir.)* *เมืองที่มีฐานะเทียบเท่ากับเทศมณฑลหรือจังหวัด*; **~ 'council** *n.* สภาบริหารของเทศมณฑล; **~ 'court** *n. (Law) (Brit.)* ศาลยุติธรรมพิจารณาคดีแพ่ง; *(Amer.)* ศาลยุติธรรมที่พิจารณาทั้งคดีแพ่งและคดีอาญา; **~ 'cricket** *n. (Brit.)* *การแข่งขันคริกเกตระหว่างทีมของจังหวัด*; **~ family** *n. ครอบครัวขุนนางซึ่งมีคฤหาสน์ในชนบท*; **~ school** *n.* โรงเรียนรัฐบาลประจำจังหวัด; **~ 'seat** *n. (Amer.,* **~ 'town** *n. (Brit.)* เมืองศูนย์กลางการปกครองของจังหวัด

coup /kuː/คู/ *n.* Ⓐ ความสำเร็จที่ดีเด่นและฉับพลัน; **pull off** *(coll.) or* **make a ~**: สำเร็จอย่างดีเด่นและฉับพลัน; Ⓑ **➡ coup d'état**

coup: ~ de grâce /kuː də ˈgrɑːs/คู เดอะ ˈกฺราซ/ *n.* การแทง, ฟันหรือตีครั้งสุดท้ายเพื่อให้ตาย; **~ d'état** /kuː deɪˈtɑː/คู เดˈทา/ *n.* รัฐประหาร, ปฏิวัติ; **~ de théâtre** /kuː də teɪˈɑːtr/คู เดอะ เทˈอาทฺร/ *n.* เหตุการณ์ในละครที่พลิกผันอย่างไม่คาดคิด

coupé /ˈkuːpeɪ/ˈคูเพ/ *(Amer.:* **coupe** [kuːp]) *n. (car)* รถเก๋งสองประตู

couple /kʌpl/คัพˈล/ ❶ *n.* Ⓐ *(pair)* คู่; *(married)* คู่สมรส, คู่สามีภรรยา; *(dancing)* คู่เต้นรำ; **in ~s** เป็นคู่; Ⓑ **a ~ [of]** *(a few)* สองสาม; *(two)* สอง; **a ~ of people/things/days/weeks** *etc.* สองสามคน/สองสามสิ่ง/สองสามวัน/สองสามสัปดาห์ ฯลฯ; **a ~ of times** สองสามครั้ง, ไม่กี่ครั้ง; Ⓒ *(Mech.)* แรงคู่ ❷ *v.t.* Ⓐ *(associate)* จับคู่, เชื่อมโยงกัน, รวม; **be ~d with sth.** ถูกเชื่อมโยงกับ *ส.น.*; Ⓑ *(fasten together)* ผูก/ติด/ต่อ/พ่วงเข้าด้วยกัน ❸ *v.i.* จับคู่, ร่วมสัมพันธ์ *(ทางเพศ)*

~ 'on *v.t.* เชื่อมโยงกัน *(ตู้รถไฟ)*

~ to'gether *v.t.* จับคู่กัน, จับกันเป็นคู่ ๆ

~ 'up *v.t.* โยงกันเข้าเป็นคู่ *(ตู้รถไฟ)*

coupler /ˈkʌplə(r)/ˈคัพเพลอะ(ร)/ *n. (Mus.)* เครื่องต่อแป้นเสียงสองอัน เพื่อให้เล่นพร้อมกันได้

couplet /ˈkʌplɪt/ˈคัพพลิท/ *n. (Pros.)* *ร้อยกรองสองบรรทัด ซึ่งสอดคล้องกัน*; *(rhyming)* ร้อยกรองสองบรรทัดที่มีเสียงลงท้ายสัมผัสกัน

coupling /ˈkʌplɪŋ/ˈคัพพลิง/ *n.* Ⓐ *(Railw., Mech. Engin.)* ข้อต่อ; Ⓑ *(arrangement on gramophone record)* การจัดเรียงลำดับเพลงในแผ่นเสียง

coupon /ˈkuːpɒn/ˈคูพอน/ *n.* *(detachable ticket)* คูปอง *(ท.ศ.)*, ตั๋วฉีก; *(for rationed goods)* บัตรปันส่วน; *(in advertisement)* คูปอง *(ท.ศ.) (สำหรับของแถม, ซื้อหนึ่งได้สอง ฯลฯ)*; *(entry form for football pool etc.)* ใบกรอกเล่นลอตเตอรี่ฟุตบอล; *(voucher)* คูปอง

courage /ˈkʌrɪdʒ/ˈเคอริจ/ *n.* ความกล้า, ความกล้าหาญ; **have/lack the ~ to do sth.** มี/ขาดความกล้าที่จะทำ *ส.น.*; **take one's ~ in both hands** รวบรวมความกล้าเข้าเสี่ยง; **sb. takes ~ from sth.** *ส.น.* ทำให้ *ค.น.* กล้า; **take ~!** กล้าเข้าไว้ ใจสู้หน่อย; **lose ~**: สูญเสียความกล้า, เสียขวัญ; **have the ~ of one's convictions** ยึดมั่นในความเชื่อของตน

courageous /kəˈreɪdʒəs/เคอะˈเรเจิซ/ *adj.* กล้าหาญ, บ้าบิ่น

courageously /kəˈreɪdʒəslɪ/เคอะˈเรเจิซลิ/ *adv.* อย่างกล้าหาญ, อย่างบ้าบิ่น, อย่างไม่กลัวตาย

C

courageousness /kəˈreɪdʒəsnɪs/เคอะ'เรเจิซนิซ/ *n., no pl.* ความกล้าหาญ

courgette /kʊəˈʒet/คอ'เฌ็ท/ *n. (Brit.)* แตงขนาดเล็กสีเขียว เรียกซุคคินี (Zucchini) ก็ได้

courier /ˈkʊrɪə(r)/'คุเรีย(ร)/ *n.* ➤ 489 **A** *(Tourism)* มัคคุเทศก์; **B** *(messenger)* คนส่งเอกสาร, คนเดินหนังสือ

'courier company *n.* บริษัทรับส่งพัสดุด่วน

course /kɔːs/คอซ/ ❶ *n.* **A** *(of ship, plane)* เส้นทาง; **change [one's] ~** *(lit. or fig.)* เปลี่ยนเส้นทาง, เปลี่ยนแนวทาง; **~ [of action]** แนวทาง [การปฏิบัติ]; **what are our possible ~s of action?** เรามีทางเลือกอะไรบ้าง; **the most sensible ~ would be to ...:** วิถีทางที่ดีที่สุดก็คือ ...; **in the ordinary ~ of things** *or* **events** ตามธรรมดา, โดยปกติ; **the ~ of nature/history** ครรลองของธรรมชาติ/ประวัติศาสตร์; **run** *or* **take its ~:** ดำเนินไปตามขั้นตอนธรรมชาติ; **let things take their ~:** ปล่อยให้สิ่งต่าง ๆ เป็นไปตามครรลองของมัน; **off/on ~:** ออกนอก/คงตามเส้นทาง; **be on ~ for sth.** *(fig.)* กำลังมุ่งตรงไปสู่ *ส.น.*; **B** **of ~:** แน่นอน; **[do sth.] as a matter of ~:** [ทำ *ส.น.*] เป็นเรื่องธรรมดา; **C** *(progression)* ช่วงเวลา; **in due ~:** ในเวลาอันสมควร; **the road is in ~ of construction** ถนนกำลังอยู่ในระหว่างการก่อสร้าง; **in the ~ of a few minutes** ในช่วงระยะเวลาไม่กี่นาที; **in the ~ of the lesson/the day/his life** ในช่วงชั่วโมงเรียน/วันนั้น/ชีวิตของเขา; **in the ~ of time/our relationship** ในช่วงเวลาที่ผ่านไป/ความสัมพันธ์ของเรา; **D** *(of river etc.)* เส้นทางน้ำ; **E** *(of meal)* อาหารรายการหนึ่งในชุด; **F** *(Sport)* สนามแข่ง; **[golf-]~:** สนามกอล์ฟ; **G** *(Educ.)* หลักสูตร; *(for employee also)* หลักสูตรอบรมพิเศษ; *(book)* หนังสือเรียนที่ใช้ในหลักสูตร; **a ~ of lectures** การบรรยายหนึ่งหลักสูตร; **go to** *or* **attend/do a ~ in sth.** ไปเข้าเรียน/รับการอบรมหลักสูตรบางรายวิชา; **H** *(Med.)* **a ~ of treatment** การรักษาชุดหนึ่ง; **a ~ of tablets** ยาเม็ดชุดหนึ่ง; **I** *(Building)* ชั้น อิฐ, หิน ฯลฯ
❷ *v.i. (rhet.: flow)* ไหล *(เร็วและแรง)*

coursing /ˈkɔːsɪŋ/'คอซิง/ *n. (Sport)* การล่าสัตว์โดยใช้สุนัข

court /kɔːt/คอท/ ❶ *n.* **A** ลาน; *(Brit.: quadrangle)* ลานสี่เหลี่ยม *(ภายในวิทยาลัยที่เคมบริดจ์) (in Cambridge)*; *(hall in building)* ห้องโถงใหญ่; **B** *(Sport)* สนาม; *(Tennis, Squash also)* สนามที่เล่นเทนนิส; **C** *(of sovereign)* ราชสำนัก; **the C~ of St James's** *(Brit.)* ราชสำนักอังกฤษ; **hold ~** *(fig.)* นั่งเต๊ะท่า; **D** *(Law)* ศาล; *(courtroom)* ห้องพิจารณาคดี; **~ of law** *or* **justice** ศาลยุติธรรม; **go to ~ [over sth.]** ขึ้นศาล [ด้วยเรื่อง *ส.น.*]; **take sb. to ~:** นำ *ค.น.* ขึ้นศาล; **appear in ~:** ขึ้นศาล; **the case comes up in ~ today** ศาลจะพิจารณาคดีในวันนี้; **settle sth. in ~:** ให้ศาลจัดการ *ส.น.* ไปตามกฎหมาย; **out of ~:** *(โจทก์)* ไม่ได้รับอนุญาตจากศาลให้พูด; *(ใช้กับคดี)* จัดการประนอมได้ก่อนการตัดสิน; *(fig.)* ฟังไม่ขึ้น, ไม่รับฟัง; **rule/laugh sth. out of ~** *(fig.)* ไม่รับฟัง/หัวเราะเยาะข้อเสนอ; **E** *(managing body)* คณะกรรมการ หรือ สภาจัดการบริหาร; **F** *no art. (dated: attentions)* **pay ~ to sb.** ประจบ *ค.น.*; **pay ~ to a woman** เกี้ยวสาว, จีบผู้หญิง
❷ *v.t.* **A** *(woo)* **~ sb.** เกี้ยวพาราสี *ค.น.*; **~ing couple** คู่ที่เกี้ยวกันอยู่; **are they ~ing?** เขาเกี้ยวกันอยู่หรือ, เขาเป็นแฟนกันใช่ไหม; **B** *(Zool., Ornith) (สัตว์, นก)* เกี้ยวกัน; **C** *(fig.)* แสวงหา, แสหา *(อันตราย, ชื่อเสียง, การชมเชย)*; **he is ~ing disaster/danger** เขากำลังแส่หาความวิบัติ/อันตราย; **~ death** เสี่ยงชีวิต

court: ~ card *n.* ไพ่ตัวสำคัญ *(คือไพ่แจ็ก, แหม่ม, คิง)*; **~ 'circular** *n. (Brit.)* ข่าวในราชสำนัก; **~ dress** *n.* เครื่องแต่งกายในราชสำนัก หรือ ในราชพิธี

courteous /ˈkɜːtɪəs/'เคอเทียซ/ *adj.* สุภาพ, นอบน้อม, มีมารยาท; **~ manners** มารยาทดี

courteously /ˈkɜːtɪəslɪ/'เคอเทียซลิ/ *adv.* อย่างสุภาพ, อย่างนอบน้อม, อย่างมีมารยาท; **behave ~:** ทำตัวสุภาพ

courtesan /kɔːtɪˈzæn, US ˈkɔːtɪzn/คอทิ'แซน, 'คอทิซ'น/ *n.* โสเภณีชั้นสูง, เมียเก็บของชายผู้มีอำนาจ

courtesy /ˈkɜːtəsɪ/'เคอเทอะซิ/ *n.* ความสุภาพ, ความนอบน้อม, ความมีมารยาท; **drinks were [served] by ~ of sb.** เครื่องดื่มได้รับอภินันทนาการจาก *ค.น.*; **by ~ of the museum** ด้วยความเอื้อเฟื้อจากพิพิธภัณฑ์; **by ~** *(with some exaggeration)* ด้วยความกรุณา; *(as mark of politeness)* ด้วยมารยาทงาม, โดยให้เกียรติ

courtesy: ~ call *n.* การเยี่ยมคารวะ; **~ light** *n. (Motor Veh.)* ไฟเก๋ง, ไฟในรถซึ่งจะเปิดขึ้นเองเมื่อประตูรถเปิด; **~ title** *n.* *ตำแหน่งกิตติมศักดิ์ที่ไม่ใช่ยศตามสิทธิทางกฎหมาย*

'court house *n. (Law)* ตึกที่ทำการศาล; *(Amer.)* *ตึกที่ทำการของที่ว่าการเทศมณฑล/จังหวัด*

courtier /ˈkɔːtɪə(r)/'คอเทีย(ร)/ *n.* ข้าราชสำนัก

courtly /ˈkɔːtlɪ/'คอทลิ/ *adj.* มีมารยาทดี; ประจบประแจง; **~ love** *(Hist.)* *ความรักตามขนบแบบแผนในยุคกลางที่อัศวินจะมีต่อสุภาพสตรี*

court: ~ 'martial *n., pl.* **~s martial** *(Mil.)* ศาลทหาร, ศาลอัยการศึก; **be tried by ~ martial** ถูกศาลทหารพิจารณาสอบสวน; **~-'martial** *v.t. (Brit.)* **-ll-** พิจารณาสอบสวนโดยศาลทหาร; **C~ of Ap'peal** *n. (Brit.)* ศาลอุทธรณ์; **~room** *n. (Law)* ห้องพิจารณาคดี

courtship /ˈkɔːtʃɪp/'คอทฉิพ/ *n.* การเกี้ยวพาราสี

court: ~ shoe *n.* รองเท้าส้นสูงปิดส้น; **~yard** *n.* ลานบ้าน

cousin /ˈkʌzn/'คัซ'น/ *n.* **[first] ~:** ลูกของลุง ป้า น้า อา, หลาน, ลูกพี่ลูกน้อง; **[second] ~:** ลูกของลูกของลูกพี่ลูกน้องของพ่อแม่, ลูกของลูกของลุง ป้า น้า อา; **they are ~s** เขาเป็นลูกพี่ลูกน้องกัน; **first ~ once removed** *(first ~'s child)* ลูกของลูกของลุง ป้า น้า อา, ลูกของลูกพี่ลูกน้อง, หลาน; **sth. is first ~ to sth.** *(fig.)* *ส.น.* คล้ายคลึงกับอีก *ส.น.* มาก

couture /kuːˈtjʊə(r)/คู'ทัว(ร)/ *n.* *การออกแบบและตัดเย็บเสื้อผ้าอาภรณ์ตามสมัยนิยม;* ➡ **+ haute couture**

couturier /kuːˈtjʊərjeɪ/คู'ทัวริเย/ *n.* *(ชาย)* ผู้ออกแบบ หรือ ตัดเย็บเสื้อผ้า

couturière /kuːˈtjʊərjeə(r)/คู'ทัวริแย(ร)/ *n.* *(หญิง)* นักออกแบบ หรือ ตัดเย็บเสื้อผ้าที่มียี่ห้อ

¹cove /kəʊv/โคว/ *n.* **A** *(Geog.)* อ่าวเล็ก; **B** *(sheltered recess)* ส่วนที่เว้าเข้าในกำแพง, ภูเขา ฯลฯ ที่หลบลม, ฝน ฯลฯ

²cove *n. (dated Brit. coll.)* อ้ายหมอนั่น/นี่

coven /ˈkʌvn/'คัว'น/ *n.* การชุมนุมของเหล่าแม่มด

covenant /ˈkʌvənənt/'คัวเวอะเนินท/ ❶ *n.* **A** ข้อตกลง, สัญญา; **B** *(Law)* สัญญาที่ถูกต้องทางกฎหมาย; **deed of ~:** สัญญาที่ร่างโดยทนาย *(มักใช้ในการมอบเงินให้การกุศล)*; **C** *(Bibl.)* *พันธะสัญญาของพระผู้เป็นเจ้าที่ให้ไว้แก่ชาวอิสราเอล* ❷ *v.i. (also Law)* **~ [with sb.] [for sth.]** ทำความตกลง, ทำสัญญา, ทำสนธิสัญญา [กับ *ค.น.*] [เกี่ยว กับ *ส.น.*] ❸ *v.t. (also Law)* ทำความตกลง, ทำสัญญา

Coventry /ˈkɒvəntrɪ/'คอเว็นทริ/ *n.* *ชื่อเมืองในเขตมิดแลนด์ตะวันตกของสหราชอาณาจักร;* **send sb. to ~** *(fig.)* ปฏิเสธที่จะเกี่ยวข้องหรือพูดด้วย, ตัดหางปล่อยวัด, ลอยแพ *ค.น.*

cover /ˈkʌvə(r)/'คัวเวอะ(ร)/ ❶ *n.* **A** *(piece of cloth)* ผ้าคลุม; *(of cushion)* ปลอก; *(of bed)* ผ้าคลุมเตียง; *(lid)* ฝา; *(of hole, engine, typewriter, etc.)* ฝาครอบ; **put a ~ on** *or* **over** เอาฝามาครอบ; เอาฝาปิดไว้ *(หลุม)*; เอาผ้าคลุม *(เตียง, รถยนต์)*; **B** *(of book)* ปก; *(of magazine)* หน้าปกนิตยสาร; *(of record)* ซอง; **read sth. from ~ to ~:** อ่าน *ส.น.* ตั้งแต่หน้าแรกจนหน้าสุดท้าย; **on the [front/back] ~:** ที่ปก [หน้า/หลัง]; *(of magazine)* ที่หน้าปก [ด้านหน้า/ด้านหลัง]; **a removable paper ~:** ปกกระดาษที่ถอดออกได้; **C** *(Post: envelope)* ซองจดหมาย; **under plain ~:** โดยใช้ซองธรรมดา; **[send sth.] under separate ~:** [ส่ง *ส.น.*] ไปต่างหากโดยใส่ในอีกซองหนึ่ง; **D** *in pl. (bedclothes)* ผ้าปูที่นอน; **E** *(of pneumatic tyre)* ยางนอก; **F** *(hiding place, shelter)* ที่หลบซ่อน, ที่กำบัง; **take ~ [from sth.]** เข้าไปในที่กำบังเพื่อหลบ *ส.น.*; **take ~ from the rain** เข้าไปในที่กำบังเพื่อหลบฝน; **[be/go] under ~** *(from bullets etc.)* หลบเข้าที่กำบัง; **under ~** *(from rain)* ซึ่งหลบฝน; **keep sth. under ~:** ห่อหุ้ม *ส.น.* ไว้ให้มิดชิด; **under ~ of darkness** โดยอาศัยความมืดช่วยอำพราง; **G** *(Mil.: supporting force)* หน่วยสนับสนุน; **fighter ~:** เครื่องบินขับไล่ที่คุ้มครองเครื่องบินทิ้งระเบิด; ➡ **+ air cover**; **H** *(protection)* การยิงคุ้มกัน; **give sb./sth. ~:** ให้ความคุ้มกันแก่ *ค.น./ส.น.*; **I** *(pretence)* การเสแสร้ง; **J** *(false identity, screen)* การปลอมชื่อ, การหลอกลวง; **under ~ of charity** โดยเอาการกุศลบังหน้า; **blow sb.'s ~** *(coll.)* เปิดโปงการปลอมตัวของ *ค.น.*; **K** *(Hunting)* สุมทุมพุ่มไม้ที่สัตว์ใช้เป็นที่ซ่อนจากการถูกล่า; **break ~:** ออกมาจากที่ซ่อน; **L** *(Insurance)* **[insurance] ~:** การมีประกันภัย; **get ~ against sth.** ทำประกัน *ส.น.*; **have adequate ~:** ทำประกันภัยไว้ด้วยทุนประกันพอ; **M** *(place laid at table)* จานมีดและช้อนส้อมที่ตั้งโต๊ะไว้; *(~ version)* **~ [version]** การร้องเพลงที่ศิลปินอื่นอัดไว้แล้ว
❷ *v.t.* **A** หุ้ม, ปิด, คลุม; **~ a book with leather** หุ้มปกหนังสือด้วยหนัง; **~ your mouth while coughing** ปิดปากหน่อยเวลาไอ; **~ the table with a cloth** เอาผ้ามาปูโต๊ะ; **~ a roof with shingles** มุงหลังคาด้วยไม้กระเบื้องแผ่นเล็ก ๆ; **~ a chair with chintz** บุเก้าอี้ด้วยผ้าพิมพ์ลาย; **~ a pan with a lid/a car with plastic sheeting** ครอบกระทะด้วยฝา/คลุมรถด้วยผ้าพลาสติก; **she ~ed her face with her hands** เธอเอามือปิดหน้า; **~ed with blood** เต็มไปด้วยเลือด; **the roses are ~ed with greenfly** ต้นกุหลาบมีแมลงเกาะเต็ม; **cats are ~ed with fur** แมวเป็นสัตว์ที่มีขนปกคลุมตัว; **floodwaters ~ed the town** น้ำท่วมเต็มเมือง; **the children were ~ed in mud** เด็ก ๆ เปื้อนโคลนทั้งตัว; **the car ~ed us with mud** รถคันนั้นทำให้โคลนกระเด็นมาเปื้อนพวกเรา; **sb. is ~ed in** *or* **with confusion/shame** *(fig.)* *ค.น.* รู้สึกเต็มไปด้วยความสับสน/อับอายขายหน้า; ➡ **+ glory** 1 B; **B** *(conceal, lit. or fig.)* ปิดบัง;

(for protection) ห่อหุ้มปกคลุม; Ⓒ *(travel)* ทำระยะทางได้; Ⓓ *in p.p. (having roof)* มีหลังคาปกคลุม; **~ed market** ตลาดในร่ม; **a ~ed wagon** เกวียนที่มีประทุน; Ⓔ *(deal with)* จัดการกับ; *(include)* รวมไปถึง, ครอบคลุม; **~ all possible cases** ครอบคลุมทุกกรณีที่อาจเกิดได้; **an examination ~ing last year's work** การสอบที่ครอบคลุมเนื้อหาวิชาที่เรียนปีที่แล้ว; **this book does not fully ~ the subject** หนังสือเล่มนี้ไม่ครอบคลุมวิชาทั้งหมด; Ⓕ *(Journ.)* ทำข่าวเรื่อง; Ⓖ *(suffice to defray)* เพียงพอ; **~ expenses** มีเงินเพียงพอสำหรับค่าใช้จ่าย; **£10 will ~ my needs for the journey** เงิน 10 ปอนด์จะเพียงพอสำหรับใช้จ่ายในการเดินทาง; Ⓗ *(shield)* ปกป้อง, เป็นกำบัง; **I'll keep you ~ed** ฉันจะเป็นโล่กำบังให้คุณเอง; Ⓘ **~ oneself** *(fig.)* ออกตัวไว้ก่อนเพื่อปกป้องตนเอง; *(Insurance)* **~ oneself against sth.** ทำประกันภัยสำหรับ *ส.น.*; Ⓙ *(aim gun at)* เล็งปืนไปที่; **I've got you ~ed** ฉันเล็งปืนไปที่เธอแล้วนะ; Ⓚ *(command)* ควบคุม *(พื้นที่)*; Ⓛ *(ม้าตัวผู้)* ขึ้นขี่ *(ตัวเมีย)*

~ **for** *v.t.* เข้าช่วยทำแทน

~ **'in** *v.t.* ครอบคลุม; *(fill in)* ปิด *(รู)* ให้มิดอย่างถาวร

~ **'over** *v.t.* ทำหลังคาคลุม; *(with gold etc.)* หุ้ม, ปิด

~ **'up** ❶ *v.t. (conceal)* ปิดให้สนิท; *(fig.)* ปกปิด *(เรื่องอื้อฉาว)* ❷ *v.i. (fig.: conceal)* ปิดบัง; **~ up for sb.** ปิดบังความผิดของ *ค.น.*; ➡ + **cover-up**

'cover address *n.* การส่งข่าวเพื่อปกปิดที่อยู่ที่แท้จริง

coverage /'kʌvərɪdʒ/'คัฟเวอะริจ/ *n., no pl.* Ⓐ *(Radio, Telev.: area)* พื้นที่ที่สามารถรับการถ่ายทอดได้; **provide a greater ~ of the country** ขยายพื้นที่ภายในประเทศที่รับการถ่ายทอดได้; Ⓑ *(Journ., Radio, Telev.: treatment)* ขอบเขตการรายงานข่าว; **newspaper/broadcast ~:** การรายงานข่าวทางหนังสือพิมพ์/ทางวิทยุและโทรทัศน์; **give sth. [full/limited] ~:** รายงานข่าวเกี่ยวกับ *ส.น.* [อย่างละเอียด/อย่างรวบรัด]; Ⓒ *(Advertising)* พื้นที่ของตลาด; Ⓓ *(Insurance)* ขอบเขตของการประกันภัย

coverall /'kʌvərɔːl/'คัฟเวอะรอล/ *n. usu. in pl. (esp. Amer.)* ชุดหมีกันเปื้อน; *(for baby)* ชุดแขนยาวขายาวติดกัน

cover: ~ charge *n.* เงินที่เก็บเป็นรายหัว; **~ girl** *n.* นางแบบที่ขึ้นปก

covering /'kʌvərɪŋ/'คัฟเวอะริง/ *n. (material)* สิ่งที่ห่อหุ้ม, สิ่งที่ปกคลุม; *(of billiard table)* สักหลาดบุโต๊ะบิลเลียด; *(of aircraft wing)* วัตถุหุ้มปีก; *(of chair)* ผ้าบุเก้าอี้; *(of bed)* ผ้าคลุมเตียง

covering: ~ letter *n.* จดหมายปะหน้า

coverlet /'kʌvəlɪt/'คัฟเวอะลิท/ *n.* ผ้าคลุมเตียง

cover: ~ note *n. (Insurance)* บัตรประกันภัยที่ออกให้ชั่วคราว; **~ story** *n.* Ⓐ *(Journ.)* เรื่องใหญ่ที่ขึ้นปก; Ⓑ *(espionage)* ประวัติปลอมเพื่อทำจารกรรม

covert ❶ /'kʌvət/'คัฟเวิท/ *adj.* ซ่อนเร้น, ปิดบัง; **a ~ glance** การลอบชำเลืองดู ❷ /'kʌvət, 'kəʊvɜːrt/'คัฟเวิท, โคเวิรท/ *n. (shelter)* ที่หลบซ่อน; *(thicket)* สุมทุมพุ่มไม้ที่สัตว์ใช้หลบซ่อน

covertly /'kʌvətlɪ, US 'kəʊvɜːrtlɪ/'คัฟเวิทลิ, 'โคเวิรทลิ/ *adv.* อย่างซ่อนเร้น; **glance ~ at sb./sth.** ชำเลืองดู *ค.น./ส.น.*

cover-up *n.* การปิดบังสิ่งที่ผิด; **the Watergate ~-up** การกลบเกลื่อนความผิดในคดีวอเตอร์เกต; **~ version** *n.* การร้องเพลงที่ศิลปินคนอื่นเคยอัดแล้ว

covet /'kʌvɪt/'คัฟวิท/ *v.t.* อยากได้ของคนอื่น

covetous /'kʌvɪtəs/'คัฟวิเทิซ/ *adj. (desirous)* ซึ่งปรารถนาของของผู้อื่น; *(avaricious)* โลภมาก; **be ~ of sth.** อยากได้ *ส.น.* มาก

covetously /'kʌvɪtəslɪ/'คัฟวิเทิซลิ/ *adv.* อย่างโลภมาก

covetousness /'kʌvɪtəsnɪs/'คัฟวิเทิซนิซ/ *n., no pl.* ความโลภ

covey /'kʌvɪ/'คัฟวิ/ *n. (Hunting)* นกกระทาหนึ่งครอก

[1]**cow** /kaʊ/คาว/ *n.* Ⓐ วัวตัวเมีย; **till the ~s come home** *(fig. coll.)* เวลานานจนไม่รู้จักจบ; Ⓑ *(female elephant, whale, etc.)* ตัวเมีย; Ⓒ *(sl. derog.: woman)* อีเวร *(ภ.ย.)*

[2]**cow** *v.t.* ข่มขวัญ; **~ sb. into submission** ข่มขวัญ *ค.น.* จนเขายอมทำตาม; **have a ~ed look/appearance** ท่าทางกลัวหงอ

coward /'kaʊəd/'คาวเอิด/ *n.* คนขี้ขลาด; **the ~'s way out** ทางออกแบบขี้ขลาด

cowardice /'kaʊədɪs/'คาวเอะดิซ/ *n.* ความขี้ขลาด; ➡ + **moral cowardice**

cowardly /'kaʊədlɪ/'คาวเอิดลิ/ *adj.* ขี้ขลาด

cow: ~bell *n.* กระดิ่งผูกคอวัว; **~boy** *n.* โคบาล; *(Brit. coll.: unscrupulous businessman, tradesman, etc.)* คนคดโกง; **play Cowboys and Indians** เล่นเป็นคาวบอยกับอินเดียนแดง; **~catcher** *n. (Amer. Railw.)* ตะแกรงหน้าหัวรถจักรของรถไฟ; **~ dung** *n.* ปุ๋ยคอก

cower /'kaʊə(r)/'คาวเออะ(ร)/ *v.i.* ทรุดตัว, กระถดถอย; *(squat)* นั่งยองๆ; **~ in fear** กระถดถอยด้วยความกลัว; **stand ~ing in the corner** ยืนซุกตัวอยู่ที่มุมห้อง

cow: ~hand *n.* โคบาล; **~herd** *n.* ➤ 489 คนดูแลฝูงปศุสัตว์; **~hide** *n.* หนังวัว

cowl /kaʊl/คาวล/ *n.* Ⓐ *(of monk)* ส่วนของเสื้อนักบวชที่สามารถคลุมศีรษะเป็นหมวก; Ⓑ *(of chimney)* ปล่องไฟบนหลังคาบ้าน

'cowlick /'kaʊlɪk/'คาวลิค/ *n.* ปอยผมที่ยื่นออกไปข้างหน้า

cowling /'kaʊlɪŋ/'คาวลิง/ *n. (Aeronaut., Motor Veh.)* กระโปรงหน้าหม้อรถยนต์

'cowman *n.* ➤ 489 คนดูแลฝูงปศุสัตว์

'co-worker *n.* เพื่อนร่วมงาน

cow: ~ parsley *n. (Bot.)* พันธุ์ไม้ *Anthriscus sylvestris* มีดอกเป็นช่อคล้ายลูกไม้; **~pat** *n.* มูลวัว; **~pox** *n.* โรคฝีดาษใน; **~puncher** /'kaʊpʌntʃə(r)/'คาวพันเฉอะ(ร)/ *n. (Amer.)* โคบาล

cowrie, cowry /'kaʊrɪ/'คาวริ/ *n.* หอยทะเลในวงศ์ Cypraeidae; *(shell)* เปลือกหอยชนิดนี้ *(สมัยก่อนใช้เป็นเงินตราในหลายประเทศ)*

co-write /kəʊraɪt/โคไรท/ *v.t.* เขียนร่วม *(หนังสือ, เพลง)*

cow: ~shed *n.* โรงวัว; **~slip** *n.* Ⓐ ดอกไม้พันธุ์ *Primula veris* มีดอกสีเหลือง; Ⓑ *(Amer.: marsh marigold)* ดอกดาวเรือง; **~'s milk** *n.* นมวัว

cox /kɒks/คอคซฺ/ ❶ *n.* นายท้ายเรือกรรเชียงแข่ง ❷ *v.t. (esp. Rowing)* ถือท้ายเรือ; **~ a crew** เป็นนายท้ายของเรือแข่ง; **~ed four** เรือกรรเชียง 4 คน ❸ *v.i.* ถือท้ายเรือ

coxcomb /'kɒkskəʊm/'คอคซฺโกม/ *n. (literary/arch.)* คนโง่ที่สำรวย, คนขี้โอ่

coxless /'kɒkslɪs/'ค็อคซฺลิซ/ *adj.* โดยไม่มีคนถือท้าย

coxswain /'kɒksweɪn, 'kɒksn/'ค็อคซฺเวน, 'ค็อคเซิน/ ➡ **cox** 1

coy /kɔɪ/คอย/ *adj.* เหนียมอาย; **play ~:** ทำท่าเอียงอาย

coyly /'kɔɪlɪ/'คอยลิ/ *abv.* อย่างเหนียมอาย

coyness /'kɔɪnɪs/'คอยนิซ/ *n., no pl.* ความเหนียมอาย; *(of behaviour)* ความเหนียมอาย

coyote /kɔɪ'əʊtɪ, US 'kaɪəʊt/คอย'โอทิ, 'ไคโอท/ *n. (Zool.)* หมาป่า *Canis latrans* พบในอเมริกาเหนือ

coypu /'kɔɪpuː/'คอยพู/ *n. (Zool.)* สัตว์น้ำ *Myocastor coypus (ใช้ฟันกัดแทะคล้ายตัวบีเวอร์ เลี้ยงเพื่อเอาขน)*

cozily, coziness, cozy *(Amer.)* ➡ **cos-**

cp. *abbr.* **compare**

c.p. *abbr.* **candlepower**

Cpl. *abbr.* **Corporal** ส.ท.

c.p.s. *abbr.* **cycles per second**

CPU *abbr. (Computing)* **central processing unit**

Cr. *abbr.* Ⓐ **creditor;** Ⓑ **Councillor**

crab /kræb/แครบ/ ❶ *n.* Ⓐ ปู; Ⓑ *(Astrol.)* **the C~:** ราศีกรกฎ; ➡ + **archer** B; Ⓒ *(Rowing)* **catch a ~:** กรรเชียงเรือโดยจ้วงพายไม่กินน้ำเลย; Ⓓ *(Bot.)* ➡ **crab apple**
❷ *v.i.,* **-bb-** *(coll.)* **~ about sth.** บ่นเรื่อง *ส.น.*

'crab apple *n.* ผล/ต้นแอปเปิ้ลแคระมีรสเปรี้ยว

crabbed /'kræbd/'แครบด/ *adj.* Ⓐ *(perverse)* วิปริตผิดธรรมดา; Ⓑ *(morose)* มีอารมณ์ขุ่นมัว; Ⓒ *(badly formed) (of handwriting) (ลายมือ)* อ่านยาก

crabby /'kræbɪ/'แครบิ/ *adj.* ➡ **crabbed** A, B

crabwise /'kræbwaɪz/'แครบวายซฺ/ *adv.* ไปทางด้านข้าง *(คล้ายปู)*

crack /kræk/แครค/ ❶ *n.* Ⓐ *(noise)* เสียงแตก, เสียงระเบิด; **a ~ of the whip** เสียงแซ่หวดดังขวับ; **give sb./have a fair ~ of the whip** *(fig.)* ให้โอกาสแก่ *ค.น.*/ได้รับโอกาสพอสมควร; **the ~ of doom** *(fig.)* เสียงฟ้าผ่าเป็นสัญญาณแห่งวันพิพากษาครั้งสุดท้ายของศาสนาคริสต์; Ⓑ *(in china, glass, eggshell, ice, etc.)* รอยแตก, รอยร้าว; *(in rock)* รอยแยก; **there's a ~ in the ceiling** มีรอยร้าวอยู่บนเพดาน; ➡ + **paper over;** Ⓒ *(blow)* การหวด หรือ ฟาด; Ⓓ *(coll.: try)* ความพยายาม; **have a ~ at sth./at doing sth.** พยายามทำ *ส.น.*; Ⓔ **the/at the ~ of dawn** *or* **day** *(coll.)* ตั้งแต่ไก่โห่; Ⓕ *(coll.: wisecrack)* คำคม; Ⓖ *(sl.: drug)* **~ [cocaine]** ยาเสพติด [โคเคน]
❷ *adj. (coll.)* ชั้นเยี่ยม
❸ *v.t.* Ⓐ *(break, lit.)* ทำให้แตก, ทำให้ร้าว; จัด *(ตู้, เซฟ)*; ทุบ *(ลูกนัตให้แตก)*; *(fig.)* แก้ *(ปัญหา)*; **~ a bottle** *(fig.)* เปิดขวดเหล้ากินกัน; **~ sth. open** ทุบ *ส.น.* ให้แตก, เฉาะ; Ⓑ *(make a ~ in)* ทำให้เกิดรอยร้าว; **~ one's head/skull** ชนศีรษะอย่างแรงจนร้าว; Ⓒ **~ a whip** หวดแซ่ดังขวับ; **~ the whip** *(fig.)* ใช้ความกดดัน; **~ one's knuckles** ดัด/หักนิ้วดังก๊อก; Ⓓ **~ a joke** พูดอะไรที่ขำขัน; Ⓔ *(Chem.: decompose)* ใช้ความร้อนและความดันสลายน้ำมันข้นเพื่อได้น้ำมันเชื้อเพลิง
❹ *v.i.* Ⓐ *(เครื่องกระเบื้อง, แก้ว)* เกิดรอยร้าว; *(แผ่นน้ำแข็ง, ผิวผนัง)* แตก; Ⓑ *(make sound)* เสียงดังขวับ/ก๊อก/เปรี้ยง; Ⓒ *(change) (เสียง)* แตก; **his voice is ~ing** *(at age of puberty)* เสียงของเขาเริ่มแตก; Ⓓ *(yield under torture etc.)* ยอมจำนน; Ⓔ *(coll.)* **get ~ing!** เร็วๆหน่อย; *(coll.)* **let's get ~ing** ลงมือได้แล้วพวกเรา; **get ~ing [with sth.]** ลุย [กับ *ส.น.*]

~ **'down** *v.i. (coll.)* **~ down [on sb./sth.]** ใช้มาตรการเด็ดขาดกับ [*ค.น./ส.น.*]; ➡ + **~-down**

crack-brained | crash course 216

C

~ '**up** *(coll.)* ❶ *v.i. (เครื่องบิน)* แตกเป็นชิ้น; *(บุคคล)* เครียดจนจะเป็นโรคประสาท; **~ up [laughing]** หัวเราะงอหาย ❷ *v.t.* **he/it** *etc.* **is not all he/it** *etc.* **is ~ed up to be** เขา/มัน ฯลฯ ไม่ได้ดีเท่าเขา/มัน ฯลฯ ได้รับยกย่องไว้; **she is ~ed up to be brilliant** เธอขึ้นชื่อว่าฉลาดปราดเปรื่อง; ➡ + ~-up

crack: ~-brained *adj. (coll.) (บุคคล, แผน)* บ๊อง, บ้า ๆ บอ ๆ; **~-down** *n. (coll.)* **there will be a ~down** จะมีการเอาโทษหนัก; **have/order a ~-down on sb./sth.** ดำเนิน/สั่งมาตรการเด็ดขาดกับ *ค.น./ส.น.*

cracked /krækt/แครุคฑฺ/ *adj.* Ⓐ *(แก้ว, กระเบื้อง)* มีรอยร้าว; *(เสียง)* แตก; *(ดิน, ผิวหนัง)* แตกแยก; Ⓑ *(coll.: crazy)* บ๊อง

cracker /ˈkrækə(r)/ˈแครฺเคอะ(ร)/ *n.* Ⓐ *(paper toy)* **[Christmas] ~:** *ของเล่นทรงกลมยาวทำด้วยกระดาษ เมื่อดึงปลายทั้งสองให้ขาดจะดังปังและจะมีของเล่นชิ้นเล็ก ๆ ฯลฯ กระเด็นออกมา;* Ⓑ *(firework)* ดอกไม้ไฟ, ประทัด; Ⓒ *(thin, dry biscuit)* ขนมปังกรอบ; *(Amer.: biscuit)* ขนมปังกรอบ; Ⓓ ➡ crackerjack 2

ˈ**crackerjack** *(Amer. coll.)* ❶ *adj.* สุดยอด ❷ *n. (person)* คนเก่งเป็นเลิศ

crackers /ˈkrækəz/ˈแครฺเคิซ/ *pred. adj. (Brit. coll.)* บ๊อง; **go ~:** เกิดอาการบ้า

crack factory *n.* แหล่งผลิตเครคโคเคน

crackhead /ˈkrækhed/ˈแครฺคเฮ็ด/ *n.* คนติดเครคโคเคน

crack house *n.* สถานที่ขายยาเสพติดเครคโคเคน

crackle /ˈkrækl/ˈแครฺค'ล/ ❶ *v.i.* ส่งเสียงดังเปรี๊ยะประ ๆ; *(ไฟ)* ทำเสียงกรอบแกรบ; **the telephone line/the radio ~s** สายโทรศัพท์/วิทยุเกิดเสียงซู่ซ่ารบกวน ❷ *n.* เสียงเปรี๊ยะประ; *(of leaves)* เสียงกรอบแกรบ; *(of machine gun)* เสียงรัวดังเป็นข้าวตอกแตก; *(of fire)* ส่งเสียงปะทุ

crackling /ˈkræklɪŋ/ˈแครฺคลิง/ *n. (Cookery)* หนังหมูกรอบ, แคบหมู

crackly /ˈkræklɪ/ˈแครฺคลิ/ *adj.* ซึ่งดังเปรี๊ยะ/กรอบแกรบ

ˈ**crackpot** *n. (coll.)* คนพิลึกกึกกือ, คนฝันเฟื่อง; *attrib.* **~ ideas/schemes** ความคิด/แผนการแบบฝันเฟื่อง

cracksman /ˈkræksmən/ˈแครฺคซฺเมิน/ *n., pl.* **cracksmen** /ˈkræksmən/ˈแครฺคซฺเมิน/ นักย่องเบาที่แงะตู้เซฟ

ˈ**crack-up** *n. (coll.)* การเกิดสติฟั่นเฟือนขึ้น

Cracow /ˈkrækaʊ/ˈแครฺคาว/ *n.* เมืองเครเคาในประเทศโปแลนด์

cradle /ˈkreɪdl/ˈเครฺด'ล/ ❶ *n.* Ⓐ *(cot)* เปลเด็กที่ไกวได้; *(fig.)* ช่วงแรกเกิด; **from the ~:** ตั้งแต่อ้อนแต่ออก; **from the ~ to the grave** ตั้งแต่เกิดจนตาย; Ⓑ *(Building)* แคร่ที่ใช้ห้อยลงมาในงานก่อสร้าง; *(to support ship) โครงสร้างรูปคล้ายเปลซึ่งยึดเรือไว้ในขณะอยู่บนบก;* Ⓒ *(Teleph.)* ที่วางหูโทรศัพท์ ❷ *v.t.* ประคองไว้ในอ้อมแขน; **~ sb./sth. in one's arms/hands** ประคอง *ค.น./ส.น.* ไว้ในวงแขน/ในมือ

cradle: ~-snatch *v.i. (coll.)* **Your boyfriend/girlfriend is much younger than you. You're ~-snatching** แฟนคุณเด็กกว่าคุณเยอะ รู้ไหมคุณกำลังหลอกเด็ก; **~-snatcher** *n. (coll.)* ➡ baby-snatcher B; **~-snatching** *n (coll.)* ➡ baby-snatching B; **~ song** *n.* เพลงกล่อมลูก

craft /krɑːft, US kræft/ครฺาฟทฺ, แครฺฟทฺ/ *n.* Ⓐ *(trade)* อาชีพการช่าง; *(art)* ช่างศิลป์; *(in school)* **~[s]** วิชาการงาน; Ⓑ *no pl. (skill)* ฝีมือความชำนาญ; Ⓒ *no pl. (cunning)* ความมีเล่ห์เหลี่ยม; **be full of ~:** มีเล่ห์เหลี่ยมมาก; Ⓓ *pl. same (boat)* เรือ; *(aircraft)* เครื่องบิน; *(spacecraft)* ยานอวกาศ

craftily /ˈkrɑːftɪlɪ, US ˈkræftɪlɪ/ˈครฺาฟทิลิ, ˈแครฺฟทิลิ/ *adv.* อย่างมีเล่ห์เหลี่ยม

craftiness /ˈkrɑːftɪnɪs, US ˈkræftɪnɪs/ˈครฺาฟทินิซ, ˈแครฺฟทินิซ/ *n., no pl.* ความมีเล่ห์เหลี่ยม

craftsman /ˈkrɑːftsmən/ˈครฺาฟทฺซเมิน/ *n., pl.* **craftsmen** /ˈkrɑːftsmən/ˈครฺาฟทฺซเมิน/ *(skilled person)* **a real ~:** ศิลปินโดยแท้, ช่างฝีมือโดยแท้

craftsmanship /ˈkrɑːftsmənʃɪp/ˈครฺาฟทฺซเมินชิพ/ *n., no pl. (skilled workmanship)* ความมีฝีมือทางช่างศิลป์; *(performance)* **shoddy ~:** ฝีมือที่ใช้การไม่ได้

ˈ**craftwork** *n., no pl.* งานฝีมือ

crafty /ˈkrɑːftɪ, US ˈkræftɪ/ˈครฺาฟทิ/ *adj.* มีเล่ห์เหลี่ยม; **as ~ as a fox** ฉลาดแกมโกงเหมือนหมาจิ้งจอก

crag /kræg/แครฺก/ *n.* หินก้อนใหญ่ที่สูงชันและมีเหลี่ยมมีคม

craggy /ˈkrægɪ/ˈแครฺกิ/ *adj. (rugged)* ขรุขระ, ตะปุ่มตะป่ำ; *(rocky)* ซึ่งเต็มไปด้วยหินก้อนใหญ่; *(steep)* สูงชัน

crake /ˈkreɪk/ˈเครฺค/ *n. (Ornith.)* นกสีดำในวงศ์ Rallidae

cram /kræm/แครฺม/ ❶ *v.t.* **-mm-** Ⓐ *(overfill)* ยัดใส่จนแน่น, อัดเข้าไป; *(force)* อุดอัดแน่น; **~med with information** เปี่ยมล้นไปด้วยข้อมูล; **~ people into a bus** ให้คนขึ้นไปจนแน่นรถเมล์; **the bus was ~med** รถเมล์มีคนอัดแน่น; ➡ + throat A; Ⓑ *(for examination)* **~ pupils** ติวนักเรียน; **~ up maths** ติววิชาคณิตศาสตร์; Ⓒ *(feed to excess)* อัดอาหารเต็มที่; **~ poultry** *etc.* อัดอาหารเป็ดไก่จนกินไม่ไหว ❷ *v.i.* **-mm-** *(for examination)* ท่องหนังสืออย่างหามรุ่งหามค่ำ

~ 'in ❶ *v.i.* อัดเข้าไปจนล้นปรี่ ❷ *v.t.* จับอัดเข้าไปจนล้นปรี่

ˈ**cram-full** ➡ chock-full

crammer /ˈkræmə(r)/ˈแครฺเมอะ(ร)/ *n. (place)* โรงเรียนกวดวิชา; *(person)* ครูกวดวิชา

cramp /kræmp/แครฺมพฺ/ ❶ *n.* Ⓐ *(Med.)* ตะคริว; **suffer an attack of ~:** เป็นตะคริว, ตะคริวกิน; **have ~ [in one's legs/arms]** เป็นตะคริว [ที่ขา/แขน]; ➡ + writer's cramp; Ⓑ *(Woodw.)* ปากกาประกบยึดแผ่นกระดานเข้าด้วยกัน; Ⓒ *(Building)* **~ [iron]** แท่งเหล็กยึดซีเมนต์ ❷ *v.t.* Ⓐ *(confine)* จำกัด, ขัดขวาง; **~ sb's style** ขัดขวางไม่ให้ *ค.น.* เป็นตัวของตัวเอง; Ⓑ *(restrict)* ขัดขวาง, จำกัด

cramped /kræmpt/แครฺมพฺทฺ/ *adj. (ห้อง)* คับแคบ; *(ลายมือ)* ตัวเล็กและอ่านยาก

crampon /ˈkræmpən/ˈแครฺมเพิน/ *(Amer.:* **crampoon** /kræmˈpuːn/แครฺมˈพูน/*) n.* Ⓐ *(metal hook)* ตะขอเหล็กขนาดใหญ่; Ⓑ *(on boot)* พื้นแผ่นเหล็กมีเดือย ใช้ติดพื้นรองเท้าบูทเพื่อปีนเขา

cranberry /ˈkrænbərɪ, US -berɪ/ˈแครฺนเบอะริ/ *n.* ไม้พุ่มสกุล *Vaccinium* ซึ่งมีลูกเล็ก ๆ สีแดงรสเปรี้ยว; **~ sauce** ซอสซึ่งทำด้วยลูกแครนเบอรี

crane /kreɪn/เครฺน/ ❶ *n.* Ⓐ *(machine)* ปั้นจั่น; Ⓑ *(Ornith.)* นกกระสา ❷ *v.t.* **~ one's neck** ยืดคอให้สูงขึ้น ❸ *v.i.* ยืดคอ; **~ forward** ยืดคอไปข้างหน้า

crane: ~ driver *n.* ➤ 489 คนคุมปั้นจั่น; **~ fly** *n. (Zool.)* แมลงในวงศ์ Tipulidae อาจเรียก daddy-long-legs; **~sbill** *n. (Bot.)* พืชในสกุล *Geranium* ซึ่งมีทรงคล้ายปากนก

crania *pl. of* cranium

cranial /ˈkreɪnɪəl/ˈเครฺเนียล/ *adj. (Anat.)* แห่งกะโหลกศีรษะ

cranium /ˈkreɪnɪəm/ˈเครฺเนียม/ *n., pl.* **crania** /ˈkreɪnɪə/ˈเครฺเนีย/ *or* **~s** *(Anat.)* กะโหลกศีรษะ

[1]**crank** /kræŋk/แครฺงคฺ/ ❶ *n. (Mech.)* ข้อเหวี่ยง ❷ *v.t. (turn with ~)* หมุนโดยข้อเหวี่ยง

~ 'up *v.t. (Motor Veh.)* ติดเครื่องโดยหมุนข้อเหวี่ยง

[2]**crank** *n.* คนพิลึก, คนหมกมุ่น *ส.น.* มาก; **health ~:** คนที่คลั่งอาหารสุขภาพ

crank: ~ arm *n.* **~case** *n. (Mech. Engin.)* กล่องบรรจุข้อเหวี่ยง; **~shaft** *n. (Mech. Engin)* เพลาข้อต่อ

cranky /ˈkræŋkɪ/ˈแครฺงคิ/ *adj.* Ⓐ *(eccentric) (บุคคล)* พิลึก, ที่มีหลักประจำใจแปลก ๆ; Ⓑ *(ill-tempered)* อารมณ์ร้าย

cranny /ˈkrænɪ/ˈแครฺนิ/ *n.* รอยแยกในหิน; ➡ + nook

[1]**crap** /kræp/แครฺพ/ *(coarse)* ❶ *n.* Ⓐ *(faeces)* ขี้ *(ภ.ย.)*; **have a ~:** ไปขี้ *(ภ.ย.)*; Ⓑ *(nonsense)* เรื่องไร้สาระ; **a load of ~:** เรื่องไร้สาระแท้ ๆ ❷ *v.i.*, **-pp-** ขี้, อึ *(ภ.ย.)*

[2]**crap** *n. (Amer.: throw in craps)* การทอดลูกเต๋าที่ต้องเสียเดิมพัน; **~ game** การเล่นทอดลูกเต๋า

crape /kreɪp/เครฺพ/ *n.* Ⓐ ผ้าไหมย่นสีดำ *(ซึ่งสมัยก่อนใช้สำหรับตัดชุดไว้ทุกข์)*; Ⓑ *(ribbon)* แถบไว้ทุกข์สีดำ

crappy /ˈkræpɪ/ˈแครฺพิ/ *adj. (coarse)* สวะตลาด, สิ่งไร้สาระ; น่ารังเกียจ; **~ film/café** หนัง/คาเฟ่ห่วย *(ภ.พ.)*

craps /kræps/แครฺพซฺ/ *n.pl. (Amer.: dice game)* การเล่นทอดลูกเต๋า; **shoot ~:** เล่นแครปส์ *(ท.ศ.)*

crash /kræʃ/แครฺช/ ❶ *n.* Ⓐ *(noise)* เสียงดังตึง/โครม; **fall with a ~:** ล้มดังโครม; **a sudden ~ of thunder** เสียงเปรี้ยงของฟ้าผ่า; Ⓑ *(collision)* การชนกัน; **plane/train ~:** เครื่องบินตก/รถไฟชนกัน; **have a ~:** ประสบอุบัติเหตุ; **in a [car] ~:** ในอุบัติเหตุรถชนกัน; **be in a [car] ~:** ประสบอุบัติเหตุรถชนกัน; Ⓒ *(Finance, etc.)* การล่มครืน; **the great ~ on Wall Street** การล่มครั้งใหญ่ในตลาดค้าหุ้นของอเมริกัน; Ⓓ *attrib. (intensive)* **~ job** งานเร่งด่วน; **~ measures** มาตรการด่วนพิเศษ ❷ *adv.* อย่างดังเปรี้ยง/โครม; **~, bang, wallop** *(coll.)* ทิ้งตัวโครมคราม ❸ *v.i.* Ⓐ *(make a noise)* ดังโครม/เปรี้ยง; Ⓑ *(go noisily)* เดินทางไปอย่างโครมคราม ๆ; **~ down** หล่นโครมลงมา; **~ about one's ears** *(fig.)* ฟ้าทลายลงมา; Ⓒ *(have a collision)* ชนเปรี้ยง, ประสบอุบัติเหตุรถชน; *(เครื่องบิน)* ตก; **~ into sth.** ชน *ส.น.*; Ⓓ *(Finance)* ล้มครืน; *(Computing)* หยุดทำงาน ❹ *v.t.* Ⓐ *(smash)* ชนเปรี้ยง; Ⓑ *(cause to have collision)* ทำให้ชนกัน; **~ a plane** ทำให้เครื่องบินตก; Ⓒ *(pass illegally)* ผ่านไปโดยไม่ได้รับอนุญาต, ฝ่าฝืน; **he ~ed the lights** เขาฝ่าไฟแดง; Ⓓ ➡ gatecrash 1

~ a'bout *v.i.* ทำเสียงอึกทึกครึกโครม

~ 'out *v.i. (coll.)* ล้มตัวลงนอน; *(go to sleep)* หลับไปเลย

crash: ~ barrier *n.* รั้วขอบถนนกันรถตก; **~ course** *n.* รายวิชาที่เรียนแบบเข้มมาก;

~ **diet** *n.* การควบคุมอาหารเพื่อลดน้ำหนักอย่างเร่งด่วน; ~-**dive** ❶ *v.t.* บังคับให้ดิ่งลงไปอย่างฉับพลัน *(เครื่องบิน, เรือดำน้ำ)* ❷ *v.i.* *(เรือดำน้ำ)* ดิ่งลงน้ำไปอย่างกะทันหัน; ~-**dive on sth.** เครื่องบินดิ่งลงสู่ *ส.น.* ❸ *n.* *(of submarine)* การดิ่งลงน้ำอย่างกะทันหัน; *(of aircraft)* การบินดิ่งลง; ~ **helmet** *n.* หมวกกันน็อก

crashing /ˈkræʃɪŋ/ˈแครชิง/ *adj.* *(coll.)* **be a ~ bore** เป็นคนน่าเบื่ออย่างเหลือรับ

crash: ~-**land** ❶ *v.t.* ~-**land a plane** ขับเครื่องบินกระแทกลงอย่างฉุกเฉิน ❷ *v.i.* ลงอย่างฉุกเฉิน; ~-**landing** *n.* การลงกระแทกพื้นดินอย่างฉุกเฉิน; ~ **out** *v.i.* ล้มตัวลงนอน; ~ **pad** *n.* *(youth sl.)* ที่สำหรับล้มตัวลงนอน; ~ **programme** *n.* โปรแกรมด่วนพิเศษ; ~ **test** *n.* การทดสอบการรับแรงกระแทก *(รถยนต์)* จากการชน

crass /ˈkræs/ˈแครซ/ *adj.* *(ความคิด)* ที่โง่เซ่อมาก; *(ความโง่, การประพฤติ)* ซึ่งย่ำแย่อย่างสุดทน; *(grossly stupid)* โง่สุด ๆ *(ภ.พ.)*

crassly /ˈkræslɪ/ˈแครซลิ/ *adv.* อย่างขาดมารยาท, อย่างโง่สุด ๆ *(ภ.พ.)*

crassness /ˈkræsnɪs/ˈแครซนิซ/ *n., no pl.* ความหยาบกระด้าง; *(of person)* ความไม่มีมารยาท; *(stupidity)* ความโง่เซ่อ

crate /kreɪt/เครฺท/ ❶ *n.* Ⓐ *(case)* ลัง; **a ~ of beer/lemonade** เบียร์/น้ำมะนาวหนึ่งลัง; Ⓑ *(coll.: vehicle)* รถเก่า ❷ *v.t.* ~ **[up]** บรรจุลงลัง

crater /ˈkreɪtə(r)/ˈเครฺเทอะ(ร)/ *n.* ปล่องภูเขาไฟ; หลุมรูปชามอ่าง

crater ˈlake *n.* ทะเลสาบในปล่องภูเขาไฟ

cravat /krəˈvæt/เคระˈแวท/ *n.* *(scarf)* ผ้าพันคอ; *(Hist.: necktie)* เนคไท

crave /kreɪv/เครฺว/ ❶ *v.t.* Ⓐ *(beg)* วิงวอนขอ; Ⓑ *(long for)* ปรารถนาโหยหา ❷ *v.i.* ~ **for** *or* **after** ➡ 1

craven /ˈkreɪvn/ˈเครฺว'น/ ❶ *adj.* ขี้ขลาดตาขาว; **a ~ coward** คนขี้ขลาดตาขาว ❷ *n.* คนขี้ขลาดตาขาว

cravenly /ˈkreɪvnlɪ/ˈเครฺว'นลิ/ *adv.* อย่างขี้ขลาด

craving /ˈkreɪvɪŋ/ˈเครฺวิง/ *n.* ความโหยหา; *(Buddhism)* ตัณหา *(ร.บ.)*; **have a ~ for sth.** อยากได้ *ส.น.* อย่างรุนแรง

craw /krɔː/ครอ/ *n.* ช่วงคอของนกหรือแมลง; **stick in sb.'s ~** *(fig.)* ยอมรับไม่ได้

crawfish /ˈkrɔːfɪʃ/ˈครอฟิช/ *n., pl. same* กุ้งนาง, กั้ง

crawl /krɔːl/ครอล/ ❶ *v.i.* Ⓐ คลาน, คืบ; **the baby/insect ~s along the ground** ทารก/แมลงคลานบนพื้น; Ⓑ *(coll.: behave abjectly)* ประจบประแจง; ~ **to sb.** ประจบสอพลอ *ค.น.*; **don't you come ~ing back to me** อย่าคลานกลับมาหาฉันอีกนะ; Ⓒ **be ~ing** *(be covered or filled)* ยุ่บยั่บ, เต็มไป (**with** ด้วย); Ⓓ ➡ **creep** 1 B ❷ *n.* Ⓐ *(of insect, baby also)* การคลาน; *(slow speed)* การเคลื่อนที่อย่างช้า ๆ; **move/go at a ~:** เคลื่อนที่ไปอย่างช้า ๆ; Ⓑ *(swimming stroke)* ท่าหนึ่งของการว่ายน้ำแบบฟรีสไตล์; **do** *or* **swim the ~:** ว่ายน้ำท่าฟรีสไตล์

crawler /ˈkrɔːlə(r)/ˈครอเลอะ(ร)/ *n.* Ⓐ *usu. in pl.* *(baby's overall)* ชุดกันเปื้อนของเด็กเล็ก; Ⓑ *(coll. derog.: abject person)* คนสอพลอ

ˈcrawler lane *n.* ช่องทางรถแล่นช้า

crayfish /ˈkreɪfɪʃ/ˈเครฺฟิช/ *n., pl. same* Ⓐ กุ้งนาง *(กุ้งน้ำจืด)*; Ⓑ *(crawfish)* กั้ง

crayon /ˈkreɪən/ˈเครฺเอิน, ˈเครฺออน/ *n.* Ⓐ *(pencil)* **[coloured] ~:** ดินสอสี; *(of wax)* ดินสอเทียน; *(of chalk)* ชอล์กสี; Ⓑ *(drawing)* ภาพวาดด้วยดินสอสี *หรือ* ดินสอเทียน

craze /kreɪz/เครฺซ/ ❶ *n.* Ⓐ *(temporary enthusiasm)* ความเห่อ; **there's a ~ for doing sth.** ตอนนี้เห่อทำ *ส.น.* มาก; Ⓑ *(mania)* ความบ้าคลั่ง ❷ *v.t., usu. in p.p.* *(make insane)* ทำให้บ้าคลั่ง; **be [half] ~d with pain/grief** *etc.* [แทบจะ] คลั่งด้วยความเจ็บปวด/ความเศร้าโศก; **a ~d look/expression [on sb.'s face]** [สีหน้า *ค.น.*] ที่ดูเหมือนคนเป็นบ้าคลั่ง

crazily /ˈkreɪzɪlɪ/ˈเครฺซิลิ/ *adv.* *(of motion)* อย่างบ้าคลั่ง

craziness /ˈkreɪzɪnɪs/ˈเครฺซินิซ/ *n., no pl.* ความบ้าคลั่ง; **sheer ~:** ความบ้าสุด ๆ

crazy /ˈkreɪzɪ/ˈเครฺซิ/ *adj.* Ⓐ *(mad)* บ้า, คลั่ง, เสียสติ; **go ~:** เป็นบ้า; **drive** *or* **send sb. ~:** ทำให้ *ค.น.* เป็นบ้า; **like ~** *(coll.)* เป็นบ้าไปเลย; Ⓑ *(coll.: enthusiastic)* **be ~ about sb./sth.** บ้า, คลั่งไคล้ *ค.น./ส.น.* อย่างหลงใหล; **she's ~ about dancing** เธอกำลังบ้าเต้นรำ; **football/pop music ~:** บ้าฟุตบอล/เพลงป๊อป; Ⓒ *(coll.: exciting)* ตื่นเต้น; Ⓓ *(of irregular pieces)* ~ **paving** ทางเดินปูแผ่นหินต่างรูปต่างสี; ~ **quilt** ผ้านวมซึ่งเย็บจากเศษผ้าต่างรูปต่างสี; Ⓔ **lean [over] at a ~ angle** ตั้งอยู่ในจุดที่เอนจนน่ากลัว

ˈcrazy bone *n.* *(Amer.)* ส่วนของข้อศอกที่เส้นประสาทรับรู้ทอดผ่าน

creak /kriːk/ครีค/ ❶ *n.* *(of gate, door)* เสียงดังเอี๊ยด ๆ; *(of floorboard, door, chair)* เสียงไม้เลื่อนดังเอี๊ยด ❷ *v.i.* *(ประตู, กระดาน)* ดังเอี๊ยดอ๊าด; **the old car ~ed to a halt** รถเก่าส่งเสียงดังโครกครากก่อนจะหยุด

creaking /ˈkriːkɪŋ/ˈครีคิง/ *n.* เสียงดังเอี๊ยดอ๊าด

creaky /ˈkriːkɪ/ˈครีคิ/ *adj.* ดังกริ๊ก, ดังเอี๊ยด

cream /kriːm/ครีม/ ❶ *n.* Ⓐ ครีม *(ท.ศ.)* หัวน้ำนม; Ⓑ *(Cookery)* *(sauce)* ซอสที่ทำจากครีม; *(dessert)* ขนมที่ทำจากครีม; ~ **of mushroom soup** ซุปเห็ดใส่ครีม; **custard ~s** ขนมปังกรอบไส้ครีม; Ⓒ *(cosmetic preparation)* ครีมทาหน้า; Ⓓ *(fig.: best)* หัวกะทิ; **the ~ of society** คนชั้นนำของสังคม; **the ~ of the applicants** ผู้สมัครชั้นหัวกะทิ; Ⓔ *(colour)* สีครีม, สีขาวนวล ❷ *adj.* Ⓐ ~**[-coloured]** มีสีครีม; Ⓑ *(Cookery)* ~ **soup/sauce** ซุป/ซอสครีม

~ **ˈoff** *v.t.* ~ **off the best players** คัดนักเล่นชั้นหัวกะทิ

cream: ~ **ˈbun** *n.* ขนมปังสอดไส้ครีม; ~ **cake** *n.* ขนมเค้กราดหน้าครีม; *(with whipped cream)* ขนมเค้กราดวิปปิ้งครีม; ~ **ˈcheese** *n.* ครีมชีส *(ท.ศ.)*, เนยแข็งอย่างนุ่มที่ใช้ทาได้; ~ **ˈcracker** *n.* ขนมปังกรอบชนิดหนึ่ง, แครกเกอร์ *(ท.ศ.)*

creamer /ˈkriːmə(r)/ˈครีเมอะ(ร)/ *n.* *(Amer.: jug)* เหยือกใส่ครีม

creamery /ˈkriːmərɪ/ˈครีเมอะริ/ *n.* *(butter factory)* โรงงานผลิตเนย; *(shop)* ร้านขายผลิตภัณฑ์ที่ทำจากนม

cream: ~**jug** *n.* เหยือกใส่ครีม; ~ **of ˈtartar** *n.* *สารผสมสูตรโพแทสเซียมไฮโดรเจนทาร์เทรดใช้ทำยาและผงฟู ฯลฯ*; ~ **ˈpuff** *n.* ขนมไส้ครีม; ~ **ˈtea** *n.* *การรับประทานน้ำชาตอนบ่ายพร้อมขนมปังก้อนทาแยมและครีม*

creamy /ˈkriːmɪ/ˈครีมิ/ *adj.* Ⓐ *(with cream)* เต็มไปด้วยครีม; *(like cream)* เหมือนครีม; Ⓑ ~**[-coloured]** [สี] ครีม

crease /kriːs/ครีซ/ ❶ *n.* Ⓐ *(pressed)* รอยพับ; *(accidental; in skin)* รอยย่น; *(in fabric, in paper)* รอยยับในเนื้อผ้า, กระดาษ; **put a ~ in trousers** รีดกางเกงให้เป็นรอยพับ; Ⓑ *(Cricket)* เส้นกำหนดตำแหน่งของคนโยนหรือคนตีคริกเกต ❷ *v.t.* *(press)* รีดรอยพับในเสื้อผ้า; *(accidentally)* ทำให้ยับ; *(extensively)* ทำให้ยับยู่ยี่ ❸ *v.i.* ย่น, ยู่ยี่

~ **ˈup** *v.i.* *(coll.: in amusement)* หัวเราะจนตัวงอ

creased /kriːst/ครีซท/ *adj.* ย่น, ยับยู่ยี่

ˈcrease-resistant *adj.* ไม่ยับ

create /kriːˈeɪt/ครีˈเอท/ ❶ *v.t.* Ⓐ สร้างสรรค์; *(บุคคล)* สร้าง *(ปัญหา,ความยุ่งยาก)*; เนรมิต *(ความประทับใจ)*; ~ **a scene** สร้างฉาก, ทำเรื่อง; ~ **a sensation** สร้างความเร้าใจ, ปลุกเร้าให้ตื่นเต้น; Ⓑ *(design)* ออกแบบ *(เสื้อผ้า, รูปแบบ)*; Ⓒ *(invest with rank)* แต่งตั้ง; ~ **sb. a peer** แต่งตั้ง *ค.น.* ให้เป็นขุนนาง ❷ *v.i.* *(Brit. coll.: make a fuss)* บ่นพร่ำ, ก่อเรื่องวุ่นวาย

creation /kriːˈeɪʃn/ครีˈเอช'น/ *n.* Ⓐ *no pl.* *(act of creating)* การสร้างสรรค์, การเนรมิต; *(of the world)* การสร้างโลก; Ⓑ *no pl.* *(all created things)* สิ่งมีชีวิต; **the wonders of C~:** ความมหัศจรรย์แห่งการสร้างโลก *(ของพระเจ้า)*; **all [of] ~, the whole of ~:** สรรพสิ่งทั้งปวง; Ⓒ *no pl.* *(investing with title, rank, etc.)* การแต่งตั้ง, การสถาปนา ฯลฯ; Ⓓ *(Fashion)* ผลงานการออกแบบ

creationism /kriːˈeɪʃənɪzəm/ครีˈเอเชอะนิเซิม/ *n.* *การเชื่อว่าสรรพสิ่งเป็นผลจากการสร้างของพระเจ้า ไม่ได้วิวัฒนาการมาตามธรรมชาติ*

creationist /kriːˈeɪʃnɪst/ครีˈเอเชอนิซท/ *n.* ผู้ที่เชื่อว่าพระผู้เป็นเจ้าสร้างโลกและสรรพสิ่ง

creative /kriːˈeɪtɪv/ครีˈเอทิว/ *adj.*, **creatively** /kriːˈeɪtɪvlɪ/ครีˈเอทิวลิ/ *adv.* ริเริ่มสร้างสรรค์, มีจินตนาการ

creativeness /krɪˈeɪtɪvnɪs/ครฺิˈเอทิวนิซ/, **creativity** /kriːeɪˈtɪvɪtɪ/ครีเอˈทิววิทิ/ *ns., no pl.* ความสร้างสรรค์

creator /kriˈeɪtə(r)/ครีˈเอเทอะ(ร)/ *n.* ผู้สร้าง, ผู้ประดิษฐ์; **the C~:** พระเจ้าผู้สร้างโลก

creature /ˈkriːtʃə(r)/ˈครีเฉอะ(ร)/ *n.* Ⓐ *(created being)* สิ่งมีชีวิต *(ที่พระเจ้าทรงสร้างขึ้น)*; **all living ~s** สิ่งมีชีวิตทั้งมวล; Ⓑ *(human being)* มนุษย์; *(woman)* **the ~ with the red hair** ผู้หญิงที่มีผมสีแดง; **lovely ~:** ผู้หญิงที่สวยงาม; **wicked/deserving ~:** คนชั่วร้าย/สมควรได้รับ; ~ **of habit** คนที่ติดนิสัยบางอย่าง; Ⓒ *(minion, lit. or fig.)* คนที่ต่ำต้อย; ~**s of circumstance** คนที่ทำตัวคล้อยตามสถานการณ์; ➡ + **comfort** 1 E

crèche /kreʃ, kreɪʃ/เคร็ช, เครช/ *n.* สถานรับเลี้ยงเด็กและทารก

credence /ˈkriːdəns/ˈครีเดินซฺ/ *n.* Ⓐ *(belief)* ความเชื่อ; **give** *or* **attach to sth./sb.** เชื่อ *ส.น./ค.น.*; **lend ~ to sth.** ทำให้ *ส.น.* ดูน่าเชื่อถือ; **gain ~:** ได้รับความเชื่อถือ; **worthy of ~:** น่าเชื่อถือ; Ⓑ *(Eccl.)* ~ **[table]** หิ้งวางขนมปังและเหล้าองุ่นเพื่อถวายแด่พระผู้เป็นเจ้า

credential /krɪˈdenʃl/ครฺิˈเด็นช'ล/ *n., usu. in pl.* *(testimonial)* หนังสือรับรอง; *(of ambassador)* อักษรสาสน์, ตราตั้ง *(ร.บ.)*; *(letter[s] of introduction)* หนังสือแนะนำ; **present one's ~s** ยื่นสารตราตั้ง

credibility /kredəˈbɪlɪtɪ/เคระเดอะˈบิลลิทิ/ *n.* ความน่าเชื่อถือ; ~ **gap** ช่องโหว่ระหว่างคำพูดกับความเป็นจริง

credible /ˈkredɪbl/ˈเคร็ดเดอะบ'ล/ *adj.* น่าเชื่อถือ

credit /ˈkredɪt/ˈเคร็ดดิท/ ❶ *n.* Ⓐ *no pl.* *(commendation)* การสรรเสริญ, การยกย่องชมเชย; *(honour)* เกียรติคุณ; *(good reputation)* ชื่อเสียงดี; **give sb. [the] ~ for sth.** ให้เกียรติ

creditable | crew 218

C

ค.น. เป็นผู้ทำ *ส.น.*; **get [the] ~ for sth.** ได้รับเกียรติว่าเป็นผู้ทำ *ส.น.*; **take the ~ for sth.** ได้เกียรติในฐานะผู้ทำ *ส.น.*; **[we must give] ~ where ~ is due** [เราต้อง] สรรเสริญผู้ที่ทำงานชิ้นนั้นจริง; **it is [much or greatly/little] to sb.'s/sth.'s ~ that ...:** [ไม่] เป็นที่น่าชื่นชมของ *ค.น./ส.น.* อย่างที่ว่า...; **it is to his ~ that ...:** เป็นเกียรติแก่เขาที่ว่า; **do ~ to sb./sth., do sb./sth. ~, be a ~ to sb./sth.** นำชื่อเสียงมาให้แก่ *ค.น./ส.น.*, เป็นเกียรติแก่ *ค.น./ส.น.*; **reflect [great/little] ~ on sb./sth.** ทำชื่อเสียงให้แก่ *ค.น./ส.น.* [มาก/เล็กน้อย]; Ⓔ *in pl. (in book)* รายชื่อผู้ที่มีส่วนร่วม; *(in film, play, etc.)* นามผู้มีส่วนร่วม; **~s, ~ titles** ชื่อผู้มีส่วนร่วม; Ⓒ *no pl., no art. (belief)* ความเชื่อถือ; **give ~ to sth.** ยอมเชื่อถือ *ส.น.*; **gain ~:** ได้รับความเชื่อถือ; Ⓓ *no pl. (Commerc.)* สินเชื่อ; **give [sb.] ~:** ให้สินเชื่อ [*ค.น.*]; **deal on ~:** ค้าขายโดยให้เชื่อ; **six months' ~:** ซื้อเชื่อได้หกเดือน; **their ~ is excellent** เขาเป็นผู้ที่คนเชื่อถือในด้านการเงิน; Ⓔ *no pl. (Finance, Bookk.)* เงินที่มีอยู่; **be in ~:** มีเงินในบัญชี; **get a ~ line** ได้รับเงินเข้า; **she has sth. to her ~:** เธอมีเงินอยู่ในบัญชี; **letter of ~:** หนังสือค้ำประกัน; Ⓕ *(fig.)* **have sth. to one's ~:** มีความดีความชอบบ้าง; **we must give him ~ for being able to finish it by tomorrow** เราต้องยกให้เขาในแง่ที่สามารถทำให้สำเร็จได้ในวันพรุ่งนี้; **he's cleverer than I gave him ~ for** เขาฉลาดกว่าที่ฉันคาดไว้; **I gave you ~ for being a kind man** ฉันนึกว่าคุณเป็นผู้ชายที่ใจดี; **I gave her ~ for better taste** ฉันนึกว่าเธอมีรสนิยมที่ดีกว่านี้; Ⓖ *(Amer. Educ.)* หน่วยกิตรายวิชาที่เรียนสำเร็จ
❷ *v.t.* Ⓐ *(believe)* เชื่อ; Ⓑ *(accredit)* **~ sb. with sth.** เชื่อถือว่า *ค.น.* ทำ *ส.น.*; **~ sth. with sth.** เชื่อว่า *ส.น.* มีคุณลักษณะ *ส.น.*; Ⓒ *(Finance, Bookk.)* เข้าบัญชีเป็นรายได้; **~ £10 to sb./sb.'s account** เข้าบัญชีจำนวน 10 ปอนด์ให้ *ค.น.*; **be ~ed with £10** ได้เงินเข้าบัญชี 10 ปอนด์

creditable /ˈkredɪtəbl/ˈเคร็ดดิเทอะบ'ล/ *adj.* น่าชมเชย

creditably /ˈkredɪtəblɪ/ˈเคร็ดดิเทอะบลิ/ *adv.* อย่างน่านับถือ, อย่างน่าเคารพ

credit: ~ account *n.* บัญชีรายรับ; **~ balance** *n.* เงินคงเหลือ; **~ card** *n.* ➤ 572 บัตรเครดิต; **~ note** *n.* ใบลดหนี้

creditor /ˈkredɪtə(r)/ˈเคร็ดดิเทอะ(ร)/ *n.* Ⓐ *(one to whom debt is owing)* ผู้ออกเงินกู้, เจ้าหนี้; Ⓑ *(one who gives credit for money or goods)* ผู้ให้เงินเชื่อ

credit: ~ rating *n.* อัตราความน่าเชื่อถือของบุคคลที่ทำการค้า, อันดับความสามารถในการชำระหนี้; **have a good/bad ~ rating** มีอัตราความน่าเชื่อถือดี/ไม่ดี; **~ sale** *n.* การขายของเงินเชื่อ; **~ side** *n. (Finance)* บัญชีรายรับ; *(fig.)* **on the ~ side she has experience** มองในแง่บวกเธอมีประสบการณ์อันโชกโชน; **~ squeeze** *n.* นโยบายลดปริมาณสินเชื่อ; **~ 'transfer** *n. (Finance)* การโอนเงินในบัญชี; **~worthiness** *n.* ความน่าเชื่อถือในการให้สินเชื่อ; **~ worthy** *adj.* น่าเชื่อถือด้านการเงิน

credo /ˈkreɪdəʊ, ˈkriː-/ˈเครโด, ˈครีโด-/ *n., pl.* **~s** คำประกาศความเชื่อศาสนาหรือปรัชญาอื่น

credulity /krɪˈdjuːlɪtɪ, US -ˈduː-/คริˈดิวลิทิ/ *n., no pl.* ความเชื่อง่าย, ความงมงาย

credulous /ˈkredjʊləs, US -dʒə-/ˈเคร็ดดิวเลิซ, -เจอะ-/ *adj.* เชื่อง่าย, งมงาย, ถูกหลอกง่าย

credulously /ˈkredjʊləslɪ, US -dʒə-/ˈเคร็ดดิวเลิซลิ, -เจอะ-/ *adv.* อย่างเชื่อง่าย; **believe sth. too ~:** เชื่อ *ส.น.* จนเกินไป

creed /kriːd/ครีด/ *n. (lit. or fig.)* หลักความเชื่อ, ปรัชญาชีวิต

creek /kriːk, US *also* krɪk/ครีค/ *n.* Ⓐ *(Brit.) (inlet on sea coast)* อ่าวเล็ก, ห้วย; *(small harbour)* ท่าเรือเล็ก ๆ; Ⓑ *(short arm of river)* ลำธารเล็ก; Ⓒ *(Amer.: tributary of river)* แคว, ลำธารเล็ก ๆ; *(Austral., NZ: stream)* ลำธาร; Ⓓ **be up the ~:** *(coll.: be in difficulties or trouble)* มีปัญหา; *(be wrong)* ผิดอย่างสิ้นเชิง

creel /kriːl/ครีล/ *n.* หลัวใส่ปลา, ตะกร้าใส่ปลา

creep /kriːp/ครีพ/ ❶ *v.i.*, **crept** /krept/เคร็พท/ Ⓐ เลื้อย; *(move timidly, slowly, stealthily)* เคลื่อนไหวอย่างช้า ๆ, คลาน; **~ and crawl** *(fig.)* เลื้อยคลาน; **~ing Jesus** *(sl.)* คนเลว, คนหลอกลวง; *(fig.: develop gradually)* ค่อย ๆ ปรากฏ; **~ing inflation/sickness** เงินเฟ้อ/ความเจ็บป่วยที่ค่อย ๆ เพิ่มระดับความรุนแรงขึ้น; *(insinuate oneself/itself unobserved)* **~ into sth.** เล็ดลอด *หรือ* ค่อย ๆ แทรกซ้อนใน *ส.น.*; Ⓑ **make sb.'s flesh ~:** ทำให้ *ค.น.* ขยะแขยง; **the thought made my flesh ~:** คิดเรื่องนี้แล้วฉันขยะแขยง
❷ *n.* Ⓐ *in pl. (coll.)* **give sb. the ~s** ทำให้ *ค.น.* เกิดความรู้สึกกลัว *หรือ* ขยะแขยง; Ⓑ *(coll.: person)* คนที่น่ารังเกียจ; Ⓒ *(Metallurgy)* การหลอมโลหะ, โลหะกิจ

~ 'in *v.i.* แอบเข้าไป, คลานเข้าไป; *(fig.) (การเข้าใจผิด, ความผิดหวัง)* ค่อย ๆ ซึมเข้าไปในจิตใจ

~ 'on *v.i.* **time is ~ing on** เวลาค่อย ๆ ผ่านไป

~ 'up *v.i. (approach)* ค่อย ๆ เข้าใกล้; **~ up on sb.** เข้าใกล้ *ค.น.* โดยไม่ให้รู้ตัว

creeper /ˈkriːpə(r)/ˈครีเพอะ(ร)/ *n.* Ⓐ *(Bot.)* ไม้เลื้อย, ไม้เถา; Ⓑ *(Ornith.)* นกที่ไต่ต้นไม้; Ⓒ *(coll.: soft-soled shoe)* รองเท้าที่รองพื้นนุ่ม

creepy /ˈkriːpɪ/ˈครีพิ/ *adj. (ภาพยนตร์, ประวัติศาสตร์)* น่ากลัว, น่าขนลุก

creepy-crawly /kriːpɪ ˈkrɔːlɪ/ครีพิ ˈครอลิ/ ❶ *n. (coll./child lang.)* **she's got a horror of creepy-crawlies** เธอกลัวแมลงจำพวกที่ตอมไต่; **there's a ~ in the bathtub** มีแมลงอยู่ในอ่างอาบน้ำ ❷ *adj. (แมลง)* ไต่, เลื้อยคลาน

cremate /krɪˈmeɪt/คริˈเมท/ *v.t.* เผาศพ

cremation /krɪˈmeɪʃn/คริˈเมช'น/ *n.* การเผาศพ, ฌาปนกิจ

crematorium /kreməˈtɔːrɪəm/เครุะเมอะˈทอเรียม/ *n., pl.* **crematoria** /kreməˈtɔːrɪə/เครุะเมอะˈทอเรีย/ *or* **~s** เมรุเผาศพ

crematory /ˈkremətərɪ, US -tɔːrɪ/ˈเครุ็มเมอะเทอะริ/ *(Amer.)* เมรุเผาศพ

crème: ~ de la ~ /kreɪm d lɒ ˈkreɪm/เครม เดอะ ลอ ˈเครม/ *n.* คนชั้นหัวกะทิ, ส่วนที่ดีที่สุด; **~ de menthe** /kreɪm dəˈmɑ̃t/เครม เดอะ ˈมองท/ *n.* เหล้าสะระแหน่สีเขียวมีรสหวานและเผ็ดซ่า

crenellated /ˈkrenəleɪtɪd/ˈเครฺเนอะเลทิด/ *adj. (อาคาร, กำแพง)* มีป้อมปืน

Creole /ˈkriːəʊl/ˈครีโอล/ ❶ *n.* Ⓐ *(person)* คนชาวครีโอล; *(of mixed European and Negro descent)* ลูกครึ่งชาติยุโรปและนิโกร; Ⓑ *(language)* ภาษาชาวครีโอล ❷ *adj.* แห่งครีโอล

creosote /ˈkriːəsəʊt/ˈครีเออะโซท/ ❶ *n.* สารน้ำมันที่ได้จากถ่านหิน ใช้รักษาเนื้อไม้ ❷ *v.t.* ทาสารดังกล่าวรักษาเนื้อไม้

crêpe /kreɪp/เครพ/ *n.* Ⓐ แพรย่นเนื้อบางใส; Ⓑ *(crêpe rubber)* แผ่นยางดิบผิวย่นที่ทนทาน ใช้เป็นพื้นรองเท้า; **~ soles** พื้นรองเท้ายางดิบย่น; Ⓒ *(pancake)* แพนเค้กบางสอดไส้ต่าง ๆ, เครป *(ท.ศ.)*

crêpe: ~ de Chine /kreɪp də ˈʃiːn/เครพ เดอะ ˈชีน/ *n.* แพรย่นเนื้อบางที่ทอด้วยไหมดิบ; **~ 'paper** *n.* กระดาษย่นเนื้อบาง; **~ 'rubber** *n.* แผ่นยางผิวย่น; **~ Suzette** /kreɪp suːˈzet/เครพ ซูˈเซ็ท/ *n. (Cookery)* แพนเค้กบาง ๆ ราดเหล้า, เครปซูเซท *(ท.ศ.)*

crept ➡ **creep** 1

crepuscular /krɪˈpʌskjʊlə(r)/คริˈพัซกิวเลอะ(ร)/ *adj.* Ⓐ ยามโพล้เพล้, สลัว ๆ; Ⓑ *(Zool.) (สัตว์)* ที่ออกหากินยามโพล้เพล้

crescendo /krɪˈʃendəʊ/คริˈเช็นโด/ *(Mus.) n., pl.* **~s** ดนตรีที่ค่อย ๆ ดังขึ้น; *(fig.)* การเพิ่มขึ้นตามลำดับ; **a ~ of cheers** เสียงเชียร์ที่ดังขึ้นเรื่อย ๆ; **reach a ~** *(fig. coll.)* ถึงจุดสุดยอด

crescent /ˈkresənt/ˈเคร็ซเซินท, ˈเคร็ซ'นท/ ❶ *n.* Ⓐ จันทร์เสี้ยว; *(as emblem)* จันทร์เสี้ยว; **~-shaped** รูปจันทร์เสี้ยว; Ⓑ *(Brit.: street)* ถนนที่มีรูปโค้ง; Ⓒ *(~-shaped object)* วัตถุที่มีรูปโค้งอย่างจันทร์เสี้ยว ❷ *adj.* มีรูปเป็นจันทร์เสี้ยว; **the ~ moon** จันทร์เสี้ยว

cress /kres/เคร็ซ/ *n.* พืชที่ใบมีรสเผ็ดนิด ๆ ใช้กินเป็นผักสลัด; ➡ **+ watercress**

crest /krest/เคร็ซท/ *n.* Ⓐ *(on birds or animal's head)* หงอนนก, ไก่; *(neck of horse)* ขนแผงคอม้า; *(plume of feathers)* ขนนกที่ตั้งขึ้น; Ⓑ *(top of mountain, of wave, of roof)* ยอด; *(top of roof)* ยอดหลังคา; **[be/ride] on the ~ of a** *or* **the wave** *(fig.)* อยู่ในช่วงที่ประสบความก้าวหน้าสูงสุด; Ⓒ *(Her.)* สัญลักษณ์ของตระกูลขุนนางบนโล่และหมวกเหล็ก; *(emblem)* ตราประจำตระกูล

crested /ˈkrestɪd/ˈเคร็ซทิด/ *adj.* Ⓐ *(นก, สัตว์)* มีหงอน; **~ tit/lark** นกเล็กมีหงอน/นกกระจอกเมฆ; Ⓑ *(หัวจดหมาย, แหวน)* ที่มีตราตระกูล

'crestfallen /ˈkrestfɔːlən/ˈเคร็ซทฟอเลิน/ *adj. (fig.)* ท้อใจ, เสียหน้า

Cretaceous /krɪˈteɪʃəs/คริˈเทเชิซ/ ❶ *adj. (Geol.)* เกี่ยวกับคุณลักษณะของหินปูน; **the ~ period** ยุคเมโซโซอิค (Mesozoic) *(ยุคแรกของพืชมีดอก ไดโนเสาร์สูญพันธุ์ ยุคนี้มีการก่อหินปูนมาก)* ❷ *n. (Geol.)* ยุคโบราณดังกล่าว

Cretan /ˈkriːtn/ˈครีท'น/ ❶ *adj.* แห่งเกาะครีต ❷ *n.* ชาวเกาะครีต

Crete /kriːt/ครีท/ *pr. n.* เกาะครีต *(ซึ่งอยู่ทางตะวันออกเฉียงใต้ของประเทศกรีซ)*

cretin /ˈkretɪn, US ˈkriːtn/ˈเคร็ททิน, ˈครีท'น/ *n.* Ⓐ *(Med.)* คนที่พิการทั้งร่างกายและจิตใจ เนื่องจากต่อมไทรอยด์ผิดปกติ; Ⓑ *(coll.: fool)* คนโง่

cretinism /ˈkretɪnɪzm, US ˈkriːt-/ˈเคร็ททินิซ'ม, ครีท-/ *n.* โรคเรื้อรังที่เกิดจากต่อมไทรอยด์ผิดปกติ

cretinous /ˈkretɪnəs, US ˈkriːt-/ˈเคร็ททิเนิซ, ˈครีท-/ *adj.* Ⓐ *(Med.)* เกี่ยวกับต่อมไทรอยด์; Ⓑ *(coll.: stupid)* โง่

cretonne /ˈkretɒn/เคระˈทอน, ˈเคร็ททอน/ *n. (Textiles)* ผ้าบุเก้าอี้เนื้อหนาพิมพ์ลายดอก

Creutzfeldt-Jakob disease /ˈkrɔɪtsfelt ˈjækɒb/ˈครอยซเฟ็ลท ˈแจคอพ/ *n.* โรคสมองเสื่อม *(ที่เนื่องมาจากการกินเนื้อวัวที่เป็นโรควัวบ้า)*

crevasse /krɪˈvæs/คริˈแวซ/ *n.* รอยแตกแยกในภูเขาน้ำแข็ง

crevice /ˈkrevɪs/ˈเครุ็วิซ/ *n.* รอยแตกร้าว

crew /kruː/ครู/ ❶ *n.* Ⓐ *(of ship)* กะลาสี; *(aircraft, train etc.)* พนักงานบนเครื่องบิน, รถไฟ

ฯลฯ; *(Sport)* นักกีฬา; Ⓑ *(associated body)* กลุ่มคน; *(gang of workers)* กลุ่มคนงาน; *(often derog.: set)* แก๊ง; **a motley ~:** กลุ่มคนหลากหลาย ❷ *v.i.* ทำงานเป็นลูกเรือ; **he ~s on my boat** เขาเป็นลูกเรือของฉัน ❸ *v.t.* **~ a boat** จัดหา *หรือ* เป็นกะลาสีประจำเรือ

crew: ~ cut *n.* ทรงผมผู้ชายที่ตัดสั้นเกรียน; **~-man** /ˈkru:mən/ˈครูเมิน/ *n., pl.* **~-men** /ˈkru:mən/ˈครูเมิน/ กะลาสี, เจ้าหน้าที่บนเครื่องบิน; **~ neck** *n.* เสื้อที่ปิดมิดชิดรอบคอ; **a ~-neck pullover** เสื้อยืดคอปิด

crib /krɪb/คริบ/ ❶ *n.* Ⓐ *(cot)* เปลหรือเตียงสำหรับเด็กทารก ข้าง ๆ เปลเป็นลูกกรง; Ⓑ *(model of manger scene; manger)* รูปจำลองของคอกสัตว์พระเยซูเกิด; รางใส่อาหารสัตว์; Ⓒ *(coll.) (translation)* บทแปล; *(plagiarism)* **that's a ~:** นั่นขโมยคัดลอกเขามานี่ ❷ *v.t.,* **-bb-** *(coll.) (plagiarize)* ขโมยคัดลอก

cribbage /ˈkrɪbɪdʒ/ˈคริบบิจ/ *n. (Cards)* การเล่นไพ่ชนิดหนึ่ง โดยเจ้ามือจะนับแต้มจากชุดไพ่ในมือผู้เล่น

ˈcrib death *(Amer.)* ➡ **cot death**

crick /krɪk/คริค/ ❶ *n.* **a ~ [in one's neck/back]** อาการคอ/หลังแข็งซึ่งเกิดขึ้นอย่างเฉียบพลัน ❷ *v.t.* **~ one's neck/back** ทำให้เกิดอาการคอ/หลังแข็ง

¹cricket /ˈkrɪkɪt/ˈคริคคิท/ *n. (Sport)* กีฬาคริกเกต *(ท.ศ.)*; **it's/that's not ~** *(Brit. dated coll.)* เล่นอย่างนี้ไม่ยุติธรรมเลย

²cricket *n. (Zool.)* จิ้งหรีด; **as lively as a ~:** ร่าเริงเหมือนจิ้งหรีด

cricket: ~ bag *n.* ถุงยางสำหรับใส่ไม้ตีลูกคริกเกต; **~ ball** *n.* ลูกคริกเกต; **~ bat** *n.* ไม้ตีคริกเกต

cricketer /ˈkrɪkɪtə(r)/ˈคริคคิเทอะ(ร)/ *n.* คนเล่นคริกเกต

cricket: ~ match *n.* การแข่งขันคริกเกต; **~ pitch** *n.* สนามคริกเกต

cri de coeur /kri: də ˈkɜ(r)/ครี เดอะ ˈเคอ(ร)/ *n., pl.* **cris de coeur** /kri: də ˈkɜ(r)/ครี เดอะ ˈเคอ(ร)/ *(complaint)* การบ่น; *(appeal)* การร้องทุกข์, การเรียกร้องที่มาจากใจ

crier /ˈkraɪə(r)/ˈครายเออะ(ร)/ *n. (in lawcourt)* เจ้าหน้าที่ประกาศในศาล; *(in a town)* คนรับจ้างป่าวประกาศตามท้องถนนและตลาด

crikey /ˈkraɪkɪ/ˈไครคิ/ *int. (coll.)* โอ้โฮ

crime /kraɪm/ครายม/ *n.* Ⓐ *collect., no pl.* อาชญากรรม; **a wave of ~:** อาชญากรรมที่เพิ่มขึ้นอย่างต่อเนื่อง; **juvenile ~ is on the increase** อาชญากรรมในหมู่เยาวชนกำลังเพิ่มขึ้น; Ⓑ **lead a life of ~:** ดำเนินชีวิตเป็นอาชญากร; Ⓒ *(fig. coll: shameful action)* การกระทำอันน่าละอาย

Crimea /kraɪˈmɪə/ไคร'เมีย/ *pr. n.* แหลมไครเมีย ในตอนใต้ของประเทศรัสเซีย

Crimean /kraɪˈmɪən/ไคร'เมียน/ *adj.* **the ~ War** สงครามไครเมีย

crime: ~ prevention *n.* การป้องกันปราบอาชญากรรม; **C~ Prevention Officer** เจ้าหน้าที่ป้องกันอาชญากรรม; **~ rate** *n.* อัตราการก่ออาชญากรรม; **~-sheet** *n. (Mil.)* บันทึกการสอบสวนความผิดทางอาญาของจำเลย; **~ story** *n.* นวนิยายอาชญากรรม; **~ wave** *n.* อาชญากรรมที่เพิ่มขึ้นอย่างต่อเนื่อง; **~-writer** *n.* นักเขียนนวนิยายอาชญากรรม

criminal /ˈkrɪmɪnl/ˈคริมมิน'ล/ ❶ *adj.* Ⓐ *(illegal)* ผิดกฎหมาย; *(concerned with criminals and crime)* ความผิดทางอาญา; **~ act** *or* **deed/offence** การกระทำผิดกฎหมาย; **take ~ proceedings against sb.** ดำเนินคดีอาญากับ *ค.น.*; **~ judge** ผู้พิพากษาคดีอาญา; Ⓑ *(guilty of crime)* กระทำผิดทางอาญา; **~ gang** แก๊งอาชญากร; Ⓒ *(tending to be guilty of crime)* มีแนวโน้มว่าจะกระทำผิดทางอาญา; Ⓓ *(fig. coll.)* น่าอับอาย, น่าขายหน้า; **it's ~ to do that** การกระทำเช่นนั้นน่าอับอายขายหน้ามาก; **it's a ~ shame** นี่ผิดอย่างน่าละอายทีเดียว; **it's a ~ waste** เป็นการผลาญอย่างฟุ่มเฟือยน่าอับอาย ❷ *n.* อาชญากร

criminal: ~ charge *n.* ข้อกล่าวหาทางคดีอาญา; **face ~ charges [for sth.]** ต้องขึ้นศาลในคดีอาญา [สำหรับ *ส.น.*]; **there are ~ charges against him** เขาถูกกล่าวหาในคดีอาญา; **~ ˈcode** *n.* ประมวลกฎหมายอาญา; **~ ˈcourt** *n.* ศาลอาญา; **C~ Investiˈgation Department** *n. (Brit.)* กองตำรวจสืบสวนคดีอาญา

criminality /krɪmɪˈnælɪtɪ/คริมิ'แนลิทิ/ *n.* การกระทำความผิดทางอาญา, การกระทำที่เป็นอาชญากรรม

criminalization /krɪmɪnəlaɪˈzeɪʃn, US -lɪˈz-/คริมิเนอะไล'เซช'น, -ลิ'ซ-/ *n.* การทำให้ *ส.น.* เป็นสิ่งผิดกฎหมาย

criminalize /ˈkrɪmɪnəlaɪz/ˈคริมิเนอะลายซ/ *v.t.* ทำผิดกฎหมาย

criminal: ~ ˈlaw *n.* กฎหมายอาญา; **~ ˈlawyer** *n.* ทนายความคดีอาญา; **~ ˈlibel** *n.* การหมิ่นประมาททางอาญา

criminally /ˈkrɪmɪnəlɪ/ˈคริมิเนอะลิ/ *adv.* อย่างเป็นอาชญากร; *(according to criminal law)* ตามกฎหมายอาญา

criminal ˈrecord *n.* บันทึกคดีอาญา; **have a ~** มีบันทึกประวัติคดีอาญา

criminologist /krɪmɪˈnɒlədʒɪst/คริมิ'นอเลอะจิซท/ *n.* ➤ **489** นักอาชญาวิทยา

criminology /krɪmɪˈnɒlədʒɪ/คริมิ'นอเลอะจิ/ *n.* อาชญาวิทยา

crimp /krɪmp/คริมพ/ *v.t.* ม้วนผม; **~ed hair** ผมดัด

Crimplene ® /ˈkrɪmpli:n/ˈคริมพลีน/ *n.* ผ้าใยสังเคราะห์ที่ไม่ยับย่น

crimson /ˈkrɪmzn/ˈคริมซ'น/ ❶ *adj.* แดงเข้ม; **turn ~:** *(ท้องฟ้า)* กลายเป็นสีแดงเข้ม; *(with anger) (ใบหน้า)* แดงก่ำด้วยความโกรธ; *(blush)* หน้าแดงด้วยความอาย ❷ *n.* สีแดงเข้ม ❸ *v.i.* กลายเป็นสีแดงเข้ม

cringe /krɪndʒ/ครินจ/ *v.i.* Ⓐ *(cower)* ถดถอย; *(สุนัข)* หมอบตัวลงด้วยความกลัว; **~ at sth.** กลัว *ส.น.* จนตัวสั่น; **~ away** *or* **back [from sb./sth.]** ถอยหนี [จาก *ค.น./ส.น.*]; **it makes me ~:** มันทำให้ฉันถดถอย; *(in disgust)* มันทำให้ฉันรู้สึกขยะแขยง; Ⓑ *(behave obsequiously)* ประจบสอพลอ; **~ before sb.** สอพลอต่อหน้า *ค.น.*; **go cringing to sb.** คลานไปประจบสอพลอ *ค.น.*

cringing /ˈkrɪndʒɪŋ/ˈคริ้นจิง/ *adj.* ช่างประจบสอพลอ; **a ~ person** คนที่ช่างประจบสอพลอ

crinkle /ˈkrɪŋkl/ˈคริงค'ล/ ❶ *n.* รอยยับ, รอยย่น, ลอน; *(in fabric)* รอยยับ; *(in hair)* ลอนผม; *(in skin)* รอยเหี่ยวย่น ❷ *v.t.* ขยำ, ขยี้, ทำให้ยับ; ทำผมให้เป็นลอน ❸ *v.i. (กระดาษ, ผ้า)* เป็นรอยยับ

crinkly /ˈkrɪŋklɪ/ˈคริงคลิ/ *adj.* ยับย่น, หยิก, ขอด, ขมวด

crinoline /ˈkrɪnəlɪn/ˈคริ่นเนอะลิน/ *n. (Hist.)* โครงที่ใส่ไว้ด้านในกระโปรงเพื่อให้โป่งบาน, สุ่ม

cripes /kraɪps/ไครพซ/ *int. (dated coll.)* อุ๊ยตาย

cripple /ˈkrɪpl/ˈคริพ'ล/ ❶ *n. (lit. or fig.)* คนพิการ ❷ *v.t.* ทำให้พิการ; *(fig.)* ทำให้หมดอำนาจ, ทำให้เสียหาย

crippled /ˈkrɪpld/ˈคริพ'ลด/ *adj. (ขา, แขน)* พิการ; ชะงักงัน, ใช้งานไม่ได้; **be ~ with rheumatism** พิการด้วยโรครูมาติสม์; **industry was ~ by the strikes** อุตสาหกรรมเสียหายเพราะการประท้วงหยุดงาน; **small firms, ~ by inflation** บริษัทขนาดเล็กถดถอยไปเพราะเงินเฟ้อ; **a ~ ship/plane** เรือ/เครื่องบินที่เสีย

crippling /ˈkrɪplɪŋ/ˈคริพลิง/ *adj. (โรค, ความบาดเจ็บ)* ที่ทำให้พิการ; *(เงินเฟ้อ, การขึ้นราคา)* ที่โหดเหี้ยม; *(การหยุดงาน, โรคระบาด)* ที่สร้างความเสียหาย; **deal sb. a ~ blow** *(fig.)* ทำ *ค.น.* หนักจนล้มละลาย

crisis /ˈkraɪsɪs/ˈไครซิซ/ *n., pl.* **crises** /ˈkraɪsi:z/ˈไครซีซ/ ความวิกฤติ, วิกฤติการณ์; **reach ~ point** ถึงจุดวิกฤติ; **a time of ~:** ช่วงวิกฤติ; **at times of ~:** ในวิกฤติการณ์

crisis ˈmanagement *n.* มาตรการฉุกเฉินในช่วงวิกฤติการณ์

crisp /krɪsp/คริซพ/ ❶ *adj. (ขนมปัง, มันทอด, ข้าวตัง)* เปราะบาง, กรอบ; *(ผัก, สลัด, ผลไม้)* สดมาก; *(เสื้อผ้า, ผ้าปูที่นอน)* เพิ่งซักรีดใหม่ ๆ; *(ธนบัตร)* ใหม่เอี่ยม; *(หิมะ)* ที่ตกใหม่; *(cleary defined) (เส้นรอบนอก, ลักษณะหน้าตา)* กระชับชัดเจน; *(bracing) (อากาศ)* สดชื่น; *(brisk) (รูปแบบ)* ที่สะอาดไม่ขรุขระ; **~ intonation/speech** การออกเสียง/พูดชัดเจน ❷ *n.* Ⓐ *usu. in pl. (Brit.: potato ~)* มันฝรั่งทอดกรอบ; Ⓑ *(sth. overcooked)* **be burned to a ~:** ย่างจนเกรียม ❸ *v.t. (make ~)* **~ [up]** ทำให้กรอบ *(ขนมปัง, เบคอน)*

ˈcrispbread *n.* ขนมปังกรอบทำด้วยแป้งข้าวไรย์

crisper /ˈkrɪspə(r)/ˈคริซเปอะ(ร)/ *n.* ช่องแช่ผักสดในตู้เย็น

crisply /ˈkrɪsplɪ/ˈคริซพลิ/ *adv. (อบขนมปัง)* อย่างกรอบ; *(พูด)* อย่างชัดเจน; *(รีด)* เสร็จใหม่ ๆ

crispness /ˈkrɪspnɪs/ˈคริซพนิซ/ *n., no pl. (of bread, biscuit, bacon)* ความกรอบ; *(of apple, vegetable)* ความสด; *(of style)* ความกระชับ; *(of manner)* ความว่องไว, ความกระฉับกระเฉง

crispy /ˈkrɪspɪ/ˈคริซปิ/ *adj.* แห้งกรอบ, กรอบ

crispy ˈnoodles *n. pl.* หมี่กรอบ

criss-cross /ˈkrɪskrɒs, US -krɔ:s/ˈคริซครอซ/ ❶ *n.* กากบาท, ไขว้กัน ❷ *adj.* **~ pattern** ลายกากบาท, ลายเส้นตัดไขว้ ❸ *adv.* อย่างเป็นลายกากบาท, อย่างไขว้กัน ❹ *v.t. (intersect repeatedly)* เป็นเส้นตัดซ้ำ ๆ กัน ❺ *v.i. (move crosswise)* เดินไขว้ไปไขว้มา

criterion /kraɪˈtɪərɪən/ไคร'เทียเรียน/ *n. pl.* **criteria** /kraɪˈtɪərɪə/ไคร'เทียเรีย/ หลักเกณฑ์ตัดสิน; **by what ~ will the issue be judged?** จะใช้หลักเกณฑ์อะไรในการตัดสินเรื่องนี้

critic /ˈkrɪtɪk/ˈคริททิค/ *n.* ➤ **489** นักวิจารณ์; **literary ~:** นักวิจารณ์วรรณกรรม

critical /ˈkrɪtɪkl/ˈคริททิค'ล/ *adj.* Ⓐ ที่พินิจพิเคราะห์, ช่างวิพากษ์วิจารณ์, ปากจัด *(ภ.พ.)*; **be ~ of sb./sth.** วิพากษ์วิจารณ์ *ค.น./ส.น.*; **cast a ~ eye over sth.** มอง *ส.น.* อย่างพินิจพิเคราะห์, มอง *ส.น.* อย่างจับผิดเพ่งเล็ง; **the play received ~ acclaim** ละครเรื่องนี้ได้รับการวิจารณ์ชมเชย; **~ skills/ability** ความสามารถ/เชี่ยวชาญในการวิพากษ์วิจารณ์; Ⓑ *(involving risk, crucial) (การกระทำ)* มีความเสี่ยงสูง; *(จุดยืน, ช่วง)* วิกฤติ, หัวเลี้ยวหัวต่อ

critically /ˈkrɪtɪkəlɪ/ˈคริททิเคอะลิ/ *adv.* อย่างวิกฤติ, อย่างสาหัส; **be ~ important** สำคัญมาก; **be ~ ill** ป่วยสาหัส

critical: ~ ˈmass *n. (Phys.)* ปริมาณน้อยที่สุดของวัตถุที่แตกตัวได้เพื่อเกิดปฏิกิริยาลูกโซ่นิวเคลียร์; **~ ˈpath** *n. (Managem.)* วิธีดำเนินการที่ประหยัดแรงและเวลาที่สุด

criticise ➡ **criticize**

criticism /ˈkrɪtɪsɪzm/ˈคริททิซิซ'ม/ *n.* การวิพากษ์, การวิจารณ์; **come in for a lot of ~:** เป็นที่วิพากษ์วิจารณ์กันมาก; **be open to ~:** *(receptive)* พร้อมที่รับการวิพากษ์วิจารณ์; **literary ~:** การวิจารณ์วรรณกรรม

criticize /ˈkrɪtɪsaɪz/ˈคริททิซายซฺ/ *v.t.* วิพากษ์วิจารณ์ (**for** สำหรับ); **~ sb. for sth.** วิจารณ์ *ค.น.* เกี่ยวกับ *ส.น.*

critique /krɪˈtiːk/คริ'ทีค/ *n.* งานวิจารณ์, บทวิจารณ์

critter /ˈkrɪtə(r)/ˈคริทเทอะ(ร)/ *n. (coll. joc.)* สัตว์; *(derog.: person)* คน

croak /krəʊk/โครฺค/ ❶ *n. (of frog)* อ๊อบ ๆ; *(of raven, person)* เสียงต่ำและแหบ ❷ *v.i.* Ⓐ *(กบ)* ร้อง; *(บุคคล)* พูดเสียงแหบ; Ⓑ *(sl.: die)* ตาย ❸ *v.t.* ทำเสียงแหบ

croaky /ˈkrəʊkɪ/ˈโครฺคิ/ *adj.* แหบ

Croat /ˈkrəʊæt/ˈโครฺแอท/ *n.* Ⓐ *(person)* ชาวโครแอต; Ⓑ *(language)* ภาษาโครแอต

Croatia /krəʊˈeɪʃə/โครฺ'เอเชอะ/ *pr. n.* ประเทศโครเอเชีย

Croatian /krəʊˈeɪʃn/โครฺ'เอช'น/ ❶ *adj.* แห่งโครเอเชีย; **sb. is ~:** *ค.น.* เป็นคนโครเอเชีย ❷ *n.* ➡ **Croat**

croc /krɒk/ครอค/ *n. (coll.: crocodile)* จระเข้

crochet /ˈkrəʊʃeɪ, ˈkrəʊʃɪ/ˈโครฺเช, ˈโครฺชิ/ ❶ *n.* การถักไหมพรม; **~ hook** เข็มถักไหมพรม ❷ *v.t., p.t. and p.p.* **~ed** /ˈkrəʊʃeɪd, ˈkrəʊʃɪd/ˈโครฺเชด, ˈโครฺชิด/ ถักไหมพรม

crocheting /ˈkrəʊʃeɪɪŋ, ˈkrəʊʃɪɪŋ/ˈโครฺเชอิง, ˈโครฺชิอิง/ *n.* การถักไหมพรม; *(product)* ผลิตภัณฑ์ไหมพรม

[1]**crock** /krɒk/ครอค/ *n.* Ⓐ *(pot)* ภาชนะดินเผา; ➡ + **gold** 1 B; Ⓑ *(broken piece of earthenware)* เศษเครื่องปั้นดินเผา

[2]**crock** *(coll.)* ❶ *n. (person)* คนไร้ความสามารถ, คนขี้ยา, คนขี้เหล้า; *(vehicle)* พาหนะที่ใช้การไม่ได้ ❷ *v.i.* **~ up** หมดแรง, หมดสภาพ ❸ *v.t.* **~ [up]** ทำให้หมดสภาพ, ทำให้พัง

crockery /ˈkrɒkərɪ/ˈครอเคอะริ/ *n.* เครื่องถ้วยชาม

crocodile /ˈkrɒkədaɪl/ˈครอเคอะดายลฺ/ *n.* Ⓐ จระเข้; *(skin)* หนังจระเข้; Ⓑ *(Brit. coll.: line of schoolchildren)* แถวเด็กนักเรียน; **walk in a ~:** เดินเป็นแถวคู่

crocodile: ~ clip *n. (Electr.)* ตัวหนีบมีฟันยึด *(รูปร่างคล้ายปากจระเข้)*; **~ tears** *n. pl.* น้ำตาจระเข้, การแสร้งทำเป็นร้องไห้

crocus /ˈkrəʊkəs/ˈโครฺเคิซ/ *n.* ต้นคร็อกคัส *(ท.ศ.) ไม้แคระมีใบเรียว ดอกมักจะมีสีเหลืองหรือม่วง*

Croesus /ˈkriːsəs/ˈครีเซิซ/ *n.* กษัตริย์สุดท้ายแห่งลีเดีย *(ศตวรรษที่ 6 ก่อนคริสตกาล) ซึ่งร่ำรวยมาก*; **be as rich as ~:** รวยเป็นมหาเศรษฐี

croft /krɒft, US krɔːft/ครอฟทฺ/ *n. (Brit.)* Ⓐ ที่ดินทำกินแปลงเล็กใกล้บ้าน; Ⓑ *(smallholding)* ที่ดินเช่าแปลงเล็กในแถบสกอตแลนด์ หรืออังกฤษตอนเหนือ

crofter /ˈkrɒftə(r), US ˈkrɔːft-/ˈครอฟเทอะ(ร), ˈครอฟเทอะ(ร)/ *n. (Brit.)* ผู้เช่าที่ดินแปลงย่อยในสกอตแลนด์

crofting /ˈkrɒftɪŋ/ˈครอฟทิง/ *n., no pl., no art. (Brit.)* การทำไร่นาในที่แปลงเล็ก

Crohn's disease /ˈkrəʊnz dɪsiːz/ˈโครนฺซ ดิซีซ/ *n.* โรคลำไส้อักเสบเรื้อรัง

croissant /ˈkrwɑːsɑ̃/ˈครัวซอง/ *n.* *ขนมปังก้อนรูปโค้งคล้ายพระจันทร์เสี้ยว ซึ่งทานเป็นอาหารเช้า*, ขนมปังครัวซอง *(ท.ศ.)*

cromlech /ˈkrɒmlek/ˈครอมเล็ค/ *n.* Ⓐ ➡ **dolmen**; Ⓑ *(stone circle)* วงกลมหลักหิน

crone /krəʊn/โครฺน/ *n.* **a[n] old ~:** ยายแม่มด

crony /ˈkrəʊnɪ/ˈโครฺนิ/ *n.* เพื่อนสนิท; *(drinking companion)* เพื่อนร่วมวงเหล้า; **they were old cronies** พวกเขาเป็นเพื่อนมาแต่ไหนแต่ไร

crook /krʊk/ครุค/ ❶ *n.* Ⓐ *(coll.: rogue)* คนคดโกง; Ⓑ *(staff)* ไม้เท้าหัวงอ; *(of bishop)* ไม้อาญาสิทธิ์ด้ามงอ; Ⓒ *(hook)* ตะขอ, เคียว; Ⓓ *(of arm)* วงแขน; Ⓔ *(curve in river)* คุ้งน้ำ; *(in road)* โค้งถนน ❷ *adj. (Austral. and NZ coll.)* ห่วย, ที่ใช้งานไม่ได้; *(ill)* ป่วย; *(bad-tempered)* อารมณ์ร้าย; **go ~:** โกรธ (**at, on** เรื่อง) ❸ *v.t.* คด, งอ; **~ one's finger** งอนิ้วตัวเอง; **she has only to ~ her little finger** *(fig. coll.)* แค่เธอกระดิกนิ้วก็พอถมไป

crooked ❶ /krʊkt/ครุคทฺ/ *p.t. and p.p. of* **crook** 3 ❷ *adj.* Ⓐ /ˈkrʊkɪd/ˈครุคคิด/ คดงอ, บิดเบี้ยว *(การยิ้ม)*; *(fig.: dishonest)* คดโกง, ไม่ซื่อสัตย์, ไม่ตรงไปตรงมา; **this coin is ~:** เหรียญอันนี้เบี้ยว; **the picture on the wall is ~:** ภาพบนผนังแขวนเฉ; **you've got your hat on ~:** คุณใส่หมวกเบี้ยว; **a ~ person** *(fig.)* คนคดโกง; **~ dealings** การทำธุรกิจทุจริต; Ⓑ /krʊkt/ครุคทฺ/ *(having a transverse handle)* **a ~ stick** ไม้เท้าด้ามงอ

crookedly /ˈkrʊkɪdlɪ/ˈครุคคิดลิ/ *adv.* อย่างคดงอ, อย่างไม่ซื่อตรง; **a tree that has grown ~:** ต้นไม้ที่กิ่งก้านหงิกงอ; *(fig.: dishonestly)* **deal ~:** ทำธุรกิจแบบไม่ซื่อตรง, โกง; **~ acquired** ได้มาอย่างไม่ซื่อตรง

crookedness /ˈkrʊkɪdnɪs/ˈครุคคิดนิซ/ *n., no pl.* ความคดงอ; *(fig.: dishonesty)* การโกง

croon /kruːn/ครูน/ ❶ *v.t. & i.* ครวญเพลง ❷ *n.* เสียงร้องเพลงเบา ๆ, เสียงฮัมเพลง

crooner /ˈkruːnə(r)/ˈครูเนอะ(ร)/ *n.* คนที่ครวญเพลง, คนที่ร้องเพลงเห่กล่อม

crop /krɒp/ครอพ/ ❶ *n.* Ⓐ *(Agric.)* พืชผล; *(season's total yield)* ผลผลิตทั้งหมดในฤดู; **cereal ~:** ผลผลิตธัญพืช; **get the ~s in** เก็บเกี่ยวผลผลิต; **arable ~s** พืชผลที่ปลูกในนาที่ไถได้; **~ of apples** ผลผลิตแอปเปิ้ล; Ⓑ *(of bird)* *ถุงใต้คอนกและสัตว์ประเภทอื่นสำหรับเก็บอาหารก่อนส่งไปย่อยในกระเพาะ*; Ⓒ *(of whip)* ด้ามแส้; Ⓓ *(of hair)* ผมสั้นเกรียน; *(style)* ทรงผมสั้นเกรียน ❷ *v.t.*, **-pp-** Ⓐ *(cut off)* ตัดออก, เล็มออก; *(cut short)* ตัดสั้น *(ผม, เครา, ปีกนก)*; *(สัตว์)* กินหญ้าจนเกรียน; **have one's hair ~ped** ไปตัดผมสั้น; Ⓑ *(reap)* เก็บเกี่ยวผลผลิต ❸ *v.i.*, **-pp-** ให้ผลผลิต

~ ˈout ➡ **~ up b**

~ ˈup *v.i.* Ⓐ *(occur)* เกิดขึ้นโดยไม่ได้คาดหวัง; *(be mentioned)* ถูกพาดพิง; Ⓑ *(Geol.)* โผล่ขึ้นบนพื้นผิวดิน

crop: ~-dusting *n. (Agric.)* การพ่นสารเคมีบนพืชผล; **~-eared** *adj. (สัตว์)* เจียนหู

cropper /ˈkrɒpə(r)/ˈครอเพอะ(ร)/ *n. (coll.: heavy fall)* การล้มอย่างแรง; **come a ~:** ล้มลงอย่างแรง; *(fig.)* ล้มเหลวอย่างน่าอับอาย

crop: ~ rotation *n. (Agric.)* การปลูกพืชหมุนเวียน; **~ spraying** *n. (Agric.)* การฉีดยาฆ่าแมลงบนพืชผล; **~ top** *n.* เสื้อเอวลอย

croquet /ˈkrəʊkeɪ, ˈkrəʊkɪ/ˈโครฺเค, ˈโครฺคิ/ *n.* การเล่นที่ต้องตีลูกผ่านวงเหล็กที่ปักไว้ในสนามหญ้า, โครเกต์ *(ท.ศ.)*

croquette /krəˈket/เครอะ'เค็ท/ *n. (Cookery)* อาหารที่คลุกขนมปังป่นแล้วทอด

crosier /ˈkrəʊzɪə(r), US ˈkrəʊʒər/ˈโครฺเซีย(ร), ˈโครฺเฌอะ(ร)/ *n.* ไม้อาญาสิทธิ์ของพระบิชอป

cross /krɒs, US krɔːs/ครอซ/ ❶ *n.* Ⓐ กากบาท, เส้นไขว้, แกงได; *(Relig.)* กางเขน; *(monument)* อนุสาวรีย์รูปกางเขน; *(sign)* เครื่องหมายกากบาท; **the C~:** ไม้กางเขน; **make the sign of the C~:** ทำมือเป็นเครื่องหมายกางเขน; Ⓑ *(~-shaped thing or mark)* เครื่องหมายกากบาท; **mark with a ~:** ทำเครื่องหมายกากบาท; Ⓒ *(mixture, compromise)* การผสม, การประนีประนอม (**between** ระหว่าง); Ⓓ *(trial, affliction, cause of trouble)* สิ่งที่ท้าทาย, ความทุกข์ทรมาน; **take [up] one's ~:** พร้อมจะรับความทุกข์ทรมาน; **we all have our [little] ~es to bear** พวกเราทุกคนต้องพบกับความทุกข์; Ⓔ *(intermixture of breeds)* ลูกผสม, การผสมข้ามสายพันธุ์; Ⓕ *(Astron.)* **[Southern] C~:** ดาวฤกษ์; Ⓖ *(decoration)* เหรียญตรารูปกางเขน; **Grand C~:** เครื่องราชอิสริยาภรณ์มหากางเขน; Ⓗ *(Footb.)* การโยนลูกจากปีกเข้ามากองกลาง; *(Boxing)* หมัดเหวี่ยง; Ⓘ **on the ~:** บนจุดตัด, ตรงทางแยก; Ⓙ *(Dressmaking)* **cut on the ~:** ตัดเป็นเส้นทแยง ❷ *v.t.* Ⓐ *(place crosswise)* วางขวาง, ไขว้, ทำเส้นทแยง; **cross one's arms/legs** ไขว้แขน/ไขว่ห้าง; **~ one's fingers** *or* **keep one's fingers ~ed [for sb.]** *(fig.)* อธิษฐานขอให้ [*ค.น.*] ประสบความสำเร็จ; **~ swords [with sb.]** *(fig.)* ประดาบ/มือ; ต่อสู้ [กับ *ค.น.*]; มีเรื่องกับ *ค.น.* (**on** เกี่ยวกับ); **I got a ~ed line** *(Teleph.)* สายโทรศัพท์ของฉันพันกัน; **you've got your** *or* **the lines** *or* **wires ~ed** *(fig. coll.)* คุณเข้าใจผิดแล้วละ; **~ a fortune-teller's hand** *or* **palm with silver** ให้เงินหมอดูเป็นค่าไหว้ครู; Ⓑ *(go across)* ตัดไป; ข้าม *(ถนน, ทะเล, ภูเขา)*; **~ the picket line** เข้าไปทำงานในขณะที่มีการประท้วงลางาน; **~ the road** ข้ามถนน; **we can ~** เราข้ามได้; **'~ now'** 'ข้ามได้' **the bridge ~es the river** สะพานข้ามแม่น้ำ; **the lines ~ each other** เส้นไขว้กัน, เส้นตัดกัน; **a train ~ed the river** รถไฟข้ามแม่น้ำ; **a plane ~es the desert** เครื่องบินบินข้ามทะเลทราย; **~ sb.'s mind** *(fig.)* แวบขึ้นมาในความคิดของ *ค.น.*; **it seems never to have ~ed his mind to do it** ดูเหมือนว่าเขาไม่เคยคิดจะทำอย่างนั้นเลย; **~ sb.'s path** *(fig.)* พบ *ค.น.* โดยบังเอิญ; Ⓒ *(Brit.)* **~ a cheque** ขีดคร่อมเช็ค; **a ~ed cheque** เช็คขีดคร่อม; Ⓓ *(make sign of ~ on)* **~ oneself** ทำมือเป็นเครื่องหมายกางเขนที่หน้าอก; **~ my heart** ฉันสาบานได้เลย; Ⓔ *(thwart)* ขัดขวาง *(แผน, ความหวัง)*; **be ~ed in love** ถูกขัดขวางในเรื่องความรัก; **he ~es me in everything I do** เขาขัดขวางฉันเสียทุกเรื่อง; Ⓕ *(cause to interbreed)* ผสมข้ามพันธุ์; ➡ + [1]**bridge** 1 A; T A ❸ *v.i.* *(meet and pass)* สวนกัน; **~ [in the post]** จดหมายสองฉบับสวนกัน; **our paths have ~ed several times** *(fig.)* เราเคยได้พบกันสองสามครั้ง ❹ *adj.* Ⓐ *(transverse)* ข้าม, ไขว้, ตัดกัน; **~ traffic** เส้นทางจราจรตัดผ่านกัน; Ⓑ *(coll.:*

peevish) โกรธ, ขัดแย้ง; **sb. will be ~:** *ค.น.* คงจะโกรธ; **be ~ with sb.** โกรธ *ค.น.;* **as ~ as two sticks** *(coll.)* โกรธมาก; Ⓒ *(Cricket)* **~ bat** ท่าตีคริกเกตที่ไม่ถูกต้อง

~ 'off *v.t.* ขีดออก; **~ a name off a list** ขีดชื่อออกจากบัญชี

~ 'out *v.t.* ขีดฆ่า

~ 'over *v.t.* ข้าม

cross- *in comb.* Ⓐ ➡ **cross** 1 A เป็นกากบาท; Ⓑ ➡ **cross** 4 ขวาง; Ⓒ = **across** ข้าม

cross: ~bar *n.* Ⓐ ไม้ขวาง; Ⓑ *(Footb.)* ขอบประตูฟุตบอลด้านบน; **~beam** *n.* ไม้ที่วางพาดคานในแนวขวาง; **~bench** *n. (Brit. Parl.) ที่นั่งในรัฐสภาสำหรับสมาชิกสภาผู้เป็นกลาง;* **~bill** *n. (Ornith.)* นกในป่าสนในสกุล *Loxia* ปลายจงอยปากไขว้กัน; **~bones** *n. pl.* กระดูกไขว้ใต้กะโหลก; **~bow** *n.* หน้าไม้แบบโบราณ; **~bred** *adj.* ผสมข้ามพันธุ์กัน; **~breed** ❶ *n. (animal)* สัตว์ลูกผสม ❷ *v.t.* ผสมข้ามพันธุ์; **~-buttock** *n. (Wrestling) การทุ่มคู่ต่อสู้มวยปล้ำด้วยการใช้สะโพกเด้งก่อนทุ่ม;* **~-Channel** *adj.* **~-Channel traffic/ferry** การเดินทาง/การนั่งเรือข้ามช่องแคบ; **~-check** ❶ *n.* การตรวจสอบ ❷ *v.t.* ตรวจซ้ำ, ตรวจแง่มุมอื่นเพิ่ม; **~-country** ❶ *adj.* ตัดทุ่ง, ข้ามทุ่ง *(ไม่ไปตามถนน);* **~-country running** การวิ่งทางข้ามทุ่งนา; **~-country skiing** การเล่นสกีทางไกล ❷ *adv.* ข้าม *(ทุ่ง, ชาติ);* **~-cultural** *adj.* ต่างวัฒนธรรม; **~-current** *n. (lit. or fig.)* กระแสที่ไหลตัดข้ามกระแสอื่น; **~-dressing** *n.* การสวมเสื้อผ้าของเพศตรงข้าม; **~-examination** *n.* การซักค้านพยาน; **undergo** *or* **be under ~-examination** ถูกซักค้าน; **~-examine** *v.t.* ซักค้าน; **~-eyed** *adj.* ตาเหล่, ตาเข; **be ~-eyed** เป็นคนตาเหล่, ตาเข; **~-fertili'zation** *n.* การผสมเกสรดอกไม้ข้ามพันธุ์; **~-'fertilize** *v.t.* ผสมเกสรดอกไม้ข้ามพันธุ์; *(fig.)* การแลกเปลี่ยนความคิดจากสาขาวิชาที่หลากหลาย; **~fire** *n. (lit. or fig.)* การดวลปืน, การยิงเข้าใส่กัน; **~-grained** *adj. (fig.) (ปัญหา, สถานการณ์)* ที่แก้ยาก; *(บุคคล)* ดื้อ, ดันทุรัง; **~-head[ing]** *n.* การพาดหัวข่าว/เรื่อง

crossing /ˈkrɒsɪŋ, US ˈkrɔːsɪŋ/ˈครอซิง/ *n.* Ⓐ *(act of going across)* การข้าม; **a Channel ~:** การข้ามช่องแคบ; Ⓑ *(road or rail intersection)* สี่แยก; Ⓒ *(pedestrian ~)* ทางข้ามถนนสำหรับคนเดินเท้า, ทางม้าลาย; **[railway] ~:** ทางข้ามรถไฟ; Ⓓ *(in church)* ส่วนกลางของโบสถ์รูปไม้กางเขน

cross-legged /krɒsˈlegd, US krɔːs-/ครอซ ˈเล็กดฺ, ครอซˈเล็กกิด/ *adv.* ไขว้ขา, ไขว่ห้าง; *(with feet across thighs)* ขัดสมาธิ

crossly /ˈkrɒslɪ, US ˈkrɔːslɪ/ˈครอซลิ/ *adv. (coll.)* ด้วยอารมณ์ฉุนเฉียว

crossness /ˈkrɒsnɪs, ˈkrɔːsnɪs/ˈครอซนิซ/ *n., no. pl. (coll.)* ความฉุนเฉียว, ความโกรธ

cross: ~-over *n.* ทางข้าม; *(Railw.)* จุดสับเปลี่ยนรางรถไฟ; **~patch** *n.* คนอารมณ์ร้าย; **~-piece** *n.* สิ่งที่วางให้ตัดขวางกับของอื่น; **~-ply tyre** *n.* ยาง*รถซึ่งมีชั้นผ้าและเส้นใยภายในเพื่อเสริมพลังข้างนอกหุ้มด้วยยางซ้อนหลายชั้น เพื่อให้ทนทาน;* **~ 'purposes** *n. pl.* **talk at ~ purposes** พูดคนละเรื่อง; **be at ~ purposes [with sb.]** *(have different aims)* มีวัตถุประสงค์ต่างกัน [กับ *ค.น.*]; *(misunderstand)* เข้าใจ [*ค.น.*] ผิด; **~-'question** *v.t.* ซักถามอย่างละเอียด; **~-refer** *v.t.* เอาส่วนหนึ่งในหนังสือมาอ้างกับอีกส่วน; **~ 'reference** *n.* การอ้างอิงข้ามเรื่อง/หนังสือ, การอ้างอิงไขว้; **~-reference** *v.t.* อ้างอิงข้ามเรื่อง, อ้างอิงไขว้; **~roads** *n. sing.* สี่แยก; *(fig.)* จุดหัวเลี้ยวหัวต่อ; **be at a/the ~roads** *(fig.)* อยู่ในช่วงหัวเลี้ยวหัวต่อ; **~ section** *n.* ภาพตัดขวาง; *(fig.)* ตัวอย่างที่ถือเป็นตัวแทนของทั้งหมด; **a ~ section of the population** กลุ่มตัวอย่างของประชากร; **~ stitch** *n.* การปักไขว้; *(stitch)* ลายปักไขว้; **~talk** *n. (Communications)* เสียงคุยแทรกในโทรศัพท์; **~-town** ❶ *adj.* **a ~-town route/road** ถนนตัดผ่าเมือง; **a ~-town bus** รถโดยสารวิ่งข้ามเมือง ❷ *adv. (Amer.)* ข้ามเมือง; **~-voting** *n.* การลงคะแนนให้พรรคอื่นจากของตน; **~walk** *n. (Amer.)* ทางข้ามม้าลาย

crossways /ˈkrɒsweɪz/ˈครอซเวซฺ/ ➡ **crosswise** 2

ˈcrosswind *n.* ลมหวน

crosswise /ˈkrɒswaɪz, US ˈkrɔːs-/ˈครอซวายซฺ/ ❶ *adj.* ข้าม, ขวาง, ไขว้กัน, ขัดกัน ❷ *adv.* โดยข้าม, โดยขวาง; *(of one in relation to another)* อย่างขัดขวางอีกสิ่งหนึ่ง

crossword /ˈkrɒswɜːd, US ˈkrɔːs-/ˈครอซเวิด/ *n.* **~ [puzzle]** ปริศนาอักษรไขว้

crotch /krɒtʃ/ครอฉ/ *n.* Ⓐ *(of tree)* ง่าม; Ⓑ *(of trousers, body)* เป้า; **kick sb. in the ~:** เตะผ่าหมาก *ค.น.*

crotchet /ˈkrɒtʃɪt/ˈครอฉิท/ *n. (Brit. Mus.)* ตัวโน้ตที่มีค่าหนึ่งในสี่ของจังหวะ

crotchety /ˈkrɒtʃɪtɪ/ˈครอฉิทิ/ *adj.* เจ้าอารมณ์; *(เด็ก)* หงุดหงิด, กวน

crouch /kraʊtʃ/เคราฉ/ *v.i.* คุดคู้, คู้ตัว, หมอบ; **~ down** คู้ตัวลง, หมอบลง

¹croup /kruːp/ครูพ/ *n. (of horse)* ตะโพกม้า

²croup *n. (Med.)* โรคหลอดลมอักเสบ

croupier /ˈkruːpɪə(r)/ˈครูเพีย(ร), ˈครูพิเอ/ *n.* ➤ 489 คนแจกไพ่, คนคุมโต๊ะพนัน

crouton /ˈkruːtɔ̃/ˈครูทอง/ *n. (Gastr.)* ขนมปังรูปลูกเต๋าทอด ใช้โรยหน้าอาหารหรือใส่ในซุป

crow /krəʊ/โคร/ ❶ *n.* Ⓐ *(bird)* นกกา; **as the ~ flies** เป็นแนวตรง; **eat ~** *(Amer. fig.)* ถูกบังคับให้ทำสิ่งที่เสื่อมศักดิ์ศรี; Ⓑ *(cry of cock)* เสียงไก่ขัน; *(of baby)* เสียงร้องร่าเริงของทารก; Ⓒ ➡ **crowbar** ❷ *v.i.* Ⓐ *(ทารก)* ส่งเสียงร้องด้วยความพอใจ; *(ไก่)* ขัน; Ⓑ *(exult)* **~ over** ดีใจอย่างโอ้อวด

crow: ~bar *n.* ชะแลง; **~berry** *n. (Bot.)* ไม้พุ่ม *Empetrum nigrum* มีผลเล็กคล้ายผลแบล็กเบอรี

crowd /kraʊd/คราวดฺ/ ❶ *n.* Ⓐ *(large number of persons)* ผู้คนจำนวนมาก, ฝูงชน; **~[s] of people** ฝูงคนล้นหลาม; **he would pass in a ~:** เขาพอดูได้; **stand out from the ~:** ยืนเด่นในฝูงคน; Ⓑ *(mass of spectators, audience)* คนดู/คนฟังจำนวนมาก; Ⓒ *(multitude)* ฝูงชน; **follow the ~** *(fig.)* ทำตามเสียงส่วนมาก; **be just one of the ~** *(fig.)* เป็นคนธรรมดาทั่วไป, ไม่มีบทบาทเด่นอะไรนัก; Ⓓ *(coll.: company, set)* กลุ่มคนเฉพาะ; **a strange ~:** กลุ่มคนที่ทำตัวแปลก ๆ; Ⓔ *(large number of things)* ของจำนวนมาก; **a ~ of thoughts/new ideas** ความคิด/แนวคิดใหม่ ๆ มากมาย ❷ *v.t.* Ⓐ *(collect in a ~)* **be ~ed at a place** ชุมนุมกันอยู่ในที่แห่งหนึ่ง; Ⓑ *(fill, occupy, cram)* แออัดยัดเยียด, อัดจนแน่น; **~ people into a bus/room** ให้ผู้คนเข้าไปเบียดกันแน่นในรถเมล์/ห้อง; **~ sth. with sth.** ใส่ *ส.น.* ลงจนเต็ม *ส.น.;* **the port was ~ed with ships** ท่าเรือมีเรือจอดเต็มไปหมด; **the streets were ~ed with people** คนเดินกันเต็มถนน; Ⓒ *(fig.: fill)* เต็มไปด้วย; **the year was ~ed with incidents** ปีนี้เต็มไปด้วยเหตุการณ์ต่าง ๆ; Ⓓ *(come close to)* เข้ามาใกล้, รุมเข้ามา; Ⓔ *(force)* บังคับ; **~ sb. into doing sth.** บังคับให้ *ค.น.* ทำ *ส.น.;* Ⓕ *(Amer. coll.: approach)* **he's ~ing thirty** เขาใกล้จะมีอายุสามสิบแล้ว ❸ *v.i.* Ⓐ *(collect)* รวมตัวกัน, รุม; **~ around sb./sth.** รุมล้อม *ค.น./ส.น.;* Ⓑ *(force itself)* รุมเร้า, ท่วมท้น; **memories were ~ing in [on him]** ความทรงจำทั้งหลายท่วมท้นเข้ามาในใจเขา; **~ into/through sth.** ทะลัก/หลั่งไหลเข้าไปใน *ส.น.*

~ 'out *v.t.* เบียดออก; **be ~ed out by sth.** ถูกเบียดออกมาโดย *ส.น.*

'crowd control *n.* การควบคุมฝูงชน

crowded /ˈkraʊdɪd/ˈคราวดิด/ *adj. (รายการ)* แน่นมาก; *(สถานที่)* แออัดยัดเยียด; **~ 'out** *(coll.)* เต็ม, เต็มจนเข้าไม่ได้

'crowd-puller *n. (coll.)* คน **หรือ** สิ่งที่ดึงดูดมาก

'crowfoot /ˈkrəʊfʊt/ˈโครฟุท/ *n. (Bot.)* ต้นตีนกา พืชน้ำในสกุล *Ranunculus* มีดอกขาวโผล่เหนือน้ำ

crown /kraʊn/คราวนฺ/ ❶ *n.* Ⓐ *(of monarch; device, ornament)* มงกุฎ; **the C~:** มงกุฎ, สถาบันพระมหากษัตริย์; **succeed to the C~:** ขึ้นครองราชย์; **be heir to the C~:** เป็นรัชทายาท; **the world heavyweight ~:** ตำแหน่งนักมวยที่ครองมงกุฎโลกในรุ่นเฮฟวีเวท; Ⓑ *(wreath of flowers etc.)* พวงมาลัยกลมใช้สวมศีรษะ; Ⓒ *(bird's crest)* หงอน; Ⓓ *(of head)* กระหม่อม; *(of arched structure)* ส่วนบนสุดของซุ้มรูปโค้ง; *(of arch)* ยอดโค้งแหลม; *(of tree)* ยอดไม้; *(of tooth)* ส่วนของฟันที่พ้นเหงือกออกมา; *(of hat)* ยอดหมวก; *(thing that forms the summit)* สิ่งที่เป็นรูปยอดแหลม; *(fig.)* จุดสูงสุด; Ⓔ *(coin)* ชื่อเหรียญหลายสกุล ❷ *v.t.* Ⓐ ทำพิธีราชาภิเษก; **~ sb. king/queen** สถาปนาให้ *ค.น.* เป็นกษัตริย์/ราชินี; Ⓑ เป็นยอด, อยู่บนยอด; **the hill was ~ed with trees** ยอดเขามีต้นไม้ขึ้นปกคลุมหนาแน่น; Ⓒ *(put finishing touch to)* ปิดท้าย; **to ~ [it] all** ดีไปกว่านั้น; *(to make things even worse)* ที่ทำให้ยิ่งแย่ลงไปอีก; Ⓓ *(bring to happy ending)* นำไปสู่ความสุขในที่สุด; **success ~ed his efforts** ความสำเร็จเป็นรางวัลตอบแทนความพยายามของเขา; Ⓔ *(coll.: hit on the head)* ตีหัว; Ⓕ *(Draughts)* วางหมากรุกตัวหนึ่งซ้อนอีกตัวหนึ่ง เพื่อแปลงเป็นตัวกษัตริย์; Ⓖ *(Dent.)* เลี่ยมฟัน, ครอบฟัน

crown: ~ 'cap *n.* ฝาจุกขวด; **C~ 'Colony** *n.* *อาณานิคมของอังกฤษซึ่งปกครองโดยสถาบันกษัตริย์;* **C~ 'Court** *n. (Brit. Law)* ศาลอาญา

crowned /kraʊnd/คราวนดฺ/ *adj.* Ⓐ *(invested with royal crown)* ที่สวมมงกุฎ; Ⓑ *(provided with a crown)* ได้รับการสวมมงกุฎ; ➡ + **¹head** 1 A

'crown green *n.* *สนามหญ้าโยนลูกบอล ซึ่งสูงขึ้นตรงกลางสนาม*

crowning /ˈkraʊnɪŋ/ˈคราวนิง/ ❶ *n.* การสวมมงกุฎ ❷ *adj.* สมบูรณ์, สุดยอด, ที่สุด; **her ~ glory is her hair** ผมเป็นสิ่งที่โดดเด่นที่สุดในตัวเธอ

crown: ~ 'jewels *n. pl.* เครื่องเพชรอันเป็นเครื่องราชูปโภคของกษัตริย์; **~ land** *n.* ที่ดินที่เป็นทรัพย์สินส่วนพระมหากษัตริย์; **~ of 'thorns** *n. (Relig.)* มงกุฎหนาม, รางวัลของความทุกข์ทรมาน; *(Zool.)* ปลาดาวในสกุล *Acanthaster* ที่กินปะการัง; **C~ 'prince** *n. (lit. or fig.)* มกุฎราชกุมาร; **C~ 'princess** *n.* ชายามกุฎราชกุมาร, มกุฎราชกุมารี

C

C

crow: **~'s-foot** *n., usu. in pl.* ตีนกา; **~'s-nest** *n. (Naut.)* จุดสังเกตการณ์บนเสากระโดงเรือ

crozier ➡ **crosier**

crucial /ˈkruːʃl/ˈครูช่ะล/ *adj.* สำคัญอย่างยิ่ง (to สำหรับ)

crucially /ˈkruːʃəlɪ/ˈครูเชอะลิ/ *adv.* สำคัญอย่างยิ่ง; **be ~ important** มีความสำคัญอย่างยิ่ง

crucible /ˈkruːsɪbl/ˈครูซิบ'ล/ *n.* เบ้าหลอมโลหะ

crucifix /ˈkruːsɪfɪks/ˈครูซิฟิคซ/ *n.* ไม้กางเขนที่มีรูปพระเยซูถูกตรึงอยู่

crucifixion /kruːsɪˈfɪkʃn/ครูซิˈฟิคช'น/ *n.* การตรึงกับไม้กางเขน

cruciform /ˈkruːsɪfɔːm/ˈครูซิฟอม/ *adj.* เป็นรูปกางเขน, เป็นรูปกากบาท

crucify /ˈkruːsɪfaɪ/ˈครูซิฟาย/ *v.t.* Ⓐ ตรึงกางเขน; Ⓑ *(torment, persecute)* ทรมาน, รบเร้า; *(severely criticize)* วิพากษ์วิจารณ์อย่างรุนแรง

crud /krʌd/ครัด/ *n. (sl.)* Ⓐ *(impurity etc.)* ความไม่บริสุทธิ์, มีสารปนเปื้อน; Ⓑ *(nonsense)* เรื่องไร้สาระ

crude /kruːd/ครูด/ ❶ *adj.* Ⓐ *(in natural or raw state)* ดิบ; **~ oil/ore** น้ำมันดิบ/แร่เหล็กดิบ; Ⓑ *(fig.: rough, unpolished)* ทะลึ่งตึงตัง, เถื่อน, กิริยาวาจาสามหาว; *(รูปวาด, โครงร่าง)* หยาบ ๆ; Ⓒ *(rude, blunt)* ไม่มีมารยาท, หยาบคาย; Ⓓ *(not adjusted or corrected) (ข้อมูล)* ดิบ
❷ *n.* น้ำมันดิบ

crudely /ˈkruːdlɪ/ˈครูดลิ/ *adv. (roughly)* อย่างหยาบ ๆ, อย่างหยาบโลน; *(rudely, bluntly)* อย่างขาดมารยาท, อย่างหยาบคาย

crudeness /ˈkruːdnɪs/ˈครูดนิซ/ *n., no pl.* Ⓐ *(roughness)* ความหยาบ; *(of theory, design, plan)* ความเป็นร่าง; Ⓑ *(rudeness, bluntness) (of person, behaviour, manners)* ความไม่มีมารยาท, ความที่ขวานผ่าซาก; *(of words)* ความหยาบคาย; *(of joke)* ความทะลึ่ง

crudity /ˈkruːdɪtɪ/ˈครูดิทิ/ *n.* Ⓐ *no pl.* ➡ **crudeness**; Ⓑ *(crude remark)* คำพูดที่หยาบโลน

cruel /ˈkrʊəl/ˈครูเอิล/ *adj. (Brit.)* **-ll-** Ⓐ โหดร้าย; **be ~ to sb.** โหดร้ายต่อ *ค.น.*; **be ~ to animals** โหดร้ายต่อสัตว์; **be ~ to one's dog** โหดร้ายต่อสุนัขของตน; Ⓑ *(causing pain or suffering)* ใจร้าย; **be ~ to be kind** โหดเหี้ยมไว้ก่อนเผื่อจะเป็นผลดีในอนาคต

cruelly /ˈkrʊəlɪ/ˈครูเอิลลิ/ *adv.* อย่างใจร้าย, อย่างโหดเหี้ยม; **life treated him ~:** ชีวิตนี้ช่างโหดร้ายกับเขาเหลือเกิน

cruelty /ˈkrʊəltɪ/ˈครูเอิลทิ/ *n.* ➡ **cruel:** ความใจร้าย, ความโหดเหี้ยม; **~ to animals** การทรมานสัตว์; **~ to children** การทรมานเด็ก

cruet /ˈkruːɪt/ˈครูอิท/ *n.* Ⓐ ขวดใส่น้ำมันและน้ำส้มปรุงสลัด; ➡ **cruet stand**

ˈcruet stand *n.* ชุดสำหรับเติมเครื่องบนโต๊ะอาหาร

cruise /kruːz/ครูซ/ ❶ *v.i.* Ⓐ *(sail for pleasure)* ล่องเรือทัศนาจร; Ⓑ *(at random)* ขับรถไปอย่างเรื่อยเปื่อย; Ⓒ *(at economical speed)* แล่นไปด้วยความเร็วที่ประหยัดน้ำมัน; **cruising speed** ความเร็ว; **we are now cruising at a height/speed of ...:** ขณะนี้เรากำลังบินที่ระดับความสูง/ด้วยความเร็ว...; Ⓓ *(for protection of shipping)* ออกลาดตระเวนทางเรือ
❷ *n.* การแล่นเรือทัศนาจร; **go on** *or* **for a ~:** ออกแล่นเรือเล่น

ˈcruise missile *n.* ขีปนาวุธนำวิถี

cruiser /ˈkruːzə(r)/ˈครูเซอะ(ร)/ *n.* เรือรบแล่นเร็ว; เรือนำเที่ยว

ˈcruiserweight *n. (Boxing etc.)* ครุซเซอร์เวท (*ท.ศ.*), เทียบเท่ากับไลท์เฮฟวี่เวท

crumb /krʌm/ครัม/ ❶ *n.* Ⓐ เศษขนมปัง; *(fig.)* เศษเล็ก ๆ; **~s of wisdom** ความฉลาดเท่าเศษธุลี; **~s from the rich man's table** *(fig.)* ของเหลือจากโต๊ะอาหารของเศรษฐี; **~[s] of comfort** คำปลอบประโลมใจเล็ก ๆ น้อย ๆ; Ⓑ *(soft part of bread)* ส่วนที่อ่อนนุ่มของขนมปัง ❷ *v.t. (cover with ~s)* คลุกด้วยขนมปังป่น

crumble /ˈkrʌmbl/ˈครัมบ'ล/ ❶ *v.t.* บี้ให้เป็นชิ้นเล็ก ๆ; **~ sth. into/onto sth.** บี้ *ส.น.* ลงไปใน/บน *ส.น.* ❷ *v.i. (ขนมปัง, เค้ก)* สลายกลายเป็นผง; *(หิน)* แตกเป็นชิ้นเล็กชิ้นน้อย; *(หน้าผา, กำแพง)* พังทลายลงมา; *(fig.) (ความหวัง)* สลาย, พังทลาย, พินาศล่มจม ❸ *n. (Cookery)* Ⓐ *(dish) (แอปเปิ้ล, บลูเบอรี่)* ที่โปะด้วยแป้งผสมเนยแล้วเข้าเตาอบ; Ⓑ *(substance)* แป้งผสมเนยจนเหมือนเศษขนมปัง

crumbly /ˈkrʌmblɪ/ˈครัมบลิ/ *adj. (ขนมปัง, เค้ก)* ซึ่งแตกเป็นชิ้นเล็ก ๆ; *(หน้าผา, หิน)* พังทลายได้ง่าย

crumbs /krʌmz/ครัมซ/ *int. (Brit. coll.)* โอโห, ตายจริง

crummy /ˈkrʌmɪ/ˈครัมมิ/ *adj. (coll.)* Ⓐ *(dirty, unpleasant)* สกปรก, โสโครก; Ⓑ *(inferior, worthless)* ต่ำต้อย, ห่วย (*ภ.พ.*)

crumpet /ˈkrʌmpɪt/ˈครัมพิท/ *n.* Ⓐ *(cake) ขนมชิ้นเล็ก ๆ ผสมยีสต์เนื้อนุ่มซึ่งนำไปปิ้งไฟก่อนเสิร์ฟร้อน ๆ;* Ⓑ *(sl.: women)* ผู้หญิงสวยชนิดยั่วยวนกามารมณ์; **a bit/piece of ~:** ผู้หญิง

crumple /ˈkrʌmpl/ˈครัมพ'ล/ ❶ *v.t.* Ⓐ *(crush)* ขยำ; Ⓑ *(ruffle, wrinkle)* ทำให้ยู่ยี่ *(กระดาษ, ผ้า)*; **~ [up] a piece of paper** ขยี้แผ่นกระดาษ ❷ *v.i. (เสื้อผ้า, กระดาษ)* ยับยู่ยี่; **~ [up]** *(fig.) (บุคคล)* โงนเงนล้มลง

ˈcrumple zone *n. (Motor Veh.) ส่วนของรถยนต์ซึ่งออกแบบให้ยุบตัวง่าย ๆ เพื่อรับแรงกระแทกไว้เมื่อรถเกิดอุบัติเหตุ*

crunch /krʌntʃ/ครันฉ/ ❶ *v.t.* เคี้ยวเสียงดังกรอด ๆ, เหยียบอย่างแรง ❷ *v.i.* Ⓐ **~ away at sth.** เคี้ยว *ส.น.* เสียงดังกรอด ๆ; Ⓑ *(หิมะ)* ดังกรอด ๆ; **the wheels ~ed on the gravel** ล้อรถทำเสียงกรอด ๆ เมื่อข้ามหินกรวด; **he ~ed through the snow** เขาเดินดังกรอด ๆ ฝ่าหิมะไป ❸ *n.* Ⓐ *(crunching noise)* เสียงดังกรอด ๆ; Ⓑ *(decisive event)* **when it comes to the ~, when the ~ comes** เมื่อถึงจุดวิกฤติ

crunchy /ˈkrʌnʃɪ/ˈครันฉิ/ *adj. (แอปเปิ้ล, ถั่ว)* กรอบ

crupper /ˈkrʌpə(r)/ˈครัพเพอะ(ร)/ *n.* Ⓐ *(strap) สายคาดบังเหียนซึ่งอ้อมลงไปใต้หางม้า;* Ⓑ *(of horse)* บั้นท้ายของม้า

crusade /kruːˈseɪd/ครูˈเซด/ ❶ *n. (Hist.)* สงครามครูเสด *(ท.ศ.) (สงครามศาสนาในยุคกลาง โดยชาวคริสต์โจมตีชาวมุสลิม);* **a ~ against sth.** *(fig.)* การรณรงค์ต่อต้าน *ส.น.* เป็นขนานใหญ่ ❷ *v.i.* ออกไปทำสงครามครูเสด; *(fig.)* ออกรณรงค์อย่างแข็งขัน

crusader /kruːˈseɪdə(r)/ครูˈเซเดอะ(ร)/ *n. (Hist.)* ผู้ต่อสู้/นักรบในสงครามศาสนา

crush /krʌʃ/ครัช/ ❶ *v.t.* Ⓐ *(compress with violence)* บีบ, กด, อัด; คั้นน้ำ *(ส้ม, มะนาว)*; *(kill, destroy)* ทำลาย, ฆ่าให้ตาย; **~ to death** ทับตาย, เหยียบตาย; **~ed strawberry** *(colour)* สีแดงช้ำ; Ⓑ *(reduce to powder)* บด, ป่น, ตำจนละเอียด; Ⓒ *(fig.: subdue, overwhelm)* ปราบปราม *(ศัตรู)*; ทำลาย *(ความหวัง, ความต้องการ)*; **her angry look ~ed him** สีหน้าโกรธของเธอทำให้เขารู้สึกหมดกำลัง; Ⓓ *(crumple, crease)* ทำให้ยับยู่ยี่ *(เสื้อผ้า, ผ้า)*
❷ *n.* Ⓐ *(crowded mass)* ฝูงคนล้นหลาม; Ⓑ *(coll.) (infatuation)* การหลงรัก; *(person)* ผู้ที่มีคนมาหลงรัก; **have/get a ~ on sb.** *(coll.)* ไปหลงรัก *ค.น.*; Ⓒ *(drink)* น้ำผลไม้คั้น; Ⓓ *(coll.: crowded gathering)* การชุมนุมกันอย่างเนืองแน่น

crush: **~ bar** *n.* บาร์ในโรงละคร; **~-barrier** *n.* เครื่องกั้นขวางฝูงชน

crushing /ˈkrʌʃɪŋ/ˈครัชชิง/ *adj. (คำตอบ, การชกต่อย)* ที่ทำลายฝ่ายตรงข้าม; *(การพ่ายแพ้)* ตั้งตัวไม่ติด

crust /krʌst/ครัซทฺ/ *n.* Ⓐ *(of bread)* เปลือกนอกของขนมปัง; Ⓑ *(hard surface, coating, deposit)* เปลือกแข็ง, ผิวหน้า; **the earth's ~:** เปลือกโลก; Ⓒ *(of pie)* แป้งหุ้มขนมพาย; Ⓓ *(scab)* สะเก็ดแผล; Ⓔ *(fig.: superficial hardness)* กิริยาที่แข็งกร้าวแต่ภายนอก; Ⓕ *(in wine bottle)* ตะกอน; ➡ + **¹last** 1; **upper** 1 B

crustacean /krʌˈsteɪʃn/เครอะˈซเตช'น/ *n.* สัตว์ที่มีขาเป็นข้อและมีเปลือกแข็ง เช่น กุ้งและปู

crusted /ˈkrʌstɪd/ˈครัซติด/ *adj. (having a crust)* มีเปลือกแข็งหุ้ม; **~ snow** หิมะที่จับกันแข็ง

crusty /ˈkrʌstɪ/ˈครัซติ/ *adj.* Ⓐ *(crisp)* กรอบ; Ⓑ *(hard)* แข็ง; Ⓒ *(irritable, curt)* ห้วน ๆ สั้น ๆ

crutch /krʌtʃ/ครัฉ/ *n.* Ⓐ *(lit.)* ไม้ยันรักแร้สำหรับคนขาเจ็บ; *(fig.)* สิ่งที่ช่วยพยุง; **go about on ~es** เดินโดยใช้ไม้ยันรักแร้ช่วย; Ⓑ ➡ **crotch** B

crux /krʌks/ครัคซฺ/ *n., pl.* **~es** *or* **cruces** /ˈkruːsiːz/ˈครูซีซฺ/ Ⓐ *(difficult matter, puzzle)* เรื่องยาก, ปมปริศนา; **the ~ of the matter** ปมของเรื่องนี้, ส่วนที่แก้ยากที่สุดของเรื่องนี้; Ⓑ *(decisive point)* จุดที่เป็นเครื่องตัดสิน; **the ~ of the matter** จุดที่เป็นตัวตัดสินของเรื่องนี้

cry /kraɪ/คราย/ ❶ *n.* Ⓐ *(loud utterance of grief)* เสียงร้องไห้; *(loud utterance of words)* เสียงร้องตะโกน; *(of hounds or wolves)* เสียงเห่าหอน; *(of birds)* เสียงร้อง; **a ~ of pain/rage/happiness** เสียงร้องด้วยความเจ็บปวด/ความโกรธ/ความดีอกดีใจ; **a far ~ from...** *(fig.)* แตกต่างโดยสิ้นเชิงจาก...; **be in full ~:** *(สุนัขล่า)* วิ่งไล่ตามเหยื่อพลางส่งเสียงเอะอะ; **be in full ~ after sb.** *(fig.)* วิ่งไล่ตาม *ค.น.* อย่างเต็มที่; Ⓑ *(appeal, entreaty)* คำวิงวอน, การร้องขอ; **a ~ for freedom/independence/justice** การร้องขออิสรภาพ/ขอความเป็นอิสระ/ขอความยุติธรรม; **a ~ for mercy** คำวิงวอนขอความเมตตา; **a ~ for help** เสียงร้องขอความช่วยเหลือ; Ⓒ *(proclamation of goods or business)* เสียงร้องขายของ; Ⓓ *(public demand)* มติมหาชน; Ⓔ *(watchword)* คำขวัญในการชุมนุมกัน; *(in battle)* คำขวัญ; Ⓕ *(fit or spell of weeping)* การร้องไห้อยู่พักหนึ่ง; **have a good ~:** ร้องไห้ให้สะใจ; **it will do her good to have a ~:** ถ้าเธอได้ร้องไห้ก็จะได้สบายใจขึ้น
❷ *v.t.* Ⓐ ร้องเรียก; *(loudly)* ตะโกน; Ⓑ *(weep)* ร้องไห้; **~ bitter tears over sth.** ร้องไห้อย่างเจ็บแค้นในเรื่อง *ส.น.*; **~ one's eyes out** ร้องไห้จนไม่มีน้ำตา; **~ oneself to sleep** ร้องไห้จนเหนื่อยหลับ; Ⓒ **~ one's wares** *(lit. of fig.)* ร้องโฆษณาของที่จะขาย
❸ *v.i.* Ⓐ ร้องเรียก; *(loudly)* ตะโกน; **~ [out] for sth./sb.** เรียกหา *หรือ* ร้องเรียกหา *ส.น./ค.น.*; **~ [out] for mercy** ร้องขอความเมตตา; **~ [out] for help** ตะโกนขอความช่วยเหลือ; **~ to sb. [to come]** ร้องเรียก *ค.น.* ให้มา; **~ with pain** ร้องออกมาด้วยความเจ็บปวด; **sth. cries out for sth.** *(fig.) ส.น.* ร้องเรียก *ส.น.*; **[well,] for ~ing out loud! Why did you do this?** จะบ้าหรือยังไง

ทำไมคุณถึงทำอย่างนี้; **~ for the moon** *(fig.)* ร้องจะเอาสิ่งที่เป็นไปไม่ได้; Ⓑ *(weep)* ร้องไห้ (**over** เกี่ยวกับ); **~ for sth.** ร้องไห้สำหรับ *ส.น.*; ➡ **+ milk** 1; Ⓒ *(นก)* ร้อง; *(สุนัข)* เห่า

~ 'down *v.t.* **~ sb./sth. down** ใส่ร้าย *หรือ* ดูถูก *ค.น./ส.น.*

~ 'off *v.i.* ถอนคำพูด; ยกเลิกที่จะทำ *ส.น.*

~ 'out *v.i.* ร้องลั่น; ➡ **+ ~** 3 A

~ 'up *v.t.* **~ sth./sb. up** ยก *ส.น./ค.น.* ไว้อย่างเลิศเลอ; **it/he wasn't all it/he was cried up to be** มัน/เขาไม่ใช่ว่าจะเลิศเลอเหมือนที่ใคร ๆ ลือ

'cry-baby *n.* คนขี้แย

cryer ➡ **crier**

crying /ˈkraɪɪŋ/ˈครายอิง/ *adj.* *(เด็ก)* ที่กำลังร้องไห้; *(บุคคล)* ขี้แย; *(การไม่ยุติธรรม)* เห็นชัด ๆ; *(ความต้องการ)* เร่งด่วน

cryo- /kraɪəʊ/ครายโอ/ *in comb.* หนาวสุดขีด

cryogenic /kraɪəʊˈdʒenɪk/ครายโอˈเจ็นนิค/ *adj.* **~ laboratory** ห้องทดลองฟิสิกส์สาขาอุณหภูมิต่ำมาก

crypt /krɪpt/คริพทฺ/ *n.* ห้องใต้ถุน *(โดยเฉพาะในโบสถ์คริสต์ศาสนาใช้สำหรับฝังศพ)*

cryptic /ˈkrɪptɪk/ˈคริพทิค/ *adj.* Ⓐ *(secret, mystical)* ลี้ลับ, เร้นลับ; Ⓑ *(obscure in meaning)* เป็นปริศนา, เข้าใจยาก

cryptically /ˈkrɪptɪklɪ/ˈคริพทิคลิ/ *adv.* ➡ **cryptic**: อย่างลี้ลับ, อย่างเร้นลับ, อย่างเป็นปริศนา

crypto- /krɪptəʊ/คริพโท/ *in comb.* ปิดบังไว้, ลี้ลับ

cryptogram /ˈkrɪptəɡræm/ˈคริพเทอะแกฺรม/ *n.* ข้อความที่เขียนเป็นรหัส

cryptographic /krɪptəʊˈɡræfɪk/คริพเทอะˈแกฺรฟิค/ *adj.* ซึ่งเขียนเป็นรหัส

cryptography /krɪpˈtɒɡrəfɪ/คริพˈทอเกฺรอะฟิ/ *n.* วิชาเขียนและถอดรหัส

crystal /ˈkrɪstl/ˈคริซต'ล/ ❶ *n.* Ⓐ *(Chem., Min., etc.)* ผลึก; Ⓑ ➡ **crystal glass** ❷ *adj.* *(made of ~ glass)* ซึ่งทำด้วยแก้วเจียระไน; **~ bowl/vase** ชาม/แจกันแก้วเจียระไน

crystal: ~ 'ball *n.* ลูกแก้วผลึก *(ใช้ในการพยากรณ์โชคชะตา)*; **I haven't got a ~ ball!** ฉันไม่ใช่หมอดูนี่; **~ clear** *adj.* ใสแจ๋ว; *(fig.)* ชัดเจนมาก; **make sth. ~- clear** *(fig.)* ทำให้ *ส.น.* ชัดเจนแจ่มแจ้ง; **~-gazing** *n.* การพยากรณ์โชคชะตาด้วยลูกแก้ว; **~ 'glass** *n.* แก้วผลึก, แก้วเจียระไน

crystalline /ˈkrɪstəlaɪn/ˈคริซเตอะลายนฺ/ *adj.* Ⓐ *(made of crystal)* ซึ่งทำด้วยแก้วเจียระไน; Ⓑ *(Chem; Min.)* มีโครงสร้างและมีรูปเป็นผลึก

crystallisation, crystallise ➡ **crystalliz-**

crystallization /krɪstəlaɪˈzeɪʃn/คริซเตอะไลˈเซช'น/ *n.* การตกผลึก; *(fig.)* การเป็นรูปธรรม, ความกระจ่าง *(ของความคิด)*

crystallize /ˈkrɪstəlaɪz/ˈคริซเตอะลายซฺ/ ❶ *v.t.* ทำให้ตกผลึก; ทำ *(ผลไม้)* เชื่อม; **~ one's thoughts** *(fig.)* ทำให้ความคิดของตนชัดเจน ❷ *v.i.* เกิดการตกผลึกขึ้น; *(fig.)* *(ความคิด)* แน่ชัดขึ้น

crystallographer /krɪstəˈlɒɡrəfə(r)/คริซเตอะˈลอเกฺรอะเฟอะ(ร)/ *n.* ผู้เชี่ยวชาญเรื่องผลึก

crystallography /krɪstəˈlɒɡrəfɪ/คริซเตอะˈลอเกฺรอะฟิ/ *n.* วิชาว่าด้วยผลึก

c/s *abbr.* **cycle[s] per second**

CSCE *abbr.* **Conference on Security and Cooperation in Europe** การประชุมว่าด้วยความปลอดภัยและความร่วมมือในยุโรป

CSE *abbr.* *(Brit. Hist.)* **Certificate of Secondary Education**

CS 'gas *n.* ก๊าซน้ำตา

ct *abbr.* Ⓐ **carat**; Ⓑ **cent** ซ.ม.

CT *abbr.* **Computerized Tomography**

cu. *abbr.* **cubic**

cub /kʌb/คับ/ *n.* Ⓐ *(of wolf, fox, dog)* ลูกสัตว์ *(สุนัข, หมาป่า, สิงห์โต)*; Ⓑ **Cub** ➡ **Cub Scout**; Ⓒ *(Amer.: apprentice)* เด็กฝึกงาน

Cuba /ˈkjuːbə/ˈคิวเบอ/ *n.* ประเทศคิวบา

Cuban /ˈkjuːbən/ˈคิวเบิน/ ❶ *adj.* แห่งประเทศคิวบา; **sb. is ~**: *ค.น.* เป็นคนคิวบา ❷ *n.* ชาวคิวบา

Cuban 'heel *n.* ส้นสูงตรงของรองเท้าผู้หญิงหรือผู้ชาย

cubby[hole] /ˈkʌbɪ[həʊl]/ˈคับบิ(โฮล)/ *n.* Ⓐ ห้องขนาดเล็กมาก; Ⓑ มุมที่นั่งสบายและสงบ

cube /kjuːb/คิวบฺ/ ❶ *n.* Ⓐ ลูกบาศก์; Ⓑ **stock ~**: ก้อนซุปเข้มข้น; Ⓒ *(Math.)* กำลังสาม ❷ *v.t.* ยกกำลังสาม; **2 ~d is 8** สองยกกำลังสามเท่ากับแปด *หรือ* กำลังสามของสองคือแปด

cube: ~ 'root *n.* รากกำลังสาม; **the ~ root of 8 is 2** รากที่สามของแปดเท่ากับสอง; **~ sugar** *n.* น้ำตาลก้อน

cubic /ˈkjuːbɪk/ˈคิวบิค/ *adj.* Ⓐ มีรูปร่างเป็นลูกบาศก์; **have a ~ form** มีรูปร่างแบบลูกบาศก์; Ⓑ ➤ **998** *(of three dimensions)* สามมิติ; **~ content** ความจุเป็นลูกบาศก์; **~ metre/centimetre/foot/yard** ลูกบาศก์เมตร/เซนติเมตร/ฟุต/หลา; Ⓒ *(Math.)* คิวบิก; **~ equation** สมการยกกำลังสาม

cubical /ˈkjuːbɪkl/ˈคิวบิค'ล/ *adj.* ➡ **cubic** A

cubicle /ˈkjuːbɪkl/ˈคิวบิค'ล/ *n.* Ⓐ *(sleeping compartment)* ห้องนอนขนาดพอตัวคน; Ⓑ *(for dressing, private discussion, etc.)* ห้องเล็ก ๆ

cubism /ˈkjuːbɪzm/ˈคิวบิซ'ม/ *n.* *(Art)* สไตล์และกระบวนการทางศิลปะโดยเฉพาะในสาขาจิตรกรรมของต้นศตวรรษที่ 20 ซึ่งแตกรูปทรงออกเป็นส่วนประกอบต่าง ๆ ของเรขาคณิต

cubist /ˈkjuːbɪst/ˈคิวบิซทฺ/ *n.* *(Art)* จิตรกรแนวคิวบิสต์ *(ท.ศ.)*

cubit /ˈkjuːbɪt/ˈคิวบิท/ *n.* *(Hist.)* หน่วยวัดความยาวโบราณซึ่งใช้ข้อศอกเป็นหลัก ขนาด 17–21 นิ้วฟุต

'cub reporter *n.* *(coll.)* นักข่าวหนังสือพิมพ์ที่เด็กและอ่อนประสบการณ์

'Cub Scout *n.* ลูกเสือรุ่นเล็กของสมาคมลูกเสือ

cuckold /ˈkʌkəld/ˈคัคโคลดฺ/ *(arch.)* ❶ *n.* สามีที่ถูกภรรยาสวมเขา ❷ *v.t.* นอกใจ

cuckoo /ˈkʊkuː/ˈคุคู/ ❶ *n.* Ⓐ นกดุเหว่าซึ่งเป็นนกในวงศ์ Cuculidae; **~ in the nest** *(fig.)* ตัวเสนียด, คนที่เข้ามาในกลุ่มที่ไม่ต้องการ; Ⓑ *(simpleton)* คนโง่เซ่อ ❷ *adj.* *(coll.)* บ้า ๆ บ๊อง ๆ; **a ~ notion/idea** ความคิดบ้า ๆ บ๊อง ๆ

cuckoo: ~ clock *n.* นาฬิกาไม้แกะ ซึ่งตีเวลาโดยมีนกตัวเล็กโผล่ออกมาและร้องกุ๊กกู; **~ flower** *n.* *(Bot.)* Ⓐ *(lady's smock)* ดอกหญ้าสีม่วง *Cardimine pratensis*; Ⓑ *(ragged robin)* ดอกสีชมพู *Lychnis flo-cuculi*; **~-pint** *n.* *(Bot.)* ดอกไม้พันธุ์ *Arum maculatum* มีลูกสีแดง

cucumber /ˈkjuːkʌmbə(r)/ˈคิวเคิมเบอะ(ร)/ *n.* แตงกวา; **be as cool as a ~**: สดมาก; *(fig.: remain calm)* รักษาความใจเย็นไว้

cud /kʌd/คัด/ *n.* อาหารที่เคี้ยวเอื้อง; **chew the ~**: เคี้ยวเอื้อง; *(fig.)* เก็บ *ส.น.* มาครุ่นคิด

cuddle /ˈkʌdl/ˈคัด'ล/ ❶ *n.* การกอดรัด; **give sb. a ~**: โอบกอด *ค.น.*; **have a ~**: กอดกัน ❷ *v.t.* กอดกันกับ ❸ *v.i.* กอดรัด; **~ up** นอนคุดคู้อย่างสบาย; *(in bed)* นอนกอดกัน; **he ~d up beside her** เขาเข้าไปเบียดเธอ

cuddlesome /ˈkʌdlsəm/ˈคัด'ลเซิม/ *adj.* น่ากอด

cuddly /ˈkʌdlɪ/ˈคัดลิ/ *adj.* Ⓐ *(given to cuddling)* ซึ่งชอบกอดรัด; Ⓑ ➡ **cuddlesome**

cuddly 'toy *n.* ตุ๊กตาสัตว์นุ่ม ๆ

cudgel /ˈkʌdʒl/ˈคัจ'ล/ ❶ *n.* ไม้ดุ้นหนาและสั้นซึ่งใช้เป็นอาวุธ; **take up the ~s for sb./sth.** *(fig.)* ป้องกัน *ค.น./ส.น.* อย่างแข็งขัน ❷ *v.t.*, *(Brit.)* **-ll-** ทุบตีด้วยไม้หนา; **~ one's brains** ครุ่นคิดปัญหาอย่างหนัก

¹cue /kjuː/คิว/ *n.* *(Billiards etc.)* ไม้คิว *(ท.ศ.)*,

²cue ❶ *n.* Ⓐ *(Theatre)* คำลงเอยบทเจรจาแต่ละบทซึ่งเป็นสัญญาณบอกให้ตัวละครอีกคนหนึ่งเข้าฉากหรือพูด, คิว *(ท.ศ.)*; *(Cinemat., Broadcasting)* สัญญาณเตือนว่าเริ่มออกอากาศแล้ว; **be/speak/play on ~**: เป็นไป/พูด/เข้าฉากโดยถูกต้องตามคิว; **enter on ~**: เข้าฉากเมื่อถึงคิว; Ⓑ *(sign when or how to act)* สัญญาณว่าควรทำอะไร; **take one's ~ from sb.** *(lit. or fig.)* ทำตามอย่าง *ค.น.* ❷ *v.t.* *(label)* ให้สัญญาณ, ตั้งเครื่องอัดเทปให้พร้อมที่จะเดินเมื่อถึงคิว

¹cuff /kʌf/คัฟ/ *n.* Ⓐ ข้อมือของเสื้อแขนยาว; **off the ~** *(fig.)* โดยไม่ต้องเตรียมมาก่อน; Ⓑ *(Amer.: trouser turn-up)* ขากางเกงส่วนที่พับขึ้น; Ⓒ *in pl. (coll.: handcuffs)* กุญแจมือ

²cuff ❶ *v.t.* ตบ; **~ sb.'s ears, ~ sb. over the ears** ตบหู *ค.น.*; **~ sb.** ตบ *ค.น.* ❷ *n.* การตบ

'cuff link *n.* ขอเกี่ยวที่ปลายแขนเสื้อเชิ้ตแขนยาว

cuirass /kwɪˈræs/ควิˈแรซ/ *n.* *(armour)* เสื้อเกราะ

cuisine /kwɪˈziːn/ควิˈซีน/ *n.* อาหาร, แนวการปรุงอาหาร; **French/Italian ~**: อาหารฝรั่งเศส/อิตาลี

cul-de-sac /ˈkʌldəsæk/ˈคัลเดอะแซค/ *n., pl.* **culs-de-sac** /ˈkʌldəsæk/ˈคัลเดอะแซค/ ทางตัน

culinary /ˈkʌlɪnərɪ, US -nerɪ/ˈคัลลิเนอะริ, -เนะริ/ *adj.* เกี่ยวกับการปรุงอาหาร, การครัว; **the ~ arts** ศิลปะการปรุงอาหาร; **~ herbs/plants** สมุนไพร/พืชที่ใช้ปรุงอาหาร

cull /kʌl/คัล/ ❶ *v.t.* Ⓐ *(select)* คัดเลือก; Ⓑ *(select and kill)* เลือก *(สัตว์ที่ไม่มีคุณภาพและเป็นส่วนเกิน)* ออกมาแล้วกำจัด; Ⓒ *(literary: pick)* เด็ด ❷ *n.* Ⓐ *(act of ~ing)* การเลือกออกทิ้งไป; **~ of seals** การฆ่าแมวน้ำที่มีมากเกินไป; Ⓑ *(~ed animal)* สัตว์ที่ถูกเลือกออกเพื่อกำจัด

cullet /ˈkʌlɪt/ˈคัลลิท/ *n.* *(Glass-making)* เศษแก้วที่หมุนเวียนมาทำแก้วใหม่

culm /kʌlm/คัลมฺ/ *n.* *(Bot.)* ลำต้นของพืชจำพวกต้นหญ้า

culminate /ˈkʌlmɪneɪt/ˈคัลมิเนท/ *v.i.* *(reach highest point, lit. or fig.)* ขึ้นไปถึงจุดสูงสุด, ไปถึงจุดสุดท้าย; **~ in sth.** จบด้วย *ส.น.*

culmination /kʌlmɪˈneɪʃn/คัลมิˈเนช'น/ *n.* การขึ้นถึงจุดสูงสุด, การถึงจุดสุดท้าย

culottes /kjuːˈlɒts/คิวˈลอท/ *n. pl.* กระโปรงกางเกง

culpability /kʌlpəˈbɪlɪtɪ/คัลˈเพอะบิลลิทิ/ *n.* การมีความผิด

culpable /ˈkʌlpəbl/ˈคัลเพอะบ'ล/ *adj.* *(บุคคล)* ที่กระทำผิด; สามารถเอาโทษได้; **hold sb. ~**: ถือว่า *ค.น.* ผิด; **~ negligence** ความประมาทซึ่งผิดอย่างใหญ่หลวง

culprit /ˈkʌlprɪt/ˈคัลพริท/ *n.* *(guilty of crime)* จำเลยในคดีอาญา; *(guilty of wrong)* ผู้ที่ทำผิด

cult /kʌlt/คัลทฺ/ *n.* ระบบการนับถือศาสนา/ลัทธิ; **the ~ of the dead** การกราบไหว้บูชาวิญญาณคนตาย; **~ film** ภาพยนตร์ที่คนยกย่องนับถือ; **~ figure** ปูชนียบุคคล

C

cultivable /ˈkʌltɪvəbl/ˈคัลทิเวอะบ'ล/ *adj.* เพาะปลูกได้

cultivate /ˈkʌltɪveɪt/ˈคัลทิเวท/ *v.t.* Ⓐ *(prepare and use for crops)* เตรียมและใช้เพาะปลูก *(นา, ดิน)*; *(prepare with cultivator)* ไถดินเตรียมเพาะปลูก; Ⓑ *(produce by culture)* เพาะปลูก; เพาะพันธุ์และเลี้ยง; Ⓒ *(fig.) (improve, develop)* พัฒนา *(เสียงร้อง, ความรู้)*; ขัดเกลา *(มารยาท)*; *(pay attention to, cherish)* ทะนุถนอม *(มิตรภาพ)*; **~ sb.** รักษาสัมพันธ์ไมตรีอันดีกับ *ค.น.*; พัฒนาความสัมพันธ์กับ *ค.น.*; **~ one's mind** พัฒนาการเรียนรู้; Ⓓ เพาะเชื้อ *(แบคทีเรีย)*

cultivated /ˈkʌltɪveɪtɪd/ˈคัลทิเวทิด/ *adj.* Ⓐ *(พืชผล)* ซึ่งเพาะปลูกขึ้นมา; *(ที่ดิน)* มีการเพาะปลูก; **~ plant** พืชซึ่งปลูกไว้; Ⓑ *(fig.) (วิธีพูด, ความสามารถรู้รส)* ได้รับการขัดเกลามาอย่างดี; *(บุคคล)* มีการศึกษามาอย่างดี

cultivation /kʌltɪˈveɪʃn/คัลทิˈเวช'น/ *n. (lit.)* การเพาะปลูก; *(fig.)* การพัฒนา, การอบรม; *(of a skill)* การพัฒนา; **~ of plants** การปลูกพืช; **~ of land** การใช้ที่ดินเพาะปลูก; **land that is under ~:** ที่ดินซึ่งใช้เพาะปลูก; **bring land into ~:** ทำให้ที่ดินใช้เพาะปลูกได้; *(fig.)* **~ of the mind** การพัฒนาจิตใจ/สมอง

cultivator /ˈkʌltɪveɪtə(r)/ˈคัลทิเวเทอะ(ร)/ *n.* Ⓐ *(person)* เกษตรกร; Ⓑ *(implement)* เครื่องไถดิน; Ⓒ *(machine)* รถไถดิน

cultural /ˈkʌltʃərəl/ˈคัลเฉอะเริล/ *adj.* ทางด้านวัฒนธรรม; **~ revolution/anthropology** การปฏิวัติด้านวัฒนธรรม/มนุษยวิทยาด้านวัฒนธรรม; **there are ~ activities** มีกิจกรรมด้านวัฒนธรรม

Cultural Revolution *n. (Hist.)* การปฏิวัติวัฒนธรรมในประเทศจีน

culture /ˈkʌltʃə(r)/ˈคัลเฉอะ(ร)/ ❶ *n.* Ⓐ วัฒนธรรม; **the two ~s** ศิลปะและวิทยาศาสตร์; Ⓑ *(intellectual development)* การพัฒนาความเจริญของสติปัญญา; Ⓒ **physical ~:** การฝึกฝนสุขภาพ; **beauty ~:** การบำรุงความงาม; Ⓓ *(Agric.)* เกษตรกรรม; *(tillage of the soil)* การเตรียมและใช้ที่ดินเพื่อการเพาะปลูก; *(rearing, production)* การทำปศุสัตว์; **methods of ~:** วิธีต่าง ๆ ในการเพาะปลูก; Ⓔ *(of bacteria)* การเพาะเชื้อ ❷ *v.t.* เพาะและเลี้ยง *(เชื้อแบคทีเรีย)*

cultured /ˈkʌltʃəd/ˈคัลเฉิด/ *adj.* Ⓐ *(cultivated, refined)* ซึ่งมีการศึกษาและการอบรมมาอย่างดี; Ⓑ **~ pearl** มุกเลี้ยง

culture: ~ shock *n.* ความรู้สึกอลเวงต่อวัฒนธรรมใหม่; **~ vulture** *n. (joc.)* คนบ้าวัฒนธรรม

culvert /ˈkʌlvət/ˈคัลเวิท/ *n.* Ⓐ *(for water)* คูระบายน้ำ, ทางระบายน้ำ; Ⓑ *(for electric cable)* ท่อสายเคเบิล

cum /kʌm/คัม/ *prep.* Ⓐ *(Finance)* **~ dividend** ซึ่งให้เงินปันผล; Ⓑ *(indicating combined nature or function)* **dining-~-sitting-room** ห้องนั่งเล่นและทานอาหาร; **dinner-~-cocktail dress** ชุดราตรีกึ่งสโมสรกึ่งค็อกเทล

cumbersome /ˈkʌmbəsəm/ˈคัมเบอะเซิม/ *adj.* *(เสื้อผ้า)* รุ่มร่าม; *(รูปแบบ, การจัดของ)* เกะกะกีดขวาง; *(ห่อของ)* พะรุงพะรัง; *(วิธีการ, แผนการ)* งุ่มง่าม

cumin /ˈkʌmɪn/ˈคัมมิน/ *n. (Bot.)* ยี่หร่า

cummerbund /ˈkʌməbʌnd/ˈคัมเมอะเบินดฺ/ *n.* ผ้าคาดเอวสำหรับชุดราตรีสโมสร

cummin ➡ **cumin**

cumulate /ˈkjuːmjʊleɪt/ˈคิวมิวเลท/

cumulation /kjuːmjʊˈleɪʃn/คิวมิวˈเลช'น/ ➡ **accumul-**

cumulative /ˈkjuːmjʊlətɪv, US -leɪtɪv/ˈคิวมิวเลอะทิว, -เลทิว/ *adj.* Ⓐ *(increased by successive additions)* เพิ่มขึ้นเป็นระยะ ๆ; **~ strength/effect** กำลังกายที่เพิ่มขึ้นเป็นระยะ/ผลลัพธ์ที่เพิ่มขึ้นตามเวลา; **~ evidence** พยานหลักฐานที่คอยมัดแน่นขึ้นเป็นระยะ ๆ; Ⓑ *(formed by successive additions)* ซึ่งก่อจากการสะสมเป็นระยะ ๆ

cumulatively /ˈkjuːmjʊlətɪvlɪ, US -leɪtɪvlɪ/ˈคิวมิวเลอะทิวลิ, -เลทิวลิ/ *adv.* อย่างสะสม

cumulus /ˈkjuːmjʊləs/ˈคิวมิวเลิซ/ *n., pl.* **cumuli** /ˈkjuːmjʊlaɪ/ˈคิวมิวลาย/ *(Meteorol.)* เมฆที่มีรูปร่างเป็นก้อนซ้อน ๆ กันขึ้นไปสูงมาก

cuneiform /ˈkjuːnɪfɔːm, US kjuəˈnɪəfɔːrm/ˈคิวนิฟอม, คิวเออะˈเนียฟอรมฺ/ *adj.* รูปร่างคล้ายลิ่ม; อักษรรูปลิ่ม; *(ตัวอักษร, การเขียน)* ที่มีลักษณะคล้ายลิ่มของสมัยเมโสโปเตเมีย; **~ writing** *(ตัวอักษร)* คิวเนอิฟอร์ม *(ท.ศ.)*

cunnilingus /kʌnɪˈlɪŋgəs/คันนิˈลิงเกิซ/ *n., no pl., no art.* การใช้ริมฝีปากหรือลิ้นกับอวัยวะเพศของหญิง

cunning /ˈkʌnɪŋ/ˈคันนิง/ ❶ *n.* Ⓐ ความเฉลียวแหลม, ความมีเล่ห์เหลี่ยม; Ⓑ *(arch.: skill)* ความคล่องแคล่ว, ความชำชอง ❷ *adj.* Ⓐ เฉลียวแหลม, มีเล่ห์เหลี่ยม; Ⓑ *(arch.: skilful)* คล่องแคล่ว, ชำชอง; Ⓒ *(Amer.: quaint, small)* น่ารักน่าเอ็นดู

cunningly /ˈkʌnɪŋlɪ/ˈคันนิงลิ/ *adv.* อย่างเฉลียวแหลม, อย่างมีเล่ห์เหลี่ยม; *(as sentence modifier)* อย่างฉลาดหลักแหลม

cunt /kʌnt/คันทฺ/ *n. (coarse)* Ⓐ *(female genitals)* หี *(ภ.ย.)*; Ⓑ *(derog.)* ไอ้เย็ดแม่ *(ภ.ย.)*

cup /kʌp/คัพ/ ❶ *n.* Ⓐ *(drinking vessel)* ถ้วย; **there's many a slip between the ~ and the lip** *(fig.)* ย่อมมีความผิดพลาดเกิดขึ้นได้; **in one's ~s** *(fig.)* เมา; Ⓑ *(prize, competition)* ถ้วยรางวัล; Ⓒ *(cupful)* ปริมาณหนึ่งถ้วยเต็ม; **a ~ of coffee/tea** กาแฟ/น้ำชาหนึ่งถ้วย; **another ~ of tea** *(fig.)* คนละเรื่องกันไปเลย; **a nasty/nice ~ of tea** *(fig. coll.)* สิ่ง/บุคคลที่ไม่น่ารัก; **it's [not] my ~ of tea** *(fig. coll.)* [ไม่ใช่] สิ่งที่ฉันชอบ/สนใจ; Ⓓ *(flavoured wine etc.)* เหล้าองุ่นที่ปรุงรส; Ⓔ *(Eccl.)* **cider cup** เหล้าแอปเปิ้ลผสมผลไม้; Ⓕ *(fig.: fate, experience)* **his ~ [of happiness/sorrow] was full** เขาเปี่ยมล้นด้วย [ความสุขหรือทุกข์]; **a bitter ~:** ความขมขื่น; Ⓖ *(of brassière)* คัพ *(ท.ศ.)* ยกทรง; **A/B** *etc.* **~:** คัพเอหรือคัพบี ฯลฯ ❷ *v.t.,* **-pp-:** *(take or hold as in ~-shaped)* **~ one's chin in one's hand** เอามือท้าวคาง; **~ water** เอามือวักน้ำ; **~ one's hand to one's ear** เอามือป้องหู

cupboard /ˈkʌbəd/ˈคัพเบิด/ *n.* ตู้ [เก็บของ]

ˈcupboard love *n.* การประจบ; **it's just ~:** เป็นเพียงการประจบ

ˈcupcake /ˈkʌpkeɪk/ˈคัพเคค/ *n.* ขนมเค้กขนาดเท่าถ้วย, ขนมฝรั่ง

Cup ˈFinal *n. (Footb.)* การแข่งขันรอบชิงชนะเลิศ

cupful /ˈkʌpfʊl/ˈคัพฟุล/ *n.* ปริมาณถ้วยเต็ม; **a ~ of water** น้ำหนึ่งถ้วยตวง

Cupid /ˈkjuːpɪd/ˈคิวพิด/ *n. (god)* กามเทพ, เทพเจ้าแห่งความรัก; **~'s bow** ริมฝีปากบนหยักเหมือนคันธนู, ปากรูปกระจับ

cupidity /kjuːˈpɪdɪtɪ/คิวˈพิดดิทิ/ *n.* ความโลภ (**for** สำหรับ)

cupola /ˈkjuːpələ/ˈคิวเพอะเลอะ/ *n.* โดม; *(ceiling of dome)* หลังคารูปโดม

cuppa /ˈkʌpə/ˈคัพเพอะ/ *n. (Brit. coll.)* น้ำชาถ้วยหนึ่ง

ˈcup tie *n.* การแข่งขันฟุตบอลชิงถ้วยรางวัลแบบแพ้คัดออก โดยไม่มีการนับแต้ม

cur /kɜː(r)/เคอ(ร)/ *n. (derog.)* Ⓐ *(dog)* สุนัขดุร้าย; Ⓑ *(fig.: person)* คนโกง, คนฉ้อฉล

curable /ˈkjʊərəbl/ˈคิวเออะเรอะบ'ล/ *adj.* สามารถรักษาได้; **the patient is ~:** คนไข้รายนี้รักษาให้หายได้; **not ~** *(lit. or fig.)* ไม่สามารถรักษาได้, รักษาไม่หาย

curaçao /ˈkjʊərəsəʊ, US -ˈsaʊ/คิวเออะเรอะˈโซ, -ˈเซา/ *n.* เหล้าที่มีรสขมของเปลือกส้ม

curare /kjʊəˈrɑːrɪ/คิวˈราริ/ *n.* ยาพิษที่สกัดจากเปลือกต้นในสกุล *Chondodendron* และ *Strychnos*

curate /ˈkjʊərət/ˈคิวเออะเริท/ *n.* Ⓐ *(Eccl.)* พระผู้ช่วยหัวหน้าบาทหลวง; Ⓑ **sth. is a** *or* **like the ~'s egg** *(fig.)* สิ่งที่มีทั้งข้อดีและข้อเสีย

curative /ˈkjʊərətɪv/ˈคิวเออะเรอะทิว/ *adj.* บำบัดได้, รักษาโรคได้; **be ~:** เป็นสิ่งที่มีผลในการรักษาโรค

curator /kjʊəˈreɪtə(r), US *also* ˈkjuərətər/คิวเออะˈเรเทอะ(ร), ˈคิวเออะเรอะเทอร/ *n.* ➤ **489** Ⓐ *(of museum)* ภัณฑารักษ์; Ⓑ *(person in charge)* เจ้าหน้าที่ดูแลรับผิดชอบ

curb /kɜːb/เคิบ/ ❶ *v.t. (lit. or fig.)* ยับยั้ง, ควบคุม ❷ *n.* Ⓐ *(chain or strap for horse)* สายบังเหียนม้า; **put a ~ on** *(fig.)* ระงับ *(อารมณ์)*; ควบคุม *(ความรู้สึก, การนำเข้า)*; ยับยั้ง *(บุคคล)*

ˈcurd cheese *n.* เนยแข็งชนิดเนื้อนุ่ม

curdle /ˈkɜːdl/ˈเคอด'ล/ *v.t. (lit.)* ทำให้ข้น, ทำให้จับตัวเป็นลิ่ม; **the milk has ~d** น้ำนมจับตัวเป็นลิ่ม; ➡ + **blood-curdling** ❷ *v.t. (lit.)* *(นม, เลือด)* จับตัวเป็นลิ่ม

curds /kɜːdz/เคิดซฺ/ *n. pl.* เนยแข็ง, นุ่ม; **~ and whey** ลิ่มน้ำนมและหางน้ำนม

cure /ˈkjʊə(r)/ˈคิวเออะ(ร)/ ➤ **453** ❶ *n.* Ⓐ *(thing that ~s)* ยา หรือ วิธีการรักษาโรค; *(fig.)* วิธีแก้ *(ปัญหา)*; Ⓑ *(restoration to health)* การรักษาให้หายจากโรค; Ⓒ *(treatment)* การบำบัดรักษา; **take a ~ at a spa** รักษาโดยการแช่น้ำแร่; Ⓓ *(spiritual)* **~ of souls** การเยียวยาทางจิตวิญญาณ ❷ *v.t.* Ⓐ บำบัดรักษา; **~ sb. of a disease** รักษาโรค *ค.น.* จนหาย; Ⓑ *(fig.)* แก้ไข; **he was ~d of his bad habits** เขาถูกดัดนิสัยที่ไม่ดีจนหาย; Ⓒ *(preserve)* ถนอม *(อาหาร)*; รมควัน *(ปลา, เบคอน)*; Ⓓ *(harden)* กระบวนการทำให้แข็งตัว *(ยาง, พลาสติก)*

ˈcure-all *n.* ยาครอบจักรวาล

curfew /ˈkɜːfjuː/ˈเคอฟิว/ *n.* Ⓐ เคอร์ฟิว *(ท.ศ.)* *(การห้ามประชาชนออกจากบ้านหรือชุมนุมกันในยามวิกาล)*; **impose a ~:** ออกกฎเคอร์ฟิว; Ⓑ *(Hist.: bell)* การลั่นระฆังเมื่อถึงเวลาดับไฟตอนเย็น

Curia /ˈkjʊərɪə/ˈคิวเออะเรีย/ *n.* ราชสำนักสันตะปาปา

curio /ˈkjʊərɪəʊ/ˈคิวเออะริโอ/ *n., pl.* **~s** ของสะสมที่แปลกประหลาด

curiosity /kjʊərɪˈɒsɪtɪ/คิวเออะริˈออซิทิ/ *n.* Ⓐ *(desire to know)* ความอยากรู้อยากเห็น (**about** เกี่ยวกับ); *(fig.)* **~ killed the cat** หลายคนเสียหายเพราะความอยากรู้อยากเห็น; Ⓑ *(strange or rare object)* ของแปลกประหลาด; Ⓒ *no pl. (strangeness)* ความแปลกใหม่

curious /ˈkjʊərɪəs/ˈคิวเออะเรียซ/ *adj.* Ⓐ *(inquisitive)* อยากรู้อยากเห็น; *(eager to learn)* สนใจใคร่รู้; **be ~ about sth.** *(eagerly awaiting)*

อยากรู้อยากเห็นเกี่ยวกับ *ส.น.*; **be ~ about sb.** อยากรู้อยากเห็นเกี่ยวกับ *ค.น.*; **be ~ to know sth.** อยากรู้ *ส.น.*; **he was ~ to know what ...:** เขาอยากรู้มากว่า...; Ⓑ *(strange, odd)* แปลก, พิลึก, ชอบกล; **how [very] ~!** ช่างน่าแปลกอะไรเช่นนี้; **~er and ~er** เรื่องมันแปลกขึ้นทุกที

curiously /ˈkjʊərɪəslɪ/ˈคิวเออะเรียซลิ/ *adv.* ➡ **curious:** *(การมอง, การถาม)* อย่างอยากรู้อยากเห็น; *(การประพฤติ, การพูด)* อย่างแปลกประหลาด, ชอบกล; **it was ~ quiet** มันเงียบชอบกล; **~ [enough]** *(as sentence modifier)* ที่น่าแปลกใจ; ที่ชอบกล

curiousness /ˈkjʊərɪəsnɪs/ˈคิวเออะเรียซนิซ/ *n., no pl. (inquisitiveness)* ความอยากรู้อยากเห็น; *(oddness)* ความแปลกประหลาด

curl /kɜ:l/เคิล/ ❶ *n.* Ⓐ *(of hair)* ผมหยิก, ลอนผม; **put one's/sb.'s hair in ~s** ทำผมของตน/*ค.น.* ให้หยิก *หรือ* เป็นลอน; **hair in ~s** ผมเป็นลอน; **hair in tight ~s** ผมเป็นลอนหยิก; Ⓑ *(sth. spiral or curved inwards)* **the ~ of a leaf/wave** ใบไม้หงิกงอ/คลื่นที่งอโค้ง; **a ~ of smoke** ลอนควัน; Ⓒ *(act of curling)* การขดขึ้น; **with a ~ of the lip** ทำปากเชิด *(แสดงอาการดูถูก)*

❷ *v.t.* Ⓐ *(cause to form coils)* ทำให้หยิกขด, ทำให้เป็นลอน; **she ~ed her hair** เธอดัดผมเป็นลอน; Ⓑ *(bend, twist)* ดัด, ม้วน; **the animal ~ed itself into a ball** สัตว์ม้วนตัวแน่นเหมือนลูกบอล; **it's enough to ~ your hair** *(fig.)* มันเป็นเรื่องที่น่ากลัวมาก ๆ

❸ *v.i.* Ⓐ *(grow in coils)* หยักศก, ขดขึ้นมา; **her hair ~s naturally** ผมของเธอหยักศก; *(tightly)* ผมของเธอหยิกมาก; **it's enough to make your hair ~** *(fig.)* เป็นเรื่องที่น่ากลัวมาก; Ⓑ *(move in spiral form) (ถนน)* คดเคี้ยวไปมา; *(แม่น้ำ)* ไหลอย่างคดเคี้ยว; **the smoke ~ed upwards** ควันลอยเป็นขดเกลียวสูงขึ้นไป

~ ˈup ❶ *v.t.* ม้วน, ขด; **~ oneself up** *(coll.: roll into shape of ball)* ม้วนตัว, ขดตัว ❷ *v.i. (coll.: roll into curved shape)* งอตัว, โค้งตัว; *(fig.: writhe with horror)* หดตัวด้วยความกลัว; **he ~ed up on the sofa** เขานอนคุดคู้อยู่บนโซฟา; **she ~ed up with a book** เธอสบายด้วยการอ่านหนังสือ

curler /ˈkɜ:lə(r)/ˈเคอเลอะ(ร)/ *n.* แกนม้วนผม; **in ~s** ม้วนผมอยู่

curlew /ˈkɜ:lju:/ˈเคอลิว/ *n. (Ornith.)* นกน้ำในสกุล *Numenius* ปากยาวงุ้ม ชอบอยู่ตามชายฝั่ง

curlicue /ˈkɜ:lɪkju:/ˈเคอลิคิว/ *n.* เส้นโค้งประดับลายเซ็น

curling /ˈkɜ:lɪŋ/ˈเคอลิง/ *n. (game)* กีฬาที่ใช้หินกลมแบนทอยไปสู่เป้าบนลานน้ำแข็ง

curling: ~-iron *n., (Brit.)* **~-tongs** *n. pl.* คีมม้วนผม; *(electrical appliance)* คีมม้วนผมไฟฟ้า

curly /ˈkɜ:lɪ/ˈเคอลิ/ *adj. (ผม)* ขด, เป็นลอน; *(ใบไม้)* คดงอ; *(ลายมือ)* ที่มีลวดลาย

curly: ~-haired *adj.* มีผมเป็นลอน; **~-head** *n.* ผมเป็นลอน; **~-headed** ➡ **~-haired**

currant /ˈkʌrənt/ˈเคอเรินทฺ/ *n.* Ⓐ *(dried fruit)* ลูกเกด; Ⓑ *(plant)* ไม้พุ่มในสกุล *Ribes* ซึ่งมีลูกเล็กสีดำ ขาวหรือแดง; ➡ **+ black currant; flowering; redcurrant**

currency /ˈkʌrənsɪ/ˈเคอเรินซิ/ *n.* Ⓐ ➤ 572 *(money)* เงินตรา, สกุลเงิน; *(circulation)* ที่มีการใช้อยู่; **foreign currencies** เงินตราต่างประเทศ; **withdraw from ~:** ถอน *(เงิน)* จากการใช้; Ⓑ *(other commodity)* สิ่งที่ใช้ในการแลกเปลี่ยนแทนเงินได้; Ⓒ *(prevalence) (of word, idea, story, rumour)* การแพร่หลาย, การกระจาย; **gain wide ~:** แพร่ไปอย่างกว้างขวาง; **give ~ to a rumour** ทำให้ข่าวลือแพร่ออกไป

currency devaluation *n.* การลดค่าเงิน

current /ˈkʌrənt/ˈเคอเรินทฺ/ ❶ *adj.* Ⓐ *(in general circulation or use) (คำศัพท์, เงินตรา)* ใช้อยู่; *(ข่าว)* แพร่หลาย; *(ทฤษฎี)* เป็นที่ยอมรับโดยทั่วไป; **these coins are no longer ~:** เหรียญเหล่านี้ไม่ใช้กันแล้ว; Ⓑ *(belonging to the present time)* ปัจจุบัน; **in the ~ year** ในปีปัจจุบัน; **~ issue/edition** ฉบับปัจจุบัน; **~ affairs** เหตุการณ์ทางการเมืองที่สำคัญในปัจจุบัน

❷ *n.* Ⓐ *(of water, air)* กระแส; **air/ocean ~:** กระแสอากาศ/น้ำในมหาสมุทร; **swim against/with the ~:** ว่ายทวน/ตามกระแสน้ำ; **upward/downward ~ of air** กระแสขึ้น/ลงของอากาศ; Ⓑ *(Electr.)* กระแสไฟ; Ⓒ *(running stream)* ธารน้ำไหล; Ⓓ *(tendency of events, opinions, etc.)* กระแส; **the ~ of public opinion** กระแสความคิดเห็นของสาธารณชน; **go against/with the ~** ขัด/เป็นไปตามกระแส

ˈcurrent account *n.* บัญชีกระแสรายวัน

currently /ˈkʌrəntlɪ/ˈเคอเรินทฺลิ/ *adv.* ปัจจุบัน, ขณะนี้; **he is ~ writing a book** เขากำลังเขียนหนังสืออยู่; **it is ~ thought** *or* **believed that ...:** ปัจจุบันเชื่อกันว่า...

curriculum /kəˈrɪkjʊləm/เคอะˈริคิวเลิม/ *n., pl.* **curricula** /kəˈrɪkjʊlə/เคอะˈริคิวเลอะ/ หลักสูตรการเรียนการสอน; **be on the ~:** อยู่ในหลักสูตร

curriculum vitae /kərɪkjʊləm ˈvi:taɪ/เคอะริคิวเลิม ˈวีทาย/ *n.* ซี.วี. *(ท.ศ.) (ประวัติส่วนตัวในแง่ด้านการศึกษาและประสบการณ์การทำงาน)*

[1]curry /ˈkʌrɪ/ˈเคอริ/ *(Cookery)* ❶ *n.* แกงกะหรี่, แกงกะทิชนิดต่าง ๆ ❷ *v.t.* ปรุงแกงกะหรี่, ปรุงแกงกะทิ

[2]curry *v.t.* Ⓐ แปรงขน *(ม้า)*; Ⓑ บำบัดหนังให้ทนทานขึ้น; Ⓒ **~ favour [with sb.]** ยกยอปอปั้น [*ค.น.*]

curry: ~-comb *n.* แปรงสำหรับแปรงขนม้า; **~ powder** *n.* ผงกะหรี่

curse /kɜ:s/เคิซ/ ❶ *n.* Ⓐ คำสบถ, คำสาปแช่ง; **be under a ~:** ตกอยู่ใต้คำสาปแช่ง; **put a ~ on sb./sth.** สาป [แช่ง] *ค.น./ส.น.*; **the witch put a ~ on him** แม่มดสาปเขา; **call down ~s [from Heaven] upon sb.** ขอให้พระเจ้าสาปแช่ง *ค.น.*; Ⓑ *(profane oath)* การด่า, การใช้ความหยาบ; **bawl ~s at sb.** ตะโกนด่า *ค.น.*; **a thousand ~s on this old car** *(joc.)* ให้ตายซิ ไอ้รถเก่าคันนี้ใช้ไม่ได้เลย; **~s! he's diddled me again** *(joc. coll.)* ให้ตายสิ เขาโกงฉันอีกแล้ว; Ⓒ *(great evil)* ความชั่วร้าย, ความหายนะ, ภัยพิบัติ; Ⓓ *(coll.: menstruation)* **the ~:** ประจำเดือน ❷ *v.t.* Ⓐ *(utter ~ against)* สบถ, สาปแช่ง; Ⓑ *(as oath)* ด่า, สาบาน; **~ it/you!** ให้ตายสิ; Ⓒ *(afflict)* ทำให้ลำบาก; **~d with poverty** ลำบากเพราะความยากจน ❸ *v.i.* แช่ง ด่า; **he started cursing and swearing** เขาเริ่มแช่งด่าและสบถ

cursed /ˈkɜ:sɪd, US ˈkɜ:st/ˈเคอซิด, ˈเคิซทฺ/ *adj.* Ⓐ *(under a curse)* ซึ่งถูกสาปแช่ง; Ⓑ *(damnable)* น่ารังเกียจ; **this work is ~** งานชิ้นนี้น่ารังเกียจ

cursive /ˈkɜ:sɪv/ˈเคอซิว/ *adj.* ติดต่อกัน; **~ writing** ลายมือที่เขียนติดต่อกัน

cursor /ˈkɜ:sə(r)/ˈเคอเซอะ(ร)/ *n. (on screen)* เครื่องหมายชี้ตำแหน่ง, เคอร์เซอร์ *(ท.ศ.)*

cursorily /ˈkɜ:sərəlɪ/ˈเคอเซอะเรอะลิ/ *adv.* อย่างคร่าว ๆ; *(ตรวจสอบ)* อย่างเร่งรีบ

cursory /ˈkɜ:sərɪ/ˈเคอเซอะริ/ *adj. (การมอง)* คร่าว ๆ; *(การตรวจสอบ)* เร่งรีบ

curt /kɜ:t/เคิท/ *adj. (discourteously brief) (จดหมาย)* สั้นและห้วน; *(บุคคล)* ที่ไม่สุภาพ; **he gave a ~ nod and left** เขาพยักหน้าอย่างห้วน ๆ และจากไป

curtail /kɜ:ˈteɪl/เคอะˈเทล/ *v.t.* ลด *(ค่าใช้จ่าย)*; ตัดทอน *(อำนาจ)*; ตัดให้สั้นลง *(เวลาหยุดเที่ยว)*

curtailment /kɜ:ˈteɪlmənt/เคอะˈเทลเมินทฺ/ *n.* การลด, การตัดทอน

curtain /ˈkɜ:tən/ˈเคอเทิน/ ❶ *n.* Ⓐ ม่าน; **draw** *or* **pull the ~s** *(open)* เปิดม่าน; *(close)* ปิดม่าน; **draw** *or* **pull back the ~s** เปิดม่าน; *(close)* ปิดม่าน; Ⓑ *(fig.)* **a ~ of fog/mist** ม่านหมอก; **a ~ smoke/flames/rain** ม่านควัน/เปลวไฟ/ฝน; **a ~ of rain swept over the valley** ม่านฝนปกคลุมไปทั่วหุบเขา; Ⓒ *(Theatre)* ม่าน; *(end of play)* การสิ้นสุดการแสดง; **after the final ~, we went backstage** หลังจากจบการแสดงแล้วเราไปที่หลังเวที; *(rise of ~ at start of play)* เปิดม่านการแสดงฉากแรก; *(fall of ~ at end of scene)* ปิดม่านจบการแสดงฉากสุดท้าย; **the ~ rises/falls** การเปิด/ปิดม่าน; Ⓓ ➡ **curtain call**; Ⓔ ➡ **Iron Curtain**; Ⓕ *in pl. (coll.: the end)* การจบ, การสิ้นสุด; **that's ~s for him** นั่นเป็นจุดจบสำหรับเขา; ➡ **+ safety curtain**

❷ *v.t.* **~ a window** ติดม่านหน้าต่าง; **~ off** กั้นด้วยม่าน

curtain: ~ call *n.* การปรากฏตัวหน้าเวทีเพื่อรับการปรบมือ; **get/take a ~ call** *(ผู้แสดง)* ปรากฏตัวหน้าเวทีเพื่อรับการปรบมือจากผู้ชม; **~ hook** *n.* ตะขอแขวนม่าน; **~ lecture** *n.* การที่ภรรยานินทาสามีเมื่ออยู่กันส่วนตัว; **~ rail** *n.* ราวม่าน; **~-raiser** *n.* การแสดงโหมโรง, การออกแขก; *(fig.)* สิ่งริเริ่มก่อนลงมืออย่างจริงจัง; **~ ring** *n.* ห่วงม่าน; **~ rod** *n.* คันชักม่าน; **~ runner** *n.* ที่เลื่อนม่าน; **~ track** *n.* รางรูดม่าน

curtly /ˈkɜ:tlɪ/ˈเคิทลิ/ *adv. (ตอบคำถาม)* อย่างสั้น; *(พูด)* อย่างห้วน, อย่างไม่สุภาพ

curtsy (**curtsey**) /ˈkɜ:tsɪ/ˈเคิทซิ/ ❶ *n.* การถอนสายบัว; **make** *or* **drop a ~ to sb.** ถอนสายบัวให้ *ค.น.* ❷ *v.i.* **~ to sb.** ถอนสายบัวให้ *ค.น.*

curvaceous /kɜ:ˈveɪʃəs/เคอˈเวเชิซ/ *adj. (coll.)* ซึ่งมีส่วนโค้งส่วนเว้า; **a ~ figure** รูปร่างซึ่งมีส่วนโค้งส่วนเว้า

curvature /ˈkɜ:vətʃə(r), US -tʃʊər/ˈเคอเวอะเฉอะ(ร), -ฉัวร/ *n.* ความโค้ง, การเลี้ยวโค้ง; **~ of the spine** ความโค้งของกระดูกสันหลัง

curve /kɜ:v/เคิว/ ❶ *v.t.* ดัดเป็นรูปโค้ง ❷ *v.i. (แม่น้ำ)* ไหลเป็นโค้ง; **the road ~s round the town** ถนนโค้งรอบเมือง ❸ *n.* Ⓐ โค้ง; Ⓑ *(surface; ~d form or things) (of vase, figure)* รูปโค้ง, เส้นโค้ง; **there's a ~ in the road/river** มีทางโค้งบนถนน/มีคุ้งแม่น้ำ *หรือ* ถนน/แม่น้ำโค้งไป

curved /kɜ:vd/เคิวดฺ/ *adj.* เป็นรูปโค้ง; **a knife with a ~ blade** มีดซึ่งมีใบมีดโค้ง

cushion /ˈkʊʃn/ˈคุชʼน/ ❶ *n.* Ⓐ เบาะ, นวม; Ⓑ *(for protection)* สิ่งป้องกัน; Ⓒ *(of billiard table)* ชิ่ง; Ⓓ *(of hovercraft)* หมอนอากาศ ❷ *v.t.* Ⓐ ทำเบาะเก้าอี้; **~ sb. against sth.** *(fig.)* ป้องกัน *ค.น.* จาก *ส.น.*; **~ed seats** ที่นั่งมีเบาะรอง; Ⓑ *(absorb)* ป้องกัน *(การกระแทก, การชน)*

cushy /ˈkʊʃɪ/ˈคุชิ/ *adj. (coll.)* สุขสบาย, ง่ายดาย; **a ~ job** *or* **number** งาน *หรือ* สถานการณ์ที่สุขสบายในชีวิต

cusp /kʌsp/คัซพฺ/ *n.* Ⓐ *(Math.)* ปลายแหลมที่เส้นโค้ง 2 เส้นตัดกัน; Ⓑ ช่วงต่อของราศี 2 ราศี

C

C

cuss /kʌs/คัซ/ *(coll.)* ❶ *n.* Ⓐ *(curse)* คำสบถ, คำสาปแช่ง, คำสาบาน; **sb. does not give** *or* **care a ~:** *ค.น.* ไม่สนใจแม้แต่นิด; **he/it is not worth a tinker's ~:** เขา/มันไม่น่าสนใจเลย; Ⓑ *(usu. derog.: person)* หมอนี่, ยายนี่ ❷ *v.i.* สบถ ❸ *v.t.* ด่า, สาปแช่ง

cussed /ˈkʌsɪd/ˈคัซซิด/ *adj. (coll.)* Ⓐ *(perverve, obstinate)* ดื้อดึง, หัวแข็ง, ขวางโลก; Ⓑ *(cursed)* ซึ่งถูกสาปแช่ง

cussedness /ˈkʌsɪdnɪs/ˈคัซซิดนิซ/ *n., no pl.* ความดื้อดึง; **from sheer ~:** ด้วยความดื้อดึงแท้ ๆ

ˈcuss word *n. (Amer.)* คำสบถ, คำด่าทอ

custard /ˈkʌstəd/ˈคัซเติด/ *n.* Ⓐ **~ [pudding]** ขนมคัสตาร์ด *(ท.ศ.) ทำจากนม ไข่ และน้ำตาล;* Ⓑ *(sauce)* ซอสราดขนม ทำจากแป้งข้าวโพดผสมนมและน้ำตาล

custard: ~ apple *n.* น้อยหน่า; **~ ˈpie** *n. (pie)* ขนมพายคัสตาร์ด; *(in comedy)* พายครีมที่โปใส่หน้าตัวตลก; **~ pie comedy** การแสดงตลกแนวเจ็บตัว; **~ powder** *n.* ผงคัสตาร์ด

custodial /kʌsˈtəʊdɪəl/เคิซˈโตเดียล/ *adj.* **~ sentence** การตัดสินลงโทษจำคุก

custodian /kʌsˈtəʊdɪən/เคิซˈโตเดียน/ *n.* ➤ **489** *(of public building) (of prisoner)* ผู้อารักขา, ผู้ดูแล, พัศดี, ผู้พิทักษ์ทรัพย์; *(of park, museum)* ผู้ดูแล; *(of valuables, traditions, culture, place)* ผู้อารักขา; *(of child)* ผู้ดูแลเด็ก

custody /ˈkʌstədɪ/ˈคัซเตอะดิ/ *n.* Ⓐ *(guardianship, care)* การอารักขา, การดูแล, การปกครอง; **be in the ~ of sb.** อยู่ในความอารักขาของ *ค.น.;* **put** *or* **place sb./sth. in sb.'s ~:** ให้ *ค.น./ส.น.* อยู่ในความปกครองของ *ค.น.;* **the child is in the ~ of his uncle** เด็กคนนี้อยู่ในความปกครองของลุง; **in safe ~:** ในที่ปลอดภัย *หรือ* ในการปกครองที่มั่นคง; **the mother was given** *or* **awarded [the] ~ of the children** แม่ได้รับสิทธิในการเป็นผู้ปกครองของลูก; Ⓑ *(imprisonment)* **[be] in ~:** ถูกคุมขัง, ถูกจำคุก; **take sb. into ~:** จับกุม *ค.น.*

custom /ˈkʌstəm/ˈคัซเติม/ *n.* Ⓐ ธรรมเนียม, จารีตประเพณี; **it was his ~ to smoke a cigar after dinner** เขาต้องสูบซิการ์หลังอาหารเย็นเป็นกิจวัตร; Ⓑ *in pl. (duty on imports)* พิกัดอัตราภาษีอากร; **[the] C~s** *(government department)* กรมศุลกากร; Ⓒ *(Law)* ธรรมเนียมปฏิบัติที่มีผลบังคับทางกฎหมาย; Ⓓ *(business patronage, regular dealings)* การสนับสนุน *(โรงแรม, ร้านค้า),* การซื้อขายกันเป็นประจำ; **I shall withdraw my ~ from that shop** ฉันจะเลิกสนับสนุนร้านนั้น; **we should like to have your ~:** เราอยากจะได้คุณเป็นลูกค้า; Ⓔ *(regular customers)* ลูกค้าประจำ

customarily /ˈkʌstəmərɪlɪ, US kʌstəˈmerɪlɪ/ˈคัซเตอะเมอะริลิ/ *adv.* ตามธรรมเนียม, โดยปกติ

customary /ˈkʌstəmərɪ, US -merɪ/ˈคัซเตอะเมอะริ, -เมะริ/ *adj.* Ⓐ เป็นธรรมเนียม, เป็นเรื่องปกติ; Ⓑ *(Law)* กฎประเพณีนิยม; **~ law** กฎหมายจารีตประเพณี *(ร.บ.)*

custom: ~-built *adj.* ตามสั่ง [ของลูกค้า]; **~-built clothes** *(Amer.)* เสื้อผ้าตัดตามสั่ง; **~ clothes** *n. (Amer.)* เสื้อผ้าตัดตามสั่ง

customer /ˈkʌstəmə(r)/ˈคัซเตอะเมอะ(ร)/ *n.* Ⓐ ลูกค้า, ผู้ชม, สมาชิก; *(of restaurant)* ลูกค้า; *(of theatre)* ผู้ชม; *(of library)* ผู้ใช้, สมาชิก; Ⓑ *(coll.: person)* คน; **a queer/an awkward ~:** คนประหลาด/คนที่สัมพันธ์ด้วยลำบาก

ˈcustom house *n.* ด่านศุลกากร

customize (customise) /ˈkʌstəmaɪz/ˈคัซเตอะมายซ/ *v.t.* สั่งทำ; *(alter)* แก้ไขตามสั่ง

ˈcustom-made *adj.* ซึ่งสั่งทำพิเศษ *(เสื้อผ้า)*

customs: ~ clearance *n.* การนำสินค้าผ่านด่านศุลกากร; **get ~ clearance for sth.** นำ *ส.น.* ผ่านด่านศุลกากร; **~ declaration** *n.* การแจ้งรายการสินค้าเพื่อจ่ายภาษี; **~ duty** *n.* ภาษีศุลกากร, อากรศุลกากร *(ร.บ.);* **~ inspection** *n.* การตรวจสอบทางศุลกากร; **~ officer** *n.* ➤ **489** เจ้าหน้าที่ศุลกากร; **~ union** *n.* สหภาพศุลกากร *(ร.บ.)*

cut /kʌt/คัท/ ❶ *v.t.,* **-tt-, ~:** Ⓐ *(penetrate, wound)* บาด, ปาด, ฟัน, เชือด; **~ one's finger/leg** บาดนิ้ว/ขาของตน; **he ~ himself on broken glass** เขาโดนเศษแก้วบาด; **he ~ his head open** เขาทำศีรษะแตก; **the icy blasts that ~ one to the marrow** *(fig.)* ลมพัดกรรโชกหนาวเหน็บเข้าไปถึงกระดูก; **the remark ~ him to the quick** *(fig.)* คำพูดนั้นบาดความรู้สึกของเขา; Ⓑ *(divide) (with knife)* ตัด *(เชือก);* หั่น *(ขนมปัง); (with axe)* จาม, เฉาะ, ฟันไม้; **~ sth. in half/two/three** ตัด/ผ่า *ส.น.* แบ่งครึ่ง/แบ่งสอง/แบ่งสาม; **~ sth. [in]to pieces** ตัด/หั่น *ส.น.* เป็นชิ้น ๆ; **~ one's ties** *or* **links** ตัดสัมพันธ์, ตัดไมตรี; **~ no ice with sb.** *(fig. coll.)* ไม่ทำให้ *ค.น.* ประทับใจ; ไม่ประสบความสำเร็จกับ *ค.น.;* **~ the knot** *(fig.)* ใช้วิธีการที่เฉียบขาดแก้ปัญหา; Ⓒ *(detach, reduce)* ตัดออก, ตัด *(หญ้า, ต้นไม้); ~ (p.p.)* **flowers** ดอกไม้ที่ตัดแล้ว; **~ one's nails** ตัดเล็บ; Ⓓ *(shape, fashion)* ตัด *(ผ้า);* เจียระไน *(แก้ว);* เจาะ *(อุโมงค์);* **~ a key** ทำกุญแจ; **~ figures in wood/stone** แกะสลักรูปคนจากไม้/หิน; **~ a record** อัดแผ่นเสียง; Ⓔ *(meet and cross) (ถนน, ทางรถไฟ)* ตัดกัน; **the two lines ~ one another at right angles** เส้นตรงสองเส้นตัดกันเป็นมุมขวา; Ⓕ *(fig.: renounce, refuse to recognize)* ทำเป็นจำไม่ได้; **~ sb. dead** ทำเป็นจำ *ค.น.* ไม่ได้; Ⓖ *(carve)* หั่นเป็นแว่น *(เนื้อ); ~ (p.p.)* **loaf** *(Brit. dated)* ขนมปังที่หั่นแล้ว; Ⓗ *(reduce)* ลด *(ราคา, การผลิต);* ตัดทอน; *(cease, stop)* เลิก *(การส่งของ);* หยุดตัด *(กระแสไฟ);* **these scenes were ~ by the censor** กรรมการเซ็นเซอร์ตัดฉากเหล่านี้ออก; Ⓘ ➡ **figure** 1 D; Ⓙ *(absent oneself from)* ละเลิก; Ⓚ **~ a loss** ลดการขาดทุน; **~ one's losses** ยกเลิก *ส.น.* ก่อนที่จะก่อการเสียหายมาก; Ⓛ **~ sth. short** *(lit. or fig.: interrupt, terminate)* ตัดบท *ส.น.;* ทำให้สิ้นสุดก่อนเวลา; **the war ~ short his career** สงครามตัดโอกาสในการงานของเขา; **~ sb. short** ตัดบท *ค.น.;* **to ~ a long story short** เพื่อตัดบทให้สั้นลง; Ⓜ *(Cards)* ตัดไพ่; **~ the pack [of cards]** ตัดไพ่; Ⓝ **~ a tooth** มีฟันขึ้นใหม่; **~ one's teeth on sth.** *(fig.)* เริ่มมีทักษะหรือประสบการณ์เกี่ยวกับ *ส.น.;* Ⓞ **be ~ and dried** เคร่งครัด, ยึดมั่น, เด็ดขาด; **her opinions are ~ and dried** เธอยึดมั่นกับความคิดเห็นของเธอ; Ⓟ *(Cricket, Tennis)* ตัดลูก; Ⓠ *(Cinemat.)* ตัดต่อฟิล์มภาพยนตร์; Ⓡ **half ~** *(coll.)* เมา; ➡ **+ cloth** A; **corner** 1 A; **eye tooth**; **²fine** 1 G; Ⓢ *(Computing)* **~ and paste** ตัด *(ข้อความ)* และแปะลงไปใหม่

❷ *v.i.,* **-tt-, ~:** Ⓐ *(มีด, กรรไกร)* ตัด; *(ดาบ)* ฟัน; **~ into a cake** ตัดขนมเค้ก; **~ both ways** *(fig.)* เป็นดาบสองคม; Ⓑ *(cross, intersect)* ตัดกัน; Ⓒ *(pass)* **~ through** *or* **across the field/park** ตัดผ่าน/ตัดข้ามทุ่ง/สวนสาธารณะ; **~ across sth.** *(fig.)* ตัดข้าม *ส.น.* ไป, เดินทางลัด; Ⓓ *(Cinemat.) (stop the cameras)* ตัด; *(go quickly to another shot)* ตัดภาพไป (to ยัง); **the scene ~s from the shop to the street** ฉากนี้ตัดภาพจากร้านมาที่ถนน; **the film director cried '~!'** ผู้กำกับภาพยนตร์ร้องขึ้นว่า 'ตัด!'; Ⓔ *(coll.: run)* **~ along** วิ่งจากไป; **~ and run** วิ่งหนีทันควัน; ➡ **+ loose** 1 A

❸ *n.* Ⓐ *(act of cutting)* การตัด; Ⓑ *(stroke, blow) (with knife, sword)* การฟัน; *(with whip)* การเฆี่ยน, การใช้แส้เฆี่ยน; *(injury)* บาดแผล; **the ~ and thrust of politics** *(fig.)* ความดุเดือดของวงการการเมือง; **the ~ and thrust of debate** *(fig.)* ความเผ็ดร้อนของการถกเถียง; Ⓒ *(reduction) (in wages, in services)* การตัดแรงงาน; *(in expenditure, budget)* การตัดตอน; *(in prices, production, output)* การลด; *(in time, working hours, holiday, etc.)* การลดให้สั้นลง; *(in quality)* การลด; **make the ~** *(Sport, esp. Golf)* เข้าการแข่งขันได้; Ⓓ *(wounding act or utterance)* การทิ่มแทง; **the unkindest ~ of all** การทิ่มแทงที่เจ็บแสบที่สุด; Ⓔ *(of meat)* เนื้อสัตว์ที่แล่เป็นชิ้น ๆ; **a lean ~ of pork** เนื้อหมูที่ติดมันน้อย; Ⓕ ➡ **wood~**; Ⓖ *(coll.: commission, share)* ค่านายหน้า, ส่วนแบ่ง; Ⓗ *(way thing is ~) (of gem)* รูปแบบเจียระไน; *(of hair: style)* ทรงผม; *(of clothes)* แบบเสื้อผ้า; **be a ~ above [the rest]** ดีกว่า, เหนือกว่า [สิ่งอื่น ๆ]; Ⓘ *(in play, book, etc.)* การตัดทอน; *(in film)* การตัดฟิล์มภาพยนตร์; **make ~s** ทำการตัดทอน/ตัดต่อ; Ⓙ *(channel made for river)* คลองตัด; ➡ **+ ˈjib** A; **short ~**

~ ˈaway *v.t.* ➡ **~ off** A

~ ˈback ❶ *v.t.* Ⓐ *(reduce)* ลด *(การผลิต, การลงทุน);* Ⓑ *(prune)* เล็ม, ตัดแต่ง ❷ *v.i.* Ⓐ *(reduce)* **~ back on sth.** ใช้ *ส.น.* น้อยลง; Ⓑ *(Cinemat.)* ตัดกลับไปที่ภาพก่อน; ➡ **+ ~-back**

~ ˈdown ❶ *v.t.* Ⓐ *(fell)* โค่น *(ต้นไม้);* Ⓑ *(kill)* ฆ่า; **~ sb. down with a sword** ฆ่า *ค.น.* ด้วยดาบ; Ⓒ *(reduce)* ตัดให้สั้นลง; **~ an article down** ตัดบทความให้สั้นลง; **~ sb. down to size** *(fig.)* ลดความหยิ่งยโสของ *ค.น.* ❷ *v.i. (reduce)* **~ down on sth.** ใช้/ทำ *ส.น.* ให้น้อยลง; **~ down on tobacco** ลดการสูบบุหรี่; **~ down on clothes** ลดการซื้อ/ตัดเสื้อผ้า

~ ˈin ❶ *v.i.* Ⓐ *(come in abruptly, interpose)* ขัดจังหวะ, เข้ามาอย่างกะทันหัน, สอดแทรก; **~ in on sb./sth.** ขัดจังหวะ *ค.น./ส.น.;* Ⓑ *(after overtaking)* ปาดหน้า; **~ in in front of sb.** ปาดหน้า *ค.น.;* Ⓒ *(take dance partner from another)* **~ in [on sb.]** เข้าแย่งคู่เต้น [จาก *ค.น.*]; Ⓓ *(switch itself on) (เครื่องยนต์)* ติดเครื่องเอง, เปิด ❷ *v.t. (give share of profit to)* ให้ส่วนแบ่งผลกำไร

~ ˈoff *v.t.* Ⓐ *(remove by ~ting)* ตัดออก; *(with axe)* ฟันออก; Ⓑ *(interrupt, make unavailable)* ตัด *(เสบียง, ไฟฟ้า, สายโทรศัพท์);* Ⓒ *(isolate)* ตัดขาด; **be ~ off by the snow/tide** ถูกตัดขาดโดยหิมะ/กระแสน้ำ; Ⓓ *(prevent, block)* ปิดทาง; **their retreat was ~ off** พวกเขาถูกปิดทางไม่ให้ถอยหนี; Ⓔ *(exclude from contact with others)* **~ sb. off [from] friends/the outside world** กันไม่ให้ *ค.น.* ติดต่อกับเพื่อนฝูง/โลกภายนอก; **~ oneself off** เก็บตัวเองห่างจากโลกภายนอก *หรือ* ไม่ติดต่อกับใคร; Ⓕ *(disinherit)* ตัดออกจากพินัยกรรม; **~ sb. off with a shilling** ตัดสิทธิการรับมรดกของ *ค.น.;* ➡ **+ ~-off**

~ **'out** ❶ *v.i.* Ⓐ *(remove by cutting)* ตัดออก; **~ sth. out of sth.** ตัด *ส.น.* ออกจาก *ส.น.;* Ⓑ *(omit)* ตัดทิ้ง, ข้ามไป; Ⓒ *(stop doing or using)* เลิกกระทำ *หรือ* เลิกใช้; **~ out cigarettes/ alcohol/drugs** เลิกบุหรี่/เหล้า/ยาเสพติด; **~ it** *or* **that out** *(coll.)* หยุดพูด, พอแล้ว; Ⓓ *(defeat)* ทำให้พ่ายแพ้ *(ศัตรู, คู่แข่ง);* Ⓔ *(shape)* ตัดให้เป็นรูป, ตัดตามแบบ *(ผ้า, กระดาษ);* Ⓕ *(disconnect electrically)* ตัด *(กระแสไฟฟ้า);* ดับ *(เครื่อง);* Ⓖ *(make suitable)* **be ~ out for sth.** เหมาะสมสำหรับ *ส.น.;* **he was not ~ out to be a teacher** เขาไม่เหมาะที่จะเป็นครู; **Peter and Susan seem to be ~ out for each other** ปีเตอร์และซูซานดูจะเป็นคู่ที่เหมาะสมกัน ❷ *v.i. (cease functioning) (เครื่องยนต์)* เสีย; *(เครื่องมือ)* ใช้การไม่ได้; ➡ + **~-out**

~ **'up** ❶ *v.t.* Ⓐ *(~ in pieces)* หั่นชิ้นเล็กชิ้นน้อย; *(chop)* สับ; Ⓑ *(injure)* ทำให้บาดเจ็บ; *(fig.: criticize)* วิพากษ์วิจารณ์เจ็บแสบ; *(fig.: criticize)* วิพากษ์วิจารณ์; **~ up the enemy** ทำลายศัตรู; **be ~ up about sth.** *(fig.)* เศร้าโศกเสียใจเกี่ยวกับ *ส.น.* ❷ *v.i.* **~ up rough** *(show anger or resentment)* แสดงความโกรธ

cutaneous /kju:'teɪnɪəs/คิว'เทเนียซ/ *adj.* เกี่ยวกับผิวหนัง

cut: ~away *adj. (แบบแปลน)* ซึ่งผ่าหน้า, ซึ่งผ่าข้าง; **~away model** แบบที่ผ่าให้เห็นข้างใน; **~-back** *n. (reduction)* การลด, การตัดทอน; *(Cinemat.)* การตัด

cute /kju:t/คิวทฺ/ *adj. (coll.)* Ⓐ *(attractive)* น่ารัก; Ⓑ *(shrewd)* ฉลาดหลักแหลม; *(ingenious)* ช่างคิด; *(บุคคล)* มีอุบาย

cut 'glass *n.* แก้วเจียระไน

'cut-glass *adj.* เป็นแก้วเจียระไน

cuticle /'kju:tɪkl/'คิวทิค'ล/ *n. (of nail)* ผิวหนังตรงฐานเล็บมือ

'cuticle remover *n.* สารขจัดผิวหนังตรงฐานเล็บ

cutie /'kju:tɪ/'คิวทิ/ *n. (coll.)* Ⓐ *(woman)* สาวน้อยน่ารัก; Ⓑ *(usu. joc.: man)* ชายหนุ่ม

cutlass /'kʌtləs/'คัทเลิซ/ *n.* Ⓐ *(Hist.)* ดาบสั้นโค้งของกะลาสีเรือ; Ⓑ ➡ **machete**

cutler /'kʌtlə(r)/'คัทเลอะ(ร)/ *n.* ➤ **489** ช่างทำและเหลามีด; พ่อค้าขายมีด

cutlery /'kʌtlərɪ/'คัทเลอะริ/ *n.* ช้อนส้อมและมีด

cutlet /'kʌtlɪt/'คัทลิท/ *n.* Ⓐ *(of mutton or lamb)* เนื้อแกะหรือเนื้อลูกแกะตรงสันคอ; Ⓑ **veal ~:** เนื้อลูกวัวหั่นชิ้นเล็ก ๆ; Ⓒ *(minced meat etc. in shape of ~)* เนื้อบดปรุงรสทำเป็นก้อนเล็ก ๆ; **nut/cheese/potato ~:** ถั่ว/เนยแข็ง/มันฝรั่งปั้นเป็นก้อนเล็ก ๆ

cut: ~-off *n.* Ⓐ ขีดจำกัด, จุดตัด; **~-off point** จุดสิ้นสุด; Ⓑ *as tech. term* อุปกรณ์ตัด *(กระแสน้ำ, กระแสไฟฟ้า ฯลฯ);* **~-out** *n. (Electr.)* เครื่องสับวงจรไฟฟ้า; *(figure ~ out of material)* รูป/แบบที่ตัดออกมา; **~-out box** *(Amer.)* ➡ **fuse box; ~-price** *adj.* ลดราคา; **~-price goods** สินค้าลดราคา; **~-price offer** การเสนอลดราคา; **~-rate** *adj.* ลดราคา

cutter /'kʌtə(r)/'คัทเทอะ(ร)/ *n.* Ⓐ *(person) (of cloth)* ช่างตัดเสื้อ; **a tailor's cutter** ช่างตัดเสื้อประจำร้าน; *(of stones)* ช่างสลัก; *(of glass, gems)* ช่างเจียระไน; *(of films)* ช่างตัดต่อ; Ⓑ *(machine)* คัตเตอร์ *(ท.ศ.)*, มีดตัด; *(rotary cutting tool)* เครื่องตัดที่เป็นจักร; *(cutting stylus)* เหล็กจาร; Ⓒ *(Naut.)* เรือบด

'cutthroat ❶ *n.* Ⓐ มือมีด; *(murderer)* ฆาตกร; Ⓑ *(Amer.: trout)* ปลาเทราต์ *Salmon clark* มีเส้นแดง ๆ ใต้คาง ❷ *adj.* Ⓐ *(การแข่งขัน)* ดุเดือด, รุนแรง, ห้ำหั่นกัน; Ⓑ **~ razor** มีดโกนแบบใบมีดยาวมีด้ามจับ

cutting /'kʌtɪŋ/'คัททิง/ ❶ *adj. (การพูด, การวิจารณ์)* เจ็บแสบ; *(ลม)* รุนแรง; *(การวิจารณ์)* ที่เสียดสี; **~ edge** คมมีด; **~ tool** เครื่องมือตัด ❷ *n.* Ⓐ *(esp. Brit.: from newspaper)* ข่าวที่ตัดจากหนังสือพิมพ์; Ⓑ *(esp. Brit.: excavation for railway, road etc.)* ทางตัดภูเขา, ทางที่ขุดออก; Ⓒ *(of plant)* กิ่งชำ, กิ่งตอน

'cutting edge *n.* **be at the ~ of technology** อยู่ตรงแนวหน้าของเทคโนโลยี; **be at the ~ of fashion** นำหน้าในวงการแฟชั่น

cutting room *n.* ห้องตัดต่อภาพยนตร์

cuttle[fish] /'kʌtlfɪʃ/'คัท'ลฟิช/ *n.* หมึกกระดอง

c.v. *abbr.* **curriculum vitae** ซี.วี

c.w.o. *abbr.* **cash with order** สั่งซื้อด้วยเงินสด

cwt. *abbr.* **hundredweight** 112 ปอนด์

cyan /'saɪən/'ซายเอิน/ ❶ *adj.* สีฟ้าอมเขียว ❷ *n.* สีฟ้าอมเขียว

cyanide /'saɪənaɪd/'ไซเออะนายดฺ/ *n.* สารไซยาไนด์ *(ท.ศ.) (ซึ่งเป็นเกลือของกรดไฮโดรไซยานิก)*

cyanogen /saɪ'ænədʒən/ไซ'แอเนอะจ'น/ *n. (Chem.)* ก๊าซพิษไร้สีชนิดหนึ่ง ใช้ในการเตรียมปุ๋ยอินทรีย์

cybernetics /saɪbə'netɪks/ไซเบอะ'เน็ททิคซฺ/ *n., no pl.* ศาสตร์ว่าด้วยการติดต่อสื่อสารและระบบควบคุมอัตโนมัติของเครื่องจักรและสิ่งมีชีวิต

cyber: ~sex /'saɪbəseks/'ไซเบอะเซ็คซฺ/ *n., no pl., no art.* การร่วมเพศเทียมทางคอมพิวเตอร์; **~space** /'saɪbəspeɪs/'ไซเบอะซเปซ/ *n., no pl., no art.* ไซเบอร์สเปซ; **~ stalker** *n.* ผู้ที่ก่อกวนเหยื่อทางอินเทอร์เน็ต

cyclamen /'sɪkləmən, US 'saɪk-/'ซิคเคลอะเมิน, ไซ-/ *n. (Bot.)* พืชจากยุโรปในสกุล *Cyclamen* ดอกสีชมพู แดงหรือขาว

cycle /'saɪkl/'ไซค'ล/ ❶ *n.* Ⓐ *(recurrent period)* วงจร, วัฏจักร (ร.บ.); *(period of completion)* การหมุนรอบ, การหมุนเวียน; **~ of the seasons** การหมุนเวียนของฤดูกาล; **~ per second** *(Phys., Electr.)* รอบต่อวินาที; Ⓑ *(recurring series)* รอบ; *(complete set or series)* ชุดสมบูรณ์ *(บทกวี, ชุดเพลง ฯลฯ);* Ⓒ *(bicycle)* รถจักรยาน ❷ *v.i.* หมุนรอบ, ปั่นจักรยาน

cycle: ~ computer *n.* คอมพิวเตอร์บนจักรยาน; **~ lane** *n.* ช่องวิ่งจักรยาน; **~ race** *n.* การแข่งขันปั่นจักรยาน; **~ track** *n.* ลู่จักรยาน; **~way** ➡ **~ track**

cyclic /'saɪklɪk/'ไซคลิค/, **cyclical** /'saɪklɪkl/'ไซคลิค'ล, 'ซิคคลิค'ล/ *adj.*, **cyclically** /'saɪklɪkəlɪ/'ไซคลิเคอะลิ/ *adv.* [อย่าง] หมุนเวียน, [อย่าง] เป็นวงจร

cycling /'saɪklɪŋ/'ไซคลิง/ *n. (activity)* การขี่จักรยาน; **amateur ~:** การขี่จักรยานเป็นงานอดิเรก; **~ enthusiast** ผู้นิยมการขี่จักรยาน; **~ shorts** กางเกงขาสั้นขี่จักรยาน

cyclist /'saɪklɪst/'ไซคลิซทฺ/ *n.* นักปั่นจักรยาน

cyclo-cross *n.* การแข่งจักรยานข้ามภูมิประเทศ

cyclone /'saɪkləʊn/'ไซโคลน/ *n. (system of winds)* พายุไซโคลน *(ท.ศ.); (violent hurricane)* พายุเฮอร์ริเคนที่รุนแรง

cyclonic /saɪ'klɒnɪk/ไซ'คลอนิค/ *adj.* เกี่ยวกับพายุไซโคลน; **~ storm** พายุไซโคลน

Cyclops /'saɪklɒps/'ไซคลอพซฺ/ *n., pl. same or* **~es** *or* **Cyclopes** /saɪ'kləʊpi:z/ไซ'โคลฺพีซ/ *(Mythol.)* ยักษ์ตาเดียวในเทพนิยายกรีก

cyclotron /'saɪklətrɒn/'ไซเคลอะทรอน/ *n. (Phys.)* เครื่องเร่งอนุภาคอะตอมให้เคลื่อนไหวเร็วขึ้น

cygnet /'sɪgnɪt/'ซิกนิท/ *n. (a young swan)* หงส์รุ่น, รุ่นกระทง

cylinder /'sɪlɪndə(r)/'ซิลลินเดอะ(ร)/ *n. (also Geom., Motor Veh.)* รูปทรงกระบอก, กระบอกสูบ, ลูกสูบ; *(of revolver)* กระบอก; *(carding machine)* ลูกโม่ของเครื่องสางเส้นใย; *(for compressed or liquefied gas, of diving apparatus)* ถังก๊าซอัดหรือก๊าซเหลว; *(of platen press, typewriter, mower)* ลูกกลิ้ง

cylinder: ~ block *n.* แท่นเครื่อง; **~ head** *n.* ฝาสูบ

cylindrical /sɪ'lɪndrɪkl/ซิล'ลินดริค'ล/ *adj.* เป็นรูปทรงกระบอก; ➡ + **projection** I

cymbal /'sɪmbl/'ซิมบ'ล/ *n. (Mus.)* **~s** เครื่องดนตรีประเภทฉิ่งและฉาบ

cyme /saɪm/ซายมฺ/ *n. (Bot.)* ช่อดอก

cynic /'sɪnɪk/'ซินนิค/ *n.* Ⓐ ผู้ที่ชอบถากถางผู้อื่น; Ⓑ **C~** *(Greek philosopher)* กลุ่มนักปรัชญากรีกโบราณ *มีทัศนะต่อต้านการเสวยสุขส่วนตน*

cynical /'sɪnɪkl/'ซินนิค'ล/ *adj.* เย้ยหยัน, ถากถาง; **a ~ smile** รอยยิ้มที่เย้ยหยัน; **be ~ about sth.** เสียดสี *หรือ* ถากถางเกี่ยวกับ *ส.น.*

cynically /'sɪnɪklɪ/'ซินนิคลิ/ *adv.* อย่างเสียดสี, อย่างถากถาง

cynicism /'sɪnɪsɪzm/'ซินนิซิซ'ม/ *n.* การเสียดสี, การถากถาง

cypher ➡ **cipher**

cypress /'saɪprɪs/'ไซเพริซ/ *n.* สนไซเปรส *(ท.ศ.)* ในสกุล *Cupressus* หรือ *Chamaecyparis*

Cyprian /'sɪprɪən/'ซิพเพรียน/, **Cypriot** /'sɪprɪət/'ซิพเพรียท/ ❶ *adjs.* แห่งไซปรัส ❷ *ns.* ชาวไซปรัส

Cyprus /'saɪprəs/'ไซเพริซ/ *pr. n.* ประเทศไซปรัส *(เกาะในทะเลเมดิเตอร์เรเนียนทางใต้ของตุรกี)*

Cyrillic /sɪ'rɪlɪk/ซิ'ริลลิค/ *adj.* เป็นตัวอักษรซิริลลิคที่ใช้ในภาษาของพวกชนเผ่าสลาฟ

cyst /sɪst/ซิซทฺ/ *n.* ➤ **453** *(Biol., Med.)* เนื้องอกชนิดหนึ่ง

cystitis /sɪ'staɪtɪs/ซิ'ซไตทิซ/ *n.* ➤ **453** *(Med.)* กระเพาะปัสสาวะอักเสบ

cytology /saɪ'tɒlədʒɪ/ไซ'ทอเลอะจิ/ *n.* การศึกษาเรื่องเซลล์

cytoplasm /'saɪtəplæzm/'ไซเทอะแพลฺซ'ม/ *n. (Biol.)* ไซโตพลาสซึม *(ท.ศ.) (ส่วนประกอบของเซลล์ที่อยู่รอบนิวเคลียส)*

czar *etc.* ➡ **tsar** *etc.*

Czech /tʃek/เช็ค/ ❶ *adj.* แห่งสาธารณรัฐเช็ก; **sb. is ~:** *ค.น.* เป็นชาวเช็ก; ➡ + **English** 1 ❷ *n.* Ⓐ *(language)* ภาษาเช็ก; ➡ + **English** 2 A; Ⓑ *(person)* ชาวเช็ก

Czechoslovak /tʃekəʊ'sləʊvæk/เฉะโค'ซโลแวค/ *(Hist.)* ➡ **Czechoslovakian**

Czechoslovakia /tʃekəʊslə'vækɪə/เฉะโคซโล'แวเคีย/ *pr. n. (Hist.)* อดีตประเทศเชโกสโลวะเกีย *(ปัจจุบันแยกเป็นสาธารณรัฐเช็กและสาธารณรัฐสโลวัก)*

Czechoslovakian /tʃekəʊslə'vækɪən/เฉะโคซเลอะ'แวเคียน/ *(Hist.)* ❶ *adj.* แห่งเชโกสโลวะเกีย ❷ *pr. n.* ชาวเชโกสโลวะเกีย

Czech Republic *n.* สาธารณรัฐเช็ก

C

D d

d

D, d /di/ดี/ *n., pl.* **Ds** *or* **D's** Ⓐ *(letter)* พยัญชนะตัวที่ 4 ของภาษาอังกฤษ; Ⓑ D *(Mus.)* ตัวโน้ตตัวที่ 2 ของคอร์ดซีเมเจอร์ D, d; **D sharp** โน้ตดีที่เสียงสูงขึ้นครึ่งเสียง; **D flat** โน้ตตัวดีที่เสียงต่ำลงครึ่งเสียง; Ⓒ *(Roman numeral)* ตัวเลขโรมัน D มีค่าเท่ากับ 500; Ⓓ *(Sch., Univ.: mark)* คะแนนหรือเกรดระดับ 1; **he got a D** เขาได้เกรด 1

D. *abbr.* Ⓐ *(Amer.)* **Democrat**; Ⓑ **dimensional**

d. *abbr.* Ⓐ **daughter**; Ⓑ **deci-**; Ⓒ **delete**; Ⓓ **died**; Ⓔ *(Brit. Hist.)* **penny/pence**

'd /d/ดี/ *(coll.)* = **would, had, should**

DA *abbr.* ➤ **489** *(Amer.)* **District Attorney**

[1]**dab** /dæb/แดบ/ ❶ *n.* Ⓐ การแต้ม, จำนวนเล็กน้อย; Ⓑ การเคาะเบา ๆ; *(bird's peck)* การจิก; Ⓒ *in pl. (Brit. coll.: fingerprints)* ลายนิ้วที่พิมพ์ด้วยหมึก ❷ *v.t.*, **-bb-** Ⓐ ซับ, เช็ด, แต้ม; **~ sth. on** *or* **against sth.** แต้ม ส.น. บน ส.น.; Ⓑ *(strike lightly, tap)* **~ sb.** ตี ค.น. ค่อย ๆ; Ⓒ *(นก)* จิก ❸ *v.i.*, **-bb-: ~ at sth.** แต้ม ส.น.

[2]**dab** *n. (Zool.)* ปลาตัวแบนในสกุล *Limanda*

[3]**dab** *(Brit. coll.: expert)* ❶ *n.* ผู้เชี่ยวชาญ (at) ❷ *adj.* เชี่ยวชาญ, ชำนาญ; **be a ~ hand at cricket/making omelettes** มีความเชี่ยวชาญในการเล่นคริกเกต/ทำไข่เจียว

dabble /'dæbl/'แดบ'ล/ ❶ *v.t.* Ⓐ *(wet slightly)* แตะให้เปียกเล็กน้อย, จุ่มน้ำ; *(move in water)* **~ one's feet in the water** แกว่งเท้าไปมาในน้ำ; Ⓑ *(soil, splash)* ทำให้เปียก, ทำให้เปื้อน, ทำให้เป็นรอยด่าง ❷ *v.i. (engage in)* **~ at/in sth.** ให้ความสนใจ ส.น. อย่างผ่าน ๆ

dabbler /'dæblə(r)/'แดบเลอะ(ร)/ *n.* มือสมัครเล่น, ผู้สนใจอะไรอย่างจับจดไม่จริงจัง

dabchick /'dæbtʃɪk/'แดบ'ฉิค/ *n. (Ornith.)* นกน้ำขนาดเล็กพันธุ์หนึ่ง; ➡ **Grebe**

dace /deɪs/เดซ/ *n., pl. same (Zool.)* ปลาน้ำจืดขนาดเล็กในสกุล *Leuciscus*

dacha /'dætʃə/'แดเฉอะ/ *n.* บ้านชนบท/บ้านพักตากอากาศในรัสเซีย

dachshund /'dækshʊnd/'แดคซฺฮุนด/ *n.* สุนัขพันธุ์ไส้กรอกตัวยาวขาสั้น

dactyl /'dæktɪl/'แดคทิล/ *n. (pros.)* ฉันทลักษณ์แบบหนึ่งประกอบด้วยพยางค์ยาวหรือลงเสียงหนักหนึ่งพยางค์และพยางค์สั้น ๆ หรือไม่ลงเสียงหนัก 2 พยางค์

dad /dæd/แดด/ *n. (coll.)* พ่อ

Dadaism /'da:da:ɪzəm/'ดาดาอิเซิม/ *n. (Art Hist.)* ลัทธิทางศิลปะตะวันตกในต้นศตวรรษที่ 20 ที่ปฏิเสธและล้อเลียนศิลปะและสังคมตามแบบแผนเก่า ๆ

daddy /'dædɪ/'แดดิ/ *n. (coll.)* Ⓐ พ่อ; ป๋า; Ⓑ ผู้ชาย; Ⓒ *(oldest/most important person)* หัวหน้า *หรือ* จ่าฝูง; **the ~ of them all** ตัวอย่างของทั้งหมด

daddy-'long-legs *n. sing. (Zool.)* Ⓐ *(cranefly)* แมลงชนิดหนึ่งมีขายาวและบินได้; Ⓑ *(Amer.: harvestman)* แมงมุมชนิดหนึ่ง

dado /'deɪdəʊ/'เดโด/ *n., pl.* **~s** *or (Amer.)* **~es** Ⓐ *(of room wall)* ฐานส่วนล่างของผนังห้อง *(ที่ปิดแถบไม้ทาสีต่างจากส่วนบน)*; Ⓑ *(of column)* ฐานเสา

daemon /'di:mən/'ดีเมิน/ *n.* วิญญาณร้าย

daffodil /'dæfədɪl/'แดเฟอะดิล/ *n.* พันธุ์ไม้ดอก *Narcissus pseudonarcissus* ดอกสีเหลืองคล้ายแตร

daffy /'dæfɪ/'แดฟิ/ *adj. (coll.)* โง่, เซ่อ, บ้า

daft /dɑ:ft, US dæft/ดาฟทฺ/ *adj.* Ⓐ *(foolish, wild)* โง่, เซ่อ; **what a ~ thing to do!** ช่างเป็นสิ่งที่โง่จริง ๆ; Ⓑ *(crazy)* หลงหัวปักหัวปำ; **be ~ about sth./sb.** ชอบ ส.น./ค.น. อย่างหลงใหลหัวปักหัวปำ

dagger /'dægə(r)/'แดเกอะ(ร)/ *n.* Ⓐ กริช; **be at ~s drawn with sb.** *(fig.)* เป็นคู่อริกับ ค.น.; **look ~s at sb.** จ้องมอง ค.น. อย่างโกรธเคือง/อย่างเคียดแค้น; Ⓑ *(Printing)* เครื่องหมายรูปกริชหรือไม้กางเขนที่ใช้ดึงดูดความสนใจของผู้อ่าน

dago /'deɪgəʊ/'เดโก/ *n., pl.* **~s** *or* **~es** *(sl. derog.)* Ⓐ *(Spaniard, Portuguese, Italian)* ชาวสเปน, ชาวโปรตุเกส, ชาวอิตาลี; Ⓑ *(any foreigner)* เช่น ไอ้เลี่ยน

daguerreotype /də'gerətaɪp/เดอะ'เกะเรอะไทพ/ *n.* ภาพถ่ายกระจกแบบแดกาโรไทป์ *(ท.ศ.)*

dahlia /'deɪlɪə, US 'dælɪə/'เดเลีย, 'แดเลีย/ *n.* ไม้ดอกในสกุล *Dahlia* จำพวกรักเร่ มาจากเม็กซิโก

Dail [Eireann] /dɔɪl 'eɪrən/'ดอยลฺ เอเริน/ *n.* สภาสามัญของสาธารณรัฐไอร์แลนด์

daily /'deɪlɪ/'เดลิ/ ❶ *adj.* ประจำวัน, ทุกวัน, รายวัน; **~ [news]paper** หนังสือพิมพ์รายวัน; **the ~ routine [of life]** ชีวิตประจำวัน; **on a ~ basis** ที่ทำทุกวัน ❷ *adv.* ทุกวัน, ประจำวัน; *(constantly)* สม่ำเสมอ ❸ *n.* Ⓐ *(newspaper)* หนังสือพิมพ์รายวัน; Ⓑ *(Brit. coll.: charwoman)* หญิงทำความสะอาด; ➡ **+ ~ bread 1 B; dozen B**

daintily /'deɪntɪlɪ/'เดนทิลิ/ *adv.* อย่างประณีต, อย่างงดงาม

daintiness /'deɪntɪnɪs/'เดนทินิซ/ *n., no pl.* ความประณีต, ความงดงาม

dainty /'deɪntɪ/'เดนทิ/ ❶ *adj.* Ⓐ *(of delicate beauty)* สวยงาม, กระจุ๋มกระจิ๋มน่ารัก; Ⓑ *(choice)* ที่เลือกเฟ้นอย่างดีที่สุด, มีคุณภาพสูง; Ⓒ *(haring delicate tastes)* มีรสชาติอร่อย, โอชะ ❷ *n. (lit. or fig.)* ของที่มีความงามประณีต, อาหารอันโอชะ

dairy /'deərɪ/'แดริ/ *n.* Ⓐ โรงรีดนม; Ⓑ *(shop)* ร้านขายนมและผลิตภัณฑ์จากนม

dairy: ~ cattle *n.* โคนม, วัวนม; **~ cream** *n.* ครีมจากนม; **~ farm** *n.* ฟาร์มโคนม; **~ farmer** *n.* เกษตรกรผู้ทำฟาร์มโคนม

dairying /'deərɪɪŋ/'แดริอิง/ *n.* การรีดนมและผลิตผลิตภัณฑ์จากนม

dairy: ~maid *n.* หญิงรีดนมโค; **~man** /'deərɪmən/'แดริเมิน/ **~men** /'deərɪmən/'แดริเมน/ *n., pl.* เจ้าของร้านขายนมเนยและผลิตภัณฑ์จากนม; ชายรีดนม; **~ produce** *n.*, **~ products** *n. pl.* ผลิตภัณฑ์จากนม

dais /'deɪɪs/'เดอิซ/ *n.* ยกพื้น, เวที

daisy /'deɪzɪ/'เดซิ/ *n.* ดอก *Bellis perennis* ตรงกลางดอกสีเหลืองกลีบนอกสีขาว, ดอกเดซี *(ท.ศ.)*; *(Ox-eye)* เดซีพันธุ์ดอกใหญ่; **be pushing up [the] daisies** *(fig. coll.)* ตายและถูกฝัง; ➡ **+ fresh 1 E**

daisy: ~ chain *n.* สังวาลย์ร้อยด้วยดอกเดซี; **~ wheel** *n.* แผ่นกลมที่ใช้ในเครื่องพิมพ์ดีดมีตัวอักษรอยู่รอบ ๆ

Dalai lama /dælaɪ 'lɑmə/แดลาย 'ลาเมอะ/ดาไล ลามะ *(ท.ศ.)*

dale /deɪl/เดล/ *n. (literary/N. Engl.)* หุบเขา; ➡ **+ up 2 A**

dalliance /'dælɪəns/'แดเลียนซฺ/ *n. (literary)* การใช้เวลาตามสบาย ไม่ทำอะไรจริงจัง

dally /'dælɪ/'แดลิ/ *v.i.* Ⓐ *(amuse oneself, sport)* **~ with sb.** เกี้ยวพาราสี ค.น.; **~ with an idea** ลองคิดเล่น ๆ ที่จะทำอะไรบางอย่าง; Ⓑ *(idle, loiter)* เถลไถล; **~ [over sth.]** เถลไถล [ในการทำ ส.น.]

Dalmatian /dæl'meɪʃn/แดล'เมช'น/ *n.* สุนัขพันธุ์หนึ่งขนสั้นสีขาวมีจุดสีเข้ม

[1]**dam** /dæm/แดม/ ❶ *n.* Ⓐ เขื่อน, ประตูน้ำ; Ⓑ *(barrier made by beavers)* ทำนบกั้นน้ำ ❷ *v.t.*, **-mm-** Ⓐ *(lit. or fig.)* น้ำ; **~ [up/back] sth.** กั้น/กักกั้น ส.น.; **~ [up/back] the flow of words** กัด/เก็บคำพูดที่กำลังจะพรั่งพรูออกมา; **~ [up/back] one's feelings** เก็บกดความรู้สึก; Ⓑ *(furnish or confine with ~)* กั้นเขื่อน

[2]**dam** *n. (Zool.)* แม่สัตว์ *(โดยเฉพาะที่มีสี่ขา)*

damage /'dæmɪdʒ/'แดมิจ/ ❶ *n.* Ⓐ *no pl.* ความเสียหาย; **do a lot of ~ to sb./sth.** ทำความเสียหายอย่างมากให้กับ ค.น./ส.น.; **the ~ is done now** ความเสียหายเกิดขึ้นแล้ว; Ⓑ *no pl. (loss of what is desirable)* **to sb.'s great ~:** เป็นความเสียใจอย่างยิ่งของ ค.น.; Ⓒ *in pl. (Law)* ค่าเสียหาย; Ⓓ *no. pl. (Brit. coll.: cost)* **what's the ~ ?** ต้องเสียเท่าไร ❷ *v.t.* Ⓐ ทำให้เสียหาย; **smoking can ~ one's health** การสูบบุหรี่เป็นอันตรายต่อสุขภาพ; Ⓑ *(detract from)* ทำให้เสีย, ทำให้มัวหมอง; **the article ~d his good reputation** บทความนั้นทำให้ชื่อเสียงที่ดีของเขามัวหมอง; **that ~d his chances [of promotion]/his pride** สิ่งนั้นทำให้โอกาส [ในการเลื่อนตำแหน่ง]/ความภูมิใจของเขาลดลง

damaging /'dæmɪdʒɪŋ/'แดมิจิง/ *adj.* ทำให้เกิดความเสียหาย

damask /'dæməsk/'แดเมิซค/ ❶ *n.* Ⓐ *(material)* ผ้าไหมหรือผ้าลินินทอยกดอกสองหน้า; Ⓑ *(twilled table linen)* ผ้าปูโต๊ะทอลายสอง ❷ *adj. (ผ้า)* ทอลายสอง

damask rose *n.* ดอกกุหลาบพันธุ์โบราณ ใช้ทำหัวน้ำหอม

dame /deɪm/เดม/ *n.* Ⓐ **D~** *(Brit.)* ท่านผู้หญิง *(บรรดาศักดิ์ของสตรีเทียบเท่ากับบรรดาศักดิ์ของอัศวิน)*; Ⓑ **D~** *(literary/poet.: title of woman of rank)* ชื่อเรียกสตรีสูงศักดิ์; *(title of thing personified as woman)* **D~ Nature**

ธรรมชาติ; D~ Fortune เทพธิดาผู้ควบคุมชะตากรรมของมนุษย์; Ⓒ *(arch./poet/joc./Amer. sl.)* ผู้หญิง; Ⓓ *(in pantomime)* ตัวตลกหญิงวัยกลางคน มักรับบทโดยผู้ชาย

damfool /ˈdæmfuːl/ˈแดมฟูล/ *(coll.)* ❶ *adj.* โง่, งี่เง่า, เซ่อ; **~ action/remark** การกระทำ/คำพูดที่งี่เง่า; **that was a ~ thing to do!** นั่นเป็นสิ่งที่เง่าจริง ๆ ❷ *n.* คนโง่, คนบ้า, คนเซ่อ

dammit /ˈdæmɪt/ˈแดมิท/ *int. (coll.)* ให้ตายซิ, อัปรีย์, ระยำ; **as ... as ~:** อะไรอย่างหนึ่งจริง ๆ; **as near as ~:** ใกล้นิดเดียว, ใกล้ที่สุดแล้ว

damn /dæm/แดม/ ❶ *v.t.* Ⓐ *(condemn, censur)* วิจารณ์ *(หนัง, หนังสือ)* ในทางลบ; **~ with faint praise** ชมเชยอย่างเนือย ๆ เพื่อให้รู้ว่าไม่พอใจ; Ⓑ *(doom to hell, curse)* แช่งด่า, สาป; Ⓒ *(coll.)* **~ [it!], ~ and blast [it]!** ให้ตายเถอะ ผีห่าซาตานอะไรกันนี่; **~ it all** เวรกรรมแท้ ๆ เทียว; **~ all** *(Brit. coll.)* ไม่มีอะไร; **~ you/him!** แก/เขานี่ระยำจริง ๆ; **[well,] I'll be** *or* **I'm ~ed** ให้ตายซิฉันประหลาดใจมาก ๆ; **[I'll be** *or* **I'm] ~ed if I know** ฉันไม่รู้เลยจริง ๆ นะนี่; **[I'll be** *or* **I'm] ~ed if I'll go to meet him** ฉันจะไม่ไปพบเขาอย่างแน่นอน; **I'm ~ed if I can find it** ฉันหามันเท่าไหร่ก็ไม่เจอ; ➡ + God; Ⓓ *(be the ruin of)* ทำให้ฉิบหาย
❷ *n.* Ⓐ *(curse)* คำสาป, คำแช่งด่า; Ⓑ **he didn't give** *or* **care a ~ [about it]** เขาไม่เคยใส่ใจ [เกี่ยวกับมัน] แม้แต่นิด; **I don't give a ~ for that girl** ฉันไม่เคยสนใจผู้หญิงคนนั้นแม้เพียงน้อยนิดเลย
❸ *adj.* ระยำ, อัปรีย์; เป็นบ้าเลย
❹ *adv.* อย่างอัปรีย์

damnable /ˈdæmnəbl/ˈแดมเนอะบ'ล/ *adj.* น่าชิงชัง, น่ารังเกียจ; **~ luck** โชคร้ายอย่างไม่น่าเชื่อ

damnably /ˈdæmnəblɪ/ˈแดมเนอะบลิ/ *adv.* อย่างอัปรีย์, อย่างน่ารังเกียจ, อย่างน่าชิงชัง

damnation /dæmˈneɪʃn/ˈแดม'เนช'น/ ❶ *n.* การสาปแช่งให้ลงนรก ❷ *int.* ให้ตายซิ, ระยำ, อัปรีย์

damned /dæmd/แดมดฺ/ ❶ *adj.* Ⓐ *(doomed)* ที่ถูกสาปแช่ง; Ⓑ *(infernal unwelcome)* ร้ายกาจ, แสนระยำ; **I can't see a ~ thing in this fog** ฉันไม่สามารถเห็นอะไรเลยในหมอกเช่นนี้; **I have to walk back in the rain. What a ~ nuisance!** ฉันต้องเดินกลับไปท่ามกลางสายฝน; น่าเจ็บใจจังเลย, กวนตีนชิบหายเลย; Ⓒ **do/try one's ~est** ทำ/พยายามอย่างสุดกำลัง ❷ *adv.* อย่างแท้จริง, อย่างยิ่ง; **I should ~ well hope so/think so** ฉันหวังว่าเป็นเช่นนั้นจริง ๆ/ฉันคิดเช่นนั้นจริง ๆ ❸ *n. pl.* **the ~:** ผู้ที่ถูกตัดสินให้ตกนรก

damning /ˈdæmɪŋ/ˈแดมิง/ *adj.* Ⓐ *(expressing severe criticism) (การวิจารณ์)* อย่างรุนแรง; Ⓑ *(that proves guilt) (การให้การ)* ที่แสดงถึงความผิด

Damocles /ˈdæməkliːz/ˈแดเมอะคลีซ/ *pr. n.* *ชาวกรีกในนิยายซึ่งมีดาบแขวนด้วยเส้นผมอยู่เหนือศีรษะที่พร้อมจะตกลงมาเชือดคอทุกเวลา;* **sword of ~:** สิ่งเลวร้ายที่อาจจะเกิดขึ้นได้ทุกเวลา

damp /dæmp/แดมพฺ/ ❶ *adj.* ชื้น, หมาด; **a ~ squib** *(fig.)* ความพยายามสร้างความประทับใจที่ไม่เป็นผล ❷ *v.t.* Ⓐ ทำให้เปียก, ทำให้ชื้น; Ⓑ *(stifle, extinguish)* กลบ *(เสียง)*; **~ [down] a fire** ดับไฟ; Ⓒ *(Mus., Phys.)* ลด/หยุดการสั่นสะเทือน; Ⓓ *(discourage, depress)* ทำให้ *(ความกระตือรือร้น)* ห่อเหี่ยว; **~ sb.'s spirits** ทำให้จิตใจของ ค.น. ห่อเหี่ยว ❸ *n. (moisture)* ความชื้น

damp course ➡ damp-proof

dampen /ˈdæmpn/ˈแดมพ'น/ ➡ damp 2 A, D

damper /ˈdæmpə(r)/ˈแดมเพอะ(ร)/ *n.* Ⓐ *(sth. that checks or depresses)* **put a ~ on sth.** ทำให้ *ส.น.* หยุดชะงักลงกลางคัน; ทำให้ *ส.น.* หมดสนุก; **his presence put a ~ on us** การที่เขามาร่วมทำให้จิตใจของเราห่อเหี่ยว; Ⓑ *(Mus.) เบาะหุ้มสักหลาดใช้ลดเสียงในเปียโน;* Ⓒ *(in vehicle) เครื่องติดเพลา/แหนบรถยนต์เพื่อไม่ให้รถกระตุก;* Ⓓ *(in flue)* จานโลหะสำหรับควบคุมอากาศและการเผาไหม้

dampness /ˈdæmpnɪs/ˈแดมพฺนิช/ *n., no pl.* ความชื้น; **~ in the air** ความชื้นในอากาศ

'damp-proof *adj.* ที่กันความชื้น; **~ course** ชั้นวัสดุกันความชื้นในผนังตึก

damsel /ˈdæmzl/ˈแดมซ'ล/ *n. (arch./literary)* *หญิงสาวโสดมักมีฐานะสูงศักดิ์;* **a ~ in distress** *(joc.)* ดอกฟ้าผู้กำลังตกอยู่ในภยันตราย

damson /ˈdæmzn/ˈแดมซ'น/ *n.* Ⓐ *(fruit)* ผลไม้สีม่วงรูปร่างคล้ายลูกพลับ; Ⓑ *(tree)* ต้น *Prunus institva* ที่มีผลดังกล่าว

damson 'plum *n.* ผลไม้เล็ก ๆ สีม่วงเข้มรูปร่างคล้ายลูกพลับ

dance /dɑːns, US dæns/ดานซฺ, แดนซฺ/ ❶ *v.i.* Ⓐ รำ, เต้นรำ; **~ to sb.'s tune** *(fig.)* ทำตามความต้องการของ *ค.น.* ทุกประการ; Ⓑ *(jump about, skip)* กระโดด, กระโดดโลดเต้น; **~ about in agony/with rage** กระโดดไปมาด้วยความเจ็บปวด/เต้นด้วยความเดือดดาล; **~ for joy** กระโดดโลดเต้นด้วยความปีติสุข; Ⓒ *(bob up and down)* เคลื่อนขึ้นลง; **the boat was dancing on the waves** เรือโยนตัวขึ้นลงอยู่บนคลื่น
❷ *v.t.* Ⓐ เต้น; **~ attendance on sb.** *(fig.)* ติดสอยห้อยตาม *ค.น.*; Ⓑ *(move up and down dandle)* กล่อมขึ้นลง, จับโยนขึ้นลง
❸ *n.* Ⓐ การเต้นรำ; **lead sb. a [merry] ~** *(fig.)* พาให้ *ค.น.* เดือดร้อนจากการแนะนำ; Ⓑ *(party)* งานเต้นรำ; Ⓒ *(tune in ~ rhythm)* เพลงเต้นรำ; **light ~ music** เพลงสำหรับเต้นรำในท่วงทำนองนุ่มนวล; Ⓓ ➤ 453 *(Med.)* **St. Vitus's ~:** โรคชักกระตุกในเด็ก

dance: **~ band** *n.* วงดนตรีบรรเลงเพลงเต้นรำ; **~ floor** *n.* เวทีเต้นรำ; **~ hall** *n.* ห้องโถงสำหรับเต้นรำ, โรงเต้นรำ

dancer /ˈdɑːnsə(r)/ˈดานเซอะ(ร)/ *n.* ผู้เต้นรำ; นักเต้นรำ; *(classical)* นักรำละคร

'dance step *n.* จังหวะเต้นรำ

dancing /ˈdɑːnsɪŋ/ˈดานซิง/: **~ girl** *n.* นางระบำ; **~ master** *n.* ครูสอนเต้นรำ; **~ partner** *n.* คู่เต้นรำ; **~ step** *n.* จังหวะเต้นรำ

dandelion /ˈdændɪlaɪən/ˈแดนดิไลเอิน/ *n.* หญ้า *Taraxacum officinale* มีใบหยักและดอกสีเหลือง

dander /ˈdændə(r)/ˈแดนเดอะ(ร)/ *n. (coll.)* ความโกรธ, ความเดือดดาล; **get one's sb.'s ~ up** โกรธขึ้นมา/ทำให้ *ค.น.* โกรธ

dandify /ˈdændɪfaɪ/ˈแดนดิฟาย/ *v.t.* ทำให้คล้ายชายขี้โอ่

dandle /ˈdændl/ˈแดนด'ล/ *v.t.* จับโยนขึ้นลง

dandruff /ˈdændrʌf/ˈแดนดรัฟ/ *n.* รังแค

dandy /ˈdændɪ/ˈแดนดิ/ ❶ *n. (person)* ชายขี้โอ่, ชายสำรวย, ชายเจ้าสำราญ ❷ *adj. (coll.)* **[fine and] ~:** ดีเยี่ยม, วิเศษ, ชั้นหนึ่ง

Dane /deɪn/เดน/ *n.* ชาวเดนมาร์ก

danger /ˈdeɪndʒə(r)/ˈเดนเจอะ(ร)/ *n.* อันตราย, ภัย, การเสี่ยง; **a ~ to sb./sth.** เป็นภัยอันตรายต่อ *ค.น./ส.น.*; **there is [a/the] ~ of war/disease** เสี่ยงต่อสงคราม/โรค; **[a] ~ of invasion** เสี่ยงต่อการถูกบุกรุก; **in ~:** อยู่ในอันตราย; **put sb. in ~:** ทำให้ *ค.น.* ตกอยู่ในอันตราย; **in ~ of one's life/of death** ชีวิตอยู่ในอันตราย/เสี่ยงตาย; **be in ~ of doing sth.** เสี่ยงที่จะทำ *ส.น.*; **out of ~:** พ้นอันตราย, ปลอดภัย

danger: **~ area** *n.* เขตอันตราย; **~ level** *n.* ขีด/ขั้นอันตราย; **~ list** *n.* **be on/off the ~ list** มีชื่ออยู่ในรายชื่อผู้ป่วยหนัก/พ้นขีดอันตรายแล้ว; **~ money** *n.* เงินพิเศษที่จ่ายเพิ่มสำหรับงานที่เสี่ยงอันตราย

dangerous /ˈdeɪndʒərəs/ˈเดนเจอะเริซ/ *adj.* อันตราย, เป็นภัย; **~ to health** อันตรายต่อสุขภาพ

dangerously /ˈdeɪndʒərəslɪ/ˈเดนเจอะเริซลิ/ *adv.* อย่างอันตราย, อย่างไม่ปลอดภัย; **he drives ~:** เขาขับรถอันตราย; **he's ~ overweight** เขามีน้ำหนักมากเกินไปจนเสี่ยงต่อสุขภาพ

danger : **~ signal** *n.* สัญญาณเตือนภัย; **~ zone** *n.* เขตอันตราย

dangle /ˈdæŋgl/ˈแดงก'ล/ ❶ *v.i.* ห้อยร่องแร่ง, ห้อยแกว่งไปแกว่งมา (from จาก) ❷ *v.t.* ห้อยไว้; **~ [the prospect of] sth. in front of sb.** *(fig.)* พยายามชักชวน/ดึงดูดความสนใจ *ค.น.* โดยใช้ *ส.น.* ล่อ

Danish /ˈdeɪnɪʃ/ˈเดนิช/ ❶ *adj.* แห่งเดนมาร์ก; **sb. is ~:** *ค.น.* เป็นชาวเดนมาร์ก; ➡ + English 1 ❷ *n.* ภาษาเดนมาร์ก, ชาวเดนมาร์ก; ➡ + English 2 A

Danish: **~ 'blue** *n.* เนยแข็งเค็ม ซึ่งมีเส้นสีน้ำเงินแทรก; **~ 'pastry** *n.* ขนมหวานอบใส่ผลไม้โรยถั่ว

dank /dæŋk/แดงคฺ/ *adj.* ชื้น, เย็นเยือก

Danube /ˈdænjuːb/ˈแดนิวบฺ/ *pr. n.* แม่น้ำดานูบในยุโรปตะวันออก

daphne /ˈdæfnɪ/ˈแดฟนิ/ *n. (Bot.)* พุ่มไม้ดอกในสกุล *Daphne*

dapper /ˈdæpə(r)/ˈแดเพอะ(ร)/ *adj. (neat)* เรียบร้อย; *(sprightly)* กระฉับกระเฉง, ร่าเริง

dapple /ˈdæpl/ˈแดพ'ล/ *v.t.* แต้ม, ทำให้เป็นลาย/รอยแต้มกลม ๆ

dappled /ˈdæpld/ˈแดพ'ลดฺ/ *adj.* เป็นจุด, มีลายจุด

dapple-'grey ❶ *adj.* **~ mare** ม้าสีเทาด่างตัวเมีย ❷ *n.* ม้าสีเทาด่าง

Darby and Joan /dɑːbɪ ən ˈdʒəʊn/ดาบิ เอิน 'โจน/ *n., pl.* **Darbies and Joans** *ตายายที่รักใคร่กันมาก; คู่สมรสที่อยู่ด้วยกันจนถือไม้เท้ายอดทองกระบองยอดเพชร*

Darby and 'Joan club *n. (Brit.)* ชมรมผู้เกษียณแล้ว

dare /deə(r)/แด(ร)/ ❶ *v.t., pres.* **he ~** *or* **~s**, *neg.* **~ not,** *(coll.)* **~n't** /ˈdeənt/ˈแดนทฺ/ Ⓐ *(venture)* กล้า, บังอาจ; **if you ~ [to] give away the secret** ถ้าคุณกล้าบอกความลับ; **we didn't ~ [to] go any further** เราไม่กล้าไปต่อ; **we ~ not/~d not** *or (coll.)* **didn't ~ tell him the truth** เราไม่กล้าบอกความจริงกับเขา; **you wouldn't ~:** คุณไม่กล้าหรอก; **just you ~ !** อย่าเชียวนะ!; **don't you ~ !** ก็ลองซิ; **how ~ you [do...]?** คุณกล้าบังอาจ *(ทำ...)* ได้อย่างไรกันนี่; **how ~ you!** คุณช่างบังอาจอะไรเช่นนี้; **I ~ say** *(supposing)* น่าจะเป็นไปได้ว่า; *(confirming)* ฉันก็ว่าอย่างนั้น; Ⓑ *(attempt)* กล้าที่จะทำ *(ปีนเขา, โครงการ)*; *(take the risk of)* ลองเสี่ยงดู; Ⓒ *(challenge)* ท้าทาย; **~ sb. to do sth.** ท้าทาย *ค.น.* ให้ทำ *ส.น.*; **I ~ you!** ฉันท้าคุณ; **I ~ you to** *or* **I bet you ~n't call the boss by his nickname** ฉันท้า/พนันได้ว่าคุณไม่กล้าใช้ชื่อเล่นของนาย

d

หรอก ❷ *n. (act of daring)* **do sth. for/as a ~:** ทำ *ส.น.* ตามคำท้า; **Go on! It's a ~!** เอาเลย! อย่าขี้ขลาด!

'daredevil /ˈdeədevl/ˈแดเดะวฺ'ล/ *n.* คนกล้าอย่างบ้าระห่ำ

daren't /ˈdeənt/ˈแดนทฺ/ *(coll.)* = **dare not**

daring /ˈdeərɪŋ/ˈแดริง/ ❶ *adj.* กล้า, อาจหาญ; *(fearless)* ไม่กลัวอะไร ❷ *n.* ความกล้า

daringly /ˈdeərɪŋlɪ/ˈแดริงลิ/ *adv. (boldly)* อย่างกล้าหาญ; *(fearlessly)* อย่างไม่หวั่นกลัว

dark /dɑːk/ดาค/ ❶ *adj.* Ⓐ *(without light) (คืน, อากาศ, บ้าน)* มืด, มืดค่ำ, มืดมน; *(gloomy) (เมฆ)* มืดคลื้ม; Ⓑ *(สี)* คล้ำ, เข้ม; *(brown-complexioned)* ผิวคล้ำ; *(~ haired)* ผมสีน้ำตาลแก่, สีดำ; **~-blue/-brown/-green** สีน้ำเงิน/น้ำตาล/เขียวแก่/เข้ม; ➡ + **'blue** 2 E; Ⓒ *(evil) (พลัง)* ชั่วร้าย, ร้ายกาจ, มืด; Ⓓ *(cheerless) (อารมณ์, ความคิด)* ไม่รื่นเริง, เศร้า, ถมึงทึง; **don't always look on the ~ side of things** *อย่ามองเพียงแต่ด้านเลวร้ายเท่านั้น;* Ⓔ *(obscure)* คลุมเครือ, มัว; **he's a ~ one as far as his plans are concerned** เขาเป็นคนลึกลับเกี่ยวกับแผนการของเขา; **keep sth./it ~:** เก็บ *ส.น.*/มันไว้เป็นความลับ (**from** จาก); **be in ~est Africa** อยู่ในทวีปแอฟริกาที่ห่างไกล *หรือ* ลึกลับที่สุด

❷ *n.* Ⓐ *(absence of light)* ความมืด; **in the ~:** ในความมืด; Ⓑ *no. art. (nightfall)* เวลามืด, เวลาค่ำ, เวลากลางคืน; Ⓒ **the ~** *(fig.: lack of knowledge)* **keep sb./be [kept] in the ~ about/as to sth.** เก็บ *ส.น.* เป็นความลับไม่ให้ *ค.น.* รู้; **a leap in the ~:** การเสี่ยงโดยไม่ทราบว่าผลจะเป็นอย่างไร/ปราศจากข้อมูล; **it was a shot in the ~:** มันเป็นการเดาสุ่มโดยไม่มีข้อมูลประกอบ

'Dark Ages *n. pl.* ยุคมืด; *ยุคกลางในประวัติศาสตร์ยุโรปช่วงศตวรรษที่ 5-10*

darken /ˈdɑːkən/ˈดาเคิน/ ❶ *v.t.* Ⓐ ทำให้ดำขึ้น, ทำให้คล้ำ; **the sun had ~ed her skin** พระอาทิตย์ทำให้ผิวของเธอคล้ำลง; Ⓑ *(fig.)* ทำให้เศร้าโศก; **never ~ my door again** อย่ามาเหยียบประตูบ้านฉันอีก ❷ *v.i.* Ⓐ *(ห้อง)* มืดลง; **the day ~ed** มืดแล้ว, ตกค่ำ; Ⓑ *(fig.) (หน้าตา)* ขมึงทึง

dark: ~'glasses *n. pl.* แว่นกันแดด; *(coll.)* แว่นตาดำ; **~-haired** *adj.* ผมสีเข้ม; **~ 'horse** *n. (lit. and fig.)* ม้ามืด; *(secretive person)* **be a ~ horse** เป็นม้ามืด

darkie ➡ **darky**

darkish /ˈdɑːkɪʃ/ˈดาคิช/ *adj.* ค่อนข้างมืด, ค่อนข้างดำ

darkly /ˈdɑːklɪ/ˈดาคลิ/ *adv.* Ⓐ อย่างมืดมน; Ⓑ *(ominously)* อย่างมีลางไม่ดี; *(obscurely, dimly)* อย่างมืดมัว, อย่างริบหรี่

darkness /ˈdɑːknɪs/ˈดาคนิช/ *n., no pl.* Ⓐ *(dark)* ความมืด; Ⓑ *(wickedness, ominousness)* ความชั่วร้าย, ลางร้าย; **the powers of ~:** อำนาจแห่งความชั่วร้าย; Ⓒ *(obscurity)* ความมืดมัว

'darkroom *n.* ห้องมืดสำหรับล้างรูป

darky /ˈdɑːkɪ/ˈดาคิ/ *n. (coll.)* ไอ้มืด

darling /ˈdɑːlɪŋ/ˈดาลิง/ ❶ *n.* ที่รัก, ยอดรัก, ดาร์ลิ่ง *(ท.ศ.)*; **she was his ~:** เธอเป็นยอดรักของเขา; **her little ~s** เด็กตัวเล็ก ๆ ที่เป็นสุดสวาทขาดใจของเธอ; **you 'are a ~** *(coll.)* คุณช่างเป็นคนน่ารัก ❷ *adj.* ที่รัก, ที่โปรดปราน; *(coll.: delightful)* น่ารัก

¹darn /dɑːn/ดาน/ ❶ *v.t.* ชุน ❷ *n.* รอยชุน

²darn *(coll.: damn)* ❶ *v.t.* **~ you!** *(แก)* ระยำ; **~ [it]** พับผ่า; **~ it all!** พับผ่าเถอะ; **I'll be ~ed** ให้ตายซิ; **I'm** *or* **I'll be ~ed if I'll help you** ฉันไม่มีวันช่วยคุณอย่างเด็ดขาด; **I'm** *or* **I'll be ~ed if I know** ฉันไม่รู้เลยสักนิดเดียว ❷ *n.* ➡ **damn** 2 B ❸ *adj.* ระยำ, อัปรีย์, ฉิบหาย ❹ *adv.* อย่างระยำ; **~ stupid** โง่จริง ๆ

darned /dɑːnd/ดานดฺ/ *(coll.)* ❶ *adj.* ระยำ, อัปรีย์; **you ~ fool!** แกมันโง่ฉิบหาย; ➡ + **damned** 1 B, C ❷ *adv.* อย่างระยำ, อย่างอัปรีย์; **don't be so ~ stubborn!** อย่าดึงดันมากอย่างนี้ซิ; ➡ + **damned** 2

darning /ˈdɑːnɪŋ/ˈดานิง/ *n.* การชุน; ผ้าที่ต้องชุน; **there's a lot of ~ to be done** มีผ้าต้องชุนมากมาย

'darning needle *n.* เข็มชุนผ้า

dart /dɑːt/ดาท/ ❶ *n.* Ⓐ *(missile)* หลาว, ลูกดอก; Ⓑ *(sport)* กีฬาพุ่งหลาว; **~s** *sing. (game)* เกมปาลูกดอก; Ⓒ *(Zool.) (เหล็กใน) อวัยวะของสัตว์ที่มีรูปร่างเหมือนหลาว;* Ⓓ การพุ่ง, การเผ่น, การโผ; **the child made a sudden ~ into the road** เด็กพุ่งออกไปที่ถนนอย่างกะทันหัน; Ⓔ *(Dressmaking: tapering tuck)* เกล็ด/รอยจีบ

❷ *v.t.* **~ a look at sb.** ตวัดสายตามอง *ค.น.* อย่างรวดเร็ว; **the toad ~ed its tongue out** คางคกตวัดลิ้นออกมาอย่างรวดเร็ว ❸ *v.i. (start rapidly)* พุ่งอย่างรวดเร็ว; **~ towards sth.** พุ่งไปยัง *ส.น.* อย่างรวดเร็ว; **her eyes ~ed towards the staircase** สายตาของเธอเหลือบมองไปที่บันไดอย่างรวดเร็ว; **the fish ~ed through the water** ปลาพุ่งไปในน้ำอย่างปรู๊ดปราด

'dartboard /ˈdɑːtbɔːd/ˈดาทบอด/ *n.* กระดานปาเป้า, กระดานปาลูกดอก

Darwinian /dɑːˈwɪnɪən/ดาˈวิเนียน/ ❶ *adj.* เกี่ยวกับชาร์ล ดาร์วินและทฤษฎีของเขา ❷ *n.* ผู้ยอมรับทฤษฎีของดาร์วิน

Darwinism /ˈdɑːwɪnɪzəm/ˈดาวินิเซิม/ *n.* ทฤษฎีของดาร์วินที่เกี่ยวกับการกำเนิดของสิ่งมีชีวิต

dash /dæʃ/แดช/ ❶ *v.i. (move quickly)* พุ่ง, วิ่ง, เผ่น, ถลา *(coll.: hurry)* รีบเร่ง; **~ along behind sb./sth.** รีบถลาตาม *ค.น./ส.น.*; **~ away from sb./sth.** เผ่นหนี *ค.น./ส.น.*; **~ down/up [the stairs]** วิ่งลง/ขึ้น [บันได]; **~ up to sb./sth.** ถลาเข้าไปหา *ค.น./ส.น.*; **I must just ~ to the loo** ฉันต้องรีบเข้าห้องน้ำด่วน; **~ against sth.** *(เคลื่อน)* กระแทก/ฟาดกับ *ส.น.*

❷ *v.t.* Ⓐ *(shatter)* **~ sth. [to pieces]** ทำ *ส.น.* แตกละเอียด; Ⓑ *(fling)* ขว้าง, เหวี่ยง; *(splash)* ทำให้เปื้อน; *(spatter)* ทำให้กระเด็นเปื้อน (**with** ด้วย); Ⓒ *(frustrate)* **sb.'s hopes are ~ed** ความหวังของ *ค.น.* พังพินาศ; Ⓓ *(coll.)* ➡ **²darn** 1

❸ *n.* Ⓐ **make a ~ for sth.** พรวดพราดเข้าไปที่ *ส.น.* อย่างรวดเร็ว; **make a ~ at sb.** พรวดพราดเข้าไปประชิด *ค.น.*; **make a ~ for shelter** วิ่งเข้าที่หลบ *(ฝน, ลม ฯลฯ)*; **make a ~ for freedom** ถลาตรงไปที่ทางออก; Ⓑ *(horizontal stroke)* ยติภังค์, เส้นขีดยาว; Ⓒ *(Morse signal)* สัญญาณยาว; Ⓓ *(slight admixture)* จำนวนเล็กน้อย; **a ~ of salt** เกลือนิดหน่อย; **add a ~ of colour to sth.** ให้สี *ส.น.* นิดหน่อย; **beige with a ~ of brown** สีทรายที่มีสีน้ำตาลปนอยู่เล็กน้อย; Ⓔ *(vigorous action)* ความขะมักเขม้น; *(showy appearance)* **cut a ~:** แต่งตัวหรูหรา, ทำตัวโดดเด่น; Ⓕ ➡ **dashboard**

~ a'way ❶ *v.i. (rush)* วิ่ง, เร่ง; *(coll.: hurry)* **they had to ~ away** พวกเขาต้องรีบไป; **you're not going to ~ away so soon, surely** คุณจะรีบไปเร็วอย่างนี้หรือ ❷ *v.t* ปาด *(น้ำตา)* ทิ้ง

~ 'off ❶ *v.i.* ➡ **~ away** 1 ❷ *v.t.* รีบเขียน

~ 'out *v.t.* **~ sb.'s brains out** ฆ่า *ค.น.* โดยตีศีรษะอย่างแรง

'dashboard *n. (Motor Veh.)* แผงหน้าปัด

dashed /dæʃt/แดชทฺ/ ➡ **darned**

dashing /ˈdæʃɪŋ/ˈแดชิง/ *adj.*เท่, หรูหรา

dastardly /ˈdæstədlɪ/ˈแดซเติดลิ/ *adj.* ขี้ขลาด; *(malicious)* ร้ายกาจ, มุ่งร้าย, พยาบาท

DAT /dat/แดท/ *n. abbr.* **Digital Audio Tape**

data /ˈdeɪtə/ˈเดเทอะ/ *n. pl., constr. as pl. or sing.* ข้อมูล, สถิติ; ➡ + **datum**

data: ~ acquisition *n.* การได้มาของข้อมูล; **~ analysis** *n.* การวิเคราะห์ข้อมูล; **~ bank** *n.* ที่เก็บข้อมูล, แหล่งข้อมูล; **~base** *n.* ฐานข้อมูล; **~base management system** ระบบบริหารฐานข้อมูล; **~ capture** *n.* การป้อนข้อมูลเข้าคอมพิวเตอร์; **~ communications** *n. pl. (Computing)* การแลกเปลี่ยนข้อมูล; **~ corruption** *n.* การเสื่อมเสียของข้อมูล; **~ disk** *n.* แผ่นข้อมูล; **~ entry** *n., no pl., no art. (Computing)* การป้อนข้อมูลเข้าฐาน; **~ file** *n. (Computing)* แฟ้มข้อมูล; **~ glove** *n. (Computing) ถุงมือที่ประกอบด้วยตัวรับรู้เพื่อให้ข้อมูลการเคลื่อนไหวของมือ;* **~handling** ➡ **~ processing**; **~ highway** *n. (Computing)* ทางด่วนข้อมูล; **~link** *n. (Computing)* การโยงฐานข้อมูล; **~ management** *n.* การบริหารข้อมูล; **~ processing** *n. (Computing)* การประมวลผล; **~' processor** *n. (Computing)* คอมพิวเตอร์ประมวลผลข้อมูล; **~ pro'tection** *n. (Computing)* การรักษาความปลอดภัยของข้อมูล; **~ retrieval** *n. (Computing)* การค้นข้อมูล; **~ retrieval system** ระบบค้นข้อมูล; **security** *n. (Computing)* ความปลอดภัยของข้อมูล; **~ sheet** *n.* กระดาษข้อมูล; **~ storage** *n. (Computing)* การเก็บข้อมูล; *(capacity)* ขนาดของฐานเก็บข้อมูล; **~ storage device** *n.* อุปกรณ์เก็บข้อมูล; **~ transmission** *n. (Computing)* การส่งข้อมูล

¹date /deɪt/เดท/ *n. (Bot.)* Ⓐ *(fruit)* ผลอินทผลัม; Ⓑ *(tree)* ➡ **date palm**

²date /deɪt/เดท/ ❶ *n.* Ⓐ ➤ **231** วันที่, วันเดือนปี; **~ of birth** วันเดือนปีเกิด; **what are his ~s?** เขาเกิดปีไหนและตายปีไหน; **the last ~ for payment** วันสุดท้ายสำหรับการชำระเงิน; Ⓑ *(coll.: appointment)* การนัดหมาย; **have/make a ~ with sb.** มีนัดกับ *ค.น.*; **go [out] on a ~ with sb.** ออกไปเที่ยวกับ *ค.น. (เพศตรงข้าม)*; ➡ + **blind ~**; Ⓒ *(Amer. coll.: person)* คู่นัด *(เพศตรงข้าม)*; Ⓓ *(period)* ระยะเวลา; Ⓔ **be out of ~:** ล้าสมัย; *(expired)* หมดอายุ; **to ~:** จนถึงเดี๋ยวนี้; ➡ + **up to date**

❷ *v.t.* Ⓐ *(mark with ~, refer to a time)* ลงวันที่; ระบุสมัย; **~ sth. to a time** ระบุว่า *ส.น.* เป็นของสมัยไหน; Ⓑ *(coll.: make seem old)* ทำให้ดูมีอายุ/เก่าแก่; Ⓒ *(Amer coll.: make ~ with)* **~ [each other]/sb.** ออกไปเที่ยว [กัน]/กับ *ค.น.*

❸ *v.i.* Ⓐ **~ back to/~ from a certain time** สืบเนื่องมาจากยุคใดยุคหนึ่ง; Ⓑ *(coll.: become out of ~)* ล้าสมัย

dated /ˈdeɪtɪd/ˈเดทิด/ *adj.* ล้าสมัย; **a ~ fashion** แฟชั่นที่ล้าสมัย

date: ~ line *n.* Ⓐ *(Geog.)* เส้นแบ่งวัน; Ⓑ *(in newspaper etc.)* เส้นพาดหัวหนังสือพิมพ์แสดงวันที่; **~ palm** *n.* ต้นอินผลัม; *(Phoenix dactylifera)*; **~ rape** *n.* การข่มขืนโดยคนรู้จัก *ระหว่างออกไปเที่ยวกัน;* **~ stamp** *n.* ตราประทับวันที่; **~-stamp** *v.t.* ประทับตราวันที่

d

Dates (วันที่)

Saying dates (พูดถึงวันที่)

What's the date?
= วันที่เท่าไร *หรือ* วันนี้เป็นวันที่เท่าไร

It's May the tenth
= วันที่สิบพฤษภาคม

What date is the wedding?
= แต่งงานวันที่เท่าไร *หรือ* พิธีแต่งงานคือวันที่เท่าไร

The wedding is on the 22nd (twenty-second)
= พิธีแต่งงานคือวันที่ 22 (ยี่สิบสอง)

	WRITTEN (ภาษาเขียน)	**SPOKEN** (ภาษาพูด)
May 1st, May 1	วันที่ 1 พฤษภาคม	หนึ่งพฤษภา
May 21st, May 21	วันที่ 21 พฤษภาคม	ยี่สิบเอ็ดพฤษภา
May 30th, May 30	วันที่ 30 พฤษภาคม	สามสิบพฤษภา
Monday May 3rd	วันจันทร์ที่ 3 พฤษภาคม	จันทร์ที่สามพฤษภา
2004	ค.ศ. 2004	ปีสองพันสี่

Saying when (การพูดเกี่ยวกับเวลา)

on with days and dates is omitted in Thai:

On Friday
= วันศุกร์

On March 6th
= วันที่ 6 มีนาคม

On Friday March 6th
= วันศุกร์ที่ 6 มีนาคม

On the first of next month
= วันที่ 1 ของเดือนหน้า

An exception is not unnaturally:

It happened on a Tuesday
= วันเกิดเหตุเป็นวันอังคาร

If an adjective follows ***a*** or ***one,*** the following construction is used:

on a fine Sunday, one fine Sunday
= เมื่อวันอาทิตย์ที่อากาศสดใส

in with just the months is ใน but the addition of last or next leads to ใน being dropped:

in June
= ในเดือนมิถุนายน

next June
= เดือนมิถุนายนหน้า

last June
= เดือนมิถุนายนที่แล้ว

Note also:

at the end/beginning of June
= ตอนปลาย/ต้นเดือนมิถุนายน

in the middle of July
= กลางเดือนกรกฎาคม

When giving the year when something happened in Thai, the year is usually preceded by ปี or ในปี:

Unlike English which has several variations (May 10, 10 May, May 10th, 10th May etc.), dates in Thai are written in the same way:

วันที่ 26 สิงหาคม พ.ศ. 2546. Note the use of the Buddhist calendar.

He died in 1945
= เขาเสียชีวิตในปี ค.ศ. 1945

in 27 AD
= 27 ปีหลังคริสตกาล

in 55 BC
= 55 ปี ก่อนคริสตกาล

Other phrases:

from November/November 5th [onwards]
= จากเดือนพฤศจิกายน/วันที่ 5 พฤศจิกายน (เป็นต้นไป)

from next Tuesday
= จากวันอังคารหน้า

from the 21st to the 30th
= จากวันที่ 21 ถึงวันที่ 30

It will be ready by Friday/by the 14th
= มันจะเสร็จภายในวันศุกร์/ภายในวันที่ 14

It won't be ready until Friday
= มันจะไม่เสร็จจนวันศุกร์

around May 16th
= ประมาณวันที่ 16 พฤษภาคม

in the sixties or ***60s***
= ในยุคซิกตี้

in the 1880s
= ระหว่าง ค.ศ. 1880 และ 1890

the 1912 uprising
= การกบฏของปี ค.ศ. 1912

the 19th century novel
= นวนิยายของศตวรรษที่ 19

a 17th century composer
= คีตกวีสมัยศตวรรษที่ 19

a 14th century building
= ตึกที่สร้างในศตวรรษที่ 14

She's coming on Friday
= เธอจะมาวันศุกร์

'dating agency *n.* องค์กรที่จัดให้ผู้คนมาพบกันเพื่อหาคู่

dative /'deɪtɪv/'เดทิฟ/ *(Ling.)* ❶ *adj. เกี่ยวกับคำนาม/สรรพนามที่อยู่ในรูปของกรรมรองหรือผู้รับ;* **~ case** รูปของกรรมรอง ❷ *n. กรรมรอง*

datum /'deɪtəm, 'dɑ:təm/'เดเทิม, 'ดาเทิม/ *n., pl.* **data**/'deɪtɔ, 'dɑ:tə/'เดเทอะ, 'ดาเทอะ/ Ⓐ *(premiss)* หลักฐาน, ข้อมูล; Ⓑ *(fixed starting point)* เกณฑ์

'datum line *n. (Surv.)* เส้นฐานของมาตราวัดที่ใช้ในการทำแผนที่

daub /dɔ:b/ดอบ/ ❶ *v.t.* Ⓐ *(coat)* ฉาบ, ทา; *(smear, soil)* ทำให้เปื้อน; Ⓑ *(lay crudely)* แต้ม/ป้าย/ระบายอย่างหยาบ ๆ ❷ *v.i.* (จิตรกร) วาดภาพอย่างไม่ชำนาญ ❸ *n.* Ⓐ *(plaster etc.)* ดินหรือโคลนที่ฉาบขัดแตะ; Ⓑ *(crude painting)* ภาพที่วาดอย่างหยาบ ๆ; Ⓒ *(smear)* รอยเปื้อนเหนียว ๆ; **covered with great ~s of sth.** เต็มไปด้วยรอยเปื้อนของ *ส.น.*

daughter /'dɔ:tə(r)/'ดอเทอะ(ร)/ *n. (lit. or fig) (coll.)* ลูกสาว; *(more formal)* บุตรสาว, ทายาทหญิง

'daughter-in-law *n., pl.* **daughters-in-law** ลูกสะใภ้

daunt /dɔ:nt/ดอนทฺ/ *v.t.* ทำให้ท้อถอย, ทำให้เกรงขาม; **nothing ~ed** ไม่ท้อถอย

dauntless /'dɔ:ntlɪs/'ดอนทฺลิซ/ *adj.* กล้าหาญ, พากเพียร

dauphin /'dɔ:fɪn/'ดอฟิน/ *n. (Hist.) โอรสองค์โตของกษัตริย์ฝรั่งเศส*

davenport /'dævnpɔ:t/'แดวฺ'นพอท/ *n.* Ⓐ *(Brit.: writing desk)* โต๊ะเขียนหนังสือ; Ⓑ *(Amer.: sofa)* เก้าอี้นวม

davit /'dævɪt/'แดวิท/ *n. ปั้นจั่นขนาดเล็กบนเรือ เพื่อยกหรือหย่อนเรือบด*

Davy [lamp] /'deɪvɪ (læmp)/'เดวิแลมพฺ/ *n.* ตะเกียงสำหรับใช้ในเหมือง

dawdle /'dɔ:dl/'ดอด'ล/ ❶ *v.i.* เดินทอดน่องอย่างเกียจคร้าน, อืดอาด ❷ *v.t.* **~ away** ใช้/เสียเวลาไปโดยเปล่าประโยชน์ ❸ *n. (dawdling)* การทำอะไรอย่างอืดอาด; *(stroll)* การเดินทอดน่อง

dawn /dɔ:n/ดอน/ ❶ *v.i.* Ⓐ *(อรุณ)* รุ่ง, *(ฟ้า)* แจ้ง; **day[light] ~ed** ฟ้าแจ้งแล้ว; Ⓑ *(fig.)* เริ่มประจักษ์; *(ความคิด)* เริ่มเป็นที่เข้าใจ; **until the meaning finally ~ed** จนกว่าความหมายเป็นที่เข้าใจในที่สุด; **sth. ~s on** *or* **upon sb.** *ส.น.* เริ่มประจักษ์แก่ *ค.น.;* **hasn't it ~ed on you that...?** คุณยังไม่เข้าใจอีกหรือว่า...; **the idea ~ed on her that...:** เธอคิดออกว่า... ❷ *n.* Ⓐ รุ่งอรุณ;

from ~ to dusk รุ่งอรุณจนถึงพลบค่ำ; **it is ~:** รุ่งอรุณแล้ว; **at ~:** ตอนรุ่งอรุณ; **[the] ~ breaks** ฟ้าสาง, แสงเงินแสงทองเริ่มจับขอบฟ้า; **in the ~:** ยามรุ่งอรุณ; Ⓑ *(fig.)* การเริ่ม; จุดริเริ่ม; **at the ~ of civilization** อารยธรรมยุคเริ่มแรก

dawn 'chorus *n.* เสียงนกร้องตอนฟ้าสาง

dawning /'dɔ:nɪŋ/'ดอนิง/ *n.* Ⓐ รุ่งอรุณ; **at the ~ of the day** ตอนรุ่งอรุณ; Ⓑ *(fig.)* การเริ่มต้น; **at the ~ of a new era/civilization** ตอนต้นของศักราชใหม่/อารยธรรมใหม่

day /deɪ/เด/ *n.* Ⓐ ➤ 177, ➤ 233 วัน; **on a ~ like today** เมื่อวันเช่นนี้; **all ~ [long]** ตลอดวัน; **take all ~** *(fig.)* ใช้เวลายาวนานไม่รู้จักจบสิ้น; **as happy as the ~ is long** พออกพอใจอิ่มเอมมาก; **the ~ of ~s** วันที่พระเยซูฟื้นคืนชีพ; **all ~ and every ~:** วันแล้ววันเล่า; **not for many a long ~:** ไม่ได้เป็นเช่นนั้นมานานแล้ว; **to this ~, from that ~ to this** จนถึงวันนี้; **as clear as ~:** ชัดเจนมาก; **for two ~s** เป็นเวลาสองวัน; **what's the ~** *or* **what ~ is it today?** วันนี้วันอะไร; **twice a ~:** วันละสองครั้ง; **in a ~/two days** *(within)* ในหนึ่งวัน/สองวัน; **in a ~['s time]/a few ~s [' time]** ภายในหนึ่งวัน/สองสามวัน; **in six ~s [' time]** ภายในหกวัน; **in eight ~s** ภายในแปดวัน; **[on] the ~ after/before** ในวันพรุ่งนี้/เมื่อวานนี้; **[on] the ~ after/before we met** [เมื่อ] วันถัดจาก/ก่อนเราพบกัน; **[the] next/[on] the following/[on] the previous ~:** วันถัดมา/[เมื่อ] วันรุ่งขึ้น/[เมื่อ] วันก่อน; **the ~ before yesterday/after tomorrow** วานซืน/มะรืนนี้; **the other ~:** วันก่อน, ไม่นานมานี้; **only the other ~:** เมื่อเร็ว ๆ นี้; **every other ~:** วันเว้นวัน, ทุกสองวัน; **from this/that ~ [on]** จากวันนี้/วันนั้นเป็นต้นไป; **one ~ he came** วันหนึ่งเขาก็มา; **come and see us one ~:** มาเยี่ยมเราสักวัน; **one ~ ..., the next ...:** วันนี้... พรุ่งนี้...; **one of these [fine] ~s** ในอนาคตอันใกล้นี้; **two ~s ago** สองวันมาแล้ว; **some ~:** สักวัน; **to the ~:** ตรงวันพอดี; **~ after ~:** วันแล้ววันเล่า; **~ by ~, from ~ to ~:** แต่ละวันที่ผ่านไป; **from one ~ to the next** อยู่ไปวัน ๆ; **~ in ~ out** อย่างสม่ำเสมอ, เป็นประจำ; **it's all in the/a ~'s work** เป็นส่วนหนึ่งของงานประจำ; **call it a ~** *(end work)* เลิกงาน; *(more generally)* ยกเลิก; **at the end of the ~** *(fig.)* ปิดบัญชี, เมื่อถึงคราวชี้ ชะตา; **early in the ~** *(fig.)* เร็วเกินไป; **he's 65 if he's a ~:** เขาต้องอายุ 65 เป็นอย่างน้อย; **it's not my ~:** ไม่ใช่วันของฉัน, โชคไม่ดี; **it's my ~:** เป็นวันของฉัน, โชคดี; **on his ~:** เมื่อเขาโชคดี; **that will be the ~** *(iron.)* เป็นไปได้ยาก, ชาติหน้าตอนบ่าย ๆ; **it's been one of those ~s** วันนี้เป็นวันที่ทุกสิ่งเลวร้ายไปหมด; **soup/dish of the ~:** ซุป/อาหารพิเศษประจำวัน; ➡ + **any** 1 E; **good** 1 M; **late** 2 E; **make** 1 P; **off** 1 E; Ⓑ *(daylight)* **before/at ~:** ก่อน/ตอนสว่าง; Ⓒ *in sing. or pl. (period)* **in the ~s when...:** ในสมัยเมื่อ...; **in his/that/Queen Anne's ~:** ในสมัยของเขา/นั้น/ราชินีแอนน์; **in former/earlier ~s** ในสมัยก่อน; **these ~s** สมัยนี้, ปัจจุบัน; **in those ~s** ในสมัยนั้น; **in this ~ and age, at the present** ในปัจจุบัน, ในสมัยนี้; **this ~ and age, the [present] ~** ปัจจุบัน; **have seen/known better ~s** แก่แล้ว/เก่าแล้วทรุดโทรม, ไม่เหมือนก่อน; **I have seen the ~ when...:** ฉันเคยผ่านเหตุการณ์ในอดีตเมื่อตอนที่...; **those were the ~s** วันวานเก่า ๆ ที่แสนสุข; ➡ + **bad** 1 A; **good** 1 D; Ⓓ *in sing. or pl. (lifetime)* **in our ~[s]** ในสมัยพวกเรา; **end one's ~s** จบชีวิต; Ⓔ *(time of prosperity)* **in one's ~:** ในสมัยแห่งความรุ่งเรืองของตน; *(during lifetime)* ในช่วงชีวิตของตน; **sth.'s ~ is over** *ส.น.* หมดอายุใช้งานแล้ว; **every dog has its ~:** ทุกคนย่อมมีโอกาส; **it has had its ~:** ใช้ไม่ได้แล้ว; Ⓕ *(victory)* **win** *or* **carry the ~:** ได้รับชัยชนะ; Ⓖ *(~ for regular event)* **Monday is my ~:** วันจันทร์เป็นเวรของฉัน; **it's my ~ [for doing** *or* **to do sth.]** มันเป็นวันที่ฉันจะทำ *ส.น.* เป็นประจำ; **whose ~ is it ?** เวรของใคร

-day *adj. suf.* วัน; **three-~[s]-old** อายุ 3 วัน; **five-~ week** สัปดาห์ที่มีวันทำงาน 5 วัน

day: ~bed *n.* เตียงนอนเล่น; เก้าอี้นอน; **~book** *n. (commerc.)* สมุดขายเชื่อ; **~ boy** *n. (Brit.)* นักเรียนชายไปกลับของ *(โรงเรียนประจำ)*; **~break** *n.* รุ่งอรุณ; **at ~break** ตอนรุ่งอรุณ; **~ care** *n.* การรับดูแลตลอดวัน; *attrib.* **~-care centre** ศูนย์ดูแล *(เด็ก, คนแก่)* ในช่วงกลางวัน; **~dream** ❶ *n.* การฝันกลางวัน, วิมานในอากาศ; **lost in a ~dream** มัววาดวิมานในอากาศ ❷ *v.i.* ฝันกลางวัน, สร้างวิมานในอากาศ; **~dreamer** *n.* คนฝันกลางวัน, คนสร้างวิมานในอากาศ; **~ girl** *n. (Brit.)* นักเรียนหญิงไปกลับ *(ของโรงเรียนประจำ)*; **~light** *n.* Ⓐ *(light of ~)* แสงสว่าง, กลางวัน; **by ~light** ขณะที่ยังเป็นเวลากลางวันอยู่; **go on working while it's still ~light** ทำงานต่อไปในขณะที่ยังมีแสงสว่างอยู่; **~light comes** สว่างแล้ว; **it's [already] ~light** สว่างแล้ว; **during the hours of ~light, in ~light** ระหว่างเวลากลางวัน, ในเวลากลางวัน; **in broad ~light** ในเวลากลางวันแสก ๆ; **~light saving [time]** *เลื่อนเวลา/นาฬิกาหนึ่งชั่วโมงเร็วขึ้นเมื่อต้นฤดูร้อนและกลับอีกทีเมื่อต้นฤดูใบไม้ร่วง*; Ⓑ *(dawn)* **at** *or* **by** *or* **before ~light** ตอนก่อนรุ่งอรุณ; Ⓒ *(fig.)* **bring sth. into the ~light;** เปิดเผย *ส.น.*; **I see ~light** ฉันเริ่มเข้าใจสถานการณ์แล้ว; *(understand)* ฉันเข้าใจแล้ว; **scare/beat the [living] ~lights out of sb.** เขย่าขวัญ/เฆี่ยนตี *ค.น.* จนอาการปางตาย; **it's ~light robbery** โก่งราคากันชัด ๆ; Ⓓ *(visible interval)* ระยะที่มองเห็นวัตถุได้; **~-long** *attrib. adj.* มีระยะหนึ่งวัน; **~ nursery** *n.* Ⓐ *(room)* สถานที่รับเลี้ยงเด็กเล็ก; Ⓑ *(school)* โรงเรียนอนุบาล; **~ release** *n. (Brit.) การให้วันหยุดแก่คนงานเพื่อไปเรียนต่อพิเศษ*; **on ~ release** กำลังเรียนต่อในระหว่างทำงาน; *attrib.* **~-release course** วิชาที่เรียนในระหว่างลาหยุดงาน; **~ return** ❶ *attrib. adj.* **~ return ticket** ➡ 2 ❷ *n.* ตั๋วไปกลับภายในหนึ่งวันราคาพิเศษ; **~ school** *n.* โรงเรียนไปกลับ; **~ shift** *n.* ผลัด/กะกลางวัน; **be on [the] ~ shift** อยู่ผลัดกลางวัน; **~time** *n.* เวลากลางวัน; **in** *or* **during the ~time** ใน *หรือ* ระหว่างเวลากลางวัน; **~-to-~** *adj.* ประจำวัน; **~-to-~ life** ชีวิตประจำวัน; **~ trip** *n.* การเดินทาง *หรือ* การไปเที่ยวแบบเช้าไปเย็นกลับ; **~ tripper** *n.* นักท่องเที่ยวแบบเช้าไปเย็นกลับ

daze /deɪz/เดซ/ ❶ *v.t.* ทำให้มึน, ทำให้งง; **be ~d** มึน, งง (at กับ) ❷ *n.* อาการสับสน, อาการงงงวย; **in a [complete/bit of a] ~:** มีอาการงง [ไปหมด/นิดหน่อย]

dazzle /'dæzl/'แดซ'ล/ *v.t. (lit., or fig.: delude)* ทำให้ลานตา, ทำให้มองอะไรไม่เห็นไปชั่วครู่; *(fig.: confuse)* ทำให้งง; *(impress)* ทำให้ประทับใจ

dB *abbr.* **decibel[s]** เดซิเบล *(ท.ศ.)*

DC *abbr.* Ⓐ *(Electr.)* **direct current** ไฟฟ้ากระแสตรง; Ⓑ *(Geog.)* **District of Columbia** *เขตปกครองในอำนาจรัฐบาลกลางของสหรัฐอเมริกาเป็นที่ตั้งของกรุงวอชิงตัน ดี ซี*; Ⓒ *(Mus)* **da capo** ดนตรีที่ซ้ำใหม่ตั้งแต่ต้น *(ท.ศ.)*

DD *abbr.* **Doctor of Divinity** ตำแหน่งพระที่จบมหาวิทยาลัย; ➡ + **B. Sc.**

D-Day /'di:deɪ/'ดีเด/ *n.* Ⓐ *(6 June 1944) วันกรีธาทัพบุกใหญ่ โดยฝ่ายพันธมิตรขึ้นบุกยุโรปที่นอร์มังดีในสงครามโลกครั้งที่สอง*; Ⓑ *(starting day)* วันที่เริ่มปฏิบัติการสำคัญ ๆ

DDT /di:di:'ti:/ดีดีที/ *n.* ยาฆ่าแมลง ดีดีที *(ท.ศ.)*

DEA *n. (Amer.) abbr. Drug Enforcement Agency* องค์กรการควบคุมและปราบปรามยาเสพติด

deacon /'di:kn/'ดีค'น/ *n.* บาทหลวงในโบสถ์คริสต์เตียนซึ่งมีฐานันดรศักดิ์ต่ำที่สุด

deaconess /'di:kənɪs/'ดีเคอะนิซ/ *n.* หญิงผู้ช่วยในโบสถ์ด้านธุรการ

deactivate /di:'æktɪveɪt/ดี'แอคทิเวท/ *v.t.* ทำให้เฉื่อย *(เคมี)*; ถอดสลัก *(ระเบิด)*; ปิด *(เครื่องยนต์)*

dead /ded/เด็ด/ ❶ *adj.* Ⓐ ตาย, หมดความรู้สึก; **[as] ~ as a doornail/as mutton** ตายสนิท; **be ~ from the neck up** *(coll.)* โง่; **I wouldn't be seen ~ doing sth./in that dress** *(coll.)* ฉันไม่มีทางทำ *ส.น.*/ใส่ชุดนั่นหรอก; **I wouldn't be seen ~ in a place like that** *(coll.)* ฉันไม่ไปที่อย่างนั้นแน่ ๆ; **~ men tell no tales** *(prov.)* คนตายแล้วเอาความลับไปบูดไม่ได้; ➡ + **body** 1 B; **bury** A; **'go** 1 j; Ⓑ *(inanimate, extinct)* ไม่มีชีวิต, สูญพันธุ์; *(without power)* *(ถ่านไฟฉาย)* หมด; ตาย *(วิทยุ)*; *(extinguished)* *(ไฟ, บุหรี่)* ดับ; *(not glowing)* *(ถ่านไฟ)* ไม่เปล่งแสง; **the fire is ~:** ไฟมอดแล้ว; ➡ + **dodo**; Ⓒ *(dull, lustreless)* *(สี)* มัว, สลัว; *(ผม)* ไม่มีประกาย; *(without force)* ไม่มีพลัง; *(without warmth)* *(เสียง)* ไร้ความอบอุ่น; *(เมือง)* เงียบ; *(quiet)* *(ถนน, เวลากลางคืน, หมู่บ้าน)* เงียบ; *(unexciting)* *(งานเลี้ยง)* จำเจ; *(flat)* *(เครื่องดื่ม)* หมดความซ่า; Ⓓ *(lose interest)* เลิกสนใจ (on ใน); **go ~:** ตาย, เสีย; *(inactive, productive)* *(เมืองหลวง, งานเลี้ยง)* เงียบสนิท; *(โทรศัพท์)* เสีย; *(ดิน)* หมดคุณภาพหรือไม่สามารถปลูกอะไรได้; **the phone has gone ~:** โทรศัพท์เสีย; **the motor is ~:** เครื่องเสีย; **a ~ engine** เครื่องจักรที่เสียแล้ว; Ⓔ *(expr. completeness)* *(การหยุด)* โดยสิ้นเชิง; *(อยู่กลาง)* เป๊ะ; *(coll.: absolute)* โดยสมบูรณ์, อย่างเต็มที่, อย่างแท้; **~ silence** *or* **quiet** เงียบกริบ; **~ calm** สงบเต็มที่; **~ faint** หมดสติอย่างฉับพลัน; **~ trouble** ปัญหาอย่างแท้จริง; **a ~ shot** นักยิงปืนที่แม่นยำไม่เคยพลาด; Ⓕ *(benumbed)* หมดความรู้สึก, ชา; *(sleeping)* นอนหลับ; **be ~ to sth.** *(lit or fig.)* ไม่มีความรู้สึกกับ *ส.น.*; **be ~ to shame** ไม่มียางอาย; **be ~ to the world** *(unconscious)* หมดสติ; *(asleep)* หลับเหมือนตาย; Ⓖ *(exhausted)* เหนื่อยตาย; **I feel absolutely ~:** ฉันรู้สึกเหนื่อยแทบตาย ❷ *adv.* Ⓐ *(completely)* สนิท, โดยสิ้นเชิง; **~ silent** เงียบสนิท; **~ straight** ตรงแน่ว; **~ tired** เหนื่อยแทบตาย; **~ easy** *or* **simple/slow** ง่าย/ช้าจริง ๆ; **~ drunk** เมาสนิท; **~ level** เรียบสนิท; **~ still** นิ่งสนิท; *(without wind)* ไม่มีลมพัด; **make ~ certain** *or* **sure of sth.** ทำให้มั่นใจใน *ส.น.* อย่างแน่นอน; **be ~ against sth.** เป็นปรปักษ์กับ *ส.น.*; Ⓑ *(exactly)* **~ on the target** ตรงเป้า; **~ on time** ตรงเวลาเผง; **~ on two [o'clock]** บ่าย 2 โมงตรง

d

Days of the week (วันในสัปดาห์)

ENGLISH	IN THAI	ABBREVIATION
Sunday	วันอาทิตย์	อา.
Monday	วันจันทร์	จ.
Tuesday	วันอังคาร	อ.
Wednesday	วันพุธ	พ.
Thursday	วันพฤหัส	พฤ.
Friday	วันศุกร์	ศ.
Saturday	วันเสาร์	ส.

Note that the week is considered as beginning on Sunday. The abbreviations given are used mainly in printed matter, such as calenders, diaries, timetables and notices giving opening times, rather than in private or business correspondence.

Saying when (การพูด 'เมื่อไร')

As with dates, the English *on* is omitted in Thai:

I am leaving on Wednesday
= ฉันจะไปวันพุธ

The same applies when more details are given but the word order can change:

I am leaving on Wednesday for Cairo
= ฉันจะไปเมืองไคโรวันพุธ, วันพุธฉันจะไปเมืองไคโร

Some other examples of time expressions:

Her birthday is on a Tuesday
= วันเกิดของเธอจะเป็นวันอังคาร

It happened one wet Sunday
= วันที่เกิดเหตุการณ์ขึ้นเป็นวันอาทิตย์ที่ฝนตก

One Saturday I met him at the zoo
= วันเสาร์หนึ่งฉันไปพบเขาที่สวนสัตว์

I go home on Fridays/every Friday
= ฉันกลับบ้านทุกวันศุกร์ *หรือ* วันศุกร์ฉันจะกลับบ้าน

Her evening class is on Mondays or ***on a Monday***
= เธอจะเรียนพิเศษทุกวันจันทร์ *หรือ* วันจันทร์เธอจะเรียนพิเศษ

Some more expressions for less frequent or regular events:

every other Thursday
= ทุกวันพฤหัสเว้นพฤหัส

every third Monday
= วันจันทร์ที่สามของแต่ละเดือน

most Saturdays
= เกือบทุกวันเสาร์

some Wednesdays
= บางวันพุธ

on the occasional or ***odd Friday***
= วันศุกร์นาน ๆ ที

■ **LOOKING BACKWARDS AND FORWARDS** (มองไปข้างหน้า, มองย้อนอดีต)

last Thursday
= วันพฤหัสที่แล้ว

[on] the Thursday before last
= (เมื่อ) วันพฤหัสก่อนหน้าพฤหัสที่แล้ว

a week ago on Thursday
= หนึ่งอาทิตย์มาแล้วเมื่อวันพฤหัส

I shall see her next Monday or ***this [coming] Monday***
= ฉันจะพบเธอวันจันทร์หน้า *หรือ* วันจันทร์ที่จะมาถึง

I saw her the next or ***the following Monday***
= ฉันพบเธอวันจันทร์ถัดไป *หรือ* วันจันทร์ต่อมา

the Monday after next
= วันจันทร์โน้น

a week on Monday
= อีกสัปดาห์นับจากวันจันทร์

from Saturday [on]
= ตั้งแต่วันเสาร์ [เป็นต้นไป]

It has to be ready by Friday
= มันจะต้องเสร็จภายในวันศุกร์

■ **TIMES OF DAY** (เวลา)

on Monday morning
= วันจันทร์เช้า

on Wednesday afternoon
= วันพุธบ่าย

on Thursday evening
= วันพฤหัสเย็น

on Friday night
= วันศุกร์กลางคืน

And if it's habitual:

on Monday mornings
= ทุกวันจันทร์เช้า

on Wednesday afternoons
= ทุกวันพุธบ่าย

on Thursday evenings
= ทุกวันพฤหัสเย็น

on Friday nights
= ทุกวันศุกร์กลางคืน

■ **TODAY** (วันนี้)

What day is it [today]?
= วันนี้วันอะไร

It's Tuesday [today]
= วันนี้วันอังคาร

■ **BELONGING TO A CERTAIN DAY** (เฉพาะวัน)

Thai has more than one way of expressing this, whereas English has simply the name of the day with or without an apostrophe s; In Thai one way is the use of the word ของ to form the possessive or to use ประจำ or เฉพาะ

his [regular] Sunday walk
= การไปเดินเล่น [ประจำ] วันอาทิตย์ของเขา

the Sunday papers
= หนังสือพิมพ์ของวันอาทิตย์

a Sunday driver
= คนขับรถเฉพาะวันอาทิตย์

Monday's trains
= รถไฟของวันจันทร์

Wednesday's classes
= การเรียนประจำวันพุธ

Tuesday's paper
= หนังสือพิมพ์ฉบับวันอังคาร

There will be a Saturday [train] service
= จะมีรถไฟวิ่งวันเสาร์

Wednesday's sailing is cancelled
= การเดินเรือประจำวันพุธถูกยกเลิก

····➤ Dates

❸ *n.* Ⓐ **in the ~ of winter/night** ในช่วงที่หนาวที่สุดของฤดูหนาว/ช่วงดึกสงัด; **it was the ~ of winter** มันเป็นช่วงของหน้าหนาวที่หนาวที่สุด; Ⓑ *pl.* **the ~**: คนตาย

dead: ~[and-] a'live *adj.* น่าเบื่อ, ไม่น่าสนใจ; **~ beat** /'-'/ *adj. (exhausted)* เหนื่อยแทบตาย; *(without money)* ไม่มีเงิน; **~beat** /'--/ *n. (coll.) (sponger)* กาฝากเกาะคนอื่นเขากิน; *(penniless person)* **he is a ~beat** เขาเป็นคนไม่เอาอ่าว;

~ **'duck** *n. (coll.)* Ⓐ *(person)* คนที่ไม่เอาไหน; Ⓑ *(thing)* **it is a ~ duck** มันเป็นสิ่งที่ต้องลืมไปเลย

deaden /'dedn/'เด็ด'น/ *v.t.* ทำให้หมดกำลัง; ทำให้ *(ความรู้สึก)* ชินชา; ทำให้ *(เส้นประสาท, ความปวด)* ชา; **~ sb./sth. to sth.** ทำให้ *ค.น./ส.น.* ชินชาต่อ *ส.น.*

dead: ~'end *n. (closed end)* ทางตัน; *(street; also fig.)* ทางตัน; **~-end** *attrib. adj.* Ⓐ **~-end street/road** ทาง/ถนนตัน; Ⓑ *(fig.)* หนทางข้างหน้ามืดมน; **she's in a ~-end job** เธอได้งานที่ไม่ก้าวหน้า; **he is a ~-end kid** เขาเป็นเด็กที่ไม่มีทางก้าวหน้า; **~eye** *n. (Naut.) ลูกรอกใช้ยึดเชือกเสากระโดงเรือ;* ~ **head** *n. (flower head)* ดอกไม้ที่ตายแต่ยังติดอยู่กับก้าน; ~ **'heat** *n.* การเข้าถึงเส้นชัยพร้อมกัน; **finish** *or* **end in a ~ heat** จบลงด้วยการเสมอกัน; ~ **'language** *n.* ภาษาที่ตายไปแล้ว; ~ **'letter** *n.* Ⓐ *(law)* กฎที่ไม่ใช้แล้ว; **be a ~ letter** เป็นกฎที่ไม่ใช้แล้ว; Ⓑ *(letter)* *จดหมายที่หาผู้รับไม่ได้และคืนผู้ส่งไม่ได้;* ~ **lift** *n. การออกแรงเต็มที่เพื่อ ส.น.;* ~ **'Lift** *n.* **~line** *n.* Ⓐ *(line of limit)* เส้นตาย; Ⓑ *(time-limit)* เวลาที่กำหนด; **meet the ~line** ทำให้ทันตามเวลาที่กำหนด; **set a ~line for sth.** กำหนดเวลาเสร็จสำหรับ *ส.น.*

deadliness /'dedlɪnɪs/'เด็ดลินิซ/ *n., no pl. (fatal quality)* ความร้ายกาจ, ความเป็นภัยถึงตาย

dead: ~lock ❶ *n.* Ⓐ *(standstill)* ภาวะชะงักงัน, ภาวะที่ไม่ก้าวหน้า; **come to a** *or* **reach [a] ~lock/be at ~lock** มาถึงภาวะชะงักงัน/อยู่ในภาวะชะงักงัน; **the negotiations had reached ~lock** การเจรจาได้มาถึงภาวะชะงักงัน; Ⓑ *(lock) ล็อกที่ต้องใช้กุญแจเปิดหรือปิด* ❷ *v.t.* ทำให้ชะงักงัน; ~ **'loss** *n.* Ⓐ *(complete loss)* การสูญเสียโดยสิ้นเชิง; Ⓑ *(coll.) (worthless thing)* สิ่งที่ไร้ค่า; *(person)* คนที่ใช้ไม่ได้

deadly /'dedlɪ/'เด็ดลิ/ ❶ *adj.* Ⓐ ถึงที่ตายได้; มหันต์; *(fig. coll.: awful)* น่ากลัว; *(very boring)* น่าเบื่อเต็มทน; *(very dangerous)* อันตรายมาก; **he looked ~** *(dangerous)* เขาดูน่ากลัวมาก; **I'm in ~ earnest about this** ฉันจริงจังกับสิ่งนี้มาก; Ⓑ *(accurate)* แม่นยำ; Ⓒ *(Theol.)* **~ sin** บาปมหันต์ ❷ *adv. (extremely)* อย่างมาก; **~ pale** ซีดมาก; **~ dull** น่าเบื่อเหลือทน

deadly 'nightshade *n. (Bot.)* พืช *Atropa belladonna* มีพิษมีดอกสีม่วงแก่และผลสีดำใช้ทำยา

dead:~ man's 'handle *n. (Transport) เครื่องควบคุมรถไฟไฟฟ้า ซึ่งส่งกระแสขณะมีมือกดเท่านั้น;* ~ **march** *n.* การเดินขบวนแห่ศพ; **~ men** *n. pl. (coll.: bottles)* ขวดเหล้าเปล่า

deadness /'dednɪs/'เด็ดนิซ/ *n., no pl. (numbness)* สภาพมึนชา, หมดความรู้สึก; *(inactivity)* การหยุดนิ่งไม่ทำอะไร, ความเฉื่อยชา

dead ~ 'on ❶ *adj.* เที่ยงตรง, แม่น; **he was ~ on with his shot** การยิงของเขาแม่นตรงเป้า; **you were ~ on when you said that** คุณถูกต้องที่พูดอย่างนั้น ❷ *adv.* อย่างแน่แท้, เที่ยงตรง; **~pan** *adj. (coll.)* หน้าตายไม่มีอารมณ์; **he looked ~pan** *or* **had a ~pan expression** เขาตีหน้าตาย; ~ **'reckoning** *n. (Naut.) การคำนวณตำแหน่งของเรือจากเข็มทิศ ฯลฯ เมื่อมองไม่เห็น;* ~ **ringer** /ded'rɪŋə(r)/เด็ด'ริงเงอะ(ร)/ *n. คนที่เกือบจะเป็นฝาแฝดกับอีกคนได้;* **a ~ ringer for Trotski** เกือบจะเป็นฝาแฝดกับทรอตสกี้; **a ~ ringer for his father** เขาเหมือนพ่อเขามาก; **to be a ~ for sb.** เป็นคนที่มีความคล้ายคลึงกับ *ค.น.* มาก; **D~ 'Sea** *pr. n.* เดดซี *(ท.ศ.) ทะเลปิดระหว่างประเทศอิสราเอลกับจอร์แดน;* **D~ Sea Scrolls** *pr. n. pl. คำจารึกและข้าวของของชาวยิวที่ค้นพบในบริเวณเดดซี;* ~ **weight** *n.* Ⓐ *(inert mass)* แรงเฉื่อย; *(fig)* สิ่งที่ถ่วงหนัก; Ⓑ *(Naut.: weight of cargo etc.)* น้ำหนักของสินค้า ฯลฯ; ~ **'wood** *n.* Ⓐ ไม้ตายซาก; Ⓑ *(fig.)* **be just ~ wood** เป็นเพียงของไร้ประโยชน์; **get rid of much of the ~ wood** *(persons)* กำจัดพวกคนที่ไม่มีประโยชน์; *(things)* ทิ้งของที่ไม่มีประโยชน์

deaf /def/เด็ฟ/ ❶ *adj.* Ⓐ *(without hearing)* หูหนวก; **~ and dumb** หูหนวกและเป็นใบ้; **~ in one ear** หูหนวกข้างเดียว; **go** *or* **become ~:** กลายเป็นคนหูหนวก; Ⓑ *(insensitive)* **musically ~:** ไม่ชื่นชอบดนตรี; **be ~ to sth.** ฟังไม่รู้เรื่อง; *(fig.)* ไม่ยอมรับฟัง *หรือ* ปฏิบัติตาม *ส.น.;* **turn a ~ ear [to sth./sb.]** ไม่ยอมฟัง *หรือ* ไม่ใยดี *[ส.น./ค.น.];* **fall on ~ ears** ไม่ได้รับความสนใจ ❷ *n. pl.* **the ~:** คนหูหนวก

deaf: ~ aid *n.* เครื่องช่วยฟัง; **~-and-'dumb alphabet** *or* **language** *n.* ภาษามือ

deafen /'defn/'เด็ฟ'น/ *v.t.* **~ sb.** ทำให้ *ค.น.* ไม่ได้ยิน; ทำให้ *ค.น.* หูหนวก; **I was ~ed by the noise** *(fig.)* เสียงดังจนฉันหูอื้อ

deafening /'defnɪŋ/'เด็ฟ'นิง/ *adj. (เสียงปืน, เพลง, ดนตรี)* ดังจนหูอื้อ

deaf 'mute *n.* คนที่หูหนวกและเป็นใบ้

deafness /'defnɪs/'เด็ฟนิซ/ *n., no pl.* สภาพหูหนวก; **cause ~ in sb.** ทำให้ *ค.น.* หูหนวก

[1]**deal** /di:l/ดีล/ ❶ *v.t.,* **dealt** /delt/เด็ลทฺ/ Ⓐ *(Cards)* แจกไพ่; **who ~t the cards?** ใครเป็นคนแจกไพ่; **he was ~t four aces** เขาได้ไพ่ตัวเอสี่ใบ; Ⓑ *(deliver as share)* **~ sb. sth.** แบ่ง *ส.น.* ให้ *ค.น.;* Ⓒ *(administer)* ตบ, ตี, พลัก; **~ sb. a blow** *(lit. or fig.)* ทำให้ *ค.น.* เจ็บปวด; Ⓓ *(distribute)* แจก

❷ *v.i.,* **dealt** Ⓐ *(do business)* **~ with sb.** ทำธุรกิจกับ *ค.น.;* **~ in sth.** ค้าขาย *ส.น.;* Ⓑ *(occupy oneself)* **~ with sth.** ดำเนินการ *ส.น.;* *(manage)* จัดการกับ *ส.น.;* **this point must be ~t with** ประเด็นนี้ต้องขบให้แตก; **I'll ~ with the washing-up** เดี๋ยวฉันจะจัดการล้างชาม; **the play ~s with the Civil War** ละครเป็นเรื่องเกี่ยวกับสงครามกลางเมือง; Ⓒ *(associate)* **~ with sb.** เกี่ยวข้องกับ *ค.น.;* Ⓓ *(behave)* **~ gently/circumspectly with sb./sth.** ปฏิบัติอย่างนิ่มนวล/ระมัดระวังกับ *ค.น./ส.น.;* Ⓔ *(take measures)* **~ with sb.** ใช้มาตรการกับ *ค.น.*

❸ *n.* Ⓐ *(coll.: arrangement)* ข้อตกลงการค้า; *(bargain)* การต่อรอง; **new ~** การทำความตกลงทางธุรกิจใหม่; *(Polit.)* การปฏิรูป; **make a ~ with sb.** ทำธุรกิจกับ *ค.น.;* **you've got a good ~ there** คุณได้ข้อตกลงที่ดีในเรื่องนั้น; **it's a ~!** ตกลง! **big ~!** *(iron.)* ดีเหลือเกินนะ!; **fair ~** *(bargain)* การต่อรองที่ดี; *(treatment)* การปฏิบัติอย่างเป็นธรรม; **raw** *or* **rough ~** *(treatment)* การกลั่นแกล้ง; *(bad luck)* โชคไม่ดี; Ⓑ *(coll.: agreement)* **make** *or* **do a ~ with sb.** ทำการตกลงกับ *ค.น.;* **let's stick to our ~:** เราควรจะยึดกับข้อตกลงของเรา; Ⓒ *(Cards)* **it's your ~:** ถึงตาคุณแล้ว ~ **'out** *v.t.* จัดสรร, แบ่งสรร, แจก; **~ sth. out to sb.** แจก *ส.น.* ให้ *ค.น.*

[2]**deal** *n.* **great** *or* **good ~,** *(coll.)* **a ~:** มากมาย, ค่อนข้างมาก; *(often)* บ่อยครั้ง; **we resent it a [great/good] ~ that...** *(coll.)* เราแค้นมากที่...

[3]**deal** *n. (fir/pine timber)* กระดานไม้สน/ไม้ฉำฉา

dealer /'di:lə(r)/'ดีเลอะ(ร)/ *n.* Ⓐ ➤ 489 *(trader)* พ่อค้า; แม่ค้า; **he's a ~ in antiques** เขาเป็นพ่อค้าของเก่า; Ⓑ *(Cards)* คนแจกไพ่; **he's the ~:** เขาเป็นคนแจกไพ่; Ⓒ ➤ 489 *(Stock Exch.)* ผู้ซื้อขายในตลาดหุ้น

dealership /'di:ləʃɪp/'ดีเลอะชิพ/ *n. (Commerc.)* ตัวแทนจำหน่าย

dealing /'di:lɪŋ/'ดีลิง/ *n.* **have ~s with sb.** มีการเกี่ยวข้องผูกพันกับ *ค.น.*

dealt ➡ [1]**deal** 1, 2

dean /di:n/ดีน/ *n.* Ⓐ *(Eccl.)* เจ้าคณะ, เจ้าอธิการของวัด; Ⓑ *(in college, university, etc.) (resident fellow) อาจารย์ที่อยู่ประจำมีหน้าที่ให้คำแนะนำและควบคุมระเบียบวินัย; (head of faculty)* คณบดี

deanery /'di:nərɪ/'ดีเนอะริ/ *n.* Ⓐ *(office)* สำนักงานของเจ้าคณะจังหวัด; Ⓑ *(house)* บ้านของเจ้าคณะจังหวัด; Ⓒ *(Brit.: group of parishes) กลุ่มของเขตโบสถ์ต่าง ๆ ที่อยู่ใต้การควบคุมของเจ้าคณะจังหวัด*

dear /dɪə(r)/เดีย(ร)/ ❶ *adj.* Ⓐ *(beloved; also iron.)* ที่รัก; *(sweet; also iron.)* น่าพิสมัย; *(formal)* ที่เคารพ; **my ~ sir/madam** เรียนคุณผู้ชาย/คุณผู้หญิงที่เคารพ; **my ~ man/woman** ท่านที่รัก; **my ~ Jones/child/girl** คุณโจนส์/หนูน้อย/สาวน้อยที่รัก; **sb./sth. is [very] ~ to sb.['s heart]** *ค.น./ส.น.* เป็นที่รักยิ่งของ *ค.น.;* **sb. holds sb./sth. ~ [to him/to his heart]** *ค.น.* เห็นว่า *ค.น./ส.น.* มีคุณค่ามาก; **run for ~ life** วิ่งให้เร็วที่สุดเท่าที่จะเร็วได้; **my ~est wish** ความปรารถนาอันสูงสุดของฉัน; **his ~est ambition** ความใฝ่ฝันสูงสุดของเขา; Ⓑ *(beginning letter)* เรียน; **D~ Sir/Madam** เรียนท่านที่เคารพ; **D~ Malcolm/Emily** มัลคอมบ์/เอมิลี่ที่รัก; **D~est Auntie Minnie** ป้ามินนี่ที่รักยิ่ง; **My ~ Smith** *(Brit.: less formal)* คุณสมิธที่เคารพ; *(between old schoolfellows etc.)* สวัสดีสมิธเพื่อนเก่า; *(Amer.: more formal)* เรียนคุณสมิธที่เคารพ; Ⓒ *(in addressing sb.)* ที่รัก; *(in exclamation)* **~ God!** พระเจ้า!; ➡ + **madam A; sir B;** Ⓓ *(expensive)* แพง

❷ *int.* **~, ~!, ~ me!, oh ~!** โอ๊ยตายแล้ว; โอ๊ยแย่จริง

❸ *n.* Ⓐ **you are a ~** *(coll)* คุณน่ารักมาก; **she is a ~:** เธอเป็นคนน่ารัก; Ⓑ **[my] ~** *(to wife, husband)* ที่รัก; *(younger relative)* น้องจ๋า; *(to aunt)* คุณป้า/น้าขา; *(to little girl/boy)* หนูจ๋า; *(to man/waman)* พ่อคุณแม่คุณ; **~est** สุดที่รัก

❹ *adv.* แพง; ➡ + **cost** 2 A

dearie /'dɪərɪ/'เดียริ/ *n.* ที่รัก; **~ me!** โอ๊ยตายจริง; โอ๊ยแย่แล้ว

dearly /'dɪəlɪ/'เดีย(ร)ลิ/ *adv.* Ⓐ *(very fondly, earnestly)* อย่างรักใคร่มาก; **I'd ~ love to do sth.** ฉันอยากทำ *ส.น.* มาก; Ⓑ *(at high price)* ในราคาแพง; **you'll pay ~ for it** *(fig)* คุณต้องยอมสิ้นเนื้อประดาตัวเพื่อสิ่งนี้

dearth /dɜ:θ/เดิธ/ *n.* ความขาดแคลน, ความอดอยาก; **there is a ~ of sth.** ขาดแคลน *ส.น.;* **there is no ~ of sth.** มี *ส.น.* เพียงพอ

death /deθ/เด็ธ/ *n.* Ⓐ ความตาย; **end in/mean ~:** มีแต่ตายลูกเดียว; **be afraid of ~:** กลัวความตาย; **after ~:** หลังความตาย; **[as] sure as ~:** แน่นอน; **meet one's ~:** ตาย; *(more formal)* ถึงแก่กรรม; **catch one's ~ [of cold]** *(coll.)* เป็นหวัดอย่างแรงจนอาจเป็นปอดบวมได้; **drink will be the ~ of him** เขาคงจะตายจากการดื่มเหล้าจัด; **... to ~:** จนตาย; **bleed to ~:**

เลือดออกมากจนตาย; **freeze to ~:** หนาวตาย; **beat sb. to ~:** ตี *ค.น.* จนตาย; **burn [sb.] to ~:** เผา [*ค.น.*] ทั้งเป็น; **he worked/drank himself to ~** เขาทำงาน/ดื่มจนตาย; **I'm scared to ~** *(fig.)* ฉันขวัญกระเจิง; **be sick** *or* **tired to ~ of sth.** *(fig.)* เบื่อ *ส.น.* แทบตาย; **be tickled to ~ by sth.** *(fig.) ส.น.* ทำให้ขบขันมาก; **be done to ~:** ทำจนถึงที่สุด; *(fig.)* เขียนเรื่องใดจนเอียน, ทำอย่างสุดใจขาดดิ้น; **be worked to ~:** ถูกทำงานหนักมาก; *(fig.)* ถูกกระทำจนทำอะไรอีกไม่ได้แล้ว; **[fight] to the ~:** สู้จนตาย; **be in at the ~** *(in fox-hunting)* อยู่ร่วมตอนเหยื่อถูกฆ่า; *(fig.)* เป็นพยานของการสิ้นสุดของ *ส.น.*; **a fate worse than ~** *(joc.)* โชคชะตาเลวร้ายยิ่งกว่าการตาย; **~ or glory!** สู้ตายไม่ยอมแพ้!; **~ to fascism!** ลัทธิฟาสซิสต์จงพินาศ!; **D~** *(personified)* ความตาย *(ในฐานบุคลาธิษฐาน เจ้าแห่งการทำลายมักจะแทนด้วยโครงกระดูก)*; **be at ~'s door** ใกล้จะตายอยู่แล้ว; **feel/look like ~ [warmed up]** *(coll.)* รู้สึก/ดูอ่อนเพลียมาก; Ⓑ *(instance)* คนตาย; **how many ~s were there?** มีคนตายกี่คน

death: ~bed *n.* เตียงคนตาย; **on one's ~bed** ขณะอาการตรีทูต; **~ blow** *n. (lit.)* บาดแผลที่ทำให้ถึงแก่ความตาย; *(fig.)* เหตุการณ์ที่ทำให้ *ส.น.* ถึงที่สุด **(to** แก่); **~ cell** *n.* ห้องขังนักโทษประหาร; **~ certificate** *n. (from authorities, from doctor)* มรณบัตร; **~-dealing** *attrib. adj.* นำความตายมาสู่; **~-defying** *adj.* ที่เอาชนะความตายได้; **~ duty** *n. (Brit. Hist.)* ภาษีมรดก; **~ knell** *n. (lit.)* การตีระฆังบอกเมื่อมีคนตาย; *(fig.)* เหตุการณ์ที่บอกถึงการสิ้นสุดของ *ส.น.*

deathless /ˈdeθlɪs/เด็ธลิซ/ *adj.* ไม่มีวันตาย, อมตะ; **~ prose** *(iron.) บทประพันธ์ที่ใช้ภาษาที่มีลวดลายมากเกินไป*

deathly /ˈdeθlɪ/เด็ธลิ/ ❶ *adj.* เหมือนกับตาย; **~ stillness/hush** ความเงียบ/สงบเหมือนกับตาย; **~ pallor** ซีดเหมือนตาย ❷ *adv.* คล้ายกับตาย; **~ pale** ซีดคล้ายกับตายแล้ว; **~ still/quiet** สงบเงียบคล้ายกับตายไปแล้ว

death: ~ mask *n. เบ้าปูนพลาสเตอร์หล่อจากใบหน้าของผู้ตาย*; **~ penalty** *n.* การลงโทษโดยการประหารชีวิต; **~ rate** *n.* อัตราการตาย; **~ rattle** *n. เสียงครอกในลำคอของคนกำลังจะตาย*; **~ ray** *n.* รังสีที่ฆ่าคนได้; **~ roll** *n.* รายชื่อผู้เสียชีวิต *(จากอุบัติเหตุ, สงคราม ฯลฯ)*; **~ row** *n.* ส่วนของคุกสำหรับนักโทษประหาร; **~ sentence** *n.* การตัดสินลงโทษประหารชีวิต; **~'s head** *n.* กะโหลกมนุษย์ *(เป็นสัญลักษณ์ความไม่จีรังของชีวิต)*; **~ squad** *n.* หน่วยพิฆาตศัตรูทางการเมือง; **~ tax** *(Amer.) n.* ภาษีมรดก; **~ threat** *n.* การขู่ฆ่า; **~ throes** *n.* การต่อสู้กับความตายช่วงสุดท้าย; ใกล้จะตาย; **be in one's [last] ~ thrones** อยู่ในการต่อสู้ความตายช่วงสุดท้าย; **be in its last ~ throes** *(สัตว์)* ดิ้นรนตอนใกล้ตาย; *(ระบบการเมือง)* ใกล้จะหมดฤทธิ์; **~ toll** *n.* จำนวนผู้เสียชีวิต *(ในอุบัติเหตุ, สงคราม ฯลฯ)*; **~ trap** *n.* สถานที่ที่เสี่ยงอันตราย; **this corner/house/car is a ~ trap** มุมนี้/บ้าน/รถคันนี้ไม่ปลอดภัยเลย; **~ warrant** *n.* คำสั่งประหาร; *(fig.)* สิ่งใดที่เป็นสาเหตุของการสิ้นสุดของ *ส.น.*; **~watch [beetle]** *n. (Zool.)* เต่าทอง *Xestobiun rufovillosun* ตัวเล็ก ๆ ทำเสียงคล้ายนาฬิกา; **~ wish** *n. (Psych.)* ความปรารถนาในความตาย

deb /deb/เด็บ/ *n. (coll.)* กุลสตรีชั้นสูงที่เริ่มเข้าสังคม

débâcle /deɪˈbɑːkl/เดˈบาคˈล/ *n.* ความปราชัย, ย่อยยับ, การล่มสลาย

debar /dɪˈbɑː(r)/ดิˈบา(ร)/ *v.t.* **-rr-** กีดกัน, ห้ามปราม; **~ sb. from doing sth.** ห้าม *ค.น.* ไม่ให้ทำ *ส.น.*

debase /dɪˈbeɪs/ดิˈเบซ/ *v.t.* Ⓐ ลดให้ต่ำลง; ลดคุณภาพ; ลดคุณค่า *(บุคคล)*; **~ oneself** ลดคุณค่าตัวเอง; Ⓑ **~ the coinage** ลดค่าเหรียญโดยการผสมโลหะ

debatable /dɪˈbeɪtəbl/ดิˈเบเทอะบˈล/ *adj.* Ⓐ *(questionable)* ยังมีคำถามอยู่; ไม่แน่นอน; Ⓑ **~ ground** หัวข้อที่ยังไม่มีสรุปที่แน่นอน

debate /dɪˈbeɪt/ดิˈเบท/ ❶ *v.t.* โต้เถียง, อภิปราย; **be ~d** ถูกหยิบยกมาอภิปราย ❷ *v.i.* **~ [up]on sth.** อภิปราย *ส.น.*; **~ about sth.** ถกเถียงเรื่อง *ส.น.* ❸ *n.* การอภิปราย, การโต้วาที; **there was much ~ about whether...:** มีการโต้เถียงกันมากเกี่ยวกับว่า...

debating /dɪˈbeɪtɪŋ/ดิˈเบทิง/: **~ point** *n.* ข้ออภิปราย *(ที่อยู่นอกประเด็น แต่ถูกใช้เพื่อเอาชนะฝ่ายตรงข้าม)*; **~ society** *n.* สมาคมนักโต้วาที

debauch /dɪˈbɔːtʃ/ดิˈบอฉ/ *(literary)* ❶ *v.t.* Ⓐ ทำให้เสื่อมทรามลง, ทำให้เสียคน; Ⓑ *(seduce)* ล่อลวงผู้หญิง ❷ *n.* การปล่อยตัวและอารมณ์อย่างเต็มที่; การมั่วโลกีย์

debauched /dɪˈbɔːtʃt/ดิˈบอฉทฺ/ *adj.* เลว, ชั่ว

debauchery /dɪˈbɔːtʃərɪ/ดิˈบอเฉอะริ/ *n.* *(literary)* การลุ่มหลงในโลกีย์

debenture /dɪˈbentʃə(r)/ดิˈเบ็นเฉอะ/ *n.* *(Finance)* หุ้นกู้ของบริษัท

debenture: ~ bond *n. (Finance)* พันธบัตรเงินกู้; **~ holder** *n.* ผู้ถือหุ้นกู้; **~ stock** *n.* หุ้นกู้

debilitate /dɪˈbɪlɪteɪt/ดิˈบิลลิเทท/ *v.t.* ทำให้อ่อนแอ, ทำให้อ่อนเพลีย

debilitating /dɪˈbɪlɪteɪtɪŋ/ดิˈบิลลิเททิง/ *adj.* อ่อนแอ, อ่อนเพลีย

debility /dɪˈbɪlɪtɪ/ดิˈบิลลิทิ/ *n.* ความอ่อนเพลีย *(ของสุขภาพ)*

debit /ˈdebɪt/ˈเด็บบิท/ ❶ *n. (Bookk.)* หนี้; *(debit side)* ด้านลูกหนี้ของบัญชี; **~ balance** ยอดลูกหนี้ ❷ *v.t.* หักบัญชี; **~ a sum against** *or* **to sb./sb.'s account; ~ sb./sb.'s account with a sum** หักเงินจำนวนหนึ่งจากบัญชีของ *ค.น.*

debonair /debəˈneə(r)/เดะเบอะˈแน(ร)/ *adj.* ชื่นบาน, ร่าเริง

debrief /diːˈbriːf/ดีˈบรีฟ/ *v.t. (coll.)* ซักถาม *ค.น. (หลังจากกลับมาจากภารกิจเฉพาะ)*

debriefing /diːˈbriːfɪŋ/ดีˈบรีฟิง/ *n.* การซักถามถึงภารกิจที่เสร็จสิ้นลง; **hold a ~ session** จัดรายการซักถามหลังภารกิจ

debris /ˈdeɪbriː, ˈde-, dəˈbriː/ˈเดบรี, เดอะˈบรี/ *n., no pl.* เศษซากของสิ่งที่ถูกทำลาย

debt /det/เด็ท/ *n.* หนี้สิน; **owe sb. a ~ of gratitude** *or* **thanks** เป็นหนี้บุญคุณ *ค.น.* หรือต้องขอบคุณ *ค.น.*; **~ of honour** เป็นหนี้ทางเกียรติยศ; **National D~:** หนี้ของชาติ; **be in ~:** เป็นหนี้; **get** *or* **run into ~:** เริ่มเป็นหนี้เป็นสิน; **get out of ~:** พ้นหนี้; **be in sb.'s ~:** เป็นหนี้บุญคุณ *ค.น.*

'debt collector *n.* คนตามหนี้

debtor /ˈdetə(r)/ˈเด็ทเทอะ(ร)/ *n.* ลูกหนี้

debug /diːˈbʌg/ดีˈบัก/ *v.t.* **-gg-:** Ⓐ กำจัดตัวเลือด; Ⓑ *(fig. coll.) (remove microphones from)* รื้อเครื่องดักฟังออก; *(remove defects from)* แก้จุดบกพร่องในชุดคำสั่ง *(ภาษาคอมพิวเตอร์)*

debunk /diːˈbʌŋk/ดีˈบังคฺ/ *v.t. (coll.) (remove false reputation from)* เปิดโปงชื่อเสียงจอมปลอม; *(expose falseness of)* พิสูจน์ให้เห็นว่าไม่จริง

début *(Amer.:* **debut)**/ˈdeɪbjuː, US dɪˈbjuː/ˈเดบู, ดิˈบู/ *n.* การแสดงครั้งแรก; **make one's ~:** ออกแสดงครั้งแรก

débutante *(Amer.:* **debutante)**/ˈdebjuːtɑːnt/ˈเด็บบิวทานทฺ/ *n.* หญิงสาวลูกผู้ดี *(ที่เข้าสู่งานสังคมเป็นครั้งแรก)*

Dec. *abbr.* **December** ธ.ค.

decade /ˈdekeɪd, dɪˈkeɪd, US dɪˈkeɪd/ˈเด็คเคท, ดิˈเคด/ *n.* ทศวรรษ, รอบ 10 ปี

decadence /ˈdekədəns/ˈเด็คเคอะด'นซฺ/ *n.* ความเสื่อมโทรม *(ของวัฒนธรรม, สังคม)*

decadent /ˈdekədənt/ˈเด็คเคอะด'นทฺ/ *adj.* *(ศิลธรรม, วัฒนธรรม)* เสื่อมโทรม, เน่าเปื่อย

decaf, decaft /ˈdɪːkæf/ˈดีแคฟ/ *n. (coll.)* กาแฟไร้คาเฟอีน

decaffeinated /diːˈkæfɪneɪtɪd/ดีˈแคฟิเนทิด/ *adj. (กาแฟ)* ไร้คาเฟอีน

Decalogue /ˈdekəlɒg/ˈเด็คเคอะลอก/ *n.* **the ~:** บัญญัติสิบประการ

decamp /dɪˈkæmp/ดิˈแคมพฺ/ *v.i.* Ⓐ *(abscond)* หายตัวไป; Ⓑ *(leave camp)* ทิ้งค่าย, ออกจากค่าย

decant /dɪˈkænt/ดิˈแคนทฺ/ *v.t.* กรอก *(ไวน์)* จากขวดใส่เหยือก

decanter /dɪˈkæntə(r)/ดิˈแคนเทอะ(ร)/ *n.* *ขวดเหล้าแก้วเจียระไนมีจุกปิด*

decapitate /dɪˈkæpɪteɪt/ดิˈแคพิเทท/ *v.t.* Ⓐ ตัดหัว *(คน, ดอกไม้)*; Ⓑ *(Amer.: dismiss)* ไล่ออก

decathlete /dɪˈkæθliːt/ดิˈแคธลีท/ *n. (Sport)* นักทศกรีฑา

decathlon /dɪˈkæθlɒn/ดิˈแคธลอน/ *n.* *(Sport)* ทศกรีฑา

decay /dɪˈkeɪ/ดิˈเค/ ❶ *v.i.* Ⓐ *(become rotten)* เน่าเปื่อย; *(ฟัน)* ผุพัง; *(ตึก)* เสื่อมโทรม; Ⓑ *(decline)* เสื่อมโทรม; Ⓒ *(Phys.: decrease)* สลาย ❷ *n.* Ⓐ *(rotting)* ความเน่าเปื่อย; *(of teeth)* การผุ; *(of building)* ความผุพัง; Ⓑ *(decline)* ความเสื่อมโทรม; *(of nation)* ความเสื่อมโทรม; Ⓒ *(decayed tissue etc.)* เนื้อเยื่อที่เน่าเปื่อย; Ⓓ *(Phys.: decrease)* การสลาย

decease /dɪˈsiːs/ดิˈซีซ/ *(Law/formal)* ❶ *n.* การถึงแก่กรรม ❷ *v.i.* ถึงแก่กรรม

deceased /dɪˈsiːst/ดิˈซีซทฺ/ *(Law/formal)* ❶ *adj.* ถึงแก่กรรม, เสียชีวิต; **the ~ man** ชายผู้ล่วงลับ; **Jim Fox ~:** จิมฟอกซ์ผู้ล่วงลับ ❷ *n.* ผู้ตาย, ผู้ถึงแก่กรรม

decedent /dɪˈsiːdənt/ดิˈซีเดินทฺ/ *n. (Amer.)* ผู้เสียชีวิต, ผู้ตาย

deceit /dɪˈsiːt/ดิˈซีท/ *n. (misrepresentation)* ความเท็จ, คำโกหก; *(trick)* เล่ห์กล, กลยุทธ์ล่อหลอก; *(being deceitful)* การมีเจตนาหลอกลวงต้มตุ๋น

deceitful /dɪˈsiːtfl/ดิˈซีทฟˈล/ *adj.* หลอกลวง; **that was a ~ thing to say** เป็นการตลบแตลงที่พูดเช่นนั้น *หรือ* สิ่งที่พูดเป็นเรื่องโกหก

deceitfully /dɪˈsiːtfəlɪ/ดิˈซีทเฟอะลิ/ *adv.* ➡ **deceitful:** อย่างหลอกลวง, อย่างโกหก

deceitfulness /dɪˈsiːtflnɪs/ดิˈซีทฟˈลนิซ/ *n., no pl.* ➡ **deceitful:** การโกหก, การหลอกลวง

deceive /dɪˈsiːv/ดิˈซีว/ *v.t.* หลอกลวง; *(be unfaithful to)* ไม่ซื่อตรงต่อ; **if my eyes/ears do not ~ me** ถ้าหูตาของฉันไม่ฝาดไปล่ะก็; **~ sb.**

deceiver | decline 236

d

into doing sth. หลอกลวง *ค.น.* ให้ทำ *ส.น.*; **~ oneself** หลอกตัวเอง; **[let oneself] be ~d** [ปล่อยให้ตัวเอง] ถูกหลอกลวง; **[let oneself] be ~d into doing sth.** [ปล่อยให้ตัวเอง] ถูกหลอกให้ทำ *ส.น.*

deceiver /dɪˈsiːvə(r)/ดิ'ซีเวอะ(ร)/ *n.* นักหลอกลวง, นักต้มตุ๋น

decelerate /diːˈseləreɪt/ดิ'เซ็ลเลอะเรท/ ❶ *v.t.* ลดความเร็วลง ❷ *v.i.* *(ยานพาหนะ, คนขับ)* ลด *หรือ* ชะลอความเร็วลง

deceleration /diːseləˈreɪʃn/ดิเซ็ลเลอะ'เรช'น/ *n.* การลด *หรือ* ชะลอความเร็ว

December /dɪˈsembə(r)/ดิ'เซ็มเบอะ(ร)/ *n.* ➤ **231** เดือนธันวาคม; ➡ **+ August**

decency /ˈdiːsənsɪ/'ดีเซินซิ/ *n.* Ⓐ *(modesty, propriety)* ความพอเหมาะพอควร, ความถูกต้องเหมาะสม; Ⓑ *(of manners)* ความมีมารยาท; *(literature, language)* ความสุภาพอ่อนโยน; Ⓒ *(fairness, respectability)* ความยุติธรรม, ความน่ายอมรับนับถือ; **it is [a matter of] common ~** มันเป็น [เรื่องของ] ความถูกต้องเหมาะสมโดยทั่ว ๆ ไป; Ⓓ *in pl. (requirements of propriety)* กฎระเบียบให้ประพฤติตัวอย่างถูกกาลเทศะ

decent /ˈdiːsənt/'ดีเซินทฺ/ *adj.* Ⓐ *(seemly)* เหมาะสมดีงาม; **are you ~?** คุณแต่งตัวหรือยัง; Ⓑ *(passable, respectable)* *(ราคา, เงินเดือน)* ที่ยอมรับได้; **do the ~ thing** ทำในสิ่งที่ถูกต้องเหมาะสม; Ⓒ *(Brit. coll.: kind)* ใจดี; **that is very ~ of you** คุณช่างใจดีเหลือเกิน; **be ~ about sth.** ใจดีกับ *ส.น.*

decently /ˈdiːsəntlɪ/'ดีเซินทฺลิ/ *adv.* Ⓐ *(in seemly manner)* อย่างมีมารยาท, อย่างเหมาะสมดีงาม *(ทางการ)*; Ⓑ *(passably, respectably)* อย่างน่ายอมรับนับถือ; Ⓒ *(Brit. coll.: kindly)* อย่างมีน้ำใจ; **behave ~:** ประพฤติตัวดีมีน้ำใจ

decentralisation, decentralise ➡ **decentralize**

decentralization /diːsentrəlaɪˈzeɪʃn, US -lɪˈz-/ดีเซ็นเทรอะไล'เซช'น, -ลิ'ซ-/ *n.* การกระจายอำนาจออกจากส่วนกลาง

decentralize /diːˈsentrəlaɪz/ดิ'เซ็นเทรอะลายซฺ/ *v.t.* กระจาย *(อำนาจ ฯลฯ)* จากส่วนกลาง

deception /dɪˈsepʃn/ดิ'เซ็พช'น/ *n.* Ⓐ *(deceiving, trickery)* การหลอกลวง; *(being deceived)* การถูกหลอกลวง; **use ~** กระทำการหลอกลวง; Ⓑ *(trick)* กลอุบาย, เล่ห์

deceptive /dɪˈseptɪv/ดิ'เซ็พทิว/ *adj.* ค่อนข้างหลอกลวง, เข้าใจผิดได้ง่าย

deceptively /dɪˈseptɪvlɪ/ดิ'เซ็พทิวลิ/ *adv.* อย่างหลอกลวง

decibel /ˈdesɪbel/'เด็ซซิเบ็ล/ *n.* เดซิเบล *(ท.ศ.)* หน่วยวัดความดังของเสียง

decide /dɪˈsaɪd/ดิ'ซายดฺ/ ❶ *v.t.* Ⓐ *(settle, judge)* ตัดสิน *(ปัญหา, ข้อพิพาท, การทะเลาะ/โต้แย้ง ฯลฯ)*; **~ sth. by tossing a coin** ตัดสินโดยการโยนหัวโยนก้อย; **~ the winner** ตัดสินว่าใครเป็นผู้ชนะ; Ⓑ *(resolve)* **be ~d** ได้ตกลงใจ *หรือ* ตัดสินใจแล้ว; **~ to do sth.** ตกลงใจ *หรือ* ตัดสินใจว่าจะทำ *ส.น.* ❷ *v.i.* ตัดสินใจ **(between** ระหว่าง, **in favour of** ให้, **against** ที่จะไม่ทำ..., **on** เกี่ยวกับ); **~ against/on doing sth.** ตัดสินใจว่าจะไม่ทำ/ทำ *ส.น.*

decided /dɪˈsaɪdɪd/ดิ'ซายดิด/ *adj.* Ⓐ *(unquestionable)* ชัดเจน, แน่ชัด; **he made a ~ effort** เขาได้ใช้ความพยายามอย่างเห็นได้ชัด; Ⓑ *(not hesitant)* *(ท่าที, ความคิดเห็น)* แน่วแน่, เด็ดขาด, หนักแน่น

decidedly /dɪˈsaɪdɪdlɪ/ดิ'ซายดิดลิ/ *adv.* Ⓐ *(unquestionably)* อย่างชัดเจน, อย่างเห็นได้ชัด; Ⓑ *(firmly)* อย่างแน่วแน่, อย่างเด็ดขาด

decider /dɪˈsaɪdə(r)/ดิ'ซายเดอะ(ร)/ *n.* *(game)* การแข่งขันตัดสิน

deciduous /dɪˈsɪdjʊəs, dɪˈsɪdʒʊəs/ดิ'ซิดจิวเอิซ, ดิ'ซิจจุเอิซ/ *adj. (Bot.)* **~ leaves** ใบที่ผลัดเป็นระยะ ๆ; **~ tree** ต้นไม้ที่ผลัดใบปีละครั้ง

decimal /ˈdesɪml/'เด็ซซิม'ล/ ➤ **602** ❶ *adj.* *(ระบบ, จำนวน, การชั่งน้ำหนัก, การรังวัด ฯลฯ)* ระบบฐานสิบ/ทศนิยม; **go ~** เปลี่ยนเป็นระบบทศนิยม ❷ *n.* เศษส่วนฐานสิบ

decimal: ~ 'coinage, ~ 'currency *ns.* ระบบเงินทศนิยม *(เช่น เงินบาท, เงินปอนด์)*; **~'fraction** *n.* เศษส่วนฐานสิบ

decimalize (decimalise) /ˈdesɪməlaɪz/'เด็ซซิเมอะลายซฺ/ *v.t. (express as decimal system)* แสดงโดยระบบทศนิยม

decimal: ~ 'place *n.* ตำแหน่งทศนิยม; **calculate sth. to five ~ places** คำนวณออกมาเป็นทศนิยมห้าตำแหน่ง; **~ 'point** *n.* จุดทศนิยม; **~ system** *n.* ระบบทศนิยม

decimate /ˈdesɪmeɪt/'เด็ซซิเมท/ *v.t.* ลบล้าง *(ประชากร, กองกำลังทหาร)*; ลด *(จำนวน)* ลงอย่างฮวบฮาบ

decimetre /ˈdesɪmiːtə(r)/'เด็ซซิมีเทอะ(ร)/ *n.* *หน่วยมาตราวัดความยาว 1 เดซิเมตร (ท.ศ.) เท่ากับ 0.1 เมตร*

decipher /dɪˈsaɪfə(r)/ดิ'ไซเฟอะ(ร)/ *v.t.* แกะ; ตีความหมายออกมาได้

decipherable /dɪˈsaɪfərəbl/ดิ'ไซเฟอะเรอะบ'ล/ *n.* ที่แกะ *หรือ* อ่านรหัสได้

decision /dɪˈsɪʒn/ดิ'ซิฌ'น/ *n.* Ⓐ *(settlement, judgement, conclusion)* การตัดสินใจ **(on** ใน เรื่อง, เกี่ยวกับ); *(resolve)* การตัดสินใจ; **it's 'your ~:** แล้วแต่คุณจะตัดสินใจ; **come to** *or* **arrive at** *or* **reach a ~:** ตัดสินใจ/ตกลงใจได้แล้ว; **has there been a ~?** ตัดสินใจ/ตกลงใจกันได้แล้วหรือยัง; **make a firm ~ to do sth.** ตัดสินใจอย่างแน่วแน่ที่จะทำ *ส.น.*; **leave the ~ to sb.** ปล่อยให้ *ค.น.* เป็นผู้ตัดสิน; **~s, ~s!** ต้องตัดสินใจอยู่เรื่อยเลย; Ⓑ *no pl. (resoluteness)* ความเด็ดขาดแน่วแน่

de'cision-making *n.* การทำการตัดสินใจ

decisive /dɪˈsaɪsɪv/ดิ'ไซซิว/ *adj.* Ⓐ *(conclusive)* ที่ตัดสิน, ชี้ขาด; Ⓑ *(decided)* *(คน)* กล้าตัดสินใจ, ไม่ลังเล; *(ลักษณะ, วิธีการ)* แน่วแน่, เด็ดขาด

decisively /dɪˈsaɪsɪvlɪ/ดิ'ไซซิวลิ/ *adv.* Ⓐ *(conclusively)* อย่างตัดสินชี้ขาด; Ⓑ *(decidedly)* อย่างเด็ดขาด, อย่างแน่วแน่

decisiveness /dɪˈsaɪsɪvnɪs/ดิ'ไซซิวนิซ/ *n., no pl.* Ⓐ *(conclusiveness)* ความเป็นตัวตัดสิน *หรือ* ชี้ขาด; Ⓑ *(decidedness)* ความกล้าตัดสินใจ, ความเด็ดขาด

deck /dek/เด็ค/ ❶ *n.* Ⓐ *(of ship)* ดาดฟ้า; **above ~** บนดาดฟ้าเรือ; **below ~s** ใต้ดาดฟ้าเรือ *หรือ* ในท้องเรือ; **clear the ~s [for action** *etc.*] เตรียมรับ *หรือ* ต่อสู้, เตรียมปฏิบัติการ; *(fig.)* พร้อมที่จะลงมือ; **on ~:** อยู่บนดาดฟ้าเรือ; **all hands on ~!** ทุกคนพร้อมบนดาดฟ้าใหญ่; **it was all hands on ~** *(fig.)* ทุกคนให้ความช่วยเหลือซึ่งกันและกัน; Ⓑ *(of bus etc.)* ชั้น; **the upper ~:** ชั้นบน; Ⓒ *(sunbathing platform)* ชานนอนอาบแดด; Ⓓ *(tape ~)* เครื่องเล่นเทป; *(record ~)* เครื่องเล่นแผ่นเสียง; Ⓔ *(coll.: ground)* พื้น; **hit the ~:** ล้มกระแทกพื้น; Ⓕ *(Amer.: pack)* **a ~ of cards** ไพ่หนึ่งสำรับ; **split/shuffle the ~** ตัด/สับไพ่ ❷ *v.t.* **~ sth. [with sth.]** ประดับ *หรือ* ตกแต่ง *ส.น.* [ด้วย *ส.น.*]; **they were ~ed in all their finery** พวกเขาแต่งตัวกันอย่างสวยเลิศ

~ 'out *v.t.* แต่งตัว *(คน)* ให้สวยงาม; ตกแต่งประดับประดา *(สถานที่)*

deck: ~chair *n.* เก้าอี้ที่เอน/พับได้; *(on ship)* เก้าอี้ไม้ที่พับเอนได้; **~hand** *n. (Naut.)* พนักงานเรือ

decking /ˈdekɪŋ/'เด็คคิง/ *n.* ลานไม้

deckle /ˈdekl/'เด็ค'ล/: **~-'edge** *n.* ขอบกระดาษที่ยังไม่ได้ตัดให้เรียบเสมอ; **~-'edged** *adj.* ขอบ *(กระดาษ)* ยังไม่เรียบ

declaim /dɪˈkleɪm/ดิ'เคลม/ ❶ *v.i.* Ⓐ **~ against sb./sth.** พูดจาคัดค้าน *หรือ* ต่อต้าน *ค.น./ส.น.*; Ⓑ *(deliver impassioned speech)* กล่าวคำปราศรัยที่ใช้ภาษาโน้มน้าวจิตใจผู้ฟัง ❷ *v.t.* ท่อง *(โคลงกลอน)*; กล่าว *(คำปราศรัย)*

declamatory /dɪˈklæmətorɪ/ดิ'แคลเมอะเทอะริ/ *adj.* ที่ใช้สำนวนโน้มน้าวจิตใจ *(ท่วงทำนอง, คำปราศรัย)*; ใช้คารมรุนแรง *(คำวิจารณ์, คำพูด)*

declaration /dekləˈreɪʃn/เดะเคลอะ'เรช'น/ *n.* การประกาศ, คำแถลงการณ์; *(at customs)* ใบแจ้งการเสียภาษี; *(of the truth, of one's errors)* การสารภาพ; **~ of love** การสารภาพความรัก; **income tax ~:** การแจ้งภาษีเงินได้; **~ of the poll** *or* **election results** การประกาศผลการเลือกตั้ง; **~ of war** การประกาศสงคราม; **make a ~:** ออกแถลงการณ์, ออกประกาศ; *(of guilt)* ให้คำสารภาพ; **D~ of Human Rights** แถลงการณ์สิทธิมนุษยชน

declare /dɪˈkleə(r)/ดิ'แคล(ร)/ ❶ *v.t.* Ⓐ *(announce)* ประกาศ, แถลง; สารภาพ *(ความผิด, ความเป็นจริง)*; *(state explicitly)* แจ้งมา *(ความปรารถนา, ความคาดหวัง)*; *(prove)* แสดงหลักฐาน; **[well,] I [do] ~!** *(dated)* เป็นไปไม่ได้แน่ ๆ!; Ⓑ *(pronounce)* **~ sth./sb. [to be] sth.** ประกาศ *(อย่างเป็นทางการ)* ว่า *ส.น./ค.น.* [เป็น] *ส.น.*; **~ oneself** เปิดเผยความตั้งใจของตน; Ⓒ *(acknowledge)* แจ้ง *(ของต้องภาษี, รายได้ ฯลฯ)*; ➡ **+ interest** 1 F ❷ *v.i.* **~ for/against sb./sth.** แสดงตัวเข้าข้าง/คัดค้าน *ค.น./ส.น.*

declassify /diːˈklæsɪfaɪ/ดิ'แคลซิฟาย/ *v.t.* เปิดโปง *(ข่าวสาร ฯลฯ)* ไม่เป็นความลับอีกต่อไป

declension /dɪˈklenʃn/ดิ'เคล็นช'น/ *n. (Ling.)* คำนาม, คำสรรพนามหรือคำคุณศัพท์ที่สามารถผันเป็นรูปต่าง ๆ เพื่อบ่งบอกถึงกรรมการก, พจน์, เพศที่ต่างกัน

declination /deklɪˈneɪʃn/เดะคลิ'เนช'น/ *n.* Ⓐ *(downward bend)* การลาด *หรือ* เอียงลง; Ⓑ *(Amer.: refusal)* การปฏิเสธ

decline /dɪˈklaɪn/ดิ'คลายนฺ/ ❶ *v.i.* Ⓐ *(fall off)* ลดลง, ตกลง; *(ศีลธรรม, ราคา, จำนวน)* ถดถอยลง; *(สุขภาพ)* ทรุดโทรมลง; *(ความมั่นคง, วัฒนธรรม)* เสื่อมโทรม; **~ in popularity** สูญเสียความนิยมชมชอบ; **his strength ~d rapidly** พละกำลังของเขาลดลงอย่างรวดเร็ว; Ⓑ *(slope downwards)* เอียง *หรือ* ลาดลง; *(droop)* โน้มลง; Ⓒ **his declining years** วัยชรา, ชีวิตบั้นปลาย; Ⓓ *(refuse)* **~ with thanks** *(also iron.)* ปฏิเสธด้วยการขอบคุณ ❷ *v.t.* Ⓐ *(refuse)* บอกปัด, ปฏิเสธ; **~ to do sth.** *or* **doing sth.** ปฏิเสธที่จะทำ *ส.น.*; **they ~d**

to make any comment พวกเขาปฏิเสธที่จะแสดงความคิดเห็น; Ⓑ *(Ling.)* ผันรูปไปตามกรรมการก, พจน์, เพศที่ต่างกัน ❸ *n.* การตกลง, การลดลง, การเสื่อมถอยลง (in ของ) **a ~ in prices/numbers** การลดลงของราคา/จำนวน; **the ~ of the empire** ความเสื่อมถอยของจักรวรรดิ์; **~ and fall** การเสื่อมถอยและการล่มสลาย; **a ~ in wealth/poverty/the birth rate** การลดลงของความร่ำรวย/ความยากจน/อัตราการเกิด; **be on the ~** กำลังลดลง; **he is on the ~** อาการของเขาแย่ลงเรื่อย ๆ; **be in ~:** กำลังตกต่ำ

declutch /diːˈklʌtʃ/ดี'คลัช/ *v.i. (Motor Veh.)* ถอนคลัตช์; **double-~:** ถอนและเหยียบคลัตช์สองครั้งขณะเปลี่ยนเกียร์

decoction /dɪˈkɒkʃn/ดิ'คอคช'น/ *n. (product)* *การเคี่ยว (พืชผลหรือยา) เพื่อสกัดสารออกมา*

decode /diːˈkəʊd/ดี'โคด/ *v.t.* ถอดรหัส *(สัญญาณ)*; แกะความหมาย *(ลายมือ)*

decoder /diːˈkəʊdə(r)/ดี'โคเดอะ(ร)/ *n. (Electronics)* อุปกรณ์อิเล็กทรอนิกส์ที่ใช้ถอดรหัส

décolléte /deɪˈkɒlteɪ, US -kɒl ˈteɪ/เด'คอลเท, -คอล 'เท/ ❶ *adj. (เสื้อ ฯลฯ)* คอลึกต่ำ; *(ผู้หญิง)* สวมใส่เสื้อคอลึกต่ำ ❷ *n.* คอลึกต่ำ

decolonize (**decolonise**) /diːˈkɒlənaɪz/ดี'คอเลอะนายซฺ/ *v.t.* ให้อิสรภาพแก่อาณานิคม

decommission /diːkəˈmɪʃn/ดีคอม'มิช'น/ *n.* ปิด *(เตาปฏิกรณ์นิวเคลียร์)*; ถอนจากการทำงาน *(เรือ)*

decompose /diːkəmˈpəʊz/ดีเคิม'โพซฺ/ *v.i.* เน่าเปื่อยผุพัง, เน่าเสีย; แยกออกจากกัน, ย่อยสลาย

decomposition /diːkɒmpəˈzɪʃn/ดีคอมเพอะ'ซิช'น/ *n.* การแตกแยกออกจากกัน; *(rotting also)* การเน่าเปื่อยผุพัง, การเน่าเสีย

decompress /diːkəmˈpres/ดีเคิม'เพร็ซ/ *v.t. (Computing)* ขยายขนาดไฟล์ให้กลับคืนเท่าเดิม

decompression /diːkəmˈpreʃn/ดีเคิม'เพร็ชช'น/ *n.* การลดความกดอากาศลง; *การค่อย ๆ กลับสู่ความกดดันบรรยากาศเดิม*

decom'pression: ~ chamber *n.* ห้องปิด *มิดชิดให้นักดำน้ำได้รับการปรับความกดอากาศ;* **~ sickness** *n., no pl. อาการฟองอากาศในเลือดจากการดำน้ำและขึ้นมาเร็วเกินไป*

decongestant /diːkənˈdʒestənt/ดีเคิน'เจ็ซเต็นทฺ/ *n. (Med.)* ยาลดอาการคัดจมูก; **bronchial ~:** ยาลดการอุดตันในหลอดลม; **nasal ~:** ยาที่ฉีดเข้าจมูกเพื่อลดอาการคัดจมูก; *(drops)* ยาลดการคัดจมูก

decontaminate /diːkənˈtæmɪneɪt/ดีเคิน'แทมิเนท/ *v.t.* กำจัดการติดเชื้อหรือสารอันตราย

decontamination /diːkəntæmɪˈneɪʃn/ดีเคินแทมิ'เนช'น/ *n.* การกำจัดการติดเชื้อหรือสารอันตราย

decontrol /diːkənˈtrəʊl/ดีเคิน'โทรล/ *v.t.*, **-ll-** *(Admin.)* ยกเลิกการควบคุม *(ทางการค้า)*

décor /ˈdeɪkɔː(r)/'เดคอ(ร)/ *n.* การตกแต่งห้อง

decorate /ˈdekəreɪt/'เด็คเคอะเรท/ *v.t.* Ⓐ *(adorn)* ตกแต่งประดับประดา *(ห้อง, ตึก, ต้นคริสต์มาส)*; *(with wallpaper)* ติดกระดาษปิดฝาผนัง; *(with paint)* ทาสี; Ⓑ *(invest with order etc.)* มอบเครื่องราชอิสริยาภรณ์

decorated /ˈdekəreɪtɪd/'เด็คเคอะเรทิด/ *adj.* Ⓐ ได้รับการตกแต่ง, ได้รับการประดับประดา; Ⓑ *(Archit.)* **D~ style** *ระยะที่สองของสถาปัตยกรรมแบบโกธิคของอังกฤษในศตวรรษที่ 14 ซึ่งมีการใช้ลวดลายมากขึ้น*

decoration /dekəˈreɪʃn/เด็คเคอะ'เรช'น/ *n.* Ⓐ ➡ **decorate A:** การตกแต่ง, การประดับประดา; *(with paint)* การทาสี; *(with wall-paper)* การติดกระดาษปิดฝาผนัง; *(of cake, dress, of shop windows)* การตกแต่ง; Ⓑ *(adornment) (thing)* เครื่องประดับ; Ⓒ *(medal etc.)* เหรียญตราเกียรติยศ; **D~ Day** *(Amer.)* *วันรำลึกถึงเหล่าทหารที่เสียชีวิตในสงคราม ตรงกับวันที่ 30 พฤษภาคม;* Ⓓ *in pl.* **Christmas ~s** การตกแต่งประดับบ้านในเทศกาลคริสต์มาส

decorative /ˈdekərətɪv, US ˈdekəreɪtɪv/'เด็คเคอะเรอะทิว, 'เด็คเคอะเรทิว/ *adj.* ใช้ตกแต่ง, ใช้ประดับ, มีลวดลายสวยงาม

decorator /ˈdekəreɪtə(r)/'เด็คเคอะเรเทอะ(ร)/ *n.* นักตกแต่ง, มัณฑนากร; *(paper hanger)* คนติดกระดาษปิดฝาผนังบ้าน; **[firm of] ~s** บริษัทรับตกแต่งบ้าน

decorous /ˈdekərəs/'เด็คเคอะเริซ/ *adj.*

decorously /ˈdekərəslɪ/'เด็คเคอะเริซลิ/ *adv. (อย่าง)* ถูกกาลเทศะ, *(อย่าง)* เหมาะสม

decorousness /ˈdekərəsnɪs/'เด็คเคอเริซนิซ/ *n., no pl.* ความถูกต้องเหมาะสม, ความถูกกาลเทศะ

decorum /dɪˈkɔːrəm/ดิ'คอเริม/ *n.* ความประพฤติถูกต้องเหมาะสม; *(seemliness also)* ความรู้จักกาลเทศะ; **behave with ~:** ประพฤติด้วยความถูกกาลเทศะ

decoy /ˈdiːkɔɪ/'ดีคอย/ ❶ *v.t.* Ⓐ *(allure)* ล่อหลอก *(โดยใช้เหยื่อ)*; *(ensnare)* ล่อให้; **~ sb./sth. into sth.** ล่อหลอก *ค.น./ส.น.* ให้ไปติดกับ *ส.น.*; **~ sb./sth. into doing sth.** ล่อหลอก *ค.น./ส.น.* ให้ทำ *ส.น.*; Ⓑ *(Hunting)* ล่าเหยื่อโดยใช้เหยื่อล่อ ❷ *n.* Ⓐ *(Hunting)* เหยื่อล่อสัตว์; Ⓑ *(person)* คนที่ทำหน้าที่นกต่อ; Ⓒ *(bait)* เหยื่อล่อปลา

decrease ❶ /ˈdiːkriːs/'ดีครีซ/ *v.i.* ลดลง; *(ความนิยม, การผลิต ฯลฯ)* ถดถอยลงไป; **~ in value/size/weight/popularity** มีค่า/ขนาด/น้ำหนัก/ความนิยมลดลง; **~ in price** มีราคาลดลง ❷ *v.t.* ลด *(ความนิยม, มาตรฐาน, น้ำหนัก, ราคา ฯลฯ)* ❸ /ˈdiːkriːs/'ดีครีซ/ *n.* การลดลง, การเล็กลง, การถดถอยลงไป; *(in weight, knowledge, in value, standards)* การลดลง; *(stock) (ราคา)* ต่ำลง; *(in strength, power, energy)* การน้อยลง; *(in noise)* การด้อยลง; **a ~ in inflation/strength/speed** การลดลงของเงินเฟ้อ/ความแข็งแกร่ง/ความเร็ว; **be on the ~** ➡ **1**

decreasingly /dɪˈkriːsɪŋlɪ/ดิ'ครีซิงลิ/ *adv.* อย่างลดลง *หรือ* อย่างน้อยลงไปเรื่อย ๆ

decree /dɪˈkriː/ดิ'ครี/ ❶ *n.* Ⓐ *(ordinance)* พระราชกฤษฎีกา; คำสั่งทางการที่มีอำนาจทางกฎหมาย; Ⓑ *(Law)* คำพิพากษา; **~ nisi/absolute** หนังสือคำพิพากษาการหย่า *(ภายใน 6 อาทิตย์ถ้าไม่มีการคัดค้าน ถือว่ามีผลบังคับใช้)*/หนังสือคำพิพากษาของศาลให้หย่าได้ ❷ *v.t. (ordain)* *สั่งให้มีผลบังคับใช้ (ตามพระราชกฤษฎีกา, คำสั่งทางการหรือคำตัดสินของศาล)*

decrepit /dɪˈkrepɪt/ดิ'เคร็พพิท/ *adj.* เสื่อมสภาพไปตามอายุ; *(dilapidated) (บ้าน)* ผุพัง; *(เมือง)* เสื่อมโทรม

decrepitude /dɪˈkrepɪtjuːd, US -tuːd/ดิ'เคร็พพิทิวด, -ทูด/ *n., no pl.* ความเสื่อมสภาพไปตามอายุ; *(of house)* ผุพัง; *(of car, machine)* พร้อมที่จะไปเชียงกง

decriminalization /dɪkrɪmɪnəlaɪˈzeɪʃn, US -lɪˈz-/ดีคริมมิเนอะไล'เซช'น, -ลิ'ซ-/ *n.* การรักษาด้วยวิธีการทางจิตเวช

decriminalize /dɪːˈkrɪmɪnəlaɪz/ดี'คริมมิเนอะลายซฺ/ *v.t.* รักษาด้วยวิธีการทางจิตเวช

decry /dɪˈkraɪ/ดิ'คราย/ *v.t.* ติเตียน, วิจารณ์อย่างรุนแรง

decrypt /diːˈkrɪpt/ดี'คริพทฺ/ *n.* การถอดรหัสลับ

dedicate /ˈdedɪkeɪt/'เด็ดดิเคท/ *v.t.* Ⓐ *(with name of honoured person)* **~ sth. to sb.** เขียนคำอุทิศใน/บน *ส.น.* ให้ *ค.น.*; **a statue ~d to the memory of ...:** รูปปั้นซึ่งเป็นอนุสรณ์แก่...; Ⓑ *(give up)* **~ one's life to sth.** ทุ่มเท/ถวายชีวิตเพื่อ *ส.น.*; Ⓒ *(devote solemnly)* อุทิศให้อย่างจริงจัง

dedicated /ˈdedɪkeɪtɪd/'เด็ดดิเคทิด/ *adj. (devoted)* **be ~ to sth./sb.** ที่อุทิศชีวิตให้ *ส.น./ค.น.*; *(devoted to vocation)* อุทิศตนให้กับอาชีพการงาน; รักงาน; **a ~ teacher/politician** ครู/นักการเมืองที่อุทิศตนให้กับการทำงาน

dedication /dedɪˈkeɪʃn/เด็ดดิ'เคช'น/ *n.* Ⓐ *(act, inscription)* การอุทิศ, คำจารึกไว้; *(in book)* คำอุทิศ; *(on building, monument)* คำจารึก; Ⓑ *(devotion)* การทุ่มเท; Ⓒ *(ceremony)* พิธีมอบอุทิศให้

deduce /dɪˈdjuːs, US -ˈdus/ดิ'ดิวซฺ, -'ดูซ/ *v.t.* **~ sth. [from sth.]** ค้นหาความหมายเป็นนัย ๆ ถึง *ส.น.* [จาก *ส.น.*]; อนุมาน *ส.น.* [จาก *ส.น.*]; **~ from sth. that...:** คาดคะเนจาก *ส.น.* ว่า...

deducible /dɪˈdjuːsɪbl, -duːs-/ดิ'ดิวเซอะบ'ล, -ดูซ-/ *adj.* พอจะวินิจฉัย, พอจะอนุมานออก; *(Philos.)* ซึ่งใช้การพิสูจน์โดยวิธีนิรนัย

deduct /dɪˈdʌkt/ดิ'ดัคทฺ/ *v.t.* **~ sth. [from sth.]** หัก *หรือ* ลบ *ส.น.* [จาก *ส.น.*]

deductible /dɪˈdʌktɪbl/ดิ'ดัคทิบ'ล/ *adj.* **be ~:** หักได้

deduction /dɪˈdʌkʃn/ดิ'ดัคช'น/ *n.* Ⓐ *(deducting)* การหักภาษี, การนิรนัย *(ร.บ.)*; Ⓑ *(deducing, thing deduced)* กระบวนการหาเหตุผลแบบนิรนัย; Ⓒ *(amount)* จำนวนที่หักออก *pl.*; **a ~ from the price** จำนวนที่หักออกจากราคา

deductive /dɪˈdʌktɪv/ดิ'ดัคทิว/ *adj.* ที่ใช้การอนุมานแบบนิรนัย

deductively /dɪˈdʌktɪvlɪ/ดิ'ดัคทิวลิ/ *adv.* ซึ่งได้มาโดยอนุมานแบบนิรนัย

deed /diːd/ดีด/ ❶ *n.* Ⓐ สิ่งที่ตั้งใจทำ; Ⓑ *(Law)* เอกสารพร้อมลายเซ็น ซึ่งมีผลทางกฎหมาย; **~ of transfer** หนังสือตราสารที่โอนกรรมสิทธิ์ในทรัพย์สิน; ➡ **+ covenant 1 B** ❷ *v.t. (Amer.)* **~ sth. to sb.** โอนกรรมสิทธิ์ใน *ส.น.* ให้กับ *ค.น.*

deed: ~ box *n.* กล่อง/หีบเก็บเอกสารสำคัญ; **~ poll** /ˈdiːd pəʊl/'ดีด โพล/ *n. (Law)* หนังสือหรือตราสารที่มีผลบังคับกับคู่ความฝ่ายเดียว

deejay /ˈdiːdʒeɪ/'ดีเจ/ *n. (coll.)* ดีเจ *(ท.ศ.)*

deem /diːm/ดีม/ *v.t.* นับ, ถือว่า, เข้าใจ; **[as] I ~ed** [ตามที่] ฉันเข้าใจ; **she is ~ed to be the best singer** ถือกันว่าเธอเป็นนักร้องที่ดีที่สุด; **he shall be ~ed to have given his assent** ถือว่าเขาได้ให้ความเห็นชอบด้วยแล้ว

deep /diːp/ดีพ/ ❶ *adj.* Ⓐ ➤ **426** *(extending far down, going far in, lit. or fig.)* ลึก; **water ten feet ~:** น้ำลึกสิบฟุต; **take a ~ breath/drink** หายใจลึก ๆ/ดื่มอึกใหญ่ ๆ; Ⓑ *(lying far down or back or inwards)* อยู่ลึก; **ten feet ~ in water** ลึกลงไปในน้ำสิบฟุต; **be ~ in thought/prayer** จมอยู่ในความคิด/กำลังสวดมนต์อย่างมีสมาธิยิ่ง; **be ~ in discussion** กำลังถกปัญหาติดพัน; **be ~ in debt** มีหนี้สินท่วมหัว; **be standing three ~:** ยืนเข้าแถวซ้อนกันสามแถว; Ⓒ *(profound)*

d

deep breathing | defer 238

d

ลึกล้ำ; *(ความคิด)* ทะลุทะลวง; *(ปัญหา)* สลับซับซ้อน; **give sth. ~ thought** คิดใคร่ครวญเรื่อง *ส.น.* อย่างลึกซึ้ง; **he's a ~ one** *(coll.)* เขาเป็นคนมีเล่ห์เหลี่ยม *หรือ* มีเลศนัย; **in ~ space** ในห้วงอวกาศนอกระบบสุริยจักรวาล; Ⓓ *(heartfelt)* ลึกซึ้ง; *(การขอบคุณ)* ซาบซึ้งใจ; Ⓔ *(low-pitched, intense)* *(เสียง)* ต่ำลึก, เข้ม; *(full-toned)* อย่างเต็มเสียง; **the ~-blue sea** ทะเลสีน้ำเงินเข้ม; Ⓕ *(Cricket)* ไกลจากคนตีลูก; ➡ **+ end** 1 F ❷ *adv.* ลึก, ล่วงไป, ลงลึกไป; **still waters run ~** *(prov.)* น้ำนิ่งไหลลึก; **~ down** *(fig.)* โดยลึก ๆ, ในส่วนลึก

❸ *n.* Ⓐ *(~ part)* **~s** บริเวณที่ลึกของทะเล; **the ~** *(poet.)* ทะเล; Ⓑ *(abyss, lit. or fig.)* เหวลึก; Ⓒ *(Cricket)* **the ~** ตำแหน่งรอบนอกของผู้คอยรับลูกที่ถูกตีมา

deep 'breathing *n.* หายใจยาว ๆ ลึก ๆ; **~ [exercise]** [แบบฝึก] การหายใจลึก ๆ ยาว ๆ

deepen /ˈdiːpən/ดีเพิน/ ❶ *v.t.* Ⓐ ทำให้ลึกลงไป; Ⓑ *(make lower)* ทำให้ต่ำลง; Ⓒ *(increase, intensify)* เพิ่มขึ้น, ทำให้แรงขึ้น ❷ *v.i.* Ⓐ ลึกลง; *(น้ำ)* สูงขึ้น; Ⓑ *(intensify)* แรงขึ้น

deep: ~-'freeze /diːpˈfriːz/ดีพ'ฟรีซฺ/ ❶ *n.* *(Amer.)* ตู้เย็นที่แช่แข็ง; *(in shop also)* หีบแช่แข็ง; *(upright)* ตู้แช่แข็ง ❷ *v.t* แช่แข็ง; **~-fried** *adj.* *(อาหาร)* ทอดในน้ำมันท่วม; **~-laid** *adj.* *(แผนการ)* ลึกลับสลับซับซ้อน

deeply /ˈdiːplɪ/ดีพลิ/ *adv.* Ⓐ *(to great depth, lit. or fig.)* อย่างลึก, อย่างหนักหน่วง; **drink ~:** ดื่ม *หรือ* ทีเดียวเกือบหมด; Ⓑ *(รู้สึกสนใจ)* อย่างลึกซึ้ง; *(เจ็บใจ)* อย่างใหญ่หลวง; **be ~ in love** ตกหลุมรักอย่างถอนตัวไม่ขึ้น; **be ~ indebted to sb.** เป็นหนี้บุญคุณ *ค.น.* อย่างใหญ่หลวง; **sleep ~:** หลับลึก, หลับสนิท; **read/study ~:** อ่าน/เรียนอย่างลึกซึ้ง

deepness /ˈdiːpnɪs/ดีพนิซ/ *n., no pl.* ความลึก, ความสุดซึ้ง, ความยิ่งใหญ่, ความห่างไกล; *(of interest, gratitude)* ความใหญ่หลวง

deep: ~-rooted *adj.* *(ความเกลียดชัง)* ฝังลึก; *(ประเพณี)* หยั่งรากลึก; **~-sea** *adj.* ที่อยู่ในเขตทะเลลึก; **~-'seated** *adj.* *(ความรู้สึกอ่อนไหว, โรคภัยต่าง ๆ, ฯลฯ)* ที่หยั่งรากลึกแล้ว, ฝังลึกแล้ว; **D~ 'South** *n.* *(Amer.)* รัฐต่าง ๆ ทางใต้ของสหรัฐอเมริกาที่อยู่ติดอ่าวเม็กซิโก; **~ space** *n.* ห้วงอากาศนอกสุริยจักรวาล

deer /dɪə(r)/เดีย(ร)/ *n., pl. same* กวาง; *(roe ~)* กวางขนาดเล็กชนิดหนึ่ง, ละมั่ง

deer: ~ forest *n.* ป่ารกที่สงวนไว้สำหรับการล่ากวาง; **~ park** *n.* สวนป่าที่มีกวางอาศัยอยู่; **~skin** *n.* เครื่องหนังทำจากหนังกวาง; **~stalker** *n.* Ⓐ *(person)* นักล่ากวาง; Ⓑ *(hat)* หมวกผ้านุ่มมีปีกยื่นข้างหน้าและข้างหลังและมีที่ปิดหูตลบพับเก็บไว้ข้างบนหมวก *(หมวกที่เชอร์ลอคโฮล์มสวมใส่)*

de-escalate /diːˈeskəleɪt/ดี'เอ็ซเกอะเลท/ *v.t.* ลดความเข้มข้น, ลดความรุนแรง

de-escalation /diːeskəˈleɪʃn/ดีเอ็ซเกอะ'เลช'น/ *n., no pl.* การลดความเข้มข้น; *(of a conflict)* การลดความรุนแรง

deface /dɪˈfeɪs/ดิ'เฟซ/ *v.t.* ทำให้เสียรูปโฉม *(ตึก)*; ขูดขีด *(ตัวหนังสือ, คำจารึก)* จนอ่านไม่ออก

defacement /dɪˈfeɪsmənt/ดิ'เฟซเมินทฺ/ *n.* การทำให้ *(ตึก, กำแพง)* เสียรูปโฉม; การขูดขีด *(ตัวหนังสือ)* จนอ่านไม่ออก

de facto /deɪˈfæktəʊ/เด'แฟคโท/ ❶ *adj.* มีอยู่จริง *(จะโดยชอบธรรมหรือไม่ก็ตาม)*; โดยพฤตินัย; **a ~ government** รัฐบาลโดยทางปฏิบัติ ❷ *adv.* ในความเป็นจริงแล้ว

defamation /defəˈmeɪʃn/เด็ฟเฟอะ'เมช'น/ *n.* การพูดใส่ร้าย, การใส่ความ

defamatory /dɪˈfæmətrɪ, US -tɔːrɪ/ดิ'แฟเมอะทริ/ *adj.* ในเชิงให้ร้ายป้ายสี; **be ~ about sb.** ให้ร้ายป้ายสี *ค.น.*

defame /dɪˈfeɪm/ดิ'เฟม/ *v.t.* ใส่ร้าย, พูดให้เสื่อมเสีย

default /dɪˈfɔːlt/ดิ'ฟอลทฺ/ ❶ *n.* Ⓐ *(lack)* การขาด, การขาดแคลน; **in ~ of sth.** เนื่องจากเกิดการขาด *ส.น.*; Ⓑ *(Law) (failure to act)* การเพิกเฉย; *(failure to appear)* การไม่ปรากฏตัว; **judgement by ~** *การพิพากษาให้จำเลยแพ้คดี เนื่องจากจำเลยไม่ได้มาปรากฏตัวในศาล*; Ⓒ *(failure to pay)* การผิดนัดชำระเงิน, การเพิกเฉย; *(Sport)* การไม่เข้าแข่งขันตามกำหนด; **~ of payment** การผิดนัดชำระเงิน; **lose/go by ~:** แพ้เพราะไม่ปรากฏตัว/หมดสิทธิเพราะตัวไม่อยู่; **win by ~:** ชนะเพราะคู่ต่อสู้ไม่ปรากฏ; Ⓓ *(Computing)* ระบบบางอย่างที่ตั้งไว้จากโรงงาน, ค่าเริ่มต้น ❷ *v.i.* เพิกเฉย; **~ on one's payments/debts** ผิดนัดชำระเงิน/ชำระหนี้สิน

defaulter /dɪˈfɔːltə(r)/ดิ'ฟอลเทอะ(ร)/ *n.* Ⓐ *(Brit. Mil.)* ทหารที่ทำผิดวินัย; Ⓑ *(who fails to pay)* ผู้ที่เพิกเฉยไม่ชำระเงิน

defeat /dɪˈfiːt/ดิ'ฟีท/ ❶ *v.t.* Ⓐ *(overcome)* ชนะ; *(in battle or match also)* ตีฝ่ายตรงข้ามจนแหลก; *(ข้อเสนอ)* ไม่ได้รับการยอมรับ; Ⓑ *(baffle)* **sth. ~s me** ฉันไม่สามารถเข้าใจ *ส.น.*; **it ~s me why...:** ฉันไม่เข้าใจจริง ๆ ว่าทำไม...; *(frustrate)* **the task has ~ed us** งานนี้เกินความสามารถของพวกเรา; **~ the object/purpose of sth.** ทำให้ *ส.น.* ไม่บรรลุจุดมุ่งหมาย; **~ one's own object** ทำลายแผนของตน; ไม่บรรลุจุดมุ่งหมายของตัวเอง

❷ *n. (being defeated)* ความพ่ายแพ้; *(defeating)* การได้ชัยชนะ **(of** เหนือ**)**; **the ~ of a motion/bill** การพ่ายแพ้ของมติ/ของข้อเสนอ; **admit ~:** ยอมรับความพ่ายแพ้

defeatism /dɪˈfiːtɪzm/ดิ'ฟีทิซ'ม/ *n.* การยอมแพ้อย่างง่าย ๆ

defeatist /dɪˈfiːtɪst/ดิ'ฟีทิซทฺ/ ❶ *n.* ผู้ที่ขี้แพ้ ❷ *adj.* ซึ่งยอมแพ้หมดทุกเรื่อง; **you're so ~ about things** คุณนี่ช่างยอมแพ้หมดทุกเรื่องเลย

defecate /ˈdefəkeɪt/เด็ฟเฟอะเคท/ *v.i.* ถ่ายอุจจาระ

defecation /defəˈkeɪʃn/เด็ฟเฟอะ'เคช'น/ *n.* การถ่ายอุจจาระ

defect ❶ /ˈdiːfekt/ดีเฟ็คทฺ/ *n.* Ⓐ *(lack)* ความบกพร่อง, ข้อเสีย; Ⓑ *(shortcoming)* ข้อเสีย, จุดอ่อน; *(in construction, body, mind etc. also)* ข้อบกพร่อง, จุดอ่อน; **the ~s in his character, his character ~s** ข้อบกพร่องในอุปนิสัยของเขา; **he has the ~s of his qualities** เขามีข้อบกพร่องที่สอดคล้องกับข้อดีของเขา ❷ /dɪˈfekt/ดิ'เฟ็คทฺ/ *v.i.* ละทิ้ง **(to** ไปยัง, เพื่อ**)**; **~ from the cause** เอาใจออกห่างจากอุดมการณ์

defection /dɪˈfekʃn/ดิ'เฟ็คช'น/ *n.* การเอาใจออกห่าง, การเลิกสวามิภักดิ์ต่อผู้นำของตน; *(desertion)* การละทิ้ง *(บ้านเกิดเมืองนอนไป)*; **~ from the army** การหนีจากกองทัพ

defective /dɪˈfektɪv/ดิ'เฟ็คทิว/ *adj.* Ⓐ *(faulty)* *(การงาน, เครื่องยนต์)* มีข้อบกพร่อง; *(การเย็บ, ผ้า)* มีตำหนิ; *(แผนการ)* ไม่สมบูรณ์; **sb./sth. is ~ in sth.** *ค.น./ส.น.* ยังขาดตกบกพร่องอยู่ใน *ส.น.*; **have a ~ heart** มีหัวใจที่ไม่ปกติ; Ⓑ *(mentally deficient)* ซึ่งบกพร่องทางด้านปัญญา; Ⓒ *(Ling.)* *ไม่สมบูรณ์ ใช้ขยายคำกริยาซึ่งไม่ผันตามประธาน เช่น must*

defectiveness /dɪˈfektɪvnɪs/ดิ'เฟ็คทิวนิซ/ *n., no pl.* ความบกพร่อง

defector /dɪˈfektə(r)/ดิ'เฟ็คเทอะ(ร)/ *n.* ผู้ที่เอาใจออกห่าง; *(from a cause or party)* ผู้ที่ทรยศ, ผู้ที่เลิกสนับสนุน; *(from army)* ทหารที่หลบหนีออกจากกองทัพ

defence /dɪˈfens/ดิ'เฟ็นซฺ/ *n. (Brit.)* Ⓐ *(defending)* การต่อสู้ต้านทาน; *(of body against disease)* ภูมิคุ้มกันโรค; **in ~ of sth.** ในการคุ้มครองป้องกัน *ส.น.*; Ⓑ *(thing that protects, means of resisting attack)* เครื่องป้องกัน; Ⓒ *(justification)* การแก้คำกล่าวหา; **in sb.'s ~** เพื่อช่วยแก้คำกล่าวหาให้แก่ *ค.น.*; **come to sb.'s ~** ช่วย *ค.น.* แก้คำกล่าวหา; Ⓓ *(military resources)* กำลังทหารและอาวุธเพื่อการป้องกันประเทศ; Ⓔ *in pl. (fortifications)* ป้อมปราการ; *(fig.)* พลังต้านทาน; **sb.'s ~s are down** *(fig.)* พลังต้านทานของ *ค.น.* หมดสิ้นลง; Ⓕ *(Law)* ทนายฝ่ายจำเลย; **the case for the ~** คำให้การฝ่ายจำเลย; **~ witness** พยานปากฝ่ายจำเลย; Ⓖ *(Sport)* ฝ่ายรับ, ฝ่ายป้องกันประตู

de'fence budget *n.* งบประมาณทางทหาร

defenceless /dɪˈfenslɪs/ดิ'เฟ็นซฺลิซ/ *adj.* *(Brit.)* ปราศจากเครื่องคุ้มกัน; **look ~:** ดูเหมือนป้องกันตนเองไม่ได้

de'fence mechanism *n. (Physiol.)* Ⓐ ปฏิกิริยาของร่างกายที่ต่อต้านเชื้อโรค; Ⓑ *(Psych.)* กระบวนการใต้จิตสำนึก เพื่อหลีกเลี่ยงความรู้สึกที่จะสร้างความลำบากใจ

defend /dɪˈfend/ดิ'เฟ็นดฺ/ ❶ *v.t.* Ⓐ *(protect)* คุ้มครองป้องกัน **(from** จาก**)**; *(by fighting)* ต่อสู้ป้องกัน; Ⓑ *(uphold by argument, vindicate, speak or write in favour of)* แก้ต่างให้, เข้าข้าง; Ⓒ *(Sport)* ป้องกัน *(ประตู, ตำแหน่งเป็นผู้ชนะ)*; Ⓓ *(Law)* แก้ต่าง, พูดเพื่อแก้คำกล่าวหา; **~ oneself** แก้คำกล่าวหาด้วยตนเอง ❷ *v.i.* *(Sport)* ป้องกัน, เป็นฝ่ายตั้งรับ

defendant /dɪˈfendənt/ดิ'เฟ็นเดินทฺ/ *n.* *(Law) (accused)* จำเลย; *(sued)* ผู้ต้องหา

defender /dɪˈfendə(r)/ดิ'เฟ็นเดอะ(ร)/ *n.* Ⓐ *(one who defends)* ผู้ป้องกัน; *(of principle, method, etc.)* ผู้ปกป้อง; Ⓑ *(Sport) (of championship)* ผู้ป้องกันตำแหน่งแชมเปี้ยน; *(of goal)* กองหลัง

defense, defenseless *(Amer.)* ➡ **defence, defenceless**

defensible /dɪˈfensɪbl/ดิ'เฟ็นซิบ'ล/ *adj.* Ⓐ *(easily defended)* ป้องกันได้ง่าย; Ⓑ *(justifiable)* สนับสนุนได้; *(จุดยืน)* ที่ยึดถือได้

defensive /dɪˈfensɪv/ดิ'เฟ็นซิว/ ❶ *adj.* Ⓐ *(protective)* *(ยุทธศาสตร์)* ที่ป้องกัน; **~ player** ผู้เล่นฝ่ายรับ; **~ wall** กำแพงป้องกัน; **~ fortification** ป้อมปราการป้องกันศัตรู; Ⓑ *(by argument)* เต็มไปด้วยข้ออ้าง; Ⓒ *(excessively self-justifying)* **he's always so ~ when he is criticized** เขาพยายามปกป้องตัวเองเสียเหลือเกินเวลาถูกพิพากษ์วิจารณ์ ❷ *n.* การเตรียมปกป้องตัวเอง; เตรียมรับ *(คำกล่าวหาการโจมตี)*; **be/act on the ~:** ตั้งหลักป้องกันตัวเอง *หรือ* ตั้งหลักปกป้องผลประโยชน์ของตน; **she's always so much on the ~:** เธอมักจะร้อนตัวอยู่เสมอ

defensively /dɪˈfensɪvlɪ/ดิ'เฟ็นซิวลิ/ *adv.* **act ~:** คอยปกป้องตัวเอง

'defer /dɪˈfɜː(r)/ดิ'เฟอ(ร)/ *v.t.*, **-rr-:** Ⓐ *(postpone)* เลื่อนกำหนดออกไป; **~red annuity** *เงินรายปีที่เลื่อนกำหนดจ่ายออกไป*; **~red payment** การชำระเงินเป็นงวด; **~red shares/**

stock หุ้นที่จะมีการจ่ายเงินปันผลต่อเมื่อได้จ่ายเงินปันผลให้หุ้นประเภทอื่น ๆ แล้ว; Ⓑ *(Amer. postpone call-up of) เลื่อนกำหนดการเรียกเข้ารับการเกณฑ์ทหาร*

[2]**defer** *v.i.*, **-rr-: ~ [to sb.]** โอนอ่อนผ่อนตาม; **~ to sb.'s wishes** โอนอ่อนผ่อนตามความต้องการของ *ค.น.*

deference /ˈdefərəns/ˈเด็ฟเฟอะเรินซฺ/ *n.* ความยกย่องนับถือ; **in ~ to sb./sth.** ด้วยความนับถือต่อ *ค.น./ส.น.*; **in ~ to your wishes** โดยเคารพในความต้องการของคุณ

deferential /defəˈrenʃl/เด็ฟเฟอะˈเร็นช่ล/ *adj.* ซึ่งเคารพนับถือ; **be ~ to sb./sth** ให้ความเคารพต่อ *ค.น./ต่อ ส.น.*

deferentially /defəˈrenʃəlɪ/เด็ฟเฟอะˈเร็นเชอะลิ/ *adv.* อย่างเคารพนับถือ

deferment /dɪˈfɜːmənt/ดิˈเฟอเมินทฺ/ *n.* Ⓐ *(deferring)* การเลื่อนกำหนดออกไป; Ⓑ *(Amer. postponement of call-up)* **have a ~:** ได้รับการผ่อนผันในเรื่องเข้ารับการเกณฑ์ทหาร

defiance /dɪˈfaɪəns/ดิˈฟายเอินซฺ/ *n.* การท้าทาย; *(open disobedience)* การขัดขืนอย่างไม่สะทกสะท้าน; **act of ~:** การกระทำที่ท้าทายอย่างชัดเจน; **in ~ of sb./sth.** โดยขัด *ค.น./ส.น.* *หรือ* โดยไม่คำนึงถึง *ค.น./ถึง ส.น.*

defiant /dɪˈfaɪənt/ดิˈฟายเอินทฺ/ *adj.* *(น้ำเสียง, คำพูด)* ซึ่งท้าทาย

defiantly /dɪˈfaɪəntlɪ/ดิˈฟายเอินทลิ/ *adv.* อย่างท้าทาย

defibrillation /diːfɪbrɪˈleɪʃn/ดีฟิบริˈเลช่น/ *n.* การกระตุ้นหัวใจด้วยเครื่องให้เต้นสม่ำเสมอ

defibrillator /diːˈfɪbrɪleɪtə(r)/ดีˈฟิบริเลเทอะ(ร)/ *n.* อุปกรณ์กระตุ้นหัวใจให้เต้นสม่ำเสมอ

deficiency /dɪˈfɪʃənsɪ/ดิˈฟิชเชินซิ/ *n.* Ⓐ *(lack)* การขาดแคลน; **mental ~** ความบกพร่องทางจิต; **nutritional ~:** การขาดสารอาหาร; Ⓑ *(inadequacy)* ความไม่ได้ระดับของคุณภาพ; Ⓒ *(deficit)* ส่วนที่ขาดไป

deˈficiency disease *n.* โรคขาดสารอาหาร

deficient /dɪˈfɪʃənt/ดิˈฟิเชินทฺ/ *adj.* Ⓐ *(not having enough)* ไม่เพียงพอ; **sb./sth. is ~ in sth.** *ค.น./ส.น.* ขาด *ส.น.*; **be [mentally] ~:** [การพัฒนาทางจิต] ไม่สมบูรณ์; Ⓑ *(not being enough)* ยังไม่พอ; *(in quality also)* ยังไม่ได้คุณภาพ

deficit /ˈdefɪsɪt/ˈเด็ฟฟิซิท/ *n.* ปริมาณที่ยังขาดอยู่ (of ของ); **a ~ of manpower** กำลังคนที่ยังขาดอยู่

ˈdeficit spending *n.* การใช้จ่ายเงินซึ่งได้มาจากการกู้ยืม

[1]**defile** ❶ /dɪˈfaɪl/ดิˈฟายลฺ/ *v.i.* เดินเป็นแถวเรียงหนึ่ง ❷ /ˈdiːfaɪl/ˈดีฟายลฺ/ *n.* Ⓐ *(narrow way)* ทางแคบ ๆ ซึ่งต้องเดินแถว; Ⓑ *(gorge)* ซอกลึกและแคบระหว่างหุบเขา ซึ่งข้างล่างมีลำธาร

[2]**defile** /dɪˈfaɪl/ดิˈฟายลฺ/ *v.t.* Ⓐ *(pollute)* ทำให้สกปรกเปรอะเปื้อน; Ⓑ *(desecrate)* ลบหลู่ดูหมิ่น

defilement /dɪˈfaɪlmənt/ดิˈฟายลฺเมินทฺ/ *n.* Ⓐ การทำให้สกปรก; Ⓑ การลบหลู่ดูหมิ่น

definable /dɪˈfaɪnəbl/ดิˈฟายเนอะบ'ล/ *adj.* *(able to be set forth)* สามารถนิยามได้, สามารถอธิบายได้; **love is not ~ in words** ความรักไม่สามารถอธิบายออกมาได้เป็นถ้อยคำ

define /dɪˈfaɪn/ดิˈฟายนฺ/ *v.t.* Ⓐ *(mark out limits of, make clear)* แสดงขอบเขตให้ชัด; ทำให้ชัดเจน; **be ~d [against sth.]** แลเห็นเด่นตัดกับ *ส.น.*; **~ one's position** *(fig.)* อธิบายขอบข่ายของความคิดเห็น *หรือ* อธิบายทัศนคติของตน; Ⓑ *(set forth essence or meaning of)* ให้คำนิยาม; Ⓒ *(characterize)* บ่งลักษณะ, กำหนด

definite /ˈdefɪnɪt/ˈเด็ฟฟินิท/ *adj.* *(having exact limits)* มีขอบเขตชัดเจนแน่นอน; *(precise)* *(คำตอบ)* ตรงเผง; *(จุดมุ่งหมาย)* ชัดเจน; *(ความเข้าใจ)* เด่นชัด; *(น้ำเสียง)* หนักแน่น; *(ณ เวลา)* กำหนด; *(จุดยืน)* มั่นคง; **you don't seem to be very ~:** คุณดูไม่ค่อยแน่ใจเลย; **she was so ~ about marrying him** เธอแน่วแน่นักหนาว่าจะแต่งงานกับเขา

definite: ~ article *n.* คำนำหน้าคำนามที่ชี้เฉพาะ

definitely /ˈdefɪnɪtlɪ/ˈเด็ฟฟินิทลิ/ ❶ *adv.* อย่างเห็นได้ชัด ๆ, อย่างแน่นอน; **she's ~ going to America** เธอจะไปอเมริกาอย่างแน่นอน ❷ *int. (coll.)* แน่นอนเลย

definition /defɪˈnɪʃn/เดะฟิˈนิช่น/ *n.* Ⓐ การนิยาม, คำนิยาม, คำจำกัดความ; **by ~:** โดยการจำกัดความ; Ⓑ *(making or being distinct, degree of distinctness)* ความชัดเจน, ความคมชัด; **improve the ~ on the TV** ปรับภาพโทรทัศน์ให้คมชัดยิ่งขึ้น

definitive /dɪˈfɪnɪtɪv/ดิˈฟิเนอะทิวฺ/ *adj.* Ⓐ *(decisive)* *(การตัดสิน)* เป็นข้อยุติ; *(การตอบ)* เด็ดขาด; Ⓑ *(most authoritative)* ถูกต้องสมบูรณ์ที่สุด; Ⓒ *(Philat.)* **~ stamp** แสตมป์ใช้ประจำ *(ไม่ใช่สำหรับเป็นที่ระลึก)*

definitively /dɪˈfɪnɪtɪvlɪ/ดิˈฟิเนอะทิวลิ/ *adv.* เป็นขั้นสุดท้าย, อย่างเด็ดเดี่ยว, อย่างหนักแน่น

deflate /dɪˈfleɪt/ดิˈเฟลุท/ ❶ *v.t.* Ⓐ *(release air etc. from)* **~ a tyre/balloon** ปล่อยลมออกจากยางรถยนต์/ลูกบอลลูน; Ⓒ *(cause to lose conceitedness)* ทำให้เลิกหลงตัวเอง; **~ sb.'s opinion of himself** ทำให้เขาเลิกหลงตัวเอง; Ⓓ ลดการหมุนเวียนลง *(เงิน, เศรษฐกิจ)* ❷ *v.i.* Ⓐ แฟบ; Ⓑ *(Econ.)* ลดปริมาณเงินหมุนเวียน

deflation /dɪˈfleɪʃn/ดิˈเฟลช่น/ *n.* *(Econ.)* ภาวะเงินฝืด, การลดปริมาณเงินหมุนเวียน; *(Geol.)* การกัดกร่อนหิน

deflationary /diːˈfleɪʃənərɪ, US -nerɪ/ดีˈเฟลเชอะเนอะริ/ *adj. (Econ.)* เกี่ยวกับการลดปริมาณเงินหมุนเวียน

deflect /dɪˈflekt/ดิˈเฟ็ลคทฺ/ ❶ *v.t. (bend)* ทำให้โค้ง, ทำให้คดเคี้ยว; ทำให้ *(แสง)* หักเห; *(cause to deviate)* **~ sb./sth. [from sb./sth.]** หันเห *ค.น./ส.น.* ไปจาก *ค.น./ส.น.* ❷ *v.i. (bend)* โค้ง, เดินเป็นแนวโค้ง; *(deviate)* หันเหออกนอกทาง; *(fig.)* เบี่ยงเบน

deflection ➡ **deflexion**

deflector /dɪˈflektə(r)/ดิˈเฟล็คเทอะ(ร)/ *n.* สิ่งที่ทำหน้าที่หันเห *(ของอากาศ, แสง ฯลฯ)*

deflexion /dɪˈflekʃn/ดิˈเฟล็คช่น/ *n. (Brit.)* Ⓐ *(bending)* การเบี่ยง; *(deviation)* ทางเบี่ยง; *(turn)* การหันเห; *(fig.)* การเบี่ยงเบน; Ⓑ *(Phys.)* การที่เข็มชี้ในเครื่องมือเบี่ยงเบนไปจากตำแหน่งที่เป็นเลขศูนย์

deflower /diːˈflaʊə(r)/ดีˈฟลาวเออะ(ร)/ *v.t.* Ⓐ ทำให้ผู้หญิงเสียความบริสุทธิ์; Ⓑ ทำลายล้างให้วอดวาย; Ⓒ เด็ดดอกออกให้หมด

defocus /diːˈfəʊkəs/ดีˈโฟเคิซ/ *v.t.* **-s-** *or* **-ss-** ทำให้ภาพไม่คมชัด; *(Phys.)* ทำให้ *(รังสี, ลำแสง)* ไม่ชัดเจน

defoliant /diːˈfəʊlɪənt/ดีˈโฟเลียนทฺ/ *n.* สารเคมีที่ทำให้ใบไม้ร่วงทีเดียวหมดต้น

defoliate /diːˈfəʊlɪeɪt/ดีˈโฟลิเอท/ *v.t.* ทำให้ใบไม้ร่วงทีเดียวหมดต้น *(โดยเฉพาะเพื่อเป็นกลยุทธ์ทางการทหาร)*

defoliation /diːfəʊlɪˈeɪʃn/ดีโฟลิˈเอช่น/ *n.* การทำให้ใบไม้ร่วงทีเดียวหมดต้น

deforestation /diːfɒrɪˈsteɪʃn/ดีฟอริˈซเตช่น/ *n.* การตัดไม้ทำลายป่า

deform /dɪˈfɔːm/ดิˈฟอม/ ❶ *v.t.* Ⓐ *(deface)* ทำให้น่าเกลียด, ทำให้เสียโฉม; Ⓑ *(misshape)* ทำให้เสียรูปทรง ❷ *v.i.* Ⓐ *(become disfigured)* เสียรูปทรงไป; พิการ; Ⓑ *(Phys.)* เปลี่ยนรูปร่าง

deformation /diːfɔːˈmeɪʃn/ดีฟอˈเมช่น/ *n.* Ⓐ *(disfigurement)* ความบิดเบี้ยว; ตำหนิ *(บนร่างกาย)*; Ⓑ *(Phys.)* การเปลี่ยนรูปร่าง

deformed /dɪˈfɔːmd/ดิˈฟอมดฺ/ *adj.* บิดเบี้ยว, ผิดรูปผิดร่าง

deformity /dɪˈfɔːmɪtɪ/ดิˈฟอมิทิ/ *n.* *(being deformed)* ความพิการ, ความผิดรูปผิดร่าง; *(malformation)* ส่วนของร่างกายที่ผิดปกติ

defraud /dɪˈfrɔːd/ดิˈฟรอด/ *v.t.* **~ sb. [of sth.]** โกง [*ส.น.* จาก] *ค.น.*

defray /dɪˈfreɪ/ดิˈเฟรฺ/ *v.t.* ออกค่าใช้จ่าย

defrayal /dɪˈfreɪəl/ดิˈเฟรฺเอิล/, **defrayment** /dɪˈfreɪmənt/ดิˈเฟรฺเมินทฺ/ *ns.* การออกค่าใช้จ่าย

defrock /diːˈfrɒk/ดีˈฟรอค/ ➡ **unfrock**

defrost /diːˈfrɒst/ดีˈฟรอซทฺ/ *v.t.* ละลายน้ำแข็ง; ขจัดคราบน้ำแข็งออก *(กระจกหน้ารถยนต์)*

defroster /diːˈfrɒstə(r)/ดีˈฟรอซเตอะ(ร)/ *n.* เครื่องขจัดน้ำแข็ง, เครื่องละลายน้ำแข็ง

deft /deft/เด็ฟทฺ/ *adj.* ชำนาญ, เชี่ยวชาญ, แคล่วคล่อง

deftly /ˈdeftlɪ/ˈเด็ฟทลิ/ *adv.* อย่างชำนาญ, อย่างเชี่ยวชาญ, อย่างแคล่วคล่อง

deftness /ˈdeftnɪs/ˈเด็ฟทฺนิซ/ *n., no pl.* ความชำนาญ, ความเชี่ยวชาญ, ความแคล่วคล่อง

defunct /dɪˈfʌŋkt/ดิˈฟังคฺทฺ/ *adj.* *(คน)* ที่ล่วงลับไปแล้ว, ที่ตายแล้ว; *(extinct)* ซึ่งสูญพันธุ์ไปแล้ว; *(fig.)* *(เครื่องยนต์)* หมดสภาพคล่อง; *(กฎหมาย)* ซึ่งยกเลิกไปแล้ว; *(ทางรถไฟ, หนังสือพิมพ์)* ซึ่งปิดไปแล้ว; *(วิธีคิด, จุดยืน)* ซึ่งหมดสมัยแล้ว

defuse /diːˈfjuːz/ดีˈฟิวซฺ/ *v.t. (lit. or fig.)* ลดความรุนแรง

defy /dɪˈfaɪ/ดิˈฟาย/ *v.t.* Ⓐ ท้า; **~ sb. to do sth.** ท้าให้ *ค.น.* ทำ *ส.น.*; Ⓑ *(resist openly)* **~ sb.** ท้าทาย *ค.น.*; *(refuse to obey)* **~ sb./sth.** ขัดขืน *หรือ* ไม่ยอม *ค.น./ส.น.*; Ⓒ *(present insuperable obstacles to)* ไม่สามารถทำได้; **it defies explanation** สิ่งนั้นอธิบายไม่ได้

degeneracy /dɪˈdʒenərəsɪ/ดิˈเจ็นเนอะเรอะซิ/ *n. (also Biol.)* ความเสื่อมสภาพลง

degenerate ❶ /dɪˈdʒenəreɪt/ดิˈเจ็นเนอะเรท/ *v.i.* Ⓐ **~ [into sth.]** เสื่อมโทรม *หรือ* ต่ำทราม [จนกลายเป็น *ส.น.*]; Ⓑ *(Biol.)* กลายพันธุ์ทรามลง; **[into sth.]** [เป็น *ส.น.*] ❷ /dɪˈdʒenərət/ดิˈเจ็นเนอะเริท/ *adj. (also Biol.)* ซึ่งเสื่อมสภาพ; **become ~:** เสื่อมสภาพลง, กลายพันธุ์ทรามลง

degeneration /dɪdʒenəˈreɪʃn/ดิเจ็นเนอะˈเรช่น/ *n. (also Biol., Med.)* ความเสื่อมสภาพลง

degradation /degrəˈdeɪʃn/เด็กเกฺรอะˈเดช่น/ *n.* Ⓐ *(abasement)* การถูกดูหมิ่น, การถูกทำลายศักดิ์ศรี; Ⓑ *(demotion)* การลดยศ; *(Geol.)* การสึกกร่อน, การเสื่อมคุณภาพ; Ⓒ *(Biol.)* การเสื่อมสภาพ; Ⓓ *(Chem.)* การสลายโมเลกุล, การลดความซับซ้อนของโครงสร้างโมเลกุล

degrade /dɪˈgreɪd/ดิˈเกฺรด/ *v.t.* Ⓐ *(abase)* ทำลายศักดิ์ศรี; Ⓑ *(demote)* ลดตำแหน่ง *หรือ* ยศ; Ⓒ *(Chem.)* ทำให้แตกทำลาย, ทำให้ย่อยสลาย; Ⓓ *(Geol.)* ทำให้แตกสลายเป็นชิ้นเล็กชิ้นน้อย, สึกกร่อน

degrading | delimitation 240

d

degrading /dɪ'greɪdɪŋ/ดิ'เกฺรฺดิง/ *adj.* น่าขายหน้า, ทำให้ขายหน้า, หยามน้ำหน้า

degree /dɪ'gri:/ดิ'กฺรี/ *n.* Ⓐ ➤ 914 *(Math., Phys.)* องศา; **an angle/a temperature of 45 ~s** มุม/อุณหภูมิ 45 องศา; Ⓑ *(stage in scale or extent)* ขีด/ขั้น/ระดับการเพิ่มขึ้น *หรือ* ลดลง; **by ~s** ทีละน้อย ๆ; **a certain ~ of imagination** จินตนาการระดับหนึ่ง; **to a high ~:** ในระดับสูง; **to some** *or* **a certain ~:** มากพอใช้, ถึงระดับหนึ่ง; **to the last ~:** จนถึงที่สุด, ในขีดที่สูงที่สุด; **obstinate to a ~:** รั้นหัวชนฝา; **to what ~ ?** ถึงระดับไหน; Ⓒ *(relative condition)* สภาพ, อัตภาพ; **in its ~:** ตามระดับของมัน; Ⓓ *(step in genealogical descent)* ชั้นสกุลสายตรง, ลำดับญาติสายตรง; Ⓔ **forbidden** *or* **prohibited ~s** *ชั้นสกุลที่ห้ามแต่งงานเพราะใกล้เกินไปทางสายเลือด;* Ⓕ *(rank)* ยศ, ตำแหน่ง, บรรดาศักดิ์; Ⓖ *(academic rank)* ปริญญา; **take/receive a ~ in sth.** ได้ปริญญาในสาขาวิชาหนึ่ง; **have a ~ in physics/maths** มีปริญญาในสาขาวิชาฟิสิกส์/คณิตศาสตร์; Ⓗ *(Ling.)* **~s of comparison** การเปรียบเทียบขั้นเท่ากัน ขั้นกว่าและขั้นที่สุด; **positive/comparative/superlative ~:** ขั้นเปรียบเท่ากัน/ขั้นกว่า/ขั้นที่สุด; Ⓘ *(Amer.)* **give sb. the third ~:** ซักไซ้ไล่เลียง *ค.น.* อย่างไม่ให้ตั้งตัวติด

degree: ~ ceremony *n.* พิธีประสาทปริญญา; **~ course** *n.* หลักสูตรการศึกษาระดับปริญญา; **~ day** *n.* วันรับปริญญา

dehumanize (dehumanise) /di:'hju:mənaɪz/ดี'ฮิวเมอะนายซฺ/ *v.t.* ทำให้สูญสิ้นลักษณะความเป็นมนุษย์; ทำให้คล้ายเครื่องจักรกล

dehumidifier /di:hju:'mɪdɪfaɪə(r)/ดีฮิว'มิดิฟายเออะ(ร)/ *n.* เครื่องขจัดความชื้น

dehumidify /di:'hju:mɪdɪfaɪ/ดี'ฮิวมิดิฟาย/ *v.t.* ขจัดความชื้น

dehydrate /di:'haɪdreɪt/ดี'ไฮเดรฺท/ *v.t.* Ⓐ *(remove water from)* สกัด *หรือ* ระเหยน้ำออก; **~d** ซึ่งถูกระเหย *หรือ* สกัดน้ำออกแล้ว; แห้งมาก; Ⓑ *(make dry)* ทำให้แห้ง

dehydration /di:haɪ'dreɪʃn/ดีไฮ'เดรฺช'น/ *n.* ➡ **dehydrate:** การระเหยน้ำออก, การสูญเสียน้ำในร่างกาย

de-ice /di:'aɪs/ดี'ไอซ/ *v.t.* ขจัดน้ำแข็ง; ป้องกันไม่ให้เกิดน้ำแข็งขึ้น

de-icer /di:'aɪsə(r)/ดี'ไอเซอะ(ร)/ *n.* เครื่องขจัดน้ำแข็ง; สารขจัดน้ำแข็ง

deify /'di:ɪfaɪ/'ดีอิฟาย/ *v.t. (make a god of)* สถาปนาให้เป็นเทพ *หรือ* พระเป็นเจ้า; *(worship)* กราบไหว้บูชาเยี่ยงพระเป็นเจ้า

deign /deɪn/เดน/ *v.t.* **~ to do sth.** ยอมลดตนลงมาทำ *ส.น.*

deism /'di:ɪzm/'ดีอิซ'ม/ *n. ความเชื่อว่ามีพระผู้เป็นเจ้า โดยอาศัยการอ้างอิงตามพระคัมภีร์,* เทวัสนิยม *(ร.บ.)*

deist /'di:ɪst/'ดีอิซทฺ/ *n.* ผู้ที่เชื่อว่าพระเป็นเจ้ามีจริง

deity /'di:ɪtɪ/'ดีอิทิ/ *n.* Ⓐ *(god)* พระผู้เป็นเจ้า, เทพเจ้า; **the D~:** พระผู้สร้างโลก, เทวภาพ *(ร.บ.)*; Ⓑ *(divine status)* ความศักดิ์สิทธิ์

déjà vu /deɪʒɑ: 'vu:/เดฌา 'วู/ *n.* ความรู้สึกว่าเหตุการณ์ปัจจุบันเคยเกิดขึ้นแล้ว

dejected /dɪ'dʒektɪd/ดิ'เจ็คทิด/ *adj.* รู้สึกหดหู่, ซึมเศร้า

dejection /dɪ'dʒekʃn/ดิ'เจ็คช'น/ *n.* ความรู้สึกใจคอหดหู่

delay /dɪ'leɪ/ดิ'เล/ ❶ *v.t.* Ⓐ *(postpone)* เลื่อนกำหนดออกไป; **he ~ed his visit for a few weeks** เขาเลื่อนกำหนดการไปเยี่ยมของเขาออกไป 2–3 สัปดาห์; Ⓑ *(make late)* ทำให้ล่าช้า; **the train has been seriously ~ed** รถไฟล่าช้ากว่ากำหนดไปมาก; Ⓒ *(hinder)* ถ่วงเวลาขัดขวางไว้; *(retard)* **be ~ed** *(รายการ)* เป็นไปอย่างล่าช้า ❷ *v.i. (wait)* รีรอ, ถ่วงเวลา; *(loiter)* เถลไถล; **don't ~:** อย่ารอช้า; **~ in doing sth.** สองจิตสองใจที่จะทำ *ส.น.* ❸ *n.* Ⓐ ความล่าช้า (too ของ); **what's the now?** รออะไรอีกเล่า; **without ~:** โดยไม่ชักช้า; **without further ~:** โดยไม่รอเลย; Ⓑ *(Transport)* ความล่าช้า; **trains are subject to ~:** รถไฟอาจล่าช้า

delayed-action /dɪleɪd'ækʃn/ดิเลด'แอคช'น/ *adj.* **~ bomb** ระเบิดหน่วงเวลา; **~ mechanism** *(Photog.)* กลไกอัตโนมัติที่หน่วงเวลาเปิดปิดหน้ากล้อง; **~ drug** ยาที่ออกฤทธิ์ช้า

delectable /dɪ'lektəbl/ดิ'เล็คเทอะบ'ล/ *adj. (literary)* น่าอร่อย, ชวนให้เพลิดเพลินหรือรื่นรมย์; **she looked ~:** เธอดูมีเสน่ห์มาก

delectation /di:lek'teɪʃn/ดีเล็ค'เทช'น/ *n. (literary)* ความพึงพอใจ, ความเพลิดเพลินเจริญใจ

delegate ❶ /'delɪgət/'เด็ลลิเกิท/ *n.* Ⓐ *(elected representative)* ผู้ที่ได้รับเลือกให้เข้าร่วมประชุม; *(of firm)* ผู้ที่ได้รับมอบอำนาจ; Ⓑ *(deputy)* ผู้แทน *(ของรัฐบาลหรือองค์การ);* Ⓒ *(member of deputation)* สมาชิกคณะ ❷ /'delɪgeɪt/'เด็ลลิเกฺท/ *v.t.* Ⓐ *(depute)* มอบหมายให้ไปเป็นตัวแทน; Ⓑ *(commit)* **~ power/responsibility/a task [to sb.]** มอบหมายอำนาจ/ความรับผิดชอบ/งาน [ให้กับ *ค.น.*]; **he does not know how to ~:** เขาไม่รู้จักมอบหมายงาน

delegation /delɪ'geɪʃn/เด็ลลิ'เกฺช'น/ *n.* Ⓐ *(body of delegates)* คณะผู้แทน; Ⓑ *(deputation)* ผู้ที่ได้รับมอบอำนาจ; Ⓒ *(entrusting of authority to deputy)* การมอบอำนาจให้ตัวแทน

delete /dɪ'li:t/ดิ'ลีท/ *v.t.* ลบออก *หรือ* ขีดฆ่าทิ้ง (**from** จาก); *(Computing)* ลบออก; **~ where inapplicable** จงขีดฆ่าสิ่งที่ไม่เกี่ยวข้อง

de'lete key *n. (Computing)* ปุ่มกดลบออก

deleterious /delɪ'tɪərɪəs/เด็ลลิ'ทิเรียซ/ *adj.* เป็นอันตราย (**to** ต่อ); **~ [to health]** เป็นอันตราย [ต่อสุขภาพ]

deletion /dɪ'li:ʃn/ดิ'ลีช'น/ *n.* การลบออก *หรือ* ขีดฆ่าทิ้ง

delft /delft/เด็ลฟทฺ/ *n.* **~ [pottery, tiles]** *เครื่องกระเบื้องเคลือบ ซึ่งมักมีสีน้ำเงินจากเมือง Delft ในประเทศเนเธอร์แลนด์*

deli /'delɪ/'เด็ลลิ/ *(coll.)* ➡ **delicatessen**

deliberate ❶ /dɪ'lɪbərət/ดิ'ลิบเบอะริท/ *adj.* Ⓐ *(intentional)* โดยจงใจ; Ⓑ *(fully considered)* ได้พิจารณาไตร่ตรองมาแล้ว; Ⓒ *(cautious)* รอบคอบ; Ⓓ *(unhurried and considered)* สุขุมและไตร่ตรองดีแล้ว ❷ /dɪ'lɪbəreɪt/ดิ'ลิบเบอะเรฺท/ *v.i.* Ⓐ *(think carefully)* **~ on sth.** ไตร่ตรองเกี่ยวกับ *ส.น.* อย่างรอบคอบ; Ⓑ *(debate)* **~ over** *or* **on** *or* **about sth.** อภิปรายเกี่ยวกับ *ส.น.* ❸ *v.t. (กลุ่ม, คณะ)* อภิปรายกัน; *(กับตนเอง)* ไตร่ตรองอย่างรอบคอบ

deliberately /dɪ'lɪbərətlɪ/ดิ'ลิบเบอะเริทลิ/ *adv.* Ⓐ *(intentionally)* อย่างจงใจ; Ⓑ *(with full consideration)* **[very] ~:** อย่างไตร่ตรอง [อย่างเต็มที่] มาแล้ว; Ⓒ *(in unhurried manner)* อย่างไม่รีบร้อน

deliberation /dɪlɪbə'reɪʃn/ดิลิบเบอะ'เรช'น/ *n.* Ⓐ *(care)* ความระมัดระวัง; Ⓑ *(unhurried nature)* ลักษณะไม่รีบร้อน; Ⓒ *(careful consideration)* การไตร่ตรองอย่างรอบคอบ; **after much ~:** หลังจากที่ได้ไตร่ตรองอย่างรอบคอบดีแล้ว; Ⓓ *(discussion)* การอภิปราย

deliberative /dɪ'lɪbərətɪv/ดิ'ลิบเบอะเรอะทิว/ *adj.* มีการปรึกษาหารือ *หรือ* มีการอภิปรายกัน

delicacy /'delɪkəsɪ/'เด็ลลิเคอะซิ/ *n.* Ⓐ *(tactfulness and care)* ความรู้จักกาลเทศะและความรอบคอบ; Ⓑ *(fineness)* ความละเอียดปราณีต; Ⓒ *(weakliness)* ความบอบบางอ่อนแอ; Ⓓ *(need of discretion etc.) (สถานการณ์ที่ต้องใช้)* วิจารณญาณและความละเอียดอ่อน; Ⓔ *(food)* อาหารหายากราคาแพง

delicate /'delɪkət/'เด็ลลิเคิท/ *adj.* Ⓐ *(easily injured) (ส่วนของอวัยวะ)* ซึ่งกระทบกระเทือนง่าย; *(สุขภาพ)* อ่อนแอ; *(sensitive)* ประณีตละเอียดอ่อน, ไว; Ⓑ *(requiring careful handling)* ซึ่งแตก *หรือ* หักง่าย, บอบบาง; *(fig.)* ละเอียดอ่อน; Ⓒ *(fine, of exquisite quality, subdued)* ประณีต; ละเอียด; *(ฝีมือ)* พิถีพิถัน; *(สี)* นิ่มนวล; *(dainty)* กระจุ๋มกระจิ๋ม; Ⓓ *(subtle)* แนบเนียน, ล้ำลึก; Ⓔ *(deft, light)* คล่องมือ, เบามือ; Ⓕ *(tactful)* ซึ่งรู้จักกาลเทศะ, นิ่มนวล

delicately /'delɪkətlɪ/'เด็ลลิเคิทลิ/ *adv.* **~ put** พูดอย่างละเมียดละไม, อย่างละเอียดอ่อน

delicatessen /delɪkə'tesən/เด็ลลิเคอะ'เท็ซเซิน/ *n. ร้านขายอาหารหลากหลาย เช่น ชีส แฮม ฯลฯ ราคาแพง*

delicious /dɪ'lɪʃəs/ดิ'ลิเชิซ/ *adj. (อาหาร)* อร่อย; *(ทิวทัศน์)* ซึ่งทำให้เพลิดเพลิน; *(การละเล่น)* ที่มีมุขตลกมาก

deliciously /dɪ'lɪʃəslɪ/ดิ'ลิเชิซลิ/ *adv.* อย่างเอร็ดอร่อย, อย่างเพลิดเพลิน

deliciousness /dɪ'lɪʃəsnɪs/ดิ'ลิเชิซนิซ/ *n., no pl.* ความเอร็ดอร่อย

delight /dɪ'laɪt/ดิ'ไลท/ ❶ *v.t.* ยินดี, พึงพอใจ, เพลิดเพลินมาก ❷ *v.i.* **sb. ~s in doing sth.** *ค.น.* พึงพอใจในการทำ *ส.น.* มาก; **~ to do sth.** ยินดีทำ *ส.น.* ❸ *n.* Ⓐ *(great pleasure)* ความยินดีมาก, ความเพลิดเพลินมาก; **~ at sth./at doing sth.** ความยินดี *หรือ* เพลิดเพลินมากใน *ส.น.* /ในการทำ *ส.น.*; **~ in sth./in doing sth.** ความพึงพอใจใน *ส.น.*/ในการทำ *ส.น.*; **to my/our ~:** ซึ่งทำให้ฉัน/พวกเราพึงพอใจมาก; **sb. takes ~ in doing sth.** *ค.น.* มีความสุขในการทำ *ส.น.*; Ⓑ *(cause of pleasure)* สิ่งที่ก่อให้เกิดความพอใจ; **these cakes are a ~ to eat** ขนมเค้กเหล่านี้อร่อยเหลือเกิน

delighted /dɪ'laɪtɪd/ดิ'ไลทิด/ *adj. (ตะโกน)* ด้วยความยินดี; **be ~** รู้สึกปลื้มปีติ; **be ~ed by** *or* **with sth.** รู้สึกปลื้มปีติยินดีใน *ส.น.*; **be ~ed to do sth.** รู้สึกยินดีที่จะทำ *ส.น.*; **we shall be ~ed to accept your invitation** เรายินดีตอบรับคำเชิญของคุณ

delightedly /dɪ'laɪtɪdlɪ/ดิ'ไลทิดลิ/ *adv.* อย่างปีติยินดี

delightful /dɪ'laɪtfl/ดิ'ไลทฟ'ล/ *adj. (อาหาร)* อร่อย; *(เพลง)* ไพเราะเสนาะหู; *(ทิวทัศน์)* น่าเพลินตาเพลินใจ

delightfully /dɪ'laɪtfəlɪ/ดิ'ไลทเฟอะลิ/ *adv.* อย่างดีเยี่ยม; ชวนให้เจริญตาเจริญใจ, อย่างสบายตา; *(ความเย็น)* สบายกายมาก

delimit /di:'lɪmɪt/ดี'ลิมิท/ *v.t.* วางแนวกั้นเขต; *(fig.)* กำหนดขอบเขต

delimitation /di:lɪmɪ'teɪʃn/ดีลิมิ'เทช'น/ *n.* การวางแนวกั้นเขต; *(fig.)* การกำหนดขอบเขต

delineate /dɪˈlɪnɪeɪt/ดิ'ลินนิเอท/ *v.t.* *(draw)* วาดภาพ; *(describe)* บรรยาย; **sharply ~d** วาดอย่างเด่นชัด

delinquency /dɪˈlɪŋkwənsɪ/ดิ'ลิงเควินซิ/ *n.* Ⓐ *no pl.* การก่ออาชญากรรม; Ⓑ *(misdeed)* การกระทำความผิด

delinquent /dɪˈlɪŋkwənt/ดิ'ลิงเควินทฺ/ ❶ *n.* อาชญากร ❷ *adj.* Ⓐ *(offending)* ซึ่งกระทำผิดกฎหมายสถานเบา *(โดยเฉพาะวัยรุ่น)*; Ⓑ *(Amer.: in arrears)* *(ชำระเงิน)* ล่าช้า

delirious /dɪˈlɪrɪəs/ดิ'ลิเรียซ/ *adj.* Ⓐ มีอาการเพ้อ; **be ~:** เพ้อ; Ⓑ *(wildly excited)* **be ~ [with sth.]** ตื่นเต้น [กับ *ส.น.*] จนควบคุมอารมณ์ไม่อยู่; Ⓒ *(ecstatic, wild)* ปลื้มปีติอย่างสุดขีด; *(โกรธ)* อย่างบ้าระห่ำ

deliriously /dɪˈlɪrɪəslɪ/ดิ'ลิเรียซลิ/ Ⓐ อย่างกับมีอาการเพ้อ; Ⓑ *(ecstatically)* อย่างปลื้มปีติจนคุมอารมณ์ไม่ได้

delirium /dɪˈlɪrɪəm/ดิ'ลิเรียม/ *n.* อาการเพ้อคลั่ง

delirium tremens /dɪlɪrɪəm ˈtriːmenz/ดิลิเรียม 'ทรีเม็นซฺ/ *n., no pl. (Med.)* *อาการมือไม้สั่นและเห็นภาพหลอนของโรคพิษสุราเรื้อรัง*, ลงแดง

deliver /dɪˈlɪvə(r)/ดิ'ลิเวอะ(ร)/ *v.t.* Ⓐ *(utter)* กล่าว *(สุนทรพจน์)*; เทศน์; *(pronounce)* อ่านคำพิพากษา; Ⓑ *(launch)* ทิ้ง *(ลูกระเบิด)*; เข้าโจมตี; Ⓒ *(hand over)* ส่ง *(เอกสาร, ข่าว, พัสดุ)*; **~ sth. to the door** ส่ง *ส.น.* ถึงประตูบ้าน; **~ [the goods]** *(fig.)* สามารถทำได้; *(fulfil promise)* ปฏิบัติหน้าที่ของตนตามสัญญา; Ⓓ *(give up)* มอบให้; **stand and ~ !** รีบส่งเงินมา!; Ⓔ *(render)* เสนอ *(รายงาน)*; บอกเล่า *(นิยาย)*; ยื่น *(คำขาด)*; Ⓕ *(Law)* ส่งมอบเอกสาร *(ปิดผนึก)* เป็นทางการ; Ⓖ *(assist in giving birth, aid in being born)* ช่วยทำคลอด; *(give birth to)* คลอด; **be ~ed [of a child]** คลอดทารก; Ⓗ *(formal : unburden)* **~ oneself of one's opinion** พูดออก มาอย่างเปิดอก; Ⓘ *(save)* **~ sb./sth. from sb./sth.** ช่วยเหลือ *ค.น./ส.น.* ให้พ้นจาก *ค.น./ส.น.*; **~ us from evil** *(Relig.)* ช่วยเราให้พ้นจากความชั่วร้าย

~ 'up *v.t.* มอบให้; ยอมแพ้

deliverance /dɪˈlɪvərəns/ดิ'ลิเวอะเรินซฺ/ *n.* ความพ้นอันตราย (**from** จาก); **~ from captivity** การพ้นจากการคุมขัง

delivery /dɪˈlɪvərɪ/ดิ'ลิเวอะริ/ *n.* Ⓐ *(handing over)* การมอบ; *(of letters, parcel)* การส่ง; **there is no charge for ~:** ไม่คิดค่าส่ง; **there are no deliveries on Sunday** ไม่มีไปรษณีย์ในวันอาทิตย์; **take ~ of sth.** รับมอบ *(สินค้าที่ซื้อ)*; **pay on ~:** ชำระเงินเมื่อสินค้าถึงมือ, เก็บเงินปลายทาง; Ⓑ *(sport)* **~ of a blow/punch** การต่อย/การชก; Ⓒ *(uttering)* การกล่าว; *(manner of uttering)* วิธีในการกล่าว; Ⓓ *(childbirth)* การคลอดบุตร

delivery: ~ boy *n.* เด็กส่งของ *(ชาย)*; **~ date** *n.* วันส่งของ; **~ girl** *n.* เด็กส่งของ *(หญิง)*; **~ man** *n.* คนส่งของ; **~ note** *n.* ใบส่งของ; **~ room** *n. (Med.)* ห้องทำคลอด; **~ service** *n.* บริการจัดส่ง; **~ van** *n.* รถส่งของ

dell /del/เด็ล/ *n.* หุบเขาเล็กที่มีป่า

delouse /diːˈlaʊs/ดี'ลาวซฺ, ดี'ลาวซฺ/ *v.t.* กำจัดเหา

delphinium /delˈfɪnɪəm/เด็ล'ฟิเนียม/ *n. (Bot.)* เดลฟิเนียม *(ท.ศ.)* *ต้นในสกุล Delphinium มีดอกสีฟ้า*

delta /ˈdeltə/'เด็ลเทอะ/ *n.* Ⓐ *(of river)* ปากแม่น้ำ, ดินดอนสามเหลี่ยม; *(Greek letter)* ตัวอักษรกรีกลำดับที่สี่; Ⓑ *(Sch., Univ.: mark)* คะแนนระดับสี่ *(ต่ำสุด)*

delta 'wing *n.* ปีก *(เครื่องบิน)* รูปสามเหลี่ยม; **~ aircraft** เครื่องบินปีกรูปสามเหลี่ยม

deltoid /ˈdeltɔɪd/'เด็ลทอยดฺ/ *adj.* เป็นรูปสามเหลี่ยม; **~ muscle** กล้ามเนื้อสามเหลี่ยม

delude /dɪˈluːd/ดิ'ลูด/ *v.t.* หลอกลวง, ลวงตา; **~ sb. into believing that...:** หลอกให้ *ค.น.* หลงเชื่อว่า...; **stop deluding yourself!** เลิกหลอกตัวเองเสียที!

deluge /ˈdeljuːdʒ/'เด็ลลิวจฺ/ ❶ *n.* Ⓐ *(rain)* ฝนตกหนัก; Ⓑ *(Bibl.)* **the D ~:** น้ำท่วมโลก; Ⓒ **~ of complaints/letters** การไหลมาเทมาของคำร้องทุกข์/จดหมาย ❷ *v.t. (lit or fig.)* ท่วม; **~ sb. with questions** ระดมถามคำถาม *ค.น.*

delusion /dɪˈluːʒn/ดิ'ลูฌ'น/ *n.* ความหลงเชื่อ, ความหลงผิด, อุปาทาน; *(as symptom or form of madness)* ความคิดเพ้อฝัน; **be under a ~:** หลงเข้าใจไปผิด ๆ; **be under the ~ that...:** หลงเชื่อไปว่า...; **have ~s of grandeur** หลงว่าตัวเป็นคนสำคัญ, เหลิง

delusive /dɪˈljuːsiv, dɪˈluːsɪv/ดิ'ลิวซีว, ดิ'ลูซิว/ *adj.*, **delusively** /dɪˈljuːsɪvlɪ, dɪˈluːsɪvlɪ/ดิ'ลิวซิวลิ, ดิ'ลูซิวลิ/ *adv.* ที่หลอกลวง

de luxe /dəˈlʌks, ˈlʊks/เดอะ'ลัคซฺ, 'ลุคซฺ/ *adj.* พิเศษ, เลิศ, หรูหรา; **~ trade** สินค้าฟุ่มเฟือย

delve /delv/เด็ลวฺ/ *v.i.* Ⓐ *(arch./poet.: dig)* ขุดค้น (**for** สำหรับ); Ⓑ *(search)* **~ into sth. [for sth.]** ขุดค้นใน *ส.น.* [เพื่อหา *ส.น.*]; Ⓒ *(research)* **~ into sth.** ค้นหาใน *ส.น.*; **~ into sb.'s past** ขุดคุ้ยอดีต *ค.น.*

Dem. *abbr. (Amer.)* Democrat

demagogue *(Amer.:* **demagog***)* /ˈdeməgɒg/'เด็มเมอะกอก/ *n.* นักปลุกระดมประชาชน, พวกกวนเมือง; *(Hist.)* ผู้นำประชาชน

demagoguery /ˈdeməgɒgərɪ/'เด็มเมอะกอเกอะริ/**demagogy** /ˈdeməgɒgɪ/'เด็มเมอะกอกิ/ *ns.* การใช้วาทะศิลป์ปลุกระดมประชาชน, การฉวยโอกาสทางการเมือง

demand /dɪˈmɑːnd, US dɪˈmænd/ดิ'มานดฺ, ดิ'แมนดฺ/ ❶ *n.* Ⓐ *(request)* การเรียกร้อง; **a ~ for sb. to do sth.** การเรียกร้องให้ *ค.น.* ทำ *ส.น.*; **payable on ~:** จ่ายเมื่อเรียกร้อง; **final ~:** ข้อเรียกร้องครั้งสุดท้าย; Ⓑ *(desire for commodity)* อุปสงค์, ความต้องการ (**for** สำหรับ); **by popular ~:** โดยความต้องการของประชาชน; **sth./sb. is in [great] ~:** *ส.น./ค.น.* เป็นที่ต้องการ [อย่างมาก]; **~ for teachers/clerks** ความต้องการครู/เสมียน; Ⓒ *(claim)* **make ~s on sb.** อ้างสิทธิ์ *หรือ* เรียกร้องเอากับ *ค.น.*; **make too many ~s on sb.'s patience/time** เรียกร้องความอดทน/เวลาของ *ค.น.* จนมากเกินไป; **I have many ~s on my time** ฉันต้องเสียเวลามากมายกับหลายเรื่อง; ➡ **+ supply** 2 A

❷ *v.t.* Ⓐ *(ask for, require, need)* อยากได้, ต้องการ, เรียกร้อง (**of, from** จาก); **~ to know/see sth.** ยืนยันว่าจะต้องรู้/ดู *ส.น.*; **~ money with menaces** ขู่เรียกเอาเงิน; Ⓑ *(insist on being told)* ยืนยันต้องรู้; **he ~ed my business** เขาจำเป็นต้องรู้ว่าฉันมีธุระอะไร

demanding /dɪˈmɒːndɪŋ, US -ˈmænd-/ดิ'มานดิง, -'แมนดิง-/ *adj.* ที่ต้องการ *หรือ* เรียกร้อง; *(taxing)* เข้มงวด; **physically [very] ~:** ต้องใช้กำลัง [มาก]

de'mand note *n.* Ⓐ *(Brit.: request for payment)* ใบเก็บเงิน; Ⓑ *(Amer.: bill payable at sight)* ตั๋วเงินที่นำไปขึ้นเงินได้

demarcate /ˈdiːmɑːkeɪt/'ดีมาเคท/ *v.t.* กำหนดเขต; **~ sth. from sth.** กำหนดเขตแบ่ง *ส.น.* ออกจาก *ส.น.*

demarcation /diːmɑːˈkeɪʃn/ดีมา'เคช'น/ *n.* *(of frontier)* การกำหนดเขตพรมแดน; *(of topics)* การกำหนดหัวข้อ; **line of ~:** *(frontier)* เส้นแบ่งเขต; *(of topics)* ขอบเขตหัวข้ออภิปราย

demar'cation dispute *n.* ข้อพิพากษาเกี่ยวกับการปักปันเขตแดน

démarche /ˈdeɪmɑːʃ/'เดมาช/ *n. (Diplom.)* การดำเนินการทางการทูต *หรือ* การเมือง

demean /dɪˈmiːn/ดิ'มีน/ *v. refl. (lower one's dignity)* **~ oneself [to do sth.]** ลดตัวลงไปทำ *ส.น.*; **~ oneself by sth./doing sth.** ลดคุณค่าของตนโดย *ส.น.*/โดยการกระทำ *ส.น.*

demeaning /dɪˈmiːnɪŋ/ดิ'มีนิง/ *adj.* ทำให้ตกต่ำ, ทำให้เสียเกียรติ

demeanour *(Brit.; Amer.:* **demeanor***)* /dɪˈmiːnə(r)/ดิ'มีเนอะ(ร)/ *n.* ท่าทาง, ความประพฤติ

demented /dɪˈmentɪd/ดิ'เม็นทิด/ *adj.* เสียสติ, บ้าคลั่ง; **be ~ with worry** คลั่งด้วยความกังวล; **like somebody ~:** เหมือนคนเสียสติ

dementedly /dɪˈmentɪdlɪ/ดิ'เม็นทิดลิ/ *adv.* อย่างบ้าคลั่ง

dementia /dɪˈmenʃə/ดิ'เม็นเชอะ/ *(Med.) n.* อาการสติไม่สมประกอบ, โรควิกลจริต

demerara /deməˈreərə/เดะเมอะ'แรเรอะ/ *n.* **~ [sugar]** น้ำตาลทรายสีรำ

demerit /diːˈmerɪt/ดี'เมะริท/ *n.* Ⓐ จุดด่าง; Ⓑ *(quality deserving blame)* ความผิด, ข้อควรตำหนิ, ข้อเสียหาย; *(action)* สิ่งที่ควรตำหนิ; Ⓒ *(Amer.: mark)* แต้มดำ, คะแนนเสีย

demesne /dɪˈmiːn, dɪˈmeɪn/ดิ'มีน, ดิ'เมน/ *n.* *(land attached to a mansion etc.)* ที่ดินรอบคฤหาสน์

demi- /ˈdemɪ/'เดะมิ/ *pref.* ครึ่ง, กึ่ง, ไม่เต็มที่

'demigod /ˈdemɪgɒd/'เด็มมิกอด/ *n.* กึ่งเทพ; คนงาม

demijohn /ˈdemɪdʒɒn/'เด็มมิจอน/ *n.* *ขวดรูปทรงอ้วน ปากแคบ จุ 3 ถึง 10 แกลลอน มักมีหวายสานห่อหุ้มไว้*

demilitarisation, demilitarise ➡ **demilitariz-**

demilitarization /diːmɪlɪtəraɪˈzeɪʃn, US -rɪˈz-/ดีมิลเลอะเทอะไร'เซช'น, -ริ'ซฺ/ *n.* การทำให้เป็นเขตปลอดทหาร

demilitarize /diːˈmɪlɪtəraɪz/ดี'มิลเลอะเทอะรายซฺ/ *v.t.* ทำให้เป็นเขตปลอดทหาร

demi-monde /ˈdemɪmɔ̃d/'เด็มมิมอนดฺ/ *n.* *หญิงที่มีอาชีพหรือความประพฤติไม่เป็นที่ยอมรับของสังคม*

demise /dɪˈmaɪz/ดิ'มายซฺ/ *n. (death)* มรณกรรม; *(fig.)* การหมดสิ้น; *(of firm, party, creed etc.)* การสิ้นสุด

demisemiquaver /demɪˈsemɪkweɪvə(r)/เด็มมิ'เซ็มมิเควเวอะ(ร)/ *n. (Brit. Mus.)* *ตัวโน้ตที่มีความยาวเสียงเท่ากับครึ่งหนึ่งของโน้ตกึ่งเสียง (เรียกว่าโน้ตสามสิบวินาที (thirty-second note) ก็ได้)*

demist /diːˈmɪst/ดี'มิซทฺ/ *v.t. (Brit.)* ขจัดไอน้ำ *(บนกระจกหน้ารถ ฯลฯ)*; *(with cloth etc.)* เช็ด *(กระจกรถ)* ให้แห้ง

demister /diːˈmɪstə(r)/ดี'มิซเตอะ(ร)/ *n.* *(Brit.)* เครื่องขจัดฝ้า

demo /ˈdeməʊ/'เด็มโม/ *n., pl.* **~s** *(coll.)* การเดินขบวนประท้วง

demob /diːˈmɒb/ดี'มอบ/ *(Brit. coll.)* ❶ *v.t.* **-bb-** ปลดประจำการ ❷ *n.* การปลดประจำการ, การเลิกระดมพล

demobilsation, demobilise ➡ **demobilize-**

demobilization /diːməʊbɪlaɪˈzeɪʃn, US -lɪˈz-/ดีโมบิลายˈเซเชิน, -ลิˈซ-/ *n.* การปลดประจำการ; *(of soldier)* การเลิกระดมพล

demobilize /diːˈməʊbɪlaɪz/ดีˈโมบิลายซ/ *v.t.* ปลดประจำการ

democracy /dɪˈmɒkrəsɪ/ดิˈมอเครอะซิ/ *n.* ประชาธิปไตย

democrat /ˈdeməkræt/ˈเด็มเมอะแครท/ *n.* (A) *(advocate of democracy)* ผู้สนับสนุนการปกครองแบบประชาธิปไตย; (B) **D~** *(Amer. Polit.)* สมาชิกพรรคเดโมแครตของสหรัฐ

democratic /deməˈkrætɪk/เดะเมอะˈแครทิค/ *adj.* (A) เกี่ยวกับประชาธิปไตย; (B) *(Amer. Polit.)* **D~ Party** พรรคเดโมแครต

democratically /deməˈkrætɪklɪ/เดะเมอะˈแครทิคลิ/ *adv.* อย่างประชาธิปไตย

democratization /dɪmɒkrətaɪˈzeɪʃn, US -tɪˈz-/เด็มเมอะเครอะไทˈเซช'น -ทิˈซ-/ *n.* การทำให้เป็นประชาธิปไตย

democratize /dɪˈmɒkrətaɪz/ดิˈมอเครอะทายซ/ *v.t.* ทำให้เป็นประชาธิปไตย

demographic /dɪməˈgræfik, deməˈgræfɪk/เดะเมอะˈแกรฟิค, **demographical** /dɪməˈgræfɪkl, deməˈgræfɪkl/เด็ะเมอะˈแกรฟิค'ล, เดะเมอะˈแกรฟิค'ล/ *adj.* เกี่ยวกับการศึกษาสถิติประชากร

demolish /dɪˈmɒlɪʃ/ดิˈมอลิช/ *v.t.* (A) *(pull down)* รื้อ, รื้อถอน; *(break to pieces)* ทุบทำลาย; **~ by bombing** ทำลายโดยการระเบิด; (B) *(overthrow)* ยุบ, เลิก, โค่น *(ระบบทางการเมือง)*; ทำลาย *(ทฤษฎี, จุดยืน, ความเชื่อถือ)*; (C) *(joc.: eat up)* กินเกลี้ยง

demolition /deməˈlɪʃn/เดะเมอะˈลิช'น/ *n.* (A) ➡ demolish A: การรื้อ, การทำลาย, การทุบทิ้ง; **~ contractors** ผู้รับเหมารื้ออาคาร; **due for ~:** จะต้องรื้อถอน; **~ work** งานรื้อถอน; (B) ➡ demolish B: การเลิก, การยุบ, การทำลาย

demon /ˈdiːmən/ˈดีเมิน/ *n.* (A) ปีศาจดุร้าย *(ในรูปของคนหรือสัตว์)*; (B) **~ bowler** *(Cricket)* นักขว้างลูกบอลอย่างรวดเร็วมาก; **he is a ~ for work** เขาเป็นคนบ้างาน

demonetize (**demonetise**) /diːˈmʌnɪtaɪz/ดีˈมันนิทายซ/ *v.t.* *(Finance)* ถอนออกจากการใช้เป็นเงินตรา

demoniac /dɪˈməʊnɪæk/ดิˈโมนิแอค/ ❶ *adj.* เกี่ยวกับผีร้าย; *(possessed)* ผีสิง ❷ *n.* ผู้ที่ตกอยู่ในอำนาจของความชั่วร้าย

demoniacal /diːməˈnaɪəkl, deməˈnaɪəkl/ดีเมอะˈนายเออะค'ล, เดะเมอะˈนายเออะค'ล/ *adj.* ชั่วร้าย, เหมือนโดนผีเข้า

demonic /dɪˈmɒnɪk/ดีˈมอนิค/ ➡ demoniac 1

demonize /ˈdiːmənaɪz/ˈดีเมอะนายซ/ *vtr.* ถูกให้ร้ายป้ายสีที่เลวร้าย

demonstrability /demənstrəˈbɪlɪtɪ, dɪmɒnstrəˈbɪlɪtɪ/เด็มเมินซเตรฺอะˈบิลลิทิ, ดิมอนซเตรฺอะˈบิลลิทิ/ *n.*, *no pl.* การที่อาจจะแสดง *หรือ* พิสูจน์ให้เห็นได้

demonstrable /ˈdemɒnstrəbl, US dɪˈmɒnstrəbl/ดิˈมอนซเตรฺอะบ'ล, เด็มˈมอนซเตรฺอะบ'ล/ *adj.* แสดงหรือพิสูจน์ได้; **it is ~ that...:** พิสูจน์ให้เห็นได้ว่า...

demonstrably /ˈdemɒnstrəblɪ, dɪˈmɒnstrəblɪ/เด็มมอนซเตรฺอะบลิ, ดิˈมอนซเตรฺอะบลิ/ *adv.* อย่างที่แสดงให้เห็นได้

demonstrate /ˈdemənstreɪt/ˈเด็มเมินซเตรฺท/ ❶ *v.t.* (A) *(by examples, experiments etc.)* สาธิต, แสดงให้เห็น; *(show, explain)* แสดง, อธิบาย; (B) *(be proof of)* เป็นพยานหลักฐาน, แสดงถึง; (C) *(logically prove the truth of)* พิสูจน์ด้วยเหตุผล; (D) *(prove the existence of)* พิสูจน์ว่ามีอยู่จริง ❷ *v.i.* (A) *(make, take part in a meeting or procession)* ชุมนุม, เดินขบวนประท้วง; (B) *(give a demonstration)* **~ on sth./sb.** ใช้ *ส.น./ค.น.* ในการแสดง/สาธิต

demonstration /demənˈstreɪʃn/เดะเมินˈซเตรฺช'น/ *n.* (A) *(as way of teaching)* การสาธิต, การแสดง, การพิสูจน์; **cookery ~s** การสาธิตการทำอาหาร; (B) *(showing of appliances etc.)* การสาธิตวิธีใช้; **give sb. a ~ of sth.** สาธิตการใช้ *ส.น.* ให้ *ค.น.*; (C) *(meeting, procession)* การเดินขบวน; การชุมนุมประท้วง; (D) *(exhibition of feeling etc.)* การแสดงความรู้สึก; **make a ~ of sth.** การแสดงความรู้สึก *ส.น.*; (E) *(proof)* การแสดงการพิสูจน์

demonstrative /dɪˈmɒnstrətɪv/ดิˈมอนซเตรฺอะทิว/ *adj.* (A) *(with open expression)* *(ความดีใจ)* ที่เปิดเผย; (B) *(serving to point out or to exhibit)* ซึ่งแสดงถึง, ซึ่งแสดงให้เห็น; (C) *(logically conclusive)* เป็นข้อพิสูจน์, เป็นข้อสรุปโดยเหตุผล; (D) *(Ling.)* นิยม *(เช่น ~ adj. นิยมคุณศัพท์, ~ pron. นิยมสรรพนาม)*

demonstrator /ˈdemənstreɪtə(r)/ˈเด็มเมินซเตรฺเทอะ(ร)/ *n.* (A) *(in a meeting or procession)* ผู้ประชุมหรือเดินขบวน; (B) *(Commerc.)* ผู้สาธิตการใช้ *(เครื่องจักร, เครื่องมือ ฯลฯ)*

demoralisation, demoralise ➡ demoraliz-

demoralization /dɪmɒrəlaɪˈzeɪʃn, US dɪmɔːrəlɪˈzeɪʃn/ดิมอเรอะไลˈเซช'น, ดิมอเรอะลิˈเซช'น/ *n.* การทำให้เสียขวัญ/หมดกำลังใจ

demoralize /dɪˈmɒrəlaɪz, US -ˈmɔːr-/ดิˈมอเรอะลายซ, -ˈมอร-/ *v.t.* ทำให้เสียขวัญ, ทำให้หมดกำลังใจ

demote /diːˈməʊt/ดีˈโมท/ *v.t.* ลดขั้น (to สู่); ลดชั้นเรียน

demotic /dɪˈmɒtɪk/ดิˈมอทิค/ *adj.* (A) *(popular)* แบบชาวบ้าน, ธรรมดาสามัญ; (B) **~ Greek** ภาษากรีกปัจจุบันที่ใช้โดยคนทั่วไป

demotion /dɪˈməʊʃn/ดิˈโมช'น/ *n.* การลดขั้น, การลดชั้นเรียน

demotivate /diːˈməʊtɪveɪt/ดีˈโมทิเวท/ *vtr.* ทำให้หมดกำลังใจ

demur /dɪˈmɜː(r)/ดิˈเมอ(ร)/ *v.i.* **-rr-** คัดค้าน, ท้วงติง; **~ to sth.** ค้านไม่เห็นด้วยใน *ส.น.*; **~ at doing sth.** คัดค้านการทำ *ส.น.*

demure /dɪˈmjʊə(r)/ดิˈมิวเออะ(ร)/ *adj.* (A) *(affectedly quiet and serious)* แสร้งทำเงียบขรึมและสงบเรียบร้อย; (B) *(sober)* มีสติ, สุขุม; *(grave, composed)* เคร่งขรึมเรียบร้อย; (C) *(decorous)* กิริยางาม

demurely /dɪˈmjʊəlɪ/ดิˈมิวเออะลิ/ *adv.* อย่างเป็นระเบียบเรียบร้อย; **~ dressed** แต่งตัวเรียบร้อย

demystification /diːmɪstɪfɪˈkeɪʃn/ดีมิซติฟิˈเคช'น/ *n.* การทำให้แจ่มชัด

demystify /diːˈmɪstɪfaɪ/ดีˈมิซติฟาย/ *v.t.* ทำให้แจ่มชัด

demythologize (**demythologise**) /diːmɪˈθɒlədʒaɪz/ดี มิˈธอเลอะจายซ/ *v.t.* *ขจัดลักษณะของอิทธิฤทธิ์ออกจากนิยายอภินิหาร*

den /den/เด็น/ *n.* (A) *(of wild beast)* ถ้ำของสัตว์ป่า; **fox's ~:** โพรงสุนัขจิ้งจอก; **Daniel in the lions' ~** *(Bibl.)* แดเนียลในถ้ำสิงโต; (B) *(resort of criminals etc.)* **~ of thieves, thieves' ~:** ช่องโจร /ขโมย; **~ of vice *or* iniquity** แหล่งอบายมุข; **robbers'~:** ช่องโจร, รังโจร; (C) *(coll.: small room)* ห้องส่วนตัวเล็ก ๆ

denationalisation, denationalise ➡ denationaliz-

denationalization /diːnæʃənəlaɪˈzeɪʃn, US -lɪˈz-/ดีแนเชอะเนอะไลˈเซช'น, -ลิˈซ-/ *n.*, *no pl.* การแปลงให้รัฐวิสาหกิจเป็นของเอกชน

denationalize /diːˈnæʃənəlaɪz/ดีˈแนเชอะเนอะลายซ/ *v.t.* เปลี่ยนจากของรัฐไปเป็นของเอกชน

denaturalize (**denaturalise**) /diːˈnætʃərəlaɪz/ดีˈแนเฉอะเรอะลายซ/ *v.t.* (A) *(make unnatural)* เปลี่ยนคุณสมบัติตามธรรมชาติ; *(make unfit for drinking etc.)* ทำให้ดื่มไม่ได้โดยเติมสารอื่นเข้าไป; (B) *(deprive of citizenship)* ทำให้สูญเสียสัญชาติ

denature /diːˈneɪtʃə(r)/ดีˈเนเฉอะ(ร)/ *v.t.* เปลี่ยนคุณสมบัติ *(เช่น ของโปรตีน)* โดยใช้ความร้อน; เติมสารลง *(เช่น ในแอลกอฮอล์)* เพื่อให้บริโภคไม่ได้

denazification /diːnɑːtsɪfɪˈkeɪʃn/ดีนาทซิฟิˈเคช'น/ *n.* การปลดปล่อยจากอิทธิพลนาซี

denazify /diːˈnɑːtsɪfaɪ/ดีˈนาทซิฟาย/ *n.* ปลดปล่อยจากอิทธิพลของนาซี

dendrochronology /dendrəʊkrəˈnɒlədʒɪ/เด็นโดรฺเครฺอะˈนอเลอะจิ/ *n.* วิชาการกำหนด*อายุไม้ซุงจากวงแหวนที่แสดงการเจริญเติบโตแต่ละปี*

deniable /dɪˈnaɪəbl/ดิˈนายเออะบ'ล/ *adj.* ปฏิเสธได้; *(refutable)* พิสูจน์ว่าผิดได้

denial /dɪˈnaɪəl/ดิˈนายเอิล/ *n.* (A) *(refusal)* การปฏิเสธ; *(of request, wish)* การปฏิเสธ; (B) *(contradiction)* การปฏิเสธ; **an official ~:** การปฏิเสธอย่างเป็นทางการ; **~ of [the existence of] God** การปฏิเสธว่าพระผู้เป็นเจ้ามีจริง; (C) *(disavowal of person)* การไม่ยอมรับคนใดคนหนึ่ง

denier /ˈdenjə(r)/ˈเด็นเนีย(ร)/ *n.* *หน่วยน้ำหนักที่ใช้กำหนดความหนาของใยไนลอน*; **20 ~ stockings** ถุงน่องหนา 20 เด็นเนีย

denigrate /ˈdenɪgreɪt/ˈเด็นนิเกรท/ *v.t.* กล่าวร้าย, ป้ายสี; **~ sb.'s character** ทำให้ชื่อเสียง *ค.น.* เสียหาย

denigration /denɪˈgreɪʃn/เดะนิˈเกรช'น/ *n.* การกล่าวร้าย, การป้ายสี

denigratory /ˈdenɪgreɪtərɪ/ˈเด็นนิเกรอะทริ/ *adj.* ที่ทำให้เสียหาย

denim /ˈdenɪm/ˈเด็นนิม/ *n.* (A) *(fabric)* ผ้ายีน *(ท.ศ.)*; ผ้าฝ้ายเนื้อหนาแบบผ้ายีน; **~ jacket** เสื้อแจ็กเก็ตผ้ายีน; (B) *in pl. (garment)* เสื้อผ้าที่ตัดด้วยผ้ายีน

denizen /ˈdenɪzən/ˈเด็นนิเซิน/ *n.* *(inhabitant, occupant)* ผู้อยู่อาศัย

Denmark /ˈdenmɑːk/ˈเด็นมาค/ *pr. n.* ประเทศเดนมาร์ก

denominate /dɪˈnɒmɪneɪt/ดิˈนอมิเนท/ *v.t.* ให้ชื่อ, ตั้งชื่อ

denomination /dɪnɒmɪˈneɪʃn/ดินอมิˈเนช'น/ *n.* (A) *(class of units)* อันดับของหน่วยวัด; **coins/paper money of the smallest ~:** เงินเหรียญ/ธนบัตรอันดับต่ำที่สุด; (B) *(Relig.)* คณะนิกาย; (C) *(name, designation)* ชื่อที่กำหนดเพื่อแยกประเภท; (D) *(class, kind)* ชั้น, ชนิด

denominational /dɪnɒmɪˈneɪʃənl/ดินอมิˈเนเชอะน'ล/ *adj.* *(Relig.)* เกี่ยวกับคณะ, นิกาย; **~ school** โรงเรียนสอนศาสนาคณะนิกายหนึ่ง

denominator /dɪˈnɒmɪneɪtə(r)/ดิˈนอมิเนเทอะ(ร)/ *n.* *(Math.)* ตัวหาร; ➡ + common denominator

denotation /diːnəʊˈteɪʃn/ดีโนˈเทช'น/ *n.* (A) *(marking)* การทำเครื่องหมาย *หรือ* สัญลักษณ์;

B *(sign, indication)* เครื่องหมาย, สิ่งที่บ่งบอก; **C** *(designation)* ชื่อ; **D** *(meaning)* ความหมายโดยชัดเจน *(ของศัพท์หรือคำ)*

denote /dɪˈnəʊt/ดิ'โนท/ *v.t.* **A** *(indicate)* บ่งบอก, ชี้; **~ that...:** บ่งบอกว่า...; **B** *(designate)* หมายความ; *(by specified symbol)* แสดงถึง; **C** *(signify)* เป็นสัญญาณ, หมายถึง...

dénouement, denouement /deɪˈnuːmɒŋ/ เด'นูมอง/ *n.* การแก้ปมปัญหาในตอนท้ายเรื่อง, ฉากสุดท้าย *(ของละคร, นวนิยาย)* ที่อธิบายทุกอย่าง

denounce /dɪˈnaʊns/ดิ'นาวนฺซฺ/ *v.t.* **A** *(inform against)* แจ้งความ; *(accuse publicly)* กล่าวหาโดยเปิดเผย; *(openly attack)* กล่าวโจมตีอย่างเปิดเผย, พูดประณาม; **~ sb. to sb.** พูดประณาม *ค.น.* ให้ *ค.น.* ฟัง; **~ sb. as a spy** ประณาม *ค.น.* ว่าเป็นจารชน; **B** *(terminate)* แจ้งยุติสนธิสัญญา

denouncement /dɪˈnaʊnsmənt/ดิ'นาวนฺซฺเมินทฺ/ ➡ **denunciation**

dense /dens/เด็นซฺ/ *adj.* **A** *(compacted in substance)* ทึบ, แน่น, หนา; *(Photog.)* เข้ม; **B** *(crowded together)* หนาแน่น; **the population is very ~:** ประชากรหนาแน่นมาก; **C** *(stupid)* โง่, เขลา; **he's pretty ~:** เขาหัวทึบมาก

densely /ˈdenslɪ/'เด็นซลิ/ *adv.* อย่างแน่นหนา; **~ packed** อัดเอาไว้แน่น

denseness /ˈdensnɪs/'เด็นซฺนิซ/ *n., no pl.* **A** ความหนาแน่น; **B** *(stupidity)* ความหัวทึบ, ความโง่

density /ˈdensɪtɪ/'เด็นเซอะทิ/ *n.* **A** *(also Phys.)* ความหนาแน่น; **population ~:** ความหนาแน่นของประชากร; **B** *(Photog.)* ระดับความเข้ม; ระดับความทึบแสง

dent /dent/เด็นทฺ/ ❶ *n.* รอยบุบ, การยุบ; *(fig. coll.)* การหมดไป; **make a ~ in production/in sb.'s savings** ทำให้การผลิต/เงินออมของ *ค.น.* พร่องไป; **make a bit of a ~ in sb.'s pride** ทำลายความยโสของ *ค.น.* พอสมควร ❷ *v.t.* ทำบุบ, ทำยุบ; **he ~ed his car in a collision** เขาทำรถบุบจากการชนกัน

dental /ˈdentl/'เด็นท'ล/ ❶ *adj.* **A** เกี่ยวกับฟัน, เกี่ยวกับทันตกรรม; **~ care** การดูแลฟัน; **~ treatment** การรักษาทันตกรรม; **~ training** การฝึกหัดทันตกรรม; **B** *(Phonet.)* *เกี่ยวกับการออกเสียงโดยการเอาลิ้นแตะหลังฟันหน้า;* **~ consonant** ➡ 2 ❷ *n. (Phonet.)* การออกเสียงโดยการเอาลิ้นแตะหลังฟันหน้า

dental: ~ floss *n.* ไหมขัดฟัน; **~ mechanic** *n.* ➤ **489** ช่างทำฟันเทียม; **~ surgeon** *n.* ➤ **489** ทันตแพทย์

dentate /ˈdenteɪt/'เด็นเทท/ *adj. (Bot., Zool.)* มีฟัน; ลักษณะเป็นหยัก ๆ

dentine /ˈdentiːn/'เด็นทีน/ *(Amer.:* **dentin)** /ˈdentɪn/'เด็นทิน/ *n. (Med.)* เนื้อฟัน

dentist /ˈdentɪst/'เด็นทิซทฺ/ *n.* ➤ **489** ทันตแพทย์, หมอฟัน; **at the ~['s]** ที่ร้านหมอฟัน; **~'s chair** เก้าอี้ทำฟัน

dentistry /ˈdentɪstrɪ/'เด็นทิซทริ/ *n., no pl.* วิชาทันตกรรม

denture /ˈdentʃə(r)/'เด็นเฉอะ(ร)/ *n.* **~[s]** ฟันปลอม, ฟันเทียม; **partial ~:** ฟันปลอมส่วนหนึ่ง

denuclearize (**denuclearise**) /diːˈnjuːklɪəraɪz/ดี'นิวเคลียรายซฺ/ *v.t.* ทำให้ปลอดอาวุธนิวเคลียร์

denudation /diːnjuːˈdeɪʃn/ดีนิว'เดช'น, เด็นนิว'เดช'น/ *n. (of valley, slope)* ทำให้โล้น; *(of tree)* การสลัดใบทิ้ง, การโกร๋นใบ; *(fig.)* การกวาดล้างจนหมดสิ้น; *(Geol.)* การเอาพื้นหน้าดินออก

denude /dɪˈnjuːd/ดิ'นิวดฺ/ *v.t.* **A** ทำให้เปลือย; ลอกออก; ทำให้โล้น; **~ a tree [of its leaves]** ทำให้ต้นไม้โกร๋นใบ; **~d of trees** ไร้ต้นไม้; **~ sb. of sth.** *(fig.)* ทำให้ *ค.น.* หมดสิ้น *ส.น.;* **B** *(Geol.)* ขุดลอกพื้นหน้าดิน

denunciation /dɪnʌnsɪˈeɪʃn/ดินันซิ'เอช'น, ดินันชิ'เอช'น/ *n.* **A** การประณาม; *(public accusation)* การกล่าวหาอย่างเปิดเผย; *(act of attacking)* การกล่าวโจมตี; **B** *(of treaty etc.)* การบอกเพิกถอน

deny /dɪˈnaɪ/ดิ'นาย/ *v.t.* **A** *(declare untrue)* ปฏิเสธ *(ข้อกล่าวหา);* **he denied knowing it** เขาปฏิเสธว่าเขารู้เรื่องนั้น; **it cannot be denied** *or* **there is no ~ing the fact that...:** ย่อมปฏิเสธไม่ได้ว่า...; **he denied this to be the case** เขาปฏิเสธว่าเรื่องเป็นเช่นนั้น; **~ all knowledge of sth.** ปฏิเสธว่ารู้เรื่อง *ส.น.* ทั้งสิ้น; **B** *(refuse)* ขัด, ปฏิเสธ, ไม่อนุญาต; **~ sb. sth.** ปฏิเสธ *ส.น.* กับ *ค.น.* *หรือ* ไม่อนุญาตให้ *ค.น.* ได้ *ส.น.;* **he can't ~ her anything** เขาขัดใจเธอไม่ได้สักเรื่อง; **recognition was denied [to] him** เขาถูกปฏิเสธการยอมรับ; **C** *(disavow, repudiate; refuse access to)* ไม่รับรอง; ไม่ยอมให้เข้าพบ; **D** *(Relig.)* **~ oneself** *or* **the flesh** ปฏิเสธความสุขสบาย

deodorant /diːˈəʊdərənt/ดี'โอเดอะเรินทฺ/ ❶ *adj.* ดับกลิ่น; **~ spray** สเปรย์ดับกลิ่น ❷ *n.* ยาดับกลิ่นตัว

deodorisation, deodorise ➡ **deodoriz-**

deodorization /diːəʊdəraɪˈzeɪʃn/ดีโอเดอะไร'เซช'น/ *n.* การดับกลิ่น, การขจัดกลิ่น

deodorize /diːˈəʊdəraɪz/ดี'โอเดอะรายซฺ/ *v.t.* ขจัดกลิ่น

dep. *abbr.* **A departs** *(Railw.)* ขบวนรถออก; *(Aeronaut.)* กำหนดออก *(เที่ยวบิน);* **B deputy** รอง

depart /dɪˈpɑːt/ดิ'พาท/ ❶ *v.i.* **A** *(go away, take one's leave)* จากไป; **B** *(set out, start, leave)* เริ่มเดินทาง; *(on one's journey)* ออกเดินทาง; **ready to ~:** พร้อมจะออกเดินทาง; **C** *(fig.: deviate)* **~ from sth.** ออกนอกเรื่อง *ส.น.;* **D** *(literary : die)* **~ from this life** จากโลกนี้ไป; **he has ~ed from us** เขาไปจากเราแล้ว ❷ *v.t. (literary)* **~ this life/world** จากโลกนี้

departed /dɪˈpɑːtɪd/ดิ'พาทิด/ ❶ *adj.* **A** *(bygone)* ที่ผ่านไปแล้ว, อดีต; **B** *(deceased)* ล่วงลับ ❷ *n.* **the ~:** ผู้ที่ล่วงลับไปแล้ว; ผู้วายชนม์

department /dɪˈpɑːtmənt/ดิ'พาทเมินทฺ/ *n.* **A** *(of municipal administration)* ฝ่าย; แผนก; *(of state administration)* กรม; *(of university)* แผนก; *(of shop)* แผนก; **D~ of Employment/Education** กรมแรงงาน/กระทรวงศึกษา; **the shipping ~/personnel ~:** แผนกจัดส่งของ/แผนกบุคลากร; **D~ of Trade and Industry** กระทรวงพาณิชย์และอุตสาหกรรม; **D~ of Social Service** กรมประชาสงเคราะห์; **English ~:** ภาควิชาภาษาอังกฤษ; **history ~:** แผนกประวัติศาสตร์; **~ of pathology** แผนกพยาธิวิทยา; **B** *(administrative district in France)* เขตปกครอง; **C** *(fig.: area of activity)* ขอบข่ายหน้าที่; **it's not my ~:** ไม่ใช่เรื่องของฉัน; *(not my responsibility)* ไม่อยู่ในความรับผิดชอบของฉัน

departmental /diːpɑːtˈmentl/ดิพาท'เม็นท'ล/ *adj.* **A** ➡ **department A, B:** เกี่ยวกับแผนก, กรม, คณะ ฯลฯ; **B be ~:** เป็นแผนก, กรม, คณะ ฯลฯ

departmentally /diːpɑːtˈmentəlɪ/ดิพาท'เม็นเทอะ'ลิ/ *adv.* ➡ **departmental A:** อย่างเป็นแผนก, กรม ฯลฯ

de'partment store *n.* ห้างสรรพสินค้า

departure /dɪˈpɑːtʃə(r)/ดิ'พาทเฉอะ(ร)/ *n.* **A** *(going away)* การจาก, การลา; **take one's ~:** กล่าวลา, อำลา; **after sb.'s ~:** หลังจากที่ *ค.น.* ลาไปแล้ว; **make a hasty ~:** จากไปอย่างรีบร้อน; **B** *(deviation)* **~ from sth.** การออกจากเส้นทาง *ส.น.;* **C** *(of train, bus, ship)* การออกเดินทาง; *(of aircraft)* การบินขึ้น; **two ~s a day** วันละสองเที่ยว; **D** *(of action or thought)* จุดเริ่มต้น; **point of ~:** จุดเริ่มต้น; **this product is a new ~ for us** ผลิตภัณฑ์นี้เป็นการริเริ่มใหม่สำหรับพวกเรา

departure: ~ gate *n.* ประตูทางออก; **~ lounge** *n.* ห้องผู้โดยสารขาออก; **~ platform** *n. trs.* ชานชาลา [ขบวนรถออก]; **~ time** *n. (of train, bus, aircraft)* เวลากำหนดออก

depend /dɪˈpend/ดิ'เพ็นดฺ/ *v.i.* **A ~ [up] on** ขึ้นอยู่กับ; **it [all] ~s on whether/what/how...:** ทั้งหมดขึ้นอยู่กับว่า/สิ่งที่/วิธีการ...; **that ~s** แล้วแต่; **~ing on how...:** ขึ้นอยู่กับว่าเหตุการณ์เป็นอย่างไร... *หรือ* แล้วแต่ว่า...; **B** *(rely, trust)* **~ [up]on** พึ่งพา; *(have to rely on)* ต้องพึ่งพา; **~ on sb. for help** หวังพึ่งให้ *ค.น.* ช่วยเหลือ

dependability /dɪpendəˈbɪlətɪ/ดิเพ็นเดอะ'บิลเลอะทิ/ *n., no pl.* การไว้ใจได้, การเป็นที่พึ่งให้ได้

dependable /dɪˈpendəbl/ดิ'เพ็นเดอะบ'ล/ *adj.* เชื่อถือได้, ไว้ใจได้

dependably /dɪˈpendəblɪ/ดิ'เพ็นเดอะบลิ/ *adv.* อย่างเชื่อถือได้

dependant /dɪˈpendənt/ดิ'เพ็นเดินทฺ/ *n.* **A** ผู้อาศัย; ผู้ที่ต้องพึ่งพา; **~s** *(taxation)* ผู้อยู่ในอุปการะ; **B** *(servant)* คนรับใช้

dependence /dɪˈpendəns/ดิ'เพ็นเดินซฺ/ *n.* **A** การพึ่งพาอาศัย, การอยู่ในอุปการะ; **~ [up]on sb./sth.** การพึ่งพาอาศัย *ค.น./ส.น.;* **B** *(reliance)* **put** *or* **place ~ [up]on sb.** ให้ความไว้ใจแก่ *ค.น.*

dependency /dɪˈpendənsɪ/ดิ'เพ็นเดินซิ/ *n.* **A** *(country)* ประเทศราช, เมืองขึ้น; **B** *(condition of being dependent)* ภาวะของการพึ่งพาอาศัย; **~ culture** *(Sociol.)* วัฒนธรรมซึ่งพึ่งพา *(รัฐ)* ให้ทำทุกอย่าง

dependent /dɪˈpendənt/ดิ'เพ็นเดินทฺ/ ❶ *n.* ➡ **dependant** ❷ *adj.* **A** *(also Ling., Math)* ขึ้นอยู่กับ, ต่อเนื่อง; **be ~ on sth.** ขึ้นอยู่กับ *ส.น.;* **B be ~ on** *(be unable to do without)* ติด *(ยาเสพติด);* **be ~ on heroin** ติดเฮโรอีน

depict /dɪˈpɪkt/ดิ'พิคทฺ/ *v.t.* แสดงด้วยภาพวาด, บรรยาย

depiction /dɪˈpɪkʃn/ดิ'พิคช'น/ *n.* การแสดงด้วยภาพวาด, การบรรยาย

depilate /ˈdepɪleɪt/'เด็พพิเลท/ *v.t.* กำจัดขน

depilatory /dɪˈpɪlətərɪ, US -tɔːrɪ/ดิ'พิลเลอะทริ/ ❶ *adj.* ซึ่งกำจัดขนได้ ❷ *n.* สารกำจัดขน

deplete /dɪˈpliːt/ดิ'พลีท/ *v.t.* **A** *(reduce in number or amount)* ลด *(จำนวน, ปริมาณ)* ลง; **the audience is ~d** ผู้ชมมีน้อยลง; **our stores are ~d** ร้านค้าของเราขาดสินค้า; **air ~d of oxygen** อากาศที่ขาดออกซิเจน; **B** *(empty)* ทำให้ว่างเปล่า; *(exhaust)* ทำให้หมดแรง

depletion /dɪˈpliːʃn/ดิ'พลีช'น/ *n.* **A** การพร่อง, การลด; **B** *(emptying)* การทำให้ว่างเปล่า; *(exhausting)* การใช้จนหมด

deplorable /dɪˈplɔːrəbl/ดิ'พลอเรอะบ'ล/ *adj.* น่าตำหนิ, บกพร่อง, ไม่มีคุณภาพ

deplorably /dɪˈplɔːrəblɪ/ดิ'พลอเรอะบลิ/ *adv.* อย่างน่าตำหนิ, อย่างบกพร่อง, อย่างไม่มีคุณภาพ; **~ neglected** ถูกทอดทิ้งอย่างน่าตำหนิ

deplore /dɪˈplɔː(r)/ดิ'พลอ(ร)/ *v.t.* Ⓐ *(disapprove of)* ตำหนิ; Ⓑ *(bewail, regret)* แสดงความเสียใจ; **sth. is to be ~d** *ส.น.* น่าเสียใจ

deploy /dɪˈplɔɪ/ดิ'พลอย/ ❶ *v.t.* Ⓐ *(bring into effective action)* ลงมือปฏิบัติ; Ⓑ *(Mil.)* ให้แปรแถวเป็นหน้ากระดาน; *(extend)* ขยายแถวตอนเป็นแถวหน้ากระดาน ❷ *v.i. (Mil.)* แปรแถวเป็นหน้ากระดาน

deployment /dɪˈplɔɪmənt/ดิ'พลอยเมินทฺ/ *n.* การแปรแถวเป็นหน้ากระดาน

deponent /dɪˈpəʊnənt/ดิ'โพเนินทฺ/ ❶ *adj. (Ling.)* **~ verb** เกี่ยวกับคำกริยาผิดรูป, เกี่ยวกับคำกริยาที่เป็นรูปผู้ถูกกระทำ ❷ *n.* Ⓐ *(Law)* ≈ พยาน; Ⓑ *(Ling.)* คำกริยาที่มีรูปเป็นกรรมวาจก แต่ความหมายเป็นกรรตุวาจก

depopulate /diːˈpɒpjʊleɪt/ดี'พอพิวเลท/ *v.t.* ลดจำนวนประชากร

depopulation /diːpɒpjʊˈleɪʃn/ดีพอพิว'เลช'น/ *n.* การลดจำนวนประชากร

deport /dɪˈpɔːt/ดิ'พอท/ ❶ *v.t.* เนรเทศ ❷ *v. refl.* ประพฤติตัว, วางท่าทาง

deportation /diːpɔːˈteɪʃn/ดีพอ'เทช'น/ *n. (from country)* การเนรเทศ

deportee /diːpɔːˈtiː/ดีพอ'ที/ *n. (from country)* ผู้ถูกเนรเทศ

deportment /dɪˈpɔːtmənt/ดิ'พอทเมินทฺ/ *n.* มารยาท, ท่าทาง

depose /dɪˈpəʊz/ดิ'โพซ/ ❶ *v.t.* ปลดออกจากตำแหน่ง; **~ sb. from an office** ปลด *ค.น.* ออกจากตำแหน่ง ❷ *v.t. (Law.)* ให้การเป็นพยาน

deposit /dɪˈpɒzɪt/ดิ'พอซิท/ ❶ *n.* Ⓐ *(in bank)* เงินฝาก; **make a ~:** ฝากเงิน; **have £70 on ~:** มี 70 ปอนด์ในบัญชีเงินฝาก; Ⓑ *(payment as pledge)* มัดจำ, เงินล่วงหน้า; *(first instalment)* เงินงวดแรก; **pay** *or* **make** *or* **leave a ~:** จ่ายเงินมัดจำ; **there is a five pence ~ on the bottle** ขวดหนึ่งต้องมัดจำห้าเพนซ์; **put down a ~ on sth.** วางมัดจำสำหรับ *ส.น.*; **lose one's ~** *(Polit.)* ถูกริบเงินประกัน; Ⓒ *(for safe keeping)* ฝากเก็บ; Ⓓ *(natural accumulation) (of sand, mud, lime etc. also Med.)* สิ่งสะสม *(ตะกอน ฯลฯ)*; *(of ore, coal, oil)* สิน; *(in glass bottle)* ตะกอนก้นขวด ❷ *v.t.* Ⓐ *(lay down in a place)* วางลง; Ⓑ *(leave lying)* *(น้ำ)* พามาตกเป็นตะกอน; **be ~ed** ตกเป็นตะกอน; **~ a layer of sand/dust over sth.** *ส.น.* ถูกปกคลุมด้วยทราย/ฝุ่น; Ⓒ *(in bank)* ฝากเงิน; **~ money in a bank** ฝากเงินเข้าบัญชี หรือ ธนาคาร; Ⓓ *(pay as pledge)* วางมัดจำ

de'posit account *n. (Brit.)* บัญชีเงินฝากประจำ

deposition /depəˈzɪʃn/เดะเพอะ'ซิช'น, ดีเพอะซิช'น/ *n.* Ⓐ *(depositing) (of papers, money, etc.)* การฝาก *(เอกสาร, เงิน ฯลฯ)* **(with** กับ**)**; *(of mud, coal, ore etc.)* การทับถม, การตกตะกอน; Ⓑ *(from office)* การปลดออกจากตำแหน่ง; Ⓒ *(Law: giving of evidence, allegation)* การให้การเป็นพยาน

depositor /dɪˈpɒzɪtə(r)/ดิ'พอซิเทอะ(ร)/ *n. (Banking)* ผู้ฝากเงิน, ผู้วางเงินฝาก

depository /dɪˈpɒzɪtrɪ, US -tɔːrɪ/ดิ'พอซิทริ, -ทอริ/ *n. (storehouse)* คลังรับฝากของ; *(place for safe keeping)* ที่รับฝากของ, ที่เก็บของ; *(fig.)* ศูนย์สะสม *(ความรู้)*

depot /ˈdepəʊ, US ˈdiːpəʊ/'เด็พโพ, 'ดีโพ/ *n.* Ⓐ คลังพัสดุ; Ⓑ *(storehouse)* คลังเก็บสินค้า; **grain ~:** โรงเก็บธัญพืช; Ⓒ **[bus] ~** *(Brit.)* โรงเก็บและซ่อมบำรุง *(รถประจำทาง)*; *(Amer. bus station)* สถานีรถประจำทาง; *(Amer.: railway station)* สถานีรถไฟ

deprave /dɪˈpreɪv/ดิ'เพรฺว/ *v.t.* Ⓐ *(make bad)* ทำให้ชั่วช้าเลวทราม; Ⓑ *(corrupt)* ทำให้เสียคน

depraved /dɪˈpreɪvd/ดิ'เพรฺวดฺ/ *adj.* ชั่วช้า, เลวทราม

depravity /dɪˈprævətɪ/ดิ'แพรฺเวอะทิ/ *n.* การเสื่อมเสีย, ความชั่วช้าเลวทราม

deprecate /ˈdeprɪkeɪt/'เด็พเพรฺอะเคท/ *v.t.* Ⓐ *(disapprove of)* ตำหนิ, ไม่เห็นด้วย; Ⓑ *(plead against)* กล่าวต่อต้าน, ทักท้วง

deprecation /depriˈkeɪʃn/เด็พเพรฺอะ'เคช'น/ *n.* การตำหนิติเตียน, การไม่เห็นด้วย

depreciate /dɪˈpriːʃɪeɪt/ดิ'พรีชิเอท/ ❶ *v.t.* Ⓐ *(diminish in value)* ลดค่า, หักค่าเสื่อม; Ⓑ *(disparage)* ดูถูก, ดูหมิ่น, ลดคุณค่า ❷ *v.i.* ลดลง, เสื่อมราคา

depreciation /dɪpriːʃɪˈeɪʃn/ดิพรีชิ'เอช'น/ *n. (of money, currency, property)* การลดค่า; การหักค่าเสื่อม; *(of person)* การดูหมิ่น; **allowance for ~:** เผื่อการลดค่า

depreciatory /dɪˈpriːʃətərɪ/ดิ'พรีเชอะเทอะริ/ *adj.* ซึ่งลดค่า, ลดคุณค่า, ดูหมิ่น

depredation /deprɪˈdeɪʃn/เดะพริ'เดช'น/ *n.* Ⓐ การทำลาย, การปล้น; Ⓑ *(ravages of disease etc.)* การจู่โจมของโรค ฯลฯ

depress /dɪˈpres/ดิ'เพร็ซ/ *v.t.* Ⓐ *(deject)* ทำให้หดหู่; Ⓑ *(push or pull down)* กด หรือ ดึงลงมา; *(cause to move to a lower level)* ทำให้ลดระดับลง; Ⓒ *(reduce activity of)* ทำให้ชะงักงัน, ซบเซา *(ตลาดหลักทรัพย์, การค้าขาย)*

depressant /dɪˈpresənt/ดิ'เพร็เซินทฺ/ ❶ *adj. (Med.)* ซึ่งระงับความตึงเครียด; ซึ่งระงับประสาท *(ยา)* ❷ *n.* Ⓐ *(influence)* สิ่งที่กดดัน; Ⓑ *(Med.)* ยาลดอาการตึงเครียด, ยาระงับประสาท

depressed /dɪˈprest/ดิ'เพร็ซทฺ/ *adj.* หดหู่, เศร้า *(คน, อารมณ์)*; *(พื้นที่)* ทุรกันดาร; *(อุตสาหกรรม)* ที่หดหู่; **~ area** พื้นที่ที่ประสบภาวะเศรษฐกิจตกต่ำ

depressing /dɪˈpresɪŋ/ดิ'เพร็ซซิง/ *adj.* ที่ทำให้จิตใจหดหู่, อย่างน่าซึมเศร้า

depressingly /dɪˈpresɪŋlɪ/ดิ'เพร็ซซิงลิ/ *adv.* อย่างน่าหดหู่, อย่างน่าซึมเศร้า

depression /dɪˈpreʃn/ดิ'เพร็ช'น/ *n.* Ⓐ ความรู้สึกหดหู่, ความรู้สึกซึมเศร้า; Ⓑ *(sunk place)* ที่ที่จมลง หรือ เป็นพื้นที่ต่ำ; Ⓒ *(Meteorol.)* ความกดอากาศต่ำ; Ⓓ *(reduction in vigour, vitality)* ความเฉื่อยชา; ความอ่อนแอลง; Ⓔ *(Econ.)* **the D~:** ภาวะเศรษฐกิจตกต่ำระหว่างปี 1929–34; **economic ~:** เศรษฐกิจตกต่ำ; Ⓕ *(lowering, sinking)* การต่ำลง, การจมลง; *(pressing down)* การกดให้ต่ำลง

depressive /dɪˈpresɪv/ดิ'เพร็ซซิว/ ❶ *adj.* Ⓐ *(tending to depress)* มีแนวโน้มที่จะทำให้หดหู่ หรือ ซึมเศร้า; Ⓑ *(Psych.)* หดหู่, ซึมเศร้า ❷ *n. (Psych.)* บุคคลที่มีอาการหดหู่

depressurize (depressurise) /diːˈpreʃəraɪz/ดี'เพร็ชเชอะรายซฺ/ *v.t.* ทำให้ความดันก๊าซภายใน *(ภาชนะ)* ลดต่ำลง

deprival /dɪˈpraɪvl/ดิ'พรายว'ล/ ➡ **deprivation A**

deprivation /deprɪˈveɪʃn/เดะพริ'เวช'น/ *n.* Ⓐ *(being deprived)* การริดรอน, การถอดถอน; *(of one's rights, liberties)* การริดรอน; *(of title)* การถอนตำแหน่ง; Ⓑ *(loss of desired thing)* การสูญเสีย; การอด; **that is a great ~:** เป็นการสูญเสียอย่างใหญ่หลวง; **oxygen ~:** การขาดออกซิเจน

deprive /dɪˈpraɪv/ดิ'พรายวฺ/ *v.t.* Ⓐ *(strip, bereave)* **~ sb. of sth.** ทำให้ *ค.น.* สูญเสีย *ส.น.*; *(debar from having)* ห้ามการมี; **trees that ~ a house of light** ต้นไม้ที่บังแสงไม่ให้เข้าบ้าน; **the village was ~d of electricity** หมู่บ้านถูกตัดไฟฟ้า; **he will be ~d of his right to vote** เขาจะถูกตัดสิทธิในการออกเสียง; **~ sb. of citizenship** ตัด *ค.น.* ออกจากการเป็นพลเมือง; **~ sb. of his command** ถอนอำนาจ *ค.น.*; **am I depriving you of it?** ฉันขัดขวางคุณหรือเปล่า; **be ~d of one's car/ books** ถูกยึดรถ/หนังสือ; **be ~d of light** มีแสงไม่พอ; **~ sb. of a pleasure** ทำให้ *ค.น.* ต้องงดความสุขอันใดอันหนึ่ง; Ⓑ *(depose)* ถอดออกจากตำแหน่ง; Ⓒ *(prevent from having normal life)* ทำให้ขาดแคลน

deprived /dɪˈpraɪvd/ดิ'พรายวดฺ/ *adj.* *(เด็ก, ชีวิตปกติ, ครอบครัว ฯลฯ)* ด้อยโอกาส

Dept. *abbr.* Department

depth /depθ/เด็พธฺ/ *n.* Ⓐ ➤ 426 *(lit. or fig.)* ความลึก; **at a ~ of 3 metres** ที่ความลึก 3 เมตร; **3 feet in ~:** ความลึก 3 ฟุต; **what is the ~ of the pond?** สระลึกเท่าไร; **~ of thought/meaning** ความลึกซึ้งของความคิด/ความหมาย; **from/in the ~s of the forest/ocean** จาก/ในความลึกของป่า/มหาสมุทร; **the ~s of his soul** ส่วนลึกของจิตใจของเขา; **sink** *or* **fall into the ~s of oblivion/despair** จม หรือ ตกอยู่ในส่วนลึกของความหลงลืม/สิ้นหวัง; **sink** *or* **fall to such ~s that...:** *(fig.)* จมในส่วนลึกจน...; **in the ~s of winter** กลางฤดูหนาว; **great ~ of feeling** ความรู้สึกที่ลึกซึ้ง; Ⓑ *(mental profundity)* ความลึกซึ้งทางจิตใจ; Ⓒ **in ~:** *(ศึกษา)* อย่างละเอียด/ลึกซึ้ง; **an in~ study/analysis** การศึกษา/วิเคราะห์อย่างละเอียด/ลึกซึ้ง; **defence in ~:** ระบบการป้องกันในหลายระดับซ้อนกัน; Ⓓ **be out of one's ~:** อยู่ในน้ำที่ลึกเกินศีรษะ; *(fig.)* ยุ่งกับสิ่งที่เหนือความสามารถของตน; **go/get out of one's ~** *(lit.)* อยู่ในน้ำที่ลึกเกินศีรษะ; *(fig.)* ไปยุ่งกับสิ่งที่เกินความสามารถของตน; **don't go out of your ~ :** อย่าทำสิ่งที่เหนือความสามารถของคุณ

depth: ~ bomb, ~ charge *ns.* ลูกระเบิดใต้น้ำ; **~charge** *v.t.* ระเบิดใต้น้ำ; **~ of field** *n. (Photog.)* ระยะความคมชัดของภาพ; **~ psychology** *n.* จิตวิทยาวิเคราะห์

deputation /depjʊˈteɪʃn/เดะพิว'เทช'น/ *n.* แต่งตั้งคณะผู้แทน

depute ❶ /dɪˈpjuːt/ดิ'พิวทฺ/ *v.t.* Ⓐ *(commit task or authority to)* **~ sb. to do sth.** มอบหมายให้ *ค.น.* ทำ *ส.น.*; **~ sth. to sb.** มอบหมาย *ส.น.* ให้ *ค.น.* ทำ; Ⓑ *(appoint as deputy)* **~ sb. to do sth.** แต่งตั้ง *ค.น.* ให้เป็นรองในการทำ *ส.น.* ❷ /ˈdepjuːt/'เด็พพิวทฺ/ *n. (Scot.: deputy)* รองผู้แทน

deputize (deputise) /ˈdepjʊtaɪz/'เด็พพิวทายซฺ/ *v.i.* ปฏิบัติงานเป็นผู้แทน; **~ for sb.** ปฏิบัติงานเป็นผู้แทนของ *ค.น.*

deputy /ˈdepjʊtɪ/'เด็พพิวทิ/ *n.* Ⓐ *attrib* รอง; **~ sheriff** ➤ 489 *(Amer.)* รองนายอำเภอ; Ⓑ *(person appointed to act for another)* ผู้แทน; **act as ~ for sb.** กระทำการเป็นผู้แทนของ *ค.น.*; Ⓒ *(parliamentary representative)* ผู้แทนในรัฐสภา; **Chamber of Deputies** สภานิติบัญญัติล่าง; Ⓓ *(Brit.: coalmine overseer)* ผู้ควบคุม, ผู้ดูแลเหมืองถ่านหิน

d

derail /dɪˈreɪl, diːˈreɪl/ดิˈเรล/ *v.t. usu. in pass.* ทำให้ตกราง; **be ~ed** ตกราง

derailleur /diːˈreɪlə(r), diːˈreɪljə(r)/ดีˈเรเลอะ(ร), ดีˈเรเลีย(ร)/ *n.* เกียร์รถจักรยาน; **~ [gear]** เกียร์รถจักรยาน

derailment /dɪˈreɪlmənt, diːˈreɪlmənt/ดิˈเรลเมินทฺ/ *n.* การตกราง; **cause the ~ of sth.** ทำให้ *ส.น.* ตกราง

derange /dɪˈreɪndʒ/ดิˈเรนจฺ/ *v.t.* Ⓐ *(throw into confusion, put out of order)* ทำให้ยุ่ง, ทำไม่เป็นระเบียบ; *(make insane)* ทำให้เสียสติ; Ⓑ *(disturb, interrupt)* ก่อกวน, ขัดจังหวะ

deranged /dɪˈreɪndʒd/ดิˈเรนจฺดฺ/ *adj.* **[mentally] ~:** วิกลจริต

derangement /dɪˈreɪndʒmənt/ดิˈเรนจฺเมินทฺ/ *n.* Ⓐ การทำให้ยุ่งเหยิง; **cause ~ of** เป็นสาเหตุของความยุ่งเหยิง; Ⓑ **[mental] ~:** อาการวิกลจริต

Derby /ˈdɑːbɪ, US ˈdɜːrbɪ/ˈดาบิ, ˈเดอ(ร)บิ/ *n.* Ⓐ *(annual horse race at Epsom)* การแข่งม้าดาร์บี้ประจำปีที่เอปซอม; *(other race or contest)* การแข่งอื่น ๆ; **~ Day** วันที่จัดการแข่งม้าดาร์บี้; **local ~:** *การแข่งขันระหว่างสองทีมจากท้องถิ่นเดียวกัน;* Ⓓ **d~** *(Amer.: bowler hat)* *หมวกทรงกลมแข็ง โดยมากสีดำ*

derecognition /diːrekəɡˈnɪʃn/ดีเระเคิกˈนิช'น/ *n.* การยกเลิกการรับรอง

derecognize /diːˈrekəɡnaɪz/ดีˈเร็คเคิกนายซฺ/ *v.t.* ยกเลิกการรับรอง

deregulate /diːˈreɡjʊleɪt/ดีˈเร็กกิวเลท/ *v.i.* เป็นอิสระจากกฎระเบียบ, เปิดเสรี

deregulation /diːreɡjʊˈleɪʃn/ดีเระกิวˈเลช'น/ *n.* **~ of prices/fares** การถอนกฎเกี่ยวกับราคา/ค่าโดยสาร

derelict /ˈderəlɪkt/ˈเดะเระลิคทฺ/ ❶ *adj.* Ⓐ *(abandoned)* ถูกทิ้ง; *(ตึก)* ร้าง; ไร้เจ้าของ *(โดยเฉพาะเรือที่อยู่กลางทะเลหรือทรัพย์สินที่เก่าและว่างเปล่า);* Ⓑ *(Amer.: negligent)* ละเลย *(ต่อหน้าที่ ฯลฯ)* ❷ *n.* Ⓐ *(abandoned property)* *(ตึก)* ร้าง; *(ship)* เรือที่ถูกทิ้ง; *(wreck)* ซากปรักหักพัง; Ⓑ *(person)* *บุคคลที่ถูกขับไล่จากสังคม, บุคคลที่ไร้งานหรือทรัพย์สิน*

dereliction /derɪˈlɪkʃn/เดะริˈลิคช'น/ *n.* Ⓐ *(abandoning)* การละทิ้ง; *(state)* สภาพชำรุดทรุดโทรม; **the building is in a state of ~:** ตึกนี้อยู่ในสภาพชำรุดทรุดโทรม; Ⓑ *(neglect)* **~ of duty** การละทิ้งหน้าที่

derestrict /diːrɪˈstrɪkt/ดีริˈซตฺริคทฺ/ *v.t.* ปลดข้อจำกัด; **~ed road** ถนนที่ไม่จำกัดความเร็วรถ

derestriction /diːrɪˈstrɪkʃn/ดีริˈซตฺริคช'น/ *n.* การไม่กำหนดขีดจำกัด

deride /dɪˈraɪd/ดิˈรายดฺ/ *v.t.* *(treat with scorn)* ปฏิบัติด้วยความดูถูก; *(laugh scornfully at)* หัวเราะเยาะ

de rigueur /də rɪˈɡɜː(r)/เดอะ ริˈเกอ(ร)/ *pred. adj.* บังคับตามประเพณีหรือจรรยามารยาท; **evening dress is ~:** แต่งกายชุดราตรีเป็นการปฏิบัติตามมารยาท

derision /dɪˈrɪʒn/ดิˈริฌ'น/ *n.* การเยาะเย้ย, การดูถูก; **be an object of ~:** เป็นเป้าของการเยาะเย้ย; **bring sb./sth. into ~:** เยาะเย้ย หรือ ดูถูก *ค.น./ส.น.*

derisive /dɪˈraɪsɪv/ดิˈไรซิว/ *adj.* *(ironical)* ประชดประชัน; *(scoffing)* น่าเยาะเย้ย, เย้ยหยัน

derisively /dɪˈraɪsɪvlɪ/ดิˈไรซิวลิ/ *adv.* ➡ **derisive:** ประชดประชัน; เยาะเย้ย

derisory /dɪˈraɪsərɪ/ดิˈไรเซอะริ/ *adj.* Ⓐ *(ridiculously inadequate)* ไม่เพียงพอจนน่าเกลียด; Ⓑ *(scoffing)* น่าเยาะเย้ย; *(ironical)* น่าประชดประชัน

derivation /derɪˈveɪʃn/เดะริˈเวช'น/ *n.* Ⓐ *(obtaining from a source)* การได้มา; Ⓑ *(extraction)* การสกัด; *(origin)* การกำเนิด; *(descent)* การสืบทอด; Ⓒ *(Ling.)* การแตกแขนงของคำ; *(origin)* รากศัพท์

derivative /dɪˈrɪvətɪv/เดอะˈริเวอะทิว/ ❶ *adj.* *(lacking originality)* ขาดความคิดริเริ่ม; *(secondary)* ผ่านแหล่งอื่นมาก่อน ❷ *n.* Ⓐ การมาจากแหล่งอื่น; *(word)* คำซึ่งมาจากคำอื่น, จากรากคำเดียวกัน; *(chemical substance)* สารเคมีที่สกัดจากสารอื่น ๆ; Ⓑ *(Math.)* เป็นอนุพันธ์; Ⓒ *(Finance)* ตราสารอนุพันธ์; **~s market** ตลาดตราสารอนุพันธ์; **~s trader** ผู้ค้าขายอนุพันธ์

derive /dɪˈraɪv/ดิˈรายว/ ❶ *v.t.* Ⓐ *(get, obtain, form)* **~ sth. from sth.** ได้ *ส.น.* จาก *ส.น.*; **he ~s much of his earnings from freelance work** เขาได้รับรายได้ส่วนใหญ่จากงานอิสระของเขา; **the river ~s its name** *or* **the name of the river is ~d from a Greek god** แม่น้ำได้ชื่อมาจากเทพเจ้าของกรีกองค์หนึ่ง; **he ~s pleasure from his studies** เขาได้รับความเพลิดเพลินจากการศึกษาของเขา; **~ profit/advantage from sth.** ได้กำไร/ประโยชน์จาก *ส.น.*; Ⓑ *(deduce)* รวบรวม หรือ พิจารณาจากเหตุผล; Ⓒ **~ one's origin/ancestry/pedigree from sth.** สืบตระกูล/บรรพบุรุษ/เทือกเถาเหล่ากอจาก *ส.น.*
❷ *v.i.* **~ from** มาจาก, สืบมาจาก; **the word ~s from Latin** คำนี้มาจากภาษาลาติน

dermatitis /dɜːməˈtaɪtɪs/เดอเมอะˈไททิซ/ *n.* ➤ **453** *(Med.)* การอักเสบของผิวหนัง

dermatologist /dɜːməˈtɒlədʒɪst/เดอเมอะˈทอ เลอะจิซทฺ/ *n.* ➤ **489** *(Med.)* แพทย์รักษาโรคผิวหนัง

dermatology /dɜːməˈtɒlədʒɪ/เดอเมอะˈทอเลอะจิ/ *n.* *(Med.)* วิชาว่าด้วยโรคผิวหนัง, ตจวิทยา *(ร.บ.)*

dermis /ˈdɜːmɪs/ˈเดอมิซ/ *n.* หนังแท้

dern /dɜːn/เดิน/ **derned** *(Amer.)* ➡ **²darn, darned**

derogate /ˈderəɡeɪt/ˈเดะเระเกท/ *v.i.* *(formal)* **~ from sth.** ทำลายให้เสียหายจาก *ส.น.*

derogation /derəˈɡeɪʃn/เดะเระˈเกช'น/ *n.* *(formal)* การทำลาย, การทำให้เสียหาย

derogatory /dɪˈrɒɡətərɪ, US -tɔːrɪ/ดิˈรอเกอะทริ, -ทอริ/ *adj.* Ⓐ *(depreciatory)* ดูถูก; **~ sense [of a word]** [คำพูด] ในความหมายที่ดูถูก หรือ เย้ยหยัน; Ⓑ *(tending to detract)* **be ~ to sth.** ทำให้ *ส.น.* เสีย; **be regarded as ~:** ถูกมองว่าทำให้เสียหาย หรือ เป็นการดูถูก

derrick /ˈderɪk/ˈเดะริค/ *n.* Ⓐ *(for moving or hoisting)* ปั้นจั่น *(มีแขนยกซึ่งใส่แกนและเคลื่อนไหวได้);* Ⓑ *(over oil well)* *โครงที่อยู่เหนือบ่อน้ำมันซึ่งมีลักษณะคล้ายแท่นสว่าน*

derring-do /derɪŋˈduː/เดะริงˈดู/ *n.* *(literary)* ความกล้าหาญ; **a deed of ~:** การกระทำที่กล้าหาญอย่างวีรบุรุษ

derv /dɜːv/เดิว/ *n.* *(Brit. Motor Veh.)* น้ำมันดีเซล

dervish /ˈdɜːvɪʃ/ˈเดอวิช/ *n.* สมาชิกกลุ่มอิสลาม

desalination /diːsælɪˈneɪʃn/ดีแซลิˈเนช'น/ *n.* การสกัดเอาเกลือออก

descale /diːˈskeɪl/ดีˈซเกล/ *v.t.* เคาะ *(สนิม)* ออก; ขอด *(เกล็ด)*; ขจัด *(คราบ)*; ขัด *(ตะกอน)* ออก

descant ❶ /ˈdeskænt/ˈเด็ซแคนทฺ/ *n.* Ⓐ *(Mus.)* ทำนองเพลงที่ระดับสูงกว่าทำนองหลัก; Ⓑ *(poet.: melody)* ท่วงทำนอง ❷ /dɪˈskænt/ดิˈซแกนทฺ/ *v.i.* Ⓐ *(formal: talk lengthily)* **~ upon sth.** พูดถึง *ส.น.* ยาวนาน; Ⓑ *(sing ~)* ร้องทำนองระดับสูง

ˈdescant recorder *n.* *(Mus.)* เครื่องดนตรีแบบเป่า มีแนวเสียงคู่แปด 2 คู่

descend /dɪˈsend/ดิˈเซ็นดฺ/ ❶ *v.i.* Ⓐ *(go down)* ลงไป, ปีนลง; *(come down)* ลงมา; *(sink)* จม; **the lift ~ed** ลิฟต์เคลื่อนลงมา; **~ in the lift** ลงมาในลิฟต์; **~ into hell** ลงนรก; **~ on sb.** *(fig.)* จู่ ๆ ก็มาหา *ค.น.* โดยไม่บอกล่วงหน้า; **night ~ed upon the village** ความมืดปกคลุมหมู่บ้าน; Ⓑ *(slope downwards)* ลาดลงมา; **the hill ~s into/towards the sea** เนินเขาลาดลงไปสู่ทะเล; Ⓒ *(in quality, thought, etc.)* ลงมา; **~ from the general to the particular** สืบจากเรื่องทั่วไปมาสู่เรื่องเฉพาะ; Ⓓ *(in pitch)* *(ระดับเสียง)* ลดลง; **~ to a low note** ระดับเสียงลดลงมาสู่เสียงต่ำ; Ⓔ *(make sudden attack)* **~ on sth.** โจมตี *ส.น.* อย่างฉับพลัน; **~ on sb.** *(lit or fig.: arrive unexpectedly)* โผล่มาถึงอย่างไม่คาดหมาย; **~ on a country** บุกรุกประเทศ; Ⓕ *(fig.: lower oneself)* **~ to sth.** ทำให้ตนตกต่ำจนถึง *ส.น.;* Ⓖ *(pass by inheritance)* สืบทอดทางมรดก (**to** ให้); Ⓗ *(derive)* สืบมา (**from** จาก); *(have origin)* มีบรรพบุรุษ (**from** จาก); Ⓘ *(go forward in time)* เดินหน้าไปสู่
❷ *v.t.* Ⓐ *(go/come down)* ไต่/ปีน/เดินลง; Ⓑ *(go along)* ไปตาม

descendant /dɪˈsendənt/ดิˈเซ็นเดินทฺ/ *n.* ผู้สืบสกุล, ลูกหลาน; **be ~ s/a ~ of** เป็นลูกหลาน/สืบสกุลมาจาก

descended /dɪˈsendɪd/ดิˈเซ็นดิด/ *adj.* **be ~ from sb.** เป็นผู้สืบสกุลจาก *ค.น.*

descent /dɪˈsent/ดิˈเซ็นทฺ/ *n.* Ⓐ *(going or coming down)* *(of person)* การลง; *(of parachute)* การลอยลงมา; *(plane, bird)* การบินลง; *(avalanche)* การถล่มลงมา; **the ~ of the mountain took us a few hours** ในการไต่ลงภูเขาเราต้องใช้เวลาหลายชั่วโมง; **the D ~ from the Cross** การลงจากไม้กางเขนของพระเยซู; Ⓑ *(way)* ทางลง; **the ~ leading to the river** ทางลงไปสู่แม่น้ำ; Ⓒ *(slope)* เนิน, ทางลาด; **the road made a sharp ~ into the valley** ถนนลาดชันลงไปสู่หุบเขา; **the ~ was very steep** ทางลงนั้นชันมาก; Ⓓ *(sudden attack)* **the Danes made numerous ~s upon the English coast** พวกเดนมาร์กโจมตีชายฝั่งอังกฤษอย่างฉับพลันหลายครั้งหลายคราว; Ⓔ *(decline, fall)* การตก, หล่น; Ⓕ *(lineage)* การสืบทอดเชื้อสาย; **be of Russian/noble ~:** มีเชื้อสายรัสเซีย/ขุนนาง; Ⓖ *(transmission by inheritance)* รับช่วงสืบทอดมรดก; **jazz traces its ~ from African music** ดนตรีแจ๊สสืบทอดมาจากดนตรีแอฟริกัน

describable /dɪˈskraɪbəbl/ดิซˈกรายเบอะบ'ล/ *adj.* พรรณนาได้, บรรยายได้, อธิบายได้; **be ~:** สามารถพรรณนาได้; **it's not ~ in words** ไม่สามารถพรรณนาเป็นคำพูดได้

describe /dɪˈskraɪb/ดิซˈกรายบฺ/ *v.t.* Ⓐ *(set forth in words)* อธิบาย, แจกแจงด้วยคำพูด; *(distinguish)* จำแนก; **it can't be ~d in words** ไม่สามารถอธิบายด้วยคำพูดได้; **~ [oneself] as ...:** เรียก [ตนเอง] ว่า...; **sth. can hardly be ~d as ...:** *ส.น.* ยากที่จะเรียกว่าเป็น...; Ⓑ *(move in, draw)* วาด (วงกลม, โค้ง)

d

description /dɪ'skrɪpʃn/ดิ'ซกริพช่น/ *n.* Ⓐ *(describing, verbal portrait)* คำพรรณนา, คำบรรยาย, คำอธิบาย; **she is beautiful beyond ~** เธอสวยเกินกว่าคำบรรยาย; **he answers [to]** *or* **fits the ~:** เขามีคุณสมบัติตามที่ระบุ; Ⓑ *(sort, class)* ชนิด, ประเภท; **cars of every ~:** รถทุกประเภท; Ⓒ *(more or less complete definition)* คำจำกัดความ; *(designation)* ชื่อ, การระบุ

descriptive /dɪ'skrɪptɪv/ดิ'ซกริพทิว/ *adj.* Ⓐ *(การพูด, การเขียน)* ให้เห็นภาพชัด; เกี่ยวกับการอธิบาย; จำแนกแยกแยะ; Ⓑ *(not expressing feelings or judgements; also Ling.)* การพรรณนาหรือบรรยายโดยไม่แสดงความรู้สึก *(ใช้ในทางภาษาศาสตร์ด้วย)*

descriptively /dɪ'skrɪptɪvlɪ/ดิ'ซกริพทิวลิ/ *adv.* โดยการพรรณนา, โดยบรรยาย, โดยการจำแนกแยกแยะ *(เขียน)* ให้เห็นภาพ หรือ ให้ได้ใจความ

descry /dɪ'skraɪ/ดิ'ซกฺราย/ *v.t. (catch sight of)* มองเห็น; *(fig.: perceive, observe)* เข้าใจ, สังเกตเห็น

desecrate /'desɪkreɪt/'เด็ซซิเครฺท/ *v.t.* ทำให้เสื่อมความศักดิ์สิทธิ์; ล่วงละเมิด *(สถานที่, สิ่งศักดิ์สิทธิ์)*

desecration /desɪ'kreɪʃn/เด็ซซิ'เครฺช่น/ *n.* การทำให้เสื่อมความศักดิ์สิทธิ์; การล่วงละเมิด *(สถานที่, สิ่งศักดิ์สิทธิ์)*

desegregate /di:'segrɪgeɪt/ดี'เซ็กกริเกฺท/ *v.t.* เลิกล้มการแบ่งแยกเชื้อชาติ

desegregation /di:segrɪ'geɪʃn/ดีเซ็กกริ'เกฺช่น/ *n.* การเลิกล้มการแบ่งแยกเชื้อชาติ

deselect /dɪ:sɪ'lekt/ดีซิ'เล็คทฺ/ *v.t. (Brit. Polit.)* ยกเลิกสภาพเป็นผู้สมัครรับเลือกตั้ง

desensitize (desensitise) /di:'sensɪtaɪz/ดี'เซ็นซิทายซฺ/ *v.t. (Phot.)* ลดหรือทำลายความไวของอุปกรณ์ถ่ายภาพ; *(Med.)* บรรเทาอาการภูมิแพ้; *(Psych.)* ทำให้ชินต่อสิ่งที่รังเกียจ

[1]**desert** /dɪ'zɜ:t/เด็ซ'เซิท/ *n.* Ⓐ *in pl. (what is deserved)* สิ่งที่สมควรได้รับ; **meet with** *or* **get one's [just] ~s** ได้ในสิ่งที่สมควรได้รับ; Ⓑ *(deserving)* การสมควรได้รับ

[2]**desert** /'dezət/'เด็ซเซิท/ ❶ *n.* ทะเลทราย; **the Sahara ~:** ทะเลทรายซาฮารา; **a cultural ~** *(สถานที่)* ไร้วัฒนธรรม ❷ *adj.* แห้งแล้ง, เป็นทะเลทราย; ร้าง; ไร้ผู้คน

[3]**desert** /dɪ'zɜ:t/ดิ'เซิท/ ❶ *v.t.* ละทิ้ง *(เรือที่กำลังจม, ภรรยา, ครอบครัว)* ❷ *v.i. (run away)* หลบหนี; *(ทางทหาร)* หนีราชการทหาร; **~ to sb.** หนีไปหา *ค.น.*

deserted /dɪ'zɜ:tɪd/ดิ'เซอทิด/ *adj.* ว่างเปล่า; *(บ้าน)* ร้าง; **the streets were ~:** ถนนว่างเปล่า

deserter /dɪ'zɜ:tə(r)/ดิ'เซอเทอะ/ *n.* คนที่ละทิ้งหน้าที่; คนที่หนีทัพ

desertification /dɪzɜ:tɪfɪ'keɪʃn/ดิเซอทิฟิ'เคช่น/ *n.* การเปลี่ยนจากที่ดินอุดมสมบูรณ์เป็นทะเลทราย

desertion /dɪ'zɜ:ʃn/ดิ'เซอช่น/ *n.* การละทิ้ง; *(of one's duty)* การละทิ้งหน้าที่; *(Mil)* การหนีทัพ; **~ to the enemy** การหนีไปอยู่กับข้าศึก

desert island /dezət'aɪlənd/เด็ซเซิท'อายเลินดฺ/ *n.* เกาะที่ห่างไกลและไม่มีคนอาศัย; เกาะร้าง

deserve /dɪ'zɜ:v/ดิ'เซิว/ ❶ *v.t.* สมควรได้รับ; **he ~s to win** เขาสมควรชนะ; **he ~s to be punished** เขาสมควรถูกลงโทษ; **what have I done to ~ this?** ฉันทำอะไรถึงได้รับผลเช่นนี้; **he got what he ~d** สมแล้วที่เขาได้รับผลเช่นนี้ ❷ *v.i. (formal)* **~ well of** สมควรได้รับ *(ในด้านดี)*

deservedly /dɪ'zɜ:vɪdlɪ/ดิ'เซิววิดลิ/ *adv.* เป็นการสมควรแล้ว; **and ~ so** และเป็นการสมควรแล้ว; **be ~ punished** สมควรกับการถูกลงโทษ

deserving /dɪ'zɜ:vɪŋ/ดิ'เซิวิง/ *adj.* Ⓐ *(worthy)* ที่สมควร; **donate money to a ~ cause** บริจาคเงินเพื่อการรณรงค์ที่สมควร; **the ~ poor** คนยากจนซึ่งสมควรกับการได้รับ; Ⓑ *(meritorious)* **be ~ of sth.** สมควรกับ *ส.น.*; **people most ~ of help** คนที่สมควรได้รับการช่วยเหลือที่สุด

déshabillé /deɪzæ'bi:eɪ/เดแซ'บีเอ/ *n.* การแต่งกายอย่างไม่รัดกุม; **in ~:** แต่งกายไม่รัดกุม; *(partly undressed)* การแต่งตัวยังไม่เสร็จ

desiccated /'desɪkeɪtɪd/'เด็ซซิเคทิด/ *adj.* แห้ง, ขาดความชุ่มชื้น; **~ fruit** ผลไม้แห้ง

desideratum /dɪzɪdə'reɪtəm/ดิซิเดอะ'เรเทิม/ *n. pl.* **desiderata** /dɪzɪdə'reɪtə/ดิซิเดอะ'เรเทอะ/ *(literary)* สิ่งที่ปรารถนา

design /dɪ'zaɪn/ดิ'ซายนฺ/ ❶ *n.* Ⓐ *(preliminary sketch)* ภาพร่างขั้นต้น; **~ s of costumes** ภาพร่างเครื่องแต่งกาย; **a technical ~:** ภาพร่างทางเทคนิค; Ⓑ *(pattern)* แบบ; Ⓒ *(art)* ลวดลาย; รูปแบบ; Ⓓ *(established form of a product, machine, engine, etc.)* รูปแบบ; Ⓔ *(general idea, construction from parts)* โครงสร้าง; **a machine of faulty/good ~:** เครื่องจักรที่มีโครงสร้างผิดพลาด/ดี; Ⓕ *(mental plan)* แผนการในใจ; **argument from ~** *(Theol.)* การยืนยันความมีจริงของพระเจ้า; Ⓖ *in pl. (scheme of attack)* **have ~s on sb./sth.** มีแผนการโจมตี *ค.น./ส.น.*; Ⓗ *(purpose)* ความตั้งใจ; **by ~** โดยเจตนา

❷ *v.t.* Ⓐ *(draw plan of)* วาดแบบ *(เครื่องจักร, ตึก, เสื้อผ้า, ภาพวาด ฯลฯ)*; Ⓑ *(make preliminary sketch of)* วาดภาพร่าง; Ⓒ *(contrive, plan)* ประดิษฐ์, วางแผน; Ⓓ *(intend)* ตั้งใจ; **be ~ed to do sth.** *(เครื่อง, สิ่งของ)* ออกแบบเพื่อทำ *ส.น.*; **the book is ~ed as an aid to beginners** หนังสือเล่มนี้มีจุดประสงค์เป็นการช่วยเหลือผู้เริ่มต้น; Ⓔ *(set apart)* กันไว้ต่างหาก; **be ~ed for sb./sth.** ถูกกันไว้เพื่อ *ค.น./ส.น.*; Ⓕ *(destine)* กำหนดวางจุดมุ่งหมาย

❸ *v.i.* ออกแบบ, วางแผน

designate /'dezɪgneɪt/'เด็ซซิกเนท/ ❶ *adj.* ได้รับการแต่งตั้ง ❷ *v.t.* Ⓐ *(serve as name of, describe)* ใช้เป็นชื่อของ, พรรณนา; *(serve as distinctive mark of)* ใช้เป็นลักษณะเฉพาะของ; **~ sth. A** ตั้ง *ส.น.* เป็น A; Ⓑ *(specify, particularize)* ระบุ, เจาะจง; Ⓒ *(appoint to office)* แต่งตั้งตำแหน่งหรือหน้าที่; **be ~d as sb.'s successor** ได้รับแต่งตั้งเป็นผู้สืบตำแหน่ง *ค.น.*

designation /dezɪg'neɪʃn/เด็ซซิก'เนช่น/ *n.* Ⓐ ชื่อ, คำอธิบาย, คำนำหน้าชื่อ; Ⓑ *(appointing to office)* การแต่งตั้งตำแหน่ง

designedly /dɪ'zaɪnɪdlɪ/ดิ'ซายนิดลิ/ *adv.* โดยเจตนา, โดยตั้งใจ

designer /dɪ'zaɪnə(r)/ดิ'ซายเนอะ(ร)/ *n.* ➤ 489 ผู้ออกแบบ, ผู้เขียนแบบ, ดีไซเนอร์ *(ท.ศ.)*; *(of machines, buildings)* ผู้เขียนแบบ; *(of clothes)* ผู้ออกแบบ; *(Theatre: stage ~)* ผู้ออกแบบเวทีละคร ❷ *adj. attrib (ยีน, เสื้อผ้า)* มียี่ห้อ; **~ drug** *n.* ยาเสพติด ซึ่งพวกไฮโซชอบใช้ เช่น เอ็กซ์ตาซี

designing /dɪ'zaɪnɪŋ/ดิ'ซายนิง/ *adj. (crafty, artful, scheming)* เจ้าเล่ห์, เจ้ามารยา, เจ้าอุบาย

desirability /dɪzaɪərə'bɪlɪtɪ/ดิซายเรอะ'บิลลิทิ/ *n., no pl.* ความน่าปรารถนา; **consider the ~ of sth.** พิจารณาความน่าปรารถนาของ *ส.น.*

desirable /dɪ'zaɪərəbl/ดิ'ซายเรอะบ'ล/ *adj.* Ⓐ *(worth having or wishing for)* ควรค่าต่อการมี, น่าปรารถนา; **'knowledge of French ~'** การรู้ภาษาฝรั่งเศสจะเป็นข้อได้เปรียบ; Ⓑ *(causing desire)* ดึงดูดใจ

desire /dɪ'zaɪə(r)/ดิ'ซายเออะ(ร)/ ❶ *n.* Ⓐ *(wish)* ความปรารถนา **(for** ใน**)**; *(longing)* ความอยาก **(for** สำหรับ**)**; **~ to do sth.** ความปรารถนาที่จะทำ *ส.น.*; **~ for wealth** ความอยากรวย; **~ for freedom/peace** ความอยากมีอิสรภาพ/สันติภาพ; **his ~ for adventure** ความอยากผจญภัยของเขา; **I have no ~ to see him** ฉันไม่อยากเห็นเขา; **I have no ~ to cause you any trouble** ฉันไม่อยากที่จะทำให้คุณเดือดร้อน; Ⓑ *(request)* ความต้องการ; **at your ~:** ตามความต้องการของคุณ; Ⓒ *(thing desired)* **she is my heart's ~:** เธอคือความปรารถนาในหัวใจฉัน; Ⓓ *(lust)* ความใคร่; **fleshly ~ s** ความใคร่ในกามโลกีย์

❷ *v.t.* Ⓐ *(wish)* ปรารถนา; *(long for)* อยาก; **he only ~d her happiness** เขาเพียงแต่อยากให้เธอมีความสุข; Ⓑ *(request)* ขอ, ต้องการ; **as ~d, the door has been painted red** ประตูได้ทาสีแดงตามที่ขอไว้; **the furniture can be arranged as ~d** เฟอร์นิเจอร์สามารถจัดได้ตามความต้องการ; **what do you ~ me to do?** คุณต้องการให้ฉันทำอะไร; Ⓒ *(ask for)* **leave much to be ~d** ยังมีสิ่งที่ต้องการอีกมากมาย; Ⓓ *(sexually)* ต้องการ, ปรารถนาทางเพศ; Ⓔ *(arch.: pray, entreat)* อ้อนวอน, วิงวอน

desirous /dɪ'zaɪərəs/ดิ'ซายเออะเริซ/ *pred. adj. (formal)* **be ~ to do sth.** ต้องการที่จะทำ *ส.น.*; **be ~ of sth.** มีความปรารถนา *ส.น.*

desist /dɪ'zɪst/ดิ'ซิซทฺ/ *v.i. (literary)* ละเว้น, หยุด, เลิก; **~ from sth.** ละเว้นจาก *ส.น.*; **~ in one's efforts to do sth.** เลิกความพยายามที่จะทำ *ส.น.*

desk /desk/เด็ซคฺ/ *n.* Ⓐ โต๊ะเขียนหนังสือ; *(in school)* โต๊ะนักเรียน; **~ unit** ชุดโต๊ะ; **~ copy** โต๊ะตรวจและเตรียมเอกสารในสำนักพิมพ์; **~ dictionary** พจนานุกรมตั้งโต๊ะ; Ⓑ *(compartment) (for cashier)* โต๊ะพนักงานเก็บเงิน; *(for receptionist)* โต๊ะพนักงานต้อนรับ; **information ~:** โต๊ะประชาสัมพันธ์; **sales ~:** โต๊ะแผนกขาย; Ⓒ *(music stand)* ขาตั้งโน้ตดนตรี; Ⓓ *(section of newspaper office)* แผนก; **the sports ~** แผนกกีฬา

desk:~-bound *adj.* ต้องทำงานในออฟฟิศตลอด; **~ calendar** *n.* ปฏิทินตั้งโต๊ะ; **~ diary** *n.* อนุทิน, สมุดบันทึกตั้งโต๊ะ; **~ editor** *n.* ผู้ตรวจภาษาในบทความ; **~ lamp** *n.* โคมไฟตั้งโต๊ะ; **~top** *adj.* **~top publishing** งานพิมพ์ที่ผลิตจากคอมพิวเตอร์ตั้งโต๊ะและเครื่องพิมพ์; **~top computer** คอมพิวเตอร์ตั้งโต๊ะ

desolate ❶ /'desələt/'เด็ซเซอะเลิท/ *adj.* Ⓐ *(ruinous, neglected, barren) (ตึกอาคาร)* ปรักหักพัง; *(สภาพ)* ถูกละทิ้ง; *(บ้าน)* ร้าง; Ⓑ *(solitary) (ชีวิต)* โดดเดี่ยว, อ้างว้าง; Ⓒ *(uninhabited)* ร้าง; Ⓓ *(forlorn, wretched) (ชีวิต)* เปล่าเปลี่ยว, เศร้าหมอง ❷ /'desəleɪt/'เด็ซเซอะเลท/ *v.t.* Ⓐ *(depopulate)* ทำให้พลเมืองลดน้อยลง; Ⓑ *(devastate)* ทำลาย *(พื้นที่)*; Ⓒ *(make wretched)* ทำให้เศร้าหมอง

desolation /desə'leɪʃn/เด็ซเซอะ'เลช่น/ *n.* Ⓐ *(desolating)* ความโดดเดี่ยว; Ⓑ *(neglected,* *solitary, or barren state)* สภาพที่ถูกทอดทิ้ง, สภาพทุรกันดาร; *(state of ruin)* สภาพปรักหักพัง; Ⓒ *(loneliness, being forsaken)* ความเหงา, ความเปล่าเปลี่ยว, การถูกละทิ้ง; Ⓓ *(grief, wretchedness)* ความเศร้าหมอง

despair /dɪ'speə(r)/ดิ'ซแป(ร)/ ❶ *n.* Ⓐ ความสิ้นหวัง; **commit suicide in ~:** ฆ่าตัวตายด้วยความสิ้นหวัง; **a cry of ~:** การร้องออกมาด้วยความสิ้นหวัง; **his ~ of ever seeing her again** ความหมดหวังของเขาที่จะได้พบเธออีก; Ⓑ *(cause)* **be the ~ of sb.** เป็นสาเหตุของความหมดหวังของ *ค.น.* ❷ *v.i.* Ⓐ สิ้นหวัง; Ⓑ **~ of doing sth** หมดหวังในการทำ *ส.น.*; **~ of sth.** หมดหวังใน *ส.น.*

despatch (*Brit.*) ➡ **dispatch**

desperado /despə'rɑːdəʊ/เด็ซเปอะ'ราโด/ *n. pl.* **~es** (*Amer.:* **~s**) คนที่หมดหวัง *หรือ* ปราศจากความยั้งคิด โดยเฉพาะอาชญากร

desperate /'despərət/'เด็ซเปอะเริท/ *adj.* Ⓐ สิ้นหวัง, หมดหวัง; *(coll.: urgent)* ด่วน; **get** *or* **become ~:** เกิดหมดหวัง; **feel ~:** รู้สึกหมดหวัง; **be ~ for sth.** อยากได้ *ส.น.* อย่างมากจนเกือบขาดใจ; **he was ~ for a beer** เขาอยากดื่มเบียร์จนใจจะขาด; **be ~ to do sth.** อยากจะทำ *ส.น.* จนใจจะขาด; **don't do anything ~:** อย่าทำอะไรแบบคนสิ้นคิด; Ⓑ *(staking all on a small chance)* ที่มีความเสี่ยงสูง; **a ~ disease must have a ~ remedy** ที่เสี่ยงมากก็ต้องรักษาด้วยมาตรการเสี่ยงเช่นกัน; Ⓒ *(extremely dangerous or serious) (สถานการณ์, อาการ)* อันตรายมาก; **things are getting ~:** สิ่งต่าง ๆ เริ่มร้ายแรงมาก; Ⓓ *(extremely bad)* เลวร้าย, ถึงที่สุด; **be in ~ need of sth.** ต้องการใน *ส.น.* อย่างถึงที่สุด

desperately /'despərətlɪ/'เด็ซเปอะเริทลิ/ *adv.* Ⓐ อย่างหมดหวัง, สิ้นหวัง; *(urgently)* อย่างเร่งด่วน; *(recklessly, with extreme energy)* อย่างไม่ไตร่ตรอง/ไม่ยั้งคิด; **be ~ ill** *or* **sick** เจ็บป่วยอย่างเสี่ยงตาย; Ⓑ *(appallingly, shockingly, extremely)* อย่างน่าใจหาย, อย่างน่าตกใจ, อย่างเลวร้าย

desperation /despə'reɪʃn/เด็ซเปอะ'เรช'น/ *n.* ความหมดหวัง, ความสิ้นหวัง; **out of** *or* **in [sheer] ~:** จากความสิ้นหวัง; **be in ~:** อยู่ในความสิ้นหวัง; **act** *or* **deed of ~:** การกระทำซึ่งแสดงความสิ้นหวัง; **fight with ~:** ต่อสู้ด้วยความสิ้นหวัง

despicable /'despɪkəbl/'เด็ซปิเคอะบ'ล/ *adj.* **despicably** /'despɪkəblɪ/'เด็ซปิเคอะบลิ/ *adv.* [อย่าง] เลวทราม, [อย่าง] น่าเหยียดหยาม *(โดยเฉพาะทางศีลธรรม)*

despise /dɪ'spaɪz/ดิ'ซปายซฺ/ *v.t.* เหยียดหยาม, ดูถูก; **this is not to be ~d** นี่ไม่ใช่สิ่งที่น่าดูถูก

despite /dɪ'spaɪt/ดิ'ซไปทฺ/ *prep.* ทั้ง ๆ ที่, แม้ว่า; **~ what she said** แม้ว่าเธอได้พูดว่า; **~ his warning** แม้ว่ามีคำเตือนของเขา

despoil /dɪ'spɔɪl/ดิ'ซปอยลฺ/ *v.t. (literary)* ปล้น, แย่งเอาไป, แย่ง

despoliation /dɪspəʊlɪ'eɪʃn/ดิซโปลิ'เอช'น/ *n.* การปล้น, การแย่งเอาไป

despond /dɪ'spɒnd/ดิ'ซปอนดฺ/ *n. (arch.)* **Slough of D~** *(literary)* ท่ามกลางความสิ้นหวัง

despondency /dɪ'spɒndənsɪ/ดิ'ซปอนเดินซิ/ *n., no pl.* ความสิ้นหวัง, ความหมดกำลังใจ, เสียใจ; **view a situation with ~:** ประเมินสถานการณ์ด้วยความหมดหวัง; **fall into ~:** ตกอยู่ในความเสียใจ; **answer in a tone of ~:** ตอบคำถามด้วยน้ำเสียงเศร้า

despondent /dɪ'spɒndənt/ดิ'ซปอนเดินทฺ/ *adj.* กลุ้มใจ, เสียใจ, หมดกำลังใจ; **be ~ about sth.** กลุ้มใจกับ *ส.น.*; **feel ~:** รู้สึกกลุ้มใจ; **grow** *or* **get ~:** เกิดความเสียใจ; **don't become ~!** อย่าเสียใจเลย

despondently /dɪ'spɒndəntlɪ/ดิ'ซปอนเดินทฺลิ/ *adv.* อย่างกลุ้มใจ, อย่างเสียใจ, อย่างหมดกำลังใจ

despot /'despɒt/'เด็ซปอท/ *n.* ผู้ปกครองที่มีอำนาจเด็ดขาด, ทรราช

despotic /de'spɒtɪk/ดิ'ซปอติค/ *adj.*, **despotically** /dɪ'spɒtɪkəlɪ/ดิ'ซปอติคลิ/ *adv.* อย่างมีอำนาจเด็ดขาด, อย่างเผด็จการ

despotism /'despətɪzəm/'เด็ซเปอะทิเซิม/ *n. (tyranny)* การปกครองแบบเผด็จการ, การกดขี่; *(political system)* ระบบการเมืองแบบสมบูรณาญาสิทธิราชย์; *(fig.: absolute power)* อำนาจเด็ดขาด, อำนาจสมบูรณ์

dessert /dɪ'zɜːt/ดิ'เซิท/ *n.* Ⓐ ของหวาน; Ⓑ *(Brit.: after dinner)* ของหวาน, ผลไม้ที่รับประทานหลังอาหาร

dessert: ~ apple *n.* แอปเปิ้ลที่รับประทานเป็นของหวาน; **~spoon** *n.* ช้อนของหวาน; **a ~ spoonful** หนึ่งช้อนของหวาน; **~ wine** *n.* ไวน์หวานใช้ดื่มกับของหวาน

destabilize /diː'steɪbɪlaɪz/ดี'ซเตบิลายซฺ/ *v.t. (Polit.)* ทำให้ขาดความมั่นคง; ทำลายระบอบการปกครอง

destination /destɪ'neɪʃn/เด็ซติ'เนช'น/ *n. (of person)* จุดหมายปลายทาง; **arrive at one's ~:** มาถึงจุดหมาย; *(of goods, train, bus)* ปลายทาง; **place/port of ~:** สถานที่/ท่าปลายทาง

destine /'destɪn/'เด็ซติน/ *v.t.* กำหนด, ลิขิต, หมายมั่น, ตั้งใจ; **be ~d to do sth.** ถูกลิขิตให้กระทำ *ส.น.*; **we were ~d [never] to meet again** ชะตาชีวิตกำหนด [ไม่] ให้เราพบกันอีก; **be ~d for sth.** ถูกหมายมั่นให้เป็น *ส.น.*; **qualities which ~d him for leadership** คุณสมบัติต่าง ๆ ที่กำหนดให้เขาเป็นผู้นำ

destiny /'destɪnɪ/'เด็ซติน/ *n.* Ⓐ ชะตากรรม, เทวลิขิต *(ร.บ.)*; **find one's ~:** ประสบชะตากรรม *หรือ* พบในสิ่งที่ตนต้องการทำ; Ⓑ *n. art. (power)* พรหมลิขิต

destitute /'destɪtjuːt, US -tuːt/'เด็ซทิทิวท, -ทูท/ *adj.* Ⓐ *(without resources)* ที่สิ้นเนื้อประดาตัว; **the ~ [poor]** คนยากไร้สิ้นเนื้อประดาตัว; Ⓑ *(devoid)* **be ~ of sth.** *(formal)* ขาดแคลน *ส.น.*

destitution /destɪ'tjuːʃn, US -tuːt-/เด็ซทิ'ทิวช'น, -ทูท- / *n., no. pl.* ความยากไร้, ความสิ้นเนื้อประดาตัว

de-stress /diː'stres/ดี'ซเตร็ซ/ *vtr.* บรรเทาอาการตึงเครียด

destroy /dɪ'strɔɪ/ดิ'ซตฺรอย/ *v.t.* Ⓐ *(demolish)* ทำลาย; **the paintings were ~ed by fire** ไฟเผาผลาญภาพจิตรกรรมหมด; Ⓑ *(make useless)* ทำให้สิ้นสภาพ, ทำให้ใช้การไม่ได้; Ⓒ *(kill, annihilate)* ฆ่า; **the dog will have to be ~ed** หมาตัวนี้จะต้องถูกฆ่า; Ⓓ *(fig.)* ทำลาย *(ความหวัง, อนาคต)*

destroyer /dɪ'strɔɪə(r)/ดิ'ซตฺรอยเออะ(ร)/ *n.* Ⓐ ผู้พิฆาต, ผู้ทำลาย; Ⓑ *(Naut.)* เรือรบเร็วพิฆาตซึ่งทำหน้าที่คุ้มกันเรืออื่น ๆ

destruct /dɪ'strʌkt/ดิ'ซตฺรัคทฺ/ *(Amer.)* ❶ *v.t. & i.* จงใจทำลายเพื่อความปลอดภัย ❷ *n.* การจงใจทำลายเพื่อความปลอดภัย

destruction /dɪ'strʌkʃn/ดิ'ซตฺรัคช'น/ *n.* Ⓐ การทำลาย, การถูกทำลาย; การทำให้พัง *(ของใช้, ของเล่น)*; ความหายนะ *(ของมนุษย์, โลก)*; ความพินาศ *(ระบอบปกครอง)*; **bring about one's own ~:** นำมาซึ่งความหายนะแก่ตนเอง; Ⓑ *(cause of ruin)* ความหายนะ

destructive /dɪ'strʌktɪv/ดิ'ซตฺรัคทิวฺ/ *adj.* Ⓐ *(destroying, tending to destroy)* ทำลาย; ก่อให้เกิดความหายนะ; *(เด็ก)* ที่ชอบทำลาย; **~ urge** แรงกระตุ้นให้ทำลาย; Ⓑ *(negative) (วิจารณญาณ, ทัศนคติ)* ในด้านลบ

destructively /dɪ'strʌktɪvlɪ/ดิ'ซตฺรัคทิวฺลิ/ *adv.* อย่างทำลาย, อย่างก่อให้เกิดความหายนะ; **behave ~:** ประพฤติตัวให้เกิดความหายนะ

destructor /dɪ'strʌktə(r)/ดิ'ซตฺรัคเทอะ(ร)/ *n. (Brit.)* เตาเผาขยะ

desuetude /dɪ'sjuːɪtjuːd, US -tuːd/ดิ'ซิวเออะทิวด, -ทูด/ *n. (literary)* **fall into ~:** เลิกใช้แล้ว; *(คำ, ขนบธรรมเนียม)* ที่ไม่ใช้แล้ว

desultory /'desəltrɪ, US -tɔːrɪ/'เด็ซเซิลทริ, -ทอริ/ *adj.* Ⓐ *(going from one subject to another, disconnected) (การพูดคุย)* ไม่ปะติดปะต่อ, ไม่ต่อเนื่อง; Ⓑ *(unmethodical)* ไม่เป็นระบบ

detach /dɪ'tætʃ/ดิ'แทฉ/ *v.t.* Ⓐ *(unfasten)* ปลด *(กระดุม)*; แยกออก *(จากกลุ่ม, สิ่งที่เคยติดอยู่)*; **a couple of pages of the book have become ~ed** หน้าหนังสือหลุดออกไปสองหน้า; **~ oneself from sb.** แยกตัวออกจาก *ค.น.*; Ⓑ *(Mil., Navy)* แยก *(เรือ, กองทหาร, ทหารสื่อสาร ฯลฯ)* ไปปฏิบัติงานเฉพาะกิจ (**from** จาก)

detachable /dɪ'tætʃəbl/ดิ'แทเฉอะบ'ล/ *adj.* ถอดได้, ปลดได้, แยกออกได้; **a ~ lining in a coat** ซับในที่ปลดออกจากตัวเสื้อโค้ตได้

detached /dɪ'tætʃt/ดิ'แทฉทฺ/ *adj.* Ⓐ *(impartial) (ทัศนะ)* เป็นกลาง, ไม่ลำเอียง; *(unemotional)* วางเฉย, วางอารมณ์; Ⓑ *(separate)* **~ garage** โรงรถที่แยกออกจากตัวบ้าน; **~ house** บ้านเดี่ยว

detachment /dɪ'tætʃmənt/ดิ'แทฉเมินทฺ/ *n.* Ⓐ *(detaching)* ➡ **detach** A; การแยกออก; การถอดออก; การปลด; การหลุด; Ⓑ *(Mil., Navy)* หน่วยที่ปฏิบัติการเฉพาะกิจ; Ⓒ *(being aloof)* การวางเฉย, การทำตัวห่างเหิน; Ⓓ *(independence of judgement)* ความเป็นอิสระในการวินิจฉัย, ความไม่ลำเอียง

detail /'diːteɪl, US dɪ'teɪl/'ดีเทล, ดิ'เทล/ ❶ *n.* Ⓐ *(item)* รายละเอียด; **enter** *or* **go into ~s** เข้าสู่ *หรือ* ลงในรายละเอียด; **a minor ~:** รายละเอียดปลีกย่อย; **leave the ~s to sb. else** ทิ้งรายละเอียดไว้ให้คนอื่นก็แล้วกัน; **our correspondent will be giving you the ~s** ผู้สื่อข่าวของเราจะให้รายละเอียด [แก่คุณ]; **plan sth. down to the last ~:** วางแผน *ส.น.* จนถึงขั้นรายละเอียดสุดท้าย; **but that is a ~!** *(iron.)* แต่นั่นเป็นแค่เรื่องเล็กน้อย *หรือ* จิ๊บจ๊อย; Ⓑ *(dealing with things item by item)* **in ~:** โดยละเอียด, อย่างครบถ้วน; **have too much ~:** มีรายละเอียดมากเกินไป; **we haven't discussed anything in ~ yet** เรายังไม่ได้ปรึกษาหรือลงไปในรายละเอียด; **in great** *or* **much ~:** อย่างละเอียดมาก; **in greater ~:** อย่างละเอียดยิ่งขึ้น; **in minute ~:** อย่างละเอียดยิบ; **go into ~:** *(พูด, เขียน)* ทุกแง่มุมอย่างละเอียด; **attention to ~:** ความใส่ใจในรายละเอียด; Ⓒ *(account)* รายการรายละเอียด; Ⓓ *(in building, picture, etc.)* รายละเอียด; Ⓔ *(part of picture)* ส่วนเล็กของภาพใหญ่ *(ซึ่งแสดงรายละเอียด)*; Ⓕ *(Mil.)* คำสั่งของแต่ละวัน; Ⓖ *(body for special duty)* หน่วยปฏิบัติการเฉพาะกิจ

d

❷ *v.t.* Ⓐ *(list.)* รายการอย่างละเอียด; **be fully ~ed** *(stated, described)* ได้ลงไปในรายละเอียด; Ⓑ *(Mil.)* มอบภาระเฉพาะกิจ

detailed /ˈdiːteɪld, US dɪˈteɪld/ดีเทลดฺ, ดิ'เทลดฺ/ *adj.* ละเอียด, มีรายละเอียด

detain /dɪˈteɪn/ดิ'เทน/ *v.t.* Ⓐ *(keep in confinement)* กักขัง, *(take into confinement)* จับตัว; Ⓑ *(delay)* ถ่วงเวลา, ทำให้ล่าช้า; **do not let me ~ you** อย่าให้ฉันถ่วงเวลาคุณไว้เลย

detainee /diːteɪˈniː/ดีเท'นี/ *n.* ผู้ถูกกักกัน *(โดยเฉพาะด้วยเหตุทางการเมือง)*

detect /dɪˈtekt/ดิ'เท็คทฺ/ *v.t.* Ⓐ *(discover presence of)* ตรวจพบ, จับ, สังเกต, รับรู้; **~ a note of anger in sb.'s voice** สังเกตอารมณ์โกรธจากน้ำเสียงของ *ค.น.*; Ⓑ *(reveal guilt of)* **~ sb. in doing sth.** ค้นพบว่า *ค.น.* ทำ *ส.น.*

detectable /dɪˈtektəbl/ดิ'เท็คเทอะบ'ล/ *adj.* ที่ค้นพบได้, รับรู้ได้, สังเกตได้

detection /dɪˈtekʃn/ดิ'เท็คช'น/ *n.* Ⓐ ➡ **detect** A: การค้นพบ, การรับรู้; **in order to escape ~:** เพื่อหลบหนีการค้นพบ; **try to escape ~:** พยายามหลบหนีการค้นพบ; Ⓑ *(work of detective)* การสืบหา; **the ~ of crime** งานสืบเรื่องอาชญากรรม

detective /dɪˈtektɪv/ดิ'เท็คทิว/ ❶ *n.* ➤ 489 นักสืบ; *(policeman)* ตำรวจสืบสวน; **private ~:** นักสืบอิสระ ❷ *attrib. adj.* นักสืบ; **~ novel** นวนิยายนักสืบ; **~ work** งานนักสืบ; **~ story** เรื่องนักสืบ

detector /dɪˈtektə(r)/ดิ'เท็คเทอะ(ร)/ *n.* Ⓐ *(device)* เครื่องมือจับสัญญาณ; *(indicator)* เครื่องบ่งบอกสัญญาณ; Ⓑ *(Electr.)* เครื่องมือใช้จับสัญญาณไฟฟ้า

détente /deɪˈtɑ̃t/เด'ทอนทฺ/ *n. (Polit.)* การผ่อนคลายความตึงเครียด *(โดยเฉพาะของความสัมพันธ์ระหว่างรัฐ)*

detention /dɪˈtenʃn/ดิ'เท็นช'น/ *n.* Ⓐ การคุมขัง, การหน่วงเหนี่ยว, การทำให้เสียอิสรภาพ; *(confinement)* การถูกกักตัว; Ⓑ *(Sch.)* การถูกทำโทษกักตัวหลังเลิกเรียน; *(Mil.)* การกักตัว; **give sb. two hours' ~:** ให้ *ค.น.* อยู่หลังเลิกเรียน 2 ชั่วโมง; Ⓒ *(delay)* การถูกถ่วงเวลาให้ล่าช้า

de'tention: ~ camp *n. (prisoner camp)* ศูนย์กักกันตัว; **~ centre** *n. (Brit.)* สถานพินิจเด็กและเยาวชน

deter /dɪˈtɜː(r)/ดิ'เทอ(ร)/ *v.t.* **-rr-** ขู่, ยับยั้ง, ขัดขวาง, จูงใจให้ละเว้น; **~ sb. from sth.** ขัดขวาง *ค.น.* จาก *ส.น.*; **~ sb. from doing sth.** ยับยั้ง *ค.น.* ไม่ให้ทำ *ส.น.*; **the danger did not ~ him** อันตรายมิได้ทำให้เขาหวั่น; **be ~red by sth.** ถูกขัดขวางโดย *ส.น.*

detergent /dɪˈtɜːdʒənt/ดิ'เทอเจินทฺ/ ❶ *adj.* ที่ชะล้างความสกปรก ❷ *n.* สิ่งชะล้างความสกปรก; *(for washing)* ผงซักฟอก

deteriorate /dɪˈtɪərɪəreɪt/ดิ'เทียเรียเรท/ ❶ *v.t.* ทำให้เสื่อมลง, ทำให้เลวลง ❷ *v.i.* เลวลง; *(ผ้า, หนัง)* เสื่อมสภาพ; *(บ้าน)* โทรมลง; **his condition** *or* **he has ~d** อาการของเขาแย่ลง **his work has ~d** งานของเขาแย่ลง; **~ in value** คุณค่าลดลง

deterioration /dɪtɪərɪəˈreɪʃn/ดิเทียเรีย'เรช'น/ *n.* ➡ **deteriorate** 2: การเสื่อมลง, การลดลง, การเลวลง; **preserve paintings from ~:** รักษาภาพจิตรกรรมไว้มิให้เสื่อมสภาพ

determinable /dɪˈtɜːmɪnəbl/ดิ'เทอมิเนอะบ'ล/ *adj. (capable of being fixed or ascertained)* สามารถกำหนดได้; **sth. is ~** *ส.น.* สามารถกำหนดให้แน่นอนได้

determinant /dɪˈtɜːmɪnənt/ดิ'เทอมิเนินทฺ/ ❶ *n.* ปัจจัย, ตัวกำหนด, ลักษณะชี้เฉพาะ ❷ *adj.* เป็นการตัดสินใจ

determinate /dɪˈtɜːmɪnət/ดิ'เทอมิเนิท/ *adj.* Ⓐ *(limited, finite) (เวลา, เนื้อที่, ขอบเขต)* จำกัด; Ⓑ *(distinct)* มีลักษณะเฉพาะ; Ⓒ *(definitive)* ที่กำหนดแน่นอน

determination /dɪtɜːmɪˈneɪʃn/ดิเทอมิ'เนช'น/ *n.* Ⓐ *(ascertainment, definition)* การกำหนดแน่นอน, คำนิยาม; Ⓑ *(resoluteness)* ปณิธาน, ความตั้งใจแน่วแน่, ความมุ่งมั่น; **with [sudden] ~:** ด้วยความมุ่งมั่น [โดยฉับพลัน]; **he had an air of ~ about him** เขามีท่าทีตั้งใจแน่วแน่; Ⓒ *(intention)* ความตั้งใจ; Ⓓ *(Law : ending)* การยุติข้อพิพาท *(เกี่ยวกับอสังหาริมทรัพย์หรือผลประโยชน์)*; Ⓔ *(judicial decision)* คำพิพากษา; Ⓕ *(fixing beforehand)* การกำหนดแน่นอนล่วงหน้า

determine /dɪˈtɜːmɪn/ดิ'เทอมิน/ ❶ *v.t.* Ⓐ *(decide)* ตัดสินใจ; **~ to do sth.** ตัดสินใจทำ *ส.น.*; Ⓑ *(make decide)* ทำให้ตัดสินใจ; **~ sb. to do sth.** ทำให้ *ค.น.* ตัดสินใจทำ *ส.น.*; Ⓒ *(be a decisive factor for)* เป็นตัวกำหนด; **the exam results could ~ your career** ผลการสอบอาจเป็นตัวกำหนดอาชีพของคุณก็ได้; Ⓓ *(ascertain, define)* ค้นคว้าหา, สืบให้แน่, กำหนด; Ⓔ *(fix beforehand)* กำหนดล่วงหน้า; Ⓕ *(Law: end)* ยุติข้อพิพาท ❷ *v.i. (decide)* ตัดสินใจ; **~ on doing sth.** ตัดสินใจทำ *ส.น.*; **~ on sth.** ตัดสินใจเรื่อง *ส.น.*

determined /dɪˈtɜːmɪnd/ดิ'เทอมินดฺ/ *adj.* Ⓐ *(resolved)* **be ~ to do** *or* **on doing sth.** ตั้งปณิธานว่าจะทำ *ส.น.*; **sb. is ~ that...:** *ค.น.* ได้ตั้งใจอย่างแน่วแน่ว่า...; **I am ~ that he shall win** ฉันมุ่งมั่นว่าเขาจะต้องชนะ; Ⓑ *(resolute)* มีความตั้งใจแน่วแน่; ตั้งปณิธานไว้; Ⓒ *(fixed)* ที่กำหนดไว้แน่นอน

determinedly /dɪˈtɜːmɪndlɪ/ดิ'เทอมินดฺลิ, ดิ'เทอมินิดลิ/ *adv.* อย่างแน่วแน่, อย่างมุ่งมั่น

determinism /dɪˈtɜːmɪnɪzm/ดิ'เทอมินิซ'ม/ *n.* *ความเชื่อที่ว่าเหตุการณ์ทั้งปวงได้ถูกลิขิตไว้แล้ว*, นิยัตินิยม *(ร.บ.)*

deterrence /dɪˈterəns/ดิ'เทอเรินซฺ/ *n.* การสกัดกั้น, การยับยั้ง, การขู่ขวัญ

deterrent /dɪˈterənt/ดิ'เทอเรินทฺ/ ❶ *adj.* สกัดกั้น, ยับยั้ง, ขู่ขวัญ ❷ *n.* สิ่งที่สกัดกั้น *(โดยเฉพาะอาวุธนิวเคลียร์)*; **~ strategy** ยุทธศาสตร์สกัดกั้น

detest /dɪˈtest/ดิ'เท็ซทฺ/ *v.t.* เกลียดชัง, รังเกียจอย่างยิ่ง, ขยะแขยง; **~ doing sth.** เกลียดการทำ *ส.น.*

detestable /dɪˈtestəbl/ดี'เท็ซเตอะบ'ล/ *adj.* น่ารังเกียจอย่างยิ่ง, น่าชิงชัง; **~ habit** นิสัยที่น่ารังเกียจมาก

detestably /dɪˈtestəblɪ/ดิ'เท็ซเตอะบลิ/ *adv.* อย่างน่ารังเกียจอย่างยิ่ง, อย่างน่าชิงชัง

detestation /diːteˈsteɪʃn/ดีเท็ซ'เตช'น/ *n., no pl.* ความรังเกียจอย่างยิ่ง, ความชิงชัง

dethrone /diːˈθrəʊn/ดี'โธรน, ดีโธรน/ *v.t. (lit. or fig.)* โค่นราชบัลลังก์, ปลดออกจากการมีอิทธิพล

dethronement /diːˈθrəʊnmənt/ดิ'โธรนเมินทฺ/ *n. (lit. or fig.)* การโค่นราชบัลลังก์, การปลดออกจากการมีอิทธิพล

detonate /ˈdetəneɪt/'เด็ทเทอะเนท/ ❶ *v.i.* ระเบิดเสียงดัง ❷ *v.t.* ทำให้ระเบิดเสียงดัง

detonation /detəˈneɪʃn/เด็ทเทอะ'เนช'น/ *n.* Ⓐ *(detonating)* การระเบิดเสียงดัง; Ⓑ *(Motor Veh.)* เสียงเครื่องยนต์ระเบิด

detonator /ˈdetəneɪtə(r)/'เด็ทเทอะเนเทอะ(ร)/ *n.* Ⓐ *(part of bomb or shell)* ชนวนระเบิด; Ⓑ *(Railw.)* เสียงสัญญาณ *(เมื่อมีหมอกหนาทึบ)*

detour /ˈdiːtʊə(r), US dɪˈtʊər/'ดีทัว(ร), ดิ'ทัว(ร)/ ❶ *n.* ทางเบี่ยง, ทางอ้อม; *(in a road, river)* ทางอ้อม; *(diversion)* ทางเบี่ยง; **make a ~:** ไปทางอ้อม ❷ *v.t.* ไปทางอ้อม

detox *(coll.)* ❶ /diːtɒks/ดีทอคซฺ/ *abbr.*, **detoxicate** /diːˈtɒksɪkeɪt/ดี'ทอคซิเคท/ *n.* การขจัดพิษ *(เหล้า, ยาเสพติด)*; **be in ~** อยู่ระหว่างการรักษาขจัดพิษ ❷ /diːˈtɒks/ดี'ทอคซฺ/ *v.t.* ขจัดพิษ, ล้างออก ❸ /diːˈtɒks/ดี'ทอคซฺ/ *v.i.* ทำการขจัดพิษ

detoxification /diːˈtɒksɪfɪˈkeɪʃn/ดี'ทอคซิฟิ'เคช'น/ *n.* การขจัดพิษ, การล้างพิษ

detoxify /diːˈtɒksɪfaɪ/ดี'ทอคซิฟาย/ ❶ *v.t.* ขจัดพิษ, ล้างพิษออก ❷ *v.i.* ทำการขจัดพิษ

detract /dɪˈtrækt/ดิ'แทรคทฺ/ *v.i.* **~ from sth.** ทำให้ *ส.น.* ลดน้อยลง; **~ from sb.'s merits** ทำให้คุณความดีของ *ค.น.* ด้อยลง

detraction /dɪˈtrækʃn/ดิ'แทรคช'น/ *n.* การทำให้ลดคุณค่าลง, การวิจารณ์อย่างไร้ความยุติธรรม; *(defamation)* การทำลายชื่อเสียง

detractor /dɪˈtræktə(r)/ดิ'แทรคเทอะ(ร)/ *n.* ผู้วิจารณ์ผู้อื่นอย่างไม่ยุติธรรม

detriment /ˈdetrɪmənt/'เด็ทเทรอะเมินทฺ/ *n.* การเสียหาย, อันตราย; **to the ~ of sth.** ซึ่งทำให้ *ส.น.* เสียหาย; **without ~ to** โดยไม่เป็นภัยต่อ; **I know nothing to his ~:** ฉันไม่ทราบอะไรที่เสียหายเกี่ยวกับเขา

detrimental /detrɪˈmentl/เดะทริ'เม็นท'ล/ *adj.* เป็นอันตราย, เป็นการเสียหาย; **be ~ to sth.** เป็นภัยต่อ *ส.น.* หรือ อาจทำให้ *ส.น.* เสียหาย

detrimentally /detrɪˈmentəlɪ/เด็ทเทรอะ'เม็นเทอะลิ/ *adv.* อย่างเป็นอันตราย, อย่างเสียหาย

detritus /dɪˈtraɪtəs/ดิ'ทรายเทิซ/ *n.* Ⓐ *(debris)* เศษปรักหักพัง; Ⓑ *(Geol.)* เศษ *(กรวด, ทราย, หิน ฯลฯ)* ที่เกิดจากการกัดกร่อน

de trop /də ˈtrəʊ/เดอะ 'โทรฺ/ *pred. adj.* ไม่เป็นที่ต้องการ, เป็นที่กีดขวาง

¹deuce /djuːs/ดิวซฺ/ *n.* Ⓐ *(on dice; arch. Cards)* เลขสอง; Ⓑ *(Tennis)* แต้ม 40 เสมอกัน, ดิวซ์ *(ก.ศ.)*

²deuce *n. (coll.)* ➡ **devil** 1 C

deuced /ˈdjuːsɪd, djuːst, US duːst/'ดิวซิด, ดิวซฺท, ดูซฺท/ *adj., adv. (arch.)* ➡ **damned** 1 B, C 2

deus ex machina /diːəs eks ˈmɑːkɪnə, deɪəs eks ˈmɑːkɪnə/เดเอิซ เอ็คซฺ 'มาคิเนอะ, ดีเอิซ เอ็กซ 'แมคิเนอะ/ *n.* อำนาจหรือเหตุการณ์ที่ช่วยกู้สถานการณ์ที่กำลังคับขัน *(ในละครหรือในนวนิยาย)*

deuterium /djuːˈtɪərɪəm/ดิว'ทิเรียม/ *n. (Chem.)* ไฮโดรเจนหนัก

Deuteronomy /djuːtəˈrɒnəmɪ/ดิวเทอะ'รอเนอะมิ/ *n. (Bibl.)* หนังสือเล่มที่ 5 ของ *Pentateuch* ในพระคัมภีร์ไบเบิล

Deutschmark /ˈdɔɪtʃmɑːk/'ดอยฉมาค/ *n. (Hist.)* เงินมาร์คของประเทศเยอรมนี

devaluation /diːvæljʊˈeɪʃn/ดีแวลิว'เอช'น/ *n.* Ⓐ การลดคุณค่า; Ⓑ *(Econ.)* การลดมูลค่าของเงินตรา

devalue /diːˈvæljuː/ดี'แวลิว/ *v.t.* Ⓐ *(reduce value of)* ลดคุณค่า; Ⓑ *(Econ.)* ลดมูลค่าของเงินตรา

devastate /ˈdevəsteɪt/'เดวเวิซเตท/ *v.t.* ทำให้พินาศอย่างใหญ่หลวง, ทำให้รกร้างว่างเปล่า; *(fig.)* ทำให้ตกใจอย่างหนัก

devastating /ˈdevəsteɪtɪŋ/ˈเด็ววิซเตทิง/ *adj.* แหลกลาญ, ทำให้ย่อยยับ, ทำให้ตกใจ *หรือ* เสียใจอย่างหนัก

devastation /devəˈsteɪʃn/เดะเวอะˈซเตช'น/ *n., no pl.* การทำให้รกร้าง, การทำลายจนแหลกลาญ

develop /dɪˈveləp/ดิˈเว็ลเลิพ/ ❶ *v.t.* Ⓐ พัฒนา; *(bring into existence)* ทำให้เกิดขึ้น, ทำให้ปรากฏขึ้น; **the girl had ~ed a mature figure** รูปร่างของเด็กผู้หญิงได้กลายเป็นสาว; **the machine was ~ed from their plans** เครื่องจักรได้พัฒนาเป็นรูปร่างมาจากการวางแผนของพวกเขา; **~ a business from scratch** พัฒนาธุรกิจจากศูนย์; Ⓑ *(bring to more evident form)* ทำให้เจริญขึ้น; พัฒนา *(ความสามารถ, ทักษะ, ทรัพยากรธรรมชาติ)*; Ⓒ *(bring to fuller form)* พัฒนา; ทำให้เสร็จสมบูรณ์; *(expand; make more sophisticated)* ขยาย, ทำให้ซับซ้อนยิ่งขึ้น; **~ sth. further** พัฒนา *ส.น.* ยิ่งขึ้น; **~ an essay into a book** ขยายความเรียงให้เป็นหนังสือ; **a highly ~ed civilization** อารยธรรมที่มีการพัฒนาระดับสูง; Ⓓ *(begin to exhibit, begin to suffer from)* เริ่มแสดง *(อารมณ์, ปฏิกิริยา, อาการ, ความสามารถ)*, เริ่มมีปรากฏการณ์; **~ a taste for sth.** เริ่มจะมีรสนิยมสำหรับ *ส.น.*; **the car ~ed a fault** รถเริ่มมีปัญหา; Ⓔ *(Photog.)* อัด *(ภาพถ่าย)*; Ⓕ *(construct buildings etc. on, convert to new use)* พัฒนา *(อาคาร, ที่ดิน)*; Ⓖ *(Mus.)* เรียบเรียงท่วงทำนองดนตรี; Ⓗ *(Chess)* เดินหมากในตำแหน่งที่จะรุกต่อไป; Ⓘ *(Amer.: make known)* ทำให้ปรากฏ
❷ *v.i.* Ⓐ *(come into existence, become evident)* เกิดขึ้น, พัฒนาขึ้น, ก่อเป็นรูปร่าง, เห็นได้ชัดเจน (**from** จาก, **into** เป็น); Ⓑ *(become fuller)* เติบโตเต็มที่, เสร็จสมบูรณ์; Ⓒ *(Amer.: become known)* ปรากฏ; **it ~ed that ...:** ปรากฏว่า...

developable /dɪˈveləpəbl/ดิˈเว็ลเลอะเพอะบ'ล/ *adj.* พัฒนาได้ *(พื้นที่, ที่ดิน)*; ทำให้เสร็จสมบูรณ์ได้

developer /dɪˈveləpə(r)/ดิˈเว็ลเลอะเพอะ(ร)/ *n.* Ⓐ *(Photog.) (chemical agent)* น้ำยาล้าง *หรือ* อัดรูป; Ⓑ *(person who develops real estate)* นักพัฒนาอสังหาริมทรัพย์; Ⓒ *(person who matures)* **late** *or* **slow ~:** คนที่พัฒนาตัวเองได้ช้า

developing: ~ bath *n.* ถาดล้างฟิล์ม; **~ country** *n.* ประเทศกำลังพัฒนา; **~ world** *n.* โลกที่กำลังพัฒนา

development /dɪˈveləpmənt/ดิˈเว็ลเลิพเมินทฺ/ *n.* Ⓐ *(bringing into existence)* การทำให้ปรากฏ, การพัฒนา; Ⓑ *(bringing into more evident form)* การพัฒนา; *(of individuality, heat, gas, natural resources)* การพัฒนา; **sth. is in the course of ~:** *ส.น.* กำลังอยู่ในระหว่างการพัฒนา; Ⓒ *(bringing into fuller form)* การพัฒนา; การทำให้มีรูปแบบสมบูรณ์ขึ้น; *(expansion)* การขยายให้กว้างใหญ่ขึ้น; **be capable of [further] ~:** สามารถพัฒนา [ต่อ] ได้; Ⓓ *(beginning to exhibit)* การเริ่มแสดง; *(of a talent also)* การแสดง *(ความสามารถ)*; *(beginning to suffer from)* การเริ่มมีอาการ; Ⓔ *(of land etc.)* การบุกเบิก/พัฒนาที่ดิน ฯลฯ; **regional ~:** การพัฒนาส่วนภูมิภาค; Ⓕ *(evolution)* วิวัฒนาการ; Ⓖ *(full-grown state)* สภาวะที่เจริญเติบโตเต็มที่, วุฒิภาวะ; Ⓗ *(developed product or form)* **a ~ of sth.** ผลผลิตสมบูรณ์ของ *ส.น.*; **at that time tea bags were a new ~:** ในสมัยนั้นถุงชาเป็นผลิตภัณฑ์ใหม่; Ⓘ *(Photog.)* การล้าง *หรือ* อัดภาพถ่าย; Ⓙ *(Mus.)* การเรียบเรียงดนตรี *(โดยเฉพาะในท่อนกลางของเพลงโซนาตา)*; Ⓚ *(Chess)* การเดินหมากในตำแหน่งที่จะรุกต่อไป; Ⓛ *(developed land)* **[new] ~:** ที่ดิน [ผืนใหม่] ที่พัฒนาแล้ว

developmental /dɪveləpˈmentl/ดิเว็ลเลิพˈเม็นท'ล/ *adj.* *(ช่วง)* กำลังพัฒนา; มีวิวัฒนาการ

deˈvelopment area *n. (Brit.)* เขตส่งเสริมการพัฒนา

deviance /ˈdiːvɪəns/ˈดีเวียนซฺ/, **deviancy** /ˈdiːvɪənsɪ/ˈดีเวียนซิ/ *n.* สภาวะผิดปกติ, สภาวะเบี่ยงเบน

deviant /ˈdiːvɪənt/ˈดีเวียนทฺ/ ❶ *adj.* ผิดปกติ, ผิดธรรมชาติ *(โดยเฉพาะการปฏิบัติทางเพศ)* ❷ *n.* คน *หรือ* สิ่งที่ผิดปกติ; **a sexual ~:** คนที่มีพฤติกรรมทางเพศเบี่ยงเบน

deviate /ˈdiːvɪeɪt/ˈดีวิเอท/ *v.i. (lit. or fig.)* ออกนอกเส้นทาง; ฝ่าฝืน *(หลักปฏิบัติ/กฎเกณฑ์/ประเพณี)*; หันเหไป *(จากความจริง, ประเด็น)*

deviation /diːvɪˈeɪʃn/ดีวิˈเอช'น/ *n.* Ⓐ *(deviating)* การฝ่าฝืนกฎเกณฑ์, การหันเหไปจากความจริง, การเขียน *หรือ* พูดผิดประเด็น; Ⓑ *(of compass needle)* การคลาดเคลื่อน; Ⓒ *(Statistics)* **[standard] ~:** ส่วนเบี่ยงเบน [มาตรฐาน]

deviationism /diːvɪˈeɪʃənɪzəm/ดีวิˈเอเชอะนิเซิม/ *n. (Polit.)* ลัทธิการเมืองออกนอกเส้นทาง *(มักใช้กับคอมมิวนิสต์)*

deviationist /diːvɪˈeɪʃənɪst/ดีวิˈเอเชอะนิซทฺ/ *n. (Polit.)* นักการเมืองผู้ออกนอกเส้นทาง

device /dɪˈvaɪs/ดีˈไวซฺ/ *n.* Ⓐ *(contrivance)* สิ่งประดิษฐ์; *(as part of sth.)* ชิ้นส่วนของ *ส.น.*, อุปกรณ์; **nuclear ~:** ระเบิดปรมาณู, ขีปนาวุธ; Ⓑ *(plan, scheme)* แผนการ, กลอุบาย; **rhetorical ~s** การพูด *หรือ* เขียนอย่างมีวาทศิลป์; Ⓒ *(drawing, design, figure)* ภาพวาด, ลวดลาย, รูปร่าง; Ⓓ *(emblematic or heraldic design)* ตราเครื่องหมาย; Ⓔ *(motto)* คติพจน์, คำคม; Ⓕ *in pl. (fancy, will)* **leave sb. to his own ~s** ปล่อยให้ *ค.น.* ทำตามใจของเขา; **be left to one's own ~s** ถูกปล่อยให้ทำตามอำเภอใจ

devil /ˈdevl/ˈเด็ว'ล/ ❶ *n.* Ⓐ *(Satan)* **the D~:** ซาตาน; Ⓑ *(heathen god)* พญามัจจุราช; *(evil spirit, Satan's follower)* ปีศาจ, ผีร้าย, สาวกของซาตาน; **the ~ of greed** คนที่โลภ; Ⓒ *or* **D~** *(coll.)* **who/where/what** *etc.* **the ~?, who the ~ are you?** แกเป็นใครกัน/อะไรวะ *(ภ.พ.)*; **the ~ take him!** ห่าลากมันไป *(ภ.พ.)*; **he's got the ~ in him** เขาเป็นคนชั่วร้าย; **the ~!** อัปรีย์!; **the ~ knows** ไม่มีใครรู้ในโลกนี้; **there will be the ~ to pay** เสร็จแน่ ๆ เลย; **go to the ~:** ยังกับตกนรกหมกไหม้; **[you can] go to the ~!** [แก] ไปให้พ้นนะ; **work/shout like the ~:** ทำงานหนักเป็นบ้า/ตะโกนเสียงดังลั่น; **run/fight like the ~:** วิ่งสุดกำลัง/สู้สุดฤทธิ์; **between the ~ and the deep [blue] sea** หนีเสือปะจระเข้; **~ take it!** ไปลงนรกเสียเถอะ, ช่างแม่มัน *(ภ.พ.)*; **it was ~ take the hindmost** เอาตัวรอดไว้ก่อน *หรือ* ตัวใครตัวมัน; **play the ~ with sb./sth.** ก่อความหายนะอันตรายแก่ *ค.น./ส.น.*; **better the ~ one knows** สิ่งชั่วร้ายที่คุ้นเคยยังดีกว่าสิ่งที่ไม่คาดคิดมาก่อน; **speak** *or* **talk of the ~ [and he will appear]** พอพูดถึงเขา เขาก็มา; ➡ + **idle** 1 F; **needs**; Ⓓ **a** *or* **the ~ of a mess** ยุ่งเหยิงจริง ๆ; **be in a ~ of a mess** อยู่ในภาวะยุ่งเหยิง; **a** *or* **the ~ of a problem** ปัญหาที่ยุ่งเหยิงแท้; **have a ~ of a temper** มีอารมณ์ร้ายจริง ๆ; **be a ~!** ร่าเริงไปกับคนอื่นซิ; **he is a ~ of a [good] teacher** เขาเป็นครูดีที่หาได้ยากคนหนึ่ง; **this car is the [very] ~ to start** รถยนต์คันนี้ติดเครื่องยากบรรลัย; **the crossword is a real ~:** ปริศนาอักษรไขว้ยากจริง ๆ; Ⓔ *(wicked or cruel person, vicious animal)* คนโหดร้าย *หรือ* เลวทราม; สัตว์ดุร้าย; *(mischievously energetic or selfwilled person)* จอมยุ่ง; คนเอาแต่ใจตน; *(able, clever person)* คนที่มีความสามารถ/ฉลาด; **he's a ~ with the woman** เขาเป็นเสือผู้หญิง; **he's a clever ~:** เขาเฉียบแหลมมาก; **you ~!** แกนี่ร้ายจริง ๆ; **a poor ~:** คนที่น่าเวทนา; **lucky ~:** คนที่โชคดีอย่างมหัศจรรย์; **unlucky ~:** คนที่โชคร้ายบรรลัย; **cheeky/naughty ~:** คนขี้เล่น/จอมซน; **queer** *or* **odd ~:** คนประหลาด; Ⓕ *(fighting spirit)* วิญญาณนักสู้; Ⓖ *(Law) (junior legal counsel)* ทนายความผู้ช่วย; Ⓗ *(literary hack)* นักประพันธ์/นักหนังสือพิมพ์ไส้แห้ง; Ⓘ *(S. Afr.)* **[dust] ~:** ลมหมุน
❷ *v.t. (Brit.)* **-ll-** Ⓐ *(Cookery)* ปรุงอาหารด้วยเครื่องปรุงเผ็ดร้อน; Ⓑ *(Amer. coll.: harass, worry)* กวนใจ, ทำให้กังวลใจ

ˈdevilfish /ˈdevlfɪʃ/ˈเด็ว'ลฟิช/ *n.* Ⓐ *(anglerfish)* ปลาชนิดต่าง ๆ โดยเฉพาะปลา *Stone fish*; Ⓑ *(Amer.: ray)* ปลากระเบนชนิดหนึ่ง

devilish /ˈdevəlɪʃ/ˈเด็วเวอะลิช/ ❶ *adj.* Ⓐ *(of the Devil)* เกี่ยวกับผีนรก, ชั่วร้าย; **a ~ plot** แผนชั่วร้าย; Ⓑ *(damnable)* น่ารังเกียจ, อัปรีย์ ❷ *adv. (arch. coll.)* มากมายก่ายกอง

devilishly /ˈdevəlɪʃlɪ/ˈเด็วเวอะลิชลิ/ *adv.* *(diabolically)* ราวกับผีร้าย, อย่างชั่วร้าย; *(exceedingly)* อย่างมากมายก่ายกอง

ˈdevil-may-care *adj.* สะเพร่า, เลินเล่อ, ไม่ระวัง, ร่าเริง และเลินเล่อ

devilment /ˈdevlmənt/ˈเด็ว'ลเมินทฺ/ *n.* Ⓐ *(mischief)* ความซุกซนมาก; *(wild spirits)* อารมณ์ระเริง; **be up to some ~:** กำลังสร้างวีรกรรม; **full of ~:** เต็มไปด้วยความซุกซน; Ⓑ *(devilish phenomenon)* ปรากฏการณ์ที่ชั่วร้าย

devilry /ˈdevlrɪ/ˈเด็ว'ลริ/ *n.* Ⓐ *(black magic)* เวทมนตร์คาถา; Ⓑ *(wickedness, cruelty)* ความชั่วร้าย, ความเหี้ยมโหด; *(action)* การกระทำที่เหี้ยมโหด; Ⓒ *(mischief)* ความซุกซนมาก ๆ; *(hilarity)* ความสนุกสนานเฮฮา; **out of sheer ~:** จากความรักสนุกสนานอย่างเต็มที่

ˈdevil: ~'s advocate *n. (RC Ch.)* ผู้สอบสวนผู้ที่จะเข้าพิธีศักดิ์สิทธิ์ของคริสต์ศาสนานิกายโรมันคาทอลิก; *(fig.)* ผู้ทดสอบทฤษฎีโดยวิธีเถียงจากจุดยืนตรงข้าม; **~'s ˈcoach-horse** *n. (Brit. Zool.)* แมลงปีกแข็งขนาดใหญ่ *Staphylinus olens*; **~s-on'-horseback** *n. (Gastr.)* พรุนห่อด้วยเบคอนแผ่นบาง ๆ; **~'s ˈown** *attrib. adj.* มาก, เหลือเชื่อ; **[take] the ~'s own time** [ทำอะไร] ใช้เวลานานมาก; **he has the ~'s own luck** เขาโชคดีอย่างมหัศจรรย์

devious /ˈdiːvɪəs/ˈดีเวียซ/ *adj.* Ⓐ *(winding)* คดเคี้ยว; **take a ~ route** ไปตามทางคดเคี้ยว; Ⓑ *(unscrupulous, insincere)* ไร้ศีลธรรม; ไร้น้ำใสใจจริง; *(ทนายความ)* ฉ้อฉล; *(แผนการ)* ที่ไม่ซื่อตรง

deviously /ˈdiːvɪəslɪ/ˈดีเวียซลิ/ *adv.* อย่างไร้ศีลธรรม, อย่างฉ้อฉล, อย่างไม่จริงใจ; **behave ~:** ประพฤติฉ้อฉล

deviousness /ˈdiːvɪəsnɪs/ˈดีเวียซนิซ/ *n., no pl.* ความไร้ศีลธรรม, ความฉ้อฉล, ความไม่จริงใจ

devise /dɪˈvaɪz/ดิˈวายซฺ/ *v.t. (plan)* วางแผนอย่างรัดกุม; ออกแบบ *(ชุด)*

devoid /dɪ'vɔɪd/ดิ'วอยดฺ/ *adj.* **~ of sth.** *(lacking)* ยากไร้, ขาดแคลน; *(free from)* ปราศจาก

devolution /di:və'lu:ʃn, US dev-/ดีเวอะ'ลูเชิน, เด็ว-/ *n.* Ⓐ *(deputing, delegation)* การมอบอำนาจ; การให้เป็นตัวแทน; *(Polit.)* การกระจายอำนาจจากส่วนกลางไปยังภูมิภาค; Ⓑ *(descent of property, power, etc.)* การโอน *(อำนาจ, ทรัพย์สิน)* **(on [to]** ให้, สู่); Ⓒ *(Biol.)* การเสื่อมสายสัมพันธ์; Ⓓ *(Brit. Polit.)* การมีอิสรภาพของแคว้นต่าง ๆ ในสหราชอาณาจักร

devolve /dɪ'vɒlv/ดิ'วอลวฺ/ *v.i.* Ⓐ *(be transferred)* **~ [up] on sb.** *(หน้าที่, อำนาจ)* ตกอยู่กับ *ค.น.*; Ⓑ *(descend)* ตกทอด; **~ to sb.** ตกทอดมายัง *ค.น.*

Devonian /dɪ'vəʊnɪən/ดิ'โวเนียน/ ❶ *adj.* ยุคดีโวเนียนของมหายุคพาลีโอโซอิก ❷ *n.* *(Geol.)* สมัยที่ 4 แห่งยุคพาลีโอโซอิก

Devonshire cream /devnʃɪə 'kri:m/เด็วเวินเชีย(ร), เด็วเวินเชอะ(ร) 'ครีม/ *n.* ครีมเข้มข้นที่ผลิตในจังหวัดเดวอน ประเทศอังกฤษ

devote /dɪ'vəʊt/ดิ'โวท/ *v.t.* *(consecrate)* อุทิศ, ทุ่มเทให้; **~ one's thoughts/energy to sth.** ทุ่มเทความคิด/พลังเพื่อทำ *ส.น.*; **~ sums of money to sth.** อุทิศเงินก้อนใหญ่ให้แก่ *ส.น.*

devoted /dɪ'vəʊtɪd/ดิ'โวทิด/ *adj.* *(สามี, เพื่อน)* จงรักภักดี; *(คนใช้)* ซื่อสัตย์; **he is very ~ to his work/his wife** เขาทุ่มเทให้กับงานของเขามาก/เขาจงรักภักดีภรรยาของเขามาก; **a ~ friend** เพื่อนผู้ซื่อสัตย์

devotedly /dɪ'vəʊtɪdlɪ/ดิ'โวทิดลิ/ *adv.* อย่างทุ่มเท, อย่างจงรักภักดี

devotee /devə'ti:/เด็วเวอะ'ที/ *n.* Ⓐ *(enthusiast)* ผู้ศรัทธาอย่างแรงกล้า, ผู้นิยมอย่างมาก; *(of music, art)* ผู้นิยม; **a ~ of sport/music** ผู้นิยมกีฬา/ดนตรีอย่างมาก; *(of a person)* ผู้เลื่อมใสศรัทธาบุคคล; Ⓑ *(pious person)* ผู้เคร่งศาสนาอย่างคลั่งไคล้

devotion /dɪ'vəʊʃn/ดิ'โวช'น/ *n.* Ⓐ *(addiction, loyalty, devoutness)* **~ to sb./sth.** ความจงรักภักดี *หรือ* ความเลื่อมใสศรัทธาต่อ *ค.น./ส.น.*; **~ to music/the arts** นิยมดนตรี/ศิลปะอย่างคลั่งไคล้; **~ to duty** ความมีใจจดใจจ่อต่อหน้าที่; Ⓑ *(devoting)* การอุทิศ; **a teacher's ~ to her task** การทุ่มเท/อุทิศต่อหน้าที่ของครู; Ⓒ *(divine worship)* ความศรัทธาศาสนา; Ⓓ *in pl.* *(prayers)* บทสวดมนต์; **be at one's ~s** กำลังสวดมนต์; **book of ~s** หนังสือสวดมนต์

devotional /dɪ'vəʊʃənl/ดิ'โวเชอะ'น'ล/ *adj.* เกี่ยวกับศาสนา; เกี่ยวกับความเลื่อมใสศรัทธา

devour /dɪ'vaʊə(r)/ดิ'วาวเออะ(ร)/ *v.t.* Ⓐ *(คน)* สวาปาม, เขมือบ, กินอย่างตะกรุมตะกราม; *(ไฟป่า, ศัตรูพืช)* ทำลาย; Ⓑ *(absorb the attention of)* หมกมุ่น; **he was ~ed by anxiety** เขาหมกมุ่นครุ่นคิดด้วยความวิตกกังวล *หรือ* ความวิตกกังวลทำลายชีวิตจิตใจเขา

devouring /dɪ'vaʊərɪŋ/ดิ'วาวเออะริง/ *adj.* *(ความหิวโหย, ความต้องการ)* ที่กระหาย; *(สัตว์ป่า)* ที่เขมือบกินอย่างตะกรุมตะกราม; *(ไฟป่า, ความทุกข์)* ที่ทำลาย

devout /dɪ'vaʊt/ดิ'เวาท/ *adj.* *(earnestly religious)* มีศรัทธา *(ในศาสนา)* อย่างแก่กล้า; เคร่ง *(ศาสนา)*; *(ความหวัง)* จากใจจริง

devoutly /dɪ'vaʊtlɪ/ดิ'เวาทลิ/ *adv.* อย่างกระตือรือร้น; *(หวัง, ชื่อ)* อย่างจริงใจ; *(นับถือศาสนา)* อย่างเคร่ง

dew /dju:, US du:/ดิว, ดู/ ❶ *n.* น้ำค้าง ❷ *v.t.* *(poet./literary)* ให้ชุ่มฉ่ำราวกับน้ำค้างพรม

dew: ~berry *n.* ไม้พุ่ม; *Rubus caesius* มีผลสีคล้ำคล้ายแบลคเบอร์รี; **~claw** *n.* *นิ้วหัวแม่เท้าที่เกินมาของสุนัขบางตัว; กีบส่วนที่เกินออกมาของกวาง*; **~drop** *n.* หยาดน้ำค้าง

Dewey system /'dju:ɪ sɪstəm/'ดิวอิ ซิซเติม/ *n.* *(Bibliog.)* ระบบการจัดหมวดหมู่ของห้องสมุดแบบทศนิยม

dewlap /'dju:læp/'ดิวแลพ/ *n.* *(of animal)* เหนียงใต้คอ; *(of person)* เนื้อส่วนที่ห้อยใต้คอผู้สูงอายุ

dew: ~ point *n.* *(Phys.)* อุณหภูมิซึ่งน้ำค้างกลั่นตัว; **~ pond** *n.* *(Brit.)* บ่อน้ำค้าง *(ทั้งที่เกิดตามธรรมชาติและมนุษย์สร้างขึ้น)*

dewy /'dju:ɪ, US 'du:-/'ดิวอิ, 'ดู-/ *adj.* ชุ่มน้ำค้าง; ชุ่มฉ่ำประดุจน้ำค้างพรม

'dewy-eyed /'dju:ɪaɪd, US du:-/'ดิวอายด, ดู-/ *adj.* มีอารมณ์ซาบซึ้งอย่างไร้เดียงสา; **go all ~:** น้ำตาคลอ

dexter /'dekstə(r)/'เด็คซฺเตอะ(ร)/ *adj.* *(Her.)* ด้านขวามือ *(ของโล่หรือตรา)*

dexterity /dek'sterətɪ/เด็คซฺ'เตะเรอะทิ/ *n., no pl.* *(skill)* ความคล่องแคล่ว; **~ in argument** การมีไหวพริบคล่องแคล่วในการโต้แย้ง

dexterous [ly] ➡ **dextr-**

dextrose /'dekstrəʊs, -əʊz/'เด็คซฺโตรฺซ, -โตรฺซฺ/ *n.* *(Chem.)* กลูโคสชนิดหนึ่ง

dextrous /'dekstrəs/'เด็คซฺเตริฺซ/ *adj.* Ⓐ *(nimble of hand, skilful, clever)* คล่องแคล่ว; ชำนิชำนาญ, ฉลาดเฉลียว; Ⓑ *(using right hand)* ถนัดขวา

dextrously /'dekstrəslɪ/'เด็คซฺเตริฺซลิ/ *adv.* อย่างคล่องแคล่ว, อย่างฉลาดเฉลียว

DFE *abbr.* *(Brit.)* **Department for Education and Employment**

dharma /'dɑ:mə/'ดาเมอะ/ *n.* ธรรมะ

dhow /daʊ/ดาว/ *n.* *เรือมีใบรูปสามเหลี่ยมใช้ในทะเลอาระเบีย*

DHSS *abbr.* *(Brit. Hist.)* **Department of Health and Social Security** กระทรวงสาธารณสุขและการประกันสังคม

DI *n. abbr.* = **Direct Injection** ระบบเครื่องยนต์หัวฉีดตรง

dia *abbr.* **diameter**

diabetes /daɪə'bi:tɪ:z/ไดเออะ'บีทีซฺ, ไดเออะ'บีทีซฺ/ *n., pl. same* ➤ **453** *(Med.)* โรคเบาหวาน

diabetic /daɪə'betɪk/ไดเออะ'เบ็ททิค, ไดเออะ'บีทิค/ *(Med.)* ❶ *adj.* Ⓐ *(of diabetes)* เกี่ยวกับโรคเบาหวาน; Ⓑ *(having diabetes)* ที่ป่วยเป็นโรคเบาหวาน; Ⓒ *(for diabetics)* สำหรับผู้ที่ป่วยเป็นโรคเบาหวาน ❷ *n.* ผู้ป่วยโรคเบาหวาน

diabolical /daɪə'bɒlɪkl/ไดเออะ'บอลิค'ล/ *adj.* Ⓐ *(cruel, wicked)* โหดเหี้ยม, ชั่วร้าย; *(coll.: extremely bad)* เลวร้าย, กวนมาก; **this child is a ~ nuisance!** *(coll.)* เจ้าเด็กคนนี้ช่างกวนใจร้ายกาจจริง ๆ; *(coll.)* **shopping today was ~** *(coll.)* การซื้อของกันวันนี้แย่มาก/เลวร้ายมาก; Ⓑ *(of the Devil)* เป็นของซาตาน, เจ้าแห่งปีศาจ

diabolically /daɪə'bɒlɪklɪ/ไดเออะ'บอลิคลิ/ *adv.* *(coll.)* อย่างเลวร้าย; *(ร้อน)* เหลือทน

diachronic /daɪə'krɒnɪk/ไดเออะ'ครอนิค/ *adj.* **diachronically** /daɪə'krɒnɪklɪ/ไดเออะ'ครอนิคลิ/ *adv.* *(Ling.)* เกี่ยวกับพัฒนาการทางประวัติศาสตร์ของวิชาภาษาใดภาษาหนึ่ง

diacritic /daɪə'krɪtɪk/ไดเออะ'คริทิค/, **diacritical** /daɪə'krɪtɪk/ไดเออะ'คริททิค/ ❶ *adj.* Ⓐ *(distinctive)* แยกให้เห็นเด่นชัด; Ⓑ *(Ling.)* **~ mark** *or* **sign** เครื่องหมายแสดงการออกเสียงของตัวอักษร ❷ *n.* *(Ling.)* เครื่องหมายแสดงการออกเสียงของตัวอักษร

diadem /'daɪədem/'ดายเออะเด็ม/ *n.* มงกุฎ, กระบังหน้า; *(wreath)* มาลัยรัดรอบศีรษะ

diagnose /daɪəg'nəʊz, US daɪəg'nəʊs/ไดเอิก'โนซ, ดายเอิก'โนซฺ/ ➤ **453** *v.t.* วินิจฉัย *(โรค, ข้อผิดพลาด)*

diagnosis /daɪəg'nəʊsɪs/ไดเอิก'โนซิซ/ *n., pl.* **diagnoses** /daɪəg'nəʊsi:z/ไดเอิก'โนซีซฺ/ Ⓐ ➤ **453** *(of disease)* การวินิจฉัย; **make a ~:** ตรวจวินิจฉัยโรค; Ⓑ *(of difficulty, fault)* การค้นหาสาเหตุของความบกพร่อง

diagnostic /daɪəg'nɒstɪk/ไดเอิก'นอซติค/ ❶ *adj.* ที่ช่วยในการวินิจฉัยโรค; **~ sign** *(Med.)* อาการของโรค ❷ *n.* *(Med.)* อาการของโรค

diagnostics /daɪəg'nɒstɪks/ไดเอิก'นอซติคซฺ/ *n. sing.* ศาสตร์ในด้านการวินิจฉัยโรค

diagonal /daɪ'ægənl/ได'แอเกอะน'ล/ ❶ *adj.* เอียง, ทแยง ❷ *n.* เส้นทแยงมุม

diagonally /daɪ'ægənəlɪ/ได'แอเกอะเนอะลิ/ *adv.* เอียง, ทแยง

diagram /'daɪəgræm/'ดายเออะแกรฺม/ ❶ *n.* Ⓐ *(sketch)* แผนผัง, แผนภาพ; **I'll make a ~ to show you how to get there** ฉันจะวาดแผนผังให้คุณดูว่าจะไปที่นั่นได้อย่างไร; Ⓑ *(graphic or symbolic representation)* รูปภาพ *หรือ* สัญลักษณ์ที่ใช้อธิบาย; Ⓒ *(Geom.)* แผนภาพ ❷ *v.t.* *(Brit.)* **-mm-** อธิบายแสดงโดยวิธีใช้แผนภาพ; *(make sketch of)* วาดแผนผัง *หรือ* แผนภาพ

diagrammatic /daɪəgrə'mætɪk/ไดเออะเกรอะ'แมติค/ *adj.* **diagrammatically** /daɪəgrə'mætɪklɪ/ไดเออะเกรอะ'แมติคลิ/ *adv.* [โดย] เป็นแผนผัง *หรือ* แผนภาพ

dial /'daɪəl/'ดายเอิล/ ❶ *n.* Ⓐ *(of clock or watch)* หน้าปัด; Ⓑ *(of gauge, meter, etc.)* หน้าปัด; *(on radio or television)* ปุ่มเปลี่ยน *(สถานี, ช่อง)*; Ⓒ **[sun] ~:** นาฬิกาแดด; Ⓓ *(Teleph.)* หน้าปัดโทรศัพท์; Ⓔ *(Brit. coll.: face)* ใบหน้า ❷ *v.t.* *(Brit.)* **-ll-** *(Teleph.)* หมุน *หรือ* กดโทรศัพท์; **~ [London] direct** หมุนตรง [ไปลอนดอน]; **~ a call to somewhere/to sb.** โทรศัพท์ไปยังที่ใดที่หนึ่ง/ไปถึง *ค.น.* ❸ *v.i.* *(Brit.) (Teleph.)* **-ll-** โทรศัพท์

dialect /'daɪəlekt/'ดายเออะเล็คทฺ/ *n.* ภาษาพื้นเมือง, ภาษาถิ่น; *(of class)* ภาษาเฉพาะกลุ่ม; *attrib.* **~ expression** สำนวนภาษาพื้นเมือง

dialectal /daɪə'lektl/ไดเออะ'เล็คท'ล/ *adj.* ที่เป็นของภาษาถิ่น, ภาษากลุ่มย่อยที่ไม่ได้มาตรฐาน

dialectic /daɪə'lektɪk/ไดเออะ'เล็คทิค/ ❶ *n.* *in sing. or pl. constr. as sing.* การถกเถียงโต้แย้งโดยอาศัยหลักเหตุผล, วิภาษวิธี *(ร.บ.)* ❷ *adj.* Ⓐ เกี่ยวกับการถกเถียงโดยอาศัยหลักเหตุผล; Ⓑ *(dialectal)* เกี่ยวกับภาษาถิ่นพื้นเมือง

dialectical /daɪə'lektɪkl/ไดเออะ'เล็คทิค'ล/ *adj.* Ⓐ ➡ **dialectic 2 A**; Ⓑ **~ materialism** *ทฤษฎีของคาร์ล มาร์กซ์ ที่ว่าเหตุการณ์ทางการเมืองและประวัติศาสตร์นั้นล้วนเกิดจากความขัดแย้งทางสังคมระหว่างชนชั้น*

dialling /'daɪəlɪŋ/'ดายเออะลิง/ *(Amer.:* **dialing)** **~ code** *n.* รหัสหมายเลขชุมสายโทรศัพท์; **~ tone** *n.* เสียงสัญญาณแสดงว่าโทรศัพท์พร้อมที่จะใช้ได้

dialogue *(Amer.:* **dialog)** /'daɪəlɒg/'ดายเออะลอก/ *n.* การสนทนา, บทสนทนา; **written in ~ [form]** เขียนในรูปบทสนทนา

'dial tone *(Amer.)* ➡ **dialling tone**

dialysis /daɪ'æləsɪs/ได'แอเลอะซิซ/ *n. pl.*, **dialyses** /daɪ'ælɪsi:z/ได'แอลิซีซ/ Ⓐ *(Chem.)* การกรองสังเคราะห์; Ⓑ *(Med.)* การกรองเลือดให้บริสุทธิ์; การล้างไต; **~ machine** เครื่องล้างไต

diameter /daɪ'æmɪtə(r)/ได'แอมิเทอะ(ร)/ *n.* Ⓐ *(Geom.)* เส้นผ่าศูนย์กลาง, ความยาวของเส้นผ่าศูนย์กลาง; Ⓑ **a magnification of eight ~s** กำลังขยายแปด; **magnify 2,000 ~s** มีกำลังขยาย 2,000 เท่า

diametrical /daɪə'metrɪkl/ไดเออะ'เม็ททริค'ล/ *adj.* โดยสิ้นเชิง, ไม่สามารถบรรจบกันได้; **I hold opinions in ~ opposition to his** ฉันมีความเห็นที่ตรงข้ามกับความเห็นของเขาโดยสิ้นเชิง

diametrically /daɪə'metrɪklɪ/ไดเออะ'เม็ททริค'ลิ/ *adv.* Ⓐ *(in direct opposition)* อย่างตรงข้ามกันโดยสิ้นเชิง; Ⓑ *(straight through)* โดยตรงตามเส้นผ่าศูนย์กลาง

diamond /'daɪəmənd/'ดายเออะเมินดฺ/ ❶ *n.* Ⓐ เพชร; **it was [a case of] ~ cut ~** *(fig.)* คนที่ฉลาดทันกันมาพบกัน, เพชรตัดเพชร; Ⓑ *(figure)* รูปสี่เหลี่ยมขนมเปียกปูน; Ⓒ *(Cards)* ไพ่ข้าวหลามตัด; ➡ + **club** 1 D; Ⓓ *(tool)* มีดตัดกระจก; Ⓔ *(Baseball) (space enclosed by bases)* พื้นที่ภายในเส้นที่ใช้สำหรับวิ่ง; *(entire field)* สนามเบสบอลทั้งสนาม; ➡ + **rough diamond** ❷ *adj.* Ⓐ *(made of ~* [s]*)* [ที่ทำด้วย] เพชร; *(set with ~* [s]*)* ฝังเพชร; *(แหวน)* เพชร; Ⓑ *(rhomb shaped)* สี่เหลี่ยมขนมเปียกปูน

diamond: ~-drill *n.* มีดกากเพชร; **~-field** *n.* สนามเบสบอล; **~ 'jubilee** *n.* วาระครบรอบ 60 *(หรือ 75)* ปี; **~-merchant** *n.* พ่อค้าเพชร; **~ mine** *n.* เหมืองเพชร; **~-shaped** *adj.* ทรงสี่เหลี่ยมขนมเปียกปูน; **~ wedding** *n.* วันครบรอบแต่งงาน 60 ปี/75 ปี

dianthus /daɪ'ænθəs/ได'แอนเธิซ/ *n. (Bot.)* พืชดอกในสกุล *Dianthus* เช่น ต้นคาร์เนชัน

diaper /'daɪəpə(r), US 'daɪpər/'ดายเออะเพอะ(ร), 'ไดเพอะ(ร)/ *n.* Ⓐ *(Amer.: nappy)* ผ้าอ้อม; Ⓑ *(fabric)* ผ้าที่มีลายเป็นรูปขนมเปียกปูนขนาดเล็ก

diaphanous /daɪ'æfənəs/ได'แอเฟอะเนิซ/ *adj. (ผ้า)* บางที่เกือบจะโปร่งแสง

diaphragm /'daɪəfræm/'ดายเออะแฟรฺม/ *n.* กระบังลม; *(Anat. Zool., Bot. also)* ผนังภายในเนื้อเยื่อของสัตว์และพืช; *(Photog. also)* แผ่นปรับช่องรับแสงของกล้องถ่ายรูป; *(contraceptive also)* ห่วงอนามัย; *(Mech., Teleph. also)* แผ่นเยื่อที่สั่นสะเทือน

diapositive /daɪə'pɒzɪtɪv/ไดเออะ'พอซิทิว/ *n. (Photog.)* แผ่นฟิล์มสไลด์

diarist /'daɪərɪst/'ดายเออะริซทฺ/ *n.* ผู้เขียนบันทึกประจำวัน

diarrhoea *(Amer.:* **diarrhea***)* /daɪə'rɪə/ไดเออะ'เรีย/ *n. (Med.)* โรคท้องร่วง, อาการท้องเสีย

diary /'daɪərɪ/'ดายเออะริ/ *n.* Ⓐ สมุดบันทึกประจำวัน; **keep a ~:** จดบันทึกประจำวัน; Ⓑ *(for appointments)* อนุทิน; **pocket/desk ~:** อนุทินพกติดตัว/อนุทินตั้งโต๊ะ

Diaspora /daɪ'æspərə/ได'แอซเปอะเรอะ/ *n. การแยกย้ายของชาวยิวไปอาศัยอยู่ในหมู่คนต่างศาสนา; (persons) การไปอยู่กระจัดกระจายนอกประเทศของตน*

diastolic /daɪə'stɒlɪk/ไดเออะ'ซตฺอลิค/ *adj. (Physiol.)* เกี่ยวกับจังหวะที่หัวใจคลายตัวและปล่อยโลหิตเข้า

diatonic /daɪə'tɒnɪk/ไดเออะ'ทอนิค/ *adj. (Mus.)* เกี่ยวกับระดับเสียงเต็มรูป

diatribe /'daɪətraɪb/'ดายเออะทรฺายบฺ/ *n. (speech)* การพูดโจมตีอย่างรุนแรง; *(piece of writing)* บทวิจารณ์ที่รุนแรง

dibber /'dɪbə(r)/'ดิบเบอะ(ร)/ ➡ **dibble** 1

dibble /'dɪbl/'ดิบ'ล/ ❶ *n.* เสียมขนาดเล็ก *(เพื่อขุดหลุมลงเมล็ดพืชหรือต้นอ่อน)* ❷ *v.t.* ขุดหลุมด้วยเสียมขนาดเล็ก

dice /daɪs/ไดซ/ ❶ *n., pl. same* Ⓐ *(cube)* ลูกเต๋า; **throw ~:** ทอยลูกเต๋า; **throw ~ for sth.** ทอยลูกเต๋าเพื่อตัดสิน *ส.น.*; **no ~!** *(fig. coll.)* ไม่มีทาง; Ⓑ *in sing. (game)* เกมทอยลูกเต๋า; **play ~:** เล่นทอยลูกเต๋า; Ⓒ *in pl. (Cookery)* อาหารที่หั่นเป็นรูปลูกเต๋า; **cut into ~:** ตัดเป็นรูปลูกเต๋า ❷ *v.i.* ทอยลูกเต๋า **(for** เพื่อ); **~ with death** ทำอะไรที่เสี่ยงตาย ❸ *v.t. (Cookery)* หั่นอาหารเป็นลูกเต๋า

dicey /'daɪsɪ/'ไดซิ/ *adj. (coll.)* เสี่ยง, มีอันตราย; *(unreliable)* ไว้ใจไม่ค่อยได้

dichotomy /daɪ'kɒtəmɪ/ได'คอเทอะมิ/ *n.* การแบ่งแยกออกเป็นสองจำพวก; กลุ่มหรือฝ่ายที่เป็นปฏิปักษ์กัน

dick /dɪk/ดิค/ *n.* Ⓐ *(coll.: detective)* นักสืบ; Ⓑ *(coarse.: penis)* ควย *(ภ.ย.)*; ➡ + **also clever dick; Tom** A

dickens /'dɪkɪnz/'ดิคินซฺ/ *n. (coll.)* **what/why/who** *etc.* **the ~ ...:** อะไร/ทำไม/ใคร ฯลฯ วะ

Dickensian /dɪ'kenzɪən/ดิเค็นเซียน/ ❶ *n.* ผู้ที่ชื่นชมศึกษาชาร์ล ดิคเกนส์และงานเขียนของเขา ❷ *adj.* เกี่ยวข้องกับชาร์ล ดิคเกนส์ *หรือ* มีบรรยากาศเหมือนในนวนิยายดิคเกนส์; **~ conditions** *สถานการณ์ย่ำแย่ที่คล้ายสภาพสังคมในนวนิยายของดิคเกนส์*

dickhead /'dɪkhed/'ดิคเฮ็ด/ *n. (fig.)* คนโง่

¹dicky (dickey) /'dɪkɪ/'ดิคคิ/ *n.* Ⓐ ➡ **dicky bird**; Ⓑ *(Brit. Hist.: seat)* ที่นั่งเสริมที่พับได้ข้างหลังรถยนต์สองที่นั่ง; Ⓒ *(shirt front) เสื้อเชิ้ตลำลองที่มีเฉพาะส่วนคอกับส่วนอก*

²dicky *adj. (coll.)* ไม่มั่นคง; *(หัวใจ)* ไม่แข็งแรง

'dicky-bird /'dɪkɪbɜ:d/'ดิคคิเบิด/ *n. (child lang./coll.)* นกตัวเล็ก ๆ; *(coll.: word)* **not a ~:** ไม่เอ่ยซักคำ, เงียบกริบ

dicta *pl. of* **dictum**

Dictaphone ® *n.* เครื่องบันทึกคำพูด

dictate ❶ /dɪk'teɪt/ดิค'เทท/ *v.t. & i.* บอกให้จดเขียนหรือบันทึก; *(prescribe)* บัญชา; **~ to** บัญชา, สั่งการ; **I will not be ~d to** ฉันจะไม่ยอมให้ใครมาสั่ง ❷ /'dɪkteɪt/'ดิคเทท/ *n., usu. in pl.* คำสั่ง

dic'tating machine *n.* เครื่องบันทึกคำพูด

dictation /dɪk'teɪʃn/ดิค'เทช'น/ *n.* คำสั่ง; คำพูดที่ต้องบันทึก; **take a ~:** จดบันทึกคำพูด

dictator /dɪk'teɪtə(r), US 'dɪkteɪtər/'ดิคเทเทอะ(ร), ดิค'เทเทอะ(ร)/ *n. (lit. or fig.)* จอมเผด็จการ; **be a ~:** *(fig.)* เป็นจอมเผด็จการ

dictatorial /dɪktə'tɔ:rɪəl/ดิคเทอะ'ทอเรียล/ *adj.* **dictatorially** /dɪktə'tɔ:rɪəlɪ/ดิคเทอะ'ทอเรียลลิ/ *adv. (lit. or fig.)* เป็นเผด็จการ

dictatorship /dɪk'teɪtəʃɪp, US 'dɪkt-/ดิค'เทเทอะชิพ, 'ดิคทฺ-/ *n. (lit. or fig.)* ระบอบการปกครองแบบเผด็จการ

diction /'dɪkʃn/'ดิคช'น/ *n.* วิธีพูด *หรือ* ร้องเพลง

dictionary /'dɪkʃənrɪ, US -nerɪ/'ดิคเชินริ, -เนะริ/ *n.* พจนานุกรม; ➡ + **walking** 1

dictum /'dɪktəm/'ดิคเทิม/ *n., pl.* **~s** *or* **dicta** /'dɪktə/'ดิคเทอะ/ Ⓐ *(pronouncement, maxim)* การกล่าว *หรือ* คำประกาศอย่างเป็นทางการ; สุภาษิต; Ⓑ *(Law)* ความเห็นของผู้พิพากษา

did ➡ **'do**

didactic /daɪ'dæktɪk, dɪ-/ได'แดคทิค, ดิ-/ *adj.* Ⓐ ที่สั่งสอน; Ⓑ *(authoritarian)* ชอบสั่งสอน, ชอบโอ้อวดวิชาความรู้

diddle /'dɪdl/'ดิด'ล/ *v.t. (coll.)* โกง, ฉ้อโกง; **~ sb. out of sth.** โกง *ส.น.* จาก *ค.น.*; **~ sb. into doing sth.** หลอกลวงให้ *ค.น.* ทำ *ส.น.*

diddums /'dɪdəmz/'ดีเดิมซฺ/ *n. (child lang./coll.)* โอ๋หนูจ๋า; **[poor little]!** [หนูน้อย] น่าสงสารจัง

didgeridoo /dɪdʒərɪ'du:/ดิจเจอะริ'ดู/ *n. เครื่องดนตรีแบบเป่าของออสเตรเลีย*

didn't /'dɪdnt/'ดิด'นทฺ, 'ดิด'น/ *(coll.)* = **did not;** ➡ **'do**

dido /'daɪdəʊ/'ดายโด/ *n.,pl.* **~s** *or* **~es** *(Amer.: coll.)* การเล่นตลกโดยการกระโดดโลดเต้น

¹die /daɪ/ดาย/ ❶ *v.t.*, **dying** /'daɪɪŋ/'ดายอิง/ Ⓐ ตาย; **be dying** กำลังตาย; **~ from** *or* **of sth.** ตายจาก *ส.น.*; **~ of grief** ตรอมใจตาย; **~ of a heart attack/a brain tumour** ตายเพราะหัวใจวาย/เนื้องอกในสมอง; **~ from one's injuries** ตายเพราะบาดเจ็บ; **~ a rich man** ตอนตายก็เป็นผู้ชายรวย; **~ by one's own hand** *(literary)* ฆ่าตัวตาย; **~ in one's bed** แก่ตาย; **~ in one's boots** *(working)* ตายในหน้าที่; **sb. would ~ rather than do sth.** *ค.น.* ขอตายดีกว่า [ที่จะทำสิ่งนั้น]; **never say ~** *(fig.)* อย่าท้อใจ; Ⓑ *(fig.)* **be dying for sth.** พลีชีพเพื่อ *ส.น.* อยากได้ใจจะขาด; **be dying for a cup of tea** อยากดื่มน้ำชาใจจะขาด; **be dying to do sth.** อยากทำ *ส.น.* มากจนใจจะขาด; **I'm dying to know how she ...:** ฉันอยากรู้จังเลยว่าเธอ...; **be dying of boredom/curiosity** เบื่อ/อยากรู้ซิบหายเลย; **~ [laughing]** [หัวเราะ] แทบตาย; **I [nearly] ~ d with** *or* **of embarrassment** ฉันขายหน้าแทบตาย; **~ with/of shame** ละอายใจเป็นอย่างยิ่ง; Ⓒ *(disappear)* จบสิ้น *(ความรัก, ความโด่งดัง)* หมดเลือนหายไป; *(ไฟ)* ดับลง; *(คำพูด, ภาษาโบราณ)* ที่เลิกใช้; **the secret ~d with them** ความลับเลือนหายไปพร้อมกับพวกเขา; Ⓓ *(coll.: cease to function)* *(หนังสือพิมพ์)* ปิดกิจการ; *(เครื่องยนต์)* หยุดทำงาน, เสีย; **the engine ~d on me** *(coll.)* เครื่องยนต์เสียในขณะที่ฉันใช้อยู่ ❷ *v.t.* **dying: ~ a natural/violent death** เสียชีวิตโดยตามธรรมชาติ/ด้วยเหตุรุนแรง; **let the matter ~ a natural death** ปล่อยให้เรื่องนั้นจบลงไปเองตามบุญตามกรรม; **sth. ~s the death** *(coll.)* *ส.น.* หมดสิ้นไปแล้ว

~ a'way *v.i.* *(ลม)* อ่อนแรงลง; *(เสียง)* ค่อยจางจนหายไป

~ 'back *v.i.* *(พืช)* เฉาตายชั่วคราวในช่วงฤดูหนาว

~ 'down *v.i.* *(ลม, พายุ)* เบาลง; *(โรคระบาด)* อ่อนกำลังลง; *(เปลวไฟ)* มอดลง

~ 'off *v.i.* *(ต้นไม้, สัตว์)* ตายไปเรื่อย ๆ ทีละต้นสองต้น/ตัวสองตัว

~ 'out *v.i.* สูญพันธุ์, ตายไปจนหมด

²die *n.* Ⓐ *pl.* **dice** /daɪs/ไดซ/ *(formal)* ลูกเต๋า; **the ~ is cast** ลงมือขั้นเด็ดขาดไปแล้ว *หรือ* เปลี่ยนเส้นทางไม่ได้แล้ว; **as straight** *or* **true as a ~:** ซื่อสัตย์จงรักภักดีอย่างยิ่ง; Ⓑ *pl.* **~s** *(engraved stamp)* เครื่องมือพิมพ์ลาย; Ⓒ *pl.* **~s** *(Metalw.)* แม่พิมพ์ *(สำหรับตอก ตัดและหล่อวัตถุโลหะ)*; *(in drop-forging) แม่พิมพ์สำหรับตอกวัตถุลงไปในเนื้อด้วยค้อนที่ปล่อยให้ตกลงมา;* Ⓓ *(for cutting threads)* แม่พิมพ์ทำเกลียว

die: ~-casting *n.* (A) *(process)* การหล่อโลหะด้วยแม่พิมพ์; (B) *(product)* ผลิตภัณฑ์โลหะหล่อ; **~hard** ❶ *n.* คนดื้อแพ่ง; *(reactionary)* พวกคนหัวเก่า ❷ *adj.* หัวดื้อ; *(dyed-in-the wool)* เชื่อในบางสิ่งอย่างหัวชนฝา; *(reactionary)* หัวเก่า

diesel /ˈdiːzl/ˈดีซ̱ล/ *n.* ~ **[engine]** [เครื่องยนต์] ดีเซล; ~ **[lorry/car]** [รถบรรทุก/รถยนต์] ดีเซล; ~ **[train]** [รถจักร] ดีเซล; ~ **[fuel]** [เชื้อเพลิง] ดีเซล

d

diesel-eˈlectric *adj.* ดีเซลไฟฟ้า

ˈdiesel oil *n.* น้ำมันที่ใช้กับเครื่องยนต์ดีเซล

¹diet /ˈdaɪət/ˈดายเอิท/ ❶ *n.* (A) *(for slimming)* การควบคุมอาหารเพื่อลดน้ำหนัก; **be/go on a ~** ลดอาหารเพื่อควบคุมน้ำหนัก; (B) *(Med.)* อาหารเพื่อสุขภาพ; (C) *(normal food)* อาหารประจำ ❷ *v.i.* จำกัดอาหารเพื่อควบคุมน้ำหนัก

²diet /ˈdaɪət/ˈดายเอิท/ *n. (Polit.)* สภานิติบัญญัติ *(ในบางประเทศ เช่น ในญี่ปุ่น)*

dietary /ˈdaɪətrɪ, US -terɪ/ˈดายเออะทริ, -เทะริ/ *adj.* **~ rules** กฎข้อห้ามเกี่ยวกับโภชนาการ; **~ habits** นิสัยในการรับประทานอาหาร; **~ deficiencies** ความบกพร่องทางโภชนาการ, การขาดอาหารบางประเภท

dietetic /daɪəˈtetɪk/ไดเออะˈเท็ททิค/ *adj.* เกี่ยวกับโภชนาการ

dietetics /daɪəˈtetɪks/ไดเออะˈเท็ททิคซฺ/ *n., no pl.* ศาสตร์ด้านโภชนาการและคุณค่าของอาหาร

dietitian (dietician) /daɪəˈtɪʃn/ไดเออะˈทิช'น/ *n.* ➤ 489 นักโภชนาการ

ˈdiet sheet *n.* รายการอาหารสำหรับการควบคุมอาหาร

differ /ˈdɪfə(r)/ˈดิฟเฟอะ(ร)/ *v.i.* (A) *(vary, be different)* ต่างกัน, ไม่เหมือนกัน, แตกต่าง; **the two accounts of what happened ~ed greatly** การรายงานเรื่องที่เกิดขึ้นแตกต่างกันมาก; **opinions/ideas ~:** ความเห็น/ความคิดแตกต่างกัน; **tastes/temperaments ~:** รสนิยม/นิสัยต่างกัน; **people ~:** คนเราย่อมไม่เหมือนกัน; **~ from sb./sth. in that...:** แตกต่างจาก *ค.น./ส.น.* ในเรื่อง...; (B) *(disagree)* ไม่เห็นด้วย; **~ with sb. over** *or* **on sth.** ไม่เห็นด้วยกับ *ค.น.* ใน *หรือ* เกี่ยวกับ *ส.น.;* ➡ **+ agree** 1 A; **beg** 1 B

difference /ˈdɪfrəns/ˈดิฟเฟรินซฺ/ *n.* (A) ความแตกต่าง; **~ in age** อายุต่างกัน; **have a ~ of opinion [with sb.]** มีความคิดเห็นต่างกัน [กับ *ค.น.*]; **there is a ~ in her now** *(in appearance)* เดี๋ยวนี้เธอดูเปลี่ยนแปลงไป; *(in character)* นิสัยเธอได้เปลี่ยนไป; **makes a ~:** ทำให้เกิดความแตกต่าง *หรือ* เปลี่ยนแปลง; **what ~ would it make if ...?** มีผลกระทบอะไรเกิดขึ้นถ้า...; **the new curtains make a big ~ to the room** ม่านใหม่ทำให้ห้องดูเปลี่ยนไปมาก; **it makes a ~:** มันก็ทำให้เปลี่ยนแปลงไป; **as of that made any ~;** มันก็ไม่ได้ทำอะไรเปลี่ยนแปลง; **make all the ~ [in the world]** ทำให้แตกต่างอย่างสิ้นเชิง; **I could [as well] have stayed at home for all the ~ it made** ถ้าฉันได้อยู่กับบ้านแทนที่จะมาก็จะมีค่าเท่ากัน; **make no ~ [to sb.]** ไม่มีผล [ต่อ *ค.น.*]; **a holiday with a ~:** การไปท่องเที่ยวที่ต่างจากธรรมดา; **same ~** *(coll.)* เหมือนเดิม; ค่าเท่ากัน; (B) *(between amounts)* ผลต่าง; **pay the ~** จ่ายเงินส่วนที่ขาด; **split the ~:** แบ่งผลต่างกันคนละครึ่ง; *(fig.)* พบกันครึ่งทาง; (C) *(dispute)* **have a ~ with sb.** โต้เถียงกับ *ค.น.;* **resolve** *or* **settle one's ~s** ตกลงเรื่องที่ขัดแย้งกัน

different /ˈdɪfrənt/ˈดิฟเฟรินทฺ/ *adj.* แตกต่างกัน, ไม่เหมือนกัน; **be ~ from** *or (esp. Brit.)* **to** *or (Amer.)* **than ...:** แตกต่างจาก...; **the two sisters are very ~ from each other** พี่น้องสองสาวนี้แตกต่างกันมาก; **she was totally ~ from** *or* **to what I'd expected** เธอแตกต่างไปจากที่ฉันคาดเอาไว้อย่างสิ้นเชิง; **~ viewpoints/cultures** ความคิดเห็น/วัฒนธรรมที่แตกต่างกัน; **how are they ~?** เขา *หรือ* มันแตกต่างกันอย่างไร; **I feel a ~ person** ฉันรู้สึกเป็นคนละคน; **I asked several ~ people** ฉันได้ซักถามคนต่าง ๆ หลายคน; **wear a ~ dress on every occasion** สวมใส่ชุดที่ไม่ซ้ำทุกครั้ง; **oh, that's ~:** อ้อ นั้นมันคนละเรื่องกัน; **a holiday that is ~:** การไปท่องเที่ยวที่ต่างออกไป; **the same, only ~** *(coll.)* อย่างเดียวกันแต่ไม่เหมือนกัน

differential /dɪfəˈrenʃl/ดิเฟอะˈเร็นซ'ล/ ❶ *adj.* (A) แตกต่างกัน; *(เงินเดือน)* ในอัตราต่างกัน; **~ tariffs/duties** *(Commerc.)* ภาษีศุลกากร/ภาษีอากรที่เก็บในอัตราต่างกัน; (B) *(Math.)* **~ calculus** *สาขาหนึ่งของคณิตศาสตร์ที่เกี่ยวกับความแตกต่างและอนุพันธ์;* **~ equation** บัญญัติไตรยางค์ที่แตกต่างกัน; **~ coefficient** ➡ **derivative** 2 B ❷ *n.* (A) *(Commerc.)* **[wage] ~:** ค่าแรง/ค่าจ้างในอัตราที่ต่างกัน; **price ~s** ความแตกต่างของราคา; (B) *(Motor Veh.)* เฟืองล้อหลังรถยนต์

differentiate /dɪfəˈrenʃɪeɪt/ดิเฟอะˈเร็นชิเอท/ ❶ *v.t.* (A) ทำให้แตกต่างกัน; (B) *(Biol.)* เติบโต; (C) *(Math)* เปลี่ยน *(ฟังก์ชั่น)* ให้เป็นอนุพันธ์ ❷ *v.i.* (A) *(recognize the difference)* จำแนก; เห็นความแตกต่าง; (B) *(treat sth. differently)* ปฏิบัติต่างกัน

differentiation /dɪfərenʃɪˈeɪʃn/ดิเฟอะเร็นชิˈเอช'น/ (A) ความแตกต่าง; (B) *(Biol., Math.)* การจำแนก, การแบ่งแยก

differently /ˈdɪfərəntlɪ/ˈดิเฟอะเร็นทฺลิ/ *adv.* อย่างแตกต่างกัน **(from,** *esp. Brit.* **to** กับ); **[to** *or* **from each other]** อย่างไม่เหมือนกัน; *(with different result, at various times)* ต่างกัน; **they reacted ~ to the news** เขามีปฏิกิริยาต่อข่าวนั้นต่างกัน

differing /ˈdɪfərɪŋ/ˈดิฟเฟอะริง/ *adj.* ต่างกัน

difficult /ˈdɪfɪkəlt/ˈดิฟฟิเคิลทฺ/ *adj.* (A) ยาก; ลำบาก; **a ~ writer** นักเขียนที่อ่านยาก; **he finds it ~ to do sth.** เขาพบว่าการทำ *ส.น.* ยาก; **make things ~ for sb.** สร้างความลำบากสำหรับ *ค.น.;* **the ~ thing is ...:** สิ่งที่ลำบากคือ...; (B) *(unaccommodating)* สร้างความลำบาก; **he is being ~:** เขากำลังเล่นตัว; **he is ~ to get on with** เขาเข้ากับคนยาก

difficulty /ˈdɪfɪkəltɪ/ˈดิฟฟิเคิลทิ/ *n.* (A) ความยาก; ความลำบาก; **with [great] ~:** ด้วยความยากลำบาก [มาก]; **with the greatest ~:** ด้วยความยากลำบากอย่างที่สุด; **without [great] ~:** ปราศจากความยากลำบาก [มากนัก]; **have ~ [in] doing sth.** มีความยากในการกระทำ *ส.น.;* **experience** *or* **have [some] ~ in walking** ประสบ *หรือ* มีความลำบาก [บ้าง] ในการเดิน; (B) *usu. in pl. (trouble)* **be in ~** *or* **difficulties** ประสบความยุ่งยาก; **under great difficulties** ภายใต้ความยากลำบากอย่างแสนสาหัส; **fall** *or* **get into difficulties** ประสบความยากลำบาก

diffidence /ˈdɪfɪdəns/ˈดิฟฟิเดินซฺ/ *n., no pl.* ความประหม่า, ความขี้อาย; *(modesty)* ความถ่อมตัว

diffident /ˈdɪfɪdənt/ˈดิฟฟิเดินทฺ/ *adj.* ประหม่า, ขี้อาย; *(modest)* ถ่อมตัว

diffraction /dɪˈfrækʃn/ดิˈแฟรฺคช'น/ *n. (Phys.)* การแยกแสงออกเป็นสีต่าง ๆ

diffuse ❶ /dɪˈfjuːz/ดิˈฟิวซฺ/ *v.t.* กระจาย; **~ lighting/traces** แสงที่ส่องจากหลายแหล่ง/ร่องรอยกระจัดกระจาย ❷ *v.i.* แพร่, กระจาย ❸ /dɪˈfjuːs/ดิˈฟิวซฺ/ *adj.* (A) *(dispersed)* ที่กระจาย; (B) *(verbose)* ยืดยาด, พูดแบบน้ำท่วมทุ่ง

diffusion /dɪˈfjuːʒn/ดิˈฟิวฌ'น/ *n.* (A) *(also Anthrop.)* การเผยแพร่; (B) *(Phys.)* การกระจาย

dig /dɪg/ดิ̱ก/ ❶ *v.i.*, **-gg-, dug** /dʌg/ดั̱ก/ (A) ขุด, ขุดค้น **(for** สำหรับ); (B) *(Archaeol.: excavate)* ขุด, แต่ง; *(fig.: search)* **~ for information** ค้นหาข้อมูล; (C) **~ at sb.** พูดทิ่มแทง *ค.น.* ❷ *v.t.* **-gg-, dug** (A) ขุด; **~ a hole [in sth.]** ขุดรู/หลุม [ใน *ส.น.*]; (B) *(turn up with spade etc.)* ขุดขึ้นด้วยเสียม *ฯลฯ; (obtain by digging)* **~ potatoes/turf** ขุดมันฝรั่ง/แผ่นหญ้าติดดิน; (C) *(Archaeol.)* ขุดแต่ง; (D) *(coll.: appreciate)* ปลื้ม; *(understand)* เข้าใจ ❸ *n.* (A) การขุด; (B) *(Archaeol. coll.)* การขุดแต่ง; *(site)* แหล่งขุดแต่ง; (C) *(fig.)* คำพูดทิ่มแทง **(at** ใส่); **have** *or* **make a ~ at sb./sth.** มีคำพูดทิ่มแทง *ค.น./ส.น.;* (D) ➡ **rib** 1 A

~ ˈin ❶ *v.i.* (A) *(Mil.)* ขุดสนามเพลาะ; (B) *(coll.: begin eating, eat)* เริ่มกิน ❷ *v.t.* (A) *(Mil.)* ขุดสนามเพลาะ; **~ oneself in** ขุดสนามเพลาะสำหรับตนเอง; *(fig.)* ตั้งถิ่นฐานของตน; (B) *(thrust)* **the cat dug its claws in** แมวใช้เล็บเกาะแน่น; **~ one's heels** *or* **toes in** *(fig.)* ดื้อ, ไม่ยอมจำนน; (C) *(mix with soil)* พรวนดิน

~ into *v.t.* (A) จิก, ทิ่ม; ค้นหา *(ในกระเป๋าถือ);* (B) *(coll.: begin eating)* เริ่มกิน; (C) *(take from)* **~ into one's savings** จำเป็นต้องใช้เงินที่ออมเอาไว้; **have to ~ into one's pocket** จำเป็นต้องควักกระเป๋า; (D) *(mix with)* **~ compost into the soil** พรวนปุ๋ยหมักเข้ากับดิน; (E) *(embed itself in)* ฝังเข้าไปใน

~ ˈout *v.t. (lit or fig.)* ขุดออกมา; **~ sb. out from underneath the debris/out of the wreckage** ขุด *ค.น.* ออกมาจากใต้ซากปรักหักพัง

~ ˈup *v.t.* (A) ขุด *(ดิน, หญ้า, ต้นไม้)* ขึ้น; ขุด *(ถนน, หลุมฝังศพ);* (B) *(fig.: find)* ค้นพบ *(ข้อมูล); (coll. derog.: obtain)* ได้มา

digest ❶ /dɪˈdʒest, daɪˈdʒest/ดิˈเจ็ซทฺ, ไดˈเจ็ซทฺ/ *v.t.* (A) *(assimilate, lit)* ย่อย *(อาหาร); (fig.)* เข้าใจ *(ข้อมูล);* (B) *(consider)* พิจารณา ❷ /ˈdaɪdʒest/ˈไดเจ็ซทฺ/ *v.i.* (A) *(periodical)* วารสาร; (B) *(summary)* บทสรุป

digestible /dɪˈdʒestɪbl, daɪˈdʒestɪbl/ดิˈเจ็ซเทอะบ'ล, ไดˈเจ็ซทิบ'ล/ *adj.* ย่อยได้; *(fig.)* เข้าใจได้

digestion /dɪˈdʒestʃn, daɪ-/ดิˈเจ็ซฉ'น, ได-/ *n.* การย่อยอาหาร; *(fig.)* การไตร่ตรอง *(ข้อมูล)*

digestive /dɪˈdʒestɪv, daɪ-/ดิˈเจ็ซทิ̱ว, ได-/ ❶ *adj.* ช่วยย่อย; **~ biscuit** *(Brit.)* ➡ 2 ❷ *n. (Brit.: biscuit)* ขนมกรอบไม่หวานมาก

digger /ˈdɪgə(r)/ˈดิ̱กเกอะ(ร)/ *n.* (A) *(Archaeol.)* ผู้ขุดแต่ง; *(miner)* คนขุดแร่; *(gold-~)* คนขุดทอง; (B) *(Mech.)* เครื่องขุดดิน; **trench ~** คนขุดสนามเพลาะ; (C) *(fig. coll.) (Australian)* ชาวออสเตรเลีย; *(New Zealander)* ชาวนิวซีแลนด์

diggings /ˈdɪgɪŋz/ˈดิ̱กกิงซฺ/ *n. pl.* (A) *(Mining)* แหล่งขุดแร่/ทอง; (B) *(Archaeol.)* แหล่งขุดแต่ง

digit /ˈdɪdʒɪt/ˈดิจิท/ *n.* Ⓐ *(numeral)* ตัวเลขอารบิกตั้งแต่ 0 ถึง 9; **a six ~ number** ตัวเลข 6 ตัว; Ⓑ *(finger)* นิ้วมือ; *(toe)* นิ้วเท้า

digital /ˈdɪdʒɪtl/ˈดิจิท'ล/ *adj.* Ⓐ *(numerical)* ใช้ตัวเลข; ดิจิตอล *(ท.ศ.)*; **~ clock /watch** นาฬิกาที่ใช้ตัวเลขแทนเข็ม; นาฬิกาดิจิตอล; **~ computer** คอมพิวเตอร์เชิงเลข; ดิจิตอลคอมพิวเตอร์; **~ recording** บันทึกเสียงระบบดิจิตอล; **~ camera** กล้องดิจิตอล; **~ video disc** ดีวีดี *(ท.ศ.)*; Ⓑ *(Zool., Anat.)* เกี่ยวกับนิ้ว

digital audio tape, DAT *n.* แถบบันทึกเสียงระบบดิจิตอล

digitize (digitise) /ˈdɪdʒɪtaɪz/ˈดิจิทายซฺ/ *v.t. (Computing)* แปลง *(ข้อมูล)* ให้เป็นรหัสระบบดิจิตอล

dignified /ˈdɪgnɪfaɪd/ˈดิกนิฟายดฺ/ *adj.* สง่า, สุขุม; *(self-respecting, stately)* สง่าผ่าเผย

dignify /ˈdɪgnɪfaɪ/ˈดิกนิฟาย/ *v.t.* Ⓐ *(make stately)* ทำให้สง่า; Ⓑ *(give distinction to)* ให้เกียรติ; Ⓒ *(give grand title to)* ให้บรรดาศักดิ์ชั้นสูง

dignitary /ˈdɪgnɪtərɪ/ˈดิกนิเทอะริ/ *n.* บุคคลสำคัญ; **dignitaries** *(notabilities)* ผู้มีศรฐาบรรดาศักดิ์; **church ~:** พระที่มีบรรดาศักดิ์สูง

dignity /ˈdɪgnɪtɪ/ˈดิกนิทิ/ *n.* ศักดิ์ศรี; **speak with quiet ~:** พูดอย่างมีศักดิ์ศรี; **he is not one to stand on his ~:** เขาไม่ใช่คนถือตัว; **be beneath one's ~:** เสื่อมเสียศักดิ์ศรี

digress /daɪˈgres, dɪˈ/ไดˈเกร็ซ, ดิˈ/ *v.t.* ออกนอกเรื่อง

digression /daɪˈgreʃn, dɪˈ/ไดˈเกร็ช'น, ดิˈ/ *n.* **a ~** การออกนอกเรื่อง; *(passage)* บทที่ออกนอกเรื่อง

digs /dɪgz/ดิกซฺ/ *n. pl. (Brit. coll.)* ห้องเช่า, ห้องแบ่งเช่า; **he's in ~:** เขาเช่าห้องอยู่

dike /daɪk/ไดคฺ/ *n.* Ⓐ *(flood wall)* เขื่อนกันน้ำท่วม; Ⓑ *(ditch)* คู; Ⓒ *(causeway)* ทางข้าม; Ⓓ *(Mining geol.)* อุโมงค์; *(of igneous rock)* ชั้นหินอัคนี

diktat /ˈdɪktæt/ˈดิคแทท/ *n.* Ⓐ *(decree)* คำสั่ง *หรือ* คำประกาศ *(โดยเฉพาะจากผู้ชนะสงคราม)*; Ⓑ *(severe settlement)* ข้อตกลงที่โหดเหี้ยม

dilapidated /dɪˈlæpɪdeɪtɪd/ดิˈแลพิเดทิด/ *adj. (เฟอร์นิเจอร์, อาคาร)* ที่สลักหักพัง; *(หน้าตา)* ทรุดโทรม

dilapidation /dɪlæpɪˈdeɪʃn/ดิแลพิˈเดช'น/ *n.* ความสลักหักพัง; **in a state of ~** อยู่ในสภาพที่หักพัง

dilatation /daɪləˈteɪʃn, dɪləˈteɪʃn/ไดเลอะˈเทช'น, ดิเลอะˈเทช'น/ *n.* Ⓐ ➡ **dilation**; Ⓑ *(Med.)* การขยายกว้างออก

dilate /daɪˈleɪt, dɪˈleɪt/ไดˈเลท, ดิˈเลท/ ❶ *v.i.* Ⓐ ขยายกว้างขึ้น; Ⓑ *(discourse)* **~ up/on sth.** บรรยายเกี่ยวกับ *ส.น.* อย่างยืดยาว ❷ *v.t.* ขยายออก

dilation /daɪˈleɪʃn/ไดˈเลช'น/ *n.* การขยายกว้าง; *(Phys. also Med.)* การขยายกว้างออก

dilatory /ˈdɪlətərɪ, US -tɔːrɪ/ˈดิลเลอะเทอะริ, -ทอริ/ *adj.* ชักช้า; ไม่กระตือรือร้น; *(causing delay)* **be ~ in** ที่เฉื่อยชาในการ

dildo /ˈdɪldəʊ/ˈดิลโด/ *n. pl.* **~s** ลึงค์ปลอม

dilemma /daɪˈlemə, dɪ-/ไดˈเล็มเมอะ, ดิ-/ *n. (also Logic)* สถานการณ์ให้เลือก *(ซึ่งทั้งสองทางเลวร้ายพอ ๆ กัน)*; **be on the horns of** *or* **faced with a ~:** อยู่ในสถานการณ์หนีเสือปะจระเข้

dilettante /dɪlɪˈtæntɪ/ดิลิˈแทนทิ/ *n. pl.*, **dilettanti** /dɪlɪˈtæntiː/ดิลิˈแทนที/ ❶ *n.* ผู้ที่ศึกษาอย่างผิวเผิน; คนหยิบโหย่ง ❷ *adj.* อย่างผิวเผิน, อย่างไม่จริงจัง

diligence /ˈdɪlɪdʒəns/ˈดิลลิเจินซฺ/ *n.* ความขยันหมั่นเพียร; *(purposefulness)* ความมีเป้าหมาย

diligent /ˈdɪlɪdʒənt/ˈดิลลิเจินทฺ/ *adj.* ขยันหมั่นเพียร; *(purposeful)* ตั้งอกตั้งใจ

diligently /ˈdɪlɪdʒəntlɪ/ˈดิลลิเจินทฺลิ/ *adv.* อย่างขยันหมั่นเพียร; *(purposefully)* อย่างมีเป้าหมาย; **execute one's duties ~:** ทำหน้าที่ด้วยความขยันขันแข็ง

dill /dɪl/ดิล/ *n. (Bot.)* สมุนไพร *Anethum graveolens* ใบมีกลิ่นหอม เมล็ดใช้ใส่ผักดองให้มีกลิ่น

dill: ~ pickle *n.* แตกวาดองพร้อมเมล็ดสมุนไพร *Anethum graveolens*; **~water** *n.* น้ำยาใส่สมุนไพรดิล

dilly /ˈdɪlɪ/ˈดิลลิ/ *n. (coll.) (คน, สิ่งของ)* สุดยอด

dilly-dally /ˈdɪlɪdælɪ/ˈดิลลิแดลิ/ *v.i. (coll.)* Ⓐ *(dawdle)* เถลไถล; Ⓑ *(vacillate)* **~ over the choice of sth.** ลังเลในการเลือก *ส.น.*; **stop ~ing!** เลิกเถลไถลเสียที

diluent /ˈdɪljʊənt/ˈดิลิวเอินทฺ/ *n. (Chem.)* ตัวละลาย, ตัวเจือจาง

dilute ❶ /daɪˈljuːt, US -ˈluːt/ไดˈลิวทฺ, -ˈลูทฺ/ *adj.* Ⓐ จางลง; Ⓑ *v.t. (washed out) (สี)* ซีด; *(faded)* ซีด; Ⓒ *(fig.)* อ่อนลง ❷ /daɪˈljuːt/ไดˈลิวทฺ/ *v.t.* Ⓐ ทำให้จางลง; Ⓑ ทำให้ซีด; Ⓒ ทำให้อ่อนลง *(สี)* ทึม

dilution /daɪˈljuːʃn, US -ˈluːt-/ไดˈลิวช'น, -ˈลูช-/ *n.* Ⓐ *(act)* การทำให้จาง; Ⓑ *(state, substance)* สิ่งที่ทำให้เจือจาง; Ⓒ *(fig.)* การทำให้อ่อนลง

dim /dɪm/ดิม/ ❶ *adj.* Ⓐ *(แสง)* มัว, สลัว; *(ห้อง)* มืดมัว; *(รูปร่าง)* ไม่ชัด; **grow ~:** เริ่มสลัว; Ⓑ *(fig.)* ไม่ชัด, เลือนลาง; **in the ~ and distant past** ในอดีตอันเลือนราง; **have a ~ suspicion that ...** สงสัยนิด ๆ ว่า...; **have only a ~ understanding of sth.** เข้าใจ *ส.น.* อย่างเลือนราง; Ⓒ *(indistinct)* มัว, ไม่ชัด; **his eyesight/hearing had grown ~:** สายตาของเขามัวลง/หูได้ยินไม่ชัดเจน; Ⓓ *(coll.) (stupid)* โง่; Ⓔ **take a ~ view of sth.** ไม่พอใจเลยกับ *ส.น.* ❷ *v.i.* **-mm-** *(lit. or fig.)* มัว *หรือ* เลือนมากขึ้น ❸ *v.t.* Ⓐ ทำให้มัว/สลัว, หรี่; *(fig.)* ลด *(ความกระตือรือร้น)*; **~ the lights** *(Theatret, Cinema)* หรี่ไฟลง; Ⓑ *(Amer. Motor Veh.)* เปิดไฟต่ำ

~ 'out *v.t.* Ⓐ หรี่, ลดลง; Ⓑ *(Theatre)* **~ out the lights on stage** หรี่ไฟบนเวทีละคร; ➡ + **dim-out**

dime /daɪm/ดายมฺ/ *n. (Amer.)* เหรียญอเมริกาและแคนาดามีค่าเท่ากับ 10 เซนต์; **be a ~ a dozen** *(fig.)* เกือบหาค่าไม่ได้เลย; หลอมาก; **it is not worth a ~** *(fig.)* มันเป็นสิ่งไร้คุณค่า; **~ novel** นวนิยายที่ไม่มีคุณค่า

dimension /dɪˈmenʃn/ไดˈเม็นช'น/ ❶ *n. (lit. or fig.)* มิติ; *(measurement)* ขนาด ❷ *v.t.* วัดขนาด

-dimensional /dɪˈmenʃənl/ไดˈเม็นเชอะน'ล/ *adj. in comb.* มิติ; **two-~** สองมิติ

diminish /dɪˈmɪnɪʃ/ดิˈมินนิช/ ❶ *v.i.* เล็กลง; *(จำนวน)* ลดน้อยลง; *(อิทธิพล, อำนาจ)* อ่อนลง; *(ค่า, ความหมาย)* ลดลง; **~ in value/number** มีค่า/จำนวนน้อยลง ❷ *v.t.* ลดลง; ตำหนิ *(บุคคล)*; ทำให้ *(ชื่อเสียง)* ลดลง

diminished /dɪˈmɪnɪʃt/ดิˈมินนิชทฺ/ *adj. (ค่า, อิทธิพล, ความนิยม)* ที่ลดลง; *(จำนวน)* ที่น้อยลง; **[plead] ~ responsibillty** *(Law)* [อ้างว่า] ในขณะเกิดเหตุไม่มีสติสมบูรณ์; **~ interval** *(Mus.)* ช่วงระหว่างเสียงที่ลดจากปกติ

diminishing /dɪˈmɪnɪʃɪŋ/ดิˈมินนิชิง/ *adj.* กำลังลดลง; **law of ~ returns** *(Econ.)* หลักเศรษฐศาสตร์ว่าด้วยการลงทุนเพิ่มภาษีเลยขีดใดขีดหนึ่งจะมิเพิ่มรายได้ในอัตราที่สอดคล้องและคุ้มค่ากว่า

diminuendo /dɪmɪnjʊˈendəʊ/ดิมินิวˈเอ็นโด/ *(Mus.) n., pl.* **~s** เสียงที่ค่อย ๆ เบาลง

diminution /dɪmɪˈnjuːʃn, US -ˈnuːʃn/ดิมิˈนิวช'น, -ˈนูช'น/ *n. (of number, supplies, value)* การลด; *(of strength, influence)* การอ่อนลง; *(of reputation, fame)* การเสื่อม; *(Mus.)* การลดช่องระหว่างเสียงครึ่งโน้ต

diminutive /dɪˈmɪnjʊtɪv/ดิˈมินนิวทิว/ ❶ *adj.* Ⓐ เล็กผิดปกติ, แคระ; Ⓑ *(Ling.) (คำ)* ที่หมายความว่าเล็ก ❷ *n. (Ling.)* ชื่อเล่น

dimly /ˈdɪmlɪ/ˈดิมลิ/ *adv.* เลือนราง; *(มองเห็น)* อย่างไม่ชัด; **I ~ remember it** ฉันจำได้เลือนราง

dimmer /ˈdɪmə(r)/ˈดิมเมอะ(ร)/ *n.* Ⓐ สวิตช์หรี่ไฟ; Ⓑ *(Amer. Motor Veh.: switch)* สวิตช์หรี่ไฟหน้า

dimness /ˈdɪmnɪs/ˈดิมนิซ/ *n., no pl.* Ⓐ ความสลัว, ความมัว; *(almost darkness)* ความโพล้เพล้; Ⓑ *(fig.)* ความมืดมน, ความไม่ชัดเจน

dimorphic /daɪˈmɔːfɪk/ไดˈมอฟิค/ *adj. (Biol., Chem., Min.)* ที่มีองค์ประกอบ 2 ชนิดที่ต่างกัน

dimorphism /daɪˈmɔːfɪzəm/ไดˈมอฟิเซิม/ *n. (Biol. Chem. Min.)* ลักษณะของสิ่งที่มีองค์ประกอบ 2 ชนิดที่ต่างกัน

'dim-out *n.* การมืดลง; *(Theatre)* การค่อย ๆ หรี่แสงไฟ

dimple /ˈdɪmpl/ˈดิมพ'ล/ *n.* รอยลักยิ้ม; *(on golf ball etc.)* รอยบุ๋ม

dim: ~wit *n. (coll.)* คนโง่; **~witted** *adj. (coll.)* ไม่ฉลาด, เซ่อ

din /dɪn/ดิน/ ❶ *n.* เสียงดัง ❷ *v.t.*, **-nn-: ~ sth. into sb.** พร่ำบอก *ส.น.* กับ *ค.น.*

din-din[s] /ˈdɪndɪn(z)/ˈดินดิน(ซฺ)/ *n. (child lang.)* การหม่ำกับข้าว

dine /daɪn/ดายนฺ/ ❶ *v.i. (at midday/in the evening)* รับประทาน [มื้อกลางวัน/มื้อเย็น]; **~ off/on sth.** เรารับประทาน *ส.น.*; *(eat from)* **~off sth.** เรารับประทานจาก *(จานแก้ว)* ❷ *v.t.* เลี้ยงมื้ออาหาร; ➡ + **wine and dine**

~ 'out *v.t.* Ⓐ รับประทานนอกบ้าน; Ⓑ **~ out on sth.** ถูกเชิญรับประทานอาหารเนื่องจาก *ส.น.*

diner /ˈdaɪnə(r)/ˈดายเนอะ(ร)/ *n.* Ⓐ คนกินอาหาร; Ⓑ *(Railw.)* รถเสบียง; Ⓒ *(Amer.: restaurant)* ร้านอาหาร

ding-a-ling /dɪŋəˈlɪŋ/ˈดิงเออะˈลิง/ ➡ **ting-a-ling**

ding-dong /ˈdɪŋdɒŋ/ˈดิงดอง/ ❶ *n.* Ⓐ เสียงระฆังที่เป็นระยะ ๆ; Ⓑ *(coll.: argument)* การโต้เถียงอย่างเผ็ดร้อน ❷ *adj.* ที่คู่คี่กัน; *(การโต้เถียง)* โยนไปโยนมารุนแรง ❸ *adv.* อย่างรุนแรง

dinghy /ˈdɪŋgɪ/ˈดิงกิ/ *n.* Ⓐ เรือเล็กชนิดต่าง ๆ ที่ไม่มีหลังคา; Ⓑ *(inflatable)* เรือยางนิรภัย

dingle /ˈdɪŋgl/ˈดิงก'ล/ *n.* หุบเขาลึกที่ปกคลุมด้วยต้นไม้

dingo /ˈdɪŋgəʊ/ˈดิงโก/ *n. pl.* **~es** Ⓐ *(dog)* สุนัขป่าพันธุ์ออสเตรเลีย; Ⓑ *(Austral. coll. sl.: rogue)* คนโกง

dingy /ˈdɪndʒɪ/ˈดินจิ/ *adj.* ที่ดูสกปรก, มอซอ

dining /ˈdaɪnɪŋ/ˈดายนิง/: **~ area** *n.* มุมรับประทานอาหาร; **~ car** *n. (Railw.)* รถเสบียง; **~ chair** *n.* เก้าอี้รับประทานอาหาร; **~ hall** *n.* ห้อง *(โถง)* รับประทานอาหาร; **~ room** *n.* ห้องรับประทานอาหาร; **~ table** *n.* โต๊ะอาหาร

dinkel /ˈdɪŋkl/ˈดิงค'ล/ ➡ ²spelt

dinkum /ˈdɪŋkəm/ˈดิงเคิม/ *(Austral. and NZ coll.) adj.* แท้, จริง; **fair ~:** ของแท้; **[the] ~ oil** ความจริง

dinky /ˈdɪŋkɪ/ˈดิงคิ/ *adj. (coll.)* Ⓐ *(Brit.: pretty)* สวยงาม; Ⓑ *(Amer.: trifling)* เรื่องเล็ก ๆ น้อย ๆ

dinner /ˈdɪnə(r)/ˈดินเนอะ(ร)/ *n.* รับประทานอาหาร; *(at midday also)* อาหารกลางวัน; *(in the evening also)* อาหารเย็น; *(formal event)* งานเลี้ยง; **have** *or* **eat [one's] ~:** ทานอาหารเย็น/กลางวัน; **go out to ~:** ออกไปกินอาหารเย็น *หรือ* ออกไปทานข้าวข้างนอก; **~'s ready!** อาหารพร้อมแล้ว; **be at** *or* **having** *or* **eating [one's] ~:** กำลังทานอาหารเย็น; **have people [in] to** *or* **for ~:** มีคนมาทานข้าว

dinner: ~ **dance** *n. การรับประทานอาหารที่มีการเต้นรำด้วย;* ~ **gong** *n.* ฆ้องตีเรียกรับประทานอาหาร; ~ **jacket** *n. (Brit.) เสื้อผู้ชายสีดำ หรือสีขาวเสื้อใส่ในงานราตรี ผูกโบว์หูกระต่าย;* ~ **lady** *n.* ➤ 489 *(Brit.) หญิงที่บริการอาหารกลางวันในโรงเรียน;* ~ **party** *n.* งานเลี้ยงอาหารค่ำ; ~ **plate** *n.* จานอาหาร; ~ **service** *n.* ชุดจานชามที่ใช้รับประทานอาหาร; ~ **table** *n.* โต๊ะอาหาร; **be at** *or* **seated round the ~ table** นั่งโต๊ะอาหาร; ~ **time** *n.* เวลารับประทานอาหาร; **at ~ time** ในเวลาทานข้าว

dinosaur /ˈdaɪnəsɔː(r)/ˈดายเนอะซอ(ร)/ *n.* ไดโนเสาร์ *(ท.ศ.)*

dint /dɪnt/ดินทฺ/ *n.* Ⓐ **by ~ of doing sth.** โดย; **by ~ of sth.** โดยการทำ *ส.น.;* Ⓑ ➡ **dent** 1

diocesan /daɪˈɒsɪsn/ได'ออซิซ'น/ *adj. (Eccl.)* แห่งแขวงการปกครองของบิชอป; ~ **synod** สภาแขวงที่ปกครองโดยบิชอป

diocese /ˈdaɪəsɪs/ˈดายเออะซิซ/ *n. (Eccl.)* แขวงการปกครองของบิชอป

dioxide /daɪˈɒksaɪd/ได'ออคซายดฺ/ *n. (Chem.)* ไดออกไซด์ *(ท.ศ.) ที่เกิดปฏิกิริยาระหว่างอะตอมทางออกซิเจนกับธาตุอื่น ๆ เช่น คาร์บอนไดออกไซด์*

dioxin /daɪˈɒksɪn/ได'ออคซิน/ *n. (Chem.)* ไดออกซิน *(ท.ศ.)*

dip /dɪp/ดิพ/ ❶ *v.t.,* **-pp-** Ⓐ จุ่ม, ล้วง **(in** ลงไปใน**)**; **she ~ped her hand into the sack** เธอเอามือล้วงเข้าไปในกระสอบ; Ⓑ *(dye)* จุ่มในสารย้อมสี; Ⓒ *(Agric.)* จุ่ม *(แกะในสารกำจัดแมลง);* Ⓓ *(Brit. Motor Veh.)* **~ one's [head]lights** หรี่ไฟหน้ารถ; **[drive with** *or* **on] ~ped headlights** ขับรถโดยเปิดไฟต่ำ

❷ *v.i.* **-pp-** Ⓐ *(go down)* จม, ลับหาย; **the sun ~ped below the horizon** พระอาทิตย์ลับขอบฟ้า; Ⓑ *(Aeronaut.) (เครื่องบิน)* ลดระดับลง; Ⓒ *(incline downwards, lit. or fig.)* ลาดลง; **the magnetic needle ~** เข็มแม่เหล็กเบนไป; Ⓓ *(go under water)* จุ่มใต้น้ำ; **~ under** จมลงไป; Ⓔ *(Brit. Motor Veh.)* ใช้ *(ไฟ)* ต่ำ

❸ *n.* Ⓐ *(dipping)* การจุ่มลงไป; **give sb./sth. a ~ in sth.** จุ่ม ค.น./ส.น. ลงไปใน *ส.น.;* ➡ **+ lucky ~;** Ⓑ *(coll. bathe)* การว่ายน้ำอย่างเร็ว; Ⓒ *(of stratum)* ทางลาดเอียง; *(of road)* การลดลง; *(hollow, depression in landscape)* แอ่ง; Ⓓ *(Gastr.)* ซอสจิ้ม; Ⓔ *(for sheep)* การอาบน้ำแกะ *(ในน้ำยาฆ่าเชื้อโรค);* Ⓕ *(underworld sl.: pickpocket)* คนล้วงกระเป๋า

~ into *v.t.* Ⓐ จุ่มลงไป; *(put ladle into)* จุ่มทัพพีลงไป; *(fig.)* **~ into one's pocket** *or* **purse** ใช้จ่ายเงิน; **~ into one's reserves/savings** ใช้เงินที่ออมไว้; Ⓑ *(look cursorily at)* มอง *หรือ* อ่าน *หรือ* ดูอย่างผิวเผิน; **the book is good for ~ping into** หนังสือเล่มนี้เหมาะสำหรับการอ่านผ่าน ๆ

Dip *abbr.* **Diploma**

Dip. Ed. /dɪp ˈed/ดิพ 'เอ็ด/ *abbr.* **Diploma of Education** ประกาศนียบัตรครุศาสตร์; ➡ **+ B.Sc.**

diphtheria /dɪfˈθɪərɪə/ดิฟ'เธียเรีย, ดิพ'ธิเรีย/ *n.* ➤ **453** *(Med.)* โรคคอตีบ

diphthong /ˈdɪfθɒŋ, US -θɔːŋ/ˈดิฟธอง, -ธทอง/ *n. (Phonet.) เสียงหนึ่งพยางค์ที่เริ่มต้นด้วยสระเสียงหนึ่งที่เชื่อมโยงไปดังอีกเสียงสระหนึ่ง (เช่น coin);* ตัวอักษรของสระที่ควบกัน

diploma /dɪˈpləʊmə/ดิ'โพลเมอะ/ *n.* Ⓐ *(Educ.)* ใบประกาศนียบัตร *หรือ* ปริญญาบัตร; Ⓑ *(conferring honour)* ใบเชิดชูเกียรติคุณ; Ⓒ *(charter)* เอกสารทางการ ซึ่งยืนยันสิทธิหรือฐานะ

diplomacy /dɪˈpləʊməsɪ/ดิ'โพลเมอะซิ/ *n. (Polit.; also fig.)* การทูต, วิธีการทางด้านการทูต, วิธีการคบค้าสมาคม; **use ~** *(fig.)* ใช้ศิลปะทางการทูต

diplomat /ˈdɪpləmæt/ˈดิพเพลอะแมท/ *n.* ➤ **489** *(Polit., also fig.)* นักการทูต

diplomatic /dɪpləˈmætɪk/ดิเพลอะ'แมทิค/ *adj.* **diplomatically** /dɪpləˈmætɪkəlɪ/ดิเพลอะ'แมทิคลิ/ *adv. (Polit.)* [อย่าง] เป็นการทูต; *(fig.)* อย่างรู้จักกาลเทศะ

diplomatic: ~ **'bag** *n.* ~ **bags** *กระเป๋าเอกสารจากสถานทูตที่ศุลกากรตรวจตราไม่ได้;* ~ **corps** *n.* คณะทูตานุทูต; ~ **im'munity** *n.* เอกสิทธิ์ทางการทูต; ~ **'passport** *n.* หนังสือเดินทางราชการ; ~ **service** *n.* การรับราชการ *หรือ* การทูตต่างประเทศ

diplomatist /dɪˈpləʊmətɪst/ดิ'โพลเมอะทิซทฺ/ ➡ **diplomat**

dipole /ˈdaɪpəʊl/ˈดายโพล/ *n. (Electr.) คู่ของประจุไฟฟ้าที่เป็นบวกและลบ; (Chem.) โมเลกุลที่มีประจุบวกอยู่รวมกันตรงกันข้ามกับกลุ่มประจุลบ; (Radio.) เสาอากาศที่มีเสาโลหะในแนวราบต่อกับสายที่ตรงกลาง*

dipper /ˈdɪpə(r)/ˈดิพเพอะ(ร)/ *n.* Ⓐ *(excavating machine)* เครื่องขุดตัก; Ⓑ *(Ornith.)* นกที่ดำน้ำพันธุ์ *Cinclus cinclus;* Ⓒ *(ladle)* กระบวย, ทัพพี; Ⓓ *(Amer. Astron.)* **Big/Little D~:** กลุ่มดาวไถใหญ่/เล็ก; Ⓔ ➡ **big dipper A**

dippy /ˈdɪpɪ/ˈดิพพิ/ *adj. (coll.)* คลุ้มคลั่ง ฯลฯ; **go ~:** เป็นบ้าไป; **be ~ about sb./sth.** คลั่งใน *ค.น./ส.น.*

dipsomania /dɪpsəˈmeɪnɪə/ดิพเซอะ'เมเนีย/ *n.* โรคติดเหล้าอย่างรุนแรง

dip: **~stick** *n.* แท่งหยั่งความลึกของของเหลว *(โดยเฉพาะที่ใช้วัดน้ำมันเครื่อง);* **~switch** *n. (Brit. Motor Veh.)* สวิตช์ไฟต่ำ

dire /ˈdaɪə(r)/ˈดายเออะ(ร)/ *adj.* Ⓐ *(dreadful)* น่ากลัวอย่างมาก; Ⓑ *(ominous)* ลางร้าย; Ⓒ *(extreme)* **~ necessity** จำเป็นอย่างมาก; **be in ~ need of sth.** มีความต้องการ *ส.น.* อย่างยิ่ง; **in cases of ~ emergency** ในกรณีฉุกเฉินเต็มที่; **be in ~ [financial] straits** อยู่ในภาวะคับขัน [ทางการเงิน] อย่างมาก

direct /daɪˈrekt, dɪ-/ได'เร็คทฺ, ดิ-/ ❶ *v.t.* Ⓐ ➤ **1008** *(turn)* มุ่งไป, ชี้ทางไป, หันไป **(to [wards]** ยัง, สู่**)**; **~ one's steps towards sth.** เดินมุ่งไปสู่ *ส.น.;* **~ sb.'s attention to sth.** เบนความสนใจของ *ค.น.* ไปยัง *ส.น.;* **the remark/wink was ~ed at you** คำวิจารณ์นี้/การขยิบตานี้มุ่งมายังคุณ; **~ a blow at sb.** ชก *ค.น.;* **the bomb/missile was ~ed at** ลูกระเบิด/จรวดพุ่งไปยัง; **government policy is ~ed at reducing inflation** นโยบายของรัฐบาลมุ่งที่จะลดอัตราเงินเฟ้อ; **~ sb. to a place** ชี้ทางให้ *ค.น.* ไปยังที่แห่งหนึ่ง; **~ a parcel to sb./an address in L** ส่งพัสดุถึง *ค.น.*/ที่บ้านเลขที่ในเมือง L.; Ⓑ *(control)* ควบคุม *(โครงการ, การจราจร);* กำหนด *(นโยบาย);* **does fate ~ our actions?** โชคชะตากำหนดการกระทำของเราหรือเปล่า; Ⓒ *(order)* สั่ง, บัญชา; **~ sb. to do sth.** สั่งให้ *ค.น.* ทำ *ส.น.;* **~ sth. to be done** *or* **that sth. [should] be done** สั่งให้มีการทำ *ส.น.;* **as ~ed [by the doctor]** ตามคำสั่ง [ของแพทย์]; Ⓓ *(Theatre, Cinemat., Telev., Radio)* กำกับการแสดง; **~ed by Orson Welles** กำกับโดยออร์สัน เวลส์

❷ *adj.* Ⓐ *(straight, without intermediaries; also Geneal., Logic)* ตรง, ตรงไปตรงมา, ไม่กำกวม; **be in the ~ line of fire** เป็นเป้ากระสุนปืน; **'keep away from ~ heat'** 'อย่าให้โดนไฟ/แดดส่อง'; Ⓑ *(diametrical)* ตรง *(กันข้าม);* ไม่โค้ง หรือคดเคี้ยวไป; Ⓒ *(frank) (การพูด)* เปิดเผย, ตรงไปตรงมา; **he's a very ~ person** เขาเป็นคนตรงไปตรงมามาก; **be ~ with sb.** ตรงไปตรงมากับ *ค.น.*

❸ *adv.* ตรง, โดยตรง

direct: ~ **'access** *n. (Computing)* การเข้าถึงข้อมูล; ~ **'action** *n.* การประท้วงโดยการหยุดงานหรือปิดกิจการ; ~ **'current** *n. (Electr.)* กระแสตรง; ~ **'debit** *n. (Brit.)* คำสั่งให้ธนาคารหักหนี้จากบัญชีโดยอัตโนมัติ; ~ **'dialling** *n.* การหมุน *หรือ* ต่อ *(โทรศัพท์)* ตรง; **we will soon have ~ dialling** ในไม่ช้าเราจะหมุน/ต่อ *(โทรศัพท์)* ตรงได้; ~ **'flight** *n.* เที่ยวบินตรง; **~-'grant school** *n. (Brit.) โรงเรียนที่ได้รับเงินอุดหนุนช่วยเหลือจากรัฐบาล;* ~ **'hit** *n.* การยิงตรงเป้า

direction /dɪˈrekʃn, daɪˈrekʃn/ดิ'เร็คช'น, ได'เร็คช'น/ *n.* Ⓐ *(guidance)* การนำทางไป; *(of firm, orchestra)* การกำหนดเส้นทาง; *(of play, film, TV or radio programme)* การกำกับการแสดง; *(of play also)* การกำกับ; Ⓑ *usu. in pl. (order)* คำสั่ง, การสั่ง; *(instruction)* **~s [for use]** วิธีการใช้; **~s for use** *(of machine)* ขั้นตอนการใช้; **on** *or* **by sb.'s ~:** โดยคำสั่งของ *ค.น.;* **give sb. ~s to the museum/to York** ชี้ *หรือ* บอกทางไปยังพิพิธภัณฑ์/เมืองยอร์คให้กับ *ค.น.;* Ⓒ ➤ **1008** *(point moved towards or from, lit. or fig.)* ทิศทาง; **from which ~?** มาจากทิศไหน; **travel in a southerly ~/in the ~ of London** เดินทางไป *หรือ* มาทางทิศใต้/มุ่งไปยังลอนดอน; **go in the ~ of the tower** มุ่งไปยังหอคอย; **in the ~ of** *(fig.)* มุ่งไปสู่; **sense of ~:** มีแววรู้ทิศทาง; **lose all sense of ~** *(lit. or fig.)* ไม่รู้ว่าอยู่ตรงไหน *หรือ* หลงทิศทาง; **complaints poured in from all ~s** *(fig.)* เสียงตำหนิหลั่งไหลมาจากทั่วทุกสารทิศ

directional /dɪˈrekʃənl, daɪ-/ดิ'เร็คเชิน'ล, ได-/ *adj.* Ⓐ *(spatial)* ที่แสดงทิศทาง; **~ gyro** เข็มทิศใช้หมุนแสดงทิศทาง; Ⓑ *(directorial) (บทบาท)* ควบคุม; เกี่ยวกับการกำกับ; Ⓒ *(Communications)* ในทิศทางใดทิศทางหนึ่ง

direction: ~ **finder** *n. (Communications) เครื่องมือค้นต้นกำเนิดของคลื่นวิทยุ (เพื่อช่วยในการเดินเรือ);* ~ **indicator** *n. (Motor Veh.)* เครื่องชี้นำทิศทาง

directive /dɪ'rektɪv, daɪ-/ดิ'เร็คทิฺว, ได-/ *n.* คำสั่งอย่างเป็นทางการ, การบังคับบัญชา
direct 'labour *n.* **do the work by ~:** ทำงานโดยแรงงานที่เกี่ยวกับการผลิต
directly /dɪ'rektlɪ, daɪ-/ดิ'เร็คทฺลิ, ได-/ ❶ *adv.* Ⓐ *(in direct manner)* อย่างตรงไปตรงมา, อย่างไม่อ้อมค้อม; Ⓑ *(exactly)* อย่างแท้แน่จริง; Ⓒ *(at once)* ทันทีทันใด; Ⓓ *(shortly)* ในไม่ช้า ❷ *conj. (Brit. coll.)* ทันทีที่
directness /dɪ'rektnɪs, daɪ-/ดิ'เร็คทฺนิซ, ได-/ *n., no pl.* Ⓐ *(of route, course)* ความมุ่งตรง *(ของเส้นทาง); ~* **of aim** ความเที่ยงตรงของการเล็งเป้า; Ⓑ *(fig.)* ความตรงไปตรงมา; **he replied with ~ and honesty** เขาตอบอย่างตรงไปตรงมาและซื่อสัตย์
di'rect object *n. (Ling.)* กรรมตรงของประโยค
director /dɪ'rektə(r), daɪ-/ดิ'เร็คเทอะ(ร), ได-/ ➤ **489** *n.* Ⓐ *(Commerc.)* กรรมการ; *(of project)* ผู้อำนวยการ; **board of ~s** คณะกรรมการบริหาร; Ⓑ *(Theatre, Cinemat., Telev., Radio)* ผู้กำกับการแสดง; *(Mus., esp. Amer.)* ผู้อำนวยการเพลง
directorate /dɪ'rektərət, daɪ-/ดิ'เร็คเทอะเริท, ได-/ *n.* Ⓐ *(position)* ตำแหน่งผู้อำนวยการ; *(period of service)* ระยะเวลาอำนวยการ; *(of project)* การอำนวยการ; Ⓑ *(board of directors)* คณะกรรมการบริหาร
director 'general *n., pl.* **directors general** อธิบดี; *(Telev., Radio)* ผู้อำนวยการ
directorial /daɪrek'tɔ:rɪəl, dɪ-/ไดเร็ค'ทอเรียล, ดิ-/ *adj.* Ⓐ เกี่ยวกับการอำนวยการ; Ⓑ *(Theatre, Cinemat, Telev., Radio)* เกี่ยวกับการกำกับ
directorship /daɪ'rektəʃɪp, dɪ-/ได'เร็คเทอะชิพ, ดิ-/ *n. (Commerc.)* การเป็นกรรมการ; **hold two ~s** อยู่ในคณะกรรมการการสองบริษัท
directory /daɪ'rektərɪ, dɪ-/ได'เร็คเทอะริ, ดิ-/ Ⓐ *n. (of local residents)* สมุดรายชื่อผู้อยู่อาศัยในท้องถิ่น; *(telephone ~)* สมุดโทรศัพท์; *(of tradesmen etc.)* รายชื่อ; **~ enquiries** *(Brit.),* **~ information** *(Amer.)* ศูนย์บริการหมายเลขโทรศัพท์; Ⓑ *(Computing)* ฐานข้อมูล
direct: ~ pro'portion *n.* สัดส่วนโดยตรง; **~ question** *n. (Ling.)* ประโยคคำถามแบบตรง; **~ speech** *n. (Ling.)* คำพูดโดยตรง *(ไม่มีการอ้างในรูปของบุคคลที่สาม); ~* **tax** *n.* ภาษีโดยตรง; **~ taxation** *n.* การจัดเก็บภาษีโดยตรง
direly /'daɪəlɪ/'ดายเออะลิ/ *adv.* **be ~ in need of sth.** ต้องการ *ส.น.* อย่างมาก
dirge /dɜ:dʒ/เดิจ/ *n.* Ⓐ *(for the dead)* เพลงสวดศพ, เพลงไว้อาลัย; Ⓑ *(mournful song)* เพลงโศก
dirigible /'dɪrɪdʒɪbl/'ดิริจิบ'ล/ ❶ *adj.* ที่บังคับได้ ❷ *n.* ลูกบอลลูน *หรือ* อากาศนาวาที่บังคับไปตามทิศทางได้
dirk /dɜ:k/เดิค/ *n.* ดาบสั้นของชาวสกอต
dirndl /'dɜ:ndl/'เดินด'ล/ *n.* ชุดกระโปรงเลียนแบบชุดผู้หญิงที่อยู่บนเขาในประเทศ*ออสเตรีย; ~* **[skirt]** กระโปรงบานแบบนี้
dirt /dɜ:t/เดิท/ *n., no pl.* Ⓐ ฝุ่นละออง, คราบสกปรก; **be covered in ~:** ถูกปกคลุมไปด้วยฝุ่นละออง; *(stronger)* สกปรกหมดทั้งตัว; **~ cheap** ถูกเหลือเกิน; **treat sb. like ~:** ปฏิบัติต่อ *ค.น.* อย่างดูถูกดูแคลน; **do sb. ~** *(fig. coll.)* ทำลายชื่อเสียงของ *ค.น.* ด้วยวิธีที่ชั่วร้ายเลวทราม; Ⓑ *(soil)* ดิน; Ⓒ *(fig.) (lewdness)* ความหยาบคาย; *(worthless thing)* สิ่งที่ไร้ค่า; *(person)* คนที่หยาบคาย; **give me the ~ on him** *(coll.)* บอกฉันทีว่าเขามีมลทินอย่างไรบ้าง
'dirt farmer *n. (Amer.)* ชาวนาที่ทำนาโดยไม่จ้างคนช่วย
dirtiness /'dɜ:tɪnɪs/'เดอทินิซ/ *n., no pl.* ความสกปรก
dirt: ~ road *n. (Amer.)* ถนนดิน *หรือ* ลูกรัง; **~-track** *n. (Sport)* ทางวิ่งที่ปูด้วยเศษถ่านหรือดิน; *(made of earth)* ทางที่ปูด้วยดิน
dirty /'dɜ:tɪ/'เดอทิ/ ❶ *adj.* Ⓐ สกปรก, เปื้อน; **get one's shoes/hands ~:** ทำให้รองเท้า/มือของตนสกปรก; **get sth. ~:** ทำให้ *ส.น.* สกปรก; **~ money** เงินที่ได้มาอย่างไม่บริสุทธิ์; Ⓑ *(with dark tinge) (สี)* ขุ่น ๆ; **~ grey colour** สีเทากระดำกระด่าง; Ⓒ **~ weather** อากาศมีพายุแรง; Ⓓ *(coll.: causing fallout) (อาวุธนิวเคลียร์)* ที่ก่อให้เกิดละอองกัมมันตภาพรังสี; Ⓔ **~ look** *(coll.)* มองด้วยความโกรธ *หรือ* รังเกียจ; **give sb. a ~ look** มอง *ค.น.* อย่างรังเกียจ; Ⓕ *(ill-gotten) (เงิน)* ซึ่งได้มาอย่างไม่ซื่อสัตย์; Ⓖ *(fig.:obscene)* ลามก, ห่าม, ทะลึ่ง; *(sexually illicit)* **spend a ~ weekend together** ไปเที่ยวแอบเป็นชู้กันในช่วงวันหยุด; *(lascivious)* **have a ~ mind** มีจิตใจลามก; **~ old man** เฒ่าหัวงู; Ⓗ *(despicable, sordid) (การโกหก, การกล่าวหา)* ที่เลวทราม; *(unsportsmanlike) (จิตใจ)* คับแคบ, ไม่รู้แพ้รู้ชนะ; **do the ~ on sb.** *(coll.)* โกง *หรือ* หลอก *ค.น.; ~* **dog** *(fig. coll.)* คนเลวทราม; **~ trick** เล่นเล่ห์เหลี่ยม; **play sb. a ~ trick** เล่นเล่ห์เหลี่ยมกับ *ค.น.; ~* **work [at the crossroads]** *(coll.)* งานทุจริตที่แอบทำกันอย่างลับ ๆ; **do sb.'s/the ~ work** ทำงานทุจริตที่ *ค.น.* ไม่อยากทำ; **get the ~ end of the stick** *(coll.)* ได้ส่วนที่ลำบากยากเย็น *หรือ* เป็นรอง
❷ *adv. (coll.)* **~ great** มหาศาล
❸ *v.t.* ทำให้สกปรก, ทำให้เปื้อน
dirty 'word *n.* คำทะลึ่งลามก, คำหยาบ
disability /dɪsə'bɪlətɪ/ดิซเออะ'บิลเลอะทิ/ *n.* Ⓐ ทุพพลภาพ, มีความบกพร่องทางร่างกายหรือจิตใจ; ความพิการ; *(inability to be gainfully employed)* ไม่สามารถทำงานได้; **suffer from** *or* **have a ~:** เป็นทุพพลภาพ; มีความบกพร่องทางร่างกาย *หรือ* จิตใจ; Ⓑ *(cause of inability)* ประเภทของการบกพร่อง
disability: ~ allowance *n.* เงินช่วยเหลือแก่คนทุพพลภาพ; **~ pension** *n.* เงินบำเหน็จบำนาญให้คนทุพพลภาพ
disable /dɪs'eɪbl/ดิซ'เอบ'ล/ *v.t.* Ⓐ **~ sb. [physically]** ทำให้ *ค.น.* พิการ; **be ~d by sth.** *ส.น.* ทำให้ *ค.น.* พิการ; **be permanently ~d by sth.** *ส.น.* ทำให้พิการตลอดไป; **strikes which ~ the economy** การหยุดงานประท้วงที่ทำให้เศรษฐกิจหยุดชะงัก; Ⓑ *(make unable to fight)* ทำให้ *(ศัตรู)* หมดแรงจะต่อสู้
disabled /dɪs'eɪbld/ดิซ'เอบ'ลดฺ/ ❶ *adj.* Ⓐ พิการ, ทุพพลภาพ; **~ ex-serviceman** ทหารผ่านศึกพิการ; **physically/mentally ~:** พิการทางกาย/ทางจิตใจ; Ⓑ *(unable to fight)* หมดแรงต่อสู้ ❷ *n. pl.* **the [physically/mentally] ~:** คนพิการทางกาย/ทางจิตใจ
disablement /dɪ'seɪblmənt/ดิ'ซเอบ'ลเมินทฺ/ *n., no pl.* สภาพความพิการ; การมีข้อเสียเปรียบ
disabuse /dɪsə'bju:z/ดิซเออะ'บิวซฺ/ *v.t.* **~ sb. of sth.** ขจัดความเข้าใจผิดของ *ค.น.* ใน *ส.น.*
disadvantage /dɪsəd'vɑ:ntɪdʒ, US -'væn-/ดิซเอิด'วานทิจ, -'แวน-/ ❶ *n.* Ⓐ ข้อเสียเปรียบ; *(state of being disadvantaged)* การเสียเปรียบ; เป็นรอง; **be at a ~:** อยู่ในฐานะเสียเปรียบ; เป็นรอง; **his inexperience put him at a ~:** ความอ่อนประสบการณ์ของเขาทำให้เสียเปรียบ; Ⓑ *no pl. (damage)* ความเสียชื่อหรือเกียรติยศ; **be to sb.'s/sth.'s ~:** เป็นข้อเสียเปรียบแก่ *ค.น./ส.น.* ❷ *v.t.* ทำให้เสียเปรียบ
disadvantaged /dɪsəd'vɑ:ntɪdʒd, US -'væn-/ดิซเอิด'วานทิจดฺ/, -'แวน-/ *adj.* ที่เสียเปรียบ, ที่ด้อยโอกาส
disadvantageous /dɪsædvɑ:n'teɪdʒəs, US -væn-/ดิซแอดวาน'เทเจิซ, -แวน-/ *adj.* Ⓐ ที่เสียเปรียบ, ที่เสื่อมเสียชื่อเสียง; **be ~ to sb./sth.** เป็นการทำให้ *ค.น./ส.น.* เสียเปรียบ; Ⓑ *(unflattering)* ใส่ร้ายป้ายสี
disaffected /dɪsə'fektɪd/ดิซเออะ'เฟ็คทิด/ *adj.* Ⓐ *(disloyal)* ไม่จงรักภักดี **(to** ต่อ); Ⓑ *(estranged)* เหินห่างไป **(from** จาก)
disaffection /dɪsə'fekʃn/ดิซเออะ'เฟ็คช'น/ *n., no pl.* ความไม่จงรักภักดี; ความเหินห่างไป
disagree /dɪsə'gri:/ดิซเออะ'กรี/ *v.i.* Ⓐ ไม่เห็นด้วย, ขัดแย้ง, มีความเห็นแตกต่าง; **~ with sb.** ไม่เห็นด้วยกับ *ค.น.; ~* **with sth.** ไม่เห็นด้วยกับ *ส.น.; ~* **[with sb.] about** *or* **over sth.** ไม่เห็นด้วยกับ *ค.น.* ใน *ส.น.;* ➡ **+ agree** 1 A; Ⓑ *(quarrel)* ทะเลาะ, โต้แย้ง; Ⓒ *(be mutually inconsistent)* ขัดแย้งกัน; Ⓓ **~ with sb.** *(have bad effects on) (อาหาร, ยา, คน)* ไม่ถูกกับ *ค.น.*
disagreeable /dɪsə'gri:əbl/ดิซเออะ'กรีเออะบ'ล/ *adj.* ไม่น่ารัก, ไม่น่าพอใจ; *(อาหาร)* ที่ไม่ถูกปาก
disagreeably /dɪsə'gri:əblɪ/ดิซเออะ'กรีเออะบลิ/ *adv.* Ⓐ อย่างไม่น่าชื่นชม, อย่างไม่น่าพอใจ; Ⓑ *(bad-temperedly)* อย่างอารมณ์ร้าย
disagreement /dɪsə'gri:mənt/ดิซเออะ'กรีเมินทฺ/ *n.* Ⓐ *(difference of opinion)* ความขัดแย้งกัน, ความเห็นที่แตกต่างกัน; *(refusal to agree)* ความไม่เห็นด้วย; **be in ~:** ไม่เห็นด้วย; **be in ~ with sb./sth.** ไม่เห็นด้วยกับ *ค.น./ส.น.;* Ⓑ *(strife, quarrel)* การทะเลาะเบาะแว้งกัน; Ⓒ *(discrepancy)* ความไม่ตรงกัน
disallow /dɪsə'laʊ/ดิซเออะ'ลาว/ *v.t.* ไม่อนุญาต; *(คำถาม, คำขอร้อง)* ไม่ยอมรับ; *(refuse to admit)* ปฏิเสธที่จะยอมรับ; *(Sport) (ประตู)* ถูกประกาศเป็นโมฆะ
disambiguate /dɪsæm'bɪgjʊeɪt/ดิซแอม'บิกกิวเอท/ *v.t.* ทำให้กระจ่างชัด, ขจัดความคลุมเครือ
disappear /dɪsə'pɪə(r)/ดิซเออะ'เพีย(ร)/ *v.i.* หายไป, มองไม่เห็น, อันตรธานหายไป; **do a ~ing act** *or* **trick** *(fig.)* ทำการหายตัวไป
disappearance /dɪsə'pɪərəns/ดิซเออะ'เพียเรินซฺ/ *n.* การหายไป; *(of customs; extinction)* การสาบสูญ
disappoint /dɪsə'pɔɪnt/ดิซเออะ'พอยนฺทฺ/ *v.t.* ทำให้ผิดหวัง; **be ~ed in** *or* **by** *or* **with sb./sth.** ผิดหวังใน *ค.น./ส.น.;* **he was ~ed at** *or* **by** *or* **with having failed/the way things had changed** เขาผิดหวังที่ล้มเหลวกับการเปลี่ยนแปลงของสิ่งต่าง ๆ
disappointing /dɪsə'pɔɪntɪŋ/ดิซเออะ'พอยนฺทิง/ *adj.* ที่ผิดหวัง; **how ~!** น่าผิดหวังจังเลย!
disappointingly /dɪsə'pɔɪntɪŋlɪ/ดิซเออะ'พอยนฺทิงลิ/ *adv.* อย่างน่าผิดหวัง; **~, he only came fourth** มันน่าผิดหวังที่เขามาเป็นที่สี่เท่านั้น
disappointment /dɪsə'pɔɪntmənt/ดิซเออะ'พอยนฺทฺเมินทฺ/ *n.* ความผิดหวัง, สิ่งที่ทำให้ผิดหวัง; **come as a ~ to sb.** เป็นความผิดหวังของ *ค.น.*
disapprobation /dɪsæprə'beɪʃn/ดิซแอเพรฺอะ'เบช'น/ **disapproval** /dɪsə'pru:vl/

d

d

ดิซเออะ'พรูฟวิ้ง/ *ns.* การไม่ยอมรับอย่างแรง; **show one's/cause disapproval** แสดง/ก่อให้เกิดการไม่ยอมรับ; **with ~:** ด้วยการไม่ยอมรับ, ด้วยการไม่เห็นด้วย

disapprove /dɪsəˈpruːv/ดิซเออะ'พรูว/ *v.i. & t.* ไม่ยอมรับ, ไม่เห็นชอบ, รังเกียจ; **~ of sb./sth.** ไม่ยอมรับ *ค.น./ส.น.*; **~ of sb. doing sth.** ไม่เห็นด้วยกับการที่ *ค.น.* จะทำ *ส.น.*

disapproving /dɪsəˈpruːvɪŋ/ดิซเออะ'พรูฟวิ้ง/ *adj.*, **disapprovingly** *adv.* [อย่าง] ไม่เห็นด้วย, [อย่าง] ไม่ยอมรับ

disarm /dɪsˈɑːm/ดิซ'อาม/ ❶ *v.t.* Ⓐ ปลดอาวุธ *(จาก ค.น.)*; ถอดสลักระเบิด; Ⓑ *(fig.)* ระงับความต่อต้าน *หรือ* ทำให้หายโกรธ ❷ *v.i.* ลดกำลังอาวุธลง

disarmament /dɪsˈɑːməmənt/ดิซ'อาเมอะเมินทฺ/ *n.* การลดกำลังอาวุธและกำลังทหาร; **~ talks** การเจรจาลดกำลังอาวุธ

disarming /dɪsˈɑːmɪŋ/ดิซ'อามิ่ง/ *adj.* ทำให้อ่อนโยนลง, ระงับอารมณ์โกรธ

disarmingly /dɪsˈɑːmɪŋlɪ/ดิซ'อามิ่งลิ/ *adv.* อย่างทำให้อ่อนโยนลง, อย่างระงับอารมณ์โกรธ

disarrange /dɪsəˈreɪndʒ/ดิซเออะ'เรนจฺ/ *v.t.* ทำให้ยุ่งเหยิง

disarray /dɪsəˈreɪ/ดิซเออะ'เร/ ❶ *n.* ความไม่เป็นระเบียบ, ความยุ่งเหยิง; **fall into ~:** ตกอยู่ในสภาพยุ่งเหยิง; **be in ~:** อยู่ในความยุ่งเหยิง ❷ *v.t.* ทำให้ไม่เป็นระเบียบ

disassemble /dɪsəˈsembl/ดิซเออะ'เซ็มบ'ล/ *v.t.* ถอดชิ้นส่วน *(ของเครื่องยนต์)* ออก; รื้อถอน *(ตึก, โรงงาน)*

disassembly /dɪsəˈsemblɪ/ดิซเออะ'เซ็มบลิ/ *n. (of machine)* การถอดชิ้นส่วนออก; *(of structure)* การรื้อถอน

disassociation /dɪsəsəʊsɪˈeɪʃn/ดิซเออะโซซิ'เอช'น/ ➡ **dissociation** A

disaster /dɪˈzɑːstə(r), US -zæs-/ดิซ'แอซเตอะ(ร), -แซซ-/ *n.* Ⓐ ความหายนะ, ภัยพิบัติ; **air ~:** ความหายนะทางการบิน; *(with many deaths also)* ความหายนะทางการเงินโดยมีผู้เสียชีวิตจำนวนมาก; **a railway/mining ~:** ความหายนะทางรถไฟ/ภัยพิบัติในการทำเหมือง; **natural ~:** ภัยพิบัติทางธรรมชาติ; **motorway ~:** การเกิดความหายนะทางรถยนต์; **end in ~:** จบลงด้วยความหายนะ; Ⓑ *(complete failure)* ความล้มเหลวอย่างสิ้นเชิง; **lead to ~:** นำไปสู่ความล้มเหลวอย่างสิ้นเชิง; **prove a ~:** เป็นความล้มเหลวอย่างสิ้นเชิง

disaster: ~ area *n.* บริเวณที่เกิดภัยพิบัติ; **he/she is a [walking] ~ area** *(fig. coll.)* เขา/เธอเป็นตัวเจ้าปัญหา; **~ fund** *n.* เงินทุนช่วยเหลือผู้ประสบภัยพิบัติ

disastrous /dɪˈzɑːstrəs, US -zæs-/ดิซ'แอซเตริช, -แซซ-/ *adj.* ก่อให้เกิดความเสียหายอย่างมาก; *(อัคคีภัย, อุทกภัย)* ที่ก่อความเสียหายอย่างมาก

disastrously /dɪˈzɑːstrəslɪ, US -zæs-/ดิซ'แอซเตริชลิ, -แซซ-/ *adv.* อย่างเสียหายใหญ่โต, อย่างหายนะ

disavow /dɪsəˈvaʊ/ดิซเออะ'วาว/ *v.t.* ปฏิเสธ บอกปัด, ไม่ยอมรับ *(การรับผิดชอบ)*; **~ responsibility for sth.** ปฏิเสธความรับผิดชอบใน *ส.น.*

disavowal /dɪsəˈvaʊəl/ดิซเออะ'วาวเอิล/ *n.* การปฏิเสธการรับผิดชอบ, การบอกปัด, การไม่ยอมรับ

disband /dɪsˈbænd/ดิซ'แบนดฺ/ ❶ *v.t.* สลายตัวไป, แตกวง; **the ~ed soldiers** ทหารที่ถูกปลดประจำการ ❷ *v.i.* แตกวง, แยกตัวออกไป

disbar /dɪsˈbɑː(r)/ดิซ'บา(ร)/ *v.t.* **-rr-** *(Law)* เพิกถอนสิทธิในการเป็นทนายความ

disbelief /dɪsbɪˈliːf/ดิซเบอะ'ลีฟ/ *n.* ความไม่เชื่อถือ; **be met with ~:** ได้รับการไม่เชื่อถือ; **in ~:** ด้วยความไม่เชื่อ

disbelieve /dɪsbɪˈliːv/ดิซเบอะ'ลีว/ ❶ *v.t.* **~ sb./sth.** ไม่เชื่อ *ค.น./ส.น.* ❷ *v.i.* ไม่เชื่อ; **~ in sth.** ไม่เชื่อใน *ส.น.*

disbeliever /dɪsbɪˈliːvə(r)/ดิซเบอะ'ลีวเวอะ(ร)/ *n.* ผู้ไม่เชื่อถือ *(ในศาสนา)*; **be a ~ in sth.** เป็นผู้ที่ไม่เชื่อถือใน *ส.น.*

disburden /dɪsˈbɜːdn/ดิซ'เบอด'น/ ➡ **unburden**

disburse /dɪsˈbɜːs/ดิซ'เบิซ/ *v.t.* ใช้จ่ายเงิน, จ่ายเงิน

disbursement /dɪsˈbɜːsmənt/ดิซ'เบิซเมินทฺ/ *n.* การใช้จ่ายเงิน, การจ่ายเงิน

disc /dɪsk/ดิซคฺ/ *n.* Ⓐ วัตถุแบนกลม; Ⓑ *(gramophone record)* แผ่นเสียง; ➡ + **compact disc**; Ⓒ *(Computing)* ➡ **disk**; Ⓓ *(Anat.)* ชั้นบาง ๆ ของเนื้อเยื่อเหนียวที่ยึดข้อต่อกระดูกสันหลังเข้าไว้ด้วยกัน; ➡ + **slipped disc**; Ⓔ *(Bot.)* ส่วนใด ๆ ที่มีลักษณะแบนกลม

discard ❶ /dɪsˈkɑːd/ดิซ'กาด/ *v.t.* Ⓐ ทิ้ง *หรือ* สละสิ่งที่ไม่ต้องการ; Ⓑ *(Cards)* ทิ้งไพ่ ❷ /ˈdɪskɑːd/'ดิซกาด/ *n.* สิ่งที่ถูกทิ้ง; *(person)* บุคคลที่สังคมทอดทิ้ง

ˈdisc brake *n.* ดิสก์เบรก *(ท.ศ.)*; *ระบบการห้ามล้อที่ใช้แรงเสียดทานระหว่างผ้าเบรกกับแผ่นจาน*

discern /dɪˈsɜːn/ดิ'เซิน/ *v.t.* เห็นได้กระจ่าง; **sth. can be ~ed** *ส.น.* สามารถเห็นได้อย่างกระจ่าง; **~ from sth. whether ...:** เข้าใจจาก *ส.น.* ว่า...

discernible /dɪˈsɜːnəbl/ดิ'เซินเนอะบ'ล/ *adj.* มองเห็น *หรือ* ฟังได้ชัด; **a ~ pattern has emerged** รูปแบบที่มองเห็นได้ชัดได้ปรากฏขึ้นแล้ว

discerning /dɪˈsɜːnɪŋ/ดิ'เซินนิ่ง/ *adj.* แสดงการตัดสินใจที่ดี, มีวิจารณญาณ

discernment /dɪˈsɜːnmənt/ดิ'เซินเมินทฺ/ *n., no pl. (act of discerning)* การตัดสินใจที่ดี, การมองออก; *(faculty of discerning)* ความสามารถในการตัดสินใจ

discharge ❶ /dɪsˈtʃɑːdʒ/ดิซ'ฉาจ/ *v.t.* Ⓐ *(dismiss, allow to leave)* ไล่ออก, ปล่อยตัว **(from** จาก); *(exempt from liabilities)* ปลดเปลื้องหนี้สิน; **the patient ~d himself from hospital** คนป่วยออกจากโรงพยาบาลไปเอง; Ⓑ *(send out)* ยิง *(ลูกกระสุน, จรวดตอร์ปิโด)*; ปล่อย *(ของเหลว, ก๊าซ)* ออกมา; *(unload from ship)* ขนถ่ายสิ่งของ; *(Electr.)* ปล่อยประจุไฟฟ้าจำนวนหนึ่งออกจากวัตถุหนึ่ง; Ⓒ *(relieve of load)* ปลดเปลื้องภาระ; *(fire)* ยิง *(ปืน)*; Ⓓ *(acquit oneself of, pay)* ปฏิบัติตามหน้าที่; ชำระ *(หนี้สิน, เงิน)*
❷ *v.i.* Ⓐ ขนถ่าย; ปล่อย *(อาวุธ, ปืน)* ลั่น; *(ถ่าน)* หมด; Ⓑ *(flow)* *(กระแสน้ำ)* ไหล; Ⓒ *(แผล)* มีการซึมออกมา
❸ /dɪsˈtʃɑːdʒ, ˈdɪstʃɑːdʒ/ดิซ'ฉาจ, 'ดิซฉาจ/ *n.* Ⓐ *(dismissal)* การปลดปล่อย **(from** จาก); *(of defendant)* การปล่อยจำเลย; *(exemption from liabilities)* การปลดเปลื้อง; *(written certificate of release)* ใบรับรองการพ้นสภาพพนักงาน; *(written certificate of exemption)* ประกาศนียบัตรการยกเว้น; **be granted a full ~ [by the court]** ได้รับการถอนฟ้องทั้งหมด [จากศาล]; Ⓑ *(emission)* การปล่อยออก; *(of gas)* การไหลออก; *(of pus)* การซึม; *(Electr.)* การปล่อยประจุไฟฟ้าออกมา; *(of gun)* การยิง; **vaginal ~:** การหลั่งเมือกจากช่องคลอด, การตกขาว; Ⓒ *(of debt)* การปลดเปลื้อง; *(of duty)* การปฏิบัติ

ˈdisc harrow *n. (Agric.)* *เครื่องไถพรวนดินด้วยจานกลมมีคม*

disciple /dɪˈsaɪpl/ดิ'ไซพ'ล/ *n.* Ⓐ *(Relig.)* สาวก; Ⓑ *(follower)* ผู้นับถือ, สาวก

disciplinarian /dɪsɪplɪˈneərɪən/ดิซิเซอะปลิ'แนเรียน/ *n.* บุคคลผู้ยึดถือระเบียบวินัยอย่างเคร่งครัด; *(in school, family also)* บุคคลผู้เคร่งครัด; **he is a poor ~:** เขาเป็นคนไม่มีระเบียบวินัย

disciplinary /ˈdɪsɪplɪnərɪ, dɪsɪˈplɪnərɪ/'ดิซเซอะปลินเนอะริ, ดิซเซอะ'ปลินเนอะริ/ *adj.* ส่งเสริม *หรือ* บังคับระเบียบวินัย; **~ action** การปฏิบัติตามระเบียบวินัย; **~ proceedings** การดำเนินการตามระเบียบวินัย

discipline /ˈdɪsɪplɪn/'ดิซเซอะปลิน/ ❶ *n.* Ⓐ *(order, branch)* การมีวินัย; แขนง *(วิชา)*; **maintain ~:** รักษาระเบียบวินัย; **lack of ~:** ขาดระเบียบวินัย; **change ~s** เปลี่ยนแขนงวิชา; Ⓑ *(mental training)* การฝึกอบรมจิตใจ; **the ~ of adversity** การฝึกฝนจากความยากลำบากเป็นครู; Ⓒ *(system of rules)* หลักการ, กฎระเบียบการควบคุม; Ⓓ *(punishment)* การลงโทษ; *(physical also)* การลงโทษทางกาย; *(Relig.)* การรักษากฎวินัยอย่างเคร่งครัด
❷ *v.t.* Ⓐ บังคับ, ทำให้มีวินัย; *(train in military exercises)* ฝึกวินัยของทหาร; **you must ~ yourself to eat less** คุณจะต้องฝึกตัวเองให้กินน้อยลง; **~ one's emotions/feelings** ควบคุมอารมณ์/ความรู้สึก; Ⓑ *(punish)* ลงโทษ; *(physically also)* ลงโทษทางกาย; *(Relig.)* การรักษากฎวินัยอย่างเคร่งครัด

disciplined /ˈdɪsɪplɪnd/'ดิซเซอะปลินดฺ/ *adj.* มีวินัย, อยู่ในระเบียบวินัย; **highly/well ~:** มีระเบียบวินัยสูง; **badly ~:** ไม่มีระเบียบวินัย

ˈdisc jockey *n.* ผู้ควบคุมการเปิดแผ่นเสียงเพลง, ดีเจเพลง *(ท.ศ.)*

disclaim /dɪsˈkleɪm/ดิซ'เคลม/ *v.t.* Ⓐ ปฏิเสธ, บอกปัด, ไม่ยอมรับ; Ⓑ *(Law)* ประกาศยกเลิกการรับผิดชอบต่อ *(ทรัพย์สิน ฯลฯ)*

disclaimer /dɪsˈkleɪmə(r)/ดิซ'เคลเมอะ(ร)/ *n.* การประกาศยกเลิกการรับผิดชอบ; *(Law)* การประกาศยกเลิกการรับผิดชอบโดยคำสั่งของศาล; คำสงวนสิทธิ์

disclose /dɪsˈkləʊz/ดิซ'โคลฺซ/ *v.t.* Ⓐ *(expose to view)* เปิดเผย *(ข่าวสาร, ข้อมูล)*; Ⓑ *(make known)* ทำให้เป็นที่รู้; **research ~d that ...:** การวิจัยได้เปิดเผยว่า...; **he didn't ~ why he'd come** เขาไม่ได้เปิดเผยว่ามาทำไม

disclosure /dɪsˈkləʊʒə(r)/ดิซ'โคลฺเฌอะ(ร)/ *n.* การเปิดเผย, การทำให้เป็นที่รู้กัน; *(of information, news)* การเปิดเผย; **for fear of possible ~:** ด้วยความกลัวว่าอาจจะมีการเปิดเผยข้อมูล; **the newspaper's ~ of bribery** การเปิดโปงการติดสินบนโดยหนังสือพิมพ์

disco /ˈdɪskəʊ/'ดิซโก/ *n., pl.* **~s** *(coll.)* Ⓐ *(discothèque, party)* สถานที่เต้นรำดิสโก้ *(ท.ศ.)*; งานเต้นรำดิสโก้; Ⓑ *(equipment)* **travelling ~:** ดิสโก้เคลื่อนที่

ˈdisco dancing *n.* การเต้นรำจังหวะดิสโก้

discolor *(Amer)* ➡ **discolour**

discoloration /dɪskʌlə'reɪʃn/ดิซคัลเลอะ'เรช'น/ *n.* การเสียสีสัน; คราบสกปรก, คราบเปื้อนต่าง ๆ

discolour /dɪs'kʌlə(r)/ดิซ'คัลเลอะ(ร)/ *(Brit.)* ❶ *v.t.* ทำให้เปลี่ยนสี; *(fade)* ทำให้สีจางไป, ทำให้สีตกไป ❷ *v.i.* สีเลอะเลือนไป; *(fade)* สีจางไป

discolouration *(Brit.)* ➡ **discoloration**

discombobulate /dɪskəm'bɒbjʊleɪt/ดิซเคิม'บอบิวเลท/ *v.t. (Amer. joc.)* รบกวน; ทำให้ยุ่งเหยิง

discomfit /dɪs'kʌmfɪt/ดิซ'คัมฟิท/ *v.t.* Ⓐ *(baffle, disconcert)* ทำให้สับสน, ทำให้ลำบากใจ, ทำให้หงุดหงิด; Ⓑ *(arch.: overwhelm, thwart)* ทำให้พ่ายแพ้ไป, ขัดขวาง

discomfiture /dɪs'kʌmfɪtʃə(r)/ดิซ'คัมฟิเฉอะ(ร)/ *n.* ความสับสน, ความยุ่งเหยิง, ความอึดอัดใจ

discomfort /dɪs'kʌmfət/ดิซ'คัมเฟิท/ ❶ *n.* Ⓐ *no pl. (uneasiness of body)* ความอึดอัด, ความไม่สบายกาย; **cause/give sb. ~:** ทำให้ *ค.น.* อึดอัด; Ⓑ *no pl. (uneasiness of mind)* ความไม่สบายใจ, ความอึดอัดใจ; Ⓒ *(hardship)* ความทุกข์ทรมาน ❷ *v.t.* ทำให้รู้สึกอึดอัดใจ

discompose /dɪskəm'pəʊz/ดิซเคิม'โพซฺ/ *v.t.* ทำให้วุ่นวายใจ, ทำให้กลัดกลุ้ม; **appear ~d** ดูวุ่นวายใจ

discomposure /dɪskəm'pəʊʒə(r)/ดิซเคิม'โพเฌอะ(ร)/ *n., no pl.* ความไม่สบายใจ, ความกลัดกลุ้ม

'disco music *n.* ดนตรีดิสโก้ *(ท.ศ.)*

disconcert /dɪskən'sɜːt/ดิซเคิน'เซิท/ *v.t.* ทำให้เดือดร้อน, ทำให้ไม่สบายใจ; **I was ~ed to find the gates locked** ฉันไม่สบายใจเมื่อพบว่าประตูรั้วใส่กุญแจ

disconcerted /dɪskən'sɜːtɪd/ดิซเคิน'เซอทิด/ *adj.* เดือดร้อน, ไม่สบายใจ

disconcerting /dɪskən'sɜːtɪŋ/ดิซเคิน'เซอทิง/ *adj.* **disconcertingly** /dɪskən'sɜːtɪŋlɪ/ดิซเคิน'เซิททิงลิ/ *adv.* [อย่าง] เป็นทุกข์, [อย่าง] ไม่สบายใจ

disconnect /dɪskə'nekt/ดิซเคอะ'เน็คทฺ/ *v.t.* Ⓐ ดึงออก; แยก *(ขบวนรถไฟ)* ออกจากกัน; Ⓑ *(Electr., Teleph.)* **~ the electricity from a house** ตัดไฟฟ้าเข้าบ้าน; **~ the TV** ดึงปลั๊กทีวีออก; **the loudspeakers have become ~ed** สายต่อลำโพงหลุด; **if you don't pay your telephone bill you will be ~ed** ถ้าคุณไม่จ่ายค่าโทรศัพท์ คุณจะถูกตัดสาย; **operator, I've been ~ed** ฮัลโหลฉันถูกตัดแล้ว *หรือ* สายหลุด; **~ a call** วางหูโทรศัพท์

disconnected /dɪskə'nektɪd/ดิซเคอะ'เน็คทิด/ *adj.* Ⓐ ถูกตัด; เอาปลั๊กออก; **is the rice cooker/TV ~ ?** เอาปลั๊กหม้อหุงข้าว/ทีวีออกหรือเปล่า; Ⓑ *(incoherent) (การพูด)* ขาดตอน, ไม่ปะติดปะต่อ

disconnectedly /dɪskə'nektɪdlɪ/ดิซเคอะ'เน็คทิดลิ/ *adv.* อย่างขาดตอน, อย่างไม่ปะติดปะต่อ

disconnection, *(Brit.)* **disconnexion** /dɪskə'nekʃn/ดิซเคอะ'เน็คช'น/ *n.* การเอาปลั๊กไฟออก; การตัด *(สาย)*

disconsolate /dɪs'kɒnsələt/ดิซ'คอนเซอะเลิท/ *adj.*, **disconsolately** /dɪs'kɒnsələtlɪ/ดิซ'คอนเซอะเลิทลิ/ *adv.* [อย่าง] โศกเศร้า, [อย่าง] ผิดหวัง

discontent /dɪskən'tent/ดิซเคิน'เท็นทฺ/ ❶ *n.* ความไม่พอใจ ❷ *v.t.* ทำให้ไม่พอใจ

discontented /dɪskən'tentɪd/ดิซเคิน'เท็นทิด/ *adj.* ไม่พอใจ (**with, about** กับ)

discontentment /dɪskən'tentmənt/ดิซเคิน'เท็นทฺเมินทฺ/ *n., no pl.* ความไม่พอใจ

discontinuance /dɪskən'tɪnjʊəns/ดิซเคิน'ทินนิวเอินซฺ/ **discontinuation** /dɪskəntɪnjʊ'eɪʃn/ดิซเคินทินนิว'เอช'น/ *ns.* การเลิก, การหยุด; *(of subscription)* การไม่ต่อเป็นสมาชิก *(นิตยสาร)*; *(of treatment, habit)* การเลิก

discontinue /dɪskən'tɪnjuː/ดิซเคิน'ทินนิว/ *v.t.* Ⓐ ยุติ, เลิก; Ⓑ *(Commerc.)* **a ~d range** *or* **line** รุ่นที่ยกเลิกแล้ว

discontinuity /dɪskɒntɪ'njuːətɪ/ดิซคอนทิ'นิวเออะทิ/ *n.* การขาดความต่อเนื่อง; **a ~ of style** วิธีเขียน *หรือ* รูปแบบที่ไม่มีความต่อเนื่องกัน

discontinuous /dɪskən'tɪnjʊəs/ดิซเคิน'ทินนิวเอิซ/ *adj.* ที่ไม่ต่อเนื่อง, หยุดเป็นช่วง ๆ

discontinuously /dɪskən'tɪnjʊəslɪ/ดิซเคิน'ทินนิวเอิซลิ/ *adv.* อย่างไม่ต่อเนื่อง

discord /'dɪskɔːd/'ดิซคอด/ ❶ *n.* ความขัดแย้ง; Ⓐ *(quarrelling)* ความบาดหมาง, การทะเลาะกัน; Ⓑ *(Mus.) (chord)* เสียงดนตรีซึ่งไม่ประสานกัน, เสียงแปร่ง; *(interval)* ช่วงโน้ตที่ไม่ประสานกัน; Ⓒ *(harsh noise)* เสียงอึกทึกแสบแก้วหู

discordant /dɪ'skɔːdənt/ดิ'ซคอเดินทฺ/ *adj.* Ⓐ ไม่ลงรอยกัน, แย้งกัน; Ⓑ *(dissonant)* ไม่ประสานเสียงกัน

discordantly /dɪ'skɔːdəntlɪ/ดิ'ซคอเดินทฺลิ/ *adv.* Ⓐ อย่างไม่ลงรอยกัน, อย่างไม่เห็นด้วย; Ⓑ *(dissonantly)* อย่างไม่ประสานเสียงกัน

discothèque /'dɪskətek/'ดิซเกอะเท็ค/ *n.* ดิสโก้เทค *(ท.ศ.)*

discount ❶ /'dɪskaʊnt/'ดิซเคานทฺ/ *n.* *(Commerc.)* การลดราคา; ส่วนลด; *(discounting)* การให้ส่วนลด; **give** *or* **offer [sb.] a ~ on sth.** ให้ส่วนลด *ส.น.* [แก่ *ค.น.*]; **~ for cash** ลดราคาเมื่อจ่ายเงินสด; **at a ~:** ต่ำกว่าราคาปกติ; โดยมีส่วนลด; **the books were sold at a [big] ~:** หนังสือพวกนี้ขายลดราคา [มาก]
❷ /dɪ'skaʊnt/ดิ'ซเคานทฺ/ *v.t.* Ⓐ *(disbelieve)* ไม่เชื่อ; *(discredit)* ทำลาย *(ทฤษฎี)*; *(underrate)* ไม่ให้ความสำคัญ; *(lessen)* ลด *(คุณค่า)*; Ⓑ *(Commerc.)* ลดราคา

'discount broker *n. (Commerce)* ผู้รับแลกตั๋วเงินโดยชักส่วนลด

'discount: ~ house *n. (Commerce)* สถาบันการเงินที่รับแลกตั๋วเงินโดยชักส่วนลด; **~ shop, ~ store** *ns.* ร้านที่ขายของในราคาต่ำกว่าปกติ

discourage /dɪ'skʌrɪdʒ/ดิ'ซเกอะริจ/ *v.t.* Ⓐ *(dispirit)* ทำให้ท้อใจ, หมดกำลังใจ; **be** *or* **become ~d [by sth.** *or* **because of sth.]** ท้อใจ [เนื่องจาก *ส.น.* *หรือ* เพราะ *ส.น.*]; **be ~d because ...:** ท้อใจเพราะ...; Ⓑ *(advise against)* ไม่แนะนำ; **~ sb. from sth., ~ sb. from doing sth.** ไม่แนะนำให้ *ค.น.* ทำ *ส.น.*; **~ed him from going** ไม่แนะนำให้เขาไป; Ⓒ *(act against)* ขัดขวาง; Ⓓ *(disapprove of)* ไม่ยอมรับ; **sth. must be ~d** *ส.น.* ไม่ควรได้รับการสนับสนุน; Ⓔ *(stop)* ห้ามปราม; **~ sb. from doing sth.** ห้ามปราม *ค.น.* ทำ *ส.น.*; **not ~d by fear of reprisals** ไม่กลัวถูกแก้แค้น

discouragement /dɪ'skʌrɪdʒmənt/ดิ'ซเกอะริจเมินทฺ/ *n.* Ⓐ ความท้อใจ, การหมดกำลังใจ; Ⓑ *(deterrent)* การขัดขวาง; **act as a ~ to sb.** ทำให้ *ค.น.* หมดกำลังใจ; Ⓒ *(depression)* ความกลุ้มใจ

discouraging /dɪ'skʌrɪdʒɪŋ/ดิ'ซเกอะริจิง/ *adj.* Ⓐ *(dispiriting)* น่าท้อใจ, น่าหมดกำลังใจ; **paint a ~ picture of sth.** วาดภาพของ *ส.น.* ที่ทำให้ท้อใจ; **he was rather ~:** เขาค่อนข้างจะทำให้ท้อใจ; **the article makes ~ reading** บทความนั้นทำให้หมดกำลังใจ; Ⓑ *(deterring)* ที่ขัดขวาง

discouragingly /dɪ'skʌrɪdʒɪŋlɪ/ดิ'ซเกอะริจิงลิ/ *adv.* อย่างท้อใจ, อย่างหมดกำลังใจ

discourse ❶ /'dɪskɔːs/'ดิซคอซ/ *n.* การบรรยาย, การสนทนา; **hold a ~** *or* **be in ~ with sb.** มีการสนทนากับ *ค.น.* ❷ /dɪ'skɔːs/ดิ'คอซ/ *v.i.* **~ [upon sth.]** กล่าว [เกี่ยวกับ *ส.น.*]

discourteous /dɪs'kɜːtɪəs/ดิซ'เคอเทียซ/ *adj.* **discourteously** /dɪs'kɜːtɪəslɪ/ดิซ'เคอเทียซลิ/ *adv.* อย่างหยาบคาย, อย่างไม่สุภาพ

discourtesy /dɪs'kɜːtəsɪ/ดิซ'เคอเทอะซิ/ *n.* ความไม่สุภาพ, การไม่ให้เกียรติ; **he did her a ~:** เขาไม่ให้เกียรติเธอ

discover /dɪs'kʌvə(r)/ดิซ'กัฺเวอะ(ร)/ *v.t.* Ⓐ *(find, notice, get knowledge of, realize)* ค้นพบ, เจอ; Ⓑ *(by search)* ค้นพบ, สืบได้; **~ a meaning in life** ค้นพบว่าชีวิตมีความหมาย; **it was never ~ed how** ไม่เคยมีการค้นพบว่า; **~ sb.'s identity** สืบว่า *ค.น.* เป็นใคร; **as far as I can ~** เท่าที่ฉันสืบได้; Ⓒ *(Chess)* **~ed check** การเปิดรุก *(หมากรุก)*

discoverable /dɪ'skʌvərəbl/ดิ'ซกัฺเวอะเรอะบ'ล/ *adj.* สามารถค้นพบได้

discoverer /dɪ'skʌvərə(r)/ดิ'ซกัฺเวอะเรอะ(ร)/ *n.* ผู้ค้นพบ

discovery /dɪ'skʌvərɪ/ดิ'ซกัฺเวอะริ/ *n.* การค้นพบ; **voyage of ~:** การเดินทางเพื่อการแสวงหา; **for fear of ~:** ด้วยความเกรงกลัวว่าจะถูกจับได้/เปิดเผย

'disc parking *n.* การจอดรถที่มีกำหนดเวลาและบริเวณที่อนุญาตให้จอดรถได้

discredit /dɪs'kredɪt/ดิซ'เคร็ดดิท/ ❶ *n.* Ⓐ *no pl.* การเสียชื่อเสียง; **bring ~ on sb./sth., bring sb./sth. into ~** ทำให้ *ค.น./ส.น.* เสียชื่อเสียง; **without any ~ to the firm** โดยที่ไม่ทำให้บริษัทเสียชื่อ; Ⓑ *(sb. or sth. that ~s)* **be a ~ to sb./sth.** เป็นสิ่งที่ทำให้ *ค.น./ส.น.* เสียชื่อ; Ⓒ *no pl. (doubt)* **throw ~ on sth.** ไม่เชื่อ *ส.น.*; **fall into ~** ไม่เป็นที่เชื่อถือแล้ว
❷ *v.t.* Ⓐ *(disbelieve)* ไม่เชื่อถือ; *(discount as unreliable)* ไม่ถือว่าไว้ใจได้; *(cause to be disbelieved)* ทำให้เกิดการไม่เชื่อถือ; **careful research has ~ed this theory** การวิจัยอย่างรอบคอบได้ทำให้ทฤษฎีนี้ไม่น่าเชื่อถือแล้ว; Ⓑ *(disgrace)* ทำให้เสียชื่อ; **be ~ed** เสียชื่อแล้ว

discreditable /dɪs'kredɪtəbl/ดิซ'เคร็ดดิเทอะบ'ล/ *adj.* น่าละอาย, ไม่น่าเชื่อถือ, ทำให้เสียชื่อเสียง

discreditably /dɪs'kredɪtəblɪ/ดิซ'เคร็ดดิเทอะบลิ/ *adv.* อย่างน่าละอาย, อย่างไม่น่าเชื่อถือ, อย่างทำให้เสียชื่อเสียง; **perform ~ in the examination** ผลการสอบทำให้เสียชื่อ

discreet /dɪ'skriːt/ดิ'ซกฺรีท/ *adj.*, **~er** /dɪ'skriːtə(r)/ดิ'ซกฺรีเทอะ(ร)/, **~est** /dɪ'skriːtɪst/ดิ'ซกฺรีทิซทฺ/ สุขุม, รอบคอบ; *(unobtrusive)* เกือบจะมองไม่เห็น; ไม่โอ้อวด

discreetly /dɪ'skriːtlɪ/ดิ'ซกฺรีทลิ/ *adv.* อย่างสุขุม, อย่างรอบคอบ; *(การแต่งกาย)* อย่างเรียบง่าย

discreetness /dɪ'skriːtnɪs/ดิ'ซกฺรีทนิซ/ *n., no pl.* ความสุขุม, ความรอบคอบ

discrepancy /dɪs'krepənsɪ/ดิซ'เกร็พเพินซิ/ *n.* ความไม่ตรงกัน, ความแตกต่าง, ความไม่ลงรอยกัน; **there is wide ~ between the statements of the two witnesses** การให้การของพยานสองคนแตกต่างกันมาก

d

discrepant /dɪ'skrepənt/ดิ'ซเกร็พเพ็นทฺ/ *adj.* ไม่ตรงกัน, แย้งกัน
discrete /dɪ'skri:t/ดิ'ซกรีท/ *adj.* แยกออกต่างหาก, แยกออกเป็นตัวของตัวเอง
discreteness /dɪ'skri:tnɪs/ดิ'ซกรีทนิซ/ *n., no pl.* การแยกออกต่างหาก, การไม่ต่อเนื่อง
discretion /dɪ'skreʃn/ดิ'ซเกร็ช'น/ *n.* Ⓐ *(prudence)* ความสุขุม, ความรอบคอบ; *(reservedness)* การไว้ตัว; **use ~** ใช้ความรอบคอบ; **reach years** *or* **the age of ~**: บรรลุนิติภาวะ; **~ is the better part of valour** *(prov.)* รู้รักษาตัวรอดเป็นยอดดี; Ⓑ *(liberty to decide)* ดุลยพินิจ, การตัดสินใจ; **leave sth. to sb.'s ~**: ให้ *ค.น.* ตัดสินใจเกี่ยวกับ *ส.น.*; **at sb.'s ~**: แล้วแต่ *ค.น.*; **be within** *or* **at** *or* **left to sb.'s ~**: ขึ้นอยู่กับการตัดสินใจของ *ค.น.*; **use one's ~**: ตัดสินใจเอง
discretionary /dɪ'skreʃənərɪ, US -nerɪ/ดิ'ซเกร็ชเชอะเนอะริ, -เนะริ/ *adj.* ตามที่สมควร, ตามที่จำเป็น; **~ powers** อำนาจที่จะตัดสินใจตามความจำเป็น
discriminate /dɪ'skrɪmɪneɪt/ดิ'ซกฺริมิเนท/ ❶ *v.t.* จำแนก ❷ *v.i.* Ⓐ *(distinguish, use discernment)* จำแนก, เห็นความแตกต่าง, แยก; **~ between [two things]** เห็นความแตกต่างระหว่าง [สองสิ่ง]; Ⓑ **~ against sb.** กีดกัน *ค.น.*; **~ in favour of sb.** เข้าข้างฝ่าย *ค.น.*
discriminating /dɪ'skrɪmɪneɪtɪŋ/ดิ'ซกฺริมิเนทิง/ *adj. (ผู้สะสมของเก่า, นักเล่นพระเครื่อง)* รู้จักเลือก; *(บุคคล)* มีรสนิยมสูง
discriminatingly /dɪ'skrɪmɪneɪtɪŋlɪ/ดิ'ซกฺริมิเนทิงลิ/ *adv.* อย่างรู้จักเลือก, อย่างตาถึง
discrimination /dɪskrɪmɪ'neɪʃn/ดิซกฺริมิ'เนช'น/ *n.* Ⓐ *(act of discriminating)* การเลือก, การแบ่งแยก; Ⓑ *(discernment)* การแยก; การรู้จักเลือก; Ⓒ *(differential treatment)* การกีดกัน **(against)**; การเข้าข้าง; **~ against Blacks/women** การกีดกันคนผิวดำ/ผู้หญิง; **~ against foreign imports** การกีดกันสินค้านำเข้าจากต่างประเทศ; **~ in favour of** การสนับสนุนโดยเฉพาะ; **racial ~**: การกีดกันเชื้อชาติ, การเหยียดสีผิว
discriminatory /dɪ'skrɪmɪnətərɪ, US -tɔ:rɪ/ดิ'ซกฺริมิเนอะเทอะริ, -ทอริ/ *adj.* ที่กีดกัน, ที่แบ่งแยก
discursive /dɪ'skɜ:sɪv/ดิ'ซเกอซิว/ *adj.*
discursively /dɪ'skɜ:sɪvlɪ/ดิ'ซเกอซิวลิ/ *adv.* อย่างนอกเรื่อง, อย่างอ้อมค้อม
discursiveness /dɪ'skɜ:sɪvnɪs/ดิ'ซเกอซิวนิซ/ *n., no pl.* การออกนอกเรื่อง
discus /'dɪskəs/'ดิซเกิซ/ *n. (Sport)* Ⓐ การขว้างจักร; Ⓑ *(event)* การแข่งขว้างจักร
discuss /dɪ'skʌs/ดิ'ซกัซ/ *v.t.* Ⓐ *(talk about)* พูด, คุย, สนทนา; **~ sth. with sb.** คุยเกี่ยวกับ *ส.น.* กับ *ค.น.*; **the children were ~ing the wedding** เด็ก ๆ กำลังคุยกันเรื่องงานแต่งงาน; **I'm not willing to ~ this matter at present** ฉันไม่ต้องการพูดถึงเรื่องนี้ในขณะนี้; Ⓑ *(debate)* โต้เถียง, ถกกัน, อภิปราย; *(examine)* พิจารณา, ตรวจสอบ
discussion /dɪ'skʌʃn/ดิ'ซกัช'น/ *n.* Ⓐ *(conversation)* การพูดคุย; *(more formal)* การสนทนา; **after much ~**: หลังจากได้พูดคุยกันมามาก; **let's have a ~ about it** เรามาคุยเกี่ยวกับเรื่องนี้กันเถอะ; **there was some ~ before they ...**: ได้มีการพูดคุยกันก่อนที่พวกเขาจะ...; Ⓑ *(debate)* การโต้เถียง, การอภิปราย; *(examination)* การพิจารณา, การตรวจสอบ; **come up for ~**: ยกมาพิจารณา; **be under ~**: กำลังถกกันอยู่; กำลังพิจารณา; **matter** *or* **topic for ~**: หัวข้อสำหรับการอภิปราย; **hold** *or* **have a ~ with sb.** มีการอภิปรายกับ *ค.น.*
discussion: ~ group *n.* กลุ่มผู้อภิปราย; **~ programme** *n. (Radio, Telev.)* รายการอภิปราย
disdain /dɪs'deɪn/ดิซ'เดน/ ❶ *n.* การดูถูก, ความรังเกียจ; **with ~**: อย่างดูถูก; **a look of ~**: การมองอย่างรังเกียจ ❷ *v.t.* รังเกียจ, ปฏิเสธ; **~ to do sth.** ปฏิเสธการทำ *ส.น.*
disdainful /dɪs'deɪnfl/ดิซ'เดนฟ'ล/ *adj. (การหัวเราะ, การพูด)* ที่แสดงการดูถูก *หรือ* การรังเกียจ; **look ~**: มีท่าทางดูถูก; **be ~ of advice/simple pleasures** รังเกียจคำแนะนำ/ความสำราญแบบง่าย ๆ
disdainfully /dɪs'deɪnfəlɪ/ดิซ'เดนเฟอะลิ/ *adv.* อย่างดูถูก, อย่างรังเกียจ; **look ~ at sb./sth.** มอง *ค.น./ส.น.* อย่างรังเกียจ
disease /dɪ'zi:z/ดิ'ซีซ/ *n.* ➤ **453** *(lit. or fig.)* โรค; **suffer from a ~**: ป่วยเป็นโรค; **the spreading of ~**: การระบาดของโรค
diseased /dɪ'zi:zd/ดิ'ซีซด/ *adj. (lit. or fig.)* เป็นโรค, มีโรค
disembark /dɪsɪm'bɑ:k/ดิซอิม'บาค/ ❶ *v.t.* นำลงจาก *(เรือ, เครื่องบิน)* ❷ *v.i.* ขึ้นฝั่งจากเรือ, ลงจากเรือ; **wait a long time to ~**: รอนานก่อนที่จะขึ้นฝั่ง *หรือ* ลงจากเครื่องบิน
disembarkation /dɪsembɑ:'keɪʃn/ดิซเอ็มบา'เคช'น/ *n. (of troops)* การยกพลขึ้นบก; *(of cargo, passengers)* การถ่ายจาก *(เรือ, เครื่องบิน)*
disembodied /dɪsɪm'bɒdɪd/ดิซอิม'บอดิด/ *adj. (วิญญาณ, เสียงพูด)* ไม่มีร่าง
disembowel /dɪsɪm'baʊəl/ดิซอิม'บาวเอิล/ *v.t. (Brit.)* **-ll-** ควักไส้พุงออก *(คน, สัตว์)*
disenchant /dɪsɪn'tʃɑ:nt/ดิซอิน'ฉานทฺ/ *v.t.* Ⓐ ปลดเปลื้องจากเสน่ห์, ทำให้เลิกหลงใหล; Ⓑ *(disillusion)* ทำให้เลิกศรัทธา; **he became ~ed with sb./sth.** เขาเลิกศรัทธา *ค.น./ส.น.*
disenchantment /dɪsɪn'tʃɑ:ntmənt, US -'tʃænt/ดิซอิน'ฉานทฺเมินทฺ, -แฉนทฺ/ *n.* ➡ **disenchant**: การปลดเปลื้องจากเสน่ห์, การเลิกหลงใหล, การมองเห็นความจริง
disenfranchise /dɪsɪn'fræntʃaɪz/ดิซอิน'แฟรุนฉายซฺ/ ➡ **disfranchise**
disengage /dɪsɪn'geɪdʒ/ดิซอิน'เกจ/ ❶ *v.t.* Ⓐ ปลด, ปล่อยให้พ้น **(from** จาก**)**; **~ one's hand** ปล่อยมือ; Ⓑ *(Mech.)* **~ the clutch** ปล่อยคลัทช์; **~ the gear** ปลดเกียร์; Ⓒ *(Mil.)* ถอนกองทัพออกจากสนามรบ ❷ *v.i.* Ⓐ ปลีกตัว **(from** จาก**)**; ไม่เกี่ยวข้อง; *(ส่วนเชื่อมติด)* หลุดออกมา; Ⓑ *(Mil.)* ถอนกำลัง **(from** จาก**)**; *(Fencing)* ปัดดาบของคู่ต่อสู้
disengaged /dɪsɪn'geɪdʒd/ดิซอิน'เกจดฺ/ *adj.* Ⓐ ว่าง; Ⓑ *(uncommitted)* ไม่ผูกมัด
disentangle /dɪsɪn'tæŋgl/ดิซอิน'แทงก'ล/ ❶ *v.t.* Ⓐ *(extricate) (lit. or fig.)* แก้ไขให้หลุดพ้น **(from** จาก**)**; Ⓑ *(unravel) (lit. or fig.)* คลาย, คลี่คลาย *(ความสับสน, ปมเรื่อง)* ❷ *v.i.* หลุดพ้น, ถอนตัวออก
disentanglement /dɪsɪn'tæŋglmənt/ดิซอิน'แทงก'ลเมินทฺ/ *n. (lit. or fig.)* การหลุดพ้น, การคลี่คลาย
disentomb /dɪsɪn'tu:m/ดิซอิน'ทูม/ *v.t.* เอาออกมาจากหลุมศพ, ขุดขึ้นมา
disequilibrium /dɪsi:kwɪ'lɪbrɪəm/ดิซอีควิ'ลิเบรียม/ *n., no pl.* การขาดดุลยภาพ, ความไม่มั่นคง
disestablishment /dɪsɪ'stæblɪʃmənt/ดิซิ'ซแตบลิชเมินทฺ/ *n.* **the ~ of the Church** การปลดวัดออกจากการรับรองของรัฐ
disfavour *(Brit.; Amer.:* **disfavor)** /dɪs'feɪvə(r)/ดิซ'เฟเวอะ(ร)/ ❶ *n.* Ⓐ *(displeasure, disapproval)* ความไม่พอใจ, การไม่เห็นชอบด้วย; *(condition of being out of favour)* การไม่เป็นที่ถูกใจ; **incur sb.'s ~**: ทำให้ *ค.น.* ไม่พอใจ; Ⓑ *(disadvantage)* **in sb.'s ~**: ด้วย *ค.น.* เสียเปรียบ ❷ *v.t.* ไม่เห็นชอบ
disfigure /dɪs'fɪgə(r), US dɪs'fɪgjər/ดิซ'ฟิกเกอะ(ร), ดิซ'ฟิกเกียร/ *v.t.* ทำให้เสียความงาม *หรือ* เสียโฉม; ทำลาย *(ภูมิทัศน์)*
disfigurement /dɪs'fɪgəmənt, US dɪs'fɪgjə-/ดิซ'ฟิกเกอะเมินทฺ, ดิซ'ฟิกเกีย-/ *n.* การสูญเสียความงาม, การเสียโฉม; *(of countryside)* การทำลาย
disfranchise /dɪs'fræntʃaɪz/ดิซ'แฟรุนชายซฺ/ *v.t.* ยกเลิกสิทธิ; *(of right to vote)* ตัดสิทธิ์ที่จะได้ออกเสียง
disgorge /dɪs'gɔ:dʒ/ดิซ'กอจ/ *v.t.* Ⓐ สำรอกออกมาจากคอหรือท้อง; *(fig.)* ส่งมอบ *(ทรัพย์สิน, สิ่งที่ลักลอบไป)*; Ⓑ *(discharge)* ระบายของเสียออก
disgrace /dɪs'greɪs/ดิซ'เกรซ/ ❶ *n., no pl.* Ⓐ *(ignominy, deep disfavour)* ความเสื่อมเสีย, ความอัปยศ; **bring ~ on sb./sth.** นำความอัปยศมาสู่ *ค.น./ส.น.*; **send sb. home in ~**: ส่ง *ค.น.* กลับบ้านอย่างเสื่อมเสียเกียรติยศ; **he had to resign in ~**: เขาต้องลาออกด้วยความอัปยศ; Ⓑ **be a ~ [to sb./sth.]** นำความอัปยศ [สู่ *ค.น./ส.น.*] ❷ *v.t.* Ⓐ *(bring shame on)* ทำให้เสียหาย, ทำให้เสียชื่อเสียง, นำความขายหน้ามาให้; **~ oneself** ทำให้ตนเองเสียชื่อเสียง; Ⓑ **be ~d** *(be put out of favour)* ไม่ได้รับความนับถือ, ไม่เป็นที่พอใจ; *(be held up to reproach)* ถูกยกมาเป็นที่ประณาม
disgraceful /dɪs'greɪsfl/ดิซ'เกรซฟ'ล/ *adj.* น่าขายหน้า, น่าอาย, น่าอัปยศ; **what a ~ thing to say/do!** พูด/ทำอะไรน่าขายหน้าจริง!; **it's [absolutely** *or* **really** *or* **quite] ~**: น่าอาย [จริง ๆ] *หรือ* มันช่างหน้าขายหน้า; **how ~!** น่าอายจริง!; **you look ~**: คุณดูแย่มาก
disgracefully /dɪs'greɪsfəlɪ/ดิซ'เกรซเฟอะลิ/ *adv.* อย่างน่าอาย, อย่างน่าอัปยศ; **behave ~**: ประพฤติตัวอย่างน่าอัปยศ; **arrive ~ late** *(coll.)* มาสายจนน่าเกลียด; **she neglected her duties quite ~**: เธอละเลยหน้าที่ของเธออย่างน่าอาย
disgruntled /dɪs'grʌntld/ดิซ'กรันท'ลดฺ/ *adj.* ไม่พอใจ, อารมณ์หงุดหงิด; **be in a ~ mood** กำลังอารมณ์หงุดหงิด
disguise /dɪs'gaɪz/ดิซ'กายซฺ/ ❶ *v.t.* Ⓐ ปลอม *(ตัว, เสียง)*; **~ oneself** ปลอมตัว; **he ~d himself with a false beard** เขาปลอมตัวโดยใช้เคราปลอมช่วย; Ⓑ *(misrepresent)* บิดเบือน; **there is no disguising the fact that ...**: ไม่มีทางบิดเบือนข้อเท็จจริงที่ว่า...; **a ~d tax** ภาษีแฝง; Ⓒ *(conceal)* ซ่อน, ปกปิด; **the herbs ~ the taste of the meat** สมุนไพรปกปิดรสชาติของเนื้อ
❷ *n.* สิ่งที่ช่วยในการปลอมตัว; *(fig.)* การหลอกลวง, การปกปิด; **adopt/wear a ~**: ปลอมตัว; **wear sth. as a ~**: ใช้ *ส.น.* ช่วยในการปลอมตัว; **in the ~ of** โดยปลอมตัวเป็น; **in ~**: โดยปลอมตัว; **without any attempt at ~**: โดยไม่พยายามปกปิดใด ๆ; ➡ **+ blessing C**

disgust /dɪs'gʌst/ดิซ'กัซทฺ/ ❶ *n. (nausea)* การคลื่นไส้ (**at** จาก); *(revulsion)* ความรังเกียจ, ความขยะแขยง (**at** ใน); *(indignation)* ความโกรธ (**at** เนื่องจาก); **in/with ~** ด้วยความขยะแขยง; *(with indignation)* ด้วยความโกรธ ❷ *v.t.* ทำให้ขยะแขยง; *(fill with indignation)* ทำให้โกรธ; *(fill with nausea)* ทำให้คลื่นไส้

disgusted /dɪs'gʌstɪd/ดิซ'กัซติด/ *adj.* รู้สึกขยะแขยง; *(nauseated)* รู้สึกคลื่นไส้; *(indignant)* รู้สึกโกรธ; **feel ~ at sth./with sb.** รู้สึกขยะแขยง *หรือ* โกรธ *ส.น./ค.น.*

disgustedly /dɪs'gʌstɪdlɪ/ดิซ'กัซติดลิ/ *adv.* ด้วยความรังเกียจ, อย่างความขยะแขยง; *(with nausea)* ด้วยความคลื่นไส้; *(indignantly)* ด้วยความโกรธ

disgusting /dɪs'gʌstɪŋ/ดิซ'กัซติง/ *adj.* น่ารังเกียจ, น่าขยะแขยง; *(nauseating also)* น่าคลื่นไส้; **don't be so ~** อย่าทำตัวน่าเกลียดแบบนี้สิ *หรือ* หยุดทำทุเรศ

disgustingly /dɪs'gʌstɪŋlɪ/ดิซ'กัซติงลิ/ *adv.* อย่างน่ารังเกียจ; *(causing nausea also)* อย่างน่าคลื่นไส้; *(iron.) (สวย, รวย)* ชิบหายเลย

dish /dɪʃ/ดิช/ ❶ *n.* Ⓐ *(for food)* จาน; *(flatter)* ถาด; *(deeper)* ชาม, โถ; Ⓑ *in pl. (crockery)* จานชาม; **wash** *or (coll.)* **do the ~es** ล้างจาน; Ⓒ *(type of food)* ประเภทอาหาร; **it is [not] my/every body's ~** [ไม่] เป็นอาหารที่ฉัน/ทุกคนจะโปรด; Ⓓ *(coll.) (person)* มีเสน่ห์; **be quite a ~:** มีเสน่ห์; Ⓔ *(receptacle)* ภาชนะที่รองรับ; Ⓕ *(Radio, Telev.)* จานรับสัญญาณดาวเทียม ❷ *v.t.* Ⓐ เสิร์ฟ *(ท.ศ.) (อาหาร)*; Ⓑ *(coll.) (outmanoeuvre)* เอาชนะ; *(ruin)* ทำลาย

~ **'out** *v.t.* Ⓐ เสิร์ฟ *(ท.ศ.)* อาหาร; Ⓑ *(coll.: distribute)* แจกจ่าย

~ **'up** *v.t.* เสิร์ฟ *(อาหาร)*, นำอาหารขึ้นโต๊ะ; *(fig.)* พูดแก้ตัวอย่างสละสลวย

dishabille /dɪsə'bi:l/ดิเซอะ'บ'ล/ ➡ **déshabillé**

disharmony /dɪs'hɑ:mənɪ/ดิซ'ฮาเมอะนิ/ *n. (lit. or fig.)* การไม่ประสานกลมกลืนกัน

dish: **~cloth** *n.* Ⓐ *(for washing)* ผ้าล้างจาน; Ⓑ *(Brit.: for drying)* ผ้าเช็ดจาน; **~ cover** *n.* ฝาปิดจาน; *(against flies etc.)* ชะลอม, ฝาชี

dishearten /dɪs'hɑ:tn/ดิซ'ฮาท'น/ *v.t.* ทำให้ท้อใจ; **be ~ed** ท้อใจ

disheartening /dɪs'hɑ:tənɪŋ/ดิซ'ฮาเทินนิง/ *adj.* **dishearteningly** /dɪs'hɑ:tənɪŋlɪ/ดิซ'ฮาท'นนิงลิ/ *adv.* [อย่าง] น่าท้อใจ

dished /dɪʃt/ดิชคฺ/ เป็นรูปจาน

dishevelled *(Amer.:* **disheveled**) /dɪ'ʃevld/ดิ'เช็ววฺ'ลด/ *adj.* ยุ่งเหยิง *(ผม, เสื้อผ้า)*; *(หน้าตา)* ไม่เรียบร้อย

'dishmop *n.* แปรงล้างจาน

dishonest /dɪs'ɒnɪst/ดิซ'ออนิซทฺ/ *adj.* *(บุคคล)* ไม่ซื่อสัตย์; *(คำตอบ)* หลอกลวง, โกง; **~ goings-on** การกระทำที่ไม่ซื่อตรง; **be ~ with sb.** หลอกลวง *ค.น.*

dishonestly /dɪs'ɒnɪstlɪ/ดิซ'ออนิซทุลิ/ *adv.* อย่างไม่ซื่อสัตย์, อย่างหลอกลวง

dishonesty /dɪs'ɒnɪstɪ/ดิซ'ออนิซติ/ *n.* ความไม่ซื่อสัตย์, การหลอกลวง, การโกง

dishonor *(Amer.)* ➡ **dishonour** *etc.*

dishonour /dɪs'ɒnə(r)/ดิซ'ออเนอะ(ร)/ ❶ *n.* ความเสื่อมเสีย *(ชื่อเสียง, เกียรติยศ)*; **bring ~ [up]on the nation/sb.** นำความเสื่อมเสียมาให้แก่ชาติ/*ค.น.* ❷ *v.t.* Ⓐ ไม่ให้เกียรติ, ไม่ให้ความนับถือ; Ⓑ *(disgrace)* ทำให้เสียชื่อเสียง; **~ one's family** ทำลายชื่อเสียงของครอบครัว; Ⓒ *(Commerc.)* ปฏิเสธการจ่ายเงินตามเช็ค; ไม่ชำระ *(หนี้สิน)*

dishonourable /dɪs'ɒnərəbl/ดิซ'ออเนอะเรอะบ'ล/ *adj.* ทำให้เสื่อมเสียชื่อเสียง, ที่เสียเกียรติ

dishonourably /dɪs'ɒnərəblɪ/ดิซ'ออเนอะเรอะบลิ/ *adv.* อย่างไม่มีเกียรติ, อย่างเสื่อมเสียเกียรติ

dish: **~ rack** *n.* ตะแกรงคว่ำจาน; **~ towel** *n.* ผ้าเช็ดจาน; **~washer** *n.* Ⓐ เครื่องล้างจาน; **~washer detergent** ผง/น้ำยาล้างจาน; Ⓑ *(person)* คนรับจ้างล้างจาน; **~-washing** *n.* การล้างจาน; **~-washing machine** ➡ **~washer** A; **~water** *n.* น้ำที่ใช้ล้างจานแล้ว; **this tea's like ~water** ชาถ้วยนี้รสชาติเหมือนน้ำล้างจาน

dishy /'dɪʃɪ/'ดิชชิ/ *adj. (Brit. coll.)* มีเสน่ห์

disillusion /dɪsɪ'lju:ʒn, dɪsɪ'lu:ʒn/ดิซิ'ลูฌ'น/ ❶ *n., no pl.* ความผิดหวัง, ตาสว่าง *(เมื่อรู้ความจริง)* (**with** ด้วย) ❷ *v.t.* ทำให้ผิดหวัง *(เมื่อรู้ความจริง)*; **I don't want to ~ you, but ...:** ฉันไม่อยากทำให้คุณผิดหวัง

disillusioned /dɪsɪ'lju:ʒnd, dɪsɪ'lu:ʒnd/ดิซิ'ลูฌ'นด/ *adj.* ผิดหวังเมื่อรู้ความจริง; **become ~ with sth.** เกิดผิดหวังใน *ส.น.* เมื่อรู้ความจริง

disillusionment /dɪsɪ'lu:ʒnmənt/ดิซิ'ลูฌ'นเมินทฺ/ *n.* การมีตาสว่าง, การผิดหวัง

disincentive /dɪsɪn'sentɪv/ดิซิน'เซ็นทิวฺ/ *n.* สิ่งที่ทำให้ท้อ; **act as** *or* **be a ~ to sb. to do sth.** เป็นสิ่งที่ทำให้ *ค.น.* ท้อในการทำ *ส.น.*

disinclination /dɪsɪnklɪ'neɪʃn/ดิซินคลิ'เนช'น/ *n.* ความไม่เต็มใจ, ความไม่อยาก (**for, to** ที่)

disincline /dɪsɪn'klaɪn/ดิซิน'คลายนฺ/ *v.t.* ทำให้ไม่เต็มใจ, ทำให้ไม่อยาก

disinclined /dɪsɪn'klaɪnd/ดิซิน'คลายนฺดฺ/ *adj.* ไม่เต็มใจ, ไม่อยาก

disinfect /dɪsɪn'fekt/ดิซิน'เฟ็คทฺ/ *v.t.* ฆ่าเชื้อโรคโดยการล้าง อัด *หรือ* ฉีด

disinfectant /dɪsɪn'fektənt/ดิซิน'เฟ็คเทินทฺ/ ❶ *adj.* ฆ่าเชื้อโรค ❷ *n.* ยาฆ่าเชื้อโรค

disinfection /dɪsɪn'fekʃn/ดิซิน'เฟ็คช'น/ *n.* การฆ่าเชื้อโรค

disinfest /dɪsɪn'fest/ดิซิน'เฟ็ซทฺ/ *v.t.* กำจัดสัตว์ *(เช่น หนู แมลงต่าง ๆ)*

disinformation /dɪsɪnfə'meɪʃn/ดิซินเฟอะ'เมช'น/ *n.* ข้อมูลคลาดเคลื่อน; ข้อมูลเท็จ

disingenuous /dɪsɪn'dʒenjʊəs/ดิซิน'เจ็นนิวเอิซ/ *adj.* ไม่จริงใจ, ไม่ตรงไปตรงมา, มีเลศนัย

disingenuously /dɪsɪn'dʒenjʊəslɪ/ดิซิน'เจ็นนิวเอิซลิ/ *adv.* อย่างไม่จริงใจ, อย่างไม่ตรงไปตรงมา, อย่างมีเลศนัย

disingenuousness /dɪsɪn'dʒenjʊəsnɪs/ดิซิน'เจ็นนิวเอิซนิซ/ *n.* ความไม่จริงใจ, ความมีเลศนัย

disinherit /dɪsɪn'herɪt/ดิซิน'เฮะริท/ *v.t.* ตัดสิทธิในกองมรดก

disinheritance /dɪsɪn'herɪtəns/ดิซิน'เฮะริเทินซฺ/ *n.* การตัดสิทธิในกองมรดก

disinhibit /dɪsɪn'hɪbɪt/ดิซอิน'ฮิบบิท/ *v.t.* ทำให้ขาดความยับยั้งชั่งใจ

disintegrate /dɪs'ɪntɪgreɪt/ดิซ'อินทิเกรฺท/ ❶ *v.i.* Ⓐ แตกแยกออกเป็นชิ้นส่วน; *(หิน)* สึกกร่อน; *(ประเทศ, รัฐบาล)* ล่มสลาย; *(shatter suddenly)* แตกสลาย; Ⓑ *(Phys.)* ผ่านกระบวนการที่นิวเคลียสแตกตัวเล็กลง ❷ *v.t.* Ⓐ ทำให้แตกแยกออกเป็นชิ้นส่วน; *(by weathering also)* ทำให้สึกกร่อน; *(by exploding)* ระเบิด; ทำให้ *(ประเทศ, รัฐบาล)* ล่มสลาย; Ⓑ *(Phys.)* ทำให้เกิดกระบวนการที่นิวเคลียสแตกตัวเล็กลง

disintegration /dɪsɪntɪ'greɪʃn/ดิซอินทิ'เกรฺช'น/ *n.* Ⓐ การแตกแยกออกเป็นชิ้นส่วน; *(of road surface)* การสึกกร่อน; *(fig.)* การล่มสลาย; *(of personality)* สติแตก; *(of hopes)* ความพังทลาย; Ⓑ *(Phys.)* กระบวนการที่นิวเคลียสแตกตัวเล็กลง

disinter /dɪsɪn'tɜ:(r)/ดิซิน'เทอ(ร)/ *v.t.* **-rr-** Ⓐ ขุด *(ศพ)* ขึ้นมา; Ⓑ *(fig.)* รื้อฟื้น

disinterest /dɪs'ɪntrəst, dɪs'ɪntrɪst/ดิซ'อินเทรฺิซทฺ, ดิซ'อินทริซทฺ/ ➡ **disinterestedness**

disinterested /dɪs'ɪntrəstɪd, dɪs'ɪntrɪstɪd/ดิซ'อินเทริซติด/ *adj.* Ⓐ *(impartial)* ไม่เข้าข้างฝ่ายใดฝ่ายหนึ่ง, ยุติธรรม, เป็นกลาง; *(free from selfish motive)* ไม่เห็นแก่ตัว; Ⓑ *(coll.: uninterested)* ไม่สนใจ

disinterestedly /dɪs'ɪntrəstɪdlɪ, dɪs'ɪntrɪstɪdlɪ/ดิซ'อินเทริซติดลิ, ดิซ'อินทริซติดลิ/ *adv.* ➡ **disinterested:** อย่างไม่เข้าข้าง, อย่างยุติธรรม, อย่างไม่เห็นแก่ตัว; อย่างไม่สนใจ

disinterestedness /dɪs'ɪntrəstɪdnɪs, dɪs'ɪntrɪstɪdnɪs/ดิซ'อินเทริซติดนิซ, ดิซ'อินทริซติดนิซ/ *n., no pl.* ➡ **disinterested:** การไม่เข้าข้าง, ความยุติธรรม, ความไม่เห็นแก่ตัว; การไม่สนใจ (**in** ใน)

disinterment /dɪsɪn'tɜ:mənt/ดิซิน'เทอเมินทฺ/ *n.* Ⓐ การขุด *(ศพ)* ขึ้นมา; Ⓑ *(fig.)* การรื้อฟื้นเรื่องเก่าออกมา

disinvestment /dɪsɪn'vestmənt/ดิซิน'เว็ซทฺเมินทฺ/ *n. (Econ.)* การถอนเงินลงทุน

disjoin /dɪs'dʒɔɪn/ดิซ'จอยนฺ/ *v.t.* แยกส่วนออก

disjointed /dɪs'dʒɔɪntɪd/ดิซ'จอยนฺทิด/ *adj.* **disjointedly** / dɪs'dʒɔɪntɪdlɪ/ดิซ'จอยนฺทิดลิ/ *adv.* [อย่าง] ไม่ต่อเนื่องกัน, [อย่าง] ไม่ปะติดปะต่อกัน

disjunctive /dɪs'dʒʌŋktɪv/ดิซ'จังคฺทิวฺ/ *adj.* Ⓐ เกี่ยวกับการแยกส่วนออก; Ⓑ *(Ling., Logic)* *คำเชื่อมประโยคที่แสดงว่าประโยคข้างหน้าและข้างหลังมีความหมายขัดแย้งกัน เช่น แต่ แม้ว่ามิฉะนั้น*

disk Ⓐ *(Computing)* **[magnetic] ~:** แผ่นดิสก์ [แม่เหล็ก]; **[floppy] ~:** แผ่นฟลอปปี้ดิสก์, จานอ่อน; **[hard] ~** *(exchangeable)* จานบันทึกที่อัดซ้ำได้; *(fixed)* จานบันทึกที่อัดซ้ำไม่ได้; Ⓑ ➡ **disc** A, B, D, E

'disk drive *n. (Computing)* ตัวขับ *หรือ* อ่านข้อมูลจานบันทึก *หรือ* จานแม่เหล็ก

diskette /dɪ'sket/ดิ'ซเก็ต/ *n. (Computing)* แผ่นบันทึกข้อมูล, แผ่นดิสก์ *(ท.ศ.)*

dislike /dɪs'laɪk/ดิซ'ไลค/ ❶ *v.t.* ไม่ชอบ, เกลียด; *(a little stronger)* ทนไม่ได้; **~ sb./sth. greatly** *or* **intensely** ทน *ค.น./ส.น.* ไม่ได้เลย; **I don't ~ it** ฉันไม่ได้รังเกียจมัน; **~ doing sth.** ไม่ชอบทำ *ส.น.*

❷ *n.* Ⓐ *no pl.* ความรู้สึกไม่ชอบ, ความเกลียด (**of, for**); **she took an instant ~ to him** เธอรู้สึกไม่ชอบเขาทันทีที่พบ; **have a ~ for sb./sth.** มีความเกลียด *ค.น./ส.น.*; **feel ~ for sb./sth.** รู้สึกไม่ชอบ *ค.น./ส.น.*; Ⓑ *(object)* **one of my greatest ~ is** สิ่งหนึ่งที่ฉันเกลียดที่สุดคือ

dislocate /'dɪsləkeɪt, US 'dɪsləʊkeɪt/'ดิซเลอะเคท, 'ดิซโลเคท/ *v.t.* Ⓐ *(Med.)* ทำให้ *(กระดูก)* เคลื่อน *หรือ* หลุด; *(ขา)* แพลง; Ⓑ *(fig.)* ทำให้เสีย, ทำให้วุ่นวาย, ทำให้ยุ่งเหยิง

dislocation /dɪslə'keɪʃn, US dɪsləʊ'keɪʃn/ดิซเลอะ'เคช'น, ดิซโล'เคช'น/ *n.* Ⓐ *(Med.)* การเคลื่อน *หรือ* หลุด *(ของกระดูก)*; การมี *(ขา)* แพลง; Ⓑ *(fig.)* ความสับสนวุ่นวาย

d

dislodge /dɪsˈlɒdʒ/ดิซ'ลอจ/ *v.t.* (**from** จาก); *(detach)* ทำให้หลุด (**from** จาก); *(Mil: drive out)* ขับไล่ออกไป
disloyal /dɪsˈlɔɪəl/ดิซ'ลอยเอิล/ *adj.* ไม่ซื่อสัตย์, ไม่จงรักภักดี (**to** ต่อ); **be ~:** เป็นคนไม่ซื่อสัตย์
disloyalty /dɪsˈlɔɪəltɪ/ดิซ'ลอยเอิลทิ/ *n.* ความไม่ซื่อสัตย์, ความไม่จงรักภักดี
dismal /ˈdɪzməl/'ดิซเมิล/ *adj.* เศร้า, ไม่เบิกบาน, เป็นทุกข์; *(ภูมิทัศน์, สถานที่)* ดูเศร้าสร้อย; *(coll.: feeble)* อ่อนแอ, ไม่น่าสนใจ, แห้งแล้ง; **in a ~ manner/tone of voice** ด้วยอาการไม่เบิกบาน/ด้วยน้ำเสียงที่แห้งแล้ง; **a ~ failure** การล้มเหลวอันยิ่งใหญ่
dismally /ˈdɪzməlɪ/'ดิซเมอะลิ/ *adv.* อย่างเศร้าโศก, อย่างไม่เบิกบาน; อย่างแย่มาก
dismantle /dɪsˈmæntl/ดิซ'แมนท'ล/ *v.t.* ถอดออกเป็นชิ้น ๆ, รื้อ *(นั่งร้าน)*; **to ~ an engine** ถอดเครื่องยนต์ออกเป็นชิ้น ๆ; *(fig.)* ยุบ *(บริษัท)*; *(permanently)* รื้อถอน *(อาคาร)*
dismast /dɪsˈmɑːst, US -ˈmæst/ดิซ'มาซท, -'แมซท/ *v.t. (Naut.)* ถอนเสาเรือ, ทำลายเสาเรือ
dismay /dɪsˈmeɪ/ดิซ'เม/ ❶ *v.t.* ทำให้วิตกกังวล, ทำให้ตกใจ; **he was ~ed to hear that ...:** เขาตกใจที่ได้ยินว่า...; **he was ~ed at the news** เขาวิตกกังวลต่อข่าวนั้น ❷ *n.* ความตกใจ, ความวิตกกังวล (**at** ต่อ, กับ); **he was filled with ~ at the news** เขาเต็มไปด้วยความวิตกกังวลต่อข่าวนั้น; **watch in** *or* **with ~:** เฝ้าดูด้วยความวิตกกังวล
dismember /dɪsˈmembə(r)/ดิซ'เม็มเบอะ(ร)/ *v.t.* Ⓐ ฉีก *หรือ* ตัดแขนขา; Ⓑ *(partition)* แบ่งออก *(ประเทศ/จักรวรรดิ)* เป็นส่วน ๆ
dismemberment /dɪsˈmembəmənt/ดิซ'เม็มเบอะเมินท/ *n.* Ⓐ การฉีก *หรือ* การตัดแขนขา; Ⓑ *(partitioning)* การแบ่ง *(ประเทศ/จักรวรรดิ)* ออกเป็นส่วน ๆ
dismiss /dɪsˈmɪs/ดิซ'มิซ/ *v.t.* Ⓐ *(send away, ask to leave or disperse)* ส่งออกไป, ขอให้ย้าย; ยุบ *(สภา)*; เลิก *(การประชุม)*; *(Mil.)* เลิกแถว; Ⓑ *(from employment)* ไล่ออก; Ⓒ *(from the mind)* เลิกคิด; *(treat very briefly)* ดูผ่าน ๆ; ปัดไป; Ⓓ *(Law)* ยกฟ้อง; **~ with costs** ประกาศยกฟ้องพร้อมค่าชดเชย; Ⓔ *(Cricket)* ทำให้ผู้ตี *หรือ* ฝ่ายตีออกจากสนาม
dismissal /dɪsˈmɪsl/ดิซ'มิซ'ล/ *n.* Ⓐ การส่งออกไป, การให้ออกไป; การเลิก *(ประชุม)*; **she made a gesture of ~ to the servant** เธอส่งสัญญาณให้คนใช้ออกไป; Ⓑ *(from employment)* การไล่ออก; **give sb. his/her ~:** ไล่ *ค.น.* ออกจากงาน; Ⓒ *(from the mind)* การเลิกคิด; *(rejection)* การปฏิเสธ; *(very brief treatment)* การดูผ่าน ๆ; การไม่ใส่ใจ; Ⓓ *(Law)* การยกฟ้อง; Ⓔ *(Cricket)* การทำให้ผู้เล่นตำแหน่งผู้ตีออกจากสนาม
dismissive /dɪsˈmɪsɪv/ดิซ'มิซซิว/ *adj.* ไม่ใส่ใจ; บอกปัด; *(disdainful)* ดูถูก, รังเกียจ; **be ~ about sth.** ไม่ใส่ใจใน *ส.น.*
dismissively /dɪsˈmɪsɪvlɪ/ดิซ'มิซซิวลิ/ *adv.* อย่างไม่ใส่ใจ; *(disdainfully)* อย่างดูถูก, อย่างรังเกียจ
dismount /dɪsˈmaʊnt/ดิซ'มาวนฺท/ ❶ *v.i.* ลง *(จากม้า, จักรยาน)* ❷ *v.t.* ทำให้ตก *(ม้า, จักรยาน)*
disobedience /dɪsəˈbiːdɪəns/ดิซเออะ'บีเดียนซฺ/ *n.* การไม่เชื่อฟัง, การขัดคำสั่ง; **act of ~:** การกระทำที่ขัดคำสั่ง; **~ to orders** การไม่ทำตามคำสั่ง
disobedient /dɪsəˈbiːdɪənt/ดิซเออะ'บีเดียนทฺ/ *adj.* ไม่เชื่อฟัง; **be ~ to orders/to sb.** ไม่ปฏิบัติตามคำสั่ง/ไม่ทำตาม *ค.น.*
disobediently /dɪsəˈbiːdɪəntlɪ/ดิซเออะ'บีเดียนทฺลิ/ *adv.* อย่างไม่เชื่อฟัง, อย่างขัดคำสั่ง; **act/behave ~:** กระทำ/ประพฤติอย่างไม่เชื่อฟัง *หรือ* ขัดคำสั่ง
disobey /dɪsəˈbeɪ/ดิซเออะ'เบ/ *v.t.* ไม่เชื่อฟัง; ฝ่าฝืน *(กฎหมาย)*; ขัดคำสั่ง; *(Mil.)* ขัดคำสั่ง
disoblige /dɪsəˈblaɪdʒ/ดิซเออะ'บลายจ/ *v.t.* **~ sb.** ปฏิเสธที่จะช่วยเหลือ *ค.น.*
disobliging /dɪsəˈblaɪdʒɪŋ/ดิซเออะ'บลายจิง/ *adj.* ไม่ให้ความร่วมมือ; **be very/most ~:** ไม่ให้ความร่วมมือเลย
disorder /dɪsˈɔːdə(r)/ดิซ'ออเดอะ(ร)/ ❶ *n.* Ⓐ ความไม่เป็นระเบียบ, ความสับสนวุ่นวาย, โกลาหล, ความยุ่งเหยิง; **everything was in [complete] ~:** ทุกอย่างสับสนวุ่นวาย [โดยสิ้นเชิง]; **the meeting broke up in ~:** การประชุมหยุดชะงักอย่างวุ่นวาย; **throw sth. into ~:** ทำให้ *ส.น.* ยุ่งเหยิง; **the marchers were thrown into ~:** ผู้เดินขบวนเกิดความไม่เป็นระเบียบ; **the troops fled in ~:** กองทหารหลบหนีกันอลหม่าน; Ⓑ *(rioting, disturbance)* จลาจล, ความไม่สงบ; Ⓒ *(Med.)* ความไม่ปกติ, โรค *(ที่มักจะไม่ร้ายแรง)*; **suffer from a mental ~:** ป่วยเป็นโรคจิต; **a stomach/liver ~:** ระบบทางเดินอาหาร/ตับไม่ปกติ; **a blood ~:** มีปัญหาเกี่ยวกับเลือด ❷ *v.t.* Ⓐ ทำให้ไม่มีระเบียบ, ทำให้สับสนวุ่นวาย; Ⓑ ทำให้ *(สมอง)* สับสน
disordered /dɪsˈɔːdəd/ดิซ'ออเดิด/ *adj.* Ⓐ ไม่เป็นระเบียบ, สับสนวุ่นวาย; Ⓑ *(Med.)* ผิดปกติ, เป็นโรค; *(mentally unbalanced)* จิตผิดปกติ
disorderly /dɪsˈɔːdəlɪ/ดิซ'ออเดอะลิ/ *adj.* Ⓐ *(untidy)* รก, ไม่เรียบร้อย; *(ความคิด)* ที่สับสน; Ⓑ *(unruly)* ก่อความวุ่นวาย, ควบคุมไม่ได้, ไม่มีวินัย; **~ crowds** ฝูงชนที่ก่อความวุ่นวาย; **~ conduct** ความประพฤติผิดวินัย
dis'orderly house *n. (brothel)* ซ่องโสเภณี; *(gambling den)* บ่อนเล่นการพนัน
disorganization /dɪsɔːgənaɪˈzeɪʃn, US -nɪˈz-/ ดิซออเกอะไน'เซช'น, -นิ'ซ-/ *n., no. pl.* ความขาดระบบ; *(muddle)* ความสับสนวุ่นวาย; **cause ~ of sth.** ทำให้ *ส.น.* สับสนวุ่นวาย
disorganize /dɪsˈɔːgənaɪz/ดิซ'ออเกอะนายซฺ/ *v.t.* ทำลายระบบ; ทำให้เกิดความสับสนวุ่นวาย
disorganized /dɪsˈɔːgənaɪzd/ดิซ'ออเกอะนายซฺดฺ/ *adj.* *(คน)* ไม่มีระบบ; *(งาน)* สับสน; **he's completely ~:** เขาสับสนไปหมด
disorient /dɪsˈɔːrɪənt, dɪsˈɒrɪənt/ดิซ'ออเรียนทฺ/, **disorientate** /dɪsˈɒrɪənteɪt, dɪsˈɔːrɪənteɪt/ดิซ'ออเรียนเทท/ *v.t.* ทำให้ไม่รู้ว่าอยู่ไหน, ทำให้หลงทาง; *(fig.)* ทำให้สับสน, ทำให้งง
disorientated /dɪsˈɒrɪənteɪtɪd, dɪsˈɔːrɪənteɪtɪd/ดิซ'ออเรียนเททิด/ *adj.* สับสน, งง, ไม่รู้ว่าอยู่ที่ไหน
disorientation /dɪsɒrɪənˈteɪʃn, dɪsɔːrɪənˈteɪʃn/ดิซออเรียน'เทช'น/ *n. (lit.)* การสับสนเกี่ยวกับสถานที่; *(fig.)* การสับสน, ความงง
disoriented /dɪsˈɔːrɪəntɪd, dɪsˈɒrɪəntɪd/ดิซ'ออเรียนทิด/ ➡ **disorientated**
disown /dɪsˈəʊn/ดิซ'โอน/ *v.t.* Ⓐ *(repudiate)* ไม่ยอมรับ, ไม่เกี่ยวข้องด้วย; **if you do that I'll ~ you** ถ้าคุณทำเช่นนั้นแล้วฉันก็จะตัดคุณไปเลย; Ⓑ *(renounce allegiance to)* สละ, ประกาศเลิก
disparage /dɪˈspærɪdʒ/ดิ'ซแปริจ/ *v.t.* Ⓐ ลดคุณค่า, ดูถูก; Ⓑ *(discredit)* ทำให้ขายหน้า, ทำให้เสียชื่อเสียง, ทำให้ไม่มีใครเชื่อถือ
disparagement /dɪˈspærɪdʒmənt/ดิ'ซแปริจเมินทฺ/ *n.* การดูถูก, การดูหมิ่น; **speak with ~ of sth./sb.** พูดถึง *ส.น./ค.น.* อย่างดูหมิ่น
disparaging /dɪˈspærɪdʒɪŋ/ดิ'ซแปริจิง/ *adj.* ดูถูก, ดูหมิ่น
disparagingly /dɪˈspærɪdʒɪŋlɪ/ดิ'ซแปริจิงลิ/ *adv.* อย่างดูถูก, อย่างดูหมิ่น
disparate /ˈdɪspərət/'ดิซเปอะเริท/ *adj.* แตกต่างกัน, เปรียบเทียบกันไม่ได้
disparity /dɪˈspærətɪ/ดิ'ซแปเรอะทิ/ *n.* ความไม่เสมอภาคกัน; *(difference also)* ความแตกต่างกัน; *(lack of parity)* ความไม่เท่าเทียมกัน
dispassionate /dɪˈspæʃənət/ดิ'ซแพเชอะเนิท/ *adj.* ด้วยอารมณ์สงบ, ด้วยความใจเย็น; *(impartial)* ยุติธรรม, ไม่เข้าข้างฝ่ายใดฝ่ายหนึ่ง
dispassionately /dɪˈspæʃənətlɪ/ดิ'ซแพเชอะเนิทลิ/ *adv.* อย่างสงบ, อย่างใจเย็น; *(impartially)* อย่างยุติธรรม, อย่างไม่เข้าข้างฝ่ายใดฝ่ายหนึ่ง
dispatch /dɪˈspætʃ/ดิ'ซแพฉ/ ❶ *v.t.* Ⓐ *(send off)* ส่ง; **~ sb. [to do sth.]** ส่ง *ค.น.* [ไปทำ *ส.น.*]; Ⓑ *(get through)* ทำสำเร็จ; Ⓒ *(kill)* ฆ่า; Ⓓ *(eat)* กินอย่างรวดเร็ว, ขม้ำ ❷ *n.* Ⓐ *(official report, Journ.)* รายงานทางราชการ, หนังสือแถลงข่าว; **they were mentioned in ~es** *(Mil.)* พวกเขาได้มีการระบุชื่อไว้ในรายงานของทางราชการ; Ⓑ *(sending off)* การส่ง *(คน, ของ)*; *(of troops, messenger, delegation)* การส่งออกไปปฏิบัติภารกิจ; Ⓒ *(killing)* การประหาร, การฆ่า; Ⓓ *(prompt execution)* การจัดการโดยฉับพลัน, การทำสำเร็จ; Ⓔ *(prompt efficiency)* **act with ~:** ปฏิบัติโดยเร็วและมีประสิทธิภาพ
dispatch: ~ box, ~ case *ns.* กระเป๋าบรรจุเอกสารของทางการ
dispatcher /dɪˈspætʃə(r)/ดิ'ซแพทเฉอะ(ร)/ *n.* ผู้ส่ง *(ซอง, เอกสาร)*
dispatch: ~ note *n.* จดหมายด่วน; **~ rider** *n.* คนขี่มอเตอร์ไซค์ส่งเอกสาร; *(Mil.)* คนขี่ม้าหรือจักรยานยนต์ส่งข่าวสาร
dispel /dɪˈspel/ดิ'ซเป็ล/ *v.t.*, **-ll-** ขับ, ไล่, ขจัด, กำจัด, ทำให้หายไป
dispensable /dɪˈspensəbl/ดิ'ซเป็นเซอะบ'ล/ *adj.* ไม่จำเป็น
dispensary /dɪˈspensərɪ/ดิ'ซเป็นเซอะริ/ *n.* *(Pharm.)* ร้านขายยา; *(in hospital)* ห้องจ่ายยา
dispensation /dɪspenˈseɪʃn/ดิซเป็น'เซช'น/ *n.* Ⓐ *(distribution)* การแจก, การจ่าย; *(of grace)* การประสาทพร; *(of favours)* การบริจาค; **~ of justice** ระบอบนิติบัญญัติ; Ⓑ *(management)* การจัดการ; *(Theol.: by Providence)* **divine ~:** การประสิทธิ์ประสาทพรอันศักดิ์สิทธิ์; Ⓒ *(exemption)* การยกเว้น; **~ from the examination** การยกเว้นจากการสอบ; Ⓓ *(Eccl.)* ระบบคำสอนทางศาสนาที่ปรากฏเด่นชัดในสมัยใดสมัยหนึ่ง
dispense /dɪˈspens/ดิ'ซเป็นซฺ/ ❶ *v.i.* **~ with** ละทิ้ง, ทิ้งไป; *(set aside)* กันไว้ทางหนึ่ง, ไม่นำมาใช้งาน; *(do away with)* เลิกใช้, กำจัด ❷ *v.t.* Ⓐ *(distribute, administer)* ให้, จ่าย, บริหาร, ปกครอง; **~ justice** ประกาศคำตัดสิน; **the machine ~s hot drinks** ตู้นี้บริการเครื่องดื่มร้อน; **the device ~s liquid soap/toilet paper** อุปกรณ์นี้บริการสบู่เหลว/กระดาษชำระ; Ⓑ *(Pharm.)* จัดและจ่ายยา
dispenser /dɪˈspensə(r)/ดิ'ซเป็นเซอะ(ร)/ *n.* Ⓐ *(Pharm.)* เจ้าหน้าที่จ่ายยา; Ⓑ *(vending machine)* ตู้บริการสินค้า; *(container)* อุปกรณ์จำหน่าย *(สบู่, กระดาษ)*

dispensing 'chemist *n.* ➤ **489** ผู้มีใบอนุญาตจัดและจ่ายยา

dispersal /dɪ'spɜ:sl/ดิ'ซเปอซ'ล/ *n.* (A) *(scattering)* การกระจาย; *(diffusion)* การแพร่กระจาย; *(of mist, oil slick)* การละลายตัว; *(of mist, clouds)* การสลายตัว; *(Mil.)* การกระจายกำลัง; (B) *(Bot., Zool.)* การกระจายพันธุ์; (C) *(Phys.)* การแตกกระจายของแสง

disperse /dɪ'spɜ:s/ดิ'ซเปิซ/ ❶ *v.t.* (A) *(scatter)* ทำให้กระจาย *หรือ* สลายตัว, แตกฮือ; *(dispel)* ทำให้ละลาย *(น้ำมัน)*; *(Mil.)* กระจายกำลัง; (B) *(Phys.)* สลาย, กระจาย ❷ *v.i.* สลายตัว; *(Phys.)* กระจายตัว

dispersion /dɪ'spɜ:ʃn, US dɪ'spɜ:rʒn/ดิ'ซเปอช'น, ดิ'ซเปอรฌ'น/ *n.* (A) *(scattering)* การแตกกระจาย, การสลาย; *(diffusion)* การแพร่กระจาย; *(Mil.)* การกระจายกำลัง; (B) **D~** *(Jewish Hist.)* ➡ **Diaspora**; (C) *(Phys.) การที่แสงแยกออกเป็นรังสีเจ็ดสีเมื่อใช้ปริซึม; (system)* ระบบแปรผันหรือกระจาย; (D) *(statistics) การแปรผันหรือการกระจายตัวของข้อมูลโดยรอบค่าเฉลี่ยหรือค่าปานกลาง*

dispirit /dɪ'spɪrɪt/ดิ'ซปิริท/ *v.t.* ทำให้เสียกำลังใจ, ทำให้ท้อแท้

dispirited /dɪ'spɪrɪtɪd/ดิ'ซปิริทิด/ *adj.* ท้อแท้, ไม่มีกำลังใจ

dispiritedly /dɪ'spɪrɪtɪdlɪ/ดิ'ซปิริทิดลิ/ *adv.* อย่างท้อแท้, อย่างหมดกำลังใจ

dispiriting /dɪ'spɪrɪtɪŋ/ดิ'ซปิริทิง/ *adj.* ชวนให้ท้อแท้, ชวนให้หมดกำลังใจ

displace /dɪs'pleɪs/ดิซ'เพลซ/ *v.t.* (A) *(move from place)* ย้ายจากที่หรือตำแหน่ง; *(force to flee)* บังคับให้ย้ายถิ่น; *(remove from office)* ปลดจากตำแหน่ง; (B) *(supplant)* เข้าแทนที่; *(crowd out)* เบียดออกไป; (C) *(Phys.: take the place of)* เข้ามาแทนที่

displaced 'person *n.* ผู้ลี้ภัย

displacement /dɪs'pleɪsmənt/ดิซ'เพลซเมินทฺ/ *n.* (A) *(moving)* การย้าย, การขับไล่, การบังคับย้ายถิ่น; *(removal from office)* การปลดออกจากตำแหน่ง; (B) *(supplanting)* การเข้าแทนที่; (C) *(Phys.: [amount] taking the place of sth.)* ปริมาณของสิ่งที่เข้าแทนที่; (D) *(Naut.: weight displaced)* น้ำหนักที่ถูกปริมาตรของเรือเข้าแทนที่; (E) *(Psych.) กลไกใต้จิตสำนึก ซึ่งสามารถแปลงความรุนแรงใน ส.น. ไปยังอีกสิ่งหนึ่ง;* (F) *(Motor Veh.)* ความจุกระบอกสูบ

display /dɪ'spleɪ/ดิ'ซเปล/ ❶ *v.t.* (A) ติด *(ตรา)*; แสดง *(ถ้วยรางวัล)*; *(on notice board)* ปิดประกาศ; *(to public view)* จัดเป็นนิทรรศการ; *(standing)* ตั้งแสดง; *(attached)* ติด *(รูป, ตรา)*; (B) *(flaunt)* อวด; (C) *(Commerc.)* แสดงสินค้า; (D) *(reveal involuntarily)* แสดงออกโดยไม่ตั้งใจ; (E) *(Printing)* พิมพ์โดยใช้ตัวเน้น ❷ *n.* (A) *(to public view)* การจัดแสดง; *(manifestation)* การแสดง; **a ~ of ill will/courage** การแสดงความประสงค์ร้าย/ความกล้าหาญ; (B) *(exhibition)* นิทรรศการ; *(Commerc.)* การแสดงสินค้า; ตู้แสดงสินค้า; **a military ~:** การแสดงแสนยานุภาพของกองทัพ; **a fashion ~:** การแสดงแฟชั่น *หรือ* การเดินแบบเสื้อผ้า; **a ~ of flowers** การจัดดอกไม้ประดับ; **an air ~:** การแสดงการบินผาดโผน; **be on ~:** ถูกนำออกแสดง; **[be] for ~:** [มีไว้] สำหรับจัดแสดง; **put a house on ~** ทำบ้านตัวอย่าง; (C) *(ostentatious show)* การอวด; **make a ~ of one's knowledge/affection** อวดภูมิรู้/แสดงความรักให้ทุกคนเห็น; (D) *(Computing etc.)* จอแสดง *(ภาพ, สัญญาณ)*; (E) *(Printing)* ตัวอักษรขนาดใหญ่; **~ advertising** โฆษณาหนังสือพิมพ์ [ขนาดใหญ่]; (F) *(Ornith.)* การรำแพน *(ในฤดูผสมพันธุ์); (courtship ~) อาการกรีดกรายร่ายรำ (ในฤดูผสมพันธุ์ของนก)*

display: ~ cabinet, ~ case ➡ ²**case** 1 D; **~ window** *n.* หน้าร้านแสดงสินค้า

displease /dɪs'pli:z/ดิซ'พลีซ/ *v.t.* (A) *(earn disapproval of)* **~ sb./the authorities** ทำให้ ค.น./ฝ่ายเจ้าหน้าที่ไม่พอใจ; (B) *(annoy)* ทำให้รำคาญใจ; **be ~d [with sb./at sth.]** ไม่พอใจ [ค.น./ส.น.]; **she was most ~d to see that ...** เธอไม่พอใจอย่างมากที่ทราบว่า...

displeasing /dɪs'pli:zɪŋ/ดิซ'พลีซิง/ *adj.* ทำให้ขัดใจ; *(เสียง)* ไม่ชวนฟัง; ไม่สวย; **be ~ to sb./to the eye/ear** ขัดใจ ค.น./ขัดตา/ขัดหู

displeasure /dɪs'pleʒə(r)/ดิซ'เพลิฌเฌอะ(ร)/ *n., no pl.* ความไม่พอใจ, ความเคืองใจ **(at** กับ); **arouse/cause ~** กระตุ้น *หรือ* เร้า/ก่อความไม่พอใจ

disport /dɪ'spɔ:t/ดิ'ซปอท/ *v. refl. & i.* *(literary)* สนุกสนานเฮฮา

disposable /dɪ'spəʊzəbl/ดิ'ซโปเซอะบ'ล/ ❶ *adj.* (A) *(to be thrown away after use)* ที่ใช้ครั้งเดียวทิ้ง; **~ bottle/container/syringe** ขวด/บรรจุภัณฑ์/เข็มฉีดยาที่ใช้ครั้งเดียวทิ้ง; **be ~** เป็นประเภทใช้ครั้งเดียวทิ้ง; (B) *(available)* หาได้, จะเอามาใช้ได้; *(Finance also)* มีไว้ใช้จ่าย, สำหรับสำรองจ่าย ❷ *n.* สิ่งที่ทิ้งได้

disposable: ~ 'assets *n. pl. (Finance)* ทรัพย์สินที่มีไว้ใช้จ่าย; **~ 'income** *n. (Finance)* รายได้สุทธิหลังหักภาษี

disposal /dɪ'spəʊzl/ดิ'ซโปซ'ล/ *n.* (A) *(getting rid of, killing, of waste)* การกำจัด; **~ of sewage** การกำจัดสิ่งปฏิกูล; (B) *(putting away)* การเก็บเข้าที่; (C) *(eating up)* การกินจนเกลี้ยง; (D) *(settling)* การจัดการ; *(of argument)* การยุติ; (E) *(treating)* การจัดการ; (F) *(bestowal)* การมอบ, การถ่ายโอน; (G) *(sale)* การขาย; (H) *(control)* การควบคุม; **place** *or* **put sth./sb. at sb.'s [complete] ~:** มอบให้ ส.น./ค.น. อยู่ในการควบคุมของ ค.น. [โดยสมบูรณ์]; **have sth./sb. at one's ~:** มี ส.น./ค.น. ไว้ใช้เมื่อต้องการ; **be at sb.'s ~:** พร้อมที่จะให้ ค.น. ใช้ได้ตามต้องการ; (I) ➡ **disposition** A

dispose /dɪ'spəʊz/ดิ'ซโปซ/ ❶ *v.t.* (A) *(make inclined)* **~ sb. to sth.** ทำให้ ค.น. ชอบ ส.น.; **~ sb. to do sth.** ทำให้ ค.น. อยากจะทำ *หรือ* ยินดีที่จะทำ ส.น.; (B) *(arrange)* จัด; *(Mil.)* จัดวางกำลังทหาร ❷ *v.i. (determine course of events)* กำหนด; **man proposes, God ~s** *(prov.)* มนุษย์เป็นผู้เสนอ พระเจ้าเป็นผู้กำหนด

~ of *v.t.* (A) *(do as one wishes with)* **~ of sth./sb.** จัดการกับ ส.น./ค.น. ตามใจชอบ; (B) *(kill, get rid of)* กำจัด *(คู่แข่ง, ขยะ)*; ฆ่า *(ศัตรู)*; ทิ้ง *(ศพ, เศษอาหาร)*; **she ~d of the tea leaves down the sink** เธอทิ้งกากใบชาลงในอ่างล้างชาม; (C) *(put away)* เก็บ; (D) *(eat up)* กินจนเกลี้ยง; (E) *(settle, finish)* จัดการ, สะสาง; **~ of the business** สะสางธุรกิจให้เสร็จ; (F) *(disprove)* พิสูจน์ว่าผิด

disposed /dɪ'spəʊzd/ดิ'ซโปซดฺ/ *adj.* **be ~ to sth.** โน้มเอียงไปทาง ส.น.; **be ~ to do sth.** พร้อมที่จะทำ ส.น.; **be ~ to anger** โกรธง่าย; **I'm not ~/don't feel ~ to help that lazy fellow** ฉันไม่คิดจะ/อยากจะช่วยเจ้าคนเกียจคร้านคนนั้น; **feel ~ to make a complaint** รู้สึกอยากจะร้องทุกข์; **be well/ill ~ towards sb./sth.** มีใจโน้มเอียงชอบพอ/รังเกียจ ค.น./ส.น.

disposition /dɪspə'zɪʃn/ดิซเปอะ'ซิช'น/ *n.* (A) *(arrangement; also Mil.: attack plan)* การวาง *(กำลังทหาร)*; *(of guards etc.)* การวาง; *(of seating, figures)* การจัด; **~ of troops** การจัดรูปกองทัพ; (B) *in pl. (preparations; also Mil.)* การเตรียมการ; (C) *(ordinance of Providence, fate, or God)* การกำหนดชะตากรรม; (D) *(temperament)* นิสัย, อุปนิสัย, อัธยาศัย; **his boastful ~:** นิสัยขี้โอ่ของเขา; **she has a/is of a rather irritable ~:** เธอมีนิสัยค่อนข้างหงุดหงิด; (E) *(inclination)* ความโน้มเอียง **(towards** ไปทาง); **have a ~ to do sth./to [wards] sth.** โน้มเอียงไปในการทำ ส.น./ไปทาง ส.น.

dispossess /dɪspə'zes/ดิซเปอะ'เซ็ซ/ *v.t.* (A) *(oust)* ยึด *(ทรัพย์สิน, บ้าน, ที่ดิน)*; ล้ม *(ผู้เผด็จการ)*; (B) *(deprive)* **~ sb. of sth.** ทำให้ ค.น. สิ้นกรรมสิทธิ์ใน ส.น. *หรือ* เสียสิทธิใน ส.น.

disproportion /dɪsprə'pɔ:ʃn/ดิซเพรอะ'พอช'น/ *n.* การไม่ได้สัดส่วน, การผิดสัดส่วน

disproportionate /dɪsprə'pɔ:ʃənət/ดิซเพรอะ'พอชเชอะเนิท/ *adj.* (A) *(relatively too large/small)* ใหญ่ *หรือ* เล็กเกินไป; **be [totally] ~ to sth.** ผิดสัดส่วน [อย่างมาก] กับ ส.น.; (B) *(lacking proportion)* ไม่ได้สัดส่วน, ไม่สมส่วน

disproportionately /dɪsprə'pɔ:ʃənətlɪ/ดิซเพรอะ'พอชเชอะเนิทลิ/ *adv.* อย่างไม่ได้สัดส่วน, อย่างผิดส่วน

disprove /dɪs'pru:v/ดิซ'พรูว/ *v.t.* พิสูจน์ว่าเป็นเท็จ; **~ sb.'s innocence** พิสูจน์ความไม่บริสุทธิ์ของ ค.น.

disputable /dɪ'spju:təbl, 'dɪspjʊtəbl/ดิ'ซปิวเทอะบ'ล, 'ดิซปิวเทอะบ'ล/ *adj.* น่าโต้เถียง, ชวนให้แย้ง, แย้งได้

disputant /dɪ'spju:tənt, 'dɪspjʊtənt/ดิ'ซปิวเทินทฺ, 'ดิซปิวเทินทฺ/ *n.* ผู้แก้ต่าง, ผู้โต้เถียง, ผู้ขัดแย้ง

disputation /dɪspju:'teɪʃn/ดิซปิว'เทช'น/ *n.* (A) *no pl. (argument)* การโต้เถียง, การพิพาท, ความขัดแย้ง; (B) *(arch.: academic debate)* การโต้วาที, การประลองเชาวน์

disputatious /dɪspjʊ'teɪʃəs/ดิซปิว'เทเชิซ/ *adj.* ชอบประคารม, ชอบโต้เถียง

dispute /dɪ'spju:t/ดิ'ซปิ๋วทฺ/ ❶ *n.* (A) *no pl. (controversy)* การถกเถียง, การขัดแย้ง; **there has been some ~ as to what ...:** ได้มีการถกเถียงกันพอสมควรว่า...; **be a matter/subject of much ~:** เป็นเรื่องที่มีการถกเถียงกันมาก; **it is a matter of ~ whether ...:** เป็นเรื่องที่ถกเถียงกันได้ว่า...; **that is [not] in ~:** นั่น [ไม่ได้] เป็นเรื่องที่ต้องถกเถียงกัน; **be beyond ~:** แน่นอน, เหนือการขัดแย้ง; (B) *(argument)* การทะเลาะ, การวิวาท **(over** เกี่ยวกับ); **a ~ arose as to whether ...:** มีข้อพิพาทเกิดขึ้นว่า... ❷ *v.t.* (A) *(discuss)* ถกกัน; **~ whether ... /how ...:** ถกกันว่า...หรือไม่...อย่างไร; (B) *(oppose)* แย้ง; คัดค้าน; (C) *(resist)* ต่อต้าน; (D) *(contend for)* แข่งขันกันเพื่อ; **they are disputing the leadership of the party** พวกเขาแข่งขันกันเพื่อตำแหน่งหัวหน้าพรรค ❸ *v.i. (argue)* เถียง, ทะเลาะ; **~ with sb. on** *or* **about sth.** เถียงกับ ค.น. เกี่ยวกับ ส.น.

disqualification /dɪskwɒlɪfɪ'keɪʃn/ดิซควอลิฟิ'เคช'น/ *n.* (A) *(disqualifying)* การถูกคัดออก, การหมดสิทธิ (**from** จาก); *(Sport)* การถูกตัดสิทธิ; (B) *(thing that disqualifies)* สิ่งที่ทำให้ขาดคุณสมบัติ, สิ่งที่ทำให้ถูกตัดสิทธิ

d

disqualify /dɪsˈkwɒlɪfaɪ/ดิซˈควอลิฟาย/ *v.t.* Ⓐ *(debar)* คัดออก (**from** จาก); *(Sport)* ถอนสิทธิการแข่งขัน; Ⓑ *(make unfit)* ทำให้ขาดคุณสมบัติ; ทำให้หมดสิทธิ; **~ sb. from doing sth.** ทำให้ *ค.น.* หมดสิทธิทำ *ส.น.*; Ⓒ *(incapacitate)* ห้ามหรือกันมิให้กระทำ

disquiet /dɪsˈkwaɪət/ดิซˈควายเอิท/ *n.* ความกระวนกระวาย

disquisition /dɪskwɪˈzɪʃn/ดิซควิˈซิชˈน/ *n.* การบรรยาย; *(long speech)* รายงานที่มีรายละเอียดมาก

disregard /dɪsrɪˈgɑːd/ดิซริˈกาด/ ❶ *v.t.* ไม่ฟัง, ไม่สนใจ, ไม่ใส่ใจ, เพิกเฉย; **~ a request** ไม่ฟังคำร้อง ❷ *n. (of wishes, feelings)* ความไม่สนใจ; **he shows a total ~ of** *or* **for other people/others' feelings/wishes** เขาไม่สนใจต่อความรู้สึก/ความปรารถนาของผู้อื่นเลยแม้แต่น้อย

disrepair /dɪsrɪˈpeə(r)/ดิซริˈแพ(ร)/ *n. (of building, of furniture etc.)* สภาพทรุดโทรม; **the house is in a state of/has fallen into ~:** บ้านอยู่ในสภาพที่ทรุดโทรม

disreputable /dɪsˈrepjʊtəbl/ดิซˈเร็พพิวเทอะบ'ล/ *adj.* เลวทราม, ชื่อเสีย; *(วิธีการ)* สกปรก

disrepute /dɪsrɪˈpjuːt/ดิซริˈพิวทฺ/ *n.* ความเสียชื่อเสียง; **bring sb./sth. into ~:** ทำให้ *ค.น./ส.น.* เสียชื่อเสียง; **fall into ~:** เกิดการเสียชื่อเสียง

disrespect /dɪsrɪˈspekt/ดิซริˈซเป็คทฺ/ *n.* ลบหลู่, ดูหมิ่น, ไม่เคารพ; **show [only] ~ for sb./sth.** แสดง [แต่] อาการไม่เคารพต่อ *ค.น./ส.น.*; **I meant no ~ [to you]** ฉันไม่มีเจตนาจะลบหลู่ [คุณ]

disrespectful /dɪsrɪˈspektfl/ดิซริˈซเป็คทฟ'ล/ *adj.* ลบหลู่, ดูหมิ่น, ไม่เคารพ; **be ~ towards sb.** แสดงความดูหมิ่น *ค.น.*

disrespectfully /dɪsrɪˈspektfəlɪ/ดิซริˈซเป็คทฺเฟอะลิ/ *adv.* อย่างลบหลู่, อย่างดูหมิ่น, อย่างไม่เคารพ

disrobe /dɪsˈrəʊb/ดิซˈโรบ/ *(formal)* ❶ *v.t.* Ⓐ *(divest of robe)* สึก, ลาสิกขา; เปลื้อง *(เครื่องแบบในพิธี)*; Ⓑ *(undress)* ถอด *(เสื้อผ้า)* ❷ *v.i.* Ⓐ *(divest oneself of robe, coat, etc.)* ถอดออก; Ⓑ *(undress)* เปลื้องผ้า, ถอดเสื้อ

disrupt /dɪsˈrʌpt/ดิซˈรัพทฺ/ *v.t.* Ⓐ *(break up)* ทำลาย *(ระบบ, พรรคการเมือง)*; Ⓑ *(interrupt)* ทำความปั่นป่วน

disruption /dɪsˈrʌpʃn/ดิซˈรัพชˈน/ *n.* Ⓐ *(break-up)* ความโกลาหล, ความปั่นป่วน; Ⓑ *(interruption)* การรบกวน; *(of class, meeting)* การหยุดชะงัก

disruptive /dɪsˈrʌptɪv/ดิซˈรัพทิฺว/ *adj.* Ⓐ *(breaking up)* ที่ก่อความไม่สงบ, ทำให้เกิดความวุ่นวาย; Ⓑ *(violently interrupting)* ก่อความโกลาหล, สร้างความปั่นป่วน

diss /dɪs/ดิซ/ *vtr.* ใส่ร้ายป้ายสี

dissatisfaction /dɪsætɪsˈfækʃn/ดิแซทิซˈแฟคชˈน/ *n., no pl.* ความไม่พอใจ (**with, at** กับ, ใน)

dissatisfied /dɪˈsætɪsfaɪd/ดิˈแซทิซฟายดฺ/ *adj.* **be ~ with** *or* **at sb./sth.** ไม่พอใจ *ค.น./ส.น.*

dissect /dɪˈsekt/ดิˈเซ็คทฺ/ *v.t.* Ⓐ *(cut into pieces)* เลาะ *(กระดูก)*; ผ่า, ตัด (**into** เป็น); Ⓑ *(Med., Biol.)* ผ่าพิสูจน์; แยกส่วน *(เพื่อศึกษาโครงสร้าง)*; Ⓒ *(analyse)* วิเคราะห์โดยละเอียดถี่ถ้วน, ชำแหละ

dissection /dɪˈsekʃn/ดิˈเซ็คชˈน/ *n.* Ⓐ *(cutting into pieces)* การตัดแยกส่วน, การผ่า, การเลาะ; Ⓑ *(Med., Biol.)* การชำแหละ; Ⓒ *(Med.: thing cut up)* ส่วนที่ถูกผ่าตัด; Ⓓ *(analysis)* การวิเคราะห์โดยละเอียดถี่ถ้วน

dissemble /dɪˈsembl/ดิˈเซ็มบ'ล/ ❶ *v.t. (disguise)* ปลอมแปลง *(ความรู้สึก)*; อำพราง ❷ *v.i.* Ⓐ *(conceal one's motives)* ซ่อน, ปิดบัง, กลบเกลื่อน *(ความหมาย, เจตนา)*; Ⓑ *(talk or act hypocritically)* ปากว่าตาขยิบ

disseminate /dɪˈsemɪneɪt/ดิˈเซ็มมิเนท/ *v.t. (lit. or fig.)* เผยแพร่ *(ข่าวสาร, ข้อมูล)*; กระจายให้กว้างขวาง; หว่าน *(เมล็ดถั่ว)*; ➡ + **sclerosis** A

dissemination /dɪsemɪˈneɪʃn/ดิเซ็มมิˈเนชˈน/ *n.* การเผยแพร่, การกระจาย

dissension /dɪˈsenʃn/ดิˈเซ็นชˈน/ *n.* ความไม่ลงรอย, ความแตกแยก (**on** เกี่ยวกับ); **~s** ความไม่เห็นด้วย

dissent /dɪˈsent/ดิˈเซ็นทฺ/ ❶ *v.i.* Ⓐ *(refuse to assent)* คัดค้าน, เห็นต่าง; **~ from sth.** เห็นต่างใน *ส.น.*; Ⓑ *(disagree)* **~ from sth.** ไม่เห็นด้วยกับ *ส.น.* ❷ *n.* Ⓐ *(difference of opinion)* ความคิดเห็นที่ไม่ตรงกัน, ปรปักษ์; *(from majority)* ความเห็นต่าง; Ⓑ *(refusal to accept)* การไม่ยอมรับ, การคัดค้าน

dissenter /dɪˈsentə(r)/ดิˈเซ็นเทอะ(ร)/ *n.* ผู้คัดค้าน, ผู้ที่เห็นต่าง; **be a ~ from sth.** เป็นผู้คัดค้าน *ส.น.*

dissentient /dɪˈsenʃənt/ดิˈเซ็นเชินทฺ/ ❶ *adj.* เป็นปรปักษ์, อยู่ต่างฝ่าย ❷ *n.* ผู้ตั้งตนเป็นฝ่ายปรปักษ์

dissertation /dɪsəˈteɪʃn/ดิเซอะˈเทชˈน/ *n. (spoken)* การแสดงความเห็นที่ยืดยาว; *(written)* วิทยานิพนธ์ *(ของปริญญาระดับต่าง ๆ)*

disservice /dɪsˈsɜːvɪs/ดิซˈเซอวิซ/ *n.* **do sb. a ~** ทำสิ่งที่เป็นโทษกับ *ค.น.*

dissidence /ˈdɪsɪdəns/ˈดิซซิเดินซฺ/ *n., no pl.* การคัดค้านอย่างรุนแรง

dissident /ˈdɪsɪdənt/ˈดิซซิเดินทฺ/ ❶ *adj.* Ⓐ *(disagreeing)* คัดค้าน, ไม่เห็นด้วย; **a ~ person** ผู้คัดค้าน, ผู้ต่อต้าน; **a ~ group/faction** กลุ่ม/ฝ่ายค้าน, กลุ่มต่อต้าน; Ⓑ *(dessentient)* **hold a ~ view** *or* **opinion** มีความเห็น *หรือ* ทัศนะคัดค้านกระแสหลัก ❷ *n.* ผู้คัดค้าน, ผู้ต่อต้าน *(รัฐบาล)*

dissimilar /dɪˈsɪmɪlə(r)/ดิˈซิมิเลอะ(ร)/ *adj.* แตกต่าง, ไม่เหมือนกัน; **be [highly] ~ to sth./sb.** ต่างจาก *ส.น./ค.น.* [มาก]

dissimilarity /dɪsɪmɪˈlærətɪ/ดิซิมิˈแลเรอะทิ/ *n.* ความแตกต่าง, ความไม่เหมือนกัน

dissimulate /dɪˈsɪmjʊleɪt/ดิˈซิมิวเลท/ *v.t.* ซ่อน, ปิดบัง *(ความรู้สึก)*; ปลอมแปลง, อำพราง *(ความคิด, ความรู้สึก)*

dissipate /ˈdɪsɪpeɪt/ˈดิซซิเพท/ ❶ *v.t.* Ⓐ *(dispel)* ขับไล่ *(ความห่วงใย, ความไม่มั่นใจ)*; กำจัด *(กลิ่นเหม็น, ควัน)*; ทำให้หมดไป *(ความหลงใหล, ความเชื่อ)*; Ⓑ *(bring to nothing)* ทำลาย; Ⓒ *(break up)* ทำให้ *(กลุ่ม, ครอบครัว)* แตกแยก; Ⓓ *(fritter away)* ทำให้หายไป; *(squander)* ใช้ *(เงิน)* อย่างสุรุ่ยสุร่าย; ใช้ *(แรง)* จนหมดไป; **~ sb.'s energy** เปลืองแรงของ *ค.น.* ไปเปล่า ๆ ❷ *v.i. (หมอก)* สลายตัวไป

dissipated /ˈdɪsɪpeɪtɪd/ˈดิซซิเพทิด/ *adj.* ที่สิ้นเปลือง, เหลวไหลไร้สาระ, เสเพล; **~ morals** ศีลธรรมเสื่อมทราม

dissipation /dɪsɪˈpeɪʃn/ดิซิˈเพชˈน/ *n.* Ⓐ *(scattering)* การกระจัดกระจาย; Ⓑ *(intemperate living)* การใช้ชีวิตอย่างเสเพล; Ⓒ *(wasteful expenditure)* ความสุรุ่ยสุร่าย, ความฟุ่มเฟือย; **~ of money/energy** การใช้เงิน/พลังงานอย่างสิ้นเปลือง; Ⓓ *(frivolous amusement)* ความสำมะเลเทเมา

dissociate /dɪˈsəʊʃɪeɪt/ดิˈโซชิเอท/ *v.t.* Ⓐ *(disconnect)* แยกออก; **~ oneself from sth./sb.** แยกตัวออกห่างจาก *ส.น./ค.น.*; **~ oneself from all responsibility** ปัดความรับผิดชอบทั้งหมด; Ⓑ *(Chem.)* แยกสารใดสารหนึ่งออกจากสารประกอบเชิงซ้อน

dissociation /ˈdɪsəʊsɪˈeɪʃn/ˈดิซโซซิˈเอชˈน/ *n.* การแยกตัวออกห่าง; *(of ideas)* การแตกแยก; *(Chem.)* การแยกตัวออกจากกันของสาร

dissolute /ˈdɪsəluːt, ˈdɪsəljuːt/ˈดิซเซอะลูท, ˈดิซเซอะลิวทฺ/ *adj. (licentious)* เสเพล, เหลวไหล, เปลืองเปล่า; *(against morality)* *(การประพฤติ)* ไร้ศีลธรรม

dissolutely /ˈdɪsəluːtlɪ, ˈdɪsəljuːtlɪ/ˈดิซเซอะลูทลิ, ˈดิซเซอะลิวทฺลิ/ *adv.* อย่างไร้ศีลธรรม, อย่างเสเพล, อย่างเหลวไหล

dissolution /dɪsəˈluːʃn, dɪsəˈljuːʃn/ดิเซอะˈลูชˈน, ดิเซอะˈลิวชˈน/ *n.* Ⓐ *(disintegration)* การหย่าร้าง, การแยกตัว, การแตกร้าว, การยุบ *(สภา)*; Ⓑ *(undoing, dispersal)* การล้มเลิก; **~ of a bond** การยกเลิกข้อผูกมัด

dissolve /dɪˈzɒlv/ดิˈซอลวฺ/ ❶ *v.t.* ละลาย; ทำให้ *(สัมพันธมิตร)* หมดไป; **acid ~s protein** กรดละลายโปรตีน; **~ the salt in water** ละลายเกลือในน้ำ ❷ *v.i.* Ⓐ ละลายตัว, จางไป; **~ into tears/laughter** เกิดอาการร้องไห้/หัวเราะ; **~ into thin air** อยู่ดี ๆ หายตัวไป; Ⓑ *(Cinemat.)* ทำให้ภาพค่อย ๆ เลือนหายไป ❸ *n. (Cinemat.)* การละลายภาพ

dissonance /ˈdɪsənəns/ˈดิซเซอะเนินซฺ/ *n. (Mus.)* กลุ่มตัวโน้ตที่ไม่กลมกลืนกัน; *(fig.)* ความไม่กลมกลืน, ความขัดแย้ง

dissonant /ˈdɪsənənt/ˈดิซเซอะเนินทฺ/ *adj. (Mus.)* ไม่ประสานกลมกลืนกัน, แปร่ง; *(fig.)* ไม่กลมกลืน, ไม่ปรองดอง, ขัดแย้ง

dissuade /dɪˈsweɪd/ดิˈซเวด/ *v.t.* ใช้เหตุผลทัดทาน; **~ sb. from doing sth.** หน่วงเหนี่ยว *ค.น.* จาก *ส.น.* *หรือ* หน่วงเหนี่ยว *ค.น.* ไม่ให้ทำ *ส.น.*

dissuasion /dɪˈsweɪʒn/ดิˈซเวฌˈน/ *n.* การหน่วงเหนี่ยว, การรั้งยั้ง, การทัดทาน

distance /ˈdɪstəns/ˈดิซเตินซ/ ➤ 263 ❶ *n.* Ⓐ ระยะทาง, ระยะเวลา, ความห่าง (**from** จาก); **their ~ from each other** ระยะห่างระหว่างกัน; **keep [at] a [safe] ~ [from sb./sth.]** คอยระวัง [พอใช้] *หรือ* อยู่ให้ห่าง [จาก *ค.น./ส.น.*]; **maintain a safe ~ from the car in front** รักษาระยะห่างที่ปลอดภัยจากรถคันหน้า; Ⓑ *(fig.: aloofness)* ความไว้ตัว, ท่าหยิ่ง; **keep one's ~** *or* **at a ~ [from sb./sth.]** ไม่สนิทสนม *หรือ* ไม่เข้าใกล้ [*ค.น./ส.น.*]; Ⓒ *(way to cover)* ระยะทาง; *(gap)* ช่องห่าง; **accompany sb. for part of the ~:** ร่วมทางกับ *ค.น.* ไปชั่วระยะหนึ่ง; **from this ~:** จากช่วงระยะนี้ *หรือ* จากตรงนี้; **at a ~ of ... [from sb./sth.]** ในระยะห่าง... [จาก *ค.น./ส.น.*]; **a short ~ away** ระยะห่างไปไม่ไกล; **fall a ~ of one metre** ตกลงมาหนึ่งเมตร; **that's no [great] ~:** นั่นไม่ไกล [เลย]; Ⓓ *(remoter field of vision)* ที่ไกล, ที่ห่าง; **in/into the ~:** ที่ไกล, ที่อยู่ห่าง *หรือ* ที่ลับตา; **run off into the ~:** วิ่งหนีไปไกล; **the car vanished into the ~:** รถวิ่งหายลับตาไป; **middle ~** *(Art)* ตรงกลาง; Ⓔ *(distant point)* จุดที่ห่างไกล; **at a ~/[viewed] from a ~:** [มอง] จากที่ไกล ๆ; **they remained at a ~:** พวกเขาคงอยู่ห่าง ๆ ไปเรื่อย ๆ; Ⓕ *(space of time)* ระยะเวลา; **at a ~ of 20 years** เมื่อมองย้อนไป 20 ปี; Ⓖ *(Racing)* จนถึงเส้นชัย; *(Boxing)* จนถึงยกสุดท้าย; **go** *or* **stay the ~:** ชกจนยกสุดท้าย, วิ่งจนถึงเส้นชัย

263 **distance learning | distortion**

Distance (ระยะทาง)

1 yard = 0.941 ม. (จุดเก้าสี่หนึ่งเมตร)
1 mile = 1.61 กม. (หนึ่งจุดหกหนึ่งกิโลเมตร)
1 หลา = 0.914 ม.

How far is it? or ***What's the distance from London to Paris?***
= จากกรุงลอนดอนไปกรุงปารีสไกลแค่ไหน *หรือ* มีระยะห่างเท่าใด
It's/The distance is 365 miles
= ระยะทาง 365 ไมล์
It's quite a long way [away]
= ค่อนข้างไกล [จากที่นี่]
The house is just a few hundred yards from here
= บ้านอยู่ห่างจากที่นี่เพียงไม่กี่ร้อยเมตรเท่านั้น
Manchester is further from the sea than Chester
= เมืองแมนเชสเตอร์อยู่ห่างจากทะเลมากกว่าเมืองเชสเตอร์
Reading is nearer to London than Oxford
= เมืองรีดดิงอยู่ใกล้กับกรุงลอนดอนมากกว่าเมืองออกซฟอร์ด
A and B are the same distance away
= เอและบีอยู่ห่างเท่ากัน
He hit the target from a distance of 50 metres
= เขายิงถูกเป้าจากระยะห่าง 50 เมตร
a fifty mile drive
= การขับรถเป็นระยะทาง 50 ไมล์
an hour's drive
= การขับรถเป็นเวลาหนึ่งชั่วโมง
It's only a ten minute walk
= เป็นการเดินเพียงสิบนาทีเท่านั้น

d

❷ *v.t.* Ⓐ *(leave behind in race)* ทิ้งห่าง; Ⓑ *(fig.)* ตีตัวออกห่าง; **~ oneself from sb./sth.** ตีตัวออกห่างจาก *ค.น./ส.น.*

distance: ~ learning *n.* การศึกษาทางไกล; **~ runner** *n.* นักวิ่งทางไกล

distant /ˈdɪstənt/ดิซเทินทฺ/ *adj.* Ⓐ *(far)* ไกล, ห่าง; **from nearby and ~ parts** จากส่วนที่ใกล้และไกล; **be ~ [from sb.]** อยู่ห่าง [จาก *ค.น.*]; **about three miles ~ from here** ไกลจากที่นี่ราวสามไมล์; Ⓑ *(fig.: remote)* ห่างไกล, ยากที่เป็นไปได้; **it's a ~ prospect/possibility** เป็นหนทาง/ความเป็นไปได้ที่ห่างไกล; **~ memories/recollections** ความทรงจำอันเลือนลาง; **have a ~ memory of sth.** จำ *ส.น.* ได้ลาง ๆ; Ⓒ *(in time)* นานมาแล้ว, นานไกล; **in the ~ past/future** ในอดีตที่นานมาแล้ว/ในอนาคตอันยังห่างไกล; **in some ~ era** ในอดีตกาลเนิ่นนานมาแล้ว; Ⓓ *(cool)* เย็นชา, ไว้ตัว; **be ~ with sb.** เย็นชากับ *ค.น.*

distantly /ˈdɪstəntlɪ/ดิซเทินทฺลิ/ *adv.* Ⓐ *(far)* ห่าง, ไกล; Ⓑ *(fig.: remotely)* ห่างไกล; **~ resemble each other** มีส่วนคล้ายกันอยู่บ้างแต่น้อย; Ⓒ *(coolly)* อย่างเย็นชา, อย่างไว้ตัว

distaste /dɪsˈteɪst/ดิซˈเทซทฺ/ *n.* ความไม่ชอบ, ความรังเกียจ; **[have] a ~ for sb./sth.** ไม่ชอบ *หรือ* รังเกียจ *ค.น./ส.น.*; **in ~:** ด้วยความรังเกียจ; **turn away in ~:** หลบหน้าไปด้วยความรังเกียจ

distasteful /dɪsˈteɪstfl/ดิซˈเทซทฺฟ'ล/ *adj.* น่ารังเกียจ, ไม่ดี, ไม่น่าพอใจ; **be ~ to sb.** เป็นที่น่ารังเกียจสำหรับ *ค.น.*

distastefully /dɪsˈteɪstfəlɪ/ดิซˈเทซทฺเฟอะลิ/ *adv.* อย่างไม่ดี, อย่างน่ารังเกียจ; **look ~ at sth.** มอง *ส.น.* อย่างชิงชังรังเกียจ

distastefulness /dɪsˈteɪstflnɪs/ดิซˈเทซทฺฟ'ลนิซ/ *n., no pl.* ความไม่ชอบ, ความรังเกียจ

[1]**distemper** /dɪˈstempə(r)/ดิซˈเท็มเพอะ(ร)/ ❶ *n.* Ⓐ *(paint)* สีทาผนังชนิดหนึ่ง; Ⓑ *(method)* การใช้สีดังกล่าว ❷ *v.t.* ทาสีด้วยสีชนิดนี้

[2]**distemper** *n. (animal disease)* โรคในสุนัขและสัตว์บางชนิด มีอาการไอและร่างกายอ่อนแอ

distend /dɪˈstend/ดิˈซเต็นดฺ/ *v.t.* ทำให้ *(ท้อง, เต้านม)* บวม; พอง *(รูจมูก)*; ทำให้ *(ภาชนะ)* ขยายตัวจากภายใน; ทำให้ *(หลอดเลือด)* ขยายตัว /บวม; เป่า *(ลูกโป่ง)*

distension /dɪˈstenʃn/ดิˈซเต็นช'น/ *n.* ความบวม, ความพอง, ลักษณะโป่ง, อาการอืด

distich /ˈdɪstɪk/ˈดิซติค/ *n. (Pros.)* โครงสองบาท

distil *(Amer.:* **distill)** /dɪˈstɪl/ดิˈซติล/ *v.t.*, **-ll-** *(lit. or fig.)* กลั่น *(น้ำ, เหล้า)*; **~ sth. from sth.** *(fig.)* กลั่นกรอง *ส.น.* ออกจาก *ส.น.*

distillate /ˈdɪstɪleɪt/ˈดิซติเลท/ *n.* สารที่กลั่นกรองแล้ว, แก่นสาร

distillation /dɪstɪˈleɪʃn/ดิซติˈเลช'น/ *n.* การกลั่น; *(fig.)* ข้อสรุป, สาระสำคัญ; *(result)* สาร *หรือ* หัวเชื้อที่ได้จากการกลั่น

distiller /dɪˈstɪlə(r)/ดิˈซติลเลอะ(ร)/ *n.* บริษัทสุรา, ผู้ต้มกลั่นสุรา

distillery /dɪˈstɪlərɪ/ดิˈซติลเลอะริ/ *n.* โรงกลั่นสุรา

distinct /dɪˈstɪŋkt/ดิˈซติงคฺทฺ/ *adj.* Ⓐ *(different)* ต่างกัน, แตกต่าง, ไม่เหมือนกัน; **keep two things ~:** รักษาความแตกต่างของสองสิ่ง; **as ~ from** ซึ่งแตกต่างกับ; Ⓑ *(clearly perceptible, decided)* ชัดเจน, แน่, ชัด; Ⓒ *(separate)* ต่างหากจากกัน; Ⓓ *(particular)* เฉพาะ, จำเพาะ

distinction /dɪˈstɪŋkʃn/ดิˈซติงคฺช'น/ *n.* Ⓐ *(making a difference)* ความต่าง; **by way of ~, for ~:** ในด้านความต่าง; Ⓑ *(difference)* ความแตกต่าง; **there is a clear ~ between A and B** เอกับบีมีความแตกต่างกันอย่างเห็นได้ชัด; **make** *or* **draw a ~ between A and B** แสดงความแตกต่างระหว่างเอกับบี; **draw a sharp/clear ~ between A and B** หาข้อแตกต่างที่เด่นชัดระหว่างเอกับบี; **a ~ without a difference** ความต่างที่ไม่ต่างจริง; Ⓒ *(being different)* ความแตกต่าง, ความไม่เหมือน; Ⓓ *(distinctive feature)* ลักษณะเด่น *หรือ* พิเศษ; **have the ~ of being ...:** มีลักษณะเด่นที่เป็น...; Ⓔ *(showing of special consideration)* การยกย่องอย่างพิเศษ; **be mentioned with special ~:** ได้รับการยกย่องอย่างเป็นพิเศษ; **a mark of ~:** สิ่งแสดงความเป็นเลิศหรือการยกย่องเป็นพิเศษ; Ⓕ *(mark of honour)* เกียรติ, เกียรติยศ, เกียรตินิยม; **gain** *or* **get a ~ in one's examination** สอบผ่านได้เกียรตินิยม; Ⓖ *(excellence)* ความเป็นเลิศ; **a scientist of ~:** นักวิทยาศาสตร์ผู้ได้รับการยกย่อง

distinctive /dɪˈstɪŋktɪv/ดิˈซติงคฺทิว/ *adj.* เด่นชัด, ต่างจากสิ่งอื่น, โดดเด่น; **be ~ of sth.** เป็นจุดเด่นของ *ส.น.*

distinctively /dɪˈstɪŋktɪvlɪ/ดิˈซติงคฺทิวลิ/ *adv.* อย่างเด่นชัด, อย่างโดดเด่น

distinctly /dɪˈstɪŋktlɪ/ดิˈซติงคฺทฺลิ/ *adv.* Ⓐ *(clearly)* อย่างชัด, อย่างชัดเจน; **we couldn't see ~ in the mist** เรามองเห็นได้ไม่ชัดเมื่ออยู่ในหมอก; Ⓑ *(decidedly)* อย่างแม่นยำ, อย่างมั่นใจ; **be ~ aware of sth.** รับรู้ *ส.น.* อย่างมั่นใจ; Ⓒ *(markedly)* อย่างเด่นชัด

distinctness /dɪˈstɪŋktnɪs/ดิซˈติงคฺทนิซ/ *n., no pl.* Ⓐ *(difference)* ความแตกต่าง; Ⓑ *(separateness)* สิ่งแสดงจุดเด่น, ความแตกต่าง

distinguish /dɪˈstɪŋgwɪʃ/ดิˈซติงกวิช/ ❶ *v.t.* Ⓐ *(make out)* เห็นได้ชัด; *(hear)* ได้ยินชัด; *(read)* อ่านชัด; Ⓑ *(differentiate)* แยก, แบ่งแยก; **~ sth./sb. from sth./sb.** แยก *ส.น./ค.น.* ออกจาก *ส.น./ค.น.*; Ⓒ *(divide)* จำแนก; **~ things/persons into ...:** จำแนกสิ่งต่าง ๆ/คนจำนวนมากออกเป็น...; Ⓓ *(make prominent)* **~ oneself [by sth.]** ทำตัวให้เด่น *หรือ* มีชื่อเสียง [ด้วย *ส.น.*]; **~ oneself by doing sth.** สร้างชื่อเสียงโดยการทำ *ส.น.*; **~ oneself in an exam** ได้คะแนนเป็นเลิศในการสอบ; **you've really ~ed yourself, haven't you?** *(iron.)* เออ คุณช่างทำตัวเองให้เด่น
❷ *v.i.* แยก, แยกแยะ; **~ between persons/things** แยกแยะระหว่างคน/สิ่งต่าง ๆ; **one can barely ~ between the original and the copy** แทบจะแยกความแตกต่างระหว่างต้นฉบับกับฉบับคัดลอกไม่ได้

distinguishable /dɪˈstɪŋgwɪʃəbl/ดิˈซติงกวิเชอะบ'ล/ *adj.* Ⓐ *(able to be made out)* สามารถสังเกตเห็นได้; *(audible)* สามารถได้ยินได้; *(readable)* สามารถอ่านได้; *(decipherable)* สามารถถอด *(รหัส)* ออกได้; Ⓑ *(able to be differentiated)* แยกแยะได้, มองเห็นความต่างได้; Ⓒ *(able to be divided)* จำแนกได้, แบ่งแยกได้

distinguished /dɪˈstɪŋgwɪʃt/ดิˈซติงกวิชทฺ/ *adj.* Ⓐ *(eminent)* เด่น, ภูมิฐาน; **a ~ politician** นักการเมืองที่มีชื่อเสียง; Ⓑ *(looking eminent)* ดูภูมิฐาน; Ⓒ *(remarkable)* **~ [for/by sth.]** ที่แยกแยะได้/เป็นที่รู้จัก/มีชื่อเสียง [จาก/โดย *ส.น.*]

distort /dɪˈstɔːt/ดิˈซตอท/ *v.t.* Ⓐ ทำให้บิดเบี้ยว *(หน้าตา, สิ่งของ)*; *(โรค, รูปภาพ)* ทำให้ผิดสัดส่วน; *(กระจก)* หลอกตา; Ⓑ *(misrepresent)* บิดเบือน *(คำพูด, ความหมาย)*

distortion /dɪˈstɔːʃn/ดิˈซตอช'น/ *n.* Ⓐ การทำให้ผิดรูป, สิ่งที่เพี้ยนไป; *(by disease)* ผิดจากโรค; Ⓑ *(misrepresentation)* การบิดเบือน *(คำพูด, ความจริง)*

distract /dɪˈstrækt/ดิˈซแตรฺคทฺ/ *v.t.* Ⓐ *(divert)* ทำให้เสียสมาธิ, ลวงให้เขว; **~ sb.['s attention/concentration/mind from sth.]** ทำให้ *ค.น.* เสีย [ความตั้งใจ/ความจดจ่อ/จิตใจใน *ส.น.*] Ⓑ *usu. in pass. (make mad or angry)* ฟุ้งซ่าน, เสียสมาธิ, เขว, พลุ่งพล่าน; **grow ~ed** เกิดความคลุ้มคลั่ง; **~ed with joy/worry** พล่านด้วยความยินดี/ความกังวล; Ⓒ *(bewilder)* ทำให้เกิดความสับสน, กวนประสาท

distracted /dɪˈstræktɪd/ดิˈซแตรฺคทิด/ *adj.* Ⓐ *(mad)* ไม่มีสมาธิ, พลุ่งพล่าน, ฟุ้งซ่าน; *(worried)* วิตกกังวล; **run round like one ~**: วิ่งวุ่นราวกับคนคลุ้มคลั่ง; Ⓑ *(mentally far away)* ใจลอย

distraction /dɪˈstrækʃn/ดิˈซแตรฺคช'น/ *n.* Ⓐ *(frenzy)* ความคลุ้มคลั่ง, ความวุ่นวายใจ; **love sb. to ~**: รัก *ค.น.* จนแทบคลั่ง; **drive sb. to ~**: ทำให้ *ค.น.* แทบจะคลุ้มคลั่ง; **be worried to ~ by sth.** กังวลแทบเป็นบ้าเพราะ *ส.น.*; Ⓑ *(confusion)* ความไม่มีสมาธิ, ความไขว้เขว; Ⓒ *(diversion)* เครื่องหย่อนใจ; Ⓓ *(interruption)* สิ่งที่รบกวน หรือ ทำให้เสียสมาธิ; **I don't want any ~s** ฉันไม่ต้องการให้มีอะไรมารบกวนทั้งนั้น; **be a ~**: เป็นสิ่งที่รบกวนสมาธิ; Ⓔ *(amusement)* สิ่งบันเทิงใจ; *(pastime)* งานอดิเรก

distrain /dɪˈstreɪn/ดิˈซเตรฺน/ *v.i. (Law)* **~ [upon sb./sth.]** บังคับยึด [จาก *ค.น./ส.น.*]

distraint /dɪˈstreɪnt/ดิˈซเตรฺนทฺ/ *n. (Law)* การอายัดทรัพย์สิน

distraught /dɪˈstrɔːt/ดิˈซตรฺอท/ *n.* เศร้าใจ, สะเทือนใจ, วิตกกังวลอย่างสุดแสน (**with** ด้วย); **tearful and ~**: ร่ำไห้โศกอาดูร, ร่ำไห้ด้วยความทุกข์ระทม

distress /dɪˈstres/ดิˈซเตรฺซ/ ❶ *n.* Ⓐ *(anguish)* ความทุกข์, ความเจ็บปวด (**at** เนื่องจาก); **suffer ~**: ต้องทนทุกข์ทรมาน; **be in [a state of] ~**: มีความทุกข์ทรมาน; **cause sb. much ~**: ทำให้ *ค.น.* ทุกข์ทรมานมาก; Ⓑ *(suffering caused by want)* ความอดยากขาดแคลน; Ⓒ *(danger)* อันตราย, ความเดือดร้อน; **an aircraft/a ship in ~**: เครื่องบิน/เรือที่กำลังอยู่ในภาวะฉุกเฉิน; Ⓓ *(exhaustion)* การหมดกำลัง; *(severe pain)* ความเจ็บปวดอย่างหนัก; **be in ~**: รู้สึกเจ็บปวดไปหมด; Ⓔ *(misfortune)* โชคร้าย; Ⓕ *(Law)* ➡ **distraint**

❷ *v.t.* Ⓐ *(worry)* วิตกกังวล; *(cause anguish to)* ทรมานใจ; *(upset)* ทำให้เศร้าใจ; **don't ~ yourself/try not to ~ yourself** อย่าทุกข์ใจ/เศร้าใจไปเลย; **we were most ~ed** พวกเราทุกข์ใจเป็นที่สุด; Ⓑ *(exhaust)* ทำให้อ่อนเพลีย, หมดกำลัง; Ⓒ *(afflict)* ลำบากใจ, ปวดร้าว

distressed /dɪˈstrest/ดิˈซเตรฺซทฺ/ *adj.* Ⓐ *(anguished)* เป็นทุกข์, เศร้าใจ; *(desperate)* สิ้นคิด, หมดหวัง; Ⓑ *(impoverished)* ลำบากขาดแคลน

distressed 'area *n. (Brit.)* พื้นที่ด้อยพัฒนา หรือ พื้นที่ทุรกันดาร

distressing /dɪˈstresɪŋ/ดิˈซเตรฺซซิง/ *adj.* Ⓐ *(upsetting)* ที่ทำให้เป็นทุกข์, ที่ทำให้เศร้าใจ; **be ~ to sb.** ทำให้ *ค.น.* มีทุกข์; Ⓑ *(regrettable)* ที่น่าเสียใจ

di'stress signal *n.* สัญญาณแจ้งภัย

distribute /dɪˈstrɪbjuːt/ดิˈซตฺริบบิวทฺ/ *v.t.* Ⓐ แจก, จ่าย (**to** ให้, **among** ระหว่าง); Ⓑ *(divide, classify)* แบ่งแยก, จำแนกประเภท; **~ sth. into parts/categories/groups** จำแนก *ส.น.* เป็นส่วน ๆ/ประเภท/กลุ่ม; Ⓒ *(Printing)* รื้อตัวพิมพ์ที่เรียงไว้เพื่อแจกเข้าช่องตามตัวอักษร

distribution /dɪstrɪˈbjuːʃn/ดิซตฺริˈบิวช'น/ *n.* Ⓐ การแจก, การจ่าย, การกระจาย; *(of seeds)* การหว่าน; *(Econ.: of goods)* การจัดจำหน่าย; *(of films)* การจัดจำหน่าย; **~ of weight** การกระจายน้ำหนัก; **the ~ of wealth** การกระจายความมั่งคั่ง; Ⓑ *(division)* การแบ่งแยก; *(classification)* การจำแนกประเภท

distributive /dɪˈstrɪbjʊtɪv/ดิˈซตฺริบิวทิว/ ❶ *n. (Ling.)* คำสรรพนามแสดงการแยกแยะ เช่น each, either ❷ *adj.* ➡ **pronoun**

distributor /dɪˈstrɪbjʊtə(r)/ดิˈซตฺริบิวเทอะ(ร)/ *n.* Ⓐ ผู้จัดจำหน่าย *(สินค้า, ภาพยนตร์)*; ตัวแทนจำหน่าย; Ⓑ *(Motor Veh.)* จานจ่าย

district /ˈdɪstrɪkt/ˈดิซตฺริคทฺ/ *n.* Ⓐ *(administrative area)* เขต; Ⓑ *(Brit.: part of country)* เขต, ถิ่น; Ⓒ *(Amer.: political division)* เขตเลือกตั้งสมาชิกรัฐสภา; Ⓓ *(tract of country, area)* เขตพื้นที่; **the wine-growing ~**: เขตพื้นที่ปลูกองุ่น; **residential ~**: เขตที่อยู่อาศัย

district: ~ at'torney *n.* ➤ **489** *(Amer. law)* อัยการประจำเขต; **~ 'council** *n. (Brit.)* สภาเขต; **Newbury D~ Council** สภาเขตนิวเบอรี; **~ 'court** *n. (Amer. Law)* ศาลชั้นต้นประจำเขต; **~ 'heating** *n.* ระบบการจ่ายความร้อนทั่วอาคาร; **~ 'nurse** *n.* ➤ **489** *(Brit.)* *พยาบาลที่เดินทางไปให้บริการในเขตชนบทหรือนอกเมือง*

distrust /dɪsˈtrʌst/ดิซˈทรัซทฺ/ ❶ *n.* ความไม่ไว้วางใจ (**of**); **show ~ of sb.** แสดงความไม่ไว้วางใจ *ค.น.* ❷ *v.t.* ไม่ไว้ใจ, ไม่ให้ความเชื่อถือ; **I rather ~ his driving ability/his motives** ฉันไม่ค่อยไว้ใจฝีมือการขับรถ/เจตนาของเขา

distrustful /dɪsˈtrʌstfl/ดิซˈทรัซทฺฟ'ล/ *adj.* ไม่ไว้ใจ; **be ~ of sb./sth.** ไม่ไว้ใจ *ค.น./ส.น.*

disturb /dɪˈstɜːb/ดิˈซเติบ/ *v.t.* Ⓐ *(break calm of)* รบกวน; ขัด *(จังหวะ)*; ทำลาย *(ความสงบ)*; **'do not ~!'** 'กรุณาอย่ารบกวน!'; **~ing the peace** ทำลายความสงบ; **sorry to ~ you at this late hour** ขอโทษที่รบกวนคุณตอนดึกเช่นนี้; **if you find that the noise ~s you** ถ้าคุณรู้สึกว่าเสียงรบกวน; **~ sb.'s sleep** รบกวนการหลับนอนของ *ค.น.*; **don't let us ~ you** เราไม่ขอรบกวนคุณละ; **they hoped they would not be ~ed** พวกเขาหวังว่าจะไม่มีการรบกวน; Ⓑ *(moved from settled position)* ทำให้ *(เอกสาร)* ยุ่งเหยิง; ทำให้ *(ผิวน้ำ)* กระเพื่อม; **could I ~ you for a minute?** ขอรบกวนคุณสักครู่ได้ไหม; Ⓒ *(worry)* ทำให้กังวล; *(agitate)* ทำให้ประสาท; **be greatly ~ed by the fact that...:** มีความกังวลอย่างมากกับเรื่องที่ว่า...; **don't be ~ed** อย่ากังวลไปเลย

disturbance /dɪsˈtɜːbəns/ดิซˈเตอเบินซฺ/ *n.* Ⓐ *(interruption)* การขัดจังหวะ; *(nuisance)* การรบกวน; **be a ~ to sth.** เป็นการรบกวน *ส.น.*; **I don't want any ~s** ฉันไม่ต้องการให้ใครรบกวน; Ⓑ *(agitation, tumult)* ความยุ่งยาก, ความโกลาหล, ความไม่สงบ; **social/political ~'s** ความยุ่งยากทางสังคม/การเมือง; **racial ~[s]** ข้อพิพาทระหว่างเผ่าพันธุ์

disturbed /dɪˈstɜːbd/ดิˈซเติบดฺ/ *adj.* Ⓐ *(worried)* กังวลใจ; *(restless)* กระสับกระส่าย; Ⓑ *(Psych.)* **be [mentally] ~**: มีความกระทบกระเทือนทางจิตใจ; **a ~ person** ผู้ที่ได้รับความกระทบกระเทือนทางจิตใจ

disturbing /dɪsˈtɜːbɪŋ/ดิซˈเตอบิง/ *adj.* น่าวิตกกังวล

disunity /dɪsˈjuːnɪtɪ/ดิซˈยูนิทิ/ *n.* ความไม่เป็นอันหนึ่งอันเดียวกัน, ความไม่เห็นพ้อง

disuse /dɪsˈjuːs/ดิซˈยูซ/ *n.* Ⓐ *(discontinuance)* การไม่ได้ใช้, การเลิกใช้; *(disappearance)* การหายตัว; *(abolition)* การเลิกใช้; **the bicycle was rusty from ~**: จักรยานขึ้นสนิมเพราะไม่ได้ใช้; Ⓑ *(disused state)* **fall into ~**: เลิกใช้งานแล้ว

disused /dɪsˈjuːzd/ดิซˈยูซดฺ/ *adj.* *(ทางรถไฟ, เหมือง)* ที่เลิกใช้แล้ว; *(ตึก, สนามบิน)* ร้าง

disyllabic /daɪsɪˈlæbɪk, dɪ-/ไดซิˈแลบิค, ดิ-/ *adj. (Ling.)* ประกอบด้วยสองพยางค์

ditch /dɪtʃ/ดิฉ/ ❶ *n.* ร่อง; **be driven to the last ~** *(fig.)* ถูกไล่เข้าตาจน; **die in a ~** *(lit. or fig.)* ตายข้างถนน ❷ *v.t. (coll.)* Ⓐ *(abandon)* สลัด, ละทิ้ง; *(ครอบครัว, เพื่อนฝูง)*; ยกเลิก *(แผน)*; Ⓑ *(make forced sea-landing with)* ร่อนลงอย่างฉุกเฉินบนผิวน้ำ

'ditchwater *n.* น้ำขัง; **[as] dull as ~**: น่าเบื่อสุดขีด

dither /ˈdɪðə(r)/ˈดิทเทอะ(ร)/ ❶ *v.i.* หวั่นไหว, ลังเล; **I'm ~ing** ฉันลังเล; **~ about doing sth.** ลังเลว่าจะทำหรือไม่ทำ *ส.น.* ดี ❷ *n. (coll.)* **be all of a ~** *or* **in a ~**: อยู่ในสภาพปั่นป่วนใจไปหมด

dithery /ˈdɪðərɪ/ˈดิทเทอะริ/ *adj.* ตัดสินใจไม่ได้

ditto /ˈdɪtəʊ/ˈดิทโท/ *n., pl.,* **~s: p. 5 is missing, ~ p.19 ~:** หน้า 5 หายไป และหน้า 19 เช่นกัน; **~ marks** เครื่องหมายละ; **I'm hungry. – D~:** ฉันหิว ฉันด้วย

ditty /ˈdɪtɪ/ˈดิททิ/ *n.* เพลงสั้น ๆ ง่าย ๆ

'ditty bag *n. (Naut.)* *ถุงใส่เครื่องมือ เครื่องใช้ ฯลฯ ของกะลาสี; ถุงทะเล*

diuretic /daɪjʊəˈretɪk/ไดยุˈเร็ททิค/ *(Med.)* ❶ *adj.* ซึ่งขับปัสสาวะ; **~ drug/substance/remedy** ➡ 2 ❷ *n.* สารขับปัสสาวะ

diurnal /daɪˈɜːnl/ไดˈเออน'ล/ *adj.* Ⓐ *(of the day)* ชั่ววัน, ทั้งวัน; Ⓑ *(daily)* ประจำวัน, ทุกวัน

diva /ˈdiːva/ˈดีเวอะ/ *n.* นักร้องนำฝ่ายหญิงในละครโอเปร่า

divan /dɪˈvæn, US ˈdaɪvæn/ดิˈแวน, ˈไดแวน/ *n.* Ⓐ *(couch, bed)* เตียงซึ่งไม่มีหัวหรือท้ายเตียง; Ⓑ *(long seat)* ที่นั่งยาวไม่มีพนักพิง

di'van bed ➡ **divan** A

dive /daɪv/ดายว/ ❶ *v.i.* **~d** *or (Amer.)* **dove** /dəʊv/โดว/ Ⓐ *(plunge into water)* พุ่งหลาวลงน้ำ; *(when already in water)* ดำใต้น้ำ; Ⓑ *(plunge downwards)* *(เครื่องบิน, นก ฯลฯ)* ถลาลง; *(เรือดำน้ำ)* ดำ; Ⓒ *(dart down)* หลบแวบลง; **~ under the table for protection** แวบหลบภัยใต้โต๊ะ; Ⓓ *(dart)* **~ [out of sight]** หลบ [พ้นสายตา] อย่างรวดเร็ว; Ⓔ *(rush)* ถลา, กระโดด, แถ; **~ into the nearest pub** แถเข้าผับที่ใกล้ที่สุด; **~ into bed** ถลาขึ้นเตียง; Ⓕ *(plunge with hand)* **~ into sth.** ล้วงมือเข้าไปใน *ส.น.*; Ⓖ *(begin to work)* **~ into a job** เริ่มทำงานอย่างเต็มที่

❷ *n.* Ⓐ *(plunge)* การกระโดดพุ่งหลาว; *(of bird, aircraft)* การถลาลง; *(of submarine)* การดำ; Ⓑ *(sudden darting movement)* การเคลื่อนที่อย่างเร็ว, การกระโดดกระโจน; **make a ~ for cover** กระโดดหาที่ซ่อน; Ⓒ *(coll. : disreputable place)* สถานที่ที่มีชื่อเสียงไม่ดี

~ 'in *v.i.* กระโดดเข้าไป, ถลาเข้าไป; *(fig.: help oneself)* ช่วยเหลือตัวเอง

dive: ~-bomb *v.t. (Mil.)* ทิ้งระเบิดขณะถลาเครื่องบินลง; **~-bomber** *n. (Mil.)* เครื่องบินทิ้งระเบิด

diver /ˈdaɪvə(r)/ˈดายเวอะ(ร)/ *n.* Ⓐ *(Sport)* นักดำน้ำ; Ⓑ *(as profession)* ➤ **489** นักประดาน้ำ; Ⓒ *(diving bird)* นกน้ำโดยเฉพาะที่อยู่ในวงศ์ Gaviidae

diverge /daɪˈvɜːdʒ/ไดˈเวิจ/ *v.i.* Ⓐ แยกทางกัน; **here the road ~s from the river** ถนนแยกห่างจากแม่น้ำที่นี่; Ⓑ *(fig.)* แตกต่าง, ผิดแผกไป; Ⓒ *(differ) (ความหมาย)* แตกต่างกันไป; *(ความคิด)* ที่ไปคนละทิศละทาง

divergence /daɪˈvɜːdʒəns/ไดˈเวอเจินซฺ/ *n.* Ⓐ ความแยกทางกัน; Ⓑ *(fig.)* ความผิดแผก; *(of careers, lifestyles)* การเดินคนละทิศละทาง; **~ of opinions/views** ความแตกต่างทางความคิดเห็น/ทัศนคติ

divergent /daɪˈvɜːdʒənt/ไดˈเวอเจินทฺ/ *adj.* Ⓐ ที่แยกออกไป *(ถนน, เส้นทาง)*; *(fig.)* *(ความคิด)* ที่ห่างกันไป; *(วิถีชีวิต)* ที่เดินคนละสายกัน; **~ lens** *(Optics)* *(วิธีการ)* ที่ไม่เหมือนกัน; Ⓑ *(differing)* ที่แตกต่าง

diverse /daɪˈvɜːs/ไดˈเวิซ/ *adj.* Ⓐ *(unlike)* ไม่เหมือนกัน, แตกต่างกัน; **be [very] ~ from sth.** แตกต่างจาก *ส.น.* [มาก]; Ⓑ *(varied)* หลายด้าน; *(รสนิยม, ความสนใจ)* ที่หลากหลาย; *(ความสามารถ)* รอบด้าน

diversification /daɪvɜːsɪfɪˈkeɪʃn/ไดเวอซิฟิˈเคช'น/ *n.* Ⓐ *(varying)* ความหลากหลาย; Ⓑ *(Econ.)* ความหลากหลาย, ความหลากรูปแบบ; **~ [of production]** ความหลากรูปแบบ *(ทางการผลิต)*

diversify /daɪˈvɜːsɪfaɪ/ไดˈเวอซิฟาย/ ❶ *v.t.* Ⓐ *(vary)* ทำให้แตกต่าง, ทำให้หลากหลาย; Ⓑ *(Econ.)* กระจาย *(การลงทุน)* ไปสู่กิจการหรือผลิตภัณฑ์หลายรูปแบบ ❷ *v.i.* ขยายขอบข่ายของผลิตภัณฑ์

diversion /daɪˈvɜːʃn, US daɪˈvɜːrʒn/ไดˈเวอช'น, ไดˈเวอรฌ'น/ *n.* Ⓐ *(diverting of attention)* การหันเห; Ⓑ *(feint)* ความพยายามเรียกร้องความสนใจ; **create a ~:** สร้างสิ่งเรียกร้องความสนใจ; Ⓒ *no pl. (recreation)* นันทนาการ, การสำราญใจ; Ⓓ *(amusement)* ความบันเทิง; **the ~s of the big city** สิ่งบันเทิงของเมืองใหญ่; Ⓔ *(deviating) (of river, traffic)* การเปลี่ยนเส้นทาง; Ⓕ *(Brit.: alternative route)* ทางเบี่ยง; **there is a traffic ~ on the road** ถนนนี้ต้องใช้ทางเบี่ยง

diversionary /daɪˈvɜːʃənərɪ, US daɪˈvɜːrʒəneri/ไดˈเวอเชอะเนอะริ, ไดˈเวอรเฌอะเนะริ/ *adj.* หันเหความสนใจ

diversity /daɪˈvɜːsətɪ/ไดˈเวอเซอะทิ/ *n.* ความหลากหลาย; **~ of opinion, ~ in opinions** *or* **views** ความหลากหลายทางความคิดเห็น หรือทัศนคติ

divert /daɪˈvɜːt/ไดˈเวิท/ *v.t.* Ⓐ ดึงไปทางอื่น *(ความคิด, สายตา)*; ผลักดันไปทางอื่น *(การระดมยิง, การไหลของลาวาจากภูเขาไฟ)*; เปลี่ยนทิศ *(การจราจร, แม่น้ำ, ยานพาหนะ)*; **~ sb.'s attention/gaze from sth. to sth. else** ชักจูงความสนใจ/การจ้องมองจาก *ส.น.* ไปยังอีก *ส.น.*; Ⓑ *(distract)* หันเหความสนใจ; Ⓒ *(entertain)* ทำให้เพลิดเพลิน

diverting /daɪˈvɜːtɪŋ/ไดˈเวิทิง/ *adj.* *(entertaining)* น่าเพลิดเพลิน, น่าบันเทิงใจ

divest /daɪˈvest/ไดˈเว็ซท/ *v.t.* Ⓐ *(formal: unclothe)* เปลื้องผ้า, ถอด; **~ sb. of sth.** ปลดเปลื้อง *ส.น.* จาก *ค.น.*; **~ oneself of one's clothing/jewellery** ถอดเสื้อผ้า/เครื่องเพชรพลอยออก; Ⓑ **~ sb./sth. of sth.** *(deprive)* ขวางไม่ให้ *ค.น./ส.น.* ได้ *ส.น.*; *(rid)* ทำให้ *ค.น./ส.น.* หมดจาก *ส.น.*; **~ sb. of a responsibility** ปลดเปลื้องความรับผิดชอบจาก *ค.น.*; **~ oneself of sth.** ทำให้ตนเองหลุดพ้นจาก *ส.น.*

divide /dɪˈvaɪd/ดิˈวายดฺ/ ❶ *v.t.* Ⓐ แบ่ง; *(subdivide)* หาร; *(with precision)* จำแนก; *(into separated pieces)* แยกเป็นชิ้นส่วน; **~ sth. in[to] parts** *(separate)* แบ่ง *ส.น.* ออกเป็นชิ้น ๆ; **~ sth. into halves/quarters** แบ่งครึ่ง *ส.น.*/แบ่ง *ส.น.* เป็นสี่ส่วน; **~ sth. in two** แบ่ง *ส.น.* ออกเป็นสองส่วน; Ⓑ *(by marking out)* **~ sth. into sth.** แบ่ง *ส.น.* ออกเป็น *ส.น.*; Ⓒ *(part by marking)* แยก; **~ sth./sb. from** *or* **and sth./sb.** แยก *ส.น./ค.น.* ออกจาก *ส.น./ค.น.*; Ⓓ *(mark off)* **~ sth. from sth. else** กั้น *ส.น.* ออกจากอีกสิ่งหนึ่ง; **dividing line** เส้นกั้น; Ⓔ *(distinguish)* แยก; Ⓕ *(classify)* จัดพวก, แบ่งประเภท *(ชีวิตความเป็นอยู่, สังคม)*; Ⓖ *(cause to disagree)* ทำให้ไม่เห็นพ้อง; **be ~d over an issue** ไม่เห็นพ้องกันในเรื่องหนึ่ง; **opinion is ~d** ความคิดเห็นไม่ตรงกัน; **be ~d against itself** มีความขัดแย้งในตัว; Ⓗ *(distribute)* แจกจ่าย, แบ่งส่วน; **~ sth. among/between persons/groups** แบ่งส่วน *ส.น.* ในหมู่/ในระหว่างคนหลายคน/กลุ่ม; Ⓘ *(share)* แบ่งปัน; Ⓙ *(Math.)* หาร (**by** โดย); **~ three into nine** หารเก้าด้วยสาม; Ⓚ *(part for voting)* แยกกันเพื่อลงคะแนนเสียง

❷ *v.i.* Ⓐ *(separate)* **~ [in** *or* **into parts]** แยกออกเป็นส่วน *(หนังสือ, เอกสาร ฯลฯ)*; **we ~d into groups for discussion** พวกเราแยกเป็นกลุ่ม ๆ เพื่อการอภิปราย; **~ into two** แบ่งเป็นสองส่วน; Ⓑ **~ [from sth.]** แยกออก [จาก *ส.น.*]; Ⓒ *(Math.)* **~ [by a number/amount]** หารด้วยตัวเลข/จำนวน; **3 ~s into 36 to give 12** 36 หาร 3 ได้ 12; Ⓓ *(be parted in voting)* **the council ~d and a vote was taken** คณะกรรมการแบ่งส่วนและลงคะแนนเสียง

❸ *n.* Ⓐ *(Geog.)* สันปันน้ำ; Ⓑ *(fig.)* เส้นแบ่ง; *(gulf)* ช่องว่างที่ใหญ่มาก; **the Great D~:** เขตแดนระหว่างชีวิตและความตาย

~ 'off ❶ *v.t.* แยกออก; **~ off an area** แยกพื้นที่ออก ❷ *v.i.* **~ off from sth.** แยกออกจาก *ส.น.*

~ 'out *v.t.* **~ sth. out [among/between persons]** แบ่ง *ส.น.* กัน [ในหมู่/กลุ่มคน] แจกจ่าย

~ 'up ❶ *v.t.* แบ่งแยก; **~ persons up into groups** แยกคนออกเป็นกลุ่ม ๆ ❷ *v.i.* **~ up into sth.** แบ่งออกเป็น *ส.น.*

divided /dɪˈvaɪdɪd/ดิˈวายดิด/: **~ 'highway** *n. (Amer.)* ➡ **dual carriageway**; **~ 'skirt** *n.* กางเกงกระโปรง

dividend /ˈdɪvɪdend/ˈดิววิเด็นดฺ/ *n.* Ⓐ *(Commerc., Finance)* เงินปันผล; Ⓑ *in pl. (fig.: benefit)* ผลประโยชน์; **your studying will pay ~s** การศึกษาของคุณจะให้ผลประโยชน์ในภายหลัง; **reap the ~s** เก็บเกี่ยวผลประโยชน์

dividend: ~ stripping *n. (Finance)* การเลี่ยงภาษีเงินปันผล; **~-warrant** *n. (Brit. Finance)* หนังสือแสดงสิทธิการรับเงินปันผล

divider /dɪˈvaɪdə(r)/ดิˈวายเดอะ(ร)/ *n.* Ⓐ *(screen)* ฉากกั้น; *(other means)* สิ่งกั้น; Ⓑ **~s** *pl.* วงเวียนโลหะสำหรับเขียนแบบ

divination /dɪvɪˈneɪʃn/ดิวิˈเนช'น/ *n.* Ⓐ *(foreseeing)* การทำนายอนาคต, การพยากรณ์อย่างแม่นยำ; **powers of ~:** อำนาจในการทำนาย; Ⓑ *(discovering)* การค้นพบ

divine /dɪˈvaɪn/ดิˈวายน/ ❶ *adj.*, **~r** /dɪˈvaɪnə(r)/ดิˈวายเนอะ(ร)/, **~st** /dɪˈvaɪnɪst/ดิˈวายนิซท/ Ⓐ เกี่ยวกับพระเจ้า; *(devoted to god)* อุทิศให้พระเจ้า; **~ service** การทำงานเพื่อพระเจ้า; **the ~ right of kings** เทวสิทธิ์ *(ร.บ.)* ของกษัตริย์ *(ตามลัทธิเทวราชาที่ถือว่าพระเจ้าเป็นผู้เลือกสถาปนากษัตริย์)*; **have no ~ right to do sth.** พระเจ้ามิได้ทรงอำนวยสิทธิ์ให้ทำได้; Ⓑ *(superhumanly excellent)* เหนือมนุษย์, ดีเลิศ; *(superhumanly gifted)* มีพรสวรรค์; Ⓒ *(coll.: delightful)* น่าชื่มชม, เลิศเลอ

❷ *n.* Ⓐ พระสอนศาสนา; Ⓑ *(the Divine)* พระกรุณาธิคุณของพระเจ้า, พระผู้เป็นเจ้า ❸ *v.t.* Ⓐ *(discover)* ค้นพบ; *(guess)* คาดเดาได้; **~ what sb. is thinking** *or* **sb.'s thoughts** คาดเดาความคิดของ *ค.น.*; Ⓑ *(locate)* หาร่องรอย; Ⓒ *(foresee)* มองเห็นล่วงหน้า; *(foretell)* ทำนาย; **~ the future** ทำนายอนาคต

divinely /dɪˈvaɪnlɪ/ดิˈวายนลิ/ *adv.* Ⓐ *(by God/a god)* โดยพระเจ้า; Ⓑ *(with superhuman excellence)* อย่างเลอเลิศเหนือมนุษย์; *(with superhuman giftedness)* อย่างมีพรสวรรค์; Ⓒ *(coll.: excellently, extremely well)* อย่างเลิศเลอ

diving /ˈdaɪvɪŋ/ˈดายวิง/ *n. (Sport)* กีฬากระโดดน้ำ

diving: ~ bell *n.* ห้องทำงานใต้น้ำพร้อมท่อส่งอากาศ; **~ board** *n.* กระดานกระโดดน้ำ; **~ suit** *n.* ชุดประดาน้ำ

divining rod /dɪˈvaɪnɪŋrɒd/ดิˈวายนิงรอด/ *n.* ➡ **dowsing rod**

divinity /dɪˈvɪnɪtɪ/ดิˈวินเนอะทิ/ *n.* Ⓐ *(god)* พระเจ้า, เทพ; Ⓑ *no pl. (being a god)* เทวลักษณ์, เทวคุณ; Ⓒ *no pl. (theology)* เทววิทยา

divisible /dɪˈvɪzɪbl/ดิˈวิซิบ'ล/ *adj.* Ⓐ *(separable)* แบ่งแยกได้; *(capable of being marked out)* แบ่งออกได้; **be ~ into...:** สามารถแบ่งออกได้เป็น...; Ⓑ *(Math.)* **be ~ [by a number/an amount]** หารลงตัวได้ [โดยตัวเลข/จำนวน]

division /dɪˈvɪʒn/ดิˈวิฌ'น/ *n.* Ⓐ ➡ **divide 1 A:** การแบ่ง; Ⓑ *(parting)* การแยกออก, การกั้น; Ⓒ *(distinguishing)* การแยกความแตกต่าง (**from** จาก); Ⓓ *(classifying)* การจำแนก; Ⓔ *(distributing)* การแจกจ่าย (**between/among** ระหว่าง); *(sharing)* การแบ่งสันปันส่วน; **~ of labour** การแบ่งแรงงาน; Ⓕ *(disagreement)* ความขัดแย้ง; Ⓖ *(Math.)* การหาร, การแบ่งส่วน; **do ~:** หาร; **long ~:** การหารยาว; **short ~:** การหารสั้น; Ⓗ *(separation in voting)* การแบ่งเขตหรือฝ่ายในการลงคะแนนเสียง; Ⓘ *(dividing line)* เส้นกั้น, เส้นแบ่ง; *(between states)* เส้นเขต; *(partition)* ผนังกั้น; Ⓙ *(part)* ส่วนที่แบ่ง; *(of drawer)* แผ่นกั้น; Ⓚ *(section)* ส่วน, ฝ่าย; Ⓛ *(group)* กลุ่ม; Ⓜ *(Mil. etc.)* กอง; Ⓝ *(of High Court)* ชั้นศาล; Ⓞ *(Footb. etc.)* กลุ่มการแข่งขัน; Ⓟ *(administrative district)* เขตการปกครอง, เขตเลือกตั้ง

divisional /dɪˈvɪʒənl/ดิˈวิเฌิน'ล/ *adj.* *(of section)* เกี่ยวกับฝ่าย, อยู่ในฝ่าย

division: ~ bell *n. (Parl.)* สัญญาณบอกว่าถึงเวลาออกเสียง *(ในรัฐสภา)*; **~ sign** *n.* เครื่องหมายหาร

divisive /dɪˈvaɪsɪv/ดิˈไวซิว/ *adj.* Ⓐ *(dividing in opinion etc.)* แบ่งแยก, สร้างความขัดแย้ง; Ⓑ *(dividing)* แบ่งเป็นส่วน ๆ; **have a ~ effect on sth.** แบ่งแยก *ส.น.*

divisor /dɪˈvaɪzə(r)/ดิˈไวเซอะ(ร)/ *n. (Math.)* ตัวหาร, จำนวนที่หารเลขลงตัว

divorce /dɪˈvɔːs/ดิˈวอซ/ ❶ *n.* Ⓐ การหย่าร้าง; **~ court** ศาลดำเนินคดีหย่าร้าง; **~ proceedings** การดำเนินการหย่าร้าง; **want a ~:** ต้องการหย่า, ขอหย่า; **get** *or* **obtain a ~:** ได้หย่า, หย่าได้; **grounds for ~:** เหตุที่อ้างขอหย่า; Ⓑ *(fig.)* การ

divorcee | do 266

แบ่งแยกออก ❷ *v.t.* Ⓐ *(dissolve marriage of)* หย่า; **they were ~d last year** พวกเขาหย่ากันเมื่อปีที่แล้ว; Ⓑ **~ one's husband/wife** หย่าจากสามี/ภรรยา; **her husband refused to ~ her** สามีของเธอไม่ยอมหย่าจากเธอ; Ⓒ *(fig.)* **~ sth./sb. from sth.** แยก *ส.น./ค.น.* จาก *ส.น.*; **keep sth. ~d from sth.** สามารถแยก *ส.น.* ออกจากอีก *ส.น.* ได้

divorcee /dɪvɔːˈsiː/ดิวอ'ซี/ *n.* คนที่หย่าร้าง; **be a ~:** เป็นพ่อหม้าย แม่หม้าย *หรือ* พ่อร้าง แม่ร้าง

divot /ˈdɪvət/'ดิเวิท/ *n. (Golf)* หญ้าที่ถูกตีหลุดติดปลายไม้กอล์ฟ

divulge /daɪˈvʌldʒ/ได'วัลจฺ/ *v.t.* เปิดเผย *(ข่าวสาร)*; เผย *(ความลับ)*; แฉ *(ความในใจ)*

divvy /ˈdɪvɪ/'ดิววิ/ *(coll.) n.* Ⓐ *(share)* ส่วนแบ่ง; Ⓑ *(distribution)* การแจกจ่าย

dixie /ˈdɪksɪ/'ดิคซิ/ *n. (Brit.)* หม้อหุงต้มขนาดใหญ่

Dixie /ˈdɪksɪ/'ดิคซิ/ *n.* Ⓐ รัฐทางภาคใต้ของประเทศสหรัฐอเมริกา; Ⓑ *(Mus.)* ดนตรีแจ๊สสองจังหวะ

'Dixieland *n.* Ⓐ *(Mus.)* ดนตรีแจ๊สประเภทหนึ่ง; Ⓑ ➡ **Dixie** A

DIY *abbr.* **do-it-yourself**

dizzily /ˈdɪzɪlɪ/'ดิซซิลิ/ *adv.* Ⓐ *(giddily)* อย่างมึนงง; *(fig.)* อย่างงุนงง; Ⓑ *(so as to cause giddiness)* ก่ออาการวิงเวียน

dizziness /ˈdɪzɪnɪs/'ดิซซินิซ/ *n., no pl.* อาการวิงเวียน, ความรู้สึกมึนงง

dizzy /ˈdɪzɪ/'ดิซซิ/ ❶ *adj.* Ⓐ *(giddy)* มึนงง; **I feel ~:** ฉันรู้สึกมึนงง; **he felt ~:** เขารู้สึกมึนงง; Ⓑ *(making giddy)* ทำให้เวียนหัว; **the ~ heights of fame** ความโด่งดังจนมึนไปหมด

DJ /diːˈdʒeɪ/ดี'เจ/ *abbr.* Ⓐ **disc jockey** ดีเจ *(ท.ศ.)*; Ⓑ *(Brit.)* **dinner jacket** เสื้อนอกดำผูกเนคไทหูกระต่าย

D. Litt. /diːˈlɪt/ดี'ลิท/ *abbr.* **Doctor of Letters** อักษรศาสตร์ดุษฎีบัณฑิต; ➡ + **B. Sc.**

DM, D-mark /ˈdiːmɑːk/'ดีมาค/ *abbr.* **Deutschmark**

D. Mus. /diːˈmʌz/ดี'มัซ/ *abbr.* **Doctor of Music** ปริญญาเอกสาขาการดนตรี; ➡ + **B. Sc.**

DNA *abbr.* **deoxyribonucleic acid** ดีเอ็นเอ *(ท.ศ.)*

DNA fingerprinting/DNA profiling *n.* การพิสูจน์ตัวโดยวิธีตรวจดีเอ็นเอ

D-notice /ˈdiːnəʊtɪs/'ดีโนทิซ/ *n. (Brit.)* **the government had issued a ~ to the media** รัฐบาลได้ยื่นใบยับยั้งการตีพิมพ์เรื่องใดเรื่องหนึ่งโดยเหตุทางความมั่นคงของประเทศ

DNS *abbr.* **Domain Name System**

¹do /də *stressed* duː/ดู/ ❶ *v.t. neg. coll.* **don't** /dəʊnt/โดนทฺ/, *pres. t.* **he does** /dʌz/ดัซ/, *neg. (coll.)* **doesn't** /ˈdʌznt/'ดัซ'นทฺ/, *p.t.* **did** /dɪd/ดิด/, *neg. (coll.)* **didn't** /ˈdɪdnt/'ดิด'นทฺ/, *pres. p.* **doing** /ˈduːɪŋ/'ดูอิง/, *p.p.* **done** /dʌn/ดัน/ Ⓐ *(impart)* ทำ; **do sb. a favour** ทำ *ส.น.* ช่วยเหลือ *ค.น.*; Ⓑ *(perform, produce, complete)* ทำ, ทำให้เสร็จ; **do the shopping/washing-up/cleaning/gardening** ไปซื้อของ/ล้างจาน/ทำความสะอาด/ทำสวน; **do a test on sb.** ทำการตรวจสอบ *ค.น.*; **do a lot of reading/walking** อ่านหนังสือมาก/ชอบเดินมาก; **do a dance/the foxtrot** เต้นระบำ/ฟอกซ์ทรอท; **do one's round** เดินตรวจประจำ; **is there anything we can do to help?** พวกเราจะช่วยอะไรได้ไหม?; **have nothing to do** ไม่มีอะไรจะทำ; **what are you going/planning to do?** คุณจะทำอะไร?; **what does he do for a living?** เขาทำงานอะไร *หรือ* เขามีอาชีพอะไร?; **what is 'he/'that doing here?** นี่เขา/มันมาทำอะไรอยู่ตรงนี้ *หรือ* ทำไมเขา/สิ่งนั้นมาอยู่ตรงนี้?; **Don't just sit there! Do something!** อย่ามัวนั่งเฉย ทำอะไรสักอย่างสิ!; **have sth. [already] done** ทำ *ส.น.* เสร็จ [ไปแล้ว]; **what are you doing this evening?** คืนนี้คุณจะทำอะไร?; **what am I going to do?** *(baffled)* ฉันจะทำอย่างไรดี?; **do sth. to sth./sb.** ทำอะไรกับ *ส.น./ค.น.*; **what have you done to yourself/the cake** คุณไปทำอะไรตัวเอง/ขนมเค้ก; **do one or two things to the car** ทำสองสามอย่างเพื่อซ่อมแซมรถยนต์; **how could you do this to me?** คุณทำกับฉันอย่างนี้ได้อย่างไร?; **he/it does something** *or* **things to me** *(fig. coll.)* เขา/มันทำให้ฉันมีอารมณ์; **do sth. for sb./sth.** ทำ *ส.น.* ให้ *ค.น./ส.น.*; **what can I do for you?** ฉันสามารถทำอะไรให้คุณไหม; *(in shop)* จะให้ช่วยอะไรไหมคะ/ครับ *หรือ* คุณต้องการ/หาอะไรหรือเปล่า; **this dress does something/nothing for you** *(coll.)* กระโปรงชุดตัวนี้ทำให้คุณดูดี/ไม่ดีเลย; **do sth. about sb./sth.** ทำ *ส.น.* เกี่ยวกับ *ค.น./ส.น.*; **there's nothing we can do about the noise** เราแก้ปัญหาเรื่องเสียงดังหนวกหูไม่ได้เลย; **why don't you do something about your hair?** ทำไมคุณไม่ทำผมให้เรียบร้อย; **what are you going to do about money while you are on holiday?** คุณจะมีเงินพอใช้ในขณะที่ไปเที่ยวพักร้อนหรือเปล่า; **what shall we do for food?** พวกเราจะกินอะไรกันดี?; **can you do anything with these apples?** คุณเอาลูกแอปเปิ้ลไปใช้ได้ไหม?; **what's to do?** ทำอะไรกันดี; **not know what to do with oneself** ไม่ทราบว่าจะทำอะไรดี; **that does it** อย่างนั้นเสร็จเลย; **that's done it** นั่นก็เสร็จแล้ว; *(caused a change for the worse)* โอโห แย่แล้ว; *(caused a change for the better)* ดีขึ้นแล้วละ; **that will/should do it** นั่นน่าจะใช้ได้; *(is enough)* นั่นน่าจะพอแล้ว; **he's [really] done it** *(ruined things)* เขาทำให้เละ [จริง ๆ]; *(achieved something)* เขาประสบความสำเร็จ [จริง ๆ]; **do a Garbo** *(coll.)* ทำตัวหยิ่งกะการ์โบ; **how many miles has this car done?** รถยนต์คันนี้วิ่งไปกี่ไมล์แล้ว?; **the car does** *or* **can do/was doing about 100 m.p.h./does 45 miles to the gallon** รถวิ่ง 100 ไมล์ต่อชั่วโมง/รถวิ่งได้ 45 ไมล์ต่อหนึ่งแกลลอน; Ⓒ *(spend)* **do a spell in the armed forces** อยู่ในกองทัพชั่วขณะหนึ่ง; **how much longer have you to do at college?** คุณต้องอยู่มหาวิทยาลัยอีกนานเท่าไหร่?; Ⓓ *(produce)* ทำ *(การแปล)*; ลอกแบบ; เขียน *(นวนิยาย, จดหมาย)*; วาด *(ภาพ)*; ปั้น *(รูปปั้น)*; ผลิต *(สิ่งของ)*; Ⓔ *(provide)* บริการ *(อาหารกลางวัน, บำนาญ)*; *(coll.: offer for sale)* ขาย *(ของประเภทใดประเภทหนึ่ง)*; *(effect)* ทำให้ *(ดีขึ้น, เลวลง)*; Ⓕ *(deal with)* *(prepare)* ทำ *(เตียง, อาหารเช้า)*; *(work on)* ทำ *(สวน)*; *(clean)* ทำความสะอาด; ขัด *(พื้น, รองเท้า)*; *(arrange)* จัด *(ผม, เอกสาร, ห้อง)* ให้เรียบร้อย; *(make up)* แต่ง *(หน้า)*; ทำ *(เล็บ)*; *(cut)* ตัด *(เล็บ, หญ้า, ดอกไม้)*; *(paint)* ทาสี *(ห้อง, บ้าน)*; *(attend to)* เขียน *(บิล, จดหมาย, หนังสือ)*; ดูแล *(คนไข้)*; *(repair)* ซ่อมแซม; *(wash)* ล้าง *(จาน)*; **a living room done in blue** ห้องที่ทาสีฟ้า; Ⓖ *(cook)* ปรุงอาหาร; **how do you like your meat done?** คุณชอบทานเนื้อสุกแค่ไหน?; **well done** สุก; **the meat isn't/the potatoes aren't done [enough] yet** เนื้อ/มันฝรั่งยังไม่สุก [พอ]; Ⓗ *(solve)* แก้ *(ปริศนา)*; Ⓘ *(tran-slate)* แปล; Ⓙ *(study, work at)* ทำ *(งานวิจัย)*; เรียน *(วิชาใดวิชาหนึ่ง)*; **do history at university** เรียนประวัติศาสตร์ที่มหาวิทยาลัย; Ⓚ *(play the part of)* เล่น; *(impersonate)* เล่นเป็น; *(act like)* เล่นเหมือน; เลียน; Ⓛ *(coll.: rob)* ลักขโมย *(บ้าน)*; Ⓜ *(coll.: prosecute)* **do sb. [for sth.]** ฟ้อง *ค.น.* [สำหรับ *ส.น.*]; Ⓝ *(sl.: with sexual intercouse)* **do sb.** เอา *ค.น.*; **do it [with sb.]** เอา [กับ *ค.น.*]; Ⓞ *(coll.: swindle)* โกง; **do sb. out of sth.** โกง *ส.น.* จาก *ค.น.*; Ⓟ *(sl.)* *(defeat, kill)* ฆ่า, ทำร้าย; *(ruin)* ทำให้หมดตัว; Ⓠ *(coll.: exhaust)* ทำให้หมดแรง; **we were completely done [in** *or* **up]** พวกเราหมดแรง; Ⓡ *(traverse)* ผ่าน *(ระยะทาง)*; Ⓢ *(sl.: undergo)* รับโทษ; Ⓣ *(coll.: visit)* เที่ยวชม, เยี่ยม; **do Europe in three weeks** เที่ยวทั่วยุโรปภายในสามอาทิตย์; Ⓤ *(Brit. coll.: provide sth. for)* จัดหา; **do oneself well** ดูแลตัวเองดี; Ⓥ *(satisfy)* ทำให้พอใจ; *(suffice for, last)* มีเพียงพอ; **do sb. very nicely/better** มีพอเพียง/มีมากขึ้นสำหรับ *ค.น.*; **we've got enough food here to do us for a week** ที่นี่พวกเรามีอาหารเพียงพอสำหรับหนึ่งอาทิตย์

❷ *v.i., forms as* 1 Ⓐ *(act)* ทำ; *(perform)* เล่น; **you can do just as you like** คุณทำอย่างไรก็ได้; **do as they do** ทำอย่างพวกเขาทำ; Ⓑ *(perform deeds)* **do or die** ต้องสู้; **do-or-die** *(สถานการณ์)* จนตรอก; *(หน้าตา)* ดุร้าย; Ⓒ *(fare)* **how are you doing?** คุณเป็นอย่างไรบ้าง; Ⓓ *(get on)* เป็นไป, ไปได้; *(in exams)* มีผลสอบ; **how are you doing at school?** อยู่ที่โรงเรียนเป็นอย่างไรบ้าง; **do well/badly at school** เรียนดี/ไม่ดี; Ⓔ **how do you do?** *(formal)* สวัสดีค่ะ/ครับ; Ⓕ *(coll.: manage)* **how are we doing for time** *or* **as regards time?** เรายังมีเวลาเหลือไหม; Ⓖ *(finish)* **have done with** ➡ **done** E; Ⓗ *(serve purpose)* ใช้ได้; *(suffice)* เพียงพอ; *(be suitable)* เหมาะสม; **would that do?** ใช้ได้ไหม; **that won't do** อย่างนั้นใช้ไม่ได้; **that will never do** ไม่มีวันใช้ได้ *หรือ* ใช้ไม่ได้เลย; **you won't do, Peter** คุณไม่เก่งพอปีเตอร์; **nothing but the best will do for her** เธอต้องได้ของที่ดีที่สุดตลอด; **that will do!** พอแล้ว; **it doesn't/wouldn't do to tell lies/be late for work/believe all that one is told** คนเราไม่ควรพูดคำเท็จ/มาทำงานสาย/เชื่อในทุกสิ่งที่คนเล่า; Ⓘ *(be usable)* **do for** *or* **as sth.** ใช้เป็น *ส.น.* ได้; **make do** ➡ + **make** 1 T; Ⓙ *(happen)* **what's doing?** มีอะไรเกิดขึ้น; **what's doing at your place?** ที่บ้านคุณมีอะไรไหม; **there's nothing doing on the job market** ตอนนี้หางานใหม่ไม่ได้เลย; **Nothing doing. He's not interested** ทำอะไรไม่ได้หรอก เขาไม่สน; **what's to do?** ทำอย่างไรดี ➡ + **also doing; done**

❸ *v. substitute, forms as* 1 Ⓐ *replacing v.: usually not translated;* **you mustn't act as he does** อย่าทำตามเขาเลย; **if you drank as much water as you drink coffee** ถ้าคุณดื่มน้ำพอ ๆ กับดื่มกาแฟ; Ⓑ *replacing v. and obj. etc.* **he read the Bible every day as his father did before him** เขาอ่านพระคำภีร์ไบเบิลทุกวันเหมือนที่พ่อเขาเคยทำมาก่อนแล้ว; **as they did in the Middle Ages** เหมือนในยุคกลาง; **if I ate as much chocolate as you do** ถ้าฉันกิน

267 **do | dodder**

ช็อกโกแลตมากเท่าคุณ; **you might not want to ..., but if you do ...;** คุณอาจไม่อยาก...แต่ถ้าอยากแล้วก็...; Ⓒ *as ellipt. aux.* **you went to Paris, didn't you? – Yes, I did** คุณไปปารีสใช่ไหม? – ใช่; Ⓓ *with 'so', 'it', 'which', etc.* **I knew John Lennon – So did I** ฉันเคยรู้จักจอห์น เลนนอน ฉันก็เหมือนกัน; **if you want to go abroad then do so** ถ้าคุณอยากจะไปต่างประเทศ ก็ไปซิ; **go ahead and do it** ทำไปเลย; **then please do so within 10 days** โปรดได้ทำภายใน 10 วัน; Ⓔ *in emphatic repetition* **come in, do!** เข้ามาซิ; **take a seat, do!** นั่งลงซิ; Ⓕ *in tag questions* **I know you from somewhere, don't I?** ฉันเคยพบคุณใช่ไหม; **he doesn't by any chance play the guitar, does he?** เป็นไปได้ไหมว่าเขาเล่นกีต้าร์ได้; **so you enjoyed yourself in Spain, did you?** คุณสนุกสนานที่ประเทศสเปนใช่ไหม

❹ *v. aux. + inf. as pres. or past, forms as* 1 Ⓐ *for special emphasis* **I do love Greece** ฉันชอบกรีซจริง ๆ; **I do apologize** ฉันต้องขอโทษจริง ๆ; **you do look glum** คุณช่างดูกลุ้มใจจัง; **you do smoke a lot** คุณสูบบุหรี่จัดจริง ๆ *หรือ* จังเลย; **so we did go after all** ในที่สุดพวกเราก็ไปกัน; **but I tell you, I did see him** แต่อย่างที่บอกฉันเห็นเขาจริง ๆ; Ⓑ *for inversion* **little did he know that...:** เขาหารู้ไม่ว่า...; **rarely do such things happen** นาน ๆ ที่สิ่งแบบนี้จะเกิด; **did he but realize it** ถ้าเขาได้ทราบเรื่องนี้; Ⓒ *in questions* **do you know him?** คุณรู้จักเขาหรือเปล่า; **what does he want?** เขาต้องการอะไร; **doesn't/didn't he want** *or* **does/did he not want to accompany us?** เขามิได้อยากมากับพวกเราหรือ; **didn't they look wonderful?** พวกเขาดูสวยจริง ๆ นะ; Ⓓ *in negation* **I don't** *or* **do not wish to take part** ฉันไม่ต้องการร่วมด้วย; Ⓔ *in neg. commands* **don't** *or* **do not expect to find him in a good mood** อย่าหวังเลยว่าเขาจะอารมณ์ดี; **children, do not forget ...:** เด็ก ๆ อย่าลืม...; **don't be so noisy!** อย่าส่งเสียงดังอย่างนี้ซิ; **don't worry yourselves** อย่ากังวลใจเลย; **don't!** อย่านะ; Ⓕ *+ inf. as imper. for emphasis etc.* **do sit down, won't you?** เชิญนั่งซิคะ/ครับ *หรือ* คุณไม่อยากนั่งลงหรือ; **do let us know how you ...:** คอยบอกข่าวให้พวกเราว่าคุณ...; **do be quiet, Paul!** พอล เงียบ ๆ หน่อย; **do look here** มองมาทางนี้หน่อย; **do hurry up** เร็ว ๆ หน่อยซิ; **do cheer up!** อย่ากลุ้มใจเลย

do a'way with *v.t.* กำจัด, ฆ่า

'do by *v.t.* **do well by sb.** ปฏิบัติดีต่อ *ค.น.;* **he felt hard done by** เขารู้สึกว่าถูกเอาเปรียบ; **do as you would be done by** ปฏิบัติต่อคนอื่นอย่างที่อยากให้คนอื่นปฏิบัติต่อคุณ

do 'down *v.t. (coll.)* Ⓐ *(get the better of)* เอาชนะ, เอาเปรียบ; Ⓑ *(speak ill of)* ป้ายสี, นินทา

'do for *v.t.* Ⓐ ➡ [1]**do** 2 I; Ⓑ *(coll.: destroy)* **do for sb.** ทำลาย *ค.น.;* **do for sth.** ทำให้ *ส.น.* พัง/เสีย; **be done for** *(exhausted)* หมดแรง; **if we don't do better next time we're done for** ถ้าคราวหน้าพวกเราไม่ทำได้ดีกว่านี้ก็เสร็จแน่; Ⓒ *(Brit. coll.: keep house)* **do for sb.** ดูแลบ้านให้กับ *ค.น.*

do 'in *v.t. (sl.)* ฆ่าทิ้ง, เก็บ; ➡ + [1]**do** 1 Q

do 'out *v.t. (clean)* ทำความสะอาด; *(redecorate)* ตกแต่งใหม่; *(in wallpaper)* ติดวอลล์เปเปอร์ *(ท.ศ.)*

do 'over *v.t.* Ⓐ *(sl.: beat)* ตี, กระทืบ; Ⓑ *(Amer. coll.: do again)* ทำอีกครั้ง

do 'up ❶ *v.t.* Ⓐ *(fasten)* ติด *(กระดุม);* รัดให้แน่น; ผูก *(เชือกรองเท้า);* Ⓑ *(wrap)* พัน; ห่อ *(ของขวัญ); (arrange)* จัดให้เรียบร้อย; **she did her hair up in a bun** เธอเกล้าผมเป็นมวย; Ⓒ *(adorn)* ตกแต่ง *(ห้อง, บ้าน)* ❷ *v.i. (กระโปรง)* ติด, รูด

'do with *v.t.* Ⓐ *(get by with)* พอใช้ได้; *(get benefit from)* **I could do with a glass of orange juice** ถ้าฉันได้ดื่มน้ำส้มสักแก้วก็จะดี; **he could do with a good hitting** ถ้าเขาโดนตบก็จะดี; Ⓑ **have to do with sth./sb.** เกี่ยวข้อง/ไม่เกี่ยวข้องกับ *ส.น.;* **it's to do with that job I applied for** มันเกี่ยวข้องกับงานที่ฉันสมัครไว้

[1]**do without** *v.t.* **do without sth.** ยอมขาด *ส.น. หรือ* อยู่ได้โดยไม่มี *ส.น.;* **he could not do without her** เขาอยู่ไม่ได้โดยไม่มีเธอ; **he can't do without drink** เขาขาดเหล้าไม่ได้; **you've never had to do with'out** คุณไม่เคยขาดอะไรทั้งสิ้น

[2]**do** /duː/ดู/ *n. pl.* **dos** *or* **do's** /duːz/ดูซ/ Ⓐ *(coll.: swindle)* การโกง; Ⓑ *(Brit. coll.: festivity)* งานฉลอง, งานเลี้ยง; Ⓒ *in pl.* **the dos and don'ts** สิ่งที่ควรและไม่ควรทำ; **the dos and don'ts of bringing up children** สิ่งที่ควรและไม่ควรทำในการเลี้ยงเด็ก; Ⓓ *in pl. (Brit. coll.)* **fair dos!** ทุกคนเสมอตัว

[3]**do** ➡ **doh**

do. *abbr.* **ditto**

DOA *abbr.* **dead on arrival**

d.o.b./DOB/D.O.B. *abbr.* **date of birth** วันเดือนปีเกิด

doc /dɒk/ดอค/ *n. (coll.: doctor)* ดร.; *as address* คุณหมอ

docile /'dəʊsaɪl, US 'dɒsl/โดซายล, 'ดอซ'ล/ *adj.* เงียบสงบ; *(submissive)* ว่านอนสอนง่าย, เชื่อง

docilely /'dəʊsaɪllɪ/โดซายลลิ/ *adv.* อย่างว่านอนสอนง่าย, อย่างเชื่อง

docility /də'sɪlɪtɪ/เดอะ'ซิลลิทิ/ *n., no pl.* ความเชื่อง; *(submissiveness)* ความว่านอนสอนง่าย

[1]**dock** /dɒk/ดอค/ ❶ *n.* Ⓐ อู่เรือ, ท่า; **the ship came into ~:** เรือเข้าเทียบท่าในอู่เรือ; **be in ~:** รอซ่อมอยู่ในอู่; *(coll.: in hospital)* นอนอยู่; Ⓑ *usu. in pl. (area)* ท่าเรือ; **at the ~s in Hull** ที่ท่าเรือของเมืองฮัลล์; **down by the ~[s]** แถวท่าเรือ; Ⓒ *(Amer.) (ship's berth)* ท่าเทียบเรือ; *(for trucks etc.)* ท่าจอดรถ ❷ *v.t.* Ⓐ *(bring into ~)* นำเข้าอู่; Ⓑ *(Astronaut.)* ต่อติดกันในอากาศ ❸ *v.i.* Ⓐ *(come into ~)* เข้าจอดในอู่; Ⓑ *(Astronaut.)* ต่อเข้าด้วยกันในอากาศ

[2]**dock** *n. (in law court)* คอกจำเลย; **stand/be in the ~** *(lit. or fig.)* ยืน/อยู่ที่คอกจำเลย; **put sb. in the ~** *(lit. or fig.)* ฟ้อง *ค.น.* ให้เป็นจำเลย

[3]**dock** *n. (Bot.)* วัชพืชในสกุล *Rumex* มีใบกว้าง

[4]**dock** *v.t.* Ⓐ *(cut short)* ขริบ, ตัดให้สั้น *(หางของสัตว์);* Ⓑ *(lessen)* ตัด *หรือ* ลดจำนวนลง; **he had his pay ~ed by £14, he had £14 ~ed from his pay** ค่าจ้างของเขาถูกตัดลง 14 ปอนด์

docker /'dɒkə(r)/'ดอคเคอะ(ร)/ *n.* ➤ 489 กรรมกรท่าเรือ

docket /'dɒkɪt/'ดอคคิท/ ❶ *n.* Ⓐ *(Brit. Commerc.: list)* บัญชีสินค้า; Ⓑ *(Brit.: customhouse warrant)* เอกสารแสดงสินค้าที่ต้องเสียภาษี; Ⓒ *(voucher)* ใบส่งสินค้า; Ⓓ *(endorsement on documents etc.)* ใบยืนยันเอกสาร ❷ *v.t. (endorse)* ยืนยันรายการ; *(label)* ติดป้ายแสดงรายการ

dock: ~land *n.* พื้นที่เขตท่าเรือ; **~yard** *n.* ท่าเทียบเรือ

doctor /'dɒktə(r)/'ดอคเทอะ(ร)/ ❶ ➤ 489 *n.* Ⓐ *(physician)* แพทย์, หมอ; *as title* นายแพทย์; *as address* คุณหมอ; **~'s orders** คำสั่งของแพทย์; **just what the ~ ordered** ถูกใจจริง ๆ *หรือ* มีประโยชน์จริง ๆ; **an apple a day keeps the ~ away** *(prov.)* กินแอปเปิ้ลวันละหนึ่งลูกแล้วคุณจะมีสุขภาพดี *(ไม่ต้องไปหาหมอ);* **you're the ~:** *(coll.)* คุณเป็นผู้เชี่ยวชาญ; **works ~:** หมอประจำบริษัท; Ⓑ *(Amer.: dentist)* ทันตแพทย์; Ⓒ *(Amer.: veterinary surgeon)* สัตวแพทย์; Ⓓ *(holder of degree)* ผู้ได้รับปริญญาเอก, ดุษฎีบัณฑิต, ด็อกเตอร์; *(ท.ศ.)* **D ~ of Medicine/Divinity** แพทยศาสตร์บัณฑิต/ดุษฎีบัณฑิตทางเทววิทยา; **D~ of Philosophy, PhD, DPhil** ดุษฎีบัณฑิต; **graduate as ~:** สำเร็จการศึกษาเป็นด็อกเตอร์; **do one's ~'s degree** ทำปริญญาเอก ❷ *v.t. (coll.)* Ⓐ *(falsify)* ทำปลอม *(เอกสาร, เทปบันทึกเสียง); (adulterate)* ผสมสารเจือจาง; *(improve by altering)* ดัดแปลงให้ดีขึ้น *(อาหาร);* **her punch had been ~ed with something** ได้มีการผสมอะไรลงไปในน้ำผลไม้ของเธอ; Ⓑ *(treat)* รักษา *(คนไข้);* **~ oneself** รักษาตนเอง; Ⓒ *(patch up)* นำมาปะติดปะต่อ; Ⓓ *(sterilize)* ทำหมัน *(สัตว์)*

doctoral /'dɒktərl/'ดอคเทอะเริล/ *adj.* เกี่ยวกับปริญญาเอก; **~ thesis** วิทยานิพนธ์ปริญญาเอก

doctorate /'dɒktərət/'ดอคเทอะเริท/ *n.* ปริญญาเอก; **do a ~:** ทำปริญญาเอก

doctrinaire /dɒktrɪ'neə(r)/ดอคทริ'แน(ร)/ *adj.* ซึ่งยึดมั่นในลัทธิ *หรือ* ทฤษฎี

doctrinal /dɒk'traɪnl, US 'dɒktrɪnl/ดอค'ทรายน'ล, 'ดอคทริน'ล/ *adj.,* **doctrinally** /dɒk'traɪnəlɪ, 'dɒktrɪnəlɪ/ดอค'ทรายเนอะ'ลิ, 'ดอคทริเนอะลิ/ *adv.* ตามคำสั่งสอน *หรือ* ลัทธิ

doctrine /'dɒktrɪn/'ดอคทริน/ *n.* Ⓐ *(principle)* หลักการสำคัญ; **the ~ of free speech/equality** หลักแห่งเสรีภาพในการปราศรัย/ความเสมอภาค; **educational ~s** หลักแห่งการศึกษา; Ⓑ *(body of instruction)* คำสั่งสอน, ลัทธิ, หลักความเชื่อทางศาสนา *หรือ* การเมือง

document ❶ /'dɒkjʊmənt/'ดอคิวเมินทฺ/ *n.* เอกสาร; **all the necessary ~s** เอกสารทุกอย่างที่จำเป็น ❷ /'dɒkjʊment/'ดอคิวเมินทฺ/ *v.t.* Ⓐ *(prove by document* [s]*)* พิสูจน์โดยเอกสาร; Ⓑ *(furnish by document* [s]*)* **be well ~ed** *(ประวัติ, ยุค)* ที่มีเอกสารประกอบครบถ้วน

documentary /dɒkjʊ'mentərɪ, US -terɪ/ดอคิว'เม็นทริ, -เทะริ/ ❶ *adj.* Ⓐ *(pertaining to documents)* เกี่ยวกับ *หรือ* ประกอบด้วยเอกสาร; Ⓑ *(factual)* เป็นความจริง, มีหลักฐานยืนยัน; **~ film** ภาพยนตร์สารคดี ❷ *n. (film)* ภาพยนตร์สารคดี

documentation /dɒkjʊmen'teɪʃn/ดอคิวเม็น'เทช'น/ *n.* Ⓐ *(documenting)* การบันทึกข้อมูลเป็นเอกสาร; Ⓑ *(material)* เอกสาร, ข้อมูลต่าง ๆ, หลักฐาน

document: ~ case *n.* กระเป๋าเอกสาร; **~ holder** *n.* แฟ้มเอกสาร

docusoap *n.* ละครอิงเรื่องจริง

dodder /'dɒdə(r)/'ดอเดอะ(ร)/ *v.i.* Ⓐ *(totter)* โยก, เดินงอกแง่ก; Ⓑ *(tremble)* สั่นเทิ้ม, งอกแง่ก

d

d

dodderer /ˈdɒdərə(r)/ˈดอเดอะเรอะ(ร)/ *n.* คนที่เดินงอกแง่ก, คนชรา

doddery /ˈdɒdərɪ/ˈดอเดอะริ/ *adj.* สั่น, โยกคลอน, เดินงอกแง่ก *(คนแก่)*

doddle /ˈdɒdl/ˈดอด'ล/ *n. (Brit. coll.)* งานง่าย ๆ, งานกล้วย ๆ

dodecahedron /dəʊdekəˈhi:drən, US -rɒn /โดเดะเคอะ'ฮีเดริน, -รอน/*n.* ของแข็งที่เป็นรูป 12 เหลี่ยม หรือ มี 12 หน้า

dodecaphonic /dəʊdekəˈfɒnɪk/โดเดะเคอะ'ฟอนิค/ *adj. (Mus.)* ที่ประกอบด้วยเสียง 12 ระดับ

dodge /dɒdʒ/ดอจ/ ❶ *v.i.* Ⓐ *(move quickly)* หลบแวบ, เคลื่อนไหวอย่างรวดเร็ว; **~ [out of sight]** หลบหายไปอย่างรวดเร็ว; **~ behind the hedge/the trees** หลบแวบเข้าหลังพุ่มไม้/ต้นไม้; **~ out of the way/to the side** หลบให้พ้นทางอย่างรวดเร็ว/หลบออกข้างทางอย่างรวดเร็ว; Ⓑ *(move to and fro)* หลบหลีกไปมา; หลบเข้าออก, วิ่งเข้า ๆ ออก ๆ; **~ through the traffic** หลบเข้าหลบออกในการจราจร ❷ *v.t. (elude by movement)* หลบหนี *(การชก, ตำรวจ)*; *(avoid)* หลีกเลี่ยง *(ปัญหา)*; *(evade by trickery)* หลบหลีกโดยใช้เพทุบาย; ➡ **+ column** ❸ *n.* Ⓐ *(move)* การหลบหลีก, การกระโดดหลบ; Ⓑ *(trick)* เล่ห์กล, อุบาย; **he's up to all the ~s** เขารู้จักใช้เล่ห์เพทุบายทุกอย่าง

dodgem /ˈdɒdʒəm/ˈดอเจิม/ *n. รถไฟฟ้าสำหรับขับเล่นชนกันในสวนสนุกหรืองานวัด;* **have a ride/go on the ~s** เล่นขับรถชนกัน

dodger /ˈdɒdʒə(r)/ˈดอเจอะ(ร)/ *n.* คนเจ้าเล่ห์

dodgy /ˈdɒdʒɪ/ˈดอจิ/ *adj.* Ⓐ *(cunning)* เจ้าเล่ห์; Ⓑ *(Brit. coll.) (unreliable)* เชื่อไม่ได้, ไม่แน่นอน; *(awkward)* เคอะเขิน, งุ่มง่าม; *(tricky)* มีเล่ห์เหลี่ยม, เหลี่ยมจัด; *(risky)* เสี่ยงอันตราย; **the car's a bit ~ sometimes** บางครั้งรถยนต์ก็ไว้ใจไม่ได้ *หรือ* เอาแน่ไม่ได้

dodo /ˈdəʊdəʊ/ˈโดโด/ *n., pl.* **~s** *or* **~es** นก *Raphus cucullatus* ขนาดใหญ่ไม่มีขน สูญพันธุ์แล้ว; *(fig.)* คนที่เชย; **[as] dead as the** *or* **a ~:** ตายสนิทอย่างไม่มีข้อสงสัย *หรือ* พ้นสมัยโดยสิ้นเชิง

doe /dəʊ/โด/ *n. (Zool.)* Ⓐ *(deer)* กวางตัวเมีย; Ⓑ *(hare)* กระต่ายป่าตัวเมีย; Ⓒ *(rabbit)* กระต่ายตัวเมีย

DOE *abbr. (Brit.)* **Department of the Environment** กระทรวงสิ่งแวดล้อม

doer /ˈdu:ə(r)/ˈดูเออะ(ร)/ *n.* ผู้กระทำ, ผู้ทำงานอย่างจริงจัง

does /dʌz, dəz/ดัซ/ ➡ ¹**do**

ˈ**doeskin** *n.* Ⓐ หนังกวางตัวเมีย; Ⓑ *(leather)* หนังฟอกที่ทำจากหนังกวาง; Ⓒ *(fine cloth)* *ผ้าเนื้อนุ่มเบาบางที่มีลักษณะคล้ายหนังกวาง*

doesn't /ˈdʌznt/ˈดัซ'นท/ *(coll.)* = **does not;** ➡ ¹**do**

doff /dɒf, US dɔ:f/ดอฟ/ *v.t. (dated)* ถอด, เอาออก *(หมวก, เสื้อผ้า)*

dog /dɒg, US dɔ:g/ดอก/ ❶ *n.* Ⓐ สุนัข; หมา *(ภ.พ.)*; **not [stand** *or* **have] a ~'s chance** ไม่มีทางเลย; **I was as sick as a ~:** ฉันไม่สบายเจียนตาย; *(fig.)* ฉันเซ็งชิบหาย; **it shouldn't happen to a ~:** สิ่งที่ไม่หวังให้เกิดกับใครก็ตาม; **dressed up/done up like a ~'s dinner** *(coll.)* แต่งกาย/ประดับประดาอย่างฉูดฉาด; **a hair of the ~ [that bit one]** การดื่มอีกเพื่อถอนเมา; **give a ~ a bad name [and hang him]** เมื่อรุมด่าว่า แล้วตัดหางปล่อยวัด; **go to the ~s** เสื่อมลง, ล้มเหลว; **help a lame ~ over a stile** ให้ความช่วยเหลือแก่ผู้ที่ตกอยู่ในความทุกข์ยาก; **love me, love my ~:** ต้องยอมรับทุกแง่มุมของฉัน; **a ~ in the manger** บุคคลที่ขัดขวางประโยชน์สุขของคนอื่น, พวกหมาหวงก้าง; **~-in-the-manger** หมั่นไส้ความสุขของคนอื่น; **put on ~** ทำตัวหยิ่งยโส; **be like a ~ with two tails** มีความสุขมาก; **see a man about a ~:** จัดการ [กับ *ส.น.*]; *(visit lavatory)* เข้าห้องน้ำ; **there's life in the old ~ yet** ยังเตะปี๊บดังอยู่; **you can't teach an old ~ new tricks** ไม้แก่ดัดยาก; **the ~s** *(Brit. coll.: greyhound racing)* การแข่งสุนัขพันธุ์เกรเฮานด์; **try it on the ~:** ให้คนอื่นลองทำดูก่อน; ➡ **+ cat** A; **day** E; **hot; sleeping;** Ⓑ *(Hunting)* สุนัขไล่ล่า; **[you must] let the ~ see the rabbit** *(fig.)* ต้องเอาเหยื่อมาล่อ; *(sb. must be given a fair chance)* ต้องให้โอกาส *ค.น.*; Ⓒ *(male ~)* สุนัขตัวผู้; Ⓓ *(despicable person)* คนเลวทราม; **you ~!** ไอ้หมาขี้เรื้อน; *(coll.: fellow)* เจ้าหมอนั่น; **wise old ~/clever old ~/sly ~/cunning ~:** อ้ายคนเจ้าเล่ห์ ❷ *v.t.*, **-gg-** *(follow)* ไล่ตาม, ตามติด; *(fig.)* **~ sb.'s steps** ตามติด *ค.น.* อย่างใกล้ชิด

dog: **~ biscuit** *n.* อาหารสุนัขทำเป็นก้อนแข็งเหมือนคุกกี้; **~ breeder** ➡ **breeder; ~cart** *n.* รถม้า 2 ล้อ; **~ collar** *n.* Ⓐ ปลอกคอสุนัข; Ⓑ *(joc.: clerical collar)* คอเสื้อตั้งแข็งของนักบวช; **~ days** *n. pl.* ระยะที่อากาศร้อนที่สุดของปี; **~ dirt** *n. (coll.)* ขี้หมา

doge /dəʊdʒ/โดจ/ *n. (Hist.)* หัวหน้าผู้พิพากษาแห่งนครเวนิสและเจนัว

dog: **~eared** *adj.* **a ~-eared book** หนังสือที่มุมหน้ากระดาษยับย่น; **~-eat-ˈ~** *adj.* ที่แข่งขันอย่างดุเดือด; **~-end** *n. (coll.)* ก้นบุหรี่; **~fight** *n.* Ⓐ สุนัขกัดกัน; Ⓑ *(between aircraft)* การต่อสู้ที่ก้ำกึ่งกันระหว่างเครื่องบินรบ; **~fish** *n.* **[spotted/spiny] ~:** *ปลาฉลามพันธุ์เล็กมีลายจุดอยู่ในวงศ์* Scyliorhinidae *หรือ* Squalidae

dogged /ˈdɒgɪd, US ˈdɔ:gɪd/ˈดอกิด/ *adj.* หัวดื้อ, ไม่ยอมแพ้ใคร *(การปฏิเสธ, ความอดทน)*; เกาะติด, กัดไม่ปล่อย

doggedly /ˈdɒgɪdlɪ, US ˈdɔ:g-/ˈดอกิดลิ,/ *adv.* ➡ **dogged:** อย่างดื้อดึง, อย่างทรหด, อย่างกัดไม่ปล่อย

doggedness /ˈdɒgɪdnɪs, US ˈdɔ:g-/ˈดอกิดนิซ/ *n.* ความดื้อรั้น, ความทรหด

doggerel /ˈdɒgərəl, US ˈdɔ:g-/ˈดอเกอะเริล/ ❶ *adj.* ที่ไม่มีบทสัมผัส; **~ verse** *or* **rhyme** บทร้อยกรองที่ไม่มีสัมผัส ❷ *n.* บทร้อยกรองที่ไร้สาระ

doggie /ˈdɒgɪ/ˈดอกิ/ ➡ **doggy**

doggo /ˈdɒgəʊ/ˈดอโก/ *adv. (coll.)* **lie ~:** นอนหลบซ่อนไม่กระดิก

doggone /ˈdɒgɒn, US ˈdɔ:gɔ:n/ˈดอกกอน/ *adj., adv. (Amer. coll.)* อ้ายห่า, อัปรีย์จริง ๆ *(ภ.ย.)*

doggy *n. (coll.)* ลูกหมาจ๋า *(ภาษาเด็ก)*

ˈ**doggy bag** *n.* อาหารที่ใส่ถุงกลับบ้าน

dog: **~house** *n.* Ⓐ *(Amer.)* คอกสุนัข; Ⓑ **be in the ~house** *(coll.: in disgrace)* เป็นที่ไม่พอใจของ *ค.น.*; **he is in the ~house** *(in family life)* เขากำลังถูกครอบครัวต่อว่า; **~leg** *n.* ทางโค้งหักข้อศอก; **~ licence** *n.* ใบอนุญาตเลี้ยงสุนัข; **~like** *adj.* อย่างสุนัข

dogma /ˈdɒgmə, US ˈdɔ:gmə/ˈดอกเมอะ/ *n.* กฎเกณฑ์, คำสอน, ศรัทธาที่ไม่ต้องพิสูจน์

dogmatic /dɒgˈmætɪk, US dɔ:g-/ดอก'แมติค/ *adj.* เชื่อมั่นในตนเอง, เป็นไปตามกฎเกณฑ์, สิทธันต์ *(ร.บ.)*; **~ theology** เทววิทยาตามความเชื่อ; **be ~ about sth.** เชื่อมั่นใน *ส.น.* โดยไม่ฟังเหตุผลของผู้อื่น

dogmatically /dɒgˈmætɪklɪ, US dɔ:g-/ดอก'แมติคลิ/ *adv.* อย่างมั่นใจมาก, ตามกฎตามเกณฑ์

dogmatism /ˈdɒgmətɪzəm, US ˈdɔ:g-/ˈดอกเมอะทิซเซิม/ *n.* ลัทธิ; การยืนยันใน *ส.น.* โดยไม่ฟังผู้อื่น, สิทธันตนิยม *(ร.บ.)*

do-gooder /du:ˈgʊdə(r)/ดู'กุดเดอะ(ร)/ *n.* นักการกุศล; *(reformer) นักปฏิรูปผู้เพ้อฝันและไม่ยึดหลักความจริง*

dog: **~-paddle** *v.i.* ว่ายน้ำท่าเบื้องต้น, ว่ายน้ำท่าลูกหมาตกน้ำ; **~rose** *n. (Bot.)* ดอกกุหลาบป่า *Rosa canina*; **~sbody** *n. (Brit. coll.)* คนที่ต้องทำงานที่คนอื่นไม่อยากทำ; **~'s 'breakfast** *n. (coll.)* ความเละเทะ; **make a ~'s breakfast of sth.** ทำให้ *ส.น.* ให้เละ; **~'s life** *n.* ชีวิตลำเค็ญ; **give** *or* **lead sb. a ~'s life** ทำให้ชีวิต *ค.น.* ลำเค็ญอยู่ตลอดเวลา; **~ star** *n.* ดาวฤกษ์ดวงใหญ่ที่สุดคือดาวซิริอุส (Sirius); **~ tag** *n. (lit.)* เหรียญห้อยประจำตัวสุนัข; *(fig.)* เหรียญห้อยประจำของทหารอเมริกัน **~-'tired** *adj.* เหนื่อยปางตาย; **~-tooth** *n. (Archit.) ลายประดับยุคนอร์แมนและอังกฤษตอนต้น ปิรามิดสลักลงบนศิลา*; **~trot** *n.* วิ่งเหยาะ ๆ; **~ violet** *n. (Bot.)* ดอกไวโอเลตป่า *Viola riviniana*; **~watch** *n. (Naut.) (from 4 p.m. to 6 p.m./from 6 p.m. to 8 p.m.)* การอยู่ยามช่วงสั้น; **~wood** *n. (Bot.) ไม้พุ่มในสกุล* Cornus *มีกิ่งก้านสีแดงเข้ม ดอกสีขาวอมเขียว*

doh /dəʊ/โด/ *n. (Mus.)* เสียงโด *(ท.ศ.)*, โน้ตตัวที่ 1 ในบันไดเสียงเมเจอร์และเท่ากับโน้ตตัวซี

doily /ˈdɔɪlɪ/ˈดอยลิ/ *n.* กระดาษฉลุ หรือ กระดาษลูกไม้รองใต้ขนมเค้ก

doing /ˈdu:ɪŋ/ˈดูอิง/ ❶ *pres. p. of* ¹**do** ❷ *n.* Ⓐ *vbl. n. of* ¹**do;** Ⓑ *no pl.* การกระทำ; **be [of] sb.'s ~:** เป็นการกระทำของ *ค.น.*; **it was not [of]** *or* **none of his ~:** เขาไม่ได้เป็นคนทำเลย; **that takes a lot of/some ~:** นั่นต้องใช้ความพยายามอย่างมาก/พอสมควร; Ⓒ *in pl.* **sb.'s ~s** *(actions)* การกระทำ หรือ กิจกรรมของ *ค.น.*; **the ~s** *(coll.)* สิ่งที่ต้องการ; *(thing with unknown name)* ไอ้นั่น

do-it-yourself /du:ɪtjɔ:ˈself/ดูอิทเยอะ'เซ็ลฟ/ ❶ *adj.* ทำด้วยตนเอง; **~ equipment** *อุปกรณ์สำหรับให้ผู้ใช้* หรือ *อุปกรณ์ที่ใช้ในการประกอบเฟอร์นิเจอร์เอง* ❷ *n.* ของที่ทำขึ้นเอง

doldrums /ˈdɒldrəmz/ˈดอลเดริ้มซ/ *n. pl.* Ⓐ *(low spirits)* ความท้อแท้, ความหงอยเหงาเศร้าใจ; **in the ~:** มีอาการเศร้าสร้อย; Ⓑ *(Naut.)* **in the ~:** *อยู่ในมหาสมุทรแถบใกล้เส้นศูนย์สูตร ซึ่งมักมีลมสงบ, เขตดอลดรัม (ท.ศ.)*

dole /dəʊl/โดล/ ❶ *n. (coll.)* **the ~:** เงินประกันสังคมจ่ายให้คนว่างงานเป็นรายอาทิตย์, ทาน; **be/go on the ~:** จดทะเบียนเพื่อมีสิทธิได้รับเงินประกันสังคมรายอาทิตย์; **draw the ~:** รับประกันสังคม ❷ *v.t.* **~ out** แจกจ่าย *ส.น.* *(อาหาร, เงิน)* เล็ก ๆ น้อย ๆ

doleful /ˈdəʊlfl/ˈโดลฟ'ล/ *adj. (หน้า, ตา)* เศร้าโศก

dolefully /ˈdəʊlfəlɪ/ˈโดลเฟอะลิ/ *adv. (sadly)* อย่างเศร้าหมอง

doll /dɒl, US dɔ:l/ดอล/ ❶ *n.* Ⓐ *(small model of person, dummy)* ตุ๊กตา; Ⓑ *(pretty but silly woman)* ผู้หญิงสวยแต่ไร้สาระ; *(sl.: young woman)* หญิงสาว ❷ *v.t.* **~ up** แต่งตัวโก้; **she was all ~ed up** เธอได้แต่งตัวให้โก้ไปเลย

dollar /ˈdɒlə(r)/ˈดอเลอะ(ร)/ *n.* ➤ **572** ดอลลาร์ *(ท.ศ.)*; **feel/look like a million ~s** *(coll.)* รู้สึกมีความสุข/ดูสวยงามมาก;

269 **dollar bill | doom**

sixty-four [thousand] ~ question *(lit. or fig.)* คำถามสำคัญที่สุดที่ตอบยาก; ➡ + **bottom** 2 B

dollar: ~ **'bill** *n.* ➤ **572** ธนบัตรดอลลาร์; ~ **sign** *n.* สัญลักษณ์ของดอลลาร์ ($)

'dollhouse *(Amer.)* ➡ **doll's house**

dollop /ˈdɒləp/ˈดอเลิพ/ ❶ *n. (coll.)* ก้อน, กระจก, กองของสิ่งที่อ่อนนุ่ม ❷ *v.t. (coll.)* ตักเป็นก้อน

doll's house *n.* บ้านตุ๊กตา

dolly /ˈdɒlɪ, US ˈdɔːlɪ/ˈดอลิ/ *n.* Ⓐ *(child language)* ตุ๊กตา; Ⓑ ➡ **dolly-bird**

'dolly-bird *n. (coll.)* หญิงสาวสวยแต่งกายทันสมัย

dolmen /ˈdɒlmən/ˈดอลเมิน/ *n. (Archaeol.)* *หลุมฝังศพทำด้วยหิน โดยมีหินแผ่นใหญ่วางขวางอยู่บนหินแผ่นตั้ง*

Dolomites /ˈdɒləmaɪts/ˈดอเลอะไมทฺซฺ/ *pr. n. pl.* **the ~:** เทือกเขาในประเทศอิตาลี

dolorous /ˈdɒlərəs/ˈดอเลอะเริซ/ *adj. (literary/dated)* Ⓐ *(dismal)* โศกสลด; *(distressing)* *(ใจ, หน้าตา)* หดหู่; Ⓑ *(distressed)* ถูกทำให้หดหู่

dolphin /ˈdɒlfɪn/ˈดอลฟิน/ *n. (Zool., Her., Sculpture)* ปลาโลมา

dolphinarium /dɒlfɪˈneərɪəm/ดอลฟิ'แนเรียม/ *n.* สถานที่ฝึกปลาโลมา

dolt /dəʊlt/โดลทฺ/ *n.* คนโง่

domain /dəˈmeɪn/โด'เมน/ *n.* Ⓐ *(estate)* อาณาเขต, อาณาจักร, สิทธิในการปกครอง, ที่ดิน; ➡ + **public domain;** Ⓑ *(field)* แวดวงความรู้หรือความสนใจ; **in the ~ of political science** ในแวดวงรัฐศาสตร์; Ⓒ *(Computing)* เขต, โดเมน *(ท.ศ.)*; ~ **name** *n.* ชื่อของเว็บไซต์

dome /dəʊm/โดม/ *n.* รูปโดม *(ท.ศ.)*, หลังคาโค้ง*ที่มีฐานกลมรีหรือหลายเหลี่ยม; (fig.)* สิ่งที่โค้งและใหญ่

Domesday [Book] /ˈduːmzdeɪ bʊk/ˈดูมซฺเด [บุค]/ *n.* *ทะเบียนเจ้าของที่ดินในประเทศอังกฤษที่รวบรวมขึ้นในปี ค.ศ. 1086*

domestic /dəˈmestɪk/เดอะ'เม็ซติค/ ❶ *adj.* Ⓐ *(household) (สถานการณ์, งาน)* ทางบ้านเรือน; *(family) (บรรยากาศ)* เป็นครอบครัว; *(ระบบน้ำร้อน)* ที่ใช้ในบ้านเรือน; ~ **servant** คนรับใช้ภายในบ้าน; ~ **help** ผู้ช่วยทำงานบ้าน; ~ **waste** ขยะตามบ้านเรือน; ~ **life** ชีวิตครอบครัว; Ⓑ *(of one's own country) (สัตว์, ต้นไม้)* ท้องถิ่น *หรือ* พื้นเมือง; *(สายการบิน)* ภายในประเทศ; *(home-produced)* ที่ผลิตขึ้นในประเทศ; ~ **economy/trade** เศรษฐกิจ/การค้าภายในประเทศ; Ⓒ *(kept by man)* ~ **animal** สัตว์เลี้ยง; ~ **rabbit/cat** กระต่าย/แมวที่เลี้ยงไว้ตามบ้าน; Ⓓ *(fond of home life)* ชอบชีวิตในบ้าน, ชอบอยู่ บ้าน ❷ *n.* คนรับใช้, คนทำความสะอาด

domesticate /dəˈmestɪkeɪt/เดอะ'เม็ซติเคท/ *v.t.* Ⓐ *(make fond of home life or work)* ฝึกให้ชอบอยู่ *หรือ* ทำงานในบ้าน; *(accustom to home life or work)* ทำให้ชินกับการอยู่ *หรือ* ทำงานในบ้าน; Ⓑ *(naturalize)* ปรับให้เข้ากับสภาพแวดล้อม *(พืช)*; Ⓒ *(tame)* ฝึกให้เชื่อง

domesticated /dəˈmestɪkeɪtɪd/เดอะ'เม็ซติเคทิด/ *adj.* Ⓐ *(fond of home life or work)* ชอบอยู่บ้าน; Ⓑ *(naturalized)* ถูกทำให้คุ้นเคยกับสภาพแวดล้อม *(พืช)*; Ⓒ *(tamed)* เชื่องแล้ว *(สัตว์)*

domesticity /dɒməˈstɪsətɪ, dəʊ-/ดอเมอะ'ซติฺเซอะทิ, โด-/ *n., no pl. (being domestic)* การชอบอยู่บ้านกับครอบครัว *หรือ* ชีวิตครอบครัว

domestic 'science *n., no pl.* คหกรรมศาสตร์

domicile /ˈdɒmɪsaɪl/ˈดอมิซายลฺ/, **domicil** /ˈdɒmɪsɪl/ˈดอมมิซิล/ ❶ *n.* Ⓐ *(home)* บ้านเรือน; Ⓑ *(Law) (place of residence)* ที่อยู่อาศัยถาวร, ภูมิลำเนา; *(fact of residing)* การอยู่อาศัย ❷ *v.t.* อยู่อาศัย, มีภูมิลำเนา

dominance /ˈdɒmɪnəns/ˈดอมิเนินซฺ/ *n., no pl.* การมีอำนาจ **(over** เหนือ), การควบคุม, ภาวะครอบงำ; *(of colours etc.)* ความเด่น

dominant /ˈdɒmɪnənt/ˈดอมิเนินทฺ/ ❶ *adj.* Ⓐ มีอำนาจ, มีอิทธิพล; *(ลักษณะ)* เด่น *(ของสัตว์, พืช)*; *(สี, เสียง)* หลัก; **have a ~ position** มีตำแหน่งที่มีอำนาจ; **be ~ over** มีอิทธิพลเหนือ; Ⓑ *(imposing)* เด่นที่สุด, สำคัญ; **the ~ flavour in the dish** รสชาติที่เด่นที่สุด, รสหลัก; Ⓒ *(Mus)* เป็นเสียงนำ; ~ **seventh** เสียงนำสามเสียงในบรรดาเสียงนำเจ็ดเสียง; Ⓓ *(Genetics) (ยีน)* ที่มีอิทธิพลเป็นลักษณะเด่นทางพันธุกรรม; ~ **gene** ยีนที่ปรากฏเด่นชัด *(เช่น ตาสีน้ำตาล)* ❷ *n. (Mus.)* เสียงนำ

dominate /ˈdɒmɪneɪt/ˈดอมิเนท/ ❶ *v.t.* มีอำนาจ *หรือ* อิทธิพลเหนือผู้อื่น, ครอบงำ *หรือ* ปกครองผู้อื่น ❷ *v.i.* Ⓐ ~ **over sb./sth.** มีอำนาจเหนือ *ค.น./ส.น.*; Ⓑ *(be the most influential)* มีอิทธิพล *หรือ* อำนาจมากที่สุด, เด่นที่สุด

domination /dɒmɪˈneɪʃn/ดอมิ'เนช'น/ *n., no pl.* การมีอำนาจ, อิทธิพล **(over** เหนือ); **under Roman ~:** อยู่ภายใต้อิทธิพลของพวกโรมัน; **x's ~ of the car market** การคุมตลาดรถยนต์ของเอ็กซ์

dominatrix /dɒmɪˈneɪtrɪks/ดอมิ'เนทริคซฺ/ *n.* ผู้หญิงที่แสดงอิทธิพล *(มักใช้ในเรื่องทางเพศ)*

domineer /dɒmɪˈnɪə(r)/ดอมิ'เนีย(ร)/ *v.i.* ใช้อิทธิพล, ใช้อำนาจกดขี่ข่มเหง

domineering /dɒmɪˈnɪərɪŋ/ดอมิ'เนียริง/ *adj.* ใช้อิทธิพล, ใช้อำนาจเหนือผู้อื่น

Dominican /dəˈmɪnɪkən/เดอะ'มินนิเคิน/ ❶ *adj.* เกี่ยวกับนิกายที่นักบุญโดมินิกเป็นผู้ตั้งขึ้น ❷ *n.* พระในนิกายโดมินิกัน

Dominican Re'public *pr. n.* **the ~:** สาธารณรัฐโดมินิกัน

dominion /dəˈmɪnɪən/เดอะ'มินเนียน/ *n.* Ⓐ *(control)* การควบคุม, อำนาจ **(over** เหนือ); **[be] under Roman ~:** ในปกครองของชาวโรมัน; **have ~ over sb./a country** มีอำนาจเหนือ *ค.น./* มีสิทธิในการปกครองประเทศ; Ⓑ *usu. in pl. (feudal domains)* ถิ่นที่ปกครอง; *(territory of sovereign or government)* อาณาในปกครองของรัฐบาล; Ⓒ *(Commonwealth Hist.)* *คำนำหน้าดินแดนปกครองตนเองที่เป็นส่วนหนึ่งของสหราชอาณาจักรอังกฤษ เช่น* **the D~ of Canada**

domino /ˈdɒmɪnəʊ/ˈดอมิโน/ *n., pl.* **~es** Ⓐ *(piece for game)* หมากที่ใช้เล่นเกมโดมิโน; Ⓑ **~es** *sing. (game)* เกมโดมิโน; **play ~es** เล่นโดมิโน; Ⓒ *(cloak)* *เสื้อคลุมยาวมีกระบังปิดหน้าช่วงบน*

'domino effect *n.* ผลกระทบต่อเนื่อง

¹don /dɒn/ดอน/ *n.* Ⓐ **D~** *(Spanish title)* ตำแหน่งดอน *(ท.ศ.)*; Ⓑ *(Spanish gentleman)* สุภาพบุรุษชาวสเปน; Ⓒ ➤ **489** *(Univ.)* อาจารย์มหาวิทยาลัย *(โดยเฉพาะที่ออกซฟอร์ดและเคมบริดจ์)*

²don *v.t.,* **-nn-** สวมใส่ *(เสื้อผ้า ฯลฯ)*; ฉาบ *(ยิ้มแย้ม)*

donate /dəˈneɪt, US ˈdəʊneɪt/โด'เนท, ˈโดเนท/ *v.t.* บริจาค *(ทรัพย์, ตับ)*, อุทิศ; ~ **money to charity** บริจาคเงินแก่การกุศล; **he ~d his body to science** เขาอุทิศร่างกายให้แก่วิทยาศาสตร์

donation /dəˈneɪʃn/โด'เนช'น/ *n.* การบริจาค; สิ่งที่บริจาค **(towards** สำหรับ); **a ~ of money/clothes** การบริจาคทรัพย์/เสื้อผ้า; **make a ~ of £1,000 [to charity]** บริจาคเงินหนึ่งพันปอนด์ [เพื่อการกุศล]

done /dʌn/ดัน/ *adj.* Ⓐ *p.p of* **¹do; what's ~ is ~** สิ่งที่ผ่านมาแล้วให้แล้วกันไป; **well ~!** เก่งจังเลย!; Ⓑ *(coll.: acceptable)* **it's not ~ [in this country]** ไม่เป็นที่ยอมรับ [ในประเทศนี้]; **it's [not] the ~ thing** [ไม่ได้] เป็นที่ยอมรับ; Ⓒ *as int. (accepted)* ยอมรับแล้ว; Ⓓ *(finished)* **be ~:** เสร็จ; **be ~ with sth.** ทำ *ส.น.* เสร็จ; *(fed up)* เบื่อ *ส.น หรือ* ไม่เอากับ *ส.น.* แล้ว; **she's ~ with him** เธอเลิกกับเขา; **be ~ with alcohol/cigarettes** เลิกดื่ม/สูบบุหรี่; **is your plate ~ with?** คุณรับประทานเสร็จหรือยัง; **when the operation was ~ with** เมื่อปฏิบัติการสิ้นสุดลง; Ⓔ **have ~ [doing sth.]** เลิกทำ *ส.น.* แล้ว; **have ~ with sth./doing sth.** เลิกทำ *ส.น.* แล้ว

dong /dɒŋ/ดอง/ *n.* Ⓐ *เสียงคล้ายการตีระฆังขนาดใหญ่;* Ⓑ ดอง *(ท.ศ.)* หน่วยเงินของเวียดนาม

donjon /ˈdɒndʒən/ˈดอนเจิน/ *n.* *หอคอยใหญ่ของปราสาทในยุคกลาง*

Don Juan /dɒn ˈdʒuːən/ดอน ˈจวน/ *n.* ดอน ฮวน *(ท.ศ.) ชายเจ้าชู้ตามนิยายโบราณของสเปน,* คนเจ้าชู้

donkey /ˈdɒŋkɪ/ˈดองคิ/ *n. (lit.)* ลา; *(fig.)* คนโง่, คนดื้อรั้น; **she could talk the hind leg[s] off a ~!** *(fig.)* เธอคุยจ้อไม่หยุดปากเลย!

donkey: ~ **jacket** *n.* เสื้อผ้าสักหลาดหนา *(ใส่ทำงานกลางแจ้ง)*; **~'s years** *n. pl. (coll.)* เป็นเวลานานมาก; **for** *or* **in ~'s years** เป็นเวลานานมาก; ~ **work** *n.* งานหนักที่น่าเบื่อ

donnish /ˈdɒnɪʃ/ˈดอนิช/ *adj.* Ⓐ *(of college don)* เหมือน/ของอาจารย์มหาวิทยาลัย; Ⓑ *(pedantic)* เป็นวิชาการมาก, อย่างแสดงความรู้

donor /ˈdəʊnə(r)/ˈโดเนอะ(ร)/ *n.* Ⓐ *(of gift)* ผู้บริจาค; Ⓑ *(of blood, organ etc.)* ผู้บริจาค *(เลือด, อวัยวะ ฯลฯ)*; **be a ~ of sth.** เป็นผู้บริจาค *ส.น.*; **blood ~:** ผู้บริจาคโลหิต

Don Quixote /dɒn ˈkwɪksət/ดอน ˈควิคเซิท/ *pr. n.* ดอน คีโฮเต้ *(พระเอกละครของ Cervantes เป็นผู้ที่มีอุดมคติสูงแต่ฝันเฟื่อง)*; *(fig.)* นักอุดมการณ์เพ้อฝัน

don't /dəʊnt/โดนทฺ/ ❶ *v.i. (coll.)* = **do not;** ➡ **¹do** ❷ *n.* ข้อห้าม; **dos and ~s** ➡ **²do** C

don't: ~-**'care** *n.* ผู้ไม่สนใจ *(ในการสอบถาม)*; ~-**'know** *n.* ผู้ไม่แสดงความเห็น; **be a ~-know** เป็นผู้ยังไม่ตัดสินใจ

doodad /ˈduːdæd/ˈดูแดด/ *n. (Amer.)* Ⓐ *(fancy article, trivial ornament)* ของสวย ๆ งาม ๆ, เครื่องประดับเล็ก ๆ น้อย ๆ; Ⓑ *(gadget)* เครื่องมือเครื่องใช้ขนาดเล็ก

doodah /ˈduːdɑː/ˈดูดา/ *n. (coll.)* Ⓐ *(gadget)* ➡ **doodad** B; Ⓑ *(thingamy)* ไอ้นั่น; *(person)* ตา/ยายคนนั้น; Ⓒ **be all of a ~:** ตื่นเต้นเร้าใจมาก

doodle /ˈduːdl/ˈดูด'ล/ ❶ *v.i.* เขียน *หรือ* วาดอย่างไร้จุดมุ่งหมาย *หรือ* อย่างเหม่อลอย ❷ *n.* ตัวหนังสือที่เขียนอย่างหวัด ๆ, ภาพวาดคร่าว ๆ

'doodlebug *n.* Ⓐ *(Amer.; Zool.) (tiger beetle)* *แมลงเต่าทองประเภทกินเนื้อในวงศ์* Cicindelidae; *(larva)* ตัวอ่อนของแมลงประเภทนี้; Ⓑ *(Hist. coll.: flying bomb)* ระเบิดนำวิถี

doom /duːm/ดูม/ ❶ *n.* Ⓐ *(fate)* โชคร้าย, เคราะห์กรรม; **meet one's ~:** เป็นคราวเคราะห์ของตน; Ⓑ *no pl., no art. (Last Judgement)*

doomsday | double 270

d

คำพิพากษาสุดท้ายของพระผู้เป็นเจ้า; ➡ + crack ❷ *v.t.* ปรักปรำ, กล่าวโทษ, ชี้ชะตา; **~ sb./sth. to sth.** กล่าวโทษ *ค.น./ส.น.* ว่าเป็น *ส.น.*; **~ sb. to die** ตัดสินประหารชีวิต *ค.น.*; **be ~ed to fail** *or* **failure** ถูกสบประมาท *หรือ* ปรักปรำว่าจะล้มเหลว; **be ~ed to exile** ถูกตัดสินเนรเทศ; **be ~ed** จะต้องแย่แน่ ๆ

doomsday /ˈduːmzdeɪ/ˈดูมซฺเด/ *n.* วันพิพากษาของพระผู้เป็นเจ้า, วันโลกาวินาศ; **till ~** *(fig.)* นานชั่วกัลป์

door /dɔː(r)/ดอ(ร)/ *n.* Ⓐ ประตู; *(of castle, barn)* ประตู; *(of car, coach)* ประตู; **'~s open at 7'** เปิดประตูเวลา 7 โมงเช้า; **he popped** *(coll.) or* **put his head round the ~:** เขาโผล่ *หรือ* ยื่นศีรษะผ่านกรอบประตูเข้ามา; **just pop a note through the ~** *(coll.)* หย่อนโน้ตผ่านช่องตู้จดหมายที่ประตู; **walk sb. right to the ~:** เดินมาส่ง *ค.น.* ถึงประตู; **I'll drop you at the ~:** ฉันจะส่งคุณที่ประตู; **milk is delivered to the ~:** มีการส่งนมถึงบ้าน; **lay sth. at sb.'s ~** *(fig.)* กล่าวโทษ *ค.น.* เรื่อง *ส.น.*; **next ~:** ข้าง ๆ; **the boy/girl next ~:** ชายหนุ่ม/เด็กสาวบ้านใกล้เรือนเคียง; **two/three ~s away [from...]** ถัดไปสองสามบ้าน [จาก...]; **live next ~ to sb.** อยู่บ้านติดกับ *ค.น.*; **next ~ to** *(fig.) (beside)* อยู่ข้าง ๆ; *(almost)* เกือบ, ใกล้; **from ~ to ~:** จากบ้านหนึ่งไปยังอีกบ้านหนึ่ง; **go from ~ to ~:** จากบ้านหนึ่งไปยังอีกบ้านหนึ่ง; Ⓑ *(fig.: entrance)* โอกาส, หนทาง (to สู่); **all ~s are open/closed to him** โอกาสเปิด/ปิดหมดสำหรับเขา; **close the ~ to sth.** ปิดโอกาสไม่ให้ *ส.น.* เกิดขึ้น; **have/get one's foot/keep a foot in the ~:** มี/เพิ่งจะหา/คอยคุมหนทางที่จะได้สิ่งที่ต้องการ; **leave the ~ open for sth.** เปิดโอกาสไว้เพื่อ *ส.น.* จะได้เกิดขึ้นได้; **leave the ~ open for sb. to do sth.** คอยเปิดโอกาสไว้ให้ *ค.น.* ทำ *ส.น.*; **open the ~ to** *or* **for sth.** เปิดโอกาสสำหรับ *ส.น.*; **packed to the ~s** เต็ม, ผู้คนแน่นขนัดเต็มไปหมด; **show sb. the ~:** ไล่ *หรือ* เชิญ *ค.น.* ออกจากสถานที่; Ⓒ *(~way)* ช่องประตูทางเข้า; **walk through the ~:** ก้าวผ่านธรณีประตูเข้าไป; **shop ~:** ทางเข้าร้าน; Ⓓ **out of ~s** ข้างนอก; **go out of ~s** ออกไปข้างนอก; ➡ + darken 1 B; indoors

door: ~bell *n.* กระดิ่งประตู; **~ chimes** *n. pl.* กระดิ่งประตูที่มีเสียงดนตรี; **~frame** *n.* กรอบประตู; **~ handle** มือจับประตู; **~keeper** *n.* คนเฝ้าประตูใหญ่, ยาม; **~handle** *n.* ที่จับประตู; **~knob** *n.* ลูกบิดประตู; **~ knocker** ➡ knocker A; **~man** *n.* คนเฝ้าประตู, ยาม; **~mat** *n.* พรม *หรือ* ที่เช็ดเท้า; *(fig.)* คนที่ยอมเป็นเบี้ยล่างคนอื่นเขา; **~nail** *n.* ตะปูหัวโต *(ใช้สำหรับตอกกับประตูโบราณเพื่อเป็นเครื่องประดับ)*; ➡ + dead 1 A; **~post** *n.* เสากรอบประตู; **~step** *n.* บันไดที่ธรณีประตู; *(coll.: slice)* ขนมปังหั่นเป็นชิ้นหนา ๆ; **on one's/the ~step** *(fig.)* ใกล้ตัวมาก; **have sth. right on the ~step** *(fig.)* มี *ส.น.* อยู่แค่เอื้อม; **~stop** *n.* อุปกรณ์ยึดประตูไม่ให้กระแทกกับผนัง; *(stone, wedge, etc.)* สิ่งยันประตูกันกระแทก; **~-to-~** *adj.* **~-to-~ collection** เรี่ยไรจากบ้านหนึ่งไปอีกบ้านหนึ่ง; **~-to-~ journey** เดินทางทอดเดียวจากจุดเริ่มต้นถึงที่หมาย; **~-to-~ selling** การขายสินค้าโดยตรงถึงบ้าน; **~-to-~ salesman** คนขายของตามบ้าน; **~way** *n.* ช่องประตู; **~yard** *n.* *(Amer.) (garden patch)* สวนหย่อมบริเวณประตู; *(yard)* ลานในบริเวณบ้าน

dope /dəʊp/โดพ/ ❶ *n.* Ⓐ *(stimulant)* สารกระตุ้นร่างกาย; *(sl.: narcotic)* ยาเสพติด *(โดยเฉพาะกัญชา)*; **~ test** การตรวจหาสารกระตุ้น; Ⓑ *(sl.) (information)* ข่าวสาร; *(misleading information)* ข่าวสารที่ทำให้เข้าใจผิด ๆ; Ⓒ *(coll.: fool)* คนโง่; **I felt such a ~:** ฉันรู้สึกโง่จริง ๆ ❷ *v.t.* *(administer stimulant to)* ให้สารกระตุ้น *(ต่อม้า, นักกีฬา)*; *(administer narcotic to)* วางยา, มอมยาไม่ให้รู้สึกตัว; *(stupefy)* ทำให้หมดสติ ❸ *v.i.* เสพยาเสพติด

~ 'out *v.t. (sl.)* ค้นพบ

dopey /ˈdəʊpɪ/ˈโดพิ/ *adj. (coll.)* Ⓐ ครึ่งหลับครึ่งตื่น, เมายา; Ⓑ *(stupid)* โง่, งี่เง่า

doppelganger /ˈdɒplgeŋə(r)/ˈดอพ'ลเกะเงอะ(ร)/ *n.* วิญญาณของคนเป็น, คนที่เหมือนฝาแฝด

dorm /ˈdɔːm/ˈดอม/ *n. (coll.)* ➡ dormitory A, C

dormant /ˈdɔːmənt/ˈดอมเมินท/ *adj.* *(ภูเขาไฟ)* สงบ; *(พืช)* ในช่วงพัก; *(ความสามารถ)* ที่รอการปรากฏ; **lie ~** *(สัตว์)* นอนในฤดูหนาว; *(พืช)* ช่วงพัก; *(ความสามารถ)* ที่ยังไม่ปรากฏ; **be** *or* **lie ~:** มีอยู่แต่ไม่ได้นำออกใช้

dormer /ˈdɔːmə(r)/ˈดอเมอะ(ร)/ *n.* **~ [window]** *n.* หน้าต่างในหลังคาที่ลาดชัน

dormitory /ˈdɔːmɪtrɪ, US -tɔːrɪ/ˈดอมมิทริ, -ทอริ/ *n.* Ⓐ ห้องนอนหมู่; Ⓑ *(commuter area)* **~ suburb** *or* **town** ที่อาศัยในชานเมืองของผู้ทำงานในเมืองใหญ่; Ⓒ *(Amer.: student hostel)* หอพักนักศึกษา

dormouse /ˈdɔːmaʊs/ˈดอเมาซ/ *n, pl.* **dormice** สัตว์คล้ายหนูในวงศ์ Giliridae

dorsal /ˈdɔːsl/ˈดอซ'ล/ *adj. (Anat., Zool., Bot.)* บริเวณใกล้กระดูกสันหลัง; ที่ส่วนหลังของร่างกาย

dory /ˈdɔːrɪ/ˈดอริ/ *n. (Naut.)* เรือประมงท้องแบนที่ใช้ในอเมริกาเหนือ

dos /dɒs/ดอซ/ *pl. of* ²do

DOS /dɒs/ดอซ/ *n. abbr. (Computing)* disk operating system ดอส *(ท.ศ.)*

dosage /ˈdəʊsɪdʒ/โดซิจ/ *n.* Ⓐ *(giving of medicine)* การให้ยา; Ⓑ *(size of dose)* ปริมาณยา

dose /dəʊs/โดซ/ ❶ *n.* Ⓐ *(amount of medicine)* ปริมาณยา; *(fig.)* ปริมาณ *ส.น.*; **take a ~ of medicine** รับประทานยาตามปริมาณที่กำหนดไว้; **in small ~s** *(fig.)* ครั้งละน้อย ๆ; **like a ~ of salts** *(coll.)* อย่างเร็วจี๋; Ⓑ *(amount of radiation)* ปริมาณรังสี; Ⓒ *(sl.: venereal infection)* โรคหนองใน ❷ *v.t.* *(give medicine to)* ให้ยาแก่; **~ sb. with sth.** ให้ยา *ส.น.* แก่ *ค.น.*

doss /dɒs/ดอซ/ *(Brit. coll.)* ❶ *n.* *(bed)* เตียงนอน; *(of down-and-out)* ที่ซุกหัวนอน ❷ *v.i.* Ⓐ พักแรมอย่างสุกเอาเผากิน; Ⓑ **~ down** นอนในที่พักราคาถูก

dosshouse *n. (Brit. coll.)* ที่พักค้างคืนของคนพเนจร

dossier /ˈdɒsɪə(r)/ˈดอเซีย(ร)/ *n.* ชุดเอกสารข้อมูลเกี่ยวกับเรื่องใดเรื่องหนึ่ง; *(bundle of papers)* แฟ้มเอกสารกองโต; **compile a ~ of information** รวบรวมข้อมูลข่าวสารเข้าเป็นแฟ้ม

dot /dɒt/ดอท/ ❶ *n.* Ⓐ จุด, จุดทศนิยม; *(smaller)* จุดเล็ก ๆ; Ⓑ **on the ~:** ตรงเวลาเผง; **at 5 on the ~, on the ~ of 5** เวลาห้านาฬิกาตรง; **[in] the year ~** ตั้งแต่ดึกดำบรรพ์ ❷ *v.t.*, **-tt-:** Ⓐ *(mark with ~)* เติมจุด; **~ ted with white** มีจุดสีขาว; Ⓑ *(place [diacritical] ~ over)* **~ one's i's/j's** เติมจุดเหนือตัว i, ตัว j; **dot the i's and cross the t's** *(fig.)* เน้นรายละเอียดอย่างมาก, พิถีพิถัน ❸ *v.i.* Ⓐ *(mark as with ~s)* เหมือนมีลายจุด; **the sky was ~ted with stars** ท้องฟ้ามีดวงดาวเป็นจุด ๆ เต็มไปหมด; Ⓑ *(scatter)* กระจัดกระจายทั่วไป; **be ~ted about the place** มีอยู่อย่างกระจัดกระจาย

dotage /ˈdəʊtɪdʒ/ˈโดทิจ/ *n.* สติเลอะเลือนเพราะความชรา; **be in one's ~:** อยู่ในภาวะสติเลอะเลือนเพราะวัยชรา

dot-com /ˈdɒtkɒm/ˈดอทคอม/ ❶ *adj.* *(การค้าขาย)* โดยผ่านอินเทอร์เน็ต ❷ *n.* บริษัทที่ดำเนินธุรกิจโดยผ่านอินเทอร์เน็ต

dote /dəʊt/โดท/ *v.i.* **[absolutely] ~ on sb./sth.** คลั่งไคล้ *หรือ* หลงรัก *ค.น./ส.น.* [เอามาก ๆ]

doting /ˈdəʊtɪŋ/ˈโดทิง/ *adj.* ที่หลงรักจนหมดหัวใจ; **her ~ father/husband** พ่อ/สามีของเธอผู้ซึ่งหลงรักเธอหมดหัวใจ

'dot matrix *n. (Computing)* การพิมพ์โดยมีหัวพิมพ์ตอกน้ำหมึกลงบนกระดาษเป็นจุด ๆ ซึ่งรวมเป็นตัวหนังสือ; **~ printer** เครื่องพิมพ์ของคอมพิวเตอร์ที่ใช้การพิมพ์ดังกล่าว

dotted /ˈdɒtɪd/ˈดอทิด/ *adj.* *(เสื้อ, เส้น)* เป็นจุด ๆ; *(Mus.)* *(ตัวโน้ต)* ที่มีจุด; **sign on the ~ line** *(fig.)* โปรดเซ็นตรงเส้นจุด

dotty /ˈdɒtɪ/ˈดอทิ/ *adj. (coll.)* Ⓐ *(silly)* กะเปิ๊บกะป๊าบ; **a ~ female** ผู้หญิงกะเปิ๊บกะป๊าบ; **be ~ over** *or* **about sb./sth.** หลงรัก *ค.น./ส.น.* อย่างไม่ลืมหูลืมตา; **go ~ over** *or* **about sb./sth.** คลั่งไคล้ใหลหลง *ค.น./ส.น.*; Ⓑ *(feeble-minded)* สติเสื่อม; ปัญญาอ่อน; **go ~:** กลายเป็นคนปัญญาอ่อน; Ⓒ *(absurd)* บ้า ๆ บอ ๆ; **that was a ~ thing to do** ช่างเหลวไหลที่ทำอย่างนั้น

double /ˈdʌbl/ˈดับ'ล/ ❶ *adj.* Ⓐ *(consisting of two parts etc.)* มีสอง *(อัน, ส่วน, ชั้น)*; **~ wall** กำแพงสองชั้น; Ⓑ *(two fold)* *(หน้าต่าง, ประตู)* มีสองชั้น; ที่ซ้อนสอง, เป็นคู่ *(แซนด์วิช)*; **win a ~ gold** ได้สองเหรียญทองซ้อน; **give a ~ ring on the phone** เสียงกริ๊งโทรศัพท์ดังสองครั้ง; **underline sth. with a ~ line** ขีดเส้นใต้ *ส.น.* สองเส้น; **~ sink** อ่างล้างชามคู่; **sleep with a ~ layer of blankets** ห่มผ้าห่มสองชั้น; Ⓒ *(with pl.: two)* สอง *(จุด, กริ๊ง)*; Ⓓ *(for two persons)* คู่, อยู่คู่กัน; **~ seat** เก้าอี้คู่; **~ bed/room/cabin** เตียงนอน/ห้อง/เคบินคู่; Ⓔ **folded ~:** พับสองทบ; **be bent ~ with pain** ปวดมากจนตัวงอ; Ⓕ *(having some part ~)* เป็นสอง; *(ดอกไม้, กลีบ)* ซ้อน; *(นกอินทรี)* คู่; **~ flower** *(Bot.)* ดอกไม้กลีบซ้อน; **~ domino/six** มีแต้มเท่ากันในแต่ละด้านของแผ่นโดมิโน/มีแต้มคู่หก; Ⓖ *(dual)* สอง, เป็นคู่กัน; **have a ~ meaning** มีความหมายสองอย่าง; Ⓗ *(twice as much)* เป็นสองเท่า; **a room ~ the size of this** ห้องที่ใหญ่เป็นสองเท่าของห้องนี้; **that's ~ what I usually eat** นั่นมากกว่าที่ฉันกินปกติสองเท่า; **be ~ the height/width/length/area/time** มีความสูง/ความกว้าง/ความยาว/พื้นที่/เวลาเป็นสองเท่า; **be ~ the breadth/weight/cost** มีความกว้าง/น้ำหนัก/ราคาเป็นสองเท่า; **~ the heat/strength** มีความร้อน/ความแข็งแกร่งเป็นสองเท่า; **at ~ the cost** มีราคาเป็นสองเท่า; **have ~ the responsibility** มีความรับผิดชอบเพิ่มขึ้นอีกเท่าหนึ่ง; Ⓘ *(twice as many)* สองเท่า; Ⓙ *(of twofold size etc.)* สองเท่า, มีสองอันคู่กัน, มีสองอันติดกัน; Ⓚ *(of extra size etc.)* มีขนาดใหญ่เป็นพิเศษ; Ⓛ *(deceitful)* มีการใช้เล่ห์เหลี่ยม ❷ *adv.* *(to twice the amount)* เพิ่มเป็นสองเท่า ❸ *n.* Ⓐ *(~ quantity)* จำนวนเป็นสองเท่า; Ⓑ *(~ measure of whisky etc.)* ปริมาณสองเป๊ก; *(~ room)* ห้องคู่; Ⓒ *(twice as much, twice as many)* เป็นสองเท่า; **~ or quits** ทอดลูกเต๋าหรือ

โยนก้อย; Ⓓ *(duplicate person)* ฝาแฝด, บุคคลที่มีลักษณะเหมือนกับอีกคนอย่างกับแกะ; **I saw somebody today who was your ~:** วันนี้ฉันเห็นคนหนึ่งที่เหมือนคุณยังกับแกะ; Ⓔ *(duplicate thing)* ของที่ทำขึ้นเหมือนกับต้นแบบ; Ⓕ **at the ~:** ทันทีทันใด, รีบเร่ง; *(Mil.)* จังหวะเร็วสุด; Ⓖ *(pair of victories)* การได้รับชัยชนะสองครั้งซ้อน; Ⓗ *(pair of championships)* การแข่งขันชิงชนะเลิศประเภทคู่; Ⓘ *(Bridge)* การเรียกไพ่เพิ่มเป็นสองเท่าของฝ่ายตรงข้ามที่ได้แต้มไว้แล้ว; Ⓙ *in pl. (Tennis etc.)* การเล่นเทนนิสประเภทคู่; **women's** *or* **ladies'/men's/mixed ~s** คู่หญิง/คู่ชาย/คู่ผสม; Ⓚ *(Darts)* *คะแนนสองเท่าที่ได้จากการปาลูกดอกเข้าเส้นแคบ ๆ บนเป้า;* Ⓛ *(Racing)* การแทงม้าสองเที่ยว โดยเอาเงินที่ชนะมาได้เที่ยวแรกรวมกันเป็นทุนใหม่ แทงเที่ยวที่สอง

❹ *v.t.* Ⓐ ทำเป็นสองเท่า; *(make double)* เพิ่มเป็นสอง *(ชั้น)*; Ⓑ *(Bridge)* เรียกไพ่เป็นสองเท่าของคู่ต่อสู้; *(Mus.)* เล่นต่ำลงอีก 8 โน้ต; Ⓒ *(Naut.)* แล่นเรืออ้อมแหลม; Ⓓ *(clench)* กำหมัดแน่น; Ⓔ *(bend over upon itself)* **~ [over]** พับสองทบ

❺ *v.i.* Ⓐ เพิ่มเป็นสองเท่า; Ⓑ *(run)* วิ่ง; *(turn sharply)* โค้งหักข้อศอก; Ⓒ *(have two functions)* ทำงานได้สองอย่าง, ใช้ได้สองหน้าที่; **the sofa ~s as a bed** โซฟาปรับเป็นเตียงนอนได้ด้วย

~ **'back** *v.i.* กลับทางไปใหม่

~ **'up** ❶ *v.i.* Ⓐ งอ *หรือ* ม้วนตัวขึ้น; **~ up with pain** ตัวงอด้วยความเจ็บปวด; Ⓑ *(fig.)* **~ up with laughter/mirth** หัวเราะงอหาย; Ⓒ *(share quarters)* ใช้สถานที่ร่วมกัน; *(in hotel etc.)* อยู่ห้องร่วมกับคนอื่น ❷ *v.t.* Ⓐ ทำให้สิ้นฤทธิ์; *(fig.)* **the sight ~d us up with laughter/mirth** สิ่งที่เห็นทำให้เราหัวเราะ/เฮฮาจนหมดแรง; **be ~d up with laughter/pain** ตัวงอจากการหัวเราะ/ความเจ็บปวด; Ⓑ *(fold)* พับ, งอ

double: ~-'acting *adj.* *(ยา)* มีผลสองประการ; ~ **'agent** *n.* คนเป็นสายลับให้กับสองประเทศที่เป็นปฏิปักษ์กัน; **~-barrelled** *(Amer.:* **~-barreled)** /'dʌblbæreld/ดับ'ลแบร'ลดฺ/ *adj.* Ⓐ *(ปืน)* มีรังเพลิงบรรจุกระสุนคู่; **~-barrelled [shot]gun/rifle** ปืน/ปืนไรเฟิลที่มีรังเพลิงบรรจุกระสุนคู่; Ⓑ *(fig.: twofold)* *(จุดประสงค์, เป้าหมาย)* สองประการ; Ⓒ *(fig.: with two parts)* มีสองส่วน, คู่กัน; **~-barrelled surname** *(Brit.)* นามสกุลที่มีสองชื่อโยงกัน; ~ **bass** *n. (Mus.)* เครื่องดนตรีในตระกูลไวโอลินขนาดใหญ่สุด; **~-bedded** *adj.* *(ห้องนอน)* ที่มีเตียงคู่; ~ **'bend** *n.* โค้งรูปตัวเอส; ~ **'bill** *n.* โปรแกรมมหรสพที่มีสองรายการควบ; **~-'bind** *n.* สภาวะที่กลืนไม่เข้าคายไม่ออก; **be in a ~ bind** อยู่ในสถานการณ์หนีเสือปะจระเข้; **~-'blind** *(Med., Psych.)* ❶ *adj.* *(การทดสอบ) ที่ทั้งนักวิจัยและผู้ลองไม่ทราบว่าได้ยาจริงหรือยาหลอก* ❷ *n.* การทดสอบหรือการทดลองดังกล่าว; ~ **'boiler** *n. (Cookery)* หม้อนึ่งสองชั้น; **~-'book** *v.t.* จองซ้ำซ้อนกัน *(ห้อง, ที่นั่ง ฯลฯ)*; *(fig.)* รับนัดซ้อน; **~-breasted** *adj. (Tailoring)* *(เสื้อ)* ที่มีกระดุมสองแถว; **~-breasted jacket** เสื้อแจ็กเก็ตที่มีกระดุมสองแถว; **~-'check** *v.t.* Ⓐ *(verify twice)* ตรวจสอบซ้ำอีกครั้ง; **~-check sb.'s statements** ตรวจสอบคำให้การของ ค.น. ซ้ำอีกครั้งหนึ่ง; Ⓑ *(verify in two ways)* ตรวจสอบด้วยสองวิธี; ~ **'chin** *n.* คางสองชั้น; **~-click** *(Computing)* ❶ *v.i.* การกดสองครั้ง ❷ *v.t.* **~click sth.** กด *ส.น.* สองครั้ง; ~ **'cream** *n.* ครีมข้นมีส่วนประกอบของไขมันสูง; **~-'cross** ❶ *n.* การหักหลัง, การทรยศ ❷ *v.t.* ตลบหลัง, ทรยศ; **~-'dealer** *n.* คนโกง, คนไม่ซื่อ; **~-dealing** ❶ /'--'--/ *n.* การเล่นไม่ซื่อในเชิงธุรกิจ, การคดโกง ❷ /'---/ *adj.* หลอกลวง; **~-decker** /dʌbldekə(r)/ดับ'ลเด็คเลอะ(ร)/ ❶ /'---'/ *adj.* มีสองชั้น; **~-bus** รถประจำทางสองชั้น; **~-decker train** รถไฟสูงสองชั้น; **a ~ decker sandwich** ขนมปังแซนด์วิชสองชั้น ❷ /'--'--/ *n.* สองชั้น; *(train)* รถไฟสองชั้น; **~-de'clutch** ➡ **declutch**; ~ **'door** *n. (door with two parts)* ประตูที่มีสองบาน; *(twofold door)* ประตูสองชั้น; ~ **'Dutch** ➡ **Dutch** 2 C; **~-dyed** *adj. (Textiles)* ย้อมสีซ้ำอีกครั้ง; *(fig.)* *(คน)* โกงเต็มที่; รู้สึกละอายใจอย่างมาก; **~-edged** *adj. (lit. or fig.)* ดาบสองคม

double entendre /du:bl ɑ̃'tɑ̃dr/ดูบ'ลออนทอนดรฺ/ *n.* คำ *หรือ* วลีที่ตีความได้สองอย่าง *(อย่างหนึ่งมักจะเป็นความหมายสัปดน ขำขัน)*

double: ~ **'entry** ➡ **entry** H; ~ **ex'posure** *n. (Photog.)* การถ่ายภาพซ้อนทับลงบนภาพเดิม; *(result)* ภาพซ้อน; ~ **'fault** ➡ **fault** 1 D; ~ **'feature** *n.* การฉายหนังสองเรื่องควบ; ~ **'figures** ➡ **figure** 1 L; **~-'glazed** *adj.* มีกระจกสองชั้น; ~ **'glazing** *n.* กระจกสองชั้น; ~ **'harness** *n.* Ⓐ *(fig.: matrimony)* ชีวิตสมรส; Ⓑ *(fig.: close partnership)* การทำงานร่วมกันอย่างใกล้ชิด; ~ **'header** *n. (Amer.)* *การแข่งขันสองครั้งติดกันโดยคู่แข่งคู่เดิม;* **~-'jointed** *adj.* มีมือ แขน ข้ออ่อน; ~ **'life** *n.* ชีวิตสองหน้า; **~-'lock** *v.t.* ลั่นกุญแจสองครั้ง *หรือ* ไขกุญแจสองครั้ง; ~ **'meaning** ➡ **double entendre;** ~ **'negative** *n.* *ประโยคปฏิเสธที่มีปฏิเสธสองอันซ้อนกัน (เช่น didn't say nothing ซึ่งไม่ถูกต้องตามหลักไวยากรณ์ของภาษาอังกฤษ);* **~-page 'spread;** ➡ **spread** 3 K; **~-park** *v.t. & i.* จอดรถซ้อนกันริมข้างถนน; **~-'parking** *n.* การจอดรถคู่ซ้อนคันริมข้างถนน; ~ **'play** *n. (Baseball)* ทำให้คนวิ่งสองคนออกจากการแข่งขันไป; **~-quick** ❶ /'--/ *adj.* Ⓐ **in ~-quick time/at a ~-quick pace** ในเวลาที่เร็วมาก/เดินซอยเท้าถี่ ๆ อย่างรวดเร็ว; Ⓑ เร็วจี๋ ❷ /--'-/ *adv. (Mil)* ในจังหวะวิ่ง; *(fig.)* อย่างเร็วจี๋; ~ **'room** *n.* ห้องคู่; ~ **'saucepan** ➡ **double boiler; ~-'spaced** *adj.* เว้นสองบรรทัด; ~ **'spread** ➡ **spread** 3 K; ~ **'standard** *n. (rule)* กฎ *หรือ* ระเบียบที่ไม่เสมอต้นเสมอปลาย; ~ **star** *n. (Astron.)* ดาวคู่ *(ที่มองเห็นว่าอยู่ใกล้กันมาก);* **~-stop** *v.t. (Mus.)* สีไวโอลินสองสายพร้อมกัน

doublet /'dʌblɪt/'ดับบลิท/ *n.* Ⓐ *(Hist.: garment)* *เสื้อแขนกุดตัวสั้นของผู้ชายสมัยศตวรรษที่สิบห้า-สิบเจ็ด;* Ⓑ *(one of pair)* อันใดอันหนึ่งของสิ่งที่คู่กัน

double: ~ **'take** *n.* **he did a ~ take a moment after he saw her walk by** เขาหยุดชะงักและเหลียวมองตามหลังจากที่เขาเห็นเธอเดินผ่าน; **~-talk** *n.* การพูดกำกวม, การพูดไม่ชัดเจน; **~-think** *n.* การยอมรับสิ่งที่ขัดแย้งกันในขณะเดียวกัน *(โดยเฉพาะเนื่องจากการปลูกฝังทางการเมือง)*; ~ **'time** *n.* Ⓐ *(Econ.)* การจ่ายค่าจ้างพนักงานสองเท่าของอัตราปกติ; **be on ~ time** ได้ค่าจ้างอัตราสองเท่าของค่าจ้างปกติ; Ⓑ *(Mil.: running pace)* จังหวะวิ่ง; ~ **'track** ➡ **track** 1 E; ~ **'vision** *n. (Med.)* อาการเห็น *ส.น.* เป็นภาพซ้อน; ~ **'wedding** *n.* การแต่งงานพร้อมกันสองคู่; **~whammy** /dʌbl 'wæmɪ/ดับ'ล'แวมิ/ *n. (coll.)* การโดนซัดสองครั้ง; **be hit by a ~ whammy** โดนฟาดสองครั้ง *หรือ* เคราะห์ซ้ำกรรมซัด; ~ **yellow' lines** *n. pl.:* *เส้นเหลืองคู่ริมถนนแสดงว่าเป็นเขตห้ามจอด*

doubloon /dʌ'blu:n, də:'blu:n/ดะ'บลูน, เดอะ'บลูน/ *n. (Hist.)* เหรียญทองของสเปน

doubly /'dʌblɪ/'ดับบลิ/ *adv.* เป็นสองเท่า; **make ~ sure that...:** ตรวจสอบอย่างละเอียดลออแม่นยำ...; **this response made him ~ angry/upset** การตอบสนองที่ได้รับทำให้เขาโกรธ/เสียใจมากขึ้นเป็นทวีคูณ

doubt /daʊt/เดาท/ ❶ *n.* Ⓐ ความไม่แน่ใจ, ไม่แน่นอน; **~[s] [about** *or* **as to sth./as to whether...:]** *(as to future)* ไม่แน่นอน, *(as to fact)* ไม่แน่ใจ [เกี่ยวกับ *ส.น.*/ว่า *ส.น.* จะดี... หรือไม่]; **there was no ~** *or* **there were no ~s in our minds about** *or* **as to...:** ไม่ต้องสงสัยเลย; เรามั่นใจเต็มที่เกี่ยวกับ...; **~[s] about** *or* **as to sth., ~ of sth.** *(inclination to disbelieve)* ไม่ค่อยจะเชื่อในเรื่องเกี่ยวกับ *ส.น.*; **there's no ~ that...:** แน่ใจได้เลยว่า...; **~[s]** *(hesitations)* ความไม่แน่ใจ, การลังเล; **have ~ about doing sth., have [one's] ~s about doing sth.** ลังเลที่จะทำ *ส.น.*; มีข้อกังขาในการทำ *ส.น.*; **he's now having ~s [about whether...]** เขาเริ่มลังเลใจ [ว่า]...; **have one's ~s [about sb./sth.]** มีความเคลือบแคลงใจ [ใน *ค.น./ส.น.*]; **have one's ~s about whether...:** ไม่แน่ใจว่า...หรือไม่; **be in ~ about** *or* **as to sth.** *(disbelieve)* ไม่ค่อยจะเชื่อเรื่อง *ส.น.*; **be in no ~ about** *or* **as to sth.** ไม่มีความลังเลใจเรื่อง *ส.น.*; มั่นใจมากเรื่อง *ส.น.*; **be in ~ about** *or* **as to whether to do sth.** *(have reservations)* ไม่มั่นใจเรื่อง *ส.น.* *หรือ* มีข้อกังขาว่าควรจะทำ *ส.น.* หรือไม่; **when** *or* **if in ~:** เมื่อเกิดความไม่แน่ใจ; **no ~** *(certainly)* อย่างไม่ต้องสงสัย; อย่างแน่นอน; *(probably)* น่าจะเป็นเช่นนั้น; *(admittedly)* จริงอยู่; **there's no ~ about it** เป็นความจริงแท้แน่นอน; **cast ~ on sth.** ทำให้ *ส.น.* เป็นที่น่าสงสัย; Ⓑ *no pl. (uncertain state of things)* ความไม่แน่นอน; **be in ~:** ไม่แน่นอน; **beyond [all] ~, without [a] ~:** อย่างประจักษ์ชัดว่าเป็นความจริงเช่นนั้น; อย่างแน่วแน่; **it is beyond [all] ~ that...:** ไม่ต้องสงสัยอะไรอีก [ต่อไป] ว่า...; **without a shadow of [a] ~:** จริงแท้แน่นอนเห็นประจักษ์ ❷ *v.i.* ไม่แน่ใจ, ลังเล, ไม่มั่นใจ; **~ of sth./sb.** ไม่แน่ใจใน *ส.น./ค.น.*

❸ *v.t.* ไม่แน่ใจ, ลังเล, ไม่ไว้ใจ, สงสัย; **she ~ed him** เธอไม่ไว้ใจเขา; **I don't ~ that** *or* **it** ฉันไม่สงสัยเลย; **I ~ whether** *or* **if** *or* **that...:** ฉันสงสัยว่า...; **not ~ that** *or* **but that** *or* **but** ไม่สงสัยว่า..., เชื่อว่า...

doubter /'daʊtə(r)/'เดาเทอะ(ร)/ *n.* ผู้ที่ไม่มั่นใจ, ผู้ที่ไม่เชื่อ *(ในศาสนา, ลัทธิ)*

doubtful /'daʊtfl/'เดาทฟ'ล/ *adj.* Ⓐ *(sceptical)* *(บุคคล, นิสัย)* ไม่เชื่อ, ช่างสงสัย, ไม่มีศรัทธา; **a ~ person** ผู้ขาดศรัทธา; Ⓑ *(showing doubt)* *(หน้าตา, เสียงพูด)* แสดงความไม่แน่ใจ; Ⓒ *(uncertain)* ไม่แน่ใจ, ลังเล; **be ~ as to** *or* **about sth.** ไม่แน่ใจเกี่ยวกับ *ส.น.*; **be ~ whether ...:** ลังเลว่า...; *(be unsure)* ไม่แน่ใจใน...; Ⓓ *(causing doubt)* ทำให้เกิดความสงสัย; **the situation looks ~:** สถานการณ์ดูน่าสงสัย; Ⓔ *(uncertain in meaning etc.)* กำกวม, ไม่ชัดเจน; *(questionable)* *(สถานการณ์)* น่าสงสัย, เป็นปริศนา; *(ambiguous)* คลุมเครือ, ไม่กระจ่างชัด; Ⓕ *(unreliable)* เชื่อถือไม่ได้; Ⓖ *(giving reason to suspect evil)* น่าสงสัย, น่ากังวล

d

doubtfully /ˈdaʊtfəlɪ/ˈเดาทเฟอะลิ/ *adv.* (A) *(with doubt)* อย่างเต็มไปด้วยความสงสัย, อย่างไม่แน่ใจ; (B) *(ambiguously)* อย่างไม่กระจ่างชัด

doubting Thomas /daʊtɪŋ ˈtɒməs/เดาทิง ˈทอเมิซ/ *n.* ผู้เต็มไปด้วยความสงสัย, มนุษย์เจ้าปัญหา

doubtless /ˈdaʊtlɪs/ˈเดาทลิซ/ *adv.* (A) *(certainly)* แน่นอน, ไม่ต้องสงสัย; (B) *(probably)* น่าจะเป็นอย่างนั้น; (C) *(admittedly)* ใช่แล้ว

douche /duːʃ/ดูช/ *n.* (A) *(jet)* การฉีดน้ำจากสายชำระล้าง; *(Med)* การฉีดน้ำสวนชำระล้างเพื่อเหตุผลทางการแพทย์; (B) *(device)* อุปกรณ์ฉีดน้ำ; *(Med.)* อุปกรณ์ให้ยาฉีดล้าง

dough /dəʊ/โด/ *n.* (A) แป้งโด *(ท.ศ.)* แป้งผสมน้ำทำขนมปังและอาหารแป้งอื่น ๆ; **yeast ~:** แป้งเหนียวผสมยีสต์ให้ฟู; (B) *(coll.: money)* เงิน

ˈdoughnut *n.* ขนมโดนัท *(ท.ศ.)*; วัตถุใด ๆ ที่มีรูปทรงเป็นวงแหวนมีรูตรงกลาง

doughtily /ˈdaʊtɪlɪ/ˈเดาทิลิ/ *adv.*, **doughty** /ˈdaʊtɪ/เดาทิ/ *adj. (arch/joc.)* กล้าหาญ, องอาจ

doughy /ˈdəʊɪ/ˈโดอิ/ *adj. (ความเหนียว)* เหมือนแป้งที่นวดแล้ว, *(นิ้ว, ชาม)* เปื้อนแป้ง

dour /ˈdʊə(r)/ˈดูเออะ(ร)/ *adj. (หน้าตา, ลักษณะ)* เคร่งขรึม, มีทิฐิมานะสูง; อารมณ์ *(มืดครึ้ม)*

douse /daʊs/เดาซ/ *v.t.* (A) *(extinguish)* ดับ *(ไฟ, เทียน)*; (B) *(throw water on)* สาดน้ำใส่ *(เปลวไฟ, คน)*; **~ sth. with water** สาดน้ำ *ส.น.*

¹dove /dʌv/ดัว/ *n. (Ornith.)* นกพิราบ; *(Relig.)* สัญลักษณ์ของสันติภาพ; *(Polit.)* ผู้เรียกร้องสันติภาพ

²dove /dəʊv/โดว/ ➡ **dive 1**

dove: ~-coloured *adj.* มีสีเทาอ่อน; **~cot, ~cote** *n.* บ้านนกพิราบ; **flutter the ~cots** *(fig.)* ทำอะไรแหวกแนวให้ชาวบ้านตกใจ; **~-grey** ➡ **~-coloured; ~tail** ❶ *n. (Carpentry)* (A) *(joint)* เดือยข้อต่อไม้ *(ซึ่งรูปร่างคล้ายหางนก ที่แผ่กาง)*; (B) *(tenon)* เดือยที่มีรูปร่างคล้ายหางนกที่แผ่กาง ❷ *v.t.* (A) *(fig.: fit together)* ทำให้เข้ากันได้อย่างเหมาะเจาะ; (B) *(put together with ~tails)* เชื่อมต่อเข้าด้วยกันโดยเดือยหางนกพิราบ ❸ *v.i. (fig.: fit together)* กลมกลืนกันไปได้อย่างเหมาะเหม็ง

dovish /ˈdʌvɪʃ/ˈดัวิช/ *adj.* หลีกเลี่ยงการใช้กำลังรุนแรง; ประนีประนอม

dowager /ˈdaʊədʒə(r)/ˈดาวเออะเจอะ(ร)/ *n.* (A) *(widow with title or property)* แม่หม้ายทรงเครื่อง; **Queen ~/~ duchess** พระพันปีหลวง/ดัชเชสหม้ายที่ได้ยศมาจากอดีตสามี; (B) *(coll.: dignified elderly lady)* หญิงสูงอายุที่ทรงเกียรติและสง่างาม

dowdily /ˈdaʊdɪlɪ/ˈดาวดิลิ/ *adv. (เสื้อผ้า)* ล้าสมัย, เชย

dowdiness /ˈdaʊdɪnɪs/ˈดาวดินิซ/ *n. (เสื้อผ้า)* เชย, ล้าสมัย; *(shabbiness) (การแต่งตัว)* ซอมซ่อ

dowdy /ˈdaʊdɪ/ˈดาวดิ/ *adj. (unattractively dull)* เชย, ล้าสมัย; *(shabby)* เก่า, ซอมซ่อ

dowel /ˈdaʊəl/ˈดาวเอิล/ *(carpentry)* ❶ *n.* หมุดไม้ ❷ *v.t. (Brit.)* **-ll- ~ [together]** ตอกหมุดยึดเข้าไว้ด้วยกัน

doweling /ˈdaʊəlɪŋ/ˈดาวเออะลิง/ *(Brit.)* **dowelling** *n.* การใช้หมุดไม้

ˈdower house *n. (Brit.)* บ้านหลังเล็กอยู่ใกล้บ้านหลังใหญ่เป็นบ้านสมบัติของแม่หม้าย

Dow Jones index /daʊˈdʒəʊnz ɪndeks/ดาวˈโจนซ อินเด็คซ/ *n. (Econ.)* ดัชนีดาวน์โจนส์ *(ท.ศ.) (ดัชนีตลาดหุ้นนิวยอร์ก)*

¹down /daʊn/ดาวน/ *n. (Geog.)* ที่ราบสูงที่ไร้ต้นไม้; *in pl.* **Downs** *pl.* **the North/South D~s** ที่ราบโล่งกว้างใกล้ฝั่งทะเลใต้ของอังกฤษ

²down /daʊn/ดาวน/ *n.* (A) *(of bird)* ขนอ่อนของนก; **chicks covered in ~:** ลูกไก่มีขนอ่อนปกคลุม; (B) *(hair)* ขนอ่อน ๆ บนใบหน้า; **have a covering of ~:** มีขนอ่อนปกคลุม; (C) *(fluffy substance)* วัสดุอ่อนนุ่มเบาบาง; *(of thistle, dandelion)* ปุยนุ่มที่ปกคลุมเมล็ดพืชบางชนิด

³down /daʊn/ดาวน/ ❶ *adv.* (A) *(to lower place)* ลงไป; *(in lift)* ลงลิฟต์; *(in crossword puzzle)* อ่านจากบนลงมาล่าง; **[right] ~ to sth.** ลงไปถึง *ส.น.*; **come on ~!** ลงมาเร็วเข้า; (B) *(to ~stairs)* ลงข้างล่าง; (C) *(of money: at once)* จ่ายเงินสด; **pay ~ for sth., pay for sth. cash ~:** จ่ายเงินสดสำหรับ *ส.น.*; (D) *(into prostration)* คว่ำหน้าลงนอน, ลงหมอบกับพื้น; **shout the place/house ~** *(fig.)* ทำเสียงดังหนวกหูมาก *หรือ* ตะโกนดังลั่น; (E) *(on to paper)* **copy sth. ~ from the board** ลอก *ส.น.* จากกระดาน; (F) *(on programme)* **put a meeting ~ for 2 p.m.** กำหนดการประชุมเวลาบ่าย 2 โมง; **put oneself ~ for a dental appointment** จัดนัดทำฟันกับทันตแพทย์; (G) *(to place regarded as lower)* ไป, ลงไป; **go ~ to the shops/the end of the road** ไปที่ร้านขายของ/จนสุดปลายถนน; (H) *(with current)* ตามกระแสน้ำ; *(with wind) (ทิศทาง)* ตามลม; **brought ~ by river** ลอยตามแม่น้ำลงมา; (I) *(to place regarded as less important)* **go ~ to one's cottage in the country for the weekend** ไปพักที่กระท่อมในชนบทในวันสุดสัปดาห์; (J) *(southwards)* ลงใต้; **come ~ from Edinburgh to London** ลงมาจากเอดินบะระสู่ลอนดอน; (K) *(Brit.: from capital)* ออกจากเมืองหลวง; **get ~ to Reading from London** ออกจากลอนดอนเพื่อไปเร็ดดิ้ง; (L) *(Brit.: from university)* **come ~ [from Oxford]** กลับบ้านในช่วงมหาวิทยาลัย [ออกซฟอร์ด] ปิดภาคการศึกษา; (M) *(Naut.: with rudder to windward)* บังคับเรือไปทางที่มีลม; **put the helm ~:** หมุนพวงมาลัยเรือให้เรือหันไปทางที่มีลม; (N) *as int.* นอนลง, ต่ำลง; *(to dog)* หมอบลง; *(Mil.)* หมอบลง; **~ with imperialism/the president!** ระบอบจักรวรรดินิยม/ประธานาธิบดีจงพินาศ!; (O) *(in lower place)* อยู่ในที่ต่ำ; **~ on the floor** บนพื้น; **low/lower ~:** บริเวณที่ต่ำ/ต่ำลงไปอีก; **~ at the bottom of the hill** ที่ตีนเขา; **~ under the table** ใต้โต๊ะ; **wear one's hair ~:** ปล่อยผมสยาย; **~ below the horizon** ลับขอบฟ้า; **~ at the bottom of the sea/pool** ที่ก้นทะเล/ก้นสระ; **~ there/here** อยู่ที่นั่น/อยู่ที่นี่; **x metres ~:** ลึกลงไป x เมตร; **his flat is on the next floor ~:** แฟลตของเขาอยู่ชั้นถัดลงไป; (P) *(facing ~wards, bowed)* ก้มศีรษะลง, มองลง; **keep one's eyes ~:** คอยหลบตามองต่ำลง; (Q) *(~stairs)* ข้างล่าง; (R) *(in fallen position)* อยู่กับพื้น; **~ [on the floor]** *(Boxing)* ล้มลงบนสังเวียน; **~ and out** *(Boxing)* ชนะแบบ ที.เค.โอ; *(fig.)* คนหมดตัว; ➡ **+ down-and-out;** (S) *(prostrate)* นอนทรุด, ล้มเจ็บลง; **be ~ with an illness** ล้มป่วยลง; (T) *(คอมพิวเตอร์)* หยุดทำงาน; (U) *(on paper)* บนกระดาษ; เป็นลายลักษณ์อักษร; **be ~ in writing/on paper/in print** เขียนไว้/เขียน/พิมพ์เป็นลายลักษณ์อักษร; (V) *(on programme)* ตามหมายกำหนดการ; **be ~ for an appointment** นัดหมายไว้; **be ~ to speak** มีกำหนดจะพูด; **be ~ to run in a race** มีชื่อเข้าแข่งขัน; (W) *(in place regarded as lower)* ในที่ไกลจากตัวบ้าน; **~ at the bottom of the garden** ท้ายสวน; **~ at the doctor's/social security office** ไปหาหมอ/สำนักงานประกันสังคม; (X) *(brought to the ground)* **be ~:** อยู่ที่พื้น; (Y) *(in place regarded as less important)* **~ in Wales/in the country** ที่เวลส์/ที่ต่างจังหวัด; **~ on the farm** ที่ฟาร์มเลี้ยงสัตว์; (Z) **~ [south]** อยู่ใต้; (AA) *(Brit.: not in capital)* ไม่อยู่ในเมืองหลวง *หรือ* ในชนบท; (BB) *(Brit.: not in university)* เรียนมหาวิทยาลัยจบแล้ว; *(for vacation)* หยุดพักผ่อนในช่วงหยุด/ปิดภาคการศึกษา; **how long have you been ~ from Oxford?** หยุดเรียนที่มหาวิทยาลัยออกซฟอร์ดมานานเท่าไรแล้ว; (CC) *(Amer.)* **~ south/east** ทางใต้/ทางตะวันออก; (DD) *(in depression)* **~ [in the mouth]** เศร้าเสียใจ; **are you [feeling] ~ about something?** คุณรู้สึกกลุ้มใจเกี่ยวกับ *ส.น.* หรือ; (EE) **be ~ on sb./sth.** *(dislike)* ไม่ชอบ *ค.น./ส.น.*; **be very ~ on sb./sth.** ไม่ชอบ *ค.น./ส.น.* อย่างมาก; (FF) **~ to the ground** ➡ **ˈground 1 B;** (GG) *(now cheaper) (ราคา)* ถูกลง; **prices have gone/are ~** ราคาได้ลดลง/ราคาตก; (HH) **be ~ to ...** *(have only... left)* เหลือแค่ ...; **we're ~ to our last £100** เรามีเงินเหลือแค่หนึ่งร้อยปอนด์; **strip off ~ to one's underwear** ถอดเสื้อผ้าออกจนเหลือแค่ชั้นใน; **be [left] ~ to sb.** ขึ้นอยู่กับ *ค.น.*; **now it's ~ to him to do sth.** ตอนนี้เป็นเรื่องของเขาที่จะต้องทำ *ส.น.*; (II) *(to reduced consistency or size)* **thin gravy ~:** ลดความเข้มข้นของน้ำเกรวี่ลง; **the water had boiled right ~:** น้ำเดือดจนแทบจะระเหยไปหมด; **wear the soles ~:** เดินมากจนพื้นรองเท้าสึก; (JJ) *(to smoother state)* **sand sth. ~:** ขัด/ฝน *ส.น.* จนเรียบ; (KK) *(including lower limit)* **from ... ~ to ...:** จาก... ไปจนถึง...; (LL) *(from earlier time)* จากเวลาก่อนหน้านั้น; **last ~ to the present day/our time** อยู่ยงคงกระพันจนถึงยุคปัจจุบัน/ยุคของเรา; (MM) *(more quietly)* ค่อยลง; **put the sound/TV ~:** หรี่เสียง/โทรทัศน์ให้ค่อยลง; (NN) *(in position of lagging or loss)* ตามหลัง, แพ้การแข่งขัน; **be three points/games ~:** ตามหลัง 3 แต้ม/3 เกม; **start the second half 1-0 ~:** เริ่มต้นครึ่งหลังยังตามอยู่ 1-0; **we're £3,000 ~ on last year, in terms of profit** เราได้กำไรน้อยกว่าปีที่แล้ว 3,000 ปอนด์; **be ~ on one's earnings of the previous year** รายได้ลดลงจากปีที่แล้ว; **be ~ on one's luck** โชคไม่มี, โชคร้าย; ➡ **+ ˈheel 1 B; up 1 AA**
❷ *prep.* (A) *(~wards along)* ลงมาเบื้องล่าง; **lower ~ the river** ล่องลงมาตามลำน้ำ; **fall ~ the stairs/steps** ตกบันไดลงมา; **fall ~ the ladder** ตกจากบันไดพาด; **walk ~ the hill/road** เดินลงไปตามเนินเขา/ถนน; **lower sb. ~ a cliff** หย่อน *ค.น.* ลงไปตามหน้าผา; (B) *(~wards through)* ผ่านลงไป; (C) *(~wards into)* ลงไป; **fall ~ a hole/well/ditch** ตกลงไปในหลุม/บ่อน้ำ/คูน้ำ; **trickle ~ the plughole** ค่อย ๆ ไหลลงไปในรูอุดของอ่าง; (D) *(~wards over)* ห้อย *หรือ* ย้อยลงมา; **ivy grew ~ the wall** เถาไม้ไอวี่เลื้อยลงกำแพง; **spill water all ~ one's skirt** ทำน้ำหกใส่กระโปรงตนเอง; **condensation running ~ the windows** ไอน้ำกลั่นตัวไหลลงหน้าต่าง; (E) *(from top to bottom of)* จากสูงสุดถึงล่างสุด; **his eye travelled ~ the**

273 down-and-out | draft

list เขากวาดตาดูรายการจากบนลงล่าง; Ⓕ *(~wards in time)* จากยุคสมัยก่อน, ชั่วลูกชั่วหลาน; **the tradition has continued ~ the ages** ประเพณีนี้สืบทอดมานานหลายยุคหลายสมัย; Ⓖ *(along)* **go ~ the road/corridor/track** ไปตามถนน/ทางเดิน/ทาง; **come ~ the street** มาตามถนน; **turn ~ a side street** เลี้ยวเข้าซอย; **part one's hair ~ the middle** แสกผมตรงกลางศีรษะ; Ⓗ *(Brit. coll.: to)* **go ~ the pub/disco** ไปผับ/ดิสโก้เธค; Ⓘ *(at or in a lower position in or on)* อยู่ต่ำกว่า; **further ~ the ladder/coast** อยู่บันไดขั้นต่ำกว่า/ชายฝั่งทะเลถัดไปทางตอนใต้; **live in a hut ~ the mountain/hill** อาศัยอยู่ในกระท่อมที่อยู่ต่ำลงไปบนภูเขา/เนินเขา; **live just ~ the road** อยู่ถัดไปในถนนนี้นี่เอง; **a place just ~ the river** ที่นั่นแค่ล่องลงแม่น้ำนิดเดียวก็ถึง; ➡ + **downtown**; Ⓙ *(from top to bottom along)* จากบนลงล่าง; **~ the stem of a plant/the side of a house** ตั้งแต่ยอดจนโคนต้นไม้/ลงด้านข้างกำแพงบ้าน; **the lines ~ the page** บรรทัดตั้งแต่บนสุดถึงล่างสุดของหน้ากระดาษ; **the buttons ~ the back of the dress** กระดุมที่เป็นแนวด้านหลังเสื้อกระโปรงชุด; **there were festivities ~ every road** มีงานรื่นเริงตามถนนทุกสาย; Ⓚ *(all over)* เต็มไปหมด; **I've got coffee [all] ~ my skirt** ฉันทำกาแฟหกรดกระโปรงเลอะไปหมด; **leave marks ~ sb.'s face** ทิ้งรอยที่ใบหน้าของ ค.น.; Ⓛ *(Brit. coll.: in, at)* **~ the pub/café/town** ที่ในผับ/ร้านกาแฟ/เมือง; **be ~ the shops** อยู่ที่ร้านขายของ

❸ *adj. (directed ~wards)* มุ่งลง; **~ train/line/journey** *(Railw.)* รถไฟ/เส้นทาง/การเดินทางที่ออกจากเมืองหลวง

❹ *v.t. (coll.)* Ⓐ *(knock ~)* ชกให้คว่ำลงไป *(นักมวย)*; Ⓑ *(fig.: defeat)* ทำให้พ่ายแพ้; Ⓒ *(drink ~)* ดื่มหมดแก้ว; Ⓓ *(throw ~)* *(ม้า)* ทำให้คนขี่ตกจากหลัง; **~ tools** *(cease work)* เลิกงาน; *(take a break)* หยุดพัก; *(finish work)* ทำงานเสร็จ; *(go on strike)* หยุดประท้วง; Ⓔ *(shoot ~)* ยิงตกลงมา; Ⓕ *(stop by shot etc.)* ยิงให้หยุด; Ⓖ *(footb.)* ทำให้ *(ฝ่ายตรงข้าม)* ล้ม

❺ *n.* Ⓐ *(Wrestling)* การกดไหล่ลงไปกับพื้นนานสามวินาที; Ⓑ *(Amer. and Can. Footb.)* การเล่นหนึ่งครั้ง, ดาวน์ *(ท.ศ.)*; Ⓒ **ups and ~s**; ➡ **up 4**; Ⓓ *(coll.)* **have a ~ on sb./sth.** มีอคติต่อ ค.น./ส.น., ไม่กินเส้นกับ ค.น./ส.น.

down: ~-and-out *n.* คนหมดตัว; **~beat** ❶ *n. (Mus.)* เสียงเคาะที่เน้นให้ดังขึ้นมาก ❷ *adj. (coll.)* Ⓐ *(relaxed)* วางตัวสบาย ๆ; Ⓑ *(pessimistic)* หดหู่, มองโลกในแง่ร้าย; **~cast** *adj.* Ⓐ *(dejected)* หมดกำลังใจ, ละห้อยละเหี่ย; Ⓑ *(directed ~wards)* *(หัว)* ตก; *(สายตา)* มองที่พื้น; **with one's head ~cast** คอตก; **~ draught** *n.* ลมที่ถูกดูดลงมา *(โดยเฉพาะในปล่องไฟเข้าไปในห้อง)*; **~fall** *n. (ruin)* ความพินาศ, ความย่อยยับ; **be** *or* **mean sb.'s ~fall** เป็นความฉิบหายวายวอดของ ค.น.; **~ grade** *n.* การลดตำแหน่งลง; **he was on the ~ grade** เขากำลังดวงตก; **~grade** *v.t.* ลดความสำคัญลง; **~ 'hearted** *adj.* หดหู่, จิตใจไม่เบิกบาน; **~hill** ❶ /'--/ *adj.* ลาดลงไปตามไหล่เขา; **the journey was ~hill** เดินทางลาดลงไปตามไหล่เขา; **he's on the ~hill path** *(fig.)* เขาอยู่ในภาวะตกต่ำ; **a ~hill trend** *(fig.)* แนวโน้มที่เลวลง; **the ~hill course of the economy** *(fig.)* ภาวะเศรษฐกิจที่เลวลง; **be ~hill all the way** *(fig.)* ง่ายดายมาก ❷ /-'-/ *adv.* ลงมา, ตกต่ำ, เลวลง; **come ~hill** ลงมาจากเขา; **sb./sth. is going ~hill** *(fig.)* ค.น./ส.น. กำลังเลวลง ❸ /'--/ *n.* Ⓐ *(~ward slope)* ทางลาดเอียงต่ำลง; Ⓑ *(Skiing)* การเล่นสกีลงมาตามลาดเขา

Downing Street /daʊnɪŋ'stri:t/ดาวนิ่งซตฺรีท/ *n.* ถนนดาวนิ่ง ซึ่งเป็นที่ตั้งของทำเนียบนายกรัฐมนตรีอังกฤษ รัฐมนตรีว่าการกระทรวงการคลังและรัฐมนตรีว่าการกระทรวงการต่างประเทศ

down: ~land *n.* เนินเขาเตี้ย ๆ เป็นลอนมีหญ้าขึ้นปกคลุม; **~'load** *v.t. (Computing)* การได้ข้อมูลจากอินเทอร์เน็ต; **~market** *adj.* *(สินค้า, บริการ)* คุณภาพต่ำ; **~ payment** *n.* เงินส่วนแรกในการซื้อผ่อนส่ง; **~pipe** *n.* รางน้ำฝน; **~pour** *n.* ฝนตกหนัก; **~right** ❶ *adj.* Ⓐ *(utter)* สมบูรณ์แบบ; *(โง่, หน้าด้าน)* เต็มที่; Ⓑ *(straightforward)* *(บุคคล, การพูด)* ตรงไปตรงมา ❷ *adv.* อย่างสมบูรณ์แบบ, อย่างเต็มที่ *(ใช้กับสิ่งที่ไม่ดี)*; **it would be ~right stupid to do that** จะเป็นการโง่ที่สุดที่ทำอย่างนั้น; **~side** /'--/ *n.* Ⓐ ข้อด้อย, ข้อเสียเปรียบ; Ⓑ ภาวะตกต่ำ *(ของหุ้น)*; **~size** ❶ *v.t.* ลดขนาดให้เล็กลง ❷ *v.i.* มีขนาดเล็กลง; **~stage** *(Theatre)* ❶ *adv.* บริเวณหน้าเวที; **move ~stage** ย้ายไปบริเวณหน้าเวที ❷ *adj.* **a ~stage door/entrance** ประตู/ทางเข้าบริเวณหน้าเวที; **~stairs** ❶ /-'-/ *adv.* ข้างล่าง ❷ /'--/ *adj.* อยู่ข้างล่าง ❸ /-'-/ *n.* ข้างล่าง; ชั้นล่าง; **~stream** ❶ /-'-/ *adv.* ตามทิศทางของกระแสน้ำ ❷ /'--/ *adj.* ที่ไปตามทิศของกระแสน้ำ; **the ~stream voyage** การเดินทางล่องลงลำน้ำ; **~stroke** *n.* Ⓐ *(in writing)* การขีดเขียนเส้นจากบนมาล่าง; Ⓑ *(Mech.: of piston)* ระยะชักลง; **~swing** *n. (Golf)* จังหวะทิ้งแขนลงเมื่อตีลูกกอล์ฟ; *(Commerc.)* สภาวะตกต่ำ; **~ time** *n. (Computing)* เวลาที่เครื่องคอมพิวเตอร์ขัดข้อง; **~-to-earth** *adj.* *(บุคคล)* ติดดิน, ไม่ฟุ้งซ่าน; *(แผนงาน)* ที่เป็นไปได้; **~town** *(Amer.)* ❶ *adj.* ใจกลางเมือง; **~town Manhattan** ย่านใจกลางมหานครนิวยอร์ค ❷ *adv.* ในใจกลางเมือง ❸ *n.* ย่านใจกลางเมือง; **~trodden** *adj.* ถูกกดขี่, เป็นขี้ข้า; **~turn** *n. (Econ., Commerc.)* ภาวะตกต่ำ; **~ 'under** *(coll.)* ❶ *adv.* อยู่ใน/ไปออสเตรเลีย/นิวซีแลนด์ ❷ *n. (Australia, New Zealand)* ออสเตรเลีย, นิวซีแลนด์

downward /'daʊnwəd/'ดาวนฺเวิด/ ❶ *adj.* ต่ำลง, เล็กลง, ฐานะตกต่ำลง, หมดความสำคัญไป; **~ movement/trend** *(lit. or fig.)* การเคลื่อนไหว/แนวโน้มต่ำลง; **~ gradient** *or* **slope** มุมเอียงลง; **move in a ~ direction** ไปในทิศทางลาดเอียงลง; **he was on a/the ~ path** *(fig.)* เขาอยู่ในภาวะตกต่ำ ❷ *adv.* ไปในทิศทางลง; ➡ + **face down[ward]**

downwards /'daʊnwədz/'ดาวนฺเวิดซฺ/ ➡ **downward 2**

'downwind ❶ *adv.* ตามทิศลมที่พัดมา; อยู่หน้า ค.น. ในกระแสลม ❷ *adj.* ในทิศทางที่ลมพัด; **the ~ side** ในทิศที่ลมพัดมา

downy /'daʊnɪ/'ดาวนิ/ *adj.* *(หนวด, เครา)* ดูเหมือนปกคลุมด้วยขนอ่อน ๆ; *(ขน, ผม)* นุ่มบางเบา

dowry /'daʊrɪ/'ดาวเออะริ/ *n.* สินเดิมของภรรยา, พรสวรรค์

¹dowse ➡ **douse**

²dowse /dauz/ดาวซฺ/ *v.i.* ค้นหา *(แหล่งน้ำ/แร่ใต้ดิน)* ด้วยไม้ง่ามรูปตัว y *(ซึ่งจะโน้มปลายลงหรือสั่นเมื่อเข้าใกล้แหล่ง)*

dowser /'daʊzə(r)/'ดาวเซอะ(ร)/ *n. (person)* ผู้ค้นหาแหล่งน้ำ *หรือ* แร่ธาตุด้วยวิธีดังกล่าว

dowsing rod /'daʊzɪŋrɒd/'ดาวซิงรอด/ *n.* ไม้ง่ามที่ใช้สำหรับค้นหาแหล่งน้ำหรือแร่ธาตุใต้ดิน

doxology /dɒk'sɒlədʒɪ/ดอค'ซอเลอะจิ/ *n. (Eccl.)* บทสวดสรรเสริญพระเจ้า

doyen /'dɔɪən/'ดอยเอิน/ *n.* สมาชิกอาวุโสของกลุ่ม, หัวหน้ากลุ่ม

doyenne /dɔɪ'en/ดอย'เอ็น/ *n.* สมาชิกอาวุโสผู้หญิง, สตรีผู้นำกลุ่ม

doyley ➡ **doily**

doz *abbr.* **dozen** โหล

doze /dəʊz/โดซ/ ❶ *v.t.* หลับไม่สนิท, เคลิ้ม, ม่อยไป; **lie dozing** นอนหลับ ๆ ตื่น ๆ ❷ *n.* อาการเคลิ้มหลับ; **fall into a ~:** เผลอหลับ

~ 'off *v.i.* เคลิ้มหลับ, ม่อยหลับไป

dozen /'dʌzn/'ดัซ'น/ *n.* Ⓐ *pl. same (twelve)* โหล, จำนวน 12; **six ~ bottles of wine** เหล้าองุ่นหกโหล; **there were several/a few ~ [people] there** ที่นั่นมี [คน] หลายสิบคน/ประมาณยี่สิบสามสิบคน; **a ~ times/reasons** *(fig. coll.: many)* หลายครั้ง/เหตุผลหลายข้อ; **half a ~:** ครึ่งโหล; Ⓑ *pl.* **~s** *(set of twelve)* เป็นโหล; **by the ~** *(in twelves)* นับเป็นโหล; *(fig. coll.: in great numbers)* จำนวนมาก, ความมากมาย; **do one's daily ~** *(coll.)* ออกกำลังกายประจำวัน; Ⓒ *in pl. (coll.: many)* มาก, หลาย, เยอะ; **in [their] ~s** *(in great numbers)* นับโหล, เป็นโหล ๆ; **~s of times** มากมายหลายครั้ง

dozy /'dəʊzɪ/'โดซิ/ *adj. (drowsy)* ง่วง, สะลึมสะลือ

DP *abbr.* **data processing**

D. Phil /di:'fɪl/ดี'ฟิล/ *abbr.* **Doctor of Philosophy** ดุษฎีบัณฑิต, ศาสตราจารย์; ➡ + **B.Sc.**

DPP *abbr. (Brit.)* **Director of Public Prosecutions** ≈ อธิบดีกรมอัยการ

Dr *abbr.* Ⓐ ➤ 998 **doctor** *(as prefix to name)* ดร., นายแพทย์; Ⓑ **debtor** ลูกหนี้

drab /dræb/แดรบ/ *adj.* Ⓐ *(dull brown)* *(สี)* น้ำตาลไหม้; *(dull-coloured)* *(สี)* หม่น; Ⓑ *(dull, monotonous)* น่าเบื่อ; *(เมือง, บ้าน)* ไม่น่าอยู่; Ⓒ *(fig.)* *(ชีวิต)* มัวซัว, มอซอ

drabness /'dræbnɪs/'แดรบนิซ/ *n., no pl.* Ⓐ *(of surroundings)* ความน่าเบื่อ; Ⓑ *(fig.: of life, existence)* ความน่าเบื่อ, ความจืดชืด

drachma /drækmə/'แดรคเมอะ/ *n., pl.* **~s** *or* **drachmae** /'drækmi:/'แดรคมี/ ดรักมา *(ท.ศ.)*, หน่วยเงินตราของประเทศกรีซ

Draconian /drə'kəʊnɪən/เดรอะ'โคเนียน/ *adj.* *(มาตรการ, กฎหมาย, นโยบาย)* ที่เข้มงวด, รุนแรง

draft /drɑ:ft, US dræft/ดราฟท, แดรฟท/ ❶ *n.* Ⓐ *(rough copy, of speech, of treaty, parliamentary bill)* ร่าง, ฉบับร่าง; **~ copy/version** ฉบับร่าง; **~ letter** จดหมายร่าง; Ⓑ *(plan of work)* ผัง; Ⓒ *(Mil.: detaching for special duty)* ทหารคัดเลือกพิเศษ; *(Brit.: those detached)* กลุ่มคนที่คัดเลือกมา; Ⓓ *(Amer. Mil.: conscription)* การเกณฑ์ทหาร; *(those conscripted)* ทหารเกณฑ์; Ⓔ *(Commerc.)* ใบสั่งจ่ายเงิน; *(cheque drawn)* การจ่ายเงินตามใบสั่ง; Ⓕ *(Amer.)* ➡ **draught**

❷ *v.t.* Ⓐ *(make rough copy of)* ร่าง *(หนังสือ, กฎหมาย, สัญญา)*; Ⓑ *(Mil.)* คัดเลือก *(กำลังคน)*; Ⓒ *(Amer./Mil.: conscript)* เกณฑ์ *(ทหาร, กำลังคน)*; **be ~ed** ถูกเกณฑ์ทหาร; Ⓓ *(fig.)* *(call upon)* เรียกร้อง; *(select)* เลือกสรร

d

'draft dodger *n. (Amer. Mil.)* คนที่หลบหนีการเกณฑ์ทหาร

draftee /drɑːf'tiː; US dræf'tiː/ดราฟทฺ'ที, แดรฟ'ที/ *n. (Amer. Mil.)* ทหารเกณฑ์

draftsman /'drɑːftsmən/'ดราฟทฺซฺเมิน/ *n., pl* **draftsmen** /'drɑːftsmən/'ดราฟทฺซฺเมิน/ Ⓐ ผู้รับผิดชอบการยกร่างพระราชบัญญัติ; Ⓑ ➡ **draughtsman**

drafty *(Amer.)* ➡ **draughty**

drag /dræg/แดรฺก/ ❶ *n.* Ⓐ *(dredging apparatus)* เครื่องมือสำหรับขุดลาก, เครื่องกวาด; Ⓑ ➡ **dragnet;** Ⓒ *(Hunting) (artificial scent)* สิ่งที่ใส่กลิ่นให้สุนัขไล่ตาม; Ⓓ *(difficult progress)* **it was a long ~ up the hill** กว่าจะลากขาขึ้นมาถึงยอดเขานี้ได้ก็นานทีเดียว; Ⓔ *(Aeronaut.)* แรงต้าน *หรือ* แรงหน่วงของอากาศต่อเครื่องบิน; **~ coefficient** *or* **factor** สัมประสิทธิ์ *หรือ* ปัจจัยของแรงต้าน; Ⓕ *(obstruction)* สิ่งที่ถ่วง **(on** กับ); **be a ~ on sb./sth.** เป็นตัวถ่วง *ค.น./ส.น.;* Ⓖ *(boring thing)* สิ่งที่น่าเบื่อ; **be a ~:** เป็นเรื่องน่าเบื่อ; Ⓗ *(coll.: at cigarette)* การดูดบุหรี่; Ⓘ *no pl. (coll.: women's dress worn by men)* เสื้อผ้าผู้หญิงที่สวมโดยกะเทย; Ⓙ *(Amer. coll.: road)* **the main ~:** ถนนสายหลัก; Ⓚ *(Amer. coll.: influence)* อิทธิพลเหนี่ยวรั้ง

❷ *v.t.,* **-gg-:** Ⓐ ลาก, ฉุด; **~ one's feet or heels** *(fig.)* อ้อยอิ่ง, แกล้งถ่วงเวลา **(over, in** เกี่ยวกับ); Ⓑ *(move with effort)* **~ oneself** ลากตัวเอง; **~ one's feet** [เดิน] ลากเท้า; **I could scarcely ~ myself out of bed** ฉันแทบจะลากตัวเองจากเตียงไม่ไหว; Ⓒ *(fig. coll.: take despite resistance)* **he ~ged me to a dance** เขาลากฉันไปงานเต้นรำ; **~ the children away from the television** บังคับให้เด็ก ๆ เลิกดูโทรทัศน์; **he ~s her about with him everywhere** เขาลากเอาเธอดูถูกังไปด้วยทุกแห่ง; **~ sb. into sth.** ฝืนใจ *ค.น.* ให้ทำ *ส.น.;* Ⓓ *(search)* ลากอวน *หรือ* ตาข่ายใต้น้ำเพื่อหา *ส.น.;* Ⓔ *(Naut.)* **the ship ~s her anchor** เรือลากสมอหลุดจากตำแหน่ง

❸ *v.i.,* **-gg-:** Ⓐ ลากดิน; **~ on** *or* **at a cigarette** *(coll.)* ดูดบุหรี่; Ⓑ *(fig.: pass slowly) (เวลา)* ผ่านไปอย่างช้ามาก

~ 'down *v.t.* ดึง/ลากลงมา; ทำให้หดหู่; **~ sb. down to one's own level** *(fig.)* ดึง *ค.น.* ให้ลงมาสู่ระดับของตน

~ 'in *v.t.* ดึง *หรือ* ลากเข้ามา

~ 'on *v.i. (continue)* ยืดเยื้อ, ไม่รู้จักหยุด; **time ~ged on** เวลาเนิ่นนานออกไป; **~ on for months** ยืดเยื้อไปเป็นเดือน ๆ

~ 'out *v.t. (protract unduly)* ทำให้ยืดเยื้อเกินเหตุ; **~ out [one's days/existence]** อดตาหลับขับตานอน

~ 'up *v.t. (coll.)* ขุดคุ้ย *(เรื่องอื้อฉาว)* ขึ้นมา, ฟื้นฝอยหาตะเข็บ

drag: ~ hounds *n. pl.* สุนัขที่ใช้ตามกลิ่นเหยื่อเทียม; **~net** *n. (lit.)* อวนลาก; *(fig.)* ระบบการตรวจค้นและจับกุมผู้ร้ายของตำรวจ

dragon /'drægən/'แดรฺเกิน/ *n.* มังกร; *(fig.: fearsome person)* คนที่ดุร้ายน่ากลัว *(โดยเฉพาะผู้หญิง)*

'dragonfly *n. (Zool.)* แมลงปอ

dragoon /drə'guːn/เดรอะ'กูน/ ❶ *n. (Mil.)* ทหารม้าที่ติดอาวุธเต็มอัตรา ❷ *v.t.* บังคับ, ข่มขู่, สามหาว; **~ sb. into doing sth.** บังคับ *ค.น.* ให้ทำ *ส.น.*

'drag racing *n.* การแข่งอัตราเร่งเครื่องยนต์บนระยะทางสั้น

dragster /'drægstə(r)/'แดรฺกซฺเตอะ(ร)/ *n.* รถแข่งที่ใช้ในการแข่งขันอัตราเร่งเครื่องยนต์

drain /dreɪn/เดรฺน/ ❶ *n.* Ⓐ *(underground)* ท่อน้ำทิ้ง, ท่อระบายน้ำ; *(grating at roadside)* รางน้ำข้างถนน; **open ~:** ท่อเปิด, รางน้ำ; **down/go down the ~** *(fig. coll.)* สิ้นเปลือง, หมดสิ้น *(ทรัพย์สิน, เวลา);* **that was money [thrown] down the ~** *(fig. coll.)* นั่นเป็นการเสียเงินไปเปล่า ๆ; **be going down the ~:** กำลังจะหมดสิ้น; **laugh like a ~** *(fig. coll.)* หัวเราะลั่น; Ⓑ *(fig.: constant demand)* สิ่งที่ทำให้เปลือง *(พลัง, เงิน, ทอง);* **be a ~ on sb.'s strength** เป็นการทำให้ *ค.น.* หมดเรี่ยวแรง

❷ *v.t.* Ⓐ ระบายน้ำออก; สูบน้ำออก *(จากดิน);* Ⓑ *(Cookery)* เทน้ำออก *(จากผัก, มันฝรั่ง);* Ⓒ *(Geog.)* **the river ~s the valley** แม่น้ำระบายน้ำออกจากหุบเขา; Ⓓ *(drink all contents of)* ดื่มจนหมดแก้ว; Ⓔ *(fig.: deprive)* **~ a country of its manpower/wealth** *or* **resources** การใช้ทรัพยากรมนุษย์/ทรัพย์สมบัติ/ทรัพยากรของชาติจนหมดสิ้น; **~ sb. of his energy** ทำให้ *ค.น.* เหนื่อยจนหมดแรง

❸ *v.i.* Ⓐ *(ของเหลว)* ไหลออก; *(จาน)* แห้งเพราะน้ำไหลออกหมด; Ⓑ **the colour ~ed from her face** *(fig.)* เธอหน้าซีดสลดลง

drainage /'dreɪnɪdʒ/'เดรนิจ/ *n.* Ⓐ *(draining)* การระบายน้ำ, การไหล, ระบบน้ำทิ้ง; *(fig.)* การผลาญให้สิ้นไป, การสูบเลือดเนื้อ; Ⓑ *(Geog.: natural ~)* ลุ่มน้ำ; *(artificial ~ of fields etc.)* คลองระบายน้ำ; *(system)* ระบบชลประทาน; *(of city, house, etc.)* ท่อน้ำทิ้ง, ทางระบายน้ำ

draining board /'dreɪnɪŋ bɔːd/'เดรฺน บอด/ *(Brit.; Amer.:* **'drainboard)** *n.* กระดานลาดติดกับอ่างล้างจานไว้ผึ่งจานชามให้แห้ง

drain: ~pipe *n.* Ⓐ *(to carry off rainwater)* รางน้ำฝน; Ⓑ *(to carry off sewage)* ท่อระบายสิ่งปฏิกูล; *(underground)* ท่อน้ำทิ้ง; **~pipes, ~pipe trousers** *ns. pl. (Fashion)* กางเกงขายาวรัดรูป

drake /dreɪk/เดรฺค/ *n.* เป็ดตัวผู้; ➡ **+ 'duck** 1 A

dram /dræm/แดรฺม/ *n.* Ⓐ *(Pharm.) (weight)* หน่วยวัดน้ำหนักของยา เท่ากับหนึ่งส่วนแปดของออนซ์; **fluid ~** *(Brit.)* 3.5515 ลูกบาศก์เซนติเมตร; *(Amer.)* 3.6967 ลูกบาศก์เซนติเมตร; Ⓑ *(small drink)* เหล้าจำนวนเล็กน้อย, วิสกี้จิบหนึ่ง

drama /'drɑːmə/'ดรฺาเมอะ/ *n.* Ⓐ *(play, lit. or fig.)* ละคร, บทละคร; Ⓑ *no pl. (genre)* การละคร; *(dramatic art)* ศิลปะการแสดง; *(fig.: episode as in play)* เรื่องราวที่เหมือนบทละคร; *attrib.* **~ critic** นักวิจารณ์บทละคร; **~ school** โรงเรียน/สถาบันการละคร

dramatic /drə'mætɪk/เดรอะ'แมทิค/ *adj.* Ⓐ *(Theatre)* เกี่ยวกับละคร; **~ art** ศิลปะการละคร; **a ~ critic** นักวิจารณ์บทละคร; Ⓑ *(fig.)* น่าตื่นเต้น, น่าประทับใจ; *(exaggerated)* ที่เกินความเป็นจริง, เต็มไปด้วยอารมณ์รุนแรง

dramatically /drə'mætɪklɪ/เดรอะ'แมทิคลิ/ *adv.* เหมือนละคร, อย่างน่าตื่นเต้น, อย่างน่าประทับใจ; *(in exaggerated way)* อย่างเกินความจริง, อย่างเต็มไปด้วยอารมณ์รุนแรง

dramatic 'irony *n.* บทพูดซึ่งจะมีความหมายกับผู้ดูมากกว่าผู้แสดงเอง

dramatics /drə'mætɪks/เดรอะ'แมทิคซฺ/ *n., no pl.* Ⓐ การจัดและการเล่นละคร; **amateur ~** การเล่นละครสมัครเล่น; Ⓑ *(fig. derog.)* พฤติกรรมที่ฟุ้งซ่าน

dramatisation, dramatise ➡ **dramatiz-**

dramatis personae /dræmətɪs pɜːˈsəʊnaɪ/แดรฺเมอะทิซ เพอะ'โซนาย/ *n. pl., often constr. as sing.* รายชื่อตัวละคร; *(fig.)* ผู้มีบทบาทสำคัญ

dramatist /'dræmətɪst/'แดรฺเมอะทิซทฺ/ *n.* นักเขียนบทละคร

dramatization /dræmətaɪ'zeɪʃn, US -tɪ'z-/แดรฺเมอะทิซทฺเซฺช'น, -ทิ'ซฺ-/ *n.* Ⓐ การทำให้เป็นละคร; **a television/stage ~:** การแปลงเรื่องเป็นละครโทรทัศน์/เวที; Ⓑ *(fig.)* การขยายเรื่องราวให้ใหญ่โตเกินจริง

dramatize /'dræmətaɪz/'แดรฺเมอะทายซฺ/ *v.t.* Ⓐ ปรับแปลง *(นิยาย, เหตุการณ์)* ให้เป็นละคร; Ⓑ *(fig.)* แต่งเติมเหตุการณ์ให้น่าตื่นเต้นเร้าใจ; *(emphasize)* ใส่สี, ใส่ไข่ *(ในการวิเคราะห์และนำเสนอ)*

drank ➡ **drink** 2, 3

drape /dreɪp/เดรฺพ/ ❶ *v.t.* Ⓐ *(cover, adorn)* **~ oneself/sb. in sth.** ตกแต่ง *หรือ* ประดับตนเอง/*ค.น.* ด้วย *ส.น.;* **~ an altar/walls with sth.** ห้อยหิ้ง/ผนังด้วย *ส.น.;* Ⓑ *(put loosely)* **~ sth. over/round sth.** ใช้ *ส.น.* คลุม/โอบรอบ *ส.น.;* Ⓒ *(rest casually)* ห้อย *(ขา);* โอบ; **she ~d her arms around his neck** เธอใช้แขนโอบคอเขาไว้

❷ *n.* Ⓐ *(cloth)* ผ้าจับจีบ, ผ้าที่ห้อยลงมา; Ⓑ *usu. in pl. (Amer.: curtain)* ผ้าม่าน

draper /'dreɪpə(r)/'เดรฺเพอะ(ร)/ *n.* ➤ **489** *(Brit.)* คนขายผ้า; **the ~'s [shop]** ร้านขายผ้า; ➡ **+ baker**

drapery /'dreɪpərɪ/'เดรฺเพอะริ/ *n.* Ⓐ *(Brit.: cloth)* ผ้า, ผ้าม่านเนื้อหนัก; Ⓑ *(Brit.: trade)* สินค้าผ้า, อาชีพขายผ้า; **~ shop** ร้านขายผ้า; Ⓒ *(arrangement of cloth)* การประดับตกแต่งด้วยผ้า; Ⓓ *(cloth artistically arranged)* ผ้าที่จับจีบสำหรับแขวนประดับ; Ⓔ *usu. in pl. (Amer.: curtain)* ผ้าม่าน

drastic /'dræstɪk/'แดรฺซติก/ *adj. (การเปลี่ยนแปลง)* ที่เข้มงวดและได้ผลจริง; *(มาตรการ)* เด็ดขาด; *(การขาดแคลน)* ที่อันตราย; **something ~ will have to be done** จะต้องใช้มาตรการเด็ดขาด

drastically /'dræstɪklɪ/'ดราซติคลิ/ *adv.* อย่างเข้มงวด, อย่างจริงจัง, อย่างเด็ดขาด; **be ~ in need of sth.** ต้องการ *ส.น.* อย่างจริงจัง

drat /dræt/แดรฺท/ *v.t. (coll.)* **~ [it]/him/the weather!** โธ่เอ๊ย!/ไอ้เวร!/อากาศเจ้ากรรม!

dratted /'drætɪd/'แดรฺทิด/ *adj. (coll.)* เฮงซวย, ห่วย

draught /drɑːft, US dræft/ดราฟทฺ, แดรฺฟทฺ/ *n.* Ⓐ *(of air)* กระแสลม, ลม; **where is the ~ coming from?** ลมพัดมาจากไหนนะ; **be [sitting] in a ~:** [นั่ง] ในที่มีลมโกรก; **there's a ~ [in here]** [ในนี้] มีลมโกรกเข้ามา; **feel the ~** *(fig. coll.)* มีปัญหา *(โดยเฉพาะทางการเงิน);* Ⓑ **[beer] on ~** [เบียร์] สด; Ⓒ *(swallowing) (act)* การดื่มรวดเดียว; *(amount)* ปริมาณที่ดื่มรวดเดียวได้หมด; Ⓓ *(Naut.)* ระดับความลึกของน้ำเพื่อที่เรือจะลอยลำได้

draught: ~ animal *n.* สัตว์ที่ใช้ลากสัมภาระ; **~ 'beer** *n.* เบียร์สด; **~ board** *n. (Brit.)* กระดานหมากฮอส; **~ excluder** *n.* อุปกรณ์กันลมเข้า; **~horse** *n.* ม้าลากสัมภาระ, ม้าต่าง; **~proof** ❶ *adj.* ที่กันลมเข้า ❷ *v.t.* ติดที่กันลมเข้า, ทำให้ลมเข้าไม่ได้

draughts /drɑːfts, US dræfts/ดราฟทฺซฺ, แดรฺฟทฺซฺ/ *n., no pl. (Brit.)* เกมหมากฮอส; **have a game of ~:** เล่นหมากฮอสหนึ่งเกม; **play ~:** เล่นหมากฮอส

draughtsman /ˈdrɑːftsmən, US ˈdræft-/ ˈดราฟทฺซฺเมิน, ˈแดรฺฟ-/ *n., pl.* **draughtsmen** *(Brit.)* Ⓐ ➤ 489 คนเขียนแบบผัง; Ⓑ *(in game)* ตัวเบี้ยในเกมหมากฮอส

draughtsmanship /ˈdrɑːftsmənʃɪp, US ˈdræft-/ˈดราฟทฺซฺเมินชิพ, ˈแดรฺฟทฺ-/ *n. (art and practice)* ศิลปะและการฝึกฝนวาดเส้น; *(skill)* ความชำนาญในการวาดเส้น

draughty /ˈdrɑːftɪ, US ˈdræftɪ/ดราฟทิ, ˈแดรฺฟทิ/ *adj.* มีลมพัดผ่าน, มีลมโกรกแรง

Dravidian /drəˈvɪdɪən/ดราˈวิเดียน/ *(Ethnol.)* ❶ *adj.* แห่งชาวทราวิฑ *หรือ* ภาษาทราวิฑ ❷ *n.* Ⓐ *(person)* ชนชาติทราวิฑ *(ในตระกูลออสตราลอยด์ อาศัยอยู่ในอินเดียตอนใต้และบางส่วนของประเทศศรีลังกา)*; Ⓑ *(language)* *ภาษาตระกูลหนึ่งใช้กันมากในอินเดียตอนใต้*

draw /drɔː/ดรอ/ ❶ *v.t.,* **drew** /druː/ดรู/, **drawn** /drɔːn/ดรอน/ Ⓐ *(pull)* ดึง *(ธนู, ก๊อก)*; ลาก *(อวน, แห)*; รูด *(ม่าน)*; **~ the curtains/blinds** *(open)* เปิดม่าน/มู่ลี่; *(close)* รูดม่าน/ปิดมู่ลี่; **~ the bolt** *(fasten)* ขันสลัก; *(unfasten)* ถอดสลัก; **~ sth. towards one** ดึง/ลาก *ส.น.* เข้าหาตัว; Ⓑ *(attract, take in)* ดึงดูด *(ฝูงชน, ผู้ชม)*; สูด *(อากาศ)*; **all eyes were ~n to him** ดวงตาของทุกคนหันขวับมามองเขา; **~ the fresh air into one's lungs** สูดอากาศบริสุทธิ์เข้าปอด; **~ criticism upon oneself** ทำให้ตนเองถูกวิจารณ์; **be ~n to sb./feel ~n to sb.** รู้สึกสนใจ *ค.น.*; **~ sb. into sth.** ดึง *ค.น.* เข้าไปมีส่วนร่วมกับ *ส.น.*; **he refused to be ~n** *(be provoked)* เขาไม่ยอมให้ใครมายั่วได้; **~ sb. out of himself** ทำให้ *ค.น.* กล้าพูดกล้าแสดงออก; **~ the enemy's/***(fig.)* **sb.'s fire** ทำเป็นเป้าให้ศัตรูยิง/ยอมรับความโกรธ *หรือ* คำวิจารณ์แทนผู้อื่น *หรือ* ทำตัวเป็นหนังหน้าไฟ; Ⓒ *(take out)* ถอน *(เงิน)*; ชัก *(อาวุธ)*; ดึงออก; **~ money from the bank/one's account** ถอนเงินออกจากธนาคาร/บัญชี; **~ a pistol on sb.** ชักปืนจ้อง *ค.น.*; **~ the cork from the bottle** ดึงจุกก๊อกออกจากขวด, เปิดขวด; **~ water from a well** สาวถังน้ำขึ้นจากบ่อ; **~ beer from a barrel** ไขเบียร์จากถังเก็บ; ➡ + **blood** 1 A; **~ trumps** ได้ไพ่ที่แต้มสูงสุด; **~ cards from a pack** จั่วไพ่จากสำรับ; Ⓓ *(derive, elicit)* ได้, ดึงจาก, เรียกร้อง *(คำตอบ)*; **~ an example from a book** ดึงตัวอย่างมาจากหนังสือ; **~ a response from sb.** เรียกร้องคำตอบจาก *ค.น.*; *(interested)* ได้รับความสนใจจาก *ค.น.*; **~ comfort/sustenance from sth.** ได้รับความสบายใจ/คุณประโยชน์จาก *ส.น.*; **~ reassurance/encouragement from sth.** ได้รับการยืนยัน/การสนับสนุนจาก *ส.น.*; **~ inspiration from sth.** ได้แรงบันดาลใจจาก *ส.น.*; **~ applause/a smile [from sb.]** เรียกเสียงปรบมือ/รอยยิ้ม [จาก *ค.น.*] ได้; ➡ + **conclusion** D; Ⓔ *(get as one's due)* ได้รับตามที่สมควรจะได้รับ; Ⓕ *(select at random)* **~ [straws]** จับไม้สั้นไม้ยาว; **~ [for partners]** จับฉลากเลือก [ผู้ร่วมทีม]; **Italy has been ~n against Spain in the World Cup** อิตาลีถูกจับฉลากเป็นคู่แข่งกับสเปนในการแข่งขันฟุตบอลโลก; **~ a winner** จับฉลากผู้ชนะ; Ⓖ *(trace)* ขีดแนว; วาด *(ภาพ)*; *(fig.: represent in words)* อธิบาย, วาดภาพ; **do you ~?** คุณวาดภาพเก่งไหม; **~ the line at sth.** *(fig.)* ถึงจุดใดจุดหนึ่งที่ไม่ยอมทำต่อ; **the line has to be ~n somewhere** *or* **at some point** *(fig.)* ต้องกำหนดขอบเขตไว้เสียที่ใดที่หนึ่ง; **it's difficult to ~ the line** *(fig.)* มันยากที่จะขีดเส้น; Ⓗ *(Commerc.: write out)* เขียน *(เช็ค)*; **~ a cheque on one's bank for £100** เขียนเช็คสั่งจ่ายเงินจำนวน 100 ปอนด์; Ⓘ *(formulate)* แสดงการเปรียบเทียบ; ➡ + **distinction** B; Ⓙ *(end with neither side winner)* เสมอกัน; **the match was ~n** ผลการแข่งขันเสมอกัน; **they drew three-all** คู่แข่งขันเสมอกันสามต่อสาม; Ⓚ *(disembowel)* ควักไส้ *(ไก่, ปลา)*; Ⓛ *(extend)* ยืด *(เวลา)*; ดึง *(ลวด)*; **long ~n death agony** ความทุกข์ทรมานยืดเยื้อก่อนตาย; Ⓜ *(Naut.)* **~ 3m. [of water]** *(เรือ)* กินน้ำลึก 3 เมตร; Ⓝ *(Hunting)* **~ a covert** ตามกลิ่นเพื่อล่าสัตว์; ➡ + **blank** 2 C; **hang** 1 F; **lot** G

❷ *v.i.,* **drew, drawn** Ⓐ *(make one's way, move)* *(คน)* เดินทาง; *(รถยนต์)* เคลื่อน; *(เครื่องบิน)* บิน; **~ into sth.** *(รถไฟ)* เคลื่อนเข้าสู่ *ส.น.*; **~ towards sth.** เคลื่อนเข้าหา *ส.น.*; **~ together** เดินทางเข้าหากัน; **~ closer together** ใกล้ชิดเข้ามา; **~ to an end** เข้าไปสู่จุดจบ; Ⓑ *(allow draught)* *(ไฟ)* ลุกแรง; **~ well/badly** มีลมโกรก/ไม่มีลมโกรก; Ⓒ *(infuse)* *(ชา)* ออกรส

❸ *n.* Ⓐ *(raffle)* การสอยดาว; *(for matches, contests)* การจับฉลาก; **be the luck of the ~** *(fig.)* ตามแต่โชคจะกำหนด; Ⓑ *([result of] drawn game)* การเสมอกัน; **end in a ~** จบลงด้วยการเสมอกัน; Ⓒ คน *หรือ* สิ่งที่ดึงดูดความสนใจ; Ⓓ **be quick/slow on the ~** ชักปืนไว/ไม่ไว; *(fig.)* คนที่เข้าใจเร็ว/ช้า, คนหัวไว/หัวทึบ; Ⓔ *(Amer.: in smoking)* การสูบเข้าไป *(บุหรี่, กล้องยาสูบ)*

~ **a'side** *v.t.* ดึงออกจากวง; **~ sb. aside** ดึง *ค.น.* ออกจากวง

~ **a'way** ❶ *v.i.* Ⓐ *(move ahead)* **~ away from sth./sb.** เคลื่อนออกห่างจาก *ส.น.*/ผละจาก *ค.น.*; Ⓑ *(set off)* เคลื่อนออก; Ⓒ *(recoil)* ถอยห่าง (**from** จาก) ❷ *v.t.* นำ *(ค.น.)* ออกมา; ดึง *(มือ)* ออกห่าง

~ **'back** ❶ *v.t.* ดึงกลับ, เปิด *(ม่าน)* ❷ *v.i.* ถดถอย; *(fig.)* ถอนตัว

~ **'in** ❶ *v.i.* Ⓐ *(move in and stop)* เคลื่อนเข้าจอด; **the car drew in to the side of the road** รถเคลื่อนเข้าจอดที่ขอบถนน; Ⓑ *(วันก่อนฤดูหนาว)* ค่อย ๆ สั้นลง; *(คืนในหน้าหนาว)* ยาวขึ้น ❷ *v.t. (fig.)* ดึงเข้าไปพัวพัน; **I refuse to be ~n in** ฉันไม่ยอมถูกดึงเข้าไปพัวพันด้วยหรอก

~ **'off** *v.t.* ไข *(เบียร์)* ออกจากถัง; ถอด *(เสื้อผ้า)*

~ **on** ❶ /ˈ-ˈ/ *v.i.* *(เวลา)* ล่วงไป; *(approach)* *(หน้าหนาว)* ใกล้เข้ามา ❷ *v.t.* Ⓐ ใส่ *(เสื้อผ้า)*; Ⓑ *(induce)* ดึงดูด; *(fig.)* ชักชวน; Ⓒ /ˈ--/ ใช้ *(ประสบการณ์)*; เบิก *(เงินสะสมไว้)*; **~ on sth.** ใช้ *ส.น.*; **you may ~ on my account** คุณจะเบิกเงินจากบัญชีของฉันก็ได้

~ **'out** ❶ *v.t. (extend)* ขยาย; ยืดเวลา; **long ~n out** ยืดเยื้อ ❷ *v.i.* Ⓐ เคลื่อนออก; **the train/bus drew out of the station** รถไฟ/รถประจำทางเคลื่อนออกจากสถานี; Ⓑ *(วันในฤดูใบไม้ผลิ)* ยาวขึ้น; *(คืน)* สั้นขึ้น

~ **'up** ❶ *v.t.* Ⓐ *(formulate)* คิด *(แผน)*; เขียน *(รายการ)*; กำหนด *(นโยบาย)*; Ⓑ ดึง, ลาก; **~ up a chair!** ขยับเก้าอี้เข้ามาซิ!; Ⓒ **~ oneself up [to one's full height]** ยืดตัว [เต็มที่]; Ⓓ ตั้งตำแหน่ง *(ทหาร)* ❷ *v.i.* *(รถ)* หยุด

~ **upon** ➡ ~ **on** 2 C

draw: ~**back** *n. (snag)* ข้อเสีย, ข้อด้อย, ปัญหา; ~**bridge** *n.* สะพานหกที่ชักขึ้นหรือลดลงได้

drawee /drɔːˈiː/ดรอˈอี/ *n. (Commerc.)* คนออกใบสั่งจ่ายเงิน, คนเขียนเช็ค

drawer /ˈdrɔːə(r)/ˈดรอ(ร)/ *n.* Ⓐ *(in furniture)* ลิ้นชัก; Ⓑ *(maker of drawings)* คนวาด/เขียนรูป *หรือ* แบบ; Ⓒ *(Commerc.)* คนที่นำเช็คไปขึ้นเงินสด; Ⓓ *in pl.* /drɔːz, ˈdrɔːəz/ ดรอซ ˈดรอเอิซ/ *(dated/joc.: underpants)* กางเกงชั้นใน; *(for women)* กางเกงชั้นในมีขายาวถึงเข่า

drawing /ˈdrɔːɪŋ/ˈดรออิง/ *n.* Ⓐ *(activity)* การเขียนรูป/ลายเส้น, การวาดรูป; **be good at ~** วาดรูปเก่ง; Ⓑ *(sketch)* ภาพเขียน, ภาพร่าง

drawing: ~**board** *n.* กระดานไขเขียนแบบ; **so it's back to the ~board, I'm afraid** ฉันเกรงว่าเราคงต้องกลับไปเริ่มต้นใหม่; ~ **office** *n.* สำนักงานเขียนแบบ; ~ **paper** *n.* กระดาษเขียนรูป; ~ **pin** *n. (Brit.)* เข็มหัวแบนสำหรับติดกระดาษกับบอร์ดหรือผนัง; ~ **room** *n.* ห้องนั่งเล่น, ห้องรับแขก

'drawknife *n.* มีดมีด้ามจับสองข้าง *(ใช้ขูดเกลาผิวไม้โดยดึงเข้าหาตัว)*

drawl /drɔːl/ดรอล/ ❶ *adj.* พูดยานคาง, พูดลากเสียง ❷ *v.t.* พูดออกมาอย่างช้า ๆ ❸ *n.* ลักษณะการพูดยานคาง; **speak with a ~** พูดแบบลากเสียง

drawn /drɔːn/ดรอน/ ❶ *p.p. of* **draw** ❷ *adj.* Ⓐ *(คน, หน้าตา)* ที่เหน็ดเหนื่อย, อ่อนเพลีย, วิตกกังวล; **look ~** *(from tiredness)* ดูเหนื่อย; *(from worries)* ดูกังวล; Ⓑ *(Sport)* เสมอกัน; **~ game** เกมเสมอกัน

'drawstring *n. (กางเกง, ถุง)* เชือกรูด

dray /dreɪ/เดร/ *n.* เกวียนขนของหนัก *(โดยเฉพาะถังเบียร์จากโรงต้ม)*

dread /dred/เดร็ด/ ❶ *v.t.* กลัว, กลัวสุดขีด, สยดสยอง, หวาดหวั่น; **the ~ed day/moment** วัน/ช่วงเวลาอันร้ายกาจ; **I ~ the moment when ...:** ฉันช่างกลัวเวลาที่จะ...; **I ~ to think [what may have happened]** ฉันไม่กล้าจะคิด [ถึงสิ่งที่อาจเกิดขึ้น]; **I ~ the thought of ...:** ฉันไม่กล้าคิดหรอกว่า... ❷ *n., no pl. (terror)* ความกลัว, ความสยดสยอง, ความร้ายกาจ; **be** *or* **live** *or* **stand in ~ of sth./sb.** กลัว *ส.น./ค.น.* ❸ *adj. (literary)* น่ากลัว, น่าสยดสยอง, ร้ายกาจ

dreadful /ˈdredfl/ˈเดร็ดฟ่ล/ *adj.* น่าสยดสยอง, น่ากลัว; *(coll.: very bad)* เลวมาก, แย่มาก; **I feel ~** *(unwell)* ฉันรู้สึกไม่สบายมาก; *(embarrassed)* อึดอัด, พะอืดพะอม

dreadfully /ˈdredfəlɪ/ˈเดร็ดเฟอะลิ/ *adv.* Ⓐ อย่างน่าสยดสยอง; *(coll.: very badly)* อย่างเหลือร้าย, อย่างแย่มาก ๆ; Ⓑ *(coll.: extremely)* มาก ๆ, สุด ๆ

dream /driːm/ดรีม/ ❶ *n.* Ⓐ ความฝัน; **sweet ~s!** ฝันดีนะ!; **have a ~ about sb./sth.** ฝันถึง *ค.น./ส.น.*; **I had a bad ~ last night** เมื่อคืนนี้ฉันฝันร้าย; **it was all a bad ~:** ทั้งหมดเหมือนฝันร้ายจริง ๆ; **in a ~:** ในความฝัน; **go/work like a ~** *(coll.)* ดำเนินไป/ทำงานได้ดีเยี่ยม; Ⓑ *(fig.: reverie)* **go** *or* **walk around/be/live in a [complete] ~:** อยู่ในโลกของความฝัน; Ⓒ *(ambition, vision)* ความใฝ่ฝัน, ความคิดฝัน; **have ~s of doing sth.** ใฝ่ฝันที่จะทำ *ส.น.*; **never in one's wildest ~s** ขนาดนึกฝันไปไม่ถึง, เกินฝัน; Ⓓ *(perfect person)* **~ [man/woman]** [ชาย/หญิง] ในฝัน, คู่ครองในอุดมคติ; *(perfect thing)* สิ่งของที่สวยงามเหมือนในฝัน; *attrib.* *(บ้าน, ชีวิต)* ในฝัน; ➡ + **wet dream**

❷ *v.i.* **~t** /dremt/เดร็มทฺ/ *or* **~ed** ฝัน; *(while awake)* นึกฝัน, ใฝ่ฝัน, จินตนาการเอา; **~ about** *or* **of sb./sth.** ฝันถึง *ค.น./ส.น.*; **~ of doing sth.**

d

dreamer | drill 276

(fig.) ใฝ่ฝันว่าจะทำ *ส.น.;* **he wouldn't ~ of doing it** *(fig.)* เขาไม่มีวันที่จะนึกจะทำเช่นนั้น ❸ *v.t., ~t or ~ed* ฝัน, นึกฝัน, หวัง; **she never** *or* **little ~t that she'd win** เธอไม่เคยนึกฝันเลยว่าจะชนะ *หรือ* เธอไม่กล้าฝันหรอกว่าจะชนะ

~ 'up *v.t.* คิดขึ้นมา, จินตนาการเอา

dreamer /ˈdri:mə(r)/ˈดรีมเมอะ(ร)/ *n. (in sleep)* คนที่กำลังฝัน; *(daydreamer)* คนชอบฝันกลางวัน, คนใจลอย

dreamily /ˈdri:mɪlɪ/ˈดรีมิลิ/ *adv.* อย่างเพ้อ ๆ, อย่างลาง ๆ, อย่างใจลอย

'dreamland /ˈdri:mlænd/ˈดรีมแลนดฺ/ *n.* โลกในความฝัน, เรื่องในจินตนาการ

dreamless /ˈdri:mlɪs/ˈดรีมลิซ/ *adj.* ไร้ความฝัน

dreamlike /ˈdri:mlaɪk/ˈดรีมเลค/ *adj.* ที่เหมือนฝัน

dreamt ➡ **dream** 2, 3

dreamy /ˈdri:mɪ/ˈดรีมิ/ *adj.* Ⓐ *(บุคคล)* ช่างฝัน, ใจลอย; Ⓑ *(dreamlike)* ลาง ๆ, เหมือนในฝัน; Ⓒ *(coll.: delightful)* นุ่มนวล, ชวนให้เคลิบเคลิ้ม

'dreamy-eyed *adj. (ผู้หญิง, คนหลงรัก)* ตาลอย, ตาเคลิบเคลิ้ม

drearily /ˈdrɪərɪlɪ/ˈเดรียริลิ/ *adv.* ➡ **dreary:** อย่างเศร้าหมอง, อย่างน่าเบื่อ

dreary /ˈdrɪərɪ/ˈเดรียริ/ *adj. (เพลง, ทิวทัศน์)* ชวนเศร้า, ทำให้หดหู่, น่าเบื่อ

dredge /dredʒ/เดร็จ/ *v.t.* ขุด, ลอก *(คลอง); (fig.)* ขุดคุ้ย; **~ up** *(fig.)* ขุดคุ้ย, ฟื้นฝอย *(เรื่องอื้อฉาว, เรื่องที่น่าขายหน้า)*

dredger /ˈdredʒə(r)/ˈเดร็จเจอะ(ร)/ *n.* เครื่องขุด *หรือ* ลอกคลอง; เรือขุด

dregs /dregz/เดร็กซฺ/ *n. pl.* Ⓐ ตะกอน; **drain one's glass to the ~:** ดื่มจนเหลือแต่ตะกอน, ดื่มจนหมดแก้ว; Ⓑ *(fig.)* กาก, เดน; **the ~ of society** เดนสังคม

drench /drentʃ/เดร็นฉฺ/ *v.t.* เปียกชุ่ม, เปียกโชก; **get completely ~ed, get ~ed to the skin** เปียกโชกไปทั้งตัว

drenching /ˈdrentʃɪŋ/ˈเดร็นฉิง/ ❶ *n.* **get a ~:** เปียกจนชุ่ม ❷ *adj.* **~ rain** ฝนโชกชุ่ม, ฝนตกหนัก

Dresden /ˈdrezdən/ˈเดร็ซเดิน/ *pr. n.* เมืองเดรสเด็นในประเทศเยอรมนี; **~ china** *or* **porcelain** เครื่องกระเบื้องที่ผลิตในเมืองเดรสเด็น

dress /dres/เดร็ซ/ ❶ *n.* Ⓐ *(woman's or girl's frock)* เสื้อกระโปรงติดกันเป็นชุด; Ⓑ *no pl. (clothing)* เครื่องแต่งกาย, เสื้อผ้า; **be in native/formal ~:** สวมใส่เครื่องแต่งกายพื้นเมือง/แต่งกายสุภาพตามระเบียบพิธีการ; **articles of ~** เครื่องแต่งกาย, เครื่องประดับ; Ⓒ *no pl. (manner of dressing)* การแต่งกาย; **she's rather slovenly in her ~:** เธอแต่งตัวค่อนข้างซอมซ่อไม่ได้ความ; Ⓓ *(external covering)* เสื้อผ้า; ➡ **+ evening ~; full ~; morning ~** ❷ *v.t.* Ⓐ *(clothe)* แต่งตัว, สวมใส่เสื้อผ้า; **be ~ed** แต่งตัวเรียบร้อยแล้ว; **be well ~ed** แต่งตัวดี; **the bride was ~ed in white** เจ้าสาวสวมชุดขาว; **get ~ed** แต่งตัว; Ⓑ *(provide clothes for)* จัดหาเสื้อผ้าให้, แต่งตัวให้; Ⓒ *(deck, adorn)* ตกแต่ง, ประดับประดา; *(เรือ)* ที่ตกแต่งด้วยธง ฯลฯ; Ⓓ *(arrange)* แต่ง *(ผม)*; Ⓔ *(Med.)* แต่งแผล, ทำแผล; Ⓕ *(Cookery)* จัดเตรียมไว้พร้อม *(สำหรับการเสิร์ฟ)*; ราดน้ำ *(สลัด)*; Ⓖ *(treat, prepare)* แต่งให้เรียบร้อย; *(put finish on)* เคลือบผิว, ขัดแต่ง *(ไม้, หิน)*; ตกแต่งขั้นสุดท้าย; ฟอก *(หนัง)*; Ⓗ *(Mil.)* **~ ranks** จัดแถว; Ⓘ *(Agric.: manure)* หมักปุ๋ย ❸ *v.i. (wear clothes)* แต่ง, สวมใส่เสื้อผ้า; *(get dressed)* แต่งตัว; **I like to ~ in dark colours** ฉันชอบใส่เสื้อผ้าสีเข้ม; **~ for dinner** แต่งตัวสำหรับอาหารเย็น

~ 'down *v.t. (fig.)* ดุ, ตำหนิ, ฉีกหน้า

~ 'up ❶ *v.t.* Ⓐ *(in formal clothes)* แต่งตัวเต็มที่, แต่งองค์ทรงเครื่อง; **sb. is all ~ed up and nowhere to go** *(fig.)* ค.น. เป็นแม่สายบัวแต่งตัวเก้อ; Ⓑ *(disguise)* แปลงโฉม, จัดฉาก; *(elaborately as a game)* แต่งเป็น..., ใส่ชุดแฟนซี; Ⓒ *(smarten)* ทำให้ดูดีขึ้น, ปรับปรุงรูปลักษณ์ ❷ *v.i.* Ⓐ *(wear formal clothes)* แต่งกายตามระเบียบพิธีหรืออย่างเต็มยศ; Ⓑ *(disguise oneself)* ปลอมตัว, แปลงกาย; *(elaborately as a game)* แต่งเป็น..., ใส่ชุดแฟนซี

dressage /ˈdresɑ:ʒ/ˈเดร็ซซาฌ/ *n.* การฝึกม้าให้ทำตามคำสั่งผู้ขี่, การแสดงการบังคับม้า

dress: ~ circle *n. (Theatre)* ที่นั่งชั้นลอยในโรงมหรสพ; **~ coat** *n.* เสื้อราตรีหางยาวสีดำ; **~-conscious** *adj.* สนใจเรื่องเครื่องแต่งกายอย่างมาก; **~ designer** *n.* นักออกแบบเสื้อผ้าเครื่องแต่งกาย

¹dresser /ˈdresə(r)/ˈเดร็ซเซอะ(ร)/ *n.* Ⓐ *(sideboard)* ตู้เก็บจานชามในครัวหรือห้องทานข้าว; Ⓑ *(Amer.)* ➡ **dressing table**

²dresser *n.* Ⓐ **he's a careless/elegant/tasteful ~** เขาไม่ใส่ใจในเรื่องแต่งตัว/เขาเป็นคนแต่งตัวเท่/มีรสนิยม; Ⓑ ➤ **489** *(Theatre)* คนที่ช่วยแต่งตัวให้นักแสดง; Ⓒ ➤ **489** *(Med.)* ผู้ช่วยศัลยแพทย์ในระหว่างการผ่าตัด

dressing /ˈdresɪŋ/ˈเดร็ซซิง/ *n.* Ⓐ *no pl.* การแต่งตัว; Ⓑ *(Cookery)* น้ำสลัด; Ⓒ *(Med.)* อุปกรณ์ทำแผล, ยาใส่แผล; Ⓓ *(Agric.)* ปุ๋ยหมัก

dressing: ~-case *n.* กระเป๋าใส่ของใช้ส่วนตัวเวลาเดินทาง, กระเป๋าเครื่องสำอาง; **~ 'down** *n.* **give sb. a ~ down** ด่า *ค.น.;* **get a ~ down** ถูกด่า; **~ gown** *n.* เสื้อคลุม; **~ room** *n.* Ⓐ *(of actor or actress)* ห้องแต่งตัวของนักแสดง; Ⓑ *(for games players)* ห้องเปลี่ยนเสื้อผ้า; Ⓒ *(in house)* ห้องแต่งตัว; **~ table** *n.* โต๊ะเครื่องแป้ง

dress: ~ length *n.* ผ้าชิ้นพอที่จะตัดกระโปรงหนึ่งชุด; **~maker** *n.* ➤ **489** ช่างตัดเสื้อผ้าผู้หญิง; **~making** *n.* การตัดเย็บเสื้อผ้าผู้หญิง; **~ rehearsal** *n. (lit. or fig.)* การซ้อมใหญ่; **~ sense** *n.* **she hasn't much ~ sense** เธอไม่ค่อยมีรสนิยมในการแต่งกายเท่าไร; **~ 'shirt** *n.* เสื้อเชิ้ตที่ใส่กับชุดราตรี; **~ shop** *n.* ร้านขายเสื้อผ้า; **~ 'suit** *n.* ชุดราตรีผู้ชาย; **~ uniform** *n. (Mil.)* เครื่องแต่งกายเต็มยศที่นายทหารใส่ในงานพิธี

dressy /ˈdresɪ/ˈเดร็ซซิ/ *adj.* Ⓐ **be ~** *(บุคคล)* ที่แต่งตัวทันสมัยตลอด; Ⓑ *(smart)* โก้เก๋, โก้; Ⓒ *(grand, formal)* สง่า, หรูหรา, วิจิตรบรรจง, เต็มยศ

drew ➡ **draw** 1, 2

dribble /ˈdrɪbl/ˈดริบ'ล/ ❶ *v.i.* Ⓐ *(trickle)* หยด *หรือ* ไหลเป็นทางบาง ๆ; Ⓑ *(slobber)* *(เด็ก)* น้ำลายไหล; Ⓒ *(Sport)* เลี้ยงลูกบอล ❷ *v.t.* Ⓐ *(เด็ก)* ที่มีน้ำลายไหล; Ⓑ *(Sport)* เลี้ยง *(ลูกบอล)* ❸ *n. (trickle)* การหยดของน้ำ *หรือ* การไหลเป็นทางบาง ๆ

driblet /ˈdrɪblɪt/ˈดริบลิท/ *n.* การหยด *หรือ* การไหลเป็นทางเล็ก ๆ; **in** *or* **by ~s** หยดในจำนวนน้อยนิด

dribs /drɪbz/ดริบซฺ/ *n. pl.* **~ and drabs** จำนวนเล็กน้อยกะปริบกะปรอย; **in ~ and drabs** ด้วยจำนวนเล็กน้อยกะปริบกะปรอย

dried /draɪd/ดรายดฺ/ *adj.* แห้ง, ตาก; **~ fruit[s]** ผลไม้แห้ง *หรือ* ตาก; **~ milk/egg/meat** นมผง/ไข่ผง/เนื้อตากแห้ง

¹drier ➡ **dry** 1

²drier /ˈdraɪə(r)/ˈดรายเออะ(ร)/ *n. (for hair)* เครื่องเป่าผม; *(hand-held)* เครื่องเป่าผมขนาดมือถือ; *(for laundry)* เครื่องอบผ้า

driest ➡ **dry** 1

drift /drɪft/ดริฟทฺ/ ❶ *n.* Ⓐ *(flow, steady movement)* การไหล *หรือ* เคลื่อนที่ช้า *(ของน้ำ, หิมะ)*; Ⓑ *(fig.: trend, shift, tendency)* กระแส, แนวโน้ม; Ⓒ *(flow of air or water)* กระแส; **the North Atlantic D~:** กระแสน้ำแอตแลนติกตอนเหนือ; Ⓓ *(Naut., Aeronaut.: deviation from course)* การเบี่ยงเบนออกจากเส้นทาง; Ⓔ *(Motor Veh.: controlled slide)* การลื่นไถลที่ควบคุมไว้; Ⓕ *(wind-propelled mass) (of snow or sand)* การถูกพัดมาเป็นกอง; *(of leaves)* ใบไม้ที่ปลิวมารวมเป็นกอง; Ⓖ *(fig.: gist, import)* ความหมาย, ขอบเขตเนื้อหา; **get** *or* **catch the ~ of sth.** เข้าใจจุดมุ่งหมาย *หรือ* ความหมายของ *ส.น.;* **I don't get your ~:** ฉันไม่เข้าใจที่เธอพูดมา; Ⓗ *(Geol.: deposits)* วัสดุหรือวัตถุที่ *(ลม, น้ำ, น้ำแข็ง)* พามารวมกัน; **glacial ~:** วัสดุ *(หิน, ดิน)* ที่ภูเขาน้ำแข็งผลักดันมารวมตรงปลายธารน้ำแข็ง ❷ *v.i.* Ⓐ *(be borne by current; fig.: move passively or aimlessly)* ถูกพัดพามา, ลอยไปมาตามกระแส; *(เมฆ)* ลอยไปมา; **~ out to sea** โดนกระแสน้ำพาไปกลางทะเล; **come ~ing along** ถูกพัดมา/ลอยมา; **the mist ~ed away** หมอกถูกปลิวหายไป; **the smoke ~ed to the east** ควันค่อยปลิว *หรือ* ลอยไปทางทิศตะวันออก; **his thoughts ~ed** ความคิดของเขาล่องลอยไปมา; **~ off course** ถูกพัดพาออกไปนอกเส้นทาง; **let things ~:** ปล่อยให้สิ่งต่าง ๆ ล่องลอยไปอย่างไม่มีจุดหมาย; **~ along** *(fig.)* ไปเรื่อย ๆ อย่างไร้จุดหมาย; **~ into crime** ถูกชักนำไปสู่อาชญากรรม; **~ into unconsciousness** ค่อย ๆ หมดสติ; **months ~ed by** เดือน ๆ ก็ผ่านไปเรื่อย ๆ; Ⓑ *(coll.: come or go casually)* **~ in** เข้ามา *(โดยไม่มีเหตุผล)*; Ⓒ *(form ~s)* กองทับถมกันขึ้นมา; **~ing sand** ทรายที่ถูกพัดมาทับถมกันเป็นภูเขาทราย

~ a'part *v.i.* ห่างออกไป; *(in marriage)* *(คู่สามีภรรยา)* เหินห่างกัน

drifter /ˈdrɪftə(r)/ˈดริฟเทอะ(ร)/ *n.* Ⓐ *(Naut.)* เรือลำเล็กใช้ลากตาข่ายดักปลา; Ⓑ *(person)* คนเร่ร่อน; *(vagrant)* คนพเนจร; **be a ~:** เป็นคนเร่ร่อน

drift: ~ ice *n.* น้ำแข็งที่ถูกกระแสน้ำพัดพามารวมกันเป็นก้อนใหญ่ ๆ; **~ net** *n.* อวนดักปลาแฮริ่ง ซึ่งปล่อยให้น้ำพัดไปมาหรือขึ้นลงตามระดับน้ำ; **~wood** *n.* เศษไม้ที่ลอยมาตามกระแสน้ำ

¹drill /drɪl/ดริล/ ❶ *n.* Ⓐ *(tool)* สว่านเจาะ; *(Dent.)* อุปกรณ์กรอฟันของทันตแพทย์; *(Metalw.)* สว่านเจาะเหล็ก; *(Carpentry, Building)* สว่าน; Ⓑ *(Mil.: training)* การฝึกทหาร; Ⓒ *(Educ.; also fig.)* แบบฝึกหัด *หรือ* หน้าที่ประจำที่ต้องทำ; **lifeboat ~:** การฝึกซ้อมเอาเรือนิรภัยออก; Ⓓ *(Brit. coll.: agreed procedure)* หลักปฏิบัติ; **know the ~:** รู้หลักปฏิบัติ; **what's the ~?** มีหลักปฏิบัติอย่างไรบ้าง ❷ *v.t.* Ⓐ *(bore)* เจาะรู *(ในเนื้อไม้, เหล็ก)*; เจาะ *(ฟัน)*; **~ sth.** *(right through)* เจาะจนทะลุ; Ⓑ *(Educ.; also fig.)* **~ sb. in sth., ~ sth. into sb.** ปลูกฝังหลักการเกี่ยวกับ *ส.น.* ให้กับ *ค.น.* *หรือ* ฝึกหัด *ค.น.* ใน *ส.น.* ❸ *v.i.* Ⓐ *(bore)* เจาะรูลงไป (**for** สำหรับ);

277 **drill | driven**

~ deep/50 ft. into the ground เจาะลึกลงไป/เจาะลงไปในดินห้าสิบฟุต; **finish ~ing** เจาะเสร็จแล้ว; **~ down a long way** เจาะลงไปลึกมาก; **~ through sth.** เจาะทะลุ *ส.น.*; Ⓒ *(Mil.)* มีการฝึกทหาร

²drill *n. (Agric.)* Ⓐ *(furrow)* ร่องดินที่ถูกไถ; Ⓑ *(machine) เครื่องขุดหลุมยกร่องพรวนดินและกลบเมล็ดพืชที่หยอดไว้ในดิน*

³drill *n. (Textiles)* ผ้าฝ้ายหรือผ้าลินินเนื้อหยาบ

drill: **~ bit** *n.* ดอกสว่าน; **~ chuck** *n.* อุปกรณ์ที่ใช้จับหรือยึดสว่านไว้เวลาใช้งาน; **~ core** *n.* ดินที่ได้มาจากสว่านที่มีหัวโปร่ง

drilling /ˈdrɪlɪŋ/ˈดริลลิง/: **~ platform** *n.* แท่นขุดเจาะน้ำมัน; **~ rig** *n.* ฐานขุดเจาะน้ำมัน; *(in offshore ~)* ฐานขุดเจาะบ่อน้ำมันนอกชายฝั่ง

drily /ˈdraɪlɪ/ˈดรายลิ/ ➡ **dryly**

drink /drɪŋk/ดริงคฺ/ ❶ *n.* Ⓐ *(type of liquid)* เครื่องดื่ม; *(class of liquids)* เครื่องดื่มชนิดต่าง ๆ; **many different sorts of ~s** เครื่องดื่มชนิดต่าง ๆ มากมาย; Ⓑ *(quantity of liquid)* ปริมาณของเครื่องดื่ม; **have a ~:** ดื่มอะไรสักหน่อย; **would you like a ~ of milk?** ดื่มนมสักหน่อยมั้ย; **take a long ~ from sth.** ดื่ม *ส.น.* อึกใหญ่; **give sb. a ~ [of fruit juice]** ให้ *ค.น.* ดื่ม [น้ำผลไม้]; Ⓒ *(glass of alcoholic liquor)* เหล้าหนึ่งแก้ว; **have a ~** ดื่มเหล้าหนึ่งแก้ว; **let's have a ~!** เรามาดื่มอะไรกันหน่อยซิ; **she likes a ~ now and then** เธอดื่มเหล้าเป็นครั้งคราว; **I think we all need a ~!** ฉันว่าพวกเราทุกคนน่าจะดื่มกันคนละแก้ว; **he has had a few ~s** เขาดื่มไปสามสี่แก้วแล้ว; Ⓓ *no. pl., no art. (intoxicating liquor)* เหล้า, สุรา; **[strong] ~** เครื่องดื่มที่แรง/จัด; **in ~, the worse for ~** เมา; **take to ~** เริ่มกินเหล้าหนัก/จัด; **~ was his ruin** เขาเสียคนเพราะกินเหล้าจัด; **the ~ problem** ปัญหาการติดสุรา/เหล้า; **have a ~ problem** มีปัญหาเรื่องเหล้า; **drive sb. to ~** ทรมาน *ค.น.* จนเขาต้องกินเหล้า; Ⓔ *(coll.: sea)* **the drink** ทะเล

❷ *v.t.*, **drank** /dræŋk/แดรงคฺ/, **drunk** /drʌŋk/ดรังคฺ/ Ⓐ ดื่ม *(นม, กาแฟ, เหล้า)*; **~ down** *or* **off [in one gulp]** ดื่มหมดแก้วรวดเดียว; Ⓑ *(absorb) (ผ้า, ต้นไม้)* ซึมซับ, ดูด; **the car ~s petrol** *(fig.)* รถคันนี้กินน้ำมันมาก; Ⓒ **~ oneself to death** ดื่มเหล้าจนตาย; **~ sb. under the table** ดื่มจัดจนคู่ดื่มเมาสลบไปเลย

❸ *v.i.*, **drank, drunk** ดื่ม; **~ from a bottle** ดื่มจากขวด; **~ of sth.** *(literary)* ดื่ม *ส.น.*; **~[ing and] driving** การขับรถขณะเมา; **~ and drive** ขับรถขณะเมา; **~ to sb./sth.** ดื่มอวยพร *ค.น./ส.น.*; **I'll ~ to that** *(coll.)* ฉันเห็นด้วยร้อยเปอร์เซ็นต์; ➡ **+ fish** 1 A

~ 'in *v.t.* Ⓐ *(readily take in)* รับฟังไป, ตั้งใจฟัง; *(ต้นไม้)* ดูด *(น้ำ)* ขึ้นไป; Ⓑ *(absorb eagerly)* ซึมซับเข้าไป, รับรู้อย่างกระหายใคร่รู้

~ 'up *v.t. & i.* ดื่มจนหมด; *(ต้นไม้)* ดูด *(น้ำ)* เข้าไปหมด

drinkable /ˈdrɪŋkəbl/ˈดริงเคอะบ'ล/ *adj.* Ⓐ *(suitable for drinking)* เหมาะสมที่จะดื่ม, ใช้ดื่มได้; Ⓑ *(pleasant to drink) (เหล้าองุ่น)* น่าดื่ม

'drink-driving การขับรถขณะที่เมา; **~ offence** คดีการขับรถขณะเมา

drinker /ˈdrɪŋkə(r)/ˈดริงเคอะ(ร)/ *n.* นักดื่มเหล้า

drinkie /ˈdrɪŋkɪ/ˈดริงคิ/ *n. (coll.)* เครื่องดื่มที่เป็นเหล้า; **have ~s** ดื่มเหล้า

drinking /ˈdrɪŋkɪŋ/ˈดริงคิง/: **~ bout** *n.* การดื่มเหล้ากันอย่างเต็มที่; **~ fountain** *n.* แท่นน้ำพุสาธารณะสำหรับดื่ม; **~ glass** *n.* แก้วน้ำ; **~ song** *n.* เพลงที่ร้องกันในวงเหล้า; **~-'up time** *n. (Brit.) สิบนาทีสุดท้ายก่อนปิดผับ ซึ่งลูกค้าจะต้องรีบดื่มให้หมด*; **~ vessel** ➡ **vessel** A; **~ water** *n.* น้ำดื่ม

drip /drɪp/ดริพ/ ❶ *v.i.*, **-pp-** Ⓐ หยด; *(overflow in drops)* ชุ่มโชกจนบิดได้; **be ~ping with water/moisture** เปียกโชกไปหมด; **the windows were ~ping with condensation** หน้าต่างมีหยดน้ำที่กลั่นตัวจากไอน้ำเกาะเต็มไปหมด; **~ off/down sth.** น้ำหยดจาก *ส.น.*/น้ำหยดลงมาจาก *ส.น.*; Ⓑ *(fig.)* **be ~ping with** เต็มไปด้วย *(ความอ่อนหวาน)*; พราวไปด้วย *(เพชรพลอย)* ❷ *v.t.*, **-pp-** หยดออกมา ❸ *n.* Ⓐ *(act)* การหยด; Ⓑ *(liquid)* หยด; Ⓒ *(Med.)* การให้น้ำเกลือ; **the patient was on a ~:** คนป่วยได้รับการให้น้ำเกลือ; Ⓓ *(coll.: feeble, spineless person)* คนจืดชืดไม่มีน้ำยา

drip: **~-dry** *(Textiles)* ❶ /-'-/ *v.i. (ผ้า)* ซักแล้วแขวนให้แห้งและไม่ต้องรีด ❷ /'--/ *adj.* สามารถซักแล้วแขวนให้แห้งโดยไม่ต้องรีด; **~-feed** *v.t. (Med.)* ให้อาหารเป็นหยดผ่านทางสายยาง เช่น เกลือ, น้ำตาล ฯลฯ

dripping /ˈdrɪpɪŋ/ˈดริพพิง/ ❶ *adj.* เปียกชุ่มโชก; **~ bathing costumes** ชุดว่ายน้ำที่เปียกโชก ❷ *adv.* **~ wet** เปียกชุ่มโชก ❸ *n.* Ⓐ หยดน้ำ; Ⓑ *(Cookery)* ไขมันที่เหลือจากเนื้อย่าง; **bread and ~** ขนมปังทาไขมันดังกล่าว

drive /draɪv/ดรายว/ ❶ *n.* Ⓐ *(trip)* การขับรถยนต์, การขับรถเที่ยว; **take sb. for a ~:** พา *ค.น.* นั่งรถยนต์เที่ยว; Ⓑ *(distance travelled)* ระยะทางที่ขับ; **a ~ of 40 kilometres, a 40-kilometre ~:** การขับรถไป 40 กิโลเมตร; **a nine-hour ~, a ~ of nine hours** การขับรถ 9 ชั่วโมง; **with an hour's ~ of sth.** อยู่ห่างหนึ่งชั่วโมงทางรถ/ถ้าขับรถ; **be an hour's ~ from sth.** อยู่ห่างจาก *ส.น.* หนึ่งชั่วโมงโดยรถยนต์; **have a long ~ to work** ต้องขับรถไปทำงานเป็นเวลานาน; Ⓒ *(street)* ถนน; Ⓓ *(private road)* ถนนส่วนบุคคล; *(entrance to a building)* ทางเข้าตึก; Ⓔ *(energy to achieve)* แรงบันดาลใจสูง, ความทะเยอทะยาน; **a sales man with ~:** พนักงานขายซึ่งต้องการที่จะสำเร็จ; Ⓕ *(Commerc., Polit., etc.: vigorous campaign)* การรณรงค์ดุเดือด; **exports/sales/recruiting/charity ~:** การผลักดันการส่งออก/การขาย/การจัดหากำลังคน/การกุศล; Ⓖ *(Mil.: offensive)* การรุก; Ⓗ *(Psych.)* แรงกระตุ้นใต้จิตสำนึกที่จะบรรลุ *ส.น.*; Ⓘ *(Motor Veh.: position of steering-wheel)* **left-hand/right-hand ~:** พวงมาลัยซ้าย/พวงมาลัยขวา; **be left-hand ~:** มีพวงมาลัยซ้าย; Ⓙ *(Motor Veh., Mech. Engin.: transmission of power)* ระบบการส่งพลังงาน/ระบบขับเคลื่อน; **belt/front-wheel/rear-wheel ~:** ระบบขับเคลื่อนด้วยสายพาน/ล้อหน้า/ล้อหลัง; **fluid ~:** การขับเคลื่อนพลังงานโดยของเหลว; Ⓚ *(Cards etc.)* **whist/bridge ~:** งานชุมนุมเพื่อเล่นไพ่วิสต์/ไพ่บริดจ์; Ⓛ *(Sport) (ในการเล่นคริกเกต, กอล์ฟ และเทนนิส)* การตีลูกอย่างแรง

❷ *v.t.*, **drove** /drəʊv/โดรฺว/, **driven** /ˈdrɪvn/ˈดริฺว'น/ Ⓐ ขับ, ขับขี่ *(รถยนต์, จักรยาน)*; ต้อน *(สัตว์)* **this is a nice car to ~/this car is easy to ~:** รถคันนี้น่าขับ/ขับง่าย; **~ a carriage** *or* **coach and four through** ทำลาย *(ข้อโต้เถียง)* อย่างง่ายดาย; Ⓑ *(as job)* **~ a lorry/train** รับจ้างขับรถบรรทุก/รถไฟ; Ⓒ *(compel to move)* ขับ, ผลัก, ไล่; **~ sb. out of** *or* **from a place/country** ผลักดัน *ค.น.* ออกจากที่แห่งหนึ่ง/ประเทศ; **~ sb. out of** *or* **from the house** ไล่ *ค.น.* ออกจากบ้าน; Ⓓ *(chase, urge on)* ไล่, ต้อน *(วัว, สัตว์ล่า)*; Ⓔ *(fig.)* **~ sb. to sth.** ผลักดัน *ค.น.* ไปสู่ *ส.น.*; **~ sb. to do sth.** *or* **into doing sth.** ผลักดัน *ค.น.* ให้ทำ *ส.น.*; **~ sb. to suicide** กดดัน *ค.น.* จนเขาฆ่าตัวตาย; **~ sb. out of his mind** *or* **wits** กวน *ค.น.* จนเขาเกือบจะเสียสติ; Ⓕ *(น้ำ, ลม)* ไหล, พัดพา; **be ~n off course** ถูกพัดพาไปนอกเส้นทาง; Ⓖ *(cause to penetrate)* **~ sth. into sth.** ตอก *ส.น.* ทะลุเข้าไปใน *ส.น.*; **~ sth. into sb.'s head** *(fig.)* พยายามสุดความสามารถให้ *ค.น.* เข้าใจ *ส.น.*; Ⓗ *(power)* เป็นพลัง, กำลังงาน; **be steam ~n** *or* **~n by steam** ใช้พลังไอน้ำในการขับเคลื่อน; **be ~n by electricity** ใช้พลังไฟฟ้า; Ⓘ *(incite to action)* ผลักดัน; **he was hard ~n** เขาถูกแรงผลักดันอย่างหนัก; **be ~n by ambition** ถูกกระตุ้นโดยความทะเยอทะยาน; Ⓙ *(overwork)* **~ oneself [too] hard** เข้มงวดกับตนเอง [มากเกินไป]; Ⓚ *(transact)* **~ a good bargain** ต่อรองเก่งมาก; ➡ **+ hard** 1 A

❸ *v.i.*, **drove, driven** Ⓐ *(conduct motor vehicle)* ขับรถยนต์; **in Great Britain we ~ on the left** ในสหราชอาณาจักรเราขับรถยนต์ด้านซ้าย; **he ~s to see her every weekend** เขาขับไปเยี่ยมเธอทุกเสาร์อาทิตย์; **~ at 30 m.p.h.** ขับรถยนต์ด้วยความเร็ว 30 ไมล์ต่อชั่วโมง; **learn to ~:** เรียนขับรถ; **can you ~?** คุณขับรถเป็นหรือเปล่า?; **~ past** ขับผ่าน; **~ into a bollard/the back of a lorry** ขับชนเสา/ท้ายรถบรรทุก; Ⓑ *(travel)* เดินทาง/ท่องเที่ยวโดยรถยนต์; Ⓒ *(rush, dash violently)* ไปอย่างรวดเร็ว; *(คลื่น)* ซัดแรง; **clouds were driving across the sky** เมฆลอยผ่านไปอย่างรวดเร็วในท้องฟ้า

~ at *v.t.* ค้นหา, ตั้งใจ; **what are you driving at?** คุณพยายามจะพูดอะไร *หรือ* คุณหมายความว่าอย่างไร

~ a'way ❶ *v.i.* ขับไป ❷ *v.t.* Ⓐ ขับออกไปไกล; *(chase away)* ไล่ไป; Ⓑ *(fig.)* กำจัด, ขับไล่ *(ความคิด)*

~ 'back *v.t. (force to retreat)* ผลักกลับ, ใช้กำลังบังคับให้ล่าถอยไป; **be ~n back on doing sth.** *(fig.)* จำยอมต้องทำ *ส.น.* ทั้ง ๆ ที่ไม่อยากทำ *หรือ* ไม่มีทางเลือกนอกจากกลับไปทำ *ส.น.*

~ 'off ❶ *v.i.* Ⓐ ขับออกไปไกล; Ⓑ *(Golf)* ตีลูกเปิดสนาม ❷ *v.t. (repel)* ตอบโต้ให้ถอยไป, บีบบังคับให้อยู่ห่าง ๆ

~ 'on ❶ *v.i.* ขับต่อไป ❷ *v.t. (impel)* ท้าทาย, ยั่วยุ, บังคับ (to ให้)

~ 'out *v.t.* Ⓐ ขับไล่ออกไป *(บุคคล, สุนัข, อากาศ)*; Ⓑ *(fig.)* ขับไล่ *(วิญญาณชั่วร้าย ฯลฯ)* ออกไป; กำจัด *(ความคิดไม่ดี)*

~ 'up ❶ *v.i.* ขับถึง; **she drove up to the starting line** เธอขับรถไปจนถึงเส้นเริ่มต้น ❷ *v.t.* ผลักดัน *(ราคา)* ให้สูงขึ้น

drive: **~ belt** *n. (Mech. Engin.)* สายพาน; **~-in** *adj. (ธนาคาร, โรงหนัง ฯลฯ)* ที่ขับรถเข้าไปได้และรับบริการในรถ; **~-in bank** ธนาคารที่สามารถรับบริการในรถ; **~-in cinema** *or (Amer.)* **movie [theater]** โรงภาพยนตร์กลางแจ้งที่สามารถชมจากรถได้

drivel /ˈdrɪvl/ˈดริฺว'ล/ ❶ *n.* เรื่องโง่เง่า, เรื่องเหลวไหลไร้สาระ; **talk ~:** พูดจาเหลวไหล ❷ *v.i., (Brit.)* **-ll-** Ⓐ *(talk stupidly)* พูดจาจี้เง่า; Ⓑ *(slaver)* ปล่อยให้น้ำลายไหล

driven ➡ **drive** 2, 3

d

d

'drive-on *adj.* ~ car ferry เรือข้ามฟากที่บรรทุกรถยนต์ข้ามไปได้

driver /ˈdraɪvə(r)/ˈดฺรายเวอะ(ร)/ *n.* Ⓐ คนขับรถ, พนักงานขับรถ; *(of locomotive)* พนักงานขับรถไฟ; *(of horse-drawn carriage)* คนขับรถม้า; **be in the ~'s seat** *(fig.)* อยู่ในตำแหน่งรับผิดชอบ; Ⓑ *(Golf)* ไม้ตีลูกกอล์ฟออกจากที *(ก.ศ.)*

driverless /ˈdraɪvəlɪs/ˈดฺรายเวอะ(ร)ลิซ/ *adj.* ไม่มีคนขับ, ไร้คนขับ

'driver's license *(Amer.)* ➡ **driving licence**

drive: ~shaft *n.* เพลาขับเฟือง; **~way** ➡ **drive** 1 D

driving /ˈdraɪvɪŋ/ˈดฺรายวิง/ ❶ *n., no pl.* การขับ *(ยานพาหนะต่าง ๆ)*; **his ~ is awful** เขาขับรถแย่มาก ❷ *adj.* Ⓐ **~ rain** ฝนที่ตกซู่ ๆ อย่างหนัก; Ⓑ *(fig.)* รุนแรง; **~ ambition** ความทะเยอทะยานที่รุนแรง

driving: ~ force แรงผลักดัน; **the ~ force behind sth.** แรงผลักดันหลัง *ส.น.*; **~ gloves** *n. pl.* ถุงมือขับรถ; **~ instructor** *n.* ➤ 489 ครูสอนขับรถยนต์; **~ lesson** *n.* ชั่วโมงสอนขับรถยนต์; **[take] ~ lessons** เรียนขับรถยนต์; **~ licence** *n.* ใบอนุญาตขับขี่รถยนต์, ใบขับขี่; **~ mirror** *n.* กระจกมองหลัง; **~ range** *n.* *(Golf)* สนามซ้อมตีลูกกอล์ฟในระยะไกล ๆ; **~ school** *n.* โรงเรียนสอนขับรถยนต์; **~ seat** *n.* Ⓐ ตำแหน่งคนขับ; Ⓑ **be in the ~ seat** ➡ **driver** A; **~ test** *n.* การสอบใบขับขี่รถ; **take/pass/fail one's ~ test** สอบ/ผ่าน/ไม่ผ่าน/เพื่อได้ใบขับขี่; **~ wheel** *n.* ล้อขับเคลื่อน

drizzle /ˈdrɪzl/ˈดฺริซ'ล/ ❶ *n.* ฝนละออง, ฝนที่ตกพรำ, ฝนปรอยเป็นฝอยเล็กมาก ๆ; **there was light ~:** มีฝนละอองเล็กน้อย ❷ *v.i.* **it's drizzling** ฝนละอองกำลังตกอยู่; **drizzling rain** ฝนที่ตกพรำ

droll /drəʊl/โดรล/ *adj.* Ⓐ *(amusing)* น่าขันแบบแปลก ๆ; Ⓑ *(odd)* แปลกประหลาด

dromedary /ˈdrɒmɪdərɪ, US -ədərɪ/ˈดฺรอเมอะเดอะริ, -เมอะเดะริ/ *n. (Zool.)* อูฐพันธุ์ *Camelus dromedarius* มีโหนกเดียว

drone /drəʊn/โดรน/ ❶ *n.* Ⓐ *(of bees, flies)* เสียงผึ้ง, แมลงวัน; *(of machine)* เสียงหึ่ง ๆ; Ⓑ *(derog.: monotonous tone of speech)* เสียงราบเรียบจนน่าเบื่อ; Ⓒ *(Zool.: bee)* ผึ้งตัวผู้ที่เป็นพ่อพันธุ์; *(Aeronaut.) เครื่องบินไม่มีนักบิน หรือ จรวดที่ควบคุมจากระยะไกล; (fig.: idler)* คนเกียจคร้าน; Ⓓ *(of bagpipe)* เสียงเรียบ ๆ ของปี่สกอต ❷ *v.i.* Ⓐ *(buzz, hum) (เครื่องจักร, ผึ้ง)* ดังหึ่ง ๆ ขณะทำงาน; Ⓑ *(derog.: monotonously)* พูดอย่างราบเรียบระดับเดียวจนน่าเบื่อ ❸ *v.t.* พูดไปอย่างเรื่อยเปื่อยน่าเบื่อ

drool /druːl/ดรูล/ *v.i.* Ⓐ *(show excessive delight)* **~ over sb./sth.** มอง *ค.น./ส.น.* ตาเป็นมัน; Ⓑ *(slaver)* น้ำลายหกด้วยความอยากได้

droop /druːp/ดรูพ/ ❶ *v.i.* Ⓐ ลู่ลง, ห้อยลง, งอ; *(ดอกไม้)* หัวตก; **his shoulders ~:** ไหล่เขาทั้งสองข้างลู่ลง; **her head ~ed forward** เธอคอตก; **his eyelids were ~ing** หนังตาเขาห้อย; **the dog's tail ~ed** หางหมาตก; Ⓑ *(fig.: flag) (เรี่ยวแรง, ความกล้าหาญ)* ชักเสื่อมถอย ❷ *v.t.* ปล่อยให้ลู่, ปล่อยให้ห้อย หรือ งอ

drop /drɒp/ดรอพ/ ❶ *n.* Ⓐ *(of liquid)* หยด; **~s of rain/dew/blood/sweat** หยดน้ำฝน/น้ำค้าง/เลือด/เหงื่อ; **~ by ~, in ~s** ทีละหยด, เป็นหยด ๆ; **be a ~ in the ocean** *or* **in the** *or* **a bucket** *(fig.)* เป็นจำนวนเล็กน้อยเมื่อเทียบกับจำนวนทั้งหมด, น้ำหยดเดียวในทะเล; Ⓑ *(fig.: small amount)* **[just] a ~:** แค่หยดเดียว; **a ~ too much** *(of flavouring etc.)* มากไปนิดหนึ่ง; Ⓒ *(fig. coll.: of alcohol)* ซักนิด, ซักแก้ว; **have had a ~ too much** ดื่มเหล้ามากไปหน่อยแล้ว; **take a ~:** ดื่ม *(เหล้า)* ซักหน่อย; **that's a nice ~ of beer/wine** เบียร์/ไวน์นั้นอร่อยใช้ได้ทีเดียว; Ⓓ *in. pl. (Med.)* ยาหยอด; Ⓔ *(sweet)* ลูกอม; Ⓕ *(vertical distance)* **there was a ~ of 50 metres from the roof to the ground below** ระยะทางจากหลังคาถึงพื้นคือ 50 เมตร; Ⓖ *(abrupt descent of land)* การลาดต่ำลงของพื้นดินที่ฉับพลัน; หน้าผา; **there was a sheer** *or* **steep ~ of some 500 ft.** มีหน้าผาที่สูง/ลึกประมาณ 500 ฟุต; Ⓗ *(Aeronaut.) (of men)* การส่งพลร่ม; *(of supplies)* การทิ้งสัมภาระทางร่มจากเครื่องบิน; Ⓘ *(fig.: decrease)* การลดลง, การตก; **~ in temperature/prices/outgoings** อุณหภูมิ/ราคา/รายจ่ายลดลง; **a ~ in the price of coffee/in house prices** ราคากาแฟ/ราคาบ้านตก; **a ~ in the cost of living** ค่าครองชีพลดต่ำลง; **a ~ in salary/wages/income** การลดของเงินเดือน/ค่าแรง/รายได้; **a ~ in value** คุณค่าลดลง; **a ~ in atmospheric pressure/the voltage/power output** *(Phys.)* ความกดอากาศ/แรงดันไฟฟ้า/พลังงานไฟฟ้าที่ออกมาตกลง; **a ~ in crime** อาชญากรรมลดต่ำลง; **a ~ in turnover/sales/production** การตกต่ำลงของปริมาณมูลค่าสินค้า/การขาย/การผลิต; Ⓙ *(coll.: advantage)* **get** *or* **have the ~ on sb.** ได้เปรียบ หรือ เป็นต่อ *ค.น.*; Ⓚ *(pendant, hanging ornament)* จี้, เครื่องประดับที่ใช้ห้อยคอ; *(of earring)* ตุ้มหู; Ⓛ *(underworld sl.: hiding place)* ที่ซุกซ่อนของผิดกฎหมาย; ➡ **+ hat** B

❷ *v.i.*, **-pp-:** Ⓐ *(fall) (accidentally)* หล่น, หลุดมือ; *(deliberately)* ทำหล่น; *(have abrupt descent)* ตกหล่นไป; **~ out of** *or* **from sb.'s hand** ตกหล่นไปจากมือ *ค.น.*; **let sth. ~:** ปล่อยให้ *ส.น.* หลุดมือร่วงลงไปสู่พื้น; Ⓑ *(sink to ground) (บุคคล)* ล้มลงไป; **~ to the ground** ตกลงไปบนพื้น; ล้มลงไป; **~ like flies** ล้มตายเป็นเบือ; **~ [down] dead** ล้มลงขาดใจตาย; **~ dead!** *(coll.)* ไปลงนรกเสียเถอะ; ขอให้ตายเสีย; **~ into bed/an armchair** ทิ้งตัวลงนอนบนเตียง/ฟุบนั่งบนเก้าอี้ *(อย่างหมดแรง)*; **~ on** *or* **to one's knees** ทรุดตัวลงคุกเข่า; รีบคุกเข่า; Ⓒ *(in amount etc.) (ปริมาณ)* ลดน้อยลง; *(ลม, ฝน)* ซาลง; *(ราคา)* ตก; **the record has ~ped a place/to third place** แผ่นเสียงลดลำดับลงหนึ่งขั้น/ลดลงไปอยู่ลำดับสาม; Ⓓ *(move, go)* **~ down stream** มุ่งหน้าสู่ปากน้ำ; **~ back** *(sport)* เริ่มไม่ทัน; **~ behind in one's work** ทำงานไม่ทัน; **~ behind schedule** ทำไม่ทันตามที่กำหนดไว้; **~ astern** *(Naut.) (เรือ)* เดินตามหลังเรืออีกลำหนึ่ง; Ⓔ *(fall in drops) (ของเหลว)* หยดลงมา; Ⓕ *(pass into some condition)* **~ [back] into the habit** *or* **way of doing sth.** [กลับไป] มีนิสัย หรือ วิธีทำ *ส.น.*; **~ into a dialect** เปลี่ยนเป็นพูดภาษาถิ่น; Ⓖ *(cease)* **the affair was allowed to ~:** เรื่องราวถูกปล่อยให้เงียบไป; **and there the matter ~ped** และเรื่องมันก็จบลงตรงนั้น; Ⓗ **let ~:** พูดหลุดปากออกมา *(ถึงเจตนา, ข่าว)*; **let [it]~ that/when ...:** หลุดปากว่า/ว่าเมื่อไหร่

❸ *v.t.*, **-pp-** Ⓐ *(let fall)* ปล่อยลงไป, ทิ้ง *(ระเบิด)* ลงไป, ทำหล่น, ทำตก; **~ a letter in the letter-box** ทิ้งจดหมายลงในตู้ไปรษณีย์; **~ the curtain** *(Theatre)* ปล่อยม่านเวที; **~ the latch on the door** ลงกลอนประตูไว้; Ⓑ *(by mistake)* ทำหล่น, ทำตก; **she ~ped crumbs on the floor/juice on the table** เธอทำเศษขนมปังหล่นลงบนพื้น/ทำน้ำผลไม้หกบนโต๊ะ; **he ~ped the glass/ball** เขาทำแก้วน้ำหล่น/ทำลูกบอลตกลงไป; Ⓒ *(let fall in drops)* หยดลงไป; Ⓓ *(utter casually)* หลุดปากไปโดยบังเอิญ, พลั้งปาก; **~ a hint** บอกใบ้; **~ a word in sb.'s ear [about sth.]** แพร่งพรายให้ *ค.น.* รู้ [เกี่ยวกับ *ส.น.*]; Ⓔ *(send casually)* **~ sb. a note** *or* **line** เขียนบันทึกสั้น ๆ ถึง *ค.น.*; **~ sb. a postcard** ส่งไปรษณียบัตรให้ *ค.น.*; Ⓕ *(set down, unload from car)* ส่ง *(บุคคล)* ลงจากรถ; ขนถ่าย *(สิ่งของ)* ออกจากรถยนต์; *(from ship, from aircraft)* ขนถ่าย; Ⓖ *(omit) (in writing)* เขียนตกไป; *(in speech)* ไม่พูดถึง; **~ one's h's** ไม่ออกเสียงตัว h เมื่ออยู่นำหน้าคำ; **~ a subject from the syllabus/a name from a list** ตัดวิชาในหลักสูตรออกไปหนึ่งวิชา/ตัดชื่อในรายการออกไปหนึ่งชื่อ; Ⓗ *(discontinue, abandon)* ยกเลิก *(แผนการ, หัวข้อ, การบริการ)*; เลิกใช้ *(ตำแหน่ง, ยศ)*; หยุด *(รายการโทรทัศน์)*; **~ it!** หยุดมันซะ; **~ everything!, ~ whatever you're doing!** ทิ้งทุกอย่างไว้ก่อน; **shall we ~ the subject?** เลิกพูดเรื่องนี้ได้ไหม; **~ a case** *(Law)* ยกเลิกคดีความ; Ⓘ *(stop associating with)* หยุดคบ *(เป็นเพื่อน)*; *(exclude)* **~ sb. from a team** คัด *ค.น.* ออกจากทีม; **~ sb. from a committee** คัด *ค.น.* ออกจากคณะกรรมการ; Ⓙ **~ one's voice** พูดให้ค่อยลง; Ⓚ *(lower)* ทิ้งตัวลงไป; หย่อน *(ไฟ)* ให้ต่ำลงไป; **~ped handlebars** มือจับรถจักรยานแบบสปอร์ต *(ซึ่งมีตำแหน่งต่ำกว่าปกติ)*; Ⓛ *(knock down, fell)* ทำให้ล้มลงไป, หกล้มลง; Ⓜ *(lose by gambling or in business)* สูญเสียไป *(สมาชิก, รายได้)*

~ a'way *v.i.* ลดน้อยลงไป; *(พื้นที่)* ลดระดับต่ำลงอย่างกะทันหัน

~ by ❶ /-'-/ *v.i.* แวะมาเยี่ยม ❷ /'--/ *v.t.* **~ by sb.'s house** แวะไปที่บ้าน *ค.น.* โดยไม่ได้นัดหมาย

~ 'in ❶ *v.t. (deliver)* ส่ง ❷ *v.i.* Ⓐ ตกลงไปในบริเวณ; Ⓑ *(visit)* เยี่ยม, แวะทักทาย; **~ in on sb.'s house** แวะเยี่ยมทักทาย *ค.น.* โดยไม่ได้นัดล่วงหน้า; **~ in for a pint** แวะมาดื่มเบียร์ 1 แก้ว

~ 'off ❶ *v.i.* Ⓐ *(fall off)* หลุดไป, หลุดร่วงออกไป; *(become detached)* หลุดออกไป; แยกออกจาก *ส.น.*; Ⓑ *(fall asleep)* ผล็อยหลับไป; Ⓒ *(decrease) (สมาชิก, คนมาร่วม)* ลดต่ำลง; *(ดอกเบี้ย)* ลดลง ❷ *v.t.* Ⓐ *(fall off)* ร่วงลงมา, ตกลงมา; **~ off a truck** หล่นลงมาจากรถบรรทุก; Ⓑ *(set down)* ปล่อย *(ผู้โดยสาร)* ลง; ขนถ่าย *(สินค้า)* ลง; **the ship ~ped off the cargo** เรือสมุทรขนถ่ายสินค้าที่บรรทุกมา; **~ a package/the shopping off at sb.'s house** ส่งกล่องของ/สิ่งของที่ซื้อมาที่บ้าน *ค.น.*

~'out *v.i.* Ⓐ *(fall out)* หลุดออก, ร่วง, หลุดร่วง **(of** จาก**)**; **your teeth will ~ out** ฟันของคุณจะร่วงออกมา; Ⓑ *(withdraw beforehand)* ถอนตัวออกก่อนจะเริ่มต้น; *(withdraw while in progress)* ถอนตัว หรือ หยุดกระทำเมื่อเริ่มดำเนินไป; *(abandon sth.)* ยกเลิก *ส.น.*; *(disappear from one's place in a series or group)* หายตัวไป; **~ out of the bidding** ถอนตัวจากการประมูล; Ⓒ *(cease to take part)* เลิกเข้าร่วม **(of** ใน**)**; **~ out of university/the course** เลิกเรียนที่มหาวิทยาลัย/วิชานี้เรียนไม่จบ; **~ out [of society]** ปฏิเสธไม่ทำตามกฎเกณฑ์ของสังคม; ➡ **+ ~out**

~ 'round *v.i.* แวะมาเยือนอย่างไม่เป็นทางการ

drop: **~-dead** *adv. (coll.) (สวย)* ฉิบหายเลย; **~-down menu** *(Computing)* เมนูที่สามารถห้อยลงมาให้เลือก; **~-forging** *n. (Metalw.) การตอกเหล็กร้อนเหลวลงไปในแม่พิมพ์ด้วยค้อนหนักที่ตกลงมา;* **~ handlebars** *n. pl.* มือจับรถจักรยานสปอร์ต; **~head** *n. (Brit. Motor. Veh.)* หลังคารถเปิดประทุนทำด้วยผ้า; *(vehicle)* รถสปอร์ตเปิดประทุน; **~-in centre** *n. ศูนย์ให้บริการทางสังคม ซึ่งผู้ให้บริการแวะเข้าได้โดยไม่นัดหมาย;* **~ kick** *n. (Football) การเตะลูกโดยการโยนลูกลงกับพื้นแล้วเตะลูกตอนที่ลูกกระดอนขึ้นมา; (Rugby) การเตะลูกรักบี้ในลักษณะเดียวกัน;* **~-leaf table** *n.* โต๊ะพับได้

droplet /ˈdrɒplɪt/ˈดรอพลิท/ *n.* หยดเล็ก ๆ

ˈdropout /ˈdrɒpaʊt/ˈดรอพเอาท/ *n. (coll.)* Ⓐ *(act of withdrawing)* การถอนตัว, การหยุดเข้าร่วมกิจกรรม; *(from expedition or trip)* การยกเลิกการเดินทาง; **the ~ rate** อัตราการถอนตัว *หรือ* ยกเลิก; *(among students or trainees)* อัตราการเรียนไม่จบ; Ⓑ *(person) (from college etc.)* นักเรียนที่เรียนไม่จบ; *(from society)* คนถอนตัวออกจากสังคม, คนไม่ปฏิบัติตามกฎเกณฑ์ของสังคม

dropper /ˈdrɒpə(r)/ˈดรอเพอะ(ร)/ *n. (esp. Med.)* อุปกรณ์หยอดยา

droppings /ˈdrɒpɪŋz/ˈดรอพิงซฺ/ *n. pl.* มูลสัตว์; ขี้นก; *(of horse, cattle)* ขี้

ˈdrop shot *n. (Tennis etc.)* การตีลูกดร็อป *(ท.ศ.) หรือ การตีลูกโด่งไปท้ายคอร์ตเมื่ออีกฝ่ายวิ่งขึ้นมาเล่นหน้าเน็ต*

dropsy /ˈdrɒpsɪ/ˈดรอพซิ/ *n.* โรคบวมน้ำ

dross /drɒs/ดรอซ/ *n.* Ⓐ กาก, สิ่งไร้ค่า; Ⓑ *(Metallurgy)* ของสวะ; **human ~** *(derog.)* เดนมนุษย์

drought /draʊt/เดราท/ *(Amer., Scot., Ir./ poet.)* **drouth** /draʊθ/เดราธ/ *n.* Ⓐ ความแห้งแล้ง, อากาศแห้งแล้ง; **a period of ~:** ระยะเวลาของการเกิดความแห้งแล้ง; Ⓑ *(fig.: shortage)* ความขาดแคลน

[1]**drove** ➡ **drive** 2, 3

[2]**drove** /drəʊv/โดรฺว/ *n.* Ⓐ *(herd)* ฝูงสัตว์; Ⓑ *usu. in pl. (fig.: of people)* กลุ่มคนจำนวนมาก, ฝูงชน; **in ~s** เป็นจำนวนมากมาย

drover /ˈdrəʊvə(r)/ˈโดรฺเวอะ(ร)/ *n.* คนต้อนสัตว์ไปขายที่ตลาด, คนค้าสัตว์

drown /draʊn/ดราวนฺ/ ❶ *v.i.* จมน้ำตาย, สำลักน้ำตาย ❷ *v.t.* Ⓐ จมน้ำ; **be ~ed** จมน้ำตาย; Ⓑ *(fig.)* **~ one's sorrows [in liquor]** ดื่ม [เหล้า] ให้คลายความโศก; Ⓒ *(submerge, flood)* ทำให้น้ำท่วม; ทำให้อยู่ใต้น้ำ; ราด *(ขนม)* ด้วยเหล้า; **~ed valley** *(Geog.)* หุบเขาที่เกือบจะอยู่ใต้น้ำทั้งหมดจากการเปลี่ยนแปลงของระดับพื้นดิน; Ⓓ *(make inaudible)* ทำเสียงดังกลบอีกเสียงหนึ่ง; ➡ **+ rat** 1 A

~ ˈout *v.t. (make inaudible)* กลบเสียงด้วยเสียงที่ดังกว่า

drowse /draʊz/ดราวซฺ/ *v.i.* หลับ ๆ ตื่น ๆ, สลึมสลือ; **~ off** ง่วงหลับไป

drowsily /ˈdraʊzɪlɪ/ˈเดราซิลิ/ *adv. (while falling asleep)* อย่างครึ่งหลับครึ่งตื่น; *(on just waking)* อย่างงัวเงีย

drowsiness /ˈdraʊzɪnɪs/ˈเดราซินิซ/ *n., no pl.* ความง่วงเหงาหาวนอน, ความง่วงซึม; **cause ~:** ทำให้ง่วงเหงาหาวนอน, ก่ออาการง่วงซึม

drowsy /ˈdraʊzɪ/ˈเดราซิ/ *adj.* Ⓐ *(half asleep)* ครึ่งหลับครึ่งตื่น, ง่วงนอน; *(on just waking)* งัวเงีย; **feel ~:** รู้สึกง่วงนอน; Ⓑ *(soporific)* น่าง่วงนอน, น่าซึมเซา

drub /drʌb/ดรับ/ *v.t.,* **-bb-** Ⓐ *(thrash)* เฆี่ยน, ตีแรง ๆ, ทุบ; Ⓑ *(beat in fight)* ชนะคู่ต่อสู้

drubbing /ˈdrʌbɪŋ/ˈดรับบิง/ *n.* Ⓐ *(thrashing)* การเฆี่ยนตีอย่างรุนแรง; Ⓑ *(fig.)* การชนะแบบท่วมท้น

drudge /drʌdʒ/ดรัจ/ ❶ *n.* ขี้ข้าคนทำงานต่ำ ๆ; *(fig.)* กุลี ❷ *v.i.* ทำงานขี้ข้า, ทำงานน่าเบื่อ

drudgery /ˈdrʌdʒərɪ/ˈดรัจเจอะริ/ *n.* งานหนักที่น่าเบื่อ, งานหนักเยี่ยงทาส

drug /drʌg/ดรัก/ ❶ *n.* Ⓐ *(Med., Pharm.)* ยารักษาโรค; *(as ingredient)* เครื่องยา; **this patient is on ~s** คนไข้กำลังได้รับยารักษาโรคอยู่; Ⓑ *(narcotic, opiate, etc.)* ยาเสพติด, ยากล่อมประสาท ฯลฯ; **take ~s** ใช้ยาเสพติด; เสพยา; **be on ~s** ติดยาเสพติด; Ⓒ *(Commerc. fig.)* **a ~ on the market** สินค้าที่มีดาษดื่นแต่ขายไม่ดี ❷ *v.t.,* **-gg-:** Ⓐ *(administer ~ to)* **he was ~ged and kidnapped** เขาถูกมอมยาและลักพาตัวไป; Ⓑ *(add ~ to)* **~ sb.'s food/drink** ใส่ยาลงในอาหาร/เครื่องดื่มของ *ค.น.*

drug: **~ abuse** *n.* การใช้ยาในทางที่ผิด; **~ abuser** *n.* ผู้ใช้ยาในทางที่ผิด; **~ addict** *n.* คนติดยาเสพติด; **~ addiction** *n.* การติดยาเสพติด; **~ dealer** *n.* ผู้ค้ายาเสพติด

druggist /ˈdrʌgɪst/ˈดรักกิซทฺ/ *n.* ➤ 489 เภสัชกร

drug: **~ habit** *n.* การติดยาเสพติด; **~ peddler** ➡ **drug dealer**; **~ pusher** *n.* คนขายยาเสพติด, คนค้ายาเสพติด; **~ rape** *n.* การข่มขืนโดยการมอมยา; **~-related** *adj. (อาชญากรรม, ปัญหา)* ที่เกี่ยวกับยาเสพติด; **~ scene** *n.* สภาพที่มีการใช้ยาเสพติดอย่างแพร่หลาย; **~store** *n. (Amer.)* ร้านขายยา; **~-taking** *n., no pl.* การใช้ยาเสพติด; **~ trafficking** *n.* การค้ายาเสพติด

Druid /ˈdru:ɪd/ˈดรูอิด/ *n.* พระนิกายก่อนยุค*โรมันในอังกฤษและไอร์แลนด์*

drum /drʌm/ดรัม/ ❶ *n.* Ⓐ กลอง; Ⓑ *in pl. (in jazz or pop)* กลอง; *(section of band etc.)* หน่วยตีกลอง; Ⓒ *(sound)* เสียงกลอง; Ⓓ *(Anat.)* ➡ **eardrum**; Ⓔ *(container for oil etc.)* ถัง; **~ of paint** ถังสี ❷ *v.i.,* **-mm-** ตีกลอง, เล่นกลอง ❸ *v.t.,* **-mm-: ~ one's fingers on the desk** เคาะนิ้วเป็นจังหวะบนโต๊ะ

~ into *v.t.* **~ sth. into sb.** ตอกย้ำ *ส.น.* กับ *ค.น.*

~ˈout *v.t. (Mil.)* **~ sb. out** เรียกให้มาเข้าแถวรายงานตัว; *(fig.)* ไล่ ค.น. ออก; **he was ~med out of town** เขาถูกไล่ออกจากเมือง

~ ˈup *v.t. (Mil.)* เรียกให้มารวมกำลัง; *(fig.)* ระดม *(การสนับสนุน, คนช่วยเหลือ)*; ปลุก *(ความกระตือรือร้น)*; หา *(ลูกค้า)*

drum: **~beat** *n.* เสียงตีกลอง; **~ brake** *n. ห้ามล้อที่มีแผ่นแบนยาวจากยานพาหนะแตะกับแกนกระบอกของล้อ;* **~fire** *n. (Mil.)* การระดมยิงปืนใหญ่อย่างหนักและต่อเนื่อง; *(fig.)* การวิพากษ์วิจารณ์อย่างหนักหน่วง; **~head** *n.* Ⓐ *(Mus.)* หน้ากลอง, หนังกลอง; Ⓑ *attrib.* **~head court martial** ศาลทหารที่ตั้งขึ้นมาโดยปัจจุบันทันด่วน

drumlin /ˈdrʌmlɪn/ˈดรัมลิน/ *n. (Geol.)* เนินเขากลมยาวที่ไม่เป็นชั้น

drum: **~ ˈmajor** *n. (Mil.)* ผู้นำวงดนตรีในขบวนพาเหรด, ดรัมเมเยอร์ *(ท.ศ.)*; **~ majoˈrette** *n.* หญิงสาวเป็นผู้นำขบวนพาเหรด

drummer /ˈdrʌmə(r)/ˈดรัมเมอะ(ร)/ *n.* ➤ 489 Ⓐ คนเล่น/ตีกลอง; Ⓑ *(Amer.: representative)* พ่อค้าที่เดินทางอยู่เสมอเพื่อขายสินค้า

ˈdrumstick /ˈdrʌmstɪk/ˈดรัมซติก/ *n.* Ⓐ *(Mus.)* ไม้ตีกลอง; Ⓑ *(of fowl)* น่อง *(ไก่)*

drunk /drʌŋk/ดรังคฺ/ ❶ ➡ **drink** 2, 3 ❷ *adj.* **be ~:** เมา, มึนเมา; **be half ~:** เมาเล็กน้อย; **get ~ [on gin]** เมาเหล้า [ยิน]; **get sb. ~:** มอมเหล้า *ค.น.;* **be ~ as a lord** *(coll.)* เมาหัวราน้ำ, เมามาย; **~ in charge [of a vehicle]** ขับรถในขณะเมาสุรา ❸ *n.* คนขี้เมา, คนติดเหล้า

drunkard /ˈdrʌŋkəd/ˈดรังเคิด/ *n.* คนเมาเหล้าเป็นนิสัย, คนขี้เมา

drunken /ˈdrʌŋkən/ˈดรังเคิน/ *attrib. adj.* Ⓐ เมา, มึนเมา; *(habitually drunk)* เมาเป็นประจำ; Ⓑ **a ~ brawl** *or* **fight** การวิวาทระหว่างคนมึนเมา; **in a ~ stupor** ขณะเมาแทบไม่ได้สติ; **~ driving** ขับรถในขณะเมาสุรา

drunkenness /ˈdrʌŋkənnɪs/ˈดรังเคินนิซ/ *n., no pl.* Ⓐ *(temporary)* ความมึนเมา; Ⓑ *(habitual)* ความขี้เหล้า

drupe /dru:p/ดรูพ/ *n. (Bot.)* ผลไม้ที่มีเมล็ด*แข็งเม็ดเดียว เช่น มะกอก, ลูกไหน, ลูกท้อ*

Druze /dru:z/ดรูซ/ *n. สมาชิกของลัทธิทางการเมืองในประเทศเลบานอน*

dry /draɪ/ดราย/ ❶ *adj.,* **drier** /ˈdraɪə(r)/ˈดรายเออะ(ร)/, **driest** /ˈdraɪɪst/ˈดรายอิซทฺ/ Ⓐ แห้ง, แห้งแล้ง; *(very ~)* แห้งผาก; **get** *or* **become ~:** แห้ง; **~ bread** ขนมปังที่ไม่ได้ทาเนยหรือสิ่งอื่น; **go ~:** แห้ง; **my throat is ~** *or* **feels ~:** รู้สึกคอแห้ง, กระหายน้ำ; **~ work** งานที่ทำให้รู้สึกกระหายน้ำ; **as ~ as a bone** แห้งสนิท; **there wasn't a ~ eye in the house** ไม่มีใครไม่ร้องไห้; **store sth. in a ~ place** เก็บ *ส.น.* ไว้ในที่แห้ง; Ⓑ *(not using liquid)* ไม่ใช้น้ำ; **~ shave/shampoo** โกนหนวดด้วยที่โกนหนวดไฟฟ้า/แชมพูชนิดผง; Ⓒ *(not rainy) (อากาศ)* แห้งแล้ง, ฝนไม่ตก; Ⓓ *(coll.: thirsty)* กระหายน้ำ, หิวน้ำ; **I'm a bit ~:** ฉันหิวน้ำนิดหน่อย; Ⓔ **go ~** *(แม่น้ำ)* แห้ง; *(น้ำซุป)* เดือดจนแห้ง; Ⓕ *(not yielding) (แม่น้ำ, บ่อน้ำ)* แห้ง; *(วัว)* ไม่ให้น้ำนม; Ⓖ *(teetotal)* **go ~:** ละเว้น *หรือ* ต่อต้านการดื่มเหล้า; Ⓗ *(fig.) (ตลก)* ฝืด; *(impassive, cold)* เฉยเมย, เย็นชา; Ⓘ *(fig.: meagre, bare)* จืดชืด; *(ข้อเท็จจริง)* ไร้ลวดลาย; *(dull)* ทื่อ; *(หนังสือ)* น่าเบื่อ; **be as ~ as dust** ไม่น่าสนใจ, น่าเบื่อมาก

❷ *n.* Ⓐ **give it a good ~:** เช็ดให้แห้งสนิท; Ⓑ *(place)* **in the ~:** ที่แห้ง

❸ *v.t.* Ⓐ ทำให้แห้ง; เช็ด *(จาน)*; ตาก *(ผ้า)*; เป่า *(ผม)*; **~ oneself** เช็ดตัวให้แห้ง; **~ one's eyes** *or* **tears/hands** เช็ดน้ำตา/มือให้แห้ง; Ⓑ *(preserve)* ตากแห้ง *(ผัก, ผลไม้, ดอกไม้, เนื้อสัตว์)*

❹ *v.i.* แห้ง; **~ hard on sth.** *(โคลน)* แห้งเกรอะกรังบน *ส.น.*

~ ˈout ❶ *v.t.* Ⓐ ตาก, ทำให้แห้งสนิท; Ⓑ บำบัดให้เลิก *(เหล้า, ยาเสพติด)* ❷ *v.i.* Ⓐ แห้งสนิท; Ⓑ เลิกดื่มเหล้า

~ ˈup ❶ *v.t.* Ⓐ เช็ด *(จาน)* ให้แห้ง; Ⓑ *(ทำให้)* แห้งสนิท *(แม่น้ำ)* ❷ *v.i.* Ⓐ *(~ the dishes)* เช็ดให้แห้ง; ➡ **+ drying-up;** Ⓑ *(แหล่งน้ำ)* แห้งสนิท, ไม่ให้น้ำ; **a dried-up person** คน *(แก่)* ที่ผอมแห้งจนหนังเหี่ยว; Ⓒ *(fig.) (ความริเริ่ม, ความคิด)* หมดเกลี้ยง; *(เงินสะสม)* ไม่เหลือ; Ⓓ *(be unable to continue) (นักแสดง)* ลืมบท; Ⓔ *(coll.: stop talking)* **~ up!** หยุดพูด *หรือ* หุบปากเสียที

dryad /ˈdraɪæd/ˈดรายแอด/ *n. (Mythol.)* นางไม้

dry: **~ ˈbattery** *n. (Electr.)* ถ่านไฟฉาย; **~ ˈcell** *n. (Electr.)* ถ่านไฟฉาย; **~-ˈclean** *v.t.* ซักแห้ง; **have sth. ~-cleaned** เอา *ส.น.* ไปซักแห้ง;

d

dry-cleaners | due 280

‘**~-clean only**’ ต้องซักแห้งเท่านั้น; **~-'cleaners** *n. pl.* ร้านซักแห้ง; **~-cleaning** *n.* การซักแห้ง; **~ 'dock** *n.* อู่ซ่อมเรือที่สามารถสูบน้ำออกได้

dryer ➡ ²**drier**

dry: ~-eyed *adj.* ไม่ร้องไห้; **~ goods** *n. pl.* *(Commerc.)* เสื้อผ้า, อาหารแห้ง; **~ 'ice** *n.* คาร์บอนไดออกไซด์แข็ง, น้ำแข็งแห้ง

drying /'draɪɪŋ/'ดรายอิง/: **~ cupboard** *n.* ตู้อบผ้า; **~-'up** *n.* การเช็ด *(จาน)* ให้แห้ง; **do the ~-up** เช็ดให้แห้ง; **~-up cloth** ผ้าเช็ดจาน

dry 'land *n.* บก; **be back on ~:** กลับขึ้นบก

dryly /'draɪlɪ/'ดรายลิ/ *adv. (fig.)* Ⓐ *(coldly)* อย่างเย็นชา; Ⓑ *(with dry humour)* *(ตลก)* อย่างฝืด ๆ; **sb. is ~ humorous** *ค.น.* ทำตลกอย่างฝืด ๆ

'dry measure *n.* มาตราชั่งตวงสินค้าแห้ง

dryness /'draɪnɪs/'ดรายนิซ/ *n., no pl.* Ⓐ ความแห้ง, ความแล้ง; Ⓑ *(fig.: coldness)* ความเย็นชา; Ⓒ *(fig.: of humour)* ความฝืด; Ⓓ *(fig.: dullness)* ความน่าเบื่อ

dry: ~ 'rot *n.* Ⓐ *การผุเปื่อยของไม้เนื่องจากเชื้อราบางชนิด;* Ⓑ *(fungi)* เชื้อราชนิดดังกล่าว; **~ run** *n. (coll.)* การซ้อม, การทดสอบ; **~ stone** *adj.* **~ stone wall** กำแพงที่สร้างโดยไม่ใช้ปูน

D. Sc. /di:es'si:/ดีเอ็ซ'ซี/ *abbr.* **Doctor of Science** วิทยาศาสตร์ดุษฎีบัณฑิต; ➡ **+ B. Sc.**

DSS *abbr. (Brit.)* **Department of Social Security** กรมการประกันสังคม

DTI *abbr. (Brit.)* **Department of Trade and Industry** กระทรวงการค้าและอุตสาหกรรม

DTs /di:'ti:z/ดี'ทีซ/ *n. pl. (coll.)* อาการเพ้อ; **have the ~:** มีอาการสั่นเนื่องจากดื่มสุรามาก

dual /'dju:əl, US 'du:əl/'ดัวเอิล, 'ดูเอิล/ *adj.* Ⓐ เป็นสอง, เป็นคู่; **~ status/role/function** สองสถานะ/บทบาท/หน้าที่; Ⓑ *(Psych.)* **~ personality** บุคลิกแปลกแยก, บุคลิกภาพวิภาค

dual: ~ 'carriageway *n. (Brit.)* ถนนสี่เลนที่มีเกาะกลาง; **~ con'trol** *n. (Aeronaut.)* การควบคุมบังคับคู่; *(Motor Veh.)* รถที่มีเครื่องควบคุมบังคับสองชุด

dualism /'dju:əlɪzəm, US du:-/'ดิวเออะลิเซิม, ดู-/ *n. (Philos., Theol.)* ทวินิยม *(ร.บ.)*, *ทฤษฎี ที่เชื่อว่าทุกอย่างในโลกนี้ประกอบด้วยสองส่วน หรือ สองด้าน*

duality /dju:'ælətɪ, US du:-/ดิว'แอเลอะทิ, ดู-/ *n.* ความเป็นคู่, ความเป็นสอง, ทวิภาวะ *(ร.บ.)*

dual-'purpose *adj.* มีประโยชน์สองอย่าง, ใช้ได้สองสถาน

¹**dub** /dʌb/ดับ/ *v.t.,* **-bb-** *(Cinemat.)* บันทึกเสียงภาษาต่างประเทศ, พากย์

²**dub** *v.t.,* **-bb-** Ⓐ **~ sb. [a] knight** แต่งตั้ง *ค.น.* เป็นอัศวิน; Ⓑ *(call, nickname)* ตั้งชื่อเล่น, เรียกว่า

³**dub** *n. (coll.: novice)* คนมือใหม่, คนไร้ประสบการณ์

dubbin /'dʌbɪn/'ดับบิน/ *n.* น้ำมันข้นสำหรับเคลือบหนังให้นุ่มและกันน้ำได้

dubious /'dju:bɪəs, US 'du:-/'ดิวเบียซ, 'ดู-/ *adj.* Ⓐ *(doubting)* ไม่แน่ใจ, สงสัย, ลังเล; **feel ~ of sb.'s honesty** ไม่แน่ใจในความซื่อสัตย์ของ *ค.น.;* **I'm ~ about accepting the invitation** ฉันไม่แน่ใจว่าควรจะรับคำเชิญ; Ⓑ *(suspicious)* น่าสงสัย, มีพิรุธ, ไม่น่าไว้ใจ; Ⓒ *(questionable)* ไม่ชัดเจน, ชวนให้แคลงใจ; Ⓓ *(of doubtful result)* ที่ไม่ชัดเจน, ชวนให้สงสัย; Ⓔ *(unreliable)* ไม่น่าไว้ใจ

dubiously /'dju:bɪəslɪ, US 'du:-/'ดิวเบียซลิ, 'ดู-/ *adv.* Ⓐ *(doubtingly)* อย่างไม่แน่ใจ, อย่างลังเล; Ⓑ *(suspiciously)* อย่างน่าสงสัย, อย่างมีพิรุธ, อย่างคลางแคลงใจ

Dublin /'dʌblɪn/'ดับบลิน/ *n.* ดับลิน เมืองหลวงของประเทศไอร์แลนด์

Dubliner /'dʌblɪnə(r)/'ดับบลิเนอะ(ร)/ *n.* ชาวเมืองดับลิน

ducal /'dju:kl, US 'du:-/'ดิวค'ล, 'ดู-/ *adj.* เกี่ยวกับดยุค

duchess /'dʌtʃɪs/'ดัฉิซ/ *n.* ดัชเชส, ชายาของดยุค, *สตรีบรรดาศักดิ์ผู้มียศระดับเดียวกับดยุคโดยกำเนิด*

duchy /'dʌtʃɪ/'ดัฉิ/ *n.* *อาณาเขตที่ดยุคหรือดัชเชสเป็นผู้ปกครอง*

¹**duck** /dʌk/ดัค/ ❶ *n.* Ⓐ *pl.* **~s** *or (collect.) same (Ornith.; as food)* เป็ด; **wild ~:** เป็ดป่า; **toy ~** ของเล่นรูปเป็ด; **can a ~ swim?** *(iron.)* แน่นอนที่สุด; **it was [like] water off a ~'s back** *(fig.)* ที่ส่งผลน้อยมาก; **take to sth. like a ~ to water** ปรับตัวรับ *ส.น.* ได้อย่างคล่องแคล่วไม่ลังเล; **fine weather for ~s** *(joc./iron.)* ฝนกำลังตกหนัก; **play [at] ~s and drakes** *เกมขว้างก้อนหินแบน ๆ ให้แฉลบไปบนผิวน้ำ;* **play ~s and drakes with, make ~s and drakes of** *(fig.)* โยนก้อนหินแบน ๆ บนผิวน้ำและดูว่ากระเด้งกี่ครั้ง; Ⓑ *(Brit. coll.: dear)* **[my] ~** ที่รัก; Ⓒ *(Cricket)* **be out for a ~:** ไม่ได้แต้มเลย; **break one's ~:** เริ่มได้แต้ม; ➡ **+ dead duck; lame duck**

❷ *v.i.* Ⓐ *(bend down)* ก้ม *(หัว)*, ย่อตัวลง; **~ [down] [out of sight]** หลบ, แวบหาย; Ⓑ *(under water)* *(เป็ด)* มุดน้ำ, ดำน้ำ; Ⓒ *(coll.: move hastily)* รีบหลบหนี

❸ *v.t.* Ⓐ **~ sb. [in water]** กดตัว *ค.น.* [ลงในน้ำ]; Ⓑ **~ one's head** ก้มหัวลง; Ⓒ *(fig. coll.: evade)* หลบเลี่ยง, บ่ายเบี่ยง *(ปัญหา, หน้าที่, คำถาม)*

~ 'out *v.i. (coll.)* **~ out [of sth.]** เลี่ยง หรือ บ่ายเบี่ยง [*ส.น.*]

²**duck** *n. (Textiles)* ผ้าฝ้ายเนื้อหนา

duck: ~bill, ~billed 'platypus ➡ **platypus; ~boards** *n. pl.* กระดานไม้ใช้ทอดข้ามพื้นที่เฉอะแฉะ; **~ egg** *n.* ไข่เป็ด; **~-egg 'blue** *n.* สีฟ้าอ่อน

duckie ➡ ¹**duck 1 B**

ducking /'dʌkɪŋ/'ดัคคิง/ *n. (immersion)* การจุ่มลงน้ำ, การแช่, การกดลงน้ำ; **give sb. a ~** จับ *ค.น.* กดลงในน้ำ

'ducking stool *n. (Hist.)* *เก้าอี้ผูกติดกับไม้ยาวซึ่งใช้ทำโทษโดยจุ่มผู้นั่งลงใต้น้ำ*

duckling /'dʌklɪŋ/'ดัคคลิง/ *n.* ลูกเป็ด; *(as food)* เนื้อลูกเป็ด; ➡ **+ ugly A**

'duck pond *n.* บ่อเลี้ยงเป็ด

ducks /dʌks/ดัคซ/ ➡ ¹**duck 1 B**

'duckweed *n. (Bot.)* แหน

duct /'dʌkt/'ดัคทฺ/ ❶ *n.* Ⓐ *(for fluid, gas, cable)* สาย หรือ ท่อ; *(for air)* ท่อลม, ช่องลม; Ⓑ *(Anat.)* หลอด, ท่อ; **hepatic/cystic/acoustic ~:** ท่อน้ำดี/ท่อในถุงน้ำดี/หลอดเสียง; **spermatic ~:** ท่อน้ำกาม; **tear ~:** ท่อน้ำตา; Ⓒ *(Bot.)* เส้นใยลำเลียงอาหาร ❷ *v.t.* ส่งไปตามท่อ

ductile /'dʌktaɪl, US -tl/'ดัคทายลฺ, -ท'ล/ *adj.* โลหะที่ดัดหรือจัดรูปทรงได้ *(โดยไม่ต้องใช้ความร้อน)*

ducting /'dʌktɪŋ/'ดัคทิง/ *n.* ระบบท่อ/สายส่ง

dud /dʌd/ดัด/ *(coll.)* ❶ *n.* Ⓐ *(useless thing)* ของเสีย, สิ่งที่ใช้การไม่ได้; *(counterfeit)* ของเก๊, ของปลอม; *(banknote)* ธนบัตรปลอม, ธนบัตรเก๊; *(failure)* ความล้มเหลว; *(Cards)* ไพ่ไม่ดี, อุบายที่ไม่เกิดผล; **this battery/lightbulb/watch/ballpoint is a ~:** ถ่านไฟฉาย/หลอดไฟ/นาฬิกา/ปากกาลูกลื่นนี้ใช้ไม่ได้; **that cheque was a ~:** เช็คใบนั้นเด้ง หรือ เช็คใบนั้นขึ้นเงินไม่ได้; Ⓑ *(bomb etc.)* การด้าน, ระเบิดด้าน; Ⓒ *(ineffectual person)* คนไร้ประสิทธิภาพ, คนที่ทำงานไม่ได้ ❷ *adj.* Ⓐ เสื่อม, เสีย; *(fake)* เก๊, ปลอม; **a ~ banknote** ธนบัตรปลอม; Ⓑ **a ~ bullet/shell/bomb** กระสุน/ระเบิดด้าน

dude /dju:d, US du:d/ดิวด, ดูด/ *n. (esp. Amer. coll.)* Ⓐ *(dandy)* ผู้ชายที่แต่งตัวโก้; Ⓑ *(fellow, guy)* ผู้ชาย

'dude ranch *n. (Amer.)* ฟาร์มวัวสำหรับรับรองนักท่องเที่ยวชาวกรุง

dudgeon /'dʌdʒən/'ดัจเจิน/ *n.* **in high ~** ด้วยความโกรธอย่างแรง

due /dju:, US du:/ดิว, ดู/ ❶ *adj.* Ⓐ *(owed)* เป็นหนี้; *(สิทธิ, รางวัล)* ที่ควรได้รับ; *(หนี้)* ค้าง; **the share/reward ~ to him** ส่วนแบ่ง/สิ่งตอบแทนที่เขาควรได้รับ; **the amount ~:** จำนวนที่ค้างชำระ; **there's sth. ~ to me, I've got sth. ~, I'm ~ for sth.** ฉันสมควรได้รับ *ส.น.;* Ⓑ *(immediately payable, lit. or fig.)* ที่ครบกำหนดชำระ; **be more than ~** *(fig.)* ที่เลยกำหนดชำระ; Ⓒ *(that it is proper to give)* ที่เหมาะ; *(การนับถือ, ความช่วยเหลือ)* ที่สมควรได้รับ; **be ~ to sb.** ที่ *ค.น.* สมควรได้; **recognition ~ to sb.** การยอมรับที่ *ค.น.* ควรได้รับ; **respect ~ from sb. to sb.** ความเคารพซึ่ง *ค.น.* ควรให้แก่ อีก *ค.น.;* **with all ~ respect, madam** คุณผู้หญิงคะ/ครับ, ด้วยความเคารพอย่างยิ่ง; **with ~ allowance** *or* **regard** ด้วยความเคารพ หรือ คำนึงถึง; Ⓓ *(that it is proper to use)* *(การระมัดระวัง)* ที่เหมาะสม, *(การไตร่ตรอง)* ที่สมควร; **with ~ caution/care** ด้วยความระมัดระวัง/ใส่ใจตามควร; **they were given ~ warning** พวกเขาได้รับการเตือนตามสมควรแล้ว; **in ~ time** ในเวลาอันสมควร; **~ process of law** กระบวนการทางกฎหมายที่ถูกต้อง; Ⓔ *(attributable)* **~ to negligence** เนื่องจากความประมาท; **the mistake was ~ to negligence** ความผิดพลาดเนื่องจากความประมาท; **the discovery is ~ to Newton** นิวตันเป็นผู้ค้นพบ; **it's ~ to her that we missed the train** พวกเราตกรถไฟเพราะเธอ; **his death was ~ to a heart attack** เขาตายเพราะหัวใจวาย; **the difficulty is ~ to our ignorance** เราต้องลำบากเพราะความโง่เขลา; **be ~ to the fact that ...:** สืบเนื่องมาจากการที่...; Ⓕ *(scheduled, expected, under engagement or instructions)* **be ~ to do sth.** มีกำหนดที่จะทำ *ส.น.* หรือ ควรทำ *ส.น.;* **I'm ~** *(my plan is)* **to leave tomorrow** ฉันกะจะเดินทางพรุ่งนี้; **be ~ [to arrive]** มีกำหนดที่จะ [มาถึง]; **the train is now ~:** รถไฟควรจะมาถึงเดี๋ยวนี้; **when are we ~ to land/dock?** เรามีกำหนดที่จะลงจอด/เทียบท่าเมื่อไหร่; **I'm ~ in Paris tonight** ฉันต้องไปถึงปารีสคืนนี้; **the baby is ~ in two weeks' time** เด็กมีกำหนดจะคลอดภายในสองสัปดาห์; Ⓖ *(likely to get, deserving)* **be ~ for sth.** น่าจะได้ หรือ สมควรได้รับ *ส.น.;* **he is ~ for promotion** เขาสมควรได้รับการเลื่อนขั้น หรือ เขาได้เวลาเลื่อนตำแหน่งแล้ว; ➡ **+ course 1 C**

❷ *adv.* Ⓐ ➤ **191 ~ north** ตรงตามทิศเหนือ; **~ north wind** ลมที่พัดตรงมาจากทิศเหนือ; **the town is ~ north of us** เมืองอยู่ตรงไปทางทิศเหนือ; Ⓑ **~ to** เนื่องจาก

❸ *n.* Ⓐ *in pl. (debt)* หนี้; **pay one's ~s** ชำระหนี้ของตน; Ⓑ *no pl. (fig.: just deserts, reward)* **sb.'s ~:** สิทธิ/สิ่งตอบแทน/ความยุติธรรมที่ *ค.น.* ควรได้รับ; **that was no more than his ~:** เขาก็สมควรได้รับตามนั้นแหละ; **give sb. his ~:** ให้ตามที่ *ค.น.* ควรได้รับ *หรือ* ยอมรับความสามารถของ *ค.น.*; **but to give him** *or* **the Devil his ~ he ...:** แต่ถ้าจะว่าตามจริงแล้วเขา...; แต่ก็ต้องยอมรับว่าเขา...; Ⓒ *usu. in pl. (fee, toll)* ค่าธรรมเนียม, ค่าผ่านทาง; **membership ~s** ค่าสมาชิก

duel /ˈdju:əl, US ˈdu:əl/ดิวเอิล, ˈดูเอิล/ ❶ *n.* Ⓐ การต่อสู้กันตัวต่อตัว; **fight a ~:** เข้าต่อสู้กันตัวต่อตัว; Ⓑ *(fig.: contest)* การแข่งขัน, การประลอง; **~ of wits** การประลองเชาว์ปัญญา; **~ of words** การประลองฝีปาก, การโต้วาที; **propaganda ~:** การตอบโต้กันด้วยคำโฆษณาชวนเชื่อ ❷ *v.i., (Brit.)* **-ll-** ต่อสู้กันตัวต่อตัว

duet /dju:ˈet, US du:-/ดิวˈเอ็ท, ดู-/ *n. (Mus.) (for voices)* เพลงสำหรับขับร้องคู่; *(instrumental)* บทประพันธ์สำหรับเครื่องดนตรีสองชิ้น

duettist /dju:ˈetɪst/ดิวˈเอ็ททิซ/ *n.* หนึ่งในสองนักร้อง/นักดนตรีคู่

duff /dʌf/ดัฟ/ *adj. (Brit. coll.)* ไร้ค่า, ปลอม, ใช้การไม่ได้

duffel bag, duffel coat ➡ **duffle bag, duffle coat**

duffer /ˈdʌfə(r)/ˈดัฟเฟอะ(ร)/ *n.* คนไม่เก่ง, คนโง่; **be a ~ at football/school** เล่นฟุตบอล/เรียนไม่เก่ง

duffle /ˈdʌfl/ˈดัฟˈล/: **~ bag** *n.* ถุงผ้าทรงกลมยาวมีเชือกรูดปิดปาก; *(waterproof, also)* ถุงทะเล; **~ coat** *n. เสื้อคลุมผ้าสักหลาดหนามีหมวกในตัว ปกติใช้ตะขอเกี่ยวแทนกลัดกระดุม*

dug ➡ **dig** 1, 2

dugong *n.* ปลาพะยูน *Dugong dugong*

ˈdugout *n.* Ⓐ *(canoe)* เรือแคนูที่ขุดจากไม้ทั้งต้น; Ⓑ *(Mil.: shelter)* หลุมหลบภัย

duke /dju:k, US du:k/ดิวคฺ, ดูคฺ/ *n.* Ⓐ ดยุค *(ท.ศ.)*, ตำแหน่งขุนนางชั้นสูงสุด; **royal ~** ขุนนางที่มีศักดิ์เป็นเจ้าในราชสกุลด้วย; Ⓑ *in pl. (coll.: fists)* กำปั้น, มือ; **put up your ~s** ยกมือขึ้น *หรือ* ชูกำปั้นขึ้น

dukedom /ˈdju:kdəm, US ˈdu:k-/ˈดิวคฺเดิม, ˈดูค-/ *n.* Ⓐ *(territory)* อาณาเขตที่ดยุคปกครอง; Ⓑ *(rank)* ตำแหน่งขุนนางชั้นสูงสุด

dulcet /ˈdʌlsɪt/ˈดัลซิท/ *adj.* หวานหู, ชวนฟัง; **sb.'s ~ tones** *(iron.)* น้ำเสียงประจ๋อประแจ๋ของ *ค.น.*

dulcimer /ˈdʌlsɪmə(r)/ˈดัลซิเมอะ(ร)/ *n. (Mus.)* ขิม

dull /dʌl/ดัล/ ❶ *adj.* Ⓐ *(stupid, slow to understand)* เซ่อซ่า, สมองทึบ, ไม่ไว; Ⓑ *(boring)* น่าเบื่อ, ไม่น่าสนใจ; *(งาน)* จำเจ; Ⓒ *(gloomy) (อากาศ)* ทึม, ขมุกขมัว, มืดครึ้ม; Ⓓ *(not bright)* ไม่เป็นเงา; *(สี)* ทึม; *(เหล็ก)* ด้าน; *(ตา)* ไม่มีประกาย; *(อารมณ์)* ไม่สดใส; *(not sharp)* ไม่คม; *(ความเจ็บ)* ที่อ; Ⓔ *(not seen) (สายตา, การได้ยิน)* ไม่คมชัด; **grow ~** *(ไหวพริบ)* ที่ช้าลง; Ⓕ *(sluggish)* เชื่องช้า, ไม่คล่อง, อืดอาด, ฝืด; *(of a person)* เงื่องหงอย; *(เศรษฐกิจ)* เชื่องซึม; Ⓖ *(listless)* หมดแรง, หมดไฟ; *(dejected)* กลุ้มใจ; Ⓗ *(blunt)* ไม่คม; Ⓘ *(Commerc.)* ไม่เจริญ; ➡ **+ ditchwater**
❷ *v.t.* Ⓐ *(make less acute)* ทำให้อ่อนลง; ทำให้ *(เจ็บ)* น้อยลง; บรรเทา *(ความเจ็บปวด)*; Ⓑ *(make less bright or sharp)* ทำให้มัวลง; ทำให้ *(สี)* ทึมขึ้น; Ⓒ *(blunt)* ทำให้หายคม; Ⓓ *(fig.)* ลด *(ความกระตือรือร้น)*; ทำให้หมดไฟ; ทำให้ *(ความเสียใจ)* อ่อนลง; **~ the edge of sth.** *(fig.)* ทำให้ *ส.น.* หมดเสน่ห์

dullard /ˈdʌləd/ˈดัลเลิด/ *n.* คนโง่, คนเซ่อ

dullness /ˈdʌlnɪs/ˈดัลนิซ/ *n., no pl.* Ⓐ *(stupidity)* ความโง่; *(slow-wittedness)* ความเชื่องช้า; การไม่มีไหวพริบ; Ⓑ *(boringness)* ความน่าเบื่อ; *(of work, life, routine)* ความจำเจ; Ⓒ *(of weather)* ความขมุกขมัว, มืดครึ้ม; Ⓓ *(of colour, light, metal)* ความทึม, ความด้าน, ความมืดมัว; Ⓔ *(of sight, hearing etc.)* ความเสื่อมสภาพ; *(of sight)* ความไม่คมชัด, ความช้าลง; Ⓕ *(sluggishness)* ความอืดอาด

dull-witted /dʌlˈwɪtɪd/ดัลˈวิทิด/ ➡ **dull** 1 A

dully /ˈdʌllɪ/ˈดัลลิ/ *adv.* Ⓐ *(dimly, indistinctly)* อย่างไม่ชัด; *(รู้สึก, ทำเสียง)* ไม่เต็มที่; **his arm was aching ~:** เขารู้สึกปวดอยู่เรื่อยในแขน; Ⓑ *(sluggishly)* อย่างอืดอาด, อย่างเฉื่อยชา; Ⓒ *(listlessly)* อย่างไม่กระตือรือร้น; Ⓓ อย่างกลุ้มใจ

duly /ˈdju:lɪ, US ˈdu:-/ˈดิวลิ, ˈดู-/ *adv.* Ⓐ *(rightly, properly)* อย่างถูกต้อง, อย่างเหมาะสม, ตามสมควรแก่ฐานะ; Ⓑ *(sufficiently)* อย่างพอเพียง; **he was ~ punished** เขาถูกทำโทษที่สมควร; Ⓒ *(punctually)* ตรงเวลา, ตามกำหนดเวลา

dumb /dʌm/ดัม/ ❶ *adj.* **~er** /ˈdʌmə(r)/ˈดัมเมอะ(ร)/, **~est** /ˈdʌmɪst/ˈดัมมิซทฺ/ Ⓐ ใบ้, เป็นใบ้; **a ~ person** คนที่เป็นใบ้; **~ animals** *or* **creatures** สัตว์; **~ friend** เพื่อนสัตว์; Ⓑ *(temporarily speechless)* นิ่งอึ้ง, ไม่ปริปาก, พูดไม่ออก; **he was [struck] ~ with fright/amazement** เขากลัว/ประหลาดใจจนพูดไม่ออก; Ⓒ *(inarticulate)* พูดไม่ออก, พูดไม่คล่อง; *(saying nothing)* เงียบ, ไม่ยอมพูด; Ⓓ *(coll.: stupid)* โง่, งี่เง่า; **act ~:** ทำโง่ ๆ; **a ~ blonde** หญิงที่สวยแต่โง่ ❷ *n. pl.* **the ~:** คนเป็นใบ้; **the deaf and ~:** คนหูหนวกและเป็นใบ้

~ down *v.t. & vi. (coll.)* ทำให้ง่ายขึ้น, ทำให้เข้าใจได้ง่ายขึ้น

ˈdumb-bell *n.* Ⓐ ตุ้มน้ำหนัก; Ⓑ *(sl.: stupid person)* คนโง่

dumbfound /dʌmˈfaʊnd/ดัมˈฟาวนดฺ/ *v.t.* ทำให้ตกตะลึงจนพูดไม่ออก

dumbfounded /dʌmˈfaʊndɪd/ดัมˈฟาวนฺดิด/ *adj.* อึ้ง, ตกตะลึงจนพูดไม่ออก, ตะลึงตะไล

dumbly /ˈdʌmlɪ/ˈดัมลิ/ *adv.* อย่างเงียบ, อย่างไม่พูดไม่จา

dumb: ~ show *n.* **in ~ show** โดยใช้ละครใบ้; **~ ˈwaiter** *n.* Ⓐ *(trolley) โต๊ะอาหารพร้อมเสิร์ฟและหมุนได้*; Ⓑ *(lift) ลิฟต์สำหรับส่งอาหารขึ้นลงระหว่างชั้น*

dumdum /ˈdʌmdʌm/ˈดัมดัม/ *n.* **~ [bullet]** กระสุนปืนหัวผ่า *(เมื่อถูกเป้าจะแตกออกทำให้เกิดแผลกว้าง)*

dummy /ˈdʌmɪ/ˈดัมมิ/ ❶ *n.* Ⓐ *(of tailor)* หุ่นใช้ตัดเสื้อผ้า; *(in shop)* หุ่นแสดงชุดเสื้อผ้า; *(of ventriloquist)* ตุ๊กตาหุ่น; *(figurehead, person acting for another)* ตุ๊กตาตัวแทนคนอื่น; *(stupid person)* คนโง่; **like a stuffed ~:** เหมือนหุ่นยนต์; Ⓑ *(imitation)* สิ่งที่หลอกลวง, สิ่งจำลอง, ของปลอม; Ⓒ *(esp. Brit.: for baby)* หัวนมหลอก; Ⓓ *(Bridge etc.) (hand)* ไพ่ที่แบลงบนโต๊ะ; *(person) ผู้เล่นที่แบไพ่ลงบนโต๊ะแล้วทำให้ผู้เล่นคนอื่นได้ไพ่ไป*; Ⓔ *(Rugby coll.)* **sell sb. the** *or* **a ~:** หลอกฝ่ายตรงข้ามโดยทำทีจะส่งลูกให้
❷ *attrib. adj.* เป็นหุ่นเชิด; *(ประตู, หน้าต่าง)* ที่หลอกตา; *(Mil.)* **~ gun** ปืนหลอก; **~ run** การซ้อม

dump /dʌmp/ดัมพฺ/ ❶ *n.* Ⓐ *(place)* ที่ทิ้งขยะ; *(heap)* กองขยะ; Ⓑ *(Mil.)* คลัง *(อาวุธ, เสบียง)* ชั่วคราว; Ⓒ *(coll. derog.: unpleasant place)* ที่ที่สกปรกไม่น่าอยู่; *(boring town)* เมืองน่าเบื่อ ❷ *v.t.* Ⓐ *(dispose of)* ทิ้ง *(ขยะ)*; เท *(ทราย, ข้าว)*; *(leave)* ทอดทิ้ง; Ⓑ *(Commerc.: send abroad)* ส่งสินค้าไปทุ่มขายถูกในตลาดต่างประเทศ; Ⓒ *(fig. coll.: abandon)* ละทิ้ง

dumper /ˈdʌmpə(r)/ˈดัมเพอะ(ร)/ *n.* รถบรรทุกที่ท้ายเปิดเทได้

dumping /ˈdʌmpɪŋ/ˈดัมพิง/ *n.* Ⓐ การกอง, การทิ้ง; **'no ~ [of refuse]'** ห้ามทิ้งขยะ; Ⓑ *(Commerc.: sending abroad)* การทุ่มขายสินค้าในต่างประเทศ

ˈdumping ground *n.* บริเวณสำหรับทิ้งขยะ; *(fig.)* ที่เก็บของเก่าไม่ใช้แล้ว

dumpling /ˈdʌmplɪŋ/ˈดัมพลิง/ *n.* Ⓐ *(Gastr.)* ก้อนแป้งต้ม *หรือ* นึ่ง; **apple ~:** ขนมแป้งอบไส้แอปเปิล; Ⓑ *(coll.: short, plump person)* คนอ้วนเตี้ยม่อต้อ

dumps /dʌmps/ดัมพฺซฺ/ *n. pl. (coll.)* **be** *or* **feel [down] in the ~:** รู้สึกหดหู่, มืดมน, สิ้นหวัง

ˈdump truck *n.* รถบรรทุกที่ท้ายเปิดเทได้

dumpy /ˈdʌmpɪ/ˈดัมพิ/ *adj.* อ้วนเตี้ยม่อต้อ

¹dun /dʌn/ดัน/ ❶ *adj.* สีน้ำตาลออกเทา ❷ *n.* สีน้ำตาลออกเทา, สีหม่น ๆ

²dun ❶ *v.t.*, **-nn-** *(demand money due from)* ตื๊อทวงหนี้; **~ sb. for sth.** ทวง *ส.น.* จาก *ค.น.*

dunce /dʌns/ดันซฺ/ *n.* เด็กที่โง่หรือเรียนช้า; **the ~ of the class** หัวขี้เลื่อยประจำชั้น; **~'s cap** *(Hist.) หมวกกระดาษทรงกรวยให้เด็กเรียนช้าใส่เป็นการลงโทษ*

dunderhead /ˈdʌndəhed/ˈดันเดอะเฮ็ด/ *n.* คนโง่

dune /dju:n, US du:n/ดิวน, ดูน/ *n.* เนิน *หรือ* สันทรายที่เกิดจากลม

dung /dʌŋ/ดัง/ ❶ *n.* มูลสัตว์, ปุ๋ยคอก ❷ *v.t.* ใส่ปุ๋ยคอก

dungaree /dʌŋgəˈri:/ดังเกอะˈรี/ *n.* Ⓐ *(fabric)* ผ้าเนื้อหยาบ; Ⓑ *in pl. (garment)* ชุดกางเกงมีเอี๊ยม; **a pair of ~s** กางเกงมีเอี๊ยม

ˈdung beetle *n. แมลงปีกแข็งที่ตัวอ่อนฟักในมูลสัตว์ เช่น แมงขี้ควาย*

dungeon /ˈdʌndʒən/ˈดันเจิน/ *n. ห้องใต้ดินในปราสาทสำหรับขังนักโทษ*

ˈdunghill *n.* กองมูลสัตว์, กองปุ๋ยคอก

dunk /dʌŋk/ดังคฺ/ *v.t.* Ⓐ จุ่ม *(อาหาร)* ลงในเครื่องดื่ม/น้ำซุปก่อนกิน; Ⓑ *(immerse)* จุ่มลงไปในน้ำ, จับกดลงในน้ำ

Dunkirk /dʌnˈkɜ:k/ดันˈเคิค/ *pr. n.* เมืองดันเคิร์ค ทางชายฝั่งตอนเหนือของฝรั่งเศส; **~ spirit** จิตใจที่มานะบากบั่น

dunlin /ˈdʌnlɪn/ˈดันลิน/ *n. (Ornith.)* นกชายเลนปากยาว *Calidris alpina*

duo /ˈdju:əʊ, US ˈdu:əʊ/ˈดิวโอ, ˈดูโอ/ *n., pl.* **~s** Ⓐ *(Theatre)* นักแสดงคู่; **comedy ~:** นักแสดงตลกคู่; Ⓑ *(Mus.)* ประสานเสียงคู่; Ⓒ *(coll.: couple)* คู่; **an odd ~:** คู่ที่ไม่เข้ากัน

duodenal /dju:əˈdi:nl, US du:əˈdi:nl/ดิวเออะˈดีนˈล, ดูเออะˈดีนˈล/ *adj. (Anat.)* เกี่ยวกับตอนปลายลำไส้เล็ก

duodenal ulcer *n. (Med.)* แผลที่ปลายลำไส้เล็ก

duodenum /dju:əʊˈdi:nəm, US du:əˈdi:nəm/ดิวโอˈดีเนิม, ดูเออะˈดีเนิม/ *n. (Anat.)* ส่วนปลายลำไส้เล็กที่ต่อกับกระเพาะอาหาร

d

d

dupe /dju:p, US du:p/ดิวพ, ดูพ/ ❶ *v.t.* หลอกลวง, ต้มตุ๋น; **be ~d [into doing sth.]** ถูกหลอกลวง [ให้ทำ *ส.น.*]; **be ~d into believing sth.** ถูกหลอกให้เชื่อ *ส.น.* ❷ *n.* คนที่ถูกหลอก, คนโง่

duple /'dju:pl/'ดิวพ'ล/ *adj.* **~ time** *(Mus.)* ดนตรีที่มีสองจังหวะในหนึ่งห้องดนตรี

duplex /'dju:pleks, US 'du:-/'ดิวเพล็คซ, 'ดู-/ ❶ *adj.* Ⓐ *(twofold)* มีสองส่วน, สอง, สองเท่า; Ⓑ *(esp. Amer.: two-storey)* แฟลตสองชั้น; Ⓒ *(esp. Amer.: two-family)* *(บ้าน)* สำหรับสองครอบครัว ❷ *n. (esp. Amer.)* *(แฟลต)* ที่แบ่งเป็นสองชั้น

duplicate ❶ /'dju:plɪkət, US 'du:pləkət/'ดิวพลิเคท, 'ดูเพลอะเคิท/ *adj.* Ⓐ *(identical)* เหมือนกัน, ซ้ำกัน; **~ key** กุญแจสำรอง; **~ copy** สำเนาอีกชุด, ชุดสำรอง, สิ่งที่เลียนแบบ; Ⓑ *(twofold)* ทบ, ซ้ำสอง; Ⓒ *(cards)* ตอง *(ไพ่)*; **~ bridge/whist** *วิธีเล่นชนิดหนึ่งที่มือไพ่อันเดียวถูกเล่นโดยคนเล่นต่าง ๆ* ❷ *n.* Ⓐ *(second copy of letter/document)* สำเนา; Ⓑ **prepare/complete sth. in ~** เตรียม/ทำให้มี *ส.น.* สองชิ้นเหมือนกัน; **make sth. in ~:** ทำ *ส.น.* สองชิ้นเหมือนกัน; Ⓒ *(Cards)* = **~ bridge** *etc.* ➡ 1 C ❸ /'dju:plɪkeɪt/'ดิวพลิเคท/ *v.t.* Ⓐ *(make a copy of, make in duplicate)* **~ sth.** เลียนแบบ *ส.น.*; ทำอีกชิ้นให้เหมือนทีเดียว; **they have tried to ~ his results** พวกเขาได้พยายามเลียนแบบให้สัมฤทธิ์ผลเช่นเขา; Ⓑ *(be exact copy of)* ถอดแบบ; Ⓒ *(on machine)* อัดสำเนา; Ⓓ *(unneccessarily)* ทำซ้ำ [โดยไม่จำเป็น]

duplicating /'dju:plɪkeɪtɪŋ/'ดิวพลิเคทิง/: **~ machine** ➡ **duplicator**; **~ paper** *(Printing)* กระดาษถ่ายสำเนา

duplication /dju:plɪ'keɪʃn/ดิวพลิ'เคช'น/ *n.* Ⓐ การทบทวน; Ⓑ *(on machine)* การอัดสำเนา; Ⓒ *(unnecessary)* ความซ้ำซาก; **avoid unnecessary ~!** หลีกเลี่ยงการทำซ้ำโดยไม่จำเป็น; **~ of effort** การทำงานชิ้นเดียวสองครั้ง

duplicator /'dju:plɪkeɪtə(r), US 'du:pləkeɪtə(r) 'ดูเพลอะเคเทอะ(ร), 'ดิวพลิเคเทอะ(ร)/ *n. (Printing)* เครื่องอัดสำเนา

duplicity /dju:'plɪsətɪ, US du:-/ดิว'พลิเซอะทิ, ดู-/ *n.* การตีสองหน้า, คำกล่าวเท็จ,การหลอกลวง

durability /djʊərə'bɪlətɪ, US dʊərə/ดิวเรอะ'บิลเลอะทิ, ดัวเรอะ/ *n., no pl.* Ⓐ *(permanence)* *(of friendship, peace, etc.)* ความจีรังยั่งยืน; *(of person)* ความอยู่ยงคงกระพัน; Ⓑ *(resistance to wear or decay)* *(of garment, material)* ความคงทน, ความทนทานต่อการสึกหรอ; *(of metal, rock, component)* การใช้ได้นาน, ความทนทาน

durable /'djʊərəbl, US 'dʊərəbl/'ดิวเรอะบ'ล, 'ดัวเรอะบ'ล/ ❶ *adj.* Ⓐ *(lasting)* ยาวนาน *(สันติสุข, มิตรภาพ ฯลฯ)*; Ⓑ *(resisting wear or decay)* ทนทาน; คงทน *(เสื้อผ้า, วัสดุ)*; ทนทานต่อการสึกกร่อน *(โลหะ, หิน, ส่วนประกอบสิ่งปลูกสร้าง)*; **~ goods** ➡ 2 ❷ *n. in pl. (Econ.)* **consumer ~s** สินค้าบริโภคที่คงสภาพอยู่นาน

duration /djʊə'reɪʃn, US du'reɪʃn/ดิว'เรช'น, ดู'เรช'น/ *n.* ระยะเวลา; **be of short/long ~:** ใช้เวลาน้อย/ใช้เวลานาน; **the courses are of three years' ~:** หลักสูตรเหล่านี้ใช้เวลา 3 ปี; **for the ~ of sth.** ตลอดระยะเวลาที่ *ส.น.* ดำเนินอยู่; **for the ~** *(of war)* ในช่วงสงคราม; **I'm afraid we're here for the ~** *(fig. coll.)* ฉันเกรงว่าเราคงต้องทนทู่ซี้ไปอีกนานกว่าจะเสร็จสิ้น

duress /djʊə'res, US du'res/ดิว'เร็ซ, ดู'เร็ซ/ *n., no pl.* การข่มขู่บังคับ; **under ~:** เนื่องจากถูกข่มขู่บังคับ

durex /'djʊətreks US 'dʊəreks/'ดิวเร็คซ, 'ดัวเร็คซ/ *n.* ถุงยางอนามัย

during /'djʊərɪŋ/'ดิวริง/ *prep.* ระหว่าง; *(at a point in)* ในระหว่าง; **~ the rehearsal/wedding ceremony** ระหว่างการฝึกซ้อม/ระหว่างพิธีมงคลสมรส; **~ the night** ในช่วงกลางคืน *หรือ* ตอนกลางคืน; **~ the journey** ระหว่างการเดินทาง

dusk /dʌsk/ดัซคฺ/ *n. (twilight)* แสงอัสดง, สายัณห์, ตะวันยอแสง; เวลาเย็นย่ำค่ำ, เวลาโพล้เพล้; **at/after/until ~ :** เวลาโพล้เพล้/หลังพลบค่ำไปแล้ว/ตราบจนถึงเวลาโพล้เพล้

dusky /'dʌskɪ/'ดัซกิ/ *adj. (dark-coloured)* ดำ; ผิวคล้ำ; **a ~ blue/red** สีน้ำเงินเข้ม/สีแดงเข้ม

dust /dʌst/ดัซทฺ/ ❶ *n., no pl.* Ⓐ ฝุ่น; *(pollen)* ละอองเกสรดอกไม้; **be covered in ~:** ปกคลุมด้วยฝุ่นละออง, ฝุ่นจับ; **the ~ of ages** ฝุ่นที่เกาะมาเป็นร้อยปี; **make a great deal of ~:** ทำให้ฝุ่นเขรอะ; **throw ~ in sb.'s eyes** *(fig.)* ลวงตา, หลอกลวง *ค.น.*; **shake the ~ off one's feet** *(fig.)* กรวดน้ำคว่ำขัน ปล่อยวางเสียไม่เก็บเอามาเป็นกังวล; **turn to ~ and ashes** *(fig.)* หายไปเลย; ท่าดีทีเหลว; **wait till the ~ has settled** *(fig.)* คอยจนเรื่องยุ่ง ๆ ผ่านพ้นไปเสียก่อน; **you couldn't see him for ~** *(fig.)* เขาทิ้งห่าง *(คู่แข่ง)* อย่างไม่เห็นฝุ่น; Ⓑ *(~ ing)* การปัดเช็ดฝุ่น; **give sth. a ~:** ปัดฝุ่น, เช็ดฝุ่น *ส.น.*; ➡ + **bite** 1; **raise** 1 B
❷ *v.t.* Ⓐ *(clear of ~)* ปัดฝุ่น *(จากเฟอร์นิเจอร์)*; **~ a room/house** ปัดกวาดฝุ่นภายในห้อง/บ้าน; **the house/the furniture needs ~ing** *or* **to be ~ed** บ้าน/เฟอร์นิเจอร์จำต้องทำการปัดกวาด; Ⓑ *(sprinkle; also Cookery)* **~ sth. with sth.** โปรย/โรยหน้า *ส.น.* ด้วย *ส.น.*; *(with talc etc.)* ทา *(แป้ง)* บน *ส.น.*; *(with grated material)* โรย, โปรย *ส.น.* ด้วย *ส.น.* [ที่เป็นฝอย]
❸ *v.i.* ปัดฝุ่น

~ 'off *v.t.* ปัดฝุ่น, เช็ดฝุ่น; *(fig. derog.)* เอาออกมาจากกรุ

dust: ~bin *n. (Brit.)* ถังผง, ถังขยะ; **relegate sth. to the ~bin** *(fig.)* โยน *ส.น.* ลงถังขยะ; **~ bowl** *n. (Geog.)* เขตแห้งแล้ง; **~cart** *n. (Brit.)* รถขนขยะ; **~cloth** *n.* ปลอกผ้ากันฝุ่น; *(duster)* ผ้าเช็ดฝุ่น; **~coat** *n. (Brit.)* เสื้อสวมลำลองอยู่ในบ้านสำหรับแม่บ้าน; **~ cover** *n. (on record player)* ผ้าคลุม; *(for clothes)* ปลอกคลุม; *(on book)* ➡ **dust jacket**; **~ devil**; ➡ **devil** 1 I

duster /'dʌstə(r)/'ดัซเตอะ(ร)/ *n.* Ⓐ *(cloth)* ผ้าเช็ดฝุ่น; Ⓑ *(coat)* เสื้อคลุมหลวม ๆ สวมลำลองอยู่ในบ้าน

dusting /'dʌstɪŋ/'ดัซติง/ *n.* Ⓐ *(removal of dust)* ➡ **dust 2 A**: การปัดฝุ่น, การเช็ดฝุ่น; **give a room a ~:** ปัดฝุ่นในห้อง; Ⓑ *(sprinkling)* การโรย, การโปรย

dust: ~ jacket *n.* ปกหนังสือ; **~man** /'dʌst mæn/'ดัซทฺเมน/ *n., pl.* **~men** /'dʌstmən/'ดัซทฺเมิน/ ➤ **489** *(Brit.)* พนักงานขนขยะ, เจ้าหน้าที่สุขาภิบาล; **~pan** *n.* ที่โกยผง, ที่โกยขยะ; **~proof** *adj.* กันฝุ่น; **~ sheet** *n.* ผ้าคลุม *(เฟอร์นิเจอร์/สินค้า)* กันฝุ่น; **~ storm** *n.* พายุฝุ่น; **~ trap** *n.* ที่รับฝุ่น; **~-up** *n. (coll.)* การทะเลาะเบาะแว้งที่มีการชกต่อยกัน; **~ wrapper** ➡ **~ jacket**

dusty /'dʌstɪ/'ดัซติ/ *adj.* Ⓐ *(ถนน, ห้อง)* เต็มไปด้วยฝุ่น; *(เฟอร์นิเจอร์, หนังสือ)* ฝุ่นจับ; **the house is/has got very ~:** บ้านเต็มไปด้วยฝุ่น; Ⓑ *(dull)* *(สีชมพู, สีฟ้า)* ที่ไม่สดใส; Ⓒ *(vague)* เลือน, คลุมเครือ; Ⓓ *(bad-tempered)* ตอบปฏิเสธอย่างไม่มีเยื่อใย; Ⓔ **not so ~** *(Brit. dated coll.)* ไม่เลวเสียทีเดียว

dutch *n. (Brit. coll.)* **my old ~:** เมียของฉัน

Dutch /dʌtʃ/ดัฉ/ ❶ *adj.* Ⓐ แห่งฮอลแลนด์ *หรือ* เนเธอร์แลนด์; Ⓑ *(coll.)* **go ~ [with sb.] [on sth.]** แบ่งกันจ่ายเงิน [ค่า *ส.น.*] [กับ *ค.น.*]; **talk to sb. like a ~ uncle** พูดว่ากล่าวตักเตือน *ค.น.* อย่างเป็นผู้ใหญ่; ➡ + **English** 1 ❷ *n.* Ⓐ *constr. as pl.* **the ~:** ชาวฮอลแลนด์ *หรือ* ชาวเนเธอร์แลนด์; Ⓑ *(language)* ภาษาฮอลแลนด์, ภาษาเนเธอร์แลนด์; **[Cape] ~:** *ลูกหลานชาวเนเธอร์แลนด์และชาวเยอรมันที่อพยพมาตั้งถิ่นฐานในแอฟริกาใต้*; Ⓒ **it was all double ~ to him** เขาฟังไม่รู้เรื่อง; ➡ + **English** 2 A

Dutch: ~'auction ➡ **auction** 1 A; **~ 'barn** *n.* ยุ้งฉางแบบเปิดโล่ง; **~ 'courage** *n.* การดื่มสุราย้อมใจ; **give oneself** *or* **get ~ courage** ดื่มสุราย้อมใจ; **~ 'doll** *n.* ตุ๊กตาชักใยของฮอลแลนด์; **~ 'door** *n. (Amer.)* ประตูที่แบ่งเป็นตอนตามขวางสลับกันเปิดปิด; **~'elm disease** *n.* โรคของต้นไม้สกุล *Ulmus* ที่มาจากฮอลแลนด์; **~ 'hoe** *n. (Agric.)* จอบทำสวน; **~man** /'dʌtʃmən/'ดัฉเมิน/ *n., pl.* **~men** /'dʌtʃmən/'ดัฉเมิน/ Ⓐ ชาวฮอลแลนด์, ชาวเนเธอร์แลนด์; Ⓑ *(fig. coll.)* **or I'm a ~man** จ้างให้ก็ไม่เชื่อ, ไม่มีวันเสียละ; Ⓒ *(ship)* เรือฮอลันดา; **the Flying ~man** *เรือในนิยายซึ่งถูกสาปให้แล่นในทะเลตลอดไป*; **~ 'oven** *n. (Cookery)* Ⓐ *(box)* เตาทรงกล่องมีหลายชั้นด้านหนึ่งเปิดหันเข้าหาเตาไฟ; Ⓑ *(pot)* หม้อตุ๋น *(อาหาร)*; **~ 'treat** *n.* การออกไปเที่ยวโดยต่างคนต่างจ่าย; **~woman** *n.* ผู้หญิงชาวฮอลแลนด์, ผู้หญิงชาวเนเธอร์แลนด์

dutiable /'dju:tɪəbl, US 'du:-/'ดิวทิเออะบ'ล, 'ดู-/ *adj. (Customs)* อาจต้องเสียภาษีหรืออากร

dutiful /'dju:tɪfl, US 'du:-/'ดิวทิฟ'ล, 'ดู-/ *adj.* มี *(จิต)* สำนึกในหน้าที่, เชื่อฟัง, หัวอ่อน

dutifully /'dju:tɪfəlɪ, US 'du:-/'ดิวทิเฟอะลิ, 'ดู-/ *adv.* อย่างสำนึกในหน้าที่, อย่างเชื่อฟัง

duty /'dju:tɪ, US 'du:tɪ/'ดิวทิ, 'ดูทิ/ *n.* Ⓐ *no pl. (moral or legal obligation)* หน้าที่, ข้อผูกมัด; **~ calls** ภาระงานเรียกร้อง; **have a ~ to do sth.** มีหน้าที่ต้องทำ *ส.น.*; **have a ~ to sb.** มีหน้าที่ *หรือ* ข้อผูกมัดต่อ *ค.น.*; **one's ~ to** *or* **towards sb./sth.** หน้าที่ที่ต้องรับผิดชอบต่อ *ค.น./ส.น.*; **do one's ~ [by sb.]** ปฏิบัติโดยถูกต้องสมควร [ต่อ *ค.น.*]; **make it one's ~ to do sth.** รับเป็นธุระดูแล *ส.น.*; **be/feel in ~ bound to do sth.** จำเป็นต้องทำ *ส.น.* ตามหน้าที่; **in ~ bound** ต้องทำตามหน้าที่; Ⓑ *(specific task, esp. professional)* งานในหน้าที่; กิจการงาน, ภาระหน้าที่; **do one's ~:** ทำตามหน้าที่; **take up one's duties** เริ่มรับผิดชอบ; **your duties will consist of...:** หน้าที่/ความรับผิดชอบของคุณได้แก่...; **[purely] in [the] line of ~:** ทำตามหน้าที่ [เท่านั้น]; **the ~ nurse/~ porter** พยาบาลที่อยู่เวร/พนักงานเปิดประตูที่อยู่ประจำ; **on ~:** อยู่เวร, กำลังปฏิบัติหน้าที่; **be on ~:** อยู่เวร; **while on ~:** ในระหว่างปฏิบัติหน้าที่; **go/ come on ~ at seven p.m.** เริ่มปฏิบัติหน้าที่เวลาหนึ่งทุ่ม *หรือ* เข้าเวรตอนหนึ่งทุ่ม; **off~ :** นอกเวลาปฏิบัติงาน; **be off ~:** ไม่มีภาระหน้าที่; ว่างจากการปฏิบัติงาน; **go/come off ~ at eight a.m.** ออกจากกะ *หรือ* ออกเวรเวลา 8 โมงเช้า; **Dr. Smith is off ~ tomorrow** ดร.สมิทจะหยุดงานพรุ่งนี้; ➡ + **off-duty**; *attrib.* **~ chemist** ร้านขายยาที่มีเวรเปิดทำการ; **which is the ~ chemist**

283 duty-bound | dystrophy

tonight? ร้านขายยาร้านใดที่มีเวรเปิดทำการคืนนี้; Ⓒ ภาษี; **pay ~ on sth.** จ่าย/เสียภาษีสำหรับ *ส.น.*; **be liable to ~:** ต้องเสียภาษี; **~ on alcohol** ภาษีสรรพสามิตที่เรียกเก็บจากสุรา; **free of ~:** *(สินค้า, ราคา)* ปลอดภาษี; Ⓓ **do ~ as/for sth.** *(serve as)* ใช้แทนที่ *ส.น.*

duty: ~-bound *adj.* **be/feel [oneself] ~-bound to do sth.** จำเป็น/รู้สึกว่าต้องทำ *ส.น.* ด้วยสำนึกในหน้าที่; ➡ + **duty** A; **~-free** *adj.* *(สินค้า, ราคา)* ปลอดภาษี; **~-frees** *n. pl. (coll.)* สินค้าปลอดภาษี; **~-free 'shop** *n.* ร้านขายสินค้าปลอดภาษี; **~ officer** *n. (Mil)* เจ้าหน้าที่ที่อยู่เวรปฏิบัติหน้าที่; **~-paid** *adj. (สินค้า)* เสียภาษีแล้ว; **~ visit** *n.* การเยือนตามหน้าที่

duvet /'du:veɪ/'ดูเว/ *n.* ผ้าห่ม, ผ้านวม; **~ cover** ผ้าคลุมผ้านวม

Dvaravati *n.* สมัยทวาราวดี *(ดินแดนโบราณที่อยู่ในลุ่มแม่น้ำเจ้าพระยา)*

DVD *abbr.* **digital video disc** ดีวีดี *(ท.ศ.)*

dwarf /dwɔ:f/ดวอฟ/ ❶ *n., pl.* **~s** *or* **dwarves** /dwɔ:vz/ดวอวซฺ/ Ⓐ *(person)* คนแคระ; Ⓑ *(tree)* ต้นไม้แคระ; *(plant)* พันธุ์ไม้แคระ; *(animal)* สัตว์ตัวเล็กจิ๋ว, สัตว์แคระ; Ⓒ *(Mythol.)* คนแคระ; Ⓓ *(Astron.)* ดาวดวงเล็กจิ๋วที่มีแสงสว่างริบหรี่ ❷ *adj.* Ⓐ แคระ, แกร็น; Ⓑ *(stunted)* จิ๋ว, แกร็น ❸ *v.t.* Ⓐ *(stunt in growth)* ปล่อยให้แกร็น, เหี่ยวเฉา; Ⓑ *(cause to look small)* ทำให้ดูเล็กนิดเดียว; Ⓒ *(fig.)* ข่มให้ดูไม่สำคัญ

dwarves *pl. of* **dwarf**

dweeb /dwi:b/ดวีบ/ *n. (esp. Amer. coll.)* คนน่าเบื่อ

dwell /dwel/ดเว็ล/ *v.i.,* **dwelt** /dwelt/ดเว็ลทฺ/ *(literary; lit. or fig.)* พำนักอยู่, พัก; **~ [up]on** *v.t.* Ⓐ *(in discussion)* พูดหรือถกปัญหาอย่างละเอียดยืดยาว; *(in thought)* หมกมุ่นคิดถึง; **don't ~ upon the past** อย่าจมปลักอยู่กับอดีต; Ⓑ *(prolong)* เอื้อน, เน้น *(เสียง, พยางค์)*

dweller /'dwelə(r)/'ดเว็ลเลอะ(ร)/ *n., esp. in comb.* ผู้อยู่อาศัย; **city-~s** ชาวเมืองกรุง

dwelling /'dwelɪŋ/'ดเว็ลลิง/ *n. (Admin. lang./literary)* ที่อยู่, ที่อาศัย, ที่พัก; **council ~:** ที่พักที่จัดโดยรัฐ, เคหสถาน *(ร.บ.)*

dwelling: ~ house *n.* บ้านอยู่อาศัย; **~ place** *n.* ที่พำนัก

dwelt ➡ **dwell**

dwindle /'dwɪndl/'ดวินด'ล/ *v.i.* Ⓐ **~ [away]** ลดน้อยลง; *(การให้ความสนับสนุน, ความสนใจ)* น้อยลง, เบาบางลง; *(สินค้า, ทรัพย์สิน)* หด, น้อยลง; *(เสบียง, การค้า, เขตอำนาจการปกครอง)* ลดน้อยลง; *(อำนาจ, อิทธิพล, แสงอาทิตย์)* ถดถอย, หดหาย; *(กำไร, ยอดขาย)* ตกต่ำ; *(ทรัพยากรใต้ดิน)* ใกล้จะหมดไป; *(ชื่อเสียง)* จืดจางลง; **~ in importance** ลดความสำคัญ/บทบาทลง; **~ away to nothing** ลดน้อยลงจนไม่เหลืออะไรเลย; Ⓑ *(fig: degenerate)* ตกต่ำ, เปลี่ยนสภาพดิ่งลงสู่อีกสภาพหนึ่ง

dye /daɪ/ดาย/ ❶ *n.* Ⓐ *(substance)* สารย้อมผ้า; **eyelash ~:** สีย้อมขนตา; Ⓑ *(colour)* สีย้อม ❷ *v.t.,* **~ing** /'daɪɪŋ/'ดายอิง/ ย้อมสี; **~d blond hair** ผมย้อมสีทอง; **~d-in-the-wool** *(fig.)* *(นักการเมือง, หัวโบราณ)* อย่างสมบูรณ์แบบ ❸ *v.i.,* **~ing** ย้อมสี

dyer /'daɪə(r)/'ดายเออะ(ร)/ *n.* ช่างย้อมสี

'dyestuff ➡ **dye** 1 A

dying /'daɪɪŋ/'ดายอิง/ ❶ *adj.* Ⓐ *(คน, สัตว์)* กำลังจะตาย; *(พันธุ์ไม้)* กำลังร่วงโรย; *(ปี)* เกือบจะสิ้นสุด; *(ไฟ)* กำลังจะหมดแสง, มอดดับ; *(will not recover)* **he's a ~ man** เขากำลังจะตาย; Ⓑ *(related to time of death)* ท้ายที่สุด, ในบั้นปลาย; **to my ~ day** ตราบชั่วชีวิต ❷ *n. pl.* **the ~:** คนกำลังจะตาย; ➡ + **'die**

dyke ➡ **dike**

dynamic /daɪ'næmɪk/ได'แนมิค/ *adj.* **dynamically** /daɪ'næmɪklɪ/ได'แนมิเคอะลิ/ *adv. (lit. or fig.; also Mus.)* [อย่าง] เต็มเปี่ยมด้วยพละกำลัง, มีพลัง

dynamics /daɪ'næmɪks/ได'แนมิคซฺ/ *n., no pl.* Ⓐ *(Mech.)* วิชาฟิสิกส์ที่ว่าด้วยเทหวัตถุที่เคลื่อนที่, พลศาสตร์; Ⓑ *(in other sciences)* ทฤษฎีเรื่องกำลัง

dynamism /'daɪnəmɪzəm/'ดายเนอะมิเซิม/ *n.* พลศาสตร์ *(ร.บ.)*

dynamite /'daɪnəmaɪt/'ดายเนอะไมทฺ/ ❶ *n.* Ⓐ *(explosive)* ไดนาไมท์ *(ท.ศ.)*, ดินระเบิดที่ทำด้วยไนโตรกลิเซอริน; Ⓑ *(fig: politically dangerous person or thing)* สิ่ง หรือ บุคคลอันตราย; **these revelations are ~:** เป็นการเปิดโปงความลับ *(ทางการเมือง)* ที่อื้อฉาว; Ⓒ *(fig: sensational person or thing)* **be ~** เป็นบุคคลที่มีลักษณะพิเศษ, เป็นคนวิเศษ ❷ *v.t.* ระเบิดด้วยไดนาไมท์

dynamo /'daɪnəməʊ/'ดายเนอะโม/ *n., pl.* **~s** Ⓐ *(of car)* ไดนาโม *(ท.ศ.)*, เครื่องกำเนิดไฟฟ้า; Ⓑ *(fig)* **[human] ~:** คนคล่องแคล่วเต็มไปด้วยพลัง

dynastic /dɪ'næstɪk, US daɪ-/ดิ'แนซติค, ได-/ *adj.* เกี่ยวกับชาติวงศ์/เชื้อพระวงศ์, แห่งขัตติยวงศ์; *(รัฐบาล, การปกครอง, อำนาจเผด็จการ)* ที่สืบสายรับช่วงกันต่อ ๆ มาโดยคนในครอบครัวเดียวกัน; **~ families** ราชวงศ์ *pl.*

dynasty /'dɪnəstɪ, US 'daɪ-/'ดิเนิซติ, 'ได-/ *n. (lit. or fig.)* ราชวงศ์

dyne /daɪn/ดายนฺ/ *n. (Phys)* ไดน์ *(ท.ศ.)* *(หน่วยวัดค่าทางฟิสิกส์) 1 ไดน์ คือแรงที่ทำให้มวลสาร 1 กรัมเกิดความเร่งขึ้นได้ 1 ซม. ต่อวินาที*

dysentery /'dɪsəntrɪ, US -terɪ/'ดิซเซินทริ, -เทะริ/ *n. (Med.)* โรคบิด

dysfunctional /dɪs'fʌŋkʃənl/ดิซ'ฟังคฺเชอะน'ล/ *adj.* ที่ทำงานผิดปกติ; **a ~ family** ครอบครัวที่ไม่เป็นไปตามแบบแผนปกติของสังคม

dyslexia /dɪs'leksɪə, US dɪs'lekʃə/ดิซ'เล็คเซีย, ดิซ'เล็คเชอะ/ *n. (Med., Psych)* ความบกพร่องในการอ่านและการสะกดเนื่องจากความผิดปกติของสมอง

dyslexic /dɪs'leksɪk/ดิซ'เล็คซิค/ *(Med., Psych.)* ❶ *adj.* เป็นโรคดิสเลคเซีย *(ท.ศ.)* อ่านเขียนตัวอักษรกลับ; **a ~ child** เด็กที่บกพร่องในการอ่านและการสะกด ❷ *n.* คนที่เป็นโรคดิสเลคเซีย, คนที่มีอาการบกพร่องในการอ่านและการสะกด

dyspepsia /dɪs'pepsɪə/ดิซ'เพ็พเซีย/ *n.* ➤ **453** *(Med.)* อาการอาหารไม่ย่อย

dyspraxia /dɪs'præksɪə/ดิซ'แพรคเซีย/ *n.* อาการชะงักงันชั่วขณะของสมองในการสั่งการพูดหรือเข้าใจ

dystrophy /'dɪstrəfɪ/'ดิซเทรอะฟิ/ *n.* ➤ **453** *(Med.)* ภาวะทุพโภชนาการ, ความบกพร่องเนื่องจากโภชนาการที่ไม่สมบูรณ์; **muscular ~:** โรคกล้ามเนื้อลีบ, โรคกล้ามเนื้อซูบซีด

d

E e

¹E, e /iː/อี, เอะ/ *n., pl.* **Es** *or* **E's** Ⓐ *(letter)* พยัญชนะตัวที่ 5 ของภาษาอังกฤษ; Ⓑ **E** *(Mus.)* มี *(โน้ตตัวที่สามของระดับเสียงเต็มรูปซีเมเจอร์)*; Ⓒ **E, e** *(sch., Univ.: mark)* คะแนนที่ต่ำสุด; **he got an E** เขาได้คะแนนต่ำสุด

²E. *abbr.* Ⓐ ➤ **191 east;** Ⓑ ➤ **191 eastern;** Ⓒ *(sl.)* **Ecstasy** ยาอี

each /iːtʃ/อีฉ/ ❶ *adj.* แต่ละ, อันละ; **there's cream between ~ layer** มีครีมอยู่ระหว่างแต่ละชั้น [ของขนม]; **we have two votes ~, we ~ have two votes** เรามีคะแนนเสียงคนละสองคะแนน; **they cost** *or* **are a pound ~:** ของพวกนั้นราคาอันละหนึ่งปอนด์; **they ~ have ...:** พวกเขาแต่ละคนมี...; **books at £1 ~:** หนังสือราคาเล่มละหนึ่งปอนด์; **two teams with 10 players ~:** สองทีม ๆ ละ 10 คน; **I gave them a book ~** *or* **~ a book** ฉันให้หนังสือพวกเขาคนละเล่ม; **~ one of them** พวกเขาแต่ละคน; **~ and every employee** ลูกจ้างแต่ละคน; **I travelled 10 miles ~ way every day** ฉันเดินทางไปกลับเที่ยวละ 10 ไมล์ทุกวัน; **back a horse ~ way** *(Brit. Racing)* แทงม้าทั้งสองประตู; **the houses ~ have their own garage[s]** บ้านแต่ละหลังก็มีโรงรถเฉพาะ

❷ *pron.* Ⓐ แต่ละคน; **they are ~ of them ...:** พวกเขาแต่ละคน...; **~ despises the other** ต่างคนต่างเหยียดหยามซึ่งกันและกัน; **have some of ~:** เอา/หยิบจากทุกอัน [อันละหน่อยหนึ่ง]; Ⓑ **~ other** กันและกัน; **they are cross with ~ other** พวกเขาโกรธกัน; **we have not seen ~ other in years** เราสองคนไม่ได้พบกันเป็นปี ๆ; **they wore ~ other's hats** พวกเขาใส่หมวกของกันและกัน; **be in love with ~ other** ทั้งสองรักกัน; **live next door to ~ other** อยู่บ้านติดกัน

eager /ˈiːgə(r)/ˈอีเกอะ(ร)/ *adj.* *(บุคคล, ลูกจ้าง)* กระตือรือร้น; *(ความต้องการ)* ใจจดใจจ่อ, แรงกล้า; *(นักการเมือง)* เต็มไปด้วยอุดมการณ์; **be ~ to do sth.** กระตือรือร้นที่จะทำ *ส.น.;* **be ~ to make a good impression** กระตือรือร้นอยากสร้างความประทับใจ; **be ~ to learn** มีใจฝักใฝ่ใคร่เรียนรู้; **be ~ for sth.** กระตือรือร้นที่จะได้ *ส.น.;* ➡ **+ beaver** 1 A

eagerly /ˈiːgəlɪ/ˈอีเกอะลิ/ *adv.* อย่างกระตือรือร้น, อย่างเต็มใจ, อย่างใจจดใจจ่อ, อย่างกระหายใคร่จะได้; **look forward ~ to sth.** คอย *ส.น.* อย่างใจจดใจจ่อ*;* **~ seize an opportunity** ฉวยโอกาสอย่างเต็มใจ

eagerness /ˈiːgənɪs/ˈอีเกอะนิซ/ *n., no pl.* ความกระตือรือร้น; **~ to learn** ความใฝ่เรียนรู้; **~ to succeed** ความต้องการสำเร็จ; **~ to assist** ความเต็มใจที่จะช่วยเหลือ

eagle /ˈiːgl/ˈอีก'ล/ *n.* Ⓐ นกอินทรี; Ⓑ *(Golf)* อีเกิล *(ท.ศ.), การตีลูกต่ำกว่าพาร์สองครั้งต่อหลุมใดหลุมหนึ่ง*

eagle: ~ 'eye *n.* สายตาที่คอยจับจ้อง, สายตาที่คมกริบ; **have/keep/fix one's ~ eye on sb./sth.** จ้อง *ค.น./ส.น.* ด้วยสายตาอันคมกริบ; **~-eyed** *adj.* มีสายตาคมกริบ

eaglet /ˈiːglit/ˈอีกลิท/ *n. (Ornith.)* ลูกนกอินทรี

¹ear /ɪə(r)/เอีย(ร)/ *n.* Ⓐ ➤ **118** หู; **his good/bad ~:** หูที่ได้ยินดี/ไม่ดีของเขา; **~, nose, and throat hospital/specialist** โรงพยาบาล/ผู้เชี่ยวชาญด้านหู, คอ, จมูก; **smile from ~ to ~:** ยิ้มแฉ่ง, ยิ้มกว้าง; **have nothing between one's ~s** *(fig. coll.)* ไม่มีอะไรในสมอง; **be out on one's ~** *(fig. coll.)* ถูกไล่ออกจากงานทันที; **this brought a storm of criticism about his ~s** เรื่องนี้ทำให้เขาโดนรุมวิพากษ์วิจารณ์อย่างหนาหู; **sb. would give his/her ~s to do sth.** *ค.น.* จะยอมเสียทุกอย่างเพื่อได้ทำ *ส.น.;* **over head and ~s, head over ~s** *(fig. coll.)* ท่วมหัวท่วมหู; **up to one's ~s in work/debt** มีงาน/หนี้สินท่วมหัว; **be pleasing to the ~[s]** ฟังดูรื่นหู; **come to** *or* **reach sb.'s ~s** รู้ไปถึงหู *ค.น.;* **have a word in sb.'s ~:** เล่าความในใจให้ *ค.น.* ฟัง; **listen with half an ~:** ฟังอย่างไม่สนใจเท่าไร; **keep one's ~s open** *(fig.)* หูผึ่งคอยฟัง; **have/keep an ~ to the ground** คอยเงี่ยหูฟังคำโจษขาน *หรือ* คอยฟังข่าวต่าง ๆ ที่จะเกิดขึ้น; **be[come] all ~s** หูผึ่งขึ้นมาทันที; **go in [at] one ~ and out [at] the other** *(coll.)* เข้าหูซ้ายออกหูขวา; **lend an ~ to sb.** ฟัง *ค.น.* อย่างตั้งใจ; **give ~ to** ฟัง...อย่างสนใจ; **have sb.'s ~/get** *or* **win the ~ of sb.** ได้รับความสนใจจาก *ค.น.;* Ⓑ *no pl. (sense)* การฟังออก/การฟังเป็น; **have an ~** *or* **a good ~/no ~ for music** ฟังดนตรีเป็น/ฟังดนตรีไม่เป็นเลย; **play by ~** *(Mus.)* เล่นดนตรีโดยอาศัยความจำ; **play it by ~** *(fig.)* รอดูท่าทีก่อน, ทำแบบว่ากลอนสด

²ear *n. (Bot.)* ฝักของธัญพืชที่มีเมล็ดเกาะอยู่; **~ of corn** ฝักข้าววีท

ear: ~ache *n.* ➤ **453** *(Med.)* อาการปวดหู; **~ clip** *n.* ตุ้มหู; **~drops** *n. pl.* Ⓐ *(Med.)* ยาหยอดหู; Ⓑ *(earrings)* ตุ้มหูแบบห้อยลง; **~drum** *n. (Anat.)* เยื่อแก้วหู

-eared /ɪəd/เอียด/ *adj. in comb.* **long-/short-~:** หูยาว/หูสั้น

'ear flap *n.* ปีกหมวกใช้ปิดหูกันหนาว

earful /ˈɪəfʊl/ˈเอียฟุล/ *n. (coll.)* **get an ~:** ต้องฟังการพูดคุยอย่างยืดยาว; **give sb. an ~ about sth.** ด่าว่า *ค.น.* เรื่อง *ส.น.*

earl /ˈɜːl/ˈเอิล/ *n.* เอิร์ล *(ท.ศ.)*, บุคคลในตระกูลสูงของประเทศอังกฤษ

earldom /ˈɜːldəm/ˈเอิลเดิม/ *n.* Ⓐ *(territory)* เขตปกครองของเจ้านายชั้นเอิร์ล; Ⓑ *(rank)* บรรดาศักดิ์ชั้นเอิร์ล

'earlobe *n.* ติ่งหู

early /ˈɜːlɪ/ˈเออลิ/ ❶ *adj.* ➤ **47** Ⓐ ก่อนเวลา, เร็ว; **they had an ~ lunch** พวกเขาทานอาหารกลางวันก่อนเวลา; **I am a bit ~:** ฉันมาก่อนเวลานิดหน่อย; **the train was 10 minutes ~:** รถไฟมาถึงก่อนเวลา 10 นาที; **an ~ train** *(earlier than one usually takes)* รถไฟที่เร็วกว่าขบวนปกติ; **have an ~ night** นอนแต่หัวค่ำ; **~ riser** คนที่ตื่นแต่เช้า; **~ to bed, ~ to rise [makes a man healthy, wealthy, and wise]** *(prov.)* นอนหัวค่ำตื่นแต่เช้า [จะทำให้สุขภาพแข็งแรง มั่งคั่ง และฉลาด]; **an ~ reply** คำตอบอย่างเร็ว; **at the earliest** อย่างเร็วที่สุด; **the ~ part of** ตอนต้นของ; **in the ~ afternoon/evening** ตอนบ่ายต้น ๆ/ตอนหัวค่ำ; **into the ~ hours** จนตีหนึ่งตีสอง; **at/from an ~ age** ตอนเด็ก ๆ/ตั้งแต่เด็ก ๆ; **from one's earliest years** ตั้งแต่ยังเด็กมาก; **at an ~ stage, in its ~ stages** ในระยะแรกเริ่ม; **~ Gothic** สไตล์สถาปัตยกรรมกอธิคตอนต้น; **an ~ work/the ~ writings of an author** ผลงานชิ้นแรก ๆ ชิ้นหนึ่ง/งานเขียนชิ้นแรก ๆ ของนักเขียนคนหนึ่ง; **~ Christian times** สมัยต้น ๆ ของคริสต์ศาสนา; Ⓑ *(of the distant past, prehistoric) (ฟอสซิล (ท.ศ.), โบราณวัตถุ)* ตั้งแต่ยุคก่อนประวัติศาสตร์; **the earliest records of a civilization** หลักฐานทางประวัติศาสตร์แรกสุดของอารยธรรมหนึ่ง ๆ; **at a very ~ date** ในสมัยต้น ๆ; Ⓒ *(forward in flowering, ripening etc.) (ออกดอก, สุก)* เร็ว

❷ *adv.* ตอนต้น, ตอนเช้า; **~ next week** ต้นอาทิตย์หน้า; **~ next Wednesday** เช้าวันพุธหน้า; **~ in June** ตอนต้น ๆ มิถุนายน; **the earliest I can come is Friday** ฉันมาได้อย่างเร็วที่สุดคือวันศุกร์; **I cannot come earlier than Thursday** ฉันมาก่อนวันพฤหัสบดีไม่ได้หรอก; **from ~ in the morning till late at night** ตั้งแต่เช้าตรู่ยันดึก; **~ on** ตอนต้น ๆ; **earlier on this week/year** ตอนต้นสัปดาห์นี้/ต้นปีนี้

early: ~ bird *n. (joc.)* คนที่ทำอะไรเสียตั้งแต่เนิ่น ๆ; *(getting up)* คนที่ตื่นแต่เช้า; **the ~ bird catches the worm** *(prov.)* ใครไปถึงก่อนได้ของดี; **~ 'closing** *n* **it is ~ closing** ร้านปิดตั้งแต่บ่าย; **~-'closing day** *n.* วันที่ร้านรวงปิดตั้งแต่บ่าย; **~ 'days** *n. pl* **in the ~ days** ในช่วงต้น ๆ (of ของ); **it is ~ days [yet]** ยังเร็วเกินไป; **~-'warning** *attrib. adj.* เตือนภัยล่วงหน้า

ear: ~mark ❶ *n.* *เครื่องหมายหรือตำหนิที่เจ้าของทำไว้ที่หูของปศุสัตว์; (fig.)* ตำหนิที่ทำขึ้น ❷ *v.t.* Ⓐ *(mark, lit. or fig.)* ทำตำหนิ/เครื่องหมาย; Ⓑ *(assign to definite purpose)* กันไว้เพื่อจุดประสงค์หนึ่ง; **~muffs** *n. pl.* ที่ปิดหูเพื่อกันเสียง/หนาว

earn /ɜːn/เอิน/ *v.t.* Ⓐ *(บุคคล, ธุรกิจ)* ทำรายได้, หาเงินได้; **he ~s £10,000 a year** เขาทำ/มีรายได้ปีละหมื่นปอนด์; **~ed/unearned income** รายได้ที่มาจากการทำงาน/ที่ได้มาจากเงินฝาก, หุ้น ฯลฯ; Ⓑ *(bring in as income or interest)* ทำรายได้/ดอกเบี้ย Ⓒ *(incur)* ได้มาอย่างสมควร; **you have ~ed your holiday** คุณสมควรแล้วที่ไปพักผ่อน; **he ~ed nothing but ingratitude** เขาไม่ได้รับอะไรเลยนอกจากความอกตัญญู

earner /ˈɜːnə(r)/ˈเออเนอะ(ร)/ *n.* Ⓐ **be a nice little ~** *(coll.)* เป็นตัวทำเงินที่ดีทีเดียว

¹earnest /ˈɜːnist/ˈเออนิซท/ ❶ *adj.* Ⓐ *(serious, zealous)* เอาจริงเอาจังอย่างยิ่ง; **be ~ in one's endeavour to do sth.** จริงจังอย่างมากในความพยายามที่จะทำ *ส.น.;* Ⓑ *(ardent)*

(ความต้องการ, คำขอร้อง) จากใจ, อย่างสุดหัวใจ ❷ *n.* **in ~:** อย่างจริงจังเต็มที่; **this time I'm in ~ [about it]** ครั้งนี้ฉันจริงจังเต็มที่ [ในเรื่องนี้]; **it's raining in ~ now** ขณะนี้ฝนกำลังตกอย่างแรง

²earnest *n.* Ⓐ *(money)* เงินค่ามัดจำ; Ⓑ *(foretaste)* เครื่องยืนยันถึงสิ่งที่จะทำต่อไป

earnestly /ˈɜːnɪstlɪ/ˈเออนิชทฺลิ/ *adv.* อย่างจริงจัง

earning /ˈɜːnɪn/ˈเออนิน/ *n.* Ⓐ การทำรายได้; *(of money)* การหาเงิน; Ⓑ *in pl. (money earned)* เงินซึ่งหามาได้; *(of business etc.)* รายได้

ear: ~phones *n. pl.* หูฟัง; **~piece** *n.* หูฟังของเครื่องโทรศัพท์; **~-piercing** ❶ *adj. (เสียง)* แหลมแสบแก้วหู ❷ *n.* การเจาะหู; **~plug** *n. ขี้ผึ้งหรือสำลี ซึ่งใส่เข้าไปที่รูหูเพื่อป้องกันลมหนาว/น้ำ/เสียง;* **~ring** *n.* ตุ้มหู; **~shot** *n.* **out of/within ~shot** ในระยะห่างเกินไปที่จะได้ยิน/ในระยะที่ได้ยิน; **~-splitting** *adj.* ดังจนแก้วหูแทบแตก

earth /ɜːθ/เออธ/ ❶ *n.* Ⓐ *(land, soil)* ที่ดิน, ดิน; *(ground)* พื้นดิน; **be brought/come down** *or* **back to ~ [with a bump]** *(fig.)* ถูกพาลงมา/กลับลงมาสู่โลกแห่งความเป็นจริงอย่างกะทันหัน; Ⓑ **E~** *(planet)* โลก; Ⓒ *(world)* โลก; **on ~** *(existing anywhere)* ซึ่งมีอยู่ในโลกนี้; **nothing on ~ will stop me** ไม่มีสิ่งใดในโลกนี้จะห้ามฉันได้; **how/what** *etc.* **on ~...?** จะ...ได้ยังไง/อะไรกันแน่ *(on ~ ช่วยเน้นความรู้สึกแปลกใจหรือไม่พอใจของผู้พูด);* **who on ~ is that?** นั่นใครวะ; **what on ~ do you mean?** นี่คุณหมายความว่าอะไร; **where on ~ has she got to?** นี่เธอหายไปไหนเสียเล่า; **look like nothing on ~** *(be unrecognizable)* ดูไม่ออกเลยว่าเป็นอะไร; *(look repellent)* ดูแล้วทุเรศนัยน์ตา *หรือ* น่าเกลียดจนดูไม่ได้; **be like nothing on ~:** ไม่มีอะไรที่เปรียบเทียบได้; **feel like nothing on ~:** รู้สึกไม่สบายอย่างแรง; **on ~** *(Relig.)* ในโลกนี้; Ⓓ *(land and sea together)* โลกนี้ทั้งโลก; Ⓔ *(of animal)* โพรงสัตว์ป่า; **run to ~:** ตามล่าจนถึงรัง; *(fig.)* ตามล่า; **have gone to ~** *(fig.)* หลบตัวอยู่; Ⓕ *(coll.)* **charge/cost/pay the ~:** คิดราคา/มีราคา/จ่ายเงินมหาศาล; **it won't cost the ~:** มันไม่ได้แพงลิ่วหรอกน่า; **promise sb. the ~:** สัญญากับ *ค.น.* ว่าจะให้ทุกสิ่งทุกอย่าง; Ⓖ *(Chem.)* ดิน; Ⓗ *(Brit. Electr.)* สายดิน ❷ *v.t. (Brit. Electr.)* ต่อสายดิน

~ 'up *v.t.* หุ้มด้วยดิน

'earth closet *n. (Brit.)* ส้วมหลุมที่มีดินปูขั้นล่าง

earthen /ˈɜːθn/ˈเอิธ'น/ *adj. (made of clay)* ทำด้วยดินเหนียว

earthenware /ˈɜːθnweə(r)/ˈเอิธ'นแว(ร)/ ❶ *n., no pl.* Ⓐ *(vessels etc.)* เครื่องปั้นดินเผา; Ⓑ *(clay)* ดินเหนียว ❷ *adj.* ทำด้วยดินเหนียว

earthiness /ˈɜːθɪnɪs/ˈเออธินิช/ *n., no pl.* Ⓐ ความคล้ายดิน; Ⓑ *(of person)* ความหยาบโลน

earthly /ˈɜːθlɪ/ˈเอิธลิ/ *adj.* Ⓐ เกี่ยวกับโลกนี้, เกี่ยวกับชีวิตมนุษย์ในโลกนี้; Ⓑ **no ~ use** *etc. (coll.)* ไม่มีประโยชน์ ฯลฯ แม้แต่นิดเดียว; **this is no ~ use to me** *(coll.)* สิ่งนี้ไม่เป็นประโยชน์แก่ฉันแม้แต่น้อย; **not an ~** *(sl.)* ไม่มีทาง, ชาติหน้า

earth mother *n. (Myth.)* พระแม่ธรณี; *(fig.)* ผู้หญิงที่ชอบเด็กและการเป็นแม่ที่อบอุ่น

earth: ~-moving ❶ *n.* การปรับและแต่งดิน ❷ *adj.* **~-moving vehicle** รถไถดิน; **~quake** *n.* แผ่นดินไหว; **~ sciences** *n. pl.* วิชาเกี่ยวกับโลกและส่วนประกอบของโลก เช่น ภูมิศาสตร์ *ธรณีวิทยา อุตุนิยมวิทยา ฯลฯ;* **~-shaking, ~-shattering** *adjs. (fig.)* สะท้านโลก, สร้างความปั่นป่วนและพินาศย่อยยับ; **not of ~-shattering importance** ไม่ได้สำคัญขนาดคอขาดบาดตาย; **~ tremor** *n.* ความสั่นสะเทือนของพื้นดิน; **~work** *n.* Ⓐ *(bank)* คันดิน; Ⓑ *(raising of bank)* การขุดและปรับดินในงานวิศวกรรม; **~worm** *n.* ไส้เดือนในสกุล *Lumbricus และ Allolobophara*

earthy /ˈɜːθɪ/ˈเออธิ/ *adj.* Ⓐ ดิน; Ⓑ *(Person)* หยาบโลน, ไม่ได้รับการขัดเกลามารยาท

ear: ~ trumpet *n.* อุปกรณ์รูปแตรสำหรับขยายเสียงให้คนหูหยวก; **~wax** *n.* ขี้หู

earwig /ˈɪəwɪɡ/ˈเอียวิก/ *n.* แมลงตัวเล็กยาวในสกุล *Dermaptera*

ease /iːz/อีซ/ ❶ *n.* Ⓐ *(freedom from pain or trouble)* ความสบาย; **set sb. at ~:** ทำให้ *ค.น.* สบายใจ; Ⓑ *(leisure)* ยามว่าง; *(idleness)* การอยู่เฉย ๆ โดยไม่ได้ทำอะไร; **a life of ~:** ชีวิตที่ไม่ต้องดิ้นรน; Ⓒ *(freedom from constraint)* ความเป็นอิสระจากการบีบบังคับ; **at [one's] ~:** ตามสบาย; **she sat there taking her ~:** เธอนั่งอยู่ตรงนั้นอย่างสบายอารมณ์; **be** *or* **feel at [one's] ~:** ใจคอสบาย; **put** *or* **set sb. at his ~:** ช่วยทำให้ *ค.น.* ไม่ตึงเครียด; **he is always at his ~** *(never embarrassed)* เขาสบายใจอยู่เสมอ; Ⓓ **with ~** *(without difficulty)* อย่างสะดวกสบาย; Ⓔ *(relief from pain)* การหายเจ็บปวด; Ⓕ *(Mil.)* **[stand] at ~!** พัก; ➡ **+ ill** 3 C ❷ *v.t.* Ⓐ *(relieve)* บรรเทา; *(make lighter, easier)* ทำให้เบาขึ้น, ง่ายขึ้น *(สิ่งที่แบก);* คลาย *(ความตึงเครียด);* **~ sb. of a burden** รับปัญหาจาก *ค.น.;* Ⓑ *(give mental ~ to)* **~ sb's mind** ทำให้ *ค.น.* สบายใจขึ้น; Ⓒ *(relax, adjust)* คลาย *(กล้ามเนื้อ, ปมเชือก);* ลด *(ความเร็ว, ความกดดัน);* ลด *(การจราจร);* Ⓓ *(joc.: rob)* ขโมย; **~ sb. of sth.** ขโมย *ส.น.* จาก *ค.น.;* Ⓔ *(cause to move)* ขยับ; **~ the clutch in** ค่อย ๆ ปล่อยคลัตช์; **~ the cap off a bottle** ค่อย ๆ เปิดฝาขวด ❸ *v.i.* Ⓐ *(ลมแรง, พายุ)* ลดลง; *(ความตึงเครียด)* คลาย; Ⓑ **~off** *or* **up** *(begin to take it easy)* เริ่มทำงานน้อยลง; **~off, you're going much too fast** ขับช้า ๆ หน่อย คุณขับเร็วเกินไป

easel /ˈiːzl/ˈอีซ'ล/ *n.* ขาหยั่ง *(กระดาน, ภาพวาด)*

easily /ˈiːzɪlɪ/ˈอีซิลิ/ *adv.* Ⓐ *(without difficulty)* อย่างง่ายดาย; **more ~ said than done** พูดง่ายทำยาก; Ⓑ *(without doubt)* โดยไม่ต้องสงสัย; **it is ~ a hundred metres deep** มันลึก 100 เมตรอย่างสบาย ๆ; Ⓒ *(quite possibly)* ทีเดียวแหละ; **that may ~ be** อาจจะเป็นไปได้ง่าย

easiness /ˈiːzɪnɪs/ˈอีซินิช/ *n.* ความง่าย

east /iːst/อีซทฺ/ ➤ **191** ❶ *n.* Ⓐ ทิศตะวันออก, ตะวันออก; **the ~:** ทิศตะวันออก; **in/to[wards]/from the ~:** ทาง/ไปยัง/จากทิศตะวันออก; **to the ~ of** ทางทิศตะวันออกของ; **~, west, home's best** *(prov.)* ไม่มีอะไรดีกว่าบ้าน; Ⓑ **E~** *(part lying to the ~)* ทางตะวันออก; *(Geog., Polit.: world lying ~ of Europe)* ซีกโลกตะวันออก; **from the E~:** จากซีกโลกตะวันออก; **the E~** *(Amer.: NE part of US)* แถบตะวันออก; ➡ **+ Far East; Middle East; Near East;** Ⓒ *(Cards)* ผู้เล่นไพ่บริดจ์ที่นั่งอยู่ทางตะวันออก ❷ *adj.* ตะวันออก; *(ลม)* จากตะวันออก ❸ *adv.* ไปทางตะวันออก; **~ of** ทางตะวันออกของ; **~ and west** *(ลากเส้น, วิ่ง)* ไปทางตะวันออกและตะวันตก; **~ by north/south** ➡ **'by** 1 D

East: ~ 'Africa *pr. n.* แอฟริกาตะวันออก; **~ 'Anglia** /iːst ˈæŋɡlɪə/อีซทฺ ˈแองเกฺลีย/ *pr. n. จังหวัดนอร์ฟอร์คและซัฟฟอร์คในประเทศอังกฤษ;* **~ Ber'lin** *pr. n. (Hist.)* เบอร์ลินตะวันออก; **e~bound** *adj.* ➤ **191** ซึ่งไปทางทิศตะวันออก; **~ 'End** *n. (Brit.)* ย่านตะวันออกของกรุงลอนดอน; **~-Ender** /iːstˈendə(r)/อีซทฺˈเอ็นเดอะ(ร)/ *n. (Brit.)* ผู้อาศัยในย่านตะวันออกของลอนดอน

Easter /ˈiːstə(r)/ˈอีซเตอะ(ร)/ *n.* ➤ **403** เทศกาลอีสเตอร์ *(ท.ศ.) (ที่ฉลองการกลับฟื้นคืนชีพของพระเยซู);* **at ~:** ตอนอีสเตอร์; **next/last ~:** อีสเตอร์หน้า/อีสเตอร์ที่แล้ว

Easter: ~ 'Day *n.* วันอีสเตอร์; **~ egg** *n.* ไข่อีสเตอร์ *(ที่ทำด้วยช็อกโกแลตหรือไข่ต้มซึ่งประดิษฐ์ลวดลาย)*

easterly /ˈiːstəlɪ/ˈอีซเตอะลิ/ ➤ **191** ❶ *adj.* Ⓐ *(in position or direction)* ทางทิศตะวันออก; **in an ~ direction** ไปทางทิศตะวันออก; Ⓑ *(from the east) (ลม)* จากทิศตะวันออก; **the wind was ~:** ลมนี้พัดมาจากทิศตะวันออก ❷ *adv.* Ⓐ *(in position)* ทางทิศตะวันออก; *(in direction)* ไปสู่ทิศตะวันออก; Ⓑ *(from the east)* จากทิศตะวันออก ❸ *n.* ลมตะวันออก

eastern /ˈiːstən/ˈอีซเติน/ *adj.* ➤ **191** [ด้าน] ตะวันออก; **~ Thailand** ภาคตะวันออกของประเทศไทย; ➡ **+ bloc. Far Eastern; Middle Eastern; Near Eastern**

Eastern: ~ 'Europe *pr. n.* ยุโรปตะวันออก; **~ Euro'pean** ❶ *adj.* แห่ง/จากยุโรปตะวันออก ❷ *n.* ชาวยุโรปตะวันออก

easternmost /ˈiːstənməʊst/ˈอีซเตินโมซทฺ/ *adj.* ➤ **191** สุดด้านตะวันออก

Easter: ~ 'Sunday ➡ **Easter Day; ~ term** *n. (Brit.)* Ⓐ *(Univ.)* ➡ **Trinity term;** Ⓑ *(Law)* ระยะการพิจารณาคดีจากอีสเตอร์ไปจนถึงวิทสันไทด์; **~tide** *n. (arch.)* ระยะเวลาระหว่างวันอีสเตอร์กับ pentecost; **~ week** *n.* สัปดาห์ที่เริ่มวันอาทิตย์ของอีสเตอร์

East: ~ 'German *(Hist.)* ❶ *adj.* แห่งเยอรมันตะวันออก ❷ *n.* ชาวเยอรมันตะวันออก; **~ 'Germany** *pr. n. (Hist.)* เยอรมันตะวันออก; **~ 'Indies** ➡ **Indies** B; **e~-north-'~** ➤ **191** *n.* ทิศระหว่างทิศตะวันออกกับทิศตะวันออกเฉียงเหนือ; **~ Side** *n. (Amer.)* ย่านตะวันออกของแมนฮัตตัน; **e~-south-'~:** ➤ **191** *n.* ทิศระหว่างทิศตะวันออกและทิศตะวันออกเฉียงใต้

East Timor /iːst ˈtiːmɔː(r)/อีซทฺ ˈทีมอ(ร)/ *n.* ประเทศติมอร์ตะวันออก *(ในมหาสมุทรแปซิฟิก)*

eastward /ˈiːstwəd/ˈอีซทฺเวิด/ ➤ **191** ❶ *adj.* ไปทางทิศตะวันออก; *(situated towards the east)* ซึ่งตั้งอยู่ทางทิศตะวันออก; **in an ~ direction** ไปทางทิศตะวันออก ❷ *adv.* ไปทางทิศตะวันออก; **they are ~ bound** พวกเขาไปทางทิศตะวันออก ❸ *n.* ตะวันออก

eastwards /ˈiːstwədz/ˈอีซทฺเวิด(ซ)/ ➤ **191** ➡ **eastward** 2

easy /ˈiːzɪ/ˈอีซิ/ ❶ *adj.* Ⓐ *(not difficult)* ง่าย; **~ to clean/learn/see** *etc.* ทำความสะอาด/เรียนรู้/มองเห็น ฯลฯ ง่าย; **it is ~ to see that...:** เห็นได้ง่ายว่า...; **it's as ~ as falling off a log** *or* **as ~ as pie** *or* **as ~ as anything** *(coll.)* ง่ายเหมือนปอกกล้วย; **be an ~ winner** ชนะอย่างสบาย ๆ; **the ~ fit of a coat** *etc.* ความใส่สบายของเสื้อคลุมกันหนาว ฯลฯ; **it is ~ for him to talk** เขาพูดง่าย ๆ; **it's ~ for him to complain** เขาบ่นได้สบายเลย; **on ~ terms** *(ซื้อ)* แบบผ่อนส่ง; Ⓑ *(free from pain, anxiety, etc.)* ไร้กังวลใจ,

e

easy-care | economically 286

สบาย; **make life ~ for oneself** ทำให้ชีวิตของตนสบาย; **make it** *or* **things ~ for sb.** ทำให้ทุกอย่างราบรื่นสำหรับ *ค.น.*; **[not] ~ in one's mind** [ไม่] สบายใจ; **I do not feel altogether ~ about it/her** ฉันไม่ค่อยสบายใจกับเรื่องนั้น/เกี่ยวกับเธอ; **~ circumstances** *(coll.)* ชีวิตมั่งคั่ง; ➡ **+ conscience**; Ⓒ *(free from constraint, strictness, etc.)* ไม่มีการควบคุม, ปล่อยตามสบาย; **at an ~ pace** ในอัตราความเร็วที่ไม่รีบร้อน; **he is an ~ person** *or* **is ~ to get on with/work with** เขาเป็นคนที่เข้ากับคนได้ง่าย/ที่ทำงานด้วยง่าย; **I'm ~** *(coll.)* ฉันอะไรก็ได้; **be ~ on the eye** *(coll.)* ดูแล้วสบายตา; **woman** *or* **lady of ~ virtue** *(euphem.)* หญิงที่สำส่อนเรื่องเพศ ❷ *adv.* ง่าย, อย่างง่าย ๆ; **easier said than done** พูดง่ายกว่าทำ; **~ come ~ go** *(coll.)* ได้มาง่ายก็จ่ายไปง่าย; **~ does it** ค่อยทำค่อยไป; **go ~:** คอยระมัดระวัง, รอบคอบ; **go ~ on** *or* **with** คอยประหยัด; **be** *or* **go ~ on** *or* **with sb.** ไม่เข้มงวดกับ *ค.น.*; **take it ~!** ใจเย็น ๆ; **take it** *or* **things** *or* **life ~:** ใช้ชีวิตอย่างสบาย ๆ; **stand ~!** *(Brit. Mil.)* พัก

easy: ~-care *attrib. adj.* ดูแล/รักษาง่าย; **~ 'chair** *n.* เก้าอี้นวมมีเท้าแขน; **~going** *adj. (calm, placid)* ง่าย ๆ, ใจเย็น; *(casually pleasant)* มีอัธยาศัยดี; *(informal)* เป็นกันเอง; *(lax)* เรื่อยเฉื่อย; *(careless)* ไร้กังวล; **~ listening** *n.* เพลงประเภทฟังสบาย ๆ; **~'meat** *n. (coll.)* คนที่หลอกง่าย; **sth./sb. is ~ meat** *n. (coll.) ส.น./ค.น.* เป็นเหยื่อชิ้นหวาน ๆ; **~ 'money** *n.* เงินที่หามาได้อย่างง่ายดาย; **~ 'option** *n.* ทางออกที่ง่ายกว่า; **~ over** *n. (Amer.)* ไข่ดาวที่พลิกทอดอีกด้าน; **~ peasy** *adj. (child lang.)* หวานหมูเลย; **E~ Street** *n.* **be on E~ Street** ใช้ชีวิตอย่างสุขสบาย

eat /i:t/อีท/ ❶ *v.t.*, **ate** /et, eɪt/เอท/, **eaten** /'i:tn/'อีทน/ Ⓐ กิน, ขม้ำกิน; *(more formal)* รับประทาน; **I've had enough to ~:** ฉันกินพอแล้ว, ฉันกินอิ่มแล้ว; **I could ~ a horse!** ฉันหิวจะตายอยู่แล้ว!; **you should ~ regular meals** คุณควรกินอาหารอย่างสม่ำเสมอ; **don't be afraid – he won't ~ you!** *(fig.)* ไม่ต้องกลัว เขาไม่กินคุณหรอกน่า; **I could ~ you** คุณมันน่ามันเขี้ยว; **she looks nice enough to ~:** เธอหน้าสวยน่ากินจัง; **~ sb. out of house and home** ไปอยู่บ้าน *ค.น.* และกินอาหารของเขาจนแทบจะสิ้นเนื้อประดาตัว; **what's ~ing you?** *(coll.)* คุณมีเรื่องอะไรกินใจ; **~ one's words** กลับคำพูด; Ⓑ *(destroy, consume, make hole in)* ขม้ำทำลาย, กินจนหมด, เจาะเป็นโพรง; **~ its way into /through sth.** เจาะโพรงเข้าไปใน *ส.น.*; ➡ **+ bread** 1 B; **dirt** A; **hat** B; **heart** 1 A; **humble** 1 A

❷ *v.i.*, **ate, eaten** Ⓐ *(สัตว์)* กิน, ขม้ำ; *(คน)* กิน, ทาน; **~ out of sb.'s hand** *(lit.)* กินจากมือ; *(fig.)* ยอม *ค.น.* โดยสิ้นเชิง; Ⓑ *(make a way by gnawing or corrosion)* **~ into** แทะเข้าไปข้างใน; *(กรด)* กัดเข้าไป; **~ through sth.** แทะทะลุ *ส.น.*

~ a'way *v.t. (สนิม, กรด)* กัด

~ 'out *v.i.* ออกไปกินอาหารนอกบ้าน

~ 'up ❶ *v.t.* Ⓐ *(consume)* กินจนหมด, กินให้เกลี้ยง; **the chickens were ~en up by the fox** ไก่ถูกหมาจิ้งจอกกินหมด; **the car ~s up a lot of petrol** รถยนต์กินน้ำมันมาก; **be ~en up by sth.** *(fig.)* ถูก *ส.น.* เกาะกินจิตใจ; Ⓑ *(traverse rapidly)* **our car ~s up the miles** รถของเราวิ่งดีมาก ❷ *v.i.* กินจนหมด

eatable /'i:təbl/'อีเทอะบ'ล/ ❶ *adj.* กินได้ ❷ *n. in pl.* อาหาร; **have no ~s with one** ไม่มีของกินติดตัวมาเลย

'eat-by date *n.* จะต้องบริโภคก่อนวันที่กำหนดไว้

eaten ➡ **eat**

eater /'i:tə(r)/'อีเทอะ(ร)/ *n.* Ⓐ *(person)* นักกิน; **a big ~:** คนกินเก่ง; Ⓑ *(apple)* แอปเปิ้ลสำหรับกินดิบ ๆ *(ไม่ใช่สำหรับปรุงอาหาร)*

eat-in /i:t'ɪn/อีท'อิน/ *adj. (meal)* ที่รับประทานในร้านอาหาร

eating /'i:tɪŋ/'อีทิง/ *n.* การกิน; **make good ~:** กินอร่อย; **not for ~:** ไม่ใช่สำหรับกิน, กินไม่ได้

eating: ~ apple *n.* แอปเปิ้ลสำหรับกินดิบ ๆ; **~ disorder** *n.* การรับประทานผิดปกติ; **~ house** *n.* ภัตตาคาร, ร้านอาหาร; **~ place** *n.* สถานที่กินอาหาร

eats /i:ts/อีทซฺ/ *n. pl. (coll.)* ของกิน; **what's for ~?** มีอะไรกินบ้าง

eau-de-Cologne /əʊ də kə'ləʊn/โอ เดอ เคอะ'โลน/ *n.* น้ำหอมโอดีโคโลญ *(ท.ศ.)*

eaves /i:vz/อีวซฺ/ *n. pl.* ชายคา

eaves: ~drop *v.i.* แอบฟัง; **~drop on sth./sb.** แอบฟัง *ส.น./ค.น.*; **~dropper** *n.* ผู้แอบฟังคนอื่น

ebb /eb/เอ็บ/ ❶ *n.* Ⓐ *(of tide)* น้ำลง; **the tide is on the ~:** น้ำกำลังลง; Ⓑ *(decline, decay)* ความลดต่ำลง, ความเสื่อมทราม; **be at a low ~** *(fig.) (บุคคล, อารมณ์, ชีวิต)* อยู่ในจุดที่ต่ำ; **my funds are at a low ~:** เงินทองฉันร่อยหรอลงไปมาก; **the ~ and flow** การขึ้น ๆ ลง ๆ; **the ~ and flow of life** การมีขึ้นแล้วก็มีลงของชีวิต ❷ *v.i.* Ⓐ *(flow back)* ไหลย้อนกลับ; Ⓑ *(recede, decline)* จางลง, ลดลง, หมดไป; **~ away** จาง หายไป; **his life is ~ing out** ชีวิตของเขาใกล้จะดับลงแล้ว

'ebb tide *n.* น้ำลง

ebony /'ebənɪ/'เอ็บเบอะนิ/ ❶ *n.* *ไม้เนื้อแข็งสีดำในสกุล Diospyros ใช้ทำเครื่องเรือน,* ไม้อีโบนี *(ท.ศ.)* ❷ *adj.* ที่ทำจากไม้อีโบนี; *(ผม)* สีดำเหมือนอีโบนี; **~ box** *etc.* กล่อง ฯลฯ ที่ทำด้วยไม้อีโบนี

ebullience /ɪ'bʌlɪəns, ɪ'bʊlɪəns/อิ'บัลเลียนซฺ, อิ'บุลเลียนซฺ/ *n.* ความตื่นเต้นและมีพลัง; **~ of youth** ความตื่นเต้นมีพลังของคนหนุ่มสาว

ebullient /ɪ'bʌlɪənt, ɪ'bʊlɪənt/อิ'บัลเลียนทฺ, อิ'บุลเลียนทฺ/ *adj. (exuberant)* เต็มไปด้วยชีวิตชีวา, ร่าเริง

EC *abbr.* **European Community**

eccentric /ɪk'sentrɪk/อิค'เซ็นทริค, เอ็ค-/ ❶ *adj.* Ⓐ *(odd, whimsical)* เพี้ยน, แปลก; *(differing from the usual)* ไม่เหมือนคนปกติ; Ⓑ *(not placed centrally, irregular)* ไม่อยู่ตรงกลาง, ไม่สม่ำเสมอ ❷ *n.* ผู้ที่ทำอะไรแปลก ๆ

eccentrically /ɪk'sentrɪklɪ/อิค'เซ็นทริคลิ/ *adv.* อย่างแปลกไปจากพฤติกรรมปกติ, อย่างเพี้ยน ๆ

eccentricity /eksen'trɪsɪtɪ/เอ็ดเซ็น'ทริซซิทิ/ *n.* ความแปลกประหลาด, ความเพี้ยน

Eccles cake /'eklz keɪk/'เอ็ค'ลซฺ เคค/ *n. (Brit.)* ขนมเค้กรูปกลมมีลูกเกด

Ecclesiastes /ɪkli:zɪ'æsti:z/อิคลีซิ'แอซทีซฺ/ *n. (Bibl.)* ชื่อบทหนังสือในคัมภีร์ไบเบิล

ecclesiastic /ɪkli:zɪ'æstɪk/อิคลีซิ'แอซติค/ *n.* พระที่สอนศาสนาคริสต์

ecclesiastical /ɪkli:zɪ'æstɪkl/อิคลีซิ'แอซติค'ล/ *adj.* เกี่ยวกับศาสนาคริสต์, เกี่ยวกับพระ *(ในศาสนาคริสต์)*; **~ music** ดนตรีที่เกี่ยวกับศาสนา

ECG *abbr.* **electrocardiogram** อี.ซี.จี

echelon /'eʃəlɒn/'เอ็ชเชอะลอน/ *n.* Ⓐ *(of troops)* การจัดขบวนแถวทหารในรูปลักษณะคล้าย ๆ ขั้นบันได; Ⓑ *(of ships, aircraft, etc.)* การจัดขบวนเรือ, เครื่องบินเป็นขั้นบันได; **in ~:** ในขบวนรูปขั้นบันได; Ⓒ *(group in an organization)* ขั้น, ยศ, ตำแหน่ง; **the lower ~s** พวกที่ยศต่ำ ๆ; ➡ **+ upper** 1 B

echinoderm /ɪ'kaɪnədɜ:m, 'ekɪn-/อิ'คายเนอะเดิม, 'เอ็คคิน-/ *n. (Zool.)* สัตว์ทะเลที่ไม่มีกระดูกสันหลังในไฟลัม Echinodermata

echo /'ekəʊ/'เอ็คโค/ ❶ *n., pl.* **~es** Ⓐ เสียงก้อง, เสียงสะท้อน; **cheer sb. to the ~:** ส่งเสียงโห่ร้องเชียร์ *ค.น.* อย่างกึกก้อง; Ⓑ *(fig.)* เสียงสะท้อน ❷ *v.i.* Ⓐ *(สถานที่)* มีเสียงก้อง; **it ~es in here** ในนี้เสียงก้อง; Ⓑ *(เสียง)* ดังก้อง ❸ *v.t.* Ⓐ *(repeat)* สะท้อนกลับมา; Ⓑ *(repeat words of)* สะท้อนคำพูด, พูดซ้ำ; *(imitate words or opinions of sb.)* สะท้อนคำพูด, เลียนแบบ

echolocation /ekəʊləʊ'keɪʃn/เอ็คโคโล'เคช'น/ *n. (Zool.)* วิธีกำหนดระยะทางโดยเรดาร์ของค้างคาว

éclair /eɪ'kleə(r), ɪ'kleə(r)/เอ'แคล(ร), อิ'แคล(ร)/ *n.* ขนมเอแคลร์ *(ท.ศ.)* ขนมอบเล็ก ๆ ยัดไส้ครีม

eclectic /ɪ'klektɪk/อิ'เคล็คทิค/ ❶ *adj.* Ⓐ ได้รับอิทธิพลจากหลาย ๆ แหล่ง, รวมหลายแบบ ❷ *n.* ผู้ที่ได้แนวความคิดจากหลาย ๆ แหล่ง

eclipse /ɪ'klɪps/อิ'คลิพซฺ/ ❶ *n.* Ⓐ *(Astron.)* สุริยคราส *หรือ* จันทรคราส; **~ of the sun, solar ~:** สุริยคราส; **~ of the moon, lunar ~:** จันทรคราส; Ⓑ *(deprivation of light)* ความมืด, ความอับแสง; Ⓒ *(fig.)* ความเสื่อมทราม; **his fame suffered a total ~:** ชื่อเสียงโด่งดังของเขาต้องดับลงมืดสนิท; **in ~:** ตกอยู่ในความมืด ❷ *v.t.* Ⓐ บดบัง *(พระจันทร์, พระอาทิตย์)*; Ⓑ *(fig.: outshine, surpass)* โดดเด่นกว่า, เหนือกว่า

ecliptic /ɪ'klɪptɪk/อิ'คลิพทิค/ *n. (Astron.)* เส้นทางของดวงอาทิตย์ในช่วงเวลาหนึ่งปี

eco- /'i:kəʊ-/'อีโค/ *in comb.* [ในด้าน] นิเวศวิทยา, [ในด้าน] สิ่งแวดล้อม

'eco-audit *n.* การประเมินผลด้านสิ่งแวดล้อมของบริษัทหนึ่ง

'eco-friendly *adj.* ไม่ทำลายสิ่งแวดล้อม

'eco-label *n.* ฉลากเขียว

ecological /i:kə'lɒdʒɪkl/อีเคอะ'ลอจิค'ล/ *adj.* เกี่ยวกับนิเวศวิทยา

ecologist /i:kɒlədʒɪst/อีคอเลอะจิซทฺ/ *n.* นักนิเวศวิทยา

ecology /ɪ'kɒlədʒɪ/อิ'คอเลอะจิ/ *n.* นิเวศวิทยา

e-commerce /i:'kɒmɜ:s/อี'คอเมิซ/ *n.* พาณิชย์อิเล็กทรอนิกส์

economic /i:kə'nɒmɪk, ekə'nɒmɪk/อีเคอะ'นอมิค, เอ็ค'-/ *adj.* Ⓐ *(of economics)* *(ระบบ, รูปแบบ)* เศรษฐกิจ; **~ cycle** วงจรเศรษฐกิจ; Ⓑ *(giving adequate return)* *(ค่าเช่า, ดอกเบี้ย)* ให้รายได้เพียงพอ; Ⓒ *(maintained for profit)* นำรายได้มาให้, เพื่อกำไร

economical /i:kə'nɒmɪkl, ekə'nɒmɪkl/อีเคอะ'นอมิค'ล, เอ็ค'-/ *adj.* ประหยัด; **be ~ with sth.** ประหยัด *ส.น.*; **the car is ~ to run** รถคันนี้ใช้ประหยัด; **~ use of words** การใช้คำ *(สั้นแต่ได้ใจความ)*

economically /i:kə'nɒmɪklɪ, ekə'-/อีเคอะ'นอมิค'ลิ, เอ็ค'-/ *adv.* Ⓐ *(with reference to economics)* เกี่ยวกับเศรษฐกิจ; Ⓑ *(not wastefully)* อย่างประหยัด; **be ~ minded** มีนิสัยตระหนี่, ไม่สุรุ่ยสุร่าย

economics /iːkəˈnɒmɪks, ekəˈ-/อีเคอะˈนอมิคซฺ, เอ็คˈ-/ *n., no pl.* Ⓐ เศรษฐศาสตร์; Ⓑ *(economic considerations)* การใช้หลักการเศรษฐศาสตร์; **the ~ of the situation** แง่เศรษฐศาสตร์ของสถานการณ์นี้; Ⓒ *(condition of a country)* ภาวะเศรษฐกิจ

economise ➡ **economize**

economist /ɪˈkɒnəmɪst, eˈk-/อิˈคอเนอะมิซทฺ, เอ็ˈค-/ ➤ 489 *n.* นักเศรษฐศาสตร์; **political ~** นักรัฐศาสตร์เศรษฐศาสตร์

economize /ɪˈkɒnəmaɪz/อิˈคอเนอะมายซฺ/ *v.i.* ประหยัด; **~ on sth.** ประหยัด *ส.น.*

economy /ɪˈkɒnəmɪ/อิˈคอเนอะมิ/ *n.* Ⓐ *(frugality)* ความประหยัด; *(of effort, motion)* ความไม่สิ้นเปลือง; *(of style)* ความกระชับ; Ⓑ *(instance) (สิ่งที่ลด, ไม่ทำ)* เพื่อความประหยัด; **make economies** ลดค่าใช้จ่ายในบางสิ่ง; ประหยัด Ⓒ *(of country etc.)* เศรษฐกิจ

economy: ~ class *n.* ชั้นประหยัด, ชั้นธรรมดา *(ในเครื่องบิน)*; **~ size** *n.* ขนาดประหยัด; **an ~-size packet of salt** เกลือบรรจุห่อขนาดประหยัด

eco: ~system *n.* ระบบนิเวศวิทยา; **~-tax** *n.* ภาษีขนส่งและพลังงานที่ทำลายสิ่งแวดล้อม; **~tourism** /ˈiːkəʊtʊərɪzəm, -tɔːr-/ˈอีโคทัวริซฺม, -ทอร-/ *n.* การท่องเที่ยวเชิงอนุรักษ์สิ่งแวดล้อม; **~-warrior** *n.* นักต่อสู้เพื่อสิ่งแวดล้อม

ecstasy /ˈekstəsɪ/ˈเอ็คซฺเตอะซิ/ *n.* Ⓐ ความลิงโลด, ความปลื้มปีติอย่างเปี่ยมล้น, ปีติสานติ์ *(ร.บ.)*; **be in/go into ecstasies [over sth.]** มีความ/เกิดความปลื้มปีติ [ใน *ส.น.*]; Ⓑ **E~** *(drug)* ยาเสพติด, ยาอี

ecstatic /ɪkˈstætɪk/อิคˈซแตทิค/ *adj.*, **ecstatically** /ɪkˈstætɪkəlɪ/อิคˈซแตทิเคอะลิ/ *adv.* [อย่าง] เปี่ยมไปด้วยความปลื้มปีติ

ECT *abbr. (medical)* **electroconvulsive therapy**

ectopic /ekˈtɒpɪk/เอ็คˈทอปิค/ *adj. (Med.)* **~ pregnancy** การตั้งครรภ์นอกมดลูก; *(tuble pregnancy)* การตั้งครรภ์ในหลอด

ectoplasm /ˈektəplæzəm/ˈเอ็คเทอะแพลเซิม/ *n.* ชั้นนอกสุดของไซโตปลาสซึม

ECU, ecu /eɪˈkuː/เอˈคู/ *abbr.* ➤ 572 **European Currency Unit** หน่วยเงินตรายีคิว *(ท.ศ.)* ของยุโรป

Ecuador /ekwəˈdɔː(r)/เอ็คเควอะˈดอ(ร)/ *pr. n.* ประเทศเอกวาดอร์ *(ในทวีปอเมริกาใต้)*

Ecuadorian /ekwəˈdɔːrɪən/เอ็คเควะˈดอเรียน/ ❶ *adj.* แห่งประเทศเอกวาดอร์; **sb. is ~:** *ค.น.* เป็นชาวเอกวาดอร์ ❷ *n.* ชาวเอกวาดอร์

ecumenical /iːkjʊˈmenɪkl, ˈekjʊ-/อีคิวˈเม็นนิค'ล, ˈเอ็คคิว-/ *adj.* Ⓐ *(Relig.)* เกี่ยวกับศาสนาคริสต์เป็นส่วนรวม; ซึ่งส่งเสริมความเป็นน้ำหนึ่งใจเดียวกันของชาวคริสต์ทั่วโลก; **E~ Council** *สภาคริสต์จักรนิกายโรมันคาทอลิกทั่วโลกซึ่งเรียกประชุมโดยสันตะปาปา;* Ⓑ *(worldwide)* ทั่วทั้งโลก

ecumenicalism /iːkjʊˈmenɪkəlɪzm, ekjʊˈmenɪkəlɪzm/อีคิวˈเม็นนิเคอะลิซฺ'ม, เอ็คคิวˈ-/ *n. (Relig.)* หลักการหรือจุดมุ่งหมายของความ*เป็นน้ำหนึ่งใจเดียวกันของชาวคริสต์ทั่วโลก*

eczema /ˈeksɪmə, US ɪgˈziːmə/ˈเอ็คซิเมอะ, อิคˈซีเมอะ/ *n.* ➤ 453 *(Med.)* โรคเรื้อนกวาง

ed. *abbr.* Ⓐ **edited [by]** ...เป็น บ.ก.; Ⓑ **edition** ฉบับพิมพ์ครั้งที่...; Ⓒ **editor** บ.ก.; Ⓓ **editor's note** จาก บ.ก.; *(in newspaper)* บท บ.ก.

Edam /ˈiːdæm/ˈอีแดม/ *n.* เนยแข็งเปลือกแดงจากเมืองอีดาม ในฮอลแลนด์

eddy /ˈedɪ/ˈเอ็ดดิ/ ❶ *n.* Ⓐ *(whirlpool)* น้ำวน; Ⓑ *(of wind, fog, smoke)* การหมุน, หมุน; **eddies of dust** ฝุ่นที่พัดวนไปมา ❷ *v.i.* ไหลวน

edelweiss /ˈeɪdlvaɪs/ˈเอดลวายซฺ/ *n.* ไม้ดอกเตี้ย *Leontopodium alpinum* ที่พบในภูเขาแอลป์

edema *(Amer.)* ➡ **oedema**

Eden /ˈiːdn/ˈอีด'น/ *n.* สถานที่ที่เต็มไปด้วยความสุข; *(fig.)* สวรรค์; **the Garden of ~:** สวนอีเด็นที่อยู่ของอดัมและอีฟในคัมภีร์ไบเบิล

edge /edʒ/เอ็จ/ ❶ *n.* Ⓐ *(of knife, razor, weapon)* ด้านคมของใบมีด; *(sharpness)* ความคม; *(fig.: effectiveness)* ความหลักแหลม; **the knife has lost its ~/has no ~:** มีดนี้หายคมแล้ว/มีดนี้ไม่มีคม; **take the ~ off sth.** ทำให้ *ส.น.* หายคม; *(fig.)* ทำให้อ่อนแอลง; **that took the ~ off our hunger** สิ่งนั้นช่วยประทังความหิวของเราได้บ้าง; **be on ~ [about sth.]** รู้สึกเครียด*หรือ* ตื่นเต้น [เกี่ยวกับ *ส.น.*]; **her nerves have been all on ~ lately** ช่วงนี้ประสาทของเธอเครียดตลอด; **set sb.'s teeth on ~:** ทำให้ *ค.น.* รู้สึกใจคอไม่อยู่กับเนื้อกับตัว; **give sb. the rough** *or* **sharp ~ of one's tongue** ด่าว่า *ค.น.* อย่างรุนแรง; **have/get the ~ [on sb./sth.]** *(coll.)* ได้เปรียบ *ค.น./ส.น.*; Ⓑ *(of solid, bed, brick, record, piece of cloth)* ขอบ; *(of dress)* ชาย; **~ of a table** ขอบโต๊ะ; **roll off the ~ of the table** กลิ้งตกขอบโต๊ะ; **a book with gilt ~s** หนังสือขอบทอง; Ⓒ *(boundary) (of sheet of paper, road, forest, desert, cliff)* ริม; *(of sea, lake, river)* ชายฝั่ง; *(of estate)* แนวเขต; **~ of the paper/of a road** ขอบกระดาษ/ขอบถนน; **platform ~:** ขอบชานชาลา; **the ~ of the kerb** ขอบถนน; **at the ~ of a precipice** ที่ปากเหว; **fall off the ~ of the cliff** ตกลงมาจากขอบหน้าผา; **on the ~ of sth.** *(fig.)* หวุดหวิดจะเข้าไปพัวพันใน *ส.น.*, เกือบจะทำ *ส.น.*; **be on the ~ of disaster/bankruptcy** หวุดหวิดเจอะเจอความหายนะ/หวุดหวิดจะเจอการล้มละลาย; **go over the ~** *(fig. coll.)* เสียสติ, เป็นบ้า ❷ *v.i. (move cautiously)* ค่อย ๆ ขยับ; **~ along sth.** ค่อยย่องไปตามแนว *ส.น.*; **~ away** เขยิบออกไป; **~ away from sb./sth.** เขยิบไปจาก *ค.น./ส.น.*; **~ up to sb.** ค่อย ๆ เขยิบเข้าหา *ค.น.*; **~ out of the room** เขยิบออกจากห้องไป ❸ *v.t.* Ⓐ *(furnish with border)* ทำขอบ *(ถนน)*; ขลิบริม *(หมวก, กระโปรง)*; กั้นเขต *(สวน, สนามหญ้า)*; **~ with fur** ขลิบด้วยขนสัตว์; Ⓑ *(push gradually)* ค่อย ๆ ดันไป, เขยิบไป; **~ oneself** *or* **one's way through a crowd** ค่อย ๆ แทรกตัวเบียดผ่านฝูงชนไป; **he ~d his chair nearer to the fire** เขาค่อย ๆ เขยิบเก้าอี้ให้เข้าไปใกล้ไฟผิงยิ่งขึ้น; Ⓒ *(Cricket)* ตีลูกด้วยริมไม้

edged /edʒd/เอ็จดฺ/ *adj.* ติดใบมีด, มีคม; **an ~ blade/tool** ใบมีด/เครื่องมือที่มีคม; **double** *or* **two-~ blade** ใบมีด 2 คม; **sharp-/dull-~:** คม/ทื่อ; **black-/rough-~:** มีขอบดำ/มีขอบไม่เรียบ

edgeways /ˈedʒweɪz/ˈเอ็จเวซฺ/, **edgewise** /ˈedʒwaɪz/-วายซฺ/ *adv.* Ⓐ *(with edge uppermost or foremost)* โดยที่เอาทางคมขึ้นข้างบนหรือหันออก; **stand sth. ~** หันด้านข้างของ *ส.น.* ออก; Ⓑ *(edge to edge)* หันขอบเข้าหากัน; Ⓒ *(fig.)* **I can't get a word in ~!** ฉันหาโอกาสพูดไม่ได้เลย

edging /ˈedʒɪŋ/ˈเอ็จจิง/ *n. (border, fringe) (of dress)* ชาย; *(of lawn, garden, flower bed)* ขอบ; *(lace, ribbon)* ระบาย; **fur ~:** ขลิบริมด้วยขนสัตว์

'edging shears *n. pl.* กรรไกรเล็มหญ้าริมสนาม

edgy /ˈedʒɪ/ˈเอ็จจิ/ *adj.* ใจคอไม่อยู่กับเนื้อกับตัว, กระวนกระวาย, ประสาท

edible /ˈedɪbl/ˈเอ็ดดิบ'ล/ ❶ *adj.* กินได้, รับประทานได้ ❷ *n. in pl.* อาหาร

edict /ˈiːdɪkt/ˈอีดิคทฺ/ *n.* คำสั่งซึ่งประกาศโดยราชกฤษฎีกา

edification /edɪfɪˈkeɪʃn/เอ็ดดิฟิˈเคช'น/ *n.* การสอนด้านศีลธรรมหรือด้านปัญญา; **for the ~ of...** เพื่อสั่งสอนในด้านศีลธรรมหรือปัญญา

edifice /ˈedɪfɪs/ˈเอ็ดดิฟิซ/ *n.* ตึกที่โอ่โถงมโหฬาร; *(fig.)* โครงสร้างด้านความคิดที่ซับซ้อน

edify /ˈedɪfaɪ/ˈเอ็ดดิฟาย/ *v.t.* ให้คติ, กล่อมเกลาสติปัญญา

edifying /ˈedɪfaɪɪŋ/ˈเอ็ดดิไฟอิง/ *adj.* ซึ่งให้คติหรือกล่อมเกลาสติปัญญา

Edinburgh /ˈedɪnbərə/ˈเอะดินเบอะเรอะ/ ❶ *pr. n.* เมืองเอดินบะระในประเทศสกอตแลนด์; ❷ *attrib. adj. (สำเนียง)* เอดินบะระ

edit /ˈedɪt/ˈเอ็ดดิท/ *v.t.* Ⓐ *(act as editor of)* เป็นบรรณาธิการ, บรรณาธิกร *(ร.บ.)*; Ⓑ *(set in order for publication)* เรียบเรียง *(หนังสือ, นิตยสาร)*; Ⓒ *(prepare an edition of)* เรียบเรียงตีพิมพ์ผลงานของ; **~ the works of Homer** เรียบเรียงตีพิมพ์ผลงานรวมเล่มของโฮเมอร์; Ⓓ *(take extracts from and collate)* ตัดต่อ *(ภาพยนตร์)*; Ⓔ **~ sth. out** ตัด *ส.น.* ออก

edition /ɪˈdɪʃn/อิˈดิช'น/ *n.* Ⓐ *(form of work, one copy; also fig.)* ฉบับตีพิมพ์; **paperback ~:** ฉบับปกอ่อน; **pocket ~:** ฉบับพ็อกเก็ตบุ๊ค; **first ~:** ฉบับตีพิมพ์ครั้งแรก; **he is a second ~ of his father** เขาเหมือนพ่อตั้งแต่หัวจนจรดเท้าเลย; Ⓑ *(from same types or at one time)* ตีพิมพ์ครั้งที่...; **the book is in its fourth ~:** หนังสือเล่มนี้ตีพิมพ์เป็นครั้งที่สี่แล้ว; **the work has already gone through six ~s** หนังสือเล่มนี้ผ่านการตีพิมพ์หกครั้งแล้ว; **morning/evening ~ of a newspaper** หนังสือพิมพ์ฉบับเช้า/เย็น

editor /ˈedɪtə(r)/ˈเอ็ดดิเทอะ(ร)/ *n.* ➤ 489 Ⓐ *(who prepares the work of others)* บรรณาธิการ; *(of particular work)* ผู้เรียบเรียง; Ⓑ *(who conducts a newspaper or periodical)* บรรณาธิการ; **chief/sports/business ~:** บรรณาธิการใหญ่/บรรณาธิการฝ่ายกีฬา/บรรณาธิการฝ่ายธุรกิจ; Ⓒ *(of films etc.)* ผู้ตัดต่อ

editorial /edɪˈtɔːrɪəl/เอะดิˈทอเรียล/ ❶ *n.* บทบรรณาธิการ ❷ *adj. (of an editor)* เกี่ยวกับบรรณาธิการ; **~ staff** กองบรรณาธิการ; **~ department** ฝ่ายบรรณาธิการ; **~ job/work** งานบรรณาธิการ; **~ article** บทบรรณาธิการ

editorship /ˈedɪtəʃɪp/ˈเอะดิเทอะชิพ/ *n.* การทำงานบรรณาธิการ; **under the [general] ~ of Mr. X** ภายใต้การควบคุมและเรียบเรียงของนายเอ็กซ์

EDP *abbr.* **electronic data processing**

EDT *abbr. (Amer.)* **Eastern Daylight Time**

educable /ˈedjʊkəbl/ˈเอ็จจุเคอะบ'ล/ *adj.* สามารถสอนได้

educate /ˈedʒʊkeɪt/ˈเอ็จจุเคท/ *v.t.* Ⓐ *(bring up)* อบรมเลี้ยงดู; **~ sb. in sth.** สอน *หรือ* ฝึก *ค.น.* ใน *ส.น.*; Ⓑ *(provide schooling for)* **he was ~d at Eton and Cambridge** เขาได้รับการศึกษาจากโรงเรียนอีตันและมหาวิทยาลัยเคมบริดจ์; Ⓒ *(give intellectual and moral training to)* ให้การศึกษา, หาความรู้; **~ oneself** ศึกษาหาความรู้ด้วยตนเอง; **the public must be ~d how to save energy** มหาชนจะต้องได้รับการ

e

ศึกษาเรื่องการประหยัดพลังงาน; Ⓓ *(train)* ฝึกฝน *(ร่างกาย, สมอง)*; พัฒนา *(รสนิยม)*; **~ oneself to do sth.** ฝึกตนเองให้ทำ *ส.น.*

educated /ˈedjʊkeɪtɪd/เอ็จจุเคทิด/ *adj.* มีการศึกษาดี; **make an ~ guess** เดาอย่างมีเหตุผล

education /edjʊˈkeɪʃn/เอ็จจุ'เคช'น/ *n.* Ⓐ *(instruction)* การศึกษา; *(course of instruction)* การฝึกอบรม; *(system)* ระบบการศึกษา; *(science)* ศึกษาศาสตร์; **~ is free** การศึกษาเป็นสิ่งที่ให้เปล่า; **Ministry of E~:** กระทรวงศึกษาธิการ; **be a man of ~:** เป็นผู้ชายที่มีการศึกษาสูง; **receive a good ~:** ได้รับการศึกษาที่ดี; **sb. with school/a higher/university ~:** *ค.น.* ที่มีการศึกษาระดับโรงเรียน/ระดับโรงเรียนชั้นสูง/ระดับมหาวิทยาลัย; **literary/scientific ~:** การศึกษาทางวรรณกรรม/วิทยาศาสตร์; **lecturer in ~:** อาจารย์ศึกษาศาสตร์; **science/methods of ~:** ศาสตร์ที่ว่าด้วยการศึกษา/วิธีต่าง ๆ ของการศึกษา; Ⓑ *(development of character or mental powers)* การอบรมฝึกฝน; ➡ **+ College of Education**

educational /edjʊˈkeɪʃənl/เอ็จจุ'เคชอะน'ล/ *adj.* เพื่อการสอน, เกี่ยวกับการศึกษา; **~ equipment** อุปกรณ์การศึกษา; **for ~ purposes** เพื่อการศึกษา

educationalist /edjʊˈkeɪʃənəlɪst/เอ็จจุ'เคเชอะเนอะลิซทฺ/ *n.* นักการศึกษา

educationally /edjʊˈkeɪʃənəlɪ/เอ็จจุ'เคเชอะเนอะลิ/ *adv.* ในแง่ของการศึกษา; **~ subnormal** ด้อยกว่าปกติในแง่ของการศึกษา; **be ~ backward** ล้าหลังทางการศึกษา

educationist /edjʊˈkeɪʃənɪst/เอ็จจุ'เคเชอะนิซทฺ/ ➡ **educationalist**

educative /ˈedjʊkətɪv/'เอ็จจุเคอะทิว/ *adj.* *(educational)* เกี่ยวกับการศึกษา; *(instructive)* *(หนังสือ, วิดีโอ)* ซึ่งช่วยการสอน, ที่ให้การศึกษา

educator /ˈedjʊkeɪtə(r)/'เอ็จจุเคเทอะ(ร)/ *n.* ครู, นักการศึกษา; *(fig.)* ผู้ฝึกอบรม, ผู้ให้ความรู้

edutainment /edjʊˈteɪnmənt/เอะจุ'เทนเมินทฺ/ *n.* บันเทิงเชิงการศึกษา, ศึกษาบันเทิง *(ร.บ.)*

Edward /ˈedwəd/'เอ็ดเวิด/ *pr. n.* *(Hist., as name of ruler etc.)* พระเจ้าเอ็ดเวิร์ด

Edwardian /edˈwɔːdɪən/เอ็ด'วอเดียน/ ❶ *adj.* เกี่ยวกับพระเจ้าเอ็ดเวิร์ดที่ 7 *(ครองราชย์ 1901–1910)* ❷ *n.* คนในสมัยพระเจ้าเอ็ดเวิร์ด

EEC *abbr.* **European Economic Community**

eel /iːl/อีล/ *n.* ปลาไหล; **be as slippery as an ~:** เป็นคนมีเล่ห์เหลี่ยม

e'en /iːn/อีน/ *(arch./poet.)* ➡ [1,2]**even**

e'er /eə(r)/แอ(ร)/ *(poet.)* ➡ **ever**

eerie /ˈɪərɪ/'เอียริ/ *adj.* วังเวง, แปลกประหลาด, ซึ่งทำให้ขนหัวลุก; **give sb. an ~ feeling** ทำให้ *ค.น.* รู้สึกหวาดผวา

eerily /ˈɪərɪlɪ/'เอียริลิ/ *adv.* ➡ **eerie:** วังเวง, น่ากลัว

eff /ef/เอ็ฟ/ *v.i.* *(sl.)* **~ and blind** ใช้คำสบถที่หยาบคาย

efface /ɪˈfeɪs/อิ'เฟซ/ ❶ *v.t.* Ⓐ *(rub out)* ลบออก, ขูดออก; Ⓑ *(fig.: obliterate)* ขจัดออกไป, ลบจาก ❷ *v. refl.* ถ่อมตัว, ไม่ออกหน้าออกตา

effect /ɪˈfekt/อิ'เฟ็คทฺ/ ❶ *n.* Ⓐ *(result)* ผล, ผลลัพธ์ **(on** ต่อ**)**; **her words had little ~ on him** คำพูดของเธอแทบไม่มีผลอะไรต่อเขา; **the ~s of sth. on sth.** ผลของ *ส.น.* ต่อ *ส.น.*; **the ~ of this was that ...:** ผลลัพธ์ของเรื่องนี้คือ...; **be of no** *or* **to no ~:** ไม่บังเกิดผล; **with the ~ that ...:** โดยมีผลคือ...; **take ~:** ออกฤทธิ์, มีผลตามที่ต้องการ; **in ~:** ในความเป็นจริง; Ⓑ *no art. (impression)* ความประทับใจ; **solely** *or* **only for ~:** เพื่อสร้างความประทับใจเท่านั้น; Ⓒ *(meaning)* ความหมาย; **or words to that ~:** หรือความหมายประมาณนั้น; **a letter to the following ~:** จดหมายซึ่งมีความหมายดังต่อไปนี้; **we received a letter to the ~ that ...:** เราได้รับจดหมายซึ่งมีใจความว่า...; **all families received instructions to that ~:** ทุกครอบครัวได้รับคำชี้แนะในทำนองนั้น; **to the same ~:** ซึ่งมีใจความในทำนองเดียวกัน; Ⓓ *(operativeness)* การมีผลบังคับใช้; **be in ~:** มีผลบังคับใช้; **come into ~:** เริ่มมีผลบังคับใช้; **bring** *or* **carry** *or* **put into ~:** ทำให้มีผลบังคับใช้; **give ~ to sth.** ทำให้ *ส.น.* มีผลบังคับใช้; **take ~:** เริ่มมีผลบังคับใช้; **with ~ from 2 November/Monday** โดยมีผลบังคับใช้ตั้งแต่วันที่ 2 พฤศจิกายน/ตั้งแต่วันจันทร์เป็นต้นไป; Ⓔ *in pl. (in play, film, broadcast)* **light ~s** การใช้แสงประกอบ; Ⓕ *in pl. (property)* ข้าวของ, เครื่องใช้; **personal ~s:** ข้าวของเครื่องใช้ส่วนตัว; **household ~s** ข้าวของเครื่องใช้ในครัวเรือน ❷ *v.t.* ดำเนิน *(ข้อตกลง)*; จัดการ; **~ one's purpose** *or* **intention/desire** ดำเนินการไปตามความมุ่งหมาย หรือ ความตั้งใจ/ความปรารถนา; **payment was ~ed in dollars** การชำระเงินกระทำโดยใช้เงินดอลลาร์

effective /ɪˈfektɪv/อิ'เฟ็คทิว/ *adj.* Ⓐ *(having an effect)* *(มาตรการ)* ใช้ได้ผล; *(วิธีการ)* มีประสิทธิภาพ; **the measures have not been ~:** มาตรการเหล่านั้นไม่มีผลเลย; **be ~:** มีผล; Ⓑ *(having come into operation)* มีผลบังคับใช้; **~ from/as of** มีผลบังคับใช้ตั้งแต่; **the law is no longer ~/is ~ as from 1 September** กฎหมายนี้ไม่มีผลบังคับใช้แล้ว/มีผลบังคับใช้ตั้งแต่วันที่ 1 กันยายน; Ⓒ *(powerful in effect)* *(การพูด, เสียง)* มีพลัง; Ⓓ *(striking)* สะดุดตา, ประทับใจ; Ⓔ *(existing)* *(การช่วยเหลือ)* ที่มีอยู่ปัจจุบัน; **the ~ strength of the army** กำลังทหารที่มีอยู่ของกองทัพ

effectively /ɪˈfektɪvlɪ/อิ'เฟ็คทิวลิ/ *adv.* *(in fact)* เป็นจริงแล้ว; *(with effect)* อย่างได้ผลดี; **they are ~ the same** มัน/เขาเท่ากันในความเป็นจริง

effectiveness /ɪˈfektɪvnɪs/อิ'เฟ็คทิวนิซ/ *n., no pl.* ความมีประสิทธิภาพ, ความสัมฤทธิ์ผล

effectual /ɪˈfektʃʊəl/อิ'เฟ็คชวล, อิ'เฟ็คทวล/ *adj.* Ⓐ *(sufficient)* *(มาตรการ)* ได้ผลตามที่ต้องการ; Ⓑ *(valid)* *(สัญญา)* ยังมีผลอยู่, ยังไม่หมดอายุ

effectually /ɪˈfektjʊəlɪ/อิ'เฟ็คชัวลิ/ *adv.* อย่างประสบความสำเร็จ

effectuate /ɪˈfektjʊeɪt/อิ'เฟ็คฉุเอท/ *v.t.* ทำให้มี *(การเปลี่ยนแปลง)* เกิดขึ้น, บรรลุ

effeminate /ɪˈfemɪnət/อิ'เฟ็มมิเนิท/ *adj.* *(ท่าทาง)* ตุ้งติ้งเหมือนผู้หญิง

effervesce /efəˈves/เอะเฟอะ'เว็ซ/ *v.i.* มีฟองอากาศออกมาตลอดเวลา; *(fig.)* คึกคักและแจ่มใสร่าเริง; **be effervescing with sth.** คึกคักและร่าเริงแจ่มใสด้วย *ส.น.*

effervescence /efəˈvesns/เอะเฟอะ'เว็ซ'นซ/ *n., no pl.* การมีฟองอากาศออกมา; *(fig.)* ความคึกคักและร่าเริงแจ่มใส

effervescent /efəˈvesənt/เอะเฟอะ'เว็ซ'นทฺ/ *adj.* มีฟองอากาศออกมา; *(fig.)* คึกคักและร่าเริงแจ่มใส; **~ tablets** ยาเม็ดที่ฟู่เป็นฟองเมื่อถูกน้ำ

effete /eˈfiːt/เอ็ฟ'ฟีท/ *adj.* *(exhausted, worn out)* *(บุคคล)* หมดแรง, เพลีย; *(ระบบ)* หมดสิ้นอำนาจ; *(soft, decadent)* อ่อนแอ, ไม่มีหลักการ

efficacious /efɪˈkeɪʃəs/เอะฟิ'เคเชิซ/ *adj.* *(วิธีการ)* ที่ได้ผล; *(ยา)* มีประโยชน์

efficaciousness /efɪˈkeɪʃəsnɪs/เอะฟิ'เคเชิซนิซ/, **efficacy** /ˈefɪkəsɪ/'เอ็ฟฟิเคอะซิ/ *ns., no pl.* การให้ผลดี

efficiency /ɪˈfɪʃənsɪ/อิ'ฟิเชินซิ/ *n.* Ⓐ *(of person)* ความสามารถ, การมีประสิทธิผล; *(of machine, factory, engine)* กำลังของเครื่อง; *(of organization, method)* ความมีสมรรถภาพ, ประสิทธิภาพ; Ⓑ *(Mech., Phys.)* สมรรถนะ

efficient /ɪˈfɪʃənt/อิ'ฟิเชินทฺ/ *adj.* มีประสิทธิภาพ, มีสมรรถภาพ, สามารถ, ขยันขันแข็ง

efficiently /ɪˈfɪʃəntlɪ/อิ'ฟิเชินทฺลิ/ *adv.* อย่างมีประสิทธิภาพ, อย่างดี

effigy /ˈefɪdʒɪ/'เอ็ฟฟิจิ/ *n.* รูปปั้น หรือ หุ่นจำลองของบุคคล; **hang/burn sb. in ~:** แขวนคอ/เผาหุ่นจำลองของ *ค.น.*

effing /ˈefɪŋ/'เอ็ฟฟิง/ *adj.* *(sl.)* ไอ้...เหี้ย *(ภ.ย.)*

effluent /ˈeflʊənt/'เอ็ฟฟลุเอ็นทฺ/ ❶ *adj.* *(แม่น้ำ, น้ำ)* ไหลออก; **~ drain** รางระบายน้ำ ❷ *n.* Ⓐ *(stream)* ทางน้ำไหลออก; Ⓑ *(outflow from sewage tank, waste etc.)* น้ำเสียที่ไหลออก, น้ำทิ้ง

effluvium /eˈfluːvɪəm/อิ'ฟลูเวียม/ *n., pl.* **effluvia** /eˈfluːvɪə/อิ'ฟลูเวีย/ กลิ่นเหม็นมาก

effort /ˈefət/'เอ็ฟเฟิท/ *n.* Ⓐ *(exertion)* ความพยายาม, การออกแรง; **make an/every ~** *(physically)* พยายาม/พยายามทุกวิถีทาง; *(mentally)* ใช้พลังสมอง; **without [any]/only with the greatest ~:** โดยไม่ต้องออกแรง [เลย]/โดยออกแรงอย่างสูงสุดเท่านั้น; **for all his ~s** ทั้ง ๆ ที่เขาได้ใช้ความพยายามทุกวิถีทางแล้ว; **vain ~s** ความพยายามที่ไร้ผล; **it is an ~ [for me] to get up in the mornings** การลุกขึ้นตอนเช้าเป็นเรื่องยากสำหรับฉัน; **[a] waste of time and ~:** การสิ้นเปลืองทั้งเวลาและความพยายาม; **make every possible ~ to do sth.** พยายามทุกวิถีทางที่จะทำ *ส.น.*; **he makes no ~ at all** เขาไม่พยายามเลยแม้แต่น้อย; Ⓑ *(attempt)* ความพยายาม; *(Buddhism)* วิริยะ *(ร.บ.)*; **in an ~ to do sth.** ด้วยความพยายามที่จะทำ *ส.น.*; **make no ~ to be polite** ไม่พยายามรักษามารยาทแม้แต่นิด; **make one last ~:** พยายามเป็นครั้งสุดท้าย; **~s are being made to do sth.** กำลังพยายามทำ *ส.น.* อยู่; Ⓒ *(activity)* **research ~[s]** ความพยายามทางการวิจัย; **business ~s** ความพยายามทางด้านธุรกิจ; Ⓓ *(coll.: result)* ผลลัพธ์; **that was a pretty poor ~:** นั่นไม่ได้ผลดีอะไร; **whose is this rather poor ~?** นี่เป็นผลงานไม่ค่อยดีของใคร/ใครเป็นเจ้าของผลงานไม่ค่อยดีชิ้นนี้; **the book was one of his first ~s** หนังสือเล่มนั้นเป็นผลงานช่วงแรกของเขา

effortless /ˈefətlɪs/'เอ็ฟเฟิทลิซ/ *adj.* ไม่ต้องออกแรง, ไม่ต้องพยายาม, ง่ายดาย

effortlessly /ˈefətlɪslɪ/'เอ็ฟเฟิทลิซลิ/ *adv.* โดยไม่ต้องใช้ความพยายาม, โดยไม่ต้องออกแรง, อย่างง่ายดาย

effrontery /ɪˈfrʌntərɪ/อิ'ฟรันเทอะริ/ *n.* ความบังอาจ, ความหน้าด้าน; **have the ~ to do sth.** บังอาจที่จะทำ *ส.น.* โดยไม่ละอาย

effusion /ɪˈfjuːʒn/อิ'ฟิวฌ'น/ *n.* Ⓐ *(pouring forth)* *(of light, sound)* การแพร่กระจาย; *(of the Holy Spirit)* แสงของพระจิต; Ⓑ *(utterance)*

การพูดหรือเขียนแบบน้ำไหลไฟดับ; **literary/romantic ~** ผลงานทางวรรณคดี/การแสดงตัวในเชิงความรักฟุ้งซ่าน

effusive /ɪ'fju:sɪv/อิ'ฟิวซิว/ *adj.* หลั่งไหลออกมา, ล้นออก, เอะอะเอิกเกริก

effusively /ɪ'fju:sɪvlɪ/อิ'ฟิวซิวลิ/ *adv.* ➡ effusive อย่างพรั่งพรู, อย่างเอะอะเอิกเกริก

effusiveness /ɪ'fju:sɪvnɪs/อิ'ฟิวซิวนิซ/ *n., no pl. (of speech, action, greeting)* ความพรั่งพรู; *(of style)* ความเอะอะเอิกเกริก, การแสดงออกอย่างไม่ยั้ง

EFL *n. abbr.* English as a Foreign Language

Efta, EFTA /'eftə/'เอ็ฟเทอะ/ *n. abbr.* European Free Trade Association อาฟต้า

e.g. /i:'dʒi:/อี'จี/ *abbr.* for example

egalitarian /ɪgælɪ'teərɪən/อิแกลิ'แทเรียน/ ❶ *adj.* ที่แสดงความเสมอภาคของมนุษย์, สมภาคนิยม *(ร.บ.)* ❷ *n.* ผู้ที่ยึดหลักความเสมอภาคของมนุษย์

[1]egg /eg/เอ็ก/ *n.* ไข่; **a bad ~** *(fig. coll.) (person)* คนชั่วช้า; **a good/tough ~** *(coll.) (person)* คนที่ใช้ได้/คนบึกบึน; **good ~!** *(dated coll.)* ดีจริง ๆ; **have** *or* **put all one's ~s in one basket** *(fig. coll.)* นำทุกอย่างเข้าเสี่ยงในครั้งเดียว; **it's like teaching your grandmother to suck ~s** ทำเหมือนกับเด็กไปสอนผู้ใหญ่; **as sure as ~s is** *or* **are ~s** *(coll.)* แน่ใจจริง ๆ; **have ~ on or all over one's face** *(fig.)* ดูเป็นคนโง่จริง ๆ

[2]egg *v.t.* **~ sb. on [to do sth.]** ยุให้ *ค.น.* ทำ *ส.น.*

egg: ~-and-'spoon race *n.* การวิ่งแข่งโดย*ผู้แข่งขันต้องเลี้ยงไข่ไว้บนช้อนเล็ก ๆ*; **~ beater** *n.* Ⓐ *(device)* เครื่องตีไข่; Ⓑ *(Amer. coll.: helicopter)* เครื่องเฮลิคอปเตอร์; **~ cosy** *n.* หมวกใส่ไข่ต้มให้อุ่นไว้; **~cup** *n.* ถ้วยไข่ต้ม; **~ 'custard** *n.* คัสตาร์ดซึ่งทำด้วยไข่ นม และน้ำตาล; **~ donation** *n.* การบริจาคไข่ของตนแก่ผู้หญิงที่ตั้งครรภ์ไม่ได้; **~ donor** *n.* ผู้บริจาคไข่ของตน; **~ 'flip** *n.* เครื่องดื่มทำด้วยไข่ที่ตีกับนมน้ำตาลและเหล้าหอม; **~head** *n. (coll.)* ปัญญาชน, ผู้เชี่ยวชาญ; **~ 'nog** ➡ **~ flip**; **~plant** *n.* มะเขือ, ต้นมะเขือ; **~ powder** *n.* ไข่ผง; **~-shaped** *adj.* รูปคล้ายไข่; **~shell** *n.* Ⓐ เปลือกไข่; Ⓑ *attrib. (fragile)* **~shell china** เครื่องกระเบื้องที่บางราวกับเปลือกไข่; **~shell glaze** สีเคลือบที่มันนิดหน่อย; **~ slice** *n.* อุปกรณ์หั่นไข่เป็นแว่น ๆ; **~ spoon** *n.* ช้อนเล็กสำหรับรับประทานไข่ลวก; **~ timer** *n.* เครื่องจับเวลาในการต้ม/ลวกไข่; **~ whisk** *n.* เครื่องตีไข่; **~ white** *n.* ไข่ขาว; **~ yolk** *n.* ไข่แดง

EGM *abbr.* extraordinary general meeting

ego /'egəʊ, 'i:gəʊ/'เอ็กโก, 'อีโก/ *n., pl.* **~s** Ⓐ *(Psych.)* ตัวฉัน, ตัวกู; *(Metaphys.)* ตัวฉัน, กู, อัตตา *(ร.บ.)*; Ⓑ *(self-esteem)* ความมั่นใจในตนเอง; **inflated ~:** ความมั่นใจในตัวเองสูงเกินไป; **boost sb.'s ~:** ช่วยเสริมความมั่นใจในตนเองของ *ค.น.*

egocentric /egəʊ'sentrɪk, 'i:gəʊ-/เอ็กโก'เซ็นทริค, 'อีโก-/ *adj.* นึกถึงแต่ตนเอง, ยึดเอาตนเองเป็นที่ตั้ง

egoism /'egəʊɪzm, 'i:g-/'เอ็กโกอิซึ'ม, 'อี-/ *n., no pl.* Ⓐ *(systematic selfishness)* ความเห็นแก่ตัวตลอด; อัตตานิยม *(ร.บ.)*; Ⓑ *(self-opinionatedness)* ความยึดมั่นในความคิดเห็นของตนแบบหัวชนฝา; Ⓒ ➡ egotism A

egoist /'egəʊɪst, US 'i:g-/'เอ็กโกอิซทฺ, 'อี-/ *n.* ผู้ถือประโยชน์ตนเองเป็นใหญ่, ผู้หลงตัว

egoistic /egəʊ'ɪstɪk, i:g-/เอ็กโก'อิซติค, อี-/, **egoistical** /egəʊ'ɪstɪkl/เอ็กโก'อิซติค'ล/ *adj.* Ⓐ *(self-regarding, selfish)* นับถือตนเอง, เห็นแก่ตัว, เห็นแต่ประโยชน์ส่วนตัว; Ⓑ ➡ egotistic A

egomania /i:gəʊ'meɪnɪə/อีโก'เมเนีย/ *n.* โรคบ้าตัวเอง, ความเห็นแก่ตัวอย่างร้ายแรง

egomaniac /i:gəʊ'meɪnɪæk/อีโก'เมนิแอค/ *n.* ผู้บ้าตัวเอง, ผู้เห็นแก่ตัวอย่างร้ายแรง

egotism /'egətɪzm/'เอ็กโกทิซ'ม/ *n., no pl.* Ⓐ การนึกถึงตนเองมากเกินไป, อติมานะ *(ร.บ.)*; Ⓑ *(self-conceit)* การเชื่อมั่นในตนเองมากเกินไป; Ⓒ ➡ egoism A

egotist /'egətɪst/'เอ็กเกอะทิซทฺ/ *n.* ผู้ที่นึกถึงตนเองมากเกินไป; *(self-centred person)* ผู้ที่หมกหมุ่นกับตนเอง

egotistic /egə'tɪstɪk, i:g-/-เอ็กโก'ทิซติค, อี-/, **egotistical** /egə'tɪstɪkl/เอ็กโก'ทิซติค'ล, อี-/ *adj.* Ⓐ นึกถึงตนเองมากเกินไป; Ⓑ ซึ่งพอใจในตนเอง, เห็นแก่ตัว

egregious /ɪ'gri:dʒəs/อิ'กรีเจิช/ *adj.* เลวเป็นพิเศษ, น่าทุเรศใจอย่างเหลือแสน

egress /'i:gres/'อีเกร็ซ/ *n. (formal)* การออกไป; ทางออก

egret /'i:grɪt/'อีกริท/ *n. (Ornith.)* นกกระสาใน*สกุล Egretta หรือ Bulbulcus ซึ่งมีขนหางยาวสีขาวในฤดูผสมพันธุ์*

Egypt /'i:dʒɪpt/'อีจิพทฺ/ *pr. n.* ประเทศอียิปต์

Egyptian /ɪ'dʒɪpʃn/อิ'จิพช'น/ ❶ *adj.* แห่งประเทศอียิปต์; **sb. is ~:** *ค.น.* เป็นชาวอียิปต์ ❷ *n.* Ⓐ *(person)* ชาวอียิปต์; Ⓑ *(language)* ภาษาอียิปต์

Egyptologist /i:dʒɪp'tɒlədʒɪst/อีจิพ'ทอเลอะจิซทฺ/ *n.* ผู้เชี่ยวชาญด้านอียิปต์ศึกษา

Egyptology /i:dʒɪp'tɒlədʒɪ/อีจิพ'ทอเลอะจิ/ *n., no pl.* อียิปต์ศึกษา, การศึกษาภาษาประวัติศาสตร์และวัฒนธรรมของประเทศอียิปต์โบราณ

eh /eɪ/เอ/ *int. (coll.) (expr. inquiry or surprise)* อะไร, อะไรกันนี่; *(inviting assent)* งั้นใช่ไหม; *(asking for sth. to be repeated or explained)* ว่าไงนะ; **wasn't that good, eh?** อย่างงั้นไม่ดีหรอกหรือ; **let's not have any more fuss, eh?** อย่าวุ่นวายกันอีกนะ

eider /'aɪdə(r)/'อายเดอะ(ร)/: **~ [duck]** *n.* เป็ดไอเดอร์ *(ท.ศ.)* เป็ดจากทางเหนือโดยเฉพาะในสกุล *Somateria*; **~ [down]** *n.* ขนเป็ดชนิดนี้

eiderdown /'aɪdədaʊn/'อายเดอะดาวนฺ/ *n.* ผ้านวมบุด้วยขนเป็ดไอเดอร์ *หรือ* วัสดุอ่อนนุ่มสำหรับห่มนอน

eight /eɪt/เอท/ ➤ 47, ➤ 177, ➤ 602 ❶ *adj.* แปด; **at ~:** เวลาแปดโมง; **it's ~ [o'clock]** ตอนนี้แปดโมง; **half past ~:** แปดโมงครึ่ง; **~ thirty** แปดโมงสามสิบ; **~ ten/fifty** แปดโมงสิบ/แปดโมงห้าสิบ; **around** *or* **at about ~:** ราว ๆ แปดโมง; **half ~** *(coll.)* แปดโมงครึ่ง; **girl of ~:** เด็กหญิงอายุแปดขวบ; **~-year-old boy** เด็กชายอายุแปดขวบ; **an ~-year-old** เด็กอายุแปดขวบ; **be ~ [years old]** มีอายุแปดขวบ; **at [the age of] ~, aged ~:** ซึ่งอายุได้แปดขวบ; **he won ~-six** เขาชนะ 8 ต่อ 6; **Book/Volume/Part/Chapter E~:** หนังสือ/เล่ม/ตอน/บทที่แปด; **~-figure number** เลขแปดหลัก; **~-page** ซึ่งมีแปดหน้า; **~-storey[ed] building** ตึกแปดชั้น; **~-sided polygon** รูปแปดเหลี่ยม; **bet at ~ to one** พนันกันแปดต่อหนึ่ง; **~ times** แปดเท่า, แปดครั้ง ❷ *n.* Ⓐ *(number, symbol)* เลขแปด; **the first/last ~:** แปดอันแรก/สุดท้าย; **there were ~ of us present** เรามีด้วยกันแปดคน; **~ of us attended the lecture** พวกเราแปดคนไปฟังการบรรยายกัน; **come ~ at a time/in ~s** มาทีละแปด; **arabic/Roman ~:** เลขแปดอารบิค/โรมัน; **stack the boxes in ~s** ซ้อนกล่องไว้ตั้งละ 8 กล่อง; **the [number] ~ [bus]** รถเมล์สายแปด; **two-~ time** *(Mus.)* จังหวะ 2/8; **behind the ~ ball** *(Amer.) (at a disadvantage)* ซึ่งเป็นฝ่ายเสียเปรียบ; *(in a baffling situation)* อยู่ในสภาวะที่จนปัญญา; Ⓑ *(8-shaped figure)* **[figure of] ~:** รูปร่างเป็นเลขแปด; Ⓒ *(Cards)* **~ of hearts/trumps** แปดโพแดง/แปดทรัมพ์; Ⓓ *(size)* **a size ~ dress** กระโปรงชุดขนาดเบอร์แปด; **wear size ~ shoes** ใส่รองเท้าเบอร์แปด; **wear an ~, be size ~:** ใส่เสื้อผ้าเบอร์แปด; Ⓔ *(Rowing) (crew)* ชุดกรรเชียง 8 คน; *(boat)* เรือขนาด 8 คนนั่ง; **the E~s** *(boat races)* การแข่งเรือ 8 คนนั่ง; Ⓕ **have had one over the ~** *(coll.)* เมาหัวปักหัวปำ

eighteen /eɪ'ti:n/เอ'ทีน/ ❶ *adj.* ➤ 47, ➤ 177, ➤ 602 สิบแปด; ➡ + eight 1 ❷ *n.* เลขสิบแปด; **~ seventy** ปีหนึ่งพันแปดร้อยเจ็ดสิบ; **in the ~ seventies** ในช่วงทศวรรษ 1870; **~ hundred hours** ➡ hundred 1 A; ➡ + eight 2 A, D

eighteenth /eɪ'ti:nθ/เอ'ทีนธฺ/ ➤ 231 ❶ *adj.* ➤ 602 ในลำดับที่สิบแปด; ➡ + eighth 1. ❷ *n. (fraction)* หนึ่งส่วนสิบแปด; ➡ + eighth 2

eightfold /'eɪtfəʊld/'เอทโฟลดฺ/ ❶ *adj.* แปดเท่า; **an ~ increase** อัตราการเพิ่มที่เป็นแปดเท่า ❷ *adv.* คิดเป็นแปดเท่า; **multiply ~:** คูณเป็นแปดเท่า; **increase ~:** เพิ่มอีกแปดเท่า

eighth /eɪtθ/เอทธฺ/ ❶ *adj.* ➤ 602 ที่แปด; **be/come ~:** เป็นที่แปด/มาเป็นที่แปด; **an ~ part/share** หนึ่งในแปดส่วน; **~ largest** ใหญ่ที่สุดเป็นอันดับแปด ❷ *n.* ➤ 231 *(in sequence, rank)* อันดับที่แปด; *(fraction)* หนึ่งในแปดส่วน *หรือ* หนึ่งส่วนแปด; **be the ~ to do sth.** เป็นคนที่แปดที่ทำ *ส.น.*; *(day)* **the ~ of May** วันที่ 8 พฤษภาคม; **the ~ [of the month]** วันที่ 8 [ของเดือน]

'eighth note *n. (Amer. Mus.)* เควเวอร์ *(ท.ศ.)* หรือโน้ตที่มีความยาวหนึ่งในแปดของโน้ตตัวที่เสียงยาวที่สุด

eightieth /'eɪtɪɪθ/'เอทิเอิธ/ ❶ *adj.* ➤ 602 ที่แปดสิบ; ➡ + eighth 1. ❷ *n. (fraction)* หนึ่งส่วนแปดสิบ; ➡ + eighth 2

eighty /'eɪtɪ/'เอทิ/ ➤ 47, ➤ 602 ❶ *adj.* แปดสิบ; **one-and-~** *(arch.)* ➡ ~-one 1; ➡ + eight 1 ❷ *n.* เลขแปดสิบ; **be in one's eighties** อายุแปดสิบเศษ; **be in one's early/late eighties** อายุแปดสิบกว่า/อายุเกือบจะเก้าสิบ; **the eighties** *(years)* *ปีคริสต์ศักราชทั้งหลายที่ลงท้ายด้วย 80 ถึง 89 (เช่นปี 1980-1989)*; **the temperature will be rising [well] into the eighties** อุณหภูมิจะขึ้น [สูง] ถึงระดับแปดสิบสององศาฟาเรนไฮท์เศษ ๆ; **one-and-~** *(arch.)* ➡ eighty-one 2; ➡ + eight 2 A

eighty: ~-first *etc. adj.* ➤ 602 ที่แปดสิบเอ็ด ... ฯลฯ; ➡ + eighth 1; **~-'one** *etc.* ❶ *adj.* แปดสิบเอ็ด ฯลฯ; ➡ + eight 1 ❷ *n.* ➤ 602 แปดสิบเอ็ด ฯลฯ; ➡ + eight 2 A

Eire /'eərə/'แอเรอะ/ *pr. n.* ประเทศไอร์แลนด์

eisteddfod /aɪ'stedvəd, aɪ'steðvɒd/ไอ'ซเต็ดเฟิด, ไอ'ซเต็ธวอด/ *n., pl.* **~s** *or* **~au** /-daɪ/-ดาย/ Ⓐ *(of Welsh bards)* การชุมนุมกวีชาวเวลส์; Ⓑ *(gathering for competitions)* การชุมนุมแข่งขันของนักแต่งเพลงกวีและนักร้อง

either /ˈaɪðər, US ˈi:ðər/ˈอายเทอะ(ร), ˈอีเทอะ(ร)/ ❶ *adj.* Ⓐ *(each)* **at ~ end of the table** ที่ปลายโต๊ะทั้งสองข้าง; **on ~ side of the road** แต่ละฟากของถนน; **~ way** ➡ **way** 1 C; Ⓑ *(one or other)* อันไหน *(จากสองสิ่ง)*; **take ~ one** เอา/หยิบอันไหนก็ได้ ❷ *pron.* Ⓐ *(each)* อันไหน, ทั้งสอง; **~ is possible** ทั้งสอง [อย่าง] ก็เป็นได้; **I can't cope with ~:** ฉันรับไม่ได้ทั้งสองเรื่อง; **I don't like ~ [of them** *or* **of the two]** ฉันไม่ชอบทั้งสอง; Ⓑ *(one or other)* อันใดอันหนึ่ง [จากสอง]; **~ of the buses** รถเมล์คันไหนจากสองสายนี้ ❸ *adv.* Ⓐ *(any more than the other)* ไม่...เช่นกัน; **ˈI don't like that ~:** ฉันก็ไม่ชอบอย่างนั้นเหมือนกัน; **I don't like ˈthat ~** อันนั้นก็ไม่ชอบเช่นกัน; **she plays the piano badly and she can't sing ~:** เธอเล่นเปียโนไม่เก่งและร้องเพลงไม่ได้ด้วย; Ⓑ *(moreover, furthermore)* และก็ไม่...ด้วย; **there was a time, and not so long ago ~:** มีช่วงหนึ่ง ซึ่งก็เมื่อไม่นานมานี้เอง ❹ *conj.* **~... or...:** อันนั้นหรืออันนี้; *(after negation)* ไม่อันนั้นและก็ไม่อันนี้; **I've never been to ~ Berlin or Munich** ฉันไม่เคยไปทั้งเบอร์ลินและมิวนิก

ˈeither-or ❶ *adj.* ไม่อย่างนี้ก็อย่างนั้น ❷ *n.* การที่จำเป็นต้องเลือกระหว่างสองอย่าง

ejaculate /ɪˈdʒækjʊleɪt/อิˈแจคิวเลท/ ❶ *v.t.* Ⓐ *(utter suddenly)* พูดโพล่งออกมา; Ⓑ *(eject)* พุ่งออกมา, ปล่อยพรวดออกมา ❷ *v.i.* *(eject semen)* หลั่งน้ำกาม

ejaculation /ɪdʒækjʊˈleɪʃn/อิแจคิวˈเลชั่น/ *n.* Ⓐ *(utterance)* การอุทาน; *(cry)* การร้องออกมา; Ⓑ *(ejection)* การปล่อยพรวดออกไป; การพุ่งออก; *(of semen)* การหลั่งน้ำกาม

eject /ɪˈdʒekt/อิˈเจ็คทฺ/ ❶ *v.t.* Ⓐ *(expel) (from committee, hall, meeting)* ขับไล่ส่งออก; Ⓑ *(from machine gun)* เลื่อนออก *(ปลอกกระสุนใช้แล้ว)*; *(from aircraft)* ดีดออกไป; *(from video player)* กดปุ่มให้เทปออก; Ⓒ *(dispossess)* ไล่ออก *(จากห้องเช่า, บ้าน)* ❷ *v.i.* ดีดตัวเองออกจากเครื่องบิน

ejection /ɪˈdʒekʃn/อิˈเจ็คชั่น/ *n.* *(of intruder etc.)* การขับไล่; *(of heckler, troublesome drunk)* การลากตัวออกไป; *(of empty cartridge)* การหลุดกระเด็นออก; *(of pilot)* การดีดตัวออกจากเครื่องบิน

ejector /ɪˈdʒektə(r)/อิˈเจ็คเทอะ(ร)/ *n.* *(of firearm)* เครื่องดีดปลอกกระสุนออกเมื่อยิงแล้ว

eˈjector seat *n.* ที่นั่งนักบินที่ดีดออกโดยอัตโนมัติยามฉุกเฉิน

eke /i:k/อีค/ *v.t.* **~ out** ใช้ *(อาหาร, รายได้)* อย่างกระเหม็ดกระแหม่; **~ out a living** *or* **an existence** การอดออมกินอยู่อย่างประหยัด

elaborate ❶ /ɪˈlæbərət/อิˈแลเบอะเริท/ *adj.* *(แผน, รูปแบบ)* สลับซับซ้อน; *(แผนการ)* ละเอียดลออ; *(อาคาร, ชุดเสื้อผ้า)* มีฝีมือประณีตมีศิลป์; *(งานฝีมือ)* ซึ่งประดิษฐ์ประดอยอย่างพิถีพิถัน ❷ /ɪˈlæbəreɪt/อิˈแลเบอะเรท/ *v.t.* แจงรายละเอียด; คิดหรือทำ *(งาน)* อย่างละเอียดขึ้นอีก ❸ *v.i.* ทำให้ละเอียดยิ่งขึ้น; ขยายความ; **could you ~?** คุณช่วยขยายความให้ละเอียดขึ้นได้ไหม; **~ on sth.** แจง *ส.น.* ในรายละเอียด

elaborately /ɪˈlæbərətlɪ/อิˈแลเบอะเริทลิ/ *adv.* อย่างพิถีพิถัน, อย่างสลับซับซ้อน, อย่างละเอียดลออ, อย่างประณีตบรรจง

elaboration /ɪlæbəˈreɪʃn/อิแลเบอะˈเรชั่น/ *n.* *(of plan, theory, etc.)* การคิดอย่างละเอียดลออ; *(of style)* การทำให้มีสุนทรียภาพ; *(that which elaborates)* การเพิ่มความละเอียด

élan /ˈeɪlɑ̃/ˈเอลอง/ *n., no pl.* พลังงาน, ความมีชีวิตชีวา

eland /ˈi:lənd/ˈอีเลินดฺ/ *n. (Zool.)* ละมั่งในสกุล *Taurotragus* พบในแอฟริกา มีเขาแหลมยาวบิดเป็นเกลียว

elapse /ɪˈlæps/อิˈแลพซฺ/ *v.i.* *(เวลา)* ล่วงไป, ผ่านไป

elastic /ɪˈlæstɪk/อิˈแลซติค, อิˈลาซติค/ ❶ *adj.* Ⓐ เป็นยางยืดหยุ่น; Ⓑ *(springy) (กล้ามเนื้อ)* ยืดหยุ่น; *(การก้าวเท้า)* ดูตัวลอย; Ⓒ *(fig.: flexible) (ทัศนะ)* ยืดหยุ่น; *(ความรู้)* กว้างขวาง; *(ความหมาย)* ปรับได้ ❷ *n.* *(~ band)* ยางรัด, หนังสติ๊ก; *(fabric)* ผ้ายืด

elasticated /ɪˈlæstɪkeɪtɪd/อิˈแลซติเคทิด, อิˈลาซติเคทิด/ *adj.* มียางยืด, ยืดได้

elastic ˈband *n.* ยางรัด, หนังสติ๊ก

elasticity /elæsˈtɪsɪtɪ, US ɪlæ-/เอะแลซˈติซซิทิ, อิแลซ-/ *n., no pl.* Ⓐ *(of material etc.)* ลักษณะยืดหยุ่น; Ⓑ *(springiness)* ความยืดหยุ่น; Ⓒ *(fig.: flexibility)* การรู้จักผ่อนหนักผ่อนเบา; Ⓓ *(Econ.)* การเปลี่ยนแปลงของความต้องการที่ขึ้นอยู่กับราคา

elastic ˈstocking *n.* ถุงน่องผ้ายืด

elate /ɪˈleɪt/อิˈเลท/ *v.t.* รู้สึกกระตือรือร้น; **be ~d by/over sth.** ปีติยินดีใน *ส.น.*

elated /ɪˈleɪtɪd/อิˈเลทิด/ *adj.* ที่รู้สึกปีติ; **~ mood** *or* **state of mind** ความรู้สึกปีติ; **be** *or* **feel ~:** รู้สึกร่าเริงมาก

elation /ɪˈleɪʃn/อิˈเลชั่น/ *n., no pl.* ความตื่นเต้นปีติยินดี; **feel ~ at one's success** รู้สึกปีติยินดีในความสำเร็จของตน

elbow /ˈelbəʊ/ˈเอ็ลโบ/ ❶ *n.* Ⓐ ➤ **118** ข้อศอก; Ⓑ *(of piping)* ข้อต่อ; Ⓒ *(bend, corner)* ทางโค้ง; *(of river)* คุ้งน้ำ; *(of road)* หัวโค้ง; Ⓓ *(of garment)* ข้อศอกของแขนเสื้อ; Ⓔ **at one's ~:** ใกล้แค่คืบนี้เอง; **sth./sb. is at sb.'s ~:** *ส.น./ค.น.* อยู่ใกล้ *ค.น.* แค่คืบนี่เอง; **bend** *or* **lift one's ~** *(coll.: drink)* ดื่ม; **give sb. the ~** *(coll.)* ไล่ *ค.น.* ให้ไปให้พ้น; **out at ~s** ใส่เสื้อจนข้อศอกแขนเสื้อขาด; *(person)* โทรมจากความยากจน; **be up to one's** *or* **the ~s in sth./work** กำลังทำ *ส.น.* อย่างเต็มที่/มีงานท่วมหัว ❷ *v.t.* **~ one's way** เดินแหวกทางระหว่างฝูงชน; **~ sb. aside** ใช้ข้อศอกผลัก *ค.น.* ไปข้าง ๆ; **~ sb. out** *(fig.)* กีดกัน *ค.น.* ออกไป

elbow: ~ grease *n., no pl. (joc.)* การออกแรงทำ *ส.น.*; **~ patch** *n.* แผ่นผ้าที่ปะไว้ที่ข้อศอกแขนเสื้อกันขาด; **~ room** *n. (lit.)* มีที่เพียงพอสำหรับขยับตัว; *(fig.)* พอจะทำในสิ่งที่ต้องการได้

¹elder /ˈeldə(r)/ˈเอ็ลเดอะ(ร)/ ❶ *attrib. adj.* แก่กว่า, อาวุโสกว่า; **Pliny the E~, the ~ Pliny** พลินีผู้อาวุโส, ผู้อาวุโสพลินี ❷ *n.* Ⓐ *(senior)* ผู้ที่อาวุโสกว่า; **he is my ~ by several years** เขาแก่กว่าฉันสองสามปี; Ⓑ *in pl.* กลุ่มผู้อาวุโส; **our ~s and betters** ผู้อาวุโสที่มีประสบการณ์ชีวิตมากกว่าเรา; **the village ~s** บรรดาผู้อาวุโสในหมู่บ้าน; **the ~s of the tribe** ผู้อาวุโสในเผ่า; Ⓒ *(official in Church)* มัคทายกของวัด; เถระ *(ร.บ.)*

²elder *n. (Bot.)* ต้นเอลเดอร์ *(ท.ศ.)* ในสกุล *Sambucus*

elder: ~berry *n.* ลูกเอลเดอร์ *(ท.ศ.)*; **~berry ˈwine** *n.* เหล้าทำจากลูกเอลเดอร์เบอร์รี; **~flower** *n.* ดอกเอลเดอร์; **~flower ˈwine** *n.* เหล้าทำจากดอกเอลเดอร์

elderly /ˈeldəlɪ/ˈเอ็ลเดอะลิ/ ❶ *adj.* สูงอายุ; **my parents are both quite ~ now** เดี๋ยวนี้พ่อแม่ของฉันค่อนข้างแก่ ❷ *n. pl.* **the ~:** บรรดาผู้สูงอายุ

elder: ~ ˈstatesman *n.* รัฐบุรุษอาวุโส; **~ ˈwine** ➡ **elderberry wine**

eldest /ˈeldɪst/ˈเอ็ลดิซทฺ/ *adj.* *(ลูก)* คนหัวปี, ผู้ที่อาวุโสสูงสุด, พี่คนโต

eldorado /eldəˈrɑ:dəʊ/เอ็ลเดอะˈราโด/ *n., pl.* **~s** *ประเทศในจินตนาการที่อุดมสมบูรณ์ทุกประการ*

elect /ɪˈlekt/อิˈเล็คทฺ/ ❶ *adj.* Ⓐ *postpos.* *(chosen but not installed)* ได้รับเลือก; **the President ~:** ประธานาธิบดีผู้ได้รับเลือกแต่ยังไม่ได้เข้ารับตำแหน่ง; Ⓑ *(choice)* ที่เลือกสรรมาเป็นพิเศษ; *(chosen)* ซึ่งเลือกแล้ว ❷ *v.t.* Ⓐ *(choose by vote)* ลงคะแนนเลือก; **~ sb. chairman/MP** *etc.* เลือก *ค.น.* เป็นประธาน/ส.ส.; **~ sb. to the chair/to the Senate** เลือก *ค.น.* เป็นประธาน/เป็นวุฒิสมาชิก; Ⓑ *(choose)* **~ to do sth.** สมัครใจที่จะทำ *ส.น.*

election /ɪˈlekʃn/อิˈเล็คชั่น/ *n.* การเลือกตั้ง; **presidential ~s** *(Amer.)* การเลือกตั้งประธานาธิบดี; **general/local ~:** การเลือกตั้งรัฐบาล/การเลือกตั้งเฉพาะท้องถิ่น; **~ as chairman** เลือกเป็นประธาน; **~ results** ผลการเลือกตั้ง; **~ day** วันเลือกตั้ง; ➡ **+ by-election**

eˈlection campaign *n.* การรณรงค์หาเสียงเลือกตั้ง

electioneer /ɪlekʃəˈnɪə(r)/อิเล็คเชอะˈเนีย(ร)/ *v.i.* **be/go ~ing** ออกไปรณรงค์หาเสียงในการเลือกตั้ง

electioneering /ɪlekʃəˈnɪərɪŋ/อิเล็คเชอะˈเนียริง/ *n. (for)* การออกโรงสนับสนุน/*(against)* ต่อต้านในการเลือกตั้ง

elective /ɪˈlektɪv/อิˈเล็คทิฺว/ *adj.* Ⓐ *(chosen or filled by election)* ซึ่งได้มาโดยวิธีเลือกตั้ง; **an ~ office** ตำแหน่งที่ได้มาโดยการเลือกตั้ง; Ⓑ *(having the power to elect)* มีสิทธิออกเสียงเลือกตั้ง; Ⓒ *(optional) (ชั่วโมงเรียน)* เลือกเรียนได้

elector /ɪˈlektə(r)/อิˈเล็คเทอะ(ร)/ *n.* ผู้ออกเสียงเลือกตั้ง

electoral /ɪˈlektərl/อิˈเล็คเทอะร'ล/ *adj.* *(ระบบ)* เกี่ยวกับการเลือกตั้ง; *(รายชื่อ)* ผู้มีสิทธิเลือกตั้ง

electoral ˈcollege *n.* *คณะบุคคลที่เป็นตัวแทนจากมลรัฐต่าง ๆ ของสหรัฐอเมริกาในการลงคะแนนเสียงเลือกประธานาธิบดี*

electorate /ɪˈlektərət/อิˈเล็คเทอะเริท/ *n.* กลุ่มผู้มีสิทธิออกเสียง

electric /ɪˈlektrɪk/อิˈเล็คทริค/ ❶ *adj.* *(หลอด, พลัง, รถยนต์)* ไฟฟ้า; *(fig.)* *(บรรยากาศ)* เต็มไปด้วยความตื่นเต้น ❷ *n. in pl.* เครื่องใช้ไฟฟ้า; *(whole system)* ระบบไฟฟ้า

electrical /ɪˈlektrɪkl/อิˈเล็คทริค'ล/ *adj.* *(อุปกรณ์, เครื่องมือ)* ไฟฟ้า; *(ปัญหา, การขัดคล่อง)* เกี่ยวกับไฟฟ้า

electrical: ~ engiˈneer *n.* ➤ **489** วิศวกรไฟฟ้า; **~ engiˈneering** *n.* วิศวกรรมไฟฟ้า

electrically /ɪˈlektrɪkəlɪ/อิˈเล็คทริค'ลิ/ *adv.* โดยไฟฟ้า; *(fig.)* ราวกับไฟฟ้า

electric: ~ ˈblanket *n.* ผ้าห่มไฟฟ้า; **~ ˈblue** *n.* สีฟ้าสดสว่าง; **~ ˈchair** *n.* เก้าอี้ไฟฟ้า; **~ cooker** *n.* เตาไฟฟ้า; **~ ˈeel** *n.* ปลาไหลไฟฟ้า; **~ ˈeye** *n.* เซลไฟฟ้าซึ่งส่งสัญญาณเมื่อมีอะไรตัดแสง; **~ ˈfan** *n.* พัดลมไฟฟ้า; **~ ˈfence** *n.* รั้วไฟฟ้า; **~ ˈfire** *n.* เตาผิงที่ใช้ไฟฟ้า; **~ guiˈtar** *n.* กีตาร์ไฟฟ้า

electrician /ɪlek'trɪʃn/อิเล็ค'ทริช'น/ *n.* ➤ **489** ช่างไฟฟ้า

electricity /ɪlek'trɪsɪtɪ/อิเล็ค'ทริซซิทิ, เอ็ล-/ *n., no pl.* Ⓐ ไฟฟ้า; Ⓑ *(supply)* กระแสไฟฟ้า; **install ~:** ติดตั้งไฟฟ้า; Ⓒ *(fig.)* ความตื่นเต้น

electricity: ~ bill *n.* บิลเก็บเงินค่าไฟฟ้า; **~ man** *n. (fitter)* ผู้ติดตั้งไฟฟ้า, ผู้ต่อสายไฟฟ้าเข้าอาคาร; *(meter-reader, collector)* พนักงานอ่านมิเตอร์และเก็บค่าไฟฟ้า; **~ meter** *n.* มาตรวัดกระแสไฟฟ้า

electric: ~ 'shock *n. (Med.)* การโดนไฟช็อต; การใช้กระแสไฟฟ้าในการแพทย์; **~ 'storm** *n.* พายุไฟฟ้า

electrification /ɪlektrɪfɪ'keɪʃn/อิเล็คฟิ'เคช'น/ *n.* Ⓐ *(charging)* การบรรจุไฟฟ้า, การส่งกระแสไฟฟ้า; Ⓑ *(conversion)* การแปลง *(เครื่องจักรกล)* ให้เดินด้วยไฟฟ้า; Ⓒ *(fig.)* การสร้างความตื่นเต้นอย่างเกรียวกราว

electrify /ɪ'lektrɪfaɪ/อิ'เล็คทริฟาย/ *v.t.* Ⓐ *(charge)* ทำให้เกิดไฟฟ้า, ทำให้มีไฟฟ้า; Ⓑ *(convert)* เปลี่ยนไปใช้ไฟฟ้าเดินเครื่อง; Ⓒ *(fig.)* สร้างความตะลึง, ทำให้ตื่นตะลึง

electro- /ɪ'lektrəʊ/อิ'เล็คโทร/ *in comb.* ซึ่งใช้ไฟฟ้า

electro'cardiogram *n.* การวัดหัวใจโดยใช้ไฟฟ้า

electro'chemical *adj.* เกี่ยวกับไฟฟ้าที่ใช้ในเคมี *หรือ* ที่เกิดขึ้นจากปฏิกิริยาเคมี

electrocon'vulsive *adj.* ซึ่งเกี่ยวกับอาการกล้ามเนื้อกระตุกเมื่อใช้ไฟฟ้าจี้; **~ shock/treatment** *or* **therapy** การจี้ด้วยไฟฟ้าเพื่อให้เกิดอาการกล้ามเนื้อกระตุก

electrocute /ɪ'lektrəkju:t/อิ'เล็คเทรอะคิวท/ *v.t.* ปลิดชีวิตโดยใช้กระแสไฟฟ้า, ตายเพราะถูกไฟฟ้าดูด

electrocution /ɪ'lektrəkju:ʃn/อิ'เล็คเทรอะคิวช'น/ *n.* Ⓐ *(execution)* การประหารชีวิตด้วยเก้าอี้ไฟฟ้า; Ⓑ *(death)* การตายเพราะถูกไฟฟ้าดูด

electrode /ɪ'lektrəʊd/อิ'เล็คโทรด/ *n.* ขั้วไฟฟ้า *(สื่อไฟฟ้าที่นำไฟฟ้าผ่านเข้าหรือผ่านออกจากอิเล็กทรอไลต์ ก๊าซ สุญญากาศ ฯลฯ)*

electrolyse /ɪ'lektrəlaɪz/อิ'เล็คเทรอะลายซฺ/ *v.t.* Ⓐ *(Chem.)* สลายสิ่งใดสิ่งหนึ่งด้วยกระแสไฟฟ้า; Ⓑ *(Med.)* สลายเนื้องอก, รากขน ฯลฯ ด้วยไฟฟ้า

electrolysis /ɪlek'trɒlɪsɪs, elek'trɒlɪsɪs/อิเล็ค'ทรอลิซิซ, เอ็ล'-/ *n., pl.* **electrolyses** /ɪlek'trɒlɪsi:z, elek'trɒlɪsi:z/อิเล็ค'ทรอลิซีซ, เอ็ลเล็ค'ทรอลิซีอีซ/ Ⓐ *(Chem.)* การสลายสิ่งใดสิ่งหนึ่งด้วยไฟฟ้า; Ⓑ *(Med.)* การสลายเนื้องอกด้วยไฟฟ้า

electrolyte /ɪ'lektrəlaɪt/อิ'เล็คเทรอะไลท/ *n.* สารที่เป็นสื่อไฟฟ้าเมื่อละลายหรือเมื่อเจือน้ำ

electrolytic /ɪlektrə'lɪtɪk/อิเล็คเทรอะ'ลิททิค/ *adj. (Chem.)* ที่เป็นสื่อไฟฟ้าได้

electrolyze *(Amer.)* ➡ **electrolyse**

electro'magnet *n.* แม่เหล็กไฟฟ้า

electromag'netic *adj.* เป็นแม่เหล็กไฟฟ้า

electro'magnetism *n.* พลังแม่เหล็กซึ่งทำด้วยไฟฟ้า

electron /ɪ'lektrɒn/อิ'เล็คทรอน/ *n.* อิเล็กตรอน *(ท.ศ.)*, *(หน่วยไฟฟ้าภายในปรมาณูเชื่อกันว่า เป็นไฟฟ้าลบแยกได้โดยหลอดวิทยุ)*

electron: ~ 'beam *n.* ลำแสงอิเล็กตรอน; **~ 'gun** *n.* อุปกรณ์ทำลำแสงอิเล็กตรอน

electronic /ɪlek'trɒnɪk/อิเล็ค'ทรอนิค/ *adj.* ซึ่งเกิดจากการไหลของอิเล็กตรอน, เกี่ยวกับอิเล็กทรอนิกส์ *(ท.ศ.)*

electronic: ~ 'brain *n. (coll.)* สมองกล; **~ 'cash** *n.* การใช้ระบบอิเล็กทรอนิกส์แทนเงินสด; **~ com'puter** *n.* คอมพิวเตอร์, เครื่องคิดเลขอิเล็กทรอนิกส์ *(ท.ศ.)*; **~ 'flash** *n.* แฟลชอิเล็กทรอนิกส์ *(ไฟวาบหรือแฟลชจากหลอดบรรจุก๊าซซึ่งใช้สำหรับการถ่ายภาพที่ใช้ความเร็วสูง)*; **~ 'mail** *n.* อีเมล *(ท.ศ.)*; ไปรษณีย์อิเล็กทรอนิกส์; **~ 'organizer** *n.* เครื่องบันทึกรายวันอิเล็กทรอนิกส์; **~ 'publishing** *n.* การเผยแพร่งานเขียนในรูปเอกสารอิเล็กทรอนิกส์; **~ 'surveillance** *n.* การติดตามโดยใช้ระบบอิเล็กทรอนิกส์; **~ 'tag** *n.* แถบข้อมืออิเล็กทรอนิกส์

electronics /ɪlek'trɒnɪks/อิเล็ค'ทรอนิคซฺ/ *n., no pl.* การศึกษาพฤติกรรมและการเคลื่อนตัวของอิเล็กตรอน

electron: ~ 'microscope *n.* กล้องจุลทรรศน์อิเล็กตรอน; **~ 'optics** *n.* การใช้กล้องจุลทรรศน์อิเล็กตรอนในการวิเคราะห์ทางวิทยาศาสตร์

e'lectroplate *v.t.* ชุบหรือเคลือบโครเมียม, เงิน ฯลฯ โดยไฟฟ้า

electro'static *adj.* เกี่ยวกับไฟฟ้าสถิต

elegance /'elɪgəns/'เอ็ลลิเกินซฺ/ *n., no pl.* ความสง่างาม, ความภูมิฐาน; *(of lifestyle)* ความโก้อย่างมีรสนิยม

elegant /'elɪgənt/'เอ็ลลิเกินทฺ/ *adj.* สง่างาม, ภูมิฐาน, โก้หรูแบบมีรสนิยม

elegantly /'elɪgəntlɪ/'เอ็ลลิเกินทลิ/ *adv.* อย่างสง่างาม, อย่างภูมิฐาน

elegiac /elɪ'dʒaɪək/เอะลิ'จายเอิค/ ❶ *adj.* ซึ่งเขียนในทำนองไว้อาลัย ❷ *n. in pl.* โคลงที่ใช้จังหวะแบบโคลงไว้อาลัย

elegy /'elədʒɪ/'เอ็ลเลอะจิ/ *n.* โคลงไว้อาลัย

element /'elɪmənt/'เอ็ลลิเมินท/ *n.* Ⓐ *(component part)* องค์ประกอบ; **a novel with a strong ~ of religion** นวนิยายที่มีองค์ประกอบทางศาสนาชัดเจนมาก; **have all the ~s of a real scandal** มีองค์ประกอบของเรื่องอื้อฉาวอยู่ครบ; **an ~ of truth** มีความจริงอยู่บ้าง; **an ~ of chance/danger in sth.** *ส.น.* มีองค์ประกอบของโชค/อันตรายอยู่บ้าง; **when reduced to its ~s** เมื่อพิจารณาอย่างลึกถึงธาตุแท้แล้ว; Ⓑ *(Chem.)* ธาตุ; Ⓒ *in pl. (atmospheric agencies)* ลมและพายุ; Ⓓ *(Philos.)* **the four ~s** ธาตุทั้งสี่อันได้แก่ ดิน น้ำ ลม ไฟ; **be in one's ~** *(fig.)* อยู่ในสิ่งห้อมล้อมที่ตนคุ้นเคยและสบายใจ; **be out of one's ~** *(fig.)* รู้สึกไม่คุ้นเคยและไม่คล่อง; Ⓔ *(Electr.) (wire) เส้นลวดที่ต้านทานกระแสไฟและจะร้อนแดง*; *(electrode)* ขั้วไฟฟ้า; Ⓕ *in pl. (rudiments of learning)* หลักวิชา, พื้นฐาน; Ⓖ *in pl. (Relig.) ขนมปังและเหล้าองุ่นที่ชาวคริสต์กินในพิธีระลึกถึงอาหารมื้อสุดท้ายของพระเยซูเจ้า*; Ⓗ *(Math., Logic)* ส่วนหนึ่ง ๆ ของเซต

elemental /elɪ'mentl/เอะลิ'เม็นท'ล/ *adj.* Ⓐ *(of the four elements)* เกี่ยวกับธาตุทั้งสี่; Ⓑ เกี่ยวกับพลังธรรมชาติ; Ⓒ *(fig.) (ทิวทัศน์)* เป็นธรรมชาติ; Ⓓ *(essential)* จำเป็น, พื้นฐาน

elementary /elɪ'mentərɪ/เอะลิ'เม็นเทอะริ/ *adj.* Ⓐ *(ข้อมูล)* เบื้องต้น; ไม่ซับซ้อน; *(รูปแบบ)* เรียบง่าย, ขั้นต้น; *(การเรียน)* ปฐม; *(การศึกษา)* ขั้นพื้นฐาน, เริ่มแรก, เริ่มต้น; **course in ~ German** วิชาภาษาเยอรมันเบื้องต้น; **my knowledge is ~:** ฉันมีเพียงความรู้พื้นฐาน; **be still in its ~ stages** ยังคงอยู่ระยะเริ่มต้น; **an ~ mistake** ข้อผิดพลาดขั้นต้น; Ⓑ *(Chem.)* ซึ่งไม่สามารถจะสลายตัวออกเป็นธาตุต่าง ๆ ได้

elementary: ~ 'particle *n. (Phys.)* อนุภาคที่สลายตัวต่อไม่ได้แล้ว; **~ school** *n.* โรงเรียนประถมศึกษา

elephant /'elɪfənt/'เอ็ลลิเฟินทฺ/ *n.* ช้าง; **see pink ~s** เป็นสิ่งที่หาดูได้ยาก; **white ~** *(fig.)* สิ่งของที่ไร้ประโยชน์; **be a white ~** *(ตึก, ห้างสรรพสินค้า)* ที่สร้างแพงและไร้ประโยชน์; **a white ~ stall** ร้านขายของที่เจ้าของเดิมต้องการโละทิ้ง

elephantiasis /elɪfən'taɪəsɪs/เอะลิเฟินทฺ'ทายเออะซิซ/ *n.* โรคเท้าช้าง

elephantine /elɪ'fæntaɪn/เอะลิ'แฟนทายนฺ/ *adj. (of elephants)* เกี่ยวกับช้าง; *(huge)* ขนาดมหึมา, ขนาดเท่าช้าง, มโหฬาร; *(clumsy)* งุ่มง่าม

elevate /'elɪveɪt/'เอ็ลลิเวท/ *v.t.* Ⓐ *(bring higher)* ทำให้ *(อุณหภูมิ)* สูงขึ้น, ยกขึ้น, ยกขึ้นสูง, ยกระดับ *(พื้น)* ให้สูงขึ้น; *(fig.)* เพิ่มคุณค่า *(ของตำแหน่ง)*; Ⓑ *(Eccl.)* ยก *(ขนมปังและเหล้าองุ่น)* ขึ้นสูงเพื่อสักการะบูชา; Ⓒ *(raise) (พูด)* ดังขึ้น; เงย *(หน้า)* ขึ้น; *(รถไฟ)* ที่ยกสูงกว่าระดับพื้นดิน; Ⓓ *(in rank)* เลื่อนตำแหน่งให้สูงขึ้น; **~ sb. to top management/a professorship/the peerage** เลื่อนตำแหน่ง ค.น. เป็นผู้บริหารระดับสูง/เป็นศาสตราจารย์/เลื่อนฐานันดรศักดิ์; Ⓔ *(morally, intellectually)* ยกระดับ *(ความคิด)*; ทำให้มี *(ขวัญกำลังใจ)* ขึ้นมาใหม่อีก; ยกขึ้นชูใจ

elevated /'elɪveɪtɪd/'เอ็ลลิเวทิด/ *adj.* Ⓐ *(raised) (ตำแหน่ง)* ที่สูงส่ง; *(พื้นดิน)* ที่ยกระดับขึ้นสูง; *(รถไฟ)* ลอยฟ้า; *(แขน, ขา)* ที่ยกขึ้นสูง, เงยสูง; **keep one's arm in an ~ position** ยกแขนให้สูงไว้; Ⓑ *(above ground level) (ถนน, รถไฟ)* ยกสูงกว่าระดับพื้นดิน; Ⓒ *(noble, refined)* ซึ่งจิตใจสูง; **feel ~:** รู้สึกตัวเบา; Ⓓ *(formal, dignified) (รูปแบบ, คำปราศรัย)* สูงส่งและขัดเกลาอย่างดี

elevation /elɪ'veɪʃn/เอะลิ'เวช'น/ *n.* Ⓐ *(position of house, building, land)* ความสูง; Ⓑ *(Eccl.: of the Host)* การยกขึ้นสูง; Ⓒ *(of temperature)* การร้อนขึ้น; Ⓓ *(of voice)* การขึ้นเสียง; Ⓔ *(in rank)* การเลื่อนตำแหน่ง/ฐานันดรศักดิ์; *(to the peerage)* การเลื่อนให้เป็นฐานันดรศักดิ์ที่สูงขึ้น; *(to top management, professorship)* การเลื่อนตำแหน่ง; Ⓕ *(of mind, thought)* การยกให้สูงส่ง; *(state)* ความสูงส่ง; **the ~ of his style** ความสูงส่งของเขา; Ⓖ *(height)* ความสูง; **~ of the ground** การยกระดับของพื้นดิน; Ⓗ *(angle)* มุม; **angle of ~:** มุมเฉียงจากพื้นราบ; Ⓘ *(drawing, diagram)* ภาพตัดของอาคาร

elevator /'elɪveɪtə(r)/'เอ็ลลิเวเทอะ(ร)/ *n.* Ⓐ *(machine)* ลิฟต์, เครื่องยก; Ⓑ *(storehouse)* คลังเก็บข้าว; Ⓒ *(Amer.)* ➡ **lift 3** B; Ⓓ *(Aeron.)* ส่วนขยับของหางเครื่องบิน

eleven /ɪ'levn/อิ'เล็ว'น/ ➤ **47**, ➤ **177**, ➤ **602** ❶ *adj.* สิบเอ็ด; ➡ **+ eight 1** ❷ *n. (number, symbol: also Sport)* เลขสิบเอ็ด; ➡ **+ eight 2** A, D

eleven-'plus *n. (Brit. Educ. Hist.)* **~ [examination]** *การสอบของเด็กนักเรียนอายุสิบเอ็ดขึ้นโรงเรียนมัธยม*

elevenses /ɪ'levnzɪz/อิ'เล็ว'นซิซ/ *n. sing. or pl. (Brit. coll.)* อาหารว่างตอน 11 นาฬิกา

eleventh /ɪ'levnθ/อิ'เล็ว'นธ/ ➤ **231** ❶ *adj.* ➤ **602** ที่สิบเอ็ด; **at the ~ hour** ในวินาทีสุดท้าย; **an ~ hour change of plan** การเปลี่ยนแผนในวินาทีสุดท้าย; ➡ **+ eighth 1** ❷ *n. (fraction)* หนึ่งส่วนสิบเอ็ด; ➡ **+ eighth 2**

e

elf /elf/เอ็ลฟฺ/ *n., pl.* **elves** /elfz/เอ็ลวซฺ/ Ⓐ *(Mythol.)* ตัวเอลฟ์ *(ท.ศ.)* คนตัวเล็ก ๆ ในเทวตำนาน ชอบแกล้งคนอื่น; Ⓑ *(mischievous creature)* ผีสางนางไม้ตัวซน

elfin /ˈelfɪn/ˈเอ็ลฟิน/ *adj.* คล้ายตัวเอลฟ์

elfish /ˈelfɪʃ/ˈเอ็ลฟิช/ *adj.* คล้ายตัวเอลฟ์; *(mischievous)* ซุกซน

elicit /ɪˈlɪsɪt/อิˈลิซซิท, เอะˈลิซซิท/ *v.t.* ดึงดูด *(คำพูด, คำตอบ)* ออกมา, เรียกออกมา; **the discussion has ~ed some important facts** การอภิปรายได้ข้อเท็จจริงที่สำคัญบางประการ

elide /ɪˈlaɪd/อิˈลายดฺ/ *v.t. (Ling.)* โยงเสียงสระหรือพยางค์ตัวหนึ่งเข้ากับตัวอื่น; ตัดออก, ไม่เอา

eligibility /elɪdʒɪˈbɪlɪtɪ/เอะลิจิˈบิลลิทิ/ *n., no pl. (fitness)* ความเหมาะสม; *(for a job)* การมีคุณสมบัติเข้าเกณฑ์; *(entitlement)* ความมีสิทธิ (**for** ใน)

eligible /ˈelɪdʒɪbl/ˈเอ็ลลิจิบ'ล/ *adj.* Ⓐ **be ~ for sth.** *(fit.)* เหมาะสำหรับ *ส.น.*; *(entitled)* มีสิทธิที่จะได้ *ส.น.*; **be ~ for membership/a pension/an office** มีสิทธิเป็นสมาชิก/ได้รับเงินบำนาญ/เข้ารับตำแหน่ง; **be ~ to do sth.** มีคุณสมบัติที่จะทำ *ส.น.* ได้; **become ~ to vote** มีสิทธิลงคะแนนเสียงเลือกตั้ง; Ⓑ *(marriageable)* อยู่ในวัยแต่งงาน

eliminate /ɪˈlɪmɪneɪt/อิˈลิมมิเนท/ *v.t.* Ⓐ *(remove)* ขจัดออกไป, กำจัด; Ⓑ *(exclude)* กีดกัน; *(Sport)* ทำให้หมดสิทธิแข่งขันต่อไป, ทำให้ตกรอบ; **the team was ~d at the end of the third round** ทีมนี้หมดสิทธิแข่งตอนท้ายของรอบสาม; Ⓒ *(Physiol.)* ขับถ่าย

elimination /ɪlɪmɪˈneɪʃn/อิลิมมิˈเนช'น/ *n.* Ⓐ *(removal) (of doubt, error)* การขจัด; *(of opponent)* การขจัด; Ⓑ *(exclusion)* การกีดกัน; *(Sport)* การหมดสิทธิ; Ⓒ *(Physiol.)* การขับถ่าย

elision /ɪˈlɪʒn/อิˈลิฌ'น/ *n. (Ling.) การไม่ออกเสียงสระหรือพยางค์บางตัว*

élite /eɪˈliːt/เอˈลีท/ *n. (the best)* คนที่เก่งที่สุดของกลุ่มหนึ่ง; *(of society, club)* กลุ่มชั้นยอดของสังคม, หัวกะทิ, อติชน, อภิชน *(ร.บ.)*; *(group, class)* พวกชั้นยอด; **the ~** *(high society)* พวกสังคมชั้นสูง

élitism /eɪˈliːtɪzm/เอˈลีทิซฺ'ม/ *n.* ความรู้สึกว่าตนอยู่ในกลุ่มชั้นยอดของสังคม, อติชนนิยม อภิชนนิยม *(ร.บ.)*

élitist /eɪˈliːtɪst/เอˈลีทิซทฺ/ ❶ *adj.* ที่รู้สึกว่าเหนือผู้อื่น ❷ *n.* ผู้ซึ่งคิดว่าตนอยู่ในชั้นยอดของสังคม; ผู้เห่อคนดังคนเก่ง

elixir /ɪˈlɪksə(r)/อิˈลิคเซอะ(ร)/ *n.* น้ำอมฤต; **~ [of life]** น้ำอมฤต, ยาอายุวัฒนะ

Elizabeth /ɪˈlɪzəbəθ/อิˈลิเซอะเบิธ/ *pr.n. (Hist., as name of ruler etc.)* พระราชินีเอลิซาเบธ

Elizabethan /ɪlɪzəˈbiːθn/อิลิเซอะˈบีธ'น/ ❶ *adj.* เกี่ยวกับพระราชินีเอลิซาเบธ ❷ *n.* ผู้ที่มีชีวิตอยู่ในรัชสมัยของพระราชินีเอลิซาเบธที่ 1 *(1558-1603)*

elk /elk/เอ็ลคฺ/ *n., pl.* **~s** *or same (deer, moose)* กวางใหญ่พันธุ์ *Alces alces* ซึ่งมีเขาทรงพัด

'elk hound *n.* สุนัขล่าเนื้อสแกนดิเนเวีย ตัวใหญ่ขนยาว

[1]ellipse /ɪˈlɪps/อิˈลิพซฺ/ *n. (Math.)* รูปวงรีอย่างไข่

ellipsis /ɪˈlɪpsɪs/อิˈลิพซิซ/ (**[2]ellipse**) *n., pl.,* **ellipses** /ɪˈlɪpsiːz/อิˈลิพซีซฺ/ Ⓐ *(Ling., Lit.) การละเว้นคำที่จำเป็นเพื่อความสมบูรณ์ของโครงสร้างประโยค;* Ⓑ *(set of dots etc.)* เครื่องหมาย 3 จุด แสดงการเว้นคำ

elliptic /ɪˈlɪptɪk/อิˈลิพทิค/, **elliptical** /ɪˈlɪptɪkl/อิˈลิพทิค'ล/ *adj.* Ⓐ *(of ellipses)* เป็นรูปวงรี; *(Ling.) ขาดคำที่จำเป็นเพื่อความสมบูรณ์ของโครงสร้างประโยคและของความหมาย;* Ⓑ *(Lit.)* มีความหมายไม่ชัดเจน; Ⓒ *(brief, concise)* กระชับ

elliptically /ɪˈlɪptɪkəlɪ/อิˈลิพทิเคอะลิ/ *adv.* ที่ขาดคำที่จำเป็นต่อความหมายและโครงสร้างบางประโยคไป

Ellis Island /elɪsˈaɪlənd/เอะลิซˈอายเลินดฺ/ *n.* เกาะแอลลิส *(อยู่ใกล้มหานครนิวยอร์ก เคยใช้เป็นจุดตรวจคนเข้าเมืองของประเทศสหรัฐอเมริการะหว่างปี ค.ศ. 1891-1943)*

elm /elm/เอ็ลมฺ/ *n.* ต้นเอ็ลม *(ท.ศ.)* ในสกุล *Ulmus*

'elmwood *n.* ไม้เอ็ลม

elocution /eləˈkjuːʃn/เอะเลอะˈคิวช'น/ *n.* Ⓐ *no pl. (art)* ศิลปะการพูดอย่างชัดถ้อยชัดคำ; **teacher of ~:** ครูสอนการพูดให้ถูกหลักการ; **give lessons in ~:** สอนวิชาศิลปะการพูด; Ⓑ *(style of speaking)* วิธีการพูด

elocutionary /eləˈkjuːʃənərɪ/เอะเลอะˈคิวเชอะเนอะริ/ *adj.* ที่มีศิลปะในการพูด

elocutionist /eləˈkjuːʃənɪst/เอะเลอะˈคิวเชอะนิซทฺ/ *n.* ผู้มีศิลปะในการพูด

elongate /ˈiːlɒŋgeɪt/ˈอีลองเกท/ *v.t.* ทำให้ยาวขึ้น; ยืด *(ร่างกาย, ไม้บรรทัด)* ออก; ชู *(คอ)*

elongated /ˈiːlɒŋgeɪtɪd/ˈอีลองเกทิด/ *adj.* ที่ยาวออก, ที่ยืดออกไป; *(คอ)* ยาว

elongation /iːlɒŋˈgeɪʃn/อีลองˈเกช'น/ *n.* การทำให้ยาวขึ้น; *(of limbs, neck)* การยืด; *(of forms, shapes)* การดึง, การยืด

elope /ɪˈləʊp/อิˈโลพ/ *v.i.* หนีตามคนรักไป

elopement /ɪˈləʊpmənt/อิˈโลพเมินทฺ/ *n.* การหนีตามคนรักไป, การหนีไปแต่งงาน

eloquence /ˈeləkwəns/ˈเอะเลอะเควินซฺ/ *n.* การมีศิลปะในการพูด, การใช้ภาษาอย่างคล่องแคล่ว; **he is a man of great ~:** เขาเป็นผู้ชายที่ใช้ภาษาอย่างสละสลวย

eloquent /ˈeləkwənt/ˈเอะเลอะเควินทฺ/ *adj.* Ⓐ ที่พูดจาคมคาย; Ⓑ *(fig.) (การมอง)* ที่เต็มไปด้วยความหมาย

eloquently /ˈeləkwəntlɪ/ˈเอะเลอะเควินทลิ/ *adv.* Ⓐ อย่างคมคาย; Ⓑ *(fig.)* อย่างสื่อความหมาย

else /els/เอ็ลซฺ/ *adv.* Ⓐ *(besides, in addition)* อื่น ๆ, อีก, นอกเหนือ; **anybody/anything ~?** มีใคร/อะไรอื่นอีกไหม; **don't mention it to anybody ~:** อย่าพูดเรื่องนี้กับคนอื่น; **somebody/something ~:** คน/สิ่งอื่น; **everybody/everything ~:** คนอื่นทุกคน/สิ่งอื่นทุกสิ่ง; **nobody ~:** ไม่มีคนอื่นอีก; **nothing ~:** ไม่มีสิ่งอื่นอีก; **will there be anything ~, sir?** *(asked by salesperson)* คุณต้องการจะดูอะไรอีกไหม; *(asked by butler)* ท่านต้องการอะไรเพิ่มไหมครับ; **nothing ~, thank you** ไม่มีอะไรแล้วขอบคุณ; **that is something ~ again** นั่นก็เป็นคนละเรื่องไปเลย; **be something ~** *(Amer. coll.: very good)* เป็นอะไรที่สุดยอด; **anywhere ~?** มีที่อื่นอีกไหม; จะไปที่ไหนต่อไหม; **not anywhere ~:** ไม่มีที่อื่นอีกแล้ว; **somewhere ~:** ที่อื่น; **go somewhere ~:** ไปที่อื่น; **everywhere ~:** ที่อื่นทั้งหมด; **go everywhere ~:** ไปที่อื่นทุกหนทุกแห่ง; **nowhere ~:** ไม่มีที่อื่นอีกแล้ว; **go nowhere ~:** ไม่ไปที่ไหนแล้ว; **little ~:** แทบจะไม่มีอย่างอื่นเลย; **much ~:** อื่น ๆ อีกมาก; **not much ~:** อื่น ๆ อีกไม่มาก; **who/what/when/how ~?** ใคร/อะไร/เมื่อไร/อย่างไรอีก; **where ~?** ที่ไหนอีก; **why ~?** ทำไมอีก; Ⓑ *(instead)* **sb. ~'s hat** หมวกของคนอื่น; **anybody/anything ~?** มีใครอื่น/อย่างอื่นไหม; **anyone ~ but Joe would have realized that** คนอื่นนอกจากโจคงจะตระหนักถึงเรื่องนั้น; **somebody/something ~:** คนอื่น/สิ่งอื่น; **everybody/everything ~:** คนอื่นทุกคน/สิ่งอื่นทุกอย่าง; **nobody/nothing ~:** ไม่มีใครอื่น/สิ่งอื่น; **no one ~ but he** ไม่มีคนอื่นอีกนอกจากเขา; **nothing ~ but the best** สิ่งที่ดีที่สุดเท่านั้น; **there's nothing ~ for it** ไม่มีวิธีอื่นแล้ว; **anywhere ~?** มีที่ไหนอีกไหม; **somewhere ~:** ที่อื่น; **go somewhere ~:** ไปที่อื่น; **his mind was/his thoughts were somewhere ~:** ใจเขา/ความคิดของเขาลอยไปที่อื่น; **everywhere ~:** ที่อื่นทั้งหมด; ทุกที่นอกจากที่นี่; **nowhere ~:** ที่อื่นไม่; ที่นี่เท่านั้น; **go nowhere ~:** ไม่ไปที่อื่นเลย; **there's not much ~ we can do but ...:** แทบจะไม่มีอะไรเหลือแล้วที่พวกเราทำได้ นอกจาก...; **who ~ [but]?** ใครอีก [นอกจาก]; **it was John – who ~?** มันเป็นจอห์นจะใครอื่นละ; **what ~ can I do?** ฉันจะทำอะไรได้อีก; **why ~ would I have done it?** แล้วฉันจะทำไปเพราะอะไรอีกละ; **when/where ~ can we meet?** เราจะเจอกันได้เมื่อไร/ที่ไหนอีก; **where ~ could we go?** เราจะไปที่ไหนได้อีก; **how ~ would you do it?** คุณจะใช้วิธีอื่นอย่างไร; Ⓒ *(otherwise)* มิฉะนั้น; **or ~:** หรือมิฉะนั้น; **do it or ~!** *(coll.)* ทำเสียหรือมิฉะนั้นก็...

'elsewhere *adv.* ที่อื่น, ทางอื่น; **go ~:** ไปที่อื่น; **his mind was/his thoughts were ~:** ใจเขา/ความคิดเขาลอยไปที่อื่น

elucidate /ɪˈljuːsɪdeɪt/อิˈลิวซิเดท/ *v.t.* ทำให้ชัดเจน, ทำให้กระจ่าง

elucidation /ɪˈljuːsɪdeɪʃn/อิˈลิวซิเดช'น/ *n.* การทำให้ชัดเจน, การทำให้กระจ่าง

elude /ɪˈljuːd/อิˈลิวดฺ/ *v.t.* Ⓐ เลี่ยง *(คำสั่ง)*; *(avoid)* หลบหลีก *(บุคคล, การโดนตบ)*; *(escape from)* หนีจาก; **the causes of this disease have so far ~d medical science** วงการแพทย์ยังหาสาเหตุของโรคนี้ไม่พบ; **~ the police** หลบหนีตำรวจ; **sleep ~s me** ฉันนอนไม่หลับ; **the name ~s me at the moment** ตอนนี้ฉันจำชื่อไม่ได้; **the significance of his remark ~s me** ฉันจับประเด็นสำคัญของเขาไม่ได้

elusive /ɪˈljuːsɪv/อิˈลิวซิฝ/ *adj.* Ⓐ *(avoiding grasp or pursuit)* จับ *(ตัว)* ได้ยาก; คอยหลบหลีก *(สัตว์ป่า)*; **I have phoned every day but she has been very ~:** ฉันโทรไปทุกวัน แต่หาตัวเธอไม่เจอ; Ⓑ *(short-lived) (ความสุข)* ไม่ทนทาน, จับต้องไม่ได้; Ⓒ *(tending to escape from memory)* ที่จำไม่ได้, ที่นึกไม่ออก; **~ memory** ความจำที่ลางเลือนนึกไม่ออก; Ⓓ *(avoiding definition) (ความคิด)* ที่อธิบายยาก; Ⓔ *(hard to pin down or identify)* เจาะจงได้ยาก, ยากที่จะเข้าใจ; Ⓕ *(evasive) (คำตอบ)* ที่ไม่ชัดเจน

elver /ˈelvə(r)/ˈเอ็ลเวอะ(ร)/ *n. (Zool.)* ลูกปลาไหล

elves *pl. of* **elf**

elvish /ˈelvɪʃ/ˈเอ็ลวิช/ ➡ **elfish**

Elysium /ɪˈlɪzɪəm/อิˈลิเซียม/ *n.* Ⓐ *(Greek Mythol.)* สรวงสวรรค์; Ⓑ *(fig.: place of ideal happiness)* สวรรค์

em /em/เอ็ม/ *n. (Printing)* หน่วยวัดจำนวนอักษรในหนึ่งบรรทัดหน้าพิมพ์

'em /əm/เอิม/ *pron. (coll.)* พวกเขา

emaciated /ɪ'meɪʃɪeɪtɪd/อิ'เมชิเอทิด/ *adj.* ผอมแห้ง, หนังหุ้มกระดูก; **become ~:** ผอมลงจนมีแต่หนังหุ้มกระดูก

emaciation /ɪmeɪsɪ'eɪʃn/อิเมซิ'เอช'น/ *n., no pl.* ความผอมแห้งเหลือแต่หนังหุ้มกระดูก

e-mail /'iːmeɪl/'อีเมล/ ❶ *n.* จดหมายอิเล็กทรอนิกส์; อีเมล์ *(ท.ศ.)*; **~ address** ที่อยู่อีเมล์; **~ message** ข้อความข่าวสารทางอีเมล์ ❷ *v.t.* ส่งอีเมล์, ส่งจดหมายอิเล็กทรอนิกส์; **~ sb.** ส่งอีเมล์ถึง *ค.น.*; **~ sb. with sth.** สั่ง *ส.น.* ถึง *ค.น.* ทางอีเมล์

emanate /'eməneɪt/'เอ็มเมอะเนท/ *v.i.* Ⓐ *(originate)* เริ่มขึ้น, เกิดขึ้น (**from** จาก); Ⓑ *(proceed, issue)* พวยพุ่งออกมา (**from** จาก); Ⓒ *(formal: be sent out)* *(คำสั่ง, จดหมาย)* ถูกส่งออกไป

emanation /emə'neɪʃn/เอะเมอะ'เนช'น/ *n.* Ⓐ *(Theol.)* การเริ่มต้นขึ้น (**from** จาก); Ⓑ *no pl. (issuing)* การพุ่งออกมา; Ⓒ *(sth. proceeding from source)* การพุ่งออกมา; การเปล่ง *(แสง)* ออกมา; Ⓓ *(fig.)* การไหลออกมา, การส่ง; **be an ~ of** *or* **from sth.** เป็นการหลั่งไหลออกมาจาก *ส.น.*; **~ of grace/love from God** การส่งความเมตตา/ความรักของพระเจ้า

emancipate /ɪ'mænsɪpeɪt/อิ'แมนซิเพท/ *v.t.* ปลดปล่อยให้เป็นอิสระ; **~ sb. from slavery** ปลดปล่อย *ค.น.* ให้พ้นจากความเป็นทาส; **~ oneself from sth./sb.** ทำให้ตนเองหลุดพ้นจาก *ส.น./ค.น.*

emancipated /ɪ'mænsɪpeɪtɪd/อิ'แมนซิเพทิด/ *adj.* ได้รับการปลดปล่อย; *(ผู้หญิง)* เป็นอิสระ; **become ~:** ได้เป็นอิสระ, ได้เป็นตัวของตัวเอง; **~ slave** ทาสที่ได้รับอิสระ

emancipation /ɪmænsɪ'peɪʃn/อิแมนซิ'เพช'น/ *n.* การปลดปล่อยให้เป็นอิสระ; *(of slave)* การปลดปล่อยเป็นอิสระ; **~ from servitude/superstition** การปลดปล่อยให้พ้นจากความเป็นทาส/จากการเชื่อโชคลาง

emasculate /ɪ'mæskjʊleɪt/อิ'แมซคิวเลท/ *v.t.* Ⓐ *(Med.: castrate)* ตอน; Ⓑ *(weaken)* ทำให้เสื่อมประสิทธิภาพ, ทำให้ *(แผนการ, ข้อเสนอ)* อ่อนลง

emasculation /ɪmæskjʊ'leɪʃn/อิแมซคิว'เลช'น/ *n.* Ⓐ *(Med.: castration)* การตอน; Ⓑ *(weakening)* การทำให้หมดพลัง; *(of plan, proposal)* การทำให้อ่อนลง

embalm /ɪm'bɑːm, US -bɑːlm/อิม'บาม/ *v.t.* ใส่เครื่องเทศของหอมในศพไม่ให้เสื่อมสภาพ

embankment /ɪm'bæŋkmənt/อิม'แบงคเมินท/ *n.* เขื่อน; **~ of a river** เขื่อนของแม่น้ำ; **~ of earth/stone** คันดิน; **~ of a road** เนินดินที่ทำเป็นถนน; **~ of a track/railway** เนินดินสองข้างทางเดิน/ทางรถไฟ; **the Thames E~:** ถนนเลียบแม่น้ำเทมส์ *(ในกรุงลอนดอน)*

embargo /em'bɑːgəʊ, ɪm'bɑːgəʊ/เอ็ม'บาโก, อิม'บาโก/ ❶ *n., pl.* **~es** Ⓐ เอ็มบาร์โก *(ท.ศ.)*, การห้าม [นำ] เข้า; **be under an ~:** ตกอยู่ภายใต้การห้ามเข้า/นำเข้า; **put** *or* **lay an ~ on sth., place** *or* **lay sth. under an ~:** ห้าม *ส.น.* เข้า; **lift** *or* **raise** *or* **remove an ~ [from sth.]** ยกเลิกการห้าม *ส.น.* เข้าออก; Ⓑ *(impediment)* การยุติ; **~ on new appointments** การยุติการแต่งตั้งคนในตำแหน่งใหม่; **~ on further spending** การยุติการจ่ายเงินเพิ่ม ❷ *v.t.* ขัดขวางด้วยวิธีเอ็มบาร์โก *(ท.ศ.)*, ห้าม

embark /ɪm'bɑːk/อิม'บาค/ ❶ *v.t.* ขน *(สินค้า)* ลงเรือ/ขึ้นเครื่องบิน ❷ *v.i.* Ⓐ ลงเรือ (**for** ไปยัง); **the troops ~ed at night** หน่วยทหารลงเรือตอนกลางคืน; Ⓑ *(engage)* **~ [up]on sth.** เริ่ม/ลงมือทำ *ส.น.*; **~ [up]on a war** ลงมือทำสงคราม

embarkation /embɑː'keɪʃn/เอ็มบา'เคช'น/ *n.* การลงเรือ/ขึ้นเครื่องบิน; **port of ~:** เมืองท่าที่ลงเรือ/ที่ขึ้นเครื่องบิน; **~ leave** การลาพักก่อนลงเรือเป็นเวลานาน

embarrass /ɪm'bærəs/อิม'แบเริซ/ *v.t.* Ⓐ *(make feel awkward)* ทำให้รู้สึกเคอะเขิน หรืออับอาย; **become seriously ~ed** เกิดอาการเคอะเขินอย่างมาก; **be ~ed by lack of money** อยู่ในภาวะขาดเงิน; Ⓑ *(arch.: encumber)* ทำให้มีภาระ

embarrassed /ɪm'bærəst/อิม'แบเริซท/ *adj.* *(บุคคล, การยิ้ม, การประพฤติ)* เคอะเขิน, อับอาย; **be** *or* **feel/look/get ~:** รู้สึก/ดู/เกิด/เคอะเขิน; **now don't be ~!** อย่าอายไปเลย; **make sb. feel ~:** ทำให้ *ค.น.* รู้สึกเคอะเขิน

embarrassing /ɪm'bærəsɪŋ/อิม'แบเรอะซิง/ *adj.* *(สถานการณ์, คำถาม)* น่าเขิน, น่าอับอาย; **~ person** ผู้ที่ทำให้คนอื่นรู้สึกอับอาย; **I find it very ~ to have to say this, but ...:** ฉันรู้สึกลำบากใจมากที่ต้องพูดอย่างนี้แต่...

embarrassingly /ɪm'bærəsɪŋlɪ/อิม'แบเรอะซิงลิ/ *adv.* อย่างน่าเขิน, อย่างน่าอับอาย

embarrassment /ɪm'bærəsmənt/อิม'แบเริซเมินท/ *n.* ความรู้สึกเคอะเขิน, ความอับอาย, ความลำบากใจ; **much to his ~:** ซึ่งทำให้เขาเคอะเขินอย่างมาก; **cause sb. ~:** สร้างความเคอะเขินแก่ *ค.น.*; **cause sb. a great deal of ~:** สร้างความเคอะเขินอย่างมากมายให้แก่ *ค.น.*; **he was a source of ~ to his family** เขาเป็นต้นเหตุนำความอับอายมาสู่ครอบครัว; **financial ~[s]** ความเดือดร้อนเรื่องเงินทอง; **~ of riches** การมีทรัพย์สินมากจนงงไปหมด

embassy /'embəsɪ/'เอ็มเบอะซิ/ *n.* สถานเอกอัครราชทูต

embattled /ɪm'bætld/อิม'แบท'ลด/ *adj.* *(กองทัพ)* พร้อมที่จะเข้าต่อสู้; *(กำแพง, ป้อม, เมือง)* ที่ได้รับการเสริมกำลังอย่างแน่นหนา

embed /ɪm'bed/อิม'เบ็ด/ *v.t.,* **-dd-:** Ⓐ *(fix)* ฝังแน่น; **stones ~ded in rock** ก้อนหิน/กรวดที่ฝังอยู่ในแผ่นหิน; **a brick firmly ~ded in mortar** อิฐซึ่งฝังอยู่ในปูนอย่างแน่นหนา; **~ sth. in cement/concrete** ฝัง *ส.น.* ไว้ในซีเมนต์/คอนกรีต; **the bullet ~ded itself in the ground** ลูกปืนเข้าไปฝังแน่นอยู่ในดิน; **~ded in the mud** จมอยู่ในโคลน; **~ded sentences** *(Ling.)* ประโยคที่สอดแทรกเข้าไปในประโยคใหญ่; Ⓑ *(fig.)* **be firmly ~ded in sth.** เข้าไปฝังแน่นอยู่ใน *ส.น.*

embellish /ɪm'belɪʃ/อิม'เบ็ลลิช/ *v.t.* Ⓐ *(beautify)* ทำให้งดงาม, ตกแต่ง; Ⓑ เพิ่มเติมเสริมแต่ง

embellishment /ɪm'belɪʃmənt/อิม'เบ็ลลิชเมินท/ *n.* Ⓐ *no pl. (ornamentation)* *(of church, room)* การตกแต่งประดับประดา; *(of story)* การแต่งเติมให้น่าอ่านยิ่งขึ้น; *(of truth)* เติมเสริมความให้ฟังดูดีขึ้น; Ⓑ *(sth. that embellishes)* สิ่งประดับประดา; *(in narrative)* ลวดลาย; Ⓒ *(Mus.)* ลูกเล่น

ember /'embə(r)/'เอ็มเบอะ(ร)/ *n., usu. in pl. (lit. or fig.)* ถ่านไฟแดงที่ใกล้จะดับ; **dying ~s** ถ่านไฟเก่า; ➡ + ¹fan 2

'ember day *n. (Eccl.)* วันที่งดอาหารและสวดอ้อนวอนในคริสต์ศาสนา ปัจจุบันใช้สำหรับพิธีแต่งตั้งให้เป็นพระ

embezzle /ɪm'bezl/อิม'เบ็ซ'ล/ *v.t.* ยักยอกเงิน

embezzlement /ɪm'bezlmənt/อิม'เบ็ซ'ลเมินท/ *n.* การยักยอก

embitter /ɪm'bɪtə(r)/อิม'บิทเทอะ(ร)/ *v.t.* สร้างความเคียดแค้นให้; ทำให้ *(บุคคล)* รู้สึกเป็นปฏิปักษ์

emblazon /ɪm'bleɪzn/อิม'เบลซ'น/ *v.t.* Ⓐ *(Her.)* ทำตราหรือเครื่องหมายบนโล่ประจำตระกูล; Ⓑ *(mark boldly)* **the book covers were ~ed with his name** ปกของหนังสือประดับชื่อของเขาไว้อย่างเด่นชัด

emblem /'embləm/'เอ็มเบลิม/ *n.* Ⓐ *(Her.)* ตราเครื่องหมาย; Ⓑ *(symbol)* สัญลักษณ์; *(on national flag etc.)* สัญลักษณ์; **~ of peace** สัญลักษณ์แห่งสันติภาพ

emblematic /emblɪ'mætɪk/เอ็มบลิ'แมทิค/, **emblematical** /emblɪ'mætɪkl/เอ็มบลิ'แมทิค'ล/ *adj.* เป็นสัญลักษณ์, หมายถึง; **be ~ of sth.** เป็นสัญลักษณ์ของ *ส.น.*

embodiment /ɪm'bɒdɪmənt/อิม'บอดิเมินท/ *n.* Ⓐ *(act, state)* การทำให้เป็นตัวเป็นตน; Ⓑ *(incarnation)* แม่แบบ; Ⓒ *(incorporation)* การรวมเข้าด้วยกัน

embody /ɪm'bɒdɪ/อิม'บอดิ/ *v.t.* Ⓐ *(express tangibly)* แสดงออกอย่างชัดแจ้ง; **his ideas are embodied in this letter** ความคิดของเขาได้แสดงไว้ให้เห็นอย่างชัดแจ้งในจดหมายนี้; Ⓑ *(give concrete form to)* ทำให้ *(ความคิดเห็น, ข้อเสนอ)* เป็นตัวเป็นตน; ทำให้เป็นรูปธรรม; Ⓒ *(be incarnation of)* เป็นสัญลักษณ์/แม่แบบของสิ่งใดสิ่งหนึ่ง; Ⓓ *(include)* รวมถึง, ประกอบด้วย

embolden /ɪm'bəʊldən/อิม'โบลเดิน/ *v.t.* ทำให้ใจกล้า; **~ sb. to do sth.** ทำให้ *ค.น.* ใจกล้าที่จะทำ *ส.น.*

embolism /'embəlɪzm/'เอ็มเบอะลิซ'ม/ *n.* *(Med.)* การมีลิ่มเลือด ฟองอากาศ ฯลฯ ไปอุดตันเส้นเลือด

emboss /ɪm'bɒs/อิม'บอซ/ *v.t.* สลัก/หล่อ/ปั้นลวดลายให้นูน; *(with heat)* ปั๊มลงไป; **an ~ed design** ลวดลายที่นูนขึ้นมา; **~ed notepaper** กระดาษเขียนจดหมายที่มีลวดลายนูน; **~ed stamp** แสตมป์ที่มีลวดลายนูน

embrace /ɪm'breɪs/อิม'เบรซ/ ❶ *v.t.* Ⓐ *(hold in arms)* โอบกอด; **they ~d [each other]** เขากอดกัน; Ⓑ *(fig.: surround)* ล้อมรอบ; Ⓒ *(accept)* รับไว้อย่างเต็มใจ; Ⓓ *(adopt)* นำไปปฏิบัติ; **~ a cause** รับหลักการอันหนึ่งอย่างเต็มที่; **~ Catholicism** หันไปนับถือนิกายโรมันคาทอลิก; Ⓔ *(include)* รวมถึง, ประกอบด้วย ❷ *n.* การโอบกอด; **he held her to him in a close ~:** เขาโอบกอดเธอไว้อย่างแนบแน่น

embrasure /ɪm'breɪʒə(r)/อิม'เบรเฌอะ(ร)/ *n.* Ⓐ *(of door, window)* ช่อง *(ประตู, หน้าต่าง)* ที่ด้านในกว้างกว่าด้านนอก; Ⓑ *(in parapet)* ช่องเล็ก ๆ สำหรับยิงปืน

embrocation /embrə'keɪʃn/เอ็มเบรอะ'เคช'น/ *n.* ยานวดแก้ปวด

embroider /ɪm'brɔɪdə(r)/อิม'บรอยเดอะ(ร)/ *v.t.* ปัก *(ลาย)*, ปัก *(ผ้า)*; *(fig.)* แต่งเติม *(ความจริง, บทความ)*

embroiderer /ɪm'brɔɪdərə(r)/อิม'บรอยเดอะเรอะ(ร)/ *n.* ช่างปักลวดลายลงบนผ้า

embroidery /ɪm'brɔɪdərɪ/อิม'บรอยเดอะริ/ *n.* Ⓐ สิ่งที่มีปักลวดลาย; Ⓑ *no pl. (embroidering)* การปักลวดลายลงบนผ้า; Ⓒ *(fig.: ornament)* สิ่งประดับที่มีลวดลายมากเกินไป

embroil /ɪm'brɔɪl/อิม'บรอยล/ *v.t.* **~ sb. in sth.** ดึงเอา *ค.น.* เข้ามาพัวพันกับ *ส.น.*; **become/**

e

be ~ed in a war ติดร่างแหเข้าไปสู่สงคราม; **~ oneself in a dispute** ทำให้ตัวเองเข้าไปพัวพันในเรื่องขัดแย้ง

embryo /ˈembrɪəʊ/ˈเอ็มบริโอ/ *n., pl.* **~s** ทารกในครรภ์ในระยะแรก, ตัวอ่อน; **in ~** *(fig.)* ซึ่งยังไม่ได้พัฒนา; **the plans are as yet in ~:** แผนการยังอยู่ในระยะเริ่มแรกเท่านั้น

embryology /embrɪˈɒlədʒɪ/เอ็มบริˈออเลอะจิ/ *n. (Biol.)* วิชาว่าด้วยการศึกษาตัวอ่อน

embryonic /embrɪˈɒnɪk/เอ็มบริˈออนิค/ *adj. (Biol., fig.) (โครงการ, สิ่งมีชีวิต, ความคิด)* ซึ่งอยู่ในระยะแรกเริ่ม, ซึ่งยังไม่พัฒนาเต็มที่; **~ membrane** เยื่อหุ้มเซลล์ของตัวอ่อน; **~ plant** พืชที่อยู่ในระยะการเพาะ; **~ plan** แผนการที่อยู่ในขั้นตอนริเริ่ม

ˈem dash *n. (Printing)* ขีดพิมพ์ที่ยาวเท่าอักษรตัว M ใหญ่

emend /ɪˈmend/อิˈเม็นดฺ/ *v.t. (Lit.)* ตรวจทาน, แก้คำผิด

emendation /iːmenˈdeɪʃn/อีเม็นˈเดช่น/ *n. (Lit.)* การตรวจทาน

emerald /ˈemərəld/ˈเอ็มเมอะเริลดฺ/ ❶ *n.* Ⓐ มรกต; Ⓑ ➡ **emerald green** ❷ *adj.* Ⓐ สีเขียวมรกต; Ⓑ **~ ring** แหวนมรกต; Ⓒ **the E~ Isle** ประเทศไอร์แลนด์

emerald ˈgreen *n.* สีเขียวมรกต

emerge /ɪˈmɜːdʒ/อิˈเมิจ/ *v.i.* Ⓐ *(come up out of liquid, come into view, crop up)* โผล่ขึ้นมา, โผล่ออกมา (**from** จาก, **from behind** จากข้างหลัง, **from beneath** *or* **under** จากข้างใต้); **the sun ~d from behind the clouds** พระอาทิตย์โผล่ออกมาจากหลังก้อนเมฆ; **~ from the shadow into bright daylight** มาจากร่มเงาสู่แสงสว่างจ้าของเวลากลางวัน; **the river ~s from the mountains** แม่น้ำไหลออกมาจากภูเขา; **the caterpillar ~d from the egg/as a beautiful butterfly** ตัวด้วงออกมาจากไข่/กลายเป็นผีเสื้อแสนสวย; **difficulties may ~ in this venture** ความยากลำบากอาจเกิดขึ้นได้ในงานชิ้นนี้; Ⓑ *(come out, become known, arise by evolution)* ออกมา (**from** จาก); *(ความจริง)* ปรากฏ; *(ไวรัส)* วิวัฒนาการออกมา (**from** จาก); **it ~s that ...:** ปรากฏมาว่า...; **it ~s from this that ...:** ปรากฏจากสิ่งนี้ว่า...; **two essential points ~d from the discussion** มีเรื่องสำคัญสองเรื่องที่เนื่องมาจากการอภิปราย

emergence /ɪˈmɜːdʒəns/อิˈเมอเจินซฺ/ *n.* Ⓐ *(rising out of liquid)* การโผล่ขึ้นมา, การโผล่ออกมา, การอุบัติ *(ร.บ.)*; Ⓑ *(coming forth)* การปรากฏออกมา; *(of mode, school of thought, new ideas)* การเกิดขึ้น

emergency /ɪˈmɜːdʒənsɪ/อิˈเมอเจินซิ/ ❶ *n.* Ⓐ *(serious happening)* กรณีฉุกเฉิน; **in an** *or* **in case of ~:** ในยามฉุกเฉิน; **be prepared for any ~:** พร้อมรับกรณีฉุกเฉินใด ๆ; **~ [case] :** *(Med.)* คนไข้ฉุกเฉิน; **be called out on an ~:** ถูกเรียกตัวในยามฉุกเฉิน; Ⓑ *(Polit.)* ภาวะฉุกเฉิน; **state of ~:** กฎอัยการ, ภาวะฉุกเฉิน; **declare a state of ~:** ประกาศใช้ภาวะฉุกเฉิน ❷ *adj.* ฉุกเฉิน; **~ ward** ตึกคนไข้ฉุกเฉิน

eˈmergency services *n. pl.* หน่วยบริการฉุกเฉิน

emergent /ɪˈmɜːdʒənt/อิˈเมอเจินทฺ/ *adj.* Ⓐ *(rising out) (ต้นไม้, เกาะ)* กำลังโผล่ออกมา (**from** จาก); *(ต้นไม้)* อ่อน; Ⓑ *(of a nation)* เพิ่งก่อตั้ง, เพิ่งได้รับอิสรภาพ

emeritus /ɪˈmerɪtəs/อิˈเมะริเทิซ/ *adj.* ทรงคุณวุฒิ; **the ~ professor of biology** ศาสตราจารย์ทางชีววิทยาผู้ทรงคุณวุฒิ

emery /ˈemərɪ/ˈเอ็มเมอะริ/ *n.* หินเอเมอรี *(ท.ศ.)* หินเนื้อหยาบซึ่งใช้ขัดถู

emery: ~ board *n.* ไม้ตะไบเล็บ; **~ paper** *n.* กระดาษเคลือบหินเอเมอรี *(ท.ศ.)* ใช้ขัดถู

emetic /ɪˈmetɪk/อิˈเม็ททิค/ *(Med.)* ❶ *adj.* ซึ่งทำให้อาเจียน; **be ~:** ทำให้เกิดการอาเจียน ❷ *n.* ยาที่ทำให้อาเจียน

EMF *abbr.* **electromotive force** กำลังของกระแสไฟฟ้า

emigrant /ˈemɪgrənt/ˈเอ็มมิเกร็นทฺ/ ❶ *adj.* ซึ่งอพยพ; **~ birds** นกอพยพ; **the ~ population in the USA** ประชาชนผู้โยกย้ายถิ่นฐานในสหรัฐ ❷ *n. (person)* ผู้อพยพ; *(plant)* พืชที่ย้ายถิ่นที่ปลูก

emigrate /ˈemɪgreɪt/ˈเอ็มมิเกรฺท/ *v.i.* อพยพ (**to** ไปยัง, **from** จาก)

emigration /emɪˈgreɪʃn/เอ็มมิˈเกรช่น/ *n.* การอพยพไปอยู่ที่อื่น

émigré /ˈemɪgreɪ, US emɪˈgreɪ/ˈเอ็มมิเกฺร, เอ็มมิˈเกฺร/ *n.* ผู้อพยพไปอยู่ที่อื่น

eminence /ˈemɪnəns/ˈเอ็มมิเนินซฺ/ *n.* Ⓐ *no pl. (distinguished superiority)* ความเด่นเหนือชั้น, ระดับสูงส่ง; **person of great ~:** บุคคลผู้มีความเด่นเหนือชั้น; **win/reach/attain ~:** บรรลุความเด่นเป็นสง่าและเหนือชั้น; **rise to** *or* **reach ~:** บรรลุความเด่นเป็นสง่าและเหนือชั้น; Ⓑ *(person)* บุคคลสำคัญ, ผู้มีชื่อเสียง; Ⓒ *(rising ground)* ที่สูง; Ⓓ **E~** *(Eccl.)* คำเรียกพระยศคาร์ดินัล

éminence grise /eɪmiːnɑ̃s ˈgriːz/เอมีนองซุ ˈกฺรีซ/ *n.* ผู้มีอิทธิพลหลังฉาก

eminent /ˈemɪnənt/ˈเอ็มมิเนินทฺ/ *adj.* Ⓐ *(exalted, distinguished)* เด่นดังเป็นที่ยกย่อง, มีเกียรติยศสูง; **~ guest** ท่านผู้มีเกียรติ; **the most ~ citizens** พลเมืองผู้มีเกียรติยศสูงสุด; **be ~ in one's field** เด่นดังในสาขาวิชาของตน; Ⓑ *(remarkable)* เด่นดัง

eminently /ˈemɪnəntlɪ/ˈเอ็มมิเนินทฺลิ/ *adv.* อย่างพิเศษสุด, อย่างยอดเยี่ยม; **~ respectable** น่าเคารพยกย่องอย่างที่สุด

emir /eˈmɪə(r)/เอะˈเมีย(ร)/ *n.* ยศที่เรียกกษัตริย์มุสลิมในอดีต

emirate /ˈemɪəreɪt/ˈเอ็มเมียเรท/ *n.* เขตปกครองหรือสมัยการปกครองของเอมีร์

emissary /ˈemɪsərɪ/ˈเอ็มมิเซอะริ/ *n.* ผู้ที่ได้รับหน้าที่พิเศษ *(โดยเฉพาะในการทูต)*; **special ~:** ตัวแทนพิเศษ

emission /ɪˈmɪʃn/อิˈมิช่น/ *n.* Ⓐ *(giving off or out)* การปล่อย; *(of vapour)* การพ่น; *(of liquid)* การหลั่ง; *(of sparks)* การปล่อยออกมา; **~ of light/heat** การปล่อยแสง/ความร้อน; **~ of smell/gas** การปล่อยกลิ่น/การพ่นก๊าซ; **~ of rays** การปล่อยรังสี; **~ of sound** การส่งเสียง; **~ of smoke/lava** การปล่อยควัน/การหลั่งไหลของลาวา; Ⓑ *(thing given off)* สิ่งที่ปล่อย/พ่น/หลั่งออกมา; *(effluvium)* กลิ่น, กลิ่นเหม็น; การหลั่งน้ำอสุจิ

emit /ɪˈmɪt/อิˈมิท/ *v.t.,* **-tt-** ปล่อย *(แสง, ก๊าซ)* /พ่น *(ควัน, ก๊าซ, ลาวา)*; หลั่งออกมา *(น้ำ, น้ำมัน)*; ส่ง *(เสียง)*

emolument /ɪˈmɒljʊmənt/อิˈมอลิวเมินทฺ/ *n., usu. in pl.* เงินเดือน, ค่าตอบแทน

emote /ɪˈməʊt/อิˈโทม/ *v.i.* แสดงอารมณ์

emoticon /ɪˈmɒtɪkɒn/ˈอิมอทิคอน/ *n. (Computing)* สัญลักษณ์ที่ใช้บอกอารมณ์ความรู้สึกโดยใช้ตัวพิมพ์บนคอมพิวเตอร์

emotion /ɪˈməʊʃn/อิˈโมช่น/ *n.* Ⓐ *(state)* อารมณ์ความรู้สึก; **speak with deep ~:** พูดด้วยความรู้สึกลึกซึ้ง; **charged with ~:** ท่วมท้นไปด้วยความรู้สึก; **be overcome with ~:** รู้สึกตื้นตันใจ; **be touched with/full of ~:** แสดงความรู้สึกอย่างมาก; **show no ~:** ไม่แสดงความรู้สึกแต่อย่างใด; Ⓑ *(feeling)* ความรู้สึก; **conflicting ~s** ความรู้สึกที่ขัดแย้งกัน

emotional /ɪˈməʊʃənl/อิˈโมเชอะน่ล/ *adj.* Ⓐ *(of emotions)* เกี่ยวกับความรู้สึก; *(การพูด, การแสดง, ท่าทาง)* เต็มไปด้วยความรู้สึก; *(บทความ, รูปภาพ, ใบหน้า, ภาพยนตร์)* แสดงความรู้สึก; *(การตัดสินใจ, การใช้ชีวิต)* ซึ่งเป็นไปตามความรู้สึก; **~ appeal** การขอร้องจากใจจริง; Ⓑ *(liable to excessive emotion) (บุคคล)* เจ้าอารมณ์; **~ character** *or* **nature** *or* **disposition** อุปนิสัยเจ้าอารมณ์; **get ~ over sth.** เกิดอารมณ์ขึ้นเกี่ยวกับ *ส.น.* หรือ มีความรู้สึกรุนแรงเกี่ยวกับ *ส.น.*

emotionalism /ɪˈməʊʃənəlɪzm/อิˈโมเชอะเนอะลิซ'ม/ *n., no pl.* ลักษณะที่มีอารมณ์อย่างรุนแรง, นิสัยชอบแสดงอารมณ์

emotionally /ɪˈməʊʃənəlɪ/อิˈโมเชอะเนอะลิ/ *adv.* โดยใส่อารมณ์, โดยตามอารมณ์, อย่างเต็มไปด้วยความรู้สึก; **thank sb. ~:** ขอบคุณ *ค.น.* อย่างซึ้งใจ; **be ~ exhausted/worn out/disturbed** เหน็ดเหนื่อยใจ/อ่อนเพลียละเหี่ยใจ/สะเทือนใจอย่างแรง; **get ~ involved with sb.** เกิดรู้สึกผูกพันกับ *ค.น.* ทางจิตใจ

emotionless /ɪˈməʊʃnlɪs/อิˈโมช่นลิซ/ *adj.* ไม่แสดงอารมณ์, เรียบเฉย

emotive /ɪˈməʊtɪv/อิˈโมทิว/ *adj.* ใส่อารมณ์, เร้าอารมณ์, ว่าด้วยอารมณ์

empathize /ˈempəθaɪz/ˈเอ็มเพอะธายซฺ/ *v.i.* **~ with sb.** เห็นอกเห็นใจ *ค.น.*; **~ with sth.** โน้มเอียงไปทาง *ส.น.*

empathy /ˈempəθɪ/ˈเอ็มเพอะธิ/ *n.* ความเห็นใจผู้อื่น; *(Psychol.)* ความสามารถที่จะเข้าไปเห็นมุมมองและจุดยืนของผู้อื่น

emperor /ˈempərə(r)/ˈเอ็มเพอะเรอะ(ร)/ *n.* จักรพรรดิ; **~ penguin** นกเพนกวินพันธุ์ *Aptenodytes Forsteri* ที่ใหญ่ที่สุด

emphasis /ˈemfəsɪs/ˈเอ็มเฟอะซิซ/ *n., pl.* **emphases** /ˈemfəsiːz/ˈเอ็มเฟอะซีซ/ Ⓐ *(in speech etc.)* การเน้น; **the ~ is on ...:** จุดที่เน้นคือ...; **lay** *or* **place** *or* **put ~ on sth.** เน้น *ส.น.*; Ⓑ *(intensity)* ความเข้มข้น; **do sth. with ~:** ทำ *ส.น.* อย่างจริงจัง; Ⓒ *(importance attached)* น้ำหนัก; **lay** *or* **place** *or* **put [considerable] ~ on sth.** ให้น้ำหนัก [อย่างมาก] แก่ *ส.น.*; **the school's ~ is on languages** โรงเรียนนี้ให้ความสำคัญอย่างมากแก่การเรียนภาษา; **the ~ has shifted** น้ำหนักได้เปลี่ยนไปแล้ว; **with particular** *or* **special ~ on sth.** โดยให้ความสำคัญ *ส.น.* เป็นพิเศษ

emphasize (**emphasise**) /ˈemfəsaɪz/ˈเอ็มเฟอะซายซฺ/ *v.t. (lit. or fig.)* เน้น; *(attach importance to)* ให้ความสำคัญแก่; **sth. cannot be too strongly ~d** จะให้ความสำคัญกับ *ส.น.* มากเกินไปไม่ได้

emphatic /ɪmˈfætɪk/อิมˈแฟทิค/ *adj.* หนักแน่น; *(คำตอบ)* ที่มั่นคง, เด็ดขาด; *(forcible) (การยืนยัน)* รุนแรง; **make sth. more ~:** เน้น *ส.น.* ให้มากขึ้น; **be quite ~ that ...:** ยืนยันเต็มที่ว่า...

emphatically /ɪmˈfætɪkəlɪ/อิมˈแฟทิเคอะลิ/ *adv.* อย่างหนักแน่น; *(decisively)* อย่างเด็ดขาด

emphysema /emfɪˈsiːmə/เอ็มฟิˈซีเมอะ/ *n.* ➤ **453** *(Med.)* การขยายตัวของถุงลมในปอดซึ่งทำให้มีอาการหายใจหอบ

empire /ˈempaɪə(r)/ˈเอ็มไพเออะ(ร)/ ❶ *n.* Ⓐ อาณาจักร, จักรวรรดิ; **the E~** *(Hist.) (British)* เครือจักรภพอังกฤษ; *(Holy Roman)* อาณาจักรโรมันอันศักดิ์สิทธิ์; Ⓑ *(commercial organization)* อาณาจักรทางธุรกิจ

empire: ~ builder *n. (fig.)* **be an ~ builder** เป็นผู้สร้างอาณาจักร; **~-building** *n. (fig.)* **it is just ~-building** มันก็คือการสร้างอาณาจักรนั่นเองแหละ

empirical /ɪmˈpɪrɪkl/อิมˈพิริค'ล/ *adj.* ซึ่งใช้การสังเกตหรือการทดลองเป็นหลัก; เชิงประจักษ์ *(ร.บ.)*; เชิงประสบการณ์ *(ร.บ.)*

empirically /ɪmˈpɪrɪkəlɪ/อิมˈพิริเคอะลิ/ *adv.* อย่างอาศัยการสังเกต, อย่างเป็นเชิงประสบการณ์

empiricism /ɪmˈpɪrɪsɪzm/อิมˈพิริซซึ่ม/ *n., no pl.* Ⓐ *(method)* วิธีที่อาศัยการสังเกตหรือประสบการณ์เป็นหลัก; Ⓑ *(Philos.)* ความเชื่อที่ว่าความรู้ทั้งหลายมาจากประสบการณ์; ประสบการณ์นิยม *(ร.บ.)*

emplacement /ɪmˈpleɪsmənt/อิมˈเพลซเมินทฺ/ *n. (Mil.)* ที่/จุดตั้งปืนยิงข้าศึก

employ /ɪmˈplɔɪ/อิมˈพลอย/ ❶ *v.t.* Ⓐ *(take into one's service)* ว่าจ้าง; *(keep in one's service)* จ้างไว้; **are you ~ed in London/as a teacher?** คุณทำงานที่ลอนดอน/ทำงานเป็นครูหรือเปล่า; **be ~ed by** *or* **with a company** เป็นลูกจ้าง *หรือ* ทำงานในบริษัท; Ⓑ *(use services of)* **~ sb. in** *or* **on doing sth., ~ sb. to do sth.** ใช้ให้ *ค.น.* ทำ *ส.น.*; Ⓒ *(use)* ใช้ **(for, in, on** สำหรับ); **~ sth. to do sth.** ใช้ *ส.น.* ทำ *ส.น.*; **~ [one's] time on sth./[on] doing sth.** ใช้เวลา [ของตน] ไปกับ *ส.น.*/ทำ *ส.น.*; Ⓓ *(busy)* **~ oneself/sb. doing sth./in sth.** คอยยุ่งอยู่กับการทำ *ส.น.*/ใช้ให้ *ค.น.* ทำ *ส.น.* ❷ *n., no pl., no indef. art.* การทำงาน, การรับจ้าง; **be in the ~ of sb.** ทำงานอยู่กับ *ค.น.*; **the firm has 500 people in its ~:** บริษัทนี้มีคนทำงาน 500 คน

employable /ɪmˈplɔɪəbl/อิมˈพลอยเออะบ'ล/ *adj.* Ⓐ *(fit to be taken into service)* **be ~:** สามารถจ้างได้; Ⓑ *(usable)* สามารถนำมาใช้ได้; **be ~ as/for sth.** สามารถใช้ได้เป็น/สำหรับ *ส.น.* ได้

employee *(Amer.:* **employe***)* /emplɔɪˈiː, ɪmˈplɔɪiː/เอ็มพลอยˈอี, อิมˈพลอยอิ/ *n.* พนักงาน; *(in contrast to employer)* ลูกจ้าง; **the firm's ~s** ลูกจ้างของบริษัท

employer /ɪmˈplɔɪə(r)/อิมˈพลอยเออะ(ร)/ *n.* นายจ้าง; **the firm is only a small ~:** บริษัทนี้เป็นเพียงนายจ้างรายย่อยเท่านั้น

employment /ɪmˈplɔɪmənt/อิมˈพลอยเมินทฺ/ *n., no pl.* Ⓐ *(work)* งาน; **there's no ~ available** ไม่มีตำแหน่งว่าง *หรือ* ไม่มีงานให้ทำ; **be in gainful ~:** ทำงานอยู่; **be in ~ with sb.** ทำงานเป็นลูกจ้างอยู่กับ *ค.น.*; **be in/without regular ~:** มีงานทำประจำ/ไม่มีงานทำประจำ; Ⓑ *(regular trade or profession)* อาชีพ; **what is your ~?** คุณทำ/มีอาชีพอะไร; Ⓒ *no art. (amount of work available)* **full ~:** การทำงานเต็มตัว *หรือ* การไม่มีคนตกงาน; Ⓓ **Secretary for E~** *(Brit.)* รัฐมนตรีกระทรวงแรงงาน

employment: ~ agency *n.* สำนักงานจัดหางาน; **~ exchange, ~ office** *ns. (Brit.)* สำนักจัดหางานของรัฐ

emporium /ɪmˈpɔːrɪəm/อิมˈพอเรียม/ *n., pl.* **~s** *or* **emporia** /emˈpɔːrɪə/เอ็มˈพอเรีย/ Ⓐ *(market)* ตลาด, ศูนย์กลางการค้าขาย; Ⓑ *(shop)* ห้างสรรพสินค้า

empower /ɪmˈpaʊə(r)/อิมˈพาวเออะ(ร)/ *v.t. (authorize)* มอบอำนาจ; *(enable)* ช่วยให้มีความสามารถ

empress /ˈemprɪs/ˈเอ็มพริซ/ *n.* จักรพรรดินี

emptiness /ˈemptɪnɪs/ˈเอ็มพุทินิซ/ *n., no pl. (lit. or fig.)* ความว่างเปล่า

empty /ˈemptɪ/ˈเอ็มพุทิ/ ❶ *adj.* Ⓐ ว่างเปล่า; **find an ~ seat/parking place** พบที่นั่ง/พบที่จอดรถว่าง; **~ of sth.** ไม่มี *ส.น.*; **~ of people** โดยไม่มีคน; **the street is ~ of traffic** ถนนว่างไม่มีรถ; ➡ **+ stomach 1 A**; Ⓑ *(coll.: hungry)* **I feel a bit ~:** ฉันรู้สึกหิวหน่อย ๆ; **an hour later you feel quite ~:** หนึ่งชั่วโมงให้หลัง คุณจะรู้สึกหิวอีก; Ⓒ *(fig.) (foolish)* สมองตื้อตัน; *(meaningless)* ไร้ความหมาย ❷ *n. (vehicle)* ยานพาหนะว่าง; *(bottle)* ขวดเปล่า; *(container)* ภาชนะเปล่า; **sb. is running on ~** รถ *ค.น.* น้ำมันใกล้จะหมด; *(fig.) ค.น.* หมดแรง ❸ *v.t.* Ⓐ *(remove contents of)* เทของออกจนหมดเกลี้ยง; *(finish using contents of)* ใช้จนหมดเกลี้ยง; *(remove people from)* นำผู้คนออกจาก; *(eat/drink whole contents of)* กิน/ดื่มจนเกลี้ยง; **~ one's bladder/bowels** ถ่ายปัสสาวะ/อุจจาระจนหมดท้อง; Ⓑ *(transfer)* ย้ายถ่าย **(into** ใส่); *(pour)* ริน, เท **(over** ลงไปบน); **~ sth. into/down the sink** ริน/เท *ส.น.* ลงอ่าง ❹ *v.i.* Ⓐ *(become ~)* ว่างเปล่า; Ⓑ *(discharge)* **~ into** *(แม่น้ำ, ท่อระบายน้ำ)* ปล่อยลงไปใน

empty: ~-'handed *pred. adj.* โดยไม่มีอะไรติดมือ, มือเปล่า; **~-headed** *adj.* มีหัวสมองว่างเปล่า

EMS *abbr.* **European Monetary System; Express Mail Service** อีเอ็มเอส

emu /ˈiːmjuː/ˈอีมิว/ *n. (Ornith.)* นกอีมู *(ท.ศ.) Dromaius novaehollandiae* ของออสเตรเลีย วิ่งเร็ว แต่บินไม่ได้

EMU *abbr.* **Economic and Monetary Union**

emulate /ˈemjʊleɪt/ˈเอ็มมิวเลท/ *v.t.* Ⓐ *(try to equal or excel)* พยายามที่จะดีเท่าหรือเก่งกว่า; Ⓑ *(imitate zealously)* ลอกแบบอย่างตั้งอกตั้งใจ

emulation /emjʊˈleɪʃn/เอ็มมิวˈเลช'น/ *n.* Ⓐ *(attempt at equalling or excelling)* **~ of sb.** การพยายามเก่งเท่า *ค.น.*; Ⓑ *(zealous imitation)* การลอกแบบอย่างจริงจัง

emulsifier /ɪˈmʌlsɪfaɪə(r)/อิˈมัลซิไฟเออะ(ร)/ *n.* ตัวกระตุ้นที่ทำให้น้ำมันผสมกับน้ำ

emulsify /ɪˈmʌlsɪfaɪ/อิˈมัลซิฟาย/ *v.t.* ทำให้สารต่าง ๆ ผสมกันได้

emulsion /ɪˈmʌlʃn/อิˈมัลช'น/ *n.* Ⓐ สารที่มีส่วนผสมของของเหลวสองประเภท; Ⓑ ➡ **emulsion paint**

e'mulsion paint *n.* สีน้ำมันผสมน้ำ

en /en/เอ็น/ *n. (Printing)* หน่วยการวัดซึ่งมีค่าครึ่งหนึ่งของ em

enable /ɪˈneɪbl/อิˈเนบ'ล/ *v.t.* **~ sb. to do sth.** ช่วยให้ *ค.น.* สามารถทำ *ส.น.* ได้; **~ sth. [to be done]** ช่วยให้มีการทำ *ส.น.* ขึ้น; **~ an investigation to be made** ช่วยให้การสืบสวนเกิดขึ้นได้; **enabling act** *(Law)* พระราชบัญญัติที่ให้อำนาจทำ *ส.น.*; *(Amer. Law: legalizing)* พระราชบัญญัติทำให้เป็นกฎหมาย

enact /ɪˈnækt/อิˈแนคทฺ/ *v.t.* Ⓐ *(ordain, make law)* ประกาศใช้เป็นกฎหมาย; **~ that ...:** ประกาศว่า...; Ⓑ *(act out)* แสดง, เล่น *(บทละคร)*; **be ~ed** *(ตอนในละคร)* ได้ดำเนินไป

enamel /ɪˈnæml/อิˈแนม'ล/ ❶ *n.* Ⓐ น้ำยาเคลือบ; *(paint)* สีที่มันและหนา; *(on pottery)* เกลซหรือน้ำยาชักเงา; Ⓑ *(~ painting)* การวาดภาพโดยใช้สีดังกล่าว; Ⓒ *(Anat.)* สารเคลือบฟัน ❷ *attrib. adj.* Ⓐ *(containing ~)* ซึ่งเจือน้ำยาเคลือบ; Ⓑ *(with ~ coating and/or design)* ซึ่งเคลือบน้ำยาชักเงา ❸ *v.t., (Brit.)* **-ll-** เคลือบยาชักเงา

enamoured *(Brit.; Amer.:* **enamored***)* /ɪˈnæməd/อิˈแนเมิด/ *adj.* **~ of sb.** *(in love with)* หลงรัก *ค.น.*; *(liking)* ติดใจ *ค.น.*; **[not exactly** *or* **particularly] ~ of sth.** [ไม่ใคร่จะ] สนใจใยดีใน *ส.น.*

en bloc /ãˈblɒk/อองˈบลอค/ *adv.* ทั้งหมดพร้อม ๆ กัน

encamp /ɪnˈkæmp/อินˈแคมพฺ/ *(Mil.)* ❶ *v.t.* **the troops were ~ed near the border** กองทหารตั้งค่ายอยู่ใกล้พรมแดน ❷ *v.i.* ตั้งค่ายพักแรม

encampment /ɪnˈkæmpmənt/อินˈแคมพฺเมินทฺ/ *n.* Ⓐ *no pl.* ค่ายพัก; Ⓑ *(place)* สถานที่ตั้งค่ายพัก

encapsulate /ɪnˈkæpsjʊleɪt/อินˈแคพซิวเลท/ *v.t.* Ⓐ *(in capsule)* บรรจุ *(ยา)* ลงแคปซูล; *(as in capsule)* บรรจุแบบเดียวกับแคปซูล; Ⓑ *(fig.)* สรุป, ตัดทอน

encase /ɪnˈkeɪs/อินˈเคซ/ *v.t.* บรรจุใส่เรือนล้อม; หุ้มด้วย; **the watch was ~d in metal** นาฬิกามีเรือนเป็นโลหะ; **~ in plaster** *(แขน, ขา)* ใส่เฝือก

encash /ɪnˈkæʃ/อินˈแคช/ *v.t. (Brit.) (realize)* รับเป็นเงินสด; *(convert into cash) (เช็ค, ตั๋วชนะการพนัน)* แลกเป็นเงินสด

encephalitis /ensefəˈlaɪtɪs/เอ็นเคะเฟอะˈลายทิซ/ *n. (Med.)* โรคสมองอักเสบ

encephalomyelitis /ensefələʊmaɪˈlaɪtɪs, -kef-/เอ็นเซอะเฟอะโลไมˈลายทิซ/ *n. (Med.)* อาการสมองและไขสันหลังอักเสบ

enchant /ɪnˈtʃɑːnt, US -tʃænt/อินˈฉานทฺ, -แฉนทฺ/ *v.t.* Ⓐ *(bewitch)* สาป, ใช้มนต์สะกด; **she ~s men with her beauty** *(fig.)* ความสวยงามของเธอทำให้ผู้ชายทั้งหลายหลงเสน่ห์; Ⓑ *(delight)* ทำให้รู้สึกหลงใหลจับใจ; **be ~ed by sth.** รู้สึกจับใจใน *ส.น.*; **we were ~ed by the place** เราชอบใจในสถานที่แห่งนั้นมาก

enchanted /ɪnˈtʃɑːntɪd/อินˈฉานทิด/ *adj.* Ⓐ *(bewitched)* ซึ่งถูกมนต์สะกด; **~ forest** ป่าที่ต้องมนต์สะกด; **~ evening** *(fig.)* ค่ำคืนที่มีมนต์ขลัง; Ⓑ *(delighted)* หลงใหล, ปลื้มปีติ

enchanting /ɪnˈtʃɑːntɪŋ/อินˈฉานทิง/ *adj.* Ⓐ มีมนต์ขลังอยู่ในตัว; **~ power** อำนาจของเวทมนตร์สะกด; Ⓑ *(delightful)* น่าหลงใหล, น่าปลื้มปีติ

enchantingly /ɪnˈtʃɑːntɪŋlɪ, US -tʃænt-/อินˈฉานทิงลิ, -แฉนทฺ-/ *adv.* อย่างน่าจับใจหลงใหล

enchantment /ɪnˈtʃɑːntmənt, US -tʃænt-/อินˈฉานทฺเมินทฺ, -แฉนทฺ-/ *n.* Ⓐ การร่ายมนต์สะกด; *(fig.)* มนต์ขลัง; **world of ~:** โลกของเวทมนตร์คาถา; Ⓑ *(delight)* ความจับใจหลงใหล

enchantress /ɪnˈtʃɑːntrɪs, US -tʃænt-/อินˈฉานทริซ, -แฉนทฺ-/ *n. (lit. or fig.)* หญิงที่มีมนต์สะกด, แม่มด

enchilada /entʃɪˈlɑːdə/เอ็นเฉอะˈลาเดอะ/ *n.* ขนมปังกลมยัดเนื้อของเม็กซิกัน

encipher /ɪnˈsaɪfə(r)/อินˈไซเฟอะ(ร)/ *v.t.* เขียนเป็นรหัสลับ

encircle /ɪnˈsɜːkl/อินˈเซอค'ล/ *v.t.* Ⓐ ตีวงล้อมไว้; **the enemy ~d us** ข้าศึกล้อมเราไว้; **~d with** *or* **by bodyguards** ห้อมล้อมโดยผู้คุ้มกัน; **his**

encirclement | end 296

arms ~d her waist แขนของเขาโอบเอวเธอไว้; Ⓑ *(mark with circle)* วงไว้

encirclement /ɪn'sɜ:klmənt/อิน'เซอค'ลเมินทฺ/ *n. (Mil.)* การล้อมรอบ

encl. *abbr.* **enclosed, enclosure[s]**

enclave /'enkleɪv/'เอ็นเคลฺว/ *n. (lit. or fig.)* Ⓐ *ส่วนเล็ก ๆ ของประเทศหนึ่งซึ่งมีดินแดนของประเทศอื่น ๆ ล้อมรอบ;* Ⓑ กลุ่มชนที่แตกต่างจากสังคมแวดล้อม

enclitic /en'klɪtɪk/เอ็น'คลิทิค/ *(Ling.)* ❶ *adj. คำหนึ่งที่แทบจะไม่ออกเสียงจนกลืนหายเข้าไปกับพยางค์หน้า* ❷ *n.* คำที่ออกเสียงแบบนี้ เช่น not ในคำว่า cannot

enclose /ɪn'kləʊz/อิน'โคลฺซฺ/ *v.t.* Ⓐ *(surround)* ล้อมรอบ; *(shut up or in)* ปิดล้อม, ขังไว้; **be ~d in a cell/tomb/coffin** ถูกขังไว้ในห้องขัง/ในอุโมงค์ฝังศพ/หีบศพ; **~d in this casing is ...:** ภายในเรือนหุ้มนี้มี...; **~ land in** *or* **with barbed wire** ล้อมรอบที่ดินไว้ด้วยลวดหนาม; Ⓑ *(put in envelope with letter)* แนบไป (**with** ด้วย, **in** ใน); **I [herewith] ~ the completed application form** พร้อมกันนี้ผม/ดิฉันได้แนบใบสมัครที่กรอกเรียบร้อยแล้วมาด้วย; **your passport is ~d herewith** พร้อมจดหมายนี้ได้แนบหนังสือเดินทางของคุณมาให้ด้วย; **please find ~d, ~d please find** โปรดรับเอกสารที่แนบมาด้วย; **a cheque for £10 is ~d** ได้แนบเช็คมูลค่า 10 ปอนด์มาในซอง; Ⓒ *(Math.)* ล้อมรอบ; Ⓓ *(Hist.: make private)* ล้อมรั้วเพื่อเป็นที่ส่วนบุคคล

enclosed /ɪn'kləʊzd/อิน'โคลฺซฺดฺ/ *adj.* Ⓐ *(in a container)* ซึ่งบรรจุอยู่ในภาชนะ; *(included with letter)* ซึ่งแนบไปกับจดหมาย; **from the ~ you will see that ...:** จากสิ่งที่ได้แนบมาด้วยท่านจะพบว่า...; Ⓑ *(closed off)* ซึ่งกั้นออกต่างหาก; *(by fence)* ซึ่งมีรั้วล้อมรอบ

enclosure /ɪn'kləʊʒə(r)/อิน'โคลฺเฌอะ(ร)/ *n.* Ⓐ *(action)* การปิดกั้น; *(with fence)* การล้อมรั้ว; Ⓑ *(place)* บริเวณที่ล้อมรั้วไว้; *(in zoo)* บริเวณที่จัดให้สัตว์อยู่; *(paddock)* คอกรวมม้าก่อนออกวิ่งแข่ง; Ⓒ *(fence)* รั้ว; *(wall etc.)* กำแพง; Ⓓ *(with letter in envelope)* สิ่งที่แนบไปกับจดหมาย *หรือ* เอกสารแนบท้ายจดหมาย

encode /ɪn'kəʊd/อิน'โคด/ *v.t.* เขียนเป็นรหัส

encomium /en'kəʊmɪəm/เอ็น'โคเมียม/ *n., pl.* **~s** *or* **encomia** /en'kəʊmɪə/-เมีย/ คำสรรเสริญที่ใช้ภาษาไพเราะ; **give sb. an ~:** ให้คำสรรเสริญเยินยอ *ค.น.*

encompass /ɪn'kʌmpəs/อิน'คัมเพิซ/ *v.t.* Ⓐ *(encircle)* ล้อมรอบ; *(surround)* แวดล้อม; Ⓑ *(take in)* รวมเข้าไป; Ⓒ *(contain)* บรรจุ

encore /'ɒŋkɔ:(r)/'อองคอ(ร)/ ❶ *int.* อังกอร์ *(ท.ศ.)* ขออีกเพลง, ซ้ำอีกที ❷ *n.* การร้อง/เล่นแถมเมื่อจบคอนเสิร์ต; **receive three ~s** ถูกเรียกกลับให้ร้อง/เล่นเกมสามครั้ง; **give an ~:** เล่น/ร้องเพลงแถมท้ายคอนเสิร์ต ❸ *v.t.* ขอ *(เพลง, ระบำ)* แถม

encounter /ɪn'kaʊntə(r)/อิน'คาวนฺเทอะ(ร)/ ❶ *v.t.* Ⓐ *(as adversary)* ประจันหน้ากัน; Ⓑ *(by chance)* พบกันโดยบังเอิญ; Ⓒ *(meet with, come across)* ประสบ, เจอ *(ปัญหา, อุปสรรค)* ❷ *n.* Ⓐ *(in combat)* การประจันหน้ากัน; **have an ~ with the authorities over a matter** เผชิญหน้ากับเจ้าหน้าที่ด้วยปัญหาใดปัญหาหนึ่ง; **I had a slight ~ with another car yesterday** *(coll. iron.)* ฉันไปจะเอ๋เข้านิดหน่อยกับรถอีกคันหนึ่งเมื่อวานนี้; **verbal ~:** การต่อปากต่อคำกัน; **this was not his first ~ with the law** นี่ไม่ใช่ครั้งแรกที่เขาเผชิญหน้ากับกฎหมาย; Ⓑ *(chance meeting, introduction)* การพบกันโดยบังเอิญ; **have a chance ~ with sb.** พบ *ค.น.* โดยบังเอิญ

en'counter group *n. (Psych.)* กลุ่มบุคคลที่ติดต่อกันอย่างสม่ำเสมอ เพื่อเป็นวิธีบำบัดโรคจิตชนิดหนึ่ง

encourage /ɪn'kʌrɪdʒ/อิน'เคอริจ/ *v.t.* Ⓐ *(stimulate, incite)* กระตุ้นส่งเสริม; **bread ~s rats and mice** ขนมปังเป็นสิ่งที่ชักชวนให้หนูขึ้นบ้าน; Ⓑ *(promote)* สนับสนุน, ส่งเสริม; **~ a smile/a response from sb.** เรียกรอยยิ้ม/คำตอบจาก *ค.น.*; **~ bad habits** ส่งเสริมนิสัยไม่ดี; **we do not ~ smoking in this office** เราไม่สนับสนุนการสูบบุหรี่ในที่ทำงานนี้; Ⓒ *(urge)* **~ sb. to do sth.** สนับสนุน *ค.น.* ให้ทำ *ส.น.*; Ⓓ *(cheer)* **be [much] ~d by sth.** ได้รับกำลังใจ [มาก] จาก *ส.น.*; **we were ~d to hear** *or* **felt ~d when we heard ...:** เรารู้สึกใจชื้นเมื่อได้ยินข่าวว่า...

encouragement /ɪn'kʌrɪdʒmənt/อิน'เคอริจเมินทฺ/ *n.* Ⓐ *(support, incitement)* การสนับสนุน, กำลังใจ (**from** จาก); **give sb. ~:** ให้ความสนับสนุนแก่ *ค.น.*; **get** *or* **receive ~ from sth.** ได้รับแรงหนุนจาก *ส.น.*; Ⓑ *(urging)* การเร้าใจ, การรบเร้า; Ⓒ *(stimulus)* เครื่องกระตุ้น, การกระตุ้น; **be an ~ to rats/moths** *etc.* เป็นการกระตุ้นหนู/ผีเสื้อกลางคืน ฯลฯ

encouraging /ɪn'kʌrɪdʒɪŋ/อิน'เคอริจิง/ *adj.* ให้กำลังใจ; **the teacher is very ~** *(by nature)* ครูให้กำลังใจตลอด

encouragingly /ɪn'kʌrɪdʒɪŋlɪ/อิน'เคอริจิงลิ/ *adv.* อย่างให้กำลังใจ

encroach /ɪn'krəʊtʃ/อิน'โครฺจ/ *v.i. (lit. or fig.)* **~ [on sth.]** ล่วงล้ำ *(เขตแดน, สิทธิ)* [ของ *ส.น.*]; **the shadows began ~ing on the lawn** เงาต่าง ๆ เริ่มรุกเข้ามาบนสนามหญ้า; **the sea is ~ing [on the land]** ทะเลค่อย ๆ รุกเข้ามา [เซาะพื้นแผ่นดิน]; **~ on sb.'s time** กินเวลาของ *ค.น.* มากขึ้นทุกที

encroachment /ɪn'krəʊtʃmənt/อิน'โครฺจเมินทฺ/ *n. (lit. or fig.)* การล่วงล้ำ (**on** ใน); **make ~s** มีการล่วงล้ำ; **make ~s on sb.'s time** กินเวลาของ ค.น. มากขึ้นทุกที

encrust /ɪn'krʌst/อิน'ครัซทฺ/ *v.t.* หุ้ม, ปกคลุมไว้, ฝัง; **be ~ed with diamonds/beads/gold** ฝังประดับด้วยเพชร/ลูกปัด/ทอง

encrypt /en'krɪpt/เอ็น'ครึพทฺ/ เขียนเป็นรหัส

encumber /ɪn'kʌmbə(r)/อิน'คัมเบอะ(ร)/ *v.t.* Ⓐ *(hamper)* ทับถม; **~ oneself/sb. with sth.** เอา *ส.น.* มาเป็นภาระทับถมตนเอง/*ค.น.*; Ⓑ *(burden)* **~ sb. with debt** เอาหนี้สินมากองสุมให้ *ค.น.*

encumbrance /ɪn'kʌmbrəns/อิน'คัมเบริ้นซฺ/ *n.* Ⓐ *(burden)* ภาระ, สัมภาระ; *(nuisance)* เรื่องกวนใจ; Ⓑ *(impediment)* สิ่งที่เกะกะกีดขวาง; **be without ~** *(without family)* ไม่มีครอบครัว, เป็นตัวคนเดียว; Ⓒ *(on property)* การติดจำนอง *หรือ* ภาระหนี้สินอื่น

encyclic /en'sɪklɪk/เอ็น'ซิคลิค/, **encyclical** /en'sɪklɪkl/เอ็น'ซิคลิค'ล/ ❶ *adj.* **~ letter** จดหมายส่งเวียนอย่างกว้างขวาง ❷ *n.* จดหมายจากพระสันตะปาปาที่มีไปถึงพระราชาคณะทั้งหมด

encyclopaedia /ensaɪklə'pi:dɪə, ɪn-/เอ็นไซเคลอะ'พีเดีย, อิน-/ *n.* สารานุกรม

encyclopaedic /ensaɪklə'pi:dɪk/เอ็นไซเคลอะ'พีดิค, อินไซเคลอะ'พีดิค/ *adj.* ซึ่งครอบคลุมเนื้อหาอย่างกว้างขวาง

encyclopedia ➡ **encyclopaedia**

end /end/เอ็นดฺ/ ❶ *n.* Ⓐ *(extremity, farthest point, limit)* ปลาย, สุด; *(of nose, hair, tail, branch, finger)* ปลาย; **go to the ~s of the earth** ไปจนถึงจุดสิ้นสุด; **that was the ~** *(coll.) (no longer tolerable)* นั่นถึงจุดที่ทนไม่ไหวแล้ว; *(very bad)* แย่ที่สุด; **you are the ~** *(coll.)* คุณนี่แย่จริง ๆ; **he beat him all ~s up** เขาชนะอีกคนอย่างขาดลอย; **at an ~:** จบลงแล้ว; **come to an ~:** จบลงแล้ว, ถึงที่สุด; (➡ + 1 G); **my patience has come to** *or* **is now at an ~:** ฉันสุดจะทนต่อไปได้แล้ว; **our supplies have come to an ~:** เสบียงของเราสิ้นสุดแล้ว; **come to/be coming to the ~ of sth.** ใช้ *ส.น.* หมดแล้ว/จวนจะหมดแล้ว; **turn sth. ~ for ~:** หัน *ส.น.* กลับ, พลิก *ส.น.*; **look at a building/a pencil ~ on** มองดูด้านแคบที่สุดของอาคาร/มองดูปลายดินสอ; **~ on against** *or* **to sth.** โดยให้ทางปลายยันกับ *ส.น.*; **from ~ to ~:** จากปลายข้างหนึ่งไปยังปลายอีกข้างหนึ่ง; **~ to ~:** โดยที่ให้ปลายของสิ่งต่าง ๆ ชนกัน; **lay ~ to ~:** วางเรียงให้ปลายชนกัน; **keep one's ~ up** *(fig.)* ยืนหยัดทำหน้าที่ท่ามกลางความยากลำบาก; **make an ~ of sth.** ยุติหรือเลิก *ส.น.*; **make [both] ~s meet** *(fig.)* ประหยัดรายจ่ายให้พอดีกับรายได้; **no ~** *(coll.)* อย่างยิ่ง; **it's been criticized no ~:** มันโดนวิพากษ์วิจารณ์ไม่รู้จักจบ; **have no ~ of trouble/a surprise** มีปัญหามาก/มีเรื่องตกใจมาก; **no ~ of a fuss** ความวุ่นวายไม่รู้จักจบสิ้น; **there is no ~ to sth.** *(coll.) ส.น.* ไม่รู้จักจบสิ้น; **there's no ~ to what you can achieve/learn** ไม่มีข้อจำกัดเลยในสิ่งที่คุณสามารถทำได้/เรียนรู้ได้; **put an ~ to sth.** ยุติ *หรือ* ปิดฉาก *ส.น.*; **not know** *or* **not be able to tell one ~ of sth. from the other** ดู *ส.น.* ไม่ออกว่าเป็นด้านหน้าหรือเป็นด้านหลัง; Ⓑ *(of box, packet, tube, etc.)* ปลาย/ท้าย; *(top/bottom surface)* ด้านบน/ล่าง; **on ~** *(upright)* ตั้งขึ้นตามยาว; **sb.'s hair stands on ~** *(fig.) ค.น.* ขนหัวลุกชัน; ➡ + g; Ⓒ *(remnant)* ก้น, ท้าย, เศษ; *(of cigarette)* ก้น; *(candle)* โคน; **tie up the/a few [loose] ~s** *(fig.)* จัดการกับสิ่งเล็ก ๆ น้อย ๆ ที่ยังค้างอยู่; Ⓓ *(side)* ฝ่าย, ด้าน; **how are things at the business/social/at your ~?** ด้านธุรกิจ/ด้านสังคม/ฝ่ายคุณเป็นอย่างไรบ้าง; **be on the receiving ~ of sth.** ตกเป็นฝ่ายรับ *ส.น.*; **he was on the receiving ~ in the fight** เขาตกเป็นฝ่ายรับในการชกต่อสู้กัน; Ⓔ *(half of sports pitch or court)* ข้าง, ด้าน; **change ~s** เปลี่ยนข้างกัน; **choice of ~s** การเลือกข้าง; Ⓕ *(of swimming pool)* **deep/shallow ~ [of the pool]** ส่วนลึก/ตื้นของสระ; **go in/be thrown in at the deep ~** *(fig.)* เข้าไปร่วมเหตุการณ์ โดยไม่มีโอกาสเตรียมพร้อมล่วงหน้า; **go [in] off the deep ~** *(fig. coll.)* ไมโหจนคุมสติไม่ได้; Ⓖ ➤ **231** *(conclusion, lit. or fig.)* ตอนท้าย, ปลาย, ตอนจบ; *(of lesson, speech, story, discussion, meeting, argument, play, film, book, sentence)* ตอนจบ; **the ~ is not yet** ยังไม่ถึงตอนจบ; *(there is still hope)* ยังไม่ถึงกับหมดหนทาง; **by the ~ of the hour/day/week** *etc.* **we were exhausted** พอถึงช่วงสุดท้ายของชั่วโมง/วัน/สัปดาห์ ฯลฯ เราก็หมดแรงกัน; **at the ~ of 2004/March** ตอนปลายปี ค.ศ. 2004/ตอนปลายเดือนมีนาคม; **by the ~ of the meeting** เมื่อการประชุมจบลง; **until** *or* **till the ~ of time** จวบจนกัลปาวสาน; **read to the ~ of the**

page อ่านจนจบหน้า; **leave before the ~ of the film** ออกจากโรงก่อนหนังยังไม่จบ; **that's the ~ of sth.** *(coll.: sth. is used up)* *ส.น.* หมดแล้ว; **that's the ~ of 'that** *(fig.)* เป็นอันว่าจบสิ้นกันเสียที; **will there never be an ~ to all this?** เรื่องนี้จะไม่มีวันจบสิ้นหรือ; **want [to see] an ~ of sth.** อยากจะให้ *ส.น.* จบ ๆ ไปเสียที; **I shall never hear the ~ of it** *(joc.)* ฉันยังคงต้องทนฟังเรื่องนี้ไปอีกนาน; **I wonder if there's an ~ to it all** ฉันสงสัยว่าเรื่องนี้จะมีวันจบหรือเปล่า; **be at an ~:** จบแล้ว, ยุติลงแล้ว; **bring a meeting/discussion/lesson to an ~:** ปิดการประชุม/เลิกการอภิปราย/เลิกชั่วโมงสอน; **his education/journey was brought to an abrupt ~:** การศึกษา/การเดินทางของเขาต้องหยุดลงอย่างกระทันหัน; **come to an ~:** ถึงจุดจบ, เสร็จสิ้น (➡ + 1 A); **have come to the ~ of sth.** ได้มาถึงตอนจบของ *ส.น.* แล้ว; **be coming to the ~ of sth.** เกือบถึงตอนจบของ *ส.น.* แล้ว; **when you come to the ~ of the page** เมื่อคุณอ่านหน้านั้นจนจบ; **in the ~:** ในที่สุด; **on ~:** โดยไม่หยุดเลย; ➡ + b; Ⓗ *(downfall, destruction)* ความพินาศย่อยยับ; *(death)* จุดจบ, วาระสุดท้ายของความตาย; **meet one's ~:** พบจุดจบ; **meet its ~:** ถึงซึ่งจุดจบ; **sb. is nearing his ~:** *ค.น.* ใกล้จะถึงวาระสุดท้ายแล้ว; **this will be the ~ of him** สิ่งนี้จะทำให้เขาถึงจุดจบ; **drink will be the ~ of him** เหล้าจะทำให้เขาตายเร็ว; **sb. comes to a bad** *or* **sticky ~:** *ค.น.* พบจุดจบที่เลวร้ายหรือลำบากมาก; Ⓘ *(purpose, object)* จุดประสงค์; **~ in itself** จุดประสงค์อยู่ในตัว; **be an ~ in itself** *(likewise a purpose)* เป็นจุดมุ่งหมายอยู่ในตัวของมันเองด้วย; *(the only purpose)* เป็นจุดมุ่งหมายแต่เพียงอันเดียว; **the ~ justifies the means** ถ้าจุดมุ่งหมายดีจะใช้วิธีใดเพื่อบรรลุจุดนั้นก็ได้; **with this ~ in view** เมื่อมีจุดมุ่งหมายอันนี้แล้ว; **as a means to an ~:** เป็นแค่เครื่องมือที่ช่วยให้บรรลุเป้าหมาย; **for material ~s** เพื่อจุดมุ่งหมายทางด้านวัตถุ; **gain** *or* **win** *or* **achieve one's ~s** บรรลุจุดประสงค์; **to** *or* **for what ~[s]** เพื่อจุดประสงค์ใด; **to no ~:** โดยเปล่าประโยชน์; ➡ + bitter 1 B; East End; tether 1 B; West End; without 1 A; world A ❷ *v.t.* Ⓐ *(bring to an ~)* ยุติ, บอกเลิก; **~ one's life/days** *(spend last part of life)* ใช้ชีวิตบั้นปลาย; Ⓑ *(put an ~ to, destroy)* ทำให้สิ้นสุด, ทำลาย; **~ it [all]** *(coll.: kill oneself)* ฆ่าตัวตาย; Ⓒ *(stand as supreme example of)* **a car/feast/race** *etc.* **to ~ all cars/feasts/races** *etc.* รถยนต์/งานเลี้ยง/การแข่งรถ ฯลฯ ที่จะทำให้รถอื่น ๆ/งานเลี้ยงอื่น ๆ/การแข่งรถอื่น ๆ พากันชิดซ้าย ❸ *v.i.* จบ, ยุติ; **where does it all ~?** ทั้งหมดนี่มันจะไปจบลงตรงไหนกัน; **~ by doing sth.** ลงเอยโดยกระทำ *ส.น.*; **the project ~ed in chaos/disaster** โครงการนั้นจบลงด้วยความอลเวง/ด้วยความฉิบหายวายวอด; **the discussion ~ed in a quarrel** การอภิปรายลงเอยด้วยการวิวาทกัน; **the match ~ed in a draw** การแข่งขันจบลงโดยทั้งสองฝ่ายเสมอกัน

~ 'up *v.i.* ลงเอย; **we ~ed up in a ditch** *(coll.)* เราไปลงเอยที่ในคู; **he'll ~ up in prison** *(coll.)* เขาจะไปลงเอยเอาอยู่ในคุก; **we ~ed up at his place** *(coll.)* เราไปลงเอยที่บ้านเขา; **~ up [as] a teacher/an alcoholic** *(coll.)* ลงเอยด้วยการไปเป็นครู/เป็นคนติดเหล้า; **I always ~ up doing all the work** *(coll.)* ฉันก็ลงเอยโดยเป็นคนทำงานทั้งหมดตามเคย

'end-all ➡ be 4

endanger /ɪnˈdeɪndʒə(r)/อิน'เดนเจอะ(ร)/ *v.t.* ทำอันตรายต่อ

endangered /ɪnˈdeɪndʒəd/อิน'เดนเจิด/ *adj.* ซึ่งตกอยู่ในอันตราย; **an ~ species** พันธุ์ *(สัตว์, พืช)* ที่ใกล้จะสูญพันธุ์

'en dash *n. (Printing)* ขีด – *ในการพิมพ์ที่มีขนาดครึ่งของขีด em*

endear /ɪnˈdɪə(r)/อิน'เดีย(ร)/ *v.t.* **~ sb./sth./oneself to sb.** ทำให้ *ค.น./ส.น./*ตนเองเป็นที่รักของ *ค.น.*

endearing /ɪnˈdɪərɪŋ/อิน'เดียริง/ *adj.* น่าเอ็นดู

endearingly /ɪnˈdɪərɪŋlɪ/อิน'เดียริงลิ/ *adv.* อย่างน่าเอ็นดู

endearment /ɪnˈdɪəmənt/อิน'เดียเมินทฺ/ *n.* ความรักและเอ็นดู; **term of ~:** การใช้คำพูดที่แสดงความรัก

endeavour *(Brit.; Amer.:* **endeavor***)* /ɪnˈdevə(r)/อิน'เดฺ๊วเวอะ(ร)/ ❶ *v.i.* **~ to do sth.** พยายามทำ *ส.น.* ❷ *n. (attempt)* ความพยายาม; **~ to do sth.** พยายามทำ *ส.น.;* **make every ~ to do sth.** พยายามทุกวิถีทางที่จะทำ *ส.น.;* **make an ~** *or* **make ~s to do sth.** *or* **at doing sth.** พยายามทำ *ส.น.;* **despite his best ~s** แม้เขาจะพยายามอย่างที่สุดแล้ว; **human ~:** ความวิริยะอุตสาหะของมนุษย์

endemic /enˈdemɪk/เอ็น'เด็มมิค/ *adj. (Biol., Med.) (โรค)* ซึ่งพบในหมู่คนหรือในท้องที่; *(สัตว์, พืช)* เฉพาะถิ่น; *(regularly found) (โรค)* ซึ่งแพร่ไปอย่างกว้างขวาง

endemically /enˈdemɪkəlɪ/เอ็น'เด็มมิเคอะลิ/ *adv.* อย่างกว้างขวาง

'endgame *n.* การแข่งขันตอนท้าย, ช่วงสุดท้าย *(ของการแข่งขัน)*

ending /ˈendɪŋ/ˈเอ็นดิง/ *n.* ตอนจบ; *(of word)* ส่วนท้าย; ➡ + happy ending

endive /ˈendɪv, US -daɪv/ˈเอ็นดิวฺ, -ดายวฺ/ *n.* Ⓐ พืชใบหยิก ๆ *Cichorium endivia* ใช้ทำสลัด; Ⓑ *(Amer.: chicory crown)* ยอดชิคอรีใช้ทำสลัด

endless /ˈendlɪs/ˈเอ็นดฺลิซ/ *adj.* Ⓐ ไม่รู้จักจบสิ้น; *(coll.: innumerable)* มากมายก่ายกอง; *(eternal)* ตลอดชาติ, ชั่วกัลปาวสาน; **have an ~ wait, wait an ~ time** รอนานจนเหมือนจะไม่มีวันสิ้นสุด; **the journey seemed ~:** การเดินดูเหมือนจะไม่มีวันสิ้นสุด; Ⓑ *(infinite)* ไม่มีที่สิ้นสุด, ไม่มีการจำกัด, ยาวแบบไม่รู้จบสิ้นที่ตรงไหน

endless 'cable *n.* สายเคเบิลที่ปลายสองข้างเชื่อมติดกัน

endlessly /ˈendlɪslɪ/ˈเอ็นดฺลิซลิ/ *adv.* Ⓐ *(incessantly)* อย่างไม่รู้จักเลิก; *(interminably)* นานเหลือแสน; Ⓑ *(infinitely)* อย่างไม่มีทีท่าว่าจะจบสิ้น

endmost /ˈendməʊst/ˈเอ็นดฺโมซทฺ/ *adj.* ท้ายสุด, ปลายสุด; **the ~ leaves on the branches** ใบไม้ที่อยู่ปลายกิ่ง

endocrine /ˈendəʊkrɪn/ˈเอ็นโดไครน, ˈเอ็นโดคริน/ *adj. (Physiol.)* ซึ่งหลั่งสารเข้าสู่กระแสเลือดโดยตรง, ซึ่งไร้ท่อ

endorphin /enˈdɔːfɪn/เอ็น'ดอฟิน/ *n.* กลุ่มสารที่เกิดในสมอง ซึ่งช่วยยับยั้งความเจ็บปวด

endorse /ɪnˈdɔːs/อิ'ดอซ/ *v.t.* Ⓐ *(write on back of)* สลักหลัง; **~ sth. with one's signature** สลักหลังเอกสาร *ส.น.* ด้วยลายเซ็นของตน; **~ sth. on the [back of the] document** สลักหลังเอกสารนั้นด้วยข้อความ *ส.น.;* Ⓑ *(sign one's name on back of)* เซ็นชื่อข้างหลัง *(เช็ค);* **~ a cheque** *etc.* **[over] to sb.** สลักหลังเช็คให้แก่ *ค.น.;* Ⓒ *(support, declare approval of)* สนับสนุน *(ผู้สมัครเลือกตั้ง, ความคิดเห็น);* Ⓓ *(Brit.: make entry regarding offence on)* ลงรายละเอียดการกระทำผิด พ.ร.บ. การจราจรไว้ที่ด้านหลังของใบขับขี่

endorsement /ɪnˈdɔːsmənt/อิน'ดอซเมินทฺ/ *n.* Ⓐ *(writing on back)* การเขียนไว้ที่ด้านหลัง, การสลักหลัง; **the ~ of a document with one's signature** การสลักหลังเอกสารด้วยลายเซ็นของตน; Ⓑ *(of cheque)* การสลักหลังเช็ค; **~ to sb.** การสลักหลังเช็คให้ *ค.น.;* Ⓒ *(support, declaration of approval)* การรับรอง, การให้ความสนับสนุน; *(of proposal, move, candidate)* การสนับสนุน; Ⓓ *(Brit.: entry regarding offence)* การบันทึกรายละเอียดการขับรถผิดพระราชบัญญัติจราจร

endow /ɪnˈdaʊ/อิน'ดาว/ *v.t.* Ⓐ *(give permanent income to)* บริจาคเงิน/รายได้ให้อย่างถาวร *(มูลนิธิ, โรงพยาบาล);* จ่ายเงินให้เป็นประจำ *(บุคคล);* บริจาค *(รางวัล, ทุนการศึกษา)* ที่ให้ประจำทุกปี; **~ed school** โรงเรียนที่ได้รับเงินแบบนี้มาดำเนินกิจการ; Ⓑ *(fig.)* **nature has ~ed her with great beauty** ธรรมชาติได้ประทานความงามให้ติดตัวเธอมา; **be ~ed with charm/a talent for music** *etc.* เป็นคนที่เต็มไปด้วยเสน่ห์/มีพรสวรรค์ด้านดนตรี ฯลฯ; **be well ~ed** *(ผู้หญิง)* หน้าอกใหญ่; *(ผู้ชาย)* มีร่างกายกำยำล่ำสัน

endowment /ɪnˈdaʊmənt/อิน'ดาวเมินทฺ/ *n. (endowing, property, fund, etc.)* Ⓐ การตั้งกองทุน, การบริจาค; Ⓑ *(talent etc.)* สมรรถภาพ, ความสามารถ, พรสวรรค์

endowment: ~ assurance *n. การประกันซึ่งเมื่อถึงกำหนดจะได้รับเงินเป็นก้อน หรือ ถ้าตายก่อนเงินจะตกไปเป็นของผู้ที่ระบุไว้ในกรมธรรม์;* **~ mortgage** *n.* การผ่อนชำระบ้าน; **~ policy** ➡ ~ assurance

end: ~paper *n.* กระดาษติดปกแข็งด้านหน้าและด้านหลังของหนังสือ; **~ point** *n.* Ⓐ *(Chem.)* ช่วงสุดท้ายของกระบวนการ; Ⓑ *(fig.)* จุดสิ้นสุด; **~ product** *n. (lit. or fig.; also Chem.)* ผลิตภัณฑ์ที่ได้, ผลลัพธ์; **~ re'sult** *n.* ผลสุดท้าย; *(consequence)* ผลที่ตามมา

endue /ɪnˈdjuː/อิน'ดิว/ *v.t. (literary)* Ⓐ *(clothe)* จัดหาเสื้อผ้าให้สวมใส่; Ⓑ *(furnish)* ➡ endow B

endurable /ɪnˈdjʊərəbl/อิน'ดิวเรอะบ'ล/ *adj.* พอทนไหว

endurance /ɪnˈdjʊərəns/อิน'ดิวเรินซฺ/ *n.* Ⓐ พลังต้านทาน; *(ability to withstand strain)* ความทนทาน; *(patience)* ความอดทน, ความอดกลั้น; **the material's ~ [of wear and tear]** ความทนทานของวัสดุนั้น ๆ; **past** *or* **beyond ~:** สุดเหลือที่จะทนได้; Ⓑ *(lastingness)* ความทนนาน, ความอมตะ; *(Buddhism)* ขันติ (ร.บ.)

en'durance test *n.* การทดสอบความคงทน

endure /ɪnˈdjʊə(r)/อิน'ดัว(ร)/ ❶ *v.t. (undergo, tolerate)* ทน; *(submit to)* ยอมทน; *(suffer)* ยอมทนรับ; **~ to do sth.** ยอมทนทำ *ส.น.;* **I can't ~ the thought of** *or* **to think of him alone there** ฉันทนไม่ไหวเมื่อต้องคิดว่าเขาจะต้องอยู่ที่นั่นตามลำพัง ❷ *v.i.* ยืนนาน; **Shakespeare is a name which will ~:** ชื่อเสียงของเชคสเปียร์จะคงอยู่ยืนนาน

enduring /ɪnˈdjʊərɪŋ/อิน'ดัวริง/ *adj. (lasting)* คงทน, ยืนนานอยู่ยงคงกระพัน, เป็นอมตะ

'end user *n. (Econ.)* Ⓐ ผู้ใช้ผลิตภัณฑ์; Ⓑ *(Computing)* ผู้ใช้ขั้นปลาย

endways /ˈendweɪz/ˈเอ็นดเวซฺ/, **endwise** /ˈendwaɪz/ˈเอ็นดฺวายซฺ/ *advs.* Ⓐ *(with end towards spectator)* **turn sth. ~ towards sb.** หันทางปลาย *ส.น.* ไปทาง *ค.น.*; Ⓑ *(with end foremost)* **~ [on]** ไปทางด้านยาว; **let's have the bed facing that wall ~ [on]** เรามาหันหัวเตียงให้ติดฝาผนังกันเถอะ; Ⓒ *(with end uppermost)* **~ [on]** เอาทางปลายตั้งขึ้น; Ⓓ *(end to end)* เรียงแถวให้ปลายชนกัน

ENE /iːstnɔːˈθiːst/อิชทุนอˈธีซทฺ/ *abbr.* ➤ **191** **east-north-east**

enema /ˈenɪmə/ˈเอ็นนิเมอะ/ *n., pl.* **~s** *or* **enemata** /entˈmɑːtə/เอ็นนิˈเม็นมาเทอะ/ *(Med.)* Ⓐ *(injection, substance)* ยาสวนทวาร; Ⓑ *(syringe)* หลอดยาสวนทวาร

enemy /ˈenəmɪ/ˈเอ็นเนอะมิ/ ❶ *n.* Ⓐ *(lit. or fig.)* ศัตรู **(of, to** ต่อ**)**; **make enemies** สร้างศัตรู; **make an ~ of sb.** ทำให้ *ค.น.* กลายเป็นศัตรู; **~ of the people/state** ศัตรูของประชาชน/ของประเทศ; **the ~ at the gate/within** ศัตรูที่อยู่หน้าประตูบ้าน/ที่อยู่ภายในหมู่คณะ; **the E~:** ข้าศึกตัวยง; **how goes the ~?** *(dated fig. coll.: the time)* กี่โมงแล้ว; **be one's own worst ~, be nobody's ~ but one's own** ไม่ได้เป็นศัตรูกับใครนอกจากตนเอง; Ⓑ *(member of hostile army or nation, hostile force)* ศัตรู; *(ship)* เรือรบศัตรู
❷ *adj.* ซึ่งเป็นศัตรู; **destroyed by ~ action** ซึ่งถูกทำลายโดยน้ำมือศัตรู

energetic /enəˈdʒetɪk/เอะเนอะˈเจ็ททิค/ *adj.* Ⓐ *(strenuously active)* ทรงพลัง, องอาจห้าวหาญ, แข็งขัน; *(เด็ก)* อยู่ไม่สุข; **be an ~ person** เป็นผู้ที่มีเรี่ยวแรงมาก; **I don't feel ~ enough** ฉันไม่มีเรี่ยวแรงมากพอ; Ⓑ *(vigorous)* องอาจเด็ดขาด, เต็มแรง

energetically /enəˈdʒetɪkəlɪ/เอะเนอะˈเจ็ททิคเคอะลิ/ *adv.* อย่างแข็งขัน, อย่างเต็มแรง

energize (**energise**) /ˈenədʒaɪz/ˈเอ็นเนอะจายซฺ/ *v.t.* Ⓐ *(infuse energy into)* ทำให้เกิดเรี่ยวแรงขึ้น; Ⓑ *(Electr.)* ปล่อยกระแสไฟเข้าไป

energy /ˈenədʒɪ/ˈเอ็นเนอะจิ/ *n.* Ⓐ *(vigour)* พลังงาน; *(active operation)* ความแข็งขัน; **save your ~:** ออมแรงคุณเข้าไว้; **I've no ~ left** ฉันหมดเรี่ยวแรงแล้ว; **build up one's ~:** รวบรวมพละกำลัง; Ⓑ *in pl. (individual's powers)* กำลังร่างกาย; Ⓒ *(Phys.)* พลังงาน; **sources of ~:** แหล่งพลังงาน; ➡ + **conservation** B; **potential** 1

energy: ~ audit *n.* การประเมินการใช้พลังงาน; **~ consumption** *n.* การบริโภคพลังงาน; **~ crisis** *n.* วิกฤติการณ์ด้านพลังงาน; **~ efficiency** *n.* ประสิทธิภาพในการใช้พลังงาน; **~-giving** *adj.* ซึ่งให้พลังงาน; **~ resources** *n.* ทรัพยากรพลังงาน; **~-saving** *adj.* ที่ประหยัดพลังงาน; **~-saving lamp** โคมไฟประหยัดพลังงาน; **~ value** *n.* คุณค่าอาหาร

enervate /ˈenəveɪt/ˈเอ็นเนอะเวฺท/ *v.t.* ทำให้อ่อนเปลี้ย

enervating /ˈenəveɪtɪŋ/ˈเอ็นเนอะเวฺทิง/ *adj.* *(การอภิปราย)* ที่ทำให้หมดแรง; *(อากาศร้อน)* ที่ทำให้อ่อนเปลี้ย; *(โรค)* ที่ทำให้อ่อนกำลัง

enervation /enəˈveɪʃn/เอ็นเนอะˈเวฺช่น/ *n.* การทำให้อ่อนเปลี้ย; *(state)* ความอ่อนเปลี้ย

enfant terrible /ɑ̃fɑ̃ teˈriːbl/อองฟอง เทะˈรีบ'ล/ *n., pl.* **enfants terribles** /ɑ̃fɑ̃ teˈriːbl/อองฟอง เทะˈรีบ'ล/ ผู้ที่สร้างความเดือดร้อนโดยกระทำการแบบไม่ยั้งคิดและอวดดี

enfeeble /ɪnˈfiːbl/อินˈฟีบ'ล/ *v.t.* ทำให้อ่อนเปลี้ย

enfeeblement /ɪnˈfiːblmənt/อินˈฟีบ'ลเมินทฺ/ *n.* การทำให้อ่อนเปลี้ย; *(state)* ความอ่อนเปลี้ย

enfold /ɪnˈfəʊld/อินˈโฟลดฺ/ *v.t.* Ⓐ *(wrap up)* **~ sb. in** *or* **with sth.** ห่อหุ้ม *ค.น.* ด้วย *ส.น.*; Ⓑ *(clasp)* โอบ; **he ~ed her in his arms** เขาโอบเธอไว้ในวงแขน

enforce /ɪnˈfɔːs/อินˈฟอซ/ *v.t.* Ⓐ ยัดเยียด, บังคับ; **~ sth. [up]on sb.** ยัดเยียด *ส.น.* ให้แก่ *ค.น.*; **~ the law** บังคับใช้ตัวบทกฎหมาย; Ⓑ *(give more force to)* เสริมกำลังให้แก่

enforceable /ɪnˈfɔːsəbl/อินˈฟอเซอะบ'ล/ *adj.* สามารถบังคับใช้ได้

enforcement /ɪnˈfɔːsmənt/อินˈฟอซเมินทฺ/ *n.* การยัดเยียดให้; *(of law)* การบังคับใช้

enfranchise /ɪnˈfræntʃaɪz/อินˈแฟรุนทฺชายซฺ/ *v.t.* Ⓐ *(give vote to)* ให้สิทธิออกเสียงเลือกตั้ง; **be ~d** มีสิทธิเลือกตั้ง; Ⓑ *(invest with municipal rights)* ให้สิทธิหน่วยปกครองท้องถิ่นที่จะมีตัวแทนอยู่ในรัฐสภา

enfranchisement /ɪnˈfræntʃɪzmənt/อินˈแฟรุนทฺชายซฺเมินทฺ/ *n.* Ⓐ *(giving of vote to)* การให้สิทธิออกเสียงเลือกตั้ง; Ⓑ *(investing with municipal rights)* การให้ที่นั่งในรัฐสภาแก่เมืองหรือจังหวัด

ENG *abbr.* **electronic news-gathering** การรวบรวมข่าวทางอิเล็กทรอนิกส์

engage /ɪnˈgeɪdʒ/อินˈเกฺจ/ ❶ *v.t.* Ⓐ จ้าง; **a singer was ~d to sing at the wedding** นักร้องผู้หนึ่งได้รับการจ้างให้ร้องเพลงในพิธีแต่งงาน; Ⓑ *(hire)* เช่าใช้บริการ; **we have ~d his services** เขาทำงานกับเรา; Ⓒ *(employ busily)* ยุ่งอยู่ **(in** กับ**)**; *(involve)* เข้าไปพัวพันเกี่ยวข้อง ด้วย **(in** กับ**)**; **~ oneself in sth.** เกี่ยวข้องกับ *ส.น.*; **~ sb. in conversation** ชวน *ค.น.* พูดคุย; Ⓓ *(attract and hold fast)* เรียกร้อง *(ความตั้งใจ)*; ดึงดูด *(ความสนใจ)*; ได้รับ *(ความเห็นอกเห็นใจ)*; Ⓔ *(arrange to occupy)* เช่า; Ⓕ *(enter into conflict with)* เข้าสู้กัน; *(bring into conflict)* **~ sb. in a duel** ยั่วยุให้ *ค.น.* มาสู้กันตัวต่อตัว; Ⓖ *(Mech.)* **~ one cog with another** ฟันเฟืองอันหนึ่งเกาะติดกับอีกเฟืองหนึ่ง; **~ the clutch/gears** เหยียบคลัตช์/เข้าเกียร์; Ⓗ *(Fencing)* **~ [foils]** ฟันดาบกัน
❷ *v.i.* Ⓐ **~ in sth.** ลงมือทำ *ส.น.*; **~ in politics** เล่นการเมือง; **~ in various sports** เล่นกีฬานานาประเภท; Ⓑ *(pledge)* **~ to do sth.** รับปากว่าจะทำ *ส.น.*; *(vow)* ลั่นวาจาว่าจะทำ *ส.น.*; **~ that ...:** สัญญาว่า...; Ⓒ *(Mech.)* เกาะเกี่ยวติดกัน; **the clutch would not ~:** คลัตช์เหยียบไม่เข้า; Ⓓ *(come into conflict)* **~ with the enemy** ต่อสู้กับศัตรู

engaged /ɪnˈgeɪdʒd/อินˈเกฺจดฺ/ *adj.* Ⓐ *(to be married)* หมั้นกันแล้ว; **be ~ [to be married] [to sb.]** หมั้น [กับ *ค.น.*] แล้ว; **become** *or* **get ~ [to be married] [to sb.]** หมั้น [กับ *ค.น.*] แล้ว; Ⓑ *(bound by promise)* ได้นัดกับใครไว้แล้ว; **be other wise ~** มีธุระอื่น; **are you ~ this evening?** ค่ำวันนี้คุณมีนัดหรือเปล่า; Ⓒ *(occupied with business)* ติดธุระ; **be** *or* **have become ~ in sth./in doing sth.** ติดธุระใน *ส.น.*/ติดธุระที่จะต้องทำ *ส.น.*; Ⓓ *(occupied or used by person)* ไม่ว่าง *(แท็กซี่, ห้องน้ำ)*; **the telephone [line]/number is ~:** สายไม่ว่าง/หมายเลขนี้ไม่ว่าง; **you're always ~:** สายคุณไม่ว่างตลอด; **~ signal** *or* **tone** *(Brit. Teleph.)* สัญญาณแสดงว่าสายไม่ว่าง

engagement /ɪnˈgeɪdʒmənt/อินˈเกฺจเมินทฺ/ *n.* Ⓐ *(to be married)* การหมั้น **(to** กับ**)**; **have a long ~:** หมั้นกันนาน; Ⓑ *(appointment made with another)* การนัดหมาย; **have a previous** *or* **prior ~:** มีนัดอยู่ก่อนแล้ว; **social ~:** งานสังคม; **lunch/dinner ~:** การนัดรับประทานอาหารกลางวัน/เย็น; Ⓒ *(booked appearance)* การจองตัว; Ⓓ *(hiring, appointment)* การว่าจ้าง; Ⓔ *(Mil.)* **~d** การเข้าต่อสู้กัน

enˈgagement ring *n.* แหวนหมั้น

engaging /ɪnˈgeɪdʒɪŋ/อินˈเกฺจิง/ *adj.* *(การยิ้ม)* มีเสน่ห์, ดึงดูดใจ, พิมพ์ใจ, น่ารักน่าเอ็นดู

engagingly /ɪnˈgeɪdʒɪŋlɪ/อินˈเกฺจิงลิ/ *adv.* อย่างมีเสน่ห์, อย่างน่ารัก

engender /ɪnˈdʒendə(r)/อินˈเจ็นเดอะ(ร)/ *v.t.* ก่อให้เกิด

engine /ˈendʒɪn/ˈเอ็นจิน/ *n.* Ⓐ *(mechanical contrivance)* เครื่องยนต์; *(of spacecraft, jet aircraft)* เครื่องยนต์; Ⓑ *(locomotive)* หัวรถจักรรถไฟ

ˈengine driver *n.* ➤ **489** *(Brit.)* พนักงานขับรถไฟ

engineer /endʒɪˈnɪə(r)/เอ็นจิˈเนีย(ร)/ ❶ *n.* ➤ **489** Ⓐ วิศวกร; *(service ~, installation ~)* ช่างบริการ, ช่างติดตั้ง; ➡ + **chemical engineer; civil engineer; electrical engineer; mechanical engineer; sound engineer**; Ⓑ *(maker or designer of engines)* วิศวกรสร้างเครื่องจักรกล; Ⓒ **[ship's] ~:** ช่างเครื่องเรือ; Ⓓ *(Amer.: engine driver)* พนักงานขับรถไฟ; Ⓔ *(Mil.) (designer and constructor of military works)* วิศวกรทหารช่าง; *(soldier)* ทหารช่าง; ➡ + **Royal Engineers**
❷ *v.t.* Ⓐ *(contrive)* คิดอุบาย, วางแผน; Ⓑ *(manage construction of)* คุมการก่อสร้าง

engineering /endʒɪˈnɪərɪŋ/เอ็นจิˈเนียริง/ *n., no pl.* วิศวกรรม, การช่าง; **career in ~:** อาชีพด้านวิศวกรรม; **~ science** วิศวกรรมศาสตร์; **~ company** *or* **firm** บริษัทวิศวกรรม

ˈengine room *n.* ห้องเครื่องยนต์

England /ˈɪŋglənd/ˈอิงเกลินดฺ/ *pr. n.* ประเทศอังกฤษ

Englander /ˈɪŋgləndə(r)/ˈอิงเกลินเดอะ(ร)/ *n. (Hist.)* **Little ~:** *ผู้เป็นปฏิปักษ์ต่อนโยบายล่าอาณานิคมของประเทศอังกฤษ*

English /ˈɪŋglɪʃ/ˈอิงกลิช/ ❶ *adj.* อังกฤษ; **he/she is ~:** เขาเป็นคนอังกฤษ; ➡ + **bond** 1 H
❷ *n.* Ⓐ *(language)* ภาษาอังกฤษ; **grammar of ~:** ไวยากรณ์ของภาษาอังกฤษ; **say sth. in ~:** พูด *ส.น.* เป็นภาษาอังกฤษ; **speak ~:** พูดภาษาอังกฤษ; **be speaking ~:** พูดภาษาอังกฤษอยู่; **I [can] speak/read ~:** ฉันพูด/อ่านภาษาอังกฤษ [ได้]; **I cannot** *or* **do not speak/read ~:** ฉันพูด/อ่านอังกฤษไม่ได้; **translate into/from [the] ~:** แปลเป็น/จากภาษาอังกฤษ; **speak a very pure [form of] ~:** พูดภาษาอังกฤษแบบไพเราะถูกต้อง; **write sth. in ~:** เขียน *ส.น.* เป็นภาษาอังกฤษ; **is that [good** *or* **correct] ~?** อย่างนั้นเป็นภาษาอังกฤษที่ถูกต้องหรือเปล่า; **what you've written is just not ~!** ที่คุณเขียนไม่ใช่ภาษาอังกฤษเลย; **her ~ is very good** ภาษาอังกฤษของเขา/เธอดีมาก; **the King's/Queen's ~:** ภาษาอังกฤษชั้นสูงซึ่งถูกต้องทุกประการ; **British/American ~:** ภาษาอังกฤษแบบที่ใช้ในประเทศอังกฤษ/แบบที่ใช้ในสหรัฐอเมริกา; **Northern/Southern ~:** ภาษาอังกฤษแบบที่ใช้ทางเหนือ/ทางใต้; **Middle ~** ภาษาอังกฤษที่ใช้ในยุคกลาง; **Old ~** ภาษาอังกฤษที่ใช้ในยุคโบราณ; **in plain ~:** ในภาษาอังกฤษแบบเรียบง่าย; **say sth. in plain ~:** พูด

ส.น. เป็นภาษาอังกฤษแบบเรียบง่าย; **now put it into plain ~** ที่นี่ขอให้พูดเป็นภาษาที่เข้าใจได้; Ⓑ *pl.* **the ~:** คนอังกฤษ; Ⓒ *(Amer. Billiards)* ➡ side 1 K. ➡ + pidgin English

English: ~ 'breakfast *n.* อาหารเช้าแบบอังกฤษ *(ซึ่งมีไข่ดาว เบคอน ไส้กรอก ถั่ว ขนมปังปิ้ง และน้ำชา/กาแฟ)*; **~ 'Channel** *pr. n.* **the ~ Channel** ช่องแคบอังกฤษ; **E~ Heritage** *n.* *องค์กรเพื่ออนุรักษ์ศิลปวัฒนธรรมของอังกฤษที่ก่อตั้งมาตั้งแต่ปี ค.ศ. 1984*; **~ 'horn** *n. (Mus.)* แตรแบบอังกฤษ; **~man** /ˈɪŋglɪʃmən/ˈอิงกลิชเมิน/ *n., pl.* **~men** /ˈɪŋglɪʃmən/ˈอิงกลิชเมิน/ ชาวอังกฤษ *(ชาย)*; ➡ + castle 1 A

Englishness /ˈɪŋglɪʃnɪs/ˈอิงกลิชนิซ/ *n., no pl.* ความเป็นอังกฤษ

'Englishwoman *n.* หญิงชาวอังกฤษ

engrave /ɪnˈgreɪv/อินˈเกรว/ *v.t.* Ⓐ ทำเพลท, จารึก; **the brass plate had been ~d with his name** แผ่นทองเหลืองมีชื่อของเขาจารึกอยู่; Ⓑ *(carve)* **~ figures** *etc.* **[up]on a surface** สลักรูปต่าง ๆ ลงบนพื้นผิว; **~ sth. [up]on a stone** สลัก *ส.น.* ลงบนหิน; **~ one's name on a tree** สลักชื่อบนต้นไม้; **the memory of that day has been** *or* **is ~d indelibly on my mind** *(fig.)* ความทรงจำเรื่องเหตุการณ์ของวันนั้นได้ฝังลึกในจิตใจของฉันจนไม่มีวันลืม

engraver /ɪnˈgreɪvə(r)/อินˈเกรเวอะ(ร)/ *n.* ➤ 489 *(of metal)* ช่างทำเพลท; *(of wood, of stone)* ช่างแกะสลัก

engraving /ɪnˈgreɪvɪŋ/อินˈเกรวิง/ *n.* Ⓐ *(action)* การสลักลวดลาย; Ⓑ *(design, marks)* ลวดลายหรือรอยที่แกะสลัก; Ⓒ *(Art) (form)* ศิลปะการสลักลวดลาย; *(print)* ภาพพิมพ์; *(print from wood)* ภาพพิมพ์ด้วยแผ่นไม้

engross /ɪnˈgrəʊs/อินˈโกรซ/ *v.t. (fully occupy)* หมกมุ่นอย่างเต็มที่; **be ~ed in sth.** มีจิตใจจดจ่ออยู่ที่ *ส.น.*; **become** *or* **get ~ed in sth.** หมกมุ่นอยู่กับ *ส.น.* อย่างเต็มที่

engrossing /ɪnˈgrəʊsɪŋ/อินˈโกรซิง/ *adj.* หมกมุ่น, ดึงดูดให้เคลิบเคลิ้ม

engulf /ɪnˈgʌlf/อินˈกัลฟ/ *v.t.* ท่วมไปด้วย; *(wrap up)* ห่อหุ้ม; **the house was ~ed in flames** ไฟลุกท่วมบ้าน

enhance /ɪnˈhɑːns, US -hæns/อินˈฮานซ, -แฮนซ/ *v.t.* ช่วยให้ *(คำพูด, คุณภาพ, การบริการ)* ดีขึ้น; ช่วยเพิ่ม *(พลัง, ผลลัพธ์)*; เสริม *(ความรู้สึก, คุณภาพ)*; ยกระดับ *(คุณภาพ)*; เขียน *(ตา)* ให้เด่นขึ้น

enhancement /ɪnˈhɑːnsmənt, US -hæns-/อินˈฮานซเมินท, -แฮนซ-/ *n.* ➡ **enhance:** การช่วยให้ดีขึ้น, การเร่งผล; การเพิ่ม; การเสริม

enigma /ɪˈnɪgmə/อิˈนิกเมอะ/ *n.* ปริศนา, สิ่งลึกลับ

enigmatic /enɪgˈmætɪk/เอะนิกˈแมทิค/, **enigmatical** /enɪgˈmætɪkl/เอะนิกˈแมทิค'ล/ *adj.* เป็นปริศนา, ลึกลับ

enjambment (enjambement) /ɪnˈdʒæmmənt/เอ็นˈแจมเมินท/ *n. (Pros.)* การโยงประโยคของกลอนจากบรรทัดหนึ่งไปอีกบรรทัดหนึ่ง

enjoin /ɪnˈdʒɔɪn/อินˈจอยน/ *v.t.* **~ a duty/restriction on sb.** บังคับให้ *ค.น.* ต้องรับภาระ/ข้อจำกัด; **~ silence/obedience [on sb.]** สั่งให้ [*ค.น.*] เงียบ/เชื่อฟัง; **notices on the wall ~ed silence** ป้ายบนฝาผนังสั่งให้เงียบ; **~ caution on sb.** เตือนให้ *ค.น.* ใช้ความระมัดระวัง; **~ sb. [not] to do sth.** สั่ง *ค.น.* [ไม่] ให้ทำ *ส.น.*; **~ that sth. should be done** สั่งว่าต้องทำ *ส.น.*

enjoy /ɪnˈdʒɔɪ/อินˈจอย/ ❶ *v.t.* Ⓐ **I ~ed the book/film/work** ฉันชอบหนังสือเล่มนั้น/หนังเรื่องนั้น/งานชิ้นนั้น; **are you ~ing your meal?** คุณเอร็ดอร่อยอยู่กับอาหารหรือเปล่า; **he ~s reading/travelling** เขาชอบอ่านหนังสือ/เดินทาง; **he ~s music and drama** เขาชอบดนตรีและละคร; **we really ~ed seeing you again** เราดีใจจริง ๆ ที่ได้พบคุณอีก; **as a rule, people don't actually ~ going to the dentist** โดยทั่วไปแล้วคนเราไม่ชอบไปหาหมอฟันกัน; Ⓑ *(have use of)* สามารถใช้ *(สิ่งอำนวยความสะดวก)*; มี *(รายได้สูง)*; **~ the right to vote** มีสิทธิออกเสียงเลือกตั้ง; Ⓒ *(experience)* ได้รับ *(การเคารพ, ความยอมรับ)*; มี *(สุขภาพดี)* ❷ *v. refl.* เพลิดเพลิน, สนุกสนาน; **you look as if you're ~ing yourself** คุณช่างดูเพลิดเพลินสนุกสนาน; **we thoroughly ~ed ourselves in Spain** เราสนุกสนานกันอย่างเต็มที่ที่สเปน; **~ yourself at the theatre** ขอให้ดูละครให้สนุกนะ; **the children ~ed themselves making sandcastles** พวกเด็ก ๆ สนุกสนานกับการก่อเจดีย์ทราย

enjoyable /ɪnˈdʒɔɪəbl/อินˈจอยเออะบ'ล/ *adj.* น่าสนุก

enjoyably /ɪnˈdʒɔɪəblɪ/อินˈจอยเออะบลิ/ *adv.* อย่างน่ารื่นรมย์, อย่างสนุกสนาน

enjoyment /ɪnˈdʒɔɪmənt/อินˈจอยเมินท/ *n. (delight)* ความเพลิดเพลินสนุกสนาน; **don't spoil other people's ~:** อย่าไปทำลายความเพลิดเพลินสนุกสนานของคนอื่น

enlarge /ɪnˈlɑːdʒ/อินˈลาจ/ ❶ *v.t.* ขยายให้ใหญ่ขึ้น; ขยายให้กว้าง/หลวมขึ้น *(เสื้อผ้า, ทางเข้า)*; **the tumour had become ~d** เนื้องอกได้ขยายตัวใหญ่ขึ้น ❷ *v.i.* Ⓐ ขยายใหญ่ขึ้น; *(widen)* กว้างขึ้น; Ⓑ **~ [up]on sth.** ขยายความให้ชัดเจน

enlargement /ɪnˈlɑːdʒmənt/อินˈลาจเมินท/ *n.* Ⓐ การขยายให้ใหญ่ขึ้น; *(making or becoming wider)* การขยายให้กว้างขึ้น; Ⓑ *(further explanation)* การขยายความ

enlarger /ɪnˈlɑːdʒə(r)/อินˈลาเจอะ(ร)/ *n. (Photog.)* เครื่องขยายภาพ

enlighten /ɪnˈlaɪtn/อินˈไลท'น/ *v.t.* ให้ความกระจ่าง (**on, as to** ใน, เกี่ยวกับ); **let me ~ you on the matter** ฉันขอให้ความกระจ่างแก่คุณในเรื่องนี้; **be ~ing** ให้ความกระจ่าง

enlightened /ɪnˈlaɪtnd/อินˈไลทนด/ *adj.* มีความกระจ่างแจ้ง

enlightenment /ɪnˈlaɪtnmənt/อินˈไลท'นเมินท/ *n., no pl.* การให้ความสว่าง, ความรู้แจ้งเห็นจริง; **[spiritual] ~:** การตรัสรู้; **the E~** *(Hist.)* *ปรัชญาในศตวรรษที่ 18 ซึ่งเน้นเหตุผลและความนิยมปัจเจกบุคคลมากกว่าประเพณี*; **the Age of E~:** ยุคแห่งความรู้แจ้งเห็นจริง

enlist /ɪnˈlɪst/อินˈลิซท/ ❶ *v.t.* Ⓐ *(Mil.)* เรียกเข้าประจำการ; **~ed person** *(Amer.) (soldier)* ทหารเกณฑ์; *(sailor)* กะลาสีเรือ; Ⓑ *(secure as means of help)* หามาช่วย ❷ *v.i.* **~ [for the army/navy]** เข้าประจำการ [ในกองทัพบก/กองทัพเรือ]; **~ [as a soldier]** ไปสมัครเป็นทหาร

enlistment /ɪnˈlɪstmənt/อินˈลิซทเมินท/ *n.* Ⓐ *(Mil.)* การเกณฑ์ทหาร; Ⓑ *(securing as means of help)* การหามาช่วย

enliven /ɪnˈlaɪvn/อินˈลายว'น/ *v.t.* ทำ *(บุคคล)* ให้มีชีวิตชีวา/คึกคัก; ทำ *(วิชาใด, นิยาย)* ให้น่าสนใจยิ่งขึ้น

en masse /ɒ̃ˈmæs/อองˈแมซ/ *adv.* Ⓐ *(all together)* ด้วยกันทั้งหมด; **taken ~:** รวมกันทั้งหมด; Ⓑ *(in a crowd)* หมดทั้งพวก

enmesh /ɪnˈmeʃ/อินˈเม็ช/ *v.t.* **~ sb./sth. [in sth.]** ทำให้ *ค.น./ส.น.* ติดพัน [ใน *ส.น.*]; *(fig.)* ทำให้ *ค.น./ส.น.* พัวพันอย่างเหนียวแน่น; **a fly had become ~ed in the spider's web** แมลงวันตัวหนึ่งได้เข้ามาติดร่างแหอยู่ในใยแมงมุม

enmity /ˈenmətɪ/ˈเอ็นเมอะทิ/ *n.* ความเป็นศัตรู

ennoble /ɪˈnəʊbl/อิˈโนบ'ล/ *v.t.* Ⓐ ยกให้เป็นขุนนางชั้นสูง; Ⓑ *(elevate)* ทำให้สูงส่ง

ennui /ˈɒnwiː/ˈออนวี/ *n.* ความรู้สึกเบื่อหน่าย

enormity /ɪˈnɔːmətɪ/อิˈนอเมอะทิ/ *n.* Ⓐ *(atrocity)* ความชั่วร้ายอย่างสุดแสน; Ⓑ ➡ enormousness

enormous /ɪˈnɔːməs/อิˈนอเมิซ/ *adj.* Ⓐ มหึมา; *(ความรัก, ความฝัน)* มหาศาล; *(ตึก, ต้นไม้)* ใหญ่โต; Ⓑ *(fat)* อ้วนมาก

enormously /ɪˈnɔːməslɪ/อิˈนอเมิซลิ/ *adv.* อย่างมหาศาล, อย่างมหึมา, อย่างมโหฬาร

enormousness /ɪˈnɔːməsnɪs/อิˈนอเมิซนิซ/ *n., no pl.* ความใหญ่โตมโหฬาร, ความมหึมา; *(of size, length, height)* ความเกินขนาดอย่างเหลือแสน

enough /ɪˈnʌf/อิˈเนิฟ/ ❶ *adj.* พอ, พอเพียง; **that's ~ arguing for one evening** เถียงกันพอแล้วสำหรับคืนนี้; **there's ~ room** *or* **room ~:** มีที่พอ; **be man/fool/miser** *etc.* **~ to do sth.** เป็นลูกผู้ชาย/คนโง่เซ่อ/คนขี้เหนียว ฯลฯ พอที่จะทำ *ส.น.*; **he made ~ fuss about getting it/having got it** *(iron.)* เขาสร้างความวุ่นวายพอดูเชียวในการแสวงหามัน/ได้มันมา; **more than ~:** มากเกินพอเสียอีก; **~ noise to wake the dead** เสียงดังเอะอะจนเกือบจะปลุกคนตายให้ตื่นขึ้นได้ ❷ *n., no pl., no art.* เพียงพอ; **be ~ to do sth.** เพียงพอที่จะทำ *ส.น.*; **she says she's not getting ~ out of her marriage** เธอบอกว่าชีวิตแต่งงานของเธอไม่ได้ให้อะไรเพียงพอ; **are there ~ of us to lift this heavy weight?** มีคนพอที่จะยกของหนักชิ้นนี้ไหม; **four people are quite ~:** สี่คนก็พอแล้ว; **he's had quite ~** *(is drunk)* เขาดื่มพอแล้ว; **that [amount] will be ~ to go round** แค่นั้นก็พอทั่วถึงทุกคนแล้ว; **you [already] have ~ to do looking after the baby** คุณก็มีงานพอแล้วในการดูแลลูกอ่อน; **~ of ...: ...**พอแล้ว; **have you had ~ of the meat dish?** คุณได้ทานเนื้อพอหรือยัง; **I've seen ~ of Bergman's films** ฉันได้ดูหนังที่เบิร์กแมนกำกับมามากพอแล้ว; **are there ~ of these books to go round?** มีหนังสือพวกนี้พอแจกให้แก่ทุกคนไหม; **~ of that!** พอเสียทีสำหรับเรื่องนั้น; **[that's] ~ [of that]!** พอแล้ว; **~ of your nonsense!** พอทีกับไอ้เรื่องสาระของคุณ; **have had ~ [of sb./sth.]** พอกันทีกับ *ค.น./ส.น.*; **I've had ~:** ฉันไม่เอาอีกแล้ว, ฉันพอที; **haven't you had ~ of travelling?** คุณยังเดินทางไม่พออีกหรือ; **more than ~, ~ and to spare** มากเกินพอเสียอีก; **[that's] ~ about ...:** พูดกันมามากพอแล้วเรื่อง...; **but ~ about politics** แต่เรื่องการเมืองน่ะพอกันที; **~ about that** พอทีแล้วเรื่องนั้น; **~ said** ไม่ต้องพูดเรื่องนี้กันอีกแล้ว; **~ is ~:** พอก็ต้องเป็นพอ; **it's ~ to make you weep** มันน่าเจ็บใจจริง ๆ; **it's ~ to make you sick** มันทำให้ขยะแขยง; **~ is as good as a feast** กินให้พอเพียงดีกว่ากินจุเกินไป; **cry '~'** *(fig.)* ยอมแพ้; **as if that were not** เหมือนกับว่าแค่นั้นก็ยังไม่พอเพียง; **be ~ of a man/fool/miser** *etc.*

to do sth. เป็นลูกผู้ชาย/คนโง่/คนขี้เหนียว/พอที่จะทำ *ส.น.*
❸ *adv.* อย่างเพียงพอ; **the meat is not cooked ~:** เนื้อสุกไม่พอ; **you don't express your views ~:** คุณแสดงความเห็นน้อยเกินไป; **he is not trying hard ~:** เขาไม่ได้พยายามเท่าที่ควร; **they were friendly ~ towards us** พวกเขาก็แสดงท่าเป็นมิตรกับพวกเราพอสมควร; **she's a pretty ~ girl** เธอเป็นผู้หญิงที่สวยพอใช้; **you know well ~ what we're referring to** คุณก็รู้ดีว่าพวกเราหมายถึงอะไร; **oddly/strangely/funnily ~:** เป็นเรื่องแปลก/พิลึก/ตลก; **sure ~:** แน่นอน; **be good/kind ~ to do sth.** สู้อุตส่าห์มีแก่ใจทำ *ส.น.;* ➡ + ²**fair** 1 A; **right** 1 B; **true** 1 A

en passant /ɑ̃'pæsɑ̃/ออง'แพซอง/ *adv.* เลยเอ่ยต่อเสียด้วยเลย; **he mentioned ~ that he was going away** เขาเลยเอ่ยต่อเสียด้วยว่าเขาจะไปจากที่นี่

enquire *etc.* ➡ **inquir-**

enrage /ɪn'reɪdʒ/อิน'เรจ/ *v.t.* ทำให้โกรธเป็นฟืนเป็นไฟ; แหย่ *(สัตว์)* ให้โกรธ; **be ~d by sth.** โกรธเป็นฟืนเป็นไฟเพราะ *ส.น.;* **be ~d at** *or* **with sb./sth.** โกรธ *ค.น./ส.น.* เป็นฟืนเป็นไฟ; **become** *or* **get ~d** โมโหมาก **(at, with** เรื่อง, กับ); **I was ~d to hear that ...:** ฉันโกรธเหลือแสนที่ได้ทราบข่าวว่า...

enrapture /ɪn'ræptʃə(r)/อิน'แรพเฉอะ(ร)/ *v.t.* ทำให้ปลื้มปีติ; ทำให้หลงรัก; **be ~d by sth./sb.** รู้สึกปลื้มปีติอย่างใหญ่หลวงใน *ส.น./ค.น.*

enraptured /ɪn'ræptʃəd/อิน'แรพทเชิด/ *adj.* รู้สึกปลื้มปีติอย่างใหญ่หลวง

enrich /ɪn'rɪtʃ/อิน'ริฉ/ *v.t.* **A** *(make wealthy)* ทำให้ร่ำรวย; **B** *(fig.)* เสริมคุณค่า *(คุณภาพ);* ทำให้ดีขึ้น *(ชีวิต);* ขยาย *(ประสบการณ์, ทัศนะ)* ให้กว้างขวาง; **we were greatly ~ed by the experience** ประสบการณ์ดังกล่าว ทำให้เราได้อะไรมากมาย

enrichment /ɪn'rɪtʃmənt/อิน'ริฉเมินทฺ/ *n.* *(lit. or fig.)* การเพิ่มคุณค่า; *(of soil, food, uranium)* การเสริมคุณค่า

enrol *(Amer.:* **enroll***)* /ɪn'rəʊl/อิน'โรล/ ❶ *v.i.,* **-ll-** สมัครเข้าเรียน *หรือ* เป็นสมาชิก; *(Univ.)* ลงทะเบียนเป็นนักศึกษา; **~ in sth.** สมัครเข้าเรียน/เป็นสมาชิก *ส.น.;* **~ for a course/test** สมัครเข้าเรียนรายวิชาหนึ่ง/เข้าการทดสอบ ❷ *v.t.,* **-ll-** รับสมัคร *(นักศึกษา, สมาชิก);* **~ sb. in sth.** รับสมัคร *ค.น.* เป็นสมาชิกใน *ส.น.;* **~ sb. for a course/the army** รับสมัคร *ค.น.* ให้เข้าเรียนรายวิชาหนึ่ง/ให้เข้าอยู่ในกองทัพ; **State E~led Nurse** *(Brit.)* ผู้ช่วยพยาบาล

enrolment *(Amer.:* **enrollment***)* /ɪn'rəʊlmənt/อิน'โรลเมินทฺ/ *n.* **A** การสมัครเป็นสมาชิก; *(Univ.)* การลงทะเบียนในมหาวิทยาลัย; *(in army)* การสมัครเข้ากองทัพ; **B** *(Amer.: number of students)* จำนวนนักศึกษาที่มาลงทะเบียน

en route /ɑ̃'ru:t/ออน'รูท/ *adv.* ระหว่างทาง; **~ to Scotland/for Edinburgh** ระหว่างทางไปสกอตแลนด์/ไปเอดินบะระ; **~ [for] home/to school** ระหว่างทางไปบ้าน/ไปโรงเรียน

ensconce /ɪn'skɒns/อิน'ซกอนซฺ/ *v.t.* **~ oneself in sth.** นั่งสบายใจเฉิบอยู่ในที่ *ส.น.,* นอนตีพุงอยู่ในที่ *ส.น.; (hide)* ซ่อนตัว; **be ~d in/behind sth.** ซ่อนตัวอยู่ใน/ข้างหลัง *ส.น.*

ensemble /ɑ̃'sɑ̃bl/ออน'ซอมบ'ล/ *n.* ส่วนรวมของส่วนประกอบ

enshrine /ɪn'ʃraɪn/อิน'ชรฺายนฺ/ *v.t. (lit.)* บรรจุไว้ในที่บูชา; *(fig.)* เชิดชูทะนุถนอม

ensign /'ensaɪn, 'ensn/'เอ็นซายน, 'เอ็นซ'น/ *n.* **A** *(banner)* ธงทหาร *หรือ* ธงประจำเรือของแต่ละประเทศ; **B** *(Brit.)* **blue/red/white ~:** ธงของกองทหารกองหนุนราชนาวีอังกฤษ/ธงของกองเรือพาณิชย์/ธงของราชนาวีอังกฤษ; **C** *(standard bearer)* ผู้เชิญธง; *(Hist.: infantry officer)* นายทหารยาม; **D** *(Amer.: naval officer)* นายทหารเรือยศต่ำสุด

enslave /ɪn'sleɪv/อิน'ซเลว/ *v.t.* **A** *(lit. or fig.)* ทำให้ตกเป็นทาส; **B** *(fig.)* **marriage had ~d her to the kitchen sink** การแต่งงานได้ทำให้เธอตกเป็นทาสรับใช้อยู่ที่ก้นครัว; **become ~d to a habit** ตกเป็นทาสของนิสัยที่ไม่ดี

ensnare /ɪn'sneə(r)/อิน'ซแน(ร)/ *v.t. (lit. or fig.)* การดักไว้; **the questions were designed to ~ him** *(fig.)* คำถามเหล่านี้ตั้งใจจะดักเขาให้จนมุม

ensue /ɪn'sju:, US -'su:/อิน'ซิว, -'ซู/ *v.i.* **A** *(follow)* ตามมา, เนื่องจาก; **the discussion which ~d** การอภิปรายที่ตามมา; **B** *(result)* เป็นผลจาก; **~ from sth.** เป็นผลจาก *ส.น.*

ensuing /ɪn'sju:ɪŋ, US -'su:-/อิน'ซิวอิง, -'ซู-/ *adj.* เป็นผลตามมา

en suite /ɑ̃ 'swi:t/ออน 'ซวีท/ *adv.* ในตัว, ติดกัน; **rooms arranged ~:** ห้องหลายห้องที่เดินถึงกันได้; **with ... ~:** มี...อยู่ในตัว; **with bathroom ~:** มีห้องน้ำในตัว

ensure /ɪn'ʃɔ:(r), US ɪn'ʃʊər/อิน'ชอ(ร), อิน'ชัวร/ *v.t.* **A** **~ that ...** *(satisfy oneself that)* ตรวจให้แน่ใจว่า...; *(see to it that)* ดูให้แน่ใจว่า...; **B** *(secure)* **~ sth.** ช่วยให้ได้ *ส.น.* อย่างแน่นอน; **this will ~ victory for the Labour Party** สิ่งนี้จะช่วยให้พรรคแรงงานประสบชัยชนะแน่นอน; **I cannot ~ you a good seat** ฉันรับรองไม่ได้ว่าจะหาที่นั่งดี ๆ ให้คุณได้; **C** *(make safe)* **~ sb./sth. against sth.** ประกัน *ค.น./ส.น.* ให้ปลอดภัยจาก *ส.น.;* **they ~d themselves against possible disappointment/criticism/hostility** พวกเขาประกันตนเองไม่ให้ต้องพบกับความผิดหวัง/คำวิพากษ์วิจารณ์/ความไม่เป็นมิตร; **proper insulation will ~ against loss of heat** การห่อหุ้มอย่างดีจะประกันการสูญเสียความร้อน

ENT *abbr. (Med.)* **ear, nose, and throat** หู, จมูก, คอ

entablature /ɪn'tæblətʃə(r)/อิน'แทเบลอะเฉอะ(ร)/ *n. (Archit.)* ส่วนที่วางบนเสาเรียงกันเป็นชุดคล้ายทับหลัง

entail /ɪn'teɪl/อิน'เทล/ ❶ *v.t.* **A** *(involve)* มีส่วนเกี่ยวข้องพัวพัน; **what exactly does your job ~?** งานของคุณต้องทำอะไรแน่; **sth. ~s doing sth.** *ส.น.* หมายความว่าต้องทำ *ส.น.;* **B** *(impose)* **~ sth. [on sb.]** มอบหมาย *ส.น.* [ให้กับ *ค.น.*]; **~ disgrace on sb./one's family** ทำให้เกิดความอัปยศเสื่อมเสียกับ *ค.น./*วงศ์สกุลของตน; **C** *(Law)* ทำพินัยกรรมที่มีข้อผูกมัดบางประการ; *(leave)* ทิ้งมรดกไว้ให้ ❷ *n. (Law)* ทรัพย์สินที่ดินที่ให้/ได้เป็นมรดก

entailment /ɪn'teɪlmənt/อิน'เทลเมินท/ *n.* *(Law)* การทำพินัยกรรมมีข้อผูกมัดบางประการ

entangle /ɪn'tæŋgl/อิน'แทงก'ล/ *v.t.* **A** *(catch)* ติด, ทำให้ติดขัด, พัวพัน; **he got bits of straw ~d in his hair** เขามีเศษฟางติดอยู่ในผม; **he got his trouser leg ~d in his bicycle chain** ขากางเกงของเขาม้วนเข้าไปติดอยู่กับโซ่จักรยาน; **get [oneself]** *or* **become ~d in** *or* **with sth.** เข้าไปข้องเกี่ยวพัวพันกับ *ส.น.;* **get [oneself]** *or* **become ~d in a mass of details** *(fig.)* เข้าไปวุ่นวายกับรายละเอียดที่มีมากมายท่วมหัว; **be ~d in sth.** ติดอยู่ใน *ส.น.;* **B** *(fig.: involve)* เข้าไปเกี่ยวข้องพัวพัน; **don't ~ yourself in obligations you cannot meet** อย่าเข้าไปเกี่ยวข้องพัวพันกับข้อผูกมัดที่คุณไม่สามารถปฏิบัติได้; **get [oneself] ~d in sth.** เข้าไปเกี่ยวข้องพัวพันใน *ส.น.;* **be/become ~d in sth.** เข้าไปพัวพันกับ *ส.น.;* **get [oneself]/be ~d with** เข้าไปยุ่งกับ; **C** *(make tangled)* ทำให้ยุ่งยากสับสน; **get sth. ~d [with sth.]** ทำให้ *ส.น.* พันยุ่งไปหมด [กับ *ส.น.*]; **the threads have become** *or* **are ~d [with each other]** เส้นด้ายพันกันยุ่งเหยิงไปหมด

entanglement /ɪn'tæŋglmənt/อิน'แทงก'ลเมินทฺ/ *n.* **A** การผูกพัน, ความสับสนยุ่งเหยิง, สิ่งที่เข้ามาพัวพัน; **B** *(fig.: involvement)* **his ~ in a divorce case** การที่เขาเข้าไปเกี่ยวข้องพัวพันในกรณีหย่าร้าง; **get oneself into an ~ with sb.** เข้าไปเกี่ยวข้องพัวพันกับ *ค.น.;* **C** *(thing that entangles)* สิ่งที่ทำให้พันกันยุ่ง, สิ่งที่ทำให้สลับซับซ้อน; *(entangled things)* สิ่งที่พันกันอยู่; *(Mil.)* สิ่งกีดขวาง *(ขดลวดหนามพันกัน)*

entente /ɑ̃'tɑ̃t/ออน'ทอนทฺ/ *n.* ความตกลงฉันท์มิตรประเทศ; **~ cordiale** /ɒntɒntkɔ:dɪ'ɑ:l/ออนทอนทคอดิ'อาล/ *(Hist.)* ความตกลงฉันท์มิตรประเทศ *(โดยเฉพาะสนธิสัญญาระหว่างอังกฤษกับฝรั่งเศสในปี ค.ศ. 1904)*

enter /'entə(r)/'เอ็นเทอะ(ร)/ ❶ *v.i.* **A** *(go in)* เข้าไปข้างใน; *(come in)* เข้ามาข้างใน; *(walk into room)* เดินเข้าไปในห้อง; *(cross border into country)* เข้าประเทศ; *(drive into tunnel etc.)* ขับรถเข้า; *(come on stage)* เข้าฉาก, ออกโรง; **~ Macbeth** *(Theatre)* แมคเบธเข้าฉาก; **~ into a building/another world** เข้าไปในตึก/สู่อีกโลกหนึ่ง; **~ into the world of entertainment** เข้าไปในโลกมายา *หรือ* วงการบันเทิง; **someone called 'E~!'** มีเสียงบอกว่า 'เข้ามาได้'; **only a small amount of light ~ed through the windows** แสงลอดผ่านบานหน้าต่างเข้ามาได้นิดเดียว; **B** *(penetrate)* ทะลุ, ทะลวง; **C** *(announce oneself as competitor in race etc.)* ประกาศตนเป็นผู้เข้าแข่งขัน ❷ *v.t.* **A** *(go into)* เข้าไปข้างใน; *(เครื่องบิน)* บินเข้าไป; *(drive into)* ขับเข้าไปข้างใน; *(come into)* เข้ามาใน *(ห้อง, อาคาร);* **~ a bus/train** ขึ้นรถประจำทาง/รถไฟ; **~ the ship/plane** *(go/come into)* เข้าไป/เข้ามาในเรือ/เครื่องบิน; **a small amount of light ~ed the room** แสงลอดเข้ามาในห้องได้นิดหน่อย; **the poison ~ed the blood** ยาพิษซึมซ่านเข้าไปในกระแสเลือด; **it would never ~ his mind** *or* **head to cheat you** เขาไม่มีวันคิดจะโกงคุณหรอก; **has it ever ~ed your mind** *or* **head that...?** คุณเคยคิดบ้างไหมว่า...; **~ sb.'s heart/soul** เข้าไปในหัวใจ/จิตวิญญาณของ *ค.น.;* **B** *(penetrate)* ทะลุ, ทะลวง; **C** *(become a member of)* เข้าเป็นสมาชิก; **~ the army/[the] university** เข้าเป็นทหาร/เป็นนักศึกษาในมหาวิทยาลัย; **~ school** เข้าเป็นนักเรียน; **~ the legal profession/the medical profession/teaching** ประกอบวิชาชีพทางกฎหมาย/ทางการแพทย์ *หรือ* การสอบเข้าเป็นทนายความ/เป็นแพทย์/เป็นอาจารย์; **~ a monastery/nunnery** เข้าบวชเป็นพระ/นางชี; **~ the House of Commons** ได้รับเลือกเป็นสมาชิกของสภาสามัญ; **D** *(participate in)* เข้าร่วมใน *(การอภิปราย, การแข่งขัน);* **E** *(write)* **~ sth. in a book/register** *etc.* เขียน/บันทึก

ส.น. ลงในหนังสือ/ใบลงทะเบียน ฯลฯ; **~ a name in** *or* **on a list** ลงชื่อในรายการ; **~ sth. in a dictionary/an index** เขียน *ส.น.* ลงในพจนานุกรม/ดัชนี; **F** *(record)* **~ an action against sb.** บันทึกข้อกล่าวหาต่อ *ค.น.*; **~ a caveat** บันทึกคำเตือน; **~ a judgement** บันทึกคำพิพากษาตัดสิน; **~ one's protest** บันทึกข้อคัดค้านของตน; **~ a bid** บันทึกการประมูลราคา; **G** **~ sb./sth. for** เสนอ *ค.น./ส.น.* สำหรับ *(การแข่งขัน, การทดสอบ)*; **H** *(Computing)* ป้อน *(ข้อมูล)*; **press ~:** กดแป้นเอ็นเทอร์บนคอมพิวเตอร์

~ into *v.t.* **A** *(engage in)* เข้าร่วม *(การสนทนา, ความสัมพันธ์, งาน ฯลฯ)*; *(bind oneself by)* ผูกมัดตนเอง *(ตามสัญญา, ข้อตกลง ฯลฯ)*; **~ into details/long-drawn-out explanations** ลงในรายละเอียด/ให้คำอรรถาธิบายอย่างยืดยาว; **it's not worth ~ing into a discussion about it** เรื่องนี้ถกเถียงกันไปก็ไม่คุ้ม; **~ into an understanding with sb.** ทำความเข้าใจกับ *ค.น.*; **~ into the pros and cons** ให้ข้อมูลถึงข้อดีและข้อเสีย; **B** *(sympathize with)* เห็นอกเห็นใจ *(ค.น.)*; ร่วมอารมณ์ *(เหตุการณ์, ความคล่อง)*; **~ into the spirit of Christmas** ร่วมรื่นเริงชื่นบานในเทศกาลคริสต์มาส; **she really ~s into anything she does** เธอทำอะไรก็ทุ่มเทอย่างเต็มที่; **C** *(form part of)* มีส่วน; **~ into sb.'s consideration** มีส่วนในการไตร่ตรองของ *ค.น.*; **having children doesn't ~ into our plans** เราไม่ได้วางแผนไว้เลยว่าจะมีลูก; **that doesn't ~ into it at all** สิ่งนั้นไม่มีส่วนเกี่ยวข้องเลย

~ on *v.t.* **A** *(Law: assume possession of)* เข้าสืบสิทธิเป็นเจ้าของ *(ทรัพย์สิน)*; **B** *(begin)* เริ่มต้น *(โครงการ, เรียน)*; เข้ารับ *(อาชีพ, หน้าที่)*

~ 'up *v.t.* กรอก *(ชื่อ, รายละเอียด)*; **~ up the books** ลงบัญชีค่าใช้จ่าย

~ upon ➡ **~ on**

enteric /en'terɪk/เอ็น'เทะริค/ *adj.* **A** *(Anat.)* เกี่ยวกับลำไส้; **B** ➤ **453 ~ fever** *(Med.)* ไข้รากสาด

enteritis /entə'raɪtɪs/เอ็นเทอะ'ไรทิซ/ *n.* ➤ **453** *(Med.)* โรคลำไส้อักเสบ

'enter key *n. (Computing)* แป้นเอ็นเทอร์บนคอมพิวเตอร์

enterprise /'entəpraɪz/'เอ็นเทอะพรายซ/ *n.* **A** *(undertaking)* วิสาหกิจ, การประกอบการ; **commercial ~:** ธุรกิจการค้า, บริษัท; **free/private ~:** การค้าเสรี/วิสาหกิจเอกชน; **B** *no indef. art. (readiness to undertake new ventures)* ความกระตือรือร้นที่จะทำสิ่งใหม่ ๆ

enterprise: ~ culture *n.* วัฒนธรรมวิสาหกิจ; **~ zone** *n. เขตเมืองเก่าที่รัฐบาลต้องการฟื้นฟูโดยการสนับสนุนธุรกิจใหม่ ๆ*

enterprising /'entəpraɪzɪŋ/'เอ็นเทอะพรายซิง/ *adj.* พร้อมที่จะรับภารกิจที่ท้าทาย, คล่องแคล่ว, มองการณ์ไกล, มีความสามารถ

entertain /entə'teɪn/เอ็นเทอะ'เทน/ *v.t.* **A** *(amuse)* ทำให้สนุกสนาน/เพลิดเพลิน; **we were greatly ~ed by ...:** เราสนุกสนานเพลิดเพลินกับ ...เป็นอันมาก; **B** *(receive as guest)* ต้อนรับ, รับรอง *(แขก, เพื่อน)*; **they enjoy ~ing** พวกเขาพอใจกับการรับรอง, พวกเขาชอบจัดงานเลี้ยง; **do some** *or* **a bit of/a lot of ~ing** จัดการรับรองบ้าง/บ่อย ๆ; **~ sb. to lunch/dinner** *(Brit.)* เชิญ *ค.น.* ไปรับประทานอาหารกลางวัน/อาหารค่ำ; **C** *(have in the mind)* มี *(ความคิด, แผน)* อยู่ในใจ; *(consider)* คิดถึง; **he would never ~ the idea of doing that** เขาไม่มีวันคิดจะทำอย่างนั้นหรอก; **~ ambitions/ideas** *or* **thoughts of doing sth.** ทะเยอทะยาน/คิดจะทำ *ส.น.* อยู่ในใจ; **~ hopes of achieving sth.** มีความหวังไว้ในใจว่าจะประสบความสำเร็จกับ *ส.น.*

entertainer /entə'teɪnə(r)/เอ็นเทอะ'เทเนอะ(ร)/ *n.* ➤ **489** นักแสดง, ผู้มีอาชีพให้ความบันเทิง

entertaining /entə'teɪnɪŋ/เอ็นเทอะ'เทนิง/ ❶ *adj.* ให้ความสนุกสนาน, ให้ความเพลิดเพลิน ❷ *n., no pl., no indef. art.* **she does a lot of ~:** เธอจัดงานเลี้ยงบ่อยมาก; **she's not very good at ~:** เธอจัดงานเลี้ยงไม่ค่อยเก่ง

entertainment /entə'teɪnmənt/เอ็นเทอะ'เทนเมินทฺ/ *n.* **A** *(amusement)* ความสนุกสนาน, ความเพลิดเพลิน; **much to our ~, to our great ~:** เราสนุกกันมาก; **get ~ from sth.** ได้รับความสนุกสนานจาก *ส.น.*; **the world of ~:** โลกของความบันเทิง, โลกมายา; **~ value** คุณค่าในแง่การบันเทิง; **have [great] ~ value** สนุกสนานชวนเพลิน [ดีมาก]; **provide ~ for the children** สร้างความสนุกสนานเพลิดเพลินสำหรับเด็ก ๆ; **B** *(public performance, show)* มหรสพสาธารณะ, รายการบันเทิง

enthral *(Amer.:* **enthrall***)* /ɪn'θrɔ:l/อิน'ธรอล/ *v.t.* **-ll-: A** *(captivate)* ทำให้ติดใจ, ทำให้ประทับใจ; **B** *(delight)* ทำให้ยินดี, ทำให้ปลาบปลื้ม

enthrone /ɪn'θrəʊn/อิน'โธรน/ *v.t.* ขึ้นครองราชย์; **he was ~d [as] King** เขาได้ขึ้นครองราชย์เป็นกษัตริย์

enthronement /ɪn'θrəʊnmənt/อิน'โธรนเมินทฺ/ *n.* การสถาปนาขึ้นครองราชย์

enthuse /ɪn'θju:z, US -θu:z/อิน'ธิวซ, -'ธูซ/ *(coll.)* ❶ *v.i.* **~ [about** *or* **over sth./sb.]** กระตือรือร้น [เกี่ยวกับ *ส.น./ค.น.*] ❷ *v.t.* ทำให้กระตือรือร้น

enthusiasm /ɪn'θju:zɪæzəm, US -'θu:z-/อิน'ธิวซีแอเซิม, -ธูซีแอเซิม-/ *n.* **A** *no pl.* ความกระตือรือร้น, ความชื่นชอบ, ความสนใจ; **~ for** *or* **about sth.** ความสนใจ *หรือ* ชื่นชอบใน *ส.น.*; **for this job we want someone with ~:** เราต้องการคนที่มีความกระตือรือร้นสำหรับงานนี้; **I've no ~ about going out shopping** ฉันไม่เห็นอยากจะออกไปซื้อของข้างนอกเลย; **B** *(thing about which sb. is enthusiastic)* สิ่งที่ชื่นชอบ

enthusiast /ɪn'θju:zɪæst, US -'θu:z-/อิน'ธิวซิแอซท, -'ธูซิแอซท-/ *n.* ผู้มีความกระตือรือร้น; *(for sports, pop music)* คนที่คลั่งไคล้, แฟน *(ท.ศ.)*; **a great DIY/cookery ~:** คนที่บ้าทำงานบ้าน/กับข้าว; **be a great ~ for sth.** เป็นผู้ที่นิยมชมชอบ *ส.น.* ยิ่งนัก

enthusiastic /ɪnθju:zɪ'æstɪk, US -θu:z-/อินธิวซิ'แอซติค, -ธูซิ'แอซติค-/ *adj.* กระตือรือร้น คลั่งไคล้, นิยมชมชอบ, ชอบอกชอบใจ; **be ~ about sth.** กระตือรือร้นใน *ส.น.*; **not be very ~ about doing sth.** ไม่ค่อยชอบทำ *ส.น.*; **become ~ about sth.** ชอบอกชอบใจ *ส.น.*

enthusiastically /ɪnθju:zɪ'æstɪkəlɪ, US -θu:z-/อินธิวซิ'แอซติคลิ, -ธูซิ-/ *adv.* อย่างกระตือรือร้น, อย่างคลั่งไคล้

entice /ɪn'taɪs/อิน'ไทซ/ *v.t.* ล่อใจ, ชักจูง; **~ sb./sth. [away] from sb./sth.** ล่อเอา *ค.น./ส.น.* [ออกห่าง] จาก *ค.น./ส.น.*; **~ mice from their holes** ล่อหนูออกจากรูของมัน; **~ sb. into doing** *or* **to do sth.** ล่อลวง *ค.น.* ให้ทำ *ส.น.*

enticement /ɪn'taɪsmənt/อิน'ไทซเมินทฺ/ *n.* **A** *no pl.* การล่อใจ, การชักชวน, การชักจูง; *(into depravity, immorality)* การชักนำสู่ความเสื่อมเสีย; **~ from sth.** การล่อใจจาก *ส.น.*; **B** *(thing)* สิ่งล่อใจ

enticing /ɪn'taɪsɪŋ/อิน'ไทซิง/ *adj.*, **enticingly** /ɪn'taɪsɪŋlɪ/อิน'ไทซิงลิ/ *adv.* ที่ล่อใจ

entire /ɪn'taɪə(r)/อิน'ทายเออะ(ร)/ *adj.* **A** *(whole)* ทั้งหมด, ทั้งสิ้น, ตลอด; **take an ~ fortnight for one's holiday** ใช้เวลาตลอดสองอาทิตย์ไปพักร้อน; **B** *(intact)* ทั้ง *(เล่ม)*, *(จำนวนพิมพ์)* ทั้งหมด; **remain ~:** ยังคงอยู่บริบูรณ์

entirely /ɪn'taɪəlɪ/อิน'ทายเออะลิ/ *adv.* **A** *(wholly)* ทีเดียว, ทั้งหมด; **not ~ suitable for the occasion** ไม่เหมาะสมในโอกาสนั้นเท่าไหร่; **B** *(solely)* อย่างเดียว, คนเดียว, แต่ผู้เดียว, เท่านั้น; **it's up to you ~:** มันขึ้นอยู่กับคุณคนเดียว; **it's your responsibility ~:** คุณต้องรับผิดชอบแต่ผู้เดียว

entirety /ɪn'taɪərətɪ/อิน'ทายเออะเรอะทิ/ *n., no pl. (completeness)* ความสมบูรณ์, ความครบถ้วน; **in its ~:** ในรูปที่สมบูรณ์, ทั้งหมด

entitle /ɪn'taɪtl/อิน'ไทท'ล/ *v.t.* **A** *(give title of)* **~ a book/film ...:** ตั้งชื่อหนังสือ/ภาพยนตร์ว่า...; **B** *(give rightful claim)* มอบสิทธิ **(to** ให้); **~ sb. to do sth.** มอบสิทธิให้ *ค.น.* ทำ *ส.น.*; **your degree does not ~ you to more pay** วุฒิของคุณไม่ได้หมายความว่าคุณมีสิทธิที่จะได้รับเงินเพิ่มขึ้น; **she is ~d to a bit of respect from you** เธอสมควรที่จะได้รับความเคารพจากคุณบ้าง; **be ~d to [claim] sth.** มีสิทธิที่จะ [เรียกร้อง] *ส.น.*; **be ~d to do sth.** มีสิทธิที่จะทำ *ส.น.*

entitlement /ɪn'taɪtlmənt/อิน'ไทท'ลเมินทฺ/ *n. (rightful claim)* สิทธิโดยชอบธรรม; **your leave ~ is four weeks** คุณมีสิทธิจะลาพักได้สี่สัปดาห์

entity /'entɪtɪ/'เอ็นทิทิ/ *n.* **A** *no pl. (existence)* การดำรงอยู่, สภาวะที่คงอยู่อย่างแน่ชัด; สรรพสิ่งที่ดำรงอยู่; *(independence)* สภาวะที่ดำรงอยู่อย่างอิสระ; **B** *(thing that exists)* สิ่งที่ดำรงอยู่; **[separate] ~:** สิ่งเฉพาะ [แยกต่างหากจากสิ่งอื่น]

entomb /ɪn'tu:m/อิน'ทูม/ *v.t. (place in tomb)* ฝังในหลุมฝังศพ *หรือ* สุสาน; *(fig.)* เก็บซ่อนไว้อย่างมิดชิด

entombment /ɪn'tu:mmənt/อิน'ทูมเมินทฺ/ *n.* การฝังไว้ในหลุมฝังศพ *หรือ* สุสาน; *(fig.)* การเก็บซ่อนไว้อย่างมิดชิด

entomological /entəmə'lɒdʒɪkl/เอ็นเทอะเมอะ'ลอจิค'ล/ *adj.* เกี่ยวกับการศึกษารูปแบบและพฤติกรรมของแมลง, เกี่ยวกับกีฏวิทยา

entomologist /entə'mɒlədʒɪst/เอ็นเทอะ'มอเลอะจิซท/ *n.* ➤ **489** ผู้ศึกษารูปแบบและพฤติกรรมของแมลง, นักกีฏวิทยา

entomology /entə'mɒlədʒɪ/เอ็นเทอะ'มอเลอะจิ/ *n.* การศึกษารูปแบบและพฤติกรรมของแมลง, กีฏวิทยา

entourage /ɒntʊ'rɑ:ʒ/ออนทัว'ราฌ/ *n.* คณะผู้ติดตาม; **have a permanent ~ of beautiful women** มีสาวสวย ๆ ตามเกรียวอยู่เสมอ

entr'acte /'ɒntrækt/'ออนแทรคทฺ/ *n. (Theatre)* **A** *(interval)* ช่วงหยุดพักระหว่างฉากการแสดง; **B** *(performance in interval)* การแสดงสลับฉาก

entrails /'entreɪlz/'เอ็นเทรลซ/ *n. pl.* เครื่องในหรืออวัยวะภายใน *(ของคนและสัตว์)*; *(fig.)* แก่นแท้, สาระ; **read the ~** *(fig.)* ทำนายอนาคต

e

[1]entrain /ɪn'treɪn/อิน'เทรฺน/ *v.t.* (A) *(result in)* ยังผลให้เกิด, เกิดผลเป็น; (B) *(carry along in flow)* พัดพาไปตามกระแส, ลากไปด้วย

[2]entrain ❶ *v.t.* พาขึ้นรถไฟ ❷ *v.i.* ขึ้นรถไฟ; **~ for London** ขึ้นรถไฟไปลอนดอน

[1]entrance /'entrəns/เอ็น'แทรนฺซฺ/ *n.* (A) *(entering)* การเข้า (**into** ไปใน); *(of troops)* การเข้า; *(of vehicle)* การแล่นเข้ามา/ไป; *(into office, position)* การรับ (*ตำแหน่ง, หน้าที่); **before his ~ into the room** ก่อนที่เขาจะเข้ามาในห้อง; **[ceremonial] ~:** การเข้ามา [อย่างเป็นพิธีการ]; (B) *(on to stage, lit. or fig.)* การออกแสดงบนเวที; **make an** *or* **one's ~:** ออกมาแสดงบนเวที; **she likes to make a dramatic ~** *(fig.)* เธอชอบพรวดพราดเข้ามาอย่างน่าตื่นเต้น; (C) *(way in)* ทางเข้า (**to** ไปสู่); **factory ~:** ทางเข้าโรงงาน; **the ~ to the cellar/city is through a trapdoor/large gates** ทางเข้าห้องใต้ดิน/เมืองต้องผ่านทางช่องที่พื้น/ประตูใหญ่; (D) *no pl., no art. (right of admission)* สิทธิที่จะเข้า; **gain ~ to/apply for ~ at a school/university** ได้รับสิทธิที่จะเข้า/สมัครเข้าเรียนในโรงเรียน/มหาวิทยาลัย; **~ to the concert is by ticket only** ผู้มีสิทธิเข้าชมการแสดงดนตรีคือผู้ถือบัตรเท่านั้น; ➡ **+ common entrance;** (E) *(fee)* ค่าเข้า

[2]entrance /ɪn'trɑːns/อิน'แทรนฺซฺ/ *v.t.* (A) *(throw into trance)* เสก; (B) *(carry away as in trance)* ทำให้ลืมตัวด้วยความปลาบปลื้มยินดี; **become ~d** เบิกบาน, ปลาบปลื้มยินดี; **be ~d by** *or* **with sth.** ปลาบปลื้มยินดีกับ *ส.น.*

entrance /'entrəns/'เอ็นเทรินซฺ/:
~ examination *n.* การสอบเข้าศึกษา *(ในโรงเรียน, มหาวิทยาลัย)*; **~ fee** *n.* ค่าธรรมเนียมการสมัครเข้า, ค่าสมาชิก, ค่าเข้าชมนิทรรศการ; *(for competition)* ค่าสมัครเข้าแข่งขัน; *(on joining club)* ค่าสมาชิก; **~ hall** *n.* ห้องโถงใหญ่ตรงทางเข้า; **~ money** ➡ **~ fee;**
~ requirement *n.* ข้อกำหนดในการเข้า

entrancing /ɪn'trɑːnsɪŋ, US -træns-/อิน'ทรานซิง, -แทรนฺซฺ-/ *adj.* ที่ทำให้เบิกบาน, ที่ทำให้ปลาบปลื้ม

entrant /'entrənt/'เอ็นเทรินท/ *n.* (A) คนที่เข้ามา; *(into country)* คนเข้าประเทศ; (B) *(immigrant)* คนเข้าเมือง; **illegal ~s into the country** คนเข้าเมืองโดยผิดกฎหมาย; (C) *(into a profession etc.)* คนที่เข้ามาสู่วงการอาชีพ; (D) *(for competition, race etc.)* คนที่เข้าแข่งขัน, สมัคร (**for** เพื่อ)

entrap /ɪn'træp/อิน'แทรพ/ *v.t.*, **-pp-** ผู้; (A) *(catch in trap)* ดัก, ทำให้ติดกับ; **be ~ped** ติดกับ; (B) *(enclose and retain)* ล้อมขังไว้; (C) *(beguile)* ล่อลวง, หลอกลวง; **~ sb. into doing sth./into sth.** ล่อลวง *ค.น.* ให้ทำ *ส.น.*/ไปสู่ *ส.น.*

entreat /ɪn'triːt/อิน'ทรีท/ *v.t. (ask)* ขอร้อง; *(beseech)* อ้อนวอน, วิงวอน; **~ sb. to do sth.** ขอร้อง *ค.น.* ให้ทำ *ส.น.*

entreating /ɪn'triːtɪŋ/อิน'ทรีทิง/ *adj.*, **entreatingly** /ɪn'triːtɪŋlɪ/อิน'ทรีทิงลิ/ *adv.* อย่างอ้อนวอน, อย่างวิงวอน

entreaty /ɪn'triːtɪ/อิน'ทรีทิ/ *n.* ➡ **entreat:** คำขอร้อง, คำอ้อนวอน; **make an ~ to sb. to do sth.** อ้อนวอน *ค.น.* ให้ทำ *ส.น.*

entrecôte /'ɒntrəkəʊt/'ออนเทรอะโคท/ *n.* *(Gastr.)* **~ [steak]** สเต๊กที่ตัดให้ติดกระดูกด้วย

entrée /'ɒntreɪ/'ออนเทรฺ/ *n.* (A) *(right of admission)* สิทธิ หรือ อภิสิทธิ์ที่จะเข้า (**of, to, into** สู่); **give sb. an/the ~ to sth.** ให้สิทธิ *ค.น.* เข้า *ส.น.*; (B) *(Gastr.) (Brit.)* อาหารที่รับประทานระหว่างปลาและอาหารเนื้อจานหลัก; *(Amer.: main dish)* อาหารจานหลัก

entrench /ɪn'trentʃ/อิน'เทรินฉ/ *v.t.* (A) ตั้งฐานให้ปลอดภัย, ยึดที่มั่น; **~ oneself in/behind sth.** *(lit. or fig.)* ยึดมั่นอยู่กับ *ส.น.*/ใช้ *ส.น.* บังหน้าหรือป้องกันตน; **become ~ed** *(fig.)* *(ความคิด, ทิฐิ)* ยึดมั่นไว้แน่น; (B) *(apply extra safeguards to)* เพิ่มมาตรการป้องกัน *(สิทธิ)*

entrenchment /ɪn'trentʃmənt/อิน'เทรินฉเมินท/ *n. (lit. or fig.)* การยึดมั่น, การเพิ่มมาตรการป้องกัน

entre nous /ɒntrə'nuː/ออนเทรอะ'นู/ *adv.* ระหว่างเราสองคน; **well, ~, what really happened was ...:** เอาละพูดกันแต่เฉพาะเราสองคนนะ เรื่องที่เกิดขึ้นจริง ๆ คือ...

entrepôt /'ɒntrəpəʊ/'ออนเทรอะโพ/ *n.* (A) *(commercial centre)* ศูนย์รวมสินค้านำเข้าและส่งออก; (B) *(storehouse)* คลังเก็บสินค้าชั่วคราวรอส่งต่อ

entrepreneur /ɒntrəprə'nɜː(r)/ออนเทรอะเพรอะ'เนอ(ร)/ *n.* (A) ผู้ประกอบการ, วิสาหกร *(ร.บ.)*, ผู้ดำเนินธุรกิจ; (B) *(middleman)* พ่อค้าคนกลาง, ผู้รับเหมา

entrepreneurial /ɒntrəprə'nɜːrɪəl/ออนเทรอะเพรอะ'เนอเรียล, -'นัวเรียล/ *adj.* เกี่ยวกับการทำธุรกิจ

entropy /'entrəpɪ/'เอ็นเทรอะพิ/ *n. (Phys.)* *หน่วยวัดพลังงานความร้อนที่จะแปลงเป็นแรงเชิงกลไก; หน่วยวัดปริมาณความเสื่อมสลายของจักรวาล; หน่วยวัดอัตราการส่งต่อข่าวสารในสื่อ*

entrust /ɪn'trʌst/อิน'ทรัซทฺ/ *v.t.* **~ sb. with sth.** มอบหมาย *ส.น.* ให้กับ *ค.น.*; **he could not be ~ed with such responsibility** คนอย่างเขาจะไว้ใจให้รับผิดชอบถึงขนาดนั้นไม่ได้; **~ sb./sth. to sb./sth.** มอบหมาย *ค.น./ส.น.* ให้ *ค.น./ส.น.* ดูแล; **~ a task to sb.** มอบหมายภารกิจให้ *ค.น.* รับผิดชอบ; **~ sth. to sb.'s safekeeping** ฝาก *ส.น.* ให้ *ค.น.* เก็บรักษาไว้อย่างปลอดภัย

entry /'entrɪ/'เอ็นทริ/ *n.* (A) การเข้า (**into** ใน); *(of troops)* การเข้าเป็นทหารในกองทัพ; *(of foreign matter into wound etc.)* โดน *(เชื้อโรค)*; *(into organization, cartel)* การเข้าร่วม; *(into country)* การเดินทางเข้าประเทศ; *(ceremonial entrance)* การเข้าอย่างเป็นพิธีการ; **upon ~ into Britain** เมื่อเดินทางเข้าสู่สหราชอาณาจักรอังกฤษ; **gain ~ to the house** เข้าไปในบ้านได้; **gain ~ to the EU** ได้รับเข้าเป็นสมาชิกของยุโรป; **force an ~:** ใช้กำลังหักหาญเข้าไป; ➡ **+ port** [1] 1 A; (B) *(on to stage)* การออกเวที; (C) *no pl., no art. (liberty to enter) (into carpark, building)* ทางเข้า; *(into country)* การเดินทางเข้าประเทศ; ➡ **+ 'no entry';** (D) *(Law: taking possession)* การเข้าครอบครองทรัพย์สมบัติ; **make ~ of** *or* **on** เข้าครอบครองทรัพย์สิน; (E) *(way in)* ทางเข้า; *(for vehicle)* ทางรถเข้า; (F) *(passage between buildings)* ทางผ่านระหว่างตึก; (G) *(Mus.)* การที่เครื่องดนตรีเริ่มเล่น; (H) *(registration, item registered)* การลงรายการ; *(in dictionary, encyclopaedia, yearbook, index)* การลงรายการ, การบันทึก; **make an ~:** ลงรายการ; **double/single ~** *(Bookk.)* การลงรายการควบ/เดี่ยว; (I) *(body of entrants) (for race etc.)* กลุ่มคนที่เข้าแข่ง; *(for university/school)* กลุ่มคนที่เข้าสมัคร; (J) *(person or thing in competition)* บุคคล หรือ สิ่งที่เข้าแข่งขัน/ประกวด; *(set of answers etc.)* ชุดคำตอบ; **latest date for entries** วันสุดท้ายในการรับสมัคร; *(for sporting event)* วันสุดท้ายในการเข้าแข่งขันกีฬา

entry: **~ fee** ➡ **entrance fee;** **~ form** *n.* แบบฟอร์มการสมัครเข้า; *(for competition)* ใบสมัครเข้าแข่งขัน; **~ permit** *n.* ใบอนุญาตให้เข้าประเทศ; **E~phone** ® *n.* โทรศัพท์กดกริ่งหน้าบ้าน; **~ visa** *n.* วีซ่า *(ท.ศ.)* เข้าประเทศ

entwine /ɪn'twaɪn/อิน'ทวายนฺ/ *v.t.* (A) *(interweave, lit. or fig.)* ถัก, พัน, ผูก, ร้อยรัด; **~ one's hair with ribbons** ผูกผมด้วยริบบิ้น; (B) *(wreathe)* **~ sth. about** *or* **round sb./sth.** ร้อย *ส.น.* เป็นพวงรอบ *ค.น./ส.น.*; **~ sth. with sth.** ร้อย/พัน *ส.น.* เข้าไว้กับอีกสิ่งหนึ่ง

'E number *n. (Commerc.)* *ตัวอักษร E ตามด้วยหมายเลขรหัสเพื่อแสดงสารผสมอาหารต่าง ๆ ตามกฎของประชาคมเศรษฐกิจยุโรป*

enumerable /ɪ'njuːmərəbl/อิ'นูเมอะเรอะบ'ล/ *adj.* นับได้, ที่แยกกล่าวทีละชิ้นได้

enumerate /ɪ'njuːməreɪt, US -'nuː-/อิ'นิวเมอะเรท, -'นู-/ *v.t.* (A) *(count)* แจงนับ; (B) *(mention one by one)* เรียกทีละราย

enumeration /ɪnjuːmə'reɪʃn, US -nuː-/อินิวเมอะ'เรช'น, -นู-/ *n.* (A) *(counting)* การแจงนับ; (B) *(mentioning one by one)* การเรียกทีละราย; (C) *(list)* รายการแจงนับ

enunciate /ɪ'nʌnsɪeɪt/อิ'นันซิเอท/ *v.t.* (A) *(pronounce)* ออกเสียงอย่างชัดเจน; (B) *(express)* เสนอ *(ข้อคิด, ทฤษฎี)* อย่างแน่นอนชัดแจ้ง

enunciation /ɪnʌnsɪ'eɪʃn/อินันซิ'เอช'น/ *n.* (A) *(pronunciation)* การออกเสียงอย่างชัดเจน; (B) *(expression)* การเสนอ *(ข้อคิด, ทฤษฎี)* อย่างแน่นอนชัดแจ้ง

enure ➡ **inure**

envelop /ɪn'veləp/อิน'เว็ลเลิพ/ *v.t.* ห่อหุ้มหรือปกคลุมอย่างมิดชิด (**in** ด้วย); **we were ~ed in mist** พวกเราถูกหมอกปกคลุมไว้มิดชิด; **be ~ed in flames** ถูกเปลวไฟลุกท่วม; **he ~ed her in his arms** เขาโอบรัดเธอไว้ในอ้อมแขน

envelope /'envələʊp, 'ɒn-/'เอ็นเวอะโลพ, 'ออน-/ *n.* (A) ➤ **519** *(for letter)* ซองจดหมาย; (B) *(Aeronaut.: gas container)* สิ่งห่อหุ้มก๊าซ

enviable /'envɪəbl/'เอ็นเวียบ'ล/ *adj.* น่าอิจฉา; **be ~ for sth.** อิจฉาใน *ส.น.*

envious /'envɪəs/'เอ็นเวียซ/ *adj.* อิจฉา, ริษยา; **speak in ~ tones** พูดด้วยน้ำเสียงที่แสดงความอิจฉา; **I'm so ~ of you!** ฉันอิจฉาคุณจริง ๆ

enviously /'envɪəslɪ/'เอ็นเวียซลิ/ *adv.* อย่างอิจฉาริษยา, ด้วยความอิจฉาริษยา

environment /ɪn'vaɪərənmənt/อิน'วายเออะเรินเมินท/ *n.* (A) *(natural surroundings)* สิ่งแวดล้อม; **the Department of the E~** *(Brit.)* กระทรวงสิ่งแวดล้อม; (B) *(surrounding objects, region)* วัตถุ หรือ บริเวณที่อยู่โดยรอบ; *(surrounding circumstances)* สภาพแวดล้อม, สถานการณ์แวดล้อม; *(social surroundings)* สภาพแวดล้อมทางสังคม; **physical/working/metropolitan ~:** สภาพแวดล้อมทางกายภาพ/ของการทำงาน/ของเมืองใหญ่; **home/family ~:** สภาพแวดล้อมทางบ้าน/ครอบครัว

environmental /ɪnvaɪərən'mentl/อินวายเริน'เม็นท'ล/ *adj.* เกี่ยวกับสิ่งแวดล้อม; **for ~ reasons** โดยเหตุผลทางสิ่งแวดล้อม; **~ group** กลุ่มอนุรักษ์สิ่งแวดล้อม

environmental: **~ 'audit** *n.* การประเมินผลทางสิ่งแวดล้อม; **~ 'health** *n.* สภาพทางสิ่ง

แวดล้อม; ~ **health officer** เจ้าหน้าที่ฝ่ายสุขภาพทางสิ่งแวดล้อม; ~ **health department** กรมสุขภาพสิ่งแวดล้อม

environmentalism /ɪnvaɪrən'mentəlɪzm/อินวายเริน'เม็นเทอะลิซ'ม/ *n., no pl., no art.* การรณรงค์เพื่อสิ่งแวดล้อม; *(as political movement)* การเคลื่อนไหวทางการเมืองเพื่อสิ่งแวดล้อม

environmentalist /ɪnvaɪərən'mentəlɪst/อินวายเออะเริน'เม็นเทอะลิซท/ *n.* นักอนุรักษ์สิ่งแวดล้อม, ผู้รณรงค์เพื่อสิ่งแวดล้อม

environmentally /ɪnvaɪrən'mentəlɪ/อินวายเริน'เม็นเทอะลิ/ *adv.* ตามสภาวะแวดล้อม; ~ **friendly** ซึ่งไม่ทำลายสิ่งแวดล้อม; ~ **sensitive** ซึ่งล่อแหลมทางนิเวศวิทยา/สิ่งแวดล้อม; ~ **sound** ถูกหลักทางสิ่งแวดล้อม

environs /'envɪrənz, ɪn'vaɪərənz/'เอ็นวิเรินซ, อิน'วายเออะเรินซ/ *n. pl.* บริเวณโดยรอบ, ปริมณฑล; **Oxford and its** ~: เมืองออกซฟอร์ดและปริมณฑล

envisage /ɪn'vɪzɪdʒ/อิน'วิซซิจ/, **envision** /ɪn'vɪʒn/อิน'วิฌ'น/ *v.t. (imagine, contemplate)* คาดคะเน, จินตนาการ, มองเห็น; **what do you ~ for the future of the department?** คุณมองเห็นอนาคตของแผนกนี้อย่างไรบ้าง; **what do you ~ doing [about it]?** คุณคิดว่าจะทำอะไร [กับมัน]; **she doesn't ~ staying in London for much longer** เธอคิดจะอยู่ลอนดอนอีกไม่นานนัก

envoy /'envɔɪ/'เอ็นวอย/ *n. (messenger)* ผู้ส่งข่าวสาร; *(Diplom. etc.)* ทูต, ผู้แทนทางทูต

envy /'envɪ/'เอ็นวิ/ ❶ *n.* Ⓐ ความอิจฉา, ความริษยา; **feelings of ~:** ความรู้สึกอิจฉาริษยา; **they could not conceal their ~ of her** พวกเขาไม่สามารถจะปกปิดความอิจฉาที่มีต่อเธอ; Ⓑ *(object)* **his new sports car was the ~ of all his friends** รถสปอร์ตคันใหม่ของเขาเป็นที่อิจฉาริษยาของเพื่อน ๆ ทุกคน; **you'll be the ~ of all your friends** คุณจะเป็นที่อิจฉาของเพื่อน ๆ ทุกคน ❷ *v.t.* อิจฉา; ~ **sb. sth.** อิจฉา *ค.น.* เกี่ยวกับ *ส.น.*; **I don't ~ you** ฉันไม่อิจฉาคุณหรอก; **I don't ~ you your job** ฉันไม่อิจฉาการทำงานของคุณ

enwrap /ɪn'ræp/อิน'แรพ/ *v.t.*, **-pp-:** ~ **sb./sth. in sth.** ห่อหุ้ม *ค.น./ส.น.* ด้วย *ส.น.*

enzyme /'enzaɪm/'เอ็นซายม/ *n. (Chem.)* เอนไซม์ *(ท.ศ.), สารอินทรีย์ประเภทโปรตีนที่มีหน้าที่เป็นตัวเร่งปฏิกิริยาเคมีของกรรมวิธีต่าง ๆ ทางชีววิทยา*

EOC *abbr.* **Equal Opportunities Commission**

Eocene /'i:əsi:n/'อีเออะซีน/ *(Geol.)* ❶ *adj. เกี่ยวกับสมัยที่สองของยุคเทอร์เชียร์ ซึ่งมีหลักฐานชัดเจนของสัตว์เลี้ยงลูกด้วยนม* ❷ *n.* ช่วงระยะเวลาดังกล่าว

eon ➡ **aeon**

EP *abbr.* **extended-play [record]**

epaulette *(Amer.:* **epaulet***)* /'epɔ:let, 'epəʊlet, epə'let/'เอ็พเพอะลิ, 'เอ็พพอเล็ท, 'เอ็พโพเล็ท, เอะเพอะ'เล็ท/ *n.* Ⓐ อินทรธนู; Ⓑ *(shoulder strap)* สายคาดหรือเครื่องตกแต่งบริเวณไหล่เสื้อ

épée /'epeɪ/'เอ็ปเป/ *n.* ดาบปลายแหลมที่ใช้ในการดวล

ephemeral /ɪ'femərəl/อิ'เฟ็มเมอะเริล/ *adj.* Ⓐ *(short-lived)* คงอยู่ไม่นาน, ชั่วประเดี๋ยว; Ⓑ *(lasting only a day) (แมลง, ดอกไม้ ฯลฯ)* มีชีวิตอยู่เพียงชั่ววันเดียว

epic /'epɪk/'เอ็พพิค/ ❶ *adj.* Ⓐ เกี่ยวกับหรือคล้ายมหากาพย์; ~ **poet** *กวีผู้เขียนเรื่องราวสดุดีวีรกรรมของวีรบุรุษ*; ~ **subject** เรื่องราวที่เหมาะแก่การนำมาแต่งเป็นมหากาพย์; Ⓑ *(of heroic type or scale, lit. or fig.)* เกี่ยวกับวีรบุรุษ; ~ **film** ภาพยนตร์เกี่ยวกับเรื่องของวีรบุรุษ; ~ **book** หนังสือเกี่ยวกับเรื่องของวีรบุรุษ; **an ~ voyage** การเดินทางผจญภัยเยี่ยงวีรบุรุษ ❷ *n.* มหากาพย์; *(film) ภาพยนตร์อิงประวัติศาสตร์เกี่ยวกับตำนานและเกียรติประวัติของวีรบุรุษ; (book)* หนังสือเกี่ยวกับวีรกรรมของวีรบุรุษ; **folk/national ~:** มหากาพย์ที่เล่าถึงเกียรติประวัติของชาวบ้าน/ประเทศ

epicentre *(Brit.; Amer.:* **epicenter***)* /'epɪ sentə(r)/'เอ็พพิเซ็นเทอะ(ร)/ *n.* จุดศูนย์กลาง *(ของแผ่นดินไหว, ของความยากลำบาก)*

epicure /'epɪkjʊə(r)/'เอ็พพิคิว(ร)/ *n.* คนที่มีรสนิยมประณีต, คนคอสูง

epicurean /epɪkjʊ'ri:ən/เอะพิคิว'รีเอิน/ ❶ *adj. (devoted to pleasure)* ที่สรรหาแต่ความสุขความสำราญ; ~ **person** ➡ 2 ❷ *n. (person devoted to pleasure)* คนที่แสวงหาความสุขความเพลิดเพลิน, คนเจ้าสำราญ

epidemic /epɪ'demɪk/เอะพิ'เด็มมิค/ *(Med.; also fig.)* ❶ *adj.* เป็นโรคระบาด, แพร่หลายอย่างรวดเร็ว ❷ *n.* การระบาด *(ของโรค)*, การแพร่กระจาย *(ของสิ่งไม่พึงประสงค์)*

epidermal /epɪ'dɜ:ml/เอะพิ'เดอม'ล/ *adj. (Anat., Biol.)* เกี่ยวกับหนังกำพร้า *หรือ* หนังชั้นนอก *หรือ* เซลล์ชั้นนอกของพืช

epidermis /epɪ'dɜ:mɪs/เอะพิ'เดอมิซ/ *n. (Anat., Biol.)* หนังกำพร้า *หรือ* หนังชั้นนอก, เซลล์ชั้นนอกของพืช

epidiascope /epɪ'daɪəskəʊp/เอะพิ'ไดเออะซโกพ/ *n. เครื่องฉายภาพที่สามารถฉายทั้งภาพวัตถุโปร่งใสและวัตถุทึบแสง*

epidural /epɪ'djʊərəl/เอะพิ'ดัวเริล/ *n. (Med.) ยาชาที่ใช้ในการทำคลอดโดยฉีดเข้าบริเวณสันหลัง เพื่อให้ร่างกายท่อนล่างหมดความรู้สึก*

epiglottis /epɪ'glɒtɪs/เอะพิ'กลอทิซ/ *n. (Anat.)* ลิ้นไก่

epigram /'epɪgræm/'เอ็พพิแกรม/ *n. (Lit.)* Ⓐ *(short poem)* บทกลอนสั้น ๆ ที่มีตอนจบเฉียบคม; Ⓑ *(pointed saying)* คำคม; Ⓒ *(mode of expression)* สำนวนคำพูดที่เฉียบคม

epigrammatic /epɪgrə'mætɪk/เอ็พพิกรอะ'แมทิค/ *adj. (Lit.)* เฉียบคม, คมกริบ

epigraph /'epɪgrɑ:f, US -græf/'เอ็พพิกราฟ, -เกรฟ/ *n.* Ⓐ *(inscription)* คำจารึกบนรูปปั้นหรือเหรียญ; Ⓑ *(motto)* คติพจน์, คำขวัญ, คำนำบท

epigraphy /ɪ'pɪgrəfɪ, e-/อิ'พิกรอะฟิ, เอะ-/ *n.* การศึกษาศิลาจารึก

epilepsy /'epɪlepsɪ/'เอ็พพิเล็พซิ/ *n.* ➤ 453 *(Med.)* โรคลมบ้าหมู

epileptic /epɪ'leptɪk/เอะพิ'เล็พทิค/ *(Med.)* ❶ *adj.* เป็นโรคลมบ้าหมู; ➡ + [1]fit A ❷ *n.* คนที่เป็นโรคลมบ้าหมู

epilogue *(Amer.:* **epilog***)* /'epɪlɒg/'เอ็พพิลอก/ *n. (Lit.)* บทสรุปส่งท้าย, คำปิดเรื่อง, ภาคผนวก; *(concluding part of literary work also)* บทสรุปส่งท้ายของงานวรรณกรรม

Epiphany /ɪ'pɪfənɪ/เอะ'พิฟเฟอะนิ, อิ'พิฟ-/ *n. (Relig.) การปรากฏของพระเยซูคริสต์ต่อเทวทูตสามองค์ที่มาแสดงความเคารพเมื่อแรกประสูติ;* **[Feast of the] ~:** *การเฉลิมการปรากฏของพระเยซูคริสต์ ซึ่งตรงกับวันที่ 6 มกราคม;* **at ~:** เมื่อวันเฉลิมการปรากฏของพระเยซูคริสต์ต่อสามเทวทูต

episcopal /ɪ'pɪskəpl/อิ'พิซเกอะพ'ล/ *adj.* เกี่ยวกับบิชอปและคณะบิชอป; *(หมวก, ระบบ)* ของบิชอป

episcopalian /ɪpɪskə'peɪlɪən/อิพิซเกอะ'เพเลียน/ ❶ *adj. (of episcopal church) เกี่ยวกับนิกายโปรเตสแตนต์ของคริสต์ศาสนาที่มีคณะบิชอปเป็นผู้ควบคุมดูแล* ❷ *n.* Ⓐ *(member of episcopal church)* สมาชิกของนิกายนี้; Ⓑ *(adherent of episcopacy)* ผู้ที่นับถือนิกายนี้

episcopate /ɪ'pɪskəpət/อิ'พิซเกอะเพิท/ ➡ **bishopric A**

episode /'epɪsəʊd/'เอ็พพิโซด/ *n.* Ⓐ *(also Mus.)* ส่วนหนึ่ง *หรือ* ตอนหนึ่ง *(ของรายการหรือเพลงต่อเนื่อง)*; Ⓑ *(instalment of serial)* บท, ตอน, เหตุการณ์หนึ่ง *(ในหลายเหตุการณ์)*; **read next week's exciting ~:** อ่านตอนที่น่าตื่นเต้นต่อไปในสัปดาห์หน้า

episodic /epɪ'sɒdɪk/เอะพิ'ซอดิค/, **episodical** /epɪ'sɒdɪkl/เอะพิ'ซอดิค'ล/ *adj.* เป็นบทหรือตอน, ที่เกิดขึ้นเป็นระยะ ๆ, ที่เป็นช่วง ๆ

epistemology /epɪstɪ'mɒlədʒɪ/เอ็พพิซติ'มอเลอะจิ/ *n. (Philos.)* ทฤษฎีเกี่ยวกับความรู้ *(โดยเฉพาะในแง่วิธีการและการทำให้สมเหตุสมผล)*, ญาณวิทยา *(ร.บ.)*

epistle /ɪ'pɪsl/อิ'พิซ'ล/ *n. (Bibl., Lit.)* จดหมายสาวกของพระเยซูคริสต์ในพระคัมภีร์ใหม่; *(usu. joc.: letter)* จดหมาย

epistolary /ɪ'pɪstələrɪ/อิ'พิซเตอะเลอะริ/ *adj.* ในรูปแบบจดหมาย, ทางจดหมาย; ~ **style** รูปแบบของจดหมาย

epitaph /'epɪtɑ:f, US -tæf/'เอ็พพิทาฟ, -แทฟ/ *n.* คำจารึกบนหลุมฝังศพ, คำไว้อาลัยผู้วายชนม์

epithet /'epɪθet/'เอ็พพิเธ็ท/ *n.* Ⓐ *(expressing quality or characteristic) คำหรือวลีที่ใช้ประกอบกันหรือใช้แทนชื่อเพื่อแสดงคุณลักษณะ; (as term of abuse) คำบอกลักษณะที่ใช้เป็นคำผรุสวาท;* Ⓑ *(Ling.)* คุณศัพท์, คุณวลี, วลีขยายความบอกลักษณะ

epitome /ɪ'pɪtəmɪ/อิ'พิทเทอะมิ/ *n.* Ⓐ *(of quality, type, etc.)* บุคคล *หรือ* สิ่งซึ่งเป็นตัวอย่างที่สมบูรณ์แบบ; Ⓑ *(thing representing another in miniature)* ตัวแบบจำลองย่อส่วน; **be the ~ of sth.** เป็นแบบจำลองย่อส่วนของ *ส.น.*

epitomize /ɪ'pɪtəmaɪz/อิ'พิทเทอะมายซ/ *v.t.* Ⓐ *(fig.: represent in miniature)* เป็นแบบจำลองย่อส่วน; Ⓑ *(fig.: embody)* ~ **sth.** เป็นตัวอย่าง *ส.น.* ที่สมบูรณ์แบบ, เป็นแบบฉบับ

epoch /'i:pɒk, US 'epɒk/'อีพอค, 'เอ็พพอค/ *n. (also Geol.)* ยุคสมัย; **a new ~ in British politics** ยุคใหม่ทางการเมืองของอังกฤษ

epochal /'i:pɒkl, 'epɒkl/'อีพอค'ล, 'เอ็พพอค'ล/ *adj.* Ⓐ *(of epoch[s])* เกี่ยวกับยุคหรือสมัย; Ⓑ ➡ **epoch-making**

'epoch-making *adj.* โดดเด่น; *(ความหมาย)* สำคัญ; *(เหตุการณ์)* ประวัติศาสตร์

eponymous /ɪ'pɒnɪməs/อิ'พอนิมิซ/ *adj.* ที่ตั้งชื่อตามชื่อของบุคคล

epoxy /ɪ'pɒksɪ/อิ'พอคซิ/ *(Chem.)* ❶ *adj.* ที่สังเคราะห์ได้จากสารอีป็อกไซด์ *(ท.ศ.)*; ~ **resin** ➡ 2 ❷ *n.* สารสังเคราะห์ที่แข็งตัวเมื่อได้รับความร้อน

epsilon /ep'saɪlən/เอ็พ'ซายเลิน/ *n.* อักษรตัวที่ห้าของพยัญชนะกรีก

Epsom salt /epsəm 'sɔ:lt/'เอ็พเซิม 'ซอลท/ *n.* ~[s] *(Med.)* เกลือแมกนีเซียมซัลเฟตที่ใช้ล้างกระเพาะ

equable /ˈekwəbl/ˈเอ็คเควอะบ'ล/ *adj.* Ⓐ *(uniform)* เป็นแบบเดียวกันหมด, สม่ำเสมอ, ไม่แปรผัน; Ⓑ *(balanced) (บุคคล)* ใจเย็น, ไม่โกรธง่าย; *(อากาศ)* ที่ไม่เปลี่ยนแปลงมาก; Ⓒ *(equally proportioned)* ที่แบ่งเป็นสัดส่วนเท่ากัน; Ⓓ *(fair-minded) (นิสัย)* มีใจยุติธรรม, ไม่อคติ

equably /ˈekwəblɪ/ˈเอ็คเควอะบลิ/ *adv.* Ⓐ *(in uniform style)* ในรูปแบบเดียวกันหมด, อย่างสม่ำเสมอ; Ⓑ *(in balanced manner)* ~ **[disposed** *or* **tempered]** ใจเย็น; Ⓒ *(in equal proportions)* ในสัดส่วนที่เท่ากัน; Ⓓ *(in fair-minded manner)* อย่างยุติธรรม, โดยไม่มีอคติ

equal /ˈiːkwl/ˈอีเควิล/ ❶ *adj.* Ⓐ เท่ากัน, เท่าเทียมกัน; **~ in** *or* **of ~ height/weight/size/importance/strength** *etc.* มีความสูง/น้ำหนัก/ขนาด/ความสำคัญ/ความแข็งแรง ฯลฯ เท่าเทียมกัน; **add flour and cornflour in ~ measure** *or* **amounts** เติมแป้งและแป้งข้าวโพดในปริมาณที่เท่ากัน; **marry sb. of ~ rank** แต่งงานกับ *ค.น.* ที่มีฐานะเท่าเทียมกัน; **not ~ in length** ยาวไม่เท่ากัน; **~ rights** สิทธิเท่าเทียมกัน, สิทธิเสมอภาค; **divide a cake into ~ parts/portions** แบ่งขนมเค้กเป็นส่วน/ชิ้นเท่า ๆ กัน; **~ amounts of milk and water** นมและน้ำในปริมาณเท่ากัน; **she had ~ success with her second novel** เมื่อออกนวนิยายเรื่องที่สอง เธอประสบความสำเร็จเช่นเดียวกัน; **she does both jobs with ~ pleasure/enjoyment** เธอทำงานทั้งสองอย่างด้วยความเพลิดเพลิน/ความสนุกสนานเท่า ๆ กัน; **all men were created ~:** มนุษย์ทุกคนถูกสร้างมาให้เท่าเทียมกัน; **some are more ~ than others** *(joc.) (แต่)* บางคนก็เท่าเทียมกันมากกว่า *(ดีกว่าคนอื่น)*; **his salary is ~ to mine** เงินเดือนของเขาเท่ากับของฉัน; **be ~ in size to sth.** มีขนาดเท่ากับ *ส.น.*; **three times four is ~ to twelve** สามคูณสี่เป็นสิบสอง; **none was ~ to her in beauty/elegance** ไม่มีใครงาม/สง่าเทียบเท่ากับเธอได้; **Britain is now ~ with France in terms of medals won** ตอนนี้อังกฤษได้เหรียญเท่ากับฝรั่งเศส; **Michael came ~ third** *or* **third ~ with Richard in the class exams** ไมเคิลกับริชาร์ดสอบได้เป็นอันดับที่สามเท่ากันในชั้นเรียน; **~ pay [for ~ work]** ได้ค่าจ้างเท่ากัน [สำหรับงานเท่ากัน]; **have ~ standing [with sb.]** มีฐานะเท่ากัน [กับ *ค.น.*]; **be on ~ terms [with sb.]** มีความสัมพันธ์ในฐานะเท่าเทียมกัน [กับ *ค.น.*], อยู่ในระดับเดียวกัน; **meet each other/discuss matters on ~ terms** พบปะ/พูดคุยในฐานะคนที่เสมอกัน; **all/other things being ~:** เมื่อทุกสิ่ง/สิ่งอื่นเท่าเทียมกันหมดแล้ว; ➡ **+ equal opportunity**; Ⓑ **~ to** *(adequate for)* เพียงพอ; **be ~ to sth./sb.** *(strong, clever, etc. enough)* เพียงพอสำหรับ *ส.น./ค.น.*; **a job ~ to sb.'s abilities** งานที่เหมาะแก่ความสามารถของ *ค.น.*; **be ~ to doing sth.** เก่งเพียงพอที่จะทำ *ส.น.*; Ⓒ *(impartial)* ไม่ลำเอียง; **they were all given ~ treatment** พวกเขาทุกคนได้รับการปฏิบัติอย่างไม่ลำเอียง; Ⓓ *(evenly balanced)* สมดุลเท่าเทียมกัน, เสมอกัน; **the battle was not ~:** การสู้รบที่ไม่เสมอกัน

❷ *n.* คนที่เท่าเทียมกัน, สิ่งที่เท่าเทียมกัน; **be among [one's] ~s** อยู่ในหมู่คนที่เท่าเทียมกัน [กับตนเอง]; **talk to sb. as [if he were] one's ~:** พูดคุยกับ *ค.น.* ราวกับว่า [เขา] เท่าเทียมกัน; **be sb.'s/sth.'s ~:** เท่าเทียมกับ *ค.น./ส.น.*; **he/she/it has no** *or* **is without ~:** เขา/เธอ/มันไม่มีใคร/สิ่งใดที่เทียบเท่าได้; **he has met an** *or* **his ~ in her** เขาได้พบคนที่เท่าเทียมในตัวของเธอ

❸ *v.t., (Brit.)* **-ll-**: Ⓐ *(be equal to)* **~ sb./sth. [in sth.]** เท่าเทียมกับ *ค.น./ส.น.* [ใน *ส.น.*]; **three times four ~s twelve** สามคูณสี่ได้/เป็นสิบสอง; **she easily ~s him in intelligence** เธอเทียบเขาในด้านสติปัญญาได้อย่างง่ายดาย; **the square on the hypotenuse ~s the sum of the squares on the other two sides** พื้นที่บนด้านตรงข้ามมุมฉากเท่ากับผลบวกของพื้นที่บนด้านประกอบมุมฉากสองด้านรวมกัน; **no pop group has ~led the Beatles in terms of success** ไม่มีวงดนตรีป๊อปวงใดเทียบเท่าคณะสี่เต่าทองได้ในเชิงความสำเร็จ; Ⓑ *(do sth. equal to)* **~ sb.** ทำได้เท่าเทียมกับ *ค.น.*; **I don't know if I could ever ~ such a high score/your success/such an achievement** ฉันไม่รู้ว่าจะสามารถเทียบคะแนนสูงเช่นนั้น/ความสำเร็จคุณ/ความสำเร็จอย่างนั้นได้หรือไม่

equalisation, equalise, equaliser ➡ **equaliz-**

equality /ɪˈkwɒlɪtɪ/อิˈควอลิทิ/ *n.* ความเสมอภาค, สมภาพ *(ร.บ.)*; *(equal rights)* สิทธิเสมอภาค; **~ between the races/the religions, racial/religious ~:** ความเท่าเทียมกันระหว่างเชื้อชาติ/ศาสนา *หรือ* สิทธิเสมอภาคทางเชื้อชาติ/ศาสนา; **~ between the sexes** สิทธิเสมอภาคระหว่างเพศ; **women are campaigning for ~ with men** ผู้หญิงกำลังรณรงค์เพื่อให้ได้รับสิทธิเท่าเทียมกับผู้ชาย

equalization /iːkwəlaɪˈzeɪʃn/อีเควอะไลˈเซช'น/ *n.* การทำให้เท่าเทียมกัน

equalize /ˈiːkwəlaɪz/ˈอีเควอะลายซฺ/ ❶ *v.t.* ทำให้เหมือนกัน *(อุณหภูมิ, ความกดดัน)*; ทำให้เท่าเทียมกัน *(บุคคล, กลุ่มในสังคม)*; ทำให้เสมอภาค *(สิทธิทางสังคม)* ❷ *v.i.* Ⓐ *(become equal)* เท่าเทียมกัน; **~ with sth.** เท่าเทียมกันกับ *ส.น.*; Ⓑ *(Brit. Footb. etc.)* ได้แต้มเท่ากัน

equalizer /ˈiːkwəlaɪzə(r)/ˈอีเควอะไลเซอะ(ร)/ *n. (Footb. etc.)* แต้มเสมอ

equally /ˈiːkwəlɪ/ˈอีเควอะลิ/ *adv.* Ⓐ อย่างเท่าเทียมกัน; **rank ~ [with one another]** มีตำแหน่งเท่าเทียมกัน [กับอีก *ส.น.*]; **be ~ close to a and b** ใกล้เอและบีในระยะเท่ากัน *หรือ* พอ ๆ กัน; **the two are ~ gifted** ทั้งสองมีพรสวรรค์เท่าเทียมกัน; Ⓑ *(in equal shares) (แบ่ง)* อย่างละเท่า ๆ กัน; **consist ~ of A and B** ประกอบด้วยเอและบีอย่างละเท่า ๆ กัน; Ⓒ *(according to the same rule and measurement)* อย่างเสมอกัน, อย่างเท่า ๆ กัน

Equal Opportunities Commission *n. (Brit.)* คณะกรรมาธิการที่ดูแลเรื่องการให้โอกาสที่เท่าเทียมกัน

equal opporˈtunity *n.* โอกาสที่เท่าเทียมกัน; **an ~** *or* **equal opportunities employer** ผู้จ้างที่ให้โอกาสทุกคนเสมอกัน

ˈequals sign *n. (Math.)* เครื่องหมายเท่ากับ (=)

equanimity /ekwəˈnɪmɪtɪ, iːkwəˈnɪmɪtɪ/เอะเควอะˈนิมเมอะทิ, อีค–/ *n., no pl.* Ⓐ *(composure, resignation)* ความใจเย็น, ความทำใจ; Ⓑ *(evenness of mind, temper)* ความสงบของจิตใจ, ความสงบของอารมณ์, อุเบกขา *(ร.บ.)*

equate /ɪˈkweɪt/อิˈเควท/ *v.t.* **~ sth. [to** *or* **with sth.]** ถือว่า *ส.น.* เท่ากัน [กับ *ส.น.*]

equation /ɪˈkweɪʒn/อิˈเควฌ'น/ *n.* Ⓐ *(Math.)* สมการ; Ⓑ *(Chem.)* สูตรที่แสดงปฏิกิริยาทางเคมี *(โดยการใช้สัญลักษณ์แทนธาตุที่เป็นองค์ประกอบ)*

equator /ɪˈkweɪtə(r)/อิˈเควเทอะ(ร)/ *n. (Geog., Astron.)* เส้นศูนย์สูตร

equatorial /ekwəˈtɔːrɪəl, iːkwəˈtɔːrɪəl/เอะเควอะˈทอเรียล, อีค–/ *adj. (Geog., Astron.)* เกี่ยวกับเส้นศูนย์สูตร; *(อากาศ, พายุ)* ใกล้เส้นศูนย์สูตร; **~ telescope** *(Astron.)* กล้องโทรทรรศน์ที่ตั้งบนแกนที่ตั้งฉากกับแกนของโลก

equerry /ˈekwərɪ, ɪˈkwerɪ/ˈเอ็คเควอะริ, อิˈเควะริ/ *n.* Ⓐ *(in charge of horses)* เจ้าพนักงานอัศวรักษ์; Ⓑ *(of royal household)* ข้าราชบริพารในกรมอัศวราช

equestrian /ɪˈkwestrɪən/อิˈเคว็ซเตรียน/ ❶ *adj.* Ⓐ *(of horseriding)* เกี่ยวกับการขี่ม้า; Ⓑ *(on horseback) (การแข่งขัน, รูปภาพ)* บนหลังม้า; Ⓒ *(of knights)* เกี่ยวกับอัศวิน ❷ *n.* คนขี่ม้า; **circus ~s** นักแสดงกายกรรมบนหลังม้าในละครสัตว์

equestrianism /ɪˈkwestrɪənɪzm/อีเคว็ซเตรียนิซฺ'ม/ ➡ **horsemanship**

equidistant /iːkwɪˈdɪstənt/อีควิˈดิซเตินทฺ/ *adj.* ในระยะทางเท่ากัน

equilateral /iːkwɪˈlætərl/อีควิˈแลเทอะร'ล/ *adj. (Math.) (มุมฉาก, สามเหลี่ยม)* มีด้านยาวเท่ากันทุกด้าน, ด้านเท่า

equilibrium /iːkwɪˈlɪbrɪəm/อีควิˈลิบเบรียม/ *n., pl.* **equilibria** /iːkwɪˈlɪbrɪə/อีควิˈลิบเบรีย/ *or* **~s** ภาวะสมดุลทางกายภาพ, ดุลยภาพ; *(sense of balance)* การรับรู้ความสมดุล; **lose/keep one's ~:** สูญเสีย/รักษาภาวะสมดุลของตน; **mental/emotional ~:** จิตใจ/อารมณ์ที่สมดุล; **in ~:** ในภาวะสมดุล; **maintain/restore ~:** รักษา/กลับคืนสู่สมดุล; **~ of power** *(fig.)* ดุลอำนาจ; **stable/unstable/neutral ~** *(Phys.)* สมดุลที่เสถียร/อเสถียร/สะเทิน

equine /ˈekwaɪn, ˈiːkwaɪn/ˈเอ็คควายน, ˈอี–/ *adj.* Ⓐ *(of horse)* เกี่ยวกับม้า; Ⓑ *(like horse) (หน้าตา, การเดินเหิน)* เหมือนม้า

equinoctial /iːkwɪˈnɒkʃl, ek-/อีควิˈนอคช'ล, เอ็ค–/ *adj. (Astron., Geog.)* ที่เกิดขึ้นที่/ใกล้กับเวลาที่ดวงอาทิตย์โคจรข้ามเส้นศูนย์สูตร, เกี่ยวข้องกับเวลากลางวันและกลางคืนยาวเท่ากัน, อยู่ที่/ใกล้เส้นศูนย์สูตร; **~ line** เส้นวิษุวัต

equinox /ˈiːkwɪnɒks, ˈek-/ˈอีควินอคซฺ, ˈเอ็ค–/ *n.* Ⓐ วิษุวัต, เวลาที่ดวงอาทิตย์โคจรข้ามเส้นศูนย์สูตร *(ปีละสองครั้ง)*; **spring** *or* **vernal ~:** วสันตวิษุวัต *(ประมาณวันที่ 20 มีนาคม)*; **autumn** *or* **autumnal ~:** ศารทวิษุวัต *(ประมาณวันที่ 22 กันยายน)*; Ⓑ *(Astron.: equinoctial point)* จุดที่โลกจะมีกลางวันกับกลางคืนเท่ากัน มี 2 จุดคือ วสันตวิษุวัตและศารทวิษุวัต; ➡ **+ precession**

equip /ɪˈkwɪp/อิˈควิพ/ *v.t.*, **-pp-** จัดหามา, เตรียมมาให้พร้อม *(กองทัพ, รถยนต์)*; จัดอุปกรณ์ *(เข้าครัว)*; **fully ~ped** จัดหามาให้อย่างเพียบพร้อม; **~ sb./oneself [with sth.] [for a journey** *etc.***]** จัดเตรียม [*ส.น.*] ให้พร้อมสำหรับ *ค.น.*/ตนเอง [เพื่อการเดินทาง ฯลฯ]; **be ~ped with sth.** *(fig.)* มี *ส.น.* ไว้พร้อม *หรือ* พร้อม; **he is well ~ped for the job** *(fig.)* เขามีคุณสมบัติครบถ้วนสำหรับงานนี้

equipment /ɪˈkwɪpmənt/อิˈควิพเมินทฺ/ *n.* Ⓐ อุปกรณ์; *(of kitchen, laboratory, etc.)* อุปกรณ์; *(sth. needed for activity)* อุปกรณ์ *หรือ* เครื่อง

มือ; **breathing ~:** เครื่องช่วยหายใจ; **climbing/diving ~:** อุปกรณ์ปีนเขา/ดำน้ำ; **fighting/skiing ~:** อุปกรณ์การต่อสู้/เล่นสกี; **gardening/gymnastics/recording ~:** เครื่องมือการทำสวน/เครื่องกีฬายิมนาสติก/อุปกรณ์บันทึกเสียง; **mining ~:** อุปกรณ์ทำเหมือง; **playground ~:** อุปกรณ์สนามเด็กเล่น; **riding ~:** อุปกรณ์การขี่ม้า; **writing ~:** เครื่องเขียน; Ⓑ *(fig.: intellectual resources)* **mental/intellectual ~:** ความสามารถทางจิต/สติปัญญา, บริขาร *(ร.บ.)*

equitable /'ekwɪtəbl/'เอ็คควิเทอะบ'ล/ *adj.* Ⓐ *(fair)* เที่ยงธรรม; **in an ~ manner** โดยความยุติธรรม; Ⓑ *(valid)* ที่ถูกต้องตามกฎหมาย, ที่ใช้บังคับได้; **~ jurisdiction** เขตอำนาจตามกฎหมายที่ใช้บังคับได้

equitably /'ekwɪtəblɪ/'เอ็คควิเทอะบลิ/ *adv.* อย่างเที่ยงธรรม, อย่างถูกต้องตามกฎหมาย, อย่างที่ใช้บังคับได้

equity /'ekwɪtɪ/'เอ็คควิทิ/ *n.* Ⓐ *(Law)* ความยุติธรรม, ความถูกต้องทางกฎหมาย, สมธรรม *(ร.บ.)*; **in ~:** *โดยใช้หลักความยุติธรรมในการแก้ไขหรือเสริมเติมต่อกฎหมาย;* **acknowledge a claim in ~:** ยอมรับข้อเรียกร้องที่จะใช้หลักความยุติธรรมในการแก้ไขหรือเสริมเติมต่อกฎหมาย; Ⓑ *(fairness)* ความเที่ยงธรรม, ความยุติธรรม; **with ~:** ด้วยความยุติธรรม; Ⓒ *(use of justice as well as law)* การใช้ความยุติธรรมควบคู่กับกฎหมาย; **on the basis of ~:** บนพื้นฐานของความยุติธรรมควบคู่กับกฎหมาย; Ⓓ **E~** *(Brit. Theatre)* สหภาพนักแสดง; Ⓔ *in pl. (stocks and shares without fixed interest)* หุ้นที่ไม่กำหนดดอกเบี้ยตายตัว; Ⓕ *(value of shares)* มูลค่าของหุ้น, หุ้นทุน; Ⓖ *(net value of mortgaged property)* มูลค่าสุทธิของทรัพย์สินที่นำไปจำนอง *(หลังจากหักค่าธรรมเนียมแล้ว)*

equity: ~ 'capital *n. (Commerc.)* เงินทุนหุ้นสามัญ; **~ market** *n. (Commerc.)* ตลาดหุ้น

equivalence /ɪ'kwɪvələns/อิ'ควิเวอะเลินซฺ/, **equivalency** /ɪ'kwɪvələnsɪ/อิ'ควิเวอะเลินซิ/ *n.* Ⓐ *(being equivalent)* **~ [of value]** ความเท่ากัน [ของมูลค่า]; *(of two amounts)* ค่าเท่ากัน; Ⓑ *(having equivalent meaning)* **~ [in meaning]** การมีนัยตรงกัน [ในความหมาย]; Ⓒ *(correspondence)* ความเสมอเหมือนกัน, ความเท่ากัน; Ⓓ *(Chem.)* สมรรถนะที่เท่าเทียมกัน *(ของสาร)*

equivalent /ɪ'kwɪvələnt/อิ'ควิเวอะเลินทฺ/ ❶ *adj.* Ⓐ *(equal, having same result)* เท่ากับ, มีผลลัพธ์เหมือนกัน; **be ~ to sth.** เท่ากันกับ *ส.น.;* **be ~ to doing sth.** มีผลลัพธ์เท่ากับการทำ *ส.น.;* **something of ~ value** สิ่งที่มีมูลค่าเท่ากัน; **an ~ amount [of money]** จำนวน [เงิน] เท่ากัน; **an ~ amount of flour** ปริมาณแป้งเท่ากัน; Ⓑ *(meaning the same)* มีความหมายเหมือนกัน; **these two words are [not] ~ in meaning** คำสองคำนี้มีความหมาย [ไม่] ตรงกัน; Ⓒ *(corresponding)* เหมือนกัน, เท่ากับ; **be ~ to sth.** เท่ากับ *ส.น.;* Ⓓ *(Chem.)* ที่สามารถรวมตัวหรือแยกจากกันได้อย่างเท่าเทียมกัน ❷ *n.* Ⓐ *(~ or corresponding thing or person)* คนหรือสิ่งที่มีค่าเท่าเทียมกัน; **be the ~ of sb./sth.** มีค่าเท่าเทียมกันกับ *ค.น./ส.น.;* Ⓑ *(word etc. having same meaning)* คำที่มีความหมายเหมือนกัน; Ⓒ *(thing having same result)* **be the ~ of sth.** เป็นสิ่งที่มีผลลัพธ์เหมือนกับอีก *ส.น.;* Ⓓ *(Chem.)* น้ำหนักของสารที่รวมเข้ากับหรือเข้าแทนที่ไฮโดรเจนหนึ่งกรัม หรือออกซิเจนแปดกรัมได้

equivocal /ɪ'kwɪvəkl/อิ'ควิเวอะค'ล/ *adj.* Ⓐ *(ambiguous)* กำกวม, คลุมเครือ; **~ meaning** ความหมายคลุมเครือ; Ⓑ *(questionable)* น่าสงสัย

equivocally /ɪ'kwɪvəkəlɪ/อิ'ควิเวอะเคอะลิ/ *adv. (ambiguously)* อย่างคลุมเครือ, อย่างที่กำกวม

equivocate /ɪ'kwɪvəkeɪt/อิ'ควิเวอะเคท/ *v.i.* พูดอย่างคลุมเครือ, พูดอำพราง

equivocation /ɪkwɪvə'keɪʃn/อิควิเวอะ'เคช'น/ *n.* การพูดอย่างคลุมเครือ, การพูดอำพราง

ER *abbr.* **King Edward/Queen Elizabeth**

er /ɜ:(r)/เออะ(ร)/ *int.* เออ

era /'ɪərə/'เอียเรอะ/ *n.* Ⓐ *(system of chronology)* ศก, ศักราช; Ⓑ *(period)* มหายุค *(ร.บ.)*, สมัย; **the Clinton ~:** ยุคของคลินตัน; **Byzantine/Computer ~:** สมัยไบแซนไทน์/คอมพิวเตอร์; **the Renaissance/Beatles ~:** ยุคเรเนสซองซ์/บีเทิลส์; **Roman/Viking ~:** สมัยโรมัน/ไวกิ้ง; **a new ~ in fashion began** ยุคใหม่ของการแต่งกายตามสมัยนิยมได้เริ่มต้นขึ้น; Ⓒ *(Geol.)* ยุคทางธรณีวิทยา

eradicate /ɪ'rædɪkeɪt/อิ'แรดิเคท/ *v.t. (remove)* กำจัดทิ้งอย่างสิ้นซาก, ถอนรากถอนโคน

eradication /ɪrædɪ'keɪʃn/อิแรดิ'เคช'น/ *n.* การกำจัดทิ้งอย่างสิ้นซาก, การถอนรากถอนโคน

eradicator /ɪ'rædɪkeɪtə(r)/อิ'แรดิเคเทอะ/ *n.* สิ่ง/สารกำจัดหมึก/รอยเปื้อน

erase /ɪ'reɪz, US ɪ'reɪs/อิ'เรซฺ, อิ'เรช/ *v.t.* Ⓐ *(rub out)* ลบออก; *(with rubber)* ลบออก; *(with knife)* ขูดออก; Ⓑ *(obliterate)* ทำให้เลือนหายไป; Ⓒ *(remove recorded signal from; also Computing)* ลบสัญญาณ

eraser /ɪ'reɪzə(r), US -sər/อิ'เรเซอะ(ร), อิ'เรเซอะ(ร)/ *n.* **[pencil] ~:** ยางลบ [ดินสอ]; **[blackboard] ~:** แปรงลบ [กระดานดำ]; *(sponge)* ฟองน้ำลบกระดานดำ

erasure /ɪ'reɪʒə(r)/อิ'เรเฌอะ(ร)/ *n.* Ⓐ *(rubbing out)* การลบออก; Ⓑ *(obliteration)* การทำให้เลือนหายไป; Ⓒ *(removal of recorded signal)* การลบสัญญาณที่บันทึกไว้; *(place)* จุดที่ถูกลบออก

ere /eə(r)/แอ(ร)/ *(poet./arch.)* ❶ *prep.* ก่อน; **~ long** ก่อนอีกไม่นาน; **~ now** ก่อนหน้านี้; **~ then** ก่อนนั้น ❷ *conj.* ก่อน

erect /ɪ'rekt/อิ'เร็คทฺ/ ❶ *adj.* Ⓐ *(upright, vertical)* ตั้งตรง, อยู่ในแนวตั้ง; *(fig.) (บุคคล)* มั่นคง; **stand ~:** ยืนตัวตรง; **with head ~:** ด้วยศีรษะตั้งตรง; Ⓑ *(Physiol.: enlarged and rigid) (องคชาติ, ต่อมคลิตอริสในอวัยวะเพศหญิง, หัวนม)* ขยายใหญ่และแข็ง; Ⓒ *(raised)* ยกสูงขึ้น, ตั้งขึ้น ❷ *v.t.* Ⓐ *(build)* สร้าง *(ตึก)*; ก่อ *(ทฤษฎี)*; สถาปนา *(อนุสาวรีย์)* Ⓓ *(raise)* ยกขึ้น *(ตัว, หู)*

erectile /ɪ'rektaɪl, US -tl/อิ'เร็คทายล, -ท'ล/ *adj. (Physiol.) (ส่วนของร่างกาย, องคชาติ)* ที่แข็งตัวตั้งขึ้นได้

erection /ɪ'rekʃn/อิ'เร็คช'น/ *n.* Ⓐ *(building)* ➡ **erect** 2 A: การสร้าง, การสถาปนา; Ⓑ *(structure)* สิ่งก่อสร้าง, โครงสร้าง; *(other than a building)* การก่อร่างสร้างสานให้เป็นรูป; Ⓒ *(raising)* การยกตั้งขึ้น; Ⓓ *(Physiol.)* การขยายใหญ่และแข็งตัว; *(of penis)* การแข็งตัวของอวัยวะองคชาติ

erectly /ɪ'rektlɪ/อิ'เร็คทลิ/ *adv. (in upright manner, vertically)* ในแนวตั้ง, อย่างตั้งตรง; *(fig.)* อย่างแน่วแน่มั่นคง

erectness /ɪ'rektnɪs/อิ'เร็คทฺนิซ/ *n., no pl. (uprightness)* **~ [of stance** *or* **bearing** *or* **posture]** ความมั่นคงแน่วแน่ [ของท่า]

erg /ɜ:g/เอิก/ *n. (Phys.)* *หน่วยพลังงานหรือหน่วยงานที่เท่ากับการใช้แรงหนึ่งไดน์ เพื่อทำให้วัตถุเคลื่อนที่หนึ่งเซนติเมตรไปในทิศทางของแรงนั้น*

ergo /'ɜ:gəʊ/'เออโก/ *adv. (literary)* ดังนั้น, เพราะฉะนั้น

ergonomic /ɜ:gə'nɒmɪk/เออเกอะ'นอมิค/ *adj.*, **ergonomically** /ɜ:gə'nɒmɪklɪ/เออเกอะ'นอมิคลิ/ *adv.* *โดยศึกษาประสิทธิภาพของคนในสภาพแวดล้อมของการทำงาน*

ergonomics /ɜ:gə'nɒmɪks/เออเกอะ'นอมิคซฺ/ *n., no pl.* *การศึกษาประสิทธิภาพของคนในสภาพแวดล้อมของการทำงาน*, การยศาสตร์ *(ร.บ.)*

ergot /'ɜ:gət/'เออเกิท/ *n.* Ⓐ *(disease)* โรคระบาดของข้าวและข้าวไรย์ที่เกิดจากเชื้อรา; Ⓑ *(fungus)* เชื้อราที่ทำให้เกิดโรคดังกล่าว; Ⓒ *(dried mycelium)* เชื้อราแห้ง *(ที่นำมาใช้เป็นยาช่วยการทำคลอด)*

erica /'erɪkə, ɪ'ri:kə/'เอะริเคอะ, อิ'รีเคอะ/ *n. (Bot.)* พันธุ์ไม้ในสกุล Ericca มีใบเรียบมัน ดอกเล็กทรงกระดิ่ง

ERM *n. (abbr.)* **exchange rate mechanism** ➡ **exchange** 3 D

ermine /'ɜ:mɪn/'เออมิน/ *n.* Ⓐ *(fur; also Her.)* *ขนสัตว์ชนิดหนึ่ง สีขาวประจุดดำ ใช้ขลิบชายเสื้อผู้พิพากษาและขุนนาง;* Ⓑ *(Zool.)* สัตว์คล้ายพังพอน *(ในฤดูหนาวมีขนเป็นสีขาว)*

Ernie /'ɜ:nɪ/'เออนิ/ *n. (Brit. coll.; abbr. of Electronic Random Number Indicator Equipment)* *อุปกรณ์สุ่มเลือกตัวเลข สำหรับประกอบขึ้นเป็นหมายเลขที่ได้รับรางวัล;* **have you ever won anything on ~?** คุณเคยถูกหวยบ้างไหม

erode /ɪ'rəʊd/อิ'โรด/ *v.t.&i.* Ⓐ *(น้ำ, ลม, ฝน, น้ำแข็ง)* กัดเซาะ; *(สนิม, กรด)* กัดกร่อนทำลาย; Ⓑ *(fig.)* ทำลาย *(ความมั่นคง, ความเชื่อถือ, ส่วนของร่างกาย)*

erogenous /ɪ'rɒdʒɪnəs/อิ'รอจิเนิซ/ *adj.* ไวต่อการกระตุ้นทางเพศ; **~ stimulation** การกระตุ้นความต้องการทางเพศ

Eros /'ɪərɒs/'เอียรอซ/ *pr. n.* เทพเจ้าแห่งความรักในเทวตำนานกรีก *(มีชื่อเรียกตามแบบโรมันว่าคิวปิด)*

erosion /ɪ'rəʊʒn/อิ'โรฌ'น/ *n.* Ⓐ ➡ **erode** A: ความสึกกร่อน, การเซาะ; Ⓑ *(fig.)* ความเสื่อมสลาย

erosive /ɪ'rəʊsɪv/อิ'โรซิว/ *adj. (Geol.)* ที่กัดเซาะ, กัดกร่อนทำลาย

erotic /ɪ'rɒtɪk/อิ'รอทิค/ *adj.* เร้าให้เกิดความต้องการทางเพศ, ยั่วราคะ

erotica /ɪ'rɒtɪkə/อิ'รอทิเคอะ/ *n. pl.* ศิลปวรรณกรรมที่เร้าให้เกิดความต้องการทางเพศ

erotically /ɪ'rɒtɪkəlɪ/อิ'รอทิเคอะลิ/ *adv.* ด้วยการเร้าให้เกิดความต้องการทางเพศ

eroticism /ɪ'rɒtɪsɪzm/อิ'รอทิซิซ'ม/ *n.* สิ่งที่เร้าทางเพศ; การใช้หรือการรับแรงกระตุ้นทางเพศ

eroticize /ɪ'rɒtɪsaɪz/อิ'รอทิซายซฺ/ *vtr.* ทำให้เกิดกามารมณ์

erotomania /ɪrɒtəʊ'meɪnɪə/อิรอโท'เมเนีย/ *n.* การหมกมุ่นในกามารมณ์

err /ɜ:(r)/เออ(ร)/ *v.i.* ทำผิดพลาด; **to ~ is human** *(prov.)* สี่เท้ายังรู้พลาด นักปราชญ์ยังรู้พลั้ง; **you ~ in your opinion of him** คุณคิดผิดเกี่ยวกับเขา; **let's ~ on the right** *or* **safe side**

e

and ...: เลือกหนทางที่ปลอดภัยและพลาดพลั้งได้ยากที่สุดเถอะ

errand /ˈerənd/เอะเรินดฺ/*n.* Ⓐ การเดินทางสั้น ๆ เพื่อช่วยเหลือคนอื่น, ทำธุระเล็ก ๆ น้อย ๆ; *(shopping)* การไปซื้อของ; **go on** *or* **run an ~:** รับธุระในระยะทางใกล้ ๆ; **go** *or* **run ~s** ออกไปทำธุระเล็ก ๆ น้อย ๆ; **send sb. on an ~:** ส่ง *ค.น.* ออกไปทำธุระเล็ก ๆ น้อย ๆ; **go on an ~ of mercy [for sb.]** เดินทางไปช่วยเหลือบรรเทาทุกข์ [สำหรับ *ค.น.*]; **send sb. on an ~ of mercy** ส่ง *ค.น.* ไปช่วยเหลือบรรเทาทุกข์; ➡ **+ fool's errand;** Ⓑ *(object of journey)* ภารกิจที่ทำให้ออกไป; Ⓒ *(purpose)* วัตถุประสงค์ของภารกิจ

errand: ~ boy *n.* นักการ, คนเดินสาร; **~ girl** *n.* พนักงานหญิงที่ทำหน้าที่ส่งข่าวสาร

errant /ˈerənt/เอะเรินทฺ/ *adj. (หลักการ, มาตรฐาน)* ที่ผิดพลาด; *(บุคคล, พฤติกรรม)* ที่หลงทาง; *(สามี, ภรรยา)* นอกใจ; ➡ **+ knight errant**

errata *pl. of* **erratum**

erratic /ɪˈrætɪk/อิˈแรทิค/ ❶ *adj.* เปลี่ยนแปลงตลอด, ไม่คงเส้นคงวา; *(บุคคล)* ที่ไม่อยู่ในร่องในรอย; *(ยานพาหนะ, พฤติกรรม, อารมณ์, อากาศ)* ไม่แน่นอนสม่ำเสมอ; **the ~ moods of the weather** ความไม่แน่นอนของสภาพอากาศ; **he is rather ~ in the standard of work he produces** งานของเขาไม่สม่ำเสมอในแง่ของคุณภาพ ❷ *n.* ➡ **erratic block**

erratically /ɪˈrætɪklɪ/อิˈแรทิคลิ/ *adv.* อย่างไม่คงเส้นคงวา, อย่างไม่แน่นอน, อย่างไม่สม่ำเสมอ

erratic 'block *n. (Geol.) ก้อนหินขนาดใหญ่ที่น้ำแข็งพามาเป็นระยะทางไกล*

erratum /eˈreɪtəm, eˈrɑːtəm/เอะˈเรเทิม, เอะˈราเทิม/ *n., pl.* **errata** /eˈreɪtə, eˈrɑːtə/ –เทอะ/ *(Bibliog., Printing)* ข้อผิดหรือคำผิดในการพิมพ์

erroneous /ɪˈrəʊnɪəs/อิˈโรเนียซ/ *adj. (ข้อสรุป, คำตอบ, การตัดสินใจ)* ไม่ถูกต้อง, ผิดพลาด

erroneously /ɪˈrəʊnɪəslɪ/เอะˈโรเนียซลิ/ *adv.* อย่างไม่ถูกต้อง, อย่างผิดพลาด

error /ˈerə(r)/ˈเอะเรอะ(ร)/ *n.* Ⓐ *(mistake)* ข้อผิดพลาด, ความผิดพลาด, ความเคลื่อนคลาด; **gross ~ of judgement** การตัดสินใจที่ผิดพลาดใหญ่หลวง; **printing/typographical ~:** การพิมพ์/ตัวพิมพ์ผิด; Ⓑ *(wrong opinion)* ความคิดที่ผิด; **lead sb. into ~:** ชักนำ *ค.น.* ให้คิดผิดทำผิด; **realize the ~ of one's ways** ตระหนักว่าวิถีชีวิตของตนไม่ถูกต้อง; **in ~:** ผิดพลาด; **be in ~ in one's calculations** คำนวณผิด; Ⓒ *(Math. etc.)* ค่าผิดพลาด

'error message *n. (Computing) ข้อความแจ้งบนจอคอมพิวเตอร์ถึงข้อผิดพลาดที่เกิดขึ้น*

ersatz /ˈeəzæts, ˈɜːsɑːts/ˈแอแซทซฺ, ˈเออซาทซฺ/ ❶ *n.* ของเทียม, ของทดแทน ❷ *adj.* เป็นของเทียม, ใช้ทดแทน; **~ silk** ไหมเทียม

erstwhile /ˈɜːstwaɪl/ˈเอิซทฺวายลฺ/ *adj.* แต่ก่อน, ก่อนหน้านี้

erudite /ˈeruːdaɪt/ˈเอะรุไดทฺ/ *adj.* มีความรู้สูง, คงแก่เรียน, แสดงว่ามีภูมิรู้สูง

erudition /eruˈdɪʃn/เอะรุˈดิชฺ'น/ *n., no pl.* ภูมิความรู้

erupt /ɪˈrʌpt/อิˈรัพทฺ/ *v.i.* Ⓐ *(ภูเขาไฟ)* ระเบิดออก; **ashes and lava ~ed from the volcano** เถ้าถ่านและลาวาระเบิดออกจากภูเขาไฟ; **~ with anger/into a fit of rage** *(fig.)* อาละวาดด้วยความโกรธ/โกรธเกรี้ยวสุดขีด; Ⓑ *(appear) (ผื่น)* ขึ้นบนผิวหนัง

eruption /ɪˈrʌpʃn/อิˈรัพชฺ'น/ *n.* Ⓐ *(of volcano, geyser)* การระเบิด; Ⓑ *(rash)* การลามกระจายไปทั่วผิวหนัง, การขึ้นเป็นผื่น; Ⓒ *(fig.)* การลุกลาม, การประทุ

eruptive /ɪˈrʌptɪv/อิˈรัพทิฺว/ *adj.* ที่ระเบิดออก, ที่ขึ้นเป็นผื่น; **~ rocks** *(Geol.)* หินที่ระเบิดออก

erythema /erɪˈθiːmə/เอะริˈธีเมอะ/ *n. (Med.)* ผื่นหรือรอยแดงบนผิวหนัง

erythrocyte /ɪˈrɪθrəsaɪt/อิˈริธเรอะไซทฺ/ *n. (Anat.)* เซลล์เม็ดเลือดแดง *(ซึ่งนำออกซิเจนไปสู่เซลล์ต่าง ๆ)*

escalate /ˈeskəleɪt/ˈเอ็ซเกอะเลท/ ❶ *v.i.* พัฒนาเป็นลำดับ **(into** เป็น); *(ราคา, ค่าใช้จ่าย)* เพิ่มขึ้นอย่างรวดเร็ว; *(การต่อสู้)* รุนแรงขึ้น ❷ *v.t.* ทำให้รุนแรงมากขึ้น **(into** เป็น)

escalation /eskəˈleɪʃn/เอ็ซเกอะˈเลชฺ'น/ *n. (of rioting, war)* การขยายขอบเขต, การทวีความรุนแรง; *(of wages, prices, costs)* การเพิ่มขึ้น

escalator /ˈeskəleɪtə(r)/ˈเอ็ซเกอะเลเทอะ(ร)/ *n.* Ⓐ บันไดเลื่อน; Ⓑ *(Commerc.)* **~ clause** *ข้อความในสัญญาที่ผูกมัดเงื่อนไขการปรับค่าจ้าง ราคาและอื่น ๆ ให้สอดคล้องกับค่าครองชีพและ/หรือต้นทุนการผลิต*

escalope /ˈeskələʊp/ˈเอ็ซเกอะลอพ/ *n. (Gastr.)* แผ่นเนื้อลูกวัวบริเวณขา หั่นบาง ๆ

escapade /eskəˈpeɪd/เอ็ซเกอะˈเพด/ *n.* การกระทำที่ผจญภัยและออกนอกลู่นอกทาง

escape /ɪˈskeɪp/อิˈซเกพ/ ❶ *n.* Ⓐ *(lit. or fig.)* การหลบหนี; *(from prison or mental hospital also)* การแตกออกมา; *(of large wild animal)* การเผ่นหนี; *(of small animal)* การหนีกระเจิง; *(of bird)* การบินหนี; **there is no ~** *(lit. or fig.)* ไม่มีทางหนี; **~ vehicle** ยานพาหนะที่ใช้หลบหนี; **~ route** *(lit. or fig.)* เส้นทางที่ใช้หลบหนี, เส้นทางเลี่ยง; **make one's ~ [from sth.]** หนีให้พ้น [จาก *ส.น.*]; **have a narrow/miraculous ~:** หนีรอดได้อย่างหวุดหวิด/อย่างปาฏิหาริย์; **have a lucky ~:** หนีรอดได้อย่างโชคดี; **that was a narrow ~** *(joc.)* เกือบไปแล้วซิ, เกือบไม่รอด; **you had a lucky ~** *(joc.)* คุณรอดตัวมาได้อย่างโชคดี; **~ from reality** การไม่ยอมรับรู้ความจริง; Ⓑ *(leakage of gas etc.)* การรั่วไหล; Ⓒ *(plant)* ต้นไม้ในสวนที่กลายเป็นป่า; ➡ **+ fire escape** ❷ *v.i.* Ⓐ *(lit. or fig.)* หลบหนี **(from** จาก); *(successfully)* หนีรอด, หนีไปพ้น; *(from prison or mental hospital also)* แหก *(คุก, โรงพยาบาลโรคจิต)*; **~ to freedom** หนีไปสู่อิสรภาพ; **while trying to ~:** ในขณะที่กำลังพยายามหลบหนี; **~d prisoner/convict** นักโทษ/ผู้ต้องโทษที่หลบหนีไปได้; **~ to one's room** หลบไปอยู่ในห้องของตน; **~ into a dream world** *(fig.)* เอาแต่เพ้อฝันไม่ยอมรับความจริง; Ⓑ *(leak) (ก๊าซ)* รั่ว; *(น้ำตาล, ของเหลว)* ไหลรั่ว; Ⓒ *(avoid harm)* หลีกเลี่ยงอันตราย; **~ alive** หลีกเลี่ยงอันตรายเอาชีวิตรอดมาได้; **he ~d, but she was killed** เขาหนีรอดได้ แต่เธอถูกฆ่าตาย; Ⓓ *(Computing)* **press ~:** กดแป้น 'เอสเคป' ❸ *v.t.* Ⓐ ผละ *(ศัตรู)*; หลบหนี; รอดจาก *(ความตาย, โรคระบาด)*; ไม่ยอมรับ *(ภาระ)*; **~ observation/a duty** หลบหลีกการสังเกต/ผละจากหน้าที่; **he ~d the consequences** เขาโดนผลกระทบที่ตามมา; **~ being seen** หลบหลีกมิให้ใครเห็น; **she narrowly ~d being killed** เธอเลี่ยงการถูกฆ่าอย่างหวุดหวิด; **the car ~d damage** รถยนต์เลี่ยงการเสียหาย; **one can't ~ the fact that ...:** เราหนีไม่พ้นข้อเท็จจริงที่ว่า...; Ⓑ *(not be remembered by)* ถูกลืมเลือน; Ⓒ **~ sb. ['s notice]** *(not be seen)* เลี่ยง [การสังเกตของ] *ค.น.* ไปได้, ถูกมองข้าม; **~ notice** ไม่ได้ถูกสังเกต, ถูกมองข้าม; **~ sb.'s attention** พ้นความสนใจเอาใจใส่ของ *ค.น.*; ➡ **+ memory** B; Ⓓ *(not be understood by)* **~ sb.** ไม่เป็นที่เข้าใจของ *ค.น.*; Ⓔ *(be uttered involuntarily by)* หลุดปากออกมา

escape: ~ artist *n.* ➡ **escapologist; ~ attempt, ~ bid** *ns.* การพยายามจะหลบหนี; *(from prison)* การพยายามจะแตกออกมา; **~ clause** *n. (Law) ส่วนของสัญญาที่กำหนดเงื่อนไขจำเพาะสำหรับปล่อยบุคคล ฯลฯ จากพันธะหรือข้อบังคับที่แน่นอน*

escapee /ɪskeɪˈpiː, eˈskeɪpiː/อิซเกˈพี/ *n.* ผู้หลบหนี, นักโทษหนีคุก

escape: ~-hatch *n. (Naut., Aeronaut.)* ทางออกฉุกเฉิน; *(fig.)* ทางรอดเฉพาะตัว; **~ key** *n. (Computing)* แป้นเอสเคป; **~ mechanism** *n. (Psych.)* กลไกทางจิตที่จะปลดเปลื้องความรับผิดชอบหรือความสำนึกผิดให้พ้นตัว

escapement /ɪˈskeɪpmənt/อิˈซเกพเมินทฺ/ *n. (Horol.) ส่วนประกอบของนาฬิกาที่เชื่อมและกำหนดจังหวะการเดินของทั้งระบบ*

e'scape-proof *adj.* ที่หลบหนีออกไม่ได้, ที่ไม่มีทางรั่วซึม

escaper /ɪˈskeɪpə(r)/อิˈซเกเพอะ/ *n.* ผู้หลบหนี, นักโทษหนีคุก

escape: ~ road *n.* ทางเบี่ยง, ทางลัด; **~ route** *n.* เส้นทางหนี; **~ valve** *n.* วาล์วระบายฉุกเฉิน

escapism /ɪˈskeɪpɪzəm/อิˈซเกพิเซิม/ *n. (Psych.)* การหลบหนีจากความเป็นจริงและความรับผิดชอบ

escapist /ɪˈskeɪpɪst/อิˈซเคพิซทฺ/ *(Psych.)* ❶ *n.* คนที่หลบหนีจากความเป็นจริง ❷ *adj.* ชอบเพ้อฝัน, ไม่ยอมรับความจริง

escapologist /eskəˈpɒlədʒɪst/อะซเกอะˈพอเลอะจิซทฺ/ *n. (Brit.)* นักเล่นกลออกจากที่คุมขังหรือพันธนาการ

escarpment /ɪˈskɑːpmənt/อิˈซกาพเมินทฺ/ *n. (Geog.)* ผาสูงชัน

eschatology /eskəˈtɒlədʒɪ/เอ็ซเกอะˈทอเลอะจิ/ *n. (Theol.) ส่วนหนึ่งของวิชาเทววิทยา ที่ว่าด้วยความตายและโชคชะตาในวาระสุดท้าย*

eschew /ɪsˈtʃuː/อิซˈฉู/ *v.t. (literary)* หลีกเลี่ยง, ละเว้น

escort ❶ /ˈeskɔːt/ˈเอ็ซกอท/ *n.* Ⓐ *(armed guard)* ผู้คุ้มกันติดอาวุธ; **police ~:** ตำรวจผู้คุ้มกัน; **with an ~, under ~:** พร้อมกับผู้คุ้มครอง, มีคนคุมไป; **fighter ~:** ฝูงบินทิ้งระเบิดคุ้มกัน; Ⓑ *(person[s] protecting or guiding)* ผู้คุ้มครอง หรือ คนนำทาง; **be sb.'s ~:** เป็นผู้ปกป้องคุ้มครอง หรือ นำทางให้ *ค.น.*; Ⓒ *(man accompanying woman socially)* ชายที่ไปเป็นเพื่อนผู้หญิงในงานสังคม; Ⓓ *(hired companion)* คนที่ว่าจ้างมาให้ไปเป็นเพื่อน; *(woman also)* ผู้หญิงที่จ้างมาอยู่เป็นเพื่อน ❷ /ɪˈskɔːt/อิˈซกอท/ *v.t.* Ⓐ คุ้มกัน; *(lead)* นำไป; *(as guard of honour: also Mil.)* แวดล้อมไปในฐานะเป็นผู้พิทักษ์ประดับเกียรติ; **~ sb. to safety** คุ้มครอง *ค.น.* ไปสู่ที่ปลอดภัย; Ⓑ *(take forcibly)* นำไปโดยใช้พละกำลัง, คร่าตัวไป

escort /ˈeskɔːt/ˈเอ็ซคอท/: **~ agency** *n.* ตัวแทนบริการหาผู้จ้างออกงานสังคม; **~ carrier** *n. (Navy)* กองเรือคุ้มกัน; **~ duty** *n.* **be on ~ duty** ทำหน้าที่เป็นผู้คุ้มกัน; **~ vessel** *n. (Navy)* เรือพี่เลี้ยง, เรือคุ้มกัน

escritoire /eskrɪˈtwɑː(r)/เอ็ซกริˈทวา(ร)/ *n.* โต๊ะเขียนหนังสือที่มีลิ้นชัก

escutcheon /ɪˈskʌtʃn/อิˈซกัฉ'น/ *n. (Her.)* โล่ประทับตราประจำตระกูล; **be a blot on sb.'s ~** *(fig.)* เป็นการเสียชื่อเสียงของ *ค.น.*

ESE /iːstsaʊθˈiːst/อีซทฺ เซาธ ˈอีซทฺ/ *abbr.* **east-south-east**

Eskimo /ˈeskɪməʊ/ˈเอ็ซกิโม/ ❶ *adj.* เกี่ยวกับชาวเอสกิโม; ➡ + **English** 1 ❷ *n.* Ⓐ *no pl. (language)* ภาษาเอสกิโม; ➡ + **English** 2 A; Ⓑ *pl.* **~s** *or same* ชาวเอสกิโม; **the ~[s]** ชาวเอสกิโม

ˈEskimo dog *n.* สุนัขเอสกิโมลากเลื่อน *(เป็นพันธุ์เฉพาะแถบขั้วโลกเหนือ)*

ESN *abbr.* **educationally subnormal**

esophagus *(Amer.)* ➡ **oesophagus**

esoteric /esəˈterɪk, iːsəˈterɪk/เอะเซอะˈเทะริค, อี-/ *adj.* เป็นที่เข้าใจสำหรับคนกลุ่มในเท่านั้น; เผยให้รู้แต่ในกลุ่มที่ร่วมลัทธิ, ลึกลับเข้าใจยาก

ESP *abbr. (Psych.)* **extra-sensory perception**

espalier /ɪˈspæliːeɪ, US ɪˈspæljər/อิˈซแปเลีย(ร)/ *n.* Ⓐ *(trellis)* แผงไม้หรือร้านสำหรับไม้เลื้อยพัน; Ⓑ *(tree)* ต้นไม้ที่ตัดกิ่งให้เลียบกำแพงสวน

esparto /eˈspɑːtəʊ/เอะˈซปาโท/ *n.* **~ [grass]** *(Bot.)* ต้นหญ้า *Stipa tenacissima* พบในสเปนและทวีปแอฟริกาเหนือ ใช้ทำเชือก เครื่องจักสาน

especial /ɪˈspeʃl/อิˈซเป๊ช'ล/ *attrib. adj.* พิเศษ, เฉพาะ; **have ~ talent** มีความสามารถพิเศษ; **for your ~ benefit** เพื่อผลประโยชน์ของคุณโดยเฉพาะ

especially /ɪˈspeʃəlɪ/อิˈซเป๊ชเชอะลิ, -ชลิ/ *adv.* เป็นพิเศษ, โดยเฉพาะอย่างยิ่ง; **more ~ because...:** และยิ่งกว่านั้นเพราะว่า...; **what ~ do you want to see?** คุณต้องการเห็นอะไรเป็นพิเศษ; **~ as** โดยเฉพาะอย่างยิ่ง; **more ~:** ยิ่งพิเศษไปกว่านั้น

Esperanto /espəˈræntəʊ/เอ็ซเปอะˈแรนโท/ *n., no pl. ภาษาสากลที่คิดขึ้นในปี ค.ศ. 1887 โดยอาศัยภาษาหลักของยุโรปหลายภาษา;* ➡ + **English** 2 A

espionage /ˈespɪənɑːʒ/ˈเอ็ซเปียนาฌ/ *n.* จารกรรม; **carry out ~ for sb.** สืบความลับให้ *ค.น.;* ➡ + **industrial espionage**

esplanade /espləˈneɪd/เอ็ซเปลอะˈเนด/ *n.* ทางเดินเล่นที่กว้างยาว

espousal /ɪˈspaʊzl/อิˈซเปาซ'ล/ *n.* การให้การสนับสนุน *(โครงการ, การรณรงค์)*

espouse /ɪˈspaʊz/อิˈซปาวซฺ/ *v.t.* Ⓐ เข้าร่วมสนับสนุน *(ทฤษฎี ฯลฯ);* Ⓑ *(arch.) (marry)* แต่งงาน, สมรส; *(give in marriage)* ยก *(หญิง)* ให้แต่งงาน (**to** กับ)

espresso /eˈspresəʊ/เอะˈซเปร๊ซโซ/ *n., pl.* **~s** *(coffee)* กาแฟดำรสเข้มข้น, เอสเพรสโซ *(ท.ศ.)*

eˈspresso bar *n.* ร้านกาแฟ

esprit de corps /espriː də ˈkɔː/เอ็ซปรี เดอะ ˈคอ(ร)/ *n.* ความรู้สึกภาคภูมิใจในกลุ่มของตน, ความรักหมู่คณะ, สามัคคีจิต *(ร.บ.)*

espy /ɪˈspaɪ/อิˈซปาย/ *v.t. (dated/joc.)* เหลือบเห็น

Esq. *abbr.* **Esquire** นาย; *(on letter)* นาย; **Jim Smith, ~:** คุณจิม สมิธ

essay ❶ /ˈeseɪ/ˈเอ็ซเซ/ *n.* เรียงความ ❷/ɪˈseɪ/อิˈเซอิ/ *v.t.* เพียรพยายาม; **~ to do sth.** เพียรพยายามที่จะทำ *ส.น.*

essayist /ˈeseɪɪst/ˈเอ็ซเซอิซทฺ/ *n.* ➤ **489** นักเขียนเรียงความ

essence /ˈesəns/ˈเอ็ซเซินซฺ/ *n.* Ⓐ ส่วนประกอบหรือลักษณะสำคัญ, สาระ, ใจความ, สารัตถะ *(ร.บ.); (gist)* เนื้อแท้, แก่นแท้; *(of problem)* จุดสำคัญ; *(of message, teaching)* ใจความ; **she is the [very] ~ of grace/kindness** เธอเป็นคนที่แสนจะงามสง่า/ใจดีโดยแท้จริง; **in ~:** โดยพื้นฐาน; **be of the ~:** จำเป็นยิ่งยวด, ขาดเสียมิได้; Ⓑ *(Cookery)* หัวเชื้อ, สารกลั่นกรองเข้มข้นของผักหรือเนื้อ

essential /ɪˈsenʃl/อิˈเซ็นช'ล/ ❶ *adj.* Ⓐ *(fundamental) (ความหมาย)* เป็นใจกลาง; *(คำถาม, ปัญหา)* สำคัญที่สุด; *(สิ่ง, อุปกรณ์)* จำเป็น; Ⓑ *(indispensable)* ที่ขาดไม่ได้; **the ~ thing is for her to be happy** สิ่งที่สำคัญที่สุดก็คือให้เธอมีความสุข; **~ to life** ที่ขาดไม่ได้สำหรับการดำรงชีวิต; **it is [absolutely** *or* **most] ~ that ...:** ที่สำคัญ [อย่างแน่ชัด *หรือ* มากที่สุด] ก็คือ...; **these measures are ~:** มาตรการเหล่านี้จำเป็นอย่างยิ่ง; **~ oil** ➡ **ethereal oil**
❷ *n., esp. in pl.* Ⓐ *(indispensable element)* สิ่งจำเป็นที่ขาดไม่ได้; **be an ~ for sth.** เป็นสิ่งจำเป็นสำหรับ *ส.น.;* **the ~s of life** สิ่งดำรงชีวิตที่ขาดไม่ได้; **the bare ~s** เฉพาะสิ่งที่จำเป็นแท้ ๆ, เฉพาะปัจจัยสี่; Ⓑ *(fundamental element)* องค์ประกอบพื้นฐาน; **confine oneself to the ~:** จำกัดตนเองอยู่กับสิ่งที่จำเป็นเท่านั้น ไม่ฟุ่มเฟือย; **the ~s of French grammar** หลักพื้นฐานของไวยากรณ์ภาษาฝรั่งเศส

essentially /ɪˈsenʃəlɪ/เอิอะˈเซ็นเชอะลิ/ *adv.* โดยหลักการ, โดยพื้นฐาน, อย่างจำเป็นที่ขาดไม่ได้; **my opinion does not ~ differ from yours** ความคิดเห็นของฉันว่าโดยหลักการ ก็ไม่แตกต่างจากของคุณ

establish /ɪˈstæblɪʃ/อิˈซแตบลิช/ ❶ *v.t.* Ⓐ *(set up, create, found)* ก่อตั้ง *(บริษัท, ตำแหน่ง, โรงเรียน ฯลฯ);* ตั้ง *(รัฐบาล, คณะกรรมการ, เป้าหมาย, ครอบครัว);* สร้าง *(ชื่อเสียง, อาณาจักร);* วาง *(แนวทาง, กฎระเบียบ);* **~ a routine** สร้างกิจวัตรประจำวัน; **~ one's authority** ตั้งตัวเป็นใหญ่, ทำตัวให้เป็นที่เชื่อถือยกย่อง; **~ law and order** วางกฎและระเบียบ; Ⓑ *(settle, place)* ตั้งถิ่นฐาน, วางตำแหน่ง; **be ~ed in one's new home** ตั้งหลักแหล่งในบ้านใหม่ของตน; **~ sb. in business** ช่วยให้ *ค.น.* ตั้งตัวทำธุรกิจ; **~ sb. in a business of his/her own** ช่วยก่อตั้งให้ *ค.น.* ทำธุรกิจส่วนตัว; Ⓒ *(appoint)* แต่งตั้ง; Ⓓ *(secure acceptance for)* ทำให้เป็นที่ยอมรับ; **become ~ed** เป็นที่ยอมรับ; **be firmly ~ed** เป็นที่ยอมรับอย่างแน่นอนมั่นคง; **~ one's reputation** สร้างชื่อเสียงจนเป็นที่ยอมรับ; Ⓔ *(prove)* พิสูจน์ *(ความพิรุธ, ข้อเท็จจริง);* ยืนยัน *(สิทธิ);* **an inspection ~ed that ...:** การตรวจสอบพิสูจน์ได้ชัดเจนว่า...; Ⓕ *(discover)* ค้นพบ
❷ *v. refl. (take up one's quarters)* **~ oneself [at** *or* **in a place]** ปักหลัก [อยู่ที่]; **the practice has ~ed itself** วิธีปฏิบัติอย่างนั้นได้กลายเป็นที่ยอมรับ; **~ oneself as a carpenter** ยึดอาชีพเป็นช่างไม้

established /ɪˈstæblɪʃt/เอิอะˈซแตบลิชทฺ/ *adj.* Ⓐ *(entrenched) (บริษัท)* ที่ก่อตั้งมานานและมั่นคง; *(นักเขียน)* ที่มีชื่อเสียง; *(วิธีปฏิบัติ)* ที่ตั้งมานานแล้ว; **long-~ company** บริษัทที่ก่อตั้งมาอย่างมั่นคงเป็นเวลานาน; **this firm has an ~ reputation** บริษัทนี้มีชื่อเสียงดีเป็นที่ยอมรับ; **~ civil servant** ข้าราชการประจำในตำแหน่งถาวร; Ⓑ *(accepted) (วิธีการ)* ที่เป็นที่ยอมรับ; *(ความเชื่อถือ)* ที่คนทั่วไปยอมรับ; **become ~:** กลายเป็นที่ยอมรับ; Ⓒ *(Eccl.)* **~ church/religion** ลัทธิความเชื่อ/ศาสนาหลักประจำชาติ

establishment /ɪˈstæblɪʃmənt/อิˈซแตบลิชเมินทฺ/ *n.* Ⓐ *(setting up, creation, foundation)* การก่อตั้ง, การสถาปนิก; *(of government, committee)* การตั้ง; *(of democracy, relations, peace, empire)* การสร้าง; *(of movement)* การก่อตั้ง; Ⓑ *(settlement, placement)* การตั้งถิ่นฐาน, การตั้งหลักแหล่ง, การวางตำแหน่ง; Ⓒ *(appointment)* การแต่งตั้ง; Ⓓ *(proving)* การพิสูจน์; Ⓔ *(institution)* **[business] ~:** อาคารสถาน/สถาบัน [ทางธุรกิจ]; **commercial/industrial ~:** บริษัททางการพาณิชย์/อุตสาหกรรม; **educational ~:** สถาบันการศึกษา; Ⓕ *(household, residence)* บ้านเรือน; Ⓖ *(organized body)* องค์การ; *(quota)* ส่วนจำแนก, ส่วนแบ่งเฉพาะ; **peace[time]/war ~** *(Mil.)* กองทหารประจำการเวลาสงบศึก/เวลาสงคราม; Ⓗ *(Brit.)* **the E~** *(social group)* กลุ่มบุคคลที่มีอำนาจหรืออิทธิพลในสังคม

estate /ɪˈsteɪt/อิˈซเตท/ *n.* Ⓐ *(landed property)* อสังหาริมทรัพย์ *(ร.บ.);* **family/private ~:** ที่ดินอันเป็นอสังหาริมทรัพย์ของสกุล/ส่วนตัว; **~ in the country** ที่ดินในชนบท; Ⓑ *(Brit.: area with buildings) (housing ~)* หมู่บ้านจัดสรร; *(industrial ~)* เขตอุตสาหกรรม, นิคมอุตสาหกรรม; *(trading ~)* บริเวณพื้นที่แหล่งการค้า; **live on an ~:** อาศัยอยู่ในเคหะของรัฐบาล; **on the industrial/trading ~:** ในเขตนิคมอุตสาหกรรม/แหล่งการค้า; Ⓒ *(plantation)* ไร่, สวน; Ⓓ *(total assets) (of deceased person)* มรดกทั้งหมดของผู้เสียชีวิต; *(of bankrupt)* ทรัพย์สินของผู้ล้มละลาย; Ⓔ *(Law: person's interest in landed property) ผลประโยชน์ของบุคคล ซึ่งได้จากที่ดินอันเป็นอสังหาริมทรัพย์;* ➡ + **personal ~; real ~;** Ⓕ *(political class)* ชนชั้นทางการเมือง, ฐานันดร; **the Three E~s [of the Realm]** *ฐานันดรทั้งสามที่มีบทบาททางการเมือง ได้แก่ ขุนนาง, ผู้นำทางศาสนาและคหบดี (ผู้มีทรัพย์);* **the fourth ~** *(joc.)* กลุ่มนักหนังสือพิมพ์; Ⓖ *(arch.: condition)* สภาพ *(ของชีวิต);* **reach man's ~:** เติบโตเป็นชายฉกรรจ์ *หรือ* เป็นชายเต็มตัว; **the [holy] ~ of matrimony** สถาบัน [ศักดิ์สิทธิ์] ของการสมรส; Ⓗ *(Brit.)* ➡ **~ car**

estate: ~ agent *n.* ➤ **489** *(Brit.)* Ⓐ นายหน้าขาย *หรือ* ให้เช่าตึกและที่ดิน; Ⓑ *(steward)* ผู้ดูแลทรัพย์สินที่ดินของคนอื่น; **~ car** *n. (Brit.)* รถห้าประตู; **~ duty** *(Brit.),* **~ tax** *(Amer.) ns.* ภาษีมรดก

esteem /ɪˈstiːm/อิˈซตีม/ ❶ *n., no pl.* ความเคารพนับถืออย่างสูง, การยกย่อง; **hold sb./sth. in [high** *or* **great] ~:** ยกย่อง *ค.น./ส.น.* [อย่างมาก]; **go up** *or* **rise/go down** *or* **sink in sb.'s ~:** เป็นที่นับถือมากยิ่งขึ้น/น้อยลงสำหรับ *ค.น.;* **[as a] token** *or* **mark of my ~:** [ดังเป็น] สัญลักษณ์ *หรือ* เครื่องหมายแห่งความเคารพนับถือของฉัน ❷ *v.t.* Ⓐ *(think favourably of)* นิยมชมชอบ, เคารพนับถือ; **highly** *or* **much** *or* **greatly ~ed** เป็นที่เคารพนับถืออย่างสูง *หรือ* อย่างมาก; Ⓑ *(consider)* **~ [as]** ถือว่า; **~ sth. an honour** ถือว่า *ส.น.* เป็นเกียรติ

ester /ˈestə(r)/ˈเอ็ซเตอะ(ร)/ *n. (Chem.) สารประกอบที่เกิดจากปฏิกิริยาระหว่างกรดกับแอลกอฮอล์*

esthetic *etc. (Amer.)* ➡ **aesthetic**

estimable /ˈestɪməbl/ˈเอ็ซติเมอะบ'ล/ *adj.* น่าเคารพนับถือ

e

estimate ❶ /'estɪmət/'เอ็ชติเมิท/ *n.* Ⓐ *(of number, amount, etc.)* การประมาณ, การกะ, การคะเน; **at a rough ~:** ถ้าประมาณอย่างคร่าว ๆ; Ⓑ *(of character, qualities, etc.)* ประมาณการ, การประเมิน; **form an ~ of sb.'s abilities** ประเมินระดับความสามารถของ *ค.น.;* Ⓒ *(Commerc.)* การตีราคา, การประมาณราคา; **give an ~ of £50** ตีราคาที่ 50 ปอนด์; Ⓓ *(Brit. Parl.)* **the E~s** งบประมาณแผ่นดิน
❷ /'estɪmeɪt/'เอ็ชติเมท/ *v.t.* กะ, ประมาณ; **how far would you ~ the distance to be?** คุณกะระยะทางว่าไกลแค่ไหน

estimation /estɪ'meɪʃn/เอ็ชติ'เมช'น/ *n.* การประมาณ, การประเมิน; *(of situation etc.)* การประเมินสถานการณ์; *(esteem)* ความเคารพนับถือ; **in sb.'s ~:** ในสายตาของ *ค.น.;* **go up/down in sb.'s ~:** น่านับถือยิ่งขึ้น/น้อยลงในสายตา *ค.น.*

estimator /'estɪmeɪtə(r)/'เอ็ชติเมเทอะ(ร)/ *n.* ผู้ประมาณ, ผู้ประเมิน

Estonia /e'stəʊnɪə/เอ็ซ'โตเนีย/ *pr. n.* ประเทศเอสโตเนีย ในคาบสมุทรบอลติก

Estonian /e'stəʊnɪən/เอ็ซ'โตเนียน/ ❶ *adj.* เกี่ยวกับประเทศเอสโตเนีย; ➡ + **English** 1 ❷ *n.* Ⓐ *(language)* ภาษาเอสโตเนีย; ➡ + **English** 2 A; Ⓑ *(person)* ชาวเอสโตเนีย

estrange /ɪ'streɪndʒ/อิ'ซเตรนจฺ/ *v.t.* ทำให้เหินห่างไป; **be/become ~d from sb.** เหินห่างจาก *ค.น.;* **they are ~d** พวกเขาถูกปล่อยเกาะ; *(married couple also)* คู่สมรสที่แยกกันอยู่; **her ~d husband/his ~d wife** สามีที่แยกอยู่ของเธอ/ภรรยาที่แยกอยู่ของเขา; **the ~d couple** คู่สมรสที่แยกกัน

estrangement /ɪ'streɪndʒmənt/อิ'ซเตรนจฺเมินทฺ/ *n.* ความเหินห่าง, ความแตกแยก; **since their ~:** นับตั้งแต่เขาแตกแยกกันไป; *(of married couple also)* ตั้งแต่เขาได้แยกกันอยู่

estrogen *(Amer.)* ➡ **oestrogen**

estuary /'estjʊərɪ, US -ʊərɪ/'เอ็ชฉัวริ, -เอ็ซฉัวริ/ *n. (Geog.)* ปากน้ำ; **the Thames~:** ปากน้ำแม่น้ำเทมส์

ETA *abbr.* **estimated time of arrival** เวลาเดินทางถึงโดยประมาณ

et al. /et 'æl/เอ็ท 'แอล/ *abbr.* **and others** และอื่น ๆ

etc. *abbr.* **et cetera**

et cetera, etcetera /ɪt 'setərə, et-/อิท'เซ็ทเทอะเรอะ, เอ็ท'เซ็ทเทรฺอะ/ *n.* สิ่ง/บุคคลอื่น ๆ ที่ไม่ได้ระบุ

etch /etʃ/เอ็ฉ/ ❶ *v.t.* Ⓐ แกะสลัก; *(on metal also)* แกะแม่พิมพ์บนแผ่นโลหะ; Ⓑ *(fig.)* ประทับใจ; **be ~ed in** *or* **on sb.'s mind/memory** ประทับใจ/ฝังอยู่ในความทรงจำของ *ค.น.* ❷ *v.i.* แกะสลัก; *(on metal also)* แกะแม่พิมพ์บนแผ่นโลหะ

etching /'etʃɪŋ/'เอ็ฉฉิง/ *n.* ภาพ/การพิมพ์โลหะ; *(piece of art)* ศิลปภาพพิมพ์โลหะ; **come up and see my ~s** *(joc.)* มาดูงานส่วนตัวกันดีกว่า

eternal /ɪ'tɜ:nl, i:'tɜ:nl/อิ'เทอน'ล, อี-/ *adj.* Ⓐ มีอยู่ตลอดไป, ชั่วนิรันดร; **be called to one's ~ rest** ถูกเรียกไปสู่การพักผ่อนชั่วนิรันดร; **life ~:** ชีวิตนิรันดร; **~ triangle** *สถานการณ์ที่คนสองคนหลงรักคนคนเดียวกันในเวลาเดียวกัน; รักสามเส้า;* Ⓑ *(coll.: unceasing)* ไม่มีที่สิ้นสุด; **you'll have my ~ thanks** *or* **gratitude** ฉันจะรำลึกถึงบุญคุณของคุณด้วยความกตัญญูตลอดไป

eternally /ɪ'tɜ:nəlɪ, i:'tɜ:nəlɪ/อิ'เทอเนอะลิ, อี'-/ *adv.* Ⓐ โดยตลอดไป, ชั่วนิรันดร; **be ~ damned** ถูกสาปแช่งชั่วนิรันดร; Ⓑ *(coll.: unceasingly)* อย่างไม่มีวันสิ้นสุด

eternity /ɪ'tɜ:nɪtɪ/อิ'เทอนิทิ/ *n.* Ⓐ สภาวะที่คงอยู่ตลอดไป, ความเป็นนิรันดร; **for** *or* **in all** *or* **throughout ~, from here to ~:** จากนี้จนนิรันดร, ชั่วนิรันดร; Ⓑ *(coll.: long time)* เวลานานมาก; **wait for [what seemed] an ~:** รอนาน [จนรู้สึก] เหมือนชั่วนิรันดร์

ethane /'eθeɪn, 'i:θ-/'เอ็ธเธน, 'อีธ-/ *n.* ก๊าซไฮโดรคาร์บอนชนิดหนึ่ง ไม่มีสีและกลิ่น ใช้เป็นเชื้อเพลิง

ethanol /'eθənɒl/'เอ็ธเธอะนอล/ *n.* แอลกอฮอล์ชนิดหนึ่ง

ether /'i:θə(r)/'อีเธอะ(ร)/ *n.* Ⓐ *(Chem.)* อีเทอร์ *(ท.ศ.) สารประกอบอินทรีย์ประเภทหนึ่ง ลักษณะเป็นของเหลว ใส ไม่มีสี ใช้เป็นยาดมสลบ;* Ⓑ *(Phys.; also fig.)* ตัวกลางที่บรรจุและซึมซ่านอยู่ทุกซอกมุมของที่ว่างระหว่างอนุภาคของสสาร, อากาศธาตุ

ethereal /ɪ'θɪərɪəl/อิ'เธียเรียล/ *adj.* Ⓐ *(delicate, light, airy; also Phys., Chem.)* บอบบาง, เบา, เหมือนอากาศธาตุ, เกี่ยวกับอีเทอร์; Ⓑ *(poet.: heavenly)* แห่งสวรรค์

ethereal 'oil *n. (Chem.)* น้ำมันหอมระเหยในพืชผลและดอกไม้

ethic /'eθɪk/'เอ็ธธิค/ ❶ *n.* หลักศีลธรรม, หลักจริยธรรม ❷ *adj.* ➡ **ethical** A, B, D

ethical /'eθɪkl/'เอ็ธธิค'ล/ *adj.* Ⓐ *(relating to morals)* เกี่ยวกับศีลธรรมหรือจริยธรรม; **~ philosophy** ปรัชญาจริยศาสตร์; **~ philosopher** นักปรัชญาด้านจริยศาสตร์; Ⓑ *(morally correct)* ถูกต้องดีงามตามหลักจริยธรรม; **it is not ~ for a doctor ...:** มันไม่ถูกต้องดีงามตามจรรยาแพทย์ที่...; Ⓒ *(Med.)* จ่ายให้ตามใบสั่งยาจากแพทย์เท่านั้น; Ⓓ *(Ling.)* **~ dative** กรรมรอง

ethicality /eθɪ'kælɪtɪ/เอะธิ'แคลิทิ/ *n., no pl.* *(moral correctness)* ความถูกต้องดีงามตามศีลธรรมจรรยา

ethically /'eθɪkəlɪ/'เอ็ธธิเคอะลิ/ *adv.* Ⓐ *(according to ethical rules)* ตามกฎศีลธรรม, ตามหลักจริยธรรม; **be ~ obliged** *or* **bound to do sth.** จำยอมทำ *ส.น.* เพื่อให้ถูกศีลธรรม; Ⓑ *(in a morally correct way)* ตามแนวที่ถูกต้องตามกฎศีลธรรม *หรือ* ตามหลักจริยธรรม

ethics /'eθɪks/'เอ็ธธิคซฺ/ *n., no pl.* Ⓐ จริยธรรม, จริยศาสตร์ *(ร.บ.); (moral philosophy)* ปรัชญาจริยศาสตร์; Ⓑ *usu. constr. as pl. (moral code of person, group, etc.)* หลักจริยธรรม, ประมวลจริยธรรม; **medical ~:** จริยธรรมแพทย์; **professional ~:** จริยธรรมของวิชาชีพ; **legal ~:** จริยธรรมทนายความ; **social ~:** จริยธรรมสังคม; Ⓒ *constr. as pl. (moral correctness)* ความถูกต้องดีงามตามศีลธรรมจรรยา

Ethiopia /i:θɪ'əʊpɪə/อีธิ'โอเพีย/ *pr.n.* ประเทศเอธิโอเปีย

Ethiopian /i:θɪ'əʊpɪən/อีธิ'โอเพียน/ ❶ *adj.* แห่งประเทศเอธิโอเปีย; **sb. is ~:** *ค.น.* เป็นชาวเอธิโอเปีย ❷ *n.* ชาวเอธิโอเปีย

ethnic /'eθnɪk/'เอ็ธนิค/ *adj.* Ⓐ *(ethnological)* เกี่ยวกับชาติพันธุ์ *(เพลง, การเต้นรำพื้นเมือง);* **~ mix** ชาติพันธุ์ผสม; **~ minority** กลุ่มชาติพันธุ์ที่เป็นชนกลุ่มน้อย; Ⓑ *(from specified group)* มีเชื้อสาย *(จีน, ไทย, อังกฤษ ฯลฯ)*

ethnic 'cleansing *n. การกำจัดพันธุ์ใดพันธุ์หนึ่งที่เป็นชนกลุ่มน้อยในประเทศใดประเทศหนึ่ง*

ethnocentric /eθnəʊ'sentrɪk/เอ็ธโน'เซ็นทริค/ *adj. ใช้มาตรฐานของตนเองเพื่อประเมินชนชาติอื่น*

ethnography /eθ'nɒgrəfɪ/เอ็ธ'นอเกฺรอะฟิ/ *n. มนุษยวิทยาแขนงหนึ่ง ซึ่งศึกษาเกี่ยวกับกลุ่มชาติพันธุ์กลุ่มใดกลุ่มหนึ่ง*

ethnology /eθ'nɒlədʒɪ/เอ็ธ'นอเลอะจิ/ *n.* ชาติพันธุ์วิทยา

ethology /i:'θɒlədʒɪ/อี'ธอเลอะจิ/ *n.* Ⓐ *(science of animal behaviour)* วิชาว่าด้วยพฤติกรรมของสัตว์; Ⓑ *(science of character-formation)* วิชาว่าด้วยพฤติกรรมของมนุษย์ในการสร้างอุปนิสัย

ethos /'i:θɒs/'อีธอซ/ *n. (guiding beliefs)* ความเชื่อในการดำรงชีวิต; *(fundamental values)* หลักดำเนินชีวิตพื้นฐาน; *(characteristic spirit)* เอกลักษณ์ทางความเชื่อและทัศนะ

ethyl /'i:θaɪl, 'eθɪl/'อีธายลฺ, 'เอ็ธธิล/ *n. (Chem.)* สารเอทิล *(ท.ศ.)*

ethyl 'alcohol *n. (Chem.)* แอลกอฮอล์ชนิดหนึ่งใช้ในการทำสุรา

ethylene /'eθɪli:n/'เอ็ธธิลีน/ *n. (Chem.)* เอทิลีน *(ท.ศ.)* ก๊าซไฮโดรคาร์บอนชนิดหนึ่งใช้ผลิตพอลิธีน; **~ 'glycol** แอลกอฮอล์ชนิดหนึ่งไม่มีสี ใช้เป็นตัวละลาย

etiology *n. (Amer.)* ➡ **aetiology**

etiquette /'etɪket, -'kət/'เอ็ททิเค็ท, -'เคิท/ *n.* Ⓐ *(social convention, court ceremonial)* มารยาทสังคม, จรรยา; **breach of ~:** การผิดมารยาทสังคม; **book of ~:** คู่มือมารยาทสังคม; **that's ~:** นั่นเป็นมารยาทสังคม; **it's not ~:** นั่นไม่ใช่มารยาทสังคม; Ⓑ *(professional code)* **professional ~ [of the law]** จรรยาบรรณของวิชาชีพ; **medical/legal ~:** จรรยาแพทย์/จรรยาบรรณทางกฎหมาย

Etna /'etnə/'เอ็ทเนอะ/ *pr. n.* **[Mount] ~:** [ภูเขาไฟ] เอทนา

Etonian /i:'təʊnɪən/อี'โทเนียน/ *n.* ศิษย์อีตันวิทยาลัยในอังกฤษ

Etruscan /ɪ'trʌskən/อิ'ทรัซเกิน/ *(Ethnol.)* ❶ *adj. เกี่ยวกับเอตรูเรียโบราณ โดยเฉพาะหมายถึงอารยธรรมก่อนสมัยโรมันรวมทั้งโบราณสถานที่ยังคงเหลืออยู่* ❷ *n.* Ⓐ *(language)* ภาษาเอตรูเรียโบราณ; Ⓑ *(person)* ชาวเอตรูเรีย

étude /'eɪtju:d, eɪ'tju:d/'เอทิวดฺ, เอ'ทิวดฺ/ *n.* *(Mus.)* เพลงสั้น ๆ *(มักจะแต่งให้เครื่องดนตรีชนิดเดียวเพื่อการฝึกเล่น)*

etymological /etɪmə'lɒdʒɪkl/เอะทิเมอะ'ลอจิค'ล/ *adj.,* **etymologically** /etɪmə'lɒdʒɪkəlɪ/เอะทิเมอะ'ลอจิเคอะลิ/ *adv. (Ling.)* เกี่ยวกับนิรุกติศาสตร์, ในด้านนิรุกติศาสตร์

etymologist /etɪ'mɒlədʒɪst/เอะทิ'มอเลอะจิซทฺ/ *n. (Ling.)* นักนิรุกติศาสตร์

etymology /etɪ'mɒlədʒɪ/เอะทิ'มอเลอะจิ/ *n.* *(Ling.)* นิรุกติศาสตร์

EU *abbr.* **European Union** อี.ยู

eucalyptus /'ju:kə'lɪptəs/'ยูเคอะลิพเทิซ/ *n., pl.* **~es** *or* **eucalypti** Ⓐ **~ [oil]** *(Pharm.)* น้ำมันยูคาลิปตัส *(ท.ศ.);* Ⓑ *(Bot.)* ต้นยูคาลิปตัส *(ท.ศ.)*

Eucharist /'ju:kərɪst/'ยูเคอะริซทฺ/ *n. (Eccl.)* *พิธีของคริสต์ศาสนา ซึ่งรำลึกถึงอาหารมื้อสุดท้ายของพระเยซูและมีการทานขนมปังและไวน์*

eugenics /ju:'dʒenɪks/ยู'เจ็นนิคซฺ/ *n., no pl.* สุพันธุ์ศาสตร์ *(ศาสตร์ที่ศึกษาการทำพันธุกรรมของมนุษย์ให้ดีขึ้น)*

eulogise ➡ **eulogize**

eulogistic /juːlə'dʒɪstɪk/ยูเลอะ'จิซติค/ *adj.* เกี่ยวกับการสดุดี, เป็นการยกย่องสรรเสริญ

eulogize /'juːlədʒaɪz/'ยูเลอะจายซฺ/ *v.t.* สรรเสริญ, ยกย่อง

eulogy /'juːlədʒɪ/'ยูเลอะจิ/ *n.* Ⓐ *(speech, writing)* คำกล่าว หรือ บทเขียนสดุดี; *(Amer.: funeral oration)* คำกล่าวสดุดีไว้อาลัย; Ⓑ *(praise)* คำกล่าวยกย่องชมเชย

eunuch /'juːnək/'ยูเนิค/ *n.* ขันที; *(fig. derog.)* ผู้ที่ไร้ความสามารถ

euonymus /juː'ɒnɪməs/ยู'ออนิเมิซ/ *n. (Bot.)* ไม้พุ่มขนาดเล็กในสกุล *Euonymus*

euphemism /'juːfəmɪzm/'ยูเฟอะมิซฺ'ม/ *n.* คำที่ให้ความหมายบาดใจน้อยกว่าคำพูดตรง ๆ *(เช่น ใช้คำว่า pass away แทนคำว่า die เป็นต้น)*; **resort to ~:** เลือกใช้ถ้อยคำที่อ้อมค้อม

euphemistic /juːfə'mɪstɪk/ยูเฟอะ'มิซติค/ *adj.*, **euphemistically** /juːfə'mɪstɪkəlɪ/ -'มิซติเคอะลิ/ *adv.* อย่างอ้อมค้อม (พูด)

euphonious /juː'fəʊnɪəs/ยู'โฟเนียซ/ *adj.* Ⓐ *(pleasant-sounding)* ฟังรื่นหู, ฟังสละสลวย; Ⓑ *(Ling., Phonet.)* เกี่ยวกับการกลมกลืนเสียงเพื่อให้ออกเสียงได้ง่ายขึ้น

euphonium /juː'fəʊnɪəm/ยู'โฟเนียม/ *n. (Mus.)* แตรทองเหลืองขนาดใหญ่ชนิดหนึ่ง

euphony /'juːfənɪ/'ยูเฟอะนิ/ *n.* Ⓐ *(pleasing sound)* คำพูดที่มีสัมผัสเสียงฟังกลมกลืน, เสียงที่กลมกลืนกัน; Ⓑ *(Ling., Phonet.)* ยูโฟนี *(ท.ศ.)* การกลมกลืนเสียงเพื่อให้ออกเสียงได้ง่ายขึ้น

euphorbia /juː'fɔːbɪə/ยู'ฟอเบีย/ *n. (Bot.)* พืชในสกุล *Euphorbia*

euphoria /juː'fɔːrɪə/ยู'ฟอเรีย/*n., no pl.* ความรู้สึกอิ่มเอิบเป็นสุข, การมองโลกในแง่ดี; *(elation also)* ความปลื้มปีติ

euphoric /juː'fɔːrɪk, US -'fɔːr-/ยู'ฟอริค, -'ฟอร/ *adj.* เกี่ยวกับความรู้สึกอิ่มเอิบเป็นสุข

Euphrates /juː'freɪtiːz/ยู'เฟรฺทิซฺ/ *pr. n. (แม่น้ำ)* ยูเฟรตีส ในประเทศอิรัก

Eurasia /jʊə'reɪʒə/ยัว'เรเฌอะ/ *pr. n.* ทวีปยุโรปและเอเชียรวมกัน

Eurasian /jʊə'reɪʒn/ยัว'เรฌ'น/ ❶ *adj.* เลือดผสมยุโรปกับเอเชีย *(โดยเฉพาะคนอินเดีย)* ❷ *n.* ลูกครึ่งยุโรปกับเอเชีย

eureka /jʊə'riːkə/ยัว'รีเคอะ/ *int.* ยูรีก้า *(ท.ศ.)*, ฉันพบแล้ว

eurhythmics *(Amer.:* **eurythmics***)* /juː'rɪðmɪks/ยัว'ริทมิคซฺ/ *n.* ศิลปะการเคลื่อนไหวร่างกายประกอบจังหวะดนตรี

Euro /'jʊərəʊ/'ยัวโร/ *n.* เงินตรายูโร *(ท.ศ.)* ซึ่งใช้ในส่วนใหญ่ในประชาคมเศรษฐกิจยุโรป

Euro- /'jʊərəʊ-/'ยัวโร-/ *in comb.* ยุโรป

Eurocentric /jʊərəʊ'sentrɪk/ยัวโร'เซ็นทริค/ *adj.* ที่ยึดถือว่าทวีปยุโรปเป็นศูนย์กลางของโลกในด้านต่าง ๆ

Eurocentrism /jʊərəʊ'sentrɪzm/ยัวโรเซ็น'ทริซิซฺ'ม/ *n.* ความเชื่อว่าทวีปยุโรปเป็นศูนย์กลางของโลกในด้านต่าง ๆ

Euro: ~cheque *n. (Commerc.)* เช็คที่ใช้ได้ทั่วยุโรป; **~crat** /'jʊərəkræt/'ยัวเรอะแครฺท/ *n.* พนักงานหรือข้าราชการที่ทำงานในรัฐสภาประเทศประชาคมเศรษฐกิจยุโรป; **~currency** *n.* สกุลเงินยูโร; **~dollar** *n. (Econ.)* เงินดอลลาร์สหรัฐที่ฝากอยู่ที่ธนาคารในยุโรป; **~land** *n.* ขอบเขตที่ใช้เงินสกุลยูโรได้; **~market** *n.* Ⓐ *(Commerc.)* ตลาดเงินสกุลยูโร; Ⓑ *(European Community)* ตลาดร่วมยุโรป; **~-MP** *n.* สมาชิกรัฐสภายุโรป

Europe /'jʊərəp/'ยัวเริพ/ *pr. n.* Ⓐ ยุโรป; **the continent of ~:** ทวีปยุโรป; Ⓑ *(Brit.: EC)* ประชาคมเศรษฐกิจยุโรป; **go into ~:** เข้าร่วมประชาคมเศรษฐกิจยุโรป; Ⓒ *(Brit. coll.: mainland ~)* พื้นที่แผ่นดินใหญ่ของทวีปยุโรป

European /jʊərə'piːən/ยัวเรอะ'เพียน/ ❶ *adj.* เกี่ยวกับยุโรป; **sb. is ~:** *ค.น.* เป็นชาวยุโรป; **win ~ recognition** เป็นที่ยอมรับทั่วยุโรป ❷ *n.* ชาวยุโรป

European: ~ Com'mission *n.* ประชาคมยุโรป; **~ 'Cup** *n. (Footb.)* การแข่งขันฟุตบอลชิงแชมป์แห่งชาติในยุโรป; **~ currency unit** *n.* หน่วยเงินตราตลาดร่วมยุโรป; **~ Economic Com'munity** *n.* ประชาคมยุโรป; **~ Free 'Trade Association** *n.* สมาคมการค้าเสรีแห่งยุโรป

Europeanise ➡ **Europeanize**

Europeanism /jʊərə'piːənɪzm/ยัวโร'เพียนิซฺ'ม/ *n.* ความรู้สึกเป็นชาวยุโรป; *(ideal of the unification of Europe)* อุดมการณ์ที่จะรวมยุโรปเป็นอันหนึ่งอันเดียวกัน

Europeanize /jʊərə'piːənaɪz/ยัวโร'เพียนายซฺ/ *v.t.* นำความนึกคิดและลักษณะนิสัยแบบยุโรปมาใช้

European: ~ 'Monetary System *n.* ระบบการเงินของยุโรป; **~ Monetary 'Union** *n.* ระบบการเงินสหภาพยุโรป; **~ Parliament** *n.* รัฐสภายุโรป; **~ plan** *n. (Amer. Hotel Managem.)* การคิดค่าห้องพัก โดยไม่รวมค่าอาหาร; **~ 'Union** *n.* สหภาพยุโรป

Euro: ~-rebel *n. (esp. Brit.)* กลุ่ม [ในพรรคการเมือง] ที่ต่อต้านการเข้าร่วมสหภาพยุโรป; **~sceptic** *n.* นักการเมืองที่ไม่เชื่อในการร่วมเป็นสมาชิกสหภาพยุโรป; **~star** ® *n.* รถไฟที่วิ่งระหว่างลอนดอนกับฝรั่งเศสหรือเบลเยียม โดยใช้อุโมงค์ผ่านช่องแคบอังกฤษ; **go by ~star** เดินทางโดยรถไฟยูโรสตาร์; **~trash** /'jʊərəʊtræʃ/'ยัวโรแทรฺช/ *n.* ชาวยุโรปที่รวยมากและแสวงหาความสุขไปทั่วโลก; **~tunnel** ® *n.* บริษัทร่วมทุนระหว่างอังกฤษกับฝรั่งเศสเพื่อสร้างอุโมงค์ใต้ช่องแคบ

'Eurovision *n. (Telev.)* เครือข่ายโทรทัศน์ที่บริหารโดยสหภาพกระจายเสียงแห่งยุโรป

Euro zone *n.* ➡ **land**

Eustachian tube /juːsteɪʃn 'tjuːb, US 'tuːb/ยูซเตช'น 'ทูบ/ *n. (Anat.)* ท่อที่เชื่อมระหว่างหูส่วนกลางกับคอ

euthanasia /juːθə'neɪzɪə, US -'neɪʒə/ยูเธอะ'เนเซีย, -'เนเฌอะ/ *n.* การช่วยให้ตายเพราะเหตุที่เป็นโรคที่ไม่มีวันหายและทุกข์ทรมาน

evacuate /ɪ'vækjʊeɪt/อิ'แวคิวเอท/ *v.t.* Ⓐ *(remove from danger, clear of occupants)* อพยพจากสถานที่อันตราย; Ⓑ *(esp. Mil.: cease to occupy)* ถอนกำลัง; Ⓒ *(Physiol.)* ถ่ายออก

evacuation /ɪvækjʊ'eɪʃn/อิแวคิว'เอช'น/ *n.* Ⓐ *(removal of people or things, clearance of place)* การอพยพ (**from** จาก); Ⓑ *(esp. Mil.: withdrawal from occupation)* **the ~ of a territory** การถอนกำลังจากที่ที่ครองไว้; **the ~ of the army** การถอนกำลังทหาร; Ⓒ *(Physiol.)* การถ่ายออก, สิ่งที่ถ่ายออก

evacuee /ɪvækjʊ'iː/อิแวคิว'อี/ *n.* ผู้อพยพ; *attrib.* **~ children** เด็ก ๆ ผู้อพยพ

evade /ɪ'veɪd/อิ'เวด/ *v.t.* Ⓐ หลบหลีก *(การชกต่อย, ปัญหา, คำถาม, ความยากลำบากใด ๆ)*; หลบเลี่ยง *(การจ่ายภาษี, หน้าที่, ความรับผิดชอบ ฯลฯ)*; หลบหนี *(ตำรวจ, คำสั่ง)*; **~ recognition** สามารถเลี่ยงที่มีคนจำได้; **~ doing sth.** หลบเลี่ยงไม่ทำ *ส.น.*; **~ giving an answer** เลี่ยงไม่ตอบคำถาม; Ⓑ *(circumvent)* หลีกเลี่ยง *(กฎหมาย, คำสั่ง)*; Ⓒ *(elude)* **the significance of his remark ~s me** ฉันไม่เข้าใจความหมายของคำพูดของเขา; **~ definition** หลีกเลี่ยงการอธิบาย

evaluate /ɪ'væljʊeɪt/อิ'แวลิวเอท/ *v.t.* Ⓐ *(value)* ตีราคา, ประเมิน *(คุณค่า)*; Ⓑ *(quantify, express numerically)* หาค่า, คิดเป็นตัวเลข; Ⓒ *(appraise)* ประเมิน, กำหนดราคา; *(judge)* ตัดสิน

evaluation /ɪvæljʊ'eɪʃn/อิแวลิว'เอช'น/ *n.* Ⓐ การประเมิน; *(quantification)* การตีราคา, การหาค่า; Ⓑ *(appraisal)* การประเมินค่า, การกำหนดราคา; *(of data)* การประเมินผล

evanescent /iːvə'nesnt, evə'nesənt/อีเวอะ'เน็ซ'นท, เอะ-/ *adj.* *(ภาพ, ความสุข)* เลือนหายไปโดยเร็ว

evangelical /iːvæn'dʒelɪkl/อีแวน'เจ็ลลิค'ล/ *adj.* Ⓐ *(of the Gospels)* **~ texts/preaching** คำสอน/พระวจนะของพระเยซูหรือคริสต์ประวัติ; Ⓑ *(Protestant)* เกี่ยวกับความเชื่อของโปรเตสแตนต์; Ⓒ *(evangelizing, crusading)* ที่พยายามให้คนอื่นเชื่อในลัทธิของตนแบบมิชชันนารี

evangelicalism /iːvæn'dʒelɪkəlɪzm/อิ'แวนเจ็ลลิเคอะลิซฺ'ม/ *n., no pl.* ความเชื่อและหลักศาสนาคริสต์แบบโปรเตสแตนต์

evangelise ➡ **evangelize**

evangelism /ɪ'vændʒəlɪzm/อิ'แวนเจอะลิซฺ'ม/ *n.* Ⓐ *(preaching the Gospel)* การสอนประวัติและคำสอนของพระเยซู; Ⓑ *(evangelicalism)* ความเชื่อและหลักศาสนาคริสต์แบบโปรเตสแตนต์; Ⓒ *(crusading zeal)* ความพยายามให้คนอื่นมีความเชื่อตามศาสนาคริสต์แบบโปรเตสแตนต์

evangelist /ɪ'vændʒəlɪst/อิ'แวนเจอะลิซทฺ/ *n.* Ⓐ *(Gospel-writer)* ผู้เขียนประวัติของพระเยซู (แมททิว, มาร์ค, ลูค, จอห์น); Ⓑ *(Gospel-preacher)* ผู้สอนประวัติพระเยซู; *(itinerant preacher)* ฆราวาสที่มางานมิชชันนารี

evangelize /ɪ'vændʒəlaɪz/อิ'แวนเจอะลายซฺ/ *v.t.* พยายามให้คนมีความเชื่อตามศาสนาคริสต์แบบโปรเตสแตนต์

evaporate /ɪ'væpəreɪt/อิ'แวเพอะเรท/ ❶ *v.i.* Ⓐ *(become vapour)* ระเหย, ระเหิด, กลายเป็นไอ; Ⓑ *(lose liquid)* ระเหย; Ⓒ *(fig.)* สูญหายไป, หมดไป ❷ *v.t.* Ⓐ *(turn into vapour)* กลายเป็นไอไป; Ⓑ *(cause to lose liquid)* ระเหย

evaporated 'milk *n.* นมข้นจืด

evaporation /ɪvæpə'reɪʃn/อิแวเพอะ'เรช'น/ *n.* Ⓐ *(changing into vapour)* การระเหย, การระเหิด, การกลายเป็นไอ; Ⓑ *(losing liquid)* การระเหย; *(completely)* การสูญเสียไป

evasion /ɪ'veɪʒn/อิ'เวฌ'น/*n.* Ⓐ *(avoidance)* การหลบเลี่ยง; *(of duty, responsibility, question)* การเลี่ยง; **tax ~:** การเลี่ยงภาษี; Ⓑ *(evasive statement)* การพูดเฉไฉ; **~s** คำพูดบ่ายเบี่ยง; Ⓒ *(prevarication)* การพูดเฉไฉ

evasive /ɪ'veɪsɪv/อิ'เวซิว/ *adj.* Ⓐ **be/become [very] ~:** พยายามหลบเลี่ยง [อย่างมาก]; **be ~ about sth.** บ่ายเบี่ยงเกี่ยวกับ *ส.น.*; Ⓑ *(aimed at evasion)* *(คำตอบ)* ไม่ตรงคำถาม, เฉไฉ; **take ~ action** การกระทำเพื่อเลี่ยงอันตราย

evasively /ɪ'veɪsɪvlɪ/อิ'เวซิวลิ/ *adv.* อย่างหลบ ๆ เลี่ยง ๆ, อย่างเฉไฉไม่ตรงไปตรงมา

eve *n.* Ⓐ คืน *หรือ* วันก่อนวันสำคัญ; *(day)* วันสุกดิบ; **the ~ of** คืน/วันก่อนวัน; ➡ + **Christmas Eve; New Year's Eve;** Ⓑ *(fig.)* **[be] on the ~ of sth.** ใกล้เวลาที่จะทำ *ส.น.*/ของ *ส.น.*; Ⓒ *(arch.: evening)* เวลาเย็น

Eve /iːv/อีว/ *pr. n. (Bibl.)* อีฟ *(ผู้หญิงคนแรกตามคัมภีร์ไบเบิล)*

¹**even** /ˈiːvn/ˈอีว่น/ ❶ *adj.*, **~er** /ˈiːvənə(r)/ˈอีเวอะเนอะ(ร)/, **~est** /ˈiːvənɪst/ˈอีเวอะนิซทฺ/ Ⓐ *(smooth, flat) (พื้น, กระดาน)* ราบเรียบ; **make sth. ~:** ทำให้ *ส.น.* ราบเรียบ; Ⓑ *(level)* โต๊ะเก้าอี้ยาวเท่ากัน; **be of ~ height/length** มีความสูง/ความยาวเท่ากัน; **~ with** เท่า ๆ กัน, เสมอกับ; **on an ~ keel** *(Naut., Aeronaut.)* มีความสมดุลไม่โคลงเคลง; *(fig.)* ราบรื่น, มั่นคง; **keep the firm on an ~ keel** รักษาความมั่นคงของบริษัท; Ⓒ *(straight) (ขอบ, ชายกระโปรง)* ที่ตรง; Ⓓ *(parallel)* ขนาน (**with** กับ); Ⓔ *(regular) (ฟัน)* ที่เสมอกัน; *(ลักษณะของหน้าตา)* เป็นสมดุล; *(steady) (จังหวะ, การหายใจ)* สม่ำเสมอ; *(ความก้าวหน้า)* ไปเรื่อย ๆ; Ⓕ *(equal)* [ใหญ่] เท่ากัน *(ฝูงชน); (ระยะห่าง)* เท่ากัน; **start out ~:** เริ่มต้นเหมือนกัน; **the teams are/the score is ~:** สองทีมเสมอกัน/มีคะแนนเสมอกัน; **we need another goal to make it ~:** เราต้องการอีกหนึ่งประตูเพื่อจะเสมอกัน; **the match is still ~:** การแข่งขันยังเสมอกันอยู่; **~s** *(Brit.)*, **~ money** *(Betting)* เสียหนึ่งได้หนึ่ง; **an ~s** *or* **~ money favourite [to win]** เสียหนึ่งและถ้าชนะได้หนึ่ง; **I have an ~ chance of getting there on time** ฉันมีโอกาสที่จะไปให้ทันห้าสิบห้าสิบ; **the odds are ~, it's ~ odds** *or* **an ~ bet** โชคอยู่ที่ห้าสิบห้าสิบ; **~ Stephen** /iːvn stiːvn/อีว่น ซตีว่น/ *(coll.)* ≈ ห้าสิบห้าสิบ; Ⓖ *(balanced)* เป็นสมดุล; **with an ~ hand** *(fig.)* อย่างยุติธรรม; Ⓗ *(quits, fully revenged)* **be** *or* **get ~ with sb.** แก้แค้น *ค.น.*; Ⓘ *(uniform)* เรียบ, สม่ำเสมอ; Ⓙ *(calm)* เรียบง่าย; **have an ~ temper** เป็นคนใจเย็น; Ⓚ *(divisible by two, so numbered) (เลขถนน, วันที่)* เป็นเลขคู่; **the ~ syllables** พยางค์คู่ เช่น พยางค์ที่สอง, พยางค์ที่สี่; Ⓛ *(exact)* **an ~ dozen** หนึ่งโหลถ้วน; **let's make it an ~ ten** ตกลงเป็นสิบถ้วนก็แล้วกัน; ➡ + **break even**
❷ *adv.* Ⓐ แม้..., ถึงขนาด; **~ perhaps ...:** ถึงขนาด...; **hard, unbearable ~:** ยากถึงขนาดที่จะทนไม่ได้; **does he ~ suspect the danger?** เขาถึงขนาดที่จะสงสัยความอันตรายหรือเปล่า; **do sth. ~ without being told** ทำ *ส.น.* แม้ว่าไม่มีใครบอก; **~ afterwards** แม้แต่ภายหลัง; **~ before[hand]** แม้แต่ก่อนนี้; **~ today** แม้แต่วันนี้; Ⓑ *with negative* **not** *or* **never ~ ...** แม้แต่...ก็ไม่...; **without ~ saying goodbye** โดยไม่ลาแม้แต่คำเดียว; Ⓒ *with compar. adj. or adv.* ยิ่ง *(สับสน, น้อยลง, แย่)*; Ⓓ **~ if** *or* **though Arsenal win** แม้ว่าอาร์เซนอลจะชนะ; **~ if Arsenal won** แม้ว่าอาร์เซนอลชนะ; **~ supposing we had been present** แม้จะสมมุติว่าเราอยู่ตรงนั้น; **~ were she to appear** แม้ว่าเธอจะปรากฏตัว; **~ as** *(just when)* ในขณะที่; *(in just the way that)* ในรูปแบบที่; *(during the period that)* ในช่วงที่; **~ so** อย่างไรก็ตาม; *(arch.: that is correct)* ถูกต้อง; **~ now/then** *(as well as previously)* แม้แต่ตอนนี้/ตอนนั้น; *(at this/that very moment)* เมื่อตอนนี้/ตอนนั้นพอดี
❸ *v.t.* ทำให้เสมอกัน; *(smooth)* ทำให้เรียบ

~ 'out ❶ *v.t.* Ⓐ *(make smooth)* ทำให้ราบเรียบ, เกลี่ยให้เสมอ; Ⓑ *(distribute more equally)* เฉลี่ยให้เท่าเทียมกัน ❷ *v.i.* Ⓐ *(become smooth)* ราบเรียบ, เสมอกัน; Ⓑ *(become more equal)* เท่าเทียมกัน

~ 'up ❶ *v.t.* ให้เท่าเทียมกัน, เสมอกัน; **so as to ~ things up** เพื่อจะทำให้เสมอกัน ❷ *v.i. (settle debt)* ใช้หนี้; *(get revenge)* แก้แค้น

²**even** *n. (poet.)* ยามสายัณห์

even-'handed *adj.* ยุติธรรม

evening /ˈiːvnɪŋ/ˈอีวนิง/ *n.* Ⓐ ➤ 177, ➤ 233 ตอนเย็น, ตอนค่ำ, ยามเย็น, ยามค่ำ; **this/tomorrow ~:** เย็นนี้/เย็นวันพรุ่งนี้; **during the ~:** ระหว่างช่วงค่ำ; **[early/late] in the ~:** ในตอนหัวค่ำ/ตอนดึก; *(regularly)* ทุกเย็น, ทุกค่ำ; **at eight in the ~:** ตอนค่ำเวลาสองทุ่ม; **on the ~ of 2 May** ค่ำวันที่ 2 เดือนพฤษภาคม; **on Wednesday ~s/~:** ทุกค่ำวันพุธ/เย็นวันพุธ; **one ~:** เย็น ๆ; **every ~:** ทุกค่ำ; **~ came** ตกค่ำ; **~s, of an ~:** เย็นวันหนึ่ง; **two ~s ago** เมื่อค่ำวานซืน; **the other ~:** ค่ำวันก่อน; **a good ~'s viewing** ค่ำคืนที่มีรายการน่าดูมากมาย; **the cool of the ~:** ค่ำคืนที่อากาศเย็นสบาย; **an ~ of cards** คืนที่มีการเล่นไพ่กัน; ➡ + **good 1 M**; Ⓑ ➤ 403 *(coll: greeting)* ราตรีสวัสดิ์; Ⓒ *(soirée)* งานเลี้ยงกลางคืน; **discussion ~:** การจัดการอภิปรายตอนเย็น/ค่ำ; Ⓓ *(fig.)* บั้นปลาย; *(of life)* ปัจฉิมวัย

evening: ~ class *n.* ชั้นเรียนภาคค่ำ; **take** *or* **do ~ classes in pottery** *etc.* เรียนวิชาเครื่องปั้นดินเผาในชั้นเรียนภาคค่ำ; **~ 'dress** *n.* ชุดราตรี; **in [full] ~ dress** สวมชุดราตรีเต็มยศ; **~ dress, ~ gown** *ns.* ชุดราตรียาว; **~ 'meal** *n.* อาหารมื้อเย็น; **~ 'paper** *n.* หนังสือพิมพ์ฉบับออกช่วงเย็น; **~ primrose** *n.* ดอกไม้ในสกุล *Cenothera* ดอกสีเหลืองอ่อน จะบานตอนกลางคืน; **~ school** *n.* โรงเรียนภาคค่ำ; **~ 'service** *n. (Eccl.)* พิธีสวดช่วงเย็น; *(mass)* พิธีมิซซาตอนค่ำ; **~ 'star** *n.* ดาววีนัส

evenly /ˈiːvnlɪ/ˈอีวนลิ/ *adv.* อย่างราบเรียบ, อย่างเท่าเทียมกัน, พอกัน; **say sth. ~** พูด *ส.น.* อย่างใจเย็น; **be ~ spaced** เว้นระยะเท่า ๆ กัน; **the runners are ~ matched** นักกีฬามีความสามารถพอ ๆ กัน

even-numbered /ˈiːvnnʌmbəd/ˈอีว่นนัมเบิด/ *adj.* เป็นเลขคู่; **the houses are ~:** บ้านเหล่านี้มีบ้านเลขที่เป็นเลขคู่

'evensong *n. (Eccl.)* พิธีสวดมนต์ช่วงเย็นในโบสถ์นิกายเชิร์ชออฟอิงก์แลนด์

event /ɪˈvent/อิˈเว็นทฺ/ *n.* Ⓐ **in the ~ of his dying** *or* **death** ในกรณีที่เขาเสียชีวิต; **in the ~ of rain** ในกรณีที่ฝนตก; **in the ~ of sickness/war** ในกรณีที่เกิดการเจ็บป่วย/สงคราม; **in that ~:** ในกรณีนั้น; **in such an ~:** ในกรณีเช่นนั้น; **in the unlikely ~ of sb. doing sth.** ในกรณีที่ไม่น่าเป็นไปได้ที่ *ค.น.* จะทำ *ส.น.*; **in the ~ that** *(Amer.)* ในกรณีที่; Ⓑ *(outcome)* **in any/either ~ = in any case** ➡ ¹**case** A; **at all ~s** อย่างไรก็ตาม; **in the ~:** ในที่สุด; Ⓒ *(occurrence)* เหตุการณ์; **~s have proved ...:** เหตุการณ์ได้พิสูจน์ให้เห็น; **the dramatic ~s in Rome** เหตุการณ์ที่น่าตื่นเต้นในกรุงโรม; **~s are taking place in Argentina which ...:** กำลังมีเหตุการณ์เกิดขึ้นในประเทศอาร์เจนตินาซึ่ง...; **sth. is [quite] an ~:** *ส.น.* เป็นเหตุการณ์ที่น่าตื่นเต้นทีเดียว; ➡ + **course** 1 A; **wise;** Ⓓ *(Sport)* รายการกีฬา; **show jumping ~:** การแข่งขันขี่ม้ากระโดดข้ามเครื่องกีดขวาง; **three-day ~:** การแข่งขันขี่ม้าสามวันติด

even-'tempered *adj.* อารมณ์เย็น

eventful /ɪˈventfl/อิˈเว็นทฟ่ล/ *adj. (วัน, เวลา)* ที่เต็มไปด้วยเหตุการณ์; *(ชีวิต, วัยรุ่น)* โลดโผน

'eventide *n. (arch.)* ยามสายัณห์

eventual /ɪˈventjʊəl/อิˈเว็นฉวล/ *adj.* **predict sb.'s ~ downfall** คาดการณ์ว่า *ค.น.* จะต้องตกต่ำในบั้นปลาย; **lead to sb.'s ~ downfall** นำไปสู่ความตกต่ำของ *ค.น.* ในท้ายที่สุด; **the career of Napoleon and his ~ defeat** ชีวประวัติของนโปเลียนและความแพ้ของเขาในยามสุดท้าย; **we are heading towards ~ destruction** เรากำลังมุ่งไปสู่ความหายนะในท้ายที่สุด

eventuality /ɪventjʊˈælɪtɪ/อิเว็นฉุˈแอลิทิ/ *n.* กรณีเหตุการณ์ที่อาจเกิดขึ้นได้; **the ~ of war** สงครามที่อาจเกิดขึ้น; **in certain eventualities** ในเหตุการณ์บางอย่างที่อาจเกิดขึ้นได้; **be ready for all eventualities** เตรียมพร้อมสำหรับเหตุการณ์ทุกอย่างที่อาจเกิดขึ้น

eventually /ɪˈventjʊəlɪ/อีˈเว็นฉวลิ/ *adv.* ในที่สุด, ในบั้นปลาย; **she'll ~ get married** เธอจะแต่งงานในที่สุด; **I'll do that ~:** ฉันจะทำสิ่งนั้นในที่สุด

eve-of-'poll *adj.* **~ [survey]** การสุ่มความคิดเห็นของประชาชนก่อนหน้าการเลือกตั้ง

ever /ˈevə(r)/ˈเอ็วเวอะ(ร)/ *adv.* Ⓐ *(always, at all times)* ตลอดไป, เสมอไป, นิรันดร; **for ~:** ชั่วนิรันดร, ตลอดไป; **go on for ~:** ดำเนินต่อไปชั่วนิรันดร; *(derog.)* ชั่วชาติ, ชั่วกัปชั่วกัลป์; **it is for ~ changing** มันเปลี่ยนแปลงไปตลอดเวลา; **the traffic lights took for ~ to change** *(coll.)* เป็นชาติกว่าสัญญาณไฟจราจรจะเปลี่ยน; **Arsenal for ~!** ขอให้ทีมอาร์เซนอลอยู่ตลอดไป; **for ~ and ~:** ชั่วนิจนิรันดร์; *(in the Lord's Prayer)* นิรันดร์; **for ~ and a day** ชั่วนิจนิรันดร์; **~ since [then]** นับตั้งแต่นั้น; **~ after [wards]** จากนั้นมา; **I've been frightened of dogs ~ 'since** *or* **'after** ฉันกลัวหมานับตั้งแต่นั้นมา; **~ since he inherited it** นับตั้งแต่เขาได้รับมันมา; **~ since I've known her** นับตั้งแต่ฉันได้รู้จักเธอ; **~ since I can remember** นับตั้งแต่ฉันจำความได้; **~ since she was a child** นับตั้งแต่เธอยังเป็นเด็ก; **~ yours** *or* **yours ~, Ethel** รักเสมอ, อีเธิล; Ⓑ *in comb. with compar. adj. or adv.* ยิ่ง; **get ~ deeper into debt** ยิ่งมีหนี้สินมากขึ้นเรื่อย ๆ; **~ further** ยิ่งไกลออกไป; Ⓒ *in comb. with participles etc.* **~-increasing** ที่เพิ่มขึ้นเรื่อย ๆ; **~-recurring** ที่เกิดขึ้นซ้ำ ๆ; **~-present** ที่มีอยู่เสมอ; **~-youthful** ที่ดูเด็กอยู่เสมอ; **~-changing rules** กฎเกณฑ์ที่เปลี่ยนแปลงอยู่เสมอ; **an ~-patient mother** แม่ผู้อดทนอยู่เสมอ; **go round in ~-decreasing circles** *(fig. coll.)* พายเรือในอ่าง; Ⓓ *(at any time)* เคยมีมา; **not ~:** ไม่เคยเลย; **~ before** มาก่อน; **never ~:** ไม่เคยเลย; **never ~ before** ไม่เคยมาก่อนเลย; **nothing ~ happens** ไม่เคยมีอะไรเกิดขึ้น; **his best performance ~:** การแสดงที่ดีที่สุดที่เคยมีมาก่อนของเขา; **it hardly ~ rains** แทบจะไม่เคยมีฝนตกเลย; **don't you ~ do that again!** อย่าทำเช่นนั้นอีกเป็นอันขาด; **did you ~?** *(coll.)* เคยได้ยินมาก่อนไหม; **he's a devil if ~ there was one** *(coll.)* ไม่เคยมีใครเลวอย่างเขามาก่อน; **better than ~:** ยิ่งดีกว่าก่อน; **more frequently than ~:** ยิ่งบ่อยกว่าก่อน; **the same as ~** *or* **as it ~ was** เหมือนเดิม; **as ~:** เช่นเคย; อย่างที่เคย

311 **everglade | eviscerate**

เป็นมา; **yours as ~, Bob** *(in letter)* ด้วยความเคารพเสมอ บ๊อบ; **as ... as ~:** เหมือนเดิม; **I'm as stupid as ~:** ฉันก็ยังโง่เหมือนเดิม; **he's as kind a man as ~ lived** เขาเป็นคนใจดีอย่างยิ่ง; **if I ~ catch you doing that again** ถ้าฉันจับได้ว่าคุณทำสิ่งนั้นอีกครั้งละก็; **seldom, if ~,** *(coll.)* **seldom ~:** แทบจะไม่เคยเลย; **as if I ~ would!** ราวกับว่าฉันจะ; **a fool if ~ there was one** ไม่มีใครโง่อย่างนี้มาก่อน; **is he ~ conceited** *(Amer. coll.)* เขาหยิ่งแท้; **the first men ~** *or* **the first ~ men to reach the moon** เป็นคนแรกที่ได้ไปถึงดวงจันทร์; **you're the first ~:** คุณเป็นคนแรกเลย; **the greatest tennis player ~:** นักเทนนิสที่เก่งที่สุดที่เคยมี; **the hottest day ~:** วันที่ร้อนที่สุดเท่าที่เคยเป็นมา; (E) *emphasizing question* **what ~ does he want?** เขาจะเอาอะไรกันอีกล่ะ; **who/which ~ could it be?** จะเป็นใคร/อะไรอีกล่ะ; **how ~ did I drop it?/could I have dropped it?** ฉันทำมันตกไปได้ยังไงละนี่; **when ~ did he do it?** เขาหาเวลาทำมันเมื่อไรนี่; **where ~ in the world have you been?** คุณหายไปไหนมากันละนี่; **why ~ not?** และทำไมถึงไม่...ล่ะ; (F) *intensifier* **before ~ he opened his mouth** ก่อนที่เขาจะทันได้อ้าปากพูด; **as soon as ~ I can** ทันทีที่ฉันทำได้; **I'm ~ so sorry** *(coll.)* ฉันเสียใจจริง ๆ; **~ so nice** *(coll.)* น่ารักมาก; **~ so slightly drunk** *(coll.)* เมานิดหน่อย; **thanks ~ so [much]** *(coll.)* ขอบใจจริง ๆ; **he liked her ~ so** *(coll.)* เขาชอบเธอมาก; **it was ~ such a shame** *(coll.)* น่าเสียดายจริง ๆ; (G) *(arch.: always)* ชั่วนิรันดร; **it was ~ thus** มันเป็นเช่นนั้นตราบชั่วนิรันดร; (H) **~ and again** *or (literary)* **anon** บางครั้งบางคราว

'everglade *n. (Amer. Geog.)* ที่ลุ่มน้ำขังมีต้นหญ้ายาว ๆ; **the E~s** บึงเอฟเวอร์เกลดในฟลอริดา

'evergreen ❶ *adj.* (A) เขียว *หรือ* สดอยู่ตลอดเวลา; (B) *(fig.)* *(ปัญหา, ประเด็น)* ที่ไม่มีวันหมดสิ้น; *(เพลง)* ที่ฟังเพราะตลอด ❷ *n.* ต้นไม้ที่ไม่ผลัดใบ

ever'lasting ❶ *adj.* (A) *(eternal)* คงทนชั่วกาลนาน; *(ชีวิต, พระเจ้า)* ไม่มีวันตาย; (B) *(incessant)* ไม่รู้จักจบสิ้น

everlastingly /evəˈlɑːstɪŋlɪ/เอะเวอะ'ลาซติงลิ/ *adv.* (A) *(eternally)* ตลอดกาล; (B) *(incessantly)* อย่างไม่รู้จักหยุด

'ever-loving *adj. (in letter)* **your ~ wife/husband** ภรรยา/สามีที่รักตลอดกาลของคุณ

ever'more *adv.* ตลอดไป, ชั่วกาลนาน; **for ~:** ตลอดกาลนาน

every /ˈevrɪ/'เอ็ฟวริ/ *adj.* (A) *(each single)* ทุก, แต่ละ; **~ man will do his duty** คนทุกคนจะทำหน้าที่ของตน; **have ~ reason** มีเหตุผลเต็มที่; **~ [single] time/on ~ [single] occasion** ทุกครั้ง; **~ [single] time we ...** ทุกครั้งที่เรา...; **there was one man for ~ three women** มีผู้ชาย 1 คนต่อผู้หญิงทุก ๆ 3 คน; **he ate ~ last** *or* **single biscuit** *(coll.)* เขากินขนมทุก ๆ ชิ้น; **she's spent ~ last penny** *(coll.)* เธอจ่ายเงินจนหมดทุกบาททุกสตางค์; **~ one** ทุก ๆ คน; **~ time** *(coll.: without any hesitation)* ทุกครั้ง, ไม่มีข้อยกเว้น; **give me** *or* **I prefer Switzerland ~ time** *(coll.)* ฉันขอเลือกสวิตเซอร์แลนด์ทุกครั้ง; **~ which way** *(Amer.)* *(กระจัดกระจาย)* ไปทั่ว, ไม่เป็นระเบียบ; (B) *after possessive adj.* **your ~ wish** ความปรารถนาทุกประการของคุณ; **his ~ thought** ความคิดทุกประการของเขา; (C) *(indicating recurrence)* **she comes [once] ~ day** เธอมา [หนึ่งครั้ง] ทุกวัน; **~ three/few days** ทุก ๆ 3 วัน/ทุก ๆ 2-3 วัน; **~ third day** ทุกวันที่ 3; **~ other** *(every second, or fig.: almost every)* *(วัน)* เว้น *(วัน)*, เกือบทุก *(วัน)*; **~ now and then** *or* **again, ~ so often, ~ once in a while** บางครั้งบางคราว; (D) ➤ **403** *(the greatest possible)* *(ความเป็นไปได้)* สูง; *(ความไว้ใจ)* อย่างเต็มที่; **there's ~ prospect of a victory for England** มีความเป็นไปได้สูงที่อังกฤษจะได้ชัยชนะ; **I wish you ~ happiness/success** ฉันขออวยพรให้คุณมีความสุข/ประสบความสำเร็จทุกประการ

'everybody *n. & pron.* ทุกคน; **has ~ seen it?** ทุกคนได้เห็นหรือยัง; **~ else** คนอื่น ๆ ทุกคน; **~ knows ~ else round here** ทุกคนแถวนี้รู้จักกันหมด; **he asked ~ to be quiet** เขาขอให้ทุกคนเงียบ; **hello, ~!** *(coll.)* สวัสดีทุกคน; **would ~ be quiet please?** ขอให้ทุกคนเงียบ; **it's not ~ who can ...:** ไม่ใช่ทุกคนที่ทำได้...; **it's ~'s duty** เป็นหน้าที่ของทุกคน; **opera isn't [to] ~'s taste** ไม่ใช่ทุกคนที่จะชอบดูละครโอเปร่า; **holidays to suit ~'s purse** การท่องเที่ยวที่เหมาะกับรายได้ของทุกคน; ➡ + **anybody** C

'everyday *attrib. adj.* ประจำวัน, ปกติธรรมดา; **in ~ life** ในชีวิตประจำวัน; **an ~ story of country folk** เรื่องราวประจำวันของคนในชนบท; **~ reality** เหตุการณ์ประจำวัน; **~ expressions** คำพูดติดปากที่พูดกันบ่อย ๆ; **it is a matter of ~ knowledge that ...** เป็นที่รู้กันทั่วไปว่า...

'Everyman *n., no pl.* คนธรรมดาสามัญ

everyone /ˈevrɪwʌn/'เอ็ฟวริเวิน/ ➡ **everybody**

'everyplace *(Amer.)* ➡ **everywhere**

'everything *n. & pron.* (A) ทุกสิ่งทุกอย่าง; **~ [that] you have** ทุกอย่างที่คุณมี; **~ else** สิ่งอื่นทั้งหมด; **some pupils are good at ~:** นักเรียนบางคนเก่งทุกวิชา; **~ comes to him who waits** *(prov.)* คนที่รู้จักรอคอยจะได้ทุกสิ่ง; **the man who has ~:** ชายผู้มีทุกสิ่งทุกอย่าง; **~ interesting/valuable** ทุกสิ่งที่น่าสนใจ/ที่มีคุณค่า; **there's a [right] time for ~:** ทุกสิ่งมีเวลาที่เหมาะสมของมันเอง; **they bought the house and ~ in it** พวกเขาซื้อบ้านและของใช้ในบ้านทุกอย่าง; **he is ~ a man should be** เขามีคุณสมบัติครบถ้วนของการเป็นผู้ชายตัวอย่าง; (B) *(coll.: all that matters)* **looks aren't ~:** รูปโฉมไม่ใช่สิ่งสำคัญที่สุด; **her child is ~ to her** ลูกเป็นสิ่งสำคัญที่สุดสำหรับเธอ; **have ~:** มีทุกสิ่งทุกอย่าง

'everyway *adv.* ในทุก ๆ ทาง

'everywhere ❶ *adv.* (A) *(in every place)* ทุกหนทุกแห่ง, ทั่วไปหมด; (B) *(to every place)* **go ~:** ไปทุกหนทุกแห่ง; **~ you go/look** ทุกหนทุกแห่งที่คุณไป/มองดู ❷ *n.* **from ~:** จากทุกหนแห่ง; **~ is quiet in Holland on a Sunday** ทุก ๆ แห่งในฮอลแลนด์จะเงียบเหงาในวันอาทิตย์

evict /ɪˈvɪkt/อิ'วิคท/ *v.t.* ไล่ที่, ไม่ให้อยู่; **~ a family [from the house]** ไล่ครอบครัว [ออกจากบ้าน]

eviction /ɪˈvɪkʃn/อิ'วิคช'น/ *n.* การไล่ที่; **the ~ of the tenant** การที่ผู้เช่าถูกไล่ที่; **action for ~** *(Law)* การใช้กฎหมายไล่ที่; **~ order** *(Law)* คำสั่งศาลให้ออกไปจากที่อาศัย

evidence /ˈevɪdəns/'เอ็ววิเดินซ/ ❶ *n.* (A) พยานหลักฐาน; *(indication)* ร่องรอย, สิ่งบ่งชี้; **be ~ of sth.** เป็นพยานหลักฐานของ *ส.น.*; **provide ~ of sth.** หาหลักฐานของ *ส.น.*; **as ~ of sth.** ในการเป็นหลักฐานของ *ส.น.*; **we do not have any ~ for this** เราไม่มีหลักฐานสำหรับเรื่องนี้เลย; **there was no ~ of a fight** ไม่มีร่องรอยของการต่อสู้; **give ~ of having been damaged** แสดงร่องรอยว่ามีความเสียหายเกิดขึ้น; **hard ~:** หลักฐานที่เป็นวัตถุ; ➡ + **external** 1 F; **internal evidence**; (B) *(Law)* พยานหลักฐาน; *(object)* วัตถุพยาน; *(testimony)* คำให้การ; **give ~:** ให้การ; **give ~ under oath/for sb./against sb.** ให้การภายใต้คำสาบาน/สนับสนุน *ค.น.*/คัดค้าน *ค.น.*; **refuse to give ~:** ปฏิเสธที่จะให้การ; **hear** *or* **take ~:** พิจารณาคำให้การ *หรือ* หลักฐาน; **hearing** *or* **taking of ~:** การพิจารณาคำให้การ *หรือ* หลักฐาน; **because of insufficient ~:** เนื่องจากมีหลักฐานไม่เพียงพอ; **piece of ~:** หลักฐานแต่ละชิ้น; *(statement)* คำให้การ; **incriminating ~:** คำให้การ/หลักฐานกล่าวโทษ; **[turn] King's/Queen's ~** *(Brit.) or (Amer.)* **State's ~:** ให้การในศาลคัดค้านฝ่ายเดียวกันเพื่อลดโทษของตนเอง; **the witness said in ~ that ...:** พยานกล่าวในการให้การว่า...; **call sb. in ~:** เรียก *ค.น.* มาให้การเป็นพยาน; **submit sth. in ~:** ยื่นเสนอ *ส.น.* เป็นหลักฐาน; ➡ + **circumstantial** A; **presumptive**; (C) **be [much] in ~:** ปรากฏอย่างชัดเจน; **he was nowhere in ~:** ไม่เห็นเขาที่ไหนเลย; **sth. is very much in ~:** *ส.น.* เห็นได้ทั่วไปหมดเลย ❷ *v.t.* พิสูจน์ให้เห็น, ทำให้ชัดแจ้ง, เป็นหลักฐาน

evident /ˈevɪdənt/'เอ็ววิด'นท/ *adj.* ปรากฏให้เห็น, เห็นชัดเจน; **the effect is still ~:** ผลลัพธ์ยังคงปรากฏให้เห็นอยู่; **be ~ to sb.** เห็นได้ชัดสำหรับ *ค.น.*; **it soon became ~ that ...:** ในไม่ช้าก็ปรากฏอย่างชัดเจนว่า...; มองเห็นได้ว่า...

evidently /ˈevɪdəntlɪ/'เอ็ฟวิเดินทลิ/ *adv.* อย่างเห็นชัด, อย่างกระจ่าง

evil /ˈiːvl/'อีว'ล,/ ❶ *adj.* (A) *(ระบบ, นิสัย, อิทธิพล)* ชั่วร้าย; *(บุคคล, การปฏิบัติ)* เลวทราม; **with ~ intent** เจตนาร้าย; **the E~ One** พญามาร; **~ doings** การกระทำชั่วร้าย; **~ tongue** ปากร้าย; **the ~ eye** นัยน์ตาที่เชื่อว่าสามารถทำอันตรายได้เพียงการมอง; (B) *(unlucky)* *(วัน, ชั่วโมง)* โชคร้าย; *(ลาง)* ไม่ดี; **~ days** *or* **times** ช่วงเวลาที่โชคร้าย; **put off** *or* **postpone the ~ hour** ผลัดเวลาออกไปในการทำสิ่งที่ไม่น่าทำ; **fall on ~ days** อับโชค, ดวงตก; (C) *(disagreeable)* *(อารมณ์)* ร้าย; *(coll.:unattractive)* *(สถานที่, กลิ่น)* น่ารังเกียจ
❷ *n.* (A) *no pl. (literary)* ความชั่ว; **the root of all ~:** รากเหง้าแห่งความชั่วทั้งปวง; **deliver us from ~** *(Relig.)* โปรดปลดปล่อยเราจากความชั่วร้ายทั้งปวง; **he saw the ~ of his ways** เขามีจิตสำนึกในความเลวร้ายในการดำเนินชีวิตของเขา; **speak ~ of sb.** พูดให้ร้ายแก่ *ค.น.*; **do ~:** ทำสิ่งที่ชั่วร้าย; (B) *(bad thing)* สิ่งเลวร้าย, สิ่งร้ายกาจ; **necessary** *or* **inescapable ~:** สิ่งชั่วร้าย ซึ่งเลี่ยงไม่ได้; **social ~s** ความชั่วร้ายในสังคม; **the lesser ~:** สิ่งที่เลวร้ายน้อยกว่าอีกสิ่งหนึ่ง; **choose the lesser of two ~s** เลือกสิ่งที่เลวร้ายน้อยกว่าอีกสิ่งหนึ่ง

evil: ~doer /ˈiːvlduːə(r)/'อีว'ลดูเออะ(ร)/ *n.* ผู้ประกอบกรรมชั่ว; **~-'minded** *adj.* ใจทราม; **~-smelling** *adj.* กลิ่นเหม็นร้ายกาจ; **~-tasting** *adj.* รสชาติขื่นขม

evince /ɪˈvɪns/อิ'วินซ/ *v.t.* *(บุคคล)* แสดงออกมา

eviscerate /ɪˈvɪsəreɪt/อิ'วิซเซอะเรท/ *v.t.* ควักเครื่องในออก; *(fig.)* ทำให้หมดแรง

e

evocation /evəˈkeɪʃn/เอะเวอะ'เคช'น/ *n.* การปลุก, การรื้อฟื้น *(ความทรงจำ, ความรู้สึก)*; **the film is an ~ of Edwardian England** ภาพยนตร์เรื่องนี้เป็นการวาดภาพของชีวิตในประเทศอังกฤษในสมัยกษัตริย์เอ็ดเวิร์ดที่ 7

evocative /ɪˈvɒkətɪv/อิ'วอเคอะทิว/ *adj.* ที่ปลุกหรือ รื้อฟื้นความทรงจำ; *(thought-provoking)* ที่กระตุ้นความคิด; **be ~ of sth.** ชวนให้นึกถึง *ส.น.*; **an ~ scent** กลิ่นหอมที่ฟื้นความทรงจำ

evoke /ɪˈvəʊk/อิ'โวค/ *v.t.* Ⓐ ปลุกหรือเรียกให้เกิด *(ความทรงจำ)*; นำมาซึ่ง, ทำให้เกิด *(ผลลัพธ์)* ขึ้น; Ⓑ *(elicit, provoke)* สร้าง *(ความประทับใจ)*; ปลุก *(ความสนใจ)*

evolution /iːvəˈluːʃn/อีเวอะ'ลูช'น, อีเวอะ'ลิวช'น/ *n.* Ⓐ *(development)* พัฒนาการ, ความก้าวหน้า, ความเจริญเติบโต; Ⓑ *(Biol.: of species etc.)* วิวัฒนาการ; **theory of ~:** ทฤษฎีวิวัฒนาการ; Ⓒ *(Mil., Naut.)* การแปรขบวน; *(Dancing etc.)* รูปแบบท่าเต้นรำ; Ⓓ *(of heat, gas, etc.)* การแปรรูป, การเกิด

evolutionary /iːvəˈluːʃənərɪ, US -nerɪ/เอะเวอะลู'เชอะเนอะริ, -เนะริ/ *adj.* Ⓐ เกี่ยวกับวิวัฒนาการ; **the ~ process** ขั้นตอนของพัฒนาการ; Ⓑ *(Biol.)* เกี่ยวกับวิวัฒนาการ; **~ theory** ทฤษฎีเกี่ยวกับวิวัฒนาการ

evolutionism /iːvəˈluːʃənɪzm, evəˈluːʃənɪzm/อีเวอะ'ลูเชอะนิซ'ม, เอะเวอะ'ลู-/ *n., no pl.* *ความเชื่อในทฤษฎีของวิวัฒนาการว่าเป็นรากฐานของชีวิตต่าง ๆ*

evolutionist /iːvəˈluːʃənɪst, evəˈluːʃənɪst/อีเวอะ'ลูเชอะนิซท, เอะเวอะ'ลูเชอะนิซท/ *n.* ผู้ที่เชื่อในทฤษฎีของวิวัฒนาการ

evolve /ɪˈvɒlv/อิ'วอลว/ ❶ *v.i.* Ⓐ *(develop)* พัฒนา **(from** จาก); Ⓑ *(Biol.)* วิวัฒนาการ **(into** เป็น); **~ out of** วิวัฒนาการมาจาก ❷ *v.t.* Ⓐ พัฒนา *(แผน, ทฤษฎี ฯลฯ)*; Ⓑ *(Biol.)* พัฒนา **(from** จาก)

ewe /juː/ยู/ *n.* แกะตัวเมีย

ewer /ˈjuːə(r)/ยูเออะ(ร)/ *n.* เหยือกปากกว้างมีมือจับอยู่ด้านข้าง

[1]**ex** /eks/เอ็คซ/ *n. (coll.)* อดีตภรรยา/สามี/แฟน

[2]**ex** *prep.* Ⓐ *(Commerc.)* **ex works/store** *(สินค้า)* ขายจากโรงงาน; Ⓑ *(Finance)* ไม่มี, ปราศจาก

ex- *pref.* อดีต *(ประธานาธิบดี, ผู้นำ ฯลฯ)*

exacerbate /ekˈsæsəbeɪt/เอ็ค'แซเซอะเบท/ *v.t.* เพิ่ม *(ความเจ็บ, ความโกรธ ฯลฯ)*; ทำให้ *(สถานการณ์)* เลวร้ายขึ้น

exact /ɪɡˈzækt/อิก'แซคท/ ❶ *adj.* Ⓐ ถูกต้อง, พอดิบพอดี, ล้วน; **those were his ~ words** เป็นคำพูดของเขาแบบคำต่อคำ; **an ~ copy of the painting/inscription** การเลียนแบบภาพ/จารึกที่เหมือนของจริงไม่ผิดเพี้ยน; **on the ~ spot where...:** ที่ตรงนั้นพอดิบพอดีที่...; **could you give me the ~ money?** คุณจะให้เงินฉันพอดีจำนวนเลยได้ไหม; **11 to be ~:** เป็น 11 ถ้าจะพูดให้ถูกต้อง; **be ~ in one's work** ทำงานอย่างถูกต้องไม่ผิดเพี้ยน; Ⓑ *(rigorous)* เข้มงวด; Ⓒ **~ science** วิทยาศาสตร์เกี่ยวกับปรากฏการณ์ที่วัดค่าได้แม่นยำ

❷ *v.t.* Ⓐ เรียกร้อง *(คำสัญญา, ค่าด่าน)*; รีดไถ *(เงิน, ภาษี)*; **~ from sb. a promise of sth.** เรียกร้องเอาคำสัญญาเกี่ยวกับ *ส.น.* จาก *ค.น.*; Ⓑ *(call for)* เรียกร้อง *(ส.น.)*

exacting /ɪɡˈzæktɪŋ/อิก'แซคทิง/ *adj.* *(มาตรฐาน, ข้อบังคับ)* เข้มงวด; *(นาย, อาจารย์)* ที่บีบบังคับ; **be very ~ about punctuality** เข้มงวดเรื่องการตรงต่อเวลามาก

exaction /ɪɡˈzækʃn/อิก'แซคช'น/ *n.* การเรียกร้อง, การบีบบังคับ

exactitude /ɪɡˈzæktɪtjuːd, US -tuːd/อิก'แซคเทอะทิวด, -ทูด/ *n., no pl.* ความถูกต้อง, ความแม่นยำ; **with complete ~:** ด้วยความถูกต้องสมบูรณ์

exactly /ɪɡˈzæktlɪ/อิก'แซคทลิ/ *adv.* Ⓐ อย่างแม่นยำ, อย่างแน่นอน, อย่างพอดิบพอดี, ตรง; **when ~** *or* **~ when did he leave?** เขาออกไปเวลาเท่าไรแน่; **~ what happened we'll never know** เราไม่มีทางรู้ว่าเกิดอะไรขึ้นแน่; **at ~ the right moment** ได้จังหวะที่ถูกต้องอย่างพอดิบพอดี; **~!** ใช่เลย; **~ a year ago today** หนึ่งปีพอดีในวันนี้; **I'm not ~ sure** ฉันไม่แน่ใจเท่าไหร่; **at four o'clock ~:** สี่นาฬิกาตรง; **~ as** ตรงตามที่; **~ as you wish** ตรงตามที่คุณหวัง; **not ~** *(coll. iron.)* ไม่เชิงทีเดียว; **I'll tell her ~ what I think of her** ฉันจะบอกเธอตรง ๆ ว่าฉันคิดอย่างไรกับเธอ; Ⓑ *(with perfect accuracy)* อย่างแม่นยำ, อย่างไม่ผิดเพี้ยน; **so ~:** อย่างแม่นยำยิ่ง

exactness /ɪɡˈzæktnɪs/อิก'แซคทนิซ/ *n., no pl.* ความถูกต้อง, ความแม่นยำ; **doubt the ~ of the figure** สงสัยในความถูกต้องของตัวเลข

exaggerate /ɪɡˈzædʒəreɪt/อิก'แซเจอะเรท/ *v.t.* Ⓐ ทำ/พูดเกินความเป็นจริง; **you are exaggerating his importance/its worth** คุณประเมินความสำคัญของเขา/ค่าของมันเกินความเป็นจริง; **the story had been grossly ~d** เรื่องนี้ถูกขยายให้เกินจริงไปมาก; **you always ~:** คุณชอบพูดเกินจริงอยู่เสมอ; Ⓑ *(accentuate)* เน้น, ย้ำ

exaggerated /ɪɡˈzædʒəreɪtɪd/อิก'แซเจอะเรทิด/ *adj.* เกินความจริง, เกินควร; **grossly** *or* **highly ~:** เกินความจริงอย่างยิ่ง; **he has an ~ opinion of himself** เขาประเมินตัวเองสูงเกินความจริง

exaggeratedly /ɪɡˈzædʒəreɪtɪdlɪ/อิก'แซเจอะเรทิดลิ/ *adv.* อย่างเกินความเป็นจริง, อย่างเกินควร

exaggeration /ɪɡzædʒəˈreɪʃn/อิกแซเจอะ'เรช'น/ *n.* การเกินความจริง, ความเกินเลย; **it is a wild/is no ~ to say that ...:** มันเป็นการพูดเกินเลยอย่างยิ่ง/มันไม่ได้เกินจริงเลยที่จะพูดว่า...; **no ~!** ไม่ได้โม้นะ; **he's prone to ~:** เขาชอบพูดอะไรให้เกินเลยเสมอ; **that, of course, is an ~:** แน่นอน นั่นเป็นการพูดเกินจริง; **it is an ~:** นี่เป็นเรื่องเกินความจริง; **that's a bit of an** *or* **a slight ~:** นั่นค่อนข้างจะเกินจริง

exalt /ɪɡˈzɔːlt/อิก'ซอลท/ *v.t.* Ⓐ *(praise)* ยกให้สูง; **~ sb. to the skies** ยกย่อง ค.น. เท่าฟ้า; Ⓑ *(raise in rank or power)* แต่งตั้งให้มียศสูง; *(raise in estimation)* ยกย่องนับถือ

exaltation /eɡzɔːlˈteɪʃn/เอ็กซอล'เทช'น/ *n.* Ⓐ *(fig.: elevation)* การยก, การแต่งตั้งให้มียศสูง; Ⓑ *(elation)* ความปีติยินดี

exalted /ɪɡˈzɔːltɪd/อิก'ซอลทิด/ *adj.* Ⓐ *(high-ranking)* สูงส่ง; **those in ~ positions** ผู้ที่อยู่ในตำแหน่งสูง ๆ; **~ ideals** อุดมคติสูงส่ง; Ⓑ *(lofty, sublime)* *(อุดมคติ)* สูงส่ง; *(รูปแบบ)* หรูหรา

exam /ɪɡˈzæm/อิก'แซม/ *(coll.)* ➡ **examination** C

examination /ɪɡzæmɪˈneɪʃn/อิกแซมิ'เนช'น/ *n.* Ⓐ *(inspection)* การตรวจสอบ; *(of accounts)* การตรวจสอบบัญชี; **on ~ it was found to contain drugs** จากการตรวจสอบพบว่ามียาเสพติดอยู่; **on closer** *or* **further ~:** จากการตรวจสอบอย่างใกล้ชิดยิ่งขึ้น/เพิ่ม; **be under ~:** กำลังมีการตรวจสอบ; **give sth. a thorough ~:** ตรวจสอบ *ส.น.* อย่างละเอียด; **carry out an ~ of sth./into sth.** ตรวจสอบ *ส.น.* หรือ ดำเนินการตรวจสอบ *ส.น.*; Ⓑ *(Med.)* การตรวจร่างกาย; **give sb. a thorough ~:** ตรวจร่างกาย *ค.น.* อย่างละเอียด; **undergo an ~:** เข้ารับการตรวจร่างกาย; Ⓒ *(test of knowledge or ability)* การสอบ, การสอบไล่; *(final ~ at university)* การสอบรับปริญญา; **~ nerves** การกลัวการทดสอบ; Ⓓ *(Law) (of witness, accused)* การสอบปากคำพยาน; *(of case)* การสืบสวนความ; **he is still under ~:** เขายังคงอยู่ระหว่างถูกสืบสวน; **be subjected to ~:** ถูกซักพยาน

exami'nation paper *n.* Ⓐ **~[s]** ข้อสอบ; Ⓑ *(with candidate's answers)* ข้อสอบที่เสร็จแล้ว

examine /ɪɡˈzæmɪn/อิก'แซมิน/ *v.t.* Ⓐ *(inspect)* ตรวจ *(หนังสือเดินทาง, ตั๋ว)*; ตรวจสอบ *(เอกสาร, ใบอนุญาต)*; Ⓑ *(Med.)* ตรวจ *(คนไข้)*; Ⓒ *(test knowledge or ability of)* สอบ *(ความรู้ ฯลฯ)*; **~ sb. on his knowledge of French** ทดสอบความรู้ภาษาฝรั่งเศสของ *ค.น.*; Ⓓ *(Law)* ซักพยาน

examinee /ɪɡzæmɪˈniː/อิกแซมิ'นี/ *n.* ผู้ถูกสอบ, ผู้เข้าสอบ; *(Univ. also)* นักศึกษาที่เข้าสอบ

examiner /ɪɡˈzæmɪnə(r)/อิก'แซมิเนอะ(ร)/ *n.* ผู้ตรวจสอบ, ผู้ไต่ถามพยาน; **board of ~s** คณะกรรมการที่ทำการสอบ

examining body /ɪɡˈzæmɪnɪŋ bɒdɪ/อิก'แซมินิง บอดิ/ *n.* คณะกรรมการที่ทำการสอบ, คณะกรรมการควบคุมการสอบ

example /ɪɡˈzɑːmpl, US -ˈzæmpl/อิก'ซามพ'ล, -'แซมพ'ล/ *n.* Ⓐ ตัวอย่าง; **by way of [an] ~:** เป็นตัวอย่าง; **she is a perfect ~ of how ...:** เธอเป็นตัวอย่างที่ดียิ่งของการที่...; **take sth. as an ~:** ยึดถือ *ส.น.* เป็นตัวอย่าง; **just to give [you] an** *or* **one ~:** เพียงแค่ให้ [คุณ] ดูตัวอย่างเท่านั้น; **for ~:** ยกตัวอย่างเช่น; **she's an ~ to us all** เธอเป็นตัวอย่างแก่พวกเราทั้งหลาย; **set an ~** *or* **a good ~ to sb.** เป็นตัวอย่างที่ดีกับ *ค.น.*; **follow sb.'s ~ [in doing sth.]** ปฏิบัติตามตัวอย่างของ ค.น. [ในการทำ *ส.น.*]; *(in a particular action)* ทำตาม *ค.น.*; Ⓑ *(as warning)* เยี่ยงอย่าง; **make an ~ of sb.** นำ ค.น. มาเป็นเยี่ยงอย่าง; **punish sb. as an ~ to others** ลงโทษ ค.น. เพื่อเป็นเยี่ยงอย่างแก่ผู้อื่น; **let that be an ~ to you** คุณจงดูนั่นเป็นเยี่ยงอย่าง

exasperate /ɪɡˈzæspəreɪt/อิก'แซซเพอะเรท/ *v.t.* *(irritate)* กวนโทโส, ทำให้รำคาญอย่างมาก; *(infuriate)* ทำให้เกิดโมโหสุดขีด; **be ~d at** *or* **by sb./sth.** โมโห *ค.น./ส.น.* อย่างมาก; **feel ~d** รู้สึกโมโห; **become** *or* **get ~d [with sb.]** โมโห [ค.น.] สุดขีด

exasperating /ɪɡˈzæspəreɪtɪŋ, ɪɡˈzɑːspəreɪtɪŋ/อิก'แซซเพอะเรทิง, อิก'ซาซเพอะเรทิง/ *adj.* กวนโทโส; **be ~:** น่ารำคาญอย่างยิ่ง

exasperatingly /ɪɡˈzæspəreɪtɪŋlɪ/อิก'แซซเพอะเรทิงลิ, อิก'ซาซเพอะเรทิงลิ/ *adv.* อย่างกวนโมโห

exasperation /ɪɡzæspəˈreɪʃn/อิกแซซเพอะ'เรช'น/ *n.* ➡ **exasperate:** ความโมโห **(with** ด้วย); **in ~:** ด้วยความโมโห

excavate /ˈekskəveɪt/'เอ็คซเคอะเวท/ *v.t.* Ⓐ ขุด; *(with machine)* ขุดเจาะ; Ⓑ *(Archaeol.)* ขุดค้น

excavation /ekskəˈveɪʃn/เอ็คซเคอะ'เวช'น/ *n.* Ⓐ การขุด; *(with machine)* การขุดเจาะ; *(of* *ore, metals)* การขุดแร่; Ⓑ *(Archaeol.)* การขุดค้น; ~ **work** งานขุด; Ⓒ *(place)* จุดที่มีการขุดเจาะ; *(Archaeol.)* จุดที่มีการขุดค้นทางโบราณคดี

excavator /ˈekskəveɪtə(r)/ˈเอ็คซุเคอะเวเทอะ(ร)/ *n.* Ⓐ *(machine)* เครื่องขุดเจาะ; Ⓑ *(Archaeol.: person)* ผู้ขุดค้นทางโบราณคดี

exceed /ɪkˈsi:d/อิคˈซีด/ *v.t.* Ⓐ *(be greater than) (ราคา, จำนวน)* เกิน, มากกว่า; **not ~ing** ไม่เกิน; Ⓑ *(go beyond)* ทำเกิน; *(surpass)* ล้ำกว่า, ดีกว่า *(คำสั่ง, หน้าที่)*

exceedingly /ɪkˈsi:dɪŋlɪ/อิคˈซีดิงลิ/ *adv.* อย่างยิ่ง, อย่างมาก; **fit ~ well** เหมาะเจาะอย่างยิ่ง; **a joke in ~ bad taste** เรื่องตลกที่ไม่เหมาะสมอย่างยิ่ง; **it was ~ obvious that she was pregnant** เห็นได้ชัดเจนทีเดียวว่าเธอท้อง

excel /ɪkˈsel/อิคˈเซ็ล/ ❶ *v.t.*, **-ll-** ทำดีเลิศ; **~ oneself** *(lit. or iron.)* ทำได้ดีเลิศ ❷ *v.i.*, **-ll-** เก่ง **(at, in** ใน**)**; **he ~s as an orator** เขาเป็นนักพูดที่เก่ง; **she ~s at cookery** เธอเก่งในการทำอาหาร

excellence /ˈeksələns/ˈเอ็คเซอะเลินซฺ/ *n.* ความเป็นเลิศ; *(merit)* ความดีเด่น; **an unusual degree of ~:** ความเป็นเลิศสูงผิดปกติ; **moral/academic ~:** ความเป็นเลิศทางศีลธรรม/วิชาการ; **this school is known for its standards of ~:** โรงเรียนแห่งนี้มีชื่อเสียงว่ามีมาตรฐานเป็นเลิศ

excellency /ˈeksələnsɪ/ˈเอ็คเซอะเลินซิ/ *n.* ฯพณฯ ท่าน *(เอกอัครราชทูต) คำศัพท์ที่ใช้กับคนตำแหน่งสูงบางตำแหน่ง*

excellent /ˈeksələnt/ˈเอ็คเซอะเลินทฺ/ *adj.* ดีมาก; **be in an ~ mood** อารมณ์ดีมาก; **he's an ~ chap** เขาเป็นคนดีมาก

excellently /ˈeksələntlɪ/ˈเอ็คเซอะเลินทฺลิ/ *adv.* อย่างดีมาก, อย่างดีเลิศ

except /ɪkˈsept/อิคˈเซ็พทฺ/ ❶ *prep. (coll.)* **~ [for]** ยกเว้น, นอกจาก; **~ for** *(in all respects other than)* ยกเว้น; **~ [for the fact] that ...,** *(coll.)* **~...:** นอกจากว่า...; **I know little of her ~ that she ...** *or (coll.)* **~ she ...:** ฉันไม่ค่อยรู้เรื่องเธอนอกจากว่าเธอ...; **I should buy a new car ~ that** *or (coll.)* **~ I've no money** ฉันควรจะซื้อรถใหม่เสียแต่ว่าฉันไม่มีเงิน; **I'd come, ~ that** *or (coll.)* **~ I have no time** ฉันจะมาเสียแต่ว่าฉันไม่มีเวลา; **all failed, ~ him** ทุกคนพลาดหมดยกเว้นเขาคนเดียว; **there was nothing to be done ~ [to] stay there** ไม่มีทางอื่นนอกจากจะอยู่ที่นั่นต่อไป; **where could he be ~ in the house?** เขาจะไปอยู่ที่ไหนนอกจากในบ้าน; **she's everywhere ~ where she ought to be** เธอเร่ไปทั่วทุกแห่งนอกจากที่ที่เธอควรจะอยู่ ❷ *v.t.* ยกเว้น **(from** จาก**)**; **~ed** ได้รับยกเว้น; **nobody ~ed** ไม่มีใครได้รับยกเว้น; **errors ~ed** ยกเว้นความผิด; **present company ~ed** ยกเว้นผู้ที่อยู่ในขณะนี้

excepting /ɪkˈseptɪŋ/อิคˈเซ็พทิง/ *prep.* เว้น, นอกจาก; **not ~ Peter** ปีเตอร์เองก็ไม่ยกเว้น; **~ that ...,** *(coll.)* **~ ...:** นอกจากว่า...

exception /ɪkˈsepʃn/อิคˈเซ็พช'น/ *n.* Ⓐ ข้อยกเว้น, การยกเว้น; **with the ~ of** โดยยกเว้น ...; **with the ~ of her/myself** โดยยกเว้นเธอ/ตัวฉันเอง; **the ~ proves the rule** *(prov.)* ข้อยกเว้นสามารถใช้พิสูจน์ได้ว่ากฎเกณฑ์นั้นเป็นจริง; **this case is an ~ to the rule** กรณีนี้เป็นข้อยกเว้นสำหรับกฎ; **be no ~ [to the rule]** ไม่ได้อยู่นอกกฎเกณฑ์; **there's an ~ to every rule** กฎเกณฑ์ทั้งหมดย่อมมีข้อยกเว้น; **make an ~ [of/for sb.]** ให้การยกเว้นแก่ *ค.น.*; **by way of an ~:** เป็นข้อยกเว้น; Ⓑ *no pl., no art.* **take ~ to sth.** *(be offended by sth., object to sth.)* ไม่เห็นด้วยกับ *ส.น.*; **great ~ is taken to sth.** *ส.น.* สร้างความไม่เห็นด้วยอย่างแรง

exceptional /ɪkˈsepʃənl/อิคˈเซ็พเชอะน'ล/ *adj.* ไม่ธรรมดา, พิเศษ; **in ~ cases** ในกรณีพิเศษ

exceptionally /ɪkˈsepʃənəlɪ/อิคˈเซ็พเชอะเนอะลิ/ *adv.* Ⓐ *(as an exception)* อย่างพิเศษ, อย่างผิดปกติ; Ⓑ *(remarkably)* อย่างโดดเด่น

excerpt ❶ /ˈeksɜ:pt/ˈเอ็คเซิพทฺ/ *n.* ส่วนที่ยกมา *(จากหนังสือ, ภาพยนตร์, คำปราศรัย, บทเพลง ฯลฯ)* ❷ /ɪkˈsɜ:pt/อิคˈเซิพทฺ/ *v.t.* หยิบยกมา, ตัดตอนมาใช้ **(from** จาก**)**

excess /ɪkˈses/อิคˈเซ็ซ, ˈเอ็คเซ็ซ/ *n.* Ⓐ *(inordinate degree or amount)* ส่วนเกิน, มากเกินไป; **such ~ of detail** มีรายละเอียดมากเกินไป; **eat/drink/be generous to ~:** กิน/ดื่ม/ใจดีจนเกินไป; **don't do anything to ~:** อย่าทำอะไรให้เกินพอดี; **carry sth. to ~:** ทำ *ส.น.* มากเกินไป; **in ~:** มากเกินไป; Ⓑ *esp. in pl. (act of immoderation, over-indulgence)* การตามใจปากจนเกินไป, การไม่หยุดยั้ง; *(sexual or gluttonous also)* ความมักมาก; *(savage also)* ความโหดเหี้ยมเกินสามัญ; Ⓒ **be in ~ of sth.** เกิน *ส.น.*; **a figure in ~ of a million** ตัวเลขเกินหลักล้าน; **a speed in ~ of ...:** ความเร็วเกิน...; Ⓓ *(surplus)* เกิน; **produce an ~ of sth.** มีส่วนเกินในการผลิต *ส.น.*; **~ weight** น้ำหนักส่วนเกิน; Ⓔ *(esp. Brit. Insurance)* เงินส่วนเกินของการประกันที่ลูกค้าต้องจ่ายเอง

excess /ˈekses/ˈอิคเซ็ซ, ˈเอ็คเซ็ซ/: **~ ˈbaggage** *n. (กระเป๋า)* น้ำหนักเกิน; **~ ˈfare** *n.* ค่าตั๋วส่วนเกิน; **pay the ~ fare** จ่ายค่าเดินทางในส่วนที่เกิน

excessive /ɪkˈsesɪv/อิคˈเซ็ซซิว/ *adj. (กิน, ดื่ม)* มากเกินไป, มากเกินควร; *(การเจ็บปวด)* ที่เหลือทน; **~ drinking of alcohol** การดื่มแอลกอฮอล์มากเกินควร; **an ~ talker/eater** คนพูดมาก/คนกินจุ; **sb. is being rather ~:** *ค.น.* ค่อนข้างจะทำเกินเลยไป

excessively /ɪkˈsesɪvlɪ/อิคˈเซ็ซซิวลิ/ *adv.* Ⓐ *(immoderately)* อย่างมากเกินไป; **~ cautious** ระมัดระวังจนเกินไป; **talk/spend ~:** พูด/ใช้จ่ายจนเกินควร; Ⓑ *(exceedingly)* อย่างมากมาย

excess /ˈekses/อิคˈเซ็ซ, ˈเอ็คเซ็ซ/: **~ ˈluggage** ➡ **~ baggage**; **~ ˈpostage** *n.* ค่าไปรษณีย์ส่วนเกินที่ผู้รับจดหมายต้องเป็นผู้จ่าย

exchange /ɪksˈtʃeɪndʒ/อิคซˈเฉนจฺ/ ❶ *v.t.* Ⓐ แลกเปลี่ยน *(ความคิดเห็น, ที่อยู่, นามบัตร)*; แลก *(ห้อง, ที่นั่ง, เงิน, ของขวัญ)*; *(การยิง, การชกต่อย)* โต้ตอบ; **[no] shots were ~d** ไม่มีการยิงโต้ตอบกัน; **the two men ~d letters** ชายทั้งสองโต้ตอบจดหมายกัน; **~ blows/insults** แลกหมัด/พูดจาดูหมิ่นซึ่งกันและกัน; Ⓑ *(give in place of another)* ทดแทน **(for** สำหรับ**)**; *(interchange)* แลกเปลี่ยน *(สายลับ)* ❷ *v.i.* แลกเปลี่ยนกันกับ ❸ *n.* Ⓐ การแลกเปลี่ยน; *(of prisoners, spies, compliments, greetings, insults)* การแลกเปลี่ยน; **an ~ of ideas/blows** การแลกเปลี่ยนความคิด/การแลกหมัด; **in ~:** เพื่อทดแทน; **in ~ for sth.** แลกกับ *ส.น.*; **fair ~ is no robbery** *(prov.; joc./iron.)* การแลกเปลี่ยนกันอย่างยุติธรรมทำให้ทุกฝ่ายพอใจ; Ⓑ *(Educ.)* การแลกเปลี่ยนนักศึกษา; **an ~ of pupils** การแลกเปลี่ยนนักเรียน; **an ~ student** นักเรียนในโครงการแลกเปลี่ยน; **the pupils are going on [an] ~ to Paris** นักเรียนจะร่วมโครงการแลกเปลี่ยนไปที่ปารีส; Ⓒ *(quarrel)* การโต้ตอบกัน, การทะเลาะ; Ⓓ *(of money)* การแลก; **bill of ~:** ตั๋วแลกเงิน; **[rate], rate of ~:** อัตราแลกเปลี่ยนเงินตรา; Ⓔ ➡ **telephone exchange**; Ⓕ *(Commerc.: building)* อาคารตลาดหลักทรัพย์

exchangeable /ɪksˈtʃeɪndʒəbl/อิคซˈเฉนเจอะบ'ล/ *adj.* แลกเปลี่ยนได้; **these goods are not ~:** สินค้าเหล่านี้ไม่รับเปลี่ยน

exchequer /ɪksˈtʃekə(r)/อิคซˈเฉ็คเคอะ(ร)/ *n.* Ⓐ *(Brit.)* กระทรวงการคลัง, กรมคลัง; ➡ + **chancellor** A; Ⓑ *(royal or national treasury)* เงินคงคลัง

[1]**excise** /ˈeksaɪz/ˈเอ็คซายซฺ/ *n.* อากรที่รัฐเรียกเก็บ, อากรสรรพสามิต *(เก็บจากสุรา, เบียร์ ฯลฯ)*; **Customs and E~ Department** *(Brit.)* กรมศุลกากร

[2]**excise** /ɪkˈsaɪz/เอ็คˈซายซฺ/ *v.t.* Ⓐ *(from book, article)* ตัดตอน; *(from film also)* เซ็นเซอร์ **(from** จาก**)**; Ⓑ *(Med.)* ผ่าตัด *(อวัยวะ)* ออก

excision /ɪkˈsɪʒn/อิˈซิฌ'น/ *n.* Ⓐ การตัดออก; Ⓑ *(Med.)* การผ่าตัดออก

excitable /ɪkˈsaɪtəbl/อิคˈไซเทอะบ'ล/ *adj.* ตื่นเต้นง่าย; **have an ~ temper** มีอารมณ์ตื่นเต้นง่าย

excite /ɪkˈsaɪt/อิคˈไซทฺ/ *v.t.* Ⓐ *(thrill)* ทำให้ตื่นเต้น; **she was/became ~d by the idea** เธอเกิดความตื่นเต้นกับความคิดนั้น; **it greatly ~d the children** มันทำให้เด็ก ๆ ตื่นเต้นมาก; Ⓑ *(agitate)* ทำให้เป็นกังวล; **be/become ~d by sth.** เป็นกังวลเกี่ยวกับ *ส.น.*; Ⓒ *(elicit)* เรียกออกมา; Ⓓ *(stimulate; also Physiol.)* กระตุ้น, เร้า; *(sexually)* ยั่วยุอารมณ์ทางเพศ; Ⓔ *(provoke)* ปลุกเร้า

excited /ɪkˈsaɪtɪd/อิคˈไซทิด/ *adj.* Ⓐ *(pleasurably)* ตื่นเต้น **(at** กับ**)**; **you don't seem very ~ [about it]** คุณดูไม่ค่อยตื่นเต้นเลย [เกี่ยวกับเรื่องนี้]; **I'm ~ to see what happens next** ฉันรู้สึกตื่นเต้นอยากรู้ว่าจะเกิดอะไรขึ้นต่อไป; **it's nothing to get ~ about** มันไม่ใช่เรื่องน่าตื่นเต้น; **don't get ~:** อย่าพึ่งตื่นเต้น; Ⓑ *(agitated)* เป็นกังวล; **it's nothing to get ~ about** ไม่ใช่เรื่องที่ต้องกังวล; **don't get ~, it's only Tom** ไม่ต้องวิตกกังกลหรอก แค่ทอมเอง; **don't get so ~:** อย่าวิตกกังวลมากไปเลย; **get all ~** *(coll.)* วิตกกังวลไปหมด; Ⓒ *(Physiol.)* ที่กระตุ้น, ที่เร่งเร้า; *(sexually)* ที่มีอารมณ์ทางเพศ

excitedly /ɪkˈsaɪtɪdlɪ/อิคˈไซทิดลิ/ *adv.* อย่างตื่นเต้น; **look forward ~ to the holidays** รอคอยวันหยุด/ช่วงพักเรียนอย่างตื่นเต้น

excitement /ɪkˈsaɪtmənt/อิคˈไซทเมินทฺ/ *n.* Ⓐ *no pl.* ความตื่นเต้น; *(enthusiasm)* ความกระตือรือร้น; *(suspense)* ความเร้าใจ; **in [a state of] ~:** อย่างตื่นเต้น; **in all the ~/in his ~ he forgot to say thank you** เขาตื่นเต้นจนลืมกล่าวขอบคุณ; **full of ~:** เต็มไปด้วยความตื่นเต้น; **wild with ~:** ตื่นเต้นจนควบคุมใจไม่อยู่; Ⓑ *(incident)* เรื่องตื่นเต้น; Ⓒ *(Physiol.: sexual)* การมีอารมณ์ทางเพศ

exciting /ɪkˈsaɪtɪŋ/อิคˈไซทิง/ *adj.* น่าตื่นเต้น; *(full of suspense)* เร้าใจ; **it isn't exactly ~:** มันก็ไม่ได้น่าตื่นเต้นเท่าไรหรอก

exclaim /ɪkˈskleɪm/อิคˈซเคลม/ ❶ *v.t.* อุทาน; **~ that ...:** อุทานว่า... ❷ *v.i.* อุทาน; **~ in delight** อุทานออกมาด้วยความยินดี

exclamation /eksklə'meɪʃn/เอ็คซฺเคลฺอะ'เมช'น/ *n.* คำอุทาน; **utter an ~ of pain/delight** อุทานออกมาด้วยความเจ็บ/ด้วยความยินดี

exclamation: ~ mark, *(Amer.)* **~ point** *ns.* อัศเจรีย์

exclude /ɪk'sklu:d/อิค'ซกฺลูด/ *v.t.* Ⓐ *(keep out, debar)* กีดกัน (**from** จาก); **sb. is ~d from a profession/the Church/a room** *ค.น.* ถูกกีดกันออกจากวงอาชีพ/โบสถ์/ห้อง; **the public were ~d from the courtroom** ประชาชนไม่ได้รับอนุญาตให้เข้าในห้องพิจารณาคดี; **~ noise/draughts from a room** กันไม่ให้เสียง/อากาศเข้ามาในห้อง; **~ sb. from one's will/the Party** ตัด *ค.น.* ออกจากพินัยกรรมไม่ให้ *ค.น.* เข้าพรรค; Ⓑ *(make impossible, preclude)* ตัด *(ประเด็น)*; **this ~s any [further] question of sth.** สิ่งนี้ตัดคำถาม [เพิ่มเติม] เกี่ยวกับ *ส.น.*; Ⓒ *(leave out of account)* ถูกมองข้าม, ไม่พิจารณา

excluding /ɪk'sklu:dɪŋ/อิค'ซกฺลูดิง/ *prep.* **~ drinks/VAT** ไม่รวมเครื่องดื่ม/ภาษีมูลค่าเพิ่ม

exclusion /ɪk'sklu:ʒn/อิค'ซกฺลูฌ'น/ *n.* การยกเว้น, การกันออกไป; **[talk about sth.] to the ~ of everything else** [พูดแต่ *ส.น.*] โดยไม่ได้คำนึงถึงเรื่องอื่นใด ๆ

exclusive /ɪk'sklu:sɪv/อิค'ซกฺลูซิว/ ❶ *adj.* Ⓐ *(not shared)* *(สิทธิ)* ผูกขาด; เฉพาะสิ่ง; *(เจ้าของ, การควบคุม)* แต่ผู้เดียว; *(การจ้องมอง)* แต่สิ่งเดียว; *(Journ.)* *(การสัมภาษณ์, เรื่อง)* ที่เป็นสิทธิของหนังสือพิมพ์ฉบับหนึ่งเท่านั้น; *(Fashion)* ที่ตัดเฉพาะ; **~ right** สิทธิแต่เพียงผู้เดียว; **have ~ rights** มีสิทธิแต่ผู้เดียว; Ⓑ *(select, privileged)* ในแวดวงจำกัด, เฉพาะกลุ่ม; *(unwilling to mix)* ไม่ปะปนกับผู้อื่น; Ⓒ *(excluding)* ที่กันออก, ไม่รวม; **~ of** ไม่รวม; **~ of drinks** ไม่รวมเครื่องดื่ม; **the price is ~ of postage** ราคานี้ไม่รวมค่าส่งไปรษณีย์; **be mutually ~:** ต่างฝ่ายต่างกีดกันซึ่งกันและกัน ❷ *n. (Journ.)* เฉพาะหนังสือพิมพ์ฉบับเดียว

exclusively /ɪk'sklu:sɪvlɪ/อิค'ซกฺลูซิวลิ/ *adv.* โดยเฉพาะ, โดยผูกขาด; *(Journ.)* โดยมีสิทธิตีพิมพ์ได้เพียงผู้เดียว

exclusiveness /ɪk'sklu:sɪvnɪs/อิค'ซกฺลูซิวนิซ/ *n., no pl.* การมีเฉพาะกลุ่มจำกัด, การผูกขาด

excommunicate /ekskə'mju:nɪkeɪt/เอ็คซฺเกอะ'มิวนิเคท/ *v.t. (Eccl.)* ขับไล่ออกจากศาสนาและหมู่คณะ

excommunication /ekskəmju:nɪ'keɪʃn/เอ็คซฺเกอะมิวนิ'เคช'น/ *n. (Eccl.)* การขับไล่ออกจากศาสนาและหมู่คณะ, บัพพาชนียกรรม

excoriate /eks'kɔ:rɪeɪt/เอ็คซฺ'กอริเอท/ *v.t. (fig.: censure)* ตำหนิอย่างรุนแรง

excrement /'ekskrɪmənt/'เอ็คซกฺริเมินทฺ/ *n. in sing. or pl.* อุจจาระ

excrescence /ɪk'skresns/อิค'ซเกร็ซ'นซฺ/ *n.* Ⓐ ปุ่มเนื้องอก; Ⓑ *(fig.)* สิ่งเพิ่มเติมที่ดูน่าเกลียด

excreta /ɪk'skri:tə/อิค'ซกฺรีเทอะ/ *n. pl.* สิ่งขับถ่าย, อุจจาระและปัสสาวะ

excrete /ɪk'skri:t/อิค'ซกฺรีท/ *v.t.* ขับถ่าย

excretion /ɪk'skri:ʃn/อิค'ซกฺรีช'น/ *n.* การขับถ่าย

excretory /ɪk'skri:tərɪ, US -tɔ:rɪ/อิค'ซกฺรีเทอะริ, -ทอริ/ *adj.* เกี่ยวกับการขับถ่าย

excruciating /ɪk'skru:ʃɪeɪtɪŋ/อิค'ซกฺรูชิเอทิง/ *adj.* *(ความเจ็บปวด, การตาย)* ที่เจ็บปวดทรมาน; *(คำถาม, เหตุการณ์)* ที่ลำบากใจมาก; **it is ~** มันทำให้เจ็บปวดทรมาน; **be in ~ pain** รู้สึกเจ็บปวดทรมาน; **an ~ pun** การพูดตลกที่แย่มาก

excruciatingly /ɪk'skru:ʃɪeɪtɪŋlɪ/อิค'ซกฺรูชิเอทิงลิ/ *adv.* อย่างเจ็บปวดทรมาน

exculpate /'ekskəlpeɪt/'เอ็คซฺเคิลเพท/ *v.t.* ระบุว่าไม่มีผิด, ทำให้พ้นข้อกล่าวหา; **he was ~d** เขาได้ถูกระบุว่าไม่มีผิด; **~ oneself** บอกว่าตนไม่มีผิด, แก้ตัว

exculpation /ekskəl'peɪʃn/เอ็คซฺเคิล'เพช'น/ *n., no pl.* การระบุว่าไม่มีผิด; *(vindication)* การทำให้พ้นผิด

excursion /ɪk'skɜ:ʃn/อิค'ซเกอช'น/ *n.* Ⓐ การท่องเที่ยวระยะสั้น ๆ; **day ~:** การท่องเที่ยวแบบไปเช้าเย็นกลับ; **go on/make an ~:** ไปท่องเที่ยวระยะสั้น; **~ rates/fares** ราคาพิเศษสำหรับการไปเที่ยวระยะสั้น; Ⓑ *(fig.: digression)* การออกนอกประเด็น

excursionist /ɪk'skɜ:ʃənɪst/อิค'ซเกอเชอะนิซทฺ/ *n.* นักท่องเที่ยวระยะสั้น

excursion: ~ ticket *n.* ตั๋วท่องเที่ยวระยะสั้น; **~ train** *n. (Amer.)* รถไฟพิเศษ

excusable /ɪk'skju:zəbl/อิค'ซกิวเซอะบ'ล/ *adj.* อภัยให้ได้

excusably /ɪk'sku:zəblɪ/อิค'ซกิวเซอะบลิ/ *adv.* อย่างอภัยให้ได้

excuse ❶ /ɪk'skju:z/อิค'ซกิวซฺ/ *v.t.* Ⓐ ➤ 64 *(forgive, exonerate)* ยกโทษ, ให้อภัย; **~ oneself** *(apologize)* ขอโทษ; **~ me** ยกโทษให้ฉันด้วย *หรือ* ขอโทษ; **please ~ me** โปรดยกโทษให้ฉันด้วย; **~ me, [what did you say]?** *(Amer.)* ขอโทษ [คุณพูดว่าอะไรนะ]; **~ me if I don't get up** ขอโทษที่ไม่ได้ลุกขึ้น; **~ sth. in sb., ~ sb. sth.** ยกโทษให้ *ค.น.* เกี่ยวกับ *ส.น.*; **I can be ~d for confusing them** ฉันควรจะได้รับอภัยในการที่สับสนระหว่างเขาสองคน; **sb. can be ~d for that** *ค.น.* ควรได้รับการให้อภัยสำหรับสิ่งนั้น; **acts which nothing can ~:** การกระทำที่ไม่อาจให้อภัยได้; Ⓑ *(release, exempt)* ยกเว้น; **~ sb. [from] sth.** ยกเว้น *ค.น.* จาก *ส.น.*; **they were ~d payment of all taxes** เขาได้รับยกเว้นไม่ต้องเสียภาษีทั้งหมด; **~ oneself from doing sth.** ถอนตัวจากการทำ *ส.น.*; Ⓒ *(allow to leave)* อนุญาตให้ปลีกตัวไป; **~ oneself** ขอตัว; **and now, if I may be ~d** *or* **if you will ~ me** ขออนุญาตปลีกตัวไปก่อน; **you are ~d** เชิญคุณไปได้; **may I be ~d?** *(wishing to leave the table)* ขออนุญาตลุกจากโต๊ะนะคะ/ครับ; *(euphem.: wishing to go to the toilet)* ขอตัวสักครู่นะคะ/ครับ ❷ /ɪk'skju:s/อิค'ซกิวซฺ/ *n.* Ⓐ ข้อแก้ตัว, ข้ออ้างเหตุผล; **give** *or* **offer an ~ for sth.** ให้ข้อแก้ตัวสำหรับ *ส.น.*; **there is no ~ for what I did** ไม่มีข้ออ้างอะไรสำหรับสิ่งที่ฉันได้ทำไป; **what did he give as his ~ this time?** คราวนี้เขาอ้างอะไรเป็นเหตุผล; **I'm not trying to make ~s, but ...:** ฉันไม่ได้พยายามจะอ้างโน่นนี่หรอกแต่ว่า...; **make one's/sb.'s ~s to sb.** ขอโทษ *ค.น.*/ขอโทษ *ค.น.* แทนคนอื่น; **any ~ for a drink!** หาข้ออ้างเพื่อดื่มเหล้า; **be as good an ~ as any** เป็นข้ออ้างที่พอจะฟังขึ้น; Ⓑ *(evasive statement)* คำพูดแก้ตัว; **make ~s** แก้ตัวไปต่าง ๆ; Ⓒ *(pathetic specimen)* **this is an ~ for a pencil/letter** *etc.*, **isn't it!** เลวจนไม่อยากเรียกว่าดินสอ/จดหมาย

ex-di'rectory /eksdaɪ'rektərɪ, -dɪ-/เอ็คซฺได'เร็คเทอะริ, -ดิ-/ *adj. (Brit. Teleph.)* *(ชื่อ, เลขหมาย)* ที่กันออกจากสมุดโทรศัพท์; **famous people are usually ~:** คนดัง ๆ มักจะไม่ให้พิมพ์ชื่อของตนไว้ในสมุดโทรศัพท์

ex 'dividend *(Finance) adv.* ไม่ให้เงินปันผล

exec /ɪg'zek/อิก'เซ็ค/ *n. (coll.)* ➡ **executive 1 A**

execrable /'eksɪkrəbl/'เอ็คซิเครอะบ'ล/ *adj.*, **execrably** /'eksɪkrəblɪ/'เอ็คซิเครอะบลิ/ *adv.* อย่างน่าชัง, อย่างร้ายกาจ

execration /eksɪ'kreɪʃn/เอ็คซิ'เครช'น/ *n.* Ⓐ *(act)* การด่าว่า; Ⓑ *(curse)* การสาปแช่ง; Ⓒ *no pl. (abhorrence)* ความเกลียดชัง; **hold sth. in ~:** เกลียดชัง *ส.น.*

execute /'eksɪkju:t/'เอ็คซิคิวทฺ/ *v.t.* Ⓐ *(kill)* ประหารชีวิต; Ⓑ *(put into effect, perform)* ปฏิบัติ; Ⓒ *(Law: give effect to)* ปฏิบัติให้มีผลตามกฎหมาย; *(make legally valid)* ทำให้มีผลบังคับใช้ตามกฎหมาย

execution /eksɪ'kju:ʃn/เอ็คซิ'คิวช'น/ *n.* Ⓐ *(killing)* การประหารชีวิต; Ⓑ *(putting into effect, performance)* การปฏิบัติ; *(of instruction)* การบังคับใช้; *(of will, verdict)* การทำให้มีผลตามกฎหมาย; **put sth. into ~:** ทำให้ *ส.น.* มีผลตามกฎหมาย; **in the ~ of one's duty/duties** ในการปฏิบัติหน้าที่; Ⓒ *(Mus.)* เทคนิคการเล่น; Ⓓ *(Law: seizure of property, carrying out)* การยึดทรัพย์, การบังคับคดี; *(rendering legally valid)* การทำให้มีผลบังคับใช้ตามกฎหมาย

executioner /eksɪ'kju:ʃənə(r)/เอ็คซิ'คิวเชอะเนอะ(ร)/ *n.* เพชฌฆาต

executive /ɪg'zekjʊtɪv/อิก'เซ็คคิวทิว/ ❶ *n.* Ⓐ *(person)* ผู้บริหาร; Ⓑ *(administrative body)* **the ~** *(of government)* คณะผู้บริหาร; *(of political organization, trade union)* กลุ่มผู้บริหาร ❷ *adj.* Ⓐ *(Commerc.)* เกี่ยวกับฝ่ายบริหาร; **~ powers** อำนาจบริหาร; *(Commerc. Law)* เกี่ยวกับการบังคับตามกฎหมาย/สัญญา; **~ ability** ความสามารถในการบริหาร; Ⓑ *(relating to government)* เกี่ยวกับการบริหารและปกครองประเทศ; **~ powers** อำนาจในการบริหารและปกครองประเทศ

executive: ~ com'mittee *n.* คณะกรรมการบริหาร; **~ 'council** *n.* คณะกรรมาธิการบริหาร; **~ member** *n.* สมาชิกคณะกรรมการบริหาร; **~ 'stress** *n.* ความเครียดที่เกิดขึ้นจากการมีตำแหน่งสูงในองค์กร; **~ toy** *n.* ของเล่นเพื่อคลายเครียดของผู้บริหาร

executor /ɪg'zekjʊtə(r)/อิก'เซ็คคิวเทอะ(ร)/ *n. (Law)* ผู้จัดการมรดกตามพินัยกรรม; **the ~ of his will** ผู้จัดการมรดกของเขา; **literary ~:** ผู้ที่จัดการด้านสิ่งพิมพ์ของนักเขียน

exegesis /eksɪ'dʒi:sɪs/เอ็คซิ'จีซิซ/ *n., pl.* **exegeses** /eksɪ'dʒi:si:z/เอ็คซิจีซีซฺ/ การตีความหมายของคำในพระคัมภีร์ไบเบิล

exemplar /ɪg'zemplə(r), -plɑ:(r)/อิก'เซ็มเพลอะ(ร), -พลา(ร)/ *n.* ตัวอย่าง, แบบอย่าง

exemplary /ɪg'zemplərɪ, US -lerɪ/อิก'เซ็มเพลอะริ, -เลริ/ *adj.* Ⓐ *(model)* ดียอดเยี่ยม, ควรเป็นตัวอย่าง; Ⓑ *(deterrent)* เป็นตัวอย่างให้สังวรไว้; **~ damages** *(Law)* การได้เงินชดเชยที่สูงเกินควร; Ⓒ *(illustrative)* ยกเป็นตัวอย่างประกอบ

exemplification /ɪgzemplɪfɪ'keɪʃn/อิกเซ็มพลิฟิ'เคช'น/ *n.* การยกตัวอย่างเพื่ออธิบาย

exemplify /ɪg'zemplɪfaɪ/อิก'เซ็มพลิฟาย/ *v.t.* อธิบายโดยตัวอย่างประกอบ; *(serve as example of)* เป็นตัวอย่างสำหรับ

exempt /ɪg'zempt/อิก'เซ็มพฺท/ ❶ *adj.* **[be] ~ [from sth.]** ได้รับการยกเว้น [จาก *ส.น.*]; **make sb. ~ from sth.** *ค.น.* ได้รับยกเว้น *ส.น.* ❷ *v.t.* ยกเว้น; **be ~ed from sth.** ได้รับการยกเว้น *ส.น.*

exemption /ɪgˈzempʃn/อิก'เซ็มพฺช่น/ *n.* การยกเว้น; **~ from payment of a fine** การยกเว้นจากการชำระค่าปรับ

exercise /ˈeksəsaɪz/'เอ็คเซอะซายซฺ/ ❶ *n.* Ⓐ *no pl., no indef. art. (physical exertion)* การบริหาร, การออกกำลัง; *(of dog also)* การพาไปเดิน; *(fig.)* การฝึก; **get some ~:** ออกกำลังบ้าง; **take ~:** ออกกำลัง; **provide ~ for sth.** เป็นการฝึก/ออกกำลังสำหรับ *ส.น.;* Ⓑ *(task set, activity; also Mus., Sch.)* การฝึกฝน; **the object of the ~:** จุดประสงค์ของการฝึกฝน; Ⓒ *(to improve fitness)* การบริหาร; **morning ~s** การบริหารตอนเช้า; Ⓓ *no pl. (employment, application)* การบำเพ็ญ; **the ~ of tolerance is essential** การยอมรับในความคิดผู้อื่นเป็นสิ่งจำเป็น; Ⓔ *usu. in pl. (Mil.)* ออกฝึกรบ; **go on ~s** ออกฝึกรบ; Ⓕ *in pl. (Amer.: ceremony)* งานพิธีการ
❷ *v.t.* Ⓐ ใช้ *(ประสาทสัมผัส, สิทธิ, อิทธิพล, การควบคุม ฯลฯ);* **~ restraint/discretion/patience** ใช้ความอดกลั้น/ความสุขุม/ความอดทน; **~ one's right of veto** ใช้สิทธิในการออกเสียงยับยั้ง; **~ tact** รู้จักใช้การควรไม่ควร; **~ great care** ใช้ความระมัดระวังอย่างยิ่ง; Ⓑ *(tax the powers of)* ท้าทาย; *(perplex, worry)* ทำให้เป็นกังวล; **~ the mind** ทำให้ต้องคิดหนัก; Ⓒ *(physically)* ออกกำลัง *(กาย, กล้ามเนื้อ);* Ⓓ *(Mil.)* ฝึกทหาร
❸ *v.i.* ออกกำลัง

exercise: ~ bicycle, *(coll.)* **~ bike** *ns.* จักรยานแบบถีบอยู่กับที่เพื่อออกกำลังกาย; **~ book** *n.* สมุดจด [ของนักเรียน]

exerciser /ˈeksəsaɪzə(r)/'เอ็คเซอะซายเซอะ/ *n. (device)* เครื่องออกกำลังกาย

exert /ɪgˈzɜːt/อิก'เซิท/ ❶ *v.t.* ใช้ *(กำลัง, ความกดดัน, อิทธิพล);* ทุ่มเท *(แรง);* กดดันด้วย *(พลัง, อิทธิพล ฯลฯ);* **~ all one's force on the door** ใช้แรงตบประตูอย่างเต็มที่ ❷ *v. refl.* ออกแรง, เบ่ง *(ตัว);* **don't ~ yourself** *(iron.)* อย่าออกแรงมากนะ

exertion /ɪgˈzɜːʃn/อิก'เซอช่น/ *n.* Ⓐ *no pl. (exerting) (of strength, force)* การออกแรง; *(of influence, pressure, force)* แรงผลักดัน; **by the ~ of all sb.'s strength** ด้วยการออกแรงสุดกำลังของ *ค.น.;* Ⓑ *(effort)* ความพยายาม; **by her own ~s she managed ...:** เธอทำ...ได้ด้วยความพยายามของตัวเธอเอง

exeunt /ˈeksɪənt/'เอ็คเซียนทฺ/ *v.i. (Theatre: as stage direction)* ออกฉาก; **~ omnes** /eksɪənt ˈɒmniːz/เอ็คเซียนทฺ 'ออมนีซฺ/ **~ omnes** ออกฉากทั้งหมด

exfoliant /eksˈfəʊlɪənt/เอ็คซฺ'โฟเลียนทฺ/ *n.* ครีมขัดผิว

exfoliate /eksˈfəʊlɪeɪt/เอ็คซฺ'โฟลิเอท/ ❶ *v.t.* ทำให้หลุดออกเป็นแผ่น/เป็นชั้น ๆ, ถูหน้า, ลอกผิวหนัง ❷ *v.i.* ต้นไม้ผลัดเปลือก

ex gratia /eksˈgreɪʃə/เอ็คซฺ'เกรฺเชอะ/ *adj.* อนุเคราะห์; *adv.* เป็นการอนุเคราะห์

exhalation /ekshəˈleɪʃn/เอ็คซฺเฮอะ'เลช่น/*n.* Ⓐ *(breathing out)* การหายใจออก; *(of smoke, gas; also Med.)* การระบายออก; Ⓑ *(puff of breath)* ลมหายใจ; Ⓒ *(gas etc. emitted)* สิ่งที่ระบายออกมา

exhale /eksˈheɪl/เอ็คซฺ'เฮล/ ❶ *v.t.* Ⓐ *(from lungs)* ระบายออก; Ⓑ *(emit)* ปล่อยออกไป ❷ *v.i.* หายใจออก

exhaust /ɪgˈzɔːst/อิก'ซอซทฺ/ ❶ *v.t.* Ⓐ *(use up)* ใช้จนหมด; *(try out fully)* พยายามจนเต็มกำลัง; **she ~ed her ideas in her first novel** เธอใช้ความคิดทั้งหมดในนวนิยายเรื่องแรกจนไม่เหลือ; Ⓑ *(drain of strength, resources, etc.)* หมดแรง, ทำให้เหน็ดเหนื่อย; **have been ~ed by sth.** หมดแรงจาก *ส.น.;* **have ~ed oneself** ทำให้ตนเองหมดแรง; **this work is ~ing me** งานนี้กำลังทำให้ฉันหมดกำลัง; Ⓒ *(draw off)* ดูดออกมา; **~ sth. from sth.** ดูด *ส.น.* ออกจากอีก *ส.น.;* Ⓓ *(empty)* ทำให้หมดเกลี้ยง
❷ *n.* Ⓐ **~ [system]** ระบบไอเสีย; *(Motor Veh.)* ระบบปล่อยไอเสีย; *(of train)* ปล่องไอเสีย; Ⓑ *(what is expelled)* ควัน, ไอ; *(of car)* ไอเสีย; **~ emissions** ไอเสีย; **~ emissions test** การตรวจสอบไอเสีย

exhausted /ɪgˈzɔːstɪd/อิก'ซอซติด/ *adj.* หมดแรง, หมดกำลัง, อ่อนเปลี้ยเพลียแรง; ใช้หมด

exhausting /ɪgˈzɔːstɪŋ/อิก'ซอซติง/ *adj.* ทำให้หมดกำลัง, ทำให้เหนื่อย; **he is ~ company** *or* **~ to be with** เขาเป็นคนที่อยู่ด้วยแล้วเหนื่อยจนหมดแรง

exhaustion /ɪgˈzɔːstʃn/อิก'ซอซฉ่น/ *n., no pl.* การหมดกำลัง, การเหนื่อยจนหมดแรง; การใช้หมด *(น้ำมัน, น้ำบาดาล)*

exhaustive /ɪgˈzɔːstɪv/อิก'ซอซทิว/ *adj.* ละเอียดถี่ถ้วน, สมบูรณ์, กว้างขวาง

exhaustively /ɪgˈzɔːstɪvlɪ/อิก'ซอซติวลิ/ *adv.* อย่างละเอียดถี่ถ้วน, อย่างสมบูรณ์; **treat a subject ~:** ตรวจสอบเรื่องหนึ่งอย่างถี่ถ้วน

ex'haust pipe *n.* ปล่องควัน; *(of car)* ท่อไอเสีย

exhibit /ɪgˈzɪbɪt/อิก'ซิบบิท/ ❶ *v.t.* Ⓐ *(display)* จัดแสดง; *(show publicly)* แสดง *(นิทรรศการ ฯลฯ);* **he has ~ed in London** เขาเคยมีนิทรรศการในนครลอนดอน; **~ in court** *(Law)* นำแสดง *(เป็นหลักฐาน)* ในศาล; Ⓑ *(manifest)* แสดง *(ความกล้าหาญ, ความกังวล ฯลฯ)* ❷ *n.* Ⓐ สิ่งที่แสดง *(ในนิทรรศการ, พิพิธภัณฑ์ ฯลฯ);* Ⓑ *(Law: in court; also fig.)* เอกสารหรือพยานหลักฐานที่แสดง

exhibition /eksɪˈbɪʃn/เอ็คซิ'บิช่น/ *n.* Ⓐ *(public display)* นิทรรศการ, การแสดง *(ภาพเขียน ฯลฯ);* **~ catalogue** บัญชีรายการที่แสดง; Ⓑ *(act)* การแสดง; *(manifestation)* **give an ~ of one's skills** แสดงฝีมือ; **her ~ of grief** การแสดงออกซึ่งความโศกของเธอ; Ⓒ *(derog.)* **make an ~ of oneself** ทำตนเองให้เป็นเป้าสายตา; **what an ~!** ทำตัวน่าอายอะไรอย่างนี้; Ⓓ *(Brit. Univ.: scholarship)* ทุนการศึกษามหาวิทยาลัย ฯลฯ

exhibitioner /eksɪˈbɪʃənə(r)/เอ็คซฺ'บิชเชอะเนอะ(ร)/ *n. (Brit. Univ.)* ผู้ได้รับทุนมหาวิทยาลัย

exhibitionism /eksɪˈbɪʃənɪzm/เอ็คซิ'บิชเชอะนิซฺ'ม/ *n.* การทำตัวให้เป็นเป้าความสนใจของผู้อื่น; *(Psych.)* การชอบอวดอวัยวะเพศของตนในที่สาธารณะ

exhibitionist /eksɪˈbɪʃənɪst/เอ็คซิ'บิเชอะนิซทฺ/ *n.* ผู้ชอบทำตัวเป็นเป้าความสนใจของผู้อื่น; ผู้ที่ชอบอวดอวัยวะเพศของตนในที่สาธารณะ

exhibitor /ɪgˈzɪbɪtə(r)/อิก'ซิบบิเทอะ(ร)/*n.* ผู้มอบวัตถุแสดงในนิทรรศการ

exhilarate /ɪgˈzɪləreɪt/อิก'ซิลเลอะเรท/ *v.t.* ทำให้ใจพองโต; *(gladden)* ทำให้เป็นสุขใจ; *(stimulate)* กระตุ้น

exhilarated /ɪgˈzɪləreɪtɪd/อิก'ซิลเลอะเรทิด/ *adj.* คึกคัก, คะนอง, ใจเบิกบาน; *(gladdened)* ที่ทำให้เป็นสุขใจ; *(stimulated)* ที่ถูกกระตุ้น; **feel ~:** รู้สึกเบิกบานใจ

exhilarating /ɪgˈzɪləreɪtɪŋ/อิก'ซิลเลอะเรทิง/ *adj.* เบิกบานใจ; **~ feeling** ความรู้สึกเบิกบานใจ

exhilaration /ɪgzɪləˈreɪʃn/อิกซิเลอะ'เรช่น/ *n.* **[feeling of] ~:** ความรู้สึกตื่นเต้น, คึกคัก, เบิกบาน; **the ~ of hang-gliding** ความตื่นเต้นในการเล่นกระโดดเครื่องร่อน

exhort /ɪgˈzɔːt/อิก'ซอท/ *v.t.* **~ sb. to do sth.** ขอร้อง *ค.น.* ให้ทำ *ส.น.*

exhortation /egsɔːˈteɪʃn/เอ็กซอ'เทช่น/ *n.* Ⓐ *(exhorting)* การให้คำแนะนำอย่างแน่วแน่, การขอร้อง; Ⓑ *(formal address)* คำพูดขอร้อง

exhumation /eksjʊːˈmeɪʃn, US ɪgzuːm-/ เอ็กซิว'เมช่น, อิกซูม-/ *n.* การขุดศพขึ้นมา

exhume /eksˈhjuːm, US ɪgˈzuːm/เอ็คซฺ'ฮิวม, อิก'ซูม/ *v.t.* ขุดขึ้นมา; *(fig.)* ขุดค้น

exigence /ˈeksɪdʒəns/'เอ็คซิเจ็นซฺ/, **exigency** /ˈeksɪdʒənsɪ/'เอ็คซิเจ็นซิ/ *n.* Ⓐ *usu. in pl. (urgent demand)* สิ่งเร่งด่วน; Ⓑ *(emergency)* เหตุฉุกเฉิน; *(Polit. also)* ภาวะฉุกเฉิน; Ⓒ *(urgency)* ความเร่งด่วน

exigent /ˈeksɪdʒənt/'เอ็คซิเจ็นทฺ/ *adj.* Ⓐ *(exacting)* เรียกร้องความละเอียดถี่ถ้วน; Ⓑ *(urgent)* เร่งด่วน, รีบด่วน

exiguous /egˈzɪgjʊəs/เอ็ก'ซิกกิวเอิซ/ *adj.* น้อยมาก

exile /ˈeksaɪl/'เอ็คซายลฺ/ ❶ *n.* Ⓐ การเนรเทศ, การอยู่ต่างแดน; *(forcible also)* การถูกเนรเทศ; **order sb.'s ~:** สั่งเนรเทศ *ค.น.;* **live/be in ~:** ใช้ชีวิตในต่างแดน; **go into ~:** ไปอยู่ต่างแดน; **internal ~:** การถูกขับไล่และขังอยู่ในประเทศของตน; **the E~** *(Jewish Hist.)* การพลัดถิ่นของพวกชาวยิว; Ⓑ *(exiled person, lit. or fig.)* ผู้ถูกเนรเทศ, ผู้ใช้ชีวิตอยู่ต่างแดน ❷ *v.t.* เนรเทศ; **~d Russian** ชาวรัสเซียที่ใช้ชีวิตในต่างแดน

exist /ɪgˈzɪst/อิก'ซิซทฺ/ *v.i.* Ⓐ *(be in existence)* มีอยู่; *(ปัญหา, อันตราย, ความจำเป็น ฯลฯ)* มีอยู่, เป็นอยู่, ดำรงอยู่; **ever since records have ~ed ...:** นับแต่มีบันทึกเป็นต้นมา; **fairies do ~:** นางฟ้ามีอยู่จริง; **the biggest book that has ever ~ed** หนังสือเล่มใหญ่ที่สุดเท่าที่เคยมีมา; **the conditions that ~ in the Third World** สภาพที่เป็นอยู่ในประเทศโลกที่สาม; **does life ~ on Venus?** บนดาวศุกร์มีสิ่งมีชีวิตอยู่หรือไม่; Ⓑ *(survive)* ดำรงชีพ, มีชีวิตอยู่; **~ on sth.** ดำรงชีพอยู่ด้วย *ส.น.* *หรือ* เลี้ยงชีพด้วย *ส.น.;* Ⓒ *(be found)* **sth. ~s only in Europe** *ส.น.* หาได้แต่ในยุโรปเท่านั้น

existence /ɪgˈzɪstəns/อิก'ซิซเติ้นซฺ/ *n.* Ⓐ *(existing)* การมีอยู่จริง, การดำรงอยู่; *(Buddhism)* ภพ *(ร.บ.);* **doubt sb.'s ~/the ~ of sth.** ไม่แน่ใจว่า *ค.น./ส.น.* มีอยู่จริง; **the continued ~ of this tradition** การดำรงของประเพณีนี้จนทุกวันนี้; **be in ~:** มีอยู่; **the only such plant [which is] in ~:** ตัวอย่างตัวเดียวที่มีอยู่ของพืชชนิดนี้; **come into ~:** อุบัติขึ้น, เกิดขึ้น; **bring sth. into ~:** ก่อให้เกิด *ส.น.* ขึ้น; **go out of ~:** หายไป, ไม่มีแล้ว; Ⓑ *(mode of living)* วิถีชีวิต; *(survival)* ความอยู่รอด; **struggle for ~:** ดิ้นรนเพื่อความอยู่รอด; **means of ~:** ปัจจัยแห่งการดำรงชีวิต

existent /ɪgˈzɪstənt/อิก'ซิซเติ้นทฺ/ ➡ **existing**

existential /egzɪˈstenʃl/เอ็กซิ'ซเต็นช'ล/*adj.* เกี่ยวกับการดำรงอยู่ของมนุษย์

existentialism /egzɪˈstenʃəlɪzm/เอ็กซิ'ซเต็นเชอะลิซฺ'ม/ *n., no pl. (Philos.)* อัตถิภาวนิยม *(ร.บ.),* ทฤษฎีทางปรัชญาที่เน้นการมีอิสระของมนุษย์แต่ละคน

e

existentialist /egzɪ'stenʃəlɪst/อิก'ซิซเท็นเชอะลิซท/ *n. (Philos.)* ผู้ที่เชื่อในอัตถิภาวนิยม; *attrib* แนวคิดอัตถิภาวนิยม

existing /ɪg'zɪstɪŋ/อิก'ซิซติง/ *adj. (present) (คำสั่ง, ความยากลำบาก)* มีอยู่; *(สถานการณ์)* ที่ปรากฏ

exit /'eksɪt/'เอ็คซิท, 'เอ็กซิท/ ❶ *n.* Ⓐ *(way out)* ทางออก; *(from drive, motorway)* ทางออก; Ⓑ *(from stage)* การออกจากเวที *หรือ* เข้าโรง; **make one's ~:** ออกไป; Ⓒ *(from room)* การออกไป; *(from group)* การปลีกตัวจากกลุ่ม; **make a speedy ~:** ออกไปอย่างรวดเร็ว; **she made a dramatic ~:** เธอออกไปอย่างหุนหันพลันแล่น; Ⓓ *(departure)* **right of ~ from a country** สิทธิที่จะเดินทางออกจากประเทศ ❷ *v.i.* Ⓐ *(make one's ~)* ออกไป (**from** จาก); *(from stage)* เข้าโรง; Ⓑ *(Theatre: as stage direction)* ออกจากเวที; **~ Hamlet** แฮมเล็ตเข้าโรงไป

exit: ~ permit *n.* ใบอนุญาตออกจากประเทศ; **~ poll** *n. การสัมภาษณ์ผู้ใช้สิทธิเลือกตั้งหลังจากที่ได้ลงคะแนนแล้ว เพื่อประเมินผลการเลือกตั้ง*; **~ visa** *n.* ใบอนุญาตให้เดินทางออกนอกประเทศ

exodus /'eksədəs/'เอ็คเซอะเดิซ/ *n.* การอพยพของคนจำนวนมาก; **general ~:** การเดินทางออกไปพร้อมกัน; **[the Book of] E~:** *หนังสือในพระคัมภีร์เก่าที่เล่าเรื่องการเดินทางของพวกอิสราเอลจากดินแดนอียิปต์*

ex officio /eks ə'fɪʃɪəʊ/เอ็คซฺ เออะ'ฟิชชิโอ/ ❶ *adv.* โดยตำแหน่ง ❷ *adj.* **~ chairman** ประธานโดยตำแหน่ง; **be an ~ member** เข้าเป็นสมาชิกโดยตำแหน่ง

exogenous /ek'sɒdʒɪnəs/เอ็ค'ซอจิเนิซ/ *adj.* ซึ่งเกิดจากภายนอก

exonerate /ɪg'zɒnəreɪt/อิก'ซอเนอะเรท/ *v.t.* ลบล้างคำกล่าวหาและให้เป็นอิสระ; **~ sb. from a duty/task** ปลดเปลื้อง *ค.น.* ออกจากหน้าที่รับผิดชอบ/งาน; **~ sb. from blame** ลบล้างคำครหาให้กับ *ค.น.*

exoneration /ɪgzɒnə'reɪʃn/อิกซอเนอะ'เรช'น/ *n.* การลบล้างคำกล่าวหา; *(from task, obligation)* การเป็นอิสระจากงานหรือพันธะ

exorbitance /ɪg'zɔ:bɪtəns/อิก'ซอบิเทินซ/ *n., no pl.* ความมากเกินไป

exorbitant /ɪg'zɔ:bɪtənt/อิก'ซอบิเทินท/ *adj. (ราคา, คำขอร้อง, รางวัล)* สูงเกินไป *หรือ* ยิ่งใหญ่ไป; **£10 – that's ~!** 10 ปอนด์ นั่นแพงเกินไป; **be ~ in one's demands** เรียกร้องมากเกินไป

exorcise ➡ **exorcize**

exorcism /'eksɔ:sɪzm/'เอ็คซอซิซ'ม/ *n.* การขับไล่วิญญาณชั่วร้าย, การไล่ผี

exorcist /'eksɔ:sɪst/'เอ็กซอซิซท/ *n.* หมอผี

exorcize /'eksɔ:saɪz/'เอ็คซอซายซ/ *v.t.* ขับไล่ *(วิญญาณชั่วร้าย)*, ไล่ผี, เป็นอิสระ; **be ~d from** *or* **out of sb./sth.** เป็นอิสระจาก *ส.น./ค.น.*

exotic /ɪg'zɒtɪk/อิก'ซอทิค/ ❶ *adj.* นำมาจากต่างถิ่น *หรือ* ต่างประเทศ *(มักใช้กับประเทศแถบร้อน)* ❷ *n.* สิ่งแปลกที่น่าสนใจ, สิ่งที่นำมาจากต่างประเทศ

exotica /ɪg'zɒtɪkə/อิก'ซอทิเคอะ/ *n. pl. สิ่งของหรือวัตถุที่แปลก น่าสนใจ หรือหายาก*

exotically /ɪg'zɒtɪkəlɪ/อิก'ซอทิคลิ/ *adv.* ต่างถิ่นหรือต่างประเทศ, อย่างแปลกประหลาด; **~ named ...:** มีชื่อแปลกประหลาด

expand /ɪk'spænd/อิค'ซแปนด/ ❶ *v.i.* Ⓐ *(get bigger) (เมือง, รัฐ)* ขยายใหญ่ขึ้น; *(ความรู้, ความสนใจ)* กว้างขึ้น; **~ into sth.** ขยายตัวเข้าไปใน *ส.น.*; **~ing watch strap** สายนาฬิกาที่ขยายได้; Ⓑ *(Commerc.)* ขยายกิจการค้า; **~ into a large organization** ขยายเป็นกิจการใหญ่โต; **~ into other areas of production** ขยายการผลิตไปในทางผลิตภัณฑ์อื่น ๆ; Ⓒ **~ on a subject** บรรยายให้ละเอียดมากขึ้นเกี่ยวกับเรื่องใดเรื่องหนึ่ง; Ⓓ *(spread out)* ขยายออกไป; Ⓔ *(become genial)* เป็นกันเองมากขึ้น ❷ *v.t.* Ⓐ *(enlarge)* ขยาย *(ขอบเขต, ทิวทัศน์, ความรู้)* ออกไป; *(ร่างกาย)* อ้วนขึ้น; ทำให้ใหญ่ขึ้น *(ลูกโป่ง, ยางรถ)*; **~ sth. into sth.** ขยาย *ส.น.* ให้เป็น *ส.น.*; **~ed metal** โครงเหล็กใช้เสริมคอนกรีต; Ⓑ *(Commerc.: develop)* พัฒนาการค้า; **~ the economy** พัฒนาเศรษฐกิจ; Ⓒ *(amplify)* ขยาย

expandable /ɪk'spændəbl/อิค'ซแปนเดอะบ'ล/ *adj.* สามารถขยายได้; *(Commerc.)* ที่พัฒนาได้

expanse /ɪk'spæns/อิค'ซแปนซ/ *n.* พื้นที่กว้างใหญ่; **~ of water** น้ำผืนใหญ่; **surrounded by a huge ~ of desert** ล้อมรอบด้วยพื้นที่ทะเลทรายขนาดใหญ่; **she was swathed in an ~ of red silk** เธอหุ้มคลุมตัวด้วยผ้าไหมสีแดงผืนใหญ่

expansion /ɪk'spænʃn/อิค'ซแปนช'น/ *n.* Ⓐ การขยายใหญ่ออกไป; *(of territorial rule also)* การขยายเขตปกครอง; *(of sphere of influence, of knowledge)* การขยายขอบเขต; การต่อเติม; **the ~ of the volume of traffic on the roads** การเพิ่มขึ้นของปริมาณการจราจรในท้องถนน; Ⓑ *(Commerc.)* การขยายตัว; **the ~ of this small business into a huge organization** การขยายตัวของบริษัทเล็ก ๆ นี้ไปสู่ธุรกิจการค้าที่ยิ่งใหญ่; Ⓒ *(amplification)* ขยาย; **further ~ of the ideas** การขยายขอบเขตความคิด

expansionary /ɪk'spænʃənərɪ/อิค'ซแปนเชอะเนอะริ/ *adj. (also Commerc.)* ที่ขยายตัว

ex'pansion joint *n.* หัวต่อเชื่อม

expansive /ɪk'spænsɪv/อิค'ซแปนซิว/ *adj. (effusive)* ร่าเริง, เปิดเผย; *(responsive)* พรั่งพรูเผยความรู้สึก; **be ~:** พูดจาแสดงความรู้สึกอย่างเปิดเผย

expat *abbr.* **expatriate**

expatiate /ɪk'speɪʃɪeɪt/อิค'ซเปเชียท/ *v.i.* **~ [up]on sth.** พูด *หรือ* เขียนขยายความยืดยาวเกี่ยวกับ *ส.น.*

expatiation /ɪkspeɪʃɪ'eɪʃn/อิคซฺเปชิ'เอช'น/ *n.* การพูด *หรือ* เขียนขยายความยืดยาว (**on** เกี่ยวกับ)

expatriate ❶ /eks'pætrɪət/เอ็คซฺ'แพเทรียท, -'เพเทรียท/ *v.t. (exile)* เนรเทศ, ให้อพยพไปอยู่ต่างประเทศ ❷ /eks'pætrɪət, eks'peɪtrɪət/เอ็คซฺ'แพเทรียท, เอ็คซฺ'เพเทรียท/ *attrib. adj.* อาศัยอยู่ต่างถิ่น; **~ community** ชุมชนผู้พลัดถิ่นไปอยู่ต่างแดน ❸ *n. (exile)* คนถูกเนรเทศ; *(foreigner)* ชาวต่างชาติ; *(emigrant)* ผู้ที่อพยพไปตั้งถิ่นฐานในต่างประเทศ

expatriation /eɪkspeɪtrɪ'eɪʃn/เอ็คซฺเพทริ'เอช'น/ *n. (forcible)* การเนรเทศ, การขับไล่ออกนอกประเทศ; *(voluntary)* การสมัครใจไปอยู่ต่างถิ่น

expect /ɪk'spekt/อิค'ซเป็คท/ *v.t.* Ⓐ *(regard as likely, anticipate)* คาดหวัง, คาดการณ์; **~ to do sth.** คาดหวังจะทำ *ส.น.*; **~ sth. from sb.** คาดหวัง *ส.น.* จาก *ค.น.*; **~ sb. to do sth.** หวังว่า *ค.น.* จะทำ *ส.น.*; **I ~ you'd like something to eat** ฉันคิดว่าคุณคงหิว; **don't ~ me to help you out** อย่าหวังว่าฉันจะมาช่วยเหลือคุณ; **it is ~ed that ...:** เป็นที่คาดหวังว่า...; **that was [not] to be ~ed** เป็นสิ่งที่ [ไม่] คาดคิดกันมาก่อน; **I ~ed as much** ฉันคาดไว้แล้ว; **it is everything one ~s** ตรงตามความคาดหวังอย่างแท้จริง; **it is all one can ~:** มันก็พอ ๆ กับที่คาดหวังไว้ *หรือ* จะไปหวังอะไรมากกว่านี้ไม่ได้; **~ the worst** ทำใจว่าจะเลวร้ายไว้ก่อน; **be ~ing a baby/child** กำลังจะมีลูกหรือตั้งท้อง; **be ~ing** กำลังตั้งท้อง; **is he/she ~ing you?** เขากำลังรอคุณอยู่หรือ; **I/we shall not ~ you till I/we see you** คุณจะมาเมื่อไหร่ก็ได้; **~ me when you see me** *(coll.)* ฉันบอกไม่ได้ว่าจะกลับเมื่อไร; Ⓑ *(require)* ต้องการ, เรียกร้อง; **~ sb. to do sth.** ต้องการให้ *ค.น.* ทำ *ส.น.*; **~ sth. from** *or* **of sb.** เรียกร้อง *ส.น.* จาก *ค.น.*; **they are ~ed to be present** มีความต้องการให้พวกเขามาปรากฏตัว; Ⓒ *(coll.: think, suppose)* คิด, สมมติ; **I ~ so** ฉันก็คิดอย่างนั้น; **I rather ~ not** ฉันค่อนข้างจะคิดว่าคงไม่เป็นอย่างนั้น; **I don't ~ so** ฉันคิดว่าไม่; **I ~ it was/he did** *etc.* ฉันคิดว่ามันเป็นอย่างนั้น/เขาทำเช่นนั้น ฯลฯ

expectancy /ɪk'spektənsɪ/อิค'ซเป็คเทินซิ/ *n.* Ⓐ *no pl.* การคาดหวัง; **with an air** *or* **a look of ~:** มีท่าคาดหวังรอคอย; **mood of ~:** อารมณ์เฝ้ารอ; Ⓑ *(prospective chance)* **an ~ of another 28 years of life** คาดว่ามีโอกาสดำรงชีวิตอยู่ต่อไปได้อีก 28 ปี

expectant /ɪk'spektənt/อิค'ซเป็คเทินท/ *adj.* Ⓐ คาดหวังรอคอย; Ⓑ **~ mother** ผู้หญิงที่ตั้งท้อง

expectantly /ɪk'spektəntlɪ/อิค'ซเป็คเทินทลิ/ *adv.* อย่างคาดหวัง

expectation /ekspek'teɪʃn/เอ็คซเป็ค'เทช'น/ *n.* Ⓐ *no pl. (expecting)* ความคาดหวัง; **in the ~ of sth.** ด้วยความคาดหวัง *ส.น.*; Ⓑ *usu. in pl. (thing expected)* สิ่งที่คาดหวัง; **have great ~s for sb./sth.** ทุ่มเทความหวังให้ *ค.น./ส.น.*; **come up to ~[s]/sb.'s ~s** ได้อย่างที่ใจ *ค.น.* หวังไว้; **contrary to ~** *or* **to all ~s** ตรงข้ามกับที่หวังไว้; **be a success beyond all ~s** สำเร็จเกินความคาดหวังอย่างมาก; Ⓒ **~ of life** ➡ **life** E; Ⓓ *n. pl. (prospects of inheritance)* **have great ~s** มีโอกาสที่จะได้รับมรดกมหาศาล

expectorate /ɪk'spektəreɪt/อิค'ซเป็คเทอะเรท/ *v.t. & i.* ไอ; *(spit)* ขากเสลดเสมหะ

expedience /ɪk'spi:dɪəns/อิค'ซปีเดียนซ/, **expediency** /ɪk'spi:dɪənsɪ/อิค'ซปีเดียนซิ/ *n.* การได้ประโยชน์; **he has sacrificed his integrity for ~:** เขายอมสละความซื่อสัตย์เพื่อการได้ประโยชน์

expedient /ɪk'spi:dɪənt/อิค'ซปีเดียนท/ ❶ *adj., usu. pred.* Ⓐ *(appropriate, advantageous)* เหมาะสม, ได้เปรียบ, เป็นประโยชน์; Ⓑ *(politic)* สุขุมรอบคอบ, บัวไม่ให้ช้ำน้ำไม่ให้ขุ่น ❷ *n.* วิถีทางของการสำเร็จ

expediently /ɪk'spi:dɪəntlɪ/อิค'ซปีเดียนทลิ/ *adv.* อย่างได้ประโยชน์; **act ~:** ทำอะไรโดยได้ประโยชน์

expedite /'ekspɪdaɪt/'เอ็คซเปอะไดท/ *v.t. (hasten)* ทำให้เร็วขึ้น, เร่ง; *(execute promptly)* ดำเนินการทันที

expedition /ekspɪ'dɪʃn/เอ็คซปิ'ดิช'น/ *n.* Ⓐ การเดินทางเพื่อจุดมุ่งหมายเฉพาะ; Ⓑ *(Mil.)* การเดินทางทหารเพื่อจุดหมายเฉพาะ; **send an ~ to Egypt** การส่งกองเรือไปอียิปต์; Ⓒ *(excursion)* การเที่ยวชม; **go on a hunting/shopping ~:** ออกป่าไปล่าสัตว์/ออกไปซื้อของ; Ⓓ *no pl. (speed)* ความเร็ว

expeditionary /ekspɪ'dɪʃənərɪ/เอ็คซปิ'ดิชเชอะเนอะริ/ *adj.* ~ **force** *(Mil.)* กำลังพลเพื่อปฏิบัติหน้าที่ทางทหาร

expeditious /ekspɪ'dɪʃəs/เอ็คซปิ'ดิเชิซ/ *adj. (doing or done speedily)* รวดเร็วทันใจ; *(suited for speedy performance)* เหมาะสมสำหรับการกระทำอย่างรวดเร็ว

expeditiously /ekspɪ'dɪʃəslɪ/เอ็คซปิ'ดิชเชิซลิ/ *adv.* อย่างรวดเร็วทันใจ

expel /ɪk'spel/อิค'ซเป็ล/ *v.t.*, **-ll-** (A) ขับไล่ออกไป; ~ **sb. from school [for misconduct]** ไล่ *ค.น.* ออกจากโรงเรียน [เพราะประพฤติไม่เหมาะสม]; ~ **sb. from a country** ไล่ *ค.น.* ออกจากประเทศ; ~ **from a club** ไล่ออกจากสมาคม; (B) *(with force)* ขับไล่โดยใช้กำลัง; ดูดออก *(กลิ่นจากครัว)*; (C) *(from substance; also Med.)* ขับไล่ออก *(ก๊าซ, น้ำ)*

expend /ɪk'spend/อิค'ซเป็นดฺ/ *v.t.* (A) ใช้ ([up]on กับ); ~ **much care in doing sth.** ใช้ความตั้งใจทำ *ส.น.* อย่างมาก; (B) *(use up)* ใช้จ่ายหมดไป ([up]on สำหรับ)

expendable /ɪk'spendəbl/อิค'ซเป็นเดอะบ'ล/ *adj.* (A) *(inessential)* ไม่จำเป็น, ไม่สำคัญ; **be** ~ *(Mil.: also fig.)* สามารถสละได้; (B) *(used up in service)* ใช้หมดไปตามความต้องการ

expenditure /ɪk'spendɪtʃə(r)/อิค'ซเป็นดิเฉอะ(ร)/ *n.* (A) *(amount spent)* ค่าใช้จ่าย; *(of fuel, effort, etc.)* จำนวนที่ใช้ไป; (B) *(spending)* การใช้จ่าย, การใช้ไป; *(using up of fuel)* การใช้จนหมด; *(of effort)* ใช้ความพยายามเต็มที่; ~ **of money/time** เงิน/เวลาที่เสียไป

expense /ɪk'spens/อิค'ซเป็นซฺ/ *n.* (A) ค่าใช้จ่าย; **regardless of** ~: โดยไม่คำนึงถึงค่าใช้จ่าย; **those who can afford the** ~: ผู้มีเงินพอจะจ่ายได้; **at little** ~: อย่างถูกมาก; **at great** ~ **to sb./sth.** โดย *ค.น./ส.น.* ต้องยอมเสียอย่างมาก; **living** ~**s** ค่าใช้จ่ายในการดำรงชีวิต; **at sb.'s** ~: โดยที่ *ค.น.* ต้องเสียค่าใช้จ่าย; **at one's own** ~: ตนเองเป็นฝ่ายจ่าย; **go to the** ~ **of travelling first-class** ยอมจ่ายค่าโดยสารชั้นหนึ่ง; **go to some/great** ~: ยอมเสียค่าใช้จ่ายจำนวนหนึ่ง/มหาศาล; **put sb. to** ~: ทำให้ *ค.น.* ต้องมีค่าใช้จ่าย; **put sb. to the** ~ **of sth./of doing sth.** ทำให้ *ค.น.* ต้องเสียค่าใช้จ่าย *ส.น.*/ค่ากระทำ *ส.น.*; (B) *(expensive item)* สิ่งที่มีค่าใช้จ่ายสูง; **be** *or* **prove a great** *or* **big** ~: มีค่าใช้จ่ายสูงมาก; (C) *usu. in pl. (Commerc. etc.: amount spent [and repaid])* จำนวนเงินที่จ่ายไป; **with [all]** ~**s paid** รวมค่าใช้จ่ายทั้งหมด; **the** ~**s incurred** ค่าใช้จ่ายที่เกิดขึ้น; **he is able to claim** ~**s** เขาสามารถเบิกค่าใช้จ่ายได้; **put sth. on** ~**s** ลง *ส.น.* ไว้ในรายการเบิก; **it all goes on to** ~**s** ทุกอย่างจะลงในรายการเบิกค่าใช้จ่าย; (D) *(fig.)* ค่าเสียหาย; **[be] at the** ~ **of sth.** โดยการสูญเสีย *ส.น.*; **at considerable** ~ **in terms of human lives** โดยมีการสูญเสียชีวิตอย่างมากมาย; **he achieved it, but at the** ~ **of his life** เขาสำเร็จแต่ก็ต้องยอมแลกด้วยชีวิต; **at sb.'s** ~: ด้วยความสูญเสียของ *ค.น.*

ex'pense account *n.* รายการค่าใช้จ่ายที่เบิกได้

expensive /ɪk'spensɪv/อิค'ซเป็นซิว/ *adj.* แพง; **prove** ~ **to sb.** ปรากฏว่าแพงสำหรับ *ค.น.*

expensively /ɪk'spensɪvlɪ/อิค'ซเป็นซิวลิ/ *adv.* อย่างแพง; ~ **priced** ตั้งราคาไว้แพง

experience /ɪk'spɪərɪəns/อิค'ซเปียเรียนซฺ/ ❶ *n.* (A) *no pl., no indef. art.* ประสบการณ์; **have** ~ **of sth./sb.** มีประสบการณ์เกี่ยวกับ *ส.น./ค.น.*; **have** ~ **of doing sth.** มีประสบการณ์ในการทำ *ส.น.*; **several years'** ~: มีประสบการณ์หลายปี; **learn by** *or* **through** *or* **from** ~: ได้ความรู้จากประสบการณ์ว่า...; **his first** ~ **of war/freedom** ครั้งแรกที่เขาได้ประจักษ์ว่าสงคราม/เสรีภาพเป็นเช่นไร; **a man of your** ~: ผู้ชายที่มีประสบการณ์แบบคุณ; **in/from my [own] [previous]** ~: จากประสบการณ์ [ของฉัน] [ก่อนหน้านี้]; **know from** *or* **by** ~ **that ...**: จากประสบการณ์ทราบว่า...; ~ **has shown that ...**: ประสบการณ์ได้ชี้ให้เห็นว่า...; **chalk** *or* **charge it up** *or* **put it down to** ~: จำ *หรือ* จารึกไว้เป็นบทเรียน *หรือ* ถือว่าเป็นประสบการณ์ก็แล้วกัน; ~ **of life** ประสบการณ์ชีวิต; (B) *(incident)* ประสบการณ์, เหตุการณ์ที่เกิดขึ้นกับตน; **have an [unpleasant/odd]** ~: ได้ประสบเหตุการณ์ [ที่ไม่ชอบใจ/ไม่ชอบมาพากล]; **he went through some terrible wartime** ~**s** เขาได้มีประสบการณ์เลวร้ายในยามสงคราม; **it's quite an** ~! มันเป็นประสบการณ์ที่ยากจะลืม; (C) **the American** ~ **shows how ...**: สิ่งที่เกิดขึ้นในสังคมอเมริกันแสดงให้เห็นว่า... ❷ *v.t.* มีประสบการณ์, เคยผ่าน *(ความยากลำบาก, สงคราม, ความอดอยาก)*; รู้จัก *(ความยากจน)*; เคยมี *(ความสุข, ความทุกข์)*; **he is unable to** ~ **things deeply** เขาไม่สามารถมีความรู้สึกอย่างลึกซึ้งได้; **only he who has himself** ~**d poverty** มีแต่ผู้ที่เคยรู้รสของความยากจนมาก่อนเท่านั้น

experienced /ɪk'spɪərɪənst/อิค'ซเปียเรียนซฺทฺ/ *adj.* มีประสบการณ์มาก, มีความชำนาญ; **be** ~ **in sth.** มีประสบการณ์ *ส.น.*; **an** ~ **eye** คนที่มีความชำนาญในงาน

experiment /ɪk'sperɪmənt/อิค'ซเปะริเมินทฺ, -เม็นท/ ❶ *n.* (A) การทดสอบ, การทดลอง (on กับ); **do an** ~: ทำการทดลอง; **series of** ~**s** การทดลองต่อเนื่องเป็นชุด; (B) *(fig.)* การทดลอง; **by** ~: โดยการทดลองกระทำ; **as an** ~: เพื่อเป็นการทดลอง ❷ *v.i.* ทดสอบ, ทดลอง; ~ **on sb./sth.** ทดลองกับ *ค.น./ส.น.*; ~ **with sth.** ทดลองกับ *ส.น.*

experimental /ɪksperɪ'mentl /อิคซฺเปะริ'เม็นท'ล/ *adj.* (A) ทดลอง, ทดสอบ; *(based on experiment)* มาจากการทดลอง; *(used for experiments)* ใช้เพื่อการทดลอง; *(used in experiment) (สัตว์)* ใช้ในการทดลอง; **at the/an** ~ **stage** อยู่ในขั้นการทดลอง; (B) *(fig.: tentative)* ทดลองใช้; ~ **drilling/flight** ทดลองขุดเจาะ/เที่ยวบินทดลอง; **on an** ~ **basis** เป็นการทดลอง

experimentalist /ɪksperɪ'mentəlɪst/อิคซฺเปะริ'เม็นเทอะลิซทฺ/ *n.* ผู้ทดลอง

experimentally /ɪksperɪ'mentəlɪ/อิคซฺเปะริ'เม็นเทอะลิ/ *adv.* (A) *(as an experiment)* เป็นการทดลอง; (B) *(by experiment)* โดย *หรือ* จากการทดลอง

experimentation /ɪksperɪmen'teɪʃn/อิคซฺเปะริเม็น'เทช'น/ *n.* การทดลอง

experimenter /ɪk'sperɪmentə(r)/อิค'ซเปะริ'เม็นเทอะ/ *n.* ผู้ทดลอง

expert /'ekspɜːt/'เอ็คซเปิท/ ❶ *adj.* (A) มีความรู้พิเศษ, ชำนาญ, เชี่ยวชาญ; **be** ~ **in** *or* **at sth.** มีความเชี่ยวชาญใน *ส.น.*; (B) *(of an* ~*)* ของผู้ชำนาญ; ~ **witness** พยานในศาลที่มีความเชี่ยวชาญในเรื่องนั้น ๆ; **an** ~ **opinion** ความเห็นจากผู้เชี่ยวชาญ; ~ **knowledge** ความรู้ที่เชี่ยวชาญแตกฉาน; **cast one's** ~ **eye over sth.** ส่อง *ส.น.* ด้วยสายตาของผู้เชี่ยวชาญ; **do an** ~ **job** ทำงานสำเร็จได้อย่างเชี่ยวชาญสามารถ ❷ *n.* ผู้ที่มีความสามารถ, ผู้เชี่ยวชาญ; *(Law)* ผู้เชี่ยวชาญทางกฎหมาย; **among** ~**s** ในหมู่ผู้เชี่ยวชาญด้วยกัน; **be an** ~ **in** *or* **at/on sth.** เป็นผู้เชี่ยวชาญในสาขา *ส.น.*; **she's an** ~ **at solving riddles** เธอเป็นผู้เชี่ยวชาญในการแก้ปริศนา; **forensic/mining** ~: ผู้เชี่ยวชาญในด้านนิติเวชวิทยา/การทำเหมือง

expertise /ekspɜː'tiːz/เอ็คซเปอะ'ทีซฺ/ *n. (skill)* ทักษะที่เชี่ยวชาญ, ความรู้หรือการวินิจฉัย; **area of** ~: สาขาที่เชี่ยวชาญ

expertly /'ekspɜːtlɪ/'เอ็คซเปิทลิ/ *adv.* อย่างชำนาญ, อย่างเชี่ยวชาญ

expert: ~ **system** *n. (Computing)* ระบบผู้เชี่ยวชาญ; ~ **'witness** *n.* พยานที่มีความเชี่ยวชาญในสาขาใดสาขาหนึ่ง

expiate /'ekspɪeɪt/'เอ็คซปิเอท/ *v.t.* จ่ายค่าปรับไหม, แก้ไขสิ่งผิดที่เคยกระทำ

expiation /ekspɪ'eɪʃn/เอ็คซปิ'เอช'น/ *n.* การจ่ายค่าปรับไหม, การแก้ไขสิ่งผิดที่เคยกระทำ; **in** ~ **of** เพื่อเป็นการชดเชย

expiatory /'ekspɪətərɪ, US -tɔːrɪ/'เอ็คซเปียเทอะริ, 'เอ็คซปิเอเทอะริ/ *adj.* **an** ~ **act** การจ่ายค่าปรับไหม; ~ **sacrifice** การเสียสละเพื่อชดใช้สิ่งผิดที่เคยกระทำ

expiration /ekspɪ'reɪʃn/เอ็คซปิ'เรช'น/ *n.* (A) ➡ **expiry**; (B) *(of air)* การหายใจออก

expire /ɪk'spaɪə(r)/อิค'ซปายเออะ(ร)/ ❶ *v.i.* (A) *(become invalid) (กฎหมาย, พระราชบัญญัติ)* ไม่เป็นผลอีกต่อไป; *(หนังสือเดินทาง, ใบขับขี่, ตั๋ว)* หมดอายุ; (B) *(literary: die)* ตาย ❷ *v.t. (exhale)* หายใจออก

expiry /ɪk'spaɪərɪ/อิค'ซปายเออะริ/*n.* ➡ **expire** 1 A: การสิ้นสุดของผลบังคับใช้, การหมดอายุ; **before/at** *or* **on the** ~ **of sth.** ก่อน/เมื่อ *ส.น.* หมดอายุ; **the** ~ **date** *or* **date of** ~ **is the ...**: วันหมดอายุ *(ยา, อาหาร, บัตรเครดิต, หนังสือเดินทาง)* คือวันที่...

explain /ɪk'spleɪn/อิค'ซเปลฺน/ ❶ *v.t., also abs.* อธิบาย *(เหตุผล, ความหมาย)*; ทำให้กระจ่าง *(บทความ)*; ชี้แจง *(จุดมุ่งหมาย)*; **I need to have it** ~**ed [to me]** ฉันต้องการให้อธิบายให้ [ฉัน] ฟัง; **be good at** ~**ing [things]** อธิบาย [เรื่องราว] เก่ง; **how do you** ~ **that?** คุณอธิบายสิ่งนั้นได้ยังไง ❷ *v. refl.* (A) *often abs. (justify one's conduct)* **please** ~ **[yourself]** ขอให้อธิบายว่าทำไม [คน] ทำเช่นนี้; **he refused to** ~: เขาปฏิเสธที่จะชี้แจงใด ๆ; **let me** ~ **[myself]** โปรดให้ฉันได้ชี้แจงว่าทำไมถึงทำอย่างนั้น; **I'd better** ~ **[myself]** ฉันอธิบาย [พฤติกรรมของตนเอง] ให้ฟังดีกว่า; **you've got some** ~**ing to do** คุณจะต้องแก้ต่างละทีนี้; (B) *(make one's meaning clear)* **please** ~ **yourself** ช่วยอธิบายความหมายให้ชัดเจนหน่อย

~ **a'way** *v.t.* ทำให้เรื่องใหญ่กลายเป็นเรื่องเล็กโดยการอธิบาย

explainable /ɪk'spleɪnəbl/อิค'ซเปลฺเนอะบ'ล/ *adj.* อธิบายได้; **be** ~: อธิบายได้

explanation /eksplə'neɪʃn/เอ็คซเปลฺอะ'เนช'น/ *n.* การอธิบาย, คำอธิบาย; **need** ~: ต้องการการอธิบาย; **in** ~ **[of sth.]** เป็นการอธิบาย [*ส.น.*]; **what is the** ~ **of this?** จะอธิบายสิ่งนี้ได้อย่างไร; **some** ~ **is called for** จะต้องมีการอธิบายบ้าง

explanatory /ɪk'splænətrɪ, US -tɔːrɪ/อิค'ซแปลฺเนอะทริ, -ทอริ/ *adj.* ที่อธิบาย, ที่ทำให้กระจ่าง

expletive /ɪk'spliːtɪv, US 'eksplətɪv/อิค'ซปฺลีทิว, 'เอ็คซเปลฺอะทิม/ ❶ *n.* (A) *(oath)* คำสบถ,

explicable | expression 318

คำผรุสวาทที่อุทานออกมา; Ⓑ *(Ling.)* คำที่ใช้เติมในกลอนให้สมบูรณ์, การต่อกลอน ❷ *adj. (Ling.)* ใช้ต่อกลอน; **~ word** คำต่อกลอน

explicable /ɪk'splɪkəbl/อิค'ซปลิคเคอะบ'ล/ *adj.* สามารถอธิบายได้

explicate /'eksplɪkeɪt/'เอ็คซฺปลิเคท/ *v.t.* Ⓐ *(explain)* ทำให้กระจ่าง, อธิบายให้แจ่มแจ้ง, อรรถาภิภาค *(ร.บ.)*; Ⓑ *(develop meaning of)* อธิบายสาระสำคัญ, ขยายความ

explicit /ɪk'splɪsɪt/อิค'ซปลิซิท/ *adj.* Ⓐ *(stated in detail)* กล่าวถึงอย่างละเอียด; *(openly expressed)* แสดงออกอย่างเปิดเผย; *(definite)* ชัดเจน, กระจ่างแจ้ง; **please would you be more ~:** กรุณาแถลงให้จะแจ้งหน่อย; **he did not make his meaning very ~:** เขาไม่ได้พูดอย่างชัดเจนเท่าไหร่; **make ~ mention of sth.** กล่าวถึง *ส.น.* อย่างชัดเจน; Ⓑ *(Theol.)* **~ faith** ความเชื่ออย่างเปิดเผย

explicitly /ɪk'splɪsɪtlɪ/อิค'ซปลิซิทลิ/ *adv.* อย่างแจ่มแจ้ง, อย่างละเอียด; *(in openly expressed manner)* อย่างเปิดเผย

explicitness /ɪk'splɪsɪtnɪs/อิค'ซปลิซิทนิซ/ *n., no pl.* ความเปิดเผย, กระจ่างแจ้ง, ไม่คลุมเครือ; *(open expression)* **with less ~:** ไม่ชัดเจนเท่าไร

explode /ɪk'spləʊd/อิค'ซโปลุด/ ❶ *v.i.* Ⓐ ระเบิด; Ⓑ *(fig.)* โมโหโทโส, รุนแรง; **~ with laughter** ระเบิดด้วยเสียงหัวเราะ ❷ *v.t.* Ⓐ ทำให้ระเบิด *(ลูกระเบิด)*; Ⓑ *(fig.)* ลบล้าง *(ทฤษฎี, ความคิด)*

exploded 'view *n.* ภาพที่แสดงโครงสร้างโดยทำเป็นภาพตัด

exploit ❶ /'eksplɔɪt/'เอ็คซฺปลอยทฺ/ *n. (feat; also joc.: deed)* การกระทำที่เก่งกล้า ❷ /ɪk'splɔɪt/อิค'ซปลอยทฺ/ *v.t.* Ⓐ *(derog.)* ใช้ประโยชน์, ตักตวงประโยชน์ *(จากสถานการณ์)*; เอาเปรียบ *(คนงาน, เพื่อน, ความใจดี)*; Ⓑ *(utilize)* นำมาใช้ *(ทรัพยากรธรรมชาติ, แหล่งน้ำมัน)*

exploitation /eksplɔɪ'teɪʃn/เอ็คซฺปลอย'เทช'น/ *n.* Ⓐ *(derog.) (of the working classes)* การเอาเปรียบ; *(of genius, good nature)* การเอาเปรียบ; Ⓑ *(utilization)* การนำมาใช้

exploitative /ɪk'splɔɪtətɪv/อิค'ซปลอยเทอะทิว/, **exploitive** /ɪk'splɔɪtɪv/อิค'ซปลอยทิว/ *adj. (derog.) (คน)* ที่เอาเปรียบ

exploration /eksplə'reɪʃn/เอ็คซฺเปลอะ'เรช'น/ *n.* Ⓐ การสำรวจ *(พื้นที่)*; *(of town, house)* การตรวจตรา; **in the course of his ~s** ในระหว่างการสำรวจของเขา; **voyage of ~:** การเดินทางเพื่อค้นคว้าสำรวจ; Ⓑ *(fig.)* กระบวนการสำรวจค้นหา; Ⓒ *(Med.)* การตรวจค้นคว้า

explorative /ɪk'splɒrətɪv/อิค'ซปลอเรอะทิว/, **exploratory** /ɪk'splɒrətərɪ/อิค'ซปลอเรอะเทอะริ/ *adjs.* เกี่ยวกับการสำรวจในขั้นต้น; **~ talks** การพูดคุยกันในขั้นต้น; **~ drilling** การเจาะสำรวจ; **~ operation** *(Med.)* การผ่าตัดเพื่อตรวจ

explore /ɪk'splɔ:(r)/อิค'ซปลอ(ร)/ *v.t.* Ⓐ เดินทางสำรวจ; **go exploring/out to ~:** ออกเดินทางสำรวจ; Ⓑ *(fig.)* ศึกษาอย่างถี่ถ้วน; **~ every avenue** พยายามแสวงหาโอกาสทุกช่องทาง; **~ how the land lies** ศึกษาสถานการณ์เสียก่อน

explorer /ɪk'splɔ:rə(r)/อิค'ซปลอเรอะ(ร)/ *n.* Ⓐ นักผจญภัย, ผู้สำรวจ; **Arctic ~:** นักสำรวจอาร์กติก; **~s of the Nile** คณะผู้สำรวจลุ่มแม่น้ำไนล์; Ⓑ *(Amer.: Scout)* นักลาดตระเวน, ผู้สอดแนมเสือพราน

explosion /ɪk'spləʊʒn/อิค'ซโปลฌ'น/ *n.* Ⓐ การระเบิด; *(noise)* เสียงระเบิด; Ⓑ *(fig.: of anger etc.)* ระเบิดด้วยความโกรธ; **if the boss gets to hear of this there will be an ~:** ถ้าเจ้านายได้ยินเรื่องนี้คงมีอารมณ์เดือดดาลพลุ่งพล่าน; Ⓒ *(rapid increase)* การเพิ่มขึ้นอย่างรวดเร็ว; **~ of population** การเพิ่มขึ้นของประชากรอย่างรวดเร็ว

explosive /ɪk'spləʊsɪv, ɪk'spləʊzɪv/อิค'ซโปลุซิว, -ซิว/ ❶ *adj.* Ⓐ ที่ระเบิดได้; **highly ~:** มีพลังระเบิดรุนแรง; **~ substance** วัตถุระเบิด; **~ device** อุปกรณ์ระเบิด; Ⓑ *(fig.) (สถานการณ์)* มีแนวโน้มที่จะระเบิดอย่างรุนแรง; *(เหตุการณ์)* ล่อแหลม ❷ *n.* วัตถุระเบิด; **high ~:** วัตถุระเบิดรุนแรง; **~s expert** ผู้เชี่ยวชาญในวัตถุระเบิดต่าง ๆ

explosively /ɪk'spləʊsɪvlɪ, ɪk'spləʊzɪvlɪ/อิค'ซโปลุซิวลิ, อิค'ซโปลุซิวลิ/ *adv. (lit. or fig.)* อย่างรุนแรง, เหมือนระเบิด

exponent /ɪk'spəʊnənt/อิค'ซโปเนินทฺ/*n.* Ⓐ *(of doctrine)* ผู้อธิบาย; *(representative also)* ตัวแทน; *(of cause)* ผู้สนับสนุน *(โครงการ, การรณรงค์)*; Ⓑ *(Math.)* ตัวยกกำลัง เช่น a^3; Ⓒ *(Mus.)* ผู้เล่นเครื่องดนตรีชนิดใดชนิดหนึ่งได้

exponential /ekspə'nenʃl/เอ็คซฺเปอะ'เน็นช'ล/ *adj.* ยกกำลังได้; **~ function** *(Math.)* ฟังก์ชันเลขชี้กำลัง

exponentially /ekspəʊ'nenʃəlɪ/เอ็คซฺโป'เน็นเชอะลิ/ *adv.* อย่างกับยกกำลัง, อย่างรวดเร็วมาก

export /'ekspɔ:t/'เอ็คซฺปอท/ ❶ *v.t.* ส่งออก; **~ing country** ประเทศส่งออก; **~ to other nations/to South Africa** ส่งออกไปยังชาติต่าง ๆ /แอฟริกาใต้; **oil-~ing countries** ประเทศที่ส่งน้ำมันออก ❷ *n.* Ⓐ *(process, amount exported)* การส่งออก, ปริมาณส่งออก; *(exported articles)* สินค้าส่งออก; **boost ~s** ส่งเสริมการส่งออก; **ban on the ~ of grain** ห้ามการส่งข้าวเป็นสินค้าออก; **~s of sugar** การส่งออกน้ำตาล; Ⓑ *attrib. (สินค้า, ตลาด)* ส่งออก

exportation /ekspɔ:'teɪʃn/เอ็คซฺปอท'เทช'น/ *n.* การส่งออก

export /'ekspɔ:t/'เอ็คซปอท, เอ็ค'-/: **~ drive** *n.* การรณรงค์เพื่อการส่งออก; **~ duty** *n.* ภาษีการส่งออก

exporter /ɪk'spɔ:tə(r), 'ekspɔ:tə(r)/อิค'ซปอเทอะ(ร), 'เอ็คซ-/ *n.* ผู้ส่งออก; *(person)* ผู้ส่งออก; *(firm)* บริษัทส่งออก; *(country)* **be an ~ of coal** เป็นประเทศส่งออกถ่านหิน

export /'ekspɔ:t/'เอ็คซฺปอท/: **~ licence** *n.* ใบทะเบียนส่งออก; **~ permit** *n.* ใบอนุญาตการส่งออก; **~ 'reject** *n.* สินค้าที่ขายในประเทศผลิตเพราะไม่ได้คุณภาพส่งออก; **~ surplus** *n.* จำนวนส่งออกที่เกินความต้องการ

expose /ɪk'spəʊz/อิค'ซโปซ/ ❶ *v.t.* Ⓐ *(uncover)* เปิดเผย, แสดงให้เห็น; เปิด *(หัวเข่า)*; **~ to view** เปิดให้เห็น; Ⓑ *(make known)* เปิดเผย *(ความลับ, แผน, ความพิรุธ)*; ชี้ตัว *(สายลับ, ผู้ทำผิด)*; Ⓒ *(subject)* **~ to sth.** สัมผัสกับ *ส.น.*; *(acquaint with sth.)* ทำให้ *ส.น.* เป็นที่รู้จักคุ้นเคย; **~ to ridicule** ทำให้ถูกเยาะเย้ยถากถาง; Ⓓ *(Photog.)* ให้ฟิล์มถูกแสงในกระบวนการถ่ายรูป; Ⓔ *(leave out of doors to die)* ปล่อยให้ตายอยู่นอกบ้าน ❷ *v. refl.* อวดอวัยวะเพศ

exposé /ek'spəʊzeɪ, US ekspə'zeɪ/เอ็ค'ซโปเซ, เอ็คซฺเปอะ'เซ/ *n.* Ⓐ *(of facts)* การลำดับเหตุการณ์ที่เป็นจริง; Ⓑ *(of sth. discreditable)* การเปิดโปง *หรือ* การแฉ; *(of crime)* การแถลงข้อเท็จจริง

exposed /ɪk'spəʊzd/อิค'ซโปซดฺ/ *adj.* Ⓐ *(unprotected)* เปิดโล่งไว้, ไม่ปกปิด, ไม่มั่นคง; **~ to the wind/elements** โดนลมโกรก/กรำแดดกรำฝน; **~ position** *(lit. or fig.)* อยู่ในสถานะล่อแหลม; Ⓑ *(visible)* มองเห็นได้, ไม่ปิดไว้; Ⓒ *(Photog.) (ฟิล์ม)* ที่ให้โดนแสง

exposition /ekspə'zɪʃn/เอ็คซฺเปอะ'ซิช'น/ *n.* Ⓐ *(statement, presentation)* การพูดอธิบายในหัวข้อ; *(commentary)* การแสดงข้อคิดเห็น; *(explanation)* การอธิบาย; *(act of expounding)* **~ of heretical views** การอธิบายความเห็นของพวกนอกรีต; Ⓑ *(Mus., Lit.: of principal themes)* การเล่นช่วงหลักของเพลง; Ⓒ *(exhibition)* นิทรรศการ

expostulate /ɪk'spɒstjʊleɪt/อิค'ซปอซติวเลท/ *v.i.* ประท้วง, โต้แย้ง; **~ with sb. about** *or* **on sth.** โต้แย้งกับ *ค.น.* เกี่ยวกับ *ส.น.*

expostulation /ɪkspɒstjʊ'leɪʃn/อิคซฺปอซติว'เลช'น/ *n.* การประท้วง, การคัดค้าน

exposure /ɪk'spəʊʒə(r)/อิค'ซโปเฌอะ(ร)/ *n.* Ⓐ *(to air, cold, etc.) (being exposed)* การทิ้งไว้ให้ถูกอากาศ; เผชิญ *(อากาศหนาว)*; *(exposing)* การเปิดเผย; *(of goods etc.)* การจัดแสดง; *(of children)* การให้สัมผัส *หรือ* รู้จัก; **die of/suffer from ~ [to cold]** ตาย/ป่วยเพราะเผชิญกับอากาศหนาว; **~ to infection** การเสี่ยงต่อการติดเชื้อ; **indecent ~:** เปิดเผยอวัยวะเพศต่อสาธารณชน; **media ~:** การเปิดเผยต่อสื่อมวลชน; Ⓑ *(unmasking) (of fraud, hypocrisy etc.)* การเปิดโปง; *(of criminal)* การแสดงหลักฐานมัดตัว; Ⓒ *(Photog.) (exposing time)* การเปิดฟิล์มให้ถูกแสง; *(picture)* ภาพถ่าย

ex'posure meter *n. (Photog.)* อุปกรณ์วัดแสง

expound /ɪk'spaʊnd/อิค'ซปาวนดฺ/ *v.t.* Ⓐ อธิบาย *(ทฤษฎี, หลักศาสนา)*; Ⓑ *(explain)* อธิบาย *หรือ* แปลความหมาย *(โดยเฉพาะคัมภีร์)*

express /ɪk'spres/อิค'ซเปร็ซ/ ❶ *v.t.* Ⓐ *(indicate)* แสดงออก, บ่งบอก; Ⓑ *(put into words)* พูดออกมา, เอ่ย *(ความคิดเห็น)*; แสดง *(ความต้องการ, ความรู้สึก)*; **~ sth. in another language** บอกกล่าว *ส.น.* เป็นอีกภาษา; **~ oneself** พูดแสดงความรู้สึก; **he ~ed himself strongly on that subject** เขาแสดงความรู้สึกนึกคิดในหัวข้อนั้นอย่างรุนแรง; **~ one's willingness** *or* **readiness to do sth.** แสดงความเต็มใจที่จะทำ *ส.น.*; Ⓒ *(represent by symbols)* แสดงด้วยสัญลักษณ์; Ⓓ *(squeeze)* ขับไล่ออกมา; Ⓔ *(send by ~ delivery)* ส่งอย่างด่วน ❷ *attrib. adj.* Ⓐ *(จดหมาย, รถไฟ)* ด่วน; ➡ **+ ~ train**; Ⓑ *(particular)* เฉพาะ *(กิจ)*; *(จุด, บุคคล)* มุ่งหมายเท่านั้น; Ⓒ *(stated) (ความต้องการ, คำสั่ง)* ระบุอย่างชัดเจน ❸ *adv. (ส่ง)* อย่างด่วน ❹ *n.* Ⓐ *(train)* รถไฟด่วน; *(messenger)* ผู้เดินข่าวด่วน; **by ~:** โดยด่วน; Ⓑ *(Amer.: company)* บริษัทรับขนส่งสิ่งของแบบด่วน

express: **~ company** *n. (Amer.)* บริษัทรับขนส่งสิ่งของแบบด่วน; **~ de'livery** *n.* การส่งแบบด่วนพิเศษ

expression /ɪk'spreʃn/อิค'ซเปร๊ช'น/ *n.* Ⓐ การแสดงความเห็นความรู้สึก; **find ~ in sth.** หาวิธีแสดงความรู้สึกในการทำ *ส.น.*; **give ~ to one's gratitude** แสดงความรู้สึกรู้คุณออกมา; **manner** *or* **mode of ~:** วิธีการแสดงออก, การสื่อ; **profuse ~s of gratitude** พร่ำพูดขอบคุณ;

the ~ on his face *or* **his facial ~ was one of deepest hatred** สีหน้าของเขาชี้ให้เห็นถึงความรู้สึกชิงชังล้นพ้น; **full of/without ~:** เต็มไปด้วย/ไม่มีการแสดงความรู้สึก; **devoid of all ~:** ขาดการแสดงความรู้สึกทั้งหมด; **she put a martyred ~ on her face** เธอแสดงสีหน้าว่าทนทุกข์ทรมานยอมเป็นฝ่ายเสียสละ; Ⓑ *(Art, Mus.)* การพรรณนาความรู้สึก, การแสดงความรู้สึก; *(Math.)* การแสดงถึงจำนวน; **play/sing with ~:** เล่น/ร้องโดยใส่อารมณ์, นิพจน์ *(ร.บ.)*

expressionism /ɪk'spreʃənɪzm/อิค'ซเปร๊ชเชอะนิซ'ม/ *n., no pl.* *ลักษณะของศิลปกรรม, วรรณกรรมหรือการแสดงที่มุ่งแสดงความรู้สึกมากกว่าความเหมือนจริง*

expressionist /ɪk'spreʃənɪst/อิค'ซเปร๊ชเชอะนิซทฺ/ *n.* ศิลปินหรือนักเขียนที่เน้นการถ่ายทอดอารมณ์ในผลงาน; *attrib. (ศิลปะ ฯลฯ)* ที่แสดงอารมณ์ของศิลปิน

expressionistic /ɪkspreʃə'nɪstɪk/อิคซุเปร๊ชเชอะ'นิซติค/ *adj.* แสดงความรู้สึกอ่อนไหว

expressionless /ɪk'spreʃnlɪs/อิค'ซเปร๊ช'นลิซ/ *adj.* ไม่แสดงความรู้สึกนึกคิด, ไม่แสดงอารมณ์

ex'pression mark *n. (Mus.)* *เครื่องหมาย หรือถ้อยคำชี้บอกว่าจะเล่นดนตรีอย่างไร*

expressive /ɪk'spresɪv/อิค'ซเปร๊ซซิว/ *adj.* Ⓐ **be ~ of sth.** แสดงถึงความรู้สึก *ส.น.*; Ⓑ *(significant)* แสดงความรู้สึกนึกคิดอย่างมาก; *(ความเงียบ)* ที่เต็มไปด้วยความหมาย

expressively /ɪk'spresɪvlɪ/อิค'ซเปร๊ซซิวลิ/ *adv. (การมอง)* อย่างเต็มไปด้วยความรู้สึก, แสดงความรู้สึกอย่างเปิดเผย

express: ~ 'letter *n.* จดหมายด่วนพิเศษ; **~ 'lift** *n.* ลิฟต์ด่วน

expressly /ɪk'spreslɪ/อิค'ซเปร๊ซลิ/ *adv.* Ⓐ *(particularly)* อย่างระบุเฉพาะเจาะจง; Ⓑ *(definitely)* อย่างแจ่มแจ้งไม่คลุมเครือ

express: ~ 'train *n.* รถไฟด่วนพิเศษ; **~way** *n. (Amer.)* ทางด่วน, เส้นทางพิเศษ

expropriate /eks'prəʊprɪeɪt/เอ็คซฺ'โพรพริเอท/ *v.t. (โดยเฉพาะรัฐ)* ยึดทรัพย์สมบัติจากเจ้าของ, เวนคืน

expropriation /eksprəʊprɪ'eɪʃn/เอ็คซฺโพรพริ'เอช'น/ *n.* การยึดทรัพย์สมบัติจากเจ้าของ; *(esp. by State)* การเวนคืน

expulsion /ɪk'spʌlʃn/อิค'ซปัลช'น/ *n. (from school, college)* การไล่ออก (**from** จาก); *(from home, club)* การไล่ออก; *(from country)* การขับไล่ออก, การเนรเทศ; *(Med.: from the body)* การขับถ่ายออก; *(of gas, water, etc. from substance)* การขับไล่, ขับถ่าย (**from** จาก)

expunge /ɪk'spʌndʒ/อิค'ซปันจฺ/ *v.t.* ลบ, ตัดออกไป *(โดยเฉพาะจากหนังสือหรือรายชื่อ)*

expurgate /'ekspəgeɪt/'เอ็คซเปอะเกทฺ/ *v.t. (purify)* ตัดเนื้อหาออก *(จากหนังสือ, ละคร)*; **~d version/edition** ฉบับ/รุ่นที่ตัดข้อความไม่เหมาะสมออกไป

exquisite /'ekskwɪzɪt, ɪk'skwɪzɪt/'เอ็คซกุวิซิท, อิค'ซกุวิซิท/ *adj.* Ⓐ *(ผู้หญิง)* สวยมาก; *(ลวดลาย)* วิจิตร; *(ลายมือ)* บรรจง; *(เพลง, การแสดง)* มีอารมณ์ลึกซึ้ง; Ⓑ *(acute) (ความเจ็บปวด, ความสุข)* แหลมคม

exquisitely /'ekskwɪzɪtlɪ, ɪk'skwɪzɪtlɪ/'เอ็คซกุวิซิทลิ, อิค'ซกุวิซิทลิ/*adv.* Ⓐ *(excellently, beautifully)* อย่างเป็นเลิศ; อย่างสวยงาม; Ⓑ *(acutely)* อย่างเฉียบแหลม

ex-'service *adj. (Brit.)* เป็นทหารผ่านศึก; **~man** อดีตทหาร, ทหารผ่านศึก

ext. *abbr.* Ⓐ **exterior;** Ⓑ **external;** Ⓒ **[telephone] extension** การต่อเบอร์โทรศัพท์สายใน

extant /ek'stænt, US 'ekstənt/เอ็ค'ซแตนทฺ, 'เอ็คซฺเต็นทฺ/ *adj.* ที่มีอยู่, ยังอยู่รอด

extemporaneous /ɪkstempə'reɪnɪəs/อิคซุเต็มเพอะ'เรเนียซ/ *adj.* ไม่ได้เตรียมล่วงหน้า; **~ translation** การแปลสด ๆ

extempore /ek'stempərɪ/อิค'ซเต็มเพอะริ/ ❶ *adv.* ไม่ได้เตรียมล่วงหน้า; **speak ~:** พูดแบบไม่ได้เตรียมล่วงหน้า ❷ *adj. (คำกล่าว, การร้องเพลง)* ไม่ได้เตรียมล่วงหน้า; **give an ~ speech** กล่าวสุนทรพจน์โดยไม่ได้เตรียมล่วงหน้า

extemporisation, extemporise ➡ **extemporiz-**

extemporization /ɪkstempəraɪ'zeɪʃn/อิคซุเต็มเพอะไร'เซช'น/ *n.* การแสดงหรือประพันธ์โดยไม่ได้เตรียมตัวก่อน

extemporize /ɪk'stempəraɪz/อิค'ซเต็มเพอะรายซฺ/ *v.t. & i.* ว่ากันสด ๆ, ทำขึ้นโดยปัจจุบันทันด่วน

extend /ɪk'stend/อิค'ซเต็นดฺ/ ❶ *v.t.* Ⓐ *(stretch out)* ยื่น *(มือ, แขน, ขา)*; ยืดออกไป; ต่อ *(บันได)* ให้ยาวออกไป; กาง *(ปีก)*; **~ one's hand to sb.** ยื่นมือออกไปถึง *ค.น.*; **the table can be ~ed** โต๊ะสามารถต่อให้ยาวออกไปได้; Ⓑ *(make longer) (in space)* ต่อระยะทาง *(สายรถไฟ, ถนน)* ยาวออกไป; *(in time)* ต่อเวลาให้นานออกไป, ยืด *(เวลา)*; **~ a credit** ยืดเวลาชำระหนี้/ยอมให้ซื้อเชื่อได้; **~ the time limit** ยืดเวลาจำกัดออกไป; Ⓒ *(enlarge)* ขยาย *(อำนาจ, อิทธิพล, ความรู้)*; Ⓓ *(offer)* เชื้อเชิญ, ให้ *(ความอบอุ่น, การสนับสนุน, ความเมตตา ฯลฯ)*; *(accord)* กล่าว *(ขอบคุณ, ความยินดี)* (**to** ต่อ); **~ a welcome to sb.** ให้การต้อนรับ *ค.น.*; Ⓔ *(tax)* ยื่นคำขอภาษี; **~ oneself** ใช้ทรัพย์สินของตนจนเกือบหมด ❷ *v.i.* ยืดออกไป, ยืดเยื้อ, ทอดยาวไป; **the wall ~s for miles** กำแพงนี้ทอดยาวเป็นหลายไมล์; **the bridge ~s over the river** สะพานทอดยาวข้ามแม่น้ำ; **the road ~s from X to Y** ถนนเชื่อมต่อจากเอ็กซ์ถึงวาย; **the winter season ~s from November to March** ฤดูหนาวเริ่มจากเดือนพฤศจิกายนถึงเดือนมีนาคม; **negotiations ~ed over weeks** การเจรจายืดเยื้อเป็นเวลาหลายอาทิตย์; **the problem ~s to other fields as well** ปัญหาขยายลุกลามไปยังประเด็นอื่น ๆ ด้วย

extended /ɪk'stendɪd/อิค'ซเต็นดิด/: **~ 'family** *n.* ครอบครัวใหญ่ที่มีญาติอาศัยอยู่ใกล้ ๆ; **~-play** *adj. (แผ่นเสียง)* ที่เล่นได้นานกว่าแผ่นเสียงเพลงเดี่ยว

extendible /ɪk'stendɪbl/อิค'ซเต็นดิบ'ล/, **extensible** /ɪk'stensɪbl/อิค'ซเต็นซิบ'ล/ *adj. (บันได)* ต่อยาวออกไปได้; *(สัญญา)* ยืดเวลาได้; *(บ้าน, ตึก)* ต่อเติมได้

extension /ɪk'stenʃn/อิค'ซเต็นช'น/ *n.* Ⓐ *(stretching out) (of arm, leg, hand)* การยื่นออก; *(of wings)* การกางปีก; *(of muscle)* การยืด; Ⓑ *(extent)* ขอบเขต, ปริมณฑล; *(range)* พิสัยที่ขยายออกไป; Ⓒ *(prolonging)* การยืดออกไป; *(of road, railway)* การต่อให้ยาวขึ้น; **~ of time** การขยายเวลา; **ask for an ~:** ขอยืดเวลาออกไป; **be granted** *or* **get an ~:** ได้รับการต่อเวลาออกไปอีก; Ⓓ *(enlargement) (of power, influence, research, frontier, trade)* การขยาย; *(of house, estate)* ขยายบ้าน, อาณาบริเวณ; Ⓔ *(additional part) (of house, office, hospital, etc.)* ส่วนต่อเติม; **build an ~ to a hospital** สร้างอาคารต่อเติมให้กับโรงพยาบาล; **two ~s** ส่วนต่อเติม 2 ส่วน; Ⓕ *(telephone)* *การเชื่อมต่อโทรศัพท์เครื่องหลักกับเครื่องอื่น ๆ ที่อยู่ในสายเดียวกัน*; *(number)* *เบอร์โทรศัพท์ที่เชื่อมต่อกับเบอร์โทรศัพท์กลาง*; Ⓖ **~ course** *(correspondence course)* การศึกษานอกระบบทางไปรษณีย์

extension: ~ cord *(Amer.)* ➡ **~ lead; ~ ladder** *n.* บันไดต่อ; **~ lead** *n. (Brit.)* สายต่อ

extensive /ɪk'stensɪv/อิค'ซเต็นซิว/ *adj.* *(เมือง, ป่า, อาณาจักร, ความรู้, ประสบการณ์)* มีขอบเขตกว้างขวาง; *(การปฏิรูป)* ที่ใหญ่โต; *(หนังสือ, การรายงาน)* ครอบคลุม; *(การค้นหา, โครงการ)* ที่ยืดเยื้อ; **make ~ use of sth.** ใช้ *ส.น.* อย่างได้ผลคุ้มค่า

extensively /ɪk'stensɪvlɪ/อิค'ซเต็นซิวลิ/ *adv.* อย่างกว้างขวาง, อย่างครอบคลุม, อย่างทั่วถึง, อย่างคุ้มค่า; **they used these rooms ~:** เขาใช้ห้องเหล่านี้อย่างคุ้มค่า

extent /ɪk'stent/อิค'ซเต็นทฺ/ *n.* Ⓐ *(space over which sth. extends)* พื้นที่ที่เป็นอาณาเขต; *(of wings)* ความกว้างเต็มที่; Ⓑ *(scope) (of damage, debt, knowledge, power, authority)* ขอบเขต; *(of influence, genius)* ขอบเขต; *(of damage, loss, disaster, power, authority)* ขนาดความใหญ่โต; **losses to the ~ of £100** ความสูญเสียจำนวน 100 ปอนด์; **to what ~?** แค่ไหน; **the full ~ of his power** เต็มขีดอำนาจของเขา; **to a great** *or* **large/small** *or* **slight ~:** เป็นส่วนใหญ่/เป็นเพียงส่วนน้อย; **to some** *or* **a certain ~:** เป็นบางส่วนแต่ไม่ใช่ทั้งหมด; **to the same ~ as...:** เท่าเทียมกับ...; **to a greater/lesser ~:** มากกว่า/น้อยกว่า; **to a greater or lesser ~:** ไม่มากก็น้อย; **to such an ~ that ...:** ถึงขนาดที่ว่า...; **her condition has not improved to any [great] ~:** อาการป่วยของเธอยังไม่ดีขึ้นเท่าไร; Ⓒ *(area of sea, land)* อาณาเขต; **you can see the whole ~ of the park** คุณสามารถเห็นอาณาบริเวณของสวนทั้งหมด

extenuate /ɪk'stenjʊeɪt/อิค'ซเต็นนิวเอท/ *v.t.* ผ่อนหนักให้เป็นเบา *(ความผิด, การละเมิดกฎหมาย)*; บรรเทา *(ปัญหา)*; ลดโทษ *(ของพฤติกรรม)*; **extenuating circumstances** สถานการณ์การผ่อนหนักเป็นเบา

extenuation /ɪkstenjʊ'eɪʃn/อิคซเต็นนิว'เอช'น/ *n. (of crime, offence, fault, guilt)* การลดหย่อนผ่อนโทษ; **in ~ of sth./sb.** เพื่อลดหย่อนผ่อนโทษให้กับ *ส.น./ค.น.*

exterior /ɪk'stɪərɪə(r)/อิค'ซเตียเรีย(ร)/ ❶ *adj.* Ⓐ ส่วนภายนอก; *(กำแพง, บริเวณ)* ภายนอก; **~ varnish** น้ำมันเคลือบด้านนอก; Ⓑ *([coming from] outside)* มาจากข้างนอก; Ⓒ *(Cinemat.)* **~ scene** ฉากกลางแจ้ง, ข้างนอก ❷ *n.* Ⓐ ด้านนอก, ข้างนอก; *(of house)* ภายนอก; Ⓑ *(appearance)* รูปลักษณะภายนอก; **a man with a pleasant/rough ~:** ผู้ชายที่มีบุคลิกภายนอกน่านิยม/หยาบคาย; **judge people by their ~:** วัดผู้คนจากรูปลักษณ์ภายนอก; Ⓒ *(Cinemat.)* ฉากกลางแจ้ง

exterminate /ɪk'stɜːmɪneɪt/อิค'ซเตอมิเนทฺ/ *v.t.* ทำลายอย่างราบคาบ; กำจัด *(แมลงสาบ, ศัตรูของพืช)*

extermination /ɪkstɜːmɪ'neɪʃn/อิคซเตอมิ'เนช'น/ *n.* การทำลายล้าง, การกำจัดให้สิ้นซาก; *(of pests)* การกำจัด

extermination camp *n.* สถานกักกันที่ใช้ประหารชีวิตสถานเดียว *(โดยเฉพาะในสมัยนาซี)*

external /ɪk'stɜːnl/อิค'ซเตอน'ล/ ❶ *adj.* [A] *(กำแพง, บริเวณ)* ภายนอก, เปลือกนอก, ส่วนนอก; **give the ~ appearance of ease** มีรูปลักษณ์ภายนอกที่แสดงความสบายใจ; **purely ~:** เป็นเรื่องภายนอกเท่านั้น; [B] *(applied to outside) (ยา)* ใช้ภายนอก; **for ~ use only** ใช้ภายนอกเท่านั้น; [C] *(of foreign affairs) (กระทรวง, การเมือง)* การต่างประเทศ; **Ministry of E~ Affairs** กระทรวงต่างประเทศ; [D] *(Univ.)* เกี่ยวกับนักศึกษานอกสถานที่; **~ student** นักศึกษาที่เรียนนอกสถานที่; **do ~ studies/an ~ degree** เรียนแบบไม่เข้าชั้นเรียน/ปริญญาที่ได้โดยไม่เข้าชั้นเรียน; [E] *(of world of phenomena)* โลกภายนอก; **the ~ world** โลกนอก; [F] **~ evidence** *หลักฐานได้จากแหล่งข้อมูลที่ไม่เกี่ยวข้องกับสิ่งที่ถกเถียงกันอยู่* ❷ *n. in pl.* สิ่งภายนอก, ของนอกกาย

externalize (externalise) /ɪk'stɜːnəlaɪz/อิค'ซเตอเนอะลายซ/ *v.t.* หาเหตุผลภายนอกมาอธิบาย; *(Philos.)* หาเหตุผลที่มาจากภายนอก; *(Psych.) หาเหตุผลที่มาจากภายนอกของสิ่งที่เกิดขึ้นในเชิงจิตวิทยา*

externally /ɪk'stɜːnəlɪ/อิค'ซเตอเนอะลิ/ *adv.* ภายนอก; **the medicine is only to be used ~:** ยานี้ต้องใช้ภายนอกเท่านั้น; **be ~ calm** ดูสงบจากภายนอก; **the work is done ~:** งานนี้ได้ส่งไปทำภายนอก

extinct /ɪk'stɪŋkt/อิค'ซติงคฺทฺ/ *adj. (สัตว์, พืช)* สูญพันธุ์ไปแล้ว; *(ชีวิต, ไฟ)* ดับแล้ว; *(ภูเขาไฟ)* ที่ตายแล้ว; *(ความหวัง, ความรัก)* สิ้นสุดลง; **become ~:** *(สัตว์)* สูญพันธุ์ไป; *(ภูเขาไฟ)* ตายไป

extinction /ɪk'stɪŋkʃn/อิค'ซติงคฺช'น/ *n., no pl. (of fire, light) (extinguishing)* การดับไฟ; *(being extinguished)* การถูกดับ; ถูกทำให้สิ้นสุดลง; นิโรธ *(ร.บ.)*; *(abolition) (of religion, system, institution, law, custom)* การทำลาย; *(of debt)* การใช้หนี้สินจนหมด; *(of independence etc.)* การสูญสิ้นอิสรภาพ; **threatened with ~:** จวนเจียนจะสูญพันธุ์อยู่แล้ว

extinguish /ɪk'stɪŋgwɪʃ/อิค'ซติงกฺวิช/ *v.t.* [A] ดับไฟ; ทำ *(ความรัก, ความหวัง)* ให้สิ้นสุดลง; ทำให้ *(ชีวิต)* จบลง; [B] *(destroy)* ทำลายไป

extinguisher /ɪk'stɪŋgwɪʃə(r)/อิค'ซติงกฺวิเชอะ(ร)/ *n.* [A] *(for fire)* เครื่องดับเพลิง; [B] *(for candle)* อุปกรณ์ดับเทียนเป็นรูปกรวย

extirpate /'ekstɜːpeɪt/'เอ็คซฺเตอะเพท/ *v.t.* ถอนราก *(ต้นไม้, ผม)*; ถอนโคน *(ชนกลุ่มน้อย, ลัทธิ, ชนชาติ)*; ทำลายอย่างราบคาบ *(ความมืดคติ)*

extol /ɪk'stəʊl, ɪk'stɒl/อิค'โตล, อิค'ซตอล/ *v.t.*, **-ll-** สรรเสริญ, ชื่นชมยินดี

extort /ɪk'stɔːt/อิค'ซตอท/ *v.t.* ได้มาโดยกำลัง; การเรียกร้องข่มขู่ (**out of, from** จาก); **~ a secret/confession from sb.** รีดความลับ/บังคับให้ *ค.น.* สารภาพโดยใช้กำลังข่มขู่

extortion /ɪk'stɔːʃn/อิค'ซตอช'น/ *n.* [A] *(of money, taxes)* การขูดรีดเงิน/ภาษี, การกรรโชก *(ร.บ.)*; **£50? This is sheer ~!** ตั้ง 50 ปอนด์ นี่มันขูดรีดกันชัด ๆ; [B] *(illegal exaction)* การรีดไถโดยผิดกฎหมาย

extortionate /ɪk'stɔːʃənət/อิค'ซตอเชอะเนิท/ *adj.* [A] *(excessive, exorbitant) (ราคา, ดอกเบี้ย, ภาษี)* สูงเกินไป; [B] *(using extortion) (วิธี)* เคี่ยวเข็ญรีดนาทาเร้น

extortioner /ɪk'stɔːʃənə(r)/อิค'ซตอเชอะเนอะ(ร)/ *n.* ผู้ขูดรีด, ผู้ขู่เข็ญ

extra /'ekstrə/'เอ็คซฺเตรอะ/ ❶ *adj.* [A] *(additional) (งาน, ราคา, ฉบับ, ค่าใช้จ่าย)* เพิ่มเติม; *(รถโดยสาร)* พิเศษ; **~ hours of work** ชั่วโมงทำงานนอกเหนือจากปกติ; **all we need is an ~ hour/three pounds** เราต้องการแค่อีกหนึ่งชั่วโมง/เงิน 3 ปอนด์; **without any ~ charge** โดยไม่คิดเงินเพิ่ม; **drinks are ~:** เครื่องดื่มต้องเสียต่างหาก; **make an ~ effort** ใช้ความพยายามเป็นพิเศษ; **take ~ care** ใช้ความดูแลเป็นพิเศษ; **for ~ safety** เพื่อความปลอดภัยเพิ่มเติม; **can I have an ~ helping?** ขออีกจานได้ไหม; [B] *(more than is necessary)* มากเกินความจำเป็น, เผื่อ; **an ~ pair of gloves** ถุงมือมีเผื่อ 1 คู่; **have an ~ bed** มีเตียงว่าง 1 เตียง; **we have an ~ ten minutes to kill** เรายังต้องฆ่าเวลาอีก 10 นาที ❷ *adv.* [A] *(more than usually)* กว่าปกติ, พิเศษ; **an ~ large blouse** เสื้อขนาดโตกว่าปกติ; **an ~ special occasion** โอกาสพิเศษจริง ๆ; [B] *(additionally)* บวก, เพิ่ม; **packing and postage ~:** บวกค่าพัสดุและค่าส่ง ❸ *n.* [A] *(added to services, salary, etc.)* การให้เพิ่ม; *(on car etc. offered for sale)* อุปกรณ์เพิ่ม; *(adornment on dress etc.)* สิ่งตกแต่ง; *(outside normal school curriculum)* การเรียนนอกเหนือหลักสูตร; [B] *(sth. with ~ charge)* **be an ~:** เป็นส่วนที่บวก; [C] *(in play, film, etc.)* ตัวประกอบ; [D] *(Cricket)* แต้มที่ทำได้นอกเหนือจากการตีลูก

extra- /'ekstrə/'เอ็คซฺเตรอะ/ *pref. (คำนำหน้า)* เพิ่มเติม; เพิ่มเติมนอกเหนือจาก, นอก *(สถานที่)*

extract ❶ /'ekstrækt/'เอ็คซฺแตรคฺทฺ/ *n.* [A] ส่วนที่ได้มา, สารสกัด; **an ~ of certain plants** สารที่สกัดมาจากพืชบางชนิด; [B] *(from book, music, etc.)* ส่วนที่ตัดตอนมา, ตอน; **in ~s** เป็นส่วน, เป็นตอน ❷ /ɪk'strækt/อิค'ซแตรคฺทฺ/ *v.t.* [A] เอาออกมา, ถอน *(ฟัน)*; ดึง *(หนาม)* ออกมา; **~ a bullet from a wound** เอาลูกกระสุนออกจากบาดแผล; **she ~ed herself from his embrace** เธอเบี่ยงตัวจากอ้อมกอดของเขา; **~ sth. from sb.** *(fig.)* คาดคั้นเอา *ส.น.* จาก *ค.น.*; **~ a promise/confession from sb.** คาดคั้นเอาคำสัญญา/คำสารภาพจาก *ค.น.*; **~ papers from a folder** ดึงเอกสารออกมาจากแฟ้ม; [B] *(obtain)* คั้น, สกัด, ถลุง, ดูดออกมา, ดึง; **~ the juice of apples** คั้นน้ำแอปเปิล; **~ sugar from beet** สกัดน้ำตาลจากหัวผักกาด; **~ oil from the earth** ดูดน้ำมันจากใต้ดิน; **~ metal from ore/honey from the honeycomb** ถลุงโลหะจากสินแร่/สกัดเอาน้ำผึ้งจากรังผึ้ง; [C] *(derive)* ได้ *(ความหมาย)* จาก, ได้รับจาก; **~ happiness/pleasure/comfort from sth.** หาความสุข/สบายใจสบายกาย/ความสะดวกจาก *ส.น.*; **~ much pleasure from life** หาความสุขมากจากชีวิต; [D] *(Math.)* ถอดราก

extraction /ɪk'strækʃn/อิค'ซแตรคฺช'น/ *n.* [A] *(of tooth)* การถอน; *(of Chem.)* การสกัด; *(of thorn, splinter, etc.)* การดึง; *(of bullet)* การเอาออก; *(of juice, honey, metal)* การสกัด; *(of oil)* การขุดเจาะ; [B] *(descent)* การสืบสายเลือด; **be of Chinese ~:** มีบรรพบุรุษเป็นคนจีน

extractive /ɪk'stræktɪv/อิค'ซแตรคทิว/ *adj.* **~ industries** อุตสาหกรรมเกี่ยวกับทรัพยากรธรรมชาติ; **~ processes** กระบวนการสกัดทรัพยากรธรรมชาติ

extractor /ɪk'stræktə(r)/อิค'ซแตรคเทอะ(ร)/ *n. (for extracting juice)* เครื่องคั้นน้ำผลไม้, ที่คั้นน้ำผลไม้

ex'tractor fan *n.* พัดลมดูดอากาศ

extra-curricular /ekstrəkə'rɪkjʊlə(r)/เอ็คซฺเตรอะเคอะ'ริคิวเลอะ(ร)/ *adj. (กิจกรรม)* นอกหลักสูตร

extraditable /ekstrə'daɪtəbl/'เอ็คซฺเตรอะไดเทอะบ'ล/ *adj.* **this is an ~ offence** นี่คือการกระทำผิดกฎหมายที่ส่งมอบผู้กระทำข้ามแดนได้

extradite /'ekstrədaɪt/'เอ็คซฺเตรอะไดท/ *v.t.* [A] ส่งมอบ *(ผู้ต้องหา, อาชญากร)* ให้กับต่างรัฐที่มีการพิจารณาความคดี; [B] *(obtain extradition of)* **~ sb.** ได้รับอนุมัติให้ส่งมอบ *ค.น.* ในต่างรัฐเพื่อพิจารณาคดีความ

extradition /ekstrə'dɪʃn/เอ็คซฺเตรอะ'ดิช'น/ *n.* การส่งผู้ร้ายข้ามแดน; **~ treaty** สัญญาระหว่างชาติว่าด้วยการส่งผู้ต้องหาข้ามแดน

extra'marital *adj. (เฉพาะความสัมพันธ์ทางเพศ)* นอกการสมรส

extra'mural *adj. (Univ.) (การเรียน, การสอน)* นอกสถานที่ของสถาบันการศึกษา; **~ courses** *or* **classes** การเรียนนอกสถานที่

extraneous /ɪk'streɪnɪəs/อิค'ซเตรเนียซ/ *adj.* [A] *(from outside)* มาจากข้างนอก; *(Med.)* สิ่งนอกร่างกาย; **free from ~ matter** ปราศจากสิ่งแปลกปลอม; [B] *(irrelevant)* ไม่เกี่ยวข้องกัน; **be ~ to sth.** ไม่เกี่ยวข้องกับ *ส.น.*

extraordinarily /ɪk'strɔːdɪnərəlɪ, ekstrə'ɔːdɪnərəlɪ, US -dənerɪlɪ/อิค'ซตรอเดินเรอะลิ, เอ็คซเตรอะ'ออดิเนอะเรอะลิ/ *adv.* อย่างไม่ธรรมดา, อย่างแปลกประหลาด, วิเศษมาก

extraordinary /ɪk'strɔːdɪnərɪ, US -dənerɪ/อิค'ซตรอดิเนอะริ, -เดอะเนะริ/ *adj.* [A] *(exceptional)* พิเศษ, โดดเด่น; *(unusual, peculiar)* ไม่ปกติ, แปลกประหลาด; *(additional) (การประชุม)* พิเศษ; **how ~!** ช่างน่าประหลาดอะไรนี้; [B] *(more than ordinary)* เหนือธรรมดา; **~ powers** กำลังอำนาจเหนือธรรมดา; [C] *(specially employed)* พิเศษ; **ambassador ~:** ทูตวิสามัญ ผู้มีอำนาจเต็ม

extra'ordinary general meeting *n. (of shareholders, club)* การประชุมวิสามัญทั่วไป

extrapolate /ɪk'stræpəleɪt/อิค'ซแตรเพอะเลท/ *(Math. etc.)* ❶ *v.t.* คำนวณคร่าว ๆ จากข้อกำหนดที่ทราบ *(โดยเฉพาะการต่อบนกราฟ)*; *(fig.)* สรุปอย่างกว้างขวาง ❷ *v.i.* สรุปความจากข้อเท็จจริงที่มีจำกัด

extra: ~-'sensory *adj.* มีประสาทสัมผัสพิเศษ; **~-sensory perception** ความมีประสาทสัมผัสพิเศษ เช่น โทรจิต, การมองเห็นอนาคต; **~ter'restrial** *adj.* นอกโลก; มาจากอวกาศ *(ในนิยายวิทยาศาสตร์)*; **~terri'torial** *adj.* ที่อยู่นอกอาณาเขต

extra 'time *n. (Sport)* **after ~:** หลังจากเวลาแข่งขันที่ต่อออกไป; **the match went to ~:** เกมการแข่งขันต้องต่อเวลาออกไป; **play ~:** เล่นในเวลาที่ต่อออกไป

extravagance /ɪk'strævəgəns/อิค'ซแตรเวอะเกินซ/ *n.* [A] *no pl. (being extravagant)* ความฟุ่มเฟือย, ความสุรุ่ยสุร่าย; *(of claim, wish, order, demand)* การเรียกร้องมากเกินไป; *(of words, thoughts, ideas, etc.)* ความฟุ้งซ่าน; *(with money)* ความฟุ่มเฟือย, ความสุรุ่ยสุร่าย; **the ~ of her tastes** รสนิยมที่หรูหราฟุ่มเฟือยของเธอ; [B] *(extravagant thing)* สิ่งของฟุ่มเฟือย, สิ่งของที่ไม่จำเป็นเลย

extravagancy /ɪk'strævəgənsɪ/อิค'ซแตรฺเวอะ'เกินซิ/ ➡ extravagance A

extravagant /ɪk'strævəgənt/อิค'ซแตรฺเวอะเกินทฺ/ *adj.* (A) *(wasteful) (ชีวิต)* สูญเปล่า; *(รสนิยม)* สุรุ่ยสุร่าย; (B) *(immoderate)* ไม่ประหยัด, ไม่พอดี, ฟุ่มเฟือยไป; (C) *(beyond bounds of reason) (ทฤษฎี, ความคิด)* ฟุ้งซ่าน; **it is not ~ to suppose that ...:** ไม่เกินไปที่จะคิดว่า...; (D) *(exorbitant) (ราคา)* แพงเกินไป

extravagantly /ɪk'strævəgəntlɪ/อิค'ซแตรฺเวอะเกินทฺลิ/ *adv.* *(การแต่งตัว, การใช้จ่าย)* อย่างฟุ่มเฟือย; *(มีความต้องการ)* สูงเกินความจำเป็น; *(ใช้ชีวิต)* อย่างสุรุ่ยสุร่าย; **spend money ~:** ใช้จ่ายเงินอย่างฟุ่มเฟือย

extravaganza /ɪkstrævə'gænzə/อิคซฺแตรฺเวอะ'แกนเซอะ/ *n. (composition) (Lit.) บทประพันธ์ที่มีเนื้อหาวิจิตรพิสดาร; (Mus.) ดนตรีหรือเพลงที่มีลวดลายแสดงความสามารถอย่างเต็มที่; (Theatre) การแสดงหรือรายการโทรทัศน์ที่น่าตื่นตาตื่นใจ*

'extra-virgin *n.* น้ำมันมะกอก

extreme /ɪk'stri:m/อิค'ซตฺรีม/ ❶ *adj.* (A) *(outermost, utmost) (ขอบเขต)* นอกสุด; *(จุด)* ไกลที่สุดจากจุดศูนย์กลาง; ปลายสุด *(ของสิ่งแหลม)*; **the ~ end of the finger** สุดปลายนิ้วมือ; **the ~ points of a line/scale** ปลายทั้งสองสุดของเส้น/เครื่องวัด; **at the ~ edge/left** สุดขอบ/ซ้ายสุด; **in the ~ North** ทางเหนือสุด; (B) *(reaching high degree)* ถึงจุดสูง หรือ ระดับสูงสุด, สุดยอด; *(ความปลื้มปีติ)* อย่างยิ่ง; *(ความมืด)* สนิท; *(อารมณ์)* รุนแรง; **~ old age** แก่มาก ๆ; **in ~ danger** อยู่ในขีดอันตรายมาก; (C) *(not moderate)* ไม่เป็นกลาง; *(ในเชิงพรรคการเมือง, บุคคล, ความคิดเห็น, ความประพฤติ ฯลฯ)* รุนแรง; **~ right-wing views** ความเห็นของพวกขวาสุด; (D) *(RC & Orthdox Ch.)* **~ unction** *พิธีพรมน้ำมนต์ก่อนตายของโรมันคาทอลิกและกลุ่มโบสถ์ออร์โธดอกซ์ เพื่อล้างบาปเป็นครั้งสุดท้ายในชีวิต*; (E) *(severe)* ร้ายแรง, ขั้นเด็ดขาด; **take ~ action against sb.** จัดการกับ *ค.น.* อย่างเด็ดขาด; **take ~ measures** ใช้มาตรการขั้นเด็ดขาด

❷ *n.* ความสุดขีด, ภาวะที่สุดขีด, ระดับสูงสุดขีดของสิ่งใด ๆ; **~s of heat and cold** ความร้อนสุดและหนาวสุด; **the ~s of wealth and poverty** ความห่างระหว่างรวยที่สุดและจนที่สุด; **~s of passion** ความรู้สึกที่รุนแรงที่สุดในทุกด้าน; **~s of temperature** อุณหภูมิที่สูงหรือต่ำที่สุด; **go to the ~ of doing sth.** ถึงขนาดต้องลงทุนทำ *ส.น.*; **go to ~s** *or* **to any ~** *or* **to the last ~:** ดำเนินการถึงที่สุด; **go to the other ~:** เปลี่ยน *(ท่าที, วิธีการ)* อย่างหน้ามือเป็นหลังมือ; **go from one ~ to another** เปลี่ยนจากสุดขั้วของอย่างหนึ่งไปเป็นตรงกันข้าม; **annoying/monotonous in the ~:** น่ารำคาญที่สุด/น่าเบื่อที่สุด; **run to ~s** ทำอะไรอย่างเกินเลยมาก; ➡ + carry 1 G

extremely /ɪk'stri:mlɪ/อิค'ซตฺรีมลิ/ *adv.* จนถึงที่สุด, สุดยอด, มากที่สุด; **Did you enjoy the party? — Yes, ~:** งานปาร์ตี้สนุกไหม-สนุกที่สุดเลย

extremeness /ɪk'stri:mnɪs/อิค'ซตฺรีมนิซ/ *n., no pl. (of views, actions, policies)* ความรุนแรง; *(of measures)* ความโหดเหี้ยม

extreme sport *n.* กีฬาประเภทที่เสี่ยงภัยสูง

extremism /ɪk'stri:mɪzm/อิค'ซตฺรีมิซฺม/ *n., no pl.* ลัทธิหรือแนวความคิดเอียงไปสุดกู่และสนับสนุนการใช้มาตรการรุนแรง, คตินิยมสุดขีด *(ร.บ.)*

extremist /ɪk'stri:mɪst/อิค'ซตฺรีมิซทฺ/ *n.* (A) *บุคคลที่มีความคิดรุนแรงและพร้อมที่จะใช้มาตรการโหดเหี้ยมในการบรรลุเป้าหมาย;* **right-wing ~:** ผู้นิยมแนวความคิดขวาจัด; (B) *attrib.* มีความคิดรุนแรง

extremity /ɪk'stremɪtɪ/อิค'ซเตร็มมิทิ/ *n.* (A) *(of branch, path, road)* ที่ปลายสุด; *(of region)* ส่วนที่ไกลสุดของภาคใด ๆ; *(fig.)* **the southernmost ~ of a continent** ส่วนที่อยู่ใต้สุดของทวีปใดทวีปหนึ่ง; (B) *in pl. (hands and feet)* มือกับเท้า; (C) *(adversity)* ภาวะที่เลวร้าย; *(intensity)* ความสุดขีด; **be reduced to ~:** ต้องประสบกับชะตากรรมลำบากสุดขีด

extricate /'ekstrɪkeɪt/'เอ็คซฺตฺริเคท/ *v.t.* **~ sth. from sth.** ปลดปล่อย *ส.น.* จาก *ส.น.* หรือถอน *ส.น.* ออกจาก *ส.น.*; **~ oneself/sb. from sth.** ทำให้ตนเอง/*ค.น.* สามารถหลุดพ้นจาก *ส.น.*

extrinsic /ek'strɪnsɪk/เอ็ค'ซตฺรินซิค/ *adj.* (A) *(คุณค่า)* ภายนอก; ไม่เกี่ยวข้อง, ไม่เป็นคุณลักษณะของ *ส.น.*; **be ~ to sth.** ไม่มีส่วนยุ่งเกี่ยวกับ *ส.น.*; (B) *(not essential)* ไม่จำเป็น, ไม่เกี่ยวข้อง

extrovert /'ekstrəvɜ:t/'เอ็คซฺเตรอะเวิท/ ❶ *n.* บุคคลที่สนใจสิ่งภายนอกรอบข้าง, บุคคลร่าเริงชอบสังคม; **be an ~:** เป็นคนร่าเริง, เปิดเผย ❷ *adj.* เปิดเผยชอบสังคม, ชอบสนใจรอบข้าง; **have ~ tendencies** มีบุคลิกค่อนข้างเปิดเผยร่าเริง

extroverted /'ekstrəvɜ:tɪd/'เอ็คซฺเตรอะเวอทิด/ *adj.* เปิดเผย, ร่าเริง, สนใจสิ่งรอบข้าง

extrude /ɪk'stru:d/อิค'ซตฺรูด/ *v.t.* ผลักดัน, ยื่น *(หนวด)* ออกไปสัมผัส; ทำรูปทรง *(โลหะ, พลาสติก)* โดยผลักดันผ่านแม่พิมพ์; *(Geol.)* ถูกผลักดันขึ้นจากภายในพื้นดิน

extrusion /ɪk'stru:ʒn/อิค'ซตฺรูฌ'น/ *n. (of metal, plastic, etc.)* การทำรูปทรงโดยผลักดันแม่พิมพ์; *(article extruded)* สิ่งที่ผลิตโดยวิธีนี้

exuberance /ɪg'zju:bərəns, US -'zu:-/อิก'ซิวเบอะเรินซฺ, -'ซู-/ *n.* (A) *(vigour)* ความกระปรี้กระเปร่า, ความกระฉับกระเฉง; *(of health)* สุขภาพกระปรี้กระเปร่า; **~ of joy/spirits** ความ สนุกสนานอย่างร่าเริง/อารมณ์สดชื่น; **~ of youth** ความกระฉับกระเฉงของวัยหนุ่มสาว; (B) *(of language, style)* ความฟุ่มเฟือยและมีลวดลาย

exuberant /ɪg'zju:bərənt, US -'zu:-/อิก'ซิวเบอะเรินทฺ, -'ซู-/ *adj.* (A) *(overflowing, abounding)* เต็มไปด้วย *(สุขภาพ, ความแข็งแรง)*; อุดมสมบูรณ์; (B) *(effusive)* พูดเป็นน้ำไหลไฟดับ, มีชีวิตชีวา; **he was ~ when ...:** เขาดีใจจาก...

exuberantly /ɪg'zju:bərəntlɪ, US -'zu:-/อิก'ซิวเบอะเรินทฺลิ, -'ซู-/ *adv.* อย่างมากมาย, อย่างเต็มที่, อย่างร่าเริง; **~ happy** มีความสุขที่ท่วมท้น

exude /ɪg'zju:d, US -'zu:d/อิก'ซิวดฺ, -'ซูด/ ❶ *v.i. (ของเหลว, ความชื้น ฯลฯ)* ไหลซึมออกมา, รั่ว (**from** จาก); *(fig.)* แผ่กระจาย ❷ *v.t.* ส่งกลิ่น; *(fig.)* แสดง *(อารมณ์ ฯลฯ)* ออกมาอย่างเต็มที่

exult /ɪg'zʌlt/อิก'ซัลทฺ/ *v.i.* (A) *(literary: rejoice)* ฉลองอย่างเบิกบาน, ยินดีปรีดามาก (**in, at, over** ใน); **~ to find that ...:** ยินดีปรีดามากที่พบว่า...; **~ with joy** ปรีเปรมเป็นที่สุด; (B) *(triumph)* มีชัยชนะ (**over** เหนือ)

exultant /ɪg'zʌltənt/อิก'ซัลเทินทฺ/ *adj.* (A) *(literary: exulting)* ยินดีปรีดา, เฉลิมฉลองอย่างยินดี; **be ~:** มีความยินดีปรีดา; **be in an ~ mood** อยู่ในอารมณ์ยินดีปรีดา; (B) *(triumphant)* รู้สึกได้ชัยชนะ

exultantly /ɪg'zʌltəntlɪ/อิก'ซัลเทินทฺลิ/ *adv.* อย่างยินดีปรีดา

exultation /egzʌl'teɪʃn/-เอ็กซัล'เทช'น/ *n.* การฉลองอย่างยินดี

eye /aɪ/อาย/ ❶ *n.* (A) ➤ 118 ตา; **as far as the ~ can see** ไกลสุดสายตา; **~s** *(look, glance, gaze)* การมอง; **a pair of blue ~s** ตาสีฟ้าคู่หนึ่ง; **close** *or* **shut/open one's ~s** หลับ *หรือ* ปิดตา/ลืมตา; **that will make him open his ~s** *(fig.)* นั่นจะทำให้เขาตาสว่างเสียที; **open sb.'s ~s to sth.** *(fig.)* ช่วยให้ *ค.น.* ได้เรียนรู้ *ส.น.* ที่เขาไม่นึกไม่ฝัน; **shut** *or* **close one's ~s to sth.** *(fig.)* ปฏิเสธที่จะรับรู้ *ส.น.*; **the sun/light is [shining] in my ~s** แสงสว่าง [ส่อง] เข้าตาฉันอย่างจัง; **I've got the sun in my ~s** แสงอาทิตย์เข้าตาฉัน; **out of the corner of one's ~:** จากการชำเลืองมองด้วยหางตา; **lift up one's ~s** เงยหน้าขึ้นมอง; **drop** *or* **lower one's ~s** หลบตาลงเบื้องต่ำ; **with one's own** *or* **very ~s** [เห็น] ด้วยตาของตนเอง; **under/before sb.'s very ~s** ต่อหน้าต่อตา *ค.น.* อย่างจัง; **measure a distance by ~** *or* **with one's ~[s]** กะระยะทางด้วยสายตา; **judge sth. by ~:** กะ/วัด *ส.น.* ด้วยสายตา; **paint/draw sth. by ~:** วาดภาพ *ส.น.* ตามธรรมชาติ; **with the ~ of an artist, with an artist's ~:** มองอย่างศิลปิน; **look sb. in the ~:** กล้าสบ ตา *ค.น.* อย่างตรง; **not be able to look sb. in the ~:** ไม่กล้าสบตา *ค.น.*; **have ~s [only] for sb.** ให้ความรู้สึกสนใจกับ *ค.น.* ผู้เดียว [เท่านั้น]; **be unable to take one's ~s off sb./sth.** ไม่สามารถจะละสายตาจาก *ค.น./ส.น.*; **make [sheep's] ~s at sb.** ทำตาหวานใส่ *ค.น.*; **keep an ~ on sb./sth.** เฝ้ามอง *ค.น./ส.น.* ด้วยความสนใจ หรือ ห่วงใย; **keep a sharp** *or* **close** *or* **strict ~ on sb./sth.** คอยจับตามอง *ค.น./ส.น.* อย่างใกล้ชิดระมัดระวัง; คอยดูแล *ค.น./ส.น.* อย่างเข้มงวด; **keep one's ~[s] on sb./sth.** ระวังระไว *ค.น./ส.น.* อย่างตื่นตัว; **have [got] an** *or* **one's ~[s] on sb./sth.** จับตามอง *ค.น./ส.น.*; **I've got my ~ on you!** ฉันจะคอยจับตามองคุณ; **keep an ~ open** *or* **out [for sb./sth.]** เฝ้ามองดู [*ค.น.* เพื่อ *ส.น.*] อย่างระมัดระวัง; **keep one's ~s open** คอยระมัดระวัง; **keep one's ~s skinned or peeled** *(coll.)* เฝ้าสังเกตอย่างระมัดระวัง; **keep one's ~s open** *or (coll.)* **peeled** *or (coll.)* **skinned for sth.** คอยติดตามความเคลื่อนไหว *ส.น.* อย่างกระชั้นชิด; **keep one's ~s and ears open** เปิดหูเปิดตารับรู้ความเป็นไปต่าง ๆ รอบ ๆ ตัว; **with one's ~s open** โดยตาสว่าง; **with one's ~s shut** *(fig.) (without full awareness)* โดยไม่รู้ตัว; *(with great ease)* อย่างง่ายดาย; **with a friendly/jealous/eager/critical ~:** ด้วยสายตาเป็นมิตร/อิจฉา/กระหาย/จ้องจับผิด; **have you no ~s in your head?** คุณไม่รู้อะไรเลยจริง ๆ หรือ; **where are your ~s?, use your ~s!** คุณมองดูเองซิ; **I haven't [got] ~s at** *or* **in the back of my head** ฉันไม่มีตาทิพย์; **in the ~s of God/the law** ต่อหน้าพระผู้เป็นเจ้า/ในแง่ของกฎหมาย; **in sb.'s ~s** ในสายตาของ *ค.น.*; **see sb./sth. through sb.'s ~s** มอง *ค.น./ส.น.* โดยสายตาของ *ค.น.*; **look at sth. through the ~s of sb.** มองดู *ส.น.* จากมุมมองของ *ค.น.*; **pore one's ~s out over a book** อ่านหนังสืออย่างพินิจพิจารณาจนปวดตา; **tire one's ~s out** ใช้สายตามากเกินไปจนปวดตา; **be all ~s** ตื่นตาเต็มที่; **[all] my ~** *(coll.)* เหลวไหลไร้สาระ; **do sb. in the ~** *(coll.)* โกงทรัพย์สมบัติ

ของ *ค.น.*; **[an] ~ for [an] ~:** ตาต่อตา; **~s front!/right!/left!** *(Mil.)* มองตรงข้างหน้า/มองขวา/มองซ้าย; **have an ~ to sth./doing sth.** มีจุดมุ่งหมายเพื่อจะได้ *ส.น.*/ที่จะทำ *ส.น.*; **with an ~ to sth.** ด้วยเจตจำนงที่จะได้/ทำ *ส.น.*; **hit sb. in the ~** *(fig.)* เป็นที่สะดุดตา *ค.น.*; **that was one in the ~ for him** *(coll.)* สิ่งนั้นทำให้เขาเจ็บปวดจริง ๆ; **see ~ to ~ [on sth. with sb.]** เห็นด้วย [กับ *ค.น.* ในเรื่อง *ส.น.*]; **not see ~ to ~ with sb. on sth.** ไม่เห็นด้วยกับ *ค.น.* ใน *ส.น.*; **be up to one's ~s** *(fig.)* มี *(งาน, หนี้สิน)* ท่วมหัวท่วมหู; **be up to one's ~s in work/debt** มีงาน/หนี้สินท่วมท้น; **have an ~ for sth.** เห็นคุณค่าของ *ส.น.*; **have an ~ for sb.** ให้ความสนใจกับ *ค.น.*; **a man with an ~ for the ladies** ผู้ชายที่ให้ความสนใจสาว ๆ; **have a keen/good ~ for sth.** มีความเชี่ยวชาญใน *ส.น.*; **make ~s at sb.** ทำตาหวานใส่ *ค.น.*; **see with half an ~ that ...:** มองเห็นอย่างทะลุปรุโปร่งง่ายดายว่า...; **get one's ~ in at shooting/tennis** พัฒนาความสามารถในการยิงปืน/การตีลูกเทนนิส; (B) *(sth. like an ~)* ที่คล้ายตา, ลวดลายเป็นตา ๆ; *(of peacock's tail on butterfly's wing)* ลวดลายคล้ายตา; *(of needle, fish-hook)* รู; *(metal loop)* วงเหล็กใช้สอด

❷ *v.t.*, **~ing** *or* **eying** /ˈaɪɪŋ/ˈอายอิง/ เฝ้าดู, จับตามอง; **~ sb. up and down/from head to foot** มองสำรวจ *ค.น.* ตั้งแต่หัวจรดเท้า

eye: ~ball *n.* ลูกตา; **~ball to ~ball** *(coll.)* การเผชิญหน้ากันอย่างจริงจัง; **be** *or* **meet ~ball to ~ball** เป็นการเผชิญหน้ากันอย่างสองต่อสอง; **~bath** *n.* อ่างล้างตา; **~black** *n. (dated)* มาสคารา *(ท.ศ.)* เครื่องสำอางป้ายขนตา; **~bright** *n. (Bot.)* พืชในสกุล *Euphrasia* ใช้ในการรักษาโรคตา; **~brow** *n.* คิ้ว; **raise** *or* **lift an ~brow** *or* **one's ~brows [at sth.]** เลิกคิ้ว; *(fig.) (in surprise)* เลิกคิ้วด้วยความประหลาดใจ; *(superciliously)* เลิกคิ้วอย่างหยิ่งยะโส; **it will raise a few ~brows** มันจะสร้างความประหลาดใจพอสมควร; **up to the** *or* **one's ~brows [in sth.]** จมอยู่กับ *ส.น.*; **~brow pencil** ดินสอเขียนคิ้ว; **~ candy** *n.* คนหล่อ/สวยที่ดึงดูดสายตาเพศตรงข้าม; **~-catching** *adj.* เป็นที่น่าจับตามอง, สะดุดตา; **be [very] ~-catching** สะดุดตามาก; **she is very ~-catching** เธอเป็นคนสวยสะดุดตามาก; **~ contact** *n.* การสบตา

-eyed /aɪd/อายด/ *adj. in comb.* ➤ **118** มีตา; **big-~/bright-~:** ตาโต/ตาเป็นประกาย; **fierce-~/sad-~:** ตาดุร้าย/เศร้า; **be sad-~:** มีตาเศร้า

eye: ~ dropper *n. (Med.)* ที่หยอดน้ำยาหยอดตา; **~ drops** *n. pl. (Med.)* น้ำยาหยอดตา

eyeful /ˈaɪfʊl/ˈอายฟุล/ *n. (coll.) (woman)* ผู้หญิงสะดุดตา; *(sight)* **get an ~ [of sth.]** มอง *ส.น.* อย่างไม่กะพริบตา

eye: ~glass *n. (dated)* แว่นตา; **~ hospital** *n.* โรงพยาบาลจักษุ, โรงพยาบาลรักษาโรคเกี่ยวกับตา; **~lash** *n.* ขนตา

eyeless /ˈaɪlɪs/อายลิซ/ *adj.* ตาบอด

eyelet /ˈaɪlɪt/ˈอายลิท/ *n.* (A) รูเล็ก ๆ *(ในกระดาษ, หนัง, เสื้อผ้า)*, ตาไก่; *(Naut.)* รูร้อยเชือกของใบเรือ; (B) *(to look through)* รู *หรือ* ช่องเล็ก ๆ เพื่อสังเกตการณ์ *หรือ* ส่องยิง

eye: ~ level *n.* ระดับตา; **~lid** *n.* เปลือกตา, หนังตา; **~liner** *n.* ดินสอใช้เขียนขอบตา; **~ make-up** *n.* เครื่องสำอางแต่งตา; **~-opener** *n. (surprise, revelation)* สิ่งที่ทำให้ประหลาดใจ; **the book was an ~-opener to the public** หนังสือทำให้สาธารณชนได้รับรู้ความจริง; **~patch** *n.* ผ้าปิดตา; **~piece** *n. (Optics)* เลนส์ที่ใช้ส่องในกล้อง; **~shade** *n.* เครื่องป้องกันตาจากแสงแดด; **~shadow** *n.* เครื่องสำอางทาเปลือกตา; **~sight** *n.* สายตา, การมองเห็น; **have good ~sight** มีสายตาปกติ; **his ~sight is poor** สายตาเขาไม่ดี; **~sore** *n.* ความน่าเกลียด, ขัดลูกหูลูกตา; **the building is an ~sore** ตึกนี้ขัดตาจริง ๆ; **~ strain** *n.* กล้ามเนื้อตาล้า, ปวดตา; **be a cause of ~ strain** เป็นสาเหตุของการตาล้า; **~ test** *n.* การตรวจวัดสายตา; **~ tooth** *n.* เขี้ยวของกรามบน; **cut one's ~ teeth** *(fig.)* สร้างสมประสบการณ์; **she would give her ~ teeth for it/to do it** เธออยากได้สิ่งนั้น/อยากทำสิ่งนั้นจนตัวสั่น; **~wash** *n.* (A) *(Med.: lotion)* น้ำยาล้างตา; (B) *(coll.) (nonsense)* สิ่งเหลวไหล, สิ่งไม่มีความหมาย, การพูดไม่จริงใจ; **~witness** *n.* พยาน; **be an ~witness of sth.** เป็นพยานว่ามี *ส.น.* เกิดขึ้น; **~witness account** *or* **report** บันทึกหรือรายงานของพยาน

eyrie /ˈɪərɪ/ˈเอียริ/ *n. (nest)* รังของนกล่าเหยื่อ

F f

F, f /ef/เอ็ฟ/ *n., pl.* **Fs** *or* **F's** Ⓐ *(letter)* พยัญชนะตัวที่ 6 ของภาษาอังกฤษ; Ⓑ **F** *(Mus.)* **F, f, F sharp** โน้ตตัวที่สี่ของซีเมเจอร์; Ⓒ **F** *(Sch., Univ.: mark)* คะแนน *หรือ* เครื่องหมายของผลการเรียนที่สอบตก; **he got an F** เขาสอบตก

F. *abbr.* Ⓐ **Fahrenheit** ฟ.; Ⓑ **Fellow;** Ⓒ *(on pencil)* **firm;** Ⓓ ➤ **572 franc;** Ⓔ *(Phys.)* **farad[s]**

f. *abbr.* Ⓐ **female;** Ⓑ **feminine;** Ⓒ **focal length** เอฟ ; **f/8** *(Photog.)* เอฟ 8; Ⓓ **following [page];** Ⓔ **forte;** Ⓕ **folio**

FA *abbr. (Brit.)* **Football Association** *สมาคมฟุตบอลของอังกฤษ*

fa ➡ **fah**

fab /fæb/แฟบ/ *adj (Brit. coll.)* วิเศษ, มหัศจรรย์, สุดยอด

Fabian /ˈfeɪbɪən/ˈเฟเบียน/ *adj. (ยุทธศาสตร์, วิธีรบ)* ที่ระมัดระวังและถ่วงเวลา

fable /ˈfeɪbl/ˈเฟบ'ล/ *n.* Ⓐ *(story of the supernatural, myth, lie)* นิยาย, ตำนาน; **land of ~:** ดินแดนแห่งเทพนิยาย; **separate fact from ~:** แยกเรื่องจริงออกจากเรื่องที่แต่งขึ้นเอง; Ⓑ *(thing that does not really exist, brief story)* นิยายสั้น, นิทานสั้น

fabled /ˈfeɪbld/ˈเฟบ'ลด/ *adj.* Ⓐ *(told as in fable)* **it is ~ that ...:** มีเรื่องเล่าว่า...; Ⓑ *(mythical) (สัตว์, ดินแดน)* แห่งเทพนิยาย; Ⓒ *(celebrated)* มีชื่อเสียง, เรืองนาม

fabric /ˈfæbrɪk/ˈแฟบริค/ *n.* Ⓐ *(material, construction, texture)* โครงสร้าง, สิ่งทอ, เนื้อผ้า, ผ้า; **woven/knitted/ribbed/coarse/mixed ~:** ผ้าทอ/ถัก/เป็นริ้ว/หยาบ/ผสม; Ⓑ *(thing put together)* องค์ประกอบ; Ⓒ *(fig.: frame)* โครงสร้าง; **the ~ of society** โครงสร้างของสังคม; **destroy the ~ of sb.'s life** ทำลายชีวิตของ *ค.น.;* Ⓓ *(of building)* วัสดุก่อสร้าง

fabricate /ˈfæbrɪkeɪt/ˈแฟบริเคท/ *v.t.* Ⓐ *(invent)* แต่งขึ้น, ประดิษฐ์; *(forge)* ปลอม; Ⓑ *(construct, manufacture)* สร้าง, ผลิต

fabrication /fæbrɪˈkeɪʃn/แฟบริˈเคช'น/ *n.* Ⓐ *(of story etc., falsehood)* การแต่งเรื่องขึ้น; **the story is [a] pure ~:** เรื่องนี้เป็นเรื่องโกหกทั้งสิ้น; Ⓑ *(construction, manufacture)* การก่อสร้าง, การผลิต

fabric conditioner *n.* ➡ **~ softener**

ˈfabric softener *n. สารหรือน้ำยาเติมตอนซักผ้าให้นุ่ม*

fabulous /ˈfæbjʊləs/ˈแฟบิวเลิซ/ *adj.* Ⓐ *(unhistorical, legendary, celebrated)* ตามตำนาน, ลือนาม, มีชื่อเสียง; **~ animal/creature** *or* **being** สัตว์/สิ่งมีชีวิตในเทพนิยาย; Ⓑ *(exaggerated)* ที่เกินความเป็นจริง; Ⓒ *(coll.: marvellous)* น่าพิศวง, มหัศจรรย์

façade /fəˈsɑːd/เฟอะˈซาด/ *n. (lit.)* ด้านหน้าของตึก; *(fig.)* โฉมหน้าภายนอกที่เป็นจริง; **that's just a ~** *(fig.)* นั่นเป็นเพียงโฉมหน้าภายนอกเท่านั้น

face /feɪs/เฟซ/ ❶ *n.* Ⓐ ➤ **118** ใบหน้า, หน้า; **wash one's ~:** ล้างหน้า; **blush/be smiling all over one's ~:** ขวยเขิน/ยิ้มทั้งใบหน้า; **go purple** *or* **black in the ~** *(with strangulation)* หน้าเป็นสีคล้ำ; **go blue in the ~** *(with cold)* หน้าซีด; **go red** *or* **purple in the ~** *(with exertion or passion or shame)* หน้าแดง; **the stone struck me on my ~** *or* **in the ~:** ก้อนหินโดนหน้าของฉัน; **the ~ of an angel/a devil/a criminal** ใบหน้าของเทพธิดา/ภูตผีปีศาจ/อาชญากร; **bring A and B ~ to ~:** ให้เอและบีเผชิญหน้า *หรือ* ประจันหน้ากัน; **stand ~ to ~:** ยืนเผชิญหน้า/ประจันหน้ากัน; **meet sb. ~ to ~:** พบกับ *ค.น.* แบบเผชิญหน้ากัน; **come** *or* **be brought ~ to ~ with sb.** เผชิญหน้า/ประจันหน้ากับ *ค.น.;* **come ~ to ~ with the fact that ...:** เผชิญกับความจริงที่ว่า...; **fly in the ~ of sb./sth.** ต่อต้าน *ค.น./ส.น.;* **in [the] ~ of sth.** *(despite)* ทั้ง ๆ ที่, ถึงแม้ว่า; *(confronted with)* ต่อหน้า; **cowardice in the ~ of the enemy** ความขี้ขลาดต่อหน้าศัตรู; **slam the door in sb.'s ~:** ปิดประตูเสียงดังใส่หน้า *ค.น.;* **shine in sb.'s ~:** ส่องหน้า *ค.น.;* **fall [flat] on one's ~** *(lit.)* ล้มไปหน้าคว่ำ; *(fig.)* ทำอะไรผิดพลาด; **look sb./sth. in the ~:** จ้องหน้า *ค.น./ส.น.* เขม็ง; **put one's ~ on** *(coll.)* แต่งหน้า; **set one's ~ against sb./sth.** ต่อต้าน, คัดค้าน *ค.น./ส.น.;* **show one's ~:** ปรากฏตัว, เผยตัว; **tell sb. to his ~ what ...:** บอก *ค.น.* อย่างตรงไปตรงมาว่า...; **use sb.'s nickname to his ~:** เรียกฉายา *ค.น.* ต่อหน้า; **talk/scream/complain** *etc.* **till one is blue in the ~:** พูดคุย/ตะโกน/บ่น ฯลฯ จนหน้ามืด; **shut one's ~** *(sl.)* หยุดพูด, เงียบ; **have the ~ to do sth.** หน้าด้านพอที่จะทำ *ส.น.;* **save one's ~:** รักษาหน้า; **lose ~ [with sb.] [over sth.]** เสียหน้ากับ *ค.น.* [ด้วย *ส.น.*]; **sth. makes sb. lose ~:** *ส.น.* ทำให้ *ค.น.* เสียหน้า; **see by sb.'s ~ that ...:** สังเกตจากสีหน้า/มองดูสีหน้า *ค.น.* ว่า...; **make** *or* **pull a ~/~s [at sb.]** *(to show dislike)* ทำหน้าทะเล้น/บูดเบี้ยว [ใส่ *ค.น.*]; *(to amuse or frighten)* ทำหน้าตลก; **don't make a ~!** อย่าทำหน้าแบบนั้นซิ; **with a ~ like thunder** *or* **as black as thunder** โดยสีหน้าที่แสดงความโกรธมาก; **on the ~ of it** จากลักษณะภายนอก; **change the ~ of sth.** เปลี่ยนโฉมหน้า *ส.น.* ใหม่; **put a good** *or* **bold ~ on it/the matter/the affair** *etc.* ทำหน้ายิ้มแย้มต่อหน้าสถานการณ์เลวร้าย ฯลฯ; Ⓑ *(front) (of mountain, cliff)* หน้าผา; *(of building)* หน้า; *(of clock, watch)* หน้าปัด; *(of dice)* ด้านหนึ่ง; *(of coin, medal, banknote, playing card)* ด้านหน้า; *(of tool)* ด้านหน้า; *(of golf club, cricket bat, hockey stick, tennis racket)* ส่วนที่ใช้ตีลูก; Ⓒ *(surface)* **the ~ of the earth** ผิวโลก; **disappear off** *or* **from the ~ of the earth** สาบสูญไปอย่างไร้ร่องรอย; **be wiped off the ~ of the earth** ถูกลบล้าง; Ⓓ *(Geom.; also of crystal, gem)* ด้านเป็นผลึกใส; Ⓔ ➡ **typeface;** Ⓕ ➡ **coalface.** ➡ + **face down-[ward]; face up[ward]; fall** 2 N; **laugh** 2; **ˈlong** 1 B; **²smack** 1 B; **straight face**

❷ *v.t.* Ⓐ ➤ **191** *(look towards)* มองตรงไปยัง; **sb. ~s the front** *ค.น.* มองตรงไปข้างหน้า; **[stand] facing one another** [ยืน] เผชิญหน้ากัน; **the house facing the church** บ้านที่อยู่ตรงข้ามกับโบสถ์; **the window ~s the garden/front** หน้าต่างเปิดออกไปยังสวน/ด้านหน้า; **travel/sit facing the engine** นั่งหันหน้าไปทางเดียวกับที่รถแล่น; **sit facing the stage** นั่งหันหน้าไปยังเวที; Ⓑ *(fig.: have to deal with)* เผชิญกับ, ประสบกับ *(ความตาย, การคัดค้าน);* **~ trial for murder, ~ a charge of murder** เผชิญกับการพิจารณาคดีฆาตกรรม; Ⓒ *(not shrink from)* ยอมรับ, เอาชนะ; **~ sth. out** ยืนหยัด *ส.น.* จนถึงที่สุด; **~ sb. down** เอาชนะ *ค.น.;* **refuse to be ~d down by threats** ไม่ยอมต่อการถูกข่มขู่; **~ the music** *(fig.)* ยอมรับผิดชอบในสิ่งไม่ดีที่เกิดขึ้น; **let's ~ it** *(coll.)* เราต้องยอมรับกันเถอะ; Ⓓ **be ~d with sth.** ต้องเผชิญกับ *ส.น.;* **~d with these facts** เมื่อต้องเผชิญหน้ากับความเป็นจริงเหล่านี้; **he was ~d with the possibility** เขาต้องเผชิญหน้ากับความเป็นไปได้; **he is ~d with a lawsuit** เขาถูกดำเนินการฟ้องร้องคดี; **the problems/questions that we are ~d with** ปัญหา/คำถามที่เราเผชิญอยู่; Ⓔ *(coll.: bear)* รับภาระ; Ⓕ *(dress, trim)* ตกแต่งด้วย *(เสื้อผ้า);* **a cloak ~d with white** เสื้อคลุมที่ตกแต่งด้วยสีขาว

❸ *v.i.* Ⓐ ➤ **191** *(look)* **~ forwards/backwards** มองไปข้างหน้า/ข้างหลัง; **in which direction was he facing?** เขามองไปยังทิศทางใด; **~ away [from sb.]** หันหน้าออกไป (จาก *ค.น.*); **stand facing away from sb.** ยืนหันหลังให้ *ค.น.;* **~ away from/on to the road/east[wards]** *or* **to[wards] the east** หันออกจาก/ไปทางถนน/หันไปทางทิศตะวันออก; **the side of the house ~s to[wards] the sea** ด้านข้างของบ้านหันไปทางทะเล; Ⓑ *(Amer. Mil.)* หัน, เลี้ยว; **~ about/to the right/left** หมุนตัวกลับ/หันขวา/ซ้าย; **left/right ~!** ซ้าย/ขวาหัน!

~ ˈup to *v.t.* รับมืออย่างกล้าหาญ, เผชิญกับ, ยอมรับ

face:~ card ➡ **court card; ~cloth** *n. (cloth for ~)* ผ้าเช็ดหน้า; **~ cream** *n.* ครีมทาหน้า

-faced /feɪst/เฟสทฺ/ *adj. in comb.* มีสีหน้า, มีหน้าตา

face: ~ ˈdown[ward] *adv.* หน้าคว่ำ; **put one's cards ~ down on the table** คว่ำไพ่ลงบนโต๊ะ; **lie ~ down[ward]** *(บุคคล)* นอนคว่ำ; *(หนังสือ)* คว่ำหน้าลง; ➡ + **face** 2 C; **~ flannel** *(Brit.)* ➡ **~cloth**

faceless /ˈfeɪslɪs/ˈเฟซลิซ/ *adj.* Ⓐ *(without face)* ไม่มีหน้า; Ⓑ *(anonymous)* ไม่ปรากฏชื่อ

face: ~lift *n.* Ⓐ การดึงหน้า; **have** *or* **get a ~lift** ดึงหน้า; Ⓑ *(fig.: improvement in*

f

appearance) ปรับปรุงให้ดูดีขึ้น; **~-off** *n. (Ice Hockey)* การเริ่มต้นเล่น; **~ pack** *n.* ครีมที่โปะหน้าและทิ้งไว้หลายนาที; **~ powder** *n.* แป้งผัดหน้า; **~-saving** ❶ *adj.* ซึ่งรักษาหน้า; **as a ~-saving gesture** เพื่อเป็นการรักษาหน้า ❷ *n.* การรักษาหน้า

facet /ˈfæsɪt/ˈแฟซิท/ *n.* Ⓐ *(of many-sided body, esp. of cut stone)* หน้า; Ⓑ *(aspect)* แง่มุม, ด้าน; **every ~:** ทุกแง่ทุกมุม, ทุกด้าน

faceted /ˈfæsɪtɪd/ˈแฟซซิทิด/ *adj.* ที่เจียระไนแล้ว

facetious /fəˈsiːʃəs/เฟอˈซีเชิซ/ *adj.* ตลกคะนอง; *(impudently)* ทะลึ่ง; **[not] be ~ [about sth.]** [ไม่] ทำตลกคะนอง *หรือ* ทะลึ่ง [เกี่ยวกับ *ส.น.*]

facetiously /fəˈsiːʃəslɪ/เฟอะˈซีเชิซลิ/ *adv.* อย่างตลกคะนอง, อย่างทะลึ่ง

face: ~-to-face *adj.* ต่อหน้า, เผชิญหน้า, ตัวต่อตัว; **~ ˈup[ward]** *adv.* เงยหน้าขึ้น, นอนหงาย; **lie ~ up[ward]** *(บุคคล, หนังสือ)* นอนหงาย; *(open)* หนังสือวางหงาย; **~ value** *n. (Finance)* มูลค่าตามหน้าธนบัตร; **accept sth. at [its] ~ value** *(fig.)* ยอมรับ *ส.น.* ตามที่ปรากฏ; **take sb. at [his/her] ~ value** *(fig.)* ยอมรับ *ค.น.* จากลักษณะภายนอก [ของเขา/เธอ]; **~worker** *n. (Mining)* คนงานเหมืองถ่านหิน

facia /ˈfeɪʃə/ˈเฟเชอะ/ *n.* Ⓐ *(plate)* **~ [board]** ป้ายหน้าร้านบริษัท; Ⓑ *(Motor Veh.)* **~ [board** *or* **panel]** แผ่นแผงอุปกรณ์ของรถยนต์

facial /ˈfeɪʃl/ˈเฟช'ล/ ❶ *adj.* เกี่ยวกับ *หรือ* สำหรับหน้า ❷ *n.* การนวดหน้า; **have a ~:** ให้ช่างเสริมสวยนวดหน้า

facile /ˈfæsaɪl, US ˈfæsɪl/ˈแฟซซายล, ˈแฟซิล/ *adj. (often derog.)* *(งาน, ภาระ)* ง่าย; *(ผู้โกหก)* เก่ง; *(ข้อสังเกต, บุคคล)* ผิวเผิน

facilitate /fəˈsɪlɪteɪt/เฟอˈซิลลิเทท/ *v.t.* ทำให้สะดวกง่ายขึ้น

facilitator /fəˈsɪlɪteɪtə(r)/เฟอะˈซิลลิเทเทอะ(ร)/ *n.* ผู้ช่วยดำเนินการสัมมนา

facility /fəˈsɪlɪtɪ/เฟอˈซิลลิทิ/ *n.* Ⓐ *esp. in pl.* สิ่งอำนวยความสะดวก; **cooking/washing facilities** อุปกรณ์เครื่องครัว/อุปกรณ์ซักผ้า; **sports facilities** อุปกรณ์การกีฬา; **drying facilities** *(indoor)* ห้องอบผ้า; *(outdoor)* ลานตากผ้า; **postal facilities** ที่ทำการไปรษณีย์; **shopping facilitics** การมีร้านค้า; **banking facilities** ธนาคาร; **travel facilities** ระบบการขนส่ง; Ⓑ *(unimpeded opportunity)* โอกาส; Ⓒ *(ease, aptitude, freedom from difficulty)* ความง่าย, ความถนัด; *(dexterity)* ความคล่อง; **~ in speech/writing** การพูด/เขียนคล่อง

facing /ˈfeɪsɪŋ/ˈเฟซิง/ *n.* Ⓐ *(on garment)* การเย็บ/ขลิบขอบ; Ⓑ *in pl. (cuffs, collar, etc. of jacket)* ส่วนที่เป็นข้อมือ, คอเสื้อ; Ⓒ *(covering)* สิ่งปกปิด

facsimile /fækˈsɪmɪlɪ/แฟ็คˈซิเมอะลิ/ *n.* Ⓐ สำเนา *(งานเขียน, งานพิมพ์)* ที่เหมือนของจริงทุกประการ; Ⓑ *(Telecommunications)* ➡ **fax 1**

fact /fækt/เฟ็คทฺ/ *n.* Ⓐ *(true thing)* ข้อเท็จจริง, ความจริง; **~s and figures** ข้อเท็จจริงและตัวเลข; **the ~ remains that ...:** ข้อเท็จจริงมีอยู่ว่า...; **the true ~s of the case** *or* **matter** ข้อเท็จจริงของเรื่องนี้; **know for a ~ that ...:** รู้แน่นอนว่า *หรือ* เป็นที่ทราบแน่ชัดว่า...; **is that a ~?** *(coll.)* นั่นเป็นความจริงหรือ; **and that's a ~:** และนั่นคือความจริง; **the value/reason lies in the ~ that ...:** คุณค่า/เหตุผลอยู่ที่ข้อเท็จจริงที่ว่า...; **look the ~s in the face, face [the]~s** เผชิญกับข้อเท็จจริง; **it is a proven/an established/an undisputed/an accepted ~ that ...:** เป็นข้อเท็จจริงที่พิสูจน์/ยืนยัน/ไม่มีข้อโต้แย้ง/ยอมรับแล้วว่า...; **the ~ [of the matter] is that ...:** เรื่องจริง/ข้อเท็จจริงคือ...; **[it is a] ~ of life** เป็นข้อเท็จจริงที่ต้องยอมรับ; **tell** *or* **teach sb. the ~s of life** *(coll. euphem.)* บอก *หรือ* สอน *ค.น.* เกี่ยวกับเรื่องทางเพศ; Ⓑ *(reality)* ความเป็นจริง, สัจธรรม; **distinguish ~ from fiction** แยกเรื่องจริงจากเรื่องที่แต่งขึ้น; **in ~:** ในความเป็นจริง; **I don't suppose you did/would do it? – In ~, I did/would** ฉันไม่คิดว่าคุณทำ/จะทำสิ่งนั้น แต่จริง ๆ แล้วฉันทำไปแล้ว/ก็ทำได้; **I was planning to go to your party and had in ~ bought a bottle of wine** ฉันตั้งใจจะไปงานเลี้ยงของคุณและได้ซื้อเหล้าไวน์มาด้วย 1 ขวด; **he was supposed to arrive before eight, but he didn't in ~ get here till after twelve** เขาควรจะมาถึงก่อนแปดโมง แต่ในที่สุดเขามาถึงที่นี่หลังเที่ยง; **he has left us; in ~ he is not coming back** เขาทิ้งพวกเราไปแล้ว แล้วเขาจะไม่กลับมาอีก; **I don't think he'll come back; in ~ I know he won't** ฉันไม่คิดว่าเขาจะกลับมาและจริง ๆ แล้ว ฉันรู้ว่าเขาจะไม่กลับ; Ⓒ *(thing assumed to be ~)* สิ่งที่คาดว่าจะเป็นความจริง; **deny the ~ that ...:** ปฏิเสธความจริงที่ว่า...; Ⓓ *(Law: crime)* การทำความผิดทางอาญา; **be an accessory before/after the ~:** เป็นผู้สมคบก่อน/หลังการกระทำผิด

ˈfact-finding *attrib. adj.* *(การสำรวจ, การเดินทาง)* หาข้อเท็จจริง/หาข้อมูล; **~ committee/trip/study** คณะกรรมการ/การเดินทาง/การศึกษาหาข้อมูล

faction /ˈfækʃn/ˈแฟ็คช'น/ *n.* Ⓐ *(party or group)* กลุ่ม, เหล่า, พวก, ฝ่าย; Ⓑ *no pl. (party strife)* การทะเลาะภายในกลุ่ม

factional /ˈfækʃənl/ˈแฟ็คเชิน'ล/ *adj.* *(การทะเลาะ, การแตกแยก)* เป็นก๊กเป็นเหล่า; **a ~ group/splinter group** กลุ่มที่แยกออกจากกลุ่มใหญ่

factious /ˈfækʃəs/ˈแฟ็คเชิซ/ *adj.* เล่นพรรคเล่นพวก, แบ่งแยกเป็นกลุ่ม

factitious /fækˈtɪʃəs/แฟ็คˈทิชเชิซ/ *adj.*, **factitiously** /fækˈtɪʃəslɪ/แฟ็คˈทิชเชิซลิ/ *adv.* เทียม, ที่แต่งขึ้นโดยมนุษย์, ไม่เป็นธรรมชาติ

factor /ˈfæktə(r)/ˈแฟ็คเทอะ(ร)/ ❶ *n.* Ⓐ *(Math.; also fact, circumstance)* ปัจจัย, กรณี; Ⓑ *(Biol.)* ตัวประกอบ, กรรมพันธุ์/ตัวประกอบฐาน; Ⓒ *(merchant)* ตัวแทน; Ⓓ *(Scot.: land agent, steward)* ผู้ดูแลผลประโยชน์เกี่ยวกับที่ดิน; Ⓔ *(agent, deputy)* ตัวแทน; ➡ + **common factor** ❷ *v.t.* Ⓐ *(Math.)* แยกเป็นตัวประกอบ; Ⓑ *(resolve into components)* แยกเป็นส่วนประกอบ

factoring /ˈfæktərɪŋ/ˈแฟ็คเทอะริง/ *n.* *(Commerc.)* การดำเนินกิจการเป็นตัวแทน; การให้กู้โดยพิจารณารายรับในบัญชีของบริษัท; การรับซื้อสิทธิเรียกร้องที่เกิดจากการจำหน่ายสินค้า/บริการแทนเจ้าของกิจการ

factorize (factorise) /ˈfæktəraɪz/ˈแฟ็คเทอะรายซฺ/ *(Math.)* ❶ *v.t.* แยกให้เป็นตัวประกอบ ❷ *v.i.* สามารถแยกให้เป็นตัวประกอบได้

factory /ˈfæktərɪ/ˈแฟ็คเทอะริ/ *n.* โรงงาน; **a ~ for assembling cars/machines** โรงงานประกอบรถยนต์/เครื่องจักร

factory: ~ ˈfarm *n. (Agric.)* ฟาร์มซึ่งมีลักษณะโรงงาน; **~ ˈfarming** *n.* การเลี้ยงสัตว์แบบโรงงาน; **the ~ farming of salmon** การมีฟาร์มปลาแซลมอนเชิงอุตสาหกรรม; **~-made** *adj.* ผลิตในโรงงาน; **~-made clothes/furniture** เสื้อผ้า/เฟอร์นิเจอร์ผลิตจากโรงงาน; **~ ship** *n.* เรือประกอบการแปรรูป *(ปลา)*; **~ work** *n.* งานในโรงงาน; **~ worker** *n.* ➤ **489** คนงานในโรงงาน

factotum /fækˈtəʊtəm/แฟ็คˈโทเทิม/ *n.* คนงาน *หรือ* ลูกจ้าง ซึ่งทำงานเบ็ดเตล็ดทุกอย่าง

ˈfact sheet *n.* เอกสารที่ให้ข้อมูลที่เป็นประโยชน์ในเรื่องใดเรื่องหนึ่ง

factual /ˈfæktʃʊəl/ˈแฟ็คฌวล/ *adj.* เป็นจริง, ตามความเป็นจริง, ตามข้อเท็จจริง; **~ error** การผิดพลาดด้านข้อเท็จจริง

factually /ˈfæktʃʊəlɪ/ˈแฟ็คฌัวลิ/ *adv.* อย่างเป็นจริง, โดยข้อเท็จจริง

faculty /ˈfækəltɪ/ˈแฟ็คเคอะทิ/ *n.* Ⓐ *(physical capability)* ความสามารถทางกายภาพ, สมรรถพล *(ร.บ.)*; **~ of sight/speech/hearing/thought** ความสามารถในการมองเห็น/การพูด/การฟัง/การคิด; Ⓑ *(mental power)* **mental ~, ~ of the mind** พลังจิต; **in [full] possession of [all] one's faculties** โดยมีสติครบถ้วน; **all one's creative faculties** พลัง *หรือ* ความสามารถในการสร้างสรรค์ทั้งหมด; Ⓒ *(aptitude)* ความสามารถ, ความถนัด; **have a ~ for doing sth.** มีความสามารถในการทำ *ส.น.*; Ⓓ *(Univ.: department)* คณะ; **~ of arts/sciences/medicine** คณะอักษรศาสตร์/วิทยาศาสตร์/แพทยศาสตร์; Ⓔ *(Amer. Sch., Univ.: staff)* อาจารย์ประจำคณะ; Ⓕ *(members of particular profession)* บุคคลทั้งหลายในวิชาชีพเฉพาะ; **the [medical] ~:** บุคคลในวงการแพทย์

fad /fæd/แฟด/ *n.* สิ่งที่นิยมชั่วระยะหนึ่ง; **the latest fashion ~:** แฟชั่นล่าสุด; **a ~ for doing sth.** ความนิยมที่จะทำ *ส.น.*

faddish /ˈfædɪʃ/ˈแฟดิช/, **faddy** /ˈfædɪ/ˈแฟดิ/ *adjs.* *(บุคคล, ความนิยม)* ตามแฟชั่น

fade /feɪd/เฟด/ ❶ *v.i.* Ⓐ *(droop, wither)* *(ดอกไม้, ใบไม้)* เลือน, เหี่ยวแห้ง; Ⓑ *(lose freshness, vigour)* ขาดความสดชื่น; *(ผู้หญิง, ความสวยงาม)* ขาดความเบิกบาน; Ⓒ *(lose colour)* ซีด, จาง; **~ [in colour]** [สี] จางไป; **guaranteed not to ~:** รับประกันว่าสีไม่ซีด; Ⓓ *(grow pale, dim)* **the light ~d [into darkness]** มืดลง; **the fading light of evening** แสงในตอนเย็นที่กำลังมืดลง; Ⓔ *(fig.: lose strength)* *(ความต้องการ, ความพยายาม)* อ่อนลง; เลือนลาง *(ความทรงจำ, ความหวัง, ความฝัน)*; *(ความสร้างสรรค์)* น้อยลง; *(ความรัก, ความเป็นเพื่อน)* ค่อย ๆ หมดไป; **~ from sb.'s mind** เลือนไปจากความทรงจำของ *ค.น.*; Ⓕ *(disappear, depart, leave)* *(ความหมาย)* หายไป; *(blend)* กลมกลืน **(into** เข้ากับ); *(grow faint)* *(ภาพ)* เลือนหายไปเมื่อออกห่าง; *(เสียง)* เบาลง; **~ into the distance** ค่อย ๆ หายลับตาไป *(เสียง)* เบาลงเมื่อระยะทางไกลขึ้น; **~ from sight** *or* **sb.'s eyes** หายไปจากสายตาของ *ค.น.*; **his smile ~d from his face** รอยยิ้มเลือนหายไปจากใบหน้าของเขา; Ⓖ *(lose power)* *(เบรก)* สูญเสียพลัง; Ⓗ *(Telev., Cinemat.)* **~ [down]** ภาพค่อย ๆ เลือนหายไป; **~ up** ภาพค่อย ๆ ปรากฏ; *(Radio)* **~ [down]/up** *(เสียง)* ค่อย ๆ เบาลง/ดังขึ้น; Ⓘ *(deviate)* *(ลูกที่ตีไป)* หันเห, เบี่ยง ❷ *v.t.* Ⓐ *(cause to ~)* ทำให้ซีด, จางลง *(ผ้าม่าน, พรม, สี)*; Ⓑ *(Radio, Telev., Cinemat.)* ทำให้กลมกลืนกับอีกฉาก/ช่วง; **~ one scene into another** ต่อฉากหนึ่งเข้ากับอีกฉากหนึ่ง; **~ a sound down/up** ทำให้เสียงค่อย ๆ เบาลง/ดังขึ้น

❸ *n. (Radio, Telev., Cinemat., Motor Veh.)* การที่ *(เสียง, ภาพ)* ค่อย ๆ เปลี่ยนสภาพ

~ a'way *v.i.* Ⓐ เลือนหายไป; *(สี)* จางหายไป; *(เสียง)* อ่อนลง; *(ความสนใจ, ความหวัง)* หมดไป; *(คนผอม)* ผอมลงไปอีก; **the daylight ~d away** มืดลง; Ⓑ *(depart, leave)* จากไป

~'in *(Radio, Telev., Cinemat.)* ❶ *v.i. (เสียง)* ค่อย ๆ ดังขึ้น; *(ภาพ)* ค่อย ๆ ปรากฏขึ้น ❷ *v.t.* ทำให้ *(เสียง)* ค่อย ๆ ดังขึ้น, ทำให้ *(ภาพ)* ค่อย ๆ ปรากฏขึ้น; ➡ + **fade-in**

~ 'out ❶ *v.i.* Ⓐ *(Radio.) (เสียง)* ค่อย ๆ เบาลง; *(Telev., Cinemat.) (ภาพ)* ค่อย ๆ จางหายไป; Ⓑ *(disappear, depart)* **~ out of sb.'s life/mind** ค่อย ๆ หายไปจากชีวิต/ความทรงจำของ ค.น. ❷ *v.t. (Radio, Telev., Cinemat.)* ทำให้ *(เสียง)* ค่อย ๆ เบาลง; ทำให้ *(ภาพ)* ค่อย ๆ จางหายไป; ➡ + **fade-out**

faded /'feɪdɪd/'เฟดิด/ *adj. (ดอกไม้, ใบไม้)* เหี่ยวแห้ง; *(เสื้อผ้า)* สีซีด/จางลง; *(ความสวย)* หมดไป; *(ความทรงจำ)* ลบเลือน

'fade-in *n. (Radio)* การทำให้เสียงค่อย ๆ ดังขึ้น; *(Telev., Cinemat.)* การทำให้ภาพค่อย ๆ ปรากฏขึ้น

fadeless /'feɪdlɪs/'เฟดลิซ/ *adj. (ผ้า)* ไม่จาง; *(สี)* ไม่ซีด

'fade-out *n.* Ⓐ *(Radio)* การทำให้เสียงค่อย ๆ เบาลง; *(Telev., Cinamat.)* การทำให้ภาพค่อย ๆ จางหายไป; Ⓑ *(Radio: by ionospheric disturbances)* การอ่อนลงของคลื่นเสียงวิทยุเนื่องมาจากคลื่นรบกวน; Ⓒ *(fig.: disappearance)* การสาบสูญ

fading /'feɪdɪŋ/'เฟดิง/ *n. (Radio)* การทำให้เสียงค่อย ๆ เบาลง

faecal /'fi:kl/'ฟีค'ล/ *adj. (Physiol.)* เกี่ยวกับมูล, อุจจาระ

faeces /'fi:si:z/'ฟีซีซฺ/ *n. pl.* อุจจาระ, มูล

faff about /fæf ə'baʊt/แฟฟ เออะ'เบาทฺ/ *v.i. (Brit. coll.)* วุ่นวาย; **stop faffing about!** อย่าวุ่นวาย หรือ ใจเย็น ๆ

¹**fag** /fæg/แฟกฺ/ ❶ *v.i.* **-gg-:** Ⓐ *(toil)* ทำงานหนัก, ทำงานตรากตรำ *([away] at)*; Ⓑ *(Brit. Sch.)* **~ for a senior** รับใช้นักเรียนรุ่นอาวุโสกว่า ❷ *v.t.,* **-gg-: ~ sb. [out]** ทำให้ ค.น. หมดกำลัง; **~ oneself out** ทำงานจนหมดกำลัง; **be ~ged out** เหน็ดเหนื่อย, หมดกำลัง
❸ *n.* Ⓐ *(Brit. coll.)* งานที่น่าเบื่อ; Ⓑ *(Brit. Sch.)* นักเรียนรุ่นน้องที่รับใช้นักเรียนรุ่นอาวุโสกว่า; Ⓒ *(coll.: cigarette)* บุหรี่

²**fag** *n. (sl. derog.: homosexual)* กะเทย

'fag end *n.* Ⓐ *(remnant)* เศษ หรือ ส่วนที่เหลือเล็กน้อย; Ⓑ *(coll.: cigarette end)* ก้นบุหรี่

faggot *(Amer.:* **fagot***)* /'fægət/'แฟเกิทฺ/ *n.* Ⓐ *(sticks, twigs)* มัดของกิ่งไม้/ฟืน; Ⓑ *usu. in pl. (Gastr.)* ตับบดปั้นเป็นก้อนและปรุง; Ⓒ *(woman)* ผู้หญิงที่ไม่น่าคบ; Ⓓ *(sl. derog.: homosexual)* กะเทย

fah /fɑ:/ฟา/ *n. (Mus.)* เสียงฟา *(ท.ศ.)* โน้ตตัวที่ 4 ของ C เมเจอร์

Fahr. *abbr.* **Fahrenheit, F**

Fahrenheit /'færənhaɪt/'แฟเรินไฮทฺ/ *adj.* ➤ **914** ฟาเรนไฮท์ *(ท.ศ.)*; **~ scale** ระดับองศาฟาเรนไฮท์ *(มีจุดเดือดที่ 212 องศาและจุดเยือกแข็งที่ 32 องศา)*

fail /feɪl/เฟล/ ❶ *v.i.* Ⓐ *(not succeed)* ล้มเหลว, ไม่ประสบผลสำเร็จ; **~ in sth.** ล้มเหลวกับ ส.น.; **he ~ed in doing it** เขาทำสิ่งนั้นไม่สำเร็จ; **~ in one's duty** ล้มเหลวในหน้าที่; **~ as a human being/a doctor** ล้มเหลวในการเป็นมนุษย์/แพทย์; **he ~ed in his attempts to escape** เขาหนีไม่สำเร็จ; Ⓑ *(miscarry, come to nothing)* ล้มเหลว; **if all else ~s** ถ้าทุกสิ่งทุกอย่างล้มเหลว; Ⓒ *(become bankrupt)* ล้มละลาย; Ⓓ *(in examination)* สอบตก, สอบไม่ผ่าน; Ⓔ *(be rejected) (ผู้สมัคร)* ไม่ได้รับการยอมรับ, ไม่ผ่าน; Ⓕ *(become weaker) (สายตา, แรง)* เสื่อมลง; *(การหายใจ)* เบาลง; *(ความหวัง)* หมดไป; **his voice ~ed** เสียงเขาหายไป; **he** *or* **his health is ~ing** สุขภาพของเขาทรุดโทรมลง; **the light was ~ing** *(fig. literary)* กำลังมืดลง; Ⓖ *(break down, stop) (ความพยายาม)* หยุดไป; *(รถ)* เสีย; Ⓗ *(prove misleading) (การทำนาย)* ไม่ถูกต้อง; Ⓘ *(be insufficient) (การเกี่ยวข้าว)* ไม่เพียงพอ; Ⓙ *(formal: fall short)* **sth. ~s of its intended effect** ส.น. ไม่ประสบผลดังที่ได้ตั้งใจไว้
❷ *v.t.* Ⓐ **~ to do sth.** *(not succeed in doing)* ทำ ส.น. ไม่สำเร็จ; **~ to reach a decision** ตัดสินใจไม่ได้; **~ to achieve one's purpose/aim** ไม่บรรลุจุดมุ่งหมาย/เป้าหมายของตน; **~ to pass an exam** สอบตก; **~ to remember sth.** ลืม ส.น., จำ ส.น. ไม่ได้; **his hopes ~ed to materialize** เขาไม่สมหวัง; **the letter ~ed to reach its destination** จดหมายไม่ถึงปลายทาง; Ⓑ *(be unsuccessful in)* ไม่ประสบความสำเร็จ *(ในการสอบ, ในการสมัครงาน)*; Ⓒ *(reject)* ถูกปฏิเสธ *(ในการสมัคร)*; Ⓓ **~ to do sth.** *(not do)* ไม่ทำ ส.น.; *(neglect to do)* ละเลยในการทำ ส.น.; **not ~ to do sth.** ทำ ส.น.; **he never ~s to send me a card** เขาส่งบัตรอวยพรมาให้ฉันเสมอ; **I ~ to see the reason why ...:** ฉันไม่เข้าใจว่าทำไม...; Ⓔ *(not suffice for)* ไม่แข็งแรงพอ; **his legs ~ed him** เขาเดินไม่ไหวแล้ว; **his heart** *or* **courage ~ed him** เขาหมดความกล้า; **words ~ sb.** ค.น. พูดไม่ออก; Ⓕ **the wind ~ed us** *(did not blow)* ลมไม่แรงพอ; *(was blowing the wrong way)* ทิศทางลมไม่เหมาะสม
❸ *n.* **without ~:** แน่นอน; ไม่มีการผิดพลาด

failed /feɪld/เฟลดฺ/ *attrib. adj.* ที่สอบไม่ผ่าน, สอบตก; *(บริษัท, การแต่งงาน, บุคคล)* ล้มเหลว

failing /'feɪlɪŋ/'เฟลิง/ ❶ *n.* ข้อบกพร่อง ❷ *prep.* **~ that** *or* **this** มิฉะนั้น; **~ which** หาก, ถ้า; **~ which you can ...:** ถ้าเช่นนั้นคุณสามารถ ... ❸ *adj. (สุขภาพ)* โทรมลง; *(บริษัท)* ที่ใกล้จะล้มเหลว; *(ความกล้า, แสงสว่าง)* ที่กำลังหมดไป

'fail-safe *adj. (วิธีการ, แผน)* ที่ไม่มีพลาด; *(การเตรียมการ)* ป้องกันได้

failure /'feɪljə(r)/'เฟเลีย(ร)/ *n.* Ⓐ *(omission, neglect)* การละเลย, การละเว้น; **~ to do sth.** การละเลยที่จะทำ ส.น.; **~ to observe** *or* **follow the rule** การฝ่าฝืนกฎ; **~ to appear in court** การไม่ปรากฏตัวต่อหน้าศาล; **~ to deliver goods** การไม่ส่งสินค้า; **~ to pass an exam** การสอบตก; Ⓑ *(lack of success)* ความล้มเหลว; *(of an application)* การไม่ผ่าน; **be doomed to ~, be bound to end in ~:** จะต้องจบลงด้วยความล้มเหลว; **end in ~:** จบลงด้วยความล้มเหลว; Ⓒ *(unsuccessful person or thing)* ผู้ที่ไม่ประสบความสำเร็จ, สิ่งที่ล้มเหลว; **the party/play/film was a ~:** งานเลี้ยง/ละคร/ภาพยนตร์ไม่ได้รับความนิยม; **our plan/attempt was a ~:** แผนการ/ความพยายามของพวกเราไม่ประสบความสำเร็จ; **the cake/dish turned out a ~:** ขนมเค้ก/อาหารทำออกมาไม่ดี; **be a ~ as a doctor/teacher** ไม่สำเร็จในการเป็นหมอ/ครู; **be a ~ at doing sth.** ล้มเหลวในการทำ ส.น.; Ⓓ *(non-occurrence of a process)* **the ~ of the medicine to have the desired effect** การที่ยาไม่มีผลตามที่คาดไว้; **my ~ to understand his motives** ความที่ฉันไม่เข้าใจเจตนาของเขา; **his ~ to keep in touch/to contact us was ...:** ความเพิกเฉยของเขาที่จะ[คอย] ติดต่อกับพวกเราเป็นการ...; Ⓔ *(running short, breaking down) (of supply)* ความขาดแคลน, การเสีย; *(of engine, generator)* การเสีย; **signal/pump/engine/generator ~:** การไม่ทำงานของสัญญาณ/เครื่องสูบน้ำ/เครื่องยนต์/เครื่องกำเนิดไฟฟ้า; **power** *or* **electricity ~:** ไฟฟ้าดับ; **brake ~:** การเสีย/ขัดข้องของเบรก; **crop ~, ~ of crops** การเพาะปลูกไม่ได้ผล; Ⓕ *(Med.) (ปอด, หัวใจ)* หยุดทำงาน; Ⓖ *(deterioration, weakening) (of health)* ความทรุดโทรม, ความอ่อนแอลง; *(of hearing, eyesight, strength)* การเสื่อมลง; *(of energy)* การลดลง; *(of courage)* การหมดไป; Ⓗ *(absence, non-existence)* การขาด, การไม่มี; **~ of justice** การไร้ซึ่งความยุติธรรม; Ⓘ *(bankruptcy)* การล้มละลาย; **a bank ~:** การล้มละลายของธนาคาร

fain /feɪn/เฟน/ *arch.* ❶ *adj.* ด้วยความยินดี, เต็มใจ ❷ *pred. adj.* เต็มใจ, ยินดี; **be ~ to do** *or* **of doing sth.** เต็มใจที่จะทำ ส.น.

faint /feɪnt/เฟนทฺ/ ❶ *adj.* Ⓐ *(dim, indistinct, pale) (ลายเส้น, ภาพ)* มัว; *(ลายมือ, ภาพ, สำเนา)* ไม่ชัด; *(สี)* ซีด; *(เสียง)* ค่อย ๆ เบา ๆ; Ⓑ *(weak, vague) (ความหวัง, โอกาส)* เป็นไปได้น้อย; *(ความจำ)* เลือนลาง, พร่า; **not have the ~est idea** *or* **notion** ไม่ทราบเลย; **Where is he? – I haven't the ~est idea** *or (coll.)* **~est** เขาอยู่ที่ไหน ฉันไม่รู้เลยแม้แต่นิด; Ⓒ *(giddy, weak)* วิงเวียน, อ่อนแอ; **she felt/looked ~:** เธอรู้สึกวิงเวียน/ดูเหมือนว่าจะเป็นลม; **be ~ with** *or* **feel ~ from hunger** *etc.* รู้สึกวิงเวียน/จะเป็นลมจากความหิว ฯลฯ; **his breathing grew ~:** ลมหายใจเขาอ่อนลง; Ⓓ *(timid)* ขี้ขลาด; **~ heart never won fair lady** *(prov.)* ใครไม่กล้าคนนั้นก็จะไม่ชนะ; Ⓔ *(feeble) (การต่อต้าน)* อ่อนแอ; *(การชมเชย)* เสื่อมถอย; *(การพยายาม)* ไม่เอาจริงเอาจัง; ➡ + **damn** 1 A; Ⓕ ➡ ²**feint**
❷ *v.i.* เป็นลม, หมดสติ
❸ *n.* การเป็นลม, การหมดสติ; **in a [dead] ~:** การเป็นลม, หมดสติ; **go off in** *or* **fall into a ~:** เป็นลม, หมดสติ

faint: ~-heart *n.* คนขี้ขลาด; **~-hearted** *adj.* ขี้ขลาด; **~-heartedly** *adv.* อย่างขี้ขลาด, อย่างขลาดกลัว

faintly /'feɪntlɪ/'เฟนทฺลิ/ *adv.* Ⓐ *(indistinctly) (ได้ยิน, เห็น)* อย่างไม่ชัด, อย่างเลือนลาง; Ⓑ *(slightly) (หวัง, สนใจ)* อย่างน้อยนิด, อ่อน; Ⓒ *(feebly)* อ่อนแอ

faintness /'feɪntnɪs/'เฟนทฺนิซ/ *n., no pl.* Ⓐ *(dimness, feebleness) (of marking, outline, voice)* ความไม่ชัด, ความอ่อนแอ, ความกะปลกกะเปลี้ย; *(of resemblance)* ความไม่คล้ายคลึง; *(of colour)* ความซีด; *(of old photograph)* รูปถ่ายสีมัว; **the ~ of the smell/light** กลิ่นอ่อน/แสงสลัว; **the ~ of his smile/recollection** การยิ้มแบบจืด ๆ/ความจำอย่างเลือนลางของเขา; Ⓑ *(dizziness)* ความอ่อนเพลีย, หน้ามืด, ความวิงเวียน; **feeling of ~:** ความรู้สึกวิงเวียน; Ⓒ *(cowardice)* **~ of spirits** ความขลาด; **~ of heart** *(literary)* ความขลาดกลัว

¹**fair** /feə(r)/แฟ(ร)/ *n.* Ⓐ *(gathering)* ตลาดนัด; *(with shows, merry-go-rounds)* งานออก

f

ร้าน, งานวัด; **village/cattle ~:** ตลาดนัดประจำหมู่บ้าน/ตลาดปศุสัตว์; **a day after the ~** *(fig.)* ช้าไป, สายไป; Ⓑ ➡ fun-fair; Ⓒ *(exhibition)* นิทรรศการ, งานออกร้าน; **agricultural/world /industries ~:** นิทรรศการการเกษตร/โลก/อุตสาหกรรม; **book/antiques/trade ~:** นิทรรศการหนังสือ/วัตถุโบราณ/การค้า *หรือ* งานแสดงสินค้า

[2]fair /feə(r)/แฟ(ร)/ ❶ *adj.* Ⓐ *(just)* *(คำตอบ)* ถูกต้อง, *(การตัดสิน)* ยุติธรรม; *(คำถาม)* ที่มีเหตุผล *(representative, typical)* เป็นตัวอย่าง, เป็นตัวแทน; **be ~ with** *or* **to sb.** ยุติธรรมต่อ *ค.น.*; **it's only ~ to do sth./for sb. to do sth.** มันก็ถูกต้องอยู่แล้วที่จะทำ *ส.น.*/ที่ *ค.น.* ที่จะทำ *ส.น.*; **strict but ~:** เข้มงวดแต่ว่ายุติธรรม; **a ~ day's wages for a ~ day's work** ค่าจ้างสมกับงาน; **that's not ~, you're not ~:** มันไม่ยุติธรรม, คุณไม่ยุติธรรม; **[well, that's] ~ enough!** *(coll.)* ไม่มีอะไรจะคัดค้าน; *(OK)* ตกลง; **by ~ means or foul** ด้วยวิธีการที่ซื่อตรงหรือไม่; **all's ~ in love and war** ในเรื่องสงครามและความรัก ไม่มีการคำนึงเรื่องความยุติธรรม; **~ play** การเล่นอย่างยุติธรรม; **~ play in business** การค้าขายโดยยุติธรรม; **~ and square** จริงใจ, ซื่อตรง; ➡ + crack 1 A; [1]deal 3 A; [2]do D; field 1 E; [1]game 1 G; share 1 A; Ⓑ *(not bad, pretty good)* ไม่เลว, ดีมาก, เหมาะสม, พอสมควร; **a ~ amount of work** มีงานมากพอใช้; **she has a ~ amount of sense** เธอเป็นคนมีเหตุมีผลพอสมควร; **not all, but a ~ number** ไม่ใช่ทั้งหมด แต่จำนวนมากทีเดียว; **be a ~ judge of character** เป็นคนที่บอกลักษณะนิสัยของผู้อื่นได้อย่างถูกต้อง; ➡ + middling 1 B; Ⓒ *(favourable)* *(อากาศ)* ดี; *(ทิศทางลม)* น่าพอใจ; *(ท้องฟ้า)* แจ่มใส; **the barometer/weather is set ~:** เครื่องวัดอากาศแสดงว่าอากาศดี/อากาศจะดีต่อไป; **be in a ~ way to doing sth.** มีทัศนะที่ดีที่จะทำ *ส.น.*; **be in a ~ way to succeed/winning** มีโอกาสที่จะประสบความสำเร็จ/ได้รับชัยชนะ; Ⓓ *(considerable, satisfactory)* *(ความสามารถ, มรดก)* ที่กว้างขวาง, น่าพอใจ; Ⓔ *(specious)* *(คำพูด, สัจธรรม)* ฟังดีแต่ความจริงไม่ใช่; Ⓕ *(complimentary)* *(การพูด)* ยกยอ, ยกย่อง; Ⓖ *(blond)* *(ผม)* ทอง; *(not dark)* สีอ่อน; **very ~:** *(ผม)* สีอ่อนมาก; **a ~ head** หัวทอง; Ⓗ *(poet. or literary: beautiful)* สวยงาม, น่ารัก; *(pure, unsullied)* บริสุทธิ์, ไร้มลทิน; **the ~ sex** สุภาพสตรี; **with her own ~ hands** *(iron.)* ด้วยมือที่อ่อนนุ่มของเธอเอง; Ⓘ *(clean, clear)* *(น้ำ)* สะอาด; *(ลายมือ)* ที่สวย; **~ copy** การลอกเขียนใหม่; **make a ~ copy of sth.** ลอกเขียน *ส.น.* ❷ *adv.* Ⓐ *(in a ~ manner)* *(ต่อสู้, ประพฤติ)* อย่างยุติธรรม; Ⓑ *(coll.: completely)* อย่างสมบูรณ์; **the sight ~ took my breath away** ภาพที่เห็นทำให้ฉันตื่นเต้นมาก; Ⓒ **~ and square** *(honestly)* อย่างซื่อตรง; *(accurately)* อย่างเที่ยงตรง; ➡ + bid 2 A; dinkum; play 2 A. ❸ *n.* **~'s ~** *(coll.)* การดำเนินไปด้วยความยุติธรรม

fair: ~ 'copy การลอกเขียนใหม่; **make a ~ copy of sth.** ลอกเขียน *ส.น.*; **~-faced** *adj.* *(having light complexion)* ผิวหน้าขาว; **~ground** *n.* ที่จัดงานวัด/นิทรรศการ; **~-haired** *adj.* ผมสีทอง; **~haired boy** *(Amer. fig.)* ที่รัก, คนโปรด

fairing *n.* *(structure)* โครงบนเรือ รถ ฯลฯ เพื่อให้ลมผ่านดีขึ้น

fairish /'feərɪʃ/'แฟริช/ *adj.* ดีปานกลาง, ดีพอสมควร, ใช้ได้

'Fair Isle *attrib. adj.* *(Textiles)* แบบเสื้อสเวตเตอร์ที่ทอในเกาะเชทแลนด์

fairly /'feəlɪ/'แฟลิ/ *adv.* Ⓐ *(การต่อสู้, แข่งขัน)* อย่างยุติธรรม; *(การจัดการ, ดำเนินการ)* อย่างถูกต้อง; **come by sth. ~:** ได้ *ส.น.* มาอย่างถูกทำนองคลองธรรม; Ⓑ *(tolerably)* พอประมาณ; Ⓒ *(completely)* อย่างสมบูรณ์, อย่างมาก; **it ~ took my breath away** มันทำให้ฉันตื่นเต้นอย่างมาก; Ⓓ *(actually)* อย่างแท้จริง; **I ~ jumped for joy** ฉันกระโดดโลดเต้นด้วยความสุขที่แท้จริง; Ⓔ **~ and squarely** *(honestly)* อย่างตรงไปตรงมา, อย่างซื่อสัตย์; *(accurately)* อย่างถูกต้อง, อย่างเที่ยงตรง; **look at a situation ~ and squarely** ประเมินสถานการณ์อย่างที่เป็นจริง; **beat sb. ~ and squarely** ชนะ *ค.น.* อย่างสิ้นเชิง

'fair-minded *adj.* เที่ยงธรรม, ยุติธรรม, ไม่ลำเอียง

fairness /'feənɪs/'แฟนิซ/ *n., no pl.* ความยุติธรรม; **sense of ~:** การรักความยุติธรรม; **in all ~ [to sb.]** เพื่อยุติธรรม *(กับ ค.น.)*

fair: ~-sized /'feəsaɪzd/'แฟซายซฺด/ *adj.* ใหญ่พอสมควร; **~ trade** *n.* การค้าขายที่ยุติธรรม; **~way** *n.* Ⓐ *(channel)* ช่องแคบ, ร่องน้ำเดินเรือ *(ร.บ.)*; Ⓑ *(Golf)* ทางซึ่งปรับไว้สำหรับตีกอล์ฟ; **~-weather friend** *n.* เพื่อนกิน

fairy /'feərɪ/'แฟริ/ ❶ *n.* Ⓐ *(Mythol.)* นางฟ้า; *(in a household)* ผีเรือน; Ⓑ *(sl.: homosexual)* กระเทย ❷ *attrib. adj.* เหมือนนางฟ้า

fairy: ~'godmother *n.* *(lit. or fig.)* เทพธิดาประจำตัว; **F~land** *n.* *(land of fairies)* ที่สิงสถิตของเทพยดา, เมืองกายสิทธิ์; *(enchanted region)* ดินแดนแห่งเทพนิยาย; **winter ~land** สถานที่ในหน้าหนาวที่สวยงาม *(ราวกับมีมนต์ขลัง)*; **~ lights** *n. pl.* ไฟหยดน้ำ; **~ 'ring** *n.* *(Bot.)* เห็ดวงแหวนเทวดา; **~ story** ➡ ~ tale 1; **~ tale** ❶ *n.* *(lit. or fig.)* เทพนิยาย ❷ *adj.* *(ชุดแต่งกาย, บ้าน, ความสุข)* เหมือนในเทพนิยาย

fait accompli /feɪt ə'kɒmplɪ/เฟท เออ'คอมพลิ/ *n., pl.* **faits accomplis** /feɪt ə'kɒmplɪ/เฟท เออะ'คอมพลิ/ สิ่งที่ทำสำเร็จแล้ว *(เลยไม่ต้องถกเถียงต่อ)*

faith /feɪθ/เฟธ/ *n.* Ⓐ *(reliance, trust)* ความเชื่อถือ, ความเชื่อมั่น, ความไว้วางใจ; **have ~ in sb./sth.** มีความเชื่อถือ *ค.น./ส.น.*; **have ~ in oneself** มีความมั่นใจในตนเอง; **lose ~ in sb./sth.** หมดความเชื่อถือ *ค.น./ส.น.* *หรือ* ไม่ไว้วางใจ *ค.น./ส.น.*; **pin one's ~ on** *or* **put one's ~ in sb./sth.** มอบความไว้วางใจให้แก่ *ค.น./ส.น.*; Ⓑ *(belief)* ความเลื่อมใส, ความศรัทธา; **on ~:** ด้วยความศรัทธา; Ⓒ *(religious belief)* ความเชื่อในศาสนา; **the ~:** ศาสนาหลักคริสต์; **different Christian ~s** นิกายต่าง ๆ ของศาสนาคริสต์; **a matter of ~:** เรื่องของลัทธิความเชื่อ; Ⓓ *(promise)* คำสัญญา; *(pledge of fidelity)* การยืนยัน, การสาบาน; **pledge one's ~ to sb.** สาบานความซื่อสัตย์ต่อ *ค.น.*; **to do that would be breaking ~:** การทำสิ่งนั้นจะเป็นการทรยศ; **break ~ with an ally** ทรยศต่อมิตร; **keep ~ with sb.** รักษาคำมั่นสัญญาต่อ *ค.น.*; Ⓔ *(loyalty)* ความจงรักภักดี, ความซื่อสัตย์; **good/bad ~:** ความซื่อสัตย์ *หรือ* ความจริงใจ/การคิดหลอกลวง; **in good ~:** โดยสุจริตใจ, ด้วยน้ำใสใจจริง; *(unsuspectingly)* อย่างไม่มีข้อสงสัย; **in all good ~:** ด้วยความซื่อสัตย์และเชื่อถือศรัทธา; **in bad ~:** โดยไม่สุจริตใจ, โดยมีลับลมคมใน

faithful /'feɪθfl/'เฟธฟ'ล/ ❶ *adj.* Ⓐ *(showing faith, loyal)* ซื่อสัตย์, จงรักภักดี; **remain ~ to sb./sth.** ยังคงซื่อสัตย์ต่อ *ค.น./ส.น.*; **remain ~ to one's promise** รักษาคำสัญญา; Ⓑ *(conscientious)* *(คนรับใช้)* ซึ่งปฏิบัติหน้าที่อย่างซื่อตรง; *(คนเขียนจดหมาย)* เป็นประจำ; Ⓒ *(accurate)* ถูกต้อง ❷ *n. pl.* **the ~:** ศาสนิกชนซึ่งเคร่งครัด; **the party ~:** สมาชิกพรรคที่ขยันขันแข็ง

faithfully /'feɪθfəlɪ/'เฟธเฟอะลิ/ *adv.* Ⓐ *(loyally)* *(พูด)* อย่างซื่อสัตย์, อย่างซื่อตรง; *(ปฏิบัติ)* อย่างไว้ใจได้; *(พูด)* ด้วยความจงรักภักดี; *(สัญญา)* อย่างยึดมั่น; **promise [me] ~ that ...** *(coll.: emphatically)* สัญญากับฉันอย่างยึดมั่นว่า...; Ⓑ *(accurately)* อย่างถูกต้อง; *(ลอก)* อย่างแม่นยำ; Ⓒ ➤ **519 yours ~** *(in letter)* ด้วยความนับถือ; *(more formally)* ด้วยความเคารพ

faith: ~ healer *n.* ผู้รักษาโรคด้วยการเลื่อมใสศรัทธา *หรือ ด้วยวิธีสวดมนต์*; **~ healing** *n.* *การรักษาโรคด้วยการเลื่อมใสศรัทธา หรือด้วยวิธีสวดมนต์*

faithless /'feɪθlɪs/'เฟธลิซ/ *adj.* Ⓐ *(perfidious, unreliable)* *(สามี, ภรรยา)* นอกใจ, *(คนใช้, ลูกน้อง, เพื่อน)* ไม่ซื่อสัตย์; **be ~ to sb./sth.** ไม่ซื่อตรงต่อ *ค.น./ส.น.*; Ⓑ *(unbelieving)* ไม่มีความศรัทธา *หรือ* ความเชื่อในศาสนา

fake /feɪk/เฟค/ ❶ *adj.* ไม่จริง; *(เอกสาร, ธนบัตร)* ปลอม; **~ money** เงินปลอม ❷ *n.* Ⓐ *(thing ~d up)* สิ่งเลียนแบบ, ของปลอม/เทียม; Ⓑ *(trick)* กลอุบาย, การโกง; *(fig.)* กลโกง; Ⓒ *(spurious person)* คนโกง, คนหลอกลวง ❸ *v.t.* Ⓐ *(feign, contrive)* แสร้ง, แกล้งทำ *(ไม่สบาย, อุบัติเหตุ)*; ปลอมแปลง *(ลายเซ็น, เสียง)*; Ⓑ *(make plausible)* **~ [up]** เลียนแบบ *(รูปปั้น, รูปภาพ)*; ลอกเลียน *(เพชร)*; สร้าง *(เรื่อง)* ไม่จริง; Ⓒ *(alter so as to deceive)* ดัดแปลงเพื่อหลอกลวง ❹ *v.i.* แสร้งทำ

faker /'feɪkə(r)/'เฟเคอะ(ร)/ *n.* *(swindler)* คนโกง, คนหลอกลวง; *(pretender)* คนเสแสร้ง, คนหน้าไหว้หลังหลอก

fakir /'feɪkɪə(r), US fə'kɪə(r)/'เฟเคีย(ร), เฟอะ'เคีย(ร)/ *n.* ชนนับถือศาสนาอิสลามที่บำเพ็ญตบะ/ทุกขกิริยา

falafel /fə'læfl/เฟอะ'แลฟ'ล/ *n.* อาหารถั่วบดและปั้นเป็นก้อนของทางตะวันออกกลาง

falcon /'fɔːlkn, US 'fælkən/'ฟอลเคิน, 'แฟลเคิน/ *n.* เหยี่ยวล่านก

falconer /'fɔːlkənə(r) US 'fæl-/'ฟอลเคินเนอะ(ร), 'แฟล-/ *n.* คนเลี้ยงเหยี่ยวล่านก, ผู้ล่านกด้วยเหยี่ยว

falconry /'fɔːlknrɪ, US 'fæl-/'ฟอลค'นริ, 'แฟล-/ *n., no pl., no indef. art.* การฝึกเหยี่ยวล่านก, กีฬาล่านกด้วยเหยี่ยว

fall /fɔːl/ฟอล/ ❶ *n.* Ⓐ *(act or manner of falling)* การตก, การหกล้ม; *(of person)* การล้ม; **~ of leaves/snow/rain** ใบไม้ร่วง/หิมะตก/ฝนตก; **in a ~:** ด้วยการล้มลง/ตก/ร่วง; **have a ~:** ล้มลง; **a ten-inch ~ of rain/snow** ปริมาณฝน/หิมะตก 10 นิ้ว; Ⓑ *(collapse, defeat)* การล้ม, การล่มสลาย, การพินาศ; *(of culture, dynasty, empire)* การล่มสลาย; *(of government)* การล้ม; **~ from power** การหมดอำนาจ; Ⓒ *(lapse into sin)* การทำบาป; **the F~ [of man]** *(Theol.)* การประพฤติชั่วของมนุษย์; Ⓓ *(slope)* เนิน/ทางลาดต่ำ; Ⓔ *usu. in pl.* *(waterfall)* น้ำตก; **Niagara**

F~s น้ำตกไนแองการา; Ⓕ *(fig.: decrease)* ➡ **drop** 1 I; Ⓖ *(of night etc.)* การตกค่ำ; Ⓗ ➤ **789** *(Amer.: autumn)* ฤดูใบไม้ร่วง; Ⓘ *(Wrestling) (throw)* การทุ่ม; *(wrestling-bout)* การแข่งขันมวยปล้ำ; *(fig.)* **try a** *or* **one's ~ with sb.** ลองกำลังกับ *ค.น.*; ➡ + **ride** 2 C
❷ *v.i.*, **fell** /fel/เฟ็ล/, **~en** /ˈfɔːln/ˈฟอล่น/ Ⓐ *(drop)* ตก, หล่น; **~ off sth., ~ down from sth.** ตกลงมาจาก *ส.น.*; **~ down [into] sth.** ตกลงไปใน *ส.น.*; **~ out of sth.** หล่นจาก *ส.น.*; **~ to the ground** ตกลงบนพื้น; **she let sth. ~ [from her hand]** *(deliberately)* เธอปล่อยให้ *ส.น.* หลุดมือโดยจงใจ; *(by mistake)* เธอทำ *ส.น.* หล่นโดยบังเอิญ; **~ down dead** ล้มตาย; **~ down the stairs** *or* **downstairs** ตกบันได; **~ into the trap** ตกหลุมพราง; **always ~ on one's feet** *(fig.)* รอดพ้นจากอันตราย/ภัยพิบัติเสมอ; **nearly** *or* **almost ~ off one's chair** *(lit. or fig.)* เกือบตกจากเก้าอี้; **~ to earth** ตกสู่พื้นดิน; **the blossom ~s** ดอกไม้ร่วง; **the land ~s to sea level** แผ่นดินลาดลงไปจนถึงระดับน้ำทะเล; **~ from a great height** ตกลงมาจากที่สูง; **~ing star** *(Astron.)* ดาวตก; **rain/snow is ~ing** ฝน/หิมะตก; Ⓑ *(fig.)* *(ความมืด)* เริ่มเกิดขึ้น; *(ความเงียบสงบ)* ปรากฏ; **night began to ~:** กลางคืนเริ่มคืบคลานเข้ามา; Ⓒ *(fig: swoop)* **~ upon** *(ปัญหาใหญ่โต)* หล่นใส่; *(อันตราย, เหตุร้าย)* เกิดขึ้น; Ⓓ *(fig.: be uttered)* *(ข้อสังเกต, คำพูด)* หลุดปาก; **~ from sb.'s lips** *or* **mouth** ออกมาจากปากของ *ค.น.*; **let ~ a remark** ข้อสังเกตหลุดปาก; Ⓔ *(lose high position)* ตกต่ำลง, สูญเสียอำนาจ; **~ from power** สูญเสียอำนาจ; **~ from one's high estate** ตกลงจากวิมาน; **~en angel** เทวดาตกสวรรค์; **~en arch** *(Med.)* เท้าแบน; Ⓕ *(lose chastity)* เสียความบริสุทธิ์, สูญเสียพรหมจารี; *(become pregnant)* **~ [with child]** เริ่มตั้งครรภ์; **a ~en woman** หญิงสาวที่เสียความบริสุทธิ์; Ⓖ *(become detached)* *(ใบไม้)* ร่วงหล่น; **~ out** *(ผม, ขน)* ร่วง; Ⓗ *(hang down)* ห้อยลง, สยายลง; **a lock fell over her face** ปอยผมปรกใบหน้าของเธอ; Ⓘ *(be born)* เกิด, ตกลูก *(ลูกแกะ, ลูกวัว ฯลฯ)*; Ⓙ *(sink to lower level)* *(เครื่องวัดความกดดันอากาศ)* ลดระดับลง; *(ราคา)* ลดลง; *(in pitch)* *(ระดับเสียง)* ต่ำลง; **~ by 10 percent/from 10 [°C] to 0 [°C]** ลดลง 10%/ลดจาก 10°C ลงมาถึง 0°C; **[make sb.] ~ in sb.'s esteem** *or* **estimation/eyes** *(fig.)* ทำลายชื่อเสียง [ของ *ค.น.*] ในสายตาอีกคนหนึ่ง; **~ into error/sin/temptation** กระทำผิด/ทำบาป/ถลำเข้าไปในสิ่งยั่วยวน; Ⓚ ➡ ~ **away** b; Ⓛ *(issue)* *(แม่น้ำ)* ไหล (**into** สู่); Ⓜ *(subside)* *(น้ำตก)* พุ่งน้อยลง; *(ลม, พายุ)* สงบลง; Ⓝ *(show dismay)* **his/her face** *or* **countenance fell** ใบหน้าของเขา/เธอแสดงความเศร้า/ผิดหวัง; Ⓞ *(look down)* **his/her glance/eyes fell** เขา/เธอ/มองลง; Ⓟ *(no longer stand)* ล้ม; *(ต้นไม้)* ล้มลงมา; *(ม้า)* หกล้ม; **~ to the ground** ตกสู่พื้น; **~ into one another's arms** กอดกัน; **~ on one's knees** คุกเข่าลง; **~ at sb.'s feet** *or* **down before sb.** ทรุดตัวลงแทบเท้า *หรือ* ต่อหน้า *ค.น.*; **~ [flat] on one's face** *(lit.)* ล้มหน้าคว่ำ; *(fig.)* ทำให้ดูโง่ ๆ; Ⓠ *(be defeated)* *(เมือง)* ล้มล้าง; ล่มสลาย; **the fortress fell to the enemy** ป้อมตกเป็นของศัตรู; Ⓡ *(fail)* ปราชัย, พ่ายแพ้; **united we stand, divided we ~:** รวมกันเราอยู่ แยกกันเราตาย; Ⓢ *(perish)* *(ทหาร)* เสียชีวิต; **the ~en [soldiers]** ทหารที่เสียชีวิตในสมรภูมิ; Ⓣ *(collapse, break)* พังทลาย; **cause a building to ~:** ทำให้ตึกพังทลาย; **~ to pieces, ~ apart** *(หนังสือ)* ขาดเป็นแผ่น ๆ, *(รถยนต์)* พังเป็นชิ้น ๆ; *(fig.)* *(การงาน, ชีวิต)* ล่มจม; **~ in two** แตกแยกเป็นสองส่วน; **~ apart at the seams** ตะเข็บแตก; *(fig.)* *(แผนการ/โครงการ)* ล้มเหลว; Ⓤ *(Cricket)* **a wicket ~s** คนตีลูกถูกเล่นออกจากสนาม; Ⓥ *(come by chance, duty, etc.)* ถึงคราว, ตก (**to** เป็น); **it fell to me** *or* **to my lot to do it** มันตกเป็นหน้าที่ของฉันที่จะทำมัน *หรือ* ตกเป็นชะตาของฉันที่จะต้องจัดการเรื่องนี้; **~ [in] sb.'s way** หล่นในมือ *ค.น.*; **~ among thieves** ตกเป็นเหยื่อโจร; **~ into an ambush** ถูกดักโจมตี, ถูกซุ่มทำร้าย; **he has ~en into the role of a mere spectator** เขากลายเป็นมีหน้าที่แค่ผู้สังเกตการณ์เท่านั้น; **~ into bad company** ตกอยู่ในสังคมเลว; **~ into conversation with sb.** เริ่มสนทนากับ *ค.น.*; **~ into decay** (ตึก) ตกในสภาพทรุดโทรม; *(fig.)* *(ราชวงศ์)* ล้มสลาย; *(กฎหมาย)* เลิกใช้; **~ into parts/sections** แยกออกเป็นส่วนต่าง ๆ; *(หนังสือ)* แบ่งเป็นบทต่าง ๆ; **~ into different categories** อยู่ที่คนละแผนก *หรือ* แยกออกเป็นประเภทต่าง ๆ; **~ to doing sth.** เริ่มทำ *ส.น.*; **they fell to fighting among themselves** พวกเขาเริ่มต่อสู้กันเอง; **~ to** เริ่มทำกิจกรรมใดกิจกรรมหนึ่ง; ➡ + **fall on**; Ⓦ *(take specified direction)* *(ตา)* จับอยู่ที่; *(แสง, เงา)* ตกบน; Ⓧ *(have specified place)* อยู่, ตก, ขึ้น (**on, to** บน, **within** ใน); **~ into** *or* **under a category** อยู่ในประเภท/หมวด; Ⓨ *(pass into specified state)* **~ into a rage** บันดาลโทสะ, เกิดอารมณ์โกรธอย่างรุนแรง; **~ into despair** ตกอยู่ในความสิ้นหวัง; **~ into a deep sleep** หลับสนิท; **~ ill** เกิดอาการป่วย; **~ into a swoon** *or* **faint** เป็นลม, หมดสติ; Ⓩ *(occur)* เกิดขึ้น (**on** เมื่อ); **Easter ~s late this year** เทศกาลอีสเตอร์ปีนี้เริ่มต้นช้า; ➡ + **asleep** A; **astern**; ²**flat** 1 A, B; **foul** 1 F; **grace** 1 E; **hand** 1 C; ¹**line** 1 F; **love** 1 A; **place** 1 J; **prey** 1 B; **push** 1 A; **short** 2 C; **silent** A; **victim** A; **wayside**

~ a'bout *v.i.* **~ about [laughing** *or* **with laughter]** หัวเราะงอหาย

~ a'way *v.i.* Ⓐ ถอนตัว, ตกลงไป; *(from allegiance)* ปลดตัวห่าง (**from** จาก); *(สมาชิก, รายได้)* ลดน้อยลง; *(from friend, truth)* ห่างเหินไป; Ⓑ *(have slope)* ลาด, เอียง (**to** ไปทาง)

~ 'back *v.i.* ถอนกลับ *(กองทัพ)*; *(lag)* ตกไปอยู่ด้านหลัง ➡ + **fallback**

~ 'back on *v.t.* หันไปพึ่ง...

~ behind ❶ /'---/ *v.t.* ตามไม่ทัน ❷ /--'-/ *v.i.* ตามไม่ทัน; **~ behind with sth.** สายในการทำ *ส.น.*

~ 'down *v.i.* Ⓐ ~ 2 A; Ⓑ *(collapse)* *(สะพาน, ตึก)* พังทลายลงมา; *(บุคคล)* ล้มลง; **~ down [on sth.]** *(fig. coll.)* ล้มเหลว [ด้วย *ส.น.*]; **the argument ~s down on one point** ข้อโต้แย้งฟังไม่ขึ้นในจุดหนึ่ง; **the theory fell down for** *or* **on lack of evidence** ทฤษฎีนี้ล้มเหลวเพราะขาดหลักฐาน; **~ down on a job** งานไม่ก้าวหน้า, งานล้มเหลว

~ for *v.t. (coll.)* Ⓐ *(~ in love with)* ตกหลุมรัก; Ⓑ *(be persuaded by)* ถูกหลอก, ถูกโกง

~'in *v.i.* Ⓐ ตกลงไปใน; Ⓑ *(Mil.)* **~ in!** ประจำการ!; Ⓒ *(collapse)* *(ตึก, กำแพง)* พังลงมา

~'in with *v.t.* Ⓐ *(meet and join)* เข้าร่วมกัน; Ⓑ *(agree)* เห็นด้วย *(กับบุคคล, ความเห็น, คำแนะนำ)*

~'off *v.i.* Ⓐ ➡ ~ 2 A; Ⓑ *(การผลิต, ความต้องการ, จำนวน)* ลดลง; Ⓒ *(ความกล้า, ระดับ)* ต่ำลง; *(ความสนใจ, ความกระตือรือร้น)* น้อยลง; *(สุขภาพ, กำลัง)* ทรุดลง; ➡ + **fall-off**

~ on *v.t.* Ⓐ *(lit., or fig.: attack)* โจมตี; Ⓑ *(be borne by)* **~ on sb.** ตกเป็นภาระของ *ค.น.*; *(ความสงสัย, การสำนึกในความผิด)* ตกบนหัว *ค.น.*

~'out *v.i.* Ⓐ หล่นจาก, หลุดออกมา; Ⓑ ➡ ~ 2 G; Ⓒ *(quarrel)* **~ out [with sb. over sth.]** ทะเลาะ *(กับ ค.น. ด้วย ส.น.)*; Ⓓ *(come to happen)* ดำเนิน, คืบหน้า; **see how things ~ out** คอยดูว่าสิ่งต่าง ๆ ดำเนินไปอย่างไร *หรือ* เป็นอย่างไร; **it [so] fell out that ...** *(literary)* มันเกิดขึ้นดังนี้คือ...; Ⓔ *(Mil.)* เลิกแถว; **~ out!** เลิกแถว!; ➡ + **fallout**

~ over ❶ /'---/ *v.t.* Ⓐ *(stumble over)* หกล้ม, สะดุด; **they were ~ing over each other to get the sweets** พวกเขาผลักกันเพื่อจะแย่งลูกกวาด; **~ over oneself** *or* **one's own feet** สะดุดเท้าตัวเอง; Ⓑ **~ over oneself to do sth.** *(fig. coll.)* กระตือรือร้นที่จะทำ *ส.น.* ❷ /-'--/ *v.i.* Ⓐ ล้มลงไป *(in faint)* เป็นลมล้มลงไป; Ⓑ **~ over on to sth.** ล้มลงบน *ส.น.*

~ 'through *v.i. (fig.)* ล้มเหลว, ผิดพลาด

~ upon *v.i.* Ⓐ ➡ ~ **on**; Ⓑ ➡ ~ 2 C, W

fallacious /fəˈleɪʃəs/เฟอะ'เลเชิซ/ *adj.* Ⓐ *(containing a fallacy)* ผิดพลาด; **~ conclusion/syllogism** ข้อสรุป/การโต้แย้งที่ผิดพลาด; Ⓑ *(deceptive, delusive)* ลวง, เชื่อถือไม่ได้, ลวงให้เข้าใจผิด

fallacy /ˈfæləsɪ/ˈแฟเลอะซิ/ *n.* Ⓐ *(delusion, error)* การลวง, ความผิดพลาด; Ⓑ *(unsoundness, delusiveness)* ความเชื่อถือไม่ได้, การลวง; Ⓒ *(Logic)* ข้อบกพร่องที่ทำให้ข้อโต้แย้งเสียไป, เหตุผลวิบัติ *(ร.บ.)*

'fallback *adj.* **~ pay** เงินค่าจ้างต่ำในยามที่ไม่มีงานให้ทำ; **~ job** *(for seasonal worker)* งานชั่วคราว *(สำหรับให้คนงานที่ทำงานตามช่วงฤดูกาล)*; **fallyuctomy** *(tubestomy)* การตัดท่อนำไข่

fallen ➡ **fall** 2

'fall guy *n. (coll.)* Ⓐ *(victim)* ผู้รับเคราะห์, เหยื่อ; Ⓑ *(scapegoat)* แพะรับบาป; **be the ~ for sb.** เป็นแพะรับบาปให้กับ *ค.น.*

fallibility /fælɪˈbɪlɪtɪ/แฟเลอะ'บิลเอะทิ/ *n., no pl.* การผิดพลาดได้

fallible /ˈfæləbl/ˈแฟเลอะบ'ล/ *adj.* Ⓐ *(liable to err)* ซึ่งผิดพลาดได้; **~ human nature** ความผิดพลาดของมนุษย์; Ⓑ *(liable to be erroneous)* ทำผิดได้

falling-out /fɔːlɪŋˈaʊt/ฟอลิง'เอาท/ *n.* การทะเลาะเบาะแว้ง; **to have a ~** มีเรื่องทะเลาะ (**with** กับ)

'fall-off *n. (in quality)* การด้อยลง (**in** ใน); *(in quantity)* การลดน้อยลง; **~ in quality/exports** การด้อยลงของคุณภาพ/การลดลงของสินค้าส่งออก

Fallopian tube /fəˈləʊpɪən tjuːb/เฟอะ'โลเพียน ทิวบ/ *n. (Anat.)* ท่อฉีดไข่, ท่อทางเดินรังไข่

'fallout *n.* ละอองกัมมันตภาพรังสี; *(fig.: side-effects)* ผลข้างเคียง; **~ shelter** ที่หลบระเบิดปรมาณู

¹**fallow** /ˈfæləʊ/ˈแฟโล/ ❶ *n. (Agric.)* ที่ดินที่ไถคราดแล้วปล่อยทิ้งไว้ ❷ *adj. (lit.)* ซึ่งไถคราดแล้วปล่อยว่างไว้; *(fig.)* ที่ได้ใช้ประโยชน์; **~ ground** *or* **field/land** ที่ดินซึ่งไถคราดแล้วปล่อยว่างไว้; **lie ~** *(lit.)* ปล่อยที่ดินว่างไว้; *(fig.)*

f

fallow | fan 328

ไม่ได้ถูกใช้ประโยชน์

²fallow /ˈfæləʊ/ˈแฟโล/ *adj. (in colour)* สีน้ำตาลอ่อน *หรือ* เหลืองแดง

ˈfallow deer *n.* *กวางตัวเล็กในสกุล Dana มีขนสีน้ำตาลแดงและจุดขาวในฤดูร้อน*

false /fɔːls/ฟอลซฺ/ ❶ *adj.* Ⓐ *(การโต้เถียง)* ผิดพลาด; *(เพื่อน, ลูกน้อง)* ไม่ซื่อตรง; *(เอกสาร, หนวด, เงิน)* ปลอม; *(คู่รัก, สามี, ภรรยา)* นอกใจ; **a ~ argument** ข้อโต้แย้งที่ผิดพลาด; **be ~ to one's wife** นอกใจภรรยา; Ⓑ *(sham)* *(ไม้, เงิน)* ปลอม; *(deliberate)* ที่แสร้งทำ *(หัวเราะ, ยิ้ม)*; **distinguish the real from the ~:** แยกความจริง จากความไม่จริง; **under a ~ name** ใช้ชื่อปลอม; Ⓒ *(deceptive)* *(ความหวัง)* ที่หลอกลวง; *(ความกลัว)* ที่ไม่มีเหตุผล ❷ *adv.* อย่างหลอกลวง, ไม่ซื่อตรง; **play sb. ~:** หลอกลวง *ค.น.*

false: ~ aˈlarm *n.* สัญญาณเตือนที่ไม่มีเหตุเกิดขึ้นจริง; **~ ˈbottom** *n.* พื้นสองระดับ, พื้นสองชั้น; **~ˈcard** *n.* บัตรปลอม; **~ ˈcolours** *n. pl.* **sail under ~ colours** *(fig.)* หลอกให้คิดว่าอยู่ข้างเดียวกัน; **~ ˈdawn** *n.* แสงเงินแสงทอง; *(fig.)* การดูเหมือนสถานการณ์กำลังจะดีขึ้นที่หลอกลวง; **~ ˈhair** *n.* วิกผม, ผมปลอม

falsehood /ˈfɔːlshʊd/ˈฟอลซฺฮุด/ *n.* Ⓐ *no pl.* *(falseness)* ความไม่ถูกต้อง; Ⓑ *(untrue thing)* ความเท็จ; **tell a ~:** พูดไม่จริง, พูดเท็จ, โกหก

false ˈkeel *n. (Naut.)* *เหล็กหรือไม้กันกระดูกงูเมื่อเวลาเรือครูด*

falsely /ˈfɔːlslɪ/ˈฟอลซฺลิ/ *adv.* Ⓐ *(dishonestly)* *(ให้การ, พูด)* อย่างไม่ซื่อตรง, อย่างไม่ซื่อสัตย์; Ⓑ *(incorrectly, unjustly)* *(เข้าใจ, เชื่อ)* อย่างไม่ถูกต้อง; *(รีบสรุป)* อย่างไม่สมเหตุสมผล; *(ตัดสินใจ)* อย่างไม่ยุติธรรม; Ⓒ *(insincerely)* *(ยิ้ม, หัวเราะ)* อย่างไม่จริงใจ

false memory syndrome *n.* อาการจำเหตุการณ์ในอดีตผิดพลาด

false ˈmove ➡ **false step**

falseness /ˈfɔːlsnɪs/ˈฟอลซฺนิซ/ *n., no pl.* Ⓐ *(incorrectness)* ความไม่ถูกต้อง; Ⓑ *(faithlessness)* ความไม่ซื่อตรง; Ⓒ *(insincerity)* ความไม่จริงใจ

false: ~ poˈsition *n.* อยู่ในฐานะที่อึดอัด; **he was put in a ~ position** เขาถูกวางตัวอยู่ในฐานะ/ตำแหน่งที่น่าอึดอัด; **~ preˈtences** *n. pl.* การหลอกลวง, การเสแสร้ง; **~ speech** *n.* มุสาวาท *(ร.บ.)*; **~ ˈstart** *n. (Sport)* การเริ่มแข่งที่ผิดกฎ; *(fig.)* ความพยายามอันล้มเหลวที่จะเริ่มทำ *ส.น.*; **~ ˈstep** *n. (lit. or fig.)* การก้าวพลาด; **make a ~ step** พลาดพลั้ง; **~ ˈteeth** *n. pl.* ฟันปลอม

falsetto /fɔːlˈsetəʊ/ฟอลˈเซ็ทโท/ *n., pl.* **~s** *(voice)* เสียงแหลมมาก; *(Mus.: of man)* วิธีร้องของผู้ชายเพื่อให้เสียงแหลมผิดปกติ

falsies /ˈfɔːlsɪz/ˈฟอลซิซฺ/ *n. pl. (coll.)* หน้าอกเสริม, นมปลอม

falsification /fɔːlsɪfɪˈkeɪʃn/ฟอลซิฟิˈเคช'น/ *n.* Ⓐ *(alteration)* การปลอมแปลง; *(of fact, event, truth, history)* การเขียนใหม่; **lies and ~s** การโกหกและความเท็จ; Ⓑ *(showing that sth. is false)* การพิสูจน์ให้เห็นว่า *ส.น.* ไม่จริง

falsify /ˈfɔːlsɪfaɪ/ˈฟอลซิฟาย/ *v.t.* Ⓐ *(alter)* ปลอมแปลง; *(misrepresent)* บิดเบือน *(ความจริง, ประวัติศาสตร์, เหตุการณ์)*; Ⓑ *(show to be false)* พิสูจน์ให้เห็นว่าไม่จริง

falsity /ˈfɔːlsɪtɪ/ˈฟอลซิทิ/ *n., no pl.* Ⓐ *(incorrectness)* ความผิดพลาด; Ⓑ *(falsehood)* ความไม่ถูกต้อง; *(error)* ข้อผิดพลาด; Ⓒ *(deceitfulness, unfaithfulness)* ความไม่ซื่อตรง; Ⓓ *(artificiality)* ความเก๊, ความไม่แท้

falter /ˈfɔːltə(r)/ˈฟอลเทอ(ร)/ ❶ *v.i.* Ⓐ *(waver)* ลังเล, ไม่แน่นอน; *(ความกล้า)* ลดน้อยลง; **~ in one's resolve/desire/determination** ความตั้งใจ/ความปรารถนา/การตัดสินใจที่อ่อนไหว; **their courage/hopes did not ~:** พวกเขาไม่ขาดความกล้า/ไม่ขาดความหวัง; Ⓑ *(stumble, stagger)* สะดุด, เดินโซเซ; **with ~ing steps** เดินอย่างโซเซ ❷ *v.t.* **~ [out] sth.** พูด *ส.น.* [ออกมา] อย่างตะกุกตะกัก

fame /feɪm/เฟม/ *n., no pl.* ชื่อเสียง, เกียรติยศ; **rise to ~:** มีชื่อเสียงขึ้นมา; **win ~ for oneself** สร้างชื่อเสียงให้ตนเอง; **a man of [great] literary/political ~:** ผู้มีชื่อเสียง [มาก] ทางด้านการประพันธ์/การเมือง; **is that J. K. Rowling of Harry Potter ~?** นั่นคือ เจ เค ราวลิงผู้ประพันธ์ซึ่งมีชื่อเสียงจากเรื่อง "แฮร์รี่ พอตเตอร์" หรือเปล่า; **ill ~:** ชื่อเสียงไม่ดี; ➡ **+ house** 1 E

famed /feɪmd/เฟมดฺ/ *adj.* มีชื่อเสียง (for สำหรับ); ➡ **+ far-famed**

familiar /fəˈmɪljə(r)/เฟอะˈมิลเลีย(ร)/ ❶ *adj.* Ⓐ *(well acquainted)* สนิทสนม, คุ้นเคย; **be ~ with sb.** คุ้นเคยกับ *ค.น.*; **we never really got ~:** เราไม่เคยสนิทสนมกันจริง ๆ; Ⓑ *(having knowledge)* มีความรู้, รอบรู้; **are you ~ with Ancient Greek?** คุณมีความรู้เรื่องกรีกโบราณหรือเปล่า; Ⓒ *(well known)* *(เพลง, บุคคล)* เป็นที่รู้จักเป็นอย่างดี; *(คน, สถานที่)* ที่ทุกคนรู้จัก; **facts that are ~ to every schoolboy** ข้อเท็จจริงที่เด็กผู้ชายทุกคนรู้; *(common, usual)* รู้กันทั่วไป, *(ศัพท์)* ปกติธรรมดา; **be on ~ ground** *(fig.)* เป็นสิ่งที่คุ้นเคย, เป็นสิ่งที่รู้จักกันดี; **he looks ~:** เขาดูคุ้น ๆ หน้า; **his name seems ~ [to me]** ชื่อเขาฟังดูคุ้นหู [ฉัน]; **the word is ~ to me** ฉันรู้จักคำนี้; Ⓓ *(informal)* *(วิธีพูด)* ไม่เป็นทางการ; *(การทักทาย)* ที่สนิทสนม; **are you on ~ terms with him?** คุณสนิทสนม *หรือ* คุ้นเคยกับเขาหรือเปล่า; **a ~ term of address** คำที่ใช้เรียกขานด้วยความคุ้นเคย/สนิทสนม; Ⓔ *(presumptuous)* ถือวิสาสะ; Ⓕ *(intimate)* ใกล้ชิด, สนิทสนม; **make oneself** *or* **become** *or* **get too ~ with sb.** ใกล้ชิด *หรือ* สนิทสนมกับ *ค.น.* จนเกินไป; **be on ~ terms with sb.** สนิทสนมกับ *ค.น.*
❷ *n. (literary: friend, associate)* เพื่อนสนิท

familiarity /fəmɪlɪˈærətɪ/เฟอะมิลิˈแอเรอะทิ/ *n.* Ⓐ *no pl. (acquaintance)* ความรู้จัก, ความคุ้นเคย; Ⓑ *no pl. (relationship)* ความสนิทสนม, ความคุ้นเคย; Ⓒ *(of action, behaviour)* ความคุ้นเคย, ความเป็นกันเอง, ความใกล้ชิด; **the ~ of their greeting** การทักทายของเขาอย่างสนิทสนม; **~ breeds contempt** *(prov.)* ความใกล้ชิดสนิทสนม ทำให้เกิดความเกลียดชัง *(เนื่องจากการได้รับรู้สิ่งไม่ดีของบุคคลคนนั้น)*; Ⓓ *(sexual intimacy)* ความใกล้ชิดระหว่างชายหญิง; **attempts at ~:** ความพยายามที่จะเข้ามาสนิทสนมฉันท์ชู้สาว; Ⓔ *in pl. (caresses)* การสัมผัสด้วยความรักและทะนุถนอม

familiarize (familiarise) /fəˈmɪlɪəraɪz/เฟอะˈมิเลียรายซฺ/ *v.t.* ทำให้คุ้นเคย, ทำให้รอบรู้; **~ oneself with a/one's new job** รอบรู้ในงานใหม่ของตน

familiarly /fəˈmɪljəlɪ/เฟอะˈมิลเลียลิ/ *adv.* Ⓐ *(informally)* อย่างไม่เป็นทางการ, อย่างกันเอง; Ⓑ *(intimately)* อย่างสนิทสนม; Ⓒ *(presumptuously)* อย่างถือวิสาสะ; Ⓓ *(commonly)* **~ known as ...:** รู้จักกันโดยทั่วไปในนาม...; **more ~ known as** ที่คนส่วนใหญ่จะรู้จักในนาม

family /ˈfæməlɪ/ˈแฟเมอะลิ/ *n.* Ⓐ ครอบครัว; **be one of the ~:** เป็นคนหนึ่งในครอบครัว; **with just the immediate ~:** พร้อมครอบครัวที่ใกล้ชิดเท่านั้น; **start a ~:** เริ่มตั้งครอบครัว; **give my regards to Mr and Mrs Brown and ~:** ฝากความคิดถึงไปยังคุณและคุณนายบราวน์และครอบครัว; **run in the ~:** *(ลักษณะนิสัย ฯลฯ)* ประจำครอบครัว/ตระกูล; **be in the** *or* **a ~ way** *(coll.)* ตั้งครรภ์; Ⓑ *(ancestry)* **of [good] ~:** มาจากตระกูล [ดี]; Ⓒ *(group, race)* กลุ่ม, เผ่าพันธุ์, เชื้อชาติ; **the ~ of human beings** เผ่าพันธุ์มนุษย์; Ⓓ *(brotherhood)* ภราดรภาพ *(ร.บ.)*; **the ~ of Christians/of man** ภราดรภาพของคริสต์ศาสนิกชน/มนุษย์; **the ~ of nations** ภราดรภาพของนานาประเทศ; Ⓔ *(group of things; also Biol.)* วงศ์ตระกูล, ประเภท; *(Ling.)* ตระกูลของภาษา; Ⓕ *(attrib.)* *(ภูมิหลัง, ปัญหา)* ทางครอบครัว; **in the ~ circle** ในวงศาคณาญาติ; ➡ **+ council** A

family: ~ alˈlowance *n.* เงินช่วยเหลือครอบครัว *(จากรัฐ)*; **~ ˈBible** *n.* พระคัมภีร์ไบเบิลประจำครอบครัว; **F~ Division** *n. (Brit. Law)* *แผนกของศาลสูงที่เกี่ยวกับเรื่องครอบครัว*; **~ˈdoctor** *n.* แพทย์ประจำครอบครัว; **~ entertainment** *n.* บันเทิงที่เหมาะสมสำหรับทุกคนในครอบครัว; **~ ˈincome supplement** *n. (Brit.)* *เงินสนับสนุนจากรัฐ สำหรับครอบครัวที่มีรายได้ต่ำ*; **~ man** *n.* ผู้ชายที่มีครอบครัว; *(homeloving man)* ผู้ชายที่รักบ้านและครอบครัว; **~ name** *n.* นามสกุล; **~ ˈplanning** *n.* การวางแผนครอบครัว; **~ ˈplanning clinic** *n.* คลินิกที่รับปรึกษาวางแผนครอบครัว; **~ room** *n.* Ⓐ *(in a house)* ห้องนั่งเล่นสำหรับทั้งครอบครัว; Ⓑ *(Brit.: in a pub)* ห้องที่อนุญาตให้เด็กนั่งได้; **~ ˈtree** *n.* *แผนภูมิแสดงความสัมพันธ์และลำดับการสืบเชื้อสายของวงศ์ตระกูล*; **~ viewing** *n.* **be ~ viewing/suitable for ~ viewing** *(โทรทัศน์, ภาพยนตร์)* เหมาะสำหรับทั้งครอบครัว; **this programme is ~ viewing** รายการนี้เหมาะทั้งครอบครัว

famine /ˈfæmɪn/ˈแฟมิน/ *n.* Ⓐ ความอดอยาก, ทุพภิกขภัย *(ร.บ.)*; Ⓑ *(shortage)* การขาดแคลน; **~stricken** ประสบทุพภิกขภัย

famish /ˈfæmɪʃ/ˈแฟมิช/ *v.i.* หิวมาก, อดอยาก; **I'm ~ing!** *(coll.)* ฉันหิวเหลือเกิน

famished /ˈfæmɪʃt/ˈแฟมิชทฺ/ *adj.* หิวโหย, อดอยาก; **I'm absolutely ~** *(coll.)* ฉันหิวเต็มที

famous /ˈfeɪməs/ˈเฟเมิซ/ *adj.* Ⓐ *(well-known)* มีชื่อเสียง, เป็นที่รู้จักกันดี; **a ~ victory** ชัยชนะที่เป็นที่โด่งดัง; Ⓑ *(coll.: excellent)* ดีเยี่ยม, ดีเลิศ, วิเศษสุด

famously /ˈfeɪməslɪ/ˈเฟเมิซลิ/ *adv. (coll.)* อย่างดีเยี่ยม, อย่างวิเศษสุด

¹fan /fæn/แฟน/ ❶ *n.* Ⓐ พัด; Ⓑ *(sth. spread out)* *ส.น.* ที่แผ่ออกเหมือนพัด; *(of peacock)* แพนหาง; Ⓒ *(apparatus)* พัดลม
❷ *v.t.*, **-nn-** พัด, พัดกระพือ; **~ oneself/sb.** พัดให้แก่ตนเอง/*ค.น.*; **~ one's face** พัดหน้า; **~ the fire into a brisk blaze** พัดเชื้อปะทุให้ลุกเป็นเปลวไฟ; **~ the flame[s]** *or* **embers** *(fig.)* กระตุ้นอารมณ์; **~ dissatisfaction/hate** กระพือความไม่พอใจ/ความเกลียดชัง

~ˈout ❶ *v.t.* แผ่ *(ไพ่)* ออกเหมือนพัด ❷ *v.i.*

(ทหาร) กระจายออกไป

[2]**fan** *n. (devotee)* ผู้ที่คลั่งไคล้ *หรือ* หลงใหลใน *ส.น./ค.น.*, แฟน *(ท.ศ.)*; **she is a Garbo ~:** เธอบ้าการ์โบ; **I'm quite a ~ of yours!** ฉันเป็นคนหนึ่งที่หลงคุณมากทีเดียว *หรือ* ฉันติดตามข่าวคุณอย่างใกล้ชิด

fanatic /fəˈnætɪk/เฟอะˈแนทิค/ ❶ *adj.* งมงาย, คลั่ง ❷ *n.* ผู้ที่คลั่งไคล้, ผู้ที่งมงาย, ผู้ที่ยึดติดกับลัทธิใดลัทธิหนึ่ง

fanatical /fəˈnætɪkl/เฟอะˈแนทิค'ล/ ➡ **fanatic 1**

fanatically /fəˈnætɪklɪ/เฟอะˈแนทิคลิ/ *adv.* อย่างคลั่งไคล้, อย่างงมงาย

fanaticism /fəˈnætɪsɪzm/เฟอะˈแนทิซิซ'ม/ *n.* ความคลั่งไคล้, ความงมงาย

'fan belt *n. (Motor Veh.)* สายพานพัดลม

fancier /ˈfænsɪə(r)/ˈแฟนซิเออะ(ร)/ *n.* ผู้เชี่ยวชาญ, ผู้ที่สนใจ *ส.น.*; **be a rose/pigeon ~:** ผู้เชี่ยวชาญในการปลูกกุหลาบ/เลี้ยงพิราบ

fanciful /ˈfænsɪfl/ˈแฟนซิฟ'ล/ *adj.* Ⓐ *(whimsical)* หมกมุ่นอยู่ในความเพ้อฝัน; *(ความคิด, จินตนาการ)* ที่ฟุ้งซ่าน; Ⓑ *(fantastically designed) (รูปแบบ, ภาพ)* มีลักษณะเพ้อฝัน, *(เสื้อผ้า)* เต็มไปด้วยจินตนาการ

fancifully /ˈfænsɪfəlɪ/ˈแฟนซิเฟอะลิ/ *adv.* อย่างเพ้อฝัน

fan: ~ club *n.* กลุ่มผู้ที่คลั่งไคล้ *หรือ* นิยม *ส.น./ค.น.*; **~-cooled** *adj.* ได้ความเย็นโดยพัดลม

fancy /ˈfænsɪ/ˈแฟนซิ/ ❶ *n.* Ⓐ *(taste, inclination)* **have a ~ for sth.** นึกอยากได้ *ส.น.*; **have a ~ for a drink/some ice cream** อยากได้เครื่องดื่ม/ไอศกรีม; **he has taken a ~ to our plan/a new car/her** เขาชอบแผนของเรา/รถคันใหม่/เธอ; **take** *or* **catch sb.'s ~:** ทำให้ *ค.น.* ติดใจ; Ⓑ *(whim)* อารมณ์, ตามใจชอบ; **I just go where the ~ takes me** ฉันเลือกที่จะไปตามอารมณ์; **just as the ~ takes me** อย่างที่ใจปรารถนา; **he only paints when the ~ takes him** เขาจะวาดภาพต่อเมื่อเขามีอารมณ์; **a passing ~:** ความปรารถนาชั่วครู่ชั่วยาม; **tickle sb.'s ~:** ทำให้ *ค.น.* ติดใจ; Ⓒ *(notion)* ความคิดเพ้อฝัน; *(delusion, belief)* ความเพ้อฝัน, ความเชื่อ; **a mere ~:** ความเพ้อฝันเท่านั้นเอง; **have a ~ that something is wrong** มีความเชื่อว่ามีอะไรผิดปกติ; Ⓓ *(faculty of imagining)* จินตนาการ; **let one's ~ roam** ปล่อยให้จินตนาการโลดแล่นไป; **in ~ he saw himself as ...:** ในจินตนาการเขาเห็นตนเองเป็น ...; Ⓔ *(mental image)* ภาพฝัน; **just a ~:** [เป็น] เพียงภาพฝัน; Ⓕ *(cake) ขนมเค้กเล็ก ๆ ที่แต่งหน้าอย่างสวยงาม;* Ⓖ *constr. as pl. (fanciers)* ผู้ที่มีงานอดิเรก *หรือ* ความชำนาญในกิจกรรมอย่างใดอย่างหนึ่ง

❷ *attrib. adj.* Ⓐ *(ornamental) (เครื่องเรือน, ของใช้)* ประดับประดา; **~ jewellery** อัญมณีสวยหรู; **nothing ~:** ไม่มีอะไรหรูหรา; **the meal will be nothing ~:** อาหารมื้อนี้จะไม่มีอะไรหรูหรา; Ⓑ *(whimsical)* ที่เพ้อฝัน, แปลกประหลาด; Ⓒ *(extravagant)* ฟุ่มเฟือย, แพง; **~ prices** ราคาแพง; Ⓓ *(based on imagination)* ตามจินตนาการ; Ⓔ *(specially bred) (สัตว์เลี้ยง)* ที่ได้รับการผสมพันธุ์เป็นพิเศษ; Ⓕ *(Amer.: high-quality) (อาหาร, สินค้า)* คุณภาพสูง

❸ *v.t.* Ⓐ *(imagine)* จินตนาการ, คิดไปเอง; **~ oneself [to be] clever** คิดว่าตนเองฉลาด; **a fancied resemblance** ความคล้ายคลึงที่คิดขึ้นเอง; Ⓑ *(coll.) in imper. as excl. of surprise* **~ meeting you here!** แปลกนะ ที่มาพบคุณที่นี่; **~ his still being so naïve** ไม่น่าเชื่อว่าเขาจะยังไร้เดียงสาอย่างนี้; **~ that!** คิดไม่ถึงเลย; **just ~, she's run off with ...:** เชื่อไหมว่าเธอหนีไปกับ ...; Ⓒ *(suppose)* คาดคะเน, เดา, คิด; **..., I ~:** ฉันเดาว่า...; Ⓓ *(wish to have)* ต้องการ, อยากได้; **what do you ~ for dinner?** คุณอยากรับประทานอะไรเป็นอาหารเย็น; **I don't ~ this house at all** ฉันไม่ชอบบ้านหลังนี้เลย; **he fancies [the idea of] doing sth.** เขาอยากทำ *ส.น.*; **I don't ~ a secretarial job** ฉันไม่ต้องการทำงานเลขานุการ; **~ a walk?** อยากไปเดินเล่นไหม; **do you think she fancies him?** คุณคิดว่าเธอชอบเขาไหม; Ⓔ *(coll.: have high opinion of)* **~ oneself** ประเมินค่าตนเองสูง; **~ oneself as a singer** คิดว่าตนเองร้องเพลงเก่ง; **~ one's/sb.'s chances** คิดว่าตนเอง/*ค.น.* มีโอกาส; **he fancies his chances with her** เขาคิดว่าเธอน่าจะชอบเขา

fancy: ~ 'dress *n.* เสื้อผ้าใช้ปลอมตัวไปในงาน, ชุดแฟนซี *(ท.ศ.)*; **in ~ dress** ในชุดแฟนซี; **~-dress party** งานเลี้ยงที่กำหนดให้แต่งชุดแฟนซี; **~-dress ball** *or* **dance** งานเต้นรำแต่งชุดแฟนซี; **~-'free** *adj.* ปราศจากข้อผูกมัด *(โดยเฉพาะทางใจ)*; ➡ **+ footloose; ~ goods** *n. pl.* สินค้าไม่จำเป็นเช่นเครื่องประดับ; **~ man** *n. (coll. derog.)* Ⓐ *(woman's lover)* ชายชู้; Ⓑ *(pimp)* แมงดา; **~ woman** *n. (coll. derog.)* ภรรยาน้อย, ชู้สาว; **~-work** *n.* งานฝีมือที่ละเอียดลออ

fanfare /ˈfænfeə(r)/ˈแฟนแฟ(ร)/ *n.* เสียงแตรสั้น ๆ ที่ดังกังวานในพิธี; **a ~ of trumpets** เสียงทรัมเป็ต *(ท.ศ.)*

fang /ˈfæŋ/ˈแฟง/ *n.* Ⓐ *(canine tooth)* เขี้ยว; *(of boar; joc.: of person)* เขี้ยว; **draw sb.'s/sth.'s ~s** *(fig.)* ทำให้ *ค.น./ส.น.* หมดพิษหมดภัย; Ⓑ *(of snake)* เขี้ยว; Ⓒ *(root of tooth)* รากฟัน

fan: ~ heater *n.* เครื่องทำความร้อนที่ใช้พัดลม; **~light** *n. (Archit.)* ช่องหน้าต่างเล็ก ๆ *เหนือประตูหรือหน้าต่างใหญ่; ช่องแสงเหนือประตู/หน้าต่างทำเป็นรูปพัดคลี่; (fan-shaped)* หน้าต่างเล็กรูปพัด; **~ mail** *n.* จดหมายจากผู้ที่คลั่งไคล้หรือนิยมชมชอบ

fanny /ˈfænɪ/ˈแฟนิ/ *n.* Ⓐ *(Amer. sl.: buttocks)* ก้น, สะโพก; Ⓑ *(Brit. coarse: vulva)* จิ๋ม *(ภ.พ.)*

fan: ~ oven *n.* เตาอบที่มีพัดลมช่วยกระจายความร้อน; **~ palm** *n.* ต้นปาล์มทรงพัด; **~-shaped** *adj.* เป็นรูปพัด; **~tail** *n.* หางเป็นรูปพัด; *(pigeon)* นกพิราบหางพัด; **~ fold paper** กระดาษต่อเนื่อง *(ใช้กับเครื่องพิมพ์แบบดอทแมทริกซ์)*

fantasia /fænˈteɪzɪə, US -ˈteɪʒə/แฟนˈเทเซีย, -ˈเทเฌอะ/ *n. (Mus.)* *บทเพลงที่ไม่จำกัดรูปแบบและมักจะผสมผสานเพลง*

fantastic /fænˈtæstɪk/แฟนˈแทซติค/ *adj.* Ⓐ *(grotesque, quaint)* แปลกประหลาด; *(fanciful)* เพ้อฝัน; *(eccentric) (แผน, เรื่อง, ข่าวลือ)* ประหลาด, พิศวาส, พิลึก; Ⓑ *(coll.: magnificent, excellent, extraordinary)* เลิศลอย, ดีเยี่ยม, วิเศษ

fantastically /fænˈtæstɪklɪ/แฟนˈแทซติคลิ/ *adv.* Ⓐ อย่างแปลกประหลาด; Ⓑ *(coll.: excellently, extraordinarily)* อย่างดีเยี่ยม, อย่างวิเศษ

fantasy /ˈfæntəzɪ/ˈแฟนเทอะซิ/ *n.* Ⓐ ความเพ้อฝัน; *(mental image, daydream)* ภาพฝัน, ฝันกลางวัน; Ⓑ *(Lit.)* บทประพันธ์ที่เพ้อฝัน; Ⓒ *(Mus.)* ➡ **fantasia**

fan: ~ 'tracery *n. (Archit.)* โครงตาข่ายรูปพัด; **~ 'vaulting** *n. (Archit.)* หลังคารูปโค้งที่มีลักษณะคล้ายพัด

fanzine /ˈfænzi:n/ˈแฟนซีน/ *n.* *นิตยสารสำหรับผู้ที่ชื่นชอบเรื่องใด ๆ เป็นพิเศษ*

FAQ /fæk/แฟค/ *abbr. (Computing)* **Frequently Asked Question** คำถามที่พบบ่อย

far /fɑ:(r)/ฟา(ร)/ ❶ *adv.*, **farther, further; farthest, furthest** Ⓐ ➤ **263,** ➤ **1008** *(in space)* ไกล; **~ away** ไกลออกไป; (➡ **+ d**) **~ [away] from** ไกล [ออกไป] จาก; **see sth. from ~ away** เห็น *ส.น.* จากระยะไกล; **have you come [from] ~** *or* **from ~ off** *or* **away?** คุณมาไกลหรือเปล่า; **how ~ have you come?** คุณมาไกลเพียงใด; **he travelled ~ into Russia/the desert/the jungle** เขาเดินทางลึกเข้าไปในประเทศรัสเซีย/ทะเลทราย/ป่า; **I won't be ~ off** *or* **away** ฉันจะไม่ไปไหนไกล *หรือ* ฉันจะอยู่แถว ๆ นี้; **~ above/below** สูงขึ้นไปมาก/ต่ำลงไปมาก; **so ~:** ถึงบัดนี้, ถึงจุดนี้ (➡ **+ d**); **fly as ~ as Munich** บินไปไกลถึงมิวนิก; **~ and near** ทั้งใกล้และไกล; **~ and wide** ทุกหนทุกแห่ง; **from ~ and near** *or* **wide** จากทุกหนทุกแห่ง; Ⓑ *(in time)* ยาวนาน; **~ into the night** จนดึกมาก; **the day** *or* **time is not ~ off** *or* **distant when ...:** ในอีกไม่นานจะ...; **as ~ back as I can remember** ยาวนานเท่าที่ฉันจำได้; Ⓒ *(by much)* มาก; **~ too** เกินไปมาก; **~ different from** แตกต่างกันมากจาก; **~ longer/better** ยาวกว่ามาก/ดีกว่ามาก; **the rent is ~ beyond what I can afford to pay** ค่าเช่าสูงเกินกว่ากำลังทรัพย์ของฉันมาก; **they were not ~ wrong** พวกเขาไม่ผิดมากนัก; **you were/I was not ~ out** คุณ/ฉันเกือบจะถูก/ใกล้พอสมควร; **your shot/guess wasn't ~ off** คุณยิง/เดาเกือบจะถูก; Ⓓ *(fig.)* **as ~ as** *(to whatever extent, to the extent of)* ถึงระดับที่...; **I haven't got as ~ as phoning her** ฉันไม่ถึงขั้นที่จะโทรศัพท์หาเธอ; **not as ~ as I know** เท่าที่ฉันรู้ไม่ใช่เช่นนั้น; **your plans are all right as ~ as they go** แผนการของคุณใช้ได้เท่าที่เห็นในขณะนี้; **as ~ as I remember/know** เท่าที่ฉันจำได้/รู้; **go so ~ as to do sth.** ถึงขนาดทำ *ส.น.*; **he's gone so ~ as to collect the material** เขาทำถึงขั้นที่รวบรวมข้อมูลเสร็จแล้ว; **in so ~ as** เท่าที่...; **so ~** *(until now)* จนบัดนี้, จนกระทั่งปัจจุบัน; **so ~ so good** จนบัดนี้ทุกอย่างเป็นไปด้วยดี; **~ away** *(in thought)* เหม่อลอย, ใจลอย; **~ and away** อย่างมาก; **by ~:** อย่างมาก; **better by ~:** ดีกว่ามาก; **by ~ the best** ดีที่สุดอย่างมาก; **~ from easy/good** ไม่ง่าย/ไม่ดีทีเดียว; **~ from admiring his paintings, I dislike them intensely** แทนที่จะชื่นชมภาพเขียนทั้งหลายของเขา ฉันกลับเกลียดมันมากเลย; **~ from it!** ไม่เลย, ไม่ใช่เลย; **~ be it from me/us** *etc.* **to do that** ฉัน/เรา ฯลฯ ไม่คิด/อยากจะทำเช่นนั้นเลย; **go ~:** มีอนาคตไกล, ประสบผลสำเร็จ; **I am ~ from doing sth.** อยากที่จะให้ฉันทำ *ส.น.*; **he will go ~ in life** เขาจะไปได้ไกล/ประสบความสำเร็จต่อไปในชีวิต; **go ~ to** *or* **towards sth./doing sth.** ทำลายเพื่อให้ได้มาซึ่ง *ส.น.*/ในการทำ *ส.น.*; **not go ~:** ไม่เพียงพอ, ใช้ได้ไม่นาน; **one pound won't go ~:** เงินหนึ่งปอนด์ช่วยได้น้อยมาก; **go too ~:** *(ทำ)* มากเกินไป, เกินขอบเขต; **this has gone ~ enough** นี่มันมากเกินไปแล้ว, นี่ชักจะไปกันใหญ่แล้ว; **carry** *or* **take**

sth. too ~: ทำ *ส.น.* มากเกินไป; **that's carrying the joke too ~:** ล้อเล่นกันพอแล้ว; **you are carrying things too ~ by saying that ...:** คุณกำลังเกินเลยโดยการกล่าวเช่นนั้น...; **how ~ [can she be trusted]?** เราจะไว้ใจเธอได้แค่ไหน; **he's too ~ gone** เขาไม่มีแรงที่จะทำอะไรแล้ว; *(drunk)* เขาเมาเกินไป; *(delirious)* เขาไม่มีสติพอที่จะทำอะไร; ➡ + **few** 1 A; **further** 2; **furthest** 2
❷ *adj.*, **farther, further; farthest, furthest** Ⓐ *(remote)* ไกล, ไกลโพ้น; *(remote in time)* ยาวนาน, ยาวไกล; **in the ~ distance** ในระยะทางไกลโพ้น; Ⓑ *(more remote)* ไกลออกไปอีก; **the ~ bank of the river/side of the road** ฝั่งแม่น้ำ/ฟากถนนด้านโน้น; **the ~ door/wall** *etc.* ประตู/กำแพง ฯลฯ ด้านโน้น; ➡ + **cry** 1 A; **further** 1; **furthest** 1

'faraway *attrib. adj.* Ⓐ *(remote in space)* ไกลโพ้น; **~ places** สถานที่ไกลโพ้น; *(remote in time)* ยาวนาน; Ⓑ *(dreamy) (ตา, หน้าตา)* เหม่อลอย, ใจลอย

farce /fɑːs/ฟาซ/ *n.* Ⓐ เรื่องไร้สาระ, การเสแสร้ง, การล้อเลียน; **become nothing but a ~:** กลายเป็นเรื่องไร้สาระ; Ⓑ *(Theatre)* ละครตลก/ขบขัน

farcical /ˈfɑːsɪkl/ˈฟาซิค'ล/ *adj.* Ⓐ *(absurd)* ไร้สาระ; Ⓑ *(Theatre)* ตลก, ขบขัน

farcically /ˈfɑːsɪkəlɪ/ˈฟาซิเคอะลิ/ *adv.* *(absurdly)* อย่างไร้สาระ, อย่างบ้า ๆ บอ ๆ

fare /feə(r)/แฟ(ร)/ ❶ *n.* Ⓐ *(price)* ค่าโดยสาร; *(money)* เงินค่าโดยสาร; **train/boat ~:** ค่าโดยสารรถไฟ/เรือ; **what** *or* **how much is the ~?** ค่าโดยสาร/*(by air)* ตั๋วเครื่องบิน/*(by boat)* ตั๋วเรือเท่าไหร่; **have the exact ~:** มีค่าโดยสารพอดี; **have one's ~ ready** เตรียมค่าโดยสารให้พร้อม; **[all] ~s, please, any more ~s?** กรุณาให้ค่าโดยสารด้วย *หรือ* มีใครยังไม่ได้ให้ค่าโดยสารอีกไหม; Ⓑ *(passenger)* ผู้โดยสาร; Ⓒ *(food)* อาหาร; ➡ + [3]**bill** 1 D
❷ *v.i. (get on)* **I don't know how he is faring/how he ~d on his travels** ฉันไม่รู้ว่าเขาเป็นยังไงบ้าง/เดินทางเป็นอย่างไร; **~ thee well** *(arch.)* ขอให้โชคดี

Far: ~'East *n.* **the ~ East** ตะวันออกไกล, *(ประเทศจีน ญี่ปุ่นและประเทศอื่น ๆ ในเอเชียตะวันออก)*; **~ 'Eastern** *adj.* เกี่ยวกับตะวันออกไกล

'fare stage *n.* *ส่วนหนึ่งของเส้นทางเดินรถประจำทาง ฯลฯ ที่มีการกำหนดค่าโดยสาร; (end of section)* จุดสิ้นสุดส่วนหนึ่งของเส้นทางเดินรถประจำทาง ฯลฯ

farewell /feəˈwel/แฟ'เว็ล/ ❶ *int.* ลาก่อน; **say ~ to sth.** กล่าวอำลา *ส.น.* ❷ *n.* Ⓐ **a few words of ~:** คำอำลาสองสามคำ; **make one's ~s** กล่าวอำลา; *(by visiting)* ไปหาเพื่อทำการอำลา; Ⓑ *attrib.* **~ speech/gift** *etc.* คำปราศรัยอำลา/ของขวัญ ฯลฯ เพื่อการอำลา

far: ~-famed *adj.* มีชื่อเสียงเลื่องลือไปไกล; **~-fetched** *adj.* ไม่น่าเชื่อถือ; **~-flung** *adj.* *(widely spread)* แผ่กว้าง, กระจายไปอย่างกว้างขวาง, ทุกหนทุกแห่ง; *(distant)* ไกล

farm /fɑːm/ฟาม/ ❶ *n.* Ⓐ นา, ไร่; *(larger)* ฟาร์ม *(ท.ศ.)*; **poultry/chicken ~:** ฟาร์มเลี้ยงสัตว์ปีก/ไก่; **~ bread/eggs** ขนมปัง/ไข่จากฟาร์ม; **~ animals** สัตว์ที่เลี้ยงในฟาร์ม; ➡ + **dairy farm**; Ⓑ ➡ **farmhouse**; Ⓒ *(place for breeding animals)* สถานที่เพาะพันธุ์สัตว์; **trout ~:** ที่เพาะพันธุ์ปลาเทราท์ ❷ *v.t.* Ⓐ ทำไร่ทำนา, ทำการเกษตร, ใช้ *(ที่ดิน)* เพื่อการเพาะปลูก, เลี้ยง *(สัตว์ ฯลฯ)*; **be engaged in sheep ~ing** เลี้ยงแกะ; Ⓑ *(take proceeds of)* รับรายได้จากที่ดิน; Ⓒ ➡ **~ out** ❸ *v.i.* ทำนา, ทำไร่, เพาะปลูก; **he ~s in Africa** เขาทำการเกษตรอยู่ในแอฟริกา

~ 'out *v.t.* Ⓐ ให้เช่า *(ที่ดิน)*; Ⓑ มอบหมาย*(งาน)* ให้ผู้อื่น; Ⓒ *(hire out)* จ้างแรงงาน *(ทำงานที่ล้น)*; Ⓓ จ้างให้ผู้อื่นดูแล, เลี้ยง *(เด็กเล็ก)*

farmer /ˈfɑːmə(r)/ˈฟาเมอะ(ร)/ *n.* ➤ **489** ชาวนา, เกษตรกร; **poultry ~:** เกษตรกรที่เลี้ยงสัตว์ปีก

farm: ~hand *n.* ➤ **489** คนงานที่ทำงานอยู่ในฟาร์ม; **~house** *n.* บ้านเกษตรกรซึ่งติดกับไร่นา

farming /ˈfɑːmɪŋ/ˈฟามิง/ *n., no pl., no indef. art.* เกษตรกรรม, การเพาะปลูก, การทำไร่ทำนา, การเลี้ยงสัตว์; **~ of crops** การเพาะปลูกพืชผล; **~ of animals** การเลี้ยงสัตว์; **~ community** ชุมชนเกษตรกรรม; **~ implement** เครื่องมือทำการเกษตร; **go into ~:** ประกอบอาชีพเกษตรกรรม

farm: ~stead *n.* นาและสิ่งปลูกสร้างในนา; **~ subsidies** *(finance)* การให้ความสนับสนุนเกษตรกรจากรัฐ; **~worker** *n.* ➤ **489** คนงานที่รับจ้างทำงานในนา, เกษตรกร; **~yard** *n.* บริเวณรอบ ๆ สิ่งปลูกสร้างในฟาร์ม

Faroes /ˈfeərəʊz/ˈแฟโรซ/ *adj.* หมู่เกาะแฟโรส *(ในมหาสมุทรแอตแลนติกเหนือ)*

'far-off *adj. (in space)* ไกล, ไกลโพ้น; *(in time)* ยาวนาน

'far out *adj.* Ⓐ *(distant)* ห่างไกล; Ⓑ *(fig. coll.: excellent)* ดีเลิศ, ยอดเยี่ยม

farrago /fəˈrɑːgəʊ/เฟอะˈราโก/ *n., pl.* **~s** (*(Amer.:)* **~es**) *(mixture)* ของหลายอย่างที่ผสม *หรือ* คละปนกัน; *(disordered assemblage)* การรวมของที่ไม่เป็นระเบียบเรียบร้อย

'far-reaching *adj.* ซึ่ง *(ข้อเสนอ, การปฏิรูป)* กว้างขวาง, *(ข้อเสนอ)* ที่มีผลสำคัญ

farrier /ˈfærɪə(r)/ˈแฟริเออะ(ร)/ *n. (Brit.: smith)* ช่างเหล็กที่ใส่เกือกม้า

farrow /ˈfærəʊ/ˈแฟโร/ ❶ *n.* ลูกหมูครอกหนึ่ง ❷ *v.t.* ออกลูกหมู ❸ *v.i.* *(หมู)* ออกลูก

far: ~-seeing *adj.* ที่มองการณ์ไกล; **~sighted** *adj.* Ⓐ *(able to see a great distance)* มีสายตายาวไกล; Ⓑ *(having foresight)* สามารถมองการณ์ไกล

fart /fɑːt/ฟาท/ *(coarse)* ❶ *v.i.* Ⓐ ตด *(ภ.พ.)*; Ⓑ *(fool)* **~ about** *or* **around** ทำตัวโง่ ๆ แบบเสียเวลา ❷ *n.* Ⓐ การตด; Ⓑ *(person)* บุคคลเลอะเทะ

farther /ˈfɑːðə(r)/ˈฟาเทอะ(ร)/ ➡ **further** 1 A, 2 A

farthermost /ˈfɑːðəməʊst/ˈฟาเทอะเมิซท/ ➡ **furthermost**

farthest /ˈfɑːðɪst/ˈฟาทิซท/ ➡ **furthest**

farthing /ˈfɑːðɪŋ/ˈฟาทิง/ *n.* Ⓐ *(Brit. Hist.) เงินเหรียญและหน่วยเงินมีค่าเท่ากับหนึ่งในสี่ของหนึ่งเพนนี;* **that old bike isn't worth a ~:** จักรยานเก่า ๆ คันนั้นไม่มีค่าสักสตางค์; **to the last ~:** จนถึงเหรียญสุดท้าย; Ⓑ *(fig.)* **it doesn't matter a ~:** ไม่สำคัญสักนิดเดียว; **he doesn't care a ~ for her** เขาไม่ได้สนใจเธอสักนิดเดียว; ➡ + **brass farthing**

Far 'West *n. (Amer.)* **the ~:** ตะวันตกของสหรัฐอเมริกา

fascia /ˈfeɪʃə/ˈเฟเชอะ/ *n.* Ⓐ *(Archit.) วัสดุแผ่นเรียบยาวใช้ประดับบนตึก เชิงชายทำด้วยไม้;* Ⓑ ➡ **facia**

fascicle /ˈfæsɪkl/ˈแฟซิค'ล/ *n.* ตอนของหนังสือที่พิมพ์แยก

fascinate /ˈfæsɪneɪt/ˈแฟซิเนท/ *v.t.* Ⓐ ทำให้สนใจอยากรู้, ทำให้หลงใหลอย่างมาก; **it ~s me how ...:** ฉันสนใจมากว่า...; Ⓑ *(deprive of power)* ตรึง *(เหยื่อ)* ไว้กับที่; *(เสน่ห์)* ครอบงำจิตใจ

fascinated /ˈfæsɪneɪtɪd/ˈแฟซิเนทิด/ *adj.* *(enchanted)* หลงใหล; **the audience watched ~:** คนดูจ้องมองอย่างหลงใหล

fascinating /ˈfæsɪneɪtɪŋ/ˈแฟซิเนทิง/ *adj.* น่าหลงใหล; *(เรื่อง, หนังสือ)* ที่น่าสนใจมาก; **there is something ~ about her** เธอมีบุคลิกบางอย่างที่น่าหลงใหล

fascinatingly /ˈfæsɪneɪtɪŋlɪ/ˈแฟซิเนทิงลิ/ *adv.* อย่างน่าหลงใหล

fascination /fæsɪˈneɪʃn/แฟซิˈเนช'น/ *n., no pl.* ความหลงใหล; *(quality of fascinating)* เสน่ห์; **find a certain ~ in sth.** ค้นพบเสน่ห์บางอย่างใน *ส.น.*; **have a ~ for sb.** มีเสน่ห์สำหรับ *ค.น.*

fascism /ˈfæʃɪzm/ˈแฟชิซ'ม/ *n.* ลัทธิชาตินิยมฝ่ายขวาในอิตาลี *(ค.ศ. 1922–43)*, ลัทธิฟาสซิสต์ *(ท.ศ.)*; **Italian ~:** ลัทธิชาตินิยม/ฟาสซิสต์ของอิตาลี

fascist /ˈfæʃɪst/ˈแฟชิซท/ ❶ *n.* ผู้ยึดมั่นในลัทธิชาตินิยม ❷ *adj.* เกี่ยวกับชาตินิยม, เผด็จการ

fashion /ˈfæʃn/ˈแฟช'น/ ❶ *n.* Ⓐ รูปแบบ, ลักษณะ, วิธีการ; **talk/behave in a peculiar ~:** พูดจา/แสดง *หรือ* ประพฤติตนแปลกประหลาด; **dress in a similar ~:** แต่งกายในรูปแบบคล้าย ๆ กัน; **she will do it in her own ~:** เธอจะทำมันตามวิธีการของเธอ; **in the Japanese ~:** ตามแบบญี่ปุ่น; **in the usual ~:** โดยวิธีการปกติ; **in this ~:** โดยวิธีการนี้; **he expresses himself in a striking ~:** เขาพูดจาในลักษณะที่เด่น; **walk crab-~/in a zigzag ~:** เดินไม่ตรง/เดินตุปัดตุเป๋; **Thai-~:** แบบไทย; **after** *or* **in the ~ of** ตามรูปแบบของ...; **in best British ~:** ตามวิธีการที่ดีงามของอังกฤษ; **after** *or* **in a ~:** ตามวิธีใดวิธีหนึ่ง; **after** *or* **in one's/its ~:** ตามรูปแบบของตน/ของมัน; **Were you successful? – Well yes, after** *or* **in a ~:** คุณประสบความสำเร็จหรือเปล่าก็พอใช้ได้; Ⓑ *(custom, esp. in dress)* แบบสมัยนิยม, ตามแฟชั่น *(ท.ศ.)*; **be dressed in the height of** *or* **the latest ~:** แต่งตัวตามสมัยล่าสุด; **the latest summer/autumn ~s** แฟชั่นล่าสุดของฤดูร้อน/ฤดูใบไม้ร่วง; **~s for men's clothes/women's clothes** แฟชั่นเสื้อผ้าชาย/หญิง; **the Paris ~s** แฟชั่นจากปารีส; **it is the ~:** มันเป็นที่นิยม; **hats are the ~ this summer** หมวกเป็นที่นิยมในหน้าร้อนนี้; **be all the ~:** ที่กำลังเป็นที่นิยมอย่างมาก, ทันสมัยมาก; **in ~:** อยู่ในความนิยม; **she always follows the/every ~:** เธอตามสมัยนิยมเสมอ; **be out of ~:** ล้าสมัย; **come into/go out of ~:** เริ่มเป็นที่นิยม/ล้าสมัย; **bring sth. into ~:** ทำให้ *ส.น.* เป็นที่นิยม; **lead** *or* **set the ~:** นำสมัยนิยม; **the ~s in literature/music/art** วรรณคดี/ดนตรี/ศิลปะที่เป็นที่นิยม; Ⓒ *(usages of society)* ประเพณีในสังคม; **it was the ~ in those days** เป็นประเพณีนิยมในสมัยนั้น; **men/women of ~:** ผู้ชาย/ผู้หญิงในสังคมระดับสูง; ➡ + **old-fashioned**
❷ *v.t.* Ⓐ ประดิษฐ์ **(after, according to** ตาม; **out of, from** จาก; **[in]to** เป็น); **~ sth. after sth.** ประดิษฐ์ *ส.น.* ตามแบบ *ส.น.*; Ⓑ *(shape to leg)* ปั้นตามรูปร่างขา

fashionable /ˈfæʃənəbl/ˈแฟเชอะเนอะบ'ล/

adj. (เสื้อผ้า, บุคคล, รูปแบบ) ทันสมัย; *(โรงแรม, ร้านอาหาร, สถานที่, คำ, รถ, โค้ช)* เป็นที่นิยม; **it isn't ~ any more** มันล้าสมัยไปแล้ว; **all the ~ people** บุคคลที่ทันสมัยทั้งหมด

fashionably /ˈfæʃnəblɪ/ˈแฟช'นเนอะบลิ/ *adv. (การแต่งตัว)* อย่างทันสมัย; *(การดำเนินชีวิต)* แบบสมัยใหม่

fashion: ~-conscious *adj.* คำนึงถึงสมัยนิยม; **~ designer** *n.* ➤ 489 ผู้ที่ออกแบบเสื้อผ้า; **~ magazine** *n.* นิตยสารแฟชั่น; **~ parade** *n.* ขบวนแฟชั่น; **~-plate** *n.* Ⓐ *(picture)* ภาพตัวอย่างเสื้อผ้า; Ⓑ *(fig.: man/woman)* ชาย/หญิงที่สวมใส่เสื้อผ้าที่ทันสมัย; **~ show** *n.* การแสดงแบบเสื้อผ้า, การเดินแบบ

[1]**fast** /fɑːst, US fæst/ฟาซทฺ, แฟซทฺ/ ❶ *v.i.* อดอาหาร, ถือศีลอด; **a day of ~ing** วันอดอาหาร ❷ *n. (going without food)* การอดอาหาร; *(hunger strike)* การอดอาหารประท้วง; *(day)* วันที่อดอาหาร; *(season)* ระยะอดอาหาร; **break one's ~:** เลิกการอดอาหาร; **a 40-day ~:** การอดอาหาร 40 วัน

[2]**fast** ❶ *adj.* Ⓐ *(fixed, attached)* ผูกไว้, มัดให้แน่น; **the rope is ~:** เชือกผูกไว้แน่น; **make [the boat]~:** ผูกเรือไว้ให้แน่น; **hard and ~:** *(กฎหมาย, ระเบียบ)* เข้มงวด; *(การตัดสินใจ)* เฉียบขาด; Ⓑ *(steady, close) (มิตรภาพ)* มั่นคง; *(เพื่อน)* จริงจัง, ใกล้ชิด; Ⓒ *(not fading) (สี)* ไม่ซีด, ไม่ตก; *(against light)* ไม่ซีดแดด; *(against washing)* ไม่จาง/ซีดเมื่อซัก; Ⓓ *(rapid)* เร็ว; *(หนัง)* ตื่นเต้น; **~ train** รถไฟด่วน; **~ speed** ความเร็วสูง; **he is a ~ worker** *(lit. or fig.)* เขาเป็นคนทำงานเร็ว; *(in amorous activities)* เขาจีบได้สำเร็จอย่างรวดเร็ว; **I say, that was ~ work** โอโห นั่นเป็นการประสบผลสำเร็จอย่างรวดเร็ว; **pull a ~ one [on sb.]** *(coll.)* หลอกลวง *หรือ* เอาเปรียบ [*ค.น.*]; Ⓔ ➤ 177 **be ~ [by ten minutes], be [ten minutes] ~** *(นาฬิกา)* เร็ว [ไปสิบนาที]; Ⓕ *(สนามเทนนิส, โต๊ะบิลเลียด)* ที่เร็ว; **~ road** ถนนที่ใช้ความเร็วสูงได้; **~ line** *(Railw.)* ทางรถไฟที่รถไฟวิ่งเร็วได้; Ⓖ *(immoral)* ผิดศีลธรรม; *(ผู้หญิง)* ที่เปรี้ยว, แรด; Ⓗ *(Photog.) (ฟิล์ม)* ที่ต้องการเปิดหน้ากล้องเพียงระยะสั้น ๆ; ➡ **+ furious**
❷ *adv.* Ⓐ *(lit. or fig.)* อย่างมั่นคง, แน่นหนา; **the wall stood ~:** กำแพงตั้งตระหง่าน; **hold ~ to sth.** จับ *ส.น.* ไว้แน่น; *(fig.)* ยึดมั่นใน *ส.น.*; **stand ~ in one's belief** ยึดมั่นในความเชื่อของตน; **stand ~ by sth./sb.** สนับสนุน *ส.น./ค.น.*; Ⓑ *(soundly)* **be ~ asleep** หลับสนิท; Ⓒ ➤ 850 *(quickly)* อย่างรวดเร็ว; **not so ~!** อย่ารีบร้อน; Ⓓ *(ahead)* **that clock is running ~:** นาฬิกาเรือนนั้นเดินเร็ว; **play ~ and loose with sb.** หลอกลวง *ค.น.*

fast: ~back *n. (back of car)* ท้ายลาดของรถยนต์; *(car)* รถท้ายลาด; **~ 'bowler** *n. (Cricket)* คนที่ขว้างลูกเร็ว; **~ 'breeder [reactor]** *n.* เครื่องปฏิกรณ์ปรมาณู; **~ 'buck** ➡ [4]**buck**; **~ day** *n.* วันอดอาหาร; **~ idle** *(Motor Veh.)* เดินเบารอบสูง

fasten /ˈfɑːsn, US ˈfæsn/ˈฟาซ'น, ˈแฟซ'น/ ❶ *v.t.* Ⓐ ผูก, มัด (**on, to** กับ); ติดกระดุม *(เสื้อผ้า)*, เข็มกลัด; ปิด *(ประตูหน้าต่าง)*; รัด *(ผม)*; **~ sth. together with a clip** หนีบ *ส.น.* ไว้; **~ the rope to a post** ผูกเชือกไว้กับเสา; **~ sth. up with string** ใช้เชือกมัด *ส.น.*; **~ one's safety belt** คาดเข็มขัดนิรภัย; **~ up one's shoes** ผูกเชือกรองเท้า; **she ~ed her hair back** เธอรวบผมไว้ข้างหลัง; **~ off a thread** ขมวดปม; Ⓑ พุ่ง *(ความสนใจ, ความคิด ฯลฯ)* ไปยัง; ตั้ง *(ความหวัง)* ไว้กับ *ส.น.*; **~ one's attention/affections on sb.** พุ่งความสนใจ/ความรักไปยัง *ค.น.*; Ⓒ *(assign)* กำหนดให้, ตั้ง *(ชื่อเล่น)* ให้; **~ the blame/charge [up]on sb.** ตำหนิ/กล่าวหา *ค.น.*
❷ *v.i.* Ⓐ ผูก, เกี่ยวกัน, ติดแน่น; **the skirt ~s at the back** กระโปรงมีที่ติดอยู่ข้างหลัง; **the hook and the eye ~ together** ตะขอสับเกี่ยวลงบนห่วงรับ; Ⓑ **~ [up]on sth.** *(single out)* เลือก *ส.น.* ออกมา; *(seize upon)* ติดแน่นกับ *ส.น.*

fastener /ˈfɑːsnə(r), US ˈfæsnə(r)/ˈฟาซเนอะ(ร), ˈแฟซเนอะ(ร)/ *n.* สิ่งที่ติด/ผูก/รัด/กลัด/ยึด/ตรึงให้แน่น

fastening /ˈfɑːsnɪŋ, US ˈfæsnɪŋ/ˈฟาซ'นิง, ˈแฟซ'นิง/ *n. (device)* เครื่องที่ปิดให้แน่น

'fast: ~ 'food *n. อาหารที่เตรียมและนำมาเสิร์ฟได้อย่างรวดเร็ว, อาหารจานด่วน*; **~food restaurant** ร้านขายอาหารประเภทจานด่วน; **~ 'forward** *n. (เครื่องซีดี, วิดีโอ)* การกรอไปข้างหน้าอย่างรวดเร็ว; *(playback)* ตรวจดูอย่างรวดเร็ว; **watch sth. on ~ forward** ดู *ส.น.* อย่างรวดเร็วโดยกดปุ่มเร่ง; **~-forward** ❶ *attrib. adj.* ที่กลอไปข้างหน้าอย่างเร็ว ❷ *v.t. & i.* กลอไปข้างหน้าอย่างเร็ว; **~-growing** *adj.* *(ต้นไม้)* โตเร็ว

fastidious /fæˈstɪdɪəs/แฟ'ซติเดียซ/ *adj.* *(hard to please)* เอาใจยาก; *(carefully selective)* จู้จี้, พิถีพิถัน (**about** เกี่ยวกับ, ใน); **he is ~ about his food/clothes,** *etc.* เขาจู้จี้เรื่องอาหารการกิน/เสื้อผ้า ฯลฯ

fastidiously /fæˈstɪdɪəslɪ/แฟ'ซติเดียซลิ/ *adv.* **behave ~:** ทำตนเป็นคนจู้จี้; **dress ~:** แต่งตัวอย่างพิถีพิถันมาก; **~ clean** สะอาดหมดจดมาก

fast: ~ lane *n.* ช่องทางเดินรถเร็ว; **life in the ~ lane** *(fig.)* ชีวิตที่รีบร้อน, ชีวิตที่โลดโผน; **~-moving** *adj.* ที่เคลื่อนที่รวดเร็ว; *(ภาพยนตร์)* ที่ตื่นเต้น; **a ~-moving train** รถไฟที่แล่นเร็ว

fastness /ˈfɑːstnɪs, US ˈfæst-/ˈฟาซทฺนิซ, ˈแฟซทฺ-/ *n.* Ⓐ *no pl. (of colour, dye)* การไม่ซีด, ไม่ตก; *(against light)* การที่ไม่ซีด; *(against washing)* การที่สีไม่ตก; Ⓑ *on pl. (of vehicle, person, etc.)* ความเร็ว; Ⓒ *(stronghold)* ฐานที่มั่น, ป้อมปราการ, ด่านสำคัญ

fast-talk /fɑːstˈtɔːk, US fæst-/ฟาซทฺ'ทอค, แฟซทฺ-/ *v.t.* พูดกล่อมด้วยคำพูดที่หลอกลวง

'fast track *n.* ช่องทางด่วน; **a career on the ~:** ชีวิตทำงานที่รุ่งโรจน์อย่างเร็ว; **the ~ to success** ทางด่วนสู่ความสำเร็จ; **be on the ~:** กำลังสร้างชื่อเสียง

'fast-track ❶ *v.t.* ให้ความสำคัญ, ถือเป็นเรื่องด่วน *(โครงการ)* ❷ *attrib. adj.* เร็ว, ด่วน; **~ procedure** ทำให้ *(กฎหมาย, พระราชบัญญัติ)* ผ่านอย่างเร็วเป็นพิเศษ

fat /fæt/แฟท/ ❶ *adj.* Ⓐ อ้วน, อ้วนท้วน; **grow** *or* **get ~:** อ้วนขึ้น; **grow ~** *(fig.)* ร่ำรวย; **you won't get ~ on that** *(fig. coll.)* คุณจะไม่รวยจากการทำสิ่งนั้นหรอก; Ⓑ **~ cattle** ปศุสัตว์ที่ถูกขุนจนอ้วนพี; Ⓒ *(containing much ~) (อาหาร, เนื้อ)* มีไขมันมาก; Ⓓ *(fig.) (หนังสือ, กระเป๋าสตางค์)* หนา; Ⓔ *(coll. iron.)* **~ lot of good 'you are** คุณไม่ได้เรื่องเลย; **a ~ lot [of good it would do me]** มันแทบจะไม่เป็นประโยชน์แก่ฉันเลย; **~ lot he knows** เขาไม่รู้อะไรเลย; **a ~ chance** โอกาสน้อยมาก; **~ chance 'he's got** เขาแทบจะไม่มีโอกาสเลย
❷ *n.* ไขมัน; **low in ~:** ไขมันต่ำ; **put on ~:** เพิ่มน้ำหนัก; **lose ~:** ลดน้ำหนัก; **the ~ is in the fire** *(fig.)* เกิดเรื่องแล้ว, แย่แล้ว; **live off** *or* **on the ~ of the land** *(fig.)* ได้รับทุกสิ่งทุกอย่างที่ดีที่สุด; ➡ **+ chew 1**
❸ *v.t.,* **-tt-** ทำให้อ้วน; **~ted cattle** ปศุสัตว์ที่ถูกขุนจนอ้วน; **kill the ~ted calf [for sb.]** ฉลองเต็มที่ให้ *ค.น.*

fatal /ˈfeɪtl/ˈเฟท'ล/ *adj.* Ⓐ *(ruinous, disastrous)* ร้ายแรง, ย่อยยับ; *(วัน, เหตุการณ์)* ที่ทำให้เกิดความหายนะ; **it would be ~:** จะเป็นความเสียหายอย่างย่อยยับ; **it is ~ to assume that ...:** เป็นความเสียหายอย่างยิ่งที่จะทึกทักว่า...; Ⓑ *(deadly)* เป็นอันตรายถึงตาย; **that sort of thing in her present state would be ~:** เรื่องเช่นนั้นในสภาพปัจจุบันของเธออาจเป็นอันตรายถึงตายได้; **deal sb. a ~ blow** ทำให้ *ค.น.* อยู่ในสภาพย่ำแย่มาก/ถึงตายได้; **be** *or* **come as a ~ blow to sb.** *(fig.)* เป็นการเสียหายสุดขีดสำหรับ *ค.น.*; Ⓒ *(inevitable) (วัน, เวลา)* ไม่อาจหลีกเลี่ยงได้; Ⓓ *(of destiny)* เกี่ยวกับโชคชะตา; **fatal error** *(Computing)* ปัญหาที่ทำให้คอมพิวเตอร์หรือโปรแกรมหยุดทำงาน

fatalism /ˈfeɪtəlɪzəm/ˈเฟเทิลลิเซิม/ *n., no pl.* ความเชื่อเรื่องพรหมลิขิต; ชะตานิยม (*ร.บ.*)

fatalist /ˈfeɪtəlɪst/ˈเฟเทอะลิซทฺ/ *n.* ผู้ที่เชื่อเรื่องพรหมลิขิต/ชะตาลิขิต

fatalistic /feɪtəˈlɪstɪk/เฟเทอะ'ลิซติค/ *adj.* เกี่ยวกับพรหมลิขิต/ชะตาลิขิต

fatality /fəˈtælɪtɪ/เฟอะ'แทลิทิ/ *n. (death)* การเสียชีวิต; *(in car crash, war, etc.)* ผู้ที่เสียชีวิต

fatally /ˈfeɪtəlɪ/ˈเฟเทอะลิ/ *adv.* อย่างร้ายแรงถึงชีวิต; *(เสน่ห์)* ที่เป็นอันตราย; *(disastrously)* อย่างย่อยยับ; *(เจ็บ)* อย่างสาหัส; **be ~ wrong** *or* **mistaken** ผิด/เข้าใจผิดอย่างร้ายแรง; **be ~ ill** เจ็บหนักถึงตายได้

'fat cat *n. (Amer. coll.)* บุคคลที่มีฐานะร่ำรวย *(และอิทธิพลทางการเมือง)*; นายทุนหนุนพรรค

fate /feɪt/เฟท/ *n.* Ⓐ ชะตากรรม, ดวง, พรหมลิขิต; **an accident** *or* **stroke of ~:** เป็นเรื่องของชะตากรรม; **~ decided otherwise** ชะตาลิขิตไว้อีกอย่าง; **as sure as ~:** แน่ยิ่งกว่าแน่, แน่เสียยิ่งกว่าแช่แป้ง; Ⓑ *(Mythol.)* **the F~s** เทวีแห่งโชคชะตาสามองค์; ➡ **+ death A**

fated /ˈfeɪtɪd/ˈเฟทิด/ *adj. (doomed)* ซึ่งถูกชะตากรรมลิขิตไว้; **be ~ to fail** *or* **to be unsuccessful** ถูกชะตากรรมลิขิตให้ล้มเหลว; **it was ~ that we should never meet again** ชะตาลิขิตไว้ว่าเราจะไม่มีวันพบกันอีก

fateful /ˈfeɪtfl/ˈเฟทฟ'ล/ *adj.* Ⓐ *(important, decisive)* สำคัญ; *(วัน, เวลา)* แห่งชะตากรรม; **a ~ decision** การตัดสินใจที่สำคัญยิ่ง; Ⓑ *(controlled by fate) (เหตุการณ์, การพบ)* ซึ่งถูกชะตากรรมกำหนด; Ⓒ *(prophetic)* เกี่ยวกับการพยากรณ์; *(of misfortune)* เคราะห์ร้าย

fat: ~-free *adj.* ไร้ไขมัน/ปราศจากไขมัน; **~head** *n.* คนโง่; **~-headed** *adj.* โง่

father /ˈfɑːðə(r)/ˈฟาเทอะ(ร)/ ❶ *n.* Ⓐ พ่อ, บิดา; **become a ~:** เป็นพ่อ; **he is a** *or* **the ~ of six** เขาเป็นพ่อของลูกหกคน; **be ~ to sb.** เป็นพ่อของ *ค.น.*; **be [like] a ~ to sb.** เป็นเหมือนพ่อของ *ค.น.*; **he is his ~'s son** เขาเป็นลูกพ่อจริง ๆ; **like ~ like son** ลูกไม้หล่นไม่ไกลต้น; **the wish is ~ to the thought** ความปรารถนาเป็นบ่อเกิดของความคิด; **the ~ and mother of a row/beating** *(coll.)* การทะเลาะ/ต่อสู้อย่างใหญ่หลวง; ➡ **+ child**; Ⓑ *in pl. (forefathers)*

f

Father Christmas | favourable 332

บรรพบุรุษ; Ⓒ *(originator)* ผู้ริเริ่ม; Ⓓ *(revered person)* บุคคลที่เป็นที่เคารพนับถือ; **the ~ of his country** บิดาของประเทศของเขา; Ⓔ *(God)* **[our heavenly] F~:** พระผู้เป็นเจ้า; **God the F~, the Son, and the Holy Ghost** พระบิดา พระบุตร และพระจิต; **the Our F~:** การสวดมนต์พระผู้เป็นเจ้าของเรา; Ⓕ *(confessor)* พระผู้ฟังการสารภาพบาป; *(priest)* นักบวช; *(monk)* พระสงฆ์; **F~** *(as title: priest, monk)* หลวงพ่อ; **the Holy F~:** พระสันตะปาปา; **Right /Most Reverend F~ [in God]** พระอธิการ; **F~ Superior** เจ้าอาวาส; Ⓖ **F~** *(venerable person, god)* บุคคลที่น่าเคารพ, เทพเจ้า; **F~ Thames** แม่น้ำเทมส์; **[Old] F~ Time** เทพเจ้าแห่งกาลเวลา; Ⓗ *(oldest member)* สมาชิกที่มีอาวุโสสูงสุด; **F~ of the House of Commons** *(Brit. Polit.)* สมาชิกสภาผู้แทนราษฎรที่มีอาวุโสสูงสุด; ➡ **+ city fathers; Pilgrim Fathers**
❷ *v.t.* Ⓐ *(beget)* มีบุตร, เป็นพ่อของ; Ⓑ *(originate)* ริเริ่ม *(โครงการ ฯลฯ)*

father: F~ 'Christmas *n.* ซานตาคลอส *(ท.ศ.)*; **~ figure** *n.* ผู้อาวุโสที่ได้รับความเคารพนับถือประดุจบิดา, ผู้นำที่ได้รับความไว้วางใจ

fatherhood /ˈfɑːðəhʊd/ˈฟาเทอะฮุด/ *n., no pl.* ความเป็นพ่อ

father: ~-in-law *n., pl.* **~s-in-law** พ่อตา, พ่อสามี; **~land** *n.* บ้านเกิดเมืองนอน

fatherless /ˈfɑːðəlɪs/ˈฟาเทอะลิซ/ *adj.* กำพร้าบิดา, ไม่มีพ่อ; **be ~:** กำพร้าบิดา/พ่อ

fatherly /ˈfɑːðəlɪ/ˈฟาเทอะลิ/ ❶ *adj.* เสมือนบิดา, มีลักษณะของบิดา *(ในด้านความรัก, ความห่วงใย ฯลฯ)*; **~ responsibilities** ความรับผิดชอบในการเป็นพ่อ; **~ words of advice** คำแนะนำฉันพ่อ ❷ *adv.* ประดุจบิดา, แบบพ่อ

'Father's Day *n.* วันพ่อ

fathom /ˈfæðəm/ˈแฟเทิม/ ❶ *n. (Naut.)* แฟธอม *(ท.ศ.) (หน่วยวัดความลึกของน้ำ มีความยาวเท่ากับ 6 ฟุต)* ❷ *v.t.* Ⓐ *(measure)* วัดความลึก *(ของน้ำ)*; Ⓑ *(fig.: comprehend)* เข้าใจ; **~ sb./sth. out** เข้าใจ *ค.น./ส.น.*; **I cannot ~ his meaning** ฉันไม่เข้าใจว่าเขาหมายความว่าอย่างไร; **I just cannot ~ him out** ฉันไม่สามารถจะเข้าใจเขาได้

fathomless /ˈfæðəmlɪs/ˈแฟเทิมลิซ/ *adj.* *(immeasurable)* ไม่สามารถวัดได้; *(ความรักของพระผู้เป็นเจ้า)* ไม่มีขอบเขต; ลึกจนไม่มีพื้นข้างล่าง; กว้างใหญ่ไพศาล

fatigue /fəˈtiːg/เฟอะˈทีก/ ❶ *n.* Ⓐ ความเหน็ดเหนื่อย, ความอ่อนเพลีย; **fight against ~:** ต่อสู้กับความเหน็ดเหนื่อย; **extreme ~:** ความเหน็ดเหนื่อยสุดขีด; Ⓑ *(of metal etc.)* การเสียความยืดหยุ่น, ความล้า; **~ test** การทดสอบความล้า; Ⓒ *(of muscle, organ, etc.)* การอ่อนล้า; Ⓓ *(task)* งานที่ทำให้เกิดความเหน็ดเหนื่อย, งานที่ลำบาก; Ⓔ *(Mil.)* งานสัมภาระ; **be put on ~ duty** ถูกกำหนดให้ทำงานสัมภาระ; **~s** ➡ **fatigue-dress** ❷ *v.t.* ทำให้เหน็ดเหนื่อย; **with a ~d look** ด้วยสีหน้าที่เหน็ดเหนื่อย; **feel ~d** รู้สึกเหนื่อยล้า; **look ~d** ดูเหนื่อยอ่อน; **too ~d to do sth.** เหน็ดเหนื่อยเกินไปที่จะทำ *ส.น.*

fatigue: ~-dress *n.* ชุดทำงานของทหารเมื่อทำงานสัมภาระ; **~-party** *n. (Mil.)* กองทำงานด้านสัมภาระ

fatless /ˈfætlɪs/ˈแฟทลิซ/ *adj. (เนื้อ)* ไม่มีไขมัน

fatness /ˈfætnɪs/ˈแฟทนิซ/ *n., no pl.* *(corpulence)* ความอ้วน

'fatstock *n., no pl.* ปศุสัตว์ที่ถูกขุนจนอ้วน

fatted /ˈfætɪd/ˈแฟทิด/ ➡ **fat** 3

fatten /ˈfætn/ˈแฟท'น/ ❶ *v.t.* ทำให้อ้วน *(คน, สัตว์)*; **~ oneself on sth.** *(fig.)* สร้างความร่ำรวยให้ตนเองโดยอาศัย *ส.น.* ❷ *v.i. (คน, สัตว์)* อ้วนขึ้น; **~ on sth.** อ้วนโดยการกิน *ส.น.*; *(fig.)* รวยจาก *ส.น.*

fattening /ˈfætnɪŋ/ˈแฟท'นิง/ *adj.* ที่ทำให้อ้วน; **~ foods** อาหารที่ทำให้อ้วน; **be ~:** ทำให้อ้วน

fattism /ˈfætɪzm/ˈแฟทิซ'ม/ *n.* การกีดกันผู้ที่อ้วนมาก

fatty /ˈfætɪ/ˈแฟทิ/ ❶ *adj.* Ⓐ *(อาหาร, เนื้อ)* มีไขมัน, มัน, เลี่ยน; Ⓑ *(consisting of fat)* ไขมัน; **~ tissue/tumour** เนื้อเยื่อ/เนื้องอกที่มีไขมัน ❷ *n. (coll.)* คนอ้วน

fatty 'acid *n. (Chem.)* กรดไขมัน

fatuous /ˈfætjʊəs/ˈแฟฉุเอิซ/ *adj.* โง่เขลา, ไร้จุดหมาย; **a ~ person** บุคคลที่โง่เขลาเบาปัญญา

fatuously /ˈfætjʊəslɪ/ˈแฟฉุเอิซลิ/ *adv.* อย่างโง่เขลา

fatwa /ˈfætwɑː/ˈแฟทวา/ *n.* การประกาศคำตัดสินในข้อกฎหมายทางศาสนาอิสลาม

faucet /ˈfɔːsɪt/ˈฟอซิท/ *n.* Ⓐ *(for barrel)* จุกไขก๊อก; Ⓑ *(Amer.: tap)* ก๊อกน้ำ

fault /fɔːlt/ฟอลทฺ/ ❶ *n.* Ⓐ *(defect)* ข้อบกพร่อง; **we all have our little ~s** เราทุกคนต่างมีข้อบกพร่องเล็ก ๆ น้อย ๆ; **confess one's ~s** ยอมรับข้อบกพร่องของตนเอง; **to a ~:** มากเกินไป; **meticulous to a ~:** ละเอียดเกินไป; **find ~ [with sb./sth.]** จับผิด *[ค.น./ส.น.]*; **find ~ with goods** ตำหนิสินค้า; **[sold] with all ~s** ไม่รับรองว่าสินค้าจะไม่มีตำหนิ; **free from** *or* **without ~:** ปราศจาก *หรือ* ไม่มีข้อบกพร่อง; Ⓑ *(responsibility)* ความรับผิดชอบ, ความผิดพลาด; **whose ~ was it?** นี่เป็นความผิดของใคร; **it's all your own ~!** เป็นความผิดของคุณทั้งหมด; **it isn't my ~:** ไม่ใช่ความผิดของฉัน; **not through any ~ of mine** ไม่ใช่จากความผิดของฉัน; **the ~ lies with him** เป็นความผิดของเขา; **be at~:** *(กระทำ)* ผิด; (➡ **+ g**); **my memory was at ~:** ฉันจำผิดเอง; **it is difficult to determine who is at ~:** ยากที่จะตัดสินว่าใครเป็นคนผิด; Ⓒ *(thing wrongly done)* สิ่งที่ทำผิด; **commit a ~:** ทำความผิด; Ⓓ *(Tennis etc.)* การเสิร์ฟเสีย; **double ~:** การเสิร์ฟเสียสองครั้ง; Ⓔ *(in gas or water supply; also Electr.)* ความขัดข้อง *หรือ* ข้อบกพร่อง; Ⓕ *(Geol.)* ชั้นหินที่หักหรือเคลื่อนลง; Ⓖ *(Hunting)* การที่เหยื่อหนีหายไป; **be at ~:** ปล่อยให้เหยื่อหายไป; *(fig.)* ตะลึงงัน (➡ **+ b**)
❷ *v.t.* Ⓐ จับผิด, ตำหนิ; **he/his argument had been ~ed** เขา/ข้อโต้แย้งของเขาถูกจับผิด; Ⓑ *(declare faulty)* ประกาศว่ามีความผิดพลาด

fault: ~finder *n.* บุคคลที่คอยจับผิดผู้อื่น; **~finding** ❶ *n.* การจับผิด ❷ *adj.* คอยจับผิด; **~finding critic/criticism** นักวิจารณ์/การวิจารณ์ที่คอยจับผิด

faultily /ˈfɔːltɪlɪ, ˈfɒltɪlɪ/ˈฟอลทิลิ/ *adv.* อย่างผิดพลาด

faultless /ˈfɔːltlɪs/ˈฟอลทฺลิซ/ *adj.* ไม่มีข้อบกพร่อง, ไม่มีความผิด; *(ภาษาอังกฤษ)* ที่สมบูรณ์แบบ; *(ชื่อเสียง)* ที่ขาวสะอาดไม่มีมลทิน

faultlessly /ˈfɔːltlɪslɪ/ˈฟอลทฺลิซลิ/ *adv.* อย่างไม่มีที่ติ; **the dress fits ~:** เสื้อชุดนี้เข้ารูปพอดีเปี๊ยะ

faulty /ˈfɔːltɪ/ˈฟอลทิ/ *adj.* มีข้อบกพร่อง, ไม่สมบูรณ์แบบ, ผิดพลาด; **~ design/calculation** การออกแบบ/การคำนวณที่ผิดพลาด

faun /fɔːn/ฟอน/ *n. (Myth.)* *เทพเจ้าโรมันชนบทมีหน้าและลำตัวเป็นมนุษย์และมีเขา ขาและหางเป็นแพะ*

fauna /ˈfɔːnə/ˈฟอเนอะ/ *n., pl.* **~e** /ˈfɔːniː/ˈฟอนี/ *or* **~s** *(Zool.)* สัตว์ในภูมิภาค, พันธุ์สัตว์ประจำถิ่น

faute de mieux /fəʊt də ˈmjɜː/-ฟท เดอะ ˈมิเยอ/ *adv.* เมื่อไม่มีทางเลือกที่ดีกว่า; ในยามจำเป็น

fauvism /ˈfəʊvɪzm/โฟวิซ'ม/ *n. (art)* ศิลปะฝรั่งเศสในต้นศตวรรษที่ 20 ซึ่งเน้นการใช้สีสันฉูดฉาด

faux pas /fəʊ ˈpɑː/โฟ ˈปา/ *n., pl. same* ความผิดพลาด *(คำพูด, พฤติกรรม)*; การขาดกาลเทศะ; *(การกระทำ, การพูด)* ที่เถื่อ

favor *etc. (Amer.)* ➡ **favour** *etc.*

favour /ˈfeɪvə(r)/ˈเฟเวอะ(ร)/ *(Brit.)* ❶ *n.* Ⓐ ความนิยมชมชอบ, ความเห็นชอบ, ไมตรีจิต; **look with ~ on** มอง *(แผนการ, บุคคล, โครงการ)* ด้วยความนิยมชมชอบ; **find ~ in the eyes of sb.** *or* **in sb.'s eyes** *(literary)* ได้รับความชมชอบจาก *ค.น.*; **find/lose ~ with sb.** เป็น/ไม่เป็นที่ชื่นชอบของ *ค.น.*; **as a mark of her ~:** เป็นสัญญาณแห่งความนิยมชมชอบของเธอ; **be in ~ [with sb.]** *(ชุด, ความคิด)* เป็นที่ชื่นชอบ [ของ *ค.น.*]; **get back in[to] sb.'s ~:** กลับมาได้รับความเห็นชอบจาก *ค.น.*; Ⓑ *(kindness)* ความกรุณา; **sb. requests the ~ of your company** *ค.น.* ขอเชิญคุณมาร่วมในงาน; **ask a ~ of sb.** ขอความกรุณาจาก *ค.น.*; **do sb. a ~, do a ~ for sb.** ช่วยเหลือ *ค.น.*; **do me the ~ of shutting up** *(iron.)* กรุณาหยุดพูดเสียที; **as a ~:** เป็นการช่วยเหลือ; **as a ~ to sb.** เป็นความกรุณาต่อ *ค.น.*; **get special ~s** ได้รับความกรุณาเป็นพิเศษ; Ⓒ *(aid, support)* **be in ~ of sth.** สนับสนุน *ส.น.*; **in ~ of** สนับสนุน, เห็นด้วย; **all those in ~:** ผู้ที่เห็นด้วย; **in sb.'s ~:** ที่เป็น *หรือ* เอื้อประโยชน์ต่อ *ค.น.*; **the exchange rate is in our ~:** อัตราแลกเปลี่ยนเป็นประโยชน์ต่อเรา; Ⓓ *(partiality)* การลำเอียง, การเข้าข้าง; **show ~ to[wards] sb.** แสดงความลำเอียงต่อ *ค.น.*; Ⓔ *(ornament, badge)* เครื่องประดับที่แสดงการสนับสนุน; *(ribbon, cockade)* ริบบิ้น *หรือ* เครื่องหมายประดับที่หมวกซึ่งใช้เป็นสัญลักษณ์; *(partybadge)* เหรียญตรา, สัญลักษณ์; ➡ **+ fear** 1 A
❷ *v.t.* Ⓐ *(approve)* เห็นชอบ, เห็นด้วย *(แผนการ, ข้อเสนอแนะ)*; *(think preferable)* ชอบมากกว่า; **I ~ the first proposal** ฉันชอบข้อเสนอข้อแรกมากกว่า; Ⓑ **~ sb.** *(treat sb. kindly)* ให้ความกรุณาต่อ *ค.น.*; *(encourage or sponsor sb.)* สนับสนุน *หรือ* อุปถัมภ์ *ค.น.*; Ⓒ *(oblige)* กรุณา (**with** ด้วย); **~ sb. with a smile/glance** ยิ้ม/ชำเลืองมอง *ค.น.*; **~ sb. with an interview** กรุณาให้สัมภาษณ์กับ *ค.น.*; **he ~ed me with a visit** *(iron.)* เขาอุตส่าห์มาเยี่ยมฉัน; Ⓓ *(treat with partiality)* มีความลำเอียง; Ⓔ *(aid, support)* ช่วยเหลือ, สนับสนุน; Ⓕ *(confirm)* ยืนยัน; Ⓖ *(prove advantageous to)* เอื้อประโยชน์ต่อ, อำนวย; **the weather ~ed our journey** อากาศเอื้อต่อการเดินทางของเรา

favourable /ˈfeɪvərəbl/ˈเฟเวอะเรอะบ'ล/ *adj. (Brit.)* Ⓐ *(ทัศนคติ, การมอง)* เห็นชอบ; *(ท่าที)* ที่สนับสนุน, ที่เห็นด้วย; **~ attitude towards sth.** ทัศนคติที่สนับสนุน *ส.น.*; **be ~ to[wards] sth.** เห็นด้วยกับ *ส.น.*; Ⓑ *(praising)* *(การแนะนำ, จดหมาย)* ชมเชย, ยกย่อง;

favourably | feature

Ⓒ *(promising) (ลาง)* ดี; Ⓓ *(helpful)* ช่วย, อำนวย *(อากาศ, ลม)* (to ต่อ); **be ~ for doing sth.** มีส่วนช่วยในการทำ *ส.น.*; Ⓔ *(giving consent)* ให้ความยินยอม, อนุญาต; **give sb. a ~ answer** ให้คำตอบยินยอมแก่ *ค.น.*

favourably /ˈfeɪvərəblɪ/ˈเฟเวอะเรอะบลิ/ *adv. (Brit.)* Ⓐ *(ตอบ, ดำเนินการ)* อย่างเห็นด้วย; *(มอง, พูด)* อย่างชื่นชอบ; **be ~ impressed with sb./sb.'s ideas** ประทับใจใน *ค.น.*/ความคิดของ *ค.น.*; **be ~ disposed towards sb./sth.** มีจิตใจโอนเอียงเห็นด้วยกับ *ค.น./ส.น.*; Ⓑ *(in praising manner)* อย่างชมเชย, อย่างยกย่อง; Ⓒ *(promisingly)* อย่างมีศักยภาพ; Ⓓ *(helpfully)* อย่างมีส่วนช่วย; Ⓔ *(with consent)* **answer ~:** ตอบอย่างเห็นด้วย

favoured /ˈfeɪvəd/ˈเฟเวิด/ *adj. (Brit.) (privileged)* มีอภิสิทธิ์; *(well-liked)* เป็นที่ชื่นชอบ, เป็นที่โปรด; **the ~ few** คนส่วนน้อยที่มีอภิสิทธิ์; **most-~ nation** ประเทศที่ได้รับอภิสิทธิ์มากที่สุด; **most-~-nation treatment** การปฏิบัติต่อประเทศที่ได้รับอภิสิทธิ์มากที่สุด

favourite /ˈfeɪvərɪt/ˈเฟเวอะริท/ *(Brit.)* ❶ *adj.* เป็นที่ชื่นชอบที่สุด, โปรดปราน; **~ son** *(Amer. Polit.)* บุคคลที่ได้รับการสนับสนุนจากผู้แทนรัฐให้ลงสมัครรับเลือกตั้งในตำแหน่งประธานาธิบดี; **sb.'s ~ person** คนโปรดของ *ค.น.* ❷ *n.* Ⓐ *(film/food/country/pupil etc.)* ภาพยนตร์/อาหาร/ประเทศ/นักเรียนโปรด; *(person in general)* คนโปรด; **this/he is my ~:** เขาเป็นสิ่ง/คนโปรดของฉัน; **she's a great ~ with the children** เธอเป็นขวัญใจของเด็ก ๆ; **~ son** ตัวเก็งของท้องถิ่น *(ในการเลือกตั้งประธานาธิบดี)*; Ⓑ *(Sport)* ตัวเก็ง; **start ~:** เป็นตัวเก็ง; Ⓒ *(unduly favoured intimate)* คนใกล้ชิดที่โปรดปรานเป็นพิเศษ

favouritism /ˈfeɪvərɪtɪzəm/ˈเฟเวอะริทิเซิม/ *n., no pl. (Brit.)* การเลือกที่รักมักที่ชัง; *(when selecting sb. for a post etc.)* การเล่นพรรคเล่นพวก

¹fawn /fɔːn/ˈฟอน/ ❶ *n.* Ⓐ *(fallow deer)* ลูกกวางที่มีอายุยังไม่ถึงหนึ่งขวบ; Ⓑ *(colour)* สีน้ำตาลแกมเหลืองอ่อน ❷ *adj.* สีน้ำตาลแกมเหลืองอ่อน; **~ colour** สีน้ำตาลแกมเหลืองอ่อน

²fawn *v.i.* Ⓐ *(show affection)* ประจบประแจงมากเกินไป; *(สุนัข)* แสดงความรักกับเจ้าของ; **~ [up]on sb.** แสดงความรัก *ค.น.*; Ⓑ *(behave servilely)* **~ [on** *or* **upon sb.]** ประจบประแจง *ค.น.*

ˈfawn-coloured *adj.* มีสีน้ำตาลแกมเหลืองอ่อน

fawning /ˈfɔːnɪŋ/ˈฟอนิง/ *adj. (showing affection) (สุนัข)* ที่แสดงความรัก; *(cringing)* ที่ประจบประแจง; **~ behaviour** พฤติกรรมที่ประจบประแจง

fax /fæks/ˈแฟคซฺ/ ❶ *n.* โทรสาร, แฟกซ์ *(ท.ศ.)* ❷ *v.t.* ส่งโทรสาร, ส่งแฟกซ์

fax: ~ machine *n.* เครื่องโทรสาร, เครื่องแฟกซ์ *(ท.ศ.)*; **~ modem** *n. (Computing)* โมเด็มแฟกซ์ *(ท.ศ.)*; **~ number** *n.* เบอร์แฟกซ์

FBI *abbr. (Amer.)* **Federal Bureau of Investigation** เอฟ.บี.ไอ

FC *abbr.* **Football Club**

FCO *abbr. (Brit.)* **Foreign and Commonwealth Office** กระทรวงการต่างประเทศของอังกฤษ

fealty /ˈfiːəltɪ/ˈเฟียลทิ/ *n. (Hist.)* ความซื่อสัตย์และความจงรักภักดี; *(fig.)* ความจริงใจ

fear /fɪə(r)/ˈเฟีย(ร)/ ❶ *n.* Ⓐ ความกลัว; *(instance)* ความกลัว; **out of ~:** เนื่องจากกลัว; **~ of death** *or* **dying/heights/open spaces** การกลัวความตาย/ความสูง/ที่โล่ง; **~ of flying** ความกลัวการบิน; **~ of doing sth.** ความกลัวที่จะทำ *ส.น.*; **have a [terrible] ~ of sth./sb.** มีความกลัวต่อ *ส.น./ค.น.* [มาก]; **have a ~** *or* **have ~s of doing sth.** มีความกลัวที่จะทำ *ส.น.*; **in ~:** รู้สึกกลัว; **be in ~:** กลัว; **in ~ of being caught** กลัวว่าจะถูกจับ; **in ~ and trembling** กลัวจนเข่าอ่อน; **for ~ of waking** *or* **[that] we should wake** *or* **lest we [should] wake the others** ด้วยความเป็นห่วงว่าจะปลุกคนอื่น; **without ~** *or* **favour** อย่างไม่ลำเอียง, อย่างยุติธรรม; **~ of blame** โอตตัปปะ *(ร.บ.)*; Ⓑ *(object of ~)* สิ่งที่หวาดกลัว; **what are your main ~s?** คุณกลัวอะไรเป็นพิเศษ; Ⓒ *(dread and reverence)* ความเกรงขามและความเคารพ (of ใน); **put the ~ of God into sb.** *(fig.)* ทำให้ *ค.น.* กลัวอย่างมาก; Ⓓ *(anxiety for sb.'s/sth.'s safety)* ความวิตกกังวล (for สำหรับ); **go** *or* **be in ~ of one's life** เกรงกลัวว่าชีวิตของตนไม่ปลอดภัย; Ⓔ *(coll.: risk)* ความเสี่ยง; **no** *or* **not any ~ of sth./'that happening** *ส.น.*/เรื่องนั้นไม่มีทางจะเกิดขึ้นได้; **there's no ~ of 'that [ever happening]!** ไม่ต้องกลัวว่าสิ่งนั้นจะมีวันเกิดขึ้นได้; **no ~!** *(coll.)* ชาติหน้าตอนบ่าย ๆ ❷ *v.t.* Ⓐ *(be afraid of)* **~ sb./sth.** กลัว *ค.น./ส.น.*; **~ to do** *or* **doing sth.** กลัวที่จะทำ *ส.น.*; **you have nothing to ~:** คุณไม่ต้องกลัวอะไร; **~ the worst** กลัวว่าสิ่งที่เลวร้ายที่สุดจะเกิดขึ้น; Ⓑ *(be worried about)* วิตกกังวลเกี่ยวกับ; **~ [that ...]** วิตกกังวล [ที่ว่า...]; **it is to be ~ed that ...:** เป็นที่น่ากังวลว่า...; **we need not ~ that/but [that] he will come** พวกเราไม่ต้องวิตกว่าเขาจะมา/ไม่มา ❸ *v.i.* กลัว; **~ for sb./sth.** กังวลสำหรับ *ค.น./ส.น.*; **never ~** *(also joc. iron.)* ไม่ต้องกลัว

fearful /ˈfɪəfl/ˈเฟียฟ'ล/ *adj.* Ⓐ *(terrible)* น่ากลัว; *(coll.: extreme)* สุดขีด, รุนแรง; **we had a ~ wait** พวกเราต้องคอยนานแสนนาน; Ⓑ *(frightened)* กลัว; *(apprehensive)* **~ of sth./sb.** เกรงกลัวเรื่อง *ส.น./ค.น.*; **be ~ of sth./sb.** รู้สึกหวาดหวั่น *ส.น./ค.น.*; **be ~ of doing sth.** รู้สึกหวาดกลัวที่จะทำ *ส.น.*; **be ~ [that** *or* **lest] ...:** รู้สึกหวาดกลัว [ว่า]

fearfully /ˈfɪəfəlɪ/ˈเฟียเฟอะลิ/ *adv.* Ⓐ *(terribly)* อย่างน่ากลัว; *(coll.: extremely)* อย่างสุดขีด, อย่างรุนแรง; Ⓑ *(in frightened manner)* อย่างหวาดกลัว, อย่างตกใจ

fearless /ˈfɪəlɪs/ˈเฟียลิซ/ *adj.* ไม่มีความกลัว; *(through skill)* กล้าหาญ; **be ~ [of sth./sb.]** ไม่มีความกลัว [*ส.น./ค.น.*]

fearlessly /ˈfɪəlɪslɪ/ˈเฟียลิซลิ/ *adv.* อย่างไม่มีความกลัว, อย่างกล้าหาญ

fearsome /ˈfɪəsəm/ˈเฟียเซิม/ *adj.* น่ากลัว; **he/it is a ~-looking man/weapon** เขา/อาวุธดูน่ากลัวมาก

feasibility /fiːzɪˈbɪlɪtɪ/ฟีซิˈบิลลิทิ/ *n., no pl.* Ⓐ *(practicability)* ความสามารถทำ หรือปฏิบัติได้; *(of method)* ความปฏิบัติได้; *(possibility)* ความเป็นไปได้; Ⓑ *(coll.) (manageability)* การทำให้สำเร็จลุล่วง; *(convenience)* ความสะดวกในการปฏิบัติ

feasiˈbility study *n.* การศึกษาความเป็นไปได้

feasible /ˈfiːzəbl/ˈฟีเซอะบ'ล/ *adj.* Ⓐ *(practicable) (แผน, ข้อเสนอ)* สามารถปฏิบัติได้; *(วิธีการ)* ที่ใช้ได้; *(possible)* เป็นไปได้; Ⓑ *(coll.) (manageable)* น่าจะทำให้สำเร็จได้; *(convenient)* ง่ายในการนำไปปฏิบัติ

feast /fiːst/ฟีซทฺ/ ❶ *n.* Ⓐ *(Relig.)* พิธีเฉลิมฉลองทางศาสนา; **the ~ of Christmas/Easter/Epiphany** พิธีเฉลิมฉลองวันคริสต์มาส/วันอีสเตอร์/วันที่พระยาสามองค์มาเฝ้าพระกุมารเยซูคริสต์; **movable/immovable ~:** *งานพิธีเฉลิมฉลองทางศาสนาที่วันที่เปลี่ยนแปลงไปในแต่ละปี/ที่มีวันที่กำหนดแน่นอน;* **breakfast is a movable ~ in our family** *(joc.)* เวลารับประทานอาหารเช้าในครอบครัวของเราไม่แน่นอน *หรือ* ครอบครัวเราจะไม่ทานอาหารเช้าเป็นเวลา; Ⓑ *(banquet)* งานเลี้ยง; *(fig.)* สิ่งที่ทำให้พึงพอใจ; **a ~ for the eyes/ears** อาหารตา/หู; ➡ **+ enough** 2 ❷ *v.i.* Ⓐ *(celebrate with festivities)* เลี้ยงฉลอง, กินเลี้ยง; **~ on sth.** กิน *ส.น.* อย่างเต็มที่; *(fig.)* หาความพึงพอใจจาก *ส.น.*; Ⓑ *(celebrate with festivities)* ฉลองด้วยงานเลี้ยง ❸ *v.t.* ทำให้ได้รับความเพลิดเพลิน; **he ~ed his eyes on her beauty** เขาได้รับความเพลิดเพลินจากการชื่นชมความงดงามของเธอ

ˈfeast day *n.* *วันเฉลิมฉลองทางศาสนาประจำปีหรือวันที่ระลึกถึงนักบุญ*

feat /fiːt/ฟีท/ *n. (action)* การกระทำที่เก่งกาจ; *(thing)* สิ่งที่ยากลำบากที่ทำสำเร็จ; **a ~ of intellect/strength** การกระทำที่ใช้ความฉลาด/ความสามารถในด้านพละกำลังมาก; **no mean** *or* **small ~:** ความสำเร็จ *หรือ* การกระทำที่น่ายกย่อง

feather /ˈfeðə(r)/ˈเฟะเทอะ(ร)/ ❶ *n.* Ⓐ ขนนก; *(on arrow, for hat)* ขนนกที่หางลูกธนู, ที่หมวก; **as light as a~:** เบาเหมือนขนนก; **show the white ~** *(fig.)* แสดงความหวาดกลัว; **fine ~s make fine birds** *(prov.)* สวยแต่รูปจูบไม่หอม; **a ~ in sb.'s cap** *(fig. coll.)* ความสำเร็จที่ *ค.น.* สมควรภูมิใจ; **ruffle sb.'s ~s** กวนใจ *ค.น.*; **you could have knocked me down with a ~:** ฉันตกใจมาก; **make the ~s fly = make the fur fly** ➡ **fur** 1 A; Ⓑ *(collect./plumage)* ขนนกทั้งหมดของนกตัวหนึ่ง; **in high** *or* **full** *or* **fine ~** *(fig.)* มีอารมณ์แจ่มใส; ➡ **+ bird** A ❷ *v.t.* Ⓐ *(furnish with ~s)* ประดับตกแต่งด้วยขนนก; **~ one's nest** *(fig.)* ทำให้ตนเองมั่งคั่งร่ำรวย; Ⓑ *(turn edgeways)* ยกใบกรรเชียงขึ้นจากน้ำและหันให้ด้านบางรับลม; ➡ **+ ˈtar** 2

feather: ~ ˈbed *n.* เตียงนอนที่ยัดขนนก; **~-bed** *v.t.* ให้ผลประโยชน์ทางการเงิน; **~ˈboa** *n.* *ผ้าพันคอยาว ทำด้วยขนนกนุ่ม;* **~-brain** *n.* คนโง่เขลา, คนที่ใจลอย; **~-brained** /ˈfeðəbreɪnd/ˈเฟเทอะเบรนดฺ/ *adj.* โง่เขลา, ใจลอย; **~ ˈduster** *n.* ไม้ขนนกปัดฝุ่น

feathered /ˈfeðəd/ˈเฟะเทิด/ *adj.* มีขนนกปกคลุม, ทำด้วยขนนก

feather: ~-stitch *n.* การเย็บประดับเป็นลายหยัก; **~weight** *n.* Ⓐ *(very light thing/ person)* สิ่งของ/คนที่มีน้ำหนักเบามาก; **be a ~weight** เป็นสิ่งของ/คนที่น้ำหนักเบามาก; Ⓑ *(Boxing etc.)* นักมวยผู้มีน้ำหนักระหว่าง 54-57 กิโลกรัม; *(person also)* คนที่มีเกณฑ์น้ำหนักในช่วงดังกล่าว

feathery /ˈfeðərɪ/ˈเฟะเทอะริ/ *adj.* Ⓐ *(covered with feathers)* มีขนนกปกคลุม; Ⓑ *(adorned with feathers)* ที่ประดับด้วยขนนก; Ⓒ *(feather-like) (in quality) (ใบไม้)* เหมือนขนนก; *(in weight)* เบาเหมือนขนนก

feature /ˈfiːtʃə(r)/ˈฟีเฉอะ(ร)/ ❶ *n.* Ⓐ *usu. in pl. (part of face)* ส่วนของใบหน้า; **facial ~s** ส่วนประกอบของใบหน้า; Ⓑ *(distinctive characteristic)* ลักษณะเฉพาะ, ลักษณะเด่น; **be a ~ of sth.** เป็นลักษณะเด่นของ *ส.น.*; **which ~s of city life attract you most?** คุณชอบลักษณะ

f

ไหนของชีวิตในเมืองมากที่สุด; **a/one particular ~:** ลักษณะเด่นอย่างหนึ่ง; **make a ~ of sth.** ทำให้ *ส.น.* โดดเด่น; (C) *(Journ. etc.)* บทความพิเศษ *หรือ* บทความประจำ; (D) *(Cinemat.)* **~ [film]** ภาพยนตร์โรงใหญ่; (E) *(Radio, Telev.)* **~ [programme]** รายการเฉพาะ
❷ *v.t. (make attraction of)* ทำให้เด่น; *(give special prominence to) (in film)* ทำให้เด่น, ให้เล่นบทสำคัญ; *(in show)* เน้นดารา *ค.น.* เป็นตัวเอก
❸ *v.i.* (A) *(be~)* มีบทบาทสำคัญ, เล่นบทเด่น; (B) *(be [important] participant)* **~ in sth.** มีบทบาทหลักใน *ส.น.*; **~ in a film** เป็นนักแสดง [ตัวสำคัญ] ในภาพยนตร์

featureless /ˈfiːtʃəlɪs/ˈฟีเฉอะลิซ/ *adj.* ไม่มีลักษณะโดดเด่น, ไม่น่าสนใจ, ไร้จุดเด่น

Feb. *abbr.* **February** ก.พ.

febrile /ˈfiːbraɪl/ˈฟีบรายลฺ/ *adj.* เกี่ยวกับไข้, เป็นไข้

February /ˈfebrʊərɪ, US -ʊrɪ/ˈเฟ็บบรุเออะริ/ *n.* เดือนกุมภาพันธ์; ➡ + **August**

feces *(Amer)* ➡ **faeces**

feckless /ˈfeklɪs/ˈเฟ็คลิซ/ *adj. (feeble)* อ่อนแอ; *(futile)* ไม่มีประโยชน์; *(inefficient)* ไม่มีประสิทธิภาพ; *(aimless)* ไร้จุดมุ่งหมาย

fecund /ˈfiːkənd, ˈfekənd/ˈฟีเคินดฺ, ˈเฟะเคินดฺ/ *adj. (fertile, fertilizing, lit. or fig.)* ที่เกิดผล, อุดมสมบูรณ์

fecundity /fɪˈkʌndɪtɪ/ฟิˈคันดิทิ/ *n., no pl. (fertility, fertilizing power, lit. or fig.)* ความอุดมสมบูรณ์, ความมีผล

fed /fed/เฟ็ด/ ❶ ➡ **feed** 1, 2 ❷ *pred. adj. (coll.)* **be/get ~ up with sb./sth.** เบื่อ *ค.น./ส.น.*; **you're looking rather ~ up** คุณดูเซ็ง; **be/get ~ up with doing sth.** เบื่อหน่ายที่จะทำ *ส.น.*; **be/get ~ up to the [back] teeth with sb./sth.** เบื่อ *ค.น./ส.น.* เต็มแก่

federal /ˈfedərl/ˈเฟ็ดเดอะระ'ล/ *adj.* (A) *(ระบบ)* สหพันธรัฐ; **~ district/territory** *etc.* เขตปกครอง/อาณาเขตของสหพันธรัฐ; **~ legislation/representative** อำนาจนิติบัญญัติ/ผู้แทนของสหพันธรัฐ; (B) *(relating to or favouring the central government)* เกี่ยวข้องกับหรือที่สนับสนุนรัฐบาลกลาง; **~ supporter/tendency** ผู้สนับสนุนรัฐบาลแบบสหพันธรัฐ/แนวโน้มของรัฐบาลสหพันธรัฐ; (C) **F~** *(Amer. Hist.: of Northern States in Civil War)* มลรัฐทางตอนเหนือของสหรัฐอเมริกา; (D) *(having largely independent units) (รัฐในสหพันธรัฐ)* ที่มีอิสระพอสมควร

federalism /ˈfedərəlɪzəm/ˈเฟ็ดเดอะเระลิเซิม/ *n.* ระบบสหพันธรัฐ

federalist /ˈfedərəlɪst/ˈเฟ็ดเดอะเระลิซทฺ/ *n.* ผู้สนับสนุนระบบสหพันธรัฐ

federate /ˈfedəreɪt/ˈเฟ็ดเดอะเรท/ ❶ *v.t.* (A) *(organize on federal basis)* จัดตั้งเป็นสหพันธรัฐ; (B) *(band together in league)* รวมเข้าด้วยกันเป็นสันนิบาต ❷ *v.i.* รวมเป็นสหพันธรัฐ

federation /fedəˈreɪʃn/เฟะเดอะˈเรช'น/ *n.* (A) *(federating)* การรวมเข้าเป็นสหพันธรัฐ; (B) *(group of states)* รัฐต่าง ๆ ที่รวมเข้าเป็นสหพันธรัฐ; *(society)* สมาคมต่าง ๆ ที่รวมตัวเข้าด้วยกัน

fee /fiː/ฟี/ *n.* (A) ค่าธรรมเนียม, ค่าบริการ; (B) *(of doctor, lawyer, etc.)* ค่าบริการ; *(of performer)* ค่าจ้าง; **what ~ do you charge?** คุณคิดค่าบริการเท่าไร; (C) *in pl. (of company director etc.)* ค่าตอบแทน; (D) ➡ **transfer fee**; (E) *(entrance money)* ค่าธรรมเนียมแรกเข้า; **matriculation/registration ~:** เงินค่าธรรมเนียมขึ้นทะเบียนเป็นนักศึกษา/ค่าลงทะเบียน; (F) *(administrative charge)* ค่าธรรมเนียม; (G) *in pl. (regular payment for instruction)* **school ~s** ค่าเล่าเรียน; **tuition ~s** ➡ **tuition** B

feeble /ˈfiːbl/ˈฟีบ'ล/ *adj.*, **~r** /ˈfiːblə(r)/ˈฟีเบอะ(ร)/, **~st** /ˈfiːblɪst/ˈฟีบลิซทฺ/ (A) *(weak)* อ่อนแอ; (B) *(deficient)* บกพร่อง; *(in resolve, argument, commitment)* โลเล, ไม่ยึดมั่นในเจตนารมณ์; (C) *(lacking energy)* ไม่มีกำลังวังชา; *(การทำงาน, การต่อสู้, เสียง)* ที่ขาดพลัง; *(การโต้เถียง, การแก้ตัว)* ที่ฟังไม่ขึ้น; (D) *(indistinct) (รูปร่าง)* ไม่กระจ่างแจ่มแจ้ง; *(แสงสว่าง)* คลุมเครือ

ˈfeeble-minded *adj.* (A) ไม่เฉลียวฉลาด, โง่; (B) *(Psych.)* ปัญญาอ่อน; **~ person** คนปัญญาอ่อน

feebly /ˈfiːblɪ/ˈฟีบลิ/ *adv.* (A) *(weakly) (เคลื่อนไหวไป)* อย่างอ่อนแอ; (B) *(deficiently)* อย่างขาดสติปัญญา; (C) *(without energy) (ปรบมือ, พูด)* อย่างไม่มีกำลังวังชา

feed /fiːd/ฟีด/ ❶ *v.t.*, **fed** /fed/เฟ็ด/ (A) *(give food to)* ให้อาหาร; **~ sb./an animal with sth.** ให้อาหารแก่ *ค.น.*/แก่สัตว์ตัวหนึ่ง; **~ a baby/an animal/an invalid on** *or* **with sth.** ให้ *ส.น.* เป็นอาหารแก่เด็กทารก/สัตว์ตัวหนึ่ง/คนไข้; **the dog is fed every evening at 6 o'clock** สุนัขได้อาหารตอน 6 นาฬิกาทุกเย็น; **~ intravenously** ให้อาหารทางเส้นเลือด; **~ [at the breast]** ให้นม [จากอก]; (B) *(provide food for)* จัดหาอาหารให้; **~ sb./an animal on** *or* **with sth.** จัดอาหาร *ส.น.* ให้ *ค.น.*/สัตว์ตัวหนึ่ง; (C) *(put food into mouth of)* ป้อนอาหาร; **~ oneself** ทานอาหารเอง; **can the child ~ herself with a spoon yet?** เด็กใช้ช้อนป้อนอาหารเองได้หรือยัง; **be ~ing one's face** *(coll. derog.)* กินอย่างตะกรุมตะกราม; (D) *(graze)* ปล่อยให้กินหญ้า *(วัว, ควาย)*; (E) *(produce food for)* **~ sb. [with sth.]** ปรุง [*ส.น.*] เป็นอาหารสำหรับ *ค.น.*; (F) *(nourish)* เลี้ยงดู; *(fig.)* หล่อเลี้ยง *(ทางสมอง, จิตใจ)*; (G) ➡ **feed up**; (H) *(give out)* แจกจ่าย **(to** แก่); (I) *(keep supplied)* คอยเติม *(ฟืนในไฟ, น้ำในบ่อ)*; *(supply with material)* จัดหาวัตถุ; *(supply)* **~ a film into the projector** บรรจุม้วนฟิล์มเข้าเครื่องฉาย; **~ data into the computer** ป้อนข้อมูลเข้าในเครื่องคอมพิวเตอร์; **~ sth. to sb., ~ sb. sth.** *(fig.)* ให้ *ส.น.* แก่ *ค.น.*; **~ sth. to the flames** โยน *ส.น.* ลงในกองไฟ; ➡ + **ˈmeter** 1 B; (J) *(lead)* **~ sth. through sth.** ใส่/สอด *ส.น.* เข้าไปใน *ส.น.*; (K) *(Theatre coll.)* **~ the actor [with] his cues** *or* **the cues to the actor** บอกบทพูดให้กับนักแสดง; (L) *(Football etc.)* ป้อนลูกบอลให้; ➡ + **fed** 2
❷ *v.i.*, **fed** กินอาหาร **(from** จาก); *(บุคคล)* กิน **(off** จาก); **~ on sth.** *(สัตว์, คน)* กิน *ส.น.* เป็นอาหาร; *(fig.)* ดำรงชีพโดย *ส.น.*; **~ off sth.** กิน *ส.น.* เป็นอาหาร; *(fig.)* ดำรงชีพจาก *ส.น.*
❸ *n.* (A) *(instance of eating) (of animals)* อาหารสัตว์; *(of baby)* เวลากินนมของทารก; **when is the baby's next ~ due?** ทารกต้องได้นมอีกเมื่อไร; **on the ~** *(~ing)* กำลังได้รับการป้อนหรือให้อาหาร; *(looking out for food)* กำลังหาอาหาร; (B) *(pasture)* ทุ่งหญ้าสำหรับเลี้ยงปศุสัตว์; **out at ~:** ถูกปล่อยออกไปกินหญ้า; (C) *(horse's oats etc.)* ข้าวโอตของม้า ฯลฯ; *(fodder)* **[cattle/sheep/pig] ~:** หญ้าแห้งหรืออาหารแห้ง [ของวัว ควาย/แกะ/หมู]; **be off its ~** *(สัตว์)* ไม่ยอมกิน; **be off one's ~** *(บุคคล)* รับประทานอาหารไม่ลง; (D) *(coll.) (meal)* มื้ออาหาร, อาหาร; **have [quite] a ~:** รับประทานอาหารอิ่มหนำ; (E) *(of machine)* การป้อนวัตถุ; *(of furnace)* การเติมเชื้อเพลิง; *(supplying of material)* การจัดหาวัตถุดิบ; (F) *(material supplied to machine)* วัตถุดิบที่ใส่เข้าไป; *(amount supplied)* จำนวนวัสดุที่ใส่เข้าไป; *(into computer)* ข้อมูลที่ป้อนเข้าไป; (G) *(hopper)* กรวยหงายรูปเหลี่ยมสำหรับส่งวัสดุเข้าเครื่อง

~ ˈback ❶ *v.t.* (A) ป้อนกลับ; **be fed back** ถูกป้อนกลับ; (B) *(Electr.)* ป้อนกลับ ❷ *v.i.* **~ back into sth.** หมุนเวียนกลับมาที่ *ส.น.*; **~ back to sth./sb.** ป้อนย้อนกลับไปยัง *ส.น./ค.น.*; ➡ + **feedback**

~ˈup *v.t. (fatten)* ทำให้อ้วนขึ้น; *(fill up with food)* ให้กินอาหารจนอิ่ม; ➡ + **fed** 2

ˈfeedback /ˈfiːdbæk/ˈฟีดแบค/ *n.* (A) *(information about result, response)* ข้อมูลเกี่ยวกับผลลัพธ์ *(ของการทดลอง ฯลฯ)*; การตอบสนอง; (B) *(Electr.)* **[positive/negative] ~:** ผลป้อนกลับ [ปฏิฐาน/นิเสธ]; (C) *(Biol., Psych., etc.)* ผลป้อนกลับของกระบวนการหรือระบบ

feeder /ˈfiːdə(r)/ˈฟีเดอะ(ร)/ *n.* (A) *(animal)* สัตว์ที่กิน *(หญ้า)*; **plankton ~:** ปลาที่กินแพลงตอน; **the larvae are voracious ~s** ตัวอ่อนกินเก่งมาก; (B) *(dispenser)* อุปกรณ์ให้อาหาร; ขวดนมทารก

ˈfeeder road *n.* ถนนที่นำไปสู่ทางด่วน

feeding /ˈfiːdɪŋ/ˈฟีดิง/: **~ bottle** *n.* ขวดนมทารก; **~ time** *n.* (A) เวลาให้อาหาร; (B) *(fig. joc.)* เวลาหม่ำข้าว; **~ time!** กินได้แล้ว, กินกันเถอะ

feed: ~lot *n.* ทุ่งปศุสัตว์; **~pipe** *n.* ท่อส่ง *(เชื้อเพลิง, อาหาร, วัตถุ)*; **~stock** *n.* สิ่งที่ป้อนเข้าเครื่อง

feel /fiːl/ฟีล/ ❶ *v.t.*, **felt** /felt/เฟ็ลทฺ/ (A) *(explore by touch)* สัมผัส, คลำ, จับ; **~ sb.'s pulse** จับชีพจรของ *ค.น.*; *(fig.)* สืบรู้ทัศนคติของ *ค.น.* **(on, about** เกี่ยวกับ); **~ one's way** ค่อย ๆ คลำหาทางไป; *(fig.: try sth. out)* ทดลอง *ส.น.*; **be ~ing one's way** กำลังหาหนทางอยู่; **~ one's way along the corridor/towards the door** คลำหาทางไปตามทางเดิน/ไปสู่ประตู; (B) *(perceive by touch)* รู้สึกโดยการสัมผัส; *(become aware of)* รู้; *(be aware of)* รู้; *(have sensation of)* มีความรู้สึกว่า; **~ sb.'s temperature** จับหน้าผาก *ค.น.* ดูว่ามีไข้หรือเปล่า; (C) ➡ **feel up**; (D) *(be conscious of)* รับรู้, รู้สึก *(สงสาร, กระตือรือร้น)*; **~ the cold/heat** ขี้หนาว/ร้อน; **~ one's age** รู้สึกว่าตัวเองแก่; **~ pride in sb./sth.** ภาคภูมิใจใน *ค.น./ส.น.*; **~ bitterness/amazement** รู้สึกขมขื่น/พิศวง; **~ the temptation** รู้สึกอ่อนไหวต่อสิ่งยั่วยุทางอารมณ์; **make itself felt** ทำให้รู้สึก; *(have effect)* มีผลกระทบ; **make one's presence felt** ทำให้ตนเองเป็นที่สังเกต; (E) *(experience)* รู้สึก; *(be affected by)* ได้รับผลกระทบ; (F) *(be emotionally affected by)* รู้สึกทางจิตใจ; **he felt it terribly when his dog died** เขาเสียใจอย่างมากเมื่อสุนัขของเขาตาย; (G) *(have vague or emotional conviction)* **~ [that] ...:** รู้สึก [ว่า]...; (H) *(think)* **if that's what you ~ about the matter** ถ้าคุณคิดอย่างนั้นเกี่ยวกับเรื่องนั้น; **~ it to be one's duty to ...:** เห็นว่าเป็นหน้าที่ของตนที่จะ...; **~ oneself hard done by** รู้สึกว่าตัวเอง

ถูกกลั่นแกล้ง; ~ **[that]** ...: คิด [ว่า]...; **if you ~ [that] you would like to know more** ถ้าคุณคิดว่าอยากจะทราบมากขึ้น; ➡ + **bone** 1 A; **draught** A

❷ *v.i.*, **felt** Ⓐ *(search with hand etc.)* ~ **[about] in sth. [for sth.]** คลำหา [*ส.น.*] ใน *ส.น.*; ~ **[about] in one's bag/pocket [to see whether ...]** คลำหาในกระเป๋าถือ/กระเป๋าเสื้อ [เพื่อดูว่า...หรือไม่]; ~ **[about] [after** *or* **for sth.] with sth.** ควานหา [*ส.น.*] ด้วย *ส.น.*; Ⓑ *(have sense of touch)* มีความรู้สึกสัมผัส; Ⓒ *(be conscious that one is)* รับรู้, รู้สึก; ~ **angry/enthusiastic/sure/delighted/disappointed** รู้สึกโกรธ/กระตือรือร้น/มั่นใจ/ยินดีมาก/ผิดหวัง; **she felt quite sick/horrified at the idea** เธอรู้สึกคลื่นไส้/หวาดผวาเกี่ยวกับแผนการนั้น; **I felt such a fool** ฉันรู้สึกโง่จริง ๆ; ~ **[the] better for sth.** *(in mind)* รู้สึกโล่งใจเพราะ *ส.น.*; *(in body)* รู้สึกสบายกายขึ้นเนื่องจาก *ส.น.*; ~ **inclined to do sth.** ปรารถนาจะทำ *ส.น.*; ~ **committed to sth.** รู้สึกผูกมัดกับ *ส.น.*; **the child did not ~ loved/wanted/needed** เด็กรู้สึกว่าตนไม่เป็นที่รัก/ที่ต้องการ/ไม่จำเป็น; **I ~ dubious about doing that** ฉันรู้สึกสองจิตสองใจในการทำสิ่งนั้น; ~ **quite hopeful** รู้สึกว่ามีความหวังทีเดียว; **I felt sorry for him** ฉันรู้สึกสงสารเขา; ~ **hard done by** รู้สึกว่าถูกกระทำผิด; ~ **like sth.** รู้สึกเป็น *ส.น.*; **he makes you ~ like a fool/lady** เขาทำให้คนรู้สึกว่าตนเป็นคนโง่/เขาทำให้ผู้หญิงทุกคนรู้สึกเป็นสุภาพสตรีสวย; ~ **like a new man/woman** รู้สึกเหมือนว่าเกิดใหม่/มีชีวิตใหม่; **what do you ~ like** *or* **how do you ~ today?** วันนี้คุณรู้สึกเป็นอย่างไรบ้าง; **what would you ~ like** *or* **how would you ~ if someone said such a thing to you?** คุณจะรู้สึกอย่างไรถ้ามีใครพูดเช่นนั้นกับคุณ; **let's see what we ~ like** *or* **how we ~ when ...:** คอยดูกันดีกว่าว่าพวกเราจะรู้สึกอย่างไรเมื่อ...; *(what we should like to do)* ดูกันว่าพวกเราอยากทำอะไรเมื่อ...; ~ **like sth./doing sth.** *(coll.: wish to have/do)* อยากได้ *ส.น.*/ทำ *ส.น.*; **do you ~ like a cup of tea?** คุณต้องการน้ำชาสักถ้วยหนึ่งไหม; **I ~ like a new hairdo** ฉันอยากได้ผมทรงใหม่; **we ~ as if** *or* **as though ...:** พวกเรารู้สึกราวกับว่า...; *(have the impression that)* พวกเรามีความรู้สึกว่า; **how do you ~ about him now/the idea?** ตอนนี้คุณรู้สึกอย่างไรเกี่ยวกับเขา/ความคิดนั้น; **if that's how** *or* **the way you ~ about it** ถ้าคุณรู้สึกอย่างนั้นเกี่ยวกับเรื่องนั้นละก็; **she just didn't ~ that way about him** เธอไม่ได้รู้สึกกับเขาเช่นนั้น; ~ **the same [way] about each other** รู้สึกเช่นเดียวกันต่อกันและกัน; ~ **[quite] oneself** รู้สึกแข็งแรงสมบูรณ์; Ⓓ *(be emotionally affected)* ~ **passionately/bitterly about sth.** มีความรู้สึกรุนแรง/ขมขื่นเกี่ยวกับ *ส.น.*; ~ **kindly towards sb.** รู้สึกเมตตา *ค.น.*; Ⓔ *(be consciously perceived as)* รู้สึก; ~ **like sth.** รู้สึกเหมือน *ส.น.*; **it ~s funny/strange/nice/uncomfortable** ดูชอบกล/แปลก/ดี/ไม่สบาย; **it ~s so good to be away from the hustle** สบายจริงที่ได้อยู่ห่างจากความยุ่งเหยิง; **it all ~s so strange here** ที่นี่มันรู้สึกแปลก ๆ ไปหมด; ➡ + **cheap** 1 C

❸ *n.* Ⓐ *(sense of touch)* ประสาทสัมผัส; **be dry/soft** *etc.* **to the ~:** แห้ง/อ่อนนุ่ม ฯลฯ ต่อประสาทสัมผัส; Ⓑ *(act of ~ing)* การรู้สึก, การสัมผัส; **let me have a ~:** ขอฉันจับหน่อย; Ⓒ *(sensation when touched)* ความรู้สึก; Ⓓ *(sensation characterizing a situation, place, etc.)* ความรู้สึก, บรรยากาศ; **there is a mysterious/ghostly ~ about the place** สถานที่นั้นให้บรรยากาศลึกลับ/น่าขนหัวลุก; **get a [real]/the ~ of sth.** ได้สัมผัส *ส.น.* [อย่างแท้จริง]; **get the ~ of things in a firm/of a new job** ทำความคุ้นเคยกับสภาพการณ์ในบริษัท/ของงานใหม่; **have a ~ for sth.** *(fig.)* มีความเข้าใจ *ส.น.* อย่างง่ายดาย; *(talent)* มีความสามารถพิเศษในเรื่องใดเรื่องหนึ่ง

~ **for** *v.t.* ~ **for sb.** มีความเห็นอกเห็นใจต่อ *ค.น.*

~ **'out** *v.t.* Ⓐ *(sound out)* ~ **sb. out** พยายามหยั่งท่าทีของ *ค.น.*; Ⓑ *(test practicability of)* ทดสอบความเป็นไปได้

~ **'up** *v.t. (sl.)* แต๊ะอั๋ง

~ **with** *v.t.* มีความเห็นอกเห็นใจ; **I ~ with you** ฉันเห็นใจคุณ

feeler /ˈfiːlə(r)/ˈฟีเลอะ(ร)/ *n.* อวัยวะสัมผัสในสัตว์, หนวดสัมผัส; **put out ~s** *(fig.)* หยั่งดูท่าที

feeling /ˈfiːlɪŋ/ˈฟีลิง/ ❶ *n.* Ⓐ *(sense of touch)* **[sense of] ~:** [การมีประสาท] สัมผัส; **have no ~ in one's legs** ขาไม่มีความรู้สึก; Ⓑ *(physical sensation)* ความรู้สึก; **you'll have a painful ~:** คุณจะรู้สึกเจ็บปวด; Ⓒ *(emotion)* ความรู้สึก, อารมณ์; **what are your ~s for each other?** คุณสองคนรู้สึกอย่างไรต่อกันและกัน; **say sth. with ~:** พูด *ส.น.* ด้วยความรู้สึกรุนแรง; **~s were running high** อารมณ์กำลังรุนแรง; **there were strong ~s about it** มีอารมณ์รุนแรงเกี่ยวกับเรื่องนั้น; **bad ~** *(jealousy)* ความอิจฉาริษยา; *(annoyance)* ความขุ่นเคือง, ความฉุนโกรธ; Ⓓ *in pl. (sensibilities)* ความรู้สึก; **hurt sb.'s ~s** ทำร้ายความรู้สึกของ *ค.น.*; Ⓔ *(sympathy)* ความเห็นอกเห็นใจ; Ⓕ *(consciousness)* **a ~ of hopelessness/harmony** *etc.* การรู้สึกสิ้นหวัง/ความผสมผสานเป็นอันหนึ่งอันเดียวกัน ฯลฯ; **there was a ~ of mystery/peace about the place** สถานที่นั้นให้บรรยากาศลึกลับ/สงบสุข; **I have a funny ~ that ...:** ฉันมีลางสังหรณ์ที่อธิบายไม่ถูกว่า...; Ⓖ *(belief)* ความเชื่อ; **have a/the ~ [that] ...:** มีความเชื่อ [ที่ว่า] ...; Ⓗ *(sentiment)* ความคิดเห็น, ทัศนะ; **air one's ~s** แสดงความคิดเห็นหรือทัศนะของตน; **the general ~ was that ...:** ทัศนะโดยทั่วไปคือว่า; ➡ + **mixed** A; Ⓘ *(general emotional effect)* ความรู้สึกโดยรวม, เวทนา (*ร.บ.*)

❷ *adj.* Ⓐ *(sensitive)* ไวต่อความรู้สึก; Ⓑ *(sympathetic)* เห็นอกเห็นใจ; **be ~ about other people** เห็นอกเห็นใจคนอื่น; Ⓒ *(showing emotion)* ที่แสดงอารมณ์, เต็มไปด้วยอารมณ์

feelingly /ˈfiːlɪŋlɪ/ˈฟีลิงลิ/ *adv.* Ⓐ *(sympathetically)* อย่างเห็นอกเห็นใจ; Ⓑ *(in manner showing emotion)* อย่างแสดงอารมณ์; **say sth. ~:** พูด *ส.น.* อย่างแสดงอารมณ์

'fee-paying *adj.* ~ **school** โรงเรียนที่ต้องจ่ายเงิน; ~ **pupil/student** เด็กนักเรียน/นักศึกษาที่จ่ายค่าเล่าเรียน

feet *pl. of* **foot**

feign /feɪn/เฟน/ *v.t.* แกล้งทำ, แสร้งทำ; ~ **ignorance** แกล้งทำเป็นโง่; ~ **that one is ...:** แกล้งทำว่าตนเป็น...; ~ **to do sth.** ทำเป็นว่า *ส.น.*

¹feint /feɪnt/เฟนทฺ/ ❶ *n.* Ⓐ *(Boxing, Fencing)* กลลวงเพื่อหลอกล่อคู่ต่อสู้; **make a ~:** ทำท่าหลอกลวงคู่ต่อสู้; Ⓑ *(Mil.)* กลยุทธ์หลอกลวงให้ข้าศึกตายใจ; **make a ~ [at** *or* **of attacking sb./sth.]** แสร้ง [โจมตี *ค.น.*/*ส.น.*] เพื่อตลบหลัง ❷ *v.i.* Ⓐ *(Boxing, Fencing)* ~ **at sb./sth.** ใช้กลลวงกับ *ค.น.*/*ส.น.*; Ⓑ *(Mil.)* ~ **at** *or* **[up]on sb./sth.** แสร้งโจมตี *ค.น.*/*ส.น.*

²feint *adj. (Commerc.)* ~ **lines** เส้นบรรทัด *(ที่พิมพ์บาง ๆ)*; **ruled ~:** ตีเส้นบาง ๆ

feldspar /ˈfeldspɑː(r)/ˈเฟลดฺสปา(ร)/ ➡ **felspar**

felicitate /fəˈlɪsɪteɪt/เฟอะˈลิซิเทท/ *v.t. (literary)* ~ **sb. [on sth.]** แสดงความยินดี [*ส.น.*] กับ *ค.น.*

felicitation /fɪlɪsɪˈteɪʃn/ฟิลิซิˈเทช'น/ *n.* การแสดงความยินดี; **give sb. one's ~s on sth.** แสดงความยินดีแก่ *ค.น.* ในเรื่อง *ส.น.*

felicitous /fəˈlɪsɪtəs/เฟอะˈลิซิเทิซ/ *adj. (เหตุการณ์)* โชคดี; *(การเลือก, เหตุการณ์)* เหมาะสม; *(ข้อสังเกต, ข้อเปรียบเทียบ)* เฉียบแหลม

felicitously /fɪˈlɪsɪtəslɪ/เฟอะˈลิซิเทิซลิ/ *adv.* อย่างโชคดี, อย่างเหมาะสม

felicity /fɪˈlɪsɪtɪ/ฟิˈลิซซิทิ/ *n.* Ⓐ *no pl. (happiness)* ความสุข; Ⓑ *(thing or person causing happiness)* สิ่งหรือคนที่ทำให้เกิดความสุข; Ⓒ *(fortunate trait)* คุณลักษณะที่ดี; Ⓓ *(in choice of words)* ความไพเราะหวานหู, ปิยวาจา (*ร.บ.*); ~ **of expression** ถ้อยคำที่ไพเราะเหมาะสม

feline /ˈfiːlaɪn/ˈฟีลายนฺ/ ❶ *adj. (of cat[s])* เกี่ยวกับสัตว์ตระกูลแมว; *(catlike)* เหมือนแมว ❷ *n.* สัตว์ในตระกูลแมว; **the ~s** สัตว์ในวงศ์แมว

¹fell ➡ **fall** 2

²fell /fel/เฟ็ล/ *v.t.* Ⓐ *(cut down)* ตัด, โค่น *(ต้นไม้)*; Ⓑ *(strike down)* ทำให้ *(คนหรือสัตว์)* ล้มลง

³fell *n. (Brit.)* Ⓐ *(in names: hill)* เนินเขา; Ⓑ *(stretch of high moorland)* ที่ราบสูงซึ่งใช้ประโยชน์ไม่ได้

⁴fell *adj.* Ⓐ **at** *or* **in one ~ swoop** [ได้ผล] ทันทีทันใจ; Ⓑ *(poet./rhet.) (fierce)* ดุร้าย, โหดร้าย; *(destructive)* ซึ่งทำลายอย่างเหี้ยมเตียน

fellatio /fəˈlaːtɪəʊ, fəˈlaːtɪəʊ/เฟอะˈเลชิโอ/ *n. การกระตุ้นอารมณ์ทางเพศของอวัยวะเพศชายโดยใช้ปาก*

fellow /ˈfeləʊ/ˈเฟ็ลโล/ ❶ *n.* Ⓐ *usu. in pl. (comrade)* เพื่อน, สหาย; **~s at school/work** เพื่อนนักเรียน/ร่วมงาน; **a good ~:** คนดี; Ⓑ *usu. in pl. (equal)* คนที่เท่าเทียมกัน *หรือ* คนที่อยู่ระดับเดียวกัน; **be among one's ~s** อยู่ท่ามกลางคนที่เท่าเทียมกับตน; Ⓒ *(contemporary)* คนรุ่นเดียวกัน; Ⓓ *(counterpart)* สิ่งที่เป็นคู่กัน; Ⓔ *(Brit. Univ.)* สมาชิกอาวุโสของมหาวิทยาลัย; *(elected graduate)* นักศึกษาบัณฑิตวิทยาลัยที่ได้รับทุนการศึกษาวิจัย; *(member of governing body)* อาจารย์ฝ่ายบริหาร; Ⓕ *(member of academy or society)* สมาชิกผู้ทรงคุณวุฒิ; Ⓖ *(coll.: man, boy)* ผู้ชาย, เด็กผู้ชาย; *(boyfriend)* ชายคนรัก, คู่รักชาย; **the ~s** พวกเด็กหนุ่ม ๆ; **well, young ~:** เอาละพ่อหนุ่มน้อย; **old** *or* **dear ~:** พ่อเพื่อนยาก; **a ~** *(anyone)* ผู้ชายคนใดคนหนึ่ง; **young ~-my-lad** หนุ่ม; **I'm not the sort of ~ who ...:** ฉันไม่ใช่ผู้ชายประเภทที่...; **a devil of a ~:** นักเที่ยว, ผู้ติดอบายมุข; **the other ~** *(fig.)* คนอื่นหมื่นแสน; Ⓗ *(derog.: despised person)* คนที่อยู่ในวรรณะต่ำกว่า; ➡ + **²hail** 4; **stout** 1 C

❷ *attrib. adj.* เพื่อนร่วมรุ่น; ~ **lodger/worker** เพื่อนร่วมบ้าน/งาน; ~ **man** *or* **human being** เพื่อนมนุษย์; ~ **sufferer** เพื่อนร่วมทุกข์; **my ~ teachers/workers** *etc.* เพื่อนครู/ร่วมงาน ฯลฯ ของฉัน; ~ **member of the party** เพื่อนสมาชิกพรรคเดียวกัน; ~ **member of the club** เพื่อนสมาชิกสโมสรเดียวกัน; ~ **student** เพื่อนนักเรียน

ร่วมรุ่น

fellow: ~ **'countryman** ➡ **countryman** A; ~ **'feeling** *n.* Ⓐ *(sympathy)* ความเห็นอกเห็นใจ; **have a ~ feeling for sb.** มีความเห็นอกเห็นใจ *ค.น.*; Ⓑ *(mutual understanding)* ความเข้าใจซึ่งกันและกัน

fellowship /ˈfeləʊʃɪp/ˈเฟ็ลโลชิพ/ *n.* Ⓐ *no pl. (companionship)* มิตรภาพ, ความเป็นเพื่อน; **in a spirit of good ~:** เพื่อมิตรภาพและความสมัครสมาน; Ⓑ *no. pl. (community of interest)* ความสนใจร่วมกัน; Ⓒ *(association)* สมาคม; Ⓓ *(brotherhood)* ความเป็นพี่เป็นน้องกัน, ภราดรภาพ *(ร.บ.)*; Ⓔ *(Univ. etc.)* ตำแหน่งสมาชิกของสมาคมวิชาการ, ตำแหน่งผู้วิจัยในมหาวิทยาลัย

fellow-'traveller *n.* Ⓐ *(who travels with another)* เพื่อนร่วมเดินทาง; Ⓑ *(with Communist sympathies)* ผู้สนับสนุนพรรคคอมมิวนิสต์ *(แต่ไม่ได้เป็นสมาชิกอย่างเปิดเผย)*

¹**felon** /ˈfelən/ˈเฟ็ลเลิน/ *n. (a wicked person, a villain)* ผู้กระทำความผิดร้ายแรง, คนชั่วช้า

²**felon** *n.* ฝีตะมอย, ฝีที่ปลายนิ้ว

felonious /fəˈləʊnɪəs/เฟอะˈโลเนียซ/ *adj.* เป็นอาชญากรรม, เกี่ยวข้องกับความผิดฉกรรจ์

felony /ˈfelənɪ/ˈเฟ็ลเลอะนิ/ *n.* อาชญากรรมที่ถือว่าเป็นความผิดฉกรรจ์ หรือที่รุนแรงมาก

felspar /ˈfelspɑː(r)/ˈเฟ็ลซฺปา(ร)/ *n. (Min.)* แร่ฟันม้า, แร่สำคัญของหินภูเขาไฟ

¹**felt** /felt/เฟ็ลทฺ/ *n. (cloth)* ผ้าสักหลาดที่อัดให้หนากว่าปกติ; ~ **hat/slippers/mat** หมวก/รองเท้าแตะ/เสื่อที่ทำมาจากผ้าสักหลาดหนาดังกล่าว

²**felt** ➡ **feel** 1, 2

felt[-tipped] 'pen *n.* ปากกาหัวไฟเบอร์

female /ˈfiːmeɪl/ˈฟีเมล/ ❶ *adj.* Ⓐ *(person)* เป็นเพศหญิง, ผู้หญิง; *(animal)* เป็นเพศเมีย; ~ **animal/bird/fish/insect** สัตว์/นก/ปลา/แมลงเพศเมีย; ~ **child/doctor** เด็ก/แพทย์หญิง; ~ **connector** เต้าเสียบประเภทมีรู; ~ **elephant/whale** ช้าง/ปลาวาฬเพศเมีย; **a ~ engineer/student/slave** วิศวกร/นักเรียน/ทาสหญิง; ~ **impersonator** นักแสดงชายที่แสดงเป็นหญิง; Ⓑ ~ **screw/thread** สลักเกลียว/เส้นเกลียวตัวเมีย ❷ *n.* Ⓐ *(person)* ผู้หญิง; *(foetus, child)* ทารกในครรภ์เพศหญิง, เด็กหญิง; *(animal)* สัตว์เพศเมีย; Ⓑ *(derog.: woman)* เพศหญิง

female: ~ **circumcision** *n.* การขลิบปุ่มกระสัน *(คลิทอริส)* ออก; ~ **condom** *n.* ถุงยางอนามัยแบบสอดของผู้หญิง

feminine /ˈfemənɪn/ˈเฟ็มเมอะนิน/ ❶ *adj.* Ⓐ *(of women)* เกี่ยวกับผู้หญิง, เกี่ยวกับเพศหญิง; *(womanly)* เป็นผู้หญิงมาก; **she is so very ~ [in her ways]** เธอมีคุณลักษณะของผู้หญิงมาก [ในท่วงทีจริตจะก้าน]; Ⓑ *(Ling.)* เป็นเพศหญิง ❷ *n. (Ling.)* คำนามที่เป็นเพศหญิง

feminine 'rhyme *n. (Pros.) เสียงสัมผัสของพยางค์เสียงคู่ที่ไม่มีเสียงหนักที่พยางค์ที่ 2 (เช่น motion, ocean)*

femininity /feməˈnɪnɪtɪ/เฟ็มเมอะˈนินนิทิ/ *n., no pl.* ความเป็นผู้หญิง, ลักษณะของผู้หญิง, อิตถีภาวะ *(ร.บ.)*

feminism /ˈfemɪnɪzm/ˈเฟ็มมินิซ'ม/ *n., no pl.* การผลักดันสิทธิของผู้หญิง, คตินิยมสิทธิสตรี *(ร.บ.)*

feminist /ˈfemɪnɪst/ˈเฟ็มมินิซทฺ/ ❶ *n.* คนที่รณรงค์หรือเชื่อในสิทธิของผู้หญิง ❷ *adj. (กลุ่ม, การรณรงค์)* ที่ผลักดันสิทธิผู้หญิง

femme fatale /fæm fæˈtɑl/แฟม แฟˈทาล/ *n.* หญิงทรงเสน่ห์ที่ทำให้ชายหลงใหล

femoral /ˈfemərəl/ˈเฟ็มเมอะเริล/ *adj. (Anat.)* เกี่ยวกับหรือที่อยู่ใกล้กระดูกโคนขาและกระดูกสะโพก

femur /ˈfiːmə(r)/ˈฟีเมอะ(ร)/ *n., pl.* ~**s** *or* **femora** /ˈfemərə/ˈเฟ็มเมอะเรอะ/ Ⓐ *(Anat.)* กระดูกโคนขา, กระดูกหน้าระหว่างสะโพกและเข่า; Ⓑ *(Zool.)* ส่วนบนของขาแมลง

fen /fen/เฟ็น/ *n.* พื้นที่ลุ่มเป็นหนองบึง; **the Fens** *พื้นที่ราบลุ่มรอบ ๆ มณฑล Cambridgeshire ในอังกฤษ*

fence /fens/เฟ็นซฺ/ ❶ *n.* Ⓐ รั้ว; **sunk ~:** *แนวรั้วที่สายตามองไม่เห็นเมื่อมองจากตัวบ้าน;* **mend one's ~s** *(fig.)* เลิกความขัดแย้ง; **sit on the ~** *(fig.) (ในการทะเลาะวิวาท)* ใช้ท่าทีดูเชิง, วางตัวเป็นกลาง; Ⓑ *(for horses to jump)* เครื่องกีดขวาง; Ⓒ *(sl.: receiver)* ผู้รับของโจรหรือของที่ถูกขโมยมา ❷ *v.i. (Sport)* ฟันดาบ ❸ *v.t. (surround with fence)* ล้อมรั้วรอบ; *(surround)* ล้อมรอบ; *(fig.)* ทำให้ปลอดภัย (**with** โดย)

~ **'in** *v.t.* ล้อมรั้วรอบ; *(fig.)* จำกัดเสรีภาพ

~ **'off** *v.t.* ล้อมรั้ว; *(fig.)* ปิดกั้นไว้

fencer /ˈfensə(r)/ˈเฟ็นเซอะ(ร)/ *n.* นักฟันดาบ

fencing /ˈfensɪŋ/ˈเฟ็นซิง/ *n., no pl.* Ⓐ การล้อมรั้ว; Ⓑ *(Sport/Hist.)* การฟันดาบ; Ⓒ *(enclosure)* บริเวณที่มีรั้วล้อมรอบ; Ⓓ *(fences)* รั้ว; Ⓔ *(material for fences)* วัสดุสำหรับทำรั้ว

fend /fend/เฟ็นดฺ/ *v.i.* ~ **for sb.** ดูแล *หรือ* ปกป้อง *ค.น.*; ~ **for oneself** ดูแลตนเอง; *(in hostile surroundings)* พึ่งตนเอง, ยืนหยัดอยู่บนลำแข้งของตนเอง

~ **'off** *v.t.* ผลักออกไป, ปัดออกไป; ~ **off these criticisms/the flies/fans** ผลักดันคำวิพากษ์วิจารณ์เหล่านี้/ปัดแมลงวัน/กีดกันแฟนผู้คลั่งไคล้

fender /ˈfendə(r)/ˈเฟ็นเดอะ(ร)/ *n.* Ⓐ เครื่องป้องกันการกระทบกระแทก; Ⓑ *(for fire)* รั้วโลหะเตี้ย ๆ หน้าเตาผิง; Ⓒ *(for dock wall etc.)* ยางรถยนต์กันกระแทก; Ⓓ *(on ship)* อุปกรณ์ยางกันกระแทก; Ⓔ *(Brit.: car bumper)* กันชน; Ⓕ *(Amer.) (train bumper)* กันชน; *(car mudguard or wing)* บังโคลน; *(bicycle mudguard)* บังโคลน

feng 'shui /fɛŋˈʃuːɪ, fʌŋˈʃweɪ/เฟ็งˈชุย, เฟิ่งˈเชว/ *n.* ฮวงจุ้ย *(ท.ศ.)*

fenland /ˈfenlənd/ˈเฟ็นเลินดฺ/ *n.* พื้นที่ลุ่มเป็นหนอง, บึง

fennel /ˈfenl/ˈเฟ็น'ล/ *n. (Bot.)* ยี่หร่า, พันธุ์ไม้ *Foeniculum vulgare มีดอกสีเหลือง ใบใช้ทำเป็นสลัดหรือปรุงอาหาร*

fenugreek /ˈfenjuːgriːk/ˈเฟ็นนิวกรีค/ *n. (Bot.) Trigonella foenum-gracum* เมล็ดมีกลิ่นฉุน ใช้เป็นเครื่องแกงกะหรี่

feral /ˈfɪərl, US ˈferl/ˈเฟียร'ล, ˈเฟ่ร'ล/ *adj.* Ⓐ *(wild) (พืช, สัตว์)* ป่า; Ⓑ *(after escape) (สัตว์)* อยู่เหมือนสัตว์ป่า; **become ~:** *(สัตว์)* กลับไปสู่สภาพสัตว์ป่า

ferment ❶ /fəˈment/เฟอˈเม็นทฺ/ *v.i.* Ⓐ *(undergo fermentation)* หมักด้วยเชื้อให้ฟู; **cause to ~:** ทำให้ขึ้นหรือฟูเพราะหมัก; **begin to ~:** เริ่มขึ้นหรือฟูตามกระบวนการหมัก; Ⓑ *(be in state of agitation)* อยู่ในสภาพปั่นป่วน, มีความสับสนอลหม่าน ❷ *v.t.* Ⓐ *(subject to fermentation)* ทำให้ขึ้น, ทำให้ฟูเพราะการหมัก; Ⓑ *(excite)* ปลุกเร้า *(ความไม่สงบ, ความวุ่นวาย)* ❸ /ˈfɜːment/ˈเฟอเม็นทฺ/ *n.* Ⓐ *(fermenting agent)* เชื้อหมัก; Ⓑ *(agitation)* ความปั่นป่วน, ความสับสนอลหม่าน; **in [a] ~:** ท่ามกลางความปั่นป่วน

fermentation /fɜːmenˈteɪʃn/เฟอเม็นˈเทช'น/ *n.* Ⓐ การหมักด้วยเชื้อ; **be under** *or* **undergo ~:** อยู่ระหว่างการหมัก; Ⓑ *(agitation) (political)* ความปั่นป่วน, ความสับสนอลหม่านทางการเมือง; *(of ideas)* การเริ่มปฏิวัติทางความคิด

fern /fɜːn/เฟิน/ *n.* พืชไร้ดอกในวงศ์ Filicales, ต้นเฟิร์น *(ท.ศ.)*

ferocious /fəˈrəʊʃəs/เฟอะˈโรเชิซ/ *adj. (สัตว์)* ดุร้าย; *(คน)* ป่าเถื่อน; *(การวิจารณ์)* ดุเดือด; *(การโจมตี)* โหดร้าย; ~**looking** ที่ดูดุร้าย

ferociously /fəˈrəʊʃəslɪ/เฟอะˈโรเชิซลิ/ *adv.* อย่างดุร้าย, อย่างป่าเถื่อน, อย่างโหดร้าย

ferociousness /fəˈrəʊʃəsnɪs/เฟอะˈโรเชิซนิซ/, **ferocity** /fəˈrɒsɪtɪ/เฟอะˈรอซิทิ/ *ns., no pl.* ➡ **ferocious:** ความดุร้าย, ความป่าเถื่อน, ความโหดร้าย

ferrel /ˈferl/ˈเฟ่ร'ล/ ➡ **ferrule**

ferret /ˈferɪt/ˈเฟ่ริท/ ❶ *n. สัตว์ Mustela putorius furo คล้ายพังพอน เลี้ยงไว้จับกระต่าย หนู ฯลฯ* ❷ *v.i.* ~ **[about** *or* **around]** ค้นหาอย่างเอาจริงเอาจังโดยใช้มือควานไปทั่ว ๆ; ~ **for sth.** ควานหา *ส.น.*

~ **'out** *v.t.* ค้นหาจ้าละหวั่น *(ความลับ, อาชญากร ฯลฯ)*

Ferris wheel /ˈferɪs wiːl/ˈเฟ่ริซ วีล/ *n.* ชิงช้าสวรรค์

ferro- /ferəʊ/เฟ่โร/ *in comb.* เหล็ก, มีส่วนผสมของเหล็ก

ferro'concrete *n.* คอนกรีตเสริมเหล็ก

ferrous /ˈferəs/ˈเฟ่เริซ/ *adj. (containing iron)* มีส่วนผสมของเหล็ก

ferrule /ˈferuːl, US ˈferəl/ˈเฟ่รูล, ˈเฟ่เริล/ *n.* ปลอก/วงแหวนครอบปลายไม้หรือปลายท่อเพื่อเสริมความแข็งแรง

ferry /ˈferɪ/ˈเฟ่ริ/ ❶ *n.* Ⓐ เรือ/เครื่องบินขนผู้โดยสาร/ขนสินค้าข้ามฟากเป็นประจำ; Ⓑ *(service)* บริการขนส่งข้ามฟาก ❷ *v.t.* Ⓐ *(convey in boat)* ~ **[across** *or* **over]** ขนส่งทางเรือ, ขนส่งข้ามฟากทางเรือ; Ⓑ *(transport)* ขนส่ง, ส่ง; ~ **the children back and forth to school** ส่งเด็ก ๆ ไปโรงเรียนและรับกลับบ้าน

ferry: ~ **boat** *n.* เรือขนส่งข้ามฟาก; ~**man** /ˈferɪmən/ˈเฟ่ริเมิน/ *n., pl.* ~**men** /ˈferɪmən/ˈเฟ่ริเมิน/ กรรมกรเรือข้ามฟาก; ~ **service** *n.* Ⓐ บริการขนส่งข้ามฟาก; Ⓑ *(business)* ธุรกิจขนส่งข้ามฟาก, สัมปทานดำเนินกิจการข้ามฟาก

fertile /ˈfɜːtaɪl, US ˈfɜːrtl/ˈเฟอทายล, ˈเฟอเทิล/ *adj.* Ⓐ *(fruitful)* อุดมสมบูรณ์, ให้ผลดี; *(fig.)* ที่สร้างสรรค์; **have a ~ imagination** มีจินตนาการที่สร้างสรรค์; Ⓑ *(capable of developing)* สามารถพัฒนาเป็นพืชหรือเป็นสัตว์ตัวใหม่ได้; Ⓒ *(able to become parent)* สามารถสืบพันธุ์

fertilisation, fertilise, fertiliser ➡ **fertiliz-**

fertility /fɜˈtɪlɪtɪ/เฟอะˈทิลลิทิ/ *n., no pl.* Ⓐ ความอุดมสมบูรณ์; *(fig.)* การเต็มไปด้วยความคิดสร้างสรรค์; Ⓑ *(ability to become parent)* ความสามารถสืบพันธุ์

fertility: ~ **drug** *n. (Med.)* ยาที่ทำให้ตั้งครรภ์; ~ **symbol** *n. (Anthrop.) สัญลักษณ์ของเผ่าพันธุ์ต่าง ๆ ที่เชื่อว่าช่วยให้พืชและสัตว์อุดมสมบูรณ์;* ~ **treatment** *n.* การรักษาภาวะการมีบุตรยาก

fertilization /fɜːtɪlaɪˈzeɪʃn, US -lɪˈz-/เฟอทิไลˈเซช'น, -ลิˈเซ-/ *n.* Ⓐ *(Biol.)* การผสมพันธุ์; *(botany)* การปฏิสนธิ *(ร.บ.)*; Ⓑ *(Agric.)* การเติมปุ๋ยให้ดินอุดมสมบูรณ์

fertilize /ˈfɜːtɪlaɪz/ˈเฟอทิลายซฺ/ *v.t.* Ⓐ *(Biol.)*

ผสมพันธุ์; Ⓑ *(Agric.)* ทำให้อุดมสมบูรณ์, ใส่ปุ๋ย

fertilizer /ˈfɜːtɪlaɪzə(r)/ˈเฟอทิไลเซอะ(ร)/ *n.* ปุ๋ย

fervency /ˈfɜːvənsɪ/ˈเฟอเวินซิ/ *n., no pl.* ➡ **fervent**: ความกระตือรือร้น, ความเร่าร้อน

fervent /ˈfɜːvənt/ˈเฟอเวินทฺ/ *adj. (ความรัก, ความเชื่อคำสวดมนต์)* จริงใจ; *(การทำงาน)* กระตือรือร้น; *(คู่รัก, นักการเมือง)* เร่าร้อน

fervently /ˈfɜːvəntlɪ/ˈเฟอเวินทฺลิ/ *adv.* ➡ **fervent**: อย่างจริงใจ, อย่างกระตือรือร้น, อย่างเร่าร้อน

fervour *(Brit.; Amer.:* **fervor***)* /ˈfɜːvə(r)/ˈเฟอเวอะ(ร)/ *n. (of discussion, feeling, person, campaign)* ความรุนแรง, ความกระตือรือร้น; *(of love, belief)* ความรุนแรง; *(of passion)* ความเร่าร้อน

fess[e] /fes/เฟ็ซ/ *n. (Her.) เส้นแนวขวางบนโล่หรือตรา*

fest /fest/เฟ็ซทฺ/ *n. (Amer.)* การเลี้ยงฉลอง

fester /ˈfestə(r)/ˈเฟ็ซเตอะ(ร)/ *v.i.* Ⓐ *(lit. or fig.)* ขมขื่น, เจ็บปวด; Ⓑ *(putrefy)* เน่า, เปื่อย, เป็นหนอง

festival /ˈfestɪvl/ˈเฟ็ซติว'ล/ ❶ *n.* Ⓐ *(feast day)* วันเทศกาล, วันเฉลิมฉลอง; **the ~ of Christmas/Easter** วันเทศกาลคริสต์มาส/อีสเตอร์; Ⓑ *(special performance)* การแสดงทางวัฒนธรรมที่จัดขึ้นเป็นพิเศษ; **the Bayreuth F~**: เทศกาลดนตรีเบรอยท์; **the Edinburgh F~**: เทศกาลวัฒนธรรมเอดินบะระ ❷ *attrib. adj.* เทศกาล

festive /ˈfestɪv/ˈเฟ็ซติว/ *adj.* Ⓐ *(joyous)* สนุกสนานรื่นเริง; Ⓑ *(of a feast)* เกี่ยวกับการเลี้ยงฉลอง; **the ~ season** เทศกาลคริสต์มาส; Ⓒ *(convivial)* ร่าเริงสนุกสนาน

festivity /feˈstɪvɪtɪ/เฟ็ซ'ทิวิทิ/ *n.* Ⓐ *no pl. (gaiety)* ความร่าเริง, ความสนุกสนาน; Ⓑ *(festive celebration)* การเฉลิมฉลอง, งานเฉลิมฉลองเทศกาล; **festivities** รายการเฉลิมฉลองเทศกาล

festoon /feˈstuːn/เฟ็ซ'ตูน/ ❶ *n.* Ⓐ *(chain of flowers)* ระย้าดอกไม้; Ⓑ *(carved ornament)* เครื่องแกะสลักเป็นรูประย้า ❷ *v.t.* ตกแต่งด้วยระย้า; ตกแต่งให้เต็มไปหมด

fetal *(Amer.)* ➡ **foetal**

fetch /fetʃ/เฟ็จ/ ❶ *v.t.* Ⓐ ไปรับมา; *(collect)* รับมา, เอามา (**from** จาก); **~ sb. sth., ~ sth. for sb.** ไปรับ *ส.น.* มาให้ *ค.น.*; Ⓑ *(be sold for)* ขายได้ *(ราคา)*; **my car ~ed £500** รถยนต์ของฉันขายได้เงิน 500 ปอนด์; Ⓒ **~ a sigh** ถอนหายใจ; **~ a deep breath** หายใจเข้าลึก; **just give me time to ~ my breath** ขอเวลาหายใจหายคอหน่อยซิ; Ⓓ *(deal)* **~ sb. a blow/punch** ชก *ค.น.*; Ⓔ *(draw forth)* ทำให้ *(เลือด, น้ำตา ฯลฯ)* ไหล (**from** จาก); ทำให้เกิด *(ความโกรธ, พิศวง)* ❷ *v.i.* **~ and carry [for sb.]** เป็นคนรับใช้รองมือรองเท้า [สำหรับ *ค.น.*]; **he is always there to ~ and carry for her** *(does every little thing)* เขาวิ่งรอกคอยบริการโดยไม่ยอมให้เธอทำอะไรเลย

~ ˈup *(coll.)* ❶ *v.t.* อาเจียน; *(fig.)* พ่นออกมา ❷ *v.i.* มาถึง

fetching /ˈfetʃɪŋ/ˈเฟ็ทฉิง/ *adj. (การยิ้ม, ท่าทาง)* ดึงดูดใจ, มีเสน่ห์; *(ชุดเสื้อผ้า)* เท่; **that suit looks very ~ on you** คุณสวมชุดนั้นแล้วดูเท่เหลือเกิน

fetchingly /ˈfetʃɪŋlɪ/ˈเฟ็ทฉิงลิ/ *adv. (ยิ้ม, ร้องเพลง)* อย่างดึงดูดใจ, *(เดิน, พูด)* อย่างมีเสน่ห์

fête /feɪt/เฟท/ ❶ *n.* Ⓐ งานการกุศลกลางแจ้ง, กิจกรรมการออกร้านขายสินค้า, เล่นเกม ฯลฯ *เพื่อการกุศล*; Ⓑ *(festival)* การเลี้ยงเฉลิมฉลอง, วันเฉลิมฉลองทางศาสนา ❷ *v.t.* เลี้ยงฉลองเป็นเกียรติให้ *ค.น.*

fetid /ˈfetɪd, US ˈfiːtɪd/ˈเฟ็ททิด, ˈฟีทิด/ *adj.* มีกลิ่นเหม็น; **~ smell/odour/stench** กลิ่นเหม็นอย่างร้ายแรง

fetish /ˈfetɪʃ/ˈเฟ็ททิช/ *n.* Ⓐ เรื่องที่หมกมุ่นเกินควร; **she makes something of a ~ of** *or* **has a ~ about tidiness** เธอหมกมุ่นกับความเป็นระเบียบเรียบร้อยมากเกินควร; Ⓑ *(inanimate object of worship) เครื่องรางที่คนสมัยโบราณบูชา; (Psych.) สิ่งของที่สามารถปลุกเร้าความต้องการทางเพศอย่างผิดปกติ*

fetishism /ˈfetɪʃɪzəm/ˈเฟ็ททิชิเซิม/ *n.* ความเชื่อในเครื่องราง; การใช้สิ่งของเพื่อกระตุ้นความต้องการทางเพศ

fetishist /ˈfetɪʃɪst/ˈเฟ็ททิชิซทฺ/ *n.* คนที่เชื่อเลื่อมใสบูชาเครื่องราง; คนที่ใช้สิ่งของกระตุ้นอารมณ์ทางเพศ

fetlock /ˈfetlɒk/ˈเฟ็ทลอค/ *n. ส่วนหลังของขาม้า เหนือกีบที่มีขนขึ้นเป็นกระจุก*

fetter /ˈfetə(r)/ˈเฟ็ทเทอะ(ร)/ ❶ *n.* Ⓐ *(shackle)* โซ่ตรวนล่ามข้อเท้าของนักโทษ; Ⓑ *usu. in pl. (bond)* เครื่องผูกมัด; *in pl. (fig.: captivity)* การถูกกักขัง; Ⓒ *in pl. (restraint)* สิ่งเหนี่ยวรั้ง; สังโยชน์ *(ร.บ.)* ❷ *v.t.* Ⓐ *(bind [as] with ~s)* ผูกล่ามด้วยโซ่ตรวน; **be ~ed to sth./sb.** *(fig.)* ไร้อิสรภาพเพราะยึดติดอยู่กับ *ส.น./ค.น.*; Ⓑ *(impede)* เป็นอุปสรรค, ขัดขวาง

fettle /ˈfetl/ˈเฟ็ทท'ล/ *n.* **be in good** *or* **fine/poor ~**: มีสุขภาพดีและร่าเริง/สุขภาพทรุดโทรมทั้งกายและใจ; *(วัตถุ, สิ่งของ)* ที่อยู่ในสภาพดี

fetus *(Amer.)* ➡ **foetus**

feud /fjuːd/ฟิวด/ ❶ *n.* ความเป็นศัตรู; *(Hist./fig.)* ความอาฆาตพยาบาทอันยาวนานระหว่างสองตระกูล, เผ่า ฯลฯ; **carry on a ~ with sb.** มีกรณีพิพาทอย่างยืดเยื้อกับ *ค.น.* ❷ *v.i.* **~ [with sb./each other]** เป็นศัตรู [กับ *ค.น.*/ซึ่งกันและกัน] เป็นเวลายาวนาน

feudal /ˈfjuːdl/ˈฟิวด'ล/ *adj.* Ⓐ *(of [holding of] fief)* เกี่ยวกับการปกครองแบบศักดินา; Ⓑ *(of or according to feudal system)* เกี่ยวกับ *หรือ* ตามการปกครองระบบศักดินา; **~ overlord** เจ้าของที่ดินรายใหญ่ในระบบศักดินา; **~ rights** สิทธิตามระบบศักดินา; **in ~ Britain** ในอังกฤษสมัยระบบศักดินา

feudalism /ˈfjuːdəlɪzm/ˈฟิวเดอะลิเซิม/ *n., no pl.* การปกครองตามระบบศักดินา

ˈfeudal system *n. (Hist.)* ระบบศักดินา

fever /ˈfiːvə(r)/ˈฟีเวอะ(ร)/ *n.* ➤ 453 Ⓐ *no pl. (Med.: high temperature)* ไข้สูง; **have a or suffer from a [high] ~**: มีไข้ [สูง]; **a ~ of 105°F** ไข้ที่อุณหภูมิ 105°F; Ⓑ *(Med.: disease)* โรคที่มีอาการเป็นไข้; Ⓒ *(nervous excitement)* ความตื่นเต้นอย่างมาก; **the crowd was in a ~ of excitement** ฝูงชนตื่นเต้นอย่างมาก; **in a ~ of anticipation** กำลังคาดหวังด้วยความตื่นเต้นสุดขีด

fevered /ˈfiːvəd/ˈฟีเวิด/ *adj.* เป็นไข้; *(หน้าตา)* ตื่นเต้นมาก

fever: ~ heat *n.* Ⓐ *(high temperature)* อุณหภูมิร่างกายที่ขึ้นสูง, เป็นไข้; Ⓑ *(fig.)* ➡ **fever pitch**; **~ hospital** *n.* โรงพยาบาลรักษาโรคระบาด

feverish /ˈfiːvərɪʃ/ˈฟีเวอะริช/ *adj.* ➤ 453 Ⓐ *(Med.: having symptoms of fever)* มีอาการเป็นไข้; **be ~**: รู้สึกครั่นเนื้อครั่นตัวเหมือนเป็นไข้; **spend a ~ night** เป็นไข้ตลอดทั้งคืน; Ⓑ *(excited)* ตื่นเต้น, ลุกลี้ลุกลน; **make ~ attempts to do sth.** พยายามทำ *ส.น.* แบบลุกลี้ลุกลน

feverishly /ˈfiːvərɪʃlɪ/ˈฟีเวอะริชลิ/ *adv.* Ⓐ *(Med.)* อย่างที่มีอาการเป็นไข้; **toss and turn ~**: กระสับกระส่ายเพราะพิษไข้; Ⓑ *(excitedly) (โบกไม้โบกมือ, ตะโกน)* อย่างตื่นเต้น; *(ต่อสู้)* อย่างเต็มที่

ˈfever pitch *n.* จุดตื่นเต้นสุดขีด; **reach ~**: ถึงจุดตื่นเต้นสุดขีด; **at ~**: ในภาวะความตื่นเต้นมาก

few /fjuː/ฟิว/ ❶ *adj.* Ⓐ *(not many)* น้อย, ไม่มาก; **~ people** คนน้อย; **these ~ marks** รอยเปื้อนไม่กี่จุดเหล่านี้; **openings for sociologists are ~**: มีตำแหน่งน้อยสำหรับนักสังคมวิทยา; **trees were ~ in that barren region** ต้นไม้แทบไม่มีเลยในภูมิภาคที่แห้งแล้งนั้น; **the responsibility of these ~ men** ความรับผิดชอบของคนเพียงไม่กี่คนเหล่านี้; **with very ~ exceptions** โดยมีข้อยกเว้นน้อยมาก; **very ~ housewives know that** แม่บ้านน้อยคนจริง ๆ ทราบสิ่งนั้น; **his ~ belongings** ข้าวของไม่มากนักของเขา; **how could those ~ people have achieved such a thing?** คนจำนวนไม่มากเหล่านั้นได้บรรลุสิ่งเช่นนี้ได้อย่างไร; **[all] too ~ people** คนน้อยเกินไป; **~ and far between** หายาก, ขาดแคลน; **they were ~ in number** พวกเขามีจำนวนน้อย; **these stamps are ~ in number** แสตมป์เหล่านี้มีไม่มาก; **a ~ ...**: จำนวนเล็กน้อย, สองสาม; **not a ~ ...**: จำนวนมาก; **they made not a ~ criticisms of the idea** พวกเขาได้วิพากษ์วิจารณ์ความคิดเอาไว้มาก; **[just** *or* **only] a ~ trouble-makers** ตัวสร้างปัญหาสองสามคน [เท่านั้น]; **just a ~ words from you** แค่ไม่กี่คำจากคุณ; Ⓑ *(some)* บ้าง; **he said his ~ words** เขาพูดพอเป็นกระสาย; **a ~ ...**: จำนวนเล็กน้อย, บ้าง; **a very ~**: น้อยมาก; **a ~ more ...**: มากขึ้นอีกหน่อย; **some ~ [...]** เป็นจำนวนน้อย; **every ~ minutes** ทุก ๆ สองสามนาที; **a good ~ [...]/quite a ~ [...]** *(coll.)* **[...]** จำนวน [...]มาก/[...]พอประมาณ; **there are a ~ which ...**: มีบ้างที่...

❷ *n.* Ⓐ *(not many)* ส่วนน้อย, จำนวนไม่มาก; **these are the beliefs of ~**: นี่เป็นความเชื่อของคนจำนวนน้อย; **a ~**: จำนวนไม่มาก, จำนวนเล็กน้อย; **the ~**: ส่วนน้อย; **the wealthy ~**: พวกคนมั่งมีจำนวนน้อย; **~ of us/them** น้อยคนในหมู่พวกเรา/พวกเขา; **~ of the people** น้อยคน; **~ of the words meant anything to him** เขาเข้าใจแค่คำไม่กี่คำ; **they are among** *or* **some of the very ~ who ...**: พวกเขาเป็นคนจำนวนไม่มากที่...; **only a ~ of them/the applicants** พวกเขา/ผู้สมัครเพียงไม่กี่คน; **just a ~ of you/her friends** แค่พวกคุณ/เพื่อนของเธอไม่กี่คน; **the privilege of [only] a ~**: อภิสิทธิ์ของคน [เพียง] จำนวนน้อย; **not a ~ of them** พวกเขาจำนวนมาก; **not a ~**: จำนวนมาก; Ⓑ *(some)* **the/these/those ~ who** คนเหล่านี้/เหล่านั้นจำนวนไม่กี่คนที่...; **there were a ~ of us who ...**: มีพวกเราบางคนที่...; **with a ~ of our friends** กับเพื่อนของพวกเราบางคน *หรือ* สองสามคน; **a ~ [more] of these biscuits** ขนมปังกรอบอีกสองสามชิ้น; **a ~ [who]** บางคน [ซึ่ง]; **some ~**: จำนวนหนึ่งแต่ไม่มาก; **some ~ of us/the members** พวกเรา/สมาชิกจำนวนหนึ่ง; **a good ~ /quite a ~** *(coll.)* จำนวนมาก/พอประมาณ; **a good ~ of us/quite a ~ of us** *(coll.)* พวกเราจำนวนมาก/พอสมควร; **have had a ~** *(coll.: be drunk)* เติมไปหลายแก้ว; ➡ + **fewer**;

fewest

fewer /ˈfjuːə(r)/ˈฟิวเออะ(ร)/ ❶ *adj.* น้อยกว่า; **become ~ and ~:** น้อยลงไปเรื่อย ๆ; **smokers are ~ in number than twenty years ago** คนที่สูบบุหรี่มีน้อยกว่าเมื่อยี่สิบปีที่แล้ว ❷ *n.* **~ of the apples/of us** ลูกแอปเปิ้ล/พวกเราน้อยลง

fewest /ˈfjuːɪst/ˈฟิวอิซท/ ❶ *adj.* **[the] ~ [...]** [...] ในจำนวนที่น้อยที่สุด ❷ *n.* **the ~ [of us/them]** พวกเรา/เขาในจำนวนที่น้อยที่สุด; **at [the] ~:** ในระดับที่น้อยที่สุด

fey /feɪ/เฟ/ *adj.* Ⓐ *(disordered in mind)* จิตใจสับสน; Ⓑ *(clairvoyant)* ที่เห็นหรือรู้เหตุการณ์ในอนาคต, มีตาทิพย์; *(otherworldly)* มิได้อยู่ในโลกของความเป็นจริง

fez /fez/เฟ็ซ/ *n., pl.* **~zes** *หมวกแขกทรงกระบอกมีพู่ห้อย*

ff *abbr.* **fortissimo**

ff. *abbr.* Ⓐ **and following pages;** Ⓑ **folio**

fiancé /fɪˈænseɪ, US fiːɑːnˈseɪ/ฟิˈออนเซ, ฟีออนˈเซ/ *n.* คู่หมั้นชาย

fiancée /fɪˈænseɪ, US fiːɑːnˈseɪ/ฟิˈออนเซ, ฟีออนˈเซ/ *n.* คู่หมั้นหญิง

fiasco /fɪˈæskəʊ/ฟิˈแอซโก/ *n., pl.* **~s** ความล้มเหลวอย่างสิ้นท่า

fiat /ˈfiːæt, US ˈfiːət/ˈฟีแอท, ˈฟีเอิท/ *n.* Ⓐ *(authorization)* คำสั่งอนุมัติเป็นทางการ; Ⓑ *(decree)* พระราชกฤษฎีกา

fib /fɪb/ฟิบ/ ❶ *n.* การโกหกเล็ก ๆ น้อย ๆ; **tell ~s** โกหกเล็ก ๆ น้อย ๆ; **that was a ~:** นั่นเป็นเรื่องโกหก ❷ *v.i.,* **-bb-** โกหกเล็ก ๆ น้อย ๆ ❸ *v.t.,* **-bb-: ~ one's way out [of sth.]** พูดจาข้าง ๆ คู ๆ เอาตัวรอด [จาก *ส.น.*] ไปได้

fibber /ˈfɪbə(r)/ˈฟิบเบอะ(ร)/ *n.* คนพูดโกหกเล็ก ๆ น้อย ๆ, คนขี้จุ๊

fibre (*Brit.; Amer.:* **fiber**) /ˈfaɪbə(r)/ˈฟายเบอะ(ร)/ *n.* Ⓐ เส้นใย; **with every ~ of his being** (*fig.*) ด้วยสุดหัวใจของเขา; Ⓑ *(substance consisting of fibres)* วัตถุที่ประกอบด้วยเส้นใย; Ⓒ *(substance that can be felted)* วัสดุเส้นใยที่เอาไปทำเป็นผ้าสักหลาดได้; Ⓓ *(roughage)* อาหารหยาบ *(ช่วยการย่อย)*; Ⓔ *(fibrous structure)* โครงสร้างเส้นใย; Ⓕ *(character)* ลักษณะอุปนิสัย; *(strength)* ความเข้มแข็ง; *(essence)* แก่นแท้; **moral ~:** นิสัยทรหดอดทน; ➡ + **optical fibre**

fibre: ~board *n.* กระดานไม้อัดเส้นใยพืช; **~glass** (*Amer.:* **fiber glass**) *n.* *(fibrous glass)* เส้นใยแก้ว; *(plastic)* พลาสติกเสริมเส้นใยแก้ว; **~glass boat** เรือที่สร้างมาจากพลาสติกเสริมเส้นใยแก้ว; **~ optic ˈcable** *n.* สายเส้นใยนำแสง; **~ ˈoptics** *n.* วิทยาการเส้นใยนำแสง

fibrillation /fɪbrɪˈleɪʃn/ฟิบริˈเลช'น/ *n.* *(Med.) ภาวะการสั่นของกล้ามเนื้อ*; *(esp. of heart muscle)* การสั่นของหัวใจ

fibrin /ˈfaɪbrɪn/ˈฟายบริน/ *n.* *(Med.)* โปรตีน*ชนิดหนึ่งที่เกิดขึ้นในขณะที่เลือดแข็งตัว*

fibrosis /faɪˈbrəʊsɪs/ไฟˈโบรซิซ/ *n. Med.* *อาการเกิดเนื้อเยื่อเส้นใยผิดปกติในร่างกาย*

fibrositis /faɪbrəˈsaɪtɪs/ไฟเบรอะˈไซทิซ/ *n.* ➤ **453** *(Med.)* การอักเสบของเนื้อเส้นใย

fibrous /ˈfaɪbrəs/ˈฟายเบริซ/ *adj.* ประกอบด้วยโครงสร้างเส้นใย; *(ลักษณะ, ไม้, ผ้า)* เหมือนเนื้อเส้นใย

fibula /ˈfɪbjʊlə/ˈฟิบบิวเลอะ/ *n., pl.* **~e** /ˈfɪbjʊliː/ˈฟิบบิวเลอะ/ *or* **~s** Ⓐ *(Anat.)* กระดูกน่อง; Ⓑ *(Hist.: brooch)* เข็มกลัด

fiche /fiːʃ/ฟีช/ *n., pl. same or* **~s** ➡ **microfiche**

fickle /ˈfɪkl/ˈฟิค'ล/ *adj.* *(ชะตากรรม, บุคคล)* ไม่มั่นคง, เปลี่ยนแปลงง่าย

fiction /ˈfɪkʃn/ˈฟิคช'น/ *n.* Ⓐ *(literature)* นวนิยาย *(ที่แต่งขึ้น)*; Ⓑ *(thing feigned or imagined)* สิ่งที่จินตนาการขึ้นมา; **a ~/~s** เรื่องที่จินตนาการขึ้นมาเรื่องหนึ่ง/หลายเรื่อง; **be pure ~** *or* **a mere ~:** เป็นสิ่งที่กุขึ้นโดยแท้; Ⓒ *(conventionally accepted falsehood)* ความเท็จเล็ก ๆ น้อย ๆ; ➡ + **fact** B; **legal fiction**

fictional /ˈfɪkʃənl/ˈฟิคเชอะน'ล/ *adj.* เป็นนวนิยาย *(ที่แต่งขึ้น)*; *(เรื่องราว)* ที่จินตนาการขึ้น; **~ literature** วรรณกรรมที่แต่งขึ้น; **~ characters** บุคคล *(ในนวนิยาย ฯลฯ)* ที่สร้างขึ้น

fictionalize /ˈfɪkʃənəlaɪz/ˈฟิคเชอะเนอะลายซ/ *v.t.* เขียนให้เป็นนวนิยาย

ˈfiction writer *n.* ➤ **489** นักเขียนเรื่องราว, นวนิยาย ฯลฯ ที่จินตนาการแต่งขึ้น

fictitious /fɪkˈtɪʃəs/ฟิคˈทิเชิซ/ *adj.* Ⓐ *(counterfeit)* ปลอม; *(การยื่นคำร้อง, ข้ออ้าง)* ไม่จริง; Ⓑ *(assumed)* *(ชื่อ, บัตร)* ปลอม; Ⓒ *(imaginary)* *(บุคคล, เหตุการณ์)* มีอยู่ในจินตนาการเท่านั้น, ไม่จริง; Ⓓ *(regarded as what it is called by legal or conventional fiction)* ที่สร้างขึ้นมา; **~ character** *or* **person** ตัวแสดงหรือบุคคลที่สร้างขึ้นมา; Ⓔ *(of or in novels)* ในนวนิยาย

fiddle /ˈfɪdl/ˈฟิด'ล/ ❶ *n.* Ⓐ *(Mus.) (coll./derog.)* ซอ; *(violin for traditional or folk music)* ไวโอลิน *(ท.ศ.)*; **[as] fit as a ~:** มีสุขภาพดีมาก; **a face as long as a ~** *(fig.)* ใบหน้าที่เศร้าหมอง; **play first/second ~** *(fig.)* มีบทบาทเด่นนำ/เป็นรอง; **play second ~ to sb.** อยู่ในร่มเงาของ *ค.น.* *หรือ* เป็นรอง *ค.น.*; Ⓑ *(coll.: swindle)* การโกง; **it's some sort of ~:** มันเป็นการโกงรูปแบบหนึ่ง; **it's all a ~:** ทั้งหมดเป็นการโกง; **get sth. by a ~:** ได้รับ *ส.น.* โดยการโกง; **be on the ~:** โกง
❷ *v.i.* Ⓐ *(coll.: play the ~)* สีซอ, เล่นไวโอลิน; Ⓑ **~ about** *(coll.: waste time)* สูญเสียเวลาโดยเปล่าประโยชน์; *(be frivolous)* ทำเล่น ๆ, ไม่เอาจริงเอาจัง; **~ about with** *or* **away at sth.** *(work on to adjust etc.)* ปรับเปลี่ยน *ส.น.* เล็ก ๆ น้อย ๆ; *(tinker with)* ทำ *ส.น.* อย่างไม่เป็นโล้เป็นพาย; **~ at sth.** ทำ *ส.น.* จับจดไม่จริงจัง; **~ with sth.** *(play with)* จับ *ส.น.* หมุนไปมาอย่างใจลอย; Ⓒ *(coll.: deceive)* ฉ้อโกง, หลอกลวง; **he ~d, lied, and cheated** เขาหลอกลวงโกหกและขี้โกง
❸ *v.t. (coll.) (falsify)* ปลอมแปลง *(เอกสาร, บัญชี)*; *(get by cheating)* ได้โดยการโกง; **~ one's way into sth. [by lying/cheating]** ทำเล่ห์เพทุบายจนได้ *ส.น.* มา [โดยการโกหก/โกง]

fiddle-de-dee /fɪdldɪˈdiː/ฟิด'ลดิˈดี/ ❶ *int.* ไร้สาระ ❷ *n.* เรื่องไร้สาระ

fiddle-faddle /ˈfɪdl-fædl/ˈฟิด'ล-แฟด'ล/ *n.* เรื่องเล็กน้อย, เรื่องไม่สำคัญ

fiddler /ˈfɪdlə(r)/ˈฟิดเลอะ(ร)/ *n.* Ⓐ ➤ **489** *(player)* คนเล่นซอ, คนเล่นไวโอลิน; Ⓑ *(coll.: swindler etc.)* คนโกง, คนหลอกลวง

ˈfiddler crab *n.* *ปูในสกุล Uca ตัวผู้จะยกก้ามข้างหนึ่งในท่าคล้ายแขนของคนเล่นซอ*

ˈfiddlestick *(coll.)* ❶ *n.* คันชักซอ ❷ *int.* **~s** พิโธ่พิถัง, เหลวไหลไม่ได้เรื่อง

fiddling /ˈfɪdlɪŋ/ˈฟิด'ลิง/ *adj.* Ⓐ *(petty)* เล็กน้อย, ไม่สำคัญอะไร; Ⓑ ➡ **fiddly**

fiddly /ˈfɪdlɪ/ˈฟิด'ลิ/ *adj. (coll.)* Ⓐ *(awkward to do)* ทำยาก, ทำไม่สะดวก; Ⓑ *(awkward to use)* ใช้ยาก, ใช้ไม่สะดวก

fidelity /fɪˈdelɪtɪ/ฟิˈเด็ลลิทิ/ *n.* Ⓐ *(faithfulness)* ความซื่อสัตย์, ความจงรักภักดี **(to** ต่อ); **oath of ~:** คำสาบานให้สัตย์ปฏิญาณความจงรักภักดี; **breach of ~:** การตะบัดสัตย์ปฏิญาณความจงรักภักดี; Ⓑ *(conformity to truth or fact)* ความสอดคล้องต่อความจริง; Ⓒ *(exact correspondence to the original) (of photograph, imitation)* ความเหมือนของจริง; *(of translation)* ความตรงตามต้นฉบับ; Ⓓ *(Radio, Telev., etc.)* ความชัดเจนของสัญญาณ; *(of sound)* ความชัดของเสียง; *(of picture)* ความชัดของภาพ

fidget /ˈfɪdʒɪt/ˈฟิดจิท/ ❶ *n.* Ⓐ **[be] in a [terrible] ~:** [อยู่] ในภาวะกระวนกระวาย [มาก]; **put sb. in a ~:** ทำให้ *ค.น.* มีอาการกระสับกระส่าย; **have/get the ~s** วิ่งเต้นอยู่ไม่สุข, ขาดสมาธิ; **give sb. the ~s** ทำให้ *ค.น.* กระสับกระส่าย; Ⓑ *(restless mood)* อารมณ์หงุดหงิด; Ⓒ *(person)* ผู้ที่กระวนกระวาย, คนที่อยู่ไม่สุข, คนหงุดหงิด ❷ *v.i.* Ⓐ **~ [about]** หงุดหงิด [กับ], กระวนกระวาย [เกี่ยวกับ]; Ⓑ *(be uneasy)* วิตกกังวล; **make sb. ~:** ทำให้ *ค.น.* วิตกกังวล

fidgety /ˈfɪdʒɪtɪ/ˈฟิดจิทิ/ *adj.* กระวนกระวาย, อยู่ไม่สุข, หงุดหงิด

fiduciary /fɪˈdjuːʃərɪ/ฟิˈดิวเชอะริ/ *adj.* Ⓐ เกี่ยวกับความเชื่อใจกันหรือการมอบหมาย; **~ money** เงินตราที่อาศัยความเชื่อถือของประชาชน; Ⓑ *(Finance: depending on public confidence or securities)* เงินกระดาษที่ไม่มีหลักประกัน; **~ issue** ธนบัตรที่พิมพ์โดยไม่มีทุนหนุนหลัง; **~ loan** เงินกู้เชื่อใจ *(ไม่มีทรัพย์สินค้ำประกัน แต่เชื่อถือในเกียรติของผู้กู้)*

fief /fiːf/ฟีฟ/ *n.* Ⓐ *(feudal benefice)* ที่ดินที่ครอบครองภายใต้ระบบศักดินา; Ⓑ *(sphere of control)* ขอบเขตอำนาจ

field /fiːld/ฟีลดฺ/ ❶ *n.* Ⓐ *(cultivated)* ทุ่งนาที่ทำการเพาะปลูก; *(for grazing)* ทุ่งหญ้าเลี้ยงสัตว์; *(meadow)* ทุ่งหญ้า; **wheat/tobacco/poppy ~:** ทุ่งปลูกข้าว/ยาสูบ/ดอกฝิ่น; **work in the ~s** ทำงานอยู่ในทุ่ง; **~s of rye** ทุ่งปลูกข้าวไรย์; Ⓑ *(area rich in minerals etc.)* บริเวณพื้นที่ที่มีแร่ธาตุมาก; **gas ~:** แหล่งก๊าซธรรมชาติ; Ⓒ *(battlefield)* สนามรบ; *(fig.)* เวทีการณรงค์หรือการชิงชัย; **leave sb. a clear** *or* **the ~** *(fig.)* ปล่อยให้ *ค.น.* ดำเนินการตามใจชอบ; **hold the ~:** ไม่ถูกแย่งที่, ยังคงโดดเด่นอยู่; Ⓓ *(scene of campaign)* สนามรบ; **enter the ~** *(fig.)* เข้าร่วม *(การแข่งขัน, กิจกรรมใด, วิชาชีพใด)*; **in the ~:** ในสถานที่สู้รบ; *(นักศึกษา)* ศึกษาภาคสนาม; *(ตัวแทนสินค้า)* ออกเดินทางขายของ; **be sent out into the ~:** ถูกส่งไปปฏิบัติงาน; **keep the ~:** ดำเนินการรณรงค์ต่อไป; **take the ~:** เริ่มต้นการรณรงค์ (➡ + f); Ⓔ *(battle)* **a hard-fought/hard-won ~:** การต่อสู้ที่ขับเคี่ยวกันหนัก/ชนะด้วยความยากลำบาก; **win/lose the ~:** ชนะ/พ่ายแพ้การต่อสู้; Ⓕ *(playing ~)* สนามกีฬา; *(ground marked out for game)* สนาม *(ฟุตบอล, กอล์ฟ)* สำหรับเกมการแข่งขัน; **send sb. off the ~:** ไล่ *ค.น.* ออกจากสนาม; **take the ~:** *(เกมกีฬา)* ลงสนาม; (➡ + d); Ⓖ *(Sport: area for defence or attack)* บริเวณของสนามกีฬาสำหรับตั้งรับหรือรุก; Ⓗ *(competitors in sports event)*

ผู้เข้าแข่งขันกีฬา; *(fig.)* สมาชิกหรือผู้มีส่วนได้เสีย; **play the ~** *(fig. coll.)* หลีกเลี่ยงความผูกพันตนเองกับบางสิ่งหรือบางคน; *(take advantage of all chances offered)* ฉวยโอกาสทั้งหมดที่มี; **I** *(Hunting)* ผู้เข้าร่วมการล่าสัตว์; **lead the ~** *(lit. or fig.)* นำหน้าผู้อื่น; **J** *(airfield)* สนามบิน หรือ ลานบิน; **K** *(expanse)* พื้นที่กว้าง; *(fig.)* อาณาเขตอันไพศาล; **L** *(Her.)* พื้นผิวหน้าของโล่ประดับตรา; **M** *(of picture etc.)* พื้นของรูปภาพ ฯลฯ; **N** *(area of operation, subject areas, etc.)* สาขา (วิชา); ประเภท (การทำงาน); *(range of vision or view)* ระยะที่สายตามองเห็น; **his researches range over a wide ~:** การวิจัยของเขามีขอบเขตครอบคลุมกว้างขวาง; **in the ~ of medicine** ในสาขาวิชาแพทย์; **workers in the ~:** ผู้ปฏิบัติงาน; **he's working in his own ~:** เขากำลังทำงานในสาขาวิชาของเขา; **that is outside my ~:** สิ่งนั้นไม่ได้อยู่ในสาขาความรู้ของฉัน; **~ of vision** *or* **view** ระยะที่แลเห็นได้; **O** *(Phys.)* **magnetic/gravitational ~:** สนามแม่เหล็ก/บริเวณที่มีแรงโน้มถ่วง; **P** *attrib. (found in open country)* ที่พบตามทุ่ง, ป่า; **~marigold** ดอกดาวเรืองที่พบในทุ่ง; **~ mushroom** เห็ดกินได้พบในทุ่ง; **~ poppy** ดอกฝิ่นป่า; **Q** *attrib. (carried out in natural environment; light and mobile)* (วิจัย, ทดสอบ) ในพื้นที่; (ปืน) เคลื่อนที่; **R** *(Computing)* เขตข้อมูล (ในคอลัมน์) (ร.บ.); ➡ **+ airfield; coalfield; goldfield; minefield; oilfield**

❷ *v.i. (Cricket, Baseball, etc.)* เป็นคนสกัดลูกในสนาม; **he ~s well** เขาเป็นคนสกัดลูกได้ดี

❸ *v.t.* **A** *(Cricket, Baseball, etc.) (stop)* สกัด (ลูกบอล); *(stop and return)* สกัดและโยนกลับ; **B** *(put into ~)* กำหนดตำแหน่งผู้สกัดลูก; **C** *(fig.: deal with)* รับมือ, โต้ตอบ (คำถาม)

'field day *n.* **A** *(Mil.)* วันฝึกปฏิบัติภาคสนาม; **B** *(fig.)* วันที่ทำอะไรได้ดังใจ, วันที่เต็มไปด้วยความตื่นเต้นมาก; **have a ~** มีวันที่ได้ทำสิ่งที่โปรดปราน

fielder /'fi:ldə(r)/'ฟีลเดอะ(ร)/ *n. (Cricket, Baseball, etc.)* คนรับลูกในสนาม

'field events *n. pl. (Sport)* กรีฑาประเภทลู่และลาน

fieldfare /'fi:ldfeə(r)/'ฟีลดแฟ(ร)/ *n. (Ornith.)* นก *Turdus pilaris* มีขนสีเทา หางสีดำ ร้องเพลงเพราะ

field: ~ glasses *n. pl.* กล้องส่องทางไกลแบบสองลำกล้อง; **~ hockey** *(Amer.)* ➡ **hockey** A; **~ hospital** *n. (Mil.)* โรงพยาบาลชั่วคราวในสนามรบ, โรงพยาบาลสนาม; **F~ 'Marshal** *n. (Brit. Mil.)* จอมพล; **~mouse** *n.* หนูป่า; **~ officer** *n. (Mil.)* นายทหารชั้นนายพัน; **~sman** /'fi:ldzmən/'ฟีลดซูเมิน/ *n. pl.* **~smen** /'fi:ldzmən/'ฟีลดซูเมิน/ ➡ **fielder**; **~ sports** *n. pl.* กีฬากลางแจ้ง (เช่น การล่าสัตว์, การยิงปืนและการตกปลา); **~ test** ❶ *n.* ➡ **~ trial** ❷ *v.t.* ทดสอบภาคปฏิบัติ; **~ trial** *n.* การทดสอบความสามารถในสถานการณ์จริง; **~ trip** *n.* การพานักเรียนออกภาคสนาม; **~work** *n.* **A** *(Mil.: temporary fortification)* ที่มั่นชั่วคราว; **B** *(outdoor work) (of surveyor etc.)* งานสำรวจภาคสนาม; *(of sociologist, collector of scientific data, etc.)* งานวิจัยภาคสนาม; **~worker** *n.* ➤ **489** คนที่ทำงานนอกสถานที่ หรือ คนที่ทำงานกลางแจ้ง (นอกห้องปฏิบัติการทางวิทยาศาสตร์)

fiend /fi:nd/ฟีนด/ *n.* **A** *(very wicked person)* คนที่ชั่วร้ายมาก, คนที่โหดร้ายอำมหิต; **B the F~:** ซาตาน; **C** *(evil spirit)* วิญญาณชั่วร้าย; **D** *(coll.) (mischievous or tiresome person)* ตัวยุ่ง; *(artful person)* คนที่มีเล่ห์เหลี่ยม, คนที่ฉลาดแกมโกง; **E** *(devotee)* คนที่คลั่งไคล้บางสิ่ง; **travel/ theatre ~:** คนที่บ้าการท่องเที่ยว/ละคร; **motorbike/health-food ~:** คนที่บ้าจักรยานยนต์/อาหารบำรุงสุขภาพ; **fresh-air ~:** คนที่ชอบอยู่กลางแจ้ง

fiendish /'fi:ndɪʃ/'ฟีนดิช/ *adj.* **A** *(fiendlike)* โหดร้าย, แกมโกง; **B** *(extremely awkward)* (สถานการณ์) แย่มาก, ยากลำบากที่สุด

fiendishly /'fi:ndɪʃlɪ/'ฟีนดิชลิ/ *adv.* **A** *(in fiendlike manner)* อย่างโหดร้ายอำมหิต; **B** *(extremely awkwardly)* อย่างแย่มาก, อย่างยากลำบากที่สุด

fierce /'fɪəs/'เฟียซ/ *adj.* **A** *(violently hostile)* (ศัตรู) ดุร้าย; (การต่อสู้, การโจมตี) ที่ดุเดือด; **B** *(raging)* (พายุ, ลม) รุนแรง; (สัตว์ป่า) ดุร้าย; (โรค, รัฐบาล) ร้ายแรง; **C** *(ardent)* กระตือรือร้น, กระหายอยาก, แรงกล้า; **D** *(unpleasantly strong or intense)* ที่เข้มข้นมาก, แรงกล้าเกินไป; **the heat is a bit ~:** ความร้อนแรงมากไปหน่อย; **E** *(violent in action)* (การเบรก, การกระตุก) รุนแรง

fiercely /'fɪəslɪ/'เฟียซลิ/ *adv.* **A** *(with violent hostility)* (ต่อสู้, โจมตี) อย่างรุนแรง; (ทะเลาะ) อย่างดุเดือด; **B** *(with raging force)* อย่างโหมกระหน่ำ; **the fire burnt ~ for several hours** ไฟไหม้โหมกระหน่ำเป็นเวลาหลายชั่วโมง; **C** *(ardently)* อย่างกระตือรือร้น, อย่างกระหายอยาก; (รัก) อย่างแรงกล้า; **D** *(with unpleasant strength or intensity)* อย่างเข้มข้นเกินไป, อย่างแรงกล้าเกินไป; **E** *(with violent action)* (เบรก, กระชาก) อย่างแรง

fiery /'faɪərɪ/'ฟายเออะริ/ *adj.* **A** *(consisting of or flaming with fire)* เป็นไฟ, ที่ลุกเป็นไฟ; **B** *(looking like fire)* ที่ดูเหมือนไฟ; *(blazing red)* สีแดงจ้าเหมือนเปลวไฟ; **C** *(hot as fire)* ร้อนเหมือนกับไฟ; **~ temperature** อุณหภูมิที่ร้อนเหมือนกับไฟ; **D** *(producing burning sensation)* ที่ไหม้; (รสชาติที่เผ็ดมาก) ที่ให้ความรู้สึกแสบร้อน; **E** *(fervent, full of spirit)* เอาใจจดจ่อ, เต็มไปด้วยความกระตือรือร้น; *(irascible, impassioned)* (อารมณ์) ฉุนเฉียว; **~ zeal** ความกระตือรือร้นอย่างแรงกล้า; **have a ~ temper** มีอารมณ์ฉุนเฉียวโกรธง่าย

fiery 'cross *n.* **A** *(Hist.: rallying-signal of Scottish Highlanders)* กางเขนไม้ที่ไหม้เป็นสัญญาณ; **B** *(Amer.: of Ku Klux Klan)* กางเขนที่จุดเป็นเพลิง

fiesta /fɪ'estə/ฟิ'เอ็ซเตอะ/ *n.* การเฉลิมฉลองในวันหยุดทางศาสนา (ในประเทศที่พูดภาษาสเปน)

FIFA /'fi:fə/'ฟีเฟอะ/ *abbr.* **International Football Federation** ฟีฟ่า

FIFO *abbr.* **first-in-first-out** ไฟโฟ (เข้าก่อนออกก่อน)

fife /faɪf/ไฟฟ/ *n.* ขลุ่ยขนาดเล็ก (ใช้เป่าเข้ากับกลองเวลาทหารเดินแถว)

fifteen /fɪf'ti:n/ฟิฟ'ทีน/ ➤ **47**, ➤ **177**, ➤ **602** ❶ *adj.* สิบห้า; ➡ **+ eight** 1 ❷ *n.* **A** สิบห้า; ➡ **+ eight** 2 A, D; **eighteen** 2; **B** *(Rugby Football)* ทีมที่มีผู้เล่น 15 คน

fifteenth /fɪf'ti:nθ/ฟิฟ'ทีนธ/ ➤ **231** ❶ *adj.* ➤ **602** ลำดับที่สิบห้า; ➡ **+ eighth** 1 ❷ *n. (fraction)* หนึ่งในสิบห้า; ➡ **+ eighth** 2

fifth /fɪfθ/ฟิฟธ/ ❶ *adj.* ➤ **602** ลำดับที่ห้า; ➡ **+ eighth** 1 ❷ *n.* **A** *(in sequence)* ลำดับที่ห้า; *(in rank)* ตำแหน่งที่ห้า; *(fraction)* หนึ่งในห้า; **B** *(~ form)* ชั้นที่ห้า (นักเรียนเข้าเรียนชั้นปีที่หนึ่งเมื่ออายุ 11 ปี); **C** *(Mus.)* ช่วงห่างระหว่างตัวโน้ตห้าตัว, ช่วงเสียงระดับห้า; **D** ➤ **231** *(day)* **the ~ of May** วันที่ห้าของเดือนพฤษภาคม; **the ~ [of the month]** วันที่ห้า [ของเดือน]; **E** *(Amer. coll.) (bottle)* ขวดเหล้าที่จุเศษ 3 ส่วน 4 ลิตร; *(of a gallon)* เศษสามส่วนสี่ลิตร; ➡ **+ eighth** 2

fifth: ~ 'column *n.* กลุ่มที่เป็นไส้ศึกแนวที่ห้าภายในประเทศ; **~'columnist** *n.* คนที่เป็นไส้ศึกให้กับศัตรู, คนทรยศ; **~ form** ➡ **form** 1 D

fiftieth /'fɪftɪəθ/'ฟิฟทิเอิธ/ ❶ *adj.* ➤ **602** ลำดับที่ห้าสิบ; ➡ **+ eighth** 1 ❷ *n. (fraction)* หนึ่งในห้าสิบ; ➡ **+ eighth** 2

fifty /'fɪftɪ/'ฟิฟทิ/ ➤ **47**, ➤ **177**, ➤ **602** ❶ *adj.* **A** ห้าสิบ; **one-and-~** *(arch.)* ➡ **fifty-one** 1; **B** *(large indefinite number)* **~ times** มากนับครั้งไม่ถ้วน; ➡ **+ eight** 1 ❷ *n.* ห้าสิบ; **one-and-~** *(arch.)* ➡ **fifty-one** 2; ➡ **+ eight** 2 A; **eighty** 2

fifty: ~-~ *adv., adj.* ครึ่งต่อครึ่ง, ห้าสิบ ๆ; **go ~-~:** จ่ายกันคนละครึ่ง; **on a ~-~ basis** โดยแบ่งกันคนละครึ่ง; **~-'first** *etc. adj.* ➤ **602** ลำดับที่ห้าสิบเอ็ด; ➡ **+ eighth** 1; **~fold** /'fɪftɪfəʊld/'ฟิฟทิโฟลด/ *adj., adv.* ห้าสิบเท่า; ➡ **+ eightfold**; **~-'one** *etc.* ❶ *adj.* ห้าสิบเอ็ด ฯลฯ; ➡ **+ eight** 1 ❷ *n.* ➤ **602** ห้าสิบเอ็ด ฯลฯ; ➡ **+ eight** 2 A

1fig /fɪg/ฟิก/ *n.* **A** ต้นไม้ในสกุล *Ficus* ผลคล้ายมะเดื่อ; **B** *(valueless thing)* **it's not worth a ~:** มันไม่มีค่าเลย; **not care** *or* **give a ~ about** *or* **for sth.** ไม่สนใจเกี่ยวกับ *ส.น.* เลย หรือ เห็นว่า *ส.น.* ไม่มีคุณค่า

2fig *n. (attire)* ชุด, เครื่องแต่งกาย; *(legal, academic, etc.)* เครื่องแต่งกายเป็นทางการ, ครุยบอกวิทยฐานะของอาจารย์; **in full ~:** ในเครื่องแต่งกายเต็มยศ

fig. *abbr.* **figure**

fight /faɪt/ไฟท/ ❶ *v.i.*, **fought** /fɔ:t/ฟอท/ **A** *(lit. or fig.)* ต่อสู้; *(with fists)* ชก, ต่อย; **~ to do sth.** ต่อสู้เพื่อจะทำ *ส.น.*; **~ to save sb.'s life** ต่อสู้เพื่อจะช่วยชีวิตของ *ค.น.*; **watch animals/ people ~ing** เฝ้าดูสัตว์/คนต่อสู้กัน; **~ shy of sb./sth.** หลีกเลี่ยง *ค.น./ส.น.*; **~ shy of doing sth.** หลีกเลี่ยงการทำ *ส.น.*; **B** *(squabble)* ทะเลาะหรือถกเถียงกันเสียงดัง (**about** เกี่ยวกับ); ➡ **+ cat** A; **'cock** 1 A; **hand** 1 A; **tooth** A

❷ *v.t.*, **fought** **A** *(in battle)* **~ sb./sth.** สู้รบในสงครามกับ *ค.น./ส.น.*; *(using fists)* **~ sb.** ต่อสู้ชกต่อยกับ *ค.น.*; **B** *(seek to overcome)* พยายามที่จะชนะ; *(resist)* **~ sb./sth.** ต่อต้าน *ค.น./ส.น.*; **C** *(contend in)* ต่อสู้, เข้าร่วมการต่อสู้; **~ a battle** ร่วมการต่อสู้; **be ~ing a losing battle** *(fig.)* ทำในสิ่งที่เป็นไปไม่ได้; **~ sb.'s battles for him** *(fig.)* แก้ปัญหาให้ *ค.น.*; **~ the good fight** *(fig.)* สู้ยิบตาเพื่อความถูกต้อง; **D** รณรงค์ (เพื่อ *ส.น.*); สู้กับ (ปัญหา); หาเสียง (ในการเลือกตั้ง); **E ~ one's way** แหวกผู้คนแน่นขนัด เพื่อไปถึงจุดหมาย; *(fig.)* ต่อสู้เพื่อไปสู่ความสำเร็จ; **~ one's way to the top** *(fig.)* ไต่เต้าขึ้นไปถึงขั้นสูงสุด; **~ one's way up** *(fig.)* ขวนขวายเพื่อความสำเร็จ

❸ *n.* **A** *(combat)* การต่อสู้ (**for** เพื่อ); *(campaign)* การรณรงค์ต่อสู้; *(boxing match)* การชกต่อย;

f

(brawl) การทะเลาะปล้ำกัน; *(literary: battle)* การต่อสู้; **their ~ for freedom** การต่อสู้ของพวกเขาเพื่ออิสรภาพ; **make a ~ of it, put up a ~:** ปกป้องตัวเองอย่างเต็มที่; *(fig.)* ต่อต้าน *ส.น.*; **give in without a ~** *(fig.)* ยอมแพ้อย่างง่ายดาย; **aren't you going to make a ~ of it?** *(fig.)* คุณจะไม่ต่อต้าน/ขัดขืนหรือ; **world championship title ~:** การต่อสู้เพื่อตำแหน่งแชมป์เปี้ยนโลก; Ⓑ *(squabble)* การทะเลาะ *หรือ* การโต้เถียงกันเสียงดัง; **they are always having ~s** พวกเขาทะเลาะกันเสียงดังเสมอ; **he likes a good ~:** เขาชอบการโต้เถียงกันอย่างเปิดอก; Ⓒ *(ability to ~)* พลังที่จะต่อสู้; *(appetite for ~ing)* ความกระหายที่จะต่อสู้; **have no ~ left in one** ไม่มีความสามารถที่จะต่อสู้หลงเหลืออยู่ในตัว; *(fig.)* หมดไฟเสียแล้ว; **all the ~ had gone out of him** *(fig.)* เขาหมดไฟเสียแล้ว; **show ~** *(lit. or fig.)* แสดงความทรหด

~ against *v.t.* Ⓐ *(in war)* ต่อสู้กับ; *(in boxing-match)* ชกกับ; Ⓑ *(resist)* ต่อต้าน *(โรค, ความไม่ยุติธรรม)*; ขัดขืน, ต่อสู้กับ *(คลื่น, ลม)*

~ 'back ❶ *v.i.* สู้ตอบโต้ ❷ *v.t.* Ⓐ *(suppress)* อดกลั้น *(ความโศกเศร้า)*; Ⓑ *(resist)* ยับยั้ง *(ข้าศึก)*; สกัดกั้น *(การโจมตี)*

~ 'down *v.t.* กลั้น *(ความกลัว)*

~ for *v.t. (lit. or fig.)* ต่อสู้เพื่อ; **~ for one's life** ต่อสู้เพื่อรักษาชีวิตของตน

~ 'off *v.t. (lit.)* กำจัด; *(fig.)* ขับไล่ *(แฟน, ผู้สื่อข่าว)*; **~ off the desire** ดับความปรารถนา

~ 'out *v.i. (lit. or fig.)* ต่อสู้จนจบ; **~ it out amongst yourselves** พวกคุณจัดการกันเองก็แล้วกัน

~ over *v.t.* Ⓐ *(~ with regard to)* วิวาทกันเกี่ยวกับเรื่อง; Ⓑ *(~ to gain possession of)* ต่อสู้เพื่อได้; *(squabble to gain possession of)* ทะเลาะกันเพื่อแย่งการเป็นเจ้าของ

~ with *v.t.* Ⓐ ต่อสู้กับ *(ค.น./ส.น.)*; Ⓑ *(squabble with)* ทะเลาะกับ *(ค.น.)*; Ⓒ *(~ on the side of)* ต่อสู้เคียงข้างกับ *(ค.น./ส.น.)*

fighter /'faɪtə(r)/'ไฟเทอะ(ร)/ *n.* Ⓐ นักสู้, นักต่อสู้; *(warrior)* นักรบ; *(boxer)* นักมวย, นักชก; Ⓑ *(aircraft)* เครื่องบินทหารใช้ขับไล่; **~ pilot** ➤ 489 นักบินขับเครื่องบินขับไล่

fighting /'faɪtɪŋ/'ไฟทิง/ ❶ *adj. (สุนัข, บุคคล)* ที่ต่อสู้; *(เรือ, เครื่องบิน)* รบ; *(ไก่)* ชน; ➡ + ¹cock 1 A ❷ *n.* การต่อสู้; **be in a ~ mood** มีสภาพจิตใจที่พร้อมสู้

fighting: ~'chance *n.* **have a ~ chance of succeeding/of doing sth.** มีโอกาสที่จะประสบความสำเร็จ/ที่จะทำ *ส.น.* ถ้าใช้ความพยายาม; **~'drunk** *adj. (coll.)* อยู่ในสภาพมึนเมาแล้วหาเรื่อง; **~ fish** *n.* ปลากัด; **~ 'fit** *adj. (ร่างกาย)* สมบูรณ์มีแรงเต็มที่; **~ fund** *n.* เงินที่หามาสมทบการรณรงค์หาเสียง; **raise a ~ fund** จัดหาเงินมาสมทบการรณรงค์; **~ 'mad** *adj.* โกรธเป็นฟืนเป็นไฟ; **~ 'words** *n. pl. (coll.)* ถ้อยคำที่แสดงความเต็มใจที่จะต่อสู้

'fig leaf *n. (lit.)* ใบไม้ของต้นมะเดื่อ; *(fig.)* ใบไม้ที่ปกปิด *(บริเวณอวัยวะในงานศิลปะ)*

figment /'fɪgmənt/'ฟิกเมินท/ *n. (imagined thing)* สิ่งที่จินตนาการขึ้นมา; **a ~ of one's** *or* **the imagination** สิ่งที่คิดขึ้นโดยจินตนาการ

'fig tree *n.* ต้นมะเดื่อ

figurative /'fɪgərətɪv/'ฟิกเกอะเรอะทิว/ *adj.* Ⓐ *(metaphorical)* ในทำนองเปรียบเทียบ, ในเชิงอุปมาอุปไมย; Ⓑ *(metaphorically so called)* ในแง่ของการเปรียบเทียบ; Ⓒ *(with many figures of speech)* ใช้โวหารอุปมาอุปไมยหลายชั้น; Ⓓ *(emblematic)* เป็นเครื่องหมาย *หรือ* สัญลักษณ์

figuratively /'fɪgərətɪvlɪ/'ฟิกเกอะเรอะทิวลิ/ *adv.* Ⓐ *(metaphorically)* ในทำนองเปรียบเทียบ, ในเชิงอุปมาอุปไมย; Ⓑ *(with many figures of speech)* โดยใช้โวหารอุปมาอุปไมยหลายชั้น; Ⓒ *(emblematically)* อย่างเป็นสัญลักษณ์

figure /'fɪgə(r), US 'fɪgjər/'ฟิกเกอะ(ร), 'ฟิกกิวเออร/ ❶ *n.* Ⓐ *(shape)* รูปร่างภายนอก; Ⓑ *(Geom.)* รูปทรงตามเรขาคณิต; Ⓒ *(one's bodily shape)* รูปร่าง; **have to worry about one's ~:** ต้องคอยรักษารูปร่างของตน; **keep one's ~:** รักษารูปร่างของตน; **lose one's ~:** อ้วนขึ้น; Ⓓ *(person as seen)* บุคคล; *(literary ~)* บุคคล, คน; *(historical etc.~)* บุคคลในประวัติศาสตร์; **a fine ~ of a man/woman** ชาย/หญิงที่สง่างาม; **a ~ of fun** ตัวตลก; **make** *or* **cut a brilliant/poor** *etc.* **~:** เป็นที่ชื่นชม/สมเพช ฯลฯ; Ⓔ *(image)* ภาพลักษณ์, ท่าทาง; **she looked a ~ of misery** เธอดูมีท่าทางโศกเศร้า; Ⓕ *(three-dimensional representation)* รูปประนาบสามมิติ; *(two-dimensional representation)* รูปประนาบสองมิติ; Ⓖ *(emblem)* เครื่องหมาย, สัญลักษณ์; **a ~ of peace** เครื่องหมายของสันติภาพ; Ⓗ *(simile etc.)* **~ [of speech]** โวหาร; Ⓘ *(illustration)* ภาพประกอบ; Ⓙ *(decorative pattern)* ลายประดับตกแต่ง; Ⓚ *(Dancing, Skating)* ท่าที่กำหนด; Ⓛ *(numerical symbol)* ตัวเลข; *(number so expressed)* จำนวน; *(amount of money)* จำนวนเงิน; *(amount paid for sth.)* จำนวนที่จ่าย; *(value)* ค่า; **double ~s** ตัวเลขสองหลัก; **membership is in double ~s** จำนวนสมาชิกอยู่ระหว่างสิบถึงเก้าสิบเก้าคน, จำนวนสมาชิกเป็นเลขสองหลัก; **three/four** *etc.* **~s** ตัวเลขสาม/สี่ ฯลฯ หลัก; **go** *or* **run into three ~s** ขึ้นเป็นจำนวนตัวเลขสามหลัก; **three-/four-** *etc.* **~:** จำนวนตัวเลขสาม/สี่หลัก ฯลฯ; Ⓜ *in pl. (arithmetical calculations)* การคำนวณ; *(accounts, result of calculations)* บัญชี, ผลของการคำนวณ; **can you check my ~s?** คุณช่วยตรวจสอบผลการคำนวณของฉันหน่อยได้ไหม; **do the ~s** คำนวณตัวเลข; **last month's ~s** สถิติของเดือนที่แล้ว; **he is good at ~s** เขาเก่งเรื่องเลข; ➡ + **head** 1 B; Ⓝ *(Ling.)* สำนวนที่ใช้เพื่อย่นย่อ; ➡ + **eight** 2 B; **father figure**
❷ *v.t.* Ⓐ *(represent pictorially)* แสดงเป็นภาพ; Ⓑ *(picture mentally)* จินตนาการ; **~ oneself as sth.** จินตนาการว่าตนเองเป็น *ส.น.*; Ⓒ *(be symbol of)* เป็นเครื่องหมายหรือสัญลักษณ์; Ⓓ *(embellish)* ตกแต่งประดับประดา; Ⓔ *(Mus.)* บอกท่วงทำนองของเพลง; Ⓕ *(mark with number[s])* ติดตัวเลขหรือราคา; Ⓖ *(calculate)* คำนวณ *(ตัวเลข)*; Ⓗ *(Amer.: understand)* เข้าใจ; Ⓘ *(Amer.: ascertain)* ทำให้แน่ใจ; ➡ + ³**bass** 2 C
❸ *v.i.* Ⓐ *(make appearance)* ปรากฏ; *(in play)* มีบทบาท; **children don't ~ in her plans for the future** เธอไม่คิดจะมีลูกในแผนการอนาคต; **this image often ~d in her dreams** ภาพนี้มักปรากฏอยู่ในความฝันของเธอบ่อย ๆ; **~ prominently on the music scene/in world politics** มีบทบาทโดดเด่นในแวดวงดนตรี/ในการเมืองโลก; Ⓑ *(do arithmetic)* คิดเลข, คิดคำนวณ; Ⓒ *(coll.: be likely, understandable)* **it ~s that ...:** มันเป็นไปได้ว่า..; **that ~s** นั้นเป็นที่เข้าใจได้

~ on *v.t.* คาดหวัง; **~ on doing sth.** คาดหวังว่าจะทำ *ส.น.*

~ 'out *v.t.* Ⓐ *(work out by arithmetic)* คำนวณ; Ⓑ *(Amer.: estimate)* **~ out that ...:** ประมาณการว่า...; Ⓒ *(understand)* เข้าใจ; **I can't ~ him out** ฉันดูเขาไม่ออก; Ⓓ *(ascertain)* ทำให้แน่ใจ, ทำให้มั่นใจ; **it's difficult to ~ out whether ...:** มันเป็นเรื่องยากที่จะแน่ใจว่า...หรือไม่; **I can't ~ out where we've met before** ฉันคิดไม่ออกว่าเราเคยพบกันที่ไหนมาก่อน

figure: ~head *n. (lit.)* หัวสลักบนแม่ย่านาง; *(fig.)* หัวหน้าในนามที่ไม่มีอำนาจแท้จริง; **~ skating** *n.* การเล่นสเกตเป็นท่าทางต่าง ๆ; **~work** *n., no pl.* **do some ~work** คิดคำนวณตัวเลข, ทำเลข

Fiji /'fi:dʒi:/'ฟีจี/ *pr. n.* ประเทศฟิจิ *(ในมหาสมุทรแปซิฟิก)*

filament /'fɪləmənt/'ฟิลเลอะเมินท/ *n.* Ⓐ เส้นบาง ๆ คล้ายใย; *(Chem.)* เส้นใย; Ⓑ *(conducting wire or thread)* ลวดตัวนำในหลอดไฟ; Ⓒ *(Bot.)* อวัยวะสืบพันธุ์ตัวผู้ของดอกไม้, ก้านชูอับเรณู

filbert /'fɪlbət/'ฟิลเบิท/ *n.* Ⓐ *(cultivated hazel)* พันธุ์ไม้ *Corylus maxima*; Ⓑ *(nut)* ถั่วเฮเซล

filch /fɪltʃ/ฟิลฉ/ *v.t.* ขโมย, ลัก

¹file /faɪl/ฟายล/ ❶ *n.* ตะไบ; *(nail ~)* ตะไบเล็บ ❷ *v.t.* ตะไบ; **~ sth. to make it smooth** ตะไบ *ส.น.* ให้เรียบ

~ a'way *v.t.* ตะไบออก

~'down *v.t.* ตะไบออก

²file ❶ *n.* Ⓐ *(holder)* แฟ้มเอกสาร; *(box)* กล่องเก็บเอกสาร; **on ~:** อยู่ในแฟ้ม; **on** *or* **in sb.'s ~s** อยู่ในแฟ้มของ *ค.น.*; **put sth. on ~:** ใส่ *ส.น.* เข้าแฟ้ม; Ⓑ *(set of papers)* เอกสารที่ใส่ไว้ในแฟ้ม; **open/ keep a ~ on sb./sth.** เปิด/เก็บแฟ้มเอกสารเกี่ยวกับ *ค.น./ส.น.*; Ⓒ *(series of issues of newspaper etc.)* หนังสือพิมพ์ ฯลฯ ฉบับรวมเล่ม; Ⓓ *(Computing)* แฟ้มข้อมูล; **~ server** เครื่องแม่ข่ายให้บริการแฟ้มข้อมูล; Ⓔ *(stiff wire)* ลวดแข็งและแหลมสำหรับเสียบเอกสาร; Ⓕ *(Law)* สำนวนความ; **reopen/close the ~ on a case** เปิดสำนวนความของคดีหนึ่งอีกครั้ง/ปิดสำนวนความของคดี
❷ *v.t* Ⓐ *(place on a ~)* เก็บเข้าแฟ้ม; *(place among public records)* เก็บในบันทึกที่ตีพิมพ์ทั่วไป; **~ sth. in drawers** เก็บ *ส.น.* ไว้ในลิ้นชัก; Ⓑ *(submit)* ยื่น *(คำร้อง)*; Ⓒ *(ผู้สื่อข่าว)* ส่งข่าวสารไปยังหนังสือพิมพ์

~ a'way *v.t.* เก็บเข้าแฟ้ม

³file ❶ *n.* Ⓐ *(Mil. etc.)* แถวทหาร; **stand in ~:** ยืนเข้าแถว; **[in] single** *or* **Indian ~:** *(ใน)* แถวเดียว; Ⓑ *(row of persons or things)* แถว
❷ *v.i.* เดินเป็นแถว

~ a'way *v.i.* เดินออก *(จากสนาม)* เป็นแถว ๆ

~'off ➡ **~ away**

file: ~ card *n.* แผ่นการ์ดข้อมูลที่ใส่กล่อง; **~ copy** *n.* สำเนาเอกสารที่เข้าแฟ้ม; *(of letter)* สำเนาจดหมาย

filet /'fɪleɪ/'ฟิลเล/ *n. (Gastr.)* เนื้อวัวที่ตัดมาจากเนื้อสันนอก

filial /'fɪlɪəl/'ฟิลลิเอิล/ *adj.* Ⓐ *(of or due from son or daughter)* *(ความซื่อสัตย์, ความเคารพ)* ที่ควรได้จากบุตรและธิดา; *(หน้าที่)* ของลูก; Ⓑ *(Biol.)* **~ generation** รุ่นลูก

filibuster /'fɪlɪbʌstə(r)/'ฟิลลิบัชเตอะ(ร)/ ❶ *n. (obstructionist)* สมาชิกสภาที่ขัดขวางการ

341 **filigree | final**

พิจารณาต่าง ๆ ในสภา; *(obstruction)* การขัดขวางการพิจารณาต่าง ๆ ในสภา ❷ *v.i.* ขัดขวางการพิจารณาต่าง ๆ ในสภา

filigree /ˈfɪlɪgriː/ˈฟิลลิกรี/ *n. (lit. or fig.)* *เครื่องประดับทำจากเส้นเงิน ทอง หรือทองแดงดัดเป็นลวดลายละเอียด*

¹filing /ˈfaɪlɪŋ/ˈฟายลิง/ *n.* **~s** *(particles)* เศษตะไบ; **iron ~s** เศษตะไบเหล็ก

²filing *n. (action of* file 2 A*)* การเก็บเอกสารใส่แฟ้ม

filing: ~ cabinet *n.* ตู้แฟ้มเอกสาร; **~ clerk** *n.* ➤ **489** พนักงานจัดเอกสารใส่แฟ้ม; **~ system** *n.* ระบบการจัดเอกสาร

Filipino /fɪlɪˈpiːnəʊ/ฟิลิˈพีโน/ ❶ *adj.* แห่งฟิลิปปินส์ ❷ *n., pl.* **~s** ชาวฟิลิปปินส์

fill /fɪl/ฟิล/ ❶ *v.t.* Ⓐ *(make full)* **~ sth. [with sth.]** ทำให้ *ส.น.* เต็ม [ด้วย *ส.น.*]; **the room was ~ed** *(with people)* ห้องเต็มไปด้วยผู้คน; **~ the walls with photos** ติดรูปถ่ายจนเต็มฝาผนัง; **~ sb./sb.'s heart with fear** ทำให้ *ค.น.*/ใจ *ค.น.* หวาดกลัวมาก; **~ed with** เต็มไปด้วย **(at** ใน**)**; **be ~ed with envy at sb.'s success** เต็มไปด้วยความอิจฉาในความสำเร็จของ *ค.น.*; Ⓑ *(distend)* *(ลม)* ทำให้ *(ใบเรือใบ)* เต็ม; Ⓒ *(stock abundantly)* บรรจุให้เต็ม; **be ~ed with people/flowers/fish** *etc.* เต็มไปด้วยผู้คน/ดอกไม้/ปลา *ฯลฯ*; **the journey had ~ed his mind with new ideas** การเดินทางทำให้เขามีความคิดใหม่ ๆ มากมาย; Ⓓ *(occupy whole capacity of, spread over)* บรรจุเต็ม; ใช้ที่ทั้งหมด; *(fig.)* ใช้ *(เวลา)* อย่างเต็มที่; **the room was ~ed to capacity** ห้องนี้บรรจุคนแน่นเต็มที่แล้ว; **tears suddenly ~ed her eyes** อยู่ดี ๆ น้ำตาคลอเอ่อดวงตาของเธอ; **when you've ~ed this notebook ...:** เมื่อคุณเขียนลงในสมุดนี้จนเต็มเล่มแล้ว...; **the fat lady ~ed two seats** หญิงอ้วนคนนั้นนั่งเต็มสองที่นั่ง; **enough cake to ~ three large plates** ขนมเค้กเพียงพอสำหรับใส่จานขนาดใหญ่สามใบ; **~ the bill** *(fig.)* เพียงพอ *หรือ* สมหวัง; *(be appropriate)* เหมาะสม; Ⓔ *(pervade)* ครอบคลุมไปทั่ว; **light/silence ~ed the room** แสงสว่าง/ความเงียบครอบคลุมไปทั่วห้อง; Ⓕ *(block up)* อุด *(ฟัน)*; เติมเข้าไป *(ในช่อง)*; Ⓖ *(Cookery) (stuff)* ใส่ไส้ให้เต็ม; *(put layer of sth. solid in)* วางเป็นชั้น; *(put layer of sth. spreadable in)* ทาให้ทั่ว; Ⓗ *(satisfy)* ทำให้พอใจ; Ⓘ *(hold)* ดำรง *(ตำแหน่ง)*; *(take up)* เข้ารับ *(ตำแหน่ง)*; Ⓙ *(execute)* ดำเนินการ *(ตามคำสั่ง)*; Ⓚ *(appoint sb. to)* แต่งตั้ง ค.น. *(เข้ารับตำแหน่ง)* ❷ *v.i.* Ⓐ *(become full)* **~ [with sth.]** เต็มไปด้วย [*ส.น.*]; Ⓑ *(be distended by wind)* พองตัวขึ้นด้วยลม

❸ *n.* Ⓐ *(as much as one wants)* **eat/drink one's ~:** กิน/ดื่มเท่าที่ต้องการ; **have had one's ~ [of food and drink]** รับ [ทั้งอาหารและเครื่องดื่ม] อย่างเต็มที่; **weep one's ~:** ร้องไห้จนร้องไม่ไหวแล้ว; **have had one's ~ of sth./doing sth.** มี *ส.น.*/ได้ทำ *ส.น.* พอแล้ว; Ⓑ *(enough to ~ sth.)* **he needs a ~ of tobacco for his pipe/of petrol/of ink** เขาต้องเติมยาเส้นในกล้องยาสูบของเขา/น้ำมัน/หมึก

~ 'in ❶ *v.t.* Ⓐ อุด *(รู)* ให้เต็ม; กรอก *(แบบฟอร์มต่าง ๆ)*; Ⓑ *(complete)* เติมข้อความให้สมบูรณ์; Ⓒ *(insert)* ใส่; Ⓓ *(find occupation during)* หาอะไรทำ; **how did you ~ in your evenings?** คุณทำอะไรบ้างในตอนเย็น; Ⓔ *(coll.: inform)* **~ sb. in [on sth.]** เล่าเรื่อง [เกี่ยวกับ *ส.น.*] ให้ *ค.น.* ❷ *v.i.* **~ in for sb.** ทำหน้าที่แทน *ค.น.*

~ 'out ❶ *v.t.* Ⓐ *(enlarge to proper size or extent)* ขยายให้พอดี; Ⓑ *(Amer.: complete)* เติมข้อความให้สมบูรณ์ ❷ *v.i.* Ⓐ *(become enlarged)* ขยายตัว; Ⓑ *(become plumper)* อ้วนขึ้น

~ 'up ❶ *v.t.* Ⓐ *(make full)* **~ sth. up [with sth.]** เติม *ส.น.* ให้เต็ม [ด้วย *ส.น.*]; **put a little milk into the cup and then ~ it up with water** ใส่นมลงในถ้วยเล็กน้อยแล้วเติมน้ำให้เต็ม; **~ oneself/sb. up [with sth.]** รับประทาน/ให้ *ค.น.* รับประทาน [*ส.น.*] จนอิ่ม; **their mother tried to ~ them up** แม่ของพวกเขาพยายามจะทำให้พวกเขารับประทานจนอิ่ม; **that will ~ you up!** อาหารนั้นจะทำให้คุณอิ่ม!; Ⓑ *(put petrol into)* **~ up [the tank]** เติมน้ำมันเต็มถัง; **~ her up!** *(coll.)* เติมให้เต็มถังหน่อย; อุด *(รู)* ให้เต็ม, อุด *(ช่องโหว่)* ให้แน่น; Ⓓ *(complete)* กรอก *(ฟอร์ม)* ให้ครบ

❷ *v.i.* *(โรงหนัง, โรงละคร)* ค่อย ๆ เต็ม; *(ถังน้ำ)* เต็มขึ้นมาอีก

filled /fɪld/ฟิลด/ *adj.* ซึ่งเต็มไปด้วย; **a cream-~ cake** ขนมเค้กซึ่งมีไส้ครีม

filler /ˈfɪlə(r)/ˈฟิลเลอะ(ร)/ *n.* Ⓐ *(to fill cavity)* วัสดุที่ใช้อุดรู; Ⓑ *(to increase bulk)* วัสดุที่เติมให้จุขึ้น

'filler cap *n.* ฝาปิดปากถังน้ำมัน

fillet /ˈfɪlɪt/ˈฟิลลิท/ ❶ *n.* Ⓐ ชิ้นเนื้อไร้กระดูกจากสันนอกหรือซี่โครง; **~ [steak]** *(slice)* สเต็กเนื้อไร้กระดูก; *(cut)* เนื้อสัน; **~ of pork/beef/cod/halibut** ชิ้นเนื้อหมู/เนื้อวัว/ปลาคอด/ปลาฮาลิบัต; Ⓑ *(Archit.) (narrow flat band)* ไม้ขอบ; *(between flutes of column)* ไม้ขอบระหว่างร่องเล็ก; Ⓒ *(headband)* วงกลมคาดผม ❷ *v.t.* Ⓐ *(divide into fillets)* แล่เป็นชิ้น ๆ; Ⓑ *(remove bones from)* เลาะกระดูกออก *(ปลา)*; ตัดกระดูกออก *(เนื้อ)*

filling /ˈfɪlɪŋ/ˈฟิลลิง/ ❶ *n.* Ⓐ *(for teeth)* วัสดุอุดฟัน; Ⓑ *(for pancakes, sandwiches etc.)* ไส้; *(for spreading)* หน้าขนมปัง ❷ *adj.* ทำให้อิ่ม

'filling station *n.* สถานีบริการน้ำมัน, ปั๊มน้ำมัน

fillip /ˈfɪlɪp/ˈฟิลลิพ/ *n. (stimulus)* สิ่งกระตุ้น, แรงจูงใจ; **give sb. a ~:** ให้แรงจูงใจ *ค.น.*; **give** *or* **be a ~ to the economy** เป็นสิ่งกระตุ้นทางเศรษฐกิจ

filly /ˈfɪlɪ/ˈฟิลลิ/ *n.* Ⓐ *ม้าตัวเมียอายุน้อยกว่า 4 ปี*; Ⓑ *(coll. dated: young woman)* หญิงสาว

film /fɪlm/ฟิลม/ ❶ *n.* Ⓐ *(thin layer)* ชั้นบาง ๆ; **~ [of varnish/dust]** ชั้นน้ำมันเคลือบเงา/ละอองฝุ่น; **~ [of oil/slime]** ชั้นบาง ๆ ของ [น้ำมัน/เมือก]; Ⓑ *(Photog.)* ฟิล์ม, ม้วนฟิล์ม; **put sth. on ~:** ถ่ายหนัง *ส.น.*, **the events are all on ~:** เหตุการณ์ทุกอย่างบันทึกอยู่ในฟิล์ม; Ⓒ *(Cinemat: story, etc.)* ภาพยนตร์, หนัง; **make/direct a ~:** สร้าง/กำกับภาพยนตร์; Ⓓ *in pl. (cinema industry)* อุตสาหกรรมภาพยนตร์; **go into ~s** เข้าวงการภาพยนตร์; **she is in ~s** เธออยู่ในวงการภาพยนตร์; Ⓔ *no pl. (as art form)* ภาพยนตร์; **are you interested in ~?** คุณสนใจในภาพยนตร์ไหม

❷ *v.t. (Cinemat. etc.)* Ⓐ *(record on motion ~)* ถ่ายภาพยนตร์; *(for motion picture)* ถ่ายภาพยนตร์; Ⓑ *(make cinema etc. ~ of)* นำ *(หนังสือ)* มาทำภาพยนตร์

❸ *v.i.* ถ่าย; *(หนังสือ)* ถูกนำมาเป็นภาพยนตร์

~ 'over *v.i.* *(กระจก, หน้าต่าง)* ขุ่นมัว; **her eyes ~ed over with tears** ตาของเธอพร่าไปด้วยน้ำตา

film: ~ clip ➡ **²clip 2 B**; **~ crew** *n.* ทีมงานในกองถ่าย; **~ director** *n.* ➤ **489** ผู้กำกับภาพยนตร์; **~ editor** *n.* ➤ **489** ผู้ตัดต่อภาพยนตร์; **~-goer** *n.* ผู้ไปชมภาพยนตร์; **~ industry** *n.* อุตสาหกรรมภาพยนตร์; **~ laboratory** *n.* สถานที่ล้างอัดฟิล์ม; **~ library** *n.* หอภาพยนตร์; **~ projector** *n.* เครื่องฉายภาพยนตร์; **~script** *n.* บทภาพยนตร์; **~ set** *n.* ฉากภาพยนตร์; **~setting** *n.* ระดับความไวต่อแสงของฟิล์ม; **~ show** *n.* การแสดงภาพยนตร์; **~ star** *n.* ➤ **489** ดาราภาพยนตร์; **~strip** *n.* ฟิล์มสไลด์; **~ studio** *n.* โรงถ่ายภาพยนตร์

filmy /ˈfɪlmɪ/ˈฟิลมิ/ *adj.* บาง ๆ และโปร่งแสง, เหมือนคลุมด้วยฟิล์ม

FLLO *(Computing) abbr.* **first-in-last-out** เข้าก่อนออกทีหลัง

Filofax ® /ˈfaɪləʊfæks/ˈฟายโลแฟคซฺ/ *n.* สมุดรายวันที่เหมือนแฟ้มเล็ก ๆ ส่วนตัว

filter /ˈfɪltə(r)/ˈฟิลเทอะ(ร)/ ❶ *n.* Ⓐ เครื่องกรอง; Ⓑ *(Brit.) (route)* ทางเดินรถเฉพาะ; *(light)* ไฟเขียวในการปล่อยรถเป็นช่วง ๆ ❷ *v.t.* กรอง ❸ *v.i.* Ⓐ *(flow through filter)* ไหลผ่านเครื่องกรอง; Ⓑ *(make way gradually)* **~ through/into/down sth.** ค่อย ๆ ผ่าน/เข้าไป/ซึมลงไปใน *ส.น.*; Ⓒ *(at road junction)* แทรกเข้าตรงสามแยก; **~ off** *v.i.* เลี้ยวออก

~ 'out ❶ *v.t. (lit. or fig.)* กรองออกไป ❷ *v.i.* ซึมออก

~ 'through ➡ **~ out 2**

filter: ~ bed *n.* บ่อกรอง; **~ ciga'rette** *n.* บุหรี่ก้นกรอง; **~ coffee** *n.* กาแฟกรอง

filtering software *n.* *โปรแกรมกลั่นกรองสิ่งต้องห้ามทางอินเทอร์เน็ต*

filter: ~ lane *n.* ทางเดินรถเฉพาะ; **~ paper** *n.* กระดาษกรองกาแฟรูปกรวย; **~ tip** *n.* Ⓐ ก้นกรองบุหรี่; Ⓑ **~ tip [cigarette]** บุหรี่ก้นกรอง

filth /fɪlθ/ฟิลธฺ/ *n., no. pl.* Ⓐ *(disgusting dirt)* สิ่งสกปรก; *(pollution)* มลภาวะ; Ⓑ *(moral corruption)* ความเสื่อมทางศีลธรรม; *(vileness)* ความเลวทราม; Ⓒ *(obscenity)* ความสัปดน; Ⓓ *(foul language)* คำหยาบ

filthiness /ˈfɪlθɪnɪs/ˈฟิลธินิซ/ *n., no pl.* Ⓐ ความสกปรก; Ⓑ *(obscenity)* ความสัปดน

filthy /ˈfɪlθɪ/ˈฟิลธิ/ ❶ *adj.* Ⓐ *(disgustingly dirty)* สกปรกอย่างน่าขยะแขยง; *(fond of filth)* ชอบความสกปรก; Ⓑ *(vile)* เลวทราม; *(ความคิด)* สัปดน; **~ lucre** เงินที่ได้มาอย่างไม่มีเกียรติ; Ⓒ *(very unpleasant)* แย่มาก; **~ weather** อากาศแย่มาก; Ⓓ *(obscene)* สัปดน, ลามก; **he is ~, he is a ~ devil** เขาเป็นคนลามก; **a ~-minded person** คนที่มีจิตใจสัปดน ❷ *adv.* **~ dirty** สกปรกมาก; **~ rich** *(coll.)* รวยเป็นบ้า

filtrate /ˈfɪltreɪt/ˈฟิลเทรฺท/ *n.* ของเหลวที่ผ่านการกรองแล้ว; น้ำกรอง

filtration /fɪlˈtreɪʃn/ฟิลˈเทรฺชˈน/ *n.* กระบวนการกรอง; *(percolation)* *การให้น้ำร้อนไหลผ่านผงกาแฟในเครื่องต้มกาแฟ*

fin /fɪn/ฟิน/ *n.* Ⓐ *(Zool.; on boat)* ครีบ; *(flipper)* ตีนกบดำน้ำ; *(on car)* สิ่งประดับลักษณะโผล่งอนขึ้นที่ท้ายรถ; Ⓑ *(in internal-combustion engine)* แผ่นระบายความร้อนในเครื่องเผาไหม้ภายใน; *(on radiator etc.)* แผ่นระบายความร้อน; ➡ **+ tail fin**

final /ˈfaɪnl/ˈฟายน'ล/ ❶ *adj.* Ⓐ *(ultimate)* *(ช่วง, เกม, ผล)* สุดท้าย, ท้ายสุด; **~ examination**

f

final drive | fine 342

การสอบปีสุดท้าย; **have a ~ swim** ว่ายน้ำรอบสุดท้าย; **give a ~ wave** โบกมือครั้งสุดท้าย; **what will be the ~ outcome of this crisis?** ผลลัพธ์ท้ายสุดของวิกฤติการณ์นี้จะเป็นอะไร; Ⓑ *(conclusive)* เด็ดขาด, เป็นที่แน่นอน; **have the ~ word** มีอำนาจตัดสินใจ; **is this your ~ decision/word/verdict?** นี่คือการตัดสินใจขั้นสุดท้าย/คำขาดของคุณหรือ; **the ~ solution** *(euphem.)* *แผนกำจัดชาวยิวในทวีปยุโรปของนาซีในปี ค.ศ. 1941–5;* **I'm not coming with you, and that's ~!** ฉันไม่มากับคุณแน่นอน และก็เป็นอันว่าจบสิ้น; Ⓒ *(concerned with goal)* **~ cause** วัตถุประสงค์ของการพัฒนาตามธรรมชาติ; อันตเหตุ, อันตปัจจัย *(ร.บ.)*; **~ clause** *(Ling.)* *ประโยคย่อยที่แสดงความประสงค์ ซึ่งจะเริ่มด้วย* in order that ฯลฯ

❷ *n.* Ⓐ *(Sport etc.)* การแข่งขันรอบสุดท้าย; *(of quiz game)* รอบสุดท้าย; Ⓑ *in sing. or pl. (examination)* การสอบปลายภาค; *(at university)* การสอบปีสุดท้าย; Ⓒ *(newspaper)* หนังสือพิมพ์ฉบับสุดท้ายในแต่ละวัน

final 'drive *n. (Motor Veh.)* ส่วนท้ายสุดในระบบขับเคลื่อนของยานยนต์

finale /fɪ'nɑ:lɪ, US -'nælɪ/ฟิ'นาลิ, -'แนลิ/ *n.* Ⓐ *(Mus.)* ท่อนจบของเพลง; Ⓑ *(close of drama)* ฉากสุดท้าย; Ⓒ *(conclusion)* บทสรุป

finalise ➡ **finalize**

finalist /'faɪnəlɪst/'ฟายเนอะลิซทฺ/ *n.* ผู้แข่งขันรอบสุดท้าย; *(Sport)* ผู้เข้าชิงชนะเลิศ

finality /faɪ'nælətɪ/ไฟ'แนเลอะทิ/ *n., no pl.* การที่ *ส.น.* จบสิ้น; *(of tone of voice)* ความเด็ดขาด

finalize /'faɪnəlaɪz/'ฟายเนอะลายซฺ/ *v.t.* สรุปผลการเจรจา, กำหนดเป็นขั้นสุดท้าย; *(complete)* ทำให้สมบูรณ์; ทำให้สำเร็จ; **~ sth. with sb.** สรุปผลการเจรจา *ส.น.* กับ *ค.น.*

finally /'faɪnəlɪ/'ฟายเนอะลิ/ *adv.* Ⓐ *(in the end)* ในที่สุด; *(expressing impatience etc.)* และแล้ว; Ⓑ *(in conclusion)* โดยสรุป; Ⓒ *(conclusively)* อย่างเด็ดขาด; *(once for all)* เป็นครั้งสุดท้าย

finance /'faɪnæns, fɪ'næns/'ฟายแนนซฺ, ฟิ'แนนซฺ/ ❶ *n.* Ⓐ *in pl. (resources)* แหล่งเงิน, การเงิน; Ⓑ *(management of money)* การคลัง; **high ~:** การคลังระดับสูง; **be in ~:** ทำงานการเงิน; Ⓒ *(support)* เงินสนับสนุน ❷ *v.t.* จัดหาเงินทุน; **how are you going to ~ yourself at university?** คุณจะส่งเสียตัวเองเรียนมหาวิทยาลัยอย่างไร

finance: ~ company *n.* บริษัทเงินทุน; **~ director** *n.* ผู้อำนวยการการเงิน; **~ house** ➡ **~ company**

financial /faɪ'nænʃl, fɪ-/ไฟ'แนนช'ล, ฟิ-/ *adj.* เกี่ยวกับการเงิน, *(ผู้เชี่ยวชาญ, ธุรกิจ, บริษัท)* การคลัง; *(ข่าว)* เกี่ยวกับงบประมาณ

financially /faɪ'nænʃəlɪ, fɪ-/ไฟ'แนนเชอะลิ, ฟิ-/ *adv.* ทางการเงิน; **be ~ rewarded for sth.** ได้รับเงินเป็นค่าตอบแทนสำหรับ *ส.น.*

financial 'year *n.* ปีงบประมาณ

financier /faɪ'nænsɪə(r), US fɪnən'sɪər/ไฟ'แนนซิเออะ(ร)/ *n.* Ⓐ *(expert)* นักเศรษฐศาสตร์การคลัง; Ⓑ *(capitalist)* นายทุน

fin-back 'whale ➡ **rorqual**

finch /fɪntʃ/ฟินฉฺ/ *n. (Ornith.)* *นกประเภทนกกระจอกในวงศ์* Fringillidae

find /faɪnd/ฟายนฺดฺ/ ❶ *v.t.,* **found** /faʊnd/เฟานฺดฺ/ Ⓐ *(get possession by chance)* เจอ; *(come across unexpectedly)* พบ; **~ that ...:** พบว่า...; **hope this letter ~s you well** หวังว่าคุณคงสบายดีนะ; **he was found dead/injured** ตอนเจอเขาเสียชีวิตไปแล้ว/ได้รับบาดเจ็บ; Ⓑ *(obtain)* ได้รับ; **have found one's feet** *(be able to walk)* สามารถเดินได้; *(be able to act by oneself)* สามารถทำอะไรได้ด้วยตัวเอง; Ⓒ *(recognize as present)* ยอมรับ *(ปัญหา, เหตุผล)*; พบ *(ความคล้ายคลึงกัน)*; *(acknowledge or discover to be)* รับรู้, พบ; **~ no difficulty in doing sth.** ไม่รู้สึกยากลำบากในการทำ *ส.น.*; **these plants are found nowhere else** พืชเหล่านี้ไม่พบในที่อื่น; **you don't ~ many flowers here** ที่นี่มีดอกไม้ไม่มากนัก; **~ sb. in/out** พบว่า *ค.น.* อยู่/ไม่อยู่; **~ sb./sth. to be ...:** พบว่า *ค.น./ส.น.* เป็น...; **~ oneself somewhere** พบว่าตัวเองไปอยู่ที่ที่หนึ่ง; **when I came in, I found him opening his/my letters** พอฉันเข้ามา ฉันเห็นเขากำลังเปิดจดหมายของเขา/ฉัน; **~ oneself doing sth.** พบว่าตัวเองกำลังทำ *ส.น.*; **you must** *or* **will have to take us as you ~ us** คุณต้องยอมรับพวกเราอย่างที่เราเป็น; **you won't ~ me doing 'that** คุณจะไม่มีวันเห็นฉันทำสิ่งนั้นหรอก; Ⓓ *(discover by trial or experience to be or do)* พบว่า; **do you ~ him easy to get on with?** คุณพบว่าเขาเป็นคนที่คบหาง่ายไหม; **she ~s it hard to come to terms with his death** เธอทำใจยากเรื่องการตายของเขา; **she ~s it impossible to discuss the subject** เธอไม่สามารถพูดคุยเรื่องนี้; **~ sth. necessary** พบว่า *ส.น.* จำเป็น; **sth. has been found to be ...:** ได้พบว่า *ส.น.* เป็น...; **I found that it was already noon** ฉันพบว่าตอนนั้นเป็นเวลาเที่ยงแล้ว; **we ~ [that] we are struggling all the time** เราพบว่าเราต้องต่อสู้ตลอด; **you will ~ [that] ...:** คุณจะพบว่า...; Ⓔ *(discover by search)* ค้นพบ, หา; **want to ~ sth.** ต้องการหา *ส.น.*; **~ [again]** ค้นหาอีกครั้ง; Ⓕ *(Hunting)* ล่า *(สัตว์ป่า)*; Ⓖ *(reach by natural or normal process)* ได้มา; **~ one's place in society** ได้มาอยู่ในสถานะที่เหมาะสำหรับตนในสังคม; Ⓗ *(succeed in obtaining)* มี, ได้; **when I ~ the opportunity** เมื่อฉันมีโอกาส; **~ it in oneself** *or* **one's heart to do** เต็มใจที่จะทำ; **~ its mark** ตรงเป้า; Ⓘ *(ascertain by study or calculation or inquiry)* พบ, หาทาง; **love will ~ a way** ความรักจะหาหนทาง; **~ what time the train leaves** สอบถามว่ารถไฟออกเมื่อไร; **~ one's way [to/into sth.]** หาทาง [สู่สถานที่หนึ่ง/เข้าสู่ *ส.น.*]; *(accidentally)* หาหนทาง [สู่ *ส.น.*] โดยบังเอิญ; **~ one's way home** หาทางกลับบ้าน; **~ one's way into journalism/films** สามารถเข้าสู่วงการหนังสือพิมพ์/ภาพยนตร์; **she found her way into teaching quite by accident** เธอมาเป็นครูโดยบังเอิญ; **~ its way [into sth.]** เข้าไปใน *ส.น.* โดยบังเอิญ; **the disease found its way into other organs** โรคนั้นสามารถลุกลามเข้าไปในอวัยวะอื่น ๆ ได้; Ⓙ *(Law)* **~ sb. guilty/not guilty** ตัดสินว่า *ค.น.* มีความผิด/ไม่มีความผิด; **~ a verdict of guilty/innocent** ตัดสินว่ามีความผิด/บริสุทธิ์; **the jury found him not guilty of murder** คณะลูกขุนพบว่าเขาไม่มีความผิดในการฆาตกรรม; Ⓚ *(supply)* จัดหา; **~ sb. sth.** *or* **sth. for sb.** จัดหา *ส.น.* สำหรับ *ค.น.*; **~ sb. in sth.** พบ *ค.น.* ใน *ส.น.*; จัดหา *ส.น.* ให้ *ค.น.*; **all found** ทุกอย่างจัดหาไว้แล้ว

❷ *v. refl.,* **found** Ⓐ *(provide for one's own needs)* **~ oneself [in sth.]** หา *ส.น.* ให้ตนเอง; Ⓑ *(discover one's vocation)* ค้นพบ *ส.น.* ที่ตนเองอยากทำ

❸ *n.* Ⓐ การค้นพบ; **make a ~/two ~s** ค้นพบหนึ่งครั้ง/สองครั้ง; Ⓑ *(person)* คนที่ถูกค้นพบ

~ for *v.t. (Law)* **~ for the defendant/plaintiff** ตัดสินให้จำเลย/โจทก์ชนะ; **~ for the accused** ตัดสินให้ผู้ถูกกล่าวหาชนะ

~ 'out *v.t.* Ⓐ *(discover, devise)* ค้นพบ *(ข้อมูล)*; ตรวจสอบ; **~ out new ways** พบหนทางใหม่; **manage to ~ out how ...:** สามารถค้นหาวิธี...; **~ out about** *(get information on)* ได้ข้อมูลเกี่ยวกับ; Ⓑ *(detect in offence, act of deceit, etc.)* จับได้; **~ out a liar** จับได้ว่าพูดเท็จ; **your sins will ~ you out** บาปของคุณจะปรากฏ

findable /'faɪndəbl/'ฟายนฺเดอะบ'ล/ *pred. adj.* **be [easily] ~:** หา/พบได้ง่าย

finder /'faɪndə(r)/'ฟายนฺเดอะ(ร)/ *n.* Ⓐ *(of sth. lost)* ผู้หา; *(of sth. unknown)* ผู้ค้นพบ; **~s keepers** *(coll.)* ผู้ที่พบ [*ส.น.*] มีสิทธิรักษาไว้; Ⓑ *(Photog.)* ช่องที่มองภาพในกล้อง

fin de siècle /fæ̃ də 'sjekl/แฟ็ง เดอ 'เซ่ยฺคฺล/ *adj. (สถาปัตยกรรม, บรรยากาศ)* มีลักษณะของปลายศตวรรษที่ 19

finding /'faɪndɪŋ/'ฟายนฺดิง/ *n.* Ⓐ การค้นพบ; **~ is keeping** ค้นพบสิ่งใดก็มีสิทธิเก็บไว้; Ⓑ *usu. in pl. (conclusion[s])* บทสรุป, ผลการวิจัย; *(verdict)* คำตัดสิน, คำวินิจฉัย; **what were the ~s of the investigations?** ผลของการสอบสวนคืออะไร; Ⓒ *in pl. (Amer.) (small parts or tools)* อะไหล่เล็ก ๆ/เครื่องมือเล็ก ๆ; *(sewing essentials)* เครื่องมือเย็บปัก

[1]**fine** /faɪn/ฟายนฺ/ ❶ *n.* Ⓐ ค่าปรับ; *(for minor offence)* ค่าปรับเล็กน้อย; Ⓑ *(literary)* **in ~** *(finally)* ในที่สุดแล้ว; *(to sum up)* โดยสรุป; *(in short)* โดยย่อ ❷ *v.t.* ปรับ *(เงิน)*; **we were ~d £10** เราถูกปรับสิบปอนด์; **be ~d for speeding** ถูกปรับเพราะขับรถเร็ว

[2]**fine** ❶ *adj.* Ⓐ *(of high quality)* ดีงาม, ยอดเยี่ยม, เลิศล้ำ; *(อาหาร, เสื้อผ้า, ไวน์)* คุณภาพสูง; Ⓑ *(pure)* บริสุทธิ์; Ⓒ *(containing specified proportion of pure metal)* บริสุทธิ์; **gold 18 carats ~:** ทองคำบริสุทธิ์ 18 กะรัต; Ⓓ *(delicately beautiful)* *(ลายเส้น, งานฝีมือ)* สวยงาม; *(เครื่องถ้วย)* เนื้อละเอียด; Ⓔ *(refined)* ละเอียดอ่อน; **a man of ~ feelings** ผู้ชายที่มีความรู้สึกละเอียดอ่อน; **sb.'s ~r feelings** ความรู้สึกที่ดีงามของ *ค.น.*; Ⓕ *(delicate in structure or texture)* ละเอียด; Ⓖ *(thin)* บอบบาง; **cut** *or* **run it ~:** ให้เวลาน้อยมาก; **we'd be cutting it ~ if there are only three minutes to spare** เราจะมีเวลาน้อยมากถ้าเหลือเพียงสามนาที; Ⓗ *(in small particles)* *(ทราย, ฝุ่น)* ละเอียด; **~ rain** ฝนปรอย ๆ; Ⓘ *(sharp, narrow-pointed)* *(ปลาย)* แหลม; Ⓙ **~ print** ➡ **small print**; Ⓚ *(capable of delicate perception, discrimination)* *(สายตา, คุณภาพการฟัง)* แหลมคม; *(เครื่องวัด)* ละเอียด; แยกแยะได้อย่างละเอียด; Ⓛ *(perceptible only with difficulty)* *(ความหมาย, ความแตกต่าง)* ที่แยกแยะยาก; *(precise)* *(รายละเอียด)* เล็ก ๆ น้อย ๆ; **the ~r points** รายละเอียดที่คนทั่วไปไม่เข้าใจ; Ⓜ *(excellent)* ดีเลิศ; **a ~ time to do sth.** *(iron.)* ช่างเลือกเวลาเหมาะที่จะทำ *ส.น.*; **well, that's a ~ thing to say** *(iron.)* เออ พูดอย่างนั้นก็เหมาะดีนะ; **that's a ~ excuse/way to treat your father** *(iron.)* แก้ตัวอย่างนั้นก็เก่งดีนะ/ทำกับพ่อของคุณอย่าง

นั้นก็ดีนะ; **you 'are a ~ one!** *(iron.)* คุณนี่จริง ๆ เลย; **[this/that is] all very ~, but ...:** [ทุกสิ่งเหล่านี้/เหล่านั้น] ก็ดีมาก แต่...; Ⓝ *(satisfactory)* น่าพอใจ, เรียบร้อย; **that's ~ with** *or* **by me** ฉันพอใจสิ่งนั้น; **everything is ~:** ทุกอย่างเรียบร้อย; Ⓞ *(well conceived or expressed) (การบรรยาย, คำพูด)* สละสลวย; *(การอธิบาย)* ที่ชัดเจน, กระจ่าง; Ⓟ *(of handsome appearance or size) (ผู้ชาย)* รูปร่างสง่า; **~-looking** ดูสวยงาม; **a ~ body of men** กลุ่มผู้ชายที่สง่างาม; Ⓠ *(in good health or state)* สบายดี; **feel ~:** รู้สึกสบายดี; **she is ~ there now** ตอนนี้เธอสบายตรงนั้นแล้ว; **they had a few problems, but they're ~ now** พวกเขาได้มีปัญหาเล็กน้อยแต่ตอนนี้สบายดีแล้ว; **How are you? – F~, thanks. And you?** คุณเป็นอย่างไรบ้าง สบายดี ขอบคุณและคุณละ; **the car is ~ now** ตอนนี้รถอยู่ในสภาพดีแล้ว; Ⓡ *(bright and clear) (อากาศ)* ดี; **~ and sunny** อากาศดีและแดดจ้า; **one ~ day** วันหนึ่ง, มีอยู่วันหนึ่ง; **one of these ~ days...:** สักวันหนึ่ง; Ⓢ *(ornate) (เสื้อผ้า)* สวยหรู; **~ feathers** ขนนกอันงดงาม; *(fig.)* การแต่งกายหรูหรา; ➡ **+ feather** 1 A; Ⓣ *(fastidious) (ผู้หญิง, ท่าทาง)* จู้จี้จุกจิก; *(affectedly ornate)* ท่ามาก, เต๊ะท่า, เป็นผู้ดี; **his ~ sensibilities** ความจู้จี้จุกจิกของเขา; **she's too ~ to associate with us** เธอผู้ดีเกินไปที่จะคบกับพวกเรา; ➡ **+ dandy** 2; **point** 1 B

❷ *n. (fine weather)* อากาศดี; **in rain or ~:** ไม่ว่าฝนจะตกหรืออากาศจะดี; **in the ~:** เมื่ออากาศดี

❸ *adv.* Ⓐ *(into small particles) (สับ, บด)* อย่างละเอียด; Ⓑ *(elegantly)* อย่างสง่างาม; Ⓒ *(delicately)* อย่างละเอียดอ่อน; Ⓓ *(coll.: well)* อย่างดี

fine: ~ 'art *n.* Ⓐ *(subject)* วิชาศิลปะบริสุทธิ์, วิจิตรศิลป์; Ⓑ *(skill)* **get** *or* **have [got] sth. [down] to a ~ art** สามารถทำ *ส.น.* ได้อย่างสมบูรณ์แบบ; **~-drawn** *adj.* บางมาก; หน้าตา *(สง่า)*; *(subtle)* ละเอียดอ่อน; **~-grained** *adj. (ทราย, น้ำตาล, เกลือ)* ซึ่งประกอบด้วยเมล็ดเล็ก ๆ

finely /'faɪnlɪ/'ฟายนุลิ/ *adv.* Ⓐ *(exquisitely)* **~ executed** *or* **crafted jewellery** เครื่องประดับที่มีฝีมือวิจิตรงดงาม; Ⓑ *(delicately)* อย่างละเอียดอ่อน; Ⓒ *(to a fine point or edge)* **a ~-sharpened blade** ใบมีดที่ลับจนคมกริบ; **a ~-pointed needle** เข็มปลายแหลม; **a ~-drawn line** ลายเส้นที่บางมาก; Ⓓ *(into small particles) (สับ, บด)* อย่างละเอียด; Ⓔ *(subtly)* อย่างละเอียดอ่อน

fine 'print ➡ **small print**

finery /'faɪnərɪ/'ฟายเนอะริ/ *n., no pl. (garments etc.)* เสื้อผ้าที่สง่างาม; **in all her wedding ~:** ในชุดแต่งงานอันหรูหราของเธอ

finesse /fɪ'nes/ฟิ'เน็ซ/ ❶ *n.* Ⓐ *(refinement)* ความประณีต; *(of diplomat)* ความเชี่ยวชาญ; *(delicate manipulation)* ความละเอียดอ่อน; Ⓑ *(artfulness)* ความมีชั้นเชิง; **the ~ of the negotiators** ความมีชั้นเชิงของนักเจรจา; Ⓒ *(Cards) ความพยายามที่จะชนะ แม้ว่าไพ่ของตนมีคะแนนไม่สูงนัก* ❷ *v.i.* Ⓐ ใช้ชั้นเชิง, ชนะโดยใช้ชั้นเชิง; Ⓑ *(Cards) พยายามจะชนะโดยไม่ใช้ไพ่ใบที่มีคะแนนสูงสุดที่ถืออยู่* ❸ *v.t. (Cards)* พยายามจะชนะโดยเล่ห์

fine-tooth 'comb *n.* หวีซี่เล็ก; **go through a manuscript** *etc.*/**house** *etc.* **with a ~** *(fig.)* ตรวจสอบต้นฉบับ/สำรวจบ้านอย่างละเอียดสุด

finger /'fɪŋgə(r)/'ฟิงเกอะ(ร)/ ❶ *n.* Ⓐ ➤ **118** นิ้ว; **sb.'s ~s itch [to do sth.]** *ค.น.* รู้สึกคันมือ [ที่จะทำ *ส.น.*]; **lay a ~ on sb.** *(fig.)* สัมผัส *ค.น.* อย่างแผ่วเบา; **they never lift** *or* **move** *or* **raise a ~ to help her** *(fig.)* พวกเขาไม่เคยยื่นมือช่วยเหลือเธอเลย; **they didn't lift** *or* **move** *or* **raise a ~** *(fig.)* พวกเขาไม่ทำอะไรเลย; **get** *or* **pull** *or* **take one's ~ out** *(fig. coll.)* เลิกอุ้ยอ้ายและลงมือทำ; **point a** *or* **one's ~ at sb./sth.** กล่าวหา *ค.น./ส.น.* อย่างเปิดเผย; **put the ~ on sb.** *(fig. coll.)* กล่าวหา *ค.น.*; **have a ~ in sth.** *(fig.)* มีส่วนเกี่ยวข้องกับ *ส.น.*; **put** *or* **lay one's ~ on sth.** *(fig.)* ระบุ *ส.น.* อย่างชัดเจน; **I can't put my ~ on it** *(fig.)* ฉันไม่สามารถระบุได้ชัดเจน; **sth. slips through sb.'s ~s** *ส.น.* หลุดมือ *ค.น.* ไป; **let sth. slip through one's ~s** *(fig.)* ปล่อยให้ *ส.น.* หลุดมือตนเองไป; **his ~s are [all] thumbs, he is all ~s and thumbs** เขาเป็นคนซุ่มซ่ามมาก; **count the things/people on the ~s of one hand** นับสิ่งของ/คนโดยมือข้างหนึ่ง; Ⓑ *(of glove etc.)* ส่วนนิ้วของถุงมือ; Ⓒ *(finger-like object)* **chocolate ~:** บิสกิตแท่งยาว เคลือบช็อกโกแลต; **a ~ of toast** ขนมปังปิ้งที่หั่นเป็นแท่งยาว ๆ; **sponge ~s** ขนมแท่งยาว ๆ บาง ๆ; Ⓓ *(sl.: amount of liquor)* จำนวนเท่ากับความกว้างของนิ้ว; **a ~ of whisky** วิสกี้ประมาณครึ่งนิ้ว; ➡ **+ bone** 1 A; **'burn** 2 C; **cross** 2 A; **fish finger; forefinger; green** 1 A; **index finger; little finger; middle finger; pie; ring finger**

❷ *v.t.* Ⓐ *(touch with ~s)* สัมผัสด้วยนิ้ว, จับ; *(turn about with ~s)* หมุนด้วยนิ้ว; *(toy or meddle with)* ใช้นิ้วจับเล่น ๆ; Ⓑ *(Amer. coll.: indicate)* **~ sb./sth. to the police** ชี้ตัว *ค.น./ส.น.* ให้ตำรวจ

finger: ~board *n. แผ่น/แป้นใต้สายของเครื่องดนตรีชนิดเครื่องสาย;* **~ bowl** *n. ถ้วยใส่น้ำล้างมือหลังรับประทานอาหารที่ใช้มือ;* **~-end** *n.* ปลายนิ้ว; **~ glass** ➡ **~ bowl**

fingering /'fɪŋgərɪŋ/'ฟิงเกอะริง/ *n. (Mus.)* วิธีใช้นิ้วในการเล่นดนตรี

finger: ~mark *n.* รอยนิ้วมือ; **~nail** *n.* เล็บมือ; **~ paint** *n.* สีที่ใช้นิ้ววาด; **~post** *n.* ป้ายบอกทางแถวสี่แยก; **~print** ❶ *n.* ลายนิ้วมือ; **leave one's ~prints** *(fig.)* ทิ้งลายนิ้วมือไว้; ➡ **+ take** 1 I ❷ *v.t.* บันทึกลายนิ้วมือ; **~print sb.** บันทึกลายนิ้วมือ *ค.น.*; **~stall** *n.* ผ้าพันนิ้วมือ; **~tip** *n.* ปลายนิ้ว; **have sth. at one's ~tips** *(fig.)* มีความคุ้นเคยเป็นอย่างดีกับ *ส.น.*; **to the ~tips** *(fig.)* ทุกกระเบียดนิ้ว; **he's a Spaniard to the very ~tips** เขาเป็นคนสเปนแท้ ๆ

finial /'fɪnɪəl/'ฟินเนียล/ *n. สิ่งประดับบนยอดสุดของหลังคา (ช่อฟ้า, กาแล ฯลฯ)*

finical /'fɪnɪkl/'ฟินนิค'ล/, **finicking** /'fɪnɪkɪŋ/'ฟินนิคิง/ *adjs.* จู้จี้จุกจิก; **she's so ~ about her appearance** เธอจู้จี้จุกจิกเกี่ยวกับรูปโฉมของเธอเหลือเกิน; **she's so ~ about what she eats** เธอจู้จี้จุกจิกเรื่องอาหารมาก

finicky /'fɪnɪkɪ/'ฟินนิคิ/ *adj.* Ⓐ ➡ **finical**; Ⓑ *(needing much attention to detail)* ซึ่งต้องใส่ใจรายละเอียดอย่างมาก

finish /'fɪnɪʃ/'ฟินนิช/ ❶ *v.t.* Ⓐ *(bring to an end)* ทำเสร็จ *(งาน)*; ทำจบ; **have you ~ed the letter/book?** คุณเขียนจดหมาย/อ่านหนังสือเสร็จหรือยัง; **have ~ed sth.** ทำ *ส.น.* เสร็จ; **have ~ed doing one's homework** ทำการบ้านจบ; **~ writing/reading sth.** เขียน/อ่าน *ส.น.* เสร็จ; **haven't you ~ed eating yet?** คุณยังทานไม่เสร็จอีกหรือ; **please let me ~ [speaking]** กรุณาให้ฉันพูดจบก่อน; **have you quite ~ed?** คุณเสร็จหรือยัง; *(iron.)* นี่จะพอกันทีหรือยัง; Ⓑ *(get through)* ลุล่วง, สำเร็จ, จนจบ *(ดื่มน้ำ, อ่านหนังสือ)*; **I should ~ the book by this evening** ฉันคงจะอ่านหนังสือจบภายในเย็นนี้; Ⓒ *(kill)* ฆ่า; *(destroy)* ทำลาย; *(overcome completely)* เสร็จเรา *(ภาษาพูด)*; *(ruin)* ทำให้พังทลาย; **any more stress would ~ him** ความเครียดมากกว่านี้คงฆ่าเขาแน่; **a cold would ~ her** ถ้าเธอเป็นหวัดคงจะตายแน่; **it almost ~ed me!** ฉันแทบตายแล้ว; **this scandal ~ed her as an actress** เรื่องฉาวโฉ่นี้ทำลายอาชีพนักแสดงของเธอ; Ⓓ *(perfect)* ทำให้สมบูรณ์; **~ a seam** เย็บตะเข็บเสร็จสมบูรณ์; Ⓔ *(complete education of)* สำเร็จการศึกษา; *(make highly accomplished)* ทำให้บรรลุผลสำเร็จอย่างสูง; *(make polished) (วิธีพูดคุย)* ทำให้สละสลวย; Ⓕ *(complete manufacture of by surface treatment)* ตกแต่งพื้นผิวให้เสร็จ; **~ sth. with a coat of varnish/waterproof coating/by polishing it** ทำให้ *ส.น.* เสร็จโดยการทาน้ำมันขัดเงา/ลงยากันน้ำ/ขัดมัน; **the ~ed article** *or* **product** สิ่งของ/ผลิตภัณฑ์ที่ตกแต่งเสร็จแล้ว

❷ *v.i.* Ⓐ *(reach the end)* จบ, เลิก, เสร็จ; **when does the concert ~?** คอนเสิร์ตเลิกเมื่อไหร่; **coffee to ~:** จบด้วยกาแฟ; Ⓑ *(come to end of race)* ถึงจุดสิ้นสุด, ถึงเส้นชัย; **~ first** ถึงจุดสิ้นสุดเป็นคนแรก; **~ badly/well** จบดี/ไม่ดี; Ⓒ **~ in sth.** จบ, สิ้นสุด *ส.น.*; **~ by doing sth.** จบโดยทำ *ส.น.*

❸ *n.* Ⓐ *(termination, cause of ruin)* จุดสิ้นสุด, จุดจบ; **fight to a ~:** ต่อสู้จนถึงที่สุด; **it would be the ~ of him as a politician** คงจะถึงคราวสิ้นสุดของการเป็นนักการเมืองของเขา; Ⓑ *(Hunting)* จุดจบของการล่า; **be in at the ~:** อยู่ตอนสัตว์ถูกฆ่า; *(fig.)* อยู่เมื่อถึงตอนจบของสิ่งหนึ่ง; Ⓒ *(point at which race etc. ends)* จุดสิ้นสุด; **arrive at the ~:** มาถึงจุดสิ้นสุดการแข่งขัน; Ⓓ *(what serves to give completeness)* สิ่งที่ตบท้าย; **a ~ to sth.** สิ่งที่ทำให้ *ส.น.* เสร็จสมบูรณ์; **form a perfect ~ to a memorable evening** เป็นสิ่งตบท้ายที่ยอดเยี่ยมในคืนแห่งความทรงจำ; Ⓔ *(accomplished or completed state)* สภาพสำเร็จ/สมบูรณ์; **have ~:** สำเร็จสมบูรณ์; Ⓕ *(mode of finishing)* วิธีการทำให้เสร็จสิ้น; *(of paper)* ลักษณะของการเคลือบ; *(of material, fabric)* ลักษณะของผ้า; *(of metal)* ลักษณะของเหล็กเมื่อขัดเรียบร้อย; **paintwork with a matt /gloss ~:** ไม้ที่ทาด้วยสีด้าน/มัน; **kitchen furniture with a vinyl ~:** เครื่องครัวที่เคลือบด้วยวัสดุไวนิล

~ 'off *v.t.* Ⓐ ➡ **finish** 1 C, D; Ⓑ *(provide with ending)* ให้ตอนจบ; **~ off a story** เขียนเรื่องให้เสร็จสิ้น; Ⓒ *(~ or trim neatly)* ทำให้เสร็จเรียบร้อย

~ 'up *v.i.* Ⓐ ➡ **~ 2 C**; Ⓑ **= end up**; Ⓒ *(complete all outstanding work)* เก็บงานทั้งหมด

~ with *v.t.* Ⓐ *(complete one's use of)* **have you ~ed with the sugar?** คุณใส่น้ำตาลเสร็จหรือยัง; **have ~ed with a book** อ่านหนังสือจบแล้ว; **are you ~ed with your plate?** คุณทานเสร็จหรือยัง; **if these clothes are ~ed with, then throw them away** ถ้าจะไม่ใช้เสื้อผ้าพวกนี้แล้วก็โยนทิ้งเสีย; Ⓑ *(end association with)* เลิกความสัมพันธ์; **she ~ed with her boyfriend** เธอเลิกกับแฟนแล้ว; Ⓒ **have ~ed with doing sth.** เลิกทำ *ส.น.* แล้ว

f

finisher /ˈfɪnɪʃə(r)/ˈฟินนิชเชอะ(ร)/ *n.* Ⓐ *(person)* คนงานที่ปฏิบัติงานในขั้นสุดท้าย; **metal-~:** คนขัดโลหะขั้นสุดท้าย; **cloth-~:** คนทอผ้าขั้นสุดท้าย; Ⓑ *(coll.) (crushing blow)* สิ่งทำลาย; **be a ~ to sb.** เป็นสิ่งทำลาย *ค.น.*

finishing: ~ **post** *n.* จุดหมายปลายทาง; ~ **school** *n.* *(สมัยก่อน)* วิทยาลัยเอกชนที่เด็กหญิงเข้าเรียนเพื่อเตรียมตัวเข้าสังคม; ~ **ˈtouch** *n.* **as a ~ touch to sth.** เพื่อทำให้ *ส.น.* สำเร็จเสร็จสิ้น; **put the ~ touches to sth.** ทำให้ *ส.น.* สำเร็จเสร็จสิ้น

finite /ˈfaɪnaɪt/ˈฟายไนท/ *adj.* Ⓐ *(bounded)* จำกัด, มีขอบเขต; ~ **number** *(Math.)* จำนวนจำกัด; Ⓑ *(Ling.)* *(คำกริยา)* ที่กำหนดจำนวนและบุคคลแน่นอน

Finland /ˈfɪnlənd/ˈฟินเลินดฺ/ *pr. n.* ประเทศฟินแลนด์

Finn /fɪn/ฟิน/ *n.* ชาวฟินแลนด์

Finnish /ˈfɪnɪʃ/ˈฟินนิช/ ❶ *adj.* เกี่ยวกับฟินแลนด์; **sb. is ~:** *ค.น.* เป็นชาวฟินแลนด์; **the ~ language** ภาษาฟินนิช; ➡ + **English** 1 ❷ *n.* ภาษาฟินนิช; ➡ + **English** 2 A

ˈfin whale *n.* ➡ **rorqual**

fiord /fjɔːd/ฟยอด/ *n.* อ่าวแคบ ๆ ตามริมฝั่งทะเลนอร์เวย์

fir /fɜː(r)/เฟอ(ร)/ *n.* Ⓐ *(tree)* ต้นสน; Ⓑ *(wood)* ไม้สน; ➡ + **Scotch fir; silver fir**

ˈfir cone *n.* ลูกสน

fire /ˈfaɪə(r)/ˈฟายเออะ(ร)/ ❶ *n.* Ⓐ *(flame)* ไฟ, เปลวไฟ; **set ~ to sth.** *(deliberately)* วางเพลิง *ส.น.*; *(by mistake)* ไหม้ *ส.น.*; **set ~ to oneself** วางเพลิงตัวเอง *หรือ* เผาตัวเอง; **strike ~ from sth.** จุดไฟจาก *ส.น.*; **be on ~:** กำลังลุกไหม้; **catch** *or* **take ~,** *(Scot., Ir.)* **go on ~** *(lit. or fig.)* ลุกเป็นไฟ, ลุกไหม้; **set sth. on ~:** ทำให้ *ส.น.* ลุกเป็นไฟ; *(in order to destroy)* เผาทำลาย *ส.น.*; *(deliberately)* จงใจวางเพลิง *ส.น.*; **he won't/it's not going to set the Thames** *(Brit.)* *or* *(Amer.)* **the world on ~:** เขาคงไม่ทำอะไรดีเด่นหรอก/มันไม่ใช่สิ่งที่ดีเด่นอะไรหรอก; Ⓑ *(in grate)* ไฟในเตา; *(electric or gas ~)* ไฟที่เป็นไฟฟ้า, ไฟจากก๊าซ; *(in the open air)* กองไฟ; **open ~:** ไฟในเตาผิง; **round** *or* **by the ~:** รอบกองไฟ; **over a low ~:** เหนือกองไฟเล็ก ๆ; **make up the ~:** ก่อไฟ, ติดไฟ; **turn up the ~** *(electric)* เปิดไฟให้แรงขึ้น; **switch on another bar of the ~:** เปิดไฟอีกแถว; **have ~ in one's belly** *(ambition)* มีความทะเยอทะยาน; *(enthusiasm)* มีความกระตือรือร้น; **play with ~** *(lit. or fig.)* เล่นกับไฟ; **light the ~:** จุดไฟ; *(in grate)* ก่อไฟในเตา; **lay a ~:** ก่อไฟ; **make a ~:** ก่อไฟ; Ⓒ *(destructive burning)* ไฟไหม้, อัคคีภัย; **in case of ~, follow these instructions** ในกรณีที่เกิดอัคคีภัย ให้ปฏิบัติตามคำแนะนำนี้; **insure sth. against ~:** ประกันอัคคีภัยสำหรับ *ส.น.*; **where's the ~ ?** *(coll. iron.)* ตื่นเต้นอะไรกันนักหนา; **F ~ !** ไฟไหม้!; **go through ~ and water [to help sb.]** *(fig.)* บุกน้ำลุยไฟ [เพื่อช่วย *ค.น.*]; Ⓓ *(fervour)* ความเร่าร้อน; **the ~ with which he speaks** ความเร่าร้อนในคำพูดของเขา; **his speech was full of ~:** สุนทรพจน์ของเขาเต็มไปด้วยความเร่าร้อน; Ⓔ *(firing of guns)* การยิงปืน; **pistol ~:** การยิงปืนพก; **cannon ~:** การยิงปืนใหญ่; **be exposed to the ~ of critics** *(fig.)* เปิดรับคำวิจารณ์อย่างรุนแรง; **line of ~** *(lit. or fig.)* แนวยิง; **running ~** *(lit. or fig.)* การระดมยิง; **between two ~s** *(lit. or fig.)* ถูกยิงจากสองทาง; **be/come under ~:** ถูกยิง; *(fig.)* ถูกวิจารณ์อย่างรุนแรง; ➡ + **cease** 2 B; **coal** B; **draw** 1 B; **fat** 2; **frying pan; fuel** 1; **hang** 1 I; **hold** 1 T; **iron** 1 B; **open** 3 C; **smoke** 1 A
❷ *v.t.* Ⓐ *(set fire to)* วางเพลิง, จุดไฟ; Ⓑ *(kindle)* จุดไฟ; Ⓒ *(fig. : stimulate)* กระตุ้น *(จินตนาการ, ความคิด)*; ปลุกระดม *(ความรู้สึก)*; *(fill with enthusiasm)* ทำให้เกิดความกระตือรือร้น; Ⓓ *(bake)* เผา *(เครื่องดินเผา)*; Ⓔ *(supply with fuel)* ใส่เชื้อเพลิง *(ในเตา)*; Ⓕ *(cause to explode)* ทำให้ระเบิด; Ⓖ *(discharge)* ยิงปืน; **~ one's gun/pistol/rifle at sb.** ยิงปืน/ปืนพก/ปืนไรเฟิลใส่ *ค.น.*; Ⓗ *(produce with guns)* **~ a 21-gun salute** ยิงปืนทำความเคารพ 21 นัด; Ⓘ *(propel from gun etc.)* ปล่อยออก ฯลฯ, ยิง; *(fig.)* เปล่ง *(คำพูด, คำตำหนิ)* ออกมาอย่างรวดเร็ว; **~ a bullet/cartridge** ยิงลูกกระสุน; **~ blank cartridge** ยิงกระสุนเปล่า; **two shots were ~d/~d by sb.** มีการยิงสองนัด/สองนัดถูกยิงโดย *ค.น.*; **~ questions at sb.** ยิงคำถามไปที่ *ค.น.*; Ⓙ *(coll.: dismiss)* ไล่ออก *(จากงาน)*
❸ *v.i.* Ⓐ *(shoot)* ยิง; **~!** ยิง; **be the first to ~:** เริ่มยิงก่อน; **~ at/on sth./sb.** ยิง *ส.น./ค.น.*; **~ into the air/at the ground/into the crowd** ยิงขึ้นฟ้า/ยิงลงพื้น/ยิงเข้าไปในฝูงชน; **~ on sth. from above** ยิง *ส.น.* จากข้างบน; Ⓑ *(เครื่องยนต์)* ติดไฟ; **the engine is not ~ing properly** การติดไฟของเครื่องยนต์ไม่ดี

~ **aˈway** *v.i.* *(fig. coll.)* เริ่มถามคำถาม, เริ่มพูด; **~ away !** ถามไปเลย

~ **ˈout** *(Amer.)* ➡ ~ 2 J

fire: ~ **alarm** *n.* สัญญาณเตือนอัคคีภัย; **~arm** *n.* ปืนที่พกได้; ~ **axe** *n.* ฆ้อนฟันประตูเมื่อมีอัคคีภัย; ~ **ball** *n.* Ⓐ *(large meteor)* อุกกาบาตลูกใหญ่; Ⓑ *(ball of flame)* ลูกไฟที่เกิดจากระเบิดปรมาณู; Ⓒ *(globular lightning)* ฟ้าแลบเป็นรูปกลม; Ⓓ *(energetic person)* คนที่กระฉับกระเฉง; ~ **bell** *n.* กระดิ่งสัญญาณอัคคีภัย; **~bomb** ❶ *n.* ระเบิดที่ก่ออัคคีภัย; *(aerial bomb)* ระเบิดที่เผาไหม้ที่ทิ้งจากเครื่องบิน; **~bomb attack** การโจมตีโดยระเบิดที่ก่ออัคคีภัย ❷ *v.t.* **~bomb sth.** ใช้ระเบิดก่ออัคคีภัยกับ *ส.น.*; **~brand** *n.* ไม้ที่กำลังลุกไหม้; *(fig.)* ตัวก่อปัญหาสังคมหรือการเมือง; **~break** *n.* แนวว่างกันไฟ; **~-breathing** *adj.* พ่นไฟ; **~brick** *n.* อิฐทนไฟใช้ทำเตา; ~ **brigade** *n.* *(Brit.)* หน่วยดับเพลิง; ~ **bucket** *n.* ถังดับไฟที่บรรจุทราย; ~ **chief** *n.* *(Amer.)* หัวหน้าหน่วยดับเพลิง; **~clay** *n.* ดินเหนียวที่ใช้ทำอิฐทนไฟ; **~-damaged** *adj.* ถูกไฟไหม้ทำลาย; **~damp** *n.* ก๊าซมีเธน; ~ **department** *(Amer.)* ➡ ~ **brigade**; ~ **door** *n.* ประตูทนไฟ; ~ **drill** *n.* *(for firemen)* การซ้อมวิธีดับเพลิง; *(for others)* การซ้อมวิธีดำเนินการเมื่อเกิดไฟไหม้; **~-eater** *n.* Ⓐ *(conjurer)* คนที่เล่นกลโดยการกินไฟ; Ⓑ *(fond of fighting)* คนที่ชอบต่อสู้; *(fond of quarrelling)* คนที่ชอบทะเลาะ; ~ **engine** *n.* รถดับเพลิง; ~ **escape** *n.* *(staircase)* ทางหนีไฟ; *(ladder)* บันไดหนีไฟ; ~ **exit** *n.* ทางออกฉุกเฉิน; ~ **extinguisher** *n.* เครื่องดับเพลิง; **portable ~ extinguisher** เครื่องดับเพลิงที่เคลื่อนย้ายได้; **~fighter** *n.* ➤ 489 พนักงานดับเพลิง; **~fighting** *n.* การดับเพลิง; **~fighting equipment** อุปกรณ์ดับเพลิง; **~fly** *n.* หิ่งห้อย; **~guard** *n.* ตะแกรงกันไฟหน้าเตาผิง; ~ **hazard** *n.* สิ่งที่เสี่ยงต่อการเกิดอัคคีภัย; ~ **hose** *n.* ท่อน้ำดับเพลิง; ~ **insurance** *n.* การประกันอัคคีภัย; ~ **irons** *n. pl.* เครื่องมือควบคุมไฟในเตาผิง; **~light** *n.* แสงจากเตาไฟ; **~lighter** *n.* *(Brit.)* เชื้อเพลิงสำหรับจุดไฟในเตา; **~man** /ˈfaɪəmən/ˈฟายเออะเมิน/ *n., pl.* **~men** /ˈfaɪəmən/ˈฟายเออะเมิน/ ➤ **489** Ⓐ *(member of fire brigade)* พนักงานดับเพลิง; **~man's lift** วิธีแบกคนออกจากการเกิดอัคคีภัย; Ⓑ *(Railw.)* คนดูแลเตาไฟในหัวรถจักรไอน้ำ; **~place** *n.* เตาผิง; **~power** *n.* ประสิทธิภาพในการยิง; ~ **practice** ➡ **drill;** ~ **precautions** *n. pl.* การป้องกันการเกิดอัคคีภัย; **~proof** ❶ *adj.* ทนไฟ ❷ *v.t.* ทำให้ทนไฟ; **~-raiser** *n.* *(Brit.)* คนลอบวางเพลิง; **~-raising** *n.* *(Brit.)* การลอบวางเพลิง; **~-resistant** *adj.* ทนไฟ; ~ **risk** ➡ ~ **hazard;** ~ **screen** *n.* ตะแกรงกันความร้อนจากไฟหน้าเตาผิง; **F~ Service** *n.* หน่วยดับเพลิง; **~side** *n.* ใกล้/ข้างเตาผิง; **at** *or* **by the ~side** ข้าง ๆ เตาผิง; **at** *or* **by one's own ~side** ใจกลางครอบครัวของตน; **~side chat** การคุยเรื่อยเปื่อยข้างเตาผิง; ~ **station** *n.* สำนักงานหน่วยดับเพลิง; ~ **tender** *n.* รถดับเพลิง; ~ **tongs** *n. pl.* คีมคีบถ่าน; **a pair of ~-tongs** คีมเล่มหนึ่ง; ~ **trap** *n.* ตึกที่ไม่มีทางหนีไฟ; **~-walker** *n.* คนที่เดินเท้าเปล่าบนถ่านร้อน ๆ; **~wall** *n.* Ⓐ กำแพงทนไฟ; Ⓑ *(Computing)* ระบบห้ามไม่ให้คนเข้าสู่เครื่องคอมพิวเตอร์, ไฟรอลลี *(ร.บ.) (ท.ศ.)*; **~-watcher** *n.* ผู้ฝ้าระวังไฟ *(ในป่า)*; *(in war)* คนที่คอยระวังการเกิดไฟไหม้; **~water** *n. (coll.)* เหล้าแรง; ~ **wire** *(Computing)* พอร์ตหรือช่องต่อเชื่อมอุปกรณ์ต่อพ่วงความเร็วสูง; **~wood** *n.* ฟืน; **~work** *n.* Ⓐ ดอกไม้ไฟ, พลุ; **~work display** การแสดงดอกไม้ไฟ; Ⓑ *in pl.* *(display)* การแสดงดอกไม้ไฟ; *(fig.: display of wit)* การแสดงไหวพริบ; **intellectual ~works** การแสดงทางปัญญา; **there were** *or* **it caused ~works** *(fig.)* ทำให้เกิดการทะเลาะกัน

firing /ˈfaɪərɪŋ/ˈฟายเออะริง/ *n.* Ⓐ *(of houses)* การวางเพลิง; *(of pottery)* การเผาเครื่องปั้นดินเผา; Ⓑ *(fuel)* เชื้อเพลิง; **the ~ for these furnaces was coal** เชื้อเพลิงสำหรับเตาหลอมพวกนี้คือถ่าน; Ⓒ *on pl.* *(of guns)* การยิงปืน; **we could hear ~ in the distance** พวกเราได้ยินเสียงปืนแต่ไกล ๆ; **the ~ in the streets** การยิงปืนในท้องถนน

firing: ~ **line** *n.* *(lit.)* แนวหน้าในสนามรบ; *(fig.)* แนวหน้าในการทำ *ส.น.*; ~ **party,** ~ **squad** *ns.* *(at military funeral)* กลุ่มทหารที่ยิงปืนทำความเคารพ; *(at military execution)* กลุ่มทหารยิงเป้า

[1]**firm** /fɜːm/เฟิม/ *n.* Ⓐ *(carrying on a business)* บริษัท, ร้านค้า, บริษัท; **~ of architects/decorators** บริษัทสถาปนิก/มัณฑนากร; Ⓑ *(group working together)* กลุ่มคนที่ทำงานด้วยกัน

[2]**firm** ❶ *adj.* Ⓐ *(เก้าอี้)* แข็งแรง; *(กำแพง)* แน่นหนา; *(งานก่อสร้าง)* มั่นคง; *(การเสนอ)* ที่ไว้ใจได้; *(หน้าอก)* ที่เปล่งปลั่ง; **be on ~ ground again** *(lit. or fig.)* อยู่บนฐานที่มั่นคงอีกครั้ง; **do sth. to make a chair/bench ~:** ทำ *ส.น.* เพื่อให้เก้าอี้/ม้านั่งแข็งแรง; **as ~ as a rock** แข็งแกร่งเหมือนหิน; **they are ~ friends** พวกเขาเป็นเพื่อนที่แน่นแฟ้น; **have a ~ grip on sth.** สามารถควบคุม *ส.น.*; **the chair is not ~:** เก้าอี้ไม่แข็งแรง; **make a ~ date** ตกลงวันที่แน่นอน; Ⓑ *(resolute)* เด็ดเดี่ยว; *(การพูด, การต่อต้าน)* เด็ดขาด; **in ~ pursuit of his goal** มุ่งมั่นในความพยายามที่จะบรรลุเป้าหมายของเขา; **be a ~**

345 **firmament | fish**

believer in sth. เป็นผู้ที่เชื่อ *ส.น.* อย่างเด็ดเดี่ยว; **be ~ when you speak to him**ต้องเด็ดขาดเมื่อคุณพูดกับเขา; **be ~ in one's beliefs** ยึดมั่นในความเชื่อของตน; **~ insistence** การยืนยันอย่างแน่วแน่; **she has a ~ character** เธอมีบุคลิกที่เด็ดเดี่ยว; Ⓒ *(insisting on obedience etc.)* เคร่งครัด, เด็ดขาด; **be ~ with sb.** เด็ดขาดกับ *ค.น.; **a ~ hand** วินัย *หรือ* ระเบียบที่เคร่งครัด; **with a ~ hand** ด้วยวินัย *หรือ* ระเบียบที่เคร่งครัด; Ⓓ *(Commerc.)* คงที่; **oil is not ~ :** ราคาน้ำมันไม่คงที่
❷ *adv.* **stand ~ !** *(fig.)* อย่าเขว, ขอให้มั่นคง; **stand ~ in sth.** *(fig.)* เชื่อมั่นใน *ส.น.; **hold ~ to sth.** *(fig.)* ไม่ละทิ้ง, ยึดมั่นหลักการ *ส.น.*
❸ *v.t.* Ⓐ *(make firm or solid)* ทำให้มั่นคง, ทำให้แข็งแกร่ง; Ⓑ ปลูก *(ต้นไม้)* อย่างมั่นคง
~ 'up ❶ *v.t.* ทำให้ *(แผน, ธุรกิจ)* เป็นรูปธรรมมากขึ้น ❷ *v.i. (แผนการ, ธุรกิจ)* เป็นรูปธรรมมากขึ้น

firmament /ˈfɜːməmənt/ˈเฟิมเมอะเมินทฺ/ *n. (literary)* ท้องฟ้า, นภากาศ *(ร.บ.)*

firmly /ˈfɜːmlɪ/ˈเฟิมลิ/ *adv.* Ⓐ อย่างแข็งแรง, อย่างแน่นหนา; **the jelly has set ~:** เยลลี่แข็งตัวแล้ว; **a ~-built structure** โครงสร้างที่สร้างอย่างแข็งแรง; **sth. is ~ under lock and key** *ส.น.* ถูกล็อกกุญแจไว้อย่างแน่นหนา; Ⓑ *(resolutely)* อย่างเด็ดเดี่ยว, อย่างแน่วแน่; **deal with** *or* **treat sb. ~:** รับมือ *หรือ* ปฏิบัติต่อ *ค.น.* อย่างเด็ดเดี่ยว

firmness /ˈfɜːmnɪs/ˈเฟิมนิซ/ *n., no pl.* Ⓐ *(solidity)* ความแข็งแรง; *(of foundations, building)* ความมั่นคง; *(of offer)* การไว้ใจได้; Ⓑ *(resoluteness)* ความแน่วแน่, ความเด็ดขาด; *(of voice)* ความหนักแน่น; *(of support, belief)* การแน่วแน่, ธิติ *(ร.บ.)*; **the ~ of his resolve** ความแข็งขันของความมุ่งมั่นของเขา; Ⓒ *(insistence on obedience etc.)* การเคร่งครัด; **use ~ with sb., treat sb. with ~:** ปฏิบัติกับ *ค.น.* อย่างเคร่งครัด

first /fɜːst/เฟิซทฺ/ ❶ *adj.* ➤ 602 ที่หนึ่ง; *(for the ~ time ever)* ครั้งแรก; *(of an artist's ~ achievement) (ผลงาน)* ชิ้นแรก; **he was ~ to arrive** เขามาถึงเป็นคนแรก; **who was ~?** ใครเป็นคนแรก; **for the [very] ~ time** เป็นครั้งแรกสุด; **there's always a ~ time** *(coll.)* ไม่ลองไม่รู้, ทุกอย่างสามารถเกิดขึ้นได้; **~ thing you know** *(coll.)* อยู่ดี ๆ ก็; **just buy the ~ thing one sees** เห็นปุ๊บก็ซื้อปั๊บ; **I'll do it at the ~ opportunity** ฉันจะทำทันทีที่มีโอกาส; **say the ~ thing that comes into one's head** พูดสิ่งแรกที่นึกขึ้นได้; **the ~ two** สองสิ่งแรก; **come in ~** *(win race)* มาเป็นอันดับหนึ่ง; **head/feet ~:** หัว/เท้านำไปก่อน; **~ thing after breakfast** *(coll.)* สิ่งแรกหลังอาหารเช้า; **~ thing in the morning** สิ่งแรกในตอนเช้า; *(coll.: tomorrow)* พรุ่งนี้; **~ thing on arrival** *(coll.)* สิ่งแรกหลังจากมาถึง; **the ~ thing [to do]** *(coll.)* สิ่งแรก [ที่จะทำ]; **~ things ~** *(coll.)* ต้องลำดับความสำคัญ; **have [the] ~ claim to sth.** มีสิทธิเป็นเจ้าของ *ส.น.* ก่อนผู้อื่น; **she is ~ in the class** เธอเป็นที่หนึ่งของห้อง; **he's always [the] ~ to help** เขาเป็นคนแรกที่ช่วยเหลือเสมอ; **not know the ~ thing about a matter** ไม่รู้อะไรเกี่ยวกับเรื่องนั้นเลย; **~ soprano/cello** *(Mus.)* เสียงโซปราโน/เสียงเชลโลหมวดเสียงเอก; ➡ + eighth 1
❷ *adv.* Ⓐ *(before anyone else)* ก่อนผู้อื่น; *(before anything else)* ก่อนสิ่งอื่น, แรกสุด; *(when listing: firstly)* อันดับแรก; **women and children ~!** ผู้หญิงและเด็ก ๆ ก่อน!; **ladies ~!** เชิญสุภาพสตรีก่อน!; **you [go] ~** *(as invitation)* เชิญคุณก่อน; **~ come ~ served** มาก่อนได้ก่อน; **we must put our children's education ~:** เราต้องคำนึงถึงการศึกษาของลูกเป็นอันดับแรก; **this matter is** *or* **comes ~ on the agenda** เรื่องนี้เป็นอันดับแรกในวาระการประชุม; **come ~ with sb.** *(fig.)* เป็นคนที่สำคัญที่สุดสำหรับ *ค.น.; **say ~ one thing and then another** ตอนแรกพูดอย่างหนึ่งและอีกเดี๋ยวก็พูดอีกอย่าง; Ⓑ *(beforehand)* ก่อนอื่น, ล่วงหน้า; **but ~ we must ...:** แต่ก่อนอื่นเราต้อง...; Ⓒ *(for the ~ time)* เป็นครั้งแรก; Ⓓ *(in preference)* มากกว่า, ดีกว่า; **I'd [rather] die ~ :** ฉันตายก่อนดีกว่า; **I wouldn't give him a penny. I'd see him damned ~:** ฉันจะไม่ให้เขาแม้สตางค์เดียว ฉันอยากเห็นเขาตกนรกมากกว่า; Ⓔ **~ of all** อันดับแรก; *(in importance)* ก่อนอื่น; **~ of all let me express my gratitude to you** ก่อนอื่นฉันขอแสดงความขอบคุณต่อคุณ; **~ and foremost** *(basically)* ก่อนอื่น; *(in importance)* ก่อนอื่น; **~ and last** *(almost entirely)* เกือบทั้งหมด; *(reckoned altogether)* มองโดยรวม, โดยรวบรัดตัดความ; Ⓕ *(~-class)* **travel ~:** เดินทางโดยสารชั้นหนึ่ง
❸ *n.* Ⓐ **the ~** *(in sequence)* คนแรก, อันแรก; *(in rank)* คนสูงสุด; **the ~ shall be last** *(Bibl.)* คนแรกจะเป็นคนสุดท้าย; **be the ~ to arrive** เป็นคนแรกที่มาถึง; **she is the ~ in the class** เธอเป็นที่หนึ่งในชั้นเรียน; **~ among equals** เป็นหนึ่งในคนระดับเดียวกัน; **this is the ~ I've heard of it** นี่เป็นครั้งแรกที่ฉันได้ยิน; Ⓑ **at ~:** ตอนแรก; **from the ~:** ตั้งแต่แรก; **from ~ to last** ตั้งแต่ต้นจนจบ; **I've always said from ~ to last that ...:** ฉันได้พูดเสมอตั้งแต่ต้นจนจบว่า...; **it took five years, from ~ to last** มันใช้เวลา 5 ปี ตั้งแต่ต้นจนจบ; Ⓒ ➤ 231 *(day)* **the ~ of May** วันที่ 1 ของเดือนพฤษภาคม; **the ~ [of the month]** วันที่ 1 [ของเดือน]; Ⓓ *(Brit. Univ.)* เกียรตินิยมอันดับหนึ่ง; *(person)* **he's a ~ [in History]** เขาได้เกียรตินิยม [ในวิชาประวัติศาสตร์]; **get** *or* **take** *or* **be awarded a ~ in one's finals** สอบปีสุดท้ายได้เกียรตินิยมอันดับหนึ่ง; Ⓔ *(~ form)* ปีการศึกษาแรก; Ⓕ *(Motor Veh.)* เกียร์หนึ่ง; **in ~:** อยู่ในเกียร์หนึ่ง; **change down to ~:** เปลี่ยนลงมาเป็นเกียร์หนึ่ง; Ⓖ *(pioneering feat)* การบุกเบิกครั้งแรก; Ⓗ *in pl. (best-quality goods)* สินค้าคุณภาพดีที่สุด; ➡ + eighth 2

first: ~ **'aid** *n.* การปฐมพยาบาล; **give [sb.] ~ aid** ช่วยปฐมพยาบาล [*ค.น.*]; **~-aid tent/post** *or* **station** เต็นท์/จุด/สถานีปฐมพยาบาล; **~-aid box/kit** ชุดเครื่องมือปฐมพยาบาล; ~ **'base** ➡ ¹base 1 C; ~ **'blood** ➡ blood 1 A; **~-born** ❶ *adj.* ซึ่งเกิดคนแรก ❷ *n.* ลูกคนโต; ~ **'class** *n.* Ⓐ ชั้นหนึ่ง; *(for produce)* ผลิตผลชั้นหนึ่ง; Ⓑ *(Transport)* การเดินทางชั้นหนึ่ง; **travel in the ~ class** เดินทางโดยชั้นหนึ่ง; Ⓒ *(Brit. Univ.)* ➡ first 3 D; Ⓓ *(Post)* ไปรษณีย์ที่ส่งเร็วสุด; **~-class** ❶ /ˈ--/ *adj.* Ⓐ *(of the ~ class)* **~-class carriage** ตู้รถไฟชั้นหนึ่ง; **~-class ticket** ตั๋วการเดินทางชั้นหนึ่ง; **~-class compartment** ตู้โดยสารชั้นหนึ่ง; **~-class honours degree** *(Brit. Univ.)* เกียรตินิยมอันดับหนึ่ง; **~-class mail** *or* **post** *ไปรษณียภัณฑ์ที่ส่งก่อนภายในหนึ่งวัน;* **~-class stamp** *อากรแสตมป์สำหรับไปรษณียภัณฑ์ที่ส่งเร็วที่สุด;* Ⓑ *(excellent)* ยอดเยี่ยม, ชั้นหนึ่ง; **a ~-class idiot** *(iron.)* คนโง่สุด ๆ ❷ /-ˈ-/ *adv.* Ⓐ *(by the ~ class)* โดยชั้นหนึ่ง; **send a letter ~-class** ส่งจดหมายโดยชั้นหนึ่ง; Ⓑ *(coll.: excellently)* อย่างเจ๋ง; ~ **'coat** *n. (of paint)* สีรองพื้นชั้นแรก; ~ **'cousin** ➡ cousin; ~ **e'dition** *n.* ฉบับพิมพ์ครั้งแรก; ~ **'floor** ➡ floor 1 B; ~ **form** ➡ form 1 D; ~ **'fruits** *n. pl.* ผลิตผลทางการเกษตรรุ่นแรกของฤดูกาล; *(fig.)* ผลลัพธ์อันดับแรกของงาน ฯลฯ; ~ **'gear** *n., no pl. (Motor veh.)* เกียร์หนึ่ง; ➡ + gear 1 A; **~hand** *adj.* ซึ่งได้โดยตรง; **from ~hand experience** จากประสบการณ์โดยตรง; **have ~hand knowledge of sth.** ได้ข้อมูลเกี่ยวกับ *ส.น.* จากประสบการณ์ของตน; **have ~hand acquaintance with suffering** ได้ทนทุกข์ในชีวิตของตน; ➡ + hand 1 J; **F~ 'Lady** *n.* ภริยาประธานาธิบดี; ~ **lieu'tenant** ➡ lieutenant A; ~ **'light** *n.* **at ~ light** เวลาที่มีแสงเงินแสงทองปรากฏขึ้นยามเช้า

firstly /ˈfɜːstlɪ/ˈเฟิซทลิ/ *adv.* แรกสุด; *(followed by 'secondly')* อันดับหนึ่ง

first: ~ **name** *n.* ชื่อตัว, ชื่อแรก; **be on ~-name terms with sb.** สนิทสนมกับ *ค.น.; **~-named** *attrib. adj.* ที่ระบุ/กล่าวถึงอันดับแรก; ~ **'night** *n. (Theatre)* การแสดงรอบปฐมทัศน์; **~ night nerves/audience** ความเครียด/ผู้ชมในการแสดงรอบปฐมทัศน์; ~ **off** *adv. (coll.)* ตอนแรก, ก่อนอื่น; ~ **of'fender** *n.* *อาชญากรซึ่งไม่เคยมีประวัติทางอาชญากรรมมาก่อน;* ~ **'officer** *n. (Naut.)* *ผู้ที่มีตำแหน่งรองจากกัปตันในเรือสินค้า;* ~ **party insurance** *n.* การประกันภัยผู้เอาประกัน; ~ **past the post** *n. (British)* การเลือกตั้งโดยเสียงข้างมากชนะ; ~ **person** ➡ person D; **~'proof** ➡ proof 1 F; **~-rate** ❶ /ˈ--/ *adj.* Ⓐ *(excellent)* ดีที่สุด; Ⓑ *(coll.)* **feel a ~-rate fool** *(iron.)* รู้สึกโง่บรรลัย ❷ /-ˈ-/ *adv. (coll.)* ชั้นหนึ่ง, สุดยอด, เจ๋ง; ~ **'reading** ➡ reading G; ~ **refusal** ➡ refusal; ~ **school** *n. (Brit.)* โรงเรียนประถม; **F~ 'Secretary** *n.* เลขานุการเอก; ~ **'strike** *n. (Mil.)* *การโจมตีก่อนอย่างรุนแรงโดยอาวุธนิวเคลียร์;* **~-strike capability** ศักยภาพในการโจมตีเช่นนี้; ~ **'string** ➡ string 1 B; **~-time** *attrib. adj.* **~-time voter** *ผู้มีสิทธิออกเสียงเลือกตั้งเป็นครั้งแรก (พึ่งบรรลุนิติภาวะ);* **~-time buyer** *ผู้ซึ่งหาซื้อบ้านหลังแรกในชีวิต;* ~ **'water** ➡ water 1 D

firth /fɜːθ/เฟิธ/ *n.* ช่องแคบเล็ก ๆ ในทะเล, ปากแม่น้ำ

'fir tree ➡ fir A

fiscal /ˈfɪskl/ˈฟิซก'ล/ *adj.* เกี่ยวกับการคลัง; **~ policy** นโยบายการคลัง; **~ year** *(Brit.)* ปีงบประมาณ; **~ autonomy** การปกครองตนเองในด้านการคลัง

fiscally /ˈfɪskəlɪ/ˈฟิซเคอะลิ/ *adv.* ด้านการคลัง, ด้านงบประมาณ

fish /fɪʃ/ฟิช/ ❶ *n., pl. same or (esp. child lang./poet.)* **~es** Ⓐ ปลา; **~ and chips** ปลาทอดกับมันฝรั่งทอด; **~ and chip shop** ร้านขายปลาทอดกับมันฝรั่งทอด; **a big ~ in a little pond** *(fig.)* กบในกะลา, หัวสุนัข; **a little ~ in a big pond** *(fig.)* หางราชสีห์; **[be] like a ~ out of water** เหมือนปลาขาดน้ำ *(ไม่คุ้นเคยกับสภาพแวดล้อม);* **drink like a ~** *(coll.)* ดื่มเหล้ามากเป็นนิสัย; **have other ~ to fry** *(fig. coll.)* มีเรื่องสำคัญกว่าที่จะต้องทำ; **neither ~ nor fowl** *(fig.)* ...ก็ไม่ใช่...ก็ไม่ใช่; **there are plenty more ~ in**

the sea (*fig. coll.*) มีผู้อื่นอีกมากที่ดีเท่ากับคนที่พลาดไป *หรือ* มีโอกาสอีกมาก; Ⓑ (*Astrol.*) **the F~[es]** ราศีมีน; ➡ + **archer** B; Ⓒ (*coll.: person*) **queer ~:** คนที่มีพฤติกรรมแปลก ๆ; **big ~:** คนใหญ่คนโต; **cold ~:** คนไร้อารมณ์; **the poor ~!** โถน่าสงสาร!

❷ *v.i.* Ⓐ จับปลา; **go ~ing** ไปตกปลา; **go trout-~ing** ไปตกปลาเทราท์; **~ in troubled waters** (*fig.*) พยายามหาประโยชน์ให้ตนเองเมื่อมีสถานการณ์วุ่นวาย; Ⓑ (*fig. coll.*) (*try to get information*) พยายามหาข้อมูลโดยวิธีต่าง ๆ; (*delve*) **~ around in one's bag** ค้นหาในกระเป๋าของตน

❸ *v.t.* Ⓐ จับปลา, ทำการประมง; (*with rod*) ตกเบ็ด; **~ a river/lake** ตกเบ็ดในแม่น้ำ/ทะเลสาบ; Ⓑ (*fig.: take, pull*) นำออกมา, ดึงออกมา

~ for *v.t.* Ⓐ จับปลา, ตกเบ็ด; Ⓑ (*fig. coll.*) ค้นหา; **be ~ing for sth.** กำลังหา *ส.น.*

~ 'out *v.t.* (*fig. coll.*) ดึงขึ้นมา; **~ sb./a dead body out of the river** ดึง *ค.น.*/ศพขึ้นจากแม่น้ำ

~ 'up *v.t.* ดึงขึ้นมา

fish: ~ bone *n.* ก้างปลา; **~bowl** *n.* อ่างปลา; **~ cake** *n.* (*Cookery*) ปลาบดผสมมันฝรั่งชุบขนมปังป่นทอด; **~ course** *n.* เส้นทางว่ายน้ำของปลา

fisherman /ˈfɪʃəmən/ˈฟิชเชอะเมิน/ *n. pl.* **fishermen** /ˈfɪʃəmən/ˈฟิชเชอะเมิน/ ➤ **489** ชาวประมง; (*angler*) คนตกเบ็ด; **~'s story** เรื่องโม้ของคนตกปลา

fishery /ˈfɪʃərɪ/ˈฟิชเชอะริ/ *n.* Ⓐ *no pl., no indef. art.* (*fishing*) การประมง; Ⓑ (*fishing grounds*) สถานที่จับปลาหรือเลี้ยงปลา; **in-shore fisheries** การจับปลาริมฝั่ง; **deep-sea fisheries** การจับปลาในทะเลลึก

fishery pro'tection vessel *n.* (*Naut.*) เรือคุ้มครองการประมง

fish: ~eye lens *n.* (*Photog.*) *เลนส์ที่มีมุมกว้างมากและให้ภาพผิดไปจากภาพจริง;* **~ farm** *n.* ฟาร์มเลี้ยงปลา; **~ farming** *n.* การเพาะพันธุ์ปลา, การเลี้ยงปลา; **~'finger** *n.* *เนื้อปลาปั้นเป็นแท่งชุบขนมปังบด;* **~ fork** *n.* ส้อมใช้สำหรับรับประทานปลา; **~-glue** *n.* *เยลลี่สีขาวใสจากถุงลมของปลาน้ำจืดบางชนิดนำมาใช้ทำเยลลี่ กาว ฯลฯ;* **~-hook** *n.* ตะขอเบ็ดตกปลา

fishing /ˈfɪʃɪŋ/ˈฟิชชิง/ *n.* (*occupation*) การประมง; (*with rod*) การตกปลา; **freshwater ~:** การประมงน้ำจืด; **~ craft** *pl.* เรือประมง

fishing: ~ boat *n.* เรือประมง; **~ expedition** *n.* Ⓐ การออกไปหาปลา; **go on a ~ expedition** ออกเดินทางหาปลา; Ⓑ (*fig.*) พยายามค้นหาข้อมูล; **~ fleet** *n.* ขบวนเรือประมง; **~ grounds** *n. pl.* สถานที่จับปลา; **~ limits** *n. pl.* เขตกำหนดสถานที่ที่จับปลาได้; **~line** *n.* สายเบ็ด; **~ net** *n.* แหจับปลา; **~ rights** *n. pl.* สิทธิในการจับปลา; **~ rod** *n.* คันเบ็ด; **~ smack** *n.* เรือใบหาปลา; **~ story** *n.* เรื่องโม้ของชาวประมง; **~ tackle** *n.* อุปกรณ์ตกปลา; **~ vessel** *n.* เรือประมง; **~ village** *n.* หมู่บ้านชาวประมง

fish: ~ kettle *n.* หม้อยาวใช้ต้มปลา; **~ knife** *n.* มีดสำหรับรับประทานปลา; **~knife and -fork** มีดและส้อมสำหรับรับประทานปลา; **~ ladder** *n.* บันไดปลา; **~like** *adj.* เหมือนปลา; **~meal** *n.* *ปลาแห้งบดใช้เป็นปุ๋ยหรืออาหารสัตว์;* **~monger** /ˈfɪʃmʌŋɡə(r)/ˈฟิชมังเกอะ(ร)/ *n.* ➤ **489** (*Brit.*) พ่อค้าปลา; **a ~monger's** ร้านขายปลา; ➡ + **baker**; **~net** *n.* ผ้าซึ่งทอเป็นตาข่าย; **~net stockings** ถุงน่องลายตาข่าย; **~ paste** *n.* ปลาบด; **~ pond** *n.* บ่อปลา; **~ shop** *n.* ร้านขายปลา; **~ slice** *n.* เครื่องครัวใช้สำหรับตักปลาและอาหารทอดอื่น ๆ; (*carving knife*) มีดเสิร์ฟ; **~ tank** *n.* ตู้ปลา; **~wife** *n.* (*derog.*) หญิงที่พูดจาหยาบกระด้าง, หญิงขายปลา

fishy /ˈfɪʃɪ/ˈฟิชชิ/ *adj.* Ⓐ มีกลิ่นคาวปลา, เหมือนปลา; **~ smell/taste** กลิ่น/รสเหมือนปลา; Ⓑ (*coll.: questionable*) น่าสงสัย, ไม่ชอบมาพากล; **there's something ~ about this whole business** มีอะไรไม่ชอบมาพากลเกี่ยวกับเรื่องนี้

fissile /ˈfɪsaɪl, US ˈfɪsl/ˈฟิซซายล, ˈฟิซ'ล/ *adj.* (*Nucl. Phys.*) *สามารถแตกตัวในปฏิกิริยาทางนิวเคลียร์*

fission /ˈfɪʃn/ˈฟิช'น/ Ⓐ *n.* (*Nucl. Phys.*) *การแตกตัวของนิวเคลียสในอะตอม;* Ⓑ (*Biol.*) การแบ่งเซลล์ใหม่, การแบ่งตัว

fissionable /ˈfɪʃənəbl/ˈฟิชเชอะเนอะบ'ล/ *adj.* (*Nucl. Phys.*) สามารถแตกตัวในปฏิกิริยาทางนิวเคลียร์

fissure /ˈfɪʃə(r)/ˈฟิชเชอะ(ร)/ *n.* รอยแตกยาวและลึก; (*Geol.*) รอยแตกร้าว (*หิน*)

fist /fɪst/ฟิซทฺ/ *n.* Ⓐ กำปั้น, หมัด; Ⓑ (*coll.: hand*) มือ; (*joc.: handwriting*) ลายมือ

'fist fight *n.* การแลกหมัด, การชกมวย

fistful /ˈfɪstfʊl/ˈฟิซทฺฟุล/ *n.* เต็มกำมือ; **a ~ of coins** เหรียญเต็มกำมือ

fisticuffs /ˈfɪstɪkʌfs/ˈฟิซติคัฟซฺ/ *n. pl.* การชกกัน; **the quarrel ended in ~:** การทะเลาะจบลงด้วยการชกกัน

fistula /ˈfɪstjʊlə/ˈฟิซทิวเลอะ/ *n.* (*Med., Zool.*) *ท่อระหว่างอวัยวะภายในและผิวร่างกายหรือระหว่างอวัยวะภายในสองอวัยวะ;* ท่อพ่นน้ำของปลาวาฬ; ท่อในแมลง

¹fit /fɪt/ฟิท/ *n.* Ⓐ อาการชัก, อาการที่เกิดขึ้นอย่างฉับพลัน; **~ of coughing** การไอครอก; **fainting ~:** การเป็นลมอย่างฉับพลัน; **collapse in a ~:** ล้มตัวด้วยอาการชัก; **epileptic ~:** การชักจากโรคลมบ้าหมู; Ⓑ (*fig.*) การเกิดอารมณ์อย่างฉับพลัน; **give sb. a ~** (*startle sb.*) ทำให้ *ค.น.* ตกใจ; (*outrage sb.*) ทำให้ *ค.น.* โกรธมาก; **[almost] have** *or* **throw a ~:** (*เกือบ*) ชักด้วยความโมโห; **she'll have a ~ when she hears that** (*fig. coll.*) เธอจะเป็นบ้าไปเลยเมื่อได้ยินเรื่องนั้น; **have forty ~s** (*coll.*) โมโหมาก; **be in ~s of laughter** หัวเราะอย่างควบคุมไม่ได้; **sb./sth. has sb. in ~s [of laughter]** *ค.น./ส.น.* ทำให้ *ค.น.* หัวเราะงอหาย; **in a ~ of...:** ด้วยอารมณ์...อย่างฉับพลัน; **in** *or* **by ~s [and starts]** เป็นไปอย่างตะกุกตะกัก; ดำเนินไปเป็นพัก ๆ อย่างไม่ต่อเนื่อง

²fit ❶ *adj.* Ⓐ (*suitable*) เหมาะสม; **~ to eat** *or* **to be eaten/for human consumption** เหมาะสำหรับการกิน/การบริโภคของมนุษย์; **be ~ to be seen** พร้อมที่จะให้คนเห็น; ➡ + **survival** A; Ⓑ (*worthy*) คู่ควร; **a man not ~ to hold high office** ผู้ซึ่งไม่คู่ควรที่จะได้รับตำแหน่งสูง ๆ; ➡ + **candle** 1 A; Ⓒ (*right and proper*) ถูกต้องและสมควร; **as is only ~ [and proper]** อย่างที่ถูกต้องและสมควร; **see** *or* **think ~ [to do sth.]** เห็นสมควร [ที่จะทำ *ส.น.*]; **do as you see** *or* **think ~:** ทำตามที่คุณเห็นสมควร; Ⓓ (*ready*) **be ~ to drop** เหนื่อยจนใกล้จะเป็นลม; Ⓔ (*healthy*) มีสุขภาพสมบูรณ์, แข็งแรง; **keep** *or* **stay ~:** รักษาสุขภาพให้สมบูรณ์; **get ~ again after an illness** คืนสู่สุขภาพดีอีกครั้งหลังจากการป่วย; **be ~ and well** สมบูรณ์แข็งแรงดี; **~ for duty** *or* **service** พร้อมที่จะปฏิบัติหน้าที่ *หรือ* พร้อมที่จะทำงาน; **~ for work/travel** พร้อมที่จะทำงาน/เดินทาง; ➡ + **fiddle** 1 A

❷ *n.* (*ขนาด*) ความพอดี; **it is a good/bad ~:** มันพอดี/ไม่พอดี; **be an excellent ~:** พอดีเป๊ะเลย; **the coat is a tight ~:** เสื้อหนาวตัวนี้คับไปหน่อย; **three in the back seat is a tight ~:** นั่งข้างหลังสามคนมันแน่นไปหน่อย; **I can just get it in the suitcase, but it's a tight ~** ฉันเก็บมันลงกระเป๋าเสื้อผ้าได้ แต่มันก็แน่นทีเดียว

❸ *v.t.*, **-tt-** Ⓐ (*Dressm. etc.*) ลอง/วัด (*เสื้อผ้า*); **the suit ~s him properly** เสื้อนอกชุดนี้พอดีตัวเขา; **make sth. to ~:** ตัด *ส.น.* ให้พอดี; Ⓑ (*Dressm. etc.*) ลอง (*เสื้อผ้า, แว่นตา*); **when may I come to be ~ted?** ฉันมาลองได้เมื่อไหร่; Ⓒ (*correspond to, suit*) สอดคล้อง, เหมาะ (**to** กับ); (*make correspond*) ทำให้สอดคล้อง (**to** กับ); **the description ~s this man** คำบรรยายสอดคล้องกับชายคนนี้; **the translation ~s the context** คำแปลนี้สอดคล้องกับบริบท; **~ the bill = fill the bill** ➡ **fill** 1 D; Ⓓ (*put into place*) วางเข้าที่; ใส่ (*เครื่อง, หน้าต่าง*); (*equip*) ติดตั้ง (*อุปกรณ์*); Ⓔ (*make competent*) ทำให้มีความสามารถ; **the experience helped to ~ her for the task** ประสบการณ์ได้ช่วยให้เธอมีความสามารถพอที่จะทำงานนี้

❹ *v.i.*, **-tt-** เข้ากันดี, พอดีกัน; (*agree*) เข้ากัน; **~ well** (*เสื้อผ้า*) พอดี; **the two pieces ~ together to form a screwdriver** ชิ้นส่วนสองชิ้นนี้ประกอบเข้าด้วยกันเป็นไขควง; **we must find a lid that ~s** เราต้องหาฝาที่ปิดได้พอดี; ➡ + **cap** 1 A; **glove** A

~ 'in ❶ *v.t.* Ⓐ ทำให้เข้ากันได้, ทำให้สอดคล้อง; Ⓑ (*install*) ประกอบเข้าไป, ใส่เข้าไป; Ⓒ (*to a schedule*) หาเวลาให้; **I could ~ you in just before lunch** ฉันพบคุณได้ก่อนเวลาอาหารกลางวันนิดหน่อย; **the hair-dresser usually manages to ~ me in** ช่างทำผมมักจะหาเวลาทำผมให้ฉันได้; **~ sth. in with sth.** จัด *ส.น.* ให้สอดคล้องกับ *ส.น.*

❷ *v.i.* Ⓐ เข้ากัน; Ⓑ (*be in accordance*) **~ in with sth.** สอดคล้องกับ *ส.น.*; **~ in with sb.'s plan/ideas** สอดคล้องกับแผน/ความคิดของ *ค.น.*; **how does that ~ in?** สิ่งนั้นจะเหมาะสมไหม; **it didn't ~ in with our plans** มันไม่สอดคล้องกับแผนของพวกเรา; **I'll just ~ in with you/your arrangements** ฉันจะทำตามคุณ/ตามที่คุณเตรียมการณ์ไว้; Ⓒ (*settle harmoniously*) (*บุคคล*) ประสานกัน, เข้ากัน (**with** กับ); **~ in easily with a group** เข้ากับกลุ่มได้ง่าย; **he ~s in well here/with the others** เขาปรับตัวเข้ากับที่นี่/ผู้อื่นได้ดี

~ 'out *v.t.* จัดหาอุปกรณ์ให้; (*for expedition etc.*) ตระเตรียมอุปกรณ์ต่าง ๆ

~ 'up *v.t.* (*fix*) ติด (*ไฟ, อ่างล้างหน้า*); (*install, mount*) ติดตั้ง; **~ sb./sth. up with sth.** ติดตั้ง *ส.น.* ให้ *ค.น./ส.น.*; **~ a room up as an office** จัดห้องให้เป็นสำนักงาน

fitful /ˈfɪtfl/ˈฟิทฟ'ล/ *adj.* นอน (*หลับ ๆ ตื่น ๆ*); (*ลม*) ไม่สม่ำเสมอ

fitfully /ˈfɪtfəlɪ/ˈฟิทเฟอะลิ/ *adv.* อย่างเป็นพัก ๆ; (*นอน*) อย่างหลับ ๆ ตื่น ๆ; (*ทำงาน*) อย่างไม่ต่อเนื่อง; **the sun shone ~:** ดวงอาทิตย์ส่องแสงเป็นพัก ๆ

fitfulness /ˈfɪtflnɪs/ˈฟิทฟ'ลนิซ/ *n., no pl.* ความไม่ต่อเนื่อง; การเป็นพัก ๆ; (*of sleep*) การนอนหลับ ๆ ตื่น ๆ

fitment /ˈfɪtmənt/ˈฟิทเมินทฺ/ *n. (piece of furniture)* เครื่องเรือนชิ้นหนึ่ง; *(piece of equipment)* อุปกรณ์ชิ้นหนึ่ง; ~s เครื่องเรือน

fitness /ˈfɪtnɪs/ˈฟิทนิซ/ *n., no pl.* Ⓐ *(physical)* สุขภาพดี; **~ for active service** *(Mil.)* สุขภาพดีพอที่จะรับราชการทหาร; Ⓑ *(suitability)* ความเหมาะสม; *(appropriateness)* ความสมควร; **have a sense of the ~ of things** รู้ว่าอะไรควรไม่ควร

fitness: ~ consultant *n.* ที่ปรึกษาด้านการออกกำลังกาย; **~ studio** *n.* ห้องออกกำลังกาย; **~ fanatic** *n.* คนที่คลั่งการออกกำลังกาย; **~ test** *n.* การทดสอบสมรรถนะของร่างกาย

fitted /ˈfɪtɪd/ˈฟิททิด/ *adj.* Ⓐ *(suited)* เหมาะสม (**for** สำหรับ, เพื่อ); Ⓑ *(shaped)* เข้ารูปพอดี; **~ carpet** พรมที่ปูทั้งห้อง; **~ sheet** *ผ้าปูที่นอนรัดมุม;* **~ kitchen/cupboards** ครัวสำเร็จรูป/ตู้ที่ประกอบติดผนัง

fitter /ˈfɪtə(r)/ˈฟิทเทอะ(ร)/ *n.* ➤ **489** Ⓐ ช่างประกอบ; *(of pipes)* ช่างต่อท่อประปา; *(of machines)* ช่างประกอบเครื่องยนต์; **electrical ~:** ช่างไฟ; Ⓑ *(of clothes)* ช่างตัดเสื้อ

fitting /ˈfɪtɪŋ/ˈฟิททิง/ ❶ *adj. (appropriate)* *(เวลา, จุด)* ที่เหมาะสม; *(จังหวะ)* ที่พอดี; *(becoming)* *(การประพฤติ)* ที่สมควร; **I thought it ~ to inform him** ฉันคิดว่าสมควรที่จะบอกเขา; **it is not ~ for a young woman ...:** มันไม่เหมาะสมสำหรับหญิงสาว... ❷ *n.* Ⓐ *usu. in pl. (fixture)* *เครื่องเรือนหรือเครื่องใช้สำนักงานที่ติดกับฝาผนังอย่างถาวร; (connecting piece used for installations)* ส่วนประกอบสำหรับการติดตั้ง; **~s** *(furniture)* เครื่องเรือนที่ติดกับฝาผนัง; **a car with luxurious ~s** รถยนต์พร้อมอุปกรณ์หรูหรา; **electrical ~s** เครื่องไฟฟ้าที่ติดตั้งกับฝาผนัง; ➡ + **fixture** A; Ⓑ *(of clothes)* การลองเสื้อ; **go to the tailor's for a ~:** ไปร้านตัดเสื้อเพื่อลองเสื้อ; Ⓒ *(Brit.: size)* ขนาด; **shoes of a wide/narrow ~:** รองเท้าหน้ากว้าง/แคบ

fittingly /ˈfɪtɪŋlɪ/ˈฟิททิงลิ/ *adv.* *(แต่งตัว)* อย่างเหมาะเจาะ; *(การจบ)* อย่างสมควร

fitting: ~-room *n.* ห้องลองเสื้อ; **~-shop** *n.* ห้องประกอบชิ้นส่วนของเครื่องจักร

five /faɪv/ฟายวฺ/ ➤ **47,** ➤ **177,** ➤ **602** ❶ *adj.* Ⓐ ห้า; ➡ + **eight** 1; Ⓑ **~-finger exercise** *(Mus.)* การซ้อมเปียโนโดยใช้นิ้วทุกนิ้ว; *(fig.)* งานง่าย ๆ; **~ o'clock shadow** เคราที่เริ่มเขียว *(หลังจากโกนตอนเช้า);* **~ precepts** เบญจศีล *(ร.บ.);* ➡ + **week** ❷ *n. (number, symbol)* เลขห้า; ➡ + **eight** 2 A, C, D

five-and-ˈdime, five-and-ˈten *n. (Amer.)* ร้านขายของราคาถูกมาก

fivefold /ˈfaɪvfəʊld/ˈฟายวฺโฟลดฺ/ *adj., adv.* เป็นห้าเท่า; ➡ + **eightfold**

fiver /ˈfaɪvə(r)/ˈฟายเวอะ(ร)/ *n.* ➤ **572** *(coll.) (Brit.)* ธนบัตร 5 ปอนด์; *(Amer.)* ธนบัตร 5 ดอลลาร์

fives /faɪvz/ฟายวฺซฺ/ *n. sing.* *กีฬาซึ่งผู้เล่นใส่ถุงมือหรือใช้ไม้ตีลูกไปกระทบกำแพงของสนาม;* **Eton ~:** การเล่นกีฬาดังกล่าวโดยมีสามพลัง; **Rugby ~:** การเล่นกีฬาดังกล่าวมีสี่พลัง

five: ~-star *adj.* ห้าดาว *(นายพล, โรงแรม);* *(fig.)* คุณภาพดีมาก; **~-ˈyear plan** *n.* แผนพัฒนาเศรษฐกิจระยะห้าปี

fix /fɪks/ฟิคซฺ/ ❶ *v.t.* Ⓐ *(place firmly, attach, prevent from moving)* ทำให้ติดแน่น; *(fig.: imprint)* ฝังใจ; **~ a post in[to] the ground** ฝังเสาลงพื้นดิน; **~ a stone firmly into position** ติดก้อนหินให้แน่นในตำแหน่ง; **~ sth. to/on sth.** ติด *ส.น.* บน/กับ *ส.น.*; **~ shelves to the wall** ติดชั้นเข้ากับฝาผนัง; **~ a handle on the door** ใส่มือจับเข้ากับประตู; **~ bayonets** ติดมีดปลายปืน; **~ sth. in one's mind** ทำให้ *ส.น.* ฝังใจ *ค.น.;* Ⓑ *(direct steadily)* *(การจ้องมอง, สายตา, ความคิด)* แน่วแน่, จดจ่อ; **her mind was [firmly] ~ed on her work** จิตใจของเขาแน่วแน่อยู่กับงาน; **his thoughts were ~ed elsewhere** ความคิดของเขาจดจ่ออยู่กับสิ่งอื่น; Ⓒ *(decide, specify)* กำหนด *(ราคา, ข้อจำกัด);* ระบุ *(วันที่); (settle, agree on)* ตกลง; *(allocate)* จัดแจง; **~ the price at £50** กำหนดราคาไว้ 50 ปอนด์; **nothing's been ~ed yet** ยังไม่มีอะไรตกลงแน่นอน; **it was ~ed that ...:** เป็นที่ตกลงว่า...; Ⓓ *(repair)* ซ่อมแซม; **need ~ing** ต้องมีการซ่อมแซม; Ⓔ *(arrange)* จัดการ, จัดเตรียม; **~ a rehearsal for Friday** จัดให้มีการซ้อมในวันศุกร์; **they tried to ~ things so that ...:** พวกเขาพยายามจัดอะไรต่ออะไรเพื่อว่า...; **have you anything ~ed for Saturday evening?** คุณได้จัดอะไรไว้สำหรับเย็นวันเสาร์แล้วหรือยัง; **nothing definite has been ~ed yet** ยังไม่มีการเตรียมอะไรอย่างแน่นอนเลย; Ⓕ *(manipulate fraudulently)* จัดฉากหลอกลวง; **the whole thing was ~ed** ทั้งหมดเป็นการจัดฉากขึ้นมา; Ⓖ *(Amer. coll.: prepare)* เตรียม, ทำ *(กาแฟ, ชา);* **~ one's hair** ทำผม; **~ one's face** แต่งหน้า; Ⓗ *(coll.: deal with)* รับมือ; **~ sb.** รับมือกับ *ค.น.; (get even with)* แก้แค้น; *(kill)* ฆ่า; **Don't bother about that. I'll ~ things with her** อย่าห่วงเรื่องนั้นเลย ฉันจะจัดการกับเธอเอง; **I'll soon ~ that** *(prevent)* ฉันจะรีบป้องกันไม่ให้มันเกิดขึ้น; **that'll ~ her** แล้วเธอจะทำอะไรไม่ได้; Ⓘ *(make permanent)* ทำให้คงอยู่ *(สี, รูปถ่าย);* Ⓙ *(coll.: castrate)* ตัดอัณฑะ, ตอน; Ⓚ *(Bot.: assimilate)* การสามารถรับ *(ไนโตรเจน, คาร์บอนไดออกไซด์)*

❷ *v.i.* Ⓐ *(coll.: arrange)* **~ for sb. to do sth.** จัดให้ *ค.น.* ทำ *ส.น.*; Ⓑ *(Amer. coll.: intend)* ตั้งใจ; **be ~ing to do sth.** กำลังตั้งใจจะทำ *ส.น.;* Ⓒ *(sl.: inject narcotics)* ฉีดยาเสพติด

❸ *v. refl* ➡ 2 C

❹ *n.* Ⓐ *(coll.: predicament)* สถานการณ์เลวร้าย; **be in a ~:** อยู่ในสถานการณ์เลวร้าย; **get oneself in[to] a ~:** ทำให้ตนเองตกอยู่ในสถานการณ์เลวร้าย; Ⓑ *(Naut.)* *การกำหนดตำแหน่งด้วยการคำนวนหรือดูดาว;* **radio ~:** การค้นหาตำแหน่งโดยใช้วิทยุ; Ⓒ *(sl.: of narcotics)* ยาเสพติด; Ⓓ *(Amer. sl.: bribery)* การติดสินบน; *(illicit arrangement)* การจัดการแบบไม่โปร่งใส

~ **on** *v.t.* Ⓐ /ˈ-ˈ-/ *(decide on)* ตัดสินใจ; Ⓑ /ˈ--/ *(determine)* ตั้งใจแน่วแน่; **~ on doing sth.** ตั้งใจแน่วแน่ที่จะทำ *ส.น.*

~ ˈ**up** *v.t.* Ⓐ *(arrange)* จัดการ, จัดเตรียม, ตกลง; **we've nothing ~ed up for tonight** พวกเราไม่ได้จัดเตรียมอะไรสำหรับคืนนี้; **let's ~ up when and where we'll next meet** เรามาตกลงกันเถอะว่าจะพบกันคราวหน้าที่ไหนเมื่อไร; **we ~ed up that ...:** เราตกลงกันว่า...; **I'll ~ up for you to accompany me** ฉันจะจัดให้คุณมากับฉันได้; Ⓑ *(provide)* ให้; *(provide with accommodation)* ให้ที่พักและอาหาร; **~ sb. up with sth.** ให้ *ส.น.* แก่ *ค.น.;* **~ sb. up [with a bed] for the night** หาที่ [นอน] ค้างคืนสำหรับ *ค.น.;* Ⓒ *(establish)* **get oneself ~ed up** ก่อร่างสร้างตัว; **you can stay with us until you get yourself ~ed up** คุณสามารถอยู่กับเราจนกว่าจะตั้งตัวได้; **~ sb. up in the spare room** ให้ *ค.น.* พักในห้องว่าง; Ⓓ *(furnish)* ตกแต่ง

fixate /fɪkˈseɪt/ฟิคˈเซท/ *v.t. (Psych.)* หมกมุ่นที่ผิดปกติ (**upon** กับ)

fixation /fɪkˈseɪʃn/ฟิคˈเซช'น/ *n. (fixing, being fixed, obsession, Psych.)* การยึดติด, ความหมกมุ่นที่ผิดปกติ; อุปาทาน *(ร.บ.);* **he has a ~ about his mother** เขาหมกมุ่นกับแม่ผิดปกติ

fixed /fɪkst/ฟิคซฺทฺ/ *adj.* Ⓐ *pred. (coll.: placed)* **how are you/is he** *etc.* **~ for cash/fuel?** คุณ/เขามีเงินสด/เชื้อเพลิงพอเพียงหรือเปล่า; **they are better ~ financially than we are** พวกเขามีสถานะทางการเงินที่ดีกว่าพวกเรา; **how are you ~ for this evening?** คุณมีนัดอะไรบ้างสำหรับเย็นนี้; Ⓑ *(not variable)* แน่นอน, มั่นคง, ถาวร; **~ assets** สินทรัพย์ถาวร; **~ cost** ต้นทุนคงที่; **~ price** ราคาตายตัว; **~-interest stocks** หุ้นที่มีดอกเบี้ยคงที่; **~ capital** ต้นทุนที่เคลื่อนย้ายไม่ได้ *(เช่น เครื่องจักร, ที่ดิน);* **~ focus** *(Photog.)* ระยะความชัดที่ปรับไม่ได้; **~ idea** ความคิดที่ไม่มีการเปลี่ยนแปลง; **have ~ ideas on sth.** มีความคิดที่ตายตัวเกี่ยวกับ *ส.น.;* **~ income** รายได้ประจำจำนวนแน่นอน; **~-income investments** การลงทุนที่ได้ผลตอบแทนประจำจำนวนแน่นอน; **~ odds** การพนันที่มีการกำหนดเดิมพันล่วงหน้า; **~ salary** เงินเดือนประจำจำนวนแน่นอน; **~ star** ดาวที่อยู่ไกลจากโลกจึงดูไม่เคลื่อนไหว; **~-wing aircraft** เครื่องบินที่มีปีกคงที่; ➡ + ˈ**abode; address** 2 A; Ⓒ *(firm, resolute)* มั่นคง, แน่วแน่; **be ~ in one's determination** แน่วแน่ในประณิธานของตน; **with the ~ intention of doing sth.** โดยมีความตั้งใจแน่วแน่ที่จะทำ *ส.น.*

fixed ˈdisk *(Computing)* ➡ **hard disk**

fixedly /ˈfɪksɪdlɪ/ˈฟิคซิดลิ/ *adv.* โดยไม่เคลื่อนไหว *(การจ้องมอง, การยิ้ม);* **stare ~ out of the window** จ้องออกไปนอกหน้าต่าง โดยไม่มองอย่างอื่น

fixed ˈpoint *n.* Ⓐ *(Phys.)* อุณหภูมิที่สามารถทำให้เกิดขึ้นได้อีก; Ⓑ *(Computing)* การกำหนดโหมดแสดงเลขที่ตั้ง; **~ price** ราคาตายตัว; **~-rate** *attrib. adj.* *(ดอกเบี้ย)* ในอัตราคงที่

fixer /ˈfɪksə(r)/ˈฟิคเซอะ(ร)/ *n.* Ⓐ *(Photog.)* สารที่ใช้อัดรูป; Ⓑ *(coll.: person)* คนที่คล่องในการจัดการ; *(derog.)* *คนที่เตรียมการทำสิ่งที่ไม่โปร่งใส*

fixings /ˈfɪksɪŋz/ˈฟิคซิงซฺ/ *n. pl. (Amer. Cookery: trimmings)* เครื่องจัดตกแต่งขอบจานอาหาร

fixity /ˈfɪksɪtɪ/ˈฟิคซิทิ/ *n., no pl.* ความมั่นคง, ความแน่นอน; **~ of purpose** ความมั่นคงของเป้าหมาย

fixture /ˈfɪkstʃə(r)/ˈฟิคซฺเฉอะ(ร)/ *n.* Ⓐ *(furnishing)* การตกแต่งที่ติดกับตัวอาคาร; *(pipe etc.)* ท่อน้ำ; *(accessory)* เครื่องประดับ; **~s** *(Law)* *ข้าวของในบ้านที่ถือเป็นส่วนหนึ่งของบ้านตามกฎหมาย;* **~s and fittings** เครื่องประดับและส่วนประกอบต่าง ๆ; **lighting ~s** อุปกรณ์ประเภทโคมไฟ; Ⓑ *(Sport)* นัดการแข่งขันกีฬา; **the Derby is an annual ~:** ดาร์บี้เป็นการแข่งขันกีฬาที่จัดขึ้นประจำทุกปี; **~ list** รายการกีฬา; Ⓒ *(fig. joc.: established person or thing)* คนหรือสิ่งของที่ประจำอยู่ที่ใดที่หนึ่ง; **be a ~:** เป็นหน้าที่ประจำ

fizz /fɪz/ฟิซฺ/ ❶ *v.i.* *(เครื่องดื่ม)* อัดลม; *(ดอกไม้ไฟ)* มีเสียงดังฟู่ ❷ *n.* Ⓐ *(effervescence)* มีฟองอากาศ; **the lemonade has lost its ~:** น้ำมะนาวหายซ่าแล้ว; Ⓑ *(coll.: effervescent drink)* เครื่องดื่มอัดลม; *(flavoured)* ซึ่งปรุงรส; **gin ~:** เหล้ายินที่ผสมด้วยน้ำอัดลม

fizzle /ˈfɪzl/ˈฟิซฺ'ล/ *v.i.* มีเสียงดังฟู่

~ ˈout *v.i.* *(ดอกไม้ไฟ)* ที่หมดความซ่า; *(การรณรงค์)* จบลงด้วยความล้มเหลว

fizzy /ˈfɪzɪ/ˈฟิซฺซิ/ *adj.* ที่อัดลม, มีเสียงดังฟู่; **~ lemonade** น้ำมะนาวโซดา; **~ drinks** เครื่องดื่มอัดลม; **be ~:** ซ่า

fjord ➡ **fiord**

fl. *abbr.* Ⓐ **floor;** Ⓑ **fluid**

flab /flæb/แฟลฺบ/ *n. (coll.)* ความอ้วน, ไขมัน *(บนร่างกาย)*

flabbergast /ˈflæbəgɑ:st, US -gæst/ˈแฟลฺบเบอะกาซฺทฺ, -แกซฺทฺ/ *v.t.* ทำให้ตกตะลึง; **I was [absolutely] ~ed** ฉันตกตะลึง [อย่างมาก]; **she looked at them, ~ed** เธอมองพวกเขาอย่างตกตะลึง

flabby /ˈflæbɪ/ˈแฟลฺบิ/ *adj.* *(กล้ามเนื้อ, พุง, หน้าอก)* หย่อนยาน; *(fig.)* *(กำลังใจ)* อ่อนแอ, ไม่เข้มแข็ง

flaccid /ˈflæksɪd, ˈflæsɪd/แฟลฺคซิด, ˈแฟลฺซิด/ *adj.* *(องคชาติ)* ไม่แข็ง; หย่อนยาน; *(fig.)* เหี่ยวย่น, ปวกเปียก

[1]**flag** /flæg/แฟลฺก/ ❶ *n.* ธง; *(small paper etc. device)* ธงกระดาษเล็ก ๆ; *(national ~, ~ on ship)* ธงชาติ, ธงบนเรือ; *(Computing)* ตัวบ่งชี้; **red/white ~:** ธงสีแดง/ขาว; **yellow ~:** ธงสีเหลือง *(แสดงว่ามีโรคติดต่อ)*; **~ of convenience** ธงของต่างชาติที่ใช้หลีกเลี่ยงภาษี ฯลฯ; **~ of truce** ธงพักรบ; **keep the ~ flying** *(fig.)* ดำเนินการต่อสู้ต่อไป; **show the ~** *(fig.)* ไปเยือนต่างประเทศอย่างเป็นทางการ; **put the ~[s] out** *(fig. coll.)* ฉลองชัยชนะ, ความสำเร็จ ❷ *v.t.*, **-gg-** Ⓐ ติดธง *(บนตึก)*; *(mark with ~s)* ปักธง; *(Computing)* กำหนดด้วยตัวบ่งชี้; Ⓑ *(communicate by ~ signals)* สื่อสารด้วยสัญญาณธง; Ⓒ ➡ **~ down**

~ ˈdown *v.t.* โบกให้หยุด

[2]**flag** *v.i.* **-gg-** Ⓐ *(lose vigour)* หมดแรง, ยอบแยบ; **business is ~ging** ธุรกิจกำลังยอบแยบ; Ⓑ *(ดอกไม้)* คอห้อย; *(ต้นไม้)* หิ้วใบ

[3]**flag** ❶ *n.* ➡ **flagstone** ❷ *v.t.* **-gg-** ปู *(พื้น, ทางเดิน)* ด้วยแผ่นหิน

flag: ~ captain *n. (Navy)* กัปตันเรือธง; **~ day** *n.* Ⓐ *(Brit.)* วันที่จำหน่ายธงกระดาษเล็ก ๆ บนท้องถนนเพื่อหาเงินเข้าการกุศล; Ⓑ **F~ Day** *(Amer.)* วันที่ 14 มิถุนายน วันฉลองธงชาติของสหรัฐอเมริกา

flagella *pl. of* **flagellum**

[1]**flagellate** /ˈflædʒəleɪt/ˈแฟลฺเจอะเลท/ *v.t.* เฆี่ยน

[2]**flagellate** /ˈflædʒələt/ˈแฟลฺเจอะเลิท/ *(Zool.)* ❶ *adj.* มีส่วนที่ยื่นออกมาคล้ายแส้; **~ organism** ➡ 2 ❷ *n.* โปรโตซัวที่มีแส้

flagellation /flædʒəˈleɪʃn/แฟลฺเจอะˈเลช'น/ *n.* การเฆี่ยน

flagellum /fləˈdʒeləm/เฟลอะˈเจ็ลเลิม/ *n., pl.* **flagella** /fləˈdʒelə/เฟลอะˈเจ็ลเลอะ/ Ⓐ *(Bot.: runner)* ก้านที่เลื้อยออกมา; Ⓑ *(Biol.)* ส่วนที่ยื่นออกมาคล้ายแส้

flageolet /flædʒəˈlet, ˈflædʒ-/แฟลฺเจอะˈเล็ท, ˈแฟลฺ-/ *n. (Mus.)* ขลุ่ยเล็กที่เป่าตรงปลาย

flag: ~ lieutenant *n. (Navy)* ท.ส. ของพลเรือเอก, นายธง; **~ officer** *n. (Navy)* นายทหารเรือที่มีตำแหน่งต่ำกว่าเรือเอก

flagon /ˈflægən/ˈแฟลฺเกิน/ *n.* Ⓐ *(with handle and spout; for Eucharist)* เหยือกน้ำมีหูจับและกรวยเทน้ำสำหรับใช้ในพิธีมิซซา; Ⓑ *(big bottle)* ขวดขนาดใหญ่ มักจุ 1.3 ลิตร

ˈflagpole ➡ **flagstaff**

flagrancy /ˈfleɪgrənsɪ/ˈเฟลฺกรินซิ/ *n., no pl.* ความอื้อฉาว; *(of disregard, defiance)* การฝ่าฝืน

ˈflag rank *n. (Navy)* ยศของนายทหารเรือที่ต่ำกว่าเรือเอก

flagrant /ˈfleɪgrənt/ˈเฟลฺเกรินทฺ/ *adj.* เด่นชัด, ทนโท่; *(scandalous)* อื้อฉาว; *(การทำผิด)* ฉาวโฉ่; ซึ่งหน้า

flagrante delicto ➡ **in flagrante [delicto]**

flagrantly /ˈfleɪgrəntlɪ/ˈเฟลฺเกรินทฺลิ/ *adv.* อย่างเด่นชัด, อย่างอื้อฉาว; **a ~ criminal act** การประกอบอาชญากรรมอย่างอื้อฉาว

flag: ~ship *n. (Navy)* เรือธง; *(fig. attrib.)* ที่ดีเด่นเป็นตัวนำ; **~staff** *n.* เสาธง; **~stone** *n.* แผ่นหินรูปสี่เหลี่ยมผืนผ้า *(ใช้ปูถนน, ทางเดิน, พื้น)*; **~ stop** *(Amer.)* ➡ **request stop**

flail /fleɪl/เฟล/ ❶ *v.i.* เหวี่ยงไป ๆ มา ๆ; *(ใบพัดเรือ)* หมุนเร็วโดยไร้ประโยชน์; **with arms ~ing he tried to keep his balance** เขาเหวี่ยงแขนไปมาเพื่อพยายามทรงตัว ❷ *v.t.* *(strike with ~)* เฆี่ยน; *(strike as if with ~)* หวด ❸ *n.* ไม้นวดข้าว

flair /fleə(r)/แฟลฺ(ร)/ *n.* พรสวรรค์; *(special ability)* ความสามารถพิเศษ; **have ~** *(talent)* มีความสามารถพิเศษ; **have a ~ for sth.** *(talent)* มีความสามารถพิเศษในการทำ *ส.น.*; *(instinct)* ปัญญาไหวพริบ; **have [quite] a ~ for writing/[learning] languages** มีพรสวรรค์ในการเขียน/การเรียนภาษา; **he has a ~ for making money** เขาหาเงินเก่งมาก

flak /flæk/แฟลฺค/ *n.* การยิงต่อต้านอากาศยาน; *(gun)* ปืนต่อสู้อากาศยาน; **get a lot of ~ for sth.** *(fig.)* ถูกวิพากษ์วิจารณ์อย่างมากเพราะ *ส.น.*; **give sb. a lot of ~ for sth.** *(fig.)* วิพากษ์วิจารณ์ *ค.น.* อย่างมากเกี่ยวกับ *ส.น.*

flake /fleɪk/เฟลฺค/ ❶ *n.* Ⓐ *(of snow, soap, cereals)* เกล็ด; *(of dry skin)* สะเก็ดผิว, ขี้รังแค; *(of plaster)* สะเก็ดปูน; *(of metal)* เศษโลหะ; *(of enamel, paint, pastry, rust etc.)* เศษ ฯลฯ; Ⓑ *(of fish's flesh)* ชิ้นปลาเล็ก ๆ; Ⓒ *(shark as food)* เนื้อปลาฉลาม ❷ *v.i.* *(สี, สนิม, ปูน)* ลอกออกมาเป็นแผ่น; *(ผิวหนัง)* สะเก็ด

~ ˈoff *v.i.* *(สี, สนิม)* ลอกออกมาเป็นแผ่น; *(เศษหิน)* หลุดมาเป็นเกล็ด

~ ˈout *v.i.* *(coll.)* ผลอยหลับ, เหนื่อยมาก; **be ~d out** เหนื่อยจนสลบไปเลย

ˈflak jacket *n.* เสื้อเกราะเสริมโลหะของทหาร

flaky /ˈfleɪkɪ/ˈเฟลฺคิ/ *adj.* เป็นแผ่นบาง ๆ, เป็นเศษ, เป็นเกล็ด; *(ผิวแห้ง)* เป็นขี้รังแค; **~ pastry** แป้งอบที่ประกอบเป็นแผ่นบาง ๆ

flambé /ˈflɑ̃beɪ/ˈฟลอมเบ/ *(Cookery)* ❶ *adj.* ซึ่งใส่เหล้าและจุดไฟให้ลุกเพียงชั่วครู่ ❷ *v.t.* จุดไฟอาหารที่ได้ใส่เหล้าไว้ให้ลุกเพียงชั่วครู่

flamboyance /flæmˈbɔɪəns/แฟลฺมˈบอยเอินซฺ/, **flamboyancy** /flæmˈbɔɪənsɪ/แฟลฺมˈบอยเอินซิ/ *n.* ความโอ้อวด; *(of plumage)* การมีสีสันสวยงาม; *(of clothes, lifestyle)* ความหรูหราฟู่ฟ่า

flamboyant /flæmˈbɔɪənt/แฟลฺมˈบอยเอินทฺ/ *adj.* Ⓐ หรูหรา; *(สี)* ฉูดฉาด; *(ท่าทาง, เสื้อผ้า)* ที่หรือหวาเกินไป; Ⓑ *(Archit.)* **~ style** รูปแบบสถาปัตยกรรมที่มีลวดลายประดับคล้ายเปลวไฟ

flamboyantly /flæmˈbɔɪəntlɪ/แฟลฺมˈบอยเอินทฺลิ/ *adv.* อย่างหรูหรา, อย่างฉูดฉาด, อย่างหรือหวา

flame /fleɪm/เฟลฺม/ ❶ *n.* Ⓐ เปลวไฟ; **be in ~s** กำลังลุกเป็นไฟ; **burst into ~:** ลุกเป็นเปลวไฟ; **go up in ~s** ถูกไฟไหม้ทำลาย; Ⓑ *(colour)* สีแดงแสด; Ⓒ *(joc.: sweetheart)* คู่รัก, หวานใจ; **old ~:** ถ่านไฟเก่า; ➡ + [1]**fan** 2; **feed** 1 I ❷ *v.i.* Ⓐ ลุกเป็นไฟ; Ⓑ *(glow)* ส่องแสงไฟอ่อน ๆ ❸ *(Computing)* **~ sb.** ส่งข้อความกล่าวร้าย *ค.น.* ให้แพร่ไปทางอินเทอร์เน็ต

~ ˈup *v.i.* *(lit. or fig.)* มีไฟลุกอีกที; *(น้ำมัน)* เริ่มเผาไหม้

flame: ~-coloured *adj.* สีแดงแสด; **~ gun** *n.* เครื่องพ่นไฟเพื่อกำจัดวัชพืช

flameless /ˈfleɪmlɪs/ˈเฟลฺมลิซ/ *adj.* ไม่มีเปลวไฟ, มอด

flamenco /fləˈmeŋkəʊ/เฟลอะˈเม็งโค/ *n. pl.* **~s** ดนตรีและระบำของชาวยิปซีสเปน, ดนตรีหรือระบำฟลาเมนโก *(ท.ศ.)*

flame: ~-proof ทนต่อไฟ; ไม่ลุกไหม้; **~-thrower** *n.* อาวุธพ่นไฟ

flaming /ˈfleɪmɪŋ/ˈเฟลฺมิง/ ❶ *adj.* Ⓐ *(bright-coloured)* สีสันสดใส; *(สีแดง)* แจ๊ด; Ⓑ *(very hot)* ร้อนมาก; *(coll.: passionate)* อารมณ์รุนแรง; **be in a ~ temper** *(coll.)* มีอารมณ์โกรธเป็นไฟ; **~ June** ช่วงเดือนมิถุนายนที่มีอากาศร้อนมาก; Ⓒ *(coll.: damned, blasted)* นรก, เฮงซวย ❷ *adv.* Ⓐ **~ red** สีแดงเพลิง; Ⓑ *(coll.: damned)* **he is too ~ idle** *or* **lazy** เขาขี้เกียจจะตายอยู่แล้ว; **who does he ~ well think he is?** ให้ตายเถอะเขาคิดว่าเขาแน่แค่ไหนนะ

flamingo /fləˈmɪŋgəʊ/เฟลอะˈมิงโก/ *n., pl.* **~s** *or* **~es** *(Ornith.)* นกกระเรียนในวงศ์ Phoenicopteridae สีชมพูอมส้ม

flammability /flæməˈbɪlɪtɪ/แฟลฺเมอะˈบิลลิทิ/ ➡ **inflammability**

flammable /ˈflæməbl/ˈแฟลฺเมอะบ'ล/ ➡ **inflammable** A

flan /flæn/แฟลฺน/ *n.* **[fruit] ~:** ขนมอบหน้าผลไม้; **[cheese] ~:** ขนมอบหน้าชีส

ˈflan case *n.* แป้งของขนมอบ

Flanders /ˈflɑ:ndəz/ˈฟลานเดิซฺ/ *pr. n.* บริเวณตอนใต้ของเบลเยียม

flange /flændʒ/แฟลฺนจฺ/ *n.* ริมขอบที่นูนออกมา; *(of wheel)* ครีบล้อรถ

flanged /flændʒd/แฟลฺนจฺดฺ/ *adj.* มีริมขอบที่นูน

flank /flæŋk/แฟลฺงคฺ/ ❶ *n.* *(of person)* สีข้าง; *(of animal)* เนื้อสัน; *(Mil.)* ด้านซ้าย/ขวาของกองทหารหน่วยรบ; *(of mountain, building)* ด้านข้าง; *(of beef)* เนื้อบริเวณสีข้างของวัว; **attack sb.'s ~** *(Mil.)* โจมตีทางด้านข้างของ *ค.น.*; **~ forward** *(Rugby)* คนที่เล่นในตำแหน่งด้านข้างทางด้านหน้า ❷ *v.t.* Ⓐ ขนาบข้าง; **a road ~ed by** *or* **with trees** ถนนที่มีต้นไม้ทั้งสองข้างทาง; Ⓑ **~ing movement** การโจมตีทางด้านข้าง

flannel /ˈflænl/ˈแฟลฺน'ล/ ❶ *n.* Ⓐ *(fabric)* ผ้าสักหลาดอ่อนไม่มีลาย; Ⓑ *in pl.* *(trousers)* กางเกงขายาวตัดจากผ้าสักหลาดเช่นนี้; *(garments)* เสื้อผ้าที่ตัดจากผ้าสักหลาดเช่นนี้; **cricketing ~s** เสื้อผ้าที่ตัดจากผ้าสักหลาดเช่นนี้ใช้เวลาเล่นคริกเกต; Ⓒ *(Brit.)* *(for washing* *oneself)* ผ้าขนหนูเช็ดตัว; *(for washing the floor)* ผ้าขี้ริ้ว; Ⓓ *(Brit. coll.) (verbose nonsense)* คำพูดที่ไร้สาระ; *(flattery)* คำพูดสอพลอ ❷ *attrib. adj.* ซึ่งตัดจากผ้าสักหลาด

flannelette /flænə'let/แฟลฺเนอะ'เล็ท/ *n.* ผ้าสักหลาดเทียม, ผ้าสำลี

flap /flæp/แฟลฺพ/ ❶ *v.t.*, **-pp-** กระพือปีก, ตีปีก; **~ its wings** กระพือปีก; *(at short intervals)* กระพือปีกเป็นระยะสั้น ๆ ❷ *v.i.*, **-pp-** Ⓐ *(ปีก)* กระพือ; *(ใบเรือ, ใบ, ธง)* โบกสะบัด; Ⓑ **sb.'s ears were ~ping** *(fig. coll.)* คนหนึ่งกำลังแอบฟังอย่างตั้งใจ; *(was very interested)* สนใจมาก; Ⓒ *(fig. coll.: panic)* ตกใจ, คลั่ง; **stop ~ping** หยุดคลั่งเสียที ❸ *n.* Ⓐ ฝาปิด, แผ่นปิด; *(of saddle)* กระโปรงอาน; *(envelope seal)* ฝาผนึกจดหมาย; *(tongue of shoe)* ลิ้นรองเท้า; *(of table)* ส่วนของโต๊ะที่ปิดพับขึ้นลงได้; Ⓑ *(fig. coll.: panic)* ความตกใจ, การคลั่ง *(ประสาท)*; **be in a ~:** กำลังวุ่นวาย; **get [oneself] in[to] a ~:** ทำให้ตัวเองประสาท; **there's a ~ on** กำลังวุ่นวายกัน

flapjack /'flæpdʒæk/'แฟลฺพแจ็ค/ *n.* Ⓐ *(oatcake)* ขนมเค้กที่ทำจากข้าวโอ๊ตและน้ำตาล; Ⓑ *(pancake)* แพนเค้ก

flare /fleə(r)/แฟลฺ(ร)/ ❶ *v.i.* Ⓐ *(blaze)* ลุกไหม้, เดือดดาล; **tempers ~d** อารมณ์เดือดดาล; Ⓑ *(widen)* *(รูจมูก)* ขยายกว้างขึ้น; *(Dressm., Tailoring)* *(ขากางเกง)* บาน; Ⓒ *(billow)* เป็นลูกคลื่น ❷ *n.* Ⓐ *(as signal; also Naut.)* ไฟสัญญาณในทะเล; *(from pistol)* สัญญาณที่ยิงจากปืน; *(Aeronaut.: to illuminate target)* แสงที่ปล่อยออกจากเครื่องบินเพื่อส่องเป้าหมาย; Ⓑ *(blaze of light)* แสงวูบหนึ่ง; Ⓒ *(widening)* **skirt/trousers with ~s** กระโปรงบาน/กางเกงขาบาน; Ⓓ *in pl. (trousers)* ขาบาน

~**'up** *v.i.* Ⓐ *(burn more fiercely)* *(ไฟ)* ลุกแรงขึ้น; Ⓑ *(break out)* *(โรค)* ระบาดขึ้นอีกครั้ง; **~ up again** ระบาดอีกครั้ง; Ⓒ *(become angry)* โกรธ; ➡ **+ flare-up**

flared /fleəd/แฟลฺ(ร)ดฺ/ *adj. (Dressm., Tailoring)* บาน

flare: ~-path *n. (Aeronaut.)* ลานบินที่สว่างด้วยแสงไฟ; **~-up** *n.* Ⓐ *(of fire)* การลุกของไฟ; Ⓑ *(of violence, rioting)* การระเบิดขึ้นมาอีก; **a new ~-up** การระเบิดความรุนแรงครั้งใหม่; Ⓒ *(of rage)* การบันดาลโทสะ

flash /flæʃ/แฟลฺช/ ❶ *n.* Ⓐ *(of light)* แสงวาบ; *(as signal)* แสงสัญญาณ; **~es from a gun** แสงวาบจากปืน; **did you see the ~?** คุณเห็นแสงไฟวาบขึ้นไหม; **~ of lightning** แสงวาบของฟ้าแลบ; **[as] quick as a ~** *(coll.)* เร็วมาก; **reply as quick as a ~** *(coll.)* ตอบอย่างทันทีทันใด; **give a ~ of the headlamps** *(Motor Veh.)* แต๊ะไฟหน้ารถ; **~ in the pan** *(fig. coll.)* การเริ่มต้นที่ดีแต่ล้มเหลวในภายหลัง; Ⓑ *(Photog.)* แสงแฟลช *(ท.ศ.)*; **use [a] ~:** ใช้แฟลช; **~ photo** ภาพที่ถ่ายโดยใช้แฟลช; Ⓒ *(fig.)* **~ of genius** *or* **inspiration** *or* **brilliance** การแสดงความฉลาดหรือความเก่งอย่างทันทีทันใด; **~ of wit** การแสดงไหวพริบอย่างชั่ววาบ; **~ of insight** *or* **intuition** ความเข้าใจอย่างกระทันหัน; **~ of temper** *or* **anger** ความโกรธที่ลุกขึ้นชั่ววาบ; Ⓓ *(instant)* **be over in a ~:** จบลงภายในชั่วขณะหนึ่ง; **the answer came to me in a ~:** ชั่วครู่หนึ่งฉันก็ตอบคำถามได้; **it all happened in a ~:** ทุกสิ่งทุกอย่างเกิดขึ้นภายในชั่วขณะหนึ่ง; Ⓔ *(Radio, Telev.)* ➡ **news flash;** Ⓕ *(Cinemat.)* การแสดงฉากใดฉากหนึ่งเพียงชั่วครู่; Ⓖ *(Brit. Mil.: insignia)* แถบสีบนเครื่องแบบ, บั้ง ❷ *v.t.* Ⓐ ฉาย, ส่อง, ส่องแสง; **~ a torch in sb.'s face** ส่องไฟฉายไปที่หน้า *ค.น.*; **~ a signal/warning** ส่งไฟสัญญาณ/คำเตือน; **~ a message** ส่งข้อความทางวิทยุหรือโทรเลข; **~ the/one's headlights** แต๊ะไฟหน้ารถ; **~ sb. with one's headlamps** เปิดไฟหน้าไปที่ *ค.น.*; Ⓑ *(fig.)* **her eyes ~ed fire** ตาของเธอตอบด้วยการฉายแววดื้อดึง; **her eyes ~ed back defiance** ตาของเธอฉายแววดื้อดึง; Ⓒ *(give briefly and suddenly)* **~ sb. a smile/glance** ยิ้มให้/เหลือบมอง *ค.น.* เพียงชั่วครู่; Ⓓ *(display briefly)* แสดงเพียงช่วงสั้น ๆ; *(flaunt)* อวด *(เครื่องเพชร)*; **~ one's money about** *or* **around** โยนเงินของตนไปทั่ว; Ⓔ *(Comm.)* สื่อสารอย่างเร็ว; **~ news across the world** ส่งข่าวข้ามโลก ❸ *v.i.* Ⓐ ส่องแสง, กะพริบ; **the lightning ~ed** ฟ้าแลบ; **a signal was ~ing** สัญญาณไฟกำลังกะพริบ; **the lighthouse ~es once a minute** ประภาคารส่องแสงนาทีละครั้ง; **~ing light** แสงที่กำลังกะพริบ; *(device) (Naut.)* ไฟกะพริบ; Ⓑ *(fig.)* **her eyes ~ed in anger** ตาของเธอฉายแววโกรธ; Ⓒ *(move swiftly)* **~ by** *or* **past** เคลื่อนไหวผ่านไปอย่างรวดเร็ว; Ⓓ *(burst suddenly into perception)* **sth. ~ed through my mind** *ส.น.* แวบเข้ามาในใจฉัน; **the truth ~ed upon me** ความจริงแวบเข้ามาในความคิดฉัน; **his whole life ~ed before his eyes** หวนระลึกถึงชีวิตทั้งหมดแวบหนึ่ง; Ⓔ *(Brit. coll.: expose oneself)* อวดอวัยวะเพศของตนในที่สาธารณะ ❹ *adj. (coll.)* หรูหรา, ดูมีราคา, โอ้อวด; **~ Harry** *(Brit.)* ชายผู้โอ้อวด

~ **'over** *v.i. (Electr.)* กะพริบ

flash: ~back *n. (Cinemat. etc.)* ฉากย้อนสู่อดีต; **~ bulb** *n. (Photog.)* หลอดไฟแฟลช *(ท.ศ.)*; **~ card** *n.* แผ่นกระดาษที่มีข้อมูลหรือศัพท์ ซึ่งเด็กนักเรียนดูชั่วครู่; **~cube** *n. (Photog.)* ชุดหลอดไฟแฟลช 4 ดวง

flasher /'flæʃə(r)/'แฟลฺเชอะ(ร)/ *n.* Ⓐ *(in advertising)* ไฟที่กะพริบข้อมูลที่ขึ้นโฆษณาเป็นช่วง ๆ; *(Motor Veh.)* ไฟสัญญาณที่กะพริบ; **headlamp ~:** สัญญาณการกะพริบไฟหน้า; Ⓑ *(Brit. sl.: who exposes himself)* ผู้ชายที่ชอบอวดอวัยวะเพศของตนในที่สาธารณะ

flash: ~ flood *n.* น้ำท่วมฉับพลัน; **~gun** *n.* ปืนยิงไฟแฟลช

flashily /'flæʃɪlɪ/'แฟลฺชิลิ/ *adv.* อย่างโอ้อวด, อย่างฉูดฉาด

flashing /'flæʃɪŋ/'แฟลฺชิง/ *n. (Building)* แถบโลหะป้องกันน้ำเข้าตรงรอยต่อของหลังคาและผนัง

flash: ~ lamp *n.* ไฟฉาย; **~light** *n.* Ⓐ *(for signals)* ไฟส่งสัญญาณ; *(in lighthouse)* ไฟในประภาคาร; Ⓑ *(Photog.)* ไฟแฟลช, ไฟวาบ; Ⓒ *(Amer.)* ไฟฉาย; **~ memory** *(Computing)* อีอีพรอม (EEAROM); ชนิดพิเศษที่ไม่สลายความจำ แต่จะลบได้ด้วยระดับสัญญาณปกติที่พบในพีซี; **~point** *n.* จุดลุกเป็นไฟ; จุดที่ควบคุมอารมณ์ไม่อยู่; จุดวาบไฟ *(ร.บ.)*

flashy /'flæʃɪ/'แฟลฺชิ/ *adj.* โอ้อวด, ฉูดฉาด; **he's a ~ dresser** เขาแต่งตัวเป็นจิ๊กโก๋; **~ young man** ชายหนุ่มจิ๊กโก๋

flask /flɑ:sk, US flæsk/ฟลาซคฺ, แฟลฺซคฺ/ *n.* Ⓐ ➡ **Thermos; vacuum flask;** Ⓑ *(for wine, oil)* ขวดปากแคบคอยาว; *(Chem.)* ขวดทดลอง; Ⓑ *(hip flask)* ขวดเล็ก ๆ แบนโค้งใช้ใส่เหล้าพกติดตัว

¹flat /flæt/แฟลฺท/ *n. (Brit.: dwelling)* แฟลต *(ท.ศ.)*

²flat ❶ *adj.* Ⓐ *(ยางรถ)* แบน; *(พื้น)* เรียบ; *(พื้นที่)* ราบ; *(uniform)* *(สี)* เป็นโทนเดียวกันหมด; **knock sb. ~:** ชก *ค.น.* ลงไปนอนราบ; **the rug is not ~:** พรมนี้ไม่เรียบ; **spread the blanket ~ on the ground** ปูผ้าห่มลงบนพื้น; **fall ~ on the ground** ล้มราบไปบนพื้น; **fall ~ on one's back** ล้มหงายหลัง; **lie ~ on one's stomach** นอนคว่ำ; Ⓑ *(fig.) (monotonous)* *(เสียงพูด)* น่าเบื่อ; เรียบเฉย; *(dull)* ไม่น่าสนใจ; *(stale)* หมดรสชาติ, เซ็ง; *(เบียร์, แชมเปญ)* ที่หมดความซ่า; *(Electr.)* *(แบตเตอรี่)* หมด; *(Commerc.: inactive)* *(เศรษฐกิจ)* ซบเซา; **fall ~:** ไม่ประสบความสำเร็จ; **go ~:** จืดชืด; **feel ~:** รู้สึกเซ็ง; Ⓒ *(downright)* *(การปฏิเสธ, การต่อต้าน)* ที่เด็ดขาด; **[and] that's ~:** เป็นอันว่าจบ; Ⓓ *(Mus.)* ต่ำกว่าระดับเสียงปกติ; Ⓔ *(Phonet.)* ราบเรียบ ❷ *adv.* Ⓐ อย่างแบน, อย่างราบเรียบ; Ⓑ *(outright)* อย่างเด็ดขาด; Ⓒ *(Mus.)* *(ร้องเพลง, เล่นดนตรี)* ต่ำเกินไป; Ⓓ *(coll.: completely)* **~ broke** ถังแตกสนิท; Ⓔ *(coll.: exactly)* **in two hours ~:** ภายใน 2 ชั่วโมงเป๊ะ; **in no time ~:** โดยไม่ใช้เวลาเลย ❸ *n.* Ⓐ สิ่งที่ราบแบน; **~ of the hand** ฝ่ามือ; Ⓑ *(level ground)* พื้นที่ราบ; *(shoal)* ที่ราบน้ำขัง; **walk on the ~:** เดินบนพื้นที่ราบ; Ⓒ *(Mus.)* เสียงดนตรีที่ต่ำกว่าเสียงปกติครึ่งเสียง; *(symbol)* ตัวแสดงเสียงเช่นนี้; Ⓓ *(Horseracing)* **the ~:** การแข่งม้าในสนามแข่ง; *(season)* ฤดูกาลแข่ง; **on the ~:** การแข่งม้าในสนาม; Ⓔ *(coll.: flat tyre)* ยางแบน; Ⓕ *(Theatre)* ฉากละครที่แบนและอยู่ในกรอบ

flat: ~ bed *(Computing)* แบบวางราบ, แบบระนาบ; **~-bottomed** /'flætbɒtəmd/'แฟลฺทบอทเทิมดฺ/ *adj.* *(เรือ)* ท้องแบน; **~car** *n. (Amer. Railw.)* ตู้รถไฟที่ไม่มีด้านข้างหรือหลังคา; **~-chested** /flæt'tʃestɪd/แฟลฺท'เฉซทิด/ *adj.* หน้าอกแบน; **~ 'feet** *n. pl.* เท้าแบนราบ; **~fish** *n.* ปลาทะเลที่มีลำตัวแบน; **~-foo-ted** /flæt'fʊtɪd/แฟลฺท'ฟุททิด/ *adj.* มีเท้าแบน; *(fig. coll.) (uninspired)* ไม่มีแรงบันดาลใจ; *(unprepared)* ไม่เตรียมพร้อม; **~-heeled** *adj.* *(รองเท้า)* ส้นเตี้ย; **~-hunting** *n. (Brit.)* การหาแฟลตเช่า/ซื้อ; **~ iron** *n.* เตารีดเหล็กที่ต้องผิงไฟให้ร้อน

flatlet /'flætlɪt/'แฟลฺทลิท/ *n. (Brit.)* แฟลตเล็ก ๆ

flatline *v. i.* ตาย

flatly /'flætlɪ/'แฟลฺทลิ/ *adv.* อย่างเด็ดขาด; อย่างราบเรียบ

'flat mate *n. (Brit.)* เพื่อนร่วมเช่าแฟลต; **they were ~s** พวกเขาเช่าอยู่แฟลตเดียวกัน

flatness /'flætnɪs/'แฟลฺทนิซ/ *n., no. pl.* Ⓐ ความแบน, ความราบเรียบ; Ⓑ *(uniformity)* ความเป็นรูปแบบเดียวกันหมด; Ⓒ *(fig.: monotony)* ความซ้ำซาก; *(dullness)* ความน่าเบื่อ

flat: ~ 'out *adv.* Ⓐ ➤ **850** *(at top speed)* **he ran/worked ~ out** เขาวิ่ง/ทำงานด้วยความเร็วสูงสุด; **drive ~ out** ขับรถด้วยความเร็วเต็มที่; **go ~ out** ไปด้วยความเร็วเต็มที่; Ⓑ *(exhausted)* เหนื่อยมาก, หมดแรง; **~-pack** *n.* *(เฟอร์นิเจอร์)* ที่ต้องมาประกอบเอง; **~ race** *n.* รายการแข่งม้าในสนาม; **~ racing** *n., no pl., no indef. art.* การแข่งม้าบนที่ราบ; **~ rate** *n.* อัตราดอกเบี้ยที่ไม่เปลี่ยนตามอัตราส่วน; **~screen** *adj.* โทรทัศน์จอแบน; **~-sharing** /'flæt ʃeərɪŋ/

flat spin | flexitime 350

'แฟลุทแชริง/ *n.* การเช่าแฟลตร่วมกัน; ~ **'spin** *n. (Aeronaut.)* การหมุนเครื่องบินในรอบที่เกือบเป็นเส้นแนวนอน; **go into a ~ spin** เริ่มหมุนรอบที่เกือบเป็นเส้นแนวนอน; *(fig. coll.)* มีจิตใจที่ปั่นป่วนมาก

flatten /'flætn/'แฟลุทฺ'น/ ❶ *v.t.* Ⓐ ทำให้ *(พื้นผิว)* แบน, ทำให้ราบเรียบ; ทำลายจนเรียบ *(เมือง, หมู่บ้าน)*; ทำให้ *(ข้าว, ต้นหญ้า)* นอนราบ; **~ed against the door** แบนติดประตู; Ⓑ *(humiliate)* **feel ~ed** รู้สึกขายหน้า; Ⓒ *(Mus.)* ทำให้เสียงต่ำลง ❷ *v. refl.* **~ oneself against sth.** ทำตนให้แบนราบไปกับ *ส.น.*

~ **'out** ❶ *v.i.* Ⓐ แบนขึ้น, ราบขึ้น; Ⓑ *(Aeronaut.)* เครื่องบินบินขนานกับพื้นดิน ❷ *v.t.* กดให้แบน

flatter /'flætə(r)/'แฟลุเทอะ(ร)/ ❶ *v.t.* Ⓐ ประจบ, ยกยอ, สอพลอ; **I'm not just ~ing [you]** ฉันไม่ได้แค่ประจบ [คุณ] นะ; **feel ~ed** รู้สึกถูกยกยอ; **be ~ed [by sth.]** รู้สึกประจบโดย *ส.น.*; **the portrait ~s her/him** ภาพเขียนนี้ทำให้เธอ/เขาดูดีขึ้น; Ⓑ *(falsely encourage)* **sth. ~s sb. into doing sth.** *ส.น.* เป็นการหลอกล่อให้ *ค.น.* ทำ *ส.น.* ❷ *v. refl.* **~ oneself [on being/having sth.]** ภูมิใจตนเองว่าเป็น/มี *ส.น.*

flatterer /'flætərə(r)/'แฟลุเทอะเรอะ(ร)/ *n.* คนประจบสอพลอ, คนยกยอ, คนปากหวาน

flattering /'flætərɪŋ/'แฟลุเทอะริง/ *adj.* ที่ทำให้ดูดีขึ้น; *(บุคคล)* ยกยอ, ปากหวาน

flattery /'flætərɪ/'แฟลุเทอะริ/ *n.* การประจบสอพลอ, การยกยอ; **~ will get you nowhere** การประจบสอพลอจะไม่ทำให้คุณประสบผลสำเร็จ

flat 'tyre *n.* ยางแบน

flatulence /'flætjʊləns/'แฟลุทิวเลินซฺ/ *n.* ท้องอืด, ท้องเฟ้อ; **suffer from ~:** ท้องอืด, ท้องเฟ้อ

flat: **~ware** *n., no. pl (dishes)* จานแบน; *(Amer.: cutlery)* มีดช้อนส้อมสำหรับรับประทานอาหาร; **~worm** *n.* ไส้เดือนตัวแบน

flaunt /flɔ:nt/ฟลอนทฺ/ ❶ *v.t.* โอ้อวด ❷ *v.i.* *(ธง, ดอกไม้)* โบกไปโบกมา

flautist /'flɔ:tɪst/'ฟลอทิซทฺ/ *n.* ➤ **489** คนเป่าขลุ่ย

flavor *etc. (Amer.)* ➡ **flavour** *etc.*

flavour /'fleɪvə(r)/'เฟลุเวอะ(ร)/ *(Brit.)* ❶ *n.* Ⓐ กลิ่น; *(taste)* รสชาติ; **the dish lacks ~:** อาหารนี้ไม่มีรสชาติ; **add ~ to sth.** เพิ่มรสชาติให้ *ส.น.*; **different ~s** รสชาติต่าง ๆ; **be ~ of the month** *(fig.)* เป็นที่โปรดปรานชั่วขณะ; **I'm not ~ of the month with him at the moment** ตอนนี้ฉันไม่ได้เป็นที่พอใจของเขาเลย; Ⓑ *(fig.)* บรรยากาศ; **nostalgic ~:** บรรยากาศที่ชวนให้ระลึกถึงอดีต

❷ *v.t.* Ⓐ ปรุงรสชาติ; **orange-~ed sweets** ลูกกวาดรสส้ม; Ⓑ *(fig.)* เสริมบรรยากาศ

flavour enhancer /'fleɪvə(r) ɪnha:nsə(r)/'เฟลุเวอะ(ร) อินฮานเซอะ(ร)/ *n.* สารชูรส

flavouring /'fleɪvərɪŋ/'เฟลุเวอะริง/ *n. (Brit.)* เครื่องปรุง; **add [more] ~ to sth.** เพิ่มรสชาติ [มากขึ้น] แก่ *ส.น.*

flavourless /'fleɪvəlɪs/'เฟลุเวอะลิซ/ *adj. (Brit.)* ไม่มีรสชาติ

flavoursome /'fleɪvəsəm/'เฟลุเวอะเซิม/ *adj. (Brit.)* เต็มไปด้วยรสชาติ

flaw /flɔ:/ฟลอ/ ❶ *n.* Ⓐ *(imperfection)* ข้อบกพร่อง, ความไม่สมบูรณ์; *(in plan, argument, character, or logic)* ข้อบกพร่อง; *(crack in china, glass or jewel)* รอยร้าว; *(in workmanship, or goods)* ตำหนิ; Ⓑ *(Law)* ช่องโหว่ของกฎหมาย ❷ *v.t.* ทำให้มีตำหนิ *(ความสวยงาม, หน้าตา)*; ทำให้บิ่น/ร้าว *(ถ้วยชาม, แก้วประดับ)*

flawed /'flɔ:d/'ฟลอด/ *adj.* มีข้อบกพร่อง, มีตำหนิ

flawless /'flɔ:lɪs/'ฟลอลิซ/ *adj.* Ⓐ *(แผน, การทำงาน)* ไม่มีข้อบกพร่อง; *(หน้าตา, งานฝีมือ)* ไม่มีตำหนิ; *(การโต้เถียง, กฎหมาย)* ไม่มีช่องโหว่; Ⓑ *(masterly) (การแสดง, การรายงาน)* ที่ยอดเยี่ยม; Ⓒ *(อัญมณี)* ที่ไม่มีตำหนิ

flawlessly /'flɔ:lɪslɪ/'ฟลอลิซลิ/ *adv.* ➡ **flawless** A, B: อย่างไม่มีตำหนิ, อย่างไม่มีข้อบกพร่อง, อย่างไม่มีช่องโหว่

flax /flæks/แฟลุคซฺ/ *n.* Ⓐ *(Bot.)* ต้นลินิน *Linum usitatissimum*; Ⓑ *(Textiles: fibre)* เส้นใยลินิน

flaxen /'flæksn/'แฟลุคซ'น/ *adj.* สีเหลืองอ่อน; *(made of flax)* ทำจากเส้นใยลินิน; **she's a ~ blonde** เธอมีผมทองอ่อน

'flaxen-haired *adj.* มีผมสีทองอ่อน

flay /fleɪ/เฟลุ/ *v.t.* Ⓐ ถลกหนัง; **~ sb. alive** ถลกหนัง *ค.น.* ทั้งเป็น; *(fig. coll.)* ปอกลอก; Ⓑ *(fig.: criticize)* วิพากษ์วิจารณ์; **he was ~ed by them** เขาถูกคนพวกนั้นวิพากษ์วิจารณ์อย่างหนัก

flea /fli:/ฟลี/ *n.* หมัด, เห็บ; **send sb. away** *or* **off with a ~ in his/her ear** *(fig. coll.)* ตำหนิติเตียน *ค.น.* อย่างรุนแรง; **as fit as a ~** *(coll.)* แข็งแรงสมบูรณ์

flea: **~ bite** *n.* รอยหมัดกัด; **it's just a ~ bite** *(fig.)* การเจ็บปวดเล็กน้อย *หรือ* เรื่องจิ๊บจ๊อย; **~ circus** *n.* การแสดงละครสัตว์โดยตัวหมัด; **~ market** *n.* ตลาดนัดของเก่า; **~pit** *n. (Brit. coll. derog.)* โรงภาพยนตร์ที่สกปรกและโทรม

fleck /flek/เฟล็ค/ ❶ *n.* Ⓐ จุด, แต้ม; *(small)* จุด, แต้มเล็ก ๆ; *(blemish on skin)* จุดด่างบนผิว; Ⓑ *(speck)* รอยเปื้อนเล็ก ๆ ❷ *v.t.* ทำให้เป็นจุดหรือแต้ม; **the sky is ~ed with wispy clouds** ท้องฟ้าแต้มไปด้วยปุยเมฆ; **green eyes ~ed with brown** ตาสีเขียวแต้มสีน้ำตาล

fled ➡ **flee**

fledg[e]ling /'fledʒlɪŋ/'เฟล็จลิง/ *n.* นกตัวเล็ก; *(fig.)* คนอ่อนประสบการณ์, คนอ่อนหัด; **~ writer** นักเขียนที่อ่อนประสบการณ์; **~ actor** นักแสดงที่อ่อนประสบการณ์

flee /fli:/ฟลี/ ❶ *v.i.* **fled** /fled/เฟล็ด/ Ⓐ หนี, หลบหนี; **~ from sth./sb.** หนีจาก *ส.น./ค.น.*; **~ abroad** หนีไปต่างประเทศ; **~ before** *or* **from the storm** หนีพายุ; **~ from sth.** หนีจาก *ส.น.*; **the police arrived and the thieves fled** ตำรวจมาถึงแล้วขโมยก็หลบหนีไป; **be ~ing from justice** กำลังหลบหนีจากความยุติธรรม; Ⓑ *(vanish)* หายตัวไป

❷ *v.t.,* **fled** Ⓐ *(avoid, shun)* หนีจาก, หลบหนี; **~ the country** หลบหนีไปจากประเทศ; Ⓑ *(avoid, shun)* หลบหลีก *(สังคม, ค.น.)*

fleece /fli:s/ฟลีซ/ ❶ *n.* ขนแกะ, ขนสัตว์; *(quantity shorn)* ปริมาณขนแกะที่ตัดออก; *(woollen fabric)* ผ้าขนสัตว์; *(artificial fabric)* ผ้าขนสัตว์สังเคราะห์; ➡ **+ Golden Fleece** ❷ *v.t. (fig.)* ปอกลอก, หลอกลวง; *(charge excessively)* คิดเงินเกินราคา; **be ~d of one's money** ถูกปอกลอกเอาเงินไป

fleecy /'fli:sɪ/'ฟลีซิ/ *adj.* เป็นปุย; **~ cloud** ปุยเมฆ

¹fleet /fli:t/ฟลีท/ *n.* Ⓐ *(Navy)* กองทัพเรือ; **the F~:** กองทัพเรือ; ➡ **+ admiral** A; Ⓑ *(in operation together) (vessels)* กองทัพเรือ; *(aircraft)* กองบิน; *(vehicles)* ยานพาหนะในบริษัทเดียวกัน; **a fishing ~:** เรือประมงหลายลำที่ออกจับปลาด้วยกัน; ➡ **+ merchant fleet;** Ⓒ *(under same ownership) (เครื่องบิน, รถ, เรือ)* ในกรรมสิทธิ์เดียวกัน; **he owns a ~ of cars** เขาเป็นเจ้าของรถหลายคัน

²fleet *adj. (poet./literary)* รวดเร็ว; **~ of foot, ~-footed** เท้าไฟ, วิ่งเร็ว

fleeting /'fli:tɪŋ/'ฟลีทิง/ *adj.* ชั่วครู่; *(ความสุข)* ชั่วคราว; **~ visit** การเยี่ยมเยียนเพียงชั่วครู่

fleetingly /'fli:tɪŋlɪ/'ฟลีทิงลิ/ *adv.* อย่างชั่วครู่ชั่วคราว; **she was here ~:** เธออยู่ที่นี่เพียงชั่วครู่

'Fleet Street *pr. n. (Brit. fig.)* วงการหนังสือพิมพ์อังกฤษ

Fleming /'flemɪŋ/'เฟล็มมิง/ *n.* คนชาวเฟลมมิช

Flemish /'flemɪʃ/'เฟล็มมิช/ ❶ *adj.* เกี่ยวกับภาษาเฟลมมิช; ➡ **+ English** 1 ❷ *n.* ภาษาเฟลมมิช; ➡ **+ English** 2 A

flesh /fleʃ/เฟล็ช/ ❶ *n., no pl., no indef. art.* Ⓐ เนื้อหนัง; **he's got no ~ on him** เขาไม่มีเนื้อมีหนังเลย; **~ and blood** เลือดเนื้อ, มนุษยชาติ; **it's more than ~ and blood can stand** มากเกินที่คนจะทนได้; **one's own ~ and blood** เลือดเนื้อของตนเอง; ➡ **+ creep** 1 B; Ⓑ *(of fruit, plant)* เนื้อ; Ⓒ *(fig.: body)* ร่างกาย, ตัวตาย; **and the Word was made ~** *(Bibl.)* และคำพูดกลายเป็นตัวเป็นตน; **go the way of all ~:** มีชีวิตอยู่และก็ต้องตายเหมือนผู้อื่น; **in the ~:** เป็นตัวเป็นตน; **one ~:** เป็นอันหนึ่งอันเดียวกัน; **sins of the ~:** บาปทางกามคุณ; ➡ **+ spirit** 1 D; Ⓓ *(as food)* เนื้อ *(สัตว์, ผลไม้)*; **human ~:** เนื้อมนุษย์

❷ *v.t.* **~ out** ทำให้อ้วน; ทำให้มีตัวมีตน *(แผน)*
❸ *v.i.* **~ out** อ้วนขึ้น

flesh: **~ colour** *n.* สีเนื้อ; **~-coloured** *adj.* เป็นสีเนื้อ; **~-eating** *adj.* ซึ่งกินเนื้อ

fleshly /'fleʃlɪ/'เฟล็ชลิ/ *adj. (carnal) (ความต้องการ)* ทางกาย, ทางกาม; *(mortal, worldly)* ทางโลก

flesh: **~pots** *n. pl.* Ⓐ *(high living)* **wallow in the ~pots** มัวเมาในการมีชีวิตหรูหราสุขสบาย; Ⓑ *(striptease clubs etc.)* สถานเริงรมย์; **~ tints** *n. pl. (Art)* สีเนื้อ; **~ wound** *n.* บาดแผลผิวเผิน

fleshy /'fleʃɪ/'เฟล็ชชิ/ *adj.* Ⓐ *(fat, boneless)* อ้วน, ไม่มีกระดูก; **the ~ parts of a fish** ส่วนที่เป็นเนื้อของปลา; Ⓑ *(Bot.)* อ่อนนุ่ม; Ⓒ *(like flesh)* เหมือนเนื้อ

fleur-de-lis /flɜ:də'li:/เฟลอเดอะ'ลี/ *n., pl.* **fleurs-de-lis** /flɜ:də'li:/เฟลอเดอะ'ลี/ Ⓐ *(Her.)* ตรารูปดอกลิลี่ ซึ่งประกอบด้วยสามกลีบผูกมัดที่ฐาน; Ⓑ *in sing. or pl. (Hist.: arms of France)* เหรียญตราของราชวงศ์ฝรั่งเศส; Ⓒ *(Bot.)* ต้นไอริช

flew ➡ **²fly** 1, 2

¹flex /fleks/เฟล็คซฺ/ *n. (Brit. Electr.)* สายไฟ

²flex *v.t.* Ⓐ *(Anat.)* งอ *(ข้อต่อ, แขนขา)*; Ⓑ **~ one's muscles** *(lit.)* เคลื่อนไหวกล้ามเนื้อ; *(fig.)* แสดงอำนาจ

flexibility /fleksɪ'bɪlɪtɪ/เฟล็คซิ'บิลลิทิ/ *n., no pl.* Ⓐ ความยืดหยุ่น; Ⓑ *(fig.)* ความอ่อนโยนแก้ไขได้, ความพร้อมที่จะเปลี่ยนทัศนะ

flexible /'fleksɪbl/'เฟล็คซิบ'ล/ *adj.* Ⓐ ยืดหยุ่นได้, โค้งงอได้; Ⓑ *(fig.)* แก้ไขเปลี่ยนแปลงได้, ปรับตัวตามสถานการณ์ได้; **~ working hours** *or* **time** เวลาทำงานที่เปลี่ยนแปลงได้

flexibly /'fleksɪblɪ/'เฟล็คซิบลิ/ *adv.* Ⓐ อย่างยืดหยุ่นได้, อย่างโค้งงอได้; Ⓑ *(fig.)* อย่างแก้ไขเปลี่ยนแปลงได้, อย่างปรับตัวได้

flexitime /'fleksɪtaɪm/'เฟล็คซิทายมฺ/ *(Brit.),* **flextime** /'flekstaɪm/'เฟล็คซฺทายมฺ/ *(Amer.)*

ns. (Office Managem.) ระบบการทำงานที่เลือกเวลาทำงานได้; **be on** *or* **work ~:** ทำงานตามระบบเลือกเวลาทำงานของตน

flibbertigibbet /flɪbətɪ'dʒɪbɪt/ฟลิบเบอะทิ'จิบบิท/ *n.* คนอยู่ไม่สุข; *(gossipy person)* คนชอบซุบซิบนินทา

flick /flɪk/ฟลิค/ ❶ *n.* Ⓐ **~ of the wrist** การตวัดข้อมือ; **a ~ of switch** แค่การกดสวิตช์; **a ~ with the whip** การเฆี่ยนเบา ๆ ด้วยแส้; **with a ~ of its tongue/tail** ด้วยการตวัดลิ้น/กระดิกหางของมัน; **he removed the piece of dirt with a ~ of his finger[s]** เขาปัดฝุ่นออกโดยการดีดนิ้ว; **give the room a quick ~ with the duster** *(coll.)* รีบปัดฝุ่นในห้องอย่างเร็ว ๆ; Ⓑ *(sound) (of switch)* เสียงคลิก; *(of whip)* เสียงแส้; *(of fingers)* เสียงดีดนิ้ว; ➡ **+ flicks**
❷ *v.t.* เคาะเบา ๆ, เฆี่ยนเบา ๆ, ดีด, ขยับอย่างรวดเร็ว; **~ one's fingers/whip** ดีดนิ้ว/เฆี่ยนแส้อย่างเบา ๆ; **~ sth. from** *or* **off sth.** *(with fingers)* ปัด *ส.น.* ออกจาก *ส.น.* ด้วยนิ้ว; **the cow ~ed her tail** แม่วัวปัดหางไปมา; **would you just ~ the duster round the room?** *(coll.)* คุณช่วยใช้ผ้าปัดขี้ฝุ่นไปรอบ ๆ ห้องหน่อยได้ไหม
❸ *v.i.* **the lizard's tongue ~ed out** ลิ้นของกิ้งก่าตวัดออกมา

~ through *v.t.* พลิกดู *(หนังสือ)* อย่างรวดเร็ว

flicker /'flɪkə(r)/'ฟลิคเคอะ(ร)/ ❶ *v.i.* Ⓐ ส่องแสงริบหรี่, กะพริบ; **shadows ~ed on the wall** เงาเต้นไปมาบนกำแพง; **a smile ~ed round her lips** เธอยิ้มแหย ๆ; Ⓑ *(quiver) (ธง, ใบไม้)* โบกสะบัด; *(ลิ้นของสัตว์เลื้อยคลาน)* แลบออกมา ❷ *n.* Ⓐ แสงริบหรี่; *(of TV)* การกะพริบ *หรือ* เต้น; *(of shadow)* การเต้นไปมา; *(of smile)* รอยยิ้มเบา ๆ; *(of hope, life)* การมีแวว; Ⓑ *(of bird's tail)* การสะบัด; *(of eyelid)* การกระตุก

~ 'out *v.i. (lit. or fig.)* ดับหลัง

'flick knife *n. (Brit)* มีดพับมีสปริงกด

flicks /flɪks/ฟลิคซุ/ *n. pl. (coll.)* **the ~:** โรงหนัง; **what's on at the ~?** มีหนังเรื่องอะไรฉายที่โรงหนัง

flier ➡ **flyer**

[1]**flight** /flaɪt/ไฟลุท/ ❶ *n.* Ⓐ *(flying)* การบิน; **in ~:** กำลังบิน; **whilst in ~:** ขณะบิน; Ⓑ *(journey, passage)* การบิน, เส้นทางบิน; *(migration of birds)* การบินอพยพ; **the six o'clock ~ to ...:** เที่ยวบินเวลา 6 นาฬิกาสู่...; **on [board] a ~ to ...:** ระหว่างเที่ยวบินสู่...; **the ~ from Paris to Rome takes about two hours** การบินจากปารีสไปโรมใช้เวลาประมาณ 2 ชั่วโมง; Ⓒ *(fig.: of thought)* กระแสความคิด; Ⓓ *(set of stairs)* **~ [of stairs** *or* **steps]** ขั้นบันไดระหว่างชั้นหนึ่งไปอีกชั้นหนึ่ง; **live two ~s up** ที่พักต้องขึ้นบันไดไปสองชั้น; Ⓔ *(flock of birds)* ฝูงนก; *(volley of arrows)* ห่าธนู; *(Air Force)* ฝูงบิน; **in the first** *or* **top ~** *(fig.)* อยู่ในชั้นแนวหน้า; **the first** *or* **top ~ of actors** นักแสดงชั้นแนวหน้า; Ⓕ *(tail of dart)* หางลูกดอก ❷ *v.t. (Cricket etc.)* **~ the ball** เปลี่ยนความโค้งและความเร็วของลูกบอล

[2]**flight** *n.* Ⓐ *(fleeing)* การหนี; **take [to] ~:** หนี; **put to ~:** ทำให้หนีกระเจิดกระเจิง; Ⓑ *(Econ.)* **the ~ from the dollar** การรีบขายเงินดอลลาร์

flight: ~ attendant *n.* ➤ 489 พนักงานบริการบนเครื่องบิน; **~ bag** *n.* กระเป๋าถือขึ้นเครื่อง; **~ control** *n.* Ⓐ *(Aeronaut.)* ระบบที่ควบคุมการเคลื่อนที่ของอากาศยาน; Ⓑ *(system of levers, cables. etc.)* ระบบควบคุมเครื่องบิน; **~ controller** *n. (Aeronaut.)* ผู้ควบคุมการเคลื่อนที่ของอากาศยาน; **~ deck** *n.* Ⓐ *(of aircraft carrier)* ดาดฟ้า; Ⓑ *(of aircraft)* ห้องบังคับการบิน; **~ engineer** *n.* วิศวกรประจำเครื่องบิน

flightless /'flaɪtlɪs/'ไฟลุทลิซ/ *adj. (นก)* บินไม่ได้

flight: ~ lieutenant *n. (Air Force)* เรืออากาศเอก; **~ mechanic** *n.* ช่างเครื่องประจำเครื่องบิน; **~ number** *n.* หมายเลขเที่ยวบิน; **~ officer** *n.* Ⓐ *(Brit. Air Force)* เรืออากาศเอกหญิง; Ⓑ *(Amer. Air Force)* เจ้าหน้าที่ในกองทัพอากาศสหรัฐ; **~ path** *n. (Aeronaut.)* เส้นทางบิน; **~ plan** *n.* แผนการบิน; **~ recorder** *n.* กล่องดำ; **~ simulator** *n. เครื่องจำลองสถานการณ์การบินสำหรับฝึกสอนนักบิน;* **~-test** *v.t.* ทดลองบิน

flighty /'flaɪtɪ/'ไฟลุทิ/ *adj.* Ⓐ *(fickle)* เปลี่ยนแปลงเสมอ; Ⓑ *(capricious)* เปลี่ยนใจง่าย

flimsily /'flɪmzɪlɪ/'ฟลิมซิลิ/ *adv.* อย่างไม่แข็งแรง; *(ห่อ)* อย่างบอบบาง; *(ก่อสร้าง)* อย่างไม่มั่นคง; **a ~ built** *or* **constructed raft** แพที่สร้างอย่างไม่มั่นคง

flimsy /'flɪmzɪ/'ฟลิมซิ/ ❶ *adj.* Ⓐ ไม่แข็งแรง; *(very thin) (กระดาษ, เสื้อผ้า)* บางมาก; *(of inadequate material or workmanship) (วัสดุ, การห่อของ)* ที่ไม่ทนทาน; Ⓑ *(fig.) (การแก้ตัว, การโต้เถียง)* ไม่น่าเชื่อถือ ❷ *n. (thin paper)* กระดาษบางมาก; *(document)* เอกสารกระดาษบางมาก

flinch /flɪnʃ/ฟลินชฺ/ *v.i.* Ⓐ ถอยหนี, หลบ; **~ from sth./doing sth.** ถอยหนีจาก *ส.น.*/การทำ *ส.น.*; **~ from one's responsibilities** หนีความรับผิดชอบของตน; **don't ~ from the facts** อย่าหนีความจริง; Ⓑ *(wince)* ถอยกลับ, ถอยหนี

fling /flɪŋ/ฟลิ้ง/ ❶ *n.* Ⓐ *(throw)* **give sth. a ~:** โยน *ส.น.*; Ⓑ *(fig.: attempt)* **have a ~ at sth., give sth. a ~:** พยายามทำ *ส.น.*; **have a ~ at doing sth.** พยายามทำ *ส.น.*; Ⓒ *(fig.: indulgence)* **have one's ~:** ทำตามใจตัวเอง; **youth must have its ~:** วัยรุ่นต้องมีโอกาสตามใจตัวเอง; **have one last ~:** ทำสิ่งที่ตัวเองอยากทำเป็นครั้งสุดท้าย; *(by going on a drinking spree)* ออกไปเมาเหล้าเป็นครั้งสุดท้าย ❷ *v.t.,* **flung** /flʌŋ/ฟลัง/ Ⓐ โยน, ขว้าง, ปา; **~ open/shut** เปิด/ปิดอย่างแรง; **~ back one's head** เอนศีรษะไปข้างหลัง; **~ one's arms round sb.'s neck** เอาแขนกอดรอบคอ *ค.น.*; **~ sth. away** *(lit. or fig.)* โยน *ส.น.* ทิ้ง; **~ down the money** โยนเงินลง; **~ off one's attacker** เหวี่ยงคนที่มาทำร้ายออกไป; **~ off one's clothes** ถอดเสื้อผ้าและโยนลงกับพื้น; **the horse flung him off** ม้าเหวี่ยงเขาตก; Ⓑ *(fig.)* **~ sb. into jail** จับ *ค.น.* โยนเข้าคุก; **~ sb. into confusion** ทำให้ *ค.น.* สับสน; **~ sb. a despairing look** มอง *ค.น.* อย่างสิ้นหวัง; **~ down a challenge to sb.** ท้า *ค.น.*; **~ caution/prudence to the winds/~ aside one's scruples** ยกเลิกการระมัดระวัง/ความเกรงใจทั้งสิ้น; **~ off restraints** เลิกการยับยั้งชั่งใจทั้งหมด ❸ *v. refl.,* **flung** Ⓐ **~ oneself at sb.** ถลาไปที่ *ค.น.*; **~ oneself in front of/upon** *or* **on to sth.** ถลาไปข้างหน้า/ลงไปบน *ส.น.*; **~ oneself at sb.'s feet** ถลาไปแทบเท้าของ *ค.น.*; **~ oneself into a chair** ถลาไปที่เก้าอี้; **~ oneself into sb.'s arms** ถลาเข้าสู่อ้อมแขนของ *ค.น.*; Ⓑ *(fig.)* **~ oneself into sth.** ลงมือทำ *ส.น.* อย่างกระตือรือร้น

flint /flɪnt/ฟลินทฺ/ *n.* หินเหล็กไฟ; **as hard as ~:** แข็งเหมือนหินเหล็กไฟ

flint: ~ glass *n.* แก้วที่ทำจากหินเหล็กไฟ; **~lock** *n. (Hist.)* ปืนคาบศิลา, ไกปืนคาบศิลา

flinty /'flɪntɪ/'ฟลินทิ/ *adj.* Ⓐ *(containing flint)* มีส่วนประกอบของหินเหล็กไฟ; *(resembling flint)* ดูคล้ายหินเหล็กไฟ; Ⓑ *(fig.)* ทารุณโหดร้าย; **have a ~ heart** ใจหิน, ใจร้าย

[1]**flip** /flɪp/ฟลิพ/ ❶ *n.* Ⓐ การดีด, การโยน; **give sth. a ~:** ดีด *ส.น.*; Ⓑ *(coll.: outing)* การไปเที่ยวระยะสั้น ❷ *adj. (coll.) (การพูดจา)* คล่องแคล่วแต่ไม่จริงใจ ❸ *v.t.,* **-pp-** ดีด, บิด, หวด; **~ [over]** *(turn over)* พลิกหงาย; **~ one's lid** *(fig. coll.)* เป็นบ้าไปเลย ❹ *v.i.,* **-pp-** Ⓐ *(coll.)* คุมสติอารมณ์ไม่ได้เลย; Ⓑ *(turn over)* **the plane ~ped [over] on its back** เครื่องบินพลิกหงายหลัง

~ through ➡ **flick through**

[2]**flip** *n. (drink)* เครื่องดื่มซึ่งผสมเบียร์และเหล้าอุ่น; ➡ **+ egg-flip**

'flip chart *n. แผ่นกระดาษใหญ่ ๆ ตั้งบนขาตั้งและพลิกเปิดขึ้นได้ (ใช้ในการประชุม)*

'flip-flops *n. pl.* รองเท้าแตะฟองน้ำ

flippancy /'flɪpənsɪ/'ฟลิพเพินซิ/ *n., no pl.* การขาดความเอาจริงเอาจัง, การทำเป็นเรื่องเล่น ๆ

flippant /'flɪpənt/'ฟลิพเพินทฺ/ *adj.,*

flippantly /'flɪpəntlɪ/'ฟลิพเพินทลิ/ *adv.* อย่างไม่เอาจริงเอาจัง, อย่างถือเป็นเรื่องเล่น ๆ

flipper /'flɪpə(r)/'ฟลิพเพอะ(ร)/ *n.* Ⓐ *(Zool.)* มือหรือครีบสำหรับว่ายน้ำ; Ⓑ *(of swimmer)* ตีนเป็ดของนักประดาน้ำ

flipping /'flɪpɪŋ/'ฟลิพพิง/ *(Brit. coll.)* ❶ *adj.* **it's a ~ nuisance/waste of time** น่ารำคาญจัง/เสียเวลาเป็นบ้า; **you're a ~ idiot** คุณนี่ปัญญาอ่อนจัง; **~ heck!** เหนื่อยจัง, เศร้าจัง ❷ *adv.* อย่างน่ารำคาญ, อย่างน่ากวนใจ

'flip side *n.* ด้านหลังของแผ่นเสียง

flirt /flɜːt/เฟลิ่ท/ ❶ *n.* **he/she is just a ~:** เขา/เธอเป็นคนที่ชอบจีบคนโน้นคนนี้เล่น ๆ; **she looks a bit of a ~:** เธอดูเป็นคนที่ชอบจีบคนโน้นคนนี้ ❷ *v.i.* Ⓐ **~ [with sb.]** จีบ [*ค.น.*] เล่น; Ⓑ *(fig.)* **~ with sth.** สนใจ *ส.น.* เพียงผิวเผิน; **~ with the idea of doing sth.** คิดเล่น ๆ อยู่ว่าจะทำ *ส.น.* ดีเหรือเปล่า; **~ with danger/death** เสี่ยงอันตราย/ตาย

flirtation /flɜː'teɪʃn/เฟลอะ'เทช'น/ *n.* การจีบแบบไม่จริงจังอะไร; **there's a lot of ~ between the two of them** เขาทั้งสองพูดจาจีบกันมากมาย; **it was merely innocent ~:** มันเป็นแค่การพูดจาจีบกันเล่น ๆ เท่านั้น

flirtatious /flɜː'teɪʃəs/เฟลอะ'เทเชิซ/ *adj.* เจ้าชู้, ชอบจีบไปเรื่อย ๆ; **their ~ involvement** การจีบกันของพวกเขา; **she's a ~ woman** เธอเป็นหญิงเจ้าชู้

flirtatiousness /flɜː'teɪʃəsnɪs/เฟลอะ'เทเชิซนิซ/ *n., no pl.* ความเจ้าชู้

flit /flɪt/ฟลิท/ ❶ *v.i.,* **-tt-** Ⓐ แวบผ่าน; **thoughts/recollections ~ted through his mind** ความคิด/ความระลึกถึงแวบผ่านเข้ามาในใจของเขา; **his mind ~ted from one thing to another** จิตของเขากระโดดไปโน่นไปนี่ตลอดเวลา; Ⓑ *(depart)* **~ northward** จากไปทางเหนือ; **~ away** จากไป; Ⓒ *(esp. Scot., N. Engl.: move house)* ย้ายบ้าน ❷ *n.* **do a ~** *(coll.)* การย้ายบ้านอย่างลับ ๆ เพื่อหนีเจ้าหนี้; ➡ **+ moonlight 2**

flitch /flɪtʃ/ฟลิฉ/ ❶ *n.* **~ [of bacon]** เนื้อเบคอนทั้งขา

float | flounce 352

float /fləʊt/โฟลฺท/ ❶ *v.i.* Ⓐ *(on water)* ลอยน้ำ; **~ away** ลอยไป; **she just ~ed for some time** เธอลอยน้ำอยู่สักพักหนึ่ง; **~ to the surface** ลอยขึ้นสู่ผิวน้ำ; Ⓑ *(through air)* ลอยไปในอากาศ; **~ across sth.** *(เมฆ, หมอก)* ลอยผ่าน *ส.น.;* **~ away** ลอยหายไป; Ⓒ *(fig.)* **~ about** *or* **[a]round** ล่องลอย, แพร่; **thoughts ~ through my mind** ความคิดล่องลอยเข้ามาในใจของฉัน; Ⓓ *(coll.: move casually)* **~ [around** *or* **about]** ลอยชายไปมาแถวนี้; **~ about the area** ลอยชายไปมา; Ⓔ *(Finance)* *(อัตราแลกเปลี่ยนเงินตรา)* ลอยตัว

❷ *v.t.* Ⓐ *(convey by water, on rafts)* ให้ล่องน้ำ; *(set afloat)* ทำให้ลอย; *(through air)* ทำให้ลอยไปในอากาศ; **the ship was ~ed by the tide** เรือลอยตัวขึ้นมาตอนน้ำขึ้น; **~ the cream on top of the soup** ลอยครีมบนหน้าซุป; Ⓑ *(fig.: circulate)* ปล่อยให้ *(ความคิด, แผน)* กระจายออกไป; Ⓒ *(Finance)* ปล่อยให้ *(อัตราแลกเปลี่ยนเงินตรา)* ลอยตัว; Ⓓ *(Commerc.)* ก่อตั้ง *(บริษัท);* เสนอขาย *(หุ้น)* ในตลาดหลักทรัพย์; เสนอ *(แผน)*

❸ *n.* Ⓐ *(for carnival)* รถบรรทุกที่ตกแต่งเพื่อร่วมขบวนในงานเทศกาล; *(Brit.: delivery cart)* รถส่งของคันเล็ก; ➡ **+ milk float;** Ⓑ *(petty cash)* เงินสดสำหรับค่าใช้จ่ายเล็ก ๆ น้อย ๆ; *(to provide change)* เศษเงินย่อยใช้เป็นเงินทอน; Ⓒ *(Angling)* ทุ่นตกปลา; *(on net)* ทุ่นลอยบนแห; Ⓓ *(in cistern, carburettor; also Aeronaut.)* ทุ่นลอย; Ⓔ *(of fish)* อวัยวะของปลาที่ช่วยพยุงตัว; Ⓕ *in sing. or pl. (Theatre: footlights)* ไฟส่องหน้าเวที; Ⓖ *(of plasterer)* อุปกรณ์ในการฉาบปูน; *(Motor Veh.)* ลูกลอย

floating /ˈfləʊtɪŋ/ˈโฟลฺทิง/ *adj.* *(แพ)* ที่ลอยอยู่; **the ~ population** *(fig.)* จำนวนประชากรที่ไม่อยู่เป็นหลักแหล่ง; **~ exchange rate** อัตราแลกเปลี่ยนที่ลอยตัว

floating: ~ 'bridge *n. (bridge)* สะพานที่มีทุ่นลอยพยุงอยู่; *(ferry)* เรือจ้างที่ใช้โซ่ลาก; **~ 'capital** *n.* ทุนทรัพย์ลอย *(ตั๋วเงินและสินค้า);* **~ 'debt** *n. (Finance)* หนี้ต้องจ่ายคืนเมื่อมีการขอ หรือ ณ วันเวลาที่กำหนดไว้; **~ 'dock** *n.* ท่าเรือลอยน้ำ; **~ 'kidney** *n. (Med.)* โรคไตเลื่อน; **~ 'point** *n. (Computing)* จุดทศนิยมที่ไม่มีตำแหน่งแน่นอนในตัวเลข; **~ policy** กรมธรรม์ลอยตัว; **~ 'rib** *n. (Anat.)* ซี่โครงซี่ล่าง ๆ ซึ่งไม่ติดอยู่กับกระดูกทรวงอก; **~ 'voter** *n.* ผู้ลงคะแนนเสียงที่ไม่มีข้อผูกพันกับพรรคใด

[1]**flock** /flɒk/ฟลฺอค/ ❶ *n.* Ⓐ *(of sheep, goats, birds; also Eccl.)* ฝูง; Ⓑ *(of people)* ฝูงชน; **in ~s** เป็นฝูง; Ⓒ *(of things)* กลุ่ม, จำนวนสิ่งของ ❷ *v.i.* รวมกลุ่ม, จับกลุ่ม; *(คน)* ชุมนุม; **~ round sb.** จับกลุ่มรอบ ๆ *ค.น.;* **~ in/out/together** เข้า/ออกเป็นฝูง/รวมเป็นฝูง; **~ to Mecca/the seaside** รวมกลุ่มกันไปเมกกะ/ชายทะเล; **~/come ~ing to hear sb. speak** มาฟัง *ค.น.* ปราศรัยเป็นฝูง

[2]**flock** *n.* Ⓐ *(of wool)* ปอยขนสัตว์; *(of cotton)* ปุยฝ้าย; Ⓑ *in pl. (material)* วัสดุสำหรับยัดหมอน ฯลฯ

flock: ~-mattress *n.* ฟูกยัดขนสัตว์หรือเศษผ้า; **~ 'wallpaper** *n.* กระดาษติดฝาผนังที่มีลวดลายนูน

floe /fləʊ/โฟลฺ/ *n.* แผ่นน้ำแข็งที่ลอยอยู่

flog /flɒg/ฟลฺอก/ *v.t.*, **-gg-** Ⓐ *(beat as punishment)* เฆี่ยน; *(urge on)* เฆี่ยนให้ไป; **~ a dead horse** *(fig.)* เสียแรงเสียเวลากับสิ่งที่แก้ไขอะไรไม่ได้; **~ sth. to death** *(fig.)* พูดเกี่ยวกับ *ส.น.* จนไม่มีใครฟังแล้ว; **~ oneself to death** *(fig.)* เข็นตัวเอง *(ในการทำงานจน)* แทบตาย; Ⓑ *(Brit. coll.: sell)* ขาย

flood /flʌd/ฟลัด/ ❶ *n.* Ⓐ น้ำท่วม, อุทกภัย; **the river is in ~:** แม่น้ำมีน้ำเอ่อล้น; **the F~** *(Bibl.)* น้ำท่วมที่พระเจ้ากำหนดให้มีขึ้นเพื่อลงโทษมนุษยชาติ; **~ area** บริเวณที่มีน้ำท่วม; Ⓑ *(fig.)* ปริมาณมาก; **in full ~:** ในปริมาณมาก, อย่างเต็มที่; **in ~s of tears** น้ำตาท่วม; Ⓒ *(Theatre coll.)* ➡ **floodlight** 1; Ⓓ *(of tide)* กระแสน้ำที่สูงขึ้น; *(poet.: river)* แม่น้ำ; **~ and field** *(literary)* ท้องทะเลและผืนแผ่นดิน; **the tide is at the ~:** น้ำกำลังขึ้น ❷ *v.i.* Ⓐ *(น้ำ)* ท่วม; **there's danger of ~ing** มีการเสี่ยงว่าน้ำจะท่วม; **there's been a lot of ~ing in the area** ได้มีน้ำท่วมมากในบริเวณนี้; Ⓑ *(fig.)* หลั่งไหลเข้ามามาก; **~ through sb.** *(ความรู้สึก)* หลั่งไหลทั่วตัว *ค.น.;* **light ~ed into the room** ไฟสาดแสงเข้ามาในห้อง; **applications for the job ~ed in** จดหมายสมัครงานหลั่งไหลเข้ามา ❸ *v.t.* Ⓐ ทำให้ท่วม; ทำให้ไหลทั่ว; *(deluge, irrigate)* ทำให้น้ำท่วม; **the cellar was ~ed** ห้องใต้ดินถูกน้ำท่วม; **be ~ed out** ต้องออกจาก *(บ้านเรือน, พื้นที่)* เนื่องจากน้ำท่วม; Ⓑ *(fig.)* ท่วมท้นด้วย *ส.น.,* เต็มไปด้วย; **~ed with light** สว่างด้วยแสงไฟที่ส่องเข้ามามาก

flood: ~ control *n.* การควบคุมน้ำท่วม; **~ damage** *n.* การเสียหายจากน้ำท่วม; **~gate** *n. (Hydraulic Engin.)* ประตูน้ำ; **open the ~gates to sth.** *(fig.)* เปิดกว้างสู่ *ส.น.;* **~light** ❶ *n.* ดวงไฟกำลังแรงขนาดใหญ่; *(illumination in a broad beam)* ลำแสงขนาดใหญ่ ❷ *v.t.*, **~lit** /ˈflʌdlɪt/ˈฟลัดลิท/ ส่องสว่างด้วยดวงไฟกำลังแรงขนาดใหญ่; **~lighting** *n., no indef. art. (lights)* การส่องสว่างด้วยดวงไฟกำลังแรงขนาดใหญ่; **~-tide** *n.* น้ำที่ขึ้นสูงผิดปกติ; **~ warning** *n.* สัญญาณเตือนภัยน้ำท่วม; *(at the seaside)* สัญญาณเตือนภัยน้ำทะเลขึ้นสูง; **~ water** *n.* น้ำที่ท่วม; *(in motion)* น้ำไหลบ่า

floor /flɔː(r)/ฟลอ(ร)/ ❶ *n.* Ⓐ พื้น; *(of room)* พื้นห้อง; **built-in ~-to-ceiling cupboards** ตู้เสื้อผ้าติดกับผนังตั้งพื้นถึงเพดาน; **wipe the ~ with sb.** *(fig. coll.)* ชนะ *ค.น.* อย่างเด็ดขาดในการแข่งขัน; **take the ~** *(dance)* เริ่มเต้นรำ; ➡ **+ C;** Ⓑ *(storey)* ชั้น *(ของตึก, บ้าน);* **first ~** *(Amer.)* ชั้นล่าง; **first ~** *(Brit.),* **second ~** *(Amer.)* ชั้นสอง; **on the top ~:** ที่ชั้นบนสุด; **ground ~:** ชั้นล่าง, ชั้นหนึ่ง; **get in on the ground ~ [of sth.]** *(fig. coll.)* เข้าร่วมธุรกิจ [*ส.น.*] ในตอนเริ่มต้น; Ⓒ *(in debate, meeting)* ห้องอภิปราย; *(Parl.)* ห้องประชุมสภา; **cross the ~** *(Brit.)* เข้าร่วมกับฝ่ายค้านในที่ประชุมสภา; **from the ~:** จากผู้ฟัง; **be given** *or* **have the ~:** มีสิทธิ์ในการอภิปราย; **take the ~** *(Amer.: speak)* อภิปราย; ➡ **+ a;** [2]**hold** 1 N; Ⓓ *(fig.: of prices/wages)* ราคา/ค่าจ้างต่ำสุด

❷ *v.t.* Ⓐ *(confound)* ทำให้ตกตะลึง; *(overcome, defeat)* ชนะ, มีชัยต่อ; **her rejoinder ~ed him completely** คำตอบของเธอ ทำให้เขาสับสนสิ้นดี; Ⓑ *(knock down)* ชกล้มไปกับพื้น; Ⓒ *(pave)* **~ [with sth.]** ปูพื้น [ด้วย *ส.น.*]

floor: ~ area *n.* บริเวณพื้น; **~board** *n.* ไม้กระดาน; **~cloth** *n. (Brit.)* ผ้าถูพื้น; **~ covering** *n.* วัตถุปูพื้น

flooring /ˈflɔːrɪŋ/ˈฟลอริง/ *n.* วัสดุปูพื้น; **parquet ~:** ไม้ปาเก้ที่ใช้ปูพื้น

floor: ~ lamp *n. (Amer)* ตะเกียงตั้งพื้น; **~ manager** *n.* Ⓐ *(Telev.)* ผู้กำกับเวที; Ⓑ *(in shop)* ผู้จัดการร้าน; **~ plan** *n.* แผนผังของแต่ละชั้นในอาคาร; **~ polish** *n.* น้ำยาขัดพื้น; **~ polisher** *n.* เครื่องขัดเงาพื้น; **~ show** *n.* การแสดงกับพื้นกลางไนท์คลับ; **~ space** *n.* พื้นที่ว่างบนพื้น; **~ tile** *n.* กระเบื้องปูพื้น; **~walker** *n. (Amer.)* หัวหน้าแผนกในร้านค้า

floozie (floosie) /ˈfluːzɪ/ˈฟลูซิ/ *n. (coll.)* หญิงเที่ยว

flop /flɒp/ฟลฺอพ/ ❶ *v.i.*, **-pp-** Ⓐ ห้อยลง, โงนเงน, ทิ้งตัวลง; *(flap)* แกว่งไกวไปมา; **she ~ped into a chair** เธอทิ้งตัวลงนั่งเก้าอี้; **the fish ~ped about in the boat** ปลาดิ้นอยู่ในเรือ; **he ~ped down on his knees** เขาทรุดตัวลงคุกเข่า; Ⓑ *(coll.: fail)* *(ละคร, ภาพยนตร์)* ล้มเหลว ❷ *n.* Ⓐ *(coll.: failure)* สิ่งที่ล้มเหลว; Ⓑ *(motion, sound)* การล้มลง, การปิดไปปิดมา, เสียงปิดไปปิดมา

floppy /ˈflɒpɪ/ˈฟลฺอพิ/ *adj.* ที่วัดแกว่ง, ไม่แข็ง, อ่อนปวกเปียก; **~ disk** ➡ **disk;** **~ ears/hat** หูยาวและตก/หมวกปีกตก

flora /ˈflɔːrə/ˈฟลอเรอะ/ *n., pl.* **~e** /ˈflɔːriː/ˈฟลอรี/ *or* **~s** พฤกษชาติ *(ร.บ.);* พืชทั้งหมดของเขตใดเขตหนึ่ง *หรือ* ในช่วงเวลาใดเวลาหนึ่ง; *(list, treatise)* **a ~ of North America** รายชื่อพืชของทวีปอเมริกาเหนือ

floral /ˈflɔːrəl/ˈฟลอเริล/ *adj.* *(กระโปรง, กระดาษปูผนัง)* ลายดอกไม้; *(แจกัน, พวงมาลัย)* ประดับด้วยดอกไม้; **~ perfumes** น้ำหอมที่ทำจากดอกไม้; **a ~ tribute to sb.** ช่อดอกไม้สำหรับ *ค.น.*

Florence /ˈflɒrəns/ˈฟลอเรินซฺ/ *pr. n.* เมืองฟลอเรนซ์ในประเทศอิตาลี

Florentine /ˈflɒrəntaɪn/ˈฟลอเรินทายนฺ/ ❶ *adj.* แห่งเมืองฟลอเรนซ์ ❷ *n.* ชาวเมืองฟลอเรนซ์

floret /ˈflɒrɪt, US ˈflɔːr-/ˈฟลอริท/ *n. (Bot.)* ดอกไม้เล็ก ๆ ที่รวมกันเป็นดอกใหญ่ดอกเดียว

florid /ˈflɒrɪd, US ˈflɔːr-/ˈฟลอริด/ *adj.* Ⓐ *(over-ornate)* *(รูปแบบ, สถาปัตยกรรม)* ตกแต่งมากเกินไป; Ⓑ *(high-coloured)* *(สีหน้า)* แดงเกินไป

florist /ˈflɒrɪst, US ˈflɔːrɪst/ˈฟลอริซทฺ/ *n.* ➤ **489** คนขายดอกไม้; *(grower of flowers)* คนปลูกดอกไม้; **~'s [shop]** ร้านขายดอกไม้

floss /flɒs, US flɔːs/ฟลอซ/ *n.* Ⓐ *(silk, thread)* เส้นไหม, เส้นด้าย; *(loosely twisted, of silk or cotton)* ปุยไหม, ปุยฝ้าย; Ⓑ *(on cocoon)* เส้นไหมหยาบรอบรังตัวไหม; ➡ **+ candyfloss; dental floss**

flotation /fləʊˈteɪʃn/โฟลฺˈเทชฺ'น/ *n.* Ⓐ *(Phys.)* ความสามารถในการลอยขึ้น; Ⓑ *(Metalw.)* การแยกแร่โดยอาศัยการลอยตัวที่ต่างกัน; Ⓒ *(Commerc.)* ➡ **float** 2 D: การก่อตั้ง *(กิจการ);* การลอยตัว *(ของอัตราแลกเงิน);* การเข้าตลาดหลักทรัพย์

flotation device *n.* เสื้อพยุงตัวในน้ำ

flotilla /fləˈtɪlə/เฟลฺอะˈทิลเลอะ/ *n.* กองเรือรบกองเล็ก

flotsam /ˈflɒtsəm/ˈฟลอทเซิม/ *n.* **~ [and jetsam]** ซากเรืออับปางและสินค้าที่ลอยอยู่ในทะเล; **~ and jetsam** *(fig.: of society)* ขยะสังคม, คนเร่ร่อนพเนจรข้างถนน

[1]**flounce** /flaʊns/ฟลฺาวนฺซฺ/ *v.i.* เดินสะบัด, สลัดตัว

[2]**flounce** *(Dressm.)* ❶ *n.* จีบผ้า, รอยจีบ ❷ *v.t.* ทำให้มีจีบ

¹flounder /ˈflaʊndə(r)/ˈฟลาวนฺเดอะ(ร)/ *v.i.* ลุยโคลน; *(stumble, lit. or fig.)* สะดุด, พูดผิด ๆ ถูก ๆ; *(struggle)* ฝ่าไปด้วยความยากลำบาก; **~ through a speech** กล่าวสุนทรพจน์อย่างตะกุกตะกัก

²flounder *n. (Zool.)* ปลาทะเลตัวแบน *Pleuronectes flesus*

flour /ˈflaʊə(r)/ˈฟลาวเออะ(ร)/ ❶ *n.* แป้ง; ➡ **+ cornflour** ❷ *v.t. (Cookery)* โรยด้วยแป้ง

flourish /ˈflʌrɪʃ/ˈเฟลอริช/ ❶ *v.i.* Ⓐ *(วัฒนธรรม, ศิลปะ)* เจริญรุ่งเรือง; *(บริษัท, หนังสือพิมพ์)* ประสบความสำเร็จ; *(ต้นไม้, ดอกไม้)* ขึ้นงาม; Ⓑ *(be active)* มีงานมาก; *(สถาปนิก)* สร้างตึกได้ ❷ *v.t.* แกว่ง, โบกอย่างแรง; **~ one's cane at sb.** แกว่งไม้เท้าไปที่ *ค.น.* อย่างแรง ❸ *n.* Ⓐ **do sth. with a ~:** ทำ *ส.น.* อย่างโอ้อวด; **with a ~ of his stick/hand** พร้อมแกว่งไม้/โบกมืออย่างแรง; Ⓑ *(in writing)* ตัวเขียนแบบเล่นหาง; Ⓒ *(ornate language)* สำนวนที่มีลวดลาย; **a ~ of fine words** สำนวนที่สละสลวยมีลวดลาย; Ⓓ *(Mus.: fanfare)* การประโคมหรือเป่าเครื่องทองเหลือง; *(florid passage)* ท่อนดนตรีที่เต็มไปด้วยลวดลาย; **~ of trumpets** การประโคมเป่าทรัมเป็ต

floury /ˈflaʊərɪ/ˈเฟลอริ/ *adj.* เป็นแป้ง, เต็มไปด้วยแป้ง, โรยแป้ง

flout /flaʊt/ฟลาวทฺ/ *v.t.* ไม่เคารพ, ไม่ทำตาม *(กฎหมาย, ระเบียบต่าง ๆ)*

flow /fləʊ/โฟลฺ/ ❶ *v.i.* Ⓐ *(น้ำ, ทราย, ข้าว, ก๊าซ)* ไหล; **two rivers ~ into each other/into the sea** แม่น้ำสองสายไหลมาบรรจบกัน/ไหลลงทะเล; **the river ~ed over its banks** แม่น้ำไหลเอ่อนองตลิ่ง; **the oil has ~ed out** น้ำมันไหลออกไป; **lava ~ed across the valley** ลาวาไหลผ่านหุบเขา; **blood will ~** *(fig.)* เลือดนองแน่; Ⓑ *(fig.)* คล่องตัว, ดำเนินไปอย่างราบรื่น; **keep the traffic ~ing smoothly** ทำให้การจราจรคงสภาพคล่องตัว; **keep the conversation ~ing** ทำให้การสนทนาดำเนินไปอย่างราบรื่น; **the writing does not ~:** การเขียนไม่คล่องเลย; **talk ~ed freely** มีการคุยกันไปอย่างสบายทุกเรื่อง; **is the work ~ing smoothly?** การทำงานราบรื่นดีไหม; Ⓒ *(abound)* **~ freely** *or* **like water** ไหล/เทมาเรื่อย ๆ เหมือนน้ำ; Ⓓ **~ from** *(be derived from)* ได้รับมาจาก; *(be produced from)* ผลิตมาจาก; Ⓔ *(rise)* *(น้ำ)* ขึ้น; **the tide ~s twice a day** น้ำขึ้นวันละสองครั้ง ❷ *n.* Ⓐ การไหล; *(progress)* ระดับของการไหล; *(volume)* ปริมาณของการไหล; **~ of water/blood/air/gas/lava/money/people** การไหลของน้ำ/เลือด/อากาศ/ก๊าซ/ลาวา/เงิน/ผู้คน; **~ of electricity/traffic/capital/conversation** ความคล่องตัวของกระแสไฟ/การจราจร/เงินทุน/การสนทนา; **~ of information/news/ideas/thoughts/words** การแพร่กระจายของข้อมูล/ข่าวสาร/แนวคิด/ความคิด/คำพูด; **the elegant ~ of his prose** ความสละสลวยของงานเขียนของเขา; **improve the work ~:** ปรับให้งานดำเนินไปอย่างคล่องตัวขึ้น; ➡ **+ cash flow;** Ⓑ *(of tide, river)* น้ำขึ้น; **the tide is on the ~:** น้ำกำลังขึ้น; Ⓒ *(Phys.: of solid)* การเคลื่อนย้ายอย่างช้า ๆ *(ของของแข็งภายใต้ความกดดัน)*

~ aˈway *v.i.* ไหลไป

ˈflow chart *n.* แผนภูมิแสดงขั้นตอน *หรือ* ขบวนการปฏิบัติการ

flower /ˈflaʊə(r)/ˈฟลาวเออะ(ร)/ ❶ *n.* Ⓐ *(blossom)* ดอกไม้; *(plant)* ไม้ดอก; **send sb. ~s** ส่งดอกไม้ให้ *ค.น.*; **'no ~s [by request]'** 'ของดดอกไม้ [ตามที่ได้แจ้งไว้]' *(ใช้ในการประกาศงานศพ)*; **say it with ~s** พูดจาภาษาดอกไม้; **[be] in [full] ~:** [กำลัง] ออกดอก [เต็มที่]; **come into ~:** ออกดอก; Ⓑ *no pl. (fig.: best part)* ส่วนที่ดีที่สุด; *(prime)* ช่วงเบิกบาน; **in the ~ of youth/her age** ในช่วงที่ดีที่สุดของวัยหนุ่มสาว/วัยของเธอ ❷ *v.i.* ออกดอก; *(fig.)* สมบูรณ์เต็มที่

flower: ~ arrangememt *n.* Ⓐ ➡ **flower arranging;** Ⓑ *(result)* ดอกไม้ที่จัดแล้ว; *(smaller also)* ดอกไม้ช่อเล็ก ๆ; **~ arranging** *n.* การจัดดอกไม้; **~ bed** *n.* แปลงปลูกดอกไม้

flowered /flaʊəd/ฟลาวเอิด/ *adj.* *(ผ้า, พรม)* เป็นลายดอก; **purple-~** มีดอกสีม่วง

flower: ~ garden *n.* สวนดอกไม้; **~ girl** *n.* หญิงขายดอกไม้; **~ head** *n. (Bot.)* ดอกรวม

flowering /ˈflaʊərɪŋ/ˈฟลาวเออะริ/ *adj.* **~ cherry/shrub/currant** เชอร์รี่/พุ่มไม้/เคอแรนท์ที่มีดอกเด่นสวย

flowerless /ˈflaʊəlɪs/ˈฟลาวเออะลิซ/ *adj.* ไม่มีดอก, ไม่ออกดอก; **~ gardens** สวนที่ไม่มีพืชดอก

flower: ~ people *n. pl.* พวกฮิปปี้, บุปผาชน; **~pot** *n.* กระถางปลูกไม้ดอก; **~ shop** *n.* ร้านขายดอกไม้; **~ show** *n.* งานแสดงดอกไม้, เทศกาลดอกไม้

flowery /ˈflaʊərɪ/ˈฟลาวเออะริ/ *adj.* *(สวน, ทุ่งหญ้า)* เต็มไปด้วยดอกไม้; *(ผ้า, พรม)* ลายดอกไม้; *(ไวน์, น้ำหอม)* มีกลิ่นดอกไม้; *(ภาษาเขียน, รูปแบบ)* ที่เต็มไปด้วยลวดลาย

flowing /ˈfləʊɪŋ/ˈโฟลฺอิง/ *adj.* ซึ่งไหลลื่น; *(ผม)* ปล่อยยาว; *(ลายมือ)* สวย

ˈflow meter *n.* เครื่องวัดการไหล

flown ➡ **²fly 1, 2**

flow: ~ rate *n.* อัตราการไหล; **~sheet** ➡ **flow chart**

fl oz *abbr.* ➤ **998 fluid ounce**

flu /fluː/ฟลู/ *n.* ➤ **453** *(coll.)* ไข้หวัดใหญ่; **get** *or* **catch [the] ~:** เป็นไข้หวัดใหญ่

fluctuate /ˈflʌktjʊeɪt/ˈฟลัคฉิวเอท/ *v.i.* เปลี่ยนแปลงอยู่เสมอ, ผันแปร, ขึ้น ๆ ลง ๆ; **the level of attendance ~s** จำนวนนักเรียนที่มาเข้าชั้นเรียนเปลี่ยนแปลงอยู่เสมอ

fluctuation /flʌktjʊˈeɪʃn/ฟลัคฉิวˈเอช'น/ *n.* การเปลี่ยนแปลง, การขึ้นลง

flue /fluː/ฟลู/ *n.* Ⓐ *(in chimney)* ท่อควันในปล่องไฟ; Ⓑ *(for passage of hot air)* ท่อระบายความร้อน; Ⓒ *(in boiler)* ท่อไอน้ำเดือด

fluency /ˈfluːənsɪ/ˈฟลูเอินซิ/ *n.* ความคล่องแคล่ว; *(in speaking)* ความคล่องแคล่ว; **I was complimented on the ~ of my Greek** ฉันได้รับคำชมว่าพูดภาษากรีกได้อย่างคล่องแคล่ว

fluent /ˈfluːənt/ˈฟลูเอินทฺ/ *adj.* คล่อง; **be ~ in Russian, speak ~ Russian, be a ~ speaker of Russian** พูดภาษารัสเซียได้คล่อง; **you'll soon become ~:** แล้วคุณจะพูดได้คล่องเร็ว ๆ นี้; **my Arabic is ~:** ฉันพูดภาษาอารบิกได้คล่อง

fluently /ˈfluːəntlɪ/ˈฟลูเอินทฺลิ/ *adv.* *(อ่าน, พูด)* อย่างคล่องแคล่ว; *(เขียน)* อย่างราบรื่น

fluff /flʌf/ฟลัฟ/ ❶ *n.* Ⓐ สิ่งที่เป็นปุยนิ่มเบา; *(on birds, rabbits, etc.)* ขนอ่อนนุ่ม; **there are pieces of ~ all over my trousers** ปุยเล็ก ๆ ติดทั่วกางเกงของฉัน; **the carpet is covered in ~:** พรมมีปุยขนติดอยู่เต็มไปหมด; **bit of ~** *(coll. young woman)* หญิงสาว; Ⓑ *(coll.: mistake)* ความผิดพลาด ❷ *v.t.* Ⓐ **~ out** *or* **up** ตบ *(หมอน)* ให้ฟูขึ้น; **the bird ~ed itself/its feathers** นกพองขนให้ขึ้นฟู; Ⓑ *(coll.: bungle)* ทำผิด; **~ one's lines** พูดบทผิด

fluffy /ˈflʌfɪ/ˈฟลัฟฟิ/ *adj.* เบาเหมือนปุยนิ่ม; *(ไข่เจียว, เค้ก)* ที่พองขึ้นมา; *(เสื้อผ้า)* ที่เป็นขนนิ่ม; *(หิมะ)* ที่เป็นปุย

flugelhorn /ˈfluːglhɔːn/ˈฟลูก'ลฮอน/ *n. (Mus.)* แตรเป่าขนาดใหญ่

fluid /ˈfluːɪd/ˈฟลูอิด/ ❶ *n.* Ⓐ *(liquid)* ของเหลว; Ⓑ *(liquid or gas)* ของเหลว, ก๊าซเหลว ❷ *adj.* Ⓐ *(liquid)* เหลว, เป็นน้ำ; ➡ **+ dram A;** Ⓑ *(liquid or gaseous)* เหลว; Ⓒ *(flowing)* *(ลายเส้น, รูปแบบ)* ที่ลื่นไหล; Ⓓ *(fig.)* *(แผนการ, ความคิด)* ยังไม่แน่นอน

fluid: ~ assets *n.* สินทรัพย์เคลื่อนไหวได้; **~ ˈclutch** *n. (Motor Veh.),* **~ˈcoupling** *n. (Mech. Engin.)* คลัตช์เปียก

fluidity /fluːˈɪdɪtɪ/ฟลูˈอิดดิทิ/ *n., no pl.* สถานะของเหลว, ความเหลว

fluid: ~ ˈounce *n.* ➤ **998** *(Brit.)* ปริมาตร 28.41 ลูกบาศก์เซนติเมตร; **~ˈounce** *n. (Amer.)* ปริมาตร 29.57 ลูกบาศก์เซนติเมตร; **~ pressure** *n.* ความกดดันของเหลว

¹fluke /fluːk/ฟลูค/ *n. (piece of luck)* โชคดีโดยบังเอิญ, ฟลุค *(ท.ศ.)*; **by a** *or* **some [pure]~:** จากโชคดีโดยบังเอิญ [จริง ๆ]; **by some extraordinary ~:** ด้วยความโชคดีเป็นพิเศษ; **it was a bit of a ~:** มันค่อนข้างจะเป็นฟลุค

²fluke *n.* Ⓐ *(Vet. Med.: flatworm)* พยาธิตัวแบน; **liver ~:** พยาธิตัวแบนในตับ; Ⓑ *(fish)* ปลาทะเลที่มีลำตัวแบน

³fluke *n.* Ⓐ *(of whale's tail)* ส่วนปลายหางรูปสามเหลี่ยม; Ⓑ *(of anchor)* ส่วนที่เป็นเงี่ยง; Ⓒ *(of lance, harpoon, etc.)* หัวที่เป็นเงี่ยง

fluky /ˈfluːkɪ/ˈฟลูคิ/ *adj.* *(การพบกัน, เหตุการณ์)* โดยบังเอิญ

flummox /ˈflʌməks/ˈฟลัมเมิคซฺ/ *v.t. (coll.)* ทำให้งุนงง, ทำให้สับสน; **be ~ed by sth.** *ส.น.* ทำให้งง

flung ➡ **fling 2, 3**

flunk /flʌŋk/ฟลังคฺ/ *(Amer. coll.)* ❶ *v.i.* ล้มเหลว, สอบตก ❷ *v.t.* ทำให้สอบตก; **~ the exam** สอบตก; **get ~ed** ถูกปรับตก

~ ˈout *v.i.* ออกจากโรงเรียนหลังจากสอบตก; **~ out of school** ออกจากโรงเรียนหลังจากสอบตก

funkey, flunky /ˈflʌŋkɪ/ˈฟลังคิ/ *n.* คนรับใช้ที่สวมเครื่องแบบ

fluoresce /fluːˈres/ฟลุเออะˈเร็ซ/ *v.i.* เรืองแสง

fluorescence /fluːˈresəns, US flʊəˈr-/ฟลุเออะˈเร็นซฺนฺซฺ/ *n.* แสงที่เรืองออกมา

fluorescent /fluːˈresənt, US flʊəˈr-/ฟลุเออะˈเร็นซนฺทฺ/ *adj.* เรืองแสง; **~ material** วัสดุเรืองแสง; **~ display** การแสดงภาพโดยการเรืองแสง

fluorescent: ~ ˈlamp, ~ ˈlight *ns.* หลอดไฟเรืองแสง, ไฟนีออน *(ท.ศ.)*; **~ ˈlighting** *n.* ระบบไฟเรืองแสง; **~ ˈscreen** *n.* จอภาพที่เคลือบวัสดุเรืองแสง; **~ ˈtube** *n.* หลอดไฟเรืองแสง, หลอดไฟนีออน

fluoridate /ˈfluːərɪdeɪt, US flʊəˈr-/ˈฟลุเออะริเดท/ *v.i.* ใส่ฟลูออไรด์

fluoridation /fluːərɪˈdeɪʃn, US flʊər-/ฟลุเออะริˈเดช'น/ *n.* การใส่ฟลูออไรด์

fluoride /ˈfluːəraɪd, US ˈflʊəraɪd/ˈฟลุเออะรายดฺ/ *n.* สารประกอบฟลูออไรด์ *(ท.ศ.)*; **~ toothpaste** ยาสีฟันที่ใส่ฟลูออไรด์

fluorine /ˈfluːəriːn, US ˈflʊər-/ˈฟลุเออะรีน/ *n.* ก๊าซฟลูออรีน *(ท.ศ.)* เป็นก๊าซพิษสีเหลืองอ่อน

fluorspar /ˈflu:əspɒ:(r)/ˈฟลุเออะซปา(ร)/ *n. (Min.)* แคลเซียมฟลูออไรด์ในรูปแร่ธาตุ

flurried /ˈflʌrɪd/ˈเฟลอะริด/ *adj.* รู้สึกเร่งรีบ สับสน

flurry /ˈflʌrɪ/ˈเฟลอะริ/ ❶ *n.* Ⓐ สิ่งที่เกิดขึ้นอย่างกะทันหัน, ความอลหม่าน; **there was a sudden ~ of activity** อยู่ดี ๆ มีคนทำโน่นทำนี่เต็มไปหมด; **a ~ of excitement** ความตื่นเต้นที่เกิดขึ้นทันทีทันใด; Ⓑ *(of rain/snow)* การตกลงมาอย่างกะทันหัน; **~ [of wind]** ลมพัดมาวูบหนึ่ง ❷ *v.t.* ทำให้สับสน, กวนใจ; **don't let yourself be flurried** อย่าปล่อยให้ตัวเองถูกกวนใจ

¹flush /flʌʃ/ฟลัช/ ❶ *v.i. (blush) (หน้า)* แดงขึ้นมา; **~ hotly/bright red** *(หน้า)* แดงอย่างร้อนแรง
❷ *v.t.* กดชักโครก; **~ the toilet** *or* **lavatory** ชักโครกโถส้วม; **~ sth. down the toilet** ชักโครก *ส.น.* ลงโถส้วมไป
❸ *n.* Ⓐ *(blush)* อาการหน้าแดง; *(in fever, menopause)* อาการหน้าแดง ตัวร้อน; *(glow of light or colour)* แสงแดงชมพู; **hot ~es** *อาการร้อนผ่าวที่เกิดขึ้นอย่างฉับพลันในช่วงหมดประจำเดือน;* Ⓑ *(elation)* **in the [first] ~ of victory** *or* **conquest** ด้วยความปลื้มปีติ [เริ่มต้น] ในชัยชนะ; **~ of excitement** ความตื่นเต้นมาก; **~ of enthusiasm** ความกระตือรือร้นมาก; Ⓒ *(bloom, vigour)* ความสดชื่นงดงาม; **in the first ~ of youth/romance** ในวัยแรกแย้ม/ในความสดชื่นของช่วงแรกแห่งความรัก; Ⓓ *(of lavatory, drain, etc.)* ชักโครก; Ⓔ *(sudden abundance)* การไหลเทมา

²flush *adj.* Ⓐ *(level)* อยู่ในระดับเดียวกัน, เสมอกัน; **be ~ with sth.** อยู่ในระดับเดียวกันกับ *ส.น.; (horizontally)* อยู่ในระดับเดียวกันในแนวนอน; Ⓑ *usu. pred. (plentiful)* มีจำนวนมาก, เต็มไปด้วย; **be ~ [with money]** มี [เงินทอง] มากมาย

³flush *v.t.* ทำให้ *(นก)* ตกใจบินขึ้น
~ 'out *v.t.* ค้นหา *(นักสืบ)* สำเร็จ

⁴flush *n. (Cards)* ไพ่ชุดเดียวกัน; *(Poker)* ฟลัช *(ท.ศ.);* **straight ~:** ไพ่ชุดเดียวกันที่เรียงตัวเลข; **royal ~:** *ไพ่ชุดเดียวกันที่เรียงตัวเลขและนำโดยเอซ*

flushed /flʌʃt/ฟลัชท/ *adj.* หน้าแดง *(เพราะตื่นเต้น, โกรธ);* **you're extremely ~:** คุณหน้าแดงจังเลย; **~ with pride** รู้สึกภาคภูมิใจอย่างยิ่ง

flush 'toilet *n.* ห้องน้ำแบบชักโครก

fluster /ˈflʌstə(r)/ˈฟลัซเตอะ(ร)/ ❶ *v.t.* ทำให้กระวนกระวายใจและสับสน; **she is not easily ~ed** เธอไม่สับสนง่าย ๆ หรอก ❷ *n.* **be [all] in a ~:** สับสน [ไปหมด]

flustered /ˈflʌstəd/ˈฟลัซเติด/ *adj.* **be/become ~:** รู้สึกสับสน

flute /flu:t/ฟลูท/ *n.* Ⓐ *(Mus.)* ขลุ่ย; Ⓑ *(Archit.)* ลายร่องในตัวเสาตามแนวตั้ง; Ⓒ *(wineglass)* แก้วเชมเปนทรงสูงและแคบ

fluted /ˈflu:tɪd/ˈฟลูทิด/ *adj. (เสา, ขาโต๊ะ)* เป็นร่อง

flutist /ˈflu:tɪst/ˈฟลูทิซท/ ➡ **flautist**

flutter /ˈflʌtə(r)/ˈฟลัทเทอะ(ร)/ ❶ *v.i.* Ⓐ *(ปีกนก, ผีเสื้อ)* กระพือ; *(กระดาษ)* ปลิวเบา ๆ; **~ down** ร่วงลงมา; **a leaf ~ed down** ใบไม้ร่วงลงมา; **~ about** ปลิวไปมา; **she was ~ing about** *(fig.)* เธอกระวนกระวายไปมา; Ⓑ *(flap) (ปีกนก)* กระพือ; *(ธง, ม่าน)* พัดไปมา; Ⓒ *(beat abnormally) (ชีพจร, หัวใจ)* เต้นผิดปกติ
❷ *v.t.* Ⓐ ตี, กระพือ *(ปีก);* **~ one's eyelashes** กะพริบตาใส่; **~ one's eyelashes at sb.** กะพริบตาใส่ *ค.น.;* Ⓑ *(agitate)* ทำให้กระวนกระวายใจ, ก่อกวน; ➡ **+ dovecot**
❸ *n.* Ⓐ การกระพือปีก; Ⓑ *(fig.) (stir)* ความวุ่นวาย; *(nervous state)* ความกระวนกระวายใจ; **put sb. in a ~:** ทำให้ *ค.น.* กระวนกระวายใจ; **be in a [great] ~:** รู้สึกวุ่นวาย [ไปหมด]; **be all of a ~:** ตื่นเต้นไปหมด; Ⓒ *(Brit coll.: bet)* การเล่นพนันเล็ก ๆ น้อย ๆ; *(small speculative venture)* การลงทุนเสี่ยงโชคเล็ก ๆ น้อย ๆ; **have a ~:** เล่นการพนันเล็ก ๆ น้อย ๆ; **I enjoy an occasional ~:** นาน ๆ ฉันถึงจะเล่นการพนันซักที; Ⓓ *(Med.)* **heart/ventricular ~:** การเต้นเร็วผิดปกติของหัวใจ/หัวใจห้องล่าง; Ⓔ *(Mus.)* *การเคลื่อนไหวอย่างรวดเร็วของลิ้นขณะเล่นดนตรีประเภทเครื่องเป่า;* Ⓕ *(Electronics) (in pitch)* การกระพือของเสียงอย่างรวดเร็ว; *(in loudness)* การดังขึ้นค่อยลงอย่างรวดเร็ว

flux /flʌks/ฟลัคซฺ/ *n.* Ⓐ *(change)* **be in a state of ~:** อยู่ในสภาพเปลี่ยนแปลงอยู่ตลอด; Ⓑ *(Metalw.)* *สารที่ผสมเข้ากับโลหะเพื่อทำให้มีการรวมตัวกัน;* Ⓒ *(Phys.)* อัตราการไหลของของเหลว; *(amount of radiation or particles)* *ปริมาณที่ปล่อยออกมาในช่วงเวลาหนึ่ง*

¹fly /flaɪ/ฟลาย/ *n.* Ⓐ *(Zool.)* แมลงวัน; **the only ~ in the ointment** *(fig.)* สิ่งเดียวที่ทำลายความสนุกสนาน; **he wouldn't hurt a ~** *(fig.)* เขาไม่มีวันจะทำร้ายใครได้เลย; **[die** *or* **drop** *or* **fall] like flies** *(fig.)* [ตกลงมาตายเกลื่อน] ราวกับแมลง; **I'd like to be a ~ on the wall of his classroom** ฉันอยากแอบเข้าไปสังเกตการณ์ในห้องเรียนของเขา; **[there are] no flies on him** *(fig. coll.)* ไม่มีใครจะเก่งกว่าเขาได้; ➡ **+ breed** 2 A; Ⓑ *(Angling)* เหยื่อที่ใช้แมลงจริงหรือเทียม

²fly ❶ *v.i.,* **flew** /flu:/ฟลู/, **flown** /fləʊn/โฟลน/ Ⓐ บิน; **~ about/away** *or* **off** บินรอบ ๆ/บินจากไป; **~ high** *(fig.) (be ambitious)* ทะเยอทะยาน, ใฝ่ฝัน; *(prosper)* เจริญ, รุ่งเรือง; ➡ **+ crow** 1 A; **high-flown;** Ⓑ *(as or in aircraft or spacecraft)* บิน; *(in balloon)* ขึ้นบอลลูน; **~ into Heathrow** บินลงที่สนามบินฮีทโธรว์; **~ under a bridge** บินลอดใต้สะพาน; **~ past [sth.]** บินผ่าน [*ส.น.*]; Ⓒ *(float, flutter)* ลอย, โบกไปมา; **rumours are ~ing about** *(fig.)* ข่าวลือแพร่กระจายไปทั่ว; Ⓓ *(move quickly)* ร่อน, โผ, พุ่ง; **glass was ~ing everywhere** เศษแก้วแตกกระจายไปทั่ว; **come ~ing towards sb.** โผ/พุ่งเข้าใส่ *ค.น.;* **~ to sb.'s assistance** รีบไปช่วยเหลือ *ค.น.;* **~ open** เปิดผางออก; *(be opened)* หลุดกระเด็น; **knock** *or* **send sb./sth. ~ing** ชน *หรือ* ผลัก *ค.น./ส.น.* จนกระเด็น; **send sth. ~ing to the other side of the room** ขว้าง *ส.น.* ไปที่อีกด้านหนึ่งของห้อง; **~ to arms** *(arch.)* รีบฉวย/คว้าอาวุธ; Ⓔ *(fig.)* **~ [by** *or* **past]** ผ่านพ้นอย่างรวดเร็ว; **how time flies!, doesn't time ~!** เวลาผ่านไปเร็วเหลือเกิน; Ⓕ *(wave in the air) (ธง)* โบกไปมา; ➡ **¹flag** 1; Ⓖ *(attack angrily, react violently)* **~ at sb.** *(lit. or fig.)* จู่โจม *ค.น.* อย่างรุนแรง; **let ~:** เข้าจู่โจม; *(fig.: become angry)* เกิดความโมโหอย่างแรง; *(fig.: use strong language)* พูดคำหยาบ, ด่า; **let ~ with** ใช้ *(ปืน, ธนู)* ยิง; ใช้ *(ไม้)* ตี; **let ~ at sb. with a gun/hammer** ยิงปืน/ขว้างค้อนใส่ *ค.น.;* **~ into a temper** *or* **rage** *or* **tantrum** เกิดอารมณ์โมโหหรือฉุนเฉียวอย่างรุนแรง; ➡ **+ face** 1 A; **handle** 1 A; Ⓗ *(flee)* รีบหนี; *(coll.: depart hastily)* รีบจากไปโดยเร็ว; **~ for one's life** รีบหนีเอาชีวิตรอด; **I really must ~** *(coll.)* ฉันต้องรีบเผ่นไปแล้วละ
❷ *v.t.,* **flew, flown** Ⓐ *(operate, transport or perform by ~ing)* ขับ *(เครื่องบิน);* บินไป; *(travel over)* บินข้าม; **~ sb./sth. to and from Berlin** พา *ค.น.*/ขนของ *ส.น.* ไปและกลับจากกรุงเบอร์ลินโดยเครื่องบิน; **~ sth. into Gatwick** บินสู่สนามบินแกตวิกโดย *ส.น.;* **~ Concorde/Lufthansa** บินโดยเครื่องบินคองคอร์ด/สายการบินลุฟฮันซ่า; Ⓑ *(cause to ~)* ชัก *(ธง, ใบเรือใบ)* ขึ้น; *(as mark of nationality etc.)* ชักธงชาติ; ปล่อยให้บินไป *(นกพิราบ, เหยี่ยว);* **~ a kite** ชักว่าว; *(fig.)* หยั่งเชิง *ส.น.;* ลองทำ *ส.น.* ดูเผื่อจะสำเร็จ; **go ~ a kite!** *(sl.)* ไปให้พ้น; Ⓒ *(flee)* **~ the country** หลบหนีออกนอกประเทศ; **~ one's pursuers** หลบหนีให้พ้นผู้ติดตาม; **the bird has flown its cage** นกบินหนีออกจากกรงของมัน; **~ the coop** *(Amer. fig. coll.)* ออกจากที่กักขัง; *(leave home)* หนีออกจากบ้าน
❸ *n.* Ⓐ *in sing. or pl. (on trousers)* ซิป, กระดุมกางเกง; Ⓑ *(of flag)* ชายธง; Ⓒ *in pl. (Theatre)* ช่องเหนือเวทีสำหรับยกฉากขึ้นลง

~ 'in ❶ *v.i. (arrive in aircraft)* เดินทางมาถึงโดยเครื่องบิน **(from** จาก); *(come in to land)* บินลงสู่พื้น ❷ *v.t. (cause to land)* ทำให้บินลงจอด; *(bring by aircraft)* ลำเลียงโดยเครื่องบิน

~ 'off *v.i.* Ⓐ บินไป; Ⓑ *(become detached)* หลุด; *(หมวก)* ปลิวหลุด

~ 'out ❶ *v.i.* บินไป **(of** จาก); **~ out there** บินไปที่นั่น ❷ *v.t.* ลำเลียงโดยเครื่องบิน; **~ troops out to the disaster area** ส่งกองทหารไปยังเขตที่มีภัยพิบัติโดยเครื่องบิน

³fly *adj. (esp. Brit. coll.)* ฉลาด

fly: **~ 'agaric** *n.* เห็ดมีพิษ สีแดง; **~-away** *adj. (ผม)* ที่ปลิวยุ่ง; **~-blown** *adj. (infested with flies' eggs)* เต็มไปด้วยไข่แมลงวัน; *(fig.)* สกปรก, ขี้ขึ้แมลงวัน; **~-by** *n. (Astronaut.)* การบินผ่าน; **~-by-night** ❶ *adj.* ขมุกขมัว, เชื่อไม่ได้ ❷ *n.* คนโกง, คนที่ไม่น่าเชื่อถือ; **~-by-wire** *n. (Aeronaut.)* การบังคับการบินด้วยเครื่องบินคอมพิวเตอร์; *attrib.* **a ~-by-wire aircraft** เครื่องบินที่มีการบังคับการด้วยคอมพิวเตอร์; **~catcher** *n. (Ornith.)* นกกินแมลงในวงศ์ Tyrannidae และ Muscicapidae; **~-drive** ❶ *attrib. adj.* *ที่เป็นการท่องเที่ยวแบบเหมาจ่ายรวมทั้งค่าตั๋วเครื่องบินและการเช่ารถเมื่อถึงที่หมาย* ❷ *n.* *การท่องเที่ยวแบบเหมาจ่ายที่รวมค่าตั๋วเครื่องบินและค่าเช่ารถเมื่อถึงที่หมาย*

flyer /ˈflaɪə(r)/ˈฟลายเออะ(ร)/ *n.* Ⓐ *(bird)* นก; Ⓑ *(pilot)* นักบิน; Ⓒ *(fast-moving vehicle or animal)* สิ่งที่เคลื่อนไปอย่างรวดเร็ว; *(train)* รถด่วน; **the horse is a ~:** ม้าตัวนั้นวิ่งเร็วเหมือนเหาะ; Ⓓ ➡ **high-flyer;** Ⓔ *(handbill)* ใบปลิว; *(Police)* ใบแสดงรายละเอียดของผู้ต้องหา; Ⓕ *(Amer.: investment)* การลงทุน; **take a ~:** การลงทุนที่เสี่ยงพอใช้

fly: **~-fish** *v.i.* ตกปลาโดยใช้แมลง (จริงหรือ *เทียม)* เป็นเหยื่อ; **~-fishing** *n.* การตกปลาโดยใช้แมลงเป็นเหยื่อ; **~ 'half** *n. (Rugby)* ตำแหน่งฟลายฮาล์ฟ

flying /ˈflaɪɪŋ/ˈฟลายอิง/ ❶ *adj.* เร็ว, รีบ; *(designed for rapid action) (กลุ่มตำรวจ)* ที่เร่งรีบ; ฉุกเฉิน; **~ visit** การแวะเยี่ยมชั่วประเดี๋ยวเดียว ❷ *n.* การบิน; *attrib. (เวลา, ช่วง)* บิน; *(สภาพอากาศ)* ที่บินได้; **an hour's ~ time** ใช้เวลาบินหนึ่งชั่วโมง; **be frightened of ~:** กลัวการขึ้นเครื่องบิน

flying: **~ 'bomb** *n.* ขีปนาวุธ; *ระเบิดที่สามารถบินสู่เป้าหมายโดยการบังคับจากศูนย์บิน;*

~ **'buttress** *n. (Archit.)* ไม้ค้ำ, เครื่องค้ำยัน *(มักเป็นเสาโค้ง)*; ~ **'doctor** *n.* ➤ 489 แพทย์ที่ไปรักษาคนห่างไกล โดยเครื่องบิน; **F ~ Dutchman** ➡ Dutchman C; ~ **field** *n.* สนามจอดเครื่องบิน; ~ **'fish** *n.* ปลานกกระจอก; ~ **'fox** *n. (Zool.)* ค้างคาวแม่ไก่; ~ **instructor** *n.* ➤ 489 ครูฝึกการบิน; ~ **'jump**, ~ **'leap** *ns.* การวิ่งก้าวกระโดด; **take a ~ jump** *or* **leap** วิ่งก้าวกระโดด; ~ **machine** *n.* เครื่องบิน; ~ **'mare** *n. (Wrestling)* ท่ามวยปล้ำ; ~ **officer** *n. (Brit. Air Force)* นาวาอากาศโท; ~ **'picket** *n.* กลุ่มคนงานประท้วงเคลื่อนที่; ~ **'saucer** *n.* จานบิน; ~ **school** *n.* โรงเรียนการบิน; ~ **squad** *n. (Police)* หน่วยฉุกเฉิน; ~ **'start** *n. (Sport)* การเริ่มต้นวิ่งอย่างสุดฝีเท้า; **get off to** *or* **have a ~ start** *(fig.) (begin successfully)* เริ่มต้นดีได้ผลตั้งแต่แรก; *(have an advantage)* มีข้อได้เปรียบ; **have got a ~ start over others** ได้เปรียบคนอื่น; **~-suit** *n.* ชุดนักบิน; ~ **'tackle** *n. (Rugby, Amer. Footb.)* การแย่งหรือการปะทะกลางอากาศ

fly: ~leaf *n.* ใบว่างเปล่าที่ต้นหรือท้ายเล่มหนังสือ; **~-on-the-wall** *attrib. adj. (วิธีการถ่ายสารคดี)* โดยกองถ่ายอยู่เบื้องหลังและไม่กำกับเหตุการณ์; **~over** *n. (Brit.)* สะพานลอย; **~paper** *n.* กระดาษดักแมลง; **~-past** *n.* การบินสวนสนาม; **~post** *v.i. & v.t.* ติดใบปลิวในที่ๆ ไม่ได้รับอนุญาต; ~ **screen** *n.* มุ้งลวดกันแมลงวัน; **~sheet** *n.* Ⓐ *(of tent)* ผ้าปิดหน้าเต็นท์; Ⓑ *(circular)* ใบปลิว; ~ **spray** *n.* ยาฉีดฆ่าแมลง; ~ **swatter** *n.* ไม้ตีแมลงวัน; **~-tipping** *n., no pl., no indef. art. การทิ้งขยะในที่สาธารณะอย่างผิดกฎหมาย*; **~trap** *n. (trap)* กับดักแมลง; *(plant)* ต้นกาบหอยแครง; **~weight** *n. (Boxing etc.)* มวยรุ่นน้ำหนักไม่เกิน 112 ปอนด์, มวยรุ่นฟลายเวท *(ท.ศ.)*; *(person also)* บุคคลที่น้ำหนักเบา; **~wheel** *n.* มู่เล่; **fluid ~wheel** *(Motor Veh.)* คลัตช์ที่หล่อลื่นด้วยน้ำมัน; ~ **whisk** *n.* แส้ปัดแมลงวัน

FM *abbr.* Ⓐ Field Marshal จอมพล; Ⓑ frequency modulation เอฟ.เอ็ม.

f-number /ˈefnʌmbə(r)/ˈเอ็ฟนัมเบอะ(ร)/ *n. (Photog.)* หมายเลขโฟกัส

FO *abbr. (Brit. Hist.)* Foreign Office

foal /fəʊl/โฟล/ ❶ *n.* ลูกม้า; **in** *or* **with ~**: *(ม้า)* มีท้อง, ตั้งท้อง ❷ *v.i. (ม้า)* คลอดลูก

foam /fəʊm/โฟม/ ❶ *n.* Ⓐ ฟอง; Ⓑ ➡ foam plastic; Ⓒ ➡ foam rubber ❷ *v.i. (lit. or fig.)* เป็นฟอง, เดือด (**with** ด้วย); ~ **at the mouth** น้ำลายฟูมปาก; *(fig. coll.)* โกรธจนน้ำลายฟูมเป็นฟอง

foam: ~-backed *adj.* บุด้วยโฟม; ~ **bath** *n.* การอาบน้ำในอ่างที่เติมน้ำสบู่ให้เป็นฟอง; ~ **extinguisher** *n.* เครื่องดับเพลิงที่ฉีดฟองน้ำยา; ~ **'mattress** *n.* ที่นอนทำจากฟองยาง; ~ **'plastic** *n.* พลาสติกอัดเม็ด; ~ **'rubber** *n.* ฟองยาง

foamy /ˈfəʊmɪ/ˈโฟมิ/ *adj.* เป็นฟอง

¹fob /fɒb/ฟอบ/ *v.t.*, **-bb-: ~ sb. off with sth.** หลอกลวง ค.น. ด้วย *ส.น.*; **~ sth. off on [to] sb.** หลอกให้ ค.น. รับ *ส.น.* ไป

²fob *n. สายทิ้งโยงนาฬิกาพกหรือกระเป๋าพกนาฬิกา*

f.o.b. *abbr.* free on board เอฟ โอ บี

focal /ˈfəʊkl/ˈโฟค'ล/ ~ **'distance**, ~ **'length** *ns. ระยะจากศูนย์กลางเลนส์ไปยังจุดรวมแสง*; ~ **plane** *n. ระนาบโฟกัสตั้งฉากกับแกนของเลนส์*; ~ **point** *n.* จุดรวมแสง; *(fig.)* จุดรวม; **become the ~ point of interest** *or* **attention** กลายเป็นจุดสนใจ

foc's'le /ˈfəʊksl/ˈโฟคซ'ล/ ➡ forecastle

focus /ˈfəʊkəs/ˈโฟเคิซ/ ❶ *n., pl.* **~es** *or* **foci** /ˈfəʊsaɪ/ˈโฟไซ/ Ⓐ *(Optics, Photog.)* จุดรวมแสง, จุดโฟกัส; *(focal length) ระยะจากศูนย์กลางเลนส์ไปยังจุดรวมแสง/จุดรวมโฟกัส*; *(adjustment of eye or lens)* การปรับสายตา หรือเลนส์ให้เห็นภาพชัด; **depth of ~** *(adjustment)* การปรับจุดรวมแสง; **out of/in ~**: เห็นภาพไม่ชัด/ชัด; **see things in ~** *(fig.)* เห็นสิ่งต่างๆ อย่างชัดเจน; **get sth. in ~** *(fig.)* เห็น *ส.น.* อย่างชัดเจน; **bring into ~**: ปรับภาพให้ชัด; *(fig.)* เห็น *ส.น.* อย่างชัดเจน; **come into ~**: *(fig.)* คมชัดขึ้น; กระจ่างขึ้น; Ⓑ *(fig. centre, central object)* จุดศูนย์กลาง; *(of storm)* ใจกลางของพายุ; *(of earthquake) (Geol.)* จุดศูนย์กลาง; *(Med.: of disease)* แหล่งแพร่เชื้อโรค; **be the ~ of attention** เป็นจุดเด่น, เป็นจุดรวมของความสนใจ; **the principal ~ of research is ...**: ประเด็นหลักของงานวิจัยคือ...; Ⓒ *(Geom.)* จุดรวมแสง ❷ *v.t.*, **-s-** *or* **-ss-** Ⓐ *(Optics, Photog.)* ปรับเลนส์ให้ชัด; **~ a camera properly** *or* **correctly** ตั้งกล้องให้ได้ระยะที่ถูกต้อง; **badly ~ed picture** ภาพที่ปรับโฟกัสไม่ชัด; **~ one's eyes on sth./sb.** เพ่งสายตาไปที่ *ส.น./ค.น.*; Ⓑ *(concentrate)* รวม *(แสง)* ที่จุดๆ หนึ่ง; *(fig.)* เพ่งเล็ง (**on** ที่) ❸ *v.i.*, **-s-** *or* **-ss-** Ⓐ **the camera ~es automatically** กล้องปรับโฟกัสโดยอัตโนมัติ; **I can't ~ on print at that distance** ระยะขนาดนั้น ฉันอ่านตัวพิมพ์ไม่ออก; **his eyes ~ed [up]on the window** สายตาเขาจับอยู่ที่หน้าต่าง; Ⓑ *(แสง)* รวมจุด; *(fig.)* เพ่งเล็ง (**on** ไปที่)

fodder /ˈfɒdə(r)/ˈฟอเดอะ(ร)/ *n.* ฟางหรือหญ้าแห้งสำหรับให้สัตว์กิน; *(fig.)* วัตถุป้อน *ส.น.*; ~ **plant** พืชที่ใช้เป็นอาหารสัตว์; ➡ + cannon fodder

foe /fəʊ/โฟ/ *n. (poet./rhet.)* ศัตรู, ข้าศึก

FoE *n. abbr.* Friends of the Earth

'foeman /ˈfəʊmən/ˈโฟเมิน/ *n., pl.* **~men** /ˈfəʊmən/ˈโฟเมิน/ *(arch./literary)* คู่ปรปักษ์

foetal /ˈfiːtl/ˈฟีท'ล/ *adj.* เกี่ยวกับตัวอ่อนในครรภ์; **the ~ position** ท่าขดตัวเหมือนทารกในครรภ์

foetid /ˈfiːtɪd/ˈฟีทิด/ ➡ fetid

foetus /ˈfiːtəs/ˈฟีเทิซ/ *n.* ตัวอ่อนในครรภ์

fog /fɒg/ฟอก/ ❶ *n.* Ⓐ หมอก; **there are ~s in winter** มีหมอกในฤดูหนาว; **drive in ~**: ขับรถท่ามกลางหมอก; **London was blanketed in ~**: กรุงลอนดอนถูกปกคลุมด้วยหมอก; **be in a [complete] ~** *(fig.)* มืดมน [จริงๆ]; **be in a ~ about sth./as to what to do** ไม่เข้าใจ *ส.น.* เลย/ไม่รู้ว่าควรทำอย่างไรดี; Ⓑ *(Photog.)* รอยมัวๆ ในฟิล์มถ่ายรูป ❷ *v.t.*, **-gg-** Ⓐ ปกคลุมด้วยหมอก; *(bewilder)* ทำให้สับสน; **~ [up]** *(obscure as if with ~, make confusing)* ทำให้มืดมน/มัวๆ; Ⓑ *(Photog.)* **the negative is ~ged** ฟิล์มถ่ายภาพเนกาทีฟมัว ❸ *v.i.*, **-gg-** Ⓐ **~ [up]** *(become blurred)* มัวๆ, เลือนๆ; Ⓑ *(Photog.)* มัว

fog: ~ bank *n.* แนวหมอกในทะเล; **~bound** *adj.* Ⓐ *(surrounded)* เต็มไปด้วยหมอก; Ⓑ *(immobilized)* ไปไหนไม่ได้เพราะหมอกลง

fogey ➡ fogy; ➡ + young fogey

foggy /ˈfɒgɪ/ˈฟอกิ/ *adj.* Ⓐ มีหมอกมาก; Ⓑ *(fig.) (การพูด, ความเข้าใจ)* มัวๆ; **[I] haven't the foggiest [idea** *or* **notion]** *(coll.)* ฉันไม่รู้เรื่องเลยสักนิดเดียว

fog: ~horn *n. (Naut.)* สัญญาณเตือนเรือเวลามีหมอก; **a voice like a ~horn** *(fig.)* เสียงขู่ใหญ่โต; **~ lamp, ~light** *ns. (Motor Veh.)* ไฟตัดหมอก; ~ **signal** *n.* Ⓐ *(Railw.)* ประทัดสัญญาณสำหรับเตือนคนขับรถไฟเวลามีหมอก; Ⓑ *(Naut.)* สัญญาณเตือนเรือให้ระวังหมอก

fogy /ˈfəʊgɪ/ˈโฟกิ/ *n.* **[old] ~**: คนแก่หัวโบราณ, คนคร่ำครึ

föhn /fɜːn/เฟิน/ *n. (Meteorol.) ลมร้อนจากทิศใต้ที่เกิดในภูเขาแอลป์*

foible /ˈfɔɪbl/ˈฟอยบ'ล/ *n.* Ⓐ จุดอ่อนเล็กๆ น้อยๆ; Ⓑ *(Fencing)* ส่วนดาบจากตอนกลางไปถึงปลาย

¹foil /fɔɪl/ฟอยลฺ/ *n.* Ⓐ *(metal as thin sheet)* แผ่นโลหะบาง; **tin ~**: กระดาษตะกั่วห่อบุหรี่; **aluminium ~**: แผ่นกระดาษอลูมิเนียม; Ⓑ *(to wrap or cover food etc.)* กระดาษฟอยล์; Ⓒ *(behind mirror-glass)* สารปรอทที่ฉาบทาหลังกระจกเงา; Ⓓ *(sb./sth. contrasting)* คนหรือสิ่งที่ตัดอีกสิ่งและทำให้ดูเด่น

²foil *v.t.* Ⓐ *(frustrate)* ทำลาย, ทำให้ไร้ผล *(แผน)*; ขัด *(ผลประโยชน์, จังหวะ)*; **they were ~ed in their attempts to escape** พวกเขาถูกขัดขวางเมื่อพยายามหลบหนี; **[I've been] ~ed again** ฉันถูกขัดจังหวะอีกแล้ว; Ⓑ *(parry)* ปัดดาบของคู่แข่งออกไป

³foil *n. (sword)* ดาบไม่มีคม *(สำหรับฝึกหัดฟันดาบ)*

⁴foil *n. (hydrofoil) เรือที่ใช้ครีบยกท้องเรือขึ้นเหนือน้ำ เพื่อให้วิ่งเร็วขึ้น*

foist /fɔɪst/ฟอยซฺท/ *v.t.* Ⓐ *(introduce surreptitiously)* **~ sth./sb. into sth.** ลักลอบใส่ *ส.น.*/แอบพา *ค.น.* เข้าใน *ส.น.*; Ⓑ *(palm)* **~ [off] on to** *or* **[up]on sb.** เอา *(สินค้าด้อยคุณภาพ)* มาตบตาขายให้ *ค.น.*; ยกให้เป็นของ *ค.น. (ความคิด, ความรับผิดชอบ, ปัญหา)*; **~ oneself on [to] sb.** ยัดเยียดตนเองกับ *ค.น.*

¹fold /fəʊld/โฟลดฺ/ ❶ *v.t.* Ⓐ *(double over on itself)* พับ, ทบ; Ⓑ *(collapse)* พับเก็บ; Ⓒ *(embrace)* **~ sb. in one's arms** โอบกอด *ค.น.* ไว้; Ⓓ *(wind)* **~ one's arms about** *or* **[a]round sb.** เอาแขนกอดพัน *ค.น.* ไว้; Ⓔ **~ one's arms** กอดอก; **~ one's hands** เอามือสองข้างประกบกัน; **the crow ~ed its wings** กาหุบปีก; Ⓕ *(envelop)* **~ sth./sb. in sth.** ห่อหุ้ม *ส.น./ค.น.* ไว้ใน *ส.น.*; **~ed in a handkerchief** ห่อในผ้าเช็ดหน้า ❷ *v.i.* Ⓐ *(become ~ed)* ถูกพับเก็บ; พับไว้; Ⓑ *(collapse)* งอ, พับเก็บ; *(fig.) (cease to function)* ไม่ทำงาน, ไม่เดิน *(เครื่องหรือหัวคิด)*; *(go bankrupt)* ล้มละลาย; Ⓒ *(be able to be ~ed)* พับได้; **it ~s easily** มันพับง่าย; Ⓓ *(be collapsible)* พับเก็บได้ ❸ *n.* Ⓐ *(doubling)* รอยพับ; **the baggy ~s of skin under his eyes** ลอนๆ รอยย่นลึกใต้ขอบตาของเขา; **~s of flesh** เนื้อเป็นชั้นๆ; Ⓑ *(hollow, nook in mountain, etc.)* ซอกเขา; *(Geol.)* แอ่งในเขา; Ⓒ *(coil of serpent, string, etc.)* ขด; Ⓓ *(act of ~ing)* การพับ; Ⓔ *(line made by ~ing)* รอยพับ; Ⓕ *(Geol.)* หุบเขา, รอยพับของชั้นหินที่งอโค้ง

~ a'way ❶ *v.t.* พับเก็บ ❷ *v.i.* ถูกพับเก็บ; ➡ + foldaway

~ 'back ❶ *v.t.* พับเปิด *(ผ้าปูที่นอน)*; ตลบกลับ ❷ *v.i.* ถูกพับกลับ/เปิด

fold | fondle 356

~ **'down** ❶ *v.t.* (A) *(make more compact)* พับเป็นห่อ; (B) *(bend back part of)* ➡ ~ **back** 1; (C) *(open out)* คลี่ออก ❷ *v.i.* ➡ 1: พับเก็บ, พับเข้าด้วยกัน
~ **'in** *v.t.* (A) *(double over and inwards)* พับเข้าข้างใน, ทบเข้าข้างใน; (B) *(Cookery)* ค่อย ๆ เติมเข้าไปอย่างเบามือ *(น้ำตาลทรายในไข่ขาว)*
~ **into** *v.t. (Cookery)* ค่อย ๆ เติม *(น้ำตาล)* เข้าไปโดยไม่คน
~ **'out** *v.i. (แผนที่, เตียงพับ)* กางออกมา; **the settee ~s out to become a double bed** เก้าอี้นวมกางออกเป็นเตียงใหญ่ได้; ➡ + **fold-out**
~ **'over** *v.t.* พับเข้า *(ตะเข็บ)*; พับ *(หน้ากระดาษ)*
~ **'up** ❶ *v.t.* (A) *(make more compact by ~ing)* พับ, ทบ; (B) *(collapse)* พับเก็บ ❷ *v.i.* (A) *(be able to be ~ed up)* พับได้; (B) *(collapse)* พับเก็บได้; **how does this table ~ up?** โต๊ะนี้พับเก็บอย่างไร; *(fig.)* ➡ **'fold** 2 B *(fig.)*

[2]**fold** *n.* (A) ➡ **sheepfold**; (B) *(fig.: body of believers)* คริสต์ศาสนิกชน; **he has left the ~:** เขาเลิกปฏิบัติตัวตามแบบอย่างของชาวคริสต์

-fold ❶ *adj. in comb.* (A) *(times)* เท่า; (B) *(having so many parts etc.)* ทบ ❷ *adv. in comb.* เท่า, ต่อ

'foldaway *adj. (โต๊ะ, เก้าอี้, เตียง)* พับได้

folder /ˈfəʊldə(r)/โฟลเดอะ(ร)/ *n.* (A) *(cover, holder for loose papers)* แฟ้ม; โฟลเดอร์ *(ท.ศ.)*; (B) *(folded circular etc.)* ใบปลิวที่พับโดยไม่เย็บเล่ม; *(map also)* แผนที่ชนิดพับได้; (C) *(Computing)* โฟลเดอร์เก็บข้อมูล

folding /ˈfəʊldɪŋ/โฟลดิง/ ➡ **foldaway**

folding: ~ **'door** *n.* ประตูที่พับได้, ประตูบานเฟี้ยม; ~ **'doors** *n. pl.* ประตูที่พับได้

'fold-out *n.* หน้าหนังสือที่พับออกได้

foliage /ˈfəʊlɪɪdʒ/โฟลิอิจ/ *n., no pl.* (A) *(leaves, of tree also)* ใบไม้; (B) *(Art)* ลายช่อใบไม้

foliage: ~ **leaf** *n.* ใบไม้; ~ **plant** *n.* ไม้ประดับที่มีแต่ใบ

folio /ˈfəʊlɪəʊ/โฟลิโอ/ ❶ *n., pl.* **~s** (A) *(leaf of paper etc.)* แผ่นกระดาษ *(โดยเฉพาะที่มีเลขหน้าแค่ด้านเดียว/เป็นเลขคี่)*; (B) *(leaf- or page number of printed book)* เลขหน้าหนังสือ; (C) *(sheet folded once)* กระดาษพับครึ่ง; **in ~:** ในรูปแบบหน้าพับครึ่ง; (D) *(book)* หนังสือขนาดกระดาษพับครึ่ง; **First F~:** *การพิมพ์ครั้งแรกของหนังสือในรูปแบบหน้าพับครึ่ง* ❷ *adj.* สี่หน้ายก *(ขนาดเท่ากับกระดาษมาตรฐานพับสอง)*

folk /fəʊk/โฟค/ *n., pl. same or* **~s** (A) *(a people)* ชนชาติ; (B) *in pl.* **~[s]** *(people)* ประชาชน; *(people in general)* คนทั่วไป, ผู้คน; **some ~[s]** บางคน; (C) *in pl.* **~s** *(coll., as address : people, friends)* เพื่อน; (D) *in pl. (people of a particular class)* **[the] rich/poor ~:** คนรวย/คนจน; **old ~[s]** คนแก่; **old ~'s home** ➡ **old people's home**; (E) *in pl.* **~s** *(coll.) (one's relatives)* ญาติ; *(one's parents)* บิดามารดา; (F) ➡ **folk music**; (G) *attrib. (of the people, traditional)* พื้นบ้าน, พื้นเมือง, ชาวบ้าน; ~ **handicrafts** หัตถกรรมพื้นบ้าน; ~ **museum** พิพิธภัณฑ์พื้นบ้าน

folk: ~ **dance** *n.* การเต้นรำพื้นเมือง; ~ **dancing** *n.* การเต้นรำพื้นเมือง; ~ **etymology** *n.* วิชาว่าด้วยกำเนิดและความหมายของคำในภาษาชาวบ้าน; ~ **hero** *n.* พระเอกในนิทานชาวบ้าน; **~lore** *n.* (A) *(traditional beliefs)* คติชาวบ้าน, ตำนานพื้นเมือง; (B) *(study)* ขนบธรรมเนียมชาวบ้าน; ~ **memory** *n.* การเล่าสืบต่อกันมา; ~ **music** *n.* ดนตรีพื้นบ้าน, ดนตรีลูกทุ่ง; ~ **singer** *n.* นักร้องเพลงพื้นเมือง; ~ **singing** *n.* การร้องเพลงพื้นบ้าน; ~ **song** *n.* เพลงพื้นบ้าน, เพลงลูกทุ่ง

folksy /ˈfəʊksɪ/โฟคซิ/ *adj.* (A) *(sociable, informal)* เป็นกันเอง; (B) *(having characteristics of folk art)* มีลักษณะแบบศิลปะพื้นบ้าน, เป็นแบบชาวบ้าน

folk: ~ **tale** *n.* นิทานพื้นบ้าน, ตำนานพื้นบ้าน; **~ways** *n. pl.* วิถีชาวบ้าน; **~weave** *n.* ผ้าทอมือ

folky /ˈfəʊkɪ/โฟคิ/ ➡ **folksy** B

follicle /ˈfɒlɪkl/ฟอลิค'ล/ *n. (Biol., Med.)* ช่องโพรงหรือต่อมรูปถุงขนาดย่อม

follow /ˈfɒləʊ/ฟอโล/ ❶ *v.t.* (A) ตาม, ติดตาม; **you're being ~ed** คุณถูกติดตาม; (B) *(go along)* ไปตาม *(ทาง, ถนน)*; (C) *(come after in order or time)* ตามมา, ถัดมา, ตามลำดับ; **A is ~ed by B** เอตามด้วยบี; (D) *(accompany)* ติดตาม; (E) *(provide with sequel)* ~ **sth. with sth.** ตาม *ส.น.* ด้วย *ส.น.*; ~ **your meal with a brandy** ดื่มบรั่นดีสักแก้วหลังทานอาหาร; **his first novel was ~ed by a string of best-sellers** นวนิยายเล่มแรกของเขา ก็ตามด้วยหนังสือขายดีเป็นจำนวนมาก; **that's a hard act to ~** *(fig.)* ตามคน/สิ่งที่เก่งอย่างนั้นไม่ใช่เรื่องง่ายเลย; **~ that!** *(coll.)* เออ ลองตามฉันซิ; (F) *(go after as admirer or suitor)* ติดสอยห้อยตาม; (G) *(result from)* เป็นผลจาก, มักตามด้วย; **a stroke is often ~ed by permanent paralysis** การที่เส้นโลหิตในสมองแตก มักจะทำให้เกิดอัมพาตอย่างถาวร; (H) *(treat or take as guide or leader)* ตาม; *(adhere to)* ปฏิบัติตาม; (I) *(act according to)* ทำตาม *(กฎหมาย, ระเบียบ, คำเตือน)*; ตาม *(ใจ, ความรู้สึก)*; ปฏิบัติตาม *(คำสั่ง, คำแนะนำ)*; อนุโลมตาม, รักษาแนวทางตามแบบ; ~ **one's heart** ทำตามใจของตนเอง; ➡ + **example** A; **fashion** 1 B; [2]**lead** 3 A; **nose** 1 A; (J) *(practise)* ฝึกฝน; ~ **the teaching/medical profession/the arts** เป็นครู/แพทย์/ศิลปิน; (K) *(keep up with mentally, grasp meaning of)* ตาม; **I can't ~ what he says** ฉันไม่เข้าใจ/ฟังไม่ทันว่าเขาพูดอะไร; **do you ~ me?, are you ~ing me?** คุณเข้าใจฉันไหม; **I don't ~ you/your meaning** ฉันไม่เข้าใจว่าคุณหมายความอย่างไร; ~ **the music from the score** คอยตามดนตรีโดยอ่านตัวโน้ต; (L) *(be aware of the present state or progress of)* ติดตาม *(ข่าว, ความคืบหน้า)*; ~ **a TV serial** ดูรายการโทรทัศน์เป็นประจำ ❷ *v.i.* (A) *(go, come)* ~ **after sb./sth.** มาหลัง *ค.น./ส.น.*; (B) *(go or come after person or thing)* ติดตาม; **you go ahead in the car and I'll ~ on my bike** คุณขับรถตรงไปก่อนเถอะ ฉันจะขี่จักรยานตามหลังไป; ~ **in the wake of sth.** ติดสอยห้อยตาม *ส.น.*; (C) *(come next in order or time)* ตามมา, ต่อไปนี้; **in the years that ~ed** ในปีต่อ ๆ มา; **as ~s** ดังต่อไปนี้; **the details are as ~s** รายละเอียดมีดังต่อไปนี้; **there are two options, as ~s: ...:** มีทางเลือกอยู่สองวิธีดังต่อไปนี้...; **would you like coffee to ~?** หลังจากนี้คุณอยากจะได้กาแฟสักถ้วยไหม; **what ~s next?** มีอะไรต่อจากนี้ *หรือ* ต่อไปเป็นอะไร; (D) *(ensue)* ตามมา, เป็นผล; (E) ~ **from sth.** *(result)* เป็นผลจาก *ส.น.*; *(be deducible)* สรุปได้ว่า; **it ~s [from this] that ...:** สรุป [จากนี้] ได้ว่า...
~ **'on** *v.i.* (A) *(continue)* ~ **on from sth.** ดำเนินต่อจาก *ส.น.*; (B) *(Cricket)* ต้องเข้าเป็นฝ่ายตีลูกทันทีที่ตีครั้งแรกจบ; ➡ + **follow-on**
~ **'out** *v.t.* (A) *(pursue to the end)* ดำเนิน *(แผนการ, โครงการ)* จนเสร็จสิ้น; ทำตาม *(ความหวัง, ความต้องการ)*; (B) *(carry out)* ทำตาม *(กฎเกณฑ์, คำสั่ง)*
~ **'through** ❶ *v.t.* ทำจนเสร็จ, ติดตามจนสำเร็จ ❷ *v.i. (Sport)* เหวี่ยงไม้ตามลูก; ➡ + **follow-through**
~ **'up** *v.t.* (A) *(pursue steadily)* ติดตามอย่างสม่ำเสมอ; (B) *(add further action etc. to)* ทำให้เสร็จ, ทำให้สมบูรณ์ *(ชัยชนะ)*; (C) *(investigate further)* สืบสาวต่อ, ติดตามผล *(การได้ข่าว)*; *(consider further)* พิจารณาเพิ่มเติม; ➡ + **follow-up**

follower /ˈfɒləʊə(r)/ฟอโลเออะ(ร)/ *n.* ผู้ติดตาม, บริวาร, พรรคพวก; **be a dedicated ~ of fashion** ตามแฟชั่นอย่างหลับหูหลับตา

following /ˈfɒləʊɪŋ/ฟอโลอิง/ ❶ *adj.* (A) *pres. p. of* **follow**; **on the ~ day** เมื่อวันต่อมา, วันรุ่งขึ้น; **on the ~ Monday** ในเมื่อวันจันทร์หน้า; (B) *(now to be mentioned)* ดังต่อไปนี้; **the ~ items** รายการต่อไปนี้; **in the ~ way** ตามวิธีดังนี้; **for the ~ reasons** ตามเหตุผลต่อไปนี้; **the ~:** *(สิ่ง, บุคคล)* ต่อไปนี้; (C) *(blowing in one's direction of travel)* ~ **wind** ลมที่พัดตามหลัง ❷ *prep.* ตามมา ❸ *n.* การติดตาม, กลุ่มติดตาม

follow: **~-my-'leader** *(Amer.:* **~-the-'leader***)* *n.* การเล่นอย่างหนึ่งคล้ายงูกินหาง; **~-on** *n. (Cricket)* การที่ทีมตีลูกต้องตีซ้ำทันที *(เพราะทำคะแนนไม่พอในรอบแรก)*; **~-through** *n. (Sport)* การเหวี่ยงไม้ตามลูก; **~-up** *n.* การติดตาม; *(Med.)* การตรวจเพิ่มเติม; **there's never any ~-up to his promises** เขาไม่เคยทำตามคำสัญญาที่ให้ไว้; **~-up letter/visit** จดหมายติดตามเรื่องค้าง/การเยี่ยมเพื่อติดตาม

folly /ˈfɒlɪ/ฟอลิ/ *n.* (A) ความโง่เขลา; **it would be [sheer] ~:** จะเป็นการโง่เขลาอย่างที่สุด; **an act of ~:** การกระทำโง่ ๆ; (B) *(costly structure considered useless)* *สิ่งก่อสร้างที่สวยงามสร้างทิวทัศน์แต่ไร้ประโยชน์*; (C) *in pl. (Theatre)* การแสดงของผู้หญิงที่แต่งชุดนุ่งน้อยห่มน้อย

foment /fəʊˈment/โฟ'เม็นทฺ/ *v.t.* (A) *(foster)* ก่อกวน, ทำให้ฟักตัว; (B) *(bathe)* อาบด้วยน้ำอุ่น

fomentation /fəʊmenˈteɪʃn/โฟเม็น'เทช'น/ *n.* (A) *(fostering)* การก่อกวน, การทำให้ฟักตัว; (B) *(warm cloth[s])* ผ้าอุ่น ๆ; (C) *(application of warm cloth[s])* การใช้ผ้าอุ่นประคบ

fond /fɒnd/ฟอนดฺ/ *adj.* (A) *(tender)* รักใคร่; *(affectionate)* ที่ชื่นชอบ; *(in letters)* **~[est] love** ด้วยความรัก [ยิ่ง]; **say a ~ farewell** กล่าวลาอย่างอาลัยอาวรณ์; **be ~ of sb.** ชอบ *ค.น.*; **be ~ of sth.** ชอบ *ส.น.*; **be ~ of doing sth.** ชอบทำ *ส.น.*; **she's very ~ of Greece/the theatre** เธอชอบประเทศกรีซมาก/ไปดูละครมาก; **I'm not very ~ of sweets** ฉันไม่ค่อยชอบของหวาน; **he's become very ~ of living in Spain** ตอนหลังเขาชอบใช้ชีวิตอยู่ในประเทศสเปนมาก; (B) *(foolishly credulous or hopeful)* *(ความคิด)* ที่มั่นใจเกินไป; *(บุคคล)* ที่เชื่อง่าย; *(ผู้ใหญ่)* ที่ลำเอียง; **he had ~ hopes of becoming an ambassador one day** เขาเชื่อมั่นว่าสักวันหนึ่งเขาจะได้เป็นเอกอัครราชทูต; (C) *(over-affectionate)* ที่สุดซึ้ง

fondant /ˈfɒndənt/ฟอนเดินทฺ/ *n.* ขนมหวานนุ่ม ๆ

fondle /ˈfɒndl/ฟอนด'ล/ *v.t.* ลูบไล้ *หรือ* แตะตัวด้วยความรัก, จุมพิต

fondly /ˈfɒndlɪ/ˈฟอนดฺลิ/ *adv.* Ⓐ *(tenderly)* อย่างอ่อนโยน, อย่างทะนุถนอม; *(with affection)* อย่างรักใคร่; **he looks ~ back upon his days at university** เขาหวนระลึกถึงช่วงที่อยู่มหาวิทยาลัยอย่างอาลัยอาวรณ์; Ⓑ *(with foolish credulousness or hopefulness)* อย่างงมงาย, อย่างเชื่อมั่นเกินไป

fondness /ˈfɒndnɪs/ˈฟอนดฺนิซ/ *n., no pl.* Ⓐ *(tenderness)* ความอ่อนโยน, ความทะนุถนอม; *(affection)* ความรักใคร่, ความเสน่หา; **look back with great ~ on sth.** หวนระลึกถึง *ส.น.* ด้วยความรักความผูกพันมาก; **~ for sth./doing sth.** *(special liking)* ความชอบ *ส.น.*/ทำ *ส.น.* เป็นพิเศษ; **~ for sb./art/the sea** ความชอบ *ค.น.*/ศิลปะ/ทะเล; Ⓑ *(foolish credulousness or hopefulness)* ความเชื่อมั่นอย่างงมงาย

fondue /ˈfɒndju:, ˈfɒndu:/ˈฟอนดิว, ˈฟอนดู/ *n. (Gastr.) น้ำจิ้มร้อน ๆ ทำด้วยเนยแข็งละลายผสมไวน์ ใช้จุ่มขนมปังชิ้นเล็ก ๆ; ฟองดูว์ (ท.ศ.)*

¹font /fɒnt/ฟอนทฺ/ *n. อ่างหินในโบสถ์ใส่น้ำเพื่อเจิมเด็กที่เข้าเป็นสมาชิกคริสเตียน*

²font *(Printing, Computing)* ชุดแบบอักษร *(ร.บ.)*

food /fu:d/ฟูด/ *n.* Ⓐ *no pl., no art.* อาหาร; *(for animals)* อาหารสัตว์; **take ~:** กินอาหาร; **lack of ~:** การขาดอาหาร; **nutritious ~:** อาหารที่มีคุณค่าทางโภชนาการ; **be ~ for [the] worms** ตายแล้ว; Ⓑ *no pl., no art. (as commodity)* เครื่องบริโภค; **one's week's shopping for ~** *or* **~ shopping** การซื้ออาหารประจำสัปดาห์; Ⓒ *no pl. (in solid form)* อาหาร; **some ~:** อาหารบางอย่าง; **there was plenty of ~ and drink** มีอาหารและเครื่องดื่มมากมายเหลือเฟือ; **she had prepared some delicious ~ for the party** เธอได้เตรียมอาหารอร่อย ๆ สำหรับงานเลี้ยง; **he likes his ~ too much for that!** เขาชอบกินมากเกินไปทีเดียว; **he's very keen on Italian ~:** เขาชอบอาหารอิตาเลียนมาก; Ⓓ *(particular kind)* อาหาร; *(for animals)* อาหารสัตว์; **nuts are a very nutritious ~:** ถั่วเป็นอาหารที่มีคุณค่าทางโภชนาการสูง; **canned ~s** อาหารกระป๋อง; **preserved/imported ~s** อาหารดอง/อาหารนำเข้า; Ⓔ *(nutriment)* อาหารบำรุงกำลัง; Ⓕ *(fig.: material for mental work)* อาหารสมอง; **~ for thought** เรื่องที่ต้องคิดไตร่ตรอง; **~ for discussion** ข้อมูลสำหรับการอภิปราย

food: ~ chain *n. (Ecol.)* ห่วงโซ่อาหาร; **~ fish** *n.* ปลาที่กินได้

foodie /ˈfu:dɪ/ˈฟูดิ/ *n. (Brit. coll.)* นักกิน, คนช่างกิน

food: ~ parcel *n.* ห่อบรรจุอาหาร; **~ poisoning** *n.* อาหารเป็นพิษ; **~ processor** *n.* เครื่องบดเนื้อ, เครื่องผสมอาหาร; **~ rationing** *n.* ระบบการปันส่วนอาหาร; **~ shop** ➡ **~ store**; **~ stamps** *n. pl. (Amer.)* ตั๋วแลกซื้ออาหาร *(สำหรับผู้มีรายได้น้อย)*; **~ store** *n.* ร้านขายอาหาร; **~stuff** *n.* เครื่องบริโภค, อาหาร; **perishable ~stuffs** อาหารที่เน่าเสียง่าย; **~ supplies** *n. pl.* อาหารสำรอง; **~ value** *n.* คุณค่าทางอาหาร

¹fool /fu:l/ฟูล/ ❶ *n.* Ⓐ คนโง่เขลา; **look a ~:** ดูไม่น่าเป็นไปได้; *(as regards behaviour)* ดูโง่มาก; **he's a ~ to believe stories like that** ถ้าเขาเชื่อเรื่องอย่างนั้นได้ลงคอก็นับว่าโง่บัดซบ; **what a ~ I am!** ฉันมันโง่; **oh, you 'are a ~!** คุณนี่โง่จริง ๆ; **he makes you feel like a ~:** เขาจะทำให้ทุกคนรู้สึกเหมือนเป็นคนโง่; **be no** *or* **nobody's ~:** ไม่โง่เลย; เป็นคนเจ้าเล่ห์ระมัดระวังตัวแจ; **I would never be such a ~:** ฉันจะไม่มีวันโง่ถึงขนาดนั้นหรอก; **be ~ enough to do sth.** โง่ *หรือ* บ้าพอที่จะทำ *ส.น.*; **make a ~ of oneself** ทำตัวเป็นคนโง่ *หรือ* ทำให้คนอื่นหัวเราะเยาะ; **there's no ~ like an old ~:** ไม่มีใครงมงายเท่ากับคนแก่ที่โง่งม; **a ~ and his money are soon parted** คนโง่จะหมดเงินในไม่ช้า; **a ~'s bolt is soon shot** คนโง่ยิงปืนเร็ว *(ไม่มีความชำนาญที่จะเล็งให้ถูกเป้า)*, คนโง่ไม่มีสติปัญญา; **not suffer ~s gladly** ทนคนโง่ไม่ได้; **~s rush in where angels fear to tread** คนโง่เท่านั้นที่กล้าทำอะไรเสี่ยง ๆ; Ⓑ *(Hist.: jester, clown)* ตัวตลก; **act** *or* **play the ~:** เล่นเป็นตัวตลก; Ⓒ *(dupe)* **make a ~ of sb.** แกล้งทำให้ *ค.น.* ขายหน้า; ➡ + **all** 1 B; **April**

❷ *v.i.* ทำบ้า ๆ, ทำโง่ ๆ; **you're ~ing!** ทำตลกอีกแล้ว!

❸ *v.t.* Ⓐ *(cheat)* **~ sb. out of sth.** โกง *ส.น.* จาก *ค.น.*; **~ sb. into doing sth.** หลอกลวงให้ *ค.น.* ทำ *ส.น.*; Ⓑ *(dupe)* หลอกลวง, หลอกต้ม; *(play tricks on)* ใช้อุบาย; **don't be ~ed by him** อย่าเผลอให้เขาหลอกได้; **you could have ~ed me** *(iron.)* คุณเกือบจะหลอกฉันได้แล้วซิ

~ a'bout, ~ a'round *v.i. (play the ~)* เล่นตลก; *(idle)* ทำตัวเหลวไหล; *(trifle)* ใช้เวลาอ้อยอิ่ง; **~ about** *or* **around with sth./sb.** เล่นสนุกสนานไปเรื่อย ๆ กับ *ส.น./ค.น.*

~ a'way *v.t.* ทำให้สิ้นเปลือง, ใช้จ่ายสุรุ่ยสุร่าย

~ with *v.t.* เล่นตลกกับ

²fool *n. (Gastr.) ขนมหวานใส่ผลไม้ต้มผสมกับครีมหรือคัสตาร์ด*

foolery /ˈfu:lərɪ/ˈฟูเลอะริ/ *n., no pl.* ความเหลวไหล, การกระทำบ้า ๆ บอ ๆ

foolhardy /ˈfu:lhɑ:dɪ/ˈฟูลฮาดิ/ *adj.* มุทะลุ, บ้าระห่ำ, บ้าบิ่น; **that was a ~ thing to say** บ้าระห่ำมากที่พูดอย่างนั้น

foolish /ˈfu:lɪʃ/ˈฟูลิช/ *adj.* Ⓐ โง่, เซ่อ, บ้า; **we were ~ to expect miracles** พวกเราโง่เต็มทีที่หวังว่าจะเกิดปาฏิหาริย์; **~ minds** คนเบาปัญญา; **don't do anything ~:** อย่าทำอะไรบ้า ๆ; **what a ~ thing to do/say** ทำ/พูดอะไรบ้า ๆ; Ⓑ *(ridiculous)* น่าหัวเราะ; *(คำพูด)* บ้ามาก

foolishly /ˈfu:lɪʃlɪ/ˈฟูลิชลิ/ *adv.* Ⓐ *(in foolish manner)* อย่างโง่เขลา, อย่างโง่ ๆ; Ⓑ *(in ridiculous manner)* อย่างน่าขัน, อย่างบ้ามาก

fool: ~proof *adj. (not open to misuse) (fig.)* ไม่สามารถนำไปใช้ในทางที่ผิดได้; *(not open to misinterpretation)* ไม่สามารถจะเข้าใจผิดได้; *(infallible)* ไม่มีทางผิดพลาด; *(that cannot break down)* ยากที่จะทำให้เสียได้; **~scap** /ˈfu:lskæp, ˈfu:lzkæp/ˈฟูลซฺแกพ, ˈฟูลซฺแกพ/ *n.* Ⓐ *(size of paper)* ขนาด *(กระดาษ)* ประมาณ 43 x 34 เซนติเมตร; Ⓑ *(paper of this size)* กระดาษฟูลสแก็ป; **~'s 'errand** *n.* กิจการที่สูญเปล่า; **go on a ~'s errand** พยายามอย่างไร้ผล; **I was sent on a ~'s errand** ฉันถูกส่งไปทำงานที่ไร้ผล; **~'s 'paradise** *n.* โลกแห่งความฝัน; **be** *or* **live in a ~'s paradise** มีชีวิตอยู่ในโลกแห่งความฝัน; **~'s 'parsley** *n. (Bot.)* พืชรสขมลักษณะคล้ายผักชีฝรั่ง

foot /fʊt/ฟุท/ ❶ *n., pl.* **feet** /fi:t/ฟีท/ Ⓐ ➤ **118** *(person)* เท้า; *(animal, sl. also)* ตีน; **at sb.'s feet** ที่เท้าของ *ค.น.*; **be at sb.'s feet** *(fig.)* เป็นบริวารรับใช้ *ค.น.*; **fall/sit at sb.'s feet** ล้มลงไป/นั่งอยู่ที่เท้า *ค.น.*; **sit at sb.'s feet** *(fig.)* เป็นสาวกของ *ค.น.*; **lay the blame for sth. at sb.'s feet** โทษ *ค.น.* ว่าทำ *ส.น.* ผิด; **put one's best ~ forward** *(fig.) (hurry)* เร่งรีบ; *(do one's best)* ทำดีที่สุดเท่าที่ทำได้; **please wipe your feet** โปรดเช็ดเท้า; **do sth. with both feet** *(fig.)* ทำ *ส.น.* เต็มกำลัง; **feet of clay** *(fig.)* ความบกพร่องขั้นพื้นฐานที่ลดทอนความน่าศรัทธา; **feet first** เอาเท้าเข้าก่อน; **go into sth. feet first** *(fig.)* กระโจนเข้าทำ *ส.น.*; **have one ~ in the grave** *(fig.)* จวนจะตาย; **have both [one's] feet on the ground** *(fig.)* ไม่หลงใหลฟุ้งซ่าน; **keep one's feet** *(fig.)* ไม่ล้มลง; **have a ~ in both camps** *(fig.)* เหยียบเรือสองแคม; **my ~!** *(coll.)* ให้ตายเถอะ; **on ~:** โดยเท้า, เดินไป; **set sth. on ~:** เริ่มดำเนินการ *ส.น.*; **on one's/its feet** *(lit.)* ตั้งให้อยู่ในแนวตรง; *(fig.)* ในสภาพที่มั่นคง; **you'll be back on your feet again before long** *(fig.)* คุณจะหายดีในอีกไม่นานนี้แหละ; **put** *or* **get sb. [back] on his feet** *(fig.)* ช่วยให้ *ค.น.* คืนสู่สภาพเดิม; **get on one's feet** ลุกขึ้น, ยืนขึ้น; **put one's ~ down** *(fig.) (be firmly insistent or repressive)* ยืนกราน, ดื้อรั้น; *(accelerate motor vehicle)* เหยียบคันเร่ง; **put one's ~ in it** *(fig. coll.)* ทำการผิดพลาด *หรือ* หลุดปากสิ่งที่ไม่ควรพูด; **put one's feet up** พักผ่อน; **start [off]** *or* **get off** *or* **begin on the right/wrong ~** *(fig.)* เริ่มต้นดี/ไม่ดี; **set ~ in/on sth.** เหยียบ/เดินเข้าไปในที่หนึ่ง; **go away and never set ~ in here** *or* **in this place again** ไปให้พ้นและอย่ากลับมาเหยียบที่นี่อีกต่อไป; **he had never set ~ in Britain/outside London** เขาไม่เคยเดินทางไปประเทศอังกฤษ/ย่างก้าวออกจากกรุงลอนดอน; **be rushed off one's feet** *(fig.)* วิ่งไปมาตลอด; **stand on one's own [two] feet** *(fig.)* ยืนหยัดด้วยขา [ทั้งสอง] ของตนเอง, พึ่งตัวเอง; **sweep sb. off his/her feet** *(fig.)* ทำให้ *ค.น.* หลงใหลได้ปลื้มในฉับพลัน; **rise** *or* **get to one's feet** ลุกขึ้น, ยืนขึ้น; **help sb. to his feet** ช่วยพยุง *ค.น.* ขึ้น, ช่วยให้ *ค.น.* ลุกขึ้น; **it's a bit muddy under ~:** มีโคลนเฉอะแฉะเล็กน้อย; **tread sth./sb. under ~** *(lit. or fig.)* เหยียบย่ำ *ส.น./ค.น.*; **get under sb.'s feet** *(fig.)* ไปเกะกะ *ค.น.*; **with four children under her feet** เธอมีเด็กสี่คนคอยวิ่งเกาะแกะ; **get one's feet wet** *(fig.)* เข้าไปร่วมกิจกรรม; **never put a ~ wrong** *(fig.)* ไม่เคยทำอะไรผิด; **get/have cold feet** เริ่มหวั่นไหว; **catch sb. on the wrong ~** *(fig.)* จับผิด *ค.น.* ได้; **have two left feet** *(fig.)* เป็นคนงุ่มง่ามซุ่มซ่าม; Ⓑ *(step)* **swift/light of ~:** เท้าไว/ฝีเท้าเบา; Ⓒ *pl. same (Brit. Hist.) (Mil.)* ทหารราบ; **five hundred ~:** ทหารราบจำนวนห้าร้อยนาย; Ⓓ *(far end)* ปลายสุด; *(of bed)* ปลายเตียง; *(lowest part)* ตีน *(เสา, เขา)*; โคน *(ต้นไม้)*; *(of sail)* แนวล่าง; **at the ~ of the list/page** ท้ายรายการ/ท้ายหน้ากระดาษ; **the compost heap is at the ~ of the garden** กองปุ๋ยอยู่ท้ายสวน; Ⓔ *(of stocking etc.)* ส่วนเท้า; Ⓕ *(Pros.: metrical unit)* บาท *(จังหวะในคำประพันธ์)*; Ⓖ *(Phonet.: unit of speech)* พยางค์ของคำ; Ⓗ *pl.* **feet** *or same* ➤ **69**, ➤ **426**, ➤ **517** *(linear measure)* ฟุต *(ท.ศ.)* เท่ากับ 12 นิ้ว *(30.48 เซนติเมตร)*; **7 ~** *or* **feet** ระยะ 7 ฟุต; Ⓘ *(base)* ฐาน; *(of statue, pillar)* ฐาน; Ⓙ *(Zool.: of invertebrate)* ตีน; Ⓚ *(Bot.)* ขั้วดอก; ➡ + **¹ball** 1 B; **cold feet**; **cubic** B; **door** B; **drag** 2 A; **fall** 2 A, P; **find** 1 B; **hand** 1 A; **square** 2 B; **walk** 2 B

❷ *v.t.* Ⓐ **~ it** *(dance)* เต้นรำ; *(walk)* เดินเท้า; Ⓑ *(pay)* **~ the bill** ชำระเงิน

footage /ˈfʊtɪdʒ/ˈฟุททิจ/ *n., no pl., no indef. art.* ช่วงหนึ่งของภาพยนตร์; **documentary ~:** ช่วงหนึ่งของการถ่ายสารคดี

foot-and-mouth [disease] *n.* โรคเท้าเปื่อยปากเปื่อย *(ซึ่งเป็นในปศุสัตว์)*

football /ˈfʊtbɔ:l/ˈฟุทบอล/ *n.* Ⓐ ลูกฟุตบอล *(ท.ศ.); (elongated)* ลูกบอลรูปกลมรี, ลูกรักบี้; *(fig.)* คน *หรือ* เรื่องที่ถูกโยนไปมา; Ⓑ *(Brit.: soccer)* กีฬาฟุตบอล *(ท.ศ.); (Amer.: American ~)* กีฬาอเมริกันฟุตบอล; ➡ + American football; Rugby football

ˈfootball boot *n.* รองเท้าฟุตบอล

footballer /ˈfʊtbɔ:lə(r)/ˈฟุทบอเลอะ(ร)/ *n.* ➤ 489 Ⓐ *(Brit.: soccer player)* นักฟุตบอล; Ⓑ *(Amer.: American football player)* นักอเมริกันฟุตบอล

football: ~ pitch *n.* สนามฟุตบอล; **~ pools** *n. pl.* **the ~ pools** การเล่นพนันฟุตบอล; ➡ + ²pool 1 A

foot: ~bath *n.* Ⓐ *(washing of feet)* การล้างเท้า; Ⓑ *(small bath)* อ่างล้างเท้า; **~ brake** *n.* ห้ามล้อที่ใช้เท้าเหยียบ; **~ bridge** *n.* สะพานคนเดินข้าม; *(across road, railway, etc.)* สะพานเดินข้ามถนน

-footed /ˈfʊtɪd/ˈฟุททิด/ *adj. in comb.* *(สี่, ทาง)* เท้า; **nimble-~:** มีฝีเท้าเบา; **large-/small-~:** มีเท้าใหญ่/เล็ก

footer /ˈfʊtə(r)/ˈฟุทเทอะ(ร)/ *(Brit. coll.)* ➡ football 1 B

-footer /ˈfʊtə(r)/ˈฟุทเทอะ(ร)/ *n. in comb* **she is a six-~:** เธอสูงหกฟุต; **the boat was a nine-~:** เรือลำนี้ยาวเก้าฟุต

foot: ~fall *n.* เสียงฝีเท้า; **~ fault** *(Lawn Tennis)* ❶ *n.* การก้าวล้ำเส้นเวลาเสิร์ฟ ❷ *v.i.* ก้าวล้ำเส้น; **~hill** *n., usu. pl.* ลูกเนินที่อยู่ตีนเขา; **~hold** *n.* ที่ยึดเท้า *(ในเวลาปีนเขา); (fig.)* จุดเริ่มต้นที่มั่นคง; **get a ~hold** *(fig.)* สามารถตั้งหลักเริ่มต้นได้

footing /ˈfʊtɪŋ/ˈฟุททิง/ *n.* Ⓐ *(fig.: status)* ตำแหน่ง; **be on an equal ~ [with sb.]** อยู่ในตำแหน่งเท่ากัน [กับ *ค.น.*]; **put A on an equal ~ with B** วางเอและบีในระดับเดียวกัน; **place sth. on a firm ~:** ตั้ง *ส.น.* ไว้บนฐานที่มั่นคง; **be on a friendly ~ with sb.** มีความเป็นมิตรกับ *ค.น.*; **be on a war ~:** ตกอยู่ในภาวะสงคราม; Ⓑ *(foothold)* ที่ยึดเท้า; **lose/miss/keep one's ~:** สูญเสีย/พลาด/รักษาที่ยึดเท้า; Ⓒ *(surface for standing on)* พื้นที่เรียบ; *(fig.)* ตำแหน่ง; **gain a ~ as a journalist** ได้ตำแหน่งเป็นนักหนังสือพิมพ์; Ⓓ *(Building)* ฐาน

footle /ˈfu:tl/ˈฟูท'ล/ *v.i. (coll.)* **~ about** *(trifle)* เถลไถล; *(play the fool)* ทำเป็นตัวตลก

ˈfootlights *n. pl. (Theatre)* โคมไฟรอบพื้นเวที

footling /ˈfu:tlɪŋ/ˈฟุทลิง/ *adj.* ไม่เป็นแก่นสาร, โง่เง่า, ไร้สาระ

foot: ~loose *adj.* ทำตามใจชอบ, ไม่มีข้อผูกมัด; **~loose and fancy-free** เป็นอิสระที่จะทำตามใจชอบ; **~man** /ˈfʊtmən/ˈฟุทเมิน/ *n., pl.* **~men** /ˈfʊtmən/ˈฟุทเมน/ *(servant)* คนรับใช้ผู้ชายแต่งเครื่องแบบ; **~mark** *n.* ➡ ~print; **~muff** *n.* ปลอกนวมสวมเท้า; **~note** *n.* เชิงอรรถ; **~ passenger** *n.* ผู้โดยสาร *(เรือข้ามฟาก)* ที่ไม่มีรถยนต์; **~path** *n. (path)* บาทวิถี; *(Brit.: pavement)* ทางเท้า; **~plate** *n. (Brit. Railw.)* ที่ยืนของคนขับรถไฟ; **~plate workers** คนขับรถไฟ; **~print** *n.* รอยเท้า, รอยตีนสัตว์; **~prints in the snow** รอยเท้าในหิมะ; **~ race** *n.* การวิ่งแข่ง; **~rest** *n.* ที่วางเท้า; *(on bicycle or motorcycle)* ที่วางเท้ารถจักรยานยนต์; **~ rot** *n.* *(Vet. Med.)* โรคเท้าอักเสบของแกะและปศุสัตว์; **~ rule** *n.* ไม้ฟุต; **~ scraper** *n.* อุปกรณ์เหล็กขูดโคลนจากเกือก

footsie /ˈfʊtsɪ/ˈฟุทซิ/ *n. (coll.)* **play ~ [with sb.]** เล่นสัมผัสเท้า [กับ *ค.น.*] เพื่อกระตุ้นอารมณ์ใคร่

foot: ~slog *(coll.)* ❶ *v.i.* เดินทางไกลจนเหน็ดเหนื่อย ❷ *n.* การเดินไกลมาก; **~ soldier** *n. (Mil.)* ทหารราบ; **~sore** *pred. adj.* **be ~sore** เจ็บเท้า, เท้าบวม; **~step** *n.* การก้าวเท้า, รอยเท้า; **follow** *or* **tread in sb.'s ~steps** *(fig.)* เดินตามรอยเท้าของ *ค.น.*; **~stool** *n.* ม้าสำหรับวางเท้า; **~way** *n.* บาทวิถี, ทางเท้า; **~wear** *n., no pl.* รองเท้า, ถุงเท้า; **~work** *n., no pl. (Sport, Dancing)* วิธีการก้าวเท้า

footy *n.* ฟุตบอล *(ท.ศ.)*

fop /fɒp/ฟอพ/ *n.* คนขี้โอ่, คนชอบแต่งตัว

foppish /ˈfɒpɪʃ/ˈฟอพิช/ *adj.* ขี้โอ่, ชอบแต่งตัว

for /ˈfə(r), fɔ:(r)/ˈฟอ(ร), เฟอ(ร)/ ➤ 359 ❶ *prep.* Ⓐ *(representing, on behalf of, in exchange against)* สำหรับ, แทน, เพื่อ; *(in place of)* แทน, เหมาะกับ; **what is the Thai ~ 'buzz'?** คำว่า 'buzz' ในภาษาไทยใช้ว่าอะไร; **I. Smith ~ B. Jones** *(as signature)* ไอ. สมิธ เซ็นแทนบี. โจนส์; ➡ + eye 1 A; Ⓑ *(in defence, support, or favour of)* เพื่อ, สนับสนุน; **be ~ doing sth.** สนับสนุนการทำ *ส.น.*; **the voting was 5 ~ and 10 against** คะแนนเสียงเห็นด้วย 5 คะแนน ไม่เห็นด้วย 10 คะแนน; **it's each [man]** *or* **every man ~ himself** ตัวใครตัวมัน; Ⓒ *(to the benefit of)* เพื่อ, สำหรับ; **do sth. ~ sb.** ทำ *ส.น.* เพื่อ *ค.น.*; **die ~ one's country** ยอมตายเพื่อประเทศชาติ; Ⓓ *(with a view to)* เพื่อ; *(conductive[ly] to)* เพื่อ; **they invited me ~ Christmas/Monday/supper** พวกเขาเชิญฉันมาร่วมงานคริสต์มาส/วันจันทร์/รับประทานอาหารมื้อเย็น; **meet ~ a discussion** นัดพบกันเพื่อปรึกษาหารือ; **what is it ~?** นั่นใช้ทำอะไร; **that's what I'm there ~:** ฉันอยู่ที่นั่นเพื่อกรณีเช่นนั้น; **be saving up ~ sth.** ประหยัดเงินไว้สำหรับ *ส.น.*; **he did everything ~ his family's well-being** เขาทำทุกอย่างเพื่อให้ครอบครัวของเขามีความเป็นอยู่ดี; Ⓔ *(being the motive of)* เพื่อ; *(having as purpose)* มีจุดประสงค์; **reason ~ living** เหตุผลในการมีชีวิตอยู่; **a dish ~ holding nuts** จานสำหรับใส่ถั่ว; Ⓕ *(to obtain, win, save)* **a request ~ help** การขอความช่วยเหลือ; **study ~ a university degree** เรียนให้ได้ปริญญาตรี; **go/run ~ a doctor** เดิน/วิ่งไปหาหมอ; **phone ~ a doctor** โทรศัพท์หาหมอ; **take sb. ~ a ride in the car/a walk** พา *ค.น.* ไปขับรถเล่น/เดินเล่น; **work ~ a living** ทำงานเลี้ยงชีพ; **draw on sb. ~ money** ขอเงิน *ค.น.*; **oh ~ a few minutes' peace!** โอ๊ย ขอให้ได้ความสงบสักสองสามนาที; **run/jump** *etc.* **~ it** วิ่งไป/กระโดด; ➡ + life A; Ⓖ *(to reach)* ไปยัง, ถึง; **set out ~ England/the north/an island** เริ่มเดินทางไปยังประเทศอังกฤษ/ทิศเหนือ/ที่เกาะแห่งหนึ่ง; **7.30 - 8.00** ระหว่าง 7.30 น. ถึง 8.00 น.; Ⓗ *(to be received by)* สำหรับ, ให้แก่; **there's** *or* **that's gratitude** *etc.* **~ you!** *(iron.)* นั่นเป็นการสำนึกในบุญคุณของคุณละ; **that's Jim ~ you** จิมก็เป็นอย่างนั้นแหละ; Ⓘ *(as regards)* **checked ~ accuracy** ตรวจดูความถูกต้องแล้ว; **be dressed/ready ~ dinner** แต่งตัว/เตรียมพร้อมสำหรับอาหารมื้อเย็น; **open ~ business** เปิดบริการ; **open ~ lunch [from ... to...]** บริการอาหารกลางวัน [ตั้งแต่เวลา...น. ถึง...น.]; **have sth. ~ breakfast/pudding** ทาน *ส.น.* เป็นอาหารเช้า/ขนมพุดดิ้ง; **whether you should do it is not ~ me to say** ฉันไม่มีสิทธิจะบอกว่าคุณควรจะทำสิ่งนั้นหรือไม่; **enough ... ~:** ...เพียงพอสำหรับ; **that's quite enough ~ me** นั่นพอแล้วสำหรับฉัน; **too ... ~:** ...เกินไปสำหรับ; **sb. is not long ~ this world** *ค.น.* คงมีชีวิตอยู่ในโลกนี้อีกไม่นาน; **there is nothing ~ it but to do sth.** ไม่มีอะไรอื่นอีกแล้วนอกจากจะทำ *ส.น.*; Ⓙ *(Cricket)* **be out ~ a duck/59** เลิกการแข่งขันด้วยคะแนนศูนย์/59 คะแนน; **65 ~ 3 [wickets]** ได้ 65 คะแนนในขณะที่ผู้ตีถูกออกจากสนาม 3 คน; Ⓚ *(to the amount of)* **cheque/bill ~ £5** เช็ค/ใบเสร็จในจำนวนเงิน 5 ปอนด์; **the voucher is good ~ 50p** ตั๋วนี้แลกได้ถึงค่า 50 พี; Ⓛ *(to affect, as if affecting)* เป็นผลต่อ; **things don't look very promising ~ the business** สิ่งต่าง ๆ ดูจะไม่เป็นผลดีนักต่อธุรกิจ; **learn to do things ~ oneself** หัดทำสิ่งต่าง ๆ ด้วยตนเอง; **I think it would work out ~ us to meet some time** ฉันคิดว่าเราคงจะมีโอกาสที่จะเจอสักเวลาหนึ่ง; **it is wise/advisable ~ sb. to do sth.** เป็นการดี/สิ่งที่สมควรที่ *ค.น.* จะทำ *ส.น.*; **it's always nice ~ us to know that you're well** พวกเรารู้สึกดีใจเสมอที่ได้ข่าวว่าคุณสบายดี; **it's hopeless ~ me to try and explain the system** ไม่มีประโยชน์ที่ฉันจะพยายามอธิบายถึงระบบนี้; Ⓜ *(as being)* เป็นอย่างไร; **what do you take me ~?** คุณเห็นว่าฉันเป็นอย่างไร; **I/you** *etc.* **~ one** ฉัน/คุณก็คนหนึ่งละ; **see sb. ~ what he really is** มองเห็น *ค.น.* อย่างแท้จริง; Ⓝ *(on account of, as penalty of)* สำหรับ, เนื่องจาก; **famous/well-known ~ sth.** มีชื่อเสียง/เป็นที่รู้จักดีเนื่องจาก *ส.น.*; **live ~ one's work** มีชีวิตอยู่เพื่อทำงาน; **~ love of his wife** ด้วยความที่เขารักภรรยา; **jump/shout ~ joy** กระโดด/ร้องตะโกนด้วยความเบิกบานใจ; **this is ~ being good** ให้สิ่งนี้เพราะเป็นคนดี; **had it not been ~ him** ถ้าไม่ใช่เพราะเขา; **but ~ you/your kindness we might not be here today** ถ้าไม่ใช่เพราะได้คุณ/ความกรุณาจากคุณพวกเราคงไม่ได้มาอยู่ที่นี่ในวันนี้; **were it not ~ you/your help, I should not be able to do it** ถ้าไม่ใช่เพราะคุณ/ได้รับความช่วยเหลือจากคุณฉันคงจะทำสิ่งนั้นไม่ได้; Ⓞ *(on the occasion of)* **~ the first time** เป็นครั้งแรก; **why can't you help ~ once?** คุณจะช่วยสักครั้งหนึ่งไม่ได้หรือ; **you are mistaken ~ once** นี่เป็นครั้งหนึ่งที่คุณเข้าใจผิด; **what shall I give him ~ his birthday?** ฉันควรจะให้อะไรเขาดีเป็นของขวัญวันเกิด; Ⓟ *(in spite of)* **~ all ...:** ถึงแม้...; **~ all that, ...:** ถึงแม้ว่า...; **~ all that he ...:** ถึงแม้ว่าเขา...; Ⓠ *(on account of the hindrance of)* เนื่องจาก, เพราะ; **~ fear of ...:** เพราะกลัว...; **he couldn't see the ring ~ looking at it** *(iron.)* ทั้ง ๆ ที่มองตรงไปที่แหวนเขาก็ยังมองมันไม่เห็น; **but ~..., except ~...:** ถ้าไม่...แล้วก็...; **but ~ the captain's carelessness** ถ้ากัปตันไม่สะเพร่า; **were it not ~ the children** ถ้าไม่ใช่เพราะเด็ก ๆ; ➡ + wood A; Ⓡ *(corresponding to)* สำหรับ; **~ every cigarette you smoke you are reducing your life expectancy by one day** สำหรับบุหรี่ที่สูบมวนหนึ่ง อายุก็สั้นลงไปหนึ่งวัน; **~ fifty fish eggs that die, a hundred survive** ถึงไข่ปลาฝ่อไปห้าสิบฟอง ก็ยังรอดเป็นตัวปลาถึงร้อยตัว; **man ~ man** คนต่อคน; Ⓢ *(so far as concerns)*

For (สำหรับ, เพื่อ)

The most frequent translation of the preposition *for,* with the related senses: *on behalf of, in place of, in favour of, for the benefit* or *use of* etc., is สำหรับ or เพื่อ

a bed for two ***I did it for him***
= เตียงสำหรับสองคน = ฉันทำมันสำหรับ/เพื่อเขา

This translation does not cover the sense of 'in his place' which must be translated as แทนเขา

Expressing purpose (ใช้อธิบายจุดประสงค์)

Where purpose is involved and where a verbal noun or other noun describing action follows, the translation is สำหรับ or เพื่อ

a device for removing stones from cherries
= อุปกรณ์สำหรับคว้านเม็ดออกจากลูกเชอรี่

We met for a discussion
= เรามาพบกันเพื่อปรึกษาหารือ

She did it for pleasure
= เธอทำเพื่อความบันเทิง

What's that for?
= สิ่งนั้นมีไว้สำหรับทำอะไร *หรือ* สิ่งนั้นมีไว้เพื่ออะไร

This also applies to meals:

We had meat for lunch/an ice cream for dessert
= เรามีเนื้อสำหรับอาหารกลางวัน/มีไอศกรีมสำหรับของหวาน

The construction ***for sb. + infinitive*** expressing purpose can be rendered by เพื่อ:

For him to be able to come we will have to change the date
= เพื่อให้เขาสามารถมาได้ เราจำเป็นต้องเปลี่ยนวันที่

I took a piece for her to try
= ฉันหยิบมาชิ้นหนึ่งเพื่อให้เธอลองรับประทาน

Expressing reasons (ใช้อธิบายเหตุผล)

With the sense *because of,* ในเรื่อง can be used, although เพราะ is also found with some adjectives:

The area is well known/famous for its wines
= พื้นที่เป็นที่รู้จัก/มีชื่อเสียงในเรื่องไวน์

He was sentenced to death for murder
= เขาถูกตัดสินประหารชีวิตในเรื่องคดีฆาตกรรม

เพราะ also occurs with a governing emotion:

for fear of waking her ***for love of his country***
= เพราะเกรงว่าจะปลุกเธอ = เพราะความรักประเทศชาติ

Expressing direction (ใช้อธิบายทิศทาง)

Where the sense is simply *going to,* the translation is ไป:

the train for London
= รถไฟไปลอนดอน

We left for Scotland
= เราออกเดินทางไปสกอตแลนด์

But with a more general indication of direction rather than destination (meaning *towards),* the usual translation is ไป or the preposition is omitted:

The ship was heading for the rocks
= เรือพุ่งเข้าชนแนวหิน

They were making for London
= พวกเขามุ่งหน้าไปลอนดอน

Expressing time (ใช้อธิบายเวลา)

Often the word เป็น is used to express duration. Obviously the lack of tenses in Thai makes an exact translation difficult but the sense is usually quite clear:

■ **PERFECT CONTINUOUS**

I have been living here for two years (and am still living here)
= ฉันได้อาศัยอยู่ที่นี่เป็นเวลาสองปีแล้ว

■ **PAST CONTINUOUS**

I had been living here for two years (and was still living here at the time)
= ตอนนั้นฉันได้อยู่ที่นี่เป็นเวลาสองปี

■ **PAST**

I lived here for two years (and no longer live here)
= ฉันเคยอยู่ที่นี่เป็นเวลาสองปี

■ **FUTURE**

You will have to wait for an hour
= คุณจะต้องรอหนึ่งชั่วโมง/เป็นเวลาหนึ่งชั่วโมง

I am going to the USA for two weeks
= ฉันจะไปสหรัฐอเมริกาเป็นเวลาสองอาทิตย์

In speech the translation of *for* is often omitted

I was in Paris for a few days
= ฉันไปอยู่ปารีสสองสามวัน

However the translation of the phrase *for hours* is เป็นชั่วโมง:

I had to wait for hours
= ฉันต้องรอเป็นชั่วโมง

Similarly

for weeks ***for months***
= เป็นสัปดาห์ = เป็นเดือน

for years
= เป็นปี

With personal pronouns (สำหรับสรรพนาม)

In most cases สำหรับ can be used:

It's good for you
= มันดีสำหรับคุณ

This makes it impossible for me
= สิ่งนี้ทำให้มันเป็นไปไม่ได้สำหรับฉัน

Your visit is inconvenient for her
= การมาเยี่ยมของคุณไม่สะดวกสำหรับเธอ

The whole business is very embarrassing for them
= เรื่องทั้งหมดมันน่าอับอายขายหน้าสำหรับพวกเขา

It's a great pleasure/honour for me
= มันเป็นความยินดี/เกียรติอย่างยิ่งสำหรับฉัน

~ all I know/care ...: เท่าที่ฉันรู้/สนใจ...; **~ my part** *or* **~ myself, I ...:** สำหรับตัวฉันละก็...; **~ one thing, ...:** อีกอย่างหนึ่ง...; Ⓣ *(considering the usual nature of)* สำหรับ; **not bad ~ a first attempt** ไม่เลวนักสำหรับความพยายามครั้งแรก; **very active ~ a man of eighty** นับว่าว่องไวมากสำหรับผู้ชายอายุแปดสิบ; Ⓤ *(during)* เป็นระยะเวลา; **we've/we haven't been here ~ three years** พวกเราอยู่/ไม่ได้อยู่ที่นี่มาสามปีแล้ว; **we waited ~ hours/three hours** พวกเรารอคอยนานเป็นชั่วโมง ๆ/สามชั่วโมง; **we have been waiting ~ hours [on end]** พวกเราคอยอยู่นานเป็นชั่วโมง ๆ; **how long are you here ~?** *(coll.)* คุณจะอยู่ที่นี่นานเท่าไร; **stay here ~ a week/some time** อยู่ที่นี่หนึ่งสัปดาห์/ไม่นานนัก; **sit here ~ now** *or* **~ the moment** *or* **~ the present** นั่งอยู่นี่สักครู่ก่อนก็แล้วกัน; ➡ + ever A; Ⓥ *(to the extent of)* **walk ~ 20 miles/~ another 20 miles** เดินเป็นระยะทาง 20 ไมล์/อีก 20 ไมล์; Ⓦ **be ~ it** *(coll.: face trouble)* เสร็จแน่
❷ *conj. (since, as proof)* เพราะว่า, เนื่องจาก

forage /'fɒrɪdʒ, US 'fɔ:r-/'ฟอริจ/ ❶ *n.* Ⓐ *(food for horses or cattle)* อาหารม้า; Ⓑ *(search* for ~) การหาอาหาร; **on the ~:** Ⓒ *(fig.: search for thing)* กำลังค้นหาสิ่งของ; **on the ~ for sth.** กำลังค้นหา *ส.น.* ❷ *v.i.* หาอาหาร; **~ for sth.** ค้นหา *ส.น.*; *(fig.: rummage)* ค้นหาอย่างกระจุยกระจาย; **~ in sb.'s suitcase/among sb.'s papers** ค้นกระเป๋า/เอกสารของ *ค.น.* จนกระจุยกระจาย

'forage cap *n.* หมวกหนีบของทหารสำหรับแต่งลำลอง

forasmuch /fɔːrəzˈmʌtʃ/ฟอเริซ'มัฉ/ *adv.* *(Law/arch.)* **~ as** เท่าที่, เนื่องด้วยเหตุที่

foray /ˈfɒreɪ, US ˈfɔːreɪ/'ฟอเร/ ❶ *n.* การออกตะเวน; *(Mil.)* การจู่โจม; *(brief trip) (iron.)* การเดินทางช่วงสั้น ๆ; *(fig.: venture)* การเสี่ยงภัย; **go on** *or* **make a ~:** *(Mil.)* เข้าจู่โจม ❷ *v.i.* รุกเข้าแย่งชิง

forbad, forbade ➡ **forbid**

¹forbear /fɔːˈbeə(r)/ฟอ'แบ(ร)/ *n., usu. in pl.* บรรพบุรุษ, บรรพชน

²forbear /fɔːˈbeə(r)/ฟอ'แบ(ร)/ ❶ *v.i.,* **forbore** /fɔːˈbɔː(r)/ฟอ'บอ(ร)/, **forborne** /fɔːˈbɔːn/ฟอ'บอน/ Ⓐ *(refrain)* **~ from doing sth.** ละเว้นการทำ *ส.น.;* Ⓑ *(be patient)* ยับยั้ง, อดกลั้น; **~ with sth.** อดกลั้นต่อ *ส.น.;* **be ~ing** มีความอดกลั้น ❷ *v.t.* **forbore, forborne: ~ sth./to do** *or* **doing sth.** ระงับ *ส.น.*/ยับยั้งการกระทำ *ส.น.*

forbearance /fɔːˈbeərəns/ฟอ'แบเรินซฺ/ *n., no pl.* ความอดทน, ความอดกลั้น; *(Buddhism)* ขันติ *(ร.บ.)*; *(forbearing nature)* นิสัยยอมตาม, นิสัยผ่อนผัน; **show ~:** แสดงความอดทน

forbid /fəˈbɪd/เฟอะ'บิด/ *v.t.,* **-dd-, forbade** /fəˈbæd/เฟอะ'เบด/ *or* **forbad** /fəˈbæd, fəˈbeɪd/เฟอะ'เบด/, **forbidden** /fəˈbɪdn/เฟอะ'บิดนฺ/ ห้าม, หวงห้าม; Ⓐ **~ sb. to do sth.** ห้าม *ค.น.* ทำ *ส.น.;* **~[sb.] sth.** ห้าม [*ค.น.*] *ส.น.;* **it is ~den [to do sth.]** [มีการ] ห้าม [ทำ *ส.น.*]; **'the taking of photographs is ~den'** 'ห้ามถ่ายรูป'; Ⓑ *(make impossible)* เป็นไปไม่ได้, ทำไม่ได้; **I'd like to do it but time ~s** ฉันอยากทำสิ่งนั้นแต่ไม่มีเวลาพอ; **but decency ~s** แต่ความเป็นผู้ดีห้ามไว้; **God/Heaven ~ [that ...]!** พระผู้เป็นเจ้า/สวรรค์จะดลบันดาลไม่ให้ [...] บังเกิดขึ้น

forbidden /fəˈbɪdn/เฟอะ'บิด'น/ ❶ ➡ **forbid** ❷ *adj.* ที่ต้องห้าม; **~ fruit** *(fig.)* สิ่งต้องห้าม; **~ ground** บริเวณที่ห้ามเข้า, เขตหวงห้าม; *(fig.)* **be ~ ground** ไม่อนุญาต, หวงห้าม; ➡ **+ degree** E

forbidding /fəˈbɪdɪŋ/เฟอะ'บิดดิง/ *adj.* *(ท่าทาง, เสียง)* น่ากลัว; *(สถานที่)* ไม่น่าอยู่; *(ภูเขา)* อันตราย

forbiddingly /fəˈbɪdɪŋlɪ/เฟอะ'บิดดิงลิ/ *adv.* อย่างน่ากลัว; *(ชัน)* อย่างอันตราย; *(แพง)* อย่างสู้ไม่ไหว

forbore, forborne ➡ **²forbear**

¹force /fɔːs/ฟอซฺ/ ❶ *n.* Ⓐ *no pl. (strength, power)* กำลัง, พลัง, อำนาจ; *(of bomb, explosion, attack, storm)* แรง, ความรุนแรง; *(physical strength)* กำลังกาย; **[a wind of] ~ 12** *(Meteorol.)* กำลัง [ลม] ระดับ 12; **destructive ~ of a bomb** แรงทำลายของลูกระเบิด; **achieve sth. by brute ~:** ได้ *ส.น.* มาด้วยการใช้กำลัง; **in ~/in great ~** *(in large numbers)* เป็นจำนวนมาก; (➡ **+ b**); Ⓑ *no pl. (fig.: power, validity)* อำนาจ, ความถูกต้อง; *(power to convince)* อำนาจ; **by ~ of** โดยหลักการ; **achieve a victory by ~ of numbers** ชนะด้วยกำลังที่เหนือกว่า; **~ of conviction/will** พลังของความเชื่อมั่น/ความตั้งใจ; **~ of arms** กำลังอาวุธ; **~ of character** พลังของบุคลิกภาพ; **~ of evidence** ความมีน้ำหนักของหลักฐาน; **have the ~ of law** มีอำนาจทางกฎหมาย; **argue with much ~:** โต้แย้งด้วยความมั่นใจมาก; **his dramatic sense comes out with great ~:** พรสวรรค์ด้านการแสดงของเขาปรากฏอย่างชัดเจน; **in ~** *(in effect)* ที่กำลังใช้อยู่; **come into ~:** *(กฎหมาย)* มีผลบังคับใช้; **put in[to] ~:** นำมาใช้; **the methods currently in ~:** วิธีการที่ใช้กันอยู่ในขณะนี้; (➡ **+ a**); Ⓒ *(coercion, violence)* การบีบบังคับ, ความรุนแรง; **use** *or* **employ ~ [against sb.]** ใช้ความรุนแรง [กับ *ค.น.*]; **use of ~:** การใช้ความรุนแรง; **by ~:** โดยใช้กำลังบีบบังคับ; **resort to ~:** อาศัยการบีบบังคับ; **with the threat of ~:** โดยขู่ว่าจะใช้กำลังบังคับ; Ⓓ *(organized group) (of workers)* กลุ่มที่รวมตัวกัน, กลุ่มคนงาน; *(of police)* กำลังตำรวจ; *(Mil.)* กำลังทหาร; **the ~s** กำลังทหาร; **be in the ~s** รับราชการเป็นทหาร; **the ~** *(Police)* กำลังตำรวจ; **a large ~ of infantry/naval ~:** กำลังพลทหารราบ/ราชนาวีจำนวนมาก; **join ~s [with sb.]** *(fig.)* ร่วมแรง [กับ *ค.น.*]; ➡ **+ armed; labour force; police force; sales force; task force; workforce;** Ⓔ *(forceful agency or person)* หน่วยงานที่มีอำนาจ, ผู้มีอำนาจ; **a ~ for evil** เครื่องมือแห่งความชั่วร้าย; **the ~s of destiny/evil** พลังอำนาจของโชคชะตา/ความชั่วร้าย; **there are ~s in action/at work here ...:** ที่นี่มีอิทธิพลของพลังอำนาจ...; **he is a ~ in the land** *(fig.)*/**a ~ to be reckoned with** เขาเป็นผู้มีอิทธิพลในแถบนี้/เขาเป็นผู้ที่ต้องเกรงนับถือ; ➡ **+ life force; spent** B; Ⓕ *(meaning)* ความหมาย; Ⓖ *(Phys.)* กำลัง, แรง ❷ *v.t.* Ⓐ *(coerce by violent means)* **~ sb. to do sth.** บังคับให้ *ค.น.* ทำ *ส.น.;* **~ sb. into marriage/compliance** บังคับให้ *ค.น.* แต่งงาน/ยินยอม; **be ~d into war** ถูกบีบบังคับให้เข้าร่วมสงคราม; **be ~d to do sth.** ถูกบังคับให้ทำ *ส.น.*; **~ sb. out of the room [at gunpoint]** [เอาปืนจี้] บังคับ *ค.น.* ให้ออกจากห้อง; Ⓑ *(compel by non-violent means)* **~ sb./oneself [to do sth.]** บังคับ *ค.น.*/ตัวเอง [ให้ทำ *ส.น.*]; **I was ~d to accept/into accepting the offer** ฉันรู้สึกว่าจำต้องรับข้อเสนอ; **I was ~d to the conclusion** *or* **to conclude that ...** *(fig.)* ฉันจำต้องสรุปว่า...; **~ sb.'s hand** *(fig.)* บังคับให้ *ค.น.* จัดการทั้ง ๆ ที่ไม่เต็มใจ; ➡ **+ issue** 1 F; Ⓒ *(take by ~)* **~ sth. from sb.** แย่ง *ส.น.* จาก *ค.น.*; **he ~d it out of her hands** เขาแย่งมันมาจากมือของเธอ; **~ a promise out of sb.** *(fig.)* บังคับสัญญาจาก *ค.น.*; **~ a confession from sb.** *(fig.)* บังคับให้ *ค.น.* สารภาพ; **~ a smile from sb.** *(fig.)* ทำให้ *ค.น.* ยิ้มจนได้; Ⓓ *(push)* **~ sth. into sth.** ดัน *ส.น.* เข้าไปในอีกสิ่งหนึ่ง; **~ sth. [up] through an opening** ผลักดัน *ส.น.* ผ่านช่อง [ขึ้นไปข้างบน]; **~ one's way** แทรกผ่านเข้าไป *หรือ* ดันเข้าไปจนได้; Ⓔ *(impose, inflict)* **~ sth. [up]on sb.** บังคับให้ *ค.น.* รับ/ทำ *ส.น.*; **he ~d his attentions on her** เขาไม่ยอมเลิกจีบเธอแม้เธอจะไม่ต้องการ; Ⓕ *(break open)* **~ [open]** งัด [จนแตกออก]; Ⓖ *(storm)* เข้าโจมตี *(ป้อม)*; Ⓗ *(effect by violent means)* บุกเข้าไป; **~ one's way in[to a building]** ฝ่าเข้าไป [ในอาคาร] โดยใช้กำลัง; **I had to ~ my way out** ฉันต้องใช้กำลังบุกออกมา; Ⓘ **~ the pace** *(lit. or fig.)* เร่งการดำเนินการ; **~ the bidding** เร่งประมูลราคาเพิ่ม; Ⓙ *(produce with effort)* ฝืนทำ; **~ a smile** แค่นยิ้ม, ฝืนยิ้ม; Ⓚ *(put strained sense upon)* ทำอย่างไม่เต็มใจ; Ⓛ เร่ง *(ผลไม้, ดอก)*; Ⓜ *(rape)* **~ a woman** ข่มขืนผู้หญิง

~ 'down *v.t.* Ⓐ กดลง *(ราคา)*; Ⓑ *(compel to land)* บังคับให้ *(เครื่องบิน)* ลงจอด; Ⓒ *(make oneself eat)* กล้ำกลืน *(อาหาร)*

~ 'up *v.t.* ดัน *(ราคา)* ให้สูงขึ้น

²force *n. (N. Engl.)* น้ำตก

forced /fɔːst/ฟอซทฺ/ *adj.* Ⓐ *(contrived, unnatural) (การเปรียบเทียบ)* ฝืน; *(การยิ้ม, การประพฤติ)* ไม่เป็นธรรมชาติ; *(การประพฤติ)* แสร้งทำ; Ⓑ *(compelled by force) (การทำงาน)* ถูกบังคับ; **~labour camp** ค่ายนักโทษที่ถูกบังคับให้ทำงานหนัก; Ⓒ *(produced artificially)* **~ vibration** *(Phys.)* เครื่องสั่นสะเทือน, เครื่องนวดไฟฟ้า; **~air ventilation** เครื่องระบายอากาศ

forced: ~'landing *n.* การบินลงฉุกเฉิน; **~ 'march** *n. (Mil.)* การบังคับ *(ทหาร)* ให้เดิน; **~'marriage** *n.* การแต่งงานโดยถูกบังคับ

'force-feed *v.t.* บังคับให้กิน; *(fig.)* อัดให้เต็ม

forceful /ˈfɔːsfl/'ฟอซฟ'ล/ *adj.* *(นิสัย, บุคลิก)* แข็งกร้าว; *(การพูด, การแก้ตัว)* หนักแน่น; *(การเสนอแนะ, การปราศรัย)* ที่เร้าความรู้สึก

forcefully /ˈfɔːsfəlɪ/'ฟอซเฟอะลิ/ *adv.* อย่างแข็งกร้าว, อย่างหนักแน่น, อย่างเร้าความรู้สึก

force majeure /fɔːs mæˈʒɜː(r)/ฟอซแม'เฌอ(ร)/ *n.* เหตุสุดวิสัย

'forcemeat *n. (Cookery)* เนื้อสับผสมเครื่องปรุงสำหรับยัดไส้

forceps /ˈfɔːseps/'ฟอเซ็พซฺ/ *n., pl. same* **[pair of] ~:** คีม [หนึ่งคู่]; **obstetrical ~:** คีมที่ใช้ทำคลอด; **~ baby/delivery** เด็กที่ใช้คีมทำคลอด

forcible /ˈfɔːsɪbl/'ฟอซิบ'ล/ *adj.* Ⓐ *(done by force)* ที่ใช้กำลัง; Ⓑ ➡ **forceful**

forcibly /ˈfɔːsɪblɪ/'ฟอซิบลิ/ *adv.* Ⓐ *(by force)* โดยใช้กำลัง; Ⓑ ➡ **forcefully**

forcing house /ˈfɔːsɪŋhaʊs/'ฟอซิงเฮาซ/ *n.* *(lit. or fig.)* เรือนเพาะชำ

ford /fɔːd/ฟอด/ ❶ *n.* ที่ตื้นของลำน้ำที่สามารถลุยข้ามได้ ❷ *v.t. (wade through)* ลุยน้ำข้าม

fore /fɔː(r)/ฟอ(ร)/ ❶ *adj., esp. in comb.* ที่อยู่ข้างหน้า, ที่อยู่ส่วนหน้า ❷ *n.* **[be/come] to the ~:** [ตั้ง/มา] อยู่ด้านหน้า ❸ *int. (Golf)* ระวัง ❹ *adv. (Naut.)* ข้างหัวเรือ; **~ and aft** ข้างหัวและท้ายเรือ; ตลอดลำเรือ

fore-and-'aft *(Naut.)* ❶ *adj.* ตลอดลำเรือ; **~ sail** ใบเรือ ❷ *adv.* ตามลำเรือ; **~ rigged** ซึ่งขึงใบตลอดลำเรือ

¹'forearm *n.* ปลายแขน *(จากข้อศอกลงมาถึงข้อมือหรือปลายนิ้ว)*

²fore'arm *v.t.* เตรียมอาวุธ; *(fig.)* **be ~ed** เตรียมตัวไว้พร้อม; ➡ **+ forewarn**

forebear ➡ **¹forbear**

fore'bode *v.t. (portend)* เป็นลาง, สังหรณ์ใจ; **these clouds ~ a storm** เมฆเหล่านี้ส่อเค้าว่าจะเกิดพายุ

foreboding /fɔːˈbəʊdɪŋ/ฟอ'โบดิง/ *n.* ความสังหรณ์ใจ; *(unease caused by premonition)* ความไม่สบายใจ; *(omen)* ลาง *(ร้าย)*

'forecast /ˈfɔːkɑːst, US -kæst/'ฟอคาซทฺ, -แคซทฺ/ ❶ *v.t.,* **~** *or* **~ed** คาดคะเน, ทำนาย ❷ *n.* การทำนาย; *(Meteorol.)* การพยากรณ์อากาศ; **the ~ is for rain** พยากรณ์อากาศทำนายว่าฝนจะตก

'forecaster *n.* ผู้พยากรณ์อากาศ

forecastle /ˈfəʊksl/'โฟคซ'ล/ *n. (Naut.)* ส่วนหน้าเรือ; *(Hist.: deck)* ดาดฟ้าเรือ

foreclose /fɔːˈkləʊz/ฟอˈโคลฺซ/ *(Law)* ❶ *v.t.* บอกเลิก; **~ a mortgage** ยึดอสังหาริมทรัพย์ที่จำนองไว้ ❷ *v.i.* ยึดทรัพย์ติดจำนอง; **~ on sb./a mortgage** ยึดทรัพย์ติดจำนองจาก *ค.น.*/ยึดอสังหาริมทรัพย์ที่จำนองไว้; **foreclosure** การยึดจำนอง; **~ law** กฎหมายยึดทรัพย์

forecourt /ˈfɔːkɔːt/ˈฟอคอท/ *n.* ลานหน้า *(บ้าน, ปั๊มน้ำมัน)*; **~ attendant** คนเติมน้ำมันรถ; **~ service** การบริการที่ปั๊มน้ำมัน

ˈforedeck *n. (Naut.)* ดาดฟ้าชั้นบนหัวเรือ

foreˈdoom *v.t.* ตัดสินล่วงหน้า; **be ~ed to failure** รู้ล่วงหน้าว่าจะล้มเหลว

ˈforefather *n., usu. in pl.* บรรพบุรุษ, บรรพชน; **our ~s** บรรพชนของเรา

ˈforefinger *n.* นิ้วชี้

ˈforefoot *n.* เท้าหน้าของสัตว์สี่เท้า

ˈforefront *n.* **[be] in the ~ of** อยู่ในแนวหน้า

foregather ➡ **forgather**

forego ➡ **forgo**

foregoing /ˈfɔːgəʊɪŋ/ˈฟอโกอิง/ *adj.* ข้างบนนี้, แล้วมาแล้ว

ˈforegone /ˈfɔːgɒn, US -ˈgɔːn/ˈฟอกอน, -ˈกอน/ *adj.* **be a ~ conclusion** *(be predetermined)* เป็นสิ่งที่ลงความเห็นไว้ก่อน, ที่ได้ตัดสินใจแล้ว; *(be certain)* สิ่งที่รู้จักกันแล้ว

ˈforeground *n.* ตอนหน้า

ˈforehand *(Tennis etc.)* ❶ *adj.* เป็นลูกโฟร์แฮนด์ *(ท.ศ.)* ซึ่งตีด้วยด้านหน้าของไม้ ❷ *n.* **A** *(also part of horse)* ส่วนหัวที่อยู่ด้านหน้าของคนขี่; **B** *(Tennis)* ลูกโฟร์แฮนด์ *(ท.ศ.)*

forehead /ˈfɒrɪd, ˈfɔːhed, US ˈfɔːrɪd/ ˈฟอริด, ˈฟอเฮ็ด, ˈฟอริด/ *n.* ➤ **118** หน้าผาก

foreign /ˈfɒrɪn, US ˈfɔːr-/ˈฟอริน/ *adj.* **A** *(from abroad) (ภาษา, เงินทุน)* ต่างประเทศ; *(คน)* ต่างชาติ; **~ word** คำยืมต่างภาษา; **talk ~** *(coll.)* พูดคุยภาษาต่างประเทศ; **~ worker** คนงานต่างชาติ; **he is ~:** เขาเป็นชาวต่างชาติ; **B** *(abroad)* ต่างประเทศ, ต่างถิ่น, เมืองนอก; **~ country** ต่างประเทศ; **from a ~ country** มาจากต่างประเทศ; **~ travel** เดินทางไปต่างประเทศ; ➡ **+ part** 1 G; **C** *(related to countries abroad) (ข่าว, การเจรจา)* ต่างประเทศ; **~ affairs** การต่างประเทศ; **spokesman on ~ affairs** โฆษกกระทรวงการต่างประเทศ; **~ news** ข่าวต่างประเทศ; **D** *(from outside)* แปลกปลอม, จากที่อื่น; **~ body** สิ่งแปลกปลอม *(ในร่างกาย)*; **E** *(alien, unfamiliar)* ต่างด้าว, แปลก, ไม่คุ้น; **be ~ to sb./sb.'s nature** แปลกหน้า/ไม่ใช่ลักษณะของ *ค.น.*; **be ~ to sth.** *(unrelated)* ไม่มีความเกี่ยวข้อง *หรือ* ความสัมพันธ์กับ *ส.น.*

foreign: ~ˈaid *n.* ความช่วยเหลือจากต่างประเทศ; **F~ and ˈCommonwealth Office** *n. (Brit.)* กระทรวงการต่างประเทศของเครือจักรภพอังกฤษ; **~ correˈspondent** *n.* ➤ **489** *(Journ.)* ผู้สื่อข่าวต่างประเทศ

foreigner /ˈfɒrɪnə(r)/ˈฟอรินเนอะ(ร)/ *n.* ชาวต่างชาติ, ชาวต่างประเทศ

foreign: ~ exˈchange *n. (dealings)* การซื้อขายเงินตราต่างประเทศ; *(currency)* เงินตราต่างประเทศ; **~ exchange market** ตลาดแลกเปลี่ยนเงินตราต่างประเทศ; **~ˈlanguage** *n.* ภาษาต่างประเทศ; *attrib.* **~-language newspaper/broadcast** หนังสือพิมพ์/การถ่ายทอดเสียงภาษาต่างประเทศ; **~-language teaching** การสอนภาษาต่างประเทศ; **~ˈlegion** *n.* ทหารต่างด้าว; **F~ ˈMinister** *n.* รัฐมนตรีว่าการกระทรวงการต่างประเทศ; **F~ ˈMinistry** *n.* กระทรวงการต่างประเทศ; **F~ Office** *n. (Brit. Hist./coll.)* กระทรวงการต่างประเทศ; **~-owned** *adj.* **~-owned subsidiaries** บริษัทสาขาที่มีชาวต่างประเทศเป็นเจ้าของ; **F~ ˈSecretary** *n.* ➤ **489** *(Brit.)* รัฐมนตรีว่าการกระทรวงการต่างประเทศของอังกฤษ; **~ service** ➡ **diplomatic service**

foreˈknowledge *n.* ความรู้ล่วงหน้า, ญาณ; **with the ~ that ...:** โดยรู้ล่วงหน้าว่า...

ˈforelady *(Amer.)* ➡ **forewoman** A

foreland /ˈfɔːlənd/ˈฟอเลินดฺ/ *n. (Geog.)* แหลม, พื้นที่ตอนหน้า

ˈforeleg /ˈfɔːleg/ˈฟอเล็กฺ/ *n.* ขาหน้า

ˈforelimb *n.* แขนขาหน้า

ˈforelock *n.* ผมม้า; **take time** *etc.* **by the ~** *(fig.)* ฉวยโอกาส; **touch one's ~** *(coll. joc.)* ยกมือขึ้นแตะหน้าผากเพื่อแสดงคารวะ

foreman /ˈfɔːmən/ˈฟอเมิน/ *n., pl.* **foremen** /ˈfɔːmən/ˈฟอเมิน/ **A** ➤ **489** *(chief workman)* หัวหน้าคนงาน, หัวหน้าช่าง; **B** *(Law)* ผู้แถลงแทนคณะลูกขุน

ˈforemast *n. (Naut.)* เสาหน้าของเรือ

foremost /ˈfɔːməʊst/ˈฟอโมซฺทฺ/ ❶ *adj.* **A** เป็นเยี่ยม; **the two ~ runners** นักวิ่งสองคนที่นำหน้า; **fall downstairs head ~:** ตกบันไดหัวทิ่ม; **B** *(fig.)* ที่นำหน้า; **be in the ~ rank** อยู่เป็นแถวหน้า ❷ *adv.* ➡ **first** 2 E

ˈforename /ˈfɔːneɪm/ˈฟอเนม/ *n.* ชื่อตัว

ˈforenoon *n. (Naut., Law/arch.)* ก่อนเที่ยงวัน; **in the ~:** ก่อนเที่ยงวัน

forensic /fəˈrensɪk, US -zɪk/เฟอะˈเร็นซิค, -ซิค/ *adj.* ในศาลยุติธรรม, แบบศาล; **~ medicine** นิติเวชศาสตร์; **~ science** นิติวิทยาศาสตร์; **~ laboratory** ห้องปฏิบัติการทางนิติเวช

ˈforepaw *n.* เท้าหน้าของสัตว์

ˈforeplay *n.* การเล้าโลมเพื่อเร้ากามารมณ์

ˈforerunner *n.* **A** *(predecessor)* ผู้ล่วงหน้ามาก่อน, ผู้เบิกทาง; **B** *(harbinger, sign)* ลาง, สิ่งบ่งบอก

foresail /ˈfɔːseɪl, ˈfɔːsl/ˈฟอเซล, ˈฟอซ'ล/ *n. (Naut.)* ใบเรือใหญ่ที่อยู่บนเสาหน้าของเรือ

foresaw ➡ **foresee**

foresee /fɔːˈsiː/ฟอˈซี/ *v.t., forms as* **ˈsee** มองเห็นล่วงหน้า; **trouble which had not been ~n** ปัญหาที่ไม่ได้คาดคะเนล่วงหน้า; **as far as one can ~** *or* **as can be ~n** เท่าที่คาดล่วงหน้าได้

foreseeable /fɔːˈsiːəbl/ฟอˈซีเออะบ'ล/ *adj.* **A** สามารถเห็นล่วงหน้าได้; **B in the ~ future** ในอนาคตเท่าที่พอจะคะการณ์ได้; ในอนาคตที่ไม่ไกลนัก

foreseen ➡ **foresee**

foreˈshadow *v.t.* เป็นลาง, เตือน

ˈforeshore *n.* ชายฝั่ง; *(between high-water and low-water marks)* พื้นที่ระหว่างระดับน้ำขึ้นลง

foreˈshorten *v.t.* **A** *(Art, Photog.)* ย่อระยะให้สั้นลง; **B** *(shorten, condense)* ย่อส่วน, ทำให้สั้นลง; *(fig.)* ย่อ *(เหตุการณ์)*

ˈforesight *n., no pl.* สายตาไกล; **act with ~:** กระทำด้วยการมองการณ์ล่วงหน้า; **use ~:** มองการณ์ไกล; **have the ~ to do sth.** มองการณ์ไกลพอที่จะทำ *ส.น.*

ˈforeskin *n. (Anat.)* หนังหุ้มปลายลึงค์

forest /ˈfɒrɪst, US ˈfɔːr-/ˈฟอริซทฺ/ *n.* **A** ป่า; *(commercially exploited)* สวนป่า, ป่าเศรษฐกิจ; *attrib. (พื้นที่)* เป็นป่า; **covered in ~s** เป็นป่า, ปกคลุมด้วยป่า; **~ law** กฎหมายป่าไม้; **~ warden** *or (Amer.)* **ranger** เจ้าหน้าที่พิทักษ์ป่า; ➡ **+ deer forest**; **B** *(fig.)* ที่รก *(of* ของ*)*; *(of ideas etc.)* จำนวนมากอัดกันแน่น

foreˈstall *v.t.* ชิงทำก่อน; *(prevent by prior action)* ดักหน้า; *(anticipate)* ชิงไหวชิงพริบ, ชิงไปก่อน

ˈforestay *n. (Naut.)* สายระโยงจากเสาหน้าไปยังหัวเรือ

forested /ˈfɒrɪstɪd/ˈฟอริซทิด/ *adj.* เป็นป่า

forester /ˈfɒrɪstə(r), US ˈfɔːr-/ˈฟอริซเทอะ(ร)/ *n.* **A** ➤ **489** *(warden)* เจ้าหน้าที่พิทักษ์ป่า, เจ้าหน้าที่ป่าไม้; **B** *(dweller)* ชาวป่า

forestry /ˈfɒrɪstrɪ, US ˈfɔːr-/ˈฟอริซทริ/ *n.* การทำป่าไม้; *(science)* วนศาสตร์; **F~ Commission** *(Brit.)* กรมป่าไม้

ˈforest tree *n.* ต้นไม้ขนาดใหญ่สำหรับปลูกในป่า, ไม้ป่า

ˈforetaste *n.* การลิ้มรสล่วงหน้า, การลองล่วงหน้า; **have a ~ of sth.** ลิ้มรส *ส.น.* ล่วงหน้า

foreˈtell *v.t.,* **foretold** ทาย, ทำนาย

ˈforethought *n. (prior deliberation)* ความคิดล่วงหน้า, การไตร่ตรอง; *(care for the future)* การคิดถึงอนาคต; *(premeditation)* การวางแผนล่วงหน้า

foretold ➡ **foretell**

forever /fəˈrevə(r)/เฟอะˈเระเวอะ(ร)/ *(Amer.)* = **for ever**; ➡ **ever** A

foreˈwarn *v.t.* เตือนล่วงหน้า; **we were ~ed of the difficulties** พวกเราได้รับคำเตือนเรื่องความยุ่งยาก; **~ed is fore armed** *(prov.)* รู้ล่วงหน้าว่ามีภัยก็ต้องเตรียมสู้

foreˈwarning *n.* การเตือนล่วงหน้า

ˈforewoman *n.* **A** *(chief workwoman)* หัวหน้าคนงานหญิง; **B** *(Law)* ผู้แถลงแทนคณะลูกขุนซึ่งเป็นหญิง

ˈforeword *n.* คำนำ, คำปรารภ, อารัมภบท

forfeit /ˈfɔːfɪt/ˈฟอฟิท/ ❶ *v.t.* สูญเสีย *(สิทธิ, ชีวิต)*; **he ~ed the good opinion of his friends** เขาสูญเสียความเห็นดีเห็นชอบ ซึ่งเพื่อนมีต่อตัวเขา ❷ *n.* **A** *(penalty)* เงินค่าปรับ, เงินสินไหม; **B** *(Games)* ลูกโทษ; **pay/redeem a ~:** เสียลูกโทษ/ได้แต้มคืนมา; **C** *(~ing)* การสูญเสีย ❸ *adj.* **be ~:** ที่เสียไป; ที่ถูกยึด/ริบ

forfeiture /ˈfɔːfɪtʃə(r)/ˈฟอฟิเฉอะ(ร)/ *n.* การสูญเสีย, การถูกยึด, การถูกริบ

forgather /fɔːˈgæðə(r)/ฟอˈแกเทอะ(ร)/ *v.i.* มาชุมนุม, มาพบกัน

forgave ➡ **forgive**

[1]**forge** /fɔːdʒ/ฟอจ/ ❶ *n.* **A** *(workshop)* โรงงานหลอมโลหะ; **B** *(blacksmith's hearth)* เตาหลอมโลหะ ❷ *v.t.* **A** หลอม *(โลหะ)*; **B** *(fig.)* เชื่อมผนึก; วาง *(แผนงาน)*; ตั้ง *(สมาคม)*; *(fabricate)* สร้าง *(ความสัมพันธ์, มิตรภาพ)*; **C** *(counterfeit)* ปลอมแปลง; **~d money** เงินปลอม

[2]**forge** *v.i.* **A** *(advance rapidly)* **~ into the lead** ก้าวไปข้างหน้าอย่างรวดเร็ว; **~ ahead** ขึ้นนำอย่างรวดเร็ว; *(take lead)* นำหน้า; **B** *(progress steadily)* **~ on** *(lit. or fig.)* ก้าวไปอย่างมั่นคง

forger /ˈfɔːdʒə(r)/ˈฟอเจอะ(ร)/ *n.* นักปลอมแปลง

forgery /ˈfɔːdʒərɪ/ˈฟอเจอะริ/ *n.* การปลอมแปลง; **commit an act of ~:** ทำการปลอมแปลง

forget /fəˈget/เฟอะˈเก็ท/ ❶ *v.t.,* **-tt-, forgot** /fəˈgɒt/เฟอะˈกอท/, **forgotten** /fəˈgɒtn/เฟอะˈกอท'น/ *or (Amer./arch./poet.)* **forgot** **A** ลืม; *(~ learned ability)* จำไม่ได้; **these names are easy to ~** *or* **easily forgotten** ชื่อพวกนี้ลืมได้ง่าย; **gone but not forgotten**

f

forgetful | formally 362

ผ่านไปแล้วแต่ยังไม่ลืม; **never-to-be-forgotten** ไม่มีวันลืม; **I was quite ~ting you know her** ฉันลืมไปว่าคุณรู้จักเธอ; **I ~ his name** *(have forgotten)* ฉันจำชื่อของเขาไม่ได้; **~ doing sth./having done sth.** ลืมไปว่าได้ทำ *ส.น.*; **~ to do sth.** ลืมที่จะทำ *ส.น.*; **don't ~ that ...:** อย่าลืมว่า...; **~ how to dance** จำไม่ได้ว่าเต้นรำอย่างไร; **a thrashing he won't ~ in a hurry** ความพ่ายแพ้ที่เขาจะไม่ลืมไปง่าย ๆ; Ⓑ *(leave)* ลืมเลือน; Ⓒ **and don't you ~ it** *(coll.)* แล้วอย่าลืมล่ะ; **~ sth.** *(decide to ignore)* ไม่ใส่ใจ *ส.น.*; **~ it!** *(coll.)* ช่างเถอะ, ลืมเสียเถอะ

❷ *v.i.*, **-tt-, forgot, forgotten** ลืม; **I almost forgot** ฉันเกือบลืมไปแล้ว; **I quite forgot** ฉันลืมไปเลย; **~ about sth.** ลืม *ส.น.*; **~ about it!** *(coll.)* ช่างมันเถอะ, ลืมไปซะ; **I had forgotten all about his** *or* **him coming today** ฉันลืมไปเลยว่าเขาจะมาวันนี้; **I forgot about Joe** ฉันไม่ได้คิดถึงโจอีกแล้ว

❸ *v. refl.*, **-tt-, forgot, forgotten** Ⓐ *(act unbecomingly or unworthily)* ลืมตัว; Ⓑ *(neglect one's own interests)* ลืมนึกถึงตัวเอง

forgetful /fəˈgetfl/เฟอะˈเก็ทฟ่ล/ *adj.* Ⓐ *(absent-minded)* ใจลอย, ขี้ลืม; Ⓑ **~ of sth.** โดยลืมคิดถึง *ส.น.*; **be ~ of sth.** ลืม *ส.น.*; **be ~ of one's duty** ละเลยหน้าที่ของตน

forgetfully /fəˈgetfəlɪ/เฟอะˈเก็ทเฟอะลิ/ *adv.* อย่างขี้ลืม, อย่างเลินเล่อ

forgetfulness /fəˈgetflnɪs/เฟอะˈเก็ทฟ่ลนิซ/ *n., no pl.* ความทรงจำไม่ดี, การเป็นคนขี้ลืม; **in a moment of ~:** โดยเกิดการลืมชั่วครู่

forˈget-me-not *n. (Bot.)* ไม้ดอกในสกุล *Myosotis; attrib.* **~ blue** สีฟ้าสดใส

forgettable /fəˈgetəbl/เฟอะˈเก็ทเทอะบ'ล/ *adj.* **easily ~:** ลืมได้ง่าย

forging /ˈfɔːdʒɪŋ/ˈฟอจิง/ *n. (object)* โลหะที่ตีเป็นรูปร่างแล้ว

forgivable /fəˈgɪvəbl/เฟอะˈกิเวอะบ'ล/ *adj.* อภัยได้

forgivably /fəˈgɪvəblɪ/เฟอะˈกิเวอะบลิ/ *adv.* อย่างอภัยได้, อย่างให้อภัย

forgive /fəˈgɪv/เฟอะˈกิว/ *v.t.*, **forgave** /fəˈgeɪv/เฟอะˈเกว/, **forgiven** /fəˈgɪvn/เฟอะˈกิว่น/ Ⓐ ➤ **64** ให้อภัย, ยกโทษให้; **~ sb. [sth.** *or* **for sth.]** ให้อภัย *ค.น.* [ในเรื่อง *ส.น.*]; **~ sb. for doing sth.** ยกโทษ *ค.น.* ในการทำ *ส.น.*; **God ~ me** ขอพระผู้เป็นเจ้าทรงยกโทษให้ลูกด้วย; **am I ~n?** ยกโทษให้ฉันรึยัง; **you are ~n** ฉันยกโทษให้คุณ; **~ us [for] our sins** ให้อภัยต่อบาปของพวกเราด้วยเถิด; **I'll never ~ myself for not having offered to help** ฉันจะไม่ยกโทษให้ตัวเองเลยที่ไม่ได้ให้ความช่วยเหลือ; **~ me for saying so, but ...:** ขอโทษที่พูดไปอย่างนั้น แต่...; **she doesn't ~ easily** เธอไม่ยกโทษให้ง่าย ๆ; **~ and forget** อโหสิให้; Ⓑ *(remit, let off)* อภัยโทษ; **~ sb. a debt** ยกหนี้ให้ *ค.น.*

forgiveness /fəˈgɪvnɪs/เฟอะˈกิวนิซ/ *n., no pl.* การให้อภัย; *(esp. of sins)* การยกโทษให้; **ask/beg [sb.'s] ~:** ขอร้อง/อ้อนวอน *(ค.น.)* ให้ยกโทษให้; **grant sb. [one's] ~:** ยกโทษให้ *ค.น.*; **~ of sins** ให้อภัยต่อบาป

forgiving /fəˈgɪvɪŋ/เฟอะˈกิวิง/ *adj.*, ที่ให้อภัย, **forgivingly** /fəˈgɪvɪŋlɪ/เฟอะˈกิวิงลิ/ *adv.* พร้อมจะให้อภัย, อย่างให้อภัย

forgo /fɔːˈgəʊ/ฟอˈโก/ *v.t., forms as* **ˈgo** สละ *(โอกาส, สิทธิ)*; ปล่อย, ยกเลิก

forgone ➡ **forgo**

forgot, forgotten ➡ **forget**

fork /fɔːk/ฟอค/ ❶ *n.* Ⓐ *(for eating with)* ส้อม; **knife and ~:** มีดและส้อม; **~ lunch** อาหารกลางวันที่ยืนกินโดยใช้ส้อมอย่างเดียว; **~ supper** อาหารเย็นประเภทบุฟเฟ่ต์; Ⓑ *(Agric.)* คราด, ส้อมเสียบหญ้า; Ⓒ *in sing. or pl. (on bicycle)* ซี่ล้อ; Ⓓ *([point of] division into branches)* จุดแยก *(ของถนน)*; *(one branch)* สาขา; *(of tree)* จุดแตกกิ่ง ❷ *v.i.* Ⓐ *(divide)* แยกออกเป็น 2 ส่วน; Ⓑ *(turn)* เบนไป; **~ [to the] left [for]** เบนไปทางซ้าย [เพื่อ] ❸ *v.t.* คราด *(หญ้า)*, เสียบด้วยส้อม; **~ in manure** โกยมูลสัตว์เข้ากับดิน

~ ˈout *(coll.)* ❶ *v.t.* จ่ายอย่างไม่เต็มใจ; **~ out money** จ่ายเงินอย่างไม่เต็มใจ ❷ *v.i.* **~ out [for sth.]** ยอมจ่ายเงินไปสำหรับ *ส.น.*

~ ˈover *v.t.* คราด *(ดิน)* ให้ละเอียด

~ ˈup ➡ **~ out**

forked /fɔːkt/ฟอคทฺ/ *adj.* เป็นแฉก ๆ, เป็นง่าม; **speak with ~ tongue** *(fig.)* พูดจาโกหกปลิ้นปล้อน

forked ˈlightning *n., no pl., no indef. art.* สายฟ้าแลบที่แยกออกเป็นแฉก ๆ

ˈforklift truck *n.* รถยกของ

forlorn /fəˈlɔːn/เฟอะˈลอน/ *adj.* Ⓐ *(desperate)* หมดหวัง; **~ hope** *(faint hope)* ความหวังอันเลือนลาง; *(desperate enterprise)* กิจกรรมล่อแหลม; Ⓑ *(forsaken)* ถูกทอดทิ้ง; *(wretched)* เคราะห์ร้าย

form /fɔːm/ฟอม/ ❶ *n.* Ⓐ *(type, guise, style)* ประเภท, แบบ, ลีลา; **~ of address** รูปแบบของคำนำหน้าชื่อ; **~ of life/government** รูปแบบของชีวิต/รัฐบาล; **the reward will take the ~ of a holiday** ค่าตอบแทนจะเป็นในรูปแบบของการไปเที่ยว; **malaria takes various ~s** มาเลเรียมาในหลายรูปแบบ; **in human ~:** ในรูปของมนุษย์; **in the ~ of** ในรูปของ; **in book ~:** ในรูปหนังสือ, เป็นหนังสือ; Ⓑ *no pl. (shape, visible aspect)* รูปร่าง, รูปลักษณ์, ลักษณะ; *(Lit., Mus., Art)* ลักษณะภายนอก; **~ without substance** รูปลักษณ์ที่ปราศจากโครงร่างสำคัญ; **take ~** *(lit. or fig.)* มาในรูปแบบ; **give ~ to sth.** ให้รูปแบบ *ส.น.*, กำหนดรูปแบบ *ส.น.*; **the ~ and content of a novel** รูปแบบและเนื้อหาของนวนิยาย; Ⓒ *(printed sheet)* กระดาษแบบฟอร์ม; Ⓓ *(Brit. Sch.)* ชั้นเรียน; **first/second** *etc.* **~:** ชั้นเรียนที่ 1/2 ฯลฯ; ➡ **+ sixth form**; Ⓔ *(bench)* ม้านั่ง; Ⓕ *no pl., no indef. art. (Sport.: physical condition)* สภาพร่างกาย; **peak ~:** สภาพร่างกายดีเยี่ยม; **improvement in ~:** การปรับปรุงทางสภาพร่างกาย; **out of ~:** สภาพร่างกายไม่พร้อม; **in [good] ~** *(lit. or fig.)* สภาพพร้อมเต็มที่; **in top ~/at the top of his** *etc.* **~:** *(lit. or fig.)* ในสภาพที่ดีเลิศ/อยู่ในสภาพที่ดีมาก; **she was in great ~ at the party** *(fig.)* เธอร่าเริงมากในงานปาร์ตี้; **on/off ~** *(lit. or fig.)* อยู่ในสภาพที่ดี/ไม่ดี; **be slightly off ~:** อยู่ในสภาพไม่ดีนัก; Ⓖ *(Sport.: previous record)* ประวัติทางกีฬา; **on/judging by [past/present] ~** *(fig.)* ตัดสินโดยดูจากประวัติทางกีฬา [ในอดีต/ปัจจุบัน]; **true to ~** *(fig.)* เป็นจริงตามรูปแบบที่ผ่านมา; ตามที่หวังไว้; ตามฟอร์ม; Ⓗ *(set procedure)* **in due/proper ~:** ในรูปแบบที่เหมาะสม/ถูกต้อง; **matter of ~:** เป็นเรื่องของความถูกต้อง; **as a matter of ~:** เพื่อความถูกต้อง; **common ~:** วิธีการปกติ; **what's the ~?** วิธีการปกติคืออะไร; **tell me the ~:** บอกวิธีการปกติหน่อย; Ⓘ *(etiquette)* **for the sake of ~:** เพื่อมารยาทที่ดี; **good/bad ~:** สิ่งที่ถูก/ไม่ถูกกาลเทศะ; **it's bad** *or* **not good ~ to do this** มันผิดกาลเทศะที่จะทำเช่นนี้; Ⓙ *(figure)* รูปร่าง; Ⓚ *(Ling.)* รูปของคำ; **plural ~:** รูปพหูพจน์; **feminine ~:** รูปเพศหญิง; **negative ~:** รูปปฏิเสธ; Ⓛ *(Philos.)* ลักษณะที่สำคัญของสิ่งของหรือพันธุ์ต่าง ๆ; Ⓜ *no pl. (coll.: criminal record)* บันทึกทางอาชญากรรม; **have ~:** เคยต้องคดีอาญามาแล้ว; Ⓝ *(hare's lair)* โพรง *(กระต่ายป่า)*; Ⓞ ➡ **formwork**

❷ *v.t.* Ⓐ *(make; also Ling.)* ประกอบเป็นรูป; **be ~ed from sth.** ประกอบเป็นรูปจาก *ส.น.*; Ⓑ *(shape, mould)* ก่อรูป, ปั้นแบบ; *(fig.)* สร้าง *(บุคลิก)*; Ⓒ *(construct in the mind)* ก่อ *(แผน, รูปภาพ)*; ได้ *(ความรู้สึก)*; *(acquire, develop)* ปรากฏออก, พัฒนา *(มิตรภาพ)*; สร้าง *(ความสัมพันธ์, ความเคยชิน)*; Ⓓ *(constitute, compose, be, become)* ประกอบ, เป็น, กลายเป็น; **Battambang once ~ed [a] part of Thailand** พระตะบองเคยเป็นส่วนหนึ่งของประเทศไทย; **Joe ~ed one of our party** โจเป็นหนึ่งในกลุ่มพวกเรา; **young people ~ed the bulk of the protesters** กลุ่มประท้วงส่วนใหญ่ประกอบด้วยคนหนุ่มสาว; Ⓔ *(establish, set up)* ก่อตั้ง, แต่งตั้ง *(คณะกรรมการ)*; **the men ~ed themselves into a committee** พวกผู้ชายรวมตัวกันแต่งตั้งคณะกรรมการ; Ⓕ *(take formation as)* รวมเป็นรูปแบบ; **the dancers ~ed [themselves into] a circle** นักเต้นรำรวมกันเป็นรูปวงกลม

❸ *v.i.* Ⓐ *(come into being)* ก่อเป็นรูป; *(ความคิด)* เกิดขึ้น; Ⓑ *(fully develop)* พัฒนาขึ้นอย่างสมบูรณ์; Ⓒ *(Mil.)* รวมพล

formal /ˈfɔːml/ˈฟอม'ล/ ❶ *adj.* Ⓐ *(บุคคล, การเชิญ)* เป็นทางการ; *(บุคคล)* ที่ยึดกาลเทศะ; *(official)* ถูกต้องตามพิธีการ; *(regular) (สวน)* มีระเบียบ; **wear ~ dress** *or* **clothes** แต่งตัวเป็นทางการ; **~ call** การเยี่ยมเยียนเป็นทางการ; Ⓑ *(explicit)* ถูกต้อง; *(in recognized form)* เป็นพิธีการ; **a ~ 'yes'/'no'** การตอบรับ/ปฏิเสธอย่างเป็นทางการ; **~ education/knowledge** ความรู้/การศึกษาภายในระบบ; **make a ~ apology** แสดงการขอโทษอย่างเป็นทางการ; Ⓒ *(of the outward form)* รูปภายนอก; *(Philos., Logic)* รูปแบบสำคัญ, สิ่งสำคัญที่มิใช่วัตถุ

❷ *n. (Amer.)* Ⓐ *(event)* งานเลี้ยงที่เป็นพิธีการ; Ⓑ *(dress)* ชุดที่เป็นพิธีการ

formaldehyde /fɔːˈmældɪhaɪd/ฟอˈแมลดิฮายดฺ/ *n. (Chem.)* ฟอร์มัลดีไฮด์ *(ท.ศ.)* ก๊าซไร้สีมีกลิ่นฉุนใช้ฆ่าเชื้อโรคและเก็บรักษา

formalise ➡ **formalize**

formalism /ˈfɔːməlɪzm/ˈฟอเมอะลิซ'ม/ *n.* ลัทธิพิธีรีตอง

formality /fɔːˈmælətɪ/ฟอˈแมเลอะทิ/ *n.* Ⓐ *(requirement)* ระเบียบ, แบบแผน; **drop the** *or* **dispense with the formalities** ทิ้ง/ยกเลิกระเบียบ; Ⓑ *no pl. (being formal, ceremony)* พิธีรีตอง, พิธี

formalize /ˈfɔːməlaɪz/ˈฟอเมอะลายซฺ/ *v.t.* Ⓐ *(specify and systematize)* ทำให้เป็นระบบ; Ⓑ *(make official)* ทำให้เป็นทางการ

formally /ˈfɔːməlɪ/ˈฟอเมอะลิ/ *adv.* Ⓐ *(ceremoniously)* อย่างเป็นพิธีรีตอง; *(officially)* อย่างเป็นทางการ; *(regularly)* อย่างปกติ; Ⓑ *(explicitly)* อย่างถูกต้อง; Ⓒ *(in form)* ในรูปแบบ

format /ˈfɔːmæt/ˈฟอแมท/ ❶ *n.* Ⓐ *(of book) (general appearance, layout)* รูปเล่ม; *(shape and size)* ขนาด, รูปแบบ; Ⓑ *(Telev., Radio: of programme)* รูปแบบ; Ⓒ *(Computing)* การจัดรูปแบบทางคอมพิวเตอร์ ❷ *v.t.* **-tt-** *(Computing)* จัดรูปแบบ

formation /fɔːˈmeɪʃn/ฟอˈเมช'น/ *n.* Ⓐ *no pl. (forming)* การสร้าง; *(of substance, object)* การก่อให้เกิด; *(of character)* การสร้างนิสัย; *(of handwriting)* การเขียน; *(of plan)* การก่อ; *(establishing)* การก่อตั้ง; Ⓑ *(thing formed; also Ling.)* สิ่งที่เกิดขึ้น; Ⓒ *(Mil., Aeronaut., Dancing)* การกำหนดตำแหน่งของกลุ่ม; *(Footb.)* การวางตำแหน่งผู้เล่นในทีม; **battle ~:** รูปแบบการสู้รบ; **in close ~:** การรวมตัวในรูปแบบใกล้ชิด; **~ flying** การบินในรูปแบบเฉพาะ; **~ dancing** การเต้นหมู่ในรูปแบบเฉพาะ; Ⓓ *(Geol.)* การก่อตัว; **rock ~s** รูปร่างของหินทางธรรมชาติ; Ⓔ *(structure)* โครงสร้าง

formative /ˈfɔːmətɪv/ˈฟอเมอะทิว/ *adj.* Ⓐ เกี่ยวกับการก่อรูป; **the ~ years of life** ช่วงระยะก่อร่างสร้างตัว; Ⓑ *(Ling.)* การประกอบคำศัพท์; **~ element** ปัจจัยการประกอบคำศัพท์

former /ˈfɔːmə(r)/ˈฟอเมอะ(ร)/ *attrib. adj.* Ⓐ *(earlier)* แต่ก่อน, อดีต; **in ~ times** ในอดีต; Ⓑ *(first-mentioned)* **the ~:** *(อัน/คน)* ก่อน, *(อัน/คน)* แรก; **in the ~ case** ในกรณีแรก

-former /ˈfɔːmə(r)/ˈฟอเมอะ(ร)/ *n. in comb. (Brit. Sch.)* นักเรียนในปี...; **third-~:** นักเรียนระดับ ป. สาม; ➡ **+ sixth-former**

formerly /ˈfɔːməlɪ/ˈฟอเมอะลิ/ *adv.* ก่อนนั้น; **Mrs Bloggs, ~ Miss Smith** นางบล็อก ซึ่งเมื่อก่อนใช้ชื่อนางสาวสมิธ

Formica ® /fɔːˈmaɪkə/ฟอˈไมเคอะ/ *n.* พลาสติกแข็งทนทาน, ฟอร์ไมก้า *(ท.ศ.)*; **surfaced with ~:** บุด้วยฟอร์ไมก้า

formidable /ˈfɔːmɪdəbl, fɔːˈmɪd-/ˈฟอมิเดอะบ'ล, ฟอˈมิด-/ *adj. (arousing dread)* น่ากลัว; *(awe-inspiring)* น่าเกรงขาม, พิชิตยาก

formless /ˈfɔːmlɪs/ˈฟอมลิซ/ *adj. (having no physical existence)* ไม่มีรูปแบบที่แน่นอน, ไม่มีตัวมีตน; *(Buddhism)* อรูป *(ร.บ.)*

form: **~ letter** *n.* รูปแบบการเขียนจดหมาย; **~-master** *n. (Brit. Sch.)* อาจารย์ชายประจำชั้น; **~-mate** *n. (Brit. Sch.)* เพื่อนร่วมห้อง; **~-mistress** *n. (Brit. Sch.)* อาจารย์หญิงประจำชั้น; **~-room** *n. (Brit. Sch.)* ห้องเรียน

formula /ˈfɔːmjʊlə/ˈฟอมิวเลอะ/ *n., pl.* **~s** *or (esp. as tech. term)* **~e** /ˈfɔːmjʊliː/ˈฟอมิวลี/ Ⓐ *(Math., Chem., phys.)* สูตร; Ⓑ *(fixed form of words)* คำพูดที่พูดตามธรรมเนียม; **trite ~s** คำพูดซ้ำซาก; **find a ~** *(to reconcile differences)* พบสูตรที่จะสมานความแตกต่าง; Ⓒ *(set form)* รูปแบบที่กำหนด; Ⓓ *(prescription)* ใบสั่งยา; *(recipe)* สูตร; *(fig.)* สูตร, วิธีการ; **no sure ~ exists** ไม่มีสูตรที่แน่นอน; Ⓔ *(Motor racing)* การกำหนดกำลังเครื่องยนต์ของรถแข่ง, รถแข่งสูตร; Ⓕ *(Amer.: infant's food)* นมผง

formulate /ˈfɔːmjʊleɪt/ˈฟอมิวเลท/ *v.t.* จัดเป็นสูตร; *(devise)* กำหนด; **~ in words/writing** สื่อ *(ความคิด)* ด้วยการเขียนเป็นคำ

formulation /fɔːmjʊˈleɪʃn/ฟอมิวˈเลช'น/ *n.* การจัดเป็นสูตร; **the ~ of a question** วิธีการถามคำถาม

ˈformwork *n.* ไม้แบบสร้างขึ้น เพื่อเทคอนกรีตข้างใน

fornicate /ˈfɔːnɪkeɪt/ˈฟอนิเคท/ *v.i.* การร่วมเพศโดยมิได้แต่งงาน

fornication /fɔːnɪˈkeɪʃn/ฟอนิˈเคช'น/ *n.* การร่วมเพศโดยไม่ได้แต่งงาน

for-ˈprofit *attrib. adj.* เพื่อแสวงหากำไร

forsake /fəˈseɪk/เฟอะˈเซค/ *v.t.*, **forsook** /fəˈsʊk/เฟอะˈซุค/, **~n** /fəˈseɪkn/เฟอะˈเซค'น/ Ⓐ *(give up)* เลิก, สละ; Ⓑ *(desert)* ทอดทิ้ง

forsaken /fəˈseɪkn/เฟอะˈเซเคิน/ *adj.* ถูกทอดทิ้ง

forsook ➡ **forsake**

forsooth /fəˈsuːθ/เฟอะˈซูธ/ *adv. (arch./iron./derog.)* จริง ๆ, อย่างไม่ต้องสงสัย

forswear /fɔːˈsweə(r)/ฟอˈซแว(ร)/ *v.t., forms as* **swear** สาบานว่าจะเลิก, ละทิ้ง; *(deny)* ปฏิเสธ

forswore, forsworn ➡ **forswear**

forsythia /fɔːˈsaɪθɪə, US fərˈsɪθɪə/ฟอˈไซเธีย, เฟอรˈซิธเธีย/ *n. (Bot.)* ต้นฟอร์ซีเทีย *(ท.ศ.) พุ่มไม้ประดับ มีดอกสีเหลืองสด*

fort /fɔːt/ฟอท/ *n. (Mil.)* ป้อม; **hold the ~** *(fig.)* รักษาการในยามฉุกเฉิน

[1]**forte** /ˈfɔːteɪ, US fɔːrt/ˈฟอเท, ฟอรท/ *n.* จุดแข็ง, สิ่งที่ทำได้เป็นเลิศ

[2]**forte** /ˈfɔːteɪ/ˈฟอที/ *(Mus.)* ❶ *adj.* ดัง, กร้าว ❷ *adv.* อย่างเสียงดัง ❸ *n.* ช่วงของเพลงที่ต้องเล่น/ร้องดัง

fortepiano /fɔːtɪpɪˈænəʊ/ฟอทิพิˈแอโน/ *n., pl.* **~s** *(Mus.) รูปแบบเปียโนที่ใช้ในศตวรรษที่ 18 ถึงต้นศตวรรษที่ 19*

forth /fɔːθ/ฟอธ/ *adv.* Ⓐ **and so ~:** และอื่น ๆ; Ⓑ **from this/that day** *etc.* **~:** จากวันนี้/นั้นเป็นต้นไป; Ⓒ *(literary)* **stretch ~:** ยืดออกไป; **give ~:** ปล่อยออก, ให้ *(กลิ่น)*; **go ~:** ออกไป; *(emerge)* ปรากฏ; **ride ~:** ขี่ออกไป; **show ~:** แสดงออก

Forth Bridge /fɔːθ ˈbrɪdʒ/ฟอธ ˈบริดจ/ *n.* **it's like [painting] the ~** *(fig.)* เป็นงานที่ไม่มีวันสิ้นสุด

forthcoming /fɔːθˈkʌmɪŋ/ฟอธˈคัมมิง/ *adj.* Ⓐ *(approaching)* ในเร็ว ๆ นี้; *(about to appear)* กำลังจะปรากฏ; *(หนังสือ)* ที่กำลังจะออก; *(ภาพยนตร์)* ที่กำลังจะเข้า; **be ~:** จะปรากฏในอนาคตอันใกล้นี้; **~ events** *(Journ.)* เหตุการณ์ที่จะเกิดในเร็ว ๆ นี้; Ⓑ *pred. (made available)* **be ~** ให้, พร้อมแล้ว; **not be ~:** ไม่มี; Ⓒ *(responsive)* ช่างคุย, มีความรู้สึกไว; **she wasn't very ~ with hard facts** เธอไม่ค่อยอยากจะให้ข้อมูลเท่าไร

forthright /ˈfɔːθraɪt/ˈฟอธไรท/ *adj.* เปิดเผย, ตรงไปตรงมา

forthwith /fɔːθˈwɪθ, US -ˈwɪð/ฟอˈวิธ, -ˈวิท/ *adv.* ทันที, ฉับพลัน

fortieth /ˈfɔːtɪɪθ/ˈฟอทิอิธ/ ❶ *adj.* ➤ **602** ที่ 40; ➡ **+ eighth** 1 ❷ *n. (fraction)* เศษ 1 ส่วน 40; ➡ **+ eighth** 2

fortification /fɔːtɪfɪˈkeɪʃn/ฟอทิฟิˈเคช'น/ *n.* Ⓐ *no pl. (Mil.: fortifying)* การเสริมกำลังป้องกัน; Ⓑ *usu. in pl. (Mil.: defensive works)* สิ่งป้องกัน; Ⓒ *(of wine)* การหมักเหล้าองุ่นให้มีแอลกอฮอล์แรงขึ้น

fortify /ˈfɔːtɪfaɪ/ˈฟอทิฟาย/ *v.t.* Ⓐ *(Mil.)* สร้างสิ่งป้องกัน; Ⓑ *(strengthen, lit. or fig.)* เสริมกำลัง; Ⓒ หมักเหล้าให้เข้มข้น

fortissimo /fɔːˈtɪsɪməʊ/ฟอˈทิซซิโม/ *(Mus.)* ❶ *adj.* ดังกังวานอย่างยิ่ง ❷ *adv. (การเล่น, การร้อง)* ที่ดังมาก ❸ *n., pl.* **~s** *or* **fortissimi** /fɔːˈtɪsɪmiː/ฟอˈทิซซิมี/ ท่อน หรือ เพลงที่ต้องร้อง/เล่นดังมาก ๆ

fortitude /ˈfɔːtɪtjuːd, US -tuːd/ˈฟอทิทิวด, -ทูด/ *n., no pl.* ความทรหดอดทน

fortnight /ˈfɔːtnaɪt/ˈฟอทไนท/ *n.* สองสัปดาห์, สองอาทิตย์; **a ~ [from] today** สองสัปดาห์จากวันนี้; **a ~ on Monday** *etc.* อีก 2 สัปดาห์จากวันจันทร์; **a ~ ago today** วันนี้เมื่อสองอาทิตย์ที่แล้ว; **in a ~ ['s time]** ในเวลาสองอาทิตย์; **stay/go away for a ~:** พัก/จากไปสองอาทิตย์; **take a ~'s leave** ลาพักสองสัปดาห์; **once a ~, every ~:** ทุก ๆ 2 อาทิตย์

fortnightly /ˈfɔːtnaɪtlɪ/ˈฟอทไนทลิ/ ❶ *adj.* ทุกสองสัปดาห์, สองอาทิตย์ครั้ง; **~ magazine** ➡ 3; **at ~ intervals** ทุกสองสัปดาห์, สองสัปดาห์ครั้ง ❷ *adv.* ทุกสองสัปดาห์ ❸ *n.* นิตยสารรายสองสัปดาห์, นิตยสารรายปักษ์

fortress /ˈfɔːtrɪs/ˈฟอทริซ/ *n. (lit. or fig.)* ป้อม

fortuitous /fɔːˈtjuːɪtəs, US -ˈtuː-/ฟอˈทิวเทิซ, -ทู-/ *adj.*, **fortuitously** /fɔːˈtjuːɪtəslɪ/ฟอˈทิวเออะเทิซลิ/ *adv.* โดยบังเอิญ; [อย่าง] เคราะห์ดี

fortunate /ˈfɔːtʃʊnət, ˈfɔːtʃənət/ˈฟอฉุเนิท, ˈฟอเฉอะเนิท/ *adj.* โชคดี; **it is ~ for sb. [that ...]** เป็นสิ่งที่โชคดีสำหรับ *ค.น.* [ที่...]; **sb. is ~ to be alive** *ค.น.* โชคดีที่รอดมาได้; **it was very ~ that ...:** โชคดีมากที่...; **how ~!, this is ~!** โชคดีจัง!

fortunately /ˈfɔːtʃʊnətlɪ, ˈfɔːtʃənətlɪ/ˈฟอเฉอะเนิทลิ/ *adv.* Ⓐ *(luckily)* อย่างโชคดี; **~ for everybody/me** โชคดีสำหรับทุกคน/ฉัน; Ⓑ *(favourably, advantageously) (เกิดขึ้น, ดำเนินไป)* อย่างดี

fortune /ˈfɔːtʃən, ˈfɔːtʃuːn/ˈฟอเฉิน, ˈฟอฉุน/ *n.* Ⓐ *(private wealth)* ความมั่งคั่ง; **family/private ~:** ทรัพย์สมบัติของครอบครัว/ส่วนตัว; **make one's ~:** สร้างความมั่นคง; **come into a ~:** ได้รับมรดก; **his brains are his/her face is her ~** *(fig. joc.)* มันสมองของเขา/หน้าตาของเธอเป็นสมบัติอันล้ำค่าของเขา/เธอ; **a [small] ~:** เงินจำนวนมาก [พอสมควร]; **make a ~:** สร้างความร่ำรวย; Ⓑ *(prosperous condition)* สภาวะที่รุ่งเรือง; *(of country)* สภาพรุ่งเรือง; **seek one's ~:** แสวงหาความมั่งคั่ง; Ⓒ *(luck, destiny)* โชคดี, โชคชะตา; **bad/good ~:** โชคดี/ร้าย; **that was a piece of good ~:** นั่นเป็นโชคดี; **by sheer good ~ there was ...:** โดยโชคดีแท้มี...; **he's had a change of ~:** เขามีโชคชะตาที่เปลี่ยนแปลง *หรือ* ดวงเขาเปลี่ยนไป; **thank one's good ~ that ...:** สำนึกในความโชคดีของตนที่ว่า...; **F~** *(personified)* เทพโชคชะตา; **~ favours the brave** *(prov.)* โชคชะตามักจะชอบคนกล้าหาญ; **~ smiles on sb.** โชคชะตาเข้าข้าง *ค.น.*; **tell sb.'s ~:** ทำนายโชคชะตาของ *ค.น.*, ดูดวง *ค.น.*; **tell ~s** ทำนายอนาคต, ดูดวง; ➡ **+ soldier** 1; Ⓓ *in pl. (ups and downs, good or bad luck befalling sb., sth.)* ดวงขึ้นหรือตก; **the ~s of war** ดวงสงคราม; **the changing ~s of the combatants** โชคชะตาที่เปลี่ยนแปลงของนักรบ

fortune: **~ cookie** *n. (Amer. Cookery) ขนมคุกกี้ที่มีกระดาษคำทำนายอยู่ข้างใน*; **~ hunter** *n. (derog.)* คนที่หาความร่ำรวยโดยการแต่งงาน; **~ teller** *n.* หมอดู, คนดูดวง; **~ telling** *n., no pl.* การทำนายโชคชะตา, การดูดวง

forty /ˈfɔːtɪ/ˈฟอทิ/ ➤ **47**, ➤ **177**, ➤ **602** ❶ *adj.* สี่สิบ; **have ~ 'winks** หลับชั่วครู่ชั่วยาม; **one-and-~** *(arch.)* ➡ **~-one** 1; ➡ **+ eight** 1 ❷ *n.* เลขสี่สิบ; **the roaring forties** *(Geog.) บริเวณทะเลที่มีพายุ อยู่ระหว่างเส้นละติจูดใต้ที่*

f

forty-first | fourpenny 364

40° ถึง 50°; **the F~** บริเวณทะเลระหว่างชายฝั่งทางตะวันออกของสกอตแลนด์และชายฝั่งตะวันตกเฉียงใต้ของนอร์เวย์; **one-and-~** *(arch.)* ➡ ~-one 2; ➡ + eight 2 A; ➡ + eighty 2

forty: ~-'first *etc. adj.* ➤ **602** ที่สี่สิบเอ็ด; ➡ + eighth 1; **~-'five** *n.* ➤ **602** *(record)* แผ่นเสียงที่หมุนได้ 45 รอบต่อนาที; **~fold** *adj., adv.* ทับสี่สิบ, สี่สิบเท่า; ➡ + eightfold; **~-'one** *etc.* ❶ *adj.* สี่สิบเอ็ด ฯลฯ; ➡ + eight 1 ❷ *n.* ➤ **602** เลขสี่สิบเอ็ด; ➡ + eight 2 A

forum /'fɔːrəm/'ฟอเริม/ *n.* เวทีอภิปราย; *(Roman Hist.)* ลานกว้างของโรมันโบราณ; **~ for discussion** เวทีอภิปราย; **the ~ of public opinion** การตัดสินของสาธารณชน

forward /'fɔːwəd/'ฟอเวิด/ ❶ *adv.* Ⓐ *(in direction faced, onwards in progress)* ข้างหน้า; **bend ~:** โค้ง *หรือ* ก้มลงไปข้างหน้า; **take three steps ~:** ก้าวไปข้างหน้าสามก้าว; **~ march!** *(Mil.)* หน้าเดิน; Ⓑ *(towards end of room etc. faced)* *(วิ่งไป, ขยับไป)* ข้างหน้าห้อง ฯลฯ; **work one's way ~:** ค่อย ๆ ขยับไปข้างหน้า; **the seat is too far ~:** ที่นั่งอยู่หน้าเกินไป; Ⓒ *(closer)* เข้าไปใกล้; **rush ~ to help sb.** รีบรุดเข้าไปช่วย *ค.น.*; **he came ~ to greet me** เขารี่เข้ามาทักฉัน; Ⓓ *(ahead, in advance)* *(เดินทาง, ไป)* ล่วงหน้า; *(ไป, เดินทาง)* ก่อน; Ⓔ *(into better state)* **the country began to move ~:** ประเทศเริ่มเข้าสู่สภาวะที่ดีขึ้น; Ⓕ *(into future)* ไปข้างหน้า, เป็นต้นไป; **from that day/time ~:** จากวันนั้น/เวลานั้นเป็นต้นไป; **from this day/time ~:** จากวันนี้/เวลานี้เป็นต้นไป; **date ~** *(Commerc.)* ลงวันที่ล่วงหน้า; Ⓖ *(into prominence)* โดดเด่นอยู่แนวหน้า; **come ~** *(present oneself)* เสนอตัว *(เป็นผู้ช่วย, เป็นพยาน)*; Ⓗ *(indicating motion)* *(Naut.)* ทางหัวเรือ; Ⓘ *(Naut., Aeronaut.: indicating position)* ใกล้หัวเรือ/ใกล้หน้ายานอวกาศ; Ⓙ *(Cricket)* **play ~:** ก้าวไปข้างหน้าเพื่อจะตีลูก; ➡ + backward 1 B; bring forward; carry forward; go forward; go forward with; look forward to; push forward; put forward; set forward

❷ *adj.* Ⓐ *(directed ahead)* ที่ไปข้างหน้า; **~ movement** การเคลื่อนไปข้างหน้า; **~ pass** *(Rugby)* การส่งลูกไปข้างหน้า; **~ somersault** การตีลังกาไปข้างหน้า; Ⓑ *(at or to the front)* ข้างหน้า; Ⓒ *(lying in one's line of motion)* ที่อยู่ข้างหน้า; **the ~ horizon** ขอบฟ้าที่ทอดยาวไปข้างหน้า; Ⓓ *(advanced)* *(เด็ก, ต้นไม้, งาน)* ก้าวหน้า; **be well ~ with one's work/in one's plan** งาน/แผนงานของตนก้าวหน้าเป็นอย่างดี; Ⓔ *(bold)* กล้า; Ⓕ *(Commerc.)* *(การซื้อ, การวางแผน)* ล่วงหน้า; Ⓖ *(Naut.)* ส่วนหัวเรือ

❸ *n. (Sport)* กองหน้า

❹ *v.t.* Ⓐ *(send on)* ส่งต่อ *(จดหมาย, ห่อของ)*; **'please ~', 'to be ~ed'** 'กรุณาส่งต่อ'; Ⓑ *(pass on)* ส่งต่อไป; Ⓒ *(promote)* ส่งเสริม *(การงานของตน)*; **~ one's own interests** คอยผลักดันผลประโยชน์ของตนเอง; Ⓓ *(accelerate)* เร่ง *(ต้นไม้)*

forwarding /'fɔːwədɪŋ/'ฟอเวิดดิง/: **~ address** *n.* ที่อยู่สำหรับส่งจดหมายต่อ; **~ agent** *n.* ผู้รับเหมาส่งของ; **~ instructions** *n. pl.* คำสั่งในการส่งของ; *(for dispatch)* ใบส่งของ

forward: ~ line *n. (Sport)* กองหน้า; **~-looking** *adj.* ก้าวหน้า, มองไปข้างหน้า

forwardly /'fɔːwədlɪ/'ฟอเวิดลิ/ *adv.* อย่างกระด้าง, อย่างกล้า

forwardness /'fɔːwədnɪs/'ฟอเวิดนิซ/ *n., no pl.* Ⓐ *(boldness)* ความกล้า; Ⓑ *(advanced state) (of child, crop)* *(พัฒนาการ)* ที่ก้าวหน้า; ความเจริญเติบโต; *(of season)* การเริ่มเร็วผิดปกติ

forwards /'fɔːwədz/'ฟอเวิดซ/ ➡ forward 1 A, B, C

forward slash *n.* เครื่องหมายทับ /

forwent ➡ forgo

fossil /'fɒsɪl/'ฟอซิล/ *n.* Ⓐ ซากหิน; Ⓑ *(fig. derog.) (antiquated person)* คนคร่ำครึ; *(antiquated thing)* ของเก่า; Ⓒ *(Ling.)* **[linguistic] ~:** คำที่ไม่ใช่แล้ว; **~ fuel** เชื้อเพลิงธรรมชาติ

fossilisation, fossilise ➡ fossiliz-

fossilization /fɒsɪlaɪ'zeɪʃn/ฟอซิไล'เซช'น/ *n.* การเปลี่ยนแปลงเป็นซากหิน

fossilize /'fɒsɪlaɪz/'ฟอซิลายซฺ/ ❶ *v.t.* ทำให้เป็นซากหิน; **become ~d** ➡ 2; **~d** เป็นซากหิน; *(fig.)* หัวโบราณ, ล้าสมัย; **~d remains** ซากสิ่งมีชีวิตที่กลายเป็นหิน ❷ *v.i.* กลายเป็นซากหิน

foster /'fɒstə(r)/'ฟอซเตอะ(ร)/ ❶ *v.t.* Ⓐ *(encourage)* ส่งเสริม; *(harbour)* ดูแล; Ⓑ *(rear as ~-child)* รับเลี้ยงเป็นลูก; **the child was ~ed from the age of two** เด็กถูกรับมาเลี้ยงตั้งแต่ 2 ขวบ ❷ *adj.* **~-** ที่รับมาเลี้ยง; **~ home** บ้านรับเลี้ยงเด็ก; **put a child into ~ care** ส่งเด็กอยู่ในสถานรับเลี้ยงเด็ก; **be in ~ care** อยู่ในความดูแลของสถานรับเลี้ยง

'foster-child *n.* บุตรบุญธรรม

'foster-mother *n.* Ⓐ แม่บุญธรรม; Ⓑ *(Brit.: for chickens)* แม่ไก่เทียม

fought ➡ fight 1, 2

foul /faʊl/ฟาวลฺ/ ❶ *adj.* Ⓐ *(offensive to the senses, loathsome)* เหม็นหึ่ง, โสโครก; Ⓑ *(polluted)* สกปรก; *(putrid)* เน่าเหม็น; Ⓒ *(coll.: awful)* เลวร้าย; Ⓓ *(morally vile)* *(การกระทำ, ฆาตกรรม)* ชั่วร้าย; *(การประพฤติ)* ต่ำช้า; **~ deed** การกระทำอันชั่วร้าย; Ⓔ *(unfair)* ไม่ถูกต้อง, ไม่ยุติธรรม; *(Sport)* ผิดกติกา; **~ play** *(Sport)* เล่นผิดกติกา; *(fig.: unfair dealing)* การกระทำทุจริต; **the police do not suspect ~ play** ตำรวจไม่ได้สงสัยการกระทำผิด; **there was a lot of ~ play** *(Sport)* มีการเล่นผิดกติกาเยอะ; ➡ + ²fair 1 A; Ⓕ **fall** *or* **run ~ of** *(Naut.)* ชนกับ; *(fig.)* ปะทะกับ, มีปัญหากับ *(ตำรวจ, กฎหมาย)*; Ⓖ *(Naut.: entangled)* เกี่ยวติดวัชพืช; Ⓗ *(clog-ged up)* อุดตัน ❷ *n. (Sport)* การเล่นผิดกติกา; **commit a ~:** เล่นผิดกติกา ❸ *v.t.* Ⓐ *(make foul)* ทำสกปรก; ทำให้เหม็น *(อากาศ)*; ➡ + nest 1 A; Ⓑ *(be entangled with)* ถูกพัน, ถูกเกี่ยว; Ⓒ ➡ foul up b; Ⓓ *(Sport)* เล่นผิดกติกา

~ 'up *v.t.* Ⓐ *(coll.: spoil)* ทำเสีย; Ⓑ *(block)* ปิดกั้น, เป็นอุปสรรค; ➡ + foul-up

foully /'faʊllɪ/'ฟาวลุลิ/ *adv. (wickedly)* อย่างชั่วช้า

foul-mouthed /'faʊlmaʊðd/'ฟาวลุมาวทฺดฺ/ *adj.* ปากเสีย

foulness /'faʊlnɪs/'ฟาวลุนิซ/ *n., no pl.* Ⓐ ความสกปรก; Ⓑ *(state of being polluted)* สภาวะที่มีมลพิษ; *(putridness)* กลิ่นเหม็นหึ่ง

foul: ~-smelling *adj.* กลิ่นเหม็นหึ่ง; **~-up** *n.* สิ่งที่เละ, ความยุ่งเหยิง

¹found /faʊnd/ฟาวนฺดฺ/ *v.t.* Ⓐ *(establish)* ก่อตั้ง *(โรงพยาบาล, สถาบัน)*; ริเริ่ม *(ศาสนา, ลัทธิ)*; **F~ing Fathers** บรรพบุรุษผู้ก่อตั้งประเทศอเมริกาใน คศ. 1787; Ⓑ *(fig.: base)* วางรากฐาน; **~ sth. [up]on sth.** วางรากฐาน *ส.น.* บน *ส.น.*; **be ~ed [up]on sth.** ถูกวางรากฐานบน *ส.น.*; ➡ + ill-founded; well-founded

²found ➡ find 1, 2

³found *v.t. (Metallurgy)* หลอมโลหะ; *(Glass-making)* ทำแก้ว; *(melt)* ละลาย

foundation /faʊn'deɪʃn/ฟาวนฺ'เดช'น/ *n.* Ⓐ *(establishing)* การก่อตั้ง; Ⓑ *(institution)* มูลนิธิ; **be on the ~** *(Brit.)* อาศัยเงินช่วยเหลือจากกองทุนมูลนิธิ; Ⓒ *usu. in pl.* **~[s]** *(underlying part, lit. or fig.) (of building)* ฐานของอาคาร; **lay the ~s** วางฐาน, สร้างฐาน; *(for road)* ปูฐานใต้ถนน; **be without** *or* **have no ~** *(fig.)* ไม่มีรากฐาน; ไม่มีความจริง; **lay the ~ of/for sth.** *(fig.)* วางรากฐานสำหรับ *ส.น.*; **shake sth. to its ~s** *(fig.)* สะเทือนถึงรากฐานของ *ส.น.*, *ส.น.* ได้รับผลกระทบมาก; Ⓓ *(cosmetic)* เครื่องสำอางทารองพื้น; Ⓔ ➡ foundation garment

foundation: ~ course *n. (Univ. etc.)* วิชาพื้นฐาน; **~ cream** *n.* ครีมรองพื้น; **~ garment** *n.* ชุดชั้นในสตรี; **~ stone** *n. (lit. or fig.)* ศิลาฤกษ์

¹founder /'faʊndə(r)/'ฟาวนฺเดอะ(ร)/ *n.* ผู้ก่อตั้ง; *(of hospital, or with an endowment)* ผู้ก่อตั้ง; *(of sect, science, school, religion)* ผู้ก่อตั้ง; **~ member** สมาชิกผู้ก่อตั้ง

²founder *v.i.* Ⓐ *(เรือ)* จม, อับปาง; *(ม้า)* สะดุด, หกล้ม; *(ตึก)* ล้มลง; Ⓑ *(fig.: fail)* ล้มเหลว

foundling /'faʊndlɪŋ/'ฟาวนฺดลิง/ *n.* เด็กที่ถูกทอดทิ้ง

foundry /'faʊndrɪ/'ฟาวนฺดริ/ *n. (Metallurgy)* โรงงานหลอมโลหะ, โรงหล่อ; *(Glassmaking)* โรงงานทำแก้ว, โรงงานผลิตกระจก

¹fount /faʊnt/ฟาวนฺทฺ/ *n. (Printing)* ตัวพิมพ์

²fount *n. (poet./rhet.: fountain)* น้ำพุ, แหล่งน้ำพุ

fountain /'faʊntɪn, US -tn/'ฟาวนฺทิน, -ท'น/ *n.* Ⓐ ➡ drinking fountain; Ⓑ *(jet[s] of water)* น้ำพุ; *(structure)* บ่อน้ำพุ; Ⓒ *(fig.: source)* แหล่ง; **~ of youth** ➡ + soda-fountain

fountain: ~head *n.* บ่อกำเนิด; **~ pen** *n.* ปากกาหมึกซึม

four /fɔː(r)/ฟอ(ร)/ ➤ **47**, ➤ **177**, ➤ **602** ❶ *adj.* สี่; ➡ + eight 1 ❷ *n.* Ⓐ *(number, symbol)* เลขสี่; Ⓑ *(set of ~ people)* กลุ่มคน 4 คน; *(Rowing)* *(เรือ)* ชุดพาย 4 คน; **the ~:** คน 4 คน; **make up a ~ at tennis/bridge** เล่นเทนนิสคู่/บริดจ์ 4 คน; Ⓒ **on all ~s** ลงคลาน; **be/crawl/move on all ~s** ลงคลาน/คลานไป; **get down on all ~s** ลงคลาน; ➡ + eight 2 A, C, D

four: ~-ball *n. (Golf.)* การแข่งขันกอล์ฟระหว่างผู้เล่นสองคู่ ข้างที่ได้ดีที่สุดจะได้คะแนนในแต่ละหลุม; **~-door** *attrib. adj.* *(รถ)* สี่ประตู; **~fold** /'fɔːfəʊld/'ฟอโฟลดฺ/ *adj. adv.* สี่เท่า; ➡ + eightfold; **~-footed** /'fɔːfʊtɪd/'ฟอฟุททิด/ *adj.* สี่ตีน; **~-handed** /'fɔːhændɪd/'ฟอแฮนดิด/ *adj.* Ⓐ *(เล่นเกม)* ที่มีผู้เล่นสี่คน; Ⓑ *(Mus.)* การเล่นดนตรีแบบสี่มือ; **~-in-hand** *adj.* พาหนะที่ใช้ม้าลากสี่ตัว; **~-in-hand tie** *(Amer.)* เนคไท; **~-leaf clover, ~-leaved clover** *n.* วัชพืชซึ่งมีใบลายดอกจิก ปกติมีสามแฉก ถ้ามีสี่ถือว่านำโชค; **~-legged** /'fɔːlegɪd, 'fɔːlegɪd/'ฟอ(ร)เล็กกิด/ *adj.* สี่ขา; **~-letter 'word** *n.* คำหยาบ *(ซึ่งโดยบังเอิญมักมีอักษรสี่ตัว)*; *(expressing anger)* คำด่า; **~pence** /'fɔːpəns/'ฟอเพ็นซฺ/ *n. (Brit.)*, **~penny** /'fɔːpənɪ/'ฟอเพอะนิ/ *n. (Brit.) (costing 4p or*

4d) สี่เพนซ์; ~**-poster** *n.* เตียงที่มีเสาสี่เสาแขวนผ้าคลุม; ~**score** *adj. (arch.)* แปดสิบ; ~**some** /ˈfɔːsəm/ˈฟอเซิม/ *n.* Ⓐ กลุ่มคนสี่คน; **go in** *or* **as a ~some** ไปกันสี่คน; Ⓑ *(Golf)* *การแข่งกอล์ฟระหว่างสองคู่โดยคู่เล่นตีลูกเดียวกัน;* ~**-square** *adj.* Ⓐ *(square)* มีรูปสี่เหลี่ยม; Ⓑ *(fig.: resolute)* เด็ดเดี่ยว; *(forthright)* เปิดเผย, ตรงไปตรงมา; ~**-stroke** *adj. (Mech. Engin.) (เครื่องยนต์, รถจักรยานยนต์)* สี่จังหวะ

fourteen /fɔːˈtiːn/ฟอ'ทีน/ ➤ **47,** ➤ **177,** ➤ **602** ❶ *adj.* สิบสี่; ➡ + **eight** 1 ❷ *n.* เลขที่สิบสี่; ➡ + **eight** 2 A, D; **eighteen** 2

fourteenth /fɔːˈtiːnθ/ฟอ'ทีนธฺ/ ➤ **231** ❶ *adj.* ➤ **602** ลำดับที่สิบสี่; ➡ + **eighth** 1 ❷ *n.* *(fraction)* เศษ 1 ส่วน 14; ➡ + **eighth** 2

fourth /fɔːθ/ฟอธ/ ❶ *adj.* Ⓐ ➤ **602** ลำดับที่สี่; **the ~ finger** นิ้วนาง; ➡ + **eighth** 1; Ⓑ **~ dimension** มิติที่สี่; ➡ + **estate** F ❷ *n.* Ⓐ *(in sequence)* ลำดับที่ 4; *(fraction)* เศษ 1 ส่วน 4; ค่อนหนึ่ง; Ⓑ *(~ form)* ชั้นเรียนปีที่สี่; Ⓒ *(Motor Veh.)* เกียร์สี่; **in ~:** อยู่ในเกียร์สี่; **change up [in]to ~:** เปลี่ยนเป็นเกียร์สี่; Ⓓ *(Mus.)* ช่วงห่างสี่โน้ต; Ⓔ *(person)* คนที่สี่; *(in a game)* คนที่เข้ามาเป็นผู้เล่นที่สี่; **make a ~:** เข้ามาเล่นเป็นคนที่สี่; Ⓕ ➤ **231** *(day)* **the ~ of May** วันที่ 4 เดือนพฤษภาคม; **the ~ [of the month]** วันที่ 4 ของเดือน; **F~ of July** *(Amer.)* *วันชาติอเมริกา;* **F~ of June** *(Brit.)* *วันงานประจำปีของโรงเรียนอีตัน;* ➡ + **eighth** 2

fourth: ~ **form** ➡ **form** 1 D; ~ **ˈgear** *n., no pl.* *(Motor Veh.)* เกียร์สี่; ➡ + **gear** 1 D

fourthly /ˈfɔːθlɪ/ˈฟอธลิ/ *adv.* ประการที่สี่, ข้อที่สี่

four-wheel, drive *n. (Motor Veh.)* พาหนะที่ขับเคลื่อนสี่ล้อ, รถโฟร์วีลไดร์ฟ *(ท.ศ.)*

fowl /faʊl/ฟาวลฺ/ ❶ *n. pl.* **~s** *or same* Ⓐ ไก่เลี้ยง; *(collectively)* สัตว์ปีก; Ⓑ *(Gastr.)* เนื้อไก่, เนื้อนก; **boiling ~:** ไก่ที่เหมาะสำหรับตุ๋น; Ⓒ *(literary: bird)* นก; ➡ + **waterfowl; wildfowl** ❷ *v.t.* **go ~ing** ล่าสัตว์ปีก

fowler /ˈfaʊlə(r)/ˈฟาวเลอะ(ร)/ *n.* ผู้ล่าสัตว์ปีกป่า

fox /fɒks/ฟอคซฺ/ ❶ *n., pl.* **~es** *or (esp. Hunting) same;* Ⓐ สุนัขจิ้งจอก; **as cunning as a ~:** เจ้าเล่ห์เหมือนสุนัขจิ้งจอก; Ⓑ *(fur)* ขนสุนัขจิ้งจอก ❷ *v.t.* หลอกลวง; **that's got you ~ed** *or* **that's ~ed you, hasn't it?** สิ่งนั้นทำให้คุณสับสนใช่มั้ย

fox: ~ **cub** *n.* ลูกสุนัขจิ้งจอก; ~ **fur** *n.* ขนสุนัขจิ้งจอก; ~**glove** *n. (Bot.)* พืชในสกุล *Digitalis* *ดอกสีชมพูคล้ายนิ้วถุงมือ;* ~**hole** *n.* Ⓐ โพรง; Ⓑ *(Mil.)* หลุมหลบลูกปืน; *(fig.)* ที่หลบภัย; ~**hound** *n.* สุนัขใช้ล่าสุนัขจิ้งจอก; ~ **hunt** ❶ *n.* การขี่ม้า, ไปล่าสุนัขจิ้งจอกด้วยสุนัข ❷ *v.i.* **go ~-hunting** ไปล่าสุนัขจิ้งจอก; ~**-hunter** *n.* นักล่าสุนัขจิ้งจอก; ~**-hunting** *n.* การล่าสุนัขจิ้งจอก; ~**tail** *n.* Ⓐ หางสุนัขจิ้งจอก; Ⓑ *(Bot.)* หญ้าในสกุล *Alopecurus;* ~ **ˈterrier** *n.* สุนัขเทอร์เรีย *(ซึ่งเมื่อก่อนใช้ขุดโพรงสุนัขจิ้งจอก);* ~**trot** ❶ *n.* การเต้นรำที่มีจังหวะช้าและเร็ว ❷ *v.i.* เต้นรำฟอกซ์ทรอท *(ท.ศ.)*

foxy /ˈfɒksɪ/ˈฟอคซิ/ *adj.* Ⓐ *(การกระทำ)* ที่มีเล่ห์เหลี่ยม; Ⓑ *(Amer. coll.: attracive)* มีเสน่ห์เร้าใจ

ˈfoxy-looking *adj.* มีเสน่ห์เตะตา

foyer /ˈfɔɪeɪ, US ˈfɔɪər/ˈฟอยเอ, ˈฟอยเออะ(ร)/ *n.* ห้องโถงทางเข้าของโรงละคร, โรงแรม ฯลฯ

fr. *abbr.* **franc[s]** เงินฟรังก์ *(อดีตใช้ในฝรั่งเศส)*

Fr. *abbr.* Ⓐ *(Eccl.)* **Father** Ⓑ **French**

fracas /ˈfrækɑː, US ˈfreɪkəs/ˈแฟรุคา, ˈเฟรฺเคิซ/ *n., pl. same* การทะเลาะวิวาทเอะอะ

fractal /ˈfræktl/ˈแฟรฺคท'ล/ *n. (Math.)* สาทิสรูป *(ร.บ.)*

fraction /ˈfrækʃn/ˈแฟรฺคช'น/ *n.* ➤ **602** Ⓐ *(Math.)* เศษส่วน; **do ~s** คิดเศษส่วน; ➡ + **decimal fraction; improper** D; **proper fraction; vulgar** C; Ⓑ *(small part)* ส่วนน้อย; *(tiny bit)* เศษเล็ก ๆ; **the car missed the pedestrian by a ~ of an inch** รถเฉียดคนเดินแค่ปลายนิ้ว; Ⓒ *(Chem.)* ส่วนที่แยกออกโดยการกรอง

fractional /ˈfrækʃənl/ˈแฟรุคเชอะน'ล/ *adj.* Ⓐ *(Math.)* เป็นเศษส่วน; *(fig.: very slight)* เล็กน้อยมาก; **~ part** ส่วนน้อยมาก; Ⓑ *(Chem.)* **~ crystallization/distillation** ส่วนหนึ่งของส่วนผสมที่แยกมาจากการตกผลึก/การกลั่น

fractionally /ˈfrækʃənəlɪ/ˈแฟรุคเชอะเนอะลิ/ *adv. (fig.: very slightly)* อย่างน้อยมาก

fractious /ˈfrækʃəs/ˈแฟรุคเชิซ/ *adj. (unruly)* อารมณ์ร้าย; *(ม้า)* ดื้อรั้น; *(peevish)* โกรธง่าย; *(เด็ก)* งอแง

fracture /ˈfræktʃə(r)/ˈแฟรุคทุเชอะ(ร)/ ➤ **453** ❶ *n. (also Med., Min.)* การหัก *(ของกระดูก);* **nose ~:** จมูกหัก ❷ *v.t. (also Med.)* หัก; *(break up)* แตก; **~ one's jaw** *etc.* ทำให้กราม ฯลฯ หัก; **~ one's skull** มีอุบัติเหตุ ซึ่งทำให้กะโหลกร้าว; **have a ~d jaw** *etc.* กราม ฯลฯ หัก ❸ *v.i. (Med.)* แตก, หัก

fragile /ˈfrædʒaɪl, US -dʒl/ˈแฟรฺจายล, -จ'ล/ *adj.* Ⓐ เปราะ, แตกง่าย; **'~ – handle with care'** 'เปราะบาง กรุณาระวัง'; **feel ~** *(coll.: ill, esp. because of hangover)* รู้สึกไม่สบาย *(เพราะเมาค้าง);* Ⓑ *(fig.) (สุขภาพ)* อ่อนแอ; *(ร่างกาย)* เปราะบาง; *(ความสุข)* ที่ไม่มั่นคง; *(ความเชื่อมั่นในตนเอง)* ต่ำ; *(บุคลิก)* ที่อ่อนไหวง่าย

fragility /frəˈdʒɪlɪtɪ/เฟรฺอะ'จิลลิทิ/ *n., no pl.* ความอ่อนแอ, ความเปราะบาง; *(of health, constitution, frame)* ความไม่แข็งแรง; *(beauty)* ความไม่ทนทาน; *(fig.: of peace, situation)* ความไม่มั่นคง

fragment ❶ /ˈfrægmənt/ˈแฟรฺกเมินทฺ/ *n.* เศษ, ชิ้นส่วน; *(of document)* เศษ; *(of conversation)* ช่วงที่ไม่ปะติดปะต่อ; *(of china, of rock)* เศษ; *(Lit., Mus.)* ท่อน; **it was in ~s** มันแตกเป็นชิ้นเล็กชิ้นน้อย ❷ /frægˈmənt/แฟรฺกเมินทฺ/ *v.i. & t.* แตกเป็นชิ้นส่วน

fragmentary /ˈfrægməntərɪ, US -terɪ/ˈแฟรฺกเมินทริ, -เทะริ/ *adj.* ไม่สมบูรณ์, ไม่ครบถ้วน, ไม่ปะติดปะต่อ

fragmentation /frægmənˈteɪʃn/แฟรฺกเมินˈเทช'น/ *n.* การแตกเป็นเสี่ยง ๆ

fragmenˈtation bomb *n. (Mil.)* ระเบิดที่แตกออกเป็นเสี่ยง ๆ เมื่อระเบิด

fragmented /frægˈmentɪd/แฟรฺกˈเม็นทิด/ *adj.* ไม่สมบูรณ์, เป็นเศษเล็กเศษน้อย, ไม่ปะติดปะต่อ

fragrance /ˈfreɪgrəns/ˈเฟรฺเกริ้นซฺ/ *n.* ความหอมกรุ่น, กลิ่นหอม

fragrant /ˈfreɪgrənt/ˈเฟรฺเกริ้นทฺ/ *adj.* หอมกรุ่น, มีกลิ่นหอม; **~ odour** *or* **smell** *or* **aroma** กลิ่นหอม; **be ~ with sth.** หอมกรุ่นไปด้วย *ส.น.*

frail /freɪl/เฟรฺล/ *adj. (สุขภาพ)* อ่อนแอ; *(ร่างกาย)* เปราะบาง; *(lacking force) (เสียงพูด)* ที่ไม่มีพลัง; *(morally weak) (จิตใจ, นิสัย)* ไม่เข้มแข็ง; *(transient) (ความสุข)* ชั่วคราว; *(slender) (โครงสร้าง)* ผอมบาง; *(ความเข้าใจ)* ต่ำ

frailty /ˈfreɪltɪ/ˈเฟรฺลทิ/ *n.* Ⓐ *no pl.* ความอ่อนแอ, ความบอบบาง; *(of health)* ความอ่อนแอ; *(moral weakness)* ความไม่เข้มแข็ง; *(transience)* ความไม่ยั่งยืน; Ⓑ *esp. in pl.* *(fault)* จุดอ่อน, ปมด้อย

frame /freɪm/เฟรฺม/ ❶ *n.* Ⓐ *(of vehicle, bicycle)* โครง; *(of easel, rucksack, bed, umbrella)* โครง; *(of ship, aircraft, building)* โครงสร้าง; **timber ~:** โครงไม้; ➡ + **climbing frame;** Ⓑ *(border)* กรอบ; **[spectacle] ~s** กรอบแว่นตา; Ⓒ *(fig.: established order)* โครงสร้าง, ระบบ; **~ of government/society** โครงสร้างของรัฐบาล/สังคม; **~ of reference** *(Phys., Sociol.)* ระบบตรวจค้น, ระบบอ้างอิง; Ⓓ *(of person, animal)* โครงกระดูก; **a man of gigantic ~:** คนที่มีโครงกระดูกใหญ่มหึมา; Ⓔ *(Photog., Cinemat., Telev.)* หนึ่งกรอบ; Ⓕ *(of comic strip)* หนึ่งภาพ; Ⓖ *(Hort.)* โครงเรือนกระจกเพื่อเร่งพืชผล; Ⓗ *(Snooker) (triangle)* สามเหลี่ยมจัดลูกสนุกเกอร์; *(round of play)* เฟรม *(ท.ศ.);* ➡ + **mind** 1 E
❷ *v.t.* Ⓐ ใส่กรอบ *(รูป, กระจก);* **a face ~d in curls** ใบหน้าที่ล้อมกรอบด้วยผมลอน; Ⓑ *(compose)* เตรียม *(คำถาม, คำตอบ);* ประกอบขึ้น; *(devise)* คิดขึ้นมา *(วิธีการ, ทฤษฎี);* *(shape)* ก่อ *(แบบเทคอนกรีต);* **~ one's words** แต่งคำพูดของตน; **her lips ~d a curse** ปากของเธอเตรียมจะด่า; Ⓒ *(coll.: incriminate unjustly)* **~ sb.** หลอก *ค.น.* ให้ทำผิดเพื่อให้ตำรวจจับ
~ **ˈup** *v.t. (Amer. coll.)* สมคบกันป้ายความผิดให้ผู้บริสุทธิ์; ➡ + **frame-up**

ˈframe house *n.* บ้านที่มีโครงไม้

framer /ˈfreɪmə(r)/ˈเฟรฺเมอะ(ร)/ *n.* ช่างทำกรอบรูป; **picture-~:** คนทำกรอบรูป

frame: ~ **relay** เฟรมรีเลย์ *(มาตรฐานระหว่างประกาศ เพื่อใช้สื่อสารข้อมูลความเร็วสูงสำหรับเครือข่าย WAP เป็นเทคโนโลยีการส่งข้อมูลแบบแพ็คเก็ตสวิตชิ่ง);* ~**-up** *n. (coll.)* การสมคบให้ร้ายคนบริสุทธิ์; ~**work** *n. (of ship etc.)* โครง; *(of building)* โครงสร้าง; *(fig.: of project)* โครงสร้าง; *(of novel)* โครง; *(of essay, lecture, etc.)* โครงร่าง; *(of society, government, system)* โครงสร้างสังคม, ระบบ; **[with]in the ~work of** *(as part of)* เป็นส่วนหนึ่งของโครงสร้างของ; *(in relation to)* ภายในความสัมพันธ์กับ; **outside the ~work of** *(not as part of)* นอกโครงสร้าง, นอกระบบ

framing /ˈfreɪmɪŋ/ˈเฟรฺมิง/ *n. (Building)* โครง

franc /fræŋk/แฟรฺงคฺ/ *n.* ➤ **572** *(Swiss)* ฟรังซ์; *(French, Belgian, Luxemburg)* เงินฟรังซ์ *(ที่เลิกใช้แล้ว)*

France /frɑːns/ฟรฺานซฺ/ *pr. n.* ประเทศฝรั่งเศส

franchise /ˈfræntʃaɪz/ˈแฟรฺนฉายซฺ/ ❶ *n.* Ⓐ สิทธิในการออกเสียงเลือกตั้ง; *(esp. for Parliament)* สิทธิการลงคะแนนเสียงเลือกตั้งรัฐบาล; Ⓑ *(Commerc.)* สิทธิในการเป็นผู้แทนจำหน่าย, แฟรนไชส์ *(ท.ศ.)* ❷ *v.t. (Commerc.)* ให้สิทธิในการเป็นผู้แทนจำหน่าย

Francis /ˈfrɑːnsɪs/ˈฟรฺานซิซ/ *pr. n. (Hist., as name of ruler etc.)* ฟรานซิส; **St. ~:** นักบุญฟรานซิส

Franciscan /frænˈsɪskən/แฟรฺนˈซิซเคิน/ ❶ *n.* พระโรมันคาทอลิกนิกายฟรานซิสกัน *ซึ่งตั้งโดยนักบุญฟรานซิสใน ค.ศ. 1209* ❷ *adj.* *(โบสถ์, พระ)* ฟรานซิสกัน

Franco- /ˈfræŋkəʊ/ˈแฟรฺงโค/ *in comb.* ฝรั่งเศส; **~German** ฝรั่งเศส-เยอรมัน; **the ~Prussian War** สงครามฝรั่งเศส-ปรัสเซีย

f

francophone /ˈfræŋkəfəʊn/ˈแฟรงโคโฟน/ ❶ *adj.* ที่พูดฝรั่งเศส ❷ *n.* คนที่พูดภาษาฝรั่งเศส

franglais /ˈfrɑːŋgleɪ/ˈฟรองเกฺล/ *n.* ภาษาฝรั่งเศสที่ใช้คำยืมจากภาษาอังกฤษ

[1]**frank** *adj.* [A] *(candid) (การพูด, การมอง)* เปิดเผย; *(บุคลิก, นิสัย)* ตรงไปตรงมา; *(undisguised) (ความรังเกียจ, ความเกลียด)* ไม่ปิดบัง; *(ความอยากรู้อยากเห็น)* ชัดเจน; *(uninhibited)* ไม่ยับยั้ง; **give me your ~ opinion** บอกความคิดเห็นกับฉันอย่างไม่ต้องยั้ง; **be ~ with sb.** เปิดเผยกับ *ค.น.*; **to be [quite] ~** *(as sentence-modifier)* จริง ๆ แล้ว; **~ and open** เปิดเผยและจริงใจ; [B] *(Med.)* ชัดเจน

[2]**frank** ❶ *v.t. (Post)* [A] *(in lieu of postage stamp)* ประทับตราไปรษณีย์บนจดหมาย; [B] *(put postage stamp on)* ปิดแสตมป์ ❷ *n.* ซองซึ่งมีตราแสดงว่าส่งจดหมายฟรี

[3]**frank** *n. (Amer. coll.: frankfurter)* ไส้กรอกเยอรมัน

Frankenstein['s 'monster] /ˈfræŋknstaɪn/ˈแฟรงค์นซฺตายนฺ/ *n.* แฟรงเกนสไตน์, สิ่งใด ๆ ที่กลายเป็นเครื่องก่อกรรมทำเข็ญให้กับผู้สร้าง

frankfurter /ˈfræŋkfɜːtə(r)/ˈแฟรงคุเฟอะเทอะ(ร)/ *(Amer.:* **frankfurt** /ˈfræŋkfɜːt/ˈแฟรงคุเฟิท/*) n. ไส้กรอกเยอรมันซึ่งแต่เดิมทำที่เมืองแฟรงเฟิร์ต*

frankincense /ˈfræŋkɪnsens/ˈแฟรงคินเซ็นซฺ/ *n.* กำยาน; *(turpentine)* น้ำมันสน

franking machine /ˈfræŋkɪŋməʃiːn/ˈแฟรงคิงเมอะชีน/ *n. (Brit. Post)* เครื่องประทับตราไปรษณีย์

Frankish /ˈfræŋkɪʃ/ˈแฟรงคิช/ *adj. (Hist.)* เกี่ยวกับชาวฝรั่งเศสโบราณ

frankly /ˈfræŋklɪ/ˈแฟรงคลิ/ *adv. (candidly)* อย่างเปิดเผย; *(honestly)* อย่างจริงใจ; *(openly, undisguisedly)* อย่างตรงไปตรงมา, อย่างไม่ปิดบัง; *(uninhibitedly)* อย่างไม่ยับยั้ง

frankness /ˈfræŋknɪs/ˈแฟรงคุนิซ/ *n., no pl.* ความเปิดเผย; *(uninhibitedness)* ความไม่ยับยั้ง

frantic /ˈfræntɪk/ˈแฟรนทิค/ *adj.* [A] *(nearly mad)* **be ~ with fear/rage** *etc.* เกือบบ้าด้วยความกลัว/โกรธ ฯลฯ; **drive sb. ~:** ทำให้ *ค.น.* แทบเสียสติ; **she was getting ~:** เธอแทบจะเสียสติแล้ว; [B] *(very anxious, noisy, uncontrolled)* กังวลมาก, เสียงดังมาก, ควบคุมไม่ได้; [C] *(showing that sb. is ~)* แสดงว่า *ค.น.* แทบเสียสติ

frantically /ˈfræntɪklɪ/ˈแฟรนทิเคอะลิ/, **franticly** /ˈfræntɪklɪ/ˈแฟรนทิคลิ/ *adv.* อย่างยุ่งมาก, อย่างวุ่นวาย; **the shops are ~ busy** ร้านกำลังยุ่งมาก ๆ

frappé /ˈfræpeɪ/ˈแฟรฺเพ/ *adj.* เครื่องดื่มแช่เย็นจนขึ้นเกล็ดน้ำแข็ง

fraternal /frəˈtɜːnl/เฟรฺอะˈเทอน'ล/ *adj.* ฉันพี่น้อง; **~ twins** คู่แฝดจากไข่คนละใบ

fraternisation, fraterinse ➡ **fraterniz-**

fraternity /frəˈtɜːnɪtɪ/เฟรฺอะˈเทอนิทิ/ *n.* [A] *(set of men with common interest)* กลุ่มผู้ชายที่มีความสนใจเหมือนกัน; *(guild)* สมาคมซึ่งตั้งขึ้นเพื่อช่วยเหลือซึ่งกันและกัน, ภราดรภาพ *(ร.บ.)*; **the teaching/medical/legal ~:** กลุ่มครู/แพทย์/ทนายความ; [B] *(Relig.)* พี่น้องทางศาสนา; [C] *(Amer Univ.: society)* สังคมนักเรียนชาย; [D] *no pl. (brotherliness)* ความเป็นพี่ชายน้องชาย

fraternization /frætənaɪˈzeɪʃn, US -nɪˈz-/แฟรฺเทอะไนˈเซช'น, -นิˈซฺ/ *n.* การสมาคมวิสาสะฉันพี่น้อง; **~ [with sb.]** *(Mil.) การมีสัมพันธ์ที่ดีกับกองทัพของศัตรูหรือกับผู้อาศัยในประเทศเมืองขึ้น*

fraternize /ˈfrætənaɪz/ˈแฟรฺเทอะนายซฺ/ *v.i.* **~ [with sb.]** สัมพันธ์ฉันญาติพี่น้อง [กับ *ค.น.*]; *(Mil.)* ผูกสัมพันธ์กับศัตรูหรือกับผู้อาศัยในประเทศเมืองขึ้น

fratricide /ˈfrætrɪsaɪd/ˈแฟรฺทริซายดฺ/ *n.* ผู้ฆ่าพี่ฆ่าน้อง, การฆ่าพี่ฆ่าน้อง

Frau /fraʊ/ฟราว/ *n. (นาง) คำขึ้นต้นชื่อผู้หญิงเยอรมันที่แต่งงานแล้วหรือที่เป็นแม่หม้าย*

fraud /frɔːd/ฟรอด/ *n.* [A] *no pl. (cheating, deceit)* การโกง, ฉ้อฉล; *(Law)* การหลอกลวง; [B] *(trick, false thing)* เล่ห์กล, ของปลอม; *(Law)* การฉ้อโกง; **~s** ของปลอม; **pious ~:** การหลอกลวงโดยหวังดี; [C] *(person) (impostor, sham)* คนหลอกลวง, คนตบตา, นักต้มตุ๋น; *(hypocrite)* คนหน้าไหว้หลังหลอก; **you [old] ~!** *(coll.)* ไอ้คนหลอกลวง

fraudulent /ˈfrɔːdjʊlənt, US -dʒʊ-/ˈฟรอดิวเลินทฺ, -จุ-/ *adj.* ปลอม, ฉ้อฉล; **with ~ intent** ด้วยเจตนาจอมปลอม; **~ name** ชื่อปลอม

fraudulently /ˈfrɔːdjʊləntlɪ, US -dʒʊ-/ˈฟรอดิวเลินทฺลิ, -จุ-/ *adv.* อย่างหลอกลวง

fraught /frɔːt/ฟรอท/ *adj.* [A] **be ~ with danger** เต็มไปด้วยอันตราย; **~ with tension** เต็มไปด้วยความเครียด; **~ with meaning/memories** เต็มไปด้วยความหมาย/ความทรงจำ; **~ with obstacles/difficulties** เต็มไปด้วยอุปสรรค/ความยากลำบาก; **silence ~ with menace** ความเงียบที่แฝงอันตราย; [B] *(coll.: distressingly tense) (สถานการณ์)* เครียดอย่างน่าวิตก; *(บุคคล)* ที่เคร่งเครียด

Fräulein /ˈfrɔɪlaɪn/ˈฟรฺอยลายนฺ/ *n.* หญิงสาวโสดเยอรมัน

[1]**fray** /freɪ/เฟร/ *n. (fight)* การต่อสู้; *(noisy quarrel)* การทะเลาะวิวาทเสียงดัง; **in the thick of the ~:** ท่ามกลางการต่อสู้อย่างหนัก; **plunge into the ~:** กระโจนเข้าไปในการต่อสู้; **in the heat of the ~** *(fig.)* อยู่ในช่วงของการทะเลาะอย่างถึงพริกถึงขิง; **be eager/ready for the ~** *(lit. or fig.)* กระตือรือร้น/พร้อมสำหรับการต่อสู้; **enter** *or* **join the ~** *(lit. or fig.)* เข้าร่วมการต่อสู้ *หรือ* การทะเลาะวิวาทหลุดลุ่ย

[2]**fray** ❶ *v.i.* ขาด; *(ชายกระโปรง, พรม)* หลุดลุ่ย; **our nerves/tempers began to ~** *(fig.)* ประสาท/อารมณ์ของเราเริ่มจะเลวร้ายขึ้น ❷ *v.t.* หลุดลุ่ย, ลุ่ยเป็นฝอย; *(fig.)* ทำให้เครียด

frayed /freɪd/เฟรฺด/ *adj.* ขาดวิ่น, หลุดลุ่ย; **his politeness was by now somewhat ~:** ความสุภาพของเขาค่อนข้างจะลดน้อยลงตอนนี้

frazzle /ˈfræzl/ˈแฟรฺซ'ล/ *n. (coll.)* **to a ~:** หมดเลย; เหนื่อยล้า; **my nerves were worn to a ~:** ประสาทของฉันถูกใช้จนล้าหมดแล้ว

freak /friːk/ฟรีค/ ❶ *n.* [A] *(monstrosity) (person, animal)* คน/สัตว์ประหลาด; *(plant)* ต้นไม้ประหลาด; **~ of nature** สิ่งประหลาดของธรรมชาติ; [B] *(freakish thing or occurrence)* สิ่งประหลาด; สิ่งพิกล; [C] *(coll.: fanatic)* คนบ้า, คนคลั่ง; **health ~:** คนคลั่งเรื่องสุขภาพของตน; **health food ~:** คนคลั่งอาหารเพื่อสุขภาพ; [D] *(coll.: eccentric person)* คนมีความคิดแปลก ๆ; [E] *(caprice)* อารมณ์ไม่แน่นอน, อำเภอใจ ❷ *v.i.* **~ [out]** *(coll.) (with fury)* ระเบิดด้วยความโกรธมาก; *(with ecstasy)* ลืมตัวด้วยความสุขที่อั้นไม่ได้

freakish /ˈfriːkɪʃ/ˈฟรีคิช/ *adj. (capricious)* ตามอำเภอใจ, เจ้าอารมณ์; *(abnormal)* ไม่ปกติ; **~ trick of fortune** โชคชะตาเล่นตลก, โชคชะตาที่ไม่แน่นอน

freaky /ˈfriːkɪ/ˈฟรีคิ/ *adj.* [A] ➡ **freakish;** [B] *(coll.: bizarre)* แปลกประหลาด, ผิดปกติ

freckle /ˈfrekl/ˈเฟร็คค'ล/ *n.* กระบนผิวหน้า, จุดด่าง

freckled /ˈfrekld/ˈเฟร็ค'ลดฺ/, **freckle-faced** /ˈfreklfeɪst/ˈเฟร็ค'ลเฟซทฺ/, **freckly** /ˈfreklɪ/ˈเฟร็คลิ/ *adj.* เต็มไปด้วยกระ, หน้ามีกระ

Frederick /ˈfredrɪk/ˈเฟร็ดริค/ *pr. n. (Hist., as name of ruler etc.)* เฟรดเดอริค *(ท.ศ.)* มหาราชกษัตริย์แห่งปรัสเซีย

free /friː/ฟรี/ ❶ *adj.,* **freer** /ˈfriːə(r)/ˈฟรีเออะ(ร)/, **freest** /ˈfriːɪst/ˈฟรีอิซทฺ/ [A] อิสระ, เสรี, ว่าง, โสด; **get ~:** ได้รับอิสรภาพ; **her heart is ~** *(fig.)* หัวใจเธอยังไม่ผูกมัดกับใคร; **go ~** *(escape unpunished)* เป็นไท; **let sb. go ~** *(leave captivity)* ปล่อยให้ *ค.น.* เป็นอิสระ; *(unpunished)* ไม่ลงโทษ *ค.น.;* **set ~:** ปล่อยเป็นอิสระ; **as ~ as air** *or* **a bird** *or* **the wind** เป็นอิสระเหมือนอากาศหรือนกหรือลม; [B] *(Polit.)* เป็นไท, ไม่เป็นเมืองขึ้น, เสรี; **it's a ~ country** *(coll.)* เป็นประเทศเสรี; [C] *(unrestricted, unconstrained, unrepressed)* เป็นเสรี; *(untrammelled)* เป็นอิสระ; *(frank, open)* เปิดเผย; *(improper)* ไม่เหมาะสม; *(forward, familiar)* ทะลึ่ง, ล่วงเกิน; **~ of sth.** *(outside)* อยู่นอก *ส.น.;* *(without)* ปราศจาก *ส.น.,* ไร้ *ส.น.;* **~ of prejudice/imperfections** ปราศจากอคติ/ข้อเสีย; **~ of debts/tax/charge/cost** ปราศจากหนี้/ภาษี/ค่าธรรมเนียม/ค่าใช้จ่าย; **be glad to be ~ of sth./sb.** ดีใจที่ได้หลุดพ้นจาก *ส.น./ค.น.;* **~ and easy** ไม่มีพิธีรีตอง, ตามสบาย; **give sb. a ~ rein to do sth.** ให้อิสระ *ค.น.* ในการทำ *ส.น.;* **give ~ rein to sth.** ปล่อยบังเหียน *ส.น.;* **make ~ with sth.** ใช้ *ส.น.* อย่างเต็มที่; *(help oneself)* ช่วยตัวเอง; **make [rather too] ~ with sb.** ค่อนข้างจะปล่อยตัวกับ *ค.น.* [มากเกินไป]; **be ~ with one's hands** *(hitting)* มือไว; *(stroking)* ลูบคลำไปทั่ว; [D] *(Commerc., Econ.) (ตลาด, เศรษฐกิจ)* เสรี; [E] *(not fixed, untied)* ปล่อย, หลุด; **work ~:** *(ชิ้นส่วน)* หลุดออกมา; **she wrenched herself ~ from his arms** เธอสะบัดตัวออกจากอ้อมแขนของเขา; **get one hand ~:** สามารถดึง/ปล่อยมือออกมาได้ข้างหนึ่ง; [F] *(having liberty)* **sb. is ~ to do sth.** *ค.น.* มีอิสระที่จะทำ *ส.น.;* **you're ~ to choose** คุณเลือกได้ตามอิสระ; **leave sb. ~ to do sth.** ปล่อยให้ *ค.น.* มีอิสระที่จะทำ *ส.น.;* **he's not ~ to marry** สิทธิที่จะแต่งงาน; **our thoughts are ~ to roam** ความคิดของเราล่องลอยไปได้อย่างอิสระ; **feel ~!** ตามสบาย; **Do you mind if I smoke? – Feel ~!** ขอสูบบุหรี่ได้ไหม เชิญตามสบาย; **feel ~ to correct me** แก้ให้ฉันได้ตามสบายเลย; **make sb. ~ of sth.** ทำให้ *ค.น.* พ้นจาก *ส.น.;* **~ from sth.** พ้นจาก *ส.น.;* **~ from pain/troubles** ปราศจากความเจ็บปวด/ปัญหา; [G] *(provided without payment)* ไม่ต้องเสียค่าใช้จ่าย, ฟรี *(ท.ศ.);* **they get ~ lunches** พวกเขาได้ทานอาหารกลางวันฟรี; **'admission ~':** 'เข้าชมฟรี'; **have a ~ ride on the train** ขึ้นรถไฟได้ฟรี; **have a ~ ride at sb.'s expense** *(fig. coll.)* สบายโดยปล่อยให้ *ค.น.* จ่ายให้หมด; **be out for a ~ ride** *(fig. coll)* คอยเกาะคนอื่นกิน; **for ~** *(coll.)* ไม่ต้องเสียสตางค์, ฟรี; **publicity for ~** *(coll.)* เป็นการโฆษณาฟรี; [H] *(not occupied, not reserved, not being used)* ว่าง; **~ time** เวลาว่าง; **when would you be ~ to start work?** คุณจะเริ่มงานได้เมื่อไร; **have a ~ period** *(Sch.)*

ชั่วโมงว่าง; **he's ~ in the mornings** เขาจะว่างช่วงเช้า; **when can you arrange to be ~?** คุณจะหาเวลาว่างได้เมื่อไร; Ⓘ *(generous)* **be ~ with sth.** ฟุ่มเฟือยกับ/ด้วย *ส.น.*; **be a ~ spender** เป็นเจ้าบุญทุ่ม; Ⓙ *(not strict) (การแปล, การวาดภาพ)* ไม่เคร่งครัด; **draw a ~ likeness of sb.** วาดภาพเหมือน *ค.น.* อย่างอิสระ; Ⓚ *(Chem., Phys.)* ไม่รวมตัวอยู่ในอะตอมหรือโมเลกุล, เสรี
❷ *adv.* Ⓐ *(without cost or payment)* ฟรี, โดยไม่เสียค่าใช้จ่าย; **he gets his accommodation ~:** เขาได้ที่พักฟรี; Ⓑ *(freely)* อย่างอิสระ; Ⓒ *(Naut.) (เรือ)* ตามลม
❸ *v.t. (set at liberty)* ปล่อยเป็นอิสระ; *(disentangle)* คลาย, ปลดปล่อย, ปลอด (**of, from** จาก); **~ sb./oneself from** ปลดปล่อย *ค.น.*/ตัวเองจาก; **~ oneself from debt/obligations** ปลดปล่อยตัวเองจากหนี้/ข้อบังคับต่าง ๆ; **~ sb./oneself of** ทำให้ *ค.น.*/ตนเองหลุดพ้นจาก

-free /friː/ฟรี/ *in comb.* ไร้

free agent *n.* **be a ~** เป็นตัวของตัวเอง

freebase /ˈfriːbeɪs/ˈฟรีเบซ/ ❶ *n. ยาโคเคนที่ถูกกลั่นให้บริสุทธิ์และเสพโดยการสูดเข้าปอด* ❷ *v.i.* การเสพโคเคนโดยวิธีนี้

freebie /ˈfriːbiː/ˈฟรีบี/ *(Amer. coll.)* ❶ *n.* ของที่ให้ฟรี ❷ *adj.* ไม่เสียเงิน; **~ ticket** ตั๋วฟรี

ˈfreeboard *n. (Naut.)* ข้างเรือที่พ้นน้ำขึ้นมา

freebooter /ˈfriːbuːtə(r)/ˈฟรีบูเทอะ(ร)/ *n.* โจรสลัด *หรือ* นักผจญภัยหาโชคลาภ

free: ~-born *adj.* เกิดมาเป็นไท; **F~ ˈChurch** *n.* นิกายที่แยกมาจากศาสนาหลัก

freedom /ˈfriːdəm/ˈฟรีเดิม/ *n.* Ⓐ อิสรภาพ, เสรีภาพ; **give sb. his ~:** ให้อิสรภาพ *ค.น.*; *(from prison, slavery)* ให้เป็นอิสรภาพ; **~ of the press** เสรีภาพของหนังสือพิมพ์; **~ of action/speech/movement** เสรีภาพในการกระทำ/การพูด/การเคลื่อนไหว; **~ from taxes/pain** อิสระจากการเสียภาษี/ปราศจากความเจ็บปวด; Ⓑ *(frankness)* ความเปิดเผย; *(over-familiarity)* ความล่วงเกิน; Ⓒ *(ease)* **~ of operation of the mechanism** การวิ่งดีของเครื่องจักรเครื่องยนต์; Ⓓ *(privilege)* **[give sb.** *or* **present sb. with] the ~ of the city** ให้สิทธิพิเศษของเมืองกับ *ค.น. (ที่ได้เป็นพลเมืองตัวอย่างของเมืองนั้น)*; Ⓔ *(use)* **give sb. the ~ of sth.** ปล่อยให้ *ค.น.* ใช้ *ส.น.* อย่างเต็มที่

ˈfreedom fighter *n.* คนที่ต่อต้านระบบการเมืองอย่างรุนแรง

free: ~ˈenterprise *n.* ระบบการค้าเสรี; **~ ˈfall** *n.* การกระโดด *หรือ* ตกลงมาในอากาศโดยไม่มีเครื่องช่วย; **~-fall paracuting** การกระโดดร่มที่ทิ้งช่วงก่อนที่จะกางร่ม; **~ˈfight** *n.* มวยหมู่; **F~fone** ® /ˈfriːfəʊn/ฟรีโฟน/ *n., no pl. เบอร์โทรศัพท์ที่ให้บริการฟรีเฉพาะเรื่อง*; **F~phone line** *or* **number/hotline** เบอร์โทรศัพท์ที่ให้บริการฟรี; **phone us on F~fone 0800 343 027** โปรดโทรศัพท์มาหาโดยใช้เบอร์ฟรี 0800 343 027; **~-for-all** ❶ *n.* การชกต่อยกันที่ทุกคนเกี่ยวข้อง; *(less violent)* การอภิปรายที่ทุกคนมีส่วนร่วม; **the discussion soon became a ~-for-all** ในไม่ช้าการอภิปรายกลายเป็นเวทีสำหรับคนทั่วไป ❷ *adj.* Ⓐ *(การอภิปราย)* ของส่วนรวม; Ⓑ *(observing no rules) (การอภิปราย, การเล่น)* ไม่มีกฎเกณฑ์; **~ ˈgift** *n.* ของแถม; **~ ˈhand** *n.* Ⓐ **I picked it up with my ~ hand** ฉันใช้มือที่ว่างหยิบมันขึ้นมา; Ⓑ *(fig.)* อำนาจในการปฏิบัติการ; **give sb. a ~ hand** ให้อำนาจในการปฏิบัติการกับ *ค.น.*; Ⓒ **with a ~ hand** *(generously)* อย่างใจกว้าง; **~hand** *adj. (วาด)* ด้วยมือเปล่า; **~ ˈhit** *n. (Hockey, Polo)* การตีลูกโทษ; **~hold** ❶ *n.* อสังหาริมทรัพย์ที่เป็นเจ้าของเต็มที่ *(โดยไม่มีข้อผูกมัด)* ❷ *adj.* เป็นกรรมสิทธิ์; **~hold land** ที่ดินซึ่งถือไว้โดยกรรมสิทธิ์; **~holder** *n.* ผู้มีกรรมสิทธิ์ในอสังหาริมทรัพย์; **~ house** *n. (Brit.)* ขายเหล้าที่ขายเบียร์ไม่จำกัดยี่ห้อ; **~ ˈkick** *n. (Footb.)* การเตะลูกโทษ; **~lance** ❶ *n.* Ⓐ คนที่ทำงานอิสระไม่ประจำอยู่ที่ใดที่หนึ่ง; Ⓑ *(Hist.: mercenary)* ทหารรับจ้าง ❷ *adj.* โดยอิสระ; **~lance translating** การรับงานแปลอย่างอิสระ ❸ *v.i.* ทำงานอิสระ; **~lancer** /ˈfriːlaːnsə(r)/ˈฟรีแลนเซอะ(ร)/ ผู้ประกอบวิชาชีพอิสระ; ➡ **~lance** 1; **~ˈloader** *n. (coll.)* คนที่ชอบกินฟรี, คนที่เกาะคนอื่น; **~ ˈlove** *n. การมีความสัมพันธ์ระหว่างชายหญิงโดยไม่มีข้อผูกมัด*

freely /ˈfriːlɪ/ˈฟรีลิ/ *adv.* Ⓐ *(willingly)* อย่างเต็มใจ; Ⓑ *(without restriction, loosely)* อย่างไม่มีข้อจำกัด, อย่างอิสระ; Ⓒ *(frankly)* อย่างตรงไปตรงมา, อย่างเปิดเผย; Ⓓ *(abundantly)* อย่างมากมาย

free: ~man /ˈfriːmən/ˈฟรีเมิน/ *n., pl.* **~men** /friːmən/ฟรีเมิน/ Ⓐ คนที่ไม่ใช่ทาสใคร; Ⓑ *(who has freedom of city etc.)* คนที่ได้รับสิทธิพิเศษของเมือง; **~ ˈmarket** *n. (Econ.)* ตลาดการค้าเสรี; **F~mason** *n. สมาชิกของสมาคมลับที่ช่วยเหลือซึ่งกันและกัน*; **~masonry** *n.* Ⓐ **F~masonry** *สมาคมนานาชาติที่ช่วยเหลือซึ่งกันและกันและมีพิธีการลึกลับ*; Ⓑ *(fig.: corporate feeling)* ความรู้สึกร่วมกัน; **~ on ˈboard** ❶ *adv.* ❷ *adj.* ไม่คิดค่าส่งสินค้าทางเรือ, ราคาออกจากฝั่ง; **~ ˈpass** *n.* ตั๋วพิเศษ; **F~phone** ➡ **Freefone**; **~ ˈplay** *n.* Ⓐ *(Mech.)* ลักษณะหลวม, ลักษณะที่ไม่แน่นหรือตายตัว; Ⓑ *(fig.)* **give ~ play to sth.** ให้อิสระเสรีกับ *ส.น.*; **allow one's imagination ~ play** ปล่อยให้จินตนาการล่องลอยไป; **~ port** *n. เมืองท่าปลอดภาษี*; **~post** *n. (Brit.)* '**~post**' *การส่งจดหมายธุรกิจโดยที่ผู้รับเสียค่าไปรษณีย์ล่วงหน้า*

freer ➡ **free** 1

free radical *n. (Chem.)* โมเลกุลอิสระ, อนุมูลอิสระ *(ร.บ.)*

ˈfree-range *adj. (ไก่)* ที่เลี้ยงแบบปล่อยตามธรรมชาติได้; **~ eggs** ไข่ที่ออกโดยไก่ที่เลี้ยงตามธรรมชาติ; **~riding** ฉวยโอกาสหากำไร

freesia /ˈfriːzɪə, US ˈfriːʒər/ˈฟรีเซีย, ฟรีเฌอะ(ร)/ *n. (Bot.)* พันธุ์ไม้จากแอฟริกาในสกุล *Freesia* ดอกมีกลิ่นหอม

free: ~ˈspeech *n.* เสรีภาพในการพูด; **~-spoken** *adj.* ที่พูดตรงไปตรงมา

freest ➡ **free** 1

free: ~-standing *adj.* ยืนได้ด้วยตนเอง; **~style** *n. (Sport)* การแข่งขัน *(ว่ายน้ำ)*, สเกตน้ำแข็ง ฯลฯ แบบฟรีสไตล์ *(ท.ศ.)*; **~thinker** *n.* ผู้ที่มีความคิดเป็นอิสระ, คนนอกรีต; **~-thinking** ❶ *n.* การคิดแบบอิสระ ❷ *adj.* ที่คิดอย่างอิสระ; **~ ˈtrade** *n.* การค้าเสรี; **~ ˈverse** *n. (Lit.)* ร้อยกรองไร้สัมผัส; **~ ˈvote** *n. (Brit. Parl.)* การลงมติทางสภาโดยพรรคไม่บังคับ; **~ware** /ˈfriːweə(r)/ˈฟรีแว(ร)/ *n., no pl. no indef. art. (Computing) โปรแกรมคอมพิวเตอร์ที่ใช้ได้โดยไม่ต้องเสียค่าใช้จ่าย, ฟรีแวร์ (ท.ศ., ร.บ.)*; **~way** *n. (Amer.)* ทางหลวงที่ไม่จำกัดความเร็ว; **~ ˈwheel** *n.* ล้อจักรยานซึ่งหมุนไปเองได้; **~-wheel** *v.i. ขี่จักรยานลงเนินโดยปล่อยให้ล้อหมุนไปเปล่า ๆ*; *(fig.: drift)* การทำไปเรื่อยโดยไร้จุดหมาย; **~ ˈwill** *n.* Ⓐ *no art. (power)* อำนาจในการตัดสินใจ; เจตจำนงเสรี *(ร.บ.)*; Ⓑ *(choice)* **do sth. of one's own ~ will** ทำ *ส.น.* โดยเลือกทำด้วยตนเอง; **be left to sb.'s own ~ will** ปล่อยให้เป็นไปตามความต้องการของ *ค.น.*; **~ ˈworld** *n.* ประเทศเสรี

freeze /friːz/ฟรีซฺ/ ❶ *v.i.*, **froze** /frəʊz/โฟรซฺ/, **frozen** /ˈfrəʊzn/ˈโฟรฺซฺ่น/ Ⓐ *(น้ำ)* แข็ง; **it will ~** *(Meteorol.)* อากาศจะหนาวจนเป็นน้ำแข็ง; **it froze hard last night** เมื่อคืนอากาศหนาวมากจนเป็นน้ำแข็ง; Ⓑ *(become covered with ice)* ปกคลุมด้วยน้ำแข็ง; Ⓒ *(solidify) (ของเหลว)* กลายเป็นน้ำแข็ง; **the pond has frozen solid** น้ำในสระกลายเป็นน้ำแข็งไปหมด; Ⓓ *(become rigid)* แข็งทื่อ; *(fig.) (การยิ้ม)* เย็นชา; Ⓔ *(become fastened)* แข็งติด; **~ together** แข็งจนติดกัน; Ⓕ *(be or feel cold)* รู้สึกหนาวจัด; *(fig.)* ตัวแข็ง; **he is freezing** เขาหนาวสั่น; **my hands are freezing** มือฉันเย็นจนไม่รู้สึกแล้ว; **~ to death** หนาวจนตาย; Ⓖ *(make oneself motionless)* นิ่งสนิท; **~!** นิ่ง
❷ *v.t.*, **froze, frozen** Ⓐ แข็ง, เป็นน้ำแข็ง; **~ sb.'s blood** *(fig.)* ทำให้ *ค.น.* กลัวจนเย็นชาไปหมด; **you look absolutely frozen** *(fig.)* คุณดูหนาวสั่นไปเลยนะ; **we were frozen** *(fig.)* พวกเราหนาวจนตัวชาไปหมด; Ⓑ *(preserve)* ถนอม *(อาหาร)* โดยแช่แข็ง; Ⓒ *(make unrealizable or unchangeable)* ทำให้ขยับหรือเปลี่ยนแปลงไม่ได้ *(การให้สินเชื่อ, ราคา)*; Ⓓ *(Cinemat.)* หยุดภาพที่กรอบใดกรอบหนึ่ง; Ⓔ *(stiffen)* แข็ง; Ⓕ *(deaden)* ทำให้ชา; Ⓖ *(kill)* ปล่อยให้ *(ต้นไม้)* เย็นจนตาย; Ⓗ *(fig.)* ทำให้กลัวจนตัวแข็ง
❸ *n.* Ⓐ ➡ **freeze-up** A; Ⓑ *(fixing)* การตรึง; **price/wage/nuclear ~:** การตรึงราคา/ค่าจ้าง/พลังงานปรมาณู; Ⓒ *(Cinemat.)* **~[-frame]** การหยุดจอภาพ

~ ˈout *v.t. (socially)* ขับออกจากสังคม

~ ˈover *v.i. (บึง, แม่น้ำ)* กลายเป็นน้ำแข็ง

~ ˈup ❶ *v.i. (บึง, บ่อ)* กลายเป็นน้ำแข็ง ❷ *v.t.* ➡ 1; ปล่อยให้กลายเป็นน้ำแข็ง; ➡ + **freeze-up**

ˈfreeze-dry *v.t. ทำให้แข็งและแห้งโดยการกรองน้ำแข็งในสุญญากาศ*, แช่เย็นแบบแห้งสูง

freezer /ˈfriːzə(r)/ˈฟรีเซอะ(ร)/ *n. (deep-freeze)* ตู้แช่แข็ง; **[upright] ~:** ตู้แช่แข็ง [แนวตั้ง]; **~ compartment** ช่องทำน้ำแข็ง; **~ [room]** ห้องแช่เย็น; **[ice cream] ~:** ถังทำไอศกรีม

ˈfreeze-up *n.* Ⓐ *(period)* ช่วงเวลาที่หนาวมาก; Ⓑ *(fig.)* การหยุดนิ่ง

freezing /ˈfriːzɪŋ/ˈฟรีซิง/ ➤ **914** ❶ *adj. (lit. or fig.)* เย็นมากจนน้ำกลายเป็นน้ำแข็ง; **~ temperatures** อุณหภูมิเยือกแข็ง; **it is ~ in here** ในนี้หนาวอย่างกับน้ำแข็ง ❷ *n.* Ⓐ *no pl. (~ point)* จุดเยือกแข็ง; **above/below ~:** เหนือ/ต่ำกว่าจุดเยือกแข็ง; Ⓑ *(of food)* การแช่แข็ง *(อาหาร)* ❸ *adv.* **~ cold** เย็นเยือก

freezing: ~ ˈfog *n.* หมอกที่เย็นเป็นน้ำแข็ง; **~ point** *n.* ➤ **914** จุดเยือกแข็ง

freight /freɪt/เฟรฺท/ ❶ *n.* Ⓐ สินค้าที่บรรทุก; **~ charges** ค่าระวาง; Ⓑ *(transport)* การบรรทุกของ; **send goods ~:** ส่งสินค้าทางเรือหรือทางรถที่บรรทุกสินค้า; Ⓒ *(hire)* การจ้างเรือ/รถบรรทุกสินค้า ❷ *v.t.* Ⓐ บรรทุกของ; Ⓑ *(hire)* จ้างเรือบรรทุกสินค้า; *(hire out)* ให้เช่า *(เรือ)* เพื่อบรรทุกสินค้า

freightage /ˈfreɪtɪdʒ/ˈเฟรฺทิจ/ *n., no pl.* สินค้าที่บรรทุก, ค่าระวาง, การบรรทุกสินค้า

f

'freight car *n. (Amer.: Railw)* ตู้รถไฟบรรทุกสินค้า

freighter /'freɪtə(r)/'เฟรฺเทอะ(ร)/ *n.* Ⓐ *(ship)* เรือบรรทุกสินค้า; *(aircraft)* เครื่องบินบรรทุกสินค้า; Ⓑ *(Amer.: Railw.)* รถขบวนบรรทุกสินค้า

freight: ~-liner *n. (Railw.)* ตู้รถไฟที่บรรทุกสินค้า; **~ train** *n. (Railw.)* รถไฟบรรทุกสินค้า

French /frentʃ/เฟรินฉฺ/ ❶ *adj.* ฝรั่งเศส; **he/she is ~:** เขา/เธอเป็นชาวฝรั่งเศส; **the ~ people** ชาวฝรั่งเศส; **~ lessons** *(lit. or euphem.)* บทเรียนภาษาฝรั่งเศส; ➡ + **English** 1 ❷ *n.* Ⓐ ภาษาฝรั่งเศส; Ⓑ *(euphem.: bad language)* **pardon** *or* **excuse my ~:** ขอโทษที่ฉันพูดภาษาที่ไม่สุภาพ; Ⓒ *constr. as pl.* **the ~:** ชาวฝรั่งเศส; ➡ + **English** 2 A

French: ~ 'bean *n. (Brit.)* ถั่วแขก; **~ 'bread** *n.* ขนมปังฝรั่งเศสยาวกรอบ; **~ Ca'nadian** *n.* ชาวแคนาดาที่ใช้ภาษาฝรั่งเศส; **~-Ca'nadian** *adj.* เกี่ยวกับชาวแคนาดาที่พูดภาษาฝรั่งเศส; **~ 'chalk** *n.* ดินสอพองแผ่นแบน ๆ; **~ 'door** ➡ **~ window**; **~ 'dressing** *n. น้ำสลัดที่ผสมน้ำมันมะกอก น้ำส้ม เกลือ พริกไทย และมัสตาด;* **~ fried po'tatoes, ~ 'fries** *ns. pl.* มันฝรั่งทอด; **~ 'horn** *n. (Mus.)* แตรที่คดและมีปากใหญ่

Frenchified /'frentʃɪfaɪd/'เฟรินฉิฟายดฺ/ *adj. (รูปแบบ, ท่าทาง, กิริยา)* เป็นฝรั่งเศส

French: ~ 'kiss *n.* การจูบโดยใช้ลิ้น; **~ 'leave** *n.* **take ~ leave** *(without giving notice)* การลาโดยไม่บอกล่วงหน้า; *(without permission)* การลาหยุดโดยไม่ขออนุญาต; **~ 'letter** *n. (Brit. coll.)* ถุงยางอนามัย; **~man** /'frentʃmən/'เฟรินฉเมิน/ *n., pl.* **~men** /'frentʃmən/'เฟรินฉเมิน/ ผู้ชายฝรั่งเศส; **~ 'mustard** *n. (Brit.)* มัสตาดฝรั่งเศส; **~ 'polish** *n.* น้ำยาขัดเงาไม้; **~-'polish** *v.t.* ขัดด้วยน้ำยาขัดเงา; **~ Revo'lution** *n. (Hist.) การปฏิวัติใหญ่ของฝรั่งเศสในปี ค.ศ. 1789;* **~ 'toast** *n.* Ⓐ *(toasted)* ขนมปังทาเนยด้านหนึ่ง ปิ้งด้านหนึ่ง; Ⓑ *(fried)* ขนมปังชุบไข่ทอด; **~ ver'mouth** *n.* เหล้าองุ่นที่ปรุงด้วยสมุนไพรที่หวานน้อย; **~ 'window** *n., in sing or pl.* ประตูกระจกที่เปิดออกไปในสวน; **~woman** *n.* ผู้หญิงฝรั่งเศส

Frenchy /'frentʃɪ/'เฟรินฉิ/ *(coll.)* ❶ เป็นฝรั่งเศส ❷ *n.* ชาวฝรั่งเศส

frenetic /frə'netɪk/เฟรอะ'เน็ททิค/ *adj.* Ⓐ *(frantic)* วิ่งไปทั่ว, อยู่ไม่สุข; Ⓑ *(fanatic)* คลั่ง

frenzied /'frenzɪd/'เฟรินซิด/ *adj. (การกระทำ)* บ้า, สิ้นสติ

frenzy /'frenzɪ/'เฟรินซิ/ *n.* Ⓐ *(derangement)* ความหมดสติ; Ⓑ *(fury, agitation)* ความบ้า, ความโกลาหล; **in a ~ of despair/passion** เกือบจะเป็นบ้าเพราะความผิดหวัง/อารมณ์รุนแรง

frequency /'fri:kwənsɪ/'ฟรีเควินซิ/ *n.* Ⓐ ความถี่; Ⓑ *(of pulse)* ความถี่; Ⓒ *(Phys., Statistics)* ความถี่, แรงสั่นสะเทือน, อัตรารอบ

'frequency: ~ band *n. (Radio, Telev., Phys.)* ระยะความถี่, แถบความถี่ *(ร.บ.);* **~ modulation** *n. (Radio, Telev.)* คลื่นความถี่; การกล้ำความถี่ *(เอฟเอ็ม) (ร.บ.);* **~ range** พิสัยความถี่

frequent ❶ /'fri:kwənt/'ฟรีเควินทฺ/ *adj.* Ⓐ บ่อย, ถี่; **it's a ~ practice/occurrence** เป็นการปฏิบัติ/เหตุการณ์ที่เกิดบ่อย; **become less ~:** ถี่น้อยลง; Ⓑ *(habitual, constant)* นิจสิน, เสมอ; **he is a ~ visitor to our restaurant** เขาเป็นแขกประจำของภัตตาคารเรา; Ⓒ *(abundant)* ชุก ❷ /frɪ'kwent/ฟรี'เควินทฺ/ *v.t.* ไปบ่อย *(ร้านอาหาร, สถานที่ใด);* **much ~ed** มีคนไปมาก, เป็นที่นิยม

frequently /'fri:kwəntlɪ/'ฟรีเควินทลิ/ *adv.* อย่างบ่อยครั้ง

fresco /'freskəʊ/'เฟรซโก/ *n., pl.* **~es** *or* **~s** Ⓐ *no pl., no art. (method) วิธีการวาดภาพบนผนังเมื่อปูนยังหมาด ๆ;* Ⓑ *(a painting)* ภาพบนผนังที่ใช้วิธีดังกล่าว

fresh /freʃ/เฟร็ช/ ❶ *adj.* Ⓐ ใหม่, สด; *(lately made or arrived)* เพิ่งทำ, เพิ่งมาสด ๆ ร้อน ๆ; *(raw, inexperienced)* สด, ไม่มีประสบการณ์; **a ~ series of attacks** การโจมตีชุดใหม่; **make a ~ start** เริ่มต้นใหม่; **~ from school/India** เพิ่งจบมาจากโรงเรียน/มาจากอินเดียใหม่ ๆ; **~ from** *or* **off the press** ออกมาจากโรงพิมพ์; **~ from the oven** เพิ่งสุกออกมาจากเตา; Ⓑ *(not preserved or stale or faded) (ปลา, ผัก, เนื้อ, ไข่ ฯลฯ)* สด; *(น้ำชา, กาแฟ)* เพิ่งปรุง; Ⓒ *(clean, bright) (ผ้า, ซัก)* สะอาด; *(สี)* สดใส; Ⓓ *(pure, cool) (อากาศ, ลม, น้ำ)* บริสุทธิ์, เย็น; **go out for some ~ air** ออกไปสูดอากาศบริสุทธิ์หน่อย; **the wind became ~:** ลมเริ่มพัดแรงขึ้น; Ⓔ *(vigorous, fit)* สดชื่น; *(refreshed)* กระปรี้กระเปร่า; **as ~ as a daisy/as paint** สดชื่นมาก; *(in appearance)* ท่าทางสดชื่น; Ⓕ *(cheeky)* ทะลึ่ง; **get ~ with sb.** ทำทะลึ่งกับ *ค.น.;* ➡ + **'ground** 1 B ❷ *adv.* เพิ่งจะ; **we're ~ out of eggs** *(coll.)* พวกเราเพิ่งจะขาย/ใช้ไข่หมดพอดี; **~ground/-painted** *(กาแฟ)* เพิ่งบด/*(สี)* ทาใหม่ ๆ

freshen /'freʃn/'เฟร็ช'น/ ❶ *v.i.* Ⓐ สดชื่นขึ้น; *(increase) (ลม)* แรงขึ้น; Ⓑ *(brighten) (เสื้อผ้า, ห้อง)* ดูสดใสขึ้น ❷ *v.t. (ventilate)* ระบายอากาศให้ปลอดโปร่ง

~ 'up ❶ *v.i.* ทำให้ตัวเองสดชื่นขึ้น ❷ *v.t.* ทำให้สดใส; **~ oneself/sb. up** ทำตัวเอง/คนอื่นให้สดชื่น

fresher /'freʃə(r)/'เฟร็ชเชอะ(ร)/ *(Brit. Univ. coll.)* ➡ **freshman** A

freshly /'freʃlɪ/'เฟร็ชลิ/ *adv.* สด ๆ, เพิ่งเสร็จร้อน ๆ

freshman /'freʃmən/'เฟร็ชเมิน/ *n., pl.* **freshmen** /'freʃmən/'เฟร็ชเมิน/ Ⓐ นิสิตปี 1; Ⓑ *(Amer.) (in school)* นักเรียนมัธยมปลายปี 1; *(person beginning)* คนที่เพิ่งเริ่มต้น

freshness /'freʃnɪs/'เฟร็ชนิซ/ *n., no pl.* ความสด, ความสดชื่น; *(of idea, metaphor, etc.)* ความใหม่; *(originality)* ความริเริ่ม, ความบุกเบิก

'freshwater *adj.* ที่อยู่ในน้ำจืด; **~ sailor** กะลาสีที่ประจำเรือที่แล่นในประเทศ *(ไม่ได้ออกทะเล)*

fresh 'water *n.* น้ำจืด

[1]**fret** /fret/เฟร็ท/ ❶ *v.i.,* **-tt-** *(worry)* กังวล; **don't ~:** ไม่ต้องห่วง; **~ at** *or* **about** *or* **over sth.** กังวลเกี่ยวกับ *ส.น.;* **~ and fume** *(anxiously, impatiently)* กังวล, กระวนกระวาย ❷ *v.t.,* **-tt-:** Ⓐ *(distress)* ทำให้ทุกข์โศก; **~ oneself** ทำให้ตัวเองเป็นทุกข์ **(about** เกี่ยวกับ**)**; Ⓑ *(chafe)* ฉุนเฉียว ❸ *n.* ความรำคาญ, โกรธ; **be in a ~:** อยู่ในอารมณ์โกรธ

[2]**fret** *n. (Mus.)* ขีดนูนบนสะพานกดนิ้ว *(กีต้าร์)*

fretful /'fretfl/'เฟร็ทฟ'ล/ *adj. (peevish)* ฉุนเฉียว; *(restless)* หงุดหงิด; *(impatient)* ใจร้อน; *(ill-humoured)* อารมณ์ไม่ดี

fret: ~saw *n.* เลื่อยตัดไม้ฉลุเป็นลวดลาย; **~work** *n.* Ⓐ *(Archit.)* งานฉลุ; Ⓑ *(wood)* ไม้ฉลุลวดลาย

Freudian /'frɔɪdɪən/'ฟรอยเดียน/ *adj.* ตามแบบของซิกมันด์ ฟรอยด์ *(นักจิตวิทยาชาวออสเตรีย ผู้เน้นความสำคัญของความรู้สึกทางเพศเป็นแรงบันดาลใจใต้จิตสำนึก);* **~ interpretation** การตีความตามแบบของฟรอยด์; **~ slip** *ความพูดผิดที่เกิดขึ้นโดยไม่ตั้งใจ ซึ่งเป็นการแสดงความรู้สึกของจิตใต้สำนึก*

Fri *abbr.* ➤ **233 Friday** ศ.

friable /'fraɪəbl/'ฟรายเออะบ'ล/ *adj.* แตกง่าย, กรอบ, ร่วน

friar /'fraɪə(r)/'ฟรายเออะ(ร)/ *n.* พระโรมันคาทอลิกในบางนิกายที่สละของทั้งหมด; **Black/Grey/White F~:** พระศาสนาคริสต์นิกายโดมินิกัน/พระศาสนาคริสต์นิกายฟรานซิสกัน/พระศาสนาคริสต์นิกายคาร์เมลิท; **F~ Peter** บาทหลวงปีเตอร์

fricassee /'frɪkəsi:/'ฟริคเคอะซี/ ❶ *n.* เนื้อตุ๋นหรือทอดราดซอสน้ำข้นขาว ❷ *v.t.* ทำเนื้อทอดแบบนี้

fricative /'frɪkətɪv/'ฟริคเคอะทิว/ *(Phonet.)* ❶ *adj.* มีลักษณะเสียงเสียดแทรก ❷ *n.* ฟริคาทีฟ *(ท.ศ.) พยัญชนะที่เป็นเสียงเสียดแทรก เช่น f หรือ th*

friction /'frɪkʃn/'ฟริคช'น/ *n.* Ⓐ ความฝืด, การเสียดสี; Ⓑ *(fig.: between persons)* การกระทบกระทั่ง, การขัดแย้ง

Friday /'fraideɪ, 'fraɪdɪ/'ฟรายเด, 'ฟรายดิ/ ➤ **233** ❶ *n.* วันศุกร์; **on ~:** ในวันศุกร์; **on a ~, on ~s** ทุกวันศุกร์; **we got married on a ~ :** วันที่เราแต่งงานกันเป็นวันศุกร์; **~ 13 August** วันศุกร์ที่ 13 สิงหาคม; **on ~ 13 August** เมื่อวันศุกร์ที่ 13 สิงหาคม; **next/last ~:** วันศุกร์หน้า/วันศุกร์ที่ผ่านมา *หรือ* ที่แล้ว; **[on] ~ next/last** วันศุกร์ที่จะถึง/วันศุกร์ที่ผ่านมา; **we were married a year [ago] last/next ~:** เมื่อวันศุกร์ที่แล้ว/วันศุกร์ที่จะมาถึง เราแต่งงานกันได้หนึ่งปีพอดี; **[last] ~'s mail/newspaper** พัสดุ/หนังสือพิมพ์ของวันศุกร์ [ที่แล้ว]; **our ~ session** การประชุมของเราประจำวันศุกร์; *(this ~)* การประชุมของเราวันศุกร์นี้; **Good ~:** วันที่พระเยซูสิ้นพระชนม์; **man/girl ~:** ผู้ช่วยเอนกประสงค์ในสำนักงาน ❷ *adv. (coll.)* Ⓐ **~ [week]** วันศุกร์หน้า; Ⓑ **~s** ทุกวันศุกร์, ในวันศุกร์; **she comes ~s** เธอมาทุกวันศุกร์

fridge /frɪdʒ/ฟริจ/ *n. (Brit. coll.)* ตู้เย็น; **~-freezer** ตู้เย็นและช่องแช่แข็งที่มีประตูแยกกัน

fried ➡ **'fry** 2, 3

friend /frend/เฟรินดฺ/ *n.* Ⓐ เพื่อน; *(arch.)* มิตร, สหาย; **~s and relations** ญาติมิตร; **be ~s with sb.** เป็นเพื่อนกับ *ค.น.;* **I'm not ~s with you any more!** *(joc. or child language)* ฉันโป้งคุณแล้ว!, เธอไม่ใช่เพื่อนฉันอีกต่อไป!; **let's be ~s again** เรามาเป็นเพื่อนกันใหม่น่ะ, เรามาดีกันเถอะนะ; **make ~s [with sb.]** ผูกมิตร [กับ *ค.น.*]; **he makes ~s easily** เขาคบคนง่าย; **make a ~ of sb.** คบกับ *ค.น.* เป็นเพื่อน; **a ~ in need is a ~ indeed** *(prov.)* เพื่อนแท้คือเพื่อนในยามยาก; **between ~s** ระหว่างเพื่อนฝูง; Ⓑ *(helper, patron)* เพื่อนผู้อุปถัมภ์; **~s in high places** *or* **at court** เพื่อนที่มีอิทธิพล; **the F~s of Covent Garden** สมาชิกอุปการะโรงอุปรากรโคเวนท์การ์เด้น; Ⓒ *(Quaker)* **the Society of F~s** กลุ่มคริสต์ที่เน้นสันติภาพและการไม่มีระบบกฎเกณฑ์; Ⓓ **my honourable/noble ~** *(Brit. Parl.)* ท่านเป็นเพื่อนผู้มีเกียรติ; **my learned ~** *(Law)* ท่านผู้ทรงรู้ *(เรียกในศาลอังกฤษ)*

friendless /'frendlɪs/'เฟรินดฺลิซ/ *adj.* ไม่มีเพื่อน, ไร้มิตร

friendliness /'frendlɪnɪs/'เฟรินดฺลินิซ/ *n., no pl.* ความมีมิตรไมตรี; *(Buddhism)* เมตตา *(ร.บ.)*

friendly /ˈfrendlɪ/ˈเฟร็นดฺลิ/ ❶ *adj.* Ⓐ เป็นมิตร; **be on ~ terms** *or* **be ~ with sb.** คบ *ค.น.* ในฐานะเพื่อน; **we're very ~ with our neighbours** เราสนิทสนมกับเพื่อนบ้านของเราเป็นอย่างดี; ➡ **+ neighbourhood** D; Ⓑ *(not hostile)* เป็นเพื่อน, เชื่อใจได้; **~ game** *(Sport)* กีฬาเชื่อมสัมพันธไมตรี; Ⓒ *(well-wishing)* ปรารถนาดี, ที่ถูกที่ควร
❷ *n. (Sport)* กีฬาสัมพันธ์

friendly 'fire *n. (Mil.)* การถูกยิงโดยฝ่ายเดียวกันเอง

'Friendly Society *n. (Brit.)* สมาคมเพื่อช่วยเหลือสมาชิกในยามชราหรือเจ็บป่วย

friendship /ˈfrendʃɪp/ˈเฟร็นดชิพ/ *n.* มิตรภาพ; **[feelings of] ~:** ความรู้สึกที่เป็นมิตร; **strike up a ~ with sb.** ผูกมิตรกับ *ค.น.*, เริ่มเป็นเพื่อนกับ *ค.น.*

Friends of the Earth *pr. n. sing. or pl.* เฟรนด์ออฟดิเอิร์ธ *(องค์กรเพื่อการอนุรักษ์สิ่งแวดล้อม)*

frier ➡ **fryer**

fries /fraɪz/ฟรายซฺ/ *n. pl. (Amer.)* มันฝรั่งทอด

Friesian /ˈfriːzɪən, ˈfriːʒən/ˈฟรีเฌิน/ *(Agric.)* ❶ *adj. (โคนม)* ขนสีดำขาวจากฟรีสแลนด์ ❷ *n.* โคนมพันธุ์ฟรีสแลนด์

¹frieze /friːz/ฟรีซฺ/ *n. (Textiles)* ผ้าสักหลาดมีขนข้างเดียว, ผ้าฟรีส *(ท.ศ.)*

²frieze *n. (Archit.)* ลวดลายสบักใต้ชายคา, ลวดลายเป็นผืนบนผนัง

frigate /ˈfrɪgət/ˈฟริกเกิท/ *n.* เรือรบขนาดเล็กฝีจักรเร็วทำหน้าที่คุ้มกันเรือรบลำอื่น

fright /fraɪt/ไฟรฺท/ *n.* Ⓐ ความกลัว, ความตกใจ; **in his ~:** เมื่อเขากลัว; **take ~:** ตกใจ; **the ~ of one's life** สิ่งสะเทือนขวัญที่สุดในชีวิต; **give sb. a ~:** ทำให้ *ค.น.* ตระหนกตกใจ; **get** *or* **have a ~:** เสียขวัญ; Ⓑ *(grotesque person or thing)* **be** *or* **look a ~:** ดูน่าเกลียด

frighten /ˈfraɪtn/ˈไฟรฺท'น/ *v.t. (ระเบิด, เสียงปืน)* ทำให้ตื่นตระหนก, ทำให้ตกใจ; *(การขู่, ความคิด)* ทำให้หวาดกลัว; **be ~ed at** *or* **by sth.** ตกใจต่อ *ส.น.*; **she is not easily ~ed** เธอไม่ตกใจง่าย, เธอไม่ใช่คนขี้กลัว; **~ sb. out of his wits/life** ทำให้ *ค.น.* หวาดผวา/ขวัญกระเจิง; **~ sb. to death** *(fig.)* ทำให้ *ค.น.* ตกใจแทบตาย; **~ sb. into doing sth.** ทำให้ *ค.น.* ทำ *ส.น.* เพราะความหวาดกลัว

~ a'way, ~ 'off *v.t.* ทำให้กลัวจนหนีไป; *(put off)* ทำให้ยกเลิกเพราะความกลัว

frightened /ˈfraɪtnd/ˈไฟรฺท'นดฺ/ *adj.* หวาดกลัว, เต็มไปด้วยความตระหนก *(น้ำเสียง)*; **be ~ [of sth.]** หวาดกลัว *[ส.น.]*; **a ~ child** เด็กที่ตกใจกลัว

frightening /ˈfraɪtnɪŋ/ˈไฟรฺท'นิ่ง/ *adj.* น่าตกใจ, น่าหวาดกลัว

frightful /ˈfraɪtfl/ˈไฟรฺทฟ'ล/ *adj.* น่ากลัว, น่าสยดสยอง, น่าหวาดเสียว; *(coll.: terrible)* แย่มาก

frightfully /ˈfraɪtfəlɪ/ˈไฟรฺทเฟอะลิ/ *adv.* Ⓐ อย่างน่ากลัว, อย่างน่าสยดสยอง; Ⓑ *(coll.: extremely)* อย่างมาก

frigid /ˈfrɪdʒɪd/ˈฟริจจิด/ *adj.* Ⓐ *(very cold)* เยือกเย็นราวกับน้ำแข็ง; Ⓑ *(formal, unfriendly)* เย็นชาไม่เป็นมิตร; *(sexually unresponsive)* ตายด้านทางเพศ *(ผู้หญิง)*

frigidity /frɪˈdʒɪdɪtɪ/ฟริˈจิดดิทิ/ *n., no pl.* Ⓐ *(coldness)* ความเยือกเย็น; Ⓑ *(formality, unfriendliness)* ความเย็นชา, ความไม่เป็นมิตร; *(of woman)* อาการตายด้านทางเพศ

frill /frɪl/ฟริล/ *n.* Ⓐ *(ruffled edge)* ระบายจีบชายเสื้อผ้า; Ⓑ *(on animal, plant)* แผงขน; Ⓒ *in pl. (embellishments)* สิ่งประดับตกแต่งที่เกินจำเป็น, การตกแต่งประดิดประดอย; **with no ~s** *(บ้านเช่า, รถยนต์)* ไม่มีอะไรพิเศษ

frilly /ˈfrɪlɪ/ˈฟริลลิ/ ❶ *adj.* เป็นจีบ, ระบาย; *(เสื้อ, กระโปรง)* ที่ประดับขอบด้วยจีบหรือระบาย ❷ *n. in pl. (coll.)* ชุดชั้นในที่มีชายเป็นจีบ

fringe /frɪndʒ/ฟรินจฺ/ ❶ *n.* Ⓐ *(bordering)* พู่, ครุย *(ชายเสื้อผ้า)*; Ⓑ *(hair)* ผมม้า; Ⓒ *(edge)* ขอบรอบนอก; *attrib. (กลุ่ม)* รอบนอก; *(โรงละคร)* ที่ไม่ได้รับความนิยมเต็มที่; **~ benefits** ประโยชน์พิเศษนอกเหนือจากค่าจ้าง; **live on the ~[s] of the city** อาศัยอยู่ในเขตชานเมือง; **lunatic ~:** พวกหัวรุนแรง ❷ *v.t.* ประดับขอบด้วยพู่หรือครุย

frippery /ˈfrɪpərɪ/ˈฟริพเพอะริ/ *n.* ของประดับที่ไม่มีค่า; *(knick-knacks, trifles)* ของประดับประดาที่ไร้สาระ

frisbee /ˈfrɪzbiː/ˈฟริซบี/ *n.* แผ่นพลาสติกรูปเว้า ใช้เล่นโยนรับกัน

Frisco /ˈfrɪskəʊ/ˈฟริซโก/ *pr. n. (Amer. coll.)* เมืองซานฟรานซิสโก

frisk /frɪsk/ฟริซคฺ/ ❶ *v.i.* **~ [about]** กระโดดโลดเต้นอย่างสนุกสนาน; **~ away** กระโดดไป ❷ *v.t. (coll.)* ตรวจค้นตามตัว ❸ *n.* Ⓐ *(frolic)* การกระโดดโลดเต้นอย่างสนุกสนาน; Ⓑ *(coll. : body search)* การตรวจค้นตามตัว

frisky /ˈfrɪskɪ/ˈฟริซคิ/ *adj.* กระปรี้กระเปร่า, มีชีวิตชีวา; **as ~ as a kitten** สนุกสนาน, ร่าเริงเต็มที่

frisson /ˈfriːsɔ̃/ˈฟรีซอน/ *n.* การสั่นสะเทือนอารมณ์

fritillary /frɪˈtɪlərɪ/ฟริทˈทิเลอะริ/ *n.* Ⓐ *(Bot.)* ดอกไม้ในสกุล *Fritillaria*, ดอกมงกุฎจักรพรรดิ; Ⓑ *(Zool.)* ผีเสื้อ โดยเฉพาะในสกุล *Argynnis* มีปีกสีน้ำตาลแดงสลับสีดำ

¹fritter /ˈfrɪtə(r)/ˈฟริทเทอะ(ร)/ *n. (Cookery)* **apple/sausage ~s** แอปเปิ้ล/ไส้กรอกชุบแป้งทอด

²fritter *v.t.* **~ away** ถลุง *หรือ* ใช้โดยเปล่าประโยชน์ *(เงิน, เวลา)*

frivolity /frɪˈvɒlɪtɪ/ฟริˈวอลิทิ/ *n.* Ⓐ *on pl.* ความเหลาะแหละ, ความไม่เป็นโล้เป็นพาย; Ⓑ *(thing)* สิ่งไร้สาระ; **he watched these frivolities with contempt** เขาเฝ้ามองพฤติกรรมที่เหลาะแหละเหล่านี้อย่างดูแคลน

frivolous /ˈfrɪvələs/ˈฟริเวอะเลิซ/ *adj.* Ⓐ *(not serious)* เหลาะแหละ, ไร้สาระ; *(เสื้อผ้า)* ฟุ่มเฟือย; Ⓑ *(trifling, futile)* ไม่สำคัญ

frivolously /ˈfrɪvələslɪ/ˈฟริเวอะเลิซลิ/ *adv.* อย่างเหลาะแหละ, อย่างไม่มีสาระ; *(แต่งตัว)* ฟุ่มเฟือย

frizzle /ˈfrɪzl/ˈฟริซ'ล/ ❶ *v.i.* ทอดหรือปิ้งจนเกรียม ❷ *v.t.* ม้วนผมจนหยิกหยอง

frizzy /ˈfrɪzɪ/ˈฟริซซิ/ *adj. (ผม)* หยิกหยอง

fro /frəʊ/โฟร/ ➡ **to** 2 B

frock /frɒk/ฟรอค/ *n.* Ⓐ เสื้อกระโปรงติดกัน; Ⓑ *(Mil.)* เสื้อทหารเต็มยศ

'frock coat *n.* เสื้อนอกผู้ชายแบบแนบลำตัวยาวถึงระดับเข่า

¹frog /frɒg, US frɔːg/ฟรอก/ *n.* Ⓐ กบ; *(coll.)* **have a ~ in the** *or* **one's throat** เสียงแหบแห้ง; Ⓑ *(sl. derog. Frenchman)* ผู้ชายฝรั่งเศส

²frog *n.* Ⓐ *(coat fastening)* ห่วงและรังดุมที่ใช้กับเสื้อโค้ต; Ⓑ *(on belt)* ห่วงที่คล้องไว้ที่เข็มขัดเพื่อสอดดาบหรือกระบี่

froggy /ˈfrɒgɪ/ˈฟรอกิ/ ❶ *adj.* อย่างกับกบ, เหมือนกบ ❷ *n. (sl. derog.)* ➡ **¹frog** B

frog: ~man /ˈfrɒgmən/ˈฟรอกเมิน/ *n., pl.* **~men** /ˈfrɒgmən/ˈฟรอกเมิน/ มนุษย์กบ; **~march** *v.t. (carry)* หามไปโดยสี่คนยกขาแขนคนละข้างและให้หน้าคว่ำลง; *(hustle)* บังคับให้เดินโดยเอามือไพล่หลังไว้; **~spawn** *n.* ไข่กบ, ลูกอ๊อด

frolic /ˈfrɒlɪk/ˈฟรอลิค/ ❶ *v.i.*, **-ck-: ~ [about** *or* **around]** กระโดดโลดเต้น ❷ *n. (prank, lark)* การล้อเล่นสนุก ๆ; *(fun, merriment)* ความรื่นเริง, ความสนุกสนาน

frolicsome /ˈfrɒlɪksəm/ˈฟรอลิคเซิม/ *adj (dated)* ร่าเริง, สนุกสนาน

from /frɒm, frəm/ฟรอม, เฟริม/ *prep.* Ⓐ *expr. starting point* จาก *(สถานที่)*; *(~ within)* ออกจาก, จาก; **[come] ~ Paris/Munich** มาจากปารีส/มิวนิก; **~ Paris to Munich** จากปารีสไปมิวนิก; **where have you come ~?** คุณมาจากที่ [ไหน]; Ⓑ ➤ **231** *expr. beginning* ตั้งแต่, จาก *(เวลา)*; **~ the year 1972 we never saw him again** นับจากปี ค.ศ. 1972 เราไม่เคยเห็นเขาอีกเลย; **~ tomorrow [until ...]** ตั้งแต่พรุ่งนี้ [จนถึง...]; **start work ~ 2 August** เริ่มทำงานตั้งแต่วันที่ 2 สิงหาคม; **~ now on** นับแต่นี้เป็นต้นไป, นับแต่นี้ไป; **~ then on** นับแต่นั้นมา, นับแต่นั้นเป็นต้นมา; *(relating to a place)* นับจากที่นั่น; ➡ **+ as** 4; Ⓒ *expr. lower limit* จาก, ตั้งแต่; **blouses [ranging] ~ £2 to £5** เสื้อในราคาระหว่าง 2 ถึง 5 ปอนด์; **dresses ~ £20 [upwards]** เสื้อชุดในราคาตั้งแต่ 20 ปอนด์ขึ้นไป; **~ 4 to 6 eggs** ไข่จำนวน 4 ถึง 6 ฟอง **~ the age of 18 [upwards]** ตั้งแต่วัย 18 ปีขึ้นไป; **~ a child** *(since childhood)* ตั้งแต่เด็ก; Ⓓ *expr. distance* จาก; **be a mile ~ sth.** ไกลจาก *ส.น.* 1 ไมล์; **away ~ home** ไกลจากบ้าน; Ⓔ *expr. removal, avoidance* จาก, หลีกหนี; **release the bomb ~ the aircraft** ทิ้งระเบิดจากเครื่องบิน; Ⓕ *expr. change* จาก; **~ ... to ...:** จาก...ถึง/ไป/เป็น/ยัง...; *(relating to price)* จาก... เป็น...; **~ crisis to crisis, ~ one crisis to another** จากวิกฤติการณ์หนึ่งไปสู่อีกวิกฤติการณ์หนึ่ง; Ⓖ *expr. source, origin* จาก; **pick apples ~ a tree** เก็บผลแอปเปิ้ลจากต้น; **buy everything ~ Harrods/the same shop** ซื้อทุกอย่างจากร้านแฮร์รอดส์/จากร้านเดียวกัน; **where do you come ~?, where are you ~?** คุณมาจากไหน; **~ the country/another planet** จากชนบท/จากดาวพระเคราะห์อีกดวงหนึ่ง; Ⓗ *expr. viewpoint* จาก *(มุมมอง, แง่มุม)*; Ⓘ *expr. giver, sender* จาก; **take it ~ me that ...:** เชื่อฉันเถิด...; Ⓙ *(after the model of)* **painted ~ life/nature** ซึ่งวาดจากของจริง/ธรรมชาติ; Ⓚ *expr. reason, cause* **she was weak ~ hunger/tired ~ so much work** เธออ่อนเพลียเพราะความหิว/เธอเหนื่อยเพราะทำงานหนัก; **~ his looks you might think ...:** ดูจากหน้าตาของเขาคุณอาจจะคิด...; **~ what I can see/have heard ...:** จากที่ฉันเห็น/จากที่ฉันได้ยิน...; **~ the look of things ...:** จากลักษณะภายนอก...; Ⓛ *with adv.* จาก *(ข้างล่าง, ข้างบน, ข้างใน, ข้างนอก)*; Ⓜ *with prep.* **~ behind/under[neath] sth.** จากข้างหลัง/ข้างใต้ *ส.น.*; **~ amidst the trees** จากท่ามกลางหมู่แมกไม้; **~ before the marriage** นับแต่ช่วงก่อนแต่งงาน; **the cries came ~ inside/outside the house** เสียงร้องออกมาจากข้างในบ้าน/จากข้างนอกบ้าน

f

frond /frɒnd/ฟรอนดฺ/ *n. (Bot.)* ใบของต้นไม้ *ไร้ดอก เช่น ต้นเฟิร์นหรือต้นปาล์ม*

front /frʌnt/ฟรันทฺ/ ❶ *n.* Ⓐ *(of door)* ด้านหน้า; *(of house)* ด้านนอก; *(of dress)* ส่วนหน้า; *(of queue)* หน้าแถว; *(or procession)* แนวหน้า; *(of book)* ปกหน้า; *(of cloth)* ด้านที่มีลาย/ขน; **in** *or* **at the ~ [of sth.]** ข้างหน้า *หรือ* ด้านหน้า [ของ *ส.น.*]; **sit in the ~ of the car** นั่งหน้ารถยนต์; **the index is at the ~:** ดัชนีอยู่ข้างหน้า; **to the ~:** ไปทางด้านหน้า; **the living room is at** *or* **in the ~ of the house** ห้องนั่งเล่นอยู่ด้านหน้าของบ้าน; **lie on one's ~:** นอนคว่ำ; **a spot on the ~ of her dress** รอยด่างตรงด้านหน้าของกระโปรงเธอ; **in ~:** ด้านหน้า, ข้างหน้า; **be in ~ of sth./sb.** อยู่ต่อหน้า *ส.น./ค.น.;* **walk in ~ of sb.** เดินนำหน้า *ค.น.;* **look in ~ of one** ดูไปข้างหน้า; **he was murdered in ~ of his wife** เขาถูกฆาตกรรมต่อหน้าต่อตาภรรยาของเขา; Ⓑ *(Mil.; also fig.)* แนวรบ, แนวหน้า, แนวร่วม; **on the Western ~:** แนวรบเวสเทิร์นฟรอนต์; **send sb. to the ~:** ส่ง *ค.น.* ไปแนวหน้า *หรือ* แนวรบ; **be attacked on all ~s** ถูกโจมตีรอบด้าน; **change of ~** *(fig.)* การเปลี่ยนแปลงแนวคิด; **on the international/home ~:** ในต่างแดน/ในประเทศ; **on the sports ~:** ในแวดวงการกีฬา; **on the entertainment ~:** ในแวดวงการบันเทิง; **the workers'/people's ~:** แนวร่วมของกรรมกร/ประชาชน; Ⓒ *(promenade) (at seaside)* ทางเดินเลียบชายหาด; *(inland)* ทางเดินในเมือง; Ⓓ *(Theatre)* **~ of [the] house** ส่วนของโรงละครที่อยู่หน้าเวทีทั้งหมด; Ⓔ *(Archit.)* ด้าน *(สวน, ถนน, แม่น้ำ);* Ⓕ *(Meteorol.)* แนวระหว่างมวลอากาศที่ต่างกัน; **cold/warm ~:** แนวมวลอากาศเย็น/อุ่น; Ⓖ ➡ **shirt front;** Ⓗ *(outward appearance)* ลักษณะภายนอก; *(bluff)* วางท่า; **put on** *or* **show** *or* **present a bold/brave ~:** แสดงท่าทางกล้าหาญ/อาจหาญ; **preserve a calm ~:** คงความสงบเงียบกับโลกภายนอก; **it's all a ~:** ทั้งหมดเป็นเพียงหน้าฉาก; Ⓘ *(used as cover) (person)* คนที่ออกหน้า; *(organization)* ผู้รับผิดในนาม ❷ *adj.* Ⓐ *(ฟัน, ล้อ, ขา)* หน้า, ส่วนหน้า; **~ garden** สวนด้านหน้า; **the ~ four coaches of a train** ขบวนรถไฟสี่ตู้แรก; **~ row** แถวแรก; Ⓑ *(Phonet.)* **~ vowel** สระหน้า ❸ *v.i.* Ⓐ **~ on to the street/upon the lake** *(ตึก, อาคาร)* หันหน้าไปสู่ถนน/ไปยังทะเลสาบ; Ⓑ *(coll.: act as cover)* **~ for sb.** ทำตัวเป็นหน้าฉากให้ *ค.น.* ❹ *v.t. (furnish with façade)* **~ a building with stone** ประดับด้านหน้าของอาคารด้วยหิน

frontage /ˈfrʌntɪdʒ/ˈฟรันทิจ/ *n.* Ⓐ *(land)* ที่ระหว่างหน้าอาคารและถนน; **river/street ~:** ที่หน้าบ้านอยู่ติดแม่น้ำ/ถนน; Ⓑ *(extent)* ความกว้างหน้าอาคาร; Ⓒ *(façade)* หน้าตึก

frontal /ˈfrʌntl/ˈฟรันท'ล/ *adj.* Ⓐ ด้านหน้า, ตอนหน้า, ข้างหน้า; Ⓑ *(Art) (การจัดแสดง)* ส่วนหน้า/ด้านหน้า; **[full] ~:** *(การแสดง)* ซึ่งเผยให้เห็นด้านหน้าหมด; **full ~ nudity** *(การแสดง)* ที่เปลือยร่างด้านหน้าหมด; Ⓒ *(Anat.)* ส่วนหน้า *(ของกระดูก, สมอง)*

frontally /ˈfrʌntəlɪ/ˈฟรันเทอะลิ/ *adv.* ข้างหน้า

front: ~ **'bench** *n. (Brit. Parl.)* ที่นั่งส่วนหน้า*ในรัฐสภา สำหรับฝ่ายรัฐบาลและฝ่ายค้าน;* **~-bencher** /frʌntˈbentʃə(r)/ฟรันทฺˈเบ็นเฉอะ(ร)/ *n. (Brit. Parl.)* นักการเมืองชั้นผู้นำ; ~ **'door** *n. (of flat, house)* ประตูหน้าบ้าน

frontier /ˈfrʌntɪə(r), US frʌnˈtɪər/ˈฟรันเทีย(ร)/ *n.* Ⓐ *(lit. or fig.)* พรมแดน, ชายแดน; **at** *or* **on the ~:** ตรงเส้นแบ่ง/กั้นพรมแดน; **push the ~s of science forward** *(fig.)* ขยายขอบเขตความก้าวหน้าทางวิทยาการ; Ⓑ *(Amer.: borders of civilization)* เขตแดน *(ระหว่างบริเวณที่บุกเบิกแล้วและบริเวณที่ยังไม่บุกเบิก)*

frontispiece /ˈfrʌntɪspiːs/ˈฟรันทิซพีซ/ *n.* คานประตูหน้าจั่ว; รูปแรกของหนังสือตรงข้ามหน้าบอกชื่อ

front: ~ **'line** *n.* แนวหน้า; ~ **man** *n.* Ⓐ *(of criminal organization)* ผู้ออกหน้า; Ⓑ *(of television programme)* โฆษก; Ⓒ *(of rock group etc.)* ผู้ออกหน้า; ~ **'page** *n.* หน้าหนึ่งของหนังสือพิมพ์; **make the ~ page** เป็นข่าวหน้าหนึ่ง; ~ **passage** *n. (Anat. coll.)* ช่องคลอด; **~-rank** *adj. (fig.)* ซึ่งอยู่ในระดับแนวหน้า; ~ **runner** *n.* Ⓐ *(in race)* นักวิ่งมีอวางอันดับหนึ่ง; Ⓑ *(in any competition)* ตัวเก็ง; ~ **'seat** *n.* ที่นั่งแถวหน้า, ที่นั่งข้างหน้าของรถยนต์

frost /frɒst/ฟรอซทฺ/ ❶ *n.* Ⓐ สภาพอากาศที่เย็นต่ำกว่าจุดเยือกแข็ง; *(frozen dew or vapour)* น้ำค้างแข็ง, ความชื้นจับเป็นเกล็ดน้ำแข็ง; **windows covered with ~:** หน้าต่างที่ปกคลุมไปด้วยเกล็ดน้ำแข็งเล็ก ๆ; **white/black ~:** อากาศหนาวยะเยือกที่มีน้ำค้างแข็ง/ที่ไม่มีน้ำค้างแข็ง; **early/late ~s** อากาศเยือกเย็นในฤดูใบไม้ร่วง/ในฤดูใบไม้ผลิ; **ten degrees of ~** *(Brit.) (อุณหภูมิ)* ลบสิบองศาเซลเซียส; **there is still ~ in the ground** พื้นดินยังมีน้ำแข็งอยู่; Ⓑ *(fig. hostility)* ความเย็นชา; Ⓒ *(dated coll.: failure)* ความล้มเหลว ❷ *v.t.* Ⓐ *(esp. Amer. Cookery)* โรยหน้าด้วยน้ำตาล; *(ice)* ทาด้วยไอซิ่ง; Ⓑ *(give ~like surface to)* ทำให้ผิว *(โลหะ, กระจก)* เป็นฝ้า; **~ed glass** กระจกฝ้า

~ **'over** ❶ *v.t.* **be ~ed over** ถูกปกคลุมด้วยน้ำแข็ง ❷ *v.i.* มีน้ำแข็งจับ

frost: **~bite** *n. อาการที่ปลายนิ้ว จมูก ฯลฯ หนาวจัดจนเนื้อเยื่อเป็นแผลเรื้อรัง;* **sb. is ~bitten** *ค.น.* มีอาการถูกน้ำแข็งกัด; **his toes are ~bitten** นิ้วเท้าของเขาถูกน้ำแข็งกัด

frostily /ˈfrɒstɪlɪ/ˈฟรอซติลิ/ *adv.* อย่างเย็นชา

frosting /ˈfrɒstɪŋ/ˈฟรอซติง/ *n. (esp. Amer. Cookery)* การโปรยด้วยน้ำตาลละเอียด; *(icing)* การทาไอซิ่ง

frosty /ˈfrɒstɪ/ˈฟรอซติ/ *adj. (lit. or fig.)* เย็นอย่างกับน้ำแข็ง, เย็นชา; *(covered with hoar frost)* ปกคลุมไปด้วยเกล็ดน้ำแข็ง; *(fig.: white) (ผม)* สีขาว

froth /frɒθ, US frɔːθ/ฟรอธ/ ❶ *n.* Ⓐ *(foam)* ฟอง; Ⓑ *(worthless matter)* สิ่งที่ไร้สาระ ❷ *v.i.* เป็นฟอง; **~ at the mouth** น้ำลายเป็นฟองออกจากปาก; **~ at the mouth with rage** *(fig.)* โกรธจนน้ำลายเป็นฟอง ❸ *v.t. (Cookery)* **[beat and] ~ the eggs** ตีไข่ให้ขึ้นฟู

frothy /ˈfrɒθɪ, US ˈfrɔːθɪ/ˈฟรอธิ/ *adj.* เป็นฟอง, ขึ้นฟอง; *(fig.: empty, shallow)* ฉาบฉวย, ผิวเผิน

frown /fraʊn/ฟราวนฺ/ ❶ *v.i.* Ⓐ คิ้วขมวด; **~ at sth./sb.** มองดู *ส.น./ค.น.* อย่างครุ่นคิด; Ⓑ *(express disapproval)* ทำหน้านิ่วคิ้วขมวด **(at, [up] on** ใส่, กับ); **~ [up]on a suggestion** แสดงท่าทีไม่พอใจกับคำแนะนำ; **gambling is very much ~ed upon here** ที่นี่จะไม่เห็นด้วยกับการเล่นพนันอย่างแรง; Ⓒ *(present gloomy aspect)* **~ [down]** แสดงอาการหม่นหมอง **(upon** กับ) ❷ *n.* การขมวดคิ้ว; **with a [deep/worried/puzzled] ~:** ด้วยสีหน้าฉงนสนเท่ห์ [มาก/กังวล/ที่แสดงความสงสัย]; **a ~ of disapproval** สีหน้าที่แสดงความไม่เห็นชอบ

froze ➡ **freeze** 1, 2

frozen /ˈfrəʊzn/ˈโฟรฺซ'น/ ❶ ➡ **freeze** 1, 2 ❷ *adj.* Ⓐ *(ท่อน้ำ, ทะเลสาบ, แม่น้ำ)* เป็นน้ำแข็ง; *(สัตว์, คน)* ที่หนาวจัด; **I am ~ stiff/through** *(fig.)* ฉันรู้สึกหนาวจนตัวแข็ง/ฉันรู้สึกเยือกแข็งไปทั้งตัว; **my hands are ~** *(fig.)* มือฉันเย็นเฉียบ/เย็นอย่างกับน้ำแข็ง; Ⓑ *(to preserve)* แช่แข็ง; **~ food** อาหารแช่แข็ง

FRS *abbr.* **Fellow of the Royal Society**

fructose /ˈfrʌktəʊs/ˈฟรัคโทซ/ *n. (Chem.)* ฟรุคโตส *(ท.ศ.) (น้ำตาลที่พบในผลไม้และน้ำผึ้ง)*

frugal /ˈfruːgl/ˈฟรูก'ล/ *adj.* Ⓐ *(careful, economical) (แม่บ้าน)* ประหยัด; *(วิถีชีวิต, นิสัย)* มัธยัสถ์, สันโดษ; Ⓑ *(costing little)* ถูก; กระเหม็ดกระเหม่; **a ~ meal** อาหารมื้อประหยัด

frugally /ˈfruːgəlɪ/ˈฟรูเกอะลิ/ *adv.* อย่างมัธยัสถ์, อย่างประหยัด

fruit /fruːt/ฟรูท/ ❶ *n.* Ⓐ ผลไม้; **~s of the earth** พืชผล; **bear ~** *(lit. or fig.)* ได้ผล; Ⓑ *(Bot.: seed with envelope)* ผลไม้; Ⓒ *(fig.) (product of action)* ผลผลิต, ผลิตผล, ผลพวง; **~s** *(revenues produced)* ผลผลิต; **this book is the ~ of long study** หนังสือเล่มนี้เป็นผลพวงของการศึกษาวิจัยเป็นเวลานาน; Ⓓ *(Bibl.: offspring)* บุตร, ธิดา; **the ~ of her womb/his loins** บุตรในอุทร/เลือดเนื้อเชื้อไข ❷ *v.i.* ให้ผลผลิต; *(fig.)* ได้ผล, มีผล

fruitarian /fruːˈteərɪən/ฟรูˈแทเรียน/ *n.* ผู้ที่รับประทานแต่ผลไม้

fruitarianism /fruːˈteərɪənɪzəm/ฟรูˈแทเรียนิเซิม/ *n.* ลัทธินิยมการบริโภคผลไม้อย่างเดียว

fruit: ~ **cake** *n.* เค้กผลไม้; **he is as nutty as a ~ cake** *(coll.) (eccentric)* เจ้าหมอนั่นมันเพี้ยนไปแล้ว; *(insane)* หมอนั่นมันเป็นมนุษย์บ้าระห่ำ; ~ **'cocktail** *n.* ขนมผลไม้สับละเอียดกับน้ำเชื่อม

fruiterer /ˈfruːtərə(r)/ˈฟรูเทอะเรอะ(ร)/ *n.* ➤ **489** คนขายผลไม้

fruitful /ˈfruːtfl/ˈฟรูทฟ'ล/ *adj.* Ⓐ อุดมสมบูรณ์; *(fig.) (การอภิปราย, การประชุม)* บรรลุผล; *(ชีวิต, การทำงาน)* ประสบผลสำเร็จ; **be ~ and multiply** *(Bibl.)* ขอให้มีบุตรและมีลูกหลานสืบเผ่าพันธุ์ต่อไป; Ⓑ *(beneficial)* เกิดดอกออกผล; *(การค้นคว้า)* เป็นประโยชน์

fruitfully /ˈfruːtfəlɪ/ˈฟรูทเฟอะลิ/ *adv.* อย่างอุดมสมบูรณ์, อย่างบรรลุผล, อย่างเกิดประโยชน์

fruition /fruːˈɪʃn/ฟรูˈอิช'น/ *n.* การบังเกิดผล, การบรรลุผล; **bring to ~:** ทำให้บรรลุผล; **come to ~:** บังเกิดผล, บรรลุผลสำเร็จ

fruit: ~ **juice** *n.* น้ำผลไม้; ~ **knife** *n.* มีดปอกผลไม้

fruitless /ˈfruːtlɪs/ˈฟรูทลิซ/ *adj. (unprofitable)* เปล่าประโยชน์, ไร้ผล; **the investigation was ~:** การสืบสวนดำเนินไปอย่างไร้ผล; **it is ~ to ...:** เปล่าประโยชน์ที่จะ...

fruitlessly /ˈfruːtlɪslɪ/ˈฟรูทลิซลิ/ *adv. (เดินทาง, ค้นคว้า, เหนื่อย)* โดยเปล่าประโยชน์; *(คุย, อภิปราย)* อย่างไร้ผล, ไม่เกิดประโยชน์

fruit: ~ **machine** *n. (Brit.)* ตู้เกมชนิดหนึ่ง; ~ **'salad** *n. ผลไม้หลายชนิดหั่นคลุกเคล้ากันด้วยน้ำเชื่อม;* ~ **salts** *n.* ยาผงผสมน้ำผลไม้แก้ปวดท้อง; ~ **tree** *n.* ต้นไม้ที่ให้ผล

fruity /ˈfruːtɪ/ˈฟรูทิ/ *adj.* Ⓐ *(กลิ่น, รส)* ผลไม้; Ⓑ *(coll.) (rich in tone)* เสียงไพเราะกังวาน; *(full of scandalous interest) (หนังสือ, ข่าว)* มันมาก

frump /frʌmp/ฟรัมพฺ/ *n. (derog.)* สาวคร่ำครึ ไม่มีรสนิยม

frumpy /ˈfrʌmpɪ/ˈฟรัมพิ/ *adj. (derog.)* คร่ำครึ, ไม่มีรสนิยม

frustrate /frʌˈstreɪt, US ˈfrʌstreɪt/ฟรัซˈเตรฺท/ *v.t.* ขัดขวาง *(แผนการ, ความหวัง);* ทำให้ไม่สมหวัง *(ความพยายาม, กิจกรรม);* **he was ~d in his attempts/efforts** ความมานะ/ความพยายามของเขาไม่บรรลุผล

frustrated /frʌˈstreɪtɪd, US ˈfrʌst-/ฟรัซˈเตรฺทิด/ *adj.* ผิดหวัง, ไม่พอใจ, หงุดหงิด

frustrating /frʌˈstreɪtɪŋ, US ˈfrʌst-/ฟรัซˈเตรฺทิง/ *adj.* น่าหงุดหงิด, น่ารำคาญ; **he is a ~ person to deal with** การทำอะไรร่วมกับเขาช่างน่ารำคาญ

frustration /frʌˈstreɪʃn/ฟรัซˈเตรฺช่น/ *n.* ความไม่สมหวัง, ความขัดข้องใจ, อุปสรรค

[1]**fry** /fraɪ/ฟราย/ ❶ *n.* Ⓐ อาหารประเภททอดหรือ ผัด; Ⓑ *(internal parts of animals)* เครื่องในทอด; ➡ + **lamb's fry;** Ⓒ *(Amer.: social gathering)* งานเลี้ยงที่ทอดอาหารทานกัน ❷ *v.t.* ทอด; **fried eggs/potatoes** ไข่ดาว/มันฝรั่งทอด; ➡ + **fish** 1 A ❸ *v.i.* ทอด; *(coll.: burn)* **~ in the sun** อาบแดดจนผิวเกรียม

~ ˈup *v.t.* ผัด/ทอดอาหารหลายอย่าง; **let's ~ up something** มาทอด/ผัดอะไรทานกันเถอะ; ➡ + **fry-up**

[2]**fry** *n. (young fishes etc.)* ลูกปลา; **ˈsmall ~** *(fig.)* คนไร้ค่า; *(children)* พวกเด็กวัยรุ่น; **compared with him all the others are ˈsmall ~** *(fig.)* เมื่อเทียบกับเขาแล้วคนอื่น ๆ ดูไร้ความหมาย

fryer /ˈfraɪə(r)/ˈฟรายเออะ(ร)/ *n.* Ⓐ *(vessel)* กระทะก้นลึก; Ⓑ *(Amer.: chicken)* ไก่ที่จะนำไปทอด

frying-pan /ˈfraɪɪŋpæn/ˈฟรายอิงแพน/ *n.* กระทะ; **[fall/jump] out of the ~ into the fire** หนีเสือปะจระเข้

fry: ~pan *(Amer.)* ➡ **frying-pan; ~-up** *n.* อาหารประเภททอดหรือผัด

ft. *abbr.* ➤ 69, ➤ 426, ➤ 517 **feet, foot**

FTP *(Computing) abbr.* **File Transfer Protocol** เอฟทีพี *(เกณฑ์วิธีถ่ายโอนแฟ้ม)*

fuchsia /ˈfjuːʃə/ˈฟิวเชอะ/ *n. (Bot.)* ไม้พุ่มมีดอกในสกุล *Fuchsia* ดอกห้อยสีแดงม่วง

fuck /fʌk/ฟัค/ *(coarse)* ❶ *v.t.* Ⓐ เย็ด *(ภ.ย.);* Ⓑ *(damn)* **~ ...:** ระยำ...; **~ you!** เย็ดแม่ง *(ภ.ย.)* ❷ *v.i.* เย็ดกัน ❸ *n.* Ⓐ *(act)* การเย็ดกัน *(ภ.ย.);* Ⓑ *(person)* **be a good ~:** เป็นคนเอาเก่ง *(ภ.ย.);* Ⓒ *(damn)* **I don't give/care a ~:** ช่างแม่งมัน, กูไม่สนเลย *(ภ.ย.)*

~ about, ~ around *(coarse) v.i. & v.t.* ไม่ทำอะไรเป็นชิ้นเป็นอัน; **~ about** *or* **around with sth.** ทำ *ส.น.* อย่างเละ ๆ เทะ ๆ

~ ˈoff *v.i. (coarse)* **~ off!** ไอ้เย็ดแม่ *(ภ.ย.)*

~ ˈup *(coarse) v.t.* ทำให้เจ๊ง

fucking /ˈfʌkɪŋ/ˈฟัคคิง/ *(coarse)* ❶ *adj.* ระยำ *(ภ.ย.);* **what the ~ hell's that for?** แล้วไอ้เหี้ยนี่มันไว้ทำอะไร *(ภ.ย.)* ❷ *adv.* ระยำ *(ภ.ย.)*

fuddle /ˈfʌdl/ˈฟัด'ล/ *v.t.* Ⓐ *(intoxicate)* ทำให้มึนเมา; **they were slightly ~d** พวกเขามึนเมานิดหน่อย; Ⓑ *(confuse)* ทำให้งง, ทำให้มึน

fuddy-duddy /ˈfʌdɪdʌdɪ/ˈฟัดดิดัดดิ/ *(coll.)* ❶ *adj.* หัวเก่า, คร่ำครึ ❷ *n.* พวกเต่าล้านปี

[1]**fudge** /ˈfʌdʒ/ˈฟัจ/ *n. (sweet)* ขนมคาราเมล, ครีมคาราเมล

[2]**fudge** ❶ *v.t.* ทำอย่างลวก ๆ, สุกเอาเผากิน; หลีกเลี่ยง *(แก้ปัญหา);* แต่งขึ้นมา *(การแก้ตัว)* ❷ *v.i.* หลีกเลี่ยง ❸ *n.* การโกง

fuel /ˈfjuːəl/ˈฟิวเอิล/ ❶ *n.* เชื้อเพลิง; *(for vehicle)* น้ำมัน; *(for ship, aircraft, spacecraft)* เชื้อเพลิง; *(for cigarette lighter)* น้ำมัน; *(petrol)* น้ำมันเชื้อเพลิง; *(Nucl. Engin.)* สารกัมมันตรังสี; **add ~ to the flames** *or* **fire** *(fig.)* เติมเชื้อให้กับไฟ *(ยั่วยุให้โกรธยิ่งขึ้นด้วยคำพูดหรือการกระทำ)* ❷ *v.t. (Brit.)* **-ll-** ทำให้ร้อน *(เตาอบ);* เติมเชื้อเพลิง *(เตาถลุงแร่, เครื่องบิน, เรือ);* เติมน้ำมัน *(รถยนต์); (fig.)* เพิ่ม *(ความสงสัย);* ส่งเสริม *(ความหวัง)* ❸ *v.i. (Brit.)* **-ll-** เติมเชื้อเพลิง/น้ำมัน

fuel: ~ cell *n.* ช่องเติมแบตเตอรี่; **~ consumption** *n.* การใช้พลังงานเชื้อเพลิง; **~-efficient** *n.* ประหยัดเชื้อเพลิง/น้ำมัน; **~ element** *n. (Nucl. Engin.)* องค์ประกอบเชื้อเพลิงนิวเคลียร์; **~ gauge** *n.* หน้าปัดแสดงระดับน้ำมัน; **~ injection** *n. (in vehicle)* การอัดฉีดเชื้อเพลิงเข้าห้องเครื่องสันดาปภายใน; **~ oil** *n.* น้ำมันเชื้อเพลิง; **~ pump** *n.* เครื่องสูบน้ำมันเชื้อเพลิงจากถังไปยังส่วนสันดาป; **~ tank** *n. (of motorcycle, vehicle)* ถังน้ำมัน

fug /fʌg/ฟัก/ *n. (coll.)* สภาพอากาศที่อุดอู้ภายในห้อง

fugitive /ˈfjuːdʒɪtɪv/ˈฟิวจิทิฟ/ ❶ *adj.* Ⓐ *(lit. or fig.)* ซึ่งหลบหนี; Ⓑ *(flitting, shifting)* ไม่อยู่กับที่, แวบไปแวบมา ❷ *n.* Ⓐ ผู้หลบหนี; **be a ~ from justice/from the law** เป็นผู้หลบหนีการตัดสิน/กฎหมาย; Ⓑ *(exile)* ผู้อพยพลี้ภัย

fugue /fjuːg/ฟิวก/ *n. (Mus)* เพลงที่แบ่งเป็นหลายบท หลายท่วงทำนองที่ขับร้องซ้ำ

fulcrum /ˈfʊlkrəm/ˈฟุลเคริม/ *n., pl.* **fulcra** /ˈfʊlkrə/ˈฟุลเครอะ/ Ⓐ *(Mech.)* จุดศูนย์กลางที่รองรับน้ำหนัก, ข้อต่อ; Ⓑ *(fig.: factor)* ปัจจัยหลัก *(ของสถานการณ์)*

fulfil *(Amer.:* **fulfill)** /fʊlˈfɪl/ฟุลˈฟิล/ *v.t.,* **-ll-** เป็นไปตาม *(ข้อตกลง);* ทำให้ *(งาน)* สำเร็จลุล่วง; ปฏิบัติตาม *(ข้อเรียกร้อง);* **be fulfilled** ทำให้เป็นจริง *(ความฝัน);* การทำนายกลายเป็นจริง; **~ oneself** พัฒนาตนเองอย่างเต็มที่; **be** *or* **feel fulfilled [in one's job]** รู้สึกอิ่มอกอิ่มใจ [ในหน้าที่การงาน]

fulfilling /fʊlˈfɪlɪŋ/ฟุลˈฟิลิง/ *adj. (giving satisfaction)* เป็นที่น่าพอใจ

fulfilment *(Amer:* **fulfillment)** /fʊlˈfɪlmənt/ฟุลˈฟิลเมินทฺ/ *n.* ➡ **fulfil:** ความรู้สึกอิ่มอกอิ่มใจ, การทำให้สำเร็จลุล่วง, การทำตามข้อตกลง; **bring sth. to ~:** ทำ *ส.น.* สำเร็จ; **sth. reaches ~:** *ส.น.* เจริญถึงที่สุด; **find ~ in one's work** มีความอิ่มอกอิ่มใจในหน้าที่การงาน

[1]**full** /fʊl/ฟุล/ ❶ *adj.* Ⓐ เต็ม; **the jug is ~ of water** เหยือกมีน้ำเต็ม; **his pockets are ~ of money** กระเป๋าของเขาเต็มไปด้วยเงิน; **the bus was completely ~:** รถเมล์แน่นเอียด; **~ of hatred/holes** เต็มไปด้วยความเกลียดชัง/มีรูเต็มไปหมด; **my heart is too ~ for words** ฉันซาบซึ้งใจจนพูดไม่ออก; **be ~ up** *(coll.) (โรงแรม, ที่พัก)* เต็ม; *(เที่ยวบิน)* เต็ม; Ⓑ **~ of** *(engrossed with)* **be ~ of oneself/one's own importance** ยโส, สำคัญตัวเองจนเกินไป; **ever since this event she's been ~ of it** ตั้งแต่เกิดเหตุการณ์ครั้งนี้เธอก็หมกมุ่นกับมันมาตลอด; **the newspapers are ~ of the crisis** หนังสือพิมพ์มีแต่ข่าวเกี่ยวกับวิกฤติการณ์นี้; **he is ~ of his subject** เขาพูดแต่เรื่องที่เขาสนใจ หรือ ศึกษาอยู่; Ⓒ *(replete with food)* อิ่มแปล้; **I'm ~ [up]** *(coll.)* ฉันอิ่มแล้ว; Ⓓ *(comprehensive)* *(การอธิบาย)* ที่ครอบคลุม; *(abundant, satisfying)* *(มื้ออาหาร)* ที่พอเพียง; *(ชีวิต)* ที่ทำให้อิ่มใจ; น่าพอใจ; *(complete)* *(ชั่วโมง, เดือน)* เต็ม; *(การจ่ายเงิน, คำอธิบาย)* ครบถ้วน; **weigh a ~ ten tons** หนักสิบตันเต็ม; **the event received ~ TV coverage** เหตุการณ์ดังกล่าวได้รับการติดตามทางโทรทัศน์อย่างเต็มที่; **with illustrations in ~ colour** มีภาพประกอบสี่สี; **the ~ details of the case** รายละเอียดทุกแง่ทุกมุมของคดี; **in ~ daylight** ในตอนกลางวันแสก ๆ; **the moon is ~:** พระจันทร์เต็มดวง; **in ~ bloom** ออกดอกบานสะพรั่ง; **they were in ~ flight** *(fleeing)* พวกเขาวิ่งหนีกันเตลิดเปิดเปิง; *(impressive)* พวกเขาแสดงความสามารถอย่างเต็มที่; **this will require a ~ day's work** งานนี้ต้องใช้เวลาหนึ่งวันเต็ม ๆ; **~ member** สมาชิกเต็มตัว, สมาชิกที่สมบูรณ์; **in ~ possession of one's faculties** ในสภาวะที่มีสติสัมปชัญญะสมบูรณ์; **in ~ view of sb.** ต่อหน้าต่อตา *ค.น.;* **we were in ~ view of the house** คนในบ้านสามารถมองเห็นพวกเราอย่างชัดเจน; **the ship came into ~ view** เรือเข้ามาในสายตาจนมองเห็นเต็มลำ; **at ~ speed** ด้วยความเร็วเต็มที่; **~ speed** *or* **steam ahead!** *(lit. or fig.)* เต็มพิกัด; **the machine was operating at ~ capacity** เครื่องจักรกำลังทำงานอย่างเต็มประสิทธิภาพ; **the team/cabinet was at ~ strength** ทีมเล่นอย่างเต็มที่/คณะรัฐมนตรีอยู่ครบถ้วน; **bound in ~ leather** หุ้มด้วยหนังทั้งเล่ม; **pay the ~ fare** จ่ายค่าโดยสารเต็มราคา; **~ name** ชื่อเต็ม; **~ sister/brother** พี่สาว/น้องชายแท้ ๆ; Ⓔ *(intense in quality)* *(แสง)* จ้า, *(กลางวัน)* แสก ๆ; สีสี; *(เสียง)* เต็มกำลัง; Ⓕ *(rounded, plump)* *(ใบหน้า)* กลม; *(รูปร่าง)* อวบ; *(ริมฝีปาก)* หนา; **be ~ in the face** หน้าอิ่ม ❷ *n.* Ⓐ **in ~:** โดยใช้รูปเต็ม; **write your name [out] in ~:** เขียนชื่อเต็ม; Ⓑ **satisfy sb./enjoy sth. to the ~:** ทำให้ *ค.น.* พึงพอใจ/เพลิดเพลินกับ *ส.น.* เต็มที่; Ⓒ **the moon is at/past the ~:** พระจันทร์กำลังเต็มดวง/เต็มดวงไปแล้ว ❸ *adv.* Ⓐ *(very)* **know ~ well that ...:** รู้อย่างดีเลยว่า...; Ⓑ *(exactly, directly)* อย่างตรงเป้า, อย่างจัง ๆ; **~ in the face** ตรงหน้า; **look sb. ~ in the face** จ้องมอง *ค.น.* ตรง ๆ หน้า

[2]**full** *v.t. (Textiles)* ทำให้ผ้าหนาขึ้น

full: ~ ˈage *n.* อายุที่ถือว่าเป็นผู้ใหญ่; **~ back** *n. (Sport)* ผู้เล่นกองหลัง *(ฟุตบอล, ฮอกกี้);* **~-blooded** /ˈfʊlblʌdɪd/ˈฟุลบลัด/ *adj.* Ⓐ *(pure-bred)* *(ม้า)* พันธุ์แท้; *(บุคคล)* มีพลัง; Ⓑ *(vigorous, hearty, sensual)* กระฉับกระเฉง, แข็งขัน, กระตือรือร้น; **~-blown** *adj.* Ⓐ *(at height of bloom)* บานเต็มที่; Ⓑ *(fig.)* *(เหตุการณ์อื้อฉาว)* เต็มที่; *(แผนการ, ทฤษฎี)* สมบูรณ์แบบ; **~-blown AIDS** เป็นโรคเอดส์ขั้นสุดท้าย; **~ ˈboard** *n.* การให้ที่พักพร้อมอาหาร; **~-bodied** *adj.* เต็มคุณภาพ; เต็มเสียง; *(ไวน์)* มีรสเข้มข้น; **~-cream** *adj.* **~-cream milk/cheese** นมที่ไม่ได้เอาไขมันออก/เนยแข็งที่ทำจากนมที่ไม่ได้เอาไขมันออก; **~ ˈdress** *n.* เครื่องแต่งตัวเต็มยศ; **~-dress** *adj.* *(งาน, พิธี)* ที่ต้องแต่งเต็มยศ; **~-dress occasion** งานที่สำคัญมาก, งานที่ต้องแต่งเต็มยศ; **~ emˈployment** *n.* การว่าจ้างเต็มอัตรา

fuller's earth /fʊləz ˈɜːθ/ฟุลเลิซ ˈเอิธ/ *n.* ดินขาวชนิดหนึ่งใช้คลุกเคล้ากับผ้าทำให้ผ้าหนา

full: ~ ˈface *n. (Art, Photog.)* **in ~ face** *(ภาพ)* หน้าตรง; **~-face** ❶ *adv. (Art, Photog.)* หน้าตรง; ❷ *adj.* Ⓐ *(Art, Photog.)* *(ภาพ)* หน้าตรง; Ⓑ **~-face helmet** หมวกเกราะหรือเหล็กสวมปิด

f

ทั้งหน้า; **~-faced** *adj.* เต็มหน้า; **~-grown** *adj.* ซึ่งเติบโตเต็มที่; **~ 'house** *n.* Ⓐ *(Theatre)* โรงละครที่เต็ม; **play to ~ houses every night** แสดงโดยมีผู้ชมเต็มโรงทุกคืน; Ⓑ *(Poker)* กลุ่มไพ่ที่มีสามใบแต้มเดียวกันและอีกคู่ที่แต้มเดียวกัน; *(Bingo)* ขีดตัวเลขได้เต็มการ์ด; **~ 'length** ❶ *n.* **at ~ length** *(in ~ detail)* ในรายละเอียด; *(unabridged)* โดยไม่ตัดทอน; **[stretched out] at ~ length** ยืดตัวออกให้เต็มที่, ยืดทั้งตัว ❷ *adv.* อย่างละเอียด; **~-length** *adj.* *(ภาพยนตร์, หนังสือ)* ไม่ตัดทอน, เต็มตัว; **~-length novel** นวนิยายขนาดยาว; **~-length mirror** กระจกเงาซึ่งสามารถเห็นเต็มตัว; **~-length portrait** ภาพวาดคนเต็มตัว; **~-length dress** กระโปรงชุดยาว; **~ 'marks** *n. pl., no art.* คะแนนเต็ม; **~ marks!** *(fig. coll.)* เต็มร้อย; **you get ~ marks for observation** คุณได้คะแนนเต็มสำหรับการสังเกต; **give sb. ~ marks** *(fig.)* ชมเชย ค.น. อย่างเต็มที่; **~ 'moon** *n.* พระจันทร์เต็มดวง

fullness /'fʊlnɪs/'ฟุลนิซ/ *n., no pl.* *(กระโปรง)* ความบาน; *(of figure, of face)* *(รูปร่าง, ใบหน้า)* ความอวบอิ่ม; **a feeling of ~:** ความรู้สึกอิ่ม; **in the ~ of time** *(literary)* ในช่วงเวลาที่เหมาะสม หรือ ที่กำหนดไว้

full: ~-page *adj.* เต็มหน้า; **~ pitch** ➡ **~ toss**; **~ 'play** *n.* **give sth. ~ play** ให้ *ส.น.* ดำเนินไปโดยเต็มที่; **give sb. ~ play** ให้อำนาจ *ค.น.* อย่างเต็มที่; **~ 'point** *n.* จุดมหัพภาค; **~ pro'fessor** *n.* ศาสตราจารย์; **~-scale** *adj.* Ⓐ ซึ่งมีขนาดเท่าของจริง; Ⓑ *(การตรวจสอบ, การโฆษณา)* เต็มที่; **a ~-scale war/novel** มหาสงคราม/นวนิยายขนาดยาว; **~ 'score** *n. (Mus.)* โน้ตรวมของนักดนตรีทุกชิ้นร้องในวง; **~-size, ~-sized** *adjs.* Ⓐ *(standard-size)* โตเต็มที่; **~-size trees** ต้นไม้ที่โตเต็มที่; **~-size bottle** ขวดใหญ่; Ⓑ *(not scaled down)* เท่าจริง; **~-size portrait** ภาพวาดเท่าจริง; **~ 'stop** *n.* Ⓐ จุดมหัพภาค; Ⓑ *(fig. coll.)* **come to a ~ stop** มาถึงจุดสิ้นสุด หรือ หยุดชะงัก; **I'm not going, ~ stop** อย่างไรฉันก็ไม่ไปแล้ว เป็นอันจบกัน; **~'time** ❶ *adv.* *(ทำงาน)* อย่างเต็มเวลา ❷ *n. (Sport)* การหมดเวลา *(ฟุตบอล)*; **~ time** *adj.* *(งาน)* เต็มวัน; **sb. is ~-time** *ค.น.* ทำงานเต็มเวลา; **~-time teacher** ครูสอนเต็มเวลา; **this is a ~-time job** *(fig.)* งานนี้ทำเต็มเวลา; **~-'timer** *n.* คนที่ทำงานเต็มเวลา; **become a ~-timer** กลายเป็นพนักงานเต็มเวลา; **~ 'toss** *(Cricket) n.* ลูกบอลที่ส่งให้คนตีลูกโดยไม่กระทบพื้น

fully /'fʊlɪ/'ฟุลลิ/ *adv.* Ⓐ อย่างเต็มที่; *(ปิด)* สนิท; *(อธิบาย)* อย่างละเอียด; **~ convinced** เชื่ออย่างเต็มที่; Ⓑ *(at least)* อย่างน้อย; **~ two hours** อย่างน้อยสองชั่วโมง; **~ three weeks ago** อย่างน้อยสามอาทิตย์มาแล้ว

fully: ~-fledged *attrib. adj.* *(นก)* ที่มีขนเต็ม; *(fig.)* พัฒนาเต็มที่; **~-qualified** *attrib. adj.* มีคุณสมบัติครบถ้วน

fulmar /'fʊlmə(r)/'ฟุลเมอะ(ร)/ *n. (Ornith.)* นกนางแอ่นทะเลเหนือชนิดหนึ่ง

fulminate /'fʌlmɪneɪt, US 'fʊl-/'ฟัลมิเนท, 'ฟุล-/ *v.i. (protest)* **~ against sb./sth.** วิจารณ์ *ค.น./ส.น.* อย่างเต็มที่

fulsome /'fʊlsəm/'ฟุลเซิม/ *adj.* *(การชื่นชม)* มากจนเกินควร; *(คำยกยอ)* น่าคลื่นไส้, ไม่จริงใจ

fulsomely /'fʊlsəmlɪ/'ฟุลเซิมลิ/ *adv.* อย่างมากมายเกินควร

fumble /'fʌmbl/'ฟัมบ'ล/ ❶ *v.i.* **~ at** *or* **with** คลำหา/ค้นสะเปะสะปะ; **~ with one's papers** เงอะงะหาเอกสารของตน; **~ in one's pockets for sth.** คลำหา *ส.น.* ในกระเป๋าเสื้อผ้าของตน; **~ for the light switch** คลำหาสวิตช์ไฟ; **~ [about** *or* **around] in the dark** เดินสะเปะสะปะในความมืด; **~ [about] for the right words** *(fig.)* พยายามหาคำที่เหมาะสม ❷ *v.t.* Ⓐ พยายามจับอย่างซุ่มซ่ามเงอะงะ; Ⓑ *(Games)* ปล่อย *(ลูกบอล)* หลุดมือ

fume /fju:m/'ฟิวมฺ/ ❶ *n.* Ⓐ *in pl. (from car exhaust)* ไอเสีย; **petrol/ammonia ~s** ไอน้ำมัน/ไอระเหยของแอมโมเนีย; **~s of wine/whisky** กลิ่นไวน์/วิสกี้; **cigarette/cigar ~s:** ควันบุหรี่; Ⓑ *(fit of anger)* **be in a ~:** อยู่ในอารมณ์พลุ่งพล่านด้วยความโกรธ ❷ *v.i.* Ⓐ *(เตา, ไฟ)* พ่นควัน, รมควัน; Ⓑ *(be angry)* โกรธ, บันดาลโทสะ; **~ at** *or* **over sb.** บันดาลโทสะใส่ *ค.น.*; **~ at** *or* **over** *or* **about sth.** บันดาลโทสะเกี่ยวกับ *ส.น.* ❸ *v.t.* **~d oak** ไม้โอ๊ครมควัน

fumigate /'fju:mɪgeɪt/'ฟิวมิเกท/ *v.t.* Ⓐ ฆ่าเชื้อด้วยการรมควัน; Ⓑ *(apply fumes to)* รมควัน

fumigation /fju:mɪ'geɪʃn/ฟิวมิ'เกช'น/ *n.* ➡ **fumigate:** การรมควันเพื่อฆ่าเชื้อ

fun /fʌn/ฟัน/ ❶ *n.* ความสนุกสนาน; **be half the ~:** ก็มันตรงนั้นไง; **have ~ doing sth.** สนุกกับการทำ *ส.น.*; **I/we had great ~ playing with the dog** ฉัน/เราเล่นกับสุนัขสนุกมาก; **have ~!** ขอให้สนุก; **[are you] having ~?** *(iron.)* สนุกมั้ยละ; **we'll have great ~:** เราจะสนุกสุด ๆ เลย; **I was just having a bit of ~:** ฉันเพียงแค่เล่นสนุก ๆ เท่านั้นแหละ; **be full of ~:** เต็มไปด้วยความสนุกสนาน; **make ~ of** *or* **poke ~ at sb./sth.** เล่นตลก/หยอกล้อ *ค.น./ส.น.*; **in ~:** เพื่อความสนุกสนาน, เป็นเรื่องตลก; **the things he said were only in ~:** เขาแค่พูดเล่นเอง; **for ~, for the ~ of it** เพื่อความสนุกสนาน; **what ~!** ตลกจัง, สนุกจัง; **spoil the** *or* **sb.'s ~:** ทำลายความสนุกของ *ค.น.*; **sounds like ~!** ฟังดูสนุกแฮะ; **like ~** *(very much)* เป็นว่าเล่น; *(iron.: not at all)* ไม่มีทาง; **sth. is [good** *or* **great/no] ~:** *ส.น.* สนุก [มาก/ไม่สนุกเลย]; **he is [good** *or* **great] ~ to have at a party** งานเลี้ยงจะสนุกมากถ้ามีเขา; **sb. is [great] ~/no ~ to be with** *ค.น.* อยู่ด้วยแล้วสนุกมาก/ไม่สนุกเลย; **it's no ~ being unemployed** ไม่สนุกเลยที่ไม่มีงานทำ; **~ and games** *(coll.)* ความสนุกสนานเฮฮา; **we had the usual ~ and games with him** *(iron.: trouble)* พวกเรามีปัญหากับเขาเหมือนเคยแหละ; **enjoy** *or* **have the ~ of the fair** *(fig.)* มีความสนุกสนาน; ➡ + **figure** 1 D ❷ *adj. (coll.)* สนุก, รื่นเริง; **have a ~ time at a party** มีความสนุกสนานที่งานเลี้ยง

function /'fʌŋkʃn/'ฟังคฺช'น/ ❶ *n.* Ⓐ *(role)* ตำแหน่งหน้าที่; **in his ~ as surgeon** ในฐานะศัลยแพทย์; Ⓑ *(mode of action)* ภารกิจ, หน้าที่; Ⓒ *(formal event)* งานพิธี; *(reception)* งานเลี้ยง; *(official ceremony)* พิธีเป็นทางการ; Ⓓ *(Math.)* จำนวนในพีชคณิตซึ่งขึ้นอยู่กับจำนวนอื่น; *(Computing)* ฟังก์ชั่น *(ท.ศ.)*; **~ key** แป้นกำหนดหน้าที่ ❷ *v.i.* *(เครื่องจักร, เครื่องยนต์)* ทำงาน; *(อวัยวะ)* ปฏิบัติหน้าที่; **~ as** *(have the ~ of)* มีหน้าที่เป็น; *(serve as)* ปฏิบัติหน้าที่เป็น; **I just don't ~ early in the morning** *(coll.)* ตอนช่วงเช้าฉันจะทำงานไม่มีประสิทธิภาพเท่าที่ควร

functional /'fʌŋkʃənl/'ฟังคฺเชิน'ล/ *adj.* Ⓐ *(useful, practical)* มีประโยชน์, ใช้ได้; **~ building** ตึกที่ใช้การได้ดี; Ⓑ *(working)* ใช้การได้; **be ~ again** ใช้การได้อีกครั้ง; Ⓒ *(Physiol.)* **~ disease** โรคที่เกี่ยวกับการเสื่อมสมรรถภาพของอวัยวะ

functionalism /'fʌŋkʃənəlɪzəm/'ฟังคฺเชอะเนอะลิเซิม/ *n.* ความเชื่อหรือการให้ความสำคัญกับประโยชน์ใช้สอยของวัตถุ

functionally /'fʌŋkʃənəlɪ/'ฟังคฺเชอะเนอะลิ/ *adv.* ตามหน้าที่

functionary /'fʌŋkʃənərɪ, US -nerɪ/ฟังคฺเชอะเนอะริ, -เนะริ/ *n.* เจ้าหน้าที่, พนักงานประกอบพิธีการ

function: ~ key *n. (Computing)* แป้นกำหนดหน้าที่; **~ word** *n.* คำหน้าที่

fund /fʌnd/ฟันดฺ/ ❶ *n.* Ⓐ *(collection of money)* กองทุน; Ⓑ *(fig.: stock, store)* คลัง (**of** ของ); Ⓒ *in pl. (resources)* แหล่งทุน; **public ~s** แหล่งทุนจากรัฐบาล; **be in ~s** มีเงินจับจ่าย; **be pressed for** *or* **short of ~s** อยู่ในภาวะเงินขาดมือ ❷ *v.t.* Ⓐ สนับสนุนอุปการะด้านการเงิน; Ⓑ *(invest)* ลงทุน

fundamental /fʌndə'mentl/ฟันเดอะ'เม็นท'ล/ ❶ *adj.* Ⓐ *(ความแตกต่าง)* หลัก; *(ความหมาย)* ปฐม; *(ความต้องการ)* พื้นฐาน; **~ education** การศึกษาขั้นพื้นฐาน; *(primary, original)* มูลฐาน, เป็นแหล่งแรกเริ่ม; *(Buddhism)* **~ precepts** ปาฏิโมกข์; Ⓑ *(Mus.)* **~ note** โน้ตเสียงต่ำสุดของคอร์ดใดคอร์ดหนึ่ง; **~ tone** เสียงที่เกิดจากการสั่นสะเทือนของเสียงก้อง ❷ *n.* Ⓐ *in pl.* กฎ, หลักการพื้นฐาน; Ⓑ *(Mus.)* โน้ตเพลงหรือเสียงชั้นต้น

fundamentalism /fʌndə'mentəlɪzəm/ฟันเดอะ'เม็นเทอะลิเซิม/ *n.* การเคร่งครัดในกฎดั้งเดิมของศาสนา

fundamentalist /fʌndə'mentəlɪst/ฟันเดอะ'เม็นเทอะลิซทฺ/ *n.* ผู้ที่เชื่อถือลัทธิดั้งเดิมของศาสนาใด ๆ

fundamentally /fʌndə'mentəlɪ/ฟันเดอะ'เม็นเทอะลิ/ *adj.* โดยหลักการ, โดยพื้นฐาน; **I am ~ opposed to this** โดยหลักการฉันไม่เห็นด้วยกับสิ่งนี้; **man is ~ good/evil** มนุษย์นั้นดี/เลวโดยพื้นฐาน

fundamental 'particle ➡ **elementary particle**

fund: ~holder *n. (Brit.)* แพทย์ในสังกัดกระทรวงสาธารณสุข ซึ่งสามารถคุมงบประมาณของคลินิกได้เอง; **~holding** *(Brit.)* ❶ *adj.* **~ practitioner** แพทย์ที่มีเอกภาพในการบริหารการเงินคลินิก; **~ practice** คลินิกที่บริหารโดยแพทย์ตามวิธีดังกล่าว ❷ *n.* อิสรภาพในการบริหารงบประมาณ

funding /'fʌndɪŋ/'ฟันดิง/ *n., no pl., no indef. art.* Ⓐ *(providing funds)* การให้เงินทุน; Ⓑ *(resources)* เงินทุนที่หามาได้

fund: ~ manager *n.* ผู้บริหารเงินทุน/รวมทั้งหุ้น; **~-raiser** /'fʌndreɪzə(r)/'ฟันดฺเรเซอะ(ร)/ *n.* Ⓐ *(person)* ผู้หาทุน; Ⓑ *(event)* งานหาทุน; **~-raising** /'fʌndreɪzɪŋ/'ฟันดฺเรซิง/ *n., no pl.* การหาทุน; *attrib.* *(งาน, กิจกรรม)* หาทุน

funeral /'fju:nərl/'ฟิวเนอระ'ล/ *n.* Ⓐ งานศพ, พิธีฝังศพ; Ⓑ *(procession)* ขบวนแห่ศพ; Ⓒ *attrib.* **~ director** ➤ 489 สัปเหร่อ; **~ home** *(Amer.)* *or* **parlour** สถานที่เตรียมศพสำหรับพิธีฝังหรือเผา; **~ march** การเดินแห่ศพ; **~ procession** ขบวนแห่ศพ; **~ service** งานศพ; **~ pile** *or* **pyre** กองฟืนสำหรับเผาศพ; **~ expenses** ค่าใช้จ่ายงานศพ; Ⓓ *(coll.: one's concern)* **that's his/not my ~:** นั่นเป็นเรื่องของเขา/ไม่ใช่เรื่องของฉัน; Ⓔ *(Amer.: service)* งานศพ; **preach sb.'s ~:** กล่าวคำไว้อาลัยในงานศพ *ค.น.*

funereal /ˈfjuːnɪərɪəl/ˈฟิวเนียเรียล/ *adj.* Ⓐ *(of funeral)* เกี่ยวกับงานศพ; Ⓑ *(gloomy)* มืดครึ้ม, น่าสะพรึงกลัว, เศร้าสร้อย; ~ **voice** เสียงน่าสะพรึงกลัว; ~ **expression** สีหน้าเศร้าโศก; ~ **pace** จังหวะที่เชื่องช้า

'funfair *n. (Brit.)* งานรื่นเริงที่ประกอบด้วยเครื่องเล่นและเกมต่าง ๆ, งานวัด

fungal /ˈfʌŋgl/ˈฟังกฺ'ล/ ➡ **fungous**

fungicide /ˈfʌndʒɪsaɪd/ˈฟังจิซายดฺ/ *n. (Hort.) (Pharm.)* ยาฆ่าเห็ดเชื้อรา

fungous /ˈfʌŋgəs/ˈฟังเกิซ/ *adj.* มีคุณสมบัติของเชื้อเห็ดหรือรา; *(Med.)* เกี่ยวกับเชื้อรา; ~ **infection** การติดเชื้อรา

fungus /ˈfʌŋgəs/ˈฟังเกิซ/ *n., pl.* **fungi** /ˈfʌŋgaɪ/ˈฟังกาย/, ˈfʌndʒaɪ/ˈฟังจาย/ *or* **~es** Ⓐ เห็ด, รา; Ⓑ *(Med.)* โรคเชื้อรา; Ⓒ *(disease of fish)* โรคเชื้อราในปลา; Ⓓ *(coll.: beard)* **[face-]~:** เครา

funicular (railway) /fjuːˈnɪkjʊlə(r)/ฟิวˈนิคิวเลอะ(ร)/ *n.* รถราง [ขึ้นเขา] ที่ใช้โซ่เหล็กลาก

funk /fʌŋk/ฟังคฺ/ *(coll.)* ❶ *n.* คนขี้ขลาด, คนตาขาว; **be in/go into a [blue] ~:** ตกอยู่ในความกลัวมาก; **put sb. in a [blue] ~:** ขู่ให้ *ค.น.* ตกใจกลัว ❷ *v.t.* หนี, เลี่ยง; **he ~ed it** เขาเลี่ยงมัน

funky /ˈfʌŋkɪ/ˈฟังคิ/ *adj. (coll.) (ดนตรี)* ในแนวบลูส์

'fun-loving *adj.* รักสนุก

funnel /ˈfʌnl/ˈฟัน'ล/ ❶ *n.* Ⓐ *(cone)* กรวย; Ⓑ *(of ship etc.)* ปล่องไฟ ❷ *v.t. (Brit.)* **-ll-** เพ่งเล็ง *(ความสังเกต, ความหวัง);* ส่งไปในทิศทางใด *(การจราจร)* ❸ *v.i., (Brit.)* **-ll-** *(น้ำ)* ไหลผ่านท่อ; *(ลม)* พัดผ่านช่องแคบ

funnily /ˈfʌnɪlɪ/ˈฟันนิลิ/ *adv.* อย่างแปลก ๆ, อย่างพิลึก ๆ; ~ **enough** แปลกดีนะ

funny /ˈfʌnɪ/ˈฟันนิ/ ❶ *adj.* Ⓐ *(comical)* ตลก, น่าขบขัน; **are you being** *or* **trying to be ~?** คุณพยายามจะตลกหรือ; Ⓑ *(strange)* แปลก; **don't get any ~ ideas** *(coll.)* อย่าคิดอะไรนอกลู่นอกทางล่ะ; **be ~ about money** มีนิสัยแปลก ๆ เรื่องเงินทอง; **that's ~, he's gone** แปลกนะที่เขาหายไปแล้ว; **the ~ thing 'is that ...:** เรื่องที่แปลกก็คือว่า...; **have a ~ feeling that ...:** มีความรู้สึกแปลก ๆ ว่า...; **there's sth. ~ going on here** มีอะไรแปลก ๆ เกิดขึ้นที่นี่; Ⓒ *(coll.: unwell)* **I feel ~:** ฉันรู้สึกไม่ค่อยสบาย; **he's a bit ~ in the head** เขาไม่ค่อยเต็ม ❷ *n. (coll.)* Ⓐ *in pl. (comic section)* การ์ตูนในหนังสือพิมพ์; Ⓑ *(joke)* เรื่องตลก

funny: ~ bone *n. (Anat.)* กระดูกหัวข้อศอก; ~ **business** *n.* Ⓐ *(comic behaviour)* การกระทำตลก; Ⓑ *(coll.: misbehaviour, deception)* พฤติกรรมที่ไม่ดี, การหลอกลวง; **~-face** *n. (joc./coll.)* ไอ้บ๊อง; **~-ha-'ha** *adj. (coll.)* ตลกแบบหัวเราะ; ~ **man** *n.* ตัวตลก, นักแสดงตลก; **~-pe'culiar** *adj. (coll.)* แปลกประหลาด

fur /fɜː(r)/เฟอ(ร)/ ❶ *n.* Ⓐ *(coat of animal)* ขนสัตว์; *(for or as garment)* เสื้อขนสัตว์; **trimmed/lined with ~:** ขลิบ/มีซับในเป็นขนสัตว์; **make the ~ fly** *(fig.)* ทำให้เกิดการทะเลาะเบาะแว้ง; *attrib.* ~ **coat/hat** เสื้อ/หมวกขนสัตว์; ~ **rug** พรมขนสัตว์; Ⓑ *(coating)* สารที่เคลือบ *(ลิ้น, กาน้ำ); (formed by hard water)* ตะกรันที่เกิดจากน้ำกระด้าง; *(in kettle)* ตะกรัน ❷ *v.t.,* **-rr-: hard water will ~ [up] the kettle/pipes** น้ำกระด้างทำให้กาน้ำ/ท่อน้ำมีตะกรันเกาะ ❸ *v.i.,* **-rr-: the kettle has/pipes have ~red [up]** กาน้ำ/ท่อน้ำมีตะกรันเกาะ

furbelow /ˈfɜːbɪləʊ/ˈเฟอบิโล/ *n.* **frills and ~s** *(lit.)* ขอบกระโปรงที่เป็นจีบ; *(fig.)* เครื่องตกแต่งที่ไม่มีค่า

furbish /ˈfɜːbɪʃ/ˈเฟอบิช/ *v.t.* ขัดสี, ขัดให้ขึ้นเงา

furious /ˈfjʊərɪəs/ˈฟิวเรียซ/ *adj. (การพูด, อารมณ์)* โกรธจัด, โมโห; การต่อสู้; *(การทะเลาะ, พายุ)* รุนแรง; **be ~ with sb./at sth.** โมโห *ค.น./ส.น.*; **the fun was fast and ~:** สนุกสนานอย่างเต็มที่

furiously /ˈfjʊərɪəslɪ/ˈฟิวเรียซลิ/ *adv. (ทำงาน, ปั่นจักรยาน)* อย่างเต็มที่; *(ตอบ,พูด)* อย่างรุนแรง

furl /fɜːl/เฟิล/ *v.t.* ม้วนเข้า *(ใบเรือ, ธง);* หุบ *(ร่ม, พัด)*

furlong /ˈfɜːlɒŋ, US -lɔːŋ/ˈเฟอลอง/ *n.* หน่วยวัดความยาวเฟอร์ลอง *(ท.ศ.) (1 เฟอร์ลองเท่ากับ 1/8 ไมล์)*

furlough /ˈfɜːləʊ/ˈเฟอโล/ *n. (Mil.)* การอนุญาตให้ลาพัก; **be/go on ~:** อยู่ในระหว่างลาพัก

furnace /ˈfɜːnɪs/ˈเฟอนิซ/ *n.* เตาอบ; *(blast-~) (smelting ~)* เตาถลุงแร่; *(pottery-kiln)* เตาอบหม้อดิน; **this room is like a ~:** ห้องนี้ *(ร้อน)* อย่างกับเตาอบ

furnish /ˈfɜːnɪʃ/ˈเฟอนิช/ *v.t.* Ⓐ ตกแต่งด้วยเครื่องเรือน; **live in ~ed accommodation** อยู่ในที่พักที่มีเครื่องเรือนพร้อม; **~ing fabrics** ผ้าทำเครื่องเรือน; Ⓑ *(provide, supply)* ให้, จัดหา; **~ sb. with sth.** จัดหา *ส.น.* ให้ *ค.น.*; **the army was ~ed with supplies** กองทัพได้รับการจัดเตรียมเสบียงไว้พร้อม

furnishings /ˈfɜːnɪʃɪŋz/ˈเฟอนิชชิงซฺ/ *n. pl.* อุปกรณ์ตกแต่งบ้าน, เครื่องเรือน; **including ~ and fittings** รวมเครื่องเรือนและเครื่องติดตั้งอื่น ๆ

furniture /ˈfɜːnɪtʃə(r)/ˈเฟอนิเฉอะ(ร)/ *n., no pl.* เครื่องเรือน, เฟอร์นิเจอร์ *(ท.ศ.)*; **piece of ~:** เครื่องเรือนชิ้นหนึ่ง; **the house has hardly any ~:** บ้านแทบจะไม่มีเครื่องเรือนอะไรเลย; **a bed and a chair were all the ~:** เตียงและเก้าอี้คือเครื่องเรือนทั้งหมดที่มี; **be [a] part of the ~** *(fig. coll.)* [คน, สิ่งของ] ที่กลายเป็นส่วนหนึ่งของสถานที่

furniture: ~ beetle *n. เต่าทองพันธุ์ Anobium punctatum ซึ่งตัวอ่อนไชเข้าไปในเนื้อไม้;* ~ **polish** *n.* น้ำยาเช็ดเครื่องเรือน; ~ **van** *n.* รถขนเครื่องเรือน

furore /fjʊəˈrɔːrɪ/ฟิวˈรอริ/ *n. (Amer.:* **furor**) *n.* **create** *or* **cause a ~:** สร้างความโวยวาย; **when the ~ died down** เมื่อเรื่องราวเงียบลง

furred /fɜːd/เฟิด/ *adj. (ลิ้น)* เป็นฝ้า

furrier /ˈfʌrɪə(r)/ˈเฟอเรีย(ร)/ *n.* ➤ 489 *(dresser)* คนเตรียมขนสัตว์; *(dealer)* ผู้จำหน่ายเสื้อผ้าขนสัตว์

furrow /ˈfʌrəʊ/ˈเฟอโร/ ❶ *n. (lit. or fig.)* ร่อง; **cut a ~ through the waves** *(เรือ)* ฝ่าคลื่น; ➡ + **plough** 2 C. ❷ *v.t.* Ⓐ *(plough)* ไถนา; Ⓑ *(make ~s in)* ทำให้เป็นร่อง; Ⓒ *(mark with wrinkles)* **~ed face** ใบหน้าที่มีรอยย่น

furry /ˈfɜːrɪ/ˈเฟอริ/ *adj.* มีขนคล้ายขนสัตว์, เป็นขนสัตว์; *(ลิ้น)* เป็นฝ้า; ~ **animal** *(toy)* ตุ๊กตาที่เป็นสัตว์ขนปุย; **it has a ~ feel** จับและนุ่มเหมือนขนสัตว์

further /ˈfɜːðə(r)/ˈเฟอเทอะ(ร)/ ❶ *adj. compar. of* **far** Ⓐ ➤ **263** *(of two) (อัน)* โน้น; *(in space)* ไกลกว่า, ห่างออกไป; **on the ~ bank of the river/side of town** บนอีกฝั่งหนึ่งของแม่น้ำ/อยู่อีกฟากของเมือง; Ⓑ *(additional)* ที่เพิ่มเติม, อีก, อื่น ๆ; **till ~ notice/orders** จนกว่าจะมีประกาศ/คำสั่งอื่น; **I could eat this until ~ orders** *(fig. joc.)* ฉันกินสิ่งนี้ได้ตลอดเลย; **will there be anything ~?** มีอะไรอื่นอีกมั้ย; คุณต้องการอะไรเพิ่มเติมไหม; ~ **details** *or* **particulars** รายละเอียด *หรือ* รายการเพิ่มเติม ❷ *adv. compar. of* **far** Ⓐ ไกลกว่า; **before it goes any ~:** ก่อนที่จะไปไกลกว่านี้ *หรือ* ก่อนที่เรื่องจะบานปลาย; **not let it go any ~:** ไม่ให้ไปไกลกว่านี้; **one could go ~ and fare worse** สิ่งต่าง ๆ สามารถแย่กว่านี้ได้; **he never got ~ than secondary school** เขาไม่ได้เรียนมากไปกว่ามัธยมปลาย; **until you hear ~ from us** จนกว่าคุณจะได้ข่าวเพิ่มเติมจากพวกเรา; **nothing was ~ from his thoughts** เขาไม่ได้คิดอย่างนั้นเลย; Ⓑ *(moreover)* นอกจากนี้; Ⓒ *(euphem.: in hell)* **I'll see you/him** *etc.* **~ first!** ไว้ชาติหน้าตอนบ่าย ๆ ❸ *v.t.* ส่งเสริม; **in order to ~ one's career** เพื่อส่งเสริมอาชีพการงานของตน

furtherance /ˈfɜːðərəns/ˈเฟอเทอะเรินซฺ/ *n., no pl.* ความคืบหน้า, การส่งเสริม; **in ~ of sth.** เพื่อส่งเสริมความคืบหน้าของ *ส.น.*

further edu'cation *n.* การศึกษาต่อ; *(for adults also)* การศึกษาสำหรับผู้ใหญ่

furthermore /fɜːðəˈmɔː(r)/เฟอเทอะˈมอ(ร)/ *adv.* นอกจากนี้

furthermost /ˈfɜːðəməʊst/ˈเฟอเทอะโมซทฺ/ *adj.* ไกลสุด; **to the ~ ends of the earth** จนถึงสุดขอบฟ้า

furthest /ˈfɜːðɪst/ˈเฟอทิซทฺ/ ❶ *adj. superl. of* **far** ไกลที่สุด; **take sb. to ~ Siberia** นำ *ค.น.* ไปไกลจนสุดไซบีเรีย; **to the ~ limits of the kingdom** จนสุดเขตแดนอาณาจักร; **ten miles at the ~:** อย่างไกลที่สุด 10 ไมล์ ❷ *adv. superl. of* **far** อย่างไกลที่สุด

furtive /ˈfɜːtɪv/ˈเฟอทิวฺ/ *adj.* ลับ ๆ ล่อ ๆ, หลบ ๆ ซ่อน ๆ; **the fox is ~ in its movement** สุนัขจิ้งจอกจะเคลื่อนไหวอย่างหลบ ๆ ซ่อน ๆ; **he is a ~ person** เขาเป็นคนลับ ๆ ล่อ ๆ

furtively /ˈfɜːtɪvlɪ/ˈเฟอทิวฺลิ/ *adv.* อย่างลับ ๆ ล่อ ๆ, อย่างหลบ ๆ ซ่อน

fury /ˈfjʊərɪ/ˈฟิวริ/ *n.* Ⓐ ความโกรธจัด, ความกราดเกรี้ยว; **in a ~:** ในอารมณ์โกรธจัด; **in a terrible ~:** ขณะโกรธอย่างรุนแรง; **in a blind ~:** ด้วยความโกรธเป็นฟืนเป็นไฟ; **fly into a/be in a ~:** บันดาลโทสะ; **exposed to the ~ of the elements** เผชิญกับความรุนแรงของสภาพดินฟ้าอากาศ; Ⓑ **like ~** *(coll.)* ด้วยความรุนแรง; Ⓒ **Furies** *(Mythol.) เทพธิดาสามองค์ในเทพนิยายกรีก มีหน้าที่ลงโทษผู้กระทำผิด;* **[avenging] furies** พลังแห่งความเคียดแค้น

furze /fɜːz/เฟิซฺ/ *n. (Brit. Bot.) ไม้พุ่มในสกุล Ulex ดอกเหลืองมีหนามขึ้นตามที่รก*

[1]**fuse** /fjuːz/ฟิวซฺ/ ❶ *v.t.* Ⓐ *(blend)* ผสม; Ⓑ *(melt)* หลอม ❷ *v.i.* Ⓐ *(blend)* **~ together** ผสมผสานกัน; **~ with sth.** *(fig.)* เข้ากันได้ดีกับ *ส.น.*; Ⓑ *(melt)* หลอมตัว

[2]**fuse** ❶ *n.* **[time-]~:** ดินชนวนระเบิดเวลา; ลวดตะกั่ว; **be on a short ~** *(fig.)* ขี้โมโห ❷ *v.t.* **~ a bomb** ใส่ชนวนในระเบิด

[3]**fuse** ❶ *n.* ฟิวส์ไฟฟ้า *(ท.ศ.)* ❷ *v.t.* Ⓐ **~ the lights** ทำให้ฟิวส์ขาด; Ⓑ *(provide with ~)* บรรจุฟิวส์เข้าไปในวงจร *หรือ* เครื่องใช้ไฟฟ้า ❸ *v.i.* **the lights have ~d** ไฟฟ้าดับเพราะฟิวส์ขาด

'fuse box *n. (Electr.)* กล่องใส่ฟิวส์

fuselage /ˈfjuːzəlɑːʒ, -lɪdʒ/ˈฟิวเซอะลาฌ, ˈฟิวเซอะลิจ/ *n. (Aeronaut.)* ลำตัวเครื่องบิน

fusible /'fju:zɪbl/'ฟิวซิบ'ล/ *adj.* หลอมตัว *หรือ* เชื่อมเข้าด้วยกันได้

fusillade /fju:zɪ'leɪd/ฟิวซิ'เลด/ *n.* การระดมยิง, การยิงกระหน่ำ

fusion /'fju:ʒn/'ฟิวฌ'น/ *n.* Ⓐ *(blending)* การผสมเข้าด้วยกัน; *(fig.) (of political groups, enterprises)* การรวมตัวกัน; *(of ideas, ideologies, races)* การผสมผสานกัน; Ⓑ *(melting)* การหลอมตัว; Ⓒ *(Phys.)* การหลอมตัวของอิเล็กตรอน; **nuclear ~** การหลอมนิวเคลียร์

fuss /fʌs/ฟัซ/ ❶ *n.* เรื่องวุ่นวาย, การโวยวาย; **stop this silly ~:** หยุดเรื่องงี่เง่าวุ่นวายนี่เสียที; **~ and bother** ความวุ่นวายน่ารำคาญ; **without any ~:** โดยไม่จู้จี้เลยแม้แต่น้อย; **kick up a ~:** ก่อความวุ่นวาย; **make a ~ [about sth.]** บ่นใหญ่โต [เกี่ยวกับ *ส.น.*]; **make a ~ of** *or* **over** เอาใจ *(ค.น.)* มาก; คอยโอ๋ *(ลูกหมา, เด็กเล็ก)*; **he is made a ~ of** เขาได้รับการเอาใจมาก ❷ *v.i.* จู้จี้; **she is always ~ing over sb./sth.** เธอมักจะจู้จี้จุกจิกกับ *ค.น./ส.น.* เสมอ ❸ *v.t.* **don't ~ me!** อย่ามายุ่งกับฉัน

fussily /'fʌsɪlɪ/'ฟัซซิลลิ/ *adv.* Ⓐ *(bustlingly)* อย่างวุ่นวายเกินเหตุ; Ⓑ *(fastidiously)* อย่างจู้จี้, อย่างพิถีพิถัน; Ⓒ *(with undue detail)* อย่างจุกจิกเกินไป

'fuss-pot *n. (coll.)* **be a ~:** เป็นคนที่จู้จี้; **don't be a ~:** อย่าเป็นคนจู้จี้น่ะ

fussy /'fʌsɪ/'ฟัซซิ/ *adj.* Ⓐ *(bustling)* หาเรื่องยุ่ง, ทำโน่นทำนี่; **don't be so ~!** อย่าคอยหาเรื่องตลอดเวลา; Ⓑ *(fastidious)* จู้จี้, พิถีพิถันเกินไป; **be ~ about one's food** *or* **what one eats** จุกจิกเรื่องอาหารมากเกินไป; **I'm not ~** *(in answer: I don't mind)* อะไรก็ได้; Ⓒ *(full of undue detail)* เต็มไปด้วยรายละเอียดหยุมหยิมเกินไป; *(full of unnecessary decoration)* ประดับประดามากเกินไป

fusty /'fʌstɪ/'ฟัซติ/ *adj.* Ⓐ *(mouldy)* เหม็นอับ; Ⓑ *(stuffy)* อบอ้าว; Ⓒ *(old-fashioned)* คร่ำครึ

futile /'fju:taɪl, US -tl/'ฟิวทายลฺ/ *adj.* *(การพยายาม, การค้นคว้า)* เปล่าประโยชน์; *(แผน, การกระทำ)* ปราศจากเหตุผล

futilely /'fju:taɪllɪ/'ฟิวทายลฺลิ/ *adv.* โดยเปล่าประโยชน์

futility /fju:'tɪlɪtɪ/ฟิว'ทิลลิทิ/ *n., no pl. (of effort, attempt, etc.)* ความเปล่าประโยชน์; *(of plan)* การใช้การไม่ได้; *(of war)* ความไร้เหตุผล

futon /'fu:tɒn/'ฟูทอน/ *n.* ฟูกญี่ปุ่นใช้ปูนอนบนพื้น

future /'fju:tʃə(r)/'ฟิวเฉอะ(ร)/ ❶ *adj.* Ⓐ อนาคต; **at some ~ date** ในวันใดวันหนึ่งในอนาคต; Ⓑ *(Ling.)* ที่เป็นอนาคตกาล; **~ tense** รูปอนาคตของกริยา; ➡ **+ perfect** 1 H; Ⓒ **the ~ life** ชาติหน้า
❷ *n.* Ⓐ อนาคต; **sth. is a thing of the ~:** *ส.น.* เป็นเรื่องของอนาคต; **what will her ~ be?** อนาคตของเธอจะเป็นอย่างไร; **a man with a ~:** ชายหนุ่มที่มีอนาคต; **in ~:** ในอนาคต; **in the distant ~:** ในอนาคตอันยาวไกล; **sth. is still very much in the ~:** *ส.น.* ยังคงอยู่ในอนาคตมาก; **see sb. in the near ~:** จะได้พบ *ค.น.* ในอนาคตอันใกล้; **there's no/little ~ in it** มันไม่มีอนาคต/มีอนาคตน้อยมาก; Ⓑ *(Ling.)* อนาคตกาล; Ⓒ *in pl. (Commerc.)* การซื้อขาย *(สินค้า, หุ้น)* ล่วงหน้า; *(contracts)* สัญญาของการซื้อล่วงหน้า

future 'shock *n.* *การปรับตัวไม่ทันกับความก้าวหน้าอย่างรวดเร็ว*

futurism /'fju:tʃərɪzm/'ฟิวเฉอะริซ'ม/ *n.* *ความเคลื่อนไหวในอิตาลีทางศิลปะ, วรรณคดี, ดนตรีตอนต้นศตวรรษตอนต้นที่ 20 ที่เน้นความก้าวหน้าและความเร็ว*

futuristic /fju:tʃə'rɪstɪk/ฟิวเฉอะ'ริซติค/ *adj.* เหมาะสมสำหรับอนาคต, สมัยใหม่มาก

futurology /fju:tʃə'rɒlədʒɪ/ฟิวเฉอะ'รอเลอะจิ/ *n.* วิชาการทำนายอย่างเป็นระบบโดยดูจาก*สถานการณ์ปัจจุบัน*

fuze *(Amer.)* ➡ ²fuse

fuzz /fʌz/ฟัซ/ *n.* Ⓐ *(fluff)* ขนปุย; Ⓑ *(frizzy hair)* ผมหยิกหยอง; **a ~ of black curls** ผมดัดหยิกหยองสีดำ; Ⓒ *no pl. (sl.) (police)* ตำรวจ

fuzzy /'fʌzɪ/'ฟัซซิ/ *adj.* Ⓐ *(like fuzz)* เป็นปุย; Ⓑ *(frizzy)* หยิกหยอง; Ⓒ *(blurred)* มัว, ไม่ชัด, เลือนๆ; Ⓓ *(Phil.)* **~ logic** ตรรกศาสตร์แบบคลุมเครือ *(ร.บ.)*

fuzzy-wuzzy /'fʌzɪwʌzɪ/'ฟัซซิวัซซิ/ *n. (sl. derog.)* ชาวพื้นเมืองผิวดำ

fwd *abbr.* **forward**

Gg

G, g /dʒiː/จี/ *n., pl.* **Gs** *or* **G's** Ⓐ *(letter)* พยัญชนะตัวที่ 7 ของภาษาอังกฤษ G, g; Ⓑ **G** *(Mus.)* ระดับจี *หรือ* โซ; **G sharp** เสียงโซชาร์ป; **G flat** เสียงจีแฟลต

g. *abbr.* Ⓐ ➤ **1013 gram[s]**; Ⓑ **gravity**

gab /gæb/แกบ/ *(coll.)* ❶ *n.* การพูดพร่ำ, การพูดเร็ว; **have the gift of the ~:** มีพรสวรรค์ในการพูด, พูดเก่ง ❷ *v.i.,* **-bb-** พูดคล่องอย่างน้ำไหลไฟดับ

gabardine /ˈgæbədiːn,-ˈdiːn/ˈแกเบอะดีน, -ˈดีน/ *n.* ผ้าเนื้อหนา, ผ้ากาบาร์ดีน *(ท.ศ.)*; **~ [coat/suit]** เสื้อโค้ทยาว/ชุดสูทตัดจากผ้ากาบาร์ดีน

gabble /ˈgæbl/ˈแกบ'ล/ ❶ *v.i. (inarticulately)* พูดเร็วจนฟังไม่ทัน; *(volubly)* พูดเป็นต่อยหอย ❷ *v.t.* พูดเร็วจนฟังไม่ทัน ❸ *n.* การพูดจ้อเป็นต่อยหอย

gable /ˈgeɪbl/ˈเกบ'ล/ *n.* Ⓐ หน้าจั่ว, หน้าบัน; Ⓑ ➡ **gable-end**

gabled /ˈgeɪbld/ˈเกบ'ลด/ *adj. (หลังคา, บ้าน)* มีหน้าจั่ว

ˈgable end *n.* ผนังที่มีหน้าจั่วอยู่บน

Gabon /gəˈbɒn/เกอะบอน/ *pr. n.* รัฐกาบอง *(ในแอฟริกาตะวันตก)*

¹gad /gæd/แกด/ *int.* **[by] ~!** โอโห

²gad *v.i.,* **-dd-** *(coll.)* **~ about** *or* **around** เที่ยวโต๋เต๋หาความสำราญ; **~ about** *or* **around the country** เที่ยวตะรอน ๆ ไปทั่วประเทศ

ˈgadabout *(coll.) n.* คนที่ชอบหาความสนุกไปเรื่อย ๆ

ˈgadfly *n.* ตัวเหลือบ

gadget /ˈgædʒɪt/ˈแกจิท/ *n.* อุปกรณ์ที่เก๋ไก๋, สิ่งประดิษฐ์สมัยใหม่; *(larger)* เครื่องมือ; **~s** *(derog.: knick-knack)* ของกระจุ๋มกระจิ๋ม

gadgetry /ˈgædʒɪtrɪ/ˈแกจิทริ/ *n., no pl.* เครื่องมือช่างขนาดเล็ก

Gael /geɪl/เกล/ *n. (a Scottish Celt)* ชาวเกลท์พูดภาษาเกลิค

Gaelic /ˈgeɪlɪk, ˈgæ-/ˈเกลิค, ˈแก-/ ❶ *adj.* ➡ **+ English 1** ❷ *n.* ภาษาเกลิค; เกี่ยวกับภาษาเกลิค; ➡ **+ English 2 A**

Gaelic ˈcoffee *n.* กาแฟร้อนผสมกับวิสกี้และครีมข้น

¹gaff /gæf/แกฟ/ ❶ *n.* Ⓐ *(Fishing)* ฉมวก, ตะขอเกี่ยวปลาขนาดใหญ่; *(stick with iron hook)* ฉมวกแทงปลา; Ⓑ *(Naut.)* คานเอียงรองรับเสากระโดงเรือ ❷ *v.t.* แทงปลาด้วยฉมวก

²gaff *n. (coll.)* **blow the ~:** เปิดเผยความลับ, ปากโป้ง; **I'm not going to blow the ~:** ฉันจะไม่เปิดเผยความลับหรอก; **stand the ~ for sth.** ยอมลำบากเพื่อ *ส.น.*

gaffe /gæf/แกฟ/ *n.* ความผิดพลาด, การกระทำผิดกาลเทศะ; **make** *or* **commit a ~:** พูด/ทำอะไรจุดใต้ตำตอ

gaffer /ˈgæfə(r)/ˈแกเฟอะ(ร)/ *n.(coll.)* Ⓐ *(old fellow)* ตาแก่, ผู้เฒ่า; **some old ~:** ตาแก่คนใดคนหนึ่ง; Ⓑ *(Brit.: foreman)* หัวหน้าคนงาน

gaffer tape *n.* เทปยางกันน้ำได้

gag /gæg/แกก/ ❶ *n.* Ⓐ ผ้าปิดปาก; *(Med.)* ผ้าอุดปาก, เครื่องถ่างปาก; Ⓑ *(joke)* การเล่น ❷ *v.t.,* **-gg-** Ⓐ **~ sb.** ปิดปาก *ค.น.*; *(Med.)* เอาผ้าอุดปาก; *(fig.: silence sb.)* ขู่ให้ *ค.น.* ปิดปาก; Ⓑ *(cause to choke or retch)* **~ sb.** เค้นคอ *ค.น.* จนสำลักจะอาเจียน ❸ *v.i.,* **-gg-** Ⓐ พูดตลก; Ⓑ *(choke, retch)* สำลัก, ขยักขย้อน

gaga /ˈgɑːgɑː/ˈกากา/ *adj. (coll.)* บ้า ๆ บอ ๆ; *(senile)* แก่มากจนเลอะเทอะ; **be [a bit] ~:** เลอะเลือนแบบคนแก่; **go ~:** มีอาการบ้า ๆ บอ ๆ; *(senile)* มีอาการเลอะเลือนเพราะความชรา; **she is really ~ about him** เธอหลงรักเขาเป็นบ้าเป็นหลัง

gage /geɪdʒ/เกจ/ *(Amer./Naut.)* ➡ **gauge**

gaggle /ˈgægl/ˈแกก'ล/ *n.* Ⓐ **~ [of geese]** ฝูงห่าน; Ⓑ *(fig.: disorderly group)* กลุ่มที่โกลาหล, กลุ่มที่ส่งเสียงเจี๊ยวจ๊าว

gaiety /ˈgeɪətɪ/ˈเกเออะทิ/ *n., no pl.* Ⓐ ความรื่นเริง, ความสำราญ; Ⓑ *(merrymaking)* การละเล่นสนุกสนาน, มหรสพ

gaily /ˈgeɪlɪ/ˈเกลิ/ *adv.* Ⓐ *(merrily)* อย่างรื่นเริง; Ⓑ *(brightly, showily) (แต่งตัว, ประดับ)* อย่างสดใส, อย่างฉูดฉาด;**~ coloured** มีสีฉูดฉาด, สีสดใส; Ⓒ *(airily, without thinking)* อย่างไม่อนาทรร้อนใจใด ๆ

gain /geɪn/เกน/ ❶ *n.* Ⓐ สิ่งที่เป็นประโยชน์, กำไร; **be to sb.'s ~:** เป็นประโยชน์แก่ *ค.น.*; **ill-gotten ~s** ผลประโยชน์ที่ได้มาอย่างไม่ถูกต้อง; ➡ **+ capital gain;** Ⓑ *(increase)* การเพิ่มขึ้น; **a ~ of ten kilograms in weight** การเพิ่มน้ำหนักสิบกิโลกรัม; **a ~ in efficiency/value** การเพิ่มประสิทธิภาพ/คุณค่า; Ⓒ *(Electronics)* อัตราขยาย

❷ *v.t.* Ⓐ *(obtain)* ได้มา *(ความรู้, เงินทอง)*; สร้าง *(ศัตรู)*; บรรลุ *(เป้าหมาย)*; ได้ *(เปรียบ, แต้ม)*; **~ possession of sth.** ได้เป็นเจ้าของ *ส.น.*, ครอบครอง *ส.น.*; **~ nothing** ไม่บรรลุสิ่งใดเลย; **~ time** ยืดเวลา, ประวิงเวลา; Ⓑ *(win)* ได้ชัยชนะ; Ⓒ *(obtain as increase)* **~ weight/five pounds [in weight]** น้ำหนักเพิ่มขึ้น/น้ำหนักเพิ่มขึ้นห้าปอนด์; **~ speed** เร็วขึ้น, เพิ่มความเร็ว; **~ momentum** มีความก้าวหน้าอยู่ตัวแล้ว, มีแรงกระตุ้นก้าวไกล; Ⓓ *(reach)* มาถึง *(ด้วยความเพียรพยายาม)*; Ⓔ *(become fast by)* นาฬิกาเร็วไป; ➡ **+ ¹ground 1 B; upper 1 A**

❸ *v.i.* Ⓐ *(make a profit)* **~ by sth.** ได้ประโยชน์เพราะ *ส.น.*; ได้กำไรจาก *ส.น.*; Ⓑ *(obtain increase)* **~ in influence/prestige** มีอิทธิพล/บารมี, ศักดิ์ศรีมากขึ้น; **~ in health/speed/wealth/wisdom** สุขภาพดีขึ้น/เร่งความเร็วเพิ่มขึ้น/ร่ำรวยขึ้น/ฉลาดขึ้น; **~ in knowledge** มีความรู้เพิ่มขึ้น; **~ in weight** น้ำหนักเพิ่มขึ้น; Ⓒ *(be improved)* คืบหน้า, ก้าวหน้า; **~ by comparison** เป็นฝ่ายได้เปรียบเวลามีการเปรียบเทียบ; Ⓓ *(become fast) (นาฬิกา)* เดินเร็ว; Ⓔ **~ [up]on sb.** *(come closer)* เข้าใกล้ *ค.น. (คู่แข่ง)* มากขึ้น; *(increase lead)* นำ *ค.น. (ที่เป็นคู่แข่ง)* ทิ้งห่างออกไปอีก

gainful /ˈgeɪnfl/ˈเกนฟ'ล/ *adj.* มีกำไร, ได้ผลประโยชน์, มีประโยชน์; *(profitable)* นำผลประโยชน์/กำไรมาให้; **~ employment** งานที่ทำเงินให้

gainfully /ˈgeɪnfəlɪ/ˈเกนเฟอะลิ/ *adv.* **~ employed** ทำงานโดยได้รับเงินเป็นกอบเป็นกำ

gainsay /geɪnˈseɪ/เกนˈเซ/ *v.t.,* **gainsaid** /geɪnˈseɪd, geɪnˈsed/เกนˈเซด, เกนˈเซ็ด/ *(arch./literary)* คัดค้าน, โต้แย้ง

gait /geɪt/เกท/ *n.* Ⓐ ท่าเดิน, ท่าย่างก้าว; **with a slow ~:** ท่วงท่าย่างก้าวช้า ๆ; Ⓑ *(of horse)* ท่าย่างก้าวของม้า

gaiter /ˈgeɪtə(r)/ˈเกเทอะ(ร)/ *n.* Ⓐ สนับแข้ง, ผ้าพันแข้ง; Ⓑ *(Amer.)* ➡ **galosh**

gal /gæl/แกล/ *n. (coll.)* หญิงสาว; **you're a nice ~:** คุณเป็นกุลสตรี

gal. *abbr.* ➤ **998 gallon[s]** แกลลอน *(ท.ศ.)*

gala /ˈgɑːlə/ˈกาเลอะ/ *n.* Ⓐ งานรื่นเริงในโอกาสพิเศษ, งานรื่นเริงหรูหรา; Ⓑ *(Brit.: sports festival)* เทศกาลแข่งขันกีฬา; **swimming ~:** เทศกาลแข่งขันว่ายน้ำ

galactic /gəˈlæktɪk/เกอะˈแลคทิค/ *adj. (of a galaxy)* ของระบบดวงดาวในอวกาศ; *(of the Galaxy)* ของทางช้างเผือก

Galahad /ˈgæləhæd/ˈแกเลอะแฮด/ *n.* *อัศวินผู้กล้าหาญในราชสำนักของพระเจ้าอาร์เธอร์; บุคคลผู้บริสุทธิ์ล้ำเลิศพอจะเปรียบได้กับอัศวินผู้นี้*

galantine /ˈgæləntiːn/ˈแกเลินทีน/ *n. (Cookery)* *เนื้อ ไก่ หรือปลา อัดและแช่เย็นในเยลลี่*

galaxy /ˈgæləksɪ/ˈแกเลิคซิ/ *n.* Ⓐ *(Milky Way)* **the G~:** *(Astron.)* ทางช้างเผือก; Ⓑ *(independent system of stars)* ดาราจักร; Ⓒ *(fig.: outstanding group)* กลุ่มบุคคลที่สะดุดตา, กลุ่มที่โดดเด่น

gale /geɪl/เกล/ *n.* Ⓐ พายุ; **it's blowing a ~ outside** ข้างนอกมีพายุ; **~ force** แรงพายุ; **~ warning** การเตือนว่าจะมีพายุ; Ⓑ *(fig.: outburst)* การระเบิดออกมา; **~s of laughter** การระเบิดเสียงหัวเราะ

¹Galicia /gəˈlɪʃə/เกอะˈลิเชอะ/ *pr. n. (in Spain)* กาลิเซีย *(ประเทศเก่าประเทศหนึ่งทางใต้ของฝรั่งเศสเป็นดินแดนของสเปน)*

²Galicia *pr. n. (in SW Poland and W. Russia)* มณฑลกาลิเซีย *(ดินแดนส่วนหนึ่งของโปแลนด์และยูเครน)*

Galilee /ˈgælɪliː/ˈแกลิลี/ *pr. n.* ท้องถิ่นแกลิลีในปาเลสไตน์; **Sea of ~:** ทะเลสาบในอิสราเอลตอนเหนือ

¹gall /gɔːl/กอล/ *n.* Ⓐ *(Physiol.)* น้ำดี; Ⓑ *(fig.: bitterness)* ความขมขื่น; **be ~ and wormwood** รู้สึกแค้นอย่างใหญ่หลวง; Ⓒ *(impudence)* ความทะลึ่ง, ความอหังการ, กวนตีน

²gall ❶ *n. (sore)* แผลจากการถูไถ/เสียดสี ❷ *v.t. (fig.) (annoy)* ทำให้ขุ่นใจ, กวนโทสะ; *(vex)* รบกวน, ทำให้รำคาญ; **be ~ed by sth.** รู้สึกโกรธจาก *ส.น.*

³gall ➡ **gall nut**

g

gallant /ˈgælənt/ˈแกเลินทฺ/ ❶ *adj.* Ⓐ *(brave)* กล้าหาญ; *(chivalrous)* กล้าหาญเยี่ยงอัศวิน; Ⓑ *(grand, stately)* สง่า, สง่างาม; Ⓒ *(attentive to women, amatory)* มีท่าทีเอาใจผู้หญิง, เจ้าชู้; **say ~ things** พูดเอาใจ ❷ *n. (dated: ladies' man)* สุภาพบุรุษผู้เอาใจสตรีเก่ง, ชายผู้ชอบให้มีผู้หญิงแวดล้อม

gallantly /ˈgæləntlɪ/ˈแกเลินทฺลิ/ *adv.* Ⓐ *(bravely)* อย่างกล้าหาญ; Ⓑ *(grandly)* อย่างสง่างาม; Ⓒ *(with courtesy)* อย่างสุภาพอ่อนโยน, อย่างมีมารยาท

gallantry /ˈgæləntrɪ/ˈแกเลินทริ/ *n.* Ⓐ *(bravery)* ความกล้าหาญ; Ⓑ *(courtliness, polite act or speech)* ความสุภาพ, กิริยาหรือคำพูดที่สุภาพ

ˈgall bladder *n.* ➤ **118** *(Anat.)* ถุงน้ำดี

galleon /ˈgælɪən/ˈแกเลียน/ *n. (Hist.) เรือที่ชาวสเปนใช้ในระหว่างศตวรรษที่สิบห้าถึงสิบเจ็ด*

gallery /ˈgælərɪ/ˈแกเลอริ/ *n.* Ⓐ ระเบียง, ดาดฟ้า, ทางเดินมีหลังคา; ➡ **+ shooting gallery**; Ⓑ *(Theatre) อัฒจันทร์สูงสุดและราคาถูกที่สุดในโรงละคร; (esp. Golf: group of spectators)* กลุ่มผู้ชมการแข่งขัน; **play to the ~** *(fig. coll.)* ทุ่มเต็มที่เพื่อให้ถึงใจพระเดชพระคุณ/เพื่อเอาใจตลาด; Ⓒ *(displaying works of art) (building)* หอศิลป์; *(room)* ห้องแสดงนิทรรศการ, ห้องแสดงศิลปวัตถุ; Ⓓ *(Mining)* อุโมงค์

ˈgallery tray *n.* ถาดที่เป็นชั้น ๆ ไล่ระดับกันลงมา *เช่น ถาดวางขนมเค้กแต่งงาน*

galley /ˈgælɪ/ˈแกลิ/ *n.* Ⓐ *(Hist.) เรือโบราณในสมัยกรีกและโรมัน มีทั้งใบและพาย;* Ⓑ *(kitchen) (of ship, of aircraft)* ห้องครัว; Ⓒ *(Printing)* รางสำหรับวางตัวพิมพ์; **~ [proof]** ใบตรวจคำผิดก่อนการจัดหน้า

ˈgalley slave *n. ทาสที่ใช้เป็นฝีพายในสมัยโบราณ; (fig.)* คนที่ถูกใช้ให้ทำงานหนักน่าเบื่อหน่าย

Gallic /ˈgælɪk/ˈแกลิค/ *adj.* Ⓐ *(of the Gauls)* เกี่ยวกับฝรั่งเศสโบราณ; Ⓑ *(often joc.: French) (ภาษา, วัฒนธรรม)* ฝรั่งเศส

Gallicism /ˈgælɪsɪzəm/ˈแกเลอะซิเซิม/ *n.* Ⓐ *(word or idiom)* สำนวนโวหารที่ยืมมาจากภาษาฝรั่งเศส; Ⓑ *(characteristic)* มีลักษณะเป็นฝรั่งเศส

galling /ˈgɔːlɪŋ/ˈกอลิง/ *adj.* ทำให้แค้นใจอย่างยิ่ง, น่ารำคาญอย่างยิ่ง

gallivant /gælɪˈvænt/แกลิˈแวนทฺ/ *v.i. (coll.)* เที่ยวเตร่, เที่ยวตะลอน ๆ; **~ about** *or* **around the country/Europe** เที่ยวตะลอน ๆ ไปทั่วประเทศ/ทั่วยุโรป

ˈgall nut *n. (Bot.) ส่วนของต้นไม้ที่งอกผิดปกติเนื่องจากถูกแมลงกัดกินหรือถูกเชื้อราทำลาย*

gallon /ˈgælən/ˈแกเลิน/ *n.* ➤ **998** แกลลอน *(ท.ศ.)* หน่วยตวงของเหลว; **[imperial] ~** *(Brit.)* เท่ากับ 4.5461 ลิตร; **wine ~** *(Brit.)*, **~** *(Amer.)* เท่ากับ 3.7851 ลิตร; **drink ~s of water** *etc. (fig. coll.)* ดื่มน้ำมากมาย

galloon /gəˈluːn/เกอะˈลูน/ *n.* สายประดับเครื่องแบบ

gallop /ˈgæləp/ˈแกเลิพ/ ❶ *n.* Ⓐ การวิ่งห้อ; **at a ~/at full ~:** วิ่งห้อ, วิ่งควบ; Ⓑ *(ride)* การควบม้าห้อเหยียดเต็มฝีเท้า; Ⓒ *(track)* ลู่วิ่งแข่งม้า ❷ *v.i.* Ⓐ ควบม้า; Ⓑ *(fig.)* **~ through** อ่านผ่าน, รีบอ่าน; ท่องรวดเดียวจบ; ทำงานเสร็จอย่างรวดเร็ว; **~ing consumption/inflation** *(fig.)* การระบาดของโรคปอดบวม/ภาวะเงินเฟ้อที่พุ่งกระฉูด

gallows /ˈgæləʊz/ˈแกโลซฺ/ *n. sing.* ตะแลงแกง, ที่แขวนคอนักโทษ; **be sent to the ~:** ถูกตัดสินให้ประหารชีวิตโดยการแขวนคอ

gallows: ~-bird *n.* บุคคลที่สมควรจะถูกแขวนคอ; **~ humour** *n.* เรื่องตลกเกี่ยวกับสิ่งที่ไม่น่ายินดี

ˈgallstone /ˈgɔːlstəʊn/ˈกอลซโตน/ *n.* ➤ **453** *(Med.)* ก้อนนิ่ว

Gallup poll ® /ˈgæləp pəʊl/ˈแกเลิพโพล/ *n.* การสำรวจประชามติโดยเฉพาะในด้านการเมือง

galop /ˈgæləp/ˈแกเลิพ/ *n. (Mus.)* ดนตรีประกอบการเต้นรำที่มีชีวิตชีวา

galore /gəˈlɔː(r)/เกอะˈลอ(ร)/ *adv.* เหลือเฟือ, ล้นเหลือ

galosh /gəˈlɒʃ/เกอะˈลาช/ *n. รองเท้ายางสวมทับรองเท้าธรรมดาเพื่อกันเปียก*

galumph /gəˈlʌmf/เกอะˈลัมฟฺ/ *v.i. (coll.)* Ⓐ *(in triumph)* กระโดดโลดเต้นเพื่อฉลองชัยชนะ; Ⓑ *(noisily, clumsily)* กระโดกกระเดก, เดินโครมครามเป็นม้าดีดกะโหลก

galvanic /gælˈvænɪk/แกลˈแวนิค/ *adj. (fig.) (sudden, remarkable)* ราวกับไฟฟ้า, ไวเหมือนไฟฟ้าแล่น *(ปฏิกิริยาตอบรับทันที); (stimulating, full of energy)* กระตุ้นใจ

galvanize, galvanise /ˈgælvənaɪz/ˈแกลเวอะนายซฺ/ *v.t.* Ⓐ *(fig.: rouse)* กระตุ้น, ปลุกใจ; **~ sb. into action/activity** กระตุ้นให้ *ค.น.* กระวีกระวาดขมีขมัน; **~ sb. into life** ทำให้ *ค.น.* มีชีวิตชีวากระฉับกระเฉง; Ⓑ *(coat with zinc)* ชุบสังกะสีเพื่อไม่ให้เหล็กเป็นสนิม

Gambia /ˈgæmbɪə/ˈแกมเบีย/ *pr. n.* ประเทศแกมเบีย *(ในทวีปแอฟริกาตอนตะวันตก)*

gambit /ˈgæmbɪt/ˈแกมบิท/ *n. (Chess)* การอ่อนข้อให้ในเกมหมากรุก; *(fig.: trick, device)* อุบาย, ยุทธวิธี; **[opening] ~** *(fig.)* การเตรียมกลเม็ดเด็ดพรายไว้อย่างดี; *(in a conversation)* การวางหมากในการอภิปราย; **conversational ~** *(fig.)* การเปิดกลยุทธในการพูด, คำพูดเกริ่นนำในการสนทนา

gamble /ˈgæmbl/ˈแกมบ'ล/ ❶ *v.i.* Ⓐ พนัน, เสี่ยงโชค, เล่นการพนัน; **~ at cards/on horses** ในการพนันเล่นไพ่/เล่นม้า; Ⓑ *(fig.)* เสี่ยงโชค; **~ on the Stock Exchange/in oil shares** เสี่ยงโชคโดยการเล่นหุ้น/เล่นแชร์น้ำมัน; **~ on sth.** วาดฝัน *ส.น.* ไว้ ❷ *v.t.* Ⓐ เล่นการพนัน; **~ money on horses** เอาเงินไปแทงม้า; Ⓑ *(fig.)* เสี่ยงโชค ❸ *n. (lit. or fig.)* การเสี่ยงโชค, การพนัน; **he likes the occasional ~:** เขาชอบการเสี่ยงโชคเป็นบางครั้งบางคราว; **take a ~:** ลองเสี่ยงโชค

~ aˈway *v.t.* สิ้นเนื้อประดาตัวเพราะการพนัน; *(on the Stock Exchange)* หมดตัวเพราะเล่นหุ้น

gambler /ˈgæmblə(r)/ˈแกมเบลอะ(ร)/ *n.* นักพนัน; *(risk-taker)* นักเสี่ยงโชค; **born ~:** นักพนันโดยกำเนิด

gambling /ˈgæmblɪŋ/ˈแกมบลิง/ *n.* การเล่นการพนัน; *(on horses, dogs)* การแทงม้า/สุนัข

gambling: ~ debts *n. pl.* หนี้สินจากการพนัน; **~ den** *n.* บ่อนการพนัน; **~ machine** *n.* ตู้เกมการพนัน

gambol /ˈgæmbl/ˈแกมบ'ล/ ❶ *n.* **~[s]** การกระโดดโลดเต้นด้วยอารมณ์สนุก ❷ *v.i. (Brit.)* **-ll-** *(ลูกแกะ, เด็ก)* กระโดดโลดเต้น

¹game /geɪm/เกม/ ❶ *n.* Ⓐ *(form of contest)* เกม *(ท.ศ)*, กีฬา, การเล่น; *(contest) (with ball)* การแข่งขันที่ต้องใช้ลูก; *(at [table] tennis, chess, cards, billiards, cricket)* การเล่น; **have** *or* **play a ~ of tennis/chess** *etc.* **[with sb.] give sb. a ~ of tennis/chess** *etc.* เล่นเทนนิส/หมากรุก ฯลฯ กับ *ค.น.*; **have** *or* **play a ~ of football [with sb.]** เล่นฟุตบอล [กับ *ค.น.*]; **play a good/poor ~ [of cards** *etc.***]** เล่น [ไพ่ ฯลฯ] เก่ง/ไม่เก่ง; **be back in/get back into the ~ again** *(have a chance of winning)* มีโอกาสชนะอีกครั้งหนึ่ง; **it's all in the ~:** มีโอกาสทั้งได้ทั้งเสีย; ทุกอย่างสามารถเป็นไปได้; **be on/off one's ~:** เล่นเกมได้ดี/ไม่ดีเหมือนปกติ; **beat sb. at his own ~** *(fig.)* ชนะ *ค.น.* ในเรื่องที่เขาถนัดเป็นพิเศษ, ลบเหลี่ยม; **play the ~** *(fig.)* เล่นตามกติกา; **I'll show her that two can play [at] that ~** *or* **that it's a ~ that two can play** *(fig.)* ฉันจะให้เธอรู้ว่าฉันแน่พอกับเธอ; ➡ **+ name** 1 A; Ⓑ *(fig.: scheme, undertaking)* อุบาย, กล; **sb.'s ~ is to do sth.** แผนของ *ค.น.* คือจะทำ *ส.น.*; *(policy)* แผนการ; **play a [double] ~:** ตีสองหน้า; **play sb.'s ~:** เล่นตามเกมของ *ค.น.*; *(for one's own benefit)* สนับสนุนอุบายของ *ค.น.*; **the ~ is up** *(coll.)* เลิกเล่นตบตาได้แล้ว ทุกคนรู้ว่าอะไรเป็นอะไร; **give the ~ away** เปิดโปงความลับ; **so that's your little ~!** อ๋อ นี่หรืออุบายของคุณ; **what's his ~?** *(coll.)* เขากำลังทำอะไรอยู่; **what's the ~?** นี่อะไรกัน; Ⓒ *(business, activity)* ธุรกิจ, แวดวง; **the ~ of politics** แวดวงการเมือง; **the publishing/newspaper ~:** วงการธุรกิจการพิมพ์/หนังสือพิมพ์; **be new to the ~** *(fig.)* เป็นมือใหม่; **go [out]/be on the ~** *(Brit. coll.)* มีอาชีพ *(เป็นผู้หญิงหากิน)*; ➡ **+ candle** 1 A; Ⓓ *(diversion)* การทำให้สนุกเพลิดเพลิน; *(piece of fun)* เรื่องสนุก; **don't play ~s with me** อย่ามาเล่นตลกกับฉัน; **make ~ of sb./sth.** *(dated)* เยาะเย้ย *ค.น./ส.น.*; Ⓔ *in pl. (athletic contests)* การแข่งกีฬา; *(in school) (sports)* การแข่งขันกีฬา; *(athletics)* กรีฑา; **good at ~s** เก่งในด้านกีฬา; Ⓕ *(portion of play)* การเล่นผลัดหนึ่ง/ตาหนึ่ง/หลุมหนึ่ง; *(winning score)* **21 points is ~:** ได้ 21 คะแนนถือว่าชนะ; **~ all** ชนะคนละหนึ่งเกมเท่ากัน, หนึ่งเท่า; **two ~s all** ชนะคนละสองเกมเท่ากัน, สองเท่า; **~ to Paradorn** *(tennis)* ภราดรชนะเกมนี้; **~, set, and match** *(tennis)* ชนะแมทช์นี้; *(fig.: complete and decisive victory)* ชัยชนะอย่างเด็ดขาด; Ⓖ *no pl. (Hunting, Cookery)* สัตว์ป่าที่ล่าเป็นอาหาร; **fair ~:** *(fig)* สมน้ำสมเนื้อ; **easy ~** *(fig. coll.)* คนที่ตกเป็นเหยื่อได้ง่าย; **big ~:** สัตว์ป่าขนาดใหญ่ เช่น เสือ ช้าง

❷ *v.i.* เล่นการพนัน, เล่นเสี่ยงโชค

²game *adj.* กล้าได้กล้าเสีย; **~ spirit/manner** ใจกล้า; **remain ~:** ยังมีกำลังใจมั่นคง; **be ~ to do sth.** *(be willing)* เต็มใจที่จะทำ *ส.น.*, พร้อมที่จะทำ *ส.น.*; **are you ~?** คุณพร้อมไหม; **be ~ for sth./anything** พร้อมสำหรับ *ส.น.*/กล้าที่จะทำอะไรก็ได้

³game *adj. (crippled)* พิการ, เป็นง่อย

game: ~ bag *n.* ถุงสำหรับบรรจุสัตว์ที่ยิงได้; **~ bird** *n.* นกที่คนนิยมล่า; **the pheasant is a ~ bird** ไก่ฟ้าเป็นนกที่คนนิยมล่าเป็นกีฬา; **~cock** *n.* ไก่ชน; **~keeper** *n.* ➤ **489** คนดูแลสัตว์และนกที่เลี้ยงไว้สำหรับล่า

gamely /ˈgeɪmlɪ/ˈเกมลิ/ *adv.* อย่างกล้าหาญ

game: ~ park *n.* ป่าที่เลี้ยงสัตว์และนกไว้ล่าเป็นการกีฬา; **~ plan** *n.* แผนกลยุทธในการต่อสู้ล่วงหน้า; **~ point** *n. (Sport)* คะแนนที่จะตัดสินชี้ขาดว่าใครเป็นฝ่ายชนะ

gamer /ˈgeɪmə(r)/ˈเกเมอะ(ร)/ *n.* ผู้เล่นเกมคอมพิวเตอร์; **~ online** *n.* ผู้เล่นเกมอินเทอร์เน็ต

game: ~ reserve *n.* อุทยานสัตว์ป่าสงวน; **~s room** *n.* ห้องเล่นเกม

gamesmanship /ˈgeɪmzmənʃɪp/ˈเกมซเมินชิพ/ *n., no pl.* ความฉลาดเอาชนะในการเล่นแข่งขัน โดยใช้วิธีข่มขวัญคู่ต่อสู้

gamete /ˈgæmi:t/ˈแกมีท/ *n. (Biol.)* เซลล์เพศ

ˈgame warden *n.* ➤ **489** เจ้าหน้าที่ที่ดูแลสัตว์ป่าที่ถูกเลี้ยงเพื่อล่า

gamin /ˈgæmɪn/ˈแกมิน/ *n.* เด็กข้างถนน

gamine /gæˈmi:n/แกˈมีน/ *n. (small mischievous young woman)* สาววัยซน, หญิงจรจัด

gaming /ˈgeɪmɪŋ/ˈเกมิง/: **~ house** *n.* บ่อนการพนัน; **~ machine** *n.* เครื่องเล่นเสี่ยงโชคหยอดเหรียญ; **~ table** *n.* โต๊ะเล่นการพนัน

gamma /ˈgæmə/ˈแกเมอะ/ *n.* Ⓐ *(letter)* อักษรตัวที่สามของกรีก; Ⓑ *(Sch., univ.: mark)* คะแนนอันดับสาม

gamma: ~ radiation *n. (Phys.)* รังสีแกมมา *(ท.ศ.)*; **~ rays** *n. pl. (Phys.)* รังสีแกมมา *(ท.ศ.)*

gammon /ˈgæmən/ˈแกเมิน/ *n. (ham cured like bacon)* หมูแฮมรมควันคล้ายเบคอน

gammy /ˈgæmɪ/ˈแกมิ/ *adj. (coll.)* พิการ, เป็นง่อย

gamut /ˈgæmət/ˈแกเมิท/ *n.* Ⓐ *(Mus.) (series of notes, compass)* เสียงดนตรีที่มีอยู่ทั้งหมด; *(recognized scale)* บันไดเสียงดนตรีจากต่ำไปหาสูง; Ⓑ *(fig.: range)* ขอบเขต; **run the whole ~ of ...:** ผ่านขอบเขตทั้งหมดของ...

gamy /ˈgeɪmɪ/ˈเกมิ/ *adj.* Ⓐ *(having flavour or scent of game)* มีรสชาติ/กลิ่นของสัตว์ป่าที่ล่า; **~ taste** รสชาติแบบอาหารป่า; Ⓑ *(spirited)* ใจนักเลง; Ⓒ *(Amer.: scandalous)* น่าอาย, อื้อฉาว

gander /ˈgændə(r)/ˈแกนเดอะ(ร)/ *n.* Ⓐ *(Ornith.)* ห่านตัวผู้; **what's sauce for the goose is sauce for the ~** *(prov.)* ถ้าดีพอสำหรับคนใดคนหนึ่งก็ต้องใช้ได้สำหรับทุกคน; Ⓑ *(coll.: look, glance)* การชำเลืองมอง; **take** *or* **have a ~ at/round sth.** ตรวจดู, มองดู *ส.น.* รวดเดียว

¹gang /gæŋ/แกง/ ❶ *n.* Ⓐ *(of workmen, slaves, prisoners)* แก๊ง *(ท.ศ.)*; Ⓑ *(of criminals)* แก๊งอันธพาล; **~ of thieves/criminals/terrorists** แก๊งขโมย/อาชญากร/ผู้ก่อการร้าย; Ⓒ *(coll.: band causing any kind of disapproval)* แก๊ง; Ⓓ *(coll.: group of congenial persons)* กลุ่มที่เป็นพวกเดียวกัน ❷ *v.i.* Ⓐ **~ up [with sb.]** *(join)* เข้าร่วม/ร่วมมือ หรือ สุมหัว [กับ *ค.น.*]; Ⓑ **~ up against** *or* **on** *(coll.: combine against)* รวมหัวต่อต้าน, รุมกันกัด

²gang *v.i. (Scot.: go)* เดินไป, ดำเนินไป; **~ agley** *n. (Plan)* แผนการล้มเหลว

ˈgang-bang *n. (sl.)* การจัดแก๊งร่วมเพศกันเป็นกลุ่ม

ganger /ˈgæŋə(r)/ˈแกงเงอะ(ร)/ *n. (Brit.)* หัวหน้าคนงานก่อสร้าง, หัวหน้ากุลี

gangling /ˈgæŋglɪŋ/ˈแกงกลิง/ *adj.* ผอมสูงและงุ่มง่าม

ganglion /ˈgæŋglɪən/ˈแกงเกลียน/ *n., pl.* **ganglia** /ˈgæŋglɪə/ˈแกงเกลีย/ *or* **~s** *(Anat.)* ปมประสาท, เนื้องอกเป็นถุงที่เอ็น

gangly /ˈgæŋglɪ/ˈแกงกลิ/ ➡ **gangling**

gang: ~plank *n. (Naut.)* สะพาน/ทุ่นสำหรับขึ้นลงเรือ; **~ rape** *n.* การเรียงคิวข่มขืน

gangrene /ˈgæŋgri:n/ˈแกงกรีน/ *n.* Ⓐ ➤ **453** *(Med.)* เนื้อตายเน่า; Ⓑ *(fig.: corruption)* ความชั่ว, การทุจริต

gangrenous /ˈgæŋgrɪnəs/ˈแกงกริเนิซ/ *adj. (Med.) (เนื้อ)* ที่กำลังตายเน่า

gangster /ˈgæŋstə(r)/ˈแกงซเตอะ(ร)/ *n.* นักเลงโต, อันธพาล, เจ้าพ่อ

ˈgang warfare *n.* สงครามระหว่างแก๊งอันธพาล

ˈgangway ❶ *n.* Ⓐ *(Naut.: for boarding ship)* ทางขึ้นเรือ; Ⓑ *(Brit.: between rows of seats)* ทางเดินระหว่างที่นั่ง; **leave a ~** *(fig.)* ปล่อยให้มีโอกาสเข้าถึง ❷ *int.* ขอทางหน่อย

ganja /ˈgændʒə/ˈแกนเจอะ/ *n. (Bot.)* ปออินเดีย, ต้นกัญชา

gannet /ˈgænɪt/ˈแกนิท/ *n.* Ⓐ *(Ornith.)* นกทะเลตัวใหญ่ในสกุล *Sula* ที่ดำน้ำจับปลา; Ⓑ *(sl.: greedy person)* คนโลภ

gantlet /ˈgæntlɪt/ˈแกนทลิท/ *(Amer.)* ➡ **²gauntlet**

gantry /ˈgæntrɪ/ˈแกนทริ/ *n. (crane)* ปั้นจั่นที่เคลื่อนไปมา; *(on road)* โครงเหล็กติดสัญญาณเหนือทางหลวง; *(Railw.)* โครงเหล็กติดสัญญาณเหนือทางรถไฟ; *(Astronaut.)* อุปกรณ์ปล่อยจรวดและยานอวกาศ

gaol /dʒeɪl/เจล/ *n., v.t. (Brit. in official use)* ➡ **jail 1, 2**

gaoler /ˈdʒeɪlə(r)/ˈเจเลอะ(ร)/ *(Brit. in official use)* ➡ **jailer**

gap /gæp/แกพ/ *n.* Ⓐ ช่องว่าง; *(in sparking plug)* ระยะระหว่างขั้วไฟ; **a ~ in the curtains** ช่องระหว่างม่านที่ปิดไม่สนิท; Ⓑ *(Geog.: gorge, pass)* ช่องเขา; Ⓒ *(fig.: contrast, divergence in views etc.)* ช่องว่าง, ความแตกต่าง; **that is a ~ in his education/knowledge** ช่องโหว่ในการศึกษา/ความรู้ของเขา; **fill a ~:** อุดช่องโหว่; **stop** *or* **close** *or* **bridge a ~:** ทำให้ไม่ขาดตอน, อุดช่องโหว่; **close the ~ [on sb.]** ไล่ทัน [*ค.น.*]

gape /geɪp/เกพ/ ❶ *v.i.* Ⓐ *(open mouth)* อ้าปากกว้าง; *([be] open wide) (แผล, รู, เหว)* อ้ากว้าง; **gaping** เปิดอ้า, เปิดกว้าง; **~ at the seams** ตะเข็บปริ; Ⓑ *(stare)* จ้องดูอย่างทึ่ง; **~ at sb./sth.** จ้องดู *ค.น./ส.น.* แบบอ้าปากค้างตาถลน; **what are you gaping at?** คุณจ้องมองอะไรวะ; **gaping** อ้าปากกว้าง ❷ *n.* การจ้องมองแบบอ้าปากค้าง

gap-toothed /ˈgæptu:θt/ˈแกพทูธทฺ/ *adj.* ฟันห่าง

gap year *n.* ปีที่ว่างจากการเรียนก่อนเข้ามหาวิทยาลัย; **to take a ~** ว่างจากการเรียนหนึ่งปี

gar /gɑ:(r)/กา(ร)/ ➡ **garfish**

garage /ˈgærɑ:ʒ, ˈgærɪdʒ, US gəˈrɑ:ʒ/ˈแกราฌ, ˈแกริจ, เกอะˈราฌ/ ❶ *n.* Ⓐ *(for parking)* โรงรถ, อู่รถยนต์; **bus ~:** อู่รถโดยสาร; Ⓑ *(for selling petrol)* ปั๊มน้ำมัน; *(for repairing cars)* อู่ซ่อมรถ; *(for selling cars)* อู่ขายรถยนต์ ❷ *v.t.* เก็บในอู่ *(ยานพาหนะ)*; **be kept ~d** ถูกเก็บไว้ในอู่รถยนต์; **where do you ~ your car?** คุณจอดรถยนต์ทิ้งไว้ที่ไหน

garb /gɑ:b/กาบ/ ❶ *n.* เครื่องแต่งกาย *(เฉพาะงาน)*; **strange ~:** เครื่องแต่งกายที่แปลกตา; **official ~:** เครื่องแบบ
❷ *v.t.* แต่งตัว, สวมเสื้อ; *(fig.: invest)* ทำพิธีสถาปนา *(โดยสวมเครื่องแต่งกายที่ระบุยศศักดิ์)*; **~ed in white robes** สวมเสื้อครุยสีขาว

garbage /ˈgɑ:bɪdʒ/ˈกาบิจ/ *n.* Ⓐ ขยะ; Ⓑ *(fig.: foul or rubbishy literature)* วรรณกรรมขยะ; Ⓒ *(coll.: nonsense)* เรื่องไร้สาระ, เรื่องเหลวไหล; **~ in, ~ out** *(Computing fig. coll.)* ถ้าป้อนข้อมูลไร้สาระ ผลที่ออกมาก็จะไร้สาระตาม

garbage: ~ can *(Amer.)* ➡ **dustbin**; **~ collection** *n. (Amer.)* การเก็บขยะ; **~ collector** *(Amer.)* ➡ **dustman**; **~ disˈposal unit, ~ disposer** *ns.* เครื่องบดและกำจัดขยะ *(ที่มักติดกับอ่างล้างจาน)*; **~ truck** *n. (Amer.)* รถเก็บขยะ

garble /ˈgɑ:bl/ˈกาบ'ล/ *v.t.* Ⓐ บิดเบือน *(ข่าว, ข้อมูล)*; Ⓑ *(confuse)* ทำให้ปะปนกัน; **get ~d** *(ข่าวสาร)* คลาดเคลื่อน, ไม่ชัดเจน

garden /gɑ:dn/กาด'น/ ❶ *n.* Ⓐ สวน; **everything in the ~ is lovely** *(fig. coll.)* ทุกสิ่งทุกอย่างเป็นไปดังใจ; **lead sb. up the ~ [path]** *(fig. coll.)* หลอกลวง *ค.น.*; **tea ~:** ร้านน้ำชากาแฟในสวน; **a small amount of ~:** สวนขนาดเล็ก; Ⓑ *usu. in pl., with name prefixed (Brit.) (park)* ใช้ในรูปพหูพจน์โดยมีชื่อสวนสาธารณะ; *(street, square)* ถนน; Ⓒ *(land for raising crops)* สวน *(องุ่น, ผลไม้)*; Ⓓ *(Amer.: large hall)* ที่ชุมนุมสาธารณะ; Ⓔ *attrib. (Bot.: cultivated) (ต้นไม้, สวนผัก)* สวน; ➡ + **kitchen garden; market garden; zoological garden[s]** ❷ *v.i.* ทำสวน

garden: ~ centre *n.* ร้านจำหน่ายต้นไม้และอุปกรณ์ทำสวน; **~ chair** *n.* เก้าอี้นั่งเล่นในสวน; **~ ˈcity** *n.* เมืองที่มีการวางผังเมืองให้มีพื้นที่สีเขียวพอประมาณ

gardener /ˈgɑ:dnə(r)/ˈกาด'เนอะ(ร)/ *n.* ➤ **489** ชาวสวน, คนสวน

garden ˈgnome *n.* รูปปั้นคนแคระใช้ประดับสวนทำนองปู่โสมเฝ้าทรัพย์

gardenia /gɑ:ˈdi:nɪə/กาˈดีเนีย/ *n. (Bot.)* Ⓐ *(tree, shrub)* ต้นพุดซ้อน; Ⓑ *(flower)* ดอกพุดซ้อน

gardening /ˈgɑ:dnɪŋ/ˈกาด'นิง/ *n.* การทำสวน; **he likes ~:** เขาชอบทำสวน

garden: ~ party *n.* งานสโมสรสันนิบาต; **~ ˈshed** *n.* โรงเก็บของทำสวน; **~ ˈsuburb** *n. (Brit.)* ชานเมืองที่ออกแบบให้เป็นที่อยู่อาศัยเหมือนอยู่ในอุทยาน

garfish /ˈgɑ:fɪʃ/ˈกาฟิช/ *n., pl. same (Zool.) (needlefish)* ปลาเข็ม; *(gar)* ปลาน้ำจืดในสกุล *Lepisosteus*

gargantuan /gɑ:ˈgæntjʊən/กาˈแกนทิวเอิน/ *adj.* ใหญ่โต, ยักษ์, มหึมา

gargle /ˈgɑ:gl/ˈกาก'ล/ ❶ *v.i.* กลั้วคอ ❷ *n.* Ⓐ *(liquid)* น้ำยากลั้วคอ; Ⓑ *(act)* การกลั้วคอ

gargoyle /ˈgɑ:gɔɪl/ˈกากอยลฺ/ *n. (Archit.)* ปากท่อรางน้ำฝนสลักเป็นศีรษะอสูรกายหรือสัตว์ประหลาด

garish /ˈgeərɪʃ/ˈแกริช/ *adj.* Ⓐ *(bright, showy) (สี, เสื้อผ้า)* ฉูดฉาดบาดตา; Ⓑ *(over-decorated) (อาคาร, รูปแบบ)* ที่มีลวดลายมากเกินไป

garishly /ˈgeərɪʃlɪ/ˈแกริชลิ/ *adv.* อย่างฉูดฉาด, อย่างหรูหราจนเกินควร

garland /ˈgɑ:lənd/ˈกาเลินดฺ/ ❶ *n. (wreath of flowers etc.; Art: festoon)* พวงหรีด, พู่ดอกไม้; *(of laurel)* พวงมาลัย; **~ of flowers/laurel/oak leaves** พวงมาลัยดอกไม้/ใบลอเรล/ใบโอ๊ก ❷ *v.t.* สวมพวงมาลัยให้

garlic /ˈgɑ:lɪk/กาลิค/ *n.* กระเทียม

garlicky /ˈgɑ:lɪkɪ/ˈกาลิคิ/ *adj.* มีรสชาติ/กลิ่นกระเทียม

garment /ˈgɑ:mənt/ˈกาเมินทฺ/ *n.* Ⓐ *in pl. (clothes)* เสื้อผ้า, เครื่องนุ่งห่ม; Ⓑ *(fig.: covering)* เสื้อคลุม, เครื่องปกคลุม, อาภรณ์

garner /ˈgɑ:nə(r)/ˈกาเนอะ(ร)/ *v.t.* เก็บ; *(fig.: collect)* สะสม, รวบรวม

garnet /ˈgɑ:nɪt/ˈกานิท/ *n. (Min.)* โกเมน

garnish /ˈgɑ:nɪʃ/ˈกานิช/ ❶ *v.t. (lit. or fig.)* ประดับตกแต่ง *(อาหาร, เครื่องเรือน)* ❷ *n. (Cookery)* พืชผักที่ใช้ตกแต่งอาหาร

garotte ➡ **garrotte**

garret /ˈgærɪt/ˈแกริท/ *n. (room on top floor)* ห้องใต้หลังคา; *(attic)* ห้องเพดาน

garrison /ˈɡærɪsn/ˈแกริซ่น/ ❶ *n.* กองกำลังทหาร, ที่ตั้งกองทหาร, ที่มั่น ❷ *v.t. (furnish with ~)* ส่งทหารไปประจำ; *(occupy as ~)* ยึดเป็นที่มั่นทางทหาร

garrison: ~ duty *n.* การเข้าเวรของกองทหาร; **~ town** *n.* เมืองที่มีกองทหารประจำ

garrotte /ɡəˈrɒt/เกอะˈรอท/ *v.t.* (A) ประหารชีวิตด้วยวิธีรัดคอด้วยปลอกเหล็ก; (B) *(throttle to rob)* ปล้นด้วยวิธีรัดคอเจ้าทรัพย์

garrulous /ˈɡærʊləs/ˈแกรุเลิซ/ *adj.* (A) *(talkative)* พูดมาก, พูดไร้สาระ; (B) *(wordy)* พูดน้ำท่วมทุ่ง

garrulously /ˈɡærʊləslɪ/ˈแกรุเลิซลิ/ *adv.* โดยพูดจ้อไม่หยุด

garter /ˈɡɑːtə(r)/ˈกาเทอะ(ร)/ *n.* (A) หนังรัดถุงเท้ายาว; (B) **the [Order of the] G~** *(Brit.)* *เครื่องราชอิสริยาภรณ์สูงสุดการ์เตอร์ของอังกฤษ;* (C) *(Amer.: suspender)* หนังรัดถุงเท้ายาวผู้ชายหรือถุงน่องผู้หญิง

ˈgarter stitch *n.* ลายถักห่วงที่เป็นแถวนูนสลับกัน; **knit in ~:** ถักโดยใช้ลวดลายนี้

gas /ɡæs/แกซ/ ❶ *n., pl.* **~es** /ˈɡæsɪz/ˈแกซิซ/ (A) ก๊าซ *(ท.ศ.);* **natural ~:** ก๊าซธรรมชาติ; **cook by** *or* **with ~:** ใช้ก๊าซหุงต้มปรุงอาหาร; **on a low/high ~:** ใช้ก๊าซต่ำ/สูง, ใช้ไฟเบา/ไฟแรง; (B) *(Amer. coll.: petrol)* น้ำมันเบนซิน; **step on the ~:** เร่งเครื่อง; *(fig.: hurry)* เร่งรีบ; (C) *(anaesthetic)* ก๊าซสลบ, ก๊าซหัวเราะ; (D) *(for lighting)* ก๊าซที่ให้แสงสว่าง; (E) *(to fill balloon)* ก๊าซที่ใช้สูบลูกบอลลูน; (F) *(Mining)* ก๊าซที่ใช้ในเหมือง; (G) *(coll.: idle talk)* การคุยเรื่องเหลวไหล; (H) *(coll.: sb./sth. attractive and impressive)* ค.น./ส.น. ที่ทำให้สนุกสำราญสุดขีด ❷ *v.t.*, **-ss-** *esp. in p.p.* ฆ่า *(สัตว์)* โดยใช้ก๊าซ; *(in Third Reich)* สังหารโดยปล่อยไอพิษ; **~ oneself** ฆ่าตัวตายด้วยก๊าซพิษ ❸ *v.i.* **-ss-** *(coll.)* พูดจาเหลวไหล, คุยโม้ (**about** เกี่ยวกับ)

gas: ~bag *n.* (A) ถุงก๊าซในบอลลูน; (B) *(coll.: derog.: talker)* จอมโม้; **~ chamber** *n.* ห้องอบไอพิษใช้สังหาร; **~-cooled** *adj.* ทำให้เย็นโดยใช้ก๊าซ *(เช่น เตาปฏิกรณ์นิวเคลียร์);* **~ cylinder** *n.* กระบอกก๊าซ

gaseous /ˈɡæsɪəs, ˈɡeɪsɪəs/ˈแกเซียซ, ˈเกเซียซ/ *adj.* เป็นอากาศธาตุ, เป็นก๊าซ

gas: ~ ˈfire *n.* เตาผิงก๊าซในบ้าน; **~-fired** /ˈɡæsfaɪəd/ˈแกซไฟเอด/ *adj.* ใช้ก๊าซเป็นเชื้อเพลิง; **~ fitter** *n.* ช่างติดตั้งท่อและอุปกรณ์ก๊าซ

gash /ɡæʃ/แกช/ ❶ *n. (slash, cut)* บาดแผล, รอยแผล; *(cleft)* รอยผ่า; *(in sack etc.)* รอยขาด, รอยปริ ❷ *v.t.* ทำให้เป็นแผล; **~ one's finger/knee** บาดที่นิ้ว/หัวเข่า

gas: ~ heater *n.* เครื่องทำความอุ่นซึ่งใช้ก๊าซ; **~holder** *n.* ถังบรรจุก๊าซขนาดใหญ่; **~ jet** *n.* เปลวก๊าซที่พุ่งขึ้นมา; *(burner)* หัวเตาก๊าซ

gasket /ˈɡæskɪt/ˈแกซคิท/ *n.* (A) *(sheet, ring)* วงแหวนสำหรับอัดข้อต่อในเครื่องจักร; (B) *(packing)* ปะเก็น

gas: ~ lamp *n.* ตะเกียงก๊าซ; **~light** *n.* (A) ➡ **~ lamp;** (B) *no pl. (illumination)* แสงสว่างจากตะเกียงก๊าซ; **~ lighter** *n.* (A) คนจุดตะเกียงก๊าซตามถนน *(สมัยโบราณ);* (B) *(cigarette lighter)* ไฟแช็กที่ใช้ก๊าซ; **~ main** *n.* ท่อใหญ่นำก๊าซ; **~man** *n.* ➤ **489** *(fitter)* ช่างติดตั้งและซ่อมท่อและอุปกรณ์ก๊าซ; *(meter-reader, collector)* เจ้าหน้าที่อ่านมิเตอร์ก๊าซ; **~-mantle** *n.* ฝาครอบตะเกียงก๊าซ; **~ mask** *n.* หน้ากากกันไอพิษ; **~ meter** *n.* เครื่องวัดปริมาณก๊าซที่ใช้ตามบ้าน

gasoline (gasolene) /ˈɡæsəliːn/ˈแกเซอะลีน/ *n. (Amer.)* น้ำมันเบนซิน

gasometer /ɡæˈsɒmɪtə(r)/แกˈซอมิเทอะ(ร)/ *n.* ถังใหญ่มากบรรจุก๊าซเพื่อส่งตามบ้าน

ˈgas oven *n.* (A) ➡ **gas stove** A; (B) ➡ **gas chamber**

gasp /ɡɑːsp/แกซปฺ/ ❶ *v.i.* สูดลมหายใจเข้าทางปาก, หอบ, อ้าปากค้างเพราะตกใจ; **make sb. ~** *(fig.)* ทำให้ *ค.น.* ตกใจจนคาดไม่ถึง; **leave sb. ~ing [with sth.]** ทำให้ *ค.น.* อ้าปากค้าง [เกี่ยวกับ *ส.น.*]; **he was ~ing for air** *or* **breath/under the heavy load** เขากำลังหายใจพะงาบ ๆ/หายใจหอบเพราะแบกของหนัก ❷ *v.t.* **~ out** หอบออกมา *(คำพูด)*; **~ [one's] life away, ~ [one's] breath away** สิ้นใจ, หมดลมหายใจ ❸ *n.* การอ้าปากหายใจ, การหอบ, การอ้าปากค้าง; **give a ~ of fear/surprise** อ้าปากค้างด้วยความกลัว/ความประหลาดใจ; **she gave a ~ of joy** เธอสูดปากด้วยความดีใจล้นเหลือ; **be at one's last ~:** หายใจพะงาบ ๆ จวนจะตายอยู่รอมร่อ; **sth. is at its last ~:** *ส.น.* ถึงจุดจบ; **fight** *etc.* **to the last ~** *(fig.)* ต่อสู้จนลมหายใจสุดท้าย

gas: ~ pipe *n.* ท่อก๊าซ; **~ pistol** *n.* ปืนจุดเตาก๊าซ; **~ poker** *n.* แท่งเหล็กจุดไฟถ่านโดยต่อกับท่อส่งก๊าซ; **~-proof** *adj.* ก๊าซซึมเข้ามาไม่ได้; **~ ring** *n.* วงหัวก๊าซบนเตา; **~ station** *n. (Amer.)* ปั๊มน้ำมัน; **~ stove** *n.* (A) เตาก๊าซ; (B) *(portable)* เตาก๊าซที่หิ้วได้

gassy /ˈɡæsɪ/ˈแกซิ/ *adj.* (A) มีลม; *(containing gas)* มีก๊าซ, บรรจุก๊าซ; (B) *(fizzy)* เป็นฟอง; **be ~:** มีฟองฟู่

gas: ~ tank *n.* (A) ถังก๊าซ; (B) *(Amer.: petrol tank)* ถังน้ำมันในรถยนต์; **~ tap** *n.* หัวก๊อกปล่อยก๊าซ; **~-tight** *adj.* ก๊าซไม่รั่ว, กันก๊าซรั่ว

gastric /ˈɡæstrɪk/ˈแกซตฺริค/ *adj.* เกี่ยวกับกระเพาะอาหาร

gastric: ~ ˈflu *(coll.)*, **~ influˈenza** *ns.* ➤ **453** ไข้หวัดที่เกิดจากลำไส้อักเสบ; **~ ˈulcer** *n.* ➤ **453** แผลในกระเพาะ

gastritis /ɡæˈstraɪtɪs/แกซˈไตรฺทิซ/ *n.* ➤ **453** *(Med.)* เยื่อบุกระเพาะอักเสบ

gastro-enteritis /ɡæstrəʊentəˈraɪtɪs/แกซโตรฺเอ็นเทอะˈไรทิซ/ *n.* ➤ **453** *(Med.)* เยื่อบุผนังกระเพาะและลำไส้อักเสบ

gastrointestinal /ɡæstrəʊɪnˈtestɪnl, -intesˈtaɪnl/แกซโตรฺอินˈเท็ซตีน'ล, -อินเท็ซˈตายน'ล/ *adj.* เกี่ยวกับกระเพาะอาหารและลำไส้

gastronomy /ɡæˈstrɒnəmɪ/แกซˈตรอเนอะมิ/ *n.* ศาสตร์เกี่ยวกับการกินดี, วิธีการกิน; **French ~:** ศาสตร์และศิลปะแห่งการประกอบอาหารอันโอชะตามแบบฝรั่งเศส

gastropod /ˈɡæstrəpɒd/ˈแกซเตรอะพอด/ *n. (Zool.)* หอยทาก

gas: ~ turbine *n.* เครื่องกังหันไอพ่น, กังหันก๊าซ; **~works** *n. sing., pl. same* โรงงานผลิตก๊าซสำหรับต่อท่อไปใช้ตามบ้าน

gate /ɡeɪt/เกท/ *n.* (A) *(lit. or fig.)* ประตูรั้ว; *(of animal pen, in garden fence)* ประตู; *(of lift)* ประตูลิฟต์; *(Railw.: of level crossing)* ไม้กั้นทางรถไฟ; *(in airport)* ประตู; **the ~s of heaven/hell** ประตูสวรรค์/นรก; **pay at the ~:** ชำระเงินที่ทางเข้า; (B) *(Sport) (number to see match)* จำนวนผู้ชม; *(money)* ➡ **gate money;** (C) *(Amer.: coll.: dismissal)* **give sb. the ~:** ไล่ *ค.น.* ออก; **get the ~:** ถูกไล่ออก; (D) *(of gear in vehicle)* ช่องคันโยกเกียร์; (E) *(Cinemat.)* เครื่องมือยึดกรอบฟิล์มภาพยนตร์

gateau /ˈɡætəʊ, US ɡæˈtəʊ/ˈแกโท, แกˈโท/ *n., pl.* **~s** *or* **~x** ขนมเค้กมีส่วนผสมของครีมเป็นสำคัญ

gate: ~crash ❶ *v.t.* บุกเข้าไปในงานโดยไม่ได้รับเชิญ ❷ *v.i.* บุกเข้าไปในงานโดยไม่มีบัตรเชิญ; **~crasher** *n.* ผู้บุกรุก, ผู้ที่ผ่านเข้ามาโดยพลการ; *(at party)* แขกไม่ได้รับเชิญ; **~house** *n.* เรือนเล็กของคนเฝ้าประตู; **~keeper** *n. (attendant)* ยามเฝ้าประตู; **~leg[ged]** *adj.* **~leg [ged] table** โต๊ะมีขาพับได้; **~man** ➡ **~keeper; ~ money** *n.* เงินค่าผ่านประตูทั้งหมด; **~post** *n.* เสาประตู; **between you and me and the ~post** *(coll.)* ฟังแล้วเหยียบไว้ ห้ามบอกใคร; **~way** *n.* (A) *(gate)* ประตูทางเข้า; (B) *(Archit.) (structure)* โครงสร้างประตู; *(frame)* กรอบประตู; (C) *(fig.)* หน้าด่านประตู (**to** สู่)

gather /ˈɡæðə(r)/ˈแกเทอะ(ร)/ ❶ *v.t.* (A) *(bring together)* รวบรวม *(ผู้คน, เอกสาร, ข้อมูล);* เก็บ *(ดอกไม้);* เก็บเกี่ยว *(ผลไม้, พืชผล);* **~ sth. [together]** รวบรวม *ส.น.*; **~ [in] potatoes/the harvest** เก็บเกี่ยวมันฝรั่ง/พืชผล; **be ~ed to one's fathers** ตาย; (B) *(infer, deduce)* สรุป (**from** จาก); **~ from sb. that ...:** ได้ความจาก *ค.น.* ว่า...; **I ~ he's doing a good job** ฉันได้ข่าวว่าเขาทำงานได้ผล; **not much can be ~ed from the facts/his statement** ไม่สามารถสรุปได้มากจากข้อเท็จจริง/คำอธิบายของเขา; **as far as I can ~:** เท่าที่ฉันพอจะปะติดปะต่อได้; **as you will have ~ed** อย่างที่คุณพอจะได้ยินมา; (C) **it is just ~ing dust** ไม่ได้ใช้ประโยชน์อันใด *หรือ* ฝุ่นจับเขรอะเปล่า ๆ; **~ speed/momentum** *or* **force/strength** ค่อย ๆ เพิ่มความเร็ว/แรงผลักดัน/พลัง/กำลังวังชา; (D) *(summon up)* **~ [together]** รวบรวม *(แรง, ความกล้า);* **~ oneself [together]** รวบรวมสติกำลังของตน; **~ one's thoughts** สำรวมสติ, ตั้งสมาธิ; **~ one's breath/strength** หายใจเป็นปกติได้อีกครั้ง/รวบรวมกำลังกายกำลังใจ; (E) *(draw)* **~ sb. into one's arms** ดึง *ค.น.* มากอด; **she ~ed her shawl round her neck** เธอกระชับผ้าคลุมไหล่รอบคอ; **~ oneself for a jump** รวบรวมกำลังใจก่อนที่จะกระโดด; (F) *(Sewing)* เย็บจีบรูด ❷ *v.i.* (A) *(เมฆ, ฝุ่น)* รวมตัวกัน; ผุดขึ้นมามาก; **be ~ed [together]** ชุมนุมกัน, รวมตัวกัน; **~ round** จับกลุ่ม, ล้อมเป็นวง; **~ round sb./sth.** ล้อมรอบ *ค.น./ส.น.*; **tears/beads of perspiration ~ed in her eyes/on her forehead** น้ำตาคลอตาของเธอ/เม็ดเหงื่อผุดขึ้นบนหน้าผากของเธอ; (B) *(increase)* เพิ่มขึ้น; **~ing dangers** อันตรายที่เพิ่มขึ้น; **darkness was ~ing round him** ความมืดค่อย ๆ ครอบคลุมรอบตัวเขา; (C) *(Sewing)* จีบรอบ, จับกลีบ; (D) *(Med.) (ฝี)* กลัดหนอง, มีน้ำหนองไหลเยิ้ม ❸ *n. in pl. (Sewing)* ส่วนที่จับกลีบ, รอยจีบรูด

~ ˈup *v.t.* (A) *(bring together and pick up)* เก็บรวบรวมไว้; **be left to ~ up the pieces of one's life** *(fig.)* ถูกทิ้งให้เลียแผลอยู่คนเดียว; (B) *(draw)* ถก *(กระโปรง)* ขึ้น; **~ oneself up to one's full height** ยืนตรงและวางมาดน่าเกรงขาม; (C) *(sum up)* สรุป *(ข้อเท็จจริง);* (D) *(summon)* ระดม, รวบรวม *(กำลังสติปัญญา)*

gathering /ˈɡæðərɪŋ/ˈแกเทอะริง/ *n.* (A) *(group)* การรวมกลุ่ม; (B) *(assembly, meeting)* งานชุมนุม, การประชุม; *(in Scottish Highlands)* การร่วมกลุ่มของเผ่าต่าง ๆ; **social ~:** งานชุมนุม, งานเลี้ยงสังสรรค์; (C) *(Sewing)* รอยจีบรูด

gator /ˈgeɪtər/ˈเกเทอะ(ร)/ *n.* ➡ **alligator**

GATT /gæt/แกท/ *abbr.* **General Agreement on Tariffs and Trade** แก็ต *(ท.ศ.)*

gauche /gəʊʃ/โกช/ *adj.* อ่อนโลก, เปิ่น; *(clumsy)* เคอะเขิน; *(tactless)* ไม่รู้จักกาลเทศะ

gaucheness /ˈgəʊʃnɪs/ˈโกชนิซ/ *n., no pl.* ➡ **gauche**: ความอ่อนมารยาทในสังคม; ~ **of manner** กิริยามารยาทที่เปิ่น/เคอะเขิน/งุ่มง่าม

gaucherie /ˈgəʊʃəriː/ˈโกเชอะรี/ *n.* Ⓐ *no pl.* *(manner)* ความเปิ่น *หรือ* เคอะเขิน; Ⓑ *(action)* การกระทำที่เปิ่น

gaucho /ˈgaʊtʃəʊ/ˈเกาโฉ/ *n., pl.* **~s** คนเลี้ยงสัตว์ในทุ่งหญ้าของอเมริกาใต้

gaudily /ˈgɔːdɪlɪ/ˈกอดิลิ/ *adv.* อย่างหรูหรา, อย่างฟุ้มเฟือย, อย่างโอ้อวด; ~ **coloured** สีฉูดฉาด, สีบาดตา

[1]**gaudy** /ˈgɔːdɪ/ˈกอดิ/ *adj.* โอ้อวด, เจิดจ้า; *(สี)* แจ๊ด, ฉูดฉาด

[2]**gaudy** /ˈgɔːdɪ/ˈกอดิ/ *n. (Brit. univ.)* งานเลี้ยงฉลองประจำปี

gauge /geɪdʒ/เกจ/ ❶ *n.* Ⓐ *(standard measure)* ขนาดมาตรฐาน, เกณฑ์มาตรฐาน; *(of textile)* ความละเอียดของเนื้อผ้า *(วัดจากจำนวนขมวดด้าย)*; *(of bullet)* เส้นผ่าศูนย์กลางหัวกระสุน; *(of rail)* ขนาดความกว้างของทางรถไฟ; **standard/broad/narrow ~:** ขนาดความกว้างทางรถไฟมาตรฐาน *(4 ฟุต 8 1/2 นิ้ว)* ขนาดทางรถไฟกว้างกว่ามาตรฐาน/ขนาดทางรถไฟแคบกว่ามาตรฐาน; Ⓑ *(instrument)* เครื่องวัด, มาตรวัดระดับ; *(to measure water level)* เครื่องมือวัดระดับน้ำ; *(for dimensions of tools or wire)* เครื่องมือวัดขนาดอุปกรณ์/วัดขนาดลวด; ➡ + **oil gauge: petrol gauge;** Ⓒ *(Naut.)* ตำแหน่งของเรือในแง่ของทิศทางลม; **have the weather ~ [of sb.]** อยู่ใกล้ลมกว่า *ค.น.*; *(fig.)* เป็นต่อ [*ค.น.*]; Ⓓ *(fig.: criterion, test)* เกณฑ์, บรรทัดฐาน ❷ *v.t.* Ⓐ *(measure)* วัด; Ⓑ *(fig.)* พิจารณา, ประเมินสถานการณ์ **(by** โดย**)**

Gaul /gɔːl/กอล/ *n. (Hist.)* Ⓐ *(country)* *ประเทศโบราณ ซึ่งได้แก่อิตาลีตอนเหนือ ฝรั่งเศส เบลเยียม และเนเธอร์แลนด์ตอนเหนือ;* Ⓑ *(person)* ชาวกอล

gauleiter /ˈgaʊlaɪtə(r)/ˈกาวไลเทอะ(ร)/ *n.* Ⓐ *(Hist.)* เจ้าหน้าที่ปกครองจังหวัดในสมัยนาซี; Ⓑ *(fig.: local or petty tyrant)* ทรราชระดับท้องถิ่น

gaunt /gɔːnt/กอนทฺ/ *adj.* Ⓐ *(haggard)* ผอมแห้งซูบเซียว; *(from suffering)* ผอมซูบเซียวจากความทุกข์ทรมาน; Ⓑ *(grim, desolate)* *(ทิวทัศน์)* โศกเศร้า, น่าหดหู่ใจ

[1]**gauntlet** /ˈgɔːntlɪt/ˈกอนทฺลิท/ *n.* Ⓐ ถุงมือสำหรับฟันดาบ; Ⓑ *(wrist part of glove)* ส่วนถุงมือที่หุ้มข้อมือ; Ⓒ *(Hist.: armoured glove)* ถุงมือหุ้มโลหะ; Ⓓ **fling** *or* **throw down the ~** *(fig.)* ท้าทาย *(คู่ต่อสู้)*; **pick** *or* **take up the ~** *(fig.)* รับคำท้าทาย

[2]**gauntlet** *n.* **run the ~:** ถูกวิพากษ์วิจารณ์อย่างรุนแรง

gauss /gaʊs/เกาซ/ *n. pl. same or* **~es** *(Phys.)* หน่วยวัดการเหนี่ยวนำของแม่เหล็ก

gauze /gɔːz/กอซ/ *n.* Ⓐ ผ้ากอซ *(ท.ศ.)*, ผ้าโปร่ง, ผ้าพันแผล; Ⓑ *(of wire etc.)* ตาข่ายบาง

gave ➡ **give** 1, 2

gavel /ˈgævl/ˈแกว'ล/ *n.* *ค้อนไม้เล็กที่ตุลาการหรือคนขายประมูลใช้เคาะปิดการขาย*

gavotte /gəˈvɒt/เกอะˈวอท/ *n. (Mus.)* *การเต้นรำและดนตรีแบบเก่าของชาวนาฝรั่งเศสในจังหวะสี่*

gawk /gɔːk/กอค/ *v.i. (coll.)* จ้องจนตาถลน, มองอย่างเสียมารยาท; **~ at sth./sb.** จ้องมอง *ส.น./ค.น.* อย่างลืมตัว

gawky /ˈgɔːkɪ/ˈกอคิ/ *adj.* เงอะงะ; *(with disproportionately long limbs)* แขนขายาวเก้งก้าง

gawp /gɔːp/กอพ/ ➡ **gawk**

gay /geɪ/เก/ ❶ *adj.* Ⓐ ร่าเริง, สนุกสนาน; Ⓑ *(showy, bright-coloured)* *(ผ้า)* ฉูดฉาด, มีสีสดใส; **~ with flowers/flags** ดูสดใสด้วยดอกไม้/ธง; Ⓒ *(coll.: homosexual)* เกย์ *(ท.ศ.)*, กะเทย; Ⓓ *(euphem.: immoral)* เสเพล, สำมะเลเทเมา; **a ~ dog** ชายเสเพล *(มักใช้ในเชิงหยอกล้อ)* ❷ *n. (coll.)* เกย์ *(ภ.พ.)*, ตุ๊ด *(ภ.พ.)*, แต๋ว *(ภ.พ.)*, กะเทย

gayety *(Amer.)* ➡ **gaiety**

gayness /ˈgeɪnɪs/ˈเกนิซ/ ➡ **gaiety**

gay 'rights *n. pl.* *การเรียกร้องสิทธิเท่าเทียมให้ผู้รักเพศเดียวกัน;* **~ group/demonstration** กลุ่มสนับสนุนสิทธิของพวกรักร่วมเพศ/การประท้วงเรียกร้องสิทธิของพวกรักร่วมเพศ

Gaza [strip] /ˈgɑːzə (strɪp)/ˈกาเซอะ ซตฺริพ/ *pr. n.* ฉนวนกาซา *(อยู่ฝั่งตะวันตกของทะเลเมดิเตอร์เรเนียนซึ่งอยู่ในความปกครองของอิสราเอล ตั้งแต่ปี ค.ศ. 1967)*

gaze /geɪz/เกซ/ ❶ *v.i.* มอง; *(more fixedly)* จ้องมอง, เพ่ง; **~ at sb./sth.** จ้องมอง *ค.น./ส.น.*; **~ after sb./sth.** เพ่งมองตามหลัง *ค.น./ส.น.*; **~ around** *or* **about** มองไปรอบ ๆ ❷ *n.* การจ้องมอง

gazebo /gəˈziːbəʊ/เกอะˈซีโบ/ *n.* ศาลา

gazelle /gəˈzel/เกอะˈเซ็ล/ *n.* เลียงผา

gazette /gəˈzet/เกอะˈเซ็ท/ ❶ *n.* Ⓐ *(Brit.: official journal)* **London G~:** ราชกิจจานุเบกษาของหน่วยราชการอังกฤษ; Ⓑ *(newspaper)* หนังสือพิมพ์ที่ออกโดยทางการของหน่วยงานใดหน่วยงานหนึ่ง ❷ *v.t. (Brit.: announce)* ประกาศในราชกิจจานุเบกษา

gazetteer /gæzɪˈtɪə(r)/แกเซอะˈเทีย(ร)/ *n.* พจนานุกรมภูมิศาสตร์, อักขรานุกรมภูมิศาสตร์

gazpacho /gəzˈpætʃəʊ/เกิซˈแพโฉ/ *n.* *ซุปเย็นของสเปน ทำจากมะเขือเทศ แตงกวา พริกสด กระเทียม ฯลฯ*

gazump /gəˈzʌmp/เกอะˈซัมพฺ/ *v.t. (coll.)* ฉวยโอกาส *(ขึ้นราคาที่ดินหรือบ้านหลังจากตกลงราคากับผู้ซื้อแล้ว)*

GB *abbr.* **Great Britain**

GBH *abbr.* **grievous bodily harm**

GC *abbr. (Brit.)* **George Cross**

GCE *abbr. (Brit. Hist.)* **General Certificate of Education**

GCSE *abbr. (Brit.)* **General Certificate of Secondary Education**

GDP *abbr.* **gross domestic product** จี.ดี.พี.

GDR *abbr. (Hist.)* **German Democratic Republic**

gear /gɪə(r)/เกีย(ร)/ ❶ *n.* Ⓐ *(Motor Veh.)* เกียร์; *(transmission)* ระบบเกียร์ *(ท.ศ.)*; **first/second** *etc.* **~** *(Brit.)* เกียร์หนึ่ง/เกียร์สอง ฯลฯ; **top/bottom ~** *(Brit.)* เกียร์สูงสุด/เกียร์ต่ำสุด; **high/low ~:** เกียร์สูง/เกียร์ต่ำ; **change** *or* **shift ~:** เปลี่ยนเกียร์, เข้าเกียร์; **change** *or* **shift [up] a ~** *(fig.)* เร่งความเร็ว, เร่งทำงานให้มีประสิทธิภาพยิ่งขึ้น; **change into second/a higher/lower ~:** เปลี่ยนเป็นเกียร์สอง/เปลี่ยนเป็นเกียร์สูงขึ้น/เปลี่ยนเป็นเกียร์ต่ำ; **a bicycle with ten-speed ~s** จักรยานพร้อมเกียร์ปรับความเร็วสิบระดับ; **put** *or* **get** *or* **shift the car into ~:** เข้าเกียร์รถยนต์; **in ~** *(fig.)* พร้อมปฏิบัติการ; **out of ~:** ปล่อยเกียร์ว่าง; *(fig.)* ยุ่งเหยิง, ระส่ำระสาย; **the car is in/out of ~:** รถเข้าเกียร์ไว้/จอดรถปล่อยเกียร์ว่าง; **leave the car in ~:** จอดรถเข้าเกียร์ไว้; Ⓑ *(combination of wheels, levers, etc.)* เฟือง, ฟันเฟือง; Ⓒ *(clothes)* เสื้อผ้า; **travelling ~:** ชุดเดินทาง; ➡ + **headgear;** Ⓓ *(equipment, tools)* อุปกรณ์, เครื่องมือ; Ⓔ *(apparatus)* เครื่องมือ; Ⓕ *(harness)* บังเหียน, เครื่องเทียมม้า ❷ *v.t. (adjust, adapt)* ดัดแปลง, ปรับให้เหมาะสม **(to** กับ**)**

gear: ~box, ~case *ns.* หม้อเกียร์, ห้องเกียร์; **five-speed ~box** ห้องเกียร์ห้าความเร็ว; **~ cable** *n.* สายเกียร์; **~ change** *n. (Brit.)* **an upward/a downward ~ change** การเปลี่ยนเกียร์เพิ่มความเร็ว/ลดความเร็ว; **have a smooth/awkward ~ change** *(รถยนต์)* เปลี่ยนเกียร์อย่างนิ่มนวล/เปลี่ยนเกียร์อย่างขลุกขลัก

gearing /ˈgɪərɪŋ/ˈเกียริง/ *n.* Ⓐ ฟันเฟือง, เครื่องจักร; Ⓑ *(Brit. Finance)* การจัดสรรเงินปันผลให้ผู้รับเฉพาะราย

gear: ~ lever, *(Amer.)* **~ shift, ~stick** *ns.* คันเกียร์; **~wheel** *n.* ล้อเฟือง, ล้อฟันเฟือง

gecko /ˈgekəʊ/ˈเก็คโค/ *n., pl.* **~s** *(Zool.)* ตุ๊กแก

geddit /ˈgedɪt/ˈเก็ดดิท/ *v.i.(coll.)* ~? เข้าใจไหม

[1]**gee** /dʒiː/จี/ *int. (to horse)* ไป

[2]**gee** /dʒiː/จี/ *int. (coll.)* โอ้โห

'gee-gee /ˈdʒiːdʒiː/ˈจีจี/ *n. (Brit. coll.: horse)* ภาษาเด็กเมื่อเรียกม้า

geek /giːk/กีค/ *n. (Amer.)* ❶ คนที่เข้าสังคมยาก ❷ *(Computing)* คนที่หมกมุ่นแต่เรื่องคอมพิวเตอร์

geese /giːs/กีซ/ *pl. of* **goose**

'gee-up *int.* ➡ [1]**gee**

gee 'whiz *int. (coll.)* ➡ [2]**gee**

geezer /ˈgiːzə(r)/ˈกีเซอะ(ร)/ *n.* Ⓐ *(coll.: old man)* ตาเฒ่า; Ⓑ *(coll.: fellow)* หมอนั่น, หมอนี่, นายนั่น, นายนี่, ไอ้เสือ

Geiger counter /gaɪgə ˈkaʊntə(r)/กายเกอะ ˈคาวนฺเทอะ(ร)/ *n. (Phys.)* เครื่องตรวจรังสี *(โดยเฉพาะกัมมันตภาพรังสี)*

geisha /geɪʃə/เกเชอะ/ *n., pl.* **~s** *or same* เกอิชา *(ท.ศ.)*, *หญิงญี่ปุ่นที่มีอาชีพร้องเพลงเต้นรำและบริการผู้ชาย*

gel /dʒel/เจ็ล/ ❶ *n.* เจล *(ท.ศ.)*, วุ้น, วัสดุคล้ายวุ้น ❷ *v.i.,* **-ll-** Ⓐ กลายเป็นวุ้น, กลายเป็นเจล; Ⓑ *(fig.)* เป็นรูปเป็นร่างชัดเจนขึ้น

gelatin /ˈdʒelətɪn/ˈเจ็ลเลอะทิน/ *n. (esp. Brit.),* **gelatine** /ˈdʒelətiːn/ˈเจ็ลเลอะทีน/ เจลาติน *(ท.ศ.)*, วุ้นที่ได้จากการเคี่ยวหนังหรือกระดูกสัตว์; **blasting ~:** เจลระเบิด *(สารผสมคล้ายวุ้นของ gun-cotton กับไนโตรกลีเซอรีน)*

gelatinous /dʒɪˈlætɪnəs/จิˈแลทิเนิซ/ *adj.* Ⓐ *(resembling gelatin)* มีลักษณะเป็นวุ้นหรือเจลาติน, คล้ายวุ้น; Ⓑ *(consisting of gelatin)* ประกอบด้วยวุ้นหรือเจลาติน

geld /geld/เก็ลดฺ/ *v.t.* ตอน *(สัตว์ตัวผู้)*; *(spay)* ทำหมัน *(สัตว์ตัวเมีย)*

gelding /ˈgeldɪŋ/ˈเก็ลดิง/ *n.* สัตว์ที่ถูกตอน; *(male horse)* ม้าตัวผู้ที่ถูกตอน

gelignite /ˈdʒelɪgnaɪt/ˈเจ็ลลิกไนท/ *n.* ระเบิดเจลิกไนท์ *(ท.ศ.)* *(ทำจากกรดไนตริกผสมกับกลีเซอรีน)*

gem /dʒem/เจ็ม/ *n.* Ⓐ เพชรพลอย; *(cut also)* เพชรพลอยที่เจียระไนแล้ว; *([semi-] precious stone with engraved design)* อัญมณี; Ⓑ *(fig.)* บุคคล/วัตถุที่มีคุณค่าเปรียบเสมือนเพชร

Geminean /dʒemɪˈniːən/เจ็มมิˈนีเอิน/ *n.* *(Astro.)* บุคคลที่เกิดภายใต้ราศีเมถุน

Gemini /ˈdʒemɪnaɪ, -nɪ/ˈเจ็มมินาย, -นิ/ *n.* *(Astrol., Astron.)* ชื่อกลุ่มดาวคนคู่, บุคคลที่เกิดภายใต้ราศีเมถุน; ➡ **+ Aries**

gemology /dʒeˈmɒlədʒɪ/เจะˈมอเลอะจิ/ *n.* อัญมณีศาสตร์

ˈgemstone /ˈdʒemstəʊn/ˈเจ็มซโตน/ *n.* รัตนชาติ, เพชรพลอยที่ยังไม่ได้เจียระไน

gen /dʒen/เจ็น/ *(Brit. coll.)* ❶ *n.* ข่าวสาร, ข้อมูล; **give sb. the ~ on** *or* **about sth.** ให้ข้อมูล *ค.น.* เกี่ยวกับ *ส.น.* ❷ *v.t.*, **-nn-: ~ oneself/sb. up on** *or* **about sth.** สืบข้อมูลเกี่ยวกับ *ส.น.* ให้ตนเอง/*ค.น.* ❸ *v.i.*, **-nn-: ~ up on** *or* **about sth.** ได้ข้อมูลหรือข่าวเกี่ยวกับ *ส.น.*

Gen. *abbr.* **General** พล อ.

gendarme /ˈʒɒndɑːm/ˈฌอนดาม/ *n.* ตำรวจในประเทศฝรั่งเศส

g

gender /ˈdʒendə(r)/ˈเจ็นเดอะ(ร)/ *n.* Ⓐ *(Ling.)* เพศ *(ตามไวยากรณ์)*; Ⓑ *(joc.: one's sex)* เพศ *(ตามกายภาพ)*

gender: ~-bender *n.* คนที่แต่งตัวเป็นผู้หญิงหรือผู้ชายก็ได้; **~ gap** *n.* ช่องว่างระหว่างเพศ

gene /dʒiːn/จีน/ *n.* *(Biol.)* ยีน *(ท.ศ.)*, หน่วยพันธุกรรมในโครโมโซม

genealogical /dʒiːnɪəˈlɒdʒɪkl/จีเนีย'ลอจิค'ล/ *adj.* เกี่ยวกับวงศ์ตระกูล; **~ tree** สาแหรกแสดงวงศาคณาญาติในตระกูล

genealogist /dʒiːnɪˈælədʒɪst/จีนิˈแอเลอะจิซทฺ/ *n.* ➤ **489** ผู้ศึกษาวงศ์ตระกูลวิทยา

genealogy /dʒiːnɪˈælədʒɪ/จีนิˈแอเลอะจิ/ *n.* Ⓐ ลำดับตระกูล; *(pedigree)* เทือกเถาเหล่ากอ; *(investigation)* การค้นคว้าเรื่องเชื้อสายบรรพบุรุษ; Ⓑ *(Zool., Bot.)* การสืบสายพันธุ์ของสัตว์พันธุ์แท้/ต้นไม้

genera *pl. of* **genus**

general /ˈdʒenərəl/ˈเจ็นร'ล/ ❶ *adj.* Ⓐ ทั่วไป; **the ~ public** ประชาชนทั่วไป, สาธารณชน; **in ~ use** ใช้กันโดยทั่วไป; **be in ~ use as sth.** ถูกนำมาใช้เป็น *ส.น.*; **not for ~ use** *(not to be used by everybody)* สงวนสิทธิเฉพาะผู้มีหน้าที่เกี่ยวข้องเท่านั้น; **his ~ health/manner** สุขภาพ/กิริยามารยาทของเขาโดยทั่วไป; **he has had a good ~ education** เขามีการศึกษาขั้นพื้นฐานดี; **a ~ view of the building** ทัศนียภาพโดยรวมของตัวอาคาร; **come to a ~ agreement** เห็นชอบในหลักการโดยรวม; **reach a ~ decision** ตกลงใจร่วมกัน; **in a ~ state of decay** อยู่ในสภาพผุพังโดยทั่วไป; **~ matters** วาระทั่วไป, เรื่องทั่ว ๆ ไป *(ใช้ในการประชุม)*; **the cold weather has been ~ in England** อากาศหนาวครอบคลุมประเทศอังกฤษส่วนใหญ่; Ⓑ *(prevalent, widespread, usual)* มีอยู่ทั่วไป, แพร่หลาย, เป็นปกติ; **it is the ~ custom** *or* **rule** มันเป็นประเพณี/กฎทั่วไป; Ⓒ *(not limited in application)* เอนกประสงค์; *(true of [nearly] all cases)* เป็นความจริงเกือบจะทุกกรณี; **as a ~ rule** ส่วนใหญ่; **in the ~ way [of things]** โดยปกติ; **in ~:** ตามธรรมดา, โดยทั่วไป; **'G~ Enquiries'** แผนกติดต่อสอบถาม; Ⓓ *(not detailed, vague)* ครอบจักรวาล, ไม่เฉพาะเจาะจง, ไม่ชัดเจน; **in its ~ form** กล่าวโดยกว้าง ๆ; **in the most ~ terms, in a very ~ way** พูดอย่างกว้าง ๆ; **the ~ idea** *or* **plan is that we ...:** โครงการ/แผนการคร่าว ๆ ก็คือว่าพวกเราจะ...; **yes, that was the ~ idea** ใช่นั่นแหละเป็นแผนคร่าว ๆ; Ⓔ *(Mil.)* นายพล; **~ officer** นายทหารยศนายพล; Ⓕ *(chief, head)* หัวหน้า, ผู้จัดการใหญ่ ❷ *n.* *(Mil.)* ระดับนายพล, พลเอก; *(tactician, strategist)* นักยุทธวิธี, เสนาธิการทหาร; **~ of the army/air force** *(Amer.)* พลเอกแห่งกองทัพบก/พลอากาศเอก

general: G~ Aˈmerican *n.* ภาษาอเมริกันแบบมาตรฐาน, ภาษาเมริกันแบบราชการ; **~ anaesˈthetic** *n.* ➡ **anaesthetic 2**; **G~ Asˈsembly** *n.* สมัชชาใหญ่องค์การสหประชาชาติ, ที่ประชุมสูงสุดของสังฆมณฑล; **G~ Certificate of Secondary Eduˈcation** *n.* *(Brit.)* ประกาศนียบัตรระดับมัธยมศึกษา; **~ ˈdealer** *n.* พ่อค้าที่ขายสินค้าไม่จำกัดยี่ห้อ; **~ deˈlivery** *n.* *(Amer.)* การใช้ที่ทำการไปรษณีย์เป็นที่รับจดหมาย *(เพราะไม่มีที่อยู่ถาวร)*; **~ eˈlection** *n.* ➡ **election**; **~ headˈquarters** *n. sing. or pl.* กองบัญชาการทหาร; **~ hospital** *n.* โรงพยาบาล *(ไม่เฉพาะทาง)*

generalisation, generalise ➡ **generaliz-**

generalist /ˈdʒenərəlɪst/ˈเจ็นเรอะลิซทฺ/ *n.* ผู้ชำนาญในหลายสาขาวิชา

generality /dʒenəˈrælɪtɪ/เจ็นเนอะˈแรลิทิ/ *n.* Ⓐ *(applicability)* หลักการทั่วไป, หลักเกณฑ์ทั่วไป, การนำไปใช้ได้กับทุกสถานการณ์; *(of conclusion)* การใช้ได้ในหลายกรณี; **a method of great ~:** วิธีการที่ครอบจักรวาล; Ⓑ *(vagueness)* ความไม่ชัดเจน, ความไม่เจาะจง, ความคลุมเครือ; Ⓒ **talk in/of generalities** การพูดคุยแบบครอบจักรวาล; Ⓓ *(main, body, bulk, majority)* *(of mankind, electorate, etc.)* ส่วนสำคัญ, ส่วนใหญ่; *(of voters, individuals, etc.)* ผู้คนส่วนใหญ่

generalization /dʒenrəlaɪˈzeɪʃn, US -lɪˈz-/เจ็นเรอะไล'เซช'น, -ลิ'ซ/ *n.* สามัญการ *(ร.บ.)*, การกล่าวอย่างเลื่อนลอย, ทฤษฎีหรือสมมติฐานที่ได้มาแบบเหมารวมคร่าว ๆ; **hasty ~:** การสรุปอย่างกว้างขวางและรวบรัด

generalize /ˈdʒenrəlaɪz/ˈเจ็นเรอะลายซฺ/ ❶ *v.t.* Ⓐ พูดกว้าง ๆ, ลงความเห็นทั่ว ๆ ไปจากข้อมูลที่มีอยู่แล้ว; Ⓑ *(infer)* สรุปอย่างกว้าง ๆ, สรุปอนุมาน; Ⓒ *(base general statement on)* พูดสรุปโดยอาศัยข้อมูลพื้นฐาน; Ⓓ *(Math., Philos.)* นำเอาลักษณะหรือคุณสมบัติทั่วไป; Ⓔ *(bring into use)* นำไปประยุกต์ ❷ *v.i.* **~ [about sth.]** กล่าวอย่างเลื่อนลอย [เกี่ยวกับ *ส.น.*]; **~ about the French** กล่าววิจารณ์คนฝรั่งเศสโดยไม่เจาะลึกในรายละเอียด; **you can't ~; each one is different** คุณกล่าวโดยเหมารวมไม่ได้เพราะว่าแต่ละคนก็แตกต่างกันไป

general ˈknowledge *n.* ความรู้รอบตัว, ความรู้ทั่วไป; **it is ~ that ...:** เป็นที่ทราบกันทั่วไปว่า...; **~ exam/questions** ข้อสอบ/คำถามเกี่ยวกับความรู้รอบตัว

generally /ˈdʒenrəlɪ/ˈเจ็นเรอะลิ/ *adv.* Ⓐ *(extensively)* อย่างกว้างขวาง; **~ available** หาได้ทั่วไป; Ⓑ **~ speaking** กล่าวโดยทั่วไป, กล่าวโดยรวม; Ⓒ *(usually)* โดยปกติ; Ⓓ *(summarizing the situation)* เมื่อมองในภาพรวมแล้ว

general: ~ ˈmanager *n.* ➤ **489** ผู้จัดการใหญ่; **~ ˈmeeting** *n.* การประชุมสามัญ; **G~ ˈPost Office** *n.* *(Brit.)* ที่ทำการไปรษณีย์กลาง; **~ ˈpractice** *n.* *(Med.)* การรับรักษาโรคทั่วไป; **~ pracˈtitioner** *n.* ➤ **489** *(Med.)* แพทย์ประจำชุมชนที่รับรักษาโรคทั่วไป; **~ ˈpublic** *n.* ประชาชนทั่วไป, สาธารณชน; **the lecture is open to the ~ public** การปาฐกถาเปิดให้สาธารณชนเข้าฟังได้; **~ reader** *n.* ผู้อ่านธรรมดาทั่ว ๆ ไป

generalship /ˈdʒenrlʃɪp/ˈเจ็นร'ลชิพ/ *n., no pl.* *(strategy)* ยุทธวิธี; *(fig.)* กุศโลบาย, การบริหาร, ความเป็นผู้นำ

general: ~ shop ➡ **~ store**; **~ ˈstaff** *n.* คณะเสนาธิการทหาร; **~ store** *n.* ร้านขายของเบ็ดเตล็ด; **~ ˈstrike** *n.* การนัดหยุดงานของกรรมกรทั่วประเทศ

generate /ˈdʒenəreɪt/ˈเจ็นเนอะเรท/ *v.t.* *(produce)* ให้กำเนิด, ผลิต *(ไฟฟ้า)* **(from** จาก**)**; *(result in)* ก่อให้เกิด

generating station /dʒenəreɪtɪŋ ˈsteɪʃn/เจ็นเนอะเรทิง 'ซเตช'น/ *n.* โรงงานผลิตกระแสไฟฟ้า, โรงไฟฟ้า

generation /dʒenəˈreɪʃn/เจ็นเนอะˈเรช'น/ *n.* Ⓐ ยุค, สมัย, รุ่น; **the present/rising ~:** คนรุ่นปัจจุบัน; **~ gap** ช่องว่างระหว่างวัย; **first-/second-~ computers** *etc.* เครื่องคอมพิวเตอร์รุ่นแรก/รุ่นที่สอง; Ⓑ *(production)* การกำเนิด, การผลิต; **~ of electricity** การผลิตกระแสไฟฟ้า; Ⓒ *(procreation)* **organs of ~:** อวัยวะเพศ, ส่วนของต้นไม้ที่แพร่พันธุ์

generative /ˈdʒenərətɪv/ˈเจ็นเนอะเรอะทิวฺ/ *adj.* ให้ผลผลิต

generator /ˈdʒenəreɪtə(r)/ˈเจ็นเนอะเรเทอะ(ร)/ *n.* Ⓐ เครื่องกำเนิดไฟฟ้า; *(in motor car also)* ไดนาโม; Ⓑ *(originator)* ผู้สร้าง, ผู้ให้กำเนิด; **be a ~ of new ideas** ผู้ริเริ่มความคิดใหม่ ๆ

generic /dʒɪˈnerɪk/จิˈเนะริค/ *adj.* Ⓐ ทั่ว ๆ ไป; **~ term** *or* **name** *or* **heading** คำเรียก/ชื่อ/หัวข้อทั่วไป; Ⓑ *(Biol.)* มีลักษณะตามตระกูล

generic ˈdrug *n. pl.* ยาที่เรียกตามชื่อสามัญ

generosity /dʒenəˈrɒsɪtɪ/เจ็นเนอะˈรอซิทิ/ *n.* ความใจกว้าง; *(magnanimity)* ความเอื้อเฟื้อเผื่อแผ่, ความไม่เห็นแก่ตัว

generous /ˈdʒenərəs/ˈเจ็นเนอะเริซ/ *adj.* Ⓐ ใจกว้าง; *(noble-minded)* จิตใจประเสริฐปราศจากอคติ, มีใจเอื้อเฟื้อ, มีน้ำใจ; **he is ~ with compliments** เขาพร้อมที่จะกล่าวชมเชยอยู่เสมอ; Ⓑ *(ample, abundant)* *(จำนวน)* เหลือเฟือ, มากมาย; *(ผลผลิต)* อุดมสมบูรณ์; *(รูปร่าง)* ใหญ่; **~ size 12** เบอร์สิบสองที่ใหญ่กว่าธรรมดา

generously /ˈdʒenərəslɪ/ˈเจ็นเนอะเริซลิ/ *adv.* *(magnanimously)* อย่างมีน้ำใจ, อย่างเอื้อเฟื้อ; **'please give ~'** 'โปรดเอื้อเฟื้อบริจาค *(เงิน)*'

genesis /ˈdʒenɪsɪs/ˈเจ็นนิซิซ/ *n., pl.* **geneses** /ˈdʒenɪsiːz/ˈเจ็นนิซีซฺ/ Ⓐ **G~** *no pl.* คัมภีร์ไบเบิลบทแรกที่ว่าด้วยการสร้างโลก; Ⓑ *(origin)* แหล่งกำเนิด, การเริ่ม; *(development into being)* การกำเนิด, การอุบัติขึ้น

genetic /dʒɪˈnetɪk/จิˈเน็ททิค/ *adj.* Ⓐ เกี่ยวกับพันธุศาสตร์, เกี่ยวกับยีน; **~ code** รหัสยีน; Ⓑ *(concerning origin)* เกี่ยวกับการกำเนิด; **~ development** วิวัฒนาการ

genetically /dʒɪˈnetɪkəlɪ/จิˈเน็ททิคเคอะลิ/ *adv.* Ⓐ *(according to genetics)* โดยขึ้นอยู่กับหลักพันธุศาสตร์, โดยยีน; **~ modified** ที่มีการดัดแปลงทางพันธุกรรม; **~ engineered** *(สิ่งมีชีวิต)* ที่ได้ผ่านกระบวนการทางวิศวกรรมพันธุ์ศาสตร์; Ⓑ *(according to origin)* โดยกำเนิด

genetic: ~ engiˈneering *n.* วิศวกรรมพันธุศาสตร์; **~ ˈfingerprinting, ~ profiling** *ns., no pl.* การใช้ลักษณะดีเอ็นเอในยีนในการระบุตัวบุคคล

geneticist /dʒɪˈnetɪsɪst/จิˈเน็ททิซิซทฺ/ *n.* ➤ **489** ผู้เชี่ยวชาญในเรื่องพันธุศาสตร์

genetics /dʒɪˈnetɪks/จิˈเน็ททิคซฺ/ *n., no pl.* พันธุศาสตร์

genetic 'testing *n.* การตรวจสอบทางพันธุกรรม

Geneva /dʒɪ'ni:və/จิ'นีเวอะ/ ❶ *pr. n.* เมืองเจนีวา *(ในประเทศสวิตเซอร์แลนด์)*; **Lake ~:** ทะเลสาบเจนีวา ❷ *attrib. adj.* แห่งเมืองเจนีวา

genial /'dʒi:nɪəl/'จีเนียล/ *adj. (mild)* ไม่รุนแรง, อ่อนโยน; *(อากาศ)* สบาย; *(jovial, kindly)* ใจดี; *(sociable)* มีมิตรไมตรี; *(amiable)* น่ารัก, อารมณ์ดี; *(cheering, enlivening)* ร่าเริง, มีชีวิตชีวา

geniality /dʒi:nɪ'ælɪtɪ/จีนิ'แอลิทิ/ *n., no pl.* ความเป็นมิตร; **hearty ~:** ความเต็มเปี่ยมด้วยไมตรีจิต

genially /'dʒi:nɪəlɪ/'จีเนียลิ/ *adv.* อย่างมีไมตรีจิต; **be ~ disposed towards sb.** มีไมตรีจิตต่อ *ค.น.*

genie /'dʒi:nɪ/'จีนิ/ *n., pl.* **genii** /'dʒi:nɪaɪ/'จีนิอาย/ ปีศาจในนิยายอาหรับราตรี

genital /'dʒenɪtl/'เจ็นนิท'ล/ ❶ *n. in pl.* ➤ **118** อวัยวะสืบพันธุ์ ❷ *adj.* เกี่ยวกับอวัยวะสืบพันธุ์

genitalia /dʒenɪ'teɪlɪə/เจ็นนิ'เทเลีย/ *n. pl.* อวัยวะสืบพันธุ์

genitival /dʒenɪ'taɪvl/เจ็นนิ'ทายว'ล/ *adj. (Ling.)* ที่แสดงความเป็นเจ้าของ

genitive /'dʒenɪtɪv/'เจ็นเนอะทิว/ *(Ling.)* ❶ *adj.* ที่แสดงความเป็นเจ้าของในไวยากรณ์; **~ case** สัมพันธการก *(สภาพเป็นเจ้าของในไวยากรณ์)* ❷ *n.* สัมพันธการก; ➡ **+ absolute** C

genius /'dʒi:nɪəs/'จีเนียซ/ *n., pl.* **~es** *or* **genii** /'dʒi:nɪaɪ/'จีนิอาย/ [A] *pl.* **~es** *(person)* อัจฉริยบุคคล; [B] *(natural ability; also iron.)* พรสวรรค์, ความสามารถตามธรรมชาติ; *(extremely great)* มนุษย์/สิ่งมหัศจรรย์; **a man of ~:** ผู้ชายที่เป็นอัจฉริยะ; **~ for languages** พรสวรรค์ทางด้านภาษา; [C] *(special character; prevalent feeling, opinions or taste)* ลักษณะพิเศษ; *(of people)* ทัศนคติ/รสนิยมที่เป็นเอกลักษณ์ของประชาชาติในยุคใดยุคหนึ่ง; [D] *(spirit)* วิญญาณ; *(of place, country)* เอกลักษณ์; **good/evil ~:** เทวดา/เทพประจำตัวที่ชักนำไปในทางดี/ทางชั่ว

Genoa /'dʒenəʊə/'เจ็นนัวเออะ/ *pr. n.* เมืองเจนัว *(เมืองท่าทางทิศตะวันตกเฉียงเหนือของประเทศอิตาลี)*

genocide /'dʒenəsaɪd/'เจ็นเนอะซายดฺ/ *n.* การฆ่าล้างเผ่าพันธุ์, การทำลายชนชาติ

genome /'dʒi:nəʊm/'จีโนม/ *n.* ยีนทั้งชุดของสิ่งมีชีวิตแต่ละชนิด

genre /'ʒɑ̃r/'ฌานรฺ/ *n.* [A] จำพวก, ชนิด, ประเภท *(โดยเฉพาะทางศิลปะ/วรรณคดี)*; [B] ➡ **~ painting** A

'genre painting *n.* [A] สไตล์การเขียนรูปที่มุ่งเน้นชีวิตสามัญ; [B] *(picture)* ภาพของชีวิตสามัญ

gent /dʒent/เจ็นทฺ/ *n.* [A] *(coll./joc.)* สุภาพบุรุษ; [B] *(in shops etc.)* **~s'** ผู้ชาย *(ร้านตัดผม, แผนกเครื่องแต่งกาย)*; [C] **the G ~s** *(Brit. coll.)* ห้องน้ำผู้ชาย

genteel /dʒen'ti:l/เจ็น'ทีล/ *adj.* สุภาพ, ประณีตละเอียดอ่อน, เคร่งในจารีตผู้ดีในท่านองโอ้อวด; **they lived in ~ poverty** พวกเขามีชีวิตอย่างผู้ดีตกยาก

genteelly /dʒen'ti:llɪ/เจ็น'ทีลลิ/ *adv.* อย่างยึดแน่นในแบบแผนของผู้ดี

gentian /'dʒenʃn/'เจ็นช'น/ *n. (Bot.)* พืชไม้ดอกสีฟ้าในสกุล *Gentiana* ขึ้นตามภูเขา

Gentile /'dʒentaɪl/'เจ็นทายลฺ/ ❶ *n.* คน *(ชาวคริสเตียน)* ที่ไม่ใช่ชาวยิว; *(Bibl.)* คนนอกศาสนา ❷ *adj.* เกี่ยวกับคนที่ไม่ใช่ยิว; *(Bibl.)* ที่นอกศาสนา

gentility /dʒen'tɪlɪtɪ/เจ็น'ทิลลิทิ/ *n., no pl.* [A] *(condition)* ฐานันดรความเป็นผู้ดีมีตระกูล; [B] *(members)* บุคคลที่เกิดในตระกูลผู้ดี; [C] *(superiority)* ความถือตัวเป็นเลิศกว่าผู้อื่น; **appearance of ~:** มีท่าทางว่าเป็นผู้ดี

gentle /'dʒentl/'เจ็นท'ล/ *adj.*, **~r** /'dʒentlə(r)/'เจ็นท'เลอะ(ร)/ **~st** /'dʒentlɪst/'เจ็นทลิซทฺ/ [A] *(บุคคล)* มีอัธยาศัยดี, มีไมตรีจิต; *(ความประพฤติ)* อ่อนโยน, นุ่มนวล; *(not stormy, rough or violent) (ลม)* เบา ๆ; *(ทะเล)* เงียบสงบ; *(อากาศ)* สบาย; *(not loud) (เสียงพูด)* ค่อย, เบา; *(moderate) (ความเร็ว)* ปานกลาง; *(ความร้อน)* กำลังดี; *(gradual) (การเริ่มต้น)* ค่อยเป็นค่อยไป; *(mild, not drastic) (สารทำความสะอาด)* อ่อน, อ่อนละมุน; *(easily managed) (สัตว์)* เชื่อง; **be ~ with sb./sth.** ปฏิบัติอย่างอ่อนโยนต่อ *ค.น./ส.น.*; **with ~ care** อย่างอาทร; **a ~ reminder/hint** การเตือนอย่างนิ่มนวล; **the ~ sex** เพศที่อ่อนหวาน *(เพศหญิง)*, อิสตรี; **the ~ art** *or* **craft** ศิลปะ/งานฝีมือที่ต้องประณีตมาก; [B] *(dated: honourable, well born)* เพียบพร้อมด้วยชาติวุฒิ, เกิดในตระกูลดีทรงเกียรติ; **of ~ birth** เกิดในตระกูลสูง; [C] **~ reader** *(arch.)* ท่านผู้อ่านที่มีเมตตาจิต

'gentlefolk[s] *n. pl.* บุคคลผู้มีตระกูลสูง, ผู้ดี

gentleman /'dʒentlmən/'เจ็นท'ลเมิน/ *n., pl.* **gentlemen** /'dʒentlmən/'เจ็นท'ลเมิน/ [A] *(man of good manners and breeding)* สุภาพบุรุษที่มีสกุลสูง; **~ scholar** นักวิชาการที่ศึกษาวิจัยเองนอกระบบมหาวิทยาลัย; **a country ~:** เจ้าของที่ดินและบ้านใหญ่ในชนบทมีฐานะดี; [B] *(man)* สุภาพบุรุษ; **Gentlemen!** ท่านสุภาพบุรุษ; **Ladies and Gentlemen!** ท่านสุภาพสตรีและท่านสุภาพบุรุษทั้งหลาย; **Gentlemen, ...** *(in formal, business letter)* เรียนท่าน...; **the ~ of the jury/press** คณะลูกขุน/นักหนังสือพิมพ์; **gentlemen's** *(ร้านตัดผม, ร้านตัดเสื้อ)* ผู้ชาย; [C] *(man attached to household of sovereign etc.)* ราชวัลลภ, มหาดเล็ก, ข้าราชสำนัก; [D] *in pl., constr. as sing.* **the Gentlemen['s]** *(Brit.)* ห้องน้ำชาย; **'Gentlemen'** ท่านสุภาพบุรุษ

gentleman 'farmer *n.* เจ้าของฟาร์ม, เจ้าของไร่นาที่มีสกุลสูงและฐานะร่ำรวย

gentlemanly /'dʒentlmənlɪ/'เจ็นท'ลเมินลิ/ *adj.* อย่างสุภาพบุรุษ; **~ person** สุภาพบุรุษมาดผู้ดีทุกกระเบียดนิ้ว

'gentleman's *or* **'gentlemen's agreement** *n.* สัญญาสุภาพบุรุษแต่ไม่มีผลตามกฎหมาย

gentleness /'dʒentlnɪs/'เจ็นท'ลนิซ/ *n., no pl.* ความอ่อนโยน; *(of nature)* ธรรมชาติที่ก่อให้เกิดความสบาย *(ไม่มีพายุรุนแรง)*; *(of nurse, words, action)* ความนิ่มนวล, ปิยวาจา, ความแนบเนียน; *(of shampoo, cleanser etc.)* ความอ่อน ๆ; *(of animal)* ความเชื่อง

'gentlepeople ➡ **gentlefolk[s]**

'gentlewoman *n. (arch.)* [A] *(woman of good birth or breeding)* หญิงที่เกิดในตระกูลสูง; [B] *(lady)* สุภาพสตรีผู้มีมารยาทงดงาม

gently /'dʒentlɪ/'เจ็นทฺลิ/ *adv. (tenderly)* อย่างอ่อนโยน; *(mildly)* อย่างอ่อน ๆ; *(carefully)* อย่างระมัดระวัง; *(quietly softly)* อย่างเงียบเชียบ, อย่างละมุนละไม; *(slowly)* อย่างค่อย ๆ; **she broke the news to him ~:** เธอแจ้งข่าวให้เขาทราบอย่างละมุนละม่อม; **a ~ teasing/sarcastic manner** ลีลายั่วเย้า/ลีลาเหน็บแนมอย่างแนบเนียน; **she took things very ~:** เธอทำอะไรตามสบายไม่หักโหม; **~ does it!** งานนี้ต้องค่อยเป็นค่อยไป

gentrification /dʒentrɪfɪ'keɪʃn/เจ็นทริฟิ'เคช'น/ *n.* การยกระดับมาตรฐานชีวิตชุมชนเมืองใด ๆ โดยการย้ายเข้ามาของชนชั้นกลาง

gentry /'dʒentrɪ/'เจ็นทริ/ *n. pl.* [A] พวกผู้ดี *(ถัดจากชั้นขุนนางลงมา)*; [B] *(derog.: people)* ไอ้พวกโจรห้าร้อย; **light-fingered ~:** คนที่ชอบ 'จิ๊ก' ของเล็ก ๆ น้อย ๆ

genuflect /'dʒenju:flekt/'เจ็นนิวเฟล็คทฺ/ *v.i.* คุกเข่าเคารพ, แสดงความเคารพ

genuflection, genuflexion /dʒenju:'flekʃn/เจ็นนิว'เฟล็คช'น/ *n.* การคุกเข่าเคารพ, การแสดงความเคารพ

genuine /'dʒenjʊɪn/'เจ็นนิวอิน/ *adj.* [A] *(actually from reputed source or author)* แท้, ขนานแท้และดั้งเดิม; **the ~ article** ของจริง, ของแท้; [B] *(true) (คำร้อง, ความอดอยาก)* ถูกต้อง, เป็นจริง; *(คอมมิวนิสต์)* แท้; *(บุคคล)* จริงใจ

genuinely /'dʒenjʊɪnlɪ/'เจ็นนิวอินลิ/ *adv.* อย่างแท้จริง; **it is ~ antique** มันเป็นวัตถุโบราณแท้

genus /'dʒi:nəs/'จีเนิซ/ *n., pl.* **genera** /'dʒenərə/'จีนีร'ะ/ [A] *(Biol.)* สกุล; *(Logic.)* จำพวก; [B] *(in popular use)* ชนิด, ประเภท

geodesic /dʒi:ə'desɪk/จีโอ'เด็ซซิค/ *adj.* เกี่ยวกับเรขาคณิตของผิวหน้าโค้ง, เกี่ยวกับเส้นที่ลากบนผิวหน้าโค้ง

geodesy /dʒi:'ɒdɪsɪ/จี'ออดิซิ/ *n.* สาขาคณิตศาสตร์เกี่ยวกับการวัดรูปร่างและพื้นที่โลกหรือผืนดินใหญ่

geodetic /dʒɪ:ə'detɪk/จีเออะ'เด็ททิค/ ➡ **geodesic**

geographer /dʒɪ'ɒgrəfə(r)/จี'ออเกฺรอะเฟอะ(ร)/ *n.* ➤ **489** นักภูมิศาสตร์

geographic /dʒi:ə'græfɪk/จีเออะ'แกฺรฟิค/, **geographical** /dʒɪə'græfɪkl/จีเออะ'แกฺรฟิค'ล/ *adj.* เกี่ยวกับภูมิศาสตร์; **~ latitude** เส้นตั้งฉากกับผิวโลก

geographically /dʒɪə'græfɪkəlɪ/จีเออะ'แกฺรฟิคลิ/ *adv.* ตามภูมิศาสตร์, ตามลักษณะทางกายภาพ

geography /dʒɪ'ɒgrəfɪ/จี'ออเกฺรอะฟิ/ *n.* ภูมิศาสตร์, ภูมิประเทศ; **physical/political/regional ~:** ภูมิศาสตร์กายภาพ/ภูมิศาสตร์การเมือง/ภูมิศาสตร์ภูมิภาค; **show sb. the ~ of the house** *(coll.)* พา *ค.น.* ชมบ้านแต่ละห้อง; *(location of WC)* พา *ค.น.* ไปดูที่ตั้งของห้องน้ำ

geological /dʒi:ə'lɒdʒɪkl/จีเออะ'ลอจิค'ล/ *adj.* **geologically** /dʒi:ə'lɒdʒɪkəlɪ/จีเออะ'ลอจิค'ลลิ/ *adv.* ตามลักษณะธรณีวิทยา

geologist /dʒɪ'ɒlədʒɪst/จี'ออเลอะจิซทฺ/ *n.* ➤ **489** นักธรณีวิทยา

geology /dʒɪ'ɒlədʒɪ/จี'ออเลอะจิ/ *n.* ธรณีวิทยา; *(features)* สภาพทางธรณีวิทยา

geometric /dʒi:ə'metrɪk/จีเออะ'เม็ทริค/, **geometrical** /dʒi:ə'metrɪk(l)/จีเออะ'เม็ททริค('ล)/ *adj.* เกี่ยวกับเรขาคณิต, เป็นรูปเรขาคณิต; **~ mean** ค่าเฉลี่ยทางเรขาคณิตมีค่าเท่ากับผลคูณของค่าต่าง ๆ แล้วถอดรูท n; **geometrical progression** *or* **series** *อนุกรมค่าเรขาคณิตที่อัตราส่วนระหว่าง 2 ค่าที่อยู่ติดกันเท่ากันหมดทั้งอนุกรม เช่น 3 9 27 81*

geometrically /dʒi:ə'metrɪkəlɪ/จีเออะ'เม็ททริคเคอะลิ/ *adj.* [เป็น] เรขาคณิต

geometry /dʒɪ'ɒmɪtrɪ/จิ'ออมิทริ/ *n.* วิชาเรขาคณิต

ge'ometry set *n.* เครื่องมือเรขาคณิต

geophysical /dʒi:ə'fɪzɪkl/จีเออะ'ฟิซซิค'ล/ *adj.* เกี่ยวกับธรณีฟิสิกส์

geophysics /dʒi:əˈfɪzɪks/จีเออะ'ฟิซซิคซฺ/ *n., no pl.* ธรณีฟิสิกส์

geopolitical /dʒi:əpəˈlɪtɪkl/จีเออะเพอะ'ลิททิค'ล/ *adj.* เกี่ยวกับภูมิศาสตร์การเมือง

Geordie /ˈdʒɔ:dɪ/'จอดิ/ *n. (Brit.)* คนที่มีถิ่นกำเนิดที่ไทน์ไซด์ ทางตะวันออกเฉียงเหนือของอังกฤษ

George /dʒɔ:dʒ/จอจ/ *n.* Ⓐ *(Hist., as name of ruler etc.)* พระเจ้ายอร์ช *(เป็นพระนามของกษัตริย์อังกฤษหลายพระองค์)*; Ⓑ **by ~!** *(Brit. dated coll.)* ให้ตายซิ

George: ~ **'Cross** *n. (Brit.)* *เหรียญกล้าหาญมอบให้พลเรือน มีขึ้นในสมัยพระเจ้ายอร์จที่ 6;* ~ **'Medal** *n. (Brit.)* เหรียญกล้าหาญเช่นเดียวกับ George Cross

georgette /dʒɔ:ˈdʒet/จอ'เจ็ท/ *n. (Textiles)* ผ้าไหมเนื้อบางหรือผ้าแพรย่น

Georgia /ˈdʒɔ:dʒɪə/'จอเจีย/ *pr. n.* สาธารณรัฐจอร์เจีย *(เดิมเป็นของอดีตสหภาพรัสเซียอยู่ติดทะเลดำ)*; *(in US)* มลรัฐจอร์เจียในประเทศสหรัฐอเมริกา

[1]**Georgian** /ˈdʒɔ:dʒjən/'จอเจียน/ *adj. (Brit. Hist.)* เกี่ยวกับสมัยของพระเจ้ายอร์จที่ 1 ถึง 4 ของอังกฤษ *(ค.ศ. 1714–1830)*

[2]**Georgian** *adj.* แห่งสาธารณรัฐจอร์เจีย; *(US)* แห่งมลรัฐจอร์เจีย

geostationary /dʒi:əˈsteɪʃənərɪ/จีเออะ'ซเตเชอะเนอะริ/ *adj.* *เกี่ยวกับดาวเทียมซึ่งโคจรอยู่เหนือจุดใดจุดหนึ่งของโลกตลอด*

Ger. *abbr.* **German**

geranium /dʒəˈreɪnɪəm/เจอะ'เรเนียม/ *n.* พืชไม้ดอกประดับในสกุลนี้มีสีแดง ขาว ชมพู

gerbil /ˈdʒɜ:bɪl/'เจอบิล/ *n. (Zool.)* หนูที่อยู่ในทะเลทราย

gerfalcon ➡ **gyrfalcon**

geriatric /dʒerɪˈætrɪk/เจะริ'แอทริค/ ❶ *adj.* เกี่ยวกับคนชรา ❷ *n. (also joc.)* คนชรา

geriatrician /dʒerɪəˈtrɪʃn/เจะเรีย'ทริช'น/ *n.* ➤ **489** แพทย์ผู้เชี่ยวชาญด้านโรคชรา

geriatrics /dʒerɪˈætrɪks/เจะริ'แอทริคซฺ/ *n., no pl.* วิชาแพทย์แขนงที่เกี่ยวกับโรคชรา

germ /dʒɜ:m/เจิม/ *n. (lit. or fig.)* เชื้อจุลินทรีย์ *(ที่ทำให้เกิดโรค)*; **I don't want to catch your ~s** ฉันไม่ต้องการติดเชื้อจากคุณ; **I don't want you to spread your ~s around** ฉันไม่ต้องการให้คุณแพร่เชื้อของคุณไปทั่ว; **wheat ~:** จมูกของเมล็ดข้าวสาลีมีคุณค่าทางอาหาร; **a ~ of truth is contained in this legend** *(fig.)* ตำนานเรื่องนี้มีเค้าความจริงอยู่เล็กน้อย

German /ˈdʒɜ:mən/'เจอเมิน/ ❶ *adj.* เยอรมัน; **a ~ person** คนเยอรมันคนหนึ่ง; **the ~ people** คนเยอรมัน; **he/she is ~:** เขา/เธอเป็นคนเยอรมัน; **have a ~ degree** *(in subject)* จบปริญญาสาขาภาษาเยอรมัน; **he is a native ~ speaker** เขาเป็นคนพูดภาษาเยอรมันเป็นภาษาแม่; **he is a '~ translator** *(translator from German)* เขาเป็นนักแปลภาษาเยอรมัน; **'~ teacher/student** ครูสอน/นักเรียนเรียนภาษาเยอรมัน; **~ 'teacher/student** ครู/นักเรียนชาวเยอรมัน; **~ studies** เยอรมันศึกษา; **~ department** ภาควิชาเยอรมันศึกษา; ➡ **+ English 1** ❷ *n.* Ⓐ *(person)* ชาวเยอรมัน; **he/she is a ~:** เขา/เธอเป็นชาวเยอรมัน; Ⓑ *(language)* ภาษาเยอรมัน; **High ~:** ภาษาเยอรมันที่เป็นภาษาหนังสือ; **Low ~:** ภาษาถิ่นเยอรมัน; ➡ **+ English 2 A**

German Democratic Re'public *pr. n. (Hist.)* สาธารณรัฐประชาธิปไตยเยอรมัน

germane /dʒɜ:ˈmeɪn/เจอ'เมน/ *adj.* **~ to** เกี่ยวข้องกันอย่างสำคัญ

Germanic /dʒɜ:ˈmænɪk/เจอ'แมนิค/ ❶ *adj. (having German characteristics)* มีลักษณะเป็นเยอรมัน; **~ Confederation/Empire** *(Hist.)* สหพันธรัฐ/จักรวรรดิเยอรมัน; **~ people** เผ่าพันธุ์เยอรมัน ❷ *n. (Ling.)* กลุ่มภาษาเยอเมนิค *(ได้แก่ เยอรมัน ดัทช์ อังกฤษ สแกนดิเนเวีย)*

Germanism /ˈdʒɜ:mənɪzm/'เจอเมอะนิซ'ม/ *n.* Ⓐ *(word or idiom)* ถ้อยคำสำนวนจากภาษาเยอรมัน; Ⓑ *(German ideas or actions)* ความคิด/การปฏิบัติแบบเยอรมัน

germanium /dʒɜ:ˈmeɪnɪəm/เจอ'เมเนียม/ *n.* องค์ประกอบทางเคมีของธาตุโลหะชนิดหนึ่ง

Germanize /ˈdʒɜ:mənaɪz/'เจอเมอะนายซฺ/ ❶ *v.t.* ทำให้เป็นเยอรมัน ❷ *v.i.* กลายเป็นเยอรมัน

German: ~ **'measles** *n. sing.* ➤ **453** หัดเยอรมัน; ~ **'sausage** *n.* ไส้กรอกเยอรมัน; ~ **'shepherd [dog]** *n.* สุนัขอัลเซเชี่ยน

Germany /ˈdʒɜ:mənɪ/'เจอเมอะนิ/ *pr. n.* ประเทศเยอรมนี

'germ cell *n.* เซลล์สืบพันธุ์

germicide /ˈdʒɜ:mɪsaɪd/'เจอมิซายดฺ/ *n.* สารฆ่าเชื้อจุลินทรีย์, ยาฆ่าเชื้อโรค

germinal /ˈdʒɜ:mɪnl/'เจอมิน'ล/ *adj.* Ⓐ *(in earliest stage of developonent)* ในขั้นตอนแรกสุดของการเจริญเติบโต; **~ form** รูปแบบตอนแรกสุดของการเจริญเติบโต; Ⓑ *(of germ)* เกี่ยวกับเชื้อจุลินทรีย์

germinate /ˈdʒɜ:mɪneɪt/'เจอมิเนท/ ❶ *v.i.* เริ่มเจริญเติบโต, แตกหน่อ; *(fig.)* อุบัติขึ้น, ผุดขึ้น ❷ *v.t.* ทำให้เจริญเติบโต, ทำให้แตกหน่อ; *(fig.)* พัฒนา *(ความคิด ฯลฯ)*

germination /dʒɜ:mɪˈneɪʃn/เจอมิ'เนช'น/ *n.* การเริ่มเจริญเติบโต, การแตกหน่อ; *(fig.)* การอุบัติขึ้น, การพัฒนา

'germ line *n. (Biol.)* สายพันธุ์ของเชื้อโรคที่พัฒนาต่อเนื่องกันมา

germ 'warfare *n.* สงครามเชื้อโรค

gerontology /dʒerɒnˈtɒlədʒɪ/เจะรอน'ทอลอจิ/ *n.* การศึกษาวิวัฒนาการของความชรา

gerrymander /dʒerɪˈmændə(r)/เจะริ'แมนเดอะ(ร)/ ❶ *v.t.* อย่างไม่ยุติธรรม ❷ *n.* การทำให้ฝ่ายตนได้เปรียบ

gerund /ˈdʒerənd/'เจะเรินดฺ/ *n. (Ling.)* อาการนาม *(คำกริยาที่ทำหน้าที่เป็นคำนาม โดยการเติม ing)*

gestalt /gəˈstɑ:lt/เกอะ'ซตาลทฺ/ *n.* เกสตาลท์ *(ท.ศ.)*, การมองสิ่งของโดยภาพรวมหรือโครงสร้าง

gestalt psychology *n.* จิตวิทยาเกสตาลท์

Gestapo /geˈstɑ:pəʊ/เกอะ'ซตาโป/ *n.* หน่วยตำรวจลับเกสตาโปในสมัยนาซี

gestation /dʒeˈsteɪʃn/เจ็ซ'เตช'น/ *n.* Ⓐ *(of animal)* การตั้งครรภ์; *(of woman)* การตั้งครรภ์ในหญิง; **~ period** ระยะเวลาของการตั้งครรภ์; Ⓑ *(fig.)* ระยะเวลาฟักตัว *(ความคิด, งานศิลปะ)*

gesticulate /dʒeˈstɪkjʊleɪt/เจ็ซ'ติคคิวเลท/ *v.i.* โบกมือโบกไม้บอก; **he ~d to the lorry driver to stop reversing** เขาโบกมือโบกไม้บอกคนขับรถบรรทุกให้หยุดถอยหลัง

gesticulation /dʒestɪkjʊˈleɪʃn/เจ็ซติคิว'เลช'น/ *n.* การโบกไม้โบกมือ; **wild ~:** การโบกมือไม้อย่างสุดฤทธิ์สุดเดช

gesture /ˈdʒestʃə(r)/'เจ็ซเฉอะ(ร)/ ❶ *n.* ท่าทาง, ปาง, อากัปกิริยาที่แสดงออก; *(also fig.)* ท่าที; **a ~ of resignation** ท่าทียอมรับ/แพ้โดยดุษฎี ❷ *v.i.* แสดงอากัปกิริยา, แสดงท่าทางชี้มือชี้ไม้; **~ to sb. to do sth.** ชี้มือชี้ไม้ให้ *ค.น.* ทำ *ส.น.* ❸ *v.t.* ชี้มือชี้ไม้; **~ sb. to do sth.** ชี้มือชี้ไม้ให้ *ค.น.* ทำ *ส.น.*

get /get/เก็ท/ ❶ *v.t.*, **-tt-**, *p.t.* **got** /gɒt/กอท/, *p.p.* **got** *or (in comb./arch./Amer. except in sense M)* **gotten** /ˈgɒtn/'กอทท'น/ (**got** *also coll. abbr. of* **has got** *or* **have got**) Ⓐ *(obtain)* ได้มา/รับ; *(by buying)* ซื้อมา; *(by one's own effort for special purpose)* หามา *(ทักษะ, เงินทอง)*; ไปขอ *(วีซ่า)*; *(by contrivance)* ได้มาโดยวางแผนไว้ล่วงหน้า; *(find)* ค้นพบ; *(extract)* ขุด *(น้ำมัน)*; สกัด *(สาร)*; **~ an income from sth.** มีรายได้จาก *ส.น.*; **where did you ~ that?** คุณได้สิ่งนั้นมาจากไหน; **the bogy man will come and ~ you** เดี๋ยวผีจะมาจับนะ; **he got him by the leg/arm** เขาคว้าขา/แขนเขาไว้ได้; **~ sb. a job/taxi, ~ a job/taxi for sb.** หางาน/รถรับจ้างให้แก่ *ค.น.*; **~ oneself sth./a rich man/a job** หา *ส.น.*/ชายที่ร่ำรวย/งานให้กับตัวเอง; **I need to ~ some rice** ฉันต้องไปซื้อข้าวสักหน่อย; **you can't ~ that kind of fruit in the winter months** คุณหาผลไม้ประเภทนั้นไม่ได้ในฤดูหนาว; **~ water from a well** ตักน้ำจากบ่อ; ➡ **+ best** 3 C; **better** 3 A; **kick** 1 C; **upper** 1 A; **'wind** 1 F; **worst** 3 A; Ⓑ *(fetch)* ไปเอา, ไปรับ; **what can I ~ you?** จะเอาอะไรไหม; **is there anything I can ~ you in town?** จะให้ฉันเอาอะไรจากในเมืองมาฝากบ้างไหม; **~ sb. from the station** ไปรับ *ค.น.* ที่สถานี; Ⓒ **~ the bus** *etc. (be in time for, catch)* ทันขึ้นรถประจำทาง *ฯลฯ*; *(travel by)* เดินทางโดยรถโดยสารประจำทาง; Ⓓ *(prepare)* ตระเตรียม *(อาหาร ฯลฯ)*; Ⓔ *(coll.: eat)* กิน, รับประทาน; **~ something to eat** หาอะไรรับประทาน; *(be given)* มีอาหารให้ทาน; Ⓕ *(gain)* ได้รับ; **what do I ~ out of it?** ฉันจะได้รับอะไรจากมัน; Ⓖ *(by calculation)* ได้ผลลัพธ์; Ⓗ *(receive)* ได้รับ *(เงินทอง, เงินเดือน, รายได้)*; **the country ~s very little sun/rain** แผ่นดินนี้มีแดด/มีฝนตกน้อยมาก; **he got the full force of the blow** เขาถูกชกอย่างจัง; **she got some bruises from the fall** เธอเป็นรอยฟกช้ำจากการหกล้ม; **he got his jaw broken in a fight** กรามหักเขาหักจากการชกต่อยกัน; **~ nothing but ingratitude** ไม่ได้รับอะไรทั้งสิ้นนอกจากความอกตัญญู; Ⓘ *(receive as penalty)* ได้, โดน, ถูกลงทัณฑ์; **that's what I ~ for trying to be helpful** *(iron.)* ทำคุณบูชาโทษ, โปรดสัตว์ได้บาป; **you'll ~ it** *(coll.)* แล้วคุณจะรู้สึกเอง; *(be scolded)* คุณจะถูกด่า; **you'll really ~ it this time** คราวนี้คุณต้องโดนดีแหง ๆ; ➡ **+ best** 3 D; **boot** 1 A; **neck** 1 A; [1]**sack** 1 B; Ⓙ *(kill)* ฆ่า *(สัตว์ที่ล่า)*; *(hit, injure)* ตี, ทำให้บาดเจ็บ; **I'll ~ you for that** ฉันจะแก้เผ็ดคุณเรื่องนั้น; **they've got me** พวกเขาปราบฉันเสียอยู่หมัด; **~ him, boy!** *(กับสุนัข)* กัดเลย; Ⓚ *(win)* มีชัยชนะ *(เกม, การแข่งขัน)*; ยิง *(ประตู)*; ชนะ *(แต้ม)*; ได้ *(ที่หนึ่ง)*; **~ fame** ได้ชื่อเสียง; **~ permission** ได้รับอนุญาต; **he got his fare paid by the firm** เขาได้รับเงินค่าเดินทางจากบริษัท; Ⓛ *(come to have)* ประสบ *(ความสำเร็จ)*; พบ *(ความสงบ, ความสุข)*; *(contract)* ติด *(โรค ฯลฯ)*; **~ some rest** ได้พัก; **~ one's freedom** ได้รับเสรีภาพ; **~ an idea/a habit from sb.** ได้ความคิด/รับนิสัยจาก *ค.น.*; **I hope I don't ~ the flu from you** ฉันหวังว่าฉันจะไม่ติดไข้หวัดใหญ่จากคุณ; ➡ **+ brain** 1 A; **religion** B; Ⓜ **have got** *(coll.: have)* มี; **give it all you've got** พยายามให้ถึงที่สุด; **have got a toothache/a cold** ปวดฟัน/เป็น

หวัด; **have got to do sth.** ต้องทำ *ส.น.*; **something has got to be done [about it]** จะต้องทำอะไรสักอย่าง [ในเรื่องนี้]; Ⓝ *(succeed in bringing, placing, etc.)* นำ/วางสำเร็จ; **~ sth. through the door** *etc.* เอา *ส.น.* เข้าประตู ฯลฯ จนได้; **she could hardly ~ herself out of bed** เธอแทบจะลุกขึ้นจากเตียงไม่ไหว; **that bike won't ~ you very far** จักรยานคันนั้นจะขี่ได้ไม่ไกลหรอก; **I must ~ a message to her** ฉันต้องส่งข่าวสารไปถึงเธอให้ได้; **he's got you where he wants you** เขาตะล่อมคุณให้ทำในสิ่งที่เขาต้องการได้; Ⓞ *(bring into some state)* **this music will ~ the party going** ดนตรีเหล่านี้จะทำให้งานปาร์ตี้สนุกสนานเฮฮา; **~ a project going** ผลักดันให้โครงการหนึ่งเริ่มดำเนินการ; **~ a machine going** ทำให้เครื่องยนต์ติด; **~ things going** *or* **started** ผลักดันให้เรื่องเริ่มต้นขึ้น; **~ everything packed/prepared** บรรจุทุกสิ่งทุกอย่างลงกระเป๋า/เตรียมพร้อม; **~ sth. ready/done** เตรียม *ส.น.* ให้พร้อม/ทำ *ส.น.* ให้สำเร็จเรียบร้อย; **~ oneself talked about** ทำให้ตนเองเป็นขี้ปากชาวบ้าน; **~ one's feet wet** ปล่อยให้เท้าเปียก; **~ one's hands dirty** ทำให้มือสกปรก; **I want to ~ the work done** ฉันอยากจะให้งานสำเร็จลุล่วงไป; **I didn't ~ much done today** วันนี้ฉันไม่ค่อยได้ทำอะไรเท่าไร; **~ with child** *(dated)* ทำให้ตั้งท้อง/ทำให้ตั้งครรภ์; **he's got his sums right** เขาคำนวณทุกอย่างไว้เรียบร้อยแล้ว; **I need to ~ my house painted** ฉันจะต้องจัดการทาสีบ้าน; **you'll ~ yourself thrown out/arrested** คุณจะโดนขับไล่ออกมา/จับกุม; **I got myself lost** ฉันหลงทาง; **~ sb. talking/drunk/interested** ทำให้ *ค.น.* พูดคุย/เมา/สนใจ; **~ one's hair cut/clothes dry-cleaned** ไปตัดผม/เอาเสื้อผ้าไปซักแห้ง; Ⓟ *(induce)* **~ sb. to do sth.** ยัดเหยียด *ค.น.* ให้ทำ *ส.น.*; **~ sth. to do sth.** บังคับ *ส.น.* ให้ทำ *ส.น.*; **I can never ~ you to listen to me** ฉันไม่เคยทำให้คุณฟังฉันได้เลย; **I can't ~ the car to start/the door to shut** ฉันติดเครื่องรถยนต์/ปิดประตูไม่ได้; Ⓠ *(bring in)* นำเข้ามา *(ผลผลิต)*; Ⓡ *(Radio, Telev.: pick up)* รับ *(คลื่น)*; **he's trying to ~ BBC 2** เขากำลังพยายามรับคลื่นของบีบีซี 2; Ⓢ *(get in touch with by telephone)* **~ sb. [on the phone]** พูดกับ *ค.น.* [ทางโทรศัพท์]; **please ~ me this number** โปรดต่อหมายเลขนี้ [ทางโทรศัพท์] ให้ฉันหน่อย; Ⓣ *(answer)* **I'll ~ it!** ฉันรับเอง; *(answer doorbell)* ฉันไปเปิดเอง; *(answer the phone)* ฉันจะรับเอง; Ⓤ *(coll.: perplex)* ทำให้งุนงง, ทำให้สับสน; **this question will ~ him** คำถามนี้จะทำให้เขาจนมุม; **you've got me there; I don't know** คุณทำเอาฉันต้องยอม ฉันไม่ทราบจริง ๆ; Ⓥ *(coll.) (understand)* เข้าใจ; *(hear)* ได้ยิน; **~ it?** เข้าใจไหม; Ⓦ *(coll.: annoy)* ทำให้รำคาญ, รบกวน; Ⓧ *(coll.: attract, involve emotionally)* ดึงดูดใจ, ทำให้ติดใจ

❷ *v.i.*, **-tt-, got, got** *or (Amer.)* **gotten** Ⓐ *(succeed in coming or going)* ถึงที่หมาย; **~ to London/the top before dark** ถึงกรุงลอนดอน/ปีนถึงยอดเขาก่อนค่ำ; **we got as far as Oxford** เราไปไกลถึงออกซฟอร์ด; **we have got as far as quadratic equations** เราเรียนได้ถึงสมการสองชั้น; **how did that ~ here?** สิ่งนั้นมาอยู่นี่ได้อย่างไร; Ⓑ *(come to be)* **~ working** ลงมือทำงาน; **~ talking [to sb.]** เริ่มคุย [กับ *ค.น.*]; **~ to talking about sth./sb.** กลายเป็นพูดคุยถึง *ส.น./ค.น.*; **I got [to] thinking how nice ...:** ฉันเลยเริ่มคิดว่าคงดีมากถ้า...; **~ going** *or* **started** *(leave)* ออกเดินทาง; *(start talking)* เริ่มพูดคุย; *(become lively or operative)* เริ่มดำเนินการ, เริ่มออกลวดลาย; **once he ~s going** เมื่อเขาอุ่นเครื่องเรียบร้อยแล้ว; **~ going on** *or* **with sth.** เริ่มดำเนินการ *ส.น.*; **~ going on sb.** ชักนำหว่านล้อม *ค.น.*; **I can't ~ started in the mornings** ช่วงเช้าฉันจะทำอะไรไม่ค่อยได้; ➡ + way 1 F; Ⓒ **~ to know sb.** ทำความสนิทสนมกับ *ค.น.*; **he got to like/hate her** เมื่อวันเวลาผ่านไปเขากลายเป็นชอบ/เกลียดเธอ; **~ to hear of sth.** ได้ยินเรื่อง *ส.น.* เข้า; **I never ~ to see you any more** พักนี้ฉันไม่มีโอกาสได้พบคุณเลย; **~ to do sth.** *(succeed in doing)* ได้ทำ *ส.น.* สมใจอยาก; Ⓓ *(become)* เป็น, กลายเป็น; **~ ready/washed** เตรียมตัว/ล้างหน้าล้างตา; **~ frightened/hungry** เริ่มตกใจ/หิว; **the time is ~ting near** เวลากำลังใกล้เข้ามา; **~ excited about sth.** ตื่นเต้นเกี่ยวกับ *ส.น.*; **~ interested in sth.** เริ่มสนใจใน *ส.น.*; **~ caught in the rain** ติดอยู่ข้างนอกตอนฝนตก; **~ well soon!** ขอให้หายป่วยเร็ว ๆ; ➡ + better 1; Ⓔ *(coll.: be off, clear out)* ออกไป, ไปให้พ้นหูพ้นตา

~ **a'bout** *v.i.* Ⓐ *(move)* ไปโน่นไปนี่, เดินเหิน; *(travel)* ท่องเที่ยว, เดินทางตะลอน ๆ ไปเรื่อย; Ⓑ *(spread)* *(ข่าว)* แพร่สะพัดไป

~ **across** ❶ /--'-/ *v.i.* Ⓐ *(to/from other side)* ข้ามไปสู่/มาจากอีกฝั่งหนึ่ง; Ⓑ *(be communicated)* *(ความคิด ฯลฯ)* สื่อสารสำเร็จ; **~ across [to sb.]** *(ความคิด ฯลฯ)* ประจักษ์แก่ *ค.น.* หรือทำให้ *ค.น.* เข้าใจ ❷ *[stress varies] v.t.* Ⓐ *(cross)* พา/นำข้าม; **~ sb./sth. across [sth.]** *(transport to/from other side)* พา *ค.น.*/นำ *ส.น.* ข้าม [*ส.น.*]; Ⓑ *(communicate)* สื่อสาร, อธิบาย; **~ a joke across to sb.** ทำให้ *ค.น.* เข้าใจเรื่องตลก

~ **a'long** *v.i.* Ⓐ *(advance, progress)* **~ along well** ก้าวหน้าไปได้ดี; **how is he ~ting along with his work/is his work ~ting along?** เขาทำงานสำเร็จลุล่วงไปถึงไหนแล้ว/งานของเขาดำเนินไปได้ถึงขั้นไหนแล้ว; **the patient is ~ting along very well** คนไข้อาการดีขึ้นมาก; Ⓑ *(manage)* ควบคุมได้; Ⓒ *(agree or live sociably)* เข้ากันได้ดี, เป็นมิตร; **~ along with each other** *or* **together** เข้ากันได้ดี *หรือ* เป็นมิตรซึ่งกันและกัน; Ⓓ *(leave)* ออกเดินทางไป; **~ along with you!** *(fig. coll.)* อะไรก็ไม่รู้

~ **a'round** ❶ *v.i.* Ⓐ ➡ ~ round 1 B; Ⓑ ➡ ~ about a ❷ *v.t.* ➡ ~ round 2 A, B, D

~ **at** *v.t.* Ⓐ เข้าถึง, บรรลุ, เรียนรู้หรือค้นพบ; **let sb. ~ at sth.** ปล่อยให้ *ค.น.* เข้าถึง *ส.น.*; **woodworm has got at the wardrobe** มอดเจาะตู้เสื้อผ้า; Ⓑ *(coll.: start work on)* เริ่มต้นทำงาน; Ⓒ *(~ hold of; ascertain)* ค้นให้แน่ใจ, พิสูจน์; Ⓓ *(coll.)* **what are you/is he ~ting at?** คุณ/เขาหมายความว่าอย่างไร; *(referring to)* คุณ/เขากำลังพูดถึงอะไร; Ⓔ *(coll.: tamper with)* เข้าไปยุ่ง, เข้าไปสอดแทรก; *(bribe)* ติดสินบน; *(influence)* ใช้อิทธิพลต่อ; Ⓕ *(coll.: attack, taunt)* โจมตี, หาเรื่อง; **I have the feeling that I'm being got at** ฉันมีความรู้สึกว่าฉันกำลังถูกเล่นงาน

~ **a'way** ❶ *v.i.* Ⓐ ออกไป, จากไป, หลบหลีก; *(stand back)* ถอยออกไป; **you need to ~ away [from here]** คุณจำเป็นต้องห่าง [จากที่นี่] ไปบ้าง; **I can't ~ away from work** ฉันไม่สามารถทิ้งงานไปได้; **~ away from the field** *(Racing)* *(ม้าแข่ง)* เริ่มวิ่งนำหน้าคู่แข่ง; **there is no ~ting away from the fact that ...:** ไม่มีทางหลีกเลี่ยงจากความจริงที่ว่า...; **~ away from it all** ➡ all 1 A; Ⓑ *(escape)* หลบหนี, หลีกหนี; **that's the one that got away** *(fig.)* ฝันที่ไม่เป็นจริง; Ⓒ *(start)* เริ่มต้น *(วิ่ง, ว่ายน้ำไป)*; Ⓓ *in imper. (coll.)* **~ away [with you]!** หยุดพูดเหลวไหล ❷ *v.t.* Ⓐ *(remove, move)* เอาออก *(รอยเปื้อน)*; ปัดออก *(ขี้ฝุ่น)*; ย้าย; **~ sth. away from sb.** เอา *ส.น.* ไปจาก *ค.น.*; **we've got to ~ her away from here/his influence/her boyfriend** เราต้องให้เธอพ้นจากที่นี่/อิทธิพลของเขา/แฟนหนุ่มของเธอ; ➡ + ~away

~ **a'way with** *v.t.* Ⓐ *(steal and escape with)* หลบหนีไปกับ *ส.น.*; Ⓑ *(as punishment)* ถูกลงโทษเพียงสถานเบา; Ⓒ *(go unpunished for)* รอดจากการถูกทำโทษ; **the things he ~s away with!** เขาเอาตัวรอดเก่งมาก; **~ away with it** รอดจากการถูกลงโทษเรื่องนั้น; **he can ~ away with anything** *or (fig.)* **murder** ร้ายแค่ไหนเขาก็ยังลอยนวลอยู่ตลอด

~ **'back** ❶ *v.i.* Ⓐ *(return)* กลับมา; **~ back home** กลับถึงบ้าน; Ⓑ *(stand away)* ยืนห่าง ๆ ❷ *v.t.* Ⓐ *(recover)* ได้กลับคืนมา *(แรง, กำลังใจ, เพื่อน ฯลฯ)*; **~ one's strength back** กลับมีพละกำลังดังเดิม; Ⓑ *(return)* ทำให้เหมือนเดิม; **I can't ~ the lid back on it** ฉันปิดฝาเหมือนเดิมไม่ได้; **~ the children back home** พาเด็ก ๆ กลับบ้าน; Ⓒ **~ one's own back [on sb.]** *(coll.)* แก้แค้นล้างบัญชี *(ค.น.)*

~ **'back at** *v.t. (coll.)* **~ back at sb. for sth.** แก้เผ็ดแก้แค้น *ค.น.* สำหรับ *ส.น.*

~ **'back to** *v.t.* **~ back to sb./sb.'s question** ตอบคำถาม *ค.น.* ที่ค้างไว้/หันมาตอบคำถามของ *ค.น.*; **I'll ~ back to you on that** แล้วฉันจะบอกให้คุณทราบเรื่องนั้น; **~ back to one's work/to work/to the office** กลับมาทำงานของตนต่อ/ทำงานต่อ/กลับมาสำนักงาน; **~ting back to what I was saying ...:** ถ้าย้อนมาเรื่องที่ฉันกำลังพูดอยู่

~ **behind** ❶ /--'-/ *v.i.* ล้าหลัง, ทำงานล่าช้า; *(with payments)* ค้างชำระ, ติดหนี้ ❷ *[stress varies] v.t.* Ⓐ **~ behind sb./sth.** สนับสนุน *ค.น./ส.น.*; Ⓑ *(not progress as fast as)* **~ behind sb./sth.** ทำไม่ทัน *ค.น./ส.น.*

~ **'by** ❶ *v.i.* Ⓐ *(move past)* ผ่าน, ขึ้นหน้าไป; **let sb. ~ by** เปิดทางให้ *ค.น.* ผ่านไป; Ⓑ *(coll.: be acceptable, adequate)* **she should [just about] ~ by in the exam** เธอน่าจะสอบได้คะแนนพอผ่าน; **his essay isn't very good but it will ~ by** เรียงความของเขาไม่ค่อยดีแต่มันก็พอจะกล้อมแกล้มไปได้; Ⓒ *(coll.: survive, manage)* พออยู่ได้ (**on** โดยมี) ❷ *v.t.* Ⓐ *(move past)* **~ by sb./sth.** ผ่าน *ค.น./ส.น.*; **he got by the car in front** เขาแซงรถคันข้างหน้าไป; Ⓑ *(pass unnoticed)* ผ่านไปโดยไม่เป็นที่สนใจ

~ **down** ❶ /-'-/ *v.i.* Ⓐ *(come down)* ลงมา; *(go down)* ลงไป; *(from bus etc.)* ลง (**from** จาก); *(from horse)* ลง (**from** จาก); **help sb. ~ down from the horse/bus** ช่วย *ค.น.* ลงมาจากหลังม้า/รถประจำทาง; Ⓑ *(leave table)* ลุกจากโต๊ะ; Ⓒ *(bend down)* ก้มลง, โค้งลง; **~ down on one's knees** คุกเข่าลง ❷ *[stress varies] v.t.* Ⓐ *(come down)* ลงมา; *(go down)* ลงไป; Ⓑ **~ sb./sth. down** *(manage to bring down)* พา *ค.น./*นำ *ส.น.* ลงมาข้างล่าง; *(with some difficulty)*

get | get 384

ถูลู่ถูกังเอาลงมา; *(take down from above)* ปลดหยิบ/ปลดลงมาจากที่สูง; Ⓒ **~ one's trousers down** ถอดกางเกงลงไปกองกับพื้น; Ⓓ *(swallow)* กลืน *ส.น.* ลงคออย่างฝืนเต็มที่; Ⓔ *(write, record)* **~ sth. down [on paper]** เขียนหรือบันทึก *ส.น.* ลง [บนแผ่นกระดาษ]; Ⓕ *(depress)* ทำให้หดหู่ หรือ เศร้าหมอง; Ⓖ *(reduce)* ลด *(ราคา)* ลง; *(by bargaining)* ต่อรองราคา; **I got him down [to £40]** ฉันต่อราคาเขา [จนเหลือ 40 ปอนด์]

~ **'down to** *v.t.* **~ down to sth.** ลงมือทำ *ส.น.* อย่างเอาจริงเอาจัง; **~ down to writing a letter** เริ่มเขียนจดหมาย; **let's ~ down to the facts now** ตอนนี้มาอภิปรายข้อเท็จจริงกันเถอะ; ➡ + **brass tacks; business** F

~ **'in** ❶ *v.i.* Ⓐ *(enter)* เข้า; *(into bus etc.)* ขึ้นไป; *(into bath)* ลงอ่างอาบน้ำ; *(into bed)* ขึ้นเตียง; *(into room, house etc.)* เข้าไป; *(intrude)* สอดแทรกเข้าไป; Ⓑ *(arrive)* มาถึง; *(get home)* กลับถึงบ้าน; Ⓒ *(be elected)* ได้รับการเลือกตั้ง; **~ in for Islington** ได้รับการเลือกตั้งให้เป็นสมาชิกสภาผู้แทนราษฎรของอิสลิงตัน; Ⓓ *(obtain place) (at institution etc.)* ได้เข้าเป็นสมาชิก; *(at university)* เข้าได้; *(as employee)* ได้เข้าทำงาน; Ⓔ *(coll.: gain an advantage)* **~ in first/before sb.** ได้เปรียบ *ค.น.*
❷ *v.t.* Ⓐ *(bring in)* เก็บเกี่ยว *(ข้าว, พืช)*; นำเข้ามาข้างใน *(ของที่ซื้อ, เด็ก)*; ขับ *(รถ)* เข้าอู่จอดรถ; เก็บ *(ผ้าที่ตากไว้)*; *(Brit.: fetch and pay for)* ไปซื้อ *(ส.น.)* และเอากลับบ้าน; Ⓑ *(enter)* ขึ้น *(รถ, รถไฟ)*; Ⓒ *(submit)* ส่ง *(รายงาน, บทความ, การบ้าน)*; ยื่น *(ใบสมัคร)*; Ⓓ *(receive)* รับ, ได้รับ; Ⓔ *(send for)* เรียก *(ตำรวจ, หมอ, ช่าง)*; Ⓕ *(plant, sow)* ปลูก *(ต้นไม้)*; หว่าน *(เมล็ด)*; Ⓖ *(fit in)* หาเวลา *(ทำกิจกรรม)*; **try to ~ in a word about sth.** พยายามแทรกคำพูดเกี่ยวกับ *ส.น.*; ➡ + **edgeways** C; Ⓗ *(cause to be admitted)* **~ sb. in** *(as member, pupil, etc.)* ทำให้ *ค.น.* เข้าได้; **his good results should ~ him in** ผล *(การเรียนการสอบ)* ที่ดีของเขาน่าจะทำให้ผ่านการคัดเลือกได้; **you can ~ him in as a guest** คุณพาเขาเข้าไปในฐานะแขกคนหนึ่งได้; Ⓘ *(Boxing)* **~ a blow/punch in** สามารถต่อยเข้าหน้าได้จังๆ, ชกเข้าไปเลย, ปล่อยหมัดเข้าใส่; *(fig.: coll.)* ตอบโต้อย่างได้ผล; ➡ + **eye** 1 A; **hand** 1 K

~ **'in on** *v.t. (coll.)* มีส่วนร่วม *(ในกิจกรรม)*; ➡ + **act** 1 E

~ **into** *v.t.* Ⓐ *(bring into)* นำเข้ามา; ขับ *(รถ)* เข้า *(ประตูบ้าน)*; Ⓑ *(enter)* เข้า/*(as intruder)* บุกเข้ามา; **the coach ~s into the station at 9 p.m.** รถโค้ชมาถึงสถานีตอนเวลาสามทุ่ม; **it's getting into the hundreds** จะเป็นร้อยๆ แล้ว; Ⓒ *(gain admission to)* ได้รับคัดเลือกเข้า, เข้าได้; **~ sb. into a school/firm/club** จัดการให้ *ค.น.* เข้าโรงเรียน/บริษัท/สโมสรได้; **~ into Parliament** ได้รับเลือกตั้งเป็นสมาชิกรัฐสภา; Ⓓ *(coll.: make put on)* สวม *(เสื้อผ้า)*; **~ into one's clothes** สวมเสื้อผ้า; **I can't ~ into these trousers** ฉันใส่กางเกงตัวนี้ไม่ได้แล้ว; Ⓔ *(penetrate)* เข้าไปข้างใน; **sand got into my eyes** ทรายเข้าตาฉัน; **how did the fly ~ into the jam?** แมลงวันเข้าไปอยู่ในแยมได้อย่างไร; Ⓕ *(begin to undergo)* เริ่มต้นประสบ *(ความยากลำบาก)*; *(cause to undergo)* ทำให้ประสบปัญหา; Ⓖ *(accustom to, become accustomed to)* เคยชินกับ; **~ into the job/work** ทำตัวให้คุ้นกับงาน, เรียนรู้งาน; **once you've got into the book, ...:** เมื่อคุณเริ่มสนุกกับหนังสือ...; ➡ + **habit** 1 A; **way** 1 L, O; Ⓗ *(change in mood to)* เกิดความรู้สึก/อารมณ์ *(ประสาท, กลัว ฯลฯ)*; *(cause to change in mood to)* ทำให้รู้สึก *(สนุก, ดีใจ ฯลฯ)*; Ⓘ **what's got into him?** เขาเป็นอะไรไปนะ; **something must have got into him** เขาต้องโดนผีเข้าแน่ๆ; ➡ + **act** 1 E

~ **'in with** *v.t. (coll.)* **~ in [well] with sb.** เข้ากับ *ค.น.* ได้ [ดี]; **he got in with a bad crowd** เขาไปคบค้ากับกลุ่มคนไม่ดี; **he got in with a pretty girl** เขาได้ผูกมิตรกับเด็กสาวสวยคนหนึ่ง

~ **off** ❶ /-'-/ *v.i.* Ⓐ *(alight)* ลงจาก *(รถประจำทาง ฯลฯ)*; *(dismount)* ลงจาก *(ม้า ฯลฯ)*; **tell sb. where he ~s off** *or* **where to ~ off** *(fig. coll.)* ตำหนิติเตียน *ค.น.*; **she told him where to ~ off in no uncertain terms** เธอไล่เขาอย่างไม่ออมปากออมคำเลย; Ⓑ *(not remain on sb./sth.)* ลงจาก; *(from chair)* ลุกจาก; *(from ladder, tree, table)* ลงจาก; *(from lawn, carpet)* ออกจาก; *(let go)* ปล่อย; **~ off, you filthy dog!** ไปไอ้หมาสกปรก; Ⓒ *(start)* ออกเดินทาง; **~ off to school/to work** ออกไปโรงเรียน/ทำงาน; **we hope to ~ off before seven** เราหวังที่จะเริ่มออกเดินทางก่อนเจ็ดนาฬิกา; **~ off to an early start** เริ่มออกเดินทางแต่เช้า; **~ off to a good** *etc.* **start** เริ่มออกเดินทางอย่างราบรื่น ฯลฯ; ➡ + **foot** 1 A; Ⓓ *(be sent)* *(จดหมาย, พัสดุ)* ถูกส่งไปทางไปรษณีย์; Ⓔ *(escape punishment or injury)* เลี่ยง; **~ off lightly** ถูกลงโทษเบามาก/บาดเจ็บนิดเดียว; Ⓕ *(fall asleep)* นอนหลับไป; Ⓖ *(leave)* ออกเดินทาง; **~ off early** ออกจาก *(บ้าน ฯลฯ)* เร็ว/ก่อนเวลา
❷ *[stress varies] v.t.* Ⓐ *(dismount from)* ลงจาก *(หลังม้า, จักรยาน, ฯลฯ)*; *(alight from)* ลงจาก *(รถประจำทาง, ฯลฯ)*; Ⓑ *(not remain on)* ออกจาก *(สนามหญ้า, พรม)*; **~ off my toes!** อย่าเหยียบเท้าฉันซิ; **~ off the subject** ออกนอกประเด็น; Ⓒ *(cause to start)* เริ่ม *(เดินทาง)*; **it takes ages to ~ the children off to school** ใช้เวลานานมากที่จะเตรียมเด็กให้ไปโรงเรียน; **~ sth. off to a good start** ทำให้ *ส.น.* เริ่มต้นด้วยดี; Ⓓ *(remove)* ถอด *(แหวน, เสื้อผ้า, รองเท้า)*; ล้าง *(สี)* ออก; กำจัด *(รอยเปื้อน)*; **~ sth. off sth.** ปลดเปลื้อง/แกะ/ถอด *ส.น.* ออกจาก *ส.น.*; **~ sb./an animal off [sth.]** ดึง *ค.น.*/สัตว์ออกจาก [*ส.น.*]; **I can't ~ my shoes off** ฉันถอดรองเท้าไม่ออก; **~ that cat off my desk/me!** เอาแมวตัวนั้นออกไปจากโต๊ะฉัน/ตัวฉัน; **~ sb. off a subject** ให้ *ค.น.* หยุดพูดเรื่องหนึ่ง; Ⓔ *(send, dispatch)* ส่ง *(จดหมาย, พัสดุ)* ทางไปรษณีย์; Ⓕ *(cause to escape punishment)* ทำให้พ้นจากการถูกลงโทษ; **the lawyer got his client off with a small fine** ทนายความทำให้ลูกความของเขาแค่โดนค่าปรับเพียงเล็กน้อยเท่านั้น; Ⓖ *(not have to do, go to, etc.)* ไม่ต้องทำ, ไม่ต้องไป ฯลฯ; **~ off school/doing one's homework** ไม่ต้องไปโรงเรียน/ไม่ต้องทำการบ้าน; **~ time/a day off [work]** ได้เวลาว่าง/ได้วันหยุดงาน; **I have got the afternoon off** ฉันไม่ต้องทำงานช่วงบ่ายนี้; Ⓗ *(cause to fall asleep)* กล่อมให้หลับไป; Ⓘ *(coll.: obtain from)* ได้มาจาก; **I got that recipe off my mother** ฉันได้รับสูตรทำอาหารนั้นจากคุณแม่

~ **'off with** *v.t. (Brit. coll.)* มีความสัมพันธ์ทางเพศหรือทางชู้สาว; **~ sb. off with sb.** เป็นแม่สื่อให้คนสองคนมีสัมพันธ์สวาทกัน

~ **on** ❶ /-'-/ *v.i.* Ⓐ *(climb on) (on bicycle, horse)* ขึ้นขี่; *(enter vehicle)* ขึ้น; **you can't ~ on, the bus is full** คุณขึ้นไปไม่ได้รถประจำทางเต็ม; Ⓑ *(make progress)* เจริญก้าวหน้า; **~ on in life/the world** เจริญก้าวหน้าในชีวิต/ในสังคม; **you're ~ting on very nicely** คุณกำลังไปได้สวยทีเดียว; Ⓒ *(fare)* **how did you ~ on there?** คุณมีประสบการณ์อย่างไรบ้างที่นั่น; **he's ~ting on well** เขากำลังประสบความสำเร็จ; **I didn't ~ on too well in my exam** ฉันทำข้อสอบไม่ดีนัก; Ⓓ *(become late)* *(เวลา)* ล่วงเลย; **it's ~ting on for five** เวลาล่วงเลยไปจวนใกล้ห้าโมงอยู่แล้ว; **it's ~ ting on for six months since ...:** เวลาผ่านไปหกเดือนนับตั้งแต่...; **time is ~ ting on** เวลาก็ล่วงเลยไป; Ⓔ ➤ 47 *(advance in age)* อายุมากขึ้น; **be ~ting on in years/for seventy** อายุมากขึ้น/อายุใกล้ 70 ปี; Ⓕ **there were ~ting on for fifty people** มีคนเกือบ 50 คน; Ⓖ *(manage)* ประคับประคองสถานการณ์; Ⓗ ➡ **~ along** C
❷ *[stress varies] v.t. (coll.)* Ⓐ *(climb on)* ขึ้นขี่ *(หลังม้า, จักรยาน)*; *(cause to climb in)* ทำให้ปีนขึ้น; *(enter, board)* ขึ้น *(รถ, เครื่องบิน, รถไฟ, ฯลฯ)*; *(cause to enter or board)* ให้เข้ามา/ขึ้นไป *(รถ, เครื่องบิน, รถไฟ ฯลฯ)*; Ⓑ *(put on)* ใส่, สวมใส่ *(เสื้อผ้า, รองเท้า)*; *(load)* บรรจุ, บรรทุก; **~ the cover [back] on** หุ้มผ้าคลุม [อย่างเก่า]; *(with some difficulty)* สวมใส่ด้วยความยากลำบาก; Ⓒ *(coll.)* **~ something on sb.** *(discover sth. incriminating)* รู้ถึงความกระทำผิดบางอย่างของ *ค.น.*; ➡ + **foot** 1 A; **move** 1 F; **nerve** 1 B

~ **'on to** *v.t.* Ⓐ ➡ **~ on** 2 A; Ⓑ *(contact)* ติดต่อ; *(by telephone)* ติดต่อทางโทรศัพท์; *(more insistently)* **~ on to sb.** คอยจี้ติดตาม *ค.น.*; Ⓒ *(trace, find)* ตามรอยค้นหา, แกะรอย; **~ on to sb.'s trail/scent** แกะรอยทางเดินเท้า/กลิ่นของ *ค.น.*; Ⓓ *(realize)* **~ on to sth.** ตระหนักถึง *ส.น.*; **~ on to the fact that ...:** ตระหนักถึงความจริงที่ ว่า...; Ⓔ *(move or pass to)* ผ่านไปที่; *(unintentionally in conversation)* บังเอิญกล่าวถึง; **we don't ~ on to anatomy until next year** เราจะไม่เรียนวิชากายวิภาคศาสตร์จนปีหน้า

~ **'on with** *v.t.* Ⓐ ก้าวหน้าในภาระหน้าที่; **let sb. ~ on with it** *(coll.)* ปล่อยให้ *ค.น.* ทำงาน/ดูแลไป; **enough to be ~ting on with** เพียงพอสำหรับช่วงเริ่มต้น; Ⓑ = **~ along with** ➡ **~ along** A, C

~ **'out** ❶ *v.i.* Ⓐ *(go away) (walk out)* เดินออกไป, ผละจากไป; *(drive out)* ขับ *(รถยนต์ ฯลฯ)* ออกไป; *(climb out)* ปีนออก (**from** จาก); **~ out from under** *(fig. coll.)* หลุดพ้นจาก *(ความยุ่งยาก)*; **~ out [of my room]!** ออกไป [จากห้องของฉัน]; **we'd better ~ out, and quick!** พวกเรารีบออกไปกันดีกว่า; **you need to ~ out a bit more** คุณควรออกไปนอกบ้านให้มากกว่านี้; **she likes to ~ out for a breath of fresh air** เธอชอบออกไปสูดอากาศบริสุทธิ์บ้าง; Ⓑ *(leak)* รั่วออก; *(escape from cage, jail)* หลบหนี; *(fig.)* *(ความลับ)* รั่วไหล; Ⓒ **~ out [of it]!** *(coll.)* พูดอะไรเหลวไหลจังเลย; Ⓓ *(Cricket)* *(ผู้ตีลูก)* ถูกออกจากสนาม
❷ *v.t.* Ⓐ *(cause to leave)* ทำให้จากไป; *(send out)* ส่งออกไป; *(throw out)* โยนหรือขว้างออกไป; **~ all the passengers out** ให้ผู้โดยสารทั้งหมดออกไป; **~ a nail out/out of the wall** ถอนตะปูออก/ออกจากกำแพง; **~ a stain out/out of sth.** ขจัดคราบเปื้อนออก/ออกไปจาก *ส.น.*;

Ⓑ *(bring or take out)* นำ *หรือ* เอาออกมา; ดึงออก *(จุกคอร์กจากไวน์)*; *(drive out)* ขับออกไป (**of** จาก); **you only ~ out what you put in** *(fig.)* ทุ่มแค่ไหนก็ได้เท่านั้น; Ⓒ *(withdraw)* ถอนออก *(เงินจากธนาคาร)*; Ⓓ *(publish)* ตีพิมพ์; Ⓔ *(speak, utter)* ฝืนใจพูด *(คำทักทาย, คำขอโทษ)*; พูดอย่างไม่ถนัด *(เพราะเจ็บป่วย)*; Ⓕ *(Cricket)* ปลด *(ผู้ตี)* ออก; Ⓖ *(work out)* ทำสำเร็จ *(การคิดเลข, ปริศนา)*; ➡ + **~-out**

~ 'out of *v.t.* Ⓐ *(leave)* ออกจาก *(ห้อง, บ้าน, ประเทศ)*; *(cause to leave)* ทำให้ต้องออกจาก *(สถานที่)*; *(extract from)* สกัด, คัด, ตัดมาจาก; *(bring or take out of)* นำ/เอา/ดึงออกจาก; *(leak from)* รั่วออกจาก; *(withdraw from)* ถอนออกจาก; **~ a book out of the library** ยืมหนังสือออกจากห้องสมุด; **~ a lazy person out of bed** ลากคนขี้เกียจลงจากเตียง; **~ him out of my sight!** เอาเขาออกไปให้พ้นหูพ้นตาของฉัน; **~ me out of this mess** ช่วยให้ฉันออกไปจากเรื่องยุ่ง ๆ นี้ที; **~ sth. out of one's head** *or* **mind** ขับไล่ *ส.น.* ออกจากสมอง; **he can't ~ the idea out of his head** เขาเลิกคิดเรื่องนั้นไม่ได้; ➡ + **~ out** 1 A, B, C, 2 A, B, C; Ⓑ *(draw out of)* ถอนออกจาก; เค้นออกมาจนได้ *(คำพูด, คำตอบ)*; Ⓒ *(escape)* หลบหนี *(จากกรง, คุก ฯลฯ)*; *(avoid)* หลีกเลี่ยง *(ความรับผิด, งาน)*; **I can't ~ out of it now** ตอนนี้ฉันไม่สามารถเลี่ยงเรื่องนั้นได้; Ⓓ *(gain from)* ได้รับจาก *(เงินทอง)*; **I couldn't ~ much out of this book** ฉันไม่ค่อยได้อะไรจากหนังสือเล่มนี้; **~ a word/the truth/a confession out of sb.** เค้นเอาถ้อยคำ/ความจริง/คำสารภาพจาก *ค.น.*; **~ the best/most/utmost out of sb./sth.** เค้นเอาสิ่งที่ดีที่สุด/มากที่สุด/เป็นประโยชน์สูงสุดจาก *ค.น./ส.น.*; ➡ + **bed** 1 A; **depth** D; **habit** 1 A; **hand** 1 B; **way** 1 L

~ outside [of] *v.t. (sl.: eat)* กิน

~ 'over ❶ *v.i.* Ⓐ *(cross)* **~ over to the other side** ข้ามไปอีกข้าง/ฝั่งหนึ่ง; **manage to ~ over to the other side** ข้ามไปอีกฟากหนึ่งได้สำเร็จ; **I need to talk to you. When can you ~ over here?** ฉันจำเป็นต้องคุยกับคุณ เมื่อไรคุณจะมาที่นี่ได้; Ⓑ *(coll.)* ➡ **~ across** 1 B ❷ *v.t.* Ⓐ *(cross)* ข้าม *(ถนน, แม่น้ำ)*; *(climb)* ปีนข้าม *(รั้ว, กำแพง)*; *(cause to cross)* นำข้าม; **we got ourselves safely over the river** เราข้ามแม่น้ำอย่างปลอดภัย; **manage to ~ over the road** ข้ามถนนไปได้; Ⓑ ➡ **~ across** 2 B; Ⓒ *(surmount)* ชนะ *(ความยากลำบาก, อุปสรรค ฯลฯ)*; Ⓓ *(overcome)* เอาชนะ; Ⓔ *(recover from)* ฟื้นหรือหายจาก *(การป่วย, การตกใจ ฯลฯ)*; Ⓕ *(fully believe)* **I can't ~ over his cheek/the fact that ...:** ฉันยังงุนงงกับการกำเริบของเขา/กับข้อเท็จจริงที่ว่า...; Ⓖ *(travel over)* เดินทางไปที่; Ⓗ *(do, so as not to have still to come)* ทำให้เสร็จ ๆ; **you might as well ~ it over and done with** คุณรีบทำมันให้เสร็จดีกว่า

~ 'over with *v.t.* **~ sth. over with** รีบทำ *ส.น.* ที่ไม่ชอบให้เสร็จสมบูรณ์

~ 'past ❶ *v.i.* ➡ **~ by** 1 A ❷ *v.t.* ➡ **~ by** 2 A, B

~ 'round ❶ *v.i.* Ⓐ ➡ **~ about**; Ⓑ **~ round to doing sth.** ในที่สุดก็หันมาทำ *ส.น.* ❷ *v.t.* Ⓐ **she got round the shops very quickly** เธอเดินทั่วร้านต่าง ๆ ในเวลาอันรวดเร็ว; Ⓑ *(avoid)* หลีกเลี่ยง *(กฎหมาย, กฎระเบียบ ฯลฯ)*; Ⓒ **~ sb. round, ~ round sb.** *(~ one's way with)* ใช้เล่ห์กลกับ *ค.น.* เพื่อให้ได้อย่างใจ; *(persuade)* อ้อนวอน *ค.น.* ให้ทำ *ส.น.*; Ⓓ *(overcome)* มีชัยเหนือ, เอาชนะ *(ปัญหา, อุปสรรค)*; ➡ + **table** 1 A; **tongue** C

~ there *v.i.* Ⓐ *(reach a place)* ไปถึงที่หมาย; Ⓑ *(coll.: succeed)* ประสบความสำเร็จ; Ⓒ *(understand)* เข้าใจ

~ through ❶ /-'-/ *v.i.* Ⓐ *(pass obstacle)* ฝ่าฟันอุปสรรค; *(make contact by radio or telephone)* ติดต่อได้; Ⓑ *(be transmitted)* *(สัญญาณ)* ถูกส่งไปได้; Ⓒ *(win heat or round)* ผ่านเข้ารอบต่อไป; **~ through to the finals** ผ่านเข้าไปแข่งขันในรอบสุดท้าย; Ⓓ **~ through [to sb.]** *(make sb. understand)* ทำให้ *ค.น.* เข้าใจ; Ⓔ *(pass)* ผ่าน; Ⓕ **~ through on** พออยู่ได้กับ *(เงินเดือน)*; Ⓖ *(be appoved)* ได้รับการอนุมัติ ❷ *[stress varies] v.t.* Ⓐ *(pass through)* ผ่าน *(สถานที่, ประสบการณ์ ฯลฯ)*; **~ sth. through sth.** ทำให้ *ส.น.* ผ่าน *ส.น.*; Ⓑ *(help to make contact)* **~ sb. through to** ช่วยให้ *ค.น.* ได้พูดโทรศัพท์กับ...; Ⓒ *(bring)* นำ; **~ food/a message through to sb.** นำอาหาร/ข้อความไปให้ *ค.น.*; Ⓓ *(bring as far as)* **~ a team through to the finals** นำทีมผ่านไปถึงรอบสุดท้ายของการแข่งขัน; Ⓔ *(communicate)* **~ sth. through to sb.** ทำให้ *ค.น.* เข้าใจ *ส.น.*; Ⓕ *(pass)* ผ่าน *(การสอบ)*; *(help to pass)* ช่วยให้ผ่าน; Ⓖ *(Parl.: cause to be approved)* ทำให้ *(พระราชบัญญัติ ฯลฯ)* ได้รับการอนุมัติ; Ⓗ *(consume, use up)* บริโภค/ใช้ *(อาหาร, บุหรี่)* จนหมด; *(spend)* ใช้ *(เงิน, เวลา ฯลฯ)*; Ⓘ *(survive)* ผ่าน *(สถานการณ์)* มาได้; Ⓙ *(manage to deal with)* จัดการกับ *(งาน)*; **let me ~ through this work first** ขอให้ฉันทำงานชิ้นนี้เสร็จก่อน; **~ through reading a book/writing a letter** อ่านหนังสือเล่มนี้จบ/เขียนจดหมายฉบับหนึ่งจบ

~ 'through with *v.t.* Ⓐ *(finish)* ทำเสร็จ/สำเร็จ *(งาน)*; ผ่านช่วง *(ที่เป็นพิธีรีตอง)*; Ⓑ *(coll.: finish dealing with sb.)* **wait till I ~ through with him!** รอดูเมื่อฉันได้จัดการกับเขาเสร็จแล้ว

~ to *v.t.* Ⓐ *(reach)* ไปถึง, มาถึง; **I've got to here** ฉันมาถึงตรงนี่; **he is ~ting to the age when ...:** เขาเข้าวัยที่เริ่ม...; **where have you got to in Thai/in this book?** คุณเรียนภาษาไทย/อ่านหนังสือเล่มนี้ไปถึงไหนแล้ว; **I haven't got to the end [of the novel] yet** ฉันยังอ่าน [นวนิยาย] ไม่จบ; **where has the child/the book got to?** เด็กคนนั้น/หนังสือเล่มนั้นหายไปไหน; Ⓑ *(begin)* **~ to doing sth.** เริ่มต้นทำ *ส.น.*; Ⓒ **~ to sb.** *(coll.: annoy)* รบกวน *ค.น.*, ทำให้ *ค.น.* รำคาญ; **don't let him ~ to you!** อย่าให้เขาทำให้คุณโมโห

~ to'gether ❶ *v.i.* มาสังสรรค์กัน *หรือ* ประชุมปรึกษาหารือ; **we must ~ together again sometime** เราต้องมาสังสรรค์กันอีกในโอกาสหน้า; **why not ~ together after work?** มานัดเจอกันหลังงานเลิกดีไหม ❷ *v.t.* Ⓐ *(collect)* รวบรวม; **~ one's things together** เก็บรวบรวมข้าวของ; **~ one's thoughts together** รวบรวมความคิด; Ⓑ *(coll.: organize)* **~ it** *or* **things together** ทำอะไรให้เข้ารูปเข้ารอย; **~ oneself together** ทำตัวให้เข้ารูปเข้ารอย; ➡ + **~-together**

~ 'under *v.t. (shelter)* เข้าหลบใต้ *(ที่กำบัง, หลังคา)*; **~ sth. under sth.** ทำให้ *ส.น.* เข้าอยู่ใต้ *ส.น.*; **how did my passport manage to ~ under your books?** หนังสือเดินทางของฉันไปอยู่ใต้หนังสือของคุณได้อย่างไร

~ up ❶ /-'-/ *v.i.* Ⓐ *(rise from bed, chair, floor; leave table)* ลุกขึ้น; **please don't ~ up!** กรุณาอย่าลุกขึ้น; Ⓑ *(climb)* ปีนขึ้น (**on** บน); Ⓒ *(rise, increase in force)* กำลังแรงขึ้น; **the sea is ~ting up** น้ำทะเลกำลังหนุนขึ้น; Ⓓ *(Cricket)* *(ลูกบอล)* กระดอนขึ้นสูง; Ⓔ **~ up and go** *(coll.)* เริ่มดำเนินการ ❷ *[stress varies] v.t.* Ⓐ *(call, awaken)* เรียก, ปลุก; *(cause to leave bed)* ทำให้ลุกจากที่นอน; **~ oneself up** รู้สึกตัวตื่นขึ้น; *(leave bed)* ลุกจากเตียง/ที่นอน; Ⓑ *(cause to stand up)* ทำให้ลุกขึ้นยืน; Ⓒ *(cause to mount)* **~ sb. up on the horse** ช่วยให้ *ค.น.* ขึ้นหลังม้า; Ⓓ *(climb)* ปีนขึ้น; **your car will not ~ up that hill** รถยนต์ของคุณขึ้นเขาลูกนั้นไม่ไหว; **water got up my nose** น้ำเข้าจมูกของฉัน; Ⓔ *(carry up)* **~ sb./sth. up [sth.]** แบก/หาม *ค.น.*/ยก *ส.น.* ขึ้น [*ส.น.*]; *(with some difficulty)* ยก/แบก/หามขึ้นด้วยความยากลำบาก; Ⓕ *(organize)* จัดระเบียบ *(ให้ ค.น.)*; Ⓖ *(arrange appearance of, dress up)* ปรุงโฉม, แต่งกายสวยเป็นพิเศษ; ตกแต่ง *(ห้อง)*; ➡ + **back** 1 A; **~-up**; **~-up-and-go**; **steam** 1; **'wind** 1 E

~ 'up to *v.t.* Ⓐ *(reach)* ไปถึง, มาถึง; *(cause to reach)* ทำให้ไปถึง/มาถึง; Ⓑ *(indulge in)* วุ่นวายเรื่องไม่ดี, ปล่อยตัวปล่อยใจ; **~ up to mischief** ปล่อยตัวปล่อยใจไปกับความประพฤติที่ไม่ถูกต้อง; **what have you been ~ting up to** คุณกำลังยุ่งอยู่กับเรื่องอะไร

get: ~-'at-able *adj.* เข้าถึงได้; **~away** *n.* การหลบหนีหลังจากก่ออาชญากรรม; *attrib.* *(รถ, แผน)* ในการหลบหนี; **make one's ~away** หลบหนีไป; **~-out** *n.* Ⓐ *(coll.: evasion)* ทางออก, ทางเลี่ยง; Ⓑ **as** *or* **like [all] ~-out** *(coll.)* ระดับที่รุนแรงที่สุด; **~-rich-'quick** *adj.* **~-rich-quick manual/methods** คู่มือ/วิธีการที่ทำให้ร่ำรวยเร็ว

gettable /'getəbl/'เก็ทเทอะบ'ล/ *adj.* เอาได้, ทำได้

get: ~-together *n. (coll.)* การรวมกลุ่มกัน; *(informal social gathering)* การพบปะสังสรรค์; **have a ~-together** มีการพบปะสังสรรค์; **~-up** *n. (coll.)* ชุดแฟนซี *หรือ* ชุดที่วิจิตรพิสดาร; **buy a new ~-up** ซื้อชุดแฟนซีชุดใหม่; **~-up-and-'go** *n. (coll.)* ความกระปรี้กระเปร่า, ความมีชีวิตชีวา

geyser /'gi:zə(r), 'geɪzə(r)/'กีเซอะ(ร), 'กายเซอะ(ร)/ *n.* Ⓐ *(hot spring)* น้ำพุร้อน; Ⓑ /'gi:zə(r)/'กีเซอะ(ร)/ *(Brit.: water heater)* เครื่องทำน้ำร้อน

Ghana /'gɑ:nə/'กาเนอะ/ *pr. n.* ประเทศกาน่า *(ทางทิศตะวันตกของทวีปแอฟริกา)*

Ghanaian /gɑ:'neɪən/กา'เนียน/ ❶ *n.* แห่งประเทศกาน่า; **sb. is ~:** *ค.น.* เป็นชาวกาน่า ❷ *n.* ชาวกาน่า

ghastly /'gɑ:stlɪ, US 'gæstlɪ/'เกซทุลิ, 'แกซทุลิ/ *adj.* Ⓐ น่ากลัว, น่าสยดสยอง; Ⓑ *(coll.: objectionable, unpleasant)* เลว, แย่, น่าทุเรศ; **I feel ~:** ฉันรู้สึกแย่มาก; Ⓒ *(pale)* ซีดมาก; Ⓓ *(forced)* *(ยิ้ม)* เหยเก

gherkin /'gɜ:kɪn/'เกอคิน/ *n.* แตงกวาดองขนาดเล็ก

ghetto /'getəʊ/'เก็ทโท/ *n., pl.* **~s** ย่านหนึ่งในเมืองที่เป็นแหล่งชุมชนแออัดหรือเป็นที่อยู่อาศัยของชนกลุ่มน้อย

ghetto blaster /'getəʊblɑ:stə(r)/'เก็ทโทบลาซเตอะ(ร)/ *n. (coll.)* วิทยุขนาดใหญ่ที่นำไปได้ทั่วและเปิดเสียงดังมาก

ghost /gəʊst/โกซทฺ/ ❶ *n.* Ⓐ ภูต, ผี, ปีศาจ; Ⓑ **give up the ~:** ตาย; *(fig.: give up hope)*

g

ghostbuster | gird 386

สิ้นหวัง; Ⓒ *(shadowy outline)* โครงร่างลางเลือน; *(trace)* ร่องรอยที่มีน้อยมาก; **the ~ of a smile** ร่องรอยของการยิ้ม; **not have the** *or* **a ~ of a chance/an idea** ไม่มีทาง/คิดไม่ออกแม้แต่นิด; Ⓓ *(Telev.)* ภาพซ้อนที่ไม่ชัดบนจอโทรทัศน์ ❷ *v.t.* **~ sb.'s speech** *etc.* รับจ้างเขียนสุนทรพจน์ให้ *ค.น.* ❸ *v.i.* **~ [for sb.]** เขียนแทน [ให้ *ค.น.*]

ghostbuster /ˈɡəʊstbʌstə(r)/โกซทฺบัซเตอะ(ร)/ *n.* คนปราบผี

ghosting /ˈɡəʊstɪŋ/โกซติง/ *n., no pl.* *(Telev.)* การมีภาพซ้อนที่ไม่ชัดบนจอโทรทัศน์

'ghostlike *adj.* เหมือนผี

ghostly /ˈɡəʊstlɪ/โกซทฺลิ/ *adj.* เหมือนผี, เกี่ยวกับวิญญาณ; **a ~ presence** ความรู้สึกว่ามีผีอยู่ใกล้ ๆ

ghost: **~ story** *n.* เรื่องผี; **~ town** *n.* เมืองร้างที่ไม่มีผู้คนอยู่อาศัย; **~ train** *n.* รถไฟจำลองในสวนสนุกที่ทำให้เหมือนเข้าแดนผี; **~ writer** *n.* ผู้รับจ้างเขียนแทนคนอื่น

ghoul /ɡuːl/กูล/ *n.* *คนที่สนใจเรื่องความตายหรือเรื่องน่ากลัว*

ghoulish /ˈɡuːlɪʃ/กูลิช/ *adj.* *(หน้าตา, การหัวเราะ)* เหมือนปีศาจ, น่าสะอิดสะเอียนมาก

GHQ *abbr.* General Headquarters ส.น.ญ.

GI /ˈdʒiːaɪ, dʒiːˈaɪ/จีอาย, จีˈอาย/ ❶ *adj.* เกี่ยวกับ *(ทหาร)* จีไอ *(ท.ศ.)*; **~ Joe** ทหารอเมริกัน ❷ *n.* ทหารเกณฑ์อเมริกัน, ทหารจีไอ

giant /ˈdʒaɪənt/จายเอินทฺ/ ❶ *n.* Ⓐ *(legendary being)* ยักษ์; *(Greek Mythol.)* ยักษ์ในเทพนิยายกรีก; Ⓑ *(person)* คนรูปร่างสูงใหญ่ผิดปกติ; *(animal, plant)* สัตว์/พืชที่มีขนาดใหญ่มาก; **a ~ of a man/plant** คน/พืชที่มีรูปร่างใหญ่ผิดปกติ; Ⓒ *(person of extraordinary ability)* คนโดดเด่น, อัจฉริยะ; **he was one of the ~s of his time** เขาเป็นคนยิ่งใหญ่ในยุคสมัยที่เขามีชีวิตอยู่; Ⓓ *(sth. with power)* *ส.น.* ที่มีพละกำลังมาก; **a ~ among rivers** แม่น้ำสายสำคัญระดับโลก; Ⓔ *(Astron.)* ดาวดวงใหญ่ ❷ *attrib. adj.* ใหญ่มหึมา, มีพละกำลังมาก

giantess /ˈdʒaɪəntɪs/จายเอินทิซ/ *n.* ยักษิณี

giant: **~-killer** *n.* คนที่ปราบหรือชนะคู่ต่อสู้ที่เก่งกว่าหลายเท่าตัว; **~ 'panda** *n.* หมีแพนด้าขนาดใหญ่ *(ท.ศ.)*; **~'slalom** *n.* การแข่งขันสกีวิบาก

Gib. /dʒɪb/จิบ/ *pr. n.* *(coll.)* เกาะยิบรอลตา

gibber /ˈdʒɪbə(r)/จิบเบอะ(ร)/ *v.i.* พูดเร็วและติดขัด, พูดตะกุกตะกัก; **I just stood there like a ~ing idiot** ฉันก็ได้แต่ยืนงงอยู่ที่นั่นอย่างกับคนพูดจาไม่ออก

gibberish /ˈdʒɪbərɪʃ/จิบเบอะริช/ *n.* Ⓐ *(unintelligible chatter)* เสียงพูดคุยที่ฟังไม่รู้เรื่อง/ไม่เข้าใจ; Ⓑ *(nonsense)* เรื่องไร้สาระ; **talk ~:** พูดจาไร้สาระ

gibbet /ˈdʒɪbɪt/จิบบิท/ *n.* *(Hist.)* เสาไม้ที่ใช้แขวนคออาชญากร

gibbon /ˈɡɪbən/กิบเบิน/ *n.* *(Zool.)* ชะนี

gibe /dʒaɪb/จายบฺ/ ❶ *n.* การเยาะเย้ย, การถากถาง, การเสียดสี; **make ~s at sb.** พูดจาเยาะเย้ย *ค.น.* ❷ *v.i.* เยาะเย้ย, ถากถาง, เสียดสี; **~ at sb./sth.** เสียดสี *ค.น./ส.น.*

giblets /ˈdʒɪblɪts/จิบบฺลิทซฺ/ *n. pl.* เครื่องในสัตว์ปีก

Gibraltar /dʒɪˈbrɔːltə(r)/จิˈบรอลเทอะ(ร)/ *pr. n.* หน้าผา; ยิบรอลตา; **the Rock/ Straits of ~:** ช่องแคบยิบรอลตา

giddiness /ˈɡɪdɪnɪs/กิดดินิซ/ *n., no pl.* ความวิงเวียน, อาการหัวหมุน; **a feeling of ~:** ความรู้สึกวิงเวียน; **fits of ~:** อาการวิงเวียนเป็นช่วง

giddy /ˈɡɪdɪ/กิดดิ/ *adj.* Ⓐ *(dizzy)* เวียนศีรษะ, วิงเวียน; **I feel ~, I have a ~ feeling** ฉันรู้สึกเวียนศีรษะ, ฉันรู้สึกวิงเวียน; Ⓑ *(causing vertigo)* ทำให้วิงเวียน; Ⓒ *(fig.: frivolous)* ขี้เล่น, ไม่จริงจัง; Ⓓ **my ~ aunt!** *(fig. coll.)* อุแม่เจ้าโว้ย ➡ + goat A

gift /ɡɪft/กิฟทฺ/ *n.* Ⓐ *(present)* ของขวัญ; *(to an organization)* ของบริจาค; **make sb. a ~ of sth., make a ~ of sth. to sb.** ให้ *ส.น.* เป็นของขวัญแก่ *ค.น.*; **it was given to me as a ~:** ของชิ้นนั้นฉันได้รับมาเป็นของขวัญ; **a ~ box/pack** กล่อง/ถุงของขวัญ; **I wouldn't [even] have it as a ~:** [แม้] ให้ฟรี ฉันก็ไม่สน; Ⓑ *(money given to charity)* เงินบริจาค; Ⓒ *(talent etc.)* พรสวรรค์; **a person of many ~s** คนที่มีพรสวรรค์หลายด้าน; **have a ~ for languages/mathematics** มีพรสวรรค์ในด้านภาษา/คณิตศาสตร์; ➡ + gab 1; tongue C; Ⓓ *(easy task etc.)* **be a ~:** เป็นงานง่าย ๆ; Ⓔ *(right to give)* **sth. is in the ~ of sb.** *ส.น.* อยู่ในอำนาจมอบหมายของ *ค.น.*; Ⓕ *(Law)* ทรัพย์บริจาค

gifted /ˈɡɪftɪd/กิฟทิด/ *adj.* มีความสามารถพิเศษ, มีพรสวรรค์ (in, at ใน); **highly ~:** มีพรสวรรค์แท้ ๆ; **be ~ in** *or* **at languages** มีพรสวรรค์ในด้านภาษา

gift: **~ horse** *n.* **never** *or* **don't look a ~ horse in the mouth** *(prov.)* อย่าไปตำหนิของได้มาเป็นอภินันทนาการ, อย่าตำหนิของขวัญ; **~ shop** *n.* ร้านขายของขวัญ; **~ tax** *n.* *(Amer.)* ภาษีการให้; **~ token, ~ voucher** *ns.* บัตรแลกสินค้า; **~-wrap** *v.t.* ห่อของขวัญ

¹gig /ɡɪɡ/กิก/ *n.* *(boat)* เรือเล็กที่เทียบเรือใหญ่; *(vehicle)* รถสองล้อเทียมม้าเดี่ยว

²gig *n.* *(coll.: performance)* การแสดงดนตรี

giga- /ˈɡɪɡə/กิเกอะ/ *pref.* พันล้าน, ตัวประกอบของ 10^9; **~byte** กิกะไบต์ *(ท.ศ.)*, หน่วยวัดคอมพิวเตอร์หนึ่งพันหน่วยเมกะไบต์ *(ท.ศ.)*

gigantic /dʒaɪˈɡæntɪk/ไจˈแกนทิค/ *adj.* ใหญ่มาก, มหึมา, ดุจยักษ์; **a ~ success/effort** ความสำเร็จ/ความพยายามอย่างใหญ่หลวง; **grow to a ~ size** โตจนใหญ่ปานยักษ์

giggle /ˈɡɪɡl/กิกˈล/ *n.* Ⓐ การหัวเราะคิกคัก; **have a ~ about sth.** แอบหัวเราะคิกคักเกี่ยวกับ *ส.น.*; **with a ~:** พร้อมกับหัวเราะคิกคัก; **get/have the ~s** เกิดการหัวเราะคิกคักไม่หยุด; Ⓑ *(coll.)* *(amusing person)* คนน่าขัน; *(amusing thing, joke)* สิ่งน่าขัน, เรื่องขำขัน; **it was a bit of a ~:** มันน่าขันดี; **for a ~:** เพื่อความสนุกสนาน; **we did it for a ~:** เราทำเอาสนุก

gigolo /ˈʒɪɡələʊ/จิกเกอะโล/ *n.* Ⓐ นักเต้นรำชาย *(ที่รับจ้างเป็นคู่เต้นรำ)*; Ⓑ พวกผู้ชายแมงดา

¹gild /ɡɪld/กิลดฺ/ *v.t.* เคลือบด้วยทอง; *(with gold-coloured paint)* ทาสีทอง; **~ed cage** *(fig.)* กรงทอง, ชีวิตที่หรูหราแต่ขาดอิสระ; **~ed youth** วัยรุ่นที่มีเงินและทำตัวโอ่อ่าทันสมัย; **~ the lily** ตกแต่งสิ่งที่งามอยู่แล้ว

²gild *n.* ➡ **guild**

gilding /ˈɡɪldɪŋ/กิลดิง/ *n.* ศิลปะการชุบ/ปิดทอง; *(process)* กรรมวิธีในการชุบ/ปิดทอง; *(paint)* การทาสีทอง

¹gill /ɡɪl/กิล/ *n., usu. in pl.* Ⓐ *(of fish etc.)* เหงือกปลา; **green** *or* **yellow** *or* **white** *or* **blue about the ~s** *(fig.)* หน้าซีด; Ⓑ *(of mushroom etc.)* ครีบด้านใต้ของหมวกเห็ด

²gill *n.* *(Brit.)* Ⓐ *(ravine)* หุบเขาลึกที่มีต้นไม้ขึ้นหนา; Ⓑ *(torrent)* ลำธารที่ไหลเชี่ยว

³gill /dʒɪl/จิล/ *n.* หน่วยตวงของเหลวเท่ากับ 0.142 ลิตร

gillie /ˈɡɪlɪ/กิลลิ/ *n.* *(Hunting)* ผู้ติดตามนักล่าสัตว์หรือนักตกปลา

gilt /ɡɪlt/กิลทฺ/ ❶ *n.* Ⓐ *(gilding)* ทองเคลือบ, ทองชุบ, ทองเปลว; *(paint)* สีทาที่เป็นทอง; **take the ~ off the gingerbread** *(fig.)* ทำลายจุดที่ทำให้ *ส.น.* มีค่า/เสน่ห์; Ⓑ *in pl.* = **~-edged securities**; ➡ **~-edged** ❷ *adj.* ที่เคลือบทอง, ชุบทอง, ทาสีทอง, ดูเหมือนทอง

gilt-edged *adj.* *(Commerc.)* **~ securities/stocks** หลักทรัพย์/หุ้นที่มีความมั่นคงเชื่อถือได้

gimcrack /ˈdʒɪmkræk/จิมˈแครค/ *adj.* ฉูดฉาดแต่ไร้ค่า

gimlet /ˈɡɪmlɪt/กิมลิท/ *n.* สว่านมือ, เหล็กหมาดเกลียว; *(fig.)* ตาดุ; **~ eye** นัยน์ตาคม

gimme /ˈɡɪmɪ/กิมมิ/ *(coll.)* = **give me**

gimmick /ˈɡɪmɪk/กิมมิค/ *n.* *(coll.)* กลวิธี/อุปกรณ์เก๋ไก๋ที่ดึงดูดความสนใจ; **a publicity/public relations/promotional ~:** กลวิธีโฆษณาสินค้า/ประชาสัมพันธ์/ส่งเสริมการขาย

gimmickry /ˈɡɪmɪkrɪ/กิมมิคริ/ *n.* *(coll.)* กลวิธีเรียกความสนใจต่าง ๆ; **advertising ~:** กลเม็ดต่าง ๆ ในการโฆษณา

gimmicky /ˈɡɪmɪkɪ/กิมมิคิ/ *adj.* *(coll.)* เป็นกลวิธีเรียกความสนใจ; **~ publicity stunts** กลวิธีโฆษณาที่เก๋ไก๋

¹gin /dʒɪn/จิน/ *n.* *(drink)* เหล้าจิน *(ท.ศ.)*; **~ and tonic** จินโทนิค *(ท.ศ.)*; **~ and it** *(Brit. coll.)* เหล้าจินผสมเวอร์มุธ; **pink ~:** เหล้าจินผสมอังคอสตูรา

²gin *n.* *(trap, share)* กับดัก

ginger /ˈdʒɪndʒə(r)/จินเจอะ(ร)/ ❶ *n.* Ⓐ ขิง *Zingiber officinale*; Ⓑ *(colour)* สีส้ม; **his hair was a bright shade of ~:** ผมของเขาเป็นสีส้มจัด; Ⓒ *(vigour)* ความกระฉับกระเฉง, พลังวังชา ❷ *adj.* Ⓐ *(flavour)* มีรสขิง; Ⓑ *(colour)* เป็นสีส้ม ❸ *v.t.* **~ up** *(fig.)* ทำให้มีชีวิตชีวาขึ้น, เพิ่มสีสัน

ginger: **~ 'ale** *n.* น้ำขิง; **~ 'beer** *n.* เครื่องดื่มรสขิงมีแอลกอฮอล์อ่อน ๆ; **~bread** ❶ *n.* Ⓐ ขนมเค้กรสขิง; ➡ + gilt 1 A; Ⓑ *(Archit. etc.)* ลวดลายฉูดฉาดสะดุดตา; ที่มีลวดลายไม้ฉลุ ❷ *adj.* *(fig.)* ฉูดฉาด, สะดุดตา; **~ group** *n.* *(Brit.)* กลุ่มสมาชิกพรรคที่หัวรุนแรง

gingerly /ˈdʒɪndʒəlɪ/จินเจอะลิ/ *adv.* อย่างระมัดระวัง

ginger: **~ nut** *n.* ขนมปังกรอบรสขิง; **~ snap** *n.* ขนมปังกรอบเปราะบางรสขิง; **~ 'wine** *n.* เครื่องดื่มหมักจากน้ำตาล น้ำและขิงทุบ

gingery /ˈdʒɪndʒərɪ/จินเจอะริ/ *adj.* มีรสขิง

gingham /ˈɡɪŋəm/กิงเงิม/ *n.* *(Textiles)* ผ้าฝ้ายทอเป็นลายทาง/ตาหมากรุก

gingivitis /dʒɪndʒɪˈvaɪtɪs/จินจิˈวายทิซ/ *n.* ➤ **453** *(Med.)* เหงือกอักเสบ

ginormous /dʒaɪˈnɔːməs/จายˈนอเมิซ/ *adj.* *(Brit. coll.)* มโหฬาร, มหึมา

gin: **~-palace** *n.* ร้านดื่มเหล้าที่ตกแต่งหรูหราฉูดฉาด; **~ 'rummy** *n.* การเล่นไพ่ดัมมี่ชนิดหนึ่ง

ginseng /ˈdʒɪnseŋ/จินเซ็ง/ *n.* *(Bot., Med.)* โสม

gin 'sling *n.* เหล้าจินผสมน้ำหวานรสอ่อน

gippy tummy /dʒɪpɪ ˈtʌmɪ/จิพพิˈทัมมิ/ *n.* *(coll.)* โรคท้องเดิน, ท้องเสีย

gipsy ➡ **gypsy**

giraffe /dʒɪˈrɑːf, US dʒɪˈræf/จีˈราฟ, จีˈแรฟ/ *n.* ยีราฟ *(ท.ศ.)*

gird /ɡɜːd/เกิด/ *v.t.*, **~ed** *or* **girt** /ɡɜːt/เกิท/ Ⓐ *(encircle)* **~ sb./sb.'s waist with sth.** คาด *ค.น.*/เอว *ค.น.* ด้วย *ส.น.*; Ⓑ *(surround)* โอบรอบ; Ⓒ *(secure)* **~ on one's armour** สวมใส่

g

เกราะ; ~ **on one's sword** คาด/ติดดาบ; Ⓓ *(prepare)* ~ **oneself for sth.** เตรียมตัวพร้อมรอรับ *ส.น.*; **be ~ed for sth.** เตรียมพร้อมสำหรับ *ส.น.* ~ **up** *v.t.* เตรียมพร้อม; ~ **up one's loins** *(literary)* เตรียมพร้อมสำหรับปฏิบัติการ

girder /ˈgɜːdə(r)/ˈเกอเดอะ(ร)/ *n.* คานเหล็กสำหรับรับน้ำหนักมาก ๆ

[1]**girdle** /ˈgɜːdl/ˈเกอด'ล/ ❶ *n.* Ⓐ *(corset)* ที่รัดเอวและสะโพก, สเตย์ *(ภ.พ.) (ผู้หญิง)*; Ⓑ *(belt, cord, etc.)* เข็มขัด, สายคาด; **a ~ of trees/forests** แนวต้นไม้/แนวป่าล้อมรอบเขต; Ⓒ *(Anat.)* สายรัดลำตัว, สายเอว, เฝือกอ่อน ❷ *v.t.* ผูก, คาด, พัน *(ต้นไม้, แม่น้ำ)*; ล้อมรอบ, โอบล้อม

[2]**girdle** *(Scot.)* ➡ **griddle**

girl /gɜːl/เกิล/ *n.* Ⓐ เด็กหญิง; *(teenager)* เด็กสาววัยรุ่น; *([young] woman)* หญิงสาว; *(daughter)* ลูกสาว; **baby ~:** ทารกหญิง; **~s' school** โรงเรียนสตรี; **a ~'s name** ชื่อผู้หญิง; **a little Italian ~:** สาวน้อยอิตาเลียน; **[my] ~** *(as address)* หนูจ๋า, ลูกจ๋า; **the ~s** *(female friends)* พวกเพื่อนหญิง; **the Smith ~s** พวกลูกสาวของครอบครัวสมิธ; ➡ **+ old girl**; Ⓑ *(worker)* คนงานหญิง; *(secretary)* เลขานุการหญิง; *(maid)* สาวใช้; **the ~ at the cash desk/switchboard** พนักงานเก็บเงิน/พนักงานรับโทรศัพท์หญิง; Ⓒ *(sweetheart)* คู่รัก, หวานใจ

girl: ~ band *n.* วงดนตรีผู้หญิงล้วน; **~ 'Friday** *n.* ➡ **Friday** 1; **~friend** *n.* เพื่อนหญิง, คู่รัก; **~ 'guide** ➡ **guide** 1 E

girlhood /ˈgɜːlhʊd/ˈเกิลฮุด/ *n.* วัยเด็กหญิง, วัยสาว

girlie /ˈgɜːlɪ/ˈเกอลิ/ ❶ *adj.* โป๊, มีรูปโป๊ ❷ *n.* เด็กหญิง, เด็กสาว, คุณหนู

girlish /ˈgɜːlɪʃ/ˈเกอลิช/ *adj. (coll.)* เป็นเด็ก; **a ~ voice** เสียงเหมือนเด็กสาว ๆ; **~ laughter** เสียงหัวเราะใสของพวกสาว ๆ

girl: ~ power *n. (coll.)* พลังของสาววัยรุ่น; **~ 'scout** *n. (Amer.)* ลูกเสือหญิง

giro /ˈdʒaɪərəʊ/ˈจายเออะโร/ *n., pl.* **~s** ระบบการโอนเครดิตข้ามสาขา; **post office/bank ~:** การโอนเครดิตระหว่างที่ทำการไปรษณีย์/ธนาคาร

girt ➡ **gird**

girth /gɜːθ/เกิธ/ *n.* Ⓐ *(circumference)* เส้นรอบวง; *(at belly)* เส้นรอบเอว; **in ~:** ขนาดรอบเอว; Ⓑ *(band round horse)* สายรัดอานม้า

gismo /ˈgɪsməʊ/ˈกิซโม/ *n. (coll.)* อุปกรณ์ทุ่นแรง

gist /dʒɪst/จิซท/ *n.* ข้อใหญ่ใจความ, ข้อสรุป; **this is the ~ of what he said** ที่เขาพูดมามีข้อใหญ่ใจความดังนี้; **get the ~ of sth.** จับแก่นความ *ส.น.*; **could you give me the ~ of it/what's been going on?** คุณช่วยเล่าสรุป ๆ ให้ฉันรู้หน่อยได้ไหม/ว่าได้เกิดอะไรขึ้น

git /gɪt/กิท/ *n. (Brit. sl. derog.)* คนโง่น่าเหยียดหยาม; **stupid ~:** คนโง่ดักดาน

give /gɪv/กิว/ ❶ *v.t.,* **gave** /geɪv/เกว/, **given** /ˈgɪvn/กิว'น/ Ⓐ *(hand over, pass)* ให้, มอบให้; *(transfer from one's authority, custody, or responsibility)* โอน, ยกให้; **she gave him her bag to carry** เธอให้เขาถือกระเป๋าให้; **G~ it to me! I'll do it** ส่งมาเถอะ ฉันจะทำเอง; **~ me ...** *(on telephone)* ช่วยต่อสายคุณ/แผนก...ให้หน่อย; Ⓑ *(as gift)* ให้เป็นของขวัญ, กำนัล; *(donate)* บริจาค, สละ; *(bequeath)* มอบให้เป็นมรดก; **~ sb. sth.** *or* **~ sth. [to] sb. as a present** ให้ *ส.น.* เป็นของขวัญแก่ *ค.น.*; **each of the boys was ~n a book** เด็กชายแต่ละคนได้รับหนังสือหนึ่งเล่ม; **the book was ~n me by my son** ลูกชายให้หนังสือเล่มนี้แก่ฉัน; **I was ~n it by my son** ลูกชายให้สิ่งนั้นแก่ฉัน; **I wouldn't have it if it was ~n [to] me** ถึงให้เปล่าฉันก็ไม่เอาหรอก; **it is more blessed to ~ than to receive** *(Bibl.)* ให้ดีกว่ารับ; **~ alms/to the poor** บริจาคทาน/ให้แก่คนจน; **~ towards sth.** บริจาคเพื่ออนุเคราะห์ *ส.น.*; **~ blood** บริจาคเลือด; **~ [a donation] to charity** บริจาค [เงิน] เพื่อการกุศล; **'please ~ generously'** 'โปรดบริจาคอย่างใจกว้าง'; **~ and take** *(fig.)* การผ่อนหนักผ่อนเบา; *(in marriage etc.)* การประนีประนอม; Ⓒ *(sell)* ขาย; *(pay)* จ่ายให้; *(sacrifice)* ยอมสละ; **I'll ~ you the machine for £2** ฉันจะขายเครื่องให้คุณในราคาสองปอนด์; **what will you ~ me for this watch?** คุณจะจ่ายให้ฉันเท่าไรสำหรับนาฬิกาเรือนนี้; **I'll ~ you anything you ask for it** คุณขายเท่าไรฉันก็จะซื้อ; **~ sb. sth. [in exchange] for sth.** แลกเปลี่ยน *ส.น.* กับ *ค.น.*; **I would ~ anything** *or* **my right arm/a lot to be there** ฉันจะยอมให้ทุกอย่าง/เงินจำนวนมากเพื่อที่ได้อยู่ตรงนั้นด้วย; Ⓓ *(assign)* มอบหมาย *(งาน, การบ้าน)*; *(sentence to)* ตัดสินลงโทษ *(สิบปี)*; **~ sb. a translation to do/an essay to write for homework** มอบให้ *ค.น.* แปลงาน/เขียนเรียงความเป็นการบ้าน; **he was ~n ten years** เขาถูกตัดสินให้จำคุกสิบปี; Ⓔ *(grant, award)* ประทาน, มอบรางวัล, แต่งตั้ง *(สู่ตำแหน่ง)*; **be ~n sth.** ได้รับ *ส.น.*; **he was ~n the privilege/honour of doing it** เขาได้รับอภิสิทธิ์/เกียรติให้ทำ; **~ me strength to do it** ขอให้ฉันมีแรงพอที่จะทำ *(งานนี้)* เถิด; **it is ~n to few/her** มีน้อยคน/เธอเท่านั้นที่มีโอกาสได้ทำ; **~ sb. to understand** *or* **believe that ...:** ทำให้ *ค.น.* เข้าใจ/เชื่อว่า...; **he gave me to understand** *or* **believe that ...:** *(unintentionally)* เขาทำให้ฉันเข้าใจ/เชื่อว่า...; Ⓕ *(entrust sb. with)* มอบอำนาจ; **~ sb. the power to do sth.** มอบอำนาจ *ค.น.* ให้ทำ *ส.น.*; Ⓖ *(allow sb. to have)* ยอมให้มี *(สิทธิ, เวลา, งาน)*; **be ~n little freedom** มีเสรีภาพน้อยมาก; **~ sb./a horse a rest** ให้ *ค.น.*/ม้าพักบ้าง; **they gave me [the use of] their car for the weekend** เขาทิ้งรถให้ฉันใช้ช่วงสุดสัปดาห์นี้; **~ it time and it will work out well** รอไปสักหน่อยแล้วเรื่องราวก็จะลงตัวได้เอง; **I will ~ you a day to think it over** ฉันจะให้เวลาคุณตรึกตรองหนึ่งวัน; **I can ~ you an hour. Then I must go** ฉันมีเวลาให้คุณหนึ่งชั่วโมง แต่หลังจากนั้นฉันต้องไปแล้ว; **~ yourself time to think about it** ให้เวลาตัวเองในการไตร่ตรองเรื่องนี้; **~ me the good old times** *(fig. coll.)* ขอฉันย้อนยุคกลับไปสมัยเก่าดีกว่า; **~ me London any day** *or* **time** *or* **every time** *(fig. coll.)* ฉันขอเลือกลอนดอนทุกคราว; **I['ll] ~ you/him** *etc.* **that** *(fig. coll.: grant)* ข้อนั้นฉันยอมให้คุณ/เขา ฯลฯ แหละ; **you've got to ~ it to him** *(fig. coll.)* เรื่องนั้นเห็นจะต้องยกนิ้วให้เขา; **~ or take** *(coll.)* ราว ๆ; **it cost £5, ~ or take a few pence** ราคาราวห้าปอนด์และอีกไม่กี่เพนนี; **~ or take a few errors, this book is ...:** ถ้าไม่คิดถึงข้อผิดพลาดเล็ก ๆ น้อย ๆ หนังสือเล่มนี้ก็...; **~ oneself to sb.** *(yield sexually)* ยอมเสียตัวให้ *ค.น.*; **~n that** *(because)* เนื่องจาก; **~n the right tools, he can do anything with wood** ถ้าได้เครื่องมือดี ๆ เขาสามารถจะเนรมิตไม้ให้เป็นรูปอะไรก็ได้; **~n time/the cash, I'll do/buy it** ถ้ามีเวลา/เงินฉันจะทำ/ซื้อสิ่งนั้น; Ⓗ *(offer to sb.)* หยิบยื่น, เสนอ; **~ sb. one's attention/confidence** ให้ความสนใจ/ความมั่นใจแก่ *ค.น.*; **please ~ me your attention** โปรดตั้งใจฟัง; **~ sb. in marriage** ยก *ค.น.* ให้แต่งงาน; **my heart is ~n to another** ฉันรักคนอื่นเสียแล้ว; **she gave him an infection/a cold** เธอทำให้เขาติดโรค/ไข้หวัด; **she gave him four sons** เธอมีลูกชายกับเขาสี่คน; ➡ **+ ~ way**; Ⓘ *(cause sb./sth. to have)* สร้าง *(ความยากลำบาก)*; ทำให้มี *(ความสุข, โอกาส)*; ให้ *(ความช่วยเหลือ, อภัย)*; บอก *(ข่าว)*; **~ sb. sth./be ~n sth. to eat** หา *ส.น.* ให้ *ค.น.*/หา *ส.น.* มาให้กิน; **~ sb. some refreshment** เลี้ยงอาหารเบา ๆ *ค.น.*; **~ sb. pork for dinner** ให้ *ค.น.* รับประทานเนื้อหมูเป็นมื้อเย็น; **I was ~n the guestroom** เขาให้ฉันนอนในห้องพักรับรอง; **~ a clear picture/~ good reception** *(Telev.)* ให้ภาพคมชัด/รับสัญญาณได้ดี; **the answer was ~n me in a dream** ฉันได้คำตอบจากในฝัน; **her words gave me much pain/quite a shock** คำพูดของเธอทำให้ฉันเจ็บใจ/ตกตะลึงพรึงเพริด; **~ hope to sb.** ให้ความหวังแก่ *ค.น.*; **~ sb. the name of Jim** ตั้งชื่อให้ *ค.น.* ว่าจิม; **the village gave its name to the battle** สงครามนั้นตั้งชื่อตามหมู่บ้านที่เป็นยุทธภูมิ; **Latin, which has ~n the English language so many words** ภาษาลาตินซึ่งได้ให้ศัพท์มากหลายแก่ภาษาอังกฤษ; **~ sb. something to cry for/to complain about** หาเหตุให้ *ค.น.* ได้ร้องไห้/บ่นคร่ำครวญต่อไปอีก; **~ one's labour [free of charge]** ลงแรงทำให้ [เปล่า ๆ]; **~ sb. what for** *(coll.)* ดุด่าว่ากล่าว *ค.น.* อย่างแรง; Ⓙ *(convey in words, tell, communicate)* ยก *(ตัวอย่าง)*; ให้ *(ข้อมูล, คำตอบ)*; ต่อว่า; แจ้ง *(ข่าว)*; อธิบาย *(ความหมาย)*; *(present, set forth)* *(จดหมาย)* แจ้งให้ทราบ; *(หนังสือพิมพ์)* รายงานข่าว; บอก *(ชื่อ, จุดประสงค์, ที่อยู่)*; เล่า *(เหตุการณ์, ความเป็นมา, ประวัติ)*; **~ details of sth.** บอกรายละเอียดของ *ส.น.*; **~ sth. a mention** กล่าวถึง *ส.น.*; **~ a brief history of sth.** เล่าประวัติสั้น ๆ ของ *ส.น.*; **~ sb. the facts** แจ้งข้อเท็จจริงให้ *ค.น.* ทราบ; **she gave us the news/the news of her engagement** เธอแจ้งข่าว/ข่าวการหมั้นของเขา; **~ it as one's opinion that ...:** ให้ความเห็นว่า...; **~ sb. a decision** แจ้งการตัดสินใจกับ *ค.น.*; **~ sb. the right time** บอกเวลาที่ถูกต้องแก่ *ค.น.*; **~ him my best wishes** ฝากคำอวยพรของฉันไปให้เขาด้วย; **the average wage is ~n as £6,000** ค่าจ้างโดยเฉลี่ยที่แจ้งไว้อยู่ที่หกพันปอนด์; **don't ~ me 'that** *(coll.)* อย่ามาเล่นท่านั้นกับฉัน; **don't ~ me that legal jargon** อย่ามาตีสำนวนอย่างนักกฎหมายกับฉัน; **~!** *(coll.: disclose what you know)* บอกมานะ; **~n** *(in formal dating)* ออกให้ ณ วันที่; **~n this day the 30th June** *(Law)* ออกให้ ณ วันที่ 30 มิถุนายน; Ⓚ **~n** *(specified)* ที่กำหนดให้; Ⓛ *(perform, read, sing, etc.)* เล่น *(ดนตรี, เปียโน)*; แสดง *(ละคร)*; อ่าน *(สุนทรพจน์, รายงาน)*; ขับร้อง *(อุปรากร)*; **~ us a song** ร้องเพลงให้ฟังสักเพลงสิ; Ⓜ *(in speeches)* กล่าว *(คำอวยพร)*; ขอให้ *(ดื่มแก่)*; *(as toast)* **ladies and gentlemen, I ~ you the Queen** ท่านสุภาพสตรีและสุภาพบุรุษทั้งหลาย ขอให้ดื่มถวายพระพรแด่สมเด็จพระบรมราชินีนาถ; **I ~ you the Lord Mayor** ขอเชิญพบท่านนายกเทศมนตรี; Ⓝ *(produce)* ผลิต *(ไฟฟ้า, รังสี)*; ให้ *(ผลผลิต, นม, ความอุ่น ฯลฯ)*; **~ your answer to the**

g

giveaway | glance 388

g

third decimal place ตอบเป็นทศนิยมสามหลัก; ~ a high yield ให้ผลผลิตสูง; Ⓞ *(cause to develop)* เป็นสาเหตุ, ทำให้; **sth. ~s me a headache** *ส.น.* ทำให้ฉันปวดศีรษะ; **running ~s me an appetite** การวิ่งทำให้ฉันอยากอาหาร; **he did this to ~ himself courage** เขาทำสิ่งนี้เพื่อย้อมใจให้กล้าขึ้น; Ⓟ *(make sb. undergo)* ทำให้เป็นฝ่ายรับ; **~ sb. a hammering** *(Sport)* นำความพ่ายแพ้มาให้ *ค.น.*; **~ sb. a [friendly] look** มอง *ค.น.* [อย่างเป็นมิตร]; **he gave her hand a squeeze** เขาบีบมือเธอแน่น; **~ it to sb.** *(thrash or scold him)* เล่นงาน *ค.น.*; **~ as good as one gets** *(coll.)* ตอบโต้โดยไม่เสียเปรียบ; Ⓠ *(execute, make, show)* แสดงออก *(ในลักษณะต่าง ๆ)*; **~ a [little] smile** ยิ้ม [น้อย ๆ]; **the flame gave a final flicker and went out** เปลวไฟสว่างวาบแล้วดับวูบ; **~ sth./sb. a look** มองดู *ส.น./ค.น.*; Ⓡ *(devote, dedicate)* ทุ่มเท, อุทิศ; **be ~n to sth./doing sth.** ทุ่มเทให้กับ *ส.น.*/การทำ *ส.น.*; **~ [it] all one's got** *(coll.)* ทุ่มจนหมดตัว; Ⓢ *(be host at)* เป็นเจ้าภาพ *(ในงานเลี้ยง, สัมมนา)*; **~ a party** จัดงาน; **~ a reception** จัดงานเลี้ยงรับรอง; Ⓣ *(predict time remaining as)* **~ sb./sth. two months/a year** ให้เวลา *ค.น./ส.น.* สองเดือน/หนึ่งปี; **I ~ him two months at most** ฉันให้เวลาเขาอีกไม่เกินสองเดือน; Ⓤ **~ birth, ~ chase,** *etc., see the nouns*

❷ *v.i.*, **gave, given** Ⓐ *(yield, bend)* ยอม; *(ขา)* พับจนล้ม; *(บุคคล)* หมดแรงต้านทาน; *(breakdown) (เตียง)* พังลง; *(หลังคา)* หย่อน, ยวบ, ยุบ; *(fig.)* ยอม; **something's got to ~:** *ส.น.* จะต้องยอม; Ⓑ *(lead)* **~ on to the street/garden/into a room** หันออกสู่ถนน/สวน/ห้อง; Ⓒ **what ~s [with you]?** *(coll.)* [คุณ] เป็นอย่างไรบ้าง; Ⓓ **~ of sth.** สละ *ส.น.*; **~ of oneself** อุทิศตัว

❸ *n.* Ⓐ การขยับได้; *(elasticity)* ความยืดหยุ่น, ความอ่อนตัว; **have [no] ~:** [ไม่] ยืดหยุ่น; **there is no ~ in a stone floor** พื้นหินไม่มีความยืดหยุ่น; Ⓑ **~ and take** *(exchange of ideas)* การแลกเปลี่ยน; *(compromise)* การประนีประนอม; *(exchange of benefits or mutual concessions)* การให้ซึ่งกันและกัน; **with a bit of ~ and take** โดยมีการประนีประนอมบ้าง

~ **a'way** *v.t.* Ⓐ *(without charge, as gift)* ให้เปล่า, แถมฟรี *(ท.ศ.)*; *(fig.: lose by negligence)* เสีย *(แต้ม, โอกาส)*; Ⓑ *(in marriage)* มอบตัวเจ้าสาวในพิธีแต่งงาน; Ⓒ *(distribute)* แจก *(รางวัล)*; Ⓓ *(fig.: betray)* เปิดเผย; ➡ + **'game** 1 B; **~-away**

~ **'back** *v.t. (lit. or fig.)* คืน, ส่งคืน

~ **'forth** ➡ **forth** C

~ **'in** ❶ /'--/ *v.t.* ส่ง, มอบ; **~ sb.'s name in for sth.** เสนอชื่อ *ค.น.* เพื่อ *ส.น.* ❷ /-'-/ *v.i.* ยอมแพ้, ยอมตาม; *(in guessing game)* ยอมแพ้; **~ in to temptation/blackmail/a superior force** ยอมแพ้ต่อความเย้ายวน/การขู่เข็ญ/*(ผู้มี)*พลังเหนือกว่า; **~ in to persuasion** ยอมตามคำเกลี้ยกล่อม

~ **'off** *v.t.* พ่น *(ควัน, ไอ ฯลฯ)*; ปล่อย *(กลิ่นฉุน)*

~ **out** ❶ /'--/ *v.t.* Ⓐ *(distribute)* แจก *(ใบสมัคร, รายวัน)*; แจกจ่าย *(งาน)*; Ⓑ *(declare)* ประกาศ; *(pretend)* แสร้งเป็น; **~ oneself out to be ...:** แสร้งทำตัวว่าเป็น... ❷ /-'-/ *v.i.* *(สต๊อก)* หมด; *(เครื่องยนต์)* หยุดทำงาน; **my patience/voice gave out** ฉันหมดความอดทน/เสียงแห้งหาย

~ **'over** *v.t.* Ⓐ **be ~n over to sth.** มอบหมายกับ/อุทิศให้ *ส.น.*; **the rest of the day was ~n over to pleasure** ช่วงเวลาที่เหลือในวันนั้นใช้กับความสนุกเพลิดเพลิน; **~ oneself over to sb./sth.** อุทิศตนให้แก่ *ค.น./ส.น.*; Ⓑ *(abandon)* **~ sth./sb. over to sb.** มอบภาระ *ส.น./ค.น.* ให้ *ค.น.*; Ⓒ *(coll.: stop)* **~ over [doing sth.]** เลิก [ทำ *ส.น.*]

~ **'up** ❶ *v.i.* ยอมแพ้ ❷ *v.t.* Ⓐ *(abandon, renounce)* เลิก *(นิสัย, สูบบุหรี่, ใช้รถ)*; *(relinquish, stop using)* สละ *(พื้นที่, สิทธิ)*; **~ sth. up/~ up doing sth.** *(abandon habit)* เลิก *ส.น.*/เลิกทำ *ส.น.*; **~ up smoking** เลิกสูบบุหรี่; **~ sb./sth. up as a bad job** *(coll.)* เลิกไว้ใจ *ค.น./ส.น.*; Ⓑ **~ sb. up** *(as not coming)* คิดว่า *ค.น.* ไม่มาเสียแล้ว; *(as beyond help)* คิดว่าช่วย *ค.น.* ไม่ไหวเสียแล้ว; **~ sb. up for lost/dead** เลิกคิดถึง *ค.น.* ที่หายไป/เสียชีวิต; Ⓒ *(hand over to police etc.)* มอบตัว; **~ oneself up [to sb.]** ยอมตัว [กับ *ค.น.*]

~ **'way** *v.i.* Ⓐ *(yield, lit. or fig.)* ยอม, ยอมจำนน; *(collapse) (สะพาน)* พังทลาย; **his legs gave way under him** เขาขาอ่อนจนทรงตัวไว้ไม่ได้; **~ way to sth.** ยอมต่อ *ส.น.*; **~ way to tears** ร้องไห้ออกมา; **~ way to anger** ฉุนกึกขึ้นมา; **~ way to persuasion** โอนอ่อนตามคำเกลี้ยกล่อม; **~ way to fear** ปล่อยให้ความกลัวเข้าครอบงำ; **his health gave way under this stress** ความ เครียดทำให้สุขภาพของเขาทรุดโทรม; Ⓑ *(in traffic)* **~ way [to traffic from the right]** ให้รถทางขวาไปก่อน; **'Give Way'** หยุดรอ; Ⓒ *(be succeeded by)* **~ way to sth.** มี *ส.น.* เข้ามาแทน; **winter gives way to spring** ฤดูใบไม้ผลิเข้ามาแทนฤดูหนาว

'giveaway *n. (coll.)* Ⓐ *(what betrays)* **the tremble in her voice was the ~:** ความสะท้านในน้ำเสียงของเธอเปิดเผยความรู้สึกที่แท้จริง; **it was a dead ~:** มันแสดงให้เห็นชัด ๆ เลย; Ⓑ *attrib. (Commerc.)* **~ prices** ราคา *(ถูก)* เหมือนแจกฟรี

given *n.* ➡ **give** 1, 2

'given name *n. (Amer.)* ชื่อแรก

giver /'gɪvə(r)/'กิ๊เวอะ(ร)/ *n. (donor)* ผู้ให้, ผู้บริจาค

give-'way sign *n. (Brit.)* สัญญาณหยุดรอ

gizmo ➡ **gismo**

gizzard /'gɪzəd/'กิเซิด/ *n. (of bird)* กระเพาะของนก; *(of insect, fish, etc.)* กระเพาะ, คอหอย; **stick in sb.'s ~** *(fig.)* สุดจะกล้ำกลืน

Gk. *abbr.* **Greek** ชาวกรีก, ภาษากรีก

glacé /'glæseɪ, US glæ'seɪ/'แกลุเซ, แกลุ'เซ/ *adj.* Ⓐ *(ผลไม้)* เชื่อมแห้ง, กวน; Ⓑ **~ leather** หนังขัดมันขึ้นเงา; **~ kid gloves** ถุงมือหนังอ่อนนุ่มเป็นมันเงา

glacial /'gleɪsɪəl, US 'gleɪʃl/'เกลุเซียล, 'เกลุช'ล/ *adj.* Ⓐ *(icy)* เป็นน้ำแข็ง, หนาวเย็น; *(fig.)* เย็นชา; Ⓑ *(Geol.)* เกี่ยวกับธารน้ำแข็ง; **~ epoch** *or* **period** ยุคธารน้ำแข็ง

glaciation /gleɪsɪ'eɪʃn/เกลุซิ'เอช'น/ *n. (Geol.)* การแปรสภาพโดยธารน้ำแข็ง, การที่มีน้ำแข็งแผ่คลุมจนมิดหมด

glacier /'glæsɪə(r)/'แกลุเซีย(ร)/ *n.* ธารน้ำแข็ง, มวลน้ำแข็งที่สะสมตัวอยู่บนบก

glad /glæd/แกลุด/ *adj.* Ⓐ *pred.* ดีใจ, ยินดี; **be ~ about sth.** ดีใจกับ/เรื่อง *ส.น.*; **be ~ that ...:** ดีใจที่...; **[I'm] ~ to meet you** [ฉัน] ยินดีที่ได้พบคุณ; **be ~ to hear sth.** ดีใจที่ได้ทราบ *ส.น.*; **I am always ~ to see her** ฉันดีใจที่จะพบเธอเสมอ; **Don't mention it. I was ~ to be of assistance** ไม่ต้องขอบใจหรอก ฉันยินดีที่ได้ช่วยเหลือ; **I'm ~ to know that ...:** ฉันยินดีที่ได้ทราบว่า...; **he's ~ to be alive** เขาดีใจที่รอดชีวิตมาได้...; **..., you'll be ~ to know/hear ...,** ซึ่งคงจะทำให้คุณดีใจ; **I'd be ~ to [help you]** ฉันยินดี [ช่วยคุณ]; **we shall be ~ to come/give further information** พวกเรายินดีมาร่วม/ให้ข้อมูลเพิ่มเติม; **be ~ of sth.** ดีใจที่มี *ส.น.*; **Take your gloves. You'll be ~ of them** เอาถุงมือไปด้วยสิ แล้วคุณก็จะดีใจแน่; **a sight which makes one ~ to be alive** ภาพที่เห็นแล้วทำให้ชีวิตสดชื่น; **I'd be ~ if you'd do some work** *(iron.)* ฉันจะดีใจมากถ้าคุณช่วยทำงานบ้าง; Ⓑ *(giving joy)* ให้ความสุข; *(marked by joy)* แสดงความสุข; *(bright, beautiful)* สดใส, สวยงาม

gladden /'glædn/'แกลุด'น/ *v.t.* ทำให้เป็นสุข

glade /gleɪd/เกลุด/ *n.* บริเวณที่เป็นลานโล่งในป่า

glad 'eye *n.* **give sb. the ~** *(coll.)* ทำตาเล็กตาน้อย, ทำตาเจ้าชู้ให้ *ค.น.*

glad 'hand *n.* **give sb. the ~** *(coll.)* ต้อนรับ *ค.น.* อย่างเต็มอกเต็มใจ

gladiator /'glædɪeɪtə(r)/'แกลุดิเอเทอะ(ร)/ *n. (Roman Ant.)* นักดาบในสมัยโรมัน

gladiolus /glædɪ'əʊləs/แกลุดิ'โอเลิซ/ *n., pl.* **gladioli** /glædɪ'əʊlaɪ/แกลุดิ'โอลาย/ *or* **~es** *(Bot.)* ดอกกลาดิโอลัส *(ท.ศ.)* ช่อดอกยาว ใบแหลมเรียว

gladly /'glædlɪ/'แกลุดลิ/ *adv.* Ⓐ *(willingly)* ด้วยความยินดี, โดยสมัครใจ; Ⓑ *(with joy)* ด้วยความดีใจ

gladness /'glædnɪs/'แกลุดนิซ/ *n., no pl.* ความยินดี, ความดีใจ, ความปรีดาปราโมทย์; *(of voice etc.)* ความยินดี, ความอบอุ่น

'glad rags *n. pl. (coll.)* เสื้อชุดหรู, เสื้อราตรี

Gladstone bag /glædstən 'bæg/แกลุดซเติน 'แบก/ *n.* *กระเป๋าเดินทางที่วางแบได้เพราะทำเป็นสองส่วนเชื่อมด้วยบานพับ*

glamor *(Amer.)* ➡ **glamour**

glamorize (glamorise) /'glæməraɪz/'แกลุเมอะรายซุ/ *v.t. (add glamour to)* ทำให้ดูหรูหรา, ทำให้สะดุดตา; *(idealize)* ทำให้ดูดีกว่าความจริง; ยกย่องเกินไป

glamorous /'glæmərəs/'แกลุเมอะเริซ/ *adj.* *(ดาราภาพยนตร์)* สะดุดตา, ดึงดูดใจ, มีเสน่ห์; *(ชีวิต)* หรูหรา; **a ~ girl** หญิงพราวเสน่ห์

glamorously /'glæmərəslɪ/'แกลุเมอะเริซลิ/ *adv.* อย่างหรูหรา, อย่างสะดุดตา, อย่างดึงดูดใจ

glamour /'glæmə(r)/'แกลุเมอะ(ร)/ *n. (of person)* เสน่ห์, ความงามเย้ายวนใจ, ความหรูหรา

glamour: ~ boy *n.* หนุ่มหล่อ; **~ girl** *n.* สาวเจ้าเสน่ห์

glamourize *(Brit.)* ➡ **glamorize**

'glamour puss *n. (coll.)* ดาวยั่ว

glance /glɑːns, US glæns/กลานซุ, แกลุนซุ/ ❶ *n.* Ⓐ *(quick look)* การมองแวบหนึ่ง, การชำเลืองมอง; **cast** *or* **take** *or* **have a [quick] ~ at sth./sb.** เหลือบตาดู *ส.น./ค.น.* แวบหนึ่ง; **cast** *etc.* **a quick ~ at the newspaper/letter** เหลือบตาดูหนังสือพิมพ์/จดหมายแวบหนึ่ง; **cast** *etc.* **a hasty ~ round the room** กวาดตามองรอบห้องอย่างรวดเร็ว; **give sb. a [knowing/quick** *etc.***] ~:** ชำเลืองมอง *ค.น.* [อย่างรู้เท่าทัน/แวบหนึ่ง ฯลฯ]; **not give sb./sth. so much as a ~:** ไม่มอง *ค.น./ส.น.* เลยด้วยซ้ำ; **at a ~:** มองแวบเดียว; **at first/a casual ~:** มองครั้งแรก/

389 **gland | glitzy**

มองเมินๆ; Ⓑ *(Cricket)* การหวดลูกด้วยไม้หน้าเอียงเพื่อให้ลูกกระดอนเฉียง ๆ
❷ *v.i.* Ⓐ ชำเลืองมอง; **~ at sb./sth.** ชำเลืองดู *ค.น./ส.น.* แวบหนึ่ง; **~ at one's watch** ชำเลืองดูนาฬิกา; **she ~d at herself in the mirror** เธอชำเลืองมองตัวเองในกระจก; **~ over/across at sb. [nervously** *etc.***]** มองไปที่ *ค.น.* [อย่างกระสับกระส่าย *ฯลฯ*]; **~ down/up [at sth.]** เหลือบตาลง/ขึ้นมอง [*ส.น.*]; **~ over** *or* **through the newspaper** *etc.* อ่านหนังสือพิมพ์อย่างลวก ๆ; **~ at the newspaper** *etc.* ชำเลืองมองหนังสือพิมพ์แวบหนึ่ง; **~ round [the room]** กวาดตามองรอบ [ห้อง]; **~ around/from one thing to another** กวาดตามองไปรอบ ๆ/จากสิ่งหนึ่งไปอีกสิ่งหนึ่ง; Ⓑ *(allude briefly)* **~ at sth.** พูดถึง *ส.น.* อย่างผิวเผิน; **~d over the question of payment** พูดถึงประเด็นเรื่องค่าจ้างแต่เพียงผิวเผิน; Ⓒ **~ [off sth.]** เฉี่ยว, ถาก [*ส.น.*]; **strike sb. a glancing blow** ชก/ฟันเฉี่ยว *ค.น.*

¹gland /glænd/แกลนดฺ/ *n.* ต่อม; **thyroid ~** ต่อมไทรอยด์ *(ท.ศ.)*

²gland *n. (Mech.)* ปลอกสำหรับอัดเครื่องจักร, ฝาอุดกระบอกอัด, ปลอกสวมข้อต่อ

glandular /ˈglændjʊlə(r), US -dʒʊ-/ˈแกลนจิวเลอะ(ร), -จู-/ *adj.* ลักษณะเป็นต่อม, เกี่ยวกับต่อม; **~ swelling** ต่อมบวม

glandular ˈfever *n.* โรคไวรัสโมโนนิวคลิโอซิส มีอาการเหนื่อยมาก

glans /glænz/แกลนซฺ/ *n.* **~ [penis]** *(Anat.)* ส่วนปลายขององคชาติ

glare /gleə(r)/แกลฺ(ร)/ ❶ *n.* Ⓐ *(dazzle)* แสงจ้าตา; **shine with a ~:** ส่องแสงจ้าจนเคืองตา; **the ~ of the sun** แสงแดดจ้า; **amidst the ~/in the full ~ of publicity** *(fig.)* ท่ามกลางความสนใจของประชาชนอย่างเต็มที่; Ⓑ *(hostile look)* การจ้องเขม็ง; **with a ~:** มองเขม็ง; Ⓒ *(gaudiness)* สีสุกปลั่งฉูดฉาด ❷ *v.i.* Ⓐ *(glower)* มองตาขุ่น; **~ at sb./sth.** มอง *ค.น./ส.น.* ตาขุ่น; Ⓑ ส่องแสงจ้า; *(shine by reflection)* ส่องสะท้อน; **~ down** *(พระอาทิตย์)* ส่องจ้าลงมา ❸ *v.t.* **~ contempt/defiance/hate** *etc.* **at sb.** จ้องมอง *ค.น.* ด้วยสายตาที่เหยียดหยาม/ท้าทาย/เกลียดชัง *ฯลฯ*

glaring /ˈgleərɪŋ/ˈแกลฺริง/ *adj. (dazzling)* จ้าตา, สะท้อนแววววับ, ระยิบระยับ; *(fig.: conspicuous)* โจ่งแจ้ง; *(ความผิด)* เด่นชัด

glaringly /ˈgleərɪŋlɪ/ˈแกลฺริงลิ/ *adv.* Ⓐ อย่างเจิดจ้า; **~ bright** สว่างจ้าจนแสบตา; Ⓑ *(fig.)* **be ~ obvious** โจ่งแจ้งมาก

glasnost /ˈglæsnɒst/ˈแกลฺซนอซทฺ/ *n. (Hist.)* *นโยบายเปิดประเทศให้มากขึ้นของสหภาพโซเวียตในปลายศตวรรษที่ 20*

glass /glɑːs, US glæs/กลาซ, แกลซ/ ❶ *n.* Ⓐ *no pl. (substance)* แก้ว, กระจก; **pieces of/broken ~:** เศษแก้ว/เศษแก้วแตก; **a pane/sheet of ~:** กระจกหนึ่งบาน/แผ่น; Ⓑ *(drinking ~)* ถ้วยแก้ว; **a ~ of milk** นมหนึ่งแก้ว; **a friendly ~:** เหล้าสักแก้วที่ดื่มกับเพื่อน; **he's fond of his ~:** เขาชอบดื่ม *(เหล้า)*; **wine by the ~:** เหล้าองุ่นที่ขายเป็นแก้ว; **raise one's ~ [to sb.]** *(fig.)* ดื่มอวยพร [ให้ *ค.น.*]; Ⓒ *(of spectacles, watch)* กระจก; *(pane, covering picture)* กระจก; Ⓓ *in pl. (spectacles)* แว่นตา; **[a pair of] ~es** แว่นตา [หนึ่งคู่]; **she wears thick ~es** เธอสวมแว่นตาหนาเตอะ; **driving/reading ~es** แว่นตาขับรถ/อ่านหนังสือ; Ⓔ *(binoculars)* กล้องส่องทางไกล; Ⓕ *(barometer)* บารอมิเตอร์ *(ท.ศ.)*, เครื่องวัดความกดดันบรรยากาศ; Ⓖ ➡ **looking-glass** ➡ **+ dark glasses; eyeglass; field glasses; ground glass; hourglass; magnifying glass; opera glasses; plate glass; water glass**
❷ *attrib. adj.* ทำด้วยแก้ว, เป็นกระจก; **people who live in ~ houses should not throw stones** *(prov.)* ตัวเองมีปมด้อย ก็อย่าไปเปิดโปงปมด้อยของคนอื่น
❸ *v.t., usu. in p.p.* ติดกระจก, เคลือบเงา; **~ in** ปิดด้วยกระจก

glass: ~-blower *n.* ➤ **489** คนเป่าแก้ว; **~-blowing** *n.* การเป่าแก้ว; **~ ˈcase** *n.* ตู้กระจก; **~ ˈceiling** *n. (fig.)* สิ่งกีดกั้นที่มองไม่เห็นแต่มีอยู่จริง; **~cloth** *n.* ผ้านุ่ม ๆ สำหรับเช็ดกระจก; **~ ˈdoor** *n.* ประตูกระจก; **~ ˈfibre** *n.* เส้นใยแก้ว

glassful /ˈglɑːsfʊl, US ˈglæs-/ˈกลาซฟุล, ˈแกลซ-/ *n.* หนึ่งแก้วเต็ม; **a ~ of milk** นมหนึ่งแก้วเต็ม

glass: ~house *n.* Ⓐ *(~works)* โรงผลิตแก้ว; Ⓑ *(Brit.: greenhouse)* เรือนกระจก; Ⓒ *(Brit. sl.: military prison)* คุกทหาร; **~-making** *n.* การผลิตแก้ว; **~-paper** *n.* กระดาษทราย; **~ware** *n.* เครื่องแก้ว; **~ wool** *n.* ใยแก้ว; **~works** *n. sing.* โรงงานผลิตแก้ว

glassy /ˈglɑːsɪ, US ˈglæsɪ/ˈกลาซิ, ˈแกลซิ/ *adj.* เป็นแก้ว/กระจก, เหมือนแก้ว/กระจก; *(fig.)* มันวาวเหมือนแก้ว; *(การมอง)* ลอย ๆ

ˈglassy-eyed *adj.* ตาลอย; **begin to look ~:** ตาชักจะลอยคว้าง

Glaswegian /glæzˈwiːdʒn/แกลซˈวีจ'น/ ❶ *adj.* แห่งกลาสโกว์ *(ในสกอตแลนด์)* ❷ *n.* ชาวเมืองกลาสโกว์

glaucoma /glɔːˈkəʊmə/กลอˈโคเมอะ/ *n.* ➤ **453** *(Med.)* ต้อหิน

glaze /gleɪz/เกลซฺ/ ❶ *n. (on food or pottery)* วัสดุเคลือบ; *(of paint)* สีทาเคลือบ; *(on paper, fabric)* ลักษณะขึ้นเงา, สารเคลือบเงา ❷ *v.t.* Ⓐ *(cover with ~)* ชุบ, เคลือบ; **~d tile** กระเบื้องเคลือบ; Ⓑ *(fit with glass)* **~ [in]** ใส่กระจก, ติดกระจก ❸ *v.i.* **~ [over]** *(ตา)* เลื่อนลอย

glazed /gleɪzd/เกลซดฺ/ *adj.* ชุบเคลือบ, เคลือบมันเป็นเงาวาว; *(ตา)* เลื่อนลอย

glazier /ˈgleɪzɪə(r), US -ʒər/ˈเกลเซีย(ร), -เฌอะ(ร)/ *n.* ➤ **489** ช่างติดกระจก

glazing /ˈgleɪzɪŋ/ˈเกลซิง/ *n. (pane)* หน้าต่างกระจก; *(layer)* การชุบเคลือบ, วัสดุที่เคลือบ; ➡ **+ double glazing**

gleam /gliːm/กลีม/ ❶ *n.* Ⓐ แวว, ประกาย; *(fainter, transient, or more subdued)* แสงแวบเดียว; **~ of light** แสงวูบหนึ่ง; Ⓑ *(fig.: faint trace)* ร่องรอยจาง ๆ (of ของ); **a ~ of hope/truth** ความหวัง/สัจจะที่ปรากฏอย่างน้อยนิด; **there was a ~ of anticipation in his eyes** นัยน์ตาของเขามีแววมุ่งมาดวับขึ้นมา
❷ *v.i.* *(พระอาทิตย์, พระจันทร์)* ส่องแสง; *(เพชร)* มีประกาย; *(นัยน์ตา)* มีวาว; *(พื้นขัด)* มันวาว

gleaming /ˈgliːmɪŋ/ˈกลีมิง/ ❶ *adj.* วับแวบ, มีประกาย ❷ *adv.* โดยส่องแสงเป็นแวบ ๆ; **~ white** ขาวจั๊วะ, ขาวโพลน

glean /gliːn/กลีน/ ❶ *v.t.* Ⓐ เก็บผสมผสาน *(ข่าว, ข้อมูล, ฯลฯ)*; **~ sth. from sth.** ได้ข้อมูลชิ้นหนึ่งจาก *ส.น.*; Ⓑ *(Agric.)* เก็บข้าวตก *(หลังจากเก็บเกี่ยวทั้งแปลงแล้ว)* ❷ *v.i.* เก็บข้าวตก

gleaner /ˈgliːnə(r)/ˈกลีเนอะ(ร)/ *n.* ผู้เก็บข้าวตก

gleanings /ˈgliːnɪŋz/ˈกลีนิงซฺ/ *n. pl.* Ⓐ *(of news, of research, study)* เศษ *(ข้อมูล, ข้าว)*; Ⓑ *(of corn etc.)* ข้าวตกที่เก็บได้

glee /gliː/กลี/ *n.* Ⓐ ความสุขร่าเริง; *(gloating joy)* ความลิงโลดยินดี, ความสะใจ; **do sth. with** *or* **in ~:** ทำ *ส.น.* อย่างดีอกดีใจมาก; Ⓑ *(Mus.)* การร้องเพลงที่ประสานสามเสียงขึ้นไป

ˈglee club *n.* ชมรมร้องเพลงประสานเสียง

gleeful /ˈgliːfl/ˈกลีฟ'ล/ *adj. (gloatingly joyful)* ลิงโลดยินดี, เบิกบานเริงร่า; **be ~:** มีความสุขมาก

gleefully /ˈgliːfəlɪ/ˈกลีเฟอะลิ/ *adv.* อย่างลิงโลดยินดี, อย่างเบิกบานเริงร่า; *(gloatingly)* อย่างสะใจ

glen /glen/เกล็น/ *n.* หุบเขายาวแคบในสกอตแลนด์

glib /glɪb/กลิบ/ *adj. (derog.) (บุคคล)* กะล่อน; *(impromptu, offhand)* ไม่ใส่ใจ; *(unreflecting)* นึกอะไรก็พูดออกมา; *(voluble)* พูดมาก; *(facile in the use of words)* คุยจ้อ; **be ~ in finding excuses** หาข้อแก้ตัวน้ำขุ่น ๆ ไปได้เสมอ

glide /glaɪd/กลายดฺ/ ❶ *v.i.* ลอยผ่านอย่างง่ายดาย; Ⓐ *(through the air)* เหิน; *(slip, creep)* ลื่นไหล, เลื้อย, ย่อง; Ⓑ *(Aeronaut.) (เครื่องบิน)* ร่อน; **~ down** ร่อนลงมา ❷ *n.* Ⓐ *(Dancing)* การเยื้องกรายระหว่างเต้นรำ; Ⓑ *(Phonet.)* เสียงเลื่อน; Ⓒ *(Mus.)* การเปลี่ยนโทนเสียงจากระดับหนึ่งไปยังอีกระดับหนึ่ง

ˈglide path *n. (Aeronaut.)* เส้นทางร่อนลง

glider /ˈglaɪdə(r)/ˈกลายเดอะ(ร)/ *n.* เครื่องร่อน; **~ [pilot]** ผู้ขับเครื่องร่อน

gliding /ˈglaɪdɪŋ/ˈกลายดิง/ *n.* การบินด้วยเครื่องร่อน

glimmer /ˈglɪmə(r)/ˈกลิมเมอะ(ร)/ ❶ *n. (of light etc.)* แสงสลัว; *(of fire, candle)* แสงริบหรี่; **~ of light** แสงสลัว; **~ of hope** ความหวังน้อยนิด ❷ *v.i.* ส่องแสงสลัว; *(ผ้าไหม)* ส่องประกาย

glimmering /ˈglɪmərɪŋ/ˈกลิมเมอะริง/ *n. (lit.)* การส่องแสงสลัว; *(fig.)* ความมีโอกาสน้อยนิด

glimpse /glɪmps/กลิมพฺซฺ/ ❶ *n.* การเห็นแวบหนึ่ง; **catch** *or* **have** *or* **get a ~ of sb./sth.** มองเห็น *ค.น./ส.น.* แวบหนึ่ง, เห็น *ค.น./ส.น.* อยู่ไหว ๆ; **it gives us a ~ of what life must have been like then** มันช่วยให้เราได้รู้บ้างว่าในสมัยนั้นชีวิตเป็นอย่างไรบ้าง ❷ *v.t.* มองเห็นรำไร, มองเห็นแวบหนึ่ง, ปรากฏรางๆ

glint /glɪnt/กลินทฺ/ ❶ *n.* ประกาย; *(reflected flash)* ประกายสะท้อน; *(of eyes)* การมีประกาย; *(of knife, dagger)* การเห็นแววสะท้อน ❷ *v.i.* สะท้อนแสง, ส่องประกายวูบวับ, แวบวาบ

glissando /glɪˈsændəʊ/กลิˈแซนโด/ *n., pl.* **glissandi** /glɪˈsændiː/กลิˈแซนดี/ *or* **~s** *(Mus.)* การไล่ระดับเสียงสูงขึ้น/ต่ำลงอย่างต่อเนื่อง

glisten /ˈglɪsn/ˈกลิซ'น/ *v.i.* เป็นประกายวาววับ, สะท้อนแสงพราวระยับ; ➡ **+ glitter 1 A**

glitch /glɪtʃ/กลิทฉฺ/ *n. (coll.)* การรวน, การหยุดชะงัก

glitter /ˈglɪtə(r)/ˈกลิทเทอะ(ร)/ ❶ *v.i.* Ⓐ แววววับ, แวววาว; **the sky ~s with stars, stars ~ in the sky** ฟ้ามีดาวแพรว, ดาวพร่างพราวฟ้า; **all that ~s** *or* **glistens is not gold** *(prov.)* สิ่งที่แวววาวไม่จำต้องเป็นทองคำเสมอไป, ของที่สวยก็ไม่ใช่จะมีประโยชน์เสมอไป; Ⓑ *esp. in pres. p. (fig.)* แพรวพราว, วูบวาบ, สะดุดตา; **~ing prizes** สิ่งที่น่าแสวงหา ❷ *n.* Ⓐ รัศมี, ประกาย; *(of diamonds)* ประกายวูบวาบ; Ⓑ *(fig.: ~ing attractiveness)* ความเด่นแบบบาดตา; Ⓒ *(tinsel etc.)* เครื่องประดับแวววับ

glitterati /glɪtəˈrɑːtɪ/กลิทเทอะˈราทิ/ *n. pl.* บุคคลที่เด่นในแวดวงวรรณกรรม/งานบันเทิง

glitz /glɪts/กลิทซฺ/ *n.* ความหรูหราแบบฉาบฉวย

glitzy /ˈglɪtsɪ/ˈกลิทซิ/ *adj.* หรูหรา, ฟุ่มเฟือย

g

gloaming /ˈɡləʊmɪŋ/โกลุมิง/ *n., no pl.* **the ~:** ยามโพล้เพล้, สายัณห์สมัย

gloat /ɡləʊt/โกลุท/ *v.i.* **~ over sth.** *(look at with selfish delight)* มอง *ส.น.* ด้วยความสะใจ; *(derive sadistic pleasure from)* สะใจในความฉิบหายของผู้อื่น

gloatingly /ˈɡləʊtɪŋlɪ/ˈโกลุทิงลิ/ *adv. (with delight)* *(มอง)* ด้วยความลำพองใจ, อย่างสะใจ

global /ˈɡləʊbl/ˈโกลุบ'ล/ *adj.* Ⓐ *(worldwide)* ทั่วโลก; **~ warming** การเพิ่มอุณหภูมิในบรรยากาศของโลก, ภาวะโลกร้อน; **~ peace/warfare** สันติภาพ/สงครามที่แผ่ไปทั่วโลก; **~ strategy** ยุทธศาสตร์โลก; **the ~ village** ประชาคมโลก; Ⓑ *(comprehensive)* รวม, ทั้งหมด, ครอบจักรวาล; **take a ~ view** พิจารณาโดยรวม

globalization /ɡləʊbəlaɪˈzeɪʃn/โกลุเบอะไลเซช'น/ *n.* โลกาภิวัฒน์

globalize /ˈɡləʊbəlaɪz/ˈโกลุเบอะลายซฺ/ *v.t.* เผยแพร่โลกาภิวัฒน์, โยงใยถึงกันทั่วโลก

globe /ɡləʊb/โกลุบ/ *n.* Ⓐ *(sphere)* ลูกกลม; Ⓑ *(sphere with map)* ลูกโลก; Ⓒ *(world)* **the ~:** โลก; Ⓓ *(spherical object)* สิ่งที่มีสัณฐานกลม

globe: **~ 'artichoke** ➡ **artichoke**; **~fish** *n.* ปลาปักเป้า; **~flower** *n.* ไม้ดอกในสกุล *Trollius* ดอกรูปกลมสีเหลือง; **~trotter** *n.* นักท่องเที่ยวรอบโลก; **~trotting** *n.* การเดินทางรอบโลก

globular /ˈɡlɒbjʊlə(r)/ˈกลอบิวเลอะ(ร)/ *adj.* มีสัณฐานกลม, เป็นลูกกลม

globule /ˈɡlɒbjuːl/ˈกลอบิวล/ *n.* ลูกกลมขนาดเล็ก, ยาเม็ดกลม; *(of liquid)* หยด

globulin /ˈɡlɒbjʊlɪn/ˈกลอบิวลิน/ *n. (Biochem.)* โกลบูลิน *(ท.ศ.)*, *(สารจำพวกโปรตีนที่เป็นองค์ประกอบของน้ำเลือดหรือเนื้อเยื่อ)*

glockenspiel /ˈɡlɒkənspiːl/ˈกลอเคินซปีล/ *n. (Mus.)* เครื่องดนตรีที่คล้ายระนาด, โลหะ

gloom /ɡluːm/กลูม/ *n.* Ⓐ *(darkness)* ความมืด; Ⓑ *(despondency)* อารมณ์เศร้าสลดหดหู่; **cast a ~ over sth.** สร้างบรรยากาศเศร้าสลดแก่ *ส.น.*

gloomily /ˈɡluːmɪlɪ/ˈกลูมิลิ/ *adv.* อย่างเศร้าสลด

gloomy /ˈɡluːmɪ/ˈกลูมิ/ *adj.* Ⓐ *(dark)* มืดครึ้ม, ทึบทึม; Ⓑ *(depressing)* เศร้าหมอง, หดหู่; **he always tends to see the ~ side of things** เขามักจะมองทุกอย่างในแง่ร้าย; **have a ~ outlook on life** มองโลกในแง่ร้าย; **feel ~ about the future** รู้สึกหดหู่กับอนาคต; **be in a ~ mood** อยู่ในอารมณ์หดหู่, กลุ้มใจ; **look ~:** มีท่าทางหดหู่

glorification /ɡlɔːrɪfɪˈkeɪʃn/กลอริฟิ'เคช'น/ *n.* Ⓐ *(praise)* การเชิดชูยกย่อง; Ⓑ *(worship)* การเทิดทูนบูชา; Ⓒ *(exaltation)* การยกย่องจนเลิศลอย

glorify /ˈɡlɔːrɪfaɪ/ˈกลอริฟาย/ *v.t.* Ⓐ *(extol)* เชิดชู; *(misrepresent thus)* **glorified** แค่...ที่ถูกยกย่อง; **he's no more than a glorified messenger boy** เขาก็แค่เด็กประจำสำนักงานที่ถูกเชิดชู; Ⓑ *(worship)* เทิดทูน; Ⓒ *(exalt)* ยกย่อง, ส่งเสริมให้เด่นดัง

glorious /ˈɡlɔːrɪəs/ˈกลอเรียซ/ *adj.* Ⓐ *(illustrious)* *(เมือง)* รุ่งเรือง; *(การชนะ, ประวัติ)* ที่ยิ่งใหญ่; Ⓑ *(honourable)* *(การต่อสู้, การเสียชีวิต)* มีเกียรติ; Ⓒ *(delightful)* ประเสริฐ, วิเศษ, สนุกสนาน; *(iron.)* สุดขีด; **it was ~ fun** สนุกชะมัดเลย

gloriously /ˈɡlɔːrɪəslɪ/ˈกลอเรียซลิ/ *adv.* Ⓐ *(honourably)* อย่างมีเกียรติ; *(illustriously)* อย่างรุ่งโรจน์; **die ~:** ตายอย่างมีเกียรติ; Ⓑ *(splendidly)* อย่างวิเศษ

glory /ˈɡlɔːrɪ/ˈกลอริ/ ❶ *n.* Ⓐ *(splendour, majesty)* ความรุ่งเรือง, ความงามประเสริฐ; **the Empire at the height of its ~:** จักรภพในยามรุ่งเรืองถึงขีดสุด; **a lily in all its ~:** ดอกลิลลี่ในยามแย้มบานงามเต็มที่; **in all one's ~** *(iron.)* ตอนที่กำลังเฟื่องฟู; Ⓑ *(honour)* เกียรติยศ; *(credit)* หน้าตา; *(fame)* ชื่อเสียง; **they did all the work and he got all the ~:** คนอื่น ๆ ช่วยกันทำงานแต่เขาได้หน้าไปคนเดียว; **cover oneself with ~:** ทำให้ตนเองพร้อมพรั่งด้วยเกียรติยศ; Ⓒ *(worshipful praise)* คำสรรเสริญ, คำสดุดี; **~ [be] to God in the highest** พระเกียรติคุณจงมีแด่พระผู้เป็นเจ้า; **[built] to the ~ of God** [สร้างขึ้น] ถวายพระผู้เป็นเจ้า; Ⓓ *(source of distinction)* บารมี; *(achievement)* การกระทำที่ยิ่งใหญ่; **be the ~ of a nation** เป็นเกียรติแก่ประเทศ; ➡ + **Old Glory**; Ⓔ *(heavenly bliss)* ความสุขและความรุ่งเรืองของสวรรค์; **Christ in ~:** พระเยซูเจ้าผู้ถึงพร้อมด้วยทิพยรัศมี; **go/send to ~** *(arch. coll.)* ตาย/ฆ่า
❷ *v.i.* **~ in sth./doing sth.** *(be pleased by)* ปลาบปลื้มใน *ส.น.*/การทำ *ส.น.*; *(be proud of)* ภาคภูมิใจ; **~ in the name/title of ...:** ภาคภูมิใจกับชื่อ/สมญาว่า...

'glory hole *n. (coll.)* ที่เก็บของรก ๆ

¹gloss /ɡlɒs/กลอซ/ ❶ *n.* Ⓐ *(sheen)* ลักษณะมันเงา; **~ paint** สีทาที่ขึ้นเงา; **~ finish** สีเคลือบเงา; **paper/photo with a ~ finish** กระดาษ/รูปถ่ายผิวมัน; **give sth. a high ~:** เคลือบให้ *ส.น.* เป็นเงาวับ; Ⓑ *(fig.)* ลักษณะดูดีแต่ภายนอก, ผักชีโรยหน้า ❷ *v.t.* ทำให้ผิวเป็นมันเงา, ขัดมัน
~ over *v.t.* ทำให้เป็นเรื่องไม่สำคัญ; *(conceal)* กลบเกลื่อน, ปิดบัง *(ความผิด)*

²gloss ❶ *n.* Ⓐ *(comment)* คำอธิบายที่แทรกไว้ *(ระหว่างบรรทัด/ริมหน้ากระดาษ)*; Ⓑ *(misrepresentation of another's words)* การถ่ายทอดคำพูดของผู้อื่นอย่างผิดพลาด; Ⓒ *(glossary)* การอธิบายศัพท์เฉพาะ, ศัพทานุกรม; *(translation)* การแปลคำที่เป็นภาษาอื่น; *(continuous explanation)* การบรรยายอธิบาย ❷ *v.t.* เขียนคำอธิบาย, แปลความหมาย

glossary /ˈɡlɒsərɪ/ˈกลอเซอะริ/ *n.* ศัพทานุกรม, อภิธานศัพท์

glossy /ˈɡlɒsɪ/ˈกลอซิ/ ❶ *adj.* Ⓐ ขึ้นมัน; *(printed on ~ paper)* พิมพ์ด้วยกระดาษมัน; **~ paper, paper with a ~ finish** กระดาษผิวมัน; **~ [photographic] print** [รูปถ่าย] ที่ใช้กระดาษมัน; Ⓑ *(fig.)* หรูหรา, สง่างาม ❷ *n. (coll.)* Ⓒ *(magazine)* นิตยสารพิมพ์บนกระดาษมัน *(มักเป็นนิตยสารแฟชั่น)*; Ⓓ *(photograph)* รูปที่อัดด้วยกระดาษมัน

glottal /ˈɡlɒtl/ˈกลอท'ล/ *adj. (Phonet.)* ที่เส้นเสียง

glottal 'stop *n. (Phonet.)* เสียงหยุดที่เส้นเสียง, เสียงกัก

glottis /ˈɡlɒtɪs/ˈกลอทิซ/ *n. (Anat.)* ช่องเส้นเสียง

glove /ɡlʌv/กลัว/ *n.* Ⓐ ถุงมือ; **sth. fits sb. like a ~** *(fig.)* *ส.น.* เหมาะเจาะพอดีกับ *ค.น.*; **throw down/take up the ~** *(fig.)* ท้า/รับท้า; Ⓑ ➡ **boxing glove**; **argue sth. with the ~s off** เถียงไม่ลดละ, ตอบโต้ *ส.น.* ไม่ไว้หน้า; ➡ + **hand 1 A**

glove: **~ box** *n.* Ⓐ ➡ **~ compartment**; Ⓑ *(for toxic material etc.)* กล่องบรรจุวัตถุอันตรายโดยผู้แตะต้องสวมถุงมือที่ติดกับกล่อง; **~ compartment** *n.* ลิ้นชักหน้ารถ, เก๊ะหน้ารถ

gloved /ɡlʌvd/กลัวดฺ/ *adj.* ที่สวมถุงมือ

'glove puppet *n.* หุ่นมือ

glow /ɡləʊ/โกลุ/ ❶ *v.i.* Ⓐ *(ไฟ)* ส่องแสงเรือง; *(เตา)* มีไอร้อนระอุ; Ⓑ *(fig.)* *(with warmth or pride)* *(หน้า)* แดงเรื่อ; *(with health or vigour)* *(หน้าตา)* ดูสดชื่น; *(with pleasure or excitement)* *(หน้าตา)* เบิกบาน; **~ with the exercise** หน้าแดงเรื่อจากการออกกำลัง; Ⓒ *(be suffused with warm colour)* ใช้สีร้อน, มีสีออกแดงและเหลือง; **~ with the tints of autumn** *(ต้นไม้)* มีสีสันของฤดูใบไม้ร่วง
❷ *n.* แสงที่เปล่งออกมา, ความแดงเรื่อ, ความเร่าร้อน; *(of candle, lamp)* ลักษณะเรืองรอง; *(of embers, lava, sunset)* ลักษณะคุแดง; **feel a ~ of pride** รู้สึกหน้าแดงด้วยความภูมิใจ; **his cheeks had a healthy ~:** เขาแก้มแดงเรื่อด้วยสุขภาพดี; **~ of youth/health** ความผ่องใสของวัยเยาว์/อย่างคนสุขภาพดี; **feel a ~ of happiness/passion** รู้สึกเบิกบานด้วยความสุข/ความหลงใหล

glower /ˈɡlaʊə(r)/ˈกลาเออะ(ร)/ *v.i.* จ้องมองตาเขียว, ทำหน้างอ, ทำหน้าคว่ำ; **~ at sb.** ทำหน้าคว่ำใส่ *ค.น.*

glowing /ˈɡləʊɪŋ/ˈโกลอิง/ *adj.* ส่องแสง, อบอุ่น; *(fig. enthusiastic)* *(รายงาน, คำพูด)* ชมเชย, ยกย่อง; **be in ~ health** สุขภาพดีเลิศ; **describe sth. in ~ colours/terms** บรรยาย *ส.น.* อย่างมีสีสัน/อย่างยกย่อง; **~ promises** สัญญาที่น่าเชื่อถือ; **~ report** รายงานที่ชมเชย

glow: **~-lamp** *n. (Electr.)* โคมไฟฟ้าชนิดใช้ก๊าซ, โคมแสงเรือง; **~-worm** *n.* หนอนกระสือ

gloxinia /ɡlɒkˈsɪnɪə/กลอค'ซินเนีย/ *n. (Bot.)* กล็อกซิเนีย *(ท.ศ.)*, ไม้ดอกในทวีปอเมริกาใต้ดอกใหญ่หลากสีลักษณะคล้ายระฆัง

glucose /ˈɡluːkəʊs/ˈกลูโคซ/ *n.* น้ำตาลกลูโคส *(ท.ศ.)*; **~ [powder]** *(Med.)* [ผง] น้ำตาลกลูโคส

glue /ɡluː/กลู/ ❶ *n.* กาว; **like ~** *(fig.)* ติดเหนียวเหมือนกาว; **cling like ~ to sth./sb.** *(fig.)* เกาะ *ส.น./ค.น.* ไม่ยอมปล่อย ❷ *v.t.* Ⓐ ใช้กาวติด; **~ sth. together/on** ใช้กาวแปะ *ส.น.* ให้ติดกัน/ติดลง; **~ sth. to sth.** ใช้กาวติด *ส.น.* กับอีก *ส.น.*; **as though ~d to the spot** ราวกับถูกตรึงอยู่กับที่; Ⓑ *(fig.)* **be ~d to sth./sb.** ติดแน่นอยู่กับ *ส.น.*/แนบแน่นอยู่กับ *ค.น.*; **their eyes** *or* **they were ~d to the TV screen** นัยน์ตาเขาจับแน่วอยู่ที่จอโทรทัศน์

glue: **~ pot** *n.* หม้อเคี่ยวกาว; **~-sniffing** *n.* การดมกาว

glug /ɡlʌɡ/กลัก/ *v.t.*, **-gg-** ดื่มเร็วและทำเสียงอึก ๆ

glum /ɡlʌm/กลัม/ *adj.* หน้าสลด, หน้าบึ้ง

glumly /ˈɡlʌmlɪ/ˈกลัมลิ/ *adv.* อย่างหนักใจ

glut /ɡlʌt/กลัท/ ❶ *n. (Commerc.)* ปริมาณมากเกินไป (of ของ); **a ~ of apples** ปริมาณแอปเปิลมีมากเกินความต้องการ; **a ~ of talent** มีคนเก่ง ๆ ให้เลือกมากมาย ❷ *v.t.*, **-tt-** Ⓐ *(Commerc.)* ตุนสินค้าไว้จนล้นตลาด; **~ the market with cheap apples from abroad** ตุนแอปเปิ้ลนอกราคาถูกไว้จนล้นตลาด; Ⓑ *(gorge)* **~ oneself** เขมือบจนอิ่มตื้อ; **be ~ted with sth.** *(fig.)* ตะกละตะกลาม *ส.น.* จนเกินควร

'glutamate /ˈɡluːtəmeɪt/ˈกลูเทอะเมท/ *n. (Chem.)* กลูตาเมต *(ท.ศ.)* *(เกลือของกรดกลูตามิคที่ใช้ชูรสอาหาร)*; **monosodium ~:** ผงชูรส

gluten /ˈɡluːtən/ˈกลูเทิน/ *n.* กลูเท็น *(ท.ศ.)* โปรตีนในธัญพืช; **~ bread** ขนมปังโปรตีน

glutinous /ˈɡluːtɪnəs/ˈกลูทิเนิซ/ *adj.* เหนียวหนับ; **~ rice** ข้าวเหนียว

glutton /ˈglʌtən/ˈกลัทเทิน/ *n.* Ⓐ คนตะกละ; **a ~ for books** หนอนหนังสือ; **a ~ for punishment** *(iron.)*/**work** *(fig.)* คนที่บ้างาน; Ⓑ *(Zool.)* อีเห็น

gluttonous /ˈglʌtənəs/ˈกลัทเทอะเนิซ/ *adj.* ตะกละตะกลาม

gluttony /ˈglʌtənɪ/ˈกลัทเทอะนิ/ *n.* ความตะกละตะกลาม

glycerine /ˈglɪsəriːn/ *(Amer.:* **glycerin***)* /ˈglɪsərɪn/ˈกลิเซอะริน/ *n.* กลีเซอรีน *(ท.ศ.) (น้ำใสเหนียวที่ได้จากการผลิตสบู่)*

glycogen /ˈglaɪkədʒən/ˈไกลเคอะเจิน/ *n.* *(Med., Biol.)* ไกลโคเจน *(ท.ศ.)* สารน้ำตาลที่มีอยู่ในแป้งและเนื้อสัตว์

glycol /ˈglaɪkɒl/ˈไกลคอล/ *n.* *(Chem.)* สารไกลโคล *(ท.ศ.)*

GM *n. abbr.* **genetically modified** จีเอ็ม

gm. *abbr.* ➤ **1013 gram[s]** กรัม

G-man /ˈdʒiːmæn/ˈจีแมน/ *n., pl.* **G-men** /ˈdʒiːmen/ˈจีเม็น/ *(Amer. coll.)* พนักงานสืบสวนอาชญากรรมในสหรัฐอเมริกา, จีแมน *(ท.ศ.)*

GMO *n. abbr.* **genetically modified organism** การดัดแปลงทางพันธุกรรม

GMT *abbr.* **Greenwich mean time** จีเอ็มที *(ท.ศ.)*

gnarled /nɑːld/นาลด/, **gnarly** /ˈnɑːlɪ/ˈนา(ร)ลิ/ *adjs.* *(ต้นไม้, มือ)* เป็นตะปุ่มตะป่ำ

gnash /næʃ/แนช/ *v.t.* **~ one's teeth [in anger]** ขบฟัน [ด้วยความโกรธ]; **~ing of teeth** การขบเขี้ยวเคี้ยวฟัน

gnat /næt/แนท/ *n.* ริ้น; ➡ + **¹strain** 3 B

gnaw /nɔː/นอ/ ❶ *v.i.* Ⓐ **~ [away] at sth.** แทะ *ส.น.*; **~ through a rope/sack** กัดแทะเชือก/กระสอบจนขาด; Ⓑ *(fig.)* **~ [away] at sth.** กัดกร่อน *ส.น.*; **~ [away] at sb.'s savings** ค่อย ๆ ใช้เงินออมของ *ค.น.* จนหมด ❷ *v.t.* Ⓐ แทะจนกร่อน; กัด *(เล็บ)*; **~ a hole in sth.** แทะ *ส.น.* จนเป็นรูโหว่; Ⓑ *(fig.)* ทรมาน; **was ~ed by doubt** ทุกข์ทรมานด้วยความแคลงใจ

gnawing /ˈnɔːɪŋ/ˈนออิง/ *adj.* *(ความหิว, ความเจ็บปวด, ความกลัว, ความกังวล)* ที่กัดกร่อน

gneiss /gnaɪs, naɪs/กนายซฺ, นายซฺ/ *n.* *(Geol.)* *หินแปรเนื้อแข็งหยาบ มีแร่ธาตุแทรกซ้อนเป็นชั้น ๆ (เช่น หินฟันม้า เขี้ยวหนุมาน)*

gnome /nəʊm/โนม/ *n.* Ⓐ คนแคระในนิยาย ที่เฝ้ากองเพชรพลอยใต้ดิน; *(in garden)* ตุ๊กตาคนแคระประดับสวน; Ⓑ *(fig. coll.)* **the ~s of Zurich** เจ้าพ่อซูริค *(นายธนาคารใหญ่)*

gnomic /ˈnəʊmɪk/ˈโนมิค/ *adj.* เป็นคำพังเพย, เป็นคติพจน์

gnostic /ˈnɒstɪk/ˈนอซติค/ ❶ *adj.* Ⓐ *(relating to or having knowledge)* เกี่ยวกับความรอบรู้; *(Relig.)* มีญาณหยั่งรู้ได้; Ⓑ **G~** *(Relig. Hist.)* เกี่ยวกับลัทธินอซติก ❷ *n.* **G~** *(Relig. Hist.)* พวก*คริสเตียนนอกรีตในคริสต์ศตวรรษที่ 1-3 ที่อ้างว่าตนมีญาณหยั่งรู้*

Gnosticism /ˈnɒstɪsɪzm/ˈนอซติคซิซ'ม/ *n.* *(Relig. Hist.) ลัทธิของพวกคริสเตียนนอกรีตในคริสต์ศตวรรษที่ 1-3 ที่อ้างว่าตนมีญาณหยั่งรู้*

GNP *abbr.* **gross national product** จีเอ็นพี *(ท.ศ.)*

gnu /nuː/นู/ *n.* *(Zool.)* ละมั่ง

¹go /gəʊ/โก/ ❶ *v.i., pres.* **he goes** /gəʊz/โกซ/, *p.t.* **went** /went/เวนทฺ/, *pres. p.* **going** /ˈgəʊɪŋ/ˈโกอิง/, *p.p.* **gone** /gɒn, gɔːn/กอน/ Ⓐ ไป; *(ยานพาหนะ)* วิ่ง; *(สัตว์)* เลื้อยคลาน; *(เครื่องบิน)* บิน; *(on horseback etc.)* ขี่ *(ม้า)* ไป; *(on skis, roller skates)* ไปด้วยสกี/สเกต; *(in wheelchair, pram)* แล่นไป; *(in lift)* ขึ้น/ลง; **~ by bicycle/car/bus/train** *or* **rail** ถีบจักรยานไป/นั่งรถยนต์/รถประจำทาง/รถไฟไป; **~ by boat** *or* **sea** *or* **ship** ลงเรือไป; **~ by plane** *or* **air** บินไป; **~ by Thai International** บินโดยการบินไทย; **~ on foot** เดินไป; **as one ~es [along]** *(fig.)* ระหว่างที่ทำไป; **do sth. as one ~es [along]** *(lit.)* ทำ *ส.น.* ระหว่างเดินทาง; **~ on a journey** เดินทางไป; **~ first-class/at 50 m.p.h.** ไปชั้นหนึ่ง/ด้วยความเร็ว 50 ไมล์ต่อชั่วโมง; **~ with sb.** เดินทางไปกับ *ค.น.*; ไปเป็นเพื่อน *ค.น.*; *(สุนัข)* ติดตาม *ค.น.*; **have far to ~** ยังต้องไปอีกไกล; **the doll/dog ~es everywhere with her** เธอเอาตุ๊กตา/สุนัขไปด้วยทุกหนแห่ง; **who ~es there?** *(sentry's challenge)* หยุด นั่นใคร; **there you ~** *(coll., giving sth.)* เอาหล่ะ; Ⓑ *(proceed as regards purpose, activity, destination, or route)* *(รถประจำทาง, รถไฟ, เรือ)* ไปต่อ; *(แผนการ)* ดำเนินต่อ; *(use means of transportation)* ใช้ยานพาหนะเพื่อเดินทาง; *(fly)* บินไป; *(proceed on outward journey)* เดินทางไป; *(travel regularly)* เดินทางเป็นประจำ (**from... to** จาก... ไปยัง/สู่); **know where one is ~ing** *(fig.)* รู้ใจตัวเอง; **his hand went to his pocket** เขาล้วงกระเป๋า; **~ to the toilet/cinema/moon/a museum/a funeral** ไปห้องสุขา/ดูหนัง/โลกพระจันทร์/พิพิธภัณฑ์/งานศพ; **~ to a dance** ไปเต้นรำ; **~ [along] to the doctor['s]** *etc.* ไปหาหมอ ฯลฯ; **~ [out] to China** ไปเมืองจีน; **~ [over] to America** ข้ามไปอเมริกา; **~ [off] to London** ไปกรุงลอนดอน; **~ [over** *or* **across] to the mainland** ข้าม *(จากเกาะ)* ไปแผ่นดินใหญ่; **last year we went to Italy** เมื่อปีที่แล้วเราไปเที่ยวอิตาลี; **~ this/that way** ไปทางนี้/ทางนั้นสิ; **~ out of one's way** ไปนอกเส้นทาง; *(fig.)* พยายามอย่างเต็มที่; **~ towards sth./sb.** ไปทาง *ส.น./ค.น.*; **don't ~ on the grass** อย่าเดินย่ำบนสนามหญ้า; **~ by sth./sb.** ผ่านไปทาง *ส.น./(รถประจำทาง)* ขับผ่าน *ค.น.*; **~ in/out** เข้าไป/ออกไป; **~ in and out [of sth.]** เข้า ๆ ออก ๆ [จาก *ส.น.*]; **~ into sth.** เข้าไปภายใน *ส.น.*; **I'd never ~ on motorways** ฉันจะไม่ขึ้นทางด่วน; **~ out for some fresh air** ออกไปสูดอากาศบริสุทธิ์; **~ out to the postbox** ออกไปส่งจดหมาย; **~ [out] for a walk** ออกไปเดินเล่น; **~ bathing** ไปว่ายน้ำ; **~ cycling** ไปถีบจักรยานเล่น; **~ looking for sb.** ไปหา *ค.น.*; **~ chasing after sth./sb.** ไล่ตาม *ส.น./ค.น.*; **~ to do sth.** ไปทำ *ส.น.*; *(while standing still)* อยากทำ *ส.น.*; **~ to live in Bangkok** ย้ายไปอยู่กรุงเทพฯ; **~ to sea** ออกทะเล; *(become sailor)* สมัครเป็นทหารเรือ; **~ to see sb.** ไปเยี่ยมเยียน *ค.น.*; **I went to water the garden** ฉันไปรดน้ำต้นไม้; **~ and do sth.** ไปทำ *ส.น.*; **you ought to ~ and find a flat** คุณควรไปหาห้องชุดอยู่; **I'll ~ and get my coat** ฉันจะไปหยิบเสื้อคลุม; **I'll just ~ and put my shoes on** เดี๋ยวฉันไปสวมรองเท้า; **~ and see whether ...:** ไปดูสิว่า...หรือไม่; **~ on a pilgrimage** *etc.* ออกธุดงค์, ออกจาริกแสวงบุญ ฯลฯ; **~ on TV/the radio** ไปออกโทรทัศน์/ไปพูดออกวิทยุ; **I'll ~!** ฉันไปเอง; *(answer phone)* ฉันรับสายเอง; *(answer door)* ฉันไปเปิดประตูเอง; **'you ~** *(to the phone)* คุณไปรับ *(โทรศัพท์)* หน่อยสิ; Ⓒ *(start)* เริ่มต้น; *(in vehicle)* ติดเครื่องยนต์; **let's ~!** *(coll.)* ไปเถอะ, ไปได้แล้ว; **here ~es!** *(coll.)* เอาล่ะ; **whose turn is it to ~?** *(in game)* ถึงตาใครเล่น; **~ first** *(in game)* เล่นก่อน; **from the word ~** *(fig. coll.)* ตั้งแต่แรก; Ⓓ *(pass, circulate, be transmitted)* ผ่าน, เวียน, แพร่; **a shiver went up** *or* **down my spine** ฉันเสียวสันหลังวาบ; **~ to** *(be given to)* *(รางวัล)* มอบให้; *(งานที่สมัคร, เงิน)* ให้กับ; **~ towards** *(be of benefit to)* เป็นผลดีต่อ, เป็นประโยชน์ต่อ; **~ according to** *(be determined by)* เป็นไปตาม; ➡ + **head** 1 A; Ⓔ *(make specific motion, do something specific)* **~ round** *(ล้อ)* หมุนรอบ ๆ; **there he** *etc.* **~es again** *(coll.)* แน่ะเขา ฯลฯ เอาอีกแล้ว; **here we ~ again** *(coll.)* เอากันอีกแล้วซิ; Ⓕ *(act, work, function effectively)* กระทำ, ทำงาน; *(รถ, เครื่องยนต์)* วิ่งดี; **get the car to ~** ติดเครื่องรถยนต์; **at midnight we were still ~ing** เที่ยงคืนแล้วเราก็ยังทำงานกันอยู่; **~ by electricity** ใช้พลังไฟฟ้า; **the clock doesn't ~** นาฬิกาตาย; **~ to it!** *(coll.)* ลงมือเลย, เอาเลย; **keep ~ing** *(in movement)* เคลื่อนไปไม่หยุด; *(in activity)* ทำกิจการต่อไปเรื่อย ๆ; *(not fail)* ไม่หยุดยั้ง, ไม่ยอม, ไม่พ่ายแพ้; **the car still keeps ~ing** รถยนต์ยังคงวิ่งดีอยู่; **keep oneself ~ing** อดทนต่อไป; **keep sb. ~ing** *(enable to continue)* ช่วยเสริมพลัง *ค.น.* ให้ทำต่อไป; **that'll keep me ~ing** นั่นจะช่วยให้ฉันมีแรงทำต่อ; **keep sth. ~ing** ทำให้ *ส.น.* ดำเนินต่อไป; **make sth. ~, get/set sth. ~ing** ทำให้/ติดตั้งให้ *ส.น.* ดำเนินงานได้ *หรือ* ริเริ่ม *ส.น.*; **set sb. ~ing** *(iron.)* เร้าให้ *ค.น.* เริ่มพูดเรื่อง *ส.น.*; Ⓖ **~ to** *(attend)*: **~ to work** ไปทำงาน; **~ to church/kindergarten/school** ไปโบสถ์/โรงเรียนอนุบาล/โรงเรียน; **~ to Eton/Oxford** ไปเรียนที่โรงเรียนอีตัน/มหาวิทยาลัยออกซฟอร์ด; **~ to a comprehensive school** ไปเรียนที่โรงเรียนมัธยมของรัฐ; **~ as a witch** *etc.* แต่งเป็นแม่มด ฯลฯ ไปงานแฟนซี; **what should I ~ in?** ฉันจะแต่งอะไรไปดี; Ⓗ *(have recourse)* **~ to the police** ไปหาตำรวจ; **~ to the originals** กลับไปดูที่ต้นฉบับ; **~ to the relevant authority/UN** ไปปรึกษาหน่วยงานที่เกี่ยวข้อง/ไปขอความช่วยเหลือจากองค์การสหประชาชาติ; **~ on hunger strike** อดอาหารประท้วง; **~ into the army** ไปสมัครเป็นทหารบก; **where do we ~ from here?** *(fig.)* แล้วเราจะทำอย่างไรต่อ; Ⓘ *(depart)* จากไป; *(รถโดยสาร)* ออกเดินทาง; *(ไปรษณีย์)* ไปแล้ว; *(resign)* ลาออก; *(abdicate)* สละอำนาจ; **~ away** จากไป; *(move away)* ย้ายไป; **he/the bus has gone** เขา/รถโดยสารไปแล้ว; **I must ~** ฉันต้องไปแล้ว; **I must be ~ing now** ฉันต้องไปเสียทีละ; **time to ~!** ถึงเวลาต้องไปแล้ว; **'gone away'** *(on envelope)* 'ย้ายไปอยู่ที่อื่น'; **Oh no! There ~es my quiet weekend** แย่จริง หมดสิทธิ์ที่จะอยู่เงียบ ๆ ในวันหยุดนี้; **to ~** *(Amer.)* *(เครื่องดื่ม, อาหาร)* ไปกินนอกร้าน, เทคอะเวย์ *(ท.ศ.)*; **my headache has gone** ฉันหายปวดศีรษะแล้ว; Ⓙ *(euphem.: die)* ตาย; **be dead and gone** ตายจากไปแล้ว; **after I ~** หลังจากที่ฉันตาย; Ⓚ *(fail)* *(ความจำ)* เสื่อม; *(กำลัง)* หมดไป; *(cease to function)* หยุดทำงาน, ใช้งานไม่ได้; *(break)* แตก, หัก, โค่น; *(collapse)* พังทลาย; *(เสากระโดง)* หักลงมา; *(fray badly)* ขาดหลุดลุ่ย; **the jacket has gone at the elbows** แขนเสื้อนอกขาดลุ่ยตรงข้อศอก; **his memory is ~ing** ความจำของเขาชักจะเสื่อม; Ⓛ *(disappear)* หายไป; *(ฟัน)* หลุด; *(เงิน, เวลา)* หมดไป; *(be relinquished)* *(ประโยค)* ถูกตัดออก; *(ขนบธรรมเนียม)* ล้มเลิก; *(be dismissed)* ถูกปลด, กำจัด; *(Cricket) (be out)* ให้ออกนอกสนาม;

be gone from sight ลับตาไปแล้ว; my coat/the stain has gone เสื้อคลุมของฉัน/รอย เปื้อนหายไปแล้ว; where has my hat gone? หมวกของฉันหายไปไหน; I don't know where my money goes ฉันไม่รู้ว่าเงินหายไปไหนหมด; that aid to developing countries ~es on the growing of food เงินช่วยเหลือประเทศที่กำลังพัฒนาหมดไปกับการเพาะปลูกพืชพันธุ์ธัญญาหาร; this paragraph will have to ~ ต้องตัดย่อหน้านี้ออก; all his money ~es on women เงินทั้งหมดของเขาหมดเปลืองไปกับผู้หญิง; all hope has gone ความหวังสูญสิ้นไป, หมดหวังเสียแล้ว; **M** *(elapse)* *(เวลา)* ผ่านไป, ล่วงไป; that has all gone by ทุกอย่างก็ผ่านไปแล้ว; in days gone by ในสมัยก่อน; **N** to ~ *(still remaining)* have sth. [still] to ~ ยังคงมี *ส.น.* เหลืออยู่; he has two years to ~ before he can retire เขายังมีเวลาเหลืออีกสองปีก่อนเกษียณอายุ; there's hours to ~: ยังมีเวลาอีกหลายชั่วโมง; one week *etc.* to ~ to ...: เหลืออีกหนึ่งสัปดาห์จนถึง...; still have a mile to ~: ยังต้องไปต่ออีกหนึ่งไมล์; one down, two to ~: เสร็จไปหนึ่งยังเหลืออีกสอง; **O** *(be sold)* ขายแล้ว; it went for £1 ขายไปในราคาหนึ่งปอนด์; I shan't let it ~ for less ฉันจะไม่ปล่อยต่ำกว่าราคานี้; ~ to sb. ขายให้ *ค.น.*; ~ing! ~ing! gone! จะขายแล้วนะ จะขายแล้วนะ ขายแล้ว *(ประมูลขาย)*; **P** *(run)* *(ถนน, ชายแดน)* วิ่งไปทาง, อยู่ทาง; *(afford access, lead)* ไปยัง, นำไปสู่; *(extend)* ยืด, ขยาย; ~ high[er] *(ราคา)* แพงขึ้น; the line ~es across the page/to the corner/upwards เส้นนั้นลากข้ามหน้ากระดาษ/ไปที่มุม/ขึ้นข้างบน; my holiday ~es from ... to ...: ช่วงหยุดพักผ่อนของฉันเริ่มตั้งแต่... ถึง...; as *or* so far as he/it ~es ในระดับหนึ่ง; sth. is correct as *or* so far as it ~es *ส.น.* ถูกต้องแล้วในระดับหนึ่ง; ~ a long way มีผลกระทบกว้างไกล; he will ~ a long way *(fig.)* เขาคงจะก้าวหน้าไปได้ไกล; ~ some/a long way to[wards] achieving sth. ช่วยบ้าง/มากในการบรรลุ *ส.น.*; ten pounds in those days went a long way ในสมัยนั้นเงินสิบปอนด์ซื้อของได้หลายอย่าง/ใช้ได้นาน; a little of his company ~es a long way *(coll. derog.)* อยู่กับเขาแค่ประเดี๋ยวประด๋าวก็แย่เต็มทีแล้ว; **Q** *(fig.: advance)* we'll ~ halfway to meet the cost พวกเราพร้อมที่จะจ่ายคนละครึ่งกับคุณ; I'll ~ as high as £100 *(at auction)* ฉันจะประมูลสูงเพียงร้อยปอนด์เท่านั้น; ➡ + bother 3 D; expense 1 A; trouble A; way 1 E; **R** *(turn out, progress)* เป็นไป, พัฒนาเป็น; ~ for/against sb./sth. เป็นผลดี/ผลเสียต่อ *ค.น./ส.น.*; how did your holiday/party ~? การพักร้อน/งานเลี้ยงของคุณไปได้ดีไหม *หรือ* เป็นอย่างไร; how is the book ~ing? หนังสือดำเนินไปถึงไหนแล้ว; how are the rehearsals ~ing? การซ้อมเรียบร้อยดีหรือไม่; ~ according to plan เป็นไปตามแผน; things have been ~ing well/badly/smoothly *etc.* of late พักหลังนี้กิจการดำเนินไปด้วยดี/ไม่ดี/อย่างราบรื่น; the way things are ~ing ...: ตามที่สิ่งต่าง ๆ เป็นไปอยู่นี้...; how are things ~ing?, how is it ~ing? *(coll. joc.)* how ~es it? เป็นอย่างไรบ้าง; **S** *(be, have form or nature, be in temporary state)* เป็น, เป็นอยู่; *(หัวเรื่อง)* คือ; this is how things ~, that's the way it ~es มันก็เป็นอย่างนี้แหละ; ~ against sth. ขัดกับ *ส.น.*; ~ against one's principles ขัดกับหลักการของตน; ~ against logic ไม่สมเหตุสมผล; ~ armed/naked ไปโดยติดอาวุธ/เปลือยร่าง; go in rags แต่งตัวปอน; go hungry อดอยากหิวโหย; ~ without food/water อดข้าว/อดน้ำ; ~ in fear of one's life กลัวว่าชีวิตไม่ปลอดภัย, กลัวว่าจะถูกฆ่าตาย; may the blessings of God ~ with you ขอให้พระผู้เป็นเจ้าคุ้มครองคุณ; how does the tune/song/wording ~ [now]? ทำนอง/เพลง/เนื้อเพลงเป็นอย่างไรนะ; the argument ~es like this ข้อถกเถียงมีดังต่อไปนี้; now the tale/rumour/theory ~es that ...: เรื่อง/ข่าวลือ/ทฤษฎีมีว่า...; ~ to the tune of ...: เป็นไปตามทำนองเพลง...; this noun/verb ~es like ...: คำนาม/คำกิริยานี้มีรูปแบบเหมือน...; as things/canteens/actors *etc.* ~: เทียบกับสิ่ง/โรงอาหาร/นักแสดงทั่วไป; as things ~, it's not expensive เทียบกับราคาตลาดก็นับว่าไม่แพง; ~ by *or* under the name of ...: ใช้ชื่อ...; **T** *(become)* กลายสภาพเป็น; the tyre has gone flat ยางแบนเสียแล้ว; the phone has gone dead โทรศัพท์เสียแล้ว; ~ on the blink เครื่องยนต์ดับ; ~ all freaky/Indian *etc.* บ๊องไปเสียแล้ว/เกิดอาการบ้าของแขก ฯลฯ; ~ serious/arty on sb. ทำขึงขัง/เป็นศิลปินกับ *ค.น.*; ~ nuclear/ metric *(coll.)* เปลี่ยนใช้พลังนิวเคลียร์/ระบบเมตริก; the constituency/York went Tory เขตเลือกตั้ง/เมืองยอร์คเปลี่ยนมาเลือกพรรคโทรี่; **U** *(have usual place)* อยู่ที่ปกติ; *(belong)* มีที่ประจำ; where does the box ~? เก็บกล่องไว้ที่ไหน; where do you want this chair to ~? คุณจะให้ตั้งเก้าอี้ตัวนี้ไว้ตรงไหน; that chair will ~ nicely in the corner เก้าอี้ตัวนั้นถ้าตั้งเข้ามุมจะเหมาะมาก; this ~es under a different heading นี่ต้องอยู่ภายใต้อีกหัวข้อหนึ่ง; each drink goes *or* all drinks ~ on the bill ค่าเครื่องดื่มต้องรวมไว้ในใบเสร็จ; the cheque is to ~ in[to] my account เช็คต้องเข้าบัญชีของฉัน; **V** *(fit)* เข้าได้พอดี; ~ in[to] sth. ใส่เข้าไปใน *ส.น.* ได้พอดี; it won't ~ [in] ใส่ไม่เข้า, มันคับเกินไป; ~ through sth. ผ่าน *ส.น.* ไปได้ *หรือ* ทะลุ *ส.น.* ไป; six into twelve ~es twice สิบสองหารหกได้สอง; five ~es into forty exactly สี่สิบหารห้าลงตัวพอดี; **W** *(harmonize, match)* กลมกลืนกัน, เข้ากันได้; the two colours don't ~ สองสีนั้นไม่เข้ากันเลย; **X** *(serve, contribute)* มีอยู่, ประกอบกันเป็น; the qualities that ~ to make a leader คุณสมบัติต่าง ๆ ที่มีอยู่ในผู้นำ; the sounds that ~ to make up a language เสียงต่าง ๆ ที่รวมกันเป็นภาษา; this fact ~es to prove that ...: ข้อเท็จจริงนี้ทำให้พิสูจน์ได้ว่า...; it just ~es to show that ...: มันก็ชี้ให้เห็นว่า...; **Y** *(make sound of specified kind)* ทำเสียง; *(emit sound)* *(กลอง, กระดิ่ง)* ส่งเสียง, ส่งเสียงกระหึ่ม; There ~es the bell. School is over เสียงกริ่งดังแล้วแปลว่าโรงเรียนเลิก; the fire alarm went at 3 a.m. สัญญาณไฟไหม้ดังขึ้นเมื่อตีสาม; a police car with its siren ~ing รถตำรวจที่เปิดหวอ; **Z** *as intensifier (coll.)* don't ~ making *or* ~ and make him angry อย่าไปยั่วให้เขาโกรธ; he might ~ and hang himself เขาอาจไปผูกคอตายก็ได้นะ; don't ~ and make a fool of yourself อย่าทำตัวบ้า ๆ นะ; don't ~ looking for trouble อย่าแส่หาเรื่อง; don't ~ thinking ...: อย่าคิดนะว่า...; I gave him a £10 note and, of course, he had to ~ and lose it ฉันให้ธนบัตรเขาสิบปอนด์แล้วเขาก็ทำหายจนได้; now you've been and gone and done it *(coll.)* เออ คุณก็ทำเละจนได้นะ; ~ tell him I'm ready *(coll./Amer.)* ไปบอกเขาว่าฉันพร้อมแล้ว; she said to her dog 'Go fetch it' เธอสั่งสุนัขว่า 'ไปคาบมา'; let's ~ get ourselves a drink *(coll./Amer.)* พวกเราไปหาอะไรดื่มกันดีกว่า; **AA** *(coll.: be acceptable or permitted)* เป็นที่ยอมรับ, ได้รับอนุญาต; everything/anything ~es อะไรก็ได้ทั้งนั้น; it/that ~es without saying ไม่ต้องเอ่ยปากก็ได้อยู่แล้ว; what he *etc.* says, ~es เขาว่าอย่างไรก็เป็นไปอย่างนั้น; ➡ + ¹let 1 A; **BB** *(coll. euphem.: defecate or urinate)* ถ่ายอุจจาระ, ถ่ายปัสสาวะ; really have to ~: อยากจะเข้าห้องน้ำเต็มทน; I want to ~ somewhere ฉันอยากไปห้องน้ำที่ไหนก็ได้; **CC** ~ astray, ~ into action, ~ blackberrying, ~ to the country *etc. see the noun, adverb, etc.* ➡ + going; gone

❷ *v.t., forms as* 1 **A** *(Cards)* เล่นไพ่; **B** *(coll.)* ~ it ยุให้ทำ, เอาเลย, ลุย; *(work hard)* ทำงานหนัก; he has been ~ing at it a bit too hard เขาทำงานหนักไปหน่อย; ~ it! ลุย; 100 m.p.h.? That's really ~ing it! ร้อยไมล์ต่อชั่วโมงเชียวรึ เหยียบเสียจมไปเลยนะ; ➡ + alone 1

❸ *n., pl.* **goes** *(coll.)* **A** *(attempt, try)* ความเพียรพยายาม; *(chance)* โอกาส; have a ~ มีความเพียร *หรือ* ลองดู; have a ~ at doing sth. มีความเพียรที่จะรองทำ *ส.น.*; have a ~ at sth. มีความพยายามที่จะทำ *ส.น.*; someone has had a ~ at this lock มีใครมาพยายามไขกุญแจดอกนี้; he's had several ~es at the driving test เขาพยายามสอบขับรถสองสามครั้งแล้ว; have a good ~ with the vacuum cleaner ใช้เครื่องดูดฝุ่นไปทั่ว; let me have/can I have a ~? ขอฉันลองทำหน่อยได้ไหม; it's my ~: ถึงตาฉันละ; I've had my go already ฉันเล่นไปแล้ว; it's your turn to have a ~: ถึงตาคุณแล้ว; now 'you have a ~: คราวนี้คุณต้องลอง/เล่น; you missed one ~: คุณพลาดไปตาหนึ่ง; in two/three goes ภายในสอง/สามครั้ง; at one ~: แค่ครั้งเดียว; at the first ~: เมื่อพยายามครั้งแรก; give sth. a ~: พยายามทำ *ส.น.*; **B** have a ~ at sb. *(scold)* ดุด่า *ค.น.*; *(attack)* โจมตี *ค.น.*; have a ~ at a policeman ต่อสู้กับตำรวจ; **C** *(period of activity)* in one ~: ภายในครั้งเดียว; he downed his beer in one ~: เขาดื่มเบียร์อึกเดียวหมด; the dentist said he'd fill the teeth in two ~es ทันตแพทย์บอกว่าเขาจะอุดฟันภายในสองครั้ง; **D** *(energy)* พลัง; be full of go เต็มไปด้วยพละกำลัง; have plenty of *or* a lot of ~: เต็มไปด้วยพลัง; **E** *(vigorous activity)* it's all ~: มีแต่เรื่องยุ่งตลอด; it's all ~ at work ที่สำนักงานมีเรื่องให้ทำตลอดเวลา; be on the ~: มีธุรกิจมาก, งานยุ่งมาก; keep sb. on the ~: ทำให้ *ค.น.* มีงานทำตลอด; have two jobs *etc.* on the ~: มีงานที่ต้องทำสองอย่าง; **F** *(success)* ความสำเร็จ; make a ~ of sth. *(turn sth. into a success)* ทำให้ *ส.น.* สำเร็จ; *(not let sth. be a failure)* ไม่ยอมให้ *ส.น.* ประสบความล้มเหลว; it's no ~: มันล้มเหลว; it's a ~ *(dated coll.)* [มัน] สำเร็จ; ➡ + no-go; **G** be all the ~: เป็นที่นิยมเต็มที่, เป็นของใหม่; **H** that was a near ~: นั่นเฉียดเส้นยาแดงผ่าแปดเท่านั้น, เกือบไป; **I** *(dated coll.: incident)* เหตุการณ์; a rum go เหตุการณ์พิลึกผิดปกติ

❹ *adj. (coll.)* all systems go ทุกอย่างพร้อมเต็มที่

g

go about ❶ /--'-/ *v.i.* Ⓐ *(move from place to place)* ไปโน่นไปนี่; *(by vehicle)* เดินทางไปทั่ว; **~ in groups** ไปกันเป็นกลุ่ม ๆ; **~ in leather gear/dressed like a tramp** ชอบแต่งชุดหนัง/ชุดซอมซ่อ; **go about doing sth.** *(be in the habit of)* ทำ *ส.น.* เป็นประจำ; Ⓑ *(circulate)* *(ข่าว, ข่าวลือ)* หมุนเวียนไปทั่ว; Ⓒ *(Naut.)* เปลี่ยนเส้นทาง ❷ /'---/ *v.t.* Ⓐ *(set about)* จัดการกับ *ส.น.*; แก้ปัญหา; **how does one ~ it?** จัดการกับมันอย่างไรดี; **~ it [in] the right way** จัดการให้ถูกวิธี; **~ it tactfully** *etc.* แก้ปัญหาอย่างแนบเนียน *ฯลฯ*; Ⓑ *(busy oneself with)* มีกิจธุระยุ่ง

'go after *v.t.* *(hunt)* ไล่ล่า; *(fig.)* เอาชนะให้ได้; **decide what you want and ~ it** ตัดสินใจว่าคุณต้องการอะไรแล้วทำให้สำเร็จจนได้

'go against *v.t.* ต่อต้าน, ขัดขวาง; **~ sb.** ต่อต้าน *ค.น.*; ➡ + ¹go 1 R, S

go a'head *v.i.* Ⓐ *(in advance)* ล่วงหน้าไป, เดินหน้า; *(Sport)* นำหน้า; **the runner went ahead of the others** นักวิ่งคนนั้นวิ่งนำหน้าคนอื่น ๆ; **You ~. I'll meet you there** คุณไปก่อนแล้วฉันจะตามไปพบที่นั่น; Ⓑ *(proceed)* ดำเนินการต่อไป; *(make progress)* เจริญก้าวหน้า; **~ with a plan** ดำเนินการต่อไปตามแผน; **~ and do it** ทำไปเลย; **~!** ลุยไปเลย!; **May I explain it to you? – OK. ~:** ขอให้ฉันอธิบายหน่อยได้ไหม - ตกลงว่าไป; ➡ + go-ahead

go a'long ❶ *v.i.* ตามไปด้วย; *(attend)* ไปร่วม ❷ *v.t.* ติดตาม, ไปด้วย

go a'long with *v.t.* Ⓐ **~ sth.** *(share sb.'s opinion)* เห็นด้วย *ส.น.*; *(agree to)* ตกลงตาม *ส.น.*; Ⓑ **~ you!** *(coll.)* อย่าหวังเลยว่าฉันจะเชื่อ!

go a'round ➡ go about 1 A, B; go round

'go at *v.t.* **~ sb.** *(attack)* โจมตี *ค.น.*; **~ sth./it** *(work at)* ลงมือทำ *ส.น.* จนสุดความสามารถ

go a'way *v.i.* *(on holiday or business)* ไปพักผ่อน, ไปทำธุรกิจ, ออกเดินทาง; **what did the bride wear to ~ in?** เจ้าสาวสวมชุดอะไรไปดื่มน้ำผึ้งพระจันทร์; **the problem won't ~** ปัญหายังไม่หมด; ➡ + ¹go 1 I; going-away

go 'back *v.i.* Ⓐ *(return)* กลับ; *(restart)* กลับ *(โรงเรียน, มหาวิทยาลัย)*; เริ่มต้นใหม่; **I wouldn't want to ~ to that place** ฉันไม่อยากจะกลับไปที่นั่นอีกแล้ว; **~ to a subject** ย้อนกลับไปที่เรื่องเดิม; **~ to the beginning** ย้อนไปที่จุดเริ่มต้น; **there'll be/there's no going back** คงจะมี/ไม่มีทางย้อนกลับ; Ⓑ *(be returned)* *(สินค้า)* ส่งคืน (to แก่, ต่อ); Ⓒ *(be put back)* *(นาฬิกา)* ถูกหมุนกลับ; *(เวลา)* ถูกเลื่อนกลับ

go 'back on *v.t.* กลับคำ, ไม่รักษาสัญญา

go before ❶ /--'-/ *v.i.* *(live before)* มาก่อน; *(happen before)* เกิดขึ้นก่อน ❷ /'--/ *v.t.* Ⓐ *(live before)* **~ sb.** มีชีวิตอยู่ก่อน *ค.น.*; Ⓑ *(appear before)* **~ sth./sb.** ปรากฏต่อหน้า *ส.น./ค.น.*

'go by *v.t.* **~ sth.** ผ่านไปทาง *ส.น.*; *(adhere to)* ยึดมั่นกับ *ส.น.*; **if the report is anything to ~** ถ้ารายงานนี้ไว้ใจได้; **~ appearances** วินิจฉัยจากรูปภายนอก; ➡ + ¹go 1 B, M; go-by

go 'down *v.i.* Ⓐ *(sink)* *(เรือ)* จมลงไป; *(drown)* จมน้ำ; *(set)* *(พระอาทิตย์)* ลับขอบฟ้า; *(fall to ground)* *(เครื่องบิน)* ตกสู่พื้น; **~ to the bottom of the garden/to the doctor/to the beach** เดินลงไปสุดสวน/ไปหาหมอ/ไปชายหาด; Ⓑ *(be digested)* ถูกย่อยหมดไป; *(be swallowed)* ถูกกลืนลงคอ; **~ the wrong way** กลืนลงไปผิดทาง; **sugar helps the medicine ~:** น้ำตาลช่วยให้กลืนยาลง; Ⓒ *(become less)* เหลือน้อยลง, ลดลง; *(become lower)* ต่ำลง; *(subside)* ลดลง; **~ in sb.'s estimation/in the world** ลดตำแหน่ง *ค.น.* ลงต่ำกว่าที่เคยประมาณการไว้; Ⓓ **~ well/all right** *etc.* **[with sb.]** เป็นที่ยอมรับ *ฯลฯ* [ของ *ค.น.*]; **that didn't ~ [at all] well with his wife** ภรรยาของเขาไม่ปลื้มรับฟังเรื่องนั้น; Ⓔ *(be defeated)* พ่ายแพ้; **~ to sb.** แพ้ *ค.น.*; Ⓕ *(be recorded in writing)* ถูกบันทึกไว้; เขียนเป็นลายลักษณ์อักษร; Ⓖ *(Bridge)* ไม่ทำตามกติกา; *(Cards)* หงายไพ่; Ⓗ *(Brit. Univ.)* สำเร็จจากมหาวิทยาลัย; *(at end of term)* สิ้นภาคเรียน; Ⓘ *(คอมพิวเตอร์)* เสีย, หยุดทำงาน

go 'down with *v.t.* ป่วยเป็นโรค, ทรุดลงเนื่องจากโรค; ➡ + go down D

'go for *v.t.* Ⓐ *(go to fetch)* **~ sb./sth.** ไปตามตัว *ค.น.*/หา *ส.น.*; Ⓑ *(apply to)* **~ sb./sth.** พยายามได้ *ค.น./ส.น.*; **that goes for me too** ฉันก็คิดเช่นกัน; **what goes for me goes for you too** อะไรที่เหมาะกับฉันก็เหมาะกับคุณด้วย; Ⓒ *(attack)* **~ sb. [with a knife** *etc.***]** ทำร้าย *ค.น.* [ด้วยมีด *ฯลฯ*]; Ⓓ *(pass for)* **~ sth.** ทำเป็น *ส.น.*; Ⓔ *(like)* **~ sb./sth.** ชอบ *ค.น./ส.น.*; **I could go for 'him** ฉันพอจะชอบเขาได้; Ⓕ *(count for)* **~ nothing/little** ไม่มีคุณค่า/มีคุณค่าน้อย; Ⓖ *(aim at)* มุ่งไปที่, หมายตา, เล็ง; ➡ + ¹go 1 O, R; going 2 F

go 'forth ➡ forth C

go 'forward *v.i.* เคลื่อนไปข้างหน้า; *(fig.)* เดินหน้า, ดำเนินการต่อไป

go 'forward with *v.t.* ดำเนินการต่อไป *(ตามแผน)*

go 'in *v.i.* Ⓐ *(go indoors)* เข้าไปข้างใน; Ⓑ *(be covered by cloud)* *(พระอาทิตย์, พระจันทร์)* ถูกเมฆบัง; Ⓒ *(be learnt)* ท่องจำได้; **it just won't ~:** มันไม่ซึมเข้าสมองเลย; Ⓓ *(Cricket)* เริ่มตาเขาตีลูก; Ⓔ **~ and win!** ขอให้ลงแข่งขันเอาชัยมา; ➡ + ¹go 1 B, V

go 'in for *v.t.* **~ sth.** *(choose as career)* เลือก *ส.น.* เป็นอาชีพ; *(enter)* เข้าร่วมใน *ส.น.*; *(indulge in, like)* เข้าไปพัวพันกับ, ชอบ; *(have as one's hobby, pastime etc.)* ทำเป็นงานอดิเรก; **so you'd like to ~ teaching** ตกลงว่าคุณอยากจะเป็นครู; **I don't really ~ jogging** ฉันไม่ค่อยชอบวิ่งออกกำลังเท่าไร; **~ wearing loud colours** ชอบสวมเสื้อผ้าสีฉูดฉาด

'go into *v.t.* Ⓐ *(join)* เข้าทำงานบริษัท; เข้าไปในวงการ *(การเมือง, อุตสาหกรรม, บันเทิง)*; **~ law** ไปเรียนกฎหมาย; **~ the church** ไปบวช; **~ nursing** ไปเป็นพยาบาล; **~ publishing** ไปทำงานทางด้านการพิมพ์; **~ general practice** *(Med.)* เป็นอายุรแพทย์; Ⓑ *(go and live in)* เข้าไปอยู่อาศัย *(บ้านคนชรา, โรงพยาบาล)*; **~ digs/lodgings** ไปอยู่ห้องเช่า; Ⓒ *(consider)* พิจารณา; *(investigate, examine)* สืบสวน, ตรวจสอบ; *(explain)* อธิบาย; Ⓓ *(crash into)* ชนประสานงา; ขับชน *(ต้นไม้ ฯลฯ)*; Ⓔ *(pass into specified state)* มีอาการเฉพาะ; **go into hysterics/a fit** เกิดอาการคลั่ง/หมดสติโดยฉับพลัน; **go [off] into laughter** *etc.* อยู่ดี ๆ หัวเราะ *ฯลฯ* ออกมา; **the book is going into paperback/its fifth edition** หนังสือจะพิมพ์เป็นฉบับปกอ่อน/ครั้งที่ 5; Ⓕ *([begin to] wear)* สวมเสื้อผ้า, แต่งตัว; ➡ + ¹go 1 B, V

go 'in with *v.t.* **~ sb.** ร่วมธุรกิจกับ *ค.น.*

go off ❶ /-'-/ *v.i.* Ⓐ *(Theatre)* ออกจากเวที, ออกฉาก; Ⓑ **~ with sb.** หนีไปอยู่กับ *ค.น.*, หนีตาม *ค.น.* ไป; **~ with sth.** ฉกเอา *ส.น.* ไป; **his wife has gone off with the milkman** ภรรยาของเขาหนีตามคนส่งนมไป; Ⓒ *(สัญญาณ, กริ่ง)* ส่งเสียงออกมา; *(ระเบิด)* ดังขึ้นมา; Ⓓ *(turn bad)* บูด; *(turn sour)* บูดเปรี้ยว; *(fig.)* เสื่อมคุณภาพ, เสื่อมโทรม; Ⓔ *(ไฟ)* ดับ; *(ก๊าซ)* หมด, *(น้ำ)* ไม่ไหล; Ⓕ **~ [to sleep]** ผลอยหลับไป; Ⓖ *(be sent)* ถูกส่งไป; Ⓗ **~ well** *etc.* ดำเนินไปด้วยดี *ฯลฯ*; ➡ + ¹go 1 B ❷ /'--, -'-/ *v.t.* Ⓐ *(begin to dislike)* **~ sth.** ชักจะไม่ชอบ *ส.น.*; **~ sb.** ไม่ชอบ *ค.น.* อีกแล้ว; **~ beer/the cinema** เลิกดื่มเบียร์/ไปดูภาพยนตร์; Ⓑ **~ the gold standard** เลิกใช้มาตรฐานทองคำ; Ⓒ **~ into** ➡ go into F

go on ❶ /-'-/ *v.i.* Ⓐ ไปต่อ; *(by vehicle)* เดินทางต่อ; *(go ahead)* ล่วงหน้าไปก่อน; *(drive ahead)* ขับรถไปข้างหน้า; Ⓑ *(continue)* ดำเนินต่อ, ทำต่อ; *(continue to act)* ทำต่อไป; *(continue to live)* มีชีวิตอยู่ต่อไป; **I can't ~:** ฉันทำ/ไปต่อไม่ไหวแล้ว; **~ for weeks** *etc.* ดำเนินไปเป็นสัปดาห์ ๆ *ฯลฯ*; **this has been going on for months** สิ่งนี้ต่อเนื่องมาหลายเดือนแล้ว; **the case went on for years** คดีนี้ยืดเยื้อเป็นปี ๆ; **~ to say** *etc.* พูดต่อไปว่า *ฯลฯ*; **'moreover', he went on, ...:** 'ยิ่งกว่านั้น' เขากล่าวต่อ...; **~ and on** ต่อไปเรื่อย ๆ; **~ [and on]** *(coll.)* *(chatter)* คุยเรื่อยเจื้อย; **she does ~ so** เธอพูดไม่หยุดปากเลย; **~ about sb./sth.** คุยเรื่อง *ค.น./ส.น.* เป็นชั่วโมง; *(complain)* คอยบ่นเกี่ยวกับ *ค.น./ส.น.* ตลอด; **~ at sb.** *(coll.)* คอยบ่นว่า *ค.น.*; Ⓒ *(elapse)* *(เวลา)* ล่วงไป; **as time/the years went on** เมื่อเวลา/ปีแล้วปีเล่าล่วงไป; Ⓓ *(happen)* เกิดขึ้น; **there's more going on in the big cities** เมืองใหญ่ ๆ จะคึกคักมากกว่า; **the things that ~ there** เรื่องต่าง ๆ ที่เกิดขึ้นที่นั่น; **what's going on?, what goes on?** เกิดอะไรขึ้น, มีอะไรหรือ; Ⓔ **be going on [for] ...** *(be nearly)* เกือบจะ, ใกล้จะ; **he is going on [for] ninety** เขาใกล้จะเก้าสิบแล้ว; **he is seven going on [for] eight** เขาอายุเจ็ดขวบย่างแปด; **it is going on [for] ten o'clock** เกือบสิบนาฬิกาแล้ว; Ⓕ *(behave)* ประพฤติตน; Ⓖ *(เสื้อผ้า)* ใส่; **my dress wouldn't ~:** ฉันใส่กระโปรงไม่เข้าเลย; **this hat won't ~:** หมวกใบนี้ใส่ไม่ได้; Ⓗ *(Theatre)* ออกโรง; *(Cricket)* เริ่มโยนลูก; Ⓘ ➡ go forward; Ⓙ *(be lit)* *(ไฟ)* จุดอยู่; *(be supplied)* *(น้ำ, ไฟ)* เปิดอยู่; **~ again** *(ไฟ, ก๊าซ, น้ำ)* กลับมาแล้ว; Ⓚ **~!** *(proceed)* ทำต่อไป; ไปต่อซิ; *(resume)* เริ่มต้นใหม่; *(coll.: stop talking nonsense)* หยุดพูดเหลวไหลได้แล้ว; ➡ + goings-on ❷ /'--/ *v.t.* Ⓐ *(ride on)* ขี่; **~ the roundabout** ขี่ม้าหมุน; **~ the swings** นั่งโล้ชิงช้า; **~ the Big Dipper** ขี่บิ๊กดิปเปอร์; Ⓑ *(continue)* **~ working/talking** *etc.* ทำงาน/พูดต่อ *ฯลฯ*; **~ trying** พยายามต่อไป; Ⓒ *(coll.: be guided by)* พึ่งพา; **there's little evidence to ~** หลักฐานที่จะพึ่งพาได้มีน้อย; Ⓓ *(begin to receive)* เริ่มรับ *(เงินสงเคราะห์)*; ➡ + dole 1; Ⓔ ➡ go on to B; Ⓕ *(start to take)* เริ่มรับประทาน *(ยา, อาหาร)*; **~ a diet** เริ่มควบคุมอาหาร; Ⓖ *(coll.: like)* ➡ much 2 ➡ + ¹go 1 L; stage 1 B

go 'on for ➡ go on 1 E

go 'on to *v.t.* Ⓐ *(proceed to)* ก้าวหน้าต่อไป; **he went on to become ...:** เขาก้าวหน้าไปจนเป็น...; Ⓑ *(change working arrangements to)* เปลี่ยนแปลงระบบการทำงานเป็น *(ทำงานเป็นกะ, ครึ่งเวลา)*

go 'on with *v.t.* **A** **~ sth.** กระทำ *ส.น.* ต่อไป; **something/enough to ~** *or* **be going on with** ของ/สิ่งเพียงพอที่จะทำต่อไปได้; **here's something to be going on with** นี่จะช่วยให้ทำต่อไปได้; **here's £10 to be going on with** นี่เงินสิบปอนด์ให้ใช้ไปก่อน; **here's a cup of tea to be going on with** นี่ไงน้ำชาสำหรับดื่มไปพลาง ๆ ก่อน; **B** ➡ **go along with** B

go 'out *v.i.* **A** *(from home)* ออกไปนอกบ้าน/ข้างนอก; **~ to work/go out charring/for a meal** ออกไปทำงาน/ไปทำงานทำความสะอาด/ไปรับประทานอาหาร/ข้าว; **~ and about** ออกไปเที่ยวเตร่ *หรือ* ออกไปโน่นไปนี่; **out you go!** ออกไปเสีย; **~ with sb.** *(regularly)* ควงคู่ไปกับ *ค.น.* เสมอ; **B** **~ [on strike]** นัดหยุดงาน [เพื่อประท้วง]; **C** *(be extinguished) (ไฟ, แสง, บุหรี่)* ดับ; **~ like a light** *(fig. coll.: fall asleep)* หลับผลอยไป, วูบหมดสติไป; **D** *(ebb)* ลดจนแห้ง; **the tide has gone out** กระแสน้ำลดจนแห้ง; **E** *(Polit.)* หมดวาระ; **F** *(be issued)* ส่งสาร; *(Radio, Telev.: be transmitted)* ถ่ายทอด; **G** *(euphem.: die)* ตาย; **he went out peacefully in his sleep** เขาตายอย่างสงบขณะนอนหลับ; **H** *(end) (เดือน, ปี)* สิ้นสุด; *(ประเพณี)* หมดไป; **I** *(of fashion)* ล้าสมัย; **J** *(Sport: be defeated)* แพ้เกมกีฬา; ➡ + **'go** 1 B; **business** B; **walk** 3 A

go 'out to *v.t.* เห็นใจ; **my heart/sympathy goes out to them** ฉันเห็นใจ/สงสารพวกเขา; ➡ + **go out** J

go over ❶ *v.i.* **A** **he went over to the fireplace/man in the corner** เขาเดินไปที่เตาผิง/หาผู้ชายที่อยู่ตรงมุมห้อง; **we're going over to our friends** เรากำลังจะออกไปเยี่ยมเพื่อน ๆ; **I'm just going over to the shop** ฉันกำลังจะไปที่ร้าน; **B** *(be received) (สุนทรพจน์, การแสดง)* มีการต้อนรับ *(ดี/ไม่ดี)*; **~ big** ประสบความสำเร็จอย่างใหญ่หลวง; **C** *(Radio, Telev.)* **go over to sb./Belfast** โอนไปที่ *ค.น.*/ไปยังเบลฟาสต์; ➡ + **'go** 1 B; **go over to** ❷ /'---/ *v.t.* **A** *(re-examine, think over, rehearse)* ตรวจทาน, คิดทบทวน, ซักซ้อม; **~ sth.** ตรวจทาน *ส.น.*; **~ the facts in one's head** *or* **mind** คิดทบทวนข้อเท็จจริงต่าง ๆ; **B** *(clean)* ทำความสะอาด; *(inspect and repair)* ตรวจและซ่อมแซม; **~ the house with the Hoover/duster** ทำความสะอาดบ้านด้วยเครื่องดูดฝุ่น/ไม้ปัดฝุ่น; **C** *(survey)* สำรวจ; **D** **~ sth. with a pen** ตรวจแก้ *ส.น.* ด้วยปากกา; ➡ + **going-over**

go 'over to *v.t.* **A** เปลี่ยน *(พรรค, แนวคิด, ศาสนา)*; **B** *(change to)* เปลี่ยนแปลง; ➡ + **'go** 1 B, H; **go over** 1

go round ❶ /-'-/ *v.i.* **A** *(call)* **~ and** *or* **to see sb.** ไปเยี่ยม *ค.น.*; **~ to sb.'s house** *(call at)* ไปที่บ้านของ *ค.น.*; **B** *(look round)* ดูรอบ ๆ; **C** *(suffice)* มีพอเพียงสำหรับทุกคน; **enough coffee to ~:** มีกาแฟพอสำหรับทุกคน; **D** *(spin)* หมุนติ้ว; **my head is going round** หัวของฉันหมุนติ้ว *(เวียนหัว)*; **E** *(circulate)* **the word went round that ...:** เขาลือกันทั่วว่า...; **F** *(Golf)* **~ in 70** ออกรอบได้ 70 แต้ม ❷ /'--/ *v.t.* **A** *(inspect)* ตรวจตรา; **B** *(encompass) (เข็มขัด)* ไปรอบ; **the trousers won't ~ my waist** กางเกงเอวคับติดตะขอไม่เข้า; **C** **have enough food to ~ [so many people]** มีอาหารมากพอเลี้ยง [จำนวนคนเท่านี้ ๆ]

go through ❶ /-'-/ *v.i.* *(การขออนุมัติกฎหมาย)* ผ่าน; **~ to the final** ผ่านถึงขั้น/รอบสุดท้าย; **as soon as his divorce has gone through** ในทันทีที่ศาลอนุมัติการหย่าของเขา ❷ /'--/ *v.t.* **A** *(execute, undergo)* ทำให้เสร็จ *(งานหน้าที่)*; ทำให้มีผลตามกฎหมาย; ผ่าน *(อุปสรรค, ขั้นตอน)*; **~ a marriage ceremony/divorce proceedings** ผ่านพิธีแต่งงานทั้งหมด/ผ่านขั้นตอนการหย่า; **B** *(rehearse)* ซักซ้อม, ทบทวน; **C** *(examine)* ตรวจสอบ *(ไปรษณีย์, เอกสาร)*; *(search)* ค้นหา *(ในกระเป๋า, ลิ้นชัก)*; **D** *(endure)* อดกลั้น; *(suffer)* ทรมานจาก *(การเจ็บปวด)*; ทน *(ความทุกข์)*; **E** *(use up)* ใช้หมด, สิ้นเปลืองไป; **F** *(be published in)* ตีพิมพ์; ➡ + **'go** 1 V

go 'through with *v.t.* กระทำให้สำเร็จ; **she realized that she would have to ~ it** เธอตระหนักดีว่าเธอจะต้องทำมันจนถึงที่สุด; **she told him that she couldn't ~ the wedding** เธอบอกเขาว่าเธอไม่อาจเข้าพิธีแต่งงานกับเขาได้

go to'gether *v.i.* **A** *(coincide)* ประจวบกัน; **B** *(match)* ไปด้วยกัน, จับคู่กัน; **C** *(date regularly)* ออกเที่ยวกันเป็นประจำ

go 'under *v.i.* *(sink below surface)* จมดิ่ง; *(fig.: fail)* ล้มเหลว; **~ to sth.** พ่ายแพ้ *ส.น.*

go 'up *v.i.* **A** ขึ้นไป; *(ลูกโป่ง)* ลอยขึ้น; *(เครื่องบิน)* บินขึ้น; *(ม่านโรงละคร)* เปิดฉาก; *(ไฟ)* สว่างขึ้น; **B** *(increase) (จำนวน, ประชากร)* เพิ่มขึ้น; *(คุณค่า, ระดับ)* สูงขึ้น; *(ราคา)* แพงขึ้น; **everything is going up these days** เดี๋ยวนี้ของแพงขึ้นทุกอย่าง; **C** *(be constructed) (ตึก, อาคาร)* สร้างขึ้น; **D** *(be destroyed)* ลุกเป็นเพลิงเผาผลาญ, ระเบิด; ➡ + **flame** 1 A; **smoke** 1 A; **E** *(Brit. Univ.)* เข้าเรียนในมหาวิทยาลัย; **~ to Oxford** ไปเรียนที่มหาวิทยาลัยออกซฟอร์ด; *(at beginning of term)* กลับไปเรียนตอนต้นเทอม; **F** **~ to sb.** *(approach for talk)* เข้าไปพูดกับ *ค.น.*; **G** **~ in the world** มีเกียรติยศชื่อเสียงมากขึ้นในสังคม

'go with *v.t.* **A** *(be concomitant with)* ไปกันได้, กลมกลืนกัน; **B** *(be included with)* รวมอยู่ด้วย; **C** *(date regularly)* ไปเที่ยวกันเป็นประจำ; ➡ + **'go** 1 A, W

go without ❶ /'---/ *v.t.* ไม่ได้, อด; **have to ~ sth.** ต้องยอมปราศจาก *ส.น.* ❷ /--'-/ *v.i.* *(receive nothing)* **if you won't eat that dinner, you'll have to go without** ถ้าคุณไม่ยอมกินอาหารเย็นมื้อนั้นคุณก็ต้องอด

²go *n.* *(game)* ตา, รอบ

goad /gəʊd/โกด/ ❶ *v.t.* **A** **~ sb. into sth./doing sth.** ยุให้ *ค.น.* เข้าร่วมใน *ส.น.*/ทำ *ส.น.*; **~ sb. into a fury** ยั่วยุจน *ค.น.* โกรธจัด; **B** ต้อน *(วัว, ควาย)* ❷ *n.* ประตัก, สิ่งที่ใช้แทงให้เจ็บ; *(fig.)* เครื่องกระตุ้น; สิ่งกวนใจ; *(stimulus)* แรงกระตุ้น

~'on *v.t.* **~ sb. on** ยุยง *ค.น.* ให้กระทำต่อไป

'go-ahead ❶ *adj.* *(enterprising)* เต็มไปด้วยความทะเยอทะยาน; *(progressive)* ก้าวหน้า; **~ spirit** มีจิตใจรักความก้าวหน้า ❷ *n.* การอนุมัติ, การเปิดไฟเขียว; *(fig.)* **give sb./sth. the ~:** เปิดไฟเขียวให้ *ค.น.*/ให้ *ส.น.*

goal /gəʊl/โกล/ *n.* **A** *(aim)* เป้าหมาย; **what do you have as your ~?** เป้าหมายของคุณคืออะไร; **attain** *or* **reach** *or* **accomplish one's ~:** บรรลุเป้าหมายของตน; **B** *(Assoc. Footb., Hockey)* ประตู; *(Rugby)* คะแนน, แต้ม; **keep ~:** รักษาประตู; **[play] in ~:** รักษาประตู; **score/kick a ~:** เตะลูกเข้าประตู; **win by two ~s to one** ชนะสองประตูต่อหนึ่ง; **C** *(of race)* เส้นชัย

goal: **~ area** *n.* บริเวณสี่เหลี่ยมหน้าประตู; **~ average** *n.* **on ~ average** อัตราส่วนเฉลี่ยของประตูที่ทีมทำได้; **~ difference** *n.* ส่วนต่างของประตูที่ทำได้และเสีย

goalie /'gəʊlɪ/โกลิ/ *n.* *(coll.)* ผู้รักษาประตู

goal: **~keeper** *n.* ➤ **489** ผู้รักษาประตู; **~ kick** *n.* *(Assoc. Footb.)* การเตะลูกโดยผู้รักษาประตู; *(Rugby)* ความพยายามเตะลูกบอลเข้าประตู

goalless /'gəʊllɪs/โกลลิซ/ *adj.* ไม่ได้ประตู; **end in a ~ draw** สิ้นสุดการแข่งขันโดยไม่มีฝ่ายใดได้ประตู

goal: **~-line** *n.* *(Assoc. Footb., Hockey)* เส้นหลังประตู; *(Rugby)* เส้นทำแต้ม, เส้นทรัย; **~minder** *n.* *(Amer.)* ผู้รักษาประตู *(ในกีฬาฮอกกี้น้ำแข็ง)*; **~mouth** *n.* ปากประตู; **~post** *n.* เสาประตู; **move the ~posts** *(fig. coll.)* เปลี่ยนข้อตกลง/ข้อกำหนดระหว่างการดำเนินการ; **~-tender** *n.* *(Amer.)* ผู้รักษาประตู

go-as-you-'please *adj.* ไม่รับผิดชอบ, ไม่เป็นไปตามกฎ

goat /gəʊt/โกท/ *n.* **A** แพะ, แพะภูเขา, เลียงผา; **act** *or* **play the [giddy] ~:** ทำตัวเหลวไหล; **get sb.'s ~** *(coll.)* ยั่วให้ *ค.น.* โกรธ; **B** *(Astrol.)* **the G~:** กลุ่มดาวราศีเมษ; ➡ + **archer** B; **C** *(coll.: fool)* คนโง่เง่า; **D** *(coll.: licentious man)* **old ~:** เฒ่าหัวงู; **E** *(Amer.: scape~)* แพะรับบาป

goatee /gəʊ'ti:/โก'ที/ *n.* **~ [beard]** เคราแพะ

'goatherd *n.* คนเลี้ยงแพะ

goatish /'gəʊtɪʃ/'โกทิช/ *(fig.)* เกี่ยวกับเรื่องชู้สาว, ตัณหาจัด

goat: **~skin** *n.* หนังแพะ; *(bottle)* ถุงใส่น้ำทำจากหนังแพะ; **~'s milk** *n.* นมแพะ; **~sucker** ➡ **nightjar**

¹gob /gɒb/กอบ/ *n.* *(sl.)* ปาก; **shut your ~!** หุบปากนะ

²gob *v.i.* *(sl.: spit)* ขากถุย

¹gobble /'gɒbl/'กอบ'ล/ ❶ *v.t.* **~ [down** *or* **up]** เขมือบ, สวาปาม ❷ *v.i.* กลืนโดยไม่เคี้ยว

~ up *v.t.* *(fig. coll.)* เขมือบให้หมด; กว้านซื้อ *(ที่ดิน)*

²gobble *v.i.* *(make sound)* ทำเสียงเหมือนพ่อไก่งวง, พูดละล่ำละลัก

gobbledegook, gobbledygook /'gɒbldɪgu:k/'กอบ'ลดิกูค/ *n.* คำเฉพาะวิชาชีพที่คนนอกฟังไม่รู้เรื่อง

'go-between *n.* ผู้ประสานงาน, คนกลาง; *(in love affair)* พ่อสื่อแม่ชัก

Gobi /'gəʊbɪ/โกบิ/ *pr. n.* **the ~ [Desert]** ทะเลทรายโกบี *(ในเขตปกครองมองโกเลีย)*

goblet /'gɒblɪt/'กอบลิท/ *n.* แก้วเหล้าชนิดมีก้าน

goblin /'gɒblɪn/'กอบลิน/ *n.* คนแคระขนาดเล็กและซุกซนในนิยาย

gobsmacked /'gɒbsmækt/'กอบซแมคท/ *adj.* *(Brit. coll.)* ตะลึงงัน, พูดไม่ออก

'gobstopper *n.* *(Brit.)* ลูกกวาดอมยิ้มขนาดใหญ่คับปาก

goby /'gəʊbɪ/โกบิ/ *n.* *(Zool.)* ปลาบู่ในวงศ์ Gabiidae

'go-by *n.* **give the ~ to sb., give sb. the ~:** ไม่แยแส *ค.น.*

'go-cart *n.* **A** *(handcart)* รถเข็น; **B** *(for child)* รถโกคาร์ท *(ท.ศ.)* สำหรับเด็ก

god /gɒd/กอด/ *n.* **A** เทพเจ้า; **the drink of the ~s** น้ำอมฤต; **be** *or* **lie in the lap** *or* **on the knees of the ~s** เกินกว่าที่มนุษย์จะควบคุมได้; **a feast [fit] for the ~s** งานเลี้ยงฉลองที่วิเศษ

มาก; **a sight [fit] for the ~s** ภาพที่วิจิตรตระการตายิ่ง; *(with grandeur)* เต็มไปด้วยความยิ่งใหญ่มโหฬาร; *(iron.)* ภาพที่น่าดูเหลือทน; **ye ~s [and little fishes]!** โอ คุณพระช่วย! *(ประหลาดใจมาก)*; Ⓑ *~ no pl. (Theol.)* พระผู้เป็นเจ้า; **Almighty ~** พระผู้ทรงมหิทธานุภาพ; **~ the Father, Son, and Holy Ghost** พระบิดา พระบุตรและพระจิต; **~ moves in a mysterious way** *(prov.)* พระเจ้าทรงบันดาลได้ทุกสิ่งตามพระทัย ไม่มีผู้ใดคะเนได้; **~ help those who help themselves** *(prov.)* พระเจ้าทรงช่วยผู้ที่ช่วยตนเอง; **~ knows** *(as God is witness)* ขอให้พระเจ้าเป็นพยาน; **~ knows, I tried** พระเจ้าเป็นพยานได้ว่าฉันได้พยายามเต็มที่; **~ [only] knows** *(nobody knows)* พระผู้เป็นเจ้าเท่านั้นที่ทรงทราบ; **~ willing, if it is ~'s will** เป็น/หากเป็นโองการของพระผู้เป็นเจ้า; **an act of ~:** เหตุการณ์ที่อยู่นอกเหนือการควบคุม *(เช่น อุทกภัย วาตภัย ฯลฯ)*; **before ~** *(ขอสาบาน/ยืนยัน)* ต่อพระพักตร์พระผู้เป็นเจ้า; **play ~:** ทำตัวเหนือกว่าผู้อื่น; **under ~:** ด้วยพระเจ้าทรงเมตตา; **~'s gift** สวรรค์ประทาน; **she thinks she's ~'s gift to men** เธอคิดว่าเธอเป็นที่เทิดทูนบูชาในหมู่ชาย; **~'s truth** อภิสัจจะ; **be with ~** ตายแล้วขึ้นสวรรค์; **~'s [own] country** สวรรค์บนดิน *(โดยเฉพาะประเทศสหรัฐอเมริกา)*; **~!/oh ~!/~ in Heaven!** ตายจริง; **for ~'s sake!** ฮ่วย อะไรกันนี่; **I hope to ~ that ...:** เจ้าประคุณเอ๋ย ฉันหวังว่า...; **~ be with you** ขอให้พระคุ้มครองคุณ; **~, he's so stupid!** โธ่เอ๋ย เขาโง่จริง ๆ; **by ~:** สาบานได้เลย; **thank ~!** ขอบคุณพระเจ้า; **~ damn it!** มันบัดซบ; **~ damn you/him** *etc.* ไอ้บัดซบ/คนบัดซบ; **~ help you/him** *etc.* ขอให้คุณพระช่วยคุณ/เขา ฯลฯ เถิด; **~ grant ...:** ขอให้พระผู้เป็นเจ้าจงดลบันดาลให้...; **please ~!** ขอให้พระผู้เป็นเจ้าได้โปรดเถิด!; **as ~ is my witness/judge** ขอให้พระผู้เป็นเจ้าทรงเป็นพยาน/ทรงพิพากษา; ➡ **+ bless** A; **forbid** B; **help** 1 E; **man** 1 A, B; **name** 1 D; Ⓒ *(fig.)* บุคคลหรือสิ่งของอันเป็นที่รักที่นิยม, ผู้มีอิทธิพล; ➡ **+ tin ~:** Ⓓ *(Theatre)* **the ~s** ที่นั่งชั้นสูงสุดและถูกที่สุด

'God-awful *adj. (sl.)* แย่จริง ๆ

god: ~child *n.* ลูกอุปถัมภ์; **~dam, ~damn, ~damned** ❶ *adj.* บัดซบ; **[it is] none of your ~dam business** ไม่ใช่กงการอะไรของแก ❷ *adv.* อย่างบัดซบ; **you're ~dam right!** ถูกของแก; **~-daughter** *n.* ธิดาอุปถัมภ์

goddess /ˈɡɒdɪs/ˈกอดิซ/ *n.* เทพธิดา, สาวงาม

'godfather *n.* Ⓐ พ่ออุปถัมภ์; **my ~s! = my Gof!;** Ⓑ *(fig.)* เจ้าพ่อ, นักเลง; *(of Mafia etc.)* เจ้าพ่อแก๊งมาเฟีย

'God-fearing *adj.* มีศรัทธาเคร่งครัดต่อพระผู้เป็นเจ้า, กลัวบาป

'godforsaken *adj.* ยากไร้, เลวทราม, แห้งแล้ง

'God-given *adj.* ที่สวรรค์ประทาน

godhead /ˈɡɒdhed/ˈกอดเฮ็ด/ *n.* สภาวะของพระผู้เป็นเจ้า, ทิพยภาวะ, เทพเจ้า; **the G~:** พระผู้เป็นเจ้า

godless /ˈɡɒdlɪs/ˈกอดลิซ/ *adj.* ชั่วร้าย, ไม่มีศาสนา

godlike /ˈɡɒdlaɪk/ˈกอดไลค/ *adj.* เหมือนพระเจ้า, คล้ายเทพเจ้า

godliness /ˈɡɒdlɪnɪs/ˈกอดลินิซ/ *n., no pl.* ความศรัทธาอย่างแรงกล้าในศาสนา

godly /ˈɡɒdlɪ/ˈกอดลิ/ *adj.* มีความเลื่อมใสศรัทธาในศาสนาอย่างแรงกล้า

god: ~mother *n.* แม่อุปถัมภ์; **~parent** *n.* *(male)* พ่ออุปถัมภ์; *(female)* แม่อุปถัมภ์; **~send** *n.* โชคดี; **be a ~send to sb.** เป็นโชคดีของ ค.น.; **~son** *n.* บุตรอุปถัมภ์

God'speed *n. (dated)* **wish** *or* **bid sb. ~:** ขอให้ ค.น. เดินทางโดยสวัสดิภาพ

godwit /ˈɡɒdwɪt/ˈกอดวิท/ *n. (Ornith.)* นกกินปลาในสกุล *Limosa* มีขายาว จงอยปากยาวงอนขึ้น

goer /ˈɡəʊə(r)/ˈโกเออะ(ร)/ *n.* Ⓐ *(horse)* ม้าที่วิ่งดี; **be a good ~:** เป็นม้าฝีเท้าจัด; Ⓑ *(active person)* คนที่แคล่วคล่องขยันขันแข็ง; Ⓒ *in comb.* ผู้ที่ไปร่วมกิจกรรมเป็นนิจ; ➡ **+ churchgoer, film-goer** *etc.*

goes ➡ **'go** 1, 2

Goethian (Goethean) /ˈɡɜːtɪən/ˈเกอเทียน/ *adj. (of Goethe)* ตามแบบเกอเต้ *(กวีชาวเยอรมัน ค.ศ. 1749-1832)*

'go-getter *n. (coll.)* ผู้มีความสามารถ, ทะเยอทะยาน

'go-getting *adj.* มีความสามารถ, ทะเยอทะยาน

goggle /ˈɡɒɡl/ˈกอก'ล/ ❶ *n. in pl.* **[a pair of] ~s** แว่นป้องกันสายตา ❷ *adj.* **~ eyes** ตาโปน ❸ *v.i.* จ้องขมึง; **~ at sb./sth.** จ้องขมึงที่ ค.น./ส.น.

goggle: ~-box *n. (Brit. coll.)* โทรทัศน์; **~-eyed** *adj.* ขมึงตา, กลอกตา

'go-go *adj. (coll.)* อะโกโก้; **~ dancer** *or* **girl** นักเต้นอะโกโก้

going /ˈɡəʊɪŋ/ˈโกอิ้ง/ ❶ *n.* Ⓐ *vbl. n. of* **'go** 1; Ⓑ *(progress)* การไป, การเดินทาง; *(Horse-racing)* สภาพสนามแข่ง *(แข็ง, นุ่ม, ฯลฯ)*; **150 miles in two hours, that is good ~:** ไปได้ 150 ไมล์ ภายในสองชั่วโมงก็นับว่าดี; **the ~ was slow/heavy** การเดินทางไปได้ช้า/ติดขัด; **the journey was slow ~:** การเดินทางคราวนี้ช้า; **interviewing her is heavy ~:** การสัมภาษณ์เธอเป็นเรื่องยาก; **this book is heavy ~:** หนังสือเล่มนี้เนื้อหาหนัก; **while the ~ is good** ตอนที่เหตุการณ์ยังดี
❷ *adj.* Ⓐ *pres. p. of* **'go** 1, 2; Ⓑ *(available)* ที่หาได้; **there is sth. ~:** มี ส.น. ที่พอหาได้; **take any job ~:** รับงานอะไรก็ได้ที่พอจะมี; **this cabbage was the best one ~:** กะหล่ำปลีหัวนี้ดีที่สุดเท่าที่หาได้; Ⓒ **be ~ to do sth.** กำลังจะทำ ส.น.; **he's ~ to be a ballet dancer when he grows up** เขาจะเป็นนักเต้นบัลเล่ต์เมื่อเขาโตขึ้น; **I was ~ to say** ฉันกำลังจะพูด; **I was not ~** *(did not intend)* **to do sth.** ฉันไม่ได้ตั้งใจจะทำ ส.น.; **it's ~ to snow** หิมะกำลังจะตก; Ⓓ *(current)* ที่ใช้อยู่ในขณะนี้; **the ~ rate of exchange** อัตราแลกเปลี่ยนที่ใช้กันอยู่; Ⓔ **a ~ concern** ธุรกิจที่เจริญรุ่งเรือง; Ⓕ **have a lot/nothing** *etc.* **~ for one** *(coll.)* มี/ไม่มีคุณสมบัติมาก; Ⓖ **to be ~ on with** ➡ **go on with; set/keep sth. ~, keep sb. ~** ➡ **'go** 1 F; **get ~** ➡ **get** 1 O, 2 B; **be ~ on fifteen** *etc.* ➡ **go on** 1 E; **~ strong** ➡ **strong** 2; **~ great guns** ➡ **gun** 1 A

going: ~-a'way *attrib. adj. (ชุด)* เดินทางไปเสวยน้ำจันทร์; **~-over** *n.* Ⓐ *(coll.: overhaul) (of list etc.)* การตรวจสอบ; *(of engine etc.)* การตรวจเครื่องยนต์; **give sth. a [good** *etc.*] **~-over** ตรวจตราดู ส.น. [อย่างละเอียด]; **give the room a ~-over with the Hoover/duster** ทำความสะอาดห้องด้วยเครื่องดูดฝุ่น/ที่ปัดฝุ่น; Ⓑ *(coll.: thrashing)* **give sb. a [good] ~-over** ตี ค.น. [อย่างแรง]; Ⓒ *(Amer. coll.: scolding)* **give sb. a [good] ~-over** ดุด่า ค.น. [อย่างเต็มเหนี่ยว]

goings-on /ɡəʊɪŋzˈɒn/โกอิงซ'ออน/ *n. pl.* เหตุการณ์, ความประพฤติ; **there have been some strange ~:** มีเหตุการณ์ประหลาดบางอย่างเกิดขึ้น; **be disgusted by sb.'s ~:** รังเกียจความประพฤติของ ค.น.

goitre *(Brit.; Amer.:* **goiter)** /ˈɡɔɪtə(r)/ˈกอยเทอะ(ร)/ *n. (Med.)* คอพอก, โรคคอพอก

'go-kart *n.* รถแข่งคันเล็ก ๆ, รถโกคาร์ท

gold /ɡəʊld/โกลด/ ❶ *n.* Ⓐ *no pl., no indef. art.* ทองคำ; **the price of ~:** ราคาทองคำ; **be worth one's weight in ~:** มีประโยชน์ยิ่ง, มีคุณค่ายิ่ง; **a heart of ~:** ใจดี; **she is pure ~:** เธอนับเป็นทองแท้, เธอเป็นคนดีจริง ๆ; Ⓑ *no pl., no indef. art. (wealth)* ทรัพย์ศฤงคาร; *(coins)* เหรียญ; **a crock** *or* **pot of ~ at the end of the rainbow** ความหวังที่ไม่มีทางเป็นไปได้; Ⓒ *(colour)* สีทอง; **the ~ of her hair** ผมสีทองของเธอ; Ⓓ *(medal)* เหรียญทอง; **win six Olympic ~s** ชนะเลิศได้หกเหรียญทองโอลิมปิก; Ⓔ *(Archery)* ตรงกลางเป้ายิงธนู; ➡ **+ glitter** 1 A; **good** 1 F
❷ *attrib. adj. (เหรียญ, แท่ง)* ทอง; สีทอง

gold: ~ 'brick *n.* Ⓐ *(coll.: fraud)* การโกง, การหลอกลวง; **sell sb. a ~ brick** หลอกลวง ค.น.; Ⓑ *(Amer. coll.: shirker)* คนขี้เกียจสันหลังยาว; **~-coloured** *adj.* มีสีทอง; **~crest** *n. (Ornith.)* นกหงอนทองชนิด *Regulus regulus*; **~-digger** *n.* นักขุดทอง; **she's a ~-digger** *(fig. coll.)* เธอเป็นผู้หญิงที่หลอกเงินจากผู้ชาย; **~ 'disc** *n.* แผ่นเสียงทองคำ; **~ dust** *n.* Ⓐ ผงทอง; **be like ~ dust** หายากมาก; Ⓑ *(Bot.)* ต้น *Alyssum saxatile* มีดอกเล็ก ๆ สีเหลืองเต็มไปหมด

golden /ˈɡəʊldən/ˈโกลเดิน/ *adj.* Ⓐ ทอง, มีสีทอง; **~ brown/yellow** สีน้ำตาลแกมทอง/สีเหลืองแกมทอง; Ⓑ *(fig.) (โอกาส)* พิเศษมาก; มีแค่ครั้งเดียว

golden: ~ age *n.* ยุคทอง, ยุครุ่งเรือง; **~ boy** *n.* ชายหนุ่มที่เป็นที่นิยม *หรือ* ประสบความสำเร็จ; **~ 'calf** *n. ลูกวัวทองคำที่ชาวอิสราเอลเคารพบูชา*; **~ 'disc** ➡ **gold disc; ~ 'eagle** *n.* นกอินทรีชนิด *Aquila chrysaetos* มีปลายขนหัวสีทอง; **G~ 'Fleece** *n. (Greek Mythol.)* *ขนแกะทองคำในเทพปกรณัมของกรีก*; **G~ 'Gate** *pr. n. (Geog.)* โกลเดนเกต *(ช่องแคบในรัฐแคลิฟอร์เนีย)*; **the ~ Gate Bridge** สะพานโกลเดนเกต *(ที่ข้ามช่องแคบระหว่างอ่าวซานฟรานซิสโกกับมหาสมุทรแปซิฟิก)*; **~ girl** *n.* ผู้หญิงที่เป็นที่นิยม *หรือ* ประสบความสำเร็จ; **~-haired** *adj.* มีผมสีทอง, มีขนสีทอง; **~ 'hamster** *n. สัตว์คล้ายหนูตะเภามีขนสีน้ำตาลปนแดง*; **~ 'handshake** *n.* เงินบำเหน็จ, เงินชดเชยกรณีไล่ออกจากงาน; **~ 'jubilee** *n.* งานฉลองสิริราชสมบัติครบ 50 ปี, พิธีกาญจนาภิเษก; **~ 'mean** *n.* ความพอดี, ทางสายกลาง; **~ re'triever** *n.* สุนัขอังกฤษขนาดกลางที่มีขนยาวสีทองอ่อน; **~ rod** *n. (Bot.)* ต้นสร้อยทองในสกุล *Solidago*; **~ 'rule** *n.* หลักการทางศีลธรรม, หลักการสำคัญ; **~ 'syrup** *n. (Brit.)* น้ำเชื่อมสีเหลืองอ่อน; **~ 'wedding** *n.* งานฉลองการแต่งงานครบรอบ 50 ปี

gold: ~fever *n.* การเห่อทอง, การตื่นทอง; **~field** *n.* แหล่งขุดทอง; **~finch** *n.* นกขนาดเล็กในสกุล *Carduelis* มีลายเหลืองบนปีก; **~fish** *n.* ปลาเงินปลาทอง; **~fish bowl** *n.* อ่างปลาเงินปลาทอง; **like being in a ~fish bowl** *(fig.)* สถานการณ์ที่ขาดอิสระและความเป็นส่วนตัว; **~ 'foil** *n.* ทองคำที่ตีเป็นแผ่นบาง, แผ่นทองคำเปลว

goldilocks /ˈɡəʊldɪlɒks/ˈโกลดิลอคซ/ *n.* คนที่มีผมสีทอง

g

gold: ~ 'leaf *n.* ทองคำเปลว, แผ่นทองบาง ๆ; ~ 'medal *n.* เหรียญทอง; ~ 'medallist *n.* ผู้ได้รับรางวัลที่หนึ่ง/เหรียญทอง; ~ mine *n.* เหมืองทอง; *(fig.)* ขุมทรัพย์; ~ 'plate *n., no pl., no indef. art.* Ⓐ ภาชนะทอง; *(coating)* ภาชนะชุบทอง; be ~ plate ชุบเคลือบด้วยทอง; Ⓑ *(vessels, tableware)* ภาชนะต่าง ๆ ที่ชุบทอง; ~-plate *v.t.* ชุบทอง; ~ reserve *n.* ทองคำสำรองในคลัง; ~ rush *n.* the ~ rush to Alaska เหตุการณ์ตื่นตามกันขุดทองที่รัฐอลาสก้า; ~smith *n.* ➤ 489 ช่างทอง; ~ standard *n.* มาตรฐานทองคำ, *หน่วยเงินตราที่ใช้ทองเป็นมาตรฐานในการแลกเปลี่ยน;* ➡ + go off 2 B; ~ 'thread *n.* ดิ้นทอง

golf /gɒlf/กอลฟ/ ❶ *n., no pl.* กีฬากอล์ฟ; *attrib. (ไม้ตี, สนาม)* กอล์ฟ ❷ *v.i.* ตีกอล์ฟ; his ~ing friends เพื่อนเล่นกอล์ฟของเขา

golf: ~ bag *n.* ถุงไม้กอล์ฟ; ~ ball *n.* ลูกกอล์ฟ; ~ club *n.* Ⓐ *(implement)* ไม้กอล์ฟ; Ⓑ *(association)* สโมสรกอล์ฟ; ~ course *n.* สนามกอล์ฟ

golfer /'gɒlfə(r)/'กอลเฟอะ(ร)/ *n.* นักเล่นกอล์ฟ

golf links *n. pl.* สนามกอล์ฟ

Goliath /gə'laɪəθ/เกอะ'ลายเอิธ/ *n. (lit.)* โกไลแอธ *(ยักษ์ที่ถูกดาวิดฆ่าในคัมภีร์ไบเบิล); (fig.)* คนยิ่งใหญ่; a G~ of a man คนที่ยิ่งใหญ่

golliwog /'gɒlɪwɒg/'กอลิวอก/ *n.* ตุ๊กตาหน้าดำผมหยิก

[1]**golly** /'gɒlɪ/'กอลิ/ ➡ golliwog

[2]**golly** *int.* by ~! ให้ตายซิ

golosh *(Brit.)* ➡ galosh

gonad /'gəʊnæd/'โกแนด/ *n. (Anat., Zool.)* อวัยวะสืบพันธุ์ *(เช่น อัณฑะหรือรังไข่)*

gondola /'gɒndələ/'กอนเดอะเลอะ/ *n.* Ⓐ *(boat)* เรือกอนโดลา *(ท.ศ.) (เรือแจวท้องแบนที่ใช้ในคลองเมืองเวนิส);* Ⓑ *(Amer. Railw.)* ~ [car] รถไฟบรรทุกสินค้า; Ⓒ *(of ski lift)* กระเช้าสวรรค์; *(of airship)* ห้องที่แขวนไว้ใต้อากาศนาวา; Ⓓ *(in shop)* กลุ่มชั้นวางเป็นเกาะในร้าน*ที่ผู้ซื้อต้องบริการตนเอง*

gondolier /gɒndə'lɪə(r)/กอนเดอะ'เลีย(ร)/ *n.* ➤ 489 คนแจวเรือกอนโดลา

gone /gɒn/กอน/ ❶ *p.p. of* 'go 1, 2 ❷ *pred. adj.* Ⓐ *(away)* ออกไป, จากไป; it's time you were ~: ถึงเวลาที่คุณต้องไปแล้ว; he has been ~ ten minutes *(coll.)* เขาออกไปได้สิบนาทีแล้ว; he will be ~ a year เขาจะไปหนึ่งปี *หรือ* เขาจะไม่อยู่หนึ่งปี; no, it's ~ again *(fig.: forgotten)* โอ๊ย เผลอลืมอีกแล้ว; Ⓑ ➤ 177 *(of time: after)* ภายหลัง; not be back until ~ ten o'clock จะไม่กลับจนหลังสิบนาฬิกาไปแล้ว; at ~ midnight หลังเที่ยงคืน; Ⓒ *(used up)* be all ~: ใช้หมดเกลี้ยงแล้ว; Ⓓ *(coll.: pregnant)* be six *etc.* months ~: ตั้งครรภ์ได้หกเดือนแล้ว; Ⓔ be ~ on sb./sth. *(coll.)* ตกหลุมรัก *ค.น./ส.น.;* ➡ + far 1 D; forget 1 A; 'go 1 K

goner /'gɒnə(r)/'กอเนอะ(ร)/ *n. (coll.)* he is a ~: เขาใกล้จะตายอยู่แล้ว; the ship is a ~: เรือสูญหายไป *หรือ* เรือกู้ไม่ได้แล้ว

gong /gɒŋ/กอง/ *n.* Ⓐ ฆ้อง; Ⓑ *(Brit. coll.: medal)* เหรียญตรา *(โดยเฉพาะในกองทัพ)*

gonna /'gɒnə/'กอเนอะ/ *(coll./Amer. coll.)* = going to กำลังจะ; ➡ going 2 C

gonorrhoea *(Amer.:* **gonorrhea**) /gɒnə'rɪə/กอเนอะ'เรีย/ *n.* ➤ 453 *(Med.)* โรคหนองใน

goo /gu:/กู/ *n. (coll.)* สารที่เหนียว; *(fig.)* อารมณ์อ่อนไหว; *(in film etc.)* การแสดงอารมณ์อ่อนหวานมากเกินไป

good /gʊd/กุด/ ❶ *adj.,* **better** /'betə(r)/'เบเทอะ(ร)/, **best** /best/เบสท/ Ⓐ *(satisfactory)* ดี, น่าพอใจ; *(reliable)* น่าไว้วางใจ, น่าเชื่อถือ, มีประสิทธิภาพ; *(sufficient)* เพียงพอ, ทันกาล; *(competent)* มีความสามารถ, เก่ง; his ~ eye/leg ตา/ขาข้างที่ยังแข็งแรงอยู่ของเขา; in ~ health มีสุขภาพดี; come in a ~ third แข่งขันได้อันดับที่สาม ซึ่งถือว่าดี; Late again! It's just not ~ enough *(coll.)* มาสายอีกแล้ว อย่างนี้ใช้ไม่ได้เลย; your excuse is not ~ enough คำแก้ตัวของคุณฟังไม่ขึ้น; in ~ time ทันเวลา; all in ~ time ในเวลาเหมาะเจาะ, ถูกกาลเทศะ; take ~ care of sb. ดูแล *ค.น.* ให้ดี; be ~ at sth. ทำ *ส.น.* เก่ง *หรือ* มีความสามารถใน *ส.น.;* be ~ at doing sth. ทำ *ส.น.* เก่ง; speak ~ English พูดภาษาอังกฤษได้คล่อง; be ~ with people *etc.* เข้ากับคน ฯลฯ ได้ดี; Ⓑ *(favourable, advantageous)* ซึ่งอำนวยประโยชน์; a ~ chance of succeeding โอกาสที่อำนวยให้ประสบผลสำเร็จ; too ~ to be true ดีเหลือเชื่อ; in the ~ sense ในความหมายที่ดี; I've heard so many ~ things about you ฉันได้ยินเรื่องดี ๆ เกี่ยวกับคุณมากมาย; the ~ thing about it is that ...: แง่ที่ดีในเรื่องนี้ก็คือ...; be on to a ~ thing พบ/ได้ *(งาน, แผน)* ที่เป็นประโยชน์กับตน; be too much of a ~ thing มากเกินไป; you can have too much of a ~ thing คนเราสามารถทำในสิ่งที่เพลิดเพลินมากเกินไป; be ~ for sb./sth. เป็นประโยชน์สำหรับ *ค.น./ส.น.;* apples are ~ for you แอปเปิ้ลมีประโยชน์; eat more than is ~ for one กินมากเกินไปที่จะให้ประโยชน์; know what is ~ for one รู้ว่าอะไรดีสำหรับตนเอง; it's a ~ thing you told him ดีแล้วที่คุณได้บอกเขา; make a ~ death *or* end จบชีวิตลงด้วยดี; the water isn't ~ to drink น้ำนี้ไม่เหมาะสำหรับดื่ม; Ⓒ *(prosperous)* เจริญรุ่งเรือง, มั่งคั่ง; ~ times สมัยที่เจริญรุ่งเรือง; have it ~: กำลังเจริญรุ่งเรือง; Ⓓ *(enjoyable) (ชีวิต, การพักร้อน)* สนุก; the ~ things สิ่งดี ๆ; the ~ things in life สิ่งดี ๆ ในชีวิต; the ~ old days อดีตที่มีความสุข; the ~ life ชีวิตที่มีความสุข; have a ~ time! ขอให้สนุกนะ; did you have a ~ time in Spain? คุณไปเที่ยวสเปนมาสนุกไหม; be after a ~ time แสวงหาความสนุกสนาน; have a ~ journey! ขอให้เดินทางโดยสวัสดิภาพ; it's ~ to be alive ชีวิตช่างมีความสุข; it's ~ to be home again ดีจริง ๆ ที่ได้กลับมาบ้านตัวเอง; ox liver is not very ~ to eat ตับวัวเป็นอาหารที่กินไม่อร่อย; Did you have a ~ day at the office? วันนี้การทำงานเป็นอย่างไรบ้าง; Ⓔ *(cheerful)* ร่าเริง; ~ humour *or* spirits *or* mood อารมณ์ดี; feel ~: รู้สึกสบายดี; I'm not feeling too ~ *(coll.)* ฉันรู้สึกไม่ค่อยสบาย; Ⓕ *(well-behaved)* ประพฤติดี; be ~!, be a ~ girl/boy! เป็นเด็กดีนะ; [as] ~ as gold ประพฤติดีมาก; the children were as ~ as gold while you were out เด็ก ๆ ประพฤติดีมากตอนที่คุณไม่อยู่; Ⓖ *(virtuous)* มีคุณธรรม; *(kind)* มีเมตตาใจดี; the ~ guy คนดี, คนมีคุณธรรม; be ~ to sb. มีเมตตาต่อ *ค.น.;* would you be so ~ as to *or* ~ enough to do that? ขอความกรุณาคุณ *หรือ* คุณจะกรุณาช่วยทำสิ่งนั้นได้ไหม; how ~ of you! คุณนี่ใจดีจริง ๆ; that/it is ~ of you นั่นคุณน่ารักมากเลย; he has a very ~ nature เขาเป็นคนนิสัยดีมาก; ~ works งานการกุศล; ➡ + turn 1 L; Ⓗ *(commendable)* น่ายกย่อง, สรรเสริญ, ยินดี; ~ for 'you *etc. (coll.),* ~ 'on you *etc. (esp. Austral. and NZ coll.)* เก่งจริง, ยินดีด้วย; ~ old Jim *etc. (coll.)* จิมเพื่อนยาก; ~ man! *(coll.)* ดีมากคุณ; my ~ man/friend *(coll.)* เพื่อน; the ~ man/woman *(dated)* สุภาพบุรุษ/สุภาพสตรี; your ~ man/lady สามี/ภรรยาของคุณ; ~ men and true คนดีและซื่อสัตย์; that's a ~ one *(coll.)* นั่นแหละได้การละ, คนนั้นแหละใช่; *(iron.)* เออ เชื่อ; ➡ + fellow 1 A; Ⓘ *(attractive) (หน้าตา, ขา)* สวยงาม; look ~: ดูสวยดี; ~ looks หน้าตาดี; Ⓙ *(thorough)* ถี่ถ้วน, เต็มที่; take a ~ look round ดูรอบ ๆ ให้ทั่วซิ; give sb. a ~ beating/scolding ชกตี/ด่า *ค.น.* อย่างเต็มที่; give sth. a ~ polish ขัด *ส.น.* จนมันวับ; have a ~ weep ร้องไห้จนพอใจ; have a ~ rest พักผ่อนอย่างเต็มที่; have a ~ sleep นอนหลับเต็มอิ่ม; Ⓚ *(considerable) (ฝูงชน)* ค่อนข้างมาก; *(ไกล, ใหญ่, แพง)* พอสมควร; a ~ bit better *(coll.)* ดีขึ้นมาก; a ~ dose of ...: *(fig.)* มี...มากพอใช้/พอสมควร; take a ~ long time ใช้เวลาค่อนข้างนาน; have a ~ long sleep นอนหลับนานพอสมควร; live to a ~ old age มีชีวิตอยู่จนแก่เฒ่ามาก; a ~ four hours *etc.* สี่ชั่วโมง ฯลฯ เต็ม; a ~ half pound ครึ่งปอนด์เต็ม; he is a ~ seventy *(coll.)* เขาอายุอย่างน้อยเจ็ดสิบปี; Ⓛ *(sound, valid) (ข้ออ้าง, ความคิด)* มีเหตุมีผล; *(Commerce.) (ลูกค้า)* ที่ดี; *(การให้กู้)* ที่มั่นคง; *(เช็ค)* ที่ไม่เด้ง; good sense วิจารณญาณดี; have the ~ sense to do sth. มีวิจารณญาณพอที่จะทำ *ส.น.;* be ~ for a year ใช้ได้ภายในหนึ่งปี; ~ for five journeys *(ตั๋วนี้)* ใช้เดินทางได้ห้าครั้ง; I'm ~ for another hour's walk ฉันแข็งแรงพอที่จะเดินต่อไปได้อีกชั่วโมงหนึ่ง; he's ~ for £5,000 เขาคงให้เงิน 5,000 ปอนด์; how much is he ~ for? เขาสามารถชำระเงินได้เท่าไร; the draft is ~ for ...: ดราฟต์นี้มีมูลค่า...; Ⓜ ➤ 403 *in greeting* สวัสดี; ~ afternoon/day สวัสดี; ~ evening/morning *or (Brit. arch.)* morrow สวัสดี; ~ night ราตรีสวัสดิ์; a ~-night kiss การจูบลาก่อนไปนอน; Ⓝ *in exclamation* ครับผม/คะ; very ~, sir ตกลงครับ/คะ; ~ God/Lord *etc.* ตายจริง/คุณพระช่วย; Ⓞ *(best)* ดีที่สุด; Ⓟ *(serious)* จริงจัง; *(ศิลปะ)* มีคุณค่า, ดี; Ⓠ *(orthodox) (ชาวมุสลิม, ชาวคริสต์)* เคร่ง; Ⓡ *(correct, fitting)* ถูกต้อง; *(appropriate)* เหมาะสม; Ⓢ *(socially prestigious)* ดี; be of a ~/very ~ family มาจากครอบครัวที่ดี/ดีมาก; Ⓣ as ~ as ดีเหมือนกับ, ดีพอ ๆ กับ; ➡ + give 1 P; Ⓤ make ~ *(succeed)* ประสบความสำเร็จ; *(effect)* ทำให้เกิดผล; *(แผนการ)* บรรลุผล; *(compensate for)* ทดแทน, ชดใช้; make ~ a loss/theft ทดแทนสิ่งที่สูญหาย; *(indemnify)* ชดใช้ *(ค่าเสียหาย); (prove)* พิสูจน์ *(ข้อกล่าวหา, ข้อเท็จจริง);* the film made ~ at the box office ภาพยนตร์เรื่องนี้ทำเงินได้มาก; they soon made ~ in Australia ในไม่ช้าพวกเขาก็ประสบความสำเร็จในประเทศออสเตรเลีย; ➡ + best 1; better 1; 'egg; form 1 F, H; luck A; temper 1 A

❷ *adv.* Ⓐ *(coll.) as intensifier* ~ and ...: มาก, จริง ๆ; ~ and angry *(Amer.)* โกรธมาก; hit sb. ~ and proper ตี *ค.น.* ถูกเผงเต็มแรง; it was raining ~ and hard ฝนตกหนักมากจริง ๆ; they quizzed him ~ and proper พวกนั้นได้ซักฟอกเขาเสียยับทีเดียว; Ⓑ *(Amer. coll.: well)* ดี; get along ~: ดำเนินไปด้วยดี; he's doing pretty ~ these days ตอนนี้ชีวิตเขาไปได้ดีพอใช้; ➡ + best 2; better 2

397 goodbye | gorge

❸ *n.* Ⓐ *(use)* การใช้ได้, การเป็นประโยชน์, ประโยชน์; **be some ~ to sb./sth.** พอเป็นประโยชน์บ้างกับ *ค.น./ส.น.*; **he'll never be any ~:** เขาจะไม่มีวันประสบความสำเร็จ; **is this book any ~?** หนังสือเล่มนี้ดีไหม; **you're a lot of ~, I must say!** *(iron.)* อย่างนี้คุณถือว่าช่วยเหลือ; **be no ~ to sb./sth.** ไม่มีประโยชน์สำหรับ *ค.น./ส.น.*; **not be any ~ for work** ใช้ประโยชน์สำหรับการงานไม่ได้เลย; **it is no/not much ~ doing sth.** ไม่มีประโยชน์/ไม่มีประโยชน์มากนักที่จะทำ *ส.น.*; **what's the ~ of ...?, what ~ is ...?** มีประโยชน์อะไรที่จะ...; **what's the ~ of knowing Latin?** มีประโยชน์อะไรที่จะเรียนภาษาลาติน; ➡ + **no--**; Ⓑ *(benefit)* ผลประโยชน์;**for your/his *etc.* own ~:** เพื่อผลประโยชน์ของตัวคุณ/เขา ฯลฯ เอง; **for the ~ of mankind/the country** เพื่อผลประโยชน์ของมนุษยชาติ/ประเทศ; **for ~ *or* ill** ➡ **ill** 2 A; **do no/little ~:** ไม่ช่วยเลย/ช่วยน้อยมาก; **do sb./sth. ~:** *(การพักผ่อน, ยา)* ช่วย *ค.น./ส.น.*; **I'll tell him, but what ~ will that do?** ฉันจะบอกเขาให้ แต่จะมีประโยชน์หรือ; **do sb. a lot/a world of ~:** ช่วย *ค.น.* ได้มากมาย; **just sitting there won't do you any ~:** เอาแต่นั่งอยู่เฉย ๆ จะไม่ช่วยอะไรคุณเลย; **you aren't doing yourself any ~:** คุณทำแบบนั้นไม่ได้ช่วยตัวเองเลย; **much ~ may it do you** *(iron.)* เออ ก็คอยดูว่าจะได้ประโยชน์อะไร; **look what ~ *or* a lot of ~ *or* much ~ it did him** *(iron.)* แน่ะดูซิว่ามันช่วยเขาตรงไหน; **to the ~** *(for the best)* ส่งผลดี, มุ่งที่จะให้เกิดผลดี; *(in profit)* ได้กำไร; **this development was all to the ~:** การพัฒนานี้จะเกิดผลดียิ่งขึ้น; **the delay was partly to the ~:** การล่าช้าเป็นประโยชน์บ้าง; **end up [a game *etc.*] £10 to the ~:** เมื่อจบ [เกม ฯลฯ] ได้กำไร 10 ปอนด์; **be 4 points/wins to the ~:** ได้คะแนนนำ/ชนะ 4 คะแนน; **finish the work with two days to the ~:** ทำงานเสร็จก่อนกำหนดสองวัน; **come to no ~:** ในที่สุดไม่ประสบผลสำเร็จ; Ⓒ *(goodness)* ความดีงาม; **the highest ~** *(Philos.)* ความดีอันสูงสุด; **there's ~ and bad in everyone** มีทั้งความดีและความชั่วอยู่ในตัวเราทุกคน; **the difference between ~ and bad *or* evil** ความแตกต่างระหว่างความดีและความเลวชั่ว; Ⓓ *(kind acts)* การกระทำดี; **be up to *or* after no ~:** ไม่หวังดี, แฝงด้วยเจตนาร้าย; **do ~:** ทำดี; Ⓔ **for ~ [and all]** *(finally)* ตลอดไป, ในที่สุด; *(permanently)* ถาวร, ยืนยง; Ⓕ *constr. as pl. (virtuous people)* **the ~:** คนดีมีคุณธรรม; Ⓖ *in pl. (wares etc.)* สินค้า, เครื่องใช้; *(belongings)* ของใช้ส่วนตัว; *(Brit. Railw.)* ขบวนรถสินค้า; **~s and chattels** ของใช้ส่วนตัว; **canned/manufactured ~s** สินค้าเครื่องกระป๋อง/สินค้าผลิตภัณฑ์; **stolen ~s** สินค้าที่ถูกขโมยมา; **by ~s** ใช้รถบรรทุกลำเลียงสินค้า; Ⓗ *in pl.* **the ~s** *(coll.: what is wanted)* สิ่งที่ต้องการ, สิ่งที่คาดหวังไว้; **deliver the ~s** *(fig.)* ทำงานสำเร็จตามที่คาดหวังไว้, ปฏิบัติตามคำมั่นสัญญา; **sb. is the ~s** *ค.น.* เป็นคนดี; **he's got the ~s** เขาเป็นคนที่เหมาะสม

good: ~'bye *(Amer.:* **~'by)** /gʊd'baɪ/กู๊ด'บาย/ ➤ **403** ❶ *int.* ลาก่อน; *(on telephone)* สวัสดี ❷ *n., pl.* **~'byes** *(Amer.:* **~'bys)** *(farewell remark or gesture)* คำอำลา, การโบกมืออำลา; *(taking of leave)* การอำลา, การบอกลา; **say ~bye to sb.** ลา *หรือ* บอกลา *ค.น.*; **say ~bye, say one's ~byes** กล่าวคำอำลา, กล่าวลา; **nod/wave ~bye** น้อมศีรษะคำนับอำลา/โบกมืออำลา; **kiss sb. ~bye** จูบลา *ค.น.*; **say ~bye to sth., kiss sth. ~bye** *(fig.: accept its loss)* ยอมรับว่า *ส.น.* สูญหายไปแล้ว; **~ 'fellowship** *n.* ความเป็นเพื่อนที่ดี; **~-for-nothing** *(derog.)* ❶ *adj.* ไม่มีประโยชน์, ไม่เอาไหน ❷ *n.* คนที่ไร้ค่า; **G~ 'Friday** ➡ **Friday** 1; **~-hearted** /'gʊd hɑːtɪd/'กู๊ดฮาทิด/ *adj.* ใจดี; **~-humoured** /gʊd'hjuːməd/กู๊ด'ฮิวเมิด/ *adj.* อารมณ์ดี, เบิกบาน, ร่าเริง; **~-humouredly** /gʊd'hjuːmədlɪ/กู๊ด'ฮิวเมิดลิ/ *adv.* อย่างอารมณ์ดี, อย่างเบิกบาน

goodies /'gʊdɪz/'กู๊ดดิซ/ *n. pl. (coll.) (food)* อาหาร; *(sweets)* ขนมหวาน; *(attractive things)* ของถูกใจ

goodish /'gʊdɪʃ/'กู๊ดดิช/ *adj.* Ⓐ *(quite good)* ดีพอใช้; **a ~ pair of shoes** รองเท้าคู่นี้ดีพอใช้; Ⓑ *(considerable)* พอสมควร, พอใช้

good: ~-looker *n.* คนหน้าตาดี; **be a ~-looker** เป็นคนหน้าตาดี; **~-'looking** *adj.* หน้าตาดี

goodly /'gʊdlɪ/'กู๊ดลิ/ *adj.* สวย, น่ารัก; ใหญ่โต

good: ~-'natured *adj.* มีนิสัยดี, มีจิตใจอ่อนโยน, ใจเย็น; **~-naturedly** /gʊd'neɪtʃədlɪ/กู๊ด'เนเชิดลิ/ *adv.* อย่างมีนิสัยดี; **~-'neighbour** *attrib. adj.* ใกล้ชิดเพื่อนบ้าน, เป็นมิตรกับเพื่อนบ้าน; **a ~-neighbour policy** นโยบายประสานไมตรี

goodness /'gʊdnɪs/'กู๊ดนิซ/ ❶ *n., no pl.* Ⓐ *(virtue)* คุณความดี, ความเมตตา; **have the ~ to do sth.** ขอได้โปรดเมตตากระทำ *ส.น.*; Ⓑ *(of food)* คุณค่าทางอาหาร; *(of soil)* ความอุดมสมบูรณ์ ❷ *int.* **[my] ~** *expr. surprise* ตายจริง; **[oh] my ~** *expr. shock* อุ๊ยตาย; **~ gracious *or* me!** ตายจริง; **for ~' sake!** ขอร้องจริง ๆ; **~ [only] knows** พระเจ้า [เท่านั้น] ที่ทรงรู้; **I hope to ~ that ...:** ฉันมีความหวังอย่างแน่วแน่ว่า...; **I wish to ~ I'd never met him** ฉันไม่น่ารู้จักเขาเลย; **surely to ~ you don't mean that** ฉันแน่ใจว่า คุณไม่ได้หมายว่าอย่างนี้จริง ๆ; **thank ~:** ขอบคุณพระเจ้า

good: ~-o, ~-oh *int. (coll.)* เยี่ยมเลย, ดีมาก

goods ➡ **good** 3 G, H

good: ~-sized ➡ **-sized**; **~s station** *n. (Brit. Railw.)* สถานีขนส่งสินค้า; **~s train** *n. (Brit. Railw.)* ขบวนรถสินค้า; **~s vehicle** *n.* ตู้ขนส่งสินค้า; **~s yard** *n. (Brit. Railw.)* ย่านจอดรถขนส่งสินค้า; **~-'tempered** *adj.* อารมณ์ดี, อ่อนโยน; **~-time** *adj.* **a ~-time girl** หญิงเจ้าสำราญ; **~'will** *n.* Ⓐ *(friendly feeling)* ไมตรีจิต มิตรภาพ; *attrib. (การเดินทาง)* เพื่อสร้างไมตรีจิต; **men of ~ will** คนที่หวังดี; Ⓑ *(willingness)* ความเต็มใจ; **with ~will** ด้วยความเต็มใจ; Ⓒ *(Commerc.)* ชื่อเสียงในการค้า

[1]**goody** /'gʊdɪ/'กู๊ดดิ/ *n. (coll.: hero)* พระเอกในนวนิยาย/ในภาพยนตร์, คนดี; ➡ + **goodies**

[2]**goody** *int. (coll.)* ดีจังเลย; **~, ~ gumdrops!** ดีมาก *(ภาษาเด็ก)*

goody: ~-~ ❶ *n.* คนที่ชอบเอาหน้า ❷ *adj.* ทำตนเป็นผู้มีศีลธรรม; **~-'two-shoes** *n.* การอวดว่าเป็นคนดี

gooey /'guːɪ/'กูอิ/ *adj.*, **gooier** /'guːɪə(r)/'กูอิเออะ(ร)/, **gooiest** /'guːɪɪst/'กูอิเอสท/ *(coll.)* เหนียวเหนอะหนะ; *(fig.)* เต็มไปด้วยความรู้สึกหวานแสบไส้

goof /guːf/กูฟ/ *(coll.)* ❶ *n.* Ⓐ *(fool)* คนโง่; Ⓑ *(gaffe)* ความสะเพร่า, ความเลินเล่อ ❷ *v.i.* ทำเสียการเสียงาน ❸ *v.t.* ทำผิดพลาด; **the actor ~ed his line** ผู้แสดงจำบทของตนผิด **~ about, ~ around** *v.i. (coll.)* ประพฤติโง่ ๆ, ไม่รับผิดชอบ; *(spend time idly)* เอ้อระเหยลอยชาย, ใช้เวลาอย่างไร้ประโยชน์

goodfella /'gʊdfelə/'กูดเฟะเลอะ/ *n.* US สมาชิกกลุ่มโจร; มาเฟีย *(ท.ศ.)*

goofy /'guːfɪ/'กูฟิ/ *adj. (coll.)* Ⓐ โง่, โง่เง่า; Ⓑ *(ฟันด้านหน้า)* เก, เบี้ยว

googly /'guːglɪ/'กูกลิ/ *n. (Cricket)* ลูกบอลที่อ่านทิศทางยากเพราะคนตีหลอกได้

gook /guːk, gʊk/กูค, กุค/ *n. (Amer. sl. derog.)* คนผิวเหลือง

goon /guːn/กูน/ *n. (coll.)* Ⓐ *(hatchet man)* นักเลงโต; Ⓑ *(fool)* คนโง่, คนเซ่อซ่า

goosander /guː'sændə(r)/กู'แซนเดอะ(ร)/ *n. (Ornith.)* เป็ดขนาดใหญ่ชนิด *Mergus merganser* มีจะงอยคล้ายฟันเลื่อย

goose /guːs/กูซ/ *n. pl.* **geese** /giːs/กีซ/ Ⓐ ห่าน; **all mothers think their geese are swans** บรรดาแม่ ๆ ทั้งหลายจะเห็นว่าลูกของตนเป็นเด็กพิเศษ; **kill the ~ that lays the golden eggs** *(fig.)* ฆ่าห่านที่ออกไข่เป็นทอง *(ทำลายคน/สิ่งที่ให้ประโยชน์แก่ตน)*; **roast ~:** ห่านอบ; ➡ + **boo** 1; **cook** 2 A; Ⓑ *(simpleton)* คนโง่ที่ถูกหลอกลวงได้ง่าย

gooseberry /'gʊzbərɪ, US 'guːsberɪ/'กูซเบอะริ, 'กูซเบะริ/ *n.* Ⓐ *(berry, shrub)* ต้นกูสเบอร์รี่ *(ท.ศ.)*, *(ต้น Ribes grossularia มีลูกสีเขียวอ่อน ใช้ทำแยม เหล้าไวน์หรือรับประทานสด ๆ มีรสเปรี้ยว)*; Ⓑ **play ~:** บุคคลที่สาม, ก้างขวางคอ; **I don't wish to play ~:** ฉันไม่ต้องการเป็นบุคคลที่สาม

'gooseberry bush *n.* ต้นไม้เตี้ย ๆ ชนิด *Ribes grossularia* มีผลเล็ก ๆ รับประทานได้; **we found you under a ~** *(fig.)* เราพบหนูที่ใต้ต้นกูสเบอร์รี่ *(คำตอบของผู้ใหญ่เมื่อเด็กเล็ก ๆ ถามว่า 'หนูมาจากไหน')*

goose: ~ bumps *n. pl. (Amer.)* ขนลุก; **~ egg** *n.* ไข่ห่าน; *(fig.)* คะแนนศูนย์; **~flesh** *n., no pl.* ขนลุก; **~foot** *n., pl.* **~foots** *(Bot.)* ต้นตีนเป็ด, ต้นพญาสัตบรรณ; **~grass** *n.* ไม้เลื้อยชนิดหนึ่งมีดอกเล็ก ๆ สีขาว; **~neck** *n.* คอห่าน; *(fig.)* ท่อโลหะอ่อนที่ใช้เป็นข้อต่อ; **~ pimples** *n. pl.* ขนลุก; **have ~ pimples** ขนลุกซู่; **~ step** ❶ *n.* การเดินตบเท้าอย่างทหารเยอรมัน ❷ *v.i.* ก้าวเท้าตรงไม่ย่อเข่า

gopher /'gəʊfə(r)/'โกเฟอะ(ร)/ *n. (Zool.)* Ⓐ หนูขนาดใหญ่ มีถิ่นกำเนิดอยู่ในทวีปอเมริกาเหนือ; Ⓑ *(squirrel)* กระรอกในทวีปอเมริกาเหนือ

gorblimey /gɔː'blaɪmɪ/กอ'บลายมิ/ *int. (Brit. sl.)* โอโห อะไรว่ะ

Gordian knot /gɔːdɪən'nɒt/กอเดียน'นอท/ *n. (lit.)* ปมที่แก้ยาก; *(fig.)* ปัญหาที่แก้ยาก; **cut the ~:** แก้ปัญหาที่ยากด้วยวิธีการเฉียบขาด

[1]**gore** /gɔː(r)/กอ(ร)/ *v.t.* ขวิด; **be ~d to death by a bull** ถูกวัวขวิดถึงแก่ความตาย

[2]**gore** *n. (blood)* เลือด

[3]**gore** *n.* ผ้าสามเหลี่ยมรูปคล้ายชายธง ต่อแทรกอยู่ในเสื้อผ้า; *(of skirt)* ผ้าตัดสามเหลี่ยมที่ประกอบในกระโปรง

gorge /gɔːdʒ/กอจ/ ❶ *n.* Ⓐ โกรกเขา *หรือ* หุบเขาแคบยาวที่มีลำธารไหลผ่านตลอด; Ⓑ **sb.'s ~ rises at sth.** *(fig.)* *ค.น.* รู้สึกสะอิดสะเอียนจาก *ส.น.*; Ⓒ *(rhet.: throat) (of person)* คอหอย; *(of animal)* คอของสัตว์ ❷ *v.i.* สวาปาม ❸ *v.t.* Ⓐ *(satiate)* กินมากจนรู้สึกเอียน; **~ oneself with *or* on sth.** กินอย่างตะกละตะกลาม *หรือ* ขม้ำกลืน *ส.น.*; Ⓑ *(fill full)* รับประทานจนอิ่มแปล้, กินจนล้นคอ

g

gorgeous /ˈɡɔːdʒəs/ˈกอเจิช/ *adj.* Ⓐ *(magnificent)* งดงามยิ่ง; *(richly coloured)* มีสีสันวิจิตรบรรเจิด; **the ~ colours of sth.** สีสันอันวิจิตรของ *ส.น.*; Ⓑ *(coll.: splendid)* วิเศษยิ่ง; **a ~ meal** อาหารมื้อพิเศษ

gorgeously /ˈɡɔːdʒəslɪ/ˈกอเจิชลิ/ *adv.* Ⓐ อย่างงดงามยิ่ง, อย่างวิจิตรบรรจง; **~ decorated** ได้รับการตกแต่งไว้อย่างวิจิตรบรรจง; Ⓑ *(coll.: splendidly)* อย่างวิเศษยิ่ง

gorgon /ˈɡɔːɡən/ˈกอเกิน/ *n.* Ⓐ *(Greek Mythol.) อมนุษย์เพศสตรีสามตนในเทพปกรณัมกรีกโบราณ;* Ⓑ *(person)* หญิงหน้าตาน่าเกลียดน่ากลัว

gorilla /ɡəˈrɪlə/เกอะ'ริลเลอะ/ *n.* ลิงกอริลลา *(ท.ศ.)*

gormandize (**gormandise**) /ˈɡɔːməndaɪz/ˈกอเมินดายซ/ *v.i.* กินอย่างตะกละตะกลาม

gormless /ˈɡɔːmlɪs/ˈกอมลิซ/ *adj. (Brit. coll.)* โง่, ทึ่ม

gorse /ɡɔːs/ˈกอซ/ *n.* ไม้พุ่มในสกุล *Utex ดอกสีเหลืองขึ้นตามแถบทุ่งหญ้าในทวีปยุโรป*

gory /ˈɡɔːrɪ/ˈกอริ/ *adj.* Ⓐ นองเลือด, กระหายเลือด; **a ~ fight** การต่อสู้ที่นองเลือด; Ⓑ *(fig.: sensational)* อื้อฉาว, ตื่นเต้น

gosh /ɡɒʃ/กอช/ *int. (coll.)* ตายจริง

goshawk /ˈɡɒshɔːk/ˈกอซฮอค/ *n. (Ornith.)* เหยี่ยวปีกสั้นชนิด *Accipter gentilis*

gosling /ˈɡɒzlɪŋ/ˈกอซลิง/ *n.* ลูกห่าน

'go-slow /ɡəʊˈsləʊ/ˈโกซโล/ *n. (Brit.)* การประท้วงโดยทำงานช้า

gospel /ˈɡɒspl/ˈกอซป'ล/ *n.* Ⓐ *(Relig.)* พระคัมภีร์ใหม่, ชีวประวัติและคำสั่งสอนของพระเยซู; *(reading)* การอ่านจากพระคัมภีร์ใหม่; Ⓑ *(fig.)* ความจริงที่ไม่มีข้อสงสัย; **take sth. for** *or* **as ~:** ถือว่า *ส.น.* เป็นความจริงทุกประการ; **preach the ~ of nonviolence** เทศนาสั่งสอนให้ใช้วิธีการที่ไม่รุนแรง

gospel: ~ 'oath *n.* คำสัตย์สาบานต่อพระคัมภีร์; **~ singer** *n. นักร้องผิวดำชาวอเมริกัน ร้องเพลงเกี่ยวกับศาสนาในลีลาแบบเพลงชาวบ้าน;* **~ 'truth** *n.* ความจริงที่เชื่อถือได้

gossamer /ˈɡɒsəmə(r)/ˈกอเซอะเมอะ(ร)/ *n.* Ⓐ ใยแมงมุม; **like ~:** เหมือนใยแมงมุม; Ⓑ *(fig.)* สิ่งที่เบาและบาง

gossip /ˈɡɒsɪp/ˈกอซิพ/ ❶ *n.* Ⓐ *(person)* คนชอบนินทา; Ⓑ *(talk)* คำพูดซุบซิบ; การพูดเล่นเจรจา; *(malicious)* การพูดนินทาว่าร้าย; **the latest ~ is that ...:** เรื่องซุบซิบนินทาล่าสุดคือ... ❷ *v.i.* สนทนาซุบซิบ; *(maliciously)* นินทาว่าร้าย

gossip: ~ column *n.* คอลัมน์สังคมซุบซิบ; **~ columnist** *n.* ➤ 489 นักเขียนคอลัมน์สังคมซุบซิบ

gossiper /ˈɡɒsɪpə(r)/ˈกอซิเพอะ(ร)/ ➡ **gossip** 1 A

'gossipmonger *n. (derog.)* คนชอบปล่อยข่าวโคมลอย, คนชอบนินทาคนอื่น

gossipy /ˈɡɒsɪpɪ/ˈกอซิพิ/ *adj.* ชอบนินทา; *(conversational) (รูปแบบการเขียน, จดหมาย)* เหมือนคุยกันเล่น ๆ; **a ~ letter** จดหมายเล่าโน่นเล่านี่

got ➡ **get**

Goth /ɡɒθ/กอธ/ *n.* ชนชาติกอธ *(เผ่าเชื้อสายเยอรมันที่โค่นล้มจักรวรรดิโรมันใน ค.ศ. 3-5)*

Gothic /ˈɡɒθɪk/ˈกอธิค/ ❶ *adj.* Ⓐ เกี่ยวกับชาวกอธ; แบบกอธิก *(ท.ศ.)*; Ⓑ *(Lit.)* ที่น่ากลัวและแปลกประหลาด; **~ novel** *นวนิยายที่เน้นความสยดสยองความน่ากลัวและภูตผีปีศาจ;* Ⓒ *(Printing) (ตัวหนังสือ)* แบบกอธิก *(ตัวดำ เส้นหนา สันบนแหลม)* ❷ *n.* Ⓐ *(Ling.)* ภาษากอธิก; Ⓑ *(Archit.)* สถาปัตยกรรมแบบกอธิก *(มีหลังคายอดแหลมและแกะสลักหินอย่างวิจิตร นิยมใน ค.ศ. 12–16);* Ⓒ *(type, script)* ตัวแบบกอธิก

Gothic Re'vival *n. (Archit.)* การฟื้นฟู*สถาปัตยกรรมแบบกอธิกในศตวรรษที่ 19*

gotta /ˈɡɒtə/ˈกอเทอะ/ *(coll.)* = got to, got a; **I['ve] ~ go** ฉันต้องไปแล้ว; **I['ve] ~ present for you** ฉันมีของขวัญให้คุณห่อหนึ่ง

gotten ➡ **get**

gouache /ɡʊˈɑːʃ/กุ'อาช/ *n. (Art.)* วิธีวาดภาพ*ระบายสีด้วยยางไม้แห้งบดผสมกาว*

gouge /ɡaʊdʒ/กาวจ/ ❶ *v.t.* Ⓐ ใช้สิ่วเจาะ, เซาะร่อง, ขูด; **~ a channel** ใช้สิ่วเซาะให้เป็นร่อง; Ⓑ *(Amer.: overcharge)* ตั้งราคาแบบขูดเลือดขูดเนื้อ ❷ *n.* Ⓐ สิ่ว, รอยขูดของสิ่ว; Ⓑ *(Amer.: overcharging)* การคิดราคาแบบขูดรีด

~ out *v.t.* คว้าน, ควัก, ขุด; **~ sb.'s eye out** ควักลูกตา *ค.น.* ออกมา

goulash /ˈɡuːlæʃ/ˈกูแลช/ *n. (Gastr.)* สตูเนื้อปรุงด้วยพริกจากฮังการี

gourd /ɡʊəd/กอด/ *n.* Ⓐ *(fruit, plant)* ผลไม้จำพวกน้ำเต้า; Ⓑ *(bottle, bowl)* ขวด/ถ้วยน้ำเต้า

gourmand /ˈɡʊəmənd/ˈกัวเมินด/ *n. (glutton)* คนตะกละ, คนช่างกิน

gourmet /ˈɡʊəmeɪ/ˈกัวเม/ *n.* นักชิมอาหาร, นักดื่มเหล้า; **~ meal/restaurant** อาหารอร่อยเป็นพิเศษ/ภัตตาคารที่บริการอาหารอร่อยเป็นพิเศษ

gout /ɡaʊt/เกาท/ *n.* ➤ 453 *(Med.)* โรคเกาต์ *(ท.ศ.) (เกิดจากกรดยูริกในเลือดมากเกินไป)*

gouty /ˈɡaʊtɪ/ˈเกาทิ/ *adj. (Med.)* เกี่ยวกับโรคเกาต์

Gov. *abbr.* Ⓐ **Government** รัฐบาล; Ⓑ **Governor** ผวจ.

govern /ˈɡʌvn/ˈกัว'น/ ❶ *v.t.* Ⓐ *(rule)* ปกครอง *(ประเทศ); (administer)* บริหาร *(มณฑล, จังหวัด);* Ⓑ *(dictate)* ควบคุม, ครอบงำ; **be ~ed by sth.** *ส.น.* ควบคุม, ถูก *ส.น.* ครอบงำ; **self-interest ~s all his actions** ไม่ว่าจะทำอะไรเขาก็คิดถึงแต่ประโยชน์ส่วนตัว; Ⓒ *(regulate proceedings of)* กำหนด, ควบคุม, บงการ; Ⓓ *(be in command of)* มีอำนาจบังคับบัญชา, มีอำนาจสั่งการ; Ⓔ *(restrain)* หักห้าม, อดกลั้น, ยับยั้ง *(นิสัย, อารมณ์);* Ⓕ *(constitute a law or principle for)* บัญญัติ, เป็นพื้นฐาน, เป็นกฎเกณฑ์; **the laws which ~ the animal kingdom** กฎที่เป็นพื้นฐานของอาณาจักรสัตว์; Ⓖ *(Ling.)* ต้องมีกรรมตามหลัง ❷ *v.i.* ปกครอง, บริหาร, ควบคุม

governable /ˈɡʌvənəbl/ˈกัวเวอะเนอะบ'ล/ *adj.* ปกครองได้, ควบคุมได้

governance /ˈɡʌvənəns/ˈกัวเวอะเนินซ/ *n.* วิธีการปกครอง, การควบคุม; *(office, function)* สำนักงานของรัฐบาล, ตำแหน่งหน้าที่; *(control)* อำนาจ, การบังคับบัญชา

governess /ˈɡʌvənɪs/ˈกัวเวอะนิซ/ *n.* ➤ 489 ครูสตรีที่สอนตามบ้าน *(โดยปกติจะพักอยู่กับครอบครัวนั้นด้วย)*

governing /ˈɡʌvənɪŋ/ˈกัวเวอะนิง/ *adj.* Ⓐ *(ruling)* มีอำนาจปกครอง; Ⓑ *(guiding) (อิทธิพล)* ชี้นำ, แนะนำ; **sb.'s ~ principle** หลักการชี้นำของ *ค.น.*; **~ body** คณะกรรมการบริหาร

government /ˈɡʌvnmənt/ˈกัวเวอะเมินท/ *n.* Ⓐ รัฐบาล; **form a G~:** จัดตั้งรัฐบาล; Ⓑ *(system, form)* ระบบการปกครอง; Ⓒ *(an administration or ministry)* คณะผู้บริหาร; **[central] ~:** รัฐบาลกลาง; **~ money** งบกลาง, เงินงบประมาณ, เงินภาษี ฯลฯ; **~ securities** *or* **stocks** หลักทรัพย์ที่รัฐบาลเป็นฝ่ายนำออกจำหน่าย, พันธบัตร; **~-controlled establishment** สถาบันที่รัฐบาลควบคุม; ➡ + **body** 1 D

governmental /ɡʌvnˈmentl/กัว'น'เม็นท'ล/ *adj.* เกี่ยวกับ/เป็นของรัฐบาล

government: ~ department *n.* กรม; **~-funded** *adj.* ที่มีการอุดหนุนจากรัฐบาล; **~ official** *n.* ข้าราชการ, เจ้าหน้าที่ของรัฐ; **~ 'surplus** *n.* เครื่องมือ/อุปกรณ์เหลือใช้ที่รัฐบาลนำออกขาย

governor /ˈɡʌvənə(r)/ˈกัวเวอะเนอะ(ร)/ *n.* ➤ 489 Ⓐ *(ruler)* ผู้ปกครอง, ผู้บริหาร, ผู้ควบคุม; Ⓑ *(of province, town, etc.)* ผู้ว่าราชการ; **a provincial ~:** ผู้ว่าราชการจังหวัด; Ⓒ *(of State of US)* ผู้ว่าการมลรัฐ; Ⓓ *(of institution)* ผู้อำนวยการสถาบัน; **[board of] ~s** [คณะกรรมการ] ผู้บริหารสถาบัน; *(of school)* ผู้อำนวยการโรงเรียน; *(of bank)* ผู้ว่าการ; *(of company)* ผู้อำนวยการ; Ⓔ *(of prison)* ผู้บังคับการ, พัศดี; Ⓕ *(commandant)* ผู้บัญชาการ, ผู้บังคับการ; Ⓖ *(coll.) (employer)* เจ้านาย; *(father)* บิดา; **hey, ~!** *(as voc.: mister)* สวัสดีครับ/คะท่าน!; Ⓗ *(Mech.)* อุปกรณ์บังคับความเร็วหรืออุณหภูมิของเครื่องจักร

Governor-'General *n. ผู้สำเร็จราชการหรือข้าหลวงใหญ่ประจำดินแดนอาณานิคม*

governorship /ˈɡʌvənəʃɪp/ˈกัวเวอะเนอะชิพ/ *n.* ตำแหน่งของผู้ปกครอง

Govt. *abbr.* **Government**

gown /ɡaʊn/กาวน/ *n.* Ⓐ เสื้อชุดมีชายยาว, เสื้อคลุมตัวหลวมยาว; **bridal/baptismal ~:** ชุดพิธีของเจ้าสาว/ชุดสำหรับพิธีรับศีลล้างบาปในคริสต์ศาสนา; Ⓑ *(official or uniform robe)* เสื้อครุย; **town and ~:** ชาวเมืองกับชาวมหาวิทยาลัย; Ⓒ *(surgeon's overall)* เสื้อคลุม

goy /ɡɔɪ/กอย/ *n.* คนที่ไม่ใช่ยิว *(ใช้โดยคนยิว)*

GP *abbr.* Ⓐ **general practitioner;** Ⓑ **Grand Prix**

GPO *abbr.* Ⓐ *(Hist.)* **General Post Office** ไปรษณีย์กลาง; Ⓑ *(Amer.)* **Government Printing Office** สำนักงานการพิมพ์ของรัฐบาล

GPS *n. abbr.* **Global Positioning System** ระบบจีพีเอส

gr. *abbr.* Ⓐ **grain[s]** เกรน *(ท.ศ.);* Ⓑ **gram[s]** g; ก.; Ⓒ **gross** รายได้มวลรวม

grab /ɡræb/แกรบ/ ❶ *v.t.*, **-bb-:** Ⓐ ฉวย, คว้า; *(seize)* จับ, ดึง; *(capture, arrest)* จับกุม; **~ sth. away from sb.** ฉวย *ส.น.* ไปจาก *ค.น.*; **~ sb. by the arm** *etc.* คว้าจับแขน ฯลฯ *ค.น.*; **should we ~ some food** *or* **a bite to eat?** *(coll.)* เรารีบหาอะไรกินกันก่อนไหม; **could you ~ a table while I ...** *(coll.)* ช่วยจับจองโต๊ะไว้หน่อยได้ไหมในขณะที่ฉัน...; **I managed to ~ her before she got on the bus** *(stop her)* ฉันดึงตัวเธอไว้ได้ก่อนที่เธอจะขึ้นรถประจำทาง; **~ the chance** ฉวยโอกาส; **I would ~ an offer like that** ฉันจะรีบรับข้อเสนอแบบนั้นโดยเร็ว; **~ hold of sb./sth.** จับ *ค.น./ส.น.* ไว้แน่น; Ⓑ *(coll.: impress)* **how does that ~ you?** เรื่องนั้นประทับใจคุณอย่างไรบ้าง; **this doesn't [really] ~ me** เรื่องนี้ไม่ [ค่อยจะ] ประทับใจฉัน ❷ *v.i.*, **-bb-** Ⓐ **~ at sth.** พยายามคว้า *ส.น.* เอาไว้อย่างรวดเร็ว; **don't ~ like that!** อย่ากระชากอย่างนั้น!; Ⓑ *(act jerkily) (ห้ามล้อ)* กระชาก, กระตุก

❸ *n.* (A) **make a ~ at** *or* **for sb./sth.** กระชาก ค.น./ฉวยคว้า *ส.น.* ไว้; **be up for ~s** *(coll.)* เปิดโอกาสให้ทุกคนได้ลอง; *(ตำแหน่ง)* ว่างอยู่; (B) *(coll.: robbery)* การปล้น; *(burglary)* การขโมย; (C) *(Mech.)* เครื่องจักรที่ใช้สำหรับยกของหนัก; ➡ **+ smash-and-grab [raid]**

grab: ~ bag *n. (Amer.)* กล่องใส่ฉลาก; **~ handle** *n.* ห่วงจับสำหรับผู้โดยสาร; **~ rail** *n.* ราวจับยึดบนรถโดยสาร

grace /greɪs/เกฺรซฺ/ ❶ *n.* (A) *(charm)* ความงดงาม, ลีลาอันสวยงาม; (B) *(attractive feature)* คุณสมบัติ; เสน่ห์; **airs and ~s** วางท่าทางมีเสน่ห์; มีท่าโอ้อวดมากเกินไป; (C) *(accomplishment)* **social ~s** เข้าสังคมได้เก่ง; (D) *(decency)* ความสุภาพ, ความมีมารยาท; **have the ~ to do sth.** มีมารยาทดีพอที่จะทำ *ส.น.*; **he didn't even have the ~ to apologize** เขาไม่มีมารยาทแม้แต่จะกล่าวคำขอโทษ; *(civility)* **with [a] good/bad ~:** โดยแสดงความเต็มใจ/ไม่เต็มใจ; **he accepted my criticism with good/bad ~:** เขารับฟังคำวิจารณ์ของฉันอย่างมีมารยาท/ไม่มีมารยาท; (E) *(favour)* ความกรุณา; *(Theol.)* พระกรุณาธิคุณ; **be in sb.'s good ~s** เป็นที่ชื่นชอบโปรดปรานของ *ค.น.*; **~ and favour house/residence** *etc.* ที่พักอาศัยที่ไม่ต้องจ่ายเงิน/บ้านพระราชทาน; **act of ~:** ฐานกรุณา; **there, but for the ~ of God, go I** ถ้าโชคไม่ดีฉันก็จะอยู่ในสภาพเดียวกันก็ได้; **by the ~ of God/Queen of ...:** โดยพระมหากรุณาธิคุณของพระผู้เป็นเจ้า/พระราชินีแห่ง...; **state of ~** *(Theol.)* สถานะอันเป็นที่พอพระทัยของพระผู้เป็นเจ้า; **he fell from ~:** เขาไม่ได้รับความชื่นชมอีกต่อไป; (F) *(favour shown by granting delay)* การผ่อนผัน, การยืดเวลา; *(Commerc.)* การยืดเวลาการจ่ายเงิน; **give sb. a day's ~:** ผ่อนผันให้ *ค.น.* ยืดเวลาการจ่ายเงินได้อีกหนึ่งวัน; **we will grant you two weeks' ~:** เราจะอนุญาตให้คุณยืดเวลาการจ่ายเงินได้อีกสองสัปดาห์; **~ period** ระยะปลอดชำระหนี้; (G) *(prayers)* *การอธิษฐานขอบคุณพระเจ้าก่อนรับประทาน;* **say ~:** กล่าวคำอธิษฐานขอบคุณพระเจ้าก่อนรับประทานอาหาร; (H) *in address* **Your G~:** *ใช้เป็นคำเรียกดยุค ดัชเชส และอาร์ชบิชอป;* (I) *(Mus.)* ➡ **~-note**; (J) *(Greek Mythol.)* **the Graces** *เทพธิดาสามพี่น้องในเทพปกรณัมของกรีกผู้ประทานความงามความมีเสน่ห์และความสุขให้แก่มวลมนุษย์;* ➡ **+ saving ~**

❷ *v.t.* (A) *(adorn)* ประดับ, ตกแต่ง, ทำให้งามขึ้น; (B) *(honour)* ให้เกียรติ; **~ a premiere by** *or* **with one's presence** มาเป็นประธานในการเปิดรอบปฐมทัศน์

graceful /ˈgreɪsfl/ˈเกฺรซฟ'ล/ *adj.* สวยงาม, สง่า; **a ~ dancer** นักเต้นรำที่มีท่วงท่าสง่างาม

gracefully /ˈgreɪsfəlɪ/ˈเกฺรซเฟอะลิ/ *adv.* อย่างสวยงาม, อย่างสง่างาม; **grow old ~:** เป็นคนสูงอายุที่สง่าน่านับถือ

gracefulness /ˈgreɪsflnɪs/ˈเกฺรซฟ'ลนิซ/ *n., no pl.* ความสวยงาม, ความนิ่มนวล; *(of movement, form, style)* รูปร่างท่าทางดี; ความสง่างาม

graceless /ˈgreɪslɪs/ˈเกฺรซลิซ/ *adj. (lacking sense of decency)* หยาบคาย, ไม่รู้การควรไม่ควร, ไม่มีมารยาท; *(lacking charm and elegance)* ขาดเสน่ห์, ไม่สง่างาม, เงอะงะงุ่มง่าม

'grace note *n. (Mus.)* *ตัวโน้ตที่เพิ่มเพื่อให้เพลงลวดลาย แต่ไม่จำเป็นสำหรับทำนอง*

gracious /ˈgreɪʃəs/ˈเกฺรเชิซ/ ❶ *adj.* (A) โอ่อ่า, มีเมตตา; *(iron./joc.)* วิเศษละ; **~ living** วิถีชีวิตที่โอ่อ่า; **our ~ Queen** สมเด็จพระราชินีผู้ทรงพระคุณอันประเสริฐ; (B) *(merciful)* กรุณา ❷ *int.* **good[ness]~!, [goodness] ~ me!** ตายจริง

graciously /ˈgreɪʃəslɪ/ˈเกฺรเชิซลิ/ *adv.* อย่างสง่างาม, อย่างนิ่มนวล, อย่างสุภาพ; *(with condescension)* อย่างโอ้อวด

gradation /grəˈdeɪʃn/เกฺรอะ'เดช'น/ *n.* (A) *usu. in pl. (stage)* **~s of madness/an illness** ขั้นตอนของความบ้า/โรค; (B) *(degree in rank, merit, intensity etc.)* อันดับ, ระดับ; **~s of colour** การไล่ระดับสี; **~ on a thermometer** ขีดแบ่งระดับอุณหภูมิ

grade /greɪd/เกฺรด/ ❶ *n.* (A) ขั้น, ตอน, ตำแหน่ง, อันดับ; *(Mil.)* ชั้นยศทหาร; *(salary ~)* ขั้นเงินเดือน; *(in things: degree of quality, size, or value)* ระดับ, ขนาด, คุณภาพ; *(of textiles)* คุณภาพ; *(position, level)* ชั้น, ตำแหน่ง, ระดับ; *(intensity of illness)* ความรุนแรง, ระดับ; **what ~ is your job?** งานที่คุณทำอยู่ในระดับอะไร; **a high ~ of intelligence** มีสติปัญญาอยู่ในระดับสูง; (B) *(Amer. Sch.: class)* ชั้นเรียน; (C) *(Sch., Univ.: mark)* คะแนน, เกรด *(ท.ศ.)*; **attain ~ B or a higher ~:** ได้คะแนนระดับบีหรือสูงกว่านั้น; (D) *(Amer.: gradient) (ascent)* ทางลาดขึ้น; *(descent)* ลาดลง; **at ~:** ในระดับ, อัตราลาด; (E) **on the up/down ~** *(lit.)* สูงขึ้น/ต่ำลง; *(fig.)* ดีขึ้น/เลวลง; **make the ~:** ได้มาตรฐาน, ทำคะแนนได้

❷ *v.t.* (A) แบ่งชั้น, จัดชั้น; คัด *(ขนาด, คุณภาพ)*; **eggs are ~d from small to extra large** ไข่ไก่ถูกจำแนกตามขนาดจากเล็กจนถึงขนาดใหญ่พิเศษ; (B) *(mark)* ให้คะแนน; **grade down** ปรับคะแนนลง

❸ *v.i. (pass gradually)* ค่อย ๆ ผ่าน/เปลี่ยนไปตามลำดับ

'grade crossing *n. (Amer.)* จุดตัดเส้นทางในพื้นราบ; *(of railroad tracks and road)* จุดตัดของทางรถไฟและถนน

grader /ˈgreɪdə(r)/ˈเกฺรเดอะ(ร)/ *n. (Amer. Sch.)* **a ninth-/tenth-~:** นักเรียนชั้น 9/ชั้น 10

'grade school *n. (Amer.)* โรงเรียนประถมศึกษา

gradient /ˈgreɪdɪənt/ˈเกฺรเดียนทฺ/ *n.* (A) *(amount of slope) (ascent)* ทางลาดขึ้น; *(descent)* ทางลาดลง; *(inclined part of road)* ส่วนลาดของถนน; **a ~ of 1 in 10** อัตราการลาด 1 ต่อ 10; (B) *([rate of] rise or fall of temperature etc.)* อัตราการขึ้นหรือลง; *(ascent)* อัตราการขึ้น; *(descent)* อัตราการลง

gradual /ˈgrædʒʊəl/ˈแกฺรฺจุเอิล/ *adj. (การเพิ่มขึ้น, ลดลง)* ทีละน้อย; *(การดีขึ้น)* ค่อยเป็นค่อยไป

gradually /ˈgrædʒʊəlɪ/ˈแกฺรฺจุลิ/ *adv.* ทีละเล็กละน้อย, อย่างค่อยเป็นค่อยไป

graduate ❶ /ˈgrædʒʊət/ˈแกฺรฺจุเอิท/ *n.* (A) *(who has left university)* จบมหาวิทยาลัย; **university ~:** บัณฑิตมหาวิทยาลัย; **he is an Oxford ~:** เขาเป็นบัณฑิตจากมหาวิทยาลัยออกซฟอร์ด; (B) *(Amer. Sch.) (from high school)* ผู้ที่เรียนจบโรงเรียนมัธยมศึกษา ❷ /ˈgrædʒʊeɪt/ˈแกฺรฺจุเอท/ *v.i.* (A) สำเร็จการศึกษาในระดับปริญญาตรี; **he ~d from Oxford University** เขาได้รับปริญญาตรีจากมหาวิทยาลัยออกซฟอร์ด; (B) *(Amer. Sch.)* สำเร็จการศึกษาและได้รับประกาศนียบัตร; (C) *(move up)* **he's ~d from comics to detective stories** เขาพัฒนาตนเองจากที่เคยอ่านหนังสือการ์ตูนตลกไปอ่านหนังสือนักสืบแล้ว; (D) *(pass by degrees)* ค่อย ๆ แปลงเป็น; **~ into** ค่อย ๆ กลายเป็น

❸ /ˈgrædʒʊeɪt/ˈแกฺรฺจุเอท/ *v.t.* (A) *(mark out)* จัดชั้น, ทำเครื่องหมาย, แบ่งขีด *(บนเครื่องวัดปรอท)*; *(arrange in gradations)* จัดเป็นลำดับ; (B) *(Amer. Univ.)* จบมหาวิทยาลัย; *(Amer. Sch.)* เรียนจบ

graduated /ˈgrædʒʊeɪtɪd/ˈแกฺรฺจุเอทิด/ *adj. (marked with lines)* มีขีดเส้นแบ่ง; *(arranged in grades)* ซึ่งจัดเป็นลำดับขั้น; **~ markings** ขีดแบ่งตามลำดับขั้น

graduate school /ˈgrædʒʊət skuːl/ˈแกฺรฺจุเอิทซกูล/ *n. (Amer.)* บัณฑิตวิทยาลัย

graduation /grædʒʊˈeɪʃn/แกฺรฺจุ'เอช'น/ *n.* (A) *(Univ.)* การสำเร็จการศึกษา, การได้รับปริญญาตรี; (B) *(Amer. Sch.)* การสำเร็จจากโรงเรียนหรือสถาบันการศึกษา, การได้รับประกาศนียบัตร; (C) *attrib.* *(พิธีมอบ, ชุดรับ)* ปริญญา; (D) *(mark on a scale)* เครื่องหมาย/ขีดบอกระดับ

graffiti /grəˈfiːtɪ/เกฺรอะ'ฟีทิ/ *n. sing. or pl.* *ข้อความหรือภาพวาดบนกำแพงสาธารณะของพวกมือบอน*

¹graft /grɑːft, græft/กฺราฟทฺ, แกฺรฟทฺ/ ❶ *n.* (A) *(Bot.) (shoot, scion)* กิ่งตอน, กิ่งอ่อนทาบเข้ากับต้นตอใหม่; *(process)* การทาบกิ่ง; *(place)* จุดที่ทาบกิ่ง; (B) *(Med.)* การปลูกหนัง; (C) *(Brit. coll.: work)* งานหนัก ❷ *v.t.* (A) *(Bot.)* ทาบกิ่ง; (B) *(Med.)* ย้ายหนัง, เพาะเนื้อ ❸ *v.i.* (A) *(Bot.)* ต่อกิ่ง, ทาบกิ่ง; (B) *(Brit. coll.: work)* ทำงานหนัก

²graft *(coll.)* ❶ *n. (dishonesty)* ความไม่ซื่อสัตย์, การติดสินบน; *(profit)* ผลประโยชน์ที่ได้มาโดยไม่สุจริต ❷ *v.i.* ให้สินบน, โกง

grafter /ˈgrɑːftə(r), ˈgræftə(r)/ˈกฺราฟเทอะ(ร), ˈแกฺรฟเทอะ(ร)/ *n. (Brit. coll.)* (A) *(dishonest person)* คนโกง, คนไม่ซื่อสัตย์; (B) *(worker)* คนทำงานหนัก

Grail /greɪl/เกฺรล/ *n.* **[Holy] ~:** *จอกที่พระเยซูทรงใช้ดื่มเมื่อเสวยอาหารค่ำมื้อสุดท้ายและโยเซฟแห่งอาริมาเธียใช้รองพระโลหิตที่ตกเมื่อถูกตรึงกางเขน เป็นสิ่งที่อัศวินยุคกลางแสวงหา*

grain /greɪn/เกฺรน/ ❶ *n.* (A) เมล็ดข้าว; *(collect.: [species of] corn)* ข้าวพันธุ์ต่าง ๆ; (B) *(particle)* อนุภาค, ส่วนที่เล็กที่สุด; (C) *(unit of weight)* เกรน *(ท.ศ.)*, หน่วยน้ำหนักที่เล็กที่สุด *(0.0648 กรัม)*; *(fig.: small amount)* **a ~ of truth** มีความจริงอยู่น้อยมาก; **not a ~ of love/sense** ไม่มีความรัก/สติสักนิดเดียว; (D) *(texture)* เนื้อผ้า, ลายหิน; *(of fibre in wood)* เส้นใย, ลายไม้; *(in paper)* แนวใยกระดาษ; *(in leather)* เนื้อหนัง; **go against the ~ [for sb.]** *(fig.)* ขัดหรือฝืนความรู้สึก *ค.น.* ❷ *v.t.* ทำให้มีเนื้อหยาบ/บาง *(กระดาษ)*; ขูดให้เป็นขุย, ทาสีเลียนลายไม้

grained /greɪnd/เกฺรนด/ *adj. (กระดาษ, ไม้, หิน)* เป็นลาย; **coarse-~** เป็นเม็ดหยาบ; *(กระดาษ)* เนื้อหยาบ

'grain elevator *n.* สายพานยกข้าวขึ้นเข้าที่เก็บ

grainy /ˈgreɪnɪ/ˈเกฺรนิ/ *adj.* เต็มไปด้วยเมล็ดเล็ก ๆ, เป็นเม็ด; *(กระดาษ)* มีเนื้อหยาบ; *(ไม้)* เป็นลาย

gram /græm/แกฺรม/ *n.* ➤ **1013** กรัม *(ท.ศ.)*

grammar /ˈgræmə(r)/ˈแกฺรเมอะ(ร)/ *n.* (A) ไวยากรณ์; *(book)* หนังสือไวยากรณ์; **sth. is [bad] ~:** *ส.น.* ผิดไวยากรณ์; (B) *(Brit. coll.)* ➡ **grammar school** A

g

grammar book | grapple 400

'grammar book *n.* หนังสือไวยากรณ์
grammarian /grə'meərɪən/เกรอะ'แมเรียน/ *n.* นักไวยากรณ์, ผู้เชี่ยวชาญด้านไวยากรณ์
'grammar school *n.* Ⓐ *(Brit.)* โรงเรียนมัธยมศึกษาที่ต้องสอบเข้า มีหลักสูตรเน้นหนักทางวิชาการ; Ⓑ *(Amer.)* โรงเรียนประถมศึกษา
grammatical /grə'mætɪkl/เกรอะ'แมทิค'ล/ *adj.* Ⓐ ถูกหลักไวยากรณ์; **a ~ error** ผิดหลักไวยากรณ์; Ⓑ *(of grammar)* เกี่ยวกับไวยากรณ์; **~ analysis** การวิเคราะห์ทางไวยากรณ์
grammatically /grə'mætɪkəlɪ/เกรอะ'แมทิเคอะลิ/ *adv.* ตามหลักไวยากรณ์; **speak English ~:** พูดภาษาอังกฤษถูกต้องตามหลักไวยากรณ์
gramme ➡ **gram**
Grammy /'græmɪ/'แกรมิ/ *n.* รางวัลแกรมมี *(ท.ศ.) (รางวัลแผ่นเสียงทองคำที่ให้สำหรับนักดนตรี/นักร้องดีเด่นประจำปี)*
gramophone /'græməfəʊn/'แกรมเมอะโฟน/ *n.* เครื่องเล่นแผ่นเสียง, หีบเสียง
'gramophone record *n.* แผ่นเสียง
gran /græn/แกรน/ *n. (coll./child lang.)* ย่า, ยาย
granary /'grænərɪ/'แกรเนอะริ/ *n.* Ⓐ ยุ้งข้าว, ฉางข้าว; Ⓑ **~ [loaf]** *ขนมปังที่ทำจากข้าวสาลีล้วน ๆ ที่บดไม่ละเอียด*
grand /grænd/แกรนด/ ❶ *adj.* Ⓐ *(in official titles: chief)* สูงสุด; *(อาจารย์)* ใหญ่; ➡ **+ cross** 1 G; **lodge** 1 C; Ⓑ *(most or very important)* สำคัญที่สุด; **~ finale** ฉากสุดท้ายที่ยิ่งใหญ่ที่สุด; ➡ **+ ²slam;** Ⓒ *(final)* **~ total** สรุปยอด; Ⓓ *(main) (ห้องโถง, บันได)* หลัก; Ⓔ *(great)* ยิ่งใหญ่; **~ army** กองทัพใหญ่; Ⓕ *(splendid)* งดงาม, โอ่อ่า; *(impressive)* น่าประทับใจ; *(conducted with solemnity, splendour, etc.)* มีท่าทางเคร่งขรึม, สง่างาม; **live in ~ style** ดำรงชีวิตอย่างหรูหรา; Ⓖ *(distinguished)* เด่น, สง่า, ยอดเยี่ยม; **put on a ~ air** วางท่าทางสง่า; Ⓗ *(dignified, lofty)* ภูมิฐาน, สูงส่ง; *(noble, admirable)* เป็นผู้ดี, น่าชื่นชม; Ⓘ *(coll.: excellent)* ยอดเยี่ยม

❷ *n.* Ⓐ *(piano)* แกรนด์เปียโน *(ท.ศ.);* Ⓑ *pl. same (coll.: thousand pounds or (Amer.) dollars)* หนึ่งพันปอนด์, หนึ่งพันดอลลาร์
grandad /'grændæd/'แกรนแดด/ *n. (coll./child lang.)* ตา, ปู่
grand: ~aunt *n.* ยาย *(น้า ป้าหรืออาของพ่อแม่);* **~child** *n.* หลาน; **~dad[dy]** /'grændæd(ɪ)/แกรนแดดิ/ *n. (coll./child lang.)* ปู่, ตา; **~daughter** *n.* หลานสาว; **~ 'duchess** *n.* ชายาของดยุคเจ้าผู้ครองนคร; **~ 'duchy** *n.* อาณาเขตในปกครองของเจ้าผู้ครองนคร; **~ 'duke** *n.* ดยุค, เจ้าผู้ครองนคร *(เป็นโอรสของกษัตริย์)*
grandee /græn'di:/แกรน'ดี/ *n. ผู้มีฐานะทางสังคมชั้นสูงของประเทศสเปนและโปรตุเกส*
grandeur /'grændʒə(r)/'แกรนเจอะ(ร)/ *n.* Ⓐ ความสง่างาม, ความสูงศักดิ์, ความยิ่งใหญ่; **the ~ of the Swiss Alps** ความยิ่งใหญ่ของเทือกเขาแอลป์; Ⓑ *(splendour of living, surroundings, etc.)* ความโอ่อ่า, ความรุ่งโรจน์; **live a life of ~:** ดำเนินชีวิตอย่างโอ่อ่า; Ⓒ *(nobility of character)* ความสูงส่ง, ความมีคุณธรรมสูง; Ⓓ *(power, rank)* อำนาจ, ตำแหน่ง
'grandfather *n.* ปู่, ตา; **~ clock** นาฬิกาไม้ทรงสูง
grandiloquence /græn'dɪləkwəns/แกรน'ดิลเลอะเควินซ/ *n., no pl.* การพูดโอ้อวด; *(of style)* โอหัง, โอ้อวด
grandiloquent /græn'dɪləkwənt/แกรน'ดิลเลอะเควินท/ *adj. (สุนทรพจน์, วิธีพูด)* โอ้อวด, โอหัง
grandiose /'grændɪəʊs/'แกรนดิโอซ/ *adj.* Ⓐ *(impressive)* สร้างความประทับใจ, ใหญ่โต, โอ่อ่า; Ⓑ *(pompous)* หยิ่งยโส, ทะนงตัว
grand 'jury *n. (Hist./Amer.)* คณะลูกขุน
grandly /'grændlɪ/'แกรนดลิ/ *adv. (ใช้ชีวิต)* อย่างยิ่งใหญ่; *(แต่งตัว)* อย่างหรูหรา
grand: ~ma[ma] *n. (coll./child lang.)* ย่า, ยาย; **~ 'master** *n.* หัวหน้าอัศวิน, ผู้ชนะเลิศเกมหมากรุก; **~mother** *n.* ย่า, ยาย; ➡ **+ 'egg; G~ 'National** *n. (Brit. Horseracing) การแข่งม้ากระโดดข้ามเครื่องกีดขวางประจำปี;* **~nephew** *n.* หลานชาย *(หลานของลูกพี่ลูกน้อง)*
grandness /'grændnɪs/'แกรนดนิซ/ *n., no pl.* ความสง่าผ่าเผย, ความโอ่โถง; *(pomp)* ความยิ่งใหญ่, ความมีพิธีรีตองมาก
grand: ~niece *n.* หลานสาว *(หลานของลูกพี่ลูกน้อง);* **~ old man** *n.* เจ้าพ่อ, บุคคลอาวุโส *(ที่ได้รับการยกย่องนับถือทางศาสตร์ใดศาสตร์หนึ่ง);* **the ~ old man of the English theatre** ท่านผู้เชี่ยวชาญในด้านการละครอังกฤษ; **G~ Old Party** *n. (Amer.)* พรรครีพับลิกันของอเมริกา; **~ 'opera** *n.* มหาอุปรากร; **~pa[pa]** *n. (coll./child lang.)* ปู่, ตา; **~parent** *n. (male)* ปู่, ตา; *(female)* ย่า, ยาย; **~parents** ปู่ย่าตายาย; **~ pi'ano** *n.* แกรนด์เปียโน *(ท.ศ.);* **G~ Prix** /grɑ̃ 'pri:/กรอนพริ/ *n.* การแข่งขันรถหรือจักรยานประจำปีที่ประเทศต่าง ๆ; **~sire** *n. (arch.) (grandfather)* ปู่, ตา; *(ancestor)* บรรพบุรุษ; **~son** *n.* หลานชาย; **~stand** *n.* อัฒจันทร์ใหญ่ *(ที่สนามแข่ง/สนามม้า/สนามกีฬา);* **~stand finish** การชนะอย่างหวุดหวิดตื่นเต้น; **~stand view** การมองเห็นอย่างชัดเจน; **~stand play** *(Amer.)* การเล่นอวดฝีมือเพื่อเรียกเสียงตบมือจากผู้ชม; **~ 'tour** *n.* Ⓐ *(Hist.) การไปทัศนาจรตามเมืองใหญ่ ๆ เพื่อชมศิลปะ ซึ่งชาวอังกฤษชั้นสูงนิยมในศตวรรษที่ 19;* Ⓑ *(fig.)* **make the ~ tour of** ไปทัศนาจรหลาย ๆ แห่งเพื่อเปิดหูเปิดตา; **~uncle** *n.* ปู่, ตา *(พี่/น้องชายของปู่ ย่า ตา ยาย)*
grange /greɪndʒ/เกรนจ/ *n.* บ้านในชนบทที่มีโรงฟาร์มปลูกอยู่ใกล้ ๆ
granite /'grænɪt/'แกรนิท/ *n.* Ⓐ หินแกรนิต *(ท.ศ.) (หินอัคนีที่แข็งและทนทานมาก);* Ⓑ *(fig.: unyieldingness)* ความตั้งใจมั่นไม่ยอมแพ้
granny (grannie) /'grænɪ/'แกรนิ/ *n.* Ⓐ *(coll./child lang.)* ย่า, ยาย; Ⓑ ➡ **granny knot**
granny: ~ flat *n. ห้องชุดในบ้านที่แยกเป็นส่วนตัวสำหรับญาติชรา;* **~ knot** *n.* เงื่อนหลง, เงื่อนที่ผูกไม่ถูกวิธีทำให้ปมไม่แน่น
grant /grɑ:nt, US grænt/กรานท, แกรนท/ ❶ *v.t.* Ⓐ *(consent to fulfil)* อนุญาต *(คำขอร้อง);* **~ sb. his wish** อนุญาต ค.น. ให้กระทำตามที่เขาต้องการ; Ⓑ *(concede, give)* ยอม, ยินยอม; ให้ *(เวลา, สัมภาษณ์); (transfer legally)* โอนทรัพย์สิน (to ให้); Ⓒ *(in argument)* เห็นด้วยในเบื้องต้น, ยอมรับ; **~ed that ...:** ถ้ายอมรับกันว่า...; **~ing this to be true** *or* **that this is true** ถ้ายอมว่าเรื่องนี้จริง/เป็นเรื่องจริง; **take sb./sth. [too much] for ~ed** เอาเปรียบ ค.น./ส.น. หรือไม่เห็นคุณค่าของ ค.น./ส.น. [เท่าที่ควร]; **he's a good fellow, [that] I ~ you** ที่เขาเป็นคนดี ฉันก็เห็นด้วยกับคุณ; **I beg your pardon – G~ed** ขอโทษ ไม่เป็นไร; **nobody likes to be taken for ~ed** ไม่มีใครชอบถูกเอาเปรียบ

❷ *n.* Ⓐ *(sum of money)* จำนวนเงิน; *(financial aid [to student])* เงินทุน; *(scholarship)* ทุนการศึกษา; Ⓑ *(conceding, allowing) (of request, respite)* การยินยอม, การอนุญาต; *(of pension, holiday)* การได้รับ; *(of award, degree)* การมอบ; *(of permission)* การให้
'grant-aided school *n. (Brit.)* โรงเรียนที่ได้รับเงินอุดหนุนจากรัฐบาล
grant-in-'aid *n., pl.* **grants-in-aid** *(Educ.)* เงินช่วยเหลือด้านการศึกษาจากรัฐบาล
granular /'grænjʊlə(r)/'แกรนิวเลอะ(ร)/ *adj. (Med.)* ซึ่งประกอบด้วยเม็ดเล็ก ๆ
granulate /'grænjʊleɪt/'แกรนิวเลิท/ *v.t.* ทำให้เป็นเม็ดเล็ก ๆ; **~d sugar** น้ำตาลทรายหยาบ
granule /'grænju:l/'แกรนิวล/ *n.* เม็ดเล็ก ๆ; **instant-coffee ~s:** ผงกาแฟหยาบ ๆ
grape /greɪp/เกรพ/ *n.* องุ่น, ผลองุ่น; **a bunch of ~s** องุ่นพวงหนึ่ง; **the juice of the ~** *(literary)* น้ำองุ่น; **[it's] sour ~s** *(fig.)* ว่าสิ่งหนึ่งเพราะตนเองเอาไม่ได้/ทำไม่ได้
grape: ~fruit *n., pl. same* ส้มโอเล็กชนิด *Citrus paradisi;* **~ harvest** *n.* การเก็บเกี่ยวองุ่น; **~ 'hyacinth** *n.* ไม้ดอกในสกุล *Muscar;* ดอกสีม่วงเป็นช่อแน่น; **~ juice** *n.* น้ำองุ่น; **~-shot** *n., pl. same (Mil. Hist.)* ลูกกระสุนแบบดาวกระจายยิงจากปืนใหญ่; **~vine** *n.* Ⓐ ต้นหรือเถาองุ่น; Ⓑ *(fig.)* **the ~vine** การถ่ายทอดข่าวโดยพูดต่อ ๆ กัน, ข่าวลือ; **I heard [it] on the ~vine that they were getting married** ฉันรู้จากข่าวที่เขาพูดต่อ ๆ กันมาว่า คู่นั้นกำลังจะแต่งงาน
graph /grɑ:f, græf/กราฟ, แกรฟ/ ❶ *n.* กราฟ *(ท.ศ.),* แผนภูมิ/ภาพแสดงความเปลี่ยนแปลงของค่าตัวแปร; *(Math.)* กราฟตัวเลข ❷ *v.t.* ลากเส้นกราฟ, แสดงเป็นกราฟ
graphic /'græfɪk/'แกรฟิค/ ❶ *adj.* Ⓐ เกี่ยวกับภาพเขียน, เกี่ยวกับภาพวาดลายเส้น; **~ art** ศิลปะที่เกี่ยวกับภาพลายเส้น/ภาพวาด, ศิลปะกราฟิก *(ท.ศ.);* **~ artist** ศิลปินที่ทำงานเกี่ยวกับภาพลายเส้น/ภาพวาดและตัวพิมพ์; Ⓑ *(clear, vivid)* ชัดเจน, ได้ภาพ; **in ~ detail** ให้ความหมายอย่างละเอียดชัดเจน ❷ *n.* Ⓐ *(product)* ภาพวาด, ภาพเขียน, กราฟิก *(ท.ศ.);* Ⓑ *in pl.* ➡ **graphics**
graphical /'græfɪkl/'แกรฟิค'ล/ ➡ **graphic** 1
graphically /'græfɪklɪ/'แกรฟิคลิ/ *adv.* Ⓐ *(clearly, vividly)* อย่างชัดเจน, อย่างได้ความรู้สึก; Ⓑ *(by use of graphic methods)* โดยการใช้ภาพวาด, โดยการใช้กราฟิก
graphic 'arts *n. pl.* ศิลปะที่เกี่ยวกับภาพเขียนภาพวาดลายเส้น การจารึก และการทำภาพพิมพ์
graphics /'græfɪks/'แกรฟิคซ/ *n. (design and decoration)* การออกแบบและภาพประกอบ; *(use of diagrams)* การใช้แผนภูมิประกอบ; **computer ~:** การใช้คอมพิวเตอร์ในการร่างภาพ; **~ tablet** *n.* แผ่นเขียนอิเล็กทรอนิกส์
graphite /'græfaɪt/'แกรไฟท/ *n.* ตะกั่วดำ, แร่คาร์บอนชนิดหนึ่งใช้ทำไส้ดินสอ, แกรไฟต์ *(ท.ศ.)*
graphologist /grə'fɒlədʒɪst/เกรอะ'ฟอเลอะจิซท/ *n.* ➤ **489** ผู้เชี่ยวชาญเกี่ยวกับลายมือ
graphology /grə'fɒlədʒɪ/เกรอะ'ฟอเลอะจิ/ *n.* การศึกษาลายมือและทำนายบุคลิก
'graph paper *n.* กระดาษเขียนกราฟ
grapnel /'græpnəl/'แกรพเนิล/ *n.* ตะขอเหล็กผูกไว้กับเชือกเหวี่ยงไปเกาะกับสิ่งอื่น; *(to seize ship)* สมอขนาดเล็กมีหลายแฉก
grapple /'græpl/'แกรพ'ล/ ❶ *v.i. (in fighting)* ปล้ำ, ต่อสู้อย่างใกล้ชิด; **they ~d together** *(Wrestling)* เขาปล้ำต่อสู้กัน; **~ with** *(fig.)* ต่อสู้กับ *(ปัญหา);* **~ with death** ต่อสู้เพื่อเอาชีวิตรอด ❷ *v.t.* Ⓐ *(seize, fasten)* ฉวย, จับ, ผูก; *(drag)* ลาก; Ⓑ *(grip with hands)* คว้าจับ, บีบแน่น

grappling: ~-hook, ~-iron *n.* ตะขอเหล็กขนาดใหญ่; ➡ **grapnel**

grasp /grɑːsp, græsp/กราซพฺ, แกรซพฺ/ ❶ *v.i.* ~ **at** *(lit. or fig.)* พยายามจะฉวย/คว้า/จับ *ส.น.*; ~ **at an opportunity** พยายามฉวยโอกาส; ➡ + **straw** B
❷ *v.t.* Ⓐ *(clutch at, seize)* ฉวย, จับ, คว้า, ยึด; **manage to ~:** สามารถจับไว้ได้; Ⓑ *(hold firmly)* ยึดไว้แน่น, จับไว้แน่น; ~ **sb. in one's arms** กอดรัด *ค.น.* เอาไว้แน่น; ~ **the nettle** *(fig.)* ต่อสู้กับปัญหาอย่างมั่นคงกล้าหาญ; Ⓒ *(understand)* เข้าใจ, จับความได้ *(ความหมาย, วิชา)*
❸ *n.* Ⓐ *(firm hold)* การจับ, การยึดไว้แน่น; **twist from sb.'s ~:** สะบัดหลุดจากการจับของ *ค.น.*; **he had my hand in a firm ~:** เขาจับมือของฉันไว้แน่น; **tighten/loosen one's ~:** จับไว้แน่นขึ้น/คลายมือที่จับให้หลวม; **sth. is within/beyond sb.'s ~:** *ส.น.* อยู่ในเงื้อมมือ/อยู่เกินเอื้อมมือคว้าของ *ค.น.*; **success was almost within/was completely beyond his ~** *(fig.)* ความสำเร็จพอมองเห็นอยู่รำไรแล้ว/เขาไม่มีหนทางจะเอื้อมถึงความสำเร็จได้เลย; Ⓑ *(mental hold)* **have a good ~ of sth.** เข้าใจ *ส.น.* เป็นอย่างดี; **his ~ of this subject is remarkable** เขามีความเข้าใจในวิชานี้อย่างแจ่มแจ้งทีเดียว; **sth. is beyond/within sb.'s ~:** *ส.น.* อยู่นอกเหนือ/อยู่ในวิสัยที่ *ค.น.* จะเข้าใจได้

graspable /ˈgrɑːspəbl/ˈแกรซเพอะบ'ล/ *adj.* *(fig.)* สามารถเข้าใจได้, พอที่จะรู้ได้

grasping /ˈgrɑːspɪŋ, ˈgræspɪŋ/ˈกราซพิง, ˈแกรซพิง/ *adj.* *(greedy)* ละโมบ

grass /grɑːs, US græs/กราซ, แกรซ/ ❶ *n.* Ⓐ หญ้า; **be as green as ~** *(fig.)* ยังอ่อนประสบการณ์มาก; **not let the ~ grow under one's feet** *(fig. coll.)* ไม่ช้าในการฉวยโอกาส; **the ~ is always greener on the other side [of the hill** *or* **fence]** *(prov.)* เห็นของคนอื่นดีกว่าของตัวร่ำไป; Ⓑ *no pl. (lawn)* สนามหญ้า; Ⓒ *no pl. (grazing, pasture)* ทุ่งหญ้า, ทุ่งเลี้ยงสัตว์; *(pasture land)* ทุ่งหญ้า; **be out at ~:** ปล่อย *(สัตว์)* ไปกินหญ้า; **put** *or* **turn out to ~:** ปล่อยไปให้กินหญ้า; *(fig.)* *(บุคคล)* ให้เกษียณ; *(ม้า)* ไม่ต้องถูกใช้งานอีกแล้ว; Ⓓ *(sl.: marijuana)* กัญชา; Ⓔ *(Brit. sl.: police informer)* สายลับ
❷ *v.t.* Ⓐ *(cover with turf)* ปูเป็นสนามหญ้า; Ⓑ *(Brit. sl.: betray)* ทรยศ, หักหลัง, ไปบอกตำรวจ
❸ *v.i.* *(Brit. sl.: inform police)* แจ้งเบาะแสอาชญากรรมให้ตำรวจรู้; ~ **on sb.** แจ้งแผนอาชญากรรมของ *ค.น.* ให้ตำรวจรู้

grass: ~box *n.* ถังรับหญ้าที่ตัดแล้วบนรถตัดหญ้า; ~ **'court** *n.* สนามเทนนิสที่ปูหญ้า; **~-green** *adj.* สีเขียวเหมือนหญ้า; **~hopper** *n.* ตั๊กแตน; ➡ + **knee-high**; **~land** *n.* ทุ่งหญ้า; *(for grazing)* ทุ่งหญ้าสำหรับเลี้ยงสัตว์; **~-root[s]** *attrib. adj.* *(Polit.)* ระดับพื้นฐาน, ระดับรากหญ้าของชาวบ้าน, ของประชาชน; ~ **roots** *n. pl.* *(fig.)* *(source)* รากเหง้า, รากฐาน; *(Polit.)* ระดับชาวบ้าน/ประชาชน; ~ **seed** *n.* เมล็ดหญ้าสำหรับปลูก; ~ **'skirt** *n.* กระโปรงยาวทำด้วยหญ้า; ~ **snake** *n.* Ⓐ *(Brit.: ringed snake)* งูเล็กไม่มีพิษ *(จำพวกงูลายสาบชนิด Natrix natrix)*; Ⓑ *(Amer.: green snake)* งูเขียวชนิด *Opheodrys vernalis*; ~ **widow** *n.* ผู้หญิงที่สามีไปทำงานที่อื่นเป็นเวลานาน; ~ **widower** *n.* ผู้ชายที่ภรรยาไปทำงานที่อื่นนาน

grassy /ˈgrɑːsɪ, US ˈgræsɪ/ˈกราชิ, ˈแกรชิ/ *adj.* ซึ่งปกคลุมด้วยหญ้า

[1]**grate** /greɪt/เกรฺท/ *n.* ตะแกรง, ตาข่าย, ลูกกรง; *(fireplace)* ตะกรับในเตาไฟ

[2]**grate** ❶ *v.t.* Ⓐ *(reduce to particles)* ขูดเป็นฝอย; Ⓑ *(grind)* ~ **one's teeth in anger/in one's sleep** ขบฟันด้วยความโกรธ/นอนกัดฟัน; Ⓒ *(utter in harsh tone)* พูดเสียงห้าว ❷ *v.i.* Ⓐ *(rub)* ถู, ลั่นดังเอี๊ยด; **the door ~s [up]on its hinges** บานพับประตูลั่นเอี๊ยด ๆ; Ⓐ *(have irritating effect)* ~ **[up]on sb./sb.'s nerves** รบกวน *ค.น.*/กวนประสาท *ค.น.*; Ⓑ *(sound harshly)* แสบ; **her shrill voice ~d [up]on our ears** เสียงแหลมของเธอแสบหูพวกเรา

grateful /ˈgreɪtfl/ˈเกรฺทฟ'ล/ *adj.* Ⓐ ที่คอยขอบคุณ; แสดงความกตัญญู; **a ~ word of thanks** ถ้อยคำขอบคุณแสดงความกตัญญู; Ⓑ *(pleasant, agreeable)* น่าพอใจ, น่าชื่นใจ

gratefully /ˈgreɪtfəlɪ/ˈเกรฺทเฟอะลิ/ *adv.* อย่างขอบคุณ, ด้วยความกตัญญู; **thank sb. ~:** ขอบคุณ *ค.น.* ด้วยความกตัญญู

grater /ˈgreɪtə(r)/ˈเกรฺเทอะ(ร)/ *n.* เครื่องขูดฝอย

gratification /grætɪfɪˈkeɪʃn/แกรฺทิฟิˈเคช'น/ *n.* Ⓐ *(pleasure)* ความชื่นชมยินดี; **the ~ of doing sth.** ความยินดีในการกระทำ *ส.น.*; Ⓑ *(satisfaction)* ความพึงพอใจ

gratify /ˈgrætɪfaɪ/ˈแกรฺทิฟาย/ *v.t.* Ⓐ *(please)* ทำให้ยินดี; **be gratified by** *or* **with** *or* **at sth.** ชื่นชมยินดีกับ/ด้วย *ส.น.*; **I was gratified** *or* **it gratified me to hear that ...:** ฉันรู้สึกยินดีเมื่อได้รู้ว่า...; Ⓑ *(satisfy)* ทำให้พอใจ

gratifying /ˈgrætɪfaɪɪŋ/แกรฺทิˈฟายอิง/ *adj.* น่าพอใจ; **it is ~ to see one's efforts rewarded** เป็นที่น่าพอใจเมื่อได้เห็นผลตอบแทนจากความพยายามของตน

gratin /ˈgrætæ̃/ˈแกรฺแทน/ *n.* *(Cookery)* อาหารที่มีเนยแข็งอบโรยหน้า; **cauliflower au ~:** ดอกกะหล่ำอบโรยหน้าด้วยเนยแข็ง

grating /ˈgreɪtɪŋ/ˈเกรฺทิง/ *n.* *(framework)* ตาราง, ลูกกรง, โครงเหล็กกั้น *ส.น.*

gratis /ˈgreɪtɪs, ˈgrɑːtɪs/ˈเกรฺทิซ, ˈกราทิซ/ ❶ *adv.* โดยไม่ต้องจ่ายเงิน, เป็นอภินันทนาการ, *(ตั๋ว)* ฟรี ❷ *adj.* ไม่ต้องจ่ายเงิน, ได้เปล่า

gratitude /ˈgrætɪtjuːd, -tuːd/ˈแกรฺทิทิวดฺ, -ทูดฺ/ *n., no pl.* ความกตัญญู; **show one's ~ to sb.** แสดงความกตัญญูต่อ *ค.น.*

gratuitous /grəˈtjuːɪtəs, -ˈtuː-/เกรฺอะˈทิวเทิซ, -ˈทู-/ *adj.* Ⓐ *(uncalled for, motiveless)* ไม่จำเป็น, ไม่มีเหตุผล; Ⓑ *(got or given free)* ไม่คิดมูลค่า, ไม่ต้องเสียค่าใช้จ่าย

gratuitously /grəˈtjuːɪtəslɪ, -ˈtuː-/เกรฺอะˈทิวอิเทิซลิ, -ˈทู-/ *adv.* Ⓐ *(without motive or reason)* โดยไม่มีเหตุผล; Ⓑ *(free of cost)* โดยไม่คิดมูลค่า, โดยไม่ต้องเสียค่าใช้จ่าย

gratuity /grəˈtjuːɪtɪ, -ˈtuː-/เกรฺอะˈทิวอิทิ, -ˈทุ-/ *n.* Ⓐ *(formal : tip)* เงินที่จ่ายไปสำหรับบริการที่ได้รับ; Ⓑ *(Brit.: bounty)* เงินบำเหน็จ *(มักให้กับทหารที่ทำงานนาน)*

graunch /grɔːntʃ/กรอนฉฺ/ ❶ *v.t.* ~ **the gears** เปลี่ยนเกียร์ส่งเสียงดัง ❷ *v.i.* *(make grinding sound)* เกิดเสียงดัง

[1]**grave** /greɪv/เกรฺว/ *n.* หลุมฝังศพ; **the house was as quiet** *or* **silent** *or* **still as the ~:** บ้านเงียบสงัดเหมือนป่าช้า; **dig one's own ~** *(fig.)* นำตนเองไปสู่หายนะ; **he would turn in his ~** *(fig.)* ถ้าเขายังมีชีวิตอยู่ก็จะตกใจ/เสียใจมาก; **sb. is walking on** *or* **over my/his** *etc.* **~** *(fig.)* อยู่ดี ๆ ฉันรู้สึกเย็นวาบและขนลุก *(เป็นการพูดอย่างเชื่อในทางไสยศาสตร์ ในขณะที่เกิดขนลุกโดยไม่ทราบสาเหตุ)*; **carry a scar** *etc.* **to one's ~:** จดจำความเจ็บช้ำน้ำใจ ฯลฯ ไปจนตาย; **a message from beyond the ~:** เรื่องผีบอก; **take a secret to the ~:** ตายไปโดยไม่ได้เปิดเผยความลับ; ➡ + **cradle** 1 A; **foot** 1 A

[2]**grave** *adj.* Ⓐ *(important, dignified, solemn)* สง่า, ภูมิฐาน, เคร่งขรึม; Ⓑ *(formidable, serious)* *(ความเสี่ยง, ความผิดพลาด)* อันใหญ่หลวง; น่าเกรงขาม, น่าสะพรึงกลัว; *(ข่าว)* น่าเป็นห่วง

[3]**grave** /grɑːv/กราว/ *adj.* *(Ling.)* ~ **accent** เสียงวรรณยุกต์เอก, สัญลักษณ์ที่อยู่เหนือพยัญชนะเพื่อแสดงการออกเสียง

gravedigger /ˈgreɪvdɪgə(r)/ˈเกรฺวดิกเกอะ(ร)/ *n.* ➤ 489 สัปเหร่อ

gravel /ˈgrævl/ˈแกรฺว'ล/ ❶ *n.* Ⓐ *(coarse sand)* กรวด; ~ **path/pit** ทางโรยกรวด/หลุมกรวด; Ⓑ *(Geol., Mining)* ชั้นหินกรวด; Ⓒ *(Med.)* **[bladder/kidney] ~:** นิ่ว [ในกระเพาะปัสสาวะ/ในไต] ❷ *v.t., (Brit.)* **-ll-** ปู/โรยกรวด

gravelly /ˈgrævəlɪ/ˈแกรฺเวอะลิ/ *adj.* Ⓐ เป็นกรวด; Ⓑ *(เสียง)* ห้าวต่ำ

gravely /ˈgreɪvlɪ/ˈเกรฺวลิ/ *adv.* Ⓐ *(in grave manner)* ด้วยท่าทางเคร่งขรึม; Ⓑ *(seriously)* อย่างร้ายแรง; **be ~ mistaken** ผิดพลาดอย่างร้ายแรง

graven image /greɪvn ˈɪmɪdʒ/เกรฺว'น ˈอิมมิจ/ *n.* รูปเคารพ, เทวรูป, วัตถุบูชา

grave /greɪv/เกรฺว/: **~side** *n.* **at the ~side** ข้างหลุมฝังศพ; **~stone** *n.* แผ่นหินตรงหัวหลุมฝังศพ; **~yard** *n.* ป่าช้า; **be a ~yard of reputations** สิ่ง/งานที่ทำลายชื่อเสียงหลายคน

graving dock /ˈgreɪvɪŋdɒk/ˈเกรฺวิง ดอค/ ➡ **dry dock**

gravitas /ˈgrævɪtæs, -tɑːs/ˈแกรฺวิแทซ, -ทาซ/ *n.* *(literary)* ท่าทางน่าเกรงขาม

gravitate /ˈgrævɪteɪt/ˈแกรฺวิเทท/ *v.i.* โอนเอียงเข้าหา; **young people ~ to[wards] the cities** คนหนุ่มสาวมีความโน้มเอียงที่จะเข้ากรุง

gravitation /grævɪˈteɪʃn/แกรฺวิˈเทช'น/ *n.* แรงดึงดูด; *(fig.)* การโน้มเอียงไปยัง

gravitational /grævɪˈteɪʃənl/แกรฺวิˈเทเชอะน'ล/ *adj.* เกี่ยวกับแรงดึงดูด; ~ **pull** แรงดึงดูดเหนี่ยวโน้ม; ~ **force** พลังแรงดึงดูด

gravity /ˈgrævɪtɪ/ˈแกรฺวิทิ/ *n.* Ⓐ *(solemnity)* ความเคร่งขรึม, การสำรวมมารยาท; Ⓑ *(importance) (of mistake, offence)* ความสำคัญ, ความรุนแรง; *(of situation)* วิกฤติการณ์; Ⓒ *(seriousness, staidness)* ความเคร่งครัด, การเอาจริงเอาจัง; **the ~ of his manner** ท่าทางอันเคร่งครัดของเขา; **keep** *or* **preserve one's ~:** รักษาความเคร่งครัดของตนไว้; Ⓓ *(Phys., Astron.)* แรงดึงดูด; **the law/force of ~:** กฎ/พลังของแรงดึงดูด; **centre of ~** *(lit. or fig.)* จุดศูนย์ถ่วง; **specific ~** *(Phys.)* ความถ่วงจำเพาะ, ความหนาแน่นเปรียบเทียบ

'gravity feed *n.* การส่งของเหลวโดยอาศัยแรงโน้มถ่วง

gravy /ˈgreɪvɪ/ˈเกรฺวิ/ *n.* Ⓐ *(juices)* น้ำที่ซึมจากเนื้อขณะอบหรือย่าง; Ⓑ *(dressing)* ซอสที่ปรุงจากน้ำที่ออกจากเนื้อขณะอบหรือย่าง, น้ำเกรวี่ *(ท.ศ.)*; Ⓒ *(coll.: money)* เงินที่ได้มาโดยไม่คาดหวัง; *(tip)* เงินตอบแทนการบริการ

gravy: ~ boat *n.* ถ้วยรูปเรือสำหรับใส่น้ำเกรวี่; **~ train** *n.* **ride/board the ~ train** *(coll.)* ฉวยโอกาสหาเงินมาง่าย ๆ

g

gray *etc. (Amer.)* ➡ **grey** *etc.*
grayling /ˈgreɪlɪŋ/ˈเกรลิง/ *n., pl. same (Zool.)* ปลาน้ำจืดในสกุล *Thymallus* สีเงิน; ผีเสื้อชนิด *Hipparchia semele* ใต้ปีกเป็นสีเทา
[1]**graze** /greɪz/เกรฺซ/ ❶ *v.i.* (A) กินหญ้า; (B) *(snack)* กินจุกจิกตลอดวัน; **~ on sth.** กิน *ส.น.* เล็ก ๆ น้อย ๆ ❷ *v.t.* (A) *(feed)* นำสัตว์ไปปล่อยให้กินหญ้า; (B) *(feed on)* กิน *(หญ้า)*
[2]**graze** ❶ *n.* การข่วนเบา ๆ *(ผิวหนัง);* แผลผิวเผิน; การเฉียด ❷ *v.t.* (A) *(touch lightly)* แตะ, ถูเบา ๆ; (B) *(scrape)* ทำให้ถลอก, ถาก, ครูด; **~ one's knee/elbow** ครูดหัวเข่า/ข้อศอกของตน ❸ *v.i.* **~ against/by** *or* **past the wall** เฉียด/กระทบ/กระดอน/กำแพงเบา ๆ
grazier /ˈgreɪzɪə(r), ˈgreɪʒə(r)/ˈเกรฺเซีย(ร), ˈเกรฺเฌอะ(ร)/ *n.* (A) คนเลี้ยงปศุสัตว์; (B) *(Austral.: sheep farmer)* เกษตรกรเลี้ยงแกะ
grazing /ˈgreɪzɪŋ/ˈเกรฺซิง/ ❶ *n. (feeding)* การให้สัตว์กินหญ้า; *(land)* ทุ่งเลี้ยงสัตว์ ❷ *adj.* เกี่ยวกับการเลี้ยงสัตว์; **~ land** ทุ่งที่ใช้เลี้ยงสัตว์; **~ rights** สิทธิให้สัตว์กินหญ้าในที่สาธารณะ/ที่ส่วนบุคคล
grease ❶ /gri:s/กรีซฺ/ *n.* ไขมันสัตว์; *(lubricant)* จาระบี ❷ /gri:z, gri:s/กรีซฺ, กรีซฺ/ *v.t.* ทา/หยอดน้ำมันหล่อลื่น, ทาไขมันสัตว์; *(lubricate)* หล่อลื่น, ทำให้ลื่น; **like ~d lightning** *(coll.)* เร็วราวสายฟ้าแลบ; **~ sb.'s palm** *(fig.)* ให้สินบน *ค.น.;* **~ the wheels** *(fig.)* ช่วยผลักดันงาน, หยอดเงินให้
grease: ~ gun *n.* กระบอกอัดจาระบี; **~ monkey** *n. (coll.)* ช่างกล, ช่างรถยนต์; **~paint** *n.* เครื่องแต่งหน้านักแสดง; **~proof** *adj.* ที่ใช้กันน้ำมัน; **~proof paper** *n.* ปะเก็น
greasy /ˈgri:sɪ/ˈกรีซิ/ *adj.* (A) เปื้อนน้ำมัน, มันเยิ้ม, มันย่อง; *(lubricated)* ที่หล่อลื่นไว้; *(slippery, dirty with lubricant)* ลื่น, เปื้อนน้ำมันหล่อลื่น; **a ~ road** ถนนลื่น; (B) *(fig.: unctuous)* ไม่จริงใจ, ประจบสอพลอ
greasy spoon *n.* ภัตตาคารถูก ๆ ที่ไม่ค่อยถูกหลักอนามัย
great /greɪt/เกรฺท/ ❶ *adj.* (A) *(large)* ใหญ่โต; **~ big** *(coll.)* ใหญ่โตมาก; **~ thick** *(coll.)* หนามาก; **give sb. a ~ big hug** *(coll.)* เข้ากอด *ค.น.* อย่างเต็มรัก; **a ~ many** จำนวนมากมาย; **a ~ amount of patience** ความอดทนอย่างยิ่งยวด; *(very keen)* ช่าง *(เดิน, อ่าน);* (B) *(beyond the ordinary)* เป็นพิเศษ; **a ~ [old] age** แก่หง่อม; **take ~ care of/a ~ interest in** ดูแลอย่างดีที่สุด/สนใจมาก; (C) *(important)* *(วัน, เหตุการณ์, บุคคล)* สำคัญ; *(powerful, influential, of remarkable ability)* ยิ่งใหญ่ *(บุคคล, เหตุการณ์, นักแต่งเพลง, นักเขียน); (impressive)* น่าประทับใจ; **the ~ thing is** สิ่งที่น่าประทับใจมากคือ; *in titles or names* **Naresuan the G~:** สมเด็จนเรศวรมหาราช; *in excl.* **G~ Scott!** ตายละ; *(having much skill)* **be ~ at sth.** เชี่ยวชาญใน *ส.น.; (having much knowledge)* **be ~ on modern music** ชำนาญในดนตรีสมัยใหม่; **be a ~ one for sth.** เป็นผู้เชี่ยวชาญใน *ส.น.;* ➡ **+ spirit** 1 H; (D) *(coll.: splendid)* วิเศษจริง ๆ; **it's ~ that you can come** วิเศษจริง ๆ ที่คุณมาได้; (E) *(in relationship)* คำบอกความสัมพันธ์ทางเครือญาติ; **~grandfather, ~grandmother** ทวด ❷ *n.* (A) *(person)* คนเก่ง, คนมีความสามารถพิเศษ; **literary/football ~s** ผู้มีความสามารถยิ่งทางวรรณคดี/การเล่นฟุตบอล; *as pl.* **the ~:** คนสำคัญ *(ในวรรณคดี/วงดนตรี);* **the ~est** *(coll.)* ผู้ยิ่งใหญ่, มหาราช; (B) **G~s** *(Brit. Univ.)* การศึกษาวิชาภาษากรีก ลาติน และปรัชญา *(ที่มหาวิทยาลัยออกซฟอร์ด)*
Great: ~ 'Bear *n. (Astron.)* ดาวหมีใหญ่, ดาวไถ; **~ 'Britain** *pr. n.* สหราชอาณาจักร *(อังกฤษ เวลส์และสกอตแลนด์);* **g~coat** *n.* เสื้อคลุมยาวของทหาร; **~ 'Dane** *n.* สุนัขขนาดใหญ่ สูงเพรียว ขนเกรียน
Greater: ~ 'London *pr. n.* มหานครลอนดอนและปริมณฑล
great: ~-hearted *adj.* มีน้ำใจประเสริฐยิ่ง, ใจกว้าง; **~ 'house** *n.* บ้านหลังใหญ่ของคนชั้นสูงในสังคม; **G~ 'Lakes** *pr. n. pl.* ทะเลสาบทั้งห้าที่กั้นเขตแดนระหว่างสหรัฐอเมริกากับแคนาดา
greatly /ˈgreɪtlɪ/ˈเกรฺทลิ/ *adv.* อย่างมาก, อย่างยิ่ง; **sth. is ~ to be feared** *ส.น.* น่ากลัวมาก; **it doesn't ~ matter** ไม่เป็นไรมากหรอก
greatness /ˈgreɪtnɪs/ˈเกรฺทนิซ/ *n., no pl.* ความยิ่งใหญ่; *(extent, degree)* ความกว้างขวาง, ความสูงส่ง; **~ of heart/mind/soul** ความยิ่งใหญ่ของจิตใจ/จิตวิญญาณ
Great: ~ 'Power *n.* มหาอำนาจ; **~ Salt 'Lake** *pr. n.* ทะเลสาบน้ำเค็มทางตอนเหนือของรัฐอูท่าห์ในสหรัฐอเมริกา; **g~ tit** *n. (Ornith.)* นกชนิด *Parus major* พบในทวีปยุโรปและเอเชีย มีเสียงไพเราะ; **g~ 'toe** *n.* นิ้วหัวแม่เท้า; **~ 'War** *n.* สงครามโลกครั้งที่หนึ่ง; **G~ 'Wall** *pr. n.* กำแพงเมืองจีน
grebe /gri:b/กรีบ/ *n. (Ornith.)* เป็ดผี, นกขนาดเล็กในวงศ์ Podicipedidae
Grecian /ˈgri:ʃn/ˈกรีช'น/ ❶ *adj.* กรีก *(ท.ศ.)* ❷ *n.* ชาวกรีก
Greece /gri:s/กรีซฺ/ *pr. n.* ประเทศกรีซ
greed /gri:d/กรีด/ *n.* ความตะกละ, ความละโมบ; *(Buddhism)* โลภะ; *(gluttony)* การดื่มกินมากจนเกินไป; *(of animal)* การขม้ำ, การเขมือบ, การขยอกกลืน; **~ for money/power** ความละโมบทรัพย์ *หรือ* ความกระหายเงินทอง/อำนาจ
'greedily /ˈgri:dɪlɪ/ˈกรีดิลิ/ *adv.* อย่างตะกละ, อย่างละโมบ, อย่างโลภ
greediness /ˈgri:dɪnɪs/ˈกรีดินิซ/ *n., no pl.* ความตะกละ, ความละโมบ
greedy /ˈgri:dɪ/กรีดิ/ *adj.* ละโมบ; *(gluttonous)* ตะกละ; *(eager)* กระหาย, มักมาก, อยากได้; **be ~ for sth.** กระหาย *ส.น.;* **~ for money/power/success** อยากได้เงิน/อำนาจ/ความสำเร็จ; **be ~ to do/get sth.** กระหายที่จะทำ/ที่จะได้ *ส.น.*
'greedy-guts *n. sing. (coll.)* คนตะกละ
Greek /gri:k/กรีค/ ❶ *adj.* แห่งประเทศกรีซ; **sb. is ~:** *ค.น.* เป็นชาวกรีก; ➡ **+ calends; English** 1 ❷ *n.* (A) *(person)* ชาวกรีก; (B) *(language)* ภาษากรีก; **modern ~:** ภาษากรีกที่ใช้ในปัจจุบัน; **it's all ~ to me** *(fig.)* ฉันไม่เข้าใจสักนิดเดียว; ➡ **+ English** 2 A
Greek: ~ 'Church ➡ **~ Orthodox Church; ~ 'god** *n. (fig.)* คนที่หล่อเหมือนเทพเจ้ากรีก; **~ Orthodox 'Church** *n.* ศาสนาคริสต์นิกายออร์โธดอกซ์ ซึ่งเป็นศาสนาประจำชาติของกรีก
green /gri:n/กรีน/ ❶ *adj.* (A) สีเขียว; **have ~ fingers** *or* **a ~ thumb** *(fig.)* ชำนาญในการปลูกพืช; **~ vegetables** ผักสีเขียว; (B) *(Polit.)* พรรคสีเขียว; **he/she is ~:** เขา/เธอนิยมพรรคสีเขียว/นโยบายสีเขียว; **the G~s** พรรคสีเขียว; (C) *(environmentally safe)* ปลอดภัยต่อสิ่งแวดล้อม; ไม่ทำลายสิ่งแวดล้อม; (D) *(unripe, young, tender)* *(มะม่วง, มะละกอ, กล้วย)* ไม่สุก, ดิบ, อ่อน; **~ corn** ข้าวโพดอ่อน; (E) *(not dried, seasoned, smoked, or tanned)* *(ไม้)* ไม่แห้ง; *(ปลา)* ไม่ถึงเวลาวางไข่; *(ยาเส้น)* ไม่ผ่านกรรมวิธี; **~ hides** หนังที่ยังไม่ได้ฟอก; (F) *(pale)* **his face turned ~ at the sight of the blood** หน้าของเขาซีดเมื่อเห็นเลือด; **be/turn ~ with envy/jealousy** หน้าซีดด้วยความอิจฉา/ความหึงหวง; (G) *(immature, naive)* ไม่โตเต็มที่, อ่อนวัย; *(gullible)* ถูกหลอกหรือโกงง่าย; *(inexperienced)* ไม่มีประสบการณ์ ❷ *n.* (A) *(colour)* สีเขียว; (B) *(piece of land)* สนามหญ้า; **village ~:** สนามหญ้าสาธารณะกลางของหมู่บ้าน; (C) *in pl. (green vegetables)* ผักสีเขียว; (D) *(verdure, vegetation)* ความเป็นสีเขียว; (E) *(Snooker)* ลูกเขียว; (F) *(~ clothes)* **dressed in ~:** ใส่เสื้อผ้าสีเขียว; (G) *(traffic light)* ไฟเขียว; **the traffic light is at ~:** ตอนนี้ไฟจราจรเป็นไฟเขียว ❸ *v.i.* กลายเป็นสีเขียว ❹ *v.t.* ทำให้เป็นสีเขียว
green: ~back *n. (Amer.)* ธนบัตรอเมริกา; **~ 'belt** *n.* พื้นที่สีเขียว *(ที่ทางการห้ามก่อสร้างรอบเมืองใหญ่);* **G~ Beret** *n. (US milit.)* ทหารนาวิกโยธิน; **~ 'card** *n.* (A) *(Amer.)* กรีนการ์ด *(ท.ศ.),* ใบอนุญาตที่ออกให้ชาวต่างชาติสามารถอยู่ในสหรัฐฯ ได้อย่างถาวร; (B) *(Insurance)* เอกสารประกันภัยผู้ขับขี่รถยนต์สากล
greenery /ˈgri:nərɪ/ˈกรีเนอริ/ *n., no pl.* ต้นไม้ที่ทำให้เป็นสีเขียว
green: ~-eyed *adj.* มีตาสีเขียว; *(fig.)* อิจฉาตาร้อน, ริษยา; **be ~-eyed** มีตาสีเขียว; **~'field site** *n.* พื้นที่ที่ไม่มีการก่อสร้างอาคารมาก่อน; **~finch** *n.* นก *Carduelis chloris;* **~fly** *n. (Brit.)* เพลี้ยสีเขียว; **~gage** *n.* ต้นเหมยเขียว; **~grocer** *n.* ➤ 489 *(Brit.)* พ่อค้าผักและผลไม้; ➡ **+ baker; ~grocery** *n. (Brit.)* (A) ร้านขายผักและผลไม้; (B) *in sing. or pl. (goods)* ผักและผลไม้; **~horn** *n.* มือใหม่; **~house** *n.* เรือนกระจก; **~house effect** ปฏิกิริยาเรือนกระจก; **~house gas** ก๊าซที่สร้างปฏิกิริยาเรือนกระจก
greenish /ˈgri:nɪʃ/ˈกรีนิช/ *adj.* ค่อนข้างเขียว
'greenkeeper *n. (Golf)* ผู้ดูแลสนามกอล์ฟ
Greenland /ˈgri:nlənd/ˈกรีนเลินด/ *pr. n.* เกาะกรีนแลนด์ *(ทางตะวันออกของอเมริกาเหนือ)*
Greenlander /ˈgri:nləndə(r)/ˈกรีนเลินเดอะ(ร)/ *n.* ชาวเกาะกรีนแลนด์
green 'light *n.* (A) ไฟเขียว; *(as signal)* สัญญาณไฟเขียว; **it's a ~ light** สัญญาณไฟเขียวแล้ว; (B) *(fig. coll.)* **give sb./get the ~ light** เปิดไฟเขียวให้ *ค.น.*/ได้รับไฟเขียว
greenness /ˈgri:nnɪs/ˈกรีนนิซ/ *n., no pl.* (A) *(of colour)* ความเป็นสีเขียว; (B) *(of sth. covered with herbage)* ความเขียวขจีของต้นไม้; (C) *(unripeness)* ความไม่สุก, ความไม่แห้งพอ; (D) *(fig.: youth, immaturity)* วัยหนุ่มสาว, ความยังไม่เจริญเติบโตเต็มที่; *(inexperience)* การขาดประสบการณ์; *(gullibility)* ความเชื่อง่าย, การถูกหลอกลวงง่าย
green: G~ 'Paper *n. (Brit.)* รายงานเบื้องต้นของรัฐบาลเพื่อการอภิปราย; **G~ Party** *n. (Polit.)* พรรคสีเขียว *(ที่เน้นการรักษาสภาพแวดล้อม);* **~ 'pepper** ➡ **pepper** 1 B; **~ revo'lution** *n.* การปฏิรูปรูปแบบการผลิตพืชผลในประเทศด้อยพัฒนา; **~room** *n. (Theatre)* ห้องพักนักแสดงละคร; **~ salad** *n.* สลัดผักใบเขียว; **~sward** *n. (literary)* สนามหญ้าสีเขียว
Greenpeace /ˈgri:npi:s/ˈกรีนพีซ/ *pr. n.* กลุ่มกรีนพีซ *(ท.ศ.)* *(กลุ่มที่รณรงค์สิ่งแวดล้อมนานาชาติ)*

Greetings (คำอวยพร) ····➤ Letter-writing

■ **ON A POSTCARD** (บนโปสการ์ด)
Greetings or ***Best wishes from Bangkok***
= ด้วยความระลึกถึงจากกรุงเทพฯ
Having a wonderful time
= กำลังสนุกสนานมาก
Wish you were here!
= อยากให้คุณอยู่ที่นี่ด้วยจัง
See you soon
= พบกันในไม่ช้า
All best wishes, Steve and Cathy
= ด้วยความปรารถนาดี จากสตีฟและแคธี

■ **FOR A BIRTHDAY** (สำหรับวันเกิด)
Many happy returns [of the day], Happy birthday
= ขอให้มีความสุขมาก ๆ ในวันเกิด, สุขสันต์วันเกิด
All good or ***best wishes for your birthday***
= ขออวยพรด้วยความปรารถนาดีและหวังดีในวันเกิดของคุณ

■ **FOR CHRISTMAS AND THE NEW YEAR** (สำหรับคริสต์มาส-ปีใหม่)
Happy Christmas!
= สุขสันต์วันคริสต์มาส
[Best wishes for] a Merry or ***Happy Christmas and a Prosperous New Year***
= สุขสันต์วันคริสต์มาสและปีใหม่ที่รุ่งโรจน์
Happy New Year!
= สุขสันต์วันปีใหม่

■ **FOR EASTER** (สำหรับงานเทศกาลอีสเตอร์)
[Best wishes for a] Happy Easter
= สุขสันต์วันอีสเตอร์

■ **FOR A WEDDING** (สำหรับงานแต่งงาน)
Every good wish to the happy couple or ***to the bride and groom on their wedding day and in the years to come***
= ขอให้คู่บ่าวสาวมีความสุขในวันแต่งงานและถือไม้เท้ายอดทองกระบองยอดเพชร

■ **FOR AN EXAM** (สำหรับการสอบ)
Every success in your [forthcoming] exams
= ขอให้ประสบความสำเร็จในการสอบ (ที่กำลังจะมาถึง)
All good wishes for your A levels/GCSEs
= ขอให้สอบผ่านในการสอบระดับเอ/GCSEs

■ **FOR A HOUSE MOVE** (สำหรับการย้ายบ้าน)
Every happiness in your new home
= ขอให้มีความสุขในบ้านหลังใหม่ของคุณ

■ **FOR AN ILLNESS** (สำหรับการเจ็บป่วย)
Get well soon!
= ขอให้หายเร็ว ๆ
Best wishes for a speedy recovery
= ขอให้หายป่วยเร็ว ๆ

Spoken greetings (คำทักทาย)

Equivalents can only be approximate in some cases, and in others do not really exist. Note that in Thai สวัสดี is used for most situations.

■ **MEETING SOMEONE** (เมื่อพบกัน)
Hello or ***Hallo*** or ***Hullo [there]!, Hi!***
= สวัสดี
Good morning!
= สวัสดี
Good afternoon!
= สวัสดี
Good evening!
= สวัสดี
How are you?
= คุณสบายดีไหม, เป็นอย่างไรบ้าง
How do you do?
≈ (when being introduced) สวัสดี

■ **SAYING GOODBYE** (การกล่าวลา)
Goodbye!
= ลาก่อน
'Bye now!
= ไปละนะ
Look after yourself!, Take care!
= ดูแลตัวเองให้ดีนะ

Greenwich /ˈgrɪnɪdʒ/ˈกรินนิจ/ *n.* ~ **[mean] time** เวลามาตรฐานกรีนิช *(เวลาท้องถิ่นที่เส้นแวง 0 องศาในเมืองกรีนิชที่ใช้เป็นเวลามาตรฐานสากล)*

'greenwood *n.* ป่าไม้เขียวชอุ่มในฤดูร้อน

greet /griːt/กรีท/ *v.t.* Ⓐ ทักทาย; *(in passing)* แสดงอากัปกิริยาว่ารู้จัก, คำนับ; *(receive)* ต้อนรับ; **~ sb. with sth.** ต้อนรับ *ค.น.* ด้วยอากัปกิริยา *ส.น.*; Ⓑ *(meet)* ประจักษ์แก่; **~ sb's eyes/ears** ปรากฏต่อสายตา *ค.น.*/ดังมาเข้าหู *ค.น.*

greeting /ˈgriːtɪŋ/ˈกรีทิง/ *n.* ➤ **403** การทักทาย; *(in passing)* การแสดงกิริยาทักทาย, การคำนับ; *(words)* คำกล่าวทักทาย; *(reception)* การต้อนรับ; **please give my ~s to your parents** โปรดฝากความคิดถึงแก่พ่อแม่ของคุณ; **my husband also sends his ~s** สามีของฉันฝากสวัสดีมาด้วย

greeting: ~[s] card *n.* บัตรอวยพร; *(for anniversary, birthday)* บัตรอวยพรเฉพาะกรณี; **~[s] telegram** *n.* โทรเลขอวยพรส่งความสุข

gregarious /grɪˈgeərɪəs/กริˈแกเรียซ/ *adj.* Ⓐ *(Zool.)* ที่อาศัยอยู่เป็นฝูง; Ⓑ *(of person)* ชอบสังคม, ชอบพบปะสังสรรค์

gregariousness /grɪˈgeərɪəsnɪs/กริˈแกเรียซนิซ/ *n., no pl.* Ⓐ *(Zool.)* การอาศัยอยู่เป็นฝูง; Ⓑ *(of person)* การชอบสังคม, การชอบพบปะสังสรรค์กับคนอื่น

Gregorian /grɪˈgɔːrɪən/กริˈกอเรียน/ *adj.* เกี่ยวกับองค์สันตะปาปาเกรเกอรีที่ 1; **~ calendar/chant** *ปฏิทินสากลตามแบบสุริยคติที่ใช้กันอยู่ในปัจจุบัน/เพลงหรือทำนองสวดในพิธีของนิกายโรมันคาทอลิก*

Gregory /ˈgregərɪ/ˈเกระเกอะริ/ *pr. n. (Hist., as name of pope) ชื่อขององค์สันตะปาปาในศตวรรษที่ 16*

gremlin /ˈgremlɪn/ˈเกร็มลิน/ *n. (coll. joc.) ปีศาจซุกซนในจินตนาการที่โทษเมื่อเครื่องยนต์ขัดข้อง*

grenade /grəˈneɪd/เกรอะˈเนด/ *n.* ลูกระเบิดมือ; ➡ **+ hand grenade**

Grenadier Guards /grenəˈdɪə(r) ˈgɑːdz/ เกระเนอะˈเดีย(ร) ˈกาดซ/ *n. pl. (Brit.)* ทหารราบมหาดเล็กรักษาพระองค์

grew ➡ **grow**

grey /greɪ/เกร/ ❶ *adj.* Ⓐ *(lit.)* สีเทา; *(fig.) (อากาศ)* มัวซัว, มืดสลัว; *(อารมณ์, บุคคล)* เศร้าหมอง, หดหู่; *(ผม)* หงอก, มีผมหงอก; **he** *or* **his hair went** *or* **turned ~:** ผมของเขาหงอก; **grow ~ in sb.'s service** *(fig.)* ทำงานกับ *ค.น.* จนแก่; **~ area** *(fig.) (จุดยืน, เรื่อง, สภาพ)* ที่ไม่ชัดเจนและแก้ไขได้ยาก; Ⓑ *(anonymous)* นิรนาม, ที่บ่งหรือระบุไม่ได้
❷ *n.* Ⓐ สีเทา; Ⓑ *(~ clothes)* **dressed in ~:** ใส่เสื้อผ้าสีเทา; Ⓒ *(horse)* ม้าสีเทาหรือสีขาว

grey: ~beard *n.* ชายชรา; **~ cells** *n. pl. (Anat.)* เซลล์ประสาทในเนื้อสมอง; **~ 'eminence** ➡ **éminence grise; G~ Friar** *n.* นักบวชในนิกายฟรานซิสกัน; **~ goose** *n.* ห่านป่าสีเทาในทวีปยุโรป; **~-haired, ~-headed** *adjs. (คน)* หัวหงอก, มีผมหงอก; **~-hen** *n.* นกไก่ป่าสีดำตัวเมีย

'greyhound *n.* สุนัขขนสั้นเกรียนสีเทา รูปร่างสูงเพรียว ใช้วิ่งแข่ง

'greyhound racing *n.* การวิ่งแข่งของสุนัขเกรย์ฮาวนด์

greyish /ˈgreɪɪʃ/ˈเกรอิช/ *adj.* ค่อนข้างเป็นสีเทา

greylag /ˈgreɪlæg/ˈเกรแลก/ *n.* **~ [goose]** ห่านป่าสีเทาในทวีปยุโรป

grey: ~ matter *n. (Anat.)* มันสมอง; *(fig.: intelligence)* ความฉลาด; **~ 'squirrel** *n.* กระรอกสีเทา

g

grid /grɪd/กริด/ *n.* Ⓐ *(grating)* ลูกกรงเหล็ก; Ⓑ *(of lines)* เส้นทางรางรถไฟ, เส้นที่วางเป็นตาราง; Ⓒ *(for supply)* เครือข่ายส่ง *(ไฟฟ้า, ก๊าซ ฯลฯ)*; Ⓓ ➡ gridiron A; Ⓔ *(Motor racing)* ตำแหน่งรถแข่งตอนเริ่มออกวิ่ง; Ⓕ *(of town streets)* ระบบจัดถนนในเมืองให้เป็นตาราง; **~ pattern** รูปแบบถนนที่จัดเป็นตาราง; Ⓖ *(Electronics)* แผ่นตะกั่วในหม้อแบตเตอรี่, ขดลวดในหลอดวิทยุ

griddle /ˈgrɪdl/ˈกริด'ล/ *n.* แผ่นเหล็กกลมปิ้งขนม, ตะแกรงร่อนแร่; **~ cake** ขนมเค้กที่ปิ้งบนแผ่นเหล็ก

'grid: ~ iron *n.* Ⓐ *(Cookery)* ตะแกรงปิ้งหรือย่าง; Ⓑ *(Amer.: football field)* สนามฟุตบอล; **~lock** *n.* การจราจรติดขัด; *(fig.)* ภาวะหยุดชะงักจนขยับไม่ได้; **save the city centre from the threat of ~lock** ช่วยให้ใจกลางเมืองพ้นจากภาวะการจราจรติดขัดเป็นอัมพาต; **~ reference** *n.* เส้นอ้างอิงบนแผนที่

grief /gri:f/กรีฟ/ *n.* Ⓐ ความโศกเศร้า, ความเป็นทุกข์ **(over, at** เกี่ยวกับ, ใน); **she felt [real] ~:** เธอรู้สึกโศกเศร้า [จริง ๆ]; **be a [great] ~ to sb.** ทำให้ *ค.น.* เสียใจ [อย่างใหญ่หลวง]; **come to ~** *(fail)* ล้มเหลว, ประสบความหายนะ; **the car came to ~:** รถเสีย; Ⓑ **good** *or* **great ~!** ตายจริง

'grief-stricken *adj.* มีความทุกข์มาก; **say sth. in a ~ voice** พูด *ส.น.* ด้วยน้ำเสียงที่แสดงความทุกข์สาหัส; **the ~ look on his face** สีหน้าที่เศร้าหมองของเขา

grievance /ˈgri:vəns/ˈกรีเวินซฺ/ *n.* *(complaint)* การร้องทุกข์; *(resentment, grudge)* ความขุ่นข้อง, ความไม่พอใจ, ความแค้น; **air one's ~s** แสดงความไม่พอใจของตนออกมา; **I have no ~s against him personally** ฉันไม่มีปัญหาอะไรกับเขาเป็นการส่วนตัว

'grievance procedure *n.* กระบวนการร้องทุกข์

grieve /gri:v/กรีว/ ❶ *v.t.* ทำให้เป็นทุกข์, สร้างความโศกเศร้า ❷ *v.i.* เป็นทุกข์, โศกเศร้า; **my heart ~s** *or* **I ~ for you** *(sympathize)* ฉันเห็นอกเห็นใจคุณ; **~ over sb./sth.** เป็นทุกข์เกี่ยวกับ *ค.น./ส.น.*

grievous /ˈgri:vəs/ˈกรีเวิซ/ *adj.* Ⓐ *(causing grief)* ที่ทำให้เป็นทุกข์; Ⓑ *(flagrant, heinous)* *(ความผิด)* ทนโท่, เด่นชัด, ร้ายแรงมาก; **~ wrong[s]** ความผิดที่ร้ายแรงมาก, ความผิดที่ทนโท่; Ⓒ *(severe)* *(ความเจ็บปวด ฯลฯ)* รุนแรง; Ⓓ *(bringing serious trouble)* *(ความโง่เขลา, ความผิดพลาด)* ก่อปัญหาเลวร้าย; **~ bodily harm** *(Law)* การทำให้ผู้อื่นได้รับบาดเจ็บสาหัสโดยจงใจเจตนา

grievously /ˈgri:vəslɪ/ˈกรีเวิซลิ/ *adv.* Ⓐ *(seriously)* อย่างร้ายแรง, อย่างเลวร้าย; Ⓑ *(strongly, exceedingly)* อย่างรุนแรง, อย่างมากเกินไป

griffin /ˈgrɪfɪn/ˈกริฟฟิน/ *n.* สัตว์ในเทพนิยายที่มีปีกและหัวเป็นนกอินทรีและลำตัวเป็นสิงโต

grifter /ˈgrɪftə(r)/ˈกริฟเทอะ(ร)/ *n.* คนโกง, คนหลอกลวง

¹grill /grɪl/กริล/ ❶ *v.t.* Ⓐ *(cook)* ปิ้งหรือย่าง; Ⓑ *(fig.: question)* สอบถามอย่างเข้มงวด ❷ *v.i.* ผึ่งแดด, ผิงไฟในเตาผิง; **be ~ing in the hot sun** *(fig.)* ตากแดดจนตัวเกรียม ❸ *n.* Ⓐ *(Gastr.)* อาหารที่ปิ้งหรือย่าง; **mixed ~:** *เนื้อวัว ตับ เบคอนย่างและเสิร์ฟพร้อมกันเป็นอาหารจานเดียว;* Ⓑ *(restaurant)* ภัตตาคารที่เน้นอาหารปิ้งหรือย่าง; Ⓒ *(on cooker)* ตะแกรงปิ้งหรือย่างอาหาร; Ⓓ ➡ gridiron A

grille (**²grill**) *n.* Ⓐ *(grating)* ลูกกรงเหล็กหรือแผ่นตารางไม้ *(ใช้เป็นที่กั้น, ม่านบังตา)*; Ⓑ *(Motor Veh.)* ตะแกรงหม้อน้ำหน้า

'grill room ➡ ¹grill 3 B

grim /grɪm/กริม/ *adj.* *(stern)* *(หน้าตา, การมอง)* เคร่งขรึม; *(unrelenting, merciless, severe)* *(การต่อสู้, การต่อต้าน)* รุนแรง, ดุเดือด, ไม่ปรานี; *(หน้าหนาว)* ร้ายแรง; *(sinister, ghastly)* *(ข่าว, หน้าตา, อากาศ)* เลวร้ายมาก; *(การกระทำ, ลักษณะ)* น่าเกลียด, น่ากลัว, น่าขยะแขยง; *(mirthless)* *(การเล่นตลก, หยอกเล่น)* ที่ไม่ตลกเลย; **hold** *or* **hang** *or* **cling on [to sth.] like ~ death** ยึดเกาะ *ส.น.* อย่างสุดแรง; ➡ + reaper B

grimace /grɪˈmeɪs, ˈgrɪməs/กริ'เมซ, ˈกริมเมิซ/ ❶ *n.* หน้าตาบิดเบี้ยว, หน้าเบ้; **make a ~:** ทำหน้าเบ้, ทำหน้าตาบิดเบี้ยว ❷ *v.i.* ทำหน้าตาบิดเบี้ยว, หน้าเบ้; **~ with pain/disgust** ทำหน้าบิดเบี้ยวด้วยความเจ็บปวด/ความขยะแขยง

grime /graɪm/กรายม/ *n.* สิ่งสกปรก, ฝุ่นละอองที่เกาะติดบนพื้นผิว *(ตึก, อาคาร ฯลฯ)*; *(soot)* ขี้เขม่า

grimly /ˈgrɪmlɪ/ˈกริมลิ/ *adv.* อย่างเคร่งขรึม, อย่างดุเดือด, อย่างเลวร้าย

grimness /ˈgrɪmnɪs/ˈกริมนิซ/ *n.* ความเคร่งขรึม, ความรุนแรง, ความเลวร้าย, ความดุเดือด

grimy /ˈgraɪmɪ/ˈกรายมิ/ *adj.* สกปรก, ที่ปกคลุมด้วยฝุ่นละออง; **buildings ~ with soot** ตึกอาคารที่มีเขม่าปกคลุม

grin /grɪn/กริน/ ❶ *n.* การยิ้มกว้างยิงฟัน, การยิ้มแฉ่ง ❷ *v.i.*, **-nn-** ยิ้มกว้างยิงฟัน; **~ at sb.** ยิ้มแฉ่งให้ *ค.น.*; **~ and bear it** ยอมรับความเจ็บปวด *หรือ* เคราะห์ร้ายโดยไม่บ่น; ➡ + Cheshire cat ❸ *v.t.*, **-nn-: ~ approval/satisfaction** *etc.* ยิ้มกว้างแสดงความเห็นชอบ/ความพอใจ

grind /graɪnd/กรายนุด/ ❶ *v.t.*, **ground** /graʊnd/กราวนุด/ Ⓐ *(reduce to small particles)* **~ [up]** บด *(กาแฟ, พริกไทย)*; ป่น *(ขนมปัง)*; โม่ *(แป้ง)*; **~ sth. to dust/[a] powder/into flour** *etc.* บด/ป่น *ส.น.* เป็นผง/ฝุ่น/แป้ง ฯลฯ; Ⓑ *(sharpen)* ลับให้คม *(มีด/กรรไกร)*; *(smooth, shape)* *(เลนส์, อัญมณี)* ฝนให้เรียบหรือฝนให้เป็นรูปเป็นร่าง; **~ sth. to a sharp edge** ลับ *ส.น.* ให้คม; ➡ + axe 1 A; Ⓒ *(rub harshly)* ถู, ขัด, เสียดสีอย่างรุนแรง; **~ a cigarette end into the ground** ขยี้ก้นบุหรี่กับพื้นอย่างรุนแรง; **~ facts into pupils** ปากเปียกปากแฉะพร่ำสอนลูกศิษย์; **~ dirt into sth.** เหยียบฝุ่นเข้าไปใน *ส.น.*; **~ one's teeth** ขบหรือกัดฟันของตนเอง; Ⓓ *(produce by grinding)* บด *(ข้าว)*; โม่ *(หิน)*; Ⓔ *(turn, cause to work)* หมุนหีบเพลง; **~ the coffee mill** เปิดเครื่องปั่นกาแฟ; **~ a barrel organ** หมุนหีบเพลงดนตรี; Ⓕ *(fig.: oppress, harass)* กดขี่, ข่มเหงรังแก; **~ the faces of the poor** *(literary)* ข่มเหงย่ำยีคนจน; **~ing poverty/tyranny** ความยากจนข้นแค้น/การปกครองแบบกดขี่ ❷ *v.i.*, **ground** Ⓐ *(toil)* ตรากตรำทำงานหนัก; *(study)* เรียนหนัก; Ⓑ *(rub gratingly)* ถู, ขัด, เสียดสีกัน; **bring sth. ~ing to a halt** ทำให้ *ส.น.* หยุดอย่างสนิท; **~ to a halt, come to a ~ing halt** *(ยานพาหนะ)* ค่อย ๆ หยุดโดยส่งเสียงดังเอี๊ยด; *(fig.)* *(การจราจร)* ค่อย ๆ ชะลอจนหยุดสนิท; *(โครงการ)* หยุดชะงัก ❸ *n.* งานหนัก; **the daily ~** *(coll.)* งานประจำวันที่จำเจน่าเบื่อ

~ a'way ❶ *v.t.* ฝนให้คม, บดให้ละเอียด ❷ *v.i.* *(fig.)* ทำงานหนัก; *(study)* เรียนหนัก, ตรากตรำเรียน

~ 'down *v.t.* Ⓐ บด *(กาแฟ)* ให้ละเอียด; ฝนให้เป็นรู; Ⓑ *(fig.: oppress)* *(ผู้ปกครอง)* กดขี่; Ⓒ *(sharpen)* ลับหรือฝนให้แหลมคม

~ 'in *v.t.* Ⓐ *(Mech.)* เจียรลิ้นเครื่องยนต์; Ⓑ **~ the dirt in** เหยียบย่ำความสกปรกเข้าไป; **~ in facts** *(fig. coll.)* พร่ำสอนบทเรียนซ้ำซากให้นักเรียนจำได้

~ 'on *v.i.* ทำงานที่เหน็ดเหนื่อยต่อไปเรื่อย ๆ

~ 'out *v.t.* *(fig.)* ผลิตออกมาด้วยความยากลำบาก *(บทความ, บทกวี)*

grinder /ˈgraɪndə(r)/ˈกรายนุเดอะ(ร)/ *n.* Ⓐ เครื่องบด; *(pulverizing machine)* เครื่องบด, เครื่องฝน, เครื่องป่น, เครื่องโม่; Ⓑ *in comb.* *(person)* คนลับ *(มีด, กรรไกร)*; Ⓒ *(tooth)* ฟันกราม; Ⓓ *(millstone)* โม่หินกลมคู่ *(ใช้บดเมล็ดข้าว)*; ➡ + organ-grinder

'grindstone /ˈgraɪndstəʊn/ˈกรายนุดซโตน/ *n.* หินลับมีด; **hold** *or* **keep one's/sb.'s nose to the ~** *(fig.)* ทำงานหนักตรากตราอย่างต่อเนื่อง/ทำให้ *ค.น.* ทำงานหนักอย่างต่อเนื่อง; **get back to the ~:** กลับไปทำงานหนักต่อไปใหม่

gringo /ˈgrɪŋgəʊ/ˈกริงโก/ *n., pl.* **~s** *(often derog.)* ชาวอังกฤษหรือชาวอเมริกัน *(เมื่ออยู่ในประเทศพูดภาษาสเปน เรียกโดยคนพื้นเมือง)*

grip /grɪp/กริพ/ ❶ *n.* Ⓐ *(firm hold)* การจับแน่น, การยึดแน่น; *(fig.: power)* ความสามารถในการควบคุม; **hold sth. with a firm ~:** จับ/ยึด *ส.น.* ไว้แน่น; **have a ~ on sth.** ยึด *ส.น.* ไว้; **loosen one's ~:** คลายมือออก; **take a ~:** จับไว้; **get** *or* **take a ~ on oneself** *(fig.)* รวบรวมสติของตน; **gain a ~:** *(ยางรถ)* เกาะถนนดี; หาที่เกาะเหนี่ยวได้; **have/get a ~ on sth.** *(fig.)* ควบคุม *ส.น.* ได้; **winter tightened its ~:** ฤดูหนาวทวีความรุนแรงยิ่งขึ้น; **come** *or* **get to ~s with sth./sb.** *(fig.)* จัดการกับ *ส.น./ค.น.* อย่างเอาจริงเอาจัง; **be in the ~ of** *(fig.)* ถูก *(ความกลัว, ความกังวล)* ครอบงำจิตใจ; อยู่ภายใต้สภาวะ *(สงคราม, ความอดอยาก)*; **lose one's ~** *(fig.)* ควบคุมสถานการณ์/ตนเองไม่ได้; **lose one's ~ on reality** *(fig.)* เสียสติ, ป้ำ ๆ เป๋อ ๆ ไปชั่วคราว; **the Prime Minister is losing his ~** *(fig.)* นายกรัฐมนตรีไม่สามารถควบคุมสถานการณ์ได้แล้ว; Ⓑ *(strength or way of ~ping)* ความมั่นคง, ความเหนียวแน่น; ลักษณะของการจับ; **shorten/lengthen one's ~:** คลาย/ทวีการบังคับควบคุม; Ⓒ *(holding-device)* อุปกรณ์จับ/ยึด; *(part which is held)* ส่วนที่เป็นมือจับ; *(of oar)* ด้ามของกรรเชียง/พาย; Ⓓ ➡ hairgrip; Ⓔ *(bag)* กระเป๋าเดินทาง ❷ *v.t.*, **-pp-** ถือ, จับ, ยึดไว้แน่น; **~ sb.'s collar/hand** *or* **sb. by the collar/hand** จับคอปก/มือของ *ค.น.* ไว้แน่น; **~ sb.'s imagination** *(fig.)* ทำให้ *ค.น.* ติดใจ ❸ *v.i.*, **-pp-** *(ล้อ)* เกาะ *(ถนน)* ไว้แน่น; *(ห้ามล้อ)* ยึดแน่น

gripe /graɪp/กรายพ/ ❶ *n.* Ⓐ *(coll.: complaint)* เรื่องบ่น; **one more ~ about my driving ...:** ถ้าบ่นอีกครั้งเกี่ยวกับการขับรถของฉัน...; **his favourite ~ is ...:** เรื่องบ่นประจำของเขาคือ...; **have a good ~ about sth./at sb.** ระบายเรื่องคับข้องใจเกี่ยวกับ *ส.น.*/บ่นใส่ *ค.น.*; Ⓑ *in pl.* *(colic)* **get/have the ~s** เกิด/มีอาการจุกหรือปวดแน่นท้อง ❷ *v.i.* *(coll.)* บ่นกระปอดกระแปด

gripping /ˈɡrɪpɪŋ/ˈกริพพิง/ *adj. (fig.)* น่าตื่นเต้น, ที่ทำให้ใจจดใจจ่อ

grisly /ˈɡrɪzlɪ/ˈกริซลิ/ *adj.* น่าสยดสยอง, น่าหวาดกลัว

grist /ɡrɪst/กริซท/ *n.* Ⓐ เมล็ดข้าว, ข้าวบาเลย์ที่จะบด; *(Brewing)* ข้าวบาเลย์คั่วและบดสำหรับทำเบียร์; Ⓑ *(fig.)* **it's all ~ to the/sb.'s mill** ล้วนเป็นเรื่องที่นำผลประโยชน์มาให้ *ค.น.*

gristle /ˈɡrɪsl/ˈกริซ'ล/ *n.* กระดูกอ่อน

gristly /ˈɡrɪslɪ/ˈกริซลิ/ *adj.* เต็มไปด้วยกระดูกอ่อน

grit /ɡrɪt/กริท/ ❶ *n.* Ⓐ ก้อนหินหรือเมล็ดทรายเล็ก ๆ; Ⓑ ➡ **gritstone;** Ⓒ *(coll.: courage, endurance)* ความกล้าหาญ, ความอดทน ❷ *v.t.*, **-tt-** Ⓐ โปรยหินบดละเอียดหรือทราย *(บนถนนที่เป็นน้ำแข็ง);* Ⓑ **~ one's teeth** กัดฟัน

grits /ɡrɪts/กริทซฺ/ *n. pl.* Ⓐ *(oats)* ข้าวโอตที่สีแล้วแต่ยังไม่ได้บด; Ⓑ *(oatmeal)* ข้าวโอตที่บดหยาบ ๆ

ˈgritstone *n. (Geol.)* หินทรายหยาบ

gritty /ˈɡrɪtɪ/ˈกริททิ/ *adj.* Ⓐ *(containing grit)* มีเม็ดหิน/เม็ดทรายหยาบเล็ก ๆ; *(full of hard particles)* เต็มไปด้วยเศษแข็งหยาบเล็ก ๆ; Ⓑ *(fig.: courageous)* **be ~:** กล้าหาญเด็ดเดี่ยว

grizzle /ˈɡrɪzl/ˈกริซ'ล/ *v.i. (Brit. coll.)* ร้องงอแง, สำออย

grizzled /ˈɡrɪzld/ˈกริซ'ลด/ *adj. (ผม, เครา)* หงอก; *(partly grey) (ผม)* หงอกประปราย

grizzly /ˈɡrɪzlɪ/ˈกริซลิ/ *n.* **~ [bear]** หมีตัวใหญ่สีน้ำตาล *(พบในทวีปอเมริกาเหนือหรือตอนเหนือของรัสเซีย)*

groan /ɡrəʊn/โกรน/ ❶ *n. (of person)* เสียงครวญคราง; *(of thing)* ส่งเสียงดังเอี๊ยดอ๊าดลั่น; *(fig.)* **give a ~ of pain** ครางด้วยความเจ็บปวด; **a ~ rose from the crowd** เสียงบ่นฮึมฮัมลั่นขึ้นจากฝูงชน ❷ *v.i.* Ⓐ *(บุคคล)* ส่งเสียงครวญคราง; *(โต๊ะ, กระดาน)* ส่งเสียงเอี๊ยดอ๊าด; **~ inwardly** ถอนหายใจ, หนักใจ; **a ~ing board** *(literary)* อาหารเพียบเต็มโต๊ะ; Ⓑ *(fig.: be oppressed)* ถูกกดดัน, ถูกบีบคั้น ❸ *v.t.* เปล่งเสียงครวญคราง

groats /ɡrəʊts/โกรทซฺ/ *n. pl. (hulled)* เมล็ดข้าวที่สีแล้ว; *(hulled and crushed)* เมล็ดข้าวที่สีและบดแล้ว เช่น ข้าวโอ๊ต

grocer /ˈɡrəʊsə(r)/ˈโกรเซอะ(ร)/ *n.* คนขายของชำ; ➡ **+ baker**

grocery /ˈɡrəʊsərɪ/ˈโกรเซอะริ/ *n.* Ⓐ *in pl. (goods)* ของชำ; Ⓑ **~ [store]** ร้านขายของชำ; Ⓒ *(trade)* ธุรกิจของชำ

grog /ɡrɒɡ/กรอก/ *n.* เครื่องดื่มที่ปรุงมาจากเหล้ารัมและน้ำ; *(Austral. and NZ coll.: alcoholic liquor)* เหล้า *(โดยเฉพาะเบียร์)*

groggily /ˈɡrɒɡɪlɪ/ˈกรอกิลิ/ *adv. (ลุกขึ้น)* อย่างวิงเวียนศีรษะ; *(ลุกขึ้น)* อย่างโงนเงน; *(เดินเหิน)* อย่างโซเซไปมา

groggy /ˈɡrɒɡɪ/ˈกรอกิ/ *adj.* ไม่มีกำลังวังชา, โซเซไปมาจากความงุนงง

groin /ɡrɔɪn/กรอยนฺ/ *n.* Ⓐ ➤ **118** *(Anat.)* ขาหนีบ, ไข่ดัน; *(euphem.: genitals)* บริเวณอวัยวะเพศภายนอก; Ⓑ *(Archit.)* ส่วนโค้งที่เป็นขอบค้ำประตู

grommet ➡ **grummet**

groom /ɡruːm/กรูม/ ❶ *n.* Ⓐ *(stable boy or girl)* เด็กหนุ่มสาวที่คอยดูแลคอกม้า; Ⓑ *(bride~)* เจ้าบ่าว; Ⓒ *(Brit.: officer of Royal Household)* ข้าราชบริพารในราชสำนักอังกฤษ ❷ *v.t.* Ⓐ แปรงขนม้า; *(smarten)* ทำให้ดูดี, แต่งกายหมดจด; **~ oneself** ทำตนเองให้ดูดี; **well/badly ~ed** แต่งกายดี/แต่งกายไม่เรียบร้อย; Ⓑ *(fig.: prepare)* อบรมสั่งสอน, เตรียมให้พร้อม; **~ sb. for/as sth.** อบรมสั่งสอน *ค.น.* สำหรับ/เป็น *ส.น.*; **~ sb. for a career** ตระเตรียม *ค.น.* ให้พร้อมสำหรับอาชีพการงาน

groove /ɡruːv/กรูว/ ❶ *n.* Ⓐ *(channel)* ร่อง, ราง; *(of gramophone record)* ร่อง; Ⓑ *(fig.: routine)* **get into a ~:** เคยชินกับกิจวัตรประจำวันจนคล่อง; **be stuck in a ~:** ติดอยู่ในวงจรชีวิตที่จำเจ; Ⓒ **be in the ~** *(dated coll.)* ทุกอย่างกำลังไปได้สวย; *(perform excellently)* เล่น/แสดงอย่างยอดเยี่ยม; *(be appreciative) (ผู้ชม)* กระตือรือร้นไปด้วย
❷ *v.t.* ทำเป็นร่อง/ราง

groovy /ˈɡruːvɪ/ˈกรูวิ/ *adj. (dated coll.) (excellent, very good)* ยอดเยี่ยม, ดีเลิศ, ดีมาก

grope /ɡrəʊp/โกรพ/ ❶ *v.i.* คลำหา, ค้นหา **(for** สำหรับ); **~ for the right word/truth** คิดหาคำที่ถูกต้อง/ความจริง; **~ after sth.** *(fig.)* พยายามขบปัญหาเกี่ยวกับ *ส.น.*
❷ *v.t.* Ⓐ **~ one's way [along]** คลำหาทางไปเรื่อย ๆ; *(fig.)* ค่อย ๆ มะงุมมะงาหราไปเรื่อย ๆ; Ⓑ *(coll.: caress)* **~ sb.** แต๊ะอั๋ง *ค.น.*

grosgrain /ˈɡrəʊɡreɪn/ˈโกรเกรน/ *n. (Textiles)* ผ้าไหมที่มีลายทาง

gros point /ˈɡrəʊ pwæ̃/ˈโกรพอยนฺท/ *n.* Ⓐ *(embroidery)* การเย็บเป็นลายไขว้บนผืนผ้าใบ; Ⓑ *(stitch)* รอยเย็บไขว้บนผืนผ้าใบ

¹gross /ɡrəʊs/โกรซ/ ❶ *adj.* Ⓐ *(flagrant)* ใหญ่หลวง; *(อาชญากรรม, การกระทำผิด)* ทนโท่; *(ความผิดพลาด, ความละเลย)* เด่นชัด; Ⓑ *(obese)* อ้วนมากจนน่าเกลียด; *(luxuriant) (ต้นไม้)* ดก, หนาแน่น, ทึบ; Ⓒ *(coarse, rude)* หยาบช้า, หยาบคาย; *(coll.: disgusting)* น่ารังเกียจ, น่าขยะแขยง, น่าทุเรศ; **that's really ~!** ทุเรศจริง ๆ; Ⓓ *(total) (รายได้)* ทั้งหมด, เบ็ดเสร็จไม่ใช่จำนวนสุทธิ; **earn £30,000 ~:** มีรายได้สามหมื่นปอนด์ก่อนหักภาษี; **~ national product** ผลิตภัณฑ์มวลรวมประชาชาติ; **~ profit** กำไรข้างต้น; Ⓔ *(dull, not delicate) (บุคคล)* ทึ่ม, ไม่ละเอียดอ่อน, หยาบกระด้าง; Ⓕ *(coarse)* หยาบกักขฬะ
❷ *v.t.* Ⓐ *(yield) (เงินทุน)* ให้ผล; Ⓑ **~ up** ทำรายได้รวมทั้งหมดเป็นเงิน; **~ed up** มียอดรวม

²gross *n., pl. same* จำนวนที่เท่ากับกุรุส *(12 โหล);* **by the ~:** ในปริมาณมาก

grossly /ˈɡrəʊslɪ/ˈโกรซลิ/ *adv.* Ⓐ *(flagrantly)* อย่างทนโท่, อย่างเห็นได้ชัด; Ⓑ *(coarsely, rudely)* อย่างหยาบคาย

grotesque /ɡrəʊˈtesk/โกรˈเท็ซคฺ/ ❶ *adj.* บิดเบี้ยว, พิกลพิการ ❷ *n.* Ⓐ *(decoration)* การตกแต่งที่ผสมผสานพัลวันระหว่างมนุษย์และสัตว์; Ⓑ *(Printing)* ชุดตัวพิมพ์ที่ไม่มีหยักแบบหนึ่ง, ตัวพิมพ์แบบโกรเทส *(ท.ศ.)*

grotesquely /ɡrəʊˈteskli/โกรˈเท็ซคลิ/ *adv.* อย่างบิดเบี้ยว, อย่างผิดส่วน

grotto /ˈɡrɒtəʊ/ˈกรอโท/ *n., pl.* **~es** *or* **~s** ถ้ำที่มนุษย์สร้างขึ้นเพื่อประดับสวน

grotty /ˈɡrɒtɪ/ˈกรอทิ/ *adj. (Brit. coll.)* ห่วย *(ภ.พ.)*; *(dirty)* สกปรกมอมแมม; **the bathroom looks ~:** ห้องน้ำดูสกปรกและโทรม

grouch /ɡraʊtʃ/เกราฉ/ *(coll.)* ❶ *v.i.* บ่นกระปอดกระแปด ❷ *n.* Ⓐ *(person)* คนที่อารมณ์ไม่ดี; Ⓑ *(cause)* สาเหตุที่ทำให้อารมณ์ไม่ดี; **have a ~ against sb.** มีเรื่องขุ่นข้องหมองใจกับ *ค.น.*

grouchy /ˈɡraʊtʃɪ/ˈเกราฉิ/ *adj. (coll.)* บ่นกระปอดกระแปด, อารมณ์ไม่ดี

¹ground /ɡraʊnd/กราวนฺด/ ❶ *n.* Ⓐ พื้นดิน, พื้น, ดิน; **work above/below ~:** ทำงานเหนือพื้นดิน/ใต้ดิน; **1,000 feet above the ~:** 1,000 ฟุตเหนือระดับพื้นดิน; **deep under the ~:** ลึกลงไปใต้ดิน; **uneven, hilly ~:** พื้นดินที่เป็นลูกฟูกแบบเนินเขา; **on high ~:** บนที่ดอน; **cover much ~** *(distance)* เดินทางไปไกล ๆ; Ⓑ *(fig.)* **be above/below ~:** ยังมีชีวิตอยู่/ตายและฝังดินไปแล้ว; **cut the ~ from under sb.'s feet** ตัดหน้า/ทำลายแผนการของ *ค.น.*; **be** *or* **suit sb. down to the ~** *(coll.)* เหมาะสมสำหรับ *ค.น.* มาก; **Friday suits me down to the ~:** วันศุกร์สะดวกสำหรับฉันมาก; **that's Billy down to the ~** *(coll.)* นั่นแหละบิลลี่ขนานแท้; **fall to the ~:** *(แผนการ, ฯลฯ)* ล้มเหลว; **be dashed to the ~:** สูญสลายโดยสิ้นเชิง; **from the ~ up** *(coll.) (thoroughly)* อย่างละเอียดทุกแง่มุม, อย่างทั่วถึง; *(entirely anew)* รื้อทำใหม่หมด; **get off the ~** *(coll.) (ธุรกิจ, กิจการ ฯลฯ)* เริ่มดำเนินการ; **get sth. off the ~** *(coll.)* ทำให้ *ส.น.* เริ่มต้นได้เสียที; **hit the ~ running** *(coll.)* ลงมือทำงานเต็มที่ตั้งแต่แรก; **go to ~:** *(สุนัขจิ้งจอก)* เข้าไปใต้ดิน/โพรง; *(บุคคล)* เก็บตัวเงียบเป็นเวลานาน; **run to ~:** หลบซ่อนเพื่อหลีกเลี่ยงจากการถูกจับ; **run sb./oneself into the ~** *(coll.)* ให้ *ค.น.*/ตนเองทำงานจนเหนื่อยเกินไป; **run a car into the ~** *(coll.)* ใช้รถยนต์มากจนพังไปเลย; **on the ~** *(in practice)* ภาคสนาม; **be/not be on firm** *or* **solid ~:** มั่นใจ/ไม่มั่นใจในข้อเท็จจริงของตน; **thin/thick on the ~:** มีจำนวนไม่มาก/มีจำนวนมาก; **break fresh** *or* **new ~:** นำระบบใหม่มาใช้ *หรือ* ค้นพบวิธี ระบบ ฯลฯ ใหม่; **cover much** *or* **a lot of ~:** *(lit.)* เดินทางไปได้ไกล; *(fig.)* ทำงานคืบหน้าไปมาก; **cover the ~:** *(นักศึกษา)* เรียนจบเนื้อหาวิชา; *(หนังสือ)* ให้ภาพที่กว้างขวาง; **cover the same ~:** *(หนังสือ)* มีเนื้อหาสาระเหมือนกัน; **gain** *or* **make ~:** ก้าวหน้าไปอย่างมั่นคง, เจริญรุดหน้า; *(become established)* หยั่งรากแก้ว; **give** *or* **lose ~:** ล่าถอย, เสื่อมลง, สูญเสียข้อได้เปรียบ; **hold** *or* **keep** *or* **stand one's ~:** ยืนหยัด, ไม่ยอมแพ้ *หรือ* ไม่ลดหย่อนให้; **shift one's ~:** เปลี่ยนหลักการ/จุดยืน; ➡ **+ foot** 1 A; Ⓒ *(special area)* พื้นที่เฉพาะกิจ; **[sports] ~:** สนามกีฬา; **[cricket] ~:** สนามคริกเกต; ➡ **+ common ground; forbidden** 2; Ⓓ *in pl. (attached to house)* พื้นที่บริเวณรอบบ้าน; Ⓔ *(Brit.: floor)* พื้นห้อง; Ⓕ *(motive, reason)* แรงจูงใจ, เหตุผล; **on the ~[s] of, on ~s of** เนื่องด้วย; *(giving as one's reason)* โดยอ้าง; **on the ~s that ...:** ด้วยเหตุผลที่ว่า...; **on health/religious** *etc.* **~s** ด้วยเหตุผลทางด้านสุขภาพ/ศาสนา ฯลฯ; **on what ~s do you suspect him?** คุณสงสัยเขาด้วยเหตุผลอะไร; **the ~s for divorce are ...:** เหตุผลของการหย่าร้างคือ...; **there are no ~s for this assumption** ไม่มีเหตุผลสำหรับข้อสมมติฐานนี้; **have/give [no] ~s for sth.** [ไม่]มี/[ไม่]ให้เหตุผลสำหรับ *ส.น.*; **have no ~s for sth./to do sth.** ไม่มีเหตุผลสำหรับ *ส.น.*/ที่จะทำ *ส.น.*; **have no ~s for complaint** ไม่มีเหตุผลที่จะบ่น; **have good ~s for doing sth.** มีเหตุผลที่ดีสำหรับการทำ *ส.น.*; Ⓖ *(in embroidery, painting, etc.)* พื้น; **on a white ~:** บนพื้นสีขาว; Ⓗ *in pl. (sediment)* **~s** ตะกอน, กาก; *(of coffee)* กากกาแฟ; Ⓘ *(Electr.)* ดิน, การต่อสาย

g

g

ลงดิน; **~ed plug** *(Amer.)* ปลั๊กไฟที่ต่อกับสายดิน; Ⓙ *(bottom of sea)* ท้องทะเล; **touch ~** *(fig.)* กลับมาสู่โลกแห่งความเป็นจริง

❷ *v.t.* Ⓐ *(cause to run ashore)* ทำให้ *(เรือ)* เกยตื้น; **be ~ed** *(เรือ)* ถูกเกยตื้น; Ⓑ *(base, establish)* วางรากฐาน, กำหนดกฎ; **be ~ed on** มีรากฐานมาจาก; **well ~ed** มีเหตุผลรองรับอย่างดี; Ⓒ *(instruct)* **~ sb. [in the essentials]** สั่งสอน *ค.น.* [ในข้อมูลเบื้องต้นที่จำเป็น]; **be well/not well ~ed in a subject** มีพื้นฐานที่ดี/ไม่ดีในวิชาใดวิชาหนึ่ง; Ⓓ *(Mil.)* วาง *(อาวุธ)* ลง; Ⓔ *(Aeronaut.)* บอกปฏิเสธสิทธิ *(นักบิน, เครื่องบิน)* ให้บิน; *(prevent from flying)* ไม่สามารถบินได้; **be ~ed by bad weather/owing to a defect** *etc.* ไม่อาจขึ้นบินได้เพราะสภาพอากาศที่เลวร้าย/เนื่องจากเครื่องยนต์ขัดข้อง ฯลฯ; Ⓕ *(Electr.)* ต่อสายลงดิน; Ⓖ *(esp. in Amer.: confine to home)* **be ~ed** ถูกกักกันอยู่ในบ้าน *(วัยรุ่น)*

❸ *v.i. (run ashore) (เรือ)* เกยฝั่ง, เกยตื้น

²ground ❶ ➡ **grind** 1, 2 ❷ *adj.* บดเป็นผง, ป่นให้ละเอียด; **~ meat** *(Amer.)* เนื้อบด; **~ coffee** กาแฟบดเป็นผง; **fine-/coarse-/medium-~ coffee** กาแฟบดละเอียด/หยาบ/ปานกลาง ๆ

ground: ~bait *n.* เหยื่อตกปลา *(ที่โปรยบนผิวน้ำ)*; **~ bass** /ˈɡraʊnd beɪs/ˈกฺราวนฺดฺเบซ/ *n.* *(Mus.)* ท่อนเพลงในเสียงต่ำที่เล่นซ้ำ ๆ อยู่เรื่อย ๆ; **~ control** *n.* *(Aeronaut.)* Ⓐ *(personnel, equipment, etc.)* เจ้าหน้าที่, อุปกรณ์ ฯลฯ ควบคุมภาคพื้นดิน; Ⓑ *(directing)* **~ control approach** ระบบควบคุมการลง/การขึ้นของเครื่องบินจีซีเอ; **~ crew** *n.* *(Aeronaut.)* พนักงานสายการบินภาคพื้นดิน; **~ effect** *n.* *ผลกระทบทางกลศาสตร์ระหว่างพื้นดินกับรถยนต์เครื่องบิน ฯลฯ ที่เคลื่อนผ่าน*; **~ 'floor** ➡ **floor** 1 B; **~ forces** *n. pl.* กองกำลังภาคพื้นดิน; **~ frost** *n.* น้ำค้างแข็งที่จับบนผิวดิน; **~ 'glass** *n.* กระจกฝ้า

Groundhog Day *n.* วัน *(วันที่ 2 กุมภาพันธ์) ซึ่งตัวมามอตในอเมริกาจะทำนายอากาศว่าจะหนาวหรือเริ่มอบอุ่น*

grounding /ˈɡraʊndɪŋ/ˈกฺราวนฺดิง/ *n.* Ⓐ การฝึกหรือการสอนพื้นฐาน; Ⓑ *(Aeronaut.)* **the ~ of the plane was ordered** มีคำสั่งห้ามนำเครื่องบินขึ้น

ground: ~ ivy *n.* พืชล้มลุกเลื้อยคลุมตามพื้นมีดอกสีน้ำเงิน; **~keeper** *(Amer.)* ➡ **groundsman**

groundless /ˈɡraʊndlɪs/ˈกฺราวนฺดฺลิซ/ *adj.* ปราศจากมูลฐาน, ไม่มีเหตุผล; **these reports/rumours/statements are ~:** รายงาน/ข่าวลือ/ถ้อยแถลงเหล่านี้ไม่มีเหตุผล

ground: ~ 'level *n.* **above/below ~ level** เหนือ/ต่ำกว่าระดับพื้นดิน; **on** *or* **at ~ level** ที่ระดับพื้นดิน; *(ห้องชั้น)* อยู่ชั้นล่าง; **~nut** *n.* *(Brit.)* ถั่วลิสง; **~ plan** *n.* แผนผังพื้นชั้นล่างของตึกอาคาร; *(fig.)* โครงร่างหยาบ ๆ ของแผนการ; **~ rent** *n.* ค่าเช่าที่ดิน; **~ 'rice** *n.* ข้าวบด; **~ rule** *n.* Ⓐ *(Sport)* กติกาภาคสนาม; Ⓑ *(basic principle)* หลักการพื้นฐาน

groundsel /ˈɡraʊnsl/ˈกฺราวนฺซฺ'ล/ *n.* *(Bot.)* พืชในสกุล *Senecio* ใช้เป็นอาหารนก

ground: ~sheet *n.* ผืนผ้าปูพื้นกันดินเปียก; **~sman** /ˈɡraʊndzmən/ˈกฺราวนฺดฺซฺเมิน/ *n., pl.* **~smen** /ˈɡraʊndzmən/ˈกฺราวนฺดฺซฺเมิน/ *(Sport)* คนที่ดูแลสนามกีฬา; **~ speed** *n.* *(Aeronaut.)* ความเร็วภาคพื้นดิน; **~ squirrel** *n.* สัตว์คล้ายกระรอก; **~ staff** *n.* *(Aeronaut.)* เจ้าหน้าที่ภาคพื้นดิน; **~ station** *n.* *(Astronaut., Communications)* สถานีวิทยุติดต่อภาคพื้นดิน; **~swell** *n.* ทะเลที่มีคลื่นลูกใหญ่; **the ~swell of public opinion** *(fig.)* ความกดดันของมหาชนที่เพิ่มขึ้นเรื่อย ๆ; **~ traffic** *n.* จำนวนเครื่องบินและบรรดายวดยานลำเลียงข้าวของที่รันเวย์; **~ water** *n.* น้ำที่พบใต้พื้นดินหรือในซอกหิน; น้ำใต้ดิน, น้ำบาดาล; **~work** *n.* งานขั้นแรก *หรือ* งานขั้นพื้นฐาน; *(fig.)* รากฐาน, พื้นฐาน; **do the ~work for sth.** ตระเตรียมงานพื้นฐานสำหรับ *ส.น.*; **~ 'zero** *n.* จุดศูนย์กลางของปรมาณู

group /ɡruːp/กฺรูพ/ ❶ *n.* Ⓐ เหล่า, หมู่, กลุ่ม, พวก, ชุด; *abbrib. (พฤติกรรม, ความสัมพันธ์)* ของ/ประจำกลุ่ม; **~ of houses/trees/islands** กลุ่มบ้าน/ต้นไม้/เกาะ; **the Germanic ~ of languages** กลุ่มของภาษาเยอรมัน; Ⓑ *(Commerc.)* กลุ่มบริษัทในเครือ, เครือบริษัท; Ⓒ *(Polit.)* กลุ่ม; *(Parl.)* กลุ่มย่อยของสมาชิกพรรค; Ⓓ ➡ **pop group**; Ⓔ *(Math., Chem.)* กลุ่ม *(ตัวเลข, ธาตุ)* ❷ *v.t.* รวม/จัดเป็นกลุ่ม; **~ books according to their subjects** จัดหนังสือตามประเภทวิชา; **~ flowers together** รวมดอกไม้เข้าเป็นกลุ่ม; **you can't ~ all criminals together** คุณจะถือว่าอาชญากรทุกคนเหมือนกันไปหมดไม่ได้; **be ~ed into classes** ถูกจำแนกประเภท

group: ~ captain *n.* *(Air Force)* นาวาอากาศเอก; **~ discussion** *n.* การอภิปรายกลุ่มย่อย

groupie /ˈɡruːpɪ/ˈกฺรูพิ/ *n.* *(coll.) เด็กสาวที่หลงใหลและพยายามจะนอนกับนักดนตรี*

grouping /ˈɡruːpɪŋ/ˈกฺรูพิง/ *n.* *(placing in groups)* การจัดเข้ากลุ่ม, การแบ่งกลุ่ม; *(classification)* การจำแนกประเภท, การจัดจำพวก; *([belonging to a] blood group)* **blood ~:** กลุ่มเลือด

group: ~ practice *n. แพทย์หลายคนที่ทำงานร่วมกันในสถานที่เดียวกัน;* **~ sex** *n.* การมีกิจกรรมทางเพศมากกว่า 2 คนขึ้นไป; **~ therapy** *n. การรักษาโรคจิตโดยวิธีแลกเปลี่ยนประสบการณ์เป็นกลุ่ม*

¹grouse /ɡraʊs/เกฺราซ/ *n.* Ⓐ *pl. same* ไก่ป่า; **[red] ~** *(Brit.)* ไก่ป่าสีแดง *(ที่ผู้ดีอังกฤษนิยมยิงเป็นกีฬา)*; Ⓑ *no pl. (as food)* ไก่ป่าอบ

²grouse *(coll.)* ❶ *v.i.* บ่นกระปอดกระแปด ❷ *n.* เรื่องบ่น; **my only ~ is that ...:** เรื่องเดียวที่ฉันไม่พอใจก็คือว่า...

grouser /ˈɡraʊsə(r)/ˈเกฺราเซอะ(ร)/ *n.* *(coll.)* จอมโวย *(ภ.พ.)*

'grouse-shooting *n.* การยิงไก่ป่าเป็นกีฬา

grout /ɡraʊt/เกฺราท/ ❶ *n.* ปูนยาแนว ❷ *v.t.* ยาแนว *(กระเบื้อง, ผนัง)*

grove /ɡrəʊv/โกฺรว/ *n.* ป่าเล็ก ๆ, ป่าละเมาะ

grovel /ˈɡrɒvl/ˈกฺรอวฺ'ล/ *v.i.* *(Brit.)* **-ll-:** Ⓐ *(lie prone)* นอนราบคว่ำหน้า, หมอบคลาน; *(go down on one's knees)* คุกเข่า; **be ~ling on the floor** หมอบคลานอย่างเจียมเนื้อเจียมตัว; Ⓑ *(fig.: be subservient)* นอบน้อม, อ่อนน้อม; *(in apology)* ขอโทษขอโพยอย่างพินอบพิเทายิ่ง

grovelling *(Amer.:* **groveling***)* /ˈɡrɒvəlɪŋ/ˈกฺรอเวอะลิง/ *adj.* นอนราบคว่ำหน้า, คุกเข่าลงไป; *(fig.)* อ่อนน้อมมากเกินไป

grow /ɡrəʊ/โกฺร/ ❶ *v.i.*, **grew** /ɡruː/กฺรู/, **grown** /ɡrəʊn/โกฺรน/ Ⓐ *(sprout)* เริ่มงอก, แตกหน่อ; **leaves are beginning to ~ on the trees** ใบไม้กำลังเริ่มงอกบนต้นไม้; Ⓑ *(in size etc.)* เติบโตขึ้น; **haven't you ~n!** หนู/น้องโตเร็วจริง; **~ing lad** เด็กหนุ่มที่กำลังเจริญเติบโต; Ⓒ *(develop, expand)* พัฒนา, ขยายออกไป; *(increase numerically) (ประชากร)* เพิ่มขึ้น; **~ out of** *or* **from sth.** เกิด/พัฒนาจาก *ส.น.*; *(from sth. abstract)* เริ่มก่อหวอดขึ้นจาก *ส.น.*; *(แผนการ)* พัฒนาจาก *ส.น.*; *(สงคราม, ฯลฯ)*; เป็นผลจาก *ส.น.*; **~ in** เพิ่มในแง่ *(ขนาด, ความสำคัญ, ชื่อเสียง ฯลฯ)*; Ⓓ *(become)* กลายเป็น, เกิด; **~ used to sth./sb.** เกิดความคุ้นเคยกับ *ส.น./ค.น.*; **~ like sb.** ค่อย ๆ เหมือน *ค.น.*; **~ apart** *(fig.)* ค่อย ๆ ห่างกันไป; **~ away from sb.** *(fig.)* ค่อย ๆ ห่างจาก *ค.น.*; **~ to be sth.** ค่อย ๆ กลายเป็น *ส.น.*; **he grew to be a man** เขาเจริญเติบโตเป็นชายฉกรรจ์; **~ to love/hate** *etc.* **sb./sth.** ค่อย ๆ เริ่มที่จะรัก/เกลียด ฯลฯ *ค.น./ส.น.*; **~ to like sb./sth.** เริ่มที่จะชอบ *ค.น./ส.น.* เป็นลำดับ; **~ old [gracefully]** มีอายุมากขึ้น [อย่างสมวัย]; ➡ + **growing; grown** 2

❷ *v.t.*, **grew, grown** Ⓐ *(cultivate)* ปลูก *(ต้นไม้, ผลไม้)*; *(produce)* เลี้ยง/ผลิต *(ผลึก)*; Ⓑ **~ one's hair [to a great length]** ปล่อยให้ผมยาว [มาก]; **~ a beard** ไว้เครา; **the lizard will ~ a new tail** จิ้งจกจะงอกหางใหม่

~ into *v.t.* Ⓐ *(become)* กลายเป็น; Ⓑ *(become big enough for)* โตพอที่จะใส่ได้ *(เสื้อผ้า)*

~ on *v.t.* **it ~s on you** คุณจะค่อย ๆ ชื่นชอบมันมากขึ้น; **he grew on us** ในที่สุดเขาก็ชนะใจเรา

~ 'out of *v.t.* Ⓐ *(become too big for)* โตเกินไปที่จะใส่ได้แล้ว *(เสื้อผ้า)*; Ⓑ *(lose in the course of time)* สลัดทิ้งในที่สุด *(นิสัย)*; ➡ + ~ 1 C

~ 'up *v.i.* Ⓐ *(spend early years)* ใช้ชีวิตในวัยเด็ก; *(become adult)* โตเป็นผู้ใหญ่; **she grew up to be a gifted pianist** เธอโตเป็นนักเปียโนที่มีพรสวรรค์; **what do you want to be** *or* **do when you ~ up?** คุณอยากเป็นอะไรเมื่อคุณโตขึ้น; Ⓑ *(fig.: behave more maturely)* ทำตัวเป็นผู้ใหญ่; **~ up!** รู้จักโตเสียที, เลิกทำตัวเหมือนเด็กซะที; Ⓒ *(develop)* เริ่มก่อหวอด; *(ความสัมพันธ์, ประเพณี, ความเป็นมิตร)* เกิดขึ้น

~ 'up into *v.t.* กลายเป็น

grower /ˈɡrəʊə(r)/ˈโกฺรเออะ(ร)/ *n.* Ⓐ *usu. in comb. (person.)* คนปลูก; **fruit/apple/vegetable ~:** คนปลูกผลไม้/แอปเปิ้ล/ผัก; **coffee/tobacco ~:** คนปลูกกาแฟ/ยาสูบ; Ⓑ *(plant)* **be a slow/free ~:** เป็นต้นไม้ที่เติบโตช้า/เติบโตเร็ว

growing /ˈɡrəʊɪŋ/ˈโกฺรอิง/ ❶ *adj.* *(ต้นไม้, บุคคล)* ที่กำลังเจริญเติบโต; *(จำนวน)* ที่เพิ่มขึ้น; *(สัญญาณ)* ที่เด่นชัดขึ้น ❷ *n.* การปลูก; *attrib.* **~ season** ฤดูการปลูก; **good/bad ~ weather** อากาศที่เอื้อ/ไม่เอื้อต่อการเพาะปลูก

'growing pains *n. pl. อาการเจ็บปวดตามแขนขาของเด็กเล็ก ๆ เนื่องจากการเจริญเติบโต; (fig.)* อุปสรรค/ความยากลำบากในระยะที่เริ่มกิจการใหม่ ๆ

growl /ɡraʊl/กฺราวล/ ❶ *n.* *(of dog, lion)* เสียงคำราม; *(of bear)* เสียงบ่นพึมพำด้วยความโกรธของหมี; **a ~ of disapproval** การบ่นพึมพำแสดงความไม่สบอารมณ์

❷ *v.i.* Ⓐ *(สุนัข, สิงโต)* ส่งเสียงขู่คำราม; **~ at sb.** ขู่คำรามใส่ *ค.น.*; Ⓑ *(murmur angrily)* บ่นพึมพำด้วยความโกรธ

❸ *v.t.* **~ [out]** เปล่งเสียงสำราก [ออกมา]

grown /ɡrəʊn/โกฺรน/ ❶ ➡ **grow** ❷ *adj.* ที่เจริญเติบโต, ที่พัฒนาแล้ว; **fully ~:** ที่เจริญเติบโตเต็มที่

'grown-up ❶ *n.* ผู้ใหญ่ ❷ *adj.* ที่โตเต็มที่, เป็นผู้ใหญ่; **~ books/clothes** หนังสือ/เสื้อผ้าผู้ใหญ่; **act in a ~ way** ทำตนเป็นผู้ใหญ่

growth /grəʊθ/โกรธ/ *n.* Ⓐ *(of industry, economy)* การเจริญเติบโต; *(of population)* การเพิ่มขึ้น; *(of interest, illiteracy)* การเพิ่มขึ้น; Ⓑ *(growing of organisms, crystals)* การเจริญเติบโต; *(cultivation)* การเพาะปลูก; Ⓒ *(amount grown)* ปริมาณที่ปลูก; Ⓓ *(thing grown)* พืชที่ปลูก; *(in classification of vineyards)* การกำหนดคุณภาพขององุ่นที่เก็บเกี่ยวได้; **a thick ~ of weeds** วัชพืชที่ขึ้นเป็นกอใหญ่; **cut away the old ~:** ตัดกิ่งเก่า ๆ ทิ้งไป; **a four days' ~ [of beard]** เคราที่ไว้เป็นเวลา 4 วัน; Ⓔ *(Med.)* การงอกที่ผิดปกติ *(เช่น เนื้องอก, มะเร็ง ฯลฯ)*

growth: ~ **area** *n.* สิ่งที่กำลังขยายตัว; ~ **industry** *n.* อุตสาหกรรมที่กำลังขยายตัวรวดเร็ว; ~ **rate** *n.* อัตราการเติบโต; ~ **ring** *n.* วงปีของต้นไม้; ~ **stock** *n.* หุ้นของบริษัทซึ่งมีแนวโน้มว่าจะเพิ่มราคาเร็วเป็นพิเศษ

groyne /grɔɪn/กรอยน/ *n.* กำแพงเตี้ย ๆ ที่สร้างให้ยื่นออกไปในทะเลเพื่อบรรเทาการถูกเซาะของชายหาด

grub /grʌb/กรับ/ ❶ *n.* Ⓐ ดักแด้แมลง; *(maggot)* ตัวหนอนที่ชอบวางไข่ในเนื้อ; *(caterpillar)* ดักแด้, ตัวแก้ว; *(larva of cockchafer etc.)* ดักแด้ของแมลงปีกแข็ง; Ⓑ *(coll.: food)* อาหาร; *(victuals)* เสบียงอาหาร; **~['s] up!** อาหารพร้อมแล้ว; **lovely ~!** อาหารอร่อยจริง; **pub ~** *(Brit.)* อาหารตามผับ ❷ *v.i.*, **-bb-:** Ⓐ *(dig)* ขุดไม่ลึก; Ⓑ *(search) (in bag, cupboard, etc.)* ค้นหา (for สำหรับ); **~ about** ค้นหา; **~ about for sth.** ค้นหา *ส.น.* ❸ *v.t.*, **-bb-** Ⓐ *(dig)* ขุดตื้น ๆ; *(remove roots or stumps from)* ถอน *(ราก/ตอ)* ให้หมดไป; *(extract by digging)* ขุดออก; *(uproot)* ถอนราก; Ⓑ *(fig.)* **barely ~bing a subsistence** ดิ้นรนปากกัด, ตำข้าวสารกรอกหม้อ

~ **'out** *v.t.* ขุด หรือ ถอน *(ราก)* ออกมา; *(fig.)* เปิดเผย *(ข้อมูล ฯลฯ)*

~ **'up** *v.t.* ขุดขึ้นมา *(วัชพืช, พืชผลที่ปลูกไว้)*

grubby /'grʌbɪ/'กรับบิ/ *adj. (dirty)* สกปรก; *(slovenly)* มอมแมม

'grub screw *n. (Mech. Engin.)* ตะปูควงไม่มีหัว

grudge /grʌdʒ/กรัจ/ ❶ *v.t.* ~ **sb. sth.** แค้น *ค.น.* เกี่ยวกับ *ส.น.;* **I don't ~ him his success** ฉันไม่ได้อิจฉาความสำเร็จของเขา; **~ every penny that is taken in tax** เดือดแค้นเสียดายเงินทุกบาทที่ต้องจ่ายเป็นภาษี; **~ doing sth.** *(be unwilling to do sth.)* ไม่เต็มใจที่จะทำ *ส.น.; (do sth. reluctantly)* จำใจทำ *ส.น.* อย่างเสียไม่ได้; **I ~ paying £20 for this** ฉันไม่เต็มใจที่จ่าย 20 ปอนด์สำหรับสิ่งนี้, ฉันจำยอมจ่ายเงิน 20 ปอนด์สำหรับสิ่งนี้อย่างเสียไม่ได้ ❷ *n.* ความแค้น, ความเจ็บใจ; **have** *or* **hold a ~ against sb.** มีความแค้น หรือ ความเจ็บใจต่อ *ค.น.;* **I owe him a ~:** ฉันมีเรื่องผูกใจเจ็บเขา; ➡ + ²bear 1 H

grudging /'grʌdʒɪŋ/'กรัจจิง/ *adj.* ไม่เต็มใจ; **be ~ in one's approval** จำใจตกลงอย่างเสียไม่ได้

grudgingly /'grʌdʒɪŋlɪ/'กรัจจิงลิ/ *adv.* อย่างเคืองแค้น, อย่างไม่เต็มใจ

gruel /'gru:əl/'กรูเอิล/ *n.* อาหารเหลวสำหรับคนป่วยที่ทำจากข้าวโอ๊ต

gruelling (*Amer.:* **grueling**) /'gru:əlɪŋ/'กรูเออะลิง/ ❶ *adj. (การเดินทาง)* เหน็ดเหนื่อย; *(การวิ่งแข่ง, ประสบการณ์)* ทรมานมาก ❷ *n. (Brit.)* **the boxer got a ~:** นักมวยบอบช้ำสะบักสะบอมมาก; **take a ~ from sth.** สะบักสะบอมมากจาก *ส.น.*

gruesome /'gru:səm/'กรูเซิม/ *adj.*, **gruesomely** /'gru:səmlɪ/'กรูเซิมลิ/ *adv.* [อย่าง] น่ากลัว, [อย่าง] น่าขนพองสยองเกล้า

gruff /grʌf/กรัฟ/ *adj. (เสียง)* กระโชกโฮกฮาก; *(พฤติกรรม, ท่าทาง)* หยาบกระด้าง, ไม่มีมารยาท, ไม่รู้จักโอภาปราศรัย

grumble /'grʌmbl/'กรัมบ'ล/ ❶ *v.i.* Ⓐ บ่น; **~ at sb. about** *or* **over sth.** บ่นเกี่ยวกับ *ส.น.* ให้ *ค.น.* ฟัง; **put up with sth. without grumbling** อดทนกับ *ส.น.* โดยไม่ปริปากบ่น; Ⓑ *(rumble)* คำราม, ครางกระหึ่ม ❷ *n.* Ⓐ *(act)* การบ่น; *(complaint)* เรื่องบ่น; **without a ~:** โดยไม่มีการบ่น; **she's always full of ~s** เธอมีเรื่องบ่นมากมายเสมอ; **my chief ~ is that ...:** เรื่องหลักที่ฉันต้องร้องทุกข์ก็คือว่า...; Ⓑ *(rumble of thunder)* เสียงฟ้าคะนอง; *(of cannon)* เสียงกระหึ่ม

grumbler /'grʌmblə(r)/'กรัมเบลอะ(ร)/ *n.* คนขี้บ่น

grumbling a'ppendix *n. (Med.)* ไส้ติ่งที่อักเสบเป็นครั้งเป็นคราว

grummet /'grʌmɪt/'กรัมมิท/ *n.* Ⓐ *(Naut.)* ห่วงเชือก; Ⓑ *(washer)* วงแหวนกันกระเทือน; Ⓒ *(in cap)* ห่วงยางข้างในจุกขวด

grumpily /'grʌmpɪlɪ/'กรัมพิลิ/ *adv.* อย่างอารมณ์เสีย, อย่างหงุดหงิด

grumpiness /'grʌmpɪnɪs/'กรัมพินิซ/ *n., no pl.* การอารมณ์เสีย, ความหงุดหงิด

grumpy /'grʌmpɪ/'กรัมพิ/ *adj.* หัวเสีย, อารมณ์เสีย, หงุดหงิด

grunge /'grʌndʒ/'กรันจ/ *n.* Ⓐ *(Amer.: coll.: grime)* ความสกปรก; Ⓑ *(music)* เพลงร็อกที่มีเสียงกีตาร์แหบ ๆ; Ⓒ *(fashion)* สไตล์การแต่งตัวให้ดูโทรมและไม่เข้าชุด

grunt /grʌnt/กรันท/ ❶ *n.* เสียงของหมู; **give a ~:** *(บุคคล)* ทำเสียงเออ ๆ ❷ *v.i. (หมู)* ทำเสียงมูมู; *(คน)* ทำเสียงเออ ๆ; **he only ~ed in answer** เขาตอบโดยส่งเสียงตะคอก ❸ *v.t.* **~ [out]** กล่าวด้วยเสียงตะคอก

gruyère /'gru:jeə(r)/'กรูแย(ร)/ *n.* เนยแข็งนมวัวสีเหลืองอ่อนมีรูเล็ก ๆ

gryphon /'grɪfn/'กริฟ'น/ ➡ **griffin**

GSM *n. abbr.* **Global Systems for Mobile Communications** ระบบการติดต่อสื่อสารทั่วโลกด้วยโทรศัพท์มือถือที่ผ่านเครือข่ายสากล

GSOH *abbr. (in advertisements)* **good sense of humour** มีอารมณ์ขบขัน; **outgoing, friendly, ~:** ร่าเริง มีไมตรีจิตและอารมณ์ขบขัน

'G-string *n.* Ⓐ *(Mus.)* สายเสียงโน้ตจี; Ⓑ *(garment) (of showgirl)* ผ้าปิดอวัยวะเพศของนางระบำเปลื้องผ้า; *(of tribesman)* ผ้าเตี่ยว

'G-suit *n. (Aeronaut.)* ชุดนักบินที่ทานทนต่อการเร่งความเร็วสูง

Gt. *abbr.* **Great**

guano /'gwɑ:nəʊ/'กวาโน/ *n., pl.* **~s** มูลอุจจาระของนกทะเลใช้ทำเป็นปุ๋ย

guarantee /gærən'ti:/แกเริน'ที/ ❶ *v.t.* Ⓐ รับรอง; **~ sth. to sb.** รับรอง *ส.น.* กับ *ค.น.;* Ⓑ *(by formal agreement)* รับประกันตามข้อตกลงทางการ; **~ sth. for a year** รับประกัน *ส.น.* เป็นเวลาหนึ่งปี; **is the clock ~d?** นาฬิกานี้มีการรับประกันหรือเปล่า; **the clock is ~d for a year** นาฬิกามีประกันเป็นเวลาหนึ่งปี; **~ sb. regular employment** รับประกันว่า *ค.น.* จะไม่มีวันตกงาน; **~d wage** ค่าจ้างที่ได้รับการประกัน; **~d genuine** *etc.* รับประกันว่าเป็นของแท้ ฯลฯ; Ⓒ *(Law: take responsibility for)* ค้ำประกัน; Ⓓ *(in popular use) (promise)* สัญญา; *(ensure)* ทำให้แน่ใจหรือมั่นใจ; รับรอง *(คุณภาพ)*; **be ~d to do sth.** รับประกันว่าจะทำ *ส.น.*; **there's no ~ing he'll get a work permit** มันไม่แน่เลยว่าเขาจะได้ใบอนุญาตทำงาน ❷ *n.* Ⓐ *(Commerc. etc)* การรับประกัน *(คุณภาพของสินค้า ฯลฯ)*; *(document)* เอกสาร/ใบรับประกัน; *(Law)* การค้ำประกัน; **there's a year's ~ on this radio, this radio has** *or* **carries a year's ~:** วิทยุเครื่องนี้รับประกันหนึ่งปี; **is it still under ~?** มันยังอยู่ในระยะเวลาการรับประกันหรือเปล่า; **come under** *or* **be covered by the ~:** อยู่ในข่ายการรับประกัน; Ⓑ *(guarantor)* ผู้ค้ำประกัน, ผู้รับรอง; *(Law)* ผู้ค้ำประกัน; Ⓒ *(in popular use: promise)* คำสัญญา, การสัญญา, หลักประกัน; **give sb. a ~ that ...:** ให้คำมั่นกับ *ค.น.* ว่า...; **you have my ~:** ฉันยืนยันได้เลย หรือ ฉันให้หลักประกันได้เลย; **be a ~ of sth.** เป็นประกัน *ส.น.*

guarantor /'gærəntə(r), gærən'tɔ:(r)/'แกเรินเทอะ(ร), แกเริน'ทอ(ร)/ *n.* ผู้รับประกัน, ผู้รับรอง; **be** *or* **stand ~ for sb., be sb.'s ~** เป็นผู้ค้ำประกันให้ *ค.น.*

guaranty /'gærəntɪ/'แกเรินทิ/ *n.* Ⓐ *(undertaking)* การให้สัตย์สัญญา, การรับประกัน, การรับรอง; *(to pay another's debt)* การค้ำประกัน; Ⓑ *(basis of security)* สิ่งที่ใช้ค้ำประกัน

guard /gɑ:d/กาด/ ❶ *n.* ➤ 489 Ⓐ *(Mil.: ~s man)* ทหารยาม, ทหารเวรยาม; Ⓑ *no pl. (Mil.: group of soldiers)* กองทหารรักษาการณ์; **~ of honour** ทหารกองเกียรติยศ; **change ~:** เปลี่ยนกองทหารรักษาการณ์; **relieve ~:** ผลัดเวรยามรักษาการณ์; **mount ~:** เข้าเวรรักษาการณ์; ➡ + **old guard**; Ⓒ **Guards** *(Brit. Mil.: household troops)* กองทหารมหาดเล็กรักษาพระองค์; ➡ + **Foot Guards; Horse Guards; Life Guards;** Ⓓ *(watch; also Mil.)* การเฝ้าเวรยาม, การเข้าเวร; **be on ~:** เข้าเวร; **keep** *or* **stand ~:** รักษา หรือ ยืนเฝ้ายาม; **keep** *or* **mount** *or* **stand ~ over sth./sb.** คุ้มกัน *ส.น./ค.น.*; **be on [one's] ~ [against sb./sth.]** *(lit. or fig.)* ระวังระไวเตรียมพร้อมที่จะรับมือ [*ค.น./ส.น.*]; **be off [one's] ~** *(fig.)* ไม่ทันระวังตัว; **be caught** *or* **taken off [one's] ~ [by sth.]** *(fig.)* พลาดพลั้งเสียที [เพราะ *ส.น.*]; **put sb. on [his/her] ~:** ทำให้ *ค.น.* เตรียมพร้อมรับมือ; **put** *or* **throw sb. off [his/her] ~:** ทำให้ *ค.น.* พลาดท่าเสียที; **under ~:** อยู่ภายใต้การควบคุมดูแล; **be [kept/held] under ~:** ถูกควบคุมดูแลอย่างใกล้ชิด; **put/keep** *or* **hold under ~:** ควบคุมดูแลอย่างใกล้ชิด; **put a ~ on sb./sth.** สั่งควบคุม *ค.น./ส.น.;* Ⓔ *(Brit. Railw.)* เจ้าหน้าที่ควบคุมรถไฟ; Ⓕ *(Amer.: prison warder)* พัศดีเรือนจำ, เจ้าหน้าที่คุมเรือนจำ; Ⓖ *(safety device)* อุปกรณ์เพื่อความปลอดภัย; *(worn on body)* อุปกรณ์ปกป้องที่สวมติดกาย; *(crossbar on sword)* ไม้ขวางบนดาบ; *(of rapier)* ไม้ขวางบนกระบี่; *(Fencing: of weapon)* อุปกรณ์ป้องกันมือบนดาบ; Ⓗ *(posture) (Boxing, Fencing)* ท่าตั้งรับ; *(Cricket)* ท่าตั้งรับ; **on ~!** *(Fencing)* ตั้งท่าให้พร้อม; **take ~:** ใช้ท่าตั้งรับ; **drop** *or* **lower one's ~:** ปล่อยท่าตั้งรับต่ำ, การ์ดตก; *(fig.)* เลิกการระแวดระวังเตรียมรับมือ; **have one's ~ down** *(fig.)* ไม่ได้ระวังตั้งรับ, คลายความไม่ไว้วางใจ; ➡ + **security guard** ❷ *v.t.* Ⓐ *(watch over)* เฝ้า, ระวังระไว; *(keep safe)* รักษาให้ปลอดภัย; **~ sb./oneself against sth.** รักษา *ค.น./*ตนเองให้ปลอดภัยจาก *ส.น.;* Ⓑ *(keep in check)* ควบคุมให้อยู่ในกรอบ

g

~ **against** *v.t.* คอยระวังตัวใน *ส.น.*; คอยพยายามป้องกัน *(โรค, ความผิดพลาด, อันตราย)*; **~ against doing sth.** ระมัดระวังไม่เผลอทำ *ส.น.*

guard: ~ **dog** *n.* สุนัขเฝ้ายาม; ~ **duty** *n.* หน้าที่เข้าเวรรักษาการณ์; **be on** *or* **do ~ duty** กำลังปฏิบัติหน้าที่ยาม

guarded /'gɑ:dɪd/'กาดิด/ *adj.*, **guardedly** /'gɑ:dɪdlɪ/'กาดิดลิ/ *adv.* [อย่าง] ระมัดระวัง, [โดย] พูดจาอยู่ในกรอบ

'guardhouse *n. (Mil.)* ห้องพักทหารยาม

guardian /'gɑ:dɪən/'กาเดียน/ *n.* Ⓐ ผู้ปกครอง, ผู้คุ้มครอง, ผู้พิทักษ์; Ⓑ *(Law)* ผู้ดูแลที่ชอบธรรมตามกฎหมาย, ผู้อภิบาลทรัพย์สิน; **place sb. under the care of a ~:** ให้ *ค.น.* อยู่ในการดูแลของผู้ดูแลที่ชอบธรรมตามกฎหมาย

guardian 'angel *n.* เทพประจำตัวบุคคลหรือสถานที่

g

guardianship /'gɑ:dɪənʃɪp/'กาเดียนชิพ/ *n.* Ⓐ *no pl.* การเป็นผู้ปกครอง, การคุ้มครอง, การพิทักษ์รักษา; Ⓑ *(Law)* การเป็นผู้ดูแลที่ชอบธรรมตามกฎหมาย; **have [legal] ~ of sb.** ทำหน้าที่เป็นผู้ดูแล *ค.น.* [ที่ชอบธรรมตามกฎหมาย]

guard: ~ **rail** *n.* ราวกั้น; ~**room** *n. (Mil.)* ห้องทหารยามขณะปฏิบัติหน้าที่

guardsman /'gɑ:dzmən/'กาดซฺเมิน/ *n., pl.* **guardsmen** /'gɑ:dzmən/'กาดซฺเมิน/ ➤ **489** *(belonging to guard)* ยาม; *(belonging to Guards)* ทหารองครักษ์, ทหารรักษาพระองค์

'guard's van *n. (Brit. Railw.)* ตู้รถไฟของเจ้าหน้าที่รักษาความปลอดภัย

Guatemala /gwætɪ'mɑ:lə/กวาทิ'มาเลอะ/ *pr. n.* ประเทศกัวเตมาลา *(ในทวีปอเมริกาใต้)*

Guatemalan /gwætɪ'mɑ:lən/กวาทิ'มาเลิน/ ❶ *adj.* แห่งประเทศกัวเตมาลา; **sb. is ~:** *ค.น.* เป็นชาวกัวเตมาลา ❷ *n.* ชาวกัวเตมาลา

guava /'gwɑ:və, 'gwɔ:və/'กวาเวอะ, 'กวอเวอะ/ *n.* Ⓐ *(fruit)* ลูกฝรั่ง; Ⓑ *(tree)* ต้นฝรั่ง

gubbins /'gʌbɪnz/'กับบินซฺ/ *n. (Brit.)* Ⓐ *no pl. (trash)* สิ่งที่ไร้ค่าทิ้งไปแล้ว, กาก, ขยะ; *(personal effects)* ทรัพย์สมบัติประจำตัว; *(gadgetry)* เครื่องไม้เครื่องมือ; Ⓑ *(coll.: fool)* คนโง่, ไอ้ทึ่ม

gubernatorial /gju:bənə'tɔ:rɪəl/กูเบอะเนอะ'ทอเรียล/ *adj. (Amer.)* เกี่ยวกับผู้ว่าการรัฐ

gudgeon /'gʌdʒən/'กัจเจิน/ *n. (Zool.)* ปลาน้ำจืดตัวเล็กชนิด *Gobio gobio* ใช้เป็นเหยื่อล่อปลาอื่น

'gudgeon pin *n. (Mech. Engin.)* สลักลูกสูบเครื่องยนต์

guelder rose /'geldə rəʊz/'เก็ลเดอะ โรซฺ/ *n. (Bot.)* ต้น *Vibumum opulus* มีดอกสีขาวขนาดใหญ่

guerilla ➡ **guerrilla**

Guernsey /'gɜ:nzɪ/'เกินซิ/ *n.* Ⓐ *pr. n.* เกาะเกอร์นซีในช่องแคบอังกฤษ; Ⓑ *(animal)* วัวนมจากเกาะเกอร์นซิ

guerrilla /gə'rɪlə/เกอะ'ริลเลอะ/ *n.* สมาชิกกลุ่มผู้ทำสงครามกองโจร; *(in Latin America)* กลุ่มผู้ทำสงครามกองโจรต่อต้านฝ่ายรัฐบาล

guess /ges/เก็ซ/ ❶ *v.t.* Ⓐ *(estimate)* กะ, ประมาณ; *(surmise)* ทาย, คาดเดา; *(surmise correctly)* ทาย/เดาถูก; **I ~ her [age] to be ten** ฉันกะอายุของเธอที่ประมาณ 10 ขวบ; **can you ~ his weight?** คุณเดาได้ไหมว่าเขาหนักเท่าไร; **~ who's here!** ทายซิว่าใครมาหา; **~ what!** *(coll.)* จะบอกอะไรให้; **he ~ed from their manner that ...:** เขาคาดเดาจากกริยาท่าทางของพวกเขาว่า...; **you'd never ~ that ...:** คุณไม่มีวันเดาออกหรอกว่า...; **I ~ed as much** ฉันก็ว่างั้นแหละ; Ⓑ *(esp. Amer.: suppose)* **I ~:** ฉันเข้าใจว่า; **I ~ I ought to apologize** ฉันคิดว่าฉันสมควรขอโทษ; **I ~ we'll have to** ฉันคิดว่าเราจะต้อง; **I ~ so/not** ฉันคิดว่าอย่างนั้น/ฉันไม่คิดว่าเป็นเช่นนั้น

❷ *v.i. (estimate)* กะ, ประมาณ; *(make assumption)* สันนิษฐาน; *(surmise correctly)* คาดเดาอย่างถูกต้อง; **~ at sth.** ลองเดา/ทาย *ส.น.*; **I'm just ~ing** ฉันเพียงแต่คาดเดาเท่านั้น; **you've ~ed right/wrong** คุณคาดเดาถูกต้อง/ผิด; **Do you know what he said? – No, but I can ~:** คุณทราบไหมว่าเขาพูดว่าอะไร - ไม่ แต่ฉันสามารถเดาได้; **well, ~!** เอาละ ลองเดาดูซิ!; **keep sb. ~ing** *(coll.)* ปล่อยให้ *ค.น.* คอยเดาเอง; **how did you ~?** คุณคาดเดาได้อย่างไร; **you'll never ~!** คุณจะไม่มีทางทายได้ถูกต้องหรอก ❸ *n.* การกะประมาณ, การคาดเดา, การทาย; **at a ~:** ถ้าให้กะเอาคร่าว ๆ; **what's your ~?** คุณคาดเดาว่าอย่างไร; **make** *or* **have a ~:** ลองเดาดู; **have a ~!** เดาซิ; **my ~ is [that] ...:** ฉันทาย [ว่า]...; **miss one's ~** *(Amer.)* คาดเดาผิด, สันนิษฐานผิด; **I'll give you three ~es** *(coll.)* ฉันจะให้คุณทายสามครั้ง; **have another ~ coming** *(coll.)* ทายผิด, กะผิด; ➡ + **anybody** B

guessing game /'gesɪŋgeɪm/'เก็ซซิงเกม/ *n.* เกมเดา

guesstimate /'gestɪmət/'เก็ซติเมิท/ *n. (coll.)* การประมาณ, การคาดคะเน

'guesswork *n., no pl., no indef. art.* **be ~:** เป็นการเดา; **rely largely on ~:** ส่วนใหญ่ใช้การเดา; **How did you know? - Oh, it was only [by] ~:** คุณทราบได้อย่างไร อ๋อมันเป็นการเดาเท่านั้น

guest /gest/เก็ซทฺ/ *n.* แขก, ผู้มาหา; *attrib. (ผู้อภิปราย, ผู้แข่งขัน)* รับเชิญ; **be my ~** *(fig. coll.)* เชิญตามสบาย; **as [the] ~ of** ในฐานะเป็นแขกของ; **~ of honour** แขกสำคัญในงาน

guest: ~ **house** *n.* บ้านพักแรม, เกสท์เฮ้าส์ *(ท.ศ.)*; ~ **list** *n.* รายชื่อแขก; ~ **night** *n.* คืนที่สมาชิกสโมสรเชิญแขกมาได้; ~ **room** *n.* ห้องพักแขก

guff /gʌf/กัฟ/ *n. (coll.)* การพูดเหลวไหลไร้สาระ

guffaw /gʌ'fɔ:/เกอะ'ฟอ/ ❶ *n.* การหัวเราะก๊าก; **give a [great] ~:** ปล่อยหัวเราะก๊าก ❷ *v.i.* หัวเราะก๊าก

guidance /'gaɪdəns/'กายเดินซฺ/ *n., no pl., no indef. art.* Ⓐ *(leadership, direction)* การเป็นผู้นำ, ข้อชี้แนะ; *(by teacher, tutor, etc.)* ข้อชี้แนะ; **pray for God's ~:** สวดมนต์ขอให้พระเจ้าชี้นำ; Ⓑ *(advice)* คำแนะนำ; **turn to sb. for ~:** ไปขอคำแนะนำจาก *ค.น.*; **give sb. ~ on sth.** ให้คำแนะนำเกี่ยวกับ *ส.น.* แก่ *ค.น.*; **financial/vocational ~:** คำแนะนำทางด้านการเงิน/อาชีพ

guide /gaɪd/กายดฺ/ ❶ *n.* Ⓐ ผู้นำทาง; *(Tourism)* มัคคุเทศก์; *(professional mountain climber)* นักไต่เขามืออาชีพ *(ที่เป็นผู้นำทาง)*; Ⓑ *(fig.: mentor)* ผู้ให้คำปรึกษาที่ได้รับการไว้วางใจ; **God is my ~:** พระผู้เป็นเจ้าเป็นดวงประทีปของฉัน; Ⓒ *(directing principle)* หลักการนำทางชีวิต; **always let your conscience be your ~:** ให้มโนธรรมรู้ชอบชั่วดีเป็นหลักชี้นำของคุณเสมอ; Ⓓ *(indicator)* **be a [good/bad] ~ to sth.** เป็นเครื่องบ่งแสดง [ที่ดี/ที่ไม่ดี] ถึง *ส.น.*; **be no/little ~ to sth.** ไม่เป็น/แทบไม่เป็นเครื่องบ่งชี้ถึง *ส.น.* เลย; Ⓔ *(Brit.: member of girls' organization)* **[Girl] G~:** เนตรนารี; **the G~s** *(organization)* องค์การเนตรนารี; **King's/Queen's G~:** *(in British Commonwealth)* เนตรนารีที่จบชั้นสูงสุด; Ⓕ *(handbook)* หนังสือคู่มือ; **a ~ to healthier living** หนังสือคู่มือแนะนำวิธีการมีสุขภาพที่ดีขึ้น; Ⓖ *(book for tourists)* หนังสือนำเที่ยว; *(on entertainment, with dates)* ปฏิทินบันเทิง; **a ~ to Bangkok/the cathedral/the museum** หนังสือนำเที่ยวกรุงเทพฯ/โบสถ์/พิพิธภัณฑ์; Ⓗ *(Mech. Engin.)* เข็มทิศ, เครื่องวัดของอุปกรณ์ ❷ *v.t.* Ⓐ นำทาง, ชี้แนะ, แนะนำ; Ⓑ *(fig.)* ชี้นำ *(ในการตัดสิน)*; สั่งสอน *(เด็กนักเรียน)*; **be ~d by sth./sb.** ได้รับการชี้นำโดย *ส.น./ค.น.*; **guiding star** *(fig.)* ดวงประทีป; *(guiding hand)* บุคคลชี้ทาง *(ชีวิต)*; Ⓒ *(conduct affairs of)* เป็นผู้นำ *(ของประเทศ)*; ควบคุม *(บริษัท)*

'guidebook ➡ **guide** 1 G

guided missile /gaɪdɪd 'mɪsaɪl/กายดิด 'มิซซายลฺ/ *n.* ขีปนาวุธนำวิถี, ขีปนาวุธที่บังคับได้จากพื้นดิน

'guide dog *n.* **~ [for the blind]** สุนัขนำทาง [สำหรับคนตาบอด]

guided tour /gaɪdɪd 'tʊə(r)/กายดิด 'ทัว(ร)/ *n.* การนำชมโดยมัคคุเทศก์

guide: ~**line** *n. (fig.)* แนวนโยบาย; *(model)* แบบแผนต้นแบบ; ~**post** *n.* ป้ายบอกทาง

Guider /'gaɪdə(r)/'กายเดอะ(ร)/ *n. (Brit.)* หัวหน้าเนตรนารีที่เป็นผู้ใหญ่

guild /gɪld/กิลดฺ/ *n.* Ⓐ *สมาคมของคนซึ่งช่วยเหลือซึ่งกันและกันหรือมีจุดประสงค์เดียวกัน*; Ⓑ *(Hist.) (of merchants, of artisans)* สมาคมพ่อค้าหรือช่างฝีมือในยุคสมัยกลาง

'guildhall *n.* Ⓐ *(town hall)* ศาลากลาง; **[the] Guildhall** *(Brit.)* ศาลากลางของเทศบาลนครลอนดอน; Ⓑ *(Hist.) (for merchants)* *สถานที่นัดพบของสมาคมพ่อค้า/ช่างฝีมือในยุคสมัยกลาง*

guile /gaɪl/กายลฺ/ *n., no pl.* การหลอกลวง, เล่ห์เหลี่ยม; *(wiliness)* ความมีเล่ห์กระเท่ห์; **be without ~:** ซื่อ, ไม่มีเล่ห์เหลี่ยม

guileful /'gaɪlfl/'กายลฺฟ'ล/ *adj.* ที่หลอกลวง, เจ้าเล่ห์; *(wily)* มีเล่ห์กระเท่ห์

guileless /'gaɪllɪs/'กายลฺลิซ/ *adj.* ไม่มีเล่ห์เหลี่ยม, ตรงไปตรงมา

guillemot /'gɪlɪmɒt/'กิลลิมิท/ *n. (Ornith.)* *นกทะเลทางแถบเหนือของโลกในสกุล Uria หรือ Cepphus*

guillotine /'gɪləti:n/'กิลเลอะทีน/ ❶ *n.* Ⓐ *เครื่องประหารชีวิตโดยการตัดศีรษะในประเทศฝรั่งเศส*, กีโยติน *(ท.ศ.)*; Ⓑ *(for paper)* เครื่องตัดกระดาษ; *(for metal)* เครื่องตัดโลหะ; Ⓒ *(Brit. Parl.)* *การอภิปรายร่างนิติบัญญัติโดยการกำหนดเวลา* ❷ *v.t.* Ⓐ *(behead)* ตัดศีรษะ *(นักโทษ)* ด้วยกิโยตินนี้; Ⓑ *(cut)* ตัด

guilt /gɪlt/กิลทฺ/ *n., no pl.* Ⓐ ความผิด; **bear the ~ of** *or* **for sth.** มีความผิดใน *ส.น.*; Ⓑ *(awareness of being in the wrong)* ความสำนึกผิด; *(guilty feeling)* ความรู้สึกผิด; **feel [full of] ~:** รู้สึก [เต็มไปด้วยความ] ผิด; **~ was written all over his face** สีหน้าของเขาแสดงความผิดอย่างเต็มที่; **~ complex** *(Psych.)* *โรคจิตที่แสดงออกโดยการหมกมุ่นถึงความผิดที่ได้ทำไป*; **~feelings** ความรู้สึกผิด

guiltily /'gɪltɪlɪ/'กิลทิลิ/ *adv.* อย่างรู้สึกผิด

guiltless /'gɪltlɪs/'กิลทฺลิซ/ *adj.* บริสุทธิ์, ไม่มีความผิด

guilty /'gɪltɪ/'กิลทิ/ *adj.* Ⓐ มีความผิด; **the ~ person** คนที่มีความผิด; **be ~ of murder** มีความผิดฐานฆาตกรรม; **find sb. ~/not ~ [of**

sth.] พบว่า ค.น. ผิด/ไม่ผิด [เกี่ยวกับ ส.น.]; **~ thoughts** ความคิดที่ผิด; **[return *or* find a verdict of] ~/not ~:** ตัดสินว่ามีความผิดจริง/บริสุทธิ์; **feel ~ about sth./having done sth.** *(coll.)* รู้สึกผิดเกี่ยวกับ *ส.น./*ที่ได้ทำ *ส.น.*; **I've often been ~ of that myself** *(coll.)* ฉันก็เคยทำสิ่งนั้นมาก่อนเหมือนกัน; **be ~ of bad taste** ไม่มีรสนิยมที่ดี *หรือ* ไม่รู้จักกาลเทศะ; Ⓑ *(prompted by guilt)* *(สีหน้า, นัยน์ตา)* ส่อพิรุธ, ลนลาน

guinea *n. (Hist.)* *เหรียญทองของอังกฤษในสมัยก่อนที่มีค่าเท่ากับ 21 ชิลลิง*

Guinea /ˈgɪnɪ/ˈกินนิ/ *pr. n.* ประเทศกินี

guinea: ~fowl, ~ hen *ns.* ไก่ต๊อก *(ขนมีสีเทาแต้มจุดสีขาว)*

Guinean /ˈgɪnɪən/ˈกินเนียน/ ❶ *adj.* แห่งประเทศกินี ❷ *n.* ชาวกินี

ˈguinea pig *n.* Ⓐ *(animal)* หนูตะเภา; Ⓑ *(fig.: subject of experiment) (person)* คนที่เป็นตัวทดลอง; *(thing)* สิ่งที่เป็นตัวทดลอง; **act as ~:** เป็นคน/สิ่งที่เป็นตัวทดลอง

Guinness /ˈgɪnɪs/ˈกินนิซ/ *pr. n.* เบียร์ดำกินเนสส์ *(ท.ศ.) (จากประเทศไอร์แลนด์)*

guise /gaɪz/กายซฺ/ *n.* Ⓐ *(semblance)* ความแสร้งเป็น; **in *or* under the ~ of** สวมหน้ากากเป็น; Ⓑ *(pretence)* มารยาเสแสร้ง; Ⓒ *(external appearance)* ลักษณะภายนอก

guitar /gɪˈtɑ:(r)/กิˈทา(ร)/ *n.* กีตาร์ *(ท.ศ.)*; **electric ~:** กีตาร์ไฟฟ้า

guitarist /gɪˈtɑ:rɪst/กิˈทาริซทฺ/ *n.* ➤ 489 นักกีตาร์

Gujarati /gu:dʒəˈrɑ:tɪ/กูเจอะˈราที/ ➤ 489 ❶ *adj.* แห่งรัฐคุจราช *(ทางทิศตะวันตกของอินเดีย)* ❷ *n.* Ⓐ *(person)* คนคุจราช; Ⓑ *(language)* ภาษาคุจราช

gulch /gʌltʃ/กัลฉฺ/ *n. (Amer.)* ห้วยลึก

gules /gju:lz/กิวลฺซฺ/ *(esp. Her.)* ❶ *n.* สีแดง ❷ *adj.* มีสีแดง

gulf /gʌlf/กัลฟฺ/ *n.* Ⓐ *(portion of sea)* อ่าว; **the [Arabian *or* Persian] G~:** อ่าว [อาราเบีย *หรือ* เปอร์เซีย]; **the G~ of Bothnia/Mexico** อ่าวบอธเนีย/เม็กซิโก; Ⓑ *(wide difference, impassable gap)* ความแตกต่างลึกซึ้ง, ช่องว่างที่ข้ามไปไม่ได้; **there is a great ~ between them** ระหว่างพวกเขามีช่องว่างอันใหญ่หลวง; Ⓒ *(chasm)* เหวลึก, หลุมลึก

Gulf: ~ States *pr. n. pl.* ประเทศรอบอ่าวเปอร์เซีย *(อิหร่าน, อิรัก, คูเวต, ซาอุดีอาระเบีย, บาห์เรน, กาตาร์, อาหรับเอมิเรตและโอมาน)*; **~ Stream** *pr. n.* กระแสน้ำอุ่นในมหาสมุทรแอตแลนติก

Gulf War syndrome *n. Med.* *อาการรู้สึกอ่อนเพลียอันเชื่อว่าเกิดจากสงครามอ่าวเปอร์เซีย*

gull /gʌl/กัล/ *n.* นกทะเลตีนเป็ด, นกนางนวล

gullet /ˈgʌlɪt/ˈกัลลิท/ *n.* Ⓐ *(food passage)* หลอดอาหาร; Ⓑ *(throat)* คอหอย

gullible /ˈgʌlɪbl/ˈกัลลิบ'ล/ *adj.* ซึ่งถูกหลอกได้ง่าย; *(trusting)* เชื่อคนง่าย

ˈgull-wing *adj* **~ door** ประตูรถสปอร์ตเปิดแบบปีกนก *(คือ เปิดขึ้นข้างบน)*

gully /ˈgʌlɪ/ˈกัลลิ/ *n.* Ⓐ *(artificial channel)* ร่องน้ำ, ทางน้ำไหลที่ทำขึ้น; Ⓑ *(drain)* ท่อระบายน้ำ; Ⓒ *(water-worn ravine)* เหวที่ถูกน้ำเซาะ; Ⓓ *(Cricket)* *ตำแหน่งในสนามห่างออกไปข้างหลังผู้ตี*

ˈgully-hole ➡ **gully** B

gulp /gʌlp/กัลพฺ/ ❶ *v.t.* รีบดื่ม *(น้ำ)* เป็นอึก ๆ; กลืนอย่างตะกละตะกราม ❷ *v.i. (swallow with difficulty)* กลืนด้วยความยากลำบาก; *(choke, swallow on account of shock)* สำลัก; **~ for air** หายใจหอบ ๆ ❸ *n.* Ⓐ *(act of ~ing, effort to swallow)* การกลืน, การสำลัก, การฝืนกลืน; **swallow in *or* at one ~:** รีบกลืนรวดเดียว; Ⓑ *(large mouthful) (of drink)* อึกใหญ่; *(of food)* อาหารเต็มปาก; Ⓒ *(act of swallowing due to shock)* **give a ~:** กลืนลงคอด้วยความประหม่าหรือตกใจกลัว

~ ˈback *v.t.* อดกลั้น, ฝืน, กล้ำกลืน *(น้ำตา ฯลฯ)*

~ ˈdown *v.t.* รีบดื่ม, ดื่มเป็นอึกใหญ่, รีบกลืน

[1]**gum** /gʌm/กัม/ *n., usu. in pl.* ➤ 118 *(Anat.)* **~[s]** เหงือก

[2]**gum** ❶ *n.* Ⓐ *(viscous secretion)* ยางเหนียว; *(glue)* กาว; Ⓑ *(sweet)* หมากฝรั่ง; Ⓒ *(Amer.)* ➡ **chewing gum**; Ⓓ *(tree)* ➡ **gum tree** ❷ *v.t.,* **-mm-** Ⓐ *(smear with ~)* ทาด้วยยางเหนียว; Ⓑ *(fasten with ~)* ใช้ยางเหนียวแปะ

~ ˈup *v.t.* ใส่สารเหนียว ๆ จนเครื่องจักรหยุดทำงาน; **~ up the works** *(fig. coll.)* ทำให้ทุกอย่างติดขัดเลิกทำงาน

gum: ~ ˈarabic ➡ **Arabic** 1; **~boil** *n.* ➤ **453** โพรงหนองในเหงือก, ฝีรำมะนาด, เหงือกบวม; **~boot** *n.* รองเท้าบูทยางกันน้ำสูงถึงเข่า

gummy /ˈgʌmɪ/ˈกัมมิ/ *adj.* Ⓐ *(sticky)* เหนียวเหนอะหนะ; Ⓑ *(covered with gum)* เต็มไปด้วยยางเหนียว

gumption /ˈgʌmpʃn/ˈกัมพฺช'น/ *n., no pl., no indef. art. (coll.)* Ⓐ *(resourcefulness)* การหาหนทางเก่ง; *(enterprising spirit)* การคิดริเริ่มแหวกแนว; **she had the ~ to open the door** เธอฉลาดพอที่จะเปิดประตู; Ⓑ *(practical sense)* สามัญสำนึก, เป็นคนติดดิน; **have a lot of ~:** มีสามัญสำนึกสูง

gum: ~shield *n.* ฟันยางนักมวย; **~ tree** *n.* ต้นไม้ที่ให้ยางไม้; *(eucalyptus)* ต้นยูคาลิปตัส; **be up a ~ tree** *(fig.)* กำลังเข้าตาจน

gun /gʌn/กัน/ ❶ *n.* Ⓐ ปืน; *(piece of artillery)* ปืนใหญ่; *(rifle)* ปืนไรเฟิล; *(pistol)* ปืนพก; *(revolver)* ปืนลูกโม่; **big ~** *(coll.: important person)* ผู้มีอิทธิพล; **be going great ~s** กำลังดำเนินไปอย่างเต็มที่; *(บุคคล)* ที่กำลังประสบความสำเร็จอย่างงดงาม; **son of a ~** *(coll.)* นายแน่มาก, ชั้นหนึ่ง; **stick to one's ~s** ไม่ทิ้งตำแหน่งที่ประจำการ; *(fig.)* ยึดมั่นในจุดยืนของตนทั้ง ๆ ที่ถูกโจมตี; **give it the ~!** *(coll.)* เร่งมือหน่อย, ทำเต็มที่เลย; **~s or butter** *(fig.)* ความมั่นคงของประเทศชาติหรือความเป็นอยู่; Ⓑ *(starting pistol)* ปืนให้สัญญาณ; **wait for the ~:** รอการยิงปืนให้สัญญาณ; **beat *or* jump the ~:** เริ่มต้นก่อนให้สัญญาณ; *(fig.)* โก่งหน้าไม้ก่อนเห็นกระรอก; *(by saying sth.)* การพูด *ส.น.* ก่อนเวลาอันสมควร; Ⓒ *(member of shooting party)* สมาชิกของกลุ่มนายพรานล่าสัตว์ ❷ *v.t.,* **-nn-:** Ⓐ *(Amer. coll.)* ยิงปืน, สาดกระสุนใส่; Ⓑ *(coll.)* **~ the engine** เร่งเครื่องยนต์, เหยียบคันเร่งเต็มที่

~ ˈdown *v.t.* ยิงแบบไม่เลี้ยง *(ภ.พ.)*

~ for *v.t.* Ⓐ *(seek with ~)* เอาปืนออกตามล่า; Ⓑ *(fig.)* หาโอกาสที่จะโจมตีหรือวิพากษ์วิจารณ์

gun: ~ battle *n.* การยิงปืนต่อสู้; **~boat** *n.* เรือรบขนาดเล็กบรรทุกปืนใหญ่; **~boat diplomacy** การทูตที่มีการใช้การข่มขู่ด้วยกำลังอาวุธ; **~ carriage** *n.* ล้อบรรทุกปืนใหญ่; **~ control** *n.* การควบคุมการมีอาวุธปืนไว้ในครอบครอง; **~cotton** *n.* ดินสำลี *(วัตถุระเบิดแรงสูงทำมาจากฝ้าย)*; **~ crew** *n.* พลประจำปืน; **~ dog** *n.* สุนัขในการยิงปืน *(ตามคาบนกที่ถูกยิง)*; **~fight** *n. (Amer. coll.)* การดวลปืน, การยิงปืนต่อสู้; **~fighter** *n.* นักดวลปืน, คนยิงปืนต่อสู้; **~fire** *n.* การยิงปืน

gunge /gʌndʒ/กันจฺ/ *(Brit. coll.)* ❶ *n.* สารเหนียวหนืด ❷ *v.t.* **~ up** ติดหรือทาด้วยสารเหนียว; **be/get ~d up** ถูกอุดด้วยสารเหนียวหนืด

gung-ho /gʌŋˈhəʊ/กังˈโฮ/ *adj.* กระฉับกระเฉง, กระตือรือร้น, กระหาย; **be very ~ for sth.** กระตือรือร้นมากสำหรับ *ส.น.*

gungy /ˈgʌndʒɪ/ˈกันจิ/ *adj. (Brit. coll.)* เหนียวหนืด

gunk /gʌŋk/ˈกังคฺ/ *n. (coll.)* สารเหนียวหนืด

gun: ~ laws *n.* กฎหมายการควบคุมอาวุธปืน; **~man** /ˈgʌnmən/ˈกันเมิน/ *n., pl.* **~men** /ˈgʌnmən/ˈกันเมิน/ มือปืน, อาชญากรที่พกอาวุธปืน; **~metal** *n.* ทองแดงผสมกับดีบุกหรือสังกะสี; *(colour)* สีเทาแก่, สีเทาออกน้ำเงิน; **~ moll** *n. (Amer. coll.)* Ⓐ *(armed woman criminal)* อาชญากรหญิงที่พกอาวุธ; Ⓑ ➡ **moll**

gunnel /ˈgʌnl/ˈกันน'ล/ ➡ **gunwale**

gunner /ˈgʌnə(r)/ˈกันเนอะ(ร)/ *n.* ทหารผู้เล็งปืน/ยิงปืน; *(private soldier)* ทหารปืนใหญ่ชั้นประทวน, ทหารที่ควบคุมคลังแสง

gunnery /ˈgʌnərɪ/ˈกันเนอะริ/ *n., no pl.* การสร้างปืนใหญ่, การยิงปืน

gunny /ˈgʌnɪ/ˈกันนิ/ *n.* ป่าน, ผ้ากระสอบหยาบ; **~ cloth** ผ้ากระสอบ; **~sack** กระสอบป่าน

gun: ~play *n., no pl., no indef. art.* การยิงปืน *(โดยอาชญากร)*; **~point** ➡ **point** 1 B; **~powder** *n.* ดินปืน, ดินดำ; **Gunpowder Plot** *(Hist.)* *แผนที่จะระเบิดรัฐสภาในลอนดอนในสมัยกษัตริย์เจมส์ที่ 1*; **~room** *n.* Ⓐ *(in house)* ห้องเก็บปืนล่าสัตว์; Ⓑ *(in warship)* *ห้องรับประทานอาหารของนายทหารชั้นผู้น้อย*; **~runner** *n.* พ่อค้าปืนเถื่อน; **~running** *n.* การค้าปืนเถื่อน; **~ship** *n.* เฮลิคอปเตอร์ติดอาวุธ; **~shot** *n.* Ⓐ *(shot)* การยิงปืนหนึ่งนัด; **~shot wound** บาดแผลจากการถูกยิง; Ⓑ **within/out of ~shot** ภายใน/พ้นระยะกระสุนปืน; **~slinger** ➡ **gunman**; **~smith** *n.* ➤ **489** ช่างทำและซ่อมปืน

gunwale /ˈgʌnl/ˈกันน'ล/ *n. (Naut.)* กราบเรือ

guppy /ˈgʌpɪ/ˈกัพพิ/ *n. (Zool.)* *ปลาน้ำจืดชนิด* Poecilia reticulata *ออกลูกเป็นตัวและนิยมเลี้ยงไว้ในตู้ปลา*

gurgle /ˈgɜ:gl/ˈเกอก'ล/ ❶ *n.* เสียงไหลโกรก; *(of brook)* เสียงไหลโกรก; *(of baby)* เสียงหัวเราะเอิ๊ก ๆ; *(with delight)* เสียงคลัก ๆ ด้วยความยินดี ❷ *v.i.* *(ลำธาร ฯลฯ)* ไหลโกรก, *(เด็กทารก)* หัวเราะเอิ๊ก ๆ ❸ *v.t.* ทำเสียงหรือส่งเสียงดังกล่าว

Gurkha /ˈgɜ:kə/เกอเคอะ/ *n.* คนเชื้อสายฮินดูในเนปาล; *(Milit.)* ทหารกูรข่า *(ทหารชาวเนปาลในกองทัพอังกฤษ)*

gurnard /ˈgɜ:nəd/ˈเกอเนิด/, **gurnet** /ˈgɜ:nɪt/ˈเกอเน็ท/ *n. (Zool.)* ปลาทะเลในวงศ์ Triglidae มีหนามที่บริเวณหัว

guru /ˈgʊru:, US gəˈru:/ˈกูรู, เกอะˈรู/ *n.* Ⓐ ผู้นำศาสนาฮินดู หรือผู้นำทางศาสนา; Ⓑ *(mentor)* ผู้ให้คำปรึกษาที่มีประสบการณ์และเป็นที่ไว้วางใจ

gush /gʌʃ/กัช/ ❶ *n.* Ⓐ *(sudden stream)* กระแสน้ำที่ไหลพุ่ง; Ⓑ *(effusiveness)* การพูดพล่าม, การพูดชมเชยมากเกินไป; Ⓒ *(sentimental affectation)* การเสแสร้ง ❷ *v.i.* Ⓐ ไหลพุ่ง, ไหลบ่า; *(fig.: speak or act effusively)*

gusher | gyro-stabilizer 410

พูดหรือแสดงออกมากเกินไป; **~ out** พุ่งออกมา; **water ~ed down through the ceiling** น้ำไหลพุ่งลงมาจากเพดาน; (B) *(fig.: speak or act with sentimental affectation)* พูดหรือแสดงออกอย่างเสแสร้ง ❸ *v.t.* (A) **sth. ~es water/oil/blood** *ส.น.* มีน้ำ/น้ำมัน/เลือดไหลพุ่งออกมา; (B) **'...' she ~ed** ...เธอพรั่งพรูออกมา...

gusher /ˈɡʌʃə(r)/ˈกัชเชอะ(ร)/ *n.* (A) *(oil well)* *บ่อน้ำมันที่มีน้ำมันไหลพุ่งโดยไม่ต้องสูบ;* (B) *(person)* คนพูดมาก

gushing /ˈɡʌʃɪŋ/ˈกัชชิง/ *adj.* (A) *(แม่น้ำ)* ที่ไหลพุ่ง, ไหลบ่า; (B) *(effusive)* พูดชมเชยมาก

gusset /ˈɡʌsɪt/ˈกัชซิท/ *n. (strengthening)* ชิ้นผ้าเสริมความคงทนของเสื้อผ้า; *(enlarging)* ชิ้นผ้าเสริมเพื่อขยาย; *(triangular)* ชิ้นผ้าเสริมสามเหลี่ยม

g

gust /ɡʌst/กัซทฺ/ ❶ *n. (rush of wind)* **~ [of wind]** ลมที่พัดแรงขึ้นมาอย่างกะทันหัน ❷ *v.i.* *(ลม, ฝน)* เกิดขึ้นอย่างกะทันหันและแรง

gusto /ˈɡʌstəʊ/ˈกัซโต/ *n., no pl. (enjoyment)* ความสนุกสนานเพลิดเพลิน; *(vitality)* ความกระปรี้กระเปร่า

gusty /ˈɡʌstɪ/ˈกัซติ/ *adj.* *(ลม)* ที่พัดเป็นช่วง, ที่เกิดอย่างกะทันหัน; **~ rain** ฝนที่ถูกลมพัดแรงเป็นช่วง ๆ

gut /ɡʌt/กัท/ ❶ *n.* (A) *(material)* เอ็นทำจากไส้ของสัตว์; *(for fishing line)* เอ็นทำสายเบ็ดตกปลา; *(Med.: for stitches)* เส้นเอ็นเย็บแผล; (B) *in pl. (bowels)* ตับไตไส้พุง; **hate sb.'s ~s** *(coll.)* เกลียด *ค.น.* เข้าไส้; **sweat** *or* **work one's ~s out** *(coll.)* ทำงานหนักมาก; (C) *in pl. (fig.: substantial contents)* ส่วนประกอบที่สำคัญมาก; *(of problem, matter)* แก่นแท้; **sth. has no ~s in it** *ส.น.* ไม่มีแก่นสารเลย; (D) *in pl. (coll.: pluck)* ความกล้าหาญ, ความมีใจสู้; (E) *(intestine)* ลำไส้ *(ทั้งใหญ่และเล็ก)*; **large/small ~:** ลำไส้ใหญ่/เล็ก; (F) *(narrow water passage) (of sea, of river)* ร่องน้ำ ❷ *v.t.*, **-tt-:** (A) *(take out ~s of)* ควัก/เอาเครื่องในออก; (B) *(remove or destroy fittings in)* ผลาญ, ทำลาย; **the fire ~ted the house** ไฟเผาทำลายส่วนข้างในของบ้านหมด *(เหลือแต่โครง)*; **it was ~ted [by the fire]** มันวอดวาย [ด้วยไฟ]; (C) *(extract essence of)* ตัดตอนเอาสาระสำคัญ ❸ *attrib. adj.* (A) *(fundamental)* *(ปัญหา)* สำคัญ, พื้นฐาน; (B) *(instinctive)* *(ปฏิริยา)* เป็นสัญชาตญาณ; **~ feeling** ความรู้สึกที่เป็นสัญชาตญาณ; **rely on one's ~ feeling** เชื่อในความรู้สึกทางสัญชาตญาณของตน

gutless /ˈɡʌtlɪs/ˈกัทลิซ/ *adj.* ไม่กล้าหาญ, ไม่อดทน

gutsy /ˈɡʌtsɪ/ˈกัทซิ/ *adj. (coll.: courageous)* กล้าหาญ, แข็งแรง

gutta-percha /ɡʌtəˈpɜːtʃə/กัทเทอะˈเพอเฉอะ/ *n.* ยางไม้ชนิดหนึ่งคล้ายพลาสติก

gutter /ˈɡʌtə(r)/ˈกัทเทอะ(ร)/ ❶ *n.* (A) *(below edge of roof)* รางน้ำใต้ขอบหลังคา; *(at side of street)* ท่อระบายน้ำ; *(open conduit)* ท่อน้ำเปิด; **the ~** *(fig.)* แหล่งเสื่อมโทรม, สภาพชีวิตที่ยากจนและต้อยต่ำ; (B) *(track worn by water)* ทางที่น้ำเซาะ ❷ *v.i.* *(เปลวไฟ)* ริบหรี่

guttering /ˈɡʌtərɪŋ/ˈกัทเทอะริง/ *n. (on roof)* ระบบของรางน้ำฝนใต้หลังคา; *(in floor)* ท่อระบายน้ำในพื้น

gutter: ~ press *n.* หนังสือพิมพ์ที่เน้นความอื้อฉาว; **~snipe** *n.* เด็กข้างถนนที่มอมแมมและเป็นอันธพาล, เด็กสลัม

guttural /ˈɡʌtərl/ˈกัทเทอะร'ล/ ❶ *adj.* (A) *(from the throat)* *(เสียง)* ที่มาจากลำคอ; (B) *(of the throat)* เกี่ยวกับลำคอ; *(of the larynx)* เกี่ยวกับช่องคอ; (C) *(Phonet.)* *(เสียงพยัญชนะ)* ที่เกิดในลำคอหรือด้านหลังของลิ้นกับเพดานปาก ❷ *n. (Phonet.)* เสียงพยัญชนะที่เกิดในลำคอหรือด้านหลังของลิ้นกับเพดานปาก *(เช่น k, g เป็นต้น)*

guv /ɡʌv/กัว/, **guv'nor** /ˈɡʌvnər/ˈกัวเนอะ/ *(Brit. coll.)* ➡ **governor** G

[1]**guy** /ɡaɪ/กาย/ *n. (rope, wire)* เชือก, ลวด; *(for hoisted things)* เชือกโยงของที่แขวนอยู่

[2]**guy** /ɡaɪ/กาย/ ❶ *n.* (A) *(coll.: man)* ผู้ชาย; (B) *in pl. (Amer.: everyone)* **[listen,] you ~s!** ฟังนะทุก ๆ คน; (C) *(Brit.: effigy)* หุ่นของไกฟอร์ก; **G~ Fawkes Day** *วันที่ 5 พฤศจิกายน เป็นวันฉลองแผนระเบิดรัฐสภาในอังกฤษที่ไม่สำเร็จโดยการเผาหุ่นของผู้ก่อการร้าย* ❷ *v.t. (ridicule)* หัวเราะเยาะ

Guyana /ɡaɪˈænə/กายˈแอเนอะ/ *pr. n.* ประเทศสาธารณรัฐกียานา *(ในอเมริกาใต้)*

Guyanese /ɡaɪəˈniːz/กายเออะˈนีซ/ ❶ *adj.* แห่งประเทศกียานา ❷ *n.* ชาวกียานา

guy: ~-rope *n.* เชือกโยงเต็นท์; **~-wire** *n.* สายดึง

guzzle /ˈɡʌzl/ˈกัซ'ล/ ❶ *v.t. (eat)* กินอย่างตะกละ; *(drink)* ดื่มอย่างตะกละ; *(eat or drink up)* กินหรือดื่มหมด ❷ *v.i.* กินหรือดื่มอย่างตะกละ

gybe /dʒaɪb/จายบฺ/ *(Naut.)* ❶ *v.i.* (A) *(swing across)* เลี้ยวไปอีกด้านหนึ่ง; (B) *(change course)* เปลี่ยนเส้นทางเดินเรือ; *(accidentally)* หันเหออกนอกเส้นทาง ❷ *n. (change of course)* การเปลี่ยนเส้นทางเดินเรือ; *(accidental)* การเปลี่ยนทิศทางเดินเรือ; *(swing of boom)* การเปลี่ยนให้ใบเรือรูปสามเหลี่ยมกินลมอีกด้านหนึ่ง

gym /dʒɪm/จิม/ *n. (coll.)* (A) *(gymnasium)* โรงยิม *(ท.ศ.)*, โรงพลศึกษา; (B) *no pl., no indef. art. (gymnastics)* ยิมนาสติก; **~ teacher** ครูสอนยิมนาสติก

gymkhana /dʒɪmˈkɑːnə/จิมˈคาเนอะ/ *n.* (A) *(meeting)* การนัดแข่งม้า; (B) *(display)* การแสดงการขี่ม้า

gymnasium /dʒɪmˈneɪzɪəm/จิมˈเนเซียม/ *pl.* **~s** *or* **gymnasia** /dʒɪmˈneɪzɪə/จิมˈเนเซีย/ *n.* (A) โรงยิม, โรงพลศึกษา; (B) *pl.* **~s** *(German school)* โรงเรียนมัธยมในเยอรมันหรือสแกนดิเนเวีย

gymnast /ˈdʒɪmnæst/ˈจิมแนซทฺ/ *n.* นักกายกรรม

gymnastic /dʒɪmˈnæstɪk/จิมˈแนซติค/ *adj.* เกี่ยวกับกายกรรม; **~ exercise** การออกกำลังที่เป็นการบริหารร่างกาย; *(esp. with apparatus)* การบริหารร่างกายโดยใช้อุปกรณ์; **~ equipment** อุปกรณ์การบริหารร่างกาย; *(portable)* อุปกรณ์ยิมเคลื่อนที่

gymnastics /dʒɪmˈnæstɪks/จิมˈแนซติคซฺ/ *n., no pl.* (A) *(exercise)* การบริหารหรือการออกกำลังกาย, พลศึกษา, กีฬายิมนาสติก *(ท.ศ.)*; *(esp. with apparatus)* กีฬายิมนาสติกโดยใช้อุปกรณ์; (B) *(fig.)* **mental ~:** การคิดคล่องแคล่ว; **verbal ~:** ปฏิภาณในการพูด

gym: ~ shoe *n.* รองเท้าผ้าใบ; **~slip, ~ tunic** *ns.* *ชุดเครื่องแบบกระโปรงชุดไม่มีแขนที่นักเรียนหญิงอังกฤษสวมใส่*

gynaecological /ɡaɪnɪkəˈlɒdʒɪkl/ไกนิเคอะˈลอจิค'ล/ *adj. (Med.)* เกี่ยวกับนรีเวชวิทยา

gynaecologist /ɡaɪnɪˈkɒlədʒɪst/ไกนิˈคอเลอะจิซทฺ/ *n.* ➤ **489** *(Med.)* นรีแพทย์, แพทย์ผู้ชำนาญทางด้านโรคเฉพาะสตรี

gynaecology /ɡaɪnɪˈkɒlədʒɪ/ไกนิˈคอเลอะจิ/ *n. (Med.)* นรีเวชวิทยา, วิชาที่ว่าด้วยโรคเฉพาะสตรี

gynecological *etc. (Amer.)* ➡ **gynaec-**

gyp /dʒɪp/จิพ/ *n.* **give sb. ~** *(coll.) (scold sb.)* ดุด่า *ค.น.*; *(pain sb.)* ทำให้ *ค.น.* เจ็บปวด

gypsophila /dʒɪpˈsɒfɪlə/จิพˈซอฟิเลอะ/ *n. (Bot.)* ดอกไม้ในสกุลนี้ มีดอกสีขาวเล็ก

gypsum /ˈdʒɪpsəm/ˈจิพเซิม/ *n.* แร่ยิปซัม *(ท.ศ.)*

gypsy, Gypsy /ˈdʒɪpsɪ/ˈจิพซิ/ *n.* ชาวยิปซี *(ท.ศ.)*; **family of gypsies** ครอบครัวชาวยิปซี

gypsy: ~ moth *n. (Zool.)* ผีเสื้อราตรี *Lymantria dispar*; **~ rose** *n.* กุหลาบป่าพันธุ์หนึ่ง มีลักษณะเป็นไม้เลื้อย

gyrate /dʒaɪəˈreɪt, US ˈdʒaɪreɪt/ไจเออะˈเรท, ˈจายเรท/ *v.i.* หมุนเวียน, หมุนเป็นวงกลม

gyration /dʒaɪəˈreɪʃn/ไจเออะˈเรช'น/ *n.* การหมุนเวียน, การหมุนเป็นวงกลม

gyratory /ˈdʒaɪərətrɪ/ˈจายเออะเรอะทริ/ *adj.* ที่หมุนเวียน, หมุนเป็นวงกลม

gyrfalcon /ˈdʒɜːfɔːlkən/ˈเจอฟอลเคิน/ *n. (Ornith.)* นกเหยี่ยวขนาดใหญ่ *Falco rusticolus* พบในขั้วโลกเหนือ

gyro /ˈdʒaɪərəʊ/ˈจายเออะโร/ *n., pl.* **~s** *(coll.)* ➡ **gyroscope**

ˈgyrocompass *n.* เข็มทิศที่ใช้ลูกข่างแทนแม่เหล็ก

gyroscope /ˈdʒaɪərəskəʊp/ˈจายเออะเรอะซโกพ/ *n. (Phys., Naut., Aeronaut.)* ลูกข่างที่ทำหน้าที่เป็นเข็มทิศ; *(for scientific purposes)* ลูกข่างเพื่อจุดประสงค์ทางวิทยาศาสตร์

gyroscopic /dʒaɪərəˈskɒpɪk/ไจเออะเรอะˈซกอพิค/ *adj.* เกี่ยวกับลูกข่างที่ใช้เป็นเข็มทิศ

gyro-ˈstabilizer *n.* *เครื่องมือที่ใช้ระบบไจโรเพื่อให้เรือแล่นเรียบไม่โคลงเคลง*

Hh

[1]**H, h** /eɪtʃ/เอจ/ *n., pl.* **Hs** *or* **H's** /ˈeɪtʃɪz/ˈเอจิซ/ *(letter)* พยัญชนะตัวที่ 8 ของภาษาอังกฤษ; ➡ + **drop** 3 G

[2]**H** *abbr. (on pencil)* **hard** H เครื่องหมายแสดงระดับความแข็งของดินสอ

h. *abbr.* Ⓐ **hecto-** เฮคโต- *(ท.ศ.) (ร้อย)*; Ⓑ **hour[s]** ช.ม.; **at 17.00 h** เวลา 17.00 น.

ha /hɑː/ฮา/ ❶ *int. expr. surprise, triumph* โอ๊ย, โอ้โฮ; *expr. hesitation* เออ ❷ *v.i.* ➡ **hum** 1 A ❸ *n., pl.* **ha's** ➡ **hum** 3 B

ha. *abbr.* **hectare[s]** *หน่วยวัดพื้นที่เท่ากับหมื่นตารางเมตร/2,471 เอเคอร์*

habeas corpus /heɪbɪəs ˈkɔːpəs/เฮเบียซ ˈคอเพิซ/ *n., no pl. (Law) หมายศาลเรียกมาขึ้นศาลเพื่อพิจารณาว่าถูกคุมขังถูกต้องตามกฎหมายหรือไม่;* **Habeas Corpus Act** พระราชบัญญัติให้อำนาจศาลดังกล่าว

haberdasher /ˈhæbədæʃə(r)/ˈแฮเบอะแดเชอะ(ร)/ *n.* ➤ **489** Ⓐ *(Brit.)* ผู้ขายเครื่องประดับชุดสตรีและวัสดุในการเย็บปักต่าง ๆ; *(Amer.: dealer in men's accessories)* ผู้ขายเครื่องตกแต่งเสื้อบุรุษ *(dealer in menswear)* ผู้ขายเครื่องแต่งกายผู้ชาย/บุรุษ; Ⓑ **~'s** ➡ **haberdashery** B

haberdashery /ˈhæbədæʃərɪ/ˈแฮเบอะแดเชอะริ/ *n.* Ⓐ *(goods) (Brit.)* วัสดุเกี่ยวกับการแต่งกายของสตรีและการเย็บปัก; *(Amer.: men's accessories)* วัสดุเกี่ยวกับการแต่งกายบุรุษ; *(Amer.: menswear)* เครื่องแต่งกายบุรุษ; Ⓑ *(shop) (Brit.)* ร้านขายเครื่องประดับเกี่ยวกับเครื่องแต่งกายสตรีและวัสดุในการเย็บปัก; *(Amer.)* ร้านขายเครื่องแต่งกายบุรุษ; Ⓒ *(department) (Brit.)* แผนกวัสดุการแต่งกายสตรีและการเย็บปัก; *(Amer.)* แผนกวัสดุการแต่งกายบุรุษ, แผนกเครื่องแต่งกายบุรุษ

habit /ˈhæbɪt/ˈแฮบิท/ ❶ *n.* Ⓐ *(set practice)* นิสัย, ความเคยชิน, กิจวัตร; **good/bad ~:** นิสัยดี/เลว; **the ~ of smoking** การติดนิสัยสูบบุหรี่; **have a** *or* **the ~ of doing sth.** มีนิสัยชอบ *หรือ* มักจะทำ *ส.น.*; **the sun has a ~ of disappearing at the weekend** *(iron.)* พระอาทิตย์ชอบหายตัวเมื่อถึงสุดสัปดาห์; **make a [regular] ~ of doing sth.** มักจะทำ *ส.น.* จนเป็นนิสัย [อย่างสม่ำเสมอ]; **you shouldn't make a ~ of it** คุณไม่ควรทำสิ่งนั้นจนติดเป็นนิสัย; **let sth. become** *or (coll.)* **get to be a ~:** ปล่อยให้ *ส.น.* กลายเป็นนิสัย; **out of** *or* **from [force of] ~:** จากความเคยชิน; **old ~s die hard** นิสัยฝังหัวแล้วแก้ยาก; **be in the ~ of doing sth.** ทำ *ส.น.* เป็นนิสัย; **not be in the ~ of doing sth.** ไม่ชินกับการที่จะทำ *ส.น.*; **I'm not in the ~ of accepting lifts from strangers** ฉันไม่ได้มีนิสัยที่จะยอมนั่งรถของคนแปลกหน้า; **get** *or* **fall into a** *or* **the ~ of doing sth.** ติดเป็นนิสัยในการที่จะทำ *ส.น.*; **get into** *or* **form** *or* **acquire good ~s** สร้างนิสัยที่ดี; **get** *or* **fall into** *or (coll.)* **pick up bad ~s** ติดนิสัยเสีย; **get out of** *or* **give up** *or* **stop a/the ~:** เลิกนิสัย; **get out of the ~ of doing sth.** ไม่ชินแล้วที่จะทำ *ส.น.*; Ⓑ *(coll.) (addiction)* การติด *(ยาเสพติด)* งอมแงม; *(craving)* ความอยาก; **have got the ~:** เสพติด; Ⓒ *(dress) เครื่องแต่งกายของนักบวชในศาสนา; (woman's riding dress)* ชุดขี่ม้าสตรี; *(arch.: clothing)* เครื่องแต่งกาย; Ⓓ *(Psych.) ปฏิกิริยาโดยอัตโนมัติต่อสภาพการณ์เฉพาะอย่าง;* Ⓔ *(Biol., Chem.)* ลักษณะพัฒนาการแบบหนึ่ง ❷ *v.t. (formal: clothe)* สวมใส่, แต่งกาย

habitable /ˈhæbɪtəbl/ˈแฮบิเทอะบ'ล/ *adj.* พอที่จะอาศัยอยู่ได้

habitat /ˈhæbɪtæt/ˈแฮบิแทท/ *n.* Ⓐ *(of animals)* แหล่งที่อยู่อาศัย *(ของสัตว์)*; *(of plant)* ถิ่นปลูก; *(of humans)* ที่อยู่อาศัย; Ⓑ ➡ **habitation** B

habitation /hæbɪˈteɪʃn/แฮบิˈเทช'น/ *n.* Ⓐ *(inhabiting)* การอยู่อาศัย; **fit/unfit** *or* **not fit for human ~:** เหมาะ/ไม่เหมาะสำหรับการอยู่อาศัยของมนุษย์; Ⓑ *(place)* บ้าน, ที่อยู่อาศัย

habit-forming /ˈhæbɪtfɔːmɪŋ/ˈแฮบิทฟอมิง/ *adj.* ติดเป็นนิสัย; **be ~:** ทำให้ติดเป็นนิสัย

habitual /həˈbɪtjʊəl/เฮอะˈบิฉวล/ *adj.* Ⓐ *(customary)* เป็นประเพณี; Ⓑ *(continual, recurring)* เป็นประจำ; **that's a ~ problem of hers** เธอมีปัญหานี้อยู่เป็นประจำ; Ⓒ *(given to habit)* ติด *(การโกหก)* เป็นนิสัย; ติด *(เหล้า)*

habitually /həˈbɪtjʊəlɪ/เฮอะˈบิฉวลิ/ *adv.* Ⓐ *(regularly, recurrently)* เป็นประจำ, อย่างเนือง ๆ; Ⓑ *(incessantly)* ตลอดเวลา, ต่อเนื่อง

habituate /həˈbɪtjʊeɪt/เฮอะˈบิฉุเอท/ *v.t.* **~ sb./oneself to sth./sb.** ทำให้ *ค.น.*/ตนเองชินกับ *ส.น./ค.น.*; **~ sb./oneself to doing sth.** ทำให้ *ค.น.*/ตนเองชินกับการทำ *ส.น.*; **become [too] ~d to sth.** ชาชิน [เกินไป] กับ *ส.น.*

habitué /həˈbɪtjʊeɪ/เฮอะˈบิฉุเอ/ *n.* ผู้อยู่ประจำ *หรือ* มาบ่อยมาก, ขาประจำ; *(of hotel, casino, etc.)* แขกประจำ

Habsburg /ˈhæpsbɜːg/ˈแฮพซฺเบิก/ *pr. n.* Ⓐ *(place)* เมืองแฮปสเบิร์ก; Ⓑ *(family name)* ราชวงศ์แฮปสเบิร์ก; **the ~ emperors** จักรพรรดิในราชวงศ์แฮปสเบิร์ก

[1]**hack** /hæk/แฮค/ ❶ *v.t.* Ⓐ *(cut)* ฟัน *(ไม้)*; **~ sb./sth. to bits** *or* **pieces** ฟัน *ค.น./ส.น.* จนแหลก; **~ to bits** *or* **pieces** *(fig.)* สับเป็นชิ้นเล็กชิ้นน้อย; **~ sth. out of sth.** ตัด *ส.น.* ออกจาก *ส.น.*; **~ one's way [through/along/out of sth.]** ฝ่าฟันทาง [ทะลุออกมาจาก *ส.น.*]; Ⓑ *(Footb.)* **~ sb.'s shin** เตะหน้าแข้ง *ค.น.*; Ⓒ *(Computing)* แอบเข้าไปในระบบการทำงานของคอมพิวเตอร์ ❷ *v.i.* Ⓐ *(deal blows)* **~ at** ฟัน, สับ; **~ through the undergrowth** ถางพงไม้ออกมา; Ⓑ **~ing cough** อาการไอแห้ง ๆ บ่อย ๆ

~ a'bout *v.t.* ฟาดฟันไปรอบ ๆ; *(fig.)* จัดการจนเรียบร้อย

~ a'way ❶ *v.i.* **~ away at sth.** ตัด *ส.น.* อย่างฟันเอาฟันเอา ❷ *v.t.* ตัดทิ้ง

~ 'off *v.t.* ตัดออก

~ 'out *v.t.* ตัดออกมาจากข้างใน, ตัดแหวกออกมา; *(fig.: work out)* ขบคิดหาวิธี

[2]**hack** ❶ *n.* Ⓐ *(drudge)* งานที่จำเจน่าเบื่อ; *(uninspired worker)* คนที่ทำงานอย่างเช้าชามเย็นชาม; *(writer)* นักเขียนรับจ้าง; **newspaper ~:** นักเขียน *หรือ* ผู้สื่อข่าวหนังสือพิมพ์; **publisher's ~:** นักเขียนของสำนักพิมพ์; Ⓑ *(hired horse)* ม้าเช่าขี่; Ⓒ *(horse for ordinary riding)* ม้าขี่; Ⓓ ➡ [1]**jade** 1 A; Ⓔ *(Amer.) (taxi)* แท็กซี่; *(taxi driver)* คนขับรถแท็กซี่ ❷ *adj.* Ⓐ **~ writer** นักเขียนรับจ้าง; Ⓑ *(mediocre)* ธรรมดาสามัญ, พื้น ๆ

hacker /ˈhækə(r)/ˈแฮเคอะ(ร)/ *n. (Computing) ผู้ที่ใช้คอมพิวเตอร์เจาะดูข้อมูลในคอมพิวเตอร์ผู้อื่น, นักเจาะระบบคอมพิวเตอร์, นักเลงคอมพิวเตอร์ (ร.บ.)*

hacking /ˈhækɪŋ/ˈแฮคิง/: **~ coat, ~ jacket** *ns.* เสื้อแจ็กเก็ตของชุดขี่ม้า; *(sports jacket)* แจ็กเก็ตผู้ชายที่ไม่เข้าชุดกับกางเกง

hackle /ˈhækl/ˈแฮค'ล/ *n.* Ⓐ *(long feather/feathers)* ขนนกที่เป็นขนยาว; *(neck plumage)* ขนคอของสัตว์ปีก, สร้อยคอสัตว์; **a cock's ~s are up** สร้อยคอไก่ตั้งขึ้น Ⓑ *in pl. (animal's hair)* ขนตรงคอและหลังของสัตว์; **a dog's ~s are up** ขนคอและหลังสุนัขตั้งชัน; **sb.'s ~s rise/are up** *(fig.)* ค.น. ชักจะเดือดปุด ๆ; **get sb.'s ~s up, make sb.'s ~s rise** *(fig.)* ทำให้ ค.น. เกิดโมโห; **that kind of thing always gets his ~s up** เรื่องแบบนั้นทำให้เขาเกิดโมโหเสมอ; Ⓒ *(comb)* หวีเหล็กสำหรับสาวใยป่านลินิน

hackney /ˈhæknɪ/ˈแฮคนิ/ *n.* ม้าที่ใช้ขี่ธรรมดา

hackney: ~ 'cab, ~ 'carriage *ns.* รถรับจ้าง; แท็กซี่; **~'coach** *n. (Hist.)* รถม้ารับจ้าง

hackneyed /ˈhæknɪd/ˈแฮคนิด/ *adj.* ใช้กันเกร่อ, จืดชืด, ธรรมดาสามัญ

hack: ~ reporter *n.* ผู้สื่อข่าวรับจ้าง; **~saw** *n.* เลื่อยโครงใช้ตัดโลหะ

had ➡ **have** 1, 2

haddie /ˈhædɪ/ˈแฮดิ/ *(Scot.)* ➡ **haddock**

haddock /ˈhædək/ˈแฮเดิค/ *n., pl.* same ปลาแฮดด็อค *(ท.ศ.)*; **smoked ~:** ปลาแฮดด็อครมควัน

Hades /ˈheɪdiːz/ˈเฮดีซ/ *n., no pl.* Ⓐ *(Greek Mythol.)* นรก; **to/in ~:** สู่/ในนรก; Ⓑ *(coll. euphem.)* ➡ **hell** A

hadji /ˈhædʒɪ/ˈแฮจี/ *n.* หะยี, หัญจี *(ท.ศ.), คำนำหน้านามของผู้ชายมุสลิมที่ผ่านการแสวงบุญที่นครเมกกะแล้ว*

hadn't /ˈhædnt/ˈแฮด'นท/ *(coll.)* = **had not**; ➡ **have** 1, 2

Hadrian's Wall /heɪdrɪənz ˈwɔːl/เฮเดรียนซ ˈวอล/ *n. (Hist.) กำแพงที่สร้างในเกาะอังกฤษตามพระบัญชาของจักรพรรดิโรมันเฮเดรียน เพื่อกันไม่ให้ชาว Pict เข้ามา*

haematology /hiːməˈtɒlədʒɪ/ฮีเมอะˈทอเลอะจิ/ *n. (Med.)* โลหิตวิทยา

haematoma, hematoma /hiːməˈtəʊmə/ฮีเมอะˈโทเมอะ/ *n. (Med.)* เลือดบวม

haemoglobin /hiːməˈgləʊbɪn/ฮีเมอะˈโกลบิน/ *n. (Anat., Zool.)* ฮีโมโกลบิน *(ท.ศ.)*; ธาตุสีแดงในโลหิต

h

haemophilia /hiːməˈfɪlɪə/ฮีเมอะ'ฟิลเลีย/ *n.* ➤ **453** *(Med.)* โรคกรรมพันธุ์ที่เลือดไม่แข็งตัว ทำให้เกิดอาการเลือดไหลไม่หยุดเป็นเวลานาน

haemophiliac /hiːməˈfɪlɪæk/ฮีเมอะ'ฟิลลิแอค/ *n. (Med.)* ผู้ที่เป็นโรคโลหิตไหลไม่หยุด

haemorrhage /ˈhemərɪdʒ/'เฮ็มเมอะริจ/ *(Med.)* ❶ *n.* อาการโลหิตไหลออกมาก, ตกเลือด ❷ *v.i.* ตกเลือด

haemorrhoid /ˈhemərɔɪd/'เฮ็มเมอะรอยด/ *n., usu. in pl. (Med.)* ริดสีดวงทวาร

haft /hɑːft/ฮาฟทฺ/ *n.* ด้าม *(มีด, ดาบสั้น)*

hag /hæg/แฮก/ *n.* Ⓐ *(old woman)* ยายแก่น่าเกลียด; Ⓑ *(witch)* แม่มด; Ⓒ ➡ **hagfish**

'hagfish *n.* ปลาในสกุล *Myxinidae* มีลิ้นสากสำหรับกินเนื้อปลาตาย, ปลาไหลทะเล

haggard /ˈhægəd/'แฮเกิด/ *adj. (worn)* หน้าตอบซูบ; *(with worry)* หน้าคล้ำกังวล; *(tired)* หน้าเซียวเหน็ดเหนื่อย

haggis /ˈhægɪs/'แฮกิซ/ *n. (Gastr.)* แฮกกิส *(ท.ศ.) อาหารประจำชาติของชาวสกอต ทำจากเครื่องในแกะหรือลูกวัว ผสมเครื่องปรุงแล้วใส่ถุงกระเพาะลงต้ม*

haggle /ˈhægl/'แฮก'ล/ ❶ *v.i.* ต่อปากต่อคำ **(over, about** เกี่ยวกับ); *(over price)* ต่อรองราคา ❷ *n.* การเถียง *หรือ* การต่อปากต่อคำ; *(over price)* การต่อรองราคา

hagiography /hægɪˈɒgrəfɪ/แฮกิ'ออเกรอะฟิ/ *n.* การเขียนชีวประวัตินักบุญ

'hag-ridden *adj.* **be ~ by sth.** มี *ส.น.* รบกวนใจ; **look ~:** ดูกลุ้มใจ *หรือ* กังวล

Hague /heɪg/เฮก/ *pr. n.* **The ~:** กรุงเฮก ในประเทศเนเธอร์แลนด์; **The ~ Conventions** สนธิสัญญาที่กรุงเฮก

ha ha /hɑː ˈhɑː/ฮา 'ฮา/ *int.* เสียงหัวเราะ ฮ่า ฮ่า

ha-ha /ˈhɑːhɑː/'ฮาฮา/ *n.* คูกันสวนเพื่อไม่ให้ถูกทำลายทัศนียภาพ

haiku /ˈhaɪkuː/'ไฮคู/ *n., pl. same (Lit.)* โคลงญี่ปุ่นที่แบ่งเป็นสามตอนและปกติจะมี 17 พยางค์

¹hail /heɪl/เฮล/ ❶ *n.* Ⓐ *no pl., no indef. art. (Meteorol.)* ลูกเห็บ; Ⓑ *(fig.: shower)* การพรั่งพรู *หรือ* กระหน่ำลงมา; *(of curses, insults, questions, praise)* การเซ็งแซ่ *หรือ* แซ่ซ้อง; **a ~ of bullets/missiles/stones/arrows** ห่ากระสุนปืน/ขีปนาวุธ/ก้อนหิน/ลูกธนู ❷ *v.i.* Ⓐ *(impers.) (Meteorol.)* **it ~s** *or* **it is ~ing** ลูกเห็บตก *หรือ* ลูกเห็บกำลังตก; Ⓑ *(fig.: descend)* **~ down** พรั่งพรู *หรือ* กระหน่ำลงมา; **~ down on sb.** พรั่งพรู *หรือ* กระหน่ำลงมายัง *ค.น.* ❸ *v.t.* กระหน่ำลงมา *(ไม้, คำพูด ฯลฯ)*

²hail ❶ *v.t.* Ⓐ *(call out to)* ร้องเรียก, ร้องทัก; *(signal to)* กวักมือเรียก *(แท็กซี่)*; **within/not within ~ing distance** อยู่/ไม่อยู่ในระยะร้องเรียกได้; Ⓑ *(salute)* คำนับ, ทำความเคารพ; *(receive, welcome)* ต้อนรับ; Ⓒ *(acclaim)* โห่ร้องยินดี, ประกาศยกย่อง; **~ sb. king** โห่ร้องอำนวยชัยให้ *ค.น.* เป็นกษัตริย์ ❷ *v.i.* Ⓐ ตะโกน; Ⓑ **where does the ship ~ from?** เรือลำนี้เดินทางมาจากไหน; **where do you ~ from** ท่านมาจากไหน ❸ *n.* Ⓐ *(salutation)* การทักทาย; *(shout of acclamation)* การไชโย, การโห่ร้อง; Ⓑ *(call)* การร้องเรียก; **within/out of ~:** ใน/นอกระยะร้องเรียกได้ยิน ❹ *int. (arch.)* สดุดี, ไชโย; **~ Macbeth/to thee, O Caesar** ไชโยแมคเบธ/สดุดีแด่ท่าน ข้าแต่ซีซาร์; **H~ Mary** ➡ **ave Maria; ~fellow-well-met** สนิทชิดเชื้อ; **be ~fellow-well-met with sb.** ตีสนิทกับ *ค.น.*; **say ~ and farewell to sb.** กล่าวสวัสดีและอำลากับ *ค.น.* ➡ **+ all** 1 A

hail: ~stone *n. (Meteorol.)* ลูกเห็บ; **~storm** *n. (Meteorol.)* พายุลูกเห็บ

hair /heə(r)/แฮ(ร)/ *n.* Ⓐ *(one strand)* เส้นผม; **a dog's ~:** ขนสุนัข; **without turning a ~** *(fig.)* โดยไม่สะดุ้งสะเทือน; **not harm a ~ of sb.'s head** *(fig.)* ไม่เป็นอันตรายแก่ *ค.น.* แม้แต่นิด; ➡ **+ dog** 1 A; **hang** 2 A; **short** 1 A; **split** 3 B; Ⓑ ➤ **118** *collect., no pl. (many strands, mass)* ผม, ขน; *(horse~)* ขนม้า; **the cat has a lovely coat of black ~:** แมวตัวนี้มีขนดำสวย; **do one's/sb.'s ~:** ทำผมตัวเอง/ให้ *ค.น.*; **do one's own ~:** ทำผมตัวเอง; **have** *or* **get one's ~ done** ไปทำผม; **where did you get your ~ done?** ท่านไปทำผมที่ไหน; **pull sb.'s ~:** ดึง/กระชากผม *ค.น.*; **he's losing his ~:** ผมของเขาน้อยลงทุกที; **he has still not lost his ~:** ผมของเขายังดกอยู่ดี; **keep your ~ on!** *(coll.)* **don't lose your ~!** *(coll.)* อย่าเกิดโทสะ, ใจเย็น ๆ; **let one's ~ down** สยายผม; *(fig. coll.)* ปล่อยตัวตามสบาย; *(have a good time)* สนุกสนานอย่างเต็มที่; **sb.'s ~ stands on end** *(fig.)* *ค.น.* ขนหัวลุก; **get in sb.'s ~** *(fig. coll.)* เกะกะกวนตากวนใจ *ค.น.*; **get out of my ~!** *(coll.)* อย่ามายุ่งกับฉันเลย; **keep out of sb.'s ~** *(coll.)* ไม่เข้าไปเกะกะกับ *ค.น.*; ➡ **+ curl** 1 A, 2 A; **'tear** 2 B; Ⓒ *(Bot.)* เส้น, เส้นขน; Ⓓ *(thin filament)* เส้นใยบาง; Ⓔ *(minute amount)* จำนวนน้อยมาก; **by a ~:** *(ชน)* อย่างหวุดหวิด; **to a ~:** ไม่ผิดพลาดแม้แต่น้อย; *(in every detail)* ทุกรายละเอียด

hair: ~ band *n.* ที่คาดผม; **~breadth** ❶ *n.* แค่จำนวนน้อยนิด *(เปรียบเทียบ)*; **by [no more than] a ~breadth** *(ห่าง)* แค่เส้นยาแดง, จวนเจียน; **the firm was within a ~breadth of bankruptcy** บริษัทนั้นจวนเจียนจะล้มอยู่แล้ว ❷ *adj.* น้อยมาก, หวุดหวิด; **that was a ~breadth escape** นั่นเป็นการหนีรอดอย่างหวุดหวิดเต็มที่; **~brush** *n.* แปรงผม; **~ clip** *n. (Brit.)* กิ๊บติดผม; **~ conditioner** *n.* ครีมนวดผม; **~ cream** *n.* ครีมใส่ผม *(บุรุษ)*; **~ curler** *n.* ที่ม้วนผม; **~cut** *n.* Ⓐ *(act)* การตัดผม; **go for/need a ~cut** ไป/ควรจะตัดผม; **give sb. a ~cut** ตัดผมให้ *ค.น.*; **get/have a ~cut** ไปให้ช่างตัดผมให้, ไปตัดผม; *(finance)* การตัดหนี้เสียทิ้ง; Ⓑ *(style)* ทรงผม; **~do** *n. (coll.)* Ⓐ **get a ~do** ไปทำผม; **give sb. a ~do** ทำผมให้ *(ค.น.)*; Ⓑ *(style)* ทรงผม; **~dresser** *n.* ➤ **489** Ⓐ *(Brit.)* ช่างเสริมสวย *(ผม)*; **men's ~dresser** ช่างตัดผม; **ladies' ~dresser** ช่างเสริมสวยสตรี *(ช่างแต่งผม)*; **go to the ~dresser['s]** ไปทำผม, ไปเสริมสวย; Ⓑ *(Amer.: for women)* ช่างเสริมสวย, ช่างแต่งผม; **~ dresser['s]** ร้านทำผม; **go to the ~ dresser['s]** ไปร้านเสริมสวย, ไปร้านทำผม; **~dressing** *n.* การแต่งผม; *attrib.* **~dressing salon** ร้านเสริมสวย, ร้านแต่งผม; **~drier** *n.* ไดร์ *(ท.ศ.)*, ที่เป่าผม; *(with a hood)* เครื่องอบผม; **~ dye** *n.* ยาย้อมผม; **use ~ dye** ย้อมผม, ใช้ยาย้อมผม

-haired /heəd/แฮด/ *adj. in comb.* ➤ **118** **black-/dark-/frizzy-~:** *(มี)* ผมดำ/ผมสีเข้ม/ผมหยิกหยอง; **greasy-~:** ผมมีน้ำมันจับ, ผมมัน

hair: ~ follicle *n.* ต่อมรากผม; **~grip** *n. (Brit.)* กิ๊บติดผม; **~ lacquer** ➡ **~ spray**

hairless /ˈheəlɪs/'แฮลิซ/ *adj.* ไม่มีผม, ไม่มีขน, *(ศีรษะ)* ล้าน

hair: ~line *n.* Ⓐ *(edge of hair)* ขอบผม, แนวเส้นผม; **his ~line is receding, he has a receding ~line** ศีรษะเขาเถิกขึ้นเรื่อย ๆ; Ⓑ *(narrow line)* เส้นบางมาก; Ⓒ *(crack)* **~line crack** *(esp. Metallurgy, Mech. Engin.)* รอยร้าว, รอยแยกที่บางมาก; **~line fracture** *(Med.)* รอยร้าวบาง ๆ; Ⓓ *(in writing or printing)* เส้นบางมาก; **~net** *n.* ตาข่ายคลุมผม; **~piece** *n.* ปอยผมปลอม, แฮร์พีซ *(ท.ศ.)*; **~pin** *n.* เข็มเสียบผม; **~pin 'bend** *n.* โค้งถนนที่หักมุมแหลม, โค้งหักข้อศอก; **~-raising** /ˈheəreɪzɪŋ/'แฮเรซิง/ *adj.* ทำให้ขนหัวลุกชัน; *(ทางลงจากภูเขา)* น่ากลัว; **~-restorer** *n.* ยาปลูกผม; **~'s breadth** ➡ **~breadth; ~ 'shirt** *n.* เสื้อผ้าเนื้อหยาบกระด้าง *(ใช้สวมเป็นการทรมานตัว)*; **~slide** *n. (Brit.)* กิ๊บติดผม; **~-space** *n. (printing)* แท่งโลหะขนาดบางที่สุด ซึ่งใช้สำหรับวางระยะบรรทัด; **~-splitting** *(derog.)* ❶ *adj.* ชอบวิเคราะห์เรื่องหยุมหยิมไร้สาระ ❷ *n.* การจำแนกละเอียดจนเกินไป; **~spray** *n.* สเปรย์ฉีดผม; **~spring** *n. (Horol.)* ใยนาฬิกา; **~style** *n.* ทรงผม; **~stylist** *n.* ➤ **489** ช่างทำผม; **~-trigger** *n. (Arms)* ไกปืนที่ไวมาก

hairy /ˈheərɪ/'แฮริ/ *adj.* Ⓐ *(having hair)* มีขน, มีขนมาก; **you're beginning to get a ~ chest** หน้าอกของคุณเริ่มมีขนขึ้นแล้ว; **a very ~ dog** สุนัขขนรุงรัง, ขนดก; *(having very long hair)* มีขนยาวรุงรัง; Ⓑ *(made of hair)* ทำด้วยขน, ผม; Ⓒ *(coll.: difficult, dangerous)* ยาก, อันตราย; Ⓓ *(coll.: unpleasant, frightening)* น่ากลัว; Ⓔ *(coll.: crude, clumsy)* ไม่ประณีต, เทอะทะเก้งก้าง

Haiti /hɑːˈiti, ˈheɪtɪ/ไฮ'อีที, 'เฮทิ/ *pr. n.* ประเทศไฮติ

Haitian /ˈheɪʃn/'เฮช'น/ ❶ *adj.* แห่งประเทศไฮติ; **sb. is ~:** *ค.น.* เป็นคนไฮติ ❷ *n.* ชาวไฮติ

hajji ➡ **hadji**

hake /heɪk/เฮค/ *n., pl. same (Zool.)* ปลาทะเลในสกุล *Merluccius*

halal /hɑːˈlɑːl/ฮา'ลาล/ *(Islam)* ❶ *v.t.* ฆ่าสัตว์เป็นอาหารตามหลักศาสนาอิสลาม ❷ *n.* เนื้อสัตว์ที่ฆ่าดังกล่าว ❸ *adj. (เนื้อ)* ที่ผ่านพิธีกรรมการฆ่ามาแล้ว

halberd /ˈhælbəd/'แฮลเบิด/ *n.*, **halbert** /ˈhælbət/'แฮลเบิท/ *(Arms Hist.)* อาวุธขวานด้ามยาวตรงปลายเป็นหอก

'halcyon days /ˈhælsɪən deɪz/'แฮลเซียน เดซ/ *n. pl. (happy days)* วันแห่งความสงบสุข

¹hale /heɪl/เฮล/ *adj. (สุขภาพ)* แข็งแรงดี; **~ and hearty** *(สุขภาพ)* แข็งแรงร่าเริง

²hale *v.t. (literary)* **~ sb. to prison** ลากตัว *ค.น.* ไปเข้าคุก; **~ sb. before the magistrate** ลากตัว *ค.น.* ไปขึ้นศาล

half /hɑːf, hæf/ฮาฟ, แฮฟ/ ❶ *n., pl.* **halves** /hɑːvz/ฮาวซ/ Ⓐ ➤ **47,** ➤ **177,** ➤ **602** *(part)* ครึ่งหนึ่ง, กึ่งหนึ่ง; **~ [of sth.]** ครึ่งหนึ่งของ *ส.น.*; **~ of Europe** ครึ่งหนึ่งของยุโรป; **I've only ~ left** ฉันเหลืออีกครึ่งเดียวเท่านั้น; **~ [of] that** ครึ่ง [ของ] สิ่งนั้น; **I don't believe ~ of it!** ฉันไม่เชื่อแม้แต่ครึ่งหนึ่ง; **cut sth. in ~** *or* **into [two] halves** ตัดแบ่งออกเป็นสองส่วน *หรือ* ตัดครึ่ง; **divide sth. in ~** *or* **into halves** แบ่งครึ่ง *ส.น.*; **one/two and a ~ hours, one hour/two hours and a ~:** หนึ่ง/สองชั่วโมงครึ่ง; **she is three and a ~:** เธออายุสามขวบครึ่ง; **that was a performance/game/job and a ~** *(fig. coll.)* นั่นเป็นการแสดง/เกม/งานที่ทำสำเร็จได้อย่างยอดเยี่ยมจริง ๆ; **an idiot/a joker/a fool/a woman and a ~** *(fig. coll.)* คนโง่/ตัวตลก/คน

ที่ม/ผู้หญิงที่สุดยอด; not/never do anything/things by halves อย่าทำอะไรครึ่ง ๆ กลาง ๆ; you don't do things by halves, do you? *(iron.)* คุณไม่ทำอะไรแบบครึ่ง ๆ กลาง ๆ เลยนะ; be too cheeky/big by ~: หน้าด้าน/ใหญ่โตไปหน่อยแล้ว; be too clever by ~ *(iron.)* ฉลาดเกินไปหน่อย; go halves *or* go ~ and ~ [with sb.] in *or (coll.)* on sth. แบ่งครึ่ง *ส.น.* กับ *ค.น.*; how the other ~ lives วิธีดำเนินชีวิตของคนอื่น; that's only *or* just *or* not the ~ of it ยังมีอีกมากมาย; you don't know the ~ of it คุณยังไม่รู้อะไรเลย; my other ~ *(coll.)* ภรรยา/สามีของฉัน; ➡ + better 1; Ⓑ *(coll.: ~ pint)* ครึ่งไพนท์; *(of beer)* เบียร์แก้วเล็ก; a ~ of bitter/lager/cider เบียร์บิทเตอร์/เบียร์ลาเกอร์/ไซเดอร์แก้วเล็ก; Ⓒ *(Brit. Hist. coll.: ~ a new penny)* ครึ่งเพนนี; Ⓓ *(child's ticket)* ตั๋วเด็ก; one and a ~ to Oxford ตั๋วไปออกซฟอร์ดผู้ใหญ่หนึ่งเด็กหนึ่ง; two halves to Oxford ตั๋วเด็กไปออกซฟอร์ดสองใบ; Ⓔ *(Brit. Sch.: term)* ครึ่งภาคเรียน, ครึ่งเทอม; Ⓕ *(Footb. etc.) (period)* ครึ่งเวลาเล่น; *(of pitch)* ครึ่งสนาม; *(coll.: ~-back)* ฮาล์ฟแบ็ค *(ท.ศ.)*, กองหลัง; Ⓖ *(Golf)* ครึ่งรอบ, ครึ่งหนึ่งของจำนวนหลุม; the outward/inward ~: หลุม 1-9/หลุม 10-18

❷ *adj.* Ⓐ *(equal to a ~)* ครึ่ง; ~ the house/books/staff/time ครึ่งบ้าน/หนังสือครึ่งหนึ่ง/คณะทำงานครึ่งหนึ่ง/เวลาครึ่งหนึ่ง; ~ the world ครึ่งโลก; he is drunk ~ the time *(very often)* เขาเมาเหล้าเกือบจะตลอดเวลา; she knits ~ the time/the day *(a lot of, a good deal of)* เธอถักไหมพรมตลอดเวลา/เสียครึ่งค่อนวัน; ~ an hour ครึ่งชั่วโมง; be only ~ the man/woman one used to be *(fig.)* ไม่ *(แข็งแรง/เก่ง ฯลฯ)* เหมือนเมื่อก่อนนี้; Ⓑ *(forming a~)* they each have a ~ share in the boat พวกเขาเป็นเจ้าของเรือกันคนละครึ่ง; be given a ~ day's holiday ได้หยุดครึ่งวัน; Ⓒ *(Bookbinding)* หนังสือที่สันและปกหุ้มด้วยวัสดุคนละชนิด; ➡ + battle 1 C; ¹ear A; eye 1 A; mind 1 B

❸ *adv.* Ⓐ *(to the extent of ~) (เปิด, ปิด, จบ, เต็ม, ทาน)* ครึ่งหนึ่งแล้ว; our journey was now ~ done การเดินทางของเราลุล่วงไปครึ่งหนึ่งแล้ว; ~ as much/many/big/heavy มาก/ใหญ่/หนักสักครึ่งของ...; ~ run [and] ~ walk ครึ่งวิ่งครึ่งเดิน, กึ่งวิ่งกึ่งเดิน; ~ cough and ~ sneeze ครึ่งไอครึ่งจาม; we had only ~ entered the room when ...: เราเพิ่งจะย่างเท้าเข้าไปในห้องเท่านั้น ก็พอดี...; I ~ wished/hoped that ...: ฉันหวังอยู่ครึ่ง ๆ ว่า...; only ~ hear what ...: ได้ยินแค่ครึ่งเดียวว่า...; ~ listen for/to ตะแคงหูฟัง/ฟังแค่หูเดียว; I ~ laughed *(almost)* ฉันเกือบจะหัวเราะ; I felt ~ dead *(fig.)* ฉันรู้สึกเหมือนจะตาย; be only ~ ready *or* done *(Cookery)* สุกเพียงครึ่งเดียว; ~ cook sth. ทำให้ *ส.น.* สุกเพียงครึ่งเดียว; be ~ happy, ~ worried about sth. กึ่งเป็นสุขกึ่งกังวลกับ *ส.น.*; leave the food ~ eaten กินเสร็จแค่ครึ่งเดียว; go ~ crazy/wild เกือบคลั่ง/เกือบอาละวาด; not ~ cooked yet ยังสุกไม่ถึงครึ่งเลย; not ~ finished yet ยังเสร็จไม่ถึงครึ่งเลย; not ~ long/strong enough ยังยาว/แข็งแรงไม่พอเลย; not ~ *(coll.) (most certainly)* แน่นอนเลย; *(extremely)* รุนแรง, หนัก; not ~ bad *(coll.)* ไม่เลวทีเดียว; not ~ a bad fellow/meal *(coll.)* คน/อาหารไม่เลวเลย; not ~ he wouldn't! *(coll.)* เขาทำแน่เลย; it wasn't ~ a problem *(coll.)* มันเป็นปัญหาหนัก; she can't ~ be stubborn *(coll.)* เธอช่างรั้นจริง; there won't ~ be trouble *(coll.)* ต้องมีเรื่องแน่เลย; ➡ + again A; Ⓑ ➤ 177 *(by the amount of a ~-hour)* ครึ่งชั่วโมง, สามสิบนาที; at ~ past the hour เมื่อ...นาฬิกาครึ่ง/สามสิบนาที; from eight o'clock till ~ past จากแปดนาฬิกาจนถึงแปดนาฬิกาครึ่ง; ~ past *or (coll.)* ~ one/two/three *etc.* หนึ่ง/สอง/สาม ฯลฯ นาฬิกาครึ่ง; ~ past twelve สิบสองนาฬิกาครึ่ง, เที่ยงครึ่ง; ~ past midday/midnight เที่ยงครึ่ง/เที่ยงคืนครึ่ง

half- *in comb.* ➤ 177 ครึ่ง *(สุก, เสร็จ, ไหม้, เต็ม, เปิด)*; ~cold เกือบจะเย็น, เกือบจะหนาว; ~starved ใกล้ตายเพราะอดอาหาร; a ~dozen ครึ่งโหล; ~pound bag/~litre glass ถุงขนาดบรรจุครึ่งปอนด์/แก้วขนาดบรรจุครึ่งลิตร; a ~mile ครึ่งไมล์; ~year ครึ่งปี

half: ~-and-'~ ❶ *n.* Does it contain a or b? – H~-and-~: สิ่งนั้นประกอบด้วยเอหรือบี — อย่างละครึ่ง; it is all silver, not ~-and-~: มันเป็นเงินล้วน ไม่ใช่เงินผสมของอื่นอย่างละครึ่ง; settle for ~-and-~: ตกลงเอาเป็นอย่างละครึ่งเถอะ ❷ *adj.* Ⓐ *(equal)* take a ~-and-~ share in the duties แบ่งหน้าที่กันคนละครึ่ง; ~-and-~ mixture of a and b ส่วนผสมของเอกับบีอย่างละครึ่ง; Ⓑ *(indecisive) (มาตรการ)* ไม่เต็มที่ ❸ *adv.* เท่า ๆ กัน; they divide their earnings/share the duties ~-and-~: พวกเขาแบ่งรายได้/แบ่งหน้าที่กันคนละครึ่ง; ~-arse[d] /'hɑ:fɑ:s(t)/'ฮาฟอาซ(ทฺ)/ บ้า; อย่างไม่เอาไหน; do a ~-arse[d] job ทำงานอย่างไม่ได้เรื่อง/ใช้ไม่ได้; ~-back *n. (Footb., Hockey)* ผู้เล่นฮาล์ฟแบ็ค *(ท.ศ.)*; ~-baked /hɑ:f'beɪkt/ฮาฟ'เบคทฺ/ *adj.* Ⓐ *(Cookery)* อบไม่สุกดี; Ⓑ *(fig.) (not thorough[ly planned])* ครึ่ง ๆ กลาง ๆ; *(not earnest, lacking in strength of purpose) (คน, จุดยืน)* ไม่มีหลักการ, ไม่เป็นเรื่องเป็นราว; Ⓒ *(~-witted)* สติไม่ดี; ~-binding *n. (Bookbinding)* หนังสือที่หุ้มสันและปกด้วยวัสดุคนละชนิด; ~-blood ➡ ~-breed A; ~-'blue *n. (Brit. Univ.)* ในการเล่นกีฬาในทีมมหาวิทยาลัย; get a *or* one's ~-blue ได้เสื้อสามารถชั้นรอง; ~-'board *n.* โรงแรม ฯลฯ ที่บริการห้องพักอาหารเช้าและอาหารเย็น; ~-board accommodation โรงแรมหรือที่พักที่มีบริการเช่นนี้; ~-boot *n.* รองเท้าบูทสูงครึ่งน่อง; ~-breed *n.* Ⓐ คนที่มีสายเลือดผสมคนละเชื้อชาติ; ลูกครึ่ง; Ⓑ ➡ cross-breed 1; ~-brother *n.* พี่/น้องชายต่างบิดา/มารดา; be ~-brother to sb. เป็นพี่/น้องชายพ่อ/แม่เดียวกันกับ *ค.น.*; ~-caste ❶ *n.* ลูกครึ่ง *(โดยเฉพาะหมายถึงที่พ่อเป็นฝรั่งและแม่เป็นชาวอินเดียน)* ❷ *adj.* เกี่ยวกับลูกครึ่ง; ~ 'cock ➡ ¹cock 1 E; ~-cocked /hɑ:f'kɒkt/ฮาฟ'คอคทฺ/ *adj., adv. (Amer.)* = at ~ cock ➡ ¹cock 1 E; ~-conscious *adj.* โดยไม่ค่อยรู้ตัว, ค่อนข้างใต้จิตสำนึก *(ความต้องการ)*; be only ~-conscious ไม่มีสติเต็มที่; ไม่ค่อยรู้ตัว; ~-'crown *n. (Brit. Hist.)* เหรียญฮาล์ฟคราวน์ *(ท.ศ.)*; ~-day *n.* วันหยุดครึ่งวัน; take a ~-day's holiday หยุดลางานครึ่งวัน; it's ~-day closing today วันนี้เป็นวันที่ร้านปิดครึ่งวัน *หรือ* ตอนบ่าย; ~-'hardy *adj. (Hort.)* พันธุ์ไม้ที่สามารถอยู่ได้ตลอดปีถ้าไม่มีน้ำค้างแข็งลงจัด; ~-hearted /hɑ:f'hɑ:tɪd/ฮาฟ'ฮาทิด/ *adj.*, ไม่เต็มใจ; ~-heartedly /hɑ:f'hɑ:tɪdlɪ/ฮาฟ'ฮาทิดลิ/ *adv.* อย่างไม่เต็มใจ; ~ hitch ➡ hitch 3 B; ~ 'holiday *n.* วันหยุดครึ่งวัน; I'll take a ~ holiday on Wednesday ฉันจะหยุดวันพุธครึ่งวัน; there will be a ~ holiday in May จะมีวันหยุดครึ่งวันในเดือนพฤษภาคม; ~-hose ➡ hose 1 B; ~-'hour *n.* ➤ 177 ครึ่งชั่วโมง; at the ~-hour เมื่อถึงครึ่งของชั่วโมง; the clock chimes at the ~-hour นาฬิกาตีทุกชั่วโมงครึ่ง; ~-'hourly ➤ 177 ❶ *adj.* ทุกครึ่งชั่วโมง; the bus service is ~-hourly รถประจำทางวิ่งทุกครึ่งชั่วโมง ❷ *adv.* ทุกครึ่งชั่วโมง; ~-hunter ➡ hunter E; ~-'inch ❶ *n.* ครึ่งนิ้ว; *attrib.* /'--/ *(ตะปู)* ครึ่งนิ้ว ❷ *v.t. (Brit. sl.)* ขโมย, ลัก; ~-landing *n.* ชานบันได, ชานพักเท้า; ~-life *n. (Phys.) ระยะเวลาที่กัมมันตภาพรังสีจะสลายตัวไปครึ่งหนึ่ง*; ~-light *n.* แสงสว่างลาง ๆ เช่น รุ่งสาง; ~ 'mast *n.* be [flown] at ~ mast ชัก *(ธง)* ครึ่งเสา; raise/lower to ~ mast ชัก/ลด *(ธง)* ครึ่งเสา; ~ measure *n.* Ⓐ a ~ measure of whisky วิสกี้ครึ่งมาตรวัด; Ⓑ *in pl.* การกระทำแบบครึ่ง ๆ กลาง ๆ; there are no ~ measures with him เขาไม่ยอมทำอะไรแบบครึ่ง ๆ กลาง ๆ; ~ 'moon *n.* Ⓐ จันทร์ครึ่งดวง; Ⓑ *(Anat.)* ส่วนโค้งสีขาวที่โคนเล็บ; the ~ moons of his nails ส่วนขาวตรงโคนเล็บของเขา; ~ 'nelson *n. (Wrestling) มวยปล้ำเข้าข้างหลังคู่ต่อสู้ เอาแขนข้างหนึ่งสอดเข้าใต้รักแร้ แล้วเอามืออ้อมมาจับต้นคอกดลงไป*; get/have got a ~ nelson on sb./sth. *(fig.)* จับ *ค.น./ส.น.* อยู่มือ; ~ note *(Amer. Mus.)* ➡ minim A; ~ 'pay *n.* เงินเดือนเพียงครึ่งเดียว; be on ~ pay รับเงินเดือนเพียงครึ่งเดียว; ~penny /'heɪpnɪ/'เฮพนิ/ *pl. usu.* ~pennies /'heɪpnɪz/'เฮพนิซฺ/ *for separate coins,* ~pence /'heɪpəns/'เฮเพ็นซฺ/ *for sum of money (Brit. Hist.) (coin)* เหรียญครึ่งเพนนี; *(sum)* ครึ่งเพนนี; ~pennyworth /'heɪpəθ/'เฮเพิธ/ *n. (Brit.)* Ⓐ *(Hist.: amount)* a ~pennyworth of ...: จำนวนครึ่งเพนนี; Ⓑ *(fig.: small amount)* not a *or* one ~pennyworth of มีค่าไม่ถึงครึ่งเพนนี; ไม่มีค่าแม้แต่นิด; ~-'pint *n.* Ⓐ *(quantity)* ครึ่งไพนท์; Ⓑ *(coll.: small or insignificant person)* คนร่างเล็ก *หรือ* คนไม่สำคัญ; ~-'price ❶ *n.* ครึ่งราคา; all articles are at ~-price สินค้าทุกชนิดขายครึ่งราคา; bring sth. down *or* reduce sth. to ~-price ลดราคา *ส.น.* ลงเหลือครึ่งราคา ❷ *adj.* ครึ่งราคา; ~-price air fares ค่าโดยสารเครื่องบินที่คิดเพียงครึ่งอัตรา ❸ *adv.* ครึ่งราคา; ~-seas-over /hɑ:fsi:z'əʊvə(r)/ฮาฟซีซฺ'โอเวอะ(ร)/ *adj. (coll.)* เมาบ้างแล้ว, ชักจะเมา; ~-shell *n.* เปลือกครึ่งเดียว; lobster on the ~-shell *(Gastr.)* กุ้งที่ปรุงแล้วเสิร์ฟในเปลือกกุ้งผ่าครึ่งตามยาว; ~-sister *n.* พี่/น้องสาวที่มีบิดาหรือมารดาร่วมกันเพียงคนเดียว; be ~-sister to sb. เป็นพี่/น้องร่วมบิดา/มารดากับ *ค.น.*; ~-size ❶ *n.* ครึ่งเบอร์, ครึ่งขนาด; a ~-size larger ขนาดใหญ่กว่าครึ่งเบอร์ ❷ *adj. (จาน, เสียม)* ครึ่งขนาด; ~-'staff *(Amer.)* ➡ ~-mast; ~ step *(Amer. Mus.)* ➡ semitone; ~-'term *n. (Brit.)* Ⓐ it is nearly ~-term เกือบจะถึงครึ่งภาคเรียน; by/at/towards ~-term เมื่อถึง/เมื่อ/ใกล้ครึ่งภาคเรียน; Ⓑ *(holiday)* ~-term [holiday/break] เวลาหยุดครึ่งภาคเรียน; before ~-term ก่อนหยุดครึ่งภาคเรียน; ~-timbered /hɑ:f'tɪmbəd/ฮาฟ'ทิมเบิด/ *adj. (ผนัง, บ้าน) เป็นโครงไม้เสริมด้วยอิฐหรือปูนปลาสเตอร์*; be ~-timbered มีโครงไม้เสริมด้วยปูนปลาสเตอร์; ~-'time ❶ *n.* Ⓐ *(Sport)* ครึ่งเวลา; *attrib.* /'--/ *(นกหวีด)* ครึ่งเวลา; blow the whistle for ~-time เป่านกหวีดหมดครึ่งเวลาแรก; by/to ~-time จนหมดครึ่งเวลา; at ~-time

เมื่อพักครึ่งเวลา; *(during interval)* ช่วงพักครึ่งเวลา; Ⓑ *(Industry)* ทำงานเพียงครึ่งหนึ่งของเวลาเต็ม; **~-time working** การทำงานแต่เพียงครึ่งหนึ่งของเวลาเต็ม; **several cotton mills were put on ~-time** โรงงานทอผ้าหลายแห่งต้องทำงานแค่ครึ่งเวลา; **1,150 workers were put on ~-time** *or* **had to go on ~-time schedules** คนงาน 1,150 คนถูกจัดให้ทำงานครึ่งเวลา ❷ *adv. (Industry)* ครึ่งเวลา; **~-title** *n. (printing)* Ⓐ *หน้าหนังสือที่พิมพ์ชื่อเรื่องไว้ตอนต้นเล่มก่อนหน้าที่พิมพ์ตัวใหญ่บอกชื่อหนังสือ;* Ⓑ *(section title)* หัวพาดชื่อตอนหนังสือ; **~-tone** *n.* Ⓐ *(printing etc.)* การพิมพ์โดยใช้จุดหมึกขนาดใหญ่และเล็กผสมกัน; สีฮาล์ฟโทน *(ท.ศ.);* Ⓑ *(Amer. Mus.)* ➡ **semitone**; **~-track** *n.* Ⓐ *(system)* ระบบขับเคลื่อนที่ใช้ล้อหน้าสองล้อกับสายพาน; Ⓑ *(vehicle)* รถกึ่งสายพาน; **~-truth** *n.* ความจริงเพียงครึ่งเดียว; **you've only told us a ~-truth** คุณเล่าความจริงเพียงครึ่งเดียวเท่านั้น; **~-'volley** ➡ **volley** 1 C; **~'way** ❶ *adj.* ครึ่งทาง; **~way point** จุดครึ่งทาง; **we're well over the ~way mark** เรามาเกินกว่าครึ่งทางแล้ว; **~way house** ที่พักครึ่งทาง; *(fig.: compromise)* การประนีประนอม; **~way line** *(Footb.)* เส้นแบ่งกลาง ❷ *adv.* ครึ่ง *(ทาง, เวลา);* **not ~way satisfactory** ไม่เป็นที่น่าพอใจเลย; **by midday they had climbed ~way up the mountain** พอตกเที่ยงวันพวกเขาปีนภูเขาขึ้นไปได้ครึ่งทางแล้ว; ➡ + ¹**go** 1 Q; ¹**meet** 1 B; **~wit** *n.* คนปัญญาอ่อน; *(scatterbrain)* คนป้ำเป๋อ; **~-witted** /ˈhɑːfwɪtɪd/ˈฮาฟวิทิด/ *adj.* บ๊องตื้น *(ภ.พ.); (mentally deficient)* ปัญญาอ่อน; **~-witted person** คนปัญญาอ่อน; **~-'yearly** ❶ *adj.* ประจำครึ่งปี; **at ~-yearly intervals** ทุกช่วงครึ่งปี, ทุกหกเดือน ❷ *adv.* ประจำครึ่งปี; ทุกครึ่งปี

halibut /ˈhælɪbət/ˈแฮลิเบิท/ *n., pl. same (Zool.)* ปลาฮาลิบัท *(ท.ศ.) Hippoglossus vulgaris พบในมหาสมุทรแอตแลนติกและแปซิฟิก*

halide /ˈheɪlaɪd, ˈhælaɪd/ˈเฮลายดฺ, ˈแฮลายดฺ/ *n. (Chem.)* สารประกอบ ซึ่งรวมแฮโลเจนกับอีกหนึ่งธาตุ

halitosis /hælɪˈtəʊsɪs/แฮลิˈโทซิซ/ *n., pl.* **halitoses** /hælɪˈtəʊsiːz/แฮลิˈโทซีซฺ/ *(Med.)* กลิ่นปาก

hall /hɔːl/ฮอล/ *n.* Ⓐ *(large [public] room)* ห้องโถง; *(public building)* ตึก, อาคาร; *(for receptions, banquets)* ห้องเลี้ยงใหญ่; *(in medieval house: principal living room)* ห้องโถง; **school/church ~:** ห้องกิจกรรมในโรงเรียน/โบสถ์; + **servants' hall**; Ⓑ *(mansion)* เคหาสน์; Ⓒ *(Univ.) (residential building)* **~ [of residence]** หอพักนิสิตมหาวิทยาลัย; *(Hist.: college)* วิทยาลัย, สถานศึกษาสังกัดมหาวิทยาลัย; **live in ~:** พักในหอของวิทยาลัย/มหาวิทยาลัย; Ⓓ *(Univ.: dining room)* โรงอาหาร; **in ~:** ในโรงอาหาร; Ⓔ *no art. (dinner taken in ~) การรับประทานอาหารเย็นในโรงอาหารของมหาวิทยาลัย;* Ⓕ ➡ **guildhall** B; Ⓖ *in pl. (music ~s)* สถานที่แสดงดนตรี; **be on the ~s** เป็นนักแสดงตามมิวสิคฮอลล์; **do a turn on the ~s** แสดงในวิพิธทัศนา; Ⓗ *(entrance passage)* ห้องโถงตรงทางเข้าบ้าน; Ⓘ *(Amer.: corridor)* ทางเดิน, ระเบียง

hallal ➡ **halal**

halliard ➡ **halyard**

'hallmark /ˈhɔːlmɑːk/ˈฮอลมาค/ ❶ *n.* เครื่องหมายบอกมาตรฐาน *(ทอง, เงิน, พลาตินัม); (fig.: distinctive mark)* ตราบ่งบอก; **be the ~ of quality/perfection** *(fig.)* เป็นตราบอกคุณภาพ/ความสมบูรณ์แบบ ❷ *v.t.* ประทับตรายืนยัน

hallo /həˈləʊ/เฮอะˈโล/ ❶ *int.* Ⓐ *(to call attention)* ฮัลโหล *(ท.ศ.),* สวัสดี; Ⓑ *(Brit.)* ➡ **hello** ❷ *n., pl.* **~s** การทักทาย; **give a ~:** ทักทาย ❸ *v.i.* ทักทาย; **~ to sb.** ทัก *ค.น.*

hall of 'fame *n.* อาคารแสดงสิ่งที่ระลึกของคนมีชื่อเสียง; หอเกียรติภูมิ

halloo /həˈluː/เฮอะˈลู/ ❶ *int.* Ⓐ *(Hunting) เสียงกู่เป็นสัญญาณในการล่าสัตว์;* Ⓑ ➡ **hallo** 1 A ❷ *n.* Ⓐ *(Hunting)* การร้องดังกล่าว; Ⓑ ➡ **hallo** 2 ❸ *v.i. (Hunting)* ร้องกู่ ❹ *v.t. (Hunting)* ยุสุนัขให้ตามล่า

hallow /ˈhæləʊ/ˈแฮโล/ ❶ *n.* **All H~s, H~mas** = **All Saints' Day** ➡ **all** 1 B ❷ *v.t.* Ⓐ *(sanctify)* ทำให้ศักดิ์สิทธิ์; **~ed** ศักดิ์สิทธิ์, เป็นที่นับถือบูชา; Ⓑ *(honour)* ยกย่อง, เทิดทูน, สรรเสริญ; **~ed be Thy Name** *(in Lord's Prayer)* ขอพระนามเป็นที่สรรเสริญ

Hallowe'en /hæləʊˈiːn/แฮโลˈอีน/ *n.* วันที่ 31 ตุลาคม ก่อนวันนักบุญทั้งหลาย; **on** *or* **at ~:** ในวันที่ 31 ตุลาคม

hall: ~ 'porter *n. (Brit.)* บ๋อย/เด็กยกกระเป๋าในโรงแรม; **~ stand** *n.* โครงแขวนเสื้อและหมวก

hallucinant /həˈluːsɪnənt/เฮอะˈลูซิเนินทฺ/ ❶ *adj.* ➡ **hallucinogenic.** ❷ *n.* ➡ **hallucinogen**

hallucinate /həˈluːsɪneɪt/เฮอะˈลูซิเนท/ *v.i. (Med., Psych.)* เกิดประสาทหลอน เช่น เห็นภาพ, ได้ยินเสียง ฯลฯ ซึ่งไม่มีอยู่จริง

hallucination /həluːsɪˈneɪʃn/เฮอะลูซิˈเนช'น/ *n. (act)* ประสาทหลอน; *(instance, imagined object)* ภาพหลอน, เสียงหลอน ฯลฯ

hallucinatory /həˈluːsɪneɪtərɪ, US -tɔːrɪ/เฮอะˈลูซิเนเทอะทริ, -ทอริ/ *adj.* Ⓐ *(Med.Psych.) (producing hallucinations)* ➡ **hallucinogenic**; Ⓑ *(associated with hallucinations)* เกี่ยวกับประสาทหลอน; Ⓒ *(unreal)* ไม่มีตัวตนจริง, ไม่มีอยู่จริง; **be purely ~:** คิดเอาเอง, ไม่มีตัวตน

hallucinogen /həˈluːsɪnədʒen/เฮอะˈลูซิเนอะเจ็น/ *n.(Med.)* ยาที่ทำให้เกิดอาการประสาทหลอน

hallucinogenic /həluːsɪnəˈdʒenɪk/เฮอะลูซิเนอะˈเจนิค/ *adj. (Med.)* เกี่ยวกับยาที่ทำให้เกิดอาการประสาทหลอน

'hallway *n.* Ⓐ ➡ **hall** H; Ⓑ *(corridor)* ทางเดินระหว่างห้อง

halm ➡ **haulm**

halo /ˈheɪləʊ/ˈเฮโล/ *n., pl.* **~es** Ⓐ *(Meteorol.)* วงแสง, ฮาโล *(ท.ศ.),* ทรงกลด; **there was a ~ round** *or* **a ~ surrounded the moon** พระจันทร์ทรงกลด; Ⓑ *(circle)* วงกลม, วงแหวน; *(of light)* วงแสง; Ⓒ *(around head)* รัศมีรอบศีรษะ; Ⓓ *(fig.: aura)* บรรยากาศ; **put a romantic ~ about sth.** สร้างบรรยากาศซาบซึ้งให้แก่ *ส.น.*

halogen /ˈhælədʒən/ˈแฮเลอะเจิน/ *n. (Chem.)* แฮโลเจน *(ท.ศ.) สสารที่ไม่เป็นโลหะ เช่น ฟลอรีน, คลอรีน, ไอโอดีน ซึ่งเมื่อปะทะกับโลหะจะมีปฏิกิริยาเป็นสารผสม เช่น โซเดียมคลอไรด์เป็นต้น;* **~ lamp** หลอดไฟแฮโลเจน *(ท.ศ.)*

¹**halt** /hɔːlt/ฮอลทฺ/ ❶ *n.* Ⓐ *(temporary stoppage)* การหยุดยั้ง, การหยุดพัก; *(on march or journey)* การหยุดพัก; *(esp. Mil. also)* การหยุดพัก; **make a ~:** หยุดพัก; **call a ~:** เรียก *หรือ* สั่งให้หยุดพัก; **let's call a ~:** เราหยุดพักกันเสียทีเถอะ; Ⓑ *(interruption)* การหยุดชะงัก; **come to a ~ = come to a standstill** ➡ **standstill**; ➡ + **call** 2 F; **come** 1 H; **grind** 2 B; Ⓒ *(Brit. railw.)* จุดที่รถไฟจอดรับส่งของที่ไม่ใช่สถานี ❷ *v.i.* Ⓐ *(stop)* หยุด; *(for a rest)* หยุดพัก; *(to collect one's thoughts etc.)* หยุดรวบรวมความคิด; **~, who goes there?** *(Mil.)* หยุด, ใคร?; Ⓑ *(end)* ยุติ ❸ *v.t.* Ⓐ *(cause to stop)* ทำให้หยุด; **he could not be ~ed** *(fig.)* ห้ามเขาไม่ได้ *หรือ* ยั้งเขาไม่อยู่; Ⓑ *(cause to end)* ทำให้ยุติ, ให้สิ้นสุด, ให้จบสิ้นลง

²**halt** *v.i. (not progress smoothly)* เป็นไปอย่างตะกุกตะกัก; **~ing** *(พูด, การเล่นดนตรี)* ตะกุกตะกัก; **in a ~ing way** *or* **manner** *(พูด)* อย่างตะกุกตะกัก

halter /ˈhɔːltə(r)/ˈฮอลเทอะ(ร)/ *n.* Ⓐ *(for horse)* เชือกผูกจูงม้า, ขลุม; *(for cattle)* **[rope] ~:** เชือกจูง; Ⓑ *(for hanging)* ห่วงแขวนคอ, บ่วงแขวนคอ; **you'll find a ~ round your neck if ...:** คุณจะเอาห่วงมาแขวนคอตัวเองถ้าหาก...; **the ~** *(arch./literary: hanging)* ห่วงแขวนคอ, บ่วงแขวนคอ; Ⓒ *(Dressmaking) (strap)* สายเสื้อที่โยงไปรอบคอ; *(top with a ~)* เสื้อครึ่งท่อนที่เปิดไหล่และมีสายโยงโอบรอบคอ; **~ dress/bodice/top/bra** เสื้อชุด/ตัวเสื้อ/เสื้อครึ่งท่อน/เสื้อยกทรงมีสายโยงรอบคอ; **~ neck** คอเสื้อแบบนี้

halting ➡ ²**halt**

haltingly /ˈhɔːltɪŋlɪ/ˈฮอลทิงลิ/ *adv. (เดินทางมา)* อย่างตะกุกตะกัก, อย่างไม่มั่นคง; *(พูด)* อย่างอ้ำ ๆ อึ้ง ๆ, อย่างไม่แน่ใจ; *(with uncertain steps) (เดิน)* กระย่องกระแย่ง, อย่างไม่มั่นคง; *(hesitantly)* อย่างลังเล; **come ~ to the point** เข้าสู่ประเด็นอย่างอึกอัก

halve /hɑːv, US hæv/ฮาว, แฮว/ *v.t.* Ⓐ *(divide)* แบ่งครึ่ง; Ⓑ *(share)* แบ่งกันคนละครึ่ง; **they ~d the cake [between them]** พวกเขาแบ่งขนมเค้กกันคนละครึ่ง; Ⓒ *(reduce)* ลดลงครึ่งหนึ่ง; **'sale – all prices ~d!'** 'ลดราคา - ทุกอย่างครึ่งราคาหมด'; **~ the amount of beer one drinks/number of nights one goes out** ลดปริมาณของเบียร์ที่ดื่ม/ลดจำนวนคืนที่ออกไปเที่ยวข้างนอกลงครึ่งหนึ่ง; Ⓓ *(Golf)* ตีได้แต้มเท่ากับคู่แข่ง, เสมอกัน; **the hole was ~d in 5** คู่แข่งขันทั้งสองตีลงหลุมโดยตีลูกเพียง 5 ครั้ง; **be ~d** *(เกม)* เสมอกัน

halves *pl. of* **half**

halyard /ˈhæljəd/ˈแฮลเยิด/ *n. (Naut.)* เส้นเชือกสำหรับชักขึ้นหรือลดใบเรือ/ธง

ham /hæm/แฮม/ ❶ *n.* Ⓐ *([meat from] thigh of pig)* หมูแฮม *(ท.ศ.);* Ⓑ *usu. in pl. (back of thigh)* ด้านหลังของโคนขา *(หรือโคนขาและก้น);* **squat** *or* **sit on one's ~s** นั่งยอง ๆ; Ⓒ *(coll.) (amateur)* มือสมัครเล่น; *(poor actor)* นักแสดงที่แสดงไม่ได้เรื่อง; **radio ~:** นักวิทยุสมัครเล่น; Ⓓ *no pl., no art. (coll.: inexpert acting)* การแสดงแบบมือใหม่, การแสดงที่ไม่เข้าขั้น ❷ *adj. (coll.)* อ่อนหัด; **a very ~ performance** การแสดงแบบอ่อนหัดมาก ❸ *v.i.,* **-mm-** *(coll.)* แสดงอย่างมือใหม่ ❹ *v.t.,* **-mm-** *(coll.)* ทำท่าวางกล้าม; แสดงเกินจริง

~ 'up *v.t. (coll.)* แสดงบทบาทเกินจริง; **~ it up** แสดงละครอย่างเกินจริง

hamadryad /hæməˈdraɪəd/แฮเมอะˈดฺรายแอด/ *n.* Ⓐ *(Greek and Roman Mythol.)* นางไม้; Ⓑ *(Zool.: cobra)* งูจงอาง; Ⓒ *(Zool.: baboon)* ลิงบาบูนขนาดใหญ่

Hamburg /ˈhæmbɜːg/ˈแฮมเบิก/ ❶ *pr. n.* เมืองฮัมบูร์กในเยอรมนี ❷ *attrib. adj.* แห่งเมืองฮัมบูร์ก

hamburger /'hæmbɜːgə(r)/'แฮมเบอเกอะ(ร)/ *n.* Ⓐ *(beef cake)* เนื้อบดปรุงรสปั้นเป็นรูปกลมแบน; *(filled roll)* แฮมเบอร์เกอร์ *(ท.ศ.) (ขนมปังรูปกลมผ่าสอดไส้เนื้อบด)*; Ⓑ **H~** *(person)* ชาวเมืองฮัมบูร์ก

ham: ~-fisted /hæm'fɪstɪd/แฮม'ฟิซติด/, **~-handed** /hæm'hændɪd/แฮม'แฮนดิด/ *adjs. (coll.)* เก้งก้างไม่ถนัด, เงอะงะ; **~-fisted** *or* **~-handed actions** การทำงานอย่างซุ่มซ่าม *หรือ* เงอะงะ

Hamitic /hə'mɪtɪk/เฮอะ'มิทิค/ *adj. (Ling.)* เกี่ยวกับภาษาตระกูลแฮมิติค *(ท.ศ.)*

hamlet /'hæmlɪt/'แฮมลิท/ *n.* หมู่บ้านขนาดเล็ก

hammer /'hæmə(r)/'แฮเมอะ(ร)/ ❶ *n.* Ⓐ *(tool)* ค้อน; *(Anat.)* กระดูกรูปค้อนในหูชั้นกลาง; **the H~ and Sickle** ค้อนกับเคียว *(สัญลักษณ์ของสหภาพโซเวียต)*; **go** *or* **be at sth. ~ and tongs** ทำงาน *ส.น.* อย่างเต็มที่; **go** *or* **be at it ~ and tongs** *(quarrel)* ทะเลาะวิวาทกันอย่างแรง; Ⓑ *(of gun)* นกสับในลำกล้องปืน; Ⓒ *(auctioneer's mallet)* ค้อนที่ผู้ขายประมูลใช้; **come under the ~**: ถูกประมูลขาย; Ⓓ *(Athletics)* กีฬาขว้างค้อน; **[throwing] the ~** *(event)* การแข่งขันกีฬาขว้างค้อน ❷ *v.t.* Ⓐ *(strike with ~)* ตอก; *(fig.)* ตอกย้ำ; *(คู่แข่ง)* ตีกระหน่ำ; **~ a nail into sth.** ตอกตะปูเข้าไปใน *ส.น.*; **~ sth. into sb.['s head]** *(fig.)* ตอกย้ำ *ส.น.* จนเข้าหัว *ค.น.*; **~ home** ตอก *(ตะปู)* ให้สนิท; **He must not do that. We'll ~ it home** เขาต้องไม่ทำสิ่งนั้น เราจะต้องเน้นจนเขาเข้าใจให้ได้; Ⓑ *(coll.: inflict heavy defeat on)* ทำให้ *(ศัตรู)* พ่ายแพ้ยับเยิน; Ⓒ *(St. Exch.)* ประกาศว่าบุคคลหรือบริษัทหนึ่งไม่ชำระเงินผิดสัญญา ❸ *v.i.* Ⓐ *(give blows)* ตอก, ทุบ, ตี; **~ at sth.** ตอก *ส.น.*; **~ at** *or* **on the door** ทุบประตูโครม ๆ; Ⓑ *(fig. coll.: travel fast)* เล่นอย่างรวดเร็ว

~ a'way *v.i.* ตอกเต็มที่; **~ away at** ตอกเอาตอกเอา, กระหน่ำเอา; *(fig.: work hard at)* ก้มหน้าก้มตาทำงาน

~ 'down *v.t.* ตอกให้แน่น; **~ down the door** ทุบประตูจนพังลง

~ 'out *v.t.* Ⓐ *(make smooth)* ทุบจนราบเรียบ; Ⓑ *(fig.: devise)* แก้ *(ปมปัญหา)*; หา *(ทางออก)*

hammock /'hæmək/'แฮเมิค/ *n.* เปลญวน

hammy /'hæmɪ/'แฮมิ/ *adj.* Ⓐ *(resembling ham)* คล้ายหมูแฮม; **have a ~ taste** รสชาติเหมือนหมูแฮม; Ⓑ *(coll.: of ham actors)* ที่แสดงบทบาทเกินจริง

¹hamper /'hæmpə(r)/'แฮมเพอะ(ร)/ *n.* Ⓐ *(basket)* ตะกร้าขนาดใหญ่มีฝาปิดสำหรับใส่อาหารแบบปิกนิก; Ⓑ *(consignment of food)* อาหารและเครื่องดื่มที่จัดลงกล่องหรือหีบห่อส่งเป็นของขวัญ; **Christmas ~**: อาหารที่ส่งเป็นของขวัญในเทศกาลคริสต์มาส

²hamper *v.t.* กีดขวาง *(การเดินหน้า)*; หน่วงเหนี่ยว *(ความก้าวหน้า)*; ถ่วง *(การพัฒนา)*; **~ sb. in his progress, ~ sb.'s progress** ถ่วงความเจริญ, ถ่วงความก้าวหน้าของ *ค.น.*; **~ sb. in his movements** กีดขวางความเคลื่อนไหวของ *ค.น.*

hamster /'hæmstə(r)/'แฮมซเตอะ(ร)/ *n.* สัตว์คล้ายหนูมักเป็นสัตว์เลี้ยงหรือสัตว์ทดลอง; ➡ + golden hamster

'hamstring /'hæmstrɪŋ/'แฮมซตริ่ง/ ❶ *n. (Anat.)* Ⓐ *(in man, ape)* เส้นเอ็นแต่ละเส้นที่ด้านหลังหัวเข่า; Ⓑ *(in quadruped)* เส้นเอ็นใหญ่ด้านหลังข้อพับกลางขาหลัง ❷ *v.t.* **hamstrung** *or* **~ed** Ⓐ *(cripple)* ทำให้พิการ; Ⓑ *(fig.: destroy efficiency of)* ทำให้หมดความสามารถ, ตัดมือตัดเท้า

hand /hænd/แฮนด/ ❶ *n.* Ⓐ ➤ 118 *(Anat., Zool.)* มือ; **eat from** *or* **out of sb.'s ~** *(lit.) (สัตว์)* กินจากมือของ *ค.น.*; *(fig.)* คล้อยตามหรือตกอยู่ใต้อิทธิพลของ *ค.น.* โดยสิ้นเชิง; **I need an extra/a strong pair of ~s** ฉันต้องใช้คนแข็งแรงช่วยอีกคนหนึ่ง; **get one's ~s dirty** *or* **soil one's ~s** *(lit.)* ทำมือเปื้อน; *(fig.)* เอาตัวเข้าไปยุ่งเกี่ยวกับเรื่องไม่ดี; **give sb. one's ~** *(reach, shake)* ยื่นมือให้ *ค.น.*; **give** *or* **lend [sb.] a ~ [with** *or* **in sth.]** ช่วยเหลือ [*ค.น.*] [ในเรื่อง *ส.น.*]; **not/never do a ~'s turn** ไม่เคยแตะงานเลย; **pass** *or* **go through sb.'s ~s** *(fig.)* ผ่านมือ *ค.น.*; **pass through many/several ~s** ผ่านมาหลายมือ; **many ~s make light work** *(prov.)* หลายมือช่วยให้งานเบา; **~ in ~**: จูงมือกัน; **go ~ in ~ [with sth.]** *(fig.)* ไปกันได้ดีกับ *ส.น.*; **the problem/project/matter in ~**: ปัญหา/โครงการ/เรื่องที่กำลังเผชิญอยู่; ➡ + d; **hold ~s** จับมือกัน; **hold sb.'s ~**: จับมือ *ค.น.*; *(fig.: give sb. close guidance)* คอยแนะนำช่วยเหลือ *ค.น.*; *(fig.: give sb. moral support or backing)* สนับสนุน, ให้กำลังใจ *ค.น.*; **take one's child's/big brother's ~**: จับมือลูก/พี่ชายเอาไว้; **~s off!** ห้ามแตะต้อง, อย่ามายุ่งเกี่ยว; **~s off my wife** อย่ายุ่งเกี่ยวกับภรรยาของฉัน; **take/keep one's ~s off sb./sth.** ไม่ข้องเกี่ยวกับ *ค.น./ส.น.*; **take your ~s off me this instant!** เอามือของคุณออกไปให้พ้นเดี๋ยวนี้; **keep one's ~s off sth.** *(fig.)* ไม่ยุ่งเกี่ยวกับ *ส.น.*; **show of ~s** ชู/ยกมือ *(ออกเสียง)*; **~s up [all those in favour]** *(as sign of assent)* ผู้ที่เห็นด้วยโปรดชู/ยกมือ; **~s up!** *(as sign of surrender)* ยกมือขึ้น; **~s down** *(fig.) (easily)* อย่างง่ายดาย; *(without a doubt, by a large margin)* อย่างชัดแจ้ง, อย่างถล่มทลาย; **be good with one's ~s** มีความสามารถในการใช้มือประดิษฐ์สิ่งต่าง ๆ; **change** *or (coll.)* **swap ~s** เปลี่ยนมือ; ➡ + c; **turn one's ~ to sth.** ลงมือจับงาน *ส.น.*; **put** *or* **set one's ~ to** ลงมือทำงาน; ➡ + l; **put** *or* **set one's ~ to doing sth.** ลงมือทำงาน *ส.น.*; **have sth. at ~**: มี *ส.น.* ใกล้ตัว; **be at ~** *(be nearby)* อยู่ใกล้ ๆ; *(be about to happen)* กำลังจะเกิดขึ้น; **out of ~**: *(without delay)* ทันที; *(summarily)* อย่างรวบรัด; ➡ + b; **be to hand** *(be readily available, within reach)* ใกล้มือ; **I don't have the information to ~** ฉันไม่มีข้อมูลใกล้มือ; *(be received) (จดหมาย)* ได้รับ; **come to ~** *(turn up)* ปรากฏมาถึง; *(be received) (จดหมาย)* ได้รับ; **she uses whatever comes to ~**: เธอจะใช้อะไรก็ตามที่อยู่ใกล้มือ; **fight ~ to ~**: สู้รบแบบประชิดตัว, แบบประจันบาน; **go/pass from ~ to ~**: ผ่านจากมือหนึ่งไปอีกมือหนึ่ง; **~ over ~** *or* **fist** *(ไต่ขึ้นเชือก)* โดยขยับทีละมือ; *(fig.)* อย่างรวดเร็ว; **live from ~ to mouth** หาเช้ากินค่ำ; **be ~ in glove [with]** ร่วมมืออย่างใกล้ชิด; **bind sb. ~ and foot** มัดมือมัดเท้า *ค.น.*; **wait on** *or* **serve sb. ~ and foot** *(fig.)* รับใช้ *ค.น.* อย่างดีที่สุด; **on [one's] ~s and knees** คลาน; **crawl on [one's] ~s and knees** คลานไป; **get down on one's ~s and knees** ลงคลาน; **his ~s are tied** *(fig.)* เขาไม่มีสิทธิทำอะไรได้; **have one's ~s full** มีของเต็มมือ; *(fig.: be fully occupied)* มีงานทำเต็มมือ; **~ on** *or* **over heart** *(fig.)* ด้วยความสัตย์จริง; **get one's ~s on sb./sth.** จับตัว *ค.น./ส.น.* ได้; **lay** *or* **put one's ~ on sth.** หา *ส.น.* ได้, คว้า *ส.น.* ได้; **lay [one's] ~s on sth.** หา *ส.น.* ได้; **everything** *or* **anything** *or* **all they could lay [their] ~s on** ทุกอย่างที่พวกเขาหยิบฉวยได้; **lay ~s on sb.** จับตัว *ค.น.*; *(violate)* ทำร้าย *ค.น.*; **by ~** *(manually) (ทำ)* ด้วยมือ; *(in handwriting)* เขียนด้วยลายมือ; *(by messenger)* นำส่งโดยคนถือสาร; **be made by ~**: ทำด้วยมือ; **bring up by ~**: เลี้ยงดูมากับมือ; **I could do that with one ~ tied behind my back** ฉันทำสิ่งนั้นได้อย่างง่ายดาย; ➡ + banana A; clean 1 B; finger 1 A; hand-to-hand; hand-to-mouth; join 1 A; shake 2 A; sit 1 B; wash 1 A; Ⓑ *(fig.: authority)* **with a strict/firm/iron ~**: อย่างเข้มงวด; **with a heavy ~**: มือหนัก; อย่างหนักแน่น; **he needs a father's ~**: เขาต้องการความดูแลเยี่ยงบิดากับบุตร; **hold one's ~**: ยั้งมือเอาไว้; รอ; **hold one's ~ and not do sth.** ยั้งมือและไม่ทำ *ส.น.*; **keep in ~**: ให้อยู่ใต้การควบคุม *(เด็กนักเรียน, การประท้วง)*; (➡ + d); **get out of ~**: ออกนอกการควบคุม; **give sb. a free ~**: ปล่อยให้ *ค.น.* เป็นอิสระ; **have a free ~ to do sth.** มีอิสระในการทำ *ส.น.*; ➡ + a; ➡ + free hand; take 1 A; upper 1 A; Ⓒ *in pl. (custody)* **in sb.'s ~s, in the ~s of sb.** *(in sb.'s possession)* ในมือของ *ค.น.*; *(in sb.'s care)* ในความดูแลของ *ค.น.*; **I am in your ~s** ฉันอยู่ในความดูแลของคุณ; **put oneself in sb.'s ~s** มอบตัวเองไว้ในมือของ *ค.น.*; **be in the ~s of the police** อยู่ในมือตำรวจ; **may I leave the matter in your ~s?** ฉันจะขอฝากเรื่องไว้กับคุณได้หรือไม่; **the matter/the decision is now out of my ~s** เรื่อง/การตัดสินใจพ้นมือฉันไปแล้ว; **take sth. out of sb.'s ~s** *(withdraw sth. from sb.)* หยิบ *ส.น.* จากมือของ *ค.น.*; *(relieve sb. of sth.)* ย้ายถอน *ส.น.* ออกจากการดูแลของ *ค.น.*; **fall into sb.'s ~s** ตกอยู่ในมือของ *ค.น.*; **be in good/bad ~s** อยู่ในการดูแลที่ดี/เลว; **have [got] sth./sb. on one's ~s** ต้องรับผิดชอบ *ส.น./ค.น.*; **he's got such a lot/enough on his ~s at the moment** เขามีความรับผิดชอบในมือมาก/เต็มมือในตอนนี้; **suddenly we had a riot on our ~s** ปุบปับเราก็ต้องจัดการกับการจลาจล; **have time on one's ~s** มีเวลาเหลืออยู่; *(too much)* มีเวลาว่างมากเกินไป; **they are off our ~s at last** พวกเขาพ้นมือเราเสียที; **have [got] sth./sb. off one's ~s** ผลัก *ส.น./ค.น.* ออกไปพ้นมือได้; **take sb./sth. off sb.'s ~s** รับช่วง *ค.น./ส.น.* ไปจากมือ *ค.น.*; **change ~s** เปลี่ยนผู้ครอบครอง/เจ้าของ; ➡ + a; Ⓓ *(disposal)* **have sth. in ~**: มี *ส.น.* อยู่ในมือ; *(not used up)* มี *ส.น.* เหลืออยู่; **keep in ~**: มีสำรอง; (➡ + b); **have on ~**: มีพร้อมอยู่, มีอยู่ใกล้ตัว; **be on ~**: อยู่ใกล้ ๆ; Ⓔ *(share)* **have a ~ in sth.** มีส่วนร่วมใน *ส.น.*; **take a ~ [in sth.]** รับมีส่วนร่วมใน *ส.น.*; **take a ~ [at bridge]** ร่วมเล่นไพ่ [บริดจ์], เป็นขาไพ่; ➡ + ²bear 1 K; Ⓕ *(agency)* ฝีมือ, น้ำมือ; **the ~ of a thief/artist/craftsman has been at work here** ฝีมือของขโมย/จิตรกร/ช่างฝีมือปรากฏอยู่ที่ตรงนี้; **the ~ of God** หัตถ์พระผู้เป็นเจ้า; **these two paintings are by the same ~**: ภาพเขียนทั้งสองรูปนี้วาดโดยคนเดียวกัน; **suffer/suffer injustice at the ~s of sb.** ปวดร้าว/ได้รับความไม่ยุติธรรมจากน้ำมือของ *ค.น.*; **die by one's own ~[s]** *(literary)* จบชีวิตด้วยน้ำมือตัวเอง; Ⓖ *(pledge of marriage)* **ask for** *or* **seek sb.'s ~ [in marriage]** สู่ขอให้ *ค.น.* แต่งงานด้วย; **ask sb. for his daughter's ~**: ขอให้ *ค.น.* ยก

hand- | handling 416

ลูกสาวให้แต่งงานด้วย; **win sb.'s ~:** ได้ *ค.น.* มาแต่งงาน; Ⓗ *(worker)* คนทำงาน; *(Naut.: seaman)* ลูกเรือ; **the ship sank with all ~s** เรือจมลงพร้อมลูกเรือทั้งหมด; Ⓘ *(person having ability)* **be a good/poor/rotten ~ at [playing] tennis** เป็นนักเทนนิสที่เก่ง/ไม่เก่ง/ไม่ได้ความเลย; **I'm no ~ at painting** ฉันไม่เอาไหนเลยเรื่องวาดภาพ; ➡ + **old** 1 B; Ⓙ *(source)* แหล่งที่มา; **at first/second/third ~:** แหล่งข้อมูลที่พบเห็นเอง/ฟังจากผู้พบเห็น/ฟังเขาเล่า; ➡ + **first-hand; second-hand;** Ⓚ *(skill)* ทักษะ; *(characteristic style)* ฝีมือ; **get one's ~ in** เล่น *หรือ* ทำให้ฝีมือเข้าที่; **get one's ~ in at sth.** เล่น *ส.น.* ให้ฝีมือเข้าที่; **keep one's ~ in [at singing/dancing]** ซ้อมร้องเพลง/เต้นรำเพื่อให้ฝีมือคงที่; ➡ + **try** 2 B; Ⓛ *(style of ~writing)* ลายมือ; *(signature)* ลายเซ็น; **witness the ~ of J.C.** เป็นพยานลายเซ็นของเจซี; **set one's ~ to sth.** ลงนามใน *ส.น.*; ➡ + **a**; Ⓜ *(of clock or watch)* เข็มนาฬิกา; Ⓝ *(side)* ด้าน, ข้าง; **on the right/left ~:** ทางด้านขวา/ซ้าย; **on sb.'s right/left ~:** ทางด้านขวา[มือ]/ซ้าย[มือ]ของ *ค.น.*; **on either ~:** ทั้งสองด้าน/ข้าง; **on every ~, on all ~s** ทุกด้าน; **on the one ~, ..., [but] on the other [~] ...:** ในทางหนึ่ง ... แต่ในอีกทางหนึ่งก็...; **[but] on the other ~:** [แต่] ในทางตรงกันข้าม; ➡ + **left-hand; right-hand;** Ⓞ *(measurement)* มาตราวัด *(ที่ใช้กับม้า)*; Ⓟ *(Cards)* ไพ่แต่ละมือ; *(player)* มือไพ่; *(period of play)* เวลาที่ใช้เล่นไพ่ตาหนึ่ง ๆ; **have a good/bad ~:** ไพ่ขึ้นมือดี/ไม่ดี; **play a good ~:** เล่นไพ่ตานี้ได้ดี; ➡ + **¹force 2 b; play** 2 A; **show** 2 A; Ⓠ *(coll.: applause)* การปรบมือ; **give him a big ~, let's have a big ~ for him** ปรบมือกราวใหญ่ให้แก่เขา ❷ *v.t.* Ⓐ *(deliver)* ส่ง, มอบ; **~ sth. from one to another** ส่ง *ส.น.* จากคนหนึ่งมายังอีกคนหนึ่ง; **~ sth. [a]round [to sb.]** *(offer for distribution)* แจกจ่าย *ส.น.* ทั่ว ๆ [*ค.น.*]; **~ sth. [a]round** *(pass round, circulate)* แจก *ส.น.* ไปให้ทั่วกัน; **you've got to ~ it to them/her** *etc. (fig. coll.)* ต้องยกนิ้วให้พวกเขา/เธอ ฯลฯ; Ⓑ *(help)* ช่วย; **~ sb. out of/into/over sth.** ช่วย *ค.น.* ออกจาก/เข้าไป/รอดพ้นจาก *ส.น.*

~ **'back** *v.t. (return)* ส่งคืน

~ **'down** *v.t.* Ⓐ *(pass on)* ส่งต่อกันไป *(ข้อมูล, ข่าวสาร)*; ตกทอด *(มรดก, ขนบธรรมเนียม)*; **that ring has been ~ed down from your great-great-grandmother** แหวนวงนั้นตกทอดมาแต่สมัยแม่ของคุณทวดของเจ้า; Ⓑ *(Law)* ประกาศ *(ลงโทษ)*; **~ down a fine to sb.** ตัดสินให้ปรับ *ค.น.*; Ⓒ *(give to person below)* ส่งลงไป

~ **'in** *v.t.* ยื่น *(คำร้อง, แบบฟอร์ม)* (to, at กับ, ที่) ส่ง *(การบ้าน, งาน)*

~ **'on** *v.t.* มอบต่อไป; ส่งต่อ (to ให้); **at 65 he ~ed the business on to his son** พออายุหกสิบห้า เขาก็มอบธุรกิจให้บุตรทำต่อไป

~ **'out** *v.t.* แจกจ่าย *(ข้อมูล, ของขวัญ)* คำแนะนำ (to แก่); ➡ + **handout**

~ **'over** ❶ *v.t.* Ⓐ *(deliver)* ส่ง, มอบ *(เชลยศึก, ผู้ร้าย)* (to แก่); **~ over your guns/money!** ส่งปืน/เงินมานี่; **he ~ed the house-keeping money over to his wife** เขามอบเงินค่าใช้จ่ายในบ้านให้ภรรยา; Ⓑ *(transfer)* โอนให้; *(pass)* ผ่านให้; *(allow to have)* ยอมให้ *(ทำ)* ❷ *v.i. (to next speaker/one's successor)* ส่งมอบ *(งาน, เวที)*

~ **'up** *v.t.* ส่งขึ้นไปให้

hand- *in comb.* Ⓐ *(operated by hand, held in the hand) (สว่าน, ค้อน, จักร)* มือ, ถือ; Ⓑ *(done by hand) (ปัก, ขนมปัง)* ทำด้วยมือ, ประดิษฐ์ด้วยมือ

hand: ~bag *n.* กระเป๋าถือสตรี; **~ baggage** *n.* กระเป๋าที่ผู้โดยสารหิ้วเอง *หรือ* กระเป๋าถือขึ้นเครื่อง; **~bell** *n.* ระฆังขนาดเล็กใช้สั่นด้วยมือ; กระดิ่งมือ; **~bill** *n.* ใบโฆษณา *หรือ* ใบประกาศแจ้งความ; **~book** *n.* หนังสือคู่มือ; *(guidebook)* คู่มือนำเที่ยว; **~brake** *n.* เบรกมือ

h & c *abbr.* **hot and cold running water**

hand: ~cart *n.* รถเข็น/ลากขนาดเล็ก; **~clap** *n.* Ⓐ *(single clap)* ตบมือหนึ่งครั้ง; **give three ~claps** ตบมือสามครั้ง; Ⓑ *(applause)* การปรบมือ; ➡ + **slow handclap; ~clasp** *n.* การจับมือ, บีบมือ; **~craft** ❶ *n.* ➡ **handicraft** A: ❷ *v.t.* ทำหัตถกรรม; **~cream** *n.* ครีมทามือ; **~cuff** ❶ *n., usu. in pl.* กุญแจมือ ❷ *v.t.* สวมกุญแจมือ; **~cuff sb.** สวมกุญแจมือ *ค.น.*

handed-'down *adj.* ส่งต่อมา *(เสื้อผ้า)*; *(to posterity)* ที่เป็นมรดกตกทอด

hand-'finished *adj.* ➡ **finish** 1 F: ทำให้เสร็จด้วยการใช้มือ *(ขัด, ถู, ทาสี, ประดิษฐ์)*

handful /ˈhændfʊl/ˈแฮนดฟุล/ *n.* Ⓐ *(quantity, or fig.: small number)* กำมือ; **a few ~s of nuts** ลูกนัทสองสามกำมือ; **they picked them up by the ~:** พวกเขาหยิบขึ้นมาเป็นกำมือเลย; **come out in ~s** *or* **by the ~** *(ผม)* ร่วงเป็นกำมือ; Ⓑ *(fig. coll.: troublesome person[s] or thing[s])* **these children are/this dog is a real ~:** เด็กพวกนี้/สุนัขตัวนี้ยุ่งมาก ๆ; **it's quite a ~ looking after the children** ดูแลเด็กพวกนี้เป็นงานที่เต็มมือจริง ๆ; **that car is quite a ~ to steer** รถคันนั้นบังคับพวงมาลัยยาก

hand: ~ grenade *n. (Mil.)* ลูกระเบิดมือ; **~gun** *n. (Arms)* ปืนที่ยิงด้วยมือเดียว *(ปืนพก)*; **~-held** *adj.* **~-held camera** กล้องถ่ายรูปชนิดมือถือ; **~hold** *n.* ที่เกาะ, ที่เหนี่ยว; **provide ~holds/a ~hold for sb.** เตรียมที่ยึดเกาะให้ *ค.น.*; **use sth. as a ~hold** ใช้ *ส.น.* เป็นที่ยึดเกาะ

handicap /ˈhændɪkæp/ˈแฮนดิแคพ/ ❶ *n.* Ⓐ *(Sport) (advantage)* การต่อให้, แฮนดีแคป *(ท.ศ.)*; *(disadvantage)* **carry a ~** มีข้อเสียเปรียบ; Ⓑ *(race, competition)* การแข่งขันแบบแต้มต่อ; Ⓒ *(fig.: hindrance)* ข้อเสียเปรียบ; **have a mental/physical ~:** มีความบกพร่องทางสติปัญญา/ทางร่างกาย *หรือ* พิการทางจิต/ทางกาย; **be a ~/more of a ~ than a help** เป็นตัวถ่วงมากกว่าจะเป็นตัวช่วย; **don't let the child become a ~ to you** อย่าให้เด็กทำให้คุณเสียโอกาสไป ❷ *v.t.*, **-pp-** Ⓐ *(Sport: impose a ~ on)* ถูกแฮนดีแคปให้เป็นต่อ; Ⓑ *(fig.: put at a disadvantage)* ทำให้ต้องเสียเปรียบ

handicapped /ˈhændɪkæpt/ˈแฮนดิแคพท/ ❶ *adj.* มีข้อเสียเปรียบ, พิการ; **mentally/physically ~:** มีความบกพร่องทางจิตใจ/ทางกาย, พิการทางจิต/ทางกาย ❷ *n. pl.* **the [mentally/physically] ~:** ผู้พิการ [ทางจิต/ทางกาย]; **a home for the ~:** บ้านคนพิการ

handicapper /ˈhændɪkæpə(r)/ˈแฮนดิแคเพอะ(ร)/ *n. (Sport) (person)* เจ้าหน้าที่กำหนดแต้มต่อ

handicraft /ˈhændɪkrɑːft, US ˈhændkræft/ˈแฮนดิคราฟทฺ, ˈแฮนดแครฟทฺ/ *n.* Ⓐ *(craft)* หัตถกรรม; *(knitting, weaving, needlework)* การฝีมือ; Ⓑ *no pl. (manual skill)* ทักษะทางมือ

handily /ˈhændɪlɪ/ˈแฮนดิลิ/ *adv.* อย่างเหมาะเจาะ, อย่างคล่อง, อย่างสะดวกมือ

handiness /ˈhændɪnɪs/ˈแฮนดินิซ/ *n., no pl.* Ⓐ *(convenience)* ความสะดวก; *(nearness)* การอยู่ใกล้มือ, ความสะดวก; Ⓑ *(adroitness)* ความประณีต; ความคล่องแคล่ว

handiwork /ˈhændɪwɜːk/ˈแฮนดิเวิค/ *n., no pl., no indef. art.* Ⓐ *(working)* งานใช้มือ; **he enjoys ~:** เขาชอบทำงานประเภทใช้มือ; **a nice piece of ~!** *(fig.)* หัตถกรรมชิ้นนี้ดีจัง; Ⓑ *(piece of work)* ผลงาน; **this painting is the ~ of a master** ภาพเขียนนี้เป็นผลงานของมือระดับครู; **this ring/newly decorated kitchen is all my own ~:** แหวนวงนี้/ห้องครัวที่ตกแต่งใหม่นี้เป็นผลงานของฉันเอง; Ⓒ *(derog.: bad piece of work)* ผลงานที่ไม่ดี; **whose ~ is this?** นี่เป็นฝีมือของใครกัน

handjob /ˈhænddʒɒb/ˈแฮนจอบ/ *n. (sl.)* การสำเร็จความใคร่ด้วยมือ

handkerchief /ˈhæŋkətʃɪf, -tʃiːf/ˈแฮงเคอะฉิฟ, -ฉีฟ/ *n., pl.* **~s** *or* **handkerchieves** /ˈhæŋkətʃiːvz/ˈแฮงเคอะฉีวซ/ ผ้าเช็ดหน้า

handle /ˈhændl/ˈแฮนด'ล/ ❶ *n.* Ⓐ *(part held)* ส่วนด้าม; *(of bag etc.)* หูหิ้ว; *(of knife, chisel, axe, brush, broom, saucepan)* ด้าม; *(of handbag)* หู; *(of door)* มือจับ; *(of bucket, watering can, cup, jug)* หูหิ้ว, หู; *(of pump)* คันจับ; **fly off the ~** *(fig. coll.)* บันดาลโทสะ; Ⓑ *(coll.: title)* คำบอกบรรดาศักดิ์, ยศ, ตำแหน่ง; **have a ~ to one's name** มีตำแหน่งหน้าชื่อ; Ⓒ *(fact used against one)* จุดอ่อน; Ⓓ *(feel)* สัมผัส; **have a natural/give a warm ~:** รู้สึกเป็นธรรมชาติ/อุ่นเมื่อสัมผัส ❷ *v.t.* Ⓐ *(touch, feel)* จับ, แตะต้อง, สัมผัส; **'Fragile! H~ with care!'** ของแตกง่าย โปรดระวัง; **mind how you ~ those glasses** ระวังเวลาหยิบจับแก้วพวกนั้น; Ⓑ *(deal with)* จัดการ *(สถานการณ์, คน)*; *(cope with)* รับมือกับ *(บุคคล, สัตว์, สถานการณ์)*; **train sb. to ~ dogs** ฝึก *ค.น.* ให้รู้จักคุมดูแลสุนัข; Ⓒ *(control)* ควบคุม, บังคับ *(เครื่องบิน)*; Ⓓ *(treat)* ปฏิบัติต่อ; Ⓔ *(process, transport)* จัดตามกระบวนการ, จัดการขนถ่าย; **Heathrow ~s x passengers per year** ท่าอากาศยานฮีทโธรว์จัดการขนถ่ายผู้โดยสารจำนวน x คนต่อปี; **the railway ~s x tons of coal a week** การรถไฟขนถ่ายถ่านหินเป็นจำนวน x ตันต่ออาทิตย์; Ⓕ *(discuss)* อภิปราย *(ปัญหา, ความคิดเห็น)*; Ⓖ *(deal in)* ทำการค้า ❸ *v.i. (เครื่องบิน)* ควบคุม *(ยาก/ง่าย)*; การขับ, การวิ่ง *(ของรถยนต์)*

handlebar /ˈhændlbɑː(r)/ˈแฮนด'ลบา(ร)/ *n.* มือจับของรถจักรยาน; **~ moustache** หนวดขนาดใหญ่

handler /ˈhændlə(r)/ˈแฮนดฺเลอะ(ร)/ *n.* Ⓐ ➤ 489 *(of police dog)* ผู้ฝึกและดูแลสุนัข; Ⓑ *(dealer)* **be a ~ of sth.** ค้าขายสินค้า *ส.น.*; **a ~ of stolen goods** ผู้ค้าขายของที่โจรกรรมมา

handling /ˈhændlɪŋ/ˈแฮนดฺลิ่ง/ *n., no pl.* Ⓐ *(management)* การจัดการ; *(of troops, workforce, situation, crowd)* การควบคุม; *(discussion)* การดำเนิน; Ⓑ *(use)* การใช้; *(Motor Veh.)* การขับขี่; **what's your car's ~ like?** รถของคุณขับเป็นอย่างไรบ้าง; Ⓒ *(treatment)* การปฏิบัติต่อ; **the child needs firm/considerate ~** ต้องปฏิบัติกับเด็กคนนี้อย่างเข้มงวด/อย่างเห็นอกเห็นใจ; **come in for some rough ~:** เข้ามาพบกับการปฏิบัติที่รุนแรง; Ⓓ *(processing)* การ

จัดการตามกระบวนการ; *(of passengers)* การขนถ่าย

handling charge *n. (Commerc.)* ค่าบริการ

hand: ~list *n.* รายการย่อของหนังสือที่ควรอ่าน; ~ **lotion** *n.* ครีมทามือ; ~ **luggage** *n.* กระเป๋าที่ผู้โดยสารถือขึ้นเครื่องเอง; **~made** *adj.* ทำด้วยมือ; **~maid, ~maiden** *ns.* Ⓐ *(arch: female attendant)* หญิงรับใช้; นางสนอง; Ⓑ *(fig.: subordinate)* สาวใช้; **~-me-down** ❶ *n.* Ⓐ *(garment handed down)* เสื้อผ้าที่รับช่วงมาใช้ต่อ; **I got the hat/ring as a ~-me-down from my aunt** คุณป้ายกหมวกใบนี้/แหวนวงนี้ให้ฉัน; Ⓑ *(ready-made garment)* เสื้อผ้าสำเร็จ [ราคาถูก] ❷ *adj.* ที่ใช้แล้ว; เก่า; **~out** *n.* Ⓐ *(alms)* การบริจาค, ทาน; Ⓑ *(information)* ใบปลิว; *(press release)* ข่าวที่แจกสื่อมวลชน; **~over** *n.* การโอนอำนาจ/การควบคุม; การส่งต่อ; **~-painted** *adj.* ลงสีด้วยมือ; **~-'picked** *adj.* คัดเลือกอย่างดี; *(ผลไม้)* ที่เด็ดเอง; **~rail** *n.* ราวจับ; **~set** *n.* *(Teleph.)* หูโทรศัพท์ที่มีทั้งหูฟังและที่พูดในอันเดียวกัน

'hands-free kit *n.* อุปกรณ์ที่ทำให้พูดโทรศัพท์มือถือได้โดยไม่ต้องถือไว้

'handshake *n.* การจับมือ; ➡ + **golden handshake**

hands- 'off *adj.* **have a ~-off approach** ไม่ลงมาล้วงลูกเอง; **be a ~ manager** เป็นผู้จัดการที่ให้อิสระกับพนักงาน

handsome /'hænsəm/'แฮนเซิม/ *adj.*, **~r** /'hænsəmə(r)/'แฮนเซอะเมอะ(ร)/, **~st** /'hænsəmɪst/'แฮนเซอะมิซทฺ/ Ⓐ *(good-looking)* หน้าตาดี, หล่อ, สวย; **~ is as ~ does** *(prov.)* ตัดสินจากหน้าตาภายนอกไม่ได้; Ⓑ *(generous) (ของขวัญ, รางวัล)* ใหญ่โต; *(ตึก, การต้อนรับ)* หรูหรา

handsomely /'hænsəmlɪ/'แฮนเซิมลิ/ *adv.* อย่างใจกว้าง, อย่างใหญ่โต

hand: ~s-'on *adj.* ในเชิงปฏิบัติ; ลงมือทำเอง; **~spring** *n.* ตีลังกา; **~stand** *n.* การทรงตัวบนมือ *(กายกรรม)*; **~-to-~** *adj.* **~-to-~ combat** การต่อสู้แบบตะลุมบอน; **~-to-mouth** *adj.* Ⓐ *(meagre)* คับแค้น, ยากเข็ญ; **eke out/lead a ~-to-mouth life/existence** มีชีวิตแบบหาเช้ากินค่ำ; Ⓑ *(precarious) (งาน)* จวนเจียน; **operate on a ~-to-mouth basis** ดำเนินการแบบเสี่ยงตาย; ~ **towel** *n.* ผ้าเช็ดมือ; **~work** *n., no pl.* งานมือ, งานฝีมือ; **~writing** *n.* ลายมือ; **his style of ~writing** ลายมือเขียนของเขา; **~'written** *adj.* ที่เขียนด้วยมือ

handy /'hændɪ/'แฮนดิ/ *adj.* Ⓐ *(ready to hand)* ใกล้มือ, หยิบง่าย; **keep/have sth. ~:** เอา *ส.น.* ไว้ใกล้มือ; **there is a ~ socket just by my bed** มีเต้าเสียบใกล้ ๆ เตียงนอนของฉันพอดี; **the house is very ~ for the market/town centre** *etc.* บ้านหลังนี้สะดวกมากสำหรับไปตลาด/ตัวเมือง ฯลฯ; Ⓑ *(useful)* มีประโยชน์; **come in ~:** เป็นประโยชน์; **that'll come in ~!** สิ่งนั้นจะมีประโยชน์แน่; Ⓒ *(adroit)* คล่อง, ถนัด; **be ~ about the house** ถนัดเรื่องซ่อมอะไรเล็ก ๆ น้อย ๆ ในบ้าน; **be [quite/very] ~ with sth.** [ค่อนข้าง] คล่อง [มาก] ในการทำ *ส.น.*; **he is too ~ with his gun/fists** เขาชักปืน/ใช้หมัดคล่องเกินไป

'handyman /'hændɪmæn/'แฮนดิแมน/ *n.* คนที่คล่องในการซ่อมแซมงานอะไรเล็ก ๆ น้อย ๆ ในบ้าน; **be a ~:** เป็นคนทำงานเล็ก ๆ น้อย ๆ ในบ้าน

hang /hæŋ/แฮง/ ❶ *v.t.*, **hung** /hʌŋ/ฮัง/ (➡ + f); Ⓐ *(support from above)* ห้อยลงมา, แขวน; **~ sth. from sth.** ห้อย *ส.น.* ลงมาจาก *ส.น.*; **~ sth. on sb.** *(fig. coll.)* ยก *ส.น.* มากล่าวโทษ *ค.น.*; Ⓑ *(place on wall)* แขวน *(รูปภาพ)*; **~ a picture from a nail** แขวนภาพกับตะปูบนผนัง; Ⓒ *(paste up)* ติดกระดาษ; **~ [the] wallpaper** ติดกระดาษผนัง, ติดวอลล์เปเปอร์ *(ท.ศ.)*; Ⓓ *(install)* ติดตั้ง *(ประตู)*; Ⓔ *(Cookery)* แขวน *(เนื้อสัตว์ที่ฆ่าใหม่)*; **be well hung** แขวนเอาไว้เป็นเวลาพอควร; Ⓕ *p.t., p.p.* **hanged** *(execute)* แขวนคอ; **~ oneself** ผูกคอตาย; **be ~ ed, drawn, and quartered** *(Hist.)* การประหารชีวิตโดยการแขวนคอหรือตัดร่างกายเป็นสี่ท่อน; **I'll be** *or* **I am ~ed if ...** *(fig.)* ฉันไม่ยอมอย่างเด็ดขาด; **[well,] I'm ~ed!** ให้ตายซิ; **I'm ~ed if I will** *(said as a retort)* ชาติหน้าบ่าย ๆ ฉันถึงจะทำ; **~ it!** ช่างมัน; **~ the expense!** แพงเท่าไรก็ช่าง; Ⓖ *(let droop)* **~ one's head in** *or* **for shame** ก้มหน้าด้วยความอับอาย, คอตก; Ⓗ *(decorate)* ตกแต่งประดับประดา; Ⓘ **he won't ~ fire in doing it** *(fig.)* เขาจะไม่รีรอเลยในการทำสิ่งนั้น

❷ *v.i.* **hung** Ⓐ *(be supported from above)* ห้อยลงมา; **~ from the ceiling** ห้อยลงมาจากเพดาน; **~ by a rope** ผูกห้อยด้วยเชือก; **~ in folds** ทิ้งตัวเป็นกลีบพับ; **~ loose** ปล่อยให้ห้อยเฉย ๆ, ห้อยไปมา; **~ tough** *(coll.)* ไม่ใจอ่อน; **~ in there!** *(coll.)* อย่าท้อถอย *หรือ* เข้มแข็งไว้; **~ by a hair** *(fig.)* หวุดหวิด; **he had the threat of prison ~ing over his head** ความกลัวว่าจะต้องเข้าคุกตามหลอกหลอนเขา; **time ~s heavily** *or* **heavy** เวลาผ่านไปอย่างเชื่องช้าน่าอึดอัด; ➡ + **balance** 1 C; **lip** A; **thereby; thread** 1 B; Ⓑ *(be executed)* ประหารโดยการแขวนคอ; **let sth. go ~** *(coll.)* ช่างหัวมัน, ไม่ยุ่งกับ *ส.น.*; **let things go ~:** ไม่สนกับทุกสิ่งทุกอย่าง; **let sb. go ~:** ช่าง *ค.น.* เป็นไร; Ⓒ *(droop)* **the dog's ears and tail ~ [down]** สุนัขทำหูตกหางตก; **his head hung** คอเขาตก; **with his head ~ing** ด้วยอาการคอตก

❸ *n., no pl.* Ⓐ *(how sth. ~s)* การทิ้งตัว; **the ~ of those clothes is perfect** เสื้อผ้าพวกนั้นทิ้งตัวดีจริง ๆ; **get the ~ of** *(fig. coll.) (get the knack of, understand)* จับเคล็ดได้, รู้วิธี, เข้าใจ *(ปัญหา)*; **you'll soon get the ~ of it/doing it** อีกไม่นานคุณก็จับเคล็ดของสิ่งนั้น/ของการทำสิ่งนั้นได้เอง; Ⓑ **I don't give** *or* **care a ~ about that/him** *(coll.)* ฉันไม่เห็นจะแยแสกับสิ่งนั้น/เขาเลย

~ **about** *(Brit.)*, ~ **around** ❶ /--'-/ *v.i.* Ⓐ *(loiter about)* เถลไถล, เอ้อระเหย; **we ~ about** *or* **around there all evening** เราเถลไถลอยู่ที่นั่นตลอดช่วงเย็น; Ⓑ *(coll.: wait)* คอย, รอ; **keep sb. ~ing about** *or* **around** ปล่อยให้ *ค.น.* รอแล้วรออีก; **don't ~ about, get a move on!** อย่าเถลไถล เร็ว ๆ ซิ; **~ about!** *(coll.)* เดี๋ยวก่อนซิ ❷ /'---/ *v.t.* เตร่อยู่; **~ about the exit** เตร่อยู่แถวทางออก

~ **'back** *v.i.* Ⓐ *(be reluctant)* ลังเล; **don't ~ back!** ออกมาเลย; Ⓑ *(keep rearward position)* คอยอยู่แถวข้างหลัง

~ **on** ❶ /-'-/ *v.i.* Ⓐ *(hold fast)* ยึดเอาไว้แน่น; **~ on to** *(lit.: grasp)* คว้าเอาไว้; เกาะไว้แน่น; *(fig. coll.: retain)* รักษา *(สมบัติ)* ไว้; Ⓑ *(stand firm, survive)* ยืดมั่น, อดทนต่อไป; Ⓒ *(coll.: wait)* คอย; **~ on [a minute]!** เดี๋ยวก่อน; Ⓓ *(coll.: not ring off)* ถือหูโทรศัพท์ไว้อยู่ ❷ /'--/ *v.t.* **~ on sth.** *(fig.)* พึ่ง *ส.น.*; **~ on sb.'s words** ตั้งอกตั้งใจฟัง *ค.น.* ทุกคำพูด

~ **'out** ❶ *v.t.* Ⓐ *(suspend)* แขวน *(เสื้อที่ซักแล้ว)*; Ⓑ *(cause to protrude)* ยื่นออกไป *(ลิ้น, หนวดแมลง)* ❷ *v.i.* Ⓐ *(protrude)* โผล่ยื่นออกไป; **the dog's tongue hung out** ลิ้นสุนัขห้อยออกมานอกปาก; **let it all ~ out** *(fig. coll.)* ปล่อยตัวเต็มที่ซิ; **just let it all ~ out!** ปล่อยตัวเต็มที่; Ⓑ *(coll.) (reside)* อาศัยอยู่, พักอยู่; *(be often present)* พบได้เนือง ๆ

~ **to'gether** *v.i.* Ⓐ *(be coherent) (ส่วนต่าง ๆ)* รวมกันได้ดี; Ⓑ *(be or remain associated)* รวมตัวกัน

~ **'up** ❶ *v.t.* Ⓐ *(suspend)* ห้อย, แขวน; **~ up sth. on a hook** แขวน *ส.น.* ไว้กับตาขอ; Ⓑ *(fig.: put aside)* วางไว้; Ⓒ *(postpone)* เลื่อนไป; *(indefinitely)* ยกเลิก; Ⓓ *(cause delay to)* ทำให้ล่าช้า; **the negotiations were hung up for a week** การเจรจาล่าช้าไปหนึ่งอาทิตย์; Ⓔ *(coll.: cause inhibition to)* **be hung up about sth.** คลั่งไคล้กับ *ส.น.* *หรือ* มีปัญหากับ *ส.น.*; ➡ + **~-up** ❷ *v.i. (Teleph.)* วางหูโทรศัพท์; **~ up on sb.** วางหูโทรศัพท์ขณะที่ *ค.น.* ยังพูดอยู่, วางหูโทรศัพท์ใส่หน้า *ค.น.*

hangar /'hæŋə(r)/'แฮงเงอะ(ร)/ *n.* โรงเก็บเครื่องบิน

'hangdog *adj.* ท่าทางหดหู่, ท่ารู้ผิด, จ๋อย

hanger /'hæŋə(r)/'แฮงเงอะ(ร)/ *n.* Ⓐ *(for clothes)* ไม้แขวนเสื้อ; Ⓑ *(loop on clothes etc.)* ห่วงแขวนบนเสื้อ ฯลฯ

hanger-'on *n.* **there are many hangers-on in every political party** พรรคการเมืองทุกพรรคย่อมมีคนมาอาศัยร่มบุญ; **the rock group with its usual [crowd of] hangers-on** วงดนตรีร็อคพร้อมด้วยกลุ่มแฟนผู้ติดตามประจำ

hang: ~glider *n.* เครื่องร่อนที่ผู้ขับโหนตัวอยู่ด้านล่างของปีก; **~glider pilot** ผู้บังคับเครื่องร่อนดังกล่าว; **~gliding** *n.* การเล่นเครื่องร่อนชนิดนี้

hanging /'hæŋɪŋ/'แฮงิง/ ❶ *n.* Ⓐ ➡ **hang** 1: การแขวน, การห้อย; Ⓑ *(execution)* การประหารชีวิตโดยแขวนคอ; **~ is too good for sb.** สำหรับ *ค.น.* โทษแขวนคอก็ยังเบาไป; **this is a ~ matter** *or* **crime** นี่เป็นเรื่องขนาดโทษแขวนคอ; **it's/that's not a** *or* **no ~ matter** *(fig.)* ไม่ใช่เรื่องคอขาดบาดตาย; Ⓒ *in pl. (drapery)* ผ้าม่าน, ระบาย ❷ *adj.* **~ basket/staircase/balcony** กระเช้าลอย/บันไดลอย *(ไม่มีเสาค้ำ)*/ระเบียงลอย

hanging: ~ 'gardens *n. pl.* สวนลอย *(ที่จัดบนที่ลาดชัน)*; ~ **judge** *n.* ผู้พิพากษาที่มักจะตัดสินลงโทษประหารชีวิต; ~ **'paragraph** *n.* *(Printing)* บรรทัดแรกที่ต้องมีการย่อหน้า; ~ **'valley** *n. (Geog.)* หุบเขาลอย; ~ **'wardrobe** *n.* ตู้เสื้อผ้า

hang: ~man /'hæŋmən/'แฮงเมิน/ *n., pl.* **~men** /'hæŋmən/'แฮงเมิน/ เพชฌฆาต *(ที่แขวนคอนักโทษ)*; **~-out** /'hæŋaʊt/'แฮงเอาท/ *n.* ที่ที่ชอบไปเป็นประจำ; **~over** *n.* Ⓐ *(after-effects)* เมาค้าง; Ⓑ *(remainder)* สิ่งที่ค้างเนื่องมาจากอดีต; **~-up** *n. (coll.)* Ⓐ *(difficulty)* ปมปัญหา; **we have no ~ups about morals** เราไม่มีปมปัญหาเรื่องศีลธรรม; Ⓑ *(inhibition)* การรั้ง, การยับยั้งใจ, การสำรวม; **have a ~-up about sth.** มีความสำรวมกับ *ส.น.*; Ⓒ *(fixation)* การผูกใจกับ *ส.น.*; **he has a ~-up about his mother** เขาผูกพันกับแม่ของเขาจนขึ้นสมอง

hank /hæŋk/แฮงคฺ/ *n.* ม้วนเชือก, ด้าย, ไหมพรม ฯลฯ

hanker /ˈhæŋkə(r)/ˈแฮงเคอะ(ร)/ *v.i.* ~ **after** *or* **for** อยากอย่างมาก (*เหล้า, บุหรี่); โหยหา (ค.น.)*

hankering /ˈhæŋkərɪŋ/ˈแฮงเคอะริง/ *n. (craving)* ความอยาก (**after, for** สำหรับ); *(longing)* ความโหยหา (**after, for** สำหรับ)

hanky /ˈhæŋkɪ/ˈแฮงคิ/ *n. (coll.)* ผ้าเช็ดหน้า

hanky-panky /hæŋkɪˈpæŋkɪ/แฮงคิˈแพงคิ/ *n., no pl., no indef. art. (coll.)* Ⓐ *(underhand dealing)* เรื่องไม่สุจริต, สิ่งไม่ชอบมาพากล; **there's been some ~/there was some ~ going on** มีเรื่องไม่ชอบมาพากลเกิดขึ้น; Ⓑ *(love affair)* เรื่องชู้สาว; **be involved in some ~ with sb.** มีเรื่องชู้สาวกับ *ค.น.;* Ⓒ *(illicit sexual activity)* เรื่องลักลอบชู้สาว, เรื่องน่าบัดสี; **there was some ~ going on** มีเรื่องน่าบัดสีเกิดขึ้น

Hannukkah /ˈhænʊkə/ˈแฮนเคอะ/ *n. วันฉลองวันชำระล้างโบสถ์ในกรุงเยรูซาเล็มในปี ค.ศ. 165 โดยจูดาส มาคาบีอัส*

h

Hanover /ˈhænəʊvə(r)/ˈแฮโนเวอะ(ร)/ *pr. n.* เมืองแฮโนเวอร์ในประเทศเยอรมนี; **the House of ~** *(Hist.)* ราชวงศ์แฮโนเวอร์

Hansard /ˈhænsɑːd/ˈแฮนซาด/ *n. รายงานการประชุมรัฐสภาอังกฤษที่พิมพ์เป็นทางการ*

Hanse /ˈhæns/ˈแฮนซุ/ *n. (Hist.)* สหพันธ์การค้าแห่งนครรัฐเยอรมันเหนือ

Hanseatic /hænsɪˈætɪk/แฮนซิˈแอทิค/ *adj. (Hist.)* แห่งสันนิบาตฮันเซียติก

hansom [cab] /ˈhænsəm (kæb)/ˈแฮนเซิม (แคบ)/ *n. (Hist.)* รถม้ารับจ้างมีสองล้อสองที่นั่ง

Hants. *abbr.* **Hampshire**

Hanuman /haunman/ฮานุมาน/ หนุมาน *(พญาวานรในเรื่องรามเกียรติ)*

haphazard /hæpˈhæzəd/แฮพˈแฮเซิด/ ❶ *adj.* ตามบุญตามกรรม, ไม่เป็นระเบียบ; *(การพูด)* โดยไม่คิด; **arranged in a ~ fashion** จัดวางอย่างไม่มีระเบียบ; **the whole thing was rather ~:** ทั้งหมดนั้นค่อนข้างไร้ระเบียบ ❷ *adv.* อย่างตามบุญตามกรรม, อย่างไม่เป็นระเบียบ

haphazardly /hæpˈhæzədlɪ/แฮพˈแฮเซิดลิ/ *adv.* อย่างไม่เป็นระเบียบ, อย่างตามบุญตามกรรม; **~ planned** เตรียมการอย่างตามบุญตามกรรม

hapless /ˈhæplɪs/ˈแฮพลิซ/ *adj.* ที่เคราะห์ร้าย, ที่โชคร้าย

ha'p'orth /ˈheɪpəθ/ˈเฮเพิธ/ ➡ **halfpennyworth**

happen /ˈhæpən/ˈแฮเพิน/ *v.i.* Ⓐ *(occur)* เกิดขึ้น; **these things [do] ~:** เรื่องอย่างนี้ [ย่อม] เกิดขึ้นได้; **it was the only thing that could ~:** เป็นสิ่งเดียวที่เกิดขึ้นได้; **what's ~ing?** เกิดอะไรขึ้น; **what's ~ing this evening?** เย็นนี้จะทำอะไรกัน; **I can't/don't see 'that ~ing** ฉันไม่เห็นว่าสิ่งนั้นจะเกิดขึ้นได้; **it all ~ed like this ...:** เรื่องทั้งหมดเกิดขึ้นอย่างนี้; **nothing ever ~s here** ที่นี่ไม่เห็นจะมีอะไรเกิดขึ้นเลย; **don't let it ~ again!** อย่าให้เรื่องแบบนี้เกิดขึ้นอีก; **that's what ~s!** มันก็เกิดขึ้นเช่นนี้แหละ; **~ to sb.** เกิดขึ้นกับ *ค.น.;* **what has ~ed to him/her arm?** เกิดอะไรขึ้นกับเขา/กับแขนของเธอ; **what can have ~ed to him?** จะมีอะไรเกิดขึ้นกับเขาได้นะ; **it all ~ed so quickly that ...:** ทุกสิ่งเกิดขึ้นเร็วจน...; **it's all ~ing** *(coll.)* ทุกอย่างมะรุมมะตุ้มไปหมด; **it's all ~ing for him** *(coll.)* ทุกอย่างไปได้ดีมากสำหรับเขา; Ⓑ *(chance)* **~ to do sth./be sb.** บังเอิญทำ *ส.น.*/เป็น *ค.น.;* **it so ~s** *or* **as it ~s I have ...:** เผอิญว่า *หรือ* ฉันเผอิญมี...; **how does it ~ that ...?** มันเกิดขึ้นได้อย่างไรที่...; **do you ~ to know him?** คุณพอจะรู้จักเขาไหม

~ 'by *v.i.* เจอโดยบังเอิญ

~ [up] on *v.t.* เผอิญพบเข้า; **I ~ed on just the thing I'd been looking for** ฉันเผอิญพบของที่ฉันกำลังมองหาอยู่

happening /ˈhæpnɪŋ/ˈแฮพนิง/ *n.* Ⓐ *usu. in pl. (event)* เหตุการณ์, เรื่อง; **a regrettable ~:** เป็นเหตุการณ์ที่น่าเสียใจ; **such ~s cannot be tolerated** เหตุการณ์เช่นนั้นจะยอมให้เกิดไม่ได้; Ⓑ *(improvised performance) การแสดงที่ไม่ได้มีการซักซ้อมมาก่อน*

happenstance /ˈhæpnstɑːns, ˈhæpnstæns/ˈแฮเพินซเติ้นซ/ *n. (Amer.)* เหตุบังเอิญ

happily /ˈhæpɪlɪ/ˈแฮพิลิ/ *adv.* Ⓐ อย่างเป็นสุข; **they lived ~ ever after[wards]** *(at end of fairy tale)* แล้วพวกเขาก็อยู่กันอย่างเป็นสุขตลอดไป; Ⓑ *(gladly)* อย่างยินดี, อย่างเต็มใจ; Ⓒ *(aptly)* อย่างเหมาะสม; Ⓓ *(fortunately)* อย่างเคราะห์ดี, อย่างโชคดี; **it ended ~:** มันจบลงอย่างโชคดี

happiness /ˈhæpɪnɪs/ˈแฮพินิซ/ *n., no pl.* ➤ **403** ➡ **happy** A: ความสุข; **I wish you every ~:** ฉันขออวยพรให้คุณประสบความสุขทุกประการ

happy /ˈhæpɪ/ˈแฮพิ/ *adj.* Ⓐ ➤ **403** *(joyful)* ปีติ, ปลื้มใจ; *(contented)* ถูกใจ, ชอบใจ, พอใจ, เป็นสุข; *(causing joy)* ที่ทำให้ปลาบปลื้ม, ชื่นใจ, เป็นมงคล; **I'm not ~ with her work** ฉันไม่พอใจงานของเธอ; **not be ~ about sth./doing sth.** ไม่สบายใจเกี่ยวกับ *ส.น.*/ที่จะทำ *ส.น.;* **are you ~?** *(not needing help)* คุณสบายใจที่จะทำคนเดียวไหม; **~ birthday!** สุขสันต์วันเกิด!; **~ anniversary!** สุขสันต์วันครบรอบปี!; **~ Christmas!** สุขสันต์วันคริสต์มาส!; **~ New Year!** สุขสันต์วันปีใหม่!; **~ days/landings!** *(dated coll.)* โชคดีนะ!; **~ event** *(euphem.: birth)* การคลอดบุตร; **[strike] a ~ medium** การเดินสายกลาง, การประนีประนอม; **~ release** *(death)* การพ้นทุกข์; ➡ **+ day** A; **'lark; return** 3 A; **sandboy;** Ⓑ *(glad)* **be ~ to do sth.** ยินดีทำ *ส.น.;* **[I'm] ~ to meet you** ยินดีที่ได้รู้จักคุณ; **I'm ~ for you** ฉันดีใจกับคุณด้วย; **make sb. ~:** ทำให้ *ค.น.* มีความสุข; **yes, I'd be ~ to** *(as a reply to request)* ได้ซิ ฉันยินดีจะทำ; **I'd be only too ~ to do that** ฉันจะดีใจเสียด้วยซ้ำที่จะทำสิ่งนั้น; Ⓒ *(lucky)* โชคดี; **by a ~ chance/accident/coincidence** โดยความบังเอิญที่โชคดี; Ⓓ *(apt) (ความคิด, การเลือก)* ที่เหมาะสม; Ⓔ *in comb. (quick to use sth.)* ไว, คล่อง; **bomb-~:** ไวที่จะใช้ระเบิด; **gun-~:** ปืนไว; ➡ **+ slap-happy; trigger-happy**

happy: ~ 'ending *n.* การจบเรื่องให้ตัวละครมีความสุข; **~ 'families** *n. sing. (Cards)* การเล่นไพ่โดยรวมกลุ่มภาพเหมือนกันให้ได้สี่ใบ; **~-go-'lucky** *adj.* ตามสบาย, อะไรก็ได้; **~ hour** *n. ช่วงลดราคาเครื่องดื่มในบาร์/โรงแรม;* แฮปปี้อาวเวอร์ *(ท.ศ.);* **~ 'hunting ground[s]** *n. [pl.]* Ⓐ *(N. Amer. Ind. Mythol.)* **the ~ hunting grounds** *แดนแห่งการบรรลุความสำเร็จและความเพลิดเพลินทั้งหลาย;* Ⓑ *(fig.)* สวรรค์

hara-kiri /hærəˈkɪrɪ/แฮเรอะˈคิริ/ *n.* พิธีคว้าน*ท้องฆ่าตัวตายล้างมลทินของซามูไรญี่ปุ่นในสมัยก่อน;* พิธีฮาราคีรี *(ท.ศ.)*

harangue /həˈræŋ/เฮอะˈแรง/ ❶ *n.* คำปราศรัยอย่างดุเดือดและยืดยาว ❷ *v.t.* พูดกรอกหู; **stop haranguing me about how ...:** เลิกกรอกหูฉันเรื่อง...เสียที

harass /ˈhærəs, US həˈræs/ˈแฮเริซ, เฮอะˈแรซ/ *v.t.* รบกวน, คุกคาม, รังควาน, ก่อกวน; **constantly ~ the enemy** คอยก่อกวนข้าศึกตลอดเวลา; **~ sb. with complaints** คอยมีเรื่องมาร้องทุกข์กวนใจ *ค.น.;* **~ sb. into doing sth.** คอยกวน *ค.น.* จนทำ *ส.น.*

harassed /ˈhærəst/ˈแฮเริซทฺ/ *adj.* ที่ถูกรบกวน, ก่อกวน, รังควาน

harassment /ˈhærəsmənt, US həˈræsmənt/ˈแฮเริซเมินทฺ, เฮˈแรซเมินทฺ/ *n.* การรบกวน, การก่อกวน, การคุกคาม; **constant ~ of/by the enemy** การถูกข้าศึกก่อกวนอยู่ตลอดเวลา; **sexual ~:** การคุกคามทางเพศ

harbinger /ˈhɑːbɪndʒə(r)/ˈฮาบินเจอะ(ร)/ *n.* ผู้ *หรือ* สัญญาณบอกข่าวล่วงหน้า

harbour *(Brit.; Amer.:* **harbor**) /ˈhɑːbə(r)/ˈฮาเบอะ(ร)/ ❶ *n.* Ⓐ *(for ships)* ท่าเรือ, ท่าจอดเรือ; **in ~:** อยู่ที่ท่าจอดเรือ; Ⓑ *(shelter)* กำบังลมพายุ, ที่หลบภัย, ที่พักพิง ❷ *v.t.* Ⓐ ให้ที่พักพิง; *(fig.)* กรุ่นอยู่ในใจ; **~ a grudge** ครุ่นแค้นอยู่ในใจ

'harbour master *n.* นายท่า, เจ้าท่า

hard /hɑːd/ฮาด/ ❶ *adj.* Ⓐ *(ไอศกรีม, เยลลี่)* แข็ง; *(น้ำ)* กระด้าง; *(ฝน)* หนัก; *(ข้อมูล, ข่าวสาร)* เชื่อถือได้, ไม่คลอนแคลน; **~ water area** เขตน้ำกระด้าง; **drive a ~ bargain** ต่อรองอย่างไม่ยอมเสียเปรียบ; **a drop of the ~ stuff** *(coll.)* เหล้าสักหยด; **the ~ fact is that ...:** ข้อเท็จจริงที่เห็นกันอยู่ก็คือ...; **~ facts** ข้อเท็จจริงที่เชื่อได้; ➡ **+ cheese** C; **iron** 1 A; **liquor** A; **nail** 1 B; **nut** A; Ⓑ *(difficult)* ยาก, ลำบาก; **this is ~ to believe** นี่ยากที่จะเชื่อ; **it is ~ to do sth.** เป็นการยากที่จะทำ *ส.น.;* **he's ~ to get on with** เขาเป็นคนที่เข้าด้วยยาก; **this is a [very] ~ thing [for me] to say** เป็นการลำบาก[มาก] [สำหรับฉัน] ที่จะบอก; **make it ~ for sb. [to do sth.]** ทำให้ *ค.น.* [ทำ *ส.น.*] ลำบาก; **make sth. ~ for sb.** ทำ *ส.น.* ให้เป็นเรื่องยากสำหรับ *ค.น.;* **[choose to] go about/do sth. the ~ way** [เลือกที่จะ] ทำ *ส.น.* ด้วยวิธียากลำบาก; **learn sth. the ~ way** เรียนรู้ *ส.น.* ด้วยความยากลำบาก; **be [a] ~ [person] to please/prove wrong/catch out** เป็นคนที่เอาใจ/พิสูจน์ว่าผิด/จับผิดได้ยาก; **be ~ to convince [of sth.]** ยากที่จะทำให้เชื่อได้; **be ~ to understand** เข้าใจได้ยาก; **have a ~ row to hoe** *(fig. dated)* มีงานยากลำบากที่จะต้องทำ; **be ~ of hearing** หูตึง; **be ~ going** ไปได้อย่างช้า ๆ; *(หนังสือ, งาน)* หนัก; **play ~ to get** *(coll.)* เล่นตัว; **have a ~ time doing sth.** ทำ *ส.น.* ด้วยความยากลำบาก; **give sb. a ~ time** เล่นงาน *ค.น. หรือ* หาเรื่อง *ค.น.;* **it's a ~ life** *(joc.)* ชีวิตนี้ช่างยากแค้นจริง; Ⓒ *(involving suffering)* มีความยากแค้น; **it is [a bit] ~ on him** ออกจะ [ค่อนข้าง] โหดสำหรับเขา; **~ luck** โชคร้าย, ทุกขลาภ; ➡ **+ 'line** 1 A; Ⓓ *(strenuous) (การเดินทาง)* หนัก, หนักหนา; *(การอภิปราย, เล่นกีฬา)* หัวปักหัวปำ; **be a ~ drinker** เป็นนักดื่มคอทองแดง; **this is really ~ work!** *(coll.)* นี่เป็นงานหนักจริง ๆ; **go in [too much] for ~ drinking/gambling** ดื่ม/เล่นการพนันอย่างหัวปักหัวปำ; **be a ~ worker/campaigner** เป็นคนทำงาน/นักรณรงค์ที่ทำงานหนัก; **try one's ~est to do sth.** พยายามสุดความสามารถในการทำ *ส.น.;* **I worked my very ~est** ฉันทำงานอย่างสุดความสามารถ; Ⓔ *(vigorous) (ตบตี, โจมตี, เหล้า)* แรงมาก; *(severe) (หน้าหนาว)* โหดมาก; *(strong)* แข็งแกร่ง; Ⓕ *(unfeeling)* ไม่เห็นใจ; *(นักวิจารณ์)* ดุเดือด; **be ~ [up] on sb.** ไม่เห็นใจ *ค.น.;* **take a ~ line [with sb. on sth.]**

ใช้ไม้แข็ง [กับ *ค.น.* ในการทำ *ส.น.*]; ➡ + **nail** 1 B; Ⓖ *(harsh)* เข้มงวด, เคร่งครัด; **be ~ on sb./sth.** เข้มงวดกับ *ค.น.*/เกี่ยวกับ *ส.น.*; Ⓗ *(Phonet.)* เสียงที่เกิดลึกเข้าไปในลำคอ ❷ *adv.* Ⓐ *(strenuously)* *(ทำงาน, ฝึก, ท่องหนังสือ)* อย่างหนัก, อย่างมาก; **he drinks ~:** เขาดื่มหนัก; **concentrate ~/~er** รวบรวมสมาธิอย่างมาก/มากขึ้น; **try ~:** พยายามมาก; **work ~ and play ~:** ทำงานหนักและเล่นหนัก; **be ~ at work on sth.** ทุ่มเททำงาน *ส.น.*; **go ~ at it** ทุ่มเทอย่างหนัก; **be ~ 'at it** ทำงานหนัก; **we found him already ~ 'at it** เราพบเขาง่วนอยู่กับมันแล้ว; **it's freezing ~ outside** ข้างนอกหนาวจนแข็งไปหมดแล้ว; Ⓑ *(vigorously)* *(ตบตี, กดลง)* อย่างแรง; *(จูบ)* อย่างเต็มที่; Ⓒ *(severely, drastically)* อย่างรุนแรง; อย่างหนัก; **come down ~ on sb.** เล่นงาน *ค.น.* อย่างรุนแรง; **cut back** *or* **down ~ on sth.** ตัดทอน *ส.น.* อย่างหั่นแหลก; **he took the news very ~:** เขารับข่าวนี้ด้วยความหนักใจมาก; **be ~ up** กระเป๋าแห้ง; **be ~ up for sth.** ขาดแคลน *ส.น.*; Ⓓ *(with difficulty)* **it goes ~ with sb.** *ค.น.* มีปัญหามาก; **be ~ put to it [to do sth.]** ประสบความยากลำบาก [ในการทำ *ส.น.*]; Ⓔ *(ไข่ต้ม)* แข็ง; *(เยลลี่)* แข็งตัว; **bake ~:** อบจนแข็ง; **set ~:** แข็งตัว; Ⓕ *(close)* **darkness/trouble is ~ at hand** ความมืด/ความยุ่งยากอยู่ใกล้แค่เอื้อม; **follow ~ upon sth.** ตาม *ส.น.* มาติด ๆ; **~ by** ใกล้ตัว; **~ by sth.** ใกล้ *ส.น.*; ➡ + **¹heel** 1 A; **trail** 1 B; Ⓖ *(Naut.)* หันโดยเร็ว; **~ a-port!** หันหัวเรือไปทางซ้ายโดยเร็ว

hard: ~ and 'fast ➡ **²fast** 1 A; **~back** *(Printing)* ❶ *n.* หนังสือปกแข็ง; **in ~back** เป็นหนังสือปกแข็ง ❷ *adj.* มีปกแข็ง; **~backed** /'hɑːdbækt/'ฮาดแบคทฺ/ *adj.* ➡ **~back** 2; **~bitten** *adj.* *(นักข่าว, ทหาร)* กร้านโลก; **~board** *n.* กระดานแข็ง; **~-boiled** *adj.* Ⓐ *(boiled solid)* ต้มจนแข็ง; Ⓑ *(fig.)* *(shrewd)* เฉียบแหลม; *(realistic, unsentimental)* มองโลกตามความเป็นจริง; *(tough)* ทรหด, แกร่ง; **~ 'case** *n.* *(intractable person)* คนดื้อรั้น, คนหัวแข็ง; *(criminal)* ผู้ร้ายใจแข็ง; **~ 'cash** *n.* Ⓐ *(coins)* เงินเหรียญ; Ⓑ *(actual money)* เงินตรา; **in ~ cash** เป็นเงินสด; **~ 'coal** *n.* ถ่านหินอัลตราไซท์; **~ 'copy** *n.* *(Computing)* ที่พิมพ์ออกมาอ่าน; **~ core** *n.* Ⓐ /-'-/ *(nucleus)* นิวเคลียส *(ท.ศ.)*, ใจกลาง; *(of a problem)* หัวใจของปัญหา; Ⓑ /'--/ *(Brit.: material)* กรวด/อิฐหัก ฯลฯ ที่อัดเป็นฐานของถนน; **~-core** *attrib. adj.* *(สิ่งลามก)* อนาจาร; *(ผู้ก่อการร้าย)* กลุ่มใน; **~ 'court** *n.* *(Tennis)* สนามเทนนิสที่มีพื้นปูด้วยใยสังเคราะห์ **~ 'cover** *n.* หนังสือปกแข็ง; **in ~ covers** เป็นหนังสือปกแข็ง; **~ 'currency** *n.* *(Econ.)* เงินตราสกุลแข็ง; **~-currency shop** ร้านจำหน่าย/แลกเปลี่ยนเงินตราสกุลแข็ง; **~ 'disk** ➡ **disk**; **~-drinking** *attrib. adj.* *(คน)* ดื่มจัด; **~ drive** *n.* *(Computing)* เครื่องอ่านดิสก์; **~ drug** *n.* ยาเสพติด *(โดยเฉพาะเฮโรอีน)*; **~-earned** *adj.* ที่ได้มาด้วยความยากลำบาก

harden /'hɑːdn/'ฮาด'น/ ❶ *v.t.* Ⓐ *(make hard)* ทำให้แข็ง; Ⓑ *(fig.: reinforce)* เสริมให้แข็งแรงขึ้น, สนับสนุน; **~ sb.'s attitude/conviction** เสริมทัศนคติ/ความมั่นใจของ *ค.น.* ให้แน่นแฟ้นยิ่งขึ้น; Ⓒ *(make robust)* ทำให้แข็งแรงขึ้น; Ⓓ *(make tough)* ทำให้กร้าน, แกร่ง, ด้านชา; **~ sb./oneself to sth.** ทำให้ *ค.น.*/ตนเองกร้านต่อ *ส.น.*; **~ sb. to killing** ทำให้ *ค.น.* ด้านชาต่อการประหัตประหาร; **he ~ed his heart against her** เขาทำใจแข็งกับเธอ ❷ *v.i.* Ⓐ *(become hard)* กลายเป็นแข็งกระด้าง; Ⓑ *(become confirmed)* มั่นคง, ไม่เปลี่ยนแปลง; Ⓒ *(ราคาน้ำมัน)* คงที่; Ⓓ *(become severe)* *(หน้าตา)* ตึงเครียด; **his face ~ed into anger** สีหน้าของเขาเครียดด้วยความโกรธ

~ 'off *v.t.* *ทำให้พืชทนทานต่ออากาศหนาว โดยค่อย ๆ เพิ่มเวลาอยู่ในอากาศหนาว*

hardened /'hɑːdnd/'ฮาด'นดฺ/ *adj.* Ⓐ *(หลอดเลือดแดง)* แข็งตัว; Ⓑ *(grown tough)* *(ทหาร, โจร)* ทรหดขึ้น, กร้านขึ้น, ชาชิน; **(to, against** กับ**)**; **be ~ to sth.** ชาชินกับ *ส.น.*; **become/get ~ to sth.** ชาชิน *หรือ* กร้านกับ *ส.น.*; **a ~ drinker** นักดื่มคอทองแดง; Ⓒ *(seasoned)* เคี่ยวกรำ, บ่ม; *(fig.)* มีประสบการณ์มาก

hardener /'hɑːdnə(r)/'ฮาด'นเนอะ(ร)/ *n.* สารเพิ่มความแข็งให้แก่สีทาในขั้นสุดท้าย

hardening /'hɑːdnɪŋ/'ฮาด'นิง/ *n.* Ⓐ *(of steel)* การตีให้แข็ง; *(of arteries)* การแข็งตัว; Ⓑ *(making callous)* การทำให้ด้าน, กร้าน

hard: ~-featured *adj.* *(Person)* *(หน้าตา)* ขึงขัง; **~ 'feeling[s]** *n. (pl.)* *(coll.)* **no ~ feelings** ไม่โกรธกันนะ; **make sure there are no ~ feelings** ระวังอย่าให้มีข้อหมางใจกัน; **with no ~ feelings on either side** แต่ละฝ่ายต่างก็ไม่คิดขุ่นเคือง; **~-fought** *adj.* *(การต่อสู้)* อย่างหนัก; *(การแข่งขัน)* ถึงที่สุด; **~ 'hat** *n.* Ⓐ *(Brit.: bowler hat)* หมวกกลมใส่ไปทำธุรกิจในสมัยก่อน; Ⓑ *(protective headgear)* หมวกนิรภัย *(สวมในเขตก่อสร้าง)*; **~-headed** *adj.* มุ่งมั่น, หัวแข็ง; **be ~-headed about what one wants** มุ่งมั่นในสิ่งที่ตนต้องการ; **~-hearted** *adj.* ใจแข็งกระด้าง; **~-'hitting** *adj.* กำปั้นหนัก; *(fig.)* *(กฎหมาย, การวิจารณ์)* ดุเดือด

hardiness /'hɑːdɪnɪs/'ฮาดินิซ/ *n., no pl.* ความทนทาน, ความทรหด

hard: ~ 'labour *n.* งานหนัก *(ประเภทของงานในเรือนจำ)*; **~ 'landing** *n.* *(Astronaut)* การลงสู่พื้นของอากาศยานโดยกระแทกอย่างแรง; **~line** *adj.* ที่ไม่ยอมผ่อนปรน; **~liner** *n.* คนที่ยึดนโยบายโดยไม่ผ่อนปรน; **~-'luck story** *n.* เรื่องที่อับโชคมากกว่าที่ควรจะเป็น

hardly /'hɑːdlɪ/'ฮาดลิ/ *adv.* แทบจะไม่, เกือบจะไม่; **he can ~ have arrived yet** เขายังไม่ทันจะมาถึง; **~ anyone/anybody/anything** แทบจะไม่มีใคร/สิ่งใด; **~ any wine/beds** แทบจะไม่มีเหล้าองุ่น/เตียงเลย; **~ ever** แทบจะไม่เคย; **~ at all** แทบจะไม่เลย

hard 'money *n.* *(Amer.)* เงินเหรียญ

hardness /'hɑːdnɪs/'ฮาดนิซ/ *n., no pl.* ความแข็ง; *(of blow)* ความหนัก, ความรุนแรง; *(of person)* ความกระด้าง, ความเข้มงวด; **~ of hearing** หูตึง

hard: ~ 'news *n. sing.* ข่าวที่พิสูจน์ได้แน่นอน; **~-nose[d]** /'hɑːdnəʊz(d)/'ฮาดโนซฺ(ดฺ)/ *adj.* *(coll.)* *(นักข่าว)* เอาจริง; *(นักการเมือง)* ไม่ยอมประนีประนอม; **~-o:.** *n.* *(sl.)* การแข็งตัวขององคชาติ; **~ 'palate** *n.* *(Anat.)* เพดานปาก; **~ 'pressed** *adj.* ที่ถูกรุกหนัก; **be ~ pressed** มีปัญหามาก; **~ 'rock** *n.* *(Mus.)* ดนตรีร็อคที่เน้นจังหวะหนัก ๆ; **~-scrabble** *(Amer.)* ❶ *n.* ดินที่ให้ผลผลิตน้อย ❷ *adj.* *(การประกอบการ)* ที่ให้ผลประโยชน์น้อย; *(นา, ที่ดิน)* ที่ให้ผลผลิตน้อย; **~ sell** *n.* การขาย/การโฆษณาที่ใช้กลวิธีเชิงรุก; *attrib.* *(วิธีขาย)* ดุเดือด

hardship /'hɑːdʃɪp/'ฮาดชิพ/ *n.* Ⓐ *no pl., no indef. art.* ความยากลำบาก; **life of ~:** ชีวิตที่เต็มไปด้วยความลำบาก; Ⓑ *(instance)* สิ่งที่เป็นความยากลำบาก; **~s** ความเดือดร้อน, การรบกวน; **if it's not too much of a ~ for you** ถ้าไม่เป็นการรบกวนคุณจนเกินไป; Ⓒ *(sth. causing suffering)* ความทุกข์ทรมาน

hard: ~ 'shoulder *n.* ไหล่ถนนบนทางหลวง; **~ 'standing** *n., no pl., no indef. art.* บริเวณที่มีผิวพื้นแข็งเพื่อจอดรถบรรทุก/เครื่องบิน; **~ 'tack** *n.* *ขนมปังกรอบรับประทานบนเรือ*; **it'll be ~ tack from now on** *(fig.)* นับแต่นี้ไปก็จะต้องอด ๆ อยาก ๆ กันแล้ว; **~ top** *n.* รถยนต์ชนิดไม่เปิดประทุน; **~ware** *n., no pl., no indef. art.* Ⓐ *(goods)* เครื่องเหล็ก, โลหะกิจ; *(for domestic use also)* เครื่องใช้ในบ้านทำด้วยโลหะ *(หม้อ, กระทะ ฯลฯ)*; Ⓑ *(coll.: weapons)* อาวุธหนัก; **military ~ware** ยุทธภัณฑ์; Ⓒ *(Computing)* ฮาร์ดแวร์ *(ท.ศ.)*, ส่วนอุปกรณ์; **~-wearing** *adj.* ทนทาน; **~ 'wheat** *n.* *ข้าวสาลีชนิดอุดมไปด้วยธาตุกลูเต็น*; **~-wired** *adj.* *(Computing)* เกี่ยวกับวงจรแบบถาวร; **~-won** *adj.* *(ชัยชนะ)* ที่ได้มาด้วยความยากลำบาก; **~wood** *n.* ไม้เนื้อแข็ง; **~ 'words** *n. pl.* Ⓐ *(difficult to understand)* คำศัพท์ยาก; Ⓑ *(angry)* คำพูดเผ็ดร้อน; **~-working** *adj.* ที่ทำงานหนัก

hardy /'hɑːdɪ/'ฮาดิ/ *adj.* Ⓐ *(robust)* *(พันธุ์)* แข็งแรงบึกบึน, ทนทาน; Ⓑ *(Hort.)* ที่ทนอากาศหนาวได้; Ⓒ *(bold)* กล้าหาญ

hardy: ~ 'annual *n.* Ⓐ *(Hort.)* พืชล้มลุกที่ปลูกกลางแจ้งได้ตลอด; Ⓑ *(fig. joc.)* เรื่องที่มักจะถูกนำขึ้นมาพูดเป็นประจำ; **~ per'ennial** *n.* Ⓐ *(Hort.)* พืชยืนต้นที่ทนอากาศหนาวได้; Ⓑ *(fig. joc.)* บ้าบิ่น

hare /heə(r)/แฮ(ร)/ ❶ *n.* กระต่ายป่า; **run like a ~:** วิ่งเร็วดังกระต่ายป่า; **[as] mad as a March ~** *(fig.)* บ้าสุด ๆ; **run with the ~ and hunt with the hounds** *(fig.)* เหยียบเรือสองแคม ❷ *v.i.* วิ่งเร็วจี๋; **go haring about** วิ่งพล่านไปทั่ว

hare: ~ and 'hounds *n.* *การเล่นไล่จับ โดยฝ่ายหนึ่งจะทิ้งเศษกระดาษไว้เป็นหลักฐาน*; **~bell** *n.* *(Bot.)* ไม้ล้มลุก *Campanula rotundifolia* ออกดอกรูประฆังเล็ก ๆ สีฟ้า; **~-brained** *adj.* *(แผนการ)* ไม่รอบคอบ; **~'lip** *n.* ปากแหว่ง

harem /'hɑːriːm/'ฮารีม/ *n.* ฮาเร็ม *(ท.ศ.)*; พระราชวังส่วนที่เป็นที่อยู่ของนางสนม

haricot /'hærɪkəʊ/'แฮริโค/ *n.* Ⓐ *(Cookery)* อาหารประเภทสตู; **~ of veal** สตูเนื้อลูกวัว; Ⓑ ➡ **haricot bean**

haricot bean *n.* ถั่วฝรั่งเศสมีเมล็ดเล็กสีขาว *ใช้เป็นอาหาร*

hark /hɑːk/ฮาค/ *v.i.* Ⓐ *(arch.: listen)* ฟัง; **~ to sb.** ฟัง *ค.น.* พูดบ้าง; **~!** ฟังสิ; Ⓑ *(coll.)* **just ~ at him!** ฟังเขาพูดสิ

~'back *v.i.* **~ back to** *(come back to)* ย้อนกลับไปพูดถึง; *(go back to)* *(ความคิด, ขนบธรรมเนียม)* ย้อนกลับไปสู่อดีต

Harlequin /'hɑːlɪkwɪn/'ฮาลิควิน/ *n.* *ตัวละครใบ้ที่มักจะใส่ชุดผ้าลายข้าวหลามตัดและสวมหน้ากากปิดตา*

harlot /'hɑːlət/'ฮาเลิท/ *(arch./derog.)* *n.* โสเภณี

harlotry /'hɑːlətrɪ/'ฮาเลอะทริ/ *(arch./derog.)* *n.* การเป็นโสเภณี; โสเภณีทั้งเหล่า

harm /hɑːm/ฮาม/ ❶ *n.* อันตราย, ความเสียหาย; **do ~:** ทำอันตราย, ทำความเสียหาย; **do ~ to sb., do sb. ~:** ทำอันตรายต่อ *ค.น.*, ทำความ

h

h

เสียหายต่อ *ค.น.*; **the blow didn't do him any ~:** เขาไม่ได้รับอันตรายใด ๆ จากการโดนตี; **the dog won't do you any ~:** สุนัขจะไม่ทำอันตรายคุณหรอก; **it will do you no ~** *or* **it won't do you any ~** *(iron.)* มันจะไม่ทำให้คุณเสียหายอะไรหรอก; **do ~ to sth.** ทำร้าย *ส.น.*; **sb./sth. comes to no ~:** *ค.น./ส.น.* ไม่เป็นอันตราย; **there is no ~ done** ไม่เกิดความเสียหายอะไร; ไม่เป็นอะไร; **there is no ~ in doing sth., it will do no ~ to do sth.** *(could be of benefit)* ทำ *ส.น.* ก็ไม่เสียหายอะไร; **there is no ~ in asking** ไม่เสียหายอะไรที่จะถาม; **it will do more ~ than good** มันจะเสียมากกว่าดี; **where's/what's the ~ in it?** ทำอย่างนั้นเสียหายตรงไหน/มีอะไรเสียหายหรือ; **see no ~ in it/sth./doing sth.** ไม่เห็นเสียหายในการทำอย่างนั้น/*ส.น.*/ที่จะทำ *ส.น.*; **let's hope no ~ will come of it** หวังว่าจะไม่เกิดอันตรายขึ้น; **stay here, out of ~'s way** อยู่ที่นี่เถอะจะได้ปลอดภัย; **keep out of ~'s way** อย่าหาเรื่องเป็นอันตราย; หลบหลีกอันตราย; **get sb. out of ~'s way** พา *ค.น.* ออกไปให้พ้นภัย; ➡ + **intend** A; ³**mean** A

❷ *v.t.* ทำอันตราย, ทำร้าย, เป็นภัย

harmful /ˈhɑːmfl/ˈฮามฟ'ล/ *adj.* เป็นอันตราย, เป็นภัย (**to** ต่อ)

harmfulness /ˈhɑːmflnɪs/ˈฮามฟ'ลนิซ/ *n., no pl.* การเป็นอันตราย, การเป็นภัย

harmless /ˈhɑːmlɪs/ˈฮามลิซ/ *adj.* ไม่มีพิษภัย; **make** *or* **render ~:** ทำให้หมดพิษภัย

harmlessly /ˈhɑːmlɪslɪ/ˈฮามลิซลิ/ *adv.* อย่างไม่มีพิษภัย

harmlessness /ˈhɑːmlɪsnɪs/ˈฮามลิซนิซ/ *n., no pl.* การไม่เป็นพิษภัย, การไม่เป็นอันตราย; อหิงสา *(ร.บ.)*

harmonic /hɑːˈmɒnɪk/ฮาˈมอนิค/ ❶ *adj.* *(Mus.)* มีเสียงประสานกัน; *(Math.)* ฮาร์โมนิก *(ท.ศ.)* ❷ *n.* Ⓐ *(Mus.)* การประสานกันของเสียง; Ⓑ *(component frequency)* องค์ประกอบของความถี่, ฮาร์โมนิก *(ท.ศ.)*; **upper ~s** ฮาร์โมนิกระดับสูงขึ้น

harmonica /hɑːˈmɒnɪkə/ฮาˈมอนิเคอะ/ *n.* *(Mus.)* หีบเพลงปาก

harmonious /hɑːˈməʊnɪəs/ฮาˈโมเนียซ/ *adj.*

harmoniously /hɑːˈməʊnɪəslɪ/ฮาˈโมเนียซลิ/ *adv.* อย่างผสมผสานกลมกลืนกัน

harmonise ➡ **harmonize**

harmonium /hɑːˈməʊnɪəm/ฮาˈโมเนียม/ *n.* *(Mus.)* *เครื่องดนตรีประเภทคีย์บอร์ดคล้ายออร์แกน*

harmonize /ˈhɑːmənaɪz/ˈฮาเมอะนายซฺ/ ❶ *v.t.* Ⓐ *(bring into harmony)* นำมาผสมผสานกัน; **~ sth. with sth.** ปรับผสมผสาน *ส.น.* เข้ากับ *ส.น.*; Ⓑ *(Mus.)* เสียงประสาน ❷ *v.i.* *(be in harmony)* *(ความสนใจ, ความคิด)* ผสมผสานเข้ากันได้; **~ well together** เข้ากันได้อย่างดี

harmony /ˈhɑːmənɪ/ˈฮาเมอะนิ/ *n.* Ⓐ ความผสมผสานกลมกลืนกัน, ความกลมเกลียว, ความสามัคคี, ความบรรสาน, ภาวะบรรสาน *(ร.บ.)*; **live in perfect ~:** อยู่ด้วยกันอย่างกลมเกลียว; **peace and ~:** สันติภาพและความปรองดองกลมเกลียว; **be in ~** ➡ **harmonize** 2; **be in harmony with sth.** เข้ากันกับ *ส.น.* ได้ดี; **be out of ~ with sth.** ไม่เข้ากันกับ *ส.น.*; Ⓑ *(Mus.)* เสียงประสาน; *(theory of ~)* วิชาว่าด้วยหลักการประสานเสียง; **sing in ~:** ร้องประสานเสียง; ➡ + **sphere** C

harness /ˈhɑːnɪs/ˈฮานิซ/ ❶ *n.* Ⓐ เครื่องผูกบังเหียนม้าเข้ากับรถ; Ⓑ *(on parachute)* สายผูกร่มชูชีพเข้ากับร่างกาย; *(for toddler, dog)* สายจูง; *(for window cleaner, steeplejack, etc.)* สายโยงตัว; **in ~** *(fig.)* *(in the daily routine)* ทำงานประจำ; *(together)* ทำคู่กัน; **die in ~:** เสียชีวิตในขณะทำงาน; **out of ~** *(fig.)* พ้นจากภาระ; ➡ + **double harness**

❷ *v.t.* Ⓐ *(put ~ on)* ผูกเครื่องเทียมม้า; **~ a horse to a cart** เทียมม้าเข้ากับเกวียน; Ⓑ *(fig.)* ใช้ *(ทรัพยากร)*

'harness racing *n.* การแข่งขันรถเทียมม้า

harp /hɑːp/ฮาพ/ ❶ *n.* พิณฝรั่ง ❷ *v.i.* **~ on [about] sth.** บ่นพิรี้พิไร [เรื่อง] *ส.น.*; **don't ~ on about it!** หยุดพิรี้พิไรเสียที

harpist /ˈhɑːpɪst/ˈฮาพิซทฺ/ *ns.* นักเล่นพิณฝรั่ง

harpoon /hɑːˈpuːn/ฮาˈพูน/ ❶ *n.* ฉมวกติดเชือกใช้ล่าปลา ฯลฯ ❷ *v.t.* พุ่งฉมวกใส่

harpoon-'gun *n.* ปืนใช้ยิงฉมวก

'harp seal *n.* *(Zool.)* *แมวน้ำ Phoca groenlandica พบบนเกาะกรีนแลนด์ มีลายดำเป็นรูปพิณฝรั่งบนหลัง*

harpsichord /ˈhɑːpsɪkɔːd/ˈฮาพซิคอด/ *n.* *(Mus.)* *เครื่องดนตรีประเภทคีย์บอร์ด มีลักษณะคล้ายเปียโน*

harpy /ˈhɑːpɪ/ˈฮาพิ/ *n.* Ⓐ *(grasping person)* คนละโมบ; Ⓑ *(Greek and Roman Mythol.)* *สัตว์ในเทพนิยาย ร่างกายปีกและอุ้งเท้าเป็นนก หัวเป็นผู้หญิง*

harridan /ˈhærɪdən/ˈแฮริเดิน/ *n.* ยายแก่ขี้โมโห

harrier /ˈhærɪə(r)/ˈแฮเรีย(ร)/ *n.* Ⓐ *(Ornith.)* เหยี่ยวในสกุล *Circus* ปีกกว้างคอยโฉบใกล้พื้นดิน; Ⓑ *(Hunting)* สุนัขล่ากระต่าย; Ⓒ *(Sport)* นักวิ่งวิบาก

Harris tweed /hærɪs ˈtwiːd/แฮริซ ˈทวี้ด/ *n.* ผ้าทอมือจากขนแกะ บนเกาะในสกอตแลนด์; *attrib. (jacket)* เสื้อนอกที่ใช้ผ้าทอแฮริซ

harrow /ˈhærəʊ/ˈแฮโร/ ❶ *n.* คราด ❷ *v.t.* Ⓐ คราดพื้นดิน; Ⓑ *(distress)* ทำให้หม่นหมอง, ทำให้เศร้าใจ

harrowing /ˈhærəʊɪŋ/ˈแฮโรอิง/ *adj.* ที่บาดใจ; *(horrific)* *(นิยาย, ภาพ)* ที่น่ากลัว

harry /ˈhærɪ/ˈแฮริ/ *v.t.* Ⓐ **~ [continuously]** ทำลาย [อยู่เรื่อย]; Ⓑ *(harass)* รบกวนไม่รู้จักจบสิ้น; **be harried by telephone calls** มีโทรศัพท์รบกวนตลอดเวลา

harsh /hɑːʃ/ฮาช/ *adj.* Ⓐ *(พฤติกรรม)* กระด้าง; *(ทิวทัศน์, ภูมิประเทศ)* หดหู่; *(วาจา)* หยาบคาย; *(เสียง)* ห้าว; *(ความแตกต่าง)* ที่เด่นชัด; *(ชีวิต)* ที่ยากลำบาก; Ⓑ *(excessively severe)* รุนแรงอย่างยิ่ง; *(การควบคุม, กฎระเบียบ)* โหดร้าย; *(ระบบการเมือง)* ทารุณ; **back to ~ reality** กลับคืนสู่ความจริงอันทารุณ; **don't be ~ on him** อย่ารุนแรงกับเขานักเลย

harshly /ˈhɑːʃlɪ/ˈฮาชลิ/ *adv.* Ⓐ *(disagreeably)* อย่างไม่น่าฟัง, อย่างไม่น่าชื่นชอบ; Ⓑ *(extremely severely)* อย่างรุนแรง, อย่างโหดร้าย

harshness /ˈhɑːʃnɪs/ˈฮาชนิซ/ *n., no pl.* Ⓐ ➡ **harsh** A: ความกระด้าง; ความดุดัน; *(of life conditions)* ความสมบุกสมบัน; Ⓑ ➡ **harsh** B: ความรุนแรงอย่างยิ่ง

hart /hɑːt/ฮาท/ *n.* กวางตัวผู้

harum-scarum /heərəmˈskeərəm/แฮเริมˈซแกเริม/ *(coll.)* ❶ *adj.* ไม่คิดหน้าคิดหลัง; มุทะลุ, สะเพร่า ❷ *n.* คนมุทะลุ

harvest /ˈhɑːvɪst/ˈฮาวิซทฺ/ ❶ *n.* Ⓐ การเก็บเกี่ยว; **timber ~:** การโค่นซุง; **find/reap a [rich] harvest** *(fig.)* เก็บเกี่ยวผลอย่างงาม, ได้ผลประโยชน์อย่างงาม; Ⓑ *(time)* ฤดูเก็บเกี่ยว ❷ *v.t.* เก็บเกี่ยว *(ผลผลิต)*; **~ the crops** เก็บเกี่ยวพืชผล; **~ the fruits of one's labours** *(fig.)* รับผลประโยชน์จากการทำงานของตน

harvester /ˈhɑːvɪstə(r)/ˈฮาวิซเตอะ(ร)/ *n.* Ⓐ *(machine)* รถเกี่ยวข้าว; เครื่องจักรที่เก็บพืชผล; ➡ + **combine** 3 B; Ⓑ *(person)* คนเกี่ยวข้าว; คนเก็บเกี่ยวพืชผล

harvest: ~ 'festival *n.* เทศกาลฉลองการเก็บเกี่ยว; **~ 'home** *n.* การฉลองส่งท้ายการเก็บเกี่ยว; **~man** /ˈhɑːvɪstmən/ˈฮาวิซทฺเมิน/ *n., pl.* **-men** /ˈhɑːvɪstmən/ˈฮาวิซทฺเมิน/ *(Zool.)* สัตว์จำพวกแมงมุมในวงศ์ Opilionidae อาศัยตามซากพืชหรือต้นไม้; **~ 'moon** *n.* จันทร์เพ็ญที่ใกล้กับวสันตวิษุวัต *(autumnal equinox ระหว่างวันที่ 22 หรือ 23 กันยายน)*; **~ mouse** *n.* หนูขนาดเล็ก *Micromys minutus* อาศัยตามกอข้าวที่กำลังเติบโต

has ➡ **have** 1, 2

has-been /ˈhæzbiːn/ˈแฮซบีน/ *n.* *(coll.)* **be [a bit of] a ~:** ค่อนข้างจะเป็นอดีตไปแล้ว; **a seedy ~ of an actor** นักแสดงที่ชื่อเสียงเสื่อมไปแล้ว

¹**hash** /hæʃ/แฮช/ ❶ *n.* *(Cookery)* *เนื้อสุกเหลือจากมื้อก่อน นำมาสับและปรุงใหม่*; *(fig.)* ปนเปเละเทะ; **make a ~ of sth.** *(coll.)* ทำ *ส.น.* เสียเรื่อง; **settle sb.'s ~** *(coll.)* จัดการกับ *ค.น.*; *(by forceful methods)* เอาให้อยู่มือ; **I'll settle his ~:** ฉันจะจัดการกับเขาเอง ❷ *v.t.* นำเนื้อที่เหลือมาปรุงใหม่; *(fig. coll.)* ทำให้เละเทะ; **~ and rehash sth.** นำ *ส.น.* มาดัดแปลงใช้แล้วใช้อีก

~'up *v.t.* นำ *(ของเก่า, เนื้อ)* มาใช้ใหม่; *(fig. coll.)* ทำให้เละเทะ

²**hash** *n.* *(coll.: drug)* ยาเสพติดจำพวกกัญชา

'hashbrowns *n. pl.* *(Amer.)* มันฝรั่งอบ

hashish /ˈhæʃiːʃ/ˈแฮชีช/ *n.* ยาเสพติดจำพวกกัญชา

Hasidic /həˈsɪdɪc/เฮอะˈซิดดิค/ *adj.* เกี่ยวกับลัทธิของยิวกลุ่มหนึ่ง

hasn't /ˈhæznt/ˈแฮซ'นทฺ/ = **has not**; ➡ **have** 1, 2

hasp /hɑːsp/ฮาซพฺ/ *n.* *(fastener snapping into a lock)* สายยูกุญแจ; *(fastener for book or cape)* *โลหะที่ยึดหนังสือหรือเสื้อคลุมเหมือนกระดุมแต่มีที่ล็อกในตัวเอง*

hassle /ˈhæsl/ˈแฮซ'ล/ ❶ *n.* **~[s]** ความยุ่งยาก, ความวุ่นวายที่เสียเวลา; *(trouble, problem)* ปัญหา; **get involved in ~s with sb.** มีเรื่องวุ่น ๆ กับ *ค.น.*; **no end of ~[s]** วุ่นวายไม่รู้จบ; **it's a real ~:** ยุ่งยากจริง ๆ; **it's too much [of a]/such a ~:** มันวุ่นเกินไป/เหลือเกิน ❷ *v.t.* รบกวน, กวนใจ; **don't ~ me** อย่ากวนฉัน

hassock /ˈhæsək/ˈแฮเซิค/ *n.* Ⓐ *(cushion)* เบาะรองหัวเข่า *(เวลาคุกเข่าสวดมนต์ในโบสถ์)*; Ⓑ *(tuft of grass)* หญ้าที่ขึ้นเป็นกระจุกหนา

haste /heɪst/เฮซทฺ/ *n., no pl.* ความรีบร้อน, ความเร่งด่วน; *(rush)* ความรีบ; **in his ~:** ด้วยความรีบร้อนของเขา; **no need for ~:** ไม่ต้องรีบก็ได้; **more ~, less speed** *(prov.)* ช้า ๆ ได้พร้าเล่มงาม; **do sth. in ~:** ทำ *ส.น.* อย่างรีบร้อน; **yours in ~** *(at end of letter)* ต้องรีบลาก่อน; **make ~:** เร็วเข้า

hasten /ˈheɪsn/ˈเฮซ'น/ ❶ *v.t.* *(cause to hurry)* เร่ง; *(accelerate)* เพิ่มความเร็วขึ้น ❷ *v.i.* รีบ; *(precipitately)* รีบร้อน; **~ away** รีบไป; **~ to do sth.** รีบทำ *ส.น.*; **I ~ to add/say** ฉันจำเป็นต้องเพิ่มเติม/บอกว่า...

hastily /ˈheɪstɪlɪ/ˈแฮซติลิ/ *adv. (hurriedly)* อย่างรีบเร่ง; *(precipitately)* อย่างเร่งร้อน; *(rashly)* อย่างผลีผลาม, อย่างใจเร็ว; *(quick-temperedly)* อย่างฉุนเฉียว, อย่างใจร้อน; **judge sb. too ~:** ด่วนลงความเห็นเกี่ยวกับ *ค.น.*

hasty /ˈheɪstɪ/ˈเฮซทิ/ *adj. (hurried)* ที่รีบเร่ง, รีบด่วน; *(precipitate)* ใจเร็ว; *(rash)* ผลีผลาม, บุ่มบ่าม; *(quick-tempered)* ฉุนเฉียว, ขี้โมโห; **beat a ~ retreat** รีบล่าถอยกลับไป; **he's a man of ~ temper/disposition** เขาเป็นคนอารมณ์ร้อน/โมโหง่าย

hasty ˈpudding *n. (Brit.)* แป้งหรือข้าวโอ๊ตที่ผสมน้ำร้อนหรือนม; *(Amer.)* คอร์นมีลที่ต้มเละ ๆ

hat /hæt/แฮท/ *n.* Ⓐ หมวก; **[sailor's/woollen/knitted] ~:** หมวก [กะลาสี/ไหมพรม/ถัก]; **without a ~:** ไม่สวมหมวก; **doff** *or* **raise one's ~ to sb.** เปิดหมวกให้ *ค.น.* *(เพื่อแสดงความชื่นชม)*; **take off one's ~, take one's ~ off** เปิดหมวก; **take one's ~ off** *or* **take off one's ~ to sb./sth.** *(lit.)* เปิดหมวกให้ *ค.น./ส.น.*; *(fig.)* แสดงความชื่นชม *ค.น.*; **~s off to him!** เขาน่าชมเชยจริง; Ⓑ *(fig.)* **bad ~** *(Brit. coll.)* คนผิดศีลธรรม; **at the drop of a ~:** โดยทันที; **sb. will/would eat his ~ if ...:** *(สำนวน)* *ค.น.* จะยอมกินหมวกของตนเองถ้า... *(แสดงความไม่เชื่อว่าสิ่งนั้นจะเกิดขึ้น)*; **somewhere** *or* **a place to hang [up] one's ~:** ที่สักแห่งที่จะเรียกว่าบ้านของตนได้; **throw one's ~ in the ring** รับคำท้า; **my ~!** *expr. surprise* เออแน่ะ; *expr. disbelief* แม่เจ้าโว้ย; **be old ~** *(coll.)* ที่ธรรมดาสามัญจนน่าเบื่อ; **become old ~** *(coll.)* ล้าสมัย, คร่ำครึ; **they pulled his name out of a ~:** ถูกเลือกโดยบังเอิญ; **produce sth. out of a ~:** หา *ส.น.* มาได้เหมือนเล่นกล; **pass** *or* **send round the ~** *or* **the ~ round** *(coll.)* เรี่ยไร; **with ~ in hand** อย่างอ่อนน้อม; **talk through one's ~** *(coll.)* พูดส่งเดช, พูดโดยไม่รู้จริง; **keep sth. under one's ~:** เก็บ *ส.น.* เป็นความลับ; **[when he is] wearing his ... ~:** [เมื่อเขา] ทำหน้าที่ตามตำแหน่ง; **switch ~s** เปลี่ยนตำแหน่ง; **wear two ~s** ทำงานสองตำแหน่ง/บทบาทควบ

hat: ~band *n.* แถบรอบหมวก; **~box** *n.* กล่องบรรจุหมวก

[1]**hatch** /hætʃ/แฮฉ/ *n.* Ⓐ *(opening)* ช่อง *(หน้าต่าง)*; *(ในเรือ)* ทางลงไปยังห้องเรือ; **under ~es** ในท้องเรือ; **down the ~!** *(fig. coll.)* คว่ำแก้วกัน; Ⓑ *(serving ~)* ช่องลำเลียงอาหาร *(ระหว่างห้องครัวกับห้องรับประทานอาหาร)*; ➡ + **escape-hatch**

[2]**hatch** /hætʃ/แฮฉ/ ❶ *v.t. (lit.)* ฟักไข่; *(fig.)* วางแผน; **~ a plan** วางแผนการ ❷ *v.i.* ออกจากไข่; ➡ + **chicken** 1 A ❸ *n.* Ⓐ *(act of ~ing)* การฟักไข่; Ⓑ *(brood ~ed)* ลูกเจี๊ยบทั้งครอกที่ฟักออกมา

~ˈout ❶ *v.i.* ฟักเป็นตัว; **the eggs have ~ed out** ไข่ฟักเป็นตัวออกมา ❷ *v.t.* ฟักไข่ออกมาเป็นตัว

~ˈup *v.t. (fig.)* คิดวางแผนการ

[3]**hatch** *v.t. (Art)* แรเงาด้วยเส้นถี่ ๆ

ˈhatchback /ˈhætʃbæk/ˈแฮฉแบ็ค/ *n.* Ⓐ *(door)* ประตูด้านหลังของรถยนต์; **a ~ model** *(รถยนต์)* รุ่นที่มีประตูท้าย; Ⓑ *(vehicle)* รถเก๋งแบบห้าประตู

hatchery /ˈhætʃərɪ/ˈแฮเฉอะริ/ *n. (for birds)* โรงฟัก; *(for fish)* บ่อฟัก

hatchet /ˈhætʃɪt/ˈแฮฉิท/ *n.* ขวานสั้นน้ำหนักเบา; **bury the ~** *(fig.)* หย่าศึก

hatchet: ~ face *n.* คนหน้าถมึงทึง; **~-faced** *adj.* หน้าเหี้ยมเกรียมบูดบึ้ง; **~ job** *n.* **do a ~ job on sb./sth.** โจมตี *ค.น./ส.น.* อย่างรุนแรงด้วยวาจาหรือด้วยข้อเขียน; **~ man** Ⓐ *(professional killer)* นักฆ่ามืออาชีพ; **be a real ~ man** *(fig.)* ไม่ไว้หน้าใคร; Ⓑ *(henchman)* ลูกน้องเชิงนักเลง

hatchling /ˈhætʃlɪŋ/ˈแฮฉลิง/ *n.* ปลา/นกที่เพิ่งฟักออกจากไข่

hatchment /ˈhætʃmənt/ˈแฮฉเมินทฺ/ *n. (Her.) แผ่นตราเครื่องหมายประจำตระกูลที่แขวนไว้ เพื่อประกาศข่าวมรณกรรมของคนนั้น*

hate /heɪt/เฮท/ ❶ *n.* Ⓐ ความเกลียด; **~ for sb.** ความเกลียดที่มีต่อ *ค.น.*; Ⓑ *(coll.: object of dislike)* **be sb.'s ~:** เป็นที่เกลียดชังของ *ค.น.*; **my pet ~ at the moment is ...:** ที่ฉันเกลียดนักหนาในตอนนี้คือ...
❷ *v.t.* เกลียด; **I ~ having to get up at seven** ฉันเกลียดการตื่นนอนตอนเจ็ดโมงเช้า; **I ~ to say this** *(coll.)* ฉันไม่อยากพูดเรื่องนี้เลย; **I ~ [having] to trouble you** *(coll.)* ฉันไม่อยากจะรบกวนคุณ; **I ~ to think what would have happened if ...:** ฉันไม่อยากนึกเลยว่าจะเกิดอะไรขึ้นถ้า... **/I ~ the thought of having to leave this job** *(coll.)* ฉันไม่อยากนึกถึงเรื่องที่จะต้องไปจากงานนี้เลย

hateful /ˈheɪtfl/ˈเฮทฟ'ล/ *adj.* น่าชัง, น่าเกลียด; **that would be a ~ thing to do** ทำอย่างนั้นจะน่าเกลียดมาก

ˈhate mail *n.* จดหมายแสดงความเกลียด

hatful /ˈhætfʊl/ˈแฮทฟุล/ *n.* Ⓐ **a ~ of eggs** ไข่จำนวนพอสมควร; Ⓑ *(fig.: considerable number/amount)* **a ~ of** มาก, จำนวนมาก

hatless /ˈhætlɪs/ˈแฮทลิซ/ *adj.* ไม่สวมหมวก

hat: ~ peg *n.* ตะขอแขวนหมวก; **~pin** *n.* เข็มปักหมวก

hatred /ˈheɪtrɪd/ˈเฮทริด/ *n.* ความเกลียดชัง; **feel ~ for** *or* **of sb./sth.** รู้สึกเกลียด *ค.น./ส.น.*

ˈhatstand *n.* ที่แขวนหมวก

hatter /ˈhætə(r)/ˈแฮเทอะ(ร)/ *n.* ช่างทำหมวก, คนขายหมวก; **[as] mad as a ~** *(fig.)* วิกลจริตจริง ๆ

ˈhat trick *n.* การทำแต้ม *(ยิงประตู ฯลฯ)* คนเดียวได้สามประตูในการแข่งครั้งเดียว, ทำแฮตทริค *(ท.ศ.)*; การได้รับชัยชนะ 3 ครั้งติด ๆ กัน; **make** *or* **score a ~:** ทำสามแต้มได้ติดต่อกัน; **be on a ~:** กำลังจะทำสามแต้มติดต่อกัน

haughtily /ˈhɔːtɪlɪ/ˈฮอทิลิ/ *adv.* อย่างยโส, อย่างถือตัว

haughtiness /ˈhɔːtɪnɪs/ˈฮอทินิซ/ *n., no pl.* ความถือตัว, ความยโส

haughty /ˈhɔːtɪ/ˈฮอทิ/ *adj.* ถือตัว, ยโส

haul /hɔːl/ฮอล/ ❶ *v.t.* Ⓐ *(pull)* ลาก, ชัก, ดึง, ลาก; *(Fishing)* ลาก *(อวน/แหจับปลา)*; **~ sth. up the wall** ชัก *ส.น.* ขึ้นไปบนกำแพง; **~ the boat up on the beach** ลากเรือขึ้นเกยหาด; **be ~ed before the court** *(fig.: coll.)* ถูกลากคอขึ้นศาล; **~ down** ชักลงมา *(ใบเรือ, ธง)*; ➡ + **coal** B; Ⓑ *(transport)* ขนส่งของ; Ⓒ *(Naut.)* บังคับเรือให้เปลี่ยนทิศทาง; **~ the ship into the wind** หันหัวเรือเข้าสู่ลม ❷ *v.i.* **~ [up]on/at sth.** ดึง, ลาก *ส.น.* ❸ *n.* Ⓐ การลาก, ดึง; *(Fishing)* การลาก; Ⓑ *(catch)* สัตว์น้ำที่จับได้แต่ละคราว; *(fig.)* สิ่งมีค่าที่ได้มา; Ⓒ *(distance)* ระยะทางที่จะต้องไป; ➡ + **long haul; short haul**

haulage /ˈhɔːlɪdʒ/ˈฮอลิจ/ *n., no pl.* Ⓐ *(hauling)* การขนส่งแบบธุรกิจ; Ⓑ *(charges)* ค่าขนส่ง

hauler /ˈhɔːlə(r)/ˈฮอเลอะ(ร)/ *(Amer.)*, **haulier** /ˈhɔːlɪə(r)/ˈฮอเลีย(ร)/ *(Brit.)* *n. (person)* ผู้ดึง, ผู้ลาก; *(firm)* บริษัทที่ทำการขนส่ง

haulm /hɔːm, hɑːm/ฮอม, ฮาม/ *n.* Ⓐ *no pl., no indef. art. (Agric.)* ก้าน, ขั้ว; Ⓑ *(stem) (of grass, straw)* ปล้อง *(ต้นหญ้า, ต้นข้าว)*; *(of leaf, fruit)* ขั้ว

haunch /hɔːnʃ/ฮอนฉฺ/ *n.* Ⓐ **sit on one's/its ~es** นั่งยอง ๆ; Ⓑ *(Gastr.)* เนื้อส่วนขากับสะโพก; Ⓒ *(Archit.)* ส่วนของวงโค้งประตู *(ที่อยู่ระหว่างจุดยอดสุดกับเสาประตู)*

haunt /hɔːnt/ฮอนทฺ/ ❶ *v.t.* Ⓐ **~ a house/castle** บ้าน/ปราสาทผีสิง; **the old farmhouse is ~ed by ghosts** บ้านนาหลังเก่ามีผีสิง; Ⓑ *(fig.: trouble)* *(ความหลัง, การคิด)* รบกวน, กวนใจ; Ⓒ *(frequent)* *(สถานที่, ร้านอาหาร)* ไปบ่อย ๆ ❷ *n.* ที่ชุมนุม; **a favourite ~ of artists** ที่ที่จิตรกรชอบไปชุมนุมกัน; **these are my old ~s** แถวนี้เป็นที่ที่ฉันมักจะแวะมาเป็นประจำเมื่อสมัยก่อน

haunted /ˈhɔːntɪd/ˈฮอนทิด/ *adj.* Ⓐ **a ~ house** บ้านผีสิง; **a ~ castle** ปราสาทผีสิง; Ⓑ *(fig.: troubled)* *(ใบหน้า, ท่าทาง)* ดูไม่สบายใจ

haunting /ˈhɔːntɪŋ/ˈฮอนทิง/ *adj.* ที่หลอกหลอน, สิงอยู่

Hausa /ˈhaʊsə/ˈเฮาเซอะ/ *n. pl. same* Ⓐ *(person)* คนเผ่าหนึ่งที่อยู่ในแอฟริกาตะวันตกและซูดาน; Ⓑ *(language)* ภาษาของคนเผ่านี้

hausfrau /ˈhaʊsfraʊ/ˈเฮาซเฟรา/ *n.* แม่บ้านในเยอรมนี

haute couture /əʊt kuːˈtjʊə(r)/โอท คู ˈทัว(ร)/ *n., no pl.* แฟชั่นระดับสูง; ห้องเสื้อชั้นนำ; เสื้อผ้าของห้องเสื้อชั้นนำ

haute école /əʊt eɪˈkɒl/โอทเอˈคอล/ *n., no pl.* ศิลปะการฝึกหัดม้าเพื่อเข้าร่วมการแข่งขัน

hauteur /əʊˈtɜː(r)/โอˈเทอ(ร)/ *n., no pl.* ความยโส, ความถือตัว

Havana /həˈvænə/เฮอะˈแวเนอะ(ร)/ *n.* Ⓐ *(cigar)* ซิการ์ฮาวานา; Ⓑ *pr. n.* นครฮาวานา *(เมืองหลวงของประเทศคิวบา)*

have ❶ /hæv, həv/แฮว, เฮิว/ *v.t., pres.* **he has** /hæz/แฮซ/ *p.t. & p.p.* **had** /hæd/แฮด/ Ⓐ *(possess)* มี, เป็นเจ้าของ; **I ~ it!** ฉันมีมัน; มันอยู่ที่ฉัน; **and what ~ you** *(coll.)* และอะไรต่ออะไร; **I ~ something to say [to you]** ฉันมีเรื่องจะพูดกับคุณ, ฉันมีอะไรจะบอกคุณ; **~ nothing to do/wear/say** ไม่มีอะไรจะทำ/ใส่/พูด; **they ~ some French** พวกเขาพูดภาษาฝรั่งเศสได้บ้าง; **I still ~ some work to do** ฉันยังมีงานจะต้องทำอีก; **you ~ some explaining to do** คุณมีเรื่องจะต้องชี้แจง; **you ~ five minutes [in which] to do it** คุณมีเวลาห้านาทีที่จะทำให้เสร็จ; Ⓑ *(obtain)* หาได้, ได้รับ; **there was no money/help to be had** หาเงิน/ความช่วยเหลือไม่ได้; **we shall ~ snow** หิมะจะตก; **let's not have any ...:** อย่าเอา...เลย; **come on, let's ~ it!** *(coll.)* เอาละว่ามาเลย; Ⓒ *(take)* เอา; หยิบ; **~ a cigarette** หยิบบุหรี่สักตัวสิ; ➡ + E; Ⓓ *(keep)* เก็บ; **you can ~ that pencil** คุณเก็บดินสอแท่งนั้นเอาไว้ก็ได้; Ⓔ *(eat, drink, etc.)* **~ breakfast/dinner/lunch** รับประทานอาหารเช้า/เย็น/กลางวัน; **~ a cup of tea** ดื่มน้ำชาสักถ้วย; **~ a cigarette** สูบบุหรี่สักมวน; ➡ + C; Ⓕ *(experience)* มี *(ความสนุกสนาน, เพลิดเพลินใจ)*; Ⓖ *(suffer)* มี *(ความเจ็บปวด, ทุกข์)*; *(feel)* รู้สึก; *(show)* แสดง; **let him/them ~ it** *(coll.)* เล่นงานเขา/พวกเขาเลย; Ⓗ *(engage in)*

h

~ **a game of football** เล่นฟุตบอล; ~ **a try** ลองดู; ~ **it [with sb.]** *(sl.: copulate)* เอากับ *ค.น. (ภ.พ.)*; Ⓘ *(accept)* **I won't ~ it** ฉันไม่ยอม; **I won't ~ him in the house** ฉันไม่ยอมต้อนรับเขาในบ้านนี้; **I won't ~ you behaving like that** ฉันไม่ยอมให้คุณทำตัวแบบนั้น; Ⓙ *(give birth to)* ~ **a baby/children** คลอดบุตร/มีลูก; ~ **pups** ออกลูก; Ⓚ *(sl.: copulate with)* **he had her on the sofa** เขาเอากับเธอบนเก้าอี้ยาว; Ⓛ *(coll.: beat)* **you ~ me there** คุณชนะฉันในเรื่องนั้น; Ⓜ *(coll.: swindle)* **I was had** ฉันถูกต้ม, ฉันถูกโกง; **ever been had!** มีใครเคยเล่นตลกกับคุณบ้างไหม; Ⓝ *(know)* **I ~ it on good authority that ...:** ฉันรู้มาจากแหล่งข่าวที่เชื่อได้ว่า...; **she 'will ~ it that ...:** เธอยืนยันว่า...; **she won't ~ it that ...:** เธอไม่ยอมรับว่า...; **rumour/legend/tradition has it that they escaped** คำเล่าลือ/เล่าขาน/บอกเล่าสืบต่อกันมาว่าพวกเขาหนีรอดไปได้; **as Goethe has it** ตามที่เกอเต้กล่าวไว้; Ⓞ *(as guest)* ~ **sb. to stay** มี *ค.น.* มาพักที่บ้าน; **thanks for having me** ขอบคุณที่เชิญฉัน; Ⓟ *(summon)* **he had me into his office** เขาเรียกฉันเข้าไปในห้องทำงานของเขา; Ⓠ *(in coll. phrases)* **you've had it now** พลาดโอกาสไปแล้ว; เสร็จแล้วมึง *(ภ.พ.)*; **if you want another drink, you've had it** ถ้าคุณคิดจะดื่มอีกแก้ว ก็หมดสิทธิ์ไปแล้ว; **this car/dress has had it** รถคันนี้/เสื้อชุดนี้ใช้ไม่ได้อีกแล้ว

❷ /həv, əv, *stressed* hæv/แฮ็ว/ *v. aux.*, **he has** /həz, əz, *stressed* hæz/แฮ็ซ/, **had** /həd, /เฮิด/ *stressed* hæd/แฮ็ด/ Ⓐ *forming past tenses* **I've** *or* **I ~/I had read** ฉันอ่านมาแล้ว; **I've** *or* **I ~/I had gone** ฉันไปแล้ว; **having seen him** *(because)* เพราะได้เจอเขา; *(after)* หลังจากพบกับเขา; **if I had known ...:** หากฉันรู้สักหน่อยว่า...; Ⓑ *(cause to be)* ~ **sth. made/repaired** สั่ง/ทำซ่อม *ส.น.*; ~ **the painters in** เรียกช่างทาสีมา; ~ **sb. do sth.** ให้ *ค.น.* ทำ *ส.น.*; ~ **a tooth extracted** ไปให้หมอถอนฟัน *หรือ* ถูกถอนฟัน; ~ **oneself tattooed** ไปให้เขาสักให้; Ⓒ **she had her purse stolen** เธอถูกขโมยกระเป๋าสตางค์; Ⓓ *expr.* ~ **to** ต้อง, จำต้อง, เพียงแค่; **you don't ~ to** คุณไม่จำเป็นต้องทำ; **I only ~ to do the washing-up** ฉันแค่ต้องล้างจานเท่านั้น; **I ~ only to see him to feel annoyed** ฉันเพียงแค่เห็นเขาเท่านั้นก็รู้สึกขุ่นใจ; **he 'has to be guilty** เขาต้องทำผิดแน่เลย

❸ /hæv/แฮ็ว/ *n. in pl.* **the ~s and the ~-nots** คนรวยกับคนจน

~ **a'way** ➡ ~ **off b**

~ **'off** *v.t.* Ⓐ เอาจาก; Ⓑ ~ **it off [with sb.]** *(sl.)* หลับนอนกับ *ค.น.*

~ **'on** *v.t.* Ⓐ ~ **the light on** เปิดไฟ; Ⓑ *(wear)* ~ **a dress/hat on** ใส่กระโปรงชุด/หมวก; Ⓒ *(Brit. coll.: deceive)* ~ **sb. on** หลอกลวง *ค.น.*

~ **'out** *v.t.* Ⓐ เอาออก, ถอน; ~ **a tooth/one's tonsils out** ถอนฟัน/ตัดทอนซิล; Ⓑ *(discuss and settle)* ~ **sth. out** อภิปรายจนเข้าใจเรื่อง *ส.น.*; ~ **it out with sb.** พูดกันกับ *ค.น.* จนเข้าใจ

~ **'up** *v.t.* Ⓐ แขวนไว้ *(รูปภาพ)*; Ⓑ *(coll.: bring to court)* ~ **sb. up** นำตัว *ค.น.* ขึ้นศาล

haven /'heɪvn/'เฮฺว'น/ *n.* Ⓐ *(mooring)* ท่าจอดเรือ; *(fig.)* ที่หลบภัยอันตราย; **a ~ of peace** ที่พักพิงแห่งสันติภาพ; Ⓑ *(arch.: harbour)* ท่าเรือ

have-not /'hævnɒt/'แฮ็วนอท/ ➡ **have 3**

haven't /'hævnt/'แฮ็ว'นทฺ/ = **have not**; ➡ **have 1, 2**

haver /'heɪvə(r)/'เฮเวอะ(ร)/ *v.i.* Ⓐ *(talk foolishly)* ~ **[on] about sth.** พูดพล่ามเกี่ยวกับ *ส.น.*; Ⓑ *(vacillate)* ลังเล

haversack /'hævəsæk/'แฮเวอะแซค/ *n.* เป้สะพายหลัง

havoc /'hævək/'แฮเวิค/ *n., no pl.* Ⓐ *(devastation)* ความพังพินาศ; **cause** *or* **create** *or* **wreak ~:** ก่อให้เกิดความพังพินาศ; **play ~ with** ทำลาย *(สุขภาพ, ทรงผม)*; Ⓑ *(confusion)* ความสับสนอลหม่าน; **play ~ with sth.** ทำให้ *ส.น.* สับสนปนเปหมด

¹**haw** /hɔː/ฮอ/ *n. (Bot.)* Ⓐ *(tree)* ต้นฮอว์ธอนในสกุล *Crataegus*; Ⓑ ผลของไม้นี้

²**haw** ➡ **hum 1 A, 3 B**

Hawaii /hə'waɪɪ/เฮอะ'วายอิ/ *pr. n.* มลรัฐฮาวาย

Hawaiian /hə'waɪən/เฮอะ'วายเอิน/ ❶ *adj.* เกี่ยวกับฮาวาย ❷ *n.* Ⓐ *(person)* ชาวฮาวาย; Ⓑ *(language)* ภาษาฮาวาย

'hawfinch /'hɔːfɪntʃ/'ฮอะฟินฉฺ/ *n.* นกฟินช์ขนาดใหญ่ในสกุล *Coccothraustes*

haw-haw /'hɔːhɔː/'ฮอฮอ/ ❶ *int. (laughter)* ฮ่า ฮ่า ❷ *n.* **let out a loud ~:** ส่งเสียงหัวเราะลั่น

¹**hawk** /hɔːk/ฮอค/ ❶ *n. (Ornith.)* เหยี่ยว; *(Polit.)* ผู้นิยมการทำสงครามในการดำเนินนโยบายต่างประเทศ; **like a ~:** เฝ้ามองอย่างเพ่งเล็ง ❷ *v.t.* ใช้เหยี่ยวล่าสัตว์

²**hawk** *v.t. (peddle)* ~ **sth.** *(at door)* เร่ขาย *ส.น.* ตามบ้าน; *(in street)* เร่ขายตามถนน; ~ **sth. around** *(fig.)* เร่ *ส.น.* ทั่วไปหมด; แพร่ข่าว *ส.น.*

³**hawk** ❶ *v.t.* ~ **[up] phlegm** ขากเสมหะ ❷ *v.i.* กระแอม

hawker /'hɔːkə(r)/'ฮอเคอะ(ร)/ *n.* คนเร่ขายตามบ้าน; *(in street)* แม่ค้า/พ่อค้าหาบเร่

'hawk-eyed /'hɔːkaɪd/'ฮอคอายดฺ/ *adj.* มีนัยน์ตาคมเหมือนเหยี่ยว; **be ~:** เป็นคนตาไว

hawkish /'hɔːkɪʃ/'ฮอคิช/ *adj.* Ⓐ *(สายตาคม)* เหมือนกับนกเหยี่ยว; *(Polit.)* ที่ชอบก้าวร้าว; ชอบการใช้อาวุธประหัตประหาร

'hawklike *adj.* เหมือนกับเหยี่ยว

hawk: ~moth *n. (Zool.)* ผีเสื้อกลางคืนในวงศ์ Sphingidae; **~-nosed** *adj.* มีจมูกงุ้ม; **~weed** *n. (Bot.)* พืชในสกุล *Hieracium* ขึ้นเป็นกระจุก มีดอกสีเหลือง

hawser /'hɔːzə(r)/'ฮอเซอะ(ร)/ *n. (Naut.)* เชือกหนาผูกหรือ/ลากเรือ

hawthorn /'hɔːθɔːn/'ฮอธอน/ *n. (Bot.)* พุ่มไม้เล็ก ๆ มีหนาม ดอกสีแดงและขาว

hay /heɪ/เฮ/ *n.* หญ้าแห้ง, ฟาง; **make ~:** ตัดและตากหญ้าให้แห้ง; **make ~ while the sun shines** *(prov.)* น้ำขึ้นให้รีบตัก; ➡ + **hit 1 I**

hay: ~cock *n.* กองหญ้าแห้งในทุ่ง; **~ fever** *n., no pl.* ➤ **453** โรคภูมิแพ้ *(มักเกิดในหน้าหญ้าออกดอก)*; **~field** *n.* ทุ่งที่กำลังทำหญ้าแห้ง; **~maker** *n.* Ⓐ ผู้เกลี่ยและคอยกลับหญ้าที่ตากไว้; Ⓑ *(coll.: blow)* การตี/ต่อยอย่างแรง; **~making** *n.* การทำหญ้าแห้ง; **~rick** ➡ **~stack**; **~seed** *n.* Ⓐ เมล็ดหญ้าแห้ง; Ⓑ *(Amer. derog.: yokel)* คนบ้านนอก; **~stack** *n.* กองหญ้าแห้ง; ➡ + **needle 1**

haywire /'heɪwaɪə(r)/'เฮไวเออะ(ร)/ *adj. (coll.)* **go ~:** *(เครื่องมือ)* เสีย; *(แผน)* และหมดเลย; *(บุคคล)* เสียสติไป

hazard /'hæzəd/'แฮเซิด/ ❶ *n.* Ⓐ *(danger)* อันตราย, การเสี่ยง; *(on road)* อุปสรรคอันตราย; **occupational ~:** อันตรายจากการทำงาน, ความเสี่ยงในบางอาชีพ; ➡ + **fire hazard**; Ⓑ *(chance)* โชค; Ⓒ *(Golf)* อุปสรรคในการตีลูก ❷ *v.t.* Ⓐ *(endanger)* ทำให้เสี่ยงอันตราย; Ⓑ *(venture)* เสี่ยง; ~ **a guess** เสี่ยงทายดู

'hazard lights *ns. pl. (Motor. Veh.)* ไฟนิรภัย

hazardous /'hæzədəs/'แฮเซอะเดิซ/ *adj.* *(dangerous)* เป็นอันตราย; *(risky)* เสี่ยงภัย

hazardously /'hæzədəslɪ/'แฮเซอะเดิซลิ/ *adv. (dangerously)* อย่างเป็นอันตราย; *(riskily)* อย่างเสี่ยง

hazard 'warning lights ➡ **hazard lights**

haze /heɪz/เฮซ/ ❶ *n.* หมอก *(จากแดด)*; *(fig.)* ความพร่ามัวไม่ชัดเจน ❷ *v.t.* ทำให้มีหมอกคลุม

hazel /'heɪzl/'เฮซ'ล/ ❶ *n.* Ⓐ *(Bot.)* ต้นเฮเซิลนัต *(ท.ศ.)* ในสกุล *Corylus* ลูกกินได้; *(wood)* ไม้จากต้นไม้นี้; Ⓑ *(colour)* สีน้ำตาลออกเหลือง *(มักใช้กับสีของนัยน์ตา)* ❷ *adj.* มีสีน้ำตาลออกเหลือง

'hazelnut *n.* ลูกเฮเซิลนัต *(ท.ศ.)*

hazily /'heɪzɪlɪ/'เฮซิลิ/ *adv. (lit or fig.)* อย่างเลือนลาง; อย่างสลัว; *(ความเข้าใจ)* ไม่ชัดเจน

haziness /'heɪzɪnɪs/'เฮซินิซ/ *n.* ความมัว, ความไม่ชัดเจน

hazy /'heɪzɪ/'เฮซิ/ *adj.* ลางเลือน; *(รูปภาพ)* ไม่ชัดเจน, เลอะเลือน; *(อากาศ)* เป็นหมอก; **I have a ~ recollection that ...:** ฉันจำได้เลือนลางว่า...

H-bomb /'eɪtʃbɒm/'เอฉบอม/ *n.* ระเบิดไฮโดรเจน

HDTV *abbr.* **high-definition television** ระบบรับโทรทัศน์ที่ให้ภาพคมชัดสูง

¹**he** /hɪ, *stressed* hiː/ฮี, ฮิ/ ❶ *pron.* เขา *(ผู้ชาย)*; **it was he** *(formal)* คือเขาเอง; **he who** เขาผู้ซึ่ง; *(games)* **be 'he'** เป็น 'ตัว' *(เช่น ตัว "มอญซ่อนผ้า" หรือ "ค้นหา" ในปิดตาซ่อนหา)*; ➡ + **him; himself; his** ❷ *n., pl.* **hes** /hiːz/ฮีซ/ พวกผู้ชาย

²**he** /hiː, hɪ/ฮี, ฮิ/ *int.* ฮี

he- *pref.* เพศผู้; **he-goat** แพะตัวผู้

HE *abbr.* Ⓐ **high explosive**; Ⓑ **His Eminence**; Ⓒ **His/Her Excellency**

head /hed/เฮ็ด/ ❶ *n.* Ⓐ ➤ **118** ศีรษะ, หัว *(ภ.พ.)*; **count ~s** นับหัว; *(on sign)* **mind your ~!** ระวังศีรษะ; **turn sb.'s ~** *(fig.)* ทำให้ *ค.น.* หลงใหลได้ปลื้ม; **laugh/scream one's ~ off** หัวเราะ/ร้องกรี๊ดเป็นวรรคเป็นเวร; **from ~ to foot** จากหัวจรดเท้า, ตลอดทั้งตัว; **get one's ~ down** *(coll.)* ล้มตัวลงนอน; ตั้งหน้าตั้งตาทำงาน; **keep one's ~ down** *(lit.)* ก้มศีรษะลง; *(fig.)* หลบตัวในขณะที่มีปัญหา; **stand on one's ~:** ยืนด้วยหัว; **I could do that [standing] on my ~** *(fig. coll.)* ฉันปิดตาทำยังได้เลย; **he has a price on his ~:** เขามีค่าหัว; **have a [bad] ~** *(fig. coll.: headache)* ปวดศีรษะมาก; **the crowned ~s of Europe** เหล่ากษัตริย์ในยุโรป; **taller by a ~, a ~ taller** สูงกว่าหนึ่งช่วงศีรษะ; **win by a ~/short ~:** ชนะเพียงช่วงหัวเดียว; **be** *or* **stand ~ and shoulders above sb.** *(fig.)* อยู่เหนือคนอื่นมาก; **give a horse its ~:** ปล่อยให้ม้าวิ่งเต็มที่; **give sb.** *or* **let sb. have his/her ~** *(fig.)* ปล่อยให้ *ค.น.* ทำอย่างเสรี; **go to sb.'s ~:** *(เหล้า)* ทำให้เมา; *(ความสำเร็จ)* ทำให้หัวโต; **have a [good] ~ for heights** ไม่กลัวความสูง; **~ first** คะมำหัวทิ่มไปข้างหน้า; **not know whether one's [standing] on one's ~** *or* **one's heels** ยุ่งจนหัวปั่นไม่รู้ว่าอะไรเป็นอะไร; **~ over heels** หกคะเมน; หัวปักหัวปำ; **~ over heels in love** ตกหลุมรักจนถอนไม่ขึ้น; **I can hold up my ~ [again]** ฉันเดินเชิดหน้าได้ [อีกครั้ง]; **keep one's ~:** คุมสติอยู่; **keep one's ~ above**

water (fig.) เลี้ยงตัวได้ (ไม่เป็นหนี้สิน, ไม่ซวนเซ); put our/your/their ~s together [on sth.] รวมหัวกัน [ในเรื่อง ส.น.]; lose one's ~: ถูกตัดศีรษะ; (fig.) ลืมตัว; ตกใจจนคุมสติไม่อยู่; ~ to tail เรียงตามกันมาเป็นแถว; (~ beside tail) (นอน) ติดกัน แต่คนละทิศละทาง; be unable to make ~ or tail of sth./sb. จับต้นชนปลาย ส.น. ไม่ถูก; be off one's ~ (coll.) เสียสติ; off the top of one's ~ (coll.) โดยไม่เตรียมตัวล่วงหน้ามาก่อน, อย่างส่งเดช; (as estimate) กะโดยประมาณ; on your etc. [own] ~ be it คุณรับผิดชอบไป [เอง] ก็แล้วกัน; promote sb. over sb.'s ~: เลื่อนตำแหน่ง ค.น. ข้ามหัวอีก ค.น.; go over sb.'s ~: ข้ามหัว ค.น. ไป; ➡ + ¹ear A; hole 1 A; raise 1 A; Ⓑ (mind) สมอง, หัว, ความคิด, ปัญญา; in one's ~: ในหัว; enter sb.'s ~: เข้ามาในหัว ค.น.; two ~s are better than one (prov.) หัวเดียวกระเทียมลีบ; it went right out of my ~: ฉันลืมสนิทไปเลย; take it into one's ~ [to do sth.] นึกอยาก [จะทำ ส.น.] ขึ้นมา; put sth. into sb.'s ~: ยัดเยียดความคิด ส.น. ให้ ค.น.; it went above or over my ~ (fig.) มันเหนือความเข้าใจของฉัน; talk over sb.'s ~: พูดข้ามหัว ค.น.; I've got a good/bad ~ for figures ฉันมีหัว/ไม่มีหัวเรื่องตัวเลข; use your ~: ใช้สมองของคุณซี; not quite right in the ~ (coll.) สติไม่ค่อยเต็ม; get sth. into one's ~: หมกหมุ่นอยู่กับ ส.น.; get this into your ~! จำเอาไว้ให้ขึ้นสมอง; ขอให้เข้าใจสิ่งนี้ให้ดี; have got into one's ~ that ...: ฝังหัวของตนว่า...; the first thing that comes into sb.'s ~: สิ่งแรกที่ ค.น. คิดขึ้นได้; you ought to have your ~ examined (joc.) คุณเป็นบ้าอะไรขึ้นมา; the ~ rules the heart สมองบัญชาหัวใจ; Ⓒ (person) a or per ~: ต่อหัว; Ⓓ pl. same (in counting) หัว; Ⓔ in pl. (on coin) ~s or tails? หัวหรือก้อย; ~s [it is] ออกหัว; ~s I go, tails I stay ออกหัวฉันไป ออกก้อยฉันอยู่; ~s I win, tails you lose อย่างไรฉันก็ชนะ; Ⓕ (working end etc.; also Mus.) หัว; (of axe, of spear) ส่วนหัว; (of cylinder) ฝาเรือสูบ; drilling/cutting ~: ส่วนที่ทำหน้าที่เจาะ/ตัด; play back/erasing ~: หัวเทปสำหรับเล่น/ลบ; Ⓖ (of plant) ส่วนยอด; (of grain) ส่วนช่อ; ~ of lettuce หัวผักกาดแก้ว; Ⓗ (on beer) ฟองเบียร์ในแก้ว; Ⓘ (the highest part) หัว, ส่วนบนสุด; (of stairs) หัวบันได; (of list, column) หัวรายการ, ต้นรายการ; (of mast) หัวเสา; Ⓙ (upper or more important end) หัว, ส่วนด้านบน; (of table) หัวโต๊ะ; (of lake, valley) หัวทะเลสาบ (ส่วนที่รับน้ำจากแม่น้ำ); (of river) ต้นน้ำ; (of bed) หัวเตียง; Ⓚ (of boil etc.) หัวฝี; (fig.: crisis) come to a ~: มาถึงจุดวิกฤติ; bring matters to a ~: พาเรื่องมาถึงจุดวิกฤติ; เข้าด้ายเข้าเข็ม; (force a decision) นำมาถึงจุดแตกหัก; Ⓛ (leader) หัวหน้า; (of church) เจ้าอาวาส; (of family) หัวหน้าครอบครัว; ~ of government หัวหน้ารัฐบาล; ~ of state ประมุขประเทศ; Ⓜ ➡ ~ master; ~ mistress; Ⓝ (leadership) ความเป็นผู้นำ; he is at the ~ of his profession เขาอยู่ในระดับผู้นำในวิชาชีพของเขา; Ⓞ (of ship) หัวเรือ; Ⓟ ➡ ~ land; Ⓠ (body of water) ต้นน้ำ; (height of liquid) ระดับสูงสุดของน้ำหรือของเหลว; (pressure) แรงกดดัน; under a full ~ of steam ด้วยแรงกดดันเต็มที่จากไอน้ำ; Ⓡ (title) หัวพาด; (fig.: category) หัวเรื่อง

❷ attrib. adj. (senior) ~ boy/girl หัวหน้านักเรียนชาย/หญิง; ~ waiter หัวหน้าบริกร; ~ clerk หัวหน้าพนักงานสารบรรณ; (main) ~ office สำนักงานใหญ่

❸ v.t. Ⓐ (provide with heading) จั่วหัวกระดาษหรือหัวเรื่อง; ~ed notepaper กระดาษหัวจดหมาย; Ⓑ (stand at top of) อยู่ต้นรายการ; (lead) นำ; Ⓒ (precede) นำหน้า, มาก่อน; Ⓓ (direct) ~ sth. towards sth. ชี้ ส.น. ไปทาง ส.น.; we were ~ed towards Plymouth เรากำลังมุ่งไปยังเมืองพลีมัธ; Ⓔ (Football) โหม่งลูก; Ⓕ (overtake and stop) ~ sb./sth. [off] สกัดทาง ค.น./ส.น.; Ⓖ (surpass) ผ่าน

❹ v.i. มุ่งหน้า, บ่ายหน้าไป; ~ for London มุ่งหน้าไปกรุงลอนดอน; ~ towards or for sb./the buffet ตรงรี่ไปยัง ค.น./อาหารบนโต๊ะ; where are you ~ing? คุณกำลังจะไปไหน; you're ~ing in the wrong direction (fig.) คุณกำลังไปทางผิด; you're ~ing for trouble คุณกำลังจะหาเรื่อง

~'up (v.t.) (Amer.) นำ, ควบคุม

head: ~ache n. ➤ 453 การปวดศีรษะ; (fig. coll.) ปัญหา; ~achy adj. (coll.) (อากาศ) ที่ทำให้ปวดศีรษะ; feel ~achy รู้สึกคล้ายๆ จะปวดศีรษะ; ~band n. ที่คาดผม; ~board n. (of bed) พนักหัวเตียง; ~butt ❶ n. การใช้ศีรษะกระแทกร่างอีกฝ่ายหนึ่ง ❷ v.t. ใช้ศีรษะกระแทกร่างอีกฝ่ายหนึ่ง; ~ case n. (coll.) ผู้ป่วยทางจิต; be some sort of ~ case เป็นผู้ป่วยทางจิตสักอย่าง; ~ count n. Ⓐ take a ~ count นับเป็นรายหัว; Ⓑ (number of people) จำนวนคนทั้งหมด; ~ covering n. สิ่งปกคลุมศีรษะ; ~dress n. เครื่องประดับศีรษะ

-headed /'hedɪd/-'เฮ็ดดิด/ adj. in comb. เกี่ยวกับหัว; a bald~ man ชายหัวล้าน

header /'hedə(r)/'เฮ็ดเดอะ(ร)/ n. Ⓐ (Football) การโหม่งลูก; Ⓑ (dive) การพุ่งหลาวโดยที่ศีรษะพุ่งไปข้างหน้า; Ⓒ (building) แผ่นอิฐหรือหินที่วางขวาง (ให้ด้านตัดหันออกนอกแทนด้านข้าง)

head: ~gear n. Ⓐ เครื่องสวมศีรษะ; (hats) หมวก; protective ~gear หมวกนิรภัย; Ⓑ (Mining) ช่องทางเดินตามแนวนอนในเหมือง; ~hunter n. (lit) คนป่าล่าหัวมนุษย์และเก็บศีรษะไว้; (fig.) บริษัทสรรหาผู้บริหารระดับสูง

heading /'hedɪŋ/'เฮ็ดดิ้ง/ n. Ⓐ (title) พาดหัว; (in encyclopaedia) หัวเรื่อง, หัวข้อ; (fig.: category) หัวเรื่อง; come under the ~ [of] x อยู่ใต้หัวเรื่องเอ็กซ์; let's discuss these problems under separate ~s เรามาพูดถึงปัญหาเหล่านี้ โดยแยกเป็นเรื่องไปดีกว่า; Ⓑ (direction) ทิศทาง

head: ~lamp n. ไฟหน้ายานพาหนะ; ~land n. Ⓐ (Geog.) หัวแหลมผาชัน; Ⓑ (Agric.) พื้นที่ปลายแปลงที่เว้นไม่ไถเพื่อใช้เป็นทางเดินของเครื่องจักร

headless /'hedlɪs/'เฮ็ดลิซ/ adj. หัวขาด, ไร้ศีรษะ; run around like a ~ chicken วิ่งไปมาโดยไม่รู้จะทำอะไรดี

head: ~light n. ไฟหน้ายานพาหนะ; ~line n. ข่าวพาดหัว; be ~line news, make [the] ~lines, (coll.) hit the ~lines เป็นข่าวพาดหัว; the [news] ~lines (Radio, Telev.) หัวข้อข่าว; (within news programme) สรุป (ข่าว); ➡ + running head[line]; ~liner n. (Amer.) ดาราแสดง; ~lock n. (Wrestling) ท่าที่ใช้แขนล็อกศีรษะคู่ต่อสู้

'headlong ❶ adv. Ⓐ head first) fall/plunge ~ into sth. หัวทิ่มลงใน ส.น.; Ⓑ (uncontrollably) รั้งไม่อยู่; rush ~ into sth. วิ่งเข้าใส่ ส.น. อย่างรั้งไม่อยู่

❷ adj. Ⓐ (head first) ~ dive ท่าพุ่งหลาว; Ⓑ (impetuous) ผลุนผลัน, พรวดพราด

head: ~man n. หัวหน้า; ผู้ใหญ่บ้าน; (in primary and secondary school) ~'master n. ➤ 489 ครูใหญ่, อาจารย์ใหญ่ (ชาย); ~mistress n. ➤ 489 ครูใหญ่, อาจารย์ใหญ่ (หญิง); ~-on ❶ /'--/ adj. ประสานงา; a ~-on collision การชนแบบประสานงา ❷ /-'-/ adv. ปะทะจังหน้า; meet sth./sb. ~-on (fig.: resolutely) เผชิญหน้าตรงๆ กับ ส.น./ค.น.; ~phones n. pl. หูฟัง; ~'quarters n. sing. or pl. กองบัญชาการ; (of firm) สำนักงานใหญ่; police ~quarters กองบัญชาการตำรวจ; ~rest n. พนักรองศีรษะ; ~room n. ระยะจากศีรษะถึงเพดาน/หลังคา; low ~room เพดานเตี้ย; ~scarf n. ผ้าคลุม/โพกศีรษะ; ~set n. หูฟัง

headship /'hedʃɪp/'เฮ็ดชิพ/ n. หัวหน้า; อาจารย์ใหญ่

head: ~shrinker n. Ⓐ ผู้ล่าศีรษะมนุษย์; Ⓑ (coll.: psychiatrist) หมอโรคจิต; ~square n. ผ้าคลุมศีรษะสี่เหลี่ยม; ~ 'start n. a ~ start [over sb.] การเป็นต่อ [ค.น.]; ~stock n. ชุดลูกปืนรองรับส่วนของเครื่องจักรที่หมุนได้; ~stone n. Ⓐ (gravestone) แผ่นหินจารึกที่หัวหลุมฝังศพ; Ⓑ (of building) หินมุมตึก; (fig.) รากฐาน, ส่วนสำคัญ; ~strong adj. หัวดื้อหัวรั้น; (ม้า) ไม่อยู่ในโอวาท;~ tax n. (Amer.) ภาษีรายหัว (ซึ่งเก็บผู้ใหญ่ทุกคนในกลุ่มใดกลุ่มหนึ่ง); ~'teacher n. ➡ headmaster; headmistress; ~ voice n. ระดับสูงของเสียงพูดหรือเสียงร้องเพลง; ~water n., usu. in pl. ยอดน้ำ, ต้นน้ำ; ~way n., no pl. (progress) ความก้าวหน้า; make ~way มีความก้าวหน้า; ~ wind n. ลมต้าน; ~word n. Ⓐ คำที่พิมพ์ตัวหนาให้เด่น เช่นในพจนานุกรม; Ⓑ (Ling.) คำหลักในวลีหรือประโยคที่มีส่วนอื่นมาขยาย; ~work n. งานใช้สมอง

heady /'hedɪ/'เฮ็ดดิ/ adj. Ⓐ ไม่คิดหน้าคิดหลัง; Ⓑ (intoxicating) ไม่คิดหน้าคิดหลัง

¹heal /hi:l/ฮีล/ ❶ v.t. Ⓐ (lit or fig.) รักษา, สมาน; time ~s all กาลเวลารักษาได้ทุกอย่าง; Ⓑ (arch.) ➡ cure 2 A ❷ v.i. ~ [up] (แผล) หายดี

²heal ➡ hele

healer /'hi:lə(r)/'ฮีเลอะ(ร)/ n. (person) ผู้รักษา, หมอ; time is a great ~: กาลเวลาเป็นผู้รักษาที่ยิ่งใหญ่

healing /'hi:lɪŋ/'ฮีลิง/ ❶ n. การรักษา; powers of ~: พลังในการรักษาให้หายจากการเจ็บไข้ ❷ attrib. adj. ~ effect ผลที่ช่วยสมาน หรือ รักษา; ~ influence อิทธิพลในการรักษา; ~ ointment n. ยาทา

health /helθ/เฮ็ลธ/ n. Ⓐ no pl. (state) สุขภาพ; (healthiness) การมีสุขภาพดี; in good/very good ~: มีสุขภาพดี/ดีมาก; sb. suffers from poor or bad ~: ค.น. มีสุขภาพไม่ดี หรือ ขี้โรค; be restored to ~: กลับแข็งแรงเช่นเดิม; be in poor ~: มีสุขภาพไม่ดี, เจ็บออดๆ แอดๆ; [not] be in the best of ~: [ไม่] แข็งแรง; in my state of ~: ในภาวะสุขภาพของฉัน; I'm not doing it for [the good of] my ~: ฉันไม่ได้ทำเพื่อบำรุงสุขภาพของฉันสักหน่อยนะ; (fig.) ฉันไม่ได้อยากทำสักหน่อย; at least you have your ~: อย่างน้อยคุณก็สุขภาพดีละ; Ⓑ (toast) drink sb.'s ~/a ~ to sb. ดื่มอวยพรให้ ค.น. มีพลานามัยสมบูรณ์; good/your ~! ขอให้อายุยืนมีสุขภาพดี; อโรคยะ (ร.บ.)

health: ~ authority *n.* เจ้าหน้าที่สาธารณสุข; **~ care** *n.* การดูแลจากสาธารณสุข; **~ centre** *n.* ศูนย์สาธารณสุข; **~ certificate** *n.* ใบรับรองแพทย์; **~ check** *n.* การตรวจสุขภาพ; **~ education** *n.* สุขศึกษา; **~ farm** *n.* ศูนย์ส่งเสริมบำรุงสุขภาพ; **~ food** *n.* อาหารสุขภาพ; **~ food shop** *n.* ร้านขายอาหารสุขภาพ; **~-giving** *adj.* ที่บำรุงสุขภาพ; **~ hazard** *n.* ภัยต่อสุขภาพ

healthily /ˈhelθɪlɪ/ˈเฮ็ลธิลิ/ *adv.* อย่างถูกสุขลักษณะ

healthiness /ˈhelθɪnɪs/ˈเฮ็ลธินิซ/ *n.* (*lit or fig.*) การมีสุขภาพดี

health: ~ insurance *n.* การประกันสุขภาพ; **~ ˈphysics** *n.* การป้องกันกัมมันตภาพรังสีที่เป็นพิษ; **~ resort** *n.* ที่พักตากอากาศเพื่อสุขภาพ; **~ salts** *n. pl.* ยารักษาโรคทางเดินอาหาร; **H~ Secretary** *n.* รัฐมนตรีสาธารณสุข; **~ service** *n.* บริการทางการแพทย์ที่รัฐจัดขึ้นให้ประชาชน; **~ visitor** *n.* ➤ 489 พยาบาลที่รัฐจัดให้เยี่ยมคนไข้ที่บ้าน; **~ warning** *n.* คำเตือนบนสินค้า (*เหล้า, บุหรี่, ยา*) เกี่ยวกับผลร้ายต่อสุขภาพ

healthy /ˈhelθɪ/ˈเฮ็ลธิ/ *adj.* Ⓐ มีสุขภาพดี, ถูกต้อง, ไม่ผิดปกติ; (*fig.*) **the engine sounds ~:** เครื่องยนต์ฟังเสียงเรียบร้อยดี; **a ~ attitude towards sex** ทัศนคติที่ปกติในเรื่องเพศ; Ⓑ (*salutary*) ที่ปลอดจากโรค; **~ living** การใช้ชีวิตอย่างถูกสุขลักษณะ; (*safe*) **stay at a ~ distance** อยู่ห่าง ๆ ในระยะที่ปลอดภัย

heap /hiːp/ฮีพ/ ❶ *n.* Ⓐ (*pile*) กอง; **a ~ of clothes** เสื้อผ้าหนึ่งกอง; **at the bottom/top of the ~** (*fig.*) อยู่ต่ำสุด/สูงสุด; **lying in a ~/in ~s** นอนกอง/เป็นกองอยู่; **he was lying in a ~ on the ground** เขานอนกองอยู่กับพื้น; Ⓑ (*fig. coll.: quantity*) **a [whole] ~ of** จำนวนเยอะแยะ; **~s of time** เวลาถมไป; Ⓒ (*fig. coll. derog.: vehicle*) ซากรถ ❷ *v.t.* (*pile*) กอง, พูน; **a ~ed spoonful of sugar** น้ำตาลหนึ่งช้อนพูน; **~ sth. up** สุม *ส.น.* ให้เป็นกองพูน; **~ sth. with sth.** (*fig.*) ทับถม *ส.น.* ลงไปบน *ส.น.*

hear /hɪə(r)/เฮีย(ร)/ ❶ *v.t.*, **heard** /hɜːd/เฮิด/Ⓐ ได้ยิน; **they ~d the car drive away** พวกเขาได้ยินเสียงรถขับออกไป; **did you ~ him leaving *or* leave?** คุณได้ยินตอนเขาออกไปไหม; **I have ~d it said that ...:** ฉันได้ยินมาว่า...; **I can hardly ~ myself think/speak** ฉันแทบไม่ได้ยินเสียงตัวเองคิด/พูด; **let's ~ it!** บอกมาเลย; **from what one ~s** จากที่ได้ยินมา; **what's this I ~?** ที่ฉันได้ยินมานี่มันเรื่องอะไรกัน; **you haven't ~d the last of this matter** เรื่องนี้ยังไม่จบ; ➡ + end 1 G; ˈlast 3 A; Ⓑ (*understand*) เข้าใจ; Ⓒ (*Law*) พิจารณา (*คดี*); Ⓓ (*answer*) **our prayers have been ~d** คำอธิษฐานของเราได้รับการตอบสนองแล้ว

❷ *v.i.*, **heard: ~ about sb./sth.** ได้ยินเกี่ยวกับ *ค.น./ส.น.*; **I've ~d all aˈbout you** ฉันได้ยินเรื่องเกี่ยวกับคุณมาหมดแล้ว; **~ from sb.** ได้ข่าวจาก *ค.น.*; **have you ~d from Tokyo/Smith yet?** คุณได้ข่าวจากโตเกียว/คุณสมิธหรือยัง; **I never ~d of such a thing!** ฉันไม่เคยได้ยินอะไรอย่างนี้; **he was never ~d of again** ไม่มีใครได้ข่าวของเขาอีกเลย; **he wouldn't ~ of it** เขาไม่ยินยอม

❸ *int.* **H~! H~!** เห็นด้วย; ถูกต้อง

~ˈout *v.t.* ฟังจนจบเรื่องที่พูด

heard ➡ hear 1, 2

hearer /ˈhɪərə(r)/ˈเฮียเรอะ(ร)/ *n.* ผู้ฟัง

hearing /ˈhɪərɪŋ/ˈเฮียริง/ *n.* Ⓐ *no pl., no art.* (*faculty*) การฟัง, การได้ยิน, สดับตรับฟัง; **have good ~:** หูฟังได้ดี; **be hard of ~:** หูตึง; Ⓑ *no pl.* (*distance*) **within/out of ~:** อยู่ในระยะที่ได้ยิน/ที่ไม่ได้ยิน; Ⓒ *no pl.* **a fair ~:** โอกาสที่จะได้ชี้แจงอย่างเต็มที่; **get a ~:** มีโอกาสชี้แจง; Ⓓ (*Law etc.*) การพิจารณาคดี; **public ~:** ประชาพิจารณ์ (*ร.บ.*)

ˈhearing aid *n.* เครื่องช่วยฟัง

hearken /ˈhɑːkn/ˈฮาค'น/ *v.i.* (*arch./literary*) **~ to sb./sth.** ฟัง *ค.น./ส.น.*

hearsay /ˈhɪəseɪ/ˈเฮียเซ/ *n., no pl., no indef. art.* ข่าวเล่าลือ; **~ evidence** (*Law*) หลักฐานที่เป็นคำบอกเล่า

hearse /hɜːs/เฮิซ/ *n.* รถบรรทุกศพ, รถแห่ศพ

heart /hɑːt/ฮาท/ *n.* Ⓐ ➤ 118 (*Anat.: also ~-shaped object*) หัวใจ; **he has a weak ~** (*Med.*) หัวใจของเขาไม่แข็งแรง; **know/learn sth. by ~:** รู้ *ส.น.* เป็นอย่างดี/ท่อง *ส.น.* ขึ้นใจ; Ⓑ (*seat of feeling*) **at ~:** จากใจจริง, ที่สำคัญยิ่ง; **sb. has sth. at ~, sth. is near *or* close to sb.'s ~:** *ส.น.* เป็นที่รัก/เป็นที่ต้องการของ *ค.น.*; **a matter near *or* close to sb.'s ~:** เรื่องที่ใจจดใจจ่อ, เรื่องที่ *ค.น.* ถือว่าสำคัญมาก; **go to sb.'s ~:** เข้าถึงหัวใจ *ค.น.*; **in one's ~ [of ~s]** ในใจจริง; **from the *or* one's ~:** จากใจจริง; **from the bottom of one's ~:** จากใจจริงแท้ ๆ; **with all one's ~ [and soul]** ด้วยหัวใจทั้งหมด; **put one's ~ and soul into sth.** ทุ่มเทให้กับ *ส.น.* อย่างหมดตัว; **put one's ~ into sth.** ทุ่มเทให้กับ *ส.น.*; **cry one's ~ out** ร้องไห้เหมือนใจจะขาด; **eat one's ~ out** ตรอมใจ; **eat your ~ out!** มึงจะอิจฉาแค่ไหนก็ช่าง; **set one's ~ on sth./doing sth.** ทุ่มเทความหวังให้กับ *ส.น./*การทำ *ส.น.*; **to one's ~'s content** จนพอแก่ใจ; **take sth. to ~:** เสียใจ/หนักใจกับ *ส.น.* มาก; **take sb. to one's heart** เห็นอกเห็นใจ *ค.น.* มาก; **my ~ goes out to them** ฉันสงสาร/เวทนา/เห็นใจพวกเขาเป็นอย่างยิ่ง; **my ~ bleeds for him** ฉันสงสาร, เห็นใจเขาอย่างยิ่ง; **it does my ~ good** มันทำให้ฉันชื่นใจ; **somebody after my own ~:** คนที่ถูกใจฉัน; **have a ~ to ~ talk** พูดกันอย่างเปิดอก; **her ~ is in the right place** เธอมีน้ำใจ; **lose one's ~ to sb./sth.** หลงรัก *ค.น./ส.น.*; **give one's ~:** หลงรัก; **be sick at ~:** ใจหาย, ใจไม่ดี; **with a light/heavy ~:** ด้วยหัวใจพองโต/ห่อเหี่ยว; **his ~ is not in it** เขาไม่มีแก่จิตแก่ใจอยู่กับมัน; **all the ~ could desire** ทุกอย่างที่หัวใจปรารถนา; **bless his/her ~:** จำเริญ, จำเริญเถิด (*คำอุทาน*); **wear one's ~ [up]/on one's sleeve** แสดงความรู้สึกออกมาอย่างโจ่งแจ้ง; **find it in one's ~ to do sth.** มีแก่ใจทำ *ส.น.*; **have a ~!** เห็นใจบ้างสิ; **not have the ~ to do sth.** ไม่มีแก่ใจจะทำ *ส.น.*; Ⓒ (*seat of courage*) **take ~:** ทำใจให้เข้มแข็ง; **put new ~ into sb.** ทำให้ *ค.น.* มีกำลังใจขึ้น; ทำให้ *ค.น.* มีความหวังใหม่; **in good ~:** มีกำลังใจดี, ขวัญดี; **lose ~:** หมดกำลังใจ; **his ~ stood still** เขากลั้นใจ; **my ~ was in my boots** ใจของฉันหายวูบ; **my ~ sank** ฉันใจหาย; Ⓓ (*Cards*) ไพ่หน้าโพแดง; ➡ + club 1 D; Ⓔ (*centre*) (*of cabbage, of lettuce*) ใจผัก; **the ~ of the matter** หัวใจของเรื่อง; **go to the ~ of a problem** เข้าถึงหัวใจของปัญหา; **in the ~ of the forest/England** ในใจกลางป่า/ประเทศอังกฤษ; ➡ + ˈbreak 1 H, 2 A; change 1 A; dear 1 A; desire 1 C; gold 1 A; stone 1 A

heart: ~ache *n.* การปวดหัวใจ; **~ attack** *n.* ➤ 453 หัวใจล้มเหลว; (*fatal*) หัวใจวาย; **~beat** *n.* การเต้นของหัวใจ; **~[ˈs]-blood** *n.* (*fig.*) เลือดจากหัวใจ, ชีวิต; **~break** *n.* การอกหัก; **~breaking** *adj.* เสียดแทงหัวใจ; **~broken** *adj.* อกหัก; **she was ~broken** เธออกหัก; **~burn** *n.* Ⓐ ความอิจฉาตาร้อน; ความแค้นเคือง; Ⓑ ➤ 453 (*Med.*) อาการร้อนวาบในช่องอกจากอาหารไม่ย่อย; **~ disease** *n., no pl.* ➤ 453 โรคหัวใจ

hearten /ˈhɑːtn/ˈฮาท'น/ *v.t.* ให้กำลังใจ, ปลุกปลอบใจ

heartening /ˈhɑːtnɪŋ/ˈฮาท'นิง/ *adj.* ที่ให้กำลังใจ; **~ news** ข่าวที่ให้กำลังใจ

heart: ~ failure *n.* ➤ 453 หัวใจวาย; **~felt** *adj.* สุดหัวใจ, จริงใจ; **a ~felt wish** พรจากหัวใจ

hearth /hɑːθ/ฮาธ/ *n.* Ⓐ พื้นหน้าเตาผิง; เตาผิง; **~ and home** บ้านเรือน (*สำนวน*); Ⓑ (*in furnace*) พื้นเตาหลอมโลหะ

hearthrug *n.* ผืนพรมที่ปูหน้าเตาผิงไฟในบ้าน

heartily /ˈhɑːtɪlɪ/ˈฮาทิลิ/ *adv.* อย่างเต็มใจ; **eat ~:** กินจุและอย่างรู้รสชาติ; **be ~ sick of sth.** เอือมระอา *ส.น.* เต็มที่

heartland /ˈhɑːtlənd/ˈฮาทเลินด/ *n.* ใจกลางของเขตใดเขตหนึ่ง

heartless /ˈhɑːtlɪs/ˈฮาทลิซ/ *adj.*, **heartlessly** *adv.* /ˈhɑːtlɪslɪ/ˈฮาทลิซลิ/ ไร้หัวใจ, ไม่มีน้ำใจ

heartlessness /ˈhɑːtlɪsnɪs/ˈฮาทลิซนิซ/ *n., no pl.* ความไม่มีน้ำใจ

heart: ~-ˈlung machine *n.* (*Med.*) เครื่องปอดและหัวใจเทียม; **~ rate** *n.* ระดับความเร็วของการเต้นของหัวใจ; **an abnormally rapid ~ rate** การเต้นของหัวใจที่เร็วผิดปกติอย่างมาก; **~-rending** *adj.* ที่บาดหัวใจ; **~-searching** *n.* การสำรวจความรู้สึกที่แท้จริง; **~'s-ease** *n.* (*Bot.*) ต้นแพนซี; **~-shaped** *adj.* เป็นรูปหัวใจ; **~sick** *adj.* เหนื่อยหน่ายหัวใจ; **~strings** *n. pl.* ความรู้สึกจากขั้วหัวใจ; **touch sb.'s ~strings** เข้าถึงส่วนลึกของหัวใจของ *ค.น.*; **~-throb** *n.* (*person*) ดารา หรือ บุคคลที่มีผู้คนคลั่งไคล้; **~-to-~** *n.* **have a ~-to-~:** พูดกันแบบเปิดอก; **~ transplant** *n.* (*operation*) การผ่าตัดเปลี่ยนหัวใจ; (*transplanted heart*) หัวใจที่รับมา; **receive a ~ transplant from sb.** ได้หัวใจมาจาก *ค.น.*; **~ trouble** *n.* ➤ 453 ปัญหาหัวใจ; **~-warming** *adj.* อบอุ่นใจ; **~wood** *n.* (*Bot.*) แก่นไม้

hearty /ˈhɑːtɪ/ˈฮาทิ/ ❶ *adj.* Ⓐ (*wholehearted*) เต็มอกเต็มใจ; (*enthusiastic, unrestrained*) กระตือรือร้น; ไม่อั้น; **a ~ eater** คนกินเก่ง; Ⓑ (*large*) ใหญ่; (*กิน*) จุ; Ⓒ (*vigorous*) กระฉับกระเฉง; ➡ + ˈhale ❷ *n.* (*Naut.*) **come on, my hearties!** มาเถอะเพื่อนยาก

heat /hiːt/ฮีท/ ❶ *n.* Ⓐ (*hotness*) ความร้อน; (*temperature*) อุณหภูมิ; (*temperature setting*) การตั้งอุณหภูมิ (*เตาอบ, เครื่องทำความร้อน ฯลฯ*); (*fig.: sensation*) ความร้อน; **remove sth. from/return sth. to the ~:** ยก *ส.น.* ออกจากไฟ (*เตาไฟ*)/นำ *ส.น.* กลับขึ้นตั้งไฟใหม่; Ⓑ (*Phys.*) ความร้อน; **latent ~:** ความร้อนแฝง; **specific ~:** จำนวนแคลอรีที่ทำให้สารจำนวน 1 กรัม มีอุณหภูมิสูงขึ้น 1 องศาเซลเซียส; Ⓒ (*fig.*) (*anger*) ความโกรธ; **generate a lot of ~/more ~ than light** ทำให้ความรู้สึกรุนแรง/อารมณ์รุนแรงจนคิดไม่ออก; **take the ~ out of the situation** ลดความระอุของสถานการณ์; ทำให้

เหตุการณ์คลายเครียดลง; **in the ~ of the moment** ในขณะที่บันดาลโทสะขึ้นมา; *(coll.: pressure)* **the ~ is on** เป็นช่วงเร่งด่วน; **put the ~ on** เพิ่มความกดดัน; **put the ~ on sb.** ใช้ความกดดันกับ *ค.น.*; **the heat is off** พ้นช่วงรีบเร่งแล้ว; Ⓓ *(Zool.)* ระยะที่พร้อมจะผสมพันธุ์; **come into** *or* **on ~, be in** *or* **on ~:** อยู่ในระยะผสมพันธุ์; Ⓔ *(Sport)* รอบของการแข่งขัน; ➡ + **dead heat** ❷ *v.t.* ทำให้ร้อน, อุ่น ❸ *v.i.* ร้อนขึ้น

~'up *v.t.* ทำให้ร้อน/อุ่นขึ้น

heated /'hi:tɪd/'ฮีทิด/ *adj.* ที่ถูกทำให้ร้อน, ร้อน; *(fig.: angry)* โกรธ, โมโห; **a ~ exchange** การตอบโต้อย่างเผ็ดร้อน

heatedly /'hi:tɪdlɪ/'ฮีทิดลิ/ *adv.* อย่างเผ็ดร้อน

heater /'hi:tə(r)/'ฮีเทอะ(ร)/ *n.* Ⓐ เครื่องทำความร้อน, เตา; *(for water)* หม้อทำน้ำร้อน; Ⓑ *(dated coll.: firearm)* อาวุธปืน

'heat exchanger *n.* เครื่องถ่ายความร้อน

heath /hi:θ/ฮีธ/ *n.* Ⓐ ท้องทุ่งโล่งร้าง; Ⓑ *(Bot.)* ไม้พุ่มเล็กที่ขึ้นในท้องทุ่งแบบนี้ในสกุล *Calluna* หรือ *Erica*

'heat haze *n.* หมอกของอากาศร้อนจัด; **sth. shimmers in the ~:** *ส.น.* มีประกายในอากาศร้อน; **through the shimmering ~:** มองทะลุอากาศที่กะพริบ

heathen /'hi:ðn/'ฮีท่น/ ❶ *adj.* นอกศาสนา ❷ *n.* คนนอกศาสนา; *(fig. derog.)* คนไร้วัฒนธรรม

heather /'heðə(r)/'เฮ็ทเทอะ(ร)/ *n.* Ⓐ *(plant)* ไม้เล็กในสกุล *Erica* หรือ *Daboecia* ที่ขึ้นในท้องทุ่งร้าง; Ⓑ *(colour)* สีม่วงชมพูอ่อน

heating /'hi:tɪŋ/'ฮีทิง/ *n., no pl.* การทำให้ร้อน; อุปกรณ์ให้ความร้อน

heat: ~proof *adj.* ที่ทนต่อความร้อน; **~ pump** *n.* อุปกรณ์ที่ให้ความร้อน; **~ rash** *n. (Med.)* ผื่นที่เกิดจากอากาศร้อน; **~-resistant** *adj. (heat proof)* ที่ทนความร้อน; **~ shield** *n. (Astronaut)* อุปกรณ์ที่ปกป้องความร้อนสูง; **~stroke** *n.* อาการไข้ที่เกิดจากการตากแดดร้อนเป็นเวลานาน; **~ treatment** *n. (Metall.)* การใช้ความร้อนควบคุมคุณสมบัติของโลหะ; *(Med.)* การใช้ความร้อนในการรักษา; **~wave** *n.* คลื่นอากาศร้อน

heave /hi:v/ฮีว/ ❶ *v.t.* Ⓐ *(lift)* ยกของหนัก; Ⓑ *p.t. & p.p.* **hove** /həʊv/โฮว/ *(coll.: throw)* ขว้าง, โยน; *(Naut.: cast, haul up)* เหวี่ยง, ลากขึ้น; Ⓒ *(utter)* **~ a sigh [of relief]** ถอนใจเฮือกใหญ่ *(ด้วยความโล่งอก)* ❷ *v.i.* Ⓐ *(pitch)* *(เรือ)* โยกเยกไปมา; *(rise)* *(เรือ)* ลอยขึ้น; Ⓑ *(pull)* ลาก; **~ ho!** ฮุย-เล-ฮุย; Ⓒ *(pant)* หายใจหอบ; Ⓓ *(retch)* อาเจียน; Ⓔ *p.t. & p.p.* **hove** *(move)* **~ in sight** เคลื่อนเข้ามาจนมองเห็น; **~ to** *(Naut.)* หยุดเรือ ❸ *n.* Ⓐ *(pull)* การฉุดลาก; Ⓑ *(throw)* การขว้าง, การทุ่ม *(สิ่งมีน้ำหนัก)*

heaven /'hevn/'เฮ็ว'น/ *n.* Ⓐ สวรรค์; **in ~:** บนสวรรค์; **go/ascend to ~:** ขึ้นสวรรค์; **~ on earth** *(fig.)* สวรรค์บนดิน; **be sent from ~** *(fig.)* *(อย่างกับ)* ถูกส่งมาจากสวรรค์; **it was ~ [to her]** *(fig.)* มันเป็นดุจสวรรค์สำหรับเธอ; **seventh ~** *(fig.)* สวรรค์ชั้นเจ็ด *(ความปลื้มปีติเป็นล้นพ้น)*; **move ~ and earth** *(fig.)* ใช้ความพยายามอย่างเหลือล้น; Ⓑ *in pl., (poet.) in sing. (sky)* ท้องฟ้า; **in the ~s** ในห้วงนภากาศ; **the ~s opened** ฝนตกหนักมากเหมือนฟ้ารั่ว; Ⓒ *(God, Providence)* **by H~!** สวรรค์โปรด; **[good] H~s!** คุณพระช่วย; **H~s above!** คุณพระช่วย; **H~ [only] knows** ใครจะไปรู้; **H~ helps us** สวรรค์ช่วยด้วยเถิด; **for H~'s sake** เพื่อเห็นแก่สวรรค์; **thank H~[s]** ขอบคุณสวรรค์; **I hope to H~ that** ฉันภาวนาขอให้...; ➡ + **forbid** B; **name** 1 D

heavenly /'hevnlɪ/'เฮ็ว'นลิ/ *adj.* Ⓐ *(also coll.: delightful)* วิเศษ, ประเสริฐ; Ⓑ **~ body** พระอาทิตย์หรือดาว; Ⓒ *(of heaven)* เกี่ยวกับสวรรค์; **the H~ City** สรวงสวรรค์, ทิพย์ *(ร.บ.)*

'heaven-sent *adj.* **a ~ opportunity** โอกาสที่สวรรค์ประทาน; โอกาสพิเศษ

heavenward[s] /'hevnwəd(z)/'เฮว'นเวิด(ซ)/ *adv.* สู่สวรรค์

heavily /'hevɪlɪ/'เฮ็ววิลิ/ *adv.* Ⓐ *(with great weight, severely, with difficulty)* *(เดิน, ตกลงมา, แบกของ)* อย่างหนักหน่วง; *(หายใจ)* อย่างยากลำบาก; **~ guarded** ถูกควบคุมอย่างแน่นหนา; Ⓑ *(to a great extent)* *(ติดอาวุธ)* มาก; *(บรรทุกของ)* อย่างหนัก; **smoke/drink ~:** สูบบุหรี่/ดื่มเหล้าจัด; **eat too ~:** รับประทานจุเกินไป; **gamble ~:** เล่นพนันมือหนัก; **rely ~ on sb./sth.** พึ่งพาอาศัย *ค.น./ส.น.* อย่างมาก; Ⓒ *(with great force)* **it rained/snowed ~:** ฝน/หิมะตกหนัก; **fall ~:** หล่นตุ้บ; **~ underlined** ขีดเส้นใต้ไว้อย่างหนา; **weigh ~ [up]on sb.** *(fig.)* เป็นภาระที่หนักอึ้งของ *ค.น.*; **~ built** รูปร่างล่ำบึกบึน

heaviness /'hevɪnɪs/'เฮ็ววินิซ/ *n., no pl.* Ⓐ *(weight)* ความหนัก; Ⓑ *(great extent)* ขนาดหนัก; *(severity)* ความหนักหนา; Ⓒ *(clinging quality)* ความเหนอะหนะ *(ของดิน/โคลน)*; Ⓓ *(tiredness)* ความเหน็ดเหนื่อย

heavy /'hevɪ/'เฮ็ววิ/ ❶ *adj.* Ⓐ ➤ **1013** *(in weight)* หนัก; **~ traffic** การจราจรคับคั่ง; **~ work** งานหนัก; **a ~ crop** *(fig.)* การเก็บเกี่ยวที่อุดม; **a ~ silence** ความเงียบอันน่าอึดอัด; Ⓑ *(severe)* *(การต่อสู้, ความผิด)* หนักหนา; **~ responsibilities** ภาระหนักอึ้ง; Ⓒ *(excessive)* หนักมือ, จัด; **be ~ on the sugar/petrol** *(coll.)* หนักมือหน่อยสำหรับน้ำตาล/น้ำมันรถ; **a ~ smoker/drinker** คนสูบบุหรี่/คนดื่มจัด; **a ~ gambler** นักพนันมือหนัก; **be a ~ sleeper** นอนหลับสนิท, เป็นคนนอนขี้เซา; Ⓓ *(violent)* *(ฝนตก)* หนัก; *(การชก, พายุ)* รุนแรง; **~ weather** สภาพอากาศที่เลวร้าย; **make ~ weather of sth.** *(fig.)* ทำให้ *ส.น.* ยากกว่าความจำเป็น; Ⓔ *(clinging)* *(โคลน)* เหนอะ; ➡ + **going** 1 B; Ⓕ *(hard to digest)* *(อาหาร)* หนัก; Ⓖ *(overcast)* ครึ้มฟ้าครึ้มฝน, ฟ้ามัว; Ⓗ *(in sound)* **~ footsteps** เสียงฝีเท้าหนัก; Ⓘ *(clumsy)* งุ่มง่าม; *(intellectually slow)* ปัญญาทึบ, คิดช้า; **~ with sleep** ตาปรือ; **our eyes were ~ with sleep** นัยน์ตาเราปรือลืมไม่ค่อยขึ้น; Ⓙ *(tedious)* น่าเบื่อ; *(serious)* เป็นการเป็นงาน; *(หนังสือ, หนังสือพิมพ์)* อ่านหนัก; *(stern)* เข้มงวด; **lie ~ on sb.'s stomach/conscience** *(fig.)* ปวดท้อง/หนักในมโนธรรม; **time lies ~ on my hands** เวลาผ่านไปช้ามากสำหรับฉัน; ➡ + **hand** 1 B; Ⓚ *(Phys.)* **~ hydrogen/water** ไฮโดรเจน/น้ำมีส่วนประกอบของ deuterium oxide มาก ❷ *n. (coll.)* Ⓐ *(newspaper)* หนังสือพิมพ์ที่มีเนื้อหาหนัก; Ⓑ *(coll.: thug)* อันธพาลตัวใหญ่

heavy: ~-duty *adj.* ที่ทนทานต่อการใช้งาน; **~-'footed** *adj.* ที่ *(เดิน)* ลงเท้าหนัก; **~ 'goods vehicle** *n.* รถบรรทุกสินค้ามีน้ำหนัก; **~-'handed** *adj. (clumsy)* มือหนัก, เก้งก้าง; **~-'hearted** *adj.* หนักใจ, ใจคอหดหู่; **~ 'industry** *n.* อุตสาหกรรมหนัก; **~ 'metal** *n.* Ⓐ โลหะหนัก; Ⓑ *(Mus.)* ดนตรีร็อคที่เสียงดังมากและเน้นจังหวะหนัก ๆ; **a ~-metal band** วงดนตรีร็อคแบบเฮฟวีเมตัล; **~ 'type** *n. (Printing)* ตัวพิมพ์ที่หนามาก; **~weight** *n. (Boxing etc.)* รุ่นหนัก; รุ่นเฮฟวีเวท *(ท.ศ.)*; *(person also)* นักมวยในพิกัดรุ่นนี้; *(fig.)* บุคคลสำคัญหรือผู้มีอิทธิพล

Hebraic /hi:'breɪɪk/ฮี'เบรอิค/ *adj.* เกี่ยวกับภาษาฮีบรู

Hebrew /'hi:bru:/'ฮีบรู/ ❶ *adj.* เกี่ยวกับฮีบรู; ➡ + **English** 1 ❷ *n.* Ⓐ *(Israelite)* ชาวอิสราเอลโบราณ; Ⓑ *no pl. (language)* ภาษาฮีบรู; **a ~ scholar** นักวิชาการ/ผู้เชี่ยวชาญทางภาษาฮีบรู; ➡ + **English** 2 A

Hebrides /'hebrɪdi:z/'เฮ็บบริดีซ/ *pr. n. pl.* หมู่เกาะเฮบริดิส *(ที่อยู่ในทะเลด้านตะวันตกของสกอตแลนด์)*; **Inner/Outer ~:** เกาะเฮบริดิสใน/นอก

heck /hek/เฮ็ค/ *(coll. euphem.)* ➡ **hell** B

heckle /'hekl/'เฮ็ค'ล/ *v.t.* **~ sb./a speech** ตะโกนขัดและก่อกวน *ค.น.*/ระหว่างการพูดต่อที่ประชุม

heckler /'heklə(r)/'เฮ็คเลอะ(ร)/ *n.* ผู้ที่ตะโกนก่อกวนการพูดต่อที่ประชุม

hectare /'hekta:(r)/'เฮ็คทา(ร)/ *n.* ➤ **69** เฮกตาร์ *(ท.ศ.) (10,000 ตารางเมตร)*

hectic /'hektɪk/'เฮ็คทิค/ *adj.* ยุ่ง, ชุลมุน

hecto- /'hektə/'เฮ็คเทอะ/ *pref.* หนึ่งร้อย

hector /'hektə(r)/'เฮ็คเทอะ(ร)/ ❶ *v.t.* รังแก, ข่มเหงคนที่อ่อนแอกว่า ❷ *v.i.* ทำตัวเป็นอันธพาล

hectoring /'hektərɪŋ/'เฮ็คเทอะริง/ *adj.* ที่ชอบข่มเหงผู้อื่น

he'd /hi:d/ฮีด/ *abbr.* Ⓐ = **he had**; Ⓑ = **he would**

hedge /hedʒ/เฮ็จ/ ❶ *n. (of bushes, trees, etc.)* รั้วต้นไม้; *(fig.: barrier)* สิ่งปกป้อง; *(fig.: means of protection)* รั้วขอบเขต; *(against financial loss)* การป้องกัน ❷ *v.t.* Ⓐ *(surround with ~)* ล้อมด้วยรั้ว; **~ sb. [in** *or* **round]** *(fig.)* ล้อมรอบ *ค.น.*, ตะล่อมเข้ามา; Ⓑ *(protect)* **~ one's bets** วางพนันหลายด้าน เพื่อลดความเสี่ยง ❸ *v.i. (avoid commitment)* หลบเลี่ยงพันธะหรือข้อผูกพันใด ๆ; **stop hedging and give me a straight answer** เลิกเฉไฉเสียทีและตอบฉันมาตรง ๆ

'hedge clippers *n. pl.* กรรไกรตัดแต่งรั้วต้นไม้

hedge fund *n.* กองทุนรวมป้องกันความเสี่ยง

hedgehog /'hedʒhɒg/'เฮ็จฮอก/ *n.* เม่น

'hedge-hop *v.i.* บินเพดานต่ำ

hedge: ~row *n.* แนวรั้วต้นไม้; **~ sparrow** *n.* นกกระจอก *Prunella modularis* ที่อยู่ตามพุ่มไม้

hedging *n.* การลดความเสี่ยงในการลงทุนในตลาดหลักทรัพย์หรือตลาดเงินตรา

hedonism /'hi:dənɪzm/'ฮีเดอะนิซ'ม/ *n.* คติสุขนิยม, สุขารมณ์นิยม, รตินิยม *(ร.บ.)* *(ลัทธิที่ถือการแสวงหาความสุขเป็นยอดคุณธรรมแห่งชีวิต)*

hedonist /'hi:dənɪst/'ฮีเดอะนิซท/ *n.* ผู้ที่เน้นการแสวงหาความสุขเป็นสรณะ

hedonistic /hi:də'nɪstɪk/ฮีเดอะ'นิซติค/ *adj.* เกี่ยวกับการแสวงหาความสุขก่อนอื่น

heebie-jeebies /hi:bɪ'dʒi:bɪz/ฮีบิ'จีบิซ/ *n. pl. (coll.)* **give sb. the ~:** ทำให้ *ค.น.* ประสาทผวา

heed /hi:d/ฮีด/ ❶ *v.t.* ให้ความสนใจ, แยแส; **~ the danger/risk** คำนึงถึงอันตราย/การเสี่ยง ❷ *n., no art., no pl.* **give** *or* **pay ~ to, take ~ of** สนใจกับ; **give** *or* **pay no ~ to, take no ~ of** ไม่สนใจกับ

Height and depth (ความสูงและความลึก)

1 inch (นิ้ว) = 25.4 mm (มม.)
1 foot (ฟุต) = 30.48 cm (ซม.)

Height (ความสูง)

■ PEOPLE (คน)

How tall is she?, What height is she?
= เธอสูงเท่าไร ความสูงเธอเท่าไร

She's five foot six
= เธอสูง 5 ฟุต 6 นิ้ว

He's smaller or ***less tall than his brother***
= เขาตัวเล็กกว่า *หรือ* สูงน้อยกว่าพี่/น้องชายของเขา

A is the same height or ***as tall as B***
= เอ สูงเท่ากับ บี *หรือ* ความสูง เอ เท่ากับ บี

They are the same height
= เขาสูงเท่ากัน

an athlete six feet tall
= นักกีฬาสูง 6 ฟุต

■ THINGS (สิ่งของ)

How high is it?, What height is it?
= มันสูงเท่าไร ความสูงของมันเท่าไร

It's about thirty feet high or ***in height***
= มันสูงประมาณ 30 ฟุต

A is lower/higher than B
= เอ เตี้ยกว่า/สูงกว่า บี

A is the same height or ***as high as B***
= เอ สูงเท่ากับ บี *หรือ* ความสูง เอ เท่ากับ บี

The towers are the same height
= อาคารทั้งสองสูงเท่ากัน

The aircraft was flying at a height or ***an altitude of 10,000 feet***
= เครื่องบินกำลังบินอยู่ที่ระดับความสูง 10,000 ฟุต

The treeline is at a height of about 6,500 feet
= ระดับความสูงสุดจากระดับน้ำทะเลที่มีต้นไม้ขึ้นได้ คือ ระดับ 6,500 ฟุต

waves ten feet high
= คลื่นสูง 10 ฟุต

a mountain of over 20,000 feet or ***over 20,000 feet in height***
= ภูเขาสูงกว่า 20,000 ฟุต

Depth (ความลึก)

How deep or ***What depth is the river?***
= แม่น้ำนี้ลึกเท่าไร

It's ten feet deep
= มันลึก 10 ฟุต

The treasure is at a depth of fifty feet or ***is fifty feet down***
= สมบัติอยู่ที่ความลึก 50 ฟุต/อยู่ลึกลงไป 50 ฟุต

A is the same depth as B
= เอ ลึกเท่ากับ บี

A and B are the same depth
= เอ และ บี ลึกเท่ากัน

A is shallower than B
= เอ ตื้นกว่า บี

a hole ten feet deep
= หลุมลึก 10 ฟุต

heedful /'hi:dfl/'ฮีดฟ'ล/ *adj.* สนใจ; **be ~ of sth.** สนใจกับ *ส.น. (ระวัง)*; **be ~ of sb.'s warning** คำนึงถึงคำเตือนของ *ค.น.*

heedless /'hi:dlɪs/'ฮีดลิซ/ *adj.* ไม่ฟังเสียง, ไม่สนใจ; **be ~ of** ไม่สนใจกับ; **be ~ of danger/risks** ไม่คำนึงถึงอันตราย/การเสี่ยง

hee-haw /'hi:hɔ:/'ฮีฮอ/ ❶ *int.* เสียงร้องของลา ❷ *n.* การร้องของลา ❸ *v.i.* *(ลา)* ร้อง

[1]**heel** /hi:l/ฮีล/ ❶ *n.* (A) ➤ **118** ส้นเท้า; **~ of the hand** ส้นมือ; **Achilles'~** *(fig.)* จุดอ่อนของบุคคล; **bring a dog to ~:** เรียกสุนัขให้เดินตามอย่างใกล้ชิด; **bring sb. to ~:** คำราม *ค.น.* ให้เชื่อฟัง; **come to ~:** มาเดินตามหลัง; *(fig.)* ทำตามคำสั่ง; *(fig.)* **[to] heel!** *(หมา)* เดินตาม; **at ~:** เดินชิดอยู่ข้างหลัง; **be on sb.'s ~** *(fig.)* ติดตาม *ค.น.* อย่างกระชั้นชิด; **[hard** *or* **close] on** *or* **at the ~s of sb./sth.** ตามหลัง *ค.น./ส.น.* มาอย่างกระชั้นชิด; *(in time or quality)* ไล่ตามหลัง; **show a clean pair of ~s** *(fig.)* เปิดแน่บ; **show sb. a clean pair of ~s** *(fig.)* เปิดหนี *ค.น.*; **take to one's ~** *(fig.)* เปิดหนี; **cool one's ~s** *(fig. coll.)* ถูกปล่อยให้รอ; **kick one's ~s** *(fig.)* ถูกปล่อยให้รอ; **be under the ~ of sb.** *(fig.)* ตกเป็นฝ่ายยอม; เป็นลูกไล่ของ *ค.น.*; ➡ **+ dig in** 2 B; (B) *(of shoe)* ส้นรองเท้า; *(of stocking)* ส้นถุงเท้า; **down at ~:** ส้นรองเท้าสึก, แต่งตัวปอน ๆ; **turn on one's ~:** หมุนตัวกลับ; ➡ **+ high heel;** (C) *(of violin bow)* คันชักส่วนที่มือจับ; *(of golf club)* ส่วนหัวที่ต่อกับตัวของไม้; *(of ski)* ส่วนท้าย; *(of loaf)* กะโหลกขนมปัง; (D) *(coll.: person)* คนต่ำช้าเลวทราม ❷ *v.t.* (A) **~ a shoe** ใส่/เปลี่ยนส้นรองเท้า; (B) *(Golf)* ตีด้วยส่วนท้ายของไม้ตีกอล์ฟ; (C) *(Rugby) ใช้ส้นเท้าเขี่ยลูกบอลให้ผู้เล่นฝ่ายเดียวกัน*

[2]**heel** *(Naut.)* ❶ *v.i.* เอียงไปข้างหนึ่ง ❷ *v.t.* ทำให้เรือเอียงไปข้างหนึ่ง ❸ *n.* การเอียง *(ของเรือ)*

[3]**heel** ➡ **hele**

heel: ~bar *n.* แผงบริการซ่อมรองเท้าตามห้าง; **~ bone** *n. (Anat.)* กระดูกส้นเท้า

heelless /'hi:llɪs/'ฮีลลิซ/ *adj. (รองเท้า)* ไม่มีส้น *หรือ (รองเท้า)* เปิดส้น

heft /heft/เฮ็ฟท/ ❶ *v.t.* ยก *(ของหนัก)* เพื่อคะเนน้ำหนัก ❷ *n. (Amer.)* น้ำหนัก, ความหนัก

heftily /'heftɪlɪ/'เฮ็ฟทิลิ/ *adv.* อย่างหนักหน่วง

hefty /'heftɪ/'เฮ็ฟทิ/ *adj.* ทรงพลัง; *(heavy)* หนักหน่วง; *(fig.: large) (จำนวนเงิน)* ใหญ่โต

Hegelian /he'gi:lɪən/เฮ'กีเลียน/ *(Philos.)* ❶ *adj. เกี่ยวกับเฮเกิล นักปรัชญาชาวเยอรมัน (ตาย ค.ศ. 1831) ผู้ถือในอุดมคตินิยมแบบลัทธิภาวะวิสัย* ❷ *n.* ผู้ยึดถือตามหลักปรัชญาของเฮเกิล

hegemony /hɪ'gemənɪ, US 'hedʒeməʊnɪ/ฮิ'เก็มเมอะนิ, 'เฮ็จเจะโมนิ/ *n.* การเป็นใหญ่ของรัฐหนึ่งเหนือรัฐอื่นในสมาพันธรัฐ, การมีอำนาจเหนือ

hegira /'hedʒɪrə, hɪ'dʒaɪərə/'เฮ็จจิเรอะ, ฮี'จายเรอะ/ *n.* ฮิจเราะห์ *(ศักราชในศาสนาอิสลามนับตั้งแต่ปีที่ศาสดามาหะหมัดหนีจากเมืองเมกกะไปเมืองเมดินา ตรงกับปี ค.ศ. 622)*; *(fig. literary)* การอพยพออกจากเมือง, การเดินทางรอนแรม

heh /heɪ/เฮ/ *int.* เฮ้

he-he /hi:'hi:/ฮี'ฮี/ *int.* ฮิฮิ

heifer /'hefə(r)/'เฮ็ฟเฟอะ(ร)/ *n.* (A) วัวสาว; ลูกวัวตัวเมีย

heigh-ho /heɪ'həʊ/เฮ'โฮ/ *int.* เอาเถอะ

height /haɪt/ไฮท/ *n.* (A) ➤ **426** ความสูง; *(of person, animal, building)* ส่วนสูง; **lose ~** *(Aeron.)* ลดระดับความสูง; **be three metres in ~:** สูงสามเมตร; **at a ~ of three metres** ณ ความสูงสามเมตร; **be six feet in ~** *(Person)* สูงหกฟุต; **what is your ~?** คุณสูงเท่าไร; (B) *usu. in pl. (high place)* **the ~s** เขาสูง, ที่สูง; **be afraid of ~s** กลัวความสูง; **~ of land** *(Amer. Geog.)* ความสูงของพื้นที่; (C) *(fig.: highest point)* ยอด, จุดสูงสุด; **at the ~ of one's fame** ณ. จุดที่โด่งดังที่สุด; **the ~ of luxury** พรั่งพร้อมด้วยความหรูหราฟุ่มเฟือย; **the ~ of folly** ยอดแห่งความเขลา; **at the ~ of summer** กลางฤดูร้อน; ➡ **+ fashion** 1 B

heighten /'haɪtn/'ไฮท'น/ ❶ *v.t.* เพิ่มขึ้น; *(fig.: intensify)* ทำให้เข้มขึ้นอีก ❷ *v.i. (fig.)* ทวีความรู้สึก; ทำให้เข้มขึ้น

heinous /'heɪnəs/'เฮเนิช/ *adj.* ชั่วร้ายเลวทรามอย่างยิ่ง *(อาชญากรรม, อาชญากร)*

heir /eə(r)/แอ(ร)/ *n. (lit or fig.)* ทายาท; **the ~ to the throne** รัชทายาท; ➡ **+ apparent** A; **presumptive**

heiress /'eərɪs/'แอริซ/ *n.* ทายาทหญิง; ➡ **+ heir**

heirloom /ˈeəluːm/ˈแอลูม/ *n.* Ⓐ ทรัพย์สมบัติที่เป็นมรดกตกทอดมาหลายชั่วคน; Ⓑ *(Law)* มรดกตกทอด

heist /haɪst/ไฮซฺท/ *(Amer. coll.)* ❶ *n.* การโจรกรรม ❷ *v.t. (steal)* ลักขโมย; *(rob)* ปล้น

hejira ➡ **hegira**

held ➡ **²hold** 1, 2

hele /hiːl/ฮีล/ *v.t. (Hort.)* **~ sth. [in]** ปลูกต้นไม้ลงดิน

Helen /ˈhelən/ˈเฮ็ลเลิน/ *pr. n.* **~ of Troy** เฮเลนแห่งทรอย

heli- /ˈhelɪ/ˈเฮ็ลลิ/ *in comb.* ที่เกี่ยวกับเฮลิคอปเตอร์

helical /ˈhelɪkl, hiːlɪkl/ˈเฮ็ลลิค'ล, ฮีลิค'ล/ *adj.* วนเป็นเกลียวสว่าน *หรือ* เป็นวงก้นหอย; **~ gear** เฟืองตัวหนอน; **~ spring** สปริงขด

helices *pl. of* **helix**

helicopter /ˈhelɪkɒptə(r)/ˈเฮ็ลลิคอพเทอะ(ร)/ *n.* เฮลิคอปเตอร์ *(ท.ศ.)*

helio- /ˈhiːlɪə/ˈฮีเลีย/ *in comb.* เกี่ยวกับดวงอาทิตย์

ˈheliograph ❶ *n.* เครื่องส่งอาณัติสัญญาณ โดยใช้กระจกเงาสะท้อนแสงอาทิตย์; เครื่องมือที่ใช้ถ่ายภาพดวงอาทิตย์ ❷ *v.t.* ส่งสัญญาณโดยเครื่องมือนี้

heliotrope /ˈhiːlɪətrəʊp/ˈฮีเลียโทรพ/ ❶ *n.* Ⓐ *(Bot.)* พืชในสกุล *Heliotropium* มีดอกสีม่วงกลิ่นหอม; *(Min.)* หินบลัดสโตน; Ⓑ *(colour)* สีม่วงอ่อน ❷ *adj.* มีสีม่วงอ่อน

heliport /ˈhelɪpɔːt/ˈเฮ็ลลิพอท/ *n.* ลานสำหรับเฮลิคอปเตอร์ขึ้นลง

helium /ˈhiːlɪəm/ˈฮีเลียม/ *n.* ก๊าซฮีเลียม *(ท.ศ.)*

helix /ˈhiːlɪks/ˈฮีลิคซฺ/ *n., pl.* **helices** /ˈhelɪsiːz, ˈhiː-/ˈเฮ็ลลิซีซ, ˈฮี-/ Ⓐ เกลียวสว่าน *หรือ* เกลียวขด; Ⓑ *(Archit.)* สิ่งตกแต่งรูปเกลียว; Ⓒ *(Anat.)* ขอบใบหูด้านนอก

hell /hel/เฮ็ล/ *n.* Ⓐ นรก; **suffer the torments of ~:** ทนทรมานดุจอยู่ในนรก; **make sb.'s life [a] ~, make life ~ for sb.** ทำให้ชีวิต *ค.น.* เป็นเหมือนนรก; **all ~ was let loose** *(fig.)* เกิดโกลาหลขึ้น; **~ on earth** *(fig.)* นรกบนดิน; Ⓑ *(coll.: in imprecations and phrases)* **[oh] ~!** ตายจริง; **what the ~!** ไม่เป็นไรหรอก, ช่างมัน; **to** *or* **the ~ with it!** ช่างแม่มัน, ช่างหัวมัน *(ภ.ย.)*; **who the ~ are you?** แกเป็นใครวะ; **~'s bells!** *(coll.)* ไอ้เวร *(ภ.ย.)*; **get the ~ 'out of here!, go to ~!** ไปให้พ้น; ไปลงนรกเถอะ; **play [merry] ~ with sth.** ทำให้ *ส.น.* วุ่นวายไปหมด; **there'll be ~ to pay if you get caught** ถ้าคุณถูกจับได้ต้องโดนหนัก; **as tired/angry as ~:** อ่อนระโหย/โกรธแทบเป็นบ้า; **a** *or* **one ~ of a/a helluva [good] party** งานเลี้ยงมันมาก; **a ~ of a/a helluva noise** เสียงดังโลดไปถึงไหน ๆ; **like sb./sth. a ~ of a lot** ชอบ *ค.น./ส.น.* เป็นบ้าเลย; **a ~ of a lot of money** เงินจำนวนมาก; **he thinks he's a ~ of a fellow** เขานึกว่าเขาแน่เสียเต็มประดา; **that was a ~ of a thing to do** ไม่น่าทำอย่างนั้นเลย; **work/run like ~:** ทำงานหนักเป็นบ้า/วิ่งเร็วจี๋; **like ~!** ชาติหน้า; **it hurt like ~:** เจ็บเป็นบ้า; **beat/knock [the] ~ out of sb.** ตบตี *ค.น.* จนเละ; **give sb. ~:** ด่าว่า *ค.น.*; **get ~:** ถูกด่าว่า; **come ~ or high water ~** ไม่ว่าจะเกิดอะไรขึ้น; **do sth. [just] for the ~ of it** ทำ *ส.น.* เพื่อความสนุก; **~ for leather** เร็วด่วนจี๋; **I'll see you in ~ first** ฉันจะไม่ยอมทำสิ่งนั้นให้แกเป็นอันขาด; ➡ + **hope** 1; **raise** 1 G

he'll /hil/ˈฮัล/ = **he will**

hell: ~bender *n. (Amer. Zool.)* ตัวซาลาแมนเดอร์ยาวประมาณ 18 นิ้ว อาศัยอยู่ในรัฐโอไฮโอ; **~-ˈbent** *adj.* **be ~-bent on doing sth.** *(coll.)* มุทะลุจะทำ *ส.น.* ให้ได้; **~cat** *n. (derog.)* ผู้หญิงปากจัดอารมณ์ร้อน

hellebore /ˈhelɪbɔː(r)/ˈเฮ็ลลิบอ(ร)/ *n. (Bot.)* ไม้ดอกในสกุล *Helleborus* มีดอกใหญ่สีขาวเขียวหรือสีอมม่วง

Hellenic /heˈliːnɪk, US heˈlenɪk/เฮะˈลีนิค, เฮะˈเล็นนิค/ *adj.* เกี่ยวกับอารยธรรมกรีก

Hellenist /ˈhelɪnɪst/ˈเฮ็ลลินิซทฺ/ *n.* ผู้เชี่ยวชาญ *หรือ* ผู้นิยมชมชอบในภาษา *หรือ* อารยธรรมกรีก

Hellenistic /helɪˈnɪstɪk/เฮะลิˈนิซติค/ *adj.* *เกี่ยวกับประวัติศาสตร์ ภาษา อารยธรรมของกรีกโบราณ*

ˈhellfire /ˈhelfaɪə(r)/ˈเฮ็ลฟายเออะ(ร)/ *n.* ไฟนรก

ˈhellhound *n.* อสูรกาย

hellish /ˈhelɪʃ/ˈเฮ็ลลิช/ ❶ *adj.* เหมือน *หรือ* แห่งนรก; *(งาน)* ยากลำบาก; *(ความเจ็บปวด)* รุนแรง ❷ *adv. (coll.)* ชิบหาย *(ภ.พ.)*

hellishly /ˈhelɪʃlɪ/ˈเฮ็ลลิชลิ/ *adv.* อย่างกับนรก; *(coll. as intensive)* ชิบหายเลย; เป็นบ้าเลย

hello /həˈləʊ/เฮอะˈโล/ ➤ 403 ❶ *int. (greeting)* ฮัลโหล *(ท.ศ.)*, สวัสดี; *(surprise)* เฮ้ย ❷ *n.* การทักทาย

hell's 'angel *n.* แก๊งอันธพาลขี่มอเตอร์ไซด์ออกอาละวาดระรานผู้อื่น

helluva /ˈheləvə/ˈเฮ็ลเลอะเวอะ/ = **hell of a;** ➡ **hell** B

¹helm /helm/เฮ็ลมฺ/ *n. (Naut.)* หางเสือ *หรือ* พวงมาลัยที่บังคับเรือ; **be at the ~ of** *(lit or fig.)* คัดท้าย, ควบคุมบังคับ; **take the ~** รับหน้าที่คัดท้ายหรือควบคุม

²helm /helm/เฮ็ลมฺ/ *n. (arch.: helmet)* หมวกเหล็ก, หมวกนักรบ

helmet /ˈhelmɪt/ˈเฮ็ลมิท/ *n.* หมวกเหล็ก, หมวกกันน็อก, หมวกนิรภัย

helmeted /ˈhelmɪtɪd/ˈเฮ็ลมิทิด/ *adj.* ที่สวมหมวกเหล็ก/หมวกนิรภัย

helmsman /ˈhelmzmən/ˈเฮ็ลมซฺเมิน/ *n., pl.* **helmsmen** /ˈhelmzmən/ˈเฮ็ลมซฺเมิน/ *(Naut.)* คนถือท้ายเรือ

helot /ˈhelət/ˈเฮ็ลเลิท/ *n.* *ชนชั้นทาสในนครรัฐสปาร์ตาสมัยกรีกโบราณ*

help /help/เฮ็ลพฺ/ ❶ *v.t.* Ⓐ **~ sb. [to do sth.]** ช่วย *ค.น.* [ให้ทำ *ส.น.*]; **~ oneself** ช่วยตัวเอง; **can I ~ you?** ให้ฉันช่วยอะไรคุณไหม; *(in shop also)* มีอะไรให้รับใช้ไหมคะ/ครับ; **~ sb. over a difficulty** ช่วย *ค.น.* แก้ไขปัญหา; **~ sb. on/off with his coat** ช่วยสวม/ถอดเสื้อโค้ตให้ *ค.น.*; **every little ~s** การให้แม้จะน้อยก็เป็นการช่วยเหลือ; **It would ~ [matters], if ...:** มันจะช่วยได้บ้างถ้า...; **how does that ~?** นั่นจะช่วยได้อย่างไรกัน; Ⓑ *(serve)* **~ oneself** ช่วยตัวเอง; **~ oneself to sth.** ตัก *หรือ* แบ่ง *ส.น.* ใส่จานตัวเอง; *(coll.: steal)* หยิบฉวย *ส.น.*; **~ sb. to some soup** ช่วยตักซุปให้ *ค.น.*; Ⓒ *(avoid)* **if I/you could ~ it** ถ้าฉัน/คุณหลีกเลี่ยงได้; **not if I can ~ it** ถ้าฉันหลีกเลี่ยงได้; **it can't be ~ed** ช่วยไม่ได้; *(remedy)* **I can't ~ it** ฉันช่วยไม่ได้; Ⓓ *(refrain from)* **I can't ~ it** *or* **myself** ฉันหักห้ามใจไม่ได้/ห้ามตัวเองไม่ได้; **I can't ~ thinking/can't ~ but think that ...:** ฉันอดคิดไม่ได้/อดไม่ได้ที่จะคิดว่า...; **I couldn't ~ hearing what you said** ฉันบังเอิญได้ยินที่คุณพูด; **I can't ~ laughing** ฉันอดหัวเราะไม่ได้; Ⓔ *(in oath)* **so ~ me [God]** *คำปฏิญาณว่าพูดความสัตย์จริง*

❷ *n.* Ⓐ ความช่วยเหลือ; **can I be of ~?** ฉันจะช่วยได้ไหม; **a cry for ~:** เสียงร้องขอความช่วยเหลือ; **give sb. some ~:** ให้ความช่วยเหลือแก่ *ค.น.*; **be of [some/no/much] ~ to sb.** ช่วย *ค.น.* [ได้บ้าง/ไม่ได้/ได้มาก]; **with the ~ of sth./sb.** ด้วยความช่วยเหลือจาก *ส.น./ค.น.*; **walk without the ~ of a stick** เดินโดยไม่ต้องอาศัยไม้เท้า; **that's no ~:** ทำอย่างนั้นไม่ช่วยอะไร; **there is no ~ for it** ไม่มีทางออก, ช่วยไม่ได้แล้ว; **be a great ~ to sb.** ช่วย *ค.น.* ได้มาก; Ⓑ *(employee)* ลูกจ้าง; **home ~** *(Brit.)* ผู้หญิงทำงานบ้าน โดยรัฐออกค่าใช้จ่าย

~ˈout ❶ *v.i.* ช่วยเหลือในยามขาดแคลน ❷ *v.t.* **~ sb. out** ช่วย *ค.น.* ในยามยาก

ˈhelp desk *n.* จุดประชาสัมพันธ์; *การบริการข้อมูลช่วยเหลือผู้ใช้คอมพิวเตอร์*

helper /ˈhelpə(r)/ˈเฮ็ลเพอะ(ร)/ *n.* ผู้ช่วยเหลือ; *(paid assistant)* ผู้ช่วย

helpful /ˈhelpfl/ˈเฮ็ลพฺฟ'ล/ *adj. (willing)* เต็มใจช่วย; *(useful)* เป็นประโยชน์, เป็นการช่วยเหลือ

helpfully /ˈhelpfəlɪ/ˈเฮ็ลพฺเฟอะลิ/ *adv.* อย่างเต็มใจช่วย, อย่างช่วยเหลือ

helpfulness /ˈhelpflnɪs/ˈเฮ็ลพฺฟ'ลนิซ/ *n., no pl. (willingness)* ความเต็มใจช่วย; *(usefulness)* ความเป็นประโยชน์

helping /ˈhelpɪŋ/ˈเฮ็ลพิง/ ❶ *adj.* **lend [sb.] a ~ hand [with sth.]** *(fig.)* ให้ความช่วยเหลือ *ค.น.* [เกี่ยวกับ *ส.น.*]; **need a ~ hand** ต้องการคนช่วย; **be ready with a ~ hand** พร้อมจะช่วย ❷ *n.* อาหารที่ตักแบ่งมาแต่ละคราว; อาหารหนึ่งจาน/ชาม

helpless /ˈhelplɪs/ˈเฮ็ลพฺลิซ/ *adj.* ช่วยตนเองไม่ได้, หมดทาง, จนแต้ม; *(powerless)* หมดฤทธิ์, หมดอำนาจ

helplessly /ˈhelplɪslɪ/ˈเฮ็ลพฺลิซลิ/ *adv.* อย่างหมดหนทาง; อย่างช่วยตัวเองไม่ได้

helplessness /ˈhelplɪsnɪs/ˈเฮ็ลพฺลิซนิซ/ *n., no pl.* การหมดหนทาง, การจนแต้ม; *(powerlessness)* การหมดฤทธิ์, การหมดอำนาจ

ˈhelpline *n.* บริการให้ความช่วยเหลือทางโทรศัพท์; **a ~ for parents** การบริการคำแนะนำแก่พ่อแม่ทางโทรศัพท์; **the AIDS ~:** การแนะนำเรื่องโรคเอดส์ทางโทรศัพท์

helpmate /ˈhelpmeɪt/ˈเฮ็ลพฺเมท/, **helpmeet** /ˈhelpmiːt/ˈเฮ็ลพฺมีท/ *n.* เพื่อนร่วมทุกข์ร่วมสุข; สามี/ภรรยาที่ร่วมทุกข์ร่วมสุขกัน

helter-skelter /ˈheltəskeltə(r)/ˈเฮ็ลเทอะซเก็ลเทอะ(ร)/ ❶ *adv.* อย่างอลหม่าน ❷ *adj.* รีบร้อนสับสน ❸ *n.* Ⓐ ความอลหม่าน; Ⓑ *(in funfair)* ไม้ลื่นสูงที่ลาดเวียนหลายรอบ

helve /helv/เฮ็ลวฺ/ *n.* ด้ามเครื่องมือ/อาวุธ

¹hem /hem/เฮ็ม/ ❶ *n.* ชายเสื้อผ้า, ชายขอบ ❷ *v.t.,* **-mm-:** *(hemmed, hemming)* Ⓐ *(a piece of cloth etc.)* สอยตะเข็บ; Ⓑ *(surround)* **~ sb./sth. in** *or* **about, confine, restrict the movement of** จำกัด, ล้อมรอบ, กักตัว *ค.น./ส.น.*; **feel ~med in** *(fig.)* รู้สึกว่าถูกจำกัด *หรือ* ขีดเส้นตาย; รู้สึกอึดอัด

²hem /hem/เฮ็ม/ ❶ *int. hm!* แฮ่ม *(ทำเสียงกระแอมในลำคอเพื่อเรียกร้องความสนใจ)* ❷ *n. (sound)* เสียงกระแอม; **give a loud ~:** ทำเสียงกระแอมดัง ๆ ❸ *v.i.,* **-mm-** พูดอึกอัก; **~ and haw** *(coll.)* พูดอึกอัก

he-man /ˈhiːmæn/ˈฮีแมน/ *n.* **a real ~:** เป็นลูกผู้ชายแท้ ๆ

h

hematology *(Amer.)* ➡ **haematology**

hemi- /ˈhemɪ/ˈเฮ็มมิ/ *pref.* กึ่ง, ครึ่ง

hemiplegia /hemɪˈpliːdʒɪə/เฮะมิˈพลีเจีย/ *n.* *(Med.)* อัมพาตครึ่งซีก

hemiplegic /hemɪˈpliːdʒɪk/เฮะมิˈพลีจิค/ *adj.* *(Med.)* เป็นอัมพาตครึ่งซีก

ˈhemisphere /ˈhemɪsfɪə(r)/ˈเฮ็มมิซเฟีย(ร)/ *n.* Ⓐ *(half of a sphere)* ครึ่งวงกลม; **the Southern ~** *(Geog., Astron.)* ซีกขั้วโลกใต้; Ⓑ *(Anat.)* ครึ่งหนึ่งของสมองส่วนหน้า; *(a half of the earth)* ซีกโลก

hemiˈspherical *adj.* รูปครึ่งวงกลม

ˈhemline *n.* ระดับชายกระโปรง; **~s are up/down** กระโปรงสั้นขึ้น/ยาวลง; **Yves St. Laurent's new ~:** ระดับชายกระโปรงใหม่ของอีฟแซงลอรองท์

hemlock /ˈhemlɒk/ˈเฮ็มลอค/ *n.* ต้น *Conium maculatum* มีพิษ ใบคล้ายต้นเฟิร์น ดอกเล็กขาว

hemlock [**ˈfir, ˈspruce**] *ns.* *(Amer. Bot.)* ต้นสนในสกุล *Tsuga* ใบเมื่อขยี้มีกลิ่นคล้ายพืชจำพวก hemlock

hemo- *(Amer.)* ➡ **haemo-**

hemp /hemp/เฮ็มพฺ/ *n.* Ⓐ *(Bot., Textiles)* ป่าน; Ⓑ *(drug)* กัญชา

ˈhem-stitch ❶ *n.* การเย็บริมผ้าต่าง ๆ ❷ *v.t.* สอยโดยวิธีดังกล่าว

hen /hen/เฮ็น/ ❶ *n.* Ⓐ *(Ornith.)* ไก่ตัวเมีย; สัตว์ปีกตัวเมีย; Ⓑ *(Zool.)* *(lobster, crab)* *(กุ้ง, ปู)* ตัวเมีย; *(salmon)* ปลาแซลมอนตัวเมีย

ˈhenbane *n., no pl.* *(Bot.)* พืชมีพิษ *Hyoscyamus niger* ใบมีหนามและมีกลิ่นเหม็น; *(Med.)* ยาเสพติดที่สกัดจากพืชดังกล่าว

hence /hens/เฮ็นซ/ *adv.* Ⓐ *(therefore)* ด้วยเหตุนี้, ดังนี้; Ⓑ *(from this time)* **a week/ten years ~:** นับจากนี้ไปหนึ่งสัปดาห์/สิบปี; Ⓒ *(arch./poet.: from here)* **[from] ~:** จากที่นี่

henceˈforth, henceˈforward *advs.* จากนี้ไป

henchman /ˈhentʃmən/ˈเฮ็นฉเมิน/ *n., pl.* **henchmen** /ˈhentʃmən/ˈเฮ็นฉเมิน/ *(derog.)* ผู้ติดตาม; คนใช้

ˈhen-coop *n.* สุ่มไก่

hendeca- /henˈdekə/เฮ็นˈเด็คเคอะ/ *in comb.* สิบเอ็ด

ˈhen house *n.* เล้าไก่

henna /ˈhenə/ˈเฮ็นเนอะ/ *n.* *(dye)* สีย้อมจากต้น *Lawsonia inermis*

hen: ~-party *n.* *(coll.)* งานเลี้ยงเฉพาะกลุ่มผู้หญิง; **~pecked** /ˈhenpekt/ˈเฮ็นเพ็คท/ *adj.* **a ~pecked husband** สามีที่กลัวภรรยา; **~-run** *n.* เล้าไก่

Henry /ˈhenrɪ/ˈเฮ็นริ/ *pr. n.* *(Hist., as name of ruler)* พระนามกษัตริย์ของอังกฤษ

hep /hep/เฮ็พ/ *adj.* *(dated coll.)* ทันสมัย; **be ~ to sth.** มีความคิดและวิธีการที่ทันสมัยต่อ *ส.น.*

hepatic /hɪˈpætɪk/ฮิˈแพทิค/ *adj.* *(Anat., Med.)* เกี่ยวกับตับ

hepatitis /hepəˈtaɪtɪs/เฮะเพอะˈไททิซ/ *n.* ➤ 453 *(Med.)* ตับอักเสบ

heptagon /ˈheptəgən, US -gɒn/ˈเฮ็พเทอะเกิน, -กอน/ *n.* *(Geom.)* รูปเจ็ดเหลี่ยม/เจ็ดมุม

heptagonal /hepˈtægenl/เฮ็พˈแทเกอะน'ล/ *adj.* ที่มีเจ็ดเหลี่ยม

¹her /hə(r), *stressed* hɜː(r)/เฮอ(ร)/ *pron.* บุรุษสรรพนาม; เธอ, เขา *(ผู้หญิง)*; *(reflexively)* ตัวเธอ, ตัวเขา; *(referring to personified things or animals)* *เธอ, เขา;* **it was ~:** เธอนั่นแหละ; **~ and me** *(coll.)* เธอและฉัน; **if I were ~** *(coll.)* ถ้าฉันเป็นเธอ

²her *poss. pron. attr.* ของเธอ, ของเขา; **she opened ~ eyes/mouth** เธอลืมตา/อ้าปาก; **~ father and mother** พ่อแม่ของเธอ; **she has problems of ~ own** เธอมีปัญหาส่วนตัว; **she has a room of ~ own** เธอมีห้องส่วนตัว; **he complained about ~ being late** เขาบ่นถึงการมาสายของเธอ

herald /ˈherəld/ˈเฮะเริลดฺ/ ❶ *n.* Ⓐ พนักงานป่าวประกาศ; Ⓑ *(messenger)* ผู้ถือสาส์น; *(fig.: forerunner)* สิ่งที่นำมาก่อน; **spring is the ~ of summer** ฤดูใบไม้ผลิมาก่อนฤดูร้อน; Ⓒ *(Brit.: official of Heralds' College)* *พนักงานเก็บทะเบียนตราประจำตระกูลขุนนาง* ❷ *v.t.* *(lit. or fig.)* ป่าวประกาศ, เปิดยุทธวิธี

heraldic /heˈrældɪk/เฮะˈแรลดิค/ *adj.* เกี่ยวกับตราประจำตระกูล; **~ animal** ตราเครื่องหมายรูปสัตว์

heraldry /ˈherəldrɪ/ˈเฮะเริลดริ/ *n., no pl.* Ⓐ การศึกษาเกี่ยวกับตราประจำตระกูล; Ⓑ *(armorial bearings)* ตราประจำตระกูล; เครื่องอิสริยาภรณ์ของทหาร

herb /hɜːb/เฮิบ/ *n.* Ⓐ *(Cookery)* สมุนไพรใช้ปรุงรสอาหาร, สมุนไพรปรุงรส; Ⓑ *(Med.)* สมุนไพร

herbaceous /hɜːˈbeɪʃəs/เฮอˈเบเชิซ/ *adj.* *(Bot.)* มีลำต้นอ่อน; **~ border** สวนไม้ดอกยืนต้น

herbage /ˈhɜːbɪdʒ/ˈเฮอบิจ/ *n., no pl.* *(Agric.)* *(herbs)* ต้นไม้จำพวกสมุนไพร; *(succulent parts)* ส่วนที่อมน้ำของต้นไม้จำพวกลำต้นอ่อน

herbal /ˈhɜːbl/ˈเฮอบ'ล/ ❶ *attri. adj.* *(ยา, ชา)* เป็นสมุนไพร ❷ *n.* ตำราสมุนไพร

herbalism /ˈhɜːbəlɪzəm/ˈเฮอเบอะลิเซิม/ *n.* การรักษาโรคโดยสมุนไพร

herbalist /ˈhɜːbəlɪst/ˈเฮอเบอะลิซท/ *n.* Ⓐ ➤ 489 คนขายสมุนไพร; Ⓑ *(Hist.)* นักเขียนตำราสมุนไพร

herbarium /hɜːˈbeərɪəm/เฮอˈแบเรียม/ *n., pl.* **herbaria** /hɜːˈbeərɪə/เฮอˈแบเรีย/ การเก็บรวบรวมสมุนไพร; ตำราสมุนไพร; ห้องเก็บตัวอย่างสมุนไพร

ˈherb garden *n.* สวนสมุนไพร

herbicide /ˈhɜːbɪsaɪd/ˈเฮอบิซายดฺ/ *n.* ยาฆ่าวัชพืช

herbivore /ˈhɜːbɪvɔː(r)/ˈเฮอบิวอ(ร)/ *n.* *(Zool.)* สัตว์กินพืช

herbivorous /hɜːˈbɪvərəs/เฮอˈบิเวอะเริซ/ *adj.* ซึ่งกินพืชเป็นอาหาร

ˈherb tea *n.* ชาสมุนไพร

herby /ˈhɜːbɪ/ˈเฮอบิ/ *adj.* **a ~ taste/smell** รส/กลิ่นสมุนไพร

Herculean /ˈhɜːkjʊˈliːən/ˈเฮอคิวลีเอิน/ *adj.* มีกำลังมหาศาล; *(งาน)* ใช้ความอุตสาหะ; **~ labour** งานที่ใช้กำลังและความอุตสาหะ

Hercules /ˈhɜːkjʊliːz/ˈเฮอคิวลีซ/ *n.* เฮอร์คิวลิส *(วีรบุรุษผู้มีกำลังมหาศาล);* **the labours of ~:** งานของวีรบุรุษเฮอร์คิวลิส

herd /hɜːd/เฮิด/ ❶ *n.* Ⓐ *(of wild animals)* ฝูงสัตว์; **a ~ of sheep/elephants** ฝูงแกะ/โขลงช้าง; **ride ~ on sb.** *(Amer.)* เฝ้ามอง *ค.น.;* Ⓑ *(fig.)* ฝูงคน, กลุ่มคน; **the common ~** สามัญชน; **the ~ instinct** สัญชาตญาณของการอยู่รวมกันเป็นกลุ่ม ❷ *v.t.* Ⓐ *(lit. or fig.)* ต้อนเป็นกลุ่ม; **~ [people] together** *(fig.)* ต้อน [คน] เข้าเป็นกลุ่ม; Ⓑ *(tend)* เลี้ยงสัตว์ ❸ *v.i.* รวมเป็นกลุ่ม, รวมเป็นฝูง

ˈherdsman /ˈhɜːdzmən/ˈเฮิดซเมิน/ *n., pl.* **herdsmen** /ˈhɜːdzmən/เฮิดซเมิน/ ➤ 489 คนเลี้ยงสัตว์

here /hɪə(r)/เฮีย(ร)/ ❶ *adv.* Ⓐ *(in or at this place)* ที่นี่, ตรงนี้; **Paisarn ~** *(on telephone)* นี่ไพศาลย์พูด; **spring is ~:** ตอนนี้เป็นฤดูใบไม้ผลิ; **stay ~:** อยู่ที่นี่; **down/in/up ~:** ข้างล่างนี้/ในนี้/ข้างบนนี้; **~ below** *(fig. literary)* ในโลกนี้; **~ goes!** *(coll.)* เอาละนะ, เอาแล้ว; **~'s to you!** ขอดื่มให้คุณ; **~, there, and everywhere** ทั่วทุกแห่งหน; **that's neither ~ nor there** *(coll.)* นั่นไม่สำคัญ; **~ today and gone tomorrow** *(of traveller)* วันนี้ที่นี่ พรุ่งนี้ที่นั่น; ขึ้นเหนือล่องใต้; *(of money)* วันนี้ได้ พรุ่งนี้เสีย; **~ you are** *(giving sth.)* นี่ไง; **~ we are** *(on arrival)* ถึงแล้ว; **~ we go again** *(coll.)* เกิดขึ้นอีกแล้ว; Ⓑ *(to this place)* มาที่นี่; **in[to] ~:** เข้าไปในนี้, มาในนี้; **come/bring ~:** มาที่นี่/นำมาที่นี่; **put sth. ~:** วาง *ส.น.* ที่นี่; **~ comes the bus** นั่นไง รถโดยสารมาแล้ว ❷ *n.* **leave ~:** จากที่นี่ไป; **near ~:** ใกล้ที่นี่; **up to ~, as far as ~:** จนถึงที่นี่; **he is up to ~ in problems** เขามีปัญหาท่วมหัว; **from ~ on** จากนี้ไป; **where do we go from ~?** *(fig.)* เราจะทำอย่างไรต่อ ❸ *int.* *(attracting attention)* *(at roll-call)* มาครับ/มาค่ะ; พร้อม

here: ~aˈbout[s] *adv.* แถวนี้, แถบนี้; **~ˈafter** *adv.* *(formal)* ภายหลัง, ภายหลังจากนี้; *(in the future)* ภายหน้า; *(literary: in the next world)* ชาติหน้า; **the life ~after** ชาติหน้า; **~ˈat** *adv.* *(arch.)* เนื่องจากนี้; **~ˈby** *adv.* *(formal)* โดยนี้, โดยนัยนี้, โดยหนังสือฉบับนี้

hereditary /hɪˈredɪtərɪ/ฮิˈเร็ดดิเทะริ/ *adj.* Ⓐ ตามพันธุ์; *(มรดก, ตำแหน่ง)* ตกทอด; **~ monarchy/right** การเป็นกษัตริย์โดยการสืบสันตติวงศ์/สิทธิตกทอด; Ⓑ *(Biol.)* ตามพันธุกรรม, เป็นกรรมพันธุ์; **~ disease** โรคทางกรรมพันธุ์, โรคทางพันธุกรรม; Ⓒ *(of a family)* **~ feud/enemy** ความอาฆาตพยาบาทระหว่างตระกูล/ศัตรูระหว่างตระกูล

heredity /hɪˈredɪtɪ/ฮิˈเร็ดดิทิ/ *n.* *(Biol.)* Ⓐ *(transmission of qualities)* การถ่ายทอดลักษณะกรรมพันธุ์; Ⓑ *(genetic constitution)* พันธุกรรม

here: ~ˈin *adv.* *(formal)* ในนี้; **~ inˈafter** *adv.* *(formal)* ต่อไปข้างล่างนี้; **~ˈof** *adv.* *(formal)* จากนี้

heresy /ˈherɪsɪ/ˈเฮะริซิ/ *n.* นอกรีต, ศาสนานอกรีต, มิจฉาทิฐิ *(ร.บ.)*

heretic /ˈherɪtɪk/ˈเฮะเรอะทิค/ *n.* คนนอกศาสนา, คนนอกรีต

heretical /hɪˈretɪkl/ฮิˈเร็ททิค'ล/ *adj.* ผิดจารีตประเพณี, ผิดหลักศาสนา

here: ~ˈto *adv.* *(formal)* ถึงตอนนี้, เกี่ยวกับเรื่องนี้; **~toˈfore** *adv.* *(formal)* ก่อนหน้านี้; **~ˈunder** *adv.* *(formal)* ตามต่อไปนี้; **~uˈpon** *adv.* พร้อมกันนี้, ด้วยเหตุนี้; **~ˈwith** *adv.* Ⓐ *(with this)* พร้อมกันนี้; **we enclose ~with your cheque** เราได้แนบเช็คของคุณมาพร้อมกับจดหมายฉบับนี้; Ⓑ ➡ **~by**

heritage /ˈherɪtɪdʒ/ˈเฮะริทิจ/ *n.* *(lit. or fig.)* สิ่งที่สืบทอดมา, ทรัพย์สินที่สืบทอดมา, มรดก

hermaphrodite /hɜːˈmæfrədaɪt/เฮอˈแมเฟรอะไดท/ ❶ *n.* สัตว์ที่มีทั้งอวัยวะเพศชายและเพศหญิง; สัตว์สองเพศ ❷ *adj.* เกี่ยวกับกะเทยแท้; มีลักษณะ/บุคลิกสองอย่างที่ตรงข้ามกัน

hermeneutics /hɜːmɪˈnjuːtɪks/เฮอมิˈนิวทิคซฺ/ *n., no pl.* การตีความพระคัมภีร์ไบเบิล หรือวรรณกรรม, อรรถปริวรรตศาสตร์ *(ร.บ.)*

hermetic /hɜːˈmetɪk/เฮอˈเม็ททิค/ *adj.* *(airtight)* ผนึกแน่นไม่ให้อากาศเข้า; *(fig.)* เกี่ยวกับเรื่องลึกลับ

hermetically /hɜ:ˈmetɪkəlɪ/เฮอ'เม็ททิเคอะลิ/ *adv.* อย่างผนึกแน่น; อย่างลึกลับ
hermit /ˈhɜ:mɪt/'เฮอมิท/ *n.* Ⓐ คนที่ตัดขาดจากโลกภายนอก; Ⓑ *(Relig.)* ฤษี, ผู้ทรงพรต
hermitage /ˈhɜ:mɪtɪdʒ/'เฮอมิทิจ/ *n.* กุฏิฤๅษี
'hermit crab *n.* ปูเสฉวน
hernia /ˈhɜ:nɪə/'เฮอเนีย/ *n., pl.* **~s** *or* **~e** *(Med.)* ไส้เลื่อน
hero /ˈhɪərəʊ/'เฮียโร/ *n., pl.* **~es** วีรบุรุษ, พระเอก *(ละคร, ภาพยนตร์)*; **~ of the hour** วีรบุรุษของเหตุการณ์นั้น
heroic /hɪˈrəʊɪk/ฮี'โรอิค/ *adj.* Ⓐ เป็นวีรบุรุษ, กล้าหาญ, เป็นพระเอก; Ⓑ *(Lit.)* **~ epic/legend** เกี่ยวกับโคลง/มหากาพย์; **~ couplet** โคลงห้าจังหวะบทละสองบรรทัด; **~ verse** คำประพันธ์สดุดีวีรกรรม; Ⓒ *(high-flown)* หรูหรา, สง่างาม; *(very large)* ยิ่งใหญ่
heroically /hɪˈrəʊɪklɪ/ฮิ'โรอิคลิ/ *adv.* อย่างกล้าหาญ, อย่างวีรบุรุษ
heroics /hɪˈrəʊɪks/ฮิ'โรอิคซฺ/ *n. pl.* Ⓐ *(language)* การใช้ภาษาคล้ายละคร; *(foolhardiness)* การอวดเก่งกล้าสามารถ; Ⓑ *(Lit.)* บทประพันธ์สดุดีวีรบุรุษ
heroin /ˈherəʊɪn/'เฮะโรอิน/ *n., no pl.* ยาเสพติดเฮโรอีน *(ท.ศ.)*
heroine /ˈherəʊɪn/'เฮะโรอิน/ *n.* วีรสตรี; นางเอก *(ละคร, ภาพยนตร์)*
heroism /ˈherəʊɪzm/'เฮะโรอิซฺ'ม/ *n., no pl.* ความเป็นวีรบุรุษ/วีรสตรี
heron /ˈhern/'เฮะเริน/ *n.* นกกระสา
hero: ~-worship ❶ *n.* การบูชาวีรบุรุษ ❷ *v.t.* บูชาวีรบุรุษ; **~-worshipper** *n.* ผู้บูชาวีรบุรุษ
herpes /ˈhɜ:pi:z/'เฮอพีซฺ/ *n.* ➤ **453** *(Med.)* โรคเริม
herring /ˈherɪŋ/'เฮะริง/ *n.* ปลา *Clupea harengus* พบในแถบมหาสมุทรแอตแลนติกเหนือ
herring: ~bone ❶ *n.* Ⓐ *(Textiles) (stitch)* ลายเย็บปักเป็นรูปก้างปลา; *(cloth)* ลายผ้าเป็นรูปก้างปลา; Ⓑ *(Archit.)* ลายก้างปลา ❷ *adj.* **~bone pattern** *(Textiles)* ลายก้างปลา; **~ gull** *n.* นกนางนวลขนาดใหญ่ *Larus argentatus*; **~ pond** *n. (joc.)* มหาสมุทรแอตแลนติก
hers /hɜ:z/เฮิซฺ/ *poss. pron. pred.* ของเธอ, ของเขา; **the book is ~:** หนังสือเป็นของเธอ; **that car is ~:** รถยนต์คันนั้นเป็นของเธอ; **some friends of ~:** เพื่อนของเธอบางคน; **a book of ~:** หนังสือของเธอ; **those children of ~:** บรรดาลูก ๆ ของเธอ; **~ is a difficult job** งานของเธอเป็นงานยาก
herself /hɜ:ˈself/เฮอ'เซ็ลฟฺ/ *pron.* Ⓐ *emphat.* ตัวเธอเอง, ตัวเขาเอง; **she ~ said so** ตัวเธอเองเป็นคนพูด; **she saw it ~:** เธอเป็นคนเห็นเอง; **she wanted to be ~:** เธออยากจะเป็นตัวของตัวเอง; **she was just being ~:** เธอแค่ทำตัวเป็นตัวของตัวเอง; **she is [quite] ~ again** เธอกลับมาเหมือนเดิม; **all right in ~:** เธอมีสุขภาพแข็งแรง; **she's not quite ~:** เธอไม่ปกติเท่าไหร่; **[all] by ~** *(on her own, by her own efforts)* โดยเธอคนเดียว [แท้ ๆ]; Ⓑ *refl.* ตัวเธอเอง; **she wants it for ~:** เธอต้องการสิ่งนั้นเพื่อตัวเธอเอง; **she won't believe anything that she hasn't seen for ~:** เธอไม่ยอมเชื่อสิ่งที่เธอไม่เห็นด้วยตาของเธอเอง; **younger than/as heavy as ~:** อายุอ่อนกว่า/น้ำหนักเท่ากับตัวเธอเอง; **she thought to ~:** เธอคิดอยู่ลำพัง

hertz /hɜ:ts/เฮิทซฺ/ *n., pl. same (Phys.)* เฮิรตซ์ *(ท.ศ.) (หน่วยวัดคลื่นความถี่มีค่าเท่ากับ 1 รอบต่อวินาที)*
hertzian wave /ˈhɜ:tsɪən/'เฮิทเซียน/ *n.* คลื่นแม่เหล็กไฟฟ้าใช้กับวิทยุ
he's /hiz, *stressed* hi:z/ฮิซฺ/ Ⓐ **= he is;** Ⓑ **= he has**
hesitance, hesitancy /ˈhezɪtəns, ˈhezɪtənsɪ/'เฮ็ซซิเทินซฺ, 'เฮ็ซซิเทินซิ/ *n., no pl.* ความลังเลใจ, ความอึกอัก
hesitant /ˈhezɪtənt/'เฮ็ซซิเทินทฺ/ *adj.* ลังเลใจ, รีรอ, อึกอัก; **be ~ to do sth.** *or* **about doing sth.** ลังเลใจที่จะทำ *ส.น.*
hesitantly /ˈhezɪtəntlɪ/'เฮ็ซซิเทินทลิ/ *adv.* อย่างลังเลใจ, อย่างรีรอ, อย่างชักช้า; *(พูด)* อย่างอึกอัก
hesitate /ˈhezɪteɪt/'เฮ็ซซิเทท/ *v.i.* Ⓐ *(show uncertainty)* ลังเลใจ; **he who ~s is lost** *(prov.)* คนที่ลังเลใจจะสูญเสียโอกาส; น้ำขึ้นให้รีบตัก; Ⓑ *(falter)* พูดอึกอัก, พูดตะกุกตะกัก; Ⓒ *(show reluctance)* ไม่เต็มใจ; **~ to do sth.** ไม่เต็มใจที่จะทำ *ส.น.*
hesitation /hezɪˈteɪʃn/เฮะซิ'เทช'น/ *n.* Ⓐ *no pl. (indecision)* ความลังเลใจ; **without the slightest ~:** ไม่มีความลังเลใจแม้แต่นิดเดียว; **have no ~ in doing sth.** ไม่ลังเลใจที่จะทำ *ส.น.*; Ⓑ *(instance of faltering)* การพูดอึกอัก; ความลังเลใจ; Ⓒ *no pl. (reluctance)* ความไม่เต็มใจ
hessian /ˈhesɪən, US ˈheʃn/'เฮ็ซเซียน, เฮ็ช'น/ *n.* ผ้ากระสอบ
het /het/เฮ็ท/ *adj. (coll.)* **~ up** ตื่นเต้น, ประสาท; **get ~ up over sth.** ตื่นเต้นเกี่ยวกับ *ส.น.*; **what are you getting so ~ up about/over?** นี่คุณกำลังประสาทเกี่ยวกับเรื่องอะไร
hetero /ˈhetərəʊ/'เฮะเทอะโร/ *n. (coll.)* คนที่มีความต้องการทางเพศกับเพศตรงข้าม
hetero- /ˈhetərə/'เฮ็ทเทอะโร/ *in comb.* สิ่งอื่น, แตกต่าง
heterodox /ˈhetərədɒks/'เฮ็ทเทอะเรอะดอคซฺ/ *adj.* ไม่เป็นไปตามมาตรฐาน, นาสติกะ *(ร.บ.)*; **a ~ opinion/person** ความคิดเห็นไม่เป็นไปตามทฤษฎี/คนนอกคอก
heterodoxy /ˈhetərədɒksɪ/'เฮ็ทเทอะเรอะดอคซิ/ *n.* ความคิดเห็นที่ไม่เป็นไปตามทฤษฎี
heterogeneity /hetərədʒɪˈni:ɪtɪ/เฮะเทอะเรอะจิ'นีอิทิ/ *n.* ความไม่เหมือนกัน, สิ่งประกอบต่างชนิดกัน, ภาวะวิวิธพรรณ *(ร.บ.)*
heterogeneous /hetərəˈdʒi:nɪəs/เฮะเทอะเรอะ'จีเนียซ/ *adj.* ไม่เหมือนกัน, ต่างชนิดกัน
heterosexual ❶ *adj.* มีความต้องการทางเพศกับเพศตรงข้าม; เกี่ยวกับเพศตรงข้าม ❷ *n.* คนที่ต้องการทางเพศกับเพศตรงข้าม
heterosexuality /hetərəʊsekʃʊˈælətɪ/เฮะเทอะเรอะเซ็คชุ'แอเลอะทิ/ *n.* ความต้องการทางเพศกับเพศตรงข้าม
heuristic /hjʊəˈrɪstɪk/ฮิวเออะ'ริซติค/ ❶ *adj.* Ⓐ ซึ่งช่วยค้นพบ; Ⓑ ซึ่งแก้ปัญหาด้วยวิธีต่าง ๆ *และขจัดวิธีที่ผิดออกไป* ❷ *n.* ระบบการศึกษาที่ฝึกให้นักเรียนค้นพบสิ่งต่าง ๆ ด้วยตนเอง
hew /hju:/ฮิว/ ❶ *v.t., p.p.* **~n** /hju:n/ฮิวน/ *or* **~ed** /hju:d/ฮิวด/ Ⓐ *(cut)* ตัด, ผ่า, ฟัน *(ต้นไม้)*; ขุด *(ถ่านหิน)*; **~ away/off** ตัด/ฟันออกไป; Ⓑ *(shape)* แกะสลัก *(หิน/ไม้)* ❷ *v.i., p.p.* **~n** *or* **~ed** Ⓐ ยืนหยัด; **~ at sth.** ฟัน/ตัด *ส.น.*; Ⓑ *(Amer.: conform)* **~ to sth.** ทำตาม, ทำให้เข้ากับ *ส.น.*

hex /heks/เฮ็คซฺ/ *(Amer.)* ❶ *v.t. (lit. or fig.)* ใช้เวทมนตร์สะกด ❷ *n.* Ⓐ **put a ~ on sb./sth.** ใช้เวทมนตร์สะกด *ค.น./ส.น.*; Ⓑ *(witch, lit. or fig.)* แม่มด
hexagon /ˈheksəgən, US -gɒn/'เฮ็คเซอะเกิน, -กอน/ *n. (Geom.)* รูปหกเหลี่ยมหกมุม
hexagonal /hekˈsægənl/เฮ็ค'แซเกอะน'ล/ *adj. (Geom.)* เป็นรูปหกเหลี่ยมหกมุม
hexameter /hekˈsæmɪtə(r)/เฮ็ค'แซมิเทอะ(ร)/ *n. (Pros.)* วรรคบรรทัดที่มีหกจังหวะ, บทกวีที่ประกอบด้วยหกจังหวะ
hey /heɪ/เฮ/ *int.* เฮ้ย; **~ presto!** *(เป็นคำที่นักเวทมนตร์คาถาใช้กัน)* โอมเพี้ยง
heyday /ˈheɪdeɪ/'เฮเด/ *n., no pl.* วัยหนุ่มวัยสาวเต็มตัว, สมัยที่รุ่งเรืองที่สุด
hf. *abbr.* **half**
HF *abbr.* **high frequency**
HGV *abbr. (Brit.)* **heavy goods vehicle**
HH *abbr.* Ⓐ **Her/His Highness** พระวรวงศ์เธอ; Ⓑ **His Holiness** คำเรียกพระสันตะปาปา, สังฆราช
hi /haɪ/ฮา/ *int.* ➤ **403** ฮัลโหล
hiatus /haɪˈeɪtəs/ไฮ'เอเทิซ/ *n.* Ⓐ *(gap)* รอยร้าว, รอยแตก, การหยุดชะงัก; Ⓑ *(Ling.)* เสียงสระร่วมของคำหรือพยางค์ที่ต่อเนื่องกัน
hibernate /ˈhaɪbəneɪt/'ไฮเบอะเนท/ *v.i.* หลับ *หรือ* จำศีลในฤดูหนาว; อยู่อย่างสันโดษ
hibernation /haɪbəˈneɪʃn/ไฮเบอะ'เนช'น/ *n.* การหลับในฤดูหนาว; **go into/come out of ~:** หลับในฤดูหนาว/ตื่นจากการจำศีลในฤดูหนาว
Hibernian /haɪˈbɜ:nɪən/ไฮ'เบอเนียน/ ❶ *adj.* แห่งประเทศไอร์แลนด์, ชาวไอริช ❷ *n.* ชาวไอริช
hibiscus /hɪˈbɪskəs, US haɪ-/ฮิ'บิซเกิซ, ไฮ/ *n. (Bot.)* ดอกชบา, พู่ระหง, ดอกหางหงส์
hic /hɪk/ฮิค/ *int.* เสียงสะอึก
hiccup /ˈhɪkʌp/'ฮิคคัพ/ ❶ *n.* Ⓐ อาการสะอึก; **have/get [the] ~s** มีอาการสะอึก; **give a ~:** สะอึก; **an attack of [the] ~s** เกิดอาการสะอึกขึ้น; Ⓑ *(fig.: stoppage)* การหยุดชะงัก; **without any ~s** ไม่มีการหยุดชะงัก ❷ *v.i.* สะอึก
hick /hɪk/ฮิค/ *n. (Amer. coll.)* **[country] ~:** คนบ้านนอก; **~ town** เมืองบ้านนอก
hickey /ˈhɪkɪ/'ฮิคคิ/ *n. (Amer.), pl.* **~eys** สิ่งประดิษฐ์หรือเครื่องมือใหม่; ไอ้นั่น ไอ้นี่
hickory /ˈhɪkərɪ/'ฮิคเคอะริ/ *n.* Ⓐ *(tree)* ต้นฮิคคอรี *(ท.ศ.)* ต้นไม้ในสกุล *Carya* ซึ่งลูกนัตกินได้; Ⓑ ไม้เท้า/ไม้ตีกลองที่ทำจากต้นฮิคคอรี
hid ➡ **'hide** 1, 2
hidden ➡ **'hide** 1, 2
hidden re'serve *n. (Econ.)* ผลประโยชน์พิเศษ, ทุนสำรอง
[1]hide /haɪd/ฮายดฺ/ ❶ *v.t.,* **hid** /hɪd/ฮิด/, **hidden** /ˈhɪdn/'ฮิด'น/ Ⓐ *(put or keep out of sight)* ซ่อน, ซุก *(สิ่งของ)*; หลบ; **~ one's head [in embarrassment/shame]** *(fig.)* หลบซ่อนจากความกระดากใจ/ความอับอาย; **~ one's face in one's hands** เอามือปิดหน้า; ➡ **+ bushel**; Ⓑ *(keep secret)* ปิดบัง, ปกปิด *(ความลับ, ความผิดพลาด, ความดีใจ)*; **have nothing to ~:** ไม่มีสิ่งใดจะปิดบัง; **the future is hidden from us** อนาคตเป็นสิ่งที่เราไม่อาจรู้ได้; Ⓒ *(obscure)* บัง, ซ่อนเร้น; **~ sth. [from view]** ซ่อน *ส.น.*; *(by covering)* ปกคลุม *ส.น.* ❷ *v.i.,* **hid, hidden** ซ่อน, ปิดบัง, แอบ; **where is he hiding?** เขาไปซ่อน *หรือ* แอบที่ไหน ❸ *n. (Brit.)* โพรงซ่อน; *(hunter's ~)* ที่หลบซ่อนของนายพราน
~ a'way *v.i.* หลบซ่อน, ปิดบัง; ➡ **+ hideaway**

h

hide | high income 430

~ **'out**, ~ **'up** *v.i.* หลบซ่อน *(ตัว)*; แอบไว้; ➡ + **hideout**

²hide *n. (animal's skin)* หนัง; *(hide)* หนังฟอก; *(joc.: human skin)* ผิวหนัง; **tan sb.'s ~:** เฆี่ยนตี *ค.น.;* **save one's own hide** เอาตัวรอดก่อน; **when I returned I could find neither ~ nor hair of them** เมื่อฉันกลับมาถึง พวกเขาก็หายตัวไปอย่างไร้ร่องรอย

hide: ~-and-'seek *(Amer.: ~-and-go-'seek) n.* การเล่นซ่อนหา; **play ~-and-seek** เล่นซ่อนหา; **~away** ➡ **~out**; **~bound** *adj.* ใจแคบ, ความคิดแคบ

hideous /'hɪdɪəs/'ฮิดเดียซ/ *adj.* Ⓐ *(extremely ugly)* น่าเกลียดมาก; *(offensive to the ear)* เสียดแก้วหู; *(repulsive, horrific)* น่ากลัว, น่าขยะแขยง; Ⓑ *(coll.: unpleasant)* น่าตกใจ, สยดสยอง

hideously /'hɪdɪəslɪ/'ฮิดเดียซลิ/ *adv.* Ⓐ อย่างน่ากลัว; Ⓑ *(coll.: unpleasantly)* อย่างน่าตกใจ, อย่างสยดสยอง; *(น่าเบื่อ, เสียงดัง)* อย่างเต็มที่

'hideout *n.* ที่ซ่อน; *(of bandits, partisans)* ที่หลบภัย; *(retreat)* ที่สงบ

hidey-hole ➡ **hidy-hole**

¹hiding /'haɪdɪŋ/'ฮายดิง/ *n.* **go into ~:** ซ่อนตัว, หลบตัว; **be/stay in ~:** ยังคงซ่อนตัวอยู่; **come out of ~:** เลิกซ่อนตัว, ออกจากที่ซ่อน

²hiding *n. (coll.: beating)* การเฆี่ยน, การหวด; *(fig.)* ทำให้พ่ายแพ้; **give sb. a [good] ~:** เฆี่ยนตี *ค.น.; (fig.)* ต่อว่า *ค.น.* อย่างรุนแรง; **get/be given/take a real ~ [from sb.]** ถูก *ค.น.* เฆี่ยนตี; **be on a ~ to nothing** ไม่มีโอกาสที่จะประสบความสำเร็จ

'hiding place *n.* ที่ซ่อน

hidy-hole /'haɪdɪhəʊl/'ไฮดิโฮล/ *n. (coll.)* ที่หลบซ่อน

hierarchic /haɪə'rɑːkɪk/ไฮ'ราคิค/, **hierarchical** /haɪə'rɑːkɪkl/ไฮ'ราคิค'ล/ *adj.* เกี่ยวกับการลำดับชั้น, ซึ่งลดหลั่น

hierarchy /'haɪərɑːkɪ/'ฮายราคิ/ *n.* ระบบการปกครองโดยลำดับชั้น; การปกครองของคณะสงฆ์

hieroglyph /'haɪərəglɪf/'ฮายเออะเรอะกลิฟ/ *n.* Ⓐ อักษรอียิปต์โบราณ; Ⓑ *in pl. (joc.: scrawl)* การเขียนหวัดมาก

hieroglyphic /haɪərə'glɪfɪk/ไฮเรอะ'กลิฟิค/ ❶ *adj.* Ⓐ *(composed of hieroglyphs)* เกี่ยวกับการเขียนของอียิปต์โบราณ; Ⓑ *(symbolical)* เกี่ยวกับสัญลักษณ์ *(ลับ)* ❷ *n. in pl.* อักษรอียิปต์โบราณ

hi-fi /'haɪfaɪ/'ฮายฟาย/ *(coll.)* ❶ *adj.* เกี่ยวกับเครื่องรับส่งคลื่นวิทยุที่มีประสิทธิภาพสูง ❷ *n.* Ⓐ *(equipment)* เครื่องไฮไฟ *(ท.ศ.)*; เครื่องรับส่งคลื่นวิทยุที่มีประสิทธิภาพสูง; Ⓑ *(use of ~)* การใช้เครื่องรับส่งคลื่นวิทยุที่มีประสิทธิภาพสูง

higgledy-piggledy /hɪgldɪ'pɪgldɪ/ฮิก'ลดิ'พิก'ลดิ/ ❶ *adv.* อย่างสับสน, อย่างไม่เป็นระเบียบ ❷ *adj.* สับสน, ไม่เป็นระเบียบ

high /haɪ/ฮาย/ ❶ *adj.* Ⓐ ➤ **426** *(reaching far up) (ภูเขา, กำแพง, ตึก)* สูง; **a wall eight feet *or* foot ~:** กำแพงสูง 8 ฟุต; **I've known him since he was only so ~** *(coll.)* ฉันรู้จักเขาตั้งแต่เขายังตัวเล็ก ๆ; Ⓑ *(above normal level) (รองเท้าบูท)* สูง; **a dress with a ~ neckline** กระโปรงชุดที่มีคอเสื้อสูง; **the river/water is ~:** แม่น้ำ/น้ำขึ้นสูง; **~ and dry** *(เรือ)* ค้างเติ่ง; **be left ~ and dry** *(fig.)* คงค้างเติ่ง; *(be stuck without transport)* ไม่มีหนทางไปต่อ; Ⓒ *(far above ground or sea level)* สูงผิดปกติ; **be ~** *(พระอาทิตย์, พระจันทร์)* อยู่สูง *(ในท้องฟ้า); (หมู่บ้าน)* ตั้งอยู่บนภูเขา; Ⓓ *(to or from far above the ground)* สูง *(การปีนขึ้นเขา, พุ่งหลาว)*; **~ diving** การดิ่งพสุธา; **a ~ dive** การพุ่งหลาวจากกระดานสูง; ➡ + **'bar** 1 B; Ⓔ *(of exalted rank) (ตำแหน่ง, ยศ)* สูงส่ง, เลิศลอย; **the Most H~** *(Bibl.)* ผู้สูงส่ง; **~ and low** คนจนและคนรวย; **a ~er court** ศาลที่มีอำนาจสูงกว่า; **~er mammals /plants** สัตว์ชั้นสูง/พืชชั้นสูง; **~ and mighty** *(coll.: high-handed)* มีอำนาจใหญ่โต, เบ่ง; *(coll.: self-important)* ถือว่าตนเองสำคัญ; *(coll.: superior)* เหนือกว่าคนอื่น; **aim for ~er things** *(fig.)* ทะเยอทะยานเพื่อสิ่งที่ดีกว่า; **be born *or* destined for ~er things** เกิดมาในตระกูลที่สูงส่ง/พรหมลิขิตให้มีฐานะสูงส่ง; **in ~ places** ในตำแหน่งหน้าที่สูง; **people in ~ places** บุคคลที่มีฐานะสูงส่ง; **those in ~ places** ผู้อยู่เบื้องบน; Ⓕ *(great in degree)* ชั้นสูง; *(ลม)* รุนแรง; เต็มที่; **be ~ in iodine** มีธาตุไอโอดีนมาก; **be held in ~ regard/esteem** ได้รับความนับถืออย่างสูง; **~ blood pressure** ความดันโลหิตสูง; **~ vacuum** ไม่มีอากาศเลย, สุญญากาศ, ว่างเปล่าจริง ๆ; **her ~est aspiration** ความหวังอันสูงสุดของเธอ; **get a nice ~ polish on the car** ขัดรถยนต์จนขึ้นเงา; **a/his *etc.* ~ colour** หน้าแดง/หน้าแดงของเขา; **have a ~ opinion of sb./sth.** ทึ่ง *ค.น./ส.น.* อย่างมาก; Ⓖ *(extreme in opinion)* อย่างยิ่ง; Ⓗ *(noble, virtuous) (ความตั้งใจ)* สูงส่ง, มีคุณค่า; **of ~ birth** การเกิดในตระกูลอันสูงส่ง; **~ art/comedy** ศิลปะที่สูงส่ง/ละครตลกที่มีคุณค่า; Ⓘ *(Geog.)* **~ latitudes** ที่อยู่ใกล้ขั้วโลกเหนือหรือใต้; Ⓙ *(of time, season)* **it is ~ time you left** มันสมควรแก่เวลาที่คุณจะไปได้แล้ว; **~ noon** เที่ยง; **it was ~ noon** ถึงเวลาเที่ยงพอดี; **~ summer** กลางหน้าร้อน; Ⓚ *(fully developed)* เจริญสูงสุด; Ⓛ *(long since passed)* จบนานแล้ว; Ⓜ *(luxurious, extravagant) (ชีวิต)* หรูหรา; Ⓝ *(enjoyable)* **have a ~ [old] time** มีความสนุกสนานเบิกบานใจ; **have a ~ [old] time doing sth.** มีความสนุกสนานในการทำ *ส.น.;* Ⓞ *(coll.) (under the influence) (of a drug)* เมา *(ด้วยฤทธิ์ยาเสพติด); (on cannabis)* พี้ยา, เมากัญชา; *(on alcohol)* เมาสุรา; **get ~ on** เกิดอาการเมา *(กัญชา, เหล้า)*; Ⓟ *(in pitch) (เสียง)* สูง; Ⓠ *(slightly decomposed) (เนื้อ)* เน่าเปื่อย; Ⓡ *(Cards)* สูง; **ace is ~:** ไพ่ตัวเอมีแต้มสูง; **I'm queen *etc.* ~:** ไพ่ราชินีเป็นไพ่สูงสุดของฉัน; Ⓢ *(Ling.)* ➡ **close** 1 N; ➡ + **horse** 1 A

❷ *adv.* Ⓐ *(in or to a ~ position)* สูง; **~ on our list of priorities** มีความสำคัญมากสำหรับพวกเรา; **~er up the valley** สูงขึ้นไปในหุบเขา; **we climbed ~er up the cliff** พวกเราไต่หน้าผาสูงขึ้นไป; **search *or* hunt *or* look ~ and low** ค้นหา/มองหาทุกหนทุกแห่ง; **search *or* hunt *or* look ~ and low for sb./sth.** ค้นหา/มองหา *ค.น./ส.น.* ทุกหนทุกแห่ง; ➡ + **aim** 2 A; Ⓑ *(to a ~ level)* สูง; **prices have gone too ~:** ราคาพุ่งขึ้นสูงเกินไป; **I'll go as ~ as two thousand pounds** ฉันจะยอมขึ้นถึงสองพันปอนด์; Ⓒ *(at or to a ~ pitch) (ร้องเพลง)* เสียงสูง; Ⓓ **play ~** *(Cards, gambling)* เล่นเดิมพันสูง

❸ *n.* Ⓐ *(~est level/figure)* ระดับสูงสุด; ➡ + **all-time**; Ⓑ ➤ **914** *(Meteorol.)* ช่วงที่มีความกดอากาศสูง; Ⓒ *(Amer. coll.: ~ school)* โรงเรียนมัธยม; **in junior ~:** ในระดับมัธยมต้น; Ⓓ *(coll.: drug-induced euphoria)* การเมายา, การพี้ยา; **give sb. a ~:** ให้ยา *ค.น.* จนเมา; Ⓔ *(~ position)* **on ~:** ฐานะสูง, เบื้องบน; *(in heaven)* บนสวรรค์; **from on ~:** จากเบื้องบน; *(from heaven)* จากสวรรค์; *(fig.: from a ~ authority)* มาจากเบื้องบน; **a judgement from on ~:** คำตัดสินจากสวรรค์

high: ~ 'altar *n. (Eccl.)* แท่นบูชาในโบสถ์ที่สำคัญที่สุด; **~-altitude** *adj.* ในระดับสูง; **~ball** *n. (Amer.)* Ⓐ *(drink)* เหล้าผสมโซดา; Ⓑ *(Railw.: signal)* สัญญาณที่แจ้งให้รถไฟวิ่งผ่านได้; **~ 'beam** *n.* ไฟสูง; **I was on ~ beam most of the time** ส่วนใหญ่ฉันใช้ไฟสูงตลอดทาง; **~binder** *n. (Amer.)* Ⓐ *(thug)* หัวขโมย; Ⓑ *(assassin)* ผู้ลอบฆ่า/สังหาร; Ⓒ *(swindler)* คนโกง, คนหลอกลวง; **~-born** *adj.* คนที่เกิดในตระกูลชั้นสูง, ผู้ดี, ขุนนาง; **~boy** *n. (Amer.)* ตู้สูงมีลิ้นชัก; **~brow** ❶ *n.* คนที่มีความรู้สูง ❷ *adj. (บุคคล)* มีความรู้สูง; *(ภาพยนตร์, หนังสือ)* ที่มีเนื้อหาหนัก, ค่อนข้างวิชาการ; **~ chair** *n. (for baby)* เก้าอี้สูง; **H~ 'Church** *n.* นิกายหนึ่งของศาสนาคริสต์ซึ่งให้ความสำคัญกับพิธี; **~-class** *adj. (สินค้า)* คุณภาพดีเยี่ยม; *(สังคม)* ชั้นสูง; *(โรงแรม)* ชั้นหนึ่ง; **~ com'mand** *n. (Mil.)* กองบัญชาการสูงสุด, อำนาจสูงสุด; **H~ Com'mission** *n. สถานเอกอัครราชทูตของเครือจักรภพอังกฤษในต่างประเทศ;* **H~ Com'missioner** *n.* เอกอัครราชทูต; **H~ 'Court [of Justice]** *n. (Brit. Law)* ศาลชั้นสูงสุด; **~ day** *n.* **on ~ days and holidays** ในวันหยุดพิเศษ; **~-definition 'television** โทรทัศน์ที่มีความคมชัดสูง; **~ 'diving** *n.* การพุ่งหลาวจากกระดานสูง

higher /'haɪə(r)/'ฮายเออะ(ร)/: **~ edu'cation** *n. no pl., no art.* การศึกษาในระดับสูง/มหาวิทยาลัย; **he works in ~ education** เขาทำงานเกี่ยวกับการศึกษาในระดับมหาวิทยาลัย; **more funds are needed for ~ education** การศึกษาระดับมหาวิทยาลัยต้องการเงินทุนเพิ่มขึ้น; **~ mathe'matics** *n.* คณิตศาสตร์ชั้นสูง

high: ~ ex'plosive ➡ **explosive** 2; **~-falutin** /haɪfə'luːtɪn/ฮายเฟอะ'ลูทิน/, **~-faluting** /haɪfə'luːtɪŋ/ฮายเฟอะ'ลูทิง/ *adj. (coll. derog.)* หยิ่ง, ยโส, โอหัง; **~ 'fashion** ➡ **haute couture**; **~ fi'delity** *n.* คลื่นเสียงที่ชัดและมี*เสียงรบกวนน้อยมาก;* **reproduce sth. in ~ fidelity** อัด/ประกาศ *ส.น.* ในระบบคลื่นเสียงที่ชัดเจน; **~ fi'nance** *n.* การค้าขาย/ธุรกิจในระดับสูง; **~-'flier** ➡ **~-flyer**; **~-flown** *adj. (การตกแต่ง, ความคิด)* หรูหรา, ฟุ่มเฟือย; **~-'flyer** *n.* Ⓐ *(ambitious person)* คนทะเยอทะยาน; **be a ~-flyer** เป็นบุคคลที่มีความทะเยอทะยาน; Ⓑ *(successful person)* บุคคลที่มีความสามารถสูง; บินที่ระดับสูง; **~-'flying** *adj. (person with great potential)* บุคคลที่มีศักยภาพสูง; *(fig.: ambitious)* ทะเยอทะยาน; **~ 'frequency** *n. (radio frequency)* คลื่นความถี่สูง; **~-frequency** *adj.* มีความถี่สูง; **~ 'German** ➡ **German** 2 B; **~-grade** *adj.* คุณภาพสูง; **~-grade ore** แร่คุณภาพสูง; **~-grade steel** เหล็กกล้าคุณภาพสูง; **~-handed** /haɪ'hændɪd/ฮาย'แฮนดิด/ *adj.* เบ่ง, ห้าวหาญ; **~ 'hat** *n.* Ⓐ *(tall hat)* หมวกทรงสูง; Ⓑ *(fig. snobbish person)* คนที่ทำวางโต, คนหัวสูง; **~ 'heel** *n.* Ⓐ ส้นสูง; Ⓑ *in pl. (shoes)* รองเท้าส้นสูง; **~-heeled** /haɪ'hiːld/ฮาย'ฮีลด/ *adj. (รองเท้า)* ส้นสูง; **~ 'holiday** *n. (Relig.)* วันหยุดทางศาสนายิว; **~-income**

adj. ที่มีรายได้สูง; ~ **'jinks** /ˈhaɪ dʒɪŋks/ ˈฮาย จิงคุซฺ/ *n. pl.* ความร่าเริง, การเล่นตลก; ~ **jump** *n., no pl.* Ⓐ *(Sport.)* กระโดดสูง; Ⓑ *(fig.: reprimand, punishment)* **he is for the ~ jump, it's the ~ jump for him** เขาจะรับโทษหนัก; ~ **jumper** *n. (Sport)* นักกระโดดสูง; ~**-'key** *adj. (Photog.)* ประกอบด้วยสีโทนสว่าง; ~ **'kick** *n.* การเตะขาขึ้นสูง *(ของนักเต้นรำ)*; ~**land** /ˈhaɪlənd/ˈไฮเลินด/ ❶ *n., usu. in pl.* ที่ราบสูง; **the H~ lands** *(in Scotland)* ที่ราบสูงในสกอตแลนด์ ❷ *adj.* ที่ราบสูง; **H~land 'cattle** *n. pl.* วัวพันธุ์สกอตมีขนยาว; **H~land 'dress** *n., no pl.* ชุดชาวเขาในสกอตแลนด์; **H~lander** /ˈhaɪ ləndə(r)/ˈไฮเลินเดอะ(ร)/ *n.* ชาวสกอตซึ่งอาศัยในบริเวณที่ราบสูง; ~**-level** *adj.* ระดับสูง; **~-level talks** การเจรจาระดับสูง; **~-level computer language** ภาษาคอมพิวเตอร์ระดับสูง; ~ **life** *n., no pl.* Ⓐ *(life of upper class)* ชีวิตสังคมชั้นสูง; Ⓑ *(luxurious living)* **the ~ life** ชีวิตที่หรูหรา; ~**light** ❶ *n.* Ⓐ *(outstanding moment)* จุดเด่น; **the ~light of the week's events** เหตุการณ์เด่นของสัปดาห์; Ⓐ *(bright area)* ที่มีแสงสว่างมาก; Ⓑ *(in hair)* ผมบางเส้นที่ย้อมให้อ่อนกว่าผมจริง ❷ *v.t.,* เน้นให้เด่น *(ปัญหา)*; ใช้ปากกาขีดข้อความให้เด่น; ~**lighter** *n.* ปากกาสะท้อนแสง

highly /ˈhaɪlɪ/ˈฮายลิ/ *adv.* Ⓐ *(to a high degree)* อย่างมาก, อย่างสูง; **feel ~ honoured** รู้สึกเป็นเกียรติอย่างสูง; **I can ~ recommend the restaurant** ฉันสามารถแนะนำร้านอาหารได้อย่างเต็มที่; ➡ + **polish** 1 B; Ⓑ *(favourably)* **think ~ of sb./sth., regard sb./sth. ~:** ศรัทธา/ทึ่ง *ค.น./ส.น.* อย่างมาก; **speak/write ~ of sb./sth.** พูด/เขียนชมเชย *ค.น./ส.น.* อย่างสูง

'highly strung *adj.* ตึงเครียดมาก, อ่อนไหวง่าย

high: ~ **'mass** ➡ **'mass**; ~**-minded** /haɪ ˈmaɪndɪd/ฮาย'มายนฺดิด/ *adj.* จิตใจสูง, ความคิดที่สูงส่ง; ~**-necked** *adj.* มีคอเสื้อสูง

Highness /ˈhaɪnɪs/ˈฮายนิซ/ *n.* **His/Her/Your [Royal] ~:** คำที่ใช้เรียกเชื้อพระวงศ์

high: ~**-octane** *adj.* น้ำมันเบนซินออกเทนสูง; ~**performance** *adj.* ประสิทธิภาพการทำงานสูง; ~**-pitched** *adj.* Ⓐ *(เสียง)* สูง; Ⓑ *(Archit.)* *(หลังคา)* สูง; Ⓒ *(lofty)* *(การพูดคุย)* ที่เข้าใจยาก; **be too ~-pitched intellectually for sb.** ใช้ภาษาที่ยากเกินไปสำหรับ *ค.น.*; ~ **point** *n.* จุดสูงสุด; ~**-powered** /ˈhaɪpaʊəd/ˈฮายเพาเอิด/ *adj.* Ⓐ *(powerful)* มีกำลังมาก; *(เครื่องจักร)* แรงสูง; Ⓑ *(forceful)* *(ผู้จัดการ)* แข็งขัน; Ⓒ *(authoritative)* มีอำนาจมาก; *(intellectually excellent)* เก่งกาจ; ~ **'pressure** *n.* Ⓐ *(Meteorol.)* ความกดอากาศสูง; **an area of ~ pressure** บริเวณความกดอากาศสูง; Ⓑ *(Mech. Engin.)* การพิมพ์ทับ; Ⓒ *(high degree of activity)* ความกดดันสูง; **work at ~ pressure** ทำงานด้วยความกดดันสูง; ~**-priced** /haɪ ˈpraɪst/ฮาย'ไพรซฺท/ *adj.* ราคาแพง; ~ **'priest** *n.* พระราชาคณะ; ~ **'profile** *n.* ➡ **profile** 1 G; ~**-ranking** *adj.* มียศสูง, มีตำแหน่งสูง; ~ **re'lief** ➡ **²relief** A; ~**-rise** *adj.* ที่ปลูกสูง; **~-rise building** อาคารสูง; **~-rise [block of] flats/office block** แฟลต/อาคารสำนักงานสูง ๆ; ~**-risk** *attrib. adj. (กลุ่ม, กีฬา)* มีความเสี่ยงสูง; **take a ~-risk gamble** ทำอะไรที่มีความเสี่ยงสูง; **a ~-risk investment** การลงทุนที่มีความเสี่ยงสูง; ~ **road** *n.* ถนนสายหลัก; **the ~ road to ruin** ทางสู่ความหายนะ; **a ~ road to happiness** ทางสู่ความสุข; ~ **school** *n.* โรงเรียนมัธยม; ~ **'seas** *n. pl.* **the ~ seas** ทะเลหลวง, กลางทะเล; ~ **season** *n.* ช่วงที่มีนักท่องเที่ยวมากที่สุด; ~ **sign** *n. (Amer. coll.)* **give sb. the ~ sign** ให้สัญญาณ *ค.น.* ว่าทุกอย่างเรียบร้อย; ~**-sounding** *adj.* ซึ่งฟังดูใหญ่โต; ~**-speed** *adj.* Ⓐ มีความเร็วสูง; **~-speed train** รถไฟที่แล่นด้วยความเร็วสูง; **~-speed steel** เหล็กกล้าที่ผ่านการผลิตในเวลาอันรวดเร็ว; Ⓑ *(Photog.)* ➡ **²fast** 1 H; ~**-spirited** ➡ **spirited** B; ~ **'spirits** ➡ **spirit** 1 H; ~ **spot** *n. (coll.)* จุดเด่นสุด; ~ **street** *n.* ถนนสายหลักในเมือง; **~ street shop/office** ร้านค้า/สำนักงานที่ตั้งอยู่บนถนนสายหลัก; **~ street banks** ธนาคารใหญ่; ~**-'strung** ➡ **highly strung**; ~ **'table** Ⓐ *n. (at public dinner)* โต๊ะผู้ใหญ่/ผู้สำคัญ/ผู้มีเกียรติ; Ⓑ *(table for college fellows)* โต๊ะรับประทานอาหารหมู่สำหรับอาจารย์ในมหาวิทยาลัย; ~**tail** *v.i. & t. (Amer. coll.)* **~ tail [it]** รีบหนี, รีบเผ่นอย่างรวดเร็ว; ~ **'tea** ➡ **tea** B; ~**-tech** *adj. (coll.)* เทคโนโลยีชั้นสูง; ~ **'tech** *(coll.)*, ~ **tech'nology** *ns.* เทคโนโลยีชั้นสูง; ~ **'tension** ~ **voltage** ➡ **voltage**; ~**-'tension** ➡ ~**-voltage**; ~ **'tide** ➡ **tide** 1 A; ~ **'treason** ➡ **treason** A; ~**-up** *n.* สัตว์ชั้นสูง; ~ **'voltage** ➡ **voltage**; ~**-'voltage** *adj.* ที่มีไฟฟ้าแรงสูง; ~ **'water** *n.* น้ำขึ้น; ~ **'water mark** *n.* Ⓐ *(level reached by tide)* ระดับที่น้ำขึ้นสูงสุด; Ⓑ *(maximum value)* ระดับสูงสุด; *(highest point of excellence)* จุดสูงสุด; ~**way** *n.* Ⓐ *(public road/path)* ทางหลวง, ทางสัญจรสาธารณะ; **H~ ways Department** กรมทางหลวง; **the King's/Queen's ~way** *(Brit.)* ทางหลวง; Ⓑ *(main route)* สายหลัก; **the spinal cord is the ~way for all nervous impulses** เส้นประสาทกระดูกสันหลังเป็นเสาสายหลักของประสาททั้งหมด; Ⓒ *(fig.: course of action)* **the ~way to ruin** ทางสู่ความหายนะ; **H~way 'Code** *n. (Brit.)* กฎจราจรบนทางหลวง; ~**wayman** /ˈhaɪweɪmən/ˈฮายเวเมิน/ *n., pl.* ~**waymen** /ˈhaɪweɪmən/ˈฮายเวเมน/ *(Hist)* โจรปล้นคนเดินทาง; ~ **'wire** *n.* ลวด/สายไทรเลขขนาดใหญ่

hijack /ˈhaɪdʒæk/ˈฮายแจค/ ❶ *v.t.* Ⓐ *(seize)* ไฮแจ็ค *(ท.ศ.)*; จี้บังคับ; **they ~ed an aircraft to Cuba** พวกเขาจี้บังคับเครื่องบินไปคิวบา; **he ~ed the lorry to London** เขาจี้บังคับให้รถบรรทุกไปลอนดอน; Ⓑ *(coll.: steal)* ปล้น ❷ *n. (of aircraft)* การจี้เครื่องบิน; *(of vehicle)* การปล้นรถ

hijacker /ˈhaɪdʒækə(r)/ˈฮายแจเคอะ(ร)/ *n.* คนไฮแจ็ค *(ท.ศ.)*, คนจี้บังคับ; *(of aircraft)* โจรจี้บังคับเครื่องบิน; **be seized by ~s** ถูกจี้บังคับโดยนักจี้

hike /haɪk/ไฮค/ ❶ *n.* Ⓐ *(long walk)* การเดินทางไกลด้วยเท้า; **go on a ~:** เดินทางไกลด้วยเท้า; **be on a ~:** อยู่ในระหว่างการเดินทางไกลด้วยเท้า; Ⓑ *(esp. Amer.: increase)* การเพิ่มขึ้น ❷ *v.i.* Ⓐ เดินทางไกล; Ⓑ *(walk vigorously)* เดินอย่างกระฉับกระเฉง ❸ *v.t.* Ⓐ *(hoist)* ยก; Ⓑ *(esp. Amer.: raise)* เพิ่มสูง *(ราคา)*

~ **'up** *v.i.* ยกขึ้นสูง

hiker /ˈhaɪkə(r)/ˈไฮเคอะ(ร)/ *n.* นักเดินทางไกลด้วยเท้า

hilarious /hɪˈleərɪəs/ฮิ'แลเรียซ/ *adj.* Ⓐ *(extremely funny)* ตลกมาก; Ⓑ *(boisterously merry)* ร่าเริงมาก

hilariously /hɪˈleərɪəslɪ/ฮิ'แลเรียซลิ/ *adv.* **be ~ funny** ตลกอย่างมาก

hilarity /hɪˈlærɪtɪ/ฮิ'แลริทิ/ *n., no pl.* Ⓐ *(gaiety)* ความร่าเริง; Ⓑ *(merriment)* ความสนุกสนาน; *(loud laughter)* การหัวเราะดังลั่น

Hilary term /hɪlərɪ ˈtɜːm/ฮิเลอะริ'เทิม/ *n. (Brit. Univ.)* การศึกษาภาคกลางของมหาวิทยาลัย

hill /hɪl/ฮิล/ *n.* Ⓐ เนินเขา; *(higher)* ภูเขา; **walk in the ~s** เดินบนเนินเขา; **built on a ~:** สร้างบนเนินเขา; **be over the ~** *(fig. coll.)* อยู่บนกิ่งไม้สูง; *(past the crisis)* ผ่านวิกฤติการณ์มาแล้ว; **[as] old as the ~s** *(fig.)* เก่าแก่มาก; ➡ + **up** 2 A; **up~**; Ⓑ *(heap)* กอง; *(termite ~)* จอมปลวก; *(dung ~)* กองมูลสัตว์; Ⓒ *(sloping road)* ทางลาด; **park on a ~:** จอดรถบนทางลาด

hill: ~**billy** *n. (Amer.)* คนหลังเขา; ~ **climb** *n. (Motor Racing)* การแข่งรถขึ้นเนินเขา; ~ **fort** *n.* ป้อมบนเนิน; ~**man** *n.* ชาวเขา

hillock /ˈhɪlək/ˈฮิลเลิค/ *n.* เนินเล็ก ๆ

hill: ~**side** *n.* ข้างเขา; ~ **start** *n. (Motor Veh.)* เริ่มออกรถบนเนินเขา; **do a ~ start** เริ่มออกรถบนเนินเขา; ~**top** *n.* ยอดเนิน

hilly /ˈhɪlɪ/ˈฮิลลิ/ *adj.* เป็นเนิน; *(higher)* เป็นเขา

hilt /hɪlt/ฮิลทฺ/ *n.* ด้าม *(ดาบ)*; **[up] to the ~** *(fig.)* อย่างเต็มที่, อย่างสมบูรณ์

him /hɪm/ฮิม/ *pron.* เขา *(ผู้ชาย)*; *reflexively* ตัวเขาเอง; **it was ~:** คือเขานั่นเอง; ➡ + **'her**

Himalayan /hɪməˈleɪən/ฮิเมอะ'เลเอิน/ *adj.* เกี่ยวกับเทือกเขาหิมาลัย

Himalayas /hɪməˈleɪəz/ฮิเมอะ'เลเอิซ/ *pr. n. pl.* เทือกเขาหิมาลัย

himself /hɪmˈself/ฮิม'เซ็ลฟฺ/ *pron.* Ⓐ *emphat.* ตัวเขาเอง; Ⓑ *refl.* ตัวเขาเอง ➡ + **herself**

¹hind /haɪnd/ฮายนฺดฺ/ *n.* กวางตัวเมีย

²hind /haɪnd/ฮายนฺดฺ/ *adj.* หลัง; ~ **legs** ขาหลัง; **get up on one's ~ legs** *(fig. joc.)* ลุกขึ้นยืนเพื่อจะกล่าวอะไรบางอย่าง; ➡ + **donkey**

hinder /ˈhɪndə(r)/ˈฮินเดอะ(ร)/ ❶ *v.t.* *(impede)* ขัดขวาง; *(delay)* เป็นอุปสรรค; **~ sb. in his work** ขัดขวางการทำงานของ *ค.น.*; **~ sb. from doing sth.** กีดกัน *ค.น.* ไม่ให้ทำ *ส.น.* ❷ *v.i.* **will it help or ~?** นั่นเป็นการช่วยเหลือหรือการขัดขวาง

Hindi /ˈhɪndɪː/ˈฮินดิ/ ❶ *adj.* เกี่ยวกับภาษาชาวอินเดียภาคเหนือ; ➡ + **English** 1 ❷ *n.* ภาษาของชาวอินเดียภาคเหนือ; ➡ + **English** 2 A

hind: ~**most** *adj. (furthest behind)* หลังสุด; ➡ + **devil** 1 C; ~**quarters** *n. pl. (of large quadruped)* ส่วนก้นและขาหลังของสัตว์

hindrance /ˈhɪndrəns/ˈฮินเดริ้นซฺ/ *n.* Ⓐ *(action)* การขัดขวาง; ➡ + **²let** A; Ⓑ *(obstacle)* อุปสรรค; **he is more of a ~ than a help** เขาขัดขวางมากกว่าจะช่วย; **be a ~ to navigation** เป็นอุปสรรคต่อการเดินเรือ; นิวรณ์ *(ร.บ.)*

'hindsight /ˈhaɪndsaɪt/ˈฮายนฺดฺไซทฺ/ *n.* **in ~, with [the benefit of]** เมื่อมองย้อนกลับไป

Hindu /ˈhɪnduː, hɪnˈduː/ˈฮินดู, ฮิน'ดู/ ❶ *n.* แขกฮินดู ❷ *adj.* เกี่ยวกับแขกฮินดู

Hinduism /ˈhɪnduːɪzm/ˈฮินดูอิซ'ม/ *n., no pl.* ศาสนาฮินดู

Hindustani /hɪndʊˈstɑːnɪ/ฮินเดอะ'ซตานิ/ ❶ *adj.* Ⓐ เกี่ยวกับภาษาฮินดู; Ⓑ *(Ling.)* ภาษาฮินดู; ➡ + **English** 1 ❷ *n.* ภาษาอุรดู; ➡ + **English** 2 A

hinge /hɪndʒ/ฮินจฺ/ ❶ *n.* Ⓐ บานพับ; **off its ~s** *(ประตู)* ออกจากบานพับ; Ⓑ *(Zool.: of*

hinged | hit 432

bivalve) ช่วงต่อของหอย; Ⓒ *(Philat.)* **[stamp]~:** ขอบ/มุมใช้ติดแสตมป์ในอัลบั้ม ❷ *v.t.* ติดด้วยบานพับ; **~ sth. to sth.** ติด *ส.น.* กับ *ส.น.* ด้วยบานพับ ❸ *v.i.* Ⓐ *(hang and turn)* **~ [up]on sth.** ห้อยและหมุนอยู่บน *ส.น.*; Ⓑ *(fig.: depend)* ขึ้นอยู่ (**[up] on** กับ)

hinged /hɪndʒd/ฮินจฺด/ *adj.* ซึ่งติดด้วยบานพับ; **~ lid** ฝาปิดโดยบานพับ

hinny /ˈhɪnɪ/ˈฮินิ/ *n. (Zool.)* ล่อ *(สัตว์พันธุ์ผสมระหว่างม้ากับลา)*

hint /hɪnt/ฮินทฺ/ ❶ *n.* Ⓐ *(suggestion)* คำแนะนำ, พูดเปรย, พูดเป็นนัย; **give a ~ that ...:** ให้คำแนะนำว่า...; **give no ~ that ...:** ไม่ให้คำแนะนำว่า...; **is that a ~?** นั่นเป็นคำแนะนำหรือ; **~, ~!** *(joc.)* เห็นไหม, เข้าจี้ *(ภ.พ.)*; ➡ + **broad 1 B; drop 3 D; take 1 V;** Ⓑ *(slight trace)* ร่องรอย; **the ~/no ~ of a smile** มี/ไม่มีร่องรอยของการยิ้ม; **there was a ~ of sadness in his smile** มีร่องรอยของความเศร้าในรอยยิ้มของเขา; **a ~ of aniseed** ร่องรอยของกลิ่น/รสยี่หร่า; Ⓒ *(practical information)* คำแนะนำ; **car repair ~s** คำแนะนำเกี่ยวกับการซ่อมรถยนต์ ❷ *v.t.* พูดเป็นนัย; **nothing has yet been ~ed about it** ยังไม่มีการพูดเป็นนัยเกี่ยวกับเรื่องนั้น ❸ *v.i.* **~ at** พูดเป็นนัย

hinterland /ˈhɪntəlænd/ˈฮินเทอะแลนดฺ/ *n.* พื้นที่หลังฝั่งทะเลหรือแม่น้ำ; *(area surrounding city)* พื้นที่รอบเมือง

¹hip /hɪp/ฮิพ/ *n.* ➤ **118** Ⓐ สะโพก; **with one's hands on one's ~s** เอามือเท้าเอว; **shoot from the ~** *(lit.)* ยิงจากสะโพก; *(fig.)* ทำอย่างไม่ทันได้คิด; Ⓑ *in sing. or pl. (~ measurement)* การวัดรอบสะโพก; **have thirty-seven-inch ~s** *or* **a thirty-seven-inch ~:** สะโพกขนาด 37 นิ้ว; **how large are your ~s?** สะโพกของคุณขนาดเท่าไร; Ⓒ *(Archit.)* หลังคาปั้นหยก, อกไก่

²hip *n. (Bot.)* ผลของกุหลาบ

³hip *int.* ➡ **hurrah 1**

⁴hip *adj.* ➡ **hep**

hip: ~ bath *n.* ถังเปล; **~ bone** *n. (Anat.)* กระดูกสะโพก; **~ flask** *n.* ขวดเหล้าแบนโค้งที่มีขนาดพอเหมาะกับกระเป๋าสะโพก *(กระเป๋าที่ด้านหลังกางเกง)*; **~ joint** *n. (Anat.)* ข้อต่อสะโพก; **~-length** *adj.* เสื้อผ้าที่ยาวถึงสะโพก; **~ measurement** *n.* การวัดสะโพก; ขนาดสะโพก

hippie /ˈhɪpɪ/ˈฮิพพิ/ *n. (coll.)* ฮิปปี้ *(ท.ศ.)*, บุปผาชน

hippo /ˈhɪpəʊ/ˈฮิพโพ/ *n. pl.* **~s** *(coll.)* ➡ **hippopotamus**

hip ˈpocket /hɪp/ฮิพ/ *n.* กระเป๋าด้านหลังกางเกง กระโปรง

Hippocratic oath /hɪpəkrætɪk ˈəʊθ/ฮิเพอะแครฺทิค ˈโอธ/ *n. (Med.)* คำสาบานของแพทย์ที่จะปฏิบัติตามจรรยาบรรณแพทย์

hippopotamus /hɪpəˈpɒtəməs/ฮิเพอะˈพอเทอะเมิซ/ *n., pl.* **~es** *or* **hippopotami** /hɪpəˈpɒtəmaɪ/ฮิเพอะˈพอเทอะมาย/ *(Zool.)* ช้างน้ำ, ฮิปโป *(ท.ศ.)*

hippy /ˈhɪpɪ/ˈฮิพพิ/ *n.* ➡ **hippie**

hip: ~ roof *n. (Archit.)* หลังคาปั้นหยก; **~ size** ➡ **~ measurement**

hipster /ˈhɪpstə(r)/ˈฮิพซฺเตอะ(ร)/ ❶ *adj.* *(กางเกง)* นั่งบนสะโพก ❷ *in pl.* กางเกงที่มีเอวต่ำระดับสะโพก

hire /haɪə(r)/ฮาย(ร)/ ❶ *n.* Ⓐ *(action)* การจ้าง *(คนใช้)*; การเช่า *(รถยนต์)*; **conditions of ~:** เงื่อนไขการเช่า, การจ้าง; Ⓑ *(condition)* **be on ~ [to sb.]** ให้ *[ค.น.]* เช่า; **'for ~'** ให้เช่า; **there are boats for** *or* **on ~:** มีเรือให้เช่า; Ⓒ *(amount)* ค่าเช่า; Ⓓ *(arch.: wages)* ค่าจ้าง; **the labourer is worthy of his ~** *(prov.)* งานทุกอย่างคุ้มค่าจ้าง ❷ *v.t.* Ⓐ *(employ)* จ้าง *(ทนาย, ที่ปรึกษา)*; **~d assassin** ฆาตกรรับจ้าง; Ⓑ *(obtain use of)* เช่า; **~ sth. from sb.** เช่า *ส.น.* จาก *ค.น.*; Ⓒ *(grant use of)* ให้เช่า; **~ sth. to sb.** ให้ *ค.น.* เช่า *ส.น.*

~ ˈout *v.t.* ปล่อยให้เช่า

ˈhire car *n.* รถเช่า

hired /haɪəd/ฮายดฺ/: **~ car** ➡ **hire car; ~ girl** *n. (Amer.)* สาวใช้; *(on farm)* หญิงรับจ้างช่วยชาวนา; **~ man** *n. (Amer.)* ผู้รับจ้าง; *(on farm)* คนรับจ้างช่วยชาวนา

hireling /ˈhaɪəlɪŋ/ˈฮายลิง/ *n.* ลูกจ้าง, คนรับจ้าง

hire ˈpurchase *n., no pl., no art. (Brit.)* การเช่าซื้อ; การซื้อแบบผ่อนส่ง; **pay for/buy sth. on ~:** ชำระผ่อนส่ง/ซื้อผ่อนส่ง *ส.น.*

hirer /ˈhaɪərə(r)/ˈฮายเรอะ(ร)/ *n.* ผู้เช่า; *(who grants use)* คนให้เช่า

hirsute /ˈhɜːsjuːt, US -suːt/ˈเฮอซิวทฺ, -ซูท/ *adj.* มีขนมากตามตัว; *(unkempt)* มีขนรุงรัง

hirsuteness /ˈhɜːsjuːtnɪs/ˈเฮอซิวทฺนิซ/ *n., no pl.* การมีขนมาก; การมีผมดก; *(unkempt appearance)* การมีขนรุงรัง

his /ɪz *stressed* hɪz/อิซ, ฮิซ/ *poss. pron.* Ⓐ *attrib.* ของเขา; *referring to personified things or animals* สรรพนามแสดงความเป็นเจ้าของเพศชาย; ➡ + **²her;** Ⓑ *pred. (the one[s] belonging to him)* ของเขา [ผู้ชาย]; **towels labelled '~' and 'hers'** ผ้าเช็ดตัวปักด้วยคำว่า 'ของเขา' และ 'ของเธอ'; ➡ + **hers**

Hispanic /hɪˈspænɪk/ฮิˈซแปนิค/ ❶ *adj.* ของสเปน, เกี่ยวกับประเทศที่ใช้ภาษาสเปน; **~ Americans** ชาวอเมริกันที่พูดสเปน/มีเชื้อสายอเมริกาใต้; **~ studies** การศึกษาเกี่ยวกับสเปน ❷ *n.* ผู้ที่พูดภาษาสเปน *(โดยเฉพาะชาวอเมริกันที่มีถิ่นกำเนิดจากประเทศลาตินอเมริกา)*

Hispanicist /hɪˈspænɪsɪst/ฮิˈซแปนิซิซทฺ/, **Hispanist** /ˈhɪspənɪst/ˈฮิซเปอะนิซทฺ/ *n.* ผู้เชี่ยวชาญหรือผู้ศึกษาค้นคว้าวิชาวรรณคดีภาษาและอารยธรรมสเปน

hiss /hɪs/ฮิซ/ ❶ *n. (of goose, snake, escaping steam, crowd, audience)* เสียงซี้ด; *(of cat, locomotive)* เสียงร้องของแมว, สัตว์ปีก, เสียงที่ดังซี้ด ❷ *v.i.* ร้องเสียงแฉ่, ร้องฟ่อ, ร้องเสียงซี้ด ❸ *v.t.* Ⓐ *(express disapproval of)* ร้องเสียงที่แสดงความไม่พอใจ; Ⓑ *(utter with a hiss)* มีเสียงดังแฉ่, ออกเสียงซี้ด

histamine /ˈhɪstəmɪn, ˈhɪstəmiːn/ˈฮิซเตอะมิน, ˈฮิซเตอะมีน/ *n. (Physiol.)* ธาตุฮิสตามีน *(ท.ศ.)* *(ซึ่งออกมาจากร่างกายเวลาเป็นหวัดหรือมีอาการแพ้เป็นผื่น)*

histogram /ˈhɪstəgræm/ˈฮิซเตอะแกฺรม/ *n. (Statistics)* กราฟแท่ง

histology /hɪˈstɒlədʒɪ/ฮิˈซตอเลอะจิ/ *n. (Biol.)* จุลกายวิภาคศาสตร์ของเนื้อเยื่อ

historian /hɪˈstɔːrɪən/ฮิˈซตอเรียน/ *n.* Ⓐ ➤ **489** *(writer of history)* นักเขียนประวัติศาสตร์; Ⓑ *(scholar of history)* นักประวัติศาสตร์

historic /hɪˈstɒrɪk, US -ˈstɔːr-/ฮิˈซตอริค, -ˈซตอร-/ *adj.* Ⓐ *(famous)* มีชื่อเสียงในประวัติศาสตร์; เป็นประวัติศาสตร์; Ⓑ *(Ling.)* เป็นประวัติศาสตร์

historical /hɪˈstɒrɪkl, US -ˈstɔːr-/ฮิˈซตอริค'ล, -ˈซตอร-/ *adj.* Ⓐ เกี่ยวกับประวัติศาสตร์; **~ research** การวิจัยทางประวัติศาสตร์; **of ~ interest** น่าสนใจทางประวัติศาสตร์; Ⓑ *(belonging to the past)* ที่ล่วงเลยมาแล้ว, เป็นอดีต; **be ~:** เป็นเหตุการณ์ในอดีต

historically /hɪˈstɒrɪkəlɪ, US -ˈstɔːr-/ฮิˈซตอริเคอะลิ, -ˈซตอร-/ *adv.* Ⓐ *(with respect to history)* ตาม/ทางประวัติศาสตร์; Ⓑ *(as a matter of history)* ในแง่ประวัติศาสตร์

historiography /hɪstɔːrɪˈɒgrəfɪ/ฮิซตอริˈออเกฺรอะฟิ/ *n.* การเขียนประวัติศาสตร์

history /ˈhɪstrɪ/ˈฮิซตริ/ *n.* Ⓐ *(continuous record)* ประวัติศาสตร์; **histories** เรื่องเก่าแก่; Ⓑ *no pl., no art.* ประวัติศาสตร์; *(study of past events)* ประวัติศาสตร์; **~ relates ...:** ประวัติศาสตร์บรรยายว่า...; **that's [all] [past] ~:** สิ่งนั้น [ทั้งหมด] เป็นประวัติศาสตร์ไปแล้ว/ผ่านไปแล้ว; **~ repeats itself** ประวัติศาสตร์ซ้ำรอย; **make [boxing] ~:** เป็นประวัติศาสตร์ [ทางด้านมวย]; **go down in ~:** ก้าวไปสู่ประวัติศาสตร์; **and the rest is ~:** และที่เหลือเป็นที่รู้จักกันดี; Ⓒ *(train of events)* เหตุการณ์ที่ผ่านมา; *(of person)* ประวัติ; **have a ~ of asthma/shoplifting** มีประวัติเป็นโรคหืด/ขโมยตามร้านค้า; Ⓓ *(eventful past career)* ประสบการณ์; **he has quite a ~:** เขามีประสบการณ์อย่างมากมาย; Ⓔ *(Theatre)* ละครประวัติศาสตร์; **Shakespeare's histories** ละครประวัติศาสตร์ของเชคสเปียร์; ➡ + **ancient 1 A; case history; life history; medieval history; natural history**

ˈhistory book *n.* หนังสือประวัติศาสตร์

histrionic /hɪstrɪˈɒnɪk/ฮิซตริˈออนิค/ ❶ *adj.* Ⓐ เกี่ยวกับการเล่นละคร; **~ art** ศิลปะการละคร; Ⓑ *(stagy)* *(ท่าที)* เหมือนละคร ❷ *n. in pl.* Ⓐ *(theatrical art)* ศิลปะการละคร; Ⓑ *(melodramatic behaviour)* การทำตัวฟุ้งซ่านแบบละคร; **forget the ~s!** ไม่ต้องมาเล่นละครหรอก

hit /hɪt/ฮิท/ ❶ *v.t.,* **-tt-, hit** Ⓐ *(strike with blow)* ตี, ตบ; *(strike with missile)* ยิง; **I've been ~!** *(struck by bullet)* ฉันถูกยิง; **I could ~ him** *(fig. coll.)* ฉันอยากจะตบเขา; **the ball ~ me in the face** ลูกบอลมาโดนหน้าฉัน; **~ sb. over the head** ตีศีรษะของ *ค.น.*; **~ one's thumb** กระแทกนิ้วโป้ง; **~ by lightning** ถูกฟ้าผ่า; **~ a man when he's down** *(fig.)* ทำร้ายคนที่ไม่มีทางสู้; ➡ + **belt 1 A; nail 1 B; note 1 A;** Ⓑ *(come forcibly into contact with)* *(ยานพาหนะ)* ชน หรือ กระแทก *(กำแพง)*; **the aircraft ~ the ground** เครื่องบินโหม่งพื้น, เครื่องบินกระแทกกับพื้น; **the noise of the hammer ~ting the anvil** เสียงค้อนกระทบบนทั่งตีเหล็ก; **~ the roof** *or* **ceiling** *(fig. coll.: become angry)* ระเบิดด้วยความโกรธมาก; Ⓒ *(cause to come into contact)* โขก; **~ one's head on sth.** ศีรษะโขกกับ *ส.น.*; Ⓓ *(deliver)* **~ a blow at sb., ~ sb. a blow** ต่อย *ค.น.* หรือ ชก *ค.น.*; Ⓔ *(fig.: cause to suffer)* **~ badly** *or* **hard** เล่นงานเต็มที่; **I will ~ them very hard** *(take severe measures against)* ฉันจะใช้วิธีที่เด็ดขาดกับพวกเขา; Ⓕ *(fig.: affect)* โดน; **have been ~ by frost/rain** โดนน้ำค้างแข็ง/ฝน; Ⓖ *(fig.: light upon)* พบ, เกิดความคิด; **you've ~ it!** คุณคิดถูกแล้ว; Ⓗ *(fig.: characterize)* ➡ **~ off;** Ⓘ *(fig.: coll.) (encounter)* พบ, เผชิญหน้า; *(arrive at)* มาถึงที่; **I think we've ~ a snag** ฉันคิดว่าพวกเรากำลังเจอปัญหา; **~ a pool of water**

h

(รถยนต์) เจอน้ำขังบนถนน; **~ an all-time high** *(ราคา)* ขึ้นถึงจุดสูงสุด; **the car can ~ 100 miles an hour** รถยนต์แล่นได้เร็วถึง 100 ไมล์ต่อชั่วโมง; **they ~ all the night spots** พวกเขาเที่ยวไปตามแหล่งท่องเที่ยวกลางคืนจนทั่ว; **~ town** มาถึง; **~ the trail** *(Amer. coll.)* or **the road** ออกเดินทาง; **~ the hay** *(coll.)* เข้านอน; Ⓙ *(fig. coll.: indulge in)* หมกมุ่น, หลงระเริงกับ; **[begin to] ~ the bottle** เริ่มกินเหล้า; Ⓚ *(Cricket)* ตี; **~ the ball for six** *(Brit.)* ตีลูกได้คะแนน 6 แต้ม; **~ sb. for six** *(Brit.)* ได้ 6 แต้มจาก *ค.น.*; *(fig.: defeat)* ทำให้ *ค.น.* แพ้อย่างยับเยิน

❷ *v.i.*, **-tt-, hit** Ⓐ *(direct a blow)* ตี; **~ hard** ตีอย่างหนัก; **~ at sb./sth.** ตี *ค.น./ส.น.*; *(fig.: criticize)* วิจารณ์ *ค.น./ส.น.*; **~ at sth. as being extravagant** วิจารณ์ *ส.น.* ว่าฟุ่มเฟือยเกิน; **~ and run** ชนแล้วหนี; ➡ + **~-and-run**; Ⓑ *(come into forcible contact)* **~ against** or **upon sth.** ชน *ส.น.*

❸ *n.* Ⓐ *(blow)* การตี, การตบ; Ⓑ *(sarcastic remark)* คำพูดถากถาง; *(censure, rebuke)* คำตำหนิ, การดุด่า; **that's a ~ at me** นั่นเป็นการพูดโจมตีฉัน; Ⓒ *(shot or bomb striking target)* การยิง/ทิ้งระเบิดโดนเป้าหมาย; Ⓓ *(success)* ความสำเร็จ; *(success in entertainment)* การได้รับความนิยม, ยอดนิยม; ติดอันดับ; เป็นดารา; **make a ~:** มีชื่อเสียงโด่งดัง; **make** or **be a ~ with sb.** ทำให้ *ค.น.* ติดใจ *หรือ* เป็นที่ติดใจของ *ค.น.*; **I'm sure she'll be** or **make a [big] ~:** ฉันมั่นใจว่าเธอจะได้รับความนิยมอย่างมาก; Ⓔ *(stroke of luck)* มีโชค; Ⓕ *(Computing) (in search)* การค้นพบ; *(on web site)* การฮิท *(ท.ศ.)*

~ 'back ❶ *v.t.* แก้เผ็ด, ตบกลับ ❷ *v.i.* *(verbally)* พูดแก้เผ็ด; **~ back at sb.** *(fig.)* แก้เผ็ด *ค.น.*

~ 'off *v.t.* Ⓐ *(characterize)* อธิบายลักษณะอย่างชัดเจน; Ⓑ **~ it off [with each other]** เข้าใจซึ่งกันและกัน; **~ it off with sb.** ถูกคอกับ *ค.น.*

~ on ➡ **~ upon**

~ 'out *v.i.* Ⓐ *(aim blows)* ตบตี; Ⓑ **~ out at** or **against sb./sth.** *(fig.)* พูดโจมตี *ค.น./ส.น.*

~ upon *v.t.* เจอ *(ปัญหา)*; ค้นพบ *(วิธี, คำตอบ)*

hit: ~-and-'miss ➡ **~-or-miss**; **~-and-'run** *adj.* Ⓐ *(คนขับรถยนต์)* ชนแล้วหนี; **~-and-run accident** อุบัติเหตุทางรถยนต์ที่คนขับชนแล้วหนี; **~-and-run tactics** *(การสู้รบ)* แบบกองโจร

hitch /hɪtʃ/ฮิฉ/ ❶ *v.t.* Ⓐ *(move by a jerk)* กระตุก/ขยับให้เข้าที่; Ⓑ *(fasten)* ผูกให้แน่น (**to** กับ); *(รถไฟ)* ต่อขบวนรถ (**to** กับ); เทียม *(วัวกับเกวียน)*; **get ~ed** *(coll.)* แต่งงาน; ➡ + **wagon A**; Ⓒ **~ a lift** or **ride** *(coll.)* ติดรถไปด้วย; **he was trying to ~ a lift** or **ride** เขาพยายามโบกรถเพื่อขอติดรถไปด้วย

❷ *v.i.* ➡ **hitch-hike 1**

❸ *n.* Ⓐ *(jerk)* การกระตุก; **give sth. a ~:** กระตุก *ส.น.*; Ⓑ *(Naut.: knot)* ปม, เงื่อนกระตุก; **half ~:** เงื่อนครึ่งหนึ่ง; ➡ + **clove hitch**; Ⓒ *(stoppage)* การหยุด; **go off without a ~:** ดำเนินไปอย่างราบรื่น; Ⓓ *(impediment)* การขัดขวาง, การหน่วงเหนี่ยว; **have one ~:** มีปัญหาอย่างหนึ่ง; Ⓔ ➡ **hitch-hike 2**

~ 'up *v.t.* Ⓐ ถกขึ้น, ยกขึ้น; **~ up one's trousers** ถกขากางเกงขึ้น; Ⓑ *(Amer.: attach)* ผูกติด, แนบ

hitch: ~-hike ❶ *v.i.* โบกรถเพื่อขออาศัยเดินทาง ❷ *n.* การโบกรถ; **~-hiker** *n.* นักเดินทางโดยการโบกรถ; **~-hiking** *n.* การโบกรถ

hitching post /ˈhɪtʃɪŋpəʊst/ˈฮิฉฉิงโพซทฺ/ *n.* เสาหลัก *(ไว้โยงกับสัตว์ลากหรือรถไฟ)*

hi-tech *adj.* ➡ **high-tech**

hither /ˈhɪðə(r)/ˈฮิทเทอะ(ร)/ *adv.* *(literary)* ที่นี่; **~ and thither** or **yon** ที่นี่และที่นั่น; ➡ + **come~**

hitherto /hɪðəˈtuː/ฮิทเทอะˈทู/ *adv.* *(literary)* ก่อนหน้านั้น; *(up to that time)* จนถึงบัดนั้น

hit: ~ list *n.* Ⓐ *(charts)* ➡ **~ parade**; Ⓑ *(victims)* รายการ, จะโดนจัดการ; **~ man** *n.* *(Amer.)* ฆาตกร; **~-or-'miss** *adj.* *(coll.)* *(random)* ไม่เป็นระเบียบ, มั่นใจไม่ได้; *(careless)* ไม่รอบคอบ; **it was a very ~-or-miss affair** มันเป็นเรื่องที่ต้องปล่อยตามบุญตามกรรม; **~ parade** *n.* รายการเพลงที่ติดอันดับ; **~ 'record** *n.* แผ่นเสียงที่ติดอันดับ

Hittite /ˈhɪtaɪt/ˈฮิไททฺ/ ❶ *n.* Ⓐ มนุษย์ยุคหินแถบเอเชียกลางและซีเรีย; Ⓑ *(Ling)* กลุ่มภาษาฮิตไตท์ ❷ *adj.* ที่เกี่ยวกับมนุษย์ยุคหินกลุ่มฮิตไตท์

HIV *abbr.* *(Med.)* **human immuno-deficiency virus** เชื้อเอชไอวี *(ท.ศ.)*; **~-positive/-negative** เชื้อไวรัสที่ให้ผลเลือดเป็นบวก/ลบ; **~-infected** ติดเชื้อเอชไอวี

hive /haɪv/ฮายวฺ/ ❶ *n.* Ⓐ รวงผึ้ง; **frame ~:** ตระกูลผึ้ง; Ⓑ *(fig.: busy place)* **what a ~ of industry!** ที่นี่ช่างขยันอะไรกัน!; **the office is a [regular] ~ of industry** สำนักงานนี้ช่างขยันขันแข็งจังเลย ❷ *v.t.* อยู่รวมกันอย่างใกล้ชิด

~ 'off *(Brit.)* ❶ *v.t.* *(บริษัท)* แตกออกจากกลุ่ม ❷ *v.i.* *(separate and make independent)* แยกตัวเป็นอิสระ; *(assign)* มอบ *(งาน)*; **the firm was ~d off from the parent company** บริษัทถูกแยกออกจากบริษัทแม่

hiya /ˈhaɪjə/ˈฮายเยอะ/ *int.* *(coll.)* ฮัลโหล

HM *abbr.* Ⓐ **Her/His Majesty** พระบาทสมเด็จพระเจ้าอยู่หัว/สมเด็จพระราชินี; Ⓑ **Her/His Majesty's** ในพระบาทสมเด็จพระเจ้าอยู่หัว/สมเด็จพระราชินี; Ⓒ **headmaster/headmistress** อาจารย์ใหญ่ชาย/หญิง

HMG *abbr.* *(Brit.)* **Her/His Majesty's Government**

HMI *abbr.* *(Brit.)* **Her/His Majesty's Inspector [of Schools]**

HMS *abbr.* *(Brit.)* **Her/His Majesty's Ship**

HMSO *abbr.* *(Brit.)* **Her/His Majesty's Stationery Office**

HNC *abbr.* *(Brit.)* **Higher National Certificate**

HND *abbr.* *(Brit.)* **Higher National Diploma**

ho /həʊ/โฮ/ Ⓐ *expr. surprise* โอ้; *expr. admiration* โอ้โฮ; *expr. triumph* ฮา; *drawing attention* เฮ้ย; *expr. derision* ฮาฮา; **land ~!** เห็นชายฝั่งแล้ว!; Ⓑ *(Naut.: rallying cry)* **westward ~!** ไปทางทิศตะวันตกกัน

hoard /hɔːd/ฮอด/ ❶ *n.* Ⓐ *(store laid by)* พัสดุ; **make/collect a ~ of sth.** สะสม *หรือ* ตุน *ส.น.* ไว้; ตุน; Ⓑ *(fig.: amassed stock)* *(เงิน ทอง, สิ่ง)* ที่สะสมไว้; **he had accumulated a ~ of grievances** เขาได้สะสมความโกรธแค้นไว้; Ⓒ *(Archaeol.)* วัตถุโบราณ ❷ *v.t.* **~ [up]** สะสม, เก็บตุนไว้ ❸ *v.i.* สะสม

hoarder /ˈhɔːdə(r)/ˈฮอเดอะ(ร)/ *n.* นักกักตุน

[1]**hoarding** /ˈhɔːdɪŋ/ˈฮอดิง/ *n.* การกักตุน

[2]**hoarding** /ˈhɔːdɪŋ/ˈฮอดิง/ *n.* Ⓐ *(fence)* ผนังไม้บังการก่อสร้าง; Ⓑ *(Brit.: for advertisements)* แผ่นป้ายโฆษณา

hoar frost /ˈhɔː frɒst, US -frɔːst/ˈฮอฟรอซทฺ/ *n.* การมีน้ำแข็งหยาบ ๆ เกาะต้นไม้ใบไม้

hoarse /hɔːs/ฮอซ/ *adj.* Ⓐ *(rough, husky)* แหบ, ห้าว; *(with emotion)* เต็มไปด้วยอารมณ์; Ⓑ *(having a dry, husky voice)* มีเสียงแหบ, เสียงห้าว; **shout oneself ~:** ตะโกนจนเสียงแหบ

hoarsely /ˈhɔːslɪ/ˈฮอซลิ/ *adv.* *(in a hoarse voice)* อย่างแหบห้าว; *(in an emotional voice)* อย่างมีอารมณ์

hoarseness /ˈhɔːsnɪs/ˈฮอซนิซ/ *n.* ความแหบห้าว

hoary /ˈhɔːrɪ/ˈฮอริ/ *adj.* Ⓐ *(grey)* สีเทา; *(white)* สีขาว; **become ~:** เริ่มขาว/เทา; Ⓑ *(having grey hair)* มีผมหงอก; *(having white hair)* ผมหงอกทั้งหัว; Ⓒ *(very old)* เก่าแก่; **~ old joke** การพูดตลกที่ฟังหลายรอบ, ตลกฝืด

hoax /həʊks/โฮคซฺ/ ❶ *v.t.* หลอก, หลอกลวง *(โดยการเล่นตลก)*; **I'd been ~ed** ฉันถูกหลอก *(เป็นการเล่นตลก)*; **~ sb. into believing sth.** หลอกเล่นตลกให้ *ค.น.* เชื่อ *ส.น.* ❷ *n.* *(deception)* การหลอกลวง; *(false report)* เรื่องหรือสิ่งหลอกลวง; *(practical joke)* การเล่นตลก; *(false alarm)* สัญญาณเตือนภัยหลอก

hoaxer /ˈhəʊksə(r)/ˈโฮคเซอะ(ร)/ *n.* คนหลอกลวง

hob /hɒb/ฮอบ/ *n.* Ⓐ *(of cooker)* แผ่นเรียบที่สามารถทำให้ร้อนและตั้งหม้อได้; Ⓑ *(at side of fireplace)* ชั้นโลหะข้างเตาผิง; Ⓒ *(peg)* หมุดปลายเสี้ยม

hobble /ˈhɒbl/ˈฮอบ'ล/ ❶ *v.i.* **~ [about]** เดินขากะโผลกกะเผลก, เดินขาเป๋ ❷ *v.t.* Ⓐ *(cause to ~)* ทำให้เดินขากะโผลกกะเผลก, ทำให้เดินขาเป๋; Ⓑ *(tie together legs of)* ผูกขา *(ม้า ฯลฯ)* ไว้ด้วยกัน *(เพื่อป้องกันไม่ให้เดินหนี)*; Ⓒ *(tie together)* ผูก *(ขาหน้าของสัตว์)* ไว้ด้วยกัน ❸ *n.* Ⓐ *no pl.* *(uneven gait)* การเดินกะโผลกกะเผลก; Ⓑ *(device for hobbling)* เชือกสำหรับผูกขาของม้า ฯลฯ

[1]**hobby** /ˈhɒbɪ/ˈฮอบิ/ *n.* งานอดิเรก; **do sth. as a ~:** ทำ *ส.น.* เป็นงานอดิเรก

[2]**hobby** *n.* *(Ornith.)* นกเหยี่ยวชนิดหนึ่ง โดยเฉพาะ *Falco subbuteo*

'**hobby horse** *n.* Ⓐ *(wicker horse)* โครงหวายทรงม้าที่ใช้ในการเต้นรำอังกฤษแบบเก่า; Ⓑ *(child's toy)* หัวม้าติดไม้; Ⓒ ➡ **rocking horse**; Ⓓ *(favourite topic)* หัวข้อที่โปรดปรานในการสนทนา; **get on to/start on one's ~:** เริ่มต้นสนทนาหัวข้อที่ตนชอบมากที่สุด

hob: ~goblin *n.* Ⓐ *(mischievous imp)* ปีศาจตัวเล็กที่ซุกซน; Ⓑ *(bogy)* ผี; **~nail** *n.* ตะปูหัวใหญ่ *(ใช้ตอกยึดส้นรองเท้า)*; **~nailed** /ˈhɒbneɪld/ˈฮอบเนลดฺ/ *adj.* *(รองเท้าบูท ฯลฯ)* มีตะปูหัวใหญ่ตอกยึดอยู่; **~-nob** *v.i.*, **-bb-**: **I've seen them ~-nobbing [together] a lot recently** ฉันได้เห็นพวกเขาสนิทสนม [กัน] มากหมู่นี้; **he's always ~-nobbing with the aristocracy** เขามักจะร่วมวงกับพวกขุนนางเสมอ

hobo /ˈhəʊbəʊ/ˈโฮโบ/ *n., pl.* **~es** *(Amer.)* คนเร่ร่อนหางานทำ, คนจรจัด, คนพเนจร

Hobson's choice /hɒbsnz ˈtʃɔɪs/ฮอบซ'นซฺ ˈฉอยซฺ/ *n.* **it was [a case of] ~:** จริง ๆ แล้วไม่มีทางเลือกอื่น, มัดมือชก

[1]**hock** /hɒk/ฮอค/ *n.* *(joint of quadruped's leg)* ข้อเข่าขาหลังของสัตว์

[2]**hock** *n.* *(Brit.: wine)* เหล้าองุ่นขาวจากลุ่มแม่น้ำไรน์

[3]**hock** *(Amer. coll.)* ❶ *v.t.* จำนำ *(สิ่งของ)* ❷ *n.* **be in ~** *(in pawn)* อยู่ในการจำนำ; *(in prison)* อยู่ในคุก; *(in debt)* เป็นหนี้; **put sth. in ~:**

h

hockey | hold 434

เอา *ส.น.* ไปจำนำ; **put sb. in ~** *(in debt)* สร้างหนี้สินให้ *ค.น.; (in prison)* จับ *(ค.น.)* เข้าคุก; **be in ~ to sb.** เป็นหนี้ *ค.น.*

hockey /ˈhɒkɪ/ˈฮอคิ/ *n.* Ⓐ กีฬาฮอกกี้ *(ท.ศ.)*; Ⓑ *(Can.)* ➡ **ice hockey**

hockey: ~ player *n.* ผู้เล่นฮอกกี้; **~ stick** *n.* ไม้ฮอกกี้

hocus-pocus /həʊkəsˈpəʊkəs/โฮเคิซˈโพเคิซ/ *n. (deception)* การหลอกลวง, กลลวง

hod /hɒd/ฮอด/ *n.* Ⓐ *(Building)* การวางรูปตัววี *(ใช้ในการขนวัสดุก่อสร้าง)*; Ⓑ *(for coal)* บุ้งกี๋ขนถ่าน

hodgepodge /ˈhɒdʒpɒdʒ/ˈฮอจพอจ/ ➡ **hotchpotch**

hoe /həʊ/โฮ/ ❶ *n.* จอบ; ➡ **+ Dutch hoe** ❷ *v.t.* ขุดด้วยจอบ; **~ up** ขุดขึ้นด้วยจอบ; **~ down** ตัดออกด้วยจอบ; **~ in** ขุดเข้าไปด้วยจอบ; ➡ **+ hard** 1 B ❸ *v.i.* ใช้จอบ

ˈhoedown /ˈhəʊdaʊn/ˈโฮดาวน/ *n. (Amer.)* Ⓐ *(dance)* การเต้นรำอย่างมีชีวิตชีวา; Ⓑ *(party)* งานเลี้ยงเต้นรำ

hog /hɒg/ฮอก/ ❶ *n.* Ⓐ *(domesticated pig)* หมูเลี้ยง *(มักถูกตอน)*; **go the whole ~** *(coll.)* ทำอย่างเต็มที่หรืออย่างสมบูรณ์; **go the whole ~ with sb.** ทำ [*ส.น.*] อย่างเต็มที่ *หรือ* อย่างสมบูรณ์กับ *ค.น.*; **live high off** *or* **on the ~** *(Amer.)* ใช้เงินเป็นเบี้ย; Ⓑ *(Zool.: animal of family Suidae)* หมูอื่น ๆ ในสกุล *Suidae*; Ⓒ *(fig.: person)* คนโลภหรือเห็นแก่ตัว
❷ *v.t.* **-gg-** *(coll.)* โลภอยากได้, ใช้ *(บางสิ่ง)* อย่างเห็นแก่ตัว; **~ the middle of the road** ขับรถคร่อมเลน; **~ the bathroom** ใช้ห้องน้ำนาน

ˈhogback *n. (Geog.)* ของเนินเขาชัน

hoggish /ˈhɒgɪʃ/ˈฮอกิช/ *adj. (คน)* ที่โลภมาก, ตะกละ

Hogmanay /ˈhɒgməneɪ/ˈฮอกเมอะเน/ *n. (Scot., N. Engl.)* วันสุดท้าย *(วันที่ 31 ธันวาคม)*

hog's back /ˈhɒgz bæk/ˈฮอกซฺ แบค/ ➡ **hogback**

hogshead /ˈhɒgzhed/ˈฮอกซฺเฮ็ด/ *n.* Ⓐ *(cask)* ถังเบียร์ขนาดใหญ่; Ⓑ *(measure)* มาตราตวงขนาด 54 แกลลอน

hog: ~tie *v.t. (Amer.)* Ⓐ *(secure)* มัด *(แขนขาคน, ขาสัตว์)* เข้าไว้ด้วยกันอย่างแน่นหนา; Ⓑ *(fig.: impede)* ขัดขวาง; **sb. is ~-tied** *ค.น.* ถูกขัดขวาง; **~-wash** *n.* Ⓐ *(coll.: nonsense)* เรื่องไร้สาระ; Ⓑ *(pigswill)* ข้าวหมู; **~weed** *n. (Bot.)* วัชพืชในสกุล *Heracleum*

ho-ˈho *int. expr. surprise* โอโห; *expr. triumph, derision* ฮึ, โฮโฮ *(ท.ศ.)*

hoick /hɔɪk/ฮอยคฺ/ *v.t. (Brit. coll.)* กระชาก *(ของ)* ขึ้น/เข้าไป

hoi polloi /hɔɪ pəˈlɔɪ/ฮอย พอˈลอย/ *n. pl. (literary)* **[the] ~:** พวกคนทั่วไป

hoist /hɔɪst/ฮอยซฺทฺ/ ❶ *v.t.* Ⓐ *(raise aloft)* ยก *(บางสิ่ง)* ขึ้นสูง, ชัก *(ใบเรือ, ธง)*; **~ sth. up a mast** ชัก *ส.น.* ขึ้นเสากระโดง; Ⓑ *(raise by tackle etc.)* ยก *(ของหนัก)* ด้วยเครื่องยก *ฯลฯ*; ชัก *(ใบเรือใบ)* ❷ *n.* Ⓐ *(act of hoisting)* การยกสูงขึ้น; Ⓑ *(part of flag)* ส่วนที่ใกล้คันธงมากที่สุด; Ⓒ *(goods lift)* เครื่องยกสินค้า ❸ *adj.* **be ~ with one's own petard** เจ็บตัวเพราะการกระทำของตนเอง

hoity-toity /hɔɪtɪˈtɔɪtɪ/ฮอยทิˈทอยทิ/ *adj. (coll.)* หยิ่งยโส; *(petulant)* เจ้าอารมณ์, ขี้โมโห

hokum /ˈhəʊkəm/ˈโฮเคิม/ *n. (coll.)* เรื่องไร้สาระ

¹hold /həʊld/โฮลดฺ/ *n. (of ship)* ห้องเก็บสินค้าใต้ท้องเรือ; *(of aircraft)* ห้องเก็บสินค้า *หรือ* กระเป๋าใต้ท้องเครื่องบิน

²hold ❶ *v.t.,* **held** /held/เฮ็ลดฺ/ Ⓐ *(grasp)* หยิบ, จับ, ฉวย; *(carry)* ยก, ถือ; *(keep fast)* ยึดไว้แน่น, กอด; **~ sb. by the arm** จับแขน *ค.น.*; **they held each other tight** พวกเขากอดกันแน่น; **~ one's belly/head** จับท้อง/ศีรษะของตน; **~ tight!** *(in bus etc.)* จับ *หรือ* เกาะไว้แน่น ๆ; ➡ **+ baby** 1 A; **clock** 1 A; **hand** 1 A; **nose** 1 A; Ⓑ *(support)* ค้ำ *(กำแพง, หลังคา, ของหนัก)*; Ⓒ *(keep in position)* รักษาไว้, คงไว้; **~ the door open for sb.** เปิดประตูให้ *ค.น.*; **~ sth. in place** จับ *ส.น.* ไว้ให้คงที่, ยึด *ส.น.* ไว้; **~ sth. over sb.** *(fig.)* เอาเรื่อง *ส.น.* มาขู่ *ค.น.*; ➡ **+ candle** 1 A; Ⓓ *(grasp to control)* จับไว้ *(เด็ก, หมา)*; Ⓔ *(keep in particular attitude)* **~ oneself well/badly/straight** ยืนตัวตรง/ยืนไม่ดี/ยืนท่าแปลก; **~ oneself still** ยืนสงบ/เฉย; **~ oneself ready** *or* **in readiness** เตรียมตัวพร้อม; **~ oneself ready** *or* **in readiness to do sth.** เตรียมตัวพร้อมที่จะทำ *ส.น.*; **~ one's head high** *(fig.) (be confident)* มีความมั่นใจ; *(be proud)* ภาคภูมิใจ; Ⓕ *(contain) (ภาชนะ ฯลฯ)* บรรจุ, มี; *(be able to contain) (ภาชนะ ฯลฯ)* ที่สามารถบรรจุได้; **the bag ~s flour** กระสอบบรรจุแป้ง; **the room ~s ten people** ห้อง [สามารถ] บรรจุได้สิบคน; **the box won't ~ these books** กล่องบรรจุหนังสือเหล่านี้ไม่ได้; **the disaster may ~ lessons for the future** หายนะอาจเป็นบทเรียนสำหรับอนาคต; **no one knows what the future will ~:** ไม่มีใครทราบว่าอนาคตจะเป็นอย่างไร; **~ water** บรรจุน้ำ; *(fig.) (การอภิปราย)* มีเหตุผล, ฟังขึ้น; Ⓖ *(not be intoxicated by)* **he can/can't ~ his drink** *or* **liquor** เขาดื่มเหล้าไม่เมา/เมา; Ⓗ *(possess)* เป็นเจ้าของหุ้น; Ⓘ *(Cards: have in one's hand)* ถืออยู่ในมือ; Ⓙ *(have gained)* ได้รับ *(ปริญญา, การบันทึก ฯลฯ)*; **~ office** ดำรงตำแหน่ง; Ⓚ *(keep possession of)* ครอบครอง *(เมือง)*; *(Mus.: sustain)* รักษาระดับเสียง; **~ one's own** *(fig.)* ยึดมั่นไว้, ไม่ยอมแพ้, ไม่ท้อถอย; **~ one's position** *(fig.)* คงตำแหน่งไว้; **~ the line on the price/over one's demands** ยืนหยัดในราคา/ความต้องการของตน; ➡ **+ L; fort; ¹ground** 1 B; Ⓛ *(occupy)* เข้าครอบครอง; **~ the line** *(Teleph.)* ถือสายรอ; ➡ **+ K; ~ the road** *(รถ)* เกาะถนน; **~ the road well** *(รถ)* เกาะถนนดี; Ⓜ *(engross)* ดึงดูด *(ความสนใจ, ผู้ฟัง)*; Ⓝ *(dominate)* **~ the stage** *or* **house** มีความโดดเด่นบนเวที; **~ the floor** ลุกขึ้นพูดในการอภิปราย; ➡ **+ field** 1 E; Ⓞ *(keep in specified condition)* รักษาไว้, คงไว้, ยึดไว้; **~ the ladder steady** ยึดบันไดให้แน่น; **~ the audience in suspense** ตรึงใจผู้ชม; ➡ **+ ⁴bay** 1; **ransom** 1; Ⓟ *(detain) (in custody)* หน่วงเหนี่ยวกักขัง, กักตัวไว้; *(imprison)* ขัง, จำคุก; *(arrest)* จับกุม; **be held in a prison** ถูกจับขังคุก; **~ a [connecting] train** ให้รถไฟรอ; **there was nothing to ~ me there** ที่นั่นไม่มีอะไรที่จะเหนี่ยวรั้งฉันได้เลย; Ⓠ *(oblige to adhere)* **~ sb. to the terms of the contract/to a promise** บังคับ *ค.น.* ให้ยึดมั่นกับข้อกำหนดในสัญญา/คำสัญญา; **You can have the car when I go abroad – I'll ~ you to that** คุณสามารถใช้รถได้เมื่อฉันไปต่างประเทศ ฉันจะไม่ลืมคำสัญญาของคุณ; Ⓡ *(Sport: restrict)* **~ one's opponents to a draw** สามารถดึงเกมให้แค่เสมอกัน; **~ one's opponent to three goals** สกัดคู่แข่งขันให้ยิงได้แค่ 3 ประตู; Ⓢ *(cause to take place)* จัด *(สัมมนา, การอภิปราย)*; จัดให้มี *(การสอบสวน)*; เรียก *(ประชุม)*; ให้ *(โอวาท, สุนทรพจน์)*; **be held** ถูกจัดขึ้น; **~ a conversation with sb.** มีการสนทนากับ *ค.น.*; ➡ **+ court** 1 C; Ⓣ *(restrain)* เหนี่ยวรั้ง, ยับยั้ง; **~ sb. from doing sth.** เหนี่ยวรั้ง *ค.น.* ไม่ให้ทำ *ส.น.*; **~ one's noise** ควบคุมเสียง; **~ one's fire** ยับยั้งการยิงไว้ก่อน; *(fig.: refrain from criticism)* ยับยั้งการวิพากษ์วิจารณ์; **~ your fire!** อย่ายิง; *(fig.)* ใจเย็น ๆ; **there is/was no ~ing sb.** เหนี่ยวรั้ง *ค.น.* ไว้ได้/ไม่ได้แล้ว; ➡ **+ breath** A; **hand** 1 B; **peace** B; Ⓤ *(coll.: withhold)* ระงับการกระทำ; **~ one's payments** ระงับการจ่ายเงิน; **~ it!** หยุดนะ; **~ everything!** หยุดก่อน; ➡ **+ horse** 1 A; Ⓥ *(think, believe)* **~ a view** *or* **an opinion** มีความคิดเห็น (**on** เกี่ยวกับ); **~ that ...:** คิดว่า, ถือว่า, เชื่อว่า...; **~ sb. to be ...:** ถือว่า *ค.น.* เป็น; **~ sb./oneself guilty/blameless** เชื่อว่า *ค.น.*/ตนเองผิด/ไม่มีข้อตำหนิ (**for** ใน); **~ oneself responsible for sth.** ถือว่าตนต้องรับผิดชอบ *ส.น.*; **~ sb. in high/low regard** *or* **esteem** เชื่อว่า *ค.น.* เป็น/ไม่เป็นที่น่าเคารพนับถือ; **~ sth. against sb.** ตอว่า *ค.น.* ในเรื่อง *ส.น.*; **~ it against sb. that** แค้น *ค.น.* ว่า; ➡ **+ cheap** 1 C; **dear** 1 A; **responsible** A; Ⓦ *(Law: pronounce)* **~ that ...:** ประกาศว่า...
❷ *v.i.,* **held** Ⓐ *(not give way) (เขื่อน, ใบเรือใบ, สมอเรือ)* ยึดไว้แน่น; *(เมือง)* ไม่แตก; Ⓑ *(remain unchanged) (อากาศ)* ไม่เปลี่ยนแปลง; *(สถานการณ์)* คงที่; **his luck held** โชคยังเป็นของเขา; Ⓒ *(remain steadfast)* **~ to sth.** ยังคงมั่นคงแน่วแน่ต่อ *ส.น.*; **~ to** *or* **by one's family** ยังคงมั่นคงแน่วแน่ต่อครอบครัวของตน; **~ by one's beliefs/convictions** ยึดมั่นต่อความเชื่อ/ความเชื่อมั่นของตน; **he still ~s to the view that ...:** เขายังคงเชื่อมั่นกับความคิดที่ว่า...; ➡ **+ aloof** 1; Ⓓ *(be valid)* **~ [good** *or* **true]** ยอมรับได้ [ว่าดี *หรือ* เป็นจริง]; Ⓔ *(arch.: wait)* รอคอย; **~ [hard]!** หยุด/รอเดี๋ยว; ➡ **+ ¹still** 1 A
❸ *n.* Ⓐ *(grasp)* การจับ, การถือ, การคว้า, การฉวย; **grab** *or* **seize ~ of sth.** หยิบฉวย *ส.น.*; **get** *or* **lay** *or* **take ~ of sth.** จับ, ฉวย, คว้า *ส.น.*; *(manage to gain a grip on sth.)* จับ *ส.น.* ไว้ได้; *(in order to carry it)* หยิบ; **keep ~ of sth.** จับ, ถือ, ยึด *ส.น.* เอาไว้; **keep/lose one's ~:** ยึดถือไว้ได้/หลุดมือไป; **lose one's ~ on reality** มองไม่เห็นความจริง; **take ~** *(fig.) (โรค, ไข้)* ระบาด; *(สถานการณ์)* ดำเนินการต่อ; **get ~ of sth.** *(fig.)* จับ *ส.น.* ไว้ได้; หา *ส.น.* มาได้; **if the newspapers get ~ of the story** ถ้าหนังสือพิมพ์จับเรื่องนี้ได้; **get ~ of sb.** *(fig.)* หาตัว *ค.น.* ได้; **get a ~ on oneself** ควบคุมตัวเองได้; **have a ~ over sb.** มีอิทธิพลเหนือ *ค.น.*; ➡ **+ catch** 1 A; Ⓑ *(influence)* อิทธิพล (**on, over** ต่อ, เหนือ); **lose one's ~:** สูญเสียอิทธิพลของตน; **gain a ~:** ได้/มีอิทธิพล; Ⓒ *(Sport)* ท่าจับรวบ *(ในการเล่นมวยปล้ำ, ชกมวย)*; **there are no ~s barred** *(fig.)* ไม่มีอะไรต้องห้าม; ทำอะไรก็ได้; Ⓓ *(thing to ~ by)* ที่จับ, ที่เกาะ; Ⓔ **put on ~:** *(แผนงาน)* ระงับไว้ก่อน

~ˈback ❶ *v.t.* Ⓐ *(restrain)* เหนี่ยวรั้ง, ยับยั้ง; **~ sb. back from doing sth.** เหนี่ยวรั้ง *ค.น.* ไม่

ให้ทำ *ส.น.*; Ⓑ *(impede progress of)* ขัดขวาง; **nothing can ~ him back** ไม่มีสิ่งใดขัดขวางเขาได้; Ⓒ *(withhold)* ระงับ *(การประกาศข่าว)*; กัก *(ข้อมูล)* เอาไว้; **~ sth. back from sb.** กักกัน *ส.น.* ไว้จาก *ค.น.* ❷ *v.i.* ขัดขวาง, ยับยั้ง; **~ back from doing sth.** ยับยั้งการกระทำ *ส.น.*

~ 'down *v.t.* Ⓐ *(repress)* ปราบปราม *(ประชาชน)*; กดขี่ *(ชาวบ้าน)*; *(fig.: keep at low level)* กดดัน *(ราคา, เงินกู้)* ให้ต่ำ; Ⓑ *(keep)* รักษา *(งานของตน, ตำแหน่ง)* ไว้ได้

~ 'forth ❶ *v.t. (offer)* เสนอ *(สิ่งจูงใจ ฯลฯ)* ❷ *v.i.* พูดเยิ่นเย้อจนน่าเบื่อ; **~ forth about** *or* **on sth.** พูดเยิ่นเย้อถึง *หรือ* เกี่ยวกับ *ส.น.* จนน่าเบื่อ

~ 'in *v.t.* ควบคุม *(ม้า, อารมณ์)*; **~ oneself in** *(temper emotions)* เก็บความรู้สึก; *(stomach)* แขม่วท้อง

~ 'off ❶ *v.t. (keep at bay)* ป้องกันไม่ให้เข้ามาใกล้; ให้อยู่ห่าง ๆ *(แฟนดารา, นักข่าว)*; คุม *(เงินเฟื่อไว้ได้)*; **he's been ~ing her off for years** เขาให้เธออยู่ห่างมาเป็นเวลาหลายปี; **~ your dog off!** อย่าให้สุนัขของคุณเข้ามาใกล้ ❷ *v.i. (restrain oneself)* ยับยั้งชั่งใจ; *(be delayed)* *(ฝน, พายุ, หน้าหนาว)* ยังไม่มา

~ 'on ❶ *v.t. (keep in position)* รักษาตำแหน่ง ❷ *v.i.* Ⓐ *(grip)* เกาะติด, ยึดมั่น; **~ on to sb./sth.** จับ *หรือ* ยึด *ค.น./ส.น.* เอาไว้, เกาะ *ค.น./ส.น.* ไว้แน่น; *(fig.: retain)* เก็บกัก/เก็บรักษา *ค.น./ส.น.* ไว้; **the firm should make every effort to ~ on to him** บริษัทควรจะพยายามทุกวิถีทางเพื่อให้เขาอยู่กับบริษัทต่อไป; Ⓑ *(continue)* ดำเนินต่อไป; Ⓒ *(stand firm)* ยึดมั่น; รักษา *(กฎหมาย)*; Ⓓ *(Teleph.)* ถือสายคอย; Ⓔ *(coll.: wait)* รอคอย; **~ on!** รอเดี๋ยว; **just [you] ~ on now!** *(calm yourself)* [คุณ] สงบสติอารมณ์; [คุณ] ใจเย็น ๆ หน่อย

~ 'out ❶ *v.t.* Ⓐ *(stretch forth)* ยื่น *(มือ, แขน)* ออกไป; ยื่น *(ถ้วย, จาน)* ให้; Ⓑ *(fig.: offer)* ให้ **(to** แก่); **he did not ~ out much hope of the patient's recovery** เขาไม่ค่อยให้ความหวังว่าคนไข้จะหาย ❷ *v.i.* Ⓐ *(maintain resistance)* ต่อต้านอยู่; Ⓑ *(last)* *(รถยนต์)* ทนทานต่อ; Ⓒ **~ out for sth.** ยอมรอคอยจนกว่าจะได้ *ส.น.*; Ⓓ **~ out [on sb.]** *(coll.: withhold knowledge)* ยับยั้ง *หรือ* ไม่ให้ข้อมูล *ค.น.*

~ 'over *v.t.* เลื่อนออกไป, ผลัดออกไป **(till** จน**)**

~ to'gether ❶ *v.t.* ทำให้ติดกัน ❷ *v.i. (lit. or fig.)* รวมกัน, ยึดติดกัน, ยึดไว้ได้

~ 'under *v.t.* กดหัวไว้ใต้น้ำ; *(fig.)* ปกครอง *(พื้นที่, ประเทศ, ฯลฯ)*

~ 'up ❶ *v.t.* Ⓐ *(raise)* ยกขึ้นสูง, ชู *(มือ, แขน)*; **~ sth. up to the light** ยก *ส.น.* ขึ้นส่องแสง; *(to see through it)* ชู *ส.น.* ให้แสงทะลุ; **~ up one's head** *(fig.)* ทำใจให้เข้มแข็ง, ใจสู้; **he'd never be able to ~ his head up again** เขาจะไม่มีวันเชิดหน้าชูตาได้อีกเลย; Ⓑ *(fig.: offer as an example)* **~ sb. up as ...:** ยก *ค.น.* เป็นตัวอย่าง...; **~ sb. up as an example** เสนอ *ค.น.* เป็นบุคคลตัวอย่าง; **~ sb./sth. up to ridicule/scorn** เยาะเย้ย/ดูถูก *ค.น./ส.น.*; Ⓒ *(support)* ยึด *(หลังคา, ตึก)*; *(fig.: give support to)* ให้การสนับสนุนแก่; **~ sth. up with sth.** ยึด *ส.น.* ด้วย *ส.น.*; Ⓓ *(delay)* ทำให้ล่าช้า; *(halt)* หยุด; Ⓔ *(rob)* ปล้น; ➡ **+ ~up** ❷ *v.i.* Ⓐ *(under scrutiny)* ถูกพิจารณา; Ⓑ *(อากาศ)* ไม่เปลี่ยนแปลง, ยังดีอยู่

~ with *v.t.* **~/not ~ with sth.** เห็นชอบ/ไม่เห็นชอบ *ส.น.*

holdall /ˈhəʊldɔːl/ˈโฮลดอล/ *n.* กระเป๋าเดินทางขนาดใหญ่

holder /ˈhəʊldə(r)/ˈโฮลเดอะ(ร)/ *n.* Ⓐ *(of post)* ผู้ครอบครอง, เจ้าของ, ผู้ดำรง *(ตำแหน่ง)*; Ⓑ *(of title)* ผู้ครองตำแหน่ง; *(Sport)* ผู้ครองถ้วย; *(share~)* ผู้ถือหุ้น; **in the Cup Final, the ~s were beaten** ในการแข่งขันชิงถ้วยรอบสุดท้าย ผู้ครองถ้วยต้องพ่ายแพ้ไป; Ⓒ ที่วาง *(ปากกา, กล้องยา, บุหรี่ ฯลฯ)*; **flowerpot ~:** กระถางต้นดอกไม้ *(ที่สวยงาม)*

holding /ˈhəʊldɪŋ/ˈโฮลดิง/ *n.* Ⓐ *(tenure)* การเช่าที่ดิน; การครอบครองที่ดิน; Ⓑ *(land held)* ที่ดิน *(ที่เช่า)*; ➡ **+ smallholding;** Ⓒ *(property held)* ทรัพย์สินที่ถือไว้; *(stocks or shares)* หุ้นที่ถือไว้

holding: ~ company *n. (Commerc.)* บริษัทผู้ถือหุ้นของบริษัทอื่น, บริษัทแม่; **~ operation** *n.* แผนการ *หรือ* อุบายในการรักษาสถานะปัจจุบัน

'hold-up *n.* Ⓐ *(robbery)* การปล้น; Ⓑ *(stoppage)* การหยุดชะงัก, การติดขัด; *(delay)* การทำให้ล่าช้า; **run into a traffic ~:** วิ่งไปเจอการจราจรติดขัด; **there are ~s on the motorway** มีการหยุดชะงักบนทางด่วน

hole /həʊl/โฮล/ ❶ *n.* Ⓐ รู, โพรง, หลุม; **make a ~ in sth.** *(fig.)* ใช้ *(เงินเสบียง ฯลฯ)* ไปเป็นจำนวนมาก; **be a round/square peg in a square/round ~** *(fig.)* คนที่ไม่เป็นโล้เป็นพาย, คนที่เข้ากับใครไม่ได้; **be in ~s** เต็มไปด้วยรู/โพรง; **pick ~s in** *(fig.: find fault with)* ฟื้นฝอยหาตะเข็บ; **~ in the heart** รูหัวใจรั่ว; **they need it like a ~ in the head** *(coll.)* สิ่งสุดท้ายที่เขาต้องการ; Ⓑ *(burrow) (of fox, badger, rabbit)* โพรงที่อาศัย; *(of mouse)* รูหนู; Ⓒ *(coll.: dingy abode)* บ้าน *หรือ* ที่พักที่สกปรกทรุดโทรม; Ⓓ *(coll.: awkward situation)* สถานการณ์เคอะเขิน; **be in a ~:** อยู่ในสถานการณ์ที่เคอะเขิน; Ⓔ *(Golf)* หลุมกอล์ฟ; *(space between tee and ~)* ที่ว่างระหว่างที *(จุดเริ่มแข่งขัน)* จนถึงหลุม; *(point scored)* แต้มที่ได้คะแนน; **~ in one** การตีลูกกอล์ฟจากทีลงหลุมในไม้เดียว; ➡ **+ 'burn 2 A**
❷ *v.t.* Ⓐ ขุดหลุม, ขุดโพรง, เจาะรู; **be ~d** ถูกเจาะรู; Ⓑ *(Naut.: pierce side of)* ทะลุด้านข้างของเรือ; **be ~d** *(ด้านข้างของเรือ)* ถูกทิ่ม; Ⓒ *(Golf)* ➡ **~ out**

~ 'out *v.t. (Golf)* ตี *(ลูกกอล์ฟ)* ลงหลุม; **~ out in one** การตีลูกกอล์ฟจากทีลงหลุมในไม้เดียว

~ 'up *v.i. (Amer. coll.)* หลบซ่อนตัว, เก็บตัว

hole-and-'corner *adj.* ลึกลับ; ผิดกฎหมาย

'hole-in-the-wall *adj.* **~ [cash] machine** เครื่องถอน/ฝากเงินอัตโนมัติ, เครื่องเอทีเอ็ม

holiday /ˈhɒlədeɪ/ˈฮอเลอะเด/ ❶ *n.* Ⓐ *(day of recreation)* วันหยุด; *(day of festivity)* วันรื่นเริง, วันฉลอง, วันเทศกาล; **the whole country was given a ~:** ได้หยุดงานกันทั้งประเทศ; **tomorrow is a ~:** พรุ่งนี้เป็นวันหยุด; ➡ **+ bank holiday; national holiday; public holiday;** Ⓑ *in sing. or pl. (Brit.: vacation)* เวลาหยุดพักผ่อน, เวลาหยุดพักร้อน; *(Sch.)* ช่วงปิดภาคเรียน, ช่วงปิดเทอม; **need a ~:** ต้องการหยุดพักผ่อน; **have a good ~!** ขอให้พักผ่อนให้สนุก; *(at Christmas etc.)* สุขสันต์วันหยุด; **go to Cornwall for one's ~[s]** ไปท่องเที่ยว/พักร้อนที่คอร์นวอลล์; **take** *or* **have a/one's ~:** หยุดพักผ่อน; **on ~, on one's ~s** หยุดพักผ่อน; **be [away] on** *or* **on one's ~s** หยุด [ลา] พักผ่อน; **go on [a] ~** *or* **on one's ~s** *(leave work)* หยุดพักผ่อน; *(go away)* ลางานไปเที่ยว/พักร้อน; ➡ **+ busman**
❷ *attrib. adj.* เกี่ยวกับเทศกาล; เกี่ยวกับท่องเที่ยว; *(แผน)* ในวันหยุด
❸ *v.i.* หยุดพักผ่อน, ไปท่องเที่ยว, ไปพักร้อน

holiday: ~ camp *n.* ค่ายพักนักท่องเที่ยว; **~ home** *n.* บ้านตากอากาศที่เคลื่อนที่ได้; **~ job** *n.* งานรับจ้างช่วงหยุดเรียน; **~maker** *n.* นักท่องเที่ยว; **~ resort** *n.* สถานที่พักตากอากาศ; **~ season** *n.* ฤดูการท่องเที่ยว

holier-than-thou /həʊlɪəðənˈðaʊ/โฮเลียเทินˈทาว/ *adj. (coll.)* แสดงทัศนะว่าตนเป็นคนที่มีศีลธรรมมากกว่าคนอื่น, ธรรมะธัมโมมาก

holiness /ˈhəʊlɪnɪs/ˈโฮลินิซ/ *n., no pl.* ความศักดิ์สิทธิ์, ความน่าเคารพเลื่อมใส; **His H~:** สาธุคุณ, พระคุณเจ้า *(คำที่ใช้สำหรับสันตะปาปา, ผู้นำศาสนา เมื่อเอ่ยถึงหรือพูดด้วย)*

holism /ˈhɒlɪzm, ˈhəʊ-/ˈฮอลิเซิม, ˈโฮ-/ *n., no pl. (Philos.)* ทฤษฎีที่ว่าส่วนรวมทั้งหมดยิ่งใหญ่กว่าผลรวมของส่วนย่อย, สัมพฤตินิยม *(ร.บ.)*, ลัทธิองค์รวม *(ร.บ.)*

holistic /hɒˈlɪstɪk, həʊ-/ฮอˈลิซติค, โฮ-/ ❶ *adj. (Philos.)* เกี่ยวกับทฤษฎีที่ส่วนรวมทั้งหมดสำคัญกว่าส่วนย่อย ❷ *n. (Medical)* การบำบัดรักษาจิตใจและร่างกายทั้งหมดพร้อมกับสภาวะแวดล้อม

Holland /ˈhɒlənd/ˈฮอเลินด/ *pr. n.* ประเทศฮอลแลนด์

hollandaise /ˈhɒləndeɪz/ˈฮอเลินเดซ/ *n. (Gastr.)* **~ [sauce]** ซอสที่ปรุงด้วยเนย ไข่แดง น้ำส้มสายชู ฯลฯ เพื่อรับประทานกับปลา

holler /ˈhɒlə(r)/ˈฮอเลอะ(ร)/ *(Amer.)* ❶ *v.i.* ร้องตะโกนเสียงดัง ❷ *v.t.* ตะโกนพูดเสียงดัง

hollow /ˈhɒləʊ/ˈฮอโล/ ❶ *adj.* Ⓐ *(not solid)* *(กำแพง)* เป็นโพรง; *(เหล็ก)* กลวง; **have ~ legs** *(joc.)* กินจุ *(แต่ไม่อ้วน)*; Ⓑ *(sunken)* ยุบต่ำเป็นแอ่ง; *(ตา)* ฝังลึก; แก้ม *(ตอบ)*; **a ~ place in the ground/road** ที่ที่เป็นแอ่งบนพื้นดิน/ถนน; Ⓒ *(hungry)* **feel ~:** รู้สึกท้องว่างหิวโหย; Ⓓ *(echoing)* **speak with a ~ voice** พูดเสียงก้อง; Ⓔ *(fig.: empty)* *(ชัยชนะ)* ไร้ประโยชน์; Ⓕ *(fig.: cynical)* ไม่จริงจัง, ไม่จริงใจ
❷ *n.* แอ่ง; *(area below general level)* ที่ยุบเป็นแอ่ง; **hold sth. in the ~ of one's hand** ถือ *ส.น.* ไว้ในอุ้งมือ
❸ *adv.* **beat sb. ~** *(coll.)* เอาชนะ *ค.น.* อย่างขาดลอย
❹ *v.t.* **~ out** คุ้ย *(ดิน)* เป็นโพรง; คว้าน *(ผลไม้)*; เจาะ *(ไม้)* เป็นโพรง

'hollow-eyed *adj.* นัยน์ตาโหลลึก

hollowly /ˈhɒləʊlɪ/ˈฮอโลลิ/ *adv.* อย่างไม่จริงใจ, อย่างไร้ความหมาย; *(เสียงสะท้อน)* ก้อง

hollowness /ˈhɒləʊnɪs/ˈฮอโลนิซ/ *n., no pl.* Ⓐ ความเป็นโพรง; ความกลวง; Ⓑ *(of voice)* การพูดเสียงก้อง; Ⓒ *(fig.) (emptiness)* ความว่างเปล่า, ความไร้ความหมาย; *(falseness)* ความไม่จริงใจ

'hollowware *n., no pl.* วัตถุเครื่องใช้ที่มีลักษณะกลวง เช่น หม้อ ไห กา เหยือกน้ำ

holly /ˈhɒlɪ/ˈฮอลิ/ *n.* Ⓐ *(tree)* ต้นฮอลลี่ *(ท.ศ.)* ไม้พุ่ม *Ilex aquifolium* ใบมีหนาม ผลสีแดง; Ⓑ *(foliage)* กิ่งใบของต้นฮอลลี่ *(ซึ่งมักใช้ตกแต่งในเทศกาลคริสต์มาส)*

'hollyhock /ˈhɒlɪhɒk/ˈฮอลิฮอค/ *n. (Bot.)* ไม้ประดับ *Alcca rosea* ดอกขนาดใหญ่สีต่าง ๆ

¹holm /həʊm/โฮม/ *n. (Brit.) (islet)* เกาะเล็กกลางแม่น้ำ *หรือ* ใกล้ฝั่ง

²holm *n.* **~ [oak]** *(Bot.)* ต้นโอ๊ก *Quercus ilex* ชนิดไม่ผลัดใบ ใบอ่อนหยักแหลมเหมือนใบฮอลลี่

h

holocaust /ˈhɒləkɔ:st/ˈฮอเลอะคอซทฺ/ *n.* *(destruction)* ความพินาศอย่างมหาศาล; การฆ่าล้างเผ่าพันธุ์; **the H~:** *การสังหารชนชาติยิวอย่างกว้างขวางโดยพวกนาซีระหว่าง ค.ศ. 1939–45;* **nuclear ~:** ความพินาศจากนิวเคลียร์

Holocene /ˈhɒləsi:n/ˈฮอเลอะซีน/ *n. (Geol.)* ยุคล่าสุดของสมัยควอเตอร์นารี

hologram /ˈhɒləgræm/ˈฮอเลอะแกฺรม/ *n.* ภาพที่ดูเป็นสามมิติเมื่อกระทบแสง

holography /həˈlɒgrəfɪ/เฮอะˈลอเกฺรอะฟี/ *n., no pl., no art.* การศึกษาหรือการผลิตภาพสามมิติ

hols /hɒlz/ฮอลซฺ/ *n. pl. (Brit. coll.)* ช่วงหยุดพักร้อน/งาน

holster /ˈhəʊlstə(r)/ˈโฮลซฺเทอะ(ร)/ *n.* ซองหนังใส่ปืนพก

holy /ˈhəʊlɪ/ˈโฮลิ/ *adj.* ศักดิ์สิทธิ์, น่าเลื่อมใสศรัทธา; **~ saints** นักบุญ; **~ smoke** *or* **cow!** *(coll.)* โอ พระเจ้าช่วย

holy: H~ 'Bible *n.* พระคัมภีร์ศักดิ์สิทธิ์ไบเบิล *(ท.ศ.)*; **H~ 'City** *n.* นครศักดิ์สิทธิ์ *(มักจะหมายถึงกรุงเยรูซาเล็ม)*; **H~ Com'munion** ➡ **communion** A; **~ 'cross** *n.* ไม้กางเขนศักดิ์สิทธิ์; **the sign of the ~ cross** เครื่องหมายไม้กางเขน; **~ day** *n.* วันหยุดทางศาสนา; **H~ 'Family** *n.* พระเยซู, พระแม่มารี, นักบุญโยเซฟ *(อาจรวมนักบุญจอห์นปับติสต์ ฯลฯ เอาไว้ด้วย)*; **H~ 'Father** ➡ **father** 1 F; **H~ 'Ghost** ➡ **H~ Spirit**; **H~ Grail** ➡ **Grail**; **~ 'Joe** *n. (coll. derog.)* นักบวช; **H~ Land** *n.* Ⓐ **the H~ Land** ดินแดนศักดิ์สิทธิ์ *(มักจะหมายถึงดินแดนฝั่งซ้ายของแม่น้ำจอร์แดน)*; Ⓑ *(revered land)* ดินแดนที่นับถือกันว่าศักดิ์สิทธิ์; **~ of 'holies** *n. (inner chamber, fig.: sacred place)* ส่วนในและศักดิ์สิทธิ์ที่สุดของโบสถ์; **~ 'orders** ➡ **order** 1 H; **~ place** *n.* Ⓐ *ส่วนนอกของโบสถ์ในศาสนายิว;* Ⓑ *in pl. (places of pilgrimage)* สถานที่ศักดิ์สิทธิ์ที่มีผู้จาริกไปแสวงบุญ; **H~ Roman 'Empire** ➡ **Roman Empire**; **H~ 'Sacrament** ➡ **sacrament** A; **H~ 'Saturday** *n.* วันเสาร์ของอาทิตย์ศักดิ์สิทธิ์; **H~ 'Scripture** ➡ **scripture**; **H~ 'See** ➡ **²see**; **H~ 'Spirit** *n. (Relig.)* พระจิตเจ้า; **~ 'terror** ➡ **terror** C; **H~ 'Trinity** ➡ **Trinity** A; **~ 'war** *n.* สงครามศาสนา; **~ 'water** *n. (Eccl.)* น้ำมนต์; **H~ Week** *n.* สัปดาห์ก่อนหน้าอีสเตอร์

homage /ˈhɒmɪdʒ/ˈฮอมิจ/ *n. (tribute)* การคารวะยกย่อง; **pay** *or* **do ~ to sb./sth.** ให้ *หรือ* แสดงการคารวะแก่ *ค.น./ส.น.*

Homburg /ˈhɒmbɜ:g/ˈฮอมเบิก/ *n.* **~ [hat]** หมวกสักหลาด/ผู้ชาย *(ปีกหมวกแคบ ยอดหมวกกดบุ๋มลงเป็นแนวยาว)*

home /həʊm/โฮม/ ❶ *n.* Ⓐ *(place of residence)* บ้าน, ที่พัก; *(flat)* ห้องเช่าชุด; *(house)* บ้าน; *(household)* ครัวเรือน; **my ~ is in Leeds** บ้านของฉันอยู่ที่เมืองลีดส์/ฉันมีบ้านที่ลีดส์; **a ~ of one's own** บ้านของตนเอง; **give sb./an animal a ~:** ให้ที่อยู่แก่ *ค.น./สัตว์*; **work/be away from ~:** ทำงาน/อยู่ไกลจากบ้าน; **leave/have left ~:** ไปจากบ้าน/ไปแล้ว; **have a good ~:** มีบ้านที่ดี; **live at ~:** พักที่บ้าน; **they had no ~/~s [of their own]** พวกเขาไม่มีบ้าน [ของตนเอง]; **safety in the ~:** ความปลอดภัยในบ้าน; **make one's ~ in the country/abroad** ปักหลักตั้งถิ่นฐานอยู่ในชนบท/ต่างประเทศ; **at ~:** อยู่บ้าน; *(not abroad)* ในประเทศ; **be at ~ [to sb.]** *(be available to caller)* พร้อมจะต้อนรับแขก; *(Sport: play on one's own ground)* เล่นในบ้าน, เล่นในสนามประจำทีม; **who/what is X when he's/it's at ~?** *(joc.)* เขา/มันเป็นใคร/อะไรกันแน่; **is our next match at ~ or away?** การแข่งขันครั้งต่อไปจะมีขึ้นในบ้านเราหรือไปเล่นที่อื่น; **be/feel at ~** *(fig.)* รู้สึกตามสบาย, เป็นกันเอง; **make sb. feel at ~:** ทำให้ *ค.น.* รู้สึกเป็นกันเอง; **make yourself at ~:** ทำตัวตามสบาย; **he is quite at ~ in French** เขาคล่องภาษาฝรั่งเศสมาก; ➡ + D; **at ~; there's no place like ~** *(prov.)* ที่ไหนก็ไม่เหมือนบ้าน; **~ from ~:** บ้านหลังที่สอง; Ⓑ *(fig.)* **this was something very near ~:** นี่เป็นสิ่งที่ใกล้ตัวมาก; **to take on example nearer ~, ...:** ยกตัวอย่างให้ใกล้ตัวเรายิ่งขึ้น; ➡ + **from** D; **second ~;** Ⓒ *(Amer., Austral., NZ: dwelling house)* บ้านที่อยู่; Ⓓ *(native country)* บ้านเกิดเมืองนอน; **at ~:** ที่บ้านเรา, ที่เมืองเรา; ➡ + A; Ⓔ *(place where thing is native)* แหล่งกำเนิด, แหล่งที่มา, ถิ่นเหย้า; Ⓕ *(institution)* สถานสงเคราะห์; *(coll.: mental home)* บ้านพัก/สถานสงเคราะห์คนไข้โรคจิต; **you ought to be in a ~:** คุณควรจะเข้าไปอยู่ในสถานสงเคราะห์; ➡ + **mental ~; nursing ~;** Ⓖ *no art. (Games: safe place)* พื้นเขตอันตราย; *(finishing point)* เส้นชัย; Ⓗ *(Sport: ~ win)* การชนะของฝ่ายเจ้าถิ่น
❷ *adj.* Ⓐ *(connected with home)* ที่บ้าน, ในบ้าน; **she enjoyed her ~ life** เธอมีความสุขกับชีวิตในบ้าน; Ⓑ *(done at home)* ทำที่บ้าน; Ⓒ *(in the neighbourhood of home)* แถวบ้าน; Ⓓ *(Sport)* **~ ground** เขตของฝ่ายตนเอง; Ⓔ *(not foreign)* ในประเทศ; ➡ + **trade**
❸ *adv.* Ⓐ *(to home)* สู่บ้าน; **find one's way ~:** หาทางกลับบ้าน; **on one's way ~:** กำลังกลับบ้าน; **get ~:** กลับถึงบ้าน; *(to the finishing point)* เข้าเส้นชัย; **get ~ by inches** เฉือนเข้าเส้นชัยก่อนเพียงไม่กี่นิ้ว *หรือ* ชนะอย่างหวุดหวิด; **Pierre is going ~ to France tomorrow** ปิแอร์จะกลับบ้านไปฝรั่งเศสพรุ่งนี้; **be going ~** *(fig.: be becoming unserviceable)* กลับบ้านเก่า, ใช้การไม่ได้; **he takes ~ £200 a week after tax** หลังจากหักภาษีแล้ว เขามีรายได้อาทิตย์ละสองร้อยปอนด์; **nothing to write ~ about** ไม่ใช่อะไรพิเศษ; Ⓑ *(arrived at home)* ถึงจุดหมาย, ถึงบ้าน; **the first competitor ~ was Paul** ผู้แข่งขันที่เข้าเส้นชัยคนแรกคือพอล; **be ~ and dry** *(fig.)* พ้นขีดอันตรายแล้ว; สบายแล้ว; Ⓒ *(Amer.: at home)* ที่บ้าน, ในประเทศของตน; Ⓓ *(to the point aimed at)* **go ~:** ตรงจุด; *(การยิง)* เข้าเป้า; Ⓔ *(as far as possible)* **push ~:** *(รุก)* เข้าเป้าหมาย; ผลัก/ดัน *(ลิ้นชัก, เหล็ก)* เข้าไปเต็มที่; **press ~:** รุกหนักเข้าเป้าหมาย; กดเข้าไป; เน้นความเป็นต่อ; **drive ~:** เข้าถึงจุด; ตอก *(ตะปู)* อย่างเต็มที่; Ⓕ **come** *or* **get ~ to sb.** *(become fully realized)* *ค.น.* ตระหนักในความจริงอย่างถ่องแท้; **bring sth. ~ to sb.** ทำให้ *ค.น.* ตระหนักใน *ส.น.*; ➡ + **roost** 1
❹ *v.i.* Ⓐ *(นกที่ฝึกไว้)* บินกลับคืนสู่บ้าน; Ⓑ *(be guided)* **these missiles ~ [in] on their targets** จรวดเหล่านี้วิ่ง [เข้า] สู่เป้าหมาย; Ⓒ **~ in/on sth.** *(fig.)* หาเป้า/หาเป้าของ *ส.น.*

home: ~ address *n.* ที่อยู่ (สำหรับส่งจดหมาย); **~ 'banking** *n.* การใช้บริการธนาคารทางอินเทอร์เน็ต; **~-based** /ˈhəʊmbeɪst/ˈโฮมเบซทฺ/ *adj.* ใช้บ้านเป็นสำนักงาน; **be ~-based** ทำงานอยู่ที่บ้าน; **~ bird** *n.* คนที่ชอบอยู่บ้าน; **~ brew** *n.* เบียร์หรือเหล้าที่ต้มหมักเองที่บ้าน; **~-brewed** /ˈhəʊmbru:d/ˈโฮมบรูด/ *adj.* หมักต้มเอง; **~ 'comforts** *n. pl.* สิ่งอำนวยความสะดวกสบายในบ้าน; **~coming** *n.* การคืนสู่เหย้า; **~ com'puter** *n.* คอมพิวเตอร์ที่ใช้ในบ้าน; **H~ Counties** *n. pl. (Brit.)* **the H~ Counties** จังหวัดที่อยู่รอบกรุงลอนดอน; **~ eco'nomics** *n. sing.* ➡ **domestic science**; **~ farm** *n. (Brit.)* ฟาร์มหลักในกลุ่มหลายฟาร์มที่ผลิตอาหารใช้เอง; **~ 'ground** *n.* **on [one's] ~ ground** พื้นที่หรือถิ่นของตนเอง; *(fig.)* เรื่องที่ตนถนัด; **~-grown** *adj.* *(ผัก, ผลไม้)* ผลิตเอง; **H~ 'Guard** *n. (Brit. Hist.)* Ⓐ *(army)* กองกำลังรักษาดินแดนที่ตั้งขึ้นในสมัยสงครามโลกครั้งที่ 2; Ⓑ *(person)* พลเรือนที่สังกัดกองกำลังนี้; **~ 'help** *(Brit.)* ➡ **help** 2 B; **~land** *n.* Ⓐ *(native land)* บ้านเกิดเมืองนอน; Ⓑ *(in South Africa)* บริเวณที่สงวนไว้สำหรับชาวแอฟริกันบางกลุ่ม; **~ leave** *n.* การลาพักไปเยี่ยมบ้าน

homeless /ˈhəʊmlɪs/ˈโฮมลิซ/ ❶ *adj.* ไร้บ้าน ❷ *n.* **the ~:** ผู้ไม่มีบ้านอยู่

homelessness /ˈhəʊmlɪsnɪs/ˈโฮมลิซนิซ/ *n.* การไร้ที่อยู่อาศัย, การไร้ที่พักพิง

'homelike *adj.* เหมือนกับบ้าน, เหมือนอยู่บ้าน

'home-loving *adj.* ซึ่งรักบ้าน

homely /ˈhəʊmlɪ/ˈโฮมลิ/ *adj.* Ⓐ *(unpretentious, simple)* ไม่หรูหรา, เรียบ ๆ ง่าย ๆ, พื้น ๆ; *(ผู้หญิง)* แม่เหย้าแม่เรือน; *(บุคคล)* ให้ความอบอุ่น; Ⓑ *(Amer.: not attractive)* ไม่สวยงาม, ไร้เสน่ห์

home: ~-made *adj.* ทำเองโดยแม่บ้าน; **~maker** *n.* แม่ศรีเรือน; *(man)* ผู้ชายที่จัดบ้านเรือนเก่ง; **~ 'movie** *n.* ภาพยนตร์ถ่ายทำกันเอง; **H~ Office** *n. (Brit.)* กระทรวงมหาดไทย

homeopathic /həʊmɪəˈpæθɪk/โฮเมีย'แพธิค/ *etc. (Amer.)* ➡ **homoeo-**

home: ~ owner *n.* เจ้าของบ้าน; **~ page** *n. (Computing)* โฮมเพจ *(ท.ศ.)*; หน้าหลัก; **~ 'perm** *n.* การดัดผมเองในบ้าน; **~ 'plate** ➡ **plate** 1 L; **~ 'port** *n.* ท่าเรือต้นทาง

Homer /ˈhəʊmə(r)/ˈโฮเมอะ(ร)/ *pr. n.* โฮเมอร์ *(กวีชาวกรีกโบราณผู้แต่งมหากาพย์)*

Homeric /həʊˈmerɪk/โฮ'เมะริค/ *adj.* เกี่ยวกับโฮเมอร์; *(in the style of Homer)* ตามแบบฉบับของโฮเมอร์

home: ~ 'rule *n.* *การปกครองประเทศหรือแคว้นโดยพลเมืองในท้องถิ่นเอง;* **~ 'run** *n. (Baseball)* โฮมรัน *(ท.ศ.)* *(การตีลูกเบสบอลไกลจนผู้ตีวิ่งรอบสนามได้)*; **H~ 'Secretary** *n. (Brit.)* รัฐมนตรีว่าการกระทรวงมหาดไทย; **~ 'shopping** *n.* การซื้อสินค้าทางโทรศัพท์; **~sick** *adj.* คิดถึงบ้าน; **become/be ~sick** เกิดอาการคิดถึงบ้าน; **~sickness** *n., no pl.* โรคคิดถึงบ้าน; **~spun** *adj.* Ⓐ *(spun [and woven] at ~)* ปั่นและทอเอง; *(of ~ manufacture)* ทอด้วยมือ; Ⓑ *(unsophisticated)* ไม่สลับซับซ้อน, ตรงไปตรงมา, แบบชาวบ้าน; **~spun philosophy** ปรัชญาชาวบ้าน; **~stead** *n.* Ⓐ *(house with land)* บ้านและที่ดินเกษตรกรรม; *(farm)* ฟาร์ม; Ⓑ *(Austral., NZ: residence)* บ้านเจ้าของในเขตเกษตรกรรม; Ⓒ *(Amer.: area of land)* *พื้นที่ที่จัดสรรให้แก่ผู้ตั้งถิ่นฐาน;* **~ 'straight** *(Amer.:* **~ 'stretch**) *n. (lit.)* ระยะปลายของลู่วิ่ง; *(fig.)* ระยะใกล้บ้าน; **~ 'town** *n.* เมืองเกิด; *(town of residence)* เมืองที่อยู่ปัจจุบัน; **~ 'truth** *n.* ความจริงที่ไม่อยากรับ; **tell** *or* **give sb. a few ~ truths** บอกข้อเสียของ *ค.น.* ให้เขารู้ตัว; **now you're going to listen to a few ~ truths** ที่นี้คุณต้องฟังความจริงบางเรื่องเกี่ยวกับตัวคุณเองเสียบ้าง

homeward /ˈhəʊmwəd/ˈโฮมเวิด/ ❶ *adj.* สู่บ้าน, คืนเหย้า; *(return) (การเดินทาง)* กลับ; ➡ + ³bound ❷ *adv.* สู่บ้าน, สู่เหย้า

homewards /ˈhəʊmwədz/ˈโฮมเวิดซฺ/ ➡ homeward 2

ˈhomework *n. (Sch.)* การบ้าน; **Latin ~:** การบ้านวิชาภาษาลาติน; **be given ~:** ได้การบ้าน; **give/set sb. too much ~:** ให้การบ้าน *ค.น.* มากเกินไป; **for ~:** สำหรับการบ้าน; **do one's ~** *(fig.)* ทำการบ้าน; เตรียมการมาพร้อม

homicidal /hɒmɪˈsaɪdl/ฮอมิˈซายด'ล/ *adj.* เกี่ยวกับฆาตกรรม; **~ tendency** ความโน้มเอียงไปทางฆาตกรรม

homicide /ˈhɒmɪsaɪd/ˈฮอมิซายดฺ/ *n.* Ⓐ *(act)* การลงมือฆ่า; *(manslaughter)* การฆ่าคน; Ⓑ *(person)* ผู้ที่เคยฆ่าคน

homily /ˈhɒmɪlɪ/ˈฮอมิลิ/ *n.* Ⓐ *(sermon)* การเทศน์, บทเทศน์; Ⓑ *(tedious discourse)* การพูดอย่างยืดยาวน่าเบื่อ; **give sb. a ~:** เทศน์ *ค.น.* กัณฑ์ใหญ่

homing /ˈhəʊmɪŋ/ˈโฮมิง/ *attrib. adj.* กลับมาที่บ้าน/จุดเริ่มต้น *(จรวด, นกพิราบ)*; **~ instinct /sense** สัญชาตญาณที่นำสัตว์บางชนิดให้กลับสู่แหล่งกำเนิด

ˈhoming pigeon *n.* นกพิราบที่ถูกฝึกให้บินกลับบ้าน

hominid /ˈhɒmɪnɪd/ˈฮอมินิด/ *(Zool.)* ❶ *adj.* เกี่ยวกับสัตว์ในวงศ์ Hominidea ซึ่งรวมมนุษย์ด้วย ❷ *n.* สัตว์จำพวก Hominidea

homo /ˈhəʊməʊ/ˈโฮโม/ *(coll.)* ❶ *adj.* เกี่ยวกับรักร่วมเพศ ❷ *n., pl.* **~s** ผู้ที่รักร่วมเพศ

homo- *in comb.* เหมือนกัน

homoeopathic /həʊmɪəˈpæθɪk, hɒmɪəˈpæθɪk/โฮเมียˈแพธิค, ฮอเมียˈแพธิค/ *adj.* ที่รักษาแบบโฮมมิโอเพทิค

homoeopathy /həʊmɪˈɒpəθɪ, hɒmɪˈɒpəθɪ/โฮมิˈออเพอะธิ, ฮอมิˈออเพอะธิ/ *n. ระบบการรักษาทางแพทย์ปัจจุบันที่ใช้ยาน้อยมาก*

homoerotic /həʊməʊɪˈrɒtɪk/โฮมออิˈรอทิค/ *adj.* ที่กระตุ้นความรู้สึกของพวกรักร่วมเพศ

homogeneity /hɒmədʒɪˈniːɪtɪ/ฮอเมอะจิˈนีอิทิ/ *n., no pl.* ความเป็นแบบเดียวกัน; ความเป็นอันหนึ่งอันเดียวกัน, ภาวะเอกพันธ์ *(ร.บ.)*

homogeneous /hɒməˈdʒiːnɪəs, hɒməʊ-/ฮอเมอะˈจีเนียซ, ฮอโม-/ *adj.* ที่เป็นเนื้อเดียวกัน, ที่เหมือนกันหมด

homogenisation, homogenise, homogeniser ➡ homogeniz-

homogenization /həmɒdʒɪnaɪˈzeɪʃn/เฮอะมอจิไนˈเซช'น/ *n.* การทำให้รวมเป็นกลุ่ม, การทำให้เหมือนกัน

homogenize /həˈmɒdʒɪnaɪz/เฮอะˈมอจินายซฺ/ *v.t. (lit. or fig.)* ทำให้เข้าเป็นเนื้อเดียวกัน, การทำให้เหมือนกัน

homogenizer /həˈmɒdʒɪnaɪzə(r)/เฮอะˈมอจินายเซอะ(ร)/ *n. เครื่องทำให้ไขมันในนม ผสมเข้ากับน้ำนม*

ˈhomograph /ˈhɒməgrɑːf, US -græf/ˈฮอเมอะกราฟ, -แกรฟ/ *n. (Ling.) คำที่สะกดอย่างเดียวกันแต่ความหมายและรากของคำต่างกัน*

homologous /həˈmɒləgəs/เฮอะˈมอเลอะเกิซ/ *adj.* มีความสัมพันธ์ใกล้เคียงกัน, มีตำแหน่งความสัมพันธ์คล้ายกัน, เกี่ยวเนื่องกัน

homonym /ˈhɒmənɪm/ˈฮอเมอะนิม/ *n. (Ling.) คำที่สะกดหรือออกเสียงเหมือนกันแต่มีความหมายต่างกัน*

homonymous /həˈmɒnɪməs/เฮอะˈมอนิเมิซ/ *adj. เกี่ยวกับคำที่สะกดหรือออกเสียงเหมือนกันแต่มีความหมายต่างกัน*

homophobe /ˈhɒməfəʊb/ˈฮอเมอะโฟบ/ *n.* ผู้เกลียด หรือ กลัวการรักร่วมเพศ

homophobia /hɒməˈfəʊbɪə/ฮอเมอะˈโฟเบีย/ *n.* การรังเกียจการร่วมเพศชายด้วยกัน

homophobic /hɒməˈfəʊbɪk/ฮอเมอะˈโฟบิค/ *adj.* ซึ่งเกลียดกลัวการรักร่วมเพศ

ˈhomophone /ˈhɒməfəʊn/ˈฮอเมอะโฟน/ *n. (Ling.) คำที่อ่านเป็นเสียงเดียวกันแต่มีความหมายหรือรากศัพท์ต่างกัน*

Homo sapiens /hɒməʊ ˈsæpɪenz/ฮอโมˈแซเพียนซฺ/ *n., no pl.* มนุษย์ยุคปัจจุบัน

homoˈsexual /hɒməˈsekʃʊəl/ฮอเมอะˈเซ็กชัวล/ ❶ *adj.* เกี่ยวกับรักร่วมเพศ ❷ *n.* ผู้ที่รักร่วมเพศเดียวกัน; **he is a ~:** เขาเป็นเกย์

homosexuˈality /hɒməsekʃʊˈælətɪ/ฮอเมอะเซ็กชัวˈแอเลอะทิ/ *n.* ความต้องการทางเพศกับเพศเดียวกัน, ความใคร่เพศเดียวกัน

homy /ˈhəʊmɪ/ˈโฮมิ/ *adj.* ชวนให้นึกถึงบ้าน, อบอุ่นแสนสบาย

Hon. /ɒn/ฮอน/ *abbr.* Ⓐ **Honorary;** Ⓑ **Honourable**

honcho /ˈhɒntʃəʊ/ˈฮอนโฉ/ *n. (Amer. coll.)* เจ้านาย

Honduran /hɒnˈdjʊərən/ฮอนˈดัวเริน/ ❶ *adj.* แห่งประเทศฮอนดูรัส; **sb. is ~:** *ค.น.* เป็นชาวฮอนดูรัส ❷ *n.* ชาวฮอนดูรัส

Honduras /hɒnˈdjʊərəs/ฮอนˈดัวเริซ/ *pr. n.* ประเทศฮอนดูรัส

hone /həʊn/โฮน/ ❶ *n.* หินลับมีด ❷ *v.t.* ลับ *(มีด, ดาบ)* ให้คม; **~ a razor to a sharp edge** ลับมีดโกนจนคมกริบ

honest /ˈɒnɪst/ˈออนิซทฺ/ *adj.* Ⓐ *(acting fairly)* สุจริต; **~ broker** คนกลางเจรจาในการขัดแย้ง; Ⓑ *(sincere)* จริงใจ; **the ~ truth** ความจริงแท้; **to be ~ [with you]** พูดกันอย่างจริงใจ [กับคุณ]; Ⓒ *(showing righteousness)* เป็นธรรม; Ⓓ *(blameless)* **he made an ~ woman of her** *(joc.)* เขาแต่งงานกับเธอ; Ⓔ *(got by fair means) (เงินทอง)* ได้มาโดยสุจริต; **make an ~ living** หากินโดยสุจริต; **earn** *or* **turn an ~ penny** หาเงินโดยสุจริต; Ⓕ *(unsophisticated)* ตรงไปตรงมา, ไม่ยอกย้อน; *(unadulterated)* ไม่มีอะไรผสมลงไป; **~ bread** ขนมปังบริสุทธิ์ไม่ได้ผสมสาร; Ⓖ **~ [to God], ~ to goodness!** *(coll.) adj.* จริง ๆ, ไม่ได้โม้; ➡ + **honest-to-God**

honestly /ˈɒnɪstlɪ/ˈออนิซทลิ/ *adv.* Ⓐ *(fairly)* อย่างยุติธรรม; Ⓑ *(frankly)* อย่างเปิดเผย; Ⓒ *(genuinely, really)* อย่างแท้จริง; *(annoyed)* เออแน่ะ, แหม, จริง ๆ เลย

honest: ~-to-God, -to-goodness *adjs.* แท้, ไม่แปลกปลอม

honesty /ˈɒnɪstɪ/ˈออนิซทิ/ *n.* Ⓐ *(truthfulness)* ความสัตย์จริง; **in all ~:** โดยแท้จริงแล้ว; **in all ~, I have to admit ...:** ว่าโดยแท้จริงแล้ว ฉันก็ต้องยอมรับ...; Ⓑ *(upright conduct)* ความประพฤติซื่อตรง; **~ is the best policy** *(prov.)* ความซื่อตรงเป็นหลักการที่ดีที่สุด; Ⓒ *(Bot.)* พันธุ์ไม้ในสกุล *Lunaria* มีดอกขาวหรือม่วง

honey /ˈhʌnɪ/ˈฮันนิ/ *n.* Ⓐ น้ำผึ้ง; Ⓑ *(colour)* สีน้ำผึ้ง; Ⓒ *(fig.: sweetness)* ความหวาน; Ⓓ **sb. is a [real] ~:** *ค.น.* เป็นคนน่ารัก [แท้]; Ⓔ *(Amer., Ir.: darling)* ที่รักจ๋า

honey: ~ bee *n.* ผึ้งงาน/ทำน้ำผึ้ง; **~ blonde** *adj.* ผมสีเหลืองทอง; **~-coloured** *adj.* สีน้ำผึ้ง; **~comb** *n.* รังผึ้ง; *(filled with honey)* รวงผึ้ง; **~combed** /ˈhʌnɪkəʊmd/ˈฮันนิโคมดฺ/ *adj. (with cavities)* มีรูปทรงเหมือนรวงผึ้ง; เป็นโพรงเล็ก ๆ เต็มไปหมด; **~dew** *n. (lit.)* น้ำหวานเหนียว ๆ จากตัวเพลี้ยหรือผึ้ง; *(fig.)* สารหวานชื่นใจ; **~dew [melon]** แตงหวานเนื้อสีเขียว

honeyed /ˈhʌnɪd/ˈฮันนิด/ *adj. (คำพูด)* หวานเหมือนน้ำผึ้ง

honey: ~moon ❶ *n.* Ⓐ การดื่มน้ำผึ้งพระจันทร์; *(journey)* การเดินทางไปดื่มน้ำผึ้งพระจันทร์; **where did you go for your ~moon?** คุณไปดื่มน้ำผึ้งพระจันทร์ที่ไหน; **be a ~moon couple** เป็นคู่แต่งงานใหม่; Ⓑ *(fig.: initial period)* ระยะแรกเริ่ม; **the ~moon period** ช่วงข้าวใหม่ปลามัน ❷ *v.i.* ไปดื่มน้ำผึ้งพระจันทร์; **~pot** *n.* ขวดน้ำผึ้ง; **~suckle** *n. (Bot.)* พันธุ์ไม้เลื้อยในสกุล *Lonerica* ดอกหอม สีชมพูเหลือง; **~-sweet** *adj.* หวานเหมือนน้ำผึ้ง

honk /hɒŋk/ฮองคฺ/ ❶ *n.* Ⓐ *(of horn)* เสียงแตร; **I gave him a ~ [on my horn]** ฉันกดแตรเรียกเขา; Ⓑ *(of goose or seal)* เสียงร้องของห่านหรือแมวน้ำ ❷ *v.i.* Ⓐ ทำเสียงดังอย่างแตร; Ⓑ *(ห่านหรือแมวน้ำ)* ร้อง ❸ *v.t.* **~ one's horn;** ➡ horn 1 D

honky-tonk /ˈhɒŋkɪtɒŋk/ˈฮองคิทอง/ *n. (coll.)* Ⓐ *(nightclub)* ไนท์คลับชนิดไม่ค่อยดี; Ⓑ *(music)* ดนตรีเปียโนจังหวะครึกโครม

honor, honorable, honorably *(Amer.)* ➡ honour *etc.*

honorarium /ɒnəˈreərɪəm/ออเนอะˈแรเรียม/ *n. pl.* **~s** *or* **honoraria** /ɒnəˈreərɪə/ออเนอะˈแรเรีย/ ค่าตอบแทนโดยสมัครใจสำหรับนักวิชาการที่มาให้บริการพิเศษ *(เช่น ปาฐกถา, พูดในการสัมมนา)*; เงินสมนาคุณ

honorary /ˈɒnərərɪ/ˈออเนอะเรอะริ/ *adj.* Ⓐ *(ตำแหน่ง)* ไม่มีเงินเดือน, กิตติมศักดิ์; **~ treasurer** เหรัญญิกกิตติมศักดิ์; Ⓑ *(conferred as an honour)* กิตติมศักดิ์; **~ degree** ปริญญากิตติมศักดิ์; **the position is an ~ one** ตำแหน่งนี้เป็นตำแหน่งกิตติมศักดิ์

honour /ˈɒnə(r)/ˈออเนอะ(ร)/ *(Brit.)* ❶ *n.* Ⓐ *no indef. art. (reputation)* เกียรติยศ; **win/achieve ~:** ได้รับเกียรติยศ; **to his ~, he refused** ที่เขาปฏิเสธเป็นเรื่องที่น่าชมเชย; **do ~ to sb./sth.** ให้เกียรติแก่ *ค.น./ส.น.*; Ⓑ *(respect)* ความเคารพ; **he was treated with** *or* **shown ~:** เขาได้รับการปฏิบัติอย่างให้เกียรติ; **hold sb.** *or* **sth. in ~:** ให้เกียรติ *ค.น./ส.น.*; ยกย่อง *ค.น./ส.น.*; **do sb. ~, do ~ to sb.** ให้เกียรติ *ค.น.*; *(show appreciation of)* เห็นคุณค่าของ *ค.น.*; **do ~ to sth.** แสดงความชื่นชมต่อ *ส.น.*; **in ~ of sb.** เป็นเกียรติแก่ *ค.น.*, เพื่อแสดงความชื่นชมต่อ *ค.น.*; **in ~ of sth.** เพื่อแสดงความชื่นชมต่อ *ส.น.*; Ⓒ *(privilege)* เกียรติ, สิทธิพิเศษ; **have the ~ to do** *or* **of doing sth.** ได้รับเกียรติให้ทำ *ส.น.*; **may I have the ~ [of the next dance]** จะให้เกียรติเต้นรำกับผมในเพลงต่อไปได้ไหม; **do sb. an ~:** ให้เกียรติแก่ *ค.น.*; **you do me too great an ~:** คุณให้เกียรติฉันมากเกินไป; **do sb. the ~ of doing sth.** ให้เกียรติแก่ *ค.น.* ในการทำ *ส.น.* Ⓓ *no art. (ethical quality)* เกียรติศักดิ์, ศักดิ์ศรี; **he is a man of ~** *or* **with a sense of ~:** เขาเป็นผู้ชายที่มีศักดิ์ศรี; **feel [in] ~ bound to do sth.** รู้สึกว่าด้วยศักดิ์ศรีแล้วจำต้องทำ *ส.น.*; **promise [up]on one's ~:** ให้สัญญาด้วยเกียรติ; **be on one's ~:** ใช้เกียรติเป็นประกัน; **[up]on my ~!** สาบานได้เลย; **the prisoner was put**

honourable | hop 438

[up]on his ~ not to escape นักโทษรับปากด้วยเกียรติว่าจะไม่หลบหนี; ~ bright *(coll.)* ด้วยเกียรติเป็นประกัน; [there is] ~ among thieves *(คำกล่าว)* ในหมู่โจรก็มีเกียรติยศเหมือนกัน; Ⓔ *(chastity)* พรหมจารี; Ⓕ *(distinction)* เกียรติยศ; *(title)* ยศ, บรรดาศักดิ์; ➡ + **birthday; new year;** Ⓖ *in pl. (recognition)* บำเหน็จ, การตอบแทน; Ⓗ *in pl. (Univ.)* **she gained ~s in her exam, she passed [the exam] with ~s** เธอสอบผ่านได้เกียรตินิยม; Ⓘ *in pl.* **do the ~s** *(coll.) (introduce guests)* แนะนำแขก; *(serve guests)* บริการแขก; Ⓙ *(ceremony)* **funeral** *or* **last ~s** พิธีเกียรติยศในงานศพ; **pay the last ~s to sb.** ให้เกียรติแก่ผู้วายชนม์ *(ไปงานศพ)*; **military ~s** ทหารกองเกียรติยศในงานพิธี *(เช่น พิธีศพ)*; Ⓚ *in title* **your H~** *(Brit. Law)* ท่านผู้พิพากษา; Ⓛ *(person or thing that brings credit)* **be an ~ to sb./sth.** นำเกียรติยศชื่อเสียงมาให้ *ค.น./ส.น.*; Ⓜ *(Cards)* ไพ่รูปเอ, คิง, ควีน, แจ๊ค, สิบ; **~s are even** เท่า ๆ กัน, ไม่มีการเสียเปรียบได้เปรียบกัน; ➡ + **affair** F; **code** 1 A; **¹companion** C; **debt; guard** 1 B; **guest; legion** C; **maid of honour; matron** B; **point** 1 C; **word** 1 C ❷ *v.t.* Ⓐ ให้เกียรติ, ยกย่อง; **be ~ed as an artist** ได้รับการยกย่องในฐานะศิลปิน; **~ your father and your mother** จงยกย่องบิดามารดาของตน; **be ~ed with a knighthood** ได้รับพระราชทานยศชั้นอัศวิน; **~ sb. with one's presence** *(iron.)* ให้เกียรติ ค.น. โดยการรับเชิญ; Ⓑ *(acknowledge)* ยอมรับ; Ⓒ *(fulfil)* ปฏิบัติตาม *(สัญญา)*; *(Commerc.)* รับว่ามีผล; จ่าย *(ตามใบสั่ง)*

honourable /ˈɒnərəbl/ˈออเนอะเรอะบ'ล/ *adj. (Brit.)* Ⓐ *(worthy of respect)* มีเกียรติ, เป็นที่เคารพ; Ⓑ *(bringing credit)* นำเกียรติยศมาสู่; *(consistent with honour)* สมเกียรติยศ; Ⓒ *(ethical)* มีศีลธรรม, เป็นที่นับหน้าถือตา; **sb.'s intentions are ~:** เขามีเจตนาสุจริต, เขามาดี; Ⓓ *in title* **the H~ ...:** *ใช้เป็นคำนำหน้าบอกยศหรือบรรดาศักดิ์*; **the ~ gentleman/lady, the ~ member [for X]** *(Brit. Parl.)* ท่านสมาชิกผู้มีเกียรติ [จาก X]; **the Most H~ ...; the Right H~ ...** *(Brit.) เป็นคำนำหน้าสำหรับยศหรือตำแหน่ง*; ➡ + **mention** 1 B

honourably /ˈɒnərəblɪ/ˈออเนอะเรอะบลิ/ *adv. (Brit.)* Ⓐ *(with credit)* อย่างมีเกียรติ; Ⓑ *(ethically)* อย่างถูกต้อง, อย่างชอบธรรม

honours: ~ degree *n.* ปริญญาเกียรตินิยมสาขาวิชาเฉพาะ; **~ list** *n.* Ⓐ *(Univ.) รายชื่อบัณฑิตที่ได้ปริญญาเกียรตินิยม*; Ⓑ *(of sovereign) รายชื่อผู้ได้รับพระราชทานยศ, บรรดาศักดิ์ ฯลฯ*

Hon. Sec. /ɒnˈsek/ออนˈเซ็ค/ *abbr.* **Honorary Secretary**

hooch /huːtʃ/ฮูฉ/ *n. (Amer. coll.)* เหล้าเถื่อน

¹hood /hʊd/ฮุด/ *n.* Ⓐ ผ้าคลุมศีรษะ *(ชนิดติดกับเสื้อหรือแยกต่างหาก)*; Ⓑ *(of vehicle) (Brit.: waterproof top)* ประทุนรถ; *(Amer.: bonnet)* หน้าหม้อ *(รถยนต์)*; *(of pram)* ประทุนรถเข็นเด็กอ่อน; **drive with the ~ down** ขับรถเปิดประทุน; Ⓒ *(over hearth)* ปากปล่องเหนือเตาผิงสำหรับระบายควัน; *(over stove)* ปากปล่องเหนือเตาปรุงอาหาร ระบายควันและกลิ่น

²hood /hʊd, huːd/ฮุด, ฮูด/ *n. (coll.: gangster)* อันธพาล *หรือ* มือปืน

hooded /ˈhʊdɪd/ˈฮุดดิด/ *adj. (wearing hood)* สวมผ้าคลุมศีรษะ; *(with hood attached) (เสื้อ)* มีที่คลุมศีรษะติดอยู่; **a ~ figure** ร่างคนที่คลุมศีรษะ

hooded 'crow *n. (Ornith)* กา *Corus cornix* มีลายสีเทากับดำ

hoodlum /ˈhuːdləm/ˈฮูดเลิม/ *n.* Ⓐ *(young thug)* วัยรุ่นอันธพาล; Ⓑ *(Amer.: gangster)* ➡ **²hood**

hoodoo /ˈhuːduː/ˈฮูดู/ *n.* Ⓐ *(bad spell)* อาถรรพณ์ *(ทางร้าย)*, คุณไสย; **there is a ~ on that house** บ้านหลังนั้นถูกอาถรรพณ์; **put a ~ on sb.** ทำอาถรรพณ์ใส่ *ค.น.*; ทำของใส่ *ค.น.*; Ⓑ *(bringer of bad luck)* ตัวกาลกิณี, ตัวซวย; **be a ~:** เป็นตัวกาลกิณี

hoodwink /ˈhʊdwɪŋk/ˈฮุดวิงค/ *v.t.* ตบตา, หลอกลวง

hooey /ˈhuːɪ/ˈฮูอิ/ *(coll.)* ❶ *n.* เรื่องเหลวไหล, เรื่องหลอกกัน ❷ *int.* เหลวไหล

hoof /huːf/ฮูฟ/ ❶ *n., pl.* **~s** *or* **hooves** /huːvz/ฮูฟซ/ Ⓐ กีบของสัตว์; *(coll. derog.: human foot)* ตีนคน; Ⓑ **buy cattle on the ~** *(for meat)* ซื้อวัวเป็น; **on the ~** *(fig.) (กิน)* ขณะทำอย่างอื่น; ➡ + **cloven** 2 ❷ *v.t. (coll.)* Ⓐ *(kick)* **he ~ed him out of** *or* **through the door** เขาเตะคนนั้นกระเด็นออกประตูไป; **get ~ed out of the army** *(fig.)* ถูกเตะออกจากกองทัพ; Ⓑ *(walk)* **~ it** เดินเอา

'hoofbeat *n.* เสียงกีบม้ากระทบพื้น

hoo-ha /ˈhuːhɑː/ˈฮูฮา/ *n. (coll.)* ความโกลาหล, ความอึกทึกวุ่นวาย; **make a [lot of** *or* **big] ~ [about sth.]** เอะอะโวยวาย [อย่างมาก] [เกี่ยวกับ ส.น.]

hook /hʊk/ฮุค/ ❶ *n.* Ⓐ ตะขอ; *(Fishing)* เบ็ดตกปลา; **~ and eye** ตะขอและห่วง; **swallow sth. ~, line, and sinker** *(fig.)* เชื่อสนิท; **they fell for it ~, line, and sinker** *(fig.)* พวกเขาหลงเชื่อเข้าเต็มเปา; **get sb. off the ~** *(fig. coll.)* ช่วย *ค.น.* ออกจากภาวะคับขัน; **get oneself off the ~** *(fig. coll.)* แก้ไขให้ตัวเองหลุดพ้นสภาพคับขัน; **that lets me/him off the ~** *(fig. coll.)* นั่นทำให้ฉัน/เขาพ้นหน้าที่อันล่อแหลม; **by ~** *or* **by crook** ไม่ได้ด้วยเล่ห์ก็เอาด้วยกล; Ⓑ *(telephone cradle)* ที่วางหูโทรศัพท์; **the telephone was off the ~:** โทรศัพท์ไม่ได้วางบนที่รอง; Ⓒ *(Agric.) (for cutting grass or grain)* เคียว; *(for cutting and lopping)* ตาขอตัดกิ่งไม้; Ⓓ *(Boxing)* หมัดฮุก *(ท.ศ.)*; Ⓔ *(Baseball, Bowling, Cricket, Golf)* ตีลูกโค้ง; Ⓕ *(Geog., Geol.) (in river)* โค้งลำน้ำ; *(sand spit)* จะงอยสันทราย; *(projecting land)* แหลมจะงอย; **the H~** *(coll.)* ➡ **Hook of Holland**; Ⓖ *(Mus.)* เครื่องหมายตะขอ ❷ *v.t.* Ⓐ *(grasp)* เกี่ยวด้วยตะขอ; Ⓑ *(fasten)* เกี่ยวเกาะ; **~ a caravan to a car** เกี่ยวรถพ่วงเข้ากับรถลาก; Ⓒ **be ~ed [on sth./sb.]** *(coll.) (addicted harmfully)* ติด, เสพติด; *(addicted harmlessly)* ติด; *(captivated)* ติดใจ, หลงไหล, คลั่งไคล้; **be ~ed on heroin/drugs** ติดเฮโรอีน/ยาเสพติด; Ⓓ *(catch)* จับ *(ปลา)* โดยใช้ตะขอ; Ⓔ **~ it** *(sl.: leave)* จากไป; Ⓕ *(Boxing)* ชกด้วยหมัดฮุก; Ⓖ *(Rugby) เกี่ยวลูกออกจากสกรัมและผ่านกลับไปโดยส้นเท้า*; *(Golf)* ตีลูกโค้ง; *(Cricket)* เหวี่ยงไม้ตีลูกขึ้นฟ้า

~ 'on ❶ *v.t.* เกี่ยวเข้ากับ *(รถลาก, รถไฟ)* ❷ *v.i.* เกี่ยวเข้ากับ

~ 'up ❶ *v.t.* Ⓐ *(กระโปรง)* เกี่ยวด้วยตะขอ; Ⓑ *(Radio and Telev. coll.)* เชื่อมเครือข่ายเพื่อถ่ายทอด; ➡ + **hook-up** ❷ *v.i.* *(กระโปรง)* เกี่ยวด้วยตะขอ

hookah /ˈhʊkə/ˈฮุคเคอะ/ *n.* มะระกู่, บ้องยาสูบ *(ของทางตะวันออกกลาง)*

hooked /hʊkt/ฮุคท/ *adj.* Ⓐ *(hook-shaped)* ลักษณะเป็นตะขอ; **~ nose** จมูกงุ้ม; Ⓑ *(having hook[s])* มีตะขอติด; ➡ + **hook** 2 C

hooker /ˈhʊkə(r)/ˈฮุคเคอะ(ร)/ *n.* Ⓐ *(Rugby) คนกลางแถวหน้าสกรัม ซึ่งจะพยายามใช้เท้าเขี่ยลูกบอลออก*; Ⓑ *(Amer. sl.: prostitute)* อีตัว *(ภ.พ.)*

hookey /ˈhʊkɪ/ˈฮุคคิ/ *n. (Amer. coll.)* **play ~:** หนีโรงเรียน, หนีงาน

hook: ~ 'nose *n.* จมูกงองุ้ม; **~-nosed** *adj.* ที่จมูกงองุ้ม; **be ~-nosed** เป็นคนจมูกงองุ้ม; **H~ of 'Holland** *pr. n.* ท่าเรือส่วนนอกของเมืองรอตเตอร์ดัม *(ในเนเธอร์แลนด์)*; **~-up** *n. (Radio and Telev. coll.)* การเชื่อมเครือข่ายเพื่อการถ่ายภาพ; **~worm** *n.* Ⓐ *(worm)* พยาธิปากขอ; Ⓑ *no art. (disease)* โรคพยาธิปากขอ

hooky ➡ **hookey**

hooligan /ˈhuːlɪgən/ˈฮูลิเกิน/ *n.* อันธพาลวัยรุ่น

hooliganism /ˈhuːlɪgənɪzm/ˈฮูลิเกอะนิซ'ม/ *n., no pl.* การก่อความไม่สงบโดยวัยรุ่น

hoop /huːp/ฮูพ/ *n.* Ⓐ *(circular band)* ห่วง; *(of barrel)* แถบโลหะรอบถังหรือโอ่งไม้; Ⓑ *(toy)* ห่วงตีเล่น; Ⓒ *(Croquet)* วงโค้งเหล็กเป็นประตูตีลูก; Ⓓ *(in circus, show, etc.)* วงกลมที่ให้ผู้แสดงกระโดดลอด; **go** *or* **be put/put sb. through the hoop[s]** ผ่านความลำบาก/ทำให้ *ค.น.* ผ่านความลำบาก

hoop-la /ˈhuːplɑː/ˈฮูพลา/ *n.* การเล่นโยนห่วงไปครอบรางวัล

hoopoe /ˈhuːpuː/ˈฮูพู/ *(Ornith.)* นก *Upupa epops* พบได้ในเอเชีย ยุโรปและแอฟริกา

hooray ➡ **hurray**

Hooray 'Henry *n. (Brit.) หนุ่มอังกฤษเจ้าสำราญแต่ไม่ค่อยเอาไหน ฐานะดี แต่งตัวเชย*

hoosegow /ˈhuːsgaʊ/ˈฮูซกาว/ *n. (Amer. coll.)* คุก

hoot /huːt/ฮูท/ ❶ *v.i.* Ⓐ *(call out)* ฮาป่าส่งเสียงลั่น; **~ with laughter** หัวเราะลั่น; Ⓑ *(owl) (นกฮูก)* ร้อง; Ⓒ กดแตรรถ, เปิดหวูดเรือ; **~ at sb./sth.** กดแตรรถให้กับ *ค.น./ส.น.* ❷ *v.t.* Ⓐ *(assail with derision)* ทำเสียงเยาะเย้ย, โห่ฮาป่า; Ⓑ กดแตร, เปิดหวูด; **~ one's horn** ➡ **horn** 1 D ❸ *n.* Ⓐ *(shout)* **~s of derision/scorn** เสียงโห่เยาะเย้ย; **~ of laughter** เสียงหัวเราะฮา; Ⓑ *(owl's cry)* เสียงร้องของนกฮูก; Ⓒ *(signal) (of vehicle)* สัญญาณแตร; *(of siren, foghorn)* เสียงหวูดสัญญาณ; **give a ~ of** *or* **on one's horn** กดแตรรถ; Ⓓ *(coll.)* **I don't care** *or* **give a ~** *or* **two ~s what you do** คุณจะทำอะไรฉันไม่สนใจสักนิดเดียว; **not matter a ~** *or* **two ~s [to sb.]** ไม่มีความหมายสักนิด [ต่อ *ค.น.*]; Ⓔ *(coll.: cause of laughter)* **what a ~!** ตลกจัง; **be a ~:** เป็นเรื่อง/ตัวตลก

hooter /ˈhuːtə(r)/ˈฮูเทอะ(ร)/ *n. (Brit.)* Ⓐ *(siren)* หวูด; Ⓑ *(motor horn)* แตรรถ; **sound one's ~:** กดแตร; Ⓒ *(coll.: nose)* จมูก

hoots /huːts/ฮูทซ/ *int. (Scot., N. Engl.)* เอ๋ อะไรวะ, โธ่โว้ย

hoover /ˈhuːvə(r)/ˈฮูเวอะ(ร)/ *(Brit.)* ❶ *n.* Ⓐ **H~** ® เครื่องดูดฝุ่นยี่ห้อฮูเวอร์; Ⓑ *(made by any company)* เครื่องดูดฝุ่น ❷ *v.t. (coll.)* ดูดฝุ่น *(พรม, พื้น)* ❸ *v.i.* ดูดฝุ่น

hooves *pl. of* **hoof**

¹hop /hɒp/ฮอพ/ *n.* Ⓐ *(Bot.) (plant)* ไม้เลื้อยฮอพ *(ท.ศ.) Humulus lupulus*; *in pl. (cones)*

ผลฮอพที่ใช้หมักเบียร์; ⓑ *in pl. (Brewing)* *การหมักเบียร์โดยใช้ลูกฮอพที่สุกแล้ว*

²**hop** ❶ *v.i.*, **-pp-:** Ⓐ *(กระต่าย)* กระโดดหยองๆ; *(คน)* กระโดดขาเดียว; **be ~ping mad [about** *or* **over sth.]** *(coll.)* โกรธ [เรื่อง *ส.น.*] เอามาก; Ⓑ *(fig. coll.)* **~ out of bed** กระโดดจากเตียง; **~ into the car/on[to] the bus/train/bicycle** กระโดดขึ้นรถยนต์/รถประจำทาง/รถไฟ/รถจักรยาน; **~ into bed with sb.** กระโดดขึ้นเตียงกับ *ค.น.*; **~ off/out** กระโดดลง/ออก; Ⓒ *(coll.: change location)* **be always ~ping [about] from place to place/country to country** คอยตระเวนจากที่หนึ่งไปอีกที่หนึ่ง/ประเทศหนึ่งไปอีกประเทศหนึ่ง

❷ *v.t.*, **-pp-:** Ⓐ *(jump over)* กระโดดข้าม; Ⓑ *(coll.: jump aboard)* กระโดดขึ้น; Ⓒ **~ it** *(Brit. coll.: go away)* ไปให้พ้น; ➡ **+ hedge-hop**

❸ *n.* Ⓐ *(action)* การกระโดด; **~, step, and jump** ➡ **triple jump**; Ⓑ **be on the ~** *(Brit. coll.: be bustling about)* ทำงานมือไม่ว่าง; **keep sb. on the ~** *(Brit. coll.)* คอยตามจี้ *ค.น.* ไม่ให้อยู่ว่าง; Ⓒ **catch sb. on the ~** *(Brit. coll.) (unprepared)* *ค.น.* ยังไม่ทันเตรียมตัว; *(in the act)* จับ *ค.น.* ได้คาหนังคาเขา; Ⓓ *(coll.: dance)* เต้นรำ; Ⓔ *(distance flown)* ช่วงการบิน; *(stage of journey)* ช่วงการเดินทาง; *(flight)* เที่ยวบินสั้น; *(trip)* การเดินทางระยะสั้น

hope /həʊp/โฮพ/ ❶ *n.* ความหวัง; **~ springs eternal [in the human breast]** *(prov.)* ความหวังเป็นธรรมชาติของมนุษย์; **give up ~:** ทอดอาลัย, หมดหวัง; **that is my [dearest] hope** นั่นเป็นสิ่งที่ฉันปรารถนา [อย่างที่สุด]; **hold out ~ [for sb.]** หยิบยื่นความหวัง [ให้แก่ *ค.น.*]; **I don't hold out much ~ for his recovery** ฉันไม่ตั้งความหวังไว้มากนักว่าเขาจะหาย; **beyond** *or* **past ~:** สุดความหวัง, ไม่มีหวัง; **in the ~/in ~[s] of sth./doing sth.** ด้วยหวังใน *ส.น.*/ที่จะทำ *ส.น.*; **live in ~[s] of sth.** อยู่ด้วยความหวังใน *ส.น.*; **sb.'s ~[s] of sth.** ความหวังของ *ค.น.* ใน *ส.น.*; **I have some ~[s] of success** *or* **of succeeding** *or* **that I shall succeed** ฉันมีความหวังอยู่บ้างว่าจะทำได้สำเร็จ; **set** *or* **put** *or* **place one's ~s on** *or* **in sth./sb.** ฝาก/ตั้งความหวังไว้กับ *ส.น.*/*ค.น.*; **raise sb.'s ~s** ให้ *ค.น.* เกิดความหวังขึ้นมา; **raise sb.'s ~s too much** *or* **high** ให้ความหวังแก่ *ค.น.* มากเกินไป; **high ~s** ความหวังสูงมาก; **have high ~s of sth./doing sth.** มีความหวังสูงใน *ส.น.*/ในการทำ *ส.น.*; **there is no/some/little ~ that ...:** ไม่มีหวัง/มีหวังบ้าง/มีหวังน้อยที่จะ...; **not have a ~ [in hell] [of sth.]** ไม่มีหวังเลย [สักนิดเดียวใน *ส.น.*]; **there's not a ~ in hell that ...** *(coll.)* ไม่มีหวังเลยที่ว่า...; **not a ~ [in hell]!** *(coll. iron.)* ไม่มีทางเลย; **what a ~!** *(coll.)*, **some ~[s]!** *(coll. iron.)* ไม่มีทาง; **be hoping against ~ that ...:** หวังทั้งๆ ที่รู้ว่ามีหวังน้อยมาก; **be the great new tennis ~:** เป็นดาวรุ่งดวงใหม่ของวงการเทนนิส; **hard work is our only ~ for** *or* **of a better way of life** การทำงานหนักเป็นความหวังอย่างเดียวของพวกเราที่จะมีชีวิตดีกว่านี้; **my ~ is that...:** ที่ฉันหวังก็คือ...; ➡ **+ alive A; forlorn A**

❷ *v.i.* หวัง (for ใน); **I ~ so/not** ฉันหวังอย่างนั้น/หวังว่าไม่เป็นอย่างนั้น; **~ for the best** หวังว่าจะออกมาดี

❸ *v.t.* **~ to do sth./that sth. may be so** หวังว่าจะทำ *ส.น.*/ว่า *ส.น.* จะเป็นอย่างนั้น; **I ~ to go to Paris** *(am planning)* ฉันกะจะไปกรุงปารีส; **I ~ [that] that is true** ฉันหวังว่ามันจะเป็นความจริง; **hoping to see you soon** หวังว่าจะได้พบคุณในเร็วๆ นี้

'**hope chest** *n. (Amer.)* หีบเก็บสิ่งของที่หญิงสาวเตรียมไว้สำหรับการแต่งงาน

hoped-for /'həʊptfɔ:(r)/'โฮพทฺฟอ(ร)/ *attrib. adj.* ที่หวังไว้

hopeful /'həʊpfl/'โฮพฟ'ล/ *adj.* Ⓐ มีความหวัง; **I'm ~/not ~ that ...:** ฉันหวัง/ไม่หวังว่า...; **feel ~:** รู้สึกว่ามีหวัง; **be** *or* **feel ~ about the future** มีความหวังในอนาคต; **if you think he will help you, you are very ~ indeed** ถ้าคุณคิดว่าเขาจะช่วยคุณละก็ คุณก็เป็นคนช่างหวังเอาเสียจริงๆ; **be ~ of sth./of doing sth./that sth. may be so** หวังใน *ส.น.*/หวังที่จะทำ *ส.น.*/หวังว่า *ส.น.* จะเป็นเช่นนั้น; Ⓑ *(promising)* มีหวัง ❷ *n.* **[young] ~:** คนหนุ่ม/สาวมีแววก้าวหน้า

hopefully /'həʊpfəlɪ/'โฮพเฟอะลิ/ *adv.* Ⓐ *(expectantly)* อย่างมีหวัง; Ⓑ *(promisingly)* อย่างมีแวว; Ⓒ *(coll.: it is hoped that)* เป็นที่หวังว่า; **~, all our problems should now be over** หวังว่าปัญหาทั้งปวงของพวกเราจะหมดไปแล้ว; **~, it will be available in the autumn** หวังว่ามันจะมีในฤดูใบไม้ร่วง

hopeless /'həʊplɪs/'โฮพลิซ/ *adj.* Ⓐ ไม่มีหนทาง, ไม่มีหวัง, หมดหวัง; Ⓑ *(inadequate, incompetent)* ไม่มีประสิทธิภาพ, ไม่มีคุณภาพ; **be ~, be a ~ case** ไม่มีทาง, เข็นไม่ขึ้น; **be ~ at doing sth.** ไม่เป็นท่าเลยในการทำ *ส.น.*

hopelessly /'həʊplɪslɪ/'โฮพลิซลิ/ *adv.* Ⓐ อย่างไม่มีหวัง, อย่างหมดหวัง; **be ~ in love** *(fig.)* ตกหลุมรักอย่างหัวปักหัวป่า; **I'm ~ bad at maths** ฉันอ่อนวิชาคำนวณอย่างไม่มีท่าเลย; Ⓑ *(inadequately)* อย่างไม่มีประสิทธิภาพ, อย่างไม่เอาไหน

hopelessness /'həʊplɪsnɪs/'โฮพลิซนิซ/ *n., no pl.* การไร้ความหวัง, ความไร้ประสิทธิภาพ, ความไม่ได้เรื่อง

'**hop garden** *n. (Brit. Agric.)* สวนต้นฮอพ

hopper /'hɒpə(r)/'ฮอเพอะ(ร)/ *n. (Mech.)* รางลาดเทสำหรับให้วัตถุเคลื่อนไหลลงไป; ฮอปเปอร์ *(ท.ศ.)*

hop: **~sack** *n.* Ⓐ *(bag)* กระสอบใส่ดอกฮอพ; Ⓑ *(Textiles)* ผ้ากระสอบ; **~scotch** *n.* การเล่นตั้งเต; **play ~scotch** เล่นตั้งเต

horde /hɔ:d/ฮอด/ *n. (huge number)* ฝูงใหญ่โต; *(derog./of wild animals)* ฝูง; **in their ~s** เป็นฝูงๆ; **~s of tourists** นักท่องเที่ยวเป็นฝูงๆ

horizon /hə'raɪzn/เฮอะ'รายซ'น/ *n.* Ⓐ เส้นขอบฟ้า; **on/over the ~:** ที่ขอบฟ้า; **the sun dropped below the ~:** ดวงอาทิตย์ลดต่ำจนลับขอบฟ้าไป; **there is trouble on the ~** *(fig.)* ความยุ่งยากเริ่มจะมองเห็นอยู่รำไร; **there's nothing on the ~** *(fig.)* ท้องฟ้าปลอดโปร่ง; ➡ **artificial horizon**; Ⓑ *(fig.: perceptual limit)* โลกทัศน์ *(ร.บ.)*; แวดวงประสบการณ์, ความเข้าใจ; **broaden one's/sb.'s ~s** ขยายโลกทัศน์ของตน/ของ *ค.น.*; Ⓒ *(Geol.)* ระดับ, ชั้นที่กำหนดเป็นแนวหลักในพื้นที่กว้าง; Ⓓ *(Archaeol.)* ชั้นที่พบโบราณวัตถุ; Ⓔ *(Soil Science)* ชั้นของดินแต่ละชั้น

horizontal /hɒrɪ'zɒntl, US hɔ:r-/ฮอริ'ซอนท'ล, ฮอร-/ ❶ *adj.* ตามแนวราบ; ➡ **+ 'bar 1 B; integration D** ❷ *n.* เส้นขอบฟ้า; เส้นแนวราบ

horizontally /hɒrɪ'zɒntəlɪ, US hɔ:r-/ฮอริ'ซอนเทอะลิ, ฮอร-/ *adv.* ตามแนวราบ; *(flat)* ตามแนวนอน

hormonal /hɔ:'məʊnl/ฮอ'โมน'ล/ *adj. (Biol., Pharm.)* เกี่ยวกับฮอร์โมน; **~ deficiency** การขาดฮอร์โมน

hormone /'hɔ:məʊn/'ฮอโมน/ *n. (Biol., Pharm.)* ฮอร์โมน *(ท.ศ.)*

hormone re'placement therapy *n. (Med.)* การเสริมฮอร์โมน

horn /hɔ:n/ฮอน/ ❶ *n.* Ⓐ *(of animal, devil or deer)* เขา; **~s** เขา; **lock ~s [with sb.]** *(fig.)* ปะทะ หรือ มีเรื่อง [กับ *ค.น.*]; Ⓑ *(substance)* เขาสัตว์; Ⓒ *(Mus.)* เครื่องดนตรีแตรฮอร์น; **[French] ~:** แตรเฟรนช์ฮอร์น *(ท.ศ.)*; ➡ **+ English horn**; Ⓓ *(of vehicle)* แตรรถยนต์; *(of ship)* หวูดเรือ; *(of factory)* หวูดในโรงงาน; **sound** *or* **blow** *or* **hoot** *or* **honk the** *or* **one's ~ [at sb.]** กดแตรใส่ *ค.น.*; Ⓔ *(of snail)* งวงบนหัวหอยทาก; *(of insect)* งวง หรือ หนวด; **draw in one's ~s** *(fig.)* สงบความรุนแรง; *(restrain one's ambition)* ระงับความทะเยอทะยานของตน; Ⓕ *(vessel)* ภาชนะจากเขาสัตว์; *(to drink from)* ถ้วยทำจากเขาสัตว์; *(for gunpowder)* เขาใส่ดินปืน; **~ of plenty** ความอุดมสมบูรณ์ที่ไม่มีหมดสิ้น, น้ำบ่อทราย; Ⓖ *(loudspeaker)* เครื่องขยายเสียงแบบโบราณ *(ที่มีลักษณะเหมือนแตร)*; Ⓗ *(of crescent)* ส่วนที่โค้งเข้าของจันทร์เสี้ยว; **the ~s of the moon** ปลายโค้งสองข้างของเดือนเสี้ยว; Ⓘ *(Geog.) (of land)* ยอดเขารูปปิรามิด, ยอดเขาฮอร์น; **the H~:** แหลมฮอร์น; Ⓙ *(coarse: erect penis)* ควย *(ภ.ย.)*; ➡ **+ 'bull 1 A; dilemma; foghorn; shoehorn**

❷ *v.i. (coll.)* **~ in [on sth.]** บุ่มบ่ามเข้ามายุ่ง [ใน *ส.น.*]

horn: **~beam** *n. (Bot.)* ต้นไม้ในสกุล *Carpinus* เนื้อแข็ง; **~bill** *n. (Ornith.)* นกเงือก

horned /hɔ:nd/ฮอนด/ *adj.* Ⓐ มีเขา; *(with antlers)* มีเขากวาง; Ⓑ *(poet.: crescent-shaped)* รูปทรงแบบเดือนเสี้ยว

horned: **- 'owl** *n.* นกฮูก *Bubo virginianus* มีขนตั้งตรงหู; **~ 'toad** *n.* คางคก *Phrynosoma cornutum*

hornet /'hɔ:nɪt/'ฮอนิท/ *n.* แตน; **stir up** *or* **walk into a ~s' nest** *(fig.)* แหย่รังแตน; **bring a ~s' nest about one's ears** *(fig.)* ตกเป็นเป้าของการวิพากษ์วิจารณ์

hornless /'hɔ:nlɪs/'ฮอนลิซ/ *adj.* ไร้เขา

'**hornpipe** *n. (Mus.)* เครื่องดนตรีโบราณประเภทเครื่องเป่า

'**horn-rimmed** *adj.* **~ spectacles** *or* **glasses** แว่นตาขอบกระ/ขอบทำด้วยเขาสัตว์

horny /'hɔ:nɪ/'ฮอนิ/ *adj.* Ⓐ *(hard)* หยาบกร้าน, แข็ง; Ⓑ *(made of horn)* ทำด้วยเขาสัตว์; *(like horn)* เหมือนกับเขาสัตว์; Ⓒ *(sl.: sexually aroused)* เงี่ยน *(ภ.ย.)*

horology /hə'rɒlədʒɪ/เฮอะ'รอเลอะจิ/ *n., no pl.* Ⓐ *(science)* วิชาการวัดเวลา; Ⓑ *(clock-making)* การทำนาฬิกา

horoscope /'hɒrəskəʊp, US 'hɔ:r-/'ฮอเรอะซโกพ, 'ฮอร-/ *n. (Astrol.)* ดวงชะตา; **draw up** *or* **cast sb.'s ~:** ผูกดวงชะตาของ *ค.น.*

horrendous /hə'rendəs/ฮอ'เร็นเดิซ/ *adj. (coll.)* น่ากลัว

horrendously /hə'rendəslɪ/ฮอ'เร็นเดิซลิ/ *adv. (coll.)* อย่างน่ากลัว

horrible /'hɒrɪbl, US 'hɔ:r-/'ฮอริบ'ล, 'ฮอร-/ *adj.* Ⓐ น่าเกลียด, น่ากลัว; **I find all insects ~:** ฉันพบว่าแมลงทุกชนิดน่าเกลียดทั้งนั้น; Ⓑ *(coll.: unpleasant, excessive)* น่ากลัว, น่าตกใจ,

h

horribly | host 440

ร้ายแรงเกินไป; **have a ~ surprise** ประสบสิ่งไม่คาดฝันที่น่าเกลียดน่ากลัว; **don't be so ~ to me** อย่าร้ายกาจกับฉันนักเลย; **I have a ~ feeling that ...:** ฉันรู้สึกสังหรณ์ทางร้ายว่า...

horribly /ˈhɒrɪblɪ, US ˈhɔːr-/ฮอริบลิ, ˈฮอร-/ *adv.* Ⓐ อย่างมาก, อย่างยิ่ง; **it was a ~ frightening story** เรื่องนี้น่ากลัวอย่างยิ่ง; Ⓑ *(coll.: unpleasantly, excessively)* อย่างร้ายแรงเกินไป

horrid /ˈhɒrɪd, US ˈhɔːrɪd/ฮอริด, ˈฮอริด/ *adj.* น่าเกลียด, น่ากลัว, ทุเรศ; **don't be so ~ to me** *(coll.)* อย่าร้ายกับฉันนักเลย

horrific /həˈrɪfɪk/เฮอะˈริฟฟิค/ *adj.* น่าสะพึงกลัว

horrify /ˈhɒrɪfaɪ, US ˈhɔːr-/ฮอริฟาย, ˈฮอร-/ *v.t.* Ⓐ *(excite horror in)* สร้างความหวาดกลัว, ทำให้ขนลุก; **it horrifies me to think what ...:** ฉันขนลุกเมื่อคิดว่า...; **I was horrified to see my car rolling into the river** ฉันตกใจมากเมื่อเห็นรถกำลังวิ่งลงไปในแม่น้ำ Ⓑ *(shock, scandalize)* **be horrified** ตกใจ

horrifying /ˈhɒrɪfaɪɪŋ, US ˈhɔːr-/ฮอริฟายอิง, ˈฮอร-/ *adj.* น่าหวาดหวั่น, น่าหวั่นใจ; **it is ~ to think that ...:** มันน่าหวั่นใจนักเมื่อนึกว่า...

horrifyingly /ˈhɒrɪfaɪɪŋlɪ/ฮอริฟายอิงลิ/ *adv.* อย่างน่าหวาดหวั่น

horror /ˈhɒrə(r), US ˈhɔːr-/ฮอเรอะ(ร), ˈฮอร-/ ❶ *n.* Ⓐ ความเกลียดกลัว; *(repugnance)* ความเสียขวัญ, ความขยะแขยง; **she screamed in ~:** เธอกรีดร้องอย่างเสียขวัญ; **there was [an expression of] ~ on her face** สีหน้าของเธอบอกความขวัญหาย; **have a ~ of sb./sth./doing sth.** มีความกลัว *ค.น./ส.น./*ที่จะทำ *ส.น.*; **have a fit of the ~s :** รู้สึกตกใจกลัว; **spiders gave her the ~s** แมงมุมทำให้เธอทั้งเกลียดทั้งกลัว; **he gives me the ~s** เขาทำให้ฉันหวาดผวา; Ⓑ *(coll.: dismay)* อาการใจหาย; Ⓒ *(horrifying quality)* ความน่าเกลียดน่ากลัว; *(horrifying thing)* สิ่งน่าเกลียดน่ากลัว; *(horrifying person)* คนน่าหวาดกลัว; **'Six Die in Blaze H~'** ตายในเพลิงสยองหกคน; **Chamber of H~s** *(lit or fig.)* ห้องสยองขวัญ
❷ *attrib. adj. (เรื่อง)* ผี; *(หนัง)* สยองขวัญ
❸ *int.* **~[s]!** โอ๊ย ตายแล้ว; **~ of ~s!** น่ากลัวอะไรอย่างนี้

horror: ~-stricken, ~-struck *adjs.* ตะลึงงันด้วยความหวาดกลัว; **be ~-stricken** *or* **~-struck at sth.** ตะลึงงันกับ *ส.น.* ที่น่าสยองขวัญ

hors de combat /ɔː də ˈkɔ̃bɑː/ออ เดอะ ˈคองบา/ *pred. adj.* ออกจากการรบ, พิการ; **put** *or* **render sb./sth. ~:** ทำให้ *ค.น.* พิการ/*ส.น.* ใช้การไม่ได้

hors d'œuvre /ɔːˈdɜːvr, ɔːˈdɜːv/ออˈเดิวฺรฺ, ออˈเดิวฺ/ *n. (Gastr.)* ออเดิร์ฟ *(ท.ศ.)*; อาหารรับประทานเล่นเพื่อเรียกน้ำย่อย

horse /hɔːs/ฮอซ/ ❶ *n.* Ⓐ ม้า; **be/get on one's high ~** *(fig.)* ทำถือตัว, ทำหยิ่ง; **get [down] off one's high ~** *(fig.)* เลิกทำหยิ่ง; **hold your ~s!** *(fig.)* ช้าก่อน; **he ought to hold his ~s** เขาควรจะยั้งเอาไว้บ้าง; **that is/he is a ~ of a different** *or* **of another colour** *(fig.)* นั่นเป็นคนละเรื่อง/เขาเป็นคนละอย่างกับเรา; **as strong as a ~:** แข็งแรงยังกับช้าง; **eat/work like a ~:** กินเก่ง/ทำงานหนักยังกับม้า; **I could eat a ~** *(coll.)* ฉัน *(หิวจน)* กินช้างได้ทั้งตัว; **[right** *or* **straight] from the ~'s mouth** *(fig.) (ข้อมูล, คำแนะนำ)* ที่เชื่อถือ *หรือ* ไว้ใจได้; **change** *or* **swap ~s in midstream** *(fig.)* ถอนการสนับสนุน *หรือ* ความไว้ใจกลางคัน; เปลี่ยนใจกลางทาง; **to ~!** ขึ้นม้า *(คำสั่ง)*; **it's [a question** *or* **matter of] ~s for courses** *(fig.)* ต้องจัดคนให้เหมาะกับงาน; **you can lead** *or* **take a ~ to water, but you can't make it drink** *(prov.)* ไม่อาจฝืนใจให้เขาทำในสิ่งที่ไม่เต็มใจได้; Ⓑ *constr. as pl. (Mil.)* กองทหารม้า; **800 ~:** ทหารม้า 800 คน; Ⓒ *(Gymnastics)* **[vaulting]~:** ม้าหู *(สำหรับเล่นกายกรรม)*; Ⓓ *(framework)* โครงไม้หยาบๆ; *(for planks or beams)* ม้ารอง, ม้าสำหรับเลื่อยไม้; **[clothes] ~:** ราวพาดผ้า; Ⓔ *(coll.: ~power)* แรงม้า; ➡ **+ cart 1; cart-horse; dark ~; flog A; gift-~; hobby ~; light ~; ²lock 2 A; marine 2 A; pommel ~; rocking ~; sea ~; Trojan ~; white ~; wild ~; wooden ~**
❷ *v.i.* **~ about** *or* **around** *(coll.)* เล่นเกะกะ

horse: ~-and-'buggy *adj. (Amer. fig.)* โบราณ, ล้าสมัย; **~back** ❶ *n.* Ⓐ **on ~back** บนหลังม้า; **ride on ~back** ขี่ม้า; Ⓑ *attrib. (Amer.)* **~back riding** การขี่ม้า; **go in for** *or* **enjoy ~back rides** ชอบขี่ม้า ❷ *adv.* **go ~back** ขี่ม้า; **~box** *n. (trailer)* ตู้รถขนม้าแข่ง; *(Motor Veh.)* รถบรรทุกม้า; **~ brass** ➡ **brass 1 C**; **~breaker** *n.* คนฝึกม้า; **~ breeder** ➡ **breeder**; **~'chestnut** *n. (Bot.)* ต้นไม้ในสกุล *Aesculus* มีดอกขาวหรือชมพู; **~-drawn** *attrib. adj.* เทียมด้วยม้า; **~-drawn vehicle** รถเทียมม้า; **~flesh** *n.* Ⓐ *(meat)* เนื้อม้า; Ⓑ *(horses)* ม้า; **~fly** *n. (Zool.)* แมลงในวงศ์ Tabanidae ที่รบกวนม้า; **H~ Guards** *n. pl. (Brit. Mil.) (brigade)* ทหารม้ารักษาพระองค์; **~hair** *n.* Ⓐ *(single or mass of hair)* ขนม้า; Ⓑ *(fabric)* ขนม้าที่ใช้ยัดไส้หมอนพิง; **~ latitudes** *n. pl. (Geog.)* เขตลมสงบของละติจูดประมาณ 30 องศา; **~ laugh** *n.* เสียงหัวเราะห้าวและดังลั่น; **~man** /ˈhɔːsmən/ฮอซเมิน/ *n., pl.* **~men** /ˈhɔːsmən/ฮอซเมิน/ Ⓐ *([skilled] rider)* นักขี่ม้า; Ⓑ *(Amer.: breeder)* นักผสมม้าขาย

horsemanship /ˈhɔːsmənʃɪp/ฮอซเมินชิพ/ *n., no pl.* **[skills of] ~:** ทักษะการขี่ม้า

horse: ~ opera *n. (Amer. coll.)* ภาพยนตร์ประเภทคาวบอย; **~play** *n.* การเล่นกันอย่างอึกทึกตึงตัง; **~power** *n., pl. same (Mech.)* แรงม้า; **a 40 ~power car** รถยนต์ 40 แรงม้า; **what ~power is your car?** รถของคุณกี่แรงม้า; **~ race** *n.* การแข่งม้า; **~racing** *n.* กีฬาการแข่งม้า; **~radish** *n.* ผักหัว *Armoracia rusticana* มีรสเผ็ด; **~ sense** *n. (coll.)* สามัญสำนึก; **~shoe** *n.* เกือกม้า; *(Archit.)* รูปทรงแบบเกือกม้าหรือตัว U; **~shoe magnet** แม่เหล็กรูปเกือกม้า; **~shoe crab** *(Amer. Zool.)* ปูแมงดา *Xiphosura polyphemus*; **~ show** *n.* งานประกวดม้า; **~tail** *n.* Ⓐ *(Bot.)* พืชในสกุล *Equisetum* ใบเหมือนเกล็ด; Ⓑ ➡ **ponytail**; **~-trader** *n.* พ่อค้าม้า; **~-trading** *n.* Ⓐ *(Amer.: dealing in horses)* การซื้อขายม้า; Ⓑ *(fig.: bargaining)* การต่อรองอย่างชาญฉลาด; **~whip** ❶ *n.* แส้ม้า ❷ *v.t.* เฆี่ยนด้วยแส้ม้า; **~woman** *n.* สตรีที่ขี่ม้า

horsy (horsey) /ˈhɔːsɪ/ฮอซิ/ *adj.* Ⓐ *(horselike)* เหมือนกับม้า; **~ face/laugh** หน้า/เสียงหัวเราะคล้ายม้า; Ⓑ *(much concerned with horses)* เกี่ยวข้องกับม้าอย่างมาก

horticultural /hɔːtɪˈkʌltʃərl/ฮอทิˈคัลเฉอะร'ล/ *adj.* เกี่ยวกับการทำสวนทุกประเภท; **~ society** สมาคมไม้ดอกไม้ประดับ; **~ show** งานประกวดไม้ดอกไม้ประดับ

horticulture /ˈhɔːtɪkʌltʃə(r)/ˈฮอทิคัลเฉอะ(ร)/ *n.* การทำสวน

horticulturist /hɔːtɪˈkʌltʃərɪst/ฮอทิˈคัลเฉอะริซทฺ/ ➤ **489** *n.* ผู้ปลูกไม้ดอกไม้ประดับ; ผู้ทำสวน

hosanna /həʊˈzænə/โฮˈแซเนอะ/ *(Bibl.)* ❶ *int.* การเปล่งเสียงสรรเสริญ ❷ *n.* การร้องสรรเสริญ

hose /həʊz/โฮซ/ ❶ *n.* Ⓐ *(flexible tube)* สายยางส่งน้ำ; **garden ~:** สายยางรดน้ำต้นไม้; Ⓑ *constr. as pl. (stockings)* ถุงน่อง; **half-~:** ถุงน่องสั้น; Ⓒ *constr. as pl. (Hist.) (tights)* กางเกงแนบเนื้อ; *(breeches)* กางเกงรวบชายไว้ใต้เข่า; ➡ **+ doublet A** ❷ *v.t.* ฉีดน้ำ
~ **'down** *v.t.* ใช้สายฉีดน้ำจนชุ่มโชก

'hosepipe *n.* ➡ **hose 1 A**

hosiery /ˈhəʊzərɪ, US ˈhəʊʒərɪ/โฮเซียริ, ˈโฮเฌอะริ/ *n., no pl.* ถุงเท้า, ถุงน่อง

hospice /ˈhɒspɪs/ˈฮอซปิซ/ *n.* Ⓐ *(Brit.) (for the destitute)* บ้านพักคนอนาถา; *(for the terminally ill)* บ้านพักคนป่วยโรคเรื้อรังที่รักษาไม่หาย; Ⓑ *(for travellers or students)* ศูนย์, ที่พักคนเดินทางหรือนักศึกษา

hospitable /ˈhɒspɪtəbl/ˈฮอซปิเทอะบ'ล/ *adj.* Ⓐ *(welcoming)* ต้อนรับขับสู้อย่างดี, โอบอ้อมอารี; **be ~ to sb.** ดูแลต้อนรับ *ค.น.*; Ⓑ *(fig.: favourably disposed)* **be ~ [to sth.]** ค่อนข้างลำเอียงต่อ *ส.น.*, ชอบ *ส.น.*

hospitably /ˈhɒspɪtəblɪ, hɒˈspɪt-/ˈฮอซปิเทอะบลิ, ฮอˈซปิท-/ *adv.* อย่างโอบอ้อมอารี, อย่างมีน้ำใจ

hospital /ˈhɒspɪtl/ˈฮอซปิท'ล/ *n.* โรงพยาบาล; **in ~** *(Brit.)*, **in the ~** *(Amer.)* อยู่โรงพยาบาล; **into** *or* **to ~** *(Brit.)*, **to the ~** *(Amer.)* เข้าโรงพยาบาล; **veterinary/dolls' ~:** โรงพยาบาลสัตว์/โรงพยาบาลตุ๊กตา

hospital: ~ bed *n.* เตียงในโรงพยาบาล; **~ case** *n.* คนไข้ที่ต้องเข้ารักษาตัวในโรงพยาบาล

hospitalisation, hospitalise ➡ **hospitaliz-**

hospitality /hɒspɪˈtælɪtɪ/ฮอซปิˈแทลิทิ/ *n., no pl. (of person)* การต้อนรับอย่างอบอุ่น; *(of thing action, environment)* ความน่าอยู่, ความใจดี, ความสบาย

hospitalization /hɒspɪtəlaɪˈzeɪʃn/ฮอซปิเทอะไลˈเซช'น/ *n.* การเข้าโรงพยาบาล; **long periods of ~:** การเข้ารักษาในโรงพยาบาลคราวละนานๆ

hospitalize /ˈhɒspɪtəlaɪz/ˈฮอซปิเทอะลายซฺ/ *v.t. (แพทย์)* ส่งเข้าโรงพยาบาล

hospital: ~ nurse *n.* ➤ **489** พยาบาลในโรงพยาบาล; **~ porter** *n.* ➤ **489** คนงานในโรงพยาบาล; **~ ship** *n.* เรือพยาบาล *(ที่รับลูกเรือ/ทหารที่ป่วยกลับบ้าน)*

¹host /həʊst/โฮซทฺ/ *n.* Ⓐ *(large number)* ฝูง; **in [their] ~s** เป็นฝูง, เป็นกลุ่ม; **a ~ of people/children** ฝูงชน/เด็ก; **he has ~s** *or* **a ~ of things to do/friends** เขามีเรื่องมากมายจะต้องทำ/เพื่อนมากมาย; Ⓑ *(arch.: army)* กองทัพ; Ⓒ *(Bibl.)* **the Lord [God] of ~s** พระเจ้าซึ่งเป็นผู้นำกองทัพบนสวรรค์และในโลก; **the heavenly ~** *(angels)* นางฟ้า, เทวดา

²host ❶ *n.* Ⓐ เจ้าภาพ, เจ้าของบ้าน; **be** *or* **play ~ to sb.** ทำหน้าที่เป็นเจ้าภาพต้อนรับ *ค.น.*; **~ country** ประเทศเจ้าภาพ; Ⓑ *(landlord)* เจ้าของที่พัก; **mine ~** *(arch. joc.)* เจ้าของที่พัก/โรงแรม; Ⓒ *(compère)* ผู้ดำเนินรายการ, พิธีกร; **your ~ for the show is ...:** พิธีกรของงานคือ...; *(for chat show)* พิธีกร; Ⓓ *(Biol.: with parasite)* ตัวถูกเบียดเบียน; Ⓔ *(Biol./Med.:*

h

recipient of organ) ผู้รับ *(อวัยวะผู้อื่น); (Computing)* แม่ข่าย *(ร.บ.)* ❷ *v.t.* Ⓐ *(act as host at)* เป็นเจ้าภาพ; **China is to ~ the Olympic Games** ประเทศจีนจะเป็นเจ้าภาพจัดงานกีฬาโอลิมปิก; Ⓑ *(compère)* เป็นพิธีกร; **~ a programme** เป็นพิธีกรรายการหนึ่ง

³host *n. (Eccl.: bread)* ขนมปังเสก *(ในคริสต์ศาสนา)*

hostage /ˈhɒstɪdʒ/ˈฮอซติจ/ *n.* ตัวประกัน; **hold/take sb. ~:** จับ/ยึด *ค.น.* เป็นตัวประกัน; **a ~ to fortune** สิ่งที่สามารถเปลี่ยนโชคชะตา

hostel /ˈhɒstl/ˈฮอซต่ล/ *n. (Brit.)* Ⓐ หอพัก *(นักศึกษา, พยาบาล);* Ⓑ ➡ **youth hostel**

hostelry /ˈhɒstlrɪ/ˈฮอซต่ลริ/ *n. (arch./literary)* โรงเตี๊ยม, โรงแรม

hostess /ˈhəʊstɪs/ˈโฮซติซ/ *n.* Ⓐ เจ้าภาพหญิง, เจ้าของบ้านหญิง; **take flowers for the ~:** เอาดอกไม้ไปให้เจ้าภาพหญิง; Ⓑ *(in nightclub)* ผู้ต้อนรับลูกค้า, หญิงรับรอง; Ⓒ *(euphem.: prostitute)* หญิงบริการ; Ⓓ *(in passenger transport)* โฮสเตส *(ท.ศ.)*, พนักงานรับรองหญิง; ➡ + **air hostess;** Ⓔ *(compère)* พิธีกรหญิง

ˈhostess gown *n.* เสื้อคลุมหลวม ๆ ใส่อยู่บ้าน

hostile /ˈhɒstaɪl, US -tl/ˈฮอซตายล, -ต่ล/ *adj.* Ⓐ เป็นอริ; Ⓑ *(unfriendly)* ไม่เป็นมิตร; **give sb. a ~ look** มองดู *ค.น.* อย่างไม่เป็นมิตร; **be ~ to** *or* **towards sb.** ต่อต้าน *ค.น.;* **be ~ to sth.** ต่อต้าน *ส.น.;* **a government ~ to change** รัฐบาลที่ต่อต้านการเปลี่ยนแปลง; Ⓒ *(inhospitable)* ไม่เป็นมิตร, ไม่เอื้ออารี

hostility /hɒˈstɪlɪtɪ/ฮอˈซติลลิทิ/ *n.* Ⓐ *no pl. (enmity)* ความเป็นอริ; Ⓑ *no pl. (antagonism)* การต่อต้าน; **feel no ~ towards anybody** ไม่รู้สึกเป็นอริต่อผู้ใดทั้งสิ้น; **show ~ to sth.** แสดงความต่อต้านต่อ *ส.น.;* Ⓒ *(state of war, act of warfare)* สภาวะสงคราม; **an act of ~:** การแสดงความเป็นอริ

host name *n.* ที่อยู่ทางอินเทอร์เน็ต

hot /hɒt/ฮอท/ ❶ *adj.* Ⓐ ร้อน; *(cooked)* ร้อน; *(fig.: potentially dangerous, difficult)* *(อารมณ์)* เผ็ดร้อน; *(สถานการณ์)* เสี่ยงอันตราย, ยากลำบาก; **bake in a ~ oven** อบในเตาอบอุณหภูมิสูง; **the room is much too ~:** ห้องนี้ร้อนเกินไป; **~ and cold running water** น้ำร้อนและน้ำเย็นจากท่อ; **I've climbed more mountains than you've had ~ dinners** *(coll.)* ฉันปีนภูเขามาเป็นจำนวนมากจนคุณคิดไม่ถึง, สามารถจะคิดได้; **be too ~ to handle** *(fig.)* เสี่ยงเกินที่จะแตะ/จับต้อง; **things were getting too ~ for him [to handle]** *(fig.)* สถานการณ์ชักจะวิกฤติเกินที่เขาจะรับ [จัดการ] ได้; **make it** *or* **things [too] ~ for sb.** *(fig.)* ทำให้สภาพการณ์ลำบากเกินไปสำหรับ *ค.น.;* Ⓑ *(feeling heat)* **I am/feel ~:** ฉันรู้สึกร้อน; **I got ~:** ฉันเกิดร้อนขึ้นมา; **I went ~ and cold all over** ฉันรู้สึกหนาว ๆ ร้อน ๆ; Ⓒ *(pungent)* *(อาหาร, เครื่องปรุง)* เผ็ด; Ⓓ *(suggesting heat)* ดูแล้วรู้สึกร้อน; Ⓔ *(passionate, lustful)* เร่งร้อน, กระตือรือร้น; **be ~ for sth.** อยากได้ *ส.น.* อย่างมาก; **be ~ on sth./sb.** *(keen)* หลงใหล *หรือ* คลั่งไคล้ *ส.น./ค.น.;* **he is really ~ on her** *(sexually)* เขาหลงใหลเธอมาก; **have a ~ temper** มีอารมณ์ร้อนวู่วาม; Ⓕ *(agitated, angry)* โมโห, เป็นเดือดเป็นแค้น; **get ~ over sth.** เป็นเดือดเป็นแค้นกับ *ส.น.;* **be [all] ~ and bothered** วุ่นวายละล้าละลัง; **get [all] ~ and bothered** วุ่นวายละล้าละลัง; Ⓖ *(intense)* *(การถกเถียง)* ใจจดจ่อ; *(ความรู้สึก)* ดุเดือด; Ⓗ *(coll.: good, skilful)* คล่อง, ชำนาญ; **be ~ at sth.** ทำ *ส.น.* คล่อง; **I'm not too ~ at that** ฉันไม่ค่อยชำนาญเรื่องนั้น; **be ~ on sth.** *(interested)* สนใจ *ส.น.* มาก; **not so** *or* **too ~** *(coll.)* ไม่ค่อยสนเท่าไหร่; Ⓘ *(recent) (Hunting) (รอยตีนสัตว์)* สด ๆ; **this is really ~ [news]** นี่เป็นข่าวล่าสุดจริง; **~ off the press[es]** *(Journ., Printing)* ล่าสุดจากแท่นพิมพ์; Ⓙ *(close)* **you are getting ~/are ~** *(in children's games)* ใกล้เข้าไปแล้ว; **follow ~ on sb.'s heels** ติดตาม *ค.น.* อย่างกระชั้นชิด; **be ~ on sb.'s track** *or* **trail** ตามรอย *ค.น.* อย่างกระชั้นชิด; **in ~ pursuit** ไล่ตามมาติด ๆ; Ⓚ *(Mus.: rhythmical)* ร้อน; **he is a really ~ saxophonist** เขาเป็นนักแซกโซโฟนมือร้อนทีเดียว; Ⓛ *(coll.: in demand)* เป็นที่ต้องการมาก, นิยม; *(sl.)* ฮอต *(ท.ศ.);* **they are the ~test items just now** พวกนี้เป็นสินค้าที่กำลังนิยมกันอยู่ในขณะนี้; **a ~ property** *(singer, actress, etc.)* ขายดี, ดัง; *(company, invention etc.)* ที่มีศักยภาพสูงมาก; Ⓜ *(coll.: radioactive)* กัมมันตภาพรังสี; Ⓝ *(Sport; also fig.)* *(การชี้นำในการพนัน)* แน่ ๆ; Ⓞ *(coll.: illegally obtained)* ของร้อน; ➡ + **ˈblow** 1 B; **cake** 1 B; **collar** 1 A; **potato** A; **red-hot; white-hot**
❷ *adv.* ร้อน
❸ *n. in pl.* **have the ~s for sb.** *(coll.)* หลงใหล *ค.น.* มาก

~ ˈup *(Brit. coll.)* ❶ *v.t.* Ⓐ *(heat)* อุ่น; Ⓑ *(excite)* กระตุ้น; Ⓒ *(make more exciting)* ทำให้ตื่นเต้นขึ้น; *(make more dangerous)* ทำให้อันตรายยิ่งขึ้น; Ⓓ *(intensify)* ทำให้เข้มข้นขึ้น; Ⓔ *(Motor Veh.)* อุ่นเครื่องยนต์ ❷ *v.i.* Ⓐ *(rise in temperature)* **the weather ~s up** อากาศอุ่นขึ้น; Ⓑ *(become exciting)* เริ่มตื่นเต้น; *(become dangerous)* คับขัน; Ⓒ *(become more intense)* เข้มข้นยิ่งขึ้น

hot: ~ ˈair *n. (coll.: idle talk)* ข่าวลือลม ๆ แล้ง ๆ; **talk ~ air** คุยโม้, โอ้อวด; ➡ + **ballon** 1 A; **~bed** *n. (Hort.)* แปลงหมักปุ๋ย; *(fig.: place favouring growth)* แหล่งเพาะแพร่, กำเนิด; *(of vice, corruption, etc.)* แหล่งกำเนิด, บ่อเกิด; **~-blooded** /ˈhɒtblʌdɪd/ˈฮอทบลัดดิด/ *adj.* เร่าร้อน; **~ cakes** *n.* Ⓐ ขนมปังชนิดหนึ่ง; Ⓑ *(fig.)* สินค้าที่ขายดี; **sell like ~s** ขายดีเป็นเทน้ำเทท่า

hotchpotch /ˈhɒtʃpɒtʃ/ˈฮอฉพอฉ/ *n. (mixture)* สิ่งที่ปนเปอย่างสับสน; **a ~ of people** การผสมปนเปของชนชาติต่าง ๆ

hot: ~ cross ˈbun *n. ขนมปังหวานทำในเทศกาลอีสเตอร์;* **~-ˈdesking** *n.* ทำหลายหน้าที่ในสำนักงาน; **~ dog** *n. (coll.)* ฮอตดอก *(ท.ศ.) (ขนมปังยัดไส้กรอก);* **a ~ dog stand** ซุ้มขายฮอตดอก

hotel /həˈtel/เฮอะˈเท็ล/ *n.* Ⓐ โรงแรม; ➡ + **private hotel;** Ⓑ *(Austral., NZ.: public house)* ร้านขายอาหารและเครื่องดื่ม, ผับ *(ท.ศ.)*

hotelier /həˈtelɪə(r)/โฮˈเท็ลเลีย(ร)/ *n.* ➤ **489** เจ้าของโรงแรม, ผู้ทำธุรกิจโรงแรม

hot: ~ ˈflush *n. (Med.)* **suffer from ~ flushes** มีอาการหน้าแดงเป็นช่วง ๆ; **~foot** ❶ *adv.* อย่างรีบด่วน ❷ *adj.* **in ~foot pursuit** ไล่ติดตามอย่างเร่งด่วน ❸ *v.i. (Amer. coll.)* **~foot home** เร่งรีบกลับบ้าน ❹ *v.t.* **~foot it** รีบเร็วจี๋; **~head** *n.* คนใจร้อนวู่วาม; **~-headed** *adj.* ใจร้อนวู่วาม; **~house** *n.* เรือนกระจกสำหรับปลูกต้นไม้; *attrib. (lit or fig.)* เรือนกระจก; **~line** *n.* ฮอตไลน์ *(ท.ศ.);* *โทรศัพท์สายด่วน;* **~link** /ˈhɒtlɪŋk/ˈฮอทลิงค/ *n.* ➡ **hyperlink**

hotly /ˈhɒtlɪ/ˈฮอทลิ/ *adv.* อย่างรีบเร่ง; **they were ~ pursued by the police** พวกเขาถูกตำรวจไล่ติดตามมาอย่างติด ๆ; **his cheeks flushed ~:** เลือดฉีดจนโหนกแก้มเป็นสีแดงจัด

hot: ~-ˈmetal *adj. (Printing)* ใช้ตัวพิมพ์โลหะ; **~ ˈmoney** *n. (Finance)* เงินทุนที่มีการโอนถี่มาก

hotness /ˈhɒtnɪs/ˈฮอทนิซ/ *n., no pl.* Ⓐ *(temperature)* ความร้อน; **test the ~:** ตรวจความร้อน; Ⓑ *(hot sensation)* ความร้อน; Ⓒ *(pungency)* ความเผ็ด; Ⓓ *(ardour)* ความเร่าร้อน

hot: ~plate *n.* โลหะแผ่นที่ใช้ไฟฟ้าหุงต้มอาหาร; *(for keeping food hot)* โลหะแผ่นที่รักษาความร้อนของอาหาร; **~pot** *n. (gastr.)* **[Lancashire] ~pot** สตูเนื้อและมันฝรั่งจากแลงคาเชียร์; **~ potato** *n.* เรื่องร้อน *(ที่ไม่น่าแตะต้อง);* **~ rod** *n.* รถที่ปรับให้มีกำลังและความเร็วสูง; **~ seat** *n. (coll.)* Ⓐ *(electric chair)* เก้าอี้ไฟฟ้า *(ประหารนักโทษ);* Ⓑ *(uneasy situation)* ภาวะล่อแหลม; *(involving heavy responsibility)* **be in the ~ seat** อยู่ในตำแหน่งที่ถูกเพ่งเล็ง; **~ shoe** *n. (Photog.)* เบ้าที่เสียบแฟลชบนกล้องถ่ายรูป; **~shot** *n. (coll.)* คนเก่งกาจ; **~ spot** *n.* Ⓐ สถานที่ที่อากาศร้อน; Ⓑ **a ~ spot of political instability** *(fig.)* สถานที่ที่อันตรายเพราะความไม่มั่นคงทางการเมือง; Ⓒ *(nightclub)* ไนท์คลับที่ได้รับความนิยม; Ⓓ *(difficult situation)* **find oneself** *or* **be in/get into a ~ spot** อยู่ในจุดอันตราย; **~ ˈspring** *n.* บ่อน้ำร้อน; **~ ˈstuff** *n., no pl., no art. (coll.)* **sb./sth. is ~ stuff** *ค.น./ส.น.* กำลังขายดี *หรือ* เก่งกาจ; **~-tempered** *adj.* อารมณ์ร้อนวู่วาม; *(Computing)* *จุดให้บริการเชื่อมต่ออินเทอร์เน็ตด้วยคลื่นวิทยุความถี่ต่ำ*

Hottentot /ˈhɒtntɒt/ˈฮอทˈนทอท/ *n. (person)* ชนชาติน่ามา *(ปัจจุบันส่วนใหญ่อาศัยอยู่ในประเทศนามิเบียและบริเวณแหลมกูดโฮป)*

hot: ~ ticket *n.* ❶ *(person)* คนที่กำลังเนื้อหอม ❷ *(show)* **this show is the current ~:** ละครเรื่องนี้กำลังโด่งดัง; **~ ˈwater** *n. (fig. coll.)* **be in/get into ~ water** เดือดร้อน, มีปัญหาเสื่อมเสีย; **he got into ~ water with the authorities** เขามีปัญหากับทางราชการ; **~-ˈwater bag** *(Amer.)*, **~-ˈwater bottle** *ns.* กระเป๋าน้ำร้อน

hound /haʊnd/ฮาวนุด/ ❶ *n.* Ⓐ สุนัขล่าสัตว์; **the [pack of] ~s** *(Brit. Hunting)* ฝูงสุนัขล่าสัตว์; **ride to ~s** ล่าสุนัขจิ้งจอกโดยขี่ม้าไล่ติดตามไปพร้อมกับฝูงสุนัข; Ⓑ *(despicable man)* คนเลว ❷ *v.t.* ล่าสัตว์โดยใช้สุนัข; *(fig.)* ติดตามรังควานไม่ลดละ; **they were ~ed from country to country** เขาถูกตามล่าจากประเทศหนึ่งไปอีกประเทศหนึ่ง

~ ˈdown *v.t. (lit or fig.)* ไล่ตามจนถึงตัว

~ ˈon *v.t.* ตามรบเร้า; **~ sb. on to do sth.** ตามรบเร้า *ค.น.* ให้ทำ *ส.น.*

~ ˈout *v.t.* Ⓐ *(hunt out)* ติดตาม, ล่าตัว; Ⓑ *(force to leave)* ตามรังควานจนต้องออกไป

hound's-tooth *n. (Textiles) (pattern)* ลาย*ตารางที่ส่วนมุมยื่นเกี่ยวกันคล้ายเขี้ยวสุนัข; (fabric)* ลายผ้าที่เป็นเส้น ๆ คล้ายเขี้ยวสุนัข

hour /ˈaʊə(r)/ˈอาวเออะ(ร)/ *n.* ➤ **177** Ⓐ ชั่วโมง; **half an ~:** ครึ่งชั่วโมง; **an ~ and a half** ชั่วโมงครึ่ง; **be paid by the ~:** ได้ค่าแรงเป็นรายชั่วโมง; **it takes her ~s to get ready** เธอใช้เวลาแต่งตัวนานเป็นชั่วโมง; **I did two ~s' work** ฉันทำงานไปสองชั่วโมง; **there aren't enough ~s**

h

in the day วันๆ หนึ่งผ่านไปอย่างรวดเร็ว, วันๆ ไม่มีเวลาพอ; **an eight-~ day** ทำงานวันละแปดชั่วโมง; **a two-~ session** การประชุมสองชั่วโมง; **the 24-~ clock** นาฬิกายี่สิบสี่ชั่วโมง; ➡ + **lunch hour**; **B** *(time o'clock)* เวลา; **the ~ grows late** *(literary)* เวลาดึกแล้ว; **strike the ~:** ตีทุกชั่วโมง; **on the ~:** ทุกชั่วโมง; **every ~ on the ~:** เมื่อครบทุกชั่วโมง; **at this late ~:** ดึกป่านนี้; **at an early/a late ~:** ตอนเช้าตรู่/ดึกมาก; **at all ~s** ทุกเวลา; *(late at night)* ดึกๆ ดื่นๆ; **till all ~s [of the morning/night]** จนย่ำรุ่ง/จนดึกดื่น; **the small ~s [of the morning]** หลังเที่ยงคืน; **0100/0200/1700/1800 ~s** *(on 24 -~clock)* 1:00/2:00/17:00/18:00 นาฬิกา; **C** *in pl.* **doctor's ~s** เวลาทำการของแพทย์; **post office ~s** เวลาทำการไปรษณีย์; **what ~s do you work?, what are your working ~s?** เวลาทำงานของคุณเริ่มและเลิกเมื่อไร; คุณทำงานกี่ชั่วโมง; **strike for shorter ~s** หยุดงานเพื่อเรียกร้องให้ลดเวลาทำงานลง; **work long ~s** ทำงานผลัดละนานๆ; **during school ~s** ระหว่างช่วงโรงเรียนเข้า; **out of/after ~s** *(in office, bank, etc.)* นอกเวลาทำงาน/หลังเลิกงาน; *(of doctor)* นอกเวลาทำการของแพทย์; *(in shop)* นอกเวลาทำการ, เวลาร้านปิด; *(in pub)* เวลาปิดจำหน่ายสุรา; *(in school)* นอกเวลาเรียน; **keep regular/irregular ~s** ทำงานเป็นเวลา/ไม่เป็นเวลาแน่นอน; **what sort of ~s do you keep** คุณทำงานเป็นเวลาหรือเปล่า; **be accustomed to late ~s** เคยชินกับการอยู่ดึก; **D** *(particular time)* เวลา, ยาม; **don't desert me in my ~ of need** อย่าละทิ้งฉันไปในยามยาก; **~ of glory** เวลาแห่งชัยชนะ; **sb.'s finest ~:** ช่วงสุดยอดของ *ค.น.*; **one's dying** *or* **final ~** *or* **~ of death** ช่วงสุดท้าย *หรือ* เวลามรณะของ *ค.น.*; **at an unhappy/a happy ~:** ณ เวลาแห่งความทุกข์/ความสุข; **E** *(present)* **the question** *etc.* **of the ~:** ปัญหา ฯลฯ ในปัจจุบัน; **F** *(distance)* ชั่วโมง; **they are two ~s from us by train** เขาอยู่ห่างจากเราสองชั่วโมงโดยรถไฟ; **he lives an ~ from the sea** เขาอยู่ห่างจากทะเลหนึ่งชั่วโมง; **G** *in pl. (RC Ch.) (times)* เวลาสวดมนต์; *(prayers)* การสวดมนต์เจ็ดครั้งในวันหนึ่ง ณ เวลาที่กำหนด; **book of ~s** บทสวดมนต์สำหรับเวลาที่กำหนดเจ็ดครั้งต่อวัน; ➡ + **eleventh 1**

hour: ~glass *n.* นาฬิกาทราย; **a woman with an ~glass figure** ผู้หญิงรูปร่างเหมือนนาฬิกาทราย; **~ hand** *n.* เข็มสั้นของนาฬิกา

houri /ˈhʊərɪ/ˈฮัวริ/ *n. (Muslim Mythol.)* สาวสวยในสวรรค์ของมุสลิม

ˈhour-long ❶ *attrib. adj.* นานหนึ่งชั่วโมง ❷ *adv.* นานหนึ่งชั่วโมง

hourly /ˈaʊəlɪ/ˈอาวลิ/ ❶ *adj.* **A** *(happening every hour)* ทุกชั่วโมง; **at ~ intervals** ทุกหนึ่งชั่วโมง; **there are ~ trains to London** มีรถไฟไปลอนดอนทุกชั่วโมง; **the bus service is ~:** บริการรถประจำทางทุกชั่วโมง; **B** *(reckoned by the hour)* **he is paid an ~ rate of £6** เขาได้ค่าจ้างชั่วโมงละหกปอนด์; **on an ~ basis** คิดเป็นรายชั่วโมง; **C** *(continual)* ตลอดเวลา; **D** **two-~:** ทุกสองชั่วโมง ❷ *adv.* ทุกชั่วโมง; **be paid ~:** ได้ค่าจ้างเป็นรายชั่วโมง

house ❶ /haʊs/เฮาซ/ *pl.* **~s** /ˈhaʊzɪz/ˈเฮาซิซ/ *n.* **A** *(dwelling, occupants)* บ้าน, คนในบ้าน; **a collection from ~ to ~:** การเรี่ยไรตามบ้าน; **to/at my ~:** ยัง/ที่บ้านของฉัน; **~ of cards** *(lit.)* บ้านจำลองที่ต่อด้วยไพ่; *(fig.)* โครงการที่ไม่มั่นคง; **H~ of God** โบสถ์; **~ and home** บ้านและครอบครัว; **keep ~ [for sb.]** ดูแลบ้านให้ *ค.น.*; **keep open ~:** เปิดบ้าน *(ยินดีต้อนรับเพื่อนฝูง)*; **set up ~:** มีครอบครัว, ออกเรือน; **put** *or* **set one's ~ in order** *(fig.)* จัดเรื่องราวให้เป็นระเบียบ; **[as] safe as ~s** ปลอดภัยเต็มที่; **[get on] like a ~ on fire** *(fig.)* เข้ากันได้ดี, ถูกชะตากัน; **go all [a]round the ~s** *(fig.) (in discussion)* พูดวกวนอ้อมค้อม; **man/lady** *or* **woman of the ~:** พ่อบ้าน/คุณนายหรือแม่บ้าน; **B** *in comb. (for animals)* **lion/reptile/monkey ~:** กรงสิงโต/สัตว์เลื้อยคลาน/ลิง; **C** *(Parl.) (building)* อาคารรัฐสภา; *(assembly)* ที่ประชุมรัฐสภา, รัฐสภา; **the H~** *(Brit.)* รัฐสภา; **H. of Keys** สภาของเกาะแมน; ➡ + **commons A; lord 1 C; Lower House; parliament; representative 1 B; Upper House; D** *(institution)* สถาบัน; **fashion ~:** ห้องเสื้อที่มีชื่อเสียง; **Broadcasting H~:** สถานีวิทยุกระจายเสียง; **Congress H~:** สภาคองเกรส *(ท.ศ.)*; **E** *(inn etc.)* ร้านขายสุรา; **keep a good ~:** ดูแลจัดการโรงแรมได้ดี *(อาหาร, เครื่องดื่ม, บริการ ฯลฯ ดี)*; **on the ~:** ฟรี *(เจ้าของกิจการออกให้)*; **~ of ill fame** *or* **repute** *(arch./joc.)* ~ *(Amer.) (brothel)* ซ่อง, บ้านโสเภณี; ➡ + **free house; tied; F** *(Relig.) (residence)* อาวาส, ที่อยู่ของนักบวช; *(members)* คณะ; **a ~ of friars** คณะนักบวช; **she entered a ~ of nuns** เธอบวชเป็นชี; **G** *(Univ.)* หอ; **H** *(Sch.)* หอนักเรียน *(ในโรงเรียนเอกชน)*; **I** *(Theatre) (building)* โรงละคร; *(audience)* ผู้ชม; *(performance)* รอบการแสดง; **an empty ~:** ผู้ชมโหรงเหรง, ไม่มีผู้ชม; **a good/bad ~:** มีผู้ชมมาก/น้อย; **bring the ~ down, bring down the ~:** ผู้ชมพอใจจนโรงละครแทบจะถล่มทลาย; ➡ **full house a; J** *(family)* ครอบครัว, ราชวงศ์, ตระกูล; **the H~ of Windsor** ราชวงศ์วินด์เซอร์; **K** *(Astrol.)* ราศี

❷ /haʊz/เฮาซ/ *v.t.* **A** *(provide with home)* ให้ที่พักอาศัย; **be ~d in sth.** พักอยู่ใน *ส.น.*; **B** *(receive in ~)* รับมาอยู่ในบ้าน, รับรอง; **be ~d by sb.** *ค.น.* จัดที่พักให้; **C** *(keep, store)* เก็บรักษา; **D** *(fig.: encase)* ใส่อยู่ใน

house /haʊs/ฮาซ/: **~ agent** *n.* ➤ **489** *(Brit.)* ตัวแทนขาย/เช่าบ้าน; **~ arrest** *n.* การกักบริเวณให้อยู่เฉพาะในบ้าน; **~boat** *n.* เรือที่เป็นที่อยู่อาศัย; **~bound** *adj.* อยู่แต่ในบ้าน, ไปจากบ้านไม่ได้; **~boy** *n.* คนรับใช้ชายที่ทำงานจิปาถะ; **~breaker** *n. (burglar)* นักย่องเบา; **~breaking** *n., no pl. (burglary)* การย่องเบาทรัพย์สินตามบ้าน; **~coat** *n.* เสื้อคลุมที่ผู้หญิงใส่อยู่กับบ้าน; **~craft** *n., no pl., no art. (Brit.)* ทักษะในกิจการบ้านเรือน; **~father** *n.* พ่อบ้าน *(ที่ดูแลบ้านสงเคราะห์ต่างๆ)*; **~ flag** *n. (Naut.)* ธงประจำบริษัทเจ้าของเรือ; **~fly** *n.* แมลงวันในวงศ์ Muscidae ที่พบตามบ้าน

houseful /ˈhaʊsfʊl/ˈเฮาซฟุล/ *n.* **a ~ of guests** แขกเต็มบ้านเต็มช่อง; **we've already got a ~:** เรามีแขกเต็มบ้านอยู่แล้ว

house guest /ˈhaʊs gest/ˈเฮาซเก็ซทฺ/ *n.* แขกที่มาพักในบ้าน

household /ˈhaʊshəʊld/ˈเฮาซโฮลดฺ/ *n.* **A** ครัวเรือน; **~ chores** งานบ้าน; **B** **the H~** *(Brit.: royal family)* สำนักพระราชวัง

household ˈcavalry *n. (Brit. Mil.)* ทหารม้ารักษาพระองค์

householder /ˈhaʊshəʊldə(r)/ˈเฮาซโฮลเดอะ(ร)/ *n.* **A** *(homeowner)* เจ้าของบ้าน; **B** *(head of household)* หัวหน้าครอบครัว

household: ~ ˈgods *n. pl. (Roman Ant.; also fig.)* เทพที่คุ้มครองบ้าน, เจ้าที่; **~ ˈmanagement** *n.* เคหะการ; **~ ˈname** *n.* ชื่อติดปากคนทั่วไป; **be a ~ name** เป็นคนดัง; **~ ˈtroops** *n. pl. (Brit. Mil.)* ทหารรักษาวัง; **~ ˈword** *n.* คำพูดที่ใช้กันเป็นประจำ

house /haʊs/เฮาซ/: **~-hunter** *n.* คนหาซื้อบ้าน; **~-hunting** *n., no indef. art.* การหาซื้อบ้าน, การดูบ้าน; **go ~-hunting** ไปดูบ้าน; **~ husband** *n.* สามีที่ทำหน้าที่แทนแม่บ้าน; **~keep** *v.i. (coll.)* ดูแลบ้านเรือน; **~keeper** *n.* ➤ **489** *(woman managing household affairs)* แม่บ้าน; *(person running own home)* แม่/พ่อเรือน; *(person in charge)* นายของบ้าน, หัวหน้าครอบครัว; **~keeping** *n.* **A** *(management)* การดูแลบ้านเรือน; **he does most of/helps with the ~keeping** เขาดูแลบ้านเป็นส่วนใหญ่/เขาช่วยดูแลบ้าน; **~keeping money,** *(coll.)* **~keeping** เงินค่าใช้จ่ายในบ้าน; **B** *(fig.: maintenance, record keeping etc.)* การดูแลทำบัญชีต่างๆ; **~leek** *n. (Bot.)* พันธุ์ไม้ดอก *Sempervirum tectorum* ดอกสีชมพูขึ้นตามรั้วบ้าน; **~ lights** *n. pl. (Theatre)* ไฟในโรงละคร *(ส่วนที่เป็นที่นั่งผู้ชม)*; **~ magazine** *n.* วารสารประจำบริษัท; **~maid** *n.* ➤ **489** สาวใช้; **~maid's ˈknee** *n. (Med.)* โรคหัวเข่าอักเสบ *(มักเกิดจากการคุกเข่าทำงานนานๆ)*; **~man** /ˈhaʊsmən/ˈเฮาซเมิน/ *n., pl.* **~men** /ˈhaʊsmən/ˈเฮาซเมิน/ **A** ชายทำงานในบ้าน; **B** *(Brit. Med.)* แพทย์ฝึกงานในโรงพยาบาล; **~ martin** ➡ **martin**; **~master** *n. (Sch.)* ครูชายผู้ดูแลนักเรียนประจำหอของตน; **~mistress** *n. (Sch.)* ครูผู้หญิงผู้ดูแลนักเรียนประจำหอของตน; **~mother** *n.* แม่บ้าน *(ที่ดูแลบ้านสงเคราะห์ต่างๆ)*; **~ painter** *n.* ช่างทาสีบ้าน; **~ party** *n.* กลุ่มแขกที่มาพักที่บ้านชนบท; **~ physician** *n. (in hospital)* แพทย์ประจำโรงพยาบาล; **~ plant** *n.* ไม้ประดับในบ้าน; **~ prices** *n.* ราคาบ้าน; **~-proud** *adj.* **he/she is ~-proud** เขา/เธอพิถีพิถันกับการดูแลบ้านให้สวยงามเสมอ; **~room** *n., no pl., no indef. art.* **find ~room for sth.** หาที่สำหรับ *ส.น.* ในบ้าน; **I wouldn't give it ~room** ฉันไม่เอาเข้ามาในบ้านหรอก; **~-sitter** *n.* คนที่มาอยู่ดูแลบ้านระหว่างที่เจ้าของบ้านไม่อยู่; **~ ˈstyle** *n. (Printing, Publishing)* ลักษณะประจำสำนักพิมพ์; **~ surgeon** *n. (in hospital)* ศัลยแพทย์ประจำโรงพยาบาล; **~-to-~:** ❶ *adj.* **make ~-to-~ enquiries** ทำการสอบถามตามบ้าน; **a ~-to-~delivery** การส่งของตามบ้าน ❷ *adv.* จากบ้านหนึ่งไปอีกบ้านหนึ่ง, รายบ้าน; **~top** *n.* หลังคาบ้าน, ดาดฟ้าบ้าน; **cry** *or* **proclaim** *or* **shout sth. from the ~tops** *(fig.)* ร้องป่าวประกาศ *ส.น.* ไปทั่ว; **~-train** *v.t. (Brit.)* **~-train a cat/child** ฝึกแมว/เด็กให้รักษาความสะอาดในบ้าน *(ขับถ่ายให้เป็นที่ทาง)*; **~-trained** *adj. (Brit.)* ได้รับการฝึกมาดี; **~-training** *n. (of pet)* การฝึกนิสัย; *(of child)* ฝึกสุขลักษณะ; **~-warming** /ˈhaʊswɔːmɪŋ/ˈเฮาซวอมิง/ *n.* **~-warming [party]** งานขึ้นบ้านใหม่, งานเลี้ยงฉลองบ้านใหม่; **~wife** *n.* แม่เหย้าแม่เรือน; **~wifely** *adj.* เยี่ยงแม่เหย้าแม่เรือน; **~work** *n., no pl.* งานบ้าน

housey-housey, housie-housie /haʊsɪ ˈhaʊsɪ/เฮาซิˈเฮาซิ/ *n.* การเล่นพนันอย่างหนึ่ง

housing /ˈhaʊzɪŋ/ˈเฮาซิ้ง/ *n.* (A) *no pl. (dwellings collectively)* ที่อยู่อาศัย; *(provision of dwellings)* การจัดที่อยู่อาศัยให้; **there was insufficient ~:** ที่อยู่อาศัยมีไม่พอ; **this piece of land has been set aside for ~:** ที่แปลงนี้ถูกกันเอาไว้สร้างที่อยู่อาศัย; **~ programme** โครงการสร้างที่อยู่อาศัย; (B) *no pl. (shelter)* ที่พัก; (C) *(Mech. Engine)* ตัวถังเครื่องจักร/ฟันเฟือง

housing: ~ association *n. (Brit.)* สมาคมอาคารสงเคราะห์; **~ benefit** *n. (Brit.)* เงินจากรัฐช่วยค่าเช่าบ้าน; **~ estate** *n. (Brit.)* อาคารจัดสรรที่อยู่อาศัย; หมู่บ้านจัดสรร

HOV *n. abrr.* = **High Occupancy Vehicle; ~ lane** เส้นทางเฉพาะ สำหรับรถส่วนบุคคลที่มีผู้โดยสารเกินจำนวนที่กำหนดไว้

hove ➡ **heave** 1 B, 2 E

hovel /ˈhɒvl/ˈฮอว̲ล/ *n.* กระท่อมเล็ก ๆ ซอมซ่อ, ที่อยู่อาศัยโทรม ๆ

hover /ˈhɒvə(r)/ˈฮอเวอะ(ร)/ *v.i.* (A) *(hang in the air)* บิน/ลอยอยู่กับที่; (B) *(linger)* คอยรออยู่ใกล้ ๆ; **~ about** *or* **around sb./sth.** คอยวนเวียนอยู่ใกล้ ๆ *ค.น./ส.น.*; (C) *(move to and fro)* เทียวไปเทียวมา; (D) *(waver)* ละล้าละลัง, ตัดสินใจไม่ได้; **~ between doing this and doing that** ละล้าละลังไม่รู้ว่าจะทำสิ่งนี้ดีหรือสิ่งนั้นดี; **~ between life and death** *(fig.)* ใกล้จะตาย

hover: ~craft *n., pl. same* โฮเวอร์คราฟท์ *(ท.ศ.)*, ยานสะเทินน้ำสะเทินบก; **~ mower** *n.* เครื่องตัดหญ้าที่ลอยเหนือพื้นดิน; **~port** *n.* ท่าสำหรับยานโฮเวอร์คราฟท์; **~train** *n. รถไฟที่แล่นไปด้วยหลักการเดียวกับโฮเวอร์คราฟท์*

how /haʊ/ฮาว/ ❶ ➤ **403** *adv.* อย่างไร, วิธี; **learn ~ to ride a bike/swim** หัดขี่จักรยาน/ว่ายน้ำ; **this is ~ to do it** นี่คือวิธีทำ; **~ do you know that?** คุณรู้เรื่องนั้นได้อย่างไร; **~ to find the answer?** จะหาคำตอบได้อย่างไร; **~ should I know?** ฉันจะรู้ได้อย่างไรเล่า; **~ 'could you?** คุณทำได้อย่างไรกัน; **here's ~!** *(as toast)* ขอให้แข็งแรง; **~ is it/does it happen that ...?** มันเกิดขึ้นได้อย่างไรที่ว่า...; **~'s that?** *(~ did that happen?)* มันเกิดขึ้นได้อย่างไร; *(is that as it should be?)* มันควรจะเป็นอย่างนั้นหรือ; *(will you agree to that?)* เห็นด้วยไหม; *(Cricket) (ถามผู้ตัดสิน)* คนที่ตีลูกจะต้องออกหรือเปล่า; **~'s that for impudence?** โอหังไหมเล่า; **~ so?** เป็นไปได้อย่างไร; **~ can that be** เป็นไปได้อย่างไร; **~ would it be if ...?** เห็นเป็นยังไงถ้า...; **~ would this dress be?** ใส่กระโปรงตัวนี้จะเหมาะไหม; **~ now?** *(arch.)* แปลว่าอย่างไรนี่; **[I know/see] ~ it is** ฉันเข้าใจแล้วว่ามันเป็นอย่างไร; **~ is she/the car?** *(after accident)* เธอ/รถเป็นอย่างไรบ้าง; **~ 'are you?** คุณเป็นอย่างไร; *(greeting)* **~ do you 'do?** *(formal)* สวัสดี; **~ 'do?** *(coll.)* เป็นไง; **~ much?** เท่าไร, ราคาเท่าไร; **~ many?** กี่ *(อัน, ลูก, ใบ ฯลฯ)*; **~ many times?** กี่ครั้งแล้ว; **~ crazy** *etc.* **can you get?** จะบ้า *(ฯลฯ)* ไปถึงไหน; **~ far** *(to what extent)* ไกลแค่ไหน; จะไปถึงไหน; **~ marvellous/perfect!** มหัศจรรย์/วิเศษอะไรอย่างนี้; **~ right/wrong you are!** คุณถูกต้อง/ผิดเต็มที่; **~ naughty of him** เขาเหลวไหลอะไรอย่างนี้; **and ~!** *(coll.) (สำนวนเน้นคำ)* อย่างยิ่ง, ทีเดียว; **we must earn a living ~ [best] we can** เราต้องทำมาหากินเท่าที่เราสามารถทำได้; **~ about ...?** เอา...สักหน่อยไหม; ว่าอย่างไร...; *(in invitation, proposal, suggestion)* อยากได้...ไหม; ...จะเป็นอย่างไร; **~ about all the overtime I've done?** แล้วที่ฉันทำงานล่วงเวลามานักต่อนักนี่จะว่าอย่างไรกัน; **~ about having a drink?** ดื่มอะไรกันหน่อยดีไหม; **~ about getting up?** ตื่น/ลุกเสียทีเป็นไง; **~ about [giving me] a lift?** ให้ฉันติดรถไปด้วยเป็นไง; **~ about tomorrow?** พรุ่งนี้เป็นไง; **~ about it/that?** มีความเห็นอย่างไร, ว่าไง; *(is that acceptable?)* เห็นด้วยหรือเปล่า; ➡ + **come** M; **'do** 2 F; **ever** E; **'go** 1 R, S
❷ *n.* วิธี

howbeit /haʊˈbiːɪt/เฮาˈบีอิท/ *adv. (arch./literary)* แม้กระนั้น

howdah /ˈhaʊdə/ˈฮาวเดอะ/ *n.* กูบช้าง

how-de-do /haʊdɪˈduː/เฮาดิˈดู/ **how-do-you-do** /haudjuˈduː/เฮาดิวˈดู/ *ns.* **[this is] a fine** *or* **pretty ~ [we have landed in]** *(iron.)* พวกเราเสร็จละซิ

howdy /ˈhaʊdɪ/ˈฮาวดิ/ *int. (Amer.)* = **how do;** ➡ **how** 1

how-d'ye-do /haʊdjəˈduː/เฮาดเยอะˈดู/ ➡ **how-de-do**

however /haʊˈevə(r)/เฮาˈเอ็วเวอะ(ร)/ *adv.* (A) ไม่ว่าจะ...; **it's a long journey ~ you choose to travel, whether by train or by car** มันเป็นการเดินทางระยะไกล ไม่ว่าคุณจะเลือกเดินทางโดยรถไฟหรือรถยนต์; **~ beautiful she is** ไม่ว่าเธอจะสวยงามเพียงใดก็ตาม; **I shall never win this race, ~ hard I try** ฉันไม่มีทางชนะในการแข่งขันครานี้ ไม่ว่าจะพยายามมากแค่ไหน; (B) *(nevertheless)* อย่างไรก็ตาม, แต่ว่า, ทว่า; **I don't like him very much. H~, he has never done me any harm** ฉันไม่ชอบเขานักหรอก อย่างไรก็ตามเขาไม่เคยทำให้ฉันเสียหาย; **~, the rain soon stopped, and ...:** อย่างไรก็ตามในมิช้าฝนก็หยุดตก และ...; **this, ~, seems not to be true** ทว่าเรื่องนี้ดูเหมือนจะไม่เป็นความจริง; (C) *(coll.)* = **how ever** ➡ **ever** E

howitzer /ˈhaʊɪtsə(r)/ˈฮาวอิทเซ่อะ(ร)/ *n. (Mil.)* ปืนครก

howl /haʊl/ฮาวล/ ❶ *n.* (A) *(of animal)* การหอน; *(of distress)* การร้องโหยหวน หรือโวยวาย; **the repeated ~s of the dog** เสียงหอนครั้งแล้วครั้งเล่าของสุนัข; **a ~ of pain** *or* **agony** เสียงร้องโหยหวนด้วยความเจ็บปวด; **~s of protest/rage** เสียงร้องโวยคัดค้าน/ด้วยความโกรธ; **~s of laughter** เสียงหัวเราะลั่น; **~s of delight/merriment** เสียงกรีดกราดด้วยความดีใจ/ด้วยความสนุก; **~s of derision/scorn** เสียงโห่ฮาป่าบอกความเยาะหยัน/หยามหยัน; (B) *(Electr.)* เสียงดังยาวของเครื่องขยายเสียง
❷ *v.i. (สัตว์)* หอน; *(ลม)* โหยหวน; *(with distress)* ร้องโหยหวน; **~ in** *or* **with pain/hunger** *etc.* ร้องครวญครางด้วยความเจ็บ/ความหิว ฯลฯ; **~ with laughter** ตะเบ็งเสียงหัวเราะ
❸ *v.t.* ตะโกนออกมา

~ 'down *v.t. โห่ฮาป่าจนผู้กำลังกล่าวคำปราศรัยพูดต่อไม่ได้*

howler /ˈhaʊlə(r)/ˈฮาวเลอะ(ร)/ *n. (coll.: blunder)* ความผิดพลาดที่เด่นชัด; **make a ~:** ทำผิดพลาดจนหน้าแตก

'howler monkey *n. (Zool.)* ลิงอเมริกาใต้ในสกุล *Alouatta*

howling /ˈhaʊlɪŋ/ˈฮาวลิง/ ❶ *n.* เสียงหอน; *(of distress)* เสียงร้องโหยหวน, การคร่ำครวญ
❷ *adj.* (A) มีเสียงกรี๊ดหวีดหวิว *(ลม)*; *(crying with distress)* ที่อ้าปากร้องเสียงลั่น; *(with laughter)* ที่หัวเราะลั่น; **the ~ mob** ฝูงชนที่ส่งเสียงตะโกนกรีดกราด; **five ~ brats/children** เด็กเหลือขอห้าคนตะเบ็งเสียงร้อง; **there is a ~ draught in this room** *(coll.)* ห้องนี้มีลมพัดลอดเข้ามาแรงมาก; (B) *(coll.: extreme)* ใหญ่โตมหาศาล; **a ~ mistake** ความผิดพลาดร้ายแรง

howso'e'er *(poet.),* **howso'ever** *adv.* (A) *(arch.)* อย่างไรก็ตาม; (B) *(to whatsoever extent)* มากน้อยอย่างไรก็ตาม

hoy /hɔɪ/ฮอย/ *int.* เฮ้ย

HP /eɪtʃˈpiː/เอชˈพี/ *abbr.* (A) *(Brit.)* **hire purchase; on ~:** ด้วยระบบผ่อนซื้อ; (B) **horsepower;** (C) **high pressure**

HQ *abbr.* **headquarters** ส.น.ญ.

hr [s] *abbr.* **hour[s];** ช.ม.; น.; **at 0800 hrs.** ณ 8.00 น.

HRH *abbr.* **Her/His Royal Highness** ศัพท์สำหรับเรียกพระโอรสและพระธิดาของพระมหากษัตริย์

HRT *abbr.* **hormone replacement therapy**

HT *abbr.* **high tension**

HTML *n. abbr.* **hypertext markup language** *ภาษาที่ใช้ในการแสดงข้อมูลเพิ่มเติมลงไปในข้อความที่จัดเก็บไว้ในเครือข่ายอินเทอร์เน็ต*

hub /hʌb/ฮับ/ *n.* (A) *(of wheel)* ดุมล้อ; (B) *(fig.: central point)* จุดศูนย์กลาง; **the ~ of the universe** *(fig.)* ศูนย์กลางจักรวาล

hubbub /ˈhʌbʌb/ˈฮับบับ/ *n.* (A) *(din)* เสียงดังไม่เป็นศัพท์; **a ~ of conversation/voices** เสียงพูดคุยกัน/เสียงดังอื้ออึง; (B) *(disturbance)* ความอลหม่าน; **be in a ~:** อยู่ในความอลหม่าน

hubby /ˈhʌbɪ/ˈฮับบิ/ *n. (coll.)* ผัว

'hub: ~cap *n.* ฝาครอบดุมล้อรถ; **~dynamo** *n.* เครื่องปั่นไฟจักรยานที่ติดกับดุมล้อ; **~gear** *n.* ดุมเฟือง

hubris /ˈhjuːbrɪs/ˈฮิวบริซ/ *n., no pl.* ความโอหัง, ความอวดดี

huckleberry /ˈhʌklbərɪ, US -berɪ/ˈฮัคˈลเบอะริ, -เบะริ/ *n. (Bot.)* (A) ไม้พุ่มเตี้ยในสกุล *Gaylussacia;* (B) *(fruit)* ผลของต้นเหล่านี้

huckster /ˈhʌkstə(r)/ˈฮัคซฺเตอะ(ร)/ *n.* (A) *(pedlar)* พ่อค้าเร่; *(from door to door)* คนขายของตามบ้าน; (B) *(mercenary person)* คนงก (เงิน); (C) *(Amer.) (salesman using showmanship)* คนขายของที่มีเล่ห์เหลี่ยม; *(Radio, Telev.: presenter)* ผู้โฆษณาทางวิทยุ, โทรทัศน์

huddle /ˈhʌdl/ˈฮัดˈล/ ❶ *v.i.* เบียดเสียด, *(curl up, nestle)* เกาะเป็นกลุ่ม, ซุกตัว; **~ against each other/together** เบียดกันอยู่เป็นกระจุก; **a few cottages ~d on the hillside** กระท่อมสองสามหลังเกาะเป็นกลุ่มตามลาดเขา
❷ *v.t.* (A) *(put on)* **~ one's coat around one** กระชับเสื้อคลุมรอบตน; (B) *(crowd together)* รวมกันอยู่; **the sheep were ~d against the fence/together** ฝูงแกะเบียดอยู่เป็นกลุ่มติดกับรั้ว/เบียดกันเป็นกลุ่ม ❸ *v. refl.* **~ oneself against sb./sth.** ซุกเบียดกับ *ค.น./ส.น.*
❹ *n.* (A) *(tight group)* กลุ่มก้อน; **[stand] in a ~:** [ยืน] เป็นกลุ่มแน่น; (B) *(coll.: conference)* การประชุม; **be in a ~/go [off] in[to] a ~:** ประชุม/แยก [ไป] ประชุมกันเป็นกลุ่มเล็ก ๆ

~ 'up *v.i. (nestle up)* ซุกเบียดกัน; *(crowd together)* เบียดกันเป็นกระจุก; **~ up to sb./sth.** ซุกตัวเข้ากับ *ค.น./ส.น.*

¹hue /hjuː/ฮิว/ *n.* (A) สีเรื่อ: **his face was of** *or* **had** *or* **looked a very sickly ~:** หน้าของเขามีสีซีดเหมือนคนป่วย; **the sky took on a reddish ~:** ท้องฟ้าเป็นสีแดงเรื่อ; (B) *(fig.: aspect)* ลักษณะ

²hue *n.* **~ and cry** *(outcry)* เสียงเอะอะโวยวาย; *(protest)* การโวยวายประท้วง; **raise a ~ and cry against sb./sth.** โวยวายต่อต้าน *ค.น./ส.น.*

huff /hʌf/ฮัฟ/ ❶ *v.i.* **~ and puff** หายใจหอบ; *(fig.: speak threateningly and bombastically)* พูดคุกคาม, ขู่เข็ญ ❷ *n.* **be in a ~:** มีอารมณ์ขุ่นใจ, ขุ่นเคือง; **get into a ~:** โมโห, ขุ่นเคือง; **go off in a ~:** จากไปอย่างขุ่นเคือง

huffy /ˈhʌfɪ/ˈฮัฟฟิ/ *adj.* (A) *(indignant)* ขุ่นใจ, ขุ่นเคือง; **get ~ [about** *or* **over sth.]** ขุ่นใจ [เรื่อง *หรือ* เกี่ยวกับ *ส.น.*]; *(become irritated)* โมโห [เกี่ยวกับ *ส.น.*]; (B) *(easily offended)* ขี้โมโห

hug /hʌg/ฮัก/ ❶ *n. (squeeze)* การกอด; *(of animal)* การรัด; **give sb. a ~:** กอด *ค.น.* ❷ *v.t.*, **-gg-:** (A) *(squeeze)* กอด; *(สัตว์)* รัด; **~ sb./sth. to oneself** โอบกอด *ค.น./ส.น.* ไว้แน่น; **~ one's knees** กอดเข่า; **the bear ~ged him to death** หมีรัดเขาจนตาย; (B) *(keep close to)* ติดตาม/เลียบ/เกาะอย่างใกล้ชิด; (C) *(fit.: tightly around)* รัดรอบ, รัดติ้ง, แนบตัว; **a pullover that ~s the figure** เสื้อยืดกันหนาวแบบรัดรูป ❸ *v. refl.* **-gg-** *(กอดอก)* ตนเอง; **we ~ged ourselves for** *or* **on managing to win** *(fig.)* เรากอดกันเองที่ชนะจนได้

huge /hju:dʒ/ฮิวจุ/ *adj.* ใหญ่มาก, ใหญ่หลวง, มหึมา; **the problem is ~:** ปัญหาใหญ่หลวงนัก; **she is not just fat: she is ~:** เธอไม่ใช่แค่อ้วนต้องเรียกว่ามหึมา; **a ~ success** ความสำเร็จอย่างใหญ่หลวง

hugely /ˈhju:dʒlɪ/ˈฮิวจุลิ/ *adv.* อย่างใหญ่โต, อย่างมาก, อย่างมหาศาล; **~ successful** สำเร็จอย่างมาก

Huguenot /ˈhju:gənɒt/ˈฮิวเกอะโน/ *pr. n.* ผู้ที่นับถือศาสนาโปรเตสแตนต์ในประเทศฝรั่งเศสสมัยโบราณ

huh /hʌ/ฮะ/ *int. (Amer.)* ฮึ

hula hoop /ˈhu:lə hu:p/ˈฮูเลอะ ฮูพ/ *n.* ห่วงขนาดใหญ่ *(ใช้คล้องเอวส่ายหมุนเวลาเต้นรำแบบฮาวายหรือออกกำลังกาย)*

hulk /hʌlk/ฮัลคฺ/ *n.* (A) *(body of ship)* ลำเรือ; (B) *(wreck) (of car, machine, house etc.)* ซาก; (C) *(unwieldy ship)* เรือลำใหญ่; (D) *(fig.) (big thing)* ของใหญ่เกะกะ; *(big person)* คนอ้วนเทอะทะ; **a ~ of a man** ผู้ชายร่างใหญ่เทอะทะ

hulking /ˈhʌlkɪŋ/ˈฮัลคิง/ *adj. (coll.) (bulky)* เทอะทะ; *(clumsy)* งุ่มง่าม; **a ~ great person/thing** คน/สิ่งของรูปร่างใหญ่โตเทอะทะ; **a ~ great brute of a man/dog** คน/สุนัขที่ใหญ่โตและโหดเหี้ยม/ดุร้ายมาก

¹hull /hʌl/ฮัล/ *n. (Naut.)* ลำเรือ; *(Aeronaut.)* ลำตัว; **be ~ down on the horizon** *(เรือ)* ลับหายไปจากขอบฟ้า

²hull ❶ *n. (Bot.) (pod, husk)* เปลือกแข็ง *(ของผลไม้)*; *(of peas)* ฝัก; *(of barley, oats, etc.)* แกลบ ❷ *v.t.* ปอก/ลอกเปลือก

hullabaloo /hʌləbəˈlu:/ฮัลเลอะเบอะˈลู/ *n.* (A) *(noise)* เสียงอึกทึก; *(of show business life, city)* ความวุ่นวาย; (B) *(controversy)* การโต้เถียง; **make a ~ about sth.** โต้เถียงขัดแย้งกันเกี่ยวกับ *ส.น.*; **I don't see what all the ~ is about** ฉันไม่เข้าใจว่าโต้เถียงกันเรื่องอะไร

hullo /həˈləʊ/เฮอะˈโล/ ➡ **hallo; hello**

hum /hʌm/ฮัม/ ❶ *v.i.*, **-mm-:** (A) ส่งเสียงดังหึ่ง ๆ; *(รถยนต์, เครื่องยนต์)* ส่งเสียงดัง; **~ and ha** *or* **haw** *(coll.)* อ้ำอึ้ง; **the workshop was ~ming with the noise of machinery** โรงงานมีเสียงเครื่องจักรเดินดังหึ่ง ๆ; (B) *(coll.: be in state of activity)* เต็มไปด้วยการเคลื่อนไหว; **things are ~ming** สิ่งต่าง ๆ กำลังมีการเคลื่อนไหว; **make things ~, set things ~ming** ทำให้สิ่งต่าง ๆ เกิดการไหวตัว, ทำให้เกิดการเคลื่อนไหว; (C) *(Brit. coll.: smell)* ส่งกลิ่น ❷ *v.t.*, **-mm-** ร้องเพลงค่อย ๆ, ร้องเพลงในคอ ❸ *n.* (A) *(of spinning top, machinery, engine)* เสียงดังหึ่ง ๆ; (B) *(inarticulate sound)* เสียงพูดอ้ำอึ้ง; **~s and ha's** *or* **haws** เสียงอึ้งอ้าพูดไม่เป็นคำ; (C) *(of voices, conversation)* เสียงกระหึ่ม; *(of insects and small creatures)* เสียงหึ่ง ๆ; (D) *(Electronics)* เสียงค่อย ๆ ในเครื่องไฟฟ้า; (E) *(Brit. coll.: smell)* กลิ่นเหม็น ❹ *int.* ฮึอ

human /ˈhju:mən/ˈฮิวเมิน/ ❶ *adj.* แห่งมนุษย์; **~ biology** มนุษย์ชีววิทยา; **result in a terrible loss of ~ life** มีผลทำให้มนุษย์เสียชีวิตไปมาก; **untouched by ~ hand** ที่มือมนุษย์ไม่เคยแตะต้อง; **the ~ condition** การเป็นมนุษย์; **the ~ race** ชาติพันธุ์มนุษย์; **~ sacrifice** การนำมนุษย์ไปบูชายัญ; **~ dustbin** *(joc.)* กระโถนท้องพระโรง; **they formed a ~ chain** พวกเขาเข้าแถวเพื่อส่งของต่อกันเป็นช่วง ๆ; **do everything within ~ power** ทำทุกอย่างเท่าที่มนุษย์ธรรมดาจะมีแรงทำได้; **that is not ~:** อย่างนั้นไม่ใช่มนุษย์ธรรมดา, อย่างนั้นไม่ใช่คนแล้ว; **I sometimes wonder if he's ~** *(iron.)* บางครั้งฉันก็สงสัยว่าเขาเป็นคนหรือเปล่า; **I'm only ~:** ฉันเป็นแค่คนธรรมดา ๆ; **it's only ~:** มันก็เป็นเรื่องธรรมดาของมนุษย์; **~ error** ความผิดพลาดของมนุษย์; **the ~ element** *or* **factor** ปัจจัยที่เนื่องจากมนุษย์; **lack the ~ touch** ขาดสัมผัสของมนุษย์; ขาดความนุ่มนวล; **be ~!** มีน้ำใจบ้างซิ; ➡ **+ nature D** ❷ *n.* มนุษย์, คน

human: ~ 'being *n.* มนุษย์, คน; **~ 'comedy** *n.* สุขนาฏกรรมของมนุษย์

humane /hju:ˈmeɪn/ฮิวˈเมน/ *adj.* (A) เป็นมนุษย์; (B) *(tending to civilize)* มีคุณธรรม, มีมนุษยธรรม

humane 'killer *n.* เครื่องมือฆ่าสัตว์ที่ไม่เจ็บปวด

humanely /hju:ˈmeɪnlɪ/ฮิวˈเมนลิ/ *adv.* อย่างมีมนุษยธรรม, อย่างมีคุณธรรม

human: ~ engi'neering *n. (Industry)* วิศวกรรมมนุษย์, การจัด/บริหารแรงงานคนและเครื่องจักรให้สัมพันธ์กัน; **~ 'interest** *n., no pl.* **a story full of/an occupation with a lot of ~ interest** เรื่องราว/อาชีพที่เน้นบทบาทมนุษย์; **~interest story** เรื่องราวจากชีวิต

humanise ➡ **humanize**

humanism /ˈhju:mənɪzm/ˈฮิวเมอะนิซฺ'ม/ *n., no pl.* (A) มนุษยนิยม *(ร.บ.)*; *ทรรศนะที่ถือว่ามนุษย์มีเหตุผลปัญญาและความสามารถในการพัฒนาตนเองและแก้ปัญหา โดยไม่ต้องอาศัยพระเจ้าหรืออำนาจเหนือธรรมชาติ;* (B) *(literary culture; also Philos.)* วิชาอักษรศาสตร์และปรัชญาของยุคกรีกและลาติน

humanist /ˈhju:mənɪst/ˈฮิวเมอะนิซทฺ/ *n.* นักมนุษยนิยม, ผู้มีความเชื่อมั่นในศักยภาพของมนุษย์

humanistic /hju:məˈnɪstɪk/ฮิวเมอะˈนิซติค/ *adj.* (A) *(Philos.)* เกี่ยวกับ/สอดคล้องกับแนวคิดมนุษยนิยม; (B) *(humanitarian)* ใจบุญ, มีใจมนุษยธรรม; (C) *(of classical study)* เกี่ยวกับการศึกษาวัฒนธรรมกรีกและลาติน; *(as opposed to scientific study)* เกี่ยวกับมนุษยศาสตร์

humanitarian /hju:mænɪˈteərɪən/ฮิวแมนิˈแทเรียน/ ❶ *adj.* ใจบุญ, มีใจมนุษยธรรม ❷ *n. (philanthropist)* นักมนุษยธรรมนิยม; *(promoter of human welfare)* ผู้มีใจมนุษยธรรม

humanitarianism /hju:mænɪˈteərɪənɪzm/ฮิวแมนิˈแทเรียนิซฺ'ม/ *n., no pl.* มนุษยธรรมนิยม

humanity /hju:ˈmænɪtɪ/ฮิวแมนิทิ/ *n.* (A) *no pl.* มนุษยธรรม; **he was a pathetic specimen of ~:** เขาเป็นคนที่น่าสงสาร; (B) *no pl., no art. (mankind)* มนุษยชาติ; *(people collectively)* มวลมนุษย์; (C) *no pl. (being humane)* คุณธรรมที่มนุษย์พึงมี; (D) *in pl. (cultural learning)* **[the] humanities** มนุษยศาสตร์; *(study of Latin and Greek classics)* ศาสตร์ที่ว่าด้วยวัฒนธรรมกรีกกับลาติน

humanize /ˈhju:mənaɪz/ˈฮิวเมอะนายซฺ/ *v.t.* (A) *(make human)* ฝึกอบรม/ทำให้มีลักษณะเป็นมนุษย์; (B) *(adapt to human use)* ปรับให้เหมาะสมกับมนุษย์; (C) *(make humane)* บรรเทาความร้ายกาจ; ทำให้มีวัฒนธรรม; พัฒนา

'humankind /hju:mənˈkaɪnd/ฮิวเมินˈคายนดฺ/ *n., no pl., no art.* มนุษยชาติ; **all ~:** มวลมนุษย์, มนุษย์ทั้งปวง

humanly /ˈhju:mənlɪ/ˈฮิวเมินลิ/ *adv. (by human means)* โดยมนุษย์; **do everything ~ possible** ทำทุกอย่างที่มนุษย์ธรรมดาพอทำได้; **I will do it if it is ~ possible** ฉันจะทำสิ่งนั้นถ้ามันเป็นสิ่งที่เป็นไปได้

human: ~ re'lations *n. pl. (Social Psych., Industry)* มนุษยสัมพันธ์; **~ 'right** *n.* **~ rights** สิทธิมนุษยชน; **fundamental ~ right** สิทธิมนุษยชนพื้นฐาน; **Court of H~ Rights** ศาลสิทธิมนุษยชนแห่งยุโรป; **~ rights group** กลุ่มสิทธิมนุษยชน

humble /ˈhʌmbl/ˈฮัมบ'ล/ ❶ *adj.* (A) *(modest)* ถ่อมตน, ต่ำต้อย, ไร้ความสำคัญ; **when I look up at the vast universe, it makes me feel very ~:** เมื่อฉันแหงนมองท้องฟ้าอันกว้างใหญ่ไพศาลก็รู้สึกว่าตนนั้นต่ำต้อยน้อยค่ายิ่งนัก; **may I offer** *or* **please accept my ~ apologies** โปรดรับคำขอโทษของข้าพเจ้า/ผม/ดิฉัน/ข้าพระพุทธเจ้าผู้ต่ำต้อยไว้ด้วยเถิด; **eat ~ pie** ขออภัยอย่างถ่อมตน; ยอมรับการดูหมิ่นโดยดุษณี; ➡ **+ servant C**; (B) *(low-ranking) (ยศ, ตำแหน่ง)* ต่ำต้อย; **he stems from very ~ stock/origins** เขามาจากเชื้อสาย/ตระกูลต่ำ; (C) *(unpretentious)* ธรรมดา, ไม่เสแสร้ง; *(บ้านเรือน)* ไม่หรูหรา; **the meal/gift was a very ~ offering** อาหาร/ของขวัญที่ได้รับนั้นธรรมดามาก ❷ *v.t.* (A) *(abase)* หยามหน้า, ทำให้อาย, ถูกลบหลู่; **feel ~d** รู้สึกถูกลบหลู่; **~ oneself** ยอมถ่อมตัว; (B) *(remove power of)* ลดอำนาจ, ลดยศ; *(defeat decisively)* ทำให้พ่ายแพ้โดยเจตนา; **~ oneself** ยอมถ่อมตัว

'humble-bee /ˈhʌmblbi:/ˈฮัมบ'ลบี/ *n.* แมลงภู่

humbly /ˈhʌmblɪ/ˈฮัมบลิ/ *adv.* (A) *(with humility)* อย่างถ่อมตน; (B) *(in low rank)* **~ born** ไร้สกุล, เกิดในตระกูลต่ำ; (C) *(unpretentiously)* อย่างไม่เสแสร้ง, อย่างธรรมดา

humbug /ˈhʌmbʌg/ˈฮัมบัก/ *n.* (A) *no pl., no art. (deception, nonsense)* การคดโกง, สิ่งที่ไร้สาระ; (B) *(fraud)* การล่อลวงอย่างผิดกฎหมาย; (C) *(impostor)* คนหลอกลวง; (D) *(Brit.: sweet)* ลูกอมที่ปรุงด้วยรสเปปเปอร์มินท์

humdinger /ˈhʌmdɪŋə(r)/ฮัมดิงเงอะ(ร)/ *n. (coll.)* **be a ~:** เป็นคน/ของที่ดีเลิศ; **she's real ~:** เธอเป็นคนที่ดีเลิศจริง ๆ; **when we have a**

quarrel, it's a real ~: เวลาเราถกเถียงกันก็ถึงพริกถึงขิงทีเดียวละ

humdrum /ˈhʌmdrʌm/ˈฮัมดรัม/ *adj.* Ⓐ จำเจ, น่าเบื่อ; Ⓑ *(monotonous)* ซ้ำซาก; **the ~ routine of life/things** การดำเนินชีวิตอย่างจำเจ/สิ่งที่ทำอยู่ซ้ำซากน่าเบื่อ

humerus /ˈhju:mərəs/ˈฮิวเมอะเริซ/ *n., pl.* **humeri** /ˈhju:məraɪ/ˈฮิวเมอะราย/ *(Anat., Zool.)* กระดูกแขนท่อน

humid /ˈhju:mɪd/ˈฮิวมิด/ *adj. (อากาศ)* ชื้นและอบอ้าว

humidifier /hju:ˈmɪdɪfaɪə(r)/ฮิวˈมิดดิไฟเออะ(ร)/ *n.* เครื่องเพิ่มไอน้ำ *(ทำให้ชื้น)*

humidify /hju:ˈmɪdɪfaɪ/ฮิวˈมิดดิฟาย/ *v.t.* ทำให้ *(อากาศ)* ชื้น

humidity /hju:ˈmɪdɪtɪ/ฮิวˈมิดดิทิ/ *n.* Ⓐ *no pl.* ความชื้น; **I don't mind the heat but I cannot stand ~:** อากาศร้อนฉันไม่ว่า แต่ความชื้นฉันทนไม่ไหว; **the ~ of the atmosphere** ความชื้นในบรรยากาศ; Ⓑ *(degree of moisture)* ระดับความชื้น; **~ [of the atmosphere]** ระดับความชื้น [ในบรรยากาศ]

humiliate /hju:ˈmɪlɪeɪt/ฮิวˈมิลลิเอท/ *v.t.* ลบหลู่, ดูหมิ่น; **I was *or* felt totally ~d** ฉันถูกลบหลู่ *หรือ* ฉันรู้สึกถูกดูหมิ่นอย่างเต็มที่

humiliation /hju:mɪlɪˈeɪʃn/ฮิวมิลิˈเอช'น/ *n.* การลบหลู่, การดูหมิ่น, การเหยียดหยาม

humility /hju:ˈmɪlɪtɪ/ฮิวˈมิลลิทิ/ *n.* ความถ่อมตน, ความต่ำต้อย; *(of servant)* ความนอบน้อมพินอบพิเทา; *(absence of pride or arrogance)* การไร้ความหยิ่ง, การไร้ความจองหอง

humming /ˈhʌmɪŋ/ˈฮัมมิง/: **~bird** *n.* นกตัวเล็กในวงศ์ Trochilidae *(เวลาบินจะกระพือปีกเร็วจนมีเสียงดังหึ่ง ๆ)*; **~-top** *n.* ลูกข่าง *(เวลาหมุนมีเสียงดังหึ่ง ๆ)*

hummock /ˈhʌmək/ˈฮัมเมิค/ *n.* Ⓐ *(hillock)* โคก, เนินเตี้ย; Ⓑ *(Amer.: rise)* โขดหรือเนินดินที่โผล่พ้นน้ำในหนองหรือบึง; Ⓒ *(in ice field)* สันหรือแนวน้ำแข็งในพื้นที่ที่มีน้ำแข็งปกคลุม

humor *(Amer.)* ➡ **humour**

humoresque /hju:məˈresk/ฮิวเมอะˈเร็ซค/ *n. (Mus.)* เพลงสั้น ๆ ที่มีท่วงทำนองเร้าใจ

humorist /ˈhju:mərɪst/ˈฮิวเมอะริซท/ *n.* Ⓐ *(facetious person)* คนตลกคะนอง; Ⓑ *(talker, writer)* นักพูดหรือนักเขียนเรื่องตลกขบขัน

humorless *(Amer.)* ➡ **humourless**

humorous /ˈhju:mərəs/ˈฮิวเมอะเริซ/ *adj.* Ⓐ *(comic) (เรื่องเล่า, ชื่อ, สถานการณ์)* ตลก, น่าขบขัน; **I fail to see anything ~ in the situation** สถานการณ์นั้นฉันไม่เห็นมีอะไรตลกเลย; **the ~ side of the situation** มุมตลกของสถานการณ์นั้น; **stop trying to be ~:** เลิกเล่นตลก; Ⓑ *(showing sense of humour)* แสดงอารมณ์ขัน; **be/not be in a ~ mood** มี/ไม่มีอารมณ์ขัน

humorously /ˈhju:mərəslɪ/ˈฮิวเมอะเริซลิ/ *adv.* Ⓐ *(comically)* ในเชิงตลก; **his remarks were meant ~, not offensively** เขาอยากจะพูดให้ตลก ไม่ได้ตั้งใจจะก้าวร้าวหรอก; Ⓑ *(with sense of humour)* ด้วยอารมณ์ขัน, อย่างมีอารมณ์ขัน; **look ~ at the problems of life** มองปัญหาชีวิตด้วยอารมณ์ขัน

humour /ˈhju:mə(r)/ˈฮิวเมอะ(ร)/ *(Brit.)* ❶ *n.* Ⓐ *no pl., no indef. art. (faculty, comic quality)* ความตลก; *(of situation)* ความตลก, ลักษณะที่น่าขัน; **see the ~ of sth.** เห็นความตลกขบขันของ *ส.น.*; **sense of ~:** อารมณ์ขัน; **he has no sense of ~:** เขาไม่มีอารมณ์ขัน; Ⓑ *no pl., no indef. art. (facetiousness)* ความตลกคะนอง; **a funeral is no place for ~:** งานศพไม่ใช่ที่สำหรับเล่นตลกคะนอง; Ⓒ *(mood)* อารมณ์, ความรู้สึก; **his ~ is sometimes melancholy** ในบางครั้งเขาก็มีอารมณ์เศร้า; **be in a good/bad ~:** อารมณ์ดี/อารมณ์ร้าย; **what sort of ~ are you in?** คุณอารมณ์ดีหรือไม่; **in good ~:** กำลังอารมณ์ดี; **be out of ~:** ไม่สบายใจ, หงุดหงิด; **a fit of ill ~:** เกิดอารมณ์เสีย; **have recovered one's good ~:** กลับมีอารมณ์ดีขึ้นมาใหม่; Ⓓ *(disposition)* นิสัย; **be of a pleasant/jovial ~:** มีนิสัยร่าเริง/สนุกสนาน; Ⓔ *(Hist.: body fluid)* ธาตุน้ำในร่างกาย; **the cardinal ~s** ธาตุน้ำหลักในร่างกาย; ➡ + **aqueous humour; vitreous** B
❷ *v.t. (indulge)* ตามใจ, เอาใจ, ปะเหลาะ; **don't [try to] ~ me!** อย่ามา [พยายาม] เอาใจฉันเลย!; **do it just to ~ her/him** ทำไปเพื่อเอาใจเธอ/เขาเท่านั้น

humourless /ˈhju:məlɪs/ˈฮิวเมอะลิซ/ *adj. (Brit.)* ไม่ตลก, ไร้อารมณ์ขัน

humous /ˈhju:məs/ˈฮิวเมิซ/ *adj.* ประกอบด้วยปุ๋ยอินทรีย์วัตถุ, มีปุ๋ยธรรมชาติผสมอยู่

hump /hʌmp/ฮัมพ/ ❶ *n.* Ⓐ *(human)* หนอก, โหนก; *(of animal)* ตะโหงกบนหลัง, หนอก; **he has a ~ on his back** เขามีหนอกอยู่ที่หลัง; เขาหลังโกง; **live on one's ~** *(fig.)* พึ่งสิ่งที่ตุนไว้; Ⓑ *(mound)* กองดิน; Ⓒ *(fig.: critical point)* จุดวิกฤติ; **be over the ~:** ผ่านพ้นวิกฤติการณ์มาได้; Ⓓ *(Brit. coll.)* **have the ~:** เกิดความหงุดหงิด, ฉุนเฉียว ❷ *v.t. (Brit. coll.)* Ⓐ *(carry)* แบก, หอบ; *(hoist)* **~ a sack on to one's shoulders** แบกถุง *(กระสอบ)* ไว้บนบ่า; Ⓑ *(Brit. sl.)* เอากับ *ค.น. (ภ.พ. หรือ ภ.ย.)*

hump: ~back *n.* Ⓐ ➡ **hunchback**; Ⓑ ➡ **~back whale; ~back 'bridge** *n.* สะพานเล็กที่มีตรงกลางลาดชัน; **~backed** /ˈhʌmpbækt/ˈฮัมพแบคท/ *adj.* มีลักษณะหลังค่อม; **~back 'whale** *n.* ปลาวาฬ *Megaptera noveacangliae* ที่มีตะโหงกอยู่บนหลัง; **~ 'bridge** ➡ **~back bridge**

humph /hʌmf/ฮัมฟ/ ❶ *int.* ฮึ ❷ *n.* ฮึ, เสียงในลำคอแสดงความสงสัยหรือไม่พอใจ

humus /ˈhju:məs/ˈฮิวเมิซ/ *n.* ปุ๋ยอินทรีย์

Hun /hʌn/ฮัน/ *n.* Ⓐ *(Hist.)* ชนชาติฮั่นที่โจมตียุโรปจากทวีปเอเชียกลางในศตวรรษที่ 4–5; Ⓑ *(derog.: German)* คนเยอรมัน *(เป็นคำที่ใช้เชิงเสียดสี)*; **the ~** *(collect.)* พวกเยอรมัน

[1]**hunch** /hʌntʃ/ฮันฉ/ ❶ *v.t.* โก่ง, โค้ง, ทำหลังโก่ง; **sit ~ed in a corner** นั่งตัวงออยู่ตรงมุมห้อง; **he/the cat ~ed his/its back** เขา/แมวทำหลังโก่ง ❷ *v.i. (Amer.)* Ⓐ *(adopt bent posture)* ทำตัวงอ; *(curl up)* ขดตัว; **~ in a chair** ขดตัวในเก้าอี้; Ⓑ *(rise in hump)* โก่งตัวขึ้น; **his shoulders ~ed** ไหล่ของเขาลู่

~ 'up ❶ *v.t.* โก่ง, โค้ง, งอ; **don't sit ~ed up like that** อย่านั่งตัวงออย่างนั้น; **~ oneself up** โก่งตัวขึ้น ❷ *v.i. (Amer.)* ทำตัวงอ, ขดตัว, โก่งตัวขึ้น

[2]**hunch** *n. (intuitive feeling)* ความสังหรณ์; **I have a ~ that ..., my ~ is that ...:** ฉันสังหรณ์ใจว่า...; **the detective followed a ~:** นักสืบทำไปตามการสังหรณ์ของเขา

hunch: ~back *n.* Ⓐ *(back)* หลังค่อม; Ⓑ *(person)* คนหลังค่อม; **be a ~back** เป็นคนหลังค่อม; **the H~back of Notre Dame** *(ชื่อหนังสือ)* ชายหลังค่อมแห่งวิหารโนเตรอะดาม; **~backed** /ˈhʌntʃbækt/ˈฮันฉแบคท/ *adj.* มีหลังค่อม

hundred /ˈhʌndrəd/ˈฮันเดริด/ ➤ **47**, ➤ **177**, ➤ **602** ❶ *adj.* Ⓐ ร้อย; **a *or* one ~:** หนึ่งร้อย; **two/several ~:** สอง/หลายร้อย; **a *or* one ~ and one** หนึ่งร้อยหนึ่ง, ร้อยเอ็ด; **a *or* one ~ and one people** หนึ่งร้อยกับหนึ่งคน; **the ~ metres race** การวิ่งแข่งระยะหนึ่งร้อยเมตร; **the H~ Years War** *(Hist.)* สงครามร้อยปี; **eighteen ~ hours** 18.00 นาฬิกา; Ⓑ **a ~ [and one]** *(fig.: innumerable)* นับร้อย, นับไม่ถ้วน; **I've told you a ~ times** ฉันบอกคุณเป็นร้อยครั้งแล้วนะ; **never *or* not in a ~ years** ไม่มีทาง, ไม่มีวันหรอก; **I've got a ~ [and one] things to do** ฉันมีงานร้อยแปดที่จะต้องทำ; Ⓒ **a *or* one ~ percent** ร้อยเปอร์เซ็นต์เต็ม; **I'm not a ~ percent at the moment** *(fig.)* ขณะนี้ฉันไม่ค่อยสบาย; ➡ + **eight** 1; **mile** A
❷ *n.* Ⓐ *(number)* จำนวนร้อย; **a *or* one/two ~:** หนึ่ง/สองร้อย; **count up to a *or* one ~:** นับถึงร้อย; **not if I live to be a ~:** ชาตินี้ไม่มีทาง; **in *or* by ~s** นับเป็นร้อย; **the seventeen-~s** *etc.* ในช่วง 1700–1799 หรือในศตวรรษที่ 18 ฯลฯ; **a ~ and one** *etc.* หนึ่งร้อยหนึ่ง ฯลฯ; **a *or* one/two ~ of the men died** ผู้ชายตายหนึ่ง/สองร้อยคน; **there are five ~ of us** เรามีด้วยกันห้าร้อยคน; **it's a ~ to one that ...:** มีโอกาสเพียงหนึ่งในร้อยที่...; Ⓑ *(symbol, written figure)* ร้อย; **~-pound** ธนบัตรใบละร้อยปอนด์; *(Math.) (set or group of 100)* ชุดละร้อย, กลุ่มละร้อย; Ⓒ *(indefinite amount)* **~s** เป็นร้อย; **tourists flock to Rome by the ~[s] *or* in their ~s** นักทัศนาจรเดินทางเข้ากรุงโรมเป็นร้อย; **~s of times** หลายร้อยครั้ง; Ⓓ *(Brit. Hist.: county division)* แขวงการปกครองในยุคกลาง; ➡ + **Chiltern Hundreds** ➡ + **eight** 2 A

hundredfold /ˈhʌndrədfəʊld/ˈฮันเดริดโฟลด/ ❶ *adv.* ร้อยเท่า ❷ *adj.* เป็นร้อยเท่า ❸ *n.* ร้อยเท่า; **improve a ~** *(fig.)* พัฒนาเป็นร้อยเท่า; **she had repaid his kindness a ~:** เธอตอบแทนความเมตตาของเขาเป็นร้อยเท่า; **by a ~:** ทีละร้อย; ➡ + **eightfold**

hundreds and 'thousands *n. pl. (sweets)* เม็ดน้ำตาลสี ใช้โปรยขนมเค้ก ฯลฯ

hundredth /ˈhʌndrədθ/ˈฮันเดริฑธ/ ❶ *adj.* ที่ร้อย; **the one-/two-~ person** คนที่หนึ่ง/สองร้อย; **a ~ part** หนึ่งส่วนร้อย; ➡ + **eighth** 1 ❷ *n.* Ⓐ *(fraction)* ส่วนร้อย; **a ~ of a second** หนึ่งส่วนร้อยวินาที; Ⓑ *(in sequence)* ที่ร้อย; ➡ + **eighth** 2

hundredweight /ˈhʌndrədweɪt/ˈฮันเดริดเวท/ *n., pl. same or* **~s** ➤ **1013** Ⓐ *(Brit.)* **[long] ~:** *หน่วยวัดน้ำหนักเท่ากับ 112 ปอนด์ หรือ 50.8 กก.*; Ⓑ *(in metric weight)* **[metric] ~:** *หน่วยวัดน้ำหนักในมาตราเมตริกเท่ากับ 50 กก.*; Ⓒ *(Amer.)* **[short] ~:** *หน่วยวัดน้ำหนักเท่ากับ 100 ปอนด์ หรือ 45.4 กก.*

hung ➡ **hang** 1, 2

Hungarian /hʌŋˈgeərɪən/ฮังˈแกเรียน/ ❶ *adj.* แห่งประเทศฮังการี; **sb. is ~:** *ค.น.* เป็นชาวฮังการี; ➡ + **English** 1 ❷ *n.* Ⓐ *(person)* ชาวฮังการี; Ⓑ *(language)* ภาษาฮังการี; ➡ + **English** 2 A

Hungary /ˈhʌŋgərɪ/ˈฮังเกอะริ/ *pr. n.* ประเทศฮังการี

hunger /ˈhʌŋgə(r)/ˈฮังเกอะ(ร)/ ❶ *n. (lit. or fig.)* ความหิวโหย; **pang[s] of ~:** ความรู้สึก

หิวจัด; หิวจนแสบท้อง; **the pangs of ~ were getting stronger** ยิ่งแสบท้องมากขึ้นทุกทีเพราะหิวจัด; **~ is the best sauce** *(prov.)* ความหิวทำให้อะไรก็อร่อยไปหมด; **die of ~:** ตายเพราะอดยาก; *(fig.: be very hungry)* หิวแทบตาย; **~ for sth.** *(lit. or fig.)* มีความกระหาย/ความอยากได้ *ส.น.*; **~ for revenge/knowledge** ความกระหายที่จะแก้แค้น/หาความรู้ ❷ *v.i. (have craving)* **~ after** *or* **for sb./sth.** มีความโลภอยากได้ *ค.น./ส.น.*

hunger: ~ march *n.* การเดินขบวนประท้วงของผู้อดอาหาร; **~ marcher** *n.* ผู้เดินขบวนอดอาหาร; **~ strike** ❶ *n.* การประท้วงโดยอดอาหาร; **stage a/go on ~ strike** จัดการประท้วงโดยอดอาหาร ❷ *v.i.* ประท้วงโดยอดอาหาร; **be ~ striking** กำลังประท้วงโดยอดอาหาร; **~ striker** *n.* ผู้ประท้วงโดยการอดอาหาร

hung: ~ 'jury *n.* *คณะพิพากษาที่ไม่สามารถลงมติเป็นเอกฉันท์ได้*; **~-'over** *adj. (coll.)* เมาค้าง; **~ 'parliament** *n.* *รัฐสภาที่ไม่มีพรรคใดมีเสียงข้างมาก*

hungrily /'hʌŋgrɪlɪ/'ฮังกฺริลิ/ *adv.* Ⓐ อย่างหิวโหย; **my stomach was rumbling/growling ~:** ท้องร้องเพราะหิวโหย; Ⓑ *(fig.: longingly)* อย่างหิวโหย, อย่างต้องการ

hungry /'hʌŋgrɪ/'ฮังกฺรี/ *adj.* Ⓐ *(feeling hunger)* หิวกระหาย; *(regularly feeling hunger or lacking food)* อดอยาก, ไม่มีอาหาร; *(showing hunger)* *(นัยน์ตา)* อดอยาก, หิวโหย; **be ~:** หิว; **we were poor and ~:** เราจนและหิว; **[as] ~ as a hunter** *or* **lion** *or* **wolf** กระหายหิวดั่งนายพรานหรือสิงโตหรือสุนัขป่า; **go ~:** อดอาหาร, ไม่มีอาหารกิน; **I don't like fish. – Go ~, then!** ฉันไม่ชอบกินปลา ถ้าเช่นนั้นก็อดไปเถอะ; **~ years** ปีที่เกิดทุพภิกขภัย; Ⓑ *(inducing hunger)* ชวนหิว, ยั่วน้ำลาย; Ⓒ *(fig.: eager, avaricious)* อยากได้, โลภ; **be ~ for sb./sth.** อยากได้ *ค.น./ส.น.*; **be ~ to do sth.** กระหายที่จะทำ *ส.น.*; **~ for success/power/knowledge/love** กระหายอยากได้ความสำเร็จ/อำนาจ/ความรู้/ความรัก; **~ to learn** อยากเรียนรู้; **success-/war-/freedom-~:** กระหายความสำเร็จ/สงคราม/สันติภาพ; Ⓓ *(barren)* แห้งแล้ง

hung-up /hʌŋ'ʌp/ฮัง'อัพ/ *adj.* *(บุคคล)* เต็มไปด้วยปัญหายุ่งยาก *หรือ* ปมด้อย

hunk /hʌŋk/ฮังค/ *n.* Ⓐ *(large piece)* *(เนื้อ, ขนมปัง)* ชิ้น/ก้อนใหญ่; **~s of wood** ไม้ท่อนใหญ่; Ⓑ *(coll.: large person)* คนตัวใหญ่; **he is a gorgeous great ~:** เขาเป็นคนหล่อล่ำบึ้ก; **a great ~ of a weightlifter** นักยกน้ำหนักรูปร่างใหญ่

hunky /'hʌŋkɪ/'ฮังคิ/ *adj. (coll.)* โต, ใหญ่, เทอะทะ

hunky-dory /hʌŋkɪ'dɔ:rɪ/ฮังคิ'ดอริ/ *adj. (Amer. coll.)* วิเศษ, ดีเลิศ; **everything's ~, it's all ~:** ทุก ๆ อย่างดีเลิศ

hunt /hʌnt/ฮันทฺ/ ❶ *n.* Ⓐ *(pursuit of game)* การล่าสัตว์; **the ~ is up** *(Sport)* การล่าสัตว์เริ่มแล้ว; **badger-/deer-~:** การล่าแบดเจอร์/กวาง; Ⓑ *(search)* การเสาะหา; *(strenuous search)* การไล่ล่าหา; การค้นหา; **be on the ~ for sb./sth.** กำลังไล่ล่าหา *ค.น./ส.น.*; **the ~ is on/up [for sb./sth.]** การไล่ล่าหา [*ค.น./ส.น.*] ได้เริ่มแล้ว; Ⓒ *(body of fox-hunters)* คณะนักล่าสุนัขจิ้งจอก; *(association)* สมาคมนักล่าสัตว์; **the local ~:** สมาคมนักล่าสัตว์ท้องถิ่น; Ⓓ *(district)* พื้นที่สำหรับล่าสัตว์
❷ *v.t.* Ⓐ ล่าสัตว์; **he spends his weekends ~ing foxes** ในช่วงวันสุดสัปดาห์เขาล่าสุนัขจิ้งจอก; Ⓑ *(search for)* ตามหา; **~ the thimble/slipper** *(การเล่น)* ซ่อนหาปลอกสวมนิ้วสำหรับเย็บผ้า/รองเท้าแตะ; Ⓒ *(drive, lit. or fig.)* ขับไล่; **he was ~ed from office/out of society** เขาถูกขับไล่ออกจากที่ทำงาน/สังคม; Ⓓ *(Amer.: shoot)* ยิง
❸ *v.i.* Ⓐ ล่าสัตว์; **go ~ing** ไปล่าสัตว์; **~ after** *or* **for** เที่ยวล่า *(สัตว์)*; Ⓑ *(seek)* **~ after** *or* **for sb./sth.** เที่ยวค้นหา *ค.น./ส.น.*; **he ~ed through his pockets for a coin** เขาค้นกระเป๋าหาเหรียญ; **the police are ~ing for him** ตำรวจกำลังตามหาตัวเขา; Ⓒ *(operate irregularly)* แกว่งไปมาอย่างไม่สม่ำเสมอ

~ a'bout, ~ a'round *v.i.* **~ about** *or* **around for sb./sth.** เที่ยวตามหา *ค.น./ส.น.*

~ 'down *v.t.* Ⓐ *(bring to bay)* ไล่จนมุม; **the animal was finally ~ed down** สัตว์ถูกไล่ต้อนจนมุมในที่สุด; Ⓑ *(pursue and overcome)* *(คน)* ตามจับได้; *(เครื่องบินศัตรู)* ถูกยิงตก; Ⓒ *(fig.: track down)* ตามรอย, ติดตามจนพบร่องรอย

~ 'out *v.t.* Ⓐ *(drive from cover)* ไล่ออกมาจากที่ซ่อน; Ⓑ *(seek out)* ค้นหา; Ⓒ *(fig.: track down)* ตามรอย; ค้น *(คำตอบ, ข้อเท็จจริง)* จนพบ

~ 'up *v.t.* ค้นหา, แกะรอย

hunt 'ball *n.* *งานเต้นรำของสมาคมผู้ล่าสัตว์*

hunted /'hʌntɪd/'ฮันทิด/ *adj.* Ⓐ *(pursued)* ที่ถูกล่า; **the deer is a much ~ beast** กวางเป็นสัตว์ป่าที่ถูกล่ามาก; Ⓑ *(fig.: sought)* ที่แสวงหา; Ⓒ *(expressing fear)* แสดงท่าทางหวาดกลัว

hunter /'hʌntə(r)/'ฮันเทอะ(ร)/ *n.* Ⓐ นักล่า, ผู้ล่า, นายพราน; **big-game ~:** นักล่าสัตว์ป่า; **whale ~:** นักล่าปลาวาฬ; Ⓑ *(fig.: seeker)* **be a ~ after glory/truth** เป็นผู้แสวงหาเกียรติยศชื่อเสียง/สัจธรรม; **autograph ~:** นักล่าลายเซ็น; **treasure ~:** นักล่าสมบัติ; ➡ **+ fortune-hunter**; Ⓒ *(horse)* ม้าที่ใช้ในการล่าสัตว์; Ⓓ *(dog)* สุนัขที่ใช้ในการล่าสัตว์; Ⓔ *(watch)* นาฬิกาที่มีฝาครอบหน้าปัด; **half-~:** นาฬิกาที่มีฝาครอบหน้าปัดครึ่งเดียว

hunter-'killer *n.* *เรือดำน้ำที่ตามล่าเรือของฝ่ายตรงข้าม*

hunter's moon *n.* *วันเพ็ญถัดจากวันเพ็ญในฤดูเก็บเกี่ยวข้าวสาลี ซึ่งเป็นวันเพ็ญปลายกันยายน*

hunting /'hʌntɪŋ/'ฮันทิง/ ❶ *n., no pl.* Ⓐ การล่าสัตว์; **there's good ~** *or* **the ~ is good in this forest** ป่านี้เป็นพื้นที่ล่าสัตว์ที่ดี; **~, shooting, [and] fishing,** *(iron)* **huntin', shootin', and fishin'** การล่าสัตว์และการตกปลา; **otter-~:** การล่าตัวนาก; ➡ **+ fox-hunting**; Ⓑ *(fig.: searching)* การค้นหา, การตามหา; **the ~ of a criminal** การตามหาตัวอาชญากร; **after months of/much ~:** หลังจากที่ค้นหาเป็นเดือน ๆ/เป็นเวลานาน; **[I wish you] good ~** *(fig.)* ฉันขอให้คุณได้พบสิ่งที่แสวงหา; ➡ **+ house-hunting; job-hunting**; Ⓒ *(searching through)* *(of house)* การรื้อค้น; *(of area)* การค้นหา; *(in pursuit of game)* การไล่ล่า; Ⓓ *(Amer.: shooting)* การยิง
❷ *adj.* เกี่ยวกับการล่า

hunting: ~ box *n. (Brit.)* ห้างสำหรับยิงสัตว์, บ้านขนาดเล็กหรือที่พักที่ใช้ในฤดูล่าสัตว์; **~ crop** ➡ **crop 1 C**; **~ ground** *n. (lit.)* พื้นที่ป่าสำหรับล่าสัตว์; *(fig.)* แหล่งค้นคว้าหาความรู้; ➡ **+ happy hunting-ground[s]**; **~ horn** *n.* เขาสัตว์ที่ใช้เป่าเวลาล่าสัตว์; **~ lodge** *n.* ที่พักเวลาล่าสัตว์; **~ 'pink** *n.* *สีแดงของชุดล่าสัตว์*

'hunt saboteur *n.* *ผู้ขัดขวางการล่าสัตว์*

huntsman /'hʌntsmən/'ฮันทซฺเมิน/ *n., pl.* **huntsmen** /'hʌntsmən/'ฮันทซฺเมิน/ Ⓐ *(hunter)* นักล่าสัตว์; *(riding to hounds)* *นักล่าสุนัขจิ้งจอกโดยขี่ม้าและใช้สุนัขติดตาม*; Ⓑ *(manager of hunt)* คนดูแลสุนัขล่าสัตว์

huntswoman /'hʌntswʊmən/'ฮันทซฺวุเมิน/ *n.* นักล่าสัตว์หญิงที่ร่วมขี่ม้าตามล่า

hurdle /'hɜ:dl/'เฮอด'ล/ ❶ *n.* Ⓐ *(Athletics)* รั้ว *(ในการวิ่งกระโดดข้ามรั้ว)*; **~ race, ~s** การแข่งขันวิ่งกระโดดข้ามรั้ว; *(for horses)* การแข่งขันข้ามสิ่งกีดขวาง; **the 400 metres ~s** การแข่งขันกระโดดข้ามรั้วระยะทาง 400 เมตร; Ⓑ *(fig.: obstacle)* อุปสรรค; **fall at the last ~:** พลาดพลั้งที่อุปสรรคสุดท้าย, เรือล่มเมื่อจอด; **get over** *or* **negotiate a ~:** ผ่านพ้นอุปสรรค; Ⓒ *(for fence)* รั้วกรอบสี่เหลี่ยมที่ใช้ชั่วคราว ❷ *v.t.* วิ่งกระโดดข้าม *(รั้ว, สิ่งกีดขวาง)*

hurdler /'hɜ:dlə(r)/'เฮอเดลอะ(ร)/ *n. (Athletics)* นักกีฬากระโดดข้ามรั้ว

hurdy-gurdy /'hɜ:dɪgɜ:dɪ/'เฮอดิเกอดิ/ *n.* Ⓐ *(Mus. Hist.)* หีบเพลงเสียงดังอู้ ๆ *(ใช้มือขวาหมุนล้อมือซ้ายกดก้านเสียง)*; Ⓑ *(coll.: barrel organ)* หีบเพลง

hurl /hɜ:l/เฮิล/ ❶ *v.t.* Ⓐ *(throw)* โยน, ขว้าง, ปา; *(violently)* เหวี่ยง; *(throw down)* ทุ่ม, โถม; **~ sb. [down] into the street** จับ *ค.น.* ทุ่มลงบนถนน; **she ~ed herself to her death from a 15th-floor window** เธอกระโดดหน้าต่างชั้นที่ 15 ตาย; Ⓑ *(fig.)* **~ insults at sb.** กล่าวคำดูหมิ่น *ค.น.*; **~ defiant looks/glances at sb.** ปรายสายตามอง *ค.น.* อย่างท้าทาย; Ⓒ *(drive)* ขับไล่, ผลักไส; **be ~ed around the ship/against each other** ถูกโยนไปรอบ ๆ เรือ/ถูกขว้างเข้าใส่กัน; **~ oneself at** *or* **upon sb.** โถมเข้าใส่/ทุ่มตัวเข้าใส่ *ค.น.*; **~ oneself into a new job** *(fig.)* ทุ่มตัวให้กับงานชิ้นใหม่ ❷ *n. (throwing)* การโยน, การขว้าง, การปา; *(violently)* การเหวี่ยง

hurling /'hɜ:lɪŋ/'เฮอลิง/ *n. (Sport)* *กีฬาของชาวไอริชคล้ายกับฮอกกี้*

hurly-burly /'hɜ:lɪbɜ:lɪ/'เฮอลิ'เบอลิ/ *n.* ความวุ่นวาย, ความฉุกละหุก; **the ~ of city life** ความวุ่นวายของชีวิตในกรุง

hurrah, hurray /hʊ'rɑ:, hʊ'reɪ/ฮุ'รา, ฮุ'เร/ ❶ *int.* ไชโย; **~ for the holidays!** ไชโยสำหรับวันหยุดงาน; **~ for the Queen!** ขอให้พระราชินีจงเจริญ; **hip, hip, ~!** ไชโย ❷ *n.* เสียงร้องไชโย; **their joyous ~s** เสียงร้องไชโยอย่างร่าเริงของพวกเขา ❸ *v.i.* ร้องไชโย

hurricane /'hʌrɪkən, US -keɪn/'ฮะริเคิน, -เคน/ *n.* Ⓐ *(tropical cyclone)* พายุเฮอริเคน *(ท.ศ.)*, พายุโซนร้อน; *(storm, lit. or fig.)* พายุ; **it's/the wind is blowing a ~ outside** ข้างนอกลมพัดแรงเป็นพายุทีเดียว; Ⓑ *(Meteorol.)* ลมที่มีความเร็ว 75 ไมล์ต่อชั่วโมงขึ้นไป; *attrib.* **~ force** ความแรงของพายุเฮอริเคน; **~ force winds** ลมที่มีความแรงเท่าพายุเฮอริเคน

hurricane: ~ lamp *n.* ตะเกียงเจ้าพายุ; **~ season** *n.* ฤดูที่มีพายุเฮอริเคน

hurried /'hʌrɪd/'ฮะริด/ *adj.* เร่งรีบ, รวดเร็ว, ด่วน; **our farewells were ~:** การอำลาของเราเร่งรีบ

hurriedly /'hʌrɪdlɪ/'ฮะริดลิ/ *adv.* อย่างเร่งรีบ, อย่างรวดเร็ว, โดยด่วน

hurry /ˈhʌrɪ/ˈฮะริ/ ❶ *n.* Ⓐ *(great haste)* ความเร่งรีบ, ความเร่งด่วน; **what is** *or* **why the [big] ~?** ทำไมถึงต้องเร่งรีบเช่นนั้น; **amongst all the ~ at the airport** ท่ามกลางความเร่งด่วนนานัปการที่ท่าอากาศยาน; **in a ~:** โดยด่วน, อย่างรีบร้อน; **be in a [great** *or* **terrible] ~:** จำเป็นที่จะต้องเร่งรีบ [อย่างยิ่ง]; **do sth. in a ~:** ทำ *ส.น.* อย่างเร่งรีบ; **leave in a ~:** รีบออกไป, จากไปอย่างเร่งด่วน; **I have to get there in a ~:** ฉันต้องไปถึงที่นั่นโดยเร็ว; **I need it in a ~:** ฉันต้องการสิ่งนั้นโดยด่วน; **the handle won't come off again in a ~** *(coll.)* มือจับคงจะไม่หลุดออกมาอีกง่าย ๆ หรอก; **I shall not ask again in a ~** *(coll.)* ฉันคงจะไม่ขออีกเร็ว ๆ นี้หรอก; **be in a/not be in a** *or* **be in no ~ to do sth.** ต้องรีบทำ/ไม่ต้องรีบทำ *ส.น.*; Ⓑ *(urgent requirement)* **there is a ~ for sth.** มีความต้องการ *ส.น.* อย่างเร่งด่วน; **there is a ~ for us to get out** เราต้องรีบออกไป; **what's the [big] ~?** มีอะไรที่ต้องเร่งด่วนอย่างนั้น; **there's no ~:** ไม่ต้องรีบ, ไม่มีความเร่งด่วน; **is there any ~ for this letter [to be sent off]?** จดหมายฉบับนี้ [ต้องส่ง] ด่วนหรือไม่

❷ *v.t. (transport fast)* รีบนำไป/มา; *(urge to go or act faster)* เร่ง; *(quicken process of)* เร่ง; *(consume fast)* รีบ *(รับประทาน, ดื่ม)*; **~ sb. out of the house** เร่งให้ *ค.น.* ออกจากบ้าน; **~ dinner** เร่งรีบประทานอาหารเย็น; **~ an omelette** รีบทำไข่เจียว; **~ one's work** เร่งทำงานของตน

❸ *v.i. (to or from place)* รีบไป *หรือ* รีบออก; **~ downstairs/out/in** รีบลงข้างล่าง/ออกไป/เข้าไป; **she hurried from shop to shop** เธอรีบเข้าร้านนี้ออกร้านโน้น

~ aˈlong ❶ *v.i. (coll.)* รีบ; **~ along, children** เร็ว ๆ เข้าเด็ก ๆ ❷ *v.t.* เร่ง

~ ˈon ❶ *v.i.* รีบทำ; **the teacher is ~ing on too fast** *(fig.)* ครูรีบสอนเร็วเกินไป; **I must ~ on** ฉันต้องรีบทำต่อ, ฉันต้องรีบไปละ ❷ *v.t.* เร่งให้ทำ

~ through *v.t.* Ⓐ /--'-/ ผลักดัน; Ⓑ /'---/ *(fig.)* ฝ่าไปอย่างเร็ว, เคลื่อนที่ไปอย่างเร็ว; *(พระราชบัญญัติ)* ถูกผลักดันให้ผ่าน

~ ˈup ❶ *v.i. (coll.)* ทำให้เร็วขึ้น ❷ *v.t.* เร่งให้เร็วขึ้น

ˈhurry-scurry ❶ *adv.* อย่างลุกลี้ลุกลน ❷ *n.* ความลุกลี้ลุกลน ❸ *v.i.* เร่งรีบอย่างลุกลี้ลุกลน

hurt /hɜːt/เฮิท/ ❶ *v.t.*, **hurt** Ⓐ ➤ **453** *(cause pain to)* ทำให้เจ็บปวด; *(injure physically)* ทำให้บาดเจ็บ; **~ one's arm/leg/head/back** ทำให้เจ็บที่แขน/ขา/ศีรษะ/หลัง; *(injure)* แขน/ขา/ศีรษะ/หลังบาดเจ็บ; **you are ~ing me/my arm** คุณกำลังทำให้ฉันเจ็บ/เจ็บแขน; **my arm is ~ing me** แขนของฉันเจ็บ; **it ~s me to move my arm** ฉันเจ็บเวลาขยับแขน; **it ~s my ears to listen to that noise** เสียงนั้นทำให้ฉันปวดหู; **he wouldn't ~ a fly** *(fig.)* เขาไม่มีวันทำร้ายใคร; **sth. won't** *or* **wouldn't ~ sb.** *ส.น.* จะไม่ทำให้ *ค.น.* เจ็บ; *(fig.) ส.น.* ไม่เคยเกิดผลเสียต่อ *ค.น.*; **~ oneself** ทำให้ตนเองเจ็บ; *(injure)* ทำให้ตนเองบาดเจ็บ; Ⓑ *(damage, be detrimental to)* ทำลาย, ทำให้เสียหาย; **sth. won't** *or* **wouldn't ~ sth.** *ส.น.* จะไม่ทำให้อีก *ส.น.* เสียหาย *หรือ* ไม่มีวันที่จะทำให้เสียหาย; Ⓒ *(distress emotionally)* รบกวนอารมณ์, ทำให้ทุกข์ใจ; **~ sb.'s feelings** ทำให้ *ค.น.* เจ็บใจ *หรือ* น้อยใจ; **it ~s me to have to tell you this** ฉันรู้สึกเป็นทุกข์ที่จะต้องบอกคุณเรื่องนี้; **~ sb.'s sense of honour** ทำให้ *ค.น.* รู้สึกว่าเสียเกียรติ

❷ *v.i.*, **hurt** Ⓐ ➤ **453** *(cause pain)* ทำให้เจ็บปวด; Ⓑ *(cause damage, be detrimental)* ทำให้เสียหาย; **does it ~ to drive the car with the handbrake on?** ถ้าขับรถโดยที่เบรกมือค้างอยู่จะทำให้เกิดความเสียหายไหม; **I don't think it really ~s** ฉันไม่คิดว่าจะเกิดความเสียหายนัก; **publicity never ~s** การประชาสัมพันธ์ไม่เคยทำให้เกิดความเสียหาย; **sth. won't** *or* **wouldn't ~** *(also iron.) ส.น.* จะไม่ทำให้เสียหาย; **it won't ~ to have another biscuit** ไม่เป็นไรหรอก ถ้าจะกินขนมปังกรอบอีกชิ้นหนึ่ง; Ⓒ *(cause emotional distress)* ทำให้เกิดความรู้สึกทุกข์ใจ; Ⓓ *(suffer)* **I ~ all over** ฉันเจ็บไปทั่วทั้งตัว; **my leg ~s** ขาฉันเจ็บ; **does your hand ~?** มือคุณเจ็บหรือเปล่า; **I ~ inside** *(emotionally)* ฉันเจ็บใจ

❸ *adj.* น้อยใจ *(น้ำเสียง, สีหน้า)*

❹ *n.* Ⓐ *(bodily injury)* ความบาดเจ็บ; Ⓑ *(detriment)* ความเสียหาย, ความเจ็บ; Ⓒ *(emotional pain)* ความเจ็บ/น้อยใจ; *(emotional injury)* ความเสียใจ

hurtful /ˈhɜːtfl/ˈเฮิทฟ'ล/ *adj.* Ⓐ *(physically harmful, detrimental)* สร้างความบาดเจ็บ; ทำให้เสียหาย; **be ~ to sb./sth.** ทำให้ *ค.น./ส.น.* เจ็บปวด; Ⓑ *(fig.: painful)* ที่เจ็บปวด; Ⓒ *(emotionally wounding)* บาดใจ, ที่ทำให้ปวดร้าวใจ; **be ~ [in what one says] about sth.** สร้างความเจ็บใจ [โดยสิ่งที่พูด] เกี่ยวกับ *ส.น.*; **what a ~ thing to say/do!** คุณช่างพูด/ทำอะไรที่บาดหัวใจจังเลย

hurtle /ˈhɜːtl/ˈเฮิท'ล/ ❶ *v.i.* Ⓐ *(move rapidly)* ทะลัก; **he went hurtling down the street/round the corner** เขาวิ่งไปตามถนน/เลี้ยวมุมถนนอย่างรวดเร็ว; **the car was hurtling along** รถยนต์แล่นไปอย่างรวดเร็ว; Ⓑ *(move with clattering sound)* **the saucepans came hurtling to the floor** กระทะหล่นโครมลงกับพื้น

❷ *v.t.* ตก/หล่นโครมลงมา

husband /ˈhʌzbənd/ˈฮัซเบินดฺ/ ❶ *n.* สามี; *(coll.)* ผัว; **my/your/her ~:** สามีของฉัน/ของคุณ/ของเธอ; **give my regards to your ~:** ฝากความระลึกถึงกับสามีของคุณด้วย; **~ and wife** สามีและภรรยา; *(coll.)* ผัวเมีย; **they are a ~-[and-]wife team of interior decorators** เขาเป็นคู่สามีภรรยาที่ทำงานเป็นมัณฑนากรร่วมกัน

❷ *v.t.* ใช้อย่างประหยัด, อดออม; **~ one's strength/resources** ใช้กำลัง/ทรัพยากรอย่างประหยัด

husbandry /ˈhʌzbəndrɪ/ˈฮัซเบินดริ/ *n., no pl.* Ⓐ *(farming)* การทำฟาร์ม, การทำสวน, การทำนา; *(application of farming technique)* การประยุกต์วิธีการทำสวนทำนา; **animal/dairy ~:** การทำปศุสัตว์/การเลี้ยงสัตว์/การเลี้ยงโคนม; Ⓑ *(management)* **bad/good ~:** การบริหารไม่ดี/ดี; **bad/good ~ of sth.** การบริหาร *ส.น.* ไม่ดี/ดี; Ⓒ *(careful management)* การจัดการระมัดระวัง *หรือ* ประหยัด

hush /hʌʃ/ฮัช/ ❶ *n.* Ⓐ *(silence)* ความเงียบ, ความสงบ; **a sudden ~ fell over them** อยู่ดี ๆ ทุกคนเงียบกันหมด; **can we have a bit of ~ now, please?** *(coll.)* กรุณาอยู่เงียบ ๆ สักครู่ได้ไหม; Ⓑ *(stillness)* ความสงบสงัด; **dead ~:** ความสงบสงัดโดยสมบูรณ์; Ⓒ *(secrecy)* ความลึกลับ; **why all the ~?** ทำไมจึงต้องทำเป็นเรื่องลึกลับ

❷ *v.t. (silence)* ปลอบโยน, ทำให้เงียบ; **she tried to ~ her baby to sleep/her baby's crying** เธอพยายามปลอบโยนให้ลูกหลับ/หยุดร้องไห้

❸ *v.i. (become silent)* เงียบเสียงลง; **~!** เงียบ

~ ˈup *v.t.* Ⓐ *(make silent)* ทำให้เงียบ; Ⓑ *(keep secret)* **~ sth. up** ปกปิด *ส.น.*

hushaby[e] /ˈhʌʃəbaɪ/ˈฮัชเชอะบาย/ *int.* คำปลอบ/กล่อมเด็ก, โอ๋

hushed /hʌʃt/ฮัชทฺ/ *adj.* ที่เงียบกริบ; **~ atmosphere** บรรยากาศเงียบสงบ; **there was a ~ silence** มีความสงัดเงียบ; **with ~ respect/attention** เงียบงันไปด้วยความเคารพยำเกรง/ใส่ใจ

hush: **~-ˈhush** *adj. (coll.)* ลึกลับอย่างมาก, ลับเฉพาะ; **strictly/terribly/very ~-hush** ลับสุดยอด; **keep sth. ~-hush** เก็บ *ส.น.* ไว้เป็นความลับ; **~ money** *n.* เงินค่าปิดปาก

husk /hʌsk/ฮัซคฺ/ ❶ *n. (Bot.) (of wheat, grain, rice)* เปลือก, แกลบ; *(Amer.: of maize)* กาบ; *(fig.: useless remainder)* ของเหลือเดน

❷ *v.t.* ปอกเปลือก, สี *(ข้าว)*

huskily /ˈhʌskɪlɪ/ˈฮัซคิลิ/ *adv.* อย่างแหบ ๆ, อย่างห้าว, อย่างแห้งผาก

[1]**husky** /ˈhʌskɪ/ˈฮัซคิ/ ❶ *adj.* Ⓐ *(hoarse)* *(เสียง)* แหบห้าว; **her voice has a natural/an attractive ~ quality** เสียงของเธอมีลักษณะห้าวตามธรรมชาติ/ห้าวน่าฟัง; Ⓑ *(coll.: tough)* แข็งแรง, ทนทาน ❷ *n. (Amer. coll.: strong person)* คนแข็งแรง

[2]**husky** *n. (dog)* สุนัขเอสกิโม; *(sledge dog)* สุนัขลากเลื่อน

hussar /hʊˈzɑː(r)/ฮุ'ซา(ร)/ *n. (Mil.)* ทหารม้าใช้อาวุธเบา

hussy /ˈhʌsɪ/ˈฮัซซิ/ *n. fem.* Ⓐ *(improper woman)* หญิงเจ้าชู้, หญิงเที่ยว; Ⓑ *(pert girl)* หญิงม้าดีดกระโหลก

hustings /ˈhʌstɪŋz/ˈฮัซติงซฺ/ *n. pl.* Ⓐ *constr. as sing or pl. (proceedings)* การจัดการของการเลือกตั้งสภาผู้แทนราษฎร; Ⓑ *(Hist.: platform)* เวทีสำหรับนักการเมือง; Ⓒ *(fig.)* **he gave a good speech from the ~:** เขากล่าวปราศรัยหาเสียงได้ดี

hustle /ˈhʌsl/ˈฮัซ'ล/ ❶ *v.t.* Ⓐ เร่ง; Ⓑ *(jostle)* กระแทก, เบียด; *(thrust)* ผลัก, ดัน, ต้อน; **the guide ~d the tourists along/from one church to another** มัคคุเทศก์ต้อนนักท่องเที่ยวให้เดินเร็ว ๆ/จากโบสถ์หนึ่งไปอีกโบสถ์หนึ่ง; **~ a Budget through the Senate** ผลักดันให้กฎหมายงบประมาณผ่านวุฒิสภา; Ⓒ *(coll.: exert pressure on)* ใช้วิธีกดดัน, บีบบังคับ; **~ sb. to do sth.** บีบบังคับให้ *ค.น.* ทำ *ส.น.*

❷ *v.i.* Ⓐ *(push roughly)* **~ against sb./sth.** เดินเบียดกระทบ *ค.น./ส.น.*; **~ through the crowds** แหวกฝูงชน; Ⓑ *(hurry)* เร่งรีบ, เดิน พล่าน; **~ about the house** เดินพล่านไปทั้งบ้าน; **we'll have to ~:** เราต้องรีบทำ; **~ and bustle about** กระหืดกระหอบทำอะไรต่ออะไร; Ⓒ *(coll.: strive for business)* **~ for sth.** ผลักดันเพื่อจะได้ *ส.น.*; ทะเยอทะยานสำหรับ *ส.น.*; Ⓓ *(sl.: solicit)* **~ [on the street]** *(โสเภณี)* หาเหยื่อ [ข้างถนน]; **he ~s for her** เขาหาเหยื่อให้เธอ

❸ *n.* Ⓐ *(jostling)* การกระแทก, การผลัก; Ⓑ *(hurry)* ความเร่งรีบ; **~ and bustle** การเร่งรัด, ความวุ่นวาย; *(in street)* ความวุ่นวายสับสน

hustler /ˈhʌslə(r)/ˈฮัซเลอะ(ร)/ *n. (sl.: prostitute)* กะหรี่ *(ภ.ย.)*

hut | hypertrophied 448

hut /hʌt/ฮัท/ *n.* กระท่อม; *(Mil.)* เรือนพักของทหาร; *(Buddhism)* กุฎิ *(ร.บ.)*

hutch /hʌtʃ/ฮัช/ *n.* Ⓐ *(for rabbit, guinea pig)* กรง; Ⓑ *(derog.: hut, small house)* กระท่อม

hyacinth /ˈhaɪəsɪnθ/ˈฮายเออะซินธฺ/ *n.* Ⓐ *(Bot.)* ดอกไม้ในสกุล *Hyacinthus* ช่อสีม่วง ชมพู ฟ้า ขาว; ➡ + **grape hyacinth**; Ⓑ *(colour)* ~ **[blue]** สีฟ้าอมม่วง

hybrid /ˈhaɪbrɪd/ˈฮายบริด/ ❶ *n.* Ⓐ *(Biol.)* ลูกผสม, พันธุ์ผสม (**between** ระหว่าง); Ⓑ *(Ethnol.)* ลูกครึ่ง; Ⓒ *(fig.: mixture)* สิ่งที่ผสม; Ⓓ *(Ling.)* คำผสม *(ต่างภาษา)*

❷ *adj.* Ⓐ *(Biol.)* พันธุ์ทาง, พันธุ์ผสม; **this is a ~ rose** นี่เป็นกุหลาบพันธุ์ผสม; **a ~ species/ animal/plant** ชนิด/สัตว์/พืชพันธุ์ทาง; Ⓑ *(Ethnol.)* ลูกผสม; Ⓒ *(fig.: mixed)* ผสม; Ⓓ *(Ling.)* ที่เป็นการผสมคำต่างภาษา

hybridize (hybridise) /ˈhaɪbrɪdaɪz/ˈฮายบริดายซฺ/ *v.t.* Ⓐ *(Biol.)* ผสมพันธุ์ต่างเผ่าพันธุ์; Ⓑ *(Ling.)* ~ **words** ผสมคำต่างภาษา

hydra /ˈhaɪdrə/ˈฮายเดรอะ/ *n.* Ⓐ *(Greek Mythol.) นาคหลายหัวในเทพปกรณัมของกรีก เมื่อถูกตัดหัวจะมีหัวใหม่งอกขึ้นมา;* Ⓑ *(Zool.: polyp)* สัตว์น้ำในสกุล *Hydra* ลำตัวกลมยาว มีหนวดยาวรอบปาก; Ⓒ *(water snake)* งูน้ำ

hydrangea /haɪˈdreɪndʒə/ไฮˈเดรนเจอะ/ *n.* *(Bot.) ไม้พุ่มในสกุล Hydrangea ดอกเป็นช่อใหญ่สีขาว ชมพู หรือฟ้า*

hydrant /ˈhaɪdrənt/ˈฮายเดรินทฺ/ *n.* หัวก๊อกน้ำประปาริมถนน; หัวก๊อกน้ำสำหรับดับเพลิง

hydrate /ˈhaɪdreɪt/ˈฮายเดรท/ *n.* *(Chem.)* สารที่มีน้ำเป็นส่วนประกอบ

hydration /haɪˈdreɪʃn/ไฮˈเดรฺช'น/ *n.* Ⓐ *(addition of fluid)* การเพิ่มของเหลว; Ⓑ *(Chem.)* การรวมสารเชิงซ้อนหรือธาตุเข้ากับน้ำ

hydraulic /haɪˈdrɔːlɪk/ไฮˈดรอลิค/ *adj.* *(Mech. Engin.)* ซึ่งใช้กำลังดันจากน้ำ น้ำมัน ฯลฯ, ไฮดรอลิก *(ท.ศ.)*; **~ engineer** วิศวกรอุทกศาสตร์; **~ engineering** วิศวกรรมอุทกศาสตร์

hydraulic: ~ ˈbrake *n.* *(Mech. Engin.)* ห้ามล้อน้ำมัน, ไฮดรอลิกเบรก *(ท.ศ.)*; **~ ˈfluid** *n.* *(Mech. Engin.)* น้ำมันไฮดรอลิก; *(in brake system)* น้ำมันเบรก; **~ force** *n.* แรงอุทก; **~ ˈram** *n.* *(Mech. Engin.)* Ⓐ *(pump) เครื่องสูบที่ใช้น้ำเป็นกำลังดัน;* Ⓑ *(piston)* ลูกสูบที่ใช้น้ำเป็นกำลังดัน

hydride /ˈhaɪdraɪd/ˈฮายดรายดฺ/ *n.* *(Chem.)* สารประกอบของไฮโดรเจน

hydrocarbon /haɪdrəˈkɑːbən/ไฮเดรอะˈคาเบิน/ *n.* *(Chem.)* สารอินทรีย์ซึ่งประกอบด้วยธาตุคาร์บอนและธาตุไฮโดรเจน

hydrochloric acid /haɪdrəklɒrɪk ˈæsɪd, US -ˈklɔːrɪk æsɪd/ไฮเดรอะคลอริค ˈแอซิด, –ˈคลอริค แอซิด/ *n.* *(Chem.)* กรดเกลือ

hydrodynamics /haɪdrədaɪˈnæmɪks/ไฮเดรอะไดˈแนมิค/ *n., no pl.* *(Phys.)* อุทกพลศาสตร์, *(ศาสตร์ว่าด้วยพลังที่กระทำต่อหรือเป็นผลจากของเหลว)*

hydroelectric /haɪdrəʊɪˈlektrɪk/ไฮโดรฺอิˈเล็คทริค/ *adj.* *(Electr.)* เกี่ยวกับกระแสไฟฟ้าพลังน้ำ; **~ power plant** *or* **station** โรงไฟฟ้า หรือ สถานีไฟฟ้าพลังน้ำ

hydrofoil /ˈhaɪdrəfɔɪl/ˈฮายเดรอะฟอยลฺ/ *n.* *(Naut.)* Ⓐ *(structure) โครงสร้างที่ทำให้เรือยกเหนือน้ำ;* Ⓑ *(vessel)* เรือเผินน้ำ

hydrogen /ˈhaɪdrədʒən/ˈฮายเดรอะเจิน/ *n.* ธาตุไฮโดรเจน *(ท.ศ.)*; **a ~-filled balloon** ลูกบอลลูนที่ใช้ก๊าซไฮโดรเจน; ➡ + **peroxide** 1 B

ˈhydrogen bomb *n.* ระเบิดไฮโดรเจน

hydrological /haɪdrəˈlɒdʒɪkl/ไฮเดรอะˈลอจิค'ล/ ที่เกี่ยวกับอุทกศาสตร์

hydrology /haɪˈdrɒlədʒɪ/ไฮˈดรฺอเลอะจิ/ *n., no pl.* อุทกศาสตร์, อุทกวิทยา *(ร.บ.)*

hydrolyse /ˈhaɪdrəlaɪz/ˈฮายเดรอะลายซฺ/ *v.t.* *(chem.)* แยกสลายด้วยน้ำ

hydrolysis /haɪˈdrɒlɪsɪs/ไฮˈดรฺอลิซิซ/ *n., pl.* **hydrolyses** /haɪˈdrɒlɪsiːz/ไฮˈดรฺอลิซีซฺ/ *(Chem.)* กระบวนการแยกสลายด้วยน้ำ

hydrolyze *(Amer.)* ➡ **hydrolyse**

hydrometer /haɪˈdrɒmɪtə(r)/ไฮˈดรฺอมิเทอะ(ร)/ *n.* มาตรวัดความถ่วงจำเพาะของของเหลว

hydrophobia /haɪdrəˈfəʊbɪə/ไฮเดรอะˈโฟเบีย/ *n.* ➤ **453** Ⓐ *(Med.)* *(rabies)* โรคกลัวน้ำ, โรคพิษสุนัขบ้า; *(symptom)* อาการกลัวน้ำ; Ⓑ *(Psych.)* ความกลัวน้ำ

hydrophobic /haɪdrəˈfəʊbɪk/ไฮเดรอะˈโฟบิค/ *adj.* Ⓐ *(Med.)* เกี่ยวกับโรคกลัวน้ำ, เกี่ยวกับโรคพิษสุนัขบ้า; **be ~:** เป็นโรคกลัวน้ำ; Ⓑ *(water-resistant) (สารเคมี)* ต้านน้ำ, ไม่ซึมน้ำ

hydroplane /ˈhaɪdrəpleɪn/ˈไฮเดรอะเพลฺน/ *n.* Ⓐ *(Naut.: finlike device)* อุปกรณ์คล้ายครีบปลาติดข้างเรือ; *(of submarine)* ครีบข้างเรือดำน้ำ *(ที่ช่วยปรับระดับในน้ำ)*; Ⓑ *(motor boat)* เรือเร็วท้องแบน *(ที่แล่นบนผิวน้ำ)*

hydroponics /haɪdrəˈpɒnɪks/ไฮเดรอะˈพอนิคซฺ/ *n., no pl.* *(Hort.)* กรรมวิธีปลูกพืชในทราย กรวดหรือน้ำไร้ดินแต่เติมปุ๋ย

hydrosphere /ˈhaɪdrəsfɪə(r)/ˈไฮเดรอะซเฟีย(ร)/ *n.* *(Geog.)* น้ำบนผิวโลกและในบรรยากาศ, อุทกภาค *(ร.บ.)*

hydrostatic /haɪdrəˈstætɪk/ไฮเดรอะˈซแตทิค/ *adj.* เกี่ยวกับการศึกษาคุณสมบัติทางกายภาพของน้ำหรือของเหลว

hydrostatics /haɪdrəˈstætɪks/ไฮเดรอะˈซแตทิคซฺ/ *n.* *(Phys.)* สถิตยศาสตร์ของของเหลวและก๊าซ

hydrous /ˈhaɪdrəs/ˈไฮเดริซ/ *adj.* *(Chem., Min.)* มีน้ำเป็นส่วนประกอบ

hydroxide /haɪˈdrɒksaɪd/ไฮˈดรฺอคซายดฺ/ *n.* *(Chem.)* สารประกอบของไฮโดรเจนและออกซิเจน; ไฮโดรไซด์ *(ท.ศ.)*

hyena /haɪˈiːnə/ไฮˈอีเนอะ/ *n.* Ⓐ *(Zool.)* สุนัขไฮอีนา *(ท.ศ.)* *(สัตว์กินเนื้อคล้ายสุนัขในทวีปแอฟริกาและเอเชีย)*; **laughing** *or* **spotted ~:** หมาไฮอีนา *Crocuta crocuta*; **laugh like a ~:** หัวเราะเหมือนหมาไฮอีนา หัวเราะเป็นบ้า; Ⓑ *(fig.: person)* คนขี้ขลาด *(ซึ่งทำเป็นใจดีสู้เสือ)*

hygiene /ˈhaɪdʒiːn/ˈไฮจีน/ *n., no pl.* Ⓐ อนามัย; **conditions of bad ~:** สุขภาพอนามัยที่ไม่ดี; **domestic ~:** อนามัยในบ้าน; **feminine ~:** อนามัยสำหรับผู้หญิง; Ⓑ *no art. (science)* วิชาสุขอนามัย; *(Med.)* **dental ~:** ทันตอนามัย

hygienic /haɪˈdʒiːnɪk/ไฮˈจีนิค/ *adj.* ถูกอนามัย; **not ~:** ไม่ถูกอนามัย

hygienically /haɪˈdʒiːnɪkəlɪ/ไฮˈจีนิเคอะลิ/ *adv.* อย่างถูกอนามัย

hygienist /haɪˈdʒiːnɪst/ไฮˈจีนิซทฺ/ *n.* ➤ **489** ผู้ทำงานเกี่ยวกับอนามัย; **dental ~:** นักทันตอนามัย

hygrometer /haɪˈgrɒmɪtə(r)/ไฮˈกรฺอมิเทอะ(ร)/ *n.* *(Meteorol.)* มาตรวัดความชื้นสัมพัทธ์

hymen /ˈhaɪmen/ˈฮายเม็น/ *n.* *(Anat.)* เยื่อพรหมจารี

hymn /hɪm/ฮิม/ ❶ *n.* Ⓐ *(Relig.)* เพลงสรรเสริญพระเจ้า; *(sung in service)* เพลงสวด; **Easter ~, ~ for Easter** เพลงสวดในเทศกาลอีสเตอร์; Ⓑ *(song of praise, lit. or fig.)* เพลงสรรเสริญสุดดี; **a ~ to nature** เพลงสดุดีธรรมชาติ; **a ~ to Venus/England/the new age** เพลงสดุดีเทพีวีนัส/ประเทศอังกฤษ/ยุคใหม่

❷ *v.t.* *(praise with songs)* ร้องเพลงสรรเสริญ; *(fig.: praise)* สรรเสริญ, สดุดี

hymnal /ˈhɪmnl/ˈฮิมน'ล/, **hymnary** /ˈhɪmnərɪ/ˈฮิมเนอะริ/ *ns.* หนังสือเพลงสรรเสริญ

ˈhymn book /ˈhɪmbʊk/ˈฮิมบุค/ *n.* หนังสือเพลงสวดสรรเสริญพระเจ้า

hyoid /ˈhaɪɔɪd/ˈฮายออยดฺ/ *(Anat.)* *adj. & n.* **~ [bone]** [กระดูก] ไฮออยด์ *(ท.ศ.) (อยู่ในคอมีหน้าที่พยุงลิ้น)*

hype /haɪp/ไฮพ/ *(sl.)* ❶ *n.* Ⓐ *(deception)* การหลอกลวง; Ⓑ *(misleading publicity)* การโฆษณาที่โอ้อวดเกินความเป็นจริง; **media ~:** การโฆษณาทางสื่อสารมวลชนที่เกินความเป็นจริง

❷ *v.t.* Ⓐ *(cheat)* หลอกลวง; **~ sb. into sth./doing sth.** หลอกลวง *ค.น.* เรื่อง *ส.น.*/ให้ทำ *ส.น.*; Ⓑ **~ [up]** *(publicize excessively)* โฆษณาเกินความเป็นจริง

~ up *v.t. (coll.)* ทำให้ตื่นเต้นผิดปกติ; **feel ~d up** รู้สึกตื่นเต้นผิดปกติ

hyper /ˈhaɪpə(r)/ˈไฮเพอะ(ร)/ *adj.* เกินปกติ; ตื่นเต้นผิดปกติ; **there's no need to get so ~:** ไม่เห็นต้องประสาทตื่นเต้นขนาดนี้

hyperactive /haɪpəˈræktɪv/ไฮเพอะˈแรคทิฟ/ *adj.* ซุกซนผิดปกติ, อยู่ไม่สุข, นั่งไม่ติด

hyperbola /haɪˈpɜːbələ/ไฮˈเพอเบอะเลอะ/ *n., pl.* **~s** *or* **~e** /haɪˈpɜːbəliː/ไฮˈเพอเบอะลี/ *(Geom.)* ไฮเปอร์โบลา *(ท.ศ.)*, *(โค้งระนาบที่เกิดจากตัดรูปทรงกรวยด้วยระนาบที่ทำมุมกับฐานมากกว่าข้างของกรวย)*

hyperbole /haɪˈpɜːbəlɪ/ไฮˈเพอเบอะลิ/ *n.* *(Rhet.) อุปมาเกินจริงเพื่อเร้าความรู้สึก ไม่ถือว่ามีความหมายตามตัวอักษร*

hyperbolic /haɪpəˈbɒlɪk/ไฮเพอะˈบอลิค/ *adj.* Ⓐ *(Geom.)* เกี่ยวเนื่องกับไฮเปอร์โบลา; Ⓑ ➡ **hyperbolical** A

hyperbolical /haɪpəˈbɒlɪkl/ไฮเพอะˈบอลิค'ล/ *adj.* Ⓐ *(Rhet.)* ที่อุปมาเกินจริง; Ⓑ ➡ **hyperbolic** A

hyper: ~critical /haɪpəˈkrɪtɪkl/ไฮเพอะˈคริททิค'ล/ *adj.* ชอบตำหนิติเตียนเกินควร, จู้จี้จุกจิกเกินไป

hyperlink *n.* *(Computing)* การเชื่อมโยงจาก*ข้อมูลบนหน้าจอคอมพิวเตอร์หน้าหนึ่งไปยังอีกหน้าหนึ่ง*, ไฮเปอร์ลิงค์ *(ท.ศ.)*

hypermarket /ˈhaɪpəmɑːkɪt/ˈไฮเพอะมาคิท/ *n.* ซูเปอร์มาร์เก็ตขนาดใหญ่

hypersensitive /haɪpəˈsensətɪv/ไฮเพอะˈเซ็นซิทิฟ/ *adj.* มีความรู้สึกอ่อนไหวผิดปกติ; **be ~ to sth.** รู้สึกอ่อนไหวมากเกี่ยวกับ *ส.น.*

hypersensitivity /haɪpəsensɪˈtɪvɪtɪ/ไฮเพอะเซ็นซิˈทิวิทิ/ *n., no pl.* การมีความรู้สึกอ่อนไหวผิดปกติ

hypertension /haɪpəˈtenʃn/ไฮเพอะˈเท็นช'น/ *n.* *(Med.)* ความดันโลหิตสูง

hypertensive /haɪpəˈtensɪv/ไฮเพอะˈเท็นซิฟ/ *adj.* *(Med.)* มีความดันโลหิตสูง

hypertext /ˈhaɪpətekst/ˈไฮเพอะเท็คซทฺ/ *n., no pl.* *(Computing)* ระบบการเชื่อมโยงแต่ละหน้าของอินเทอร์เน็ต; **~ link** ไฮเปอร์เท็คซ์ลิงค์ *(ท.ศ.)*

hypertrophied /haɪˈpɜːtrəfɪd/ไฮˈเพอเทรฺอะฟิด/ *adj.* *(อวัยวะ, เนื้อเยื่อ)* ที่เซลล์ขยายขนาด; *(fig.: excessive)* ที่เซลล์ขยายมากเกินไป

hyper'ventilate /haɪpə'ventɪleɪt/ไฮเพอะ'เว็นทิเลท/ *v.i.* หายใจเร็วและแรงผิดปกติ

hypha /'haɪfə/'ไฮเฟอะ/ *n., pl.* **~e** /'haɪfi:/'ไฮฟี/ *(Bot.)* ใยรา

hyphen /'haɪfn/'ไฮฟ'น/ ❶ *n.* Ⓐ *เครื่องหมายยติภังค์ "-" ที่ใช้เชื่อมคำหลาย ๆ คำให้เป็นคำเดียวกัน (เช่น pick-me-up)*; Ⓑ *(connecting separate syllables)* เครื่องหมายใช้เชื่อมพยางค์หน้าหลัง ❷ *v.t.* เชื่อมคำโดยใช้เครื่องหมายยติภังค์; ➡ **hyphen** 2

hyphenate /'haɪfəneɪt/'ไฮเฟอะเนท/ *v.t.* เชื่อมคำโดยใช้เครื่องหมายยติภังค์

hyphenation /haɪfə'neɪʃn/ไฮเฟอะ'เนช'น/ *n., no pl.* การเชื่อมคำโดยใช้เครื่องหมายยติภังค์

hypnosis /hɪp'nəʊsɪs/ฮิพ'โนซิซ/ *n., pl.* **hypnoses** /hɪp'nəʊsi:z/ฮิพ'โนซีซ/ สภาพถูกสะกดจิต; *(act, process)* การสะกดจิต; **under ~:** ถูกสะกดจิต

hypnotic /hɪp'nɒtɪk/ฮิพ'นอทิค/ ❶ *adj.* *(producing hypnotism)* มีอำนาจสะกดจิต; **have a ~ effect on sb.** สามารถสะกดจิต *ค.น.* ได้; ทำให้ *ค.น.* หลงกล ❷ *n.* คนที่ถูกสะกดจิต; *(Med. also)* ยานอนหลับ

hypnotism /'hɪpnətɪzm/'ฮิพเนอะทิซ'ม/ *n.* *(act)* การสะกดจิต

hypnotist /'hɪpnətɪst/'ฮิพเนอะทิซทฺ/ *n.* นักสะกดจิต

hypnotize /'hɪpnətaɪz/'ฮิพเนอะทายซฺ/ *v.t. (lit. or fig.)* สะกดจิต; *(fig.: fascinate)* ทำให้หลงรัก

hypo /'haɪpəʊ/'ไฮโพ/ *n. (Photog.)* ยาล้างรูป *(เป็นคำย่อของ sodium thiosulphate)*

hypo-allergenic /haɪpəʊælə'dʒenɪk/ไฮโพแอเลอะ'เจ็นนิค/ *adj.* ไม่แพ้ง่าย

hypocaust /'haɪpəkɔ:st/'ไฮเพอะคอซทฺ/ *n.* *(Roman Ant.) โพรงใต้พื้นบ้านโรมัน เพื่อให้ไอร้อนผ่านขึ้นมาให้บ้านอุ่น*

hypochondria /haɪpə'kɒndrɪə/ไฮเพอะ'คอนเดรฺีย/ *n. ความวิตกจริตเกี่ยวกับความเจ็บป่วย; ความโศกเศร้าเหงาหงอยโดยไร้สาเหตุ*

hypochondriac /haɪpə'kɒndrɪæk/ไฮเพอะ'คอนดริแอค/ ❶ *adj.* มีความวิตกกังวลเกี่ยวกับความเจ็บป่วย ❷ *n.* ผู้ที่วิตกจริตเกี่ยวกับความเจ็บป่วยของตน

hypocrisy /hɪ'pɒkrɪsɪ/ฮิ'พอเครฺอะซิ/ *n.* Ⓐ *(simulation of virtue)* การแสร้งทำความดี, ลักษณะหน้าไหว้หลังหลอก; Ⓑ *(dissimulation)* การปิดบังอำพราง

hypocrite /'hɪpəkrɪt/'ฮิพเพอะคริฺท/ *n.* Ⓐ *(person feigning virtue)* คนหน้าไหว้หลังหลอก; Ⓑ *(dissembler)* คนปิดบังอำพราง

hypocritical /hɪpə'krɪtɪkl/ฮิเพอะ'คริฺททิค'ล/ *adj.* Ⓐ ซึ่งหลอกลวง; Ⓑ *(feignzing virtue)* อย่างหน้าไหว้หลังหลอก

hypodermic /haɪpə'dɜ:mɪk/ไฮเพอะ'เดอมิค/ *(Med.)* ❶ *adj. (การฉีดยา)* ใต้ผิวหนัง; **~ syringe** เข็มฉีดยาใต้ผิวหนัง ❷ *n.* Ⓐ *(injection)* การฉีดยาใต้ผิวหนัง; Ⓑ *(syringe)* เข็มฉีดยา

hypotension /haɪpəʊ'tenʃn/ไฮโพ'เท็นเชิน/ *n. (Med.)* ความดันโลหิตต่ำ

hypotensive /haɪpəʊ'tensɪv/ไฮโพ'เท็นซิว/ *adj. (Med.)* มีความดันโลหิตต่ำ; *(tending to lower the blood pressure) (ยา)* ที่ทำให้ความดันโลหิตต่ำลง

hypotenuse /haɪ'pɒtənju:z, US -tnu:s/ไฮ'พอเทอะนิวซฺ, -ท'นูซ/ *n. (Geom.)* ด้านตรงข้ามมุมฉากในสามเหลี่ยมมุกฉาก; **square on the ~:** *กำลังสองของด้านตรงข้ามมุมฉากในสามเหลี่ยมมุมฉาก*

hypothermia /haɪpəʊ'θɜ:mɪə/ไฮเพอะ'เธอเมีย/ *n. (Med.)* สภาวะที่อุณหภูมิของร่างกายต่ำผิดปกติ

hypothesis /haɪ'pɒθəɪsɪs/ไฮ'พอธิซิซ/ *n., pl.* **hypotheses** /hɑɪ'pɒθɪsi:z/ไฮ'พอธิซีซ/ สมมติฐาน *(ร.บ.)* *(unproved assumption also)* ข้อที่ยอมรับแม้ไม่มีหลักฐาน; **prove/disprove a ~:** พิสูจน์/หักล้างสมมติฐาน

hypothesize (**hypothesise**) /haɪ'pɒθɪsaɪz/ไฮ'พอเธอะซายซฺ/ ❶ *v.i.* ตั้งกรอบสมมติฐาน ❷ *v.t.* ตั้งเป็นสมมติฐาน

hypothetical /haɪpə'θetɪkl/ไฮเพอะ'เธ็ททิค'ล/ *adj.* เป็นสมมติฐาน; **it will remain ~:** ยังคงเป็นสมมติฐานอยู่

hypothetically /haɪpə'θetɪklɪ/ไฮเพอะ'เธ็ททิคลิ/ *adv.* ตามสมมติฐาน

hyrax /'haɪəræks/'ไฮแรคซฺ/ *n. (Zool.)* สัตว์คล้ายกระต่ายขนาดเล็กในวงศ์ *Hyracoidea*

hyssop /'hɪsəp/'ไฮเซิพ/ *n. (Bot.)* สมุนไพรไม้พุ่มเล็ก ๆ ในสกุล *Hyssopus*

hysterectomy /hɪstə'rektəmɪ/ฮิซเตอะ'เร็คเทอะมิ/ *n. (Med.)* การตัดมดลูก

hysteria /hɪ'stɪərɪə/ฮิ'ซเตียเรีย/ *n.* อารมณ์รุนแรงที่ระงับไม่ได้

hysterical /hɪ'sterɪkl/ฮิ'ซเตะริค'ล/ *adj.* ที่แสดงอารมณ์รุนแรงอย่างผิดปกติ

hysterically /hɪ'sterɪklɪ/ฮิ'ซเตะริคลิ/ *adv.* โดยแสดงอารมณ์รุนแรงผิดปกติ; **~ funny** ตลกจนหยุดหัวเราะไม่ได้

hysterics /hɪ'sterɪks/ฮิ'ซเตะริคซฺ/ *n. pl.* *(laughter)* การหัวเราะอย่างไม่อั้น; *(crying)* การร้องไห้สะอึกสะอื้น

Hz *abbr.* **hertz** เฮิรตซ์ *(ท.ศ.)*

I i

¹I, i /aɪ/ไอ/ n., pl. **Is** or **I's** Ⓐ (letter) พยัญชนะตัวที่ 9 ของภาษาอังกฤษ; ➡ + dot 2 B; Ⓑ (Roman numeral) ตัวเลขโรมัน I (เท่ากับ 1)

²I ❶ pron. ฉัน; (male) ผม; (female) ดิฉัน; (formal) ข้าพเจ้า; (child) ใช้ชื่อ หรือ หนู; (a few years older) พี่; (younger person) หนู; (older woman of mother's age) ป้า, น้า; (older man of father's age) ลุง; **it was I** (formal) ฉันเอง; **it was I who locked the door** (formal) ฉันเองเป็นคนใส่กุญแจประตู; ➡ + ¹me; ²mine; my; myself ❷ n., no pl. **the I** (Philos.) อัตตา, ตัวตน, ผู้รู้สึกหรือรับผลจากความรู้สึก

I. abbr. Ⓐ Island[s] ก.; Ⓑ Isle[s] ก.

iamb /ˈaɪæm/ˈอายแอม/ ➡ iambus

iambic /aɪˈæmbɪk/ไอˈแอมบิค/ (Pros.) ❶ adj. มีจังหวะของบทประพันธ์สองพยางค์เป็นลหุและครุ; **~ pentameter** บทประพันธ์ที่มีบาทละห้าจังหวะ จังหวะละสองพยางค์ ❷ n. in pl. บทประพันธ์ร้อยกรองที่จังหวะหนึ่งมีสองพยางค์ พยางค์หน้าเป็นลหุ พยางค์หลังเป็นครุ

iambus /aɪˈæmbəs/ไอˈแอมเบิซ/ n., pl. **~es** or **iambi** /aɪˈæmbaɪ/ไอˈแอมบาย/ (Pros.) จังหวะหรือบาทในบทประพันธ์ภาษาอังกฤษ ซึ่งแต่ละจังหวะมีสองพยางค์ พยางค์หน้าเป็นลหุ

IATA /ɪˈɑːtə, aɪˈɑːtə/อิˈอาเทอะ, ไอˈอาเทอะ/ abbr. International Air Transport Association สมาคมการขนส่งทางอากาศระหว่างประเทศ

IBA abbr. (Brit.) Independent Broadcasting Authority องค์กรสื่อสารมวลชนอิสระ

Iberia /aɪˈbɪərɪə/ไอˈเบียเรีย/ pr. n. (Hist., Geog.) คาบสมุทรไอบีเรีย (อันเป็นที่ตั้งของประเทศสเปนและโปรตุเกสปัจจุบัน)

Iberian /aɪˈbɪərɪən/ไอˈเบียเรียน/ ❶ adj. เกี่ยวกับไอบีเรีย ❷ n. (inhabitant of [ancient] Iberia) ชาวไอบีเรียโบราณ

Iberian Peˈninsula pr. n. (Geog.) คาบสมุทรไอบีเรีย (อันเป็นที่ตั้งของประเทศสเปนและโปรตุเกสปัจจุบัน)

ibex /ˈaɪbeks/ˈไอเบ็คซฺ/ n. (Zool.) แพะป่า Capra ibex อาศัยในภูเขา

ibid. abbr. ibidem คัดมาจากแห่งเดียวกัน (ย่อเป็น ib. หรือ ibd. ก็ได้)

ibidem /ˈɪbɪdem, ɪˈbaɪdəm/ˈอิบบิเด็ม, อิˈบายเดิม/ adv. คัดมาจากแห่งเดียวกัน

ibis /ˈaɪbɪs/ˈอายบิซ/ n. (Ornith.) นกหากินตามชายน้ำในวงศ์ Threskiornithidae

i/c abbr. Ⓐ in charge; Ⓑ in command

IC abbr. interconnected circuit วงจรรวม (ร.บ.)

ICBM abbr. intercontinental ballistic missile

ice /aɪs/ไอซ/ ❶ n. Ⓐ no pl. น้ำแข็ง; **become ~:** กลายเป็นน้ำแข็ง; **feel/be like ~** (be very cold) รู้สึกหนาว/เย็นเฉียบเหมือนน้ำแข็ง; **there was ~ over the pond** ผิวน้ำในสระกลายเป็นน้ำแข็ง; **fall through the ~:** ตกลงไปใต้น้ำแข็ง; **be on ~** (coll.) (be held in reserve) (แผน) เก็บไว้ใช้เมื่อมีโอกาสเหมาะ; **put on ~** (coll.) แช่เย็น, ชะลอ; **be on thin ~** (fig.) เสี่ยงอันตราย; **break the ~** (fig.) (make a beginning) เริ่มลงมือ; (break through reserve) เริ่มพูดเพื่อผูกมิตร; ➡ + cut 1 B; ²skate 2; Ⓑ (confection) ไอศกรีม หรือ หวานเย็น; **an ~/two ~s** ไอศกรีมหนึ่งถ้วย/สองถ้วย; Ⓒ no pl., no indef. art. (Amer. coll.: diamonds) เพชร
❷ v.t. Ⓐ (freeze) แช่แข็ง; ➡ + lolly A; Ⓑ (cool with ~) ใส่น้ำแข็ง; **~d coffee/tea** โอเลี้ยง/กาแฟเย็น/ชาเย็น; **be ~d** มีน้ำแข็ง; Ⓒ (ขนมเค้ก) เคลือบน้ำตาล

~ˈover v.i. (น้ำ) กลายเป็นน้ำแข็ง; (ถนน, เครื่องบิน) มีน้ำแข็งเกาะ

~ˈup v.i. Ⓐ (freeze) (ท่อน้ำ) กลายเป็นน้ำแข็ง; Ⓑ ➡ ~ over

ice: **~ age** n. ยุคน้ำแข็ง; **~ axe** n. ค้อนสับน้ำแข็ง (ใช้เวลาไต่เขา)

iceberg /ˈaɪsbɜːg/ˈไอซเบิก/ n. ภูเขาน้ำแข็งที่ลอยอยู่ในทะเล; **the tip of the ~** (fig.) แค่ส่วนน้อยของปัญหาทั้งหมด

ice: **~ blue** ❶ /-ˈ-/ n. สีฟ้าอ่อนจนเกือบขาว ❷ /ˈ--/ adj. มีสีฟ้าอ่อนจนเกือบขาว; **~-bound** adj. (เรือ) ที่ถูกล้อมรอบด้วยน้ำแข็ง; (ท่าเรือ) ที่ถูกตัดจากโลกกว้างโดยน้ำแข็ง; **~box** n. (Amer.) ตู้เย็น; **~-breaker** n. (Naut.) เรือตัดน้ำแข็งเป็นช่อง (ให้เรืออื่นแล่นตามไปในทะเลที่มีน้ำแข็ง); **~ bucket** n. ถังน้ำแข็ง; **~ cap** n. ถิ่นที่มีน้ำแข็งปกคลุมตลอดเวลา; (polar) แถบขั้วโลก; **~ cold** adj. เย็นเหมือนน้ำแข็ง; **~ ˈcream** n. ไอศกรีม (ท.ศ.); **one ~ cream/two/too many ~ creams** ไอศกรีมหนึ่งถ้วย/สองถ้วย/มากเกินไป; **~ˈcream parlour** n. ร้านขายไอศกรีม; **~ cube** n. น้ำแข็งก้อน; **~ floe** ➡ floe; **~ hockey** n. กีฬาฮอกกี้น้ำแข็ง

Iceland /ˈaɪslənd/ˈไอซเลินดฺ/ pr. n. ประเทศไอซ์แลนด์ (เกาะในมหาสมุทรแอตแลนติกเหนือ)

Icelander /ˈaɪsləndə(r)/ˈไอซเลินเดอะ(ร)/ n. ชาวเกาะไอซ์แลนด์

Icelandic /aɪsˈlændɪk/ไอซˈแลนดิค/ ❶ adj. แห่งเกาะไอซ์แลนด์; ➡ + English 1 ❷ n. ภาษาไอซ์แลนด์; ➡ + English 2 A

ice: **~ˈlolly** ➡ lolly A; **~ machine** n. เครื่องทำน้ำแข็ง; **~ pack** n. Ⓐ (to relieve pain) ถุงใส่น้ำแข็งสำหรับประคบแก้ปวด; Ⓑ (to keep food cool) ก้อนพลาสติกที่มีสารพิเศษข้างใน เมื่อแช่แข็งสามารถคงความเย็นได้นาน; Ⓒ (sea ~) ทะเลที่มีน้ำแข็งอัดแน่น; **~ rink** n. ลานน้ำแข็งสำหรับเล่นสเกตน้ำแข็ง; **~ skate** n. สเกตน้ำแข็ง; **~-skate** v.i. เล่นสเกตน้ำแข็ง; **~ skater** n. นักเล่นสเกตน้ำแข็ง; **~ skating** n. การเล่นสเกตน้ำแข็ง; **~ water** n. น้ำเย็น

ichthyologist /ɪkθɪˈɒlədʒɪst/อิคธิˈออเลอะจิซทฺ/ n. นักมีนวิทยา (นักสัตวศาสตร์ทางปลา)

ichthyology /ɪkθɪˈɒlədʒɪ/อิคธิˈออเลอะจิ/ n. มีนวิทยา (สัตวศาสตร์เกี่ยวกับปลา)

icicle /ˈaɪsɪkl/ˈไอซิค'ล/ n. น้ำแข็งที่หยาดย้อยเป็นแท่งลงมา

icily /ˈaɪsɪlɪ/ˈไอซิลิ/ adv. เย็นเป็นน้ำแข็ง; (fig.) ด้วยกิริยาเย็นชา; **~ cold** เย็นจนจับแข็ง, เย็นเหมือนน้ำแข็ง

iciness /ˈaɪsɪnɪs/ˈไอซินิซ/ n., no pl. ความเยือกเย็นเป็นน้ำแข็ง; (of road) การมีน้ำแข็งจับ

icing /ˈaɪsɪŋ/ˈไอซิง/ n. Ⓐ no pl. การที่กลายเป็นน้ำแข็ง; (cooling) การทำให้เย็น; (of cake) การเคลือบด้วยน้ำตาลผสมน้ำ; Ⓑ (Cookery: sugar coating) น้ำตาลผสมน้ำใช้เคลือบขนมเค้ก; **[the] ~ on the cake** (fig.) สิ่งเติมแต่งที่ทำให้ ส.น. สมบูรณ์แต่ไม่จำเป็น

ˈicing sugar n. (Brit.) น้ำตาลไอซิ่ง (ท.ศ.) (น้ำตาลผงสำหรับใช้เคลือบขนมเค้ก)

icon /ˈaɪkɒn/ˈไอคอน/ n. Ⓐ (statue) รูปปั้น หรือ รูปแกะสลัก, สัญรูป (ร.บ.); Ⓑ (Orthodox Ch.) ภาพวาดหรือลวดลายแกะสลักรูปพระเยซูคริสต์หรือผู้ที่ควรเคารพบูชาตามโบสถ์ในยุโรปตะวันออก; Ⓒ (Computing) ไอคอน (ท.ศ.), สัญลักษณ์; Ⓓ (representative symbol) สัญลักษณ์ของลัทธิใด ๆ; (Person) บุคคลสำคัญที่เป็นที่นับถือของคนจำนวนมาก

iconoclast /aɪˈkɒnəklæst/ไอˈคอเนอะแคลซทฺ/ n. (lit. or fig.) ผู้ทำลายความเชื่อทางศาสนาของคนหมู่มาก, ผู้ทำลายรูปเคารพบูชา

iconoclastic /aɪkɒnəˈklæstɪk /ไอคอเนอะˈแคลซติค/ adj. (lit. or fig.) ที่ทำลายความเชื่อทางศาสนา หรือ ขนบธรรมเนียมประเพณี

iconography /aɪkəˈnɒgrəfɪ/ไอเคอะˈนอเกรอะฟิ/ n. การศึกษาความหมายของสัญลักษณ์ในรูปภาพ

icterus /ˈɪktərəs/ˈอิคเทอะเริซ/ n. (Med.) โรคดีซ่าน (โรคซึ่งมีสารบิลิรูบินในเลือดสูงกว่าปกติ)

icy /ˈaɪsɪ/ˈไอซิ/ adj. Ⓐ (ทะเลสาบ, ถนน, ทิวทัศน์) มีน้ำแข็งปกคลุม; **in ~ conditions** ในสภาพที่มีน้ำแข็ง; Ⓑ (very cold) หนาวจัด, หนาวเหมือนน้ำแข็ง; (fig.) (พฤติกรรม, น้ำเสียง) เย็นชาและไม่เป็นมิตร

id /ˈɪd/ˈอิด/ n. (Psych.) ส่วนของบุคลิกภาพ ที่อยู่ในจิตใต้สำนึก

I'd /aɪd/อายดฺ/ Ⓐ = I had; Ⓑ = I would

ID /aɪˈdiː/ไอˈดี/ n. **ID card/disc/plate** etc. ➡ identification C; **have you [got] some or any ID?** คุณมีหลักฐานแสดงตนบ้างไหม

idea /aɪˈdɪə/ไอˈเดีย/ n. Ⓐ (conception) ความคิด, ความเห็น, มโนคติ (ร.บ.); **arrive at an ~:** เกิดความคิด; **get one's or the ~ from sth.** ได้ความคิดมาจาก ส.น.; **the ~ of going abroad** การคิดที่จะไปต่างประเทศ; **have a good ~ of sth.** เข้าใจ/รู้เรื่องเกี่ยวกับ ส.น. อย่างดี; **give/get some ~ of sth.** ให้/ได้ความคิดเห็นบางประการเกี่ยวกับ ส.น.; **get the ~ [of sth.]** เข้าใจว่า [ส.น.] เป็นอย่างไร; **be getting the ~ quickly** เข้าใจ ส.น. ได้เร็ว หรือ เรียนรู้ ส.น. ได้ไว; **sb.'s ~ of sth.** (coll.) ความคิดของ ค.น. เกี่ยวกับ ส.น.; **not my ~ of ...** (coll.) ไม่เป็นไปตามความต้องการของฉันเกี่ยวกับ...; **he has no ~** (coll.) เขาไม่รู้อะไรเสียเลย, เขาไม่รู้เรื่องเลย; Ⓑ (mental picture) ความคิด, ความรู้สึก, มโนคติ; **what gave you 'that ~?** อะไรทำให้คุณคิดอย่างนั้นขึ้น; **get the ~ that ...:** เกิดความคิดว่า...; **I don't want her to get the ~ that ...:** ฉันไม่ต้องการให้เธอคิดว่า...; **he's got the ~ that ...:**

451 ideal | idolatrous

เขาคิดว่า...; **get** *or* **have ~s** *(coll.) (be rebellious)* มีความคิดที่ขัดแย้ง; *(be ambitious)* มีความคิดทะเยอทะยาน; **put ~s into sb.'s head** ชักจูงให้ *ค.น.* เกิดความคิดทะเยอทะยาน; Ⓒ *(vague notion)* ความคิดเห็นคร่าว ๆ; **have you any ~ [of] how ...?** คุณพอจะมีความคิดเห็นคร่าว ๆ ไหมว่า...เป็นอย่างไร; **have no ~ [of] where ...:** คิดไม่ออกเลยว่า... ที่ไหน; **you can have no ~ [of] how ...:** คุณไม่มีทางทราบว่า... อย่างไร; **not have the remotest** *or* **slightest** *or* **faintest** *or (coll.)* **foggiest ~:** ไม่รู้เลยแม้แต่น้อย, ไม่มีความเห็นเลยแม้แต่น้อย; **I suddenly had the ~ that ...:** อยู่ ๆ ฉันก็เกิดนึกขึ้นมาได้ว่า...; **I've an ~ that ...:** ฉันมีความคิดว่า...; **the ~ of his having committed a murder** การคิดที่ว่าเขาเป็นผู้ประกอบอาชญากรรม; **the [very] ~!, what an ~!** *(coll.)* คิดอะไรแบบนั้น; Ⓓ *(way of thinking)* วิธีคิด; Ⓔ *(plan)* โครงการ, แผน; **man of ~s** ผู้ชายช่างคิด; คนเจ้าแผนการ; **have you any ~s for the future?** คุณวางแผนสำหรับอนาคตบ้างไหม; **be full of good/new ~s** เต็มไปด้วยแผนการดี ๆ/ใหม่ ๆ; **good ~!** เป็นความคิดที่ดี; **'that's an ~** *(coll.)* นั่นเป็นความคิดที่ดี; **that gives me an ~:** สิ่งนั้นทำให้ฉันเกิดความคิด; **the ~ was that ...:** แผนมีอยู่ว่า...; **have big ~s** คิดการเรื่องใหญ่เรื่องโต; **what's the big ~?** *(iron.)* ทำ/คิดอะไรเสียใหญ่โต; Ⓕ *(archetype)* แกนหลักของเรื่อง; *(Platonic Philos.)* ตัวแบบที่ดำรงอยู่เป็นนิรันดร์และเป็นต้นแบบของสรรพสิ่ง

ideal /aɪˈdiːəl/ไอ'ดีเอิล/ ❶ *adj.* Ⓐ ดีเลิศ, วิเศษ; *(โลก, ความสุข)* ที่สมบูรณ์แบบ; Ⓑ *(embodying an idea, existing only in idea)* เป็นอุดมคติ; Ⓒ *(visionary)* ที่อยู่แต่ในมโนภาพ, ขึ้นอยู่กับความคิดเห็น ❷ *n.* Ⓐ *(perfect type)* สิ่งสมบูรณ์แบบ; Ⓑ *(standard for imitation)* เยี่ยงอย่างที่ควรทำตาม, แม่แบบ

ideal 'gas *n. (Phys.)* ก๊าซอุดมคติ *(ประกอบด้วยโมเลกุลที่ไม่ดึงดูดกันและอยู่ภายใต้กฎง่าย ๆ)*

idealise ➡ **idealize**

idealism /aɪˈdɪəlɪzm/ไอ'เดียลิซ'ม/ *n., no pl.* Ⓐ อุดมคตินิยม, หลักปฏิบัติในการตัดสินที่พิจารณาจากแม่แบบในอุดมคติ; Ⓑ *(representation of things in idealized form)* การแสดงปรากฏรูปอันสมบูรณ์; *(Philosophy)* จิตนิยม *(ร.บ.)*, อุดมคตินิยม *(ร.บ.)*

idealist /aɪˈdɪəlɪst/ไอ'เดียลิซท/ *n.* นักอุดมคตินิยม, ผู้ยึดมั่นในอุดมคติ

idealistic /aɪdɪəˈlɪstɪk/ไอเดีย'ลิซติค/ *adj.* ที่ยึดมั่นในอุดมคติ; **~ young people** หนุ่มสาวที่ยึดมั่นในอุดมคติ

idealize /aɪˈdɪəlaɪz/ไอ'เดียลายซ/ *v.t.* Ⓐ *(exalt)* ยกย่องว่าดีเยี่ยม; Ⓑ *(represent in ideal form)* แสดงในรูปแบบของอุดมคติ

ideally /aɪˈdɪəlɪ/ไอ'เดียลิ/ *adv.* อย่างดีที่สุด, อย่างเหมาะสมที่สุด; **~, the work should be finished in two weeks** ถ้าจะให้ดีที่สุดงานนี้ควรจะเสร็จในสองสัปดาห์

idée fixe /iːdeɪ ˈfiːks/อีเด 'ฟีคซ/ *n., pl.* **idées fixes** /iːdeɪ ˈfiːks/อีเด 'ฟีคซ/ ความคิดที่ครอบงำ, อุปาทานที่ยึดมั่น

identical /aɪˈdentɪkl/ไอ'เด็นทิค'ล/ *adj.* Ⓐ อย่างเดียวกัน; **the ~ species** ชนิดเดียวกัน; **he is the ~ convict who ...:** เขาเป็นผู้ต้องโทษคนเดียวกับที่...; Ⓑ *(agreeing in every detail)* เหมือนกันทุกประการ; **be ~:** ละม้ายคล้ายคลึง; **~ twins** แฝดเหมือนที่เกิดจากไข่ใบเดียวกันแยกตัวเป็นสอง

identically /aɪˈdentɪkəlɪ/ไอ'เด็นทิเคอะลิ/ *adv.* แบบเดียวกัน, อย่างที่เหมือนกัน

identifiable /aɪˈdentɪfaɪəbl/ไอ'เด็นทิไฟเออะบ'ล/ *adj. (โรค)* พิสูจน์ได้; *(สัตว์, พืช)* ระบุลักษณะได้; *(ผู้ต้องหา)* ที่ชี้ตัวได้

identification /aɪdentɪfɪˈkeɪʃn/ไอเด็นทิฟิ'เคช'น/ *n.* Ⓐ *(treating as identical)* การพิสูจน์ว่าเป็นสิ่งเดียวกัน; Ⓑ *(association)* การเห็นเป็นกลุ่มเดียวกัน; Ⓒ *(determination of identity) (of person)* การชี้ตัว, การระบุลักษณะประจำตัวหรือเอกลักษณ์ของบุคคล; การชี้รูปพรรณ *(ร.บ.)*; *(of plants or animals)* การระบุลักษณะ; **means of ~:** เครื่องพิสูจน์ *หรือ* วิธีระบุลักษณะประจำตัว; **have you any means of ~?** คุณมีหลักฐานประจำตัวไหม; **~ card** บัตรประจำตัวประชาชน; **~ disc** แผ่นแสดงหลักฐานประจำตัว; **~ plate** ป้ายแสดงหลักฐานประจำตัว; **~ badge** ป้ายชื่อแสดงสิทธิในองค์กร

identifi'cation parade *n. (Brit.)* การนำคนหลาย ๆ คนมารวมกันเพื่อให้พยานชี้ตัวผู้ต้องสงสัยที่อยู่ในกลุ่ม

identify /aɪˈdentɪfaɪ/ไอ'เด็นเทอะฟาย/ ❶ *v.t.* Ⓐ *(treat as identical)* ถือว่าเหมือนกัน **(with** กับ**)**; Ⓑ *(associate)* รวมอยู่ **(with** กับ**)**; นำไปโยง **(with** กับ**)**; **Guy Fawkes will always be identified with the Gunpowder Plot** ชื่อกายฟอกส์ จะถูกโยงกับแผนการระเบิดรัฐสภาอังกฤษตลอด; Ⓒ *(recognize)* รู้จัก, ระบุลักษณะ *(พืช, สัตว์)*; Ⓓ *(establish)* กำหนด *(บุคลิก)* ❷ *v.i.* **~ with sb.** รู้สึกว่ามีลักษณะคล้าย *ค.น.*

Identikit ® /aɪˈdentɪkɪt/ไอ'เด็นทิคิท/ *n.* ภาพของอาชญากรที่ร่างขึ้นตามคำบอกเล่าของพยาน

identity /aɪˈdentətɪ/ไอ'เด็นเทอะทิ/ *n.* Ⓐ *(sameness)* ลักษณะที่แสดงถึงความเป็นอย่างเดียวกัน; Ⓑ *(individuality, being specified person)* เอกลักษณ์, ลักษณะเฉพาะตัว, รูปพรรณ; **proof of ~:** การพิสูจน์รูปพรรณ; **[case of] mistaken ~:** [เหตุการณ์ที่] จับคนผิด; Ⓒ *(Math.)* เอกลักษณ์; Ⓓ **~ card/disc/plate** *etc.* ➡ **identification** C

identity: ~ crisis *n.* ช่วงแห่งความไม่เชื่อมั่นในตัวเอง *หรือ* วิกฤติการณ์ซึ่งไม่รู้ว่าตนต้องการอะไร; **~ parade** ➡ **identification parade**

ideogram /ˈɪdɪəgræm/'อิดเดียแกรม/, **ideograph** /ˈɪdɪəgrɑːf, US -græf/'อิดเดียกราฟ, -แกรฟ/ *ns.* ตัวอักษรจีน, ภาพหรือสัญลักษณ์ที่ใช้แสดงความหมาย

ideological /aɪdɪəˈlɒdʒɪkl/ไอเดีย'ลอจิค'ล/ *adj.*, **ideologically** /aɪdɪəˈlɒdʒɪklɪ/ไอเดีย'ลอจิคลิ/ *adv.* เกี่ยวกับระบบความคิด ความเชื่อเกี่ยวกับคตินิยม

ideologue /ˈaɪdɪəlɒg, ˈɪdɪəlɒg/'ไอเดียลอก, 'อิเดียลอก/ *n.* นักทฤษฎี, ผู้สนับสนุนหรือยึดถือทฤษฎีทางเศรษฐกิจและการเมืองอย่างใดอย่างหนึ่ง

ideology /aɪdɪˈɒlədʒɪ/ไอดิ'ออเลอะจิ/ *n.* อุดมการณ์, คตินิยม *(ร.บ.)*

ides /aɪdz/อายดซ/ *n. pl.* *วันที่ 15 ของเดือนมีนาคม พฤษภาคม กรกฎาคม ตุลาคม และวันที่ 13 ของเดือนอื่น ๆ ในปฏิทินโรมันโบราณ*

idiocy /ˈɪdɪəsɪ/'อิดเดียซิ/ *n.* Ⓐ *(foolishness)* ความโง่เขลา, จิตทราม; Ⓑ *no pl. (Med.)* ภาวะปัญญาอ่อนในระดับที่เรียกว่าไร้ปัญญาโดยสิ้นเชิง

idiolect /ˈɪdɪəlekt/'อิดเดียเล็คท/ *n. (Ling.)* รูปแบบภาษาเฉพาะคน

idiom /ˈɪdɪəm/'อิดเดียม/ *n.* Ⓐ *(set phrase)* สำนวนภาษาที่มีความหมายเฉพาะ *(จะตีความหมายของคำตรงตัวไม่ได้)*; Ⓑ *(expression peculiar to a group)* สำนวนเฉพาะกลุ่ม; *(expression peculiar to a person)* สำนวนเฉพาะบุคคล; **the legal ~:** ภาษากฎหมาย; Ⓒ *(national language)* ภาษาประจำชาติ; Ⓓ *(style of artistic expression)* สำนวนโวหารที่เป็นแบบเฉพาะ; **the New Orleans ~:** สำนวนโวหารแบบนิวออร์ลีนส์

idiomatic /ɪdɪəˈmætɪk/อิเดีย'แมทิค/ *adj.*, **idiomatically** /ɪdɪəˈmætɪkəlɪ/อิเดีย'แมทิเคอะลิ/ *adv.* ตามแบบสำนวนภาษาใดภาษาหนึ่ง

idiosyncrasy /ɪdɪəˈsɪŋkrəsɪ/อิเดีย'ซิงเครอะซิ/ *n.* Ⓐ *(mental constitution)* ลักษณะทางจิตเฉพาะ; Ⓑ *(view, behaviour)* ทัศนะที่แปลกประหลาด, เฉพาะตัว

idiosyncratic /ɪdɪəsɪŋˈkrætɪk/อิเดียซิง'แครทิค/ *adj.*, **idiosyncratically** /ɪdɪəsɪŋˈkrætɪkəlɪ/อิเดียซิง'แครทิเคอะลิ/ *adv.* ตามทัศนะ *หรือ* นิสัยที่แปลกเฉพาะ

idiot /ˈɪdɪət/'อิดเดียท/ *n.* Ⓐ *(coll.: fool)* คนโง่; Ⓑ *(Med.)* คนปัญญาอ่อน *(ที่มีการพัฒนาทางจิตไม่เกินเด็กปกติสามขวบ)*

idiotic /ɪdɪˈɒtɪk/อิดิ'ออทิค/ *adj.* โง่เขลา, เบาปัญญา; **what an ~ thing to do/say** โง่เขลาเหลือเกินที่ทำ/พูดไปเช่นนั้น

idiotically /ɪdɪˈɒtɪklɪ/อิดิ'ออทิคลิ/ *adv.* อย่างโง่เขลา, อย่างเบาปัญญา

idle /ˈaɪdl/'เอด'ล/ ❶ *adj.* Ⓐ *(lazy)* เกียจคร้าน; Ⓑ *(not in use)* อยู่เฉย ๆ, ไม่ได้ใช้งาน; **be** *or* **stand ~** *(เครื่องจักร, โรงงาน)* นิ่งเฉยไม่ได้ใช้งาน; ➡ + ²**lie** 2 B; Ⓒ *(having no special purpose) (ความอยากรู้)* เฉย ๆ; *(การคุยเรื่อยเปื่อย)* โดยไร้จุดมุ่งหมาย; Ⓓ *(groundless) (ข่าวลือ)* ที่ไม่มีมูล; *(การสงสัย)* ที่ไร้หลักฐาน; **no ~ jest** ไม่ได้แค่ล้อเล่น; **no ~ boast** *or* **jest** *(iron.)* ไม่ใช่แค่การอวดโอ่เล่น ๆ; Ⓔ *(ineffective) (การอภิปราย)* ไม่มีผล; *(การค้นหา)* ไร้ประสิทธิภาพ; *(คำขู่/คำสัญญา)* ที่ไม่มีประโยชน์; Ⓕ *(unoccupied) (เวลา, ชั่วโมง)* ว่าง; **Satan** *or* **the devil finds** *or* **makes work for ~ hands [to do]** *(prov.)* การอยู่ว่างจะทำให้เสียคน; Ⓖ *(unemployed)* ว่างงาน, ตกงาน; **be made idle** *(คนงาน)* ตกงาน; **be ~ for an hour** ไม่มีอะไรทำระหว่างหนึ่งชั่วโมง *หรือ* มีเวลาว่างหนึ่งชั่วโมง ❷ *v.i.* Ⓐ อยู่เฉย ๆ, ไม่ทำอะไร; Ⓑ *(Motor)* เดินเบา

~ a'way *v.t.* เสีย *(เวลา)* เปล่า ๆ, ไม่ทำอะไร

idleness /ˈaɪdlnɪs/'ไอด'ลนิซ/ *n., no pl.* *(being unoccupied)* ความอยู่เฉย ๆ; *(avoidance of work)* การเลี่ยงงาน

idler /ˈaɪdlə(r)/'ไอดเลอะ(ร)/ *n.* คนที่เกียจคร้านโดยนิสัย

idly /ˈaɪdlɪ/'ไอดลิ/ *adv.* Ⓐ *(carelessly)* อย่างสะเพร่า, อย่างไม่รอบคอบ; Ⓑ *(inactively)* อู้งาน, ไม่ทำอะไรอยู่เฉย ๆ; **stand ~ by while ...** *(fig.)* ยืนอยู่เฉย ๆ ในขณะที่...; Ⓒ *(indolently)* อย่างเกียจคร้าน; **spend one's time ~:** ใช้เวลาอย่างเกียจคร้าน

idol /ˈaɪdl/'อายด'ล/ *n.* Ⓐ *(false god)* พระเจ้าตามสมมติ; *(image of deity)* เทวรูป, รูปเคารพ *(ร.บ.)*; Ⓑ *(person venerated)* บุคคลผู้เป็นที่เคารพนับถือ; *(thing venerated)* สิ่งที่คนเคารพนับถือ

idolater /aɪˈdɒlətə(r)/ไอ'ดอเลอะเทอะ(ร)/ *n.* Ⓐ *(worshipper of idols)* ผู้สักการะรูปบูชา; Ⓑ *(devoted admirer)* ผู้ที่รักใคร่ชื่นชม *ส.น.*/*ค.น.* อย่างหลงใหล

idolatrous /aɪˈdɒlətrəs/ไอ'ดอเลอะเทริซ/ *adj.* เกี่ยวกับการสักการะบูชา

i

idolatry /aɪˈdɒlətrɪ/ไอ'เดลอะทริ/ *n.* Ⓐ *(worship of false gods)* การสักการะบูชาพระเจ้าที่สมมติขึ้น/สิ่งของ/บุคคลที่สมมติว่าเป็นเสมือนกับพระเจ้า; Ⓑ *(veneration of person or thing)* การเคารพสักการะคน รูปบูชา หรือสิ่งของอื่น

idolize (idolise) /ˈaɪdəlaɪz/ไอเดอะลายซฺ/ *v.t.* Ⓐ *(make an idol of)* ทำให้ *(บุคคล, สิ่งของ)* เป็นที่เคารพบูชา; Ⓑ *(fig.: venerate)* เคารพบูชา, ยกย่อง

idyll (idyl) /ˈɪdɪl, US ˈaɪdl/'อิดดิล, 'ไอด'ล/ *n.* Ⓐ *(description of scene)* *บทพรรณนาสั้น ๆ เกี่ยวกับความงามของภูมิประเทศ;* **prose ~:** บทพรรณนาความงามของภูมิประเทศในร้อยแก้ว; Ⓑ *(episode)* เรื่องราวที่เหมาะกับการพรรณนาดังกล่าว

idyllic /ɪˈdɪlɪk, US aɪˈd-/อิ'ดิลลิค, ไอ'ด-/ *adj.* งดงามและสงบสุข

i.e. /aɪˈiː/ไอ'อี/ *abbr.* **that is** คือ, ได้แก่

if /ˈɪf/'อิฟ/ ❶ *conj.* Ⓐ ถ้า, หากว่า; **~ anyone should ask ...:** ถ้าใครเกิดถาม...; **~ you were a bird ...:** ถ้าคุณเป็นนก...; **~ you would lend me some money ...:** ถ้าคุณจะกรุณาให้ฉันยืมเงินบ้าง...; **~ I knew what to do ...:** หากฉันทราบว่าจะทำอะไรละก็...; **~ I were you** ถ้าฉันเป็นคุณละก็; **~ and when ...:** ถ้าหากว่าถึงเวลานั้น...; **write down the items you wish to buy, ~ any** ถ้ามีอะไรอยากจะซื้อก็เขียนลงไปเลย; **better, ~ anything** อย่างนี้คงดีกว่า; **tell me what I can do to help, ~ anything** ถ้ามีอะไรที่ฉันพอจะช่วยได้บ้าง ก็ช่วยบอกด้วย; **~ so/not** ถ้าเช่นนั้น/ถ้าไม่เช่นนั้น; **~ then/that/at all** ถ้าเป็นดังนั้นแล้ว/หากว่า/ถ้าจะ...; **~ only for today** แม้ว่าแค่วันนี้เท่านั้น; **~ only because/to ...:** เพียงเพราะว่า/เพื่อให้...; **as ~:** ราวกับว่า, ประหนึ่งว่า; **he nodded, as ~ to say ...:** เขาผงกศีรษะราวกับจะพูดว่า...; **as ~ you didn't know!** ทำราวกับคุณไม่รู้; **it isn't** *or* **it's not as ~ we were** *or (coll.)* **we're rich** มิใช่ประหนึ่งว่าเรารวย; Ⓑ *(whenever)* เมื่อใด; **~ metal gets hot it expands** เมื่อโลหะร้อนขึ้นจะขยายตัว; Ⓒ *(whether)* หรือไม่; Ⓓ *in excl. of wish* **~ I only knew, ~ only I knew!** ขอแต่ให้ฉันได้ทราบเท่านั้น; ถ้าหากฉันได้รู้ละก็; **~ only he arrives in time!** ขอแต่ให้เขามาทันเวลาเท่านั้น; **~ only you could** *or* **~ you could only have seen it** ขอให้คุณได้เห็นเท่านั้น; Ⓔ *expr. surprise etc.* **~ it isn't Ronnie!** นั่นมันรอนนี่; **and ~ he didn't try to knock me down!** เชื่อไหมเขาพยายามจะทำให้ฉันล้มลง; Ⓕ *in polite request* **~ you will wait a moment** ถ้าคุณจะกรุณารอสักครู่; **~ you wouldn't mind holding the door open** ถ้าคุณจะกรุณาจับประตูเปิดไว้ให้ด้วย; Ⓖ *(though)* แม้ว่า, ถึงแม้ว่า; **~ I'm mistaken, you're mistaken too** ถึงแม้ว่าฉันเข้าใจผิด คุณก็เข้าใจผิดด้วย; **even ~ he did say that, ...:** ถึงแม้ว่าเขาพูดไปอย่างนั้นแล้ว..; Ⓗ *(despite being)* ถึงแม้ว่า; **likeable, ~ somewhat rough** น่ารักดี แม้ว่าจะหยาบกระด้าง
❷ *n.* ข้อแม้, เงื่อนไข; **ifs and buts** ข้อแม้และข้อโต้แย้งต่าง ๆ

iffish /ˈɪfɪʃ/'อิฟฟิช/, **iffy** /ˈɪfɪ/'อิฟฟิ/ *adjs. coll.* ไม่แน่นอน, เป็นที่น่าสงสัย

igloo /ˈɪgluː/'อิกกลู/ *n.* บ้านน้ำแข็งของชาวเอสกิโม

igneous /ˈɪgnɪəs/'อิกเนียซ/ *adj.* **~ rock** *(Geol.)* หินอัคนี

ignite /ɪgˈnaɪt/อิก'ไนท/ ❶ *v.t.* Ⓐ จุดไฟ; Ⓑ *(Chem.: heat)* เผาให้ร้อนถึงจุดสันดาป
❷ *v.i.* ติดไฟ

ignition /ɪgˈnɪʃn/อิก'นิช'น/ *n.* Ⓐ *(igniting)* การจุดไฟ; *(being ignited)* การติดไฟ; **we have ~:** เราจุดไฟแล้ว; Ⓑ *(Motor Veh.)* การติดเครื่อง

ignition: ~ key *n. (Motor Veh.)* กุญแจสตาร์ทรถ; **~ system** *n. (Motor Veh.)* ระบบจุดระเบิด

ignoble /ɪgˈnəʊbl/อิก'โนบ'ล/ *adj.* เลวทราม, ต่ำช้า, ชื่อเสียงไม่ดี

ignominious /ɪgnəˈmɪnɪəs/อิกเนอะ'มินเนียซ/ *adj.* Ⓐ ไร้ศีลธรรม; Ⓑ *(humiliating)* น่าอาย, ไร้เกียรติ

ignominiously /ɪgnəˈmɪnɪəslɪ/อิกเนอะ'มินเนียซลิ/ *adv. (in a humiliating manner)* อย่างน่าอาย, อย่างไร้เกียรติ

ignominy /ˈɪgnəmɪnɪ/'อิกเนอะมินิ/ *n.* ความเสียเกียรติ, ความเสื่อมเสียชื่อเสียงเกียรติยศ

ignoramus /ɪgnəˈreɪməs/อิกเนอะ'เรเมิซ/ *n.* คนโง่เขลา

ignorance /ˈɪgnərəns/'อิกเนอะเรินซฺ/ *n., no pl.* ความโง่เขลา, ความไม่รู้; **keep sb. in ~ of sth.** ปล่อยให้ *ค.น.* ไม่รู้เรื่อง *ส.น.*; **~ is bliss** ไม่รู้เสียได้ก็สบายใจดี; **his ~ of physics** ความที่เขาไม่มีความรู้ในวิชาฟิสิกส์; *(Buddhism)* อวิชชา *(ร.บ.)*

ignorant /ˈɪgnərənt/'อิกเนอะเรินทฺ/ *adj.* Ⓐ *(lacking knowledge)* ไม่มีความรู้; Ⓑ *(behaving in uncouth manner)* ที่มารยาทไม่ดี, ไม่สุภาพ; Ⓒ *(uninformed)* ไม่รู้, โง่เขลา; **be ~ of sth.** ไม่รู้ *ส.น. หรือ* ไม่รู้เรื่องเกี่ยวกับ *ส.น.*; **remain ~ of sth.** ไม่รู้ *ส.น.* โดยตลอด; **be ~ in** *or* **of mathematics** อ่อนวิชาคณิตศาสตร์

ignorantly /ˈɪgnərəntlɪ/'อิกเนอะเรินทลิ/ *adv.* อย่างโง่เขลา; **behave ~:** ประพฤติตัวอย่างโง่เขลา

ignore /ɪgˈnɔː(r)/อิก'นอ(ร)/ *v.t.* ทำเป็นไม่รู้ไม่เห็น; ทำไม่ได้ยิน *(คำถาม, คำพูด)*; ไม่ทำตาม *(คำสั่ง, คำแนะนำ)*; ไม่ใส่ใจ; **he ~d me in the street** เขาทำเป็นไม่รู้จักฉันเมื่อพบกันตามถนน; **I shall ~ that remark!** ฉันจะทำเป็นไม่ได้ยินคำพูดนั้น

iguana /ɪgˈwɑːnə/อิก'วาเนอะ/ *n. (Zool.)* อีกัวนา *(ท.ศ.)* สัตว์เลื้อยคลานประเภทกิ้งก่า

ikon ➡ **icon**

Iliad /ˈɪlɪəd/'อิลเลียด/ *n.* มหากาพย์อิลเลียดของนักประพันธ์ของกรีกชื่อโฮเมอร์

ilk /ɪlk/อิลคฺ/ *n.* Ⓐ *(coll.)* **Bill and [others of] his ~:** บิลล์และ [คนอื่น ๆ] ที่มีพื้นเพเดียวกัน; **... and that ~:** ... และคน/สิ่งแบบนั้น; **he's another of the same ~:** เขาเป็นอีกคนหนึ่งที่มาจากพื้นเพเดียวกัน; **people of that ~:** คนพรรณนั้น; Ⓑ **of that ~** *(Scot.)* จากสกุลนั้น

ill /ɪl/'อิล/ ❶ *adj.*, **worse** /wɜːs/เวิซ/, **worst** /wɜːst/เวิซท/ Ⓐ ➤ **453** *(sick)* ป่วย, เจ็บ, ไม่สบาย; **be ~ with flu** ป่วยเป็นไข้หวัดใหญ่; **be ~ with worry** กังวลใจจนล้มเจ็บ; Ⓑ *(morally bad) (ชื่อเสียง)* ไม่ดี, ผิดศีลธรรม; ➡ **+ fame;** Ⓒ *(hostile) (ความอื้อฉาว)* ที่ใส่ร้าย; เจตนาร้าย; *(อารมณ์)* ร้าย; Ⓓ *(harmful)* **~ effects** ผลร้าย; **do an ~ turn to sb.** การทำร้ายต่อ *ค.น.*; Ⓔ *(unfavourable)* ร้าย, ไม่เป็นที่พึงปรารถนา; **~ fate** *or* **fortune** *or* **luck** เคราะห์ร้าย, โชคร้าย; **it's an ~ wind that blows nobody [any] good** *(prov.)* สิ่ง/เรื่องเลวร้ายกับคนหนึ่งอาจนำโชคให้อีกคนหนึ่ง; **as ~ luck would have it** บังเอิญเป็นเคราะห์ร้าย; Ⓕ *(improper) (การประพฤติ)* ไม่สมควร, ไม่ถูกต้อง
❷ *n.* Ⓐ *(evil)* ความเลว, ความชั่ว; **for good or ~:** อย่างไรก็ตาม, อะไรจะเกิดก็เกิด; **through good and ~:** ทั้งทุกข์และสุข; Ⓑ *(harm)* สิ่งที่ให้ร้าย, สิ่งเลวร้าย; **wish sb. ~:** ประสงค์ร้ายต่อ *ค.น.*; **speak ~ of sb./sth.** พูดถึง *ค.น./ส.น.* ในแง่ร้าย; **let's not speak ~ of the dead** อย่าพูดถึงผู้ตายในทางร้ายเลย; Ⓒ *in pl. (misfortunes)* ความโชคร้าย; **the ~s that flesh is heir to** ความโชคร้ายอันเป็นธรรมดาของมนุษย์
❸ *adv.*, **worse, worst** Ⓐ *(badly)* อย่างเลว, อย่างไม่ดี; Ⓑ *(unfavourably)* อย่างไม่พึงปรารถนา; **it goes ~ with sb.** ชีวิตของ *ค.น.* ไม่ค่อยดี; Ⓒ *(imperfectly)* อย่างไม่สมบูรณ์, อย่างไม่เต็มที่; **he can ~ afford it** เขาไม่มีเงินหรือเวลาพอ; **it ~ becomes sb. to do sth.** *ค.น.* ไม่สมควรที่จะทำ *ส.น.*; **~ at ease** ไม่สบายใจ

I'll /aɪl/อายลฺ/ Ⓐ = **I shall;** Ⓑ = **I will**

ill: ~-advised *adj.* ไม่ควร, ไม่สุขุม, ไม่น่าทำ; **be ~-advised** *(บุคคล)* ที่ได้รับการแนะนำไม่ดี; **~-ad'visedly** *adv.* อย่างไม่ควร, อย่างไม่สุขุม; **~-assorted** *adj.* ไปด้วยกันไม่ดี; *(กลุ่มคน, เสื้อผ้า)* ไม่เข้ากัน; **~-behaved** /ˈɪlbɪheɪvd/'อิลบิเฮวดฺ/ *adj.* ➡ **behave 1 A; ~-bred** *adj.* หยาบคาย; *(เด็ก)* ไม่ได้รับการอบรม; **~-conceived** /ˈɪlkənsiːvd/'อิลเคินซีวดฺ/ *adj.* ไม่ได้ไตร่ตรองให้ดี; **~-defined** /ˈɪldɪfaɪnd/'อิลดิฟายนดฺ/ *adj. (กฎหมาย, คดี)* ที่จำกัดความไม่ชัดเจน; *(ความรับผิดชอบ)* ไม่ชัดเจน; **~ disposed** /ˈɪldɪspəʊzd/'อิลดิซโฟซดฺ/ *adj.* ➡ **disposed**

illegal /ɪˈliːgl/อิ'ลีก'ล/ *adj.* ผิดกฎหมาย, นอกกฎหมาย; *(Games, Sport: contrary to rules)* ผิดกฎ, นอกกฎ; **it is ~ to drive a car without a licence** การขับรถยนต์โดยไม่มีใบอนุญาตขับขี่ผิดกฎหมาย

illegality /ɪlɪˈgælɪtɪ/อิลิ'แกลิทิ/ *n.* Ⓐ *no pl.* การผิดกฎหมาย; **be unaware of the ~ of sth.** ไม่รู้ว่า *ส.น.* ผิดกฎหมาย; Ⓑ *(illegal act)* การกระทำที่ผิดกฎหมาย

illegally /ɪˈliːgəlɪ/อิ'ลีเกอะลิ/ *adv.* อย่างผิดกฎหมาย; **bring sth. into the country ~:** ลักลอบนำ *ส.น.* เข้าประเทศอย่างผิดกฎหมาย

illegibility /ɪledʒɪˈbɪlɪtɪ/อิเล็จเจอะ'บิลิทิ/ *n., no pl.* การอ่านไม่ออก *(ของลายมือ)*

illegible /ɪˈledʒɪbl/อิ'เล็จจิบ'ล/ *adj.*, **illegibly** /ɪˈledʒɪblɪ/อิ'เล็จจิบลิ/ *adv.* *(ลายมือ)* ที่อ่านไม่ออก

illegitimacy /ɪlɪˈdʒɪtɪməsɪ/อิลิ'จิททิเมอะซิ/ *n., no pl.* ➡ **illegitimate:** Ⓐ ความเป็นบุตรนอกกฎหมาย; Ⓑ การผิดกฎหมาย, การที่ไม่มีกฎหมายรับรอง; Ⓒ ความไม่ถูกต้อง, ความไม่สมควร

illegitimate /ɪlɪˈdʒɪtɪmət/อิลิ'จิททิเมิท/ *adj.* Ⓐ *(not from wedlock)* นอกสมรส; Ⓑ *(not authorized by law)* นอกกฎหมาย, ผิดกฎหมาย, ไม่สมควร; Ⓒ *(wrongly inferred)* ได้รับการวินิจฉัยผิด ๆ

illegitimately /ɪlɪˈdʒɪtɪmətlɪ/อิลิ'จิททิเมิทลิ/ *adv.* ➡ **illegitimate:** Ⓐ อย่างนอกสมรส; Ⓑ อย่างนอกกฎหมาย, อย่างผิดกฎหมาย; Ⓒ โดยการวินิจฉัยผิด

ill: ~-'fated *adj.* เคราะห์ร้าย, โชคไม่ดี; **~-'favoured** *adj. (unattractive) (บุคคล)* ไม่น่าดู; **~-'feeling** *n.* ความรู้สึกขุ่นข้องหมองใจ, ความรู้สึกโกรธ; **cause ~ feeling** เป็นเหตุให้โกรธ; **no ~ feeling[s]?** ไม่โกรธกันนะ; **~-founded** /ˈɪlfaʊndɪd/'อิลฟาวนฺดิด/ *adj.* *(ทฤษฎี)* ไม่มีเหตุอันสมควร; *(ข่าวลือ)* ที่ไร้

Illnesses, aches and pains (การเจ็บป่วย, อาการปวด)

Injuries (การบาดเจ็บ)

Where does it hurt?
= เจ็บตรงไหน

My right arm is hurting
= แขนข้างขวาของฉันเจ็บ *หรือ* ฉันเจ็บแขนข้างขวา

She has hurt her foot
= เธอเจ็บเท้า

I have sprained my ankle
= ฉันทำข้อเท้าของฉันเคล็ด *หรือ* ข้อเท้าของฉันเคล็ด

He has broken his leg
= เขาทำขาหัก *หรือ* เขาขาหัก

She has a fractured skull/pelvis
= กะโหลก/กระดูกเชิงกรานของเธอร้าว

You've burnt your hand
= คุณทำน้ำร้อนลวกมือ *หรือ* มือของคุณพอง

····➤ The body

Aches and pains (อาการปวด)

I've got toothache/a headache/a stomach ache
ฉันปวดฟัน/ปวดหัว/ปวดท้อง

She has a pain in her knee
= เธอปวดหัวเข่า

something to relieve the pain
= ยาอะไรที่บรรเทาอาการปวด

a stab of pain
= อาการปวดแปลบ

A gnawing pain went right through him
= ความปวดอันรุนแรงเสียดลึกเข้าไปในตัวเขา

Being ill (การไม่สบาย)

I feel ill
= ฉันรู้สึกไม่สบาย

He is ill with flu, He has [got] flu
= เขาป่วยเป็นหวัด *หรือ* เขาเป็นไข้หวัด

He is seriously/terminally ill
= เขาป่วยหนัก/สาหัส

She has caught or ***gone down with a cold***
= เธอติดหวัดมา

You'll catch pneumonia
= คุณมีสิทธิเป็นโรคปอดบวม

They suffer from asthma/bronchitis
= พวกเขาเป็นโรคหืด/หลอดลมอักเสบ

a bout of malaria
= มีอาการไข้จับสั่นกำเริบ

an asthma attack
= เกิดอาการโรคหืดขึ้นมาอย่างปัจจุบันทันด่วน

Illnesses and conditions

More permanent illnesses usually use the word โรค:

He has a heart condition/a stomach complaint
= เขาเป็นโรคหัวใจ/โรคกระเพาะอาหารอักเสบ

But:

a skin complaint
= เป็นผดผื่นคัน

The Thai word ปัญหา is roughly equivalent to the English 'trouble'

heart/stomach trouble
= ปัญหากับหัวใจ/กระเพาะ

She suffers from back trouble
= เธอมักจะเจ็บ/ปวดหลัง

Often the verb เป็น (to be) is used rather than the verb มี (to have):

He has epilepsy
= เขาเป็นลมบ้าหมู

Thai forms words for people with certain illnesses by ผู้ป่วยเป็นโรค....:

people with Aids, Aids sufferers
= ผู้ป่วยโรคเอดส์

a cancer patient or ***victim***
= ผู้ป่วยโรคมะเร็ง, คนเป็นมะเร็ง

Treatment (การรักษา)

She is having or ***receiving treatment [from a specialist]***
= เธอกำลังได้รับการรักษา [จากแพทย์เฉพาะทาง]

He is being treated for cancer/a stomach ulcer
= เขาได้รับการรักษาโรคมะเร็ง/แผลในกระเพาะอาหาร

They treated him for a stomach ulcer, but it turned out that he had cancer
= เขาได้รับการรักษาสำหรับโรคในกระเพาะอาหาร แต่ปรากฏว่า เขาเป็นมะเร็ง

What can I take for hay fever?
= ยาอะไรช่วยรักษาอาการไข้หวัดแดด *หรือ* คุณมียาอะไรบรรเทาแก้อาการหวัดแดดไหม

To be taken three times a day
= กินวันละสามครั้ง

Shake the bottle
= เขย่าขวดก่อนใช้

There is no cure for Aids
= โรคเอดส์ไม่สามารถจะรักษาให้หายได้

I had four operations
= ฉันเคยผ่าตัดมาสี่ครั้ง

Have you been vaccinated against cholera?
= คุณเคยฉีดวัคซีนป้องกันอหิวาตกโรคหรือไม่

She gave me an injection
= เธอฉีดยาให้ฉัน

Recovery (การหายป่วย)

He is getting better or ***is on the mend*** or ***is on the road to recovery***
= เขากำลังดีขึ้น *หรือ* เขามีอาการดีขึ้น

She is much better
= เธอมีอาการดีขึ้นมาก

I am completely cured/fully recovered
= ฉันได้รับการรักษาอย่างสมบูรณ์/หายดีแล้ว *หรือ* ฉันหายดีแล้ว/หายเป็นปกติ

เหตุผล; **be ~-founded** วางรากฐานไว้ไม่ดี; **~-gotten** *adj.* ได้มาอย่างไม่ถูกต้อง *หรือ* ผิดกฎหมาย; **~ 'health** *n.* สุขภาพไม่ดี; **~ humour** *n.* อารมณ์เสีย, ความหงุดหงิด; **~-humoured** /ɪlˈhjuːməd/ˈอิลฮิวเมิด/ *adj.* โกรธง่าย, หงุดหงิด

illicit /ɪˈlɪsɪt/อิˈลิซซิท/ *adj. (การค้าขาย)* ผิดกฎหมาย; *(สินค้า)* ต้องห้าม; *(ตลาด)* มืด; **~ traffic in drugs** การค้ายาเสพติดที่ผิดกฎหมาย

illicitly /ɪ'lɪsɪtlɪ/อิ'ลิซซิทลิ/ *adv.* อย่างผิดกฎหมาย
'ill-informed *adj.* รับข่าวมาอย่างผิด ๆ, ไม่รู้เรื่อง
illiteracy /ɪ'lɪtərəsɪ/อิ'ลิทเทอะเรอะซิ/ *n., no pl.* การไม่รู้หนังสือ, ภาวะที่ไม่รู้หนังสือ
illiterate /ɪ'lɪtərət/อิ'ลิทเทอะเริท/ ❶ *adj.* (A) ไม่รู้หนังสือ, อ่านไม่ออกเขียนไม่ได้, ไม่มีการศึกษา; **he is ~:** เขาไม่รู้หนังสือ; (B) *(showing lack of learning)* ขาดความรู้, ไม่มีความรู้; **musically ~:** ขาดความรู้ทางดนตรี; **he is politically ~:** เขาไม่มีความรู้ทางการเมือง ❷ *n.* คนที่ไม่รู้หนังสือ
ill:~-judged /ɪl'dʒʌdʒd/อิล'จัจดฺ/ *adj.* ตัดสินใจไม่ดี, พิจารณาผิด ๆ; *(rash)* ไม่รอบคอบ, หุนหันพลันแล่น; **~-mannered** /ɪl'mænəd/อิล'แมเนิด/ *adj.* มารยาทไม่ดี, หยาบคาย; **an ~-mannered fellow** คนหยาบคาย; **~-matched** *adj.* ไม่คู่ควร, ไม่เท่าเทียม; **~-natured** /ɪl'neɪtʃəd/อิล'เนเฉิด/ *adj.* โมโหร้าย, ใจร้าย; **~-naturedly** /ɪl'neɪtʃədlɪ/อิล'เนเฉิดลิ/ *adv.* อย่างใจร้าย
illness /ɪlnɪs/อิลนิซ/ *n.* ➤ **453** (A) *(a disease)* โรค; **children's ~:** โรคของเด็ก; (B) *no pl.* ความเจ็บป่วย; **because of ~:** เนื่องมาจากความเจ็บป่วย
illogical /ɪ'lɒdʒɪkl/อิ'ลอจิค'ล/ *adj.* ปราศจากเหตุผล, ไร้เหตุผล, ไม่เป็นเหตุเป็นผลแก่กัน
illogicality /ɪlɒdʒɪ'kælɪtɪ/อิลอจิ'แคลิทิ/ *n.* (A) *no pl.* ความไร้เหตุผล; (B) *(illogical thing)* สิ่งที่ขาดเหตุผล
illogically /ɪ'lɒdʒɪkəlɪ/อิ'ลอจิเคอะลิ/ *adv.* อย่างไร้เหตุผล
ill: ~-omened /ɪl'əʊmənd/อิล'โอเมินดฺ/ *adj.* มีลางร้าย, เป็นลางร้าย; **~-starred** /'ɪlstɑ:d/'อิล'ซตาด/ *adj. (ความรัก)* ที่เคราะห์ร้าย, ชะตาร้าย; **the trip was ~-starred** การเดินทางที่โชคร้าย; **~ 'temper** ➡ **ill humour**; **~-tempered** /ɪl'tempəd/อิล'เท็มเพิด/ ➡ **ill-humoured**; **~-timed** /ɪl'taɪmd/อิล'ทายมดฺ/ *adj.* ผิดกาลเทศะ, ผิดจังหวะ; **~-'treat** *v.t.* กดขี่, ข่มเหง *(สิ่งมีชีวิต)*; **~-'treatment** *n., no pl. (of living thing)* การกดขี่, การข่มเหง; *(of object)* การใช้อย่างไม่ระวัง; **suffer/receive ~-treatment** ได้รับการปฏิบัติที่ไม่ถูกต้อง
illuminate /ɪ'lju:mɪneɪt/อิ'ลูมิเนท/ *v.t.* (A) *(light up)* จุดไฟให้สว่าง, ให้ความสว่าง (B) *(give enlightenment to)* ให้ความสว่างทางปัญญา, ให้ความรู้; (C) *(help to explain)* ช่วยทำให้กระจ่าง, อธิบาย; **~ a period of history** ทำให้ประวัติศาสตร์ตอนนั้นกระจ่างขึ้น; (D) *(decorate with lights)* ประดับด้วยแสงไฟ; **~d advertisements** ป้ายโฆษณาที่มีไฟส่องจากข้างใน; (E) *(decorate with colours)* เติมสีสัน *(ในงานเขียนสมัยโบราณ)*; **~d initial letters** อักษรต้นคำที่มีสีสัน
illuminating /ɪ'lju:mɪneɪtɪŋ/อิ'ลูมิเนทิง/ *adj.* ที่ให้ความรู้; ที่ประเทืองปัญญา
illumination /ɪlju:mɪ'neɪʃn/อิลูมิ'เนช'น/ *n.* (A) *(lighting)* การทำให้สว่าง, การติดไฟ; (B) *(enlightenment)* ความสว่างทางปัญญา, ความรู้แจ้ง; (C) *(decorative lights) often in pl.* **~[s]** การประดับประดาด้วยแสงไฟ; (D) *(of manuscript)* การตกแต่งด้วยภาพเขียนสีในหนังสือโบราณ
illumine /ɪ'lju:mɪn/อิ'ลูมิน/ *v.t. (literary)* (A) *(light up)* ติดไฟ, จุดไฟให้สว่าง; (B) *(enlighten)* ทำให้รู้แจ้ง, ประเทืองปัญญา
ill-use ❶ /ɪl'ju:z/อิล'ยูซ/ *v.t.* ➡ **ill-treat** ❷ /ɪl'ju:s/อิล'ยูซ/ *n.* ➡ **ill-treatment**

illusion /ɪ'lju:ʒn/อิ'ลูฌ'น/ *n.* (A) *(false sense-perception)* มายา, สิ่งลวง, การลวงตา, ภาพมายา; **have the ~ of seeing sth.** เกิดเห็น *ส.น.* เป็นภาพลวงตา; คิดว่าเห็น *ส.น.*; **the ointment produces an ~ of warmth** ครีมทาผิวทำให้รู้สึกว่าอบอุ่น; (B) *(deception)* การหลอกลวง; *(misapprehension)* ความเข้าใจผิด; **be under an ~:** เข้าใจผิด; **be under the ~ that ...:** เข้าใจผิดว่า...; **have no ~s about sb./sth.** มองเห็น *ค.น./ส.น.* อย่างแจ่มชัด
illusionist /ɪ'lu:ʒənɪst/อิ'ลูเฌอะนิซทฺ/ ➡ **conjurer**
illusory /ɪ'lu:sərɪ/อิ'ลูเซอะริ/ *adj.* (A) *(deceptive)* ที่ลวงตา; ที่หลอกลวง; (B) *(of the nature of an illusion)* มีลักษณะลวงตา; *(ความคิด)* ไม่จริง
illustrate /'ɪləstreɪt/'อิลเลอะซเตรฺท/ *v.t.* (A) *(serve as example of)* ใช้ภาพแสดง, ใช้เป็นตัวอย่าง; (B) *(elucidate by pictures)* อธิบายโดยภาพ, มีภาพประกอบ; (C) *(explain)* อธิบาย; *(make clear by examples)* ทำให้กระจ่างโดยใช้ตัวอย่าง; (D) *(ornament)* ประดับ, ตกแต่ง *(ด้วยภาพประกอบ)*
illustration /ɪlə'streɪʃn/อิเลอะ'ซเตรฺช'น/ *n.* (A) *(example)* ตัวอย่าง; *(drawing)* ภาพเขียน; (B) *(picture)* ภาพประกอบ, นิทัศน์ *(ร.บ.)*; (C) *no pl. (with example)* การยกตัวอย่าง; *(with picture)* การมีภาพประกอบ; **by way of ~:** เพื่ออธิบาย
illustrative /'ɪləstrətɪv, US ɪ'lʌs-/'อิลเลอะซเตรฺอะทิว, อิ'ลัซ-/ *adj.* ที่ใช้อธิบาย, ที่เป็นตัวอย่าง, เป็นการอธิบาย *ส.น.*, เป็นตัวอย่างของ *ส.น.*; **~ material** วัสดุที่ใช้เป็นตัวอย่าง, ภาพที่ใช้ประกอบ
illustrator /'ɪləstreɪtə(r)/'อิลเลอะซเตรฺเทอะ(ร)/ *n.* ➤ **489** ผู้เขียนภาพประกอบ *(ในสิ่งพิมพ์โฆษณา)*
illustrious /ɪ'lʌstrɪəs/อิ'ลัซเตรียซ/ *adj.* มีชื่อเสียงโด่งดัง, เด่น
ill 'will *n.* ความเป็นปรปักษ์, ความประสงค์ร้าย, พยาบาท *(ร.บ.)*
I'm /'aɪm/'อายมฺ/ = **I am**
image /'ɪmɪdʒ/'อิมมิจ/ *n.* (A) รูปภาพ, รูปจำลอง; *(statue)* รูปปั้น; (B) *(Optics, Math.)* ภาพ; (C) *(semblance)* ความคล้ายคลึง, ประพิมพ์ประพาย; *(counterpart)* สำเนา; *(archetype)* แม่พิมพ์; **God created man in his own ~** *(Bibl.)* พระเจ้าสร้างมนุษย์ให้คล้ายคลึงกับพระองค์; **she is the [very] ~ of her mother** เธอมีประพิมพ์ประพายคล้ายมารดาของเธอ [มาก]; (D) *(Lit.: simile, metaphor)* อุปมาอุปไมย; (E) *(mental representation)* จินตภาพ *(ร.บ.)*; *(conception)* มโนภาพ; (F) *(perceived character)* อุปนิสัยที่เด่นชัด, ภาพลักษณ์; **improve one's ~:** ปรับปรุงภาพลักษณ์ของตน; **public ~:** ภาพลักษณ์ที่ปรากฏต่อสาธารณชน
'image-conscious *adj.* ใส่ใจในภาพลักษณ์
image maker *n.* นักสร้างภาพพจน์ต่อสาธารณชน
imagery /'ɪmɪdʒərɪ, 'ɪmɪdʒrɪ/'อิมมิเจอะริ, 'อิมมิจริ/ *n., no pl.* (A) *(images)* ภาพจำลอง; *(statues)* รูปปั้น; (B) *(mental images)* จินตภาพ, ภาพในความคิดคำนึง; (C) *(Lit.: figurative illustration)* สำนวนที่พรรณนาถึงความคิดคำนึง
imaginable /ɪ'mædʒɪnəbl/อิ'แมจิเนอะบ'ล/ *adj.* นึกได้, เห็นภาพได้, จะเป็นไปได้; **the biggest lie ~:** การกล่าวเท็จที่ใหญ่ที่สุดที่คิดขึ้นได้ หรือ โกหกอย่างมโหฬาร

imaginary /ɪ'mædʒɪnərɪ, US -ənerɪ/อิ'แมจิเนอะริ, -เจอะเนะริ/ *adj.* (A) แต่งขึ้นเอง, สมมติขึ้น, ที่จินตภาพ; (B) *(Math.)* เกณฑ์ที่สองของจำนวนลบซึ่งเขียนบนกราฟในทิศทางที่ตั้งฉากกับแกนของจำนวนจริง
imagination /ɪmædʒɪ'neɪʃn/อิแมจิ'เนช'น/ *n.* (A) *no pl., no art.* จินตนาการ *(ร.บ.)*, มโนภาพ; **do/see sth. in one's ~:** ทำ/เห็น *ส.น.* ด้วยจินตนาการของตน; **use your ~!** ใช้จินตนาการของคุณบ้างซิ!; (B) *no pl., no art. (fancy)* ความนึกคิด, ความเพ้อฝัน; **catch sb.'s ~:** ทำให้ *ค.น.* ติดใจ; **it's just your ~:** คุณเพ้อฝันไปเอง; **it's all in your ~:** คุณเพ้อฝันไปเองทั้งหมดนั่นแหละ
imaginative /ɪ'mædʒɪnətɪv, US -əneɪtɪv/อิ'แมจิเนอะทิว, -เจอะเนทิว/ *adj.* (A) ที่แสดงจินตนาการ; **~ faculties** ความคิดจินตนาการ; (B) *(given to using imagination)* ที่ชอบใช้จินตนาการ; **be too ~:** ใช้จินตนาการมากเกินไป; (C) *(showing imagination)* มีจินตนาการ
imaginatively /ɪ'mædʒɪnətɪvlɪ, US -əneɪtɪvlɪ/อิ'แมจิเนอะทิวลิ, -เจอะเนทิวลิ/ *adv.* (A) อย่างมีจินตนาการ; (B) *(using imagination)* อย่างใช้จินตนาการ
imagine /ɪ'mædʒɪn/อิ'แมจิน/ *v.t.* (A) *(picture to oneself)* นึกภาพ, สร้างภาพ, ใช้จินตนาการ; **can you ~?** คุณนึกภาพออกไหม; **it cannot be ~d** นึกภาพไม่ออกเลย; **~ things** จินตนาการสิ่งต่าง ๆ; **..., or am I imagining things?** ..., หรือว่าฉันเพ้อฝันไปเอง; (B) *(think)* คิด, สมมติ; **~ sb./sth. to be/do ...:** คิดว่า *ค.น./ส.น.* เป็น/ทำ...; **~ sth. to be easy/difficult** *etc.* คิดว่า *ส.น.* ง่าย/ยาก ฯลฯ; **~ oneself to be sth.** สมมติว่าตนเองเป็น *ส.น.*; **do not ~ that ...:** อย่าคิดว่า...; (C) *(guess)* เดา, คาดคะเน; **as you can ~, as may be ~d** อย่างที่คุณคงจะเดาได้; (D) *(suppose)* สมมติว่า; (F) *(get the impression)* **~ [that] ...:** รู้สึกว่า...
imago /ɪ'meɪgəʊ/อิ'เมโก/ *n., pl.* **imagines** /ɪ'meɪdʒɪni:z/อิ'เมจินีซ/ *or* **~s** *or (Amer.)* **~es** *(Biol.)* พัฒนาการขั้นสุดท้ายของแมลง เช่น ผีเสื้อ; *(Psych.)* จินตภาพในอุดมคติของตนเองหรือของคนอื่น โดยเฉพาะอย่างยิ่งของพ่อหรือแม่
imam /ɪ'mɑ:m/อิ'มาม/ *n. (Muslim Rel.)* อิหม่าม *(ท.ศ.)*, ผู้นำในศาสนาอิสลาม
imbalance /ɪm'bæləns/อิม'แบเลินซฺ/ *n.* การขาดดุล, ความไม่สมดุล
imbecile /'ɪmbɪsi:l, US -sl/'อิมบิซีล, -ซ'ล/ ❶ *adj.* (A) *(stupid)* โง่; (B) *(Med.)* ปัญญาอ่อน ❷ *n.* (A) *(stupid person)* คนโง่; (B) *(Med.)* คนปัญญาอ่อน *(ที่มีพัฒนาการทางจิตเท่ากับเด็กอายุประมาณห้าขวบ)*
imbibe /ɪm'baɪb/อิม'บายบฺ/ *v.t.* (A) *(drink)* ดื่ม; (B) *(fig.: assimilate)* ดูดซึม, ซึมซับ *(ความคิด)*
imbroglio /ɪm'brəʊljəʊ/อิม'โบรฺลิโอ/ *n., pl.* **~s** (A) **a financial ~:** ความสับสนทางการเงิน; (B) *(dramatic situation)* สถานการณ์ที่น่าตื่นเต้นประทับใจ; *(political situation)* สถานการณ์สับสนทางการเมือง
imbue /ɪm'bju:/อิม'บิว/ *v.t.* (A) *(tinge)* ย้อมสี; (B) *(permeate)* แทรก, ซึม; **~d with sth.** มี *ส.น.* แทรกเข้ามา
IMF *abbr.* International Monetary Fund กองทุนการเงินระหว่างประเทศ
imitate /'ɪmɪteɪt/'อิมมิเทท/ *v.t.* (A) *(mimic)* ล้อเลียน, เลียนแบบ, เอาอย่าง; **~ sb.** *(follow example of)* ทำเลียนแบบ *ค.น.*; (B) *(produce*

sth. like) ปลอมแปลง; เลียนแบบ; Ⓒ *(be like)* ลอกเลียน, ทำให้คล้าย, เลียนแบบ

imitation /ɪmɪˈteɪʃn/อิมมิ'เทช่น/ ❶ *n.* Ⓐ *(imitating)* การเลียนแบบ, การเอาอย่าง; **Tim's ~ of his brother** การเลียนแบบพี่ชายของทิม; **a style developed in ~ of classical models** แบบที่เลียนมาจากแบบอย่างสมัยโบราณ; **do ~s of sb.** ทำเลียนแบบ *ค.น.*; **he sings, tells jokes, and does ~s** เขาร้องเพลงเล่าเรื่องตลกและทำท่าล้อเลียน; **~ is the sincerest [form of] flattery** การเลียนแบบเท่ากับเป็นการยกย่องอย่างจริงใจ; Ⓑ *(copy)* การลอกแบบ; *(counterfeit)* การปลอมแปลง, ของเทียม, ของแท้ ❷ *adj.* เทียม, เก๊, ที่เลียนแบบ; **~ marble/ivory/teak/fur** *etc.* หินอ่อน/งาช้าง/ไม้สัก/ขนสัตว์ ฯลฯ เทียม

imitative /ˈɪmɪtətɪv, US -teɪtɪv/'อิมมิเทอะทิว, -เททิว/ *adj.* Ⓐ เลียนแบบ; **be ~ of sb./sth.** เป็นการเลียนแบบ *ค.น./ส.น.*; **~ arts** ศิลปะเลียนแบบธรรมชาติ; Ⓑ *(prone to copy)* ชอบเอาอย่าง

imitator /ˈɪmɪteɪtə(r)/'อิมมิเทเทอะ(ร)/ *n.* *(one who mimics another)* ผู้ล้อเลียน, ผู้เลียนแบบ; **be an ~ of sb.** เป็นผู้ล้อเลียน *หรือ* เลียนแบบ *ค.น.*

immaculate /ɪˈmækjʊlət/อิ'แมคิวเลิท/ *adj.* Ⓐ *(spotless)* บริสุทธิ์, ใสสะอาด; Ⓑ *(faultless)* ไร้มลทิน, ไม่มีที่ติ

Immaculate Con'ception *n. (RC Ch.)* ความเชื่อที่ว่า พระแม่มารีเป็นผู้ไร้บาปนับตั้งแต่วาระที่เริ่มตั้งครรภ์

immaculately /ɪˈmækjʊlətlɪ/อิ'แมคิวเลิทลิ/ *adv.* Ⓐ *(spotlessly)* อย่างบริสุทธิ์, อย่างใสสะอาด; **~ white** ขาวบริสุทธิ์; Ⓑ *(faultlessly)* อย่างไร้มลทิน

immanence /ˈɪmənəns/'อิมเมอะเนินซฺ/ *n., no pl.* *ภาวะที่สิ่งใดสิ่งหนึ่งปรากฏอยู่ในอีกสิ่งหนึ่ง เช่นพระผู้เป็นเจ้าสถิตอยู่ในสรรพสิ่ง*, อัพภัตรภาพ (ร.บ.)

immanent /ˈɪmənənt/'อิมเมอะเนินทฺ/ *adj.* Ⓐ ที่มีอยู่ทั่วไปทุกหนทุกแห่งตามธรรมชาติ; **be ~ in sth.** อยู่ใน *ส.น.* เป็นปกติ; Ⓑ *(Theol.)* เกี่ยวกับพระผู้เป็นเจ้าผู้สถิตอยู่ในสรรพสิ่ง

immaterial /ɪməˈtɪərɪəl/อิเมอะ'เทียเรียล/ *adj.* Ⓐ *(unimportant)* ไม่สำคัญ, ไร้สาระ; **it's quite ~ to me** สิ่งนั้นไร้สาระสำหรับฉัน; Ⓑ *(not consisting of matter)* ไม่มีตัวตน, อรูป (ร.บ.)

immature /ɪməˈtjʊə(r), US -tʊər/อิเมอะ'ทิวเออะ(ร), -ทัวร/ *adj.* Ⓐ *(สัตว์)* ยังเป็นเด็ก; *(สิ่งมีชีวิต)* ไม่โตเต็มที่; *(ศิลปะ)* ที่ขาดวุฒิภาวะทางด้านอารมณ์หรือสติปัญญา; *(ทัศนคติ)* ยังไม่เป็นผู้ใหญ่; Ⓑ *(Biol.: unripe)* ยังไม่สุก, ดิบ

immaturity /ɪməˈtjʊərɪtɪ, US -tʊər-/อิเมอะ'ทิวริทิ, -ทัวร-/ *n.* Ⓐ *no pl.* การยังไม่โตเต็มที่; การขาดวุฒิภาวะทางด้านอารมณ์และสติปัญญา, ความไม่เป็นผู้ใหญ่; Ⓑ *no pl. (Biol.: unripeness)* ภาวะที่ยังไม่สุก, สภาพที่ยังดิบอยู่

immeasurable /ɪˈmeʒərəbl/อิ'เม็ฌเฌอะเรอะบ'ล/ *adj.* ไม่สามารถจะวัดได้

immeasurably /ɪˈmeʒərəblɪ/อิ'เม็ฌเฌอะเรอะบลิ/ *adv.* Ⓐ อย่างไม่สามารถจะวัดได้; Ⓑ *(immensely)* มากจนวัดไม่ได้, เกินกว่าจะวัดได้

immediate /ɪˈmiːdjət/อิ'มีเดียท/ *adj.* Ⓐ ทันที, ปัจจุบันทันด่วน; *(nearest)* ใกล้ชิดที่สุด; **your ~ action must be to ...:** สิ่งแรกที่คุณควรจะต้องทำคือ...; **~ inference** การสรุปโดยรีบด่วน; **his ~ plan is to ...:** แผนงานปัจจุบันของเขาคือ...; Ⓑ *(occurring at once)* ที่เกิดขึ้นโดยกะทันหัน; *(การตอบ)* ทันที

immediately /ɪˈmiːdətlɪ/อิ'มีเดียทลิ/ ❶ *adv.* Ⓐ อย่างรีบด่วน, อย่างทันที; Ⓑ *(without delay)* อย่างกะทันหัน ❷ *conj.* ทันที

immemorial /ɪmɪˈmɔːrɪəl/อิมิ'มอเรียล/ *adj.* เก่าเกินที่จะจำไม่ได้, โบราณมาก; **from time ~:** จากดึกดำบรรพ์

immense /ɪˈmens/อิ'เม็นซฺ/ *adj.* Ⓐ ใหญ่โต, มโหฬาร, กว้างขวาง; Ⓑ *(coll.: great)* มากมาย

immensely /ɪˈmenslɪ/อิ'เม็นซลิ/ *adv.* Ⓐ อย่างใหญ่โต, อย่างมโหฬาร, อย่างกว้างขวาง; Ⓑ *(coll.: very much)* อย่างมาก

immensity /ɪˈmensɪtɪ/อิ'เม็นซิทิ/ *n., no pl.* *(great size)* ความใหญ่โตมโหฬาร

immerse /ɪˈmɜːs/อิ'เมิซ/ *v.t.* Ⓐ *(dip)* จุ่ม, หมก; **he ~d his head in cold water** เขาจุ่มศีรษะของเขาลงในน้ำเย็น; Ⓒ *(cause to be under water)* ทำให้จมน้ำ; *(Eccl.)* จุ่มน้ำในพิธี; **~d in water** จมอยู่ในน้ำ; Ⓓ **be ~d in thought/one's work** *(fig.: involved deeply)* หมกมุ่นอยู่ในความคิด/กับงานของตน

immersion /ɪˈmɜːʃn, US -ʒn/อิ'เมอช่น, -ฌ่น/ *n.* Ⓐ การจุ่ม, การจม; Ⓑ *(Relig.)* การรับศีลจุ่ม; Ⓒ *(fig.) (in work)* ความหมกมุ่นในการงาน; *(in thought)* ความหมกมุ่นในความคิด

im'mersion heater *n. (small, portable)* เครื่องทำน้ำร้อนขนาดเล็ก

immigrant /ˈɪmɪgrənt/'อิมมิเกรินทฺ/ ❶ *n.* คนอพยพเข้าเมือง, ผู้ย้ายถิ่น *(จากประเทศอื่น)* เข้าเมือง ❷ *adj.* ที่ย้ายถิ่นเข้าเมือง; **~ population** ประชากรที่ย้ายถิ่นเข้าเมือง; **~ workers** คนงานที่ย้ายถิ่นเข้าเมือง

immigrate /ˈɪmɪgreɪt/'อิมมิเกรท/ *v.i.* ย้ายมาตั้งถิ่นฐานในประเทศอื่น; อพยพย้ายเข้ามาตั้งถิ่นฐาน

immigration /ɪmɪˈgreɪʃn/อิมิ'เกรช่น/ *n.* การเข้าเมือง, การย้ายถิ่น, การอพยพเข้ามา; **go through ~:** ผ่านด่านตรวจคนเข้าเมือง; **~ officer** เจ้าหน้าที่ตรวจคนเข้าเมือง; **~ authorities** กองตรวจคนเข้าเมือง

imminence /ˈɪmɪnəns/'อิมมิเนินซฺ/ *n., no pl.* เหตุการณ์ *หรือ* เหตุร้ายที่ใกล้จะเกิดขึ้น

imminent /ˈɪmɪnənt/'อิมมิเนินทฺ/ *adj.* *(เหตุอันตราย)* ใกล้จะเกิดขึ้น; **be ~:** ใกล้จะเกิด/จะถึง

imminently /ˈɪmɪnəntlɪ/อิมมิเนินทลิ/ *adv.* ใกล้จะถึง, จวนจะถึง; **the President's arrival is expected ~:** คาดว่าประธานาธิบดีจวนจะมาถึงแล้ว

immiscible /ɪˈmɪsɪbl/อิ'มิซซิบ'ล/ *adj.* ผสมกันไม่ได้

immobile /ɪˈməʊbaɪl, US -bl/อิ'โมบายล, -บ'ล/ *adj.* Ⓐ *(immovable)* ไม่เคลื่อนที่, ติดที่; *(Mil.)* ประจำที่; Ⓑ *(motionless)* ไม่เคลื่อนไหว, ไม่ขยับเขยื้อน

immobilisation, immobilise ➡ **immobiliz-**

immobility /ɪməˈbɪlɪtɪ/อิเมอะ'บิลลิทิ/ *n., no pl.* Ⓐ *(immovableness)* การไม่เคลื่อนที่; *(of army)* การปักหลัก, การตั้งค่ายอยู่ประจำที่; Ⓑ *(motionlessness)* การไม่เคลื่อนไหว

immobilization /ɪməʊbɪlaɪˈzeɪʃn/อิโมบิไล'เซช่น/ *n.* Ⓐ *(fixing immovably)* การตรึงอยู่กับที่, การยึดไว้กับที่, การทำให้หยุดนิ่ง; Ⓑ *(Med.: restricting in movement)* การยึด *(แขน, ขา, ร่างกาย)* ไว้กับที่

immobilize /ɪˈməʊbɪlaɪz/อิ'โมบิลายซฺ/ *v.t.* Ⓐ *(fix immovably)* ตรึงไว้กับที่, การทำให้หยุดนิ่ง; Ⓑ *(restrict movement of)* จำกัดการเคลื่อนไหว; *(สัตว์, คนไข้)* ทำให้ขยับไม่ได้; Ⓒ ทำให้ *(ยานพาหนะ)* เคลื่อนที่ไม่ได้

immoderate /ɪˈmɒdərət/อิ'มอเดอะเริท/ *adj.* Ⓐ *(excessive)* เกินพอดี; *(ดื่มเหล้า, สูบบุหรี่)* มากเกินไป; Ⓑ *(extreme)* สุดขีด, อย่างไม่อั้น

immoderately /ɪˈmɒdərətlɪ/อิ'มอเดอะเริทลิ/ *adv.* Ⓐ *(excessively)* อย่างมาก, อย่างเกินพอดี; Ⓑ *(to an extreme degree)* ถึงขีดสุด

immodest /ɪˈmɒdɪst/อิ'มอดิซทฺ/ *adj.* Ⓐ *(impudent)* หยาบคาย, สะเออะ, ทะลึ่ง; Ⓑ *(improper)* ไม่ถูกกาลเทศะ, ไม่สมควร; *(การแต่งตัว)* โป๊, ยั่วยวน

immodestly /ɪˈmɒdɪstlɪ/อิ'มอดิซทลิ/ *adv.* Ⓐ *(impudently)* อย่างหยาบคาย, อย่างทะลึ่ง; Ⓑ *(improperly)* อย่างไม่ถูกกาลเทศะ, ไม่สมควร; โป๊

immodesty /ɪˈmɒdɪstɪ/อิ'มอดิซติ/ *n., no pl.* Ⓐ *(impudence)* ความหยาบคาย, ความทะลึ่ง; Ⓑ *(impropriety)* ความไม่ถูกกาลเทศะ, ความไม่สมควร; **the ~ of her short skirt** กระโปรงสั้นที่เธอนุ่งไม่สุภาพเรียบร้อย

immolate /ˈɪməleɪt/'อิมเมอะเลท/ *v.t.* *(literary)* Ⓐ *(kill)* ฆ่าเพื่อสังเวย; Ⓑ *(fig.: sacrifice)* เสียสละ

immolation /ɪməˈleɪʃn/อิเมอะ'เลช่น/ *n.* *(literary)* Ⓐ การฆ่าเพื่อสังเวย; Ⓑ *(fig.)* การเสียสละ

immoral /ɪˈmɒrəl, US ɪˈmɔːrəl/อิ'มอเริล, อิ'มอเริล/ *adj.* Ⓐ *(not conforming to morality)* ผิดศีลธรรม; Ⓑ *(morally evil)* ชั่วร้าย, ใจร้าย; *(unchaste)* ไม่บริสุทธิ์; Ⓒ *(dissolute)* เหลวไหล, เสเพล

immoral 'earnings *n. pl. (Law)* เงินที่ได้จากเรื่องผิดศีลธรรม

immorality /ɪməˈrælɪtɪ/อิเมอะ'แรลิทิ/ *n.* Ⓐ *no pl.* การผิดศีลธรรม; Ⓑ *no pl. (wickedness)* ความชั่วร้าย, ความเลวทราม; *(unchastity)* ความไม่บริสุทธิ์; Ⓒ *no pl. (dissoluteness)* ความเหลวไหล, ความเสเพล; Ⓓ *(morally evil or unchaste act)* การกระทำชั่วร้าย, พฤติการณ์เลวทราม; *(Buddhism)* บาป, อกุศล; Ⓔ *(dissolute act)* พฤติการณ์ที่เหลวไหลไร้ศีลธรรม

immorally /ɪˈmɒrəlɪ/อิ'มอเรอะลิ/ *adv.* Ⓐ *(without regard for morality)* อย่างไร้ศีลธรรม; Ⓑ *(wickedly)* อย่างชั่วร้าย, อย่างฉ้อฉล, อย่างเลวทราม; *(unchastely)* อย่างไม่บริสุทธิ์; Ⓒ *(dissolutely)* อย่างเหลวไหล, อย่างเสเพล

immortal /ɪˈmɔːtl/อิ'มอท'ล/ ❶ *adj.* Ⓐ *(living for ever)* *(มีชีวิต)* อยู่ชั่วนิรันดร, ชั่วกัลปาวสาน; Ⓑ *(divine)* เยี่ยงเทพเจ้า, อมตะ; **~ life, the life ~:** ชีวิตที่เป็นอมตะเยี่ยงเทพเจ้า; Ⓒ *(incorruptible)* ที่ไม่มีวันเปลี่ยนแปลง; Ⓓ *(famous for all time)* มีชื่อเสียงตลอดกาล *(เช่น กวี)* ❷ *n.* Ⓐ ความเป็นอมตะ; Ⓑ *in pl. (Greek and Roman Mythol.)* เทพเจ้า

immortality /ɪmɔːˈtælɪtɪ/อิมอ'แทลิทิ/ *n., no pl.* ➡ **immortal** 1 A, C, D: การอยู่ชั่วนิรันดร; อมตภาพ (ร.บ.); การมีชื่อเสียงตลอด

immortalize /ɪˈmɔːtəlaɪz/อิ'มอเทอะลายซฺ/ *v.t.* ทำให้เป็นอมตะ, ทำให้ไม่ตาย, ทำให้คงอยู่ชั่วนิรันดร

immortally /ɪˈmɔːtəlɪ/อิ'มอเทอะลิ/ *adv.* Ⓐ *(eternally)* อย่างเป็นอมตะ, อย่างชั่วกัลปาวสาน; Ⓑ *(perpetually)* อย่างไม่มีวันหยุดยั้ง, อย่างถาวร

immovable /ɪˈmuːvəbl/อิ'มูเวอะบ'ล/ *adj.* Ⓐ เคลื่อนที่ไม่ได้; **be ~:** เคลื่อนที่ไม่ได้; Ⓑ *(motionless)* ไม่เคลื่อนไหว; Ⓒ *(not subject to change)* ไม่เปลี่ยนแปลง; ➡ + **feast** 1 A; Ⓓ *(steadfast)* มั่นคง, แน่วแน่; Ⓔ *(emotionless)*

i

ไม่แสดงอารมณ์, ไม่ยินดียินร้าย; Ⓕ *(Law)* อสังหาริมทรัพย์

immovably /ɪ'mu:vəblɪ/อิ'มูเวอะบลิ/ *adv.* Ⓐ โดยอยู่กับที่, โดยหยุดนิ่ง; **be ~ stuck** ติดแน่นอยู่กับที่; Ⓑ *(in a motionless manner)* อย่างไม่เคลื่อนไหว; Ⓒ *(unchangeably)* อย่างไม่เปลี่ยนแปลง; Ⓓ *(steadfastly)* อย่างมั่นคง, อย่างแน่วแน่; **be ~ resolved** ตั้งใจอย่างแน่วแน่; Ⓔ *(in an emotionless manner)* อย่างไม่มีอารมณ์, อย่างไม่ยินดียินร้าย

immune /ɪ'mju:n/อิ'มิวนฺ/ *adj.* Ⓐ *(exempt)* ปลอด, ถูกยกเว้น, พ้น (**from, against** จาก); **~ from criminal liability** การถูกยกเว้นจากความผิดทางคดีอาญา; **make oneself ~ from criticism** ทำเฉยไม่ใส่ใจในคำวิพากษ์วิจารณ์ใด ๆ; Ⓑ *(insusceptible)* ไม่อ่อนไหว (**to** ต่อ); *(to hints, suggestions, etc.)* ไม่หลงเชื่อตาม; Ⓒ *(Med.) (resistant to disease)* ต้านทานโรคได้; *(relating to immunity)* เกี่ยวกับการต้านทานโรค, ที่มีภูมิต้านทาน; **~ system** ระบบภูมิต้านทาน

immunisation, immunise ➡ **immuniz-**

immunity /ɪ'mju:nɪtɪ/อิ'มิวนิทิ/ *n.* Ⓐ *(freedom)* การยกเว้น, ข้อยกเว้น; **~ from criminal liability** การยกเว้นจากความผิดทางอาญา; **~ from prosecution** การยกเว้นจากการดำเนินคดี; **give sb. ~ from punishment** ช่วยให้ *ค.น.* พ้นจากการถูกลงโทษ; ➡ **+ diplomatic immunity;** Ⓑ ➡ **immune** B; ความไม่อ่อนไหว, ความไม่หลงเชื่อ; Ⓒ *(Law)* ความคุ้มกัน; Ⓓ *(Med.: capacity to resist disease)* ภูมิคุ้มกันโรค; **have ~ to infection** มีภูมิต้านทานการติดเชื้อ

immunization /ɪmjʊnaɪ'zeɪʃn, US -nɪ'z-/ อิมิวไน'เซช'น, -นิ'ซ-/ *n. (Med.)* การทำให้มีภูมิคุ้มกันโรค, การฉีดวัคซีน

immunize /'ɪmju:naɪz/'อิมมิวนายซฺ/ *v.t. (Med.)* ทำให้มีภูมิคุ้มกันโรค, ฉีดวัคซีน

immunodeficiency /,ɪmju:nəʊdɪ'fɪʃənsɪ/ ,อิมมิวโนดิ'ฟิเชินซิ/ *n.* การขาดภูมิคุ้มกันโรค

immunology /ɪmjʊ'nɒlədʒɪ/อิมิว'นอเลอะจิ/ *n. (Med.)* วิทยาภูมิคุ้มกัน

immure /ɪ'mjʊə(r)/อิ'มิวเออะ(ร)/ *(literary)* ❶ *v.t.* จองจำ ❷ *v. refl.* **~ oneself** เก็บตัว

immutability /ɪmju:tə'bɪlɪtɪ/อิมิวเทอะ'บิลลิทิ/ *n., no pl.* ความไม่เปลี่ยนแปลง

immutable /ɪ'mju:təbl/อิ'มิวเทอะบ'ล/ *adj.* ไม่เปลี่ยนแปลง

imp /ɪmp/อิมพฺ/ *n.* Ⓐ ปีศาจตัวเล็ก ๆ; Ⓑ *(fig.: mischievous child)* เด็กเกเร, เด็กซน

impact ❶ /'ɪmpækt/'อิมแพคทฺ/ *n.* Ⓐ การกระทบ, การกระแทก (**on, against** ต่อ, กับ); *(of shell or bomb)* การระเบิด; *(collision)* การชน, การปะทะ; Ⓑ *(fig.: effect)* ผลกระทบ; **the ~ of plastics on modern life** ผลกระทบของพลาสติกต่อชีวิตปัจจุบัน; **have an ~ on sb./sth.** มีผลกระทบต่อ *ค.น./ส.น.*; **make an ~ on sb./sth.** มีผลกระทบต่อ *ค.น./ส.น.*
❷ /ɪm'pækt/อิม'แพคทฺ/ *v.t.* กดให้ติดแน่น

impacted /ɪm'pæktɪd/อิม'แพคทิด/ *adj.* Ⓐ *(Dent.)* (ฟัน) ที่ถูกอัดระหว่างฟันซี่อื่นกับขากรรไกร; Ⓑ *(Med.)* **~ fracture** กระดูกส่วนที่แตกอัดอยู่ด้วยกัน

'impact strength *n. (Metallurgy)* ความทนทานต่อแรงกระทบ

impair /ɪm'peə(r)/อิม'แพ(ร)/ *v.t.* Ⓐ *(damage)* ทำให้ชำรุด; Ⓑ *(weaken)* ทำให้เสื่อม, อ่อนแอลง; **~ed vision** สายตาเสื่อม, ตาฟาง; **~ed hearing** การได้ยินเสื่อม, หูตึง

impairment /ɪm'peəmənt/อิม'แพเมินทฺ/ *n.* ความเสื่อม, ความชำรุด; **~ of memory** ความจำเสื่อม

impale /ɪm'peɪl/อิม'เพล/ *v.t.* Ⓐ เสียบ, แทง; *(Hist.) เสียบศีรษะนักโทษประจานไว้บนขาหยั่ง;* Ⓑ *(Her.) นำตราประจำตระกูลสองตรามาประกอบไว้บนโล่เดียวกัน*

impalpable /ɪm'pælpəbl/อิ'แพลเพอะบ'ล/ *adj.* Ⓐ *(imperceptible to touch)* ไม่สามารถจับต้องหรือสัมผัสได้; Ⓑ *(not easily grasped by the mind)* ยากที่จะเข้าใจได้

impart /ɪm'pɑ:t/อิม'พาท/ *v.t.* Ⓐ *(give)* ให้ส่วนแบ่ง (**to** แก่); Ⓑ *(communicate)* บอก *(ข่าว);* แจ้งให้ทราบ

impartial /ɪm'pɑ:ʃl/อิม'พาช'ล/ *adj.* ยุติธรรม, เป็นกลาง, ไม่เข้าข้างฝ่ายใดฝ่ายหนึ่ง

impartiality /ɪmpɑ:ʃɪ'ælətɪ/อิมพาชิ'แอเลอะทิ/ *n., no pl.* ความยุติธรรม, ความไม่ลำเอียง, ความเป็นกลาง

impartially /ɪm'pɑ:ʃəlɪ/อิม'พาเชอะลิ/ *adv.* อย่างยุติธรรม, อย่างไม่ลำเอียง, อย่างเป็นกลาง

impassable /ɪm'pɑ:səbl, US -'pæs-/อิม'พาเซอะบ'ล, -'แพซ-/ *adj.* ผ่านไม่ได้; *(to vehicles) (รถ)* ผ่านไม่ได้

impasse /'æmpɑ:s, US 'ɪmpæs/'แอมพาซ, 'อิมแพซ/ *n. (lit. or fig.)* ทางตัน, การหาทางออกไม่ได้, การจนตรอก; **the negotiations have reached an ~:** การเจรจามาถึงจุดที่หาทางออกไม่ได้

impassioned /ɪm'pæʃnd/อิม'แพช'นดฺ/ *adj.* ที่รู้สึกรุนแรง, เร่าร้อน

impassive /ɪm'pæsɪv/อิม'แพซิว/ *adj.* Ⓐ เฉย, ไม่แสดงอารมณ์; Ⓑ *(incapable of feeling emotion)* ไม่มีความรู้สึก, เยือกเย็น

impassively /ɪm'pæsɪvlɪ/อิม'แพซิวลิ/ *adv.* ➡ **impassive:** Ⓐ เฉย ๆ, อย่างไม่แสดงอารมณ์; Ⓑ โดยไม่มีอารมณ์

impatience /ɪm'peɪʃəns/อิม'เพเชินซฺ/ *n., no pl.* Ⓐ ความใจร้อน, ความรอไม่ได้; Ⓑ *(intolerance)* การขาดความอดทน; Ⓒ *(eager desire)* ความต้องการอย่างแรงกล้า, ความร้อนใจ

impatient /ɪm'peɪʃnt/อิม'เพช'นทฺ/ *adj.* Ⓐ ใจร้อน, รอไม่ได้; **~ at sth./with sb.** ใจร้อนกับ *ส.น./ค.น.*; Ⓑ *(intolerant)* ไม่อดทน, ไม่ทน; **be ~ of sth.** ไม่อดทนใน *ส.น.*; Ⓒ *(eagerly desirous)* **be ~ for sth.** อยากได้ *ส.น.* มากเหลือเกิน; **be ~ to do sth.** ร้อนใจที่จะทำ *ส.น.* มาก

impatiently /ɪm'peɪʃəntlɪ/อิม'เพเชินทฺลิ/ *adv.* Ⓐ อย่างใจร้อน, อย่างรอไม่ได้; Ⓑ *(intolerantly)* อย่างไม่อดทน; Ⓒ *(with eager desire)* ด้วยความปรารถนาอย่างแรงกล้า

impeach /ɪm'pi:tʃ/อิม'พีฉ/ *v.t.* Ⓐ *(call in question)* กล่าวหา; Ⓑ **~ sb. with sth.** กล่าวหา *ค.น.* ในเรื่อง *ส.น.*; Ⓒ *(find fault with)* ตำหนิ, ปรักปรำ; Ⓓ *(Law)* นำคดีขึ้นพิจารณา

impeachment /ɪm'pi:tʃmənt/อิม'พีฉเมินทฺ/ *n.* Ⓐ *(calling in question)* การกล่าวหา; Ⓑ *(finding of fault)* การตำหนิ, การปรักปรำ; Ⓒ *(Law)* การนำคดีขึ้นพิจารณา, การฟ้องเพื่อให้ขับออกจากตำแหน่ง

impeccable /ɪm'pekəbl/อิม'เพ็คเคอะบ'ล/ *adj. (การประพฤติ)* ดีไม่มีที่ติ, สมควรเป็นแบบอย่าง, ไร้บาปมลทิน

impeccably /ɪm'pekəblɪ/อิม'เพ็คเคอะบลิ/ *adv.* อย่างดีไม่มีที่ติ

impecunious /ɪmpɪ'kju:nɪəs/อิมพิ'คิวเนียซ/ *adj.* ยากไร้, ขัดสน

impedance /ɪm'pi:dəns/อิม'พีเดินซฺ/ *n. (Electr.)* ความต้านทานในกระแสไฟฟ้าสลับ

impede /ɪm'pi:d/อิม'พีด/ *v.t.* ขัดขวาง, หน่วงเหนี่ยว

impediment /ɪm'pedɪmənt/อิม'เพ็ดดิเมินทฺ/ *n.* Ⓐ การขัดขวาง, การหน่วงเหนี่ยวอุปสรรค; Ⓑ *(speech defect)* ความบกพร่องในการพูด

impedimenta /ɪmpedɪ'mentə/อิมเพะดิ'เม็นเทอะ/ *n. pl. (also Mil.)* สัมภาระ, เครื่องหลัง

impel /ɪm'pel/อิม'เพ็ล/ *v.t.*, **-ll-** Ⓐ *(drive by moral action)* กระตุ้น, ผลัก, ดัน; **feel ~led to do sth.** รู้สึกว่าถูกผลักดันให้ทำ *ส.น.*; **~ sb. to greater efforts** กระตุ้น *ค.น.* ให้ใช้ความพยายามมากขึ้น; Ⓑ *(drive forward)* ผลักดันไปข้างหน้า

impend /ɪm'pend/อิม'เพ็นดฺ/ *v.i. (be about to happen)* ใกล้จะเกิดขึ้น; *(อันตราย)* ใกล้เข้ามา

impenetrable /ɪm'penɪtrəbl/อิม'เพ็นนิเทรอะบ'ล/ *adj.* Ⓐ ผ่านซึมเข้าไปไม่ได้ (**by, to** โดย); Ⓑ *(inscrutable)* ไม่สามารถจะหยั่งรู้ได้, ไม่สามารถจะเข้าใจได้, หยั่งไม่ถึง

impenetrably /ɪm'penɪtrəblɪ/อิม'เพ็นนิเทรอะบลิ/ *adv.* Ⓐ อย่างผ่านซึมเข้าไปไม่ได้; Ⓑ *(inscrutably)* อย่างไม่เข้าใจ, อย่างหยั่งไม่ถึง; Ⓒ *(โง่)* อย่างไม่มีวันเข้าใจ

impenitent /ɪm'penɪtənt/อิม'เพ็นนิเทินทฺ/ *adj.* ไม่ละอายใจ; **be quite ~:** ไม่ละอายใจในสิ่งที่ทำผิดไปเลย

impenitently /ɪm'penɪtəntlɪ/อิม'เพ็นนิเทินทฺลิ/ *adv.* อย่างไม่ละอายใจ

imperative /ɪm'perətɪv/อิม'เพะเรอะทิว/ ❶ *adj.* Ⓐ *(commanding) (การพูด)* เชิงบังคับ; Ⓑ *(urgent)* เร่งด่วน, สำคัญมาก; Ⓒ *(obligatory)* จำเป็น, หลีกเลี่ยงไม่ได้; Ⓒ *(Ling.)* คำสั่ง, บังคับ; **~ mood** มาลาบังคับ, อาณัติมาลา ❷ *n.* Ⓐ *(command)* คำสั่ง; Ⓑ *(Ling.)* ประโยคคำสั่ง

imperceptible /ɪmpə'septɪbl/อิมเพอะ'เซ็พทิบ'ล/ *adj.* Ⓐ รู้สึกไม่ได้ด้วยประสาทสัมผัส, มองไม่เห็น; **be ~ to sb./the senses** *ค.น./*ประสาทสัมผัสไม่สามารถสังเกตได้; Ⓑ *(very slight or gradual)* เล็กน้อย, ทีละน้อย; *(subtle)* แนบเนียนจนแทบสังเกตไม่ได้

imperceptibly /ɪmpə'septɪblɪ/อิมเพอะ'เซ็พทิบลิ/ *adv.* Ⓐ อย่าง [แทบจะ] สังเกตไม่ได้; Ⓑ *(very gradually)* ทีละน้อยนิด; *(very slightly)* อย่างน้อยมาก

imperfect /ɪm'pɜ:fɪkt/อิม'เพอฟิคทฺ/ ❶ *adj.* Ⓐ *(not fully formed)* ไม่เต็มรูป, โตไม่เต็มที่; *(incomplete)* ไม่สมบูรณ์แบบ, มีตำหนิ; **drainage in this region is ~:** การระบายน้ำในท้องที่นี้ไม่ดี; **slightly ~ stockings/pottery** *etc.* ถุงน่อง/เครื่องปั้นดินเผา ฯลฯ ที่มีตำหนิเล็กน้อย; Ⓑ *(faulty)* ผิดพลาด, บกพร่อง; **human beings are ~:** มนุษย์ย่อมมีความผิดพลาด/บกพร่องเสมอ; Ⓒ *(Ling.)* ไม่สมบูรณ์; **the ~ tense** กาลไม่สมบูรณ์ ❷ *n. (Ling.)* กาลไม่สมบูรณ์

imperfection /ɪmpə'fekʃn/อิมเพอะ'เฟ็คช'น/ *n.* Ⓐ *no pl. (incompleteness)* ความไม่สมบูรณ์; Ⓑ *no pl. (faultiness)* ความผิดพลาด, ความบกพร่อง; *(of human beings)* ความไม่สมบูรณ์แบบ; Ⓒ *(fault)* ความผิด

imperfectly /ɪm'pɜ:fɪktlɪ/อิม'เพอฟิคทฺลิ/ *adv.* Ⓐ *(incompletely)* อย่างไม่สมบูรณ์แบบ; Ⓑ *(faultily)* อย่างผิดพลาด, อย่างบกพร่อง

imperial /ɪm'pɪərɪəl/อิม'เพียเรียล/ *adj.* Ⓐ แห่งอาณาจักร, ของจักรวรรดิ; **I~ Rome** จักรวรรดิโรมัน; Ⓑ *(Brit. Hist.)* เกี่ยวกับอาณาจักรของสหราชอาณาจักร; Ⓒ *(of an emperor)*

457 **imperialism | impolitic**

ของจักรพรรดิ; **the I~ Court** ราชสำนักจักรพรรดิ; **Her I~ Majesty** จักรพรรดินี; Ⓓ *(majestic)* สง่า, ตระหง่าน; *(haughty)* ถือตัว, วางท่า; *(iron.)* Ⓔ *(magnificent)* เลอเลิศ, งดงาม; Ⓕ *(fixed by statute)* *(อัตราวัด)* ของสหราชอาณาจักร; ➡ + gallon

imperialism /ɪm'pɪərɪəlɪzm/อิม'เพียเรียลิซ'ม/ *n., no pl. (derog.)* จักรวรรดินิยม; **US/Soviet ~:** จักรวรรดินิยมของสหรัฐ/โซเวียต

imperialist /ɪm'pɪərɪəlɪst/อิม'เพียเรียลิซท/ *n. (derog.)* ผู้เป็นพวกจักรวรรดินิยม; **~ countries** ประเทศจักรวรรดินิยม

imperialistic /ɪmpɪərɪə'lɪstɪk/อิม'เพียเรียลิซติค /*adj. (derog.)* ในด้านแผ่อำนาจ, ที่แผ่อาณาจักร

imperil /ɪm'perɪl/อิม'เพะริล/ *v.t. (Brit.)* **-ll-** ทำให้ตกอยู่ในอันตราย

imperious /ɪm'pɪərɪəs/อิม'เพียเรียซ/ *adj.* Ⓐ *(overbearing)* หยิ่งยโส, ยกตนข่มท่าน, กดขี่บังคับ; Ⓑ *(urgent)* จำเป็น; *(ความต้องการ)* เร่งด่วน

imperiously /ɪm'pɪərɪəslɪ/อิม'เพียเรียซลิ/ *adv.* Ⓐ *(overbearingly)* อย่างยโส; Ⓑ *(urgently)* อย่างรีบด่วน

imperishable /ɪm'perɪʃəbl/อิม'เพะริเชอะบ'ล/ *adj.* Ⓐ *(immortal)* อมตะ, ไม่มีวันตาย, เป็นนิรันดร; Ⓑ *(not decaying)* *(อาหาร)* ไม่เน่าเปื่อย; *(วัสดุ)* ไม่ผุพัง, ไม่สูญสลาย

imperishably /ɪm'perɪʃəblɪ/อิม'เพะริเชอะบ'ล/ *adv.* อย่างเป็นอมตะ, อย่างไม่สูญสลาย

impermanence /ɪm'pɜːmənəns/อิม'เพอเมอะเนินซฺ/ *n., no pl.* ความไม่จีรังยั่งยืน, ความไม่ถาวร, ความอนิจจัง

impermanent /ɪm'pɜːmənənt/อิม'เพอเมอะเนินทฺ/ *adj.* ไม่ถาวร, อนิจจัง

impermeable /ɪm'pɜːmɪəbl/อิม'เพอเมียบ'ล/ *adj.* ซึมผ่านไม่ได้, ไม่ซึมซับ

impermissible /ɪmpə'mɪsɪbl/อิมเพอะ'มิซซิบ'ล/ *adj.* ไม่อาจจะยินยอมได้, ไม่อนุญาต

impersonal /ɪm'pɜːsənl/อิม'เพอเซอะน'ล/ *adj.* Ⓐ *(having no personality)* **an ~ thing** สิ่งที่ไม่กระตุ้นความรู้สึกส่วนตัว; Ⓑ *(not connected with any particular person)* ไม่เกี่ยวกับบุคคลใด ๆ, ไม่หมายถึงผู้ใดโดยเฉพาะ

impersonality /ɪmpɜːsə'nælɪtɪ/อิมเพอเซอะ'แนลิทิ/ *n., no pl.* การไร้บุคลิกภาพ

impersonal: ~ 'pronoun ➡ pronoun; **~ 'verb** *n. (Ling.)* คำกริยาที่ใช้กับประธานที่ไม่เป็นบุคคลโดย *it* เป็นประธาน

impersonate /ɪm'pɜːsəneɪt/อิม'เพอเซอะเนท/ *v.t. (pretend to be) (for entertainment)* แสดงเป็นตัว *(บุคคลอื่น)*; *(for purpose of fraud)* ปลอมตัวเป็น

impersonation /ɪmpɜːsə'neɪʃn/อิมเพอเซอะ'เนช'น/ *n.* Ⓐ *(personification)* การแสดงในบทบาท; Ⓑ *(imitation)* การเลียนแบบ; **he does ~s** เขาทำเลียนแบบ; **his ~ of Tony Blair** การที่เขาแสดงเป็นโทนี่แบลร์; **do an ~ of sb.** แสดงการเลียนแบบ *ค.น.*; **~ of sb.** *(for purpose of fraud)* การปลอมตัวเป็น *ค.น.*

impersonator /ɪm'pɜːsəneɪtə(r)/อิม'เพอเซอะเนเทอะ(ร)/ *n. (entertainer)* ผู้แสดงเป็นตัว; *(sb. with fraudulent intent)* ผู้ปลอมตัว, ตัวปลอม; **an ~ posing as a policeman** ผู้ปลอมตัวเป็นตำรวจ; ➡ + female 1 A

impertinence /ɪm'pɜːtɪnəns/อิม'เพอทิเนินซฺ/ *n.* ความหยาบคาย, ความไม่ถูกกาลเทศะ, ความทะลึ่ง

impertinent /ɪm'pɜːtɪnənt/อิม'เพอะทิเนินทฺ/ *adj.* หยาบคาย, ทะลึ่ง, ไม่ถูกกาลเทศะ

impertinently /ɪm'pɜːtɪnəntlɪ/อิม'เพอทิเนินทฺลิ/ *adv.* อย่างหยาบคาย, อย่างทะลึ่ง, อย่างไม่ถูกกาลเทศะ; **behave ~:** ประพฤติตนไม่ถูกกาลเทศะ

imperturbability /ɪmpətɜːbə'bɪlɪtɪ/อิมเพอะเทอเบอะ'บิลลิทิ/ *n., no pl.* ความสงบเงียบ, ความไม่กระวนกระวาย, ความไม่ตื่นตระหนก

imperturbable /ɪmpə'tɜːbəbl/อิมเพอะ'เทอเบอะบ'ล/ *adj.* ไม่สะดุ้งสะเทือน, ไม่ตกใจ, ไม่กระวนกระวาย; **be completely ~:** ไม่สะดุ้งสะเทือนโดยสิ้นเชิง

imperturbably /ɪmpə'tɜːbəblɪ/อิมเพอะ'เทอเบอะบลิ/ *adv.* อย่างสงบเงียบ, อย่างไม่ตกใจ, อย่างไม่สะดุ้งสะเทือน; **..., he said ~:** เขาพูดอย่างใจเย็น

impervious /ɪm'pɜːvɪəs/อิม'เพอเวียซ/ *adj.* Ⓐ ไม่อาจผ่านได้, ไม่ทะลุ, ไม่มีทางซึมผ่าน; **~ to water/bullets/rain** น้ำ/ลูกปืน/ฝนทะลุลอดไปไม่ได้; Ⓑ *(fig.: impenetrable)* ไม่กระทบกระเทือนใจ; Ⓒ **be ~ to sth.** *(fig.)* ไม่สะทกสะท้านต่อ *ส.น.*; **be ~ to argument** ไม่สะทกสะท้านต่อการโต้แย้ง

impetigo /ɪmpɪ'taɪgəʊ/อิมพิ'ไทโก/ *n. (Med.)* ➤ 489 โรคผิวหนังเป็นผื่นพอง

impetuosity /ɪmpetjʊ'ɒsətɪ/อิมเพะฉิว'ออเซอะทิ/ *n.* Ⓐ *no pl. (quality)* ความรีบร้อน, ความพรวดพราด; Ⓑ *(act, impulse)* การกระทำอย่างหุนหันพลันแล่น, การกระทำโดยไม่คิด

impetuous /ɪm'petjʊəs/อิม'เพ็ฉฉิวเอิซ/ *adj.* หุนหัน, ใจร้อน; *(vehement)* รุนแรง, ลุกลน, ผลุนผลัน

impetuousness ➡ impetuosity A

impetus /'ɪmpɪtəs/'อิมพิเทิซ/ *n.* Ⓐ *(of impact)* พลังแรง, ความแรง; Ⓑ *(fig.: impulse)* การกระตุ้น, การผลักดัน; **give an ~ to sth.** กระตุ้น *ส.น.*; **give sth. new** *or* **fresh ~:** ให้แรงกระตุ้น *ส.น.* ใหม่; **the ~ behind the development of nuclear power** แรงผลักดันในการพัฒนาพลังงานนิวเคลียร์

impiety /ɪm'paɪətɪ/อิม'ไพเออะทิ/ *n.* Ⓐ *no pl. (ungodliness)* การไม่เคารพพระเจ้า, ความไม่เคร่งศาสนา; Ⓑ *no pl. (lack of dutifulness)* ความอกตัญญู, การขาดความศรัทธา; Ⓒ *(act)* การแสดงตนว่าไม่เคารพพระเจ้า, การแสดงตนว่าไม่เคร่งศาสนา

impinge /ɪm'pɪndʒ/อิม'พินจฺ/ *v.i.* Ⓐ *(make impact)* **~ [up]on sth.** มีผลต่อ *ส.น.*; Ⓑ *(encroach)* **~ [up]on sth.** ล่วงล้ำ *ส.น.*

impious /'ɪmpɪəs/'อิมเพียซฺ/ *adj.* Ⓐ *(wicked)* ร้ายกาจ, เลวทราม, ฉ้อฉลคดโกง; Ⓑ *(lacking in respect)* ไม่เคารพ

impish /'ɪmpɪʃ/'อิมพิช/ *adj.* ซุกซน, หยอกเล่น

impishly /'ɪmpɪʃlɪ/'อิมพิชลิ/ *adv.* อย่างซุกซน, อย่างหยอกเล่น

implacable /ɪm'plækəbl/อิม'แพลเคอะบ'ล/ *adj.* ปลอบไม่ได้, เอาใจไม่ได้, ระงับโทสะไม่ได้

implacably /ɪm'plækəblɪ/อิม'แพลเคอะบลิ/ *adv.* อย่างระงับโทสะไม่ได้, อย่างเอาใจไม่ได้

implant ❶ /'ɪmplɑːnt, US -plænt/อิม'พลาทฺ, แพลนทฺ/ *v.t.* Ⓐ *(Med.)* ใส่ลงไป *(ในร่างกาย)*; **~ sb./sth. with sth.** ใส่ *ส.น.* ใน *ค.น./ส.น.*; Ⓑ *(Physiol.)* **be ~ed** ใส่ลงไป; Ⓒ *(fig.: instil)* ถ่ายทอด *(ความคิด)*; เพาะ *(นิสัย)*; ปลูกฝัง *(ความเชื่อมั่น)*; Ⓓ *(plant)* เพาะ, ปลูก ❷ /'ɪmplɑːnt/'อิมพลานทฺ/ *n. (Med.)* สิ่งที่ใส่ไว้ในร่างกาย

implantation /ɪmplɑː'nteɪʃn, US -plænt-/อิมพลาน'เทช'น, -แพลนทฺ-/ *n.* Ⓐ *(Med.)* การใส่ *(อุปกรณ์)* ในร่างกาย; Ⓑ *(fig.: instilling)* การถ่ายทอดความคิดให้, การปลูกฝังนิสัย

implausibility /ɪmplɔːzɪ'bɪlɪtɪ/อิมพลอซิ'บิลลิทิ/ *n., no pl.* ความไม่น่าเชื่อ, การเป็นไปไม่ได้

implausible /ɪm'plɔːzɪbl/อิม'พลอซิบ'ล/ *adj.*, **implausibly** /ɪm'plɔːzɪblɪ/อิม'พลอซิบลิ/ *adv.* [อย่าง] ไม่น่าจะเป็นจริง, [อย่าง] ไม่น่าเชื่อ

implement ❶ /'ɪmplɪmənt/'อิมพลิเมินทฺ/ *n.* เครื่องมือ, อุปกรณ์ ❷ /'ɪmplɪment/'อิมพลิเมินทฺ/ *v.t.* Ⓐ *(fulfil, complete)* ทำตาม *(ข้อตกลง)*; ทำให้สมบูรณ์; Ⓑ *(put into effect)* ทำให้เป็นผล; เริ่มปฏิบัติ *(กฎหมาย)*

implementation /ɪmplɪmen'teɪʃn/อิมพลิเม็นเทช'น/ *n.* ➡ implement 2: การทำตาม, การทำให้เป็นผล, การเริ่มปฏิบัติ

implicate /'ɪmplɪkeɪt/'อิมพลิเคท/ *v.t.* Ⓐ *(show to be involved)* พัวพัน, เกี่ยวข้อง; **be ~d in a scandal** มีส่วนพัวพันกับเรื่องอื้อฉาว; Ⓑ *(affect)* **be ~d in sth.** มีส่วนพัวพันใน *ส.น.*

implication /ɪmplɪ'keɪʃn/อิมพลิ'เคช'น/ *n.* Ⓐ *no pl. (implying)* การแสดงความหมายโดยปริยาย; **by ~:** โดยมีนัยแฝงเร้น; Ⓑ *no pl. (being involved)* การมีส่วนเกี่ยวข้อง, ความพัวพัน; Ⓒ *no pl. (being affected)* ผลกระทบ (in จาก); Ⓓ *(thing implied)* นัยแฝงเร้น

implicit /ɪm'plɪsɪt/อิม'พลิซซิท/ *adj.* Ⓐ *(implied)* ที่แสดงโดยปริยาย; Ⓑ *(virtually contained)* **be ~ in sth.** ราวกับปรากฏอยู่ใน *ส.น.*; Ⓒ *(resting on authority)* ที่ไม่โต้แย้ง, เด็ดขาด

implicitly /ɪm'plɪsɪtlɪ/อิม'พลิซซิทลิ/ *adv.* Ⓐ *(by implication)* โดยปริยาย; Ⓑ *(unquestioningly)* อย่างไม่มีข้อสงสัย, อย่างไม่โต้แย้ง, อย่างเด็ดขาด

implode /ɪm'pləʊd/อิม'โพลด/ ❶ *v.i.* ประทุ หรือ ระเบิดอยู่ภายใน ❷ *v.t.* ทำให้ประทุ หรือ ระเบิดอยู่ภายใน; **be ~d** มีการระเบิดภายใน

implore /ɪm'plɔː(r)/อิม'พลอ(ร)/ *v.t.* Ⓐ *(beg for)* อ้อนวอน; **'please', she ~d** 'ได้โปรดเถอะ' เธออ้อนวอน; Ⓑ *(entreat)* วิงวอน, ร้องขอ; **~ sb. to do/not to do sth.** วิงวอน *ค.น.* ให้ทำ/ไม่ให้ทำ *ส.น.*

imploring /ɪm'plɔːrɪŋ/อิม'พลอริง/ *adj.* เชิงวิงวอน, เชิงอ้อนวอน

imploringly /ɪm'plɔːrɪŋlɪ/อิม'พลอริงลิ/ *adv.* อย่างวิงวอน, อย่างอ้อนวอน

implosion /ɪm'pləʊʒn/อิม'โพลฌ'น/ *n.* การระเบิดภายใน, การแตกร้าวภายใน

imply /ɪm'plaɪ/อิม'พลาย/ *v.t.* Ⓐ *(involve the existence of)* หมายความว่า, แสดงว่ามี; *(by inference)* บอกเป็นนัย; **be implied in sth.** มีความหมายรวมอยู่ใน *ส.น.*; **silence sometimes implies consent** บางครั้งดุษณีภาพมีความหมายว่ายินยอม; Ⓑ *(express indirectly)* มีความหมายอย่างอ้อม ๆ; *(insinuate)* พูดเป็นเชิง, พูดเป็นนัย; **are you ~ing that ...?** นี่คุณหมายความว่า...หรือ

impolite /ɪmpə'laɪt/อิมเพอะ'ไลท/ *adj.*, **~r** /ɪmpə'laɪtə(r)/อิมเพอะ'ไลเทอะ(ร)/ **~st** /ɪmpə'laɪtɪst/อิมเพอะ'ไลทิซท/ ไม่สุภาพ

impolitely /ɪmpə'laɪtlɪ/อิมเพอะ'ไลทลิ/ *adv.* อย่างไม่สุภาพ

impoliteness /ɪmpə'laɪtnɪs/อิมเพอะ'ไลทนิซ/ *n., no pl.* ความไม่สุภาพ, ความหยาบคาย; *(of child)* ความกระด้าง, ความไม่มีสัมมาคารวะ

impolitic /ɪm'pɒlɪtɪk/อิม'พอลิทิค/ *adj.* *(inexpedient)* ไม่ฉลาด, ไม่เหมาะ, ไม่น่าทำ

i

imponderable /ɪmˈpɒndərəbl/อิม'พอนเดอะเรอะบ'ล/ ❶ *adj.* ไม่สามารถวัดได้, ไม่สามารถประเมินได้ ❷ *n.* การประเมินไม่ได้; **~s** สิ่งที่ประเมินได้ยาก

import /ɪmˈpɔːt/อิม'พอท/ ❶ *v.t.* Ⓐ นำ *(สินค้า)* เข้า; (**from** จาก, **into** เข้า); **~ing country** ประเทศที่นำสินค้าเข้า; **oil-~ing countries** ประเทศที่สั่งน้ำมันเข้า; Ⓑ *(signify)* หมายความว่า ❷ *n.* Ⓐ *(process, amount imported)* การนำสินค้าเข้าประเทศ, ปริมาณสินค้านำเข้า; **~s of beef/sugar** การนำเนื้อ/น้ำตาลเข้าประเทศ; **ban on the ~ of sth.** การประกาศห้ามนำสินค้า *ส.น.* เข้าประเทศ; Ⓑ *(article imported)* สินค้าที่นำเข้าประเทศ; Ⓒ *(meaning)* ความหมาย; **the ~ of his speech was that ...:** ความหมายของคำปราศรัยของเขาคือ...; Ⓓ *(importance)* ความสำคัญ; **an event of great ~:** เหตุการณ์ที่มีความสำคัญยิ่ง

importance /ɪmˈpɔːtəns/อิม'พอเทินซฺ/ *n., no pl.* Ⓐ ความสำคัญ; **be of great ~ to sb./sth.** มีความสำคัญยิ่งต่อ *ค.น./ส.น.*; Ⓑ *(significance)* ความสำคัญ; *(of decision)* ความหมาย; **increase in ~:** เพิ่มความสำคัญ; **be of/without ~:** มี/ปราศจากความสำคัญ; Ⓒ *(personal consequence)* ความมีหน้ามีตา, ความสำคัญ; **a man of considerable ~:** เขาเป็นคนสำคัญทีเดียว; **speak with an air of ~:** พูดด้วยท่าทีของคนสำคัญ; **full of one's own ~:** รู้สึกว่าตนเองมีความสำคัญอย่างยิ่ง

important /ɪmˈpɔːtənt/อิม'พอเทินทฺ/ *adj.* Ⓐ สำคัญ (**to** สำหรับ); *(in a particular matter)* **the most ~ thing is ...:** สิ่งที่สำคัญที่สุดคือ...; Ⓑ *(momentous)* สำคัญอย่างยิ่งยวด; Ⓒ *(having high rank)* มีตำแหน่งสูง, มียศสูง; **very ~ person** บุคคลสำคัญ; Ⓓ *(considerable)* สำคัญมาก; ใหญ่โต; Ⓔ *(pompous)* วางท่า, ถือตัว

importantly /ɪmˈpɔːtəntlɪ/อิม'พอเทินทฺลิ/ *adv.* Ⓐ **bear ~ [up]on sth.** มีผลสำคัญต่อ *ส.น.*; **more/most ~:** ที่สำคัญกว่า/ที่สุด; Ⓑ *(pompously)* อย่างวางท่า, อย่างถือตัว

importation /ɪmpɔːˈteɪʃn/อิมพอ'เทช'น/ *n.* การนำเข้า, การนำสินค้าเข้าประเทศ

'import duty *n.* อากรขาเข้า

importer /ɪmˈpɔːtə(r)/อิม'พอเทอะ(ร)/ *n.* ผู้นำเข้า, ผู้สั่งสินค้าเข้า; **be an ~ of cotton** เป็นผู้สั่งฝ้ายเข้าประเทศ

'import permit *n.* ใบอนุญาตนำสินค้าเข้า

importunate /ɪmˈpɔːtʃʊnət/อิม'พอฉุเนิท/ *adj.* รบเร้า, คอยเรียกร้องโน่นนี่

importunately /ɪmˈpɔːtʃʊnətlɪ/อิม'พอฉุเนิทลิ/ *adv.* อย่างรบเร้า, อย่างเรียกร้อง

importune /ɪmpɔːˈtjuːn/อิมพอ'ทิวน/ ❶ *v.t.* Ⓐ รบเร้า, เรียกร้อง; **she ~d her neighbours and relatives for money** เธอรบเร้าขอเงินจากเพื่อนบ้านและญาติ; Ⓑ *(solicit for immoral purpose)* รบเร้าเพื่อเรื่องทางเพศ ❷ *v.i.* เร่าร้อน, ยัดเยียดตัวเองเข้าไป

importunity /ɪmpɔːˈtjuːnɪtɪ/อิมพอ'ทิวนิทิ/ *n.* การรบเร้า, การรบเร้าทางเพศ

impose /ɪmˈpəʊz/อิม'โพซฺ/ ❶ *v.t.* Ⓐ กำหนดให้มี *(ภาษี, ข้อต้องห้าม)*, ทำให้มี *(ภาระ, หน้าที่)*; ตั้ง *(กฎเกณฑ์)*; **~ a ban on sth.** ประกาศห้าม *ส.น.*; **~ a tax on sth.** กำหนดให้ *ส.น.* ต้องเสียภาษี; **~ a nervous strain on sb.** ทำให้ *ค.น.* เกิดความเครียด; Ⓑ *(compel compliance with)* **~ sth. [up]on sb.** บังคับให้ *ค.น.* ยอมรับ *ส.น.*; **~ one's company [up]on sb.** ยัดเยียดตนเองกับ *ค.น.*; **~ restraints [up]on sb.** ตั้งข้อบังคับ/ขอบเขตให้ *ค.น.*; Ⓒ *(Printing)* เรียงหน้าต้นฉบับสำหรับการพิมพ์ ❷ *v.i.* Ⓐ *(exert influence)* ใช้อิทธิพล; Ⓑ *(take advantage)* **I would** *or* **do not want** *or* **wish to ~:** ฉันไม่ต้องการที่จะเอาเปรียบ ❸ *v. refl.* **~ oneself on sb.** ไปหา *ค.น.* *(โดยไม่ได้รับเชิญ)*; เข้าไปยุ่งเกี่ยวกับ*ค.น.*

~ on *v.t.* Ⓐ *(take advantage of)* เอาเปรียบ *(ความนิสัยดี)*; **~ on sb. for help** รบเร้าให้ *ค.น.* ช่วย; Ⓑ *(force oneself on)* **~ on sb.** ยัดเยียดตนเองกับ *ค.น.*

~ upon ➡ **~ on**

imposing /ɪmˈpəʊzɪŋ/อิม'โพซิง/ *adj.* สง่าผ่าเผย, ใหญ่โต, มหึมา

imposition /ɪmpəˈzɪʃn/อิมเพอะ'ซิช'น/ *n.* Ⓐ *no pl. (action)* การกำหนดให้มี; *(of tax)* การตั้ง; Ⓑ *no pl. (enforcement)* การบังคับใช้ *(กฎหมาย)*; Ⓒ *no pl. (Printing)* การจัดหน้าต้นฉบับพร้อมพิมพ์; Ⓓ *(tax)* การตั้งภาษี; Ⓔ *(piece of advantage-taking)* การเอาเปรียบ; **I am weary of the ~s of my relatives** ฉันเบื่อหน่ายกับการเอาเปรียบต่าง ๆ ของพวกญาติ ๆ; **I hope it's not too much of an ~:** ฉันหวังว่าจะไม่เป็นการรบกวนมากเกินไป; Ⓕ *(Brit. Sch.: work set as punishment)* งานเพิ่มเป็นการลงโทษ

impossibility /ɪmpɒsɪˈbɪlɪtɪ/อิมพอซิ'บิลลิทิ/ *n.* Ⓐ *no pl.* ความเป็นไปไม่ได้; **the ~ of a man's flying** ความที่มนุษย์บินไม่ได้; Ⓑ **go after impossibilities** คอยแสวงหาสิ่งที่เป็นไปไม่ได้; **that's an absolute ~:** นั่นเป็นสิ่งที่ไม่มีทางเป็นไปได

impossible /ɪmˈpɒsɪbl/อิม'พอซิบ'ล/ ❶ *adj.* Ⓐ เป็นไปไม่ได้; **it is ~ for me to do it** ฉันทำอย่างนั้นไม่ได้; Ⓑ *(not easy)* ยาก; *(not easily believable)* เชื่อได้ยาก; **his car is becoming ~ to start** รถยนต์ของเขาแทบจะติดเครื่องไม่ได้เลย; Ⓒ *(coll.: intolerable)* เหลือที่จะทน, สุดทน ❷ *n.* **the ~:** สิ่งที่เป็นไปไม่ได้; **achieve the ~:** บรรลุถึงสิ่งที่เป็นไปไม่ได้/สิ่งที่เหลือเชื่อ

impossibly /ɪmˈpɒsɪblɪ/อิม'พอซิบลิ/ *adv.* Ⓐ อย่างเป็นไปไม่ได้; **the stone was ~ heavy to lift** หินก้อนนั้นหนักเกินที่จะยกไหว; Ⓑ *(to an inconvenient degree)* เหลือรับ; Ⓒ *(coll.: intolerably)* อย่างเหลือที่จะทนได้, อย่างเหลือเกิน; **he is ~ idealistic** เขามีอุดมคติเหลือเกิน

impost /ˈɪmpəʊst/'อิมโพซทฺ/ *n.* Ⓐ *(tax)* อากรเสริม, ภาษีเสริม, ภาระตั้งบังคับ; Ⓑ *(Archit.)* ส่วนหัวเสาซึ่งรองรับซุ้ม

impostor /ɪmˈpɒstə(r)/อิม'พอซเตอะ(ร)/ *n.* ผู้ปลอมแปลงบุคลิกภาพ; *(swindler)* คนหลอกลวง

imposture /ɪmˈpɒstʃə(r)/อิม'พอซเฉอะ(ร)/ *n.* Ⓐ *no pl. (practice of deception)* การหลอกลวง; *(swindling)* การฉ้อโกง; Ⓑ *(act of deception)* การหลอกลวง; Ⓒ *(fake)* สิ่งปลอมแปลง

impotence /ˈɪmpətəns/'อิมเพอะเทินซฺ/, **impotency** /ˈɪmpətənsɪ/'อิมเพอะเทินซิ/ *n., no pl.* Ⓐ *(powerlessness)* ความไร้อำนาจ; Ⓑ *(helplessness)* การช่วยตนเองไม่ได้; Ⓒ *(lack of sexual power; in popular use: sterility)* การไร้สมรรถภาพทางเพศ, กามตายด้าน, เป็นหมัน

impotent /ˈɪmpətənt/'อิมเพอะเทินทฺ/ *adj.* Ⓐ *(powerless)* ไร้อำนาจ; **be ~ to do sth.** ไม่มีอำนาจที่จะทำ *ส.น.*; Ⓑ *(helpless)* ช่วยอะไรไม่ได้; Ⓒ *(lacking in sexual power; in popular use: sterile)* ไร้สมรรถภาพทางเพศ

impotently /ˈɪmpətəntlɪ/'อิมเพอะเทินทลิ/ *adv.* Ⓐ *(powerlessly)* โดยปราศจากอำนาจ; Ⓑ *(helplessly)* อย่างช่วยตนเองไม่ได้

impound /ɪmˈpaʊnd/อิม'พาวนฺดฺ/ *v.t.* Ⓐ *(shut up)* กักขังไว้ *(สัตว์เลี้ยง)*; *(fig.: confine)* กักตัว, เก็บตัว; Ⓑ *(take possession of)* ริบ, ยึด, เข้าครอบครอง

impoverish /ɪmˈpɒvərɪʃ/อิม'พอเวอะริช/ *v.t.* Ⓐ ทำให้ยากจน; **be/become ~ed** จนลง; Ⓑ *(exhaust)* ทำให้ *(พื้นที่)* หมดความอุดมสมบูรณ์

impoverishment /ɪmˈpɒvərɪʃmənt/อิม'พอเวอะริชเมินทฺ/ *n., no pl.* Ⓐ *(making poor)* การทำให้จนลง; *(being poor)* ความยากจน; Ⓑ *(exhaustion) (process)* การทำให้หมดความอุดมสมบูรณ์; *(state)* สภาพที่หมดความอุดมสมบูรณ์

impracticability /ɪmpræktɪkəˈbɪlɪtɪ/อิมแพรคทิเคอะ'บิลลิทิ/ *n.* Ⓐ *no pl. (of plan)* การที่นำไปปฏิบัติไม่ได้; *(of prediction)* ความเป็นไปไม่ได้; Ⓑ *(thing)* **be an ~:** เป็นสิ่งที่ปฏิบัติไม่ได้; **it's an ~:** เป็นสิ่งที่เป็นไปไม่ได้

impracticable /ɪmˈpræktɪkəbl/อิม'แพรคทิเคอะบ'ล/ *adj.* นำไปปฏิบัติไม่ได้, ไม่เหมาะที่จะนำไปปฏิบัติ

impractical /ɪmˈpræktɪkl/อิม'แพรคทิค'ล/ Ⓐ ➡ **unpractical**; Ⓑ ➡ **impracticable**

impracticality /ɪmpræktɪˈkælətɪ/อิมแพรคทิ'แคเลอะทิ/ ➡ **impracticability**

imprecation /ɪmprɪˈkeɪʃn/อิมพริ'เคช'น/ *n.* การสาปแช่ง, การสบถสาบาน

imprecise /ɪmprɪˈsaɪs/อิมพริ'ไซซ/ *adj.*, **imprecisely** /ɪmprɪˈsaɪslɪ/อิมพริ'ไซซลิ/ *adv.* [อย่าง] ไม่ชัดเจน; *(การคะเน, คำนวณ)* [อย่าง] ไม่แน่นอน

imprecision /ɪmprɪˈsɪʒn/อิมพริ'ซิฌ'น/ *n.* ความไม่ชัดเจน, ความไม่แน่นอน

impregnability /ɪmpregnəˈbɪlɪtɪ/อิมเพร็กเนอะ'บิลลิทิ/ *n., no pl.* ความไม่สามารถจะเอาชนะได้; *(of strongroom etc.)* ความไม่สามารถจะบุกเข้าไปได้; *(fig.)* ความไม่หวั่นไหวต่อการวิพากษ์วิจารณ์

impregnable /ɪmˈpregnəbl/อิม'เพร็กเนอะบ'ล/ *adj.* ไม่สามารถจะบุกเข้าไปยึดได้; *(ห้องเก็บของมีค่า)* ไม่สามารถจะเข้าไปได้; *(fig.)* ไม่หวั่นไหวต่อการวิพากษ์วิจารณ์

impregnate /ˈɪmpregneɪt, US ɪmˈpreg-/'อิมเพร็กเนท, อิม'เพร็ก-/ *v.t.* Ⓐ ทำให้เต็ม, ทำให้ชุ่ม; Ⓑ *(make pregnant)* ทำให้มีครรภ์; *(Biol.: fertilize)* ทำให้ติดลูก; **Mary was ~d by the Holy Ghost** พระแม่มารีตั้งครรภ์ได้โดยพระจิตของพระผู้เป็นเจ้า

impregnation /ɪmpregˈneɪʃn/อิมเพร็ก'เนช'น/ *n., no pl.* Ⓐ การทำให้เต็ม, การทำให้ชุ่ม; Ⓑ *(making pregnant)* การทำให้มีครรภ์; *(Biol.: fertilization)* การทำให้ติดลูก

impresario /ɪmprɪˈsɑːrɪəʊ/อิมพริ'ซาริโอ/ *n., pl.* **~s** ผู้จัดการมหกรรมบันเทิง

impress ❶ /ɪmˈpres/อิม'เพร็ซ/ *v.t.* Ⓐ *(apply)* ประทับรอย, พิมพ์ลวดลาย; **~ a pattern** *etc.* **on/in sth.** ประทับ *หรือ* พิมพ์ลวดลายลงบน/ใน *ส.น.*; Ⓑ *(arouse strong feeling in)* ทำให้ทึ่ง, ทำให้เลื่อมใส *(with ใน)*; **be ~ed by** *or* **with sth.** ทึ่ง/เลื่อมใส *ส.น.*; Ⓒ *(affect favourably)* ประทับใจ, จับใจ, ติดใจ; Ⓓ *(mark)* ประทับตรา *(ในเอกสาร)*; **~ a child with the right attitude** *(fig.)* ปลูกฝังทัศนคติที่ถูกต้องให้แก่เด็ก; Ⓔ *(affect)* **~ sb. favourably/unfavourably** ทำให้ *ค.น.* ประทับใจ/ไม่ประทับใจ ❷ /ˈɪmpres/'อิมเพร็ซ/ *n.* Ⓐ การกด *หรือ* พิมพ์รอย; Ⓑ *(mark)* ตรา, รอยตำหนิ; **bear the ~ of sth.** *(fig.)* มีรอยของ *ส.น.*

~ [**up**]**on** *v.t.* ปลูกฝัง, เน้น; **they have had ~ed [up]on them the danger of doing that** ได้มีการเน้นกับพวกเขาว่าการกระทำสิ่งนั้นเป็นอันตราย; **~ sth. [up]on sb.'s memory** ทำให้ *ส.น.* ประทับอยู่ในความทรงจำของ *ค.น.*

impression /ɪm'preʃn/อิม'เพร็ช'น/ *n.* (A) *(impressing)* การทำรอย, การประทับรอย; (B) *(mark)* รอยพิมพ์, รอยประทับ, รอยตำหนิ; (C) *(print)* การพิมพ์; **take an ~ of sth.** พิมพ์ *ส.น.*; *(of painting, engraving etc.)* ภาพพิมพ์; (D) *(Printing) (quantity of copies)* จำนวนพิมพ์ในแต่ละครั้ง; *(unaltered reprint)* การพิมพ์ซ้ำ *(โดยไม่เปลี่ยนแปลง)*; (E) *(effect on persons)* ผลกระทบที่มีต่อคนอื่น, ความประทับใจ; *(effect on inanimate things)* ผลกระทบ; **make an ~ on sb.** ทำให้ *ค.น.* ประทับใจ; **make a good/bad/strong** *etc.* **~ on sb.** ทำให้ *ค.น.* ประทับใจ/ไม่ประทับใจ/ไม่มีวันลืม; **he had made quite an ~ on the weed-choked flower bed** เขาได้ผลพอสมควรในการถางวัชพืชออกจากแปลงดอกไม้; **first ~/~s** ความรู้สึกเมื่อแรกพบ; (F) *(impersonation)* **do an ~ of sb.** แสดงการเลียนแบบ *ค.น.*; **~ of the president** การเลียนแบบประธานาธิบดี; (G) *(notion)* ความคิด, ความเห็น, ความรู้สึก; **it's my ~ that ...:** ฉันมีความรู้สึกว่า...; **what's your ~ of him?** คุณมีความเห็นอย่างไรเกี่ยวกับเขา; **form an ~ of sb.** มีความเห็นเกี่ยวกับ *ค.น.*; **it's only an ~:** มันเป็นเพียงความรู้สึกเท่านั้น; **give [sb.] the ~ that .../of being bored** ทำให้ [*ค.น.*] เกิดความรู้สึกว่า.../ทำให้ *ค.น.* รู้สึกว่าอีกคนรู้สึกเบื่อ; **be under the ~ that ...:** เข้าใจว่า.../รู้สึกว่า...; *(less certain)* สงสัยว่า...

impressionable /ɪm'preʃənəbl/อิม'เพร็ชเชอะเนอะบ'ล/ *adj.* ใจอ่อน, เชื่อง่าย, มีความรู้สึกอ่อนไหวง่าย; **have an ~ mind, be ~:** มีใจอ่อนไหวง่าย; **children who are at the ~ age** เด็กในวัยที่มีความรู้สึกอ่อนไหวง่าย

impressionism /ɪm'preʃənɪzm/อิม'เพร็ชเชอะนิซ'ม/ *n., no pl.* ศิลปะฝรั่งเศสใน ค.ศ. ที่ 19 *ที่พยายามแสดงธรรมชาติในรูปแบบใหม่ โดยเน้นแสงและสี*

impressionist /ɪm'preʃənɪst/อิม'เพร็ชเชอะนิซทฺ/ *n.* ศิลปินที่เน้นแสงและสีเพื่อแสดงบรรยากาศธรรมชาติ

impressionistic /ɪmpreʃə'nɪstɪk/อิมเพระเชอะ'นิซติค/ *adj.* มีลักษณะเน้นแสงและสีเพื่อแสดงบรรยากาศ; ไม่มีโครงสร้างตายตัว

impressive /ɪm'presɪv/อิม'เพร็ซซิว/ *adj.* น่าประทับใจ, เร้าความรู้สึกอย่างรุนแรง, ใหญ่โต; **be ~ on account of** *or* **~ for sth.** สร้างความประทับใจโดย *ส.น.*

impressively /ɪm'presɪvlɪ/อิม'เพร็ซซิวลิ/ *adv.* อย่างน่าประทับใจ, อย่างสะเทือนอารมณ์

imprimatur /ɪmprɪ'meɪtə(r), -'mɑ:tə(r)/อิมพริ'เมเทอะ(ร), -'พริมาเทอะ(ร)/ *n.* (A) *(RC Ch.)* ใบอนุญาตให้พิมพ์หนังสือศาสนา; (B) *(fig.: sanction)* **put the ~ of approval on sth.** ได้รับอนุญาตเป็นทางการให้ทำ *ส.น.*; **bear the ~ of sb./an institution** ได้รับอนุญาตจาก *ค.น.*/สถาบัน

imprint ❶ /'ɪmprɪnt/'อิมพรินทฺ/ *n.* (A) ตรา, เครื่องหมาย; **publisher's/printer's ~:** ตรา/เครื่องหมายของสำนักพิมพ์/ผู้พิมพ์; (B) *(fig.)* รอยจารึก, ริ้วรอย; **leave one's ~ on sb./sth.** ทิ้งรอยจารึกไว้บน *ค.น./ส.น.*; **the ~ of suffering upon sb.'s face** ริ้วรอยแห่งความทุกข์ทรมานบนใบหน้า *ค.น.* ❷ /ɪm'prɪnt/อิม'พรินทฺ/ *v.t.* (A) *(stamp)* ประทับตรา *(ดวงตราไปรษณียากร)*; *(on metal)* ตีตรา; (B) *(fix indelibly)* **sth. is ~ed in** *or* **on sb.'s memory** *ส.น.* ถูกตราตรึงอยู่ในความทรงจำของ *ค.น.*

imprison /ɪm'prɪzn/อิม'พริซ'น/ *v.t.* (A) ใส่คุก, จำคุก, จำขัง; **be ~ed** ถูกจับเข้าคุก; **be ~ed for three months** *(be sentenced to three months in prison)* ถูกจำคุกสามเดือน; (B) *(fig.: confine)* กักขัง; *(hold)* จับอยู่

imprisonment /ɪm'prɪznmənt/อิม'พริซ'นเมินทฺ/ *n.* (A) การจำคุก; **a long term** *or* **period of ~:** การจำคุกเป็นเวลานาน; **serve a sentence of ~:** ถูกตัดสินให้จำคุก; (B) *(fig.: being confined)* การถูกกักขัง; **~ by sb./sth.** การถูก *ค.น./ส.น.* กักขัง

improbability /ɪmprɒbə'bɪlɪtɪ/อิมพรอเบอะ'บิลลิทิ/ *n.* ความไม่น่าจะเป็นไปได้

improbable /ɪm'prɒbəbl/อิม'พรอเบอะบ'ล/ *adj.* (A) *(not likely)* ไม่น่าจะเป็นไปได้, ไม่น่าจะเกิดขึ้น, ไม่น่าเชื่อ; (B) *(incongruous)* แปลกประหลาด, ไม่เหมาะสม; **he is an ~ person to be in charge of a large company** เขาเป็นบุคคลไม่เหมาะสมที่จะได้รับมอบหมายให้ดูแลบริษัทใหญ่อย่างนั้น

impromptu /ɪm'prɒmptju:, US -tu:/อิม'พรอมทิว, -ทู/ ❶ *adj.* กะทันหัน, ทันทีทันควัน, ไม่ได้ตระเตรียมไว้ล่วงหน้า; **an ~ speech** คำปราศรัยที่ไม่ได้ตระเตรียมไว้ล่วงหน้า; **an ~ visit** การไปเยี่ยมโดยไม่ได้นัดหมาย ❷ *adv.* อย่างกะทันหัน, อย่างทันทีทันควัน ❸ *n.* (A) การแสดงหรือคำปราศรัยที่ไม่ได้เตรียม; (B) *(Mus.)* เพลงสั้นที่มักแสดงอิทธิพลของชูเบิร์ต

improper /ɪm'prɒpə(r)/อิม'พรอเพอะ(ร)/ *adj.* (A) *(wrong)* ไม่ถูกต้อง; (B) *(unseemly)* ไม่สมควร; *(indecent)* ไม่เรียบร้อย, ไม่สุภาพ; (C) *(not inaccordance with rules of conduct)* เสียมารยาท, ไม่ถูกกาลเทศะ; (D) **~ fraction** *(Math.)* เศษเกิน

improperly /ɪm'prɒpəlɪ/อิม'พรอเพอะลิ/ *adv.* (A) *(wrongly)* อย่างไม่ถูกต้อง; **use sth. ~:** ใช้ *ส.น.* อย่างผิดวิธี; (B) *(in unseemly fashion)* อย่างไม่สมควร; *(indecently)* อย่างไม่เรียบร้อย, อย่างไม่สุภาพ; (C) *(in contravention of rules of conduct)* อย่างฝืนกฎกิริยามารยาท; **use sth. ~:** ใช้ *ส.น.* อย่างไม่เหมาะสม

impropriety /ɪmprə'praɪətɪ/อิมเพรอะ'พรายเออะทิ/ *n.* (A) *no pl. (unfitness)* ความไม่เหมาะสม, ความผิดกาลเทศะ, ความไม่สมควร; **say/state** *etc.* **without ~ that ...:** พูดอย่างถูกต้องทีเดียวว่า...; (B) *no pl. (unseemliness)* ความไม่สมควร; *(indecency)* ความไม่เรียบร้อย, ความไม่สุภาพ; **the ~ of sb.'s clothing** การแต่งกายไม่เรียบร้อยของ *ค.น.*; (C) *no pl. (lack of accordance with rules of conduct)* การผิดกาลเทศะ; **see no ~ in doing sth.** มองไม่เห็นว่าการทำ *ส.น.* ผิดกาลเทศะ; (D) *(instance of improper conduct)* ความประพฤติที่ไม่เหมาะสม; **moral ~:** ความประพฤติผิดศีลธรรม

improvable /ɪm'pru:vəbl/อิม'พรูเวอะบ'ล/ *adj.* พัฒนาได้, แก้ไขปรับปรุงได้

improve /ɪm'pru:v/อิม'พรูว/ ❶ *v.i. (อากาศ, การงาน)* ดีขึ้น; *(become more attractive)* พัฒนา, ทุเลา, ดีขึ้น; **he was ill, but he's improving now** เมื่อก่อนเขาป่วย แต่เดี๋ยวนี้เขาดีขึ้นแล้ว; **things are improving** สิ่งต่าง ๆ กำลังดีขึ้น ❷ *v.t.* ทำให้ดีขึ้น, พัฒนา, แก้ไข; **~d health** สุขภาพที่ดีขึ้น; **~ one's mind** พัฒนาความรู้ของตน; **~ one's situation** พัฒนาสถานการณ์ของตน ❸ *v. refl.* **~ oneself** พัฒนาตนเอง

~ [**up**]**on** *v.t.* ปรับปรุง *(คุณภาพ)*; เสนอ *(ราคา)* สูงขึ้น

improvement /ɪm'pru:vmənt/อิม'พรูวเมินทฺ/ *n.* (A) *no pl.* การปรับปรุง; การพัฒนา; *(in trading)* การสูงขึ้น; **there is need for ~ in your handwriting** คุณจำเป็นต้องปรับปรุงลายมือของคุณให้ดีขึ้น; **an ~ on** *or* **over sth.** เป็นการดีขึ้นเมื่อเทียบกับ *ส.น.*; (B) *(addition)* การแต่งเติม, การต่อเติม; **make ~s to sth.** ทำการต่อเติมให้ *ส.น.*

improvidence /ɪm'prɒvɪdəns/อิม'พรอวิเดินซฺ/ *n., no pl.* (A) ความประมาท, การไม่นึกถึงอนาคต; (B) *(heedlessness)* ความเลินเล่อ, ความไม่ระวังระไว; (C) *(thriftlessness)* ความสุรุ่ยสุร่าย, ความฟุ่มเฟือย

improvident /ɪm'prɒvɪdənt/อิม'พรอวิเดินทฺ/ *adj.* (A) ประมาท, สะเพร่า; **he is ~:** เขาประมาท; **~ action** การกระทำที่ประมาท; (B) *(heedless)* เลินเล่อ, ไม่ระวังระไว; (C) *(thriftless)* สุรุ่ยสุร่าย, ฟุ่มเฟือย

improvidently /ɪm'prɒvɪdəntlɪ/อิม'พรอวิเดินทลิ/ *adv.* (A) อย่างประมาท, อย่างสะเพร่า; (B) *(thriftlessly)* อย่างสุรุ่ยสุร่าย, อย่างฟุ่มเฟือย

improvisation /ɪmprəvaɪ'zeɪʃn, US *also* ɪmprɒvə'zeɪʃn/อิมเพรอะไว'เซช'น, อิมพรอเวอะเซช'น/ *n.* (A) *no pl.* การร้ายเพลงสด; *(composing while performing)* การเล่นเพลงไปแต่งไป; **his talent for ~:** ความสามารถของเขาในการแต่งเพลงอย่างทันทีทันควัน; *(in speaking)* ความสามารถในการพูดสด; (B) *(thing)* สิ่งที่ทำขึ้นอย่างทันทีทันควัน, กลอนสด, กลอนด้น; **the speech was an ~:** คำปราศรัยนั้นคิดขึ้นมาสด ๆ; **the bench was only an ~:** ม้านั่งทำขึ้นมาง่าย ๆ โดยมิได้มีแบบแผน

improvise /'ɪmprəvaɪz/'อิมเพรอะวายซฺ/ *v.t.* ทำขึ้นโดยไม่มีการเตรียมไว้ล่วงหน้า, ด้น

imprudence /ɪm'pru:dəns/อิม'พรูเดินซฺ/ *n.* (A) *no pl.* ความสะเพร่า, ความเลินเล่อ; **with great ~:** สะเพร่าอย่างมาก; (B) *(rash act)* การกระทำที่หุนหันพลันแล่น

imprudent /ɪm'pru:dənt/อิม'พรูเดินทฺ/ *adj. (showing rashness)* สะเพร่า, เลินเล่อ, รีบร้อน

imprudently /ɪm'pru:dəntlɪ/อิม'พรูเดินทลิ/ *adv.* อย่างสะเพร่า, อย่างเลินเล่อ, อย่างรีบร้อน

impudence /'ɪmpjʊdəns/'อิมพิวเดินซฺ/ *n.* (A) ความยโส, ความอวดดี; (B) *(brazenness)* ความทะลึ่ง, ความหน้าด้าน, ความหยาบคาย

impudent /'ɪmpjʊdənt/'อิมพิวเดินทฺ/ *adj.*, **impudently** /'ɪmpjʊdəntlɪ/'อิมพิวเดินทลิ/ *adv. (brazen)* [อย่าง] หน้าด้าน, [อย่าง] หยาบคาย

impugn /ɪm'pju:n/อิม'พิวนฺ/ *v.t.* พูดแย้ง, ท้าทาย *(คำพูด)*

impulse /'ɪmpʌls/'อิมพัลซฺ/ *n.* (A) *(act of impelling)* การผลัก, การดัน; *(fig.: motivation)* การผลักดัน, แรงกระตุ้น; **give an ~ to sth.** กระตุ้น *ส.น.*; (B) *(mental incitement)* การยั่วยุให้เกิดอารมณ์; **be seized with an irresistible ~ to do sth.** ทำ *ส.น.* อย่างอดไม่ได้; (C) *(tendency to act without reflection)* การกระทำที่ปราศจากการยั้งคิด; **from pure ~:** เพราะนึกอยากขึ้นมาปุบปับ; **be ruled/guided by ~:** เป็นคนนึกอยากทำอะไรก็ทำ; **be a creature of ~:** เป็นคนทำอะไรไม่ไตร่ตรอง; **act/do sth. on [an] ~:** ทำ *ส.น.* โดยไม่ยั้งคิด; (D) *(impetus)* แรงขับ, แรงกระตุ้น; (F) *(Biol., Electr., Phys.)* แรงกระตุ้น

'impulse buying *n.* การซื้อของโดยไม่ได้ตั้งใจ

i

impulsion /ɪm'pʌlʃn/อิม'พัลช'น/ *n.* Ⓐ *(impelling push)* สิ่งผลักดัน; Ⓑ *(mental impulse)* การกระตุ้นทางจิตให้ทำ *ส.น.*; Ⓒ *(impetus)* การกระตุ้น, การผลักดัน; **give an ~ to sth.** กระตุ้น *ส.น.*

impulsive /ɪm'pʌlsɪv/อิม'พัลซิว/ *adj.* Ⓐ หุนหัน, ที่ไร้การไตร่ตรอง; Ⓑ *(driving)* ที่ผลักดัน, ขับ, บังคับให้ทำ; **~ force** แรงดล; Ⓒ *(Phys.)* เกี่ยวกับแรงดล

impulsively /ɪm'pʌlsɪvlɪ/อิม'พัลซิวลิ/ *adv.* อย่างหุนหัน, อย่างไร้การไตร่ตรอง, อย่างไม่ยั้งคิด

impulsiveness /ɪm'pʌlsɪvnɪs/อิม'พัลซิวนิซ/ *n., no pl.* ความหุนหันพลันแล่น, ความไม่ยั้งคิด

impunity /ɪm'pju:nɪtɪ/อิม'พิวนิทิ/ *n., no pl.* การไม่ถูกลงโทษ; **be able to do sth. with ~:** สามารถทำ *ส.น.* ได้อย่างปลอดภัย; *(without being punished)* สามารถทำ *ส.น.* ได้โดยไม่ถูกลงโทษ

impure /ɪm'pjuə(r)/อิม'พิวเออะ(ร)/ *adj.* Ⓐ *(dirty)* สกปรก, โสโครก; Ⓑ *(unchaste)* ไม่บริสุทธิ์, มีราคีคาว; Ⓒ *(mixed with extraneous substance)* มีสารอื่นเจือปน; *(fig.: of mixed nature)* ปนเป

impurity /ɪm'pjuərɪtɪ/อิม'พิวเออะริทิ/ *n.* Ⓐ *no pl. (being dirty)* ความสกปรก, ความโสโครก; *(of water)* ความไม่บริสุทธิ์; Ⓑ *no pl. (not being chaste)* ความไม่บริสุทธิ์, ความไม่เป็นพรหมจารี; **moral ~:** ความไม่มีคุณธรรม; *(Buddhism)* กิเลส, มลทิน *(ร.บ.)*; Ⓒ *no pl. (being mixed with extraneous substance)* การมีสารอื่นเจือปน; Ⓓ *in pl. (dirt)* สิ่งสกปรก; Ⓔ *(foreign matter)* สิ่งแปลกปลอม

imputation /ɪmpjʊ'teɪʃn/อิมพิว'เทช'น/ *n.* Ⓐ *no pl.* การชี้เหตุ; *(accusing)* การกล่าวโทษ; Ⓑ *(charge)* การฟ้อง

impute /ɪm'pju:t/อิม'พิวทฺ/ *v.t.* **~ sth. to sb./sth.** หาว่า *ส.น.* เกิดขึ้นจาก *ค.น./ส.น.*; **~ bad intentions to sb.** หาว่า/ใส่ความว่า *ค.น.* มีเจตนาไม่ดี

in /ɪn/อิน/ ❶ *prep.* Ⓐ *(position; also fig.)* ใน, ข้างใน; **I looked into all the boxes, but there was nothing in them** ฉันมองดูทุกกล่องแล้วแต่ไม่มีอะไรอยู่ข้างในเลย; **in the 'Mauretania'** บนเรือ 'มอริตาเนีย'; **in the fields** ในทุ่งนา; **a ride in a motor car** การนั่งรถ; **shot/wounded in the leg** ถูกยิง/บาดเจ็บที่ขา; **in this heat** ในความร้อนเช่นนี้; **the highest mountain in the world** ภูเขาที่สูงที่สุดในโลก; ➡ + **bed** 1 A; **clover**; **country** B; **dark** 2 A; **prison** B; **rage** 1 A; **sky** 1; **sleep** 1 B; **street** A; ²**tear**; Ⓑ *(wearing as dress)* ใส่; *(wearing as headgear)* ใส่; **in brown shoes** ใส่รองเท้าสีน้ำตาล; **a lady in black** สุภาพสตรีในชุดดำ; **a group of youths in leather jackets** กลุ่มวัยรุ่นที่ใส่เสื้อแจ็กเก็ตหนัง; ➡ + **shirtsleeve** 1; Ⓒ *(with respect to)* **two feet in diameter** เส้นผ่าศูนย์กลางยาว 2 ฟุต; **young in years** อายุอ่อน, เด็ก; **a change in attitude** การเปลี่ยนแปลงทางทัศนคติ; ➡ + **herself** A; **itself** A; Ⓓ *(as a proportionate part of)* **eight dogs in ten** สุนัข 8 ใน 10 ตัว; **pay 33 pence in the pound as interest** จ่ายดอกเบี้ย 33 เพ็นซ์ต่อ 1 ปอนด์; ➡ + **gradient** A; Ⓔ *(as a member of)* เป็นสมาชิกใน; **be in the Scouts** อยู่ในกองลูกเสือ; **be employed in the Civil Service** เป็นข้าราชการ; Ⓕ *(as content of)* **there are three feet in a yard** 1 หลามี 3 ฟุต; **is there anything in the notion of ...?** มีอะไรในแนวคิดที่ว่า...หรือไม่; **what is there in this deal for me?** ฉันจะได้อะไรจากข้อตกลงนี้บ้าง; **there is nothing of the hero in him** เขาไม่มีส่วนเป็นวีรบุรุษเสียเลย; **there is nothing/not much** *or* **little in it** *(difference)* ไม่มีอะไรแตกต่างเลย/ไม่ค่อยมีอะไรแตกต่าง; **there is something in what you say** สิ่งที่คุณพูดก็พอจะมีสาระบ้าง; Ⓖ *(coll.: as a kind of)* **the latest thing in fashion/in luxury** สิ่งที่ใหม่สุดในวงการแฟชั่น/ในโลกแห่งความหรูหรา; Ⓗ *expr. identity* ใน; **have a faithful friend in sb.** มีเพื่อนที่ซื่อสัตย์ใน *ค.น.*; **we have lost a first-rate teacher in Jim** เราได้สูญเสียจิม ซึ่งเป็นครูอันดับหนึ่งไป; Ⓘ *(concerned with)* **what line of business are you in?** คุณทำธุรกิจอะไร; **he's in politics** เขาเป็นนักการเมือง; **she's in insurance** เขาทำธุรกิจประกันภัย; Ⓙ **be [not] in it** *(as competitor)* [ไม่] อยู่ในหมู่เข้าแข่งขัน; Ⓚ *(Mus.)* ใน; **in [the key of] D flat** ในกุญแจเสียงดีแฟลต; Ⓛ *(Ling.) (ending with)* ลงท้ายด้วย; *(beginning with)* เริ่มต้นด้วย; Ⓜ *(with arrangement of)* ในจำนวน, เป็น; **sell eggs in half–dozens** ขายไข่ในจำนวนครึ่งโหล; ➡ + **order** 1 A; Ⓝ *(with the means of; having as material, colour)* **a message in code** ข้อมูลที่ส่งด้วยรหัส; **in writing** ด้วยเขียนเป็นลายลักษณ์อักษร; **in this way** ด้วยวิธีนี้; **in a few words** ด้วยคำพูดเพียง 2-3 คำ/เล็กน้อย; **bind in leather** เข้าเล่มด้วยหนัง; **a dress in velvet** เสื้อชุดที่ตัดจากกำมะหยี่; **this sofa is also available in leather/blue** เก้าอี้โซฟาตัวนี้สามารถสั่งเป็นหนัง/สีฟ้า; **write sth. in red** เขียน *ส.น.* ด้วยสีแดง; **pay in pounds/dollars** จ่ายเป็นปอนด์/ดอลลาร์; **draw in crayon/ink** *etc.* วาดด้วยสีเทียน/หมึก ฯลฯ; **be cast in brass** *etc.* หล่อด้วยทองเหลือง ฯลฯ; ➡ + **English** 2 A; Ⓞ ➤ 231 *(while, during)* ใน, ระหว่าง; **in crossing the river** ระหว่างการข้ามแม่น้ำ; **in fog/rain** *etc.* ในหมอก/ฝน ฯลฯ; **in the 20th century** ในศตวรรษที่ 20; **in the eighties/nineties** ในระหว่างทศวรรษปี 80/90; **4 o'clock in the morning/afternoon** ตี 4/บ่าย 4 โมง; **in 2004** ในปี ค.ศ. 2004; Ⓟ *(after a period of)* ภายใน; **in three minutes/years** ภายใน 3 นาที/ปี; Ⓠ *(within the ability of)* **have it in one [to do sth.]** สามารถที่จะทำ *ส.น.*; **I didn't know you had it in you** ฉันไม่รู้เลยว่าคุณจะทำได้; **he has in him the makings of a good soldier** เขาสามารถจะเป็นทหารที่ดีได้; **be in human nature** เป็นสันดานมนุษย์; **there is no malice in him** ไม่มีสิ่งเลวร้ายในตัวเขา; Ⓡ *(into)* รวมเข้าไป; **get the whole of sth. in a photo** ถ่าย *ส.น.* ได้หมดภายในหนึ่งภาพ; Ⓢ **in that** ที่ว่า; ➡ + **far** 1 D; Ⓣ **in doing this** *(by so doing)* โดยการทำเช่นนี้

❷ *adv.* Ⓐ *(inside)* ข้างใน; *(towards speaker)* เข้ามา; **when the animal is in, shut the cage door** เมื่อสัตว์เข้าไปแล้ว ปิดประตูกรงเสีย; **is everyone in?** ทุกคนอยู่ข้างในใช่ไหม; **in with you!** เข้าไปข้างในเสีย; **'In'** ทางเข้า; **the children have been in and out all day** เด็ก ๆ วิ่งเข้าออกทั้งวัน; Ⓑ *(at home, work, etc.)* **be in** อยู่; **find sb. in** เจอ *ค.น.* อยู่บ้าน/อยู่ในที่ทำงาน; **ask sb. in** เชิญให้ *ค.น.* เข้ามา; **he's been in and out all day** เขาเข้า ๆ ออก ๆ ทั้งวัน; Ⓒ *(included)* รวม [เป็น]; **cost £50 all in** รวมทั้งหมด 50 ปอนด์; **the word is not in** ยังไม่มีข่าว; **your article is not in** บทความของคุณไม่ได้รวมอยู่ด้วย; Ⓓ *(inward)* ภายใน; Ⓔ *(in fashion)* เป็นที่นิยม, ทันสมัย; Ⓕ *(elected)* **be in** ได้รับเลือกตั้ง; **Labour are in** ฝ่ายซ้ายชนะการเลือกตั้ง; **the Tories are in by three votes** พวกทอรี่ส์ชนะด้วย 3 คะแนน; Ⓖ *(Cricket)* **our team is in** ทีมของเราตีอยู่; Ⓗ *(Brit.: burning)* **be in** *(ไฟ)* ยังไหม้อยู่; **keep the fire in** ปล่อยให้ไฟลุก; Ⓘ *(having arrived)* **be in** *(รถไฟ, เรือ, สินค้า)* มาถึง; **the coach is not due in for another hour** รถโค้ชจะไม่เข้าจนอีกชั่วโมงหนึ่ง; Ⓙ *(present)* **be in at the start/climax** ร่วมอยู่ด้วยตั้งแต่ต้น/ตอนสำคัญสุดยอด; Ⓚ **sb. is in for sth.** *(about to undergo sth.)* *ค.น.* กำลังจะเผชิญกับ *ส.น.*; *(in competition for sth.)* *ค.น.* เข้าแข่งขันเพื่อ *ส.น.*; *(taking part in sth.)* *ค.น.* เข้าร่วมใน *ส.น.*; **we're in for it now!** *(coll.)* เดี๋ยวพวกเราเสร็จแน่; **have it in for sb.** คอยหาเรื่องกับ *ค.น.*; Ⓛ *(coll.: as participant, accomplice, observer etc.)* **be in on the secret/discussion** เข้าร่วมรู้ความลับ/การอภิปราย; **be in on the action** เข้าร่วมปฏิบัติการ; **be [well] in with sb.** เข้ากับ *ค.น.* ได้ดี; **be in with the right/wrong people** คบกับคนที่ดี/ไม่ดี; Ⓜ *(Sport)* **be in** *(ลูก)* ดีเข้า; ➡ + **all** 3; **eye** 1 A; **far** 1 D; **luck** B; **penny** C; **tide** 1 A

❸ *attrib. adj. (fashionable)* ทันสมัย; **the in crowd** กลุ่มคนที่ทันสมัย; **in joke** เรื่องตลกที่กำลังเป็นที่นิยม

❹ *n.* **know the ins and outs of a matter** รู้เรื่องเกี่ยวกับ *ส.น.* อย่างละเอียดถี่ถ้วน; **I don't know the ins and outs of the argument** ฉันไม่รู้ตื้นลึกหนาบางของการโต้เถียงนี้

in. *abbr.* ➤ 426, ➤ 517 **inch[es]**

inability /ɪnə'bɪlɪtɪ/อิเนอะ'บิลลิทิ/ *n., no pl.* Ⓐ *(being unable)* การขาดความสามารถ; Ⓑ *(lack of power)* การไร้กำลังหรือปัจจัย

in absentia /ɪn æb'sentɪə/อิน แอบ'เซ็นเทีย/ *adv.* ในขณะที่ *ค.น.* ไม่มา

inaccessibility /ɪnæksesɪ'bɪlɪtɪ/อินเอิคเซะซิ'บิลลิทิ/ *n., no pl.* Ⓐ *(unreachableness)* ความไม่สามารถเข้าถึงได้; Ⓑ *(unapproachableness)* การเข้าไปใกล้ไม่ได้

inaccessible /ɪnək'sesɪbl/อินเอิค'เซ็ซซิบ'ล/ *adj.* Ⓐ *(that cannot be reached)* ไม่สามารถเข้าถึง; Ⓑ *(unapproachable)* เข้าไปใกล้ไม่ได้

inaccuracy /ɪn'ækjʊrəsɪ/อิน'แอคิวเรอะซิ/ *n.* Ⓐ *(incorrectness)* ความไม่ถูกต้อง; **an example of ~ in the use of ...:** ตัวอย่างของการใช้...ที่ไม่ถูกต้อง; Ⓑ *(imprecision)* ความไม่แม่นยำ, ความไม่เที่ยงตรง, ความไม่แน่นอน

inaccurate /ɪn'ækjurət/อิน'แอคิวเริท/ *adj.* Ⓐ *(incorrect)* ไม่ถูกต้อง; Ⓑ *(imprecise)* ไม่แม่นยำ, ไม่เที่ยงตรง, ไม่แน่นอน

inaccurately /ɪn'ækjʊrətlɪ/อิน'แอคิวเริทลิ/ *adv.* Ⓐ *(incorrectly)* อย่างไม่ถูกต้อง, อย่างผิด ๆ; Ⓑ *(imprecisely)* อย่างไม่แม่นยำ, อย่างไม่เที่ยง, อย่างไม่แน่นอน

inaction /ɪn'ækʃn/อิน'แอคช'น/ *n., no pl., no indef. art.* Ⓐ การไม่ทำอะไร, การไม่ดำเนินการ; Ⓑ *(sluggishness)* ความขี้เกียจ, ความเฉยเมย

inactive /ɪn'æktɪv/อิน'แอคทิว/ *adj.* Ⓐ อยู่เฉย ๆ, ไม่ทำอะไร; Ⓑ *(sluggish)* ขี้เกียจ, เฉื่อยชา

inactivity /ɪnæk'tɪvɪtɪ/อินแอค'ทิววิทิ/ *n., no pl.* Ⓐ การไม่ทำอะไร, การอยู่เฉย ๆ; Ⓑ *(sluggishness)* ความขี้เกียจ, ความเฉยเมย

i

inadequacy /ɪn'ædɪkwəsɪ/อิน'แอดิเควอะซิ/ *n.* Ⓐ ความไม่เพียงพอ; Ⓑ *(incompetence)* การขาดคุณสมบัติ, ความสามารถไม่พอ

inadequate /ɪn'ædɪkwət/อิน'แอดิเควิท/ *adj.* Ⓐ ไม่เพียงพอ; **his response was ~ [to the situation]** คำตอบของเขาไม่เพียงพอต่อสถานการณ์; **the resources are ~ to his needs** ทรัพยากรนี้ไม่เพียงพอต่อความต้องการของเขา; Ⓑ *(incompetent)* ไม่มีความสามารถพอ; **feel ~:** รู้สึกไม่สามารถพอ

inadequately /ɪn'ædɪkwətlɪ/อิน'แอดิเควิทลิ/ *adv.* Ⓐ อย่างไม่เพียงพอ; Ⓑ *(incompetently)* อย่างหมดความสามารถ, อย่างขาดคุณสมบัติ

inadmissibility /ɪnədmɪsɪ'bɪlɪtɪ/อินเอิดมิซิ'บิลลิทิ/ *n., no pl.* การไม่สามารถยอมรับได้

inadmissible /ɪnəd'mɪsɪbl/อินเอิด'มิซซิบ'ล/ *adj.* ไม่เป็นที่ยอมรับ, ไม่อนุญาตให้ *หรือ* ยอมรับ *(โดยเฉพาะในเรื่องกฎหมาย)*

inadvertent /ɪnəd'vɜ:tənt/อินเอิด'เวอเทินทฺ/ *adj.* ไม่ตั้งใจ, ที่บังเอิญ

inadvertently /ɪnəd'vɜ:təntlɪ/อินเอิด'เวอเทินทฺลิ/ *adv.* อย่างไม่ตั้งใจ, อย่างไม่ใส่ใจ

inadvisability /ɪnədvaɪzə'bɪlɪtɪ/อินเอิดไวเซอะ'บิลลิทิ/ *n., no pl.* Ⓐ *(inappropriateness)* ความไม่เหมาะสม, ความไม่สมควร; Ⓑ *(foolishness)* ความโง่, ความไร้เหตุผล; **see the ~ of sth.** มองเห็นความไม่เหมาะสมของ *ส.น.*

inadvisable /ɪnəd'vaɪzəbl/อินเอิด'วายซฺเซอะบ'ล/ *adj.* ไม่สมควร, ไม่บังควร, ไม่ฉลาด

inalienable /ɪn'eɪlɪənəbl/อิน'เอเลียเนอะบ'ล/ *adj.* *(สิทธิ)* ที่ถอนไปไม่ได้; *(กรรมสิทธิ์)* โอนกันไม่ได้, แบ่งแยกไม่ได้, ยึดครองไม่ได้

inane /ɪ'neɪn/อิ'เนน/ *adj.* โง่; **inanely** /ɪ'neɪnlɪ/อิ'เนนลิ/ *adv.* อย่างโง่ ๆ

inanimate /ɪn'ænɪmət/อิน'แอนิเมิท/ *adj.* ไม่มีชีวิต

inanity /ɪ'nænɪətɪ/อิ'แนนิทิ/ *n.* ความโง่, สิ่งโง่

inapplicability /ɪnæplɪkə'bɪlɪtɪ/อินแอพลิเคอะ'บิลลิทิ/ *n., no pl.* การไม่สามารถนำไปใช้ได้

inapplicable /ɪn'æplɪkəbl, ɪnə'plɪk-/อิน'แอพลิเคอะบ'ล, อิเนอะ'พลิเคอะพ'ล/ *adj.* นำไปใช้ไม่ได้

inappropriate /ɪnə'prəʊprɪət/อินเออะ'โพรฺพริเอิท/ *adj.* ไม่เหมาะสม, ไม่สมควร; **be ~ for sth.** ไม่เหมาะสมสำหรับ *ส.น.*; **be ~ to the occasion** ไม่สมควรสำหรับโอกาสนี้; **this translation is ~:** การแปลนี้ไม่เหมาะสม

inappropriately /ɪnə'prəʊprɪətlɪ/อินเออะ'โพรฺพริเอิทลิ/ *adv.* อย่างไม่เหมาะสม, อย่างไม่สมควร

inapt /ɪn'æpt/อิน'แอพทฺ/ *adj.*, **inaptly** /ɪn'æptlɪ/อิน'แอพทฺลิ/ *adv.* [อย่าง] ไม่เหมาะสม

inarticulate /ɪnɑ:'tɪkjʊlət/อินอา'ทิคิวเลิท/ *adj.* Ⓐ **she's rather/very ~** เธอพูดไม่ค่อยเก่ง/ไม่เก่งเลย; **a clever but ~ mathematician** คนที่เก่งเลขแต่พูดไม่คล่องเลย; Ⓑ *(indistinct)* เข้าใจไม่ได้, ฟังไม่รู้เรื่อง; Ⓒ *(dumb.)* ใบ้, พูดไม่ได้

inarticulately /ɪnɑ:'tɪkjʊlətlɪ/อินอา'ทิคิวเลิทลิ/ *adv.* อย่างไม่เป็นที่เข้าใจ, อย่างไม่ชัดเจน, อย่างไม่คล่อง

inartistic /ɪnɑ:'tɪstɪk/อินอา'ทิซติค/ *adj.* *(บุคคล)* ไม่มีศิลปะ, ขาดรสนิยมทางศิลปะ

inasmuch /ɪnəz'mʌtʃ/อินเอิซ'มัฉ/ *adv.* **~ as** Ⓐ เมื่อเป็นเช่นนั้น; Ⓑ *(because)* เพราะว่า

inattention /ɪnə'tenʃn/อินเออะ'เท็นช'น/ *n., no pl.* การไม่ใส่ใจ, การไม่ตั้งใจ; **~ to detail** การไม่ใส่ใจในรายละเอียด

inattentive /ɪnə'tentɪv/อินเออะ'เท็นทิว/ *adj.* ไม่ใส่ใจ, ไม่ตั้งใจ (to ใน)

inattentiveness /ɪnə'tentɪvnɪs/อินเออะ'เท็นทิวนิซ/ *n., no pl.* ความไม่เอาใจใส่, ความไม่ตั้งใจ

inaudible /ɪn'ɔ:dɪbl/อิน'ออดิบ'ล/ *adj.* **inaudibly** /ɪn'ɔ:dɪblɪ/อิน'ออดิบลิ/ *adv.* [โดย] ไม่ได้ยิน

inaugural /ɪ'nɔ:gjʊrl/อิ'นอกิวร'ล/ *adj.* Ⓐ *(first in series)* เป็นอันดับแรก, ปฐมฤกษ์; Ⓑ *(given at inauguration)* **~ lecture** *or* **address** การกล่าวปราศรัยในการเข้ารับตำแหน่ง

inaugurate /ɪ'nɔ:gjʊreɪt/อิ'นอกิวเรท/ *v.t.* Ⓐ *(admit to office)* เข้ารับตำแหน่งเป็นทางการ; Ⓑ *(begin)* ริเริ่ม, เริ่ม *(โครงการ)*; Ⓒ *(officially open)* เปิดเป็นทางการ; *(with ceremony)* ทำพิธีเปิดอย่างเป็นทางการ

inauguration /ɪnɔ:gjʊ'reɪʃn/อินอกิว'เรช'น/ *n.* Ⓐ *(admission to office)* การเข้ารับตำแหน่ง; Ⓑ *(beginning)* การริเริ่ม; *(of service)* การริเริ่ม; *(of project)* การเปิด *(โครงการ)*; Ⓒ *(official opening)* การเปิด; *(with ceremony)* พิธีเปิดอย่างเป็นทางการ

inauspicious /ɪnɔ:'spɪʃəs/อินออ'ซปิชเชิซ/ *adj.* Ⓐ *(ominous)* เป็นลางร้าย, อัปมงคล; **we made an ~ start to the project** เราเริ่มโครงการอย่างไม่เป็นมงคลเลย; Ⓑ *(unlucky)* โชคร้าย, เป็นกาลกินี

'inboard *(Naut., Aeronaut., Motor Veh.)* ❶ *adv.* *(อยู่)* ภายใน ❷ *adj.* *(เครื่องยนต์)* ภายใน

'inborn /'ɪnbɔ:n/'อินบอน/ *adj.* ตั้งแต่แรกเกิด, โดยกำเนิด

'in-box *n.* *(Computing)* แฟ้มอีเมล์เข้า

in'bred *adj.* Ⓐ ตั้งแต่เกิด, แรกเกิด; Ⓑ *(impaired by inbreeding)* **they are/have become ~:** พวกเขาผสมพันธุ์ในเชื้อสายที่ใกล้ชิดเกินไป *(ทำให้เกิดความพิการ)*

in'breeding *n.* การผสมพันธุ์โดยเชื้อสายใกล้ชิดกัน

'in-built *adj.* ที่รวมอยู่ในโครงสร้าง

Inc. *abbr.* *(Amer.)* **Incorporated** หจก.; บจก.

Inca /'ɪŋkə/'อิงเคอะ/ ❶ *n.* *ชื่อชนเผ่าอินเดียนแดงในอเมริกาใต้ที่สถาปนาอาณาจักรในเปรูสมัยโบราณ* ❷ *adj.* เกี่ยวกับอาณาจักรอินคา

incalculable /ɪn'kælkjʊləbl/อิน'แคลคิวเลอะบ'ล/ *adj.* Ⓐ *(very great)* ไม่สามารถนับได้, ใหญ่โต, มากมาย; Ⓑ *(unpredictable)* เดาไม่ถูก, กะไม่ได้, คาดการณ์ไม่ได้

in camera ➡ **camera** B

incandescent /ɪnkæn'desənt/อินแคน'เด็ซเซินทฺ/ *adj.* ลุกโชติช่วง, สว่างจ้า; **~ lamp** ตะเกียงที่ใช้หลอดไฟฟ้าที่มีเส้นลวดภายใน

incantation /ɪnkæn'teɪʃn/อินแคน'เทช'น/ *n.* Ⓐ *(words)* คาถา, เวทมนตร์คาถา; Ⓑ *(spell)* การร่ายเวทมนตร์คาถา

incapability /ɪnkeɪpə'bɪlɪtɪ/อินเคเพอะ'บิลลิทิ/ *n., no pl.* การไร้ความสามารถ

incapable /ɪn'keɪpəbl/อิน'เคเพอะบ'ล/ *adj.* Ⓐ *(lacking ability)* ขาดความสามารถ; **be ~ of doing sth.** ไม่สามารถทำ *ส.น.*; **be ~ of sth.** ไม่สามารถใน *ส.น.*; **she is ~ of such an act** เธอไม่สามารถจะทำอะไรเช่นนั้น; Ⓑ **be ~ of** *(not allow)* สามารถ *(พิสูจน์ได้)*; **sb. is ~ of any improvement** *ค.น.* ไม่สามารถปรับปรุงตัวได้เลย; **a statement that is ~ of proof** คำกล่าวที่ไม่สามารถพิสูจน์ยืนยันได้; Ⓒ *(incompetent)* ไม่สามารถทำอะไรได้; **he was drunk to the point of being completely ~:** เขาเมาจนอยู่ในสภาพที่ไร้ความสามารถโดยสิ้นเชิง

incapacitate /ɪnkə'pæsɪteɪt/อินเคอะ'แพซิเทท/ *v.t.* Ⓐ *(render unfit)* ทำให้ไร้ความสามารถ; **~ sb. for** *or* **from doing sth.** ทำให้ *ค.น.* หมดความสามารถในการทำ *ส.น.*; **physically ~d/~d by illness** ร่างกายหมดสมรรถภาพ/ไร้ความสามารถเพราะโรคภัยไข้เจ็บ; Ⓑ *(disqualify)* ขาดคุณสมบัติ (for สำหรับ)

incapacity /ɪnkə'pæsɪtɪ/อินเคอะ'แพซิทิ/ *n., no pl.* การไร้ความสามารถ; **civil ~** *(Law)* การไม่มีสิทธิตามกฎหมาย

incarcerate /ɪn'kɑ:səreɪt/อิน'คาเซอะเรท/ *v.t.* จำคุก, คุมขัง

incarceration /ɪnkɑ:sə'reɪʃn/อินคาเซอะ'เรช'น/ *n.* การจำคุก, การคุมขัง

incarnate /ɪn'kɑ:net/อิน'คาเน็ท/ *adj.* Ⓐ **be the devil ~:** ปรากฏในรูปร่างมารร้าย; **the Word I~** *(Theol.)* พระเยซูเจ้า; Ⓑ *(in perfect form)* **be beauty/wisdom** *etc.* **~:** ในสภาพสวยงาม/ฉลาด ฯลฯ

incarnation /ɪnkɑ:'neɪʃn/อินคา'เนช'น/ *n.* การเข้าสิง, การอวตาร

incautious /ɪn'kɔ:ʃəs/อิน'คอเชิซ/ *adj.*, **incautiously** /ɪn'kɔ:ʃəslɪ/อิน'คอเชิซลิ/ *adv.* ไม่ระมัดระวัง, เลินเล่อ, ประมาท

incendiary /ɪn'sendɪərɪ, US -dɪerɪ/อิน'เซ็นเดียริ, -ดิเออะริ/ ❶ *adj.* Ⓐ **~ attack** การลอบวางเพลิง; **~ device** วัตถุระเบิด; **~ bomb** ระเบิดที่ใช้วางเพลิง; ➡ 2 B; Ⓑ *(fig.)* ยุยง ❷ *n.* Ⓐ *(person)* ผู้ลอบวางเพลิง; *(fig.)* ผู้ยุยง; Ⓑ *(bomb)* ระเบิดเพลิง

¹incense /'ɪnsens/'อินเซ็นซฺ/ *n.* ธูปกำยาน

²incense /ɪn'sens/อิน'เซ็นซฺ/ *v.t.* ทำให้โกรธ; **be ~d at** *or* **by sth./with sb.** โกรธเรื่อง *ส.น./ค.น.*

incentive /ɪn'sentɪv/อิน'เซ็นทิว/ ❶ *n.* Ⓐ *(motivation)* แรงกระตุ้น, เครื่องกระตุ้น, สิ่งดลใจ; **~ to achievement** แรงดลใจให้เกิดความสำเร็จ; **~ payment system** เงินเดือนที่มีรางวัลพิเศษ; Ⓑ *(payment)* เงินรางวัลพิเศษ

inception /ɪn'sepʃn/อิน'เซ็พช'น/ *n.* การเริ่ม; **from** *or* **since/at its ~:** จากจุดเริ่มต้น/ตอนเริ่มต้น

incessant /ɪn'sesənt/อิน'เซ็ซเซินทฺ/ *adj.* **incessantly** /ɪn'sesəntlɪ/อิน'เซ็ซเซินทฺลิ/ *adv.* ไม่หยุดหย่อน, ตลอดเวลา

incest /'ɪnsest/'อินเซ็ซทฺ/ *n.* *การร่วมประเวณีกับญาติที่ใกล้ชิดเกินกว่าที่จะแต่งงานได้*

incestuous /ɪn'sestjʊəs, US -tʃʊəs/อิน'เซ็ซทิวเอิซ, -ฉุเอิซ/ *adj.* *(lit.)* เกี่ยวกับการร่วมประเวณีระหว่างญาติใกล้เคียงกัน; *(fig.)* ใกล้ชิดพัวพันมากเกินไป

inch /ɪntʃ/'อินฉฺ/ ❶ *n.* Ⓐ ➤ 69, ➤ 426, ➤ 517 นิ้ว; **a 2½-~ map** แผนที่ในมาตราส่วน 1 ไมล์ต่อ 2 นิ้วครึ่ง; **he could hardly see an ~ in front of him** เขาแทบจะมองอะไรตรงข้างหน้าไม่เห็นเลย; **miss sth./sb. by ~es** คลาดจากการชน *ส.น./ค.น.* อย่างเฉียดฉิว; Ⓑ *(small amount)* **~ by ~:** นิ้วต่อนิ้ว, ทีละน้อยนิด; **by ~es** เพียงนิดเดียว; แค่ไม่กี่เซนติเมตร; **escape death by an ~:** รอดพ้นความตายได้แบบเส้นยาแดงผ่าแปด; **she came within an ~ of winning** เหลืออีกนิดเดียวเธอก็ชนะแล้ว; **give him an ~ and he will take a mile** เขาได้คืบก็จะเอาศอก; **not give** *or* **yield an ~:** ไม่ยอมแม้แต่น้อย; **he is every ~ a soldier** เขาเป็นทหารทุกกระเบียดนิ้ว; **he was flogged within an ~ of his life** เขาถูกตีจนเกือบตาย; Ⓒ *in pl.* *(stature)* ความสูง *(ของบุคคล)*

inchoate | incomplete 462

❷ *v.t.* เคลื่อนไหว/คืบไปทีละนิด; **~ one's way forward** คืบไปข้างหน้าทีละนิด
❸ *v.i.* เคลื่อนไปทีละนิด; **~ along/forward** เคลื่อนไป/ข้างหน้าทีละนิด

inchoate /ˈɪnkəʊeɪt/ˈอินโคเอท/ *adj.* Ⓐ *(just begun)* เพิ่งเริ่มต้น; Ⓑ *(undeveloped)* ไม่เจริญเติบโตเต็มที่, ไม่พัฒนา

incidence /ˈɪnsɪdəns/ˈอินซิเดินซฺ/ *n.* Ⓐ *(occurrence)* เหตุการณ์; Ⓑ *(manner or range of occurrence)* ความบ่อยของการเกิดเหตุการณ์; **~ of crime/accidents** อัตราการเกิดอาชญากรรม/อุบัติเหตุ; Ⓒ *(Phys.)* ลำแสง; **angle of ~:** มุมของลำแสง

incident /ˈɪnsɪdənt/ˈอินซิเดินทฺ/ ❶ *n.* Ⓐ *(notable event)* เหตุการณ์เด่น ๆ; *(minor occurrence)* เหตุการณ์ย่อย ๆ; **the evening passed without ~:** ช่วงเย็นผ่านไปโดยปราศจากเหตุการณ์พิเศษ; Ⓑ *(clash)* ความแตกแยก, ความขัดแย้ง; **frontier ~:** เหตุการณ์ขัดแย้งที่ชายแดน; Ⓒ *(in play, novel, etc.)* ตอน, ฉาก, บท ❷ *adj.* Ⓐ *(attaching)* **~ to** เชื่อมกัน, เกี่ยวข้องกับ; Ⓑ *(falling)* *(แสงไฟ, ลำแสง, สิ่งที่พุ่งเป็นเส้น ๆ/เป็นลำ)* ส่องเข้ามา, ส่องลงมา

incidental /ɪnsɪˈdentl/อินซิˈเด็นท่ล/ ❶ *adj.* Ⓐ *(casual)* *(คำกล่าว)* โดยบังเอิญ; *(รายจ่าย, รายได้, ผลกำไร, รางวัล)* เป็นครั้งคราว; Ⓑ *(attaching)* **~ to** เชื่อมกับ ❷ *n., in pl.* สิ่งของเล็ก ๆ น้อย ๆ; *(expenses)* ค่าใช้จ่ายเบ็ดเตล็ด

incidentally /ɪnsɪˈdentəlɪ/อินซิˈเด็นเทอะลิ/ *adv.* Ⓐ *(by the way)* อนึ่ง; Ⓑ *(by chance)* โดยบังเอิญ; Ⓒ *(as not essential)* ไม่ใช่สิ่งจำเป็น

inciˈdental music *n.* ดนตรีประกอบ

ˈincident room *n.* *สถานีตำรวจชั่วคราวประจำท้องถิ่น*

incinerate /ɪnˈsɪnəreɪt/อินˈซินเนอะเรท/ *v.t.* เผาให้เป็นเถ้าถ่าน

incinerator /ɪnˈsɪnəreɪtə(r)/อินˈซินเนอะเรเทอะ(ร)/ *n.* เตาเผา; *(in garden)* เตาเผาขยะ

incipient /ɪnˈsɪpɪənt/อินˈซิพเพียนทฺ/ *adj.* *(ความเจ็บปวด, ความกังวล)* เริ่มเกิดขึ้น, เพิ่งริเริ่ม

incise /ɪnˈsaɪz/อินˈซายซฺ/ *v.t.* ตัด, ผ่า, ผ่าตัด

incision /ɪnˈsɪʒn/อินˈซิฌ่น/ *n.* Ⓐ *(cutting)* การตัด, การผ่า; Ⓑ *(cut)* รอยตัด, รอยผ่า; **abdominal ~:** การผ่าตัดท้อง

incisive /ɪnˈsaɪsɪv/อินˈไซซิว/ *adj.* *(การพูด)* ชัดเจน, ลึกซึ้ง; *(นักวิจารณ์, คำถาม, วิธีการ)* หลักแหลม; *(การวิเคราะห์)* แม่นยำ

incisively /ɪnˈsaɪsɪvlɪ/อินˈไซซิวลิ/ *adv.* อย่างฉลาด, อย่างแหลมคม, อย่างแม่นยำ

incisor /ɪnˈsaɪzə(r)/เอินˈไซเซอะ(ร)/ *n.* *(Anat., Zool.)* ฟันหน้า

incitation /ɪnsɪˈteɪʃn/อินซิˈเทช่น/ *n.* ➡ **incitement** A

incite /ɪnˈsaɪt/เอินˈไซท/ *v.t.* กระตุ้น, ยุยง, ปลุกปั่น

incitement /ɪnˈsaɪtmənt/อินˈไซทเมินทฺ/ *n.* Ⓐ *(act)* การยุยง; *(of masses, crowd)* การยุแหย่; Ⓑ *(encouragement)* การกระตุ้น, การสนับสนุน

incivility /ɪnsɪˈvɪlɪtɪ/อินซิˈวิลลิทิ/ *n.* ความไม่สุภาพ; **it is gross ~ to refuse** เป็นการไม่สุภาพอย่างยิ่งที่จะปฏิเสธ

incl. *abbr.* **including**

inclement /ɪnˈklemənt/อินˈเคลฺะเมินทฺ/ *adj.* *(อากาศ)* หนาวและมีพายุฝน

inclination /ɪŋklɪˈneɪʃn/อินคลิˈเนช่น/ *n.* Ⓐ *(slope)* ที่ลาดเขา, ความชัน; *(of roof)* ความเอียงลาด; Ⓑ *(preference, desire)* ความโน้มเอียง, ความต้องการ; **have a strong ~ to[wards]** *or* **for sth.** มีความโน้มเอียงไปทาง *ส.น.* เป็นพิเศษ; **my ~ is to let the matter rest** ฉันโน้มเอียงไปที่จะปล่อยเรื่องให้สงบลงไป; **by ~ he tended to be a recluse** เขามีแนวโน้มที่อยากจะอยู่อย่างสันโดษ; **have neither the time nor the ~ to pursue the matter** ไม่มีทั้งเวลาและอารมณ์ที่จะติดตามเรื่องราวนี้; **my immediate ~ was to throw him out** ความคิดแรกของฉันคือโยนเขาออกไปข้างนอก; **show no ~ to go to bed** ไม่แสดงทีท่าว่าจะไปนอน; Ⓒ *(liking)* **~ for sb.** ความชอบ *ค.น.*; Ⓓ *(bow, nod)* การโค้ง, คำนับ

incline ❶ /ɪŋˈklaɪn/อินˈคลายนฺ/ *v.t.* Ⓐ *(bend)* โค้ง, คำนับ; Ⓑ *(dispose)* เป็นเหตุให้, จูงใจ; **all her instincts ~d her to stay** สัญชาตญาณทั้งหมดของเธอจูงใจให้เธออยู่ต่อ ❷ *v.i.* *(be disposed)* โน้มเอียง; **~ to believe that ...:** มีแนวโน้มที่จะเชื่อว่า...; **~ to suppose that ...:** โน้มไปในทางที่ว่า... ❸ /ˈɪnklaɪn/ˈอินคลายนฺ/ *n.* ทางขึ้น, ทางลาด

inclined /ɪnˈklaɪnd/อินˈคลายนฺดฺ/ *adj.* Ⓐ *(disposed)* เอียง, มักจะ, ชอบ; **be mathematically ~:** สนใจทางด้านคณิตศาสตร์; **he is not very much ~ to believe me** เขาไม่แสดงแนวโน้มที่จะเชื่อฉันมากนัก; **they are ~ to be slow** พวกเขามักจะชักช้า; **if you feel [so] ~:** ถ้าคุณมีอารมณ์/ชอบที่จะ; **if you are that way ~:** ถ้าคุณชอบสนใจทางนั้น; **he is that way ~:** เขาชอบเช่นนั้น; **be ~ to believe that ...:** มีแนวโน้มที่จะเชื่อว่า...; **the door is ~ to bang** ประตูมักจะปิดดังปังอยู่เรื่อย; Ⓑ *(sloping)* ลาดลงมา

inclined ˈplane *n.* *(Phys.)* พื้นที่ราบลาดเอียง

inclose ➡ **enclose**

include /ɪnˈkluːd/อินˈคลูด/ *v.t.* *(contain)* รวม; **his team ~s a number of people who ...:** ทีมของเขาประกอบด้วยกลุ่มคนซึ่ง...; **[the] children ~d** รวมทั้งเด็ก ๆ ด้วย; **does that ~ ˈme?** รวมทั้งฉันด้วยไหม; **the list ~d several prominent politicians** รายชื่อรวมนักการเมืองเด่น ๆ หลายคน; **your name is not ~d in the list** ชื่อของคุณไม่ได้รวมอยู่ในรายชื่อ; **have you ~d the full amount?** คุณรวมจำนวนทั้งหมดนี้หรือยัง; **~ sth. in an essay** *etc.* เขียน *ส.น.* ลงไปในบทความ ฯลฯ; **~d in the price** รวมอยู่ในราคา; **postage ~d** รวมค่าไปรษณียากรแล้ว

~ˈout *v.t.* *(coll. joc.)* คัดออกไป; **[you can] ~ me out** คุณคัดฉันออกไปได้เลย

including /ɪnˈkluːdɪŋ/อินˈคลูดิง/ *prep.* รวมทั้ง; **I make that ten ~ the captain** ฉันนับได้ 10 คนรวมทั้งกัปตัน; **up to and ~ the last financial year** รวมทั้งปีงบประมาณสุดท้าย; **~ VAT** รวมภาษีมูลค่าเพิ่ม; **the lights cost me £10, ~ the batteries** ฉันซื้อโคมไฟนี้ในราคา 10 ปอนด์รวมทั้งค่าแบตเตอรี่ด้วย

inclusion /ɪnˈkluːʒn/อินˈคลูฌ่น/ *n.* การรวมไว้

inclusive /ɪnˈkluːsɪv/อินˈคลูซิว/ *adj.* Ⓐ รวม; **be ~ of sth.** รวม *ส.น.*; **the rent is not ~ of gas and electricity charges** ค่าเช่าไม่รวมค่าก๊าซและไฟฟ้า; **from 2 to 6 January ~:** รวมตั้งแต่วันที่ 2 ถึง 6 มกราคม; **pages 7 to 26 ~:** รวมตั้งแต่หน้า 7 ถึงหน้า 26; Ⓑ *(including everything)* รวมทุกอย่าง; **~ terms** ราคารวมทั้งหมด; **cost £50 ~:** เป็นราคา 50 ปอนด์รวมทุกอย่างหมด

incognito /ɪŋkɒgˈniːtəʊ, US ɪnˈkɒgnətəʊ/อินคอกˈนีโท, อินˈคอกเนอะโท/ ❶ *adj., adv.* ไม่เปิดเผยชื่อ, ไม่ระบุนาม ❷ *n.* ผู้ไม่เปิดเผยชื่อ

incoherent /ɪnkəʊˈhɪərənt/อินโคˈเฮียเรินทฺ/ *adj.* ไม่ต่อเนื่อง, ไม่สัมพันธ์กัน; **~ person/talk** คนที่พูด/การพูดไม่รู้เรื่อง

incoherently /ɪnkəʊˈhɪərəntlɪ/อินโคˈเฮียเรินทฺลิ/ *adv.* อย่างไม่สัมพันธ์กัน, อย่างไม่รู้เรื่อง

incombustible /ɪnkəmˈbʌstɪbl/อินเคิมˈบัซติบ'ล/ *adj.* ไม่ติดไฟ

income /ˈɪnkʌm/ˈอินเคิม/ *n.* รายได้; **~s** *(receipts)* รายได้ต่าง ๆ; **live within/beyond one's ~:** ใช้จ่ายเหมาะสมกับ/เกินกว่ารายได้

income: ~ bracket, ~ group *ns.* กลุ่มประชากรที่จำแนกโดยรายได้; **~s policy** *n.* นโยบายเกี่ยวกับรายได้; **~ support** *n.* *(Brit.)* เงินสงเคราะห์จากรัฐสำหรับกลุ่มรายได้ต่ำ; **~ tax** *n.* ภาษีเงินได้; *(on wages, salary)* ภาษีแรงงาน; **~ tax return** แบบฟอร์มคำนวณภาษีรายได้

ˈincoming *adj.* Ⓐ *(arriving)* *(โทรศัพท์)* เข้ามา; *(เรือ, รถไฟ)* กำลังเข้ามา; *(เครื่องบิน)* บินลง; ได้รับ; **the ~ post** *or* **mail** จดหมาย/ไปรษณีย์ที่ได้รับ; **the ~ tide** น้ำขึ้น; Ⓑ *(succeeding)* *(หัวหน้า, ประธานาธิบดี)* ใหม่

incomings /ˈɪnkʌmɪŋz/ˈอินคัมมิงซฺ/ *n. pl.* *(revenue, income)* รายได้, รายรับต่าง ๆ

incommensurable /ɪnkəˈmenʃərəbl/อินเคอะˈเม็นเชอะเรอะบ'ล/ *adj.* เปรียบเทียบ *(ขนาด)* ไม่ได้, ไม่สามารถวัดได้

incommensurate /ɪŋkəˈmenʃərət/อินเคอะˈเม็นเชอะเริท/ *adj.* *(not comparable)* **be ~ with** *or* **to sth.** เปรียบเทียบกับ *ส.น.* ไม่ได้

incommode /ɪŋkəˈməʊd/อินเคอะˈโมด/ *v.t.* *(formal)* Ⓐ *(annoy)* รบกวน, รังแก, แกล้ง; Ⓑ *(inconvenience)* สร้างความลำบาก

incommunicado /ɪŋkəmjuːnɪˈkɑːdəʊ/อินเคอะมิวนิˈคาโด/ *pred. adj.* ขาดการติดต่อกับคนภายนอก; **hold sb. ~:** กักกันไม่ให้ *ค.น.* ติดต่อกับโลกภายนอก

incomparable /ɪnˈkɒmpərəbl/อินˈคอมเพอะเรอะบ'ล/ *adj.*, **incomparably** /ɪnˈkɒmpərəblɪ/อินˈคอมเพอะเรอะบลิ/ *adv.* อย่างเปรียบเทียบไม่ได้

incompatibility /ɪnkəmpætəˈbɪlɪtɪ/อินเคิมแพเทอะˈบิลลิทิ/ *n., no pl.* Ⓐ *(inability to harmonize)* ความเข้ากันไม่ได้; **divorce on grounds of ~:** การหย่าร้างอันเนื่องมาจากความเข้ากันไม่ได้; Ⓑ *(unsuitability for use together)* ความไม่ควรใช้ร่วมกัน, การใช้ด้วยกันไม่ได้; *(of medicines)* การใช้ร่วมกันไม่ได้; Ⓒ *(inconsistency)* ความไม่ลงรอยกัน, ความขัดแย้งกัน

incompatible /ɪŋkəmˈpætɪbl/อินเคิมˈแพทิบ'ล/ *adj.* Ⓐ *(unable to harmonize)* เข้ากันไม่ได้; **they were ~ and they separated** พวกเขาเข้ากันไม่ได้และแยกทางกัน; Ⓑ *(unsuitable for use together)* ใช้ด้วยกันไม่ได้; Ⓒ *(inconsistent)* ขัดกัน, ไม่ลงรอย

incompetence /ɪnˈkɒmpɪtəns/อินˈคอมพิเทินซฺ/ **incompetency** /ɪnˈkɒmpɪtənsɪ/อินˈคอมพิเทินซิ/ *n.* การขาดความสามารถ

incompetent /ɪnˈkɒmpɪtənt/อินˈคอมพิเทินทฺ/ ❶ *adj.* ไม่สามารถ, ขาดคุณสมบัติ *(ในเรื่องการงาน)*; **he was ~ at his job** เขาไม่มีความสามารถในการทำงาน ❷ *n.* คนไร้ความสามารถ

incompetently /ɪnˈkɒmpɪtəntlɪ/อินˈคอมพิเทินทฺลิ/ *adv.* อย่างไม่สามารถ, อย่างใช้ไม่ได้

incomplete /ɪnkəmˈpliːt/อินเคิมˈพลีท/ *adj.*, **incompletely** /ɪnkəmˈpliːtlɪ/อินเคิมˈพลีทลิ/ *adv.* ไม่สมบูรณ์, ไม่เสร็จ, ไม่ครบ

incompleteness /ɪnkəm'pliːtnɪs/อินเคิม'พลีทนิซ/ *n., no pl.* ความไม่สมบูรณ์, ความไม่เสร็จ, ความไม่ครบ

incomprehensible /ɪnkɒmprɪ'hensɪbl/อินคอมพริ'เฮ็นซิบ'ล/ *adj.* *(ภาษา, คำพูด, ทฤษฎี)* ไม่อาจเข้าใจได้, ฟังไม่รู้เรื่อง

incomprehension /ɪnkɒmprɪ'henʃn/อินคอมพริ'เฮ็นช'น/ *n., no pl.* การไม่เข้าใจ

inconceivable /ɪnkən'siːvəbl/อินเคิน'ซีเวอะบ'ล/ *adj.* **inconceivably** /ɪnkən'siːvəblɪ/อินเคิน'ซีเวอะบลิ/ *adv.* คิดไม่ถึง, นึกภาพไม่ได้, จินตนาการไม่ได้

inconclusive /ɪnkən'kluːsɪv/อินเคิน'คลูซิว/ *adj.* ไม่มีผลสรุป; *(การโต้เถียง)* ไม่ลงเอย; **the result was ~:** ผลยังสรุปไม่ได้

inconclusively /ɪnkən'kluːsɪvlɪ/อินเคิน'คลูซิวลิ/ *adv.* อย่างไม่มีผลสรุป, อย่างยังสรุปไม่ได้

incongruity /ɪnkɒŋ'gruːətɪ/อินคอง'กรูเออะทิ/ *n.* Ⓐ *no pl. (quality)* การเข้ากันไม่ได้, ความแปลกประหลาด; **without ~:** เข้ากันได้; Ⓑ *(instance)* สิ่งพิกล

incongruous /ɪn'kɒŋgrʊəs/อิน'คองกรุเอิซ/ *adj.* Ⓐ *(inappropriate)* ไม่เหมาะสม; Ⓑ *(inharmonious)* *(สี, เสื้อผ้า)* ไม่เข้ากัน

incongruously /ɪn'kɒŋgrʊəslɪ/อิน'คองกรุเอิซลิ/ *adv. (inappropriately)* อย่างไม่เหมาะสม, ที่น่าประหลาด

incongruousness /ɪn'kɒŋgrʊəsnɪs/อิน'คองกรุเอิซนิซ/ ➡ **incongruity** A

inconsequent /ɪn'kɒnsɪkwənt/อิน'คอนซิเควินทฺ/ *adj.* Ⓐ *(irrelevant)* *(ข้อสังเกต)* ไม่เกี่ยวข้อง, ไม่ตรงประเด็น; Ⓑ *(illogical)* ไม่สมเหตุสมผล; Ⓒ *(disconnected)* ไม่ต่อเนื่อง

inconsequential /ɪnkɒnsɪ'kwenʃl/อินคอนซิ'เคว็นช'ล/ *adj.* Ⓐ *(unimportant)* ไม่สำคัญ; Ⓑ ➡ **inconsequent** A

inconsiderable /ɪŋkən'sɪdərəbl/อินเคิน'ซิดเดอะเรอะบ'ล/ *adj.* เล็กน้อย, ไม่สำคัญ; **the costs were not ~:** ค่าใช้จ่ายไม่ใช่เรื่องเล็กน้อย

inconsiderate /ɪnkən'sɪdərət/อินเคิน'ซิดเดอะเริท/ *adj.* Ⓐ *(unkind)* ไม่คำนึงถึงผู้อื่น; Ⓑ *(rash)* ไม่ทันคิด, สะเพร่า, ไม่รอบคอบ

inconsiderately /ɪnkən'sɪdərətlɪ/อินเคิน'ซิดเดอะเริทลิ/ *adv. (unkindly)* อย่างไม่คำนึงถึงผู้อื่น

inconsistency /ɪnkən'sɪstənsɪ/อินเคิน'ซิซเตินซิ/ *n.* Ⓐ *(incompatibility, self-contradiction)* ความเข้ากันไม่ได้, การขัดแย้งในตัว; Ⓑ *(illogicality)* ความไม่สมเหตุสมผล; Ⓒ *(irregularity)* ความไม่สม่ำเสมอ, ความไม่คงที่แน่นอน

inconsistent /ɪnkən'sɪstənt/อินเคิน'ซิซเตินทฺ/ *adj.* Ⓐ *(incompatible, self-contradictory)* เข้ากันไม่ได้, ขัดแย้งในตัว; **be ~ with sth.** ขัดแย้งกับ *ส.น.*; **results ~ with the others** ผลลัพธ์ที่ขัดแย้งกับผลลัพธ์อื่น ๆ; Ⓑ *(illogical)* ไม่สมเหตุสมผล; Ⓒ *(irregular)* ไม่สม่ำเสมอ, ไม่คงที่

inconsistently /ɪnkən'sɪstəntlɪ/อินเคิน'ซิซเตินทลิ/ *adv.* Ⓐ *(in a self-contradictory manner)* อย่างขัดแย้งในตัว; Ⓑ *(illogically)* อย่างไม่สมเหตุสมผล; Ⓒ *(irregularly)* อย่างไม่สม่ำเสมอ, อย่างไม่คงที่

inconsolable /ɪnkən'səʊləbl/อินเคิน'โซเลอะบ'ล/ *adj.* ไม่สามารถปลอบโยนได้

inconspicuous /ɪŋkən'spɪkjʊəs/อินเคิน'ซปิคคิวเอิซ/ *adj.* ไม่เป็นที่สังเกต, ไม่โดดเด่น; **make oneself ~:** ไม่ทำตัวเองให้เป็นที่สังเกต

inconspicuously /ɪnkən'spɪkjʊəslɪ/อินเคิน'ซปิคคิวเอิซลิ/ *adv.* อย่างไม่เป็นที่สังเกต

inconstancy /ɪn'kɒnstənsɪ/อิน'คอนซเตินซิ/ *n., no pl.* ➡ **inconstant:** ความไม่มั่นคง, ความไม่คงที่

inconstant /ɪn'kɒnstənt/อิน'คอนซเตินทฺ/ *adj.* Ⓐ *(fickle)* ไม่มั่นคง, เปลี่ยนแปลงเสมอ; Ⓑ *(irregular)* ไม่คงที่

incontestable /ɪnkən'testəbl/อินเคิน'เท็ซเตอะบ'ล/ *adj.* ไม่สามารถโต้เถียงได้

incontinence /ɪn'kɒntɪnəns/อิน'คอนทิเนินซฺ/ *n. (Med.)* การที่ไม่สามารถควบคุมการทำงานของลำไส้/กระเพาะปัสสาวะได้

incontinent /ɪn'kɒntɪnənt/อิน'คอนทิเนินทฺ/ *adj. (Med.)* **be ~:** ไม่สามารถควบคุมการทำงานของลำไส้/กระเพาะปัสสาวะได้

incontrovertible /ɪnkɒntrə'vɜːtɪbl/อินคอนเทรอะ'เวอทิบ'ล/ *adj.* ไม่อาจจะโต้แย้งได้, ไม่มีที่สงสัย

incontrovertibly /ɪnkɒntrə'vɜːtɪblɪ/อินคอนเทรอะ'เวอทิบลิ/ *adv.* อย่างไม่อาจโต้แย้งได้, อย่างไม่ต้องสงสัย

inconvenience /ɪnkən'viːnɪəns/อินเคิน'วีเนียนซฺ/ ❶ *n.* Ⓐ *no pl. (discomfort, disadvantage)* ความไม่สะดวก, การรบกวน; **put sb. to a lot of ~:** ทำให้ *ค.น.* ต้องไม่สะดวกอย่างมาก; **go to a great deal of ~:** ทำให้ตนเองไม่สะดวกอย่างมาก; Ⓑ *(instance)* **if it's no ~:** ถ้าไม่เป็นการรบกวน; **it is rather an ~ to have to wait** ที่ต้องคอยนี่ค่อนข้างจะไม่สะดวก ❷ *v.t.* ทำให้ลำบาก; *(disturb)* รบกวน; **don't ~ yourself just for me** *or* **on my account** อย่าลำบากเพื่อฉันเลย

inconvenient /ɪnkən'viːnɪənt/อินเคิน'วีเนียนทฺ/ *adj.* *(การมาหา, ที่ตั้ง)* ไม่สะดวก, เสียเปรียบ; **a very ~ time** เวลาที่ไม่สะดวกมาก; **come at an ~ time** มาในเวลาที่ไม่สะดวก; **if it is not ~ [to you]** ถ้าไม่เป็นการรบกวนคุณ

inconveniently /ɪnkən'viːnɪəntlɪ/อินเคิน'วีเนียนทลิ/ *adv.* อย่างไม่สะดวก, อย่างรบกวน

inconvertible /ɪnkən'vɜːtəbl/อินเคิน'เวอเทอะบ'ล/ *adj.* ไม่สามารถแปลงได้; *(เงินตรา)* ไม่สามารถแลกได้

incorporate /ɪn'kɔːpəreɪt/อิน'คอเพอะเรท/ *v.t.* Ⓐ *(make a legal corporation)* รวมตัวกันเป็นบริษัท, สมาคม *ฯลฯ*; **~ a company** ตั้งบริษัท; **be ~d as a company** รวมกันเป็นบริษัท; Ⓑ *(include)* รวมอยู่; **your suggestion will be ~d in the plan** คำแนะนำของคุณจะรวมอยู่ในแผนด้วย; **the new plan ~s many of your suggestions** แผนใหม่มีคำแนะนำหลาย ๆ ข้อของคุณรวมอยู่ด้วย; Ⓒ *(unite)* รวบรวม; **~ one's ideas in an essay** รวบรวมความคิดของตนในเรียงความ

incorporated /ɪn'kɔːpəreɪtɪd/อิน'คอเพอะเรทิด/ *adj.* เป็นนิติบุคคล

incorporation /ɪnkɔːpə'reɪʃn/อินคอเพอะ'เรช'น/ *n.* Ⓐ *(formation)* การก่อตัว; Ⓑ *(inclusion)* การเข้ามารวมอยู่, การรวมตัวกัน; *(of material, chemical)* การรวมตัว; Ⓒ *(union)* การรวมกัน, สหภาพ

incorporeal /ɪnkɔː'pɔːrɪəl/อินคอ'พอเรียล/ *adj. (not composed of matter; also Law)* ไม่ได้ประกอบด้วยสสาร *(นิติศาสตร์)*, ไม่มีตัวตน

incorrect /ɪnkə'rekt/อินเคอะ'เร็คทฺ/ *adj.* Ⓐ ไม่ถูกต้อง, ผิด; **be ~:** ผิด; **it is ~ to say that ...:** ไม่ถูกต้องที่จะพูดว่า...; **you are ~ in believing that ...:** ที่คุณเชื่อว่า...ไม่ถูกต้อง; Ⓑ *(improper)* ไม่เหมาะสม

incorrectly /ɪnkə'rektlɪ/อินเคอะ'เร็คทลิ/ *adv.* Ⓐ อย่างผิด ๆ, อย่างไม่ถูกต้อง; Ⓑ *(improperly)* อย่างไม่เหมาะสม

incorrectness /ɪnkə'rektnɪs/อินเคอะ'เร็คทนิซ/ *n., no pl.* Ⓐ ความไม่ถูกต้อง; Ⓑ *(impropriety)* ความไม่เหมาะสม

incorrigible /ɪn'kɒrɪdʒɪbl, US -'kɔːr-/อิน'คอริจิบ'ล, -'คอร-/ *adj.*, **incorrigibly** /ɪn'kɒrɪdʒɪblɪ, US -'kɔːr-/อิน'คอริจิบลิ, -'คอร-/ *adv.* เลวชนิดที่แก้ไม่ได้

incorruptible /ɪnkə'rʌptəbl/อินเคอะ'รัพทิบ'ล/ *adj.* Ⓐ *(upright)* ซื่อสัตย์สุจริต; Ⓑ *(not subject to decay)* ไม่เน่าเสีย

increase ❶ /ɪŋ'kriːs/อิน'ครีซ/ *v.i.* มากขึ้น; *(ความเจ็บปวด)* รุนแรงขึ้น, เพิ่มขึ้น; *(ราคา)* สูงขึ้น; **~ in skill** มีความชำนาญมากขึ้น; **~ in weight/size/price** มีน้ำหนัก/ขนาด/ราคาเพิ่มขึ้น; **~ in maturity/value/popularity** มีความเป็นผู้ใหญ่/คุณค่า/ความนิยมเพิ่มขึ้น ❷ *v.t.* Ⓐ *(make greater)* เพิ่ม, ขยาย; **wages are ~d** มีการขึ้นค่าจ้าง; Ⓑ *(intensify)* เพิ่มให้เข้มข้นขึ้น; ทวีความรุนแรง; **~ one's efforts/commitment** เพิ่มความพยายาม/พันธะผูกพันให้มากขึ้น ❸ /'ɪnkriːs/'อินครีซ/ *n.* Ⓐ *(becoming greater)* การเพิ่มขึ้น; *(in measurable amount)* การเพิ่มจำนวน; *(deliberately caused)* การทำให้สูงขึ้น; **~ in weight/size** การเพิ่มน้ำหนัก/ขนาด; **~ in popularity** ความนิยมเพิ่มขึ้น; **be on the ~:** กำลังเพิ่มขึ้น; Ⓑ *(by reproduction)* การเพิ่มขึ้นโดยการสืบพันธุ์; การขยายพันธุ์; Ⓒ *(amount)* จำนวนที่เพิ่มขึ้น; *(of growth)* ความใหญ่ขึ้น/สูงขึ้น/โตขึ้น

increasing /ɪn'kriːsɪŋ/อิน'ครีซิง/ *adj.* เพิ่มขึ้น; **an ~ number of people** คนจำนวนมากขึ้น

increasingly /ɪn'kriːsɪŋlɪ/อิน'ครีซิงลิ/ *adv.* โดยเพิ่มขึ้น; **become ~ apparent** เริ่มชัดเจนมากขึ้น; **I am ~ of the opinion that ...:** หมู่นี้ฉันมักจะคิดว่า...; **~, the husband looks after the children** สามีจะเป็นผู้ดูแลลูกมากขึ้นเรื่อย ๆ

incredibility /ɪnkredɪ'bɪlɪtɪ/อินเคระดิ'บิลลิทิ/ *n., no pl.* ความเหลือเชื่อ

incredible /ɪn'kredɪbl/อิน'เคร็ดดิบ'ล/ *adj.* Ⓐ *(beyond belief)* เหลือเชื่อ; Ⓑ *(coll.) (remarkable)* ไม่น่าเชื่อ; *(wonderful)* วิเศษ

incredibly /ɪn'kredɪblɪ/อิน'เคร็ดดิบลิ/ *adv.* Ⓐ อย่างเหลือเชื่อ; Ⓑ *(coll.: remarkably)* อย่างไม่น่าเชื่อ; Ⓒ *as sentence modifier* มันไม่น่าเชื่อเลยนะ

incredulity /ɪnkrɪ'djuːlɪtɪ, US -duː-/อินคริ'ดิวลิทิ, -ดู-/ *n., no pl.* ความเหลือเชื่อ

incredulous /ɪn'kredjʊləs, US -dʒə-/อิน'เคร็ดดิวเลิซ, -เจอะ-/ *adj.* ไม่น่าเชื่อ; **be ~ of sth.** ไม่น่าเชื่อ*ส.น.*

incredulously /ɪn'kredjʊləslɪ, US -dʒə-/อิน'เคร็ดดิวเลิซลิ, -เจอะ-/ *adv.* อย่างไม่น่าเชื่อ

increment /'ɪnkrɪmənt/'อินเคระเมินทฺ/ *n.* การเพิ่มขึ้น; *(amount of growth)* ขนาดที่เพิ่มขึ้น

incriminate /ɪn'krɪmɪneɪt/อิน'คริมมิเนท/ *v.t.* ที่นำไปสู่การพิสูจน์ความผิด; **incriminating evidence** หลักฐานที่ช่วยในการพิสูจน์ความผิดได้

incriminatory /ɪn'krɪmɪneɪtərɪ, US -tɔːrɪ/อิน'คริมมิเนเทอะริ, -ทอริ/ *adj.* ชี้ถึงความผิด

incrustation /ɪnkrʌs'teɪʃn/อินครัซ'เตช'น/ *n.* Ⓐ *(encrusting)* การบุด้วยของแข็ง; Ⓑ *(deposit)* การเคลือบ

incubate /'ɪnkjʊbeɪt/'อินคิวเบท/ ❶ *v.t.* ฟัก; *(to hatching; also fig.)* ฟักไข่ ❷ *v.i.* Ⓐ *(ไก่)* นั่งฟักไข่; Ⓑ *(be developed)* ก่อตัวขึ้นมา

incubation /ɪnkjʊ'beɪʃn/อินคิว'เบช'น/ *n.* Ⓐ *(Biol.)* การฟัก; Ⓑ *(Med.)* **~ period** ระยะเวลาการฟักตัว

incubator /'ɪnkjʊbeɪtə(r)/'อินคิวเบเทอะ(ร)/ *n. (Biol., Med.) (for babies also)* ตู้อบทารกที่คลอดก่อนกำหนด; *(for eggs)* ตู้ฟักไข่

incubus /'ɪŋkjʊbəs/'อิงคิวเบิซ/ *n., pl.* **~es** *or* **incubi** /'ɪŋkjʊbaɪ/'อิงคิวบาย Ⓐ ฝันร้าย; Ⓑ *(spirit)* ผีสิงที่เข้าร่างคนที่กำลังหลับ

inculcate /'ɪnkʌlkeɪt, US ɪn'kʌl-/'อินคัลเคท, อิน'คัล-/ *v.t.* **~ sth. in[to] sb., ~ sb. with sth.** ปลูกฝัง *ส.น.* ให้กับ *ค.น.*

inculpate /'ɪnkʌlpeɪt/'อินคัลเพท/ *v.t.* Ⓐ *(accuse)* **~ sb. [for a crime]** กล่าวโทษ *ค.น.* [ว่าก่ออาชญากรรม]; Ⓑ *(involve)* **~ sb. [in sth.]** ทำให้ *ค.น.* เกี่ยวข้องกับ *ส.น.*

inculpation /ɪnkʌl'peɪʃn/อินคัล'เพช'น/ *n.* การกล่าวโทษ, การทำให้เกี่ยวข้อง

incumbency /ɪn'kʌmbənsɪ/อิน'คัมเบินซิ/ *n.* สำนักงาน, การดำรงตำแหน่ง, การทำหน้าที่

incumbent /ɪn'kʌmbənt/อิน'คัมเบินท/ ❶ *n.* Ⓐ *(Eccl.)* **the ~ of the parish** ผู้ดูแลวัด; Ⓑ *(office-holder)* เจ้าหน้าที่ ❷ *adj. (imposed)* **the duty ~ on me** งานที่ฉันได้รับมอบหมาย; **it is ~ on sb. to do it** เป็นหน้าที่ของ *ค.น.* ที่จะทำ; **I feel it ~ on me** ฉันรู้สึกว่าเป็นหน้าที่ของฉัน

incur /ɪn'kɜ:(r)/อิน'เคอ(ร)/ *v.t.*, **-rr-** สร้าง *(ความเสียหาย)*, ก่อให้เกิด *(ในทางลบ)*; **~ a loss** ก่อให้เกิดความสูญเสีย; **~ debts/expenses/risks** ก่อให้เกิดหนี้สิน/ค่าใช้จ่าย/การเสี่ยง; **they had ~red fines** พวกเขาจำเป็นต้องเสียค่าปรับ

incurable /ɪn'kjʊərəbl/อิน'คิวเออะเรอะบ'ล/ ❶ *adj.* Ⓐ *(Med.)* ไม่สามารถรักษาได้; Ⓑ *(fig.)* แก้ไม่ไหว, หมดทางเยียวยา ❷ *n.* คนที่มีโรคที่รักษาไม่ได้

incurably /ɪn'kjʊərəblɪ/อิน'คิวเออะเรอะบลิ/ *adv.* อย่างแก้ไม่ไหว, โดยรักษาไม่ได้

incurious /ɪn'kjʊərɪəs/อิน'คิวเออะเรียซ/ *adj.* ไม่มีความสนใจอยากรู้

incursion /ɪn'kɜ:ʃn, US -ʒn/อิน'เคอช'น, -ฌ'น/ *n. (invasion)* การบุกรุก; *(by sudden attack)* การโจมตีอย่างฉับพลัน

indebted /ɪn'detɪd/อิน'เด็ททิด/ *pred. adj.* Ⓐ **be/feel deeply ~ to sb.** รู้สึกเป็นหนี้ *ค.น.* อย่างมากมาย; **he was ~ to the book/a friend for this information** เขาได้ข้อมูลนี้จากหนังสือ/เพื่อนคนหนึ่ง; **be [much] ~ to sb. for sth.** เป็นหนี้ *ค.น.* [อย่างมาก] สำหรับ *ส.น.*; Ⓑ *(owing money)* **be ~ to the bank for a large sum** เป็นหนี้ธนาคารเป็นเงินจำนวนมาก; **be [heavily] ~ to a friend** เป็นหนี้เพื่อนเป็นเงินจำนวนมาก

indebtedness /ɪn'detɪdnɪs/อิน'เด็ททิดนิซ/ *n.* Ⓐ *(something owed)* หนี้; Ⓑ *(condition of owing money)* การเป็นหนี้

indecency /ɪn'di:sənsɪ/อิน'ดีเซินซิ/ *n.* ความไม่เหมาะ, ความไม่สุภาพ

indecent /ɪn'di:sənt/อิน'ดีเซินท/ *adj.* Ⓐ *(immodest, obscene)* ไม่สุภาพ, หยาบช้า; ➡ **+ exposure** A; Ⓑ *(unseemly)* ไม่เหมาะ; **with ~ haste** ด้วยความรีบร้อนที่ไม่เหมาะไม่ควร

indecent as'sault *n. (Law)* การล่วงเกินทางเพศที่ไม่ถึงขั้นข่มขืน; การแสดงตัวทางเพศ

indecently /ɪn'di:səntlɪ/อิน'ดีเซินทุลิ/ *adv.* อย่างไม่เหมาะสม

indecipherable /ɪndɪ'saɪfərəbl/อินดิ'ไซเฟอะเรอะบ'ล/ *adj.* ไม่สามารถตีความหมายได้

indecision /ɪndɪ'sɪʒn/อินดิ'ซิฌ'น/ *n., no pl.* ความไม่แน่ใจ, ความลังเลใจ

indecisive /ɪndɪ'saɪsɪv/อินดิ'ไซซิว/ *adj.* Ⓐ *(not conclusive)* การอภิปรายยังไม่มีข้อสรุป; *(สงคราม)* ยังไม่ยุติ; Ⓑ *(hesitating)* ลังเล; **be ~ about one's plans** ไม่มีแผนการที่แน่นอน; **~ about which line of action to choose** ลังเลว่าจะเลือกการกระทำอย่างไรดี

indecisively /ɪndɪ'saɪsɪvlɪ/อินดิ'ไซซิวลิ/ *adv.* Ⓐ *(inconclusively)* อย่างตกลงใจยังไม่ได้; Ⓑ *(hesitatingly)* อย่างลังเล

indecisiveness /ɪndɪ'saɪsɪvnɪs/อินดิ'ไซซิวนิซ/ *n., no pl.* Ⓐ ความไม่ตกลงใจ; Ⓑ *(hesitation)* **~ over a crucial issue** การลังเลใจเกี่ยวกับประเด็นสำคัญ

indeclinable /ɪndɪ'klaɪnəbl/อินดิ'คลายเนอบ'ล/ *adj. (Ling.)* ไม่สามารถกระจายคำได้

indecorous /ɪn'dekərəs/อิน'เด็คเคอะเริซ/ *adj. (improper)* ไม่เหมาะสม; *(in bad taste)* รสนิยมเลว

indeed /ɪn'di:d/อิน'ดีด/ *adv.* Ⓐ *(in truth)* จริง ๆ แล้ว; **~ that is correct** ถูกต้องแล้วจริง ๆ; Ⓑ *emphat.* **thank you very much ~:** ขอบคุณมากจริง ๆ; **it was very kind of you ~:** คุณกรุณามากจริง ๆ; **I shall be very glad ~ when the dictionary is finished** ฉันจะดีใจมากจริง ๆ เมื่อพจนานุกรมเสร็จสิ้น; **~ it is** มันเป็นอย่างนั้นจริง ๆ; **yes ~, it certainly is/I certainly did** *etc.* ใช่แล้ว มันเป็นเช่นนั้น/ฉันได้ทำเช่นนั้นจริง ๆ ฯลฯ; Ⓒ *(in fact)* ที่จริง; **~, he can ...:** ที่จริงเขาสามารถ ...; **if ~ such a thing is possible** ถ้าสิ่งนั้นเป็นไปได้จริง; **I feel, ~ I know, she will come** ฉันรู้สึก หรือจริง ๆ แล้วฉันรู้ว่าเธอจะมา; Ⓓ *(admittedly)* โดยยอมรับได้เลย; Ⓔ *interrog.* **~?** จริงหรือ; Ⓕ *expr. irony, surprise, interest, etc.* **He expects to win. – Does he ~!** เขาคาดว่าจะชนะ ยังงั้นเชียวหรือ; **I want a fortnight off work – [Do you] ~!** ฉันต้องการหยุดงานสัก 2 สัปดาห์ งั้นเชียวหรือ; **smoked salmon, ~!** โอโห ถึงขนาดได้กินปลาแซลมอนรมควันเชียวหรือ; Ⓖ *echoing question* **Who is this Mr Smith? – Who is he, ~!** คุณสมิทนี้เป็นใคร นั่นน่ะซิ เขาเป็นใครกันแน่

indefatigable /ɪndɪ'fætɪgəbl/อินดิ'แฟทิเกอะบ'ล/ *adj.* ไม่รู้จักเหนื่อย

indefensible /ɪndɪ'fensɪbl/อินดิ'เฟ็นซิบ'ล/ *adj.* Ⓐ *(insecure)* ไม่มั่นคง; Ⓑ *(untenable)* ไม่สามารถยึดไว้ได้; Ⓒ *(intolerable)* ไม่อาจทนได้

indefinable /ɪndɪ'faɪnəbl/อินดิ'ฟายเนอะบ'ล/ *adj.* ไม่สามารถอธิบายได้; **have a certain ~ something** มี *ส.น.* ที่ไม่สามารถจับจุดได้

indefinite /ɪn'defɪnɪt/อิน'เด็ฟฟินิท/ *adj.* Ⓐ *(vague)* คลุมเครือ; **she was rather ~ about it** เธอไม่แน่ใจเกี่ยวกับสิ่งนั้น; Ⓑ *(unlimited)* ไม่จำกัด; **~ leave** การลาหยุดที่ไม่จำกัดเวลา; Ⓒ *(Ling.)* *(คำ)* ที่ไม่ได้แสดงความจำเพาะเจาะจง; ➡ **+ article** 1 C; **pronoun**

indefinitely /ɪn'defɪnɪtlɪ/อิน'เด็ฟฟินิทลิ/ *adv.* Ⓐ *(vaguely)* อย่างคลุมเครือ; Ⓑ *(unlimitedly)* อย่างไม่จำกัด; **it can't go on ~:** มันจะดำเนินต่อไปเรื่อยโดยไร้กำหนดไม่ได้; **postponed ~:** เลื่อนออกไปอย่างไม่มีกำหนด; **it would be easy to prolong the list ~:** การยืดรายการให้ยาวออกไป โดยไม่จำกัดนั้นจะเป็นเรื่องง่าย

indelible /ɪn'delɪbl/อิน'เด็ลลิบ'ล/ *adj.* ไม่สามารถลบหรือถูออกได้; **~ ink** หมึกที่ติดทน; **~ pencil** ดินสอชนิดลบไม่ได้

indelibly /ɪn'delɪblɪ/อิน'เด็ลลิบลิ/ *adv.* อย่างลบไม่ออก

indelicacy /ɪn'delɪkəsɪ/อิน'เด็ลลิเคอะซิ/ *n.* ➡ **indelicate:** ความหยาบคาย, ความทะลึ่ง, ความไม่แนบเนียน

indelicate /ɪn'delɪkət/อิน'เด็ลลิเคิท/ *adj.* *(coarse)* หยาบคาย; *(almost indecent)* เกือบจะทะลึ่ง; *(slightly tactless)* ไม่ค่อยแนบเนียน

indelicately /ɪn'delɪkətlɪ/อิน'เด็ลลิเคิทลิ/ *adv.* ➡ **indelicate:** อย่างหยาบคาย, อย่างทะลึ่ง, อย่างไม่แนบเนียน

indemnification /ɪndemnɪfɪ'keɪʃn/อินเด็มนิฟิ'เคช'น/ *n.* การชดใช้ค่าเสียหาย

indemnify /ɪn'demnɪfaɪ/อิน'เด็มนิฟาย/ *v.t.* Ⓐ *(protect)* **~ sb. against sth.** ปกป้อง *ค.น.* จาก *ส.น.*; Ⓑ *(compensate)* ชดเชย

indemnity /ɪn'demnɪtɪ/อิน'เด็มนิทิ/ *n.* Ⓐ *(security)* หลักประกัน; Ⓑ *(compensation)* การชดเชย, ค่าปฏิกรรม (ร.บ.)

in'demnity policy *n.* การประกันภัยที่ชดใช้ค่าเสียหาย

¹indent ❶ /'ɪndent/'อินเด็นท/ *n.* Ⓐ *(incision)* การตัด; Ⓑ *(Brit.: requisition)* การสั่งยึดใช้; Ⓒ ➡ **indentures** ❷ /ɪn'dent/อิน'เด็นท/ *v.t.* Ⓐ *(make notches in)* ทำรอยบาก, เจาะ; Ⓑ *(form recesses in)* ทำให้เกิดซอก, ทำให้เว้า, ย่อมุม; **an ~ed coastline** ชายฝั่งที่แหว่งเว้า; Ⓒ *(from margin)* ย่อหน้า; Ⓓ *(Brit.: order)* สั่ง ❸ *v.i. (Brit.: make requisition)* **~ [on sb.] for sth.** สั่งยึดใช้ *ส.น.* จาก *ค.น.*

²indent /ɪn'dent/อิน'เด็นท/ *v.t. (imprint)* กดเป็นรอย

indentation /ɪnden'teɪʃn/อินเด็น'เทช'น/ *n.* Ⓐ *(indenting, notch)* รอยบาก, รอยเจาะ; Ⓑ *(recess)* ซอกเล็ก ๆ

indentures /ɪn'dentʃəz/อิน'เด็นเฉิซ/ *n. pl.* ใบสั่งของ

independence /ɪndɪ'pendəns/อินดิ'เพ็นเดินซ/ *n.* เอกราช; **declaration of ~:** การประกาศเอกราช; **~ of mind/spirit** การมีอิสระในการคิด

Inde'pendence Day *n. (Amer.)* วันชาติของสหรัฐอเมริกา *(วันที่ 4 กรกฎาคมที่รำลึกการประกาศอิสรภาพของสหรัฐอเมริกา)*

independent /ɪndɪ'pendənt/อินดิ'เพ็นเดินท/ ❶ *adj.* Ⓐ ไม่ขึ้นกับใคร, เป็นอิสระ; **~ income/means** มีรายได้เป็นอิสระหรือมีรายได้พอที่จะไม่ต้องทำงาน; Ⓑ *(not wanting obligations)* ไม่ต้องการภาระหน้าที่, ไม่ต้องการผูกมัด ❷ *n.* *(Polit.)* การเป็นเอกราช

independently /ɪndɪ'pendəntlɪ/อินดิ'เพ็นเดินทุลิ/ *adv.* อย่างไม่ขึ้นกับใคร, โดยอิสระ; **they work ~:** เขาทำงานโดยอิสระ *หรือ* เขาทำงานแยกกัน

inde'pendent school *n. (Brit)* โรงเรียนที่ไม่ได้รับเงินสนับสนุนจากรัฐบาล

'in-depth *adj.* ➡ **depth** C

indescribable /ɪndɪ'skraɪbəbl/อินดิ'ซกรายเบอะบ'ล/ *adj.*, **indescribably** /ɪndɪ'skraɪbəblɪ/อินดิ'ซกรายเบอะบลิ/ *adv.* ไม่สามารถบรรยายได้

indestructible /ɪndɪ'strʌktɪbl/อินดิ'ซตรัคทิบ'ล/ *adj.* ไม่สามารถทำลายได้

indeterminable /ɪndɪ'tɜ:mɪnəbl/อินดิ'เทอมิเนอะบ'ล/ *adj.* ไม่แน่นอน

indeterminacy /ɪndɪ'tɜ:mɪnəsɪ/อินดิ'เทอมิเนอะซิ/ *n., no pl.* ความไม่แน่ใจ

indeterminate /ɪndɪ'tɜ:mɪnət/อินดิ'เทอมิเนิท/ *adj.* Ⓐ *(not fixed, vague)* *(ความคิด, ความหมาย)* ไม่แน่นอน; *(รูปร่าง)* ไม่ชัดเจน;

(B) *(left undecided)* ยังไม่ได้ตกลงใจ; *(ข้อกฎหมาย)* ที่ยังไม่ตัดสิน; (C) *(Math.)* ไม่ได้ถูกจำกัดให้เป็นค่าคงที่โดยค่าของอีกปริมาณหนึ่ง

index /ˈɪndeks/ˈอินเด็คซฺ/ ❶ *n.* (A) *(list)* รายการดัชนี; **~ of sources** นามานุกรม; ➡ **+ card index;** (B) *pl.* **indices** /ˈɪndɪsiːz/ˈอินไดซีซฺ/ *(Phys.)* **refractive ~:** *ค่าดัชนีหักเหแสดงถึงความเร็วของแสงในสื่อกลางต่าง ๆ;* (C) *pl.* **indices** *(Math.)* *(exponent)* ตัวแปร; (D) *(pointer on scale)* เข็มชี้ตัวเลขบนตาชั่ง; (E) *(Econ.)* ดัชนี; (F) *pl.* **indices** *(indication)* ตัวบ่งชี้; (G) **the I~** *(Hist.)* *รายการหนังสือที่ห้ามชาวโรมันคาทอลิกอ่าน;* **put on the I~:** ลงในรายการหนังสือต้องห้าม ❷ *v.t.* (A) *(furnish with ~)* มีนามานุกรมประกอบ; (B) *(enter in ~)* ใส่ในนามานุกรม; (C) *(Econ.)* การทำให้ *(รายได้)* สอดคล้องกับการขึ้นลงของดัชนีเศรษฐกิจ; **~ pension** ทำให้บำนาญสอดคล้องกับเศรษฐกิจ

indexation /ɪndekˈseɪʃn/อินเด็คˈเซช่น/ *n.* *(Econ.)* การทำอัตรารายการปลีกย่อย, การทำดัชนี

indexer /ˈɪndeksə(r)/ˈอินเด็คเซอะ(ร)/ *n.* ตัวบ่งชี้

index: ~ finger *n.* นิ้วชี้; **~-linked** *adj.* *(Econ.)* สอดคล้องกับมูลค่าปลีกย่อย; **~-linking** *n.* *(Econ.)* การโยงกับอัตราราคาปลีกย่อย; **~-linking of pensions** การโยงอัตราเงินบำนาญกับดัชนีราคาปลีกย่อย; **~ number** *n.* ตัวเลขดัชนี

India /ˈɪndɪə/ˈอินเดีย/ *pr. n.* ประเทศอินเดีย; **~ ink** *(Amer.)* ➡ **Indian ink**

Indian /ˈɪndɪən/ˈอินเดียน/ ❶ *adj.* (A) แห่งประเทศอินเดีย; (B) **[American] ~:** คนอเมริกันอินเดียน, อินเดียนแดง; ➡ **+ ³file** 1 A; **Red Indian; West Indian** 1 ❷ *n.* (A) ชาวอินเดีย; (B) **[American] ~:** ชาว [อเมริกัน] อินเดียนแดง

Indian: ~ˈclub *n.* แท่งไม้คู่รูปขวดใช้ในกีฬายิมนาสติก; **~ ˈcorn** *n.* ข้าวโพด; **~ ˈink** *n.* *(Brit.)* หมึกสีดำที่เดิมมาจากจีนและญี่ปุ่น; **~ ˈOcean** *pr. n.* มหาสมุทรอินเดีย; **~ˈrope-trick** *n.* *กลห้าเชือกที่ตั้งลอยอยู่กลางอากาศ;* **~ ˈsummer** *n.* *ช่วงที่เกิดมีอากาศร้อนผิดปกติในปลายฤดูใบไม้ร่วง*

ˈIndia rubber ➡ **ˈrubber** A, B

indicate /ˈɪndɪkeɪt/ˈอินดิเคท/ ❶ *v.t.* (A) *(be a sign of)* ชี้ถึง; **this ~s something about his attitude** นี่ชี้ให้เห็นบางสิ่งบางอย่างเกี่ยวกับทัศนคติของเขา; (B) *(state briefly)* พูดอย่างคร่าว ๆ; **~ the rough outlines of a project** พูดถึงโครงร่างของโครงการอย่างคร่าว ๆ; **they ~d that they might take action** เขาแสดงเจตนาว่าอาจจะลงมือจัดการ; (C) *(mark, point out)* ชี้, บ่งชี้; (D) *(suggest, make evident)* แนะ, ทำให้เห็นชัด; (E) *(Med.)* **be ~d** มีอาการของโรค ❷ *v.i.* แสดง, ชี้, บ่งชี้

indication /ɪndɪˈkeɪʃn/อินดิˈเคช่น/ *n.* (A) *(sign, guide)* สัญญาณ, การชี้แนะ; **he gave no ~ that he understood** เขาไม่ได้แสดงออกมาว่าเขาเข้าใจ; **there is every/no ~ that ...:** มี/ไม่มีสัญญาณบอกได้ว่า...; **give a clear ~ of one's intentions** แสดงให้เห็นอย่างชัดเจนถึงความตั้งใจของตน; **first ~s are that ...:** สัญญาณแรก ๆ คือว่า...; **that is some ~ of his feelings/the seriousness of the situation** นั่นคือสัญญาณบอกให้รู้ถึงความรู้สึกของเขา/ถึงความรุนแรงของสถานการณ์; **give me a rough ~ of when you will arrive** ช่วยบอกคร่าว ๆ ว่าคุณจะมาถึงเมื่อไร; (B) *(Med.)* อาการบอกเหตุ

indicative /ɪnˈdɪkətɪv/อินˈดิคเคอะทิว/ ❶ *adj.* (A) *(suggestive)* **be ~ of sth./that ...:** เป็นสิ่งที่ชี้ให้เห็น *ส.น./*ว่า...; (B) *(Ling.)* แสดงความหมายของผู้พูด; **~ mood** มาลา *(ประโยค)* ที่แสดงความหมายของผู้พูด ❷ *n.* *(Ling.)* กริยาในความหมายเหล่านี้

indicator /ˈɪndɪkeɪtə(r)/ˈอินดิเคเทอะ(ร)/ *n.* (A) *(instrument)* เครื่องมือวัด หรือ บันทึก; (B) *(board)* กระดานแสดงข้อมูล; (C) *(on vehicle)* สัญญาณเลี้ยว, ไฟเลี้ยว; (D) *(fig.: pointer)* คำแนะนำ, ตัวบ่งชี้; (E) *(Chem.)* *สารที่จะเปลี่ยนสีเมื่อได้รับการกระตุ้นทางเคมี*

indices *pl. of* **index** 1 B, C, F

indict /ɪnˈdaɪt/อินˈไดท/ *v.t.* ฟ้องร้อง, กล่าวโทษ (**for, on a charge of** สำหรับ, ในข้อหา)

indictable /ɪnˈdaɪtəbl/อินˈไดเทอะบ'ล/ *adj.* ฟ้องได้, กล่าวโทษได้

indictment /ɪnˈdaɪtmənt/อินˈไดทเมินทฺ/ *n.* (A) *(Law)* การกล่าวโทษ; **~ for** *or* **on a charge of murder** การกล่าวโทษในข้อหาฆาตกรรม; **bring an ~ against sb.** กล่าวโทษ *ค.น.*; **[bill of] ~:** [พ.ร.บ.] การกล่าวโทษ; (B) *(fig.: accusation)* การกล่าวหา; **~ of sth.** การกล่าวหา *ส.น.*

indie /ˈɪndɪ/ˈอินดิ/ *n.* *(coll.)* ❶ *adj.* *(โรงภาพยนตร์, สถานีวิทยุ, สถานีโทรทัศน์)* ที่ดำเนินกิจการโดยอิสระ ❷ *n.* *(record company)* บริษัทเพลงอิสระ; *(band)* วงดนตรีที่ไม่สังกัดค่ายใหญ่

Indies /ˈɪndɪz/ˈอินดิซฺ/ *pr. n. pl.* (A) **the ~** *(arch.)* อินเดียและแถบใกล้เคียง; (B) **East ~:** หมู่เกาะมาเลเซีย; **West ~:** หมู่เกาะอเมริกากลางรวมคิวบาและบาฮามา

indifference /ɪnˈdɪfərəns/อินˈดิฟเฟอะเรินซฺ/ *n., no pl.* (A) *(unconcern)* ความไม่เกี่ยวข้อง (**to[wards]** ในเรื่อง); (B) *(neutrality)* ความเป็นกลาง; (C) *(unimportance)* **a matter of ~:** เป็นเรื่องไม่สำคัญ; **this is a matter of complete ~ to** *or* **for him** นี่เป็นเรื่องที่ไม่มีความสำคัญเลยสำหรับเขา

indifferent /ɪnˈdɪfərənt/อินˈดิฟเฟอะเรินทฺ/ *adj.* (A) *(without concern or interest)* ไม่สนใจ; **be ~ to[wards] sb./sth.** ไม่สนใจ *ค.น./ส.น.;* (B) *(not good)* ไม่ดี; *(fairly bad)* ไม่ค่อยดี; *(neither good nor bad)* ปานกลาง; **very ~:** ไม่ค่อยดีเลย

indifferently /ɪnˈdɪfərəntlɪ/อินˈดิฟเฟอะเรินทฺลิ/ *adv.* (A) *(unconcernedly)* อย่างไม่สนใจ; (B) *(badly)* อย่างไม่ดี

indigence /ˈɪndɪdʒəns/ˈอินดิเจินซฺ/ *n., no pl.* ความอดอยากยากจน

indigenous /ɪnˈdɪdʒɪnəs/อินˈดิจิเนิซ/ *adj.* *(พืช, สัตว์)* ที่มีถิ่นกำเนิดในเขตใดเขตหนึ่ง; **a species ~ to India** พันธุ์ที่มีถิ่นกำเนิดในอินเดีย; **~ inhabitant** ผู้อยู่อาศัยที่มีถิ่นกำเนิดที่นั่น

indigent /ˈɪndɪdʒənt/ˈอินดิเจินทฺ/ *adj.* อดอยากยากจน

indigestible /ɪndɪˈdʒestəbl/อินดิˈเจ็ซเตอะบ'ล/ *adj. (lit. or fig.)* ไม่สามารถย่อยได้

indigestion /ɪndɪˈdʒestʃn/อินดิˈเจ็ซฉ'น/ *n., no pl., no indef. art.* การที่อาหารไม่ย่อย; *(chronic)* อาการอาหารไม่ย่อยเรื้อรัง

indignant /ɪnˈdɪgnənt/อินˈดิกเนินทฺ/ *adj.* โกรธเคือง (**at, over, about** เรื่อง); **grow ~:** เริ่มโกรธขึ้น; **it makes me ~:** มันทำให้ฉันโกรธ; **he was ~ with his wife** เขาโกรธเคืองภรรยาของเขา; **it's no use getting ~:** ไม่มีประโยชน์ที่จะโกรธ

indignantly /ɪnˈdɪgnəntlɪ/อินˈดิกเนินทฺลิ/ *adv.* อย่างโกรธเคือง

indignation /ɪndɪgˈneɪʃn/อินดิกˈเนช'น/ *n., no pl.* ความโกรธ (**about, at, against, over** เกี่ยวกับ, ในเรื่อง); **feel great ~ at sb.** รู้สึกโกรธเคือง *ค.น.* อย่างมาก

indignity /ɪnˈdɪgnɪtɪ/อินˈดิกนิทิ/ *n.* (A) *no pl., no art (humiliation)* ความอับอายขายหน้า; **be treated with great ~:** ถูกปฏิบัติให้ได้รับความอับอายขายหน้า; (B) *no pl. (lack of dignity)* **the ~ of my position** ความไม่มีศักดิ์ศรีของฐานะของฉัน; **oh, the ~ of it!** โอ ช่างไม่มีศักดิ์ศรีเสียเลย; **the ~ of having to do sth.** ความไม่มีศักดิ์ศรีที่ต้องทำ *ส.น.*

indigo /ˈɪndɪgəʊ/ˈอินดิโก/ ❶ *n., pl.* **~s** (A) *(dye)* สีคราม; (B) *(plant)* ต้นคราม; (C) *(colour)* **~ [blue]** สีฟ้าคราม ❷ *adj.* **~ [blue]** สีฟ้าคราม

indirect /ɪndɪˈrekt, -daɪˈr-/อินดิˈเร็คทฺ, -ได'-/ *adj. (long-winded)* อ้อม, ไม่ตรง; **follow an ~ route** ไปตามทางอ้อม; **that's the more ~ way** นั่นยิ่งเป็นทางอ้อม; **that road is rather ~:** ถนนเส้นนั้นค่อนข้างอ้อม; **by ~ means** โดยทางอ้อม

indirectly /ɪndɪˈrektlɪ, -daɪˈr-/อินดิˈเร็คทฺลิ, -ไดˈ-/ *adv.* อย่างอ้อม ๆ

indirect: ~ ˈobject *n. (Ling.)* กรรมรอง; **~ ˈquestion** *n. (Ling.)* คำถามที่ไม่ได้คัดมาโดยตรง; **~ ˈspeech** *n. (Ling.)* คำพูดที่ไม่ได้คัดมาโดยตรง, คำพูดของผู้อื่นที่นำมาเล่าต่อ

indiscernible /ɪndɪˈsɜːnɪbl/อินดิˈเซอนิบ'ล/ *adj.* ไม่สามารถแยกแยะออกมาได้, ดูไม่ออก, สังเกตไม่ได้; **the sound was virtually ~:** เสียงนั้นแทบจะไม่ได้ยินเลย

indiscipline /ɪnˈdɪsɪplɪn/อินˈดิซซิพลิน/ *n., no pl., no indef. art.* การขาดวินัย

indiscreet /ɪndɪˈskriːt/อินดิˈซกรีท/ *adj.* ไม่รอบคอบ, ไม่ระวังปากระวังคำ; **she was ~ to do that** เธอไม่รอบคอบที่ได้ทำเช่นนั้น

indiscreetly /ɪndɪˈskriːtlɪ/อินดิˈซกรีทลิ/ *adv.* อย่างไม่รอบคอบ

indiscretion /ɪndɪˈskreʃn/อินดิˈซเกร็ช'น/ *n.* (A) *(conduct)* ความประพฤติไม่เหมาะสม; *(tactlessness)* ความไม่รู้จักกาลเทศะ; (B) *(imprudence)* ความไม่สุขุม; (C) *(action)* การกระทำที่ไม่เหมาะสม; *(love affair)* เรื่องชู้สาว; (D) *(revelation of official secret etc.)* การเปิดเผยความลับ

indiscriminate /ɪndɪˈskrɪmɪnət/อินดิˈซกริมมิเนิท/ *adj.* (A) *(undiscriminating)* ไม่เลือกปฏิบัติ; **hand out ~ condemnations** ยื่นคำกล่าวหาไปทั่ว; (B) *(unrestrained, promiscuous)* ไม่มีขีดจำกัด, สำส่อน

indiscriminately /ɪndɪˈskrɪmɪnətlɪ/อินดิˈซกริมมิเนิทลิ/ *adv.* ➡ **indiscriminate:** อย่างไม่เลือกโดยทั่ว; อย่างไม่มีขีดจำกัด, อย่างสำส่อน

indispensability /ɪndɪspensəˈbɪlɪtɪ/อินดิซเป็นเซอะˈบิลลิทิ/ *n., no pl.* มีความจำเป็น, การขาดไม่ได้

indispensable /ɪndɪˈspensəbl/อินดิˈซเป็นเซอะบ'ล/ *adj.* จำเป็น (**to** สำหรับ); ขาดไม่ได้; **make oneself ~:** ทำให้ตัวเองมีความจำเป็น

indispose /ɪndɪˈspəʊz/อินดิˈซโปซฺ/ *v.t.* *(make averse)* ทำให้ไม่ชอบ (**towards** ต่อ)

indisposed /ɪndɪˈspəʊzd/อินดิˈซโปซดฺ/ *adj.* (A) *(unwell)* ไม่สบาย; (B) *(disinclined)* ไม่สมัครใจ; **be ~ to do sth.** ไม่สมัครใจที่จะทำ *ส.น.;* **she was ~d to be polite** เธอไม่ต้องการจะสุภาพ

i

indisposition /ɪndɪspəˈzɪʃn/อินดิซเปอะ'ซิช่น/ *n.* Ⓐ *(ill health)* การป่วยเล็ก ๆ น้อย ๆ; Ⓑ *(disinclination)* ความไม่สมัครใจ; **an ~ to do sth.** ความไม่สมัครใจในการทำ *ส.น.*

indisputable /ɪndɪˈspju:təbl/อินดิ'ซปิวเทอะบ'ล/ *adj.*, **indisputably** /ɪndɪˈspju:təblɪ/อินดิ'ซปิวเทอะบลิ/ *adv.* [อย่าง] โต้แย้งไม่ได้

indissoluble /ɪndɪˈsɒljʊbl/อินดิ'ซอลิวบ'ล/ *adj.* **indissolubly** /ɪndɪˈsɒljʊblɪ/อินดิ'ซอลิวบลิ/ *adv.* [อย่าง] ไม่สามารถละลายได้

indistinct /ɪndɪˈstɪŋkt/อินดิ'ซติงคฺทฺ/ *adj.* *(blurred)* มัว, สลัว, ไม่ชัด; **grow ~ in the twilight** เริ่มสลัวลงในยามสนธยา

indistinctly /ɪndɪˈstɪŋktlɪ/อินดิ'ซติงคฺทลิ/ *adv.* อย่างมัว ๆ สลัว ๆ, อย่างไม่ชัด

indistinguishable /ɪndɪˈstɪŋgwɪʃəbl/อินดิ'ซติงกฺวิเชอะบ'ล/ *adj.* Ⓐ *(not distinguishable)* ไม่สามารถแยกความแตกต่างได้; **the twins are ~:** ฝาแฝดคู่นั้นเหมือนจนแยกไม่ออก; Ⓑ *(imperceptible)* ไม่สามารถจะเรียนรู้ได้

individual /ɪndɪˈvɪdʒʊəl/อินดิ'วิจจูเอิล/ ❶ *adj.* Ⓐ *(single)* เดี่ยว; Ⓑ *(special, personal)* พิเศษ, ส่วนตัว, ปัจเจก, ปัจเจกบุคคล *(ร.บ.)*; **give ~ attention to one's pupils** ดูแลนักเรียนของตนแต่ละคนเป็นพิเศษ; **~ case** กรณีเฉพาะ; Ⓒ *(intended for one)* สำหรับคนเดียวโดยเฉพาะ; **~ portions** สำหรับ 1 คน/คนเดียว; **~ pie** พายสำหรับคนเดียว; Ⓓ *(distinctive)* โดดเด่น, แหวกแนว; **be ~ in one's view** โดดเด่นในด้านความคิดของตน; Ⓔ *(characteristic)* *(ลักษณะ)* เฉพาะ

❷ *n.* Ⓐ *(one member)* บุคคลหนึ่ง; *(animal)* สัตว์หนึ่งตัว; Ⓑ *(one being)* สิ่งมีชีวิตหนึ่งอย่าง; **the rights of ~s** สิทธิของบุคคล; Ⓒ *(coll.: person)* คน ๆ หนึ่ง; **who is that ~?** คนนั้นเป็นใครน่ะ

individualise ➡ **individualize**

individualist /ɪndɪˈvɪdʒʊəlɪst/อินดิ'วิจจูเออะลิซทฺ/ *n.* ผู้ที่เชื่อในหลักปัจเจกชนนิยม

individualistic /ɪndɪvɪdʒʊəˈlɪstɪk/อินดิวิดดิวเออะ'ลิซติค/ *adj.* เป็นแบบปัจเจกชนนิยม

individuality /ɪndɪvɪdʒʊˈælətɪ/อินดิวิจู'แอเลอะทิ/ *n., no pl.* Ⓐ *(character)* บุคลิกลักษณะ, บุคคลิกเฉพาะตน; Ⓑ *(separate existence)* ความเป็นตัวของตัวเอง

individualize /ɪndɪˈvɪdʒʊəlaɪz/อินดิ'วิจจูเออะลายซฺ/ *v.t.* **~ sth.** ทำให้ *ส.น.* ผิดแผกไป, ทำให้ *ส.น.* มีลักษณะเฉพาะตน

individually /ɪndɪˈvɪdʒʊəlɪ/อินดิ'วิจจุเออะลิ/ *adv.* Ⓐ *(singly)* อย่างโดด ๆ; Ⓑ *(distinctively)* อย่างเฉพาะ, อย่างพิเศษ; Ⓒ *(personally)* อย่างเป็นส่วนบุคคล

indivisibility /ɪndɪvɪzɪˈbɪlɪtɪ/อินดิวิซิ'บิลลิทิ/ *n., no pl.* การแบ่งแยกไม่ได้

indivisible /ɪndɪˈvɪzɪbl/อินดิ'วิซซิบ'ล/ *adj.* Ⓐ *(not divisible)* แบ่งแยกไม่ได้, หารไม่ได้; Ⓑ *(not distributable)* แจกจ่ายไม่ได้

indivisibly /ɪndɪˈvɪzɪblɪ/อินดิ'วิซซิบลิ/ *adv.* อย่างแบ่งแยกไม่ได้

Indo- /ɪndəʊ/อินโด/ *in comb.* อินโด

Indo-'China *pr. n.* อินโดจีน

indoctrinate /ɪnˈdɒktrɪneɪt/อิน'ดอคทฺริเนท/ *v.t.* ทำให้ซึมซาบในลัทธิ, ปลูกฝังความเชื่อ

indoctrination /ɪndɒktrɪˈneɪʃn/อินดอคทฺริ'เนช่น/ *n.* การทำให้ซึมซาบในลัทธิ, การปลูกฝังความเชื่อ

Indo: ~-Euro'pean, ~-Ger'manic ❶ *adjs.* *(ภาษา)* อินโด-ยุโรป; อินโด-เยอรมัน ❷ *n.* *(Ling.)* ภาษาที่พูดตลอดยุโรปจนถึงตอนเหนือของอินเดีย

indolence /ˈɪndələns/'อินเดอะเลินซฺ/ *n., no pl.* ความเกียจคร้าน

indolent /ˈɪndələnt/'อินเดอะเลินทฺ/ *adj.*, **indolently** *adv.* [อย่าง] เกียจคร้าน

indomitable /ɪnˈdɒmɪtəbl/อิน'ดอมิเทอะบ'ล/ *adj.* ไม่สามารถเอาชนะได้, ทรหด, ไม่ย่อท้อ

Indonesia /ɪndəʊˈni:zɪə/อินโด'นีเซีย/ *pr. n.* ประเทศอินโดนีเซีย

Indonesian /ɪndəʊˈni:zɪən/อินโด'นีเซียน/ ❶ *adj.* แห่งประเทศอินโดนีเซีย; **sb. is ~:** *ค.น.* เป็นชาวอินโดนีเซีย; ➡ + **English 1** ❷ *n.* Ⓐ *(person)* ชาวอินโดนีเซีย; Ⓑ *(language)* ภาษาอินโดนีเซีย; ➡ **English 2 A**

'indoor *adj.* **~ shoes** รองเท้าใส่ในบ้าน; **~ swimming pool/sports/tennis** สระว่ายน้ำ/กีฬา/เทนนิสภายใน; **~ plants** ไม้ประดับในบ้าน; **~ games** เกมภายใน; *(Sport)* กีฬาภายใน; **~ aerial** เสาอากาศในบ้าน; **I don't enjoy ~ work** ฉันไม่ชอบงานที่ทำอยู่แต่ในห้อง; **he's not one for [the] ~ life** เขาไม่ใช่คนประเภทชอบใช้ชีวิตในบ้าน

indoors /ɪnˈdɔ:z/อิน'ดอซ/ *adv.* ในบ้าน, ข้างใน; **come/go ~:** เข้ามาใน/เข้าไปในบ้าน

indorse ➡ **endorse**

indubitable /ɪnˈdju:bɪtəbl, US -ˈdu:-/อิน'ดิวบิเทอะบ'ล, -'ดู-/ *adj.* ไม่เป็นที่สงสัย

indubitably /ɪnˈdju:bɪtəblɪ, US -du:-/อิน'ดิวบิเทอะบลิ, -ดู-/ *adv.* อย่างไม่ต้องสงสัย

induce /ɪnˈdju:s, US -du:s/อิน'ดิวซฺ, -ดูซ-/ *v.t.* Ⓐ *(persuade)* **~ sb. to do sth.** ชักจูงให้ *ค.น.* ทำ *ส.น.*; Ⓑ *(bring about)* ทำให้เกิดขึ้น; Ⓒ *(Med.)* การใช้ยาช่วยเร่งให้คลอดบุตร; Ⓓ *(Electr., Phys., Philos.)* ชักนำ, เหนี่ยวนำ

inducement /ɪnˈdju:smənt, US -du:-/อิน'ดิวซฺเมินทฺ, -ดู-/ *n.* *(incentive)* แรงกระตุ้น, สิ่งจูงใจ; **as an added ~:** เป็นแรงกระตุ้นที่เสริมเข้าไป; **no ~ would persuade her to give up her home** ไม่มีแรงกระตุ้นใดที่จะทำให้เธอยอมทิ้งบ้านของเธอ

induct /ɪnˈdʌkt/อิน'ดัคทฺ/ *v.t.* Ⓐ ชักนำ **(to** ใน**)**; Ⓑ *(Amer. Mil.)* เกณฑ์ทหาร

inductance /ɪnˈdʌktəns/อิน'ดัคเทินซฺ/ *n.* *(Electr.)* การเหนี่ยวนำไฟฟ้า, ตัวเหนี่ยวนำไฟฟ้า

inductee /ɪndʌkˈti:/อินดัค'ที/ *n.* *(Amer. Mil.)* ทหารเกณฑ์

induction /ɪnˈdʌkʃn/อิน'ดัคช่น/ *n.* Ⓐ *(formal introduction)* การแนะนำอย่างเป็นทางการ, การอุปนัย *(ร.บ.)*; Ⓑ *(initiation)* การริเริ่ม; **~ course** หลักสูตรเบื้องต้น; Ⓒ *(Med.)* การเร่งคลอด; *(of sleep)* ยานอนหลับ; Ⓓ *(Electr.)* การเหนี่ยวนำไฟฟ้า; *(Phys., Math., Philos.)* การชักเหตุผล; Ⓔ *(Amer. Mil.)* การเกณฑ์ทหาร

induction: ~ coil *n.* *(Electr.)* *ขดลวดที่ให้กำเนิดไฟฟ้าแรงสูงเป็นระยะ ๆ จากกระแสไฟฟ้าตรง*; **~ heating** *n.* การทำให้เกิดความร้อนโดยกระแสไฟฟ้า

inductive /ɪnˈdʌktɪv/อิน'ดัคทิว/ *adj.*, **inductively** /ɪnˈdʌktɪvlɪ/อิน'ดัคทิวลิ/ *adv.* *(Electr., Phys., Math., Logic)* [โดย] ใช้วิธีชักนำ, อุปนัย *(ร.บ.)*

indue ➡ **endue**

indulge /ɪnˈdʌldʒ/อิน'ดัลจฺ/ ❶ *v.t.* Ⓐ *(yield to)* ยอม; Ⓑ *(please)* เอาใจ; **~ sb. in sth.** เอาใจ *ค.น.* ด้วย *ส.น.*; **~ oneself in** เอาใจตนเองโดย *(อาหาร, เครื่องดื่ม)* ❷ *v.i.* Ⓐ *(allow oneself pleasure)* **~ in** ทำให้ตนเองสะใจใน; Ⓑ *(coll.: take alcoholic drink)* ดื่มเหล้า *(ภ.พ.)*; **I'd better not ~:** ฉันไม่ดื่มดีกว่า

indulgence /ɪnˈdʌldʒəns/อิน'ดัลเจินซฺ/ *n.* Ⓐ การยอมให้; *(humouring)* การเอาใจ; Ⓑ **sb.'s ~ in sth.** การทุ่มเทใน *ส.น.* ของ *ค.น.*; **constant ~ in bad habits** การปล่อยตัวให้ทำในสิ่งไม่ดีอยู่เรื่อย; Ⓒ *(thing indulged in)* สิ่งที่ให้ความสำราญ; Ⓓ *(privilege)* สิทธิพิเศษ; Ⓔ *(Relig.: remission)* การยกโทษให้

indulgent /ɪnˈdʌldʒənt/อิน'ดัลเจินทฺ/ *adj.* *(พ่อแม่)* ปล่อย, เอาใจ **(with, towards** กับ, ต่อ**)**; **she's so ~ with that dog of hers** เธอชอบปล่อยสุนัขของเธอให้ทำอะไรก็ได้

indulgently /ɪnˈdʌldʒəntlɪ/อิน'ดัลเจินทฺลิ/ *adv.* อย่างเอาใจ

industrial /ɪnˈdʌstrɪəl/อิน'ดัซเตรียล/ *adj.* Ⓐ *(โรงงาน, งานระบบ)* อุตสาหกรรม; Ⓑ *(intended for industry)* *(เพชร, เหล็ก)* สำหรับอุตสาหกรรม; Ⓒ *(characterized by industry)* มีลักษณะเป็นอุตสาหกรรม; **the ~ nations** ชาติที่เจริญทางอุตสาหกรรม; ➡ + **archaeology; estate B**

industrial: ~ 'action *n.* การประท้วงของแรงงาน; **take ~ action** ดำเนินการประท้วงของแรงงาน; **~ di'sease** *n.* โรคที่เนื่องมาจากอุตสาหกรรม; **~ di'spute** *n.* การพิพาททางอุตสาหกรรม; **~ 'espionage** *n.* การจารกรรมทางอุตสาหกรรม; **~ estate** *n.* นิคมอุตสาหกรรม; **~ exhibition** *n.* นิทรรศการทางอุตสาหกรรม; **~ 'injury** *n.* การได้รับบาดเจ็บจากอุตสาหกรรม

industrialisation, industrialise ➡ **industrializ-**

industrialist /ɪnˈdʌstrɪəlɪst/อิน'ดัซเตรียลิซทฺ/ *n.* นักอุตสาหกรรม

industrialization /ɪndʌstrɪəlaɪˈzeɪʃn, US -lɪˈz-/อินดัซเตรียไล'เซช่น, -ลิ'ซ-/ *n.* การทำให้เป็นอุตสาหกรรม

industrialize /ɪnˈdʌstrɪəlaɪz/อิน'ดัซเตรียลายซฺ/ *v.i. & t.* ทำให้เป็นอุตสาหกรรม

industrially /ɪnˈdʌstrɪəlɪ/อิน'ดัซเตรียลิ/ *adv.* อย่างเป็นอุตสาหกรรม

industrial: ~ park *n.* เขตอุตสาหกรรม, อุทยานอุตสาหกรรม; **~ plant** *n.* เครื่องจักรอุตสาหกรรม; **~ re'lations** *n. pl.* ความสัมพันธ์ระหว่างนายจ้างและลูกจ้าง; **I~ Revo'lution** *n.* *(Hist)* การปฏิวัติทางอุตสาหกรรม; **~'town** *n.* เมืองอุตสาหกรรม; **~ tribunal** *n.* คณะกรรมการเพื่อยุติการขัดแย้งระหว่างนายจ้างกับแรงงาน; **~ un'rest** *n.* ความระส่ำระสายทางอุตสาหกรรม; **~ 'waste** *n.* กากอุตสาหกรรม

industrious /ɪnˈdʌtrɪəs/อิน'ดัซเตรียซ/ *adj.* ขยัน; *(busy)* ยุ่ง, ทำโน่นทำนี่

industriously /ɪnˈdʌstrɪəslɪ/อิน'ดัซเตรียซลิ/ *adv.* อย่างขยันขันแข็ง; *(busily)* อย่างยุ่ง ๆ

industry /ˈɪndəstrɪ/'อินเดิซตริ/ *n.* Ⓐ อุตสาหกรรม; **several industries** อุตสาหกรรมหลาย ๆ ประเภท; **steel/coal ~:** อุตสาหกรรมเหล็ก/ถ่านหิน; **the nation's ~:** อุตสาหกรรมของชาติ; **incentives to ~:** สิ่งกระตุ้นอุตสาหกรรม; **the leaders of ~:** เหล่าผู้นำทางอุตสาหกรรม; **~ is thriving** อุตสาหกรรมกำลังเจริญรุ่งเรือง; **his experience of ~:** ประสบการณ์ในการทำอุตสาหกรรมของเขา; **the Shakespeare/abortion ~** *(coll.)* การหารายได้จากชื่อเสียงของเชคสเปียร์/การทำแท้งอย่างเป็นอุตสาหกรรม; Ⓑ ➡ + **industrious**

inebriated /ɪ'ni:brɪeɪtɪd/อิ'นีบริเอทิด/ *adj.* **A** *(drunk)* เมา; **B** *(fig.)* ถูกกระตุ้น (**with** ด้วย)

inedible /ɪn'edɪbl/อิน'เอ็ดดิบ'ล/ *adj.* กินไม่ได้

ineducable /ɪn'edjʊkəbl/อิน'เอ็ดจุเคอะบ'ล/ *adj.* สอนไม่ได้

ineffable /ɪn'efəbl/อิน'เอ็ฟเฟอะบ'ล/ *adj.* บรรยายไม่ได้

ineffective /ɪnɪ'fektɪv/อินอิ'เฟ็คทิว/ *adj.* **A** ไม่เป็น/ได้ผล; **B** *(inefficient)* ไม่มีประสิทธิภาพ; **C** *(lacking artistic effect)* ขาดศิลปะ

ineffectively /ɪnɪ'fektɪvlɪ/อินอิ'เฟ็คทิวลิ/ *adv.* อย่างไม่มีประสิทธิผล

ineffectiveness /ɪnɪ'fektɪvnɪs/อินอิ'เฟ็คทิวนิซ/ *n., no pl.* ➡ **ineffective:** การไม่มีผล, การไม่มีประสิทธิภาพ, การขาดศิลปะ

ineffectual /ɪnɪ'fektjʊəl/อินอิ'เฟ็คทิวเอิล/ *adj.* ไม่เกิดผล; *(วิธีการ)* ไม่มีประสิทธิภาพ

ineffectually /ɪnɪ'fektjʊəlɪ/อินอิ'เฟ็คทิวเอิลลิ/ *adv.* อย่างไม่เกิดผล

inefficacious /ɪnefɪ'keɪʃəs/อินเอะฟิ'เคเชิซ/ *adj.* ไม่บังเกิดผล

inefficacy /ɪn'efɪkəsɪ/อิน'เอ็ฟฟิเคอะซิ/ *n., no pl. (of measures)* การไม่สัมฤทธิ์ผล

inefficiency /ɪnɪ'fɪʃənsɪ/อินอิ'ฟิเชินซิ/ *n.* การขาดประสิทธิภาพ; *(incapability)* การไร้ความสามารถ

inefficient /ɪnɪ'fɪʃənt/อินอิ'ฟิเชินทฺ/ *adj.* ไม่มีประสิทธิภาพ; *(incapable)* ไม่มีความสามารถ; **the worker/machine is ~:** คนงาน/เครื่องจักรไม่มีประสิทธิภาพ

inefficiently /ɪnɪ'fɪʃəntlɪ/อินอิ'ฟิเชินทฺลิ/ *adv.* อย่างไม่มีประสิทธิภาพ; **do one's job too ~:** ทำงานของตนอย่างไม่มีประสิทธิภาพพอ

inelastic /ɪnɪ'læstɪk/อินอิ'แลซติค/ *adj.* **A** *(not elastic)* ไม่ยืดหยุ่น; **B** *(unadaptable)* ปรับไม่ได้

inelegance /ɪn'elɪgəns/อิน'เอ็ลลิเกินซฺ/ *n., no pl.* **A** *(of dress)* ความไม่สง่างาม; *(of gestures, movements, gait)* ความไม่ภูมิฐาน; **B** *(lack of refinement, polish)* ความไม่ประณีต

inelegant /ɪn'elɪgənt/อิน'เอ็ลลิเกินทฺ/ *adj.* **A** ไม่สง่างาม; **B** *(unrefined, unpolished)* ไม่ประณีต

inelegantly /ɪn'elɪgəntlɪ/อิน'เอ็ลลิเกินทฺลิ/ *adv.* **A** อย่างไม่สง่างาม; **B** *(without refinement or polish)* อย่างไม่ประณีต

ineligible /ɪn'elɪdʒɪbl/อิน'เอ็ลลิจิบ'ล/ *adj.* ไม่มีสิทธิ; **be ~ for** ไม่มีสิทธิในการ; **be ~ for a pension** ไม่มีสิทธิได้รับเงินเลี้ยงชีพ

ineluctable /ɪnɪ'lʌktəbl/อินอิ'ลัคเทอะบ'ล/ *adj. (literary) (remorseless)* ไม่รู้สึกเสียใจ; *(not to be opposed)* *(โชคชะตา)* ต่อต้านไม่ได้

inept /ɪ'nept/อิ'เน็พทฺ/ *adj.* **A** *(unskilful, clumsy)* ไม่ชำนาญ, งุ่มง่าม; **B** *(inappropriate)* ไม่เหมาะสม; **C** *(foolish)* โง่เขลา

ineptitude /ɪ'neptɪtju:d, US -tu:d/อิ'เน็พทิทิวดฺ, -ทูด-/ *n., no pl.* **A** *(unskilfulness, clumsiness)* ความไม่ชำนาญ, ความงุ่มง่าม; **B** *(inappropriateness)* ความไม่เหมาะสม; *(of comparison)* ไม่น่าเปรียบเทียบกัน; *(of remark, intervention)* ไม่ถูกกาลเทศะ; **C** *(foolishness)* ความโง่เขลา

ineptly /ɪ'neptlɪ/อิ'เน็พทฺลิ/ *adv.* **A** *(unskilfully, clumsily)* อย่างไม่ชำนาญ, อย่างงุ่มง่าม; **B** *(inappropriately)* **intervene ~:** ขัดจังหวะอย่างไม่เหมาะสม; **C** *(foolishly)* อย่างโง่เขลา

ineptness ➡ **ineptitude**

inequable /ɪn'ekwəbl/อิน'เอ็คเควอะบ'ล/ *adj.* **A** *(not uniform)* ไม่ตามรูปแบบ; **B** *(not fair)* ไม่ยุติธรรม

inequality /ɪnɪ'kwɒlɪtɪ/อินอิ'ควอลิทิ/ *n.* **A** *(lack of equality)* ความไม่เท่าเทียมกัน; **great inequalities between rich and poor** มีความไม่เท่าเทียมอย่างมากระหว่างคนรวยและคนจน; **educational ~:** ความไม่เท่าเทียมกันทางการศึกษา; **the inequalities in income** ความไม่เท่าเทียมกันทางรายได้; **B** *(variableness)* ความปรวนแปร; *(in time)* ความไม่เท่าเทียมทางเวลา หรือ ความต่างกันทางเวลา; **C** *(irregularity)* ความไม่สม่ำเสมอ; **D** *(Math.) (expression)* อสมการ

inequitable /ɪn'ekwɪtəbl/อิน'เอ็คควิเทอะบ'ล/ *adj.*, **inequitably** /ɪn'ekwɪtəblɪ/อิน'เอ็คควิเทอะบลิ/ *adv.* [อย่าง] ไม่ยุติธรรม

inequity /ɪn'ekwɪtɪ/อิน'เอ็คควิทิ/ *n.* ความไม่ยุติธรรม, ความไม่เสมอภาค

ineradicable /ɪnɪ'rædɪkəbl/อินอิ'แรดิเคอะบ'ล/ *adj.* ไม่สามารถกำจัดได้

inert /ɪ'nɜ:t/อิ'เนิท/ *adj.* **A** ไม่ขยับ, เฉื่อย; *(sluggish)* ช้า, เฉื่อยชา; *(passive)* อยู่เฉย, สงบ; **B** *(Chem.: neutral)* เป็นกลาง

inert 'gas *n. (Chem.)* ก๊าซเฉื่อย

inertia /ɪ'nɜ:ʃə/อิ'เนอเชอะ/ *n. (also Phys.)* แรงเฉื่อย; ➡ **+ moment C**

inertial /ɪ'nɜ:ʃl/อิ'เนอช'ล/ *adj.* **A** มีคุณสมบัติแรงเฉื่อย; **B** *(performed automatically)* ทำโดยอัตโนมัติ

inertia: ~ reel *n.* การม้วนอัตโนมัติ; **~ reel seat belt** เข็มขัดนิรภัยที่ม้วนเข้าโดยอัตโนมัติ; **~ selling** *n.* การขายอัตโนมัติ

inertly /ɪ'nɜ:tlɪ/อิ'เนิทลิ/ *adv. (sluggishly)* อย่างเฉื่อยชา; *(passively)* อย่างสงบ

inescapable /ɪnɪ'skeɪpəbl/อินอิ'ซเกเพอะบ'ล/ *adj.* ไม่สามารถเลี่ยงได้, หนีไม่พ้น; **the facts were ~:** เป็นข้อเท็จจริงที่หนีไม่พ้น

inessential /ɪnɪ'senʃl/อินอิ'เซ็นช'ล/ ❶ *adj. (not necessary)* ไม่สำคัญ, ไม่จำเป็น; *(dispensable)* ทิ้งไปได้ ❷ *n.* สิ่งไม่จำเป็น

inestimable /ɪn'estɪməbl/อิน'เอ็ซติเมอะบ'ล/ *adj.* ประมาณไม่ได้

inevitability /ɪnevɪtə'bɪlɪtɪ/อินเอะวิเทอะ'บิลลิทิ/ *n., no pl.* ความเลี่ยงไม่ได้; สิ่งที่จะเกิดขึ้นแน่; *(of fate, event)* ความแน่นอน

inevitable /ɪn'evɪtəbl/อิน'เอ็ววิเทอะบ'ล/ *adj.* ไม่สามารถหลีกเลี่ยงได้, แน่นอน; **bow to the ~:** ยอมรับในสิ่งที่เลี่ยงไม่ได้

inevitably /ɪn'evɪtəblɪ/อิน'เอ็ววิเทอะบลิ/ *adv.* อย่างไม่สามารถหลบเลี่ยงได้

inexact /ɪnɪg'zækt/อินอิก'แซคทฺ/ *adj.* ไม่แม่นยำ, ไม่ตรง, ไม่แน่ชัด

inexactitude /ɪnɪg'zæktɪtju:d, US -tɪtu:d/อินอิก'แซคทิทิวดฺ, -ทิทูด/ ➡ **inexactness**

inexactly /ɪnɪg'zæktlɪ/อินอิก'แซคทฺลิ/ *adv.* อย่างไม่แม่นยำ, อย่างไม่ตรง, อย่างไม่แน่ชัด

inexactness /ɪnɪg'zæktnɪs/อินอิก'แซคทฺนิซ/ *n.* ความไม่แม่นยำ, ความไม่ตรง, ความไม่แน่ชัด

inexcusable /ɪnɪk'skju:zəbl/อินอิค'ซกิวเซอะบ'ล/ *adj.*, **inexcusably** /ɪnɪk'sju:zəblɪ/อินอิค'ซกิวเซอะบลิ/ *adv.* [อย่าง] แก้ตัวไม่ได้, [อย่าง] ให้อภัยไม่ได้

inexhaustible /ɪnɪg'zɔ:stɪbl/อินอิก'ซอซติบ'ล/ *adj.* *(บุคคล)* ไม่เหน็ดเหนื่อย; *(ทรัพยากรธรรมชาติ)* ไม่หมดสิ้น

inexorable /ɪn'eksərəbl/อิน'เอ็คเซอะเรอะบ'ล/ *adj.*, **inexorably** /ɪn'eksərəblɪ/อิน'เอ็คเซอะเรอะบลิ/ *adv.* [อย่าง] ไม่มีหยุด, [อย่าง] ไม่ท้อถอย

inexpediency /ɪnɪk'spi:dɪənsɪ/อินอิค'ซปีเดียนซิ/ *n., no pl. (of plan, measure)* ความไม่เหมาะสม

inexpedient /ɪnɪk'spi:dɪənt/อินอิค'ซปีเดียนทฺ/ *adj.* ไม่เหมาะ; **she thought it somewhat ~ to reveal the names** เธอคิดว่ามันไม่ค่อยเหมาะที่จะเปิดเผยชื่อเหล่านั้น

inexpensive /ɪnɪk'spensɪv/อินอิค'ซเป็นซิว/ *adj.* ไม่แพง; **the car is ~** รถยนต์คันนี้ไม่แพง

inexpensively /ɪnɪk'spensɪvlɪ/อินอิค'ซเป็นซิวลิ/ *adv.* อย่างไม่แพง

inexperience /ɪnɪk'spɪərɪəns/อินอิค'ซเปียเรียนซฺ/ *n.* การไม่มีประสบการณ์; **his ~ with this machine** การขาดประสบการณ์ของเขาในการใช้เครื่องจักรตัวนี้

inexperienced /ɪnɪk'spɪərɪənst/อินอิค'ซเปียเรียนซทฺ/ *adj.* ไม่มีประสบการณ์; **~ at doing sth.** ไม่มีประสบการณ์ในการทำ *ส.น.*; **~ in sth.** ขาดประสบการณ์ใน *ส.น.*

inexpert /ɪn'ekspɜ:t/อิน'เอ็คซเปิท/ *adj. (unskilled)* ไม่ชำนาญ

inexpertly /ɪn'ekspɜ:tlɪ/อิน'เอ็คซเปิทลิ/ *adv.* อย่างไม่มีความชำนาญ

inexplicable /ɪnɪk'splɪkəbl/อินเอ็ค'ซปลิคเคอะบ'ล/ *adj.* ไม่สามารถอธิบายได้

inexplicably /ɪnɪk'splɪkəblɪ/อินเอ็ค'ซปลิคเคอะบลิ/ *adv.* อย่างไม่สามารถอธิบายได้; *as sentence modifier* ที่อธิบายไม่ได้ก็คือ

inexpressible /ɪnɪk'spresɪbl/อินอิค'ซเปร็ซซิบ'ล/ *adj.*, **inexpressibly** /ɪnɪk'spresɪblɪ/อินอิค'ซเปร็ซซิบลิ/ *adv.* [อย่าง] ไม่สามารถอธิบายได้

inextinguishable /ɪnɪk'stɪŋgwɪʃəbl/อินอิค'ซติงกฺวิเชอะบ'ล/ *adj.* *(ไฟ)* ไม่สามารถดับได้; *(ความหวัง, ชีวิต)* ไม่สามารถทำลายได้

in extremis /ɪn ek'stri:mɪs/อิน เอ็ค'ซตรีมิซ/ *adv.* **A** *(in great difficulties)* ตกที่นั่งลำบากมาก; **B** *(at point of death)* ใกล้จะตาย *(ในทางการแพทย์)*; **be ~:** อยู่ในจุดที่อันตราย

inextricable /ɪn'ekstrɪkəbl, ɪnɪk'strɪk-/อิน'เอ็คซตริเคอะบ'ล, อินอิค'ซตริค-/ *adj.* **A** *(that cannot be unravelled)* ไม่สามารถคลี่คลายได้; **B** ไม่สามารถถอนตัวได้

inextricably /ɪn'ekstrɪkəblɪ, ɪnɪk'strɪk-/อิน'เอ็คซตริเคอะบลิ, อินอิค'ซตริค-/ *adv.* **become ~ entangled** พัวพันกันอยู่จนถอนตัวไม่ขึ้น/คลี่คลายได้; **[be] ~ linked** เชื่อมโยงกันอย่างแก้ไม่ออก

INF *abbr.* **intermediate-range nuclear force** กำลังนิวเคลียร์ระยะกลาง

infallibility /ɪnfælə'bɪlɪtɪ/อินแฟเลอะ'บิลลิทิ/ *n., no pl.* ความไม่ผิดพลาด; **Papal I~:** ความไม่มีการผิดพลาดตามคำทรงพระสันตะปาปา

infallible /ɪn'fælɪbl/อิน'แฟลิบ'ล/ *adj.*

infallibly /ɪn'fælɪblɪ/อิน'แฟลิบลิ/ *adv.* [อย่าง] ไม่ผิดพลาด

infamous /'ɪnfəməs/'อินเฟอะเมิซ/ *adj.* **A** **of ~ repute** มีชื่อเสียงไม่ดี; **B** *(wicked)* เลวทราม

infamy /'ɪnfəmɪ/'อินเฟอะมิ/ *n.* **A** การเสียชื่อเสียง; **B** *(wickedness)* ความเลวทราม

infancy /'ɪnfənsɪ/'อินเฟินซิ/ *n.* **A** วัยทารก; **B** *(fig.: early state)* ขั้นต้น; **be in its ~:** อยู่ในขั้นเริ่มต้น; **C** *(Law)* ยังไม่บรรลุนิติภาวะ

infant /'ɪnfənt/'อินเฟินทฺ/ ❶ *n.* **A** ทารก, เด็กอนุบาล; **teach ~s** สอนเด็กอนุบาล; **B** *(Law)* ผู้ที่ยังไม่บรรลุนิติภาวะ ❷ *adj.* **A** เกี่ยวกับเด็ก; **B** *(fig.: not developed)* ยังไม่ได้พัฒนา

i

infanta /ɪnˈfæntə/อิน'แฟนเทอะ/ *n. (Hist.)* ธิดาของกษัตริย์สเปน *หรือ* โปรตุเกส

infanticide /ɪnˈfæntɪsaɪd/อิน'แฟนทิซายด/ *n.* การฆ่าทารกแรกคลอด; *(custom)* ประเพณีนี้

infantile /ˈɪnfəntaɪl/'อินเฟินทายลุ/ *adj.* Ⓐ *(relating to infancy)* เกี่ยวกับสภาวะทารก; Ⓑ *(childish)* เหมือนเด็ก, เป็นเด็ก

infant: ~ morˈtality *n.* การตายก่อนทารกจะอายุ 1 ขวบ; **~ ˈprodigy** *n.* เด็กที่มีพรสวรรค์พิเศษ

infantry /ˈɪnfəntrɪ/'อินเฟินทริ/ *n. constr. as sing. or pl.* กองทหารราบ

infantryman /ˈɪnfəntrɪmən/'อินเฟินทริเมิน/ *n., pl.* **infantrymen** /ˈɪnfəntrɪmən/'อินเฟินทริเมน/ พลทหารราบ

ˈinfant school *n. (Brit.)* โรงเรียนอนุบาล

infarction /ˈɪnfɑːkʃn/'อินฟาคช่น/ *n. (Med.)* การที่เนื้อเยื่อตายเพราะขาดเลือด

infatuated /ɪnˈfætjʊeɪtɪd/อิน'แฟจิวเอทิด/ *adj.* หลงใหล; **be ~ with sb./oneself** หลง *ค.น.*/ตัวเอง

infatuation /ɪnfætjʊˈeɪʃn/อินแฟจิว'เอช่น/ *n.* การหลงใหล (**with** กับ)

infect /ɪnˈfekt/อิน'เฟ็คทฺ/ *v.t.* Ⓐ *(contaminate)* เจือปน (*ด้วยเชื้อโรค*), ทำให้ไม่บริสุทธิ์; Ⓑ *(affect with disease) (Med.)* ทำให้ติดเชื้อ, ทำให้ติดโรค; **~ sb. with sth.** ทำให้ *ค.น.* ติดเชื้อ *ส.น.*; **the wound became ~ed** บาดแผลติดเชื้อ; **be ~ed with sth.** *(fig.)* ซาบซึ้งกับ *ส.น.*; Ⓒ *(imbue)* ทำให้ติด (*ส.น.*) ด้วย

infection /ɪnˈfekʃn/อิน'เฟ็คช่น/ *n.* ➤ **453** การติดเชื้อ, การติดโรค, โรคติดต่อ; **throat/ear/eye ~:** การติดเชื้อทางคอ/หู/ตา

infectious /ɪnˈfekʃəs/อิน'เฟ็คเชิซ/ *adj.* Ⓐ ➤ **453** *(Med.)* ที่ติดเชื้อ, ติดต่อได้; **be ~:** *(บุคคล)* เป็นโรคติดต่อ; Ⓑ *(fig.)* (*การหัวเราะ, ความร่าเริง*) ที่ทำให้คนอื่นพลอยตาม

infectiously /ɪnˈfekʃəslɪ/อิน'เฟ็คเชิซลิ/ *adv.* Ⓐ อย่างติดเชื้อ, อย่างติดต่อ; Ⓑ อย่างมีผลต่อผู้อื่น

infectiousness /ɪnˈfekʃəsnɪs/อิน'เฟ็คเชิซนิซ/ *n., no pl.* Ⓐ *(Med.)* การติดเชื้อ; Ⓑ *(fig.)* **the ~ of her enthusiasm** ความกระตือรือร้นของเธอทำให้คนอื่นพลอยรู้สึกตามไปด้วย

infelicitous /ɪnfɪˈlɪsɪtəs/อินฟิ'ลิซซิเทิซ/ *adj.*, **infelicitously** /ɪnfɪˈlɪsɪtəslɪ/อินฟิ'ลิซซิเทิซลิ/ *adv.* [อย่าง] ไม่เหมาะสม, [อย่าง] ไม่สมควร

infelicity /ɪnfɪˈlɪsɪtɪ/อินฟิ'ลิซเซอะทิ/ *n.* ความไม่เหมาะสม; **infelicities of style** ความไม่สละสลวยในสำนวนโวหาร/ท่วงทีลีลา

infer /ɪnˈfɜː(r)/อิน'เฟอ(ร)/ ❶ *v.t.,* **-rr-** สรุป, อนุมาน; **~ a motive from an effect** สรุปแรงจูงใจจากผล

inference /ˈɪnfərəns/'อินเฟอะเรินซฺ/ *n.* ข้อยุติ, ผลสรุป, ข้อวินิจฉัย; **make ~s** ได้ข้อยุติหรือผลสรุป; **by ~:** โดยการสรุป; โดยการอนุมาน (*ร.บ.*)

inferential /ɪnfəˈrenʃl/อินเฟอะ'เร็นช'ล/ *adj.* Ⓐ เกี่ยวกับผลสรุป, โดยสรุป; Ⓑ *(deduced by inference)* ที่ได้มาจากข้อสรุป, ที่ได้จากการอนุมาน

inferior /ɪnˈfɪərɪə(r)/อิน'เฟียเรีย(ร)/ ❶ *adj.* Ⓐ *(of lower quality)* (*สินค้า*) มีคุณภาพต่ำ; (*ความสามารถ*) ด้อยกว่า; (*ตำแหน่ง*) ต่ำกว่า; (*บุคคล*) เป็นรอง; **~ to sth.** เป็นรอง *ส.น.*; **feel ~:** รู้สึกว่าต่ำต้อย; **feel ~ to sb.** รู้สึกว่าด้อยกว่า *ค.น.*; Ⓑ *(having lower rank)* มีตำแหน่งต่ำกว่า; Ⓒ *(Printing)* (*ตัวอักษรหรือตัวเลข*) ที่พิมพ์ใต้บรรทัด, เป็นตัวห้อย ❷ *n.* ผู้ใต้บังคับบัญชา, ลูกน้อง, สมุน; **his social ~s** ผู้ที่มีฐานะทางสังคมต่ำกว่า

inferiority /ɪnfɪərɪˈɒrɪtɪ, US -ˈɔːr-/อินเฟียริ'ออริทิ, -'ออร-/ *n., no pl.* ความเป็นรอง; *(of goods)* ความด้อยคุณภาพ

inferiˈority complex *n. (Psych.)* ปมด้อย

infernal /ɪnˈfɜːnl/อิน'เฟอน'ล/ *adj.* Ⓐ *(of hell)* เกี่ยวกับนรก, เหมือนนรก; Ⓑ *(hellish)* ร้ายกาจ, ระยำ, อัปรีย์, จัญไร; Ⓒ *(coll.: detestable)* น่าชัง, น่าเกลียด

infernally /ɪnˈfɜːnəlɪ/อิน'เฟอเนอะลิ/ *adv. (coll.)* อย่างระยำ, อย่างเลวร้าย; **he is too ~ clever for me** เขาฉลาดเกินไปสำหรับฉัน

inferno /ɪnˈfɜːnəʊ/อิน'เฟอโน/ *n., pl.* **~s** นรก; **a blazing ~:** อัคคีภัยมหาวินาศ; **the ~ of the blazing house** ทะเลเพลิงที่กำลังลุกไหม้บ้าน

infertile /ɪnˈfɜːtaɪl, US -tl/อิน'เฟอทายลุ, -ท'ล/ *adj.* (*พื้นที่*) แห้งแล้ง; (*สัตว์*) เป็นหมัน,

infertility /ɪnfəˈtɪlɪtɪ/อินเฟอ'ทิลลิทิ/ *n., no pl.* ความแห้งแล้ง, การเป็นหมัน

infest /ɪnˈfest/อิน'เฟ็ซทฺ/ *v.t.* (*หนู, ศัตรูพืช*) รังควาน; (*วัชพืช*) ขึ้นอยู่ทั่ว; *(fig.)* ประสบเคราะห์; **~ed with** ถูกรบกวน, ถูกรังควาน, ประสบเคราะห์กรรม

infestation /ɪnfesˈteɪʃn/อินเฟ็ซ'เทช่น/ *n.* การคุกคาม, การรังควาน; **~ of rats/insects** การรังควานจากหนู/แมลง

infidel /ˈɪnfɪdəl/'อินฟิเดิล/ *n. (Relig. Hist.)* ผู้ไม่มีศรัทธาในศาสนา, คนนอกศาสนา, คนนอกรีต

infidelity /ɪnfɪˈdelɪtɪ/อินฟิ'เด็ลลิทิ/ *n.* ความไม่ซื่อสัตย์; **infidelities** *(to lover, wife, husband)* พฤติกรรมนอกใจ

ˈinfighting *n.* Ⓐ *(in organization)* การขัดแย้งภายใน; Ⓑ *(Boxing)* การต่อยวงใน, การเข้าคลุกต่อสู้ในระยะกระชั้นชิด

infiltrate /ˈɪnfɪltreɪt/'อินฟิลเทรทฺ/ ❶ *v.t.* Ⓐ *(penetrate into)* แทรกเข้าไปอย่างลับ ๆ, สอดแทรก (*ความคิด*); Ⓑ *(cause to enter)* สอดแนม, ส่งเป็นสายลับ, สืบความลับ; Ⓒ *(esp. Biol., Med.: pass into, permeate)* ซึมเข้าไป, แทรกซึม ❷ *v.i.* Ⓐ *(penetrate)* ซึมเข้า; **~ into** แทรกซึม, สอดแทรก (*เข้าไปในองค์กร*); สอดแนม; Ⓑ (*ของเหลว*) ซึมเข้าไป

infiltration /ɪnfɪlˈtreɪʃn/อินฟิล'เทรช่น/ *n.* Ⓐ *(penetration) (of enemy lines)* การปลอมพล, การแฝงตัวเข้าปะปนกับข้าศึก; *(of party, organization)* การสอดแนม, การทำเป็นสายลับ; Ⓑ *(of spies, agents)* การสอดแนม, จารกรรม; Ⓒ *(of liquid)* การซึม

infiltrator /ˈɪnfɪltreɪtə(r)/'อินฟิลเทรเทอะ(ร)/ *n.* ผู้ล่วงล้ำ; *(of party, organization)* สายลับ, จารชน

infinite /ˈɪnfɪnɪt/'อินฟินิท/ *adj.* Ⓐ *(endless)* ไม่จบสิ้น, ไม่มีที่สิ้นสุด, ไม่มีขอบเขต, อนันตภาพ (*ร.บ.*); **I don't have an ~ amount of time/money** ฉันมีเวลา/เงินจำกัดนะ; Ⓑ *(very great)* ใหญ่โต, มหาศาล; Ⓒ *(very many)* มากมายไม่มีวันสิ้นสุด; **his problems seemed to be ~:** ปัญหาของเขาดูจะไม่มีวันสิ้นสุด; Ⓓ *(Math.)* อนันต์

infinitely /ˈɪnfɪnɪtlɪ/'อินฟินิทลิ/ *adv.* Ⓐ *(endlessly)* อย่างไม่จบสิ้น, อย่างไม่มีขอบเขต; Ⓑ *(vastly)* อย่างกว้างขวางมาก, อย่างมโหฬาร

infinitesimal /ɪnfɪnɪˈtesɪml/อินฟินิ'เท็ซซิม'ล/ *adj.* Ⓐ *(Math.)* น้อยยิ่ง, กณิกนันต์ (*ร.บ.*); ➡ + **calculus** A; Ⓑ *(very small)* เล็กน้อยเหลือเกิน, เล็กจนวัดไม่ได้, เหลือที่จะวัด; **be of ~ value** เกือบจะไม่มีค่า

infinitive /ɪnˈfɪnɪtɪv/อิ'ฟินนิทิวฺ/ *(Ling.)* ❶ *n.* รูปกริยาตามหลังคำว่า to แสดงความหมายโดยไม่ผันรูปตามประธาน/กาล ❷ *adj.* เกี่ยวกับรูปกริยาดังกล่าว

infinity /ɪnˈfɪnɪtɪ/อิน'ฟินนิทิ/ *n.* Ⓐ *(boundlessness, boundless extent)* ความไม่มีขอบเขต, อนันตภาวะ; *(Philos.)* อนันตภาพ (*ร.บ.*); Ⓑ *(indefinite amount)* จำนวนมากมายไม่จำกัด; **an ~ of [stars** *etc.***]** [จำนวนดวงดาว] มากมายเหลือคณานับ; Ⓒ *(Geom.: infinite distance)* ระยะสุดสายตา, ระยะห่างที่ไม่มีขอบเขตจำกัด; **at ~:** สุดสายตา, ไกลสุด; **focus on ~** *(Photog.)* การตั้งกล้องโฟกัสแบบไม่จำกัดระยะชัด; Ⓓ *(Math.: infinite quantity)* จำนวนหรือปริมาณที่มีค่าเป็นอนันต์

infirm /ɪnˈfɜːm/อิน'เฟิม/ *adj.* Ⓐ *(weak)* อ่อนแอ, ไม่สมบูรณ์; Ⓑ *(irresolute)* อ่อนไหว, ไม่มั่นคงแน่วแน่; **~ of purpose** *(literary)* ท้อถอย, หมดกำลังใจ

infirmary /ɪnˈfɜːmərɪ/อิน'เฟอเมอะริ/ *n.* Ⓐ *(hospital)* โรงพยาบาล; Ⓑ *(sick-quarters)* ห้องพักคนไข้

infirmity /ɪnˈfɜːmɪtɪ/อิน'เฟอมิทิ/ *n.* Ⓐ *no. pl. (feebleness)* ความอ่อนแอ, ความอ่อนกำลัง; Ⓑ *(malady)* อาการเจ็บป่วย; Ⓒ *(weakness of character)* ความอ่อนไหว, ความอ่อนแอ

in flagrante [delicto] /ɪn flæˈgræntɪ [deˈlɪktəʊ]/อินแฟล'แกรนทิ [เด'ลิคโท]/ *adv.* ถูกจับได้คาหนังคาเขา

inflame /ɪnˈfleɪm/อิน'เฟลม/ *v.t.* Ⓐ *(excite)* ทำให้ลุกเป็นไฟ, ปลุกปั่น, เร้า; **~d with patriotic fever** เดือดดาลด้วยความรักชาติ; Ⓑ *(aggravate)* ทำให้ (*ความโกรธ*) รุนแรงขึ้น; Ⓒ *(Med.)* **become/be ~d** (*ตา, แผล*) มีอาการอักเสบ; Ⓓ *(make hot)* ลนไฟ, ทำให้ร้อน; **his face was ~d with anger/passion** หน้าของเขาร้อนผ่าวขึ้นด้วยความโกรธ/อารมณ์รุนแรง

inflammability /ɪnflæməˈbɪlɪtɪ/อินแฟลเมอะ'บิลลิทิ/ *n., no pl.* การเกิดอันตรายจากไฟ, สภาวะที่อาจลุกเป็นไฟได้

inflammable /ɪnˈflæməbl/อิน'แฟลเมอะบ'ล/ *adj.* Ⓐ *(easily set on fire)* ติดไฟได้ง่าย; **'highly ~'** 'ไวไฟ เป็นอันตราย'; Ⓑ (*สถานการณ์*) ระเบิดลุกลามได้

inflammation /ɪnfləˈmeɪʃn/อินเฟลอะ'เมช่น/ *n.* Ⓐ *(Med.)* การอักเสบ; Ⓑ *(fig.: of feeling etc.)* การมีอารมณ์รุนแรง

inflammatory /ɪnˈflæmətərɪ, US -tɔːrɪ/อิน'แฟลเมอะทริ, -ทอริ/ *adj.* Ⓐ ที่ยุแหย่, ที่ก่อกวน; **an ~ speech** คำปราศรัยที่เร้าอารมณ์; Ⓑ *(Med.)* ที่อักเสบ, ซึ่งทำให้เกิดอาการอักเสบ

inflatable /ɪnˈfleɪtəbl/อิน'เฟลเทอะบ'ล/ ❶ *adj.* ที่พองลม, เป่าลม, สูบลม; **~ dinghy** เรือยาง (*เป่าลม*) ❷ *n.* Ⓐ *(boat)* เรือยาง; Ⓑ *(to jump around on)* หมอนยาง (*ที่ใช้ลมเป่า*) สำหรับนักเล่นกายกรรม

inflate /ɪnˈfleɪt/อิน'เฟลทฺ/ *v.t.* Ⓐ *(distend)* ทำให้ยืดออก, ทำให้ขยาย, ทำให้บาน; *(with pump)* สูบลมเข้า, เป่าลมให้พอง; Ⓑ *(Econ.)* ทำให้ (*ราคา*) สูงขึ้น, ทำให้เงินเฟ้อ; **~ the economy** ดำเนินนโยบายเงินเฟ้อ; Ⓒ *(fig.: puff up)* **be ~d with pride** ลำพองด้วยความหยิ่ง

inflated /ɪnˈfleɪtɪd/อิน'เฟลทิด/ *adj. (lit.)* ที่พองลม; *(fig.)* ที่ตีความมากเกินไป, เฟ้อโวหาร, พล่ามเพ้อ; **have an ~ opinion of oneself** คิดว่าตัวเองดีเกินไป; **have an ~ ego** หลงตัวเองมากไป

inflation /ɪnˈfleɪʃn/อิน'เฟลช่น/ *n.* Ⓐ การทำให้ยืดออก, การทำให้ขยายออก; *(with pump)* การเป่า/สูบลม; Ⓑ *(Econ.)* สภาพเงินเฟ้อ

inflationary /ɪnˈfleɪʃənərɪ, US -nerɪ/อินˈเฟลเชินเนอะริ, -เนะริ/ *adj. (Econ.)* ทำให้เงินเฟ้อ; **~ policies** นโยบายเงินเฟ้อ

inˈflation-proofed *adj.* ที่โยงกับเงินเฟ้อ

inflect /ɪnˈflekt/อินˈเฟล็คทฺ/ *v.t.* Ⓐ *(Ling.)* ผันรูปเพื่อแสดงวาจก กาล เพศ พจน์ ฯลฯ, เปลี่ยนรูปไป; Ⓑ *(change pitch)* เปลี่ยนระดับเสียงหรือท่วงทำนอง

inflection ➡ **inflexion**

inflectional ➡ **inflexional**

inflective /ɪnˈflektɪv/อินˈเฟล็คทิวฺ/ ➡ **inflexional**

inflexibility /ɪnfleksɪˈbɪlɪtɪ/อินเฟล็คซิˈบิลลิทิ/ *n., no pl.* Ⓐ *(stiffness)* ความตรงแน่ว, ความแข็งตัว; Ⓑ *(obstinacy)* ความดื้อรั้น, ความไม่ยินยอม, ความไม่ยืดหยุ่น; *(lack of versatility)* การขาดการปรับตัว

inflexible /ɪnˈfleksɪbl/อินˈเฟล็คซิบ'ล/ *adj.* Ⓐ *(stiff)* แข็ง, ทื่อ, ตรง; Ⓑ *(obstinate)* ดื้อรั้น, หัวแข็ง, ดัดแปลงยาก

inflexion /ɪnˈflekʃn/อินˈเฟล็คช'น/ *n. (Brit.)* Ⓐ *(in voice)* การขึ้นลงของระดับเสียง; **a rising ~:** การขึ้นเสียงสูง; Ⓑ *(bending)* การโค้งเข้าใน, การเปลี่ยนจากโค้งนูนออกเป็นโค้งเว้าเข้า ณ จุดร่วมโค้ง; Ⓒ *(Ling.) (form)* การผันรูป, การแจกวิภัตติ; *(suffix)* ปัจจัย, ส่วนเติมท้ายคำ

inflexional /ɪnˈflekʃənl/อินˈเฟล็คเชอะน'ล/ *adj. (Brit. Ling.)* เปลี่ยนรูปได้; **~ ending** ส่วนเติมท้ายคำ

inflict /ɪnˈflɪkt/อินˈฟลิคทฺ/ *v.t.* กระทำ, ทำให้เป็น *(บาดแผล, บาดเจ็บ)*; **~ punishment [on sb.]** กำหนดลงโทษ [*ค.น.*]; **~ oneself** *or* **one's company on sb.** ไปหา/เยือน *ค.น.* โดยที่เขาไม่ต้องการ

infliction /ɪnˈflɪkʃn/อินˈฟลิคช'น/ *n.* ➡ **inflict:** การกระทำ, การทำโทษ, การทำให้ได้รับความทุกข์

ˈin-flight /ˈɪnflaɪt/ˈอินไฟลทฺ/ *adj.* ระหว่างการบิน; *(นิตยสาร, อาหาร)* บนเครื่อง

inflorescence /ɪnfləˈresəns/อินเฟลอะˈเร็ซเซินซฺ/ *n. (Bot.)* ส่วนที่เป็นดอก, กลุ่มดอก, พวงดอกของพืช

ˈinflow /ˈɪnfləʊ/ˈอินโฟล/ *n.* การไหลเข้า

influence /ˈɪnflʊəns/ˈอินฟลุเอินซฺ/ ❶ *n. (also thing, person)* อิทธิพล, อำนาจชักจูง, สิ่งชักจูง, ผู้มีอิทธิพล; **exercise ~:** ใช้อิทธิพล (**over** ต่อ); **owe sth. to ~:** ได้ *ส.น.* มาเพราะใช้อิทธิพล; **have ~ with/over sb.** มีอิทธิพลเหนือ *ค.น.*; **use one's ~ to do sth.** ใช้อิทธิพลของตนในการทำ *ส.น.*; **you have to have ~ to get a job** คนเราต้องใช้อิทธิพลในการได้งาน; **a person of ~:** บุคคลที่มีอิทธิพล; **be a good/bad/major ~ [on sb.]** มีอิทธิพลในทางที่ดี/เลว/มาก [ต่อ *ค.น.*]; **under the ~ of alcohol** มึนเมา, อยู่ใต้อิทธิพลของแอลกอฮอล์; **be under the ~** *(coll.)* เมาแอ๋; **steal a car while under the ~** *(coll.)* ขโมยรถขณะเมา
❷ *v.t.* ชักจูงใจ; **be too easily ~d** ถูกชักจูงใจได้ง่าย, หูเบา

influential /ɪnflʊˈenʃl/อินฟลุˈเอ็นช'ล/ *adj.* *(บุคคล)* มีอิทธิพล, มีอำนาจชักจูง; **be ~ in sb.'s decision/on sb.'s career** มีอิทธิพลต่อการตัดสินใจ/อาชีพของ *ค.น.*; **have been ~ in the successful outcome of sth.** ได้มีอิทธิพลต่อผลสำเร็จของ *ส.น.*

influenza /ɪnflʊˈenzə/อินฟลุˈเอ็นเซอะ/ *n.* ➤ **453** ไข้หวัดใหญ่; ➡ **+ gastric influenza**

influx /ˈɪnflʌks/ˈอินฟลัคซฺ/ *n.* การหลั่งไหล, การไหลเข้ามา, การทะลักเข้ามา

info /ˈɪnfəʊ/ˈอินโฟ/ *n., no pl. (coll.)* ความรู้, ข่าว, ข้อมูล

inform /ɪnˈfɔːm/อินˈฟอม/ ❶ *v.t.* Ⓐ ให้ข่าว, ให้ข้อมูล, แจ้งให้ทราบ (**of, about** เรื่อง); **I am pleased to ~ you that ...:** ฉันมีความยินดีที่จะแจ้งให้คุณทราบว่า...; **keep sb./oneself ~ed** พยายามให้ *ค.น.*/ตนเองได้รับรู้ข่าวที่ทันสมัยอยู่เสมอ; **he is not very well ~ed** เขาไม่ค่อยรู้เรื่องรู้ราวอะไรนักหรอก; **why wasn't I ~ed?** ทำไมถึงไม่แจ้งให้ฉันทราบ; Ⓑ *(animate, inspire)* ทำให้มีชีวิตชีวา; Ⓒ *(give character or essence to)* ให้บุคลิกให้พลัง ❷ *v.i.* **~ against** *or* **on sb.** ให้ความเกี่ยวกับ *ค.น.*

informal /ɪnˈfɔːml/อินˈฟอม'ล/ *adj.* Ⓐ *(without formality)* เป็นกันเอง, ไม่เป็นพิธีการ, ตามสบาย, ลำลอง, อรูปนัย *(ร.บ.)*; **'dress: ~'** 'แต่งตัวตามสบาย'; Ⓑ *(unofficial)* *(คุย, การประชุม)* ไม่เป็นทางการ

informality /ɪnfɔːˈmælɪtɪ/อินฟอˈแมลิทิ/ *n., no pl.* การไม่มีพิธีรีตอง, ความไม่เป็นทางการ, ความกันเอง

informally /ɪnˈfɔːməlɪ/อินˈฟอเมอะลิ/ *adv.* Ⓐ *(casually)* อย่างกันเอง, อย่างสบาย ๆ, อย่างลำลอง; Ⓑ *(unofficially)* อย่างไม่เป็นทางการ; **talks are proceeding ~:** การประชุมดำเนินไปอย่างไม่เป็นทางการ

informant /ɪnˈfɔːmənt/อินˈฟอเมินทฺ/ *n.* ผู้กล่าวหา, ผู้บอกกล่าว, ผู้ให้ข่าว

informatics /ɪnfəˈmætɪks/อินเฟอะˈแมทิคซฺ/ *n. sing. (Brit.)* วิชาการประมวลและจัดการข้อมูลสำหรับเก็บและเรียกใช้ได้โดยสะดวก

information /ɪnfəˈmeɪʃn/อินเฟอะˈเมช'น/ *n., no pl.* Ⓐ *no indef. art.* สารสนเทศ, ข้อมูล, ข่าว, สารนิเทศ *(ร.บ.)*; **give ~ on sth.** ให้ข้อมูลเกี่ยวกับ *ส.น.*; **piece** *or* **bit of ~:** ข้อมูลเรื่องหนึ่ง; **some/any ~:** ข่าวสารบางอย่าง; **source of ~:** แหล่งข้อมูล; **where can we get hold of some ~?** เราจะไปหาข้อมูลได้ที่ไหน; **have ~ about sth.** มีข้อมูลเกี่ยวกับ *ส.น.*; **have no ~ on sb.** ไม่มีข้อมูลเกี่ยวกับ *ค.น.* เลย; **we have ~ that ...:** เรามีข้อมูลว่า...; **for your ~:** เพื่อแจ้งให้คุณทราบ; Ⓑ *(Law)* คำฟ้อง, การฟ้อง

information: ~ bureau, ~ centre *ns.* สำนักข่าว, ศูนย์ข้อมูล; **~ desk** *n.* โต๊ะประชาสัมพันธ์, เคาน์เตอร์ข้อมูล; **~ explosion** *n.* การขยายตัวของข้อมูล/ข่าวสาร; **~ highway** *n. (Computing)* เส้นทางข้อมูล; **~ office** ➡ **~ bureau**; **~ pack** *n.* แฟ้มข้อมูล; *(for journalists)* แฟ้มประชาสัมพันธ์; **~ retrieval** *n. (Computing)* การเรียกข้อมูล; **~ retrieval system** ระบบเรียกข้อมูล; **~ science** *n.* วิทยาการสารสนเทศ *(ร.บ.)*; **~ scientist** *n.* นักวิชาการด้านข่าวสาร, นักวิทยาการสารสนเทศ; **~ superhighway** *n. (Computing)* ทางด่วนข้อมูล; **~ system** *n.* ระบบข้อมูล; **management ~ system** ระบบบริหารข้อมูล; **~ technology** *n.* เทคโนโลยีสารสนเทศ *(ไอที)*; **~ theory** *n.* ทฤษฎีว่าด้วยข่าวสาร

informative /ɪnˈfɔːmətɪv/อินˈฟอเมอะทิวฺ/ *adj.* ที่ให้ความรู้, เป็นข้อมูล; **not very ~ :** *(เอกสาร, ข่าว)* ไม่ให้ความรู้มากนัก; **he was not very ~ about his qualifications** เขาไม่ค่อยอยากบอกเล่าเกี่ยวกับคุณสมบัติของเขามากนัก

informed /ɪnˈfɔːmd/อินˈฟอมดฺ/ *adj.* Ⓐ ที่รู้, สันทัดกรณี, ที่ทราบข่าว; **very ~:** รู้เรื่องราวดี; ➡ **+ ill-informed; well-informed;** Ⓑ *(educated)* ได้รับการศึกษาดี, มีวัฒนธรรม; **~ opinion suggests that ...:** ข้อมูลจากผู้เชี่ยวชาญคือว่า...

informer /ɪnˈfɔːmə(r)/อินˈฟอเมอะ(ร)/ *n.* นกต่อ, ผู้ให้เบาะแส, ผู้แจ้งข่าว; **police ~:** สายลับ/สายสืบของตำรวจ

infomercial /ɪnfəʊˈmɜːʃl/อินโฟˈเมอช'ล/ *n.* สารคดีขององค์กรรัฐที่เผยแพร่ความรู้แก่ประชาชนทั่วไป, สาระโฆษณา *(ร.บ.)*

infraction /ɪnˈfrækʃn/อินˈแฟรคช'น/ *n.* การฝ่าฝืน, การละเมิดกฎ *(ใช้ในทางกีฬา)*

infra dig. /ɪnfrəˈdɪg/อินเฟรอะˈดิก/ *pred. adj. (coll.)* ไม่สมเกียรติ, ไม่มีสง่า

infra-red /ɪnfrəˈred/อินเฟรอะˈเร็ด/ *n.* Ⓐ รังสีอินฟราเรด *(ท.ศ.)*, รังสีใต้แดง; Ⓑ *(using ~ radiation)* อินฟราเรด *(ท.ศ.)*

infrastructure /ˈɪnfrəstrʌktʃə(r)/ˈอินเฟรอะชตฺรัคเฉอะ(ร)/ *n.* โครงสร้างพื้นฐาน

infrequency /ɪnˈfriːkwənsɪ/อินˈฟรีเควินซิ/ *n., no pl.* การเกิดขึ้นน้อย, ความไม่ถี่

infrequent /ɪnˈfriːkwənt/อินˈฟรีเควินทฺ/ *adj.* Ⓐ *(uncommon)* ไม่ธรรมดา, นาน ๆ ครั้ง, ไม่บ่อย; Ⓑ *(sparse)* ประปราย, บางตา

infrequently /ɪnˈfriːkwəntlɪ/อินˈฟรีเควินทฺลิ/ *adv.* อย่างไม่บ่อยนัก

infringe /ɪnˈfrɪndʒ/อินˈฟรินจฺ/ ❶ *v.t.* ละเมิด ❷ *v.i.* **~ [up]on** ละเมิด, รุกล้ำ, ล่วงล้ำ; **~ upon sb.'s privacy** ละเมิดสิทธิความเป็นส่วนตัวของ *ค.น.*

infringement /ɪnˈfrɪndʒmənt/อินˈฟรินจฺเมินทฺ/ *n.* Ⓐ *(violation)* การฝ่าฝืน, การละเมิด; **~ of the contract** การละเมิดสัญญา; Ⓑ *(encroachment)* การล่วงล้ำ; *(on privacy)* การล่วงล้ำเรื่องส่วนตัว

infuriate /ɪnˈfjʊərɪeɪt/อินˈฟิวเออะริเอท/ *v.t.* ทำให้โกรธ, ทำให้เดือดดาล, น่ารำคาญ; **be ~ed** โกรธ

infuriating /ɪnˈfjʊərɪeɪtɪŋ/อินˈฟิวเออะริเอทิง/ *adj.* **she is an ~ person** เธอเป็นคนที่น่ารำคาญ; **it is ~ when/that ...:** [มันเป็นเรื่องที่น่า] โกรธมากเมื่อ/ที่ว่า...; **he has some ~ habits** เขามีอุปนิสัยบางอย่างที่น่ารำคาญ; **~ calmness/slowness** ความใจเย็น/ความเชื่องช้าที่น่ารำคาญ

infuriatingly /ɪnˈfjʊərɪeɪtɪŋlɪ/อินˈฟิวเออะริเอทิงลิ/ *adv.* อย่างน่ารำคาญมาก

infuse /ɪnˈfjuːz/อินˈฟิวซฺ/ ❶ *v.t.* Ⓐ *(instil)* **~ sth. into sb., ~ sb. with sth.** ถ่ายทอด *ส.น.* ให้กับ *ค.น.*, ทำให้ *ค.น.* มีความรู้สึก *ส.น.*; **~ new life into an ancient institution** พยายามทำให้แนวความคิด/ใหม่ ๆ ซึมซาบเข้าไปในสถาบันเก่าแก่; **~ vitality into** ถ่ายทอดพลัง; **be ~d with new hope** เต็มไปด้วยความหวังใหม่ ๆ; Ⓑ *(steep)* จุ่ม, ชง *(ชา)* ❷ *v.i.* ชง *(ชา)*; **let the tea [stand to] ~:** ปล่อยให้ชาแช่น้ำอยู่สักพัก

infusion /ɪnˈfjuːʒn/อินˈฟิวฌ'น/ *n.* Ⓐ *(Med.)* การฉีด *(ยา, เลือด)* เข้าเส้นเลือด; **an ~ of new blood into the organization is essential** องค์กรต้องการพลังใหม่ ๆ จากพวกคนหนุ่มสาว; Ⓑ *(imparting)* การถ่ายทอด, การกรอก; Ⓒ *(steeping)* การชงชา, การแช่; Ⓓ *(liquid)* การซึมซับเข้าไป

ingenious /ɪnˈdʒiːnɪəs/อินˈจีเนียซฺ/ *adj.* Ⓐ *(resourceful)* ช่างคิด, มีสติปัญญาดี; *(skilful)* คล่องแคล่ว, ชำนาญ, สามารถ; Ⓑ *(cleverly constructed)* *(ความคิด)* วิจิตรพิศดาร; *(เครื่องมือ, เกม)* ช่างประดิษฐ์, เจ้าความคิด

ingeniously /ɪnˈdʒiːnɪəslɪ/อินˈจีเนียซลิ/ *adv.* อย่างเลิศมาก, อย่างชำนาญ, อย่างช่างประดิษฐ์

ingénue /ˈæ̃ʒeɪnjuː, US ˈændʒənuː/ˈแอนเฌนิว, ˈแอนเจอะนู/ *n.* หญิงสาวบริสุทธิ์; *(Theatre)* บทบาทของหญิงสาวพรหมจารี

ingenuity /ɪndʒɪ'nju:ɪtɪ, US -'nu:-/อินจิ'นิวอิทิ, -'นู-/ *n., no pl.* Ⓐ *(resourcefulness)* ความช่างคิด, เจ้าความคิด; *(skill)* ความสามารถ, ความคล่องแคล่ว; Ⓑ *(cleverness of construction)* ความวิจิตรพิศดาร; **a plan of some ~:** แผนงานที่วางไว้อย่างชาญฉลาด

ingenuous /ɪn'dʒenjʊəs/อิน'เจ็นนิวเอิซ/ *adj.* Ⓐ *(frank)* เปิดเผย, ตรงไปตรงมา; Ⓑ *(innocent)* บริสุทธิ์, ไร้เดียงสา

ingenuously /ɪn'dʒenjʊəslɪ/อิน'เจ็นนิวเอิซลิ/ *adv.* อย่างเปิดเผย, อย่างไร้เดียงสา

ingest /ɪn'dʒest/อิน'เจ็ซทฺ/ *v.t.* ดูดซึมเข้าไปในร่างกาย

ingestion /ɪn'dʒestʃn/อิน'เจ็ซฉ่น/ *n.* การรับเข้าไป; **~ of food** การรับอาหารเข้าไปในร่างกาย

inglenook /'ɪŋglnʊk/'อิงกฺ'ลนุค/ *n.* มุมข้างเตาผิงในผนัง

inglorious /ɪn'glɔ:rɪəs/อิน'กลอเรียซ/ *adj.* เสื่อมเสียชื่อเสียง, ไร้เกียรติ, น่าอับอาย, น่าอัปยศ

ingot /'ɪŋgət/'อิงเกิท/ *n.* ก้อนโลหะ, ลิ่มโลหะ

ingrained /ɪn'greɪnd/อิน'เกรนดฺ/ *adj.* Ⓐ *(embedded)* **the stain was deeply ~ in the fibres** รอยเปื้อนซึมลึกอยู่ในเส้นใย; **hands ~ with dirt** มือที่สกปรกมาก; Ⓑ *(fig.) (ความลำเอียง, อคติ, ความรังเกียจ)* ที่ฝังลึก; Ⓒ *(thorough) (คนที่ไม่เชื่อศาสนา)* ที่ไม่มีวันเปลี่ยนแปลงความคิดได้

ingrate /'ɪngreɪt/'อินเกรฺท/ *n. (arch.)* คนอกตัญญู; **be an ~:** เป็นคนอกตัญญู

ingratiate /ɪn'greɪʃɪeɪt/อิน'เกรฺชิเอท/ *v. refl.* **~ oneself with sb.** ประจบประแจง *ค.น.* *หรือ* ทำให้ตัวเองเป็นที่โปรดปรานของ *ค.น.*

ingratiating /ɪn'greɪʃɪeɪtɪŋ/อิน'เกรฺชิเอทิง/ *adj.* ประจบประแจง

ingratitude /ɪn'grætɪtju:d, US -tu:d/อิน'แกรฺทิทิวดฺ, -ทูด/ *n., no pl.* ความอกตัญญู (**to[wards]** ต่อ)

ingredient /ɪn'gri:dɪənt/อิน'กรีเดียนทฺ/ *n.* ส่วนประกอบ, ส่วนผสม; **the ~s of a successful marriage** *(fig.)* ปัจจัยที่ทำให้ชีวิตคู่ประสบความสำเร็จ; **all the ~s of success** *(fig.)* ส่วนประกอบทั้งหมดของความสำเร็จ

'in-group *n.* กลุ่มภายใน; กลุ่มที่มีผลประโยชน์ร่วม

ingrowing /'ɪngrəʊɪŋ/'อินโกรฺอิง/ *adj.* *(เล็บเท้า)* ซึ่งงอกเข้าไปในเนื้อ, *(เล็บ)* ขบ

inhabit /ɪn'hæbɪt/อิน'แฮบิท/ *v.t.* อาศัยอยู่; **the region was ~ed by penguins/the Celts** บริเวณนั้นเป็นที่อยู่อาศัยของนกเพนกวิน/ชาวเคลท; **a region ~ed by a rich flora** บริเวณที่มีพืชหลากหลายมาก

inhabitable /ɪn'hæbɪtəbl/อิน'แฮบิเทอะบ'ล/ *adj.* สามารถอยู่อาศัยได้

inhabitant /ɪn'hæbɪtənt/อิน'แฮบิเทินทฺ/ *n.* ผู้อยู่อาศัย, พลเมือง; *(of village etc. also)* ชาวบ้าน; **that district has few ~s** ในย่านนั้นมีผู้อยู่อาศัยน้อย

inhalant /ɪn'heɪlənt/อิน'เฮเลินทฺ/ *n. (Med.)* ยาสูดเข้าปอด

inhalation /ɪnhə'leɪʃn/อินเฮอะ'เลช'น/ *n. (Med.)* การสูดเข้าปอด

inhale /ɪn'heɪl/อิน'เฮล/ ❶ *v.t. (Med.) (breathe in)* หายใจเข้า; *(take into the lungs)* สูด/อัดลมเข้าปอด ❷ *v.i.* หายใจเข้า, อัดลมเข้าปอด

inhaler /ɪn'heɪlə(r)/อิน'เฮเลอะ(ร)/ *n. (Med.)* เครื่องมือช่วยสูดอากาศหรือยาเข้าปอด

inharmonious /ɪnhɑ:'məʊnɪəs/อินฮา'โมเนียซ/ *adj.* Ⓐ ไม่ลงรอยกัน, ไม่ประสานกัน; Ⓑ *(fig.)* ไม่สามัคคีกัน

inharmoniously /ɪnhɑ:'məʊnɪəslɪ/อินฮา'โมเนียซลิ/ *adv.* Ⓐ อย่างไม่ลงรอย, อย่างไม่ประสานกัน; Ⓑ *(fig.)* อย่างไม่สามัคคีกัน

inhere /ɪn'hɪə(r)/อิน'เฮีย(ร)/ *v.i.* **~ in sth.** อยู่ลึกใน *ส.น.*, มีอยู่ใน *ส.น.* แต่กำเนิด; *(ทางด้านปรัชญา)* มีอยู่อย่างถาวรและไม่แยกจากกันได้

inherent /ɪn'hɪərənt, ɪn'herənt/อิน'เฮียเรินทฺ, อิน'เฮะเรินทฺ/ *adj. (belonging by nature)* มีอยู่แต่กำเนิด, มีอยู่อย่างถาวรและไม่แยกจากกัน; **our ~ indolence** ความขี้เกียจที่มีอยู่แต่กำเนิด

inherently /ɪn'hɪərəntlɪ, ɪn'her-/อิน'เฮียเรินทฺลิ, อิน'เฮะ-/ *adv.* อย่างธรรมชาติ, โดยกำเนิด

inherit /ɪn'herɪt/อิน'เฮะริท/ *v.t.* รับช่วง, สืบช่วง, สืบทอด, สืบลักษณะทางกรรมพันธุ์

inheritable /ɪn'herɪtəbl/อิน'เฮะริเทอะบ'ล/ *adj.* ตามกรรมพันธุ์; **~ disease** โรคที่เป็นกรรมพันธุ์

inheritance /ɪn'herɪtəns/อิน'เฮะริเทินซฺ/ *n.* Ⓐ *(what is inherited)* สิ่งที่สืบทอดมา, ลักษณะทางกรรมพันธุ์ที่สืบทอดมา; **come into one's ~:** ได้รับมรดก; Ⓑ *no pl. (inheriting)* สิทธิในการรับช่วง, สิทธิในมรดก

in'heritance tax *n.* ภาษีมรดก

inhibit /ɪn'hɪbɪt/อิน'ฮิบบิท/ *v.t.* ขัดขวาง, ยับยั้ง; **~ sb. from doing sth.** ยับยั้ง *ค.น.* ในการทำ *ส.น.*

inhibited /ɪn'hɪbɪtɪd/อิน'ฮิบบิทิด/ *adj.* ซึ่งถูกขัดขวาง, หน่วงเหนี่ยว

inhibition /ɪnhɪ'bɪʃn, ɪnɪ'b-/อินฮิ'บิช'น, อินิ'บ-/ *n.* Ⓐ การกดขี่, สิ่งที่ห้ามปราม *(การแสดงอารมณ์, การกระทำบางอย่าง)*; Ⓑ *(Psych.)* ความกลัวผิด; Ⓒ *(coll. emotional resistance)* การต่อต้านทางอารมณ์; **without ~:** ไม่กลัวผิด; **have no ~s about doing sth.** ไม่กลัวผิดที่จะทำ *ส.น.*

inhomogeneity /ɪnhɒmədʒɪ'ni:ɪtɪ, ɪnhəʊmədʒɪ'ni:ɪtɪ/อินฮอเมอะจิ'นีอิทิ, อินโฮเมอะจิ'นีอิทิ/ *n.* Ⓐ *no. pl. (lack of homogeneity)* การขาดคุณสมบัติที่เหมือนกัน; Ⓑ *(irregularity)* ความไม่สม่ำเสมอ

inhomogeneous /ɪnhɒmə'dʒi:nɪəs, ɪnhəʊmə'dʒi:nɪəs/อินฮอมอ'จีเนียซ, อินโฮเมอะ'จีเนียซ/ *adj.* ไม่มีลักษณะเหมือนกัน

inhospitable /ɪnhɒ'spɪtəbl/อินฮอซ'พิทเทอะบ'ล/ *adj.* Ⓐ *(บุคคล)* ไม่ต้อนรับ, ไม่มีไมตรีจิต, ไม่เอื้ออารี; Ⓑ *(ถิ่น)* ไม่น่าอยู่อาศัย

'in-house *adj.* ภายในหน่วยงาน

inhuman /ɪn'hju:mən/อิน'ฮิวเมิน/ *adj.* Ⓐ *(brutal)* ทารุณ, โหดร้าย, ไร้มนุษยธรรม; Ⓑ *(not human)* ไม่ใช่ลักษณะของมนุษยชาติ

inhumane /ɪnhju:'meɪn/อินฮิว'เมน/ *adj.* ขาดมนุษยธรรม, โหดร้าย, ผิดมนุษย์

inhumanity /ɪnhju:'mænɪtɪ/อินฮิว'แมนิทิ/ *n.* ➡ **inhumane:** การขาดมนุษยธรรม, ความโหดร้าย, ความผิดมนุษย์; **man's ~ to man** ความโหดร้ายของมนุษย์ที่มีต่อมนุษย์ด้วยกัน

inimical /ɪ'nɪmɪkl/อิ'นิมมิค'ล/ *adj.* Ⓐ *(hostile) (การมอง)* ไม่เป็นมิตร, เป็นปฏิปักษ์, เป็นศัตรู; **be ~ to sb.** เป็นศัตรูกับ *ค.น.*; Ⓑ *(harmful)* เป็นอันตราย, เป็นผลเสีย (**to** ต่อ)

inimitable /ɪ'nɪmɪtəbl/อิ'นิมมิเทอะบ'ล/ *adj.* เลียนแบบไม่ได้; *(ความสามารถ)* เลิศล้ำ

iniquitous /ɪ'nɪkwɪtəs/อิ'นิควิเทิซ/ *adj.* Ⓐ *(wicked)* ชั่วร้าย, ไร้ศีลธรรม; Ⓑ *(unjust)* ไม่ยุติธรรม, ไม่ซื่อตรง

iniquity /ɪ'nɪkwɪtɪ/อิ'นิคควิทิ/ *n.* Ⓐ *(wickedness)* ความชั่วร้าย, ความไร้ศีลธรรม; Ⓑ *(injustice)* ความไม่ยุติธรรม

initial /ɪ'nɪʃl/อิ'นิช'ล/ ❶ *adj.* เริ่มต้น, แรกเริ่ม, เบื้องต้น; **~ costs** *or* **expenses** ค่าใช้จ่ายเบื้องต้น ❷ *n. esp. in pl.* พยัญชนะต้น, อักษรย่อ; **what do the ~s s.a.e. stand for?** อักษรย่อ s.a.e มาจากคำอะไร *หรือ* หมายความว่าอะไร ❸ *v.t. (Brit.)* **-ll-** เซ็นตัวอักษรของชื่อ; เซ็นผ่าน *(ข้อตกลง)*

initial 'letter *n.* อักษรตัวต้น *(ของคำ, ของชื่อ)*

initially /ɪ'nɪʃəlɪ/อิ'นิชเชอะลิ/ *adv.* ในระยะเริ่มต้น, ตอนเริ่มต้น

initiate ❶ /ɪ'nɪʃɪeɪt/อิ'นิชชิเอท/ *v.t.* Ⓐ *(admit)* นำเข้า, ยอมรับเข้าสู่ *(กลุ่ม)*; *(introduce)* แนะนำ ...; **~ sb. into sth.** *(into club, group etc.)* แนะนำ *ค.น.* เข้าสู่ *ส.น.*; *(into knowledge, mystery, etc.)* สอนความรู้ *หรือ* บอกความลับต่อ *ค.น.*; Ⓑ *(begin)* เริ่ม, ริเริ่ม *(การปฏิรูป)*; เปิด *(การอภิปราย)*; ดำเนิน *(คดี)* ❷ /ɪ'nɪʃɪət/อิ'นิชชิเอิท/ *n.* ผู้รับทราบ

initiation /ɪnɪʃɪ'eɪʃn/อินิชิ'เอช'น/ *n.* Ⓐ *(beginning)* การเริ่มต้น; *(of hostilities, discussion, negotiation, festivities)* การเปิด; *(of reforms, negotiations)* การริเริ่ม; Ⓑ *(admission)* การรับเข้า (**into** สู่); *(into knowledge, mystery, etc.)* การสอน; การทำพิธีเข้ากลุ่ม *(ทางด้านสังคมวิทยา)*; *(introduction)* การแนะนำ; **~ ceremony** พิธีรับเข้าเป็นสมาชิก *(ทางด้านสังคมวิทยา)*

initiative /ɪ'nɪʃətɪv/อิ'นิชเชอะทิว/ *n.* Ⓐ *(power)* **the ~ is ours/lies with them** อำนาจการตัดสินใจเป็นของเรา/ขึ้นอยู่กับพวกเขา; **have the ~** *(Mil.)* มีอำนาจเหนือศัตรู; Ⓑ *(no pl., no indef. art. (ability)* ความสามารถในการริเริ่ม; **lack ~:** ไม่มีความริเริ่ม; Ⓒ *(first step)* การเริ่มต้น, การริเริ่มก้าวแรก; **take the ~:** เริ่มต้น, เริ่มก้าวแรก; **on one's own ~:** โดยตัดสินใจเริ่มเอง; Ⓓ *(citizen's right to initiate legislation)* สิทธิของประชาชนในการเสนอข้อคิดเห็นทางด้านกฎหมาย

initiator /ɪ'nɪʃɪeɪtə(r)/อิ'นิชชิเอเทอะ(ร)/ *n.* ผู้ริเริ่ม

inject /ɪn'dʒekt/อิน'เจ็คทฺ/ *v.t.* Ⓐ ฉีดยา *(ทางการแพทย์)*; Ⓑ *(put fluid into)* **~ a vein with sth.** ฉีด *ส.น.* เข้าเส้นเลือด; **~ a mould with plastic** อัด/ฉีดพลาสติกลงไปในแม่พิมพ์; Ⓒ *(administer sth. to)* **~ sb. with sth.** ฉีดยา *ค.น.* ด้วย *ส.น.*; **~ sb. against smallpox** ฉีดวัคซีน *ค.น.* เพื่อป้องกันโรคฝีดาษ; Ⓓ *(fig.)* เสริม *(เงิน)*; เพิ่ม *(ทุน)*; **~ new life/vigour into sth.** เติมพลังใหม่ให้กับ *ส.น.*

injection /ɪn'dʒekʃn/อิน'เจ็คช'น/ *n.* ➤ 453 Ⓐ *(injecting)* การฉีดยา; **give sb. an ~:** ฉีดยาให้ *ค.น.*; Ⓑ *(liquid injected)* สารที่ฉีด; Ⓒ *(fig.)* **~ of money/capital, financial ~:** การเสริมเงิน/การเพิ่มทุน, การอัดฉีดทางเศรษฐกิจ; ➡ **+ fuel injection**

in'jection moulding *n.* การอัดฉีด *(พลาสติก)* ในแม่แบบ

injudicious /ɪndʒu:'dɪʃəs/อินจุ'ดิชเชิซ/ *adj.* ไม่ฉลาด, ไม่สมเหตุสมผล *(ทางด้านเวลา)*

Injun /'ɪndʒən/'อินเจิน/ *n. (coll.)* ชาวอินเดียนแดง

injunction /ɪn'dʒʌŋkʃn/อิน'จังคฺช'น/ *n.* Ⓐ *(order)* คำสั่ง; Ⓑ *(Law)* คำสั่งศาล, คำตักเตือน; **a court ~:** คำสั่งศาล

injure /ɪndʒə(r)/'อินเจอะ(ร)/ *v.t.* Ⓐ *(hurt)* ทำให้บาดเจ็บ; *(fig.)* รู้สึกเจ็บช้ำ, ทำให้เสียใจ; **his leg was ~d** ขาเขาบาดเจ็บ; **six people were badly ~d** มีผู้บาดเจ็บสาหัสหกคน; Ⓑ *(impair)* ทำลาย, ทำให้อ่อนแอ, ทำให้เลวลง *(ทางด้านความสัมพันธ์)*; Ⓒ *(do harm to)* ทำลาย *(ชื่อเสียง)*

injured /'ɪndʒəd/'อินเจิด/ *adj.* Ⓐ *(hurt) (lit.)* บาดเจ็บ; *(fig)* สะเทือนอารมณ์; **because of his**

~ **hand** เนื่องจากมือเขาบาดเจ็บ; **the ~** ผู้บาดเจ็บ; Ⓑ *(wronged)* ผู้ถูกหลอกลวง; **the ~ party** *(Law)* ผู้เสียหาย; Ⓒ *(offended) (น้ำเสียง, สายตา)* แสดงความโกรธ; **with an ~ air** ด้วยสีหน้า/ใบหน้าที่ขุ่นเคือง; **speak in an ~ voice** พูดด้วยน้ำเสียงที่ขุ่นเคือง

injurious /ɪnˈdʒʊərɪəs/อิน'จัวเรียซ/ *adj.* Ⓐ *(wrongful)* ไม่ถูกต้อง; Ⓑ *(hurtful)* เป็นอันตราย, เป็นพิษ, ให้โทษ; **be ~ to sb./sth.** เป็นโทษต่อ *ค.น./ส.น.*; **smoking is ~ to health** การสูบบุหรี่เป็นอันตรายต่อสุขภาพ

injury /ˈɪndʒərɪ/'อินเจอะริ/ *n.* Ⓐ *(harm)* ความบาดเจ็บ, อันตราย, ภัย (**to** ต่อ); **risk ~ to life and limb** เสี่ยงภัยต่อชีวิต; Ⓑ *(instance of harm)* การทำให้บาดเจ็บ; *(fig.)* การดูถูกดูหมิ่น; **add insult to ~:** ทำให้เรื่องทั้งหมดเลวร้ายยิ่งขึ้นไปอีก; **do sb./oneself an ~:** ทำให้ *ค.น.*/ตนเองบาดเจ็บ; **I'll do him an ~ if he doesn't shut up!** *(coll.)* เขาต้องเจ็บแน่ ถ้ายังไม่หยุดพูด; Ⓒ *(wrongful action)* การทำร้าย, การทำให้เสียหาย

'injury time *n. (Brit. Footb.)* ช่วงทดเวลาบาดเจ็บ; **be into/play ~:** เล่นต่อในช่วงทดเวลาบาดเจ็บ

injustice /ɪnˈdʒʌstɪs/อิน'จัซติซ/ *n.* Ⓐ *(unfairness)* ความไม่ยุติธรรม; **fight against ~:** ต่อสู้กับความไม่ยุติธรรม; **protest at the ~ of a statement** ประท้วงต่อคำกล่าวที่ไม่ยุติธรรม; Ⓑ *(wrong act)* การกระทำที่ไม่ยุติธรรม; **do sb. an ~:** ไม่ยุติธรรมต่อ *ค.น.*

ink /ɪŋk/อิงคฺ/ ❶ *n.* Ⓐ หมึก; *(for stamp pad)* หมึกแผ่น; *(for drawing)* สีหมึกวาด; **my ballpoint has run out of ~:** ปากกาลูกลื่นของฉันหมึกหมด; Ⓑ *(in printing)* สีที่ใช้พิมพ์; *(in duplicating, newsprint)* หมึกพิมพ์; Ⓒ *(Zool.)* หมึก *(ปลาหมึก)* ❷ *v.t.* Ⓐ **~ in** ระบายด้วยหมึก; **~ over** เขียนทับ/วาดทับด้วยหมึก; Ⓑ *(apply ink to)* ทาด้วยหมึก *(แผ่นพิมพ์)*; กดลงไปในแผ่นหมึก *(แสตมป์)*

'ink bottle *n.* ขวดหมึก

'ink-jet printer *n.* เครื่องพิมพ์แบบอิงค์เจ็ต

inkling /ˈɪŋklɪŋ/'อิงคลิง/ *n.* ความเฉลียว, การสงสัย; **I haven't an ~:** ฉันไม่รู้เรื่องเลย; **have an ~ of sth.** [เกิด] เฉลียวใจใน *ส.น.*; **get an ~ of sth.** เกิดคิดเฉลียวใจใน *ส.น.*

ink: ~pad *n.* แผงหมึก; **~well** *n.* ขวดหมึกแบบโบราณ

inky /ˈɪŋkɪ/'อิงคิ/ *adj.* Ⓐ *(covered with ink)* เปื้อนหมึก; **I have ~ fingers** นิ้วของฉันเต็มไปด้วยหมึก; Ⓑ *(black)* ดำเหมือนหมึก

inlaid ➡ **inlay 1**

inland ❶ /ˈɪnlənd/'อินเลินดฺ/ *adj.* Ⓐ *(placed ~)* ภายในประเทศ, ห่างจากทะเล; **~ town** เมืองที่ห่างจากทะเล; **an ~ state** รัฐที่ไม่ติดทะเล; Ⓑ *(carried on ~) (การคมนาคม, ไปรษณีย์)* ภายในประเทศ ❷ /ɪnˈlænd/อิน'แลนดฺ/ *adv.* โดยห่างทะเล; ภายในประเทศ

inland: ~ navi'gation *n.* การเดินเรือภายในประเทศ; **~ 'revenue** *n.* รายได้ของรัฐจากภาษีอากรภายในประเทศ; **I~ 'Revenue** *n. (Brit.)* กระทรวงการคลัง; **~ 'sea** *n.* ทะเลภายในประเทศ

'in-law *n., usu. in pl. (coll.)* ญาติที่เกิดจากการแต่งงาน; **~s** *(parents-in-law)* พ่อตาแม่ยาย

inlay ❶ /-'-/ *v.t.*, **inlaid** Ⓐ *(embed)* ฝังลงไป; Ⓑ *(ornament)* เลี่ยม, ฝัง ❷ /'--/ *n.* Ⓐ *(work)* ฝีมือการฝัง หรือ การเลี่ยม; Ⓑ *(material)* **~s** วัสดุที่ใช้ฝัง; Ⓒ *(Dent.)* วัสดุที่ใช้อุดฟัน, ทองที่ใช้เลี่ยมฟัน

inlet /ˈɪnlet/'อินเล็ท/ *n.* Ⓐ อ่าวเล็ก, ห้วย; Ⓑ *(piece inserted)* ชิ้นส่วนที่ต่อเข้าไป, ส่วนเสริม; Ⓒ *(way of entry)* ทางเข้า; **~ pipe** ท่อ *หรือ* สายน้ำเข้า; **~ valve** ลิ้นปิดเปิดให้ *(ส.น.)* เข้าไป

in-liners /ɪnˈlaɪnəz/อิน'ลายเนิซ/, **'in-line skates** *ns. pl.* รองเท้าสเกตแบบที่ลูกล้อเรียงเป็นแถวเดียว

'inmate *n. (of hospital, prison, etc.)* ผู้ที่ถูกคุมตัว; *(of house)* ผู้อาศัยในบ้านเดียวกัน

in memoriam /ɪn mɪˈmɔːrɪæm/อิน มิ'มอริแอม/ *n.* การเขียนระลึกถึงคนที่เพิ่งตาย

inmost /ˈɪnməʊst, ˈɪnməst/'อินโมซท, 'อินเมิซท/ *adj.* Ⓐ *(deepest)* ซึ่งอยู่ลึก; Ⓑ *(fig. most inward) (ความรู้สึก, นิสัย)* ส่วนก้นบึ้ง

inn /ɪn/อิน/ *n.* Ⓐ *(hotel)* โรงแรมเล็ก ๆ; **no room at the ~** *(fig.)* ทุกอย่างเต็มหมด; Ⓑ *(pub)* ร้านเหล้าเล็ก ๆ; **'The Swan Inn'** 'ร้านเหล้าสวอน'

innards /ˈɪnədz/'อินเนิดซ/ *n. pl. (coll.)* อวัยวะภายในร่างกาย; *(in animals for slaughter)* เครื่องในสัตว์

innate /ɪˈneɪt/อิ'เนท/ *adj.* Ⓐ *(inborn)* มีมาแต่กำเนิด, โดยธรรมชาติ; **be ~ in sb.** มีอยู่ใน *ค.น.* โดยกำเนิด; **we all have an ~ desire for happiness** พวกเราทั้งหมดปรารถนาความสุขสบายโดยธรรมชาติ; Ⓑ *(Philos.)* แต่ดั้งเดิม, โดยสันดาน

inner /ˈɪnə(r)/'อินเนอะ(ร)/ *adj.* Ⓐ *(inner) (ประตู)* ชั้นใน; *(ลาน)* ภายใน, ข้างใน; *(ความหมาย)* ที่แฝงอยู่; **~ ear** *(Anat.)* หูชั้นใน; Ⓑ *(fig.) (ความรู้สึก)* ภายใน; **~ life** ชีวิต/จิตวิญญาณภายใน; **~ circle of friends** กลุ่มเพื่อนที่ใกล้ชิด; ➡ + **'bar 1 I**

inner: child *n.* **to get in touch with one's ~ child** พยายามระลึกถึงความไร้เดียงสาในสมัยวัยเด็ก; **~ 'city** *n.* ใจกลางเมือง; **~ city areas** เขตใจกลางเมือง; **~ man** *n.* Ⓐ *(soul, mind)* จิตวิญญาณ; **the needs of the ~ man** ความต้องการของจิตวิญญาณ; Ⓑ *(joc.: stomach)* ส่วนท้อง; **satisfy the ~ man** ดูแลเรื่องอาหารการกิน

innermost /ˈɪnəməʊst/'อิเนอะโมซท/ *adj.* ในสุด, ก้นบึ้ง; **one's ~ thoughts** ความคิดจากก้นบึ้ง; **in the ~ depths of the forest** ในส่วนที่ลึกที่สุดของป่า

inner: ~spring *(Amer.)* ➡ **interior-sprung**; **~ tube** *n.* ยางในรถยนต์

'inner woman ➡ **inner man**

inning /ˈɪnɪŋ/'อินนิง/ *n. (Amer. Baseball)* ตาทำแต้มในการแข่งขันเบสบอล

innings /ˈɪnɪŋz/'อินนิงซ/ *n., pl. same or (coll.)* **~es** Ⓐ *(Cricket)* ตาตีลูกคริกเกต; Ⓑ *(period of office)* ช่วงเวลาทำงาน; *(dominance of political party)* ช่วงมีอำนาจของพรรคการเมือง; Ⓒ *(period of life etc.)* **a good ~:** ได้ใช้ชีวิตอย่างเต็มที่; **he had a good/long ~:** เขามีช่วงชีวิตที่ดี/ยืนยาว

'innkeeper *n.* ผู้ดูแลโรงแรม, เจ้าของโรงแรม

innocence /ˈɪnəsəns/'อินเนอะเซินซ/ *n., no pl.* Ⓐ ความบริสุทธิ์, ความไร้มลทิน; **a presumption of ~:** การเชื่อว่ายังไม่มีความผิดจนกว่าจะพิสูจน์ได้; **lose one's ~:** สูญเสียความบริสุทธิ์; Ⓑ *(freedom from cunning)* ความไร้เดียงสา; Ⓒ *(lack of knowledge)* ความไม่รู้; **in all ~:** ในความไม่รู้ทั้งหมด; **in all ~ of the fact that ...:** ในความไม่รู้ความจริงที่ว่า....

innocent /ˈɪnəsənt/'อินเนอะเซินท/ ❶ *adj.* Ⓐ ไม่มีความผิด, บริสุทธิ์; **be ~ of the charge/accusation** บริสุทธิ์/ไม่ผิดในข้อกล่าวหา; **the ~ party** ฝ่ายที่บริสุทธิ์/ไม่ผิด; **he is not as ~ as he appears** เขาไม่บริสุทธิ์อย่างที่เห็น; Ⓑ *(simple)* ซื่อ, เรียบง่าย *(การพูด, การใช้ถ้อยคำ)*; Ⓒ *(harmless)* ไม่เป็นอันตราย; Ⓓ *(naive)* ไร้เดียงสา; **he is ~ about the ways of the world** เขาไร้เดียงสาเกี่ยวกับวิถีทางในโลก; Ⓔ *(pretending to be guileless)* ทำ *(หน้า)* ซื่อ ๆ; **adopt an ~ air** ทำหน้าตา/ท่าทางอย่างไม่น่าสงสัย ❷ *n. (innocent person)* ผู้บริสุทธิ์, เด็กเล็ก ๆ ที่ไม่มีมารยา, คนซื่อ; **he was such an ~ when he went to London** เขายังเป็นคนไร้เดียงสา ตอนที่เขาไปลอนดอนใหม่ ๆ

innocently /ˈɪnəsəntlɪ/'อินเนอะเซินทลิ/ *adv.* อย่างไม่ผิด, อย่างบริสุทธิ์, อย่างไร้เดียงสา

innocuous /ɪˈnɒkjʊəs/อิ'นอคิวเอิซ/ *adj. (not injurious)* ไม่เป็นพิษ, ไม่เป็นโทษ; *(inoffensive)* ไม่เป็นอันตราย

innocuously /ɪˈnɒkjʊəslɪ/อิ'นอคิวเอิซลิ/ *adv.* อย่างไม่เป็นอันตราย

Inn of 'Court *n., pl.* **Inns of Court** *(Brit.)* *(society)* ชื่อสำนักกฎหมาย; *(buildings)* อาคารทำการของสำนักงานดังกล่าว

innovate /ˈɪnəveɪt/'อินเนอะเวท/ *v.i.* Ⓐ *(bring in novelties)* มีความ *(คิด)* ใหม่; นำการเปลี่ยนแปลงเข้ามา; Ⓑ *(make changes)* เปลี่ยนแปลงใหม่, ปรับปรุง

innovation /ɪnəˈveɪʃn/อินเนอะ'เวช'น/ *n.* Ⓐ *(introduction of something new)* การนำสิ่งใหม่ หรือ วิธีการใหม่เข้ามา; *(thing introduced)* นวัตกรรม *(ร.บ.)* สิ่งใหม่ ๆ; Ⓑ *(change)* การเปลี่ยนแปลง

innovative /ˈɪnəvətɪv/'อินเนอะเวอะทิว/ *n.* เป็นของใหม่, ใช้ชีวิตใหม่

innovator /ˈɪnəveɪtə(r)/'อินเนอะเวเทอะ(ร)/ *n.* คนเสนอสิ่ง หรือ วิธีใหม่ ๆ

'inn sign *n.* ป้ายชื่อผับ

innuendo /ɪnjuːˈendəʊ/อินนู'เอ็นโด/ *n., pl.* **~es** *or* **~s** การเหน็บแนม, การเสียดสี, การพูดเป็นนัย; **make ~es about sb.** พูดเหน็บแนม *ค.น.*

innumerable /ɪˈnjuːmərəbl, US ɪˈnuː-/อิ'นิวเมอะเรอะบ'ล, อิ'นู-/ *adj.* นับไม่ถ้วน, เหลือคณานับ

innumeracy /ɪˈnjuːmərəsɪ, US ɪˈnuː-/อิ'นิวเมอะเรอะซิ, อิ'นู-/ *n., no pl. (Brit.)* ความคำนวณไม่เก่ง, ความไม่ถนัดด้านคำนวณ

innumerate /ɪˈnjuːmərət, US ɪˈnuː-/อิ'นิวเมอะเริท, อิ'นู-/ *adj. (Brit.)* **be ~:** คิดเลขไม่เป็น, คำนวณไม่ได้

inoculate /ɪˈnɒkjʊleɪt/อิ'นอคิวเลท/ *v.t.* Ⓐ *(treat by injection)* ฉีดวัคซีน (**against** ป้องกัน); Ⓑ *(implant)* ปลูกเชื้อโดยใช้วัคซีน; **~ sb. with a virus** ปลูกเชื้อไวรัสใน *ค.น.*

inoculation /ɪnɒkjʊˈleɪʃn/อินอคิว'เลช'น/ *n. (Med.)* การปลูกเชื้อ (**against** ป้องกัน); **give sb. an ~:** ทำการปลูกเชื้อ *ค.น.*

inoffensive /ɪnəˈfensɪv/อินเออะ'เฟ็นซิว/ *adj.* Ⓐ *(unoffending)* ไม่เป็นอันตราย; Ⓑ *(not objectionable) (กลิ่น, ภาพ)* ไม่น่ารังเกียจ; *(คำพูด)* ที่ไม่มีพิษมีภัย; **be ~ to the eye** ไม่อุจาดตา

inoffensively /ɪnəˈfensɪvlɪ/อินเออะ'เฟ็นซิวลิ/ *adv.* อย่างไม่เป็นอันตราย, อย่างไม่มีพิษมีภัย

inoperable /ɪnˈɒpərəbl/อิน'ออเพอะเรอะบ'ล/ *adj.* Ⓐ *(Surg.)* ซึ่งไม่สามารถผ่าตัดได้; **~ cancer** มะเร็งที่ผ่าตัดออกไม่ได้; Ⓑ *(fig.) (นโยบาย)* ไม่สามารถนำมาใช้ได้

inoperative /ɪnˈɒpərətɪv/อิน'ออเพอะเรอะทิว/ *adj.* ไม่ทำงาน, ไม่เกิดผล; **render sth. ~:** ทำให้ *ส.น.* ไม่ทำงาน/ไม่เกิดผล

inopportune /ɪnˈɒpətjuːn, US -tuːn/อินˈออเพอะทิวนฺ, -ทูน/ *adj.* *(จังหวะ, โอกาส)* ไม่เหมาะสม; *(การแวะมาหา)* ที่ไม่สะดวก; *(คำพูด)* ไม่ถูกกาละ; **it was very ~ that ...:** ไม่เหมาะสม/ไม่ถูกกาละอย่างยิ่งที่....

inopportunely /ɪnˈɒpətjuːnlɪ, US -tuːn-/อินˈออเพอะทิวนฺลิ, -ทูน-/ *adv.* อย่างไม่เหมาะสม, อย่างไม่สะดวก, อย่างไม่ถูกกาละ

inordinate /ɪˈnɔːdɪnət/อิˈนอดิเนิท/ *adj.* *(immoderate)* ไม่พอประมาณ, มากเกินควร; **an ~ amount of work/money** งาน/เงินที่มากเกินควร

inordinately /ɪˈnɔːdɪnətlɪ/อิˈนอดิเนิทลิ/ *adv.* อย่าง *(ใหญ่, ยาว, มาก)* เกินควร; **he is ~ fond of ...:** เขาชอบ...มากเกินควร

inorganic /ɪnɔːˈgænɪk/อินออˈแกนิค/ *adj.* (A) *(Chem.)* อนินทรีย์ *(ร.บ.)*, ไม่เกี่ยวกับสิ่งมีชีวิต; (B) *(fig.)* ไม่มีโครงสร้างทางกายภาพที่เป็นระบบ

inorganic 'chemist *n.* นักเคมีอนินทรีย์

'inpatient *n.* ผู้ป่วยใน, คนไข้ใน; **be an ~:** เป็นคนไข้ใน

'input ❶ *n.* (A) *(esp. Computing: what is put in)* สิ่งที่นำเข้า *หรือ* รับเข้า; *(of capital)* เงินทุน; *(of manpower)* ปัจจัยการผลิต; *(of electricity)* สัญญาณเข้า; (B) *(esp. Computing: place where information etc. enters system)* ที่ส่งข้อมูลเข้าระบบ ❷ *v.t.*, **-tt-**, *~ or* **~ted** *(esp. Computing)* นำ *(ข้อมูล, โปรแกรม ฯลฯ)* เข้าเครื่องคอมพิวเตอร์, นำ *(พลังงาน)* เข้า; **~ data to the computer** นำข้อมูลเข้าเครื่องคอมพิวเตอร์

input: ~ circuit *n.* วงจรทางด้านเข้า; **~ data** *n. pl.* ข้อมูลเข้า

inquest /ˈɪnkwest, ˈɪŋkwest/อินเควิ้ซทฺ, ˈอินเควิ้ซทฺ/ *n.* (A) *(legal inquiry)* การสอบสวนโดยศาล *(เพื่อหาความจริงเกี่ยวกับเหตุการณ์หนึ่ง)*; (B) *(inquiry by coroner's court)* **~ [into the causes of death]** การไต่สวนชันสูตร [ถึงสาเหตุของการตาย]; (C) *(coll.: discussion)* ➡ **post-mortem** 3 B; (D) *(inquisition)* การสืบสวนอย่างละเอียด **(into** ถึง)

inquietude /ɪnˈkwaɪɪtjuːd, ɪŋˈkwaɪɪtjuːd/อินˈควายอิทิวดฺ, อินˈควายอิทิวดฺ/ *n., no pl.* ความไม่สบายใจ, ไม่สบายกาย

inquire /ɪnˈkwaɪə(r)/อินˈควายเออะ(ร)/ ❶ *v.i.* (A) *(make search)* สืบสวนอย่างเป็นทางการ **(into** เกี่ยวกับ); **~ into a matter** สืบสวนเกี่ยวกับเรื่องใดเรื่องหนึ่ง; (B) *(seek information)* หาข้อมูลอย่างเป็นทางการ **(about, after** เกี่ยวกับ, **of** ถึง); (C) *(ask)* สอบถาม **(for** เพื่อ) ❷ *v.t.* หา *หรือ* ขอข้อมูล, ถาม *(ทาง, ชื่อ)*; **~ how/whether etc. ...:** สอบถามว่า...อย่างไร/ใช่หรือไม่...

inquirer /ɪnˈkwaɪərə(r), ɪŋˈkwaɪərə(r)/อินˈควายเออะเรอะ(ร)/ *n. (for the way, a name, etc.)* ผู้ถาม; *(into a matter)* ผู้สอบถาม, ผู้ค้นคว้า

inquiring /ɪnˈkwaɪərɪŋ/อินˈควายเออะริง/ *adj.* สอบถาม; *(นิสัย)* อยากรู้อยากเห็น

inquiry /ɪnˈkwaɪərɪ, US ˈɪŋkwərɪ/อินˈควายเออะริ, ˈอินเควอะริ/ *n.* (A) *(asking)* การสอบถาม; **on ~:** เมื่อสอบถาม; **give sb. a look of ~:** มอง *ค.น.* เป็นเชิงถาม; (B) *(question)* คำถาม; **make inquiries** หาข้อมูล, สอบถาม; (C) *(investigation)* การสืบสวน; **hold an ~:** ดำเนินการสืบสวน **(into** เกี่ยวกับ); **court of ~** *(Mil.)* ศาลทหารสำหรับพิจารณาข้อกล่าวหาต่อทหาร

inquiry: ~ agent *n. (Brit.)* นักสืบเอกชน; **~ desk, ~ office** *ns.* ฝ่ายประชาสัมพันธ์

inquisition /ɪnkwɪˈzɪʃn/อินควิˈซิช'น/ *n.* (A) *(search)* การค้นหาหรือการสืบสวนอย่างละเอียด **(into** เกี่ยวกับ); (B) *(judicial inquiry)* การไต่สวนโดยศาล; *(fig. coll.)* การซักไซ้; (C) **I~** *(Hist.)* ศาลศาสนาของคริสต์ศาสนานิกายโรมันคาทอลิก *(โดยเฉพาะในประเทศสเปน มีหน้าที่พิจารณาโทษผู้มีความเห็นนอกรีตโดยใช้วิธีการโหดร้าย)*

inquisitive /ɪnˈkwɪzɪtɪv/อินˈควิซซิทิว/ *adj.* (A) *(unduly inquiring)* อยากรู้อยากเห็นเกินควร, สอดรู้สอดเห็น; (B) *(inquiring)* อยากรู้อยากเห็น, ช่างซักไซ้; **be ~ about sth.** อยากรู้อยากเห็นเกี่ยวกับ *ส.น.*; **give sb. an ~ look** มอง *ค.น.* ด้วยทีท่าอยากรู้อยากเห็น

inquisitively /ɪnˈkwɪzɪtɪvlɪ/อินˈควิซซิทิวลิ/ *adv.* ➡ **inquisitive** A, B: อย่างสอดรู้สอดเห็น, อย่างอยากรู้อยากเห็น

inquisitiveness /ɪnˈkwɪzɪtɪvnɪs/อินˈควิซซิทิวนิซ/ *n., no pl.* ➡ **inquisitive** A, B: ความสอดรู้สอดเห็น, การซักไซ้

inquorate /ɪnˈkwɔːreɪt/อินˈควอเรท/ *adj.* ไม่ครบองค์ประชุม

'inroad *n.* (A) *(intrusion)* การบุกรุก, การใช้ทรัพยากรจนหมด; **make ~s into the market** ดำเนินการบุกตลาด; **make ~s into sb.'s savings** ใช้เงินออมของ *ค.น.* จนหมด; (B) *(hostile incursion)* การรุกล้ำ, การจู่โจม; **make ~s on a country** กระทำการรุกล้ำเข้าไปในประเทศหนึ่ง

'inrush *n. (of water)* การไหลเข้าอย่างแรง, การไหลบ่า; **an ~ of air/water** การพัด/ไหลเข้าอย่างแรงของอากาศ/น้ำ

insane /ɪnˈseɪn/อินˈเซน/ *adj.* (A) *(not of sound mind)* วิกลจริต, บ้า; (B) *(extremely foolish)* โฉดเขลาอย่างยิ่ง, ไร้เหตุผล

insanely /ɪnˈseɪnlɪ/อินˈเซนลิ/ *adv.* (A) *(in a mad manner)* อย่างวิกลจริต; (B) *(very foolishly)* อย่างโฉดเขลา, อย่างไร้เหตุผล

insanitary /ɪnˈsænɪtərɪ, US -terɪ/อินˈแซนิเทอะริ, -เทะริ/ *adj.* ไม่ถูกหลักอนามัย, สกปรก, มีเชื้อโรค

insanity /ɪnˈsænɪtɪ/อินˈแซนิทิ/ *n.* (A) ความวิกลจริต; (B) *(extreme folly)* ความโฉดเขลาอย่างยิ่ง, ความไร้เหตุผล; *(instance)* สิ่ง/เหตุการณ์ที่โง่เขลา

insatiable /ɪnˈseɪʃəbl/อินˈเซเชอะบ'ล/ *adj.* ไม่สามารถพอใจได้, ละโมบโลภมาก; **he has an ~ thirst for knowledge** เขากระหายละโมบในความรู้

inscribe /ɪnˈskraɪb/อินˈซกฺรายบฺ/ *v.t.* (A) *(write)* เขียน; *(on ring etc.)* สลัก; *(on stone, rock)* สลัก, จารึก; **~ sth. on sth.** สลัก *ส.น.* ลงบน *ส.น.*; (B) *(enter)* เซ็นชื่อ; **~ one's name in the Visitors' Book** เซ็นชื่อในสมุดเยี่ยม; (C) *(mark)* จารึก; **~ a tombstone/locket with a name** จารึกชื่อลงบนแผ่นหินหน้าหลุมฝังศพ/เหรียญห้อยคอ; (D) *(with informal dedication)* **~ sth. to sb.** เขียนคำอุทิศให้แก่ *ค.น.*

inscription /ɪnˈskrɪpʃn/อินˈซกฺริพช'น/ *n.* (A) *(words inscribed)* ข้อความที่จารึก, อักษรที่จารึก; (B) *(informal dedication)* คำอุทิศที่ไม่เป็นทางการ

inscrutability /ɪnskruːtəˈbɪlɪtɪ/อินซกฺรูเทอะˈบิลลิทิ/ *n., no pl.* ความลึกลับ; *(of facial expression)* ความดู *(หน้า)* ไม่ออก

inscrutable /ɪnˈskruːtəbl/เอนˈซกฺรูเทอะบลฺ/ *adj.* (A) *(mysterious)* *(การยิ้ม)* ลึกลับ; *(พฤติกรรม)* ดูไม่ออก; **he remained ~:** เขายังคงทำตัวลึกลับ; (B) *(incomprehensible)* เข้าใจได้ยาก

inscrutably /ɪnˈskruːtəblɪ/อินˈซกฺรูเทอะบลิ/ *adv.* อย่างลึกลับ, อย่างดูไม่ออก

insect /ˈɪnsekt/ˈอินเซ็คทฺ/ *n.* แมลง

insect: ~ bite *n.* แผลแมลงกัด; **~-borne** *adj.* ที่ผ่านทางแมลง; **~ control** *n.* การควบคุมแมลง

insecticide /ɪnˈsektɪsaɪd/อินˈเซ็คทิซายดฺ/ *n.* สาร/ยาฆ่าแมลง

insectivore /ɪnˈsektɪvɔː(r)/อินˈเซ็คทิวอ(ร)/ *n. (Zool.)* สัตว์เลี้ยงลูกด้วยนมที่กินแมลง

insect: ~ powder *n.* ผงฆ่าแมลง; **~-proof** *adj.* ซึ่งกันแมลง; **~ repellent** *n.* ยาไล่แมลง

insecure /ɪnsɪˈkjʊə(r)/อินซิˈคิวเออะ(ร)/ *adj.* (A) *(unsafe)* ไม่ปลอดภัย, อันตราย; (B) *(not firm, liable to give away)* *(ปมเชือก)* ไม่มั่นคง; *(สะพาน, ชั้น)* ที่หรุดได้, ไม่มีเสถียรภาพ; (C) *(Psych.)* ขาดความมั่นใจในตัวเอง; **feel ~:** รู้สึกหวั่นไหว

insecurely /ɪnsɪˈkjʊəlɪ/อินซิˈคิวเออะลิ/ *adv.* อย่างไม่มั่นคง; *(ประตู)* ที่ปิดไม่สนิท

insecurity /ɪnsɪˈkjʊərɪtɪ/อินซิˈคิวริทิ/ *n., no pl.* การขาดความมั่นคง; *(Psych.)* ความไม่มั่นใจในตัวเอง; **the ~ of his job** ความไม่มั่นคงของงานที่เขาทำ

inseminate /ɪnˈsemɪneɪt/อินˈเซ็มมิเนท/ *v.t.* *(Med., Zool.)* ผสมเชื้อ; ใส่น้ำอสุจิเข้าไปในสัตว์เพศเมีย; การทำให้ *(ผู้หญิงตั้งครรภ์)*; หว่าน *(เมล็ดพืช)*

insemination /ɪnsemɪˈneɪʃn/อินเซะมิˈเนช'น/ *n. (Med., Zool.), (of woman)* การทำให้ตั้งครรภ์; *(of animal)* การผสมเชื้อ; ➡ **+ artificial insemination**

insensibility /ɪnsensɪˈbɪlɪtɪ/อินเซ็นซิˈบิลลิทิ/ *n., no pl.* (A) *(lack of emotional feeling, indifference)* การไม่มีอารมณ์, การเฉยเมย **(to** ต่อ); (B) *(unconsciousness)* การหมดสติ; (C) *(lack of physical feeling)* การไม่มีความรู้สึกทางประสาทสัมผัส; **~ to pain** การไม่รู้สึกเจ็บปวด

insensible /ɪnˈsensɪbl/อินˈเซ็นซิบ'ล/ *adj.* (A) ไม่สามารถรับรู้สัมผัสได้, ยากแก่การสังเกต; (B) *(unconcious)* หมดสติ; **they drank themselves ~:** พวกเขาดื่มสุราจนหมดสติ; (C) *(unaware)* **be ~ of/to sth.** ไม่รู้สึกถึง *ส.น.*; (D) *(deprived of sensation)* ไม่รู้สึกทางประสาทสัมผัส **(to** ต่อ); **be ~ to the cold/to pain** ไม่รู้สึกหนาว/เจ็บปวด; (E) *(emotionless)* ไม่มีอารมณ์, เฉยชา **(to** ต่อ)

insensitive /ɪnˈsensɪtɪv/อินˈเซ็นซิทิว/ *adj.* (A) *(lacking feeling)* เฉยชา; **be ~ to the needs of others** เฉยชาต่อความต้องการของผู้อื่น; (B) *(unappreciative)* ไม่ซาบซึ้ง **(to** ใน); (C) *(not physically sensitive)* ไม่หวั่นไหวต่อสิ่งเร้าทางประสาทสัมผัส; **~ to light/heat** ไม่ตอบสนองต่อแสง/ความร้อน

insensitively /ɪnˈsensɪtɪvlɪ/อินˈเซ็นซิทิวลิ/ *adv.* อย่างเฉยชา; *(การพูดคุย)* อย่างไม่แสดงความรู้สึก

insensitiveness /ɪnˈsensɪtɪvnɪs/อินˈเซ็นซิทิวนิซ/, **insensitivity** /ɪnsensɪˈtɪvɪtɪ/อินเซ็นซิˈทิววิทิ/ *ns., no pl.* (A) *(lacking feeling)* ภาวะไม่มีความรู้สึก **(to** ต่อ); (B) *(unappreciativeness)* ความไม่ซาบซึ้ง **(to** ใน); (C) *(lack of physical sensitiveness)* ภาวะไม่รู้สึกทางประสาทสัมผัส **(to** ต่อ); **~ or insensitivity to heat** ความไม่รู้สึกร้อน

inseparable /ɪnˈsepərəbl/อินˈเซ็พเพอะเรอะบ'ล/ *adj.* (A) แยกไม่ออก; *(fig.)* *(เพื่อน, ฝาแฝด)* แยกจากกันไม่ได้; **sth. is ~ from sth.** *ส.น.* แยกไม่ออกจาก *ส.น.*; **he is ~ from his teddy bear** เขาถูกแยกจากตุ๊กตาหมีของเขาไม่ได้; (B) *(Ling.)* *ไม่สามารถแยกเป็นคำต่างหากจากกันเช่นคำอุปสรรค* **dis-, mis-, un-**

inseparably /ɪn'sepərəblɪ/อิน'เซ็พเพอะเรอะบลิ/ *adv.* อย่างแยกจากกันไม่ได้

insert ❶ /ɪn'sɜ:t/อิน'เซิท/ *v.t.* Ⓐ ใส่ฟิล์มในกล้อง; หยอด *(เหรียญ)* ในโทรศัพท์; ใส่ *(เครื่องกระตุ้นหัวใจ)* ในร่างกาย; สอด *ส.น.* ในอีก *ส.น.*; **~ a piece of paper into the typewriter** ใส่กระดาษแผ่นหนึ่งเข้าไปในเครื่องพิมพ์ดีด; **~ sth. in/between sth.** สอด *ส.น.* เข้าไปใน/ระหว่าง *ส.น.*; **~ the key [into the lock]** สอดกุญแจ [เข้าไปในรูกุญแจ]; **~ a page into a book** แทรกกระดาษแผ่นหนึ่งเข้าไปในหนังสือ; Ⓑ *(introduce into)* เติม *(คำ)* เข้าไป (**in** ใน); **~ an advertisement in 'The Times'** ลงโฆษณาในหนังสือพิมพ์ 'เดอะไทมส์'; Ⓒ *(Computing)* เติม, ลง; **~ key** ปุ่มเติมข้อมูล
❷ /'ɪnsɜ:t/'อินเซิท/ *n. (in magazine)* เอกสารแทรก; *(in garment)* ผ้าแทรก; *(in book)* ใบแทรก; *(printed in newspaper)* ข้อความแทรก

insertion /ɪn'sɜ:ʃn/อิน'เซอะช'น/ *n.* Ⓐ *(inserting)* ➡ **insert** 1 A: การแทรก, การสอด; Ⓑ *(thing inserted) (words, sentences in a text)* คำ *หรือ* บทความแทรก; *(in newspaper)* ข้อความแทรก; Ⓒ *(each appearance of an advertisement)* ชิ้นโฆษณาแต่ละชิ้น

in-service 'training *n.* การฝึกงานในช่วงที่มีการว่าจ้าง

inset ❶ /'--/ *n. (small map)* ภาพแผนที่แทรก; *(small photograph, diagram)* ภาพแทรก
❷ /-'-/ *v.t.*, **-tt-** *or* **~ted** สอด, แทรก

inshore ❶ /'--/ *adj. (การประมง)* ชายฝั่ง, มุ่งสู่ฝั่ง; **~ currents** กระแสน้ำตามชายฝั่ง ❷ *adv. (พัดเข้า)* ชายฝั่ง; *(อยู่, ทำการประมง)* ชายฝั่ง; **close ~**: *(อาศัย, อยู่)* ใกล้ชายฝั่ง

inside ❶ /-'-, '--/ *n.* Ⓐ *(internal side)* ด้านใน, ข้างใน; **on the ~** ข้างใน, ภายใน; **to/from the ~**: ไป/จากด้านใน; **overtake sb. on the ~** *(in driving)* แซง *ค.น.* บนเส้นทางใน; **on the ~ of the door** ด้านในของประตู; **lock the door from the ~**: ล็อกประตูจากด้านใน; Ⓑ *(inner part)* ส่วนใน, ภายใน; **the ~ of the cupboard needs a good clean-out** ต้องทำความสะอาดภายในตู้ให้เกลี้ยง; Ⓒ *in sing. or pl. (coll.: stomach and bowels)* ท้อง, ลำไส้, กระเพาะอาหาร; **have a pain in one's ~[s]** ปวดท้อง; Ⓓ *(position affording ~ information)* **he knows Parliament from the ~**: เขารู้จักสภาจากการอยู่ภายใน; **be on the ~**: เป็นผู้อยู่เบื้องหลัง, เป็นคนวงใน; Ⓔ **the wind blew her umbrella ~ out** ลมพัดร่มของเธอกลับด้าน; **wear one's sweater ~ out** สวมเสื้อสเวตเตอร์กลับด้าน; **know sth. ~ out** รู้ *ส.น.* อย่างละเอียดถี่ถ้วน *หรือ* รู้จักทุกแง่มุมของ *ส.น.*; **turn a jacket ~ out** กลับด้านของเสื้อนอก; **turn sth. ~ out** *(fig.)* จับ *ส.น.* กลับด้าน
❷ /'--/ *adj. (of, on, nearer the ~)* ข้างใน, *(ผนัง)* ด้านใน; **be on an ~ page** อยู่หน้าด้านใน *(หนังสือพิมพ์)*; **give the ~ story of sth.** เปิดเผยเบื้องหลังของ *ส.น.*; **~ information** ข้อมูลจากคนภายใน; **the burglary was an ~ job** การปล้นใช้ข้อมูลจากคนในบริษัท; **~ pocket** กระเป๋าภายในเสื้อนอก; **~ lane** ช่องทางใน; **~ track** *(racing)* ช่องวิ่งแข่งภายใน
❸ /-'-/ *adv.* Ⓐ *(on or in the ~)* ข้างใน, ด้านใน; *(to the ~)* ข้างใน; *(indoors)* ข้างใน, ในบ้าน; **come ~**: เข้ามาข้างใน; **take a look ~** มองเข้าไปข้างใน; *(in search of sth.)* มองหาข้างใน; **go ~**: เข้าไปข้างใน, เข้าไปในบ้าน; **see ~ for further the details** ข้างในมีรายละเอียดเพิ่มเติม; Ⓑ *(sl.: in prison)* **be ~**: อยู่ในคุก, ติดคุก; **put sb. ~**: จับ *ค.น.* เข้าคุก
❹ /-'-/ *prep.* Ⓐ *(on inner side of)* ด้านใน, ข้างใน; **sit/get ~ the house** นั่ง/เข้ามาในบ้าน; **what's ~ that package?** ในห่อนั้นมีอะไร; **leave your shoes just ~ the door** ทิ้งรองเท้าใกล้ประตู; Ⓑ *(in less than)* **~ an hour** ภายในหนึ่งชั่วโมง; ภายในเวลาไม่ถึงชั่วโมง

inside: **~ edge** *n. (Skating, Cricket)* ขอบด้านใน; **~ 'forward** *n. (Footb., Hockey)* กองหน้า; **~ 'left** *n. (Footb., Hockey)* ในซ้าย; **~-'leg** *adj.* **~-leg measurement** ความยาวของขาด้านใน

insider /ɪn'saɪdə(r)/อิน'ไซเดอะ(ร)/ *n.* Ⓐ *(within a society)* บุคคลวงใน; Ⓑ *(person privy to secret)* ผู้รู้ความลับ, ผู้รู้เบื้องหลัง; **~ dealing** *or* **trading** *(Stock Exch.)* การซื้อขายหุ้นโดยได้ข้อมูลภายในจากบริษัทนั้น ๆ

inside 'right *n. (Footb., Hockey)* ในขวา

insidious /ɪn'sɪdɪəs/อิน'ซิเดียซ/ *adj.* ที่สังเกตยากแต่ร้าย; **an ~ disease** โรคที่ค่อย ๆ ทวีความรุนแรง

insidiously /ɪn'sɪdɪəslɪ/อิน'ซิเดียซลิ/ *adv.* อย่างค่อย ๆ ทวีความรุนแรง

insidiousness /ɪn'sɪdɪəsnɪs/อิน'ซิเดียซนิซ/ *n., no pl.* ความรุนแรงที่ค่อย ๆ ปรากฏ

'insight *n.* Ⓐ *(penetration, discernment)* การวินิจฉัยออก, ดุลยพินิจ; **be lacking in ~**: ขาดดุลยพินิจ; **~ into human nature** ความเข้าใจในสันดานมนุษย์, ญาณ *(ร.บ.)*; Ⓑ *(instance)* ความรอบรู้; **be** *or* **give an ~ into sth.** ให้ความรู้เกี่ยวกับ *ส.น.*; **gain an ~ into sth.** ได้ความรอบรู้ใน *ส.น.*

insignia /ɪn'sɪgnɪə/อิน'ซิกเนีย/ *n., pl. same* เหรียญตรา, ตราประจำชาติ

insignificance /ɪnsɪg'nɪfɪkəns/อินซิก'นิฟิเคินซ/ *n., no pl.* Ⓐ *(unimportance)* ความไม่สำคัญ; Ⓑ *(contemptibility)* การไร้ความหมาย, การไม่มีค่า; Ⓒ *(meaninglessness)* การไม่มีมูลค่า

insignificant /ɪnsɪg'nɪfɪkənt/อินซิก'นิฟิเคินทฺ/ *adj.* Ⓐ *(unimportant)* ไม่สำคัญ; *(จำนวนเงิน)* เล็กน้อย; *(ความแตกต่าง)* ที่ไม่สังเกต; Ⓑ *(contemptible) (บุคคล)* ไร้ความหมาย; Ⓒ *(meaningless)* ไม่มีมูลค่า

insincere /ɪnsɪn'sɪə(r)/อินซิน'เซีย(ร)/ *adj.* ไม่จริงใจ, ไม่ซื่อสัตย์

insincerely /ɪnsɪn'sɪəlɪ/อินซิน'เซียลิ/ *adv.* อย่างไม่จริงใจ, อย่างไม่ซื่อสัตย์

insincerity /ɪnsɪn'serɪtɪ/อินซิน'เซะริทิ/ *n.* ความไม่จริงใจ, ความไม่ซื่อสัตย์

insinuate /ɪn'sɪnjʊeɪt/อิน'ซินนิวเอท/ *v.t.* Ⓐ *(introduce)* แย้ม, บอกเป็นนัย, ทำให้เกิดขึ้นอย่างเงียบ ๆ; **~ doubts into sb.'s mind** ทำให้ *ค.น.* ค่อย ๆ เกิดความระแวงขึ้น; Ⓑ *(convey)* ชุ่มเข้าไป, บอกเป็นนัย; **how dare you ~ that?** คุณกล้าดียังไงถึงได้บอกเป็นนัยว่า...; Ⓒ **~ oneself into sb.'s favour** ประจบเอาใจให้ *ค.น.* รัก/โปรดปราน

insinuation /ɪnsɪnjʊ'eɪʃn/อินซินิว'เอช'น/ *n.* การแย้ม, การทำให้เกิดขึ้นอย่างเงียบ ๆ, การบอกเป็นนัย

insipid /ɪn'sɪpɪd/อิน'ซิพิด/ *adj.* Ⓐ *(tasteless)* ไม่มีรสชาติ, จืดชืด; Ⓑ *(lacking liveliness) (คน)* ไม่มีชีวิตชีวา; *(สี)* ไม่สดใส; *(การพูด)* ที่จืดชืด

insist /ɪn'sɪst/อิน'ซิซท/ ❶ *v.i.* ยืนกราน, ยืนยัน (**[up]on** ที่); **~ on doing sth./on sb's doing sth.** ยืนกรานที่จะทำ *ส.น.*/ว่าจะให้ *ค.น.* ทำ *ส.น.*; **if you ~**: หากคุณยืนยัน; **he 'will ~ on ringing us late at night** เขาชอบโทรหาพวกเราตอนกลางดึกอยู่เรื่อย; **she ~s on her innocence** เธอยืนยันถึงความบริสุทธิ์ของเธอ ❷ *v.t.* Ⓐ **~ that ...**: ยืนยันว่า...; Ⓑ *(maintain positively)* **they keep ~ing that ...**: เขายืนหยัดต่อไปในเรื่องที่ว่า...; **he ~ed that he was right** เขายืนกรานว่าเขาเป็นผู้ถูกต้อง

insistence /ɪn'sɪstəns/อิน'ซิซเทินซฺ/, **insistency** /ɪn'sɪstənsɪ/อิน'ซิซเทินซิ/ *n., no pl.* การยืนกราน, การยืนยัน; **I only came here at your ~**: ฉันมาที่นี่เพราะคุณยืนกรานให้มาเท่านั้น

insistent /ɪn'sɪstənt/อิน'ซิซเทินทฺ/ *adj.* Ⓐ ที่ยืนกราน, ยืนยัน; **be most ~ that .../about sth.** ยืนกรานอย่างที่สุดว่า.../เกี่ยวกับ *ส.น.*; Ⓑ *([annoyingly] persistent)* ดื้อรั้น

insistently /ɪn'sɪstəntlɪ/อิน'ซิซเทินทฺ'ลิ/ *adv.* Ⓐ โดยยืนกราน, อย่างยืนยัน; Ⓑ *(persistently)* อย่างดื้อรั้น

in situ /ɪn 'sɪtju:/อิน 'ซิทู/ *adv. (โบราณคดี)* อยู่ในที่เดิม; ในจุดถูกต้อง *(ภาษาหมอ)*

insobriety /ɪnsə'braɪətɪ/อินเซอะ'บรายเออะทิ/ *n., no pl.* ความเมา

insofar /ɪnsəʊ'fɑ:(r)/อินโซ'ฟา(ร)/ *adv.* = **in so far**; ➡ **far** 1 D

insole /'ɪnsəʊl/'อินโซล/ Ⓐ *n.* พื้นรองเท้าที่สอดเข้าไปได้; Ⓑ *(part of shoe or boot)* พื้นรองเท้า

insolence /'ɪnsələns/'อินเซอะเลินซฺ/ *n., no pl.* ความหยิ่ง, ความไม่มีมารยาท, ท่าทีที่หยิ่ง

insolent /'ɪnsələnt/'อินเซอะเลินทฺ/ *adj.*, **insolently** /'ɪnsələntlɪ/'อินเซอะเลินทฺ'ลิ/ *adv.* Ⓐ *(contemptuous[ly])* อย่างหยิ่ง, อย่างอวดดี; Ⓑ *(insulting[ly])* อย่างดูถูก

insolubility /ɪnsɒljʊ'bɪlɪtɪ/อินซอลิว'บิลิทิ/ *n., no pl.* ➡ **insoluble**: การไม่สามารถแก้ไขได้, การละลายได้ยาก

insoluble /ɪn'sɒljʊbl/อิน'ซอลิวบ'ล/ *adj.* Ⓐ *(ปัญหา)* ไม่สามารถแก้ไขได้; Ⓑ *(สาร)* ละลายได้ยาก

insolvency /ɪn'sɒlvənsɪ/อิน'ซอลเวินซิ/ *n.* การไม่สามารถชดใช้หนี้สินได้, การมีหนี้สินล้นพ้นตัว

insolvent /ɪn'sɒlvənt/อิน'ซอลเวินทฺ/ ❶ *adj. (unable to pay debts)* ไม่สามารถใช้หนี้ได้; มีหนี้สินล้นพ้นตัว ❷ *n.* ผู้ที่ไม่สามารถใช้หนี้ได้

insomnia /ɪn'sɒmnɪə/อิน'ซอมเนีย/ *n.* การนอนไม่หลับ, โรคนอนไม่หลับ

insomniac /ɪn'sɒmnɪæk/อิน'ซอมนิแอค/ *n.* **be an ~**: เป็นคนที่นอนไม่หลับ

insomuch /ɪnsəʊ'mʌtʃ/อินโซ'มัช/ *adv.* Ⓐ *(to such an extent)* **~ that** ถึงระดับที่; Ⓑ *(inasmuch)* เพราะเหตุว่า, เนื่องด้วย

insouciance /ɪn'su:sɪəns, æ̃'su:sjɑ̃s/อิน'ซูซิเอินซฺ/ *n.* ความไม่สนใจไยดี, ไร้กังวล

insouciant /ɪn'su:sɪənt, æ̃'su:sjɑ̃/อิน'ซูเซียนทฺ/ *adj.* ไม่สนใจไยดี, ความไร้กังวล

inspect /ɪn'spekt/อิน'ซเป็คทฺ/ *v.t.* Ⓐ *(view closely)* ตรวจสอบ, ตรวจตรา, สำรวจ; **let me ~ your hands** ขอฉันตรวจดูมือของคุณหน่อย; **~ a cat for fleas** ตรวจหาหมัดบนตัวแมว; Ⓑ *(examine officially)* ตรวจสอบอย่างเป็นทางการ

inspection /ɪn'spekʃn/อิน'ซเป็คช'น/ *n.* การตรวจสอบ; *(of premises)* การตรวจสอบ; **tour of ~** การตรวจสอบทั่วบริเวณ; *(on foot also)* การเดินสำรวจ; **present/show/submit sth. for ~**: นำเสนอ/แสดง/ส่งมอบ *ส.น.* ให้

i

ตรวจสอบ; **hold out your hands for ~:** ยื่นมือของคุณให้ตรวจหน่อย; **on [closer] ~:** เมื่อได้ตรวจสอบ [อย่างใกล้ชิดขึ้น]

in'spection copy *n.* ผลิตภัณฑ์ตัวอย่าง; *(for teachers)* หนังสือตัวอย่าง

inspector /ɪn'spektə(r)/อิน'ซเป็คเทอะ(ร)/ *n.* Ⓐ *(official)* เจ้าหน้าที่ตรวจสอบ; *(on bus, train etc.)* นายตรวจ; **~ [of schools]** ผู้ตรวจการโรงเรียน; **health ~:** ผู้ตรวจสอบฝ่ายสาธารณสุข; Ⓑ *(Brit.: police officer)* เจ้าหน้าที่ตำรวจ

inspector: ~ 'general *n.* หัวหน้าผู้ตรวจการ, จเรทหาร; **~ of 'taxes** *n.* ผู้ตรวจสอบการเสียภาษี

inspiration /ɪnspə'reɪʃn/อินซเปอะ'เรช'น/ *n.* Ⓐ แรงบันดาลใจ, แรงดลใจ; **get one's ~ from sth.** ได้รับแรงบันดาลใจจาก *ส.น.*; **I have just had an ~:** ฉันเพิ่งคิดอะไรออก; **sth. is an ~ to sb.** *ส.น.* เป็นแรงดลใจของ *ค.น.*; Ⓑ *(drawing in of breath)* การสูดหายใจเข้า

inspire /ɪn'spaɪə(r)/อิน'ซปรายเออะ(ร)/ *v.t.* Ⓐ *(instil thought of feeling into)* ซึมซาบ, ดลใจ; **in an ~ed moment** ในช่วงที่เข้าใจสิ่งหนึ่งอย่างกระจ่าง; **what ~d this piece of music?** อะไรเป็นสิ่งดลใจของเพลงนี้; Ⓑ *(breath in)* หายใจเข้า; Ⓒ *(animate)* ปลุกเร้า; *(encourage)* กระตุ้น; **~ sb. with hope/confidence/respect** กระตุ้นให้ *ค.น.* เกิดความหวัง/ความมั่นใจ/รู้สึกเคารพนับถือ; **~d idea** ความคิดที่ดีมาก; **~d playing** การเล่นที่แสดงแรงบันดาลใจ; **~ guess** การทายที่ตรงเป้า; Ⓓ *(instil)* ทำให้รู้สึก *(กล้าหาญ, กังวล, นับถือ)*; สร้าง *(ความหวัง, ความเกรงใจ)*; *(incite)* ปลุกเร้า *(ความเกลียด, ความโมโห)*; ปลุกฝัง *(ความเชื่อถือ)*; **what ~d this piece of music** อะไรเป็นสิ่งบันดาลเพลงนี้

inspiring /ɪn'spaɪərɪŋ/อิน'ซไปเออะริง/ *adj.* ปลุกเร้าใจ, ดลใจ; **his speech was not particularly ~:** คำปราศรัยของเขาไม่ได้ปลุกเร้าใจมากนัก

inst. *abbr. (Commerc.)* **instant**

instability /ɪnstə'bɪlɪtɪ/อินซเตอะ'บิลลิทิ/ *n.* *(mental, physical)* ความไม่มั่นคง; *(inconstancy)* ความลังเล

install /ɪn'stɔːl/อิน'ซตอล/ *v.t.* Ⓐ *(establish)* **~ oneself** เข้าไปอยู่, ตั้งหลัก; *(in a chair etc.)* นั่งลง; *(in a house)* เข้าอยู่ในบ้าน; **when we're ~ed in our new house** เมื่อเราเข้าไปอยู่ในบ้านใหม่ของเรา; Ⓑ *(set up for use)* ติดตั้ง *(ซอฟต์แวร์, ระบบทำน้ำร้อน, แอร์, โทรศัพท์)*; ประกอบ *(ตู้)*; Ⓒ *(place ceremonially)* แต่งตั้ง, รับตำแหน่ง; **~ sb. in an office/a post** แต่งตั้ง *ค.น.* ให้ดำรงตำแหน่ง

installation /ɪnstə'leɪʃn/อินซเตอะ'เลช'น/ *n.* Ⓐ *(installing) (in an office or post)* การแต่งตั้งให้ดำรงตำแหน่ง; *(setting up for use)* การติดตั้ง, การประกอบ; *(of bathroom etc.)* การติดตั้งห้องน้ำ; *(of telephone, cooker)* การติดตั้ง; **~ charges** ค่าติดตั้ง; Ⓑ *(apparatus etc. installed)* อุปกรณ์ที่ติดตั้ง; **kitchen ~:** อุปกรณ์ที่ติดตั้งในครัว

instalment *(Amer.:* **installment**) /ɪn'stɔːlmənt/อิน'ซทอลเมินท/ *n.* Ⓐ *(part payment)* เงินผ่อนส่ง, การผ่อนส่ง; **pay by** *or* **in ~s** ชำระแบบเงินผ่อน; **monthly ~:** การผ่อนชำระ เป็นรายเดือน; Ⓑ *(of serial, novel)* ตอน; *(of film, radio programme)* ตอน; Ⓒ **installment plan** *(Amer.)* แผนการผ่อนส่ง; **buy on an installment plan** การซื้อสินค้าด้วยวิธีการผ่อนส่ง

instance /'ɪnstəns/'อินซเตินซฺ/ ❶ *n.* Ⓐ *(example)* ตัวอย่าง, กรณี; **as an ~ of ...** เพื่อเป็นตัวอย่างของ...; **for ~:** ยกตัวอย่าง, ดังเช่น, อาทิเช่น; Ⓑ *(particular case)* **in your/this ~:** ในกรณีของคุณ/นี้; **in many ~s** ในหลายสถานการณ์; **isolated ~s** กรณีที่แยกเฉพาะ; Ⓒ **at the ~ of ...:** จากการเสนอของ..., รับคำเชิญของ...; **at his ~:** โดยการเสนอของเขา; **court of first ~** *(Law)* ศาลชั้นต้น; Ⓓ **in the first ~:** ในอันดับแรก; *(at the very beginning)* ก่อนอื่น, แรกสุด, ช่วงแรก; **it will be for six months in the first ~:** คงใช้เวลาหกเดือนในช่วงแรก ❷ *v.t.* Ⓐ *(cite as an ~)* ยกตัวอย่าง; Ⓑ *usu. in pass. (exemplify)* เป็นตัวอย่าง

instant /'ɪnstənt/'อินซเตินทฺ/ ❶ *adj.* Ⓐ *(occurring immediately)* ทันที; **these new showers give you ~ hot water** ฝักบัวรุ่นใหม่เหล่านี้บริการน้ำร้อนทันที; Ⓑ **~ coffee/tea** กาแฟ/ชาสำเร็จรูป/ที่ละลายได้ทันที; **~ cake mix** ส่วนผสมเค้กสำเร็จรูป; **~ meal** อาหารสำเร็จรูป; Ⓒ *(fig.: hurriedly produced)* ทำอย่างรวดเร็ว; Ⓓ *(Commerc.)* ของเดือนนี้ ❷ *n.* ขณะ, จุด, เวลา; **at that very ~:** ในขณะนั้น; **come here this ~:** มานี่ทันที *หรือ* เดี๋ยวนี้; **we were just this ~ talking about you** เราเพิ่งจะพูดถึงคุณเดี๋ยวนี้เอง; **the ~ he walked in the door ...:** ทันทีที่เขาเดินเข้าประตูมา...; **in an ~:** ในทันที; **not [for] an ~:** ไม่...เลยแม้แต่วินาทีเดียว

instantaneous /ɪnstən'teɪnɪəs/อินซเติน'เทเนียซ/ *adj.* ทันที, ฉับพลัน; **his reaction was ~:** เขามีปฏิกิริยาโต้ตอบทันที; **death was ~:** การเสียชีวิตเกิดขึ้นทันที

instantaneously /ɪnstən'teɪnɪəslɪ/อินซเติน'เทเนียซลิ/ *adv.* โดยทันที, อย่างฉับพลัน

instantly /'ɪnstəntlɪ/'อินซเตินทลิ/ *adv.* โดยทันที; **he is ~ likeable** เขาเป็นคนที่พอเจอก็จะชอบทันที

instant 'replay *n. (Sport)* ภาพช้า, ภาพบันทึกที่นำมาดูได้ทันที

instead /ɪn'sted/อิน'ซเตด/ *adv.* แทน; **~ of doing sth.** แทนที่จะทำ *ส.น.*; **~ of sth.** แทน *ส.น.*; **I will go ~ of you** ฉันจะไปแทนคุณ; **Friday ~ of Saturday** เปลี่ยนเป็นวันศุกร์แทนวันเสาร์

'instep *n.* Ⓐ *(of foot)* ฝ่าเท้าสัตว์, อุ้งเท้า; Ⓑ *(of shoe)* ส่วนที่นูนขึ้นข้างในรองเท้า

instigate /'ɪnstɪgeɪt/'อินซติเกท/ *v.t.* Ⓐ *(urge on)* ยุยงส่งเสริม; **~ sb. to do sth.** ยุยงส่งเสริม *ค.น.* ให้ทำ *ส.น.*; Ⓑ *(bring about)* ริเริ่ม *(โครงการ)*; ปลุกระดม, ปลุกปั่น *(การหยุดงาน)*

instigation /ɪnstɪ'geɪʃn/อินซติ'เกช'น/ *n.* Ⓐ *(urging)* การยุยงส่งเสริม; **at sb.'s ~:** ตามการยุยงส่งเสริมของ *ค.น.*; Ⓑ *(bring about)* ทำให้เกิด; *(of reforms etc.)* การริเริ่ม *(โครงการ)*; การปลุกระดม

instigator /'ɪnstɪgeɪtə(r)/'อินซติเกเทอะ(ร)/ *n.* Ⓐ *(of bank raid etc.)* ผู้ยุยงส่งเสริม; Ⓑ *(of riot, strike)* ผู้ปลุกปั่น; *(of reforms)* ผู้ริเริ่ม

instil *(Amer:* **instill**) /ɪn'stɪl/อิน'ซติล/ *v.t.*, **-ll-** Ⓐ *(introduce gradually)* ค่อย ๆ ซึมซาบ **(in** เข้าไป**)**; ค่อย ๆ สั่งสอน *(นิสัยที่ดี)*; Ⓑ *(put in by drops)* หยดเข้าไป, เติมทีละหยด

instinct /'ɪnstɪŋkt/'อินซติงคทฺ/ *n.* Ⓐ สัญชาตญาณ; **~ for survival, survival ~:** สัญชาตญาณเพื่อความอยู่รอด; ➡ **+ herd** 1 B; Ⓑ *(intuition)* การรู้โดยธรรมชาติ; *(unconscious skill)* ความรู้สึกโดยสัญชาตญาณ; **~ warns them when danger is near** ความรู้สึกโดยสัญชาตญาณเตือนให้พวกเขารู้เมื่อมีภัยมาใกล้; **have an ~ for business** มีทักษะในการทำธุรกิจ; Ⓒ *(innate impulse)* สันดาน, นิสัย

instinctive /ɪn'stɪnktɪv/อิน'ซติงคทิว/ *adj.*, **instinctively** /ɪn'stɪnktɪvlɪ/อิน'ซทิงคทิวลิ/ *adv.* โดยสัญชาตญาณ

institute /'ɪnstɪtjuːt/'อินซติทิวทฺ/ ❶ *n.* สถาบัน; ➡ **+ Women's Institute** ❷ *v.t.* ดำเนินการ *(ปฏิรูปคดี, พัฒนา)*; ริเริ่ม *(โครงการ)*; ตั้ง *(บริษัท)*; ปฏิบัติการ; **his wife ~d divorce proceedings against him** ภรรยาของเขาดำเนินการขอหย่ากับเขา

institution /ɪnstɪ'tjuːʃn/อินซติ'ทิวช'น/ *n.* Ⓐ *(instituting)* การรวมเป็นสถาบัน; Ⓑ *(law, custom)* กฎหมาย, ประเพณี; Ⓒ *(coll.: familiar object)* สิ่งที่คุ้นเคย; **become an ~:** กลายเป็นสิ่งที่คุ้นเคย; **he's one of the ~s of the place** เขาเป็นเหมือนสัญลักษณ์ของที่นี่ *หรือ* เขาเป็นที่รู้จักคุ้นเคยของทุกคนที่นี่; Ⓓ *(institute)* สถาบัน; **charitable /educational ~:** สถาบันสาธารณกุศล/การศึกษา

institutional /ɪnstɪ'tjuːʃənl/อินซติ'ทิวเชอะน'ล/ *adj.* Ⓐ *(of, like, organized through institutions)* เป็น *หรือ* เหมือนสถาบัน; Ⓑ *(suggestive of typical charitable institutions)* เพื่อสาธารณะ, เพื่อการดูแล; **~ care/catering** การดูแลในสถาบันสาธารณกุศล/การทำอาหารแบบในสถาบัน; Ⓒ *(Amer.)* **~ advertising** *โฆษณาที่สร้างชื่อเสียงให้แก่บริษัทมากกว่าขายของโดยตรง*

instruct /ɪn'strʌkt/อิน'ซตรัคทฺ/ *v.t.* Ⓐ *(teach)* สอน, ชี้แนะ; Ⓑ *(direct, command)* ออกคำสั่ง, สั่ง; **we were ~ed to do it in this way** เราได้รับคำสั่งให้ทำแบบนี้; Ⓒ *(inform)* แจ้งให้ทราบ; Ⓓ *(Law: appoint)* แต่งตั้ง *(ทนาย)*

instruction /ɪn'strʌkʃn/อิน'ซตรัคช'น/ *n.* Ⓐ *(teaching)* การสอน, การชี้แนะ; **a course of ~:** หลักสูตรการสอน; **give ~ in judo** สอนยูโด; **'Driver under ~'** 'มือใหม่หัดขับ'; Ⓑ *esp. in pl. (direction, order)* คำสั่ง, คำชี้แนะ; **~ manual/~s for use** คู่มือ/คู่มือการใช้งาน; **they had precise ~s as to where to go** พวกเขามีข้อมูลละเอียดว่าจะให้ไปที่ใด; **under ~s from** *or* **on the ~s of the committee** ภายใต้คำสั่งจากคณะกรรมการ; **be under strict ~s to do sth.** ได้รับคำสั่งที่แน่วแน่ให้ทำ *ส.น.*; Ⓒ *(Computing)* คำสั่ง

instructional /ɪn'strʌkʃənl/อิน'ซตรัคเชอะน'ล/ *adj.* ที่สั่งสอน, ให้การศึกษา; **an ~ film** ภาพยนตร์ที่ให้ความรู้

instructive /ɪn'strʌktɪv/อิน'ซตรัคทิว/ *adj.* เป็นการสอน, เป็นการศึกษา, มีประโยชน์

instructively /ɪn'strʌktɪvlɪ/อิน'ซตรัคทิวลิ/ *adv.* โดยการสอน, โดยการศึกษา, อย่างให้ข้อมูล; **an ~ written book** หนังสือที่ให้ความรู้

instructor /ɪn'strʌktə(r)/อิน'ซตรัคเทอะ(ร)/ *n.* ➤ **489** Ⓐ ผู้ฝึกอบรม; *(Mil.)* นายทหารฝึกอบรม; **riding ~:** ครูสอนขี่ม้า; Ⓑ *(Amer. Univ.)* อาจารย์

instrument /'ɪnstrʊmənt/'อินซตรุเมินทฺ/ *n.* Ⓐ *(tool, implement)* เครื่องมือ, อุปกรณ์; **~s of torture** เครื่องทรมาน; Ⓑ *(measuring device)* อุปกรณ์การวัด, สิ่งที่ใช้วัด; **~ failure** ความผิดพลาดของอุปกรณ์ทางเทคนิค; Ⓒ *(Mus.)* เครื่องดนตรี; Ⓓ *(person)* คนที่เป็นเครื่องมือ; Ⓔ *(means, cause)* วิธีการ; Ⓕ *(Law)* พันธบัตร, เอกสาร; **~ of abdication** เอกสารของการลาออก

instrumental /ɪnstrʊ'mentl/อินซตรุ'เม็นท'ล/ *adj.* Ⓐ *(serving as instrument or means)* เป็น

i

เครื่องมือ; **he was ~ in finding me a post** เขาเป็นเหตุช่วยให้ฉันได้ตำแหน่ง; Ⓑ *(Mus.)* ที่ใช้เครื่องดนตรี; Ⓒ *(Ling.)* ~ **case** การกเครื่องมือ

instrumentalist /ɪnstrʊ'mentəlɪst/อินซตรุ'เม็นเทอะลิซทฺ/ *n.* ผู้เล่นดนตรี

instrumentation /ɪnstrʊmen'teɪʃn/อินซตฺรุเม็น'เทช'น/ *n.* Ⓐ *(Mus.)* การเขียนเพลงสำหรับเครื่องดนตรี; Ⓑ *(provision)* การจัดตั้งอุปกรณ์; *(use)* การใช้เครื่องมือ, การใช้อุปกรณ์

instrument: ~ board, ~ panel *ns.* แผงควบคุม, หน้าปัดควบคุม

insubordinate /ɪnsə'bɔːdɪnət/อินเซอะ'บอดิเนิท/ *adj.* ไม่เชื่อฟัง, ไม่ยอมตาม; *(Mil.)* ไม่ยอมอยู่ใต้บังคับบัญชา; ~ **behaviour** พฤติกรรมที่ไม่เชื่อฟังคำสั่ง

insubordination /ɪnsəbɔːdɪ'neɪʃn/อินเซอะบอดิ'เนช'น/ *n., no pl.* การไม่เชื่อฟัง, การไม่ยอมความ; *(Mil.)* การไม่อยู่ใต้บังคับบัญชา

insubstantial /ɪnsəb'stænʃl/อินเซิบ'ซแตนช'ล/ *adj.* Ⓐ *(lacking solidity) (การกล่าวหา)* ที่ไม่มีแก่นสาร; *(การโต้เถียง)* ไม่มั่นคง; *(ประตูบ้าน)* ไม่แข็งแรง; *(จำนวน)* ที่น้อยนิด; *(เสื้อผ้า, อาหาร)* ที่ไม่เพียงพอ; Ⓑ *(not real)* ไม่จริง; *(ความหวัง)* ที่ไม่เป็นตัวเป็นตน

insufferable /ɪn'sʌfərəbl/อิน'ซัฟเฟอะเรอะบ'ล/ *adj.* Ⓐ *(unbearably arrogant)* หยิ่งมาก; Ⓑ *(intolerable)* ทนไม่ได้, สุดที่จะอดกลั้น

insufferably /ɪn'sʌfərəblɪ/อิน'ซัฟเฟอะเรอะบลิ/ *adv.* อย่างทนไม่ได้

insufficiency /ɪnsə'fɪʃənsɪ/อินเซอะ'ฟิชเชินซิ/ *n.* Ⓐ *(of money, provisions, information)* ความขาดแคลน; *(inability, incompetence)* ความไม่สามารถ; **an ~ of money** มีเงินไม่เพียงพอ; Ⓑ *(Med.)* การทำงานไม่สมบูรณ์, ขาดสมรรถภาพ; **cardiac/renal ~:** หัวใจ/ไตทำงานไม่สมบูรณ์

insufficient /ɪnsə'fɪʃənt/อินเซอะ'ฟิชเชินทฺ/ *adj. (งาน, เงิน, หลักฐาน)* ไม่เพียงพอ; *(การจัดจำหน่าย)* ที่ไม่สมบูรณ์; **we have ~ membership** พวกเราไม่มีสมาชิกพอ; **give sb. ~ notice** แจ้งให้ *ค.น.* ทราบช้าเกินไป

insufficiently /ɪnsə'fɪʃəntlɪ/อิเซอะ'ฟิชเชินทฺลิ/ *adv.* อย่างไม่เพียงพอ, อย่างไม่สมบูรณ์

insular /'ɪnsjʊlə(r)/'อินซิวเลอะ(ร)/ *adj.* Ⓐ *(of an island)* เกี่ยวกับเกาะ; **an ~ people** *or* **race** ชาวเกาะ; Ⓑ *(fig.: narrow-minded)* ใจแคบ

insularity /ɪnsjʊ'lærɪtɪ/อินซิว'แลริทิ/ *n.* ความมีจิตใจแคบ

insulate /'ɪnsjʊleɪt/'อินซิวเลท/ *v.t.* Ⓐ *(isolate)* แยกออก, กัน **(against, from** จาก); ~ **floors against noise** ปูพื้นไม่ให้เสียงดังลงไปข้างล่าง; Ⓑ *(detach from surrounding)* แยกออก **(from** จาก)

insulating /'ɪnsjʊleɪtɪŋ/'อินซิวเลทิง/: ~ **material** *n.* วัตถุที่เป็นฉนวน, วัตถุกันความร้อน/เสียง; ~ **tape** *n.* เทปพันสายไฟกันรั่ว

insulation /ɪnsjʊ'leɪʃn/อินซิว'เลช'น/ *n.* การแยกออกจากกัน, การเป็นฉนวน, สิ่งที่ใช้กันความร้อน/เสียง; **put ~ in the loft** ติดตั้งวัสดุกันความร้อนขึ้นห้องใต้หลังคา

insulator /'ɪnsjʊleɪtə(r)/'อินซิวเลเทอะ(ร)/ *n.* ฉนวน, สิ่งที่ใช้กันความร้อน/เสียง/ไฟฟ้า

insulin /'ɪnsjʊlɪn/'อินซิวลิน/ *n. (Med.)* อินซูลิน *(ท.ศ.)*, *(ฮอร์โมนที่ควบคุมระดับน้ำตาลในเลือด)*

insulin: ~ -dependency *n.* ความจำเป็นที่ต้องฉีดฮอร์โมนอินซูลินเป็นประจำ; ~ **level** *n.* ระดับอินซูลินในเลือด; ~ **treatment** *n.* การรักษาโดยการฉีดอินซูลิน

'insulin shock *n. (Med.)* อาการช็อกอันเกิดจากการได้รับอินซูลินเข้าสู่ร่างกายมากเกินไป

insult ❶ /'ɪnsʌlt/'อินซัลทฺ/ *n.* คำพูดเหยียดหยาม, การดูถูก, การสบประมาท; **fling an ~ in sb.'s face** พูดคำเหยียดหยามใส่ *ค.น.*; ➡ + **injury** B ❷ /ɪn'sʌlt/อิน'ซัลทฺ/ *v.t.* เหยียดหยาม, ดูถูก, สบประมาท

insulting /ɪn'sʌltɪŋ/อิน'ซัลทิง/ *adj.* เหยียดหยาม, ดูถูก, สบประมาท

insuperable /ɪn'suːpərəbl, ɪn'sjuːpərəbl/อิน'ซูเพอะเรอะบ'ล, อิน'ซิวเพอะเรอะบ'ล/ *adj.*, **insuperably** /ɪn'suːpərəblɪ, ɪn'sjuːpərəblɪ/อิน'ซูเพอะเรอะบลิ, อิน'ซิวเพอะเรอะบลิ/ *adv.* [อย่าง] ไม่สามารถจะเอาชนะได้

insupportable /ɪnsə'pɔːtəbl/อินเซอะ'พอเทอะบ'ล/ *adj.* Ⓐ *(that cannot be endured)* สุดที่จะทน; Ⓑ *(unjustifiable)* ไร้เหตุผลอ้างอิง *หรือ* ยืนยันไม่ได้

insurance /ɪn'ʃʊərəns/อิน'ชัวเรินซฺ/ *n.* Ⓐ *(insuring)* ประกันภัย, การประกันภัย; **take out ~ against/on sth.** มีประกันภัยสำหรับ *ส.น.*; **travel ~:** ประกันภัยระหว่างการเดินทาง; ~ **against fire/theft/accident** ประกันอัคคีภัย/การถูกขโมย/อุบัติเหตุ; Ⓑ *(sum received)* เงินประกัน; *(sum paid)* เบี้ยประกันภัย; **I got £50 ~ when my bike was stolen** ฉันได้เงินประกันภัย 50 ปอนด์เมื่อจักรยานของฉันถูกขโมย; **I've been paying ~ for the last 15 years** ฉันจ่ายเบี้ยประกันมา 15 ปีแล้ว; **claim the ~:** เรียกร้องค่าสินไหม

insurance: ~ agent *n.* ➤ **489** ตัวแทนประกันภัย; ~ **broker** *n.* ➤ **489** นายหน้าประกันภัย; ~ **claim** *n.* การเรียกเงินประกัน **make an ~ claim** เรียกเงินประกัน; ~ **company** *n.* บริษัทประกันภัย; ~ **policy** *n.* กรมธรรม์; **take out an ~ policy** ออกใบกรมธรรม์ให้; ~ **stamp** *n. (Brit.)* อากรแสดงการจ่ายเบี้ยประกันแล้ว

insure /ɪn'ʃʊə(r)/อิน'ชัว(ร)/ *v.t.* Ⓐ *(secure payment to)* ประกันภัย *(บุคคล)* **(against** สำหรับ); ~ **[oneself] against sth.** ประกัน [ตัวเอง] ใน *ส.น.*; **the ~d** ผู้เอาประกันภัย, สิ่งที่มีการประกันไว้; Ⓑ *(secure payment for)* ประกันภัยเกี่ยวกับ; ~ **one's life** ทำประกันชีวิตตนเอง; Ⓒ *(Amer.)* ➡ **ensure**

insurer /ɪn'ʃʊərə(r)/อิน'ชัวเรอะ(ร)/ *n.* ผู้รับประกันภัย, บริษัทประกันภัย

insurgent /ɪn'sɜːdʒənt/อิน'เซอเจินทฺ/ ❶ *attrib. adj.* จลาจล, ปฏิวัติ ❷ *n.* ผู้ก่อการจลาจล, ผู้ก่อการปฏิวัติ

insurmountable /ɪnsə'maʊntəbl/อินเซอะ'มาวนฺเทอะบ'ล/ *adj.* เอาชนะไม่ได้

insurrection /ɪnsə'rekʃn/อินเซอะ'เร็คช'น/ *n. (uprising)* การปฏิวัติ

intact /ɪn'tækt/อิน'แทคทฺ/ *adj.* Ⓐ *(entire)* สมบูรณ์; *(เครื่องยนต์, อุปกรณ์)* ครบถ้วน; **keep one's capital ~:** ไม่แตะต้องเงินต้น; Ⓑ *(unimpaired)* ยังไม่เสียหาย, ไม่เสื่อมเสีย; **keep one's reputation ~:** รักษาชื่อเสียงไว้ไม่ให้เสียหาย; Ⓒ *(untouched)* ยังไม่แตะต้อง, ในสภาพเดิม; **the package was returned to me ~:** ห่อถูกส่งคืนมาให้ฉันในสภาพคงเดิม

intaglio /ɪn'tælɪəʊ/อิน'ทาลิโอ/ *n., pl.* **~s** Ⓐ *(engraved design)* ลายแกะสลัก; Ⓑ *(carving in hard material)* การแกะสลักบนวัสดุแข็ง; **in ~:** ทำเป็นรอยแกะสลัก; Ⓒ *(printing process)* การพิมพ์ร่องลึก; Ⓓ *(gem with incised design)* อัญมณีแกะ, พลอยแกะ

'intake /'ɪnteɪk/'อินเทค/ *n.* Ⓐ *(action)* การรับเข้า; ~ **of breath** การหายใจเข้า; Ⓑ *(where water enters channel or pipe)* ปากทางเข้าของน้ำ; *(where air or fuel enters engine)* ปากท่อเข้าเครื่องยนต์; *(airway into mine)* ช่องลม; Ⓒ *(persons or things taken in)* คน *หรือ* สิ่งของที่รับเข้า; *(amount taken in)* จำนวนรับเข้า; *(number of persons taken in)* จำนวนคนที่รับ; ~ **of alcohol** จำนวนแอลกอฮอล์; ~ **of calories** จำนวนแคลอรี; ~ **of students** จำนวนนักเรียน

intangible /ɪn'tændʒɪbl/อิน'แทนจิบ'ล/ *adj.* Ⓐ *(that cannot be touched)* เป็นนามธรรม, ที่สัมผัสไม่ได้; **feel an ~ presence in the room** รู้สึกว่ามีตัวตนที่สัมผัสไม่ได้ในห้อง; Ⓑ *(that cannot be grasped mentally)* คลุมเครือ, เป็นปริศนา; ~ **assets** *(Econ.)* สินทรัพย์ที่ไม่มีตัวตน

integer /'ɪntɪdʒə(r)/'อินทิเจอะ(ร)/ *n. (Math.)* จำนวนเต็ม

integral /'ɪntɪgrl/'อินทิกรึ'ล/ ❶ *adj.* Ⓐ *(of a whole)* ทั้งหมด, ทั้งมวล, บริพันธ์ *(ร.บ.)*; Ⓑ *(whole, complete)* เต็ม, บริบูรณ์; Ⓒ *(forming a whole)* ที่ทำให้เต็ม, ครบถ้วน; **an ~ group** กลุ่มที่ครบบริบูรณ์; Ⓓ *(Math.) (of or denoted by an integer)* ของจำนวนเต็ม; *(involving only integers)* ที่เกี่ยวกับจำนวนเต็มเท่านั้น; ➡ + **calculus** A ❷ *n. (Math.)* เต็มหน่วย, จำนวนเต็ม

integrate /'ɪntɪgreɪt/'อินทิเกฺรท/ ❶ *v.t.* Ⓐ *(combine into a whole)* รวมเข้าไปเป็นอันหนึ่งอันเดียวกัน; **an ~d Europe** ยุโรปที่มีการรวมตัวกัน; **an ~d personality** บุคลิกภาพที่ครบทุกด้าน; Ⓑ *(into society)* ทำให้กลมกลืนในสังคม; ~ **sb. into a society** ทำให้ *ค.น.* เข้ากับสังคมได้; Ⓒ *(open to all racial groups)* ~ **a school/college** โรงเรียน/วิทยาลัยที่เปิดกว้างสำหรับทุกเชื้อชาติ; Ⓓ *(Math.)* การหาส่วนสะสม ❷ *v.i.* เชื่อม, ประสาน, รวมกัน

integrated 'circuit *n. (Electronics)* วงจรรวม

integration /ɪntɪ'greɪʃn/อินทิ'เกฺรช'น/ *n.* Ⓐ *(integrating)* การกลมกลืน, การรวมเป็นอันหนึ่งอันเดียวกัน, บูรณาการ *(ร.บ.)*; Ⓑ *(ending of segregation)* การไม่แบ่งแยกหรือกีดกัน; **the ~ of the schools** การไม่แบ่งแยกเชื้อชาติในโรงเรียน; **racial ~:** การไม่แบ่งแยกเชื้อชาติ; Ⓒ *(Psych.)* การรวมองค์ประกอบต่าง ๆ จนเป็นบุคลิกภาพ; Ⓓ *(Commer.)* **horizontal ~:** บริษัทที่ผลิตในระดับเดียวกัน; **vertical ~:** การรวมขั้นตอนทั้งหมดของการผลิต

integrationist /ɪntɪ'greɪʃənɪst/อินทิ'เกฺรเชอะนิซทฺ/ *n.* ผู้ที่เสนอให้ยกเลิกการแบ่งแยกชนชาติ

integrity /ɪn'tegrɪtɪ/อิน'เท็กกฺริทิ/ *n.* Ⓐ *(uprightness, honesty)* ความซื่อตรง, ความซื่อสัตย์, บูรณภาพ *(ร.บ.)*; *(of business, venture)* การมีหลักการ; *(of style)* มีลักษณะชัดเจน; **intellectual ~:** จรรยาบรรณทางความคิด; **business ~:** การยึดมั่นในหลักการทางธุรกิจ; **a writer of ~:** นักเขียนที่มีจรรยาบรรณ; Ⓑ *(wholeness) (of country, empire)* ความเป็นอันหนึ่งอันเดียวกัน; *(of person)* ความมั่นคง; *(of fossil)* ความครบสมบูรณ์; **territorial ~:** ความเป็นอันหนึ่งอันเดียวกันในดินแดน; Ⓒ *(soundness)* ความครบถ้วน

integument /ɪn'tegjʊmənt/อิน'เท็กกิวเมินทฺ/ *n. (Biol.)* สิ่งที่ห่อหุ้ม *(เช่น ผิวหนัง, เปลือก)*

intellect /'ɪntəlekt/'อินเทอะเล็คทฺ/ *n.* Ⓐ *(faculty)* ความสามารถ, สติปัญญา, พุทธิปัญญา *(ร.บ.)*; ~ **distinguishes man from the animals** สติปัญญาเป็นสิ่งแบ่งแยกมนุษย์จาก

สัตว์; Ⓑ *(understanding)* ความเข้าใจอย่างลึกซึ้ง; **powers of ~:** พลังทางปัญญา; Ⓒ *(person)* ผู้มีสติปัญญา

intellectual /ɪntəˈlektjʊəl/อินเทอะ'เล็คชวล/ ❶ *adj.* Ⓐ *(of intellect)* มีความสามารถทางสติปัญญา; **~ powers** พลังทางปัญญา; Ⓑ *(possessing good understanding or intelligence)* มีความรู้แจ้ง, ฉลาดเฉลียว ❷ *n.* ปัญญาชน

intellectually /ɪntəˈlektjʊəlɪ/อินเทอะ'เล็คทิวเออะลิ/ *adv.* อย่างมีความคิด, อย่างฉลาดเฉลียว, ทางปัญญา; **it's ~ stimulating** มันกระตุ้นให้คิดอย่างลึกซึ้ง

intelligence /ɪnˈtelɪdʒəns/อิน'เท็ลลิเจินซฺ/ *n.* Ⓐ *(quickness of understanding)* เชาวน์ปัญญา; **have the ~ to do sth.** มีเชาวน์ปัญญาพอที่จะทำ *ส.น.*; **have ~:** มีเชาวน์ปัญญา; Ⓑ *(intellect, understanding)* สติปัญญา, ความเข้าใจ; **a man of no mean ~:** ผู้ชายที่มีเชาวน์ปัญญาสูงส่ง; Ⓒ *(being)* สิ่งที่มีสติ; *(spirit)* วิญญาณที่มีสติ; Ⓓ *(information)* ข้อมูล, ข่าวสาร; *(news)* ข่าว; **a source of ~:** แหล่งข่าวกรอง; Ⓔ *([persons employed in] collecting information)* จารชน; **military ~:** หน่วยทหารจารชน; **be in ~:** อยู่ในหน่วยจารชน

intelligence: ~ department *n.* สำนักข่าวกรอง; **~ officer** *n.* เจ้าหน้าที่ข่าวกรอง; **~ quotient** *n.* ผลหารแสดงระดับสติปัญญา; **~ service** *n.* หน่วยจารชน; **~ test** *n.* การทดสอบเชาวน์

intelligent /ɪnˈtelɪdʒənt/อิน'เท็ลลิเจินทฺ/ *adj.* ฉลาดเฉลียว, ปฏิภาณ, เฉียบแหลม; **is there ~ life on other planets?** มีสิ่งมีชีวิตที่มีสติปัญญาบนดาวเคราะห์อื่นไหม

intelligently /ɪnˈtelɪdʒəntlɪ/อิน'เท็ลลิเจินทฺลิ/ *adv.* อย่างชาญฉลาด, ด้วยความฉลาด

intelligentsia /ɪntelɪˈdʒentsɪə/อินเทะลิ'เจ็นทฺเซีย/ *n.* กลุ่มปัญญาชน

intelligibility /ɪntelɪdʒɪˈbɪlɪtɪ/อินเทะลิจิ'บิลลิทิ/ *n., no pl.* ความเข้าใจง่าย

intelligible /ɪnˈtelɪdʒɪbl/อิน'เท็ลลิจิบ'ล/ *adj.* เข้าใจง่าย, รู้ด้วยสติปัญญา *(ในด้านปรัชญา)*; **is their language ~ to you?** คุณเข้าใจภาษาของพวกเขาหรือไม่

intelligibly /ɪnˈtelɪdʒɪblɪ/อิน'เท็ลลิจิบลิ/ *adv.* อย่างชัดแจ้ง, อย่างเข้าใจง่าย

intemperance /ɪnˈtempərəns/อิน'เท็มเพอะเรินซฺ/ *n.* การขาดการยับยั้งชั่งใจ, การไม่รู้จักประมาณตน; *(addiction to drinking)* การติดเหล้า

intemperate /ɪnˈtempərət/อิน'เท็มเพอะเริท/ *adj.* Ⓐ *(immoderate)* *(คำกล่าว)* ไม่เหมาะสม; *(ชีวิต, ความต้องการ, ความตะกละ)* ไม่ยับยั้งชั่งใจ; **his ~ conduct** ความประพฤติของเขาที่ขาดการยับยั้งใจ; Ⓑ *(addicted to drinking)* กินเหล้าเมายา

intemperately /ɪnˈtempərətlɪ/อิน'เท็มเพอะเริทลิ/ *adv.* อย่างไม่ยับยั้ง

intend /ɪnˈtend/อิน'เท็นดฺ/ *v.t.* Ⓐ *(have as one's purpose)* ตั้งใจจะ, มุ่ง, หวัง; **~ doing sth.** *or* **to do sth.** ตั้งใจจะทำ *ส.น.*; **did you ~ that [to happen]?** คุณตั้งใจให้...[เกิดขึ้น] ไหม; **we ~ed no harm** เราไม่ได้ตั้งใจให้เกิดความเสียหาย; **it isn't really what we ~ed** มันไม่ใช่อย่างที่เราตั้งใจไว้; **longer than was ~ed** นานกว่าที่ตั้งใจไว้; Ⓑ *(design, mean)* **we ~ed it as a stopgap** เราตั้งใจจะใช้ชั่วคราว; **we ~ him to go** เราอยากจะให้เขาไป; **this dish is ~ed to be cooked slowly** อาหารจานนี้ต้องอบไว้นาน ๆ; **it was ~ed as a joke** มันควรจะเป็นตลกเฉย ๆ; **what do you ~ by that remark?** พูดอย่างนั้นหมายความว่าอะไร; **what does the author ~ here?** นักเขียนต้องการจะสื่อถึงอะไรตรงจุดนี้; ➡ + **intended**

intended /ɪnˈtendɪd/อิน'เท็นดิด/ ❶ *adj.* ที่ตั้งใจไว้, สำหรับ, กำหนดไว้ให้; **be ~ for sb./sth.** ตั้งใจ *หรือ* กำหนดไว้ให้ *ค.น./ส.น.*; **~ for adults/beginners** สำหรับผู้ใหญ่/ผู้เริ่มต้น; **~ for drinking** สำหรับดื่ม ❷ *n. (coll.)* คู่หมั้น

intense /ɪnˈtens/อิน'เท็นซฺ/ *adj.* **~r** /ɪnˈtensə(r)/อิน'เท็นเซอะ(ร)/, **~st** /ɪnˈtensɪst/อิน'เท็นซิสท/ Ⓐ *(ความรู้สึก, ความเจ็บปวด)* รุนแรง; *(ความโกรธ, ความร้อน)* จัด; *(การตั้งใจ)* คร่ำเคร่ง; *(การสังเกต)* เข้มงวด; **the day before the play opens is a period of ~ activity** วันก่อนเปิดการแสดง เป็นช่วงเวลาที่ทำงานกันอย่างคร่ำเคร่ง; Ⓑ *(eager, ardent)* *(การลงมือ)* ที่เอาจริงเอาจัง; *(การอภิปราย)* ดุเดือด; *(การสนใจ)* เต็มที่; *(ความต้องการ)* สูง; *(ความรู้สึก)* ที่ลึกซึ้ง; Ⓒ *(with strong emotion)* *(อารมณ์)* รุนแรง; *(ความรู้สึก)* ดุเดือด; Ⓓ *(earnest)* *(การตั้งใจ)* ที่จริงจัง

intensely /ɪnˈtenslɪ/อิน'เท็นซฺลิ/ *adv.* *(หนาว)* อย่างรุนแรง; *(ทำงาน, ท่องหนังสือ)* อย่างเอาจริงเอาจัง; *(ความลำบาก)* อย่างมากมาย

intensification /ɪntensɪfɪˈkeɪʃn/อินเท็นซิฟิ'เคช'น/ *n.* การเพิ่มความรุนแรง

intensifier /ɪnˈtensɪfaɪə(r)/อิน'เท็นซิไฟเออะ(ร)/ *n. (Ling.)* คำเสริมความเข้มข้น

intensify /ɪnˈtensɪfaɪ/อิน'เท็นซิฟาย/ ❶ *v.t.* เพิ่มความรุนแรง ❷ *v.i.* *(ความร้อน)* เพิ่มขึ้น; *(ความขัดแย้ง)* ทวี, แรงขึ้น

intensity /ɪnˈtensɪtɪ/อิน'เท็นซิทิ/ *n.* Ⓐ *(of feeling also)* ความรุนแรง; **the heat had lost some of its ~:** ความร้อนได้ลดความรุนแรงลง; Ⓑ *(measurable amount)* ความเข้มข้นที่วัดได้

intensive /ɪnˈtensɪv/อิน'เท็นซิว/ ❶ *adj.* Ⓐ *(vigorous, thorough)* เข้มข้น, ละเอียด, ประณีต; Ⓑ *(Ling.)* คำเสริมน้ำหนักของความหมาย; Ⓒ *(concentrated, directed to a single point or area)* มุ่ง, เน้น, หนาแน่น; Ⓓ *(Econ.)* *in comb.* **capital-~/labour-~:** ที่ใช้เงินทุนมาก/แรงงานหนัก ❷ *n.* ➡ **intensifier**

intensive 'care *n.* การอภิบาลผู้ป่วยหนัก; *(Med.)* **be in ~:** อยู่ในหออภิบาลผู้ป่วยหนัก/ห้องไอ.ซี.ยู.; **~ unit** ห้องไอ.ซี.ยู.

intensively /ɪnˈtensɪvlɪ/อิน'เท็นซิวลิ/ *adv.* อย่างเข้มข้น, อย่างดุเดือด, อย่างรุนแรง

intent /ɪnˈtent/อิน'เท็นทฺ/ ❶ *n.* เจตจำนง, จุดมุ่งหมาย, ความมานะ; **by ~:** ด้วยความมุ่งมั่น; **with good/malicious ~:** ด้วยความหวังดี/มุ่งร้าย; **with ~ to do sth.** *(Law)* โดยเจตนาที่จะทำ *ส.น.*; **do sth. with ~:** ทำ *ส.น.* ด้วยความมุ่งมั่น; **to all ~s and purposes** ในความเป็นจริง; ➡ + **loiter** ❷ *adj.* Ⓐ *(resolved)* เด็ดเดี่ยว, แน่วแน่, มุ่งมั่น (**[up] on** ที่จะ); **be ~ on achieving sth.** มุ่งมั่นที่จะทำ *ส.น.* ให้สำเร็จ; **be ~ on revenge** มุ่งมั่นที่จะแก้แค้น; Ⓑ *(attentively occupied)* ตั้งใจ, หมกมุ่น; **be ~ on one's work** ตั้งหน้าตั้งตาทำงาน [ของตน]; Ⓒ *(earnest, eager)* กระตือรือร้น, จริงจัง

intention /ɪnˈtenʃn/อิน'เท็นช'น/ *n.* Ⓐ สิ่งมุ่งมั่น, เป้าหมาย, ความตั้งใจ, เจตจำนง; **have no ~/every ~ of doing sth.** ไม่มี/มีเจตจำนงที่จะทำ *ส.น.*; **it was my ~ to visit him** เป็นความตั้งใจของฉันที่จะไปเยี่ยมเขา; **with the best of intentions** ด้วยความปรารถนาดีอย่างสุดซึ้ง; **the road to hell is paved with good ~s** *(prov.)* ทางสู่ความล้มเหลวมักเต็มไปด้วยความหวังที่จะเริ่มต้นใหม่; **what is the author's ~ here?** ตรงนี้นักเขียนหมายความว่าอะไร; Ⓑ *in pl. (coll.: in respect of marriage)* ความจริงใจแต่งงานของผู้ชาย

intentional /ɪnˈtenʃənl/อิน'เท็นเชอะน'ล/ *adj.* มีเจตจำนง; **it wasn't ~:** ไม่มีเจตจำนง, ไม่ได้ตั้งใจ

intentionally /ɪnˈtenʃənəlɪ/อิน'เท็นเชอะเนอะลิ/ *adv.* อย่างมีเจตจำนง, อย่างตั้งใจ

intently /ɪnˈtentlɪ/อิน'เท็นทฺลิ/ *adv.* *(ฟัง, อ่าน)* อย่างตั้งใจ

inter /ɪnˈtɜ:(r)/อิน'เทอ(ร)/ *v.t.*, **-rr-** *(literary)* ฝัง *(ศพ)*

interact /ɪntərˈækt/อิเทอร'แอคทฺ/ *v.i.* Ⓐ ส่งผลซึ่งกันและกัน, โต้ตอบกันได้; *(เคมี)* มีปฏิกิริยากัน; Ⓑ *(Sociol., Psych.)* เกิดปฏิสัมพันธ์ระหว่างกัน

interaction /ɪntərˈækʃn/อินเทอร'แอคช'น/ *n.* Ⓐ การมีปฏิกิริยาต่อกัน, การส่งผลต่อกัน, อันตรกิริยา (ร.บ.); *(Chem., Phys.)* การเกิดปฏิกิริยา; Ⓑ *(Sociol., Psych.)* การเกิดปฏิสัมพันธ์

interactive /ɪntərˈæktɪv/อินเทอร'แอคทิว/ *adj.* Ⓐ *(Chem.)* มีปฏิกิริยา; Ⓑ *(Sociol., Psych.)* เป็นปฏิสัมพันธ์ระหว่างกัน; Ⓒ *(Computing)* เชิงโต้ตอบ; **~ television** รายการโทรทัศน์ซึ่งผู้ดูเข้ามีส่วนร่วมได้

inter alia /ɪntərˈeɪlɪə/อินเทร'เอเลีย/ *adv.* นอกเหนือจากสิ่งอื่นแล้ว, นอกเหนือจากที่กล่าวมาแล้ว

interbreed /ɪntəˈbri:d/อินเทอะ'บรีด/, **interbred** /ɪntəˈbred/อินเทอะ'เบร็ด/ *v.i. & v.t.* ผสมข้ามพันธุ์

intercede /ɪntəˈsi:d/อินเทอะ'ซีด/ *v.i.* ช่วยพูด *หรือ* ขอร้อง, ช่วยไกล่เกลี่ย (**with** กับ; **for, on behalf of** แทน)

intercept /ɪntəˈsept/อินเทอะ'เซ็พทฺ/ *v.t.* Ⓐ *(seize)* ดักจับ; **~ the enemy** ดักจับข้าศึก; Ⓑ *(check, stop)* ห้ามจังหวะ, ต่อต้าน *(การชกตี)*; Ⓒ *(listen into)* แอบฟัง, เงี่ยหูฟัง

interception /ɪntəˈsepʃn/อินเทอะ'เซ็พช'น/ *n.* ➡ **intercept:** การดักจับ, การต่อต้าน, แอบฟัง

interceptor /ɪntəˈseptə(r)/อินเทอะ'เซ็พเทอะ(ร)/ *n. (Air Force)* เครื่องบินโจมตีสกัด

intercession /ɪntəˈseʃn/อินเทอะ'เซ็ช'น/ *n.* *(mediation)* การไกล่เกลี่ย; *(entreaty)* การขอร้อง (**for, on behalf of** แทน, เพื่อ)

interchange /ˈɪntətʃeɪndʒ/'อินเทอะเฉนจฺ/ ❶ *n.* Ⓐ *(reciprocal exchange)* การแลกเปลี่ยนซึ่งกันและกัน; Ⓑ *(road junction)* ทางแยกถนน ❷ *v.t.* Ⓐ *(exchange with each other)* แลกเปลี่ยนกัน; Ⓑ *(put each in the other's place)* สับเปลี่ยนตำแหน่งกัน; **they can be ~d** พวกเขา/มันสับเปลี่ยนตำแหน่งกันได้; Ⓒ *(alternate)* สลับกัน; เปลี่ยน *(ฉากละคร)*

interchangeable /ɪntəˈtʃeɪndʒəbl/อินเทอะ'เฉนเจอะบ'ล/ *adj.* ที่แลกกันได้, สับเปลี่ยนกันได้; *(คำ)* ใช้แทนกันได้

inter-city /ɪntəˈsɪtɪ/อินเทอะ'ซิททิ/ *adj.* ระหว่างเมือง; **~ train** รถไฟเชื่อมระหว่างเมือง

intercom /ˈɪntəkɒm/'อินเทอะคอม/ *n. (coll.)* ระบบการติดต่อสื่อสารภายใน; *(Aeronaut.)* เครื่องมือสื่อสารภายในเครื่องบิน

intercommunicate /ɪntəkəˈmju:nɪkeɪt/อินเทอะเคอะ'มิวนิเคท/ *v.t.* Ⓐ เชื่อมสัมพันธ์กัน; *(ห้อง)* ติดต่อกัน; Ⓑ *(บุคคล, องค์กร)* สื่อสารระหว่างกัน

interconnect /ɪntəkəˈnekt/อินเทอะเคอะ'เน็คทฺ/ ❶ *v.t.* ทำให้ *(วงจรไฟฟ้า, เครื่องขยายเสียง)*

477 **interconnection | intermarriage**

เชื่อมต่อกัน; ทำให้สัมพันธ์กัน; **~ed facts/results** ข้อเท็จจริง/ผลลัพธ์ที่สัมพันธ์กัน; **the events are ~ed** เหตุการณ์เหล่านั้นมีการเชื่อมต่อกัน ❷ *v.i.* เชื่อมกัน; **~ing rooms** ห้องที่เชื่อมถึงกัน

interconnection /ɪntəkə'nekʃn/อินเทอะเคอะ'เน็คช'น/ *n. (of parts, components, circuits)* การเชื่อมต่อกัน; *(of facts, events, ideas)* ความสัมพันธ์กัน

intercontinental /ɪntəkɒntɪ'nentl/อินเทอะคอนทิ'เน็นท'ล/ *adv. (เที่ยวบิน, การเดินทาง)* ระหว่างทวีป

intercourse /'ɪntəkɔːs/'อินเทอะคอซ/ *n., no pl.* (A) *(social communication)* การสังสรรค์, การติดต่อไปมาหาสู่กัน; **social ~:** การวิสาสะกัน; **human ~:** การสื่อสารกันของมนุษย์; (B) *(sexual ~)* การร่วมประเวณี

interdenominational /ɪntədɪnɒmɪ'neɪʃənl/อินเทอะดินอมิ'เนเชอะน'ล/ *adj.* ระหว่างนิกาย

interdepartmental /ɪntədiːpɑːt'mentl/อินเทอะดีพาท'เม็นท'ล/ *adj. (การประชุม, การทำงานร่วม, การขัดแย้ง)* ระหว่างหน่วยงาน/คณะ

interdependence /ɪntədɪ'pendəns/อินเทอะดิ'เพ็นเดินซฺ/ *n.* การพึ่งพาอาศัยกัน

interdependent /ɪntədɪ'pendənt/อินเทอะดิ'เพ็นเดินทฺ/ *adj.* พึ่งพิงซึ่งกันและกัน, พึ่งพาอาศัยกัน

interdict /'ɪntədɪkt/'อินเทอะดิคทฺ/ *n.* (A) *(authoritative prohibition)* การห้าม, คำสั่งห้ามอย่างเป็นทางการ; (B) *(RC Ch.)* การลงโทษจำกัดสิทธิ

interdisciplinary /ɪntədɪsɪ'plɪnərɪ, US -nerɪ/อินเทอะดิซิ'พลินเนอะริ, -เนะริ/ *adj.* เกี่ยวกับสหสาขาวิชา; *(งานวิจัย)* ที่รวมหลายสาขาวิชา

interest /'ɪntrəst, 'ɪntrɪst/'อินเทริซทฺ, 'อินทริซทฺ/ *n.* (A) *(concern, curiosity)* ความสนใจ, ความห่วงใย; **take** *or* **have an ~ in sb./sth.** สนใจห่วงใย *ค.น./ส.น.*; **show/develop a [lively] ~ in sb./sth.** แสดง/เกิดความสนใจ *ค.น./ส.น.* [อย่างชัดเจน]; **take** *or* **have/show no further ~ in sb./sth.** ไม่มี/ไม่แสดงความสนใจ *ค.น./ส.น.* อีกต่อไป; **[just] for** *or* **out of ~:** เนื่องจาก/เพราะความสนใจ [เท่านั้น]; **with ~:** ด้วยความสนใจ; (➡ + e); **lose ~ in sb./sth.** เลิกสนใจ *ค.น./ส.น.*; **~ in life/food** สนใจชีวิต/อาหาร; (B) *(quality of sth.)* ความน่าสนใจ, ความหมาย; **this has no great ~ for me** สิ่งนี้ไม่น่าสนใจสำหรับฉันเท่าไหร่; **be of ~:** น่าสนใจ; **this is of no ~ to me** ฉันไม่สนใจสิ่งนี้; (C) *(advantage, profit)* ผลประโยชน์; **act in one's own/sb.'s ~[s]** กระทำการเพื่อผลประโยชน์ของตน/*ค.น.*; **it is to your ~ to go** จะเป็นประโยชน์กับคุณถ้าจะไป; **in the ~[s] of humanity** เพื่อประโยชน์ *(ของมนุษยชาติ)*; (D) *(thing in which one is concerned)* สิ่งที่สนใจ; **have a wide range of ~s** มีความสนใจที่หลากหลาย; (E) *(Finance)* ดอกเบี้ย; **rate of ~, ~ rate** อัตราดอกเบี้ย; **~ on one's capital** ดอกเบี้ยจากเงินต้น; **~ on a mortgage** ดอกเบี้ยจำนอง; **at ~:** มีดอกเบี้ยให้; **at 6% ~:** มีดอกเบี้ย 6 เปอร์เซ็นต์; **with ~** *(fig.: with increased force etc.)* ตอบแทนมากกว่าที่ได้รับ; (➡ + a); **give back** *or* **return blows with ~** *(fig.)* ตอบกลับแรงขึ้นอีกเท่า; (F) *(financial stake)* หุ้นส่วน, เงินลงทุน; **have [financial] ~s all over the world** มีหุ้นส่วนทั่วโลก; **American ~s in the Caribbean** เงินลงทุน *หรือ* ผลประโยชน์ของอเมริกาในคาริบเบียน; **declare an ~:** ประกาศการเป็นหุ้นส่วน; (G) *(legal concern)* สิทธิในผลประโยชน์; (H) *(party having common ~)* กลุ่มที่มีผลประโยชน์ร่วมกัน; **banking ~s** กลุ่มธนาคาร; **business ~s** อุตสาหกรรมขนาดใหญ่; ➡ **+ compound ~; simple ~; vested** ❷ *v.t.* สนใจ **(in** ใน**)**; **be ~ed in sb./sth.** สนใจ *ค.น./ส.น.*; **~ oneself in ...:** ไปเกี่ยวข้องกับ...; **sb. is ~ed by sb./sth.** *ค.น.* สนใจ *ค.น./ส.น.*; ➡ **+ interested**

interested /'ɪntrəstɪd/'อินเทรซทิด, 'อินทริซทิด/ *adj.* (A) *(taking or showing interest)* สนใจ; **be ~ in music/football/sb.** สนใจดนตรี/ฟุตบอล/*ค.น.*; **I shall be ~ to hear about your trip** ฉันสนใจที่จะฟังเรื่องการเดินทางของคุณ; **I should be ~ to know why ...:** ฉันอยากรู้ว่าทำไม...; **be ~ in doing sth.** สนใจที่จะทำ *ส.น.*; **he is ~ in buying a car** เขาอยากจะซื้อรถยนต์; **not ~ in his work** ไม่สนใจ/เบื่องานของเขา; **the ~ parties** กลุ่มที่เกี่ยวข้อง; **he looked ~:** เขาแสดงท่าทีสนใจ; (B) *(not impartial)* เข้าข้าง, มีอคติ

interest: ~-free *adj., adv.* *(เงินกู้)* ไม่มีดอกเบี้ย; **~ group** *n.* กลุ่มผลประโยชน์, กลุ่มผู้สนใจในเรื่องเฉพาะ

interesting /'ɪntrəstɪŋ, 'ɪntrɪstɪŋ/'อินเทริซติง, 'อินทริซติง/ *adj.* น่าสนใจ

interestingly /'ɪntrəstɪŋlɪ, 'ɪntrɪstɪŋlɪ/'อินเทริซติงลิ, 'อินทริซติงลิ/ *adv.* อย่างน่าสนใจ; **~ [enough], ...:** ที่น่าสนใจ

'interest rate *n.* อัตราดอกเบี้ย

interface /'ɪntəfeɪs/'อินเทอะเฟซ/ *n.* (A) *(surface)* พื้นผิวแบ่งเขต; (B) *(place where interaction occurs)* บริเวณที่เชื่อมหรือซ้อนเหลื่อมกัน; *(fig.)* จุดเชื่อมประสาน; (C) *(Computing)* โปรแกรมต่อประสาน, แผงวงจรเชื่อมต่อ

interfacing /'ɪntəfeɪsɪŋ/'อินเทอะเฟซิง/ *n.* *(Dressm.)* การเนาระหว่างผ้าสองชิ้น

interfere /ɪntə'fɪə(r)/อินเทอะ'เฟีย(ร)/ *v.i.* (A) *(meddle)* แทรกแซง, ยุ่งเกี่ยว; **~ with sth.** เข้าไปยุ่งกับ *ส.น.*; (B) *(come into opposition)* ขัดขวาง, ก่อกวน **(with** กับ**)**; **~ with sth.** ขัดขวาง *ส.น.*; **~ with sb.'s plans** ก่อกวนแผนของ *ค.น.*; (C) *(Radio, Telev.)* มีคลื่นรบกวน; (D) **~ with sb.** *(sexually)* คุกคาม *ค.น.* ทางเพศ; (E) *(Phys.)* รบกวน

interference /ɪntə'fɪərəns/อินเทอะ'เฟียเรินซฺ/ *n.* (A) การแทรกสอด, การยุ่งเกี่ยว, การรบกวน, สิ่งรบกวน; (B) *(Radio, Telev.)* คลื่นรบกวน; (C) *(sexual)* การคุมคามทางเพศ; (D) *(Phys.)* การรบกวน

interfering /ɪntə'fɪərɪŋ/อินเทอะ'เฟียริง/ *attrib. adj.* ยุ่ง, แทรกแซง, จุ้นจ้าน; **she is an ~ old busybody** เธอเป็นยายแก่จุ้นจ้าน

intergalactic /ɪntəgə'læktɪk/อินเทอะเกอะ'แลคทิค/ *adj.* ระหว่างกาแลคซี

intergovernmental /ɪntəgʌvn'mentl/อินเทอะกัฺว'น'เม็นท'ล/ *adj.* ระหว่างรัฐบาล; **~ agreement/conference** ข้อตกลง/การประชุมระหว่างรัฐบาล; **~ discussions** การเจรจาระหว่างรัฐบาล; **~ cooperation** ความร่วมมือระหว่างรัฐบาล

interim /'ɪntərɪm/'อินเทอะริม/ ❶ *n.* **in the ~:** ในช่วงหัวเลี้ยวหัวต่อ ❷ *adj.* (A) *(intervening)* ในช่วงคั่นระหว่าง; **the ~ period** ช่วงคั่นเวลา; (B) *(temporary, provisional)* *(การตกลง, การรายงาน)* ชั่วคราว, ระหว่างกาล; **~ report** รายงานระหว่างกาล

interim 'dividend *n.* *(Finance)* เงินปันผลระหว่างกาล

interior /ɪn'tɪərɪə(r)/อิน'เทียเรีย(ร)/ ❶ *adj.* (A) *(ประตู, ผนัง, บริเวณ)* ภายใน; (B) *(inland)* ภายใน *(ประเทศ)*; (C) *(internal, domestic)* *(การขนส่ง, ตลาด)* ภายในประเทศ; (D) *(Cinemat.)* **~ shots/photography** การถ่ายภาพภายในอาคาร ❷ *n.* (A) *(inland region)* ดินแดนที่ห่างฝั่ง หรือ ชายแดน; (B) *(~ part)* ส่วนที่อยู่ภายใน; **redecorate the ~ of the shop** ตกแต่งภายในร้านใหม่; (C) *([picture of] inside of building, room, ect.)* ภาพภายใน; (D) *(Cinemat.)* ฉากในอาคาร; *(Theatre)* ฉากของห้องในบ้าน; (E) *(home affairs)* **Department of the I~** *(US, Canada)*, **Ministry of the I~** *(France, Germany, etc.)* กระทรวงมหาดไทย

interior: ~ deco'ration *n.* การตกแต่งภายใน; **~'decorator** *n.* มัณฑนากร; **~ de'sign** *n.* การออกแบบภายใน, มัณฑนศิลป์; **~ de'signer** *n.* นักออกแบบภายใน; **~-sprung** *adj.* *(Brit.)* **~sprung mattress** ฟูกที่มีสปริงอยู่ข้างใน

interject /ɪntə'dʒekt/อินเทอะ'เจ็คทฺ/ *v.t.* (A) *(interpose)* *(คำพูด, คำถาม)* แทรก, ขัดขึ้นมา; **~ remarks** พูดแทรก, พูดขัดขึ้นมา; **..., he ~ed;** เขาพูดแทรกขึ้นมาว่า...; (B) *(remark parenthetically)* แทรกคำอธิบายในวงเล็บ

interjection /ɪntə'dʒekʃn/อินเทอะ'เจ็คช'น/ *n.* (A) *(exclamation)* คำอุทาน; *(Ling.)* คำที่เปล่งออกมา; (B) *(interposed remark)* คำพูดแทรก

interlace /ɪntə'leɪs/อินเทอะ'เลซ/ *v.t.* (A) *(bind together)* ผูกมัดเข้าด้วยกัน; (B) *(interweave)* ทอ/สานด้วย *ส.น.*; **cloth ~d with gold threads** ผ้าที่ทอด้วยดิ้นทอง; (C) *(mingle)* ผสมผสาน *(สองลาย)*; ผสมลงไป *(ในคำพูด)*

interlard /ɪntə'lɑːd/อินเทอะ'ลาด/ *v.t.* *(เขียน, พูด)* ปนกัน, แทรก; **be heavily ~ed with quotations** *(การปราศรัย)* ที่แทรกด้วยอัญประกาศมากมาย

interleave /ɪntə'liːv/อินเทอะ'ลีฺว/ *v.t.* *(Printing)* สอดใบแทรก; *(fig.)* สลับด้วย **(with** ด้วย**)**

inter-library loan /ɪntəlaɪbrərɪ 'ləʊn/อินเทอะไลเบรฺอะริ 'โลน/ *n.* การยืมระหว่างห้องสมุด; **get a book on ~:** ได้หนังสือมาด้วยการยืมระหว่างห้องสมุด

interlink /ɪntə'lɪŋk/อินเทอะ'ลิงคฺ/ *v.t.* เชื่อมต่อเข้าด้วยกัน

interlock /ɪntə'lɒk/อินเทอะ'ลอค/ ❶ *v.t.* ต่อเข้ากันด้วยวิธีใส่สลัก ❷ *v.t.* (A) *(lock together)* ลงสลักกัน; *(ใยผ้า)* ที่ทอเข้าด้วยกัน; (B) *(connect)* *(Railw.)* *(สาย)* เชื่อมต่อกัน

interlocutor /ɪntə'lɒkjʊtə(r)/อินเทอะ'ลอคูเทอะ(ร)/ *n.* ผู้สนทนา, ผู้เจรจา

interloper /'ɪntələʊpə(r)/'อินเทอะโลเพอะ(ร)/ *n.* คนนอก, คนที่เข้ามายุ่ง, คนเสือก

interlude /'ɪntəluːd/'อินเทอะลูด/ *n.* (A) *(Theatre: break)* การพักระหว่างฉาก; (B) *(occurring in break)* ดนตรีสลับฉาก; **musical ~:** การแสดงหรือการละเล่นสลับฉาก; (C) *(intervening time)* ช่วงเวลาสั้นๆ; **a few brief ~s of sleep** การนอนหลับงีบช่วงสั้นๆ; (D) *(event interposed)* เหตุการณ์แทรก

intermarriage /ɪntə'mærɪdʒ/อินเทอะ'แมริจ/ *n.* (A) *(between groups)* การสมรสระหว่างกลุ่ม หรือ ระหว่างคนต่างเชื้อชาติ; (B) *(within groups)* การสมรสภายในกลุ่ม; *(between related persons)* การสมรสระหว่างคนที่มีเชื้อสายเกี่ยวพันกัน

i

intermarry /ɪntəˈmærɪ/อินเทอะˈแมริ/ *v.i.* Ⓐ *(between groups)* สมรสระหว่างกลุ่ม *หรือ* กับคนต่างเชื้อชาติ; Ⓑ *(within groups)* สมรสกันเองภายในกลุ่ม; *(between related persons)* สมรสกับคนที่มีเชื้อสายเกี่ยวพันกัน

intermediary /ɪntəˈmiːdɪərɪ, US -dɪerɪ/อินเทอะˈมีเดียริ, -ดิเอะริ/ *n.* คนกลาง, คนไกล่เกลี่ย

intermediate /ɪntəˈmiːdjət/อินเทอะˈมีเดียท/ ❶ *adj.* Ⓐ ระดับกลาง; **~ level/point between ...:** ระดับ/จุดระหว่าง...; Ⓑ *(Educ.)* ระดับกลาง; **~ education** การศึกษาระดับกลาง; **~ French** ภาษาฝรั่งเศสระดับปานกลาง ❷ *n.* Ⓐ สิ่งที่อยู่ระหว่างสองอย่าง; Ⓑ *(Chem.)* ผลิตผลระหว่างทางของกระบวนการทางเคมี

intermediate-range [ballistic] ˈmissile *n.* ขีปนาวุธพิสัยกลาง

interment /ɪnˈtɜːmənt/อินˈเทอเมินทฺ/ *n.* การฝังศพ

intermesh /ɪntəˈmeʃ/อินเทอะˈเม็ช/ *v.i.* สานเป็นตาข่าย; ยึดติดกัน

intermezzo /ɪntəˈmetsəʊ/อินเทอะˈเม็ทโซ/ *n., pl. or* **intermezzi** /ɪntəˈmetsj:/อินเทอะˈเม็ทซี่/ บรรเลงสั้นระหว่างฉาก

interminable /ɪnˈtɜːmɪnəbl/อินˈเทอมิเนอะบ'ล/ *adj.*, **interminably** /ɪnˈtɜːmɪnəblɪ/อินˈเทอมิเนอะบลิ/ *adv. (lit. or fig.)* ไม่มีที่สิ้นสุด

intermingle /ɪntəˈmɪŋgl/อินเทอะˈมิงก'ล/ ❶ *v.i.* ผสม, ปะปนกัน; *(คน)* ผสมกัน, ปะปนกัน ❷ *v.t.* ผสมผสาน

intermission /ɪntəˈmɪʃn/อินเทอะˈมิช'น/ *n.* Ⓐ *(pause)* การหยุดชั่วขณะ; Ⓑ *(period of inactivity)* ช่วงพัก; Ⓒ *(Amer.: interval in performance)* ช่วงพักระหว่างฉาก *หรือ* ระหว่างการแสดง

intermittent /ɪntəˈmɪtənt/อินเทอะˈมิทเทินทฺ/ *adj.* **be ~:** *(สัญญาณ, ไฟ)* เป็นระยะ, ไม่ต่อเนื่อง; **there was ~ rain all day** ฝนตก ๆ หยุด ๆ ตลอดวัน; **~ fever** ไข้ที่เป็น ๆ หาย ๆ

intermittently /ɪntəˈmɪtəntlɪ/อินเทอะˈมิทเทินทลิ/ *adv.* อย่างไม่สม่ำเสมอ

intern ❶ /ɪnˈtɜːn/อินˈเทิน/ *v.t.* กักกัน *(ข้าศึกสงคราม)* ❷ /ˈɪntɜːn/ˈอินเทิน/ *n. (Amer.)* Ⓐ *(Med.)* แพทย์ฝึกหัด; Ⓑ *(teacher)* ครูฝึกหัด

internal /ɪnˈtɜːnl/อินˈเทอน'ล/ *adj.* Ⓐ *(ขนาด, ความกดดัน)* ภายใน, ข้างใน; Ⓑ *(Physiol.)* *(เลือดออก, การบาดเจ็บ)* ภายใน; **~ temperature** อุณหภูมิภายใน; Ⓒ *(intrinsic)* *(กะตะ, เสี่ยง, กระสือบอ)* ในตัว; Ⓓ *(within country)* *(ปัญหา, สันติภาพ)* ภายในประเทศ; **~ telephone** โทรศัพท์ภายใน; *(within organisation)* ภายใน; Ⓔ *(Med.)* ยาใช้ภายใน; Ⓕ *(of the mind)* *(ความกังวล, ความสับสน)* ในใจ; Ⓖ *(Univ.)* เป็นนักศึกษามหาวิทยาลัย; **~ examination** การสอบภายในมหาวิทยาลัย

internal: ~ ˈclock *n.* ระบบเวลาในร่างกาย; **~-comˈbustion engine** *n.* เครื่องยนต์เผาไหม้ภายใน; **~ ˈevidence** *n.* หลักฐานจากสิ่งที่วิเคราะห์เอง

internalize (internalise) /ɪnˈtɜːnəlaɪz/อินˈเทอเนอะลายซฺ/ *v.t. (Psych.)* รับให้เป็นของตัวเอง

internally /ɪnˈtɜːnəlɪ/อินˈเทอเนอะลิ/ *adv.* ภายใน; *(within organization)* ภายในองค์กร; **not to be taken ~:** ห้ามรับประทาน *หรือ* ใช้ภายในร่างกาย; **bleed ~:** มีเลือดตกใน; **~ inconsistent** ขัดแย้งในตัว

internal: ~ market *n.* ตลาดในประเทศ; **~ ˈmedicine** *n.* อายุรศาสตร์; **~ ˈrevenue** *n.* *(Amer.)* รายได้ในประเทศ; **I~ ˈRevenue Service** *n. (Amer.)* กระทรวงการคลัง; **~ ˈrhyme** *n. (Pros.)* จังหวะคำในบทกวี

international /ɪntəˈnæʃənl/อินเทอะˈแนชเนิล/ ❶ *adj.* ระหว่างประเทศ, นานาชาติ, สากล; **it was a very ~ gathering** การรวมตัวกันมีนานาชาติ; **~ travel** การเดินทางระหว่างประเทศ; **~ team** *(Sport)* ทีมชาติ ❷ *n.* Ⓐ *(Sport: contest)* การแข่งขัน *(กีฬา)* ระหว่างประเทศ; Ⓑ *(Sport : participant)* ผู้เข้าร่วมแข่งขันกีฬาระหว่างประเทศ; *(in team sports)* นักกีฬาทีมชาติ; Ⓒ **I~** *(Polit.)* *องค์การสังคมนิยมที่ทำงานระหว่างประเทศในช่วงปลายศตวรรษที่ 19 ถึงต้นศตวรรษที่ 20*

international: ~ call *n. (Teleph.)* โทรศัพท์ระหว่างประเทศ; **~ ˈcode** *n. (Naut.)* รหัสสากล; **I~ Court of ˈJustice** *n.* ศาลอาญาระหว่างประเทศ; **~ date line** ➡ **date line**; **~ ˈdriving licence** *or* **permit** *n.* ใบอนุญาตขับขี่สากล

internationalism /ɪntəˈnæʃənəlɪzm/อินเทอะˈแนเชอะเนอะลิซ'ม/ *n.* ความเป็นสากล, ความร่วมมือของนานาชาติ

internationalize (internationalise) /ɪntəˈnæʃənəlaɪz/อินเทอะˈแนเชอะเนอะลายซฺ/ *v.t.* ทำให้เป็นสากล, สากลวิวัฒน์ *(ร.บ.)*

international ˈlaw *n.* กฎหมายระหว่างประเทศ

internationally /ɪntəˈnæʃənəlɪ/อินเทอะˈแนเชอะเนอะลิ/ *adv.* ระหว่างประเทศ

international: I~ ˈMonetary Fund *n.* กองทุนการเงินระหว่างประเทศ; **~ reˈply coupon** ➡ **reply coupon**; **~ system of ˈunits** *n. (Phys.)* หน่วยชั่งตวงวัดสากล

internecine /ɪntəˈniːsaɪn/อินเทอะˈนีซายนฺ/ *adj. (mutually destructive)* เป็นการทำลายด้วยกันทั้งสองฝ่าย; *(bloody)* *(การต่อสู้, สงคราม)* ดุเดือด, นองเลือด; *(internal)* ขัดแย้งภายในกลุ่ม

internee /ɪntɜːˈniː/อินเทอˈนี/ *n.* ผู้ถูกกักกัน

Internet /ˈɪntənet/ˈอินเทอะเน็ท/ *n.* **the ~** เครือข่ายอินเทอร์เน็ต *(ท.ศ.)*; **on the ~** ใช้อินเทอร์เน็ต; **~ connection** การต่ออินเทอร์เน็ต

internet ˈservice provider *n. (Computing)* ผู้บริการอินเทอร์เน็ต

internist /ɪnˈtɜːnɪst/อินˈเทอนิซทฺ/ *n.* Ⓐ *(specialist)* อายุรแพทย์; Ⓑ *(Amer.: general practitioner)* แพทย์ทั่วไป

internment /ɪnˈtɜːnmənt/อินˈเทินเมินทฺ/ *n.* การกักกัน; **~ camp** ค่ายกักกัน

interpersonal /ɪntəˈpɜːsənl/อินเทอะˈเพอเซอะน'ล/ *adj.* ระหว่างบุคคลต่อบุคคล

interplanetary /ɪntəˈplænɪtərɪ, US -terɪ/อินเทอะˈแพลนิเทอะริ, -เทะริ/ *adj. (Astron., Astronaut.)* *(จรวด, การเดินทางในอวกาศ)* ระหว่างดาวนพเคราะห์

interplay /ˈɪntəpleɪ/ˈอินเทอะเพลฺ/ *n.* Ⓐ *(interaction)* การเล่นตอบโต้; Ⓑ *(reciprocal action)* การแสดงปฏิกิริยาตอบโต้

interpol /ˈɪntəpɒl/ˈอินเทอะพอล/ *n.* องค์การตำรวจสากล

interpolate /ɪnˈtɜːpəleɪt/อินˈเทอเพอะเลท/ *v.t.* Ⓐ *(interpose orally)* พูดสอดแทรก; *(in programme)* แทรกในรายการ; Ⓑ *(introduce by insertion)* *(คำพูด)* แทรกเข้าไป; Ⓒ *(Math.)* ประมาณค่าที่หายไป

interpolation /ɪntɜːpəˈleɪʃn/อินเทอเพอะˈเลช'น/ *n.* Ⓐ การสอดแทรก; **his ~ of that remark** การแทรกคำพูดของเขา; Ⓑ *(Math.)* การประมาณค่าที่หายไป

interpose /ɪntəˈpəʊz/อินเทอะˈโพซฺ/ ❶ *v.t.* Ⓐ *(insert)* สอด, แทรกเข้าไป; **~ sth. between sb./sth. and sb./sth.** แทรก *ส.น.* ระหว่าง *ค.น./ส.น.* และอีกคนหนึ่ง/อีกสิ่งหนึ่ง; Ⓑ *(say as interruption)* พูดขัดจังหวะ; Ⓒ *(exercise, advance)* **~ one's veto** ใช้สิทธิยับยั้ง; **~ one's authority** ใช้อำนาจ; **~ an objection** แทรกการทัวงติง ❷ *v.i.* Ⓐ *(intervene)* **~ on sb.'s side** *or* **behalf** เข้ามาช่วย *ค.น.*; **~ in sth.** แทรกเข้ามาช่วยใน *ส.น.*; Ⓑ *(make an interruption)* ขัดจังหวะ

interpret /ɪnˈtɜːprɪt/อินˈเทอพริท/ ❶ *v.t.* Ⓐ อธิบาย, ตีความ *(ความฝัน, ความหมาย)*; Ⓑ *(between languages)* แปล, เป็นล่าม; Ⓒ *(decipher)* ถอดรหัส, ตีความ ❷ *v.i.* อธิบายความหมายแฝง, ตีความ

interpretation /ɪntɜːprɪˈteɪʃn/อินเทอพริˈเทช'น/ *n.* Ⓐ การแปล, การเป็นล่าม; *(of dream)* การทำนายฝัน; *(of symptoms)* การวินิจฉัยโรค, การวิเคราะห์อาการ; *(of biblical passage)* การตีความบทพระคัมภีร์; Ⓑ *(deciphering)* การถอดรหัส

interpretative /ɪnˈtɜːprɪtətɪv/อินˈเทอพริเทอะทิว/ *adj.* เกี่ยวกับการอธิบาย, ชี้แจง, การสื่อความหมาย

interpreter /ɪnˈtɜːprɪtə(r)/อินˈเทอพริเทอะ(ร)/ *n. (between languages)* ล่าม; Ⓐ *(of dreams)* ผู้ทำนาย; *(of hieroglyphs)* ผู้อธิบายสัญญาณ, แกะสลัก; Ⓑ *(performer on stage etc.)* นักแสดง

interpretive /ɪnˈtɜːprɪtɪv/อินˈเทอพริทิว/ ➡ **interpretative**

interracial *adj.* *(การแต่งงาน, การรับเด็กมาเลี้ยงเป็นลูก)* ระหว่างชนชาติต่างกัน

interregnum /ɪntəˈregnəm/อินเทอะˈเร็กเนิม/ *n., pl.* **~s** *or* **interregna** /ɪntəˈregnə/อินเทอะˈเร็กเนอะ/ Ⓐ *(period)* ช่วงเวลาผลัดระหว่างการเปลี่ยนแปลง *(รัฐบาล, แผ่นดิน)*; Ⓑ *(interval)* ช่วงพัก

interrelated /ɪntərɪˈleɪtɪd/อินเทอะริˈเลทิด/ *adj.* เกี่ยวพันกัน; **be ~:** เกี่ยวพันกัน

interrelation /ɪntərɪˈleɪʃn/อินเทอะริˈเลช'น/ *n.* ความเกี่ยวพันธ์ระหว่างกัน; *(between events)* ความเกี่ยวข้องต่อเนื่องกัน

interrogate /ɪnˈterəgeɪt/อินˈเทะเรอะเกท/ *v.t.* สอบถาม, สอบสวน *(ผู้ต้องหา, สายลับ, ศัตรู)*; ซักไซ้อย่างละเอียด *(เพื่อน, เด็กนักเรียน)*

interrogation /ɪnterəˈgeɪʃn/อินเทะเรอะˈเกช'น/ *n. (interrogating)* การสอบสวน; **under ~:** กำลังสอบสวนอยู่, ระหว่างการสอบสวน; **be under ~:** ถูกสอบสวนอยู่

interrogative /ɪntəˈrɒgətɪv/อินเทอะˈรอเกอะทิว/ *adj.* Ⓐ *(having question form)* ในรูปแบบคำถาม; Ⓑ *(inquiring)* *(สำเนียงพูด, การมอง)* เป็นเชิงถาม; Ⓒ *(Ling.)* *(รูปแบบ)* เป็นคำถาม

interrogator /ɪnˈterəgeɪtə(r)/อินˈเทะเรอะเกเทอะ(ร)/ *n.* ผู้สอบสวน, ผู้ซักถาม, ผู้ซักไซ้

interrupt /ɪntəˈrʌpt/อินเทอะˈรัพทฺ/ ❶ *v.t.* ขัดจังหวะ, ตัดบท; **~ sb.'s sleep** รบกวนการนอนหลับของ *ค.น.*; ทำให้ตื่นเป็นช่วง ๆ; **don't ~ me when I'm busy** อย่ามารบกวนฉันเวลาฉันกำลังยุ่ง; **~ sb.'s view** ขวาง *หรือ* บังหน้า *ค.น.*; ทำให้ *ค.น.* มองไม่เห็น ❷ *v.i.* รบกวน, ขัดจังหวะ; **stop ~ing!** หยุดพูดตัดบทเสียที, อย่ายุ่งอีกนะ

interruption /ɪntəˈrʌpʃn/อินเทอะˈรัพช'น/ *n.* *(of work etc.)* การขัดจังหวะ, การหยุดยั้ง, การรบกวน; *(of peace, sleep)* การรบกวน, การแกล้งปลุก; *(of services)* การหยุดให้บริการ; **without ~:** โดยไม่ขัดจังหวะ; โดยไม่มีการหยุด

intersect /ɪntəˈsekt/อินเทอะˈเซ็คทฺ/ ❶ *v.t.* Ⓐ *(ถนน, เส้น)* ตัดกัน; *(แผ่น)* ที่ตัดเข้ากัน; *(เหว)* ตัดผ่าน; **streets ~ing each other** ถนนตัดผ่านกัน; Ⓑ *(Geom.)* ตัดกัน; **~ each other** ตัดซึ่งกันและกัน ❷ *v.i.* Ⓐ ตัดผ่านกัน; Ⓑ *(Geom.)* ตัดกัน

intersection /ɪntəˈsekʃn/อินเทอะˈเซ็คช่น/ *n.* Ⓐ *(intersecting; road etc. junction)* ชุมทาง, สี่แยก, ทางแยก; Ⓑ *(Geom.)* **[point of] ~:** จุดตัด; Ⓒ *(Logic, Math.)* จุดตัดร่วม, ผลตัด

intersperse /ɪntəˈspɜːs/อินเทอะˈซเปิซ/ *v.t.* Ⓐ *(scatter)* โปรยปราย, ทำให้กระจัดกระจาย; Ⓑ **be ~d with** แทรกซึมไปด้วย; *(การทำงาน)* ที่สลับโดย *(ช่วงพัก, อย่างอื่น)*

interstate /ɪntəˈsteɪt/อินเทอะˈซเตท/ *adj. (Amer.)* ระหว่างมลรัฐ; **~ highway** ถนนหลวง *(เชื่อมระหว่างมลรัฐต่าง ๆ)*

interstellar /ɪntəˈstelə(r)/อินเทอะˈซเต็ลเลอะ(ร)/ *adj. (อวกาศ)* ที่อยู่ระหว่างดวงดาว, ท่ามกลางดวงดาว; **~ travel** การเดินทางในอวกาศไปยังดวงดาว

interstice /ɪnˈtɜːstɪs/อินˈเทอซติซ/ *n. (intervening space)* ช่องระหว่างสิ่งต่าง ๆ; *(of net)* ช่องตาข่าย; *(between panels etc.)* ข้อต่อ, ลิ้น

intertribal /ɪntəˈtraɪbl/อินเทอะˈทรายบ'ล/ *adj. (การทะเลาะ, ต่อสู้)* ระหว่างชนต่างเผ่า

intertwine /ɪntəˈtwaɪn/อินเทอะˈทวายนฺ/ ❶ *v.t.* ถัก, ร้อย; **he ~d his fingers with hers** ร้อยนิ้วของเขาเข้ากับนิ้วของเธอ ❷ *v.i.* พันกัน, ขมวดเข้าด้วยกัน, สานกัน

interval /ˈɪntəvl/ˈอินเทอะว'ล/ *n.* Ⓐ *(intervening space)* อันตรภาค *(ร.บ.)*, ช่วงห่าง, ช่วงต่าง, ช่องว่าง; *(intervening time)* ช่วงเวลา, ช่วงระยะ; **at ~s** เป็นช่วง ๆ, เป็นพัก ๆ; **at 20-minute ~s** ในช่วงห่างกัน 20 นาที *หรือ* ทุก 20 นาที; **at frequent** *or* **short/wide ~s** เป็นช่วงถี่ ๆ/ยาว ๆ; **at ~s along the road/river** เป็นระยะตามแนวถนน/แม่น้ำ; **after an ~ of three years** หลังจากช่วงเวลาสามปี; Ⓑ *(break; also Brit. Theatre etc.)* ช่วงหยุดพัก; **an ~ of silence** การเงียบชั่วครู่; **an ~ in the shooting** การหยุดยิงชั่วขณะ; **sunny** *or* **bright ~s** *(Meteorol.)* ช่วงที่มีอากาศแจ่มใส *หรือ* ช่วงที่แดดออก; **~ music** ดนตรีที่เล่นในช่วงหยุดพัก; Ⓒ *(period)* ช่วงเวลา, ระยะเวลา; **~s of sanity** ช่วงที่มีสุขภาพจิตเป็นปกติ; Ⓓ *(Mus.)* เวลาพัก, ช่วงต่างของดนตรี; **perfect ~:** ช่วงต่างสี่หรือห้าโน้ตของเสียงดนตรี

ˈinterval signal *n. (Broadcasting)* สัญญาณหยุดพัก

intervene /ɪntəˈviːn/อินเทอะˈวีน/ *v.i.* Ⓐ เข้ามีบทบาท, แทรกแซงเข้ามา; *(come between persons)* เข้าเป็นคนกลาง, เข้าไกล่เกลี่ย; **if nothing ~s** ถ้าไม่มีอะไรแทรกเข้ามา; **if fate had not ~d** ถ้าชะตากรรมไม่ได้เข้ามาแทรกแซง; Ⓑ *(occur)* **the years that ~d, the intervening years** ในปีที่ผ่านมาหลังจากนั้น; Ⓒ *(Law)* **~ in** เข้าร่วมเป็นฝ่ายที่สาม *(ในสัญญา, คดีความ)*

intervention /ɪntəˈvenʃn/อินเทอะˈเว็นช่น/ *n.* การแทรกแซง, การทำหน้าที่เป็นอนุญาโตตุลาการ, การประสานประโยชน์; **surgical ~:** การผ่าตัด; **at my ~:** ด้วยการที่ฉันเข้าแทรกแซง; **I~ Board** คณะกรรมการอนุญาโตตุลาการ

interventionist /ɪntəˈvenʃənɪst/อินเทอะˈเว็นเชอะนิซทฺ/ ❶ *n.* ผู้สนับสนุนการเข้ามามีบทบาท, อนุญาโตตุลาการ ❷ *adj.* เกี่ยวกับการแทรกแซง

interview /ˈɪntəvjuː/ˈอินเทอะวิว/ ❶ *n.* Ⓐ *(for job etc.)* การสัมภาษณ์; Ⓑ *(Journ., Radio, Telev.)* การสัมภาษณ์; Ⓒ *(discussion)* การสนทนา, การอภิปราย, การปรึกษาหารือ ❷ *v.t.* สัมภาษณ์ *(ดารา, ผู้สมัครงาน, นักการเมือง)*; ซักประวัติ *(ผู้สมัครงาน)*; สอบถามความคิดเห็น *(คนข้างถนน)*

interviewee /ɪntəvjuːˈiː/อินเทอะวิวˈอี/ *n. (for opinion poll)* ผู้ถูกซักถาม; *(candidate, applicant)* ผู้สมัคร; *(politician, celebrity, etc.)* คู่สัมภาษณ์, ผู้ถูกสัมภาษณ์

interviewer /ˈɪntəvjuːə(r)/ˈอินเทอะวิวเออะ(ร)/ *n. (reporter, pollster, etc.)* ผู้สัมภาษณ์; *(for job etc.)* ผู้สัมภาษณ์

inter-war /ˈɪntəwɔː(r)/ˈอินเทอะวอ(ร)/ *attrib. adj. (ช่วงเวลา, ยุค)* ระหว่างสงคราม [โลกสองครั้ง]

interweave /ɪntəˈwiːv/อินเทอะˈวีว/ *v.t.*, **interwove** /ɪntəˈwəʊv/อินเทอะˈโววฺ/, **interwoven** /ɪntəˈwəʊvn/อินเทอะˈโวว'น/ *(ด้าย, ไหม)* พันกัน; ทอเข้าด้วยกัน; *(ชีวิต)* ประสานสัมพันธ์; *(กิ่งไม้)* ผูกมัดสานเข้าด้วยกัน; **our lives are interwoven** ชีวิตของเราประสานสัมพันธ์กัน/แยกจากกันไม่ได้

intestacy /ɪnˈtestəsɪ/อินˈเท็ซเตอะซิ/ *n.* การตายโดยไม่ได้ทำพินัยกรรม

intestate /ɪnˈtestət/ˈอินเท็ซเติท/ *adj.* ไม่ได้ทำพินัยกรรมไว้; **die ~:** ตายโดยไม่ได้ทำพินัยกรรม

intestinal /ɪnˈtestɪnl, ɪntesˈtaɪnl/อินˈเท็ซติน'ล, อินเท็ซˈตายน'ล/ *adj. (Med.)* เกี่ยวกับลำไส้

intestine /ɪnˈtestɪn/อินˈเท็ซติน/ *n.* ➤ **118** *in sing. or pl. (Anat.)* ลำไส้; **large/small ~:** ลำไส้ใหญ่/เล็ก

intimacy /ˈɪntɪməsɪ/ˈอินทิเมอะซิ/ *n.* Ⓐ *(state)* ความไว้วางใจ; *(close personal relationship)* ความใกล้ชิด, ความสนิทสนม, ความคุ้นเคย; Ⓑ *(euphem.: sexual intercourse)* ความสัมพันธ์ทางเพศ; **~ took place** ความสัมพันธ์ได้เกิดขึ้น; Ⓒ *in pl. (caresses)* อาการเล้าโลม, การทะนุถนอม, คำพูดเกี้ยวพาเล้าโลม

intimate ❶ /ˈɪntɪmət/ˈอินทิเมิท/ *adj.* Ⓐ *(close, closely acquainted)* ใกล้ชิด, สนิทสนม; **be on ~ terms with sb.** มีความสัมพันธ์ใกล้ชิดกับ *ค.น.*; Ⓑ *(euphem.: having sexual intercourse)* ความสัมพันธ์ *(ทางเพศ)*; **be/become ~ with sb.** มีความสัมพันธ์ทางเพศกับ *ค.น.*; Ⓒ *(from close familiarity)* **~ knowledge of sth.** ความรู้ *ส.น.* อย่างแจ่มแจ้ง/อย่างละเอียดถี่ถ้วน; **~ acquaintance with sth.** ความเคยชินกับ *ส.น.*; Ⓓ *(closely personal) (ปัญหา)* ส่วนตัวมาก; *(ความรู้สึก, ความกังวล)* ภายในลึก ๆ; *(euphem.) (สเปรย์)* ฉีดในที่ลับ; Ⓔ *(ความรัก, ความสัมพันธ์)* จากใจ, จริงใจ; Ⓕ *(ร้านอาหาร, ห้อง, โรงละคร)* เล็ก ๆ อบอุ่น; **the party was a small, ~ affair** งานเลี้ยงฉลองมีแต่วงในที่สุด ❷ *n. (close friend)* เพื่อนสนิท, เพื่อนรัก ❸ /ˈɪntɪmeɪt/ˈอินทิเมท/ *v.t.* Ⓐ **~ sth. [to sb.]/[to sb.] that ...** *(make known)* เล่า/บอก/แจ้ง *ส.น.* [ให้ *ค.น.*] ว่า...; *(show clearly)* เล่าให้รู้โดยละเอียดแจ่มแจ้งว่า...; Ⓑ *(imply)* พูดเป็นนัย

intimately /ˈɪntɪmətlɪ/ˈอินทิเมิทลิ/ *adv.* *(รู้ ส.น.)* อย่างละเอียด; *(รู้จักกัน)* อย่างคุ้นเคย; *(คุย)* อย่างสนิทสนม; *(ทำงาน)* อย่างใกล้ชิด; **he is ~ involved in the planning of the project** เขาเกี่ยวข้องในการวางแผนโครงการนี้อย่างใกล้ชิด; **we know each other, but not ~:** เราพอรู้จักกันแต่ไม่สนิทชิดเชื้อ

intimation /ɪntɪˈmeɪʃn/อินทิˈเมช่น/ *n.* Ⓐ การบอกกล่าว; *(of sb.'s death etc.)* ลงข่าว *(ในหนังสือพิมพ์)*; **give an ~:** บอกกล่าว; Ⓑ *(hint)* การชี้แนะ; *(of trouble, anger, pain)* เครื่องหมาย, เครื่องแสดง, อาการ, สัญญาณ; **give ~s** ให้สัญญาณ

intimidate /ɪnˈtɪmɪdeɪt/อินˈทิมิเดท/ *v.t.* ข่มขู่, ทำให้กลัว; **~ sb. into doing sth.** ข่มขู่ *ค.น.* ให้ทำ *ส.น.*; **use intimidating behaviour** ใช้พฤติกรรมขู่บังคับ

intimidation /ɪntɪmɪˈdeɪʃn/อินทิมิˈเดช่น/ *n.* การข่มขู่, การคุกคาม

into */before vowel* ˈɪntʊ/ˈอินทุ/ *before consonant* ˈɪntə/ˈอินเทอ/ *prep.* Ⓐ *expr. motion or direction* ข้างใน; *(against)* ยัง, เข้าไปใน, สู่; **I went out ~ the street** ฉันเดินออกไปยังถนน; **they disappeared ~ the night** เขาหายสาบสูญไปในความมืด; **you don't have to go ~ London** *(coll.)* คุณไม่จำเป็นต้องเข้ากรุงลอนดอน; **he was [straight] ~ the biscuit tin** เขามุ่งตรงไปยังกล่องขนมปังกรอบ; **baptized ~ the Catholic Church** รับศีลล้างบาปเข้าเป็นผู้นับถือศาสนาคริสต์นิกายโรมันคาทอลิก; **they were soon ~ their clothes and on deck** ในไม่ช้าพวกเขาแต่งตัวแล้วขึ้นมาบนดาดฟ้าเรือ; **4 [divided] ~ 20 = 5** 20 หารด้วย 4 ได้ 5; **until well ~ this century** จนกระทั่งศตวรรษนี้ผ่านไปหลายปี; **it was 15 minutes ~ the second half before ...:** ครึ่งหลังดำเนินไปได้ 15 นาทีก่อนที่...; Ⓑ *expr. change, result* **translate sth. ~ English** แปล *ส.น.* เป็นภาษาอังกฤษ; **the book is ~ its third edition** หนังสือเล่มนี้พิมพ์ออกมาเป็นครั้งที่สามแล้ว; **poke the fire ~ a blaze** กระพือไฟให้ลุกโชน; Ⓒ *(coll.)* **be ~ sth./sb.** *(interested in)* สนใจ *ส.น./ค.น.*; **be ~ sth.** *(knowledgeable about)* รู้ดีเกี่ยวกับ *ส.น.*; **he's heavily ~ meditation** เขาสนใจเรื่องสมาธิอย่างมาก

intolerable /ɪnˈtɒlərəbl/อินˈทอเลอะเรอะบ'ล/ *adj.* เหลือทน; **it's ~** มันเหลือที่จะทน; **an ~ place to live in** สถานที่ที่เหลือจะทนอยู่ได้

intolerably /ɪnˈtɒlərəblɪ/อินˈทอเลอะเรอะบลิ/ *adv.* อย่างทนไม่ได้

intolerance /ɪnˈtɒlərəns/อินˈทอเลอะเรินซฺ/ *n., no pl.* ความไม่อดทน, การขาดความอดทน, ความไม่มีขันติ; *(Med.)* การแพ้ **(to, of** ต่อ) *(ยา, อาหาร)*

intolerant /ɪnˈtɒlərənt/อินˈทอเลอะเรินทฺ/ *adj.* ไม่อดทน, ไม่ยอม, ถือทิฐิ

intonation /ɪntəˈneɪʃn/อินเทอะˈเนช่น/ *n. (modulation)* ลักษณะเสียง, เสียงสูงต่ำ, สำเนียง; **speak with a Russian ~:** พูดเป็นสำเนียงชาวรัสเซีย

intone /ɪnˈtəʊn/อินˈโทน/ *v.t.* พูดในเสียงระดับเดียว; สวด

intoxicant /ɪnˈtɒksɪkənt/อินˈทอคซิเคินทฺ/ ❶ *n.* ของมึนเมา, น้ำเมา ❷ *adj.* เกี่ยวกับของเมา

intoxicate /ɪnˈtɒksɪkeɪt/อินˈทอคซิเคท/ *v.t.* Ⓐ *(make drunk)* ทำให้เมา, มอมเมา; **be/become ~d** เกิดอาการเมา; Ⓑ *(excite)* ทำให้ตื่นเต้น, ดีใจเป็นบ้าเป็นหลัง, ทำให้เบิกบานใจ; **be ~d by/with sth.** ตื่นเต้นด้วย *ส.น.* อย่างเต็มที่

intoxicating /ɪnˈtɒksɪkeɪtɪŋ/อินˈทอคซิเคทิง/ *adj. (คำพูด, ทำนองเพลง)* น่าตื่นเต้น, *(ความสุข)* น่าเบิกบานใจ; **~ liquors** ของมึนเมา

intoxication /ɪntɒksɪˈkeɪʃn/อินทอคซิˈเคช่น/ *n.* Ⓐ ความมึนเมา, ความมัวเมา; **in a state of ~:** ในสภาพมึนเมา; Ⓑ *(excitement)* ความตื่นเต้นเต็มที่

intra- /ɪntrə/อินเทรอะ/ *pref.* ภายใน

intractable /ɪn'træktəbl/อิน'แทรคเทอะบ'ล/ *adj. (เด็ก, สัตว์)* ดื้อ; *(บุคคล)* หัวแข็ง; *(กลุ่มคน)* ควบคุมยาก; *(โรค)* รักษาได้ยาก; *(ปัญหา)* แก้ไขยาก

intra'mural *adj. (Univ.)* อยู่ภายในมหาวิทยาลัย, อยู่ในสถาบันเดียวกัน

intra'muscular /ɪntrə'mʌskjʊlə(r)/อินเทรอะ'มัซคิวเลอะ(ร)/ *adj. (Med.)* ในกล้ามเนื้อ

intransigence /ɪn'trænsɪdʒəns/อิน'แทรนซิเจินซฺ/ *n., no pl.* ➡ **intransigent:** ความไม่ประนีประนอม, ความไม่ยอมแพ้, ความดื้อรั้น

intransigent /ɪn'trænsɪdʒənt/อิน'แทรนซิเจินทฺ/ ❶ *adj.* ไม่ประนีประนอม, ดื้อ, หัวแข็ง ❷ *n. (in politics)* ผู้มีความเห็นรุนแรง, หัวรุนแรง *(ภ.พ.)*

intransitive /ɪn'trænsɪtɪv/อิน'แทรนเซอะทิว/ *adj.*, **intransitively** /ɪn'trænsɪtɪvlɪ, ɪn'trɑːnsɪtɪvlɪ/อิน'แทรนซิทิวลิ/ *adv. (Ling.) (กริยา)* โดยไม่มีกรรมตรงมารองรับ, อกรรม

intra-uterine /ɪntrə'juːtəraɪn/อินเทรอะ'ยูเทอะรายนฺ/ *adj. (Med.)* ภายในมดลูก; **~ [contraceptive] device** อุปกรณ์คุมกำเนิดภายในมดลูก

intra'venous *adj. (Med.)* ภายใน *หรือ* เข้าเส้นเลือดดำ

'in-tray *n.* ถาดเอกสารเข้า

intrepid /ɪn'trepɪd/อิน'เทร็พพิด/ *adj.*, **intrepidly** /ɪn'trepɪdlɪ/อิน'เทร็พพิดลิ/ *adv.* [อย่าง] กล้าหาญ, [อย่าง] ทรหด

intricacy /'ɪntrɪkəsɪ/'อินทริเคอะซิ/ *n.* Ⓐ *no pl. (quality)* สิ่งที่ยุ่งยาก, ความซับซ้อน; **increase the ~ of sth.** เพิ่มความซับซ้อนของ *ส.น.;* Ⓑ *in pl. (things)* สิ่งที่ละเอียดอ่อนซับซ้อน

intricate /'ɪntrɪkət/'อินทริเคิท/ *adj. (งาน, รายละเอียด)* ซับซ้อน; *(งานฝีมือ)* วิจิตรพิศดาร; *(ทาง)* คดเคี้ยว; *(obscure)* คลุมเครือ, ยากที่จะเข้าใจ

intricately /'ɪntrɪkətlɪ/'อินทริเคิทลิ/ *adv.* อย่าง ยุ่งยาก, อย่างซับซ้อน; **an ~ designed pattern** ลวดลาย/รูปแบบที่ละเอียดซับซ้อน

intrigue ❶ /ɪn'triːg/อิน'ทรีก/ *v.t.* ทำให้ตรึงใจ, ทำให้หลงเสน่ห์, กระตุ้นความสนใจ; **I'm ~d to find out what ...:** ฉันอยากรู้จนอดไม่ได้ว่า... ❷ *v.i.* **~ against sb.** คิดอุบายทำร้าย *ค.น.;* **~ with sb.** รวมหัววางแผนกับ *ค.น.* ❸ /ɪn'triːg, 'ɪntriːg/อิน'ทรีก, 'อินทรีก/ *n.* การวางแผน, การยุแหย่; **~s** การสบคบร่วมคิดกันกระทำความชั่ว; การวางแผน

intriguer /ɪn'triːgə(r)/อิน'ทรีเกอะ(ร)/ *n.* ผู้วางแผน, ผู้มีเล่ห์กระเท่ห์, ผู้หลอกลวง

intriguing /ɪn'triːgɪŋ/อิน'ทรีกิง/ *adj.*, **intriguingly** /ɪn'triːgɪŋlɪ/อิน'ทรีกิงลิ/ *adv.* [อย่าง] น่าสนใจ, [อย่าง] ชวนฉงน, [อย่าง] น่าทึ่ง

intrinsic /ɪn'trɪnzɪk, -sɪk/อิน'ทรินซิค, -ซิค/ *adj. (inherent) (เหตุผล, คุณสมบัติ)* มีอยู่ภายใน, มีอยู่ในตัว; *(essential)* คุณสมบัติจำเป็น; *(Philos.)* อันเป็นเนื้อแท้; **be ~ in** *or* **to a thing** เป็นเครื่องหมายเฉพาะ *หรือ* ลักษณะพิเศษของ *ส.น.;* **~ value** คุณค่าในตัวของ *ส.น.; (of sth. concrete)* คุณค่าที่เป็นรูปธรรม

intrinsically /ɪn'trɪnzɪklɪ, -sɪk-/อิน'ทรินซิคลิ, -ซิค-/ *adv.* อย่างสำคัญ, อย่างจำเป็น; *(Philos.)* อันเป็นเนื้อแท้, อันเป็นคุณสมบัติจำเป็น

intro /'ɪntrəʊ/'อินโทร/ *n., pl.* **~s** *(coll.) (presentation)* การแนะนำ; *(Mus.)* ท่อนเริ่มต้นของเพลง

introduce /ɪntrə'djuːs, US -duːs/อินเทรอะ'ดิวซฺ, -ดูซฺ/ *v.t.* Ⓐ *(bring in)* นำเข้ามา *(สิ่งของ, โรคภัย, พืช, สัตว์);* เริ่มใช้ *(มาตรการ);* แทรก *(คำพูด, เรื่องราว)* เข้าไป/มา; **~ irrelevancies into the discussion** แทรกเรื่องที่ไม่ตรงประเด็นเข้ามา; Ⓑ สอด *(ท่อยาง, กุญแจ, ลวด)* เข้าไปภายใน; **~ sth. into the flame** ใส่ *ส.น.* เข้าไปในไฟ; Ⓒ *(bring into use)* นำ *(คำใหม่, มาตรการ)* มาใช้; นำมาเผยแพร่ *(แฟชั่นใหม่, ข่าวลือ, ศัพท์ใหม่);* Ⓓ *(make known)* ทำให้เป็นที่รู้, แจ้งให้ทราบ, แนะนำ; **~ oneself/sb. [to sb.]** แนะนำตัว/*ค.น.* [ให้ *ค.น.*] รู้จัก; **I ~d them to each other** ฉันแนะนำให้เขารู้จักกัน; **I don't think we've been ~d** ยังไม่ได้มีใครแนะนำให้เรารู้จักกัน; **~ sb. to a hobby/to drugs** แนะนำ *ค.น.* ให้ลองทำงานอดิเรก/ชักชวนให้ *ค.น.* ลองเสพยาเสพติด; Ⓔ *(usher in, begin, precede)* เขียน *(คำนำ, อารัมภบท);* นำ; Ⓕ *(present)* ประกาศ, เสนอ *(รายการโทรทัศน์);* Ⓖ *(Parl.)* แนะนำ *(พระราชบัญญัติ, ข้อเสนอ)*

introduction /ɪntrə'dʌkʃn/อินเทรอะ'ดัคช'น/ *n.* Ⓐ *(of methods, measures, process, machinery)* การแนะนำ, การนำเสนอ; *(of rules)* การประกาศใช้; *(of fashion)* การนำมาเผยแพร่; Ⓑ *(of tube, catheter)* การสอดใส่; Ⓒ **an ~ to London nightlife** การพาไปรู้จักชีวิตราตรีในกรุงลอนดอน; **~ to heroin** การชักชวนให้เสพเฮโรอีน; Ⓓ *(formal presentation)* การแนะนำเป็นทางการ; *(into society)* การพาเข้าสังคม; *(of reform)* การเริ่มปฏิรูป; *(of parliamentary bill)* การนำ *(กฎหมาย)* เข้าพิจารณาในสภา; **X needs no ~ from me** เอ็กซ์ไม่จำเป็นต้องให้ฉันแนะนำ; **do the ~s** ทำการแนะนำตัว; **letter of ~:** จดหมายแนะนำตัว; Ⓔ *(preliminary matter)* ส่วนเริ่มต้น; บทนำ; *(Mus.)* ตอนเริ่ม; Ⓕ *(introductory treatise)* บทความนำ, คำนำ; Ⓖ *(thing introduced)* สิ่งที่ถูกนำเข้า; *(exotic plant or animal) (พืช, สัตว์)* ที่ถูกนำเข้า; **mechanized sowing was a later ~:** การใช้เครื่องจักรหว่านข้าวเป็นสิ่งที่ถูกนำมาใช้ภายหลัง

intro'duction agency *n.* บริษัทหาคู่ให้คนโสด; **join an~** สมัครเป็นสมาชิกที่บริษัทหาคู่

introductory /ɪntrə'dʌktərɪ/อินเทรอะ'ดัคเทอะริ/ *adj. (การสอน)* ขั้นต้น; *(การลดราคา)* ในช่วงแรกเริ่ม

introspection /ɪntrə'spekʃn/อินเทรอะ'ซเป็คช'น/ *n.* การพินิจพิจารณาตัวเอง, การทบทวนความคิด, อันตรวินิจ *(ร.บ.)*

introspective /ɪntrə'spektɪv/อินเทรอะ'ซเป็คทิว/ *adj.* เกี่ยวกับการพิจารณาตัวเอง, ใคร่ครวญ, คอยทบทวนความคิด

introvert /'ɪntrəvɜːt/'อินเทรอะเวิท/ ❶ *n.* คนที่ชอบเก็บตัว, คนที่ชอบครุ่นคิดแต่เรื่องของตัวเอง; **be an ~:** เป็นคนชอบเก็บตัว ❷ *adj.* ที่เก็บตัว, เงียบ ๆ; **have ~ tendencies** มีแนวโน้มที่จะเป็นคนเก็บตัว

introverted /ɪntrə'vɜːtɪd/อินเทรอะ'เวอทิด/ *adj.* ชอบเก็บตัว, เก็บงำความคิดความรู้สึกไว้เฉพาะตัว

intrude /ɪn'truːd/อิน'ทรูด/ ❶ *v.i.* บุกรุก, รุกล้ำ, ก้าวก่าย; **~ [up]on sb.'s grief/leisure time/privacy** รบกวนคนที่กำลังเศร้า/เวลาว่าง/ก้าวก่ายเรื่องส่วนตัวของ *ค.น.;* **~ [up]on sb.'s time** รบกวนเวลาของ *ค.น.;* **~ in[to] sb.'s affairs/conversation** ก้าวก่ายเรื่องราว/การสนทนาของ *ค.น.* ❷ *v.t.* ยัดเยียด, แทรก, สอด, สะเออะ; **the idea** *or* **thought ~d itself into my mind** ความคิดนั้นแวบเข้ามาในสมอง; **~ oneself** *or* **one's presence upon sb.** สะเออะพรวดพราดเข้าไปพบ *ค.น.*

intruder /ɪn'truːdə(r)/อิน'ทรูเดอะ(ร)/ *n.* ผู้บุกรุก

in'truder alarm *n.* สัญญาณเตือนภัยจากการบุกรุกเข้าบ้าน

intrusion /ɪn'truːʒn/อิน'ทรูฌ'น/ *n.* Ⓐ *(intruding)* การบุกรุก, การรบกวน; **an ~/numerous ~s upon** *or* **into sb.'s privacy** การก้าวก่ายในเรื่องส่วนตัวของ *ค.น.* ครั้งหนึ่ง/หลายครั้ง; **~ on sb.'s leisure time** การรบกวนเวลาว่างของ *ค.น.;* Ⓑ *(into building, country, etc.)* การบุกรุก, การรุกล้ำ; Ⓒ *(forcing oneself in)* การสอดแทรก, การหักหาญเข้าไป **(upon** เข้าไป); Ⓓ *(Geol.)* ชั้นหินแทรก

intrusive /ɪn'truːsɪv/อิน'ทรูซิว/ *adj.* Ⓐ *(บุคคล)* ที่เข้าไปยุ่ง; *(การพูด)* ก้าวก่าย; Ⓑ *(Phonet.) (เสียง)* ที่แทรกเข้ามาระหว่างคำหรือพยางค์; Ⓒ *(Geol.)* **~ rock** หินที่โผล่แทรกอยู่ระหว่างชั้นหิน

intuition /ɪntjuː'ɪʃn, US -tuː-/อินทิว'อิช'น, -ทู-/ *n.* สหัชญาณ, ญาณสังหรณ์, การรู้โดยสัญชาตญาณ; **know sth. by ~:** รู้ *ส.น.* ได้โดยสัญชาตญาณ; **have an ~ that ...:** รู้สึกสังหรณ์ว่า...

intuitive /ɪn'tjuːɪtɪv, US -tuː-/อิน'ทิวอิทิว, -ทู-/ *adj. (การตัดสินใจ)* โดยสัญชาตญาณ, หยั่งรู้ได้; *(ความรู้สึก)* สังหรณ์

intuitively /ɪn'tjuːɪtɪvlɪ, US -tuː-/อิน'ทิวอิทิวลิ, -ทู-/ *adv.* ด้วยญาณสังหรณ์, โดยสัญชาตญาณ

inundate /'ɪnəndeɪt/'อินเนินเดท/ *v.t.* ไหลบ่า, ท่วมท้น; *(fig.) (with inquiries, letters, complaints, goods, information)* ส่งไปอย่างมากมาย; *(with work, praise, advice)* ทำให้/มี/ได้รับอย่างท่วมท้น, หลั่งไหล; **~d with tourists** นักท่องเที่ยวหลั่งไหลเข้ามา; **we've been ~d with letters** เราได้รับจดหมายท่วมหัวทีเดียว

inundation /ɪnən'deɪʃn/อิเนิน'เดช'น/ *n.* น้ำท่วม; *(by the sea)* น้ำทะเลไหลเข้าท่วม

inure /ɪ'njʊə(r)/อิ'นิวเออะ(ร)/ *v.t.* ทำให้คุ้นเคย, ทำให้ทนทาน, ทำให้ชิน **(to** ต่อ); *(toughen)* ทำให้บึกบึน, ทำให้อดทน; **become ~d to/~ oneself to sth.** ฝึกตัวเองให้ทนต่อ *ส.น.*

in vacuo /ɪn 'vækjʊəʊ/อิน 'แวคิวโอ/ *adv. (lit. or fig.)* ในสุญญากาศ

invade /ɪn'veɪd/อิน'เวด/ *v.t.* Ⓐ บุกรุก, รุกราน; **Poland was ~d by the Germans** ประเทศโปแลนด์ถูกเยอรมันเข้ารุกราน; Ⓑ *(swarm into) (นักท่องเที่ยว, เด็ก)* เข้ามาเป็นจำนวนมาก, ท่วมท้น *(ที่ชายหาด, สระว่ายน้ำ);* Ⓒ *(fig.) (ความรู้สึกไม่ดี, ความกังวล)* ครอบงำ *(ค.น.); (โรค)* ระบาดเข้ามา; *(หมอก, ควัน)* หลั่งไหลเข้ามา; แผ่ซ่าน, อบอวล; Ⓓ *(encroach upon)* ก้าวก่าย *(ความสงบ, เวลาส่วนตัว);* ละเมิด *(สิทธิ)*

invader /ɪn'veɪdə(r)/อิน'เวเดอะ(ร)/ *n. (hostile)* ผู้รุกราน, ฝ่ายรุก; *(intruder)* ผู้บุกรุก

[1]invalid ❶ /'ɪnvəlɪd/'อินเวอะลิด/ *n. (Brit.)* ผู้ป่วย; *(disabled person)* คนพิการ, ผู้ทุพพลภาพ; *(from war injuries)* ผู้บาดเจ็บจากสงคราม ❷ *adj. (Brit.)* ที่เจ็บป่วย, ทุพพลภาพ; *(from war injuries)* บาดเจ็บจากสงคราม ❸ /'ɪnvəliːd, ɪnvə'liːd/'อินเวอะลีด, อินเวอะ'ลีด/ *v.t.* **~ home** *or* **out** ปลดออก *(จากราชการ/งาน)* ด้วยเหตุทุพพลภาพ; **~ out of the army** ปลดออกจากกองทหารเนื่องจากบาดเจ็บ

[2]invalid /ɪn'vælɪd/อิน'แวลิด/ *adj. (ข้อโต้แย้ง, ทฤษฎี)* ใช้การไม่ได้; *(ข้อตกลง, สัญญา)* เป็น

i

โมฆะ; *(รหัส, บัตรเครดิต)* ไม่ถูกต้อง; *(พินัยกรรม)* ใช้บังคับตามกฎหมายไม่ได้

invalidate /ɪn'vælɪdeɪt/อิน'แวลิเดท/ *v.t.* ทำให้ไร้ผล, ทำให้เป็นโมฆะ, แสดงให้เห็นว่า *(ทฤษฎี, จุดยืน)* ไม่มีเหตุผล

invalid: ~ carriage *n.* รถผู้ทุพพลภาพ; **~ chair** *n.* เก้าอี้เข็นคนป่วย; **~ diet** *n.* อาหารสำหรับผู้ป่วย

invalidity /ɪnvə'lɪdɪtɪ/อินเวอะ'ลิดดิทิ/ *n., no pl.* ➡ **²invalid:** ความไม่มีเหตุผล, ความเป็นโมฆะ, ความไม่ถูกต้อง, การใช้ไม่ได้

invalidly /ɪn'vælɪdlɪ/อิน'แวลิดลิ/ *adv.* อย่างไม่ถูกต้อง, โดยไม่มีผล, อย่างใช้การไม่ได้

invaluable /ɪn'væljʊəbl/อิน'แวลิวเออะบ'ล/ *adj.* มีค่าเหลือล้น; *(คนใช้, คนงาน)* หาอีกไม่ได้; *(บทบาท, หน้าที่)* สำคัญเกินธรรมดา; **be ~ to sb.** มีค่าต่อ *ค.น.* อย่างยิ่ง

invariable /ɪn'veərɪəbl/อิน'แวเรียบ'ล/ *adj.* (A) *(fixed)* ติดแน่น, ไม่เปลี่ยนแปลง, ถาวร, คงที่; (B) *(always the same)* *(อารมณ์ดี, ร่าเริง)* สม่ำเสมอ; *(โชคดี/ร้าย)* ตลอด

invariably /ɪn'veərɪəblɪ/อิน'แวเรียบลิ/ *adv.* อย่างสม่ำเสมอ, อย่างไม่มียกเว้นตลอด; **it's ~ wet when I am on holiday** ฝนจะตกตลอดเมื่อฉันไปพักร้อน

invasion /ɪn'veɪʒn/อิน'เวฌ'น/ *n.* (A) *(of troops)* การรุกราน; *(of virus, locusts)* การระบาด; *(of weeds etc.)* การเพิ่มปริมาณ, การขยายพื้นที่; *(intrusion)* การบุก, การบุกรุก; **the ~ of Belgium by German troops** การที่ทหารเยอรมันบุกเข้าไปในประเทศเบลเยียม; **the Viking ~ of Britain** การที่ไวกิ้งรุกเข้าไปในอังกฤษ; (B) *(encroachment)* ➡ **invade D:** การรบกวน, การ ทำร้าย, การรุกรานสิทธิ

invective /ɪn'vektɪv/อิน'เว็คทิว/ *n.* (A) *(abusive language)* การด่าประณามอย่างรุนแรง; (B) *(violent attack in words)* ผรุสวาท, การด่าว่าอย่างรุนแรง

inveigh /ɪn'veɪ/อิน'เว/ *v.i.* **~ against sb./sth.** กล่าวโจมตี *ค.น./ส.น.* อย่างรุนแรง; **~ against fate/the elements** สาปแช่งโชคชะตา/โลก

inveigle /ɪn'vi:gl, ɪn'veɪgl/อิน'วีก'ล, อิน'เวก'ล/ *v.t.* (A) *(entice)* **~ sb. into sth./doing sth.** หลอกล่อ *ค.น.* ให้ทำ *ส.น.*; **~ sb. into the house** ล่อ *ค.น.* ให้เข้ามาในบ้าน; (B) *(cajole)* **~ sb. into doing sth.** คะยั้นคะยอ *ค.น.* ให้ทำ *ส.น.*

invent /ɪn'vent/อิน'เว็นทฺ/ *v.t.* (A) *(create)* คิดค้น, ประดิษฐ์ *(เครื่องยนต์, ของเล่น)*; (B) *(concoct)* ปรุง, ประกอบขึ้น, แต่งขึ้น, คิดขึ้น

invention /ɪn'venʃn/อิน'เว็นช'น/ *n.* (A) *(thing invented, inventing)* สิ่งประดิษฐ์, การประดิษฐ์; *(concept)* ความคิด; **it's a device of my own ~:** สิ่งนั้นฉันคิดทำขึ้นมาเอง; **a story of his own ~:** เรื่องที่เขาคิดกุขึ้นเอง; (B) *(inventiveness)* นิสัยช่างประดิษฐ์, มโนภาพ, จินตนาการ; (C) *(fictitious story)* เรื่องที่แต่งขึ้น, เรื่องโกหก

inventive /ɪn'ventɪv/อิน'เว็นทิว/ *adj.* (A) *(บุคคล, นิสัย)* ช่างประดิษฐ์, ช่างคิด; *(เด็ก, ศิลปิน)* สร้างสรรค์, เต็มไปด้วยจินตนาการ; (B) *(produced with originality)* ที่เป็นแบบใหม่, ที่แหวกแนว

inventiveness /ɪn'ventɪvnɪs/อิน'เว็นทิวนิซ/ *n., no pl.* นิสัยช่างประดิษฐ์, ความสร้างสรรค์

inventor /ɪn'ventə(r)/อิน'เว็นเทอะ(ร)/ *n.* นักประดิษฐ์, ผู้คิดค้น

inventory /'ɪnvəntərɪ, US -tɔ:rɪ/'อินเวินเทอะริ, -ทอริ/ ❶ *n.* (A) *(list)* รายการ, บัญชี; **make or take an ~ of sth.** ทำบัญชี *ส.น.*; (B) *(stock)* รายการสินค้า; (C) *(Amer.: trader's stock)* รายการสินค้า, สินค้าคงคลัง ❷ *v.t.* (A) *(make ~ of)* ทำบัญชี *(ทรัพย์สิน, สินค้า)*; (B) *(enter in ~)* กรอกรายการลงในบัญชี

inverse /ɪn'vɜ:s, 'ɪnvɜ:s/อิน'เวิซ, 'อินเวิซ/ ❶ *adj.* กลับลำดับ, สลับตำแหน่ง, กลับหัวกลับหาง ❷ *n.* *(opposite)* สิ่งที่ตรงข้ามกัน; *(inversion)* สิ่งที่สลับกัน, การกลับหัวกลับหาง, ตัวผกผัน

inversely /ɪn'vɜ:slɪ, 'ɪnvɜ:slɪ/อิน'เวิซลิ, 'อินเวิซลิ/ *adv.* อย่างสลับกัน, อย่างตรงกันข้าม

inverse: ~ pro'portion *n.* สัดส่วนผกผัน, ความสัมพันธ์ในทางตรงกันข้าม; **be in ~ proportion to sth.** มีสัดส่วนผกผันกับ *ส.น.*; **~ 'ratio** *n.* อัตราส่วนผกผัน; **~'square law** *n. (Phys.)* กฎกำลังสองผกผันเนื่องจากความเข้มของผล *(เช่น แรงดึงดูดหรือการส่องสว่างเปลี่ยนแปลงเป็นสัดส่วนกับกำลังสองของระยะทางจากจุดกำเนิด)*

inversion /ɪn'vɜ:ʃn, US ɪn'vɜ:rʒn/อิน'เวอช'น, อิน'เวอรฌ'น/ *n.* (A) *(turning upside down)* การคว่ำ, การกลับหัวกลับหาง, การผกผัน; (B) *(reversal of role, relation)* การมีบทบาทตรงข้าม, การสลับความสัมพันธ์; (C) *(Ling., Mus.)* การสลับลำดับเพื่อความไพเราะ; *(Meteorol.)* การกลับกันของสภาพปกติ *(ที่อุณหภูมิลดลงตามระดับความสูงที่เพิ่มขึ้น)*

invert /ɪn'vɜ:t/อิน'เวิท/ *v.t.* (A) *(turn upside down)* พลิก, คว่ำ, ผกผัน; **~ sth. over sth.** คว่ำ *ส.น.* ลงบนอีก *ส.น.*; (B) *(คำ, ประโยค)* กลับ, สลับ; (C) *(Mus.)* สลับเสียง, เปลี่ยนตำแหน่งสัมพันธ์ของตัวโน้ต *(โดยมักจะยกระดับโน้ตต่ำสุดขึ้นด้วยเสียงดนตรีคู่แปด)*

invertebrate /ɪn'vɜ:tɪbret, ɪn'vɜ:tɪbreɪt/อิน'เวอทิเบร็ท, อิน'เวอทิเบร็ท/ *(Zool.)* ❶ *adj.* ไม่มีกระดูกสันหลัง ❷ *n.* สัตว์ที่ไม่มีกระดูกสันหลัง

inverted: ~'commas *n. pl. (Brit.)* อัญประกาศ, เครื่องหมายคำพูด, เครื่องหมาย "......"; **in ~ commas** ภายในเครื่องหมายคำพูด; **~ 'pleat** *n.* รอยจีบกระทบ; **~'snob** *n.* คนที่ชอบทำอะไร ๆ กลับกับความนิยมของพวกผู้ดีมีเงิน; **~'snobbery** *n.* การนิยมของต่ำ ๆ เพื่อเน้นความไม่เป็นผู้ดีใหม่มีเงิน

invest /ɪn'vest/อิน'เว็ซทฺ/ ❶ *v.t.* (A) *(Finance)* ลงทุน; **~ time and effort in sth.** ลงทุนแรงและเวลาเพื่อทำ *ส.น.*; (B) **~ sb. with** *(cause to have)* มอบ *(อำนาจ, เหรียญตรา, ตำแหน่ง, เงินทอง)* ให้ *ค.น.*; (C) **~ sth. with sth.** มอบ/ให้ *ส.น.* กับ *ส.น.*; **be ~ed with [an air of] mystery** แสดงบรรยากาศลึกลับ; (D) *(Mil.)* ยกกำลังเข้าล้อม ❷ *v.i.* ลงทุน **(in** ใน, **with** ด้วย**)**; **~ in sth.** *(coll.: buy)* ลงทุนซื้อ *ส.น.*

investigate /ɪn'vestɪgeɪt/อิน'เว็ซติเกท/ ❶ *v.t.* สืบสวน, สอบสวน; ตรวจสอบ *(ค่าใช้จ่าย, เหตุผล, วัตถุ)*; **~ a case** สอบสวนคดี; **~ a crime** สอบสวนคดีอาชญากรรม ❷ *v.i.* *(ตำรวจ)* ตรวจสอบ, สืบสวน; **~ into sth.** สืบสวน *ส.น.*

investigation /ɪnvestɪ'geɪʃn/อินเว็ซติ'เกช'น/ *n.* ➡ **investigate:** การสืบสวน, การสอบสวน, การตรวจสอบ; **sth. is under ~:** กำลังสืบสวน *ส.น.* อยู่; **sb. is under ~:** *ค.น.* กำลังถูกสอบสวนอยู่; **a scientific ~:** การสำรวจค้นคว้าทางวิทยาศาสตร์

investigative /ɪn'vestɪgətɪv, US -geɪtɪv/อิน'เว็ซติเกอะทิว, -เกทิว/ *adj.* เกี่ยวกับการสอบสวน, ที่ค้นคว้า; **~ journalism** การเขียนข่าวที่ขุดคุ้ยและเปิดเผยประเด็นปัญหา

investigator /ɪn'vestɪgeɪtə(r)/อิน'เว็ซติเกเทอะ(ร)/ *n.* ผู้สืบสวน, ผู้สำรวจตรวจสอบ; *(government official)* พนักงานสืบสวน/สอบสวน; **[private] ~:** นักสืบ [เอกชน]

investigatory /ɪn'vestɪgeɪtərɪ/อิน'เว็ซติเกเทอะริ/ *adj.* **~ proceedings/tests/studies** การตรวจสอบ/การทดสอบ/การศึกษาค้นคว้า

investiture /ɪn'vestɪtʃə(r), US -tʃʊər/อิน'เว็ซติเฉอะ(ร), -ฉุเออร/ *n.* พิธีมอบหมาย *(อำนาจหน้าที่, ตำแหน่ง)* อย่างเป็นพิธีการ, พิธีสถาปนา; **~ with the Order of the Garter** การประดับเครื่องราชอิสริยาภรณ์การ์เตอร์

investment /ɪn'vestmənt/อิน'เว็ซทฺเมินทฺ/ *n.* (A) *(of money)* การลงทุน; *(fig.)* สิ่งที่ลงทุนไว้; **~ of capital** การลงทุนด้วยสินทรัพย์; **make an ~ [of £1,000 in sth.]** ลงทุน [ด้วยเงิน 1,000 ปอนด์]; **~ advice** คำแนะนำในการลงทุน; **~ income** รายได้จากการลงทุน; **~ capital** เงินต้นทุน; **~ trust** บริษัทเงินทุนหลักทรัพย์; (B) *(money invested)* เงินลงทุน; **his large ~ in the company** เงินลงทุนจำนวนมากของเขาในบริษัทนี้; (C) *(property)* การลงเงินร่วมทุน; **be a good ~** *(fig.)* เป็นสิ่งที่สมควรลงทุน; (D) ➡ **investiture;** (E) *(Mil.)* *(siege)* การโอบล้อม, การล้อมโจมตี; *(blockade)* การปิดล้อม

investor /ɪn'vestə(r)/อิน'เว็ซเตอะ(ร)/ *n.* นักลงทุน, ผู้ลงทุน; **~s in that company** ผู้ถือหุ้นในบริษัทนั้น; **small ~s** นักลงทุนรายย่อย

inveterate /ɪn'vetərət/อิน'เว็ทเทอะเร็ท/ *adj.* (A) *(deep-rooted)* *(ความสงสัย, ความไม่ไว้ใจ)* เป็นสันดาน, ฝังราก; (B) *(habitual)* *(สูบบุหรี่)* จนเป็นนิสัย; *(คอเหล้า)* เรื้อรัง, เปลี่ยนไม่ได้

invidious /ɪn'vɪdɪəs/อิน'วิดเดียซ/ *adj.* ซึ่งสร้างความเกลียดหรือโกรธ; ไม่ยุติธรรม

invidiously /ɪn'vɪdɪəslɪ/อิน'วิดเดียซลิ/ *adv.* ➡ **invidious:** ด้วยสร้างความเกลียด, อย่างไม่ยุติธรรม

invigilate /ɪn'vɪdʒɪleɪt/อิน'วิจิเลท/ *v.i.* *(Brit.: in examination)* คุมสอบ

invigilation /ɪnvɪdʒɪ'leɪʃn/อินวิจิ'เลช'น/ *n.* *(Brit.)* การควบคุม, การเฝ้ามอง

invigilator /ɪn'vɪdʒɪleɪtə(r)/อิน'วิจิเลเทอะ(ร)/ *n. (Brit.)* ผู้ควบคุม, ผู้ดูแล; **there were no ~s** ไม่มีผู้ควบคุมตรวจตรา

invigorate /ɪn'vɪgəreɪt/อิน'วิกเกอะเรท/ *v.t.* (A) *(make vigorous)* ทำให้มีพลัง, บำรุง; *(physically)* เสริมกำลัง, เติมพลัง; (B) *(animate)* ทำให้มีชีวิตชีวา; ปลุกเร้า *(ความคิดฝัน)*

invigorating /ɪn'vɪgəreɪtɪŋ/อิน'วิกเกอะเรทิง/ *adj.* *(เครื่องดื่ม, อาหาร)* เสริมพลัง; *(การนอนหลับ, อาบน้ำ)* ทำให้สดชื่น; *(fig.)* *(ความคิด)* ที่ทำให้ตื่นเต้น

invincibility /ɪnvɪnsɪ'bɪlɪtɪ/อินวินซิ'บิลลิทิ/ *n., no pl.* สภาวะที่ไม่มีใครสามารถจะเอาชนะได้

invincible /ɪn'vɪnsɪbl/อิน'วินซิบ'ล/ *adj.* *(ศัตรู)* ไม่สามารถเอาชนะได้; *(ความมั่นใจ)* ทำลายไม่ได้, ไม่รู้จักสะเทือน; *(ปัญหา, ความโง่)* ที่แก้ไขไม่ได้

inviolable /ɪn'vaɪələbl/อิน'วายเออะเลอะบ'ล/ *adj.* (A) *(not to be violated)* ล่วงละเมิดไม่ได้, ทำลายไม่ได้, แตะต้องไม่ได้; **maintain ~ secrecy** รักษาความลับไว้ได้อย่างสนิท; (B) *(to be kept sacred)* ที่แตะต้องไม่ได้

inviolate /ɪn'vaɪələt/อิน'วายเออะเลิท/ *adj.* (A) *(not violated)* ไม่เคยถูกล่วงละเมิด; *(ความสงบ, สันติภาพ, ข้อตกลง)* ที่ไม่ได้ถูกทำลาย; (B) *(unbroken)* *(ความเป็นเพื่อน)* ที่ไม่เคยขาด; *(ความเชื่อมั่น)* ที่สะเทือนไม่ได้; (C) *(unprofaned)* ไม่มีใครทำลายความศักดิ์สิทธิ์

invisibility /ɪnvɪzɪ'bɪlɪtɪ/อินวิซิ'บิลลิทิ/ *n.* การมองไม่เห็น, การไม่ปรากฏ, การซ่อนเร้น

invisible /ɪn'vɪzɪbl/อิน'วิซซิบ'ล/ *adj.* *(also Econ.)* มองไม่เห็น; *(hidden because of fog etc.; too small)* มองไม่เห็น; **almost ~:** แทบจะมองไม่เห็น; **~ mending** การปะชุน/การซ่อมที่มองไม่เห็นร่องรอย; **~ earnings** *(Commerc.)* รายได้เข้าประเทศที่ไม่ได้มาจากการค้าขายสินค้า *(เช่น การลงทุนตลาดหลักทรัพย์)*

invisibly /ɪn'vɪzɪblɪ/อิน'วิซซิบลิ/ *adv.* อย่างมองไม่เห็น, อย่างซ่อนเร้น, อย่างลี้ลับ; **~ repaired** *or* **mended** ซ่อมแซมหรือปะชุนได้อย่างแนบเนียนจนมองไม่เห็น

invitation /ɪnvɪ'teɪʃn/อินวิ'เทช'น/ *n.* *(lit. or fig.)* การเชิญ; บัตรเชิญ, การนิมนต์ *(พระ), อาราธนา;* **at sb.'s ~:** ตามคำเชิญของ *ค.น.;* **admission by ~ only** อนุญาตเฉพาะผู้ที่ได้รับเชิญเท่านั้น; **an [open] ~ to thieves** นี่เป็นการยั่วใจขโมย [อย่างชัด ๆ] *หรือ* อย่างนี้ขโมยก็หวานหมูไปเลย

invite ❶ /ɪn'vaɪt/อิน'ไวท/ *v.t.* Ⓐ *(request to come)* เชิญ; **~ oneself** *(iron.)* เสนอตัวเข้าไป, เชื้อเชิญตัวเอง; **before an ~d audience** ต่อหน้าแขกที่ได้รับเชิญ; **~ sb. in/over/round** เชิญ *ค.น.* มาหา **(for, to** เพื่อ); Ⓑ *(request to do sth.)* เรียกร้อง, อัญเชิญ; **she ~d him to accompany her** เธอขอร้องให้เขาไปเป็นเพื่อน; **they ~d him to ascend the throne** พวกเขาอัญเชิญพระองค์ให้เสด็จขึ้นครองราชย์; Ⓒ *(ask for)* ขอร้อง, เชิญ, ขอ; Ⓓ *(bring on)* เรียก, ก่อให้เกิด *(การวิจารณ์, การต่อต้าน);* **you're inviting ridicule** คุณกำลังทำตัวเองให้น่าหัวเราะ; Ⓔ *(attract)* ดึงดูด; **~ interest in sth.** ปลุกเร้าความสนใจใน *ส.น.*
❷ /'ɪnvaɪt/'อินไวท/ *n.* *(coll.)* การเชื้อเชิญ

invitee /ɪnvaɪ'ti:/อินไว'ที/ *n.* แขกรับเชิญ

inviting /ɪn'vaɪtɪŋ/อิน'ไวทิง/ *adj.* เป็นการเชื้อเชิญ; *(ภาพ)* ดึงดูดใจ; *(ทะเล, อากาศ)* สบาย; *(ความคิด)* น่าสนใจ; **make sth. ~ to sb.** ทำให้ *ส.น.* น่าสนใจสำหรับ *ค.น.*

invitingly /ɪn'vaɪtɪŋlɪ/อิน'ไวทิงลิ/ *adv.* อย่างเชื้อเชิญ, อย่างดึงดูดใจ

in vitro 'fertili'zation /ɪnvi:trəʊ 'fɜ:tɪlaɪ'zeɪʃn/อินวีโทร 'เฟอทิไล'เซช'น/ *n.* การผสมเทียมในหลอดแก้ว

invocation /ɪnvə'keɪʃn/อินเวอะ'เคช'น/ *n.* การขอร้อง, การวิงวอน, คำวิงวอน; การปลุกผี

invoice /'ɪnvɔɪs/'อินวอยซฺ/ ❶ *n.* *(bill)* ใบเสร็จ; *(list)* ใบสั่งของ ❷ *v.t.* Ⓐ *(make ~ for)* ออกใบเสร็จ; *(enter in ~)* คิดราคาของ; Ⓑ *(send ~ to)* **~ sb.** ส่งใบเสร็จ/ใบส่งของไปให้ *ค.น.;* **~ sb. for sth.** ออกใบเสร็จค่า *ส.น.* ให้ *ค.น.;* **be ~d for sth.** ได้รับใบเสร็จเรียกเก็บเงินค่า *ส.น.*

invoke /ɪn'vəʊk/อิน'โวค/ *v.t.* Ⓐ *(call on)* ขอร้อง; Ⓑ *(appeal to)* อุทธรณ์, วิงวอน, เรียกร้อง, นำมาซึ่ง; **~ an example/sth. as an example** ยก/อ้าง *ส.น.* ขึ้นเป็นตัวอย่าง; **~ sth. to justify/explain sth.** นำ *ส.น.* ขึ้นมาอ้าง/อธิบาย *ส.น.;* Ⓒ *(summon)* สวดอัญเชิญวิญญาณ; Ⓓ *(ask earnestly for)* วิงวอน

involucre /'ɪnvəlu:kə(r)/'อินเวอะลูเคอะ(ร)/ *n.* *(Bot.)* กลีบเลี้ยงที่หุ้มดอก

involuntarily /ɪn'vɒləntərɪlɪ, US -terɪlɪ/อิน'วอเลินเทอะริลิ, -เทะริลิ/ *adv.* อย่างไม่ได้ตั้งใจ, อย่างไม่รู้ตัว, โดยอัตโนมัติ

involuntary /ɪn'vɒləntərɪ, US -terɪ/อิน'วอเลินเทอะริ, -เทะริ/ *adj.* ไม่ได้ตั้งใจ, ไม่รู้ตัว, อัตโนมัติ

involve /ɪn'vɒlv/อิน'วอลว/ *v.t.* Ⓐ *(implicate)* ทำให้พัวพัน, นำมาเกี่ยวข้อง; **~ sb. in a charge** นำ *ค.น.* เข้ามาเกี่ยวข้องกับข้อกล่าวหา; Ⓑ *(draw in as a participant)* **~ sb. in a game/fight** ดึง *ค.น.* เข้ามามีส่วนร่วมในเกมกีฬา/การต่อสู้; **become** *or* **get ~d in a fight** เข้าไปพัวพันในการต่อสู้; **be ~d in a project** *(employed)* เกี่ยวข้องกับโครงการใดโครงการหนึ่ง; **get ~d with sb.** เข้าเกี่ยวข้องพัวพันกับ *ค.น.; (sexually, emotionally)* มีความสัมพันธ์ทางเพศหรือทางจิตใจกับ *ค.น.;* **sth. is ~d** *(concerned) ส.น.* เกี่ยวข้องด้วย; **no other vehicle was ~ in the accident** ไม่มียานพาหนะอื่นเกี่ยวข้องกับอุบัติเหตุนี้; Ⓒ *(include)* รวมอยู่ด้วย, รวมทั้ง; *(contain implicitly)* มีส่วนร่วมอย่างชัดเจน; **this event ~s us all** เหตุการณ์นี้เกี่ยวข้องกับพวกเราทั้งหมด; Ⓓ *(be necessarily accompanied by)* จำเป็นต้องมีประกอบด้วย; *(require as accompaniment)* ต้องมีประกอบอยู่ด้วย; *(cause, mean)* เป็นต้นเหตุ, หมายความถึง

involved /ɪn'vɒlvd/อิน'วอลวด/ *adj.* เกี่ยวเนื่องกัน; *(complicated)* ยุ่งยาก, ยุ่งเหยิง; *(complex)* ซับซ้อน

involvement /ɪn'vɒlvmənt/อิน'วอลวเมินท/ *n.* Ⓐ **my ~ in this affair began only recently** ฉันเพิ่งจะเข้ามาเกี่ยวข้องกับเรื่องนี้เมื่อเร็ว ๆ นี้; **his ~ in the company** ความเกี่ยวข้องของเขาในบริษัทนี้; **I don't know the extent of his ~ in this affair** ฉันไม่รู้ว่าเขาเกี่ยวข้องในเรื่องนี้ถึงเพียงไหน; Ⓑ *(implication)* **~ in a conflict** การเข้าไปพัวพันกับความขัดแย้ง; **his increasing ~ in public life** การที่เขามีบทบาทสัมพันธ์กับส่วนรวมมากขึ้นเรื่อย ๆ; **have an ~ with sb.** *(sexually)* มีความสัมพันธ์ทางเพศกับ *ค.น.;* **you may not take on any other ~:** คุณไม่ควรจะมีความพัวพันสัมพันธ์ทางเพศกับคนอื่น

invulnerable /ɪn'vʌlnərəbl/อิน'วัลเนอะเรอะบ'ล/ *adj.* *(ระบบอาวุธ, สิ่งมีชีวิต)* ไม่สามารถทำลายได้; *(เมือง, ป้อม)* ตีไม่แตก; *(fig.)* มั่นคง; *(จุดยืน)* ไร้ข้อกล่าวหา; **be ~ to sth.** มีภูมิต้านทานต่อ *ส.น. หรือ ส.น.* แตะต้องไม่ได้

inward /'ɪnwəd/'อินเวิด/ ❶ *adj.* Ⓐ *(situated within)* ที่อยู่ภายใน; Ⓑ *(mental, spiritual) (ความรู้สึก, ความสงบ)* ในใจ; **his ~ thoughts** ความคิดในใจของเขา; Ⓒ *(directed inside)* ซึ่งเข้าข้างใน; **'goods ~'** สินค้าเข้า; **~ slope** เอียงเข้าด้านใน ❷ *adv.* เข้า, ซึ่งเข้าข้างใน, ภายใน; **open ~:** เปิดเข้า; **an ~-looking person** *(fig.)* คนที่คอยคิดแต่เรื่องส่วนตัว *หรือ* คนที่ไม่สนใจโลกภายนอก

inwardly /'ɪnwədlɪ/'อินเวิดลิ/ *adv.* อยู่ภายใน

inwards /'ɪnwədz/'อินเวิดซฺ/ ➡ **inward** 2

iodide /'aɪədaɪd/'ไอเออะดายดฺ/ *n.* *(Chem.)* สารประกอบไอโอดีน

iodine /'aɪədi:n, US -daɪn/'ไอเออะดีน, -ดายน/ *n.* *(Chem.)* ธาตุไอโอดีน *(ท.ศ.) (ธาตุอโลหะในกลุ่มฮาโลเจนจำเป็นต่อสิ่งมีชีวิต)*

IOM *abbr.* **Isle of Man**

ion /'aɪən/'อายเอิน/ *n.* *(Phys., Chem.)* ไอออน *(ท.ศ.) (อะตอมหรือกลุ่มอะตอมที่เสียอิเล็กตรอน (cation) หรือได้อิเล็กตรอน (anion)*

ion ex'change *n.* กระบวนการแลกเปลี่ยนไอออนระหว่างสารละลายกับของแข็ง

ionic /aɪ'ɒnɪk/ไอ'ออนิค/ *adj.* *(Phys., Chem.)* เกี่ยวกับไอออน

ionisation, ionise ➡ **ioniz-**

ionization /aɪənaɪ'zeɪʃn/ไอเออะไน'เซช'น/ *n.* กระบวนการทำให้เกิดไอออน

ionize /'aɪənaɪz/'ไอเออะนายซฺ/ *v.t.* เปลี่ยนเป็นไอออน

ionosphere /aɪ'ɒnəsfɪə(r)/ไอ'ออเนิซเฟีย(ร)/ *n.* ไอออนโนสเฟียร์ *(ท.ศ.) (ชั้นบรรยากาศซึ่งอยู่เหนือชั้นสตราโตสเฟียร์ มีความสูงจากพื้นผิวโลกประมาณหนึ่งพันกิโลเมตร)*

iota /aɪ'əʊtə/ไอ'โอเทอะ/ *n.* Ⓐ *(smallest amount)* จำนวนที่น้อยที่สุด; **not an** *or* **one ~:** ไม่มีแม้แต่นิด; **there's not an ~ of truth in that** ไม่มีความจริงแม้แต่นิด; Ⓑ *(Greek letter)* อักษรกรีกตัวที่เก้า

IOU /aɪəʊ'ju:/ไอโอ'ยู/ *abbr.* **I owe you** เอกสารแสดงการเป็นหนี้ ซึ่งมีลายเซ็นของลูกหนี้

IOW *abbr.* **Isle of Wight**

IP *n. abbr.* **Internet Protocol** การใช้รหัสสำหรับเชื่อมต่อในอินเทอร์เน็ต; **~ address** ที่อยู่ทางอินเทอร์เน็ตที่เขียนเป็นรหัส

IPA *abbr.* **International Phonetic Alphabet** สัทอักษรสากล

i.p.s. *abbr.* **inches per second** นิ้วต่อวินาที

ipso facto /ɪpsəʊ 'fæktəʊ/อิพโซ'แฟคโท/ *adv.* Ⓐ *(by that very fact)* ตามข้อเท็จจริงนั้น; Ⓑ *(thereby)* ดังนั้น; Ⓒ *(by the very nature of the case)* โดยความจริงข้อนั้น

IQ *abbr.* **intelligence quotient** ไอคิว *(ท.ศ.);* **IQ-test** การทดสอบไอคิว

IRA *abbr.* **Irish Republican Army** ขบวนการไออาร์เอ *(ท.ศ.), (องค์การที่ก่อตั้งขึ้นเพื่อเรียกร้องอิสรภาพของไอร์แลนด์จากสหราชอาณาจักร)*

Iran /ɪ'rɑ:n/อิ'ราน/ *pr. n.* ประเทศอิหร่าน

Iranian /ɪ'reɪnɪən/อิ'เรเนียน/ ❶ *adj.* แห่งประเทศอิหร่าน; **sb. is ~:** *ค.น.* เป็นคนอิหร่าน ❷ *n.* Ⓐ *(person)* ชาวอิหร่าน; Ⓑ *(Ling.)* ภาษาอิหร่าน; **speak ~:** พูดภาษาอิหร่าน

Iraq /ɪ'rɑ:k/อิ'ราค/ *pr. n.* ประเทศอิรัก

Iraqi /ɪ'rɑ:kɪ/อิ'ราคิ/ ❶ *adj.* แห่งประเทศอิรัก; **~ sb. is ~:** *ค.น.* เป็นชาวอิรัก ❷ *n.* Ⓐ *(person)* ชาวอิรัก; Ⓑ *(dialect)* ภาษาอาหรับประจำอิรัก

irascible /ɪ'ræsɪbl/อิ'แรซิบ'ล/ *adj.* *(hot-tempered)* โกรธง่าย; *(irritable)* ฉุนเฉียวง่าย

irate /aɪ'reɪt/ไอ'เรท/ *adj.* โกรธ, ฉุนเฉียว

irately /aɪ'reɪtlɪ/ไอ'เรทลิ/ *adv.* ด้วยความโกรธเคือง

ire /aɪə(r)/อายเออะ(ร)/ *n.* *(rhet./poet.)* ความโกรธ

Ireland /'aɪələnd/'อายเออะเลินดฺ/ *pr. n.* **[Republic of] ~:** ประเทศไอร์แลนด์

iridescence /ɪrɪ'desəns/อิริ'เด็ซเซินซฺ/ *n.* การเปลี่ยนสีเมื่อเปลี่ยนมุมมอง, เป็นสีรุ้ง

iridescent /ɪrɪ'desənt/อิริ'เด็ซเซินท/ *adj.* *(changing colour with position)* ที่เปลี่ยนสีเมื่อเปลี่ยนมุมมอง, มีสีรุ้ง

iridium /ɪ'rɪdɪəm/อิ'ริดเดียม/ *n.* *Chem.* อิริเดียม *(ท.ศ.) (ธาตุโลหะแข็งสีขาว)*

iris /'aɪərɪs/'อายเออะริซ/ *n.* Ⓐ *(Anat.)* ม่านตา; Ⓑ *(Bot.)* พืชในวงศ์ Iris ขึ้นจากเหง้าหรือหัว ดอกมีสีสันสวยงาม; Ⓒ *(Optics) (iris diaphragm) แผ่นไดอะแฟรมที่มีรูเปิดปิด เพื่อควบคุมปริมาณแสงเข้าเลนส์ในกล้องถ่ายรูป*

Irish /'aɪərɪʃ/'อายเออะริช/ ❶ *adj.* แห่งประเทศไอร์แลนด์; **sb. is ~:** *ค.น.* เป็นคนไอร์แลนด์; **~ joke** การพูดตลกที่ดูถูกชาวไอร์แลนด์; ➡ **+ English** 1 ❷ *n.* Ⓐ *(language)* ภาษาไอริช; ➡ **+ English** 2 A; Ⓑ *constr. as pl.* **the ~:** ชาวไอร์แลนด์

Irish: ~'bull *n.* ถ้อยคำที่มีความขัดแย้งในตัวเอง; **~ 'coffee** *n.* กาแฟร้อนผสมวิสกี้ราดครีม; **~'Gaelic** *n.* ภาษาแกลิค *(ท.ศ.)* ที่ใช้ในไอร์แลนด์; **~man** /ˈaɪərɪʃmən/ˈไอเออะริชเมิน/ *n., pl.* **~men** /ˈaɪərɪʃmən/ˈไอเออะริชเมน/ ชายชาวไอร์แลนด์โดยกำเนิด, ชายผู้ที่มีเชื้อสายชาวไอร์แลนด์; **~ Re'public** *pr. n.* สาธารณรัฐไอร์แลนด์; **~ 'Sea** *pr. n.* ทะเลไอริช *(อยู่ระหว่างประเทศไอร์แลนด์กับอังกฤษและเวลส์)*; **~ 'stew** *n.* สตูที่ประกอบด้วยเนื้อแกะ มันฝรั่งและหอมใหญ่; **~ 'whisk[e]y** *n.* วิสกี้ของไอร์แลนด์; **~woman** *n.* สตรีชาวไอร์แลนด์โดยกำเนิด, สตรีซึ่งมีเชื้อสายชาวไอร์แลนด์

irk /ɜ:k/เอิค/ *v.t.* ทำให้รำคาญ

irksome /ˈɜ:ksəm/ˈเอิคเซิม/ *adj.* น่ารำคาญ, น่าเบื่อ

iron /ˈaɪən, US ˈaɪərn/ˈอายเอิน, ˈอายเอิรน/ ❶ *n.* Ⓐ *(metal)* เหล็ก, ธาตุเหล็ก; **~ tablets** ยาที่มีธาตุเหล็ก; **man of ~** *(fig.)* ผู้ที่เหี้ยมเกรียมไร้ความปรานี; **with a grip of ~:** จับแน่น; **as hard as ~:** แข็งเหมือนเหล็ก; **will of ~:** ใจมั่นคงหนักแน่น; **strike while the ~ is hot** *(prov.)* น้ำขึ้นให้รีบตัก; ➡ **+ pyrites, rod** C; Ⓑ *(tool)* เครื่องมือที่ทำจากเหล็ก; **have several ~s in the fire** มีสิ่งที่ทำพร้อมกันหลายอย่าง; **have too many ~s in the fire** ทำหลายสิ่งพร้อมกันมากเกินไป; Ⓒ *(Golf)* ไม้กอล์ฟหัวเหล็ก; Ⓓ *(for smoothing)* เตารีด; Ⓔ *usu. in pl. (fetter)* โซ่ตรวน; **put sb. in ~s** ล่ามโซ่ *ค.น.*
❷ *attrib. adj.* Ⓐ *(of iron)* ทำจากเหล็ก; Ⓑ *(very robust)* *(สุขภาพ)* แข็งแรง; Ⓒ *(unyielding)* ไม่ลดหย่อน, เข้มงวด; **~ rule/ his ~ rule** กฎเหล็ก/กฎที่ไม่ลดหย่อน *(ของเขา)*
❸ *v.t.* รีดด้วยเตารีด, ใส่โซ่ตรวน
❹ *v.i.* รีดผ้า

~'on *v.t.* รีดให้ติดพื้นผิว *(ผ้าหรืออื่น ๆ)*; ➡ **+ iron-on**

~'out *v.t.* รีด *(รอยยับ)* ออก; *(flatten)* ทำให้เรียบ, ทำให้เสมอ; *(fig.)* ขจัด *(ปัญหา, ความขัดแย้ง)*

Iron: ~ Age *n.* ยุคเหล็ก; **i~clad** ❶ *adj.* Ⓐ *(clad in iron)* ซึ่งหุ้มเกราะเหล็ก; Ⓑ *(fig.) (rigorous)* แข็งแกร่ง, ทำลายไม่ได้, เข้มงวด; **there are no ~clad rules in this matter** เรื่องนี้ไม่มีกฎระเบียบตายตัว ❷ *n. (Navy Hist.)* เรือรบหุ้มเกราะในศตวรรษที่สิบเก้า; **~ 'Cross** *n.* เหรียญสดุดีความกล้าหาญของทหารเยอรมัน; **I~ 'Curtain** *n. (Hist.)* ม่านเหล็ก *(แนวพรมแดนระหว่างโซเวียตกับยุโรปตะวันตก)*; **i~-grey** ❶ *adj.* มีสีเทาดำ ❷ *n.* สีเทาดำ

ironic /aɪˈrɒnɪk/ไอˈรอนิค/, **ironical** /aɪˈrɒnɪkl/ไอˈรอนิคˈล/ *adj.* ซึ่งประชด, เหน็บแนม, ขัดแย้งกับความจริง; **it is ~ that...:** เป็นการขัดแย้งกับความจริงที่ว่า...

ironically /aɪˈrɒnɪklɪ/ไอˈรอนิคลิ/ *adv.* อย่างขัดแย้งกับความจริง, อย่างเหน็บแนม

ironing /ˈaɪənɪŋ, US ˈaɪərn-/ˈอายเออะนิง, ˈอายเอิรน-/ *n. (things [to be] ironed)* สิ่งที่ถูกรีด, สิ่งที่จะต้องรีด, การรีดผ้า; **do the ~:** รีดผ้า

'ironing board *n.* กระดานรีดผ้า

iron 'lung *n.* เครื่องช่วยหายใจ

ironmonger /ˈaɪənmʌŋgə(r), US ˈaɪərn-/ˈไอเอินมังเกอะ(ร), ˈอายเอิรน-/ *n.* ➤ **489** *(Brit.)* คนขายอุปกรณ์เครื่องเหล็ก/เครื่องใช้ในบ้าน; ➡ **+ baker**

ironmongery /ˈaɪənmʌŋgərɪ/ˈไอเอินมังเกอะริ/ *n. (Brit.)* Ⓐ *(hardware)* อุปกรณ์เครื่องใช้ในบ้าน, เครื่องเหล็ก; Ⓑ *(coll.: firearms)* ปืนขนาดเล็ก

iron: ~-on *adj.* ที่รีดติด; **~ ore** *n.* แร่เหล็ก; **~ 'ration** *n.* เสบียงซึ่งสำรองไว้สำหรับยามฉุกเฉิน; **~ware** *n., no pl. (household utensils)* เครื่องเหล็ก; เครื่องใช้ในบ้าน; **~work** *n., no pl.* ผลิตภัณฑ์ที่ทำจากเหล็ก; **~works** *n. sing., pl. same* โรงหลอมเหล็ก, สถานที่ผลิตผลิตภัณฑ์จากเหล็ก

irony /ˈaɪrənɪ/ˈอายเรอะนิ/ *n.* Ⓐ การพูดประชด, การเหน็บแนม; สิ่งที่ตรงกันข้ามกับที่ตั้งใจ; **one of life's [little] ironies** การที่โชคชะตาเล่นตลกครั้งหนึ่ง; **the ~ was that ...:** สิ่งที่ตลก *(เพราะขัดแย้งกับความน่าจะเป็น)* ก็คือ...

irradiate /ɪˈreɪdɪeɪt/อิˈเรดิเอท/ *v.t.* Ⓐ *(shine upon)* ส่องสว่าง; Ⓑ *(light up)* ทำให้สว่าง; Ⓒ *(Phys., Med., Gastr.)* ฉายรังสี

irradiation /ɪreɪdɪˈeɪʃn/อิเรดิˈเอช'น/ *n.* Ⓐ *(illumination)* การส่องสว่าง; Ⓑ *(fig.)* ทำให้กระจ่าง; Ⓒ *(Phys., Med.)* การฉายรังสี; Ⓓ **[food] ~:** การอาบรังสีเพื่อถนอมอาหาร

irrational /ɪˈræʃənl/อิˈแรเชอะน'ล/ *adj.* Ⓐ *(unreasonable)* ไม่มีเหตุผล, ไม่สมเหตุสมผล; Ⓑ *(incapable of reasoning)* ขาดสติสัมปชัญญะ; Ⓒ *(Math.)* *(เลข)* ไม่ลงตัว

irrationality /ɪræʃəˈnælɪtɪ/อิแรเชอะˈแนลิทิ/ *n.* ความไม่สมเหตุสมผล; *(of situation)* ความพิกล

irrationally /ɪˈræʃənəlɪ/อิˈแรเชอะเนอะลิ/ *adv.* อย่างไม่สมเหตุสมผล

irreconcilable /ɪˈrekənsaɪləbl, ɪrekənˈsaɪləbl/อิˈเรเคินไซเลอะบ'ล, อิเระเคินˈซายเลอะบ'ล/ *adj.* Ⓐ *(implacably hostile)* ไม่ยอมใคร; *(ความเกลียดชัง)* ที่แก้ไม่ได้; Ⓑ *(incompatible)* ไม่สามารถปรองดองหรือเข้ากันได้; *(ความแตกแยก)* ที่ไม่มีวันประนีประนอมได้; **theory and practice are completely ~:** ทฤษฎีและการปฏิบัตินั้นเป็นไปคนละทางกันโดยสิ้นเชิง

irrecoverable /ɪrɪˈkʌvərəbl/อิริˈคัเวอะเรอะบ'ล/ *adj.* ไม่สามารถเรียกกลับคืนได้, ไม่สามารถรักษาได้; **the situation was ~:** สถานการณ์นั้นไม่อาจจะแก้ไขได้แล้ว

irredeemable /ɪrɪˈdi:məbl/อิริˈดีเมอะบ'ล/ *adj.* *(ความผิดพลาด)* ไม่สามารถแก้ไขได้; **be ~:** ไม่สามารถคืนสู่สภาพเดิมได้; **the mistake is not yet ~:** ความผิดพลาดนี้ไม่ถึงกับจะแก้ไขไม่ได้

irreducible /ɪrɪˈdju:sɪbl, US -ˈdu:s-/อิริˈดิวเชอะบ'ล, -ˈดูช-/ *adj.* ไม่สามารถลดลงได้อีก; *(จำนวน, คน)* ที่เล็กที่สุด

irrefutable /ɪˈrefjʊtəbl, ɪrɪˈfju:-/อิˈเร็ฟฟิวเทอะบ'ล, อิริˈฟิว-/ *adj.* ไม่สามารถพิสูจน์ได้ว่าผิด, แย้งไม่ได้

irregular /ɪˈregjʊlə(r)/อิˈเร็กกิวเลอะ(ร)/ ❶ *adj.* Ⓐ *(not conforming)* *(การประพฤติ, การกระทำ)* ไม่ถูกต้อง, ผิดระเบียบ; **this is most ~!** นี่เป็นสิ่งที่ผิดระเบียบอย่างที่สุด; Ⓑ *(uneven in duration, order, etc.)* ไม่สม่ำเสมอ, ไม่คงที่แน่นอน; ➡ **+ hour** C; Ⓒ *(abnormal)* ผิดปกติ; Ⓓ *(not symmetrical)* ไม่สมมาตรกัน, ไม่เรียบ; Ⓔ *(disorderly)* *(ชีวิต)* ที่ขาดระเบียบ; *(lawless)* นอกกฎหมาย; Ⓕ *(Mil.)* *(ทหาร)* ไม่สังกัดหน่วยใด; Ⓖ *(Ling.)* ไม่เป็นไปตามกฎ; *(Bot.)* มีกลีบดอกไม่เท่ากัน ❷ *n., in pl. (Mil.)* ทหารหน่วยพิเศษซึ่งไม่สังกัดหน่วยใด

irregularity /ɪregjʊˈlærɪtɪ/อิเระกิวˈแลริทิ/ *n.* Ⓐ *(of behaviour action)* ความไม่ถูกต้อง; *(instance also)* สิ่ง/เหตุการณ์ไม่ถูกต้อง; Ⓑ *(unevenness in duration, order, etc.)* ความไม่สม่ำเสมอ, ความไม่คงที่แน่นอน, ความผิดจังหวะ; Ⓒ *(abnormality)* ความผิดปกติ; Ⓓ *(disorderliness)* ความขาดระเบียบ; *(lawlessness)* ความนอกกฎหมาย; Ⓔ *(lack of symmetry)* ความไม่สมมาตรกัน; *(of surface)* ความไม่เรียบ

irregularly /ɪˈregjʊləlɪ/อิˈเร็กกิวเลอะลิ/ *adv.* Ⓐ *(not in conformity)* อย่างไม่ตามกฎเกณฑ์; อย่างไม่ถูกต้อง; *(lawlessly)* อย่างไม่ถูกกฎหมาย; Ⓑ *(unevenly)* อย่างไม่สม่ำเสมอ

irrelevance /ɪˈrelɪvəns/อิˈเร็ลเลอะเวินซ/, **irrelevancy** /ɪˈrelɪvənsɪ/อิˈเร็ลลิเวินซิ/ *n.* *(being irrelevant)* ความไม่เกี่ยวข้องกัน; ความไม่สำคัญ; *(irrelevant detail, information, etc.)* *(ข้อมูล, รายละเอียด)* ไม่ตรงประเด็น

irrelevant /ɪˈrelɪvənt/อิˈเร็ลลิเวินท/ *adj.* ไม่เกี่ยวข้อง, ไม่ตรงประเด็น; **be ~ to a subject** ไม่เกี่ยวข้องกับเรื่องหนึ่ง ๆ

irreligious /ɪrɪˈlɪdʒəs/อิริˈลิจเจิช/ *adj.* *(บุคคล)* ที่ไม่นับถือศาสนา; *(บุคคล)* ไม่มีศาสนา

irremediable /ɪrɪˈmi:dɪəbl/อิริˈมีเดียบ'ล/ *adj.* *(สถานการณ์, สิ่งเลวร้าย)* ไม่สามารถแก้ไขได้; *(ข้อบกพร่อง)* ที่ไม่สามารถปรับได้; **be ~** แก้ไขไม่ได้, ปรับไม่ได้

irreparable /ɪˈrepərəbl/อิˈเร็พเพอะเรอะบ'ล/ *adj.* ไม่สามารถแก้ไขได้, ไม่สามารถทำให้ดีขึ้นได้

irreparably /ɪˈrepərəblɪ/อิˈเร็พเพอะเรอะบลิ/ *adv.* อย่างไม่อาจแก้ไขได้; **be ~ damaged** เสียหายอย่างไม่อาจซ่อมแซมได้

irreplaceable /ɪrɪˈpleɪsəbl/อิริˈเพลเซอะบ'ล/ *adj.* Ⓐ *(not replaceable)* ไม่สามารถทดแทน; *(สิ่งของ)* ที่หาซื้ออีกไม่ได้; Ⓑ *(of which the loss cannot be made good)* ไม่สามารถชดเชย/ทดแทน/แก้ไขได้

irrepressible /ɪrɪˈpresɪbl/อิริˈเพร็ชเซอะบ'ล/ *adj.* *(ความสุข, ความกระตือรือร้น)* ไม่สามารถห้ามได้; *(ความต้องการ)* ที่กดเก็บไม่ได้, ไม่สามารถควบคุมได้; *(บุคคล)* ที่ข่มไม่อยู่; **he/she is ~:** เขา/เธอกลั้นไว้ไม่ได้; **an ~ chatterbox** คนที่พูดมากไม่หยุดปาก

irreproachable /ɪrɪˈprəʊtʃəbl/อิริˈโพรเฉอะบ'ล/ *adj.* *(นิสัย, วิถีชีวิต, พฤติกรรม)* ไม่มีที่ติ; *(การแต่งตัว)* ไม่มีด่างพร้อย

irresistible /ɪrɪˈzɪstɪbl/อิริˈซิชเตอะบ'ล/ *adj.* *(การเถียง)* ไม่สามารถต้านทานได้; *(อาหาร)* ที่อดไม่ได้

irresistibly /ɪrɪˈzɪstɪblɪ/อิริˈซิชเตอะบลิ/ *adv.* *(โต้เถียง)* อย่างไม่อาจต้านทานได้; *(ต้องการ)* อย่างยั้งไม่อยู่, อย่างอดไม่ได้

irresolute /ɪˈrezəlu:t/อิˈเร็ซเซอะลูท/ *adj.* Ⓐ *(undecided)* ไม่ตกลงใจ, ไม่แน่ใจ, ลังเลใจ; Ⓑ *(lacking in resoluteness)* ไม่หนักแน่น, ไม่เด็ดขาด

irresolutely /ɪˈrezəlu:tlɪ/อิˈเร็ซเซอะลูทลิ/ *adv.* อย่างไม่แน่ใจ, อย่างลังเลใจ

irresoluteness /ɪˈrezəlu:tnɪs, ɪˈrezəlju:tnɪs/อิˈเร็ซเซอะลูทนิซ, อิˈเร็ซเซอะลิวทฺนิซ/, **irresolution** /ɪrezəˈlu:ʃn, ɪrezəˈlju:ʃn/อิเระเซอะˈลูช'น, อิเระเซอะˈลิวช'น/ *ns., no. pl.* Ⓐ *(being undecided)* การไม่ตกลงใจ, การลังเลใจ; Ⓑ *(lack of resoluteness)* การขาดความหนักแน่นมั่นคง, ความไม่เด็ดขาด

irrespective /ɪrɪˈspektɪv/อิริˈซเป็คทิว/ *adj.* **~ of** ไม่คำนึงถึง, ไม่พิจารณาถึง; *(independent of)* ไม่ขึ้นอยู่กับ, ไม่เกี่ยวกับ; **~ of what ...:** ไม่เกี่ยวกับ...; **~ of the consequences** โดยไม่คำนึงถึงผลที่จะเกิดขึ้นในภายหลัง

irresponsibility /ɪrɪspɒnsɪˈbɪlɪtɪ/อิริซปอนซิˈบิลลิทิ/ *n., no pl.* ➡ **irresponsible:** การขาด

i

ความรับผิดชอบ, การไม่รู้จักรับผิดชอบ; **it is sheer ~ to ...:** ช่างเป็นการไม่รับผิดชอบจริง ๆ ที่จะ...

irresponsible /ɪrɪˈspɒnsɪbl/อิริ'ซปอนซิบ'ล/ *adj.* ไม่รับผิดชอบ; *(mentally inadequate to bear responsibility)* ยังไม่มีวุฒิภาวะพอที่จะรับผิดชอบได้; **[financially] ~:** ไม่รับผิดชอบ [ด้านการเงิน]

irresponsibly /ɪrɪˈspɒnsɪːblɪ/อิริ'ซปอนซิบลิ/ *adv.* อย่างไร้ความรับผิดชอบ, อย่างไม่รับผิดชอบ

irretrievable /ɪrɪˈtriːvəbl/อิริ'ทรีเวอะบ'ล/ *adj.* เอากลับคืนไม่ได้, แก้ไขไม่ได้; *(irreversible)* ย้อนกลับไม่ได้; *(การล้มละลาย)* ตลอดกาล; *(การแต่งงาน)* คืนดีกันไม่ได้; *(สถานการณ์)* ที่ไม่มีทางออก

irretrievably /ɪrɪˈtriːvəblɪ/อิริ'ทรีเวอะบลิ/ *adv.* อย่างไม่อาจกลับคืนมาได้; *(for ever)* ตลอดกาล, โดยตลอด; **the marriage has ~ broken down** ชีวิตสมรสได้แตกแยกอย่างไม่มีวันที่จะกลับคืนดีกันได้

irreverence /ɪˈrevərəns/อิ'เร็วเวอะเรินซฺ/ *n.* ➡ **irreverent:** การขาดความเคารพ, การขาดความเลื่อมใส; **an [act of] ~:** การกระทำที่ขาดความเคารพเลื่อมใส

irreverent /ɪˈrevərənt/อิ'เร็วเวอะเรินทฺ/ *adj.*, **irreverently** /ɪˈrevərəntlɪ/อิ'เร็วเวอะเรินทฺลิ/ *adv.* [อย่าง] ขาดความเคารพ, [อย่าง] ขาดความเลื่อมใส

irreversible /ɪrɪˈvɜːsɪbl/อิริ'เวอซิบ'ล/ *adj.* **A** *(unalterable)* เปลี่ยนแปลงไม่ได้; *(การตกลง)* ที่กลับคำไม่ได้; **~ damage** ความเสียหายซึ่งไม่สามารถแก้ไขเปลี่ยนแปลงได้; **B** *(not reversible)* คืนสู่สภาพเดิมไม่ได้; *(inexorable)* หยุดยั้งไม่ได้; *(ความเสื่อมโทรม)* ยับยั้งไม่ได้

irrevocable /ɪˈrevəkəbl/อิ'เร็วเวอะเคอะบ'ล/ *adj.* **A** *(unalterable, final)* *(การตัดสินใจ, ความผิดพลาด)* เพิกถอนเปลี่ยนแปลงไม่ได้; *(การตัดสินใจ)* สุดท้าย; **B** *(gone beyond recall)* ไม่อาจเรียกกลับคืนมาได้

irrevocably /ɪˈrevəkəblɪ/อิ'เร็วเวอะเคอะบลิ/ *adv.* อย่างไม่สามารถจะเรียกกลับคืนมาได้, อย่างเพิกถอนไม่ได้

irrigate /ˈɪrɪgeɪt/'อิริเกท/ *v.t.* **A** ทดน้ำ, รดน้ำ, มีระบบชลประทาน; **B** *(Med.)* ล้างแผล

irrigation /ɪrɪˈgeɪʃn/อิริ'เกช'น/ *n.* **A** การชลประทาน, การทดน้ำ, การรดน้ำ; **overhead ~:** การรดน้ำแบบใช้หัวฉีด; **B** *(Med.)* การล้างแผล

irritability /ɪrɪtəˈbɪlɪtɪ/อิริเทอะ'บิลลิทิ/ *n.* ➡ **irritable A:** ความโกรธง่าย, ความฉุนเฉียว, ความขี้โมโห

irritable /ˈɪrɪtəbl/'อิริเทอะบ'ล/ *adj.* **A** *(quick to anger)* โกรธง่าย; *(temporarily)* หัวเสีย, โกรธ; **B** *(of organ)* ระคายเคือง, ระบม; **~ to the touch** ระคายเคืองต่อการสัมผัสแตะต้อง; **C** *(Biol.)* ไวต่อการกระตุ้น, สนองการเร้าได้ง่าย

irritably /ˈɪrɪtəblɪ/'อิริเทอะบลิ/ *adv.* อย่างโกรธ, อย่างฉุนเฉียว, อย่างระคายเคือง

irritant /ˈɪrɪtənt/'อิริเทินทฺ/ ❶ *adj.* ซึ่งระคายเคือง; **be ~:** ทำให้ระคายเคือง ❷ *n.* สารก่อการระคายเคือง, สิ่งรบกวน; **the spicy food proved to be an ~ to his stomach** อาหารรสจัดทำให้เกิดการระคายเคืองในกระเพาะอาหารของเขา; **be an ~ to sb./sb's nerves** *(fig.)* เป็นสิ่งยั่ว *ค.น.*/ยั่วประสาท *ค.น.*

irritate /ˈɪrɪteɪt/'อิริเทท/ *v.t.* **A** ทำให้โกรธ, กวนประสาท; **get ~d** รู้สึกโกรธ; **be ~d** โกรธ, ขุ่นเคือง; **be ~d by** *or* **feel ~d at sth.** อารมณ์เสียจาก *ส.น.*; **be ~d with sb.** โกรธ *ค.น.*; **be ~d that ...:** รู้สึกโกรธที่...; **she was ~d to hear this** เธอรู้สึกโกรธที่ได้ยินเรื่องนี้; **B** *(Med., Biol.)* ทำให้ระคายเคือง, ทำให้อักเสบ

irritating /ˈɪrɪteɪtɪŋ/'อิริเททิง/ *adj.* กวนประสาท, น่ารำคาญ; **I find him ~:** เขาทำให้ฉันรำคาญ *หรือ* เขากวนประสาทฉัน

irritatingly /ˈɪrɪteɪtɪŋlɪ/'อิริเททิงลิ/ *adv.* อย่างกวนประสาท, อย่างน่ารำคาญ; **the tap was dripping ~:** ก๊อกน้ำหยดอย่างน่ารำคาญ

irritation /ɪrɪˈteɪʃn/อิริ'เทช'น/ *n.* **A** ความโกรธ, ความรำคาญ; **[source** *or* **cause of] ~:** เรื่องกวนใจ, เรื่องที่น่ารำคาญ; **B** *(Med., Biol.)* ความแสบคัน, ความระคายเคือง

is ➡ **be**

Is. *abbr.* **Island[s]; Isle[s]** ก.

Isaac /ˈaɪzək/'อายเซิค/ *pr. n. (Bibl.)* บุตรชายของอับราฮัมและซาราห์ บิดาของจาค็อบ

Isaiah /aɪˈzaɪə/ไอ'ซายเออะ/ *pr. n. (Bibl.)* ชื่อโหรในพระคัมภีร์ไบเบิล, ชื่อหนังสือเล่มหนึ่งของพระคัมภีร์ไบเบิล

ISBN *abbr.* **international standard book number** ไอ เอส บี เอ็น *(ท.ศ.)*

ISDN *n. abbrev.* = **Integrated Services Digital Network**

isinglass /ˈaɪzɪŋglɑːs, US -glæs/'อายซิงกลาซ, -แกลซ/ *n.* เจลาตินชนิดใสและบริสุทธิ์ที่ได้จากถุงอากาศของปลาบางชนิดใช้ทำกาว

Islam /ˈɪzlɑːm, -læm, -ˈlɑːm/'อิซลาม, -แลม, '-ลาม/ *n.* ศาสนาอิสลาม *(ท.ศ.)*, ศาสนามุสลิม

Islamic /ɪzˈlæmɪk/อิซ'แลมิค/ *adj.* แห่งศาสนาอิสลาม

island /ˈaɪlənd/'อายเลินดฺ/ *n. (lit. or fig.)* เกาะ; ➡ + **traffic island**

islander /ˈaɪləndə(r)/'อายเลินเดอะ(ร)/ *n.* ประชากรที่ผู้อาศัยอยู่บนเกาะ, ชาวเกาะ

Island: ~-hop *v.i.* **go ~ping** ไปจากเกาะโน้นจนเกาะนี้; **~-hopping** *n., no pl.* การท่องเที่ยวตามเกาะต่าง ๆ

isle /aɪl/อายลฺ/ *n.* เกาะ, เกาะเล็ก ๆ

Isle of Man /aɪl ɒv ˈmæn/อายลฺ เอิว'แมน/ *pr. n.* ไอสล์ออฟแมน *(เกาะหนึ่งทางตะวันตกเฉียงเหนือของอังกฤษ)*

Isle of Wight /aɪl ɒv ˈwaɪt/อายลฺ เอิว ไวทฺ/ *pr. n.* ไอสล์ออฟไวท์ *(เกาะทางใต้ของอังกฤษ)*

islet /ˈaɪlɪt/'อายลิท/ *n.* **A** *(little island)* เกาะเล็ก ๆ; **B** *(isolated spot)* สถานที่เปลี่ยว; **C** *(Anat.)* กลุ่มเนื้อเยื่อเล็ก ๆ ที่แตกต่างกับเนื้อเยื่อโดยรอบ

ism /ɪzm/อิซ'ม/ *n. (derog.)* ลัทธิ, ทฤษฎี, ระบบ, ความเชื่อที่จบด้วยตัว ism

isn't /ˈɪznt/'อิซ'นทฺ/ *(coll.)* = **is not;** ➡ **be**

ISO *abbr.* **International Organization for Standardization** ไอ.เอส.โอ.

isobar /ˈaɪsəbɑː(r)/'ไอเซอะบา(ร)/ *n.* *(Meteorol.)* เส้นความกดเสมอภาค *หรือ* เส้นความกดเท่า; *(Phys.)* *อะตอมที่มีเลขมวลเท่ากันแต่มีจำนวนโปรตอนต่างกัน*

isolate /ˈaɪsəleɪt/'ไอเซอะเลท/ *v.t.* แยกออก, แยกให้อยู่ต่างหาก; *(Electr.)* ทำเป็นฉนวน; **~ sb. from sb.** แยก *ค.น.* ออกจาก *ค.น.*; **he felt completely ~d** เขารู้สึกโดดเดี่ยว/ว้าเหว่อย่างมาก

isolated /ˈaɪsəleɪtɪd/'ไอเซอะเลทิด/ *adj.* **A** *(single)* เดี่ยว, โดดเดี่ยว; *(occasional)* เป็นบางครั้งบางคราว, นาน ๆ ที, ประปราย; *(unique)* มีหนึ่งเดียว, เป็นเอกลักษณ์; **~ instances/cases** กรณี/ตัวอย่างน้อยนิด; **B** *(solitary)* ว้าเหว่, โดดเดี่ยว; *(remote)* ห่างไกล **(from** จาก**)**; *(cut off)* ถูกตัดออก **(from** จาก**)**

isolation /aɪsəˈleɪʃn/ไอเซอะ'เลช'น/ *n.* **A** *(act)* การแยกออก, การแยกตัวออก, การปลีกตัว; **B** *(state)* ความถูกแยกออก, ความโดดเดี่ยว; *(remoteness)* ความอยู่ห่างไกล; **examine/look at/treat sth. in ~:** ตรวจสอบ/มองดู/ปฏิบัติต่อ *ส.น.* เพียงอย่างเดียว; **~ hospital** โรงพยาบาลรักษาโรคติดต่อ; **~ ward** แผนกโรคติดต่อ

isolationism /aɪsəˈleɪʃənɪzm/ไอเซอะ'เลเชอะนิซ'ม/ *n. (Polit.)* นโยบายสันโดษ, ลัทธิแยกอยู่โดดเดี่ยว

isolationist /aɪsəˈleɪʃənɪst/ไอเซอะ'เลเชอะนิซทฺ/ *n. (Polit.)* คนสันโดษ, ผู้ที่นิยมลัทธิแยกอยู่โดดเดี่ยว

isomer /ˈaɪsəmɜː(r)/'ไอเซอะเมอ(ร)/ *n.* *(Chem.)* สารประกอบที่มีสูตรโมเลกุลเหมือนกันแต่อยู่ในตำแหน่งต่างกัน

isometric /aɪsəˈmetrɪk/ไอเซอะ'เม็ททริค/ *adj. (Geom., Physiol.)* มีขนาด/มิติเท่ากัน

isometrics /aɪsəˈmetrɪks/ไอเซอะ'เม็ททริคซ/ *n., no pl.* *การออกกำลังกายโดยการให้กล้ามเนื้อต้านกล้ามเนื้อหรือสิ่งอื่น*

isomorph /ˈaɪsəmɔːf/'ไอเซอะมอฟ/ *n.* สิ่งมีชีวิตที่มีรูปแบบเหมือนอีกสิ่งหนึ่ง; *(Chem.)* สารที่มีโครงสร้างผลึกเหมือนกัน

isomorphic /aɪsəˈmɔːfɪk/ไอเซอะ'มอฟิค/ *adj.* มีรูปแบบเหมือนกัน

isomorphism /aɪsəˈmɔːfɪzm/ไอเซอะ'มอฟิซ'ม/ *n.* การมีรูปแบบเหมือนกัน, สมสัณฐาน *(ร.บ.)*; *(of crystals)* การมีโครงสร้างผลึกเหมือนกัน

isosceles /aɪˈsɒsəliːz/ไอ'ซอเซอะลีซ/ *adj. (Geom.)* *(สามเหลี่ยม)* ซึ่งมีด้านเท่าสองด้าน

isotherm /ˈaɪsəθɜːm/'ไอเซอะเธิม/ *n.* *(Meteorol.)* เส้นอุณหภูมิเสมอภาค; *(Phys.)* *เส้นแสดงการผันแปรของปริมาตรและความดันเมื่ออุณหภูมิคงที่*

isothermal /aɪsəˈθɜːml/ไอเซอะ'เธอม'ล/ *adj.* มีอุณหภูมิเท่ากัน

isotope /ˈaɪsətəʊp/'ไอเซอะโทพ/ *n. (Chem., Phys.)* ธาตุที่มีคุณสมบัติทางเคมีเหมือนกัน *แต่มีน้ำหนักอะตอมและประจุไฟฟ้าต่างกัน*

isotropic /aɪsəˈtrɒpɪk/ไอเซอะ'ทรอพิค/ *adj. (Phys.)* มีคุณสมบัติทางฟิสิกส์เหมือนกัน

ISP *abbr.* **Internet Service Provider** ผู้ให้บริการทางอินเทอร์เน็ต

Israel /ˈɪzreɪl/'อิซเรล/ *pr. n.* ประเทศอิสราเอล

Israeli /ɪzˈreɪlɪ/อิซ'เรลิ/ ❶ *adj.* เกี่ยวกับประเทศอิสราเอล ❷ *n.* ชาวอิสราเอล

Israelite /ˈɪzrɪəlaɪt, -rəlaɪt/'อิซเรียไลท, -เรอะไลท/ *n.* ชาวอิสราเอล; ชาวยิวโบราณ *(ในพระคัมภีร์ไบเบิล)* ซึ่งอาศัยอยู่ในดินแดนอิสราเอลแต่เดิม

issue /ˈɪʃuː, ˈɪsjuː/'อิชชู, 'อิซซิว/ ❶ *n.* **A** *(point in question)* ประเด็น, ปัญหา, เรื่อง, หัวข้อคำถาม; **the ~ of the day** หัวข้อคำถามประจำวัน; **contemporary ~s** ปัญหาของยุคสมัย; **make an ~ of sth.** ทำ *ส.น.* เป็นปัญหา; **the real ~s in today's world** ปัญหาที่แท้จริงของยุคปัจจุบันนี้; **become an ~:** กลายเป็นเรื่องขึ้นมา; **evade** *or* **dodge** *or* **duck the ~:** หลีกเลี่ยงปัญหา; **~ of fact** *(Law)* ข้อถกเถียงทางด้านกฎหมาย; **the point at ~:** ประเด็นที่ยังเป็นข้อถกเถียงกันอยู่; **what is at ~ here?** พวกเรากำลังเถียงกันเรื่องอะไร; **that's not at ~:** นั่นไม่ใช่

เรื่องเลย; **be at ~ over sth.** มีปัญหาเกี่ยวกับ *ส.น.*; **join** *or* **take ~ with sb. over sth.** ถกเถียงกับ *ค.น.* เรื่อง *ส.น.*; Ⓑ *(giving out)* การออก *(คำสั่ง, เอกสาร)*; การแจกจ่าย *(คำสั่ง)*; การเผยแพร่ *(ข้อมูล)*; *(of document)* การตีพิมพ์ออกมา; *(of shares)* การปล่อยหุ้น; **date of ~:** วันที่ตีพิมพ์, วันที่แจก *หรือ* จำหน่าย; *(of document)* วันออกเอกสาร; *(of stamps)* วันออกจำหน่ายแสตมป์; Ⓒ *(of magazine journal, etc.)* ฉบับ; Ⓓ *(total number of copies)* จำนวนที่พิมพ์; Ⓔ *(quantity of coins, stamps)* จำนวนที่ผลิตออกมา; Ⓕ *(result, outcome)* ผลที่ปรากฏ; **decide the ~:** ตัดสิน; **force the ~:** บังคับให้มีการตัดสินใจ; Ⓖ *(termination)* การจบสิ้น; Ⓗ *(Law: progeny)* ทายาท, ผู้สืบสายโลหิต; Ⓙ *(outgoing, outflow)* การไหลออก, การออกไป ❷ *v.t.* Ⓐ *(give out, supply)* ออก *(เอกสาร, วีซ่า, บัตร, คำสั่ง)*; แจกจ่าย *(ข้อมูล)*; จัดหา *(เสบียง)*; **~ sb. with sth.** แจกจ่าย/ออก *ส.น.* ให้แก่ *ค.น.*; **be ~d with sth.** ได้รับแจกจ่าย *ส.น.*; Ⓑ *(publish)* พิมพ์, ผลิต ❸ *v.i.* Ⓐ *(go or come out)* *(คน, ควัน)* ไหลออก (**from** จาก); Ⓑ *(be derived)* มีต้นกำเนิดมาจาก, เกิดมาจาก; Ⓒ *(result)* เกิด, เนื่องมา *(จาก)*

isthmus /ˈɪsməs/ˈอิซเมิซ/ *n. (Geog.)* คอคอด, ส่วนเชื่อมต่อ

IT *abbr.* **Information Technology** เทคโนโลยีสารสนเทศ

¹it /ɪt/ˈอิท/ *pron.* Ⓐ *(the thing, animal, young child previously mentioned)* *(กรรมตรงและกรรมรอง)* เขา, มัน; **behind/under it** ข้างหลัง/ข้างใต้มัน; **the book was not in the cupboard but behind it** หนังสือไม่ได้อยู่ในตู้ แต่อยู่ข้างหลัง; **the animal turned and snarled at the huntsman behind it** สัตว์หันหน้ามาและแยกเขี้ยวใส่นายพรานที่อยู่ข้างหลังมัน; **the cathedral and the buildings around it** วิหารและอาคารที่อยู่รายรอบ; Ⓑ *(the person in question)* **who is it?** นั่นใคร, ใครน่ะ; **it was the children** [มันก็คือ] พวกเด็ก ๆ; **is it you, father?** [นั่น] พ่อใช่มั้ย; **Are you the one responsible for all this mess? – No, it's him** คุณเป็นคนทำให้เลอะเทะอย่างนี้ใช่ไหม – ไม่ใช่ [มันเป็น] เขาต่างหาก; Ⓒ *subj. of impers.* มัน *(แต่ในภาษาไทยมักไม่ระบุ)*; **it is snowing/warm** หิมะกำลังตก/*(อากาศ, น้ำ)* อุ่น; **it is winter/midnight/ten o'clock** มันเป็นฤดูหนาว/เวลาเที่ยงคืน/เวลาสิบนาฬิกา; **it is ten miles to Oxford** [มัน] เป็นระยะทาง 10 ไมล์ถึงออกซฟอร์ด; **it says in the Bible that ...:** ในพระคัมภีร์ไบเบิลกล่าวไว้ว่า...; **had it not been a Sunday ...:** ถ้า [มัน] ไม่ใช่วันอาทิตย์ ...; **if it hadn't been for you ...:** ถ้าไม่ใช่เพราะคุณละก็..., ถ้าไม่มีคุณละก็...; Ⓓ *anticipating subj. or obj.* มัน; **it is typical of her to do that** [มัน] เป็นลักษณะประจำตัวของเธอที่จะทำเช่นนั้น; **it is absurd talking** *or* **to talk like that** การพูดคุยเช่นนั้นเป็นเรื่องบ้ามาก; **it is a difficult time, winter** หน้าหนาวจะเป็นช่วงที่ยากลำบาก; **it is not often that we see them** เราจะไม่เจอพวกเขาบ่อยนัก; **it was for our sake that he did it** ที่เขาทำไปอย่างนั้นก็เพื่อเรา; **it is to him that you must apply** เขาเป็นคนที่คุณจะต้องไปติดต่อ; Ⓔ *as antecedent to relative* มัน; **it was us who saw him** [มันคือ] พวกเราไงที่เห็นเขา; **it was a large sum of money that he found** มันเป็นเงินจำนวนมากทีเดียวที่เขาพบ; Ⓕ *as indef. obj.* มัน *(แต่ส่วนใหญ่จะไม่มีคำแปลปรากฏในประโยคภาษาไทย)*; **I can't cope with it any more** ฉันทน [มัน] อีกต่อไปไม่ไหวแล้ว; **have a hard time of it** ต้องประสบความยากลำบาก; **what is it?** เกิดอะไรขึ้น; Ⓖ *(exactly what is needed)* **That's it! That's exactly what I've been looking for** นั่นแหละ นั่นคือสิ่งที่ฉันกำลังหาอยู่ทีเดียว; **a gift that is really 'it** ของขวัญที่อยากได้อยู่พอดี, ของขวัญในอุดมคติ; **he thinks he's really 'it** เขาคิดว่าเขาแน่จริง ๆ; Ⓗ *(the extreme limit of achievement)* สุดยอด; **this is really 'it** สุดยอดจริง ๆ; Ⓘ *(coll.: sexual appeal)* เสน่ห์หรือแรงดึงดูดทางเพศ; Ⓙ **that's 'it** *(coll.) (that's the problem)* นี่แหละปัญหา; *(that's the end)* จบแล้ว; *(that's true)* จริงทีเดียว, ใช่เลย; **when you've done your stint, that's it!** เมื่อคุณทำในส่วนของคุณเสร็จก็จบแล้ว; **this is 'it** *(coll.) (the time for action)* ถึงเวลาแล้ว; *(the real problem)* ปัญหาที่แท้จริง; Ⓚ *(in children's games)* **you're 'it!** ถึงตาเธอแล้ว; ➡ + **its; itself**

²it *n. (Brit. coll.)* เวอร์มุธ *(เหล้าองุ่นขาวของอิตาลี)*

Italian /ɪˈtæljən/อิˈแทเลียน/ ❶ *adj.* แห่งประเทศอิตาลี; **sb. is ~:** *ค.น.* เป็นชาวอิตาลี; ➡ + **English** 1 ❷ *n.* Ⓐ *(person)* ชาวอิตาลี; Ⓑ *(language)* ภาษาอิตาลี; ➡ + **English** 2 A

Italianate /ɪˈtæljəneɪt/อิˈแทเลียเนท/ *adj.* มีลักษณะแบบอิตาลี

italic /ɪˈtælɪk/อิˈแทลิค/ ❶ *adj.* *(ตัว)* เอน ❷ *n. in pl.* หนังสือตัวเอน; **in ~s** ใช้ตัวเอน; **my ~s** ฉันเป็นคนเน้นเอง

italicize (**italicise**) /ɪˈtælɪsaɪz/อิˈแทลิซายซฺ/ *v.t.* พิมพ์ด้วยหนังสือตัวเอน, ทำเป็นตัวเอน

italic: ~ 'script *n.* ตัวหนังสือเขียนเอน; **~ 'type** *n.* ตัวพิมพ์เอน

Italy /ˈɪtəlɪ/ˈอิทเทอะลิ/ *pr. n.* ประเทศอิตาลี

itch /ɪtʃ/อิฉ/ ❶ *n.* Ⓐ การคัน; **I have an ~:** ฉันคัน; **when you get an ~:** เมื่อคุณคัน; Ⓑ *(disease)* โรคหิด; Ⓒ *(restless desire)* ความปรารถนาอันแรงกล้า; **I have an ~ to do it** ฉันอยากทำสิ่งนั้นเหลือเกิน; **an ~ for money/success** ความต้องการเงิน/ความสำเร็จ ❷ *v.i.* Ⓐ คัน; **I'm ~ing** ฉันกำลังคัน; **woollen jumpers make me ~:** เสื้อไหมพรมทำให้ฉันคัน; **this heat makes me ~ all over** อากาศร้อนแบบนี้ทำให้ฉันคันไปทั้งตัว; **it ~es** มันคัน; **my back ~es** ฉันคันหลัง; ➡ + **finger** 1 A; Ⓑ *(feel a desire)* **~** *or* **be ~ing to do sth.** อยากจะทำ *ส.น.* มาก; **~ for sth.** ปรารถนาใน *ส.น.* มาก; **he is ~ing for a fight** เขากำลังอยากจะหาเรื่องทะเลาะ

itching powder /ˈɪtʃɪŋpaʊdə(r)/ˈอิฉฉิงเพาเดอะ(ร)/ *n.* แป้งฝุ่นแก้คัน

itchy /ˈɪtʃɪ/ˈอิฉฉิ/ *adj.* *(เสื้อ)* คัน; **be ~** คัน; **I feel ~:** ฉันรู้สึกคัน; **I've got ~ feet** *(fig. coll.)* ทนอยู่ที่นี่ต่อไปไม่ได้แล้ว; *(by temperament)* ฉันเป็นคนที่อยู่ไหนนาน ๆ ไม่ได้

it'd /ˈɪtəd/ˈอิทเทิด/ *(coll.)* Ⓐ = **it had;** Ⓑ = **it would**

item /ˈaɪtəm/ˈไอเทิม/ *n.* Ⓐ เรื่อง, สิ่งของ, ข้อ, มาตรา; *(in shop, catalogue)* สินค้า; *(in variety show, radio, TV)* รายการ, บทความ; **~ of clothing/furniture** เสื้อผ้า/เฟอร์นิเจอร์หนึ่งชิ้น; **~ of equipment** อุปกรณ์หนึ่งชิ้น; Ⓑ **~ [of news]** รายการข่าว, ชิ้นข่าว; Ⓒ *(in account or bill)* รายการในเสร็จ; *(in list, programme, agenda)* หัวข้อ, วาระการประชุม, รายการ

itemize (**itemise**) /ˈaɪtəmaɪz/ˈไอเทอะมายซฺ/ *v.t.* ลงรายการ, ลงบันทึก, ลงรายละเอียด; **~ the stock** ทำรายการของที่มีอยู่

iterative /ˈɪtərətɪv/ˈอิทเทอะเรอะทิวฺ/ *adj.* ซ้ำ, ย้ำ **iteratively** /ˈɪtərətɪvlɪ/ˈอิทเทอะเรอะทิวฺลิ/ *adv. (Ling.)* อย่างซ้ำ ๆ

itinerant /aɪˈtɪnərənt, ɪ-/ไอˈทินเทอะเรินทฺ, อิ-/ ❶ *adj.* ซึ่งท่องเที่ยว; *(นักร้อง)* ซึ่งออกทัวร์ไปทั่ว; เดินทางไปเรื่อย ๆ; *(นักบวช, นักแสดง)* เร่ร่อน, หมุนเวียนประจำในที่ต่าง ๆ ❷ *n.* ผู้ที่เดินทางไปเรื่อย ๆ, คนเร่ร่อน

itinerary /aɪˈtɪnərərɪ, ɪ-, US -rerɪ/ไอˈทินเนอะเรอะริ, อิ-, -เรริ/ *n.* Ⓐ *(route)* เส้นทางการเดินทาง; Ⓑ *(record of travel)* บันทึกการเดินทาง, รายงานการเดินทาง; Ⓒ *(guidebook)* หนังสือนำเที่ยว

it'll /ˈɪtl/ˈอิท'ล/ *(coll.)* = **it will**

its /ɪts/อิทซฺ/ *poss. pron. attrib.* ของมัน, ของเขา; ➡ + **²her**

it's /ɪts/อิทซฺ/ Ⓐ = **it is;** Ⓑ = **it has**

itself /ɪtˈself/อิทˈเซ็ลฟฺ/ *pron. emphat.* ด้วยตัวมันเอง; **by ~** *(automatically)* ด้วยตัวเอง, อัตโนมัติ; *(alone)* โดยลำพัง; *(taken in isolation)* เพื่อตัวของมันเอง; **in ~:** โดยเนื้อแท้; **which ~ is reason enough** ซึ่งเป็นเหตุผลเพียงพอในตัวของมันเองอยู่แล้ว; **he is generosity ~:** โดยเนื้อแท้แล้วเขาเป็นคนใจโอบอ้อมอารี; **the rocket destroys ~:** จรวดทำลายตัวเอง; **the machine switches ~ off** เครื่องจะดับเองโดยอัตโนมัติ; ➡ + **herself**

itsy-bitsy /ɪtsɪˈbɪtsɪ/อิทซิˈบิทซิ/ **itty-bitty** /ɪtɪˈbɪtɪ/อิทิˈบิททิ/ *adjs. (coll.)* เล็ก, จิ๋ว, เล็กน้อย; **~ little** เล็กมาก, เล็กน้อยมาก, เล็ก ๆ, น้อย ๆ

ITV *abbr. (Brit.)* **Independent Television** *สถานีโทรทัศน์อังกฤษของเอกชนที่มีโฆษณา*

IUD *abbr.* **intrauterine device**

Ivan /ˈaɪvn/ˈอายวฺ'น/ *pr. n. (Hist., as name of ruler etc.)* ชื่อจักรพรรดิของรัสเซียในอดีต; **~ the Terrible** อีวานที่ 4 *(จักรพรรดิรัสเซียในระหว่าง ค.ศ. 1530 ถึง 1584)*

I've /aɪv/อายวฺ/ *(coll.)* = **I have**

IVF *abbr.* **in-vitro fertilization**

ivory /ˈaɪvərɪ/ˈอายเวอะริ/ *n.* Ⓐ *(substance)* งาช้าง; Ⓑ *(object)* สิ่งที่ทำจากงาช้าง; Ⓒ *(colour)* สีงาช้าง, สีนวล; Ⓓ **tickle the ivories** *(coll.)* เล่นเปียโนนิดหน่อย

ivory: I~ 'Coast *pr. n.* ประเทศไอเวอรี โคสท์ *(ในแอฟริกาตะวันตก)*; **~ 'tower** *n.* การแยกตัวออกจากโลกและความเป็นจริง

ivy /ˈaɪvɪ/ˈอายวิ/ *n.* พันธุ์ไม้เลื้อย *Hedera helix*; ➡ + **ground ivy**

'ivy-clad *adj.* ปกคลุมด้วยพันธุ์ไม้เลื้อยไอวี

'Ivy League *n. (Amer.)* กลุ่มมหาวิทยาลัยชั้นนำทางตะวันออกของอเมริกา

Jj

J, j /dʒeɪ/เจ/ *n., pl.* **Js** *or* **J's** พยัญชนะตัวที่ 10 ของภาษาอังกฤษ

J. *abbr.* Ⓐ *(Cards)* **jack** ไพ่ตัวแจ๊ค; Ⓑ *(Phys.)* **joule[s]** จูล *(ท.ศ.)*

jab /dʒæb/แจบ/ ❶ *v.t.*, **-bb-** Ⓐ *(poke roughly)* ทิ่ม, กระทุ้ง; **he ~bed my arm with his finger** เขาใช้นิ้วมือทิ่มแขนฉัน; **he ~bed his elbow into my side** เขาใช้ข้อศอกกระทุ้งที่ข้างฉัน; Ⓑ *(stab)* ทิ่ม, แทง; **he ~bed the needle into my leg** เขาใช้เข็มทิ่มขาฉัน; Ⓒ *(thrust abruptly)* ผลัก, ไส, ดัน ❷ *v.i.*, **-bb-: ~ at sb. [with sth.]** [ใช้ *ส.น.*] ทิ่ม/แทง *ค.น.; (stab at)* [ใช้ *ส.น.*] ทิ่มแทง *ค.น.* ❸ *n.* Ⓐ *(abrupt blow)* การกระแทก; *(with stick, elbow)* การกระทุ้ง; *(with needle)* การทิ่ม, การแทง; *(Boxing)* การแย็บ; **give sb. a ~:** กระแทก/กระทุ้ง/ทิ่ม/แทง/แย็บ *ค.น.*; Ⓑ *(Brit. coll.: hypodermic injection)* การฉีดยา; **give sb./oneself a~:** ฉีดยา *ค.น.*/ตนเอง; **have you had your cholera ~s yet?** คุณฉีดยาป้องกันอหิวาต์แล้วหรือยัง

jabber /ˈdʒæbə(r)/ˈแจเบอะ(ร)/ ❶ *v.i.* พูดพล่าม, พูดไม่เป็นสาระ; **~ at sb.** พูดพล่ามใส่ *ค.น.* ❷ *v.t.* พูดอย่างเร็วและรัว ❸ *n.* Ⓐ *(fast)* การพูดเร็วปรื๋อ; Ⓑ *(unclear)* การพูดรัว, การพูดไม่ชัดถ้อยชัดคำ

jabot /ˈʒæbəʊ/ˈแฌโบ/ *n.* ระบายลูกไม้ที่ใช้ประดับอกเสื้อ

jack /dʒæk/แจค/ ❶ *n.* Ⓐ *(Cards)* ตัวแจ๊ค *(ท.ศ.)*; **~ of hearts** ไพ่แจ๊คโพธิ์แดง; Ⓑ *(for lifting vehicle wheel)* แม่แรง; Ⓒ **J~** *(man) ชื่อสามัญที่หมายถึงผู้ชาย;* **every man ~ [of them]** *(coll.)* ทุก ๆ คน; **on one's J~ [Jones]** *(Brit. sl.)* โดดเดี่ยว; **all work and no play makes J~ a dull boy** *(prov.)* คนที่เอาแต่ทำงานและไม่สนุกเสียบ้างจะเป็นคนน่าเบื่อ; **I'm all right, J~** *(fig. coll.)* ทำไมจะต้องสนว่าคนอื่นเป็นอย่างไร; Ⓓ ➡ **Jack tar;** Ⓔ *(for turning spit)* เครื่องหมุนเหล็กเสียบย่างเนื้อ; Ⓕ *(on clock)* ที่ตีกระดิ่งบอกเวลาในนาฬิกา; Ⓖ *(Teleph. etc.)* ช่อง/รูเสียบสายโทรศัพท์/วงจรไฟฟ้า ฯลฯ; *(wall socket)* เบ้าเสียบติดกำแพง; Ⓗ *(Bowls)* พินขนาดเล็กสีขาวในกีฬาโบว์ลิ่ง; Ⓘ *(Zool.)* ปลาทะเลในสกุล *Carangidae;* Ⓙ *(ship's flag)* ธงประจำเรือ *(โดยเฉพาะธงที่บอกสัญชาติที่หัวเรือ);* ➡ **+ Union Jack**
❷ *v.t.* Ⓐ **~ in** *or* **up** *(Brit. coll.: abandon)* ละทิ้ง; Ⓑ **~ up** *(lift)* ยกขึ้น; *(fig. coll.: increase)* เพิ่มขึ้น

jackal /ˈdʒækɔːl, US -kl/ˈแจคอล, แจค'ล/ *n.* *(Zool.)* หมาใน

jackanapes /ˈdʒækəneɪps/ˈแจเคอะเนพซฺ/ *n.* *(arch.: impertinent fellow)* คนอวดดี

jackass /ˈdʒækæs/ˈแจคแอซ/ *n.* Ⓐ *(male ass)* ลาตัวผู้; Ⓑ *(stupid person)* คนงี่เง่า, คนโง่; Ⓒ **laughing ~** *(Austral. Ornith.)* นกกินปลาในทวีปออสเตรเลีย kookaburra ก็เรียก

jack: ~boot *n.* Ⓐ รองเท้าบูทชนิดหุ้มขึ้นมาเหนือเข่า; Ⓑ *(fig.)* **be under the ~boot** ถูก *(ทหาร)* กดขี่; **~daw** /ˈdʒækdɔː/ˈแจคดอ/ *n.* *(Ornith.)* กาชนิด *Corrus monedula* หัวสีเทา

jacket /ˈdʒækɪt/ˈแจคิท/ *n.* Ⓐ *(of suit)* เสื้อแจ็กเก็ต *(ท.ศ.); เสื้อนอก (ที่ไปกับกางเกงเป็นชุดสากล)* **sports ~:** เสื้อนอกแบบสปอร์ต, เสื้อแจ็กเก็ตแบบสปอร์ต; **a new ~ and trousers** เสื้อนอกตัวใหม่พร้อมกางเกง; **~ pocket** กระเป๋าเสื้อนอก/เสื้อแจ็กเก็ต; Ⓑ *(round a boiler etc.)* นวมคลุมเก็บความร้อน; Ⓒ *(of book)* ปกหุ้มหนังสือ; Ⓓ *(of a potato)* เปลือกมันฝรั่ง; **~ potatoes** มันฝรั่งอบที่เสิร์ฟทั้งเปลือก; Ⓔ *(Amer.)* ➡ **sleeve** B

jack: J~ 'Frost *n.* น้ำค้างแข็ง, ตุ๊กตาหิมะ *(ที่สมมติว่าเป็นบุคคล);* **~-in-the-box** *n.* ของเล่นเป็นรูปหุ่นติดสปริงเมื่อเปิดฝากล่องจะกระเด้งออกมา; **~-knife** ❶ *n.* Ⓐ *(large clasp knife)* มีดพับขนาดใหญ่; Ⓑ *(dive)* ท่ากระโดดน้ำโดยผู้กระโดดจะเอานิ้วแตะปลายเท้าก่อนยืดตัวตรงพุ่งลงน้ำ; Ⓒ *(Motor. Veh.)* รถพ่วงหักเห ❷ *v.i.* **the lorry ~knifed** ส่วนหลังของรถบรรทุกเหวี่ยงขอ; **~ of 'all trades** *n.* ผู้ที่ทำได้สารพัดอย่าง; **he is a ~ of all trades and master of none** เขาทำงานได้สารพัดอย่าง แต่ไม่เก่งสักอย่างเดียว; **~pot** *n.* แจ็กพอต *(ท.ศ.),* รางวัลใหญ่ *(โดยเฉพาะรางวัลที่สะสมจนเป็นรางวัลใหญ่);* **hit the ~pot** *(fig.)* ได้รางวัลใหญ่, มีโชค/ประสบความสำเร็จอย่างใหญ่หลวง; **J~ Robinson** /dʒækˈrɒbɪnsn/แจค'รอบินซ'น/ *n.* **before you can/could say J~ Robinson** อย่างเร็วจี๋, ยังไม่ทันหายใจ; **J~ Russell** /dʒækˈrʌsl/แจค'รัซ'ล/ *n. สุนัขพันธุ์เทอร์เรียชนิดหนึ่ง;* **J~ 'tar** *n.* กะลาสีเรือ

Jacob /ˈdʒeɪkəb/ˈเจเคิบ/ *pr. n.* *(Bibl.)* จาคอบ *(บุตรชายคนที่สองของไอแซค);* **~'s ladder** *(Bot.)* พืช *Polemonium caeruleum* มีดอกสีฟ้าหรือขาว

Jacobean /dʒækəˈbiːən/แจเคอะ'เบียน/ *adj.* *(Hist.) เกี่ยวกับรัชสมัยพระเจ้าเจมส์ที่ 1 แห่งอังกฤษ*

Jacobite /ˈdʒækəbaɪt/ˈแจเคอะไบท/ *n.* *(Hist.)* พวกจาโคไบต์ *(ท.ศ.) (ผู้สนับสนุนพระเจ้าเจมส์ที่ 2 แห่งอังกฤษ หลังจากที่ถูกถอดออกจากราชบัลลังก์ในปี ค.ศ. 1688)*

Jacquard [loom] /ˈdʒækɑːd(luːm)/ˈแจคาด(ลูม)/ *n.* เครื่องทอผ้าชนิดหนึ่ง ที่ช่วยในการทอผ้าเป็นลวดลาย

jacuzzi *(Amer.: ®)* /dʒəˈkuːzɪ/เจอะ'คูซิ/ *n.* อ่างจากุซซี่ *(ท.ศ.), (อ่างอาบน้ำที่มีกระแสน้ำพ่นออกมา ใช้นวดผ่อนคลายกล้ามเนื้อ)*

[1]jade /dʒeɪd/เจด/ ❶ *n.* *(derog.)* Ⓐ *(horse)* ม้าพันธุ์เลวที่ไร้กำลังวังชา; Ⓑ *(woman)* หญิงแพศยา ❷ *v.t., esp. in p.p. (tire)* ทำให้เหน็ดเหนื่อย/เมื่อยล้า; **look ~d** ดูเหน็ดเหนื่อย

[2]jade *n.* Ⓐ *(stone)* หยก; *(carvings)* หยกแกะสลัก; Ⓑ *(colour)* สีเขียวหยก

Jaffa /ˈdʒæfə/ˈแจเฟอะ/, **Jaffa orange** /dʒæfəˈɒrɪndʒ/แจเฟอะ'ออรินจฺ/ *n.* ส้มชนิดหนึ่ง *(จากเมืองแจฟฟาประเทศอิสราเอล)*

[1]jag *n.* ชะง่อนหิน

[2]jag *n.* *(sl.: drinking bout)* การดื่มสำมะเลเทเมา; **go on a ~:** ดื่มสำมะเลเทเมา; **be on a ~:** ดื่มสำมะเลเทเมา

Jag /dʒæg/แจก/ *n.* *(Brit. coll.: car)* รถยนต์ยี่ห้อจากัวร์

jagged /ˈdʒægɪd/ˈแจกิด/ *adj.* Ⓐ *(irregularly cut)* ขรุขระ; *(แผล)* ที่แหวกลึกและไม่เรียบร้อย; *(รอยขาดในเสื้อผ้า)* ที่ไม่สม่ำเสมอ; Ⓑ *(deeply indented)* หยักเป็นริ้วรอยลึก

jaguar /ˈdʒægjʊə(r)/ˈแจกัว(ร)/ *n.* *(Zool.)* เสือจากัวร์ *(ท.ศ.) Panthera onca*

jail /dʒeɪl/เจล/ ❶ *n.* *(place)* คุก, ตะราง, เรือนจำ; *(confinement)* การจำคุก, การกักกัน; **in ~:** ในคุก; **be sent to ~:** ถูกส่งไปจำคุก; **go to ~:** เข้าคุก ❷ *v.t.* ขังคุก

jail: ~bird *n.* นักโทษ, อาชญากรโดยสันดาน, คนขี้คุก; **~break** *n.* การแหกคุก

jailer, jailor /ˈdʒeɪlə(r)/ˈเจเลอะ(ร)/ *n.* ผู้คุมนักโทษ

jalopy /dʒəˈlɒpɪ/เจอะ'ลอพิ/ *n.* *(coll.)* ยานยนต์ที่เก่าจนแทบจะหลุดเป็นชิ้น ๆ, รถปุโรทั่ง

[1]jam /dʒæm/แจม/ ❶ *v.t.* **-mm-** Ⓐ *(squeeze and fix between two surfaces)* หนีบ, ยัด, ดัน; **~ sth. into sth.** ยัด *ส.น.* ให้แน่นใน *ส.น.*; **the key had become ~med in the lock** ลูกกุญแจติดคาอยู่ในรูกุญแจ; Ⓑ *(make immovable)* ทำให้ขยับไม่ได้, ทำให้ติดแน่น; *(fig.)* ติดกึก; **I seem to ~ the car door every time I lock it** ดูเหมือนว่าฉันล็อกประตูรถทีไร ก็ติดกึกไปไม่ออกทุกที; Ⓒ *(squeeze together in compact mass)* บีบ, อัดเข้าเป็นก้อน; **~ together** อัดแน่นเข้าไว้ด้วยกัน *(คน);* Ⓓ *(thrust into confined space)* เบียดเสียด, ยัดเยียด, ผลักเข้าไป **(into** ข้างใน); Ⓔ *(block by crowding)* คับคั่ง, ติดขัดเพราะมีผู้ใช้มาก; **the switchboard was ~med with calls** ชุมสายโทรศัพท์มีคนใช้สายมากจนต่อไม่ทัน; Ⓕ *(Radio)* ส่งคลื่นวิทยุรบกวน
❷ *v.i.*, **-mm-** Ⓐ *(become tightly wedged)* อัดแน่น; Ⓑ *(become unworkable)* เครื่องติดแน่นจนใช้ไม่ได้
❸ *n.* Ⓐ *(crush, stoppage)* การค้างคา, การอุดตัน; Ⓑ *(crowded mass)* ฝูงชนที่เบียดเสียดยัดเยียด; Ⓒ *(coll.: dilemma)* สถานการณ์ลำบาก; **be in a ~:** อยู่ในสถานการณ์ลำบากติดขัดทำอะไรไม่ได้; **get into a ~:** ตกอยู่ในสถานการณ์ลำบาก; Ⓓ ➡ **jam session** ➡ **+ logjam; traffic jam**

~ 'in *v.t.* อัดเข้าไปแน่น; **we were ~med in** เราถูกอัดเข้าไปในที่คับแคบ

~ 'on *v.t.* **~ the brakes [full] on** เหยียบเบรกอย่างแรงและกะทันหัน

~ 'up *v.t.* ปิดแน่น, อัดเข้าไป; ทำให้ *(เครื่อง)* ติดใช้ไม่ได้

[2]jam *n.* Ⓐ ผลไม้กวน, แยม *(ท.ศ.);* **make ~:** ทำผลไม้กวน, กวนแยม; **[promises of] ~ tomorrow** *(fig.)* สิ่งดี ๆ ที่เป็นเพียงคำสัญญาที่มักไม่เป็นจริงเลย; **sb. wants ~ on it** *(fig. coll.)*

ค.น. อยากฟังแต่คำหวาน ๆ; Ⓑ *(Brit. coll.: sth. easy)* สิ่งที่ง่ายดาย; สิ่งที่หวานหมู; ➡ + money A

Jamaica /dʒə'meɪkə/เจอะ'เมเกอะ/ *pr. n.* ประเทศจาไมกา *(เกาะในหมู่เกาะเวสต์อินดีส)*

Jamaican /dʒə'meɪkən/เจอะ'เมเกิน/ ❶ *adj.* จาไมกา; **sb. is ~:** *ค.น.* เป็นชาวจาไมกา ❷ *n.* ชาวจาไมกา

jamb /dʒæm/แจม/ *n. (of doorway, window)* เสาด้านข้างของประตู/หน้าต่าง

jamboree /dʒæmbə'ri:/แจมเบอะ'รี/ *n.* Ⓐ การเฉลิมฉลอง, การละเล่นสนุกสนาน; Ⓑ *(large rally of Scouts)* การชุมนุมครั้งใหญ่ของลูกเสือ

James /dʒeɪmz/เจมซฺ/ *pr. n. (Hist., as name of ruler etc.)* พระเจ้าเจมส์ *(ซึ่งมี 2 องค์ในประเทศอังกฤษ)*

'jam jar *n.* ขวดแยม

jammy /'dʒæmɪ/'แจมิ/ *adj.* Ⓐ *(sticky with jam)* เปื้อนแยม; Ⓑ *(Brit. coll.) (easy)* ง่ายดาย; *(lucky)* โชคดี; **that was ~:** นั่นโชคดีจริง; **~ beggar** ไอ้โชคดี

jam: ~-packed *adj. (coll.)* ที่แน่นเอี้ยด **(with** ด้วย); **~ session** *n. (Jazz coll.)* การเล่นแจมกัน *(โดยนักดนตรีมิได้ซ้อมล่วงหน้า)*; **~ 'tart** *n.* ขนมทาร์ตหน้าแยม

Jan. *abbr.* January ม.ค.

jane /dʒeɪn/เจน/ *n. (sl.)* ผู้หญิง; ➡ + plain 1 D

jangle /'dʒæŋgl/'แจงก'ล/ ❶ *v.i.* มีเสียงเหมือนโลหะกระทบกัน; *(กระดิ่ง)* มีเสียงกรุ๊งกริ๊ง ❷ *v.t.* Ⓐ *(sound)* ทำเสียงโลหะกระทบกัน; Ⓑ *(irritate)* **~ sb.'s nerves** รบกวนประสาท *ค.น.* ❸ *n.* เสียงโลหะกระทบกัน; *(of bell)* เสียงกรุ๊งกริ๊ง

janitor /'dʒænɪtə(r)/'แจนิเทอะ(ร)/ *n.* Ⓐ *(doorkeeper)* คนเฝ้าประตู; Ⓑ *(caretaker)* นักการ, ภารโรง, ผู้ดูแลอาคาร

January /'dʒænjʊərɪ/'แจนยัวริ/ *n.* ➤ **231** เดือนมกราคม ➡ + August

Jap /dʒæp/แจพ/ *n. (coll., often derog.)* ไอ้ยุ่น, *(คำดูหมิ่น)*

japan ❶ *n.* น้ำมันชักเงาสีดำ *(โดยเฉพาะชนิดที่มาจากประเทศญี่ปุ่น)* ❷ *v.t.*, **-nn-** ลงน้ำมันชักเงาสีดำ; **a ~ned table** โต๊ะที่ลงน้ำมันชักเงาสีดำ

Japan /dʒə'pæn/เจอะ'แพน/ *n.* ประเทศญี่ปุ่น

Japanese /dʒæpə'ni:z/แจเพอะ'นีซฺ/ ❶ *adj.* แห่งประเทศญี่ปุ่น; **sb. is ~:** *ค.น.* เป็นชาวญี่ปุ่น; ➡ + English 1 ❷ *n., pl. same* Ⓐ *(person)* ชาวญี่ปุ่น; Ⓑ *(language)* ภาษาญี่ปุ่น; ➡ + English 2 A

Japanese: ~ [flowering] 'cherry *n.* ดอกซากุระ; **~ 'quince** *n.* ไม้พุ่มมีดอกในวงศ์ Chaenomeles; **~ 'silk** *n.* ไหมญี่ปุ่น

jape /dʒeɪp/เจพ/ ❶ *v.i.* ล้อเล่น, เล่นตลก **(with** กับ); **~ at** ตบตา, ล้อเล่น, เล่นตลกกับ ❷ *n. (practical joke)* การเล่นแกล้งคน, การตบตา

japonica /dʒə'pɒnɪkə/เจอะ'พอนิเคอะ/ *n. (Bot.)* ไม้พุ่มมีดอกในวงศ์ Chaenomeles รับประทานได้

¹jar /dʒɑ:(r)/จา(ร)/ ❶ *n.* Ⓐ *(harsh or grating sound)* เสียงห้าว, เสียงระคายหู; Ⓑ *(jolt)* การกระแทก; การกระทบกระเทือนประสาท *(thrill of nerves, shock)* **stop with a ~:** หยุดกึก/ชะงัก; Ⓒ *(lack of harmony)* ความไม่สอดคล้อง ❷ *v.i.*, **-rr-** Ⓐ *(sound discordantly)* ส่งเสียงอย่างไม่ประสานกัน/ระคายหู; **~ on *or* against sth.** *(ส่งเสียง)* รบกวน *ส.น.*; **a ~ring sound** เสียงที่เสียดแก้วหู; Ⓑ *(have discordant or painful effect)* **~ [up]on sb./sb.'s nerves** รบกวน/มีผลกระทบต่อ *ค.น.*/ประสาทของ *ค.น.*; **~ on the ears** รบกวนโสตประสาท; **these two colours ~:** สีสองสีนี้ไม่เข้ากันเลย; Ⓒ *(fig.: be out of harmony)* **~ with sth.** ขัดแย้งกับ *ส.น.* ❸ *v.t.*, **-rr-** Ⓐ *(cause to vibrate)* ทำให้สั่นสะเทือน; Ⓑ *(send shock through)* **~ sb.'s nerves** กระเทือนประสาท *ค.น.*; **~ one's elbow** กระแทกข้อศอกจนชา

²jar *n.* Ⓐ *(vessel)* ไห, โถ, กระปุก, ขวดปากกว้าง; *(of glass)* โถแก้ว; **~ of jam** *etc.* แยม *ฯลฯ* หนึ่งขวด; Ⓑ *(Brit. coll.: glass of beer)* เบียร์หนึ่งเหยือก

³jar *n. (arch./coll.)* **on the ~** *(ajar)* เปิดแง้มไว้

jardinière /ʒɑ:dɪ'njeə(r)/ฌาดิ'นิแอ(ร)/ *n.* กระถางไม้ประดับ; **à la ~:** อาหารที่มีผักรวมมิตร

jarful /'dʒɑ:fʊl/'จาฟุล/ *n.* ปริมาณบรรจุหนึ่งไห/โถ/ขวด/กระปุก; *(contents of glass jar)* หนึ่งขวด/โถแก้ว; **a ~ of jam** แยมหนึ่งขวด; **a ~ of pebbles** กรวดหนึ่งขวด

jargon /'dʒɑ:gən/'จาเกิน/ *n.* Ⓐ *(speech familiar only to a particular group)* ภาษาที่ใช้เฉพาะกลุ่ม/อาชีพ; Ⓑ *(unintelligible words)* คำพูดไร้สาระ/ฟังไม่รู้เรื่อง

Jas. *abbr.* James

jasmin[e] /'dʒæsmɪn, US 'dʒæzmən/'แจซมิน, 'แจซเมน/ *n.* มะลิไม้พุ่มในวงศ์ Jasminum; **common *or* white ~:** มะลิ; **red ~:** มะลิแดง; **winter ~:** มะลิพันธุ์ *Fasminum nudiflorum* ซึ่งบานในฤดูหนาว; **~ tea** ชามะลิ

jasper /'dʒæspə(r)/'แจซเปอะ(ร)/ *n. (Min.)* หินควอตซ์ประเภทโมรา *(มีสีแดง เหลือง หรือน้ำตาล)*

jaundice /'dʒɔ:ndɪs/'จอนดิซ/ ❶ *n.* ➤ **453** *(Med.)* โรคดีซ่าน ❷ *v.t.* Ⓐ ➤ **453** *(Med.)* **be [badly] ~d** เป็นโรคดีซ่าน [อย่างแรง]; Ⓑ *usu. in p.p. (fig.: affect with bitterness)* ทำให้มีอคติ; **~d** มีอคติ; **~ sb. against sth./towards sb.** ทำให้ *ค.น.* มีอคติต่อ *ส.น.*; **with [a] ~d eye** *(enviously)* ด้วยความอิจฉาริษยา; **have a very ~d view of life** มีทัศนคติว่าชีวิตขมขื่น

jaunt /dʒɔ:nt/จอนทฺ/ ❶ *n.* การเดินทางท่องเที่ยวระยะสั้น; **be off on/go for a ~:** ไปเที่ยวระยะสั้น ๆ ไปไม่นานมานี้ ❷ *v.i.* **~ [about]** เที่ยวระยะสั้น ๆ; **are you ~ing off again on some new trip?** คุณจะออกไปเที่ยวสถานที่ใหม่ ๆ อีกแล้วใช่ไหม

jauntily /'dʒɔ:ntɪlɪ/'จอนทิลิ/ *adv.* อย่างร่าเริงและมั่นใจ, อย่างคล่องแคล่ว

jaunty /'dʒɔ:ntɪ/'จอนทิ/ *adj.* ร่าเริง, คล่องแคล่ว; **with a ~ gait** เดินอย่างคล่องแคล่ว; **he wore his hat at a ~ angle** เขาสวมหมวกเพล่/อย่างเฉี่ยว

Java /'dʒɑ:və/'จาเวอะ/ ❶ *pr n.* เกาะชวาแห่งประเทศอินโดนีเซีย ❷ **Java** *(Computing) n.* ภาษาของโปรแกรมขนาดเล็กจาวาที่ใช้ในอินเทอร์เน็ต *(ท.ศ.)*

javelin /'dʒævəlɪn/'แจเวอะลิน/ *n.* Ⓐ แหลน, หลาว, หอก, ทวน; **throwing the ~** *(Sport)* การพุ่งแหลน; Ⓑ *(Sport: event)* การแข่งขันพุ่งแหลน

jaw /dʒɔ:/จอ/ ❶ *n.* Ⓐ ➤ **118** *(Anat.)* กราม, ขากรรไกร; **his ~ dropped** ขากรรไกรของเขาตก; เขาตกตะลึง; **upper/lower ~:** ขากรรไกรบน/ล่าง; **set one's ~:** เตรียมตัวที่จะทำ *ส.น.*; Ⓑ *in pl. (of valley, channel)* ช่องเขา, ส่วนที่แคบของหุบเขา, ช่องแคบ; Ⓒ *(of machine)* ส่วนของเครื่องยนต์ที่มีลักษณะเป็นคีมหนีบ; Ⓓ *in pl. (large dangerous mouth)* ปากสัตว์ที่มีเขี้ยวแหลมอันตราย; *(fig.: of fate, death etc.)* ภาวะอันตราย; **snatch sb. from the ~s of death** ฉก *ค.น.* ออกมาจากคมเขี้ยวของความตาย; ช่วย *ค.น.* ให้รอดตายอย่างหวุดหวิด; **snatch victory from the ~s of defeat** ชิงเอาชัยชนะมาจนได้ ❷ *v.i. (coll.)* พูดยืดยาวจนน่าเบื่อ; **~ at sb.** คุยกับ *ค.น.* อย่างยืดยาวน่าเบื่อ

jaw: ~bone *n.* ➤ **118** กระดูกขากรรไกร; **~-breaker** *n. (coll.)* คำยาว ๆ ที่ออกเสียงยาก

jay /dʒeɪ/เจ/ *n. (Ornith.)* Ⓐ *(Garrulus glandarius)* นกยุโรปมีขนน้ำตาลฟ้า; Ⓑ *(Garrulinae)* นกใด ๆ ที่อยู่ในสกุลย่อย Garrulinae

jay: ~walk *v.i.* ข้ามถนนในตำแหน่งที่ไม่ใช่ทางม้าลาย; **~walker** *n.* ผู้ข้ามถนนตรงที่ไม่ใช่ทางม้าลาย

jazz /dʒæz/แจซฺ/ ❶ *n.* Ⓐ ดนตรีแจ๊ส *(ท.ศ.)*; Ⓑ *(coll.: nonsense)* การพูดไร้สาระ; **and all that ~** *(coll.)* เรื่องไร้สาระทั้งปวง ❷ *v.t.* **~ up** ทำให้สว่างไสว/มีชีวิตชีวาขึ้น

'jazz: ~ band *n.* วงดนตรีแจ๊ส; **~ 'rock** *n.* ดนตรีที่ผสมแจ๊สและร็อค

jazzy /'dʒæzɪ/'แจซิ/ *adj.* เกี่ยวกับ/เหมือนดนตรีแจ๊ส, ฉูดฉาด/เตะตา; **a ~ sports car** รถสปอร์ตที่ดูเตะตา

JCR *abbr. (Brit Univ.)* Junior Common Room; Junior Combination Room

jealous /'dʒeləs/'เจ็ลเลิซ/ *adj.* Ⓐ *(feeling resentment)* อิจฉาริษยา **(of** ใน); Ⓑ *(possessive)* หึงหวง, หวงแหน, ระแวง; **be ~ of sth.** อิจฉา *ส.น.*; **be ~ for sth.** หวงแหน *ส.น.*; **he kept a ~ eye on her** เขาเฝ้าแต่หึงหวงเธอ

jealously /'dʒeləslɪ/'เจ็ลเลิซลิ/ *adv.* อย่างอิจฉาริษยา, อย่างหึงหวง

jealousy /'dʒeləsɪ/'เจ็ลเลอะซิ/ *n.* ความอิจฉาริษยา, ความหึงหวง

jean /dʒi:n/จีน/ *n.* Ⓐ *(cloth)* ผ้ายีน *(ท.ศ.)*; Ⓑ *in pl. (trousers)* กางเกงยีน; **a pair of ~s** กางเกงยีนหนึ่งตัว; ➡ + blue jeans

Jeep ® /dʒi:p/จีพ/ *n.* รถจี๊ป *(ท.ศ.)*

jeer /dʒɪə(r)/เจีย(ร)/ ❶ *v.i.* พูดเยาะเย้ย, โห่, หัวเราะเยาะ; **~ at sb.** พูดเยาะเย้ย *ค.น.*; **~ ing** ที่เยาะเย้ย ❷ *v.t.* พูดเยาะเย้ย, หัวเราะเยาะ; **the crowd ~ed every tackle he made** ฝูงชนพากันโห่ทุกครั้งที่เขาพยายามแย่งลูกจากฝ่ายตรงข้าม ❸ *n. (remark)* การพูดเย้ยหยัน, การหัวเราะเยาะ, การโห่ฮา

jehad ➡ jihad

Jehovah /dʒɪ'həʊvə/จิ'โฮเวอะ/ *n. (Relig.)* พระยะโฮวาห์ *(ชื่อภาษาฮีบรูของพระเจ้าในพระคัมภีร์เก่า)*

Jehovah's 'Witness *n. (Relig.) สมาชิกนิกายหนึ่งในคริสต์ศาสนาที่ไม่ยอมรับว่ารัฐและสถาบันศาสนามีอำนาจเหนือสติสัมปชัญญะและศรัทธาส่วนบุคคล*

jejune /dʒɪ'dʒu:n/จิ'จูน/ *adj.* Ⓐ *(intellectually unsatisfying)* ที่ยังไม่เจริญทางสติปัญญา; Ⓑ *(puerile)* ไม่ประสีประสา, ยังเป็นเด็ก, อ่อนหัด

jejunum /dʒɪ'dʒu:nəm/จิ'จูเนิม/ *n. (Anat.)* ลำไส้เล็กส่วนกลาง

jell /dʒel/เจ็ล/ *v.i.* Ⓐ *(set as jelly)* กลายเป็นวุ้นแข็ง; Ⓑ *(fig.: take definite form)* เป็นรูปเป็นร่างชัดเจน; **not ~ as a group** เข้ากันเป็นกลุ่มไม่ได้

Jell-O ®, **jello** /'dʒeləʊ/'เจ็ลโล/ *n. (esp. Amer.)* ขนมวุ้นผลไม้ชนิดหนึ่ง

jelly /'dʒelɪ/'เจ็ลลิ/ ❶ *n.* Ⓐ *(dessert)* วุ้น, เยลลี่ *(ท.ศ.)*; Ⓑ *(substance of similar consistency)* สิ่งที่มีความแข็งและหยุ่นคล้ายวุ้น; **her legs felt like ~:** ขาของเธออ่อนยวบ; Ⓒ *(coll.: gelignite)* ระเบิดที่ทำจากไนโตรกลีเซอรีน เซลลูโลส

jelly baby | jihad 488

ในเตรต/โซเดียมไนเตรตและเยื่อไม้ ❷ *v.t.* Ⓐ ทำให้เป็นวุ้น; Ⓑ **jellied eels** ปลาไหลในวุ้น ❸ *v.i. (become ~)* กลายเป็นวุ้น

jelly: ~ baby *n.* ลูกอมเยลลี่ที่ทำเป็นรูปเด็กทารก; **~ bean** *n.* ลูกอมเยลลี่ที่ทำเป็นรูปเมล็ดถั่ว; **~fish** *n.* แมงกะพรุน; **~-like** *adj.* ที่คล้ายวุ้น; **~ mold** *n. (Amer.)* แม่พิมพ์เยลลี่; **~ shoe** *n.* รองเท้าสานด้วยยางใส

jemmy /ˈdʒemɪ/ˈเจ็มมิ/ *n. (Brit.)* ชะแลงขนาดสั้น

jeopardize (**jeopardise**) /ˈdʒepədaɪz/ˈเจ็พเพอะดายซฺ/ *v.t.* ทำให้อันตราย, นำไปสู่อันตราย

jeopardy /ˈdʒepədɪ/ˈเจ็พเพอะดิ/ *n., no pl.* อันตราย; **put** *or* **place sth./sb. in ~:** นำ *ส.น./ค.น.* ไปสู่อันตราย; **in ~:** อยู่ในอันตราย; **her life is in ~:** ชีวิตของเธอตกอยู่ในอันตราย

jerbil ➡ **gerbil**

jerboa /dʒɜːˈbəʊə/เจอˈโบเออะ/ *n. (Zool.)* หนูทะเลทรายขนาดเล็กในวงศ์ Dipodidae

Jeremiah /dʒerɪˈmaɪə/เจะริˈมายเออะ/ *n.* Ⓐ *(Bibl.)* ชื่อของประกาศในพระคัมภีร์เก่า; Ⓑ *(fig.)* ผู้ที่คอยทำนายเหตุร้าย

Jericho /ˈdʒerɪkəʊ/ˈเจะริโค/ *pr. n. (Geog.)* เมืองเจริโค *(ทางด้านเหนือของทะเลทรายในประเทศอิสราเอล)*

jerk /dʒɜːk/เจิค/ ❶ *n.* Ⓐ *(sharp sudden pull)* การกระตุก, การกระชาก; **with a series of ~s** ด้วยการกระตุกติดต่อกัน; **with a ~ of his thumb, he indicated the direction in which ...:** เขากระดกหัวแม่โป้งชี้ไปในทางที่...; **give sth. a ~:** กระตุก *ส.น.;* Ⓑ *(involuntary movement)* การกระตุก, การสะดุ้ง; Ⓒ *(coll.: person)* คนโง่ ❷ *v.t.* Ⓐ กระตุก, กระชาก; **~ sth. away/back** *etc.* กระชาก *ส.น.* ออก/กลับคืนไป; **~ sth. off/out of sth.** กระชาก *ส.น.* ออกมา/ออกมาจาก *ส.น.;* **he ~ed his thumb in the direction of the town** เขากระดกนิ้วหัวแม่โป้งไปทางที่เมืองตั้งอยู่; **a noise ~ed him out of his reverie** เสียงดังทำให้เขาสะดุ้งตื่นจากความฝัน; Ⓑ *(Weightlifting)* ยกน้ำหนักจากไหล่ขึ้นเหนือศีรษะ *(ในกีฬายกน้ำหนัก)* ❸ *v.i.* พูดตะกุกตะกัก; *(move in a spasmodic manner)* เคลื่อนไหวอย่างตะกุกตะกัก; **the lever ~ed out of his hand** มือจับเครื่องเด้งออกจากมือเขา; **his head ~ed back** ศีรษะของเขาสะบัดไปข้างหลัง

~ˈoff *(coarse)* ❶ *v.t.* **~ sb. off** ชักว่าวให้ *ค.น. (ภ.ย.)* ❷ *v.i.* ชักว่าว *(ภ.ย.)*

jerkily /ˈdʒɜːkɪlɪ/ˈเจอคิลิ/ *adv.* อย่างกระตุก/กระชาก/ตะกุกตะกัก

jerkin /ˈdʒɜːkɪn/ˈเจอคิน/ *n. เสื้อนอกตัวสั้นไม่มีแขน ขนาดพอดีตัว มักทำด้วยหนัง; (modern)* เสื้อกั๊ก

jerky /ˈdʒɜːkɪ/ˈเจอคิ/ *adj.* Ⓐ ที่เคลื่อนไหวอย่างตะกุกตะกัก; Ⓑ *(spasmodic)* กระตุก, ตะกุกตะกัก; **the ~ movements of a puppet** การเคลื่อนไหวอย่างกระตุก ๆ ของหุ่นกระบอก

Jerome /dʒəˈrəʊm/เจอะˈโรม/ *pr. n.* **St ~:** นักบุญเจอโรม *(มีส่วนสำคัญในการทำพระคัมภีร์ไบเบิล ฉบับวัลเกต (Vulgate version)*

jerrican ➡ **jerry-can**

Jerry /ˈdʒerɪ/ˈเจะริ/ *n. (Brit. dated coll.)* Ⓐ *(soldier)* ทหารเยอรมัน; Ⓑ *no pl. (Germans collectively)* ชาวเยอรมัน

jerry: ~-builder *n.* ช่างที่ก่อสร้างบ้านไม่มั่นคง; **~-building** *n.* อาคารที่ไม่มั่นคง; **~-built** *adj.* ที่สร้างขึ้นอย่างไม่มั่นคง; **~-can** *n.* ปี๊ปบรรจุของเหลว

jersey /ˈdʒɜːzɪ/ˈเจอซิ/ *n.* Ⓐ เสื้อหนาว *(ไหมพรม)* ถักสวมทางศีรษะ; *(Sport)* เสื้อยืด, เสื้อกีฬา; Ⓑ *(vest)* เสื้อกั๊ก; Ⓒ *(fabric)* ผ้ายืดมักถักทอจากขนสัตว์; Ⓓ **J~** *(cow)* วัวนมสีน้ำตาลอ่อน มาจากเกาะเจอร์ซี; Ⓔ **J~** *pr. n. (island)* เกาะเจอร์ซี *(เป็นเกาะที่ใหญ่ที่สุดในหมู่เกาะช่องแคบอังกฤษ (Channel Islands))*

Jerusalem /dʒəˈruːsələm/เจอะˈรูเซอะเลิม/ *pr. n.* กรุงเยรูซาเลม *(นครหลวงของประเทศอิสราเอล)*

Jerusalem ˈartichoke *n.* ต้นทานตะวันพันธุ์ *Helianthus turberosus* มีหัวใต้ดินที่ทานได้

jest /dʒest/เจ็ซทฺ/ ❶ *n.* Ⓐ *(joke)* การพูด/เล่นตลก, การล้อเล่น; **make ~s** เล่นตลก, ล้อเล่น; Ⓑ *no pl. (fun)* ความสนุกสนาน/ขบขัน; **in ~:** ด้วยความสนุกสนาน; เป็นการล้อเล่น ❷ *v.i.* เล่นตลก, ล้อเล่น, หยอกล้อ

jester /ˈdʒestə(r)/ˈเจ็ซเตอะ(ร)/ *n.* จำอวด; *(at court)* ตัวตลกราชสำนักในยุคกลาง; *(fool)* คนโง่

Jesu /ˈdʒiːzjuː/ˈจีซิว/ *pr. n. voc.* พระเยซูคริสต์

Jesuit /ˈdʒezjʊɪt, US ˈdʒeʒəwət/ˈเจ็ซซิวอิท/ *n.* บาทหลวงนิกายเยซูอิต

Jesuitical /dʒezjʊˈɪtɪkl, US dʒeʒʊ-/เจะซิวˈอิทิค'ล/ *adj.* เกี่ยวกับนิกายเยซูอิต; *(fig.)* อ้อมค้อมมีเล่ห์เหลี่ยมเหมือนบาทหลวงเยซูอิต

Jesus /ˈdʒiːzəs/ˈจีเซิซ/ ❶ *pr. n.* พระเยซูคริสต์; **Society of ~:** นิกายคาทอลิกเยซูอิต *(ก่อตั้งขึ้นโดยนักบุญอิกนาทิอัส โลโยลาในปี 1534)* ❷ *int. (sl.)* **~ [Christ]!** พระเจ้าช่วย

¹jet /dʒet/เจ็ท/ ❶ *n.* Ⓐ *(stream)* สิ่งที่พุ่งฉีดออกมาเป็นลำ; **~ of flame/steam/water** เปลวไฟ/ไอน้ำ/น้ำพุที่พุ่งเป็นลำ; Ⓑ *(spout, nozzle)* หัวฉีด, หัวท่อ; Ⓒ *(aircraft)* เครื่องบินไอพ่น; *(engine)* เครื่องยนต์ไอพ่น ❷ *v.i.*, **-tt-** Ⓐ *(spurt out) (เปลวไฟ, น้ำ)* พุ่งออกมา (**from** จาก); Ⓑ *(coll.: travel by ~ plane)* เดินทางโดยเครื่องบินไอพ่น; **~ in/out** *or* **off** บินเข้ามา/ออกไปโดยเครื่องบินไอพ่น

²jet *n. (Min.)* แร่ถ่านเจ็ท *(มีสีดำเป็นมัน สามารถตัดและขัดเงาทำเป็นเครื่องประดับได้)*

jet: ~-black *adj.* สีดำขลับ; **~ engine** *n.* เครื่องยนต์ไอพ่น; **~ fighter** *n.* เครื่องบินรบไอพ่น; **~ foil** *n.* เรือที่แล่นโดยท้องเรืออยู่เหนือน้ำ *(ทำให้ไม่กระเทือนและแล่นได้รวดเร็ว);* **~ lag** *n. อาการอ่อนเพลียที่เกิดจากการเดินทางโดยเครื่องบินและเปลี่ยนเวลาอย่างฉับพลัน;* **~-lagged** *adj.* อาการเจ็ทแลค *(ท.ศ.);* **~ plane** *n.* เครื่องบินไอพ่น; **~-propelled** *adj.* ที่ขับเคลื่อนด้วยไอพ่น; **~ proˈpulsion** *n.* การขับเคลื่อนด้วยไอพ่น

jetsam /ˈdʒetsəm/ˈเจ็ทเซิม/ *n.* สิ่งของที่ถูกพัดเข้าชายฝั่ง *(หลังจากที่ถูกโยนจากเรือลงสู่ทะเลเพื่อให้เรือเบาขึ้น);* ➡ **+ flotsam**

jet: ~ set *n. กลุ่มคนร่ำรวยที่ชอบบินไปทั่วโลกหาความสำราญ;* **~-setter** *n.* คนรวยที่คอยบินไปทั่วโลก; **~ ski** *n.* เจ็ทสกี *(ท.ศ.);* **~ stream** *n.* Ⓐ *(Meteorol.)* กระแสลมแรงระดับสูง; Ⓑ *(of jet engine)* ไอจากเครื่องไอพ่น

jettison /ˈdʒetɪsən/ˈเจ็ททิเซิน/ *v.t.* Ⓐ *(from ship)* ทิ้งสัมภาระจากเรือ; *(from aircraft)* ทิ้ง *(สินค้า, ระเบิด)* จากอากาศยาน; *(discard)* โยนทิ้ง; Ⓑ *(fig.: abandon)* ละทิ้ง, กำจัดสิ่งที่ไม่ใช้แล้ว

jetty /ˈdʒetɪ/ˈเจ็ททิ/ *n.* Ⓐ *(protecting harbour or coast)* เขื่อนและกำแพงกันคลื่น; Ⓑ *(landing pier)* ท่าเทียบเรือ; *(smaller)* โป๊ะ

Jew /dʒuː/จู/ *n.* ชาวยิว; ➡ **+ wandering Jew**

ˈJew-baiting *n.* ขบวนการต่อต้านชาวยิว

jewel /ˈdʒuːəl/ˈจูเอิล/ ❶ *n.* Ⓐ *(ornament)* เครื่องประดับเพชรพลอย; **~s** *collect.* เครื่องเพชร; Ⓑ *(precious stone)* อัญมณี; *(of watch)* เพชรพลอยในนาฬิกา; Ⓒ *(fig.) (person)* บุคคลที่มีค่า/ดีเลิศ; *(thing)* สิ่งมีค่า/ดีเลิศ ❷ *v.t., (Brit.)* **-ll-;** *esp. in p.p.* Ⓐ *(adorn with jewels)* ประดับ/ตกแต่งด้วยอัญมณี; **~led hand** มือที่สวมแหวนเพียบทุกนิ้ว; Ⓑ *(fit with jewels)* ฝังด้วยอัญมณี

jewel: ~ box, ~ case *ns.* หีบใส่เครื่องประดับ/อัญมณี

jeweller *(Amer.:* **jeweler**) /ˈdʒuːələ(r)/ˈจูเออะเลอะ(ร)/ *n.* ➤ **489** ผู้จำหน่าย/ประกอบเรือนอัญมณี; **~'s rouge** ผงละเอียดสีแดง *(เฟอร์ริกออกไซด์ ใช้สำหรับขัดเงาเพชรพลอย);* ➡ **+ baker**

jewellery *(Brit),* **jewelry** /ˈdʒuːəlrɪ/ˈจูเอิลริ/ *n.* เครื่องประดับ, อัญมณีต่าง ๆ, เครื่องเพชรเครื่องทอง; **~ box** *n.* กล่องเก็บเครื่องเพชร

Jewess /ˈdʒuːɪs/ˈจูอิซ/ *n.* ชาวยิวผู้หญิง

Jewish /ˈdʒuːɪʃ/ˈจูอิช/ *adj.* แห่งชาวยิว; **he/she is ~:** เขา/เธอเป็นชาวยิว

Jewry /ˈdʒʊərɪ/ˈจูเออะริ/ *n.* ชาวยิวทั้งมวล

Jew's ˈharp *n. (Mus.)* พิณยิว

¹jib /dʒɪb/จิบ/ *n.* Ⓐ *(Naut.) (on sailing ship, sailing yacht, dinghy)* ใบเรือ; **I don't like the cut of his ~** *(fig.)* ฉันไม่ชอบหน้าเขาเลย; Ⓑ *(of crane)* แขนปั้นจั่น

²jib *v.i.*, **-bb-** Ⓐ *(refuse to go on) (ม้า)* หยุดชะงัก; *(because of fright) (ม้า)* กระโดดหนี; Ⓑ *(fig.)* แสดงความรังเกียจต่อต้าน; **~ at sth./at doing sth.** ต่อต้าน *ส.น.*/ที่จะทำ *ส.น.;* **he ~bed at the idea** เขาต่อต้านความคิดนี้

¹jibe /dʒaɪb/จายบฺ/ *v.i. (Amer.) (fit)* เห็นด้วย; *(match)* กลมกลืนกัน

²jibe ➡ **gibe; gybe**

jiff /ˈdʒɪf/ˈจิฟ/, **jiffy** /ˈdʒɪfɪ/ˈจิฟฟิ/ *n. (coll.)* ชั่วขณะหนึ่ง, ประเดี๋ยวเดียว; **in a ~:** ในชั่วครู่; **half a ~:** ชั่วประเดี๋ยวเดียว

ˈJiffy bag ® *n.* ซองไปรษณีย์ที่มีวัสดุรองชั้นในเพื่อกันการกระแทก/ชำรุด

jig /dʒɪɡ/จิก/ ❶ *n.* Ⓐ *(dance, music)* การเต้นรำ /เพลงจังหวะเร็ว *(มีดนตรีสามจังหวะประกอบ); (movement of suite)* การเคลื่อนขึ้นลง; **dance** *or* **do a ~:** เต้นรำจังหวะเร็ว; Ⓑ *(appliance)* อุปกรณ์หนีบ/จับชิ้นงาน ❷ *v.i.*, **-gg-** *(dance a ~/gigue)* เต้นรำจังหวะเร็ว; **~ up and down** กระโดดขึ้น ๆ ลง ๆ

jigger /ˈdʒɪɡə(r)/ˈจิกเกอะ(ร)/ *n. หน่วยวัดปริมาตรของเหล้า เท่ากับ 1 1/2 ออนซ์*

jiggered /ˈdʒɪɡəd/ˈจิกเกิด/ *adj. (coll.)* **I'll be ~:** ฉิบหายละซี; **I'll be ~ if ...:** ฉันเห็นจะแย่แน่เลยถ้าหากว่า...

jiggery-pokery /dʒɪɡərɪˈpəʊkərɪ/จิเกอะริˈโพเคอะริ/ *n. (Brit. coll.)* Ⓐ *(underhand scheming)* เล่ห์เหลี่ยม, ความไม่ซอบมาพากล; **there is some [sort of] ~ going on** มีเรื่องไม่ชอบมาพากลเกิดขึ้น; **he's up to some [sort of] ~:** เขากำลังใช้เล่ห์เหลี่ยมบางประการ; Ⓑ *(nonsense)* เรื่องเหลวไหลไร้สาระ

jiggle /ˈdʒɪɡl/ˈจิก'ล/ ❶ *v.t.* เขย่าเบา ๆ, โยกขึ้น ๆ ลง ๆ ❷ *v.i.* หงุดหงิด, กระสับกระส่าย

ˈjigsaw /ˈdʒɪɡsɔː/ˈจิกซอ/ *n.* Ⓐ เลื่อยขนาดเล็กบาง *(ใช้เลื่อยเป็นเส้นโค้งได้);* Ⓑ **~ [puzzle]** ของเล่นภาพต่อ/จิ๊กซอว์ *(ท.ศ.) (ตัดเป็นชิ้นย่อย ๆ รูปร่างแปลก ๆ นำมาเรียงต่อกัน)*

jihad /dʒɪˈhæd, dʒɪˈhɑːd/จิˈแฮด, จิˈฮาด/ *n. (war)* สงครามศักดิ์สิทธิ์ของศาสนาอิสลาม

Jobs (งาน)

What's your job?, What do you do [for a living]?
= คุณทำงานอะไร, งานของคุณคืออะไร, คุณมีอาชีพอะไร

I work in a bank/in a bookshop
= ฉันทำงานธนาคาร/ในร้านหนังสือ

He is in insurance/in the city
= เขาทำงานในธุรกิจประกันภัย/ในเมือง

I am with a small company or *firm/a large company* or *group/a multinational company*
= ฉันทำงานกับบริษัทขนาดเล็ก/กลุ่มบริษัทขนาดใหญ่/บริษัทข้ามชาติ

She owns/runs a small business
= เธอเป็นเจ้าของธุรกิจ/กิจการขนาดเล็ก

My husband works for or *is employed by the same firm*
= สามีของฉันทำงานอยู่บริษัทเดียวกัน/อยู่ที่เดียวกัน

She works full time/part time
= เธอทำงานประจำ/ชั่วคราว

I work freelance/am self-employed
= ฉันทำงานอิสระ/เป็นเจ้าของกิจการของตนเอง

He's a doctor
= เขาเป็นแพทย์

She's a teacher
= เธอเป็นครู

George wants to be a systems analyst
= ยอร์จอยากเป็นนักวิเคราะห์ระบบ

Jane works as a journalist
= เจนทำงานเป็นผู้สื่อข่าว

Looking for a job (การหางาน)

I'm looking for a job as a childminder
= ฉันกำลังหางานเป็นคนดูแลเด็ก

I didn't find anything suitable in the situations vacant
= ฉันไม่พบตำแหน่งที่เหมาะสมในหน้าโฆษณาหางาน

I want to apply for this job
= ฉันต้องการสมัครงานนี้

A CV should be sent with the application
= ต้องแนบประวัติการทำงานพร้อมกับใบสมัคร

Could you come for an interview on March 24th?
= คุณสามารถมาสัมภาษณ์ในวันที่ 24 มีนาคมได้ไหม

What is the earliest you could start work?
= คุณสามารถเริ่มงานได้เร็วที่สุดเมื่อไร

jilt /dʒɪlt/จิลทฺ/ *v.t.* ละทิ้ง *(คู่รัก)*

Jim Crow /dʒɪm ˈkrəʊ/จิม ˈโครฺ/ *n. (Amer. derog.)* Ⓐ *(a Black)* ไอ้มืด *(ภ.ย.)*; Ⓑ *no pl. (racial segregation)* การแบ่งแยกทางเชื้อชาติ; *(racial discrimination)* การรังเกียจเชื้อชาติ

jim-jams /ˈdʒɪmdʒæmz/ˈจิมแจมซฺ/ *n. pl. (coll.: fit of depression)* การมีอารมณ์เศร้าซึมหดหู่; **she got [an attack of] the ~:** เธอเกิดมีอาการเศร้าซึม

jimmy /ˈdʒɪmɪ/ˈจิมมิ/ *(Amer.) n.* ➡ **jemmy**

jimson [weed] /ˈdʒɪmsən(wi:d)/ˈจิมเซิน(วีด)/ *n. (Amer. Bot.)* วัชพืช *Datura stramonium* ต้นสูงมีพิษ

jingle /ˈdʒɪŋgl/ˈจิงก'ล/ ❶ *n.* Ⓐ เสียงเขย่ากรุ๊งกริ๊งที่เกิดจากโลหะกระทบกัน; Ⓑ *(repetition)* การซ้ำคำซ้ำเสียง เพื่อช่วยให้จำง่าย/ดึงดูดความสนใจ; *(trivial verse)* กวีนิพนธ์สั้น ๆ ที่ใช้คำซ้ำ/เสียงสัมผัสเพื่อให้จำง่าย; *(Commerc.)* คำขวัญโฆษณา; Ⓒ *(thing designed to ~)* สิ่งของที่ออกแบบมาให้ส่งเสียงกรุ๊งกริ๊ง ❷ *v.i.* Ⓐ ส่งเสียง/ทำให้เกิดเสียงกรุ๊งกริ๊ง; Ⓑ *(be full of alliterations, rhymes etc.)* เต็มไปด้วยเสียงสัมผัสสระและสัมผัสอักษร ❸ *v.t.* ทำเสียงกรุ๊งกริ๊ง

ˈjingle-jangle *n.* เสียงดังกรุ๊งกริ๊ง

jingo /ˈdʒɪŋgəʊ/ˈจิงโก/ *n., pl.* **~es** Ⓐ คนหลงชาติ; ผู้สนับสนุนนโยบายทำสงคราม; Ⓑ **by ~!** ตายจริง *(คำอุทาน)*

jingoism /ˈdʒɪŋgəʊɪzm/ˈจิงโกอิซ'ม/ *n., no pl.* ความหลงชาติ; ความนิยมในนโยบายทำสงคราม

jingoist /ˈdʒɪŋgəʊɪst/ˈจิงโกอิซทฺ/ ➡ **jingo** A

jink ➡ **high jinks**

jinx /dʒɪŋks/จิงคฺซฺ/ ❶ *n. (coll.)* ตัวซวย, คนหรือสิ่งที่นำโชคร้ายมาให้; **there seemed to be a ~ on him** ดูเหมือนว่าเขาต้องคำสาป; **break the ~:** ล้างซวย ❷ *v.t.* พาความซวยมา

jitterbug /ˈdʒɪtəbʌg/ˈจิทเทอะบัก/ ❶ *n.* Ⓐ บุคคลที่ประหม่า, คนขี้ตื่น; Ⓑ *(dance)* การเต้นรำจังหวะเร็วประเภทหนึ่ง, จิทเทอร์บัค *(ท.ศ.)* ❷ *v.i.* เต้นจิทเทอร์บัค

jitters /ˈdʒɪtəz/ˈจิทเทิซ/ *n. pl. (coll.)* ความประหม่า *หรือ* ตื่นเต้นอย่างสุดขีด; **an attack** *or* **a case of the ~:** เกิดอาการประหม่าและตื่นเต้นอย่างสุดขีด; **give sb. the ~:** ทำให้ *ค.น.* ประหม่า *หรือ* ตื่นเต้นอย่างสุดขีด

jittery /ˈdʒɪtərɪ/ˈจิทเทอะริ/ *adj. (nervous)* ประหม่า; *(frightened)* ตกใจกลัว

jive /dʒaɪv/จายฺว/ ❶ *n.* การเต้นรำจังหวะกระตุกที่นิยมในทศวรรษที่ 1950 ❷ *v.i.* เต้นรำจังหวะกระตุก

Jnr. *abbr.* **Junior jr.**

Joan of Arc /dʒəʊn əv ˈa:k/โจน เอิว ˈอาค/ *pr. n.* นักบุญโจนออฟอาร์กแห่งฝรั่งเศส *(1412–1421)*

job /dʒɒb/จ็อบ/ ❶ *n.* Ⓐ *(piece of work)* **~ [of work]** งานชิ้นหนึ่ง; **we have five ~s to do today** วันนี้เรามีงานที่ต้องทำห้าอย่าง; *(orders to be fulfilled)* วันนี้เราต้องส่งงานให้เสร็จห้าอย่าง/ชิ้น; **I have a little ~ for you** ฉันมีงานชิ้นเล็กให้คุณ; **do a ~ for sb.** ทำงานให้ *ค.น.*; **try to do sb.'s ~ for him** *(fig. coll.)* พยายามจะแย่งงานแทนเขา; **it is sb.'s ~ to do sth.** *ค.น.* มีหน้าที่จะต้องทำ *ส.น.*; **you've got a really tough ~ on your hands!** งานที่คุณต้องรับผิดชอบนั้นหนักมากทีเดียว; **you're doing an excellent ~:** คุณทำงานได้วิเศษสุด; **nose ~** *(coll.)* ศัลยกรรมจมูก; Ⓑ ➤ 489 *(position of employment)* ตำแหน่ง, หน้าที่, การงานประจำ; **he is, after all, only doing his ~!** จะว่าอย่างไรก็ตาม เขาเพียงแต่ทำตามหน้าที่ของเขาเท่านั้น; **he knows his ~:** เขารู้ว่าเขามีหน้าที่ต้องทำอะไรบ้าง; **~ vacancies** ตำแหน่งว่าง; *(in newspaper)* 'ประกาศตำแหน่งว่าง'; **have ~ security** มีความมั่นคงในตำแหน่งการทำงาน; **~ situation** สถานการณ์ด้านการงาน; **it's as much as my ~'s worth** ถ้าทำเช่นนั้นมันเสี่ยงต่อตำแหน่งงานของฉัน; **it's not my ~** *(fig.)* นั่นไม่ใช่หน้าที่ของฉัน; **the man for the ~:** คนที่เหมาะกับงาน; **~s for the boys** *(coll.)* สถานการณ์ที่มีผลประโยชน์ *ฯลฯ* ให้ลูกน้อง/ผู้สนับสนุน; **it is a case** *or* **matter of ~s for the boys** งานต่าง ๆ จะถูกมอบให้ลูกน้อง/ผู้สนับสนุน; **just the ~** *(fig. coll.)* เป็นสิ่งที่ต้องการเผงทีเดียว; **on the ~:** กำลังทำงานอยู่; **out of a ~:** ตกงาน; Ⓒ *(coll.: crime)* อาชญากรรม; **do a [bank] ~:** ปล้นธนาคาร; **this was a professional ~:** นี่เป็นอาชญากรรมระดับมืออาชีพ; Ⓓ *(result of work)* ผลงาน, ผลสำเร็จ; **make a [good] ~ of sth.** ทำ *ส.น.* อย่างประสบผลสำเร็จ; **make a thorough ~ of it** ทำงานชิ้นหนึ่งอย่างถี่ถ้วนรอบคอบ จนเป็นผลสำเร็จ; **be a good** *etc.* **~:** เป็นสิ่งที่ดี *ฯลฯ*; **this respray/rebuilt car is a superb ~!** รถคันนี้พ่นสีใหม่/ซ่อมแซมใหม่ได้อย่างวิเศษสุด; Ⓔ *(coll.: difficult task)* งานยาก; **I had a [hard** *or* **tough] ~ convincing** *or* **to convince him** การที่ฉันจะทำให้เขาคล้อยตามได้นั้นเป็นเรื่องยาก; Ⓕ *(state of affairs)* **a bad ~:** สถานการณ์เลวร้าย; **it's a bad ~: the company is virtually bankrupt** สถานการณ์นับว่าเลวร้ายทีเดียว บริษัทถึงขั้นที่เกือบจะล้มละลาย; **give sb./sth. up as a bad ~** ➡ + **give up** 2 A; **a good ~:** โชคดี; **we've finished, and a good ~ too!** โชคดีที่เราทำสำเร็จแล้ว; **what** *or* **it's a good ~ he doesn't know about it!** ดีนะที่เขาไม่รู้เรื่อง
❷ *v.i.,* **-bb-** Ⓐ *(do ~s)* ทำงาน *(แต่ละชิ้น)*; Ⓑ *(deal in stocks)* ซื้อขายหุ้น; Ⓒ *(turn position of trust to private advantage)* ใช้ตำแหน่งอันเป็นที่ไว้วางใจเพื่อแสวงผลประโยชน์เข้าตัว; Ⓓ *(buy and sell as middleman)* เป็นคนกลางในการซื้อขาย; *(Amer.: trade in wholesale lots)* ทำธุรกิจขายส่ง
❸ *v.t.,* **-bb-** เป็นนายหน้าค้าขาย *(บ้าน, ที่ดิน)*

Job /dʒəʊb/โจบ/ *pr. n.* จ็อป *(บุคคลสำคัญในพระคัมภีร์เก่า)*; ชื่อของหนังสือเล่มหนึ่งในพระคัมภีร์เก่า; **he would try the patience of ~:** แม้ว่าคนที่อดทนจริง ๆ ก็จะทนเขาไม่ได้; **~'s ˈcomforter** คนที่ประสงค์จะปลอบใจ แต่กลับทำให้ยิ่งเศร้า

jobber /ˈdʒɒbə(r)/ˈจอบเบอะ(ร)/ *n.* Ⓐ *(Amer.: wholesaler)* พ่อค้าขายส่ง; Ⓑ *(stock~)* ผู้ค้าขายหุ้น

jobbery /ˈdʒɒbərɪ/ˈจอบเบอะริ/ *n. (corruption)* การโกง

jobbing /ˈdʒɒbɪŋ/ˈจอบบิง/ *adj.* ที่ทำงานเป็นอิสระ/ฟรีแลนซ์ *(ท.ศ.)*; ที่รับงานเป็นครั้ง ๆ; **~ gardener** คนทำสวนที่รับทำงานเป็นหนเป็นคราว; **~ printer** ช่างพิมพ์ที่รับทำงานเป็นราย ๆ ไป

job: ~centre *n. (Brit.)* ศูนย์จัดหางานของรัฐ; **~ creation** *n.* การสร้างงาน; **~ description** *n.* รายละเอียดของลักษณะงาน/หน้าที่ที่ผู้ทำงานจะต้องปฏิบัติ; **~ evaluation** *n.* การประเมินผลงาน; **~-hunt** *v.i.* **go/be ~-hunting** ออกหางานทำ; **~-hunter** *n.* ผู้หางานทำ; **~-hunting** *n.* การหางานทำ

jobless /ˈdʒɒblɪs/จอบลิซ/ *adj.* ไม่มีงานทำ, ไม่มีอาชีพ

job: ~ˈlot *n.* สิ่งของเบ็ดเตล็ดที่เหมาซื้อ; **~ satisfaction** ➡ **satisfaction** B; **~ security** *n.* ความมั่นคงในการทำงาน; **there is no ~ security in this industry** งานแขนงนี้ไม่มีความมั่นคงเลย; **~-share** ❶ *n.* ตำแหน่งการทำงานที่แบ่งทำกับอีกคนหนึ่ง; **look for a ~-share** หางานประเภทแบ่งกันทำ ❷ *v.t.* ทำงานแบ่งเวลา; แบ่งกันทำ (**with** กับ) อีกคน; **~-sharing** *n.* การแบ่งงานและค่าตอบแทนกับอีกคน; **~sheet** *n.* แบบฟอร์มบันทึกรายละเอียดของงานที่กระทำลุล่วงไปแล้ว

jobsworth /ˈdʒɒbzwɜːθ/จอบซเวิธ/ *n. (Brit. coll.,)* ข้าราชการเจ้าระเบียบ

jock *(coll.)* ➡ **jockey**

Jock /dʒɒk/จอค/ *n. (Brit. coll., often derog.)* ชาวสกอต

jockey /ˈdʒɒkɪ/จอคิ/ ❶ *n.* ➤ **489** นักขี่ม้าแข่ง, จ็อกกี้ *(ท.ศ.)* ❷ *v.i.* แย่ง/ชิง *(ตำแหน่งที่ได้เปรียบ)*; **~ for position** *(lit. or fig.)* พยายามแสวงความได้เปรียบ; **all the ~ing behind the scenes** การชิงตำแหน่งทั้งปวงหลังฉาก ❸ *v.t.* **~ sb. into/out of doing sth.** หลอกลวง *ค.น.* ให้ทำ/ไม่ให้ทำ *ส.น.*

jockey: ~ cap *n.* หมวกแก๊ปมีปีก *(ที่พวกจ็อกกี้นิยมใส่)*; **J~ Club** *n. (Brit.) สมาคมส่งเสริมและควบคุมการแข่งม้าพันธุ์แท้แห่งอังกฤษ*; **~ shorts** *n. pl. (Amer.)* กางเกงในผู้ชาย

jockstrap /ˈdʒɒkstræp/จอคซแตรพ/ *n.* สายรัดป้องกันไส้เลื่อนที่ผู้ชายใส่เล่นกีฬา

jocose /dʒəʊˈkəʊs/โจโคซ/ *adj.* Ⓐ *(playful, fond of joking)* ขี้เล่น, ที่ชอบเย้าแหย่; **~ person** คนขี้เล่น; Ⓑ *(waggish)* ตลกขบขัน

jocular /ˈdʒɒkjʊlə(r)/จอคิวเลอะ(ร)/ *adj.* สนุกสนาน, ร่าเริง, ที่มีอารมณ์ขัน; **his ~ conversation bored her** เธอเบื่อการพูดเรื่องยั่วเย้าของเขา

jocularly /ˈdʒɒkjʊləlɪ/จอคิวเลอะลิ/ *adv.* อย่างสนุกสนาน/ร่าเริง, อย่างมีอารมณ์ขัน

jocund /ˈdʒɒkənd/จอเคินดฺ/ *adj. (literary)* สนุกสนาน, ร่าเริง, มีชีวิตชีวา

jodhpurs /ˈdʒɒdpəz/จอดเพิซ/ *n. pl.* กางเกงขี่ม้า *(ช่วงบนหลวม แต่รัดรูปหน้าแข้ง)*

Joe /dʒəʊ/โจ/ *n.* **~ [Q.] Public** *(coll.)* คนที่มีทัศนะเหมือนคนทั่วไป

joey /ˈdʒəʊɪ/โจอิ/ *n. (Austral.)* ลูกจิงโจ้

jog /dʒɒg/จอก/ ❶ *v.t.*, **-gg-** Ⓐ *(shake with push or jerk)* สั่น, เขย่า; **the horse ~ged its rider up and down** ม้าวิ่งโขยกเขย่าผู้ขี่ขึ้น ๆ ลง ๆ; Ⓑ *(nudge)* กระทุ้ง, ดันเบา ๆ; **~ sb.'s elbow** กระทุ้งข้อศอก *ค.น.*; Ⓒ *(stimulate)* **~ sb.'s memory** กระตุ้นความจำของ *ค.น.* ❷ *v.i.*, **-gg-** Ⓐ *(move up and down)* ขยับขึ้น ๆ ลง ๆ; **~ around/about** กระโดกกระเดกไปรอบ ๆ; **his holster was ~ging against his hip** ซองปืนพกของกระแทกสะโพกเขาเบา ๆ; Ⓑ *(move at ~trot) (ม้า)* เดินเหยาะย่าง; Ⓒ *(run at slow pace)* วิ่งเหยาะ ๆ; *(for physical exercise)* ออกกำลังด้วยการวิ่งเหยาะ ๆ, ออกไปจ๊อกกิ้ง; **~ along** *or* **on** *(fig.) (งาน)* ดำเนินไปอย่างเรื่อยเปื่อย; *(คน)* ไปเรื่อย ๆ ❸ *n.* Ⓐ *(shake, nudge)* การเขย่า, การสั่น, การกระทุ้ง; Ⓑ *(slow walk or trot) (of horse)* วิ่งเหยาะ ๆ; *(of person for physical exercise)* การวิ่งเหยาะ ๆ ออกกำลังกาย; **go for a ~:** ไปวิ่งเหยาะ ๆ; **he went off at a ~:** เขาวิ่งเหยาะ ๆ ออกไป

jogger /ˈdʒɒgə(r)/จอเกอะ(ร)/ *n.* ผู้วิ่งเหยาะ ๆ ออกกำลังกาย

jogging /ˈdʒɒgɪŋ/จอกิง/ *n.* การวิ่งเหยาะ ๆ ออกกำลังกาย/วิ่งจ๊อกกิ้ง *(ท.ศ.)*

joggle /ˈdʒɒgl/จอก'ล/ ❶ *v.t.* เขย่า, กระตุก, กระทุ้งเบา ๆ ❷ *v.i.* เขย่า (**to and fro** ไปมา) ขยับไป ๆ มา ๆ; ขยับ/เขย่า (**up and down** ขึ้น ๆ ลง ๆ); *(in the air)* สั่นคลอน ❸ *n. (slight shake)* การเขย่า, การกระตุก, การกระทุ้งเบา ๆ

ˈjogtrot *n. (lit. or fig.)* การเหยาะย่าง

john /dʒɒn/จอน/ *n. (Amer. sl.: lavatory)* ห้องส้วม

John /dʒɒn/จอน/ *pr. n. (Hist., as name of ruler etc.)* จอห์น *(พระนามกษัตริย์)*; ➡ + **Baptist** B

John: ~ ˈBull. *n.* ฉายาที่ใช้สำหรับชายชาวอังกฤษที่เป็นแบบฉบับ; **a real ~ Bull** ชายชาวอังกฤษที่มีลักษณะเป็นแบบฉบับ; **~ ˈCitizen** *n.* คนที่มีความคิดเห็นเหมือนคนทั่วไป; **~ ˈDoe** *n.* Ⓐ *(Law)* ชื่อที่ใช้เรียกฝ่ายจำเลย/โจทก์แทนชื่อจริง; Ⓑ *(Amer.: average man)* ชายธรรมดา ๆ ที่มีความคิดเห็นเหมือนคนทั่วไป

johnny /ˈdʒɒnɪ/จอนิ/ *n. (Brit. coll.: chap)* เจ้าหมอนั่น

Johnny-come-ˈlately *n. (coll.)* คนที่เพิ่งมาใหม่

joie de vivre /ʒwɑː də ˈviːvr/ฌวา เดอะ'วีวรฺ/ *n.* ความรู้สึกรื่นรมย์ในชีวิต

join /dʒɔɪn/จอยนฺ/ ❶ *v.t.* Ⓐ *(put together, connect)* เชื่อม, ต่อ, โยง, ทำให้ติดกัน; **~ two things [together]** เชื่อมสองสิ่งให้ติดกัน; **~ hands** จับมือกัน; **~ hands [with sb.]** *(fig.) (พรรคการเมือง, ประเทศ)* เข้าร่วม [กับ *ค.น.*]; **~ sb. [with** *or* **to sb.] in marriage/in holy matrimony** ทำพิธีสมรสให้ *ค.น.* [กับ/ด้วยอีกคนหนึ่ง]; ➡ + **ˈforce** 1 D; Ⓑ *(come into company of)* เข้าร่วม, สมทบ; *(meet)* พบ; *(come with)* มาด้วย; **you go on ahead – I'll ~ you in a minute** คุณล่วงหน้าไปก่อน อีกสักครู่ฉันจะตามไป; **may I ~ you [at the table]?** ขอฉันนั่ง [ร่วมโต๊ะ] ด้วยได้ไหม; **do ~ us for lunch** มาร่วมรับประทานอาหารกลางวันกับเราซิ; **would you like to ~ me in a drink?** คุณอยากจะมาดื่มกับฉันไหม; **if you can't beat them, ~ them** ถ้าคุณเอาชนะพวกเขาไม่ได้ ก็เข้าร่วมกับพวกเขาเสีย; Ⓒ *(become member of)* เข้าเป็นสมาชิก *(สมาคม, พรรคการเมือง)*; สมัครเป็น *(ทหาร)*; **I thought of ~ing the Army/the Scouts** ฉันคิดที่จะสมัครเป็นทหารบก/ลูกเสือ; Ⓓ *(take one's place in)* เข้าปฏิบัติหน้าที่ใน; **~ one's ship** เข้าปฏิบัติหน้าที่ในเรือ; **~ one's regiment** เข้าปฏิบัติหน้าที่ในกรมทหาร; Ⓔ *(น้ำ)* ไหลเข้า; *(ซอย)* มาบรรจบกับถนนใหญ่; ➡ + **battle** 1 A
❷ *v.i.* Ⓐ *(come together) (แม่น้ำ, ถนน)* มารวมกัน; Ⓑ *(take part)* **~ with sb.** มีส่วนร่วมกับ *ค.น.*; **my wife ~s with me in wishing you ...:** ผมและภรรยาร่วมอำนวยพรให้คุณ...; Ⓒ *(become member)* สมัครเป็นสมาชิก; *(become employee)* เข้าเป็นลูกจ้าง
❸ *n.* การเข้าร่วม, การเชื่อมต่อ; *(line)* การลากเส้นเชื่อมต่อกัน
~ in ❶ /-ˈ-/ *v.i.* เข้าร่วมสมทบ (**with** ด้วย); *(in conversation)* เข้าร่วมสนทนา; *(in singing)* ร่วมร้องเพลงด้วย; **they all ~ed in together** พวกเขาร่วมร้องเพลงด้วยกัน ❷ /ˈ--/ *v.t.* เข้ามีส่วนร่วม *(ในงาน, กิจกรรม, การร้องเพลง)*
~ ˈon *v.i.* ถูกเชื่อมโยงกัน; *(ที่ดิน)* ผนวกเข้าด้วยกัน
~ ˈup ❶ *v.i.* Ⓐ *(Mil.)* เกณฑ์ทหาร; สมัครเข้ารับราชการทหาร; Ⓑ *(ถนน, แม่น้ำ)* เชื่อมต่อกัน (**with** กับ) ❷ *v.t.* ทำให้ติดกัน; รวมเข้าด้วยกัน; เชื่อมต่อกัน

joiner /ˈdʒɔɪnə(r)/จอยเนอะ(ร)/ *n.* ➤ **489** ช่างไม้

joinery /ˈdʒɔɪnərɪ/จอยเนอะริ/ *n., no pl.* Ⓐ *no art. (craft)* ศิลปะด้านช่างไม้; Ⓑ *no indef. art. (products)* เครื่องเรือนและผลิตภัณฑ์งานช่างไม้

joint /dʒɔɪnt/จอยนฺทฺ/ ❶ *n.* Ⓐ *(place of joining)* หัวต่อ, รอยต่อ; Ⓑ ➤ **118** *(Anat.)* ข้อต่อ; **be out of ~:** *(ข้อต่อร่างกาย)* เคลื่อนจากที่; *(fig.: be out of order) (สถานการณ์)* ไม่เป็นระเบียบ; *(โลก)* ยุ่งเหยิง; ➡ + **nose** 1 A; Ⓒ *(Bot.)* ปล้อง, ข้อ, ตาไม้; Ⓓ *(Mech. Engin. etc.)* รอยต่อ, หัวต่อ, เดือย; Ⓔ *(part of carcass)* **a ~ [of meat]** [เนื้อสัตว์] ติดกระดูกใช้ย่างรับประทาน; *(for roasting, roast)* ส่วนติดกระดูก *(หมู/เนื้อ)* ย่าง; **a roast ~:** เนื้อย่างติดกระดูก; **a ~ of roast beef** เนื้อวัวติดกระดูก; **chicken ~s** ข้อไก่; **carve/cut sth. into ~s** ตัด *ส.น.* ออกเป็นท่อน ๆ; Ⓕ *(coll.: place)* สถานที่พบปะกัน; **jazz ~:** สถานเริงรมย์ที่มีดนตรีแจ๊ส; Ⓖ *(sl.: marijuana cigarette)* บุหรี่มวนด้วยกัญชา; Ⓗ *(Amer. sl.: prison)* คุก
❷ *adj.* Ⓐ *(of two or more) (บัญชี, บ้าน)* เป็นเจ้าของร่วม; *(ธุรกิจ, บริษัท)* กระทำร่วมกัน; **~ venture** การร่วมทุน, บริษัทร่วมทุน; ➡ + **several** 1 B; Ⓑ *(ผู้เขียน, เจ้าของ)* ร่วม
❸ *v.t.* Ⓐ *(connect)* ทำให้ติด/ต่อกัน; Ⓑ *(Building)* ยาแนว *(กำแพง, ผนัง)*; Ⓒ *(divide)* ตัด *(ซากสัตว์)* ออกเป็นส่วน ๆ

jointed /ˈdʒɔɪntɪd/จอยนฺทิด/ *adj.* มีรอยต่อ/ปม/ตะเข็บ; มีข้อต่อ

jointly /ˈdʒɔɪntlɪ/จอยนฺทลิ/ *adv.* อย่างมีส่วนร่วม; **he is ~ responsible** เขามีส่วนร่วมรับผิดชอบ

joint: ~ ˈstock *n. (Econ.)* เงินทุนร่วม; **~ bank/company** ธนาคาร/บริษัทร่วมทุน; **~ ˈventure** บริษัท/โครงการร่วมทุน

joist /dʒɔɪst/จอยซฺทฺ/ *n. (Building)* ตง, รอดรองพื้น; *(steel)* คานเหล็ก

joke /dʒəʊk/โจค/ ❶ *n.* Ⓐ เรื่องตลก, เรื่องขำขัน; **sb.'s little ~** *(iron.)* เรื่องพิเรนทร์ของ *ค.น.*; **make a ~:** เล่าเรื่องตลก; **do sth. for a ~:** ทำ *ส.น.* เพื่อให้ตลก; **tell a ~:** เล่าเรื่องตลก; **have a ~ with sb.** ล้อเล่นกับ *ค.น.*; **play a ~ on sb.** แกล้งล้อ *ค.น.*; **he can/can't take a ~:** เขารับเรื่องตลกได้/ไม่ได้; **the ~ was on him** เขาเป็นคนที่ถูกล้อ; **a ~ is a ~:** เรื่องเล่นตลกครั้งนี้ไม่สนุกเท่าไร; **this is getting beyond/is** *or* **goes beyond a ~:** นี่ชักจะเกินตลกไปแล้วหละ; **this is no ~:** นี่ไม่ใช่เรื่องตลกสิ่ง; Ⓑ *(ridiculous thing or circumstance)* สิ่งและสถานการณ์ที่น่าขบขัน; *(ridiculous person)* บุคคลที่น่าขัน; **he/it is a standing ~:** เขา/มันเป็นเรื่องตลกเสมอ; **treat sth. as a ~:** เห็น *ส.น.* เป็นเรื่องน่าขัน ❷ *v.i.* ล้อเล่น, พูดตลก, ทำตลก; **I was only joking** ฉันเพียงแต่จะล้อเล่นเท่านั้น; **joking apart** นี่ไม่ใช่เรื่องล้อเล่นนะ; **you are/must be** *or (coll.)* **have [got] to be joking!** คุณต้องล้อเล่นแน่ ๆ

joker /ˈdʒəʊkə(r)/ˈโจเคอะ(ร)/ *n.* (A) *(person fond of making jokes)* ตัวตลก, คนที่ชอบทำตลก, คนที่ชอบล้อเล่น; (B) *(coll.: person)* อ้ายหมอนี่; (C) *(Cards)* ไพ่โจ๊กเกอร์ *(ท.ศ.)*; **~ in the pack** *(fig.)* บุคคล/ปัจจัยที่ไม่แน่นอน/ไว้ใจไม่ได้; (D) *(Amer.: clause)* ข้อบังคับที่เติมเข้าไปซึ่งมีผลกระทบที่ไม่สามารถคาดคะเนได้; (E) *(unexpected factor)* ปัจจัยที่ไม่คาดคิดมาก่อน

jokey /ˈdʒəʊkɪ/ˈโจคิ/ *adj.* ตลก, ขบขัน

jokingly /ˈdʒəʊkɪŋlɪ/ˈโจคิงลิ/ *adv.* อย่างตลก ๆ, อย่างล้อเล่น; **..., he said ~:**...เขากล่าวเป็นเชิงล้อเล่น

joky ➡ **jokey**

jollification /dʒɒlɪfɪˈkeɪʃn/จอลิฟิˈเคช'น/ *n.* *(coll.)* การรื่นเริง, การเฉลิมฉลองที่สนุกสนาน

jollity /ˈdʒɒlɪtɪ/ˈจอลิทิ/ *n.* การร่าเริง; เทศกาล; *(merrymaking, festivity)* งานฉลอง, งานรื่นเริง

jolly /ˈdʒɒlɪ/ˈจอลิ/ ❶ *adj.* (A) *(cheerful)* รื่นเริง; *(multicoloured)* หลากสีสัน; (B) *(euphem.: drunk)* มึนเมา; (C) *(festive)* เป็นการเฉลิมฉลอง; (D) *(coll.: delightful)* น่ายินดี ❷ *adv.* *(Brit. coll.)* จริง ๆ, อย่างมาก, อย่างยิ่ง; **~ good** ดียิ่ง; **~ good!** ดีจัง; **I should ~ well think so!** ฉันคิดเช่นนั้นจริง; **we ~ well 'are coming!** เราจะมาแน่ ๆ ❸ *v.t.* *(coll.)* กระเซ้า, หลอกเล่น; **~ sb. into doing sth.** กระเซ้า *ค.น.* ให้ทำ *ส.น.*

~ a'long *v.t.* คะยั้นคะยอ, เอาอกเอาใจ

~ 'up *v.t.* ตกแต่ง, ประดับประดาให้ดูดี, ทำให้แจ่มใสขึ้น

'jolly boat *n.* เรือบดที่แขวนไว้ข้างเรือใหญ่

Jolly 'Roger *n.* ธงเรือโจรสลัด *(พื้นสีดำ มีรูปหัวกะโหลกและกระดูกไขว้สีขาว)*

jolt /dʒəʊlt/โจลทฺ/ ❶ *v.t.* (A) *(shake)* เขย่า, สั่น, โยก; **~ sb./sth. out of/on to sth.** เขย่า *ค.น./ส.น.* /ออกจาก/ลงบน *ส.น.*; (B) *(shock)* กระทุ้ง, ทำให้ตกใจ; **~ sb. into action** กระทุ้ง *ค.น.* ให้ลงมือกระทำ; **~ sb. into doing sth.** กระทุ้ง *ค.น.* ให้ทำ *ส.น.* ❷ *v.i.* กระแทก, กระตุก, สั่นสะเทือน ❸ *n.* (A) *(jerk)* การกระตุก, การกระแทก, การสั่นสะเทือน; (B) *(fig.)* *(shock)* การตื่นตกใจ; *(surprise)* ความประหลาดใจ; **give sb. a ~:** ทำให้ *ค.น.* ตกใจ

Jonah /ˈdʒəʊnə/ˈโจเนอะ/ *n.* (A) ผู้ที่นำความอับโชคมาให้; (B) *(Bibl.)* ชื่อหนังสือเล่มหนึ่งในพระคัมภีร์เก่า

Joneses /ˈdʒəʊnzɪz/ˈโจนซิซ/ ➡ **keep up** 1 A

jonquil /ˈdʒɒŋkwɪl/ˈจองควิล/ *n.* *(Bot.)* ไม้ประเภทมีหัวใต้ดิน พันธุ์ *Narcissus jonquilla* มีดอกสีเหลืองหอม

Jordan /ˈdʒɔːdn/ˈจอด'น/ *pr. n.* (A) *(river)* แม่น้ำจอร์แดน; (B) *(country)* ประเทศจอร์แดน

Jordanian /dʒɔːˈdeɪnɪən/จอˈเดเนียน/ ❶ *adj.* แห่งประเทศจอร์แดน; **sb. is ~:** *ค.น.* เป็นชาวจอร์แดน ❷ *n.* ชาวจอร์แดน

josh /dʒɒʃ/จอช/ *(coll.)* ❶ *v.t.* หยอกเย้า, ล้อเล่น ❷ *v.i.* ชอบแกล้ง/เยาะเย้ยผู้อื่น

joss stick /ˈdʒɒstɪk/ˈจอซติค/ *n.* ธูป

jostle /ˈdʒɒsl/ˈจอซ'ล/ ❶ *v.i.* (A) *(knock)* **~ [against each other]** กระแทกกัน, กระทบกัน; (B) *(struggle)* ต่อสู้, ดิ้นรน, แข่งขันแย่งที่; **~ with each other** ต่อสู้/แข่งขันกัน ❷ *v.t.* (A) กระแทก, ผลัก; **~ sb.'s arm** ผลักแขน *ค.น.*; **~ sb. aside/off the pavement** ผลัก *ค.น.* ออกไปข้าง ๆ/ออกไปจากทางเท้า; **the defender ~d the forward off the ball** ฝ่ายตั้งรับผลักฝ่ายรุกออกห่างจากลูกบอล; (B) *(Racing)* วิ่งเฉียดชน

jot /dʒɒt/จอท/ ❶ *n.* **[not] a ~:** [แม้แต่] น้อย; *(of truth, sympathy also)* เพียงน้อยนิด; **not one ~ or tittle** *(coll.)* ไม่แม้แต่น้อย ❷ *v.t.*, **-tt-** จดอย่างสั้น ๆ และรวดเร็ว; **~ sth. on a piece of paper** รีบจด *ส.น.* บนแผ่นกระดาษอย่างสั้น

~ 'down *v.t.* รีบจดอย่างสั้น ๆ และรวดเร็ว; **~ down notes** รีบจดโน้ตสั้น ๆ

jotter /ˈdʒɒtə(r)/ˈจอเทอะ(ร)/ *n.* *(pad)* กระดาษสำหรับจดโน้ต; *(notebook)* สมุดบันทึกขนาดเล็ก

jotting /ˈdʒɒtɪŋ/ˈจอทิง/ *n.* การจดอย่างสั้น ๆ และรวดเร็ว

joule /dʒuːl/จูล/ *n.* *(Phys.)* จูล *(ท.ศ.)*, *(หน่วยวัดแรงงานเท่ากับงานที่กระแสไฟฟ้า 1 แอมแปร์ทำในหนึ่งวินาที โดยมีความต้าน 1 โอห์ม)*

journal /ˈdʒɜːnl/ˈเจอน'ล/ *n.* (A) *(newspaper)* หนังสือพิมพ์; *(periodical)* นิตยสาร, วารสาร; **weekly ~:** นิตยสารรายสัปดาห์; (B) *(Bookk.)* สมุดบัญชี; (C) *(daily record of events)* บันทึกเหตุการณ์ประจำวัน, จดหมายเหตุ; (D) *(Naut.)* **[captain's/ship's] ~:** บันทึกรายวัน [ของกัปตัน/เรือ]; (E) *(part of shaft or axle)* ส่วนของแกนและเพลาที่วางอยู่บนฝาประดับเพลา

'journal bearing *n.* *(Mech. Engin.)* ฝาประกบเพลา

journalese /dʒɜːnəˈliːz/เจอเนอะˈลีซ/ *n.* *(derog.)* ศัพท์หนังสือพิมพ์

journalism /ˈdʒɜːnəlɪzm/ˈเจอเนอะลิซ'ม/ *n.* วารสารศาสตร์, วิชาการหนังสือพิมพ์, กิจการหนังสือพิมพ์

journalist /ˈdʒɜːnəlɪst/ˈเจอเนอะลิซทฺ/ *n.* ➤ **489** นักหนังสือพิมพ์, นักข่าว, ผู้สื่อข่าว

journalistic /dʒɜːnəˈlɪstɪk/เจอเนอะˈลิซติค/ *adj.* เกี่ยวกับหนังสือพิมพ์; **~ circles** วงการหนังสือพิมพ์

journey /ˈdʒɜːnɪ/ˈเจอนิ/ ❶ *n.* (A) การเดินทาง *(distance)* ระยะเดินทาง; **go on a ~:** เดินทาง, ออกเดินทาง; **a ~ by car/train/ship** การเดินทางโดยรถยนต์/รถไฟ/เรือ; **~'s end** จุดหมายปลายทาง; **a three-hour ~:** ใช้การเดินทาง 3 ชั่วโมง; *(on foot)* ระยะทางที่ใช้เวลาเดิน 3 ชั่วโมง; **London is three hours' ~ from here** กรุงลอนดอนอยู่ห่างจากนี่ 3 ชั่วโมง; **a fruitless ~:** การเดินทางที่ไร้ประโยชน์; (B) *(fig.)* ช่วงเวลา; **~ through life** เส้นทางของชีวิต; **a ~ into history** การย้อนทวนความในประวัติศาสตร์; (C) *(of vehicle)* ระยะเวลาเดินทาง; **~ time** ระยะเวลาเดินทาง ❷ *v.i.* *(formal/literary)* เดินทาง

journeyman /ˈdʒɜːnɪmən/ˈเจอนิเมิน/ *n.*, *pl.* **journeymen** /ˈdʒɜːnɪmən/ˈเจอนิเมิน/ ช่างฝีมือ; แรงงานที่ฝึกฝนมาแล้ว; **a ~ butcher** คนชำแหละเนื้อที่ฝึกมาแล้ว

journo /ˈdʒɜːnəʊ/ˈเจอโน/ *n.* *(coll.)* กระจอกข่าว *(ภ.พ.)*

joust /dʒaʊst/เจาซทฺ/ ❶ *n.* การประลองทวน/ยุทธ์ของอัศวินบนหลังม้า ❷ *v.i.* ประลองยุทธ์บนหลังม้า

Jove /dʒəʊv/โจว/ *n.* (A) *(Mythol.)* เทพบดีจูปีเตอร์ในเทพปกรณัมโรมัน; (B) **by ~!** *(dated coll.)* โอโห, จริงหรือ!

jovial /ˈdʒəʊvɪəl/ˈโจเวียล/ *adj.* *(hearty)* เต็มอกเต็มใจ; *(merry)* รื่นเริง, เบิกบาน; *(convivial)* เป็นมิตร, เป็นกันเอง

jovially /ˈdʒəʊvɪəlɪ/ˈโจเวียลิ/ *adv.* อย่างเต็มอกเต็มใจ, อย่างรื่นเริง, อย่างเบิกบาน

jowl /dʒaʊl/จาวล/ *n.* *(jaw)* ขากรรไกร; *(lower part of face)* บริเวณส่วนล่างของใบหน้า; บริเวณใต้คาง; *(double chin)* คางสองชั้น; *(flabby cheek)* แก้มที่ห้อยยาน, เหนียง; *(of cattle, of bird)* หนังที่ย่นใต้คอ *(วัว, สัตว์ปีกบางชนิด)*; ➡ **+ cheek** 1 A

joy /dʒɔɪ/จอย/ *n.* (A) ความสุขสบาย, ความปีติยินดี; **wish sb. ~:** ปรารถนาให้ *ค.น.* มีความสุขสบาย; **I wish you ~ of it** *(also iron.)* ขอให้มีความสุขกับมันให้เต็มคราบเถอะ; **sing for/weep with ~:** ร้องเพลง/ร้องไห้ด้วยความปีติยินดี; **we heard with ~ that ...:** เราได้ทราบด้วยความยินดีว่า...; **the ~s of hunting** ความสุขที่ได้จากการล่าสัตว์; **be full of the ~s of spring** *(fig. coll.)* เบิกบานหรรษาเต็มที่ในฤดูใบไม้ผลิ; **that is the ~ of the Highlands** นี่คือข้อดีของไฮแลนด์; **it was a ~ to look at** ได้เห็นแล้วมีความสุขจริง ๆ; ➡ **+ jump** 2 C; (B) *no pl., no art.* *(coll.: success, satisfaction)* ความสำเร็จ, ความพึงพอใจ; **he didn't get much ~ out of it** เขาไม่ได้อะไรเท่าไหร่จากมัน; **any ~?** มีความสำเร็จบ้างไหม

joyful /ˈdʒɔɪfl/ˈจอยฟ'ล/ *adj.* ร่าเริง, เบิกบาน, ดีใจ, ปีติยินดี; **she was ~ [at his return]** เธอดีใจที่เขากลับมา

joyfully /ˈdʒɔɪfəlɪ/ˈจอยเฟอะลิ/ *adv.* อย่างร่าเริง, อย่างเบิกบาน, อย่างปีติยินดี

joyless /ˈdʒɔɪlɪs/ˈจอยลิซ/ *adj.* ปราศจากความปีติยินดี; *(ข่าว, ช่วงเวลา, ชีวิต)* เศร้าโศก, กลุ้มใจ

joyous /ˈdʒɔɪəs/ˈจอยเอิซ/ *adj.* เบิกบานใจ, ปลื้มปีติ, ร่าเริง

joy: ~ride *n.* *(coll.)* การขับรถยนต์ *(ที่ขโมยมา)* เที่ยวเล่น; **~rider** *n.* คนที่ขโมยรถยนต์เพื่อไปขับเล่น; **~stick** *n.* (A) *(Aeronaut. coll.)* คันบังคับเครื่องบิน; (B) *(on computer etc.)* คันบังคับภาพในจอเพื่อเล่นเกม

JP *abbr.* ➤ **489** **Justice of the Peace**

jpg. *abbr.* **joint photographic group**

Jr. *abbr.* **Junior**

jt. *abbr.* **joint** ➡ **joint** 2

jubilant /ˈdʒuːbɪlənt/ˈจูบิเลินทฺ/ *adj.* ร่าเริง; *(exultingly glad)* ปลื้มปีติยินดี; *(triumphant)* เต็มไปด้วยชัยชนะ; **be ~** *(คน)* ที่มีความปีติยินดี

jubilation /dʒuːbɪˈleɪʃn/จูบิˈเลช'น/ *n.* ความร่าเริง, ความปลื้มปีติยินดี

jubilee /ˈdʒuːbɪliː/ˈจูบิลี/ *n.* *(anniversary)* การเฉลิมฉลองครบรอบปี, งานสมโภช; ➡ **+ diamond jubilee; golden jubilee; silver jubilee**

Judaism /ˈdʒuːdeɪɪzm, US -dɪɪzm/ˈจูเดอิซ'ม, -ดิอิซ'ม/ *n.*, *no pl.*, *no art.* ศาสนาจูดาย *(ของชาวยิว)*

Judas /ˈdʒuːdəs/ˈจูเดิซ/ *n.* *(traitor)* คนทรยศ

'Judas tree *n.* *(Bot.)* ต้นไม้ในแถบเมดิเตอร์เรเนียน พันธุ์ *Cercis siliquastrum*

judder /ˈdʒʌdə(r)/ˈจัดเดอะ(ร)/ ❶ *v.i.* สั่นสะเทือน ❷ *n.* ความสั่นสะเทือน; **give a ~:** ส่งความสั่นสะเทือน; **with a ~:** ด้วยความสั่นสะเทือน

judge /dʒʌdʒ/จัจ/ ❶ *n.* ➤ **489** ผู้พิพากษา, ตุลาการ; **[the Book of] J~s** *(Bibl.)* หนังสือเล่มหนึ่งในพระคัมภีร์เก่า; **~ and jury** กระบวนการยุติธรรม; **be ~ and jury** *(fig.)* ถือเป็นผู้ตัดสินทุกเรื่อง; ➡ **+ sober** A; (B) *(in contest)* ผู้ตัดสิน; *(Sport)* กรรมการ; *(in dispute)* ผู้ชี้ขาด; (C) *(fig.: connoisseur, critic)* ผู้วินิจฉัย, นักวิจารณ์, ผู้ชำนาญ; **~ of character/poetry** ผู้วินิจฉัยบุคลิกษณะ/บทกวีนิพนธ์; **be a good ~ of sth.** เป็นผู้วินิจฉัยที่ดีเกี่ยวกับ *ส.น.*; **if I'm any ~/any ~ of sth.** ถ้าฉันมีความชำนาญบ้าง/ใน *ส.น.*;

j

judgement | jump 492

(D) *(person who decides question)* ผู้ตัดสินปัญหา; **be the ~ of sth.** เป็นผู้ตัดสินเกี่ยวกับ *ส.น.* ❷ *v.t.* (A) *(pronounce sentence on)* พิพากษา; **~ sb.** *(Law)* พิพากษา *ค.น.;* (B) *(try)* พิจารณาตัดสิน; (C) *(act as adjudicator of)* ชี้ขาด; *(Sport)* เป็นผู้ชี้ขาด, เป็นกรรมการ; (D) *(form opinion about)* ลงความเห็น; **~ a book to be worth reading** ลงความเห็นว่าเป็นหนังสือน่าอ่าน; **~ sth. [to be] necessary** ถือว่า *ส.น.* เป็นสิ่งจำเป็น; **be good at judging distances** กะระยะทางแม่น; **~d by modern standards** เมื่อถือมาตรฐานสมัยใหม่เป็นเกณฑ์ประเมิน; (E) *(decide)* ตัดสินใจ; (F) *(conclude)* **I ~d that the meat was done** ฉันกะว่าเนื้อสุกแล้ว; **I can't ~ whether it's any good** ฉันไม่สามารถบอกได้ว่ามันดีหรือไม่
❸ *v.i.* (A) *(form a ~ment)* ออกความเห็น, กะ, ตัดสินใจ; **to ~ by its size, ...:** ดูจากขนาดของมัน...; **judging** *or* **to ~ by the look on his face ...:** กะจากสีหน้าของเขา...; **judging from what you say, ...:** ฟังจากสิ่งที่คุณพูด...; **as far as I can ~:** เท่าที่ฉันพอจะตัดสินได้...; **as near as I could ~:** ใกล้เคียงเท่าที่ฉันจะกะได้; (B) *(act as ~)* ➡ 1 A, B: ทำหน้าที่เป็นผู้พิพากษา, ทำตัวเป็นผู้ตัดสิน

judgement, judgment /'dʒʌdʒmənt/'จัจเมินทฺ/ *n.* (A) การตัดสิน, การพิพากษา; **the J~ of Paris** *(Greek Mythol.)* การตัดสินของเจ้าชายปารีส; **~ was given in favour of/against sb.** พิพากษาเป็นผลดี/เป็นผลเสียต่อ *ค.น.;* **pass [a] ~:** พิพากษา/ตัดสิน; **give one's ~:** ลงความเห็น; **in** *or* **according to my ~:** ตามความเห็นของฉัน; **in the ~ of most people** ตามความเห็นของคนส่วนมาก; **form a ~:** ลงความเห็น; **against one's better ~:** ในทางตรงข้ามกับความคิดที่มีเหตุมีผล; ➡ + **sit** 1 B; **Solomon;** (B) *(critical faculty)* ความสามารถในการวินิจฉัย/ตัดสินใจ; **error of ~:** ความผิดพลาดในการวินิจฉัย; **a man of ~:** ชายผู้มีความสามารถในการวินิจฉัย; **critical ~:** การวินิจฉัยเชิงวิพากษ์วิจารณ์; **I leave it to your ~:** ฉันยกให้คุณเป็นผู้วินิจฉัยเอง; **use your own ~:** คุณวินิจฉัยเอาเองเถอะ; (C) *(trial by God)* การพิพากษาตัดสินของพระผู้เป็นเจ้า; **day of ~, J~ Day** วันที่พระผู้เป็นเจ้าพิพากษามนุษย์ในโลก; **the last ~:** การพิพากษาของมนุษย์ เมื่อโลกถึงจุดสิ้นสุด; (D) *(misfortune)* โชคร้าย; **it's a ~ on you for...** *(joc.)* เป็นกรรมของคุณที่...

judicature /'dʒu:dɪkətʃə(r)/'จูดิเคอะเฉอะ(ร)/ *n. (Law)* การบริหารงานตุลาการ, ศาลตุลาการ; **Supreme Court of J~** *(Brit.)* ศาลฎีกา

judicial /dʒu:'dɪʃl/จู'ดิช'ล/ *adj.* (A) เกี่ยวกับการตัดสินคดี, เกี่ยวกับกฎหมาย, เกี่ยวกับศาลยุติธรรม; **~ error** ความผิดพลาดทางกฎหมาย; **~ murder** คำพิพากษาให้ประหาร *(ซึ่งนับว่าถูกต้องตามหลักกฎหมาย แต่ขาดความยุติธรรม);* **take** *or* **bring ~ proceedings against sb.** ดำเนินการทางกฎหมายต่อ *ค.น.;* (B) *(of a judge)* แห่งผู้พิพากษา/ตุลาการ; **in his ~ capacity** ตามอำนาจที่เขาเป็นผู้พิพากษา; (C) *(expressing judgement)* ที่แสดงความเห็น; (D) *(impartial)* เป็นกลาง

judiciary /dʒu:'dɪʃərɪ, US -ʃɪerɪ/จู'ดิชเชอะริ/ *n. (Law)* ฝ่ายตุลาการ

judicious /dʒu:'dɪʃəs/จู'ดิชเชิช/ *adj.* (A) *(discerning)* รอบคอบ, สุขุม; (B) *(sensible)* มีเหตุมีผล, เหมาะสม

judiciously /dʒu:'dɪʃəslɪ/จู'ดิชเชิชลิ/ *adv.* อย่างรอบคอบ/สุขุม; อย่างมีเหตุมีผล/เหมาะสม

judo /'dʒu:dəʊ/'จูโด/ *n., pl.* **~s** กีฬายูโด *(ท.ศ.)*

jug /dʒʌg/จัก/ ❶ *n.* (A) เหยือก, คนโท; *(with lid, water ~)* เหยือก/คนโทน้ำ; *(small milk ~)* เหยือกนมขนาดเล็ก; **a ~ of water** น้ำหนึ่งเหยือก; (B) *(sl.: prison)* คุก; **put/be in ~:** ขังคุก
❷ *v.t.,* **-gg-** *(Cookery)* ตุ๋น *(อาหาร)* จนเปื่อย; **~ged hare** เนื้อกระต่ายป่าตุ๋น

jugful /'dʒʌgfʊl/'จักฟุล/ *n.* ➡ **jug** 1 A: ปริมาณหนึ่งเหยือก/คนโท; **a ~ of...:** ...หนึ่งเหยือก/คนโท

juggernaut /'dʒʌgənɔ:t/'จักเกอะนอท/ *n.* (A) *(institution, notion)* สถาบันขนาดใหญ่หรือลัทธิซึ่งสามารถทำให้ผู้คนยอมสละชีวิต; (B) *(large object)* วัตถุที่มีขนาดใหญ่มหึมา; **~ [lorry]** *(Brit.)* รถบรรทุกขนาดใหญ่

juggins /'dʒʌgɪnz/'จักกินซฺ/ *n. (Brit. coll. dated)* คนทึ่ม, คนเซ่อ

juggle /'dʒʌgl/'จัก'ล/ ❶ *v.i.* (A) *(perform conjuring tricks)* เล่นกล *(โดยโยนวัตถุหลายชิ้นขึ้นไปแล้วรับสลับมือไป ๆ มา ๆ);* (B) **~ with** *(misrepresent)* ตบตา, หลอกลวง ❷ *v.t. (lit., or fig.: manipulate)* ยักย้ายถ่ายเท

juggler /'dʒʌglə(r)/'จักเกลอะ(ร)/ *n.* (A) นักเล่นกล *(ที่โยนวัตถุหลายชิ้นขึ้นไปแล้วรับสลับมือไปมา);* (B) *(conjurer)* นักเล่นมายากล, นักเล่นปาหี่; (C) *(trickster)* นักหลอกลวง, นักต้มตุ๋น

Jugoslav *etc.* ➡ **Yugoslav** *etc.*

jugular /'dʒʌgjʊlə(r)/'จักกิวเลอะ(ร)/ *(Anat.)* ❶ *adj.* ที่เกี่ยวกับคอ/คอหอย; **~ vein** เส้นเลือดใหญ่ที่เลี้ยงบริเวณลำคอ ❷ *n.* เส้นเลือดใหญ่ที่เลี้ยงบริเวณลำคอ; **go for the ~** *(fig.)* โจมตีจุดอ่อนที่สุดของศัตรูอย่างรุนแรง

juice /dʒu:s/จูซ/ *n.* (A) น้ำผัก/ผลไม้ *(ที่สามารถคั้นได้);* น้ำ; ➡ + **stew** 3 A; (B) *(sl.) (electricity)* กระแสไฟฟ้า; *(petrol)* น้ำมันเชื้อเพลิง

juicer /'dʒu:sə(r)/'จูเซอะ(ร)/ *n.* เครื่องคั้นน้ำผลไม้/น้ำผัก

juicy /'dʒu:sɪ/'จูซิ/ *adj.* (A) ฉ่ำ, มีน้ำมาก; (B) *(coll.) (racy) (ข่าว, นิทาน)* อื้อฉาว, น่าสนใจ; *(suggestive)* เร้าอารมณ์; *(profitable)* ที่อำนวยผลประโยชน์

ju-jitsu /dʒu:'dʒɪtsu:/จู'จิทซุ/ *n.* ศิลปะป้องกันตัวแบบยิวยิตสู *(ท.ศ.)* ของญี่ปุ่น

jukebox /'dʒu:kbɒks/'จูคบอคซฺ/ *n.* ตู้เพลงแบบหยอดเหรียญ

Jul. *abbr.* **July** ก.ค.

julep /'dʒu:ləp/'จูเลิพ/ *n.* *เครื่องดื่ม ประกอบด้วยวิสกี้ น้ำตาล ใบสะระแหน่และน้ำแข็งฝอย*

Julian /'dʒu:lɪən/'จูเลียน/ *adj.* **~ calendar** ปฏิทินแห่งจักรพรรดิจูเลียสซีซาร์ *(ปีหนึ่งแบ่งออกเป็น 365 วัน และมีปีอธิกสุรทิน (366 วัน) ทุก ๆ สี่ปี)*

July /dʒu:'laɪ/จู'ลาย/ *n.* ➤ **231** เดือนกรกฎาคม; ➡ + **August**

jumble /'dʒʌmbl/'จัมบ'ล/ ❶ *v.t.* **~ up** *or* **together** *or* **about** ผสม, ปนเป, ทำให้ยุ่งเหยิง; **~ sth. up with sth.** ผสม *ส.น.* เข้ากับ *ส.น.;* **they've got my clothes ~d up with yours** พวกเขาเอาเสื้อผ้าของฉันปนเปกับเสื้อผ้าของคุณ ❷ *n.* (A) ภาวะที่สับสน/ยุ่งเหยิง; *(muddle)* สิ่งที่ผสมกันจนยุ่ง; **the cupboard was in a complete ~:** ตู้อยู่ในสภาพที่ยุ่งเหยิงโดยสิ้นเชิง; **a ~ of clothes, books, and toys** เสื้อผ้า หนังสือและของเล่นที่กองเขละปนเปกันจนยุ่งเหยิง; (B) *no pl., no indef art. (Brit.: articles for ~ sale)* สิ่งของใช้แล้วต่าง ๆ ที่นำออกขายปนกัน

'jumble sale *n. (Brit.)* การขายสิ่งของใช้แล้ว; *(for charity)* การขายของใช้แล้วเพื่อการกุศล

jumbo /'dʒʌmbəʊ/'จัมโบ/ ❶ *n., pl.* **~s** (A) *(very large specimen)* คน/สัตว์/สิ่งของขนาดใหญ่มาก; (B) *(jet)* เครื่องบินโบอิง 747 ❷ *adj.* **~[-sized]** มีขนาดมหึมา

jumbo 'jet *n.* เครื่องบินไอพ่น 747

jump /dʒʌmp/จัมพฺ/ ❶ *n.* (A) การกระโดด; **be on the ~** *(fig. coll.)* อยู่ในภาวะเร่งรีบ; **keep sb. on the ~** *(fig. coll.)* ทำให้ *ค.น.* ต้องวิ่งตลอด; **take a running ~ [at oneself]** *(fig. coll.)* ไปให้พ้น; **get the ~ on sb.** *(coll.)* ได้เปรียบ *ค.น.* โดยการลงมือกระทำโดยทันที; **always be one ~ ahead of sb.** อยู่หน้า *ค.น.* นิดหน่อยตลอด; (B) *(sudden movement)* **give a~:** สะดุ้ง; **have got the ~s** *(coll.)* วิตกกังวลจนนั่งไม่ติด; **give sb. the ~s** *(coll.)* ทำให้ *ค.น.* วิตกกังวล; (C) *(sudden transition)* การเปลี่ยนแปลงอย่างทันทีทันใด; *(gap)* ช่องว่าง; (D) *(abrupt rise)* การพุ่งขึ้นอย่างทันทีทันใด; **~ in value/temperature** ค่า/อุณหภูมิพุ่งขึ้นอย่างพรวดพราด; **there has been a considerable ~ in prices** ราคาขึ้นพรวดพราดไปไม่ใช่น้อยทีเดียว; (E) *(Sport: obstacle) (in steeplechase, in athletics)* เครื่องกีดขวางสำหรับม้า/คนกระโดดข้าม; **set of ~s** เครื่องกีดขวางประเภทต่าง ๆ; (F) *(Parachuting)* การกระโดดร่ม; ➡ + **broad jump; high jump; long jump**
❷ *v.i.* (A) กระโดด, ลุกขึ้น *(จาก ส.น.);* **~ to one's feet/from one's seat** ลุกขึ้นยืน/ขึ้นจากที่นั่ง; **~ down sb.'s throat** *(fig. coll.)* ดุ/ต่อต้าน *ค.น.* อย่างรุนแรง; **~ in the lake** *or* **off a cliff** *(fig. coll.)* ไปให้พ้น; **~ on sb.** *or (Amer.)* **all over sb.** *(fig. coll.)* โจมตี/วิพากษ์วิจารณ์ *ค.น.* อย่างรุนแรง; ➡ + **skin** 1 A; (B) *(fig.: come over-hastily)* เร่งสรุป; **~ to the conclusion that ...:** ด่วนสรุปเอาว่า...; **~ to conclusions** รีบสรุป; (C) *(make sudden movement)* กระโดดโลดเต้น; *(start)* ตกอกตกใจ; **~ for joy** กระโดดโลดเต้นด้วยความดีใจ; **~ up and down with excitement** กระโดดโลดเต้นด้วยความตื่นเต้น; **her heart ~ed** หัวใจของเธอเต้นโลด; (D) *(rise suddenly) (ราคา, หุ้น)* พุ่งขึ้นอย่างฉับพลัน; (E) *(rise in status, prominence)* สูงขึ้น; (F) **~ to it** *(coll.)* ลงมือทันที และอย่างมีกำลังวังชา; **~ to it!** *(coll.)* เร็ว ๆ เข้า!
❸ *v.t.* (A) กระโดดข้าม *(รั้ว, กำแพง);* (B) ทำให้ม้ากระโดด; **~ one's horse over a fence** ทำให้ม้ากระโดดข้ามรั้ว; (C) *(move to point beyond)* กระโดดข้ามไป; (D) *(not stop at)* ผ่านเลยไป; **~ the lights** ฝ่าไฟแดง; (E) **~ the rails** *or* **track** *(รถไฟ)* ตกราง; (F) **~ ship** *(ทหารเรือ)* หนีลงจากเรือ, หนีทหาร; (G) **~ the starting signal by half a second** ออกก่อนสัญญาณเริ่มการแข่งขันเพียงเสี้ยววินาที; **~ the [bus] queue** *(Brit.)* ลัดคิว [รถเมล์] *หรือ* แซงหน้าคนอื่น; (H) *(skip over)* ละ, ผ่าน ๆ ไป; (I) *(attack)* กระโจนเข้าใส่, โจมตี; ➡ + **'bail** 1 A; **gun** 1 B

~ a'bout, ~ a'round *v.i.* กระโดดไปมา

~ at *v.t.* (A) กระโจนเข้าใส่; *(fig.: rebuke)* ประณาม, ดุว่า; (B) *(fig.: seize, accept eagerly)* รีบคว้า *(โอกาส);* ยอมรับอย่างเต็มอกเต็มใจ *(ข้อเสนอ)*

~ 'in *v.i.* กระโดดลง *(น้ำ)*

~ 'off ❶ *v.i.* (A) กระโดดลง; **he ~ed off his horse/bicycle** เขากระโดดลงจากม้า/จักรยาน; (B) *(Showjumping)* กระโดดรอบชิงชนะเลิศ โดยการจับเวลา; ➡ + **jump-off** ❷ *v.t.* **~ off sth.** กระโดดลงจาก *ส.น.*

~ on ❶ /-'-/ *v.i.* กระโดดขึ้น; **~ on to a bus/train** กระโดดขึ้นบนรถประจำทาง/รถไฟ; **~ on to one's bicycle/horse** กระโดดขึ้นขี่จักรยาน/กระโจนขึ้นหลังม้า ❷ /'--/ *v.t.* **~ on a bus/train** กระโดดขึ้นรถประจำทาง/รถไฟ; **~ on one's bicycle** กระโดดขึ้นขี่จักรยาน

~ 'out *v.i.* กระโดดออก; **~ out of** กระโดดออกจาก

~ 'up *v.i.* กระโดด/กระโจนขึ้น; **the dog ~ed up at him** สุนัขกระโจนขึ้นใส่เขา; **~ up on to sth.** กระโดด/กระโจนขึ้นบน *ส.น.;* ➡ **+ ~ 2 C**

jumped-up /'dʒʌmptʌp/'จัมพฺทัพ/ *adj.* *(coll.)* หลงตัว, เห่อตัวเอง

jumper /'dʒʌmpə(r)/'จัมเพอะ(ร)/ *n.* Ⓐ *(Brit.: pullover)* เสื้อจัมเปอร์ *(ท.ศ.)*, *เสื้อถักกันหนาวชนิดสวมทางศีรษะ;* Ⓑ *(loose jacket)* เสื้อแจ็กเก็ตตัวหลวม; Ⓒ *(Sport)* เสื้อนักกีฬา; Ⓓ *(Amer.: pinafore dress)* กระโปรงไม่มีแขน

jumping /'dʒʌmpɪŋ/'จัมพิง/: **~ bean** *n.* *เมล็ดของพืชพื้นเมืองเม็กซิกันประเภทหนึ่ง ดีดตัวได้เพราะการเคลื่อนไหวของตัวอ่อนของแมลงที่อาศัยอยู่ในเมล็ด;* **~ jack** *n.* Ⓐ ตุ๊กตารูปผู้ชายแขนขาเคลื่อนได้โดยดึงเชือก *(คล้ายหุ่นกระบอก);* Ⓑ *(firework)* ดอกไม้ไฟขนาดเล็กที่แตกออกซ้ำ ๆ; **~-'off place** *n.* สถานที่เริ่มต้น

jump: ~ jet *n. (Aeronaut.)* เครื่องบินไอพ่นที่ขึ้นลงในแนวดิ่งได้; **~ leads** *n. pl. (Brit. Motor Veh.)* สายแจ๊กสำหรับโยงเพื่ออัดไฟแบตเตอรี่, สายไฟพ่วง; **~-off** *n. (Showjumping)* การแข่งม้ากระโดดรอบชิงชนะเลิศโดยการจับเวลา; **~ seat** *n. (Amer. Motor Veh.)* เก้าอี้เสริมที่พับเก็บได้; **~-start** ❶ *v.t.* Ⓐ **~-start a car** ใช้สายไฟพ่วงช่วยให้รถยนต์ติดเครื่อง; Ⓑ *(fig.)* ช่วยให้แรงกระตุ้น *(บริษัท, อุตสาหกรรม)* ❷ *n.* การติดเครื่องยนต์โดยใช้สายไฟพ่วง; แรงกระตุ้นใหม่; **the car needs a ~-start** รถยนต์ต้องการใช้ไฟพ่วงช่วยให้ติด; **the economy received a ~-start** เศรษฐกิจได้รับการกระตุ้น; **~suit** *n.* ชุดหมี, เสื้อกางเกงที่เย็บติดกันเป็นชุด

jumpy /'dʒʌmpɪ/'จัมพิ/ *adj.* ตื่นตกใจง่าย, ตื่นเต้น

Jun. *abbr.* Ⓐ **June** มิ.ย.; Ⓑ **Junior**

junction /'dʒʌŋkʃn/'จังคฺชั่น/ *n.* Ⓐ ชุมทาง, ชุมสาย, จุดเชื่อมต่อ; *(of rivers)* ชุมทางแม่น้ำ; *(of railway lines, roads)* จุดตัด; *(Electr.)* จุดเชื่อมต่อ; *(of motorway)* ชุมทาง; *(crossroads)* สี่แยก; **the ~ of two roads** สี่แยก, สี่แพร่ง; Ⓑ *(Electr.) (Electronics)* จุดเชื่อมสายไฟ

'junction box *n. (Electr.)* ตู้ชุมสายไฟฟ้า

juncture /'dʒʌŋktʃə(r)/'จังคฺเฉอะ(ร)/ *n.* **at this ~:** ณ จุดหัวเลี้ยวหัวต่อนี้; *(at this point of time)* ณ เวลาสำคัญนี้

June /dʒu:n/จูน/ *n.* ➤ **231** เดือนมิถุนายน; ➡ **+ August**

jungle /'dʒʌŋgl/'จังก็ล/ *n.* **tropical ~:** ป่าเขตร้อน; **~ life** ชีวิตในป่า; **the law of the ~:** สภาวะการแข่งขันที่ปราศจากกฎเกณฑ์; **concrete ~:** ป่าคอนกรีตของเมืองใหญ่

junior /'dʒu:nɪə(r)/'จูเนีย(ร)/ ❶ *adj.* Ⓐ ➤ **47** *(below a certain age)* เยาว์วัย; **~ team** ทีมผู้เยาว์, ยุวทีม; **~ member** สมาชิกผู้เยาว์; **be ~ to sb.** อายุน้อยกว่า *ค.น.;* Ⓑ *(of lower rank)* ด้อยอาวุโสกว่า, มีตำแหน่งด้อยกว่า; **be ~ to sb.** ด้อยอาวุโสกว่า *ค.น.;* **be ~ to sb. by two years** อ่อนอาวุโสกว่า *ค.น.* 2 ปี; Ⓒ *appended to name (the younger)* *ใช้ต่อท้ายชื่อเพื่อแสดงว่าเป็นลูกของผู้ที่มีชื่อเหมือนกัน;* **Mr. Smith J~:** นายสมิธผู้บุตร; Ⓓ *(Brit. Sch.)* โรงเรียนประถม; Ⓔ *(Brit. Univ.)* **~ combination** *or* **common room** ห้องสังสรรค์ของนักศึกษามหาวิทยาลัย, ห้องกิจกรรม; Ⓕ *(Amer. Sch., Univ.)* **~ year** ชั้นปีก่อนปีสุดท้ายของโรงเรียนมัธยมศึกษาตอนปลาย/มหาวิทยาลัย

❷ *n.* Ⓐ ➤ **47** *(younger person)* ผู้เยาว์, เยาวชน; *(person of lower rank)* ผู้อ่อนอาวุโส; *(in an office)* พนักงาน/คนทำงานชั้นผู้น้อย; **be sb.'s ~ [by six years]** *or* **[six years] sb.'s ~:** อายุน้อย/อ่อนอาวุโสกว่า *ค.น.* 6 ปี; Ⓑ *(Brit. Sch.) (at primary school)* นักเรียนระดับประถมศึกษาตอนต้น; *(at secondary school)* นักเรียนระดับประถมศึกษาตอนปลายถึงมัธยมศึกษาตอนต้น; Ⓒ *(Amer.) (Univ.)* นักศึกษาชั้นก่อนปีสุดท้าย; *(Sch.)* นักเรียนชั้นปีก่อนปีสุดท้ายของโรงเรียนมัธยมศึกษาตอนปลาย; Ⓓ *no art.* *(Amer. coll.: son in the family)* ลูกชาย; **come on, ~:** มาเถอะไอ้หนู/เพื่อนหนุ่ม

junior: ~'minister *n. (Brit.)* ผู้ช่วยรัฐมนตรี; **~'partner** *n.* ผู้เป็นหุ้นส่วนที่อาวุโสน้อย

juniper /'dʒu:nɪpə(r)/'จูนิเพอะ(ร)/ *n. (Bot.)* ต้นสนในสกุล *Juniperus;* **oil of ~:** น้ำมันสกัดจากผลจูนิเปอร์ *(ใช้เป็นยาและแต่งรสเหล้ายิน)*

¹junk /dʒʌŋk/จังค/ ❶ *n.* Ⓐ *(discarded material)* สิ่งของที่โยนทิ้งแล้ว; *(trash)* ขยะ, สิ่งสัพเพเหระ, ของไม่มีราคาค่างวด; Ⓑ *(Naut.) (cables or ropes)* *สายเชือกเก่า ๆ ที่สานเข้าเป็นแผ่น คลุกน้ำมันดินใช้ยาเรือ;* Ⓒ *(sl.: drug, esp. heroin)* ยาเสพติด โดยเฉพาะเฮโรอีน ❷ *v.t.* โยนขยะ/สิ่งสัพเพเหระทิ้งไป

²junk *n. (ship)* เรือสำเภา, เรือกำปั่น

'junk bonds *n. pl.* *พันธบัตรที่มีความเสี่ยงสูงและให้ผลประโยชน์สูง มักออกมาเพื่อระดมทุนในการซื้อกิจการบริษัทอื่น*

junk -mail *n.* จดหมายอิเล็กทรอนิกส์ที่ขายสินค้าและบริการในอินเทอร์เน็ต

junket /'dʒʌŋkɪt/'จังคิท/ ❶ *n.* Ⓐ *(dessert of set milk)* ของหวานคล้ายเต้าฮวยมักเสิร์ฟกับผลไม้และครีม; Ⓑ *(dated: feast)* งานรื่นเริง; Ⓒ *(Amer.) (pleasure outing)* การออกท่องเที่ยวหาความสำราญ; *(official's tour)* การท่องเที่ยวของราชการ ❷ *v.i.* Ⓐ *(dated: feast, banquet)* จัดงานรื่นเริง, จัดงานเลี้ยงต้อนรับ; Ⓑ *(esp. Amer.: tour)* ท่องเที่ยว

junketing /'dʒʌŋkɪtɪŋ/'จังคิทิง/ *n.* Ⓐ *(dated)* การจัดงานรื่นเริง, การจัดงานเลี้ยงรับ/ส่ง; Ⓑ *(esp. Amer.:by official[s])* การไปเที่ยวของข้าราชการ

junk: ~ food *n.* อาหารที่มีคุณค่าทางโภชนาการต่ำ; **~ heap** *n.* Ⓐ ➡ **scrap heap;** Ⓑ *(sl.: old car etc.)* สุสานรถ, เชียงกง

junkie /'dʒʌŋkɪ/'จังคิ/ *n. (sl.)* คนติดยาเสพติด โดยเฉพาะเฮโรอีน

junk: ~ mail *n.* ใบปลิวโฆษณาที่ส่งไปทางไปรษณีย์, ไปรษณีย์ขยะ *(ร.บ.);* **~ shop** *n.* ร้านขายของเก่า/ของใช้แล้ว; **~yard** *n.* ➡ **scrapyard**

junta /'dʒʌntə/'จันเทอะ/ *n.* คณะผู้ยึดอำนาจการปกครอง, *กลุ่มทหาร/นักการเมืองที่ขึ้นครองอำนาจหลังจากการปฏิวัติ;* **military ~:** คณะทหารผู้ยึดอำนาจการปกครอง

Jupiter /'dʒu:pɪtə(r)/'จูพิเทอะ(ร)/ *pr. n.* Ⓐ *(Astron.)* ดาวพฤหัสบดี; Ⓑ *(Roman Mythol.)* เทพจูปิเตอร์

Jura /'dʒʊərə/'จัวเรอะ/ *pr. n.* เทือกเขายูรา *(ในประเทศสวิตเซอร์แลนด์ทางชายแดนฝั่งเศส)*

Jurassic /dʒʊə'ræsɪk/จัว'แรซิค/ *(Geol.)* ❶ *adj.* แห่งยุคจูราสสิค *(ซึ่งเป็นระยะที่สองของยุคเมโซโซอิก (Mesozoic)* ❷ *n.* เทือกเขายูรา

juridical /dʒʊə'rɪdɪkl/จัว'ริดิค'ล/ *adj.* Ⓐ *(of judicial proceedings)* เกี่ยวกับกระบวนการยุติธรรม; Ⓑ *(of law)* เกี่ยวกับกฎหมาย, เกี่ยวกับศาล

jurisdiction /dʒʊərɪs'dɪkʃn/จัวริซ'ดิคช'น/ *n.* *(authority)* ผู้มีอำนาจในทางกฎหมาย/การตัดสินอรรถคดี; *(authority of a sovereign power)* อำนาจในการตัดสินคดี; *(extent)* ขอบเขตอำนาจในการตัดสินคดี; *(territory)* เขตอำนาจศาล; **fall** *or* **come under** *or* **within the ~ of sth./sb.** ตกอยู่ในเขตอำนาจการตัดสินคดีของ *ส.น./ค.น.;* **have ~ over sb./in a matter** มีอำนาจในทางกฎหมายเหนือ *ค.น.*/ในบางเรื่องราว

jurisprudence /dʒʊərɪs'pru:dəns/จุเออะริซ'พรูเดินซ/ *n., no pl.* หลักนิติศาสตร์, ธรรมศาสตร์, ระบบกฎหมาย, ความสามารถด้านกฎหมาย

jurist /'dʒʊərɪst/'จุเออะริซทฺ/ *n.* ➤ **489** Ⓐ ผู้เชี่ยวชาญด้านกฎหมาย, ผู้เขียนข้อกฎหมาย, นักนิติศาสตร์; Ⓑ *(Amer.: lawyer)* ทนายความ, นักกฎหมาย

juror /'dʒʊərə(r)/'จัวเรอะ(ร)/ *n.* สมาชิกในคณะลูกขุน, ตุลาการ, บุคคลผู้ให้คำปฏิญาณ

jury /'dʒʊərɪ/'จัวริ/ *n.* Ⓐ *(in court)* **the ~:** คณะลูกขุน, คณะตุลาการ; **sit on the ~:** เป็นหนึ่งในคณะลูกขุน/คณะตุลาการ; **do ~ service** ทำหน้าที่เป็นลูกขุน; **a ~ consists of ...:** คณะลูกขุน/ตุลาการคณะหนึ่งประกอบด้วย...; **trial by ~:** การตัดสินคดีโดยคณะลูกขุน/ตุลาการ; **the ~ of public opinion** *(fig.)* การแสดงความเห็นของสาธารณชน; ผู้ตัดสินตามประชามติ; ➡ **+ grand jury; judge 1 A;** Ⓑ *(in competition, sport)* คณะกรรมการตัดสิน

jury: ~ box *n.* คอกบริเวณที่นั่งของคณะลูกขุน/ตุลาการ; **~man** /'dʒʊərɪmən/'จัวริเมิน/ *n., pl.* **~men** /'dʒʊərɪmən/'จัวริเมิน/ สมาชิกชายของคณะลูกขุน/ตุลาการ; **~woman** *n.* สมาชิกหญิงของคณะลูกขุน/ตุลาการ

just /dʒʌst/จัซทฺ/ ❶ *adj.* Ⓐ *(morally right, deserved)* เป็นธรรม, ถูกต้องตามศีลธรรม/ทำนองคลองธรรม; ➡ **+ 'desert A;** Ⓑ *(legally right)* ถูกต้องตามกฎหมาย, ยุติธรรม; Ⓒ *(well-grounded)* *(คำตอบ, ความไม่สบายใจ)* สมเหตุสมผล; Ⓓ *(right in amount)* *(การเปรียบเทียบ)* ถูกต้อง; *(สัดส่วน)* พอดี

❷ *adv.* Ⓐ *(exactly)* อย่างพอดีทีเดียว; **~ then/enough** ทันทีทันใด/พอดี **~ as** *(exactly as, in the same way as)* ในลักษณะเดียวกัน; *(when)* พอจะ; **~ as you like** *or* **please** ตามที่คุณพอใจ; **~ as good/tidy** *etc.* ดี/เป็นระเบียบเรียบร้อย *ฯลฯ* พอกันทีเดียว; **come ~ as you are** มาได้เลยไม่ต้องแต่งตัวใหม่ *หรือ* อยู่ยังไงก็มายังงั้นเลย; **~ as fast as I can** อย่างเร็วเท่าที่ *(ฉัน)* จะเร็วได้; **~ about** *(coll.)* พอดี; **it'll ~ about be enough** *(coll.)* แค่พอเท่านั้น ไม่เหลือหรอก; **I've had ~ about enough of you** *(coll.)* ฉันเกือบจะเหลืออดกับคุณแล้วนะนี่; **that is ~ 'it** มันก็เป็นอย่างนี้แหละนะ; นั่นไงคือจุดสำคัญ; **that's ~ like him** เขาก็เป็นแบบนี้แหละนะ; **~ 'so** *(in an orderly manner)* ทุกอย่างเป็นระเบียบเรียบร้อย; *(expr. agreement)* ใช่อย่างที่คุณพูด; **be ~ 'so** *(be exactly arranged)* เข้ารูปเข้ารอยดี; **~ what ...?** อย่างนั้น...แน่หรือ; **I wonder ~ how good he is** ฉันสงสัยจริง ๆ ว่าเขาดีสักเพียงใด; Ⓑ *(barely)* เพียงเล็กน้อย; *(with very little time to spare)* แทบจะไม่ทัน; *(no more than)* แค่; **~ under £10** เกือบ 10 ปอนด์; **we had only ~ enough time for a cup of tea** เรามีเวลา

เหลือพอแค่ดื่มชาสักถ้วยเท่านั้น; **it's ~ possible** ก็พอจะเป็นไปได้อยู่หรอก; **there will be enough, but only ~:** คงจะมีพอ แต่ไม่เหลืออะไรหรอก; **it's ~ on/before/after 8 a.m.** มัน 2 โมงเช้าพอดี/ก่อน/หลัง 2 โมงเช้าเพียงนิดเดียวเอง; **it's ~ after/before the traffic lights** มันอยู่หลัง/ก่อนไฟสัญญาณจราจรเพียงนิดเดียวเท่านั้น; **C** *(nearly now)* เกือบจะ; *(then, in immediate past)* เพิ่งจะ; *(at this moment)* เดี๋ยวนี้; **I have ~ seen him** *(Brit.),* **I ~ saw him** *(Amer.)* ฉันเพิ่งจะเห็นเขาหยก ๆ; **~ now** *(at this moment)* ประเดี๋ยวนี้; *(a little time ago)* เมื่อกี้นี้เอง; **not ~ now** ตอนนี้ไม่ใช่เวลา; **D** *(coll.) (simply)* ก็แค่, แท้ ๆ; *(only)* เท่านั้น; **it ~ so happens that ...:** มันก็แค่ว่า...; **it is ~ that I don't like them** มันก็แค่ว่าฉันไม่ชอบพวกเขาเท่านั้นเอง; **I've come here ~ to see you** ฉันมาที่นี่เพื่อจะพบคุณเท่านั้นเอง; **~ [you] wait till I catch you!** คอยดูเถอะเดี๋ยวฉันจะจับคุณให้ได้เชียว; **~ anybody** ใครก็ได้; **~ another car** ก็แค่รถธรรมดาเท่านั้นเอง; **~ look at that!** ดูโน่นซิ!; **could you ~ turn round?** คุณช่วยหันกลับมาสักหน่อยได้ไหม; **~ come here a moment** มานี่สักครู่เถอะ; **~ a moment, please** ช่วยรอสักครู่ครับ/คะ; **~ like that** อย่างนั้นจริง ๆ; **~ in case** เผื่อไว้ก่อน; **~ in case it rains** เผื่อว่าฝนจะตก; **E** *(coll.: positively)* จริง ๆ, อย่างแท้จริง; **that's ~ ridiculous/fantastic** นั่นน่าทุเรศ/วิเศษสุดจริง ๆ; **F** *(quite)* **not ~ yet** อีกสักหน่อย/อีกสักครู่; **it is ~ as well that ...:** ก็ดีเหมือนกันว่า...; **you might ~ as well ...:** คุณทำ...ก็ได้เหมือนกัน; **G** *(coll.: really, indeed)* แน่นอน, จริงด้วย; **You wouldn't dare do that! – Oh, wouldn't I ~?** คุณไม่กล้าทำสิ่งนั้นหรอก ฉันน่ะหรือไม่กล้า; **That's lovely. – Isn't it ~?** นั่นมันสวยจังจริงด้วยนะ; **~ the same** *(nevertheless)* อย่างไรก็ตาม; **that's ~ too bad** นั่นแย่มากจริง ๆ **3** *n. pl.* **the ~:** ➡ + **sleep** 3 A

justice /ˈdʒʌstɪs/จัซติซ/ *n.* **A** ผู้ที่ทรงความยุติธรรม, ผู้รักษาธรรม; **administer ~:** จรรโลงความยุติธรรม; **poetic[al] ~:** การที่กรรมย่อมตามสนอง; **treat sb. with ~:** ปฏิบัติต่อ *ค.น.* ด้วยความยุติธรรม; **do ~ to sth.** ทำ *ส.น.* อย่างเต็มที่; *(to food or drink)* รับประทานอาหารหรือเครื่องดื่มอย่างเต็มที่; **~ was done in the end** ในที่สุดก็บังเกิดความยุติธรรม/ความถูกต้อง; **do oneself ~:** ทำ *(งาน)* ให้สมความสามารถ; **in ~ to sb.** เพื่อยุติธรรมกับ *ค.น.*; **with ~:** ด้วยความยุติธรรม/ความถูกต้อง; **in all ~:** โดยยุติธรรม, โดยเสมอภาค; ➡ + **rough justice**; **B** *(judicial proceedings)* **bring sb. to [a court of] ~:** ฟ้องร้อง *ค.น.* ต่อศาล; **let ~ take its course, not interfere with the course of ~:** ปล่อยให้เป็นไปตามกระบวนการยุติธรรม, ไม่เข้าไปยุ่งเกี่ยวกับกระบวนการยุติธรรม; **Department of J~** *(Amer.)* กระทรวงยุติธรรม; **C** ➤ 489 *(magistrate)* คณะผู้พิพากษา/ผู้ปกครอง; *(Brit.: judge of Supreme Court)* ผู้พิพากษาศาลฎีกา; **Mr/Mrs J~ Smith** *(Brit.)* คำกล่าวถึงผู้ดำรงตำแหน่งผู้พิพากษาศาลฎีกา; **J~ of the Peace** ผู้พิพากษาศาลแขวง; ➡ + **chief** 2 A

justifiable /ˈdʒʌstɪfaɪəbl/จัซติฟายเออะบ'ล/ *adj.* ชอบด้วยเหตุผล, สามารถกล่าวอ้างเหตุผลมาสนับสนุน/โต้แย้งได้; **it is ~ to state that ...:** เป็นการชอบด้วยเหตุผลที่จะกล่าวว่า...

justifiably /ˈdʒʌstɪfaɪəblɪ/จัซติฟายเออะบลิ/ *adv.* อย่างชอบด้วยเหตุผล; **and ~ so** และก็ชอบด้วยเหตุผลดังนั้น

justification /dʒʌstɪfɪˈkeɪʃn/จัซติฟิˈเคช'น/ *n.* **A** เหตุผลสนับสนุนข้อเท็จจริง; *(condition of being justified)* การกล่าวอ้างที่มีเหตุผล; **with some ~:** โดยมีเหตุผลสนับสนุนพอสมควร; **in sb.'s ~:** โดยการแสดงเหตุผลสนับสนุนของ *ค.น.*; **B** *(Printing)* การปรับเต็มแนว

justify /ˈdʒʌstɪfaɪ/จัซติฟาย/ *v.t.* **A** *(show justice of, vindicate)* ให้ความยุติธรรม, แก้ต่าง; *(demonstrate correctness of)* แสดงความถูกต้อง; *(offer adequate ground for)* ให้เหตุผล/หลักการ; **~ oneself/sth. to sb.** อ้างเหตุผลสนับสนุนตนเอง/*ส.น.* ให้แก่ *ค.น.*; **the end justifies the means** ผลลัพธ์สามารถอธิบายวิธีการ, ผลดีทำให้วิธีการคุ้มค่า; **be justified in doing sth.** มีเหตุผลที่ดีในการกระทำ *ส.น.*; **this cannot be justified** สิ่งนี้ยอมรับไม่ได้แม้จะมีเหตุผลใด ๆ; **B** *(Printing)* จัดบรรทัดให้เสมอขวาสุดทุกบรรทัด

just-in-ˈtime *adj. (การผลิต, การส่ง)* ตามที่ค้าขายให้พอดีก็พอ

justly /ˈdʒʌstlɪ/จัซทฺลิ/ *adv. (with justice, fairly)* อย่างยุติธรรม; *(rightly)* อย่างถูกต้องตามทำนองคลองธรรม, อย่างที่เหมาะที่ควร

jut /dʒʌt/จัท/ *v.i.,* **-tt-: ~ [out]** ยื่นออก, โผล่ออก; **his chin ~s out rather a lot** คางของเขายื่นออกไปค่อนข้างมาก

jute /dʒuːt/จูท/ *n.* ต้นปอ, ปอกระเจา

Jute /dʒuːt/จูท/ *n. (Ethnol., Hist.)* ชนเผ่าจูต *(เป็นสมาชิกของเผ่า Low-German ที่เข้ามาตั้งถิ่นฐานในอังกฤษในช่วงศตวรรษที่ 5–6)*

Jutland /ˈdʒʌtlənd/ˈจัทเลินดฺ/ *pr. n.* คาบสมุทรจัตแลนด์ *(พื้นที่ส่วนใหญ่ของประเทศเดนมาร์ก)*

juvenile /ˈdʒuːvənaɪl/ˈจูเวอะนายลฺ/ **1** *adj.* **A** *(young, characteristic of youth)* เยาว์, อ่อนวัย, มีคุณสมบัติของผู้เยาว์; **~ crime** ยุวอาชญากรรม; **B** *(immature)* ยังไม่เจริญเติบโตเต็มที่, หย่อนวุฒิภาวะ **2** *n.* เยาวชน, ผู้เยาว์, วัยรุ่น; *attrib.* **~ lead** *(Theatre)* บทเด็กหนุ่มสาวที่เป็นตัวเอกในเรื่อง, นักแสดงที่แสดงบทเป็นตัวเอกที่อยู่ในวัยหนุ่ม/สาวรุ่น

juvenile: ~ court *n. (Law)* ศาลคดีเด็กและเยาวชน; **~ deˈlinquency** *n.* การกระทำผิดกฎหมายโดยผู้เยาว์, ความประพฤติผิดของผู้เยาว์; **~ deˈlinquent, offender** *ns.* ผู้เยาว์/เยาวชนที่ทำผิดกฎหมาย/ประพฤติผิด

juxtapose /dʒʌkstəˈpəʊz/จัคซฺเตอะˈโพซฺ/ *v.t.* วางสองสิ่งเคียงข้างกัน

juxtaposition /dʒʌkstəpəˈzɪʃn/จัคซฺเตอะเพอะˈซิช'น/ *n. (action)* การวางของสองสิ่งไว้เคียงกัน; *(condition)* การเทียบเคียง; **be in ~:** อยู่ในลักษณะเทียบเคียง

Kk

[1]K, [1]k /keɪ/เค/ *n.,pl.* **Ks** *or* **K's** พยัญชนะตัวที่ 11 ของอังกฤษ

[2]K *abbr.* Ⓐ **King['s]**; Ⓑ *(Phys.)* **kelvin[s]**; Ⓒ *(Computing)* **kilobyte** กิโลไบต์; Ⓓ *(Chess)* **king K**; Ⓔ *(£1,000)* หนึ่งพันปอนด์; **earn 35K a year** มีรายได้ 35,000 ปอนด์ต่อปี

[2]k *abbr.* **Kilo-**

Kaffir /ˈkæfə(r)/ˈแคเฟอะ(ร)/ ❶ *n.* Ⓐ *(Ethnol.)* ชาวแคฟเฟอร์ *(ท.ศ.)* ในแอฟริกาใต้; Ⓑ *(derog.: South African Black)* ไอ้แคฟเฟอร์ ❷ *adj.* เกี่ยวกับชาวแคฟเฟอร์

Kafkaesque /kæfkəˈesk/แคฟเคอะˈเอ็ซค/ *adj. (สถานการณ์/บรรยากาศ ฯลฯ)* ที่ลำบากเหมือนฝันร้าย *(ราวในนวนิยายแคฟฟา)*

kaftan /ˈkæftæn/ˈแคฟแทน/ *n.* คาฟตาน *(ท.ศ.)* เสื้อคลุมยาวแบบชาวตะวันออกกลาง

kale /keɪl/ˈเคล/ *n. (Bot.)* **[curly/Scotch] ~:** กะหล่ำปลีชนิดหนึ่ง มีใบยับยู่ยี่; ➡ **+ seakale**

kaleidoscope /kəˈlaɪdəskəʊp/เคอะˈลายเดอะซโคพ/ *n. (lit.)* กล้องดูภาพที่เปลี่ยนแปลงจากการสะท้อนภาพของกระจกและกระดาษ/กระจกสีต่าง ๆ; *(fig.)* สิ่งที่เปลี่ยนแปลงไปอยู่ตลอดเวลา

kaleidoscopic /kəlaɪdəˈskɒpɪk/เคอะไลเดอะˈซกอพิค/ *adj. (lit. or fig.)* ซึ่งเปลี่ยนแปลงอยู่ตลอดเวลาอย่างมีชีวิตชีวา

kamikaze /kæmɪˈkɑːzɪ/แคมิˈคาซิ/ *n. (Hist.)* Ⓐ *(pilot)* นักบินกล้าตายของฝูงบินกามิกาเซ *(ท.ศ.)*; Ⓑ *(aircraft)* เครื่องบินของญี่ปุ่นที่บรรทุกระเบิดเข้าชนเป้าหมาย

Kampong *pr. n.* หมู่บ้านของชาวมาเลเซีย

Kampuchea /kæmpʊˈtʃɪə/แคมพุˈเฉีย/ *pr. n.* ประเทศกัมพูชา

kangaroo /kæŋgəˈruː/แคงเกอะˈรู/ *n.* จิงโจ้

kanga'roo court *n.* ศาลเตี้ย, ศาลประชาชน

Kanji /ˈkændʒɪ/ˈแคนจิ/ *n.* ระบบการเขียนคำของญี่ปุ่นที่ดัดแปลงจากภาษาจีน

Kantian /ˈkæntɪən/ˈแคนเทียน/ *adj. (of Kant)* เกี่ยวกับคานท์หรือหลักปรัชญาแบบคานท์ *(นักปรัชญาชาวเยอรมัน)*; *(of Kantianism)* คานท์นิยม

kaolin /ˈkeɪəlɪn/ˈเคเออะลิน/ *n.* แร่คาโอลิน *(ท.ศ.)*, ดินเคลือบ

kapok /ˈkeɪpɒk/ˈเคพอค/ *n.* นุ่น

Kaposi's sarcoma /kəˈpəʊsɪz sɑːˈkəʊmə/เคอะˈโฟซิซ ซาˈโคเมอะ/ *n. Med.* มะเร็งผิวหนังชนิดหนึ่ง *(อันเนื่องมาจากโรคภูมิคุ้มกันบกพร่อง)*

kaput /kæˈpʊt/แคˈพุท/ *pred. adj. (coll.)* หัก, พัง, เจ๊ง

karaoke /kærɪˈəʊkɪ/แคริˈโอคิ/ *n., no pl., no indef. art.* คาราโอเกะ *(ท.ศ.)*; **~ machine** เครื่องเล่นคาราโอเกะ

karate /kəˈrɑːtɪ/เคอะˈราทิ/ *n., no pl., no indef. art.* คาราเต้ *(ท.ศ.)*

ka'rate chop *n.* ท่าคาราเต้ที่ใช้สันมือฟันสับลงไป

karma /ˈkɑːmə/ˈคาเมอะ, ˈเคอเมอะ/ *n. (Buddhism, Hinduism)* กรรม

karst /kɑːst/คาซท/ *n. (Geog.)* ภูมิภาคที่มีหินปูนและมีรอยแตกหรือโพรงใต้ดิน

kart /kɑːt/คาท/ ➡ **go-kart**

Kashmir /kæʃˈmɪə/แคชˈเมีย/ *pr. n.* แคว้นแคชเมียร์

Katherine /ˈkæθrɪn/ˈแคธริน, ˈแคเธอะริน/ *pr. n. (Hist., as name of ruler etc.)* พระนางแคทเธอรีน

kayak /ˈkaɪæk/ˈคายแอค/ *n.* เรือแคนูของชาวเอสกิโม

kc *abbr.* **kilocycle[s]**

KC *abbr. (Brit.)* **King's Counsel**

kc/s *abbr.* **kilocycles per second**

kebab /kɪˈbæb/คิˈแบบ/ *n. (Cookery)* เนื้อและผักหั่นชิ้นเล็ก ๆ เสียบไม้

kedgeree /ˈkedʒəriː, kedʒəˈriː/ˈเค็จเจอะรี, เค็จเจอะˈรี/ *n. (Gastr.)* อาหารแขกประเภทข้าวใส่ถั่ว หัวหอม ไข่ ฯลฯ; *(European dish)* ข้าวประกอบด้วยปลา ไข่ต้ม ฯลฯ

keel /kiːl/คีล/ ❶ *n. (Naut.)* กระดูกงูเรือ; **lay down a ~:** วางกระดูกงูเรือ; ➡ **+ 'even** 1 B ❷ *v.i.* **~ over** Ⓐ *(overturn)* พลิกคว่ำ, หงายเก๋ง; Ⓑ *(fall)* ล้มลง; **he ~ed over on to the bed** เขาล้มลงไปบนเตียง ❸ *v.t.* **~ over** *(Naut.)* พลิก, คว่ำ *(ลำเรือ)*; *(on one side)* พลิก *(เรือ)* ไปข้างหน้า

'keelhaul *v.t.* ลงโทษโดยลากคนลงใต้ท้องเรือ; *(fig.)* ดุด่าอย่างแรง

[1]keen /kiːn/คีน/ *adj.* Ⓐ *(sharp) (มีด, ดาบ, เจ็บปวด)* แหลมคม; *(fig.) (คำพูด, การล้อเล่น)* หลักแหลม; Ⓑ *(piercingly cold) (ลม)* หนาวเหน็บ, รุนแรง; *(penetrating, strong) (คำพูด)* ทิ่มแทง; *(กลิ่น)* ฉุน; *(เสียง)* แสบแก้วหู; *(แสง)* จ้าจนแสบตา; Ⓒ *(eager) (ความสนใจ)* จริงจัง; *(ความปรารถนา)* อันแรงกล้า; กระตือรือร้น *(นักกีฬา, งานอดิเรก)*; **be ~ to do sth.** ปรารถนาอย่างแรงกล้าที่จะทำ *ส.น.*; **he's really ~ to win** เขากระหายชัยชนะ; **be ~ on doing sth.** ชอบทำ *ส.น.*; **although he's inexperienced, he's really ~:** แม้เขาจะด้อยประสบการณ์ แต่เขาก็มีความตั้งใจจริง; **she was not particularly ~ to see the play** เธอไม่ค่อยอยากดูละครเท่าใดนัก; **be [as] ~ as mustard** มีความกระตือรือร้นมากมาย; **not be ~ on sth.** ไม่ใคร่ชอบ *ส.น.*; **I'm not too** *or* **not very** *or* **madly ~ on it** ฉันไม่ได้ชอบ/ติดใจมันนัก; **my father's very ~ on my going to college** พ่ออยากให้ฉันไปเรียนมหาวิทยาลัยมาก; **be ~ on sb.** สนอกสนใจ/คลั่งไคล้/จับตามอง *ค.น.*; Ⓓ *(highly sensitive) (มีความรู้สึก, ตา, หู)* ไว; Ⓔ *(intellectually sharp) (ไหวพริบ, นักธุรกิจ)* แหลมคม; *(ความเข้าใจ)* เฉียบแหลม; **~ wit** มีไหวพริบเฉียบแหลม; Ⓕ *(acute) (การเจ็บปวด)* รุนแรง, แสนสาหัส; Ⓖ *(Brit.: exceptionally low) (ราคา)* ต่ำเป็นพิเศษ; Ⓗ *(coll.: excellent)* เป็นเลิศ

[2]keen ❶ *n.* เพลงที่ร้องในงานศพพร้อม ๆ กับการคร่ำครวญ ❷ *v.i.* คร่ำครวญ **(over** สำหรับ**)**

keenly /ˈkiːnlɪ/ˈคีนลิ/ *adv.* Ⓐ *(sharply)* อย่างแหลมคม; Ⓑ *(coldly)* อย่างหนาวเหน็บ; Ⓒ *(eagerly) (ทำงาน)* อย่างใจจดใจจ่อ; *(รอคอย)* อย่างกระตือรือร้น; **look forward ~ to sth.** รอคอย *ส.น.* อย่างใจจดใจจ่อ; Ⓓ *(piercingly)* อย่างแหลมคม, อย่างดุเด็ดเผ็ดมัน; Ⓔ *(acutely)* **be ~ aware of sth.** รู้ *ส.น.* อยู่แก่ใจ; **feel sth. ~:** รู้สึก *ส.น.* อย่างแรง

keenness /ˈkiːnnɪs/ˈคีนนิซ/ *n., no pl.* Ⓐ *(sharpness, coldness, acuteness of sense)* ความแหลมคม; Ⓑ *(eagerness)* ความปรารถนาอย่างแรงกล้า, ความกระตือรือร้น; Ⓒ *(of intellect)* ความหลักแหลม; **the ~ of his wit** ความมีไหวพริบหลักแหลมของเขา; Ⓓ *(of pain etc.)* ความรุนแรง/สาหัส

keep /kiːp/คีพ/ ❶ *v.t.*, **kept** /kept/ˈเค็พท/ Ⓐ *(observe)* รักษา *(ประเพณี, คำพูด ฯลฯ)*; ทำตาม *(ข้อตกลง, สัญญา)*; ยึด *(หลักการ)*; ➡ **+ hour** C; Ⓑ *(guard)* รักษา, คุ้มครอง, ปกป้อง; **may God ~ you!** ขอให้พระเจ้าคุ้มครองคุณ; **~ sb. [safe] from sth.** ปกป้อง *ค.น.* ให้ปลอดภัยจาก *ส.น.*; **~ sb. safe** คุ้มครอง *ค.น.* ให้ปลอดภัย; **~ sth. locked away** เก็บรักษา *ส.น.* ไว้ในที่ปลอดภัย *หรือ* ใส่กุญแจ *ส.น.* ไว้; Ⓒ *(have charge of)* เก็บรักษา, ดูแล; Ⓓ *(retain possession of)* เก็บไว้, รักษาไว้; *(not lose or destroy)* เก็บรักษาไว้ *(ใบเสร็จ, เอกสาร)*; **I'll give you that book to ~:** ฉันจะให้หนังสือเล่มนั้นคุณไปเลย; **~ one's position** รักษาตำแหน่งของตนไว้; **you can ~ it** *(coll.: I do not want it)* คุณเอาไปได้เลย ฉันไม่ต้องการ; **Another talk on architecture? You can ~ it** พูดเรื่องสถาปัตยกรรมอีกแล้วหรือ ฉันไม่สนหรอก; Ⓔ *(maintain)* คงไว้, รักษาไว้ *(ตึก, สวน)*; **neatly kept** รักษาไว้อย่างดี; Ⓕ *(carry on, manage)* จัดการ, ทำธุรกิจ *(โรงแรม, ร้านอาหาร)*; Ⓖ เลี้ยง *(หมู, ไก่, ผึ้ง)*; มี *(คนใช้, รถยนต์)*; Ⓗ ทำ, จด *(รายการ, อนุทิน)* เป็นประจำ; **~ an account of expenditure** คอยทำบัญชีรายจ่ายเป็นประจำ; **~ the books** ลงบันทึกรายรับรายจ่ายในสมุดบัญชี; Ⓘ *(provide for sustenance of)* จัดหาดูแล; **~ sb./oneself in cigarettes** มีบุหรี่ไว้เพียงพอสำหรับ *ค.น.*/ตนเอง; **~ sb. in luxury** เลี้ยงดูแล *ค.น.* ให้มีวิถีชีวิตที่หรูหรา; **~ sb. in the style to which he is accustomed** ดูแล *ค.น.* ในวิถีชีวิตที่คุ้นเคย; **she has to ~ herself on £20 a week** เธอต้องดูแลตัวเองด้วยเงิน 20 ปอนด์ต่อสัปดาห์; Ⓙ เก็บ/เลี้ยงผู้หญิงไว้เป็นเมียน้อย; **she is a kept woman** เธอเป็นหญิงที่มีผู้ชายเลี้ยงไว้เป็นเมียน้อย; Ⓚ *(have on sale)* มีขาย, มีไว้ขาย; **~ a stock of sth.** มีสต็อกสินค้า *ส.น.* ไว้ขาย; **we always ~ a bit of cheese** เรามีเนยแข็งขายอยู่บ้างเสมอ; Ⓛ *(maintain in quality, state, or position)* คง *(สภาพ)* ไว้; เก็บรักษาไว้; **~ one's hands in one's pockets** เก็บมือไว้ในกระเป๋าเสื้อ; **~ sth. in one's head** คง *ส.น.* ไว้ในความทรงจำ; **~ sth. in a cool place** เก็บ *ส.น.* ไว้ในที่เย็น; **a cold kept her in bed** ไข้หวัดทำให้เธอต้องนอนซมอยู่; **~ sb. to his word/promise** ทำให้ *ค.น.* รักษาคำพูด/สัญญา; **~ sb. waiting** ทำให้ *ค.น.* ต้องรอ; ปล่อยให้ *ค.น.* รอคอย; **~ the water boiling** ให้น้ำเดือดอยู่เสมอ; **~ the office running smoothly** คอยคุมให้งานใน

k

บริษัทดำเนินไปอย่างราบรื่น; ~ sb. alive รักษาชีวิตของ *ค.น.* ไว้; ~ the traffic moving คอยทำให้การจราจรคล่องตัว; ~ a plant watered คอยรดน้ำต้นไม้อยู่เสมอ; ~ sth. shut/tidy ให้ *ส.น.* ปิด/เรียบร้อยอยู่ตลอด; ~ the engine running เปิดเครื่องทิ้งไว้; ~ sth. under [the] water เก็บ *ส.น.* อยู่ใต้น้ำตลอด; Ⓜ *(maintain as quality)* ~ silence รักษาความเงียบ; ~ its shape รักษา/คงรูป; ~ one's beauty รักษาความงาม; Ⓝ *(detain)* กัก, เก็บ; there was no longer anything to ~ him there ไม่มีอะไรอีกแล้วที่จะรั้งตัวเขาให้อยู่ที่นั่น; what kept you [so long]? ทำไมคุณใช้เวลานานจัง; don't let me ~ you, I mustn't ~ you อย่าให้ฉันรั้งคุณไว้; ~ sb. in prison กักตัว *ค.น.* ไว้ในคุก; ~ sb. in hospital a few days longer ให้ *ค.น.* นอนโรงพยาบาลต่ออีกสัก 2-3 วัน; ~ sb. indoors ให้ *ค.น.* อยู่ในบ้าน; the teacher kept Peter behind after the lesson ครูกักตัวปีเตอร์ไว้หลังหมดชั่วโมงเรียน; ~ sb. from doing sth. กัน *ค.น.* ไม่ให้ทำ *ส.น.*; ~ sth. from doing sth. กันมิให้ *ส.น.* กระทำ *ส.น.*; to ~ myself from falling กันไม่ให้ฉันล้ม *หรือ* เพื่อไม่ให้ล้ม; I couldn't ~ myself from laughing ฉันอดหัวเราะไม่ได้จริง ๆ; we must ~ them from seeing each other เราต้องกันไม่ให้สองคนนี้พบกัน; Ⓞ *(reserve)* สงวนไว้, กันไว้, เก็บ/จองไว้; I asked him to ~ a seat for me ฉันขอให้เขาจองที่ไว้ให้ฉันที่หนึ่ง; ~ it for oneself เก็บไว้ให้ตนเอง; ~ sth. for later เก็บ *ส.น.* ไว้ *(ใช้, กิน, ทำ)* ภายหลัง; let's ~ the business talk for later เราค่อยคุยเรื่องธุรกิจที่หลังดีกว่า; Ⓟ *(conceal)* ~ sth. to oneself เก็บ *ส.น.* ไว้คนเดียว; ~ sth. a mystery เก็บ *ส.น.* ไว้เป็นความลับ; ~ sth. from sb. ปกปิด *ส.น.* ไม่ให้ *ค.น.* รู้; he kept the news from them เขาปิดไม่ให้พวกเขารู้ข่าว; Ⓠ *(continue to follow)* คอยไปตาม *(ทาง, ถนน)* อยู่เรื่อย ๆ; ~ a straight path รักษาทางตรงไปเรื่อย ๆ

❷ *v.i.*, **kept** Ⓐ *(remain in specified place, condition)* คงไว้, คงสภาพ/ที่ไว้; ~ together อยู่ด้วยกัน; ~ warm/clean ทำตัวให้อบอุ่นไว้/รักษาความสะอาด; how are you ~ing? *(coll.)* คุณเป็นอย่างไรบ้าง/สบายดีหรือ; are you ~ing well? สบายดีหรือ; ➡ + calm 2 A; cool 1 B; ²fit 1 E; silent A; Ⓑ *(continue in course, direction, or action)* ~ [to the] left/[to the] right/straight ahead *or* straight on คอยชิดซ้าย/ชิดขวา/ไปต่อ/ตรงไปเรื่อย ๆ; ~ on until you get to the traffic lights ตรงไปเรื่อย ๆ จนถึงไฟจราจร; '~ left' *(traffic sign)* 'โปรดชิดซ้าย'; traffic in Britain ~s [to the] left การจราจรในอังกฤษเป็นระบบชิดซ้าย; the lorry kept to the middle of the road รถบรรทุกคันนั้นคอยขับกลางถนนตลอด; ~ behind me คอยตามหลังฉันนี่แหละ, ตามหลังฉันมา; ~ doing sth. *(not stop)* ทำ *ส.น.* ต่อไปเรื่อย ๆ; *(repeatedly)* คอยทำ *ส.น.* อยู่เรื่อย; *(constantly)* ทำ *ส.น.* อย่างต่อเนื่อง; ~ talking/working *etc.* until ...: พูด/ทำงานไปจนกระทั่ง...; ➡ + smile 2; Ⓒ *(remain good)* ยังคงสภาพ, สด, ใหม่, ไม่เสีย; that story can ~: เรื่องนั้นยังเก็บไว้เล่าทีหลังได้; your report will have to ~ until the next meeting รายงานของคุณจะต้องเก็บเอาไว้จนถึงการประชุมคราวหน้า; what I have to say won't ~: เรื่องที่ฉันจะเล่านั้นเก็บไว้ไม่ได้; will your news ~ till tomorrow? ข่าวของคุณจะเก็บไว้จนพรุ่งนี้ได้ไหม; ➡ + 'go 1 F; touch 3 H

❸ *n.* Ⓐ *(maintenance)* ค่าเลี้ยงชีพ (from จาก); you don't earn your ~: คุณทำงานไม่คุ้มค่าจ้าง; I get £100 a month and my ~: ฉันได้เดือนละร้อยปอนด์และค่าเลี้ยงชีพ; sth. doesn't earn its ~: *ส.น.* มีประโยชน์ไม่คุ้มกับที่เก็บไว้; Ⓑ for ~s *(coll.) (to be retained)* เพื่อเก็บไว้; you can have it *or* it's yours for ~s คุณเก็บเอาไว้ได้เลย; Ⓒ *(Hist.: tower)* หอสูงของปราสาทยุคกลาง

~ 'after *v.t.* ติดตาม, ตอแย; *(fig.: chivvy)* ตามหลอน

~ at *v.t.* Ⓐ *(work persistently)* มุทำงาน, ขยัน; ~ 'at it! มุเข้าเถอะ; Ⓑ *(cause to work at)* ~ sb. at sth. คอยจี้ให้ *ค.น.* ง่วนอยู่กับ *ส.น.*; Ⓒ /-'-/ *(nag)* คอยจู้จี้จุกจิก, กวนใจ; don't ~ at me all the time! อย่ามาเฝ้ากวนใจฉันตลอดเวลา; they kept at him for the money he owed พวกเขาคอยตามทวงหนี้เขา

~ a'way ❶ *v.i.* อยู่ห่าง ๆ, ไปให้ไกล, ไปให้พ้น (from จาก); I just can't ~ away ฉันอยู่ห่าง ๆ ไม่ได้จริง ๆ, ฉันไม่อาจหักห้ามใจได้ ❷ *v.t.* กันออกไป, ทำให้อยู่ห่างไกล; ~ them away from each other! กันไม่ให้เขา 2 คนเข้าใกล้กัน; ~ him away from me! ให้เขาอยู่ห่าง ๆ ฉัน; what kept you away? อะไรทำให้คุณหายหน้าไป *หรือ* ทำไมคุณไม่มา

~ 'back ❶ *v.i.* อยู่ห่าง, ถอย; ~ back from sth. อยู่ห่างจาก *ส.น.*; ~ back! ถอยออกไป; ~ back and wait your turn คอยก่อนให้ถึงตาคุณ ❷ *v.t.* Ⓐ *(restrain)* ยับยั้ง, ห้าม; ~ sb. back from sb./sth. ยับยั้ง *ค.น.* จากอีก *ค.น.*/จาก *ส.น.*; Ⓑ *(withhold)* ปิดบัง, ปกปิด, กักกัน *(ข้อมูล, เงินทอง)*; don't try to ~ any secrets back อย่าพยายามปกปิดความลับอะไรเลย

~ 'down ❶ *v.i.* หมอบลง; *(Mil.: lie low in skirmishing)* หมอบราบลง, หลบซ่อนตัว; *(ลม)* ไม่พัดแรงขึ้น; ~ down! หมอบลง ❷ *v.t.* Ⓐ *(oppress, suppress)* กดขี่ *(บุคคล, ชนกลุ่มน้อย)*; ปราบปราม *(คนก้าวร้าว)*; บังคับ *(สุนัข)*; you can't ~ a good man down *(prov.)* คุณไม่สามารถทำให้เขายอมได้, เขาไม่ยอม; Ⓑ *(prevent increase of)* กด *(ราคา, ภาษี)* ให้ต่ำไว้; สกัดกั้น, ป้องกัน *(โรคระบาด)*; ~ one's weight down รักษาน้ำหนัก, ไม่ปล่อยให้อ้วนขึ้น; ~ the weeds down ถากถางวัชพืชให้เตียนไว้เสมอ; ~ down insects กำจัดแมลง; Ⓒ *(not raise)* ไม่เงย *(หัว)* ขึ้น; ~ that noise/your voice down ลดเสียงให้ค่อยลง *หรือ* อย่าพูดดัง; could you ~ the volume down on your radio? คุณกรุณาหรี่เสียงวิทยุของคุณลงหน่อยได้ไหม; Ⓓ *(not vomit)* ข่มกลั้นความคลื่นไส้ไว้, ไม่อาเจียนออกมา

~ from *v.t.* ~ from doing sth. ไม่ให้ทำ *ส.น.*; *(avoid doing)* หลีกเลี่ยงการทำ *ส.น.*; I couldn't ~ from smiling ฉันอดยิ้มไม่ได้; it is impossible to ~ from getting wet เป็นไปไม่ได้ที่จะไม่ให้เปียก

~ 'in ❶ *v.i.* Ⓐ *(remain indoors)* อยู่ภายในบ้าน; Ⓑ *(remain in favour)* ~ in with sb. เข้ากันได้ดีกับ *ค.น.*, ยังเป็นที่ชื่นชอบของ *ค.น.* ❷ *v.t.* Ⓐ *(confine)* สะกดกลั้น *(ความโกรธ)*; ปิดบัง *(ความรู้สึก)*; แขม่ว *(ท้อง)*; Ⓑ *(keep burning)* ปล่อยให้ไฟลุกไหม้ต่อไป; *(not extinguish)* ไม่ดับไฟ; Ⓒ *(Sch.) (เด็กนักเรียน)* ต้องอยู่ต่อ; be kept in [after school] ต้องอยู่โรงเรียนต่อหลังจากโรงเรียนเลิกแล้ว; ➡ + hand 1 K

~ 'off ❶ *v.i.* *(บุคคล)* อยู่ห่าง ๆ; *(ฝน, พายุ ฯลฯ)* ยังมาไม่ถึง; let's hope the snow ~s off หวังว่าจะไม่มีหิมะ *หรือ* หิมะจะไม่ตก; '~ off' *(on building site etc.)* 'ห้ามเข้า' ❷ *v.t.* Ⓐ กันให้อยู่ห่าง ๆ *(สุนัข, บุคคล)*; บังแสง; ~ sb./sth. off sth. กัน ให้ *ค.น./ส.น.* อยู่ห่างจาก *ส.น.*; ~ your dog off our lawn อย่าให้สุนัขของคุณวิ่งบนสนามหญ้าของเรา; Ⓑ *(not go on)* ไม่ย่ำ, ไม่เหยียบ, ไม่เข้าไป *(ในถนน)*; ~ off the flower beds อย่าเหยียบแปลงดอกไม้; '~ off the grass' 'ห้ามเดินผ่านสนามหญ้า'; Ⓒ *(not touch)* ~ off my whisky! อย่าแตะต้องวิสกี้ของฉันนะ; Ⓓ *(not eat or drink)* ~ off chocolates/brandy ไม่กินช็อกโกแลต/ดื่มบรั่นดี; ~ off cigarettes ไม่สูบบุหรี่; ~ off the drink เลิกกินเหล้า; if you don't ~ off drugs ...: ถ้าคุณไม่เลิกยาเสพติด...; Ⓔ *(not mention)* ~ off a subject หลีกเลี่ยงเรื่องใดเรื่องหนึ่ง; do ~ off religion when the vicar comes to tea อย่าพูดถึงเรื่องศาสนาระหว่างที่บาทหลวงมาดื่มน้ำชา

~ 'on ❶ *v.i.* Ⓐ *(continue, persist)* ยังคงทำต่อไป; ~ on doing sth. ทำ *ส.น.* ต่อไป; *(repeatedly)* ทำ *ส.น.* ซ้ำ ๆ; *(constantly)* ทำ *ส.น.* อย่างสม่ำเสมอ, ทำ *ส.น.* อย่างต่อเนื่อง; I ~ on telling you this ฉันคอยบอกคุณ [เรื่องนี้] อยู่เสมอ; ~ on driving down this road until ...: ขับรถไปตามถนนนี้เรื่อย ๆ จนกว่า...; I hope you'll ~ on coming to visit us ฉันหวังว่าคุณจะมาเยี่ยมพวกเราอีกบ่อย ๆ; Ⓑ *(Brit.: talk tiresomely)* he does ~ on เขาพูดอะไรเรื่อยเปื่อยอยู่ตลอด; ~ on about sth. พูดถึงแต่ *ส.น.* อยู่เสมอ ๆ; ~ on at sb. about sth. พูด *ส.น.* กับ *ค.น.* อยู่เรื่อย ๆ ❷ *v.t.* Ⓐ จ้างต่อ *(พนักงาน)*; เช่าตู้ *(ห้องเช่า)*; เล่นต่อ *(ละคร)*; ให้ฉายต่อ *(ภาพยนตร์)*; เปิด *(โทรทัศน์, วิทยุ)* ทิ้งไว้; the film was kept on for another three months/till Easter ภาพยนตร์ถูกยืดเวลาออกไปอีกสามเดือน/จนกระทั่งถึงเทศกาลอีสเตอร์; Ⓑ สวม *(หมวก, เสื้อนอก)* ไว้; ไม่ถอด *(เสื้อผ้า)*; ➡ + hair B

~ 'out ❶ *v.i.* อยู่ข้างนอก; '~ out' 'ห้ามเข้า' ❷ *v.t.* Ⓐ *(not let enter)* ไม่อนุญาตให้เข้า; กันเอาไว้; Ⓑ ป้องกัน *(ความหนาว, ความชื้น)*; central heating helps ~ out the cold เครื่องทำความร้อนช่วยขจัดความหนาวเย็น

~ 'out of *v.t.* Ⓐ *(stay outside)* ~ out of a room/an area/a country ไม่เข้ามาภายในห้อง/บริเวณ/ประเทศ; Ⓑ *(avoid)* ~ out of danger หลีกเลี่ยงอันตราย; ~ out of the rain/sun *etc.* ไม่ออกไปตากฝน/ตากแดด *หรือ* คอยหลบฝน/แดด; ~ out of a quarrel ไม่เข้าไปยุ่งการทะเลาะวิวาท; ~ out of sb.'s way ไม่เข้าใกล้ *ค.น.*; ~ out of the way of those boys! อยู่ห่าง ๆ จากเด็กผู้ชายพวกนั้นซะ; ~ out of trouble หลบหลีกปัญหาความวุ่นวาย, เป็นเด็กดี; Ⓒ *(not let enter)* ไม่ปล่อยให้เข้ามา; Ⓓ *(cause to avoid)* ~ him/the dog out of my way อย่าให้เขา/สุนัขเข้าใกล้ฉัน; ~ sb. out of danger ป้องกัน *ค.น.* ให้พ้นจากอันตราย; ~ the plants out of the sun ไม่ให้ไม้โดนแดด; I want to ~ him out of it ฉันไม่อยากให้เขามายุ่งเรื่องนี้; he wanted his name to be kept out of the papers เขาไม่ต้องการให้หนังสือพิมพ์นำชื่อของเขาลงพิมพ์

~ to *v.t.* Ⓐ *(not leave)* คงอยู่, ไม่ออกจาก *(ทาง, ถนน)*; ~ to the left! ชิดซ้ายไว้; Ⓑ *(follow, observe)* ทำตาม *(แผนการ)*; รักษา *(กฎเกณฑ์, เวลา, คำพูด, สัญญา)*; ~ to one's word รักษา

คำพูดของตน; Ⓒ *(remain in)* **~ to one's bed** นอนอยู่ในเตียง; Ⓓ **~ [oneself] to oneself** แยกตัวไปอยู่คนเดียว, เก็บตัว; **they ~ themselves to themselves** พวกเขาอยู่แต่ในพวกเดียวกัน; **he ~s to himself [most of the time]** [ส่วนใหญ่] เขาจะอยู่แต่ตามลำพัง; ➡ + ~ 1 L, 2 B

~ **'under** *v.t.* Ⓐ *(hold in subjection)* กดขี่; Ⓑ *(maintain in state of unconsciousness etc.)* ให้อยู่ในภาวะไม่รู้สึกตัว

~ **'up** ❶ *v.i.* Ⓐ *(proceed equally)* **~ up with sb./sth.** ตาม *ค.น./ส.น.* ให้ทัน; **he can't ~ up with the rest** เขาตามคนอื่น ๆ ไม่ทัน; **~ up with the Joneses** พยายามให้ฐานะของตนเท่าเทียมกับเพื่อนบ้าน; Ⓑ *(maintain contact)* **~ up with sb.** คอยติดต่อกับ *ค.น.*; **~ up with sth.** คอยติดตาม *ส.น.*; **~ up with fashions/the times** *(follow)* คอยติดตามแฟชั่นของใหม่ ๆ; Ⓒ *(ฝน)* ตกอยู่เรื่อย; *(อากาศ)* ไม่เปลี่ยนแปลง ❷ *v.t.* Ⓐ *(prevent from falling)* ยั้งไว้, ดึงไว้ *(เชือกผูกเต็นท์, บันได)*; **wear a belt to ~ one's trousers up** คาดเข็มขัดกันไม่ให้กางเกงหลุด; Ⓑ *(prevent from sinking)* คงไว้ *(มาตรฐาน, ราคา, คุณภาพ)*; Ⓒ *(maintain)* เก็บรักษา *(ความสัมพันธ์, ประเพณี, ธรรมเนียม, วิถีชีวิต)* ไว้; *(provide means for the maintenance of)* บำรุงรักษา *(อาคาร, ตึก)*; *(~ in repair)* คอยซ่อมแซม *(รถ, บ้าน)*; *(keep in proper condition)* ดูแลในสภาพที่ดี *(สวน)*; Ⓓ *(continue)* ทำต่อไป; คอยจ่าย *(เงินผ่อนส่ง)*; **such old customs are no longer kept up** ประเพณีเก่าอย่างนั้นไม่มีใครรักษาไว้แล้ว; **~ one's courage/spirits up** คอยรักษาความกล้าหาญ/กำลังใจ; **~ one's strength up** รักษาสุขภาพให้แข็งแรงต่อไป; **~ it up** ทำต่อไป *หรือ* ไม่ท้อแท้; **~ it up!** คงไว้อย่างนั้นแหละ; **he'll never be able to ~ it up** เขาคงจะไม่สามารถทำต่ออย่างนี้ได้; **I'm trying to ~ up my French** ฉันพยายามคอยฝึกฝนภาษาฝรั่งเศสอยู่เสมอ; **~ up one's chess/painting** เล่นหมากรุก/วาดภาพอยู่เสมอต่อไป; **they kept up a correspondence for many years** เขาติดต่อกันทางจดหมายมาเป็นเวลาหลายปี; ➡ + **appearance** B; **chin**; **end** 1 A; Ⓔ *(prevent from going to bed)* รบกวนไม่ให้เข้านอน; **are we ~ing you up?** นี่คุณไม่ได้นอนเพราะพวกเราหรือเปล่า; **they kept me up all night** พวกเขาไม่ปล่อยให้ฉันได้นอนเลยทั้งคืน; **they were kept up by their baby crying** เขาต้องตื่นทั้งคืนเพราะลูกร้องกวน

keeper /ˈkiːpə(r)/ˈคีเพอะ(ร)/ *n.* Ⓐ ➤ 489 ➡ **gamekeeper**; Ⓑ ➤ 489 ➡ **goalkeeper**; **wicket-keeper**; Ⓒ ➤ 489 *(custodian)* คนเฝ้าประตู, ผู้ปกครอง, ยาม; *(zoo~)* คนดูแลสัตว์; **~ of the keys** คนเก็บรักษากุญแจ, ต้นกุญแจ; **am I my brother's ~?** *(Bibl.)* ฉันควรจะเป็นผู้คุ้มครองป้องกันน้องชายฉันหรือ; Ⓓ *(fruit that keeps)* **these apples are good ~s** แอปเปิ้ลเหล่านี้เก็บได้นาน

keep-'fit *n.* การออกกำลังกาย

keep-'fit class *n.* ชั่วโมงออกกำลังกาย; **go to ~es** ไปเข้าชั้นเรียนออกกำลังกาย

keeping /ˈkiːpɪŋ/ˈคีพิง/ *n., no pl.* Ⓐ *no art.* **be in ~ with sth.** สอดคล้องเข้ากับ *ส.น.*; *(be suited to sth.)* เหมาะสมกับ *ส.น.*; **be out of ~ with sth.** เข้าไม่ได้กับ *ส.น.*; **the dress she wore was rather out of ~:** กระโปรงชุดที่เธอใส่ไม่ค่อยเหมาะสม; Ⓑ *(custody)* **give sth. into sb.'s ~:** ให้ *ค.น.* เก็บรักษา *ส.น.* ไว้; **the keys are in his ~:** กุญแจอยู่ในอารักขาของเขา, เขาเป็นคนเก็บรักษากุญแจไว้; **take sth. into one's ~:** นำเอา *ส.น.* มาดูแลเอง; **leave sb. in sb.'s ~:** ปล่อยให้ *ค.น.* อยู่ในความดูแลอารักขาของ *ค.น.*; Ⓒ **the apples will improve with ~:** แอปเปิ้ลพวกนี้จะรสดีขึ้นถ้าเก็บไว้สักระยะหนึ่ง

'keepsake *n.* ของที่ระลึก; **take it as** *or* **for a ~ [to remind you] of me** รับมันไว้เพื่อเป็นสิ่งเตือนใจให้คุณระลึกถึงฉัน

keg /ˈkeg/ˈเค็ก/ *n.* Ⓐ *(barrel)* ถังเล็ก ๆ ขนาดบรรจุน้อยกว่า 10 แกลลอน *(ในอังกฤษ)*/30 แกลลอน *(ในสหรัฐอเมริกา)*; Ⓑ *attrib.* **~ beer** *เบียร์ที่ใส่ไว้ในถังโลหะที่ปิดแน่นกันอากาศเข้า*

kelp /ˈkelp/ˈเคิ้ลพ/ *n.* สาหร่ายทะเลสีน้ำตาลขนาดใหญ่ในวงศ์ *Laminaria*

kelvin /ˈkelvɪn/ˈเคิ้ลวิน/ *n. (Phys.)* หน่วยวัดอุณหภูมิสัมบูรณ์

'Kelvin scale *n. (Phys.)* มาตราส่วนอุณหภูมิ *(ที่มีขีดมาตราส่วนเท่ากับมาตราเซลเซียส แต่มี 0 องศาเท่ากับ −273.16 องศาเซลเซียส ซึ่งนับเป็นค่าศูนย์องศาสมบูรณ์)*

¹ken /ˈken/ˈเค็น/ *n.* **this is beyond** *or* **outside my ~:** สิ่งนี้อยู่นอกขอบเขตของฉัน/เกินความเข้าใจของฉัน; *(beyond range of knowledge)* มันอยู่นอกเหนือความรู้ของฉัน

²ken *v.t.*, **~ned** *or* **kent** /kent/เค็นท/, **~ned** *(Scot.)* ➡ **know** 1

kennel /ˈkenl/ˈเค็น'ล/ *n.* Ⓐ บ้านไม้ของสุนัข; Ⓑ *in pl.* **[boarding] ~s** ที่รับฝากเลี้ยงสุนัขชั่วคราว; **[breeding] ~s** คอกสำหรับผสมพันธุ์สุนัข

Kentish /ˈkentɪʃ/ˈเค็นทิช/ *adj.* เกี่ยวกับเคนท์ *(จังหวัดทางตะวันออกเฉียงใต้ของอังกฤษ)*

Kenya /ˈkenjə, ˈkiːnjə/ˈเค็นเยอะ, ˈคีนเยอะ/ *pr. n.* ประเทศเคนยา

Kenyan /ˈkenjən/ˈเค็นเยิน/ ❶ *adj.* แห่งประเทศเคนยา; **sb. is ~:** *ค.น.* เป็นชาวเคนยา ❷ *n.* ชาวเคนยา

kepi /ˈkepɪ, ˈkeɪpɪ/ˈเค็พพิ, ˈเคพิ/ *n.* หมวกแก๊ปทหารฝรั่งเศส

kept ➡ **keep** 1, 2

kerb /ˈkɜːb/ˈเคิบ/ *n. (Brit.)* ขอบถนน, ขอบทางเท้า

kerb: ~-crawling *n. (Brit.)* *การขับรถช้า ๆ ไปตามถนนเพื่อหาโสเภณี*; **~ drill** *n. (Brit.)* การฝึกดูซ้ายแลขวาก่อนข้ามถนน; **~stone** *n. (Brit.)* หินแต่ละก้อนที่เรียงเป็นขอบถนน; **~ weight** *n. (Brit.)* น้ำหนักของรถเปล่า

kerchief /ˈkɜːtʃɪf, ˈkɜːtʃiːf/ˈเคอฉิฟ, ˈเคอฉีฟ/ *n. (worn on the head)* ผ้าโพกศีรษะ; *(worn around the neck)* ผ้าพันคอ

kerfuffle /kəˈfʌfl/เคอะˈฟัฟ'ล/ *n. (Brit. coll.)* ความชุลมุนวุ่นวาย, การมีเรื่อง

kernel /ˈkɜːnl/ˈเคอน'ล/ *n. (lit.)* เนื้อในของผลไม้เปลือกแข็ง; *(fig.)* แก่นแท้; **a ~ of truth** แก่นแท้ซึ่งเป็นความจริง

kerosene, kerosine /ˈkerəsiːn/ˈเคะเรอะซีน/ *n. (Amer., Austral., NZ/as tech. term)* น้ำมันพาราฟิน *(ท.ศ.)*, น้ำมันเชื้อเพลิง; *(for jet engines)* น้ำมันเชื้อเพลิงกลั่นจากน้ำมันก๊าด; *(for lamps etc.)* น้ำมันปิโตรเลียม *(ท.ศ.)*; **~ lamp** ตะเกียงที่ใช้น้ำมันก๊าด

kestrel /ˈkestr(ə)l/ˈเค็ซเตริ้ล/ *n. (Ornith.)* เหยี่ยวตัวเล็กโดยเฉพาะ *Falcotinnunculus*

ketch /ˈketʃ/ˈเค็ฉ/ *n. (Naut.)* เรือใบสองเสาโดยเสาหลังเตี้ยกว่าเสาหน้า

ketchup /ˈketʃəp/ˈเค็ฉเฉิพ/ *n.* ซอสมะเขือเทศ

ketone /ˈkiːtəʊn/ˈคีโทน/ *n. (Chem.)* สารคีโตน *(ท.ศ.)*, *สารชีวภาพที่ประกอบด้วยไฮโดรคาร์บอนสองกลุ่มโยงกับคาร์โบนีล เช่น อะซีโตน เป็นต้น*

kettle /ˈketl/ˈเค็ท'ล/ *n.* กาต้มน้ำ, หม้อต้มน้ำ; **a pretty** *or* **fine ~ of fish** *(iron.)* สถานการณ์ที่ยุ่งเหยิง; **a different** *or* **another ~ of fish** คนละเรื่องไปเลย

kettle: ~-drum *n. (Mus.)* กลองก้นกลมหน้าเดียว; **~-drummer** *n. (Mus.)* นักเล่นกลอง, มือกลอง

kettleful /ˈketlfʊl/ˈเค็ท'ลฟุล/ *n.* ปริมาณจุเต็มกาน้ำ; **a ~ of water** ปริมาณหนึ่งกาน้ำเต็ม, กาน้ำที่มีน้ำเต็ม

¹key /kiː/คี/ ❶ *n.* Ⓐ *(lit.)* กุญแจ; *(fig.)* สิ่งที่แก้ไขปัญหาได้; **the ~ to success** กุญแจที่นำไปสู่ความสำเร็จ; **the ~ to the mystery** กุญแจที่ไขไปสู่ความลับ, การแก้ไขปัญหา; Ⓑ *(place)* สถานที่สำคัญเพื่อควบคุมปฏิบัติการ; Ⓒ *(set of answers)* ชุดคำตอบ, ประมวลคำเฉลย; *(to map etc.)* คำอธิบายในแผนที่; *(to cipher)* กุญแจสำหรับแปลรหัส; Ⓓ *(translation)* คำแปล, การแปลคำต่อคำ; Ⓔ *(on piano, typewriter etc.)* แป้นดีด; *(on wind instrument)* ที่กดปุ่มปิดเปิด; Ⓕ *(Electr.)* อุปกรณ์เปิดปิดวงจรไฟฟ้า; Ⓖ *(Mus.)* บันไดเสียง, กุญแจเสียง; *(fig.: of speech or writing)* สำนวนโวหารในการพูดและการเขียน; **sing/play in/off ~:** ร้อง/เล่นถูก/ผิดระดับเสียง; Ⓗ *(Bot.)* เมล็ดพืชที่มีปีก เช่นต้นรัง; Ⓘ *(for grasping screws etc.)* ลิ่ม, สลัก, กุญแจสำหรับจับไขควง; *(for winding a clock etc.)* กุญแจไขลาน; ➡ + **house** 1 C ❷ *attrib. adj.* *(คำถาม, ตำแหน่ง)* โรงงานหลัก; *(อุตสาหกรรม)* เป็นแก่นสาร ❸ *v.t. (Computing)* **~ in** ป้อน *(ข้อมูล)*

~ **up** *v.t.* Ⓐ *(stimulate)* **~ sb. up to sth./to a state of excitement** เร้าใจ *ค.น.* ให้ทำ *ส.น.*/ให้อยู่ในภาวะตื่นเต้น; **the crowd was ~ed up for the match** ฝูงชนเร้าใจไปกับการแข่งขัน; Ⓑ *(make extremley tense)* **be all ~ed up** อยู่ในสภาวะที่ตื่นเต้นมาก; **he was all ~ed up for the great event** เขาตื่นเต้นมากด้วยการรอเหตุการณ์ที่กำลังจะมาถึง

²key *n. (Geog.)* โขดหิน หรือเกาะปะการัง *(โดยเฉพาะในหมู่เกาะอินดีสตะวันตก)*

key: ~bar *n.* ตัวยก, คันยก; **~board** ❶ *n. (of piano etc.)* คีย์บอร์ด *(ท.ศ.)* แป้นหรือแถวก้านดีด; *(of typewriter, computing etc.)* แป้นอักษรหรือแถวก้านดีด, แผงแป้นอักขระ; **~board instrument** เครื่องดนตรีที่ใช้แป้นกด; **~board operator** ผู้พิมพ์ข้อมูลผ่านเครื่องคีย์บอร์ด ❷ *v.t.* แตะ *หรือ* กดแถวก้านดีด; **~boarder** *n.* ➤ 489 ผู้ป้อนข้อมูลทางคีย์บอร์ด; **~boarding** *n. no. pl.* การพิมพ์ข้อมูลทางคีย์บอร์ด; **~boarding error** คำผิดที่เกิดจากการพิมพ์ผิด; **~ card** *n.* บัตรกุญแจ; **~ combination** *n.* การรวมปุ่มควบคุม; **~hole** *n.* รูกุญแจ; **~hole surgery** *n.* การผ่ารูกุญแจ

'keying *n. no. pl.* ➡ **keyboarding**

Key: ~note *n.* Ⓐ *(Mus.)* วลีหรือวรรคหลักของทำนองเพลง; Ⓑ *(fig.)* ความคิดหลัก; *attrib.* **~note speech** สุนทรพจน์หลัก; **~pad** *n.* แผงแป้นขนาดเล็ก; **~punch operator** *n.* คนตอกบัตร; **~ring** *n.* พวงกุญแจ; **~ signature** *n. (Mus.)* กุญแจแสดงระดับเสียง; **~stone** *n. (Archit.)* หินบนยอดโค้ง; *(fig.)* แก่นหลัก, แก่นสำคัญ; **~stroke** *n. (Computing)* การเคาะแป้น; **~word** *n.* Ⓐ *(key to cipher)* คำเฉลย, คำไขปัญหา, คำไขรหัส; Ⓑ *(significant word in indexing)* คำหลักในนามานุกรม

kg *abbr.* ➤ **1013 kilogram[s]** ก.ก.

KG *abbr. (Brit.)* **Knight [of the Order] of the Garter**

KGB *n.* เคจีบี *(ท.ศ.)*, หน่วยสืบราชการลับรัสเซีย

khaki /'kɑːkɪ/'คาคิ, 'แคคิ/ ❶ *adj.* สีกากี *(ท.ศ.)*; **~ colour/cloth** สีกากี/ผ้าสีกากี *(ที่ใช้ตัดเครื่องแบบ)* ❷ *n. (cloth)* ผ้าสีกากี; **~-coloured** เป็นสีกากี

kHz *abbr.* **kilohertz**

kibbutz /kɪ'bʊts/คิ'บุทซฺ/ *n., pl.* **kibbutzim** /kɪbut'siːm/คิบุท'ซีม/ นิคมเกษตรกรรมในประเทศอิสราเอล

kibitzer /'kɪbɪtsə(r), kɪ'bɪtsə(r)/'คิบบิทเซอะ(ร), คิ'บิทเซอะ(ร)/ *n. (coll.)* คนดูคอยให้คำแนะนำที่ผู้เล่นไม่ต้องการ; *(meddlesome person)* ผู้ที่เข้าไปยุ่งเรื่องคนอื่น, คนเสือก

kibosh /'kaɪbɒʃ/'คายบอช/ *n. (coll.)* **put the ~ on sth.** ทำให้ *ส.น.* ล้มเหลว; **that's put the ~ on his hopes, hasn't it?** นั่นคงจะทำให้เขาหมดหวัง/ล้มเหลวไปเลยใช่มั้ย

kick /'kɪk/'คิค/ ❶ *n.* Ⓐ การเตะ; *(Footb.)* การเตะ/ยิงลูก; **give sb. a ~:** เตะ *ค.น.*; **give a ~ at sth., give sth. a ~:** เตะ *ส.น.*; **give sb. a ~ in the pants** *(fig. coll.)* ผลักดันให้ *ค.น.* ลุกขึ้นทำนั่นทำนี่; **a ~ in the teeth** *(fig.)* การพูดไม่ดีใส่หน้า, การลงโทษให้ขายหน้า; Ⓑ *(Sport: burst of speed)* การเร่งความเร็ว; Ⓒ *(coll.: sharp effect, thrill)* ทำให้มีความรู้สึกซู่ซ่าขึ้นมา; *(of wine)* ที่มีรสชาติเข้มข้น; **give sb. a ~:** เร้าความรู้สึก *ค.น.*; **this beer has plenty of ~ in it** เบียร์นี้เข้มข้นทีเดียว; **he gets a ~ out of it** เขาตื่นเต้นกับสิ่งนั้น; **do sth. for ~s** ทำ *ส.น.* เพื่อความตื่นเต้น; Ⓓ *(coll.: temporary interest)* ความสนใจชั่วคราว; **be on a** *or* **the fitness ~:** เห่อการออกกำลังกายชั่วคราว; Ⓔ *(recoil of gun)* แรงสะท้อนกลับของปืน

❷ *v.i.* Ⓐ *(ม้า)* เตะ; *(เด็กทารก)* ถีบเท้าเล่น; *(นักเต้นรำ)* เหวี่ยงขาขึ้นสูง; **~ at sth.** เตะ/ถีบ *ส.น.*; **you have to ~ with your legs when doing the crawl** คุณต้องถีบขาออกเวลาว่ายน้ำท่ากบ; **~ing and screaming** *(fig.)* โต้แย้งอย่างรุนแรงแข็งขัน; Ⓑ *(show opposition)* ต่อต้าน, ต่อสู้; ➡ **+ alive** D; **prick** 3 E; **²trace**

❸ *v.t.* Ⓐ เตะ, ถีบ; **~ the door open/shut** ถีบประตูให้เปิด/ปิด; **he ~ed the ball straight at me** เขาเตะลูกบอลอัดใส่ฉัน; **~ sb. in the teeth** *(fig. coll.)* ว่าใส่หน้า *ค.น.*; **~ sb. upstairs** *(fig. coll.)* เตะโด่ง, ยก *ค.น.* ขึ้นหิ้ง; **~ a goal** ยิงประตูฟุตบอล; **I could ~ myself!** *(coll.)* ฉันโกรธตัวเองมาก; Ⓑ *(coll.: abandon)* เลิก *(นิสัยไม่ดี, สูบบุหรี่)*; **~ the habit** เลิกนิสัย; ➡ **+ ¹bucket** 1 A; **¹heel** 1 A

~ a'bout, ~ a'round ❶ *v.t.* Ⓐ ร่อนเร่ไปมาอย่างขี้เกียจ; Ⓑ *(treat badly)* ปฏิบัติอย่างไม่ดี [ต่อ *ค.น.*]; Ⓒ *(coll.: discuss unsystematically)* พูดคุยไม่เป็นเรื่องเป็นราว, โยนความคิดไปมา ❷ *v.i.* Ⓐ *(coll.: wander about)* ร่อนเร่ไปเรื่อย ๆ; Ⓑ **be ~ing about** *or* **around** *(coll.: be present, alive)* ยังมีชีวิตอยู่; **old Thomson is still ~ing around** *(is still alive)* ตาแก่ทอมสันยังอยู่ดี; Ⓒ **be ~ing about** *or* **around** *(coll.: lie scattered)* นอนเกะกะ, วางอยู่กระจัดกระจาย; **is there a sandwich ~ing around?** พอจะมีแซนด์วิชเหลืออยู่บ้างมั้ย

~ 'back ❶ *v.i.* Ⓐ *(~ in retaliation)* เตะกลับ; *(fig.)* ตีกลับ; Ⓑ *(recoil)* *(ปืน)* ตีกลับ ❷ *v.t.* Ⓐ เตะ *(ลูกบอล)* กลับ; ใช้เท้าถีบออก *(ผ้าห่ม, ผ้าคลุมเตียง)*; Ⓑ *(~ in retaliation)* ตอบโต้, แก้เผ็ด; ➡ **+ kickback**

~ 'in *v.t. (break, damage)* เตะเข้าไป *(ประตู)*

~ 'off ❶ *v.t.* สะบัดออก *(รองเท้า, เสื้อผ้า)* ❷ *v.i. (Footb.)* เริ่มเล่น, ตั้งเตะลูกครั้งแรก; *(fig. coll.: start)* ตั้งต้น; ➡ **+ kick-off**

~ 'out *v.t. (force to leave)* โยนออกไป, ไล่ออกไป; **get ~ed out** ถูกไล่ออก; **get ~ed out of one's job** ถูกไล่ออกจากงาน

~ 'up *v.t.* Ⓐ *(raise by ~ing)* เตะขึ้นมา *(ทราย, ฝุ่น)*; *(ยางรถยนต์)* ทำให้ *(หิน)* กระเด็นขึ้นมา; Ⓑ *(coll.: create)* **~ up a fuss/row** ทำเรื่องยุ่งขึ้นมา; **~ up a stink** โวยวายขึ้นมา

kick: ~back *n. (coll.: bribe)* เงินทุจริต, สินบน; **~-down** *n. (Motor Veh.)* เปลี่ยนเกียร์รถยนต์ทันทีเมื่อเหยียบคันเร่งจนมิด, สวิตช์เกียร์ต่ำอัตโนมัติ; **~-off** *n.* Ⓐ *(Footb.)* การเขี่ยลูก, การตั้งเตะลูกครั้งแรก; *(fig.: start)* **for a ~-off** *(coll.)* สำหรับการเริ่มต้น; Ⓑ *(inaugural event)* ปฐมฤกษ์; **~-start** ❶ *n.* Ⓐ คันถีบสตาร์ทรถ; Ⓑ *(fig.)* การเริ่มต้นใหม่ ❷ *v.t.* Ⓐ ใช้อุปกรณ์สตาร์ทรถ; Ⓑ *(fig.)* กระตุ้น *(อุตสาหกรรม)*; **~-start sb.'s career** ช่วยให้ชีวิตทำงานของ *ค.น.* เริ่มต้น; **~-starter** *n. (Motor Veh.)* คันถีบสตาร์ทรถ; **~-turn** *n. (Skiing)* การกลับตำแหน่งยืนบนภูเขา

kid /'kɪd/'คิด/ ❶ *n.* Ⓐ *(young goat)* ลูกแพะ; Ⓑ *(leather)* หนังลูกแพะ; Ⓒ *(coll.: child)* เด็ก; *(Amer. coll.: young person)* หนุ่มสาว; **these ~s are driving me mad today** วันนี้พวกเด็ก ๆ กวนประสาทฉันเต็มทน; **you're still only a ~:** คุณยังเป็นเด็กอ่อนหัดอยู่; **OK, ~s, let's go** *(Amer.)* เอาล่ะเพื่อน ๆ ไปกันเถอะ; **college ~** *(Amer.)* นักศึกษามหาวิทยาลัย; **what a great ~ she is!** *(Amer.)* เธอช่างเป็นเด็กยอดเยี่ยมจริง ๆ; **it's ~[s'] stuff** *(coll.: easy)* ง่ายเหมือนปอกกล้วย; **I'm too old for that ~s' stuff** ฉันแก่เกินไปสำหรับเรื่องเด็ก ๆ อย่างนี้; **~ brother/sister** *(coll.)* น้องชาย/น้องสาว

❷ *v.t.*, **-dd-** *(coll.) (hoax)* แกล้งหลอก; *(deceive)* หลอกลวง; *(tease)* ล้อเล่น; **I ~ you 'not** จริง ๆ นะ; **~ oneself** หลอกตัวเอง

❸ *v.i.*, **-dd-** *(coll.)* **be ~ding** ล้อเล่น; **you've got to be ~ding!** นี่คุณพูดเล่นใช่ไหม; **no ~ding** นี่เรื่องจริงนะ

kiddie /'kɪdɪ/'คิดดิ/ *n. (coll.)* เด็กเล็ก ๆ; **all right ~s, off to bed with you** เอาละเด็ก ๆ ไปนอนได้แล้ว; **I wish I had some ~s of my own** ฉันอยากมีลูกของตัวเองบ้าง

kid 'glove *n.* ถุงมือที่ทำด้วยหนังลูกแพะ; **handle** *or* **treat sb. with ~s** *(fig.)* กระทำต่อ *ค.น.* ด้วยความละเอียดอ่อน

kid-'glove *adj.* อ่อนโยน, นิ่มนวล; **give sb. the ~ treatment** ปฏิบัติต่อ *ค.น.* ด้วยความละเมียดละไม

kidnap /'kɪdnæp/'คิดแนพ/ *v.t., (Brit.)* **-pp-** ลักพา, พาหนี, ลักตัว *(บุคคล)*; ขโมย *(สัตว์)*; *(to obtain ransom)* ลักตัวเรียกค่าไถ่

kidnapper /'kɪdnæpə(r)/'คิดแนเพอะ(ร)/ *n.* ผู้ลักพาตัวคนไปเรียกค่าไถ่

kidney /'kɪdnɪ/'คิดนิ/ *n.* Ⓐ ➤ **118** *(Anat., Gastr.)* ไต; **steak and ~ pie/pudding** ➡ **steak**; Ⓑ *(fig.: temperament)* อารมณ์, อุปนิสัย; **of the same/right** *etc.* **~:** มีอุปนิสัยเหมือนกัน/เหมาะสม ฯลฯ

kidney: ~ bean *n.* ถั่วแดงรูปกลมคล้ายไต; *(scarlet runner bean)* ถั่วแขกเถาดอกสีแดงเข้ม; **red ~ bean** ถั่วแดง; **~ dish** *n.* ถาดเล็ก ๆ รูปร่างคล้ายไตที่ใช้ในโรงพยาบาล; **~ failure** *n.* ➤ **453** อาการไตวาย; **~ machine** *n.* ไตเทียม; **~-shaped** *adj.* มีรูปร่างคล้ายไต; **~ table** *n.* โต๊ะรูปไต; **~-vetch** *n.* กระเจี๊ยบมอญ *Anthyllis rulneraria*

Kiel Canal /kiːl kə'næl/คีล เคอะ'แนล/ *pr. n.* คลองคีล *(ท.ศ.)* เชื่อมระหว่างทะเลเหนือกับทะเลบอลติก

kilim /kɪ'liːm, 'kiːlɪm/คิ'ลีม, 'คีลิม/ *n.* พรมชนิดเรียบจากประเทศแถบตะวันออกกลาง

Kilkenny cat /kɪlkenɪ 'kæt/คิลเคอะนิ 'แคท/ *n.* **fight like ~s** ต่อสู้กันอย่างดุเดือด; *(fig.)* สู้กันจนเลือดหยดสุดท้าย

kill /'kɪl/'คิล/ ❶ *v.t.* Ⓐ ฆ่า; *(deliberately)* จงใจฆ่า; *(การสูบบุหรี่)* ถึงแก่ตายได้; **be ~ed in action/war** ตายในหน้าที่/ในสงคราม; **shoot to ~:** ยิงให้ตาย; **too much drink can ~ you** ดื่มมากเกินไปอาจทำให้คุณตายได้; **~ or cure sb./sth.** ใช้มาตรการโหดเหี้ยม/เด็ดขาดกับ *ค.น./ส.น.* ซึ่งอาจสำเร็จหรือไม่; **be ~ed in a car crash** ตายในอุบัติเหตุทางรถยนต์; **grief/the shock almost ~ed her** เธอเกือบจะตายเพราะความโศกเศร้า/ความตกใจ; **it won't ~ you** *(iron.)* แค่นี้คงจะไม่ถึงกับตายหรอก; **that last stretch [nearly] ~ed me!** การเดินทางช่วงสุดท้ายทำให้ฉันเกือบตาย; **~ oneself** ฆ่าตัวตาย; **I'm ~ing myself with this work** งานนี้จะทำให้ฉันตายแน่; **~ oneself laughing** *(fig.)* หัวเราะเกือบตาย; Ⓑ *(coll.: cause severe pain to)* **my feet are ~ing me** เท้าฉันเจ็บเป็นบ้าเลย; **it is ~ing me** มันทำให้ฉันเจ็บปวดมาก; Ⓒ ฆ่า *(เชื้อโรค)*; ปล่อย *(ต้นไม้)* ให้ตายไป; ดับ *(รสชาติ)*; ทำให้ *(เรื่องล้อเล่น)* ไม่ตลก; *(put an end to)* ทำให้ *(ความรู้สึก)* หมดไป; ทำลาย *(ความเชื่อถือ, ความหวัง)*; **~ sb.'s ambition** ทำลายความทะเยอทะยานของ *ค.น.*; Ⓓ **~ time** ฆ่าเวลา; **I've got such a lot of time to ~ at the moment** ช่วงนี้ฉันมีเวลาว่างมากมาย; **~ an hour** ฆ่าเวลาหนึ่งชั่วโมง; Ⓔ *(obtain meat from)* ฆ่าสัตว์เพื่อเอาเนื้อ, ล่าสัตว์; **~ meat** ล่า/ฆ่าสัตว์; Ⓕ *(overwhelm)* ทำให้รู้สึกท่วมท้น, เอาชนะ; **dress to ~:** แต่งตัวอย่างจงใจที่จะยั่วยวน; Ⓖ *(switch off)* ปิด *(สวิตช์)*; *(extinguish)* ดับ *(ไฟ, บุหรี่)*; Ⓗ *(coll.) (eat)* เขมือบ; *(drink)* ดื่มอย่างกระหาย; Ⓘ *(Footb.)* หยุดลูกบอล; *(Tennis)* ตีลูกที่ตีกลับไม่ได้; Ⓙ *(defeat, veto)* ต่อต้าน, คัดค้าน, ขัดขวางไม่ให้เกิดผล *(พระราชบัญญัติ)*; ➡ **+ bird** A

❷ *n.* Ⓐ *(~ing of game)* การล่าสัตว์; *(prey)* การล่าเหยื่อ; **the tiger has made a ~/is on the ~:** เสือฆ่าเหยื่อ *(สัตว์ล่า)* ตายแล้ว/เสือกำลังออกล่าเหยื่อ; **move in for the ~:** กระโจนเข้าฆ่าเหยื่อ; *(fig.)* เงื้อสุดเอื้อมเพื่อจะตีให้เด็ดขาดไป; **be in at the ~ = be in at the death** ➡ **death** A; Ⓑ *(Hunting: amount)* จำนวนสัตว์ที่ล่า; Ⓒ *(destruction) (of aircraft)* การทำลาย; *(of ship)* การจมเรือ

~ 'off *v.t.* ทำลาย *(ศัตรู, คู่แข่ง)*; ฆ่า *(โครงการ)*; *(น้ำแข็ง)* ทำลาย *(ต้นไม้)*; กำจัด *(สัตว์, ศัตรู)*; ปล่อยให้ตาย *(ตัวละคร)*

killer /'kɪlə(r)/'คิลเลอะ(ร)/ *n.* ฆาตกร; *(murderous ruffian)* คนโหดเหี้ยม; **be a ~:** *(โรค)* ที่ทำให้ถึงตายได้; *attrib.* **the ~ instinct** สัญชาตญาณในการฆ่า, สัญชาตญาณที่จะเอาชนะ; ➡ **+ humane killer**

'killer whale *n.* ปลาวาฬที่กินเนื้อและมีนิสัยดุร้าย *Orcinns orca*

killing /'kɪlɪŋ/'คิลลิง/ ❶ *n.* Ⓐ การฆ่า, การสังหาร; ปาณาติบาต *(ร.บ.)*; **the ~ of the three children** การสังหารเด็กสามคน; Ⓑ *(instance)* การฆ่าครั้งหนึ่ง; Ⓒ *(fig. coll.: great success)* ความสำเร็จอย่างมหาศาล; **make a ~** *(make a great profit)* ได้ผลกำไรงดงาม
❷ *adj.* Ⓐ ถึงตาย, เกี่ยวกับการฆ่า; Ⓑ *(coll.: exhausting)* ทำให้เหนื่อยอ่อนมาก; Ⓒ *(coll.: attractive, amusing, etc.)* ดึงดูดความสนใจ, ขบขันมาก

killing field *n.* ทุ่งสังหาร

killingly /'kɪlɪŋlɪ/'คิลลิงลิ/ *adv.* **~ funny** ตลกขบขันมากจนหัวเราะเกือบตาย

'killjoy *n.* ผู้ทำลายความสนุกสนานของผู้อื่น

kiln /'kɪln/'คิลนฺ/ *n. (for burning/drying)* เตาอบแห้ง, เตาเผา

'kiln-dry *v.t.* อบให้แห้ง *(เซรามิก, กระเบื้อง ดินเผา, เมล็ดธัญพืช)*

kilo /'kiːləʊ/'คีโล/ *n., pl.* **~s** ➤ **1013** กิโล

kilo- /'kɪlə/'คิลเลอะ/ *pref.* กิโล-

'kilobyte *n. (Computing)* กิโลไบท์ *(ท.ศ.) (หน่วยวัดสมรรถนะความจำในเครื่องคอมพิวเตอร์)*

kilocalorie /'kɪləʊkælərɪ/'คิลโลแคเลอะริ/ *n.* หน่วยวัดปริมาณแคลอรี

'kilocycle /'kiːləʊsaɪkl/'คีโลไซค'ล/ *n. (frequency unit)* กิโลไซเกิล *(ท.ศ.) (หน่วยวัดความถี่ของกระแสไฟฟ้าสลับหรือคลื่นวิทยุ มีค่าเท่ากับ 1,000 ไซเกิลต่อวินาที)*

'kilogram, 'kilogramme /'kɪləgræm/'คิเลอะแกรฺม/ *n.* ➤ **1013** กิโลกรัม

'kilohertz /'kɪləhɜːts/'คิลเลอะเฮิทซฺ/ *n. (Phys.)* กิโลเฮิรตซ์ *(ท.ศ.) (หน่วยวัดความถี่ของกระแสไฟฟ้าสลับหรือคลื่นวิทยุเท่ากับ 1,024 เฮิรตซ์)*

kilometre *(Brit.: Amer.:* **kilometer***)* /'kɪləmiːtə(r)/'คิลเลอะมีเทอะ(ร)/kɪ'lɒmɪtə(r)/คิล'เลอะมีเทอะ(ร)/ *(Brit.), n.* ➤ **850** กิโลเมตร

'kilowatt /'kɪləwɒt/'คิลเลอะวอท/ *n. (Electr., Phys.)* กิโลวัตต์ *(ท.ศ.) (หน่วยวัดกำลังมีค่าเท่ากับ 1,000 วัตต์)*

'kilowatt-hour *n. (Electr., Phys.)* *หน่วยวัดกำลังไฟฟ้า มีค่าเท่ากับ 1,000 วัตต์ต่อหนึ่งชั่วโมง*

kilt /'kɪlt/'คิลทฺ/ *n.* Ⓐ *(Scot.)* กระโปรงสั้นพับจีบที่ผู้ชายสกอตนุ่ง; Ⓑ *(women's garment)* กระโปรงจีบสั้นลายตาหมากรุก

kilted /'kɪltɪd/'คิลทิด/ *adj.* นุ่งกระโปรงคิลท์; **be ~:** นุ่งกระโปรงคิลท์

kilter /'kɪltə(r)/'คิลเทอะ(ร)/ *n. (Amer.)* **be out of ~** *(out of order)* ไม่เรียบร้อย, ใช้การไม่ได้; *(out of alignment)* ไม่เพ่งตรง

kimono /kɪ'məʊnəʊ, US -nə/คิ'โมโน, -เนอะ/ *n., pl.* **~s** ชุดกิโมโน *(ท.ศ.) (เครื่องแต่งกายหญิงประจำชาติญี่ปุ่น)*

kin /'kɪn/'คิน/ ❶ *n. (ancestral stock)* กลุ่มคนที่มีความสัมพันธ์ฉันญาติ; *(relatives)* ญาติ, ญาติพี่น้อง; *(relation)* ญาติ; ➡ + **kith; next** 3 C
❷ *pred. adj.* เป็นญาติกัน

[1]**kind** /kaɪnd/คายนฺดฺ/ *n.* Ⓐ *(class, sort)* ชนิด, แบบอย่าง, ประเภท; **several ~s of apples** แอปเปิ้ลหลาย ๆ ชนิด; **all ~s of things/excuses** สิ่งของ/ข้อแก้ตัวทุกประเภท; **all ~s of people enjoy that programme** คนทุกหมู่เหล่าสนุกสนานเพลิดเพลินกับรายการนั้น; **no ... of any ~:** ไม่...อย่างใดเลย; **good of its ~:** ดีในระดับของมัน; **books of every ~:** หนังสือทุกชนิด; **be [of] the same ~:** ชนิดเดียวกัน; **I know [you and] your ~:** ฉันรู้จักคนแบบคุณดี; **people/things of this ~:** คน/ของชนิดนี้; **she's not the ~ [of person] to talk scandal** เธอไม่ใช่ [คน] ประเภทที่ชอบพูดเรื่องอื้อฉาว; **something/nothing of the ~:** เป็นอะไรแบบนี้/ไม่ได้เป็นเช่นนั้นเลย; **you'll do nothing of the ~!** คุณอย่าคิดจะทำอะไรแบบนั้นหรอก; **two of a ~:** สองสิ่งที่เหมือนกัน; **they differ** *or* **are different in ~:** เขาแตกต่างกัน; **I suppose it was art of a ~:** *(derog.)* ก็พอจะเป็นศิลปะประเภทหนึ่ง; **Was there any entertainment? – Well, of a ~:** *(derog.)* มีอะไรที่เพลิดเพลินบันเทิงใจบ้างไหม? เออก็พอจะมีอยู่บ้าง; **what ~ is it?** มันเป็นชนิดอะไร; **what ~ of [a] tree is this?** นั่นต้นไม้ชนิดใด; **what ~ of people are they?** พวกเขาเป็นคนแบบไหนกัน; **what ~ of thing are you going to wear?** คุณจะใส่เสื้อผ้าแบบไหน; **what ~ of [a] fool do you take me for?** คุณคิดว่าฉันโง่ขนาดไหน; **what ~ of [a] person do you think I am?** คุณเห็นว่าฉันเป็นคนประเภทไหน; **the ~ of person we need** [นี่คือ] คนแบบที่เราต้องการ; **this is exactly the ~ of house we're looking for** นี่คือบ้านอย่างที่เรากำลังมองหาอยู่; **they are the ~ of people who ...:** พวกเขาเป็นคนแบบที่...; **this ~ of food/atmosphere** อาหารชนิดนี้/บรรยากาศแบบนี้; **these ~ of people/things** *(coll.)* คนประเภทนี้/ของชนิดนี้; Ⓑ *(implying vagueness)* **a ~ of ...:** จำพวก...; **~ of interesting/cute** *etc. (coll.)* ที่น่าสนใจ/น่ารักพอใช้; Ⓒ *(race)* **the human ~:** เผ่าพันธุ์มนุษย์, เพศของมนุษย์; **one's own ~:** คนร่วมหมู่, คนที่มีคล้ายคลึงกัน; Ⓓ **in ~** *(not in money) (จ่าย)* เป็นสิ่งของ; **pay in ~:** จ่ายเป็นสิ่งของ; **benefits in ~:** ได้ผลประโยชน์เป็นสิ่งของ; **pay back** *or* **repay sth. in ~** *(fig.)* จ่ายคืน *ส.น.* ด้วยวิธี/ของแบบเดียวกัน

[2]**kind** *adj. (of gentle nature)* เมตตา, กรุณา, ใจดี, หวังดี; *(showing friendliness)* แสดงความเป็นมิตร; *(affectionate)* น่ารัก, อบอุ่น, เป็นใจ; **if the weather is ~:** ถ้าอากาศดี; **have a ~ heart** มีใจเมตตากรุณา; **would you be so ~ as to** *or* **~ enough to do that?** คุณจะกรุณาช่วยทำหน่อยได้ไหม; **be ~ to animals/children** เมตตากรุณาต่อสัตว์/เด็ก ๆ; **oh, you 'are ~!, that 'is ~ of you** คุณช่างใจดีอะไรเช่นนี้; **how ~!** ใจดีจริง ๆ

kinda /'kaɪndə/'คายนฺเดอะ/ *(coll.)* = **kind of; I ~ like that** ฉันออกจะชอบสิ่งนั้น; **that ~ thing** ของแบบนั้น, เช่นนั้น

kindergarten /'kɪndəgɑːtn/'คินเดอะ(ร)กา(ร)ท'น/ *n.* โรงเรียนอนุบาล; *(forming part of a school)* ชั้นเรียนก่อนประถมศึกษา

kind-hearted /kaɪnd'hɑːtɪd/คายนฺดฺ'ฮา(ร)ทิด/ *adj.* กรุณา, ใจดี, มีไมตรีจิต

kindle /'kɪndl/'คินด'ล/ ❶ *v.t.* Ⓐ *(light)* จุดไฟ, ทำให้ลุกเป็นเปลว; *(fig.: inflame)* ปลุกเร้า *(ความรัก, ความโกรธ)*; Ⓑ *(make bright)* ทำให้สว่าง
❷ *v.i.* Ⓐ *(catch fire)* ลุกเป็นไฟ; *(fig.: become animated)* รู้สึกกระฉับกระเฉงขึ้น, มีชีวิตชีวาขึ้น; *(fig.: flare up)* เริ่มลุกไหม้, วาบขึ้น; Ⓑ *(become bright) (ตา)* มีประกาย **(with** ด้วย), ลุกวาว; *(แสงไฟ)* สว่างขึ้น; *(start to glow)* เริ่มลุกไหม้, สว่างเรืองขึ้น

kindliness /'kaɪndlɪnɪs/'คายนฺลินิซ/ *n., no pl.* ความใจดี; *(gentleness of nature)* ความกรุณา, ความปรานี, ความมีใจเมตตา

kindling /'kɪndlɪŋ/'คินดลิง/ *n., no pl., no indef. art. (for lighting fire)* เชื้อไฟ

kindly /'kaɪndlɪ/'คายนฺดลิ/ ❶ *adv.* Ⓐ อย่างเมตตา, อย่างกรุณาปรานี, อย่างใจดี; **..., she said ~:** เธอพูด...อย่างเมตตา...; Ⓑ *in polite request etc.* กรุณาหน่อยได้ไหม; Ⓒ **take sth. ~:** ยอมรับ *ส.น.* อย่างยินดี; **take ~ to sth./sb.** รับ *ส.น./ค.น.* เป็นมิตรอย่างรวดเร็ว; **he didn't take at all ~ to the suggestion** เขาไม่ได้ยินดียอมรับข้อเสนอ; **I wouldn't take ~ to anything like that** ฉันจะไม่ยอมรับเรื่องเช่นนั้นอย่างง่าย ๆ หรอกนะ; Ⓓ **thank sb. ~:** ขอบคุณ *ค.น.* อย่างยิ่ง; **thank you ~:** ขอบคุณอย่างจริงใจ
❷ *adj.* Ⓐ เมตตา, กรุณา, ปรานี, ใจดี; *(good-natured, kind-hearted)* โอบอ้อมอารี, ปรารถนาดี, เอ็นดู; Ⓑ *(pleasant)* น่ารัก, น่าพอใจ, น่ายินดี; *(favourable)* ด้วยความชอบ, เหมาะสม

kindness /'kaɪndnɪs/'คายนฺดฺนิซ/ *n.* Ⓐ *no pl. (kind nature)* ความใจดี, ความกรุณา, ความเมตตา; **do sth. out of ~:** ทำ *ส.น.* จากความเมตตาปรานี; **out of the ~ of one's heart** ด้วยความกรุณาจากใจ; Ⓑ *(kind act)* ความช่วยเหลือ; **do sb. a ~:** แสดงความเมตตากรุณาต่อ *ค.น.*

kindred /'kɪndrɪd/'คินดริด/ ❶ *n., no pl.* Ⓐ *(blood relationship)* ความสัมพันธ์ระหว่างญาติเชื้อสายเดียวกัน; Ⓑ *(one's relatives)* ญาติพี่น้อง ❷ *adj.* Ⓐ *(related by blood)* เกี่ยวพันทางสายเลือด; Ⓑ *(fig.) (connected)* เกี่ยวข้อง, เกี่ยวดอง, พัวพันกัน; *(similar)* คล้ายกัน

kindred 'spirit *n.* จิตใจที่เหมือนกัน, วิญญาณจิตที่ผูกพันกัน

kinetic /kɪ'netɪk, kaɪ'netɪk/คิ'เน็ททิค, คาย'-/ *adj.* เกี่ยวกับความเคลื่อนไหว, มีพลังวังชา, ที่เป็นพลังงานจลน์

kinetic: ~ art *n.* ศิลปะที่มีบางส่วนเคลื่อนไหวได้; **~ energy** *n.* พลังงานจลน์, พลังงานที่เกี่ยวกับการเคลื่อนไหวของวัตถุ

king /'kɪŋ/'คิง/ *n.* Ⓐ พระมหากษัตริย์, พระราชา; **live like a ~:** อยู่อย่างพระราชา, หรูหราฟุ่มเฟือย; **a feast fit for a ~:** งานเลี้ยงที่เหมาะสมสำหรับพระราชา; **[the First/Second Book of] K~s** *(Bibl.) คัมภีร์สองเล่มแรกว่าด้วยประวัติของอาณาจักรยิวโบราณ;* **K~ of ~s** *(God)* พระเยซูคริสต์, พระเจ้า, พระยะโฮวาห์; **K~ of the Castle** *การเล่นของเด็กโดยผู้เล่นฝ่ายหนึ่งจะพยายามไล่ฝ่ายตรงข้ามออกจากที่มั่นซึ่งสมมติเป็นเนินเขา;* **be the ~ of the castle** *(fig.)* เป็นฝ่ายได้เปรียบ, มีพลังอำนาจมากกว่า; **~ of beasts/birds** ราชาแห่งสัตว์ทั้งหลาย/แห่งนก; Ⓑ *(great merchant, player, etc.)* ราชา, คนสำคัญ, ผู้ยิ่งใหญ่; **oil ~:** ราชาน้ำมัน; Ⓒ *(Chess, Cards)* ตัวขุน; *(Draughts)* ตัวราชินี; **~'s bishop/knight/pawn/rook** ตัวขุน/ม้า/ตัวเล็ก/ตัวประสาทในเกมหมากรุก; **~ of hearts** ตัว "ราชา" โพธิ์แดง; ➡ + **bench** H; **colour** 1 J; **counsel** 1 C; **English** 2 A; **evidence** 1 B; **guide** 1 E; **highway** A; **messenger** B; **ransom** 1; **save** 1 C; [1]**scout** 1 A; **shilling**

king: ~ 'cobra *n.* งูจงอางอินเดีย *Ophiophagus hannah*; **~ crab** *n.* Ⓐ แมงดาทะเล; Ⓑ *(Amer.: edible spider crab)* ปูม้า; **~cup** *n. (Bot.)* Ⓐ *(buttercup)* ไม้ดอกเล็ก ๆ ดอกเป็นรูปถ้วยสีเหลือง; Ⓑ *(Brit.: marsh marigold)* ดาวเรืองดอกใหญ่ที่ขึ้นในที่แฉะ

kingdom /'kɪŋdəm/'คิงเดิม/ *n.* Ⓐ ราชอาณาจักร, อาณาจักร, เขตการปกครองที่มีกษัตริย์เป็นประมุข; **the ~ of Thailand** ราชอาณาจักรไทย; ➡ + **United Kingdom**; Ⓑ *(reign of God, sphere*

kingfisher | knee 500

of reign) ปริมณฑลแห่งเทวอำนาจ, ขอบเขตแห่งอำนาจสูงสุดของพระผู้เป็นเจ้า; **the ~ of God** อาณาจักรของพระเจ้า; **thy ~ come** อาณาจักรของพระเจ้าจะมาถึง; **the ~ of heaven** อาณาจักรสวรรค์, สรวงสวรรค์; **wait till ~ come** *(coll.)* คอยจนกระทั่งกัลปาวสาน; **blast sb. to ~ come** *(coll.)* ฆ่า *ค.น.;* Ⓒ *(domain)* โลก; **the ~ of thought** อาณาจักรความคิด; Ⓓ *(province of nature)* อาณาเขต; **animal/vegetable/mineral ~:** อาณาเขตของสัตว์/พืชพันธุ์/แร่ธาตุ; **~ of nature** อาณาเขตธรรมชาติ

king: ~fisher *n. (Ornith.)* นกกินปลาในวงศ์ Alcedinidae เช่น นกกระเต็น; **K~ 'James ['s] Bible** *or* **Version = Authorized Version;** ➡ **authorize** B

kingly /ˈkɪŋlɪ/ˈคิงลิ/ *adj.* เหมือนกษัตริย์, ในฐานะกษัตริย์, อย่างกษัตริย์

king: ~maker *n.* ผู้กำหนดตัวประมุขของรัฐ, ผู้ที่ใช้อิทธิพลทางการเมืองสร้างผู้นำ; **~ 'penguin** *n.* นกเพนกวินขนาดใหญ่สุดพบทางขั้วโลกใต้; **~pin** *n. (lit.)* สลักตัวสำคัญในการก่อสร้าง, เสาหลัก, เสาเอก; *(fig.: essential person or thing)* บุคคล/สิ่งหลัก *(most prominent person or organization)* บุคคลสำคัญที่สุด, องค์การที่สำคัญที่สุด; **he's the ~pin in the team** เขาเป็นคนสำคัญที่สุดในทีม

kingship /ˈkɪŋʃɪp/ˈคิงชิพ/ *n.* Ⓐ *no pl., no art. (office of king)* ราชย์ *(ร.บ.)*, พระราชสถานะของกษัตริย์; Ⓑ *(rule of king)* พระราชอำนาจในการปกครอง

'king-size[d] /ˈkɪŋsaɪzd/ˈคิงซายซฺด/ *adj. (เตียง, เสื้อผ้า)* มีขนาดใหญ่กว่าธรรมดา, ใหญ่พิเศษ

kink /kɪŋk/คิงคฺ/ ❶ *n.* Ⓐ *(in pipe, wire, etc.)* การโค้งงอ, การหักงอ; *(in rope)* รอยปมเชือก; *(in hair, wool)* ลอนผม, รอยหยิก; Ⓑ *(fig.: mental peculiarity)* ความคิดประหลาด ๆ ❷ *v.i.* โค้ง, งอ, *(ผม)* หยิกเป็นลอน ❸ *v.t.* ทำให้งอ, ทำให้โค้ง, ผูกเป็นปม, ทำเงื่อน

kinkajou /ˈkɪŋkədʒuː/ˈคิงเคอะจู/ *n. (Zool.)* สัตว์เลี้ยงลูกด้วยนมชนิด *Potos flavus* ซึ่งกินผลไม้เป็นอาหาร

kinky /ˈkɪŋkɪ/ˈคิงคิ/ *adj.* Ⓐ งอ, คด; *(ผม)* หยิกเป็นลอน; Ⓑ *(coll.: bizarre, perverted)* ผิดปกติ; *(sexually)* วิปริตทางเพศ

kinsfolk /ˈkɪnsfəʊk/ˈคินซฺโฟค/ *n. pl.* ญาติพี่น้อง

kinship /ˈkɪnʃɪp/ˈคินชิพ/ *n.* Ⓐ *(blood relationship)* ความสัมพันธ์ทางสายเลือด; Ⓑ *(similarity)* ความคล้ายกัน; *(spiritual)* ความรู้สึกใกล้ชิดทางจิตใจ, ทางความคิด

kinsman /ˈkɪnzmən/ˈคินซฺเมิน/ *n., pl.* **kinsmen** /ˈkɪnzmən/ˈคินซฺเมิน/ ญาติชาย

kinswoman /ˈkɪnzwʊmn/ˈคินซฺวุเมิน/ *n.* ญาติหญิง

kiosk /ˈkiːɒsk/ˈคีออซคฺ/ *n.* Ⓐ *(outdoor structure)* แผงขาย *(หนังสือ, ขนม)* ข้างถนน; *(Brit.: indoor structure)* แผงขายของเล็ก ๆ น้อย ๆ; Ⓑ *(public telephone booth)* ตู้โทรศัพท์สาธารณะ

kip /kɪp/คิพ/ *(Brit. coll.)* ❶ *n.* Ⓐ *(sleep)* การนอนหลับ; **have a** *or* **get some ~:** ไปนอน; Ⓑ *(bed)* เตียง, ที่พักแรมราคาถูก ❷ *v.i.*, **-pp-** หลับ, นอน; **~ down** พักผ่อน, สงบใจ

kipper /ˈkɪpə(r)/ˈคิพเพอะ(ร)/ ❶ *n.* ปลาแฮริ่งรมควัน ❷ *v.t.* รมควัน *(ปลา)*; **~ed** *(ปลา, หอย)* รมควัน

kirk /kɜːk/เคิ(ร)ค/ *n. (Brit.)* Ⓐ *(Scot., N. Engl.: church)* โบสถ์; Ⓑ **the K~ [of Scotland]** โบสถ์ของสกอตแลนด์ นิกายหนึ่งในสกอตแลนด์

kirsch[wasser] /ˈkɪəʃ(vʌsə(r))/ˈเคียช (เวิชเซอะ(ร))/ *n.* เหล้าที่กลั่นจากเชอร์รี่หมัก

kiss /kɪs/คิซ/ ❶ *n.* การจูบ, การจุมพิต; **the ~ of death** *(apparently friendly act causing ruin)* การกระทำที่นำโชคร้ายมาให้; *(act putting an end to sth.)* สิ่งที่ทำให้จบสิ้น; **give sb./***(fig.)* **sth. the ~ of life** *(Brit.)* ช่วยชีวิต *ค.น.* ด้วยการเป่าปากเพื่อให้หายใจ/ช่วย *ส.น.* ให้อยู่ต่อได้; **by administering the ~ of life** การช่วยหายใจโดยเป่าลมปากต่อปาก; **the ~ of peace** การกอดกันเพื่อแสดงความรักความสามัคคีในพิธีคริสเตียน; ➡ + **ˈblow** 2 B
❷ *v.t.* จูบ, จุมพิต; **~ sb. good night/goodbye** จูบ *ค.น.* ก่อนนอน/จูบลา *ค.น.;* **it hurts, mummy – ~ it better** *(child lang.)* แม่จ๋าเจ็บจังแม่ช่วยเป่าหน่อย; **~ sb.'s hand** จูบมือ *ค.น.* ❸ *v.i.* จูบกัน; **~ and make up** จูบกันแล้วก็คืนดีกันซะ

~ a'way *v.t.* ปลอบประโลม *(ซับน้ำตา)* ด้วยจูบ; **~ away sb.'s tears** ซับน้ำตา *ค.น.* ด้วยจูบ

kissable /ˈkɪsəbl/ˈคิซเซอะบ'ล/ *adj.* น่าจูบ, น่าจุมพิต; **~ lips/mouth** ริมฝีปาก/ปากที่น่าจูบ

kisser /ˈkɪsə(r)/ˈคิซเซอะ(ร)/ *n. (sl.: mouth, face)* ใบหน้า

kissing /ˈkɪsɪŋ/ˈคิซซิง/ ❶ *adj.* เกี่ยวกับการจูบ ❷ *n.* การจูบ

kissogram /ˈkɪsəgræm/ˈคิซเซอะแกฺรม/ *n.* การส่งคนหล่อ/สวยมาอวยพรโดยการจูบ

'kiss-proof *adj. (ลิปสติก)* จูบแล้วสีไม่หลุดลอก

kit /kɪt/คิท/ ❶ *n.* Ⓐ *(personal equipment)* ของส่วนตัว; **have you got all your ~ together?** คุณรวบรวมของส่วนตัวไว้หมดหรือยัง; Ⓑ *(Brit.: set of items)* ชุด; **construction/self-assembly ~:** สิ่งของที่ต้องประกอบเอง; **repair ~:** กล่องเครื่องมือซ่อม/ช่าง; ➡ + **tool kit;** Ⓒ *(Brit.: clothing etc.)* **sports ~:** ชุดกีฬา; **riding/skiing/shooting ~:** ชุดขี่ม้า/ชุดสกี/ชุดยิงปืน; Ⓓ *(Brit. Mil.)* เครื่องมือและอุปกรณ์ป้องกันตัวทั้งชุด; *(pack)* เป้; *(uniform)* เครื่องแบบครบชุด ❷ *v.t.*, **-tt-** *(Brit.)* **~ out** *or* **up** *(equip)* ตระเตรียมอาวุธและอุปกรณ์; *(give clothes or uniforms to)* จัดหาเสื้อหรือเครื่องแบบให้ครบชุด

'kitbag *n. (knapsack)* ย่าม, เป้, เครื่องหลัง; *(travelling bag)* กระเป๋าเดินทาง

kitchen /ˈkɪtʃɪn/ˈคิฉฉิน, ˈคิฉเฉิน/ *n.* ครัว; *attrib.* เกี่ยวกับครัว; ➡ + **soup kitchen**

kitchen-diner *n.* ครัวที่มีมุมรับประทานอาหาร

kitchenette /kɪtʃɪˈnet/คิฉิˈเน็ท/ *n.* ครัวเล็ก/กะทัดรัด; *(alcove)* ครัวเล็กในมุมของห้อง

kitchen: ~'garden *n.* สวนครัว; **~ maid** *n.* ลูกมือแม่ครัว; **~ paper** *n.* กระดาษใช้ซับของเหลวในครัว; **~ police** *n. pl. (Amer. Mil.)* ลูกมือพ่อครัว; **~ roll** *n.* ม้วนกระดาษใช้ซับของในครัว; **~ 'sink** *n.* อ่างล้างชาม; **everything but the ~ sink** *(fig.)* มีของครบถ้วนทุกประการ; *attrib. (Brit.) (ละคร)* ที่แสดงถึงชีวิตประจำวัน; **~ sink drama** *n. (Brit.) (theatre)* ละครชีวิตที่นิยมในยุคทศวรรษ 1950; **~ unit** *n.* ของจำเป็นในครัว; **~ units** เครื่องเฟอร์นิเจอร์ในครัว; **~ utensil** *n.* เครื่องครัว; **~ware** *n.* ภาชนะในครัว, หม้อข้าวหม้อแกง

kite /kaɪt/ไคท/ *n.* Ⓐ *(toy)* ว่าว; Ⓑ *(Ornith.)* นกเหยี่ยวขนาดเล็กในสกุล *Milvus;* Ⓒ *(Brit. coll. dated.: aeroplane)* เครื่องบิน; ➡ + **²fly** 2 B

kith /ˈkɪθ/ˈคิธ/ *n.* **~ and kin** ญาติสนิทมิตรสหาย

kitsch /kɪtʃ/คิฉ/ *n.* ศิลปะหรือวรรณกรรมที่ไร้ค่า; **it's a piece of ~:** เป็นงานที่ไร้ค่า

kitschy /ˈkɪtʃɪ/ˈคิฉฉิ/ *adj.* ของตลาด, ของราคาถูกไม่ค่อยมีคุณภาพ, สิ่งไร้คุณภาพ

kitten /ˈkɪtn/ˈคิท'น/ *n.* Ⓐ ลูกแมว; **the cat has had ~s** แมวออกลูก; **as weak as a ~:** อ่อนแอมาก; **be as nervous as a ~:** ขี้ขลาด, ขี้ตกใจ; *(be easily startled)* ตกใจง่าย; Ⓑ *(coll.)* **have ~s** *(be upset)* (กำลัง) อารมณ์เสีย; **be having ~s** *(be nervous)* หัวหมุนไปหมดแล้ว

kittenish /ˈkɪtənɪʃ/ˈคิทเทอะนิช/ *adj.* ขี้เล่นเหมือนลูกแมว; *(ผู้หญิง)* ยั่วยวน

kittiwake /ˈkɪtɪweɪk/ˈคิททิเวค/ *n. (Ornith.)* นกนางนวลชนิด *Rissa tridactyla* และ *R. brevirostris* ทำรังอยู่ตามหน้าผา

¹kitty /ˈkɪtɪ/ˈคิททิ/ *n. (kitten)* ลูกแมวเล็ก ๆ; *(child lang.)* แมวเมี้ยว; **~, ~, ~!** เมี้ยว, เมี้ยว, เมี้ยว

²kitty *n.* Ⓐ *(Cards)* เงินเดิมพัน, เงินทุนรวม; Ⓑ *(joint fund)* กองทุน; **raid the ~:** ปล้นเงินจากกองทุนกลาง

kiwi /ˈkiːwiː/ˈคีวี/ *n.* Ⓐ *(Ornith.)* นกกีวี *(ท.ศ.)* ในสกุล *Apteryx* บินไม่ได้; Ⓑ **K~** *(coll.: New Zealander)* ชาวนิวซีแลนด์

kiwi: ~ berry, ~ fruit *ns.* ผลกีวี *(ท.ศ.) (ผลไม้สีเขียวจากนิวซีแลนด์)*

klaxon ® /ˈklæksn/ˈแคล็คซ'น/ *n.* แตรไฟฟ้ารถยนต์

Kleenex ® /ˈkliːneks/ˈคลีเน็คซฺ/ *n.* กระดาษชำระ

kleptomania /kleptəˈmeɪnɪə/เคล็พเทอะˈเมเนีย/ *n., no pl. (Psych.)* โรคขี้ขโมยของจากร้านค้า

kleptomaniac /kleptəˈmeɪnɪæk/เคล็พเทอะˈเมนิแอค/ *n.* คนที่เป็นโรคจิต ซึ่งทำให้ชอบขโมยของจากร้าน

km. *abbr.* **kilometre[s]** กม.

knack /næk/แนค/ *n.* Ⓐ *(faculty)* ความชำนาญพิเศษ, ความคล่อง; **have a ~ for** *or* **of doing sth.** มีความสามารถในการทำ *ส.น.;* **get the ~ [of doing sth.]** ได้ความชำนาญ [ในการทำ *ส.น.*]; **there's a [real] ~ in doing sth.** มีเคล็ดลับ [จริง ๆ] ในการทำ *ส.น.;* **have lost the ~:** สูญเสียความชำนาญไป; Ⓑ *(habit)* **have a ~ of doing sth.** ช่างมีความสามารถจริง ๆ ในการทำ *ส.น.*

knacker /ˈnækə(r)/ˈแนเคอะ(ร)/ *n. (Brit.) (horse slaughterer)* คนฆ่าม้าแก่; **~'s yard** ที่ฆ่าม้าแก่

knackered /ˈnækəd/ˈแนเคิ(ร)ด/ *adj. (Brit. coll.) (บุคคล)* เหนื่อยอ่อน, หมดแรง; *(สิ่งของ)* หมดสภาพ

knapsack /ˈnæpsæk/ˈแนพแซค/ *n.* ย่ามสะพายหลัง; *(Mil.)* เป้

knave /neɪv/เนว/ *n.* Ⓐ *(rogue)* คนโกง, คนพาล; Ⓑ *(Cards)* ➡ **jack** 1 A

knavery /ˈneɪvərɪ/ˈเนเวอะริ/ *n.* ความไม่ซื่อ, การคดโกง

knavish /ˈneɪvɪʃ/ˈเนวิช/ *adj.* ไม่ซื่อ, คดโกง

knead /ˈniːd/ˈนีด/ *v.t.* Ⓐ นวด, ปั้น; **~ sth. with sth.** นวด *ส.น.* ให้เข้ากับอีก *ส.น.;* **~ together** นวดเข้าด้วยกัน; Ⓑ *(manipulate)* นวดรีดกล้ามเนื้อให้คลายตัว

knee /ˈniː/ˈนี/ *n.* Ⓐ ➤ **118** เข่า, หัวเข่า; **the ~s of his trousers were torn** กางเกงของเขาขาดที่หัวเข่า; **bend** *or* **bow the ~:** งอเข่า (to ต่อ); *(fig.: behave humbly)* นอบน้อม, โค้งให้ (to ต่อ); **on one's ~s/on bended ~[s]** คุกเข่า; **be on one's ~s** *(fig.: be defeated)* พ่ายแพ้; **bring** *or* **force**

k

sb. to his ~s *(fig.)* ทำให้ ค.น. ยอมแพ้; **go down on one's ~s [to *or* before sb.]** คุกเข่าลง [ต่อหน้า ค.น.]; Ⓑ *(of animal)* หัวเข่า; Ⓒ *(thigh)* **hold a child** *etc.* **on one's ~:** อุ้มเด็กขึ้นบนตัก; **put a child** *etc.* **over one's ~:** ให้เด็กลงนอนคว่ำบนตัก

knee: ~ breeches *n. pl.* กางเกงขาสั้นแค่เข่า; **~cap** *n.* Ⓐ *(Anat.)* กระดูกสะบ้าหัวเข่า; Ⓑ *(protective covering)* สนับเข่า; **~capping** *n.* การยิงคนที่เข่าหรือที่ขาเป็นการลงโทษคนหักหลัง; **~-deep** *adj.* Ⓐ ลึกถึงเข่า; Ⓑ *(fig.: deeply involved)* พัวพัน, ถลำลึก; **be ~-deep in sth.** ถลำลึกเข้าไปใน ส.น.; **~-high** *adj.* สูงแค่เข่า; **be ~-high to a grasshopper** *(coll.)* เป็นเด็กเล็ก ๆ ซุกซน; **~-jerk** *n.* อาการขากระตุกเมื่อถูกเคาะที่เข่า; *attrib.* **~-jerk reaction** *(fig.)* การมีปฏิกิริยาอัตโนมัติ; **~ joint** *n.* ข้อต่อหัวเข่า

kneel /'ni:l/'นีล/ *v.i.*, **knelt** /nelt/เน็ลทฺ/ *or (esp. Amer.)* **~ed** คุกเข่า; **~ down** คุกเข่าลง; **~ [down] to do sth.** คุกเข่าลงทำ ส.น.; **~ to sb.** คุกเข่าต่อหน้า ค.น.

'knee-length *adj.* ยาวแค่เข่า

kneeler /'ni:lə(r)/'นีเลอะ(ร)/ *n.* ➡ **hassock** A

knees-up /'ni:zʌp/'นีเซิพ/ *n. (coll.)* งานเลี้ยงที่สนุกสนาน

knell /'nel/'เน็ล/ *n.* เสียงระฆัง; *(at funeral)* เสียงระฆังมรณะ; **ring *or* sound the ~ of sth.** *(fig.)* การประกาศความสิ้นสุดของ ส.น.

knelt ➡ **kneel**

knew ➡ **know** 1

knickerbockers /'nɪkəbɒkəz/'นิคเคอะ(ร)บอเคิซ/ *n. pl.* กางเกงครึ่งส่วนรัดเข่า

knickers /'nɪkəz/'นิคเคิซ/ ❶ *n. pl.* Ⓐ *(Brit.: undergarment)* กางเกงในผู้หญิง; **get one's ~ in a twist** *(Brit. fig. coll.)* ทำตนเองเครียด/โวยวาย; Ⓑ *(Amer.)* ➡ **knickerbockers** ❷ *int. (Brit. coll.)* เออ แล้วไง

knick-knack /'nɪknæk/'นิคแนค/ *n.* Ⓐ *(dainty thing)* ของเล็ก ๆ น้อย ๆ, ของกระจุกกระจิก; Ⓑ *(ornament)* ของประดับเล็ก ๆ น้อย ๆ

knife /'naɪf/'ไนฟ/ ❶ *n., pl.* **knives** /naɪvz/นายวฺซฺ/ มีด; **put a ~ into sb.** เสียบมีดเข้าซี่โครง ค.น.; **like a ~ through butter** ง่ายดาย; **have got one's ~ into sb.** *(fig.)* คอยอาฆาต ค.น.; **you could [have] cut the atmosphere** *(fig.)* **/air with a ~** *(coll.)* บรรยากาศของคนในห้องตึงเครียดมาก; **before you can say ~** *(coll.)* อย่างรวดเร็วกะทันหัน; **turn *or* twist the ~ [in the wound]** *(fig.)* ทำซ้ำเติมให้ยิ่งเจ็บมากขึ้น; **the knives are out [for sb.]** *(fig.)* ทุกคนเตรียมพร้อมที่จะทำร้าย [ค.น.]; ➡ + **fork** 1 A ❷ *v.t. (stab)* แทง *(ด้วยมีด)*; *(kill)* ฆ่าด้วยมีด; **~ sb. in the chest** ใช้มีดแทงหน้าอก ค.น.

knife: ~ -block *n.* แท่นเก็บมีด; **~-edge** *n.* คมมีด, สิ่งที่คม, ลิ่ม; **be [balanced] on a ~-edge** *(fig.)* อยู่ในสถานการณ์ที่อันตราย/ล่อแหลม; **~ grinder** *n.* ที่ลับมีด; **~ pleat** *n. (Dressm.)* รอยจีบแคบ ๆ *(ในกระโปรง)*; **~point** *n.* ปลายมีด; ➡ **point** 1 B; **~ sharpener** *n.* **~-throwing** *n., no pl., no indef. art.* การใช้มีดปาเป้า

knifing /'naɪfɪŋ/'ไนฟิง/ *n.* **there were three ~s on one day** มีคนถูกแทงตายสามคนในหนึ่งวัน

knight /naɪt/ไนท/ ❶ *n.* Ⓐ ผู้ที่ได้รับสถาปนาให้มียศศักดิ์เป็น 'เซอร์'; Ⓑ *(Hist.)* อัศวิน; **~ in shining armour** *(fig.)* วีรบุรุษ, เจ้าชายในเทพนิยาย; Ⓒ *(Chess)* ตัวม้า; Ⓓ **~ of the road** *(lorry driver)* คนขับรถบรรทุก; ➡ + **bachelor** C; **Templar** ❷ *v.t.* แต่งตั้งให้เป็นอัศวิน *(Hist.)*

knight: ~'errant *n. (lit. or fig.)* อัศวินพเนจร; *(fig.)* คนหัวใจนักสู้, คนกล้าหาญ; **~-errantry** /naɪt'erəntrɪ/ไนท'เอะเรินทริ/ *n., no pl.* การเป็น หรือ พฤติกรรมของอัศวินพเนจร; *(fig.: quixotic behaviour)* พฤติกรรมที่กล้าหาญเสียสละและไม่เห็นแก่ตัว

knighthood /'naɪthʊd/'ไนทฮุด/ *n.* Ⓐ *(rank)* ตำแหน่งอัศวิน; **receive one's ~:** ได้รับแต่งตั้งเป็นอัศวิน; Ⓑ *(Hist.: vocation)* ความเป็นอัศวิน, หน้าที่ของอัศวิน; Ⓒ *(Hist.: body of knights)* พวกขุนนาง, กลุ่มอัศวิน

knightly /'naɪtlɪ/'ไนทลิ/ *adj.* เกี่ยวกับอัศวิน, แบบอัศวิน

knit /nɪt/นิท/ ❶ *v.t.*, **-tt-, knitted** *or (esp. fig.)* **knit** Ⓐ ถัก *(ไหมพรม, เสื้อ)*; Ⓑ **~ a stitch** ถักไหมพรมหนึ่งห่วง; **~ 2, purl 2** การถักขวาสองซ้ายสอง; Ⓒ **~ one's brow** ขมวดคิ้ว; Ⓓ *(make compact)* ต่อเข้าด้วยกัน (**into** เป็น); **closely *or* tightly ~** *(fig.)* เชื่อมต่ออย่างใกล้ชิด; ➡ + **well-knit** ❷ *v.i.* *(ชิ้นส่วน)* เชื่อมโยงกัน; ต่อ/ปลูก *(กระดูก)* ❸ *n. (garment)* เสื้อผ้าที่ถัก; **this pattern is for a heavy ~:** แบบนี้ใช้ไหมถักเส้นหนา

~ to'gether ❶ *v.t.* รวมตัวเข้าด้วยกัน, คงอยู่ด้วยกัน *(ครอบครัว, สมาคม)* ❷ *v.i.* *(กระดูก)* งอกต่อกันได้สนิท

knitter /'nɪtə(r)/'นิทเทอะ(ร)/ *n.* ผู้ถักไหมพรม

knitting /'nɪtɪŋ/'นิททิง/ *n., no pl., no indef. art.* การถักไหมพรม; *(work in process of being knitted)* งานถักไหมพรม; **do one's/some ~:** ถักไหมพรมสักหน่อย; **carry on with one's ~:** ถักไหมพรมต่อไป

knitting: ~ machine *n.* เครื่องถักไหมพรม; **~ needle** *n.* เข็มถักไหมพรม; **~ pattern** *n.* แบบถักไหมพรม

'knitwear *n., no pl., no indef. art.* เสื้อผ้าถัก

knives *pl. of* **knife** 1

knob /'nɒb/'นอบ/ *n.* Ⓐ *(protuberance)* ตุ่ม, ปุ่ม; *(on club, tree trunk, etc.)* ปุ่มจับ, ตาไม้; Ⓑ *(on door)* ปุ่มจับที่ประตู; *(walking stick)* หัวไม้เท้า; *(control on radio etc.)* ปุ่ม; **the same to you with [brass] ~s on!** *(coll.)* เออ ก็ขอให้คุณโชคดีเช่นกัน *(ประชด)*; Ⓒ *(of butter, sugar)* ก้อนกลมเล็ก ๆ; *(of coal)* หนึ่งลูก *(ที่อังกฤษถ่านหินจะเป็นลูกกลม ๆ)*

knobbly /'nɒblɪ/'นอบลิ/ *adj.* เป็นปุ่มกลม, ตะปุ่มตะป่ำ; **~ knees competition** *การแข่งขันประกวดขนาดหัวเข่าในประเทศอังกฤษ*

knock /'nɒk/'นาค/ ❶ *v.t.* Ⓐ *(strike) (lightly)* เคาะ, ตีเบา ๆ; *(forcefully)* ทุบ; ➡ + **wood** B; Ⓑ *(make by striking)* เคาะ, ตี, ทุบ; **~ two rooms/houses into one** ทุบผนังห้องสองห้อง/บ้านสองหลังที่ติดกันมารวมกัน; **~ a hole in sth.** ทุบ ส.น. ให้เป็นรู; Ⓒ *(drive by striking)* ทุบ; **~ sb.'s brains out** ตีหัว ค.น. ให้ตาย; **I'll ~ those ideas out of your head** *(fig.)* ฉันจะกำจัดความคิดเหล่านี้ออกจากสมองเสียที; **~ the handle off a cup** ทำหูถ้วยหัก; **I'd like to ~ their heads together** *(lit.)* ฉันอยากจะจับหัวของพวกนี้มาชนกันเสียให้เข็ด; *(fig.: reprove them)* ฉันอยากจะตำหนิทั้งสองฝ่ายที่วิวาทกัน; **~ sb. into the middle of next week** *(coll.)* ตี ค.น. อย่างแรงจนเขาสลบหมดสติไปนาน; **~ for six = hit for six** ➡ **hit** 1 K; ➡ + **bottom** 1 A; **'cock** 2 C; **spot** 1 D; Ⓓ **~ sb. cold** ตี ค.น. จนสลบ; **~ sb. on the head** ตีหัว ค.น.; **~ sth. on the head** *(fig.: put an end to)* ทำ ส.น. ให้จบสิ้นไป; Ⓔ *(coll.: criticize)* วิจารณ์, นินทาว่าร้าย; **don't ~ it** เลิกว่ามัน; Ⓕ *(Brit. coll.: astonish)* ประทับใจ ❷ *v.i.* Ⓐ *(strike) (lightly)* เคาะ; *(forcefully)* หวด, ตี, ทุบ; ➡ + **wood** B; Ⓑ *(seek admittance)* เคาะ *(ประตู)*; Ⓒ *(Mech. Engin.)* เสียบ, เคาะ, ติดขัด; Ⓓ *(Motor Veh.)* ทำเสียงเคาะ ❸ *n.* Ⓐ *(rap)* เสียงเคาะ, การเคาะ; **there was a ~ on *or* at the door** มีเสียงเคาะที่ประตู; **give sb. a ~:** เคาะประตู *ค.น.*; Ⓑ *(blow)* การตี, การทุบ; **have had a ~:** ถูกชน, ถูกตี; **he got a bad ~ when he fell** เขาเจ็บตัวตอนที่ล้ม; **~ for ~ agreement** *(Insurance)* การประกันแบบต่างคนต่างจ่ายค่าเสียหาย; Ⓒ *(fig.: blow of misfortune)* โชคชะตาเลวร้าย; **take a [bad *or* hard] ~:** โดยโชคไม่ดี [อย่างหนัก]; Ⓓ *(Mech. Engin.)* การกระตุก, การติดขัด; **make a ~:** มีเสียงผิดปกติ, มีการกระตุก; Ⓔ *(Motor Veh.: high-pitched explosive sound)* เสียงระเบิดรุนแรง, เสียงเคาะ

~ a'bout ❶ *v.t.* Ⓐ ตี, เฆี่ยนอย่างแรง, ทุบ; **be ~ed about** ถูกตี, ถูกชก, ถูกต่อย; **the building has been ~ed about** ตึกถูกทุบ, ตึกถูกทำลายพอสมควร; Ⓑ **~ about the world** ท่องเที่ยวไปทั่วโลก ❷ *v.i.* *(บุคคล)* เร่ร่อนไปมา; *(สิ่งของ)* ปลิวไปมา; **he's ~ed about a bit** เขาได้ร่อนเร่ท่องเที่ยวทั่วไปหมด; **~ about with sb.** เข้าสมาคมกับ *ค.น.*; ➡ + **knockabout**

~ against *v.t.* ชน [ข้าง] *(ฝา, ประตู)*; **~ against each other** ชนกัน, กระทบกันไปมา

~ a'round ➡ **~ about**

~ 'back *v.t. (coll.)* Ⓐ *(eat quickly)* กินหมดอย่างเร็ว; *(drink quickly)* ดื่มหมดอย่างเร็ว; Ⓑ *(cost)* **~ sb. back a thousand** ทำให้ ค.น. ต้องหมดตัวไปหนึ่งพัน; Ⓒ *(disconcert)* ทำให้ตกใจ

~ 'down *v.t.* Ⓐ *(strike to the ground)* ชน *(สิ่งกีดขวาง)* ล้มลง; ทุบจนราบ *(บ้าน, เรือน)*; *(with fist or weapon)* ต่อยตีให้ล้มลง; *(with car etc.)* ชนโดยรถยนต์; Ⓑ *(demolish)* รื้อถอน *(สิ่งก่อสร้าง)*; Ⓒ *(fig.: defeat)* เอาชนะได้; Ⓓ *(sell by auction)* ขายโดยการประมูล; **~ sth. down to sb.** ขาย ส.น. ให้แก่ ค.น. โดยการประมูล; Ⓔ *(coll.: lower)* ลด *(ราคาลง)*; ลด *(ค่าใช้จ่าย)*; Ⓕ *(Amer. coll.: steal)* ยักยอกเงิน, ลักขโมย; ➡ + **feather** 1 A; **knock-down**

~ 'off ❶ *v.t.* Ⓐ *(leave off)* หยุดกระทำ; **~ off painting** หยุดวาดรูป; **~ off work** เลิกงาน; **~ it off!** *(coll.)* เลิกทำเถอะ, หยุดทำ; Ⓑ *(coll.) (produce rapidly)* ทำได้อย่างง่าย ๆ และรวดเร็ว; *(dispatch rapidly)* จัดการอย่างรวดเร็ว; Ⓒ *(deduct)* **~ five pounds off the price** ลดราคาลงไปห้าปอนด์; **how much will you ~ off for me?** คุณจะลดราคาให้ฉันเท่าไหร่?; Ⓓ *(coll.) (steal)* ขโมย, ยักยอก; *(rob)* ปล้น; Ⓔ *(sl.: copulate with)* ปี้ *(ภ.ย.)*; Ⓕ *(sl.: kill)* เก็บ *(ภ.พ.)* ❷ *v.i.* หยุดพัก, เลิกงาน; **~ off for an hour/for lunch** หยุดพักหนึ่งชั่วโมง/กินอาหารกลางวัน

~ 'on *v.t. (Rugby)* **~ on a pass** น็อกออน *(ท.ศ.)* *(รับลูกหลุดมือกระดอนไปข้างหน้า)*; ➡ + **knock-on** 1

~ 'out *v.t.* Ⓐ *(make unconscious)* ทำให้หมดสติ; **he collided with a lamp post and ~ed himself out** เขาชนเสาไฟแล้วหมดสติ; Ⓑ *(Boxing)* น็อกเอาท์ *(ท.ศ.)* ชนะเพราะชกคู่ต่อสู้จนหมดสติ; Ⓒ *(fig.: defeat)* **be ~ed out [of the Cup]** แพ้คัดออกจากการแข่งขัน [ชิงถ้วยรางวัล]; **they ~ed us out of the Cup** พวกเขาทำให้เราออกจากการแข่งขันชิงถ้วยรางวัล; Ⓓ *(make useless)* ทำให้ไร้ประโยชน์; Ⓔ *(coll.: astonish)* ทำให้ประทับใจ; **be [completely *or* totally] ~ed out** ประทับใจ

knockabout | knowledge 502

เต็มที่; ◖F (coll.: exhaust) ทำให้หมดแรง; ◖G (coll.: produce rapidly) ทำอย่างง่าย ๆ สบาย ๆ; ◖H (empty) เคาะ (บ้องสูบ) ออก; ~ **the ashes out** เคาะขี้เถ้าออก; ➡ + **knock-out**
~ **'over** v.t. ชนจนล้ม; ชน (คนข้ามถนน, คนเดินเท้า)
~ **to'gether** ❶ v.t. ต่อเข้าด้วยกัน (โต๊ะ, กระต๊อบ); ➡ + **knock** 1 C ❷ v.i. **my knees were ~ing together** ฉันกลัวจนขาสั่น
~ **'up** ❶ v.t. ◖A (make hastily) ทำขึ้นอย่างรวดเร็ว (กระต๊อบ, โต๊ะ, อาหาร); รีบร่างอย่างหยาบ ๆ; ◖B (score) ทำ (คะแนน) ได้; ◖C (Brit.: awaken) ปลุกด้วยการเคาะ; (unexpectedly) เคาะปลุกให้ตื่น; ◖D (exhaust) ทำให้เหนื่อย/หมดแรง; **be ~ed up** หมดแรง; ◖E (sl.: make pregnant) ทำให้ท้อง ❷ v.i. (Sport) อุ่นเครื่องก่อนเล่น; ➡ + **knock-up**

knock: ~about adj. ◖A (boisterous) (ภาพยนตร์, ฉาก) อึกทึก; (เกม) ดุเดือด; ◖B (for rough use) ใช้อย่างสมบุกสมบัน; **~-down** adj. ◖A (low) **~-down cost/prices** ค่าใช้จ่าย/ราคาที่ต่ำมาก; ◖B (minimum) ต่ำสุด; ◖C (easily disassembled) (เฟอร์นิเจอร์, เรือ) ที่ถอดประกอบได้ง่าย; ◖D (การต่อย) ที่ทำให้ล้มลง; (fig.: conclusive) (การเสนอ) ไม่สามารถโต้แย้งได้

knocker /ˈnɒkə(r)/ˈนอเคอะ(ร)/ n. ◖A (on door) ที่เคาะประตู; ◖B in pl. (coarse: breasts) **[pair of] ~s** นม (ภ.ย.); ◖C (coll.: critic) คนที่คอยติ

knocking-'off time n. (coll.) เวลาเลิกงาน

'knocking shop n. (Brit. sl.) ซ่อง, อาบอบนวด

knock: ~-kneed /ˈnɒkniːd/ˈนอคนีด/ adj. หัวเข่าชนกัน; **~'knees** n. pl. เข่าที่ชนกันผิดปกติ; **~-on** ❶ n. (Rugby) น็อกออน (ท.ศ.); ❷ attrib. adj. **~-on effect** ผลกระทบต่อ ๆ กัน; **~out** ❶ n. ◖A (blow) (การต่อย) ให้คู่ต่อสู้ล้มลุกไม่ขึ้น; (to armed forces) การโจมตีทำลายล้าง; ◖B (competition) การแข่งขันแบบแพ้คัดออก; ◖C (coll.: outstanding person or thing) **sb./sth. is a [real] ~out** ค.น./ส.น. เลิศ [จริง ๆ] ❷ adj. ◖A (that stuns) ทำให้สลบ, วางยา; (that incapacitates) ทำให้หมดความสามารถ, ทำลาย; **~out blow** การต่อยให้คู่ต่อสู้ล้มลุกไม่ขึ้น; **~out drops** ยาสลบ; ◖B (การแข่งขัน) แบบแพ้คัดออก; **~-up** n. (Sport) การเล่นอุ่นเครื่อง; **have a ~-up** เล่นอุ่นเครื่องก่อนเล่นจริง

knoll /nəʊl/โนล/ n. เนินเขากลม ๆ เล็ก ๆ

knot /nɒt/นอท/ ❶ n. ◖A ปม, เงื่อน, กระจุก; **the wool has got into a [complete] ~:** ไหมพรมพันกันเป็นกระจุก [แน่น]; **tie sb. [up] in ~s** (fig. coll.) ทำให้ ค.น. ยุ่งเหยิงสับสน; ◖B (ornament) โบว์ประดับ (เสื้อ, กระโปรง); (cockade) ตราหน้าหมวก; (epaulette) อินทรธนู, เครื่องประดับบ่า; ◖C (problem) ความยุ่งเหยิง, ความสับสน; ◖D (cluster) ก้อน, กลุ่ม; ◖E (in wood) ปุ่มตาไม้; ◖F (speed unit) นอต (ท.ศ.) (หน่วยวัดความเร็วเท่ากับหนึ่งไมล์ทะเลหรือ 6,080 ฟุตต่อชั่วโมง); **make** or **log ten ~s** ไปด้วยความเร็วสิบนอต; **at a rate of ~s** (coll.) เร็วมาก ๆ; ◖G (Naut.: unit of length) หน่วยวัดระยะทางในทะเล; ◖H (in popular use: nautical mile) ไมล์ทะเล; ◖I (bond) ความผูกพัน, ความเกี่ยวดอง; **tie the ~** (marry) รวมเป็นทองแผ่นเดียวกันโดยการแต่งงาน; ◖J (lump) ก้อน, ปม
❷ v.t., **-tt-:** ◖A (tie) ขมวด; ผูก (เชือก, เนคไท); **~ threads together** ผูกเส้นด้ายเข้าด้วยกัน; **~ clothes into a bundle** ห่อเสื้อผ้าเข้าเป็นมัด; **~ a rope** ผูกเชือก; ◖B (entangle) ทำให้พัวพัน; ◖C **get ~ted!** (coll.) ไปให้พ้น; ◖D ➡ **knit** 1 C; ◖E (unite closely) ประสานเกี่ยวโยงกัน (**into** เป็น)

knot: ~ garden n. สวนที่จัดแบ่งต้นไม้และไม้ดอกอย่างมีระเบียบ; **~hole** n. รูตาไม้

knotty /ˈnɒtɪ/ˈนอทิ/ adj. ◖A (full of knots) เต็มไปด้วยปม, เป็นปม; (ไม้เลื้อย) ที่ขึ้นอย่างพัวพันกัน; (ไม้, ลำต้นไม้) เป็นตะปุ่มตะป่ำ; ◖B (fig.: puzzling) (ปัญหา) ยุ่งยาก, ยุ่งเหยิง

know /nəʊ/โน/ ❶ v.t., **knew** /ˈnjuː, US nuː/ˈโน, นิว/, **~n** /nəʊn/โนน/ ◖A (recognize) รู้, รู้จัก, ทราบ; ◖B (be able to distinguish) **~ sth. from sth.** สามารถแยก ส.น. ออกจากอีก ส.น.; **~ right from wrong, ~ the difference between right and wrong** รู้จักแยกถูกแยกผิด; **he wouldn't ~ the difference** เขาจะไม่สามารถแยกความแตกต่างได้; ➡ + **Adam**; ◖C (be aware of) รู้, ทราบ; **I ~ who she is** ฉันรู้/ทราบว่าเธอเป็นใคร; **I ~ for a fact that ...:** ฉันรู้แน่ว่า...; **it is ~n that ...:** เป็นที่รู้/ทราบกันว่า...; **they knew they could never become rich** พวกเขารู้ว่าเขาคงจะไม่มีทางรวยแน่ ๆ; **~ sb./sth. to be ...:** รู้ว่า ค.น./ส.น. เป็น...; **I ~ him to be an honest man** ฉันรู้ว่าเขาเป็นคนซื่อสัตย์; **that's/that might be worth ~ing** นั่นเป็นสิ่ง/อาจจะเป็นสิ่งที่น่ารู้; **it's worth ~ing whether ...:** คุ้มค่าที่จะรู้ว่า...; **he doesn't want to ~:** เขาไม่อยากรู้; **not if I ~ it** ฉันไม่เอาด้วยแน่; **I 'knew it** กูว่าแล้วไม่มีผิด (ภ.พ.); **I ~ what** ฉันรู้แล้วละ; **you ~** (coll.) (as reminder) อย่างที่รู้แล้ว; (as conversational filler) **they think we might be, you ~, glamorous or something** พวกเขาคิดแบบว่าพวกเราเป็นคนสวยสง่า; **I went to see the doctor, you ~:** เออนี่เธอ ฉันไปหาหมอมาละ; **you ~ something** or **what?** คุณรู้บ้างหรือเปล่า; **you never ~:** ไม่มีใครรู้หรอก; **sb. has [never] been ~n to do sth.** ค.น. ไม่เคยมีประวัติในการทำ ส.น.; **for all** or (arch.) **aught I ~ they may be looking for us** เท่าที่ฉันทราบพวกเขาอาจจะกำลังหาพวกเราอยู่ก็ได้; **and I don't ~ what [all]** (coll.) แล้วอะไรอีกก็ไม่รู้; **and he ~s it** และเขาก็รู้ดีอยู่แล้วด้วย; **don't I ~ it!** (coll.) ฉันไม่รู้ได้ยังไง, ฉันรู้ดีทีเดียว; **I don't ~ that ...** (coll.: don't believe) ฉันไม่เชื่อว่า...; **before sb. ~s where he is** ก่อนที่ ค.น. จะรู้ตัว; **what do you ~ [about that]?** (coll.: that is surprising) คุณรู้อะไรบ้าง [เกี่ยวกับเรื่องนั้น]; **sb. is not to ~** (is not to be told) ค.น. ไม่ควรรู้; (has no way of learning) ค.น. ไม่สามารถจะเรียนรู้ได้; **I was not to ~ until years later** ฉันเพิ่งรู้หลังจากนั้นตั้งหลายปี; **not ~ what hit one** (fig.) ไม่เข้าใจเลยว่าเกิดอะไรขึ้น; **that's all 'you ~ [about it]** คุณรู้อยู่แค่นั้น, คุณคงเชื่ออย่างนั้น; **I'll have you ~ that ...:** ฉันอยากให้คุณรู้ว่า...; **if you 'must ~:** ถ้าคุณอยากจะรู้จริง ๆ; **~ different** or **otherwise** รู้บางอย่างดีกว่า; **~ what's what** รู้ว่าอะไรเป็นอะไร; **how should I ~?** ฉันจะรู้ได้อย่างไรล่ะ; **I might have ~n** ฉันน่าจะรู้แล้ว; **do you ~, ...:** คุณรู้ไหมว่า...; ➡ + **best** 2; **better** 2 D; **god** B; **heaven** C; **'let** 1 B; **lord** 1 B; **thing** C; **who** A; **you** A; ◖D (have understanding of) รู้จัก (ตัวอักษร); เรียนรู้ (ภาษาต่างชาติ); ทำ (ส.น.) เป็น; เก่ง (เรื่องใดเรื่องหนึ่ง); **they ~ their Latin well** พวกเขามีความรู้ภาษาลาตินดี; **do you ~ any Thai?** คุณรู้ภาษาไทยบ้างไหม; **~ 'how** รู้วิธีการ; **~ how to mend fuses** รู้วิธีต่อซ่อมฟิวส์; **~ how to drive a car** ขับรถเป็น; **~ how to write vividly** รู้วิธีเขียนให้เห็นภาพชัดเจน; **he doesn't ~ much about computers** เขาไม่ค่อยรู้เรื่องเกี่ยวกับคอมพิวเตอร์; **do all one ~s [how]** พยายามทำให้ดีที่สุด; ➡ + **onion**; **rope** 1 C; **stuff** 1 E; ◖E (be acquainted with) รู้จัก, คุ้นเคย; **we have ~n each other for years** เราคุ้นเคยกันมาหลายปีแล้ว; **surely you ~ me better than that** คุณน่าจะรู้จักฉันดีกว่านั้น; **you don't really ~ him** คุณยังไม่รู้จักเขาดีพอ/จริง ๆ หรอก; **you ~ what he/it is** (is like) คุณรู้ว่าเขา/มันเป็นอย่างไร; **you ~ what it is to be an adolescent** คุณก็รู้วัยรุ่นน่ะเป็นอย่างไร; ➡ + **get** 2 C; **sight** 1 A; ◖F (have experience of) รู้จัก, มีประสบการณ์; **he ~s no fear, he doesn't ~ what it is to be afraid** เขาไม่เคยกลัวอะไร, เขาไม่รู้ว่าความกลัวคืออะไร; **~ what it is to be hungry** รู้ว่าความหิวเป็นอย่างไร
❷ n. (coll.) **be in the ~:** มีความรู้พิเศษหรือรู้ดี; **those in the ~:** พวกที่รู้เรื่องดี
~ **about** v.t. รู้เกี่ยวกับ, รู้เรื่อง; **oh, I didn't ~ about it/that** ฉันไม่รู้เรื่องนั้นเลย; **did you ~ about your son's behaviour?** คุณรู้เรื่องความประพฤติของลูกชายคุณหรือไม่; **not much is ~n about some of the tribes** ไม่ค่อยมีใครรู้อะไรเกี่ยวกับเผ่าเหล่านั้นนัก; **I didn't ~ anything about any committee meeting** ฉันไม่รู้เรื่องเลยว่าจะมีการประชุมของคณะกรรมการ; **I don't ~ about 'that** เรื่องนั้นฉันไม่รู้หรอก; **I don't ~ about beautiful, but it certainly is old** สวยเหรอ...ฉันไม่รู้นะ แต่ที่แน่นอนคือมันเก่าแล้ว
~ **of** v.t. รู้จัก (หนังสือ, บุคคล); รู้เกี่ยวกับ (แผน); **~ of sb.** เคยได้ยินชื่อ ค.น.; **~ of sb. who ...:** รู้จัก ค.น. ซึ่ง...; **not that I ~ of** เท่าที่ฉันรู้ไม่...

knowable /ˈnəʊəbl/ˈโนเออะบ'ล/ adj. รู้ได้, เรียนรู้ได้

know: ~-all n. (derog.) คนช่างรู้, ผู้ที่ทำตัวเป็นผู้รู้คนเดียว; **~-how** n., no pl., no indef. art. ความรู้จัดเจน, ความชำนาญ; (technical expertise) ความรู้ในวิธีการทางด้านเทคนิค

knowing /ˈnəʊɪŋ/ˈโนอิง/ ❶ adj. ◖A (shrewd) หูตาไว, ฉลาดแหลมคม, รอบรู้; (indicating possession of inside information) (คำพูด) มีเลศนัย; (การยิ้ม) ที่แสดงว่ารู้มากกว่าที่บอก; (iron.) (การหัวเราะ) มีนัยแฝง; ◖B (derog.: cunning) มีเล่ห์เหลี่ยม ❷ n. ความรอบรู้; **there is no ~:** ไม่มีใครรู้, ไม่มีทางรู้

knowingly /ˈnəʊɪŋlɪ/ˈโนอิงลิ/ adv. ◖A (intentionally) อย่างตั้งใจ, โดยเจตนา, อย่างมีสติ, รู้ตัวดี; ◖B (in a shrewd manner) ด้วยความฉลาดแหลมคม; (indicating possession of inside information) แสดงว่ารู้ดี, อย่างมีนัย; ◖C (derog.: cunningly) อย่างมีเล่ห์เหลี่ยม

'know-it-all ➡ **know-all**

knowledge /ˈnɒlɪdʒ/ˈนอลิจ/ n., no pl. ◖A (familiarity) ความรู้, ความคุ้นเคย; **a ~ of this field** ความรู้ในสาขานี้; **a little ~ is a dangerous thing** (prov.) ความไม่รู้เท่าถึงการณ์ ทำให้เกิดอันตรายได้; **gain ~ of sb./sth.** ได้ความรู้เกี่ยวกับ ค.น./ส.น.; **~ of human nature** ความรู้เกี่ยวกับนิสัยมนุษย์; ➡ + **carnal knowledge**; ◖B (awareness) ความรู้เรื่อง; **have no ~ of sth.** ไม่รู้เรื่อง ส.น.; **she had no ~ of it** เธอไม่รู้เรื่องนี้เลย; **the ~ that it was really important** ความเข้าใจว่ามันเป็นเรื่องสำคัญมาก; **sth. came to my ~:** ฉันได้ข่าว ส.น.; **[not] to my ~:** etc. เท่าที่ฉัน ฯลฯ ทราบ [ไม่ใช่] อย่างนี้; **to my certain ~:** เท่าที่ฉันรู้แน่ ๆ; **without sb.'s ~:**

k

โดยที่ *ค.น.* ไม่ทราบเรื่อง; **C** *(understanding)* **[a] ~ of languages/French** ความรู้ความเข้าใจในภาษาต่าง ๆ/ภาษาฝรั่งเศส; **sb. with [a] ~ of computers** *ค.น.* ที่มีความรู้ทางคอมพิวเตอร์; **D** *no art. (what is known)* สิ่งที่รู้, เรื่องที่รู้, วิชาความรู้; **in the present state of ~:** เท่าที่รู้กันในปัจจุบันนี้; **branch of ~:** สาขาวิชา

knowledgeable /ˈnɒlɪdʒəbl/ˈนอลิเจอะบ'ล/ *adj.* มีความรู้, เฉลียวฉลาด; **be ~ about** *or* **on sth.** มีความรู้เกี่ยวกับ *ส.น.*

known /nəʊn/โนน/ ❶ ➡ **know** ❷ *adj.* เป็นที่รู้จัก; *(generally recognized)* เป็นที่รู้จักโดยทั่วไป

knuckle /ˈnʌkl/ˈนัค'ล/ *n.* **A** ➤ **118** *(Anat.)* ข้อนิ้วมือ; **B** *(joint of meat) (veal or pork)* ขาหมู, ขาลูกวัว; **C** **near the ~** *(coll.)* เฉียดฉิวทีเดียว, เกือบจะ; ➡ + **ˈrap** 1 A, 2 A

~ ˈdown *v.i. (apply oneself)* **~ down to sth.** พยายามทำ *ส.น.* ให้สำเร็จ, ตั้งหน้าตั้งตาทำ *ส.น.*

~ ˈunder *v.i.* จำนน, ยอมแพ้

knuckle: ~ bone *n.* **A** *(Anat.)* กระดูกข้อนิ้วมือ; **B** *(Zool.)* กระดูกสัตว์ที่มีข้อต่อเชื่อม; **~duster** *n.* สนับมือ

knurled /nɜːld/เนิ(ร)ลด/ *adj.* เป็นสัน, เป็นปุ่ม, เป็นปม, เป็นคลื่น

KO *abbr.* **A** **kick-off** **B** **knockout** เค.โอ; **C** **knocked out** เค.โอ

koala /kəʊˈɑːlə/โคˈอาเลอะ/ *n.* **~ [bear]** *(Zool.)* หมีโคอาล่า *(ท.ศ.)* มีถุงหน้าท้องเลี้ยงลูก *Phascolarctos cinereus* พบในประเทศออสเตรเลีย

KO'd /keɪˈəʊd/เคˈโอด/ ➡ **KO** c

kohlrabi /kəʊlˈrɑːbɪ/โคลราบิ, โคลˈราบิ/ *n.* พืชผักจำพวกกะหล่ำปลี ซึ่งลำต้นเป็นส่วนที่กินได้

kook /kuːk/คูค/ *(Amer. coll.)* ❶ *n.* คนประหลาด, คนบ้า ๆ บอ ๆ ❷ *adj.* ประหลาด, บ้า ๆ บอ ๆ; ➡ **kooky**

kookaburra /ˈkʊkəbʌrə/ˈคุคเคอะเบอะเรอะ/ *n. (Austral. Ornith.)* นกกินปลาชนิด *Dacelo novaeguineae* เสียงร้องจะคล้ายเสียงหัวเราะ

kooky /ˈkuːkɪ/ˈคูคิ/ *adj. (Amer. coll.)* ประหลาด, บ้า ๆ บอ ๆ

Koran /kɔːˈrɑːn, kəˈrɑːn/คอˈราน, เคอะˈราน/ *n. (Muslim Relig.)* พระคัมภีร์กุรอ่าน *(ท.ศ.)* ของศาสนาอิสลาม

Korea /kəˈrɪə/เคอะˈเรีย/ *pr. n.* ประเทศเกาหลี

Korean /kəˈrɪən/เคอะˈเรียน/ ❶ *adj.* เกี่ยวกับประเทศเกาหลี; **sb. is ~:** *ค.น.* เป็นชาวเกาหลี; ➡ + **English** 1 ❷ *n.* **A** *(person)* คนเกาหลี; **B** *(language)* ภาษาเกาหลี; ➡ + **English** 2 A

kosher /ˈkəʊʃə(r), kɒʃə(r)/ˈโคเชอะ(ร), คอเชอะ(ร)/ ❶ *adj. (lit.) (อาหาร)* ถูกต้องตามกฎของชาวยิว; *(fig.) (สิ่งของ)* ที่ถูกต้อง, แท้จริง ❷ *n., no pl., no art. (food)* อาหารที่ถูกต้องตามกฎ; **eat ~:** กินอาหารที่ถูกกฎของยิว

Kosovan /ˈkɒsəvn/ˈคอเซอะว'น/ *adj.* ชาวโคโซโว

Kosovo /ˈkɒsəvəʊ/ˈคอเซอะโว/ *n.* รัฐอิสระแห่งโคโซโว *(เดิมเป็นส่วนหนึ่งของประเทศยูโกสลาเวีย)*

kowtow /kaʊˈtaʊ/คาวˈทาว/ **(kotow** /kəʊˈtaʊ/โคˈทาว/) *v.i.* **~ [to sb./sth.]** โค้งคำนับ [*ค.น./ส.น.*]

k.p.h. *abbr.* ➤ **850 kilometres per hour** กม./ช.ม.

kraal /krɑːl/คราล/ *n.* หมู่บ้านของชาวพื้นเมืองในทวีปแอฟริกา *(มีรั้วล้อมและมักมีลานเลี้ยงปศุสัตว์อยู่ตรงกลาง)*

Kraut /kraʊt/เคราท/ *n. & adj. (sl. derog.)* คำใช้เรียกชาวเยอรมันหรือสิ่งเยอรมันอย่างดูหมิ่น

Kremlin /ˈkremlɪn/ˈเครมลิน/ *n.* **the K~:** ที่ทำการของรัฐบาลรัสเซียในกรุงมอสโก, พระราชวังเครมลิน

Kremlinology /kremlɪˈnɒlədʒɪ/เครมลิˈนอเลอะจิ/ *n., no pl., no indef. art.* การศึกษาเกี่ยวกับการปกครองและนโยบายของรัสเซีย

krill /krɪl/คริล/ *n., no pl., no indef. art. (Zool.)* สัตว์ทะเลเล็ก ๆ ในวงศ์ Euphausidae เป็นอาหารของปลาวาฬชนิดหนึ่ง

kris /ˈkriːs/ˈครีซ/ *n.* กริช *(ท.ศ.)* *(มีดสองคมรูปคดปลายแหลมเป็นอาวุธของชาวมลายู)*

krugerrand /ˈkruːgərænd/ˈครูเกอะแรนด/ *n.* เหรียญทองของประเทศแอฟริกาใต้

krypton /ˈkrɪptɒn/ˈคริพทอน/ *n. (Chem.)* คริปทอน *(ท.ศ.)* เป็นก๊าซเฉื่อยใช้ในไฟนีออน

Kt. *abbr.* **knight**

kudos /ˈkjuːdɒs/ˈคิวดอซ/ *n., no pl., no indef. art.* การสรรเสริญ, ชื่อเสียง

Ku Klux Klan /kuː klʌks ˈklæn/คู คลัคซ ˈแคลน/ *n. สมาคมเหยียดผิวด้านอกกฎหมายทางใต้ของสหรัฐอเมริกา*

kung fu /kʊŋˈfuː, kʌŋˈfuː/คุงˈฟู, คังˈฟู/ *n.* กังฟู *(ท.ศ.)* ศิลปะการต่อสู้ป้องกันตัวแบบหนึ่งของจีน

Kurd /kɜːd/เคิ(ร)ด, คุรด/ *n.* ชาวเคิร์ด ชนชาติหนึ่งในรัฐคุรดิสถานในอิรัก อิหร่านและตรุกี

Kurdish /ˈkɜːdɪʃ/ˈเคอ(ร)ดิช/ ❶ *adj.* เกี่ยวกับรัฐคุรดิสถาน, เกี่ยวกับชาวเคิร์ด ❷ *n.* ภาษาเคิร์ด

Kurdistan /kɜːdɪˈstæn/เคอดิˈซแตน/ *pr. n.* รัฐคุรดิสถาน *(ตั้งระหว่างทะเลแคสเปียนและทะเลดำ)*

Kuwait /kʊˈweɪt/คุˈเวท/ *pr. n.* ประเทศคูเวต

Kuwaiti /kʊˈweɪtɪ/คุˈเวทิ/ ❶ *adj.* เกี่ยวกับคูเวต; **sb. is ~** *ค.น.* เป็นชาวคูเวต ❷ *n.* คนคูเวต

kW *abbr.* **kilowatt[s]** กิโลวัตต์

kWh *abbr.* **kilowatt-hour[s]** กิโลวัตต์/ชั่วโมง

L l

L, l /el/เอ็ล/ *n., pl.* **Ls** *or* **L's** Ⓐ *(letter)* พยัญชนะตัวที่ 12 ของภาษาอังกฤษ; Ⓑ *(Roman numeral)* L ตัวเลขห้าสิบของโรมัน

L. *abbr.* Ⓐ **Lake;** Ⓑ **Liberal;** Ⓒ **lire**

£ *abbr.* **pound[s]** £; **cost £5** ราคาห้าปอนด์

l. *abbr.* Ⓐ **litre[s]** ล.; Ⓑ **left;** Ⓒ **line**

LA *abbr.* **Los Angeles** แอล.เอ. *(ท.ศ.)*

la ➡ **lah**

lab /læb/แลบ/ *n. (coll.)* ห้องทดลอง

Lab *abbr.* **Labour**

label /ˈleɪbl/ˈเลบ'ล/ ❶ *n.* Ⓐ *(slip)* ป้ายกระดาษเล็ก ๆ; *(on goods, bottles, jars)* ฉลาก; *(in clothes)* ป้าย *(ยี่ห้อ)*; *(tied/stuck to an object)* ป้าย; Ⓑ *(on record)* ฉลาก; **record on a new ~:** แผ่นเสียงที่มาจากค่ายใหม่; **record company ~** ยี่ห้อค่ายเพลง; Ⓒ *(fig.: classifying phrase)* สมญานาม; **hang the ~ ... on sb.** ให้สมญานาม...แก่ *ค.น.*; **acquire/be given the ~ of ...:** ได้รับสมญานามว่า... ❷ *v.t., (Brit.)* **-ll-** Ⓐ *(attach ~ to)* ติดป้าย; *(attach price tag to)* ติดป้ายราคา *(สินค้า)*; *(write on)* เขียนชื่อ; *(attach stamp or sticker to)* ติดแสตมป์ *หรือ* ฉลาก; *(tie ~ to)* ผูกป้ายติด; Ⓑ *(fig.: classify)* **~ sb./sth. [as] sth.** ตราหน้า *ค.น./ส.น.* ไว้ว่าเป็น *ส.น.*; **he doesn't like being ~led** เขาไม่ชอบถูกตราหน้า

labial /ˈleɪbɪəl/ˈเลเบียล/ ❶ *adj.* เกี่ยวกับ *หรือ* เหมือนริมฝีปาก; *(Anat., Zool., Phonet.)* ที่ใช้ริมฝีปาก; **~ consonant** ➡ 2 ❷ *n. (Phonet.)* พยัญชนะซึ่งออกเสียงโดยการปิดริมฝีปากทั้งสอง

labia majora/minora /leɪbɪə məˈdʒɔːrə/mɪˈnɔːrə/เลเบีย เมอะˈจอเรอะ/มิˈนอเรอะ/ *n. pl. (Anat.)* แคมนอก/ในของปากช่องคลอด

labor *(Amer.)* ➡ **labour**

laboratory /ləˈbɒrətərɪ, US ˈlæbrətɔːrɪ/เลอะˈบอเรอะเทอะริ, ˈแลเบรอะทอริ/ *n. (lit. or fig.)* ห้องทดลอง, ห้องปฏิบัติการ; **~ animal** สัตว์ทดลอง; ➡ + **language laboratory**

labored, laborer *(Amer.)* ➡ **labour-**

laborious /ləˈbɔːrɪəs/เลอะˈบอเรียซ/ *adj.* Ⓐ *(งานวิจัย, ภารกิจ)* ที่ใช้แรงมาก; Ⓑ *(not fluent)* ตะกุกตะกัก; *(รูปแบบ)* ไม่คล่อง; *(การพูด)* ไม่รื่นหู

laboriously /ləˈbɔːrɪəslɪ/เลอะˈบอเรียซลิ/ *adv.* Ⓐ *(with difficulty)* อย่างยากเข็ญ; **~ slow** ช้างุ่มง่าม; Ⓑ *(not fluently)* อย่างเงอะงะ, อย่างตะกุกตะกัก, อย่างงุ่มง่าม

laborite *(Amer.)* ➡ **labourite**

ˈlabor union *n. (Amer.)* ➡ **trade union**

labour /ˈleɪbə(r)/ˈเลเบอะ(ร)/ *(Brit.)* ❶ *n.* Ⓐ *(task)* งาน; **sth. is/they did it as a ~ of love** *ส.น.* ที่ทำ/พวกเขาทำมันเพื่อความพึงพอใจ; **~ of Hercules** งานมหาศาล, งานช้าง; Ⓑ *(exertion)* การออกแรง; **~ in vain, lost ~:** ลงแรงเสียเปล่า, *(ผล)* งานสูญเปล่า; ➡ + **hard labour;** Ⓒ *(work)* แรงงาน; **cost of ~:** ค่าแรงงาน; **withdraw one's ~:** ถอนแรงงาน; Ⓓ *(body of workers)* กรรมกร, แรงงาน; **immigrant ~:** แรงงานย้ายถิ่น, แรงงานต่างชาติ; Ⓔ **L~** *(Polit.)* พรรคแรงงาน; Ⓕ *(childbirth)* การคลอด; **be in ~:** กำลังจะคลอด; **go into ~:** เริ่มเจ็บท้องจะคลอด; ➡ + **intensive** 1 E ❷ *v.i.* Ⓐ *(work hard)* ทำงานอย่างเต็มที่, ทำงานง่วน; *(slave away)* ทำงานหนัก **(at, over** ใน); Ⓑ *(strive)* พยายามอย่างยิ่ง **(for** สำหรับ); **~ to do sth.** พากเพียรที่จะทำ *ส.น.*; Ⓒ *(be troubled)* หนักใจ, ทนทุกข์; **~ under sth.** ทนทุกข์กับ *ส.น.*; **~ under a delusion** อยู่ใต้ความหลงผิด; Ⓓ *(Naut.: pitch) (เรือ)* โคลงเคลงและโยนตัว; Ⓔ *(advance with difficulty)* เดินหน้าอย่างลำบาก; *(run too slowly) (รถยนต์)* วิ่งไม่คล่อง; **~ up the stairs** ขึ้นบันไดอย่างเหน็ดเหนื่อยแรง ❸ *v.t. (elaborate needlessly)* ขยายความยืดยาวเกินไป; **~ the point** พูดยืดเยื้อในประเด็นใดประเด็นหนึ่ง; **there's no need to ~ the point** ไม่จำเป็นที่จะต้องอธิบายอย่างยืดเยื้อ

labour: ~ camp *n.* ค่ายกักกันที่นักโทษต้องทำงานหนัก; **L~ Day** *n.* วันกรรมกร *(in America)* วันจันทร์แรกของเดือนกันยายน

laboured /ˈleɪbəd/ˈเลเบิด/ *adj. (Brit.)* หนักแรง; *(รูปแบบ)* การเสนอความคิดที่ไม่คล่อง; **his breathing was ~:** เขาหายใจด้วยความยากลำบาก

labourer /ˈleɪbərə(r)/ˈเลเบอะเรอะ(ร)/ *n.* ➤ 489 *(Brit.)* คนงาน, กรรมกร; *(assisting skilled worker)* ผู้ช่วยช่าง; **bricklayer's ~:** คนช่วยช่างก่ออิฐ; **builder's ~:** ผู้ช่วยช่างก่อสร้าง

labour: L~ Exchange *(Hist./coll.)* ➡ **employment exchange; ~ force** *n.* อัตรากำลังคนงาน; **a considerable ~ force** อัตรากำลังคนงานจำนวนมาก

labourite /ˈleɪbəraɪt/ˈเลเบอะไรท/ *n. (Brit. Polit.)* ผู้สนับสนุนพรรคแรงงาน; *(member)* สมาชิกพรรคแรงงาน

labour: ~ market *n.* ตลาดแรงงาน; **~ pains** *n. pl.* การเจ็บท้องก่อนคลอด; **L~ Party** *n. (Polit.)* พรรคแรงงาน; **~ relations** *n. pl.* แรงงานสัมพันธ์; *(within one company)* พนักงานสัมพันธ์; **~-saving** *adj.* ทุ่น *หรือ* ประหยัดแรง

Labrador /ˈlæbrədɔː(r)/ˈแลเบรอะดอ(ร)/ *n.* **~ [dog** *or* **retriever]** สุนัขพันธุ์แลบราดอร์ *(ท.ศ.)*

laburnum /ləˈbɜːnəm/เลอะˈเบอเนิม/ *n. (Bot.)* ไม้เตี้ยในสกุล *Lawnum* ดอกสีเหลืองระย้า เมล็ดเป็นพิษ

labyrinth /ˈlæbərɪnθ/ˈแลเบอะรินธฺ/ *n.* ทางเดินกล, เขาวงกต

labyrinthine /læbəˈrɪnθaɪn, US -θɪn/แลเบอะˈรินธายน, -ธิน/ *adj.* Ⓐ เกี่ยวกับทางเดินกล *หรือ* เขาวงกต; Ⓑ *(complex)* สับสน, ซับซ้อน

¹lac /læk/แลค/ *n.* ครั่ง; **~ insect** ตัวครั่ง

²lac ➡ **lakh**

lace /leɪs/เลซ/ ❶ *n.* Ⓐ *(for shoe)* เชือกผูกรองเท้า; Ⓑ *(fabric)* ผ้าลูกไม้; Ⓒ *(braid)* **gold/silver ~:** แถบลูกไม้ทอง/เงิน ❷ *v.t.* Ⓐ *(fasten)* **~ [up]** ผูกเชือก; Ⓑ *(interlace)* สอดแซม; Ⓒ *(pass through)* ร้อยเชือกตามรู; Ⓓ **~ sth. with alcohol** เติมเหล้าลงใน *ส.น.*; **~d with brandy** เติมด้วยบรั่นดี; **~ sb.'s drink** ใส่เหล้าลงในเครื่องดื่มของ *ค.น.*

lacerate /ˈlæsəreɪt/ˈแลเซอะเรท/ *v.t.* Ⓐ *(tear)* ทำให้ขาดยับเยิน; **her arm was badly ~d** แขนของเธอเป็นแผลยับเยิน; Ⓑ *(fig.: afflict)* ทำให้เจ็บช้ำ

laceration /læsəˈreɪʃn/แลเซอะˈเรช'น/ *n.* Ⓐ *no pl.* การเป็นรอยขาดยับเยิน; Ⓑ *(wound)* บาดแผล; *(from glass)* แผลซึ่งเป็นรอยขาดยับเยิน

lace: ~-up ❶ *attrib. adj.* ผูกเชือกไว้; **~-up boot** รองเท้าบูทที่ผูกเชือก ❷ *n.* รองเท้าชนิดมีเชือกผูก; **~wing** *n. (Zool.)* แมลงจำพวกแมลงช้าง

lachrymal /ˈlækrɪml/ˈแลคริม'ล/ *adj. (Anat.)* เกี่ยวกับน้ำตา *หรือ* การหลั่งน้ำตา

lachrymose /ˈlækrɪməʊs/ˈแลคริโมซ/ *adj.* เจ้าน้ำตา; *(หน้าตา)* โศกเศร้า; *(บทละคร)* ที่ซาบซึ้ง

lacing /ˈleɪsɪŋ/ˈเลซิง/ *n.* Ⓐ ส่วนของเสื้อที่เป็นเชือกสอดร้อย; *(on shoes)* เชือกรองเท้า; *(of corset)* เชือกร้อยรัดเอว; Ⓑ *(quantity of spirits)* เหล้าที่เติมในเครื่องดื่ม; **coffee with a ~ of whisky** กาแฟที่เหยาะวิสกี้

lack /læk/แลค/ ❶ *n.* การขาด, การไม่มี; **his ~ of enemies makes his task easier** การไม่มีศัตรูของเขาทำให้ภารกิจง่ายขึ้น; **her ~ of aggression makes her easy to live with** การไม่ก้าวร้าวของเธอทำให้การอยู่ร่วมกับเธอราบรื่น; **~ of self-consciousness** การเป็นธรรมชาติ; **~ of obedience** การไม่อยู่ในโอวาท; **~ of work** การขาดงานทำ; **there is no ~ of it [for them]** [พวกเขา] ไม่ขาดมือเลย; **he has no ~ of confidence** เขาไม่ขาดความมั่นใจ; **for ~ of sth.** เนื่องจากขาด *ส.น.*; **for ~ of time** เนื่องจากไม่มีเวลา ❷ *v.t.* **sb./sth. ~s sth.** *ค.น./ส.น.* ขาด *ส.น.*; **sb. ~s the creativity/ability to do sth.** *ค.น.* ขาดความคิดสร้างสรรค์/ความสามารถที่จะทำ *ส.น.*; **what he ~s is ...:** สิ่งที่เขาขาดคือ...; **his life ~ed sth.** ชีวิตของเขาขาด *ส.น.*; **~ content** ขาดเนื้อหา ❸ *v.i.* **sb. ~s for sth.** *(formal) ค.น.* ขาด *ส.น.*; **I ~ for nothing** ฉันไม่ขาดอะไรเลย; ➡ + **lacking**

lackadaisical /lækəˈdeɪzɪkl/แลเคอะˈเดซิค'ล/ *adj. (unenthusiastic)* ไม่กระตือรือร้น, เซ้าซามเย็นซาม; *(listless)* ไม่สนใจสิ่งรอบข้าง, เฉื่อยแฉะ

lackadaisically /lækəˈdeɪzɪkəlɪ/แลเคอะˈเดซิเคอะลิ/ *adv.* ➡ **lackadaisical:** อย่างไม่กระตือรือร้น, อย่างเซ้าซามเย็นซาม

lackey /ˈlækɪ/ˈแลคิ/ *n.* Ⓐ *(footman)* คนรับใช้ชาย *(ซึ่งสวมเครื่องแบบคอยปิดเปิดประตูรับใช้ที่โต๊ะอาหารและติดตามเจ้านายไปที่ต่าง ๆ)*; Ⓑ *(servant)* คนรับใช้; Ⓒ *(toady)* คนสอพลอ, ป้อยอ; Ⓓ *(derog.: political follower)* สุนัขรับใช้, บริวารทางการเมือง

lacking /ˈlækɪŋ/ˈแลคิง/ *adj.* Ⓐ **be ~:** ไม่มี, ขาด *(เงินทอง, ทรัพย์สิน)*; **he was found to be ~** *(incapable)* เขาบกพร่องในคุณสมบัติที่ต้องการ; **he is ~ in stamina/confidence** เขาขาดกำลังวังชา/เขาขาดความมั่นใจ; Ⓑ *(coll.: deficient in intellect)* **be ~:** ปัญญาทึบ

l

'lacklustre *adj.* *(ตา)* ขาดประกาย; *(ท่าทาง)* ไม่มีชีวิตชีวา; *(งานเลี้ยง)* จืดชืด, มัวซัว

laconic /ləˈkɒnɪk/เลอะ'คอนิค/ *adj.* Ⓐ *(concise)* กระชับ, สั้น, ห้วน; Ⓑ *(บุคคล)* พูดน้อย, เงียบขรึม

laconically /ləˈkɒnɪklɪ/เลอะ'คอนิคลิ/ *adv.* อย่างกระชับ, อย่างห้วน ๆ

lacquer /ˈlækə(r)/'แลเคอะ(ร)/ ❶ *n.* ลัก, น้ำมันชักเงา, น้ำมันครั่ง, แล็คเกอร์ *(ท.ศ.)* ❷ *v.t.* เคลือบด้วยลัก; **~ed wood** ไม้ทาด้วยน้ำมันครั่ง

lacrosse /ləˈkrɒs, US -ˈkrɔːs/เลอะ'ครอซ/ *n.* *(Sport)* กีฬาชนิดหนึ่งคล้ายฮอคกี้ แต่ใช้โยนและรับลูกในตาข่าย (มักเล่นโดยผู้หญิง)

lactation /lækˈteɪʃn/แลค'เทช'น/ *n.* *(Physiol.)* การหลั่งน้ำนม

lactic acid /læktɪk ˈæsɪd/แลคทิค 'แอซิด/ *n.* *(Chem.)* กรดน้ำนม

lactose /ˈlæktəʊs/'แลคโทซ/ *n.* *(Chem.)* น้ำตาลในนม

lacuna /ləˈkjuːnə/เลอะ'คิวเนอะ/ *n., pl.* **~e** /ləˈkjuːniː/เลอะ'คิวนี/ *or* **~s** ช่องว่าง; *(in text)* ส่วนที่ขาดหายไปของต้นฉบับโบราณ ฯลฯ

lacy /ˈleɪsɪ/'เลซิ/ *adj.* เป็นลูกไม้; *(of metalwork)* เหมือนลูกไม้

lad /læd/แลด/ *n.* Ⓐ *(boy)* เด็กหนุ่ม, ชายหนุ่ม; **young ~:** ชายหนุ่ม; **when I was a ~:** เมื่อฉันยังเป็นเด็กหนุ่ม; **these are my ~s** นี่คือลูกชายของฉัน; Ⓑ *(man)* ผู้ชาย; **the ~s** พวกเพื่อน ๆ *(ผู้ชาย)*; **he always goes out for a drink with the ~s** เขาออกไปดื่มเหล้ากับเพื่อนฝูงเสมอ; **my ~:** ลูกของฉัน, ไอ้หนุ่ม; Ⓒ **be a bit of** *or* **quite a ~:** *(coll.) (spirited)* ออกจะเป็น/เป็นหนุ่มคะนอง; *(one for the ladies)* กับสาว ๆ ละก็ เขาเป็นหนุ่มก้อร่อก้อติกทีเดียว; Ⓓ ➡ **stable lad**

ladder /ˈlædə(r)/'แลเดอะ(ร)/ ❶ *n.* Ⓐ *(lit. or fig.)* บันไดแบบพาด; *(fig.: means of advancement)* บันไดไต่เต้าสู่ความก้าวหน้า; **the ~ to political power** บันไดไปสู่อำนาจทางการเมือง; **have a foot on the ~:** กำลังจะก้าวขึ้นไปสู่ความสำเร็จ; ➡ + ¹**rung** A; **snake** 1 A; **stepladder**; ¹**top** 1 A; Ⓑ *(Brit.: in tights etc.)* รอยขาดที่วิ่งเป็นทางยาว ❷ *v.i. (Brit.)* เกิดรอยขาดเป็นทาง ❸ *v.t. (Brit.)* ทำ *(ถุงน่อง)* ขาดเป็นรอยยาว

'ladder-proof *adj.* *(Brit. Textiles)* *(สิ่งทอ)* ซึ่งไม่เกิดรอยขาดที่วิ่งเป็นทางยาว

laddie /ˈlædɪ/'แลดิ/ *n.* เด็กหนุ่ม, น้องชาย

lade /leɪd/เลด/ *v.t., p.p.* **~n** /ˈleɪdn/'เลด'น/ *(Naut.)* Ⓐ *(load with cargo)* บรรทุกสินค้า; Ⓑ *(load on to ship)* บรรทุกบนเรือ

laden /ˈleɪdn/'เลด'น/ *v.i.* Ⓐ *(loaded)* บรรทุกเต็ม (**with** กับ); **the air was ~ with moisture** อากาศฉ่ำไปด้วยความชื้น; **trees ~ with blossom** ต้นไม้เต็มไปด้วยดอกไม้; Ⓑ *(burdened)* แบก *(ความเศร้าโศก)*; หนักใจ; **~ with grief/guilt** แบกความทุกข์/ความรู้สึกผิดเอาไว้

ladette /læˈdet/แล'เด็ท/ *n. (Brit.)* สาวแก่น

la-di-da /lɑːdɪˈdɑː/ลาดิ'ดา/ *adj.* แสร้งทำเป็นผู้ดี; **~ manners** ท่าทางแสร้งทำเป็นผู้ดี

ladies' /ˈleɪdɪz/'เลดิซ/: **~ man** *n.* ผู้ชายที่ชอบจีบผู้หญิง; **~ night** *n.* งานที่เชิญสุภาพสตรีมาร่วมเป็นพิเศษ *(ในสโมสร ฯลฯ ซึ่งจำกัดเฉพาะบุรุษ)*; **~ room** *n.* ห้องสุขาหญิง

ladified ➡ **ladyfied**

lading /ˈleɪdɪŋ/'เลดิง/ *n.* Ⓐ *(loading)* การบรรทุกสินค้า; ➡ + ³**bill** 1 H; Ⓑ *(freight)* สินค้าขนส่ง

ladle /ˈleɪdl/'เลด'ล/ ❶ *n.* Ⓐ *(utensil)* ทัพพี, ช้อนตัก; Ⓑ *(Metallurgy)* ถังใหญ่โลหะร้อนเหลว ❷ *v.t.* ตักด้วยทัพพี

~ **'out** *v.t. (lit. or fig.)* ตักออก

lady /ˈleɪdɪ/'เลดิ/ *n.* Ⓐ สุภาพสตรี; **~-in-waiting** *(Brit.)* นางสนองพระโอษฐ์; **Ladies' hairdresser** ช่างทำผมสุภาพสตรี; Ⓑ *in pl., constr. as sing.* **the Ladies[']** *(Brit.)* ห้องสุขาหญิง; **'Ladies'** 'สุภาพสตรี'; Ⓒ *as form of address in sing. (poet.)* คุณผู้หญิง; **Ladies and Gentlemen!** ท่านผู้มีเกียรติทั้งหลาย; **my dear** *or* **good ~:** คุณหญิงขอรับ; Ⓓ *(Brit.) as title* **L~ :** ตำแหน่งเลดี้; **my ~:** คุณผู้หญิง; Ⓔ *(ruling woman)* นายหญิง; **~ of the house** คุณผู้หญิง, เจ้าบ้านฝ่ายหญิง; **our sovereign ~ [, Queen Elizabeth]** *(Brit.)* สมเด็จพระนางเจ้าเอลิซาเบธพระบรมราชินีนาถ; **Our L~** *(Relig.)* แม่พระ; **find the ~ = three-card trick**; Ⓕ *(object of a man's devotion) (~-love)* หญิงในดวงใจ; **your/his** *etc.* **~:** หญิงในดวงใจคุณ/เขา; Ⓖ *(titled married woman)* สตรีที่แต่งงานกับผู้มีบรรดาศักดิ์; Ⓗ **my/your ~ wife** ภรรยาของฉัน/คุณ; **your good ~:** ภรรยาของคุณ; Ⓘ *attrib. (female)* **~ clerk** เสมียนหญิง; **~ doctor** แพทย์หญิง; **~ friend** เพื่อนหญิง; **~ dog** สุนัขตัวเมีย; ➡ + **easy** 1 C; **first** 2 A; **mayoress; old lady; painted lady; young lady**

lady: ~bird, *(Amer.)* **~bug** *ns. (Zool.)* แมลงเต่าทอง; **L~ chapel** *n. (Eccl.)* ห้องสวดมนต์เล็ก *(ภายในโบสถ์หรือวิหารซึ่งอุทิศให้แก่พระแม่มารี)*; **L~ Day** *n., no art.* วันแม่พระ *(ตรงกับ 25 มีนาคม)*; **~ fern** *n. (Bot.)* เฟิร์นชนิด *Athyrium filix-femina* มีใบบางละเอียด

ladyfied /ˈleɪdɪfaɪd/'เลดิฟายด/ *adj.* ท่าทางดุจสุภาพสตรี; **be ~:** มีท่าทางดุจสุภาพสตรี

lady: ~killer *n. (coll.)* ผู้ชายที่ชอบพร่าผู้หญิง, เสือผู้หญิง; **~like** *adj.* Ⓐ เรียบร้อยเป็นกุลสตรี; **be ~like** ทำตัวเรียบร้อย; Ⓑ *(effeminate)* ทำตัวอ่อนแอราวกับเป็นผู้หญิง; **~-love** *n.* หญิงคู่รัก; **L~'s 'bedstraw** ➡ **bedstraw**

ladyship /ˈleɪdɪʃɪp/'เลดิชิพ/ *n.* **her/your ~/ their ~s** *ใช้เรียกหญิงมีศักดิ์*

lady: ~'s-maid *n.* สาวใช้ประจำตัว; **~'s man** ➡ **ladies' man**; **~smock** ➡ **cuckoo flower**; **~'s 'slipper** *n. (Bot.)* รองเท้านารี, กล้วยไม้ในสกุล *Cypripedium*

¹**lag** /læg/แลก/ ❶ *v.i.*, **-gg-** *(lit. or fig.)* ล้าหลัง; ➡ + **behind** 1 B, 2 C ❷ *n.* Ⓐ *(delay)* การล่าช้า, การหน่วง; *(falling behind)* การล้าหลัง; **there was a ~ before ...:** มีการล่าช้าเกิดขึ้นก่อนที่...; Ⓑ *(Phys.: retardation)* การหน่วงให้ช้าลง *(ในกระแสไฟฟ้าหรือการเคลื่อนที่)*; *(amount of retardation)* ปริมาณการหน่วงให้ช้าลง; ➡ + **jet lag; time lag**

²**lag** *n. (Brit. coll: convict)* นักโทษ; **old ~:** นักโทษหน้าเก่า

³**lag** *v.t.*, **-gg-** *(insulate)* หุ้มด้วยฉนวน

lager /ˈlɑːgə(r)/'ลาเกอะ(ร)/ *n.* เบียร์อ่อน; **a small ~:** เบียร์แก้วเล็ก

lager lout *n.* ชายหนุ่มที่ประพฤติตัวไม่ดี เนื่องจากดื่มเหล้ามากเกินไป

laggard /ˈlægəd/'แลเกิด/ ❶ *n.* คนล้าหลังเพื่อน; *(with work)* คนทำงานช้า ❷ *adj.* เชื่องช้า

¹**lagging** *n.* **no ~!** ห้ามอ้อยอิ่ง

²**lagging** *n. (insulation)* วัตถุซึ่งเป็นฉนวน

lagoon /ləˈguːn/เลอะ'กูน/ *n.* Ⓐ ทะเลสาบน้ำเค็ม ซึ่งมีตลิ่งทรายเตี้ย ๆ หรือแนวประการังกั้นจากทะเล; Ⓑ *(Amer., Austral., NZ: small lake)* ทะเลสาบขนาดเล็ก; Ⓒ *(in sewage-works)* บ่อบำบัดน้ำเสีย

lah /lɑː/ลา/ *n. (Mus.)* เสียงลา

laid ➡ ²**lay** 1 2

'laid-back *adj. (coll.)* ตามสบาย, ใจเย็น

lain ➡ ²**lie** 2

lair /leər/แลร/ *n. (of wild animal)* รัง, โพรง; *(fig.: hiding place) (of pirates, bandits)* ซ่องโจร, รังโจร; *(of children etc.)* ที่ซ่อน

laird /leəd/แลด/ *n. (Scot.)* เจ้าของที่ดิน

laisser-faire, laissez-faire /leɪseɪˈfeə(r)/ เลเซ'แฟ(ร)/ *n., no pl., no indef. art.* ระบบเศรษฐกิจแบบการค้าเสรีโดยรัฐบาลไม่เข้าไปเกี่ยวข้อง

laity /ˈleɪɪtɪ/'เลอิทิ/ *n. pl.* ฆราวาส, คณะที่ไม่ใช่นักบวช; คฤหัสถ์ *(ร.บ.)*; **many of the ~:** ฆราวาสหลายคน

¹**lake** /leɪk/เลค/ *n.* ทะเลสาบ; **the Great L~s** ทะเลสาบใหญ่ทั้งห้าบริเวณพรมแดนระหว่างประเทศสหรัฐอเมริกาและประเทศแคนาดา

²**lake** *n. (pigment from cochineal)* สีแดงที่ได้จากครั่ง

lake: L~ Constance /leɪk ˈkɒnstəns/เลค 'คอนซเตินซฺ/ *pr. n.* ทะเลสาบคอนสแตนซ์; **L~ District** *pr. ns. (Brit.)* อาณาเขตทะเลสาบต่าง ๆ *(ในภาคเหนือของประเทศอังกฤษ)*; **~dwelling** *n.* กระท่อมสมัยก่อนประวัติศาสตร์สร้างบนเสาในทะเลสาบหรือตามชายฝั่ง; **L~land** /ˈleɪklənd/ 'เลคแลนดฺ/ ➡ **L~ District**; **L~ Lucerne** ➡ **Lucerne**; **L~ Lugano** /leɪk luːˈgɑːnəʊ/ เลค ลู'กาโน/ *pr. n.* ทะเลสาบลูกาโน *(อยู่บนพรมแดนประเทศสวิตเซอร์แลนด์และอิตาลี)*; **~side** *n.* ริมทะเลสาบ, ชายทะเลสาบ; **by the ~side** ริมทะเลสาบ; **a ~side hotel/promenade** โรงแรม/ทางเดินเล่นริมทะเลสาบ; **L~ Su'perior** *pr. n.* ทะเลสาบสุพีเรีย *(ในสหรัฐอเมริกา)*

lakh /læk/แลค/ *n. (Ind.)* หนึ่งแสนรูปี; **a ~ of rupees** หนึ่งแสนรูปี

La-la land /ˈlɑːlɑː lænd/'ลาลา แลนดฺ/ *n.* ❶ *(unreal world)* **be living in ~:** อยู่ในความเพ้อฝัน ❷ *(US film industry)* วงการภาพยนตร์อเมริกัน

lam /læm/แลม/ *(coll.)* ❶ *v.i.*, **-mm-: ~ into sb.** ตี, หวด, เฆี่ยน ค.น.; *(verbally)* ด่าว่า ❷ *v.t.* **-mm-** ตี *(ลูกบอล)* อย่างแรง; ด่าว่า ค.น.

lama /ˈlɑːmə/'ลาเมอะ/ *n.* ลามะ *(ท.ศ.) (พระในศาสนาพุทธซึ่งอยู่ในประเทศมองโกเลียและทิเบต)*

lamasery /ˈlɑːməsərɪ/'ลาเมอะเซะริ/ *n.* วัดของลามะ

lamb /læm/แลม/ ❶ *n.* Ⓐ ลูกแกะ; **as gentle/ meek as a ~:** อ่อนโยน/ว่าง่ายเหมือนกับลูกแกะ; **one may** *or* **might as well be hanged** *or* **hung for a sheep as [for] a ~** *(fig.)* ไหน ๆ ก็จะต้องโทษแล้ว กอบโกยผลประโยชน์ให้มากที่สุด; **like a ~ [to the slaughter]** โดยดี, ไม่ขัดขืน; Ⓑ *no pl. (flesh)* เนื้อแกะอ่อน; Ⓒ *(mild person)* คนอ่อนโยน; *(dear person)* คนที่รัก; *(pitiable person)* คนน่าเวทนา; **the L~ [of God]** *(Bibl.)* พระเยซู ❷ *v.i.* *(แกะ)* ตกลูก; **~ing season** ฤดูกาลที่แกะตกลูก

lambaste /læmˈbeɪst/แลม'เบซทฺ/, **(lambast)** /læmˈbæst/แลม'เบซ/) *v.t. (coll.: thrash, lit. or fig.)* หวด, กระหน่ำตี, วิพากษ์วิจารณ์อย่างรุนแรง

lamb: ~ 'chop *n.* เนื้อสันแกะอ่อนที่ตัดให้ติดกระดูก; **~ 'cutlet** *n.* เนื้อแกะอ่อนทอดเป็นชิ้น

Lambda probe /ˈlæmdə prəʊb/ˈแลมเดอะ โพรบ/ *n. (Motor Veh.) เครื่องวัดออกซิเจน เพื่อควบคุมการเผาไหม้ของเครื่องยนต์*

lambkin /ˈlæmkɪn/ˈแลมกิน/ *n.* Ⓐ *(animal)* ลูกแกะน้อย; Ⓑ *(person)* คนน่ารัก, ผู้เป็นที่รัก

lamb: ~like *adj. (นิสัย)* อ่อนโยน, ว่าง่าย; **~'s fry** *n., no pl., no indef. art.* เครื่องในลูกแกะที่ใช้เป็นอาหาร; **~skin** *n. (with wool on)* หนังลูกแกะติดขน; *(as leather)* หนังลูกแกะฟอก; **~'s 'lettuce** *n., no pl., no indef. art. (Bot.)* ผักสลัดชนิด *Valerianella locusta;* **~'s-tails** *n. pl. (Brit. Bot.)* ช่อดอกของต้นเฮเซิล; **~swool** *n.* ไหมพรมเนื้อนุ่มทำจากขนแกะอ่อน

lame /leɪm/เลม/ ❶ *adj.* Ⓐ *(disabled) (เท้า, ขา)* พิการ; **go ~:** เกิดการกะโผลกกะเผลก; **be ~ in one's right leg** ขากะเผลกข้างขวา; **the horse was ~ in one leg** ม้าขาเจ็บไปข้างหนึ่ง; Ⓑ *(fig.: unconvincing)* ฟังไม่ขึ้น; Ⓒ *(fig.: halting) (การอ่านกลอน)* ตะกุกตะกัก ❷ *v.t.* ขี่จน *(ม้า)* ขาเจ็บ; *(fig.: hinder)* ขัดขวาง *(บุคคล, ความเป็นไปได้)*

lamé /ˈlɑːmeɪ/ˈลาเม/ *(Textiles)* ❶ *n.* ผ้าทอแทรกเส้นเงินหรือทอง ❷ *adj.* มีลักษณะผ้าเช่นนั้น

lame: ~brain *n. (Amer.)* คนโง่; **~ dog** ➡ **dog** 1 A; **~ 'duck** *n.* Ⓐ *(incapable person)* คนไม่เอาไหน *(ภ.พ.)*; Ⓑ *(firm)* บริษัทหมดเงิน; **the ~ ducks of industry** พวกบริษัทอุตสาหกรรมที่ทำท่าจะไปไม่รอด; Ⓒ *(Amer.: official about to retire)* เจ้าหน้าที่ซึ่งใกล้จะเกษียณ หรือ นักการเมืองที่ใกล้จะเลือกตั้ง

lamella /ləˈmelə/เลอะˈเม็ลเลอะ/ *n., pl.* **~e** /ləˈmeliː/เลอะˈเม็ลลี/ ชั้นบาง ๆ ในเยื่อกระดูก

lamely /ˈleɪmlɪ/ˈเลมลิ/ *adv.* Ⓐ อย่างกะโผลกกะเผลก, อย่างกระย่องกระแย่ง, เขยก; **the horse walks ~:** ม้าเดินเขยก; Ⓑ *(fig.: unconvincingly)* อย่างไม่สมเหตุสมผล, อย่างฟังไม่ขึ้น; **she ~ mumbled an excuse** เธอพึมพำคำแก้ตัวออกมาอย่างฟังไม่ขึ้น

lameness /ˈleɪmnɪs/ˈเลมนิซ/ *n., no pl. (lit.)* การเดินกะโผลกกะเผลก; *(fig.: unconvincingness)* ความไม่สมเหตุสมผล

lament /ləˈment/เลอะˈเม็นทฺ/ ❶ *n.* Ⓐ *(expression of grief)* การคร่ำครวญ, คำอาลัย, การแสดงความเศร้าโศกอาลัย (**for** สำหรับ); **his great ~ is ...:** ความเศร้าโศกอันยิ่งใหญ่ของเขาได้แก่...; Ⓑ *(dirge)* เพลง หรือ โคลงแสดงความเศร้าโศกอาลัย ❷ *v.t.* ร้องไห้คร่ำครวญเสียใจ; **~ that ...:** รำพันว่า... ❸ *v.i.* คร่ำครวญเสียใจ; **~ over** *or* **for sth.** คร่ำครวญ *ส.น.*; **~ over** *or* **for sb.** คร่ำครวญอาลัย *ค.น.*

lamentable /ˈlæməntəbl/ˈแลเมินเทอะบ'ล/ *adj.* น่าเสียใจ

lamentably /ˈlæməntəblɪ/ˈแลเมินเทอะบลิ/ *adv.* อย่างน่าเสียใจ; **be ~ ignorant of sth.** โง่มใน *ส.น.* อย่างน่าเสียใจ

lamentation /læmənˈteɪʃn/แลเมินˈเทช'น/ *n.* Ⓐ *no pl., no art. (lamenting)* การคร่ำครวญอาลัย; Ⓑ *(lament)* คำอาลัย; Ⓒ **L~s [of Jeremiah]** *(Bibl.) การเล่าถึงความพินาศของกรุงเยรูซาเลมในศตวรรษที่ 6 ก่อนคริสตกาลในพระคัมภีร์ไบเบิลเก่า*

lamented /ləˈmentɪd/เลอะˈเม็นทิด/ *adj.* เป็นที่อาลัย, ที่เสียดาย; **the late ~ President** ท่านประธานาธิบดีผู้เสียชีวิตไปแล้วท่ามกลางความอาลัย

laminate ❶ /ˈlæmɪneɪt/ˈแลมิเนท/ *v.t.* Ⓐ *(construct)* ซ้อนแผ่นกันให้เป็นแผ่นเดียว เช่นไม้อัด; Ⓑ *(make into thin plates)* ทุบ หรือ รีดโลหะออกเป็นแผ่นบาง; Ⓒ *(split)* แยกออกเป็นแผ่น; Ⓓ *(overlay)* เคลือบอาบด้วยโลหะ หรือ พลาสติก ❷ *v.i.* แยกออกเป็นแผ่นบาง ๆ ❸ /ˈlæmɪnət/ˈแลมิเนท/ *n.* แผ่นซ้อน ๆ ที่อัดเป็นแผ่นเดียว; **fibreglass ~:** แผ่นไฟเบอร์กลาส

laminated /ˈlæmɪneɪtɪd/ˈแลมิเนทิด/ *adj.* ซึ่งถูกอัดเป็นแผ่น; **~ glass** กระจกอัด; **~ fibreglass** ไฟเบอร์กลาสอัด

lamination /læmɪˈneɪʃn/แลมิˈเนช'น/ *n.* Ⓐ *(process)* ขบวนการอัดแผ่น; Ⓑ *(layer of material)* แผ่นซ้อนชั้นของวัสดุ

lammergeyer /ˈlæməgaɪə(r)/ˈแลเมอะไกเออะ(ร)/ *n. (Ornith.)* นกแร้งขนาดใหญ่พันธุ์ *Gypaetus barbatus*

lamp /læmp/แลมพฺ/ *n.* ไฟตะเกียง, โคม; *(in street)* ไฟถนน; *(of vehicle)* ไฟ; *(car headlamp)* ไฟหน้ารถ; *(fig.: source of hope etc.)* แสงสว่างแห่งความหวัง *ฯลฯ*; ➡ + **fluorescent lamp; neon lamp; spirit lamp; sunlamp**

lamp: ~black *n.* สีย้อมดำซึ่งทำจากเขม่า; **~holder** *n.* ขาตั้งโคม, ที่ตั้งโคม; **~light** *n.* แสงจากโคมไฟ; **~lighter** *n. พนักงานจุดโคมไฟตามถนนในสมัยก่อน;* แผ่นไม้หรือกระดาษที่ใช้จุดโคมไฟ

lampoon /læmˈpuːn/แลมˈพูน/ ❶ *n.* งานเขียนที่ประชดประชัน หรือ ล้อเลียน ❷ *v.t.* ล้อเลียน, ประชดประชัน

'lamp post *n.* เสาไฟถนน

lamprey /ˈlæmprɪ/ˈแลมพริ/ *n. (Zool.)* สัตว์น้ำคล้ายปลาไหลในวงศ์ Petromyzomidae

lamp: ~shade *n.* โป๊ะไฟ; **~ standard** *n.* เสาไฟถนน

Lancastrian /læŋˈkæstrɪən/แลงˈแคซเตรียน/ ❶ *adj.* Ⓐ *(of Lancashire)* แห่งแคว้นแลงคาเชียร์ในประเทศอังกฤษ; Ⓑ *(Hist.)* แห่งราชสกุลแลงคาสเตอร์ ❷ *n.* Ⓐ *(native of Lancashire)* **be a ~:** เป็นชาวแลงคาเชียร์; Ⓑ *(Hist.)* สมาชิกราชสกุลแลงคาสเตอร์; **the ~s** ฝ่ายที่สนับสนุนสกุลแลงคาสเตอร์

lance /lɑːns, US læns/ลานซฺ, แลนซฺ/ ❶ *n.* Ⓐ *(weapon)* อาวุธยาวด้ามไม้ ปลายเป็นเหล็กแหลม, ทวนฝรั่ง; Ⓑ *(Fishing)* ฉมวกแทงปลา; Ⓒ *(pipe) ท่อโลหะที่ส่งออกซิเจนเข้าเครื่องหลอมโลหะ;* Ⓓ *(Mil.)* ➡ **lancer** A ❷ *v.t.* Ⓐ *(Med.)* กรีดด้วยมีดผ่าตัด; Ⓑ *(pierce with ~)* แทงด้วยอาวุธยาว

lance: ~ bombar'dier *n. (Mil.) ยศต่ำสุดของนายทหารชั้นประทวนสำหรับทหารปืนใหญ่อังกฤษ;* **~ 'corporal** *n. (Mil.)* สิบตรี

lancer /ˈlɑːnsə(r), US ˈlænsə(r)/ˈลานเซอะ(ร), ˈแลนเซอะ(ร)/ *n.* Ⓐ *(Mil. Hist.)* ทหารม้าถือทวนฝรั่ง; Ⓑ *in pl. (dance)* การเต้นรำหมู่ของคู่เต้นรำ 8 หรือ 16 คู่

lancet /ˈlɑːnsɪt, US ˈlæn-/ˈลานซิท, ˈแลน-/ *n.* Ⓐ *(Med.)* มีดผ่าตัดขนาดเล็ก; Ⓑ *(Archit.)* **~ [arch/light** *or* **window]** ซุ้ม หรือ หน้าต่างทรงแคบยอดแหลมเรียว

land /lænd/แลนดฺ/ ❶ *n.* Ⓐ *no pl., no indef. art. (solid part of the earth)* พื้นดิน; **by ~:** ทางบก; **by ~ or by sea** ทางบกหรือทางทะเล; *(not in air)* **on ~:** บนบก; *(not in or on water)* บนพื้นดิน; **~ travel** การเดินทางทางบก; Ⓑ *no indef. art. (expanse of country)* พื้นที่; **see/find out how the ~ lies** *(fig.)* ไปดูท่าที; **how does the ~ lie?** *(fig.) (สถานการณ์)* เป็นอย่างไรบ้าง; ➡ + ²**lay** 3 B; ²**lie** 1 A; Ⓒ *no pl., no indef. art. (ground for farming or building)* ที่ดิน; **work the ~:** ทำเกษตรกรรม, ทำไร่ไถนา; **back to the ~:** คืนสู่พื้นดิน; **live off the ~:** บริโภคอาหารที่ปลูกหรือเลี้ยงเอง; Ⓓ *(country)* แผ่นดิน, ประเทศ, ดินแดน; **the greatest in the ~:** ยิ่งใหญ่ที่สุดในประเทศ; **out of the ~ of Egypt** *(Bibl.)* ออกจากดินแดนอียิปต์; **~ of hope and glory** แผ่นดินแห่งความหวังและความรุ่งโรจน์; ➡ + **living** 1 E; **promised land;** Ⓔ *no indef. art. (landed property)* ทรัพย์สินที่ดิน; **have** *or* **own ~:** มีที่ดิน; **~s** *(estates)* ที่ดิน ❷ *v.t.* Ⓐ *(set ashore)* ส่งขึ้นฝั่ง; Ⓑ *(Aeronaut.)* นำลงสู่พื้น; **they were ~ed at an airstrip** เครื่องบินของเขาลงที่สนามบินเล็ก ๆ; Ⓒ *(bring into a situation)* **~ oneself in trouble** ทำให้ตัวเองยุ่งยาก; **this will ~ him in bankruptcy** สิ่งนี้จะทำให้เขาล้มละลาย; **his recklessness ~ed him in danger** ความไม่คิดหน้าคิดหลังของเขาทำให้เขาตกอยู่ในอันตราย; **~ sb. in [the thick of] it** ทำให้ *ค.น.* ต้องเดือดร้อน [อย่างเต็มที่]; Ⓓ *(deal)* ต่อย, โยน *(หมัด)*; **~ a blow on sb., ~ sb. one** โยนหมัดใส่ *ค.น.*; **~ sb. one right in the eye** ต่อย *ค.น.* ที่ดวงตา; Ⓔ *(burden)* **~ sb. with sth., ~ sth. on sb.** ทำให้ *ค.น.* รับภาระ *ส.น.*; **be ~ed with sb./sth.** ต้องรับ *ค.น./ส.น.* มาเป็นภาระ; **this ~ed me with a huge problem** สิ่งนี้นำปัญหาใหญ่มาให้ฉัน; Ⓕ **~ a fish** ตกปลาได้; Ⓖ *(fig.: obtain in face of competition)* ชิงมาได้ ❸ *v.i.* Ⓐ *(เรือ)* ถึงฝั่ง, เทียบท่า; *(ผู้โดยสาร)* ขึ้นบก; **we ~ed at Dieppe** เราขึ้นจากเรือที่เมืองดิเอปป์; Ⓑ *(Aeronaut.)* บินลง; *(on water)* ลงจอดบนพื้นน้ำ; **be about to ~:** กำลังจะลง; Ⓒ *(alight)* ลงสู่; *(ลูกบอล)* ตกลง; **~ on one's feet** เอาเท้าลง; *(fig.)* เอาตัวรอดได้; Ⓓ *(find oneself in a situation)* ตกอยู่ในสถานการณ์; **~ in the middle of a dispute** ตกอยู่ท่ามกลางการโต้แย้ง

~ 'back *v.i.* กลับลงมา, ลงสู่พื้นอีกครั้ง

~ on *v.t.* **~ on sb.** *(impose oneself)* มาเป็นภาระกับ *ค.น.*

~ 'up *v.i.* ยุติลง, ลงเอย

'land-agent *n.* ➤ 489 Ⓐ *(Brit.: steward)* ผู้ดูแลบริหารที่ดิน; Ⓑ *(selling land)* นายหน้าขายที่ดิน

landau /ˈlændɔː/ˈแลนดอ/ *n.* รถนั่งเทียมม้ามีประทุนหน้าและหลัง

land: ~ breeze *n.* ลมอ่อน ๆ พัดจากบกสู่ทะเล; **~ crab** *n. (Zool.)* ปูพันธุ์ *Cardisoma gnanhumi* ที่ขุดรูอยู่บนบกแต่ลงทะเลเพื่อผสมพันธุ์

landed /ˈlændɪd/ˈแลนดิด/ *adj. (having land)* **~ gentry/aristocracy** เจ้าของที่ดินผู้ไม่มี/มีบรรดาศักดิ์; **the ~ interest** ผลประโยชน์ของผู้มีที่ดิน

lander /ˈlændə(r)/ˈแลนเดอะ(ร)/ *n. (Astronaut.)* ยานที่ลงสู่พื้นดิน

land: ~fall *n. (Naut.)* การใกล้จะถึงบก; **~fill** *n.* Ⓐ *(material)* เศษวัสดุถมที่ดิน; ขยะที่ฝังกลบ; Ⓑ *(process)* การถมที่, การฝังกลบ; **~fill site** แหล่งถมที่ดินด้วยเศษวัสดุเหลือใช้; **~ force** *n.* **~ force[s** *pl.***]** กองทัพบก; **~ girl** *n. (Brit.)* ผู้หญิงที่ทำงานในฟาร์ม *(โดยเฉพาะในสงครามโลกครั้งที่สอง)*

landing /ˈlændɪŋ/ˈแลนดิง/ *n.* Ⓐ *(of ship)* การเข้าเทียบท่า; **on ~** *(disembarkation)* เมื่อขึ้นจากเรือ; Ⓑ *(of aircraft)* การลงสู่พื้นดิน; **emergency ~:** การลงจอดฉุกเฉิน; ➡ + **hard**

507 **landing card | lapsed**

landing; soft landing; [C] *(place for disembarkation)* ท่าเทียบเรือ; [D] *(between flights of stairs)* ชานบันได; *(passage)* ทางไปห้องต่าง ๆ ซึ่งอยู่ชั้นบน

landing: ~ card *n.* บัตรตรวจคนเข้าเมือง; **~ craft** *n. (Navy)* เรือท้องแบนสำหรับยกพลขึ้นบก; **~ flap** *n. ส่วนของปีกเครื่องบินที่ใช้ปะทะลมตอนเครื่องบินลง;* **~ gear** *n.* ส่วนล้อของเครื่องบิน, ล้อลงดิน; **~ net** *n.* ตาข่ายตักปลาใหญ่, แหช้อนปลา; **~ place** ➡ **landing** C; **~ stage** *n.* แพ/โป๊ะขึ้นลงเรือ; **~ strip** ➡ **airstrip**

land: ~lady *n.* [A] *(of rented property)* หญิงผู้ให้เช่าบ้านที่ดิน *หรือ* ห้องชุด; [B] *(of public house)* หญิงเจ้าของร้านขายเหล้า; [C] *(of lodgings etc.)* หญิงเจ้าของหอพัก *หรือ* ห้องพัก; **~line** *n.* สายการสื่อสารทางบก; **~locked** *adj.* ไม่มีทางออกทางทะเล; **~lord** *n.* [A] *(of rented property)* ชายผู้ให้เช่าบ้านหรือที่ดิน; [B] *(of public house)* ชายเจ้าของร้านขายเหล้า; [C] *(of lodgings etc.)* ชายเจ้าของหอพักหรือห้องพัก; **~lubber** /ˈlændlʌbə(r)/ˈแลนดฺลับเบอะ(ร)/ *n. (Naut.)* คนผู้ไม่ชินกับทะเล; **~mark** *n.* [A] *(boundary mark)* สิ่งกำหนดอาณาเขต; *(stone)* หลักบอกเขต; [B] *(conspicuous object)* สิ่งที่เด่นสะดุดตา; [C] *(fig.: significant event)* เหตุการณ์สำคัญ; **stand as a ~mark** เป็นจุดเด่น; **~ mass** *n. (Geog.)* ผืนแผ่นดินใหญ่; **~mine** *n. (Mil.)* [A] *(on ground)* กับระเบิด; [B] *(parachute mine)* ลูกระเบิดที่ทิ้งจากเครื่องบิน; **~owner** *n.* **[large *or* big] ~owner** เจ้าของที่ดินขนาดใหญ่

landscape /ˈlændskeɪp/ˈแลนดฺซเกพ/ ❶ *n.* [A] ภูมิประเทศ, ภูมิทัศน์ *(ร.บ.)*; [B] *(picture)* ภาพวาดทิวทัศน์ ❷ *v.t.* ตกแต่งสวน, จัดสวน

landscape: ~ architect *n.* ➤ **489** ภูมิสถาปนิก; **~ architecture** *n.* ภูมิสถาปัตย์; **~ gardener** *n.* ➤ **489** นักจัดสวน; **~ gardening** *n.* การจัดสวน; **~ painter** *n.* จิตรกรผู้วาดรูปภูมิประเทศ

Land's end /lænz ˈend/แลนซฺ ˈเอ็นดฺ/ *pr n.* แลนด์เอนด์ *(แผ่นดินปลายสุดทางตะวันตกของเกาะอังกฤษ)*

land: ~slide *n.* [A] แผ่นดินถล่ม; [B] *(fig.: majority)* คะแนนเสียงท่วมท้น; *attrib.* **a ~slide victory** ชนะขาดลอย, ชนะอย่างถล่มทลาย; **~slip** ➡ **~slide** A; **~ tax** *n. (Admin.)* ภาษีที่ดิน

landward /ˈlændwəd/ˈแลนดฺเวิด/ ❶ *adj.* **~ side** ซึ่งหันสู่แผ่นดิน; **~ view** ทิวทัศน์ด้านที่เป็นแผ่นดิน/ทางแผ่นดิน ❷ *adv.* สู่แผ่นดิน ❸ *n.* **to [the] ~:** มุ่งสู่แผ่นดิน

landwards /ˈlændwədz/ˈแลนดฺเวิดซฺ/ ➡ **landward** 2

ˈland wind *n.* ลมบก

lane /leɪn/เลน/ *n.* [A] *(in the country)* ถนนแคบ ๆ ในชนบท; *(unmetalled)* ถนนดิน/ลูกรัง; **it's a long ~ that has no turning** *(prov.)* การเปลี่ยนแปลงเป็นสิ่งที่หลีกเลี่ยงไม่ได้; [B] *(in town)* ตรอก, ซอย; **lovers' ~:** ทางเดินที่มักมีคู่รักเดินเล่น; [C] *(part of road)* ช่องเดินรถ; **slow/inside ~** *(in Britain)* ช่องรถช้า; *(on the continent)* **outside ~:** ทางเดินขวา; **'get in ~'** 'เข้าช่องเดินรถ'; ➡ + **fast lane;** [D] **aircraft ~:** เส้นทางบิน; **shipping ~:** เส้นทางเดินเรือ; **ocean ~:** เส้นทางเดินเรือในทะเลลึก; [E] *(for race)* ลู่วิ่ง

-lane[d] /leɪn(d)/เลนดฺ/ *adj. in comb.* มีช่องทาง *(เดินรถ)*

language /ˈlæŋgwɪdʒ/ˈแลงกฺวิจ/ *n.* ภาษา; **speak the same ~** *(fig.)* สื่อความหมายกันได้, เข้าใจซึ่งกันและกัน; ➡ + **artificial language; dead language; foreign language; sign language;** [B] *no pl., no art. (words, wording)* คำพูด, วาระ; **[style of] ~:** รูปแบบการพูด; **use of ~:** การใช้ภาษา; [C] *(style)* ลักษณะภาษา; **use uncompromising ~:** ใช้ภาษาที่ไม่ออมชอม; **mind your ~:** ระวังการพูดของคุณ; **~ of the gutter** ภาษาข้างถนน, ภาษาหยาบคาย; ➡ + **bad** 1 A, D; **strong language;** [D] *(professional vocabulary)* ศัพท์ตามวิชาชีพ; **the ~ of diplomacy** ศัพท์การทูต; **medical ~:** ศัพท์แพทย์; [E] *(Computing)* **computer ~s** ภาษาคอมพิวเตอร์; [F] *no pl., no art. (faculty of speech)* การพูดได้

language: ~ barrier *n.* อุปสรรคในการสื่อสารเนื่องจากใช้ภาษาต่างกัน; **~ course** *n.* หลักสูตรภาษา; **~ laboratory** *n.* ห้องปฏิบัติการทางภาษา; **~ teacher** *n.* ครูสอนภาษา

languid /ˈlæŋgwɪd/ˈแลงกฺวิด/ *adj.* [A] *(indisposed to exertion, sluggish)* หงอย, ซึม; [B] *(inert)* ไม่มีชีวิตชีวา; [C] *(apathetic)* ไม่สนใจใยดี, ไม่รู้ร้อนรู้หนาว

languidly /ˈlæŋgwɪdlɪ/ˈแลงกฺวิดลิ/ *adv.* [A] *(without vigour, sluggishly)* อย่างเชื่องซึม; [B] *(inertly)* อย่างไม่มีชีวิตชีวา; [C] *(apathetically)* อย่างไม่สนใจใยดี

languish /ˈlæŋgwɪʃ/ˈแลงกฺวิช/ *v.i.* [A] *(lose vitality)* ขาดความกระตือรือร้น; *(ต้นไม้)* ไม่เจริญ; [B] *(live wretchedly)* อยู่อย่างซังกะตาย; **~ under sth.** ตรอมใจด้วย *ส.น.*; **~ in prison** อยู่ไปวัน ๆ ในห้องขัง; [C] *(pine)* โหยหา, ปรารถนา; **~ for sth.** โหยหา *ส.น.*; **~ for sb.** โหยหา *ค.น.*

languor /ˈlæŋgə(r)/ˈแลงเกอะ(ร)/ *n.* ➡ **languorous:** ความอ่อนเพลีย, ความไม่มีชีวิตชีวา, ความเพ้อฝัน

languorous /ˈlæŋgərəs/ˈแลงเกอะเริซ/ *adj.* [A] *(faint)* อ่อนเพลีย, ไม่มีแรง; [B] *(inert)* ไม่มีชีวิตชีวา; [C] *(dreamy)* เพ้อฝัน

lank /læŋk/แลงคฺ/ *adj.* [A] *(tall)* ผอมสูง; [B] *(thin)* ผอม; [C] *(limp)* ห้อยอย่างบอบบาง

lanky /ˈlæŋkɪ/ˈแลงคิ/ *adj.* ผอมสูง, ผอมยาว, เก้งก้าง

lanolin /ˈlænəlɪn/ˈแลเนอะลิน/ *n.* ไขมันจากขนแกะ ใช้สกัดทำเครื่องสำอาง

lantern /ˈlæntən/ˈแลนเทิน/ *n.* ตะเกียง, โคมไฟ; ➡ + **Chinese lantern; magic lantern**

lantern: ~-jawed /ˈlæntəndʒɔːd/ˈแลนเทินจอด/ *adj. (ใบหน้า)* ซึ่งมีขากรรไกรและคางยาวจนใบหน้าดูตอบซูบ; **~ slide** *n.* *แผ่นสไลด์กระจกที่ใช้ฉายโดยเครื่องฉายสไลด์แบบโบราณ*

lanyard /ˈlænjəd/ˈแลนเยิด/ *n.* [A] *(Naut.)* เชือกสั้นสำหรับผูกรัดสิ่งของในเรือ; [B] *(loop of cord)* สายนกหวีด ฯลฯ; [C] *(to fire gun)* เชือกดึงกระสุนซึ่งใช้ยิงปืนใหญ่

Laos /ˈlaʊs, ˈlɑːɒs/ˈลาวซฺ/ *pr. n.* ประเทศลาว

Laotian /ˈlɑːɒʃn, ˈlaʊʃn/ˈลาวช'น, ˈลาวเชียน/ ❶ *adj.* แห่งประเทศลาว; **sb. is ~:** *ค.น.* เป็นคนลาว ❷ *n.* [A] *(person)* คนลาว, ชาวลาว; [B] *(language)* ภาษาลาว

[1]lap /læp/แลพ/ *n.* [A] *(part of body)* ตัก; **live in the ~ of luxury** *(fig.)* อยู่อย่างหรูหรา; **fall** *or* **drop** *or* **be dropped into sb.'s ~** *(fig.)* ตกมาสู่มือ *ค.น.*; **end up on** *or* **in sb.'s ~** *(fig.)* ในที่สุดก็ตกเป็นภาระของ *ค.น.*; ➡ + **god** A; [B] *(flap)* ชาย *(เสื้อ, อานม้า)*

[2]lap ❶ *n.* [A] *(Sport)* รอบหนึ่ง *(ของสนามวิ่ง, สระว่ายน้ำ)*; **on the last ~** *(fig coll.)* อยู่ระหว่างช่วงสุดท้าย, อยู่ในรอบสุดท้าย; **~ of honour** รอบของผู้ชนะ; [B] *(amount of overlap)* จำนวนของการเหลื่อมซ้อน; *(overlapping part)* ส่วนที่เหลื่อมซ้อน ❷ *v.t.*, **-pp-:** [A] *(Sport)* วิ่งนำหน้าคู่แข่งอย่างน้อยหนึ่งรอบ; [B] *(cause to overlap)* ทำให้เหลื่อมกัน; [C] *(wrap)* พัน **([a]round** รอบ); *([a]round)*; [D] *(swathe)* ห่อหุ้ม, ปิดล้อม **(in** ด้วย) ❸ *v.i.*, **-pp-: ~ over sth.** หุ้ม, เหลื่อม *ส.น.*

[3]lap ❶ *v.i.*, **-pp-** [A] *(drink)* ใช้ลิ้นเลียน้ำกิน; [B] *(น้ำ, คลื่น)* กระทบหรือซัดชายฝั่ง ❷ *v.t.*, **-pp-:** [A] *(drink)* **~ [up]** เลีย *(น้ำ)* ขึ้นจนหมด; [B] ➡ **~ up** B; [C] ➡ **~ up** C; [D] *(น้ำ, ทะเล, คลื่น)* ซัดชายฝั่ง

~ˈup *v.t.* [A] *(drink)* เลีย *(น้ำ, ของเหลว)* จนหมด; ➡ **~ 2** A; [B] *(consume greedily)* บริโภคอย่างตะกละตะกราม; [C] *(fig.: receive eagerly)* รับ *(ความชมเชย)* อย่างกระตือรือร้น, *(ฟัง)* หูผึ่ง

laparoscopy /læpəˈrɒskəpɪ/แลเพอะˈรอซเกอะพิ/ *n. (Med.)* การส่องช่องท้องโดยกล้องไฟเบอร์ออบทิค

lap: ~ belt *n.* เข็มขัดนิรภัยที่คาดผ่านตรงบริเวณตัก; **~ dancer** *n. ระบำโป๊ที่เดินเปลื้องผ้าไปตามโต๊ะอาหารในคลับ;* **~dog** *n.* สุนัขเลี้ยงตัวเล็ก

lapel /ləˈpel/เลอะˈเพ็ล/ *n.* ปกเสื้อ

lapidary /ˈlæpɪdərɪ, US -derɪ/ˈแลพิเดอะริ, -เดะริ/ *adj.* [A] *(of gems)* **~ art** *(cutting gems)* ศิลปะการเจียระไนอัญมณี; *(polishing gems)* การขัดเงาอัญมณี; [B] *(engraved)* จารึกลงบนหิน; [C] *(dignified and concise)* *(การเขียน)* ภาคภูมิและกะทัดรัด

lapis [lazuli] /ˈlæpɪs (ˈlæzjʊlɪ), US ˈleɪpɪs (ˈlæzjʊlaɪ)/ˈแลพิซˈแลซิวลิ, ˈแลซูไล/ *n., no pl., no indef art.* [A] *(gem)* หินสีฟ้าสดที่ใช้เป็นอัญมณี; [B] *(pigment, colour)* สีฟ้าสด

ˈlap joint *n.* หัวต่อแบบเกย

Lapland /ˈlæplænd/ˈแลพแลนดฺ/ *pr. n.* แลพแลนด์ *(พื้นที่ทางเหนือของประเทศนอร์เวย์ สวีเดนและฟินแลนด์)*

Laplander /ˈlæplændə(r)/ˈแลพแลนเดอะ(ร)/ *n.* ชาวแลพแลนด์

Lapp /læp/แลพ/ ❶ *n.* [A] *(person)* ชาวแลพพ์; [B] *(language)* ภาษาของชาวแลพพ์ ❷ *adj.* [A] เกี่ยวกับชนชาติแลพพ์; [B] *(of language)* เกี่ยวกับภาษาของชาวแลพพ์

Lappish /ˈlæpɪʃ/ˈแลพิช/ ➡ **Lapp** 2

lapse /læps/แลพซฺ/ ❶ *n.* [A] *(interval)* **a/the ~ of ...:** การทิ้งช่วง...; **a ~ in the conversation** การขาดตอนในจังหวะการสนทนา; [B] *(mistake)* ความผิดพลาด; **~ of memory** การหลงลืมช่วงหนึ่ง; [C] *(deviation)* การเปลี่ยนไป; **momentary ~ of concentration** สมาธิหายไปครู่หนึ่ง; **a ~ from his high standard** การเปลี่ยนไปจากมาตรฐานสูงส่งของเขา; **~ from good taste** การเกิดรสนิยมถดถอย; [D] *(Law: termination of right) (of patent)* การหมดอายุความ; *(of legacy)* การหมดสิทธิ ❷ *v.i.* [A] *(fail)* เกิดการผิดพลาด; **~ from sth.** เกิดการยกเลิก *ส.น. (ที่ดี)*; [B] *(sink)* **~ into** ตกลงไป *(ในการติดยา)*; ตกอยู่ *(ในสภาพโคม่า)*; [C] *(become void) (สัญญา, การขอร้อง)* หมดอายุ, เป็นโมฆะ; [D] **~ to sb.** ตกเป็นของ *ค.น.* *(เพราะผู้มีสิทธิมากกว่าไม่มาอ้างสิทธิ)*

lapsed /læpst/แลพซฺทฺ/ *adj.* [A] *(disused)* ที่เลิกใช้, เลิกทำ; [B] *(having defected)* เลิกเชื่อ

ถือ (*ศาสนา, ลัทธิทางการเมือง*); Ⓒ (*ใบขับขี่, ตั๋ว, สัญญา*) ที่หมดอายุ

lap: **~top** ❶ *adj.* (*เครื่องคอมพิวเตอร์*) แบบกระเป๋าหิ้ว ❷ *n.* เครื่องคอมพิวเตอร์แบบกระเป๋าหิ้ว; เครื่องแล็ปท็อป (*ท.ศ.*); **~ weld** (*Metalw.*) *n.* เครื่องเชื่อมโลหะแบบคมเกย; **~-weld** (*Metalw.*) *v.t.* เชื่อม (*โลหะ*) แบบคมเกย; **~wing** *n.* (*Ornith.*) นก *Vanellus vanellus* มีขนสีดำขาว ร้องเสียงดัง

larboard /'lɑːbəd/'ลาเบิด/ ➡ **¹port** 1 C, 2

larcenous /'lɑːsənəs/'ลาเซอะเนิซ/ *adj.* เกี่ยวกับการลักขโมย

larceny /'lɑːsənɪ/'ลาเซอะนิ/ *n.* การลักขโมย

larch /lɑːtʃ/ลาจ/ *n.* ต้นสนผลัดใบในสกุล *Larix*

lard /lɑːd/ลาด/ ❶ *n.* น้ำมันหมู ❷ *v.t.* Ⓐ (*Cookery*) สอดชิ้นมันหมูในเนื้อสัตว์ก่อนอบหรือย่าง; Ⓑ (*fig.: garnish*) ตกแต่ง, สอดแซม

larder /'lɑːdə(r)/'ลาเดอะ(ร)/ *n.* (*room*) ห้องเก็บอาหาร; (*cupboard*) ตู้อาหาร

lardy /'lɑːdɪ/'ลาดิ/ *adj.* มีน้ำมันหมู

'lardy cake *n.* ขนมเค้กซึ่งทำจากไขมันหมูและลูกเกด

large /lɑːdʒ/ลาจ/ ❶ *adj.* Ⓐ ใหญ่โต; **a ~ lady** ผู้หญิงร่างใหญ่; **~ importer/user** ผู้นำเข้า/ผู้ใช้รายใหญ่; ➡ + **intestine**; **life** D; Ⓑ (*comprehensive, broad*) กว้างขวาง; **taking the ~ view** มองภาพกว้าง ❷ *n.* Ⓐ **at ~** (*at liberty*) เป็นไทแก่ตัว; (*not in prison etc.*) ไม่ต้องคุมขัง; (*at full length*) อย่างละเอียดสมบูรณ์; (*as a body*) โดยทั่วไป; (*Amer. Polit.: representing whole State*) เป็นตัวแทนของทั้งรัฐ; **society at ~:** สังคมทั่วไป; **students/teachers/doctors at ~:** นักศึกษา/ครู/แพทย์ทั่วไป; **ambassador at ~** (*Amer.*) ผู้แทนประเทศโดยทั่ว ๆ ไป (*ไม่ต้องแต่งตั้ง*); Ⓑ **in [the] ~:** จำนวนมาก ❸ *adv.* ➡ **bulk** 2; **¹by** 2 D; **²loom**; **write** 2 D

'large-hearted *adj.* ใจกว้าง

largely /'lɑːdʒlɪ/'ลาจลิ/ *adv.* ส่วนใหญ่, โดยมาก

largeness /'lɑːdʒnɪs/'ลาจนิซ/ *n., no pl.* ความใหญ่โต; (*of person*) ร่างใหญ่

larger-than-'life *attrib. adj.* (*บุคลิก*) โผงผางเหมือนพระเอกละคร/วีรบุรุษ

large: **~-scale** *attrib. adj.* (*แผนที่*) ขยายใหญ่; (*ปัญหา, อุบัติเหตุ, ความสำเร็จ*) ขนาดใหญ่; **~-scale manufacture** การผลิตจำนวนมาก; **~-size** ➡ **-size**

largess[e] /lɑː'ʒes/ลา'เฌ็ซ/ *n., no pl.* (*gifts*) ของแจก, ทาน, การให้ของ; **government ~:** การสงเคราะห์ของรัฐบาล

largish /'lɑːdʒɪʃ/'ลาจิช/ *adj.* ค่อนข้างมาก, ค่อนข้างใหญ่โต, ใหญ่พอใช้

largo /'lɑːgəʊ/'ลาโก/ ❶ *adv.* & *adj.* มีท่วงทำนองช้าและทรงเกียรติ ❷ *n., pl.* **~s** เพลงซึ่งมีท่วงทำนองช้าและทรงเกียรติ

lariat /'lærɪət/'แลเรียท/ *n.* Ⓐ (*lasso*) เชือกบ่วง (*ที่ใช้ในอเมริกาใต้*); Ⓑ (*tethering-rope*) เชือกผูกสัตว์ไว้

¹lark /lɑːk/ลาค/ *n.* นกตัวเล็กในวงศ์ Alaudidae มีเสียงร้องไพเราะ; **be up with the ~:** ตื่นแต่เช้า; **gay** *or* **happy as a ~:** มีความสุขมาก

²lark (*coll.*) ❶ *n.* Ⓐ (*frolic*) การหยอกเย้า; **they were only having a ~:** พวกเขาเพียงแต่หยอกเย้ากันเท่านั้น; **be a real ~:** เป็นเรื่องสนุกสนาน; **it'll be a bit of a ~:** มันก็จะสนุกสนานดี; **do sth. for a ~:** เล่น *ส.น.* แกล้งกัน, เล่นตลก; **what a ~!** สนุกจังเลย; Ⓑ (*Brit.*) (*form of activity*) การเล่นตลก; (*affair*) เรื่อง; **blow** *or* (*sl.*) **sod** *or* (*coarse*) **bugger this for a ~:** ไอ้เหี้ย (*ภ.ย.*) ❷ *v.i.* **~ [about** *or* **around]** เล่นสนุกไปทั่ว

'larkspur *n.* (*Bot.*) พันธุ์ไม้ในสกุล *Consolida* มีกลีบใบหุ้มดอกรูปร่างคล้ายเดือยไก่

larva /'lɑːvə/'ลาเวอะ/ *n., pl.* **~e** /'lɑːviː/'ลาวี/ ตัวอ่อนแมลง

larval /'lɑːvl/'ลาว'ล/ *adj.* เกี่ยวกับตัวอ่อนแมลง; **a ~ fly/frog** ตัวอ่อนแมลงวัน/กบ

laryngeal /lə'rɪndʒɪəl/เลอะ'รินเจียล/ ❶ *adj.* Ⓐ (*Anat.*) เกี่ยวกับกล่องเสียง; Ⓑ (*Ling.*) (*เสียง*) ซึ่งออกมาจากกล่องเสียง ❷ *n.* เสียงซึ่งออกมาจากกล่องเสียง (*เสียงลึก ๆ*)

laryngitis /lærɪn'dʒaɪtɪs/แลริน'ไจทิซ/ *n.* ➤ **453** (*Med.*) โรคกล่องเสียงอักเสบ

larynx /'lærɪŋks/'แลริงคฺซฺ/ *n., pl.* **larynges** /lə'rɪndʒiːz/เลอะ'รินจีซ/ ➤ **118** (*Anat.*) กล่องเสียง

lasagne /lə'sænjə/เลอะ'แซนเยอะ/ *n.* (*Gastr.*) ลาซานญา (*ท.ศ.*) (*ชั้นแป้งกับซอสเนื้อสลับกันโปะด้วยเนยแข็ง*)

lascivious /lə'sɪvɪəs/เลอะ'ซิเวียซ/ *adj.* Ⓐ (*lustful*) มีตัณหาจัด; Ⓑ (*inciting to lust*) ยั่วกิเลส

lasciviously /lə'sɪvɪəslɪ/เลอะ'ซิเวียซลิ/ *adv.* ➡ **lascivious:** อย่างตัณหาจัด; อย่างยั่วกิเลส

lasciviousness /lə'sɪvɪəsnɪs/เลอะ'ซิเวียซนิซ/ *n., no pl.* ➡ **lascivious:** ความมีตัณหาจัด; การยั่วกิเลส

laser /'leɪzə(r)/'เลเซอะ(ร)/ *n.* เครื่องฉายแสงเลเซอร์ (*ท.ศ.*)

laser: **~ beam** *n.* แสงเลเซอร์; **~disc** *n.* แผ่นเลเซอร์; **~-guided** *adj.* นำทางโดยเลเซอร์; **~ pointer** *n.* เครื่องชี้เลเซอร์; **~ printer** *n.* เครื่องพิมพ์โดยใช้แสงเลเซอร์; **~ surgery** *n.* ศัลยกรรมโดยแสงเลเซอร์; **~ treatment** *n.* การรักษาด้วยแสงเลเซอร์

lash /læʃ/แลช/ ❶ *n.* Ⓐ (*stroke*) การหวดด้วยแส้, หวาย ฯลฯ; Ⓑ (*part of whip*) ปลายแส้; (*whipcord*) เชือก, แส้; (*as punishment*) **the ~:** การลงโทษด้วยการเฆี่ยน; Ⓒ (*on eyelid*) ขนตา ❷ *v.i.* Ⓐ (*make violent movement*) เหวี่ยงไปมา; Ⓑ (*strike*) (*ฝน, คลื่น*) สาดอย่างแรง; (*บุคคล*) ใช้แส้เฆี่ยน ❸ *v.t.* Ⓐ (*fasten*) ผูกยึด (**to** กับ); **~ together** ผูกติดกัน; Ⓑ (*flog*) โบย; (*as punishment*) ลงโทษด้วยการโบย; **~ oneself** โทษตัวเอง; Ⓒ (*rebuke*) ตำหนิติโทษ; Ⓓ (*move violently*) ตีอย่างรุนแรง; Ⓔ (*beat upon*) กระแทก, สาดอย่างแรง; **the rain ~ed the windows/roof** ฝนสาดบนบานหน้าต่าง/หลังคาอย่างแรง; Ⓕ (*drive*) **~ sb. into sth.** ดุด่าบ่นว่า *ค.น.* ให้ทำ *ส.น.*

~ a'bout *v.i.* เหวี่ยงไปเหวี่ยงมา

~ 'down ❶ *v.t.* ผูกตรึงให้แน่น ❷ *v.i.* (*ฝน*) สาดลงมาอย่างแรง

~ 'into *v.t.* **~ into sb.** โจมตี *ค.น.*

~ 'out *v.i.* Ⓐ (*hit out*) เล่นงาน, ทำร้าย; (*ม้า*) เตะออกมา; **~ out at sb.** เล่นงาน *ค.น.*; (*fig.*) ประณาม *ค.น.* อย่างแรง; Ⓑ **~ out on sth.** (*coll.*) (*spend freely*) จ่ายอย่างมือเติบ; (*pay a lot*) จ่ายอย่างไม่เสียดาย *ส.น.*

lashing /'læʃɪŋ/'แลชิง/ *n.* Ⓐ ➡ **lash** 2: การตี, การเหวี่ยงมา ฯลฯ; Ⓑ (*cord*) เชือก; Ⓒ *in pl.* (*large amounts*) **~s of sth.** *ส.น.* เยอะ, จำนวนมากของ *ส.น.*

'lash-up ❶ *adj.* ชั่วคราว, เฉพาะหน้า; **~ procedures** ขั้นตอนการแก้ปัญหาเฉพาะหน้า ❷ *n.* (*improvised structure*) โครงสร้างซึ่งทำขึ้นอย่างชั่วคราว

lass /læs/แลซ/ *n.* Ⓐ (*Scot./N. Engl./poet.: girl*) หญิงสาว, เด็กหญิง; Ⓑ (*sweetheart*) หญิงคนรัก

lassie /'læsɪ/'แลซิ/ *n.* (*Scot., N. Engl.*) หญิงสาว, เด็กหญิง; (*sweetheart*) หญิงคนรัก

lassitude /'læsɪtjuːd, US -tuːd/'แลซิทิวด, -ทูด/ *n.* ความเฉื่อยชา, ความไม่มีแรง

lasso /lə'suː, 'læsəʊ/แล'ซู/ ❶ *n., pl.* **~s** *or* **~es** เชือกบ่วงบาศ ❷ *v.t.* โยนคล้องด้วยเชือกบ่วงบาศ

¹last /lɑːst, US læst/ลาซฺท, แลซฺท/ ❶ *adj.* ➤ **231**, ➤ **233** สุดท้าย, หลังสุด ล่าสุด; **be [the] ~ to arrive** เป็นคนสุดท้ายที่มาถึง; **for the [very] ~ time** เป็นครั้งสุดท้าย [จริง ๆ]; **who was ~?** ใครมาหลังเพื่อน; **the ~ two/three** *etc.* สอง/สาม (*คน, สิ่ง ฯลฯ*) สุดท้าย; **he came ~ in the race** เขาวิ่งเข้าหลักชัยเป็นคนสุดท้าย; **second ~, ~ but one** รองโหล่, รองสุดท้าย; **~ but not least** ลำดับท้ายสุดแต่ไม่ใช่จะสำคัญน้อยที่สุด; **~ evening/night was windy** เย็น/คืนวานนี้ลมแรงจัด; **~ week/month/year was cold** อาทิตย์/เดือน/ปีที่แล้วนี้อากาศหนาวเย็น; **~ month was a memorable one** เดือนก่อนเป็นเดือนแห่งความทรงจำ; **~ evening/week we were out** เราออกไปนอกบ้านเย็นวานนี้/อาทิตย์ที่แล้ว; **I thought my ~ hour had come** ฉันนึกว่าวาระสุดท้ายของฉันมาถึงเสียแล้ว; **sb.'s ~ crust** (*fig.*) อาหารชิ้นสุดท้ายของ *ค.น.*; **I was down to my ~ crust** (*fig.*) ฉันใกล้จะหมดตัวอยู่แล้ว; **I should be the '~ person to do such a thing** ฉันไม่ทำเช่นนั้นแน่; **the '~ thing** สิ่งสุดท้าย; **that would be the '~ thing to do in this situation** นั่นไม่น่าจะเป็นสิ่งควรทำเลยในสภาพการณ์เช่นนี้; ➡ + **ditch** 1; **honour** 1 J; **judgment** C; **leg** 1 A; ; **quarter** 1 J; **resort** 1 A; **respect** 1 E; **straw** B

❷ *adv.* Ⓐ ท้ายสุด; **come ~ with sb.** (*fig.*) ไม่ได้เป็นคนสำคัญสำหรับ *ค.น.*; Ⓑ (*on ~ previous occasion*) ครั้งสุดท้าย; **when did you ~ see him** *or* **see him ~?** คุณเห็นเขาเป็นครั้งสุดท้ายเมื่อไร

❸ *n.* Ⓐ (*mention, sight*) **I shall never hear the ~ of it** ฉันคงต้องได้ยินได้ฟังเรื่องนี้อย่างไม่รู้จักจบเป็นแน่; **you haven't heard the ~ of this matter** เรื่องนี้ยังไม่จบ; **I hope we shall soon see the ~ of him** ฉันหวังว่าภายในอีกไม่นานเราจะไม่ต้องพบเห็นเขาอีกต่อไป; **that's the ~ we'll see of that old car** เราจะไม่ได้เห็นรถเก่าคันนั้นอีกต่อไป; **that was the ~ we ever saw of him** นั่นเป็นครั้งสุดท้ายที่เราพบเห็นเขา; Ⓑ (*person or thing*) สุดท้ายนี้; **these ~:** พวกสุดท้ายนี่; **be the ~ to arrive** มาถึงเป็นคนสุดท้าย; **which ~:** สุดท้ายซึ่ง; **I'm always the ~ to be told** ฉันได้รับรู้เป็นคนสุดท้ายเสมอ; **she was the ~ to know about it** เธอเป็นคนสุดท้ายที่รู้เรื่อง; **the ~ shall be first** (*Bibl.*) ที่อยู่หลังจะได้เป็นอันดับต้น; Ⓒ (*day, moment[s]*) **towards** *or* **at the ~ he was serene** (*just before his death*) เมื่อใกล้วาระสุดท้ายเขาสงบสบาย; **to** *or* **till the ~:** จวบจนวาระสุดท้าย; Ⓓ **look one's ~ on** มองเป็นครั้งสุดท้าย; ➡ + **breathe** 2 A; Ⓔ **at [long] ~:** ในที่สุด

²last *v.i.* Ⓐ (*continue*) ใช้เวลา, ดำเนินไป, อยู่ต่อ; **~ all night** ดำเนินไปตลอดคืน; **~ till** ดำเนินไปจนถึง; **~ from ... to ...:** ใช้เวลาตั้งแต่ ...จนถึง...; **built to ~:** สร้างให้อยู่ถาวร; **a book that will ~:** หนังสือที่จะอยู่ได้ตลอดไป; **he will**

not ~ very much longer *(live)* เขาจะอยู่ได้อีกไม่นาน; *(in job)* เขาจะทำงานนี้ต่อได้อีกไม่นาน; **make one's money ~:** เจียดใช้เงินให้นาน; **it can't/won't ~:** มันอยู่ได้ไม่นาน; **it's too good to ~:** มันดีงามเกินกว่าจะอยู่ได้นาน; **~ sb.'s time** อยู่ได้ตลอดชีวิต *ค.น.*; Ⓑ *(manage to continue)* ทรงอยู่, ดำรงอยู่; Ⓒ *(suffice)* มีพอ; **while stocks ~:** ตราบเท่าที่ยังมีสินค้าอยู่; **this knife will ~ [me] a lifetime** มีดเล่มนี้ฉันจะใช้ได้ชั่วชีวิต; **memories to ~ a lifetime** ความทรงจำที่จะอยู่ชั่วชีวิต

~ 'out ❶ *v.t. (complete task)* ทำงานเสร็จเรียบร้อย; *(survive)* มีชีวิตรอด, มีเพียงพอ; **~ out the winter/journey** มี *(เสบียง)* เพียงพอสำหรับฤดูหนาว/การเดินทาง; **he would probably not ~ out the afternoon** เขาอาจจะอยู่ได้ไม่พ้นบ่ายวันนี้ ❷ *v.i.* ดำรงอยู่, ทรงอยู่, มีเพียงพอ

³last *n. (for shoemaker)* หุ่นไม้ที่เป็นแบบรองเท้า; **the cobbler should stick to his ~** *(prov.)* คนเราควรจะจับงานที่ตนถนัด

Last: ~ 'Day *n. (Relig.)* **the ~ Day** วันพิพากษาสุดท้าย, วาระสุดท้ายของโลก; **l~-ditch** *adj.* **l~-ditch attempt** ความพยายามครั้งสุดท้าย

lasting /ˈlɑːstɪŋ, US ˈlæstɪŋ/ˈลาซติ้ง, ˈแลซติง/ *adj.* Ⓐ *(permanent)* ถาวร, คงทน; **be of no ~ benefit to sb.** ไม่เป็นประโยชน์อย่างถาวรแก่ *ค.น.*; Ⓑ *(durable)* **[made] in a ~ material** ทำด้วยวัสดุที่คงทน

lastly /ˈlɑːstlɪ, US ˈlæstlɪ/ˈลาซทลิ, ˈแลซทลิ/ *adv.* สุดท้าย

last: ~-mentioned *attrib. adj.* ที่เอ่ยถึงเป็นลำดับสุดท้าย; **~ 'minute** *n.* **at the ~ minute** ในนาทีสุดท้าย; **up to the ~ minute** จวบจนนาทีสุดท้าย; **~-minute** *attrib. adj. (การตัดสินใจ, แผนการ, การสมัคร)* นาทีสุดท้าย, หวุดหวิดจวนเจียน; **make a ~-minute dash to the airport** กระหืดกระหอบไปสนามบินอย่างจวนเจียนเต็มที่; **in the ~-minute rush** ในความรีบร้อนแบบนาทีสุดท้าย; **~ name** *n.* นามสกุล; **~-named** *adj.* ที่เอ่ยชื่อถึงเป็นคนสุดท้าย; **~ number redial** *n.* การหมุนหมายเลขโทรศัพท์สุดท้ายอัตโนมัติ; **~ 'rites** *n. pl.*, **~ 'sacrament** *n. (Relig.)* ศีลทาสุดท้ายสำหรับคนใกล้ตาย; **~ 'sleep** *n., no pl. (literary)* การสิ้นลมหายใจ; **L~ 'Supper** *n., no pl. (Relig.)* **the L~ Supper** อาหารมื้อสุดท้ายของพระเยซูและสานุศิษย์; **~ 'thing** *adv. (coll.)* สิ่งสุดท้ายที่ทำก่อนเข้านอน; **'trump** *n. (Relig.) การเป่าแตรประกาศการตัดสินครั้งสุดท้าย;* **~ 'will** *n.* **~ will [and testament]** พินัยกรรมฉบับล่าสุด; **~ 'word** *n., no pl., no indef. art.* Ⓐ คำพูดปิดฉาก, คำขาด; **be the ~ word** *(fig.)* เป็นคำขาด; **sth. is the ~ word on sth.** *ส.น.* เป็นการพูดครั้งสุดท้ายเกี่ยวกับ *ส.น.*; Ⓑ *(latest fashion)* **the ~ word** เสื้อผ้าแบบทันสมัย; **~ 'words** *n. pl.* **her/his ~ words** คำอำลา, คำสั่งลา, คำสั่งเสียของเธอ/เขา; **[there's] famous ~ words [for you]** *(joc. iron.)* เดี๋ยวคอยดูก็แล้วกัน

lat. *abbr.* **latitude**

latch /lætʃ/แลฉ/ ❶ *n.* Ⓐ *(bar)* สลักประตู; Ⓑ *(spring-lock)* ล็อกประตูที่ต้องใช้กุญแจไขเข้ามา; Ⓒ **on the ~** *(held by bar)* ยึดด้วยสลักประตู; *(with lock not in use)* กดปุ่มไม่ให้ลิ้นของล็อกออก ❷ *v.t.* ปิดหรือยึดไว้ด้วยสลัก ❸ *v.i.* ถูกปิดอยู่ด้วยสลัก

~ 'on *v.i. (coll.)* Ⓐ *(attach oneself)* เกาะติดแน่น *(กับ ค.น./ส.น.)*; Ⓑ *(understand)* เข้าใจ

~ 'on to *v.t. (coll.)* Ⓐ *(attach oneself to)* **~ on to sb.** เกาะติด *ค.น.* อย่างเหนียวแน่น; Ⓑ *(understand)* เข้าใจ; Ⓒ *(be enthusiastic about)* กระตือรือร้น

'latchkey *n.* กุญแจประตูหน้าบ้าน; **~ child** *(fig.)* เด็กที่ต้องอยู่ในบ้านคนเดียวหลังจากโรงเรียนเลิก

late /leɪt/เลท/ ❶ *adj.* ➤ 47 Ⓐ สาย; *(after proper time)* ช้ากว่ากำหนด; **am I ~?** ฉันมาสายหรือเปล่า; **I am rather ~:** ฉันมาถึงช้าไปหน่อย; **be ~ for the train** ไปไม่ทันรถไฟ; **the train is [ten minutes] ~:** รถไฟมาช้าสิบนาที; **spring is ~ this year** ปีนี้ฤดูใบไม้ผลิมาล่า; **be [very] ~ for dinner** มาถึงหลังเวลาอาหารเย็น [มาก]; **what makes you so ~ today?** ทำไมวันนี้คุณถึงมาสายขนาดนี้; **~ riser** คนชอบลุกจากเตียงสาย; **~ entry** ผู้สมัครหลังคนอื่น; **~ shift** งานกะดึก *หรือ* กะกลางคืน; **in the ~ evening** ตอนดึก; **it is ~:** ดึกแล้ว; **have a ~ dinner** รับประทานอาหารดึก; **~ summer** ปลายฤดูร้อน; **~ spring holidays** วันหยุดของปลายฤดูใบไม้ผลิ; **in ~ July** ปลายเดือนกรกฎาคม; **~ Gothic/Victorian** ช่วงปลายของสมัยกอธิค/วิคตอเรียน; **~ seventeenth-century paintings** ภาพเขียนของช่วงปลายศตวรรษที่สิบเจ็ด; ➡ **+ hour** B; Ⓑ *(deceased)* ซึ่งเสียชีวิตไปแล้ว, ที่ล่วงเลยไปแล้ว; ➡ **+ lamented**; Ⓒ *(former)* อดีต; Ⓓ *(recent)* ไม่นาน; **in ~ times** ในระยะหลังนี้; **of ~ years** หลายปีหลังนี้; Ⓔ *(backward in flowering, ripening, etc.)* ปลายฤดู; **be ~:** ออกดอก/ผลช้ากว่าธรรมดา, ผิดฤดูกาล; ➡ **+ later; latest**
❷ *adv.* Ⓐ *(after proper time)* สาย, ดึก, ล่าช้า; **[too] ~:** สาย [เกินไปแล้ว]; **they got home very ~:** เขากลับถึงบ้านดึกมาก; **better ~ than never** ทำล่าช้ายังดีกว่าไม่ทำเลย; Ⓑ *(far on in time)* สาย; **not until quite ~ this year** ไม่เกิดจนราวปลายปี; **~ in August** ราวปลายเดือนสิงหาคม; **~ last century** เมื่อปลายศตวรรษที่แล้ว; **~ in life** เมื่ออายุมากแล้ว; Ⓒ *(at or till a ~ hour)* ดึก; **be up/sit up ~:** อยู่จนดึก/นั่งเฝ้าอยู่จนดึก; **work ~ at the office** ทำงานอยู่ที่ทำงานจนดึกดื่น; **wait up ~ for sb./sth.** รอ *ค.น./ส.น.* จนดึกดื่น; Ⓓ *(formerly)* **~ of ...:** ภูมิลำเนาก่อนหน้านี้อยู่ที่...; ที่เคยทำงานที่...มาก่อน; Ⓔ *(at ~ stage)* **traces remained as ~ as the seventeenth century** ร่องรอยปรากฏอยู่จนถึงศตวรรษที่สิบเจ็ดนี้เอง; **she was seen as ~ as yesterday** จนถึงเมื่อวานนี้ยังมีคนพบเห็นเธออยู่; **[a bit** *or* **somewhat** *or* **rather] ~ in the day** *(fig. coll.)* เมื่อค่อนข้างสาย; **too ~ in the day** *(lit. or fig.)* ช้าเกินไปแล้ว
❸ *n.* **of ~:** ไม่นานมานี้

late: ~ bird *n. (fig. coll.)* คนอยู่ดึก, คนเข้านอนดึก; **~comer** *n.* คนมาสาย

lateen /ləˈtiːn/เลอะˈทีน/ *adj. (Naut.)* Ⓐ **~ sail** *ใบเรือที่เป็นรูปสามเหลี่ยมทำมุม 45 องศากับเสากระโดง;* Ⓑ *(rigged with a ~ sail)* ซึ่งติดใบเรือรูปสามเหลี่ยมชนิดนี้

lately /ˈleɪtlɪ/ˈเลทลิ/ *adv.* เมื่อเร็ว ๆ นี้, ช่วงหลังนี้; **only ~:** ไม่นานมานี้เอง; **till ~:** จนเมื่อเร็ว ๆ นี้

lateness /ˈleɪtnɪs/ˈเลทนิซ/ *n., no pl.* Ⓐ *(being after due time)* ความชักช้า, การมาสาย; Ⓑ *(being far on in time)* ความล่าช้า; **the ~ of the performance** ความล่าช้าของการแสดง; **the ~ of the hour** เวลาดึกดื่น *หรือ* เวลาที่สายมาก

'late-night *attrib adj. (รอบ, การแสดง)* ดึก

latent /ˈleɪtənt/ˈเลเทินทฺ/ *adj.* Ⓐ แฝง, ไม่ปรากฏให้เห็นตัว; Ⓑ *(Med.)* ระยะที่เชื้อโรคแฝงตัวอยู่; ➡ **heat** 1 B

latent 'image *n. (Photog.)* ภาพที่ยังมองไม่เห็นจนกว่าจะล้างฟิล์ม

later /ˈleɪtə(r)/ˈเลเทอะ(ร)/ ❶ *adv.* ช้ากว่า, ต่อไปหลังจากนั้น, ภายหลัง; **~ on** ต่อจากนั้น; **it must be ready no ~ than next week** ต้องเสร็จไม่ช้ากว่าอาทิตย์หน้า; **~ [on] the same day** ในเวลาต่อมาของวันเดียวกัน; **see you ~:** แล้วพบกันใหม่, แล้วเจอกันทีหลัง; ➡ **+ soon** B
❷ *adj.* ภายหลัง; **at a ~ date/time** ในวัน/เวลาภายหลัง; **be ~, be of ~ date** ใหม่กว่า, เป็นรุ่นหลังกว่า

lateral /ˈlætərəl/ˈแลเทอะริล/ *adj.* Ⓐ เกี่ยวกับส่วน *หรือ* ด้านข้าง; **~ thinking** วิธีการแก้ปัญหาที่ใช้จินตนาการแทนตรรกวิทยา; Ⓑ *(Anat.)* ข้าง ๆ; Ⓒ *(Bot.)* ด้านข้าง; **~ shoot** หน่อแขนง

laterally /ˈlætərəlɪ/ˈแลเทอะเรอะลิ/ *adv.* ทางด้านข้าง, ทางด้านขวาง

latest /ˈleɪtɪst/ˈเลทิซทฺ/ *adj.* Ⓐ *(modern)* ทันสมัย, ใหม่สุด; **the very ~ thing** สิ่งที่ทันสมัยมาก; **the ~ in fashion** เสื้อผ้าแบบทันสมัย; Ⓑ *(most recent)* ล่าสุด; **have you heard the ~?** คุณได้ยินข่าวล่าสุดแล้วหรือยัง; **what's the ~?** ข่าวล่าสุดมีอะไรบ้าง; Ⓒ **at [the] ~/the very ~:** อย่างช้าที่สุด

latex /ˈleɪteks/ˈเลเท็คซฺ/ *n., pl.* **~es** *or* **latices** /ˈleɪtɪsiːz/ˈเลทิซีซฺ/ น้ำยางพืช เช่น ยางพารา

lath /lɑːθ, US læθ/ลาธ, แลธ/ *n., pl.* **~s** /lɑːθs, lɑːðz/ลาธซฺ, ลาซฺซฺ/ แผ่นไม้ยาวบาง, ไม้ระแนง; **~s** *(arrangement)* การจัดเป็นไม้ระแนง; **~ and plaster** ไม้ระแนงกับปูน

lathe /leɪð/เลฑ/ *n.* เครื่องกลึง

lather /ˈlɑːðə(r), ˈlæðə(r), US ˈlæð-/ˈลาเทอะ(ร), ˈแลเทอะ(ร)/ ❶ *n.* Ⓐ *(froth)* ฟอง; Ⓑ *(sweat)* เหงื่อที่เป็นฟอง; **get [oneself] into ~ [about sth.]** *(fig.)* ทำให้ [ตนเอง] ประสาท [เรื่อง *ส.น.*] ❷ *v.t.* Ⓐ *(cover with froth)* ปกคลุมด้วยฟองสบู่; Ⓑ *(coll.: thrash)* หวด, เฆี่ยน

Latin /ˈlætɪn, US ˈlætn/ˈแลทิน, ˈแลท'น/ ❶ *adj.* Ⓐ แห่งภาษาลาติน; ➡ **+ English 1**; Ⓑ *(of ancient Romans)* เกี่ยวกับชาวโรมันโบราณ; Ⓒ *(of RC Ch.)* เกี่ยวกับศาสนาคริสต์นิกายโรมันคาทอลิก; Ⓓ *(of Southern Europeans)* มี *(ลักษณะ)* แบบชาวยุโรปทางใต้ ❷ *n.* ภาษาลาติน; **medieval ~:** ภาษาลาตินสมัยกลาง; **modern ~:** ภาษาลาตินสมัยใหม่; **thieves' ~:** ภาษารหัสของโจร; ➡ **+ English** 2 A

Latin: ~ A'merica *pr. n.* ลาตินอเมริกา *(พื้นที่ที่ใช้ภาษาสเปนหรือโปรตุเกสในอเมริกากลางและอเมริกาใต้)*; **~ A'merican** ❶ *adj.* เกี่ยวกับภูมิภาคดังกล่าว ❷ *n.* ชนในพื้นที่ลาตินอเมริกา

Latinate /ˈlætɪneɪt/ˈแลทิเนท/ *adj. (derived from Latin)* มีรากฐานมาจากลาติน

'Latin Church *n.* คริสตจักรโรมันคาทอลิก

Latinism /ˈlætɪnɪzm/ˈแลทินิซ'ม/ *n.* การใช้ภาษาหรือสำนวนโวหารเลียนแบบภาษาลาติน

Latinist /ˈlætɪnɪst/ˈแลทินิซทฺ/ *n.* ผู้ที่เชี่ยวชาญภาษาลาติน

Latinize /ˈlætɪnaɪz/ˈแลทินายซฺ/ *v.t.* ปรับเปลี่ยนให้เป็นรูปแบบของภาษาลาติน

Latino /læˈtiːnəʊ/แลˈทีโน/ *n., pl.* **~s** *(Amer.)* ชาวลาตินอเมริกันที่อาศัยอยู่ในสหรัฐอเมริกา

Latin: ~ Quarter *n. ส่วนหนึ่งของกรุงปารีสที่มีสถาบันศึกษาสำคัญและถือเป็นเขตของนักศึกษา;* **~ rite** *n. (Eccl.)* พิธีสวดมนต์ของคริสตจักรโรมันคาทอลิก

latish /ˈleɪtɪʃ/ˈเลทิช/ *adj. & adv.* ค่อนข้างสาย

latitude /ˈlætɪtjuːd, US -tuːd/ˈแลทิทิวด/ *n.* Ⓐ *(freedom)* อิสระ; *(for differences)* โอกาสที่จะมีความคิดเห็นต่างกันได้; Ⓑ *(Geog.)* เส้นละติจูด *(ท.ศ.)*; *(of a place)* ตำแหน่งที่ตั้ง; ~s *(regions)* ภูมิภาคแบ่งตามสภาพภูมิอากาศ; ~ 40° N. เส้นละติจูด 40 องศา; Ⓒ *(Astron.)* ระยะห่างที่เป็นมุมจากวงโคจรหรือจากเส้นละติจูดบนโลก

latrine /ləˈtriːn/เลอะˈทรีน/ *n.* ห้องสุขาสาธารณะ

latte /ˈlɑːteɪ, ˈlæteɪ/ˈลาเท, ˈแลเท/ *n.* กาแฟลาเต้ *(ท.ศ.)*

latter /ˈlætə(r)/ˈแลเทอะ(ร)/ *attrib. adj.* Ⓐ ที่กล่าวถึงล่าสุด; the ~: บุคคลหรือสิ่งที่เอ่ยถึงล่าสุด; Ⓑ *(later)* ส่วนหลัง, ช่วงหลัง; the ~ half of the century ครึ่งหลังของศตวรรษ; the ~ part of the year ครึ่งปีหลัง, ปลายปี

latter: ~ ˈ**day** *n.* สมัยใหม่; ~-**day** *adj.* ทันสมัย, สมัยใหม่; **L~-day ˈSaints** *n. pl.* *ชื่อที่พวกมอร์มอนใช้เรียกตัวเอง*

latterly /ˈlætəlɪ/ˈแลเทอะลิ/ *adv.* Ⓐ *(later)* ในช่วงหลัง *(ของชีวิต, เวลา)*; Ⓑ *(lately)* เมื่อไม่นานมานี้

lattice /ˈlætɪs/ˈแลทิซ/ *n. (also fig., Phys.)* ไม้ระแนงที่ตีพาดกันเป็นตาราง, ลายทแยงแบบโปร่ง

lattice: ~ **frame**, ~ **girder** *n.* คานขนาดใหญ่ *(มีเสาค้ำยันพาดแบบทแยงมุม)*; ~**work** *n., no pl.* แผ่นไม้ระแนงตีไขว้ขวางกัน

Latvia /ˈlætvɪə/ˈแลทเวีย/ *pr. n.* ประเทศลัตเวียทางทิศเหนือของทวีปยุโรป

Latvian /ˈlætvɪən/ˈแลทเวียน/ ❶ *adj.* แห่งประเทศลัตเวีย; sb. is ~: *ค.น.* เป็นชาวลัตเวีย; ➡ + English 1 ❷ *n.* Ⓐ *(person)* ชนชาวลัตเวีย; Ⓑ *(language)* ภาษาลัตเวีย; ➡ + English 2 A

laud /lɔːd/ลอด/ *v.t. (literary)* สรรเสริญ, ยกย่อง; much-~ed ได้รับการสดุดี

laudable /ˈlɔːdəbl/ˈลอเดอะบ'ล/ *adj.* ควรแก่การยกย่อง

laudably /ˈlɔːdəblɪ/ˈลอเดอะบลิ/ *adv.* อย่างสมควรยกย่อง

laudanum /ˈlɔːdənəm/ˈลอเดอะเนิม/ *n.* *ยาแก้ปวดที่ใช้ในสมัยก่อน เตรียมจากฝิ่น มีมอร์ฟีนเป็นส่วนประกอบ*

laugh /lɑːf, US læf/ลาฟ, แลฟ/ ❶ *n.* Ⓐ การหัวเราะ; have a [good] ~ about sth. หัวเราะ[ใหญ่] เกี่ยวกับ *ส.น.*; give a loud ~: หัวเราะลั่น; this line in the play always gets/raises a ~: คำพูดตอนนี้ของบทละครเรียกเสียงหัวเราะได้เสมอ; join in the ~: ร่วมหัวเราะไปด้วย; have the last ~: หัวเราะทีหลังดังกว่า *(เป็นผู้ชนะในท้ายสุด)*; have *or* get the ~ of *or* on sb. ทำให้ *ค.น.* เป็นตัวตลก; the ~ is on me ฉันกลายเป็นตัวตลก; he is always good for a ~: เขาทำให้ใครๆ หัวเราะได้เสมอ; it should be good for a ~: มันคงจะทำให้หัวเราะได้สนุก; sb./sth. is a ~ a minute *ค.น./ส.น.* ตลกอยู่ตลอดเวลา; that sounds like a ~ a minute *(iron.)* ฟังดูตลกแน่; for ~s เพื่อความสนุกสนาน; play Mephisto for ~s *(Theatre coll.)* เล่นบทของเมฟิสโตให้คนหัวเราะ; for a ~: เพื่อความสนุกสนาน; anything for a ~: ทำอะไรก็ได้ถ้าสนุกสนาน; Ⓑ *(type of ~)* วิธีหัวเราะ; Ⓒ *(coll.: comical thing)* it would be a ~ if ...: มันคงเป็นเรื่องตลก ถ้า...; that's *or* what a ~! ตลกจัง!; he's a [good] ~: เขาตลกดี
❷ *v.i.* หัวเราะ; ~ out loud หัวเราะออกมา; I thought I'd die ~ing ฉันนึกว่าจะขาดใจตายจากการหัวเราะ; I ~ed till I cried ฉันหัวเราะจนน้ำตาไหล; be ~ing all over one's face หัวเราะร่า; ~ at sb./sth. *(in amusement)* หัวเราะขัน *ค.น./ส.น.*; *(jeer)* หัวเราะเยาะเย้ย *ค.น./ส.น.*; ~ in sb.'s face หัวเราะใส่หน้า *ค.น.*; ~ in *or* up one's sleeve แอบหัวเราะอยู่ในใจ; he'll ~ on the other side of his face when ...: และคอยดูเขาจะไม่หัวเราะเลยพอ...; he who ~s last ~s longest *(prov.)* คนที่หัวเราะทีหลังดังกว่า; don't make me ~ *(coll. iron.)* อย่าทำตลกไปเลย; ~ and the world ~s with you, weep and you weep alone *(prov.)* หัวเราะเถิดแล้วโลกจะหัวเราะกับคุณ ถ้าคุณร้องไห้ คุณก็ต้องร้องไห้อยู่คนเดียว; ➡ + laughing
❸ *v.t.* หัวเราะ; he was ~ed out of town/off the stage เขาถูกหัวเราะเยาะเสียจนต้องออกจากเมืองไป/ลงจากเวที; ~ oneself sick *or* silly หัวเราะงอหาย

~ ˈ**off** *v.t.* หัวเราะอย่างไม่รู้ไม่ชี้

laughable /ˈlɑːfəbl, US ˈlæf-/ˈลาเฟอะบ'ล, ˈแลฟ-/ *adj.* น่าหัวเราะ, น่าขบขัน, น่าอับอาย

laughing /ˈlɑːfɪŋ, US ˈlæfɪŋ/ˈลาฟิง, ˈแลฟิง/ ❶ *n.* be no ~ matter ไม่ใช่เรื่องตลก ❷ *adj.* *(coll.: fortunate)* be ~ [all over one's face] หัวเราะร่า; ➡ + hyena A; jackass C

ˈ**laughing gas** *n.* ก๊าซหัวเราะ

laughingly /ˈlɑːfɪŋlɪ, US ˈlæf-/ˈลาฟิงลิ, ˈแลฟ-/ *adv.* อย่างหัวเราะ, อย่างขบขัน; what is ~ called ... *(iron.)* สิ่งที่เรียกกันในเชิงตลกว่า...

ˈ**laughing stock** *n.* make sb. a ~, make a ~ of sb. ทำให้ *ค.น.* ถูกหัวเราะเยาะ; he became the ~ of the whole neighbourhood เขากลายเป็นตัวตลกของเพื่อนบ้านทั้งหมด

laughter /ˈlɑːftə(r), US ˈlæf-/ˈลาฟเทอะ(ร), ˈแลฟ-/ *n.* การหัวเราะ, เสียงหัวเราะ; *(loud and continuous)* การหัวเราะร่า; ~ is the best medicine *(prov.)* การหัวเราะเป็นยาวิเศษ

ˈ**laughter lines** *n. pl.* เส้นหัวเราะ, รอยตีนกา

¹**launch** /lɔːntʃ/ลอนฉ/ ❶ *v.t.* Ⓐ ปล่อย *(เรือ)* ลงน้ำ; ขว้าง *(ฮารพูน)*; *(propel)* ยิง *(อาวุธ, จรวด ฯลฯ)* ขึ้นไป; ยิง *(ตอร์ปิโด)*; ~ a rocket into space ยิงจรวดขึ้นสู่อวกาศ; Ⓑ *(fig.)* แนะนำ *(ผลิตภัณฑ์ใหม่)* สู่สาธารณชน; ก่อตั้ง *(บริษัท)*; เปิดตัว *(หนังสือ, นักร้องใหม่, ละครใหม่)*; ~ an attack ลงมือโจมตี
❷ *v.i.* ~ into a song ร้องเพลงขึ้นมา; ~ into a long speech/a stream of insults อยู่ดีๆ พูดขึ้นมาอย่างยืดยาว/พรั่งพรูคำดูถูกออกมายืดยาว
❸ *n.* Ⓐ *(of spacecraft, of rocket)* การยิง; *(of new ship, of boat)* การปล่อยลงน้ำเป็นครั้งแรก; Ⓑ *(of product)* การนำเข้าตลาด, การเปิดตัว; *(of book, record, singer)* การแนะนำ; *(of play)* การเปิดฉาก; *(of firm)* การก่อตั้งบริษัท

~ ˈ**out** *v.i. (fig.)* ~ out into films/a new career/on one's own เริ่มทำหนัง/วิชาชีพใหม่/ทำกิจกรรมส่วนตัว; we can really ~ out now ตอนนี้เราลงมือกันได้อย่างจริงจังแล้ว; ~ out at sb. เล่นงาน *ค.น.*

²**launch** *n. (boat)* เรือยนต์

launcher /ˈlɔːntʃə(r)/ˈลอนเฉอะ(ร)/ *n.* Ⓐ *(rocket)* ฐานตั้งจรวด; Ⓑ *(structure)* ฐานยิงจรวด

launching: ~ **pad** *n.* ฐานยิงจรวด; ~ **site** *n.* สถานที่ยิงจรวด

ˈ**launch pad** ➡ launching pad

launder /ˈlɔːndə(r)/ˈลอนเดอะ(ร)/ *v.t.* Ⓐ ซักรีด; I have sent the sheets away to be ~ed ฉันส่งผ้าปูที่นอนไปซักรีด; Ⓑ *(fig.)* ฟอกเงิน

launderette /lɔːndəˈret/ลอนเดอะˈเร็ท/, **laundrette** /lɔːnˈdret/ลอนˈเดร็ท/ *(Amer.)*, **laundromat** /ˈlɔːndrəmæt/ˈลอนเดรอะแมท/ *ns.* ร้านที่มีเครื่องซักผ้าแบบหยอดเหรียญ, ร้านซักรีดอัตโนมัติ

laundry /ˈlɔːndrɪ/ˈลอนดริ/ *n.* Ⓐ *(place)* ร้านซักรีด; Ⓑ *(clothes etc.)* เสื้อผ้าที่จะซัก *หรือ* ที่ซักรีดเสร็จแล้ว; do the ~: ซักและรีดผ้า

laundry: ~ **bag** *n.* ถุงใส่เสื้อผ้าที่จะซัก; ~ **basket** *n.* ตะกร้าผ้าซัก; ~**man** *n.* ➤ 489 คนที่ให้บริการซักรีด

laureate /ˈlɒrɪət, US ˈlɔː-/ˈลอเรียท, ˈลอ-/ *n.* *ผู้ที่ได้รับการยกย่องว่าเป็นเลิศในผลงานของเขา*; [Poet] L~: กวีแห่งชาติ; Nobel ~: ผู้ได้รับรางวัลโนเบล *(ท.ศ.)*

laurel /ˈlɒrl, US ˈlɔːrəl/ˈลอร'ล/ *n.* Ⓐ *(emblem of victory)* *ใบของต้นไม้เบ ซึ่งใช้เป็นสัญลักษณ์แห่งชัยชนะหรือความสามารถ มักทำเป็นพวงหรีด*; win one's ~[s] *(fig.)* ประสบความสำเร็จ, คว้าธงชัย; have to look to one's ~s *(fig.)* ระวังไม่ให้สูญเสียความเด่นดังไป; rest on one's ~s *(fig.)* พอใจในสิ่งที่ตนได้ทำไว้แล้ว; Ⓑ *(Bot.)* [cherry] ~: พืชประเภทลอเรล *Prunus laurocerasus*; mountain ~: ต้นลอเรลภูเขา *Kalmia latifolia*; ➡ + spurge laurel

lav /læv/แลว/ *n. (coll.)* ห้องส้วม *(ภ.พ.)*

lava /ˈlɑːvə/ˈลาเวอะ/ *n.* ลาวา *(ท.ศ.)*

lavage /ˈlævɪdʒ/ˈแลวิจ/ *n. (Med.)* การล้างช่องภายในร่างกาย

lava lamp *n.* *ไฟตกแต่งที่ทำด้วยของเหลวที่มีส่วนผสมของน้ำมันกับน้ำสีต่างๆ ลอยไปลอยมา*

lavatory /ˈlævətərɪ, US -tɔːrɪ/ˈแลเวอะเทอะริ, -ทอริ-/ *n.* ห้องส้วม, ห้องสุขา, ห้องน้ำ; ➡ + toilet A

lavatory: ~ **attendant** *n.* ➤ 489 พนักงานห้องสุขา; ~ **humour** *n.* เรื่องตลกหยาบ, เรื่องตลกที่น่ารังเกียจ; ~ **paper** ➡ toilet paper; ~ **seat** ➡ toilet seat

lavender /ˈlævɪndə(r)/ˈแลวินเดอะ(ร)/ ❶ *n.* Ⓐ *(Bot.)* ไม้พุ่มลาเวนเดอร์ *(ท.ศ.)* ในสกุล *Lavandula*; Ⓑ *(colour)* สีม่วงอมฟ้าอ่อน ❷ *adj.* สีม่วงอมฟ้าอ่อน

ˈ**lavender water** *n.* น้ำหอมลาเวนเดอร์

lavish /ˈlævɪʃ/ˈแลวิช/ ❶ *adj.* *(generous)* *(การบริจาค)* ใจกว้าง, มือเติบ; *(อาหาร)* มากมาย; *(abundant)* เหลือล้น; be ~ of *or* with sth. มือเติบกับ *ส.น.*; be too ~ with sth. ให้ *ส.น.* เสียมากมายเกินไป ❷ *v.t.* ~ sth. on sb. ทุ่มเท *ส.น.* ให้ *ค.น.* อย่างมากมาย; ~ too much time and money on a project ทุ่มเททั้งเวลาและเงินทองกับโครงการหนึ่งมากเกินไป; ~ care on sth. ทุ่มเทความเอาใจใส่ให้ *ส.น.*

lavishly /ˈlævɪʃlɪ/ˈแลวิชลิ/ *adv.* อย่างทุ่มเท, อย่างเหลือล้น

law /lɔː/ลอ/ *n.* Ⓐ *no pl. (body of established rules)* กฎหมาย; the ~ forbids/allows sth. to be done กฎหมายไม่อนุญาตให้ทำ/อนุญาตให้ทำ *ส.น.* ได้; the ~ is an ass กฎหมายเป็นสิ่งโง่เขลา; according to/under British *etc.* ~: ตาม/ภายใต้กฎหมายของอังกฤษ; break the ~: ทำผิดกฎหมาย; be against the ~: ผิดกฎหมาย; the ~ is the ~: กฎหมายต้องเป็นกฎหมาย; be well versed in the ~: รู้กฎหมายดี; history of ~: ประวัติศาสตร์กฎหมาย; laid down by [the] ~: กำหนดเอาไว้โดยกฎหมาย; under the *or* by *or* in ~: ตามกฎหมาย; be/become ~: เป็น/กลายเป็นกฎหมายมีผลบังคับได้; one ~ for the

rich and another for the poor การปฏิบัติต่อคนรวยและคนจนอย่างไม่เท่าเทียมกัน; **his word is ~** *(fig.)* คำพูดของเขาคือประกาศิต; **lay down the ~ [about politics]** *(fig. coll.)* กำหนดกะเกณฑ์อย่างชัดเจน [เกี่ยวกับการเมือง]; **lay down the ~ to sb.** *(fig.)* บงการ *ค.น.*; **point** *or* **issue of ~:** ประเด็นกฎหมาย; **~ enforcement** การบังคับให้เป็นไปตามกฎหมาย; [B] *no pl., no indef. art. (control through ~)* การบังคับของกฎหมาย; **~ and order** ความสงบเรียบร้อย; **be above the ~:** อยู่เหนือการบังคับของกฎหมาย; **outside the ~:** อยู่นอกการบังคับของกฎหมาย; [C] *(statute)* ตัวบทกฎหมาย, พระราชบัญญัติ; **what are the ~s on drinking and driving?** กฎหมายระบุอย่างไรบ้างในเรื่องการดื่มสุราและการขับรถ; **there ought to be a ~ against it/people like you** ควรจะมีกฎหมายห้ามมัน/ต่อต้านคนอย่างคุณ; **be a ~ into itself** เป็นตัวกฎหมายเสียเอง *(ทำตามใจชอบ ไม่ขึ้นกับอะไร)*; **necessity knows** *or* **has no ~[s]** *(prov.)* ความจำเป็นอยู่เหนือกฎหมาย; [D] *no pl., no indef. art. (litigation)* การดำเนินคดีความในศาล; **go to ~ [over sth.]** ขึ้นศาล [เรื่อง *ส.น.*]; **have the ~ on sb. [over sth.]** มีคดีความกับ *ค.น.* [ในเรื่อง *ส.น.*]; **take the ~ into one's own hands** เป็นมือกฎหมายเสียเอง; [E] *no pl., no indef. art. (profession)* **practise ~:** มีอาชีพเป็นทนายความ; **go into [the] ~:** เข้าเป็นทนายความ; [F] *no pl., no art. (Univ.: jurisprudence)* นิติศาสตร์; **Faculty of Law** คณะนิติศาสตร์; **~ school** *(Amer.)* คณะนิติศาสตร์; **~ student** นักศึกษาคณะนิติศาสตร์, นักศึกษาวิชากฎหมาย; [G] *no indef. art. (branch of ~)* **commercial ~:** กฎหมายพาณิชย์; **~ of contract** กฎหมายว่าด้วยสัญญา; **~ of nations** กฎหมายนานาชาติ; **bachelor/doctor of ~s** นิติศาสตร์บัณฑิต/นิติศาสตร์ดุษฎีบัณฑิต; [H] *(Sci., Philos., etc.)* กฎ; *(regularity in nature)* กฎเกณฑ์ธรรมชาติ; **~ of nature, natural ~** *(lit., or fig. iron.)* กฎธรรมชาติ; **~ of supply and demand** กฎของอุปสงค์และอุปทาน; **~ of gravity** *or* **gravitation** กฎของแรงดึงดูด; [I] *(rule of game, etiquette, or art)* กติกา; **~s of tennis/chess** กติกาการเล่นเทนนิส/หมากรุก; [J] *(Relig.)* **Divine/God's ~:** บัญญัติของพระผู้เป็นเจ้า; [K] *(enforcing agent)* **the ~:** ผู้พิทักษ์สันติราษฎร์; *(coll.: police, policeman)* ตำรวจ, ผู้พิทักษ์สันติราษฎร์; **be in trouble with the ~:** ถูกตำรวจเล่นงาน; **I'll set the ~ on you!** ฉันจะแจ้งตำรวจให้จัดการกับคุณ; **the long arm of the ~** *(rhet./iron.)* มืออันยาวของกฎหมาย *(หรือผู้รักษากฎหมาย)*; **officer of the ~:** เจ้าพนักงานรักษากฎหมาย *(ตำรวจ)*

law: ~-abiding *adj.* ซึ่งปฏิบัติตามกฎหมาย; **~ agent** *n. (Scot.)* ➡ **solicitor** A; **~breaker** *n.* ผู้ประพฤติผิดกฎหมาย; **~court** *n.* ศาล; **L~ Courts** *n. pl. (Brit.)* กลุ่มตึกของศาลยุติธรรมในลอนดอน; **~ firm** *n. (Amer.)* สำนักงานทนายความ

lawful /ˈlɔːfl/ˈลอฟ'ล/ *adj.* *(เจ้าของ, การแต่งงาน, บุตร)* ซึ่งถูกกฎหมาย, ตามกฎหมาย; **by ~ means** โดยวิธีที่ถูกกฎหมาย; ➡ + **wife**

lawfully /ˈlɔːfəlɪ/ˈลอเฟอะลิ/ *adv.* อย่างถูกกฎหมาย

ˈlawgiver /ˈlɔːgɪvə(r)/ˈลอกิเวอะ(ร)/ *n.* ผู้ออกกฎหมาย

lawless /ˈlɔːlɪs/ˈลอลิซ/ *adj.* [A] ไร้กฎหมาย *หรือ* การบังคับใช้กฎหมาย; [B] *(unbridled)* ไม่อยู่ใต้การควบคุม

law: L~ Lord *n. (Brit.)* สมาชิกสภาขุนนางที่ดูแลงานด้านกฎหมาย; **~maker** *n.* สมาชิกสภานิติบัญญัติ; **~man** *n. (Amer.)* *เจ้าพนักงานรักษาความสงบเรียบร้อย โดยเฉพาะนายอำเภอหรือตำรวจ*

lawn /lɔːn/ลอน/ *n. (grass)* สนามหญ้า; **~s** สนามหญ้า; **area of ~:** พื้นที่สนามหญ้า

lawn: ~mower *n.* เครื่องตัดหญ้า; **~ seed** *n.* เมล็ดหญ้า; **~ sprinkler** *n.* หัวฉีดน้ำรดสนามหญ้า; **~ ˈtennis** *n.* เทนนิสที่เล่นบนสนามหญ้า

law: ~ officer *n.* [A] เจ้าพนักงานรักษาความสงบเรียบร้อย, ตำรวจ; [B] *(Brit.: member of Government)* ข้าราชการฝ่ายกฎหมาย; **~suit** *n.* คดีความ

lawyer /ˈlɔːjə(r), ˈlɔɪə(r)/ˈลอเยอะ(ร), ˈลอยเออะ(ร)/ *n.* ➤ **489** [A] *(solicitor etc.)* ทนายความ; [B] *(expert in law)* นักกฎหมาย

lax /læks/แลคซ/ *adj.* ไม่เข้มงวด, ปล่อยปละละเลย; **be ~ about hygiene/paying the rent** *etc.* ไม่เข้มงวดในเรื่องความสะอาด/ในการจ่ายค่าเช่า; **the guards are ~ about whom they allow to enter** ยามไม่เข้มงวดเรื่องคนเข้า

laxative /ˈlæksətɪv/ˈแลคเซอะทิว/ *(Med.)* ❶ *adj.* ช่วยระบาย, ช่วยถ่ายท้อง ❷ *n.* ยาระบาย

laxity /ˈlæksɪtɪ/ˈแลคซิทิ/, **laxness** /ˈlæksnɪs/ˈแลคซฺนิซ/ *ns.* ความไม่เข้มงวด, ความหย่อนระเบียบ; **moral ~:** ความหย่อนยานในศีลธรรม

¹lay /leɪ/เล/ *adj.* [A] *(Relig.)* ไม่ใช่นักบวช, เป็นฆราวาส; ➡ + **vicar**; [B] *(inexpert)* นอกวงการ, ไม่สันทัด; **in ~ opinion** ในความเห็นของคนนอก; **to the ~ mind** ในความเห็นของคนที่ไม่สันทัดในเรื่องนี้

²lay ❶ *v.t.,* **laid** /leɪd/เลด/ [A] *(deposit, put)* วาง, ปู *(พรม, กระดานไม้)*; ฝัง *(สายไฟ)*; สร้าง *(ถนน)*; **~ to rest** *(euphem.: bury)* ฝัง *(ศพ)*; **~ eyes on sb.** เหลือบเห็น *หรือ* มอง *ค.น.*; ➡ + **hand** 1 A; [B] *(fig.)* **feel oneself laid under an obligation** รู้สึกว่าตนเป็นหนี้บุญคุณ; **~ one's case before sb.** ชี้แจงเรื่องของตนแก่ *ค.น.*; **~ one's plans/ideas before sb.** ชี้แจงแผนงาน/ความคิดของตนแก่ *ค.น.*; **the facts are laid before us** ข้อมูลถูกตีแผ่แก่เรา; **~ sth. before the Commons** *or* **on the table** *(Brit. Parl.)* แถลงเรื่อง *ส.น.* แก่สภาผู้แทนราษฎร; **~ damages at £900** *(Law)* ตีราคาค่าเสียหายเป็น 900 ปอนด์; [C] *(impose)* กำหนด *(ค่าชดเชย, ภาษี)*; **~ a penalty/a tax on sth.** กำหนดบทลงโทษ/ภาษีสำหรับ *ส.น.*; **~ a burden of responsibility on sb.'s shoulders** เอาภาระความรับผิดชอบมาให้ *ค.น.*; **that ~s an obligation on me to do it** สิ่งนั้นทำให้ฉันมีภาระที่จะต้องทำสิ่งนี้; [D] *(wager)* **I'll ~ you five to one that ...:** ฉันพนัน ห้าต่อหนึ่งว่า...; **I'll ~ you £10 that he'll come** ฉันจะพนันสิบปอนด์ว่าเขาต้องมา; **~ a wager on sth.** พนันเกี่ยวกับ *ส.น.*; [E] *(prepare)* **~ the table/cloth** จัดโต๊ะ/ปูผ้า; **~ three places for lunch** จัดโต๊ะอาหารกลางวันสำหรับสามคน; **~ [for] breakfast, ~ the breakfast things** จัดโต๊ะสำหรับอาหารเช้า; ➡ + **fire** 1 D; [F] *(Biol.)* ออกไข่; [G] *(apply)* ทา *(สี)* **(on to, over** บน); *(cover)* **~ a floor with lino** *etc.* ปูพื้นด้วยพรมน้ำมัน ฯลฯ; [H] *(devise)* วาง *(แผน)*; [I] *(bring into a state)* **~ idle** หยุดนิ่ง, ไม่ทำงาน; **~ land under water** ปล่อยให้น้ำท่วมที่ดิน; [J] *(cause to subside)* ทำให้ *(ลม, ฝุ่น, พายุ, คลื่น)* สงบลง; สงบ *(ความคิด)*; [K] *(bring down)* **~ one on sb.** *(coll.: hit sb.)* ต่อย *ค.น.*; **the crops were laid [flat] by the rain** พืชไร่ถูกฝนกระหน่ำจนเอนราบ; [L] *(sl.: copulate with)* **~ a woman** นอนกับผู้หญิง *(ภ.พ.)*; [M] *(make by twisting)* **~ up a rope** ควั่นเชือก

❷ *v.i.,* **laid** [A] *(Naut.)* ลอยลำ; **~ at anchor** ลอยลำทอดสมอ; [B] *(used erroneously for 'lie')* นอนลง; **~ down** เอนตัวลงนอน

❸ *n.* [A] *(sl.: sexual partner)* **she's a good/an easy ~:** เธอเอาเก่ง *(ภ.ย.)*/เป็นคู่นอนได้ง่าย ๆ; [B] *(way sth. lies)* ท่าทีของสถานการณ์; **the ~ of the land** *(Amer.)* ≈ **the lie of the land** ➡ **²lie** 1 A

~ aˈbout *v.t. (coll.)* [A] **~ about sb.** หวดซ้ายป่ายขวา *ค.น.*; *(scold)* ดุด่า *ค.น.*; [B] **~ about one** ชกต่อยทั่วไปหมด; ➡ + **layabout**

~ aˈside *v.t.* วางไว้ก่อน *(งานที่ยังไม่เสร็จ)*; ยกเลิก *(ความโกรธ, ความขัดแย้ง)*; เก็บหอมรอมริบ *(เงิน, เสบียง)*; สะสม

~ ˈback *v.t.* เอนหลัง *(พนักเก้าอี้รถยนต์)*; ➡ + **laid-back**

~ ˈby *v.t.* เก็บออมไว้; **have some money laid by** มีเงินเก็บไว้ใช้ในอนาคต

~ ˈdown *v.t.* [A] วางลง; **~ sth. down on the table** วาง *ส.น.* ลงบนโต๊ะ; [B] *(give up)* วาง *(อาวุธ)*; *(deposit)* วาง *(มัดจำ)*; *(wager)* พนัน; **~ down one's arms** วางอาวุธ; **~ down one's life for sth./sb.** สละชีวิตให้แก่ *ส.น./ค.น.*; [C] *(build)* เริ่มสร้าง; วางกระดูกง *(เรือ)*; [D] *(formulate)* ร่าง *(สัญญา, เงื่อนไข ฯลฯ)*; ตั้ง *(ราคา, กฎเกณฑ์)*; [E] **~ the land/field down to pasture** ปรับพื้นที่/นาเป็นทุ่งเลี้ยงสัตว์; [F] *(store)* เก็บไวน์ไว้ในห้องพิเศษ

~ ˈin *v.t.* รวบรวมสำรองไว้

~ into *v.t. (coll.)* **~ into sb.** เล่นงาน *ค.น.*, ด่าว่า *ค.น.*

~ ˈoff ❶ *v.t.* [A] *(from work)* ปลด *(คนงาน)* ออกชั่วคราว; **be laid off [from one's job]** ถูกปลดออกจากงาน; [B] *(coll.) (stop)* **~ off shouting!** เลิกตะโกนเสียที; **~ off it!** หยุดเสียที; *(stop attacking, lit. or fig.)* **~ off him!** หยุดรังแกเขา ปล่อยเขาอยู่เฉย ๆ ❷ *v.i. (coll.: stop)* หยุด, เลิก; ➡ + **lay-off**

~ ˈon *v.t.* [A] *(provide)* จัดหา *(ความสะดวก, สาธารณูปโภค ฯลฯ)*; [B] *(apply)* ทา *(สี)*; **~ it on** *(fig.: exaggerate)* พูดเกินจริง; ➡ + **thick** 1 A; **trowel** A; [C] *(impose)* กำหนด *(บทลงโทษ, ภาระ, ฯลฯ)*; [D] **~ing on of hands** *(Eccl.)* บรรเทาอาการโดยการเอามือวาง

~ ˈout ❶ *v.t.* [A] *(spread out)* ปู, แผ่ออก; *(ready for use)* วางเตรียมไว้; **the books were laid out on the table** หนังสือถูกจัดวางไว้บนโต๊ะ; **~ out sth. for sb. to see** จัดวาง *หรือ* ปู *ส.น.* ให้ *ค.น.* ดู; [B] *(for burial)* แต่งศพเพื่อเตรียมการฝังศพ; [C] *(arrange)* จัดวาง *(สวน)*; ออกแบบ *(หนังสือ)*; ➡ + **layout**; [D] *(coll.: knock unconscious)* **~ sb. out** ชก *ค.น.* คว่ำ; [E] *(spend)* ใช้จ่าย ❷ *v. refl.* **~ oneself out to do sth.** พยายามเต็มที่ที่จะทำ *ส.น.*

~ ˈup *v.t.* [A] *(store)* สะสม; **you're ~ing up trouble/problems for yourself [later on]** *(fig.)* คุณกำลังสะสมปัญหาให้ตัวเอง [ในเวลาต่อไป]; [B] *(put out of service)* ถอนจากการใช้งาน; *(through illness)* **I was laid up in bed for a week** ฉันนอนซมอยู่บนเตียงหนึ่งอาทิตย์

³lay *n.* [A] *(of medieval minstrel)* โคลงสั้น ๆ; [B] *(narrative poem, song)* โคลงเล่าเรื่อง, เพลง

⁴lay ➡ **²lie** 2

lay: ~about *n. (Brit.)* คนที่ไม่ทำงานและได้แต่เตร็ไปเตร่มาเป็นนิสัย; **~-by** *n., pl.* **~-bys** *(Brit.)* ไหล่ถนนสำหรับจอดรถ; **~ clerk** *n.* นักร้องในโบสถ์, เจ้าหน้าที่ในโบสถ์

layer /ˈleɪə(r)/ˈเลเออะ(ร)/ *n.* Ⓐ ชั้น; **wear several ~s of clothing** สวมเสื้อผ้าทับกันหลายชั้น; **several ~s of paper** กระดาษซ้อนหลายชั้น; **~ of dust** ฝุ่นหนาเป็นชั้น; Ⓑ *(Hort.) กิ่งที่ปักลงในดินให้แตกรากในขณะที่ยังติดกับต้นแม่อยู่;* Ⓒ *(poultry)* แม่ไก่ไข่; **this hen is a poor ~:** แม่ไก่ตัวนี้ออกไข่น้อย

ˈlayer cake *n.* ขนมเค้ก ซึ่งทำเป็นชั้น ๆ

layered /ˈleɪəd/ˈเลเอิด/ *adj.* เป็นชั้น ๆ; **three-~ cake** ขนมเค้กสามชั้น; **~ skirt** กระโปรงที่เป็นชั้น ๆ; **~ clouds** เมฆเป็นชั้น ๆ

layette /leɪˈet/เลˈเอ็ท/ *n.* **[baby's] ~:** ชุดเสื้อผ้าของใช้เด็กอ่อน

lay: ~ figure *n.* Ⓐ *(Art)* หุ่นคนสำหรับหัดวาดรูป; Ⓑ *(in dramatic work)* ตัวละครที่ไม่สมจริง; **~man** /ˈleɪmən/ˈเลเมิน/ *n., pl.* **~men** /ˈleɪmən/ˈเลเมิน/ ฆราวาส, ผู้ไม่สันทัด; **~-off** *n.* Ⓐ *(temporary dismissal)* การปลดจากงานชั่วคราว; **the ~offs lasted longer than expected** ช่วงพักงานยาวกว่าที่คาดไว้; Ⓑ *(Sport; coll.: break from work)* หยุดพัก; **take a ~off** หยุดพัก, ขอเวลานอก; **~out** *n. (of house, office, garden)* แผนผัง; *(of book, magazine, poster, advertisement)* การจัดหน้า; *(of letter)* รูปแบบ; **~-out artist** *n.* คนจัดหน้า *(หนังสือ, นิตยสาร);* **~ reader** *n. ฆราวาสซึ่งได้รับใบอนุญาตให้ประกอบพิธีกรรมทางศาสนา;* **~shaft** *n. (Mech. Engin.)* เพลาตัวที่สองในเครื่องยนต์

laze /leɪz/เลซ/ ❶ *v.i.* นอนเล่น, ปล่อยเวลาผ่านไปอย่างเกียจคร้าน; **~ around** *or* **about** เอ้อระเหยลอยชายไปมา; **spend the whole day lazing in bed** นอนเล่นอยู่บนเตียงทั้งวัน ❷ *v.t.* **~ the day/one's life away** ใช้เวลาทั้งวัน/ทั้งชีวิตไปตามสบาย

lazily /ˈleɪzɪlɪ/ˈเลซิลิ/ *adv.* อย่างเกียจคร้าน; *(sluggishly)* อย่างเฉื่อยชา

laziness /ˈleɪzɪnɪs/ˈเลซินิซ/ *n., no pl.* ความเกียจคร้าน; *(sluggishness)* ความเฉื่อยชา

lazy /ˈleɪzɪ/ˈเลซิ/ *adj.* เกียจคร้าน, ขี้เกียจ; **physically ~:** เกียจคร้านไม่อยากขยับเขยื้อน; **mentally ~:** มีสมองขี้เกียจ, ขี้เกียจคิด; **have a ~ day on the beach** ใช้เวลาสบาย ๆ บนชายหาดทั้งวัน; **be in a ~ mood** อยู่ในอารมณ์ขี้เกียจ; **be ~ about writing [letters]** ขี้เกียจเขียนจดหมาย

lazy: ~bones *n. sing.* คนขี้เกียจ; **~ ˈeye** *n.* ตาเหล่, ตาเข

lb. *abbr.* ➤ 1013 **pound[s]**

l.b.w. /elbiːdʌbljʊ/เอ็ลบีดับบลิว/ *abbr. (Cricket)* **leg before wicket**

LCD *abbr.* **liquid crystal display** แอลซีดี

L/Cpl. *abbr.* **Lance-Corporal** สิบตรี

L-driver /ˈeldraɪvə(r)/ˈเอ็ลไดรฺเวอะ(ร)/ *(Brit.)* ➡ **learner driver**

LEA *abbr.* **Local Education Authority** ≈ สำนักงานการศึกษาส่วนท้องถิ่น

lea /liː/ลี/ *n. (poet.)* ท้องทุ่ง, ทุ่งหญ้า

leach /liːtʃ/ลีฉ/ ❶ *v.t. (make percolate)* กรองผ่าน *ส.น.; (subject to pecolation)* ทำให้ของเหลวซึมผ่าน *ส.น.; (remove by percolation)* กรองออก ❷ *v.i. (percolate through) (น้ำ)* กรอง *หรือ* ซึมผ่าน; *(be removed by percolation)* ถูกแยกออกโดยการกรอง

¹lead /led/เล็ด/ ❶ *n.* Ⓐ *(metal)* ตะกั่ว; **white ~:** ตะกั่วขาว; **[as] heavy as ~:** หนักอึ้งเหมือนตะกั่ว; **go down like a ~ balloon** ไม่ประสบความสำเร็จ; ➡ + **blacklead; red lead;** Ⓑ *(in pencil)* ไส้ดินสอดำ; Ⓒ *(bullets)* ลูกปืน; **I'll fill** *or* **pump you full of ~:** ฉันจะยิงคุณให้พรุน; Ⓓ *(Naut.)* ลูกดิ่งสำหรับวัดระดับน้ำทะเล; **cast** *or* **heave the ~:** หย่อน *หรือ* ชักลูกดิ่งขึ้น; **swing the ~** *(fig. Brit. coll.)* หลบเลี่ยง *(งาน, ภาระ);* Ⓔ *in pl. (of window)* ตะกั่วที่เป็นเส้นกรอบหน้าต่างแบบสมัยโบราณ; Ⓕ *(Printing)* แท่งตะกั่วที่ใช้ทำช่องระหว่างบรรทัด
❷ *attrib. adj.* ทำด้วยตะกั่ว
❸ *v.t.* Ⓐ ใช้ตะกั่วเป็นเส้นรอบกระจก; **~ed** ทำด้วยตะกั่ว; Ⓑ **~ed petrol** น้ำมันผสมตะกั่ว

²lead /liːd/ลีด/ ❶ *v.t.,* **led** /led/เล็ด/ Ⓐ นำทาง, พา, ชักนำ, แนะนำ; **~ sb. a miserable life** *or* **existence** ทำให้ชีวิต *ค.น.* น่าเวทนา; **~ sb. through the procedures** *(fig.)* แนะนำ *ค.น.* จนเสร็จสิ้นกระบวนการ; **~ sb. to do sth.** *(fig.)* ชักนำ *ค.น.* ให้ทำ *ส.น.;* **~ sb. by the hand** จูงมือพา *ค.น.* ไป; **~ sb. by the nose** *(fig.)* อ้อนวอน *ค.น.* ให้ทำ *ส.น.;* **let oneself be led by the nose** *(fig.)* ยอมถูกจูงจมูก; **~ sb. into trouble/difficulties** *(fig.)* ทำให้ *ค.น.* ประสบปัญหา; **this is ~ing us nowhere** *(fig.)* อย่างนี้ไม่ช่วยให้เราบรรลุเป้าหมาย; ➡ + **astray** 1; **dance** 3 A; **garden** 1 A; **way** 1 B; Ⓑ *(fig.: influence, induce)* **~ sb. to do sth.** ชักจูง *ค.น.* ให้ทำ *ส.น.;* **be easily led** ถูกชักนำง่าย, ถูกจูงง่าย; **~ sb. into bad habits** ชักนำ *ค.น.* ให้เสียนิสัย; **children are easier led than driven** การชี้นำเด็กจะได้ผลกว่าการบังคับ; **that ~s me to believe that ...:** สิ่งนั้นทำให้ฉันเชื่อว่า...; **I was led to the conclusion that ...:** ฉันจึงต้องสรุปเอาว่า...; **Is it true that she was married before? – So I am led to believe** จริงหรือที่ว่าเธอเคยแต่งงานมาแล้ว ฉันก็เข้าใจว่าอย่างนั้น; **he led me to suppose/believe that ...:** เขาทำให้ฉันเชื่อว่า...; Ⓒ ใช้ชีวิต; **~ a life of misery/a wretched existence** ใช้ชีวิตอย่างทุกข์ยาก/น่าเวทนา; Ⓓ *(be first in)* **~ the world in electrical engineering** เป็นผู้นำระดับโลกในด้านวิศวกรรมไฟฟ้า; **Smith led Jones by several yards/seconds** *(Sport)* สมิธนำหน้าโจนส์อยู่หลายหลา/หลายวินาที; ➡ + **field** 1 L; Ⓔ *(direct, be head of)* ดำเนิน *(การประชุม);* บัญชาการ *(ทหาร);* เป็นหัวหน้า *(พรรค);* **~ a party** เป็นหัวหน้าพรรค; **~ the government** เป็นหัวหน้ารัฐบาล; **Napoleon led his army into Italy/to a great victory** นโปเลียนบัญชาการกองทัพเข้าสู่อิตาลี/จนได้ชัยชนะยิ่งใหญ่; Ⓕ *(cause to pass)* **~ water through sth.** ชักน้ำให้ผ่าน *ส.น.;* **~ a rope through a pulley** ร้อยเชือกผ่านลูกรอก; Ⓖ *(Cards)* เล่น; **~ a spade** ทิ้ง/เล่นไพ่หน้าโพดำนำ
❷ *v.i.,* **led** Ⓐ *(ถนน)* นำไปยัง; **~ to the town/to the sea/out of the town** นำไปสู่ตัวเมือง/ทะเล/ออกนอกเมือง; **~ to confusion** นำไปสู่ความสับสนวุ่นวาย; **one thing led to another** เรื่องหนึ่งนำไปสู่อีกเรื่องหนึ่ง; **what will it all ~ to?** ทั้งหมดนี้จะพาไปสู่อะไร; Ⓑ *(be first)* เป็นคนแรก; *(go in front)* นำ; *(fig.: be leader)* เป็นหัวหน้า, นำหน้า; **~ by 3 metres** นำอยู่สามเมตร; **~ in the race** นำในการวิ่งแข่ง; **it's Smith ~ing from Jones and Brown** สมิธนำหน้าโจนส์และบราวน์; Ⓒ *(Journ.)* **a good story to ~ with** เรื่องที่เหมาะจะพาดหัว; **~ with the latest spy scandal** พาดหัวด้วยเรื่องอื้อฉาวทางจารชนล่าสุด; Ⓓ *(Cards)* ทิ้งไพ่นำ; **~ with a spade** นำด้วยทิ้งไพ่หน้าโพดำ
❸ *n.* Ⓐ *(precedent)* แบบอย่างให้ทำตาม; *(clue)* ร่องรอย; **follow sb.'s ~, take one's ~ from sb.** ทำตามแบบอย่างของ *ค.น.;* **give sb. a ~** *(precedent)* เป็นแบบอย่างให้แก่ *ค.น.; (clue)* ให้สิ่งบ่งชี้แก่ *ค.น.;* Ⓑ *(first place)* ตำแหน่งหน้าสุด, การนำหน้า; **be in the ~:** อยู่หน้าสุด, นำหน้าทุกคน; **move** *or* **go into the ~:** เลื่อนขึ้นไปนำหน้า; **keep one's ~:** รักษาตำแหน่งที่หนึ่งเอาไว้ *หรือ* รักษาหน้าไว้; **we mustn't lose our ~:** เราต้องไม่ยอมเสียตำแหน่งนำไป; **hold the ~ in export sales** เป็นผู้นำในการส่งออก; **take the ~ from sb.** แซงขึ้นเป็นที่หนึ่งแทน *ค.น.; (in race)* แซงขึ้นมานำหน้า *ค.น.;* Ⓒ *(amount)* ระยะที่นำหน้า; **have a ~ of two metres/minutes over sb.** นำ *ค.น.* อยู่สองเมตร/นาที; Ⓓ *(on dog etc.)* สายจูง; **on a ~:** ใส่สายจูงอยู่; **let a dog off the** *or* **its ~:** ปลดสายจูงจากสุนัข; **put a dog on the ~:** ใส่สายจูงกับสุนัข; Ⓔ *(Electr.)* สายไฟฟ้า; Ⓕ *(Theatre)* บทนำ; *(player)* ดารานำแสดง; Ⓖ *(Cards)* **whose ~ is it?** ตาของใครจะต้องทิ้งไพ่นำ; **the ~ was the jack of clubs** ไพ่นำที่ทิ้งเป็นแจ็กดอกจิก
❹ *adj. (กีตาร์ ฯลฯ)* นำ

~ aˈway *v.t.* พาตัวไป *(นักโทษ)*

~ ˈoff ❶ *v.t.* Ⓐ *(take away)* พาออกไป; Ⓑ *(begin)* เริ่ม ❷ *v.i.* เริ่ม

~ ˈon ❶ *v.t.* Ⓐ *(entice)* **~ sb. on** ล่อให้ *ค.น.* หลง; **he's ~ing you on** เขากำลังหลอกให้คุณหลง; Ⓑ *(deceive)* หลอกลวง; **she's just ~ing him on** เธอกำลังหลอกเขาชัด ๆ เลย; Ⓒ *(take further)* **that ~s me on to my next point** *(เรื่อง)* นั่นนำข้าพเจ้าเข้าสู่ประเด็นต่อไป; **~ sb. on to do sth.** ชักนำ *ค.น.* ให้ทำ *ส.น.* ❷ *v.i.* Ⓐ *imper. (go first)* **~ on!** นำไปได้เลย; Ⓑ **~ing on from what you have just said, ...:** สืบเนื่องต่อไปจากที่คุณเพิ่งจะพูด...; **~ on to the next topic** นำไปสู่หัวข้อต่อไป; **~ on to better things** นำหน้าไปสู่สิ่งที่ดีกว่า

~ ˈup to *v.t.* นำไปสู่; *(aim at)* นำเข้าสู่; **~ up to a very funny punch line** ค่อย ๆ นำเข้าสู่คำคมซึ่งตลกมาก; **just as I was ~ing up to the main point of my speech** ขณะที่ฉันกำลังพูดนำเข้าสู่ประเด็นสำคัญอยู่นั่น

leaden /ˈledn/ˈเล็ด'น/ *adj.* Ⓐ เป็น *หรือ* เหมือนตะกั่ว; Ⓑ *(fig.) (heavy) (การก้าวเดิน, ใจ)* หนัก; *(จังหวะ)* ช้าและหนัก; *(oppressive) (ท้องฟ้า)* มืดครึ้ม; *(บรรยากาศ)* หดหู่

leader /ˈliːdə(r)/ˈลีเดอะ(ร)/ *n.* Ⓐ ผู้นำ; *(of political party)* หัวหน้าพรรค; *(of gang, hooligans, rebels)* หัวโจก; *(of expedition, project, troupe)* หัวหน้า; *(of tribe)* หัวหน้าเผ่า; **the Egyptian/Labour ~:** ผู้นำชาวอียิปต์/หัวหน้าพรรคแรงงาน; **union/the Labour ~s** กลุ่มหัวหน้าสหภาพ/กลุ่มผู้นำพรรคแรงงาน; **L~ of the House of Commons/Lords** *(Brit. Polit.)* ประธานสภาล่าง/สภาขุนนาง; **have the qualities of a ~:** มีคุณสมบัติของผู้นำ; ➡ + **follow-my-leader;** Ⓑ *(one who is first)* **this scientist is a ~ in his field** นักวิทยาศาสตร์คนนี้เป็นผู้นำในสาขาของเขา; **be the ~ in a race** เป็นผู้นำในการแข่งขัน; **catch up with the ~s** *(in race)* ตามทันกลุ่มผู้นำ; **be no longer**

amongst the ~s of the world tennis ไม่ได้เป็นผู้เล่นอันดับต้น ๆ ของวงการเทนนิสโลกอีกต่อไป; Ⓒ *(Brit. Journ.)* บทนำในหนังสือพิมพ์; Ⓓ *(tab on film or tape)* ช่วงต้นที่ใช้พันกับแกน; Ⓔ *(Mus.) (leading performer)* ผู้เล่นนำวง; *(Brit.: principal first violinist)* ผู้เล่นไวโอลินที่นำวง; *(Amer.: conductor)* วาทยกรของวงออเคสตรา; Ⓕ *(Hort.)* กิ่งซึ่งงอกใหม่ที่ปลายรากหรือยอดของลำต้น

leaderless /ˈli:dələs/ลีเดอะลิซ/ *adj.* ไร้ผู้นำ, ขาดหัวหน้า

Leader of the Opposition *n. (Politic)* ผู้นำฝ่ายค้าน

leadership /ˈli:dəʃɪp/ˈลีเดอะชิพ/ *n.* Ⓐ การเป็นผู้นำ; *(capacity to lead)* ความสามารถในการนำ; **under the ~ of** ภายใต้การนำของ; Ⓑ *(leaders)* **~ of the party** แกนนำของพรรค

ˈleader writer *n.* ผู้เขียนบทนำในหนังสือพิมพ์

lead-free /ˈledfri:/ˈเล็ดฟรี/ *adj.* ไร้สารตะกั่ว

lead-in /ˈli:dɪn/ˈลีดอิน/ *n.* สิ่งที่นำเข้าสู่เรื่อง; **as a ~ to the film/programme** เพื่อเป็นการนำสู่ภาพยนตร์/รายการ

leading /ˈli:dɪŋ/ˈลีดิง/ *adj.* นำหน้า; *(in first position) (ม้า, นักวิ่ง)* เป็นที่หนึ่ง; **~ role** บทนำ *(fig.)* บทสำคัญ

leading: ~ˈarticle *n. (Brit. Journ.)* บทบรรณาธิการ; **~ˈcounsel** *n. (Brit. Law)* ทนายความอาวุโสในคดีความ; **~ ˈedge** *n. (foremost edge)* ขอบปะทะกับลมของปีกเครื่องบิน; *(of sail)* ขอบหันเข้าลมของใบเรือ; **~ ˈlady** *n.* ดารานำฝ่ายหญิง; **his ~ lady** ดารานำหญิงของเขา; **~ ˈlight** *n.* บุคคลสำคัญและมีอำนาจ; *(expert)* ผู้ชำนาญ; **~ ˈman** *n.* ดารานำฝ่ายชาย; **her ~ man** ดารานำชายของเธอ; **~ ˈquestion** *n. คำถามนำเพื่อได้คำตอบที่ต้องการ;* **~ rein** *n.* สายจูง *(ม้าที่คนขี่กำลังหัด)*

lead: ~ pencil /led ˈpensl/เล็ด ˈเพ็นซ่ล/ *n.* ดินสอดำ; **~ poisoning** /ˈledpɔɪzənɪŋ/ˈเล็ดพอยเซอะนิง/ *n.* การถูกพิษจากสารตะกั่ว; **~ screw** /ˈli:d skru:/ˈลีด ซกรู/ *n.* ระยะก้าวหน้าเมื่อเกลียวหมุนไปครบรอบ; **~ shot** /led ˈʃɒt/เล็ด ˈชอท/ *n.* Ⓐ *no pl. (Angling)* ตะกั่วถ่วงเบ็ด; Ⓑ *no pl. (for shotgun)* ลูกกระสุนเล็กที่ใช้ในปืนยาว; Ⓒ *(single projectile)* กระสุนยิง; **~ singer** /li:dˈsɪŋə(r)/ลีดˈซิงเงอะ(ร)/ *n.* นักร้องนำ; **~ story** /ˈli:d stɔ:rɪ/ˈลีด ซตอริ/ *n. (Journ.)* ข่าวนำ, ข่าวหน้าหนึ่ง; **~ time** /ˈli:d taɪm/ˈลีด ทายมฺ/ *n. (Econ.)* ระยะเวลาของการผลิต; **~-up** /ˈli:dʌp/ˈลีดอัพ/ *n.* ช่วงก่อนหน้าเหตุการณ์; **in/during the ~-up to the election/revolution** ในช่วงเวลาก่อนหน้าการเลือกตั้ง/การปฏิวัติ

leaf /li:f/ลีฟ/ ❶ *n. pl.* **leaves** /li:vz/ลีวซฺ/ Ⓐ ใบไม้; **the falling leaves** ใบไม้ที่กำลังร่วง; **shake like a ~:** สั่นเหมือนใบไม้ไหว; **be in ~:** *(ต้นไม้)* มีใบ; **come into ~:** แตกใบ, ผลิใบ; Ⓑ *(of paper)* แผ่นกระดาษ; **a ~ of paper** กระดาษหนึ่งแผ่น; **turn over a new ~** *(fig.)* เริ่มต้นใหม่; ➡ + **book** 1 A; Ⓒ *(of door)* บานพับ; *(of table) (hinged/sliding flap)* ส่วนที่พับได้; *(for inserting) ส่วนที่สามารถสอดเข้าไปเพื่อเพิ่มความยาวของโต๊ะ* ❷ *v.i.* **~ through sth.** พลิกหน้าของ *ส.น.*

leaf: ~ green /ˈ--/ *adj.* สีเขียวใบไม้; **~ insect** *n.* แมลงในวงศ์ Phylliidae ปีกและตัวแบนดูคล้ายใบไม้

leafless /ˈli:flɪs/ˈลีฟลิซ/ *adj.* ไร้ใบ, *(ต้นไม้)* โกร๋น

leaflet /ˈli:flɪt/ˈลีฟลิท/ ❶ *n.* Ⓐ แผ่นใบปลิว, แผ่นพับ; *(with manufacturer's instructions)* คู่มือ; *(advertising)* แผ่นโฆษณา; *(political)* ใบปลิว; Ⓑ *(Bot.)* ใบไม้อ่อน, ใบหนึ่งของใบซ้อน ❷ *v.t.* แจกใบปลิว

leaf: ~ mould *n. ดินที่ประกอบด้วยใบไม้เปื่อยเน่าเป็นส่วนใหญ่;* **~ spring** *n. (Mech. Engin.)* สปริงแหนบ; **~-stalk** *n.* ก้านใบ

leafy /ˈli:fɪ/ˈลีฟิ/ *adj.* มีใบมาก; **~ vegetable** ผักใบ; **a ~ country lane** ถนนชนบทที่ร่มรื่นด้วยต้นไม้

[1]**league** /li:g/ลีกฺ/ *n.* Ⓐ *(agreement)* พันธมิตร, สันนิบาต *(ร.บ.); (in history)* **the L~** สันนิบาตชาติ; **enter into** *or* **form a ~:** เข้าร่วมเป็นสันนิบาต; **be in ~ with sb.** เป็นพันธมิตรกับ *ค.น.;* **those two are in ~ [together]** สองคนนั้นสมคบกัน; Ⓑ *(Sport)* สโมสร, สมาพันธ์กีฬา; **the ~ championship** การแข่งขันชิงชนะเลิศสมาพันธ์กีฬา; **I am not in his ~, he is out of my ~** *(fig.)* ผมไม่ได้อยู่ในระดับ/ชั้นเดียวกับเขา, เขาเก่งเกินไปสำหรับฉันแล้ว; **be in the big ~** *(fig.)* อยู่ในสมาคมใหญ่แล้ว; ➡ + **Rugby League**

[2]**league** *n. (arch.: distance)* ≈ สามไมล์; **travel many a ~:** เดินทางหลายไมล์

league: ~ ˈfootball *n.* สมาพันธ์ฟุตบอล, ฟุตบอลที่เล่นเฉพาะในสมาพันธ์เท่านั้น; **~ game** *n.* การแข่งขันของทีมในสมาพันธ์; **~ ˈleaders** *n. pl. (Sport)* ทีมผู้นำในสมาพันธ์; **~ match** *n.* การแข่งขันกีฬาในสมาพันธ์; **L~ of ˈNations** *n. (Hist.)* สันนิบาตชาติ *(เกิดขึ้นหลังสงครามโลกครั้งที่หนึ่ง);* **~ table** *n. รายชื่อทีมแข่งขัน เรียงลำดับตามความสามารถ;* **be at the top/bottom of the ~ table** อยู่อันดับสูง/ล่างของบัญชีรายชื่อทีมเข้าแข่งขัน

leak /li:k/ลีค/ ❶ *n.* Ⓐ *(hole)* รูรั่ว; *(in roof, ceiling, tent)* รูรั่ว; **there's a ~ in the tank** แท็งก์น้ำมีรูรั่ว; **spring a ~:** เกิดรูรั่วขึ้นมา; **stop the ~:** อุดรูรั่ว; Ⓑ *(escaping fluid/gas)* น้ำ/ก๊าซรั่ว; **I can smell a gas ~:** ฉันได้กลิ่นก๊าซรั่ว; Ⓒ *(instance)* **a gas/oil ~, a ~ of gas/oil** การรั่วของก๊าซ/น้ำมัน; **there has been a gas/oil ~:** มีการรั่วของก๊าซ/น้ำมัน; Ⓓ *(fig.: of information)* ข่าวรั่วไหล; **government ~s** ข่าวรั่วของรัฐบาล; **there has been a ~ to the press/from reliable sources** มีข่าวรั่วไปถึงพวกหนังสือพิมพ์/มีจากแหล่งข่าวที่เชื่อถือได้; **who was responsible for the ~?** ใครเป็นคนปล่อยข่าวนี้; Ⓔ *(Electr.)* ไฟฟ้ารั่ว; *(path or point)* ทาง/จุดไฟรั่ว; Ⓕ **have a/go for a ~** *(sl.)* ไปฉี่, ไปเยี่ยว *(ภ.พ.)*

❷ *v.t.* Ⓐ รั่ว; **the pipe is ~ing water/gas** ท่อมีน้ำ/ก๊าซรั่ว; Ⓑ *(fig.: disclose)* ปล่อยข่าว; **~ sth. to sb.** ปล่อยข่าวเรื่อง *ส.น.* แก่ *ค.น.;* **details of the plan have been ~ed** รายละเอียดของแผนงานถูกปล่อยออกมา

❸ *v.i.* Ⓐ *(escape)* ไหล, รั่ว (**from** จาก); *(enter)* ไหลเข้า (**in** ใน); Ⓑ *(ถัง, ท่อ, บ่อ, เรือ)* รั่ว; **the roof ~s** หลังคารั่ว; Ⓒ *(fig.)* **~ [out]** *(ความลับ, ข่าว)* รั่ว

leakage /ˈli:kɪdʒ/ˈลีคิจ/ *n.* Ⓐ การรั่ว; *(of fluid, gas)* การรั่ว; *(fig.: of information)* การรั่ว, การปล่อย; Ⓑ *(substance, amount)* **the ~ is increasing** การรั่วไหลกำลังเพิ่มขึ้น; **mop up the ~:** เช็ดสิ่งที่รั่วไหลออกมา; **~ to the Press** *(fig.)* ข่าวรั่วถึงหนังสือพิมพ์

leaky /ˈli:kɪ/ˈลีคิ/ *adj. (หลังคา, เรือ)* ที่รั่ว

[1]**lean** /li:n/ลีน/ ❶ *adj.* Ⓐ *(บุคคล)* ผอม; *(หน้าตา)* ซูบซีด, ไม่บริบูรณ์; *(ช่วงเวลา, สถานการณ์)* ขาดแคลน; **we had a ~ time [of it] during the War** พวกเราต้องเผชิญสภาพที่ฝืดเคืองในระหว่างสงคราม; Ⓑ *(Commerc.)* ไม่เจริญ ❷ *n. (meat)* เนื้อไม่ติดมัน

[2]**lean** ❶ *v.i.,* **~ed** /li:nd, lent/ลีนดฺ/ *or (Brit.)* **~t** Ⓐ เอน, พาด, พิง; **~ against the door** พิงประตู; **~ out of the window** ชะโงกออกไปนอกหน้าต่าง; **~ down/forward** ก้มลง/ก้มไปข้างหน้า; **~ backwards** เอนไปข้างหลัง; **~ back in one's chair** เอนตัวพิงพนักเก้าอี้; Ⓑ *(support oneself)* **~ against/on sth.** พิง *ส.น.;* **~ on sth.** *(from above)* พิงตัวกับ *ส.น.;* **~ on sb.'s arm** พิงแขน *ค.น.;* Ⓒ *(be supported)* ถูกยัน/ค้ำ; Ⓓ *(fig.: rely)* **~ [up]on sb.** พึ่ง *ค.น.;* **I ~ on my friends for moral support** ฉันพึ่งเพื่อน ๆ; Ⓔ *(stand obliquely)* เอียง; **the Leaning Tower of Pisa** หอเอียงเมืองปิซ่า; Ⓕ *(fig.: tend)* **~ to[wards] sth.** โอนเอียงไปทาง *ส.น.;* **he ~s to the left politically** เขาโอนเอียงไปทางฝ่ายซ้าย

❷ *v.t.,* **~ed** *or (Brit.)* **~t** พิง, พาด

❸ *n.* การโน้มเอียง; **have a definite ~ to the right** มีการโน้มเอียงไปทางขวา; **be on the ~:** อยู่บนจุดโน้มเอียง; **have a ~ of 15°** มีจุดโน้มเอียง 15 องศา

~ on *v.t. (fig. coll.)* บังคับ, ใช้ความกดดัน; **he just needs ~ing on a little** เขาต้องถูกบังคับซักนิดหน่อย; ➡ + [2]**lean** 1 B, D

~ over ❶ /ˈ---/ *v.t.* พิง, เอนทับ ❷ /-ˈ--/ *v.i.* เอียง, ก้ม; *(forwards)* เอียงไปข้างหน้า, ก้มไปข้างหน้า; **he ~ed over backwards/sideways** เขาเอนไปข้างหลัง/ด้านข้าง; ➡ + **backwards** A

lean-burn ˈengine *n. (Motor Veh.)* เครื่องยนต์ลูกสูบเอียง

leaning /ˈli:nɪŋ/ˈลีนิง/ *n.* แนวโน้ม; *(รสนิยม)* ไปทางใดทางหนึ่ง; **have Marxist/homosexual ~s** มีแนวโน้มไปทางลัทธิมาร์กซิส/มีแนวโน้มเป็นคนรักร่วมเพศ

leanness /ˈli:nnɪs/ˈลีนนิซ/ *n., no pl.* ความผอม; *(of times) (ช่วงเศรษฐกิจ)* ยากลำบาก

leant ➡ [2]**lean**

lean-to /ˈli:ntu:/ˈลีนทู/ *n., pl.* **~s** อาคารที่พิงกับอาคารอื่น

leap /li:p/ลีพ/ ❶ *v.i.,* **~ed** /li:pt, lept/ลีพทฺ/ *or* **~t** Ⓐ กระโดด, กระโจน; *(หัวใจ)* เบิกบาน; **~ to one's feet** กระโดดขึ้นยืน; **~ out of/up from one's chair** กระโดดออกจาก/ขึ้นจากเก้าอี้; **~ down off the table** กระโดดลงจากโต๊ะ; **~ back in shock** กระโดดถอยด้วยความตกใจ; **~ up and down in excitement** กระโดดขึ้นลงด้วยความตื่นเต้น; **~ around** *or* **about** กระโดดไปรอบ ๆ; Ⓑ *(fig.)* **~ to conclusions** ด่วนเข้าสู่บทสรุป; **~ to sb.'s defence** รีบเข้าปกป้อง *ค.น.;* **~ at the chance** *or* **opportunity** ฉวยโอกาส; **~ to stardom/into prominence** กระโจนเข้าสู่ความเป็นดาราภาพยนตร์/ความมีชื่อเสียง; **~ at an offer** รีบตะครุบข้อเสนอ; **~ to the eye** สะดุดตา; ➡ + **look** 1 A

❷ *v.t.,* **~ed** *or* **~t** Ⓐ *(jump over)* กระโดดข้าม; Ⓑ *(cause to ~)* ทำให้กระโดด

❸ *n.* การกระโดด; **take a [great] ~ at the fence** กระโดดสูงข้ามรั้ว; **with** *or* **in one ~:** ในก้าวกระโดดหนึ่ง; **by ~s and bounds** *(fig.)* ด้วยความก้าวหน้าอย่างรวดเร็ว; ➡ + **dark** 2 C

l

'leapfrog ❶ *n.* การเล่นกระโดดข้ามหลังกัน ❷ *v.i.* **-gg-** เล่นกระโดดข้ามหลัง; **~ over sb.** กระโดดข้ามหลัง *ค.น.* ❸ *v.t.*, **-gg-** *(fig.)* แซงหน้าขึ้นไป

leapt ➡ leap

'leap year *n.* ปีอธิกวาร

learn /lɜːn/เลิน/ ❶ *v.t.*, **~t** /lɜːnt/เลินทฺ/ *or* **~ed** /lɜːrnd, leɜːrnt/เลินดฺ, เลินทฺ/ Ⓐ เรียนรู้; *(with emphasis on completeness of result)* เรียนรู้; **~ sth. by** *or* **from experience** เรียนรู้ *ส.น.* จากประสบการณ์; **~ sth. from** *or* **of sb./from a book/an example** เรียนรู้ *ส.น.* จาก *ค.น.*/จากหนังสือ/ตัวอย่าง; **~ one's craft from** *or* **through hard study** เรียนงานช่างจากการศึกษาอย่างหนัก; **have you never ~ed any manners/sense?** คุณไม่เคยเรียนรู้กาลเทศะ/สามัญสำนึกบ้างหรือ; **I am ~ing [how] to play tennis** ฉันกำลังเรียนตีเทนนิสอยู่; **Can you swim? – No, I never ~ed how [to]** คุณว่ายน้ำเป็นมั้ย ไม่เป็น ฉันไม่เคยเรียน; ➡ + lesson C; rope 1 E; Ⓑ *(find out)* รู้มา, ค้นคว้า; *(by oral information)* ความรู้ที่ได้ยินมา; *(by observation)* สังเกต; *(by thought)* คิดออก; *(be informed of)* ได้รับรู้; **I ~ed from the newspaper that ...:** ฉันรู้มาจากหนังสือพิมพ์ว่า...; **I ~ed from his manner what sort of person he was** ฉันสังเกตจากท่าทางของเขาว่าเขาเป็นคนแบบใด; Ⓒ *(arch./joc./uneducated: teach)* รู้ *(ภาษาเก่า)*; **that'll ~ you!** สิ่งนั้นจะทำให้คุณรู้เอง; **I'll ~ you!** *(threat)* ฉันจะทำให้แกรู้เอง ❷ *v.i.*, **~t** *or* **~ed** Ⓐ เรียน, เรียนรู้; **be slow to ~:** เรียนช้า; **you'll soon ~:** คุณจะรู้ในไม่ช้า; **will you never ~?** คุณจะไม่เรียนรู้อะไรเลยหรือ; **~ from the experience/mistakes of others** เรียนรู้จากประสบการณ์/ข้อผิดพลาดของคนอื่น; **some people never ~:** คนบางคนไม่เคยเรียนรู้อะไรเลย; **~ by one's mistakes** เรียนจากข้อผิดพลาดของตัวเอง; **I had to ~ by my mistakes** ฉันต้องเรียนรู้จากข้อผิดพลาดของฉันเอง; **~ about sth.** เรียนรู้เกี่ยวกับ *ส.น.*; **you're never too old** *or* **it's never too late to ~:** คุณไม่แก่เกินเรียน; ไม่มีวันสายเกินกว่าจะเรียน; Ⓑ *(get to know)* รู้; **I have ~t about what you get up to** ฉันรู้แล้วละว่าคุณทำอะไรบ้าง

~'up *v.t.* Ⓐ **~ up some law** ศึกษาเรื่องกฎหมายบ้าง; Ⓑ *(refresh knowledge of)* **~ up one's history** รื้อฟื้นความรู้ในด้านประวัติศาสตร์

learned /'lɜːnɪd/'เลอนิด/ *adj.* Ⓐ คงแก่เรียน, เป็นวิชาการ; **very ~ in ancient history** มีความรู้ทางประวัติศาสตร์โบราณมาก; Ⓑ *(associated with ~ persons)* *(บทความ, สมาคม)* เต็มไปด้วยความรู้, เป็นวิชาการ; ➡ + profession A; Ⓒ *(Brit. Law: in address or reference)* *ใช้เรียกทนายความอื่น;* **my ~ colleague** *etc.* สหายผู้รอบรู้ของข้าพเจ้า/ดิฉัน; ➡ + friend D

learnedly /'lɜːnɪdlɪ/'เลอนิดลิ/ *adv.* อย่างคงแก่เรียน, อย่างวิชาการ

learner /'lɜːnə(r)/'เลอเนอะ(ร)/ *n.* ผู้เรียน; *(beginner)* คนเริ่มหัด; **be a slow/quick ~:** เป็นคนเรียนช้า/ไว; **the car is driven by a ~:** คนขับรถเพิ่งเริ่มหัดขับ; **I'm only a ~ still** ฉันเป็นแค่คนเริ่มหัด

learner 'driver *n.* *(Brit.)* คนที่เรียนขับรถและยังไม่ได้ใบขับขี่

learning /'lɜːnɪŋ/'เลอนิง/ *n.* *(scholarship)* ความรู้; *(of person)* ความคงแก่เรียน, วิชาการ; **the new ~:** ความรู้ใหม่

learning: **~ difficulties** *n. pl.* อุปสรรคในการเรียนรู้; **~ disability** *n.* ความบกพร่องทางการเรียนรู้

learnt ➡ learn

lease /liːs/ลีซ/ ❶ *n.* *(of land, business premises)* สัญญาเช่า; *(of house, flat, office)* สัญญาเช่า; **be on [a] ~:** มีสัญญาเช่า; **have sth. on a 99-year** *etc.* **~:** ซื้อ *ส.น.* ในสัญญาเช่าระยะ 99 ปี; **take a ~ on** เซ็นสัญญาเช่า *(ตึก, สำนักงาน, บ้าน)*; **enjoy a new ~ of** *or* *(Amer.)* **on life** รู้สึกเกิดใหม่; **give sb./sth. a new ~ of life** ทำให้ *ค.น./ส.น.* มีชีวิตสดใส ❷ *v.t.* Ⓐ *(grant ~ on)* ให้เช่า; Ⓑ *(take ~ on)* เช่า *(บ้าน, รถ, ตึก, ฯลฯ)*

lease: **~back** *n.* สัญญาเช่าทรัพย์สินให้กับผู้ขาย; **~hold** ➡ lease 2: ❶ *n.* **have the ~hold of** *or* **on sth.** ครอบครอง *ส.น.* โดยการเช่า ❷ *adj.* ครอบครองโดยการเช่า ❸ *adv.* **own a property ~hold** เป็นเจ้าของทรัพย์สินโดยการเช่า; **~holder** *n.* ผู้เช่า

leash /liːʃ/ลีช/ *n.* Ⓐ ➡ ²lead 3 D; Ⓑ **be straining at the ~ to do sth.** *(fig.)* กระตือรือร้นที่จะเริ่มทำ *ส.น.*; **he was straining at the ~:** เขาใจร้อนมากที่จะลงมือ

least /liːst/ลีซทฺ/ ❶ *adj.* Ⓐ *(smallest)* เล็กที่สุด; *(in quantity)* ปริมาณน้อยที่สุด; *(in status)* ต่ำต้อยที่สุด; **be ~ in size** มีขนาดเล็กที่สุด; **every ~ indication** การแสดงใด ๆ แม้จะน้อยนิด; **I haven't the ~ idea** ฉันไม่รู้เรื่องเลยแม้แต่นิด; **not the ~ bit hungry** ไม่หิวเลยซักนิด; **that's the ~ of our problems** นั่นเป็นปัญหาที่เล็กที่สุดของเรา; ➡ + common denominator; common multiple; ¹last 1; resistance A; Ⓑ *(Bot., Ornith., Zool.)* *(นก, สัตว์)* ตัวแคระ ❷ *n.* จำนวนที่น้อยที่สุด; **the ~ I can do** อย่างน้อยที่สุดที่ฉันควรจะทำ; **the ~ he could do would be to apologize** อย่างน้อยที่สุดเขาควรจะขอโทษ; **pay the ~:** จ่ายจำนวนน้อยที่สุด; **to say the ~ [of it]** และนั่นก็เป็นการพูดอย่างอ่อนมาก; **~ said, soonest mended** *(prov.)* พูดน้อยที่สุดจะแก้ไขได้เร็วที่สุด; **at ~:** อย่างน้อย; *(if nothing more; anyway)* อย่างไรก็ตาม; **at the [very] ~:** อย่างน้อย [ที่สุด]; **not [in] the ~:** ไม่เลยแม้แต่นิด ❸ *adv.* อย่างน้อย; **not ~ because ...:** ไม่ใช่แค่เพราะ...; **~ of all** โดยเฉพาะ; **the ~ likely answer** คำตอบที่นึกไม่ถึงที่สุด

leastways /'liːstweɪz/'ลีซทฺเวซฺ/, **leastwise** /'liːstwaɪz/'ลีซทฺวาย-ซฺ/ *adv.* *(dial.)* อย่างน้อย

leather /'leðə(r)/'เล็ทเทอะ(ร)/ ❶ *n.* Ⓐ หนัง; *(things made of ~)* สิ่งที่ทำจากหนัง; **these shoes are genuine ~:** รองเท้าคู่นี้เป็นหนังแท้; ➡ + chamois B; hell B; patent leather; Ⓑ *(used for polishing)* ผ้าหนังกลับใช้เช็ดถู; Ⓒ *(strap)* หนังรัด, ห่วงหนังไว้ห้อยในรถโดยสาร; *(for stirrup)* โกลนหนัง ❷ *adj.* *(เสื้อหนัง, กระเป๋า ฯลฯ)* หนัง ❸ *v.t.* Ⓐ *(polish)* ขัดด้วยหนัง; Ⓑ *(thrash, whip)* **~ sb.** เฆี่ยน, *ค.น.* ด้วยเข็มขัดหนัง

leatherette /leðə'ret/เล็ทเทอะ'เรท/ *n.* หนังเทียม

'leatherjacket *n.* *(Brit. Zool.)* ตัวอ่อนของแมลงวันขนาดใหญ่

leather wear *n.* เสื้อผ้าหนัง

leathery /'leðərɪ/'เล็ทเทอะริ/ *adj.* เหมือนหนัง, เหนียว

¹leave /liːv/ลีว/ *n., no pl.* Ⓐ *(permission)* การอนุญาต; *(official approval)* การอนุมัติอย่างเป็นทางการ; **grant** *or* **give sb. ~ to do sth.** อนุญาตให้ *ค.น.* ทำ *ส.น.*; **beg ~ to do sth.** ขออนุญาตทำ *ส.น.*; **be absent without ~:** หยุดลาโดยไม่ได้รับอนุญาต; **get ~ from sb. to do sth.** ได้รับอนุมัติจาก *ค.น.* ให้ทำ *ส.น.*; **by ~ of sb.** โดยการอนุมัติของ *ค.น.*; **by your ~** *(formal)* ด้วยการอนุญาตของคุณ *(iron.)*; **without so much as a by your ~** *(coll.)* โดยไม่ได้ขอเลยแม้แต่นิด; **take ~ to do sth.** ตัดสินใจทำ *ส.น.*; Ⓑ *(from duty or work)* หยุดงาน; **~ [of absence]** การลาหยุด; **a fortnight's ~:** การลาหยุด 2 อาทิตย์; **book one's ~:** กำหนดวันลาหยุด; **when do you intend to go on ~?** คุณตั้งใจจะลาหยุดเมื่อไร; **I've got ~ [of absence] for a couple of days** ฉันได้วันหยุด 2 วัน; **be on ~:** อยู่ในระหว่างลาพัก; Ⓒ **take one's ~** *(say farewell)* กล่าวคำอำลา; **take [one's] ~ of sb.** ลา *ค.น.* ก่อน; **have you taken ~ of your senses?** คุณบ้าไปแล้วหรือ; **he must have taken ~ of his senses** เขาคงจะบ้าไปแล้ว; ➡ + French leave; sick-leave

²leave *v.t.*, **left** /left/เล็ฟทฺ/ Ⓐ *(make or let remain, lit. or fig.)* ฝาก, ทิ้ง, ปล่อยไว้; **may I ~ my dog/son with you?** ฉันขอฝากสุนัข/ลูกชายไว้กับคุณได้ไหม; **he left a message with me for Mary** เขาฝากข้อความถึงแมรี่ไว้กับฉัน; **~ sb. to do sth.** ปล่อยให้ *ค.น.* ทำ *ส.น.*; **I am always left to make the decisions** ฉันมักจะถูกทิ้งให้เป็นคนตัดสินใจเสมอ; **if he likes the work, ~ him to get on with it** ถ้าเขาชอบงานละก็ปล่อยให้เขาทำไปเถอะ; **~ be** *(coll.)* ไม่เข้าไปยุ่ง; **6 from 10 ~s 4** 10 ลบ 6 เหลือ 4; *(in will)* **~ sb. sth., ~ sth. to sb.** ทิ้งสมบัติ *ส.น.* ให้ *ค.น.*; ➡ + desire 2 C; Ⓑ *(by mistake)* ลืมไว้; **I left my gloves in your car/my umbrella at the butcher's** ฉันลืมถุงมือไว้ในรถคุณ/ลืมร่มไว้ที่ร้านขายเนื้อ; Ⓒ **be left with** คงเหลืออยู่ *(อารมณ์, ความทรงจำ)*; ถูกทิ้งให้อยู่กับ *(เด็ก ๆ)*; **I was left with the job/task of clearing up** ฉันถูกทิ้งให้จัดห้องให้เรียบร้อย; Ⓓ *(refrain from doing, using, etc., let remain undisturbed)* ไม่ใช้ *(เงิน)*; ปล่อยไว้ *(งานที่ต้องทำ)*; *(spare)* ทิ้ง *(อาหาร)* ไว้; Ⓔ *(let remain in given state)* **~ the door open/the light on** เปิดประตูทิ้งไว้/เปิดไฟทิ้งไว้; **~ the curtains drawn/the water running** ปิดม่าน/เปิดน้ำทิ้งไว้; **~ the book lying on the table** ทิ้งหนังสือไว้บนโต๊ะ; **~ sb. in the dark** *(fig.)* ปล่อยให้ *ค.น.* ไม่รู้เรื่องรู้ราว; **~ sb. unharmed** ไม่ทำอะไร *ค.น.*; **~ one's clothes around** *or* **about/all over the room** ทิ้งเสื้อผ้าไว้เกลื่อนห้อง; **this ~s me free to do sth.** สิ่งนี้ทำให้ฉันมีอิสระที่จะทำ *ส.น.*; **~ sb. alone** *(allow to be alone)* ปล่อยให้ *ค.น.* อยู่คนเดียว; *(stop bothering)* ไม่รบกวน *ค.น.*; **~ sth. alone** ปล่อย *ส.น.* ไว้; **~ sb. be** ปล่อยให้ *ค.น.* อยู่เฉย ๆ; **~ him** *etc.* **'be** ปล่อยเขา ฯลฯ [ให้อยู่เงียบ ๆ]; **~ go [of] sth.** *(coll.)*, **~ hold of sth.** ปล่อย *ส.น.*; **~ it at that** *(coll.)* ปล่อยไว้อย่างนั้นแหละ; **how shall we ~ it?** จะตกลงว่าอย่างไรดี; **we left it that he'd phone me tomorrow** พวกเราตกลงให้เขาโทรถึงฉันพรุ่งนี้; ➡ + ²well 2 B; Ⓕ *(station for a purpose)* ตั้งหรือ วางไว้; Ⓖ *(refer, entrust)* **~ sth. to sb./sth.** มอบหมาย *ส.น.* ให้ *ค.น./ส.น.*; **I ~ the matter entirely in your hands** ฉันขอมอบเรื่องทั้งหมดให้คุณ; **I ~ the decision to** *or* **with you** ฉันมอบการตัดสินใจให้คุณ; **sit back and ~ the worrying to me** ทำตัวสบาย ๆ และทิ้งเรื่องกังวลต่าง ๆ ไว้ที่ฉัน; **~ it to me** ปล่อยให้ฉันจัดการเอง; **~ sb. to himself** *or* **to his own**

devices *or* **resources** *or* **to it** ปล่อย *ค.น.* อยู่คนเดียวตามสบาย; Ⓗ *(go away from)* จากไป, ออกจาก; **~ home at 6 a.m.** ออกจากบ้านตอน 6 โมงเช้า; **the plane ~s Bonn at 6 p.m.** เครื่องบินออกจากกรุงบอนน์ตอน 6 โมงเย็น; **~ Bonn at 6 p.m.** *(by car, in train, by plane)* ออกจากกรุงบอนน์ตอน 6 โมงเย็น; **please may I ~ the room?** *(to go to toilet)* ขออนุญาต *(ไปห้องน้ำ)*; **~ the road** *(crash)* ออกจากถนน; **~ the rails** *or* **tracks** ออกนอกราง *(รถไฟ)*; **the train ~s the station** รถไฟออกจากสถานี; **let's ~ here** ไปกันเถอะ; **I left her at the bus stop** *(parted from)* ฉันจากเธอที่ป้ายรถเมล์; *(set down)* ฉันปล่อยเธอลงตรงป้ายรถเมล์; **I left her much happier/I left her in tears** ตอนที่ฉันจากเธอไป เธอมีความสุขขึ้นมาก/เธอร้องไห้; **~ the table** ลุกจากโต๊ะ; **the train ~s at 8.30 a.m.** รถไฟออกตอน 8 โมงครึ่ง; **~ for Paris** ไปปารีส; **it is time to ~:** ได้เวลาไปแล้ว; **we're just leaving** เรากำลังจะไป; **~ on the 8 a.m. train/flight** ออกเดินทางโดยรถไฟขบวน/เครื่องบินเที่ยว 8 โมงเช้า; Ⓘ *(quit permanently)* ออกอย่างถาวร; **~ school** เรียนจบ; *(prematurely)* ออกจากโรงเรียน; **~ work** ออกจากงาน; เลิกทำงาน; **~ this world for the next** ทิ้งโลกนี้เพื่อสู่โลกหน้า; **all my children have left home now** ลูก ๆ ของฉันออกจากบ้านกันไปหมดแล้ว; **I am leaving at Easter** ฉันจะไปช่วงอีสเตอร์; Ⓙ *(desert)* ละทิ้ง; **~ sb. for another man/woman** ทิ้ง *ค.น.* เพื่อไปมีชาย/หญิงอื่น; **~ a house to rot** ทิ้งให้บ้านผุพัง; **she was left at the altar** เจ้าสาวถูกทิ้งไว้ที่แท่นพิธี โดยเจ้าบ่าวไม่มาปรากฏตัว; **~ one's studies halfway through the course** ทิ้งการเรียนกลางหลักสูตร; **he was left for dead** เขาถูกทิ้งเพราะทุกคนนึกว่าตายแล้ว; ➡ + **mercy** 1 B; ¹**post** 1 C; Ⓚ *(pass)* **branch off, leaving the farm on one's right** แยกไปโดยให้ฟาร์มอยู่ข้างขวา

~ **a'side** *v.t.* ปล่อยไว้ข้าง ๆ, ปล่อยวาง

~ **be'hind** *v.t.* Ⓐ ทิ้งไว้ข้างหลัง; Ⓑ *(by mistake)* ➡ **leave** B

~ **'off** *v.t.* Ⓐ *(cease to wear)* เลิกใส่, ไม่ใส่; **in summer we can ~ off our coats** ในหน้าร้อนเราไม่ต้องใส่เสื้อโค้ตก็ได้; Ⓑ *(discontinue)* เลิก; **~ off smoking** เลิกสูบบุหรี่; **~ off the habit of smoking** เลิกนิสัยสูบบุหรี่; **has it left off raining?** ฝนหยุดตกหรือยัง

~ **'out** *v.t.* ละ, ไม่รวมไว้

~ **'over** *v.t.* Ⓐ *(Brit.: not deal with till later)* ปล่อยไว้พิจารณา *หรือ* จัดการทีหลัง; Ⓑ **be left over** เหลือไว้; ➡ **leftover; leftovers**

-leaved /liːvd/ลีวด/ *adj. in comb.* ที่มีใบ

leaven /'levn/'เล็ว̱'น/ ❶ *n.* Ⓐ *(fermenting dough)* เชื้อสำหรับใส่ขนมปังให้ฟู; Ⓑ *(fig.)* *(transforming influence)* อิทธิพลในการเปลี่ยนแปลง ❷ *v.t.* Ⓐ ใส่เชื้อให้ฟู, คละเคล้า; Ⓑ *(fig.: transform)* เปลี่ยนแปลง

leaves *pl. of* **leaf**

'leave-taking *n.* การร่ำลา

leaving /'liːvɪŋ/'ลีวิ̱ง/ ❶ *n. in. pl.* ของที่เหลือ, เศษเดน ❷ *attrib. adj. (ของขวัญ, งาน)* เมื่อลา, ตอนกลับ; **~ certificate** *(from school)* ประกาศนียบัตรจบการศึกษา

Lebanese /lebə'niːz/เลละเบอะ'นีซ̱/ ❶ *adj.* แห่งประเทศเลบานอน; **sb. is ~:** *ค.น.* เป็นชาวเลบานอน ❷ *n., pl. same* ชาวเลบานอน

Lebanon /'lebənən/'เล็บเบอะเนิน/ *pr. n.* **[the] ~:** ประเทศเลบานอน; ➡ + **cedar** A

lecher /'letʃə(r)/'เล็ฉเฉอะ(ร)/ *n.* คนเสเพล, คนตัณหาจัด, คนขี้หลี

lecherous /'letʃərəs/เล็ฉเฉอะเริซ/ *adj.*, **lecherously** /'letʃərəslɪ/'เล็ฉเฉอะเริซลิ/ *adv.* เต็มไปด้วยราคะ, มีตัณหาจัด

lechery /'letʃərɪ/'เล็ฉเฉอะริ/ *n.* ตัณหาราคะ

lecithin /'lesɪθɪn/'เล็ซซิธิน/ *n. (Chem.) สารที่ใช้ทำให้น้ำกับน้ำมันเข้ากันในการผลิตเนย ฯลฯ*

lectern /'lektɜːn/'เล็คเทิน/ *n.* Ⓐ *(in church) (for Bible etc.)* โต๊ะในโบสถ์สำหรับอ่านพระคัมภีร์ไบเบิล; *(for singers)* โต๊ะวางเนื้อเพลง; Ⓑ *(Amer.: for lecturer etc.)* โต๊ะผู้บรรยาย

lector /'lektɔː(r)/'เล็คเทอะ(ร)/ *n.* คนอ่านบทพระคัมภีร์ในโบสถ์; ผู้บรรยาย; *อาจารย์มหาวิทยาลัยโดยเฉพาะอาจารย์ที่สอนภาษาของตนในต่างประเทศ*

lecture /'lektʃə(r)/'เล็คเฉอะ(ร)/ ❶ *n.* Ⓐ *(Univ.)* การบรรยาย, ปาฐกถา; **give [sb.] a ~ on sth.** บรรยายให้ *ค.น.* ฟังเกี่ยวกับ *ส.น.*; Ⓑ *(reprimand)* การว่ากล่าว; **give** *or* **read sb. a ~:** ว่ากล่าว/อ่านคำว่ากล่าว *ค.น.* ❷ *v.i.* **~ [to sb.] [on sth.]** บรรยาย [ให้ *ค.น.*] [เกี่ยวกับ *ส.น.*]; *(give ~s)* แสดงคำบรรยาย ❸ *v.t. (scold)* **~ sb.** ดุว่า *ค.น.*; **he ~d me about** *or* **for** *or* **over being lazy** เขาดุว่าฉันว่าขี้เกียจ; **stop lecturing me all the time!** หยุดเทศนาฉันตลอดเวลาเสียที

lecture: ~ hall *n.* ห้องบรรยาย; **~ notes** *n. pl.* คำบรรยาย

lecturer /'lektʃərə(r)/'เล็คเฉอะเรอะ(ร)/ *n.* ➤ **489** Ⓐ องค์ปาฐก; Ⓑ *(Univ.)* อาจารย์ในมหาวิทยาลัย; **senior ~:** ผู้บรรยายอาวุโส; **be a ~ in French** เป็นอาจารย์ภาษาฝรั่งเศส

'lecture room *n. (Univ.)* ห้องบรรยาย, ห้องเรียน

lectureship /'lektʃəʃɪp/'เล็คเฉอะชิพ/ *n.* ตำแหน่งอาจารย์

lecture: ~ theatre *n.* ห้องบรรยาย; **~ tour** *n.* การเดินทางเพื่อแสดงคำบรรยาย; **a ~ tour of America** การเดินทางแสดงคำบรรยายทั่วอเมริกา

led ➡ ²**lead** 1, 2

ledge /ledʒ/เล็จ/ *n.* Ⓐ *(of window)* ขอบหน้าต่าง; Ⓑ *(of rock)* เชิงผา, หินที่ยื่นออกมา

ledger /'ledʒə(r)/'เล็จเจอะ(ร)/ ❶ *n. (Commerc.)* บัญชีแยกประเภท ❷ *adj. (Mus.)* **~ line** *บรรทัดโน้ตสั้น ๆ ที่เพิ่มเหนือหรือใต้โน้ตเพลง*

lee /liː/ลี/ *n.* Ⓐ *(shelter)* ที่ร่ม, ด้านอับลม; **in/under the ~ of** อยู่ใน/ใต้ร่มเงาของ; Ⓑ **~ [side]** *(Naut.)* ด้านที่อับลม

'leeboard *n. แผ่นไม้ยื่นใต้เรือท้องแบนเพื่อช่วยการทรงตัว*

leech /liːtʃ/ลีฉ/ *n.* Ⓐ ปลิง, ทาก; **stick like a ~** *(fig.)* เกาะติดแน่นอย่างกับปลิง; Ⓑ *(fig.: sponger)* คนที่ชอบเกาะเพื่อนกิน

leek /liːk/ลีค/ *n.* ต้นกระเทียมจีน; *(as Welsh emblem)* ต้นกระเทียมจีน; **I like ~s** ฉันชอบต้นกระเทียมจีน; **three ~s** ต้นกระเทียม 3 ต้น

leek 'soup *n.* ซุปต้นกระเทียมจีน

leer /lɪə(r)/เลีย(ร)/ ❶ *n.* **[suggestive/sneering] ~:** มองชำเลือง, ค้อน; **give sb. a ~ of desire** มองชำเลือง *ค.น.* ด้วยความปรารถนา ❷ *v.i.* ชำเลือง; **he just ~ed in reply** เขาตอบด้วยการทำหน้าทะเล้น; **~ at sb.** ชำเลืองมอง *ค.น.*

leery /'lɪərɪ/'เลียริ/ *adj. (coll.)* ไม่ไว้ใจ, สงสัย **(of** เกี่ยวกับ**)**

lees /liːz/ลีซ̱/ *n. pl.* ตะกอน, กาก *(เหล้าไวน์)*; ส่วนที่เลวที่สุด

leeward /'liːwəd, 'luːəd/'ลีเวิด, 'ลูเอิด/ *(Naut.)* ❶ *adj.* **to/on the ~ side of the ship** ด้านใต้ลมของเรือ; **to/on the ~ side of the mountain** ด้านใต้ลมของภูเขา; **L~ Islands** *pr. n. pl.* หมู่เกาะที่อยู่ใต้ลม *(ในเวสต์อินดีส)* ❷ *adv.* ทางด้านใต้ลม ❸ *n.* ทิศทาง *หรือ* ด้านที่อับลม; **to ~:** ไปทางด้านอับลม

'leeway /'liːweɪ/'ลีเว/ *n.* Ⓐ *(Naut.)* การลอยไปในทิศทางที่หลบลม; Ⓑ *(fig.)* อิสรภาพในการกระทำ; **allow** *or* **give sb. ~:** ให้อิสระ *ค.น.*; **make up ~:** ดิ้นรนให้หลุดพ้นจากสถานการณ์อันเลวร้าย; **have a great deal of ~ to make up** มีงานคั่งค้างอีกมากที่ต้องสะสาง

¹**left** ➡ ²**leave**

²**left** /left/เล็ฟทฺ/ ❶ *adj.* Ⓐ ➤ **1008** *(opposite of right)* ซ้ายมือ; **on the ~ side** ทางด้านซ้ายมือ; **~ field** *(Baseball)* ส่วนของสนามด้านนอกทางซ้ายมือของคนตีลูก; **have two ~ feet** *(fig.)* งุ่มง่าม, เซ่อซ่า; ➡ + **turn** 1 C; Ⓑ **L~** *(Polit.)* ฝ่ายซ้าย; **her views are very L~:** ความคิดของเธอซ้ายจัด ❷ *adv.* ทางซ้าย; **~ of the road** ทางซ้ายของถนน; ➡ + **right** 4 B ❸ *n.* Ⓐ *(~-hand side)* ด้านซ้ายมือ; **move to the ~:** ย้ายไปทางซ้ายมือ; **crowds lined the street to ~ and right** ฝูงชนเรียงแถวบนถนนไปทางซ้ายและขวา; **on** *or* **to the ~ [of sb./sth.]** อยู่ด้านซ้ายของ *ค.น./ส.น.*; **on** *or* **to my ~, to the ~ of me** ทางซ้ายมือของฉัน; Ⓑ *(Polit.)* **the L~:** ฝ่ายซ้าย; *(radicals)* พวกหัวรุนแรง; **be on the L~ of the Party** อยู่ทางฝ่ายซ้ายของพรรค; Ⓒ *(Theatre)* **[stage] ~:** ทางด้านซ้ายของเวที; Ⓓ *(Boxing)* หมัดซ้าย; Ⓔ *(in marching)* **~, right, ~, right, ~, ...** *(Mil.)* ซ้าย ขวา ซ้าย ขวา ซ้าย....

left: ~ 'back *n. (Footb.)* กองหลังป้องกันทางด้านซ้าย; **~ 'bank** *n.* ฝั่งซ้ายของแม่น้ำ; *(in Paris)* ย่านรีฟโกช; **~-'footed** *adj.* ถนัดเตะเท้าซ้าย *(นักฟุตบอล)*; **~ 'hand** *n.* Ⓐ มือซ้าย; Ⓑ *(left side)* **on** *or* **at sb.'s ~ hand** อยู่ด้านซ้ายมือของ *ค.น.*; **on sb.'s ~ hand** *(not close)* ทางซ้ายมือของ *ค.น.*; **~-hand** *adj.* ซ้ายมือ; **~-hand bend** โค้งซ้ายมือ; **on your ~-hand side you see ...:** ด้านซ้ายมือของคุณ คุณจะเห็น...; **drive on the ~-hand side** ขับด้านซ้าย; ➡ + **drive** 1 I; **~-handed** /left'hændɪd/เล็ฟทฺ'แฮนดิด/ ❶ *adj.* Ⓐ ถนัดมือซ้าย; **be ~-handed** เป็นคนถนัดซ้าย; Ⓑ *(turning to left) (มือจับ)* บิดไปทางซ้าย, เลี้ยวซ้าย; Ⓒ *(fig.: ambiguous) (การชมเชย, คำพูด)* คลุมเครือ; Ⓓ *(fig.: clumsy)* งุ่มง่าม ❷ *adv.* ถนัดซ้าย; **~-handedness** /left'hændɪdnɪs/เล็ฟทฺ'แฮนดิดนิซ/ *n.* การถนัดมือซ้าย; **~-hander** /left'hændə(r)/เล็ฟทฺ'แฮนเดอะ(ร)/ *n.* Ⓐ *(person)* คนถนัดซ้าย; Ⓑ *(blow)* การต่อยด้วยมือซ้าย; *(Boxing)* หมัดซ้าย

leftie ➡ **lefty**

leftish /'leftɪʃ/'เล็ฟทิช/ *adj. (Polit.)* ไปทางฝ่ายซ้าย; **be ~, have ~ opinions/views** มีความคิด/ทัศนคติไปทางฝ่ายซ้าย

leftism /'leftɪzm/'เล็ฟทิซ'ม/ *n., no pl. (Polit.)* หลักการลัทธิของฝ่ายซ้าย; *(movement)* การเคลื่อนไหวของฝ่ายซ้าย

leftist /'leftɪst/'เล็ฟทิซทฺ/ *(Polit.)* ❶ *adj.* ไปทางฝ่ายซ้าย ❷ *n.* คนที่มีความคิดไปทางฝ่ายซ้าย

left: ~ 'luggage [office] *n. (Brit. Railw.)* สำนักงานที่เก็บกระเป๋าเดินทางที่ลืมทิ้งไว้; **~over** *attrib. adj.* เศษ, เหลือทิ้ง; **~overs** *n. pl.* ของเหลือ, เศษ; *(fig.)* กากเดน, คนเหลือเดน

leftward /'leftwəd/'เล็ฟทฺเวิด/ ❶ *adv.* *(เอน, หันหน้า)* ไปทางซ้าย; **lie ~ of sth.** วางอยู่ทางซ้ายของ *ส.น.* ❷ *adj.* อยู่ทางซ้าย

leftwards ➡ **leftward** 1

left: ~ 'wing *n.* ฝ่ายซ้าย; **~-wing** *adj.* Ⓐ *(Sport)* ปีกซ้าย; Ⓑ *(Polit.)* ฝ่ายซ้าย; **~-'winger** *n.* Ⓐ *(Sport)* คนที่เล่นทางปีกซ้าย; Ⓑ *(Polit.)* คนที่อยู่ฝ่ายซ้าย; **extreme ~-winger** เป็นพวกฝ่ายซ้ายหัวรุนแรง

lefty /'leftɪ/'เล็ฟทิ/ *n. (coll.)* Ⓐ *(Polit.)* พวกฝ่ายซ้าย; Ⓑ ➡ **left-hander** A

leg /leg/เล็ก/ ❶ *n.* Ⓐ ➤ **118** ขา; **upper/lower ~:** ขาท่อนบน/ท่อนล่าง; **artificial ~:** ขาเทียม; **wooden ~:** ขาปลอมทำจากไม้; **as fast as my ~s would carry me** เร็วเท่าที่ขาฉันจะพาไปได้; **give sb. a ~ up on to a horse/into the saddle/over the gate** ช่วย *ค.น.* ขึ้นหลังม้า/นั่งบนอาน/ข้ามประตู; **give sb. a ~ up in his career** *(fig.)* ช่วย *ค.น.* ให้ก้าวหน้าในการงาน; **be on one's last ~s** ใกล้จะหมดแรง; *(be about to die)* กำลังจะตาย; **the car is on its last ~s** รถใกล้จะพังแล้ว; **the firm is on its last ~s** บริษัทใกล้จะปิดแล้ว; **on one's ~s** ยืนกล่าวสุนทรพจน์; **pull sb.'s ~** *(fig.)* หยอกล้อ, ล้อเล่นกับ *ค.น.;* **pull the other ~, it's got bells on** *(coll.)* คุณไปหลอกคนอื่นดีกว่า; **be all ~s** คนผอมสูงเกินไป; **shake a ~** *(fig. coll.)* เต้นรำ, เร่งรีบ, เร็วเข้า; **show a ~!** *(coll.)* ลุกจากเตียง; เร็ว ๆ เข้า; **not have a ~ to stand on** *(fig.)* ไม่มีอะไรมาสนับสนุนความคิดเห็นของตน; **stretch one's ~s** เดินยืดแข้งยืดขา; **get one's ~ over** *(sl.)* ได้เอากับ *ค.น. (ภ.ย.);* Ⓑ *(of table, chair, machine etc.)* ขาโต๊ะ; Ⓒ *(of garment)* ขากางเกง; *(of boot)* ขารองเท้าบูท; **trouser ~s** ขากางเกง; Ⓓ น่อง; **~ of lamb/veal** น่องแกะ/น่องลูกวัว; Ⓔ *(of journey)* ห้วง *หรือ* ตอน; Ⓕ *(of forked object)* ขาส้อม; Ⓖ *(Sport coll.)* รอบแข่งกีฬา; *(of relay race)* รอบแข่งวิ่งผลัด; Ⓗ *(Cricket) สนามครึ่งหนึ่งแบ่งตามความยาว ซึ่งผู้ตีต้องยืนอยู่;* Ⓘ *(Geom.)* ขาอ่อน; Ⓙ *(straight run)* การวิ่งตรง; *(Naut.)* การวิ่งตรง; *(Aeronaut.)* การบินตรง ๆ

❷ *adj. (Cricket) (ข้าง)* ขวาของผู้โยนลูก; *(if batsman is left-handed)* ซ้ายของผู้โยนลูก

❸ *v.t.*, **-gg-: ~ it** เดินหรือวิ่งอย่างเร็วจี๋

legacy /'legəsɪ/'เล็กเกอะซิ/ *n.* มรดก *(ที่ได้มาโดยพินัยกรรม); (fig.)* อิทธิพลที่ดำรงต่อไป; **leave sb. sth. as a ~** *(lit. or fig.)* ทิ้ง *ส.น.* ให้เป็นมรดกแก่ *ค.น.;* **leave sb. a ~ of £30,000** ทิ้งมรดกเป็นเงิน 30,000 ปอนด์ให้ *ค.น.*

legal /'li:gl/'ลีก'ล/ *adj.* Ⓐ *(concerning the law)* เกี่ยวกับกฎหมาย; *(of the law)* ตามกฎหมาย; **in ~ matters/affairs** ในด้าน/เรื่องทางกฎหมาย; **seek ~ advice** หาคำแนะนำทางกฎหมาย; **he is a member of the ~ profession** เขาเป็นทนายความ; **a ~ friend of mine** เพื่อนนักกฎหมายของฉัน; Ⓑ *(required by law) (อายุต่ำสุด)* ที่บังคับตามกฎหมาย; **I know my ~ rights** ฉันรู้สิทธิทางกฎหมายของฉัน; Ⓒ *(lawful) (สัญญา, พินัยกรรม)* ถูกต้องตามกฎหมาย; **it is ~/not ~ to do sth.** ถูกต้อง/ไม่ถูกต้องตามกฎหมายที่จะทำ *ส.น.;* **it is not ~ for children to marry** เด็กแต่งงานไม่ได้ตามกฎหมาย; **make sth. ~:** ทำ *ส.น.* ให้ถูกต้องตามกฎหมาย; ➡ + **proceeding** C; **separation** A; ³**tender** 3 B

legal: ~ 'action *n.* การดำเนินการทางกฎหมาย; **take ~ action against sb.** ดำเนินการกับ *ค.น.* ทางกฎหมาย; **take/have recourse to ~ action** ใช้/อาศัยการดำเนินการทางกฎหมาย; **~ 'aid** *n. เงินจากรัฐเพื่อช่วยค่าใช้จ่ายในการดำเนินการทางกฎหมาย;* **~ 'fiction** *n. ถ้อยแถลงซึ่งอาจจะจอมปลอม แต่เป็นที่ยอมรับว่าถูกต้องตามกฎหมาย;* **~ 'holiday** *(Amer.)* ➡ **bank holiday** B

legalese /li:gə'li:z/ลีเกอะ'ลีซ/ *n.* ภาษากฎหมายที่เข้าใจยาก

legalistic /li:gə'lɪstɪk/ลีเกอะ'ลิซติค/ *adj.* ที่ยึดมั่นกฎหมาย

legality /li:'gælɪtɪ/ลิ'แกลิทิ/ *n.* ความถูกต้องตามกฎหมาย, การยกกฎหมายไว้สูงสุด

legalization /li:gəlaɪ'zeɪʃn, US -lɪ'z-/ลีเกอะไล'เซช'น, –ลิ'ซ–/ *n. (lit. or fig.)* การทำให้ถูกต้องตามกฎหมาย

legalize /'li:gəlaɪz/'ลีเกอะลายซ/ *v.t. (lit. or fig.)* ทำให้ถูกต้องตามกฎหมาย

legally /'li:gəlɪ/'ลีเกอะลิ/ *adv.* อย่างถูกต้องตามกฎหมาย; **~ and morally** ถูกต้องตามกฎหมายและศีลธรรม; **~ speaking** พูดตามกฎหมาย; **~ valid/binding** ถูกต้อง/มีผลผูกมัดตามกฎหมาย; **be ~ entitled to sth.** มีสิทธิตามกฎหมายใน *ส.น.*

legate /'legɪt/'เล็กกิท/ *n. (RC Ch.)* ผู้แทน, ทูตของสันตะปาปา

legatee /legə'ti:/เละเกอะ'ที/ *n.* ผู้รับมรดก

legation /lɪ'geɪʃn/ลิ'เกช'น/ *n. (Diplom.)* คณะทูต; *(residence also)* สถานทูต

legato /lɪ'gɑ:təʊ/ลิ'กาโท(ร)/ *(Mus.)* ❶ *adj.* เรียบ ๆ และต่อเนื่อง; ❷ *adv.* อย่างเรียบ ๆ และต่อเนื่อง ❸ *n., pl.* **~s** ท่อนที่เล่นโดยไม่ขาดเสียง

legend /'ledʒənd/'เล็จเจินด/ *n.* Ⓐ *(myth)* ตำนาน; *(of life of saint etc.; unfounded belief)* ตำนานชีวิตของนักบุญ ฯลฯ; **read sb. tales from** *or* **out of Greek ~:** อ่านเรื่องจากตำนานกรีกให้ *ค.น.* ฟัง; **~ has it that ...:** ตำนานกล่าวไว้ว่า...; **become a ~ in one's own lifetime** *(fig.)* กลายเป็นตำนานในชีวิตของตน; **turn sb. into a ~** *(fig.)* ทำ *ค.น.* ให้เป็นตำนาน; Ⓑ *(inscription)* คำจารึก; Ⓒ *(Printing) (caption)* คำอธิบายภาพ; *(on map)* คำอธิบายแผนที่

legendary /'ledʒəndərɪ, US -derɪ/'เล็จเจินเดอะริ, –เดะริ/ *adj.* Ⓐ เป็นตำนาน; *(described in legend)* เป็นที่ลือในตำนาน; Ⓑ *(coll.: famous)* มีชื่อเสียง; **become ~:** โด่งดังจนเป็นตำนาน

legerdemain /'ledʒədəmeɪn/'เล็จเจอะเดอะเมน/ *n.* การเล่นกล, วิธีล่อลวง, เล่ห์เหลี่ยม; **diplomatic ~** *(fig.)* เล่ห์เหลี่ยมทางการทูต

leger line /'ledʒə laɪn/'เล็จเจอะ ลายน/ *n. (Mus.)* ท่อนสั้น ๆ ที่เพิ่มเหนือหรือใต้บรรทัดห้าเส้นของโน้ตดนตรี

-legged /legd, legɪd/เล็กด, เล็กกิด/ *adj. in comb.* ➤ **118** มีขา; **two-~:** มีสองขา

leggings /'legɪŋz/'เล็กกิงซ/ *n. pl. (of child)* กางเกงรัดขา; *(of baby)* กางเกงยืด

leggy /'legɪ/'เล็กกิ/ *adj. (ลูกม้า, หมา)* มีขายาว; *(ผู้หญิง)* มีขายาวสวย

legibility /ledʒɪ'bɪlɪtɪ/เละจิ'บิลลิทิ/ *n., no pl.* อ่านได้ง่าย

legible /'ledʒɪbl/'เล็จจิบ'ล/ *adj.* อ่านง่าย, ชัด; **easily/scarcely ~:** อ่านง่าย/ยาก

legibly /'ledʒɪblɪ/'เล็จจิบลิ/ *adv.* อย่างอ่านได้ง่าย

legion /'li:dʒən/'ลีเจิน/ *n.* Ⓐ *(Roman Ant.) กองทหารโรมันซึ่งมีกำลังทหาร 3,000-6,000 คน;* Ⓑ **[Royal] British L~** *สมาคมทหารผ่านศึกอังกฤษ;* **American L~** สมาคมทหารผ่านศึกอเมริกัน; Ⓒ **L~ of Honour** อิสริยาภรณ์ของรัฐบาลฝรั่งเศส; Ⓓ *(vast number)* จำนวนมากมาย; **they are ~** *(rhet.)* พวกเขามีจำนวนมากมาย; ➡ + **foreign legion**

legionary /'li:dʒənərɪ, US -nerɪ/'ลีเจอะเนอะริ, –เนะริ/ *n.* Ⓐ *(Mil.)* ทหารโรมัน; Ⓑ *(of Legion of Honour)* ผู้ได้รับอิสริยาภรณ์ของรัฐบาลฝรั่งเศส

legionnaire /li:dʒə'neə(r)/ลีเจอะ'แน(ร)/ *n.* ทหารต่างด้าว; *(of British or American Legion)* ≈ ทหารผ่านศึกของอังกฤษ/สหรัฐอเมริกา

legion'naires' disease *n., no pl., no art. (Med.)* เชื้อแบคทีเรียโรคนิวมอเนียชนิดหนึ่ง *(พบครั้งแรกหลังการประชุมของสมาคมทหารผ่านศึกอเมริกันในปี 1976)*

legislate /'ledʒɪsleɪt/'เล็จจิซเลท/ *v.i.* ออกกฎหมาย; **it is the job of Parliament to ~:** เป็นหน้าที่ของรัฐสภาที่จะออกกฎหมาย; **~ for/against sth.** ออกกฎหมายสนับสนุน/ต่อต้าน *ส.น.;* **you cannot ~ for everything** *(fig.)* คนเราไม่สามารถวางแผนสำหรับทุกสิ่งได้

legislation /ledʒɪs'leɪʃn/เละจิซ'เลช'น/ *n.* Ⓐ *(laws)* กฎหมาย; **in Thai ~:** ในกฎหมายไทย; **rent-control ~ was extended for another year** กฎหมายควบคุมค่าเช่าถูกขยายเวลาไปอีกปี; Ⓑ *(legislating)* การออกกฎหมาย

legislative /'ledʒɪslətɪv, US -leɪtɪv/'เล็จจิซเลอะทิว, –เลทิว/ *adj.* ทางนิติบัญญัติ; *(created by legislature)* บัญญัติโดยสภานิติบัญญัติ

legislative: ~ as'sembly *n.* สมัชชานิติบัญญัติ, สภานิติบัญญัติ; **~ 'council** *n.* คณะกรรมาธิการนิติบัญญัติ

legislator /'ledʒɪsleɪtə(r)/'เล็จจิซเลเทอะ(ร)/ *n.* สมาชิกสภานิติบัญญัติ; *(lawgiver)* ผู้ออกกฎหมาย

legislature /'ledʒɪsleɪtʃə(r)/'เล็จจิซเลเฉอะ(ร)/ *n.* สภานิติบัญญัติ

legit /lɪ'dʒɪt/ลิ'จิท/ *(coll.)* ➡ **legitimate** 1 A

legitimacy /lɪ'dʒɪtɪməsɪ/ลิ'จิททิเมอะซิ/ *n., no pl.* Ⓐ สิ่งที่ถูกต้องตามกฎหมาย, ความถูกต้องตามกฎหมาย, นิติธรรม *(ร.บ.);* Ⓑ *(of child)* ที่เกิดจากการแต่งงานที่ถูกต้องตามกฎหมาย

legitimate ❶ /lɪ'dʒɪtɪmət/ลิ'จิททิเมิท/ *adj.* Ⓐ *(lawful) (เจ้าของ)* ถูกต้องตามกฎหมาย; *(วิธีการ)* ถูกต้อง; **I've turned ~:** ฉันได้กลายเป็นพลเมืองที่ถูกต้องตามกฎหมายแล้ว; Ⓑ *(valid)* มีผลบังคับตามกฎหมาย; *(การโต้เถียง)* ที่ฟังขึ้น, ที่น่าเชื่อถือ; Ⓒ *(from wedlock) (บุตร)* ที่เกิดจากการสมรสที่ถูกต้องตามกฎหมาย ❷ /lɪ'dʒɪtɪmeɪt/ลิ'จิททิเมท/ *v.t.* Ⓐ ทำให้ถูกต้องตามกฎหมาย; Ⓑ *(justify)* แสดงหลักฐาน

legitimately /lɪ'dʒɪtɪmətlɪ/ลิ'จิททิเมิทลิ/ *adv.* Ⓐ *(lawfully)* โดยถูกต้องตามกฎหมาย; **be ~ entitled to sth.** มีสิทธิตามกฎหมายใน *ส.น.;* Ⓑ *(justifiably)* โดยสมควร, โดยถูกต้องยุติธรรม; Ⓒ *(in wedlock) (บุตร)* ที่ถูกต้องตามกฎหมาย

legitimatize (**legitimatise**) /lɪ'dʒɪtɪmətaɪz/ลิ'จิททิเมอะทายซ/ **legitimize** (**legitimise**) /lɪ'dʒɪtɪmaɪz/ลิ'จิททิมายซ/ *v.t.* ทำให้ถูกต้องตามกฎหมาย; ยอมรับเป็นบุตรตามกฎหมาย

legless /'leglɪs/'เล็กลิซ/ *adj.* Ⓐ *(without legs)* ไม่มีขา; Ⓑ *(coll.: drunk)* เมาจนทรงตัวไม่อยู่

leg: ~man *n. (Journ.)* นักข่าวหนังสือพิมพ์; **~-of-mutton** *adj.* **~-of-mutton sleeve** *แขนเสื้อซึ่งพองบานช่วงบนแต่รัดแน่นช่วงปลายแขน;*

Length and width (ความยาวและความกว้าง)

		1 inch (in.) นิ้ว	=	25.4 mm ม.ม.
12 inches นิ้ว	=	1 foot (ft) ฟุต	=	30.48 cm ซม.
3 feet ฟุต	=	1 yard (yd) หลา	=	0.914 m ม.
1,760 yards หลา	=	1 mile ไมล์	=	1.61 km กม.

What width/length is it?
= ความกว้าง/ความยาวเป็นเท่าไร
The room is 12 feet [wide] by 15 feet [long]
= ห้องกว้าง 12 ฟุต ยาว 15 ฟุต
A is the same length/width as B
= เอมีความยาว/ความกว้างเท่ากับบี
They are the same length or ***are equal in length***
= มันยาวเท่ากัน *หรือ* มันมีความยาวเท่ากัน
They are not the same width or ***are different widths***
= มันกว้างไม่เท่ากัน *หรือ* ความกว้างไม่เท่ากัน
a drive 100 metres long or ***in length***
= การขับรถเป็นระยะทาง 100 เมตร
a plank five centimetres wide or ***in width***
= แผ่นไม้กว้าง 5 เซนติเมตร

Thai usually puts such measurements after the noun:
a car 14 feet 2 inches long
= รถยาว 14 ฟุต 2 นิ้ว
Material is sold in Thailand by the metre or the yard:
Three metres of material at £3.50 a metre
= ผ้ายาวสามเมตรในราคาเมตรละ 3 ปอนด์ 50
a four-metre length of silk
= ผ้าไหมยาวสี่เมตร
two ten-foot lengths of rope
= เชือกยาวสิบฟุตสองเส้น
NB There is no translation of the English *of* after a quantity.

~-pull *n. (coll.)* การหยอกเย้า, การเล่นตลก; **~-pulling** *n., no pl., no indef. art.* การล้อเล่น; **~room** *n., no pl., no indef. art.* ที่ว่างสำหรับวางขา; **~-show** *n.* การแสดงของผู้หญิงที่สวมเสื้อผ้าน้อยชิ้น

leguminous /lɪˈgjuːmɪnəs/ลิ'กิวมิเนิช/ *adj. (Bot.)* **~ plant** พืชจำพวกที่มีฝักในวงศ์ Leguminosae

leg: ~ warmer *n.* ถุงเท้าไหมพรมถัก (*ที่ไม่มีเท้า*) ใส่ทับกางเกง; **~work** *n., no pl., no indef. art.* ทำงานหนัก, ทำงานพื้นฐาน; *(running errands)* ทำงานให้คนอื่น; **do a lot of ~work** ทำงานที่ต้องวิ่งไปมาตลอด

leisure /ˈleʒə(r), US ˈliːʒə(r)/'เล็ฌเฌอะ(ร), 'ลีเฌอะ(ร)/ *n.* เวลาว่าง; *(for relaxation)* เวลาพักผ่อน; **a life/day of ~:** ชีวิตที่มีแต่ความร่าเริงพักผ่อน/วันที่มีเวลาว่าง; **I haven't a moment's ~:** ฉันไม่มีเวลาว่างเลยซักนาที; **have [the] ~ to do sth./for sth.** มีเวลาว่างที่จะทำ *ส.น.*/สำหรับ *ส.น.*; **lady/gentleman of ~:** สุภาพสตรี/สุภาพบุรุษ ซึ่งมีเวลาว่างเหลือเฟือ *หรือ* ที่ไม่มีพันธะใด ๆ; **she has become a lady of ~:** เธอกลายเป็นผู้หญิงที่มีเวลาว่างมาก; **do sth. at ~:** ทำ *ส.น.* ตามสบาย *หรือ* ทำ *ส.น.* อย่างไม่เร่งรีบ; **do sth. at one's ~:** ทำ *ส.น.* ในเวลาที่เหมาะสำหรับตน; **~ time** *or* **hours** เวลา/ชั่วโมงว่าง

leisured /ˈleʒəd, US ˈliːʒəd/'เล็ฌเฌิด, 'ลีเฌิด/ *adj.* ว่าง, ไม่ต้องทำงาน; **the ~ classes** ชนชั้นผู้ดีมั่งคั่งที่ไม่ต้องทำงาน

leisurely /ˈleʒəlɪ, US ˈliː-/'เล็ฌเฌอะลิ, 'ลี-/ ❶ *adj.* ตามสบาย, ไม่รีบร้อน; **walk in a ~ manner** เดินแบบสบาย ๆ; **work at a more ~ rate** ทำงานแบบสบาย ๆ; **they made a ~ start** พวกเขาเริ่มต้นแบบสบาย ๆ ❷ *adv.* อย่างสบาย ๆ

'leisurewear *n., no pl., no indef. art.* ชุดตามสบาย, ไม่ใช่ชุดทำงาน

leitmotiv (leitmotif) /ˈlaɪtməʊtiːf/'ไลทโมทีฟ/ *n. (Mus. etc.; also fig.)* พื้นฐานของเพลง (*หรือสิ่งอื่นทางวรรณกรรม*) ซึ่งมีปรากฏเป็นช่วงตลอดทั้งเพลง

lemma /ˈlemə/'เล็มเมอะ/ *n., pl.* **~ta** /ˈlemətə/'เล็มเมอะเทอะ/ *or* **~s** *(Math., Logic, etc.)* โจทย์ซึ่งใช้ในการโต้เถียง *หรือ* พิสูจน์, หัวข้อเรื่อง, ข้อโต้แย้ง

lemming /ˈlemɪŋ/'เล็มมิง/ *n. (Zool.; also fig.)* หนูพันธุ์เล็กชนิดหนึ่งในประเทศนอร์เวย์; **rush like ~s** วิ่งไวอย่างกับหนู

lemon /ˈlemən/'เล็มเมิน/ ❶ *n.* Ⓐ *(fruit)* ลูกมะนาว; Ⓑ *(tree)* ต้นมะนาว; Ⓒ *(colour)* สีเหลืองอ่อน; Ⓓ *(coll.: fool)* คนโง่; Ⓔ *(dud)* บุคคล *หรือ* สิ่งที่ใช้ไม่ได้ ❷ *adj.* Ⓐ *(in colour)* มีสีเหลืองอ่อน; Ⓑ *(in taste)* มีรสมะนาว; ➡ + verbena

lemonade /leməˈneɪd/เละเมอะ'เนด/ *n.* น้ำมะนาว

lemon: ~ balm *n. (Bot.)* ไม้พุ่มพันธุ์ *Melissa offinalis* ใบมีกลิ่นและรสมะนาว; **~ 'cheese, ~ curd** *ns.* ขนมทำจากมะนาว เนย ไข่ และน้ำตาล; **~ juice** *n.* น้ำมะนาว; **~ meringue 'pie** *n.* *พายทำด้วยไข่ปั่นกับน้ำตาลและมะนาวโปะด้วยไข่ขาวแล้วอบ*; **~ 'sole** *n.* ปลาลิ้นหมา; **~ 'squash** *n. (Brit.)* น้ำมะนาวและส่วนผสมอื่น ๆ; *(concentrated)* น้ำมะนาวข้น; **~ squeezer** *n.* *เครื่องคั้นน้ำมะนาว*; **~ tree** ➡ lemon 1 B; **~ yellow** *adj.* สีเหลืองอ่อน

lemur /ˈliːmə(r)/'ลีเมอะ/ *n. (Zool.)* สัตว์จำพวกลิงสกุลหนึ่ง อาศัยอยู่ในเกาะมาดากัสการ์

lend /lend/เล็นด/ ❶ *v.t.,* **lent** /lent/เล็นท/ Ⓐ ให้ยืม; **~ sth. to sb.** ให้ *ค.น.* ยืม *ส.น.*; Ⓑ *(give, impart)* ให้; **~ one's support to sth.** ให้ความสนับสนุนแก่ *ส.น.*; **~ one's name/authority to sth.** ให้ *ส.น.* ใช้ชื่อ/อิทธิพล; ➡ + credence A; 'ear A; hand 1 A ❷ *v. refl.,* **lent: ~ oneself to sth.** พร้อมที่จะช่วย *ส.น.*; *(degradingly)* ปล่อยให้ตนเองถูกใช้สำหรับ *ส.น.* *หรือ* สนับสนุน *ส.น.*; **the book ~s itself/does not ~ itself to use as a learning aid** หนังสือเหมาะสม/ไม่เหมาะสมที่จะเป็นสิ่งเสริมการเรียน; **the system ~s itself to manipulation** ระบบนี้ง่ายที่จะถูกใช้งาน ❸ *n. (coll.)* **give me a ~ of your bicycle** ขอยืมจักรยานหน่อยซิ

lender /ˈlendə(r)/'เล็นเดอะ(ร)/ *n.* ผู้ให้ยืม

lending /ˈlendɪŋ/'เล็นดิง/ ❶ *n.* **~ charge** ค่าเช่า ❷ *adj.* **~ library** *(esp. Brit.)* ห้องสมุดที่ยืมหนังสือออกไปได้ ➡ + public lending right

length /leŋθ/เล็งธ/ *n.* Ⓐ ➤ 517 *(also Horseracing, Rowing, Swimming, Phonet., Pros., Tennis, Fashion)* ช่วงหนึ่งของ *ส.น.*, ความยาว; **the river was navigable for most of its ~:** แม่น้ำเกือบทั้งสายมีสภาพที่เรือจะแล่นได้; **a road four miles in ~:** ถนนยาว 4 ไมล์; **be six feet** *etc.* **in ~:** ยาว 6 ฟุต; **the room is twice the ~ of yours** ห้องนี้ยาวกว่าห้องของคุณสองเท่า; **travel the ~ and breadth of the British Isles** เดินทางขึ้นเหนือลงใต้ไปทั่วเกาะอังกฤษ; **walk the ~ of the street** เดินไปตลอดความยาวของถนน; **a list the ~ of my arm** *(fig.)* บัญชีรายชื่อยาวเป็นหางว่าว; **win by a ~:** ชนะหนึ่งช่วงตัว; Ⓑ *(of time)* ระยะเวลา, ช่วงเวลา; **a short ~ of time** ระยะเวลาอันสั้น; **in that ~ of time** ในระยะเวลานั้น; **for some ~ of time** ระยะเวลาพอสมควร; **I shouldn't care to live here for any ~ of time** ฉันไม่อยากที่จะต้องอยู่ที่นี่เป็นระยะเวลานาน; **spend a ridiculous ~ of time in the bath** ใช้เวลานานผิดปกติในอ่างอาบน้ำ; **the play was three hours in ~:** ละครยาว 3 ชั่วโมง; **depend on ~ of service with the company** ขึ้นอยู่กับระยะเวลาที่ทำงานในบริษัท; Ⓒ **at ~** *(for a long time)* เป็นเวลานาน; *(eventually)* ในที่สุด; **at [great] ~** *(in great detail)* อย่างละเอียดมาก; **at some ~:** อย่างนานพอใช้; **write at undue ~:** เขียนอย่างยืดยาวเกินควร; Ⓓ **go to any/great** *etc.* **~s** ทำทุกสิ่งทุกอย่างที่เป็นไปได้; **she went to absurd ~s to save money** เธอพยายามทุกวิถีทางจนเกินไปที่จะประหยัดเงิน; **carry sth. to dangerous ~s** ทำ *ส.น.* จนถึงจุดอันตราย; **he even went to the ~ of phoning the police** เขาถึงขนาดโทรศัพท์ไปแจ้งตำรวจ; Ⓔ *(piece of material)* ความยาวของวัสดุ; **six-foot ~s of wood** ท่อนไม้ ยาว 6 ฟุต; Ⓕ *(full extent of body)* ขนาดของ ลำตัวทั้งตัว; ➡ + 'arm A; full length; measure 1 A, 2 E

-length *adj. in comb.* ยาว, นาน

lengthen /ˈleŋθən/'เล็งเธิน/ ❶ *v.i.* ยาวขึ้น ❷ *v.t.* Ⓐ ทำให้ยาวขึ้น; Ⓑ *(Phonet., Pros.)* ทำให้เสียงสระยาวขึ้น

lengthily /ˈleŋθɪlɪ/ˈเล็งธิลิ/ *adv.* อย่างยาวเหยียด

lengthiness /ˈleŋθɪnɪs, ˈleŋkθɪnɪs/ˈเล็งธินิซ/ *n., no pl.* ความยืดยาว

lengthways /ˈleŋθweɪz/ˈเล็งธฺเวซ/ *adv.* ตามยาว

lengthwise /ˈleŋθwaɪz/ˈเล็งธฺวายซฺ/ ❶ *adv.* ➡ **lengthways** ❷ *adj.* *(การที่วาง, การไว้)* ตามยาว

lengthy /ˈleŋθɪ/ˈเล็งธิ/ *adj.* ยืดยาว, ยาวผิดปกติ

leniency /ˈliːnɪənsɪ/ˈลีเนียนซิ/ *n., no pl.* ความเมตตา, การผ่อนผัน; **show ~:** แสดงความเมตตา

lenient /ˈliːnɪənt/ˈลีเนียนทฺ/ *adj.* Ⓐ *(tolerant)* อดทน; **take a ~ view of sth.** มองดู *ส.น.* อย่างเมตตา; Ⓑ *(mild)* อ่อนโยน

leniently /ˈliːnɪəntlɪ/ˈลีเนียนทฺลิ/ *adv.* อย่างเมตตาอ่อนโยน

lens /lenz/เล็นซฺ/ *n.* Ⓐ *(Optics, Phys., Anat.)* แก้วตา, เลนส์ *(ท.ศ.)*; *(in spectacles)* กระจกแว่นตา; Ⓑ *(Photog.)* เลนส์; Ⓒ *(Zool.)* แก้วตา

lens: ~ cap *n. (Photog.)* ฝาปิดหน้ากล้อง; **~hood** *n. (Photog.)* เครื่องบังแสงภายนอกไม่ให้เข้ากล้องถ่ายรูป

lent ➡ **lend** 1, 2

Lent /lent/เล็นทฺ/ *n.* ฤดูถือบวชในศาสนาคริสต์ *(40 วัน) เพื่อรำลึกถึงการอดอาหารของพระเยซูในการเดินป่า*, เทศกาลเข้าพรรษา; **~ term** *(Brit. Univ.)* ภาคการศึกษากลาง

Lenten /ˈlentən/ˈเล็นเทิน/ *attrib. adj.* เกี่ยวกับการถือศีล; **~ fare** อาหารที่ไม่มีเนื้อสัตว์

lentil /ˈlentɪl/ˈเล็นทิล/ *n.* ถั่วแขกเมล็ดแดงเหลืองหรือเขียว

lentil ˈsoup *n.* ซุปเมล็ดถั่ว

Leo /ˈliːəʊ/ˈลีโอ/ *n., pl.* **~s** *(Astrol., Astron.)* ราศีสิงห์, กลุ่มดาวสิงโต; ➡ + **Aries**

leopard /ˈlepəd/ˈเล็พเพิด/ *n. (Zool.)* เสือดาว; **hunting ~:** เสือดาวนักล่า; **a ~ can't change** *or* **never changes its spots** เสือไม่ทิ้งลาย

ˈleopard skin *n.* หนังเสือดาว

leotard /ˈliːətɑːd/ˈลีเออะทาด/ *n.* เสื้อผ้ายืดรัดรูปของนักแสดงกายกรรม/นักระบำ

leper /ˈlepə(r)/ˈเล็พเพอะ(ร)/ *n.* คนที่เป็นโรคเรื้อน; *(fig.)* ผู้ที่เป็นที่รังเกียจของสังคม

ˈleper colony *n.* สถาบันรักษาโรคเรื้อน, นิคมโรคเรื้อน

lepidopterist /lepɪˈdɒptərɪst/เละพิˈดอพเทอะริซทฺ/ *n.* ผู้ที่ศึกษาเกี่ยวกับแมลง ในตระกูลผีเสื้อและแมลงเม่า

leprechaun /ˈleprəkɔːn/ˈเล็พเพรอะคอน/ *n. (Ir. Mythol.)* ปีศาจร้ายตัวเล็กในนิทานพื้นเมืองของไอริช

leprosy /ˈleprəsɪ/ˈเล็พเพรอะซิ/ *n.* Ⓐ *(Med.)* โรคเรื้อน; Ⓑ *(fig.)* โรคระบาด

leprous /ˈleprəs/ˈเล็พเพริซ/ *adj. (Med.)* เป็นโรคเรื้อน

lesbian /ˈlezbɪən/ˈเล็ซเบียน/ ❶ *n.* ผู้หญิงที่มีเพศสัมพันธ์กับผู้หญิงด้วยกัน, เลสเบี้ยน *(ท.ศ.)* ❷ *adj.* เกี่ยวกับเลสเบี้ยน

lesbianism /ˈlezbɪənɪzm/ˈเล็ซเบียนิซ'ม/ *n., no pl.* การที่ผู้หญิงมีเพศสัมพันธ์กัน

lèse-majesté /leɪzˈmæʒesteɪ/เลซˈแมเฌ็ซเต/, **lese-majesty** /liːzˈmædʒɪstɪ/ลีซˈแมจิซติ/ *n. (Law)* การหมิ่นพระบรมเดชานุภาพ; *(treason)* ความผิดฐานกบฏ *หรือ* ประทุษร้ายต่อประมุข

lesion /ˈliːʒn/ˈลีฌ'น/ *n. (Med.)* การบาดเจ็บ, แผลฟกช้ำ; *(abnormal change)* การเปลี่ยนแปลงที่ผิดปกติ *(ของผิวหนังหรืออวัยวะ)*

less /les/เล็ซ/ ❶ *adj.* น้อยกว่า, น้อยลง; **of ~ value/importance/account** *or* **note** คุณค่า/ความสำคัญ/เรื่องที่น้อยกว่า; **his chances are ~ than mine** โอกาสของเขาน้อยกว่าฉัน; **for ~ time** สำหรับเวลาน้อยกว่า; **the pain is getting ~:** ความเจ็บน้อยลง; **~ talking, please** กรุณาคุยน้อย ๆ หน่อย
❷ *adv.* น้อยกว่า, น้อยลง; **I like him ~ than I used to** ฉันชอบเขาน้อยลงกว่าเดิม; **I think ~/no ~ of him after what he did** ฉันศรัทธาเขาน้อยลง/ไม่น้อยลงหลังจากสิ่งที่เขาทำ; **~ and ~:** น้อยลงไปเรื่อย ๆ; **~ and ~ [often]** นาน ๆ ครั้ง; **~ so** น้อยลง; **the ~ so because ...:** น้อยลงเพราะ...; **even** *or* **still/far** *or* **much ~:** ยิ่งน้อยลงไป/น้อยลงไปมาก; **not ..., even** *or* **still** *or* **far** *or* **much ~ ...:** ..., ยิ่งน้อยไปกว่านั้น; ➡ + **more** 3 G; **no** 2 A; **none** 2
❸ *n., no pl., no indef. art.* น้อยกว่า, น้อยลง; **~ and ~:** น้อยลงเรื่อย ๆ; **the ~ said [about it] the better** ยิ่งพูดน้อยยิ่งดี; **this is ~ of a house than a cottage** นี่เป็นกระต๊อบมากกว่าจะเป็นบ้าน; **parking is ~ of a problem with a small car** การหาที่จอดไม่ค่อยเป็นปัญหากับรถเล็ก; **in ~ than no time** *(joc.)* แป๊ปเดียว; **~ of that!** *(coll.)* พอซักที; **[I'll have] ~ of your clever remarks** *(coll.)* พอซะทีกับคำพูดอันชาญฉลาดของคุณ; **~ of your cheek!** *(coll.)* อย่ามาทะลึ่ง; ➡ + **little** 3; **more** 2 C
❹ *prep. (deducting)* **ten ~ three is seven** 10 ลบ 3 เหลือ 7; **work every weekend ~ two Saturdays** ทำงานทุกวันเสาร์อาทิตย์ ยกเว้น 2 เสาร์; **~ £2 tax** หักภาษี 2 ปอนด์

-less /lɪs/ลิซ/ *adj. suf. (without)* ปราศจาก, ไร้; **error~:** ปราศจากความผิด; **parent~:** ปราศจากพ่อแม่; **window~:** ไม่มีหน้าต่าง; **hat~/trouser~:** ไม่ใส่หมวก/กางเกง

lessee /leˈsiː/เละˈซี/ *n.* ➡ **lease** 2: ผู้เช่า

lessen /ˈlesn/ˈเล็ซ'น/ ❶ *v.t. (reduce)* บรรเทา *(ความเจ็บปวด)*; ลด *(ค่าใช้จ่าย)* ❷ *v.i. (become less) (สิ่งยาก)* ง่ายขึ้น; *(ปัญหา, ความยากลำบาก)* น้อยลง; *(การเจ็บปวด)* ลดลง

lesser /ˈlesə(r)/ˈเล็ซเซอะ(ร)/ *attrib. adj.* น้อยกว่า; **~ in rank, of ~ rank** ตำแหน่งต่ำกว่า; **be a ~ man than ...:** เป็นคนที่ด้อยกว่า...; ➡ + **evil** 2 B

lesson /ˈlesn/ˈเล็ซ'น/ *n.* Ⓐ *(class)* ชั่วโมงเรียน, ชั่วโมงสอน; *(teaching unit in textbook)* บทเรียนในตำรา; **I like her ~s** ฉันชอบการสอนของเธอ; **give ~s** ให้บทเรียนสอน, สอน; **give Italian ~s** สอนภาษาอิตาลี; **give [sb.] a [riding] ~:** สอน [การขี่ม้า] ให้ *ค.น.*; **[give] ~s in/on** สอนเกี่ยวกับ; **take piano ~s with sb.** เรียนเปียโนกับ *ค.น.*; Ⓑ *(thing to be learnt)* สิ่งที่เรียน; **the first ~ to be learnt** บทเรียนบทแรก; Ⓒ *(fig.: example, warning)* การสั่งสอน, การตักเตือน, บทเรียน; **teach sb. a ~:** สอนบทเรียนให้ *ค.น.*; **he needs to be taught a ~:** เขาต้องได้รับบทเรียนซะบ้าง; **do that again and I'll teach you a ~ you won't forget!** ถ้าทำอย่างนั้นอีก ฉันจะให้บทเรียนที่แกไม่มีวันลืม; **be a ~ to sb.** เป็นบทเรียนให้กับ *ค.น.*; **learn one's** *or* **a ~ from sth.** ได้บทเรียนจาก *ส.น.*; **I have learnt my ~:** ฉันได้บทเรียนแล้ว; **let that be a ~ to you** ให้สิ่งนั้นเป็นบทเรียนสำหรับคุณ; Ⓓ *(Eccl.)* บทในพระคัมภีร์ไบเบิล; **read the ~:** อ่านข้อความจากพระคัมภีร์

lessor /leˈsɔː(r)/เละˈซอ(ร)/ *n.* ➡ **lease** 2: ผู้ให้เช่า

lest /lest/เล็ซทฺ/ *conj. (literary)* ด้วยเกรงว่า, มิฉะนั้น; **he ran away ~ he [should] be seen** เขาวิ่งหนีไปด้วยเกรงว่าจะมีใครเห็นเขา; **I was afraid ~ he [should] come back before I was ready** ฉันเกรงว่าเขาจะกลับมาก่อนที่ฉันจะพร้อม

[1]**let** /let/เล็ท/ ❶ *v.t.*, **-tt-**, **let** Ⓐ *(allow to)* ปล่อย, ให้, อนุญาต; **~ sb. do sth.** ปล่อยให้ *ค.น.* ทำ *ส.น.*; **don't ~ things get you down/worry you** อย่าปล่อยให้สิ่งต่าง ๆ ทำให้คุณเศร้า/ทำให้คุณกังวล; **don't ~ him upset you** อย่าให้เขาทำให้คุณเศร้าหมอง; **I'll come if you will ~ me** ฉันจะมาถ้าคุณอนุญาต; **~ sb./sth. alone** ปล่อย *ค.น./ส.น* ไว้ตามลำพัง; **~ alone** *(far less)* ยิ่งน้อยไปกว่านั้น; **~ sb. be** ปล่อยให้ *ค.น.* อยู่ตามลำพัง; **L~ it be. We can't alter things** ช่างมันเถอะ เราเปลี่ยนอะไรไม่ได้; **~ go [of] sth./sb.** *(release hold)* ปล่อย *ส.น./ค.น.* ไป; **~ sb. go** *(from captivity)* ปล่อย *ค.น.* ให้เป็นอิสระ; **~ go** *(release hold)* ปล่อยไป; *(abandon self-restraint)* ปล่อยตัว *(ไม่ควบคุมตัวเอง)*; *(neglect)* ละทิ้ง; *(~ pass)* ปล่อยผ่าน *(การพูดคุย)*; **~ it go [at that]** ปล่อยมันไว้อย่างนั้น; **~ oneself go** *(neglect oneself)* ปล่อยตัว; *(abandon self-restraint)* ปล่อยตัวตามสบาย; **~ loose** ปล่อย *หรือ* แก้โซ่ *(สุนัข ฯลฯ)*; Ⓑ *(cause to)* **~ sb. know** บอกให้ *ค.น.* รู้; **~ sb. think that ...:** ปล่อยให้ *ค.น.* คิดว่า...; **I will ~ you know as soon as ...:** ฉันจะบอกคุณทันทีที่...; **I have ~ it be known that ...:** ฉันได้บอกให้เป็นที่รู้ว่า...; Ⓒ *(release)* ปล่อย *(น้ำ)* อากาศ **(out, of, from** ออก, จาก); **the practice of ~ting blood** การปล่อยเลือด; Ⓓ *(Brit.: rent out)* การให้เช่า *(บ้าน, ห้อง)*; **~ a flat to sb. for a year** ให้ *ค.น.* เช่าแฟลตหนึ่งปี; **there were plenty of houses to ~:** มีบ้านให้เช่ามากมาย; **'to ~' 'ให้เช่า'** *(ป้ายโฆษณา)*; Ⓔ *(award)* แจกจ่าย *(งาน)*; ➡ [2]**fly** 1 G; [1]**rip** 3 B; [1]**see** 1 F; 2 C; **slip** 1 B; [2]**well** 2 B
❷ *v. aux.*, **-tt-**, **let** Ⓐ *in exhortations* ปล่อย, ขอให้; **~ us [just] suppose that ...:** ขอให้พวกเราสมมติว่า...; **Let's go to the cinema. – Yes, ~'s/No, ~'s not** *or* **don't ~'s** ไปดูหนังกันเถอะ ไปสิ/อย่าไปเลย; **~'s pretend** *(coll.)* เรามาลองเล่นสมมติฐานกันเถอะ; **~'s have a go on your bike** *(coll.)* ขอขี่รถจักรยานของแกเล่นหน่อยซิ; Ⓑ *in command, challenge, prayer* จง, ขอให้, โปรดได้; **~ them come in** ปล่อยให้พวกเขาเข้ามา; **~ there be light** *(Bibl.)* ขอให้แสงสว่างจงบังเกิด; **~ the bells be rung** จงสั่นกระดิ่ง; **~ him go to the devil!** ขอให้เขาลงนรกซะ; **~ it be said that ...:** ขอให้พูดว่า...; **never ~ it be thought/said that ...:** ขออย่าให้ได้คิด/พูดว่า...; **[just] ~ him try!** ให้เขาลองดูซิ; **~ him get well** *(in prayer)* ขอให้เขาหายดี; **~ x be equal to 3a + b²** *(Math.)* สมมติให้ x เท่ากับ $3a + b^2$; ➡ + **pray** 1
❸ *n. (Brit.)* **holiday ~s** บ้านให้เช่าแก่นักท่องเที่ยว; **rent a flat on a short ~:** เช่าแฟลตในระยะสั้น

~ ˈdown *v.t.* Ⓐ *(lower)* หย่อน, เลื่อน *(หน้าต่าง)* ลง; **~ sb. down gently** *(fig.)* พยายามบอกข่าวไม่ดีแก่ *ค.น.* ให้นิ่มนวลที่สุด; ➡ + **hair** B; Ⓑ *(deflate)* ปล่อยลมออก; Ⓒ *(Dressm.)* ทำให้ยาวลง *(แขนเสื้อ, เสื้อ, ตะเข็บ)*; Ⓓ *(disappoint, fail)* ทำให้ผิดหวัง, ล้มเหลว; **~ oneself down** ทำได้ไม่ดีเท่าที่ตัวเองสามารถทำได้; **I ~ myself down in the exam** ฉันล้มเหลวในการสอบ; ➡ + **let-down**

~ ˈin *v.t.* Ⓐ *(admit)* ปล่อยให้เข้า; **~ oneself/sb. in** เปิด *(ประตู)* ให้ตัวเอง/*ค.น.* เข้ามา; **my shoes**

Letter-writing (การเขียนจดหมาย)

Addressing the envelope (จ่าหน้าซอง)

Thai addresses look similar in layout to English one.

LINE 1: the person's basic title (***Mr*** = นาย, ***Mrs*** = นาง, ***Miss*** = นางสาว). However a title rank (***Professor, Major etc.***) will replace นาย, นาง etc. follow by the person's name. NB A royal title will come after the title of Professor, General eg.: **พลตรี หม่อมราชวงศ์....**

LINE 2: the house number followed by the street.

LINE 3: has the place, followed by the postcode รหัสไปรษณีย์. Finally comes the country on **LINE 4.**

Professor
Prakob Bunnag
234 Silom Road
Bangkok 10500
Thailand

Mrs.
Pattara Khan
67 Changkran Road
Chiangmai 50000
Thailand

Miss
Suparat Sudcharoen
33 Charansanidwong Road
Bangkok 10700
Thailand

Layout (การจัดวาง)

There is usually an address at the top of the letterhead:

River Books
396 Maharaj Road,
Tatien, Bangkok 10200

The date may be shown in CE. or more often in Thai as BE. when the month is written out. ***7.4.2004*** **วันที่ 7 เมษายน พ.ศ. 2547**

■ **BEGINNINGS** (คำขึ้นต้น)

Dear Mana
= เรียน คุณมานะ

Dear Karen
= คาเรนที่รัก

Dear Khun Somchai
= เรียน คุณสมชาย

Dear Mr Udom/Mrs Sobha
= เรียน นายอุดม/นางโสภา

Dear Sir or ***Madam*** *(formal)*
= เรียน ท่านที่เคารพ

NB. ***Dear Sir/Madam*** is expressed by ท่าน which is not gender specific. To someone with a title, the name is given in full:

Dear Professor Prakob
= เรียนศาสตราจารย์ประกอบ

If someone with a title is well known to the sender, the name can be omitted entirely:

= เรียน คุณหมอ = เรียน อาจารย์

The main body of the letter starts on a new line.

■ **... AND ENDINGS** (คำลงท้าย)

Apart from very close friends, endings in Thai are relatively formal:

Yours
= นับถือ

All my/our love
= ด้วยความรักและคิดถึง

With best wishes, Kind regards
= ด้วยความปรารถนาดี, ด้วยความระลึกถึง

More formal, standard ending:

Yours sincerely or (Amer.) ***truly***
= ขอแสดงความนับถือ

Formal business letter:

Yours faithfully
= ด้วยความนับถือ

---

are ~ting in water น้ำเข้ารองเท้าฉัน; Ⓑ *(Dressm.)* เอา *(ตะเข็บ)* เข้า; Ⓒ **~ oneself in for sth.** ปล่อยให้ตนถูกใช้ใน *ส.น.*/การทำ *ส.น.*; **~ oneself in for a lot of work/trouble** นำตัวเองไปสู่งานหนัก/ปัญหา; **~ sb. in for sth.** พา *ค.น.* ไปสู่ *ส.น.*; Ⓓ **~ sb. in on a secret/plan** *etc.* ให้ *ค.น.* มีส่วนร่วมในความลับ/แผนการ ฯลฯ

~ into *v.t.* Ⓐ *(admit into)* ยอมให้เข้ามา; Ⓑ *(fig.: acquaint with)* **~ sb. into a secret** บอกความลับให้ *ค.น.*; Ⓒ *(set into)* **a safe ~ into the wall** ตู้นิรภัยที่ฝังเข้าไปในกำแพง

~ 'off *v.t.* Ⓐ *(excuse)* ยกโทษให้, ให้อภัย; *(allow to go)* อนุญาต *หรือ* ปล่อยให้ไป; **~ sb. off lightly/with a fine** ลงโทษ *ค.น.* ในสถานเบา/ปล่อยตัวโดยปรับเงิน; **~ sb. off sth.** ยกโทษ *ค.น.* ในเรื่อง *ส.น.*; ปล่อยให้ *ค.น.* ไม่ทำ *ส.น.*; ➡ **+ ~-off**; Ⓑ *(fire, explode)* ยิงปืน, จุด *(ดอกไม้ไฟ, พลุ)* ระเบิด; Ⓒ *(allow to escape)* ปล่อย *(ของเหลว, ไอน้ำ)* ออกมา; Ⓓ *(Brit.: rent out)* ให้เช่า; Ⓔ *(allow to alight)* หยุดให้ลง *(จากพาหนะ)*

~ 'on *(coll.)* ❶ *v.i.* **~ on about sth. [to sb.]** เปิดโปง *ส.น.* [ให้กับ *ค.น.*]; **don't ~ on!** อย่าบอกใครนะ ❷ *v.t.* Ⓐ **sb. ~ on to me that ...:** มี *ค.น.* บอกความลับฉันว่า...; Ⓑ *(pretend)* **~ on that ...:** แกล้งทำเป็นว่า...; **she's not as sick as she ~s on** เธอไม่ได้ป่วยอย่างที่แสร้งทำหรอก

~ 'out *v.t.* Ⓐ *(open door for)* **~ sb./an animal out** ปล่อยให้ *ค.น.*/สัตว์ออกข้างนอก; **Don't get up. I'll ~ myself out** ไม่ต้องลุก ฉันหาทางออกเองได้; Ⓑ *(allow out)* ให้ออกไปได้; Ⓒ *(emit)* แพร่, ส่งเสียงออกมา; **~ out a groan** ร้องครางออกมา; Ⓓ *(reveal)* เปิดเผย *(ความลับ)*; **~ out that ...:** เปิดเผยว่า...; Ⓔ *(Dressm.)* ปล่อย *(เสื้อผ้า)* ออก; Ⓕ *(Brit.: rent out)* ➡ **'let** 1 D; Ⓖ *(from duty)* **On Saturday? That ~s me out** วันเสาร์เหรอ อย่างนั้นฉันก็หมดสิทธิ; **that ~s me out of having to go** นั่นทำให้ฉันไม่ต้องไป; ➡ **+ ~-out**

~ 'through *v.t.* ให้ผ่าน

~ 'up *v.i.* *(coll.)* บรรเทาลง, ผ่อนคลาย; **don't you ever ~ up?** คุณไม่เคยผ่อนคลายเลยหรือไง; ➡ **+ let-up**

²let *n.* Ⓐ **without ~ [or hindrance]** *(formal/Law)* โดยปราศจากอุปสรรค; Ⓑ *(Tennis)* ลูกเสิร์ฟถูกตาข่าย *(ต้องเสิร์ฟใหม่)*

'let-down *n.* ความผิดหวัง

lethal /ˈliːθl/ˈลีธ'ล/ *adj.* ถึงตาย, ถึงแก่ชีวิต; *(fig.)* มันน่ากลัวมาก; **that knife looks ~:** มีดนั้นน่ากลัวจังเลย

lethargic /lɪˈθɑːdʒɪk/ลิ'ธาจิค/ *adj.* Ⓐ เชื่องซึม; *(apathetic)* เฉื่อยชา, เฉยเมย; *(causing lethargy)* *(บรรยากาศ, เพลง)* ที่ไม่มีชีวิตชีวา; Ⓑ *(Med.)* โรคนอนหลับไม่ยอมตื่น

lethargically /lɪˈθɑːdʒɪkəlɪ/ลิ'ธาจิเคอะลิ/ *adv.* *(apathetically)* อย่างเฉื่อยชา, เชื่องซึม

lethargy /ˈleθədʒɪ/ˈเล็ธเธอะจิ/ *n.* Ⓐ *(apathy)* ความเฉื่อยชา, ความเฉยเมย, ความไม่แยแส; Ⓑ *(Med.)* การนอนหลับสลบไสล, โรคนอนหลับไม่ตื่น

let: ~-off *n.* **have a ~-off** หนีรอดมาได้; **that was a [lucky] ~-off** นั่นเป็นการหนีได้อย่างโชคดี; **~-out** *n.* โอกาสที่จะเลี่ยง/หนี

Lett /let/เล็ท/ *n.* Ⓐ *(person)* ชาวลัตเวีย; Ⓑ *(language)* ภาษาลัตเวีย

letter /ˈletə(r)/ˈเล็ทเทอะ(ร)/ ❶ *n.* Ⓐ ➤ 519 *(written communication)* จดหมาย, ลายลักษณ์อักษร; *(official communication)* จดหมายทางการ; **a ~ of appointment** จดหมายแต่งตั้ง; **by ~:** ทางจดหมาย; **'~s to the editor'** จดหมายถึงบรรณาธิการ; ➡ **+ credit** 1 E; Ⓑ *(of* *alphabet)* ตัวอักษร; **how many ~s are there in the word?** คำนี้มีตัวอักษรกี่ตัว; **learn one's ~s** เรียนตัวอักษร; **write in capital/small ~s** เขียนตัวพิมพ์ใหญ่/เล็ก; **have ~s after one's name** มีปริญญาต่อท้ายชื่อ; Ⓒ *(fig.)* **to the ~:** ตามลายลักษณ์อักษร; **the ~ of the law** ตัวบทกฎหมาย; **in ~ and in spirit** ทั้งลายลักษณ์อักษรและจิตวิญญาณ; Ⓓ *in pl. (literature)* อักษรศาสตร์; **world of ~s** วงการวรรณคดี; **man of ~s** ผู้เชี่ยวชาญทางอักษรศาสตร์; **Doctor of L~s** ปริญญาเอกทางอักษรศาสตร์; Ⓔ *(Printing: type font)* แบบอักษร; Ⓕ *(Amer. Sport: mark of proficiency) เครื่องหมายแสดงความสามารถด้านกีฬา* ❷ *v.t.* Ⓐ *(classify alphabetically)* แบ่งตามตัวอักษร; Ⓑ *(inscribe on)* เขียนลงบน, จารึกบน

letter: ~ bomb *n.* ไปรษณีย์ระเบิด; **~ box** *n.* ตู้จดหมาย, ตู้ไปรษณีย์; *(slit)* ช่องสอดจดหมาย; **come** *or* **be put through the ~ box** สอดเข้าช่องจดหมาย; **~-card** *n.* ไปรษณียบัตร

lettered /ˈletəd/ˈเล็ทเทิด/ *adj.* Ⓐ *(well read, educated)* มีความรู้ทางอักษรศาสตร์, มีความรู้กว้างขวาง; Ⓑ *(inscribed)* จารึกไว้

letter: ~head, ~-heading *ns.* หัวจดหมาย

lettering /ˈletərɪŋ/ˈเล็ทเทอะริง/ *n. (letters)* การจารึกตัวหนังสือ; *(on book-cover)* ตัวหนังสือ; *(carved)* ตัวอักษร

letter: ~ pad *n.* เล่มกระดาษเขียนจดหมาย; **~ paper** *n.* กระดาษเขียนจดหมาย; **~ post** *n. (Brit. Post)* ไปรษณีย์จดหมาย *(สมัยก่อน);* **~press** *n.* Ⓐ *(Brit.: text)* ข้อความในหนังสือ; Ⓑ *(Printing)* การพิมพ์ที่ใช้ตัวพิมพ์นูน; **~s page** *n.* หน้าจดหมาย *(ในหนังสือพิมพ์);* **~s 'patent** *n. pl.* พระราชหัตถเลขา, สัญญาบัตร; **~-writer** *n.* ผู้เขียนจดหมาย

Lettish /ˈletɪʃ/ˈเล็ททิช/ ❶ *adj.* ชาว *หรือ* ภาษาลัตเวีย ❷ *n.* ➡ **Lett** B

lettuce /ˈletɪs/ˈเล็ททิซ/ *n.* ผักกาดหอม; **a [head of] ~:** ผักกาดหอม 1 หัว

'let-up *n. (coll.) (in fighting)* การบรรเทาลง; *(in work)* การหยุด; **there was no ~-up in the fighting/bombardment** การต่อสู้/การระดมยิงยังไม่มีการบรรเทาลง

leucocyte /ˈlu:kəsaɪt/ˈลูเคอะไซท/ *n. (Anat.)* เม็ดโลหิตขาว

leucotomy /lu:ˈkɒtəmɪ/ลูˈคอเทอะมิ/ *n. (Med.)* การผ่าตัดเส้นใยประสาทในสมอง

leukaemia *(Amer.:* **leukemia**) /lu:ˈki:mɪə/ลูˈคีเมีย/ *n.* ➤ **453** *(Med.)* โรคมะเร็งในโลหิต

Levant /lɪˈvænt/ลิˈแวนทฺ/ *pr. n.* **the ~:** ประเทศและเกาะในทะเลเมดิเตอร์เรเนียนตะวันออก

Levantine /lɪˈvæntaɪn/ลิˈแวนทายนฺ/ ❶ *adj.* เกี่ยวกับลิแวนต์ ❷ *n.* ชาวลิแวนต์

levee /ˈlevɪ/ˈเล็ววิ/ *n. (Amer. Geog.)* เขื่อนกันน้ำท่วม

level /ˈlevl/ˈเล็ว'ล/ ❶ *n.* Ⓐ ชั้น, ระดับ; *(storey)* ชั้น; *(fig.: steady state)* ระนาบ, ระดับ; *(fig.: basis)* ระดับ; **the water rose to the ~ of the doorsteps** น้ำขึ้นมาถึงระดับบันไดประตู; **live on the same ~:** อาศัยอยู่ชั้นเดียวกัน; **prices are at a high/low ~:** ราคาอยู่ในระดับสูง/ต่ำ; **be on a ~ [with sb./sth.]** อยู่ในระดับเดียว [กับ *ค.น./ส.น.*]; **on the ~** *(fig. coll.)* ความจริง, ซื่อสัตย์; **he's on the ~:** เขาเป็นคนซื่อสัตย์; **water finds/seeks its ~:** น้ำจะไหลจนได้ระดับของมัน; **find one's ~** *(fig.)* พบระดับที่เหมาะสำหรับตน; Ⓑ *(height)* **at waist/rooftop** *etc.* **~:** สูงระดับเอว/ยอดหลังคา; Ⓒ *(relative amount)* **sugar/alcohol ~:** ระดับน้ำตาล/แอลกอฮอล์; **noise ~:** ระดับเสียง; **high ~s of CO_2 in the atmosphere** ระดับก๊าซคาร์บอนมอนอกไซด์ในบรรยากาศสูง; Ⓓ *(social, moral, or intellectual plane)* ระดับ; *(degree of achievement etc.)* ขั้น, ชั้น; *(plane of significance)* ระดับความสำคัญ; **the lower ~s** ระดับที่ต่ำกว่า; **on a personal/moral ~:** ในระดับส่วนตัว/ศีลธรรม; **expenditure is running at high ~s** ค่าใช้จ่ายอยู่ในระดับสูง; **high ~ of intellect** ระดับสติปัญญาสูง; **pupils of varying ~s of ability** กลุ่มนักเรียนที่มีความสามารถต่างกัน; **he has reached an advanced ~ in his course** เขาเรียนมาถึงชั้นสูงของวิชา; **talks at the highest ~ [of government]** การเจรจาในระดับสูงสุด [ของรัฐบาล]; Ⓔ *(instrument to test horizontal)* เครื่องวัดระดับ; Ⓕ *(Surv.: telescope)* กล้องส่องวัดระดับ; Ⓖ *(Mining)* ชั้นหิน

❷ *adj.* Ⓐ *(พื้นดิน, พื้น, ทาง)* ราบ; **a ~ spoonful of flour** แป้ง 1 ช้อนโต๊ะปาดให้เรียบ; **the picture is not ~:** รูปไม่ตรง; Ⓑ *(on a ~)* **be ~ [with sth./sb.]** อยู่เสมอ [กับ *ค.น./ส.น.*]; **the two pictures are not ~:** รูปสองรูปไม่เสมอกัน; **draw/keep ~ with a rival** รักษาระดับให้เท่ากับคู่แข่ง; **~ race** การแข่งขันที่วิ่งทัน/เสมอกัน; ➡ **+ peg** 2 C; Ⓒ *(fig.: steady, even) (ชีวิต)* ราบรื่น; *(อารมณ์)* สม่ำเสมอ, เรียบ; **keep a ~ head** ใจเย็นไว้, ไม่โวยวาย; Ⓓ **do one's ~ best** *(coll.)* ใช้ความพยายามอย่างเต็มที่

❸ *v.t., (Brit.)* **-ll-** Ⓐ *(make ~ 2 a)* ทำให้เสมอกัน; Ⓑ *(aim)* เล็ง *(สายตา, ปืน)* ไปที่; พุ่งไปที่ *(คำวิจารณ์, การโจมตี);* Ⓒ *(raze)* ทำลายลงราบ *(เมือง, ตึก);* Ⓓ *(knock down)* ต่อยจนล้ม *(บุคคล);* Ⓔ *(abolish)* ล้มล้าง, ยกเลิก; Ⓕ *(Surv.)* วัดระดับของพื้นที่

❹ *v.i., (Brit.)* **-ll-** *(coll.)* **I'll ~ with you** ฉันจะเปิดเผยกับคุณ; **~ with sb.** เปิดเผยตรงไปตรงมากับ *ค.น.*

~ 'down *v.t.* ปรับลงมาให้อยู่ในระดับเดียวกัน

~ 'off ❶ *v.t.* ทำให้เสมอ *หรือ* เรียบ ❷ *v.i. (Aeronaut.)* บินอยู่ที่ระดับหนึ่ง

~ 'out ❶ *v.t.* ทำให้เป็นระดับเดียวกัน, ทำให้ราบ ❷ *v.i.* Ⓐ ➡ **~ off 2;** Ⓑ *(fig.)* ขจัดความแตกต่าง; ทำให้เสมอภาคกัน *(ราคา, ตลาด)*

~ 'up *v.t.* ยกระดับให้เท่ากัน

level 'crossing *n. (Brit. Railw.)* ถนนที่ข้ามทางรถไฟในระดับเดียวกัน

leveler *(Amer.)* ➡ **leveller**

level-'headed *adj.* อารมณ์มั่นคงเยือกเย็น; **remain ~:** คงอารมณ์ที่มั่นคง, ไม่เสียสติ

leveller /ˈlevələ(r)/ˈเล็ว'เวอะเลอะ(ร)/ *n. ผู้ที่สนับสนุนการล้มล้างการแบ่งแยกชนชั้นในสังคม*

levelling-screw *(Amer:* **leveling-screw**) /ˈlevəlɪŋskru:/ˈเล็วเวอะลิงซกรู/ *n.* สกรูสำหรับปรับชิ้นส่วนของเครื่องจักรให้มีระดับที่ถูกต้อง

lever /ˈli:və(r), US ˈlevər/ˈลีเวอะ(ร), ˈเล็วเวอะ(ร)/ ❶ *n.* Ⓐ *(crowbar)* ชะแลง; *(Mech.)* คันโยก; Ⓑ *(fig.: means of persuasion)* วิธีการชักชวน ❷ *v.t.* **~ sth. open** งัด *ส.น.* ให้เปิด

leverage /ˈli:vərɪdʒ, US ˈlev-/ˈลีเวอะริจ, ˈเล็ว-/ ❶ *n.* Ⓐ *(action of lever)* กำลังงัด, การงัด; *(system of levers)* ระบบของเครื่องงัด; **I need more ~ to move this cupboard** ฉันต้องการแรงงัดมากกว่านี้ เพื่อจะขยับตู้; Ⓑ *(fig.: influence)* **give sb. [a lot of] ~:** ให้อำนาจแก่ *ค.น.* [มาก] ❷ *v.t.* ...กู้ยืมเงินมาเพื่อซื้อกิจการ, ช่วยเพิ่มผลทางการเงิน

leveraged buyout /li:vərɪdʒd ˈbaɪaʊt/ลีเวอะริจด ˈบายเอาท/ *n. (Commerc.)* การซื้อหรือครอบครองกิจการ โดยใช้กิจการนั้นเป็นหลักทรัพย์ค้ำประกันเงินกู้

leveret /ˈlevərɪt/ˈเล็วเวอะริท/ *n. (Zool.)* ลูกกระต่ายป่า

leviathan /lɪˈvaɪəθən/ลิˈวายเออะเธิน/ *n.* Ⓐ *(sea monster)* สัตว์ทะเลมหึมา; Ⓑ *(fig.: huge thing)* สิ่งใหญ่ยักษ์; *(ship)* เรือเดินสมุทรขนาดใหญ่

Levis ® /ˈli:vaɪz/ˈลีวายซฺ/ *n. pl.* กางเกงยีนลีวาย *(ท.ศ.)*

levitate /ˈlevɪteɪt/ˈเล็ววิเทท/ *v.i. & t.* ลอยขึ้นไปในอากาศ *(เกี่ยวกับจิตวิญญาณ)*

levitation /levɪˈteɪʃn/เละวิˈเทช'น/ *n.* การลอยขึ้นไปในอากาศ

levity /ˈlevətɪ/ˈเล็วเวอะทิ/ *n.* Ⓐ *(frivolity)* ความทำเป็นเล่น; Ⓑ *(inconstancy)* ความไม่แน่นอน; Ⓒ *(undignified behaviour)* พฤติกรรมที่ไม่สง่างาม

levy /ˈlevɪ/ˈเล็ววิ/ ❶ *n.* Ⓐ การเรียกเก็บ *(ภาษี);* Ⓑ *(tax)* ภาษี; **make** *or* **impose a ~ on sth.** บังคับเก็บภาษี *ส.น.;* Ⓒ *(Mil.: conscription)* การเกณฑ์ทหาร; *(number of conscripts)* จำนวนทหารเกณฑ์; *in pl. (conscripts)* ทหารเกณฑ์ ❷ *v.t.* Ⓐ *(exact)* เก็บ, ชัก *(ภาษี); (seize)* ยึด, เก็บ; *(extort)* รีด, ขู่เข็ญ *(เงิน);* **~ a fine on sb./a tax on sth.** เก็บค่าปรับกับ *ค.น.*/เก็บภาษี *ส.น.;* Ⓑ *(Mil.: conscript)* เกณฑ์ทหาร

lewd /lju:d, US ˈlu:d/ลิวดฺ, ˈลูด/ *adj.* เลวทราม, เสเพล, แพศยา, อย่างลามก

lewdly /ˈlju:dlɪ, US ˈlu:dlɪ/ˈลิวดฺลิ, ˈลูดลิ/ *adv.* อย่างเสเพล, อย่างลามก

lewdness /ˈlju:dnɪs, US ˈlu:d-/ˈลิวดฺนิซ, ˈลูด-/ *n., no pl. (of person)* ความเสเพล, ความลามก; *(of look, remark, language, joke)* การมองลามก, ภาษาตลกลามก

lexical /ˈleksɪkl/ˈเล็คซิค'ล/ *adj.* เกี่ยวกับคำต่าง ๆ ในภาษา

lexicographer /leksɪˈkɒgrəfə(r)/เล็คซิˈคอเกรอะเฟอะ(ร)/ *n.* ➤ **489** ผู้ทำพจนานุกรม

lexicography /leksɪˈkɒgrəfɪ/เล็คซิˈคอเกรอะฟิ/ *n., no pl.* การทำพจนานุกรม

lexicon /ˈleksɪkən, US -kɒn/ˈเล็คซิเคิน, -คอน/ *n.* Ⓐ *(dictionary)* พจนานุกรม, คลังศัพท์ *(ร.บ.);* Ⓑ *(vocabulary)* คำศัพท์ในพจนานุกรม

lexis /ˈleksɪs/ˈเล็คซิซ/ *n.* คำศัพท์, คำ, คำทั้งหมดในภาษาหนึ่ง

l. h. *abbr.* **left hand**

liability /laɪəˈbɪlɪtɪ/ไลเออะˈบิลลิทิ/ *n.* Ⓐ *no pl. (legal obligation)* พันธกรรม, สิ่งที่บังคับทางกฎหมาย, ความรับผิด; **limited ~** *(Brit.)* พันธกรรมจำกัด; **~ to pay tax[es]** *or* **for taxation** การถูกบังคับให้เสียภาษี; **~ for military service** การถูกบังคับให้รับใช้ทางทหาร; Ⓑ *no pl. (proneness) (to disease etc.)* การเป็นง่าย; Ⓒ *(sth. one is liable for)* ภาระ, หน้าที่, สิ่งผูกพัน, ข้อผูกมัด, สิ่งที่ต้องผิดชอบ; **liabilities** *(debts)* หนี้; Ⓓ *(cause of disadvantage)* สาเหตุของข้อเสียเปรียบ

liable /ˈlaɪəbl/ˈลายเออะบ'ล/ *pred. adj.* Ⓐ *(legally bound)* **be ~ for sth.** ต้องรับผิดชอบ *ส.น.* ตามกฎหมาย; **~ for military service** ต้องถูกเกณฑ์ทหาร; **be ~ to pay tax[es]** ต้องเสียภาษีตามกฎหมาย; Ⓑ *(prone)* **be ~ to sth.** โอนเอียงที่จะเป็น *ส.น.;* **be ~ to do sth.** โอนเอียงที่จะทำ *ส.น.;* Ⓒ *(likely)* **difficulties are ~ to occur** ความยุ่งยากคงจะเกิดขึ้น; **she is ~ to**

521 liaise | lick

change her mind เธอมีแนวโน้มที่จะเปลี่ยนใจ; **it is ~ to be cold there** ที่นั่นมีแนวโน้มว่าจะหนาว

liaise /lɪˈeɪz/ลิˈเอซฺ/ *v.i.* ร่วมมือ, ประสาน; **~ on a project** ร่วมมือทำโครงการ; **they ~ on a regular basis** พวกเขาร่วมมือกันตามปกติ

liaison /lɪˈeɪzɒn, US ˈlɪəzɒn/ลิˈเอซอน, ˈเลียซอน/ *n.* Ⓐ *(cooperation)* การร่วมมือกัน; *(connection)* ความเกี่ยวข้องกัน; **be in ~ with** อยู่ในความร่วมมือกับ; Ⓑ *(illicit relation)* ความสัมพันธ์ทางเพศแบบลับ ๆ; **form** *or* **enter into a ~:** เริ่มเป็นชู้สาวกับ *ค.น.;* Ⓒ *(Phonet.)* *การออกเสียงของพยัญชนะตัวสุดท้ายก่อนคำที่เริ่มด้วยเสียงสระในภาษาฝรั่งเศส*

li'aison officer *n.* เจ้าหน้าที่ผู้ประสานงาน; *(Mil.)* นายทหารประสานงาน

liana /lɪˈɑːnə/ลิˈอาเนอะ/ *n. (Bot.)* พันธุ์ไม้เลื้อยในป่าเขตร้อน

liar /ˈlaɪə(r)/ˈลายเออะ(ร)/ *n.* คนโกหก, คนพูดปด

Lib /lɪb/ลิบ/ *abbr.* Ⓐ **Liberal;** Ⓑ **liberation**

libation /laɪˈbeɪʃn/ไลˈเบช'น/ *n.* *การเทเหล้าลงบนดินเป็นการบวงสรวงเทพเจ้า*

Lib Dem *abbr.* **Liberal Democrat**

libel /ˈlaɪbl/ˈลายบ'ล/ ❶ *n.* Ⓐ การหมิ่นประมาท; **[public] ~:** การตีพิมพ์คำหมิ่นประมาท ซึ่งเกี่ยวข้องกับกฎหมายอาญา; Ⓑ *(misrepresentation that discredits)* การใส่ร้าย, การกล่าวหา ❷ *v.t.*, *(Brit.)* **-ll-** กล่าวหาอย่างผิด ๆ, ใส่ร้าย, ตีพิมพ์คำกล่าวหา

libellous (*Amer.:* **libelous**) /ˈlaɪbələs/ลายเบอะเลิซ/ *adj.* ที่หมิ่นประมาท, เป็นการกล่าวหา, ที่ใส่ร้าย

liberal /ˈlɪbərl/ˈลิบเบอะร'ล/ ❶ *adj.* Ⓐ *(generous, abundant)* กว้างขวาง, มากมาย; *(บุคคล)* ใจกว้าง; **a ~ amount of** จำนวนมากมาย; Ⓑ *(generally educative)* ศึกษาโดยทั่วไป; **~ education** *or* **culture** การศึกษา/วัฒนธรรมอย่างกว้างขวาง; **~ studies** การเรียนวิชาทั่วไปอย่างกว้าง ๆ; Ⓒ *(not strict)* เสรี, อิสระ; Ⓓ *(open-minded)* ใจกว้าง; Ⓔ *(Polit.)* เสรีนิยม ❷ *n.* Ⓐ คนที่มีความคิดเห็นเสรี; Ⓑ **L~** *(Polit.)* ผู้สนับสนุน *หรือ* สมาชิกของพรรคเสรีนิยม

liberal 'arts *n. pl.* Ⓐ *(Hist.)* ศิลปศาสตร์ *(วิชา 7 แขนงได้แก่ ไวยากรณ์ ตรรกวิทยา การพูด เลขคณิต เรขาคณิต ดนตรี ดาราศาสตร์);* Ⓑ *(Amer.: arts)* ศิลปศาสตร์

Liberal Democrat *n.* พรรคเสรีนิยม *(ของอังกฤษ)*

liberalism /ˈlɪbərəlɪzm/ˈลิบเบอะเรอะลิซ'ม/ *n.* Ⓐ เสรีนิยม *(ร.บ.);* Ⓑ **L~** *(Polit.)* พรรคเสรีนิยม

liberality /lɪbəˈrælɪtɪ/ลิเบอะˈแรลิทิ/ *n., no pl.* Ⓐ *(generosity)* ความโอบอ้อมอารี, การให้อย่างมากมาย; Ⓑ *(open-mindedness)* ความใจกว้าง; **~ of mind** จิตใจที่กว้างขวาง

liberalize /ˈlɪbərəlaɪz/ˈลิบเบอะเรอะลายซฺ/ *v.t.* ทำให้เสรี

liberally /ˈlɪbərəlɪ/ˈลิบเบอะเรอะลิ/ *adv.* *(generously)* อย่างโอบอ้อมอารี; *(abundantly)* อย่างมากมาย

liberate /ˈlɪbəreɪt/ˈลิบเบอะเรท/ *v.t.* Ⓐ ปลดปล่อย (**from** จาก); Ⓑ *(Chem.)* ปล่อย *(ก๊าซ)* ออกจากการรวมตัว; Ⓒ *(joc. coll.: steal)* ขโมย

liberation /lɪbəˈreɪʃn/ลิเบอะˈเรช'น/ *n.* Ⓐ การปลดปล่อย, การปล่อยให้เป็นอิสระ; **~ theology** *ทฤษฎีซึ่งเน้นการหลุดพ้นจากการกดขี่ของสังคมเพื่อนำไปสู่การหลุดพ้นขั้นสูงสุด;* ➡ **+ Women's Liberation;** Ⓑ *(Chem.)* การปล่อยก๊าซ

liberator /ˈlɪbəreɪtə(r)/ˈลิบเบอะเรเทอะ(ร)/ *n.* ผู้กู้อิสรภาพ, ผู้ปลดปล่อย, ผู้ปลดแอก

Liberia /laɪˈbɪərɪə/ไลˈเบียเรีย/ *pr. n.* ประเทศไลบีเรีย *(ทางฝั่งตะวันออกของทวีปแอฟริกา)*

Liberian /laɪˈbɪərɪən/ไลˈเบียเรียน/ ❶ *adj.* แห่งประเทศไลบีเรีย ❷ *n.* ชาวไลบีเรีย

libertine /ˈlɪbətiːn/ˈลิบเบอะทีน/ *n.* คนเสเพล, คนที่มีความคิดเป็นอิสระ, คนที่ทำตามความต้องการของตัวเอง

liberty /ˈlɪbətɪ/ˈลิบเบอะทิ/ *n.* อิสรภาพ, เสรีภาพ, เสรีธรรม *(ร.บ.);* **the Statue of L~:** รูปปั้นเทพีเสรีภาพ; **you are at ~ to come and go as you please** คุณมีอิสระที่จะไปมาตามใจชอบ; **be at ~:** เป็นอิสระ; **set sb. at ~:** ปล่อย *ค.น.* ให้เป็นอิสระ; **~ of the subject** เสรีภาพของประชาชนภายใต้รัฐธรรมนูญ; **~ of action/movement** เสรีภาพในการกระทำ/การเคลื่อนไหว; **take the ~ to do** *or* **doing sth.** มีอิสระที่จะทำ *ส.น.;* **take liberties with sb.** ถือวิสาสะกับ *ค.น.;* **take liberties with sth.** จัดการ *ส.น.* อย่างง่าย ๆ, ไม่ยึดกฎระเบียบอย่างเคร่งครัด; **if you'll pardon the ~:** ถ้าคุณจะให้อภัยการถือวิสาสะ; ➡ **+ conscience**

liberty: L~ Bell *n. (Amer.)* *ระฆังในเมืองฟิลาเดลเฟียที่ลั่นเพื่อประกาศอิสรภาพ;* **~ boat** *n. (Brit. Naut.)* เรือบรรทุกกะลาสีขึ้นฝั่งเพื่อพักผ่อนชั่วคราว; **~ horse** *n.* ม้าที่แสดงในละครสัตว์ โดยไม่มีคนขี่ควบคุม

libidinal /lɪˈbɪdɪnl/ลิˈบิดดิน'ล/ *adj. (Psych.)* เกี่ยวกับตัณหา

libidinous /lɪˈbɪdɪnəs/ลิˈบิดดิเนิซ/ *adj.* เต็มไปด้วยตัณหาราคะ

libido /lɪˈbiːdəʊ, ˈlɪbɪdəʊ/ลิˈบีโด, ˈลิบบิโด/ *n. (Psych.)* ตัณหาราคะ

Libra /ˈliːbrə/ˈลีเบรอะ/ *n. (Astrol., Astron.)* ราศีตุล, กลุ่มดาวในราศีตุล; ➡ **+ Aries**

Libran /ˈliːbrən/ˈลีเบริน/ *n. (Astrol.)* ชาวราศีตุล

librarian /laɪˈbreərɪən/ไลˈแบรเรียน/ *n.* ➤ **489** บรรณารักษ์

librarianship /laɪˈbreərɪənʃɪp/ไลˈแบรเรียนชิพ/ *n.* Ⓐ *(subject)* บรรณารักษ์ศาสตร์; Ⓑ *(work)* งานด้านบรรณารักษ์

library /ˈlaɪbrərɪ, US -brerɪ/ˈลายเบรอะริ, -เบรฺริ/ *n.* Ⓐ ห้องสมุด; **reference ~:** ห้องหนังสืออ้างอิง; **public ~:** ห้องสมุดสาธารณะ; Ⓑ *(collection of films, records, etc.)* ห้องรวบรวม, หอ; ➡ **+ lending 2; rental library**

library: ~ book *n.* หนังสือของห้องสมุด; **~ edition** *n.* หนังสือที่เข้าเล่มอย่างคงทนแข็งแรง; **~ school** *n.* วิทยาลัยหรือสาขาวิชาหนึ่งในมหาวิทยาลัยที่สอนวิชาบรรณารักษ์ศาสตร์; **~ science** *n.* วิชาบรรณารักษ์ศาสตร์; **~ ticket** *n.* บัตรห้องสมุด

librettist /lɪˈbretɪst/ลิˈเบร็ททิซทฺ/ *n.* ผู้เขียนบทเพลง *หรือ* ละครอุปรากร

libretto /lɪˈbretəʊ/ลิˈเบร็ทโท/ *n., pl.* **libretti** /lɪˈbretiː/ลิˈเบร็ททิ/ *or* **~s** บทของเพลง *หรือ* ละครอุปรากร

Libya /ˈlɪbɪə/ˈลิบเบีย/ *pr. n.* ประเทศลิเบีย *(ทางฝั่งทะเลด้านเหนือของทวีปแอฟริกา)*

Libyan /ˈlɪbɪən/ˈลิบเบียน/ ❶ *adj.* แห่งประเทศลิเบีย; **sb. is ~:** *ค.น.* เป็นชาวลิเบีย ❷ *n.* ชาวลิเบีย

lice *pl. of* **louse 1 A**

licence /ˈlaɪsəns/ˈลายเซินซฺ/ ❶ *n.* Ⓐ *(official permit)* การอนุญาตจากทางราชการ, ทะเบียน, ใบอนุญาต; **hunting ~:** ใบอนุญาตให้ล่าสัตว์; **gun ~:** ใบอนุญาตให้พกปืน; **~ to marry** ➡ **marriage licence;** Ⓑ *([excessive] liberty of action)* เสรีภาพที่เกินขอบเขต, การกระทำที่ไม่เคารพกฎหมาย; Ⓒ *(licentiousness)* การประพฤติผิดศีลธรรม โดยเฉพาะในทางชู้สาว; Ⓓ *(artist's irregularity)* เสรีภาพของศิลปิน; **poetic ~:** เสรีภาพของกวี ❷ *v.t.* ➡ **license 1**

licence agreement *n.* สัญญาลิขสิทธิ์

'licence dodger *n. (car owner)* เจ้าของรถยนต์ที่ไม่มีทะเบียนรถยนต์; *(TV)* ผู้ดูโทรทัศน์โดยไม่มีใบอนุญาต

licence number *n.* หมายเลขใบอนุญาต

licence plate, license tag *n.* ป้ายทะเบียนรถยนต์

license /ˈlaɪsəns/ˈลายเซินซฺ/ ❶ *v.t.* อนุญาตให้ทำการ *(อย่างใดอย่างหนึ่ง);* **~ a building for use as a theatre** อนุญาตให้ใช้อาคารเป็นโรงละคร; **~d to sell alcoholic beverages** *(formal)* ได้รับอนุญาตให้ขายสุรา; **~d to sell tobacco** ได้รับอนุญาตให้ขายบุหรี่; **the restaurant is ~d to sell drinks** ภัตตาคารได้รับอนุญาตให้ขายสุราได้; **~d** *(ผู้ผลิต, เจ้าของภัตตาคาร)* มีใบอนุญาต; **~d house** ร้านอาหาร/โรงแรมที่ได้รับใบอนุญาตให้เปิดบริการ; **licensing hours** *(in public house)* ช่วงเวลาที่อนุญาตให้ขายสุราได้; **licensing laws** กฎหมายควบคุมการขายสุรา; **~d premises** สถานที่ที่ได้รับอนุญาตให้ขายสุรา; **get a car ~d, ~ a car** จ่ายค่าทะเบียนรถประจำปี; **~ a book/play** *etc.* **[for publication]** ซื้อลิขสิทธิ์ในการพิมพ์หนังสือ/บทละคร ฯลฯ; ➡ **+ victualler**
❷ *n. (Amer.)* ➡ **licence 1**

licensee /laɪsənˈsiː/ไลเซ็นˈซี/ *n.* ผู้ได้รับอนุญาต

'license plate *n. (Amer.)* ป้ายทะเบียนรถยนต์

licentiate /laɪˈsenʃɪət/ไลˈเซ็นชิเอิท/ *n.* Ⓐ *(person)* ผู้ได้รับปริญญาให้ประกอบอาชีพอย่างใดอย่างหนึ่ง; Ⓑ *(certificate)* ปริญญา, ประกาศนียบัตร, ใบรับรอง

licentious /laɪˈsenʃəs/ไลˈเซ็นเชิซ/ *adj.* ปราศจากศีลธรรม โดยเฉพาะในทางชู้สาว; *(พฤติกรรม)* ผิดในทางชู้สาว; *(หนังสือ, ภาพยนตร์)* ลามก

lichen /ˈlaɪkən/ˈไลเคิน/ *n.* เห็ดรา, ตะไคร่

lichgate /ˈlɪtʃgeɪt/ˈลิฉฉุเกท/ *n.* ซุ้มทางเข้าสุสานสำหรับพักศพรอพิธีฝัง

licit /ˈlɪsɪt/ˈลิซซิท/ *adj.* ถูกต้องตามกฎหมาย

lick /lɪk/ลิค/ ❶ *v.t.* Ⓐ เลีย; **~ a stamp** ใช้ลิ้นเลียปิดแสตมป์; **~ one's chops** *(coll.)* *or* **lips** *(lit. or fig.)* มุ่งหวัง, รอคอยอย่างใจจดใจจ่อ, อยากได้จนน้ำลายไหล; **~ sth./sb. into shape** *(fig.)* ปรับปรุง *ส.น./ค.น.* ให้อยู่ในสภาพที่ดี *หรือ* ฝึกฝนบุคคลให้มีประสิทธิภาพ; **~ sb.'s boots** *(fig.)* เลียแข้งเลียขา *ค.น.*, ประจบสอพลอ; **~ sb.'s arse** *(fig. coarse)* เลียตูดเลียก้น *(ภ.ย.)*, ประจบประแจง *ค.น.;* **~ one's wounds** *(lit. or fig.)* เลียบาดแผล; Ⓑ *(play gently over)* *(ไฟ)* ลาม; *(คลื่น)* ซัดเบา ๆ; Ⓒ *(coll.: beat)* ตบตี, เฆี่ยน; *(fig.)* แก้ไข, ขบ *(ปัญหา); (in contest)* เอาชนะ; **this crossword/problem has [got] me ~ed** ปริศนาอักษรไขว้/ปัญหาข้อนี้เอาชนะฉัน ❷ *n.* Ⓐ *(act)* การเลีย; **have a ~ at sth.** ลองเลีย *ส.น.;* **give a door a ~ of paint** ทาสีประตูอย่างคร่าว ๆ; **give the shoes a ~ of polish** ขัดรองเท้าอย่างเร็ว; **give sth./oneself a ~ and a promise** *(fig. coll.)* ทำ *ส.น.* อย่างรีบเร่ง *(อย่างขอไปที)*/อาบน้ำอย่างลวก ๆ; Ⓑ *(coll.: fast pace)* **at a great** *or* **at full ~:** อย่างเร็วจี๋; **at quite a ~:** อย่างเร็วพอใช้; Ⓒ ➡ **salt lick**

l

~ **'off** *v.t.* เลียออก; **~ the cream off the cake** เลียครีมจากขนมเค้ก

~ **'up** *v.t.* เลียจนเกลี้ยง

lickety-split /lɪkətɪ'splɪt/ลิเคอะทิ'ซปลิท/ *adv. (coll.) (ไป)* อย่างเต็มฝีเท้า, *(วิ่ง)* อย่างหน้าตั้ง

licking /'lɪkɪŋ/'ลิคคิง/ *n. (coll.: beating)* การเฆี่ยน; **give sb. a good ~:** เฆี่ยน *ค.น.* สาหัส; **take a ~:** พ่ายแพ้, ถูกปราบ

'lickspittle /'lɪkspɪtl/'ลิคซปลิท'ล/ *n.* คนประจบสอพลอ

licorice ➡ **liquorice**

lid /lɪd/ลิด/ *n.* Ⓐ ฝาปิด; **with the ~ off** *(fig.)* โดยเปิดเผยข้อบกพร่อง *หรือ* เรื่องอื้อฉาว; **take the ~ off sth.** *(fig.)* เปิดโปง *ส.น. (เรื่องอื้อฉาว);* **keep the ~ on sth.** *(fig.) (keep under control)* ควบคุม *ส.น.* อย่างเคร่งครัด; *(keep secret)* เก็บ *ส.น.* ไว้เป็นความลับ; **put the [tin] ~ on sth.** *(Brit. coll.) (be the final blow)* เป็นฟางเส้นสุดท้ายสำหรับ *ส.น.; (put an end to)* ยุติ, ระงับ *ส.น.*; **that [really] puts the tin ~ on it** นั่นเป็นการทำให้มันล้มเหลวไปเลย; ➡ + **'flip** 3; Ⓑ *(eyelid)* เปลือกตา

lido /'li:dəʊ/'ลีโด/ *n., pl.* **~s** สระว่ายน้ำกลางแจ้ง, บริเวณชายหาดสาธารณะ

[1]**lie** /laɪ/ลาย/ ❶ *n.* Ⓐ *(false statement)* คำโกหก, คำเท็จ; **tell ~s/a ~:** พูดเท็จ; **no, I tell a ~, ...** *(coll.)* ขออภัย ฉันพูดผิดไป; **white ~:** คำเท็จที่ปรารถนาดี; **tell a white ~:** พูดปดโดยมีเจตนาดี; **give sb. the ~ [in his throat]** หาว่า *ค.น.* พูดเท็จ; **give the ~ to sth.** พิสูจน์ให้เห็นว่า *ส.น.* ไม่เป็นความจริง; Ⓑ *(thing that deceives) (fig.)* การโกหก, สิ่งที่หลอกลวง; **he lived a ~:** เขามีชีวิตอยู่ด้วยการโกหกหลอกลวง ❷ *v.i.,* **lying** /'laɪɪŋ/ลายอิง/ พูดโกหก; **~ to sb.** โกหก *ค.น.*; **~ through one's teeth** *(joc.)* พูดโกหกพกลม, โกหกมดเท็จ ❸ *v.t.,* **lying: ~ one's way out of sth.** พูดโกหกเพื่อเอาตัวรอดจาก *ส.น.*

[2]**lie** ❶ *n.* Ⓐ *(direction, position)* ทิศทาง, ตำแหน่ง; **the ~ of the land** *(Brit. fig.: state of affairs)* สถานการณ์ปัจจุบัน; Ⓑ *(Golf)* จุดตกของลูกกอล์ฟ

❷ *v.i.,* **lying** /'laɪɪŋ/'ลายอิง/, **lay** /leɪ/เล/, **lain** /leɪn/เลน/ Ⓐ *(assume horizontal position)* อยู่ในแนวนอน; **many obstacles ~ in the way of my success** *(fig.)* มีอุปสรรคมากมายกีดขวางหนทางไปสู่ความสำเร็จของฉัน; **~ resting** นอน, นอนพัก; **she lay asleep/resting on the sofa** เธอนอนหลับ/นอนพักผ่อนบนโซฟา; **~ still/dying** นอนนิ่ง/นอนรอความตาย; **~ sick** นอนป่วย; **~ dead/helpless** นอนตาย/นอนในสภาพช่วยเหลือตัวเองไม่ได้; Ⓑ *(be or remain in specified state)* อยู่, คงอยู่ในสถานภาพใดสถานภาพหนึ่ง; **~ in prison** ติดคุก; **~ idle** *(ทุ่งนา, สวน)* ถูกวางทิ้งไว้เฉย ๆ; **the money is lying idle in the bank** เงินถูกเก็บไว้เฉย ๆ ในธนาคาร; **let sth./things ~:** ทิ้ง *ส.น./*สิ่งต่าง ๆ ให้อยู่เฉย ๆ; **how do things ~?** สิ่งต่าง ๆ เป็นอย่างไรบ้าง, สถานการณ์เป็นอย่างไร; ➡ + **close** 1 K; **doggo; 'fallow** 2; **heavy** 1 J; **'low** 2 E; **wait** 3 B; **waste** 4 B; Ⓒ *(be buried) (ศพ)* ถูกฝัง; ➡ + **state** 1 G; Ⓓ *(be situated)* อยู่, ตั้งอยู่; **Combodia ~s to the east of Thailand** ประเทศกัมพูชาอยู่ทางทิศตะวันออกของประเทศไทย; **our road ~s northwards/along the river** ถนนของเราไปทางทิศเหนือ/ไปตามแนวแม่น้ำ; ➡ + **land** 1 B; Ⓔ *(be spread out to view)* **the valley/plain/desert lay before us** หุบเขา/ที่ราบ/ทะเลสาบแผ่ปรากฏอยู่เบื้องหน้าเรา; **a brilliant career lay before him** *(fig.)* ชีวิตทำงานที่รุ่งเรืองคอยเขาอยู่ข้างหน้า; **these suggestions now ~ open to discussion** *(fig.)* ขณะนี้เราสามารถเปิดอภิปรายข้อแนะนำเหล่านี้ได้แล้ว; Ⓕ *(Naut.)* **~ at anchor /in harbour** *(เรือ)* จอดทอดสมออยู่/จอดอยู่ที่ท่าเรือ; Ⓖ *(fig.) (ความสนใจ)* อยู่ที่; **her interest ~s in languages** เธอสนใจในภาษาต่าง ๆ; **I will do everything that ~s in my power to help** ฉันจะทำทุกสิ่งทุกอย่างเท่าที่จะช่วยเหลือได้; **I will ... as far as in me ~s** *(literary)* ฉันจะ...เท่าที่ฉันสามารถทำได้; **it ~s with you** ตกเป็นหน้าที่ของคุณ; Ⓗ *(Law: be admissible or sustainable)* รับฟ้อง, มีมูล; **no objection will ~:** การยื่นคำฟ้องแย้งนี้ไม่มีมูล; Ⓘ **~ with sb.** *(arch.: have sexual intercourse)* นอนกับ *ค.น.*

~ **a'bout**, ~ **a'round** *v.i.* วางกระจาย, นอนเกลื่อนกลาดไปทั่ว

~ **'back** *v.i. (recline against sth.)* นอนพิง *ส.น.; (in sitting position)* นั่งเอนหลับ

~ **'down** *v.i.* นอนลง, พักสักครู่; **take sth. lying down** *(fig.)* ยอมจำนน *ส.น.*; หรือไม่ต่อต้าน *ส.น.* ที่ถูกกระทำ; ➡ + **lie-down**

~ **'in** *v.i.* Ⓐ *(arch.: labour in childbirth)* คลอดบุตร; Ⓑ *(Brit. coll.: stay in bed)* นอนขี้เซา; ➡ + **lie-in**

~ **'over** *v.i. (งาน, การตัดสินใจ)* เลื่อนกำหนดออกไป, รอจัดการในภายหลัง

~ **'to** *v.i. (Naut.) (เรือ)* เกือบหยุดสนิท

~ **'up** *v.i.* Ⓐ *(hide)* หลบตัวอยู่; Ⓑ *(stay in bed)* นอนพักอยู่บนเตียง

'lie-abed *n.* คนที่นอนขี้เซา

lied /li:t/ลีท/ *n., pl.* **~er** /'li:də(r)/'ลีเดอะ(ร)/ *บทเพลงร้องเดี่ยวกับเปียโนของเยอรมนีโดยเฉพาะในยุคโรแมนติก*

lie: ~ detector *n.* เครื่องจับเท็จ; **~-down** *n.* **have a ~-down** พักผ่อนสักครู่

liege /li:dʒ/ลีจ/ *n. (Hist.)* Ⓐ *(lord)* ขุนนาง; **my ~ as form of address** ท่าน; Ⓑ *usu. in pl. (vassal)* ไพร่ของขุนนางใด ๆ

Liège /lɪ'eɪʒ/ลิ'เอฌ/ *pr. n.* เมืองลีเอจ *(ทางตะวันออกของประเทศเบลเยียม)*

'lie-in *n.* Ⓐ *(Brit.: extra time in bed)* **have a ~:** นอนตื่นสายเป็นพิเศษ; Ⓑ *(protest)* การนอนลงบนถนนเพื่อประท้วง

lien /'lɪ:ən/'ลิเอิน/ *n. (Law)* สิทธิในทรัพย์สินของลูกหนี้ จนกว่าจะนำเงินมาชำระ, สิทธิยึดหน่วง *(ร.บ.)*

lieu /lju:, lu:/ลิว, ลู/ *n.* **in ~ of sth.** แทน *ส.น.;* **get money/holidays in ~:** ได้รับเงิน/วันหยุดเป็นการทดแทน

Lieut. *abbr.* **Lieutenant**

lieutenant /lef'tenənt, US lu:'t-/เล็ฟ'เท็นเนินท, ลู'ท-/ *n.* Ⓐ *(Army)* นายร้อยโท; *(Navy)* นายเรือโท; **first ~** *(Amer. Air Force)* เรืออากาศเอก; Ⓑ *(Amer.: policeman)* ร้อยตำรวจโท

lieutenant: ~ 'colonel *n.* นายพันโท; **~ com'mander** *n.* นาวาตรี; **~ 'general** *n.* นายพลโท; **~ 'governor** *n.* ผู้ช่วยผู้ว่าการมลรัฐของอเมริกา, รองผู้ว่าราชการ, รองสมุหเทศาภิบาล

life /'laɪf/'ไลฟ/ *n., pl.* **lives** /laɪvz/ลายวซ/ Ⓐ ชีวิต, ชีพ; **sign of ~:** สัญญาณที่แสดงว่ายังมีชีวิตอยู่, ความมีชีวิต; **essential for ~:** จำเป็นสำหรับสิ่งมีชีวิต; **it is a matter of ~ and death** *(fig.: it is of vital importance)* นี่เป็นเรื่องคอขาดบาดตาย; **come to ~** *(รูปปั้น)* มีชีวิตขึ้นมา; *(ธรรมชาติ)* ฟื้นฟูขึ้นมา; *(after unconsciousness)* ฟื้นขึ้นมา *หรือ* คืนสติ; **then the match came to ~:** และหลังจากนั้นการแข่งขันก็เริ่มมีรสชาติสนุกสนาน; **run** *etc.* **for one's ~:** วิ่งหนี *ฯลฯ* เพื่อเอาชีวิตรอด; **I cannot for the ~ of me** พยายามแทบตายฉันก็ยัง...ไม่ได้; **lay down one's ~:** เสียสละชีวิตของตน; **lose one's ~:** เสียชีวิต; **they lost their lives** พวกเขาเสียชีวิต; **many lives were lost** มีผู้เสียชีวิตมากมาย; **risk [losing] one's ~:** เสี่ยงชีวิต; **without loss of ~:** ปราศจากการสูญเสียเลือดเนื้อ; **~ begins at forty** ชีวิตที่แท้จริงเริ่มต้นเมื่ออายุสี่สิบ; **~ is not worth living** ชีวิตไม่น่าอภิรมย์ *หรือ* ชีวิตไม่มีความหมาย; **not on your ~** *(coll.)* ไม่มีทางยอม, ชาติหน้าก็ยังไม่ได้; **save one's/sb.'s ~:** ช่วยชีวิตของตน/ของ *ค.น.; sth.* **is as much as sb.'s ~ is worth** *ส.น.* มีค่าเท่ากับชีวิตของ *ค.น.;* **take [sb.'s] ~:** ฆ่า *[ค.น.]*, เอาชีวิต *ค.น.;* **take one's [own] ~:** ฆ่าตัวตาย; **take one's ~ in one's hands** เสี่ยงตาย, เสี่ยงชีวิต; **upon my ~:** ให้ตายสิ; **get a ~** *(coll.)* ทำให้ชีวิตของตนมีค่าบ้าง; ➡ + **book** 1 A, **lease** 1; **limb** A; **price** 1 A; **sell** 1 A; **staff** 1 G; Ⓑ *(energy, animation)* ความมีชีวิตชีวา, ความกระปรี้กระเปร่า; **be the ~ and soul of the party** เป็นผู้ทำให้งานเลี้ยงครึกครื้นเฮฮา; **full of ~:** เต็มไปด้วยชีวิตชีวา; **there is still ~ in sth.** *ส.น.* ยังมีประโยชน์อยู่; **put some ~ into it!** *(coll.)* ทำให้มันมีชีวิตชีวาหน่อยซิ, ทำงานให้กระปรี้กระเปร่าหน่อย; Ⓒ *(living things and their activity)* สิ่งมีชีวิต; **is there ~ on Mars?** มีสิ่งมีชีวิตใด ๆ บนดาวอังคารหรือไม่; **support ~:** ดำรงชีพ; **bird/insect ~:** สิ่งมีชีวิตจำพวกนก/แมลง; Ⓓ *(living form or model)* **draw sb. from ~:** วาดภาพ *ค.น.* จากตัวจริง; **as large as ~** *(life-size)* ขนาดใหญ่เท่าตัวจริง; *(in person)* มาด้วยตนเอง; **larger than ~:** เกินจริง, *(บุคคล)* ที่มีบุคลิกโผงผาง; **larger-than-~faces** หน้าที่ใหญ่กว่าหน้าจริง; **true to ~:** เหมือนจริง; **to the ~:** เหมือนของจริง; Ⓔ *(period from birth to death, from specified time to death)* ช่วงชีวิต; **marry early in ~:** แต่งงานเร็ว; **late in ~:** ตอนอายุมาก *หรือ* ช่วงชีวิตตอนปลาย; **sb.'s ~ and times** ช่วงชีวิตและการกระทำของ *ค.น.;* **for ~:** ตลอดชีวิต; **he's doing ~** *(coll.)* เขาต้องโทษจำคุกตลอดชีวิต; **get ~** *(coll.)* ถูกตัดสินจำคุกตลอดชีวิต; **expectation of ~:** ความคาดหวังในชีวิต; **get the fright/shock of one's ~** *(coll.)* ตกใจ/ตื่นเต้นแทบตาย; **have the time of one's ~:** มีช่วงแห่งชีวิตที่สนุกสนานเต็มที่; Ⓕ *(chance, fresh start)* **a cat has nine lives** แมวเก้าชีวิต; **a player has three lives** *(Sport)* นักกีฬามีโอกาสเริ่มต้นใหม่สามครั้ง; Ⓖ *(form of existence)* วิถีชีวิต; **he will do anything for a quiet ~:** เขาจะถือว่าการมีชีวิตอย่างสันโดษเรียบง่ายเป็นสิ่งสำคัญที่สุด; **nothing in ~:** ไม่มีอะไรในโลกนี้; **make ~ easy for oneself/sb.** ทำให้ชีวิตตนเอง/*ค.น.* ง่ายขึ้น; **make ~ difficult for oneself/sb.** ทำให้ชีวิตตนเอง/*ค.น.* ยุ่งยากวุ่นวาย; **this is the ~!** *expr. content* นี่คือความสุขแห่งชีวิตล่ะ; **what a ~!** *expr. discontent* นี่หรือชีวิต; **that's ~, ~'s like that** ชีวิตมักเป็นเช่นนี้; Ⓗ *(specific aspect)* ชีวิตแบบ *(สันโดษ นักวิชาการ นักศึกษา ฯลฯ);* **military/national ~:** ชีวิตทหาร/ชีวิตข้าราชการ; **the bustle of street ~:** เสียงอึกทึกครึกโครมของชีวิตบนท้องถนน; **in this ~** *(on earth)* ในชาตินี้;

the other *or* **the future** *or* **the next ~** *(in heaven)* ชีวิตในโลกหน้า, ชาติหน้า; **eternal** *or* **everlasting ~:** ชีวิตซึ่งเป็นอมตะ; ➡ + **depart** 1 D, 2; **simple** A; Ⓘ *(biography)* ชีวประวัติ; Ⓙ *(active part of existence)* ชีวิตประจำวัน; **daily ~:** กิจธุระประจำวัน; **see ~:** เห็นชีวิต, เห็นโลก; ➡ + **high life**; Ⓚ *(of battery, lightbulb, etc.)* อายุการใช้งาน

life: ~-and-death *adj.* *(การต่อสู้)* ถึงตาย; *(fig.)* คอขาดบาดตาย; **~ an'nuity** *n.* เบี้ยหวัด, เบี้ยบำนาญตลอดชีพ; **~ assurance** *n.* *(Brit.)* การประกันชีวิต; **~belt** *n.* สายชูชีพ; **~blood** *n.* เลือด, ปัจจัยที่สำคัญต่อชีวิต; *(fig.)* สิ่งที่จำเป็นอย่างยิ่ง; **~boat** *n.* เรือรักษาฝั่งที่คอยช่วยชีวิตคนที่เรือแตก, เรือฉุกเฉิน; **~buoy** *n.* *(ring-shaped)* ห่วงชูชีพ; **~ cycle** *n.* วัฏจักรชีวิต; **~ expectancy** *n.* ช่วงชีวิตเฉลี่ย; **~ force** *n.* แรงบันดาลใจ; **~-giving** *adj.* ซึ่งให้กำลังใจแก่ชีวิต; **~guard** *n.* ➤ 489 Ⓐ *(soldiers)* ทหารรักษาพระองค์; Ⓑ *(expert swimmer)* นักว่ายน้ำที่เชี่ยวชาญที่คอยช่วยเหลือผู้ที่กำลังจะจมน้ำ; **L~ Guards** *n. pl.* *(Brit.: regiment)* ทหารม้ารักษาพระองค์; **~ 'history** *n.* Ⓐ *(of person)* ประวัติบุคคล; Ⓑ *(of organism)* วงจรชีวิต; **~ insurance** *n.* การประกันชีวิต; **~ jacket** *n.* เสื้อชูชีพ

lifeless /ˈlaɪflɪs/ไลฟลิซ/ *adj.* Ⓐ *(ดาวเคราะห์)* ปราศจากชีวิต; *(ทิวทัศน์)* ดูเงียบสนิท; Ⓑ *(lacking animation)* ไม่มีชีวิตชีวา; *(เมือง)* ร้าง

life: ~like *adj.* ที่เหมือนจริง; **~line** *n.* Ⓐ *(rope)* เชือกที่ใช้ในการช่วยชีวิต; *(of diver)* เชือกบอกสัญญาณของนักประดาน้ำ; Ⓑ *(fig.)* สิ่งที่ช่วยให้มีชีวิตอยู่รอด; *(support)* ความช่วยเหลือในยามคับขัน; Ⓒ *(Palmistry)* เส้นชีวิตบนฝ่ามือ; **~long** *adj.* ชั่วชีวิต, ตลอดชีวิต; **sb.'s ~long friend** *(future)* เพื่อน ค.น. ชั่วชีวิต; *(past)* เพื่อนตั้งแต่วัยเด็ก; **~ 'member** *n.* สมาชิกตลอดชีพ; **~ 'membership** *n.* การเป็นสมาชิกตลอดชีพ; **~ 'peer** *n.* บุคคลที่ได้รับตำแหน่งขุนนางเพียงชั่วชีวิต; **'peerage** *n.* ตำแหน่งขุนนางที่มอบให้ภายในชั่วชีวิตคนๆ เดียว; **~ preserver** *n.* Ⓐ *(~ jacket)* เสื้อชูชีพ; *(~buoy)* ห่วงชูชีพ; Ⓑ *(stick)* ตะบองหัวหนัก

lifer /ˈlaɪfə(r)/ไลเฟอะ(ร)/ *n.* *(coll.)* นักโทษที่ถูกตัดสินจำคุกตลอดชีวิต

life: ~ raft *n.* แพฉุกเฉิน, แพชูชีพ; **~saver** *n.* Ⓐ *(Austral., NZ: ~guard)* นักว่ายน้ำที่เชี่ยวชาญคอยช่วยเหลือผู้ที่กำลังจะจมน้ำ; Ⓑ *(thing that saves)* สิ่งที่ช่วยชีวิต; **it's been a ~saver** มันเป็นสิ่งที่ช่วยรักษาชีวิตไว้; **~-saving** *n.* การช่วยชีวิต; *attrib.* *(ยา วิธีการ)* ที่ช่วยชีวิต; **~ sciences** *n. pl.* ชีววิทยาและสาขาที่เกี่ยวข้อง; **~ sentence** *n.* คำพิพากษาจำคุกตลอดชีวิต; **get a ~ sentence** ได้รับโทษให้จำคุกตลอดชีวิต; **~-size, ~-sized** *adj.* มีขนาดเท่าของจริง; **~-span** *n.* *(Biol.)* ช่วงอายุ, อายุขัย; **~ story** *n.* ชีวประวัติ; **~style** *n.* ❶ Ⓐ *n.* วิถีชีวิต; Ⓑ *(Commerc.)* การค้าขายเกี่ยวกับการพัฒนาชีวิตส่วนตัว ❷ *adj.* *(Commerc.)* *(นิตยสาร)* เกี่ยวกับการพัฒนาชีวิตการเป็นอยู่; **~ support** *n.* **~ support system** อุปกรณ์ที่ช่วยให้คนไข้ที่ป่วยมากดำเนินชีวิตได้; **~time** *n.* ช่วงชีวิต; *(Phys.)* อายุการใช้งานของสิ่งของเครื่องใช้; *attrib.* ทั้งชีวิต, ชั่วชีวิต; **once in a ~time** ครั้งเดียวในชีวิต; **during my ~time** ในช่วงชีวิตของฉัน; **the chance of a ~time** โอกาสทองของชีวิต; **~ vest** *n.* เสื้อชูชีพ; **~ work** *n.* งานแห่งชีวิต, งานซึ่งใช้เวลาทำชั่วชีวิต

lift /lɪft/ลิฟทฺ/ ❶ *v.t.* Ⓐ *(slightly)* ยกขึ้น, ชูขึ้น; *(fig.)* ทำให้ (จิตวิญญาณ) เบิกบาน; ปลุกเร้า *(อารมณ์)*; **have one's face ~ed** ทำศัลยกรรมดึงหน้า; **~ sb.'s spirits** ทำให้จิตใจ ค.น. สดชื่นขึ้น; **not ~ a hand to do sth.** ไม่ยอมกระดิกนิ้วทำ ส.น. เลย; **~ a hand against sb.** ยกมือทำร้าย ค.น.; ➡ + **finger** 1 A; Ⓑ *(coll.: steal)* ขโมย; Ⓒ *(coll.: plagiarize)* คัดลอกบทความของผู้อื่น; Ⓓ *(dig up)* ขุด *(มันฝรั่ง, แครอท)* ขึ้นมา; Ⓔ *(end)* ยกเลิก *(คำสั่งห้าม, การปิดล้อม)* ❷ *v.i.* Ⓐ *(disperse)* *(หมอก)* กระจาย; *(fig.)* *(อารมณ์ร้าย)* หายไป; Ⓑ *(rise)* *(เสียงพูด)* สูงขึ้น; *(จิตใจ)* เบิกบาน

❸ *n.* Ⓐ *(free ride in vehicle)* ติดรถไปโดยไม่เสียเงิน; **get a ~ [with** *or* **from sb.]** นั่งติดรถ [ไปกับ ค.น.]; **give sb. a ~:** ให้ ค.น. โดยสารรถไปด้วย; **would you like a ~?** คุณอยากจะติดรถไปกับฉันไหม; Ⓑ *(Brit.: machine for vertical movement)* ลิฟต์ *(ท.ศ.)*; Ⓒ *(~ing)* การยก; *(of eyebrow)* การยักคิ้ว; *(of prices)* การขึ้นราคา; Ⓓ *(Mil.)* การขนส่งทางอากาศ; Ⓔ *(emotional boost)* การทำให้กระปรี้กระเปร่า/ร่าเริง; **give sb. a ~:** ทำให้ ค.น. กระกรี้กระเปร่าขึ้น; **get a ~ from sth.** รู้สึกร่าเริงขึ้นจาก ส.น.; Ⓕ *(Mech. Engin.)* เครื่องมือสำหรับยกของ; Ⓖ *(upward pressure of air)* แรงดันลมที่เคลื่อนที่ต้านทานแรงดึงดูดโลก

~ 'down *v.t.* ยกลงมา

~ off *v.t. & i.* พุ่งทะยานขึ้นจากฐานยิง; ➡ + **lift-off**

~ 'up ❶ *v.i.* ลอยขึ้น ❷ *v.t.* *(raise)* ยกขึ้น; *(turn upwards)* เงยขึ้น; **~ up one's hands** ยกมือขึ้น; **~ up your hearts** ทำให้หัวใจเบิกบาน, ทำให้มีพลังใจมากขึ้น; **~ up one's voice** เปล่งเสียงให้ดังขึ้น

lift: ~ attendant, ~ boy, ~ man *ns.* *(Brit.)* เด็ก/ผู้ชายประจำลิฟต์; **~-off** ❶ *adj.* ที่ถอดออกได้; *(from backing)* *(ป้าย, แสตมป์)* ดึงออกได้ ❷ *n.* *(Aeronaut., Astronaut.)* การยิงปล่อยยานอวกาศ/จรวดขึ้น; **soon after ~-off** หลังจากยิงจรวดขึ้นไปในอวกาศได้ไม่นาน; **we have ~-off** เรากำลังยิงจรวดขึ้นไปในอวกาศ

ligament /ˈlɪgəmənt/ลิกเกอะเมินทฺ/ *n.* *(Anat.)* เอ็น, เอ็นที่ยึดกระดูก

ligature /ˈlɪgətʃə(r)/ลิกเกอะเฉอะ(ร)/ ❶ *n.* Ⓐ ผ้าพันแผล; Ⓑ *(in surgery)* ผ้าพันแผล; Ⓒ *(Med.: tying)* การพันแผลอย่างแน่น; *(Printing)* อักษรควบ เช่น ae; *(Mus.)* เครื่องหมายโน้ตเพลงให้ทอดเสียง ❷ *v.t.* *(bind)* พันแผล

¹light /laɪt/ไลท/ ❶ *n.* Ⓐ ความสว่าง, แสงสว่าง; **in a good ~:** ที่มีแสงสว่างเพียงพอ; ➡ + j; **be in sb.'s ~:** ยืนบังแสง ค.น.; **get out of my ~:** อย่ามายืนบังแสงฉัน; **stand in sb.'s ~** *(fig.)* ขัดขวางความก้าวหน้าของ ค.น.; **at first ~:** ยามรุ่งสาง; **while the ~ lasts** ขณะที่พระอาทิตย์ยังไม่ตกดิน *หรือ* ขณะที่ยังไม่มืด; **~ of day** *(lit.)* แสงสว่างตอนกลางวัน; *(fig.)* ความสนใจจากสาธารณชน; **she was the ~ of his life** *(fig.)* เธอเป็นดวงประทีปแห่งชีวิตเขา; Ⓑ *(electric lamp)* ไฟ; *(fitting)* โคมไฟฟ้า; **~s out** *(in school etc.)* ดับไฟ; *(Mil.)* เป่าแตรบอกสัญญาณว่าถึงเวลาดับไฟ; **go out like a ~** *(fig.)* นอนหลับสนิทอย่างรวดเร็ว *หรือ* หมดสติไปในทันที; Ⓒ *(signal to ships)* ประภาคาร; Ⓓ *in sing. or pl.* *(signal to traffic)* ไฟจราจร; **at the third set of ~s** ที่สัญญาณไฟจราจรชุดที่สาม; ➡ + **green light; red light; traffic lights**; Ⓔ *(to ignite)* ไม้ขีด, ไฟแช็ค; **have you got a ~?** คุณมีไม้ขีดไฟ/ไฟแช็คไหม; **put a/set ~ to sth.** จุดไฟเผา *ส.น.*; **strike a ~** *(produce spark or flame)* ทำให้เกิดประกายไฟ, จุดไฟ; *(with match)* ขีด (จุด) ไม้ขีดไฟ; *(Brit. dated coll. int.) expr. surprise* โอโห น่าประหลาดแท้; Ⓕ *(eminent person)* บุคคลที่มีชื่อเสียงโด่งดัง; **be a literary ~:** เป็นบุคคลที่มีชื่อเสียงในวงวรรณกรรม; **lesser ~s** คนที่ไม่มีชื่อเสียงมากนัก; ➡ + **leading light**; Ⓖ *(look in eyes)* นัยน์ตาที่เป็นประกาย; Ⓗ *(fig.: mental illumination)* **throw** *or* **shed ~ [up]on sth.** อธิบาย *หรือ* ทำให้ *ส.น.* กระจ่าง; **the ~ of nature** *or* **reason** ความรู้/ความเข้าใจที่เกิดขึ้นโดยธรรมชาติ; **bring sth. to ~:** นำ *ส.น.* มาเปิดเผยออกสู่สาธารณชน; **come to ~:** *(เรื่อง)* แดงขึ้น, เป็นที่รู้กันทั่ว; ➡ + **¹see** 1 A; Ⓘ *in pl.* *(beliefs, abilities, convictions)* **according to one's ~s** ตามความคิดเห็นของตน; Ⓙ *(aspect)* **in that ~:** ในแง่นั้น; **seen in this ~:** มองจากแง่นี้; **in the ~ of** *(taking into consideration)* จากการพิจารณาในแง่มุมของ; **show sb. in a bad ~:** พูดถึง ค.น. ในทางเสื่อมเสีย; **put sb. in a good/bad ~:** พูดถึง ค.น. ในทางที่ดี/ไม่ดี; Ⓚ *(Crosswords)* คำที่เติมในช่อง; Ⓛ *(Theol.)* แสงแห่งพระเจ้า, ประภัสสรแห่งความรู้แจ้ง, แรงบันดาลในทางจิตวิญญาณ; Ⓜ *(window)* หน้าต่าง; *(skylight)* ช่องกระจกในหลังคาบ้านหรือดาดฟ้าเรือ; *(division in mullion)* กระจกแผ่นเล็กที่ประกอบเป็นหน้าต่าง

❷ *adj.* *(สี)* อ่อน; **~-blue/-brown** *etc.* สีฟ้า/น้ำตาลอ่อน ฯลฯ; ➡ + **¹blue** 2 E

❸ *v.t.*, **lit** /lɪt/ลิท/ *or* **~ed** Ⓐ *(ignite)* จุดไฟ; Ⓑ *(illuminate)* ให้แสงสว่าง; **~ sb.'s/one's way** ส่องทางแก่ ค.น./ตนเอง

❹ *v.i.*, **lit** *or* **~ed** *(ไฟ, บุหรี่)* ไหม้อยู่

~ 'up ❶ *v.i.* Ⓐ *(become lit)* ไฟเปิดขึ้นมา; Ⓑ *(become bright)* สว่างขึ้น; *(become flushed)* ผ่องใส, เปล่งปลั่ง; **his face lit up in a smile** หน้าของเขายิ้มแย้มแจ่มใสขึ้น; Ⓒ *(begin to smoke)* จุดบุหรี่ ❷ *v.t.* Ⓐ *(illuminate)* ให้แสงสว่าง, ส่องแสง; **~ up with floodlights** ฉายไฟดวงใหญ่ให้สว่างจ้า; Ⓑ *(make bright)* ทำให้สว่าง; Ⓒ *(ignite)* จุด *(ไฟ, บุหรี่ ฯลฯ)*; Ⓓ **lit up** *(coll.: drunk)* เมา

²light ❶ *adj.* Ⓐ เบา, เล็กน้อย; **[for] ~ relief** [เพื่อ] ความบรรเทาใจเล็ก ๆ น้อย ๆ; **be a ~ sleeper** เป็นคนนอนหลับไม่สนิท; Ⓑ *(small in amount)* เบาบาง, น้อย; **traffic is ~ on these roads** ถนนเหล่านี้มีการจราจรที่เบาบาง; Ⓒ *(Printing)* อักษรตัวบาง; Ⓓ *(not important)* ไม่สำคัญ; **sth. is no ~ matter** ส.น. ไม่ใช่เรื่องเล็ก ๆ; **make ~ of sth.** ทำเป็นว่า ส.น. ไม่ใช่เรื่องสำคัญ; Ⓔ *(jesting, frivolous)* *(เรื่อง)* ชวนหัว, อ่านเล่น; Ⓕ *(nimble)* ว่องไวคล่องแคล่ว; **be ~ of foot** ฝีเท้าว่องไวปราดเปรียว; **have ~ fingers** *(steal)* มือไว, ขโมยของเก่ง, ล้วงกระเป๋าคล่อง; Ⓖ *(easily borne)* *(การป่วย, การต่อสู้)* ไม่หนัก; *(งาน)* ง่าย ๆ; *(Law)* *(โทษ)* สถานเบา; Ⓗ **with a ~ heart** *(carefree)* ด้วยจิตใจที่เบิกบาน; Ⓘ **feel ~ in the head** *(giddy)* รู้สึกหัวหมุน ❷ *adv.* **travel ~:** เดินทางอย่างมีสัมภาระน้อย

³light *v.i.*, **lit** /lɪt/ลิท/ *or* **~ed** Ⓐ *(come by chance)* **~ [up]on sth.** บังเอิญไปพบ *ส.น.*; Ⓑ *(coll.: attack)* **~ into sb./sth.** โจมตี *ค.น./ส.น.*; Ⓒ *(coll.: depart)* จากไป

light: ~ 'aircraft *n.* เครื่องบินเล็ก; **~bulb** *n.* หลอดไฟฟ้า; **~-coloured** *adj.* สีอ่อน ๆ

lighted /ˈlaɪtɪd/ไลทิด/ *adj.* *(ไฟ, บุหรี่, ไม้ขีด)* ที่ไหม้อยู่

l

light-emitting 'diode /'daɪəʊd/'ดายโอด/ *n.* ไดโอดที่เปล่งแสง

¹lighten /'laɪtn/'ไลท'น/ ❶ *v.t.* Ⓐ *(make less heavy)* ทำให้เบาลง; Ⓑ *(make less oppressive) (บรรยากาศ)* ทำให้ร่าเริงขึ้น; ทำให้สบายใจขึ้น; **~ sb.'s burden** ช่วยลดภาระของ *ค.น.*; **~sb.'s duties** ทำให้หน้าที่การทำงานของ ค.น. เบาลง ❷ *v.i. (become less heavy)* เบาลง; *(fig.) (อารมณ์)* ร่าเริงขึ้น, เบิกบาน

²lighten ❶ *v.t.* Ⓐ *(make brighter)* ทำให้สว่างขึ้น; Ⓑ *(arch.: illuminate)* เปล่งแสง ❷ *v.i.* Ⓐ *(become brighter) (ตา, อากาศ)* สว่างขึ้น; **the eastern sky ~ed** ท้องฟ้าทางทิศตะวันออกสว่างขึ้น; Ⓑ *(emit lightning)* มีฟ้าแลบ

¹lighter /'laɪtə(r)/'ไลเทอะ(ร)/ *n. (device)* ไฟแช็ค, ไม้ขีดไฟ; *(in car)* ที่จุดบุหรี่ในรถยนต์

²lighter *n. (boat)* เรือลำเลียงสินค้า

lighterman /'laɪtəmən/'ไลเทอะเมิน/ *n., pl.* **lightermen** พนักงานลำเลียงสินค้า

light: ~er-than-'air *adj.* **~er-than-air aircraft/dirigible** อากาศยาน/เรือบินที่เบากว่าอากาศ; **~-face** ➡ ²light 1 D; **~-fingered** /'laɪtfɪŋgəd/'ไลทฟิงเกิด/ *adj.* ชอบขโมยของ, ชอบล้วงกระเป๋า; **~ fitting** *n.* โคมไฟ; **~-footed** /'laɪtfʊtɪd/'ไลทฟุทิด/ *adj.* คล่องแคล่วว่องไว, ฝีเท้าเบา; **~-'headed** *adj.* Ⓐ *(slightly giddy)* วิงเวียนเล็กน้อย; Ⓑ *(frivolous)* สะเพร่า, บุ่มบ่าม; **~-hearted** *adj.* Ⓐ *(gay, humorous)* ร่าเริง, สนุกสนาน, เบิกบาน; Ⓑ *(optimistic, casual)* มองโลกในแง่ดี, สบายใจไร้กังวล; **~ heartedly** /laɪt'hɑ:tɪdlɪ/ไลท'ฮาทิดลิ/ *adv.* อย่างร่าเริง, อย่างสบายใจ; **~ 'heavyweight** *n. (Boxing)* นักมวยรุ่นไลต์เฮฟวีเวท *(ท.ศ.) (น้ำหนักตัวไม่เกิน 175 ปอนด์)*; **~ 'horse** *n., constr. as pl. (Mil.)* ทหารม้าที่มียุทธสัมภาระเบา; **~ 'horseman** *n. (Mil.)* ทหารม้าที่มียุทธสัมภาระเบา; **~house** *n.* ประภาคาร; **~house-keeper** *n.* ➤ 489 คนเฝ้าประภาคาร; **~ 'industry** *n.* อุตสาหกรรมเบา; **~ 'infantry** *n. (Mil.)* ทหารราบเบา

lighting /'laɪtɪŋ/'ไลทิง/ *n.* Ⓐ *(supply of light)* การให้แสงสว่าง; Ⓑ *(setting alight)* การจุดไฟ, การเปิดไฟ

lighting-'up time *n.* เวลาที่กำหนดให้เปิดไฟ; **at ~:** เวลาเปิดไฟ

lightish /'laɪtɪʃ/'ไลทิช/ *adj.* Ⓐ *(in colour)* ค่อนข้างซีด/จาง/อ่อน; **~-blue/-skinned** สีฟ้าค่อนข้างอ่อน/มีผิวค่อนข้างขาว; Ⓑ *(in weight)* ค่อนข้างเบา

lightly /'laɪtlɪ/'ไลทลิ/ *adv.* Ⓐ *(not heavily)* อย่างเบา ๆ; **sleep ~:** นอนหลับไม่สนิท; **fall ~:** ตกลงไปเบา ๆ; **touch ~ on a topic** พูดถึงเรื่องราวอย่างผิวเผิน; Ⓑ *(in a small degree)* น้อย ๆ, เบา ๆ; Ⓒ *(without serious consideration)* อย่างไม่จริงจัง, อย่างผิวเผิน; Ⓓ *(cheerfully, deprecatingly)* ตามสบาย; **not treat sth. ~:** ไม่ทำ *ส.น.* อย่างเล่น ๆ; **take sth. ~:** ถือว่า *ส.น.* เป็นเรื่องสบาย ๆ; Ⓔ *(nimbly)* อย่างว่องไว; Ⓕ **get off ~** *(not receive heavy penalty)* พ้นผิดไปโดยได้รับโทษเพียงเล็กน้อย; **let sb. off ~** *(not inflict heavy penalty)* ไม่ทำโทษ *ค.น.* อย่างหนัก หรือ ทำโทษ/ต่อว่าเล็กน้อยเท่านั้น

light: ~ meter *n.* เครื่องวัดแสง; *(exposure meter)* เครื่องวัดแสงกล้องถ่ายรูป; **~-minded** *adj.* สะเพร่า, ไม่ได้คิด

¹lightness /'laɪtnɪs/'ไลทนิซ/ *n., no pl.* Ⓐ *(having little weight, lit. or fig.)* ความเบา; **the pianist's ~ of touch** สัมผัสอันแผ่วเบาของนักเปียโน; Ⓑ *(of penalty, weather)* เบา, ไม่รุนแรง; *(of infection)* ติดเชื้อเล็กน้อย; Ⓒ *(absence of anxiety)* **~ of heart/spirit** จิตใจสบาย; Ⓓ *(lack of concern)* การไม่มีกังวล, การไม่ใส่ใจ; Ⓔ *(agility of movement)* ความกระฉับกระเฉง, ความว่องไว

²lightness *n. (brightness, paleness of colour)* ความอ่อน, ความซีด

lightning /'laɪtnɪŋ/'ไลท'นิง/ ❶ *n., no pl., no indef. art.* ฟ้าแลบ; **flash of ~:** ฟ้าแลบ; **like ~** *(coll.)* ราวกับสายฟ้า *(ฉับพลัน)*; **[as] quick as ~** *(coll.)* เร็วราวกับสายฟ้า; **like greased ~** *(coll.)* เร็วปานสายฟ้าแลบ; **~ never strikes twice [in the same place]** *(prov.)* สิ่งร้าย ๆ ไม่เกิดซ้ำสอง; ➡ + **ball lightning; sheet lightning; summer lightning** ❷ *adj.* ราวกับสายฟ้า; **with ~ speed** เร็วราวกับสายฟ้า; **events moved with ~ speed** เหตุการณ์ต่าง ๆ เปลี่ยนแปลงเร็วราวกับสายฟ้าแลบ

lightning: ~ bug *n. (Amer.)* หิ่งห้อย; **~ conductor** *n. (lit. or fig.)* สายล่อฟ้า; **~ rod** *n. (Amer.)* สายล่อฟ้า; **¹~ strike** *n. (~ hitting object)* ฟ้าผ่า; **²~ 'strike** *n. (Industry)* การหยุดงานพร้อมกันโดยฉับพลัน

light: ~ 'opera ➡ ¹opera C; **~ pen** *n.* เครื่องมือไฟฟ้าที่มีลักษณะคล้ายด้ามปากกาใช้อ่านรหัสกำกับสินค้า หรือใช้วาดรูปบนจอคอมพิวเตอร์; **~proof** *adj.* สามารถป้องกันไม่ให้แสงเข้า/ออก; **~ 'railway** *n.* ทางรถไฟสายย่อย

lights /laɪts/ไลทซฺ/ *n. pl. (lungs)* ปอดแกะ หมูหรือวัวที่ใช้ทำเป็นอาหารสัตว์เลี้ยง

light: ~ship *n.* เรือจุดโคมไฟที่ใช้แทนประภาคาร; **~ show** *n.* การแสดงแสงสี

light: ~-tight *adj.* ป้องกันแสง; **~weight** ❶ *adj.* Ⓐ มีน้ำหนักเบา; Ⓑ *(fig.: of little consequence)* มีความสำคัญน้อย; Ⓒ *(Boxing etc.) (นักมวย)* ไลท์เวท *(ท.ศ.)* ❷ *n.* Ⓐ *(Boxing etc.)* นักมวยรุ่นไลท์เวท *(ท.ศ.) (ที่มีน้ำหนักตัวระหว่าง 127 ถึง 135 ปอนด์)*; Ⓑ *(fig.: person of little ability or importance)* บุคคลที่มีความสำคัญน้อย; **~ year** *n.* ปีแสง *(ระยะที่แสงสามารถเดินทางได้ใน 1 ปี คือราว 9.46 ล้านล้านกิโลเมตร)*; **~ years [removed] from sth.** *(fig.)* ห่างจาก *ส.น.* ไกลเหลือเกิน

ligneous /'lɪgnɪəs/'ลิกเนียซ/ *adj. (Bot.)* ประกอบด้วยไม้, เหมือนไม้; **~ plants** ต้นไม้

lignite /'lɪgnaɪt/'ลิกไนท/ *n.* ถ่านลิกไนต์ *(ท.ศ.)*

¹like /laɪk/ไลค/ ❶ *adj.* Ⓐ *(resembling)* เหมือน; **your dress is ~ mine** กระโปรงของคุณเหมือนของฉัน; **your dress is very ~ mine** กระโปรงของคุณคล้ายของฉันมาก; **in a case ~ that** ในกรณีเช่นนั้น; **there was nothing ~ it** ไม่มีสิ่งใดที่เหมือน/เทียบมันได้; **who do you think he's ~?** คุณคิดว่าเขาเหมือนใคร; **what is sb./sth. ~?** *ค.น.* เป็นคนเช่นไร/*ส.น.* มีลักษณะอย่างไร; **what's he ~ to talk to?** คุยกับเขาเป็นอย่างไรบ้าง; **what's it ~ to go up in a balloon?** ขึ้นไปอยู่บนลูกบอลลูนเป็นอย่างไรบ้าง; **more ~ twelve** น่าจะเป็นสิบสองมากกว่า; **that's [a bit] more ~ it** *(coll.: better)* ค่อยยังชั่วหน่อย; *(coll.: nearer the truth)* นั่นค่อยใกล้ความจริงขึ้นหน่อย; **a man ~ you** ผู้ชายอย่างคุณ; **they are nothing ~ each other** พวกเขาไม่เหมือนกันเลย; **nothing ~ as** *or* **so good/bad/many** *etc.* **as ...:** ไม่ดี/เลว/มากเท่า...สักนิดเดียว; **no, nothing ~:** ไม่ใกล้เคียงเลย; **Have you finished it yet? – Nothing ~:** คุณทำงานเสร็จหรือยัง ยังห่างไกล; ➡ + **feel** 2 C; **look** 1 D; **something** F; Ⓑ *(characteristic of)* เป็นนิสัยแท้ของ *(คุณ, เขา, ฉัน)*; **it's just ~ you to be late!** แหม มันตัวเธอแท้ ๆ ที่มาสาย!; **it would be [just] ~ her to do that** มันตรงนิสัยของเธอที่ทำแบบนั้น; **just ~ a woman** เป็นนิสัยผู้หญิงทั่ว ๆ ไป; Ⓒ *(similar)* คล้ายกัน, แบบเดียวกัน; **in ~ manner** แบบเดียวกัน, ทำนองเดียวกัน; **be as ~ as two peas in a pod** เหมือนกันราวกับแกะ; **~ father, ~ son** *(prov.)* ลูกไม้หล่นไม่ไกลต้น; Ⓓ *(Math., Phys.)* **~ signs** เครื่องหมายเท่ากับ; **~ charges** กระแสไฟฟ้าที่เท่ากัน; **~ quantities** จำนวนที่เท่ากัน

❷ *prep. (in the manner of)* เหมือนอย่าง, แบบเดียวกัน; **[just] ~ that** [ก็] แบบนั้น; **you do it ~ so** *(coll.)* คุณก็แค่ทำแบบนั้น; ➡ + **hell** B; **mad** A, F; **shot** 1 D

❸ *adv.* Ⓐ *(arch./coll.)* **[as] ~ as not, ~ enough** น่าจะ; Ⓑ *(coll.: so to speak)* อะไรแบบนั้น; **he kind of hit me, ~:** เขาก็ตบตีฉันหรืออะไรประมาณนั้น; **all friendly ~:** ด้วยมีท่าทางแบบเป็นมิตร

❹ *conj. (coll.)* Ⓐ *(in same or similar manner as)* เหมือนอย่างที่เคย...; **he is not shy ~ he used to be** เขาไม่ขี้อายอย่างที่เขาเคยเป็น; Ⓑ *(coll.: for example)* เช่น...; Ⓒ *(Amer.: as if)* ราวกับ; Ⓓ **tell it ~ it is** เล่ามาตามความเป็นจริง

❺ *n.* Ⓐ *(equal)* **his/her ~:** คนที่เท่าเทียมกันกับเขา/เธอ; **the ~ of it** อะไรเช่นนี้; **I've never known the ~ [of it]** ฉันไม่เคยฟัง/เห็นอะไรเช่นนี้มาก่อน; **~ attracts ~:** สิ่งที่เหมือนจะดึงดูดกัน; **compare ~ with ~:** เปรียบสิ่งที่คล้ายคลึงกัน; **the ~s of me/you** *(coll.)* ผู้คนแบบฉัน/คุณ; **if it weren't for the ~s of them ...** *(coll.)* ถ้าหากไม่มีคนจำพวกนี้แล้วละก็...; **that's not for the ~s of us** *(coll.)* นั่นไม่เหมาะสำหรับคนอย่างพวกเรา; **I know you and your ~** *or* **the ~s of you** *(coll.)* ฉันรู้จักคนประเภทคุณดี; Ⓑ *(similar things)* **the ~:** อะไรเช่นนั้น; **and the ~:** และอื่น ๆ ในทำนองนั้น; **or the ~:** หรืออะไรในทำนองนั้น

²like ❶ *v.t. (be fond of, wish for)* ชอบ, อยากได้; **~ it** *or* **not** ไม่ว่าจะชอบหรือไม่ชอบก็ตาม; **~ vegetables** ชอบทานผัก; **~ doing sth.** ชอบทำ *ส.น.*; **would you ~ a drink/to borrow the book?** คุณอยากดื่มอะไรไหม/คุณอยากจะยืมหนังสือไหม; **would you ~ me to do it?** คุณอยากจะให้ฉันทำสิ่งนั้นไหม; **I'd ~ it back soon** ฉันอยากได้คืนเร็ว ๆ; **I don't ~ this affair** ฉันไม่ชอบเรื่องนี้; **I didn't ~ to disturb you** ฉันไม่อยากจะรบกวนคุณ; **perhaps you would ~ time to consider it** บางทีคุณอาจต้องการเวลาเพื่อพิจารณาเรื่องนี้; **I ~ 'that!** *(iron.)* ฉันชอบสิ่งนั้นมาก; **I ~ his cheek!** เขาหน้าด้านจริง ๆ; **how do you ~ it?** คุณชอบสิ่งนั้นหรือไม่; **how does he ~ living in America?** เขาชอบอยู่ที่อเมริกาหรือเปล่า; **how would you ~ an icecream?** คุณอยากทานไอศกรีมไหม; **how would 'you ~ it if ...?** และคุณจะชอบแค่ไหนถ้า...; **how do you ~ 'that?** และคุณคิดอย่างไรกับสิ่งนั้น; **but what happens 'then, I should ~ to know** *(iron.)* และฉันก็อยากรู้ว่าหลังจากนั้นจะเกิดอะไรขึ้น; **I'd ~ to see you try!** *(iron.)* เออ และฉันก็อยากจะเห็นคุณลองดู; **I should ~ to see them do it** ฉันอยากเห็นพวกเขาทำสิ่ง

l

525 **-like | limpness**

นั้น; **if you ~:** *expr. assent* ก็ได้; *expr. limited assent* ถ้าคุณต้องการ; **if one ~s that sort of thing** ถ้ามีใครชอบอะไรแบบนั้น
❷ *n., in pl.* **~s and dislikes** สิ่งที่ชอบและสิ่งที่เกลียด; **tell me your ~s and dislikes** บอกให้ฉันทราบถึงของที่คุณชอบและเกลียด

-like *adj. suf.* เหมือน; **bird ~:** เหมือนนก

likeable /ˈlaɪkəbl/ˈไลเคอะบ'ล/ *adj.* น่าพอใจ, น่ารัก, น่าชื่นชม

likelihood /ˈlaɪklɪhʊd/ˈไลคลิฮุด/ *n.* ท่าทีท่า, วี่แวว, ความเป็นไปได้; **what is the ~ of this happening?** เหตุการณ์นี้มีท่าทีจะเกิดแค่ไหน; **there is little ~ of his seeing this** *or* **that he will see this** ไม่ค่อยมีวี่แววว่าเขาจะเห็นสิ่งนี้; **he saw no ~ of the plan being approved** เขามองไม่เห็นวี่แววว่าแผนการนี้จะได้รับการเห็นชอบ; **in all ~:** มีท่าทีว่าจะ, น่าจะเป็นไปได้

likely /ˈlaɪklɪ/ˈไลคลิ/ ❶ *adj.* Ⓐ *(probable)* น่าจะเป็นไปได้; **be the ~ reason/source** น่าจะเป็นเหตุผล/แหล่งที่มา; **do you think it ~?** คุณคิดว่ามันน่าจะเป็นเช่นนั้นหรือเปล่า; **is it ~ that he'd do that?** มันเป็นไปได้หรือที่เขาจะทำสิ่งนั้น; ➡ + ¹**story** A; Ⓑ *(to be expected)* มีท่าทีว่า, น่าจะ; **there are ~ to be [traffic] holdups** มีท่าทีว่าจราจรอาจจะติดขัด; **he is ~ to meet the same fate** เขาคงจะประสบชะตากรรมอย่างเดียวกัน; **they are [not] ~ to come** [ไม่] มีท่าทีว่าพวกเขาจะมา; **am I ~ to do something like that?** ฉันมีท่าทีว่าจะทำอย่างนั้นหรือ; **is it ~ to rain tomorrow?** พรุ่งนี้มีท่าทีว่าฝนจะตกไหม; **this is not ~ to happen** สิ่งนี้ไม่น่าจะเกิดขึ้น; **he is ~ to be our next president** เขาน่าจะเป็นประธานาธิบดีคนใหม่ของพวกเรา; **it seems ~ to have been an accident** ดูเหมือนว่าน่าจะเป็นอุบัติเหตุ; **the candidate most ~ to succeed** ผู้สมัครคนที่น่าจะประสบความสำเร็จมากที่สุด; Ⓒ *(promising, apparently suitable) (บุคคล, วิธีการ, สถานที่)* เหมาะสม; **we've looked in all the ~ places** เราได้มองหาในสถานที่ที่น่าจะเหมาะสมทุกแห่งแล้ว; **this looks a ~ place to find mushrooms** ตรงนี้เป็นที่ที่น่าจะพบเห็ด; **this restaurant seems a ~-looking place** ภัตตาคารนี้น่าจะเหมาะสม; Ⓓ *(strong, capable-looking)* ท่าทางดี, ท่าทางเอาการเอางาน; *(showing promise)* มีท่าทางจะมีอนาคตที่ดี; **we need a couple of ~ lads** เราต้องการเด็กหนุ่มที่มีหน่วยก้านดีสองคน
❷ *adv. (probably)* น่าจะเป็นไปได้; **very** *or* **more than** *or* **quite** *or* **most ~:** น่าจะเป็นไปได้มาก/มากกว่า/บ้าง/มากที่สุด; **as ~ as** มีทางเป็นไปได้เท่ากับ; **not ~!** *(coll.)* ไม่มีทาง

ˈlike-minded /laɪkmaɪndɪd/ˈไลคมายนฺดิด/ *adj.* ที่มีความคิดคล้ายคลึงกัน; **~ people** คนที่มีความคิดคล้ายคลึงกัน

liken /ˈlaɪkən/ˈไลเคิน/ *v.t.* **~ sth./sb. to sth./sb.** เปรียบเทียบ *ส.น./ค.น.* กับ *ส.น./ค.น.*

likeness /ˈlaɪknɪs/ˈไลคนิซ/ *n.* Ⓐ *(resemblance)* ความคล้ายคลึง, ความเหมือน **(to** กับ**)**; Ⓑ *(guise)* ท่าทางคล้ายคลึง; **take on the ~ of a swan** ทำท่าทางคล้ายกับหงส์; Ⓒ *(portrait)* ภาพเหมือน; **take sb.'s ~** *(arch.)* วาดภาพเหมือน *ค.น.*

likewise /ˈlaɪkwaɪz/ˈไลควายซฺ/ *adv.* อย่างเดียวกัน, เช่นกัน; **do ~:** ทำเช่นกัน; **if we all did ~:** ถ้าเราทุกคนทำอย่างเดียวกัน; **I'm not going – L~:** ฉันจะไม่ไป – ฉันก็ไม่ไปเช่นกัน

liking /ˈlaɪkɪŋ/ˈไลคิง/ *n.* รสนิยม, ความชอบ; **they expressed a ~ for her cakes** พวกเขาแสดงความชอบขนมเค้กของเธอ; **take a ~ to sb./sth.** ชอบใจ *ค.น./ส.น.*; **sth. is [not] to sb.'s ~:** *ส.น.* เป็นที่ถูกใจ [ไม่ถูกใจ] *ค.น.*

lilac /ˈlaɪlək/ˈไลเลิค/ ❶ *n.* Ⓐ *(Bot.)* ต้นไม้ชนิดหนึ่งในสกุล *Syringa* มีดอกสีม่วงแดงหรือสีขาว กลิ่นหอม; Ⓑ *(colour)* สีม่วงอ่อน ๆ ❷ *adj.* มีสีม่วงอ่อน ๆ

lilliputian /lɪlɪˈpjuːʃn/ลิลิˈพิวช'น/ ❶ *adj.* กระจ้อยร่อย, เล็กมาก ❷ *n.* คนตัวเล็กมาก, สิ่งของเล็กมาก ๆ, คนแคระ

Lilo ® /ˈlaɪləʊ/ˈไลโล/ *n.* ฟูกพลาสติกเป่าลม

lilt /lɪlt/ลิลทฺ/ *(Scot./literary)* ❶ *n.* Ⓐ *(cadence, swing)* จังหวะ, ลีลา; *(of voice)* การพูดด้วยเสียงขึ้นลงเหมือนร้องเพลง; **speak with a ~:** พูดเหมือนจังหวะร้องเพลง; Ⓑ *(song, tune)* เพลงที่มีจังหวะร่าเริง ❷ *v.t.* ร้องเพลงด้วยจังหวะร่าเริง

lilting /ˈlɪltɪŋ/ˈลิลทิง/ *adj. (เพลง)* ที่ขึ้นลงร่าเริง; *(การพูด)* เหมือนร้องเพลง

lily /ˈlɪlɪ/ˈลิลลิ/ *n.* Ⓐ ดอกลิลลี *(ท.ศ.)* ในสกุล *Lilium;* **~ of the valley** ดอกไม้ในสกุล *Convallaria* ดอกเล็กเหมือนระฆัง มีกลิ่นหอม; ➡ + ¹**gild**

lily: ~-livered *adj. (literary)* ขลาดกลัว, ไม่กล้า, ประหม่า; **~ pad** *n.* ใบบัวที่ลอยอยู่บนผิวน้ำ; **~-white** *adj.* ขาวราวกับดอกบัว; *(Amer.: excluding Blacks)* คนขาวล้วน

limb /lɪm/ลิม/ *n.* Ⓐ ➤ **118** *(Anat.)* แขนขา *หรือ* ปีก; **~s** แขนและขา; **a danger to life and ~:** อันตรายถึงบาดเจ็บสาหัส *หรือ* ถึงแก่ชีวิต; **tear sb. ~ from ~** *(lit. or fig.)* ฉีกแขนฉีกขาของ *ค.น.* ออกเป็นชิ้น ๆ; Ⓑ *(of tree)* กิ่ง, ก้าน, แขนง; **be out on a ~** *(fig.)* อยู่ในจุดที่อันตราย; **go out** *or* **put oneself out on a ~:** ปล่อยให้ตนเองอยู่ในจุดที่อันตรายและโดดเดี่ยว; Ⓒ *(of cross, sea)* ท่อนหนึ่งของไม้กางเขน

¹**limber** /ˈlɪmbə(r)/ˈลิมเบอะ(ร)/ *(Mil.) n.* รถลากปืนใหญ่มีสองล้อ

²**limber** ❶ *adj.* Ⓐ *(flexible)* อ่อน, ดัดง่าย; Ⓑ *(nimble)* ว่องไว ❷ *v.t. & i.* ➡ **limber up**

~ up ❶ *v.i.* อบอุ่นร่างกาย; *(loosen up)* ยืดเส้นยืดสาย; *(fig.)* เตรียมพร้อม **(for** ที่จะ**)**
❷ *v.i.* **~ oneself up** ทำให้ *(ร่างกาย)* อบอุ่น

limbless /ˈlɪmlɪs/ˈลิมลิซ/ *adj. (คน, สัตว์)* ปราศจากแขนขา; *(ต้นไม้)* ไร้กิ่งก้าน

¹**limbo** /ˈlɪmbəʊ/ˈลิมโบ/ *n., pl.* **~s** Ⓐ *(region) (ตามความเชื่อในศาสนาคริสต์) สถานที่ที่วิญญาณของคนดีและเด็กที่ไม่ได้ประกอบพิธีศีลจุ่มจะเข้าไปสิงสถิต;* Ⓑ *(fig.)* การลืมเลือน, การถูกลืม; **vanish into ~:** ถูกลืมเลือน; **be in ~** *(be pending)* อยู่ในสถานการณ์ที่ไม่แน่นอนชัดเจน; *(be abandoned)* ถูกทอดทิ้ง; **live in ~:** อาศัยอยู่ในสถานที่ที่ถูกลืมเลือน

²**limbo** *n., pl.* **~s** *(dance)* การเต้นรำที่ผู้เต้น*เอนตัวไปข้างหลัง เพื่อลอดไม้ขวางเตี้ย ๆ*

¹**lime** /laɪm/ลายมฺ/ *n.* Ⓐ **[quick] ~:** ปูนขาว; **slaked ~:** ปูนขาวธรรมดาที่ทำโดยผสมน้ำกับปูนแท้; Ⓑ ➡ **birdlime**

²**lime** *n.* Ⓐ *(fruit)* มะนาว; Ⓑ *(juice)* น้ำมะนาว; Ⓒ ➡ **lime green**

³**lime** ➡ **lime tree**

lime: ~ green ❶ *adj.* มีสีเขียวใบตอง ❷ *n.* สีเขียวใบตอง; **~ juice** *n.* น้ำมะนาว; **~kiln** *n.* เตาเผาปูน; **~light** *n.* Ⓐ *(light)* ไฟสำหรับฉายตัวละคร; Ⓑ *(fig.: attention)* **be in the ~light** อยู่ในความสนใจของประชาชน

limerick /ˈlɪmərɪk/ˈลิมเมอะริค/ *n.* โคลงตลกที่มีห้าบรรทัด

lime: ~stone *n.* หินปูนขาว; **~ tree** *n.* ต้นไลม์ *(ท.ศ.)* ในสกุล *Tilia;* **~wood** *n.* ไม้ของต้นไลม์

Limey /ˈlaɪmɪ/ˈไลมิ/ *n. (Amer. sl. derog.)* ผู้ชายอังกฤษ; *(esp. soldier)* ทหารอังกฤษ

limit /ˈlɪmɪt/ˈลิมมิท/ ❶ *n.* Ⓐ *usu. in pl. (boundary)* ขอบเขต; **within [the] city ~s** ภายในเขตเมือง; Ⓑ *(point or line that may not be passed)* ขีดจำกัด; *(of ability, love, etc.)* ขอบเขต; **set** *or* **put a ~ on sth.** กำหนดขอบเขตให้ *ส.น.*; **be over the ~:** *(คนขับรถ)* ที่ดื่มเหล้ามากเกินไป; *(นักท่องเที่ยว)* มีกระเป๋ามากเกินไป; **£400 is my upper ~:** ฉันจ่ายมากกว่า 400 ปอนด์ไม่ได้; **there is a ~ to what I can spend/do** การใช้เงิน/ความสามารถของฉันมีขีดจำกัด; **there is a ~ to everything** ทุกสิ่งทุกอย่างมีขีดจำกัด; **there is a ~ to my patience** ความอดทนของฉันมีขีดจำกัด; **there is no ~ to his impudence, his impudence knows no ~s** ความทะลึ่งของเขาไม่มีขอบเขต; **lower/upper ~:** จำนวนขั้นต่ำสุด/สูงสุด, ขีดจำกัดขั้นต่ำ/ขั้นสูง; **without ~:** ไม่มีขีดจำกัด; **within ~s** ภายในขอบเขต, พอเหมาะพอควร; **'off ~s'** *(esp. Amer.)* เขตหวงห้าม [สำหรับทหาร]; **this bar is off ~s** ร้านเหล้าร้านนี้ทหารไม่มีสิทธิเข้า; Ⓒ *(coll.)* **this is the ~ !** นี่มันเกินทนแล้ว; **he/she is the [very] ~:** เขา/เธอร้าย [จริง ๆ] เกินกว่าที่ใคร ๆ จะทนได้; Ⓓ *(Math.)* **~ value** มูลค่าจำกัด
❷ *v.t.* กำหนด *(ขอบเขต)*; จำกัด *(อิสระ)*

limitation /lɪmɪˈteɪʃn/ลิมิˈเทช'น/ *n.* Ⓐ *(act)* การจำกัด; *(of freedom)* การจำกัด; Ⓑ *(condition) (of extent)* ข้อจำกัด, ขีดจำกัด; *(of amount)* ปริมาณที่จำกัด; **know one's ~s** รู้ข้อจำกัดของตน, รู้ความสามารถของตน; Ⓒ *(restrictive circumstance)* สภาพแวดล้อมที่จำกัด; **due to ~s of space** เนื่องจากมีที่จำกัด; Ⓓ *(Law)* กฎหมายจำกัดอายุความ

limited /ˈlɪmɪtɪd/ˈลิมมิทิด/ *adj.* Ⓐ *(restricted)* จำกัด; **~ company** *(Brit.)* บริษัทจำกัด; **~ edition** ที่ผลิต *หรือ* พิมพ์ในจำนวนจำกัด; **~ train** *(Amer.)* รถไฟด่วนพิเศษ; Ⓑ *(intellectually narrow)* ความคิดคับแคบ; **~ outlook/mind** ทัศนคติ/จิตใจที่คับแคบ

limitless /ˈlɪmɪtlɪs/ˈลิมมิทลิซ/ *adj.* อย่างไม่มีขีดจำกัด

limo /ˈlɪməʊ/ˈลิมโม/ *n., pl.* **~s** *(Amer. coll.)* ➡ **limousine**

limousine /ˈlɪməziːn, lɪməˈziːn/ˈลิมเมอะซีน, ลิเมอะˈซีน/ *n.* รถลีมูซีน *(ท.ศ.)*

¹**limp** /lɪmp/ลิมพฺ/ ❶ *v.i. (lit. or fig.)* ขยับด้วยความยากลำบาก, กระย่องกระแย่ง, โขยกเขยก; **the ship managed to ~ into port** เรือแล่นเข้าท่าด้วยความยากลำบาก ❷ *n.* การเดินโขยกเขยก; **walk with a ~:** เดินโขยกเขยก; **have a slight/pronounced ~:** เดินโขยกเขยกเล็กน้อย/อย่างเห็นได้ชัด

²**limp** *adj.* Ⓐ *(not stiff, lit. or fig.)* อ่อนแรง, ท้อใจ; **I feel ~ at the thought of it** พอคิดถึงเรื่องนั้นฉันก็รู้สึกท้อใจ; Ⓑ *(flexible)* อ่อน, นุ่มนิ่ม, งอได้

limpet /ˈlɪmpɪt/ˈลิมพิท/ *n. (Zool.)* หอยเกาะหิน โดยเฉพาะ *Patella vulgata* คล้ายหอยนมสาว

ˈlimpet mine *n.* *ระเบิดเวลาที่นำไปติดไว้กับตัวเรือ, ระเบิดใต้น้ำ*

limpid /ˈlɪmpɪd/ˈลิมพิด/ *adj.* ใส, กระจ่าง

limply /ˈlɪmplɪ/ˈลิมพฺลิ/ *adv.* อย่างนุ่มนิ่ม; *(weakly)* อย่างอ่อนแรง

limpness /ˈlɪmpnɪs/ˈลิมพฺนิซ/ *n., no pl.* ความนุ่มนิ่ม; *(weakness)* ความอ่อนแรง

l

linchpin /ˈlɪntʃpɪn/ˈลินฉุพิน/ *n.* Ⓐ *(pin)* สลัก, หมุด; Ⓑ *(fig.: essential element)* ปัจจัยหลัก; **he is the ~ of the company** เขาเป็นบุคคลหลักของบริษัท

linctus /ˈlɪŋktəs/ˈลิงคุเทิซ/ *n. (Med.)* ยาแก้ไอ

linden /ˈlɪndən/ˈลินเดิน/ *n.* ต้นไลม์ *(ท.ศ.)* ชนิดหนึ่งมีดอกสีเหลือง

[1]**line** /laɪn/ลายนฺ/ ❶ *n.* Ⓐ *(string, cord, rope, etc.)* สาย, เชือก; **[fishing-]~:** สายเบ็ด; **the ~s** *(Amer.: reins)* สายบังเหียน; **hard ~s** *(coll.)* เคราะห์ร้าย; **[that's] hard ~s, old chap!** โชคร้ายจังเลยนะพ่อคุณ!; Ⓑ *(telephone or telegraph cable)* สายโทรศัพท์, โทรเลข; **our company has 20 ~s** บริษัทของเรามีสายโทรศัพท์ 20 คู่สาย; **get me a ~ to Washington** ต่อโทรศัพท์ถึงกรุงวอชิงตันให้หน่อย; **bad ~:** สายไม่ดี; **be on the ~:** กำลังพูดสายอยู่; ➡ + **cross** 2 A; **[2]hold** 1 L; **party line** A; Ⓒ *(long mark; also Math., Phys.)* เส้น; *(less precise or shorter)* รอยขีด; *(Telev.)* สายโทรทัศน์; **capture sth. in a few ~s** ได้ภาพ *ส.น.* ด้วยเส้นเพียงไม่กี่เส้น; **the L~:** เส้นศูนย์สูตรของโลก; **~ of force** *(Phys.)* เส้นแสดงกำลังและทิศทางของกระแสแม่เหล็ก; **~ of life/fortune** *(Palmistry)* เส้นชีวิต/เส้นโชค; **straight ~:** เส้นตรง; **walk in a straight ~:** เดินเป็นเส้นตรง; **~ of sight** *or* **vision** แนวการมอง; **the ~s of her face** เค้ารูปหน้าของเธอ; *(wrinkles)* เส้นรอยย่นบนใบหน้า; ➡ + **yellow line;** Ⓓ *in pl. (outline of car, ship, etc.)* โครงร่าง; Ⓔ *(boundary)* เส้นแบ่ง, ขอบเขต; *(fig.)* **somewhere on the ~:** ณ ที่ใดที่หนึ่งในระหว่างจุด 2 จุด; **lay sth. on the ~ [for sb.]** พูด *ส.น.* [กับ *ค.น.*] อย่างชัดเจนตรงไปตรงมา; **put sth. on the ~:** ยอมเสี่ยง *ส.น.;* **put oneself on the ~:** ยอมเอาตัวเองเข้าไปเสี่ยง; **your job is on the ~:** ตำแหน่งของคุณอยู่ในภาวะที่เสี่ยง; ➡ + **draw** 1 G; Ⓕ *(row)* แถว; *(Amer.: queue)* คิว, แถว; **~ of trees** แนวต้นไม้; **arrange the chairs in a straight ~:** จัดเก้าอี้ให้เป็นแถวตรง; **bring sb. into ~:** ทำให้ *ค.น.* อยู่ในร่องในรอย; **come** *or* **fall into ~:** ปฏิบัติตาม/เห็นพ้องกับเสียงส่วนใหญ่; **be in ~ [with sth.]** อยู่ในแนวเดียวกัน [กับ *ส.น.*]; **be in ~ for promotion** มีแนวโน้มที่จะได้เลื่อนตำแหน่ง; **be in/out of ~ with sth.** *(fig.)* เห็น/ไม่เห็นพ้องกับ *ส.น.;* **all along the ~:** ตลอดแนวทาง; **somewhere along the ~:** ตอนไหนไม่ทราบ; **stand in ~** *(Amer.: queue)* ยืนเข้าแถว, ยืนเข้าคิว; ➡ + **toe** 2; Ⓖ *(Naut.)* **~ abreast** แถว *(เรือรบ)* หน้ากระดาน; **~ ahead** แถว *(เรือรบ)* เรียงกันโดยเอาหัวจดท้าย; **~ [of battle]** แนวรบ; Ⓗ *(row of words on a page)* บรรทัด; **~s** *(actor's part)* บทผู้แสดง; **drop me a ~:** ส่งข่าวคราวมาถึงฉันบ้าง; **she has only a few ~s** *(Theatre)* เธอมีบทเพียงไม่กี่บรรทัด; **he gave the boy 100 ~s** *(Sch.)* เขาลงโทษเด็กผู้ชายโดยให้คัด *(ลายมือ)* 100 บรรทัด; ➡ + **read** 1 C; Ⓘ *(system of transport)* ระบบการขนส่ง; **[shipping] ~:** ระบบขนส่ง *(ทางเรือ);* Ⓙ *(series of persons or things)* แถวของคน/สิ่งของ; *(generations of family)* เชื้อสาย, วงศ์ตระกูล; **be third in ~ to the throne** อยู่ในลำดับที่สามของการสืบราชบัลลังก์; Ⓚ *(direction, course)* เส้นทาง, ทิศทาง; **on these ~s** ในทิศทางนี้; **on the ~s of** ตามแนวทางของ; **on similar ~s** ในทิศทางที่คล้ายคลึงกัน; **be on the right/wrong ~s** อยู่ในแนวทางที่ถูก/ผิด; **along** *or* **on the same ~s** ตามแนวทางเดียวกัน; **be on the same ~s** อยู่ในแนวทางเดียวกัน; **~ of thought/march** แนวความคิด/ทิศทางการเดิน; **what ~ shall we take with her?** เราควรจะคุย/เจรจากับเธอในแนวไหนดี; **take a strong ~ with sb.** ปฏิบัติกับ *ค.น.* อย่างเข้มงวด; **~ of action** แนวทางการดำเนินการ; **get a ~ on sb./sth.** *(coll.)* เรียนรู้เกี่ยวกับ *ค.น./ส.น.;* ➡ + **assembly line; hard** 1 F; **hardline; party line** B; **resistance** A; Ⓛ *(Railw.)* ทางรถไฟ; *(track)* ทาง; **cross the ~:** ข้ามทางรถไฟ; **the ~ was blocked** เส้นทางคมนาคมถูกขวางกั้น; **the Waterloo ~, the ~ to Waterloo** สายวอเตอร์ลู; **this is the end of the ~ [for you]** *(fig.)* ถึงจุดสิ้นสุด/จุดแตกหัก [สำหรับคุณ] แล้ว; Ⓜ *(field of activity)* แนวทางกิจกรรม, วงการ; *(academic)* สาขาวิชา; **what's your ~?** คุณศึกษาด้านไหน; **he's in the buildiing ~:** เขาอยู่ในวงการก่อสร้าง; **that's not my ~:** นั่นไม่ใช่แนวทางอาชีพของฉัน; **be in the ~ of duty/business** อยู่ในขอบเขตหน้าที่/เป็นเรื่องธุรกิจ; ➡ + **shoot** 2 D; Ⓝ *(Commerc.: product)* รายการ; Ⓞ *(Fashion)* แบบ *(ใหม่);* Ⓟ *(Mil.: series of defences)* แนวรบ; **draw the ~s** ตั้งแถวกองทหาร; **enemy ~s** แนวรบของข้าศึก; ➡ + **[2]hold** 1 K; Ⓠ *(wrinkle)* รอยย่น ❷ *v.t.* Ⓐ *(mark with lines)* ขีดเส้น; **a ~d face** ใบหน้าที่มีรอยย่น; **a face ~d with worry** ใบหน้าที่เป็นรอยย่นด้วยความกังวล; Ⓑ *(stand at intervals along)* ยืนเรียงรายตาม *(ถนน, ทาง)*

~ **'up** ❶ *v.t.* จัด, เข้าแถว *(ทหาร);* เรียงไว้ *(เครื่องประดับ); (fig.)* **I've got a nice little job/a surprise ~d up for you** ฉันได้หางานที่น่าทำ/ความลับที่จะทำให้ดีใจสำหรับคุณ; **have you got anything ~d up for this evening?** คุณได้จัดเตรียมอะไรไว้สำหรับเย็นนี้หรือเปล่า; ➡ + **~-up** ❷ *v.i.* *(นักเรียนใหม่, ทหาร)* เข้าแถว; *(queue up)* ยืนเข้าแถว

[2]**line** *v.t.* ใส่ซับใน *(เสื้อผ้า, ผ้าม่าน); (นก)* เอาของนุ่มเข้ารัง; **~ one's pockets** *(fig.)* หาเงินเข้ากระเป๋า *(ด้วยวิธีทุจริต);* ยักยอกเข้ากระเป๋าตัวเอง

lineage /ˈlɪnɪɪdʒ/ˈลินนิอิจ/ *n.* วงศ์ตระกูล, เชื้อสาย

lineal /ˈlɪnɪəl/ˈลินเนียล/ *adj.* Ⓐ *(in direct line of descent)* ที่สืบสายโลหิตโดยตรง; Ⓑ *(linear)* เป็นเส้นตรง

lineament /ˈlɪnɪəmənt/ˈลินเนียเมินทฺ/ *n., usu., in pl.* เค้าหน้า; *(distinctive feature)* ลักษณะเด่นที่เห็นชัด

linear /ˈlɪnɪə(r)/ˈลินเนีย(ร)/ *adj.* เป็นเส้น, มีเพียง 1 มิติ; **~ perspective** *การวาดภาพโดยใช้ลายเส้นสร้างระยะใกล้ไกล;* **~ extent** ระยะยาว; **~ measure** หน่วยวัดระยะยาว, ระดับความยาว

linear ac'celerator *n. (Phys.)* เครื่องเร่งความเร็วที่อณูจะเดินทางเป็นเส้นตรง

line: ~backer *n. (Amer. Footb.)* กองหลัง; **~ dance** ❶ *n.* การเต้นรำเป็นแถวของไอร์แลนด์ ❷ *v.i.* เต้นไลน์แดนซ์; **~ dancer** *n.* นักเต้นไลน์แดนซ์; **~ dancing** *n.* การเต้นรำเป็นแถว; **~ drawing** *n.* การวาดรูปลายเส้น; **~ engraving** *n.* การสลักลายเส้น; **~ fishing** *n.* การตกปลาด้วยเบ็ดและสาย; **~man** /ˈlaɪnmən/ˈลายนฺเมิน/ *n., pl.* **~men** /ˈlaɪnmən/ˈลายนฺเมิน/ ➤ **489** *(Amer. Footb.)* ผู้กำกับเส้น; **~ manager** *n.* ผู้บังคับบัญชาโดยตรง

linen /ˈlɪnɪn/ˈลินนิน/ ❶ *n.* Ⓐ ผ้าลินิน *(ท.ศ.);* Ⓑ *(shirts, sheets, clothes, etc.)* ผ้าที่นำซัก; **wash one's dirty ~ in public** *(fig.)* สาวไส้ใครคนหนึ่งให้กากิน ❷ *adj.* *(เสื้อ, กระโปรง)* ทำด้วยผ้าลินิน

linen: ~ basket *n. (Brit.)* ตะกร้าใส่เสื้อผ้าสกปรก; **~ cupboard** *n.* ตู้เก็บผ้าปูที่นอน

line: ~-out *n. (Sport)* การเข้าแถวเพื่อรับลูกที่โยนเข้ามา; **~ printer** *n. (Computing)* เครื่องพิมพ์รายบรรทัด

[1]**liner** /ˈlaɪnə(r)/ˈลายเนอะ(ร)/ *n. (removable metal lining)* โลหะที่ใช้บุภายในและถอดออกได้; **carpet ~:** พรมชั้นล่าง; **[bin-]~:** ถุงพลาสติกที่ใส่ไว้ข้างในถังขยะ

[2]**liner** *n. (ship)* เรือเดินสมุทร; *(aircraft)* เครื่องบินโดยสารที่มีเส้นการบินประจำ; **ocean ~:** เรือเดินสมุทร

liner train *n.* รถไฟด่วนขนสินค้า

linesman /ˈlaɪnzmən/ˈลายนฺซฺเมิน/ *n., pl.* **linesmen** /ˈlaɪnzmən/ˈลายนฺซฺเมิน/ ➤ **489** Ⓐ *(Sport)* ผู้กำกับเส้น; Ⓑ *(Brit. Railw.)* ผู้ดูแลตรวจตราเส้นทางรถไฟ; Ⓒ ➡ **lineman**

'line-up *n.* Ⓐ คนที่เข้าแถว, รายชื่อ; **~ of cabaret acts** รายการในการละเล่น; Ⓑ *(Amer.)* ➡ **identification parade**

[1]**ling** /lɪŋ/ลิง/ *n. (Zool.)* ปลาทะเล *Molva molva* มักใส่เกลือตากแห้งรับประทาน

[2]**ling** *n. (Bot.)* พุ่มไม้เตี้ยจำพวกเฮเธอร์ โดยเฉพาะ *Calluna vulgaris*

linger /ˈlɪŋgə(r)/ˈลิงเกอะ(ร)/ *v.i.* Ⓐ *(remain, wait)* ยังอยู่; *(แขก)* ไม่ยอมกลับบ้าน; *(ความเจ็บปวด)* ไม่คลายเสียที; *(persist)* ยังค้างอยู่; **her scent still ~ed in the room** กลิ่นหอมของเธอยังคงฟุ้งอยู่ในห้อง; Ⓑ *(dwell)* **~ over** *or* **up[on] a subject** *etc.* อ้อยอิ่งอยู่กับเรื่องใดเรื่องหนึ่ง ฯลฯ; **~ over a meal** ยืดยาดในการกินอาหาร

lingerie /ˈlæ̃ʒəri:, US lɑ:ndʒəˈreɪ/ˈแลนเฌอะรี, ลานเฌอะˈเร/ *n.* **[women's] ~:** ชุดชั้นในของผู้หญิง

lingering /ˈlɪŋgərɪŋ/ˈลิงเกอะริง/ *adj.* *(แขก, เพื่อน)* อ้อยอิ่ง, อาลัย; *(ความป่วย)* ยังค้างอยู่; *(การตาย)* ที่ช้ามาก; **one last ~ look** การมองดูอย่างอาลัยเป็นครั้งสุดท้าย; **any ~ hope was abandoned** ความหวังใด ๆ ที่ยังหลงเหลืออยู่ได้หมดสิ้นไป

lingo /ˈlɪŋgəʊ/ˈลิงโก/ *n., pl.* **~es** Ⓐ *(derog./joc.: language)* ภาษาต่างประเทศ; Ⓑ *(jargon)* ภาษาเฉพาะกลุ่ม

lingua franca /lɪŋgwə ˈfræŋkə/ลิงกฺวอะ ˈแฟรฺงเคอะ/ *n.* ภาษาที่สื่อกันได้ในหลายถิ่น; *(Hist.) ภาษาผสมระหว่างภาษาอิตาลี, ฝรั่งเศส, กรีก, สเปน ใช้พูดในถิ่นตะวันออกของทะเลเมดิเตอร์เรเนียน*

linguist /ˈlɪŋgwɪst/ˈลิงกฺวิซทฺ/ *n.* Ⓐ คนที่รู้หลายภาษา; **she's a good ~:** เธอเป็นผู้รู้ภาษาต่างประเทศหลายภาษา; **I'm no ~:** ฉันไม่เก่งเรื่องภาษา; Ⓑ *(philologist)* นักภาษาศาสตร์

linguistic /lɪŋˈgwɪstɪk/ลิงˈกฺวิซติค/ *adj. (of ~s)* เกี่ยวกับการพูด/การเรียนภาษา; *(of language)* เกี่ยวกับภาษา; **~ science** ➡ **linguistics; ~ skills** ทักษะ/ความสามารถในการพูดภาษาต่าง ๆ; **~ fluency** ความคล่องในการพูดภาษาต่าง ๆ

linguistically /lɪŋˈgwɪstɪkəlɪ/ลิงˈกฺวิซติเคอะลิ/ *adv.* เกี่ยวกับการเรียน/การพูดภาษา

linguistics /lɪŋˈgwɪstɪks/ลิงˈกฺวิซติคซฺ/ *n., no pl.* ภาษาศาสตร์

liniment /ˈlɪnɪmənt/ˈลินนิเมินทฺ/ *n.* น้ำมันทาแก้ปวด; *(Med.)* ยาทาแก้ปวดเมื่อย

lining /ˈlaɪnɪŋ/ˈลายนิง/ *n. (of clothes)* ซับใน; *(of stomach)* เยื่อบุกระเพาะ; *(of objects, containers, machines, etc.)* วัสดุที่ใช้บุภายใน

'lining paper *n.* กระดาษปูก่อนทาสีฝาผนัง

link /lɪŋk/ลิงค/ ❶ *n.* Ⓐ *(of chain)* ข้อต่อห่วงลูกโซ่; *(in chain)* **to be the weak ~ in** เป็นจุดอ่อนใน *(การลงทุน, ข้อเสนอ, การโต้เถียง)*; Ⓑ ➡ **cuff-link**; Ⓒ *(connecting part)* ตัวเชื่อมต่อ, การติดต่อ, ความเกี่ยวข้อง; **radio ~:** การติดต่อทางวิทยุ; **road/rail ~:** การติดต่อทางรถ/รถไฟ; **what is the ~ between these two?** สองสิ่งนี้มีความเกี่ยวข้องกันอย่างไร; **~ between two countries** ความสัมพันธ์ระหว่างสองประเทศ; **sever all ~s with sb.** ตัดความสัมพันธ์จาก *ค.น.*; **have ~s with the Mafia** มีความเกี่ยวข้องกับแก๊งมาเฟีย; ➡ **+ cut 1 B**; Ⓓ ➡ **linkman**
❷ *v.t.* Ⓐ *(connect)* ประสาน, เชื่อม, โยง; **how are these events ~ed?** เหตุการณ์ต่าง ๆ เหล่านี้เกี่ยวโยงกันอย่างไร; **~ sb. with sth.** ทำให้ *ค.น.* มีความเกี่ยวพันกับ *ส.น.*; **his name has been ~ed with hers** ชื่อของเขาถูกนำมาประสานเข้ากับชื่อของเธอ; **be ~ed by telephone to Oslo** ติดต่อกับกรุงออสโลทางโทรศัพท์; Ⓑ *(clasp or hook together)* **~ hands** จับมือกัน; **~ arms** เกี่ยวแขนกัน
❸ *v.i.* **~ together** เชื่อมเข้าด้วยกัน; **~ with sth.** เชื่อมเข้ากับ *ส.น.*

~ 'up ❶ *v.t.* เชื่อมต่อ (to กัน, กับ); **~ up A with B** เชื่อมตัวเอกับตัวบี ❷ *v.i.* **~ up with sb.** ทำความรู้จักกับ *ค.น.*; **~ up with American TV** เชื่อมโยงกับสถานีโทรทัศน์ของอเมริกา; **the spacecraft ~ed up** ยานอวกาศเชื่อมต่อได้; **this road ~s up with the M3** ถนนสายนี้เชื่อมต่อกับทางหลวงสายเอ็มสาม; ➡ **+ link-up**

linkage /'lɪŋkɪdʒ/'ลิงคิจ/ *n.* Ⓐ การเชื่อมต่อ; Ⓑ *(system of links or bars)* ระบบการเชื่อมต่อ; **steering ~:** เครื่องต่อพวงมาลัยรถยนต์; Ⓒ *(Chem.)* การเชื่อมต่อ *(ของอะตอม)*; Ⓓ *(Genetics)* การเชื่อมต่อ *(ของยีน)*

linkman /'lɪŋkmən/'ลิงคเมิน/ *n., pl.* **linkmen** /'lɪŋkmən/'ลิงคเมน/ Ⓐ ผู้ต่อเชื่อม; Ⓑ *(Radio, Telev.)* เจ้าหน้าที่ตัดต่อประสานช่วงต่อของรายการโทรทัศน์หรือวิทยุ; Ⓒ *(Hockey, Footb.)* ผู้เล่นกองกลาง

links /lɪŋks/ลิงคซ/ *sing. or pl.* **[golf] ~:** สนามกอล์ฟ

'link-up /'lɪŋkʌp/'ลิงคอัพ/ *n.* การประสานกัน, การเชื่อมต่อ, การร่วมปฏิบัติการ; *(of spacecraft etc.)* การเชื่อมต่อกัน

linnet /'lɪnɪt/'ลินนิท/ *n. (Ornith.)* นก *Acanthis cannabina* สีน้ำตาลอมเทา

lino /'laɪnəʊ/'ลายโน/ *n., pl.* **~s** พื้นที่ปูด้วยพรมน้ำมัน

linocut *n.* การแกะสลักแม่พิมพ์ในพรมน้ำมัน

linoleum /lɪ'nəʊlɪəm/ลิ'โนเลียม/ *n.* พื้นที่ปูด้วยพรมน้ำมัน

linseed /'lɪnsi:d/'ลินซีด/ *n.* เมล็ดของต้นป่าน

linseed: ~ cake *n. (Agric.)* กากเมล็ดต้นป่านที่นำมาอัดเป็นอาหารสัตว์; **~ 'oil** *n.* น้ำมันเมล็ดป่าน

lint /lɪnt/ลินท/ *n.* Ⓐ ผ้าสำลี; Ⓑ *(fluff)* ปุยฝ้าย

lintel /'lɪntl/'ลินท'ล/ *n. (Archit.)* คานประตู, ขื่อประตู, ทับหลัง

lion /'laɪən/'ลายเอิน/ *n.* Ⓐ สิงโต; **put one's head into the ~'s mouth** *(fig.)* เข้าไปในถ้ำเสือ; **the ~'s share** ส่วนแบ่งซึ่ง *(มากกว่าของคนอื่น ๆ)*; Ⓑ *(celebrity)* **literary ~ [of the day]** บุคคลที่มีชื่อเสียงในวงวรรณกรรม; Ⓒ *(Astrol.)* **the L~:** ราศีสิงห์; ➡ **+ archer B**

lioness /'laɪənes/'ลายเออะเนิซ/ *n.* สิงโตตัวเมีย

lion: ~heart *n.* ใจเสือ, ความกล้าหาญ; **Richard [the] L~heart** พระเจ้าริชาร์ดใจสิงห์; **~-hearted** *adj.* มีความกล้า, ใจเสือใจสิงห์

lionize (lionise) /'laɪənaɪz/'ลายเออะนายซ/ *v.t.* ยกย่องว่าเป็นผู้มีชื่อเสียง

'lion tamer *n.* ➤ **489** คนฝึกสิงโต

lip /lɪp/ลิพ/ *n.* ➤ **118** Ⓐ ริมฝีปาก; **lower/upper ~:** ริมฝีปากล่าง/บน; **bite one's ~** *(lit.)* กัดริมฝีปากของตน; *(fig.)* ระงับการแสดงอารมณ์; **escape sb.'s ~s** *(ความลับ)* หลุดปาก *ค.น.* ออกมา; **hang on sb.'s ~s** ตั้งใจฟังคำพูดของ *ค.น.* ทุกคำพูด; **lick one's ~s** *(lit. or fig.)* เลียริมฝีปาก *(ด้วยความหิวกระหาย, ด้วยความพอใจ)*; **not let a word pass one's ~s** ไม่พูดอะไรแม้แต่คำเดียว; **not a morsel passed his ~s** เขาไม่ได้ทานอาหารเลยแม้แต่คำเดียว; **keep a stiff upper ~** *(fig.)* อดทน, ไม่ยอมจำนน; ➡ **+ button 2; ²seal 2 B; ²smack 2 B**; Ⓑ *(of saucer, cup, crater)* ขอบ; *(of jug)* ปากเหยือก; Ⓒ *(sl.: impudence)* **give sb. some ~:** พูดทะลึ่งกับ *ค.น.*; **none of your ~!** หยุดพูดทะเล้นเสียที

lip: ~ balm *n.* ขี้ผึ้งทาปากกันแตก; **~ gloss** *n.* ลิปมันทาปาก

liposuction /'laɪpəʊsʌkʃn, 'lɪpəʊ-/'ไลโพซัคช'น, 'ลิโพ-/ ❶ *n.* การดูดไขมันส่วนเกินจากร่างกาย ❷ *v.t.* การดูดออก *(ไขมัน)*

lipped /lɪpt/ลิพทฺ/ *adj.* **thick-/thin-~:** มีริมฝีปากหนา/บาง; **~ vessel** ถ้วย/ภาชนะที่มีขอบ

lippy /'lɪpɪ/'ลิพพิ/ *adj. (coll.)* **be ~:** พูดมาก, พูดทะลึ่ง

lip: ~-read ❶ *v.i. (คนหูหนวก)* อ่านความหมายจากการเคลื่อนไหวของปาก ❷ *v.t.* **be able to ~-read what sb. says** สามารถอ่านคำพูดของ *ค.น.* จากความเคลื่อนไหวของปาก; **~-reading** *n.* การอ่านคำพูดจากความเคลื่อนไหวของปาก; **~ service** *n.* **pay** *or* **give ~ service to sth.** การพูดดีแต่ปากในการยอมรับ *ส.น.*; **~stick** *n.* ลิปสติก *(ท.ศ.)*, เครื่องสำอางสำหรับทาริมฝีปาก

liquefaction /lɪkwɪ'fækʃn/ลิควิ'แฟคช'น/ *n.* การทำให้เหลว

liquefier /'lɪkwɪfaɪə(r)/'ลิควิไฟเออะ(ร)/ *n.* เครื่องทำให้เป็นของเหลว

liquefy /'lɪkwɪfaɪ/'ลิควิฟาย/ ❶ *v.t.* ทำให้เหลว ❷ *v.i.* กลายเป็นของเหลว

liqueur /lɪ'kjʊə(r), US -'kɜ:r/ลิ'คิวเออะ(ร), -'เคอร/ *n.* สุราอย่างแรง และหวานหอมใช้จิบหลังอาหาร

liqueur: ~ 'brandy *n.* บรั่นดีชนิดพิเศษสำหรับจิบ; **~ 'chocolate** *n.* ช็อกโกแลตรสบรั่นดี; **~ glass** *n.* ถ้วยแก้วขนาดเล็กสำหรับจิบสุรา

liquid /'lɪkwɪd/'ลิควิด/ ❶ *adj.* Ⓐ เหลว, *(ตา)* สดใส; **~ air** อากาศเหลว, อากาศเย็นจนกลายเป็นน้ำ ใช้เป็นตัวทำความเย็น; **~ blue** สีฟ้าสด; Ⓑ *(Commerc.)* แลกเปลี่ยนเป็นเงินสดได้ง่าย; **~ assets** สังหาริมทรัพย์; Ⓒ *(Phonet.)* **~ consonant** เสียงพยัญชนะตัว ล หรือ ร ❷ *n.* Ⓐ ของเหลว; **he can only take ~s** เขาทานได้แต่อาหารเหลว; Ⓑ *(Phonet.)* พยัญชนะตัว ล หรือ ร

liquidate /'lɪkwɪdeɪt/'ลิควิเดท/ ❶ *v.t.* Ⓐ *(Commerc.)* ปิด *(กิจการของบริษัท)*; เปลี่ยนเป็นเงินสด; *(ค่าจำนองบ้าน)* ชำระ; **~d damages** *(Law)* ค่าเสียหายที่ต้องชำระ; Ⓑ *(eliminate, kill)* กำจัด, ฆ่าทิ้ง ❷ *v.i. (Commerc.)* เปลี่ยนเป็นเงินสด

liquidation /lɪkwɪ'deɪʃn/ลิควิ'เดช'น/ *n.* Ⓐ *(Commerc.)* การแปลงทรัพย์สินเป็นเงินสด; *(of debt)* การสะสาง *(หนี้)*; **go into ~:** ปิดกิจการเพราะล้มละลาย; Ⓑ *(eliminating, killing)* การกวาดล้าง, การทำลายล้าง

liquidator /'lɪkwɪdeɪtə(r)/'ลิควิเดเทอะ(ร)/ *n. (Commerc.)* ผู้ชำระบัญชี

liquid: ~'crystal *n.* ตัวผลึกของเหลว; **~ crystal dis'play** *n.* จอภาพผลึกเหลว

liquidity /lɪ'kwɪdɪtɪ/ลิ'ควิดดิทิ/ *n., no pl.* Ⓐ ความเหลว, ความใส; Ⓑ *(Commerc.)* สภาพคล่อง, การมีสินทรัพย์ที่สามารถเปลี่ยนเป็นเงินสดได้ง่าย

liquidize /'lɪkwɪdaɪz/'ลิควิดายซ/ *v.t.* ทำให้เหลว; *(Cookery)* ปั่นให้เหลว

liquidizer /'lɪkwɪdaɪzə(r)/'ลิควิดายเซอะ(ร)/ *n.* เครื่องทำให้อาหารเหลว

liquid 'measure *n.* มาตราตวงของเหลว, หน่วยวัดปริมาณของเหลว

liquor /'lɪkə(r)/'ลิคเคอะ(ร)/ *n.* Ⓐ *(drink)* สุรา, เหล้า; **be able to carry** *or* **hold one's ~:** ดื่มเหล้าเก่ง; **hard** *or* **strong ~:** สุราที่แรง; **be the worse for ~:** เมาเหล้า; Ⓑ *(Industry)* น้ำที่ได้จากการกลั่นสิ่งใด ๆ

~ 'up *(sl.) v.t.* ทำให้มอมเหล้า; **get/be ~ed up** เมา *(เหล้า)*

liquorice /'lɪkərɪs/'ลิคเคอะริซ/ *n.* Ⓐ *(root)* รากไม้รสหวานใช้สำหรับทำชะเอม; *(preparation)* ชะเอม; Ⓑ *(plant)* ต้นชะเอม

'liquor store *n. (Amer.)* ร้านขายสุรา

lira /'lɪərə/'เลียเรอะ/ *n., pl.* **lire** /'lɪərə, 'lɪərɪ/'เลียเรอะ/ *or* **~s** อดีตสกุลเงินอิตาลี *(ปัจจุบันใช้ยูโร)*

Lisbon /'lɪzbən/'ลิซเบิน/ *pr. n.* กรุงลิสบอน *(เมืองหลวงของโปรตุเกส)*

lisle /laɪl/ลายล/ *n.* **~ [thread]** ใยฝ้ายสำหรับทอถุงเท้า/ถุงมือ

lisp /lɪsp/ลิซพ/ ❶ *v.i. & t.* พูดไม่ชัด ❷ *n.* เสียงกระเพื่อม, เสียงสวบสาบ, การพูดไม่ชัด; **speak with a ~:** พูดไม่ชัด, พูดออกเสียงตัว ซ เป็นตัว ท; **have a bad ~:** พูดไม่ชัดเลย

lissom[e] /'lɪsəm/'ลิซเซิม/ *adj.* อ่อนนิ่ม, คล่องแคล่ว, ว่องไว

¹list /lɪst/ลิซท/ ❶ *n.* Ⓐ บัญชีรายชื่อ, รายการ; **active ~** *(Mil.)* รายชื่อนายทหารประจำการ; **publisher's ~:** รายการหนังสือใหม่; **shopping ~:** รายการสินค้าที่ต้องการซื้อ; Ⓑ *in pl.* **enter the ~s [against sb./sth.]** *(fig.)* คัดค้านหรือต่อต้าน *ค.น./ส.น.* ❷ *v.t.* ลงบัญชี, ลงรายการ, จดทะเบียนในตลาดหลักทรัพย์; **~ed securities/stock** หลักทรัพย์/หุ้นที่จดทะเบียนซื้อขายในตลาดหลักทรัพย์

²list ❶ *n.* Ⓐ *(Naut.: tilt)* การเอียง *(ของเรือ)*; **have/develop a pronounced ~:** เริ่มมีอาการเอียงอย่างเห็นได้ชัด; Ⓑ *(of building, fence, etc.)* การเอียง; **develop a ~:** เริ่มเอียง ❷ *v.i.* Ⓐ *(Naut.)* **~ [to port/starboard]** เรือเอียง [ไปทางกราบซ้าย/ไปทางกราบขวา]; Ⓑ *(ตึก, รั้ว)* เอียง

listed 'building *n. (Brit.)* อาคารที่อยู่ในบัญชีอาคารสำคัญ ซึ่งห้ามรื้อถอนหรือดัดแปลง

listen /'lɪsn/'ลิซ'น/ *v.i.* ฟัง; **~ to music/the radio** ฟังเพลง/วิทยุ; **just ~ to the noise they are making!** ลองฟังเสียงเอะอะของพวกเขาสิ; **~, nitwit** ฟังนะ เจ้างั่ง; **they ~ed to his words** พวกเขาฟังเขาพูด; **you never ~ to what I say** คุณไม่เคยฟังฉันเลย; **we stopped and ~ed** เราหยุดและฟัง; **~ [out] for sth./sb.** คอยฟัง *ส.น./ค.น.*; **~ to sth./sb.** *(pay heed)* ตั้งใจฟัง *ส.น./ค.น.*; **he wouldn't ~** *(heed)* เขาไม่ใส่ใจฟังหรอก; **~ to sb.'s grievances** รับฟังความทุกข์ร้อนของ *ค.น.*

l

~ **'in** *v.i.* Ⓐ *(Radio)* ฟังรายการวิทยุของ...; Ⓑ *(tap line)* ลอบต่อสายโทรศัพท์; Ⓒ *(eavesdrop)* แอบฟัง

listener /ˈlɪsnə(r)/ˈลิซ'เนอะ(ร)/ *n.* Ⓐ ผู้ฟัง; **be a good ~:** เป็นผู้ฟังที่ดี; Ⓑ *(Radio)* ผู้ฟังวิทยุ

listening post /ˈlɪsnɪŋpəʊst/ˈลิซนิงโพซทฺ/ *n.* *(Mil.; also fig.)* จุดแอบฟัง *(ข้าศึก)*

listing /ˈlɪstɪŋ/ˈลิซติง/ *n. (verbal)* รายการ, รายชื่อ

listless /ˈlɪstlɪs/ˈลิซทฺลิซ/ *adj.*, **listlessly** /ˈlɪstlɪslɪ/ˈลิซทฺลิซลิ/ *adv.* เงื่องหงอย, เชื่องซึม, ไม่กระตือรือร้น

listlessness /ˈlɪstlɪsnɪs/ˈลิซทฺลิซนิซ/ *n., no pl.* ความเงื่องหงอย, เชื่องซึม, ไม่กระตือรือร้น

list price *n.* ราคากำหนด

lit /lɪt/ลิท/ ➡ ¹**light** 4; ³**light**

litany /ˈlɪtənɪ/ˈลิเทอะนิ/ *n. (lit.) รายการสวดในโบสถ์หรือขบวนแห่ มีพระเป็นผู้นำ แล้วคนฟังขานรับพร้อมกัน; (fig.)* รายการความทุกข์ยากที่ยืดยาว; **the L~** รายการสวดในหนังสือ *Book of Common Prayer*

litchi /ˈlaɪtʃɪ, ˈlɪtʃɪ/ˈไลฉิ, ˈลิฉิ/ *n.* ลิ้นจี่

lite, Lite ® /laɪt/ไล/ ❶ *adj.* Ⓐ ไม่มีน้ำตาล *(เครื่องดื่ม)*; มีแคลลอรีน้อย *(เบียร์, เนยแข็ง)* ❷ *n.* เบียร์อ่อน

liter *(Amer.)* ➡ **litre**

literacy /ˈlɪtərəsɪ/ˈลิทเทอะเรอะซิ/ *n., no pl.* ความสามารถอ่านออกเขียนได้, การรู้หนังสือ; **adult ~ classes** ชั้นเรียนสอนผู้ใหญ่ให้อ่านออกเขียนได้; **~ is low** พลเมืองที่รู้หนังสือมีจำนวนน้อย

literal /ˈlɪtərl/ˈลิทเทอะเริล/ ❶ *adj.* Ⓐ ตามตัวอักษร, ตามความหมายพื้นฐานของคำศัพท์นั้น; **take sth. in a ~ sense** ตีความ *ส.น.* ตามตัวอักษร; Ⓑ *(not exaggerated)* ไม่กล่าวอ้างเกินจริง; **the ~ truth** ความจริงอย่างตรงไปตรงมา; Ⓒ *(coll.: with some exaggeration)* โดยแท้จริงทีเดียว; Ⓓ *(prosaic)* ตรงไปตรงมา, อย่างจืดชืดไม่มีรสชาติ; Ⓔ *(in text)* **~ error** การสะกดผิด; *(misprint)* การพิมพ์ *(ตัวอักษร)* ผิด ❷ *n.* Ⓐ *(error)* การสะกดผิด; *(misprint)* การพิมพ์ผิด; Ⓑ *(Computing)* การสะกดผิด

literally /ˈlɪtərəlɪ/ˈลิทเทอะเรอะลิ/ *adv.* Ⓐ อย่างตรงไปตรงมา, ตามตัวอักษร; **take sth./sb. ~:** รับฟัง *ส.น./ค.น.* ตามตัวอักษร; Ⓑ *(actually)* อย่างแท้จริง; Ⓒ *(coll.: with some exaggeration)* โดยแท้จริงทีเดียว

literal: ~-minded *adj.* ไม่มีจินตนาการ, ยึดตัวอักษรเท่านั้น; **~-mindedness** *n., no pl.* การยึดตามตัวอักษรเท่านั้น

literary /ˈlɪtərərɪ, US ˈlɪtərerɪ/ˈลิทเทอะเรอะริ, ˈลิทเทอะเระริ/ *adj.* เกี่ยวกับวรรณกรรม, หนังสือ, งานประพันธ์; *(not colloquial)* เป็นภาษาหนังสือ, ในเชิงอักษรศาสตร์หรือวรรณกรรม; **be of a ~ turn of mind** สนใจหนังสือและงานประพันธ์

literary: ~ 'agent *n.* ผู้แทนนักเขียน *(ในการเจรจางานเขียน)*; **~ 'critic** *n.* ผู้วิจารณ์งานทางหนังสือ; **~ ex'ecutor** ➡ **executor**; **~ gent** *n.* *(coll.)* นักอักษรศาสตร์; **~ hi'storian** *n.* นักประวัติศาสตร์วรรณกรรม; **~ 'history** *n.* ประวัติศาสตร์วรรณกรรม, ประวัติวรรณคดี; **~ 'luncheon** *n. งานเลี้ยงอาหารกลางวันของวงนักเขียนและผู้พิมพ์*; **~ man** *n.* นักอักษรศาสตร์; *(versed in literature)* ผู้รอบรู้เกี่ยวกับงานวรรณกรรม

literate /ˈlɪtərət/ˈลิทเทอะเริท/ ❶ *adj. (able to read and write)* อ่านออกเขียนได้; *(educated)* มีการศึกษา; **not be ~:** ไม่รู้หนังสือ, ไม่ได้รับการศึกษา ❷ *n.* คนที่รู้หนังสือ, อ่านออกเขียนได้

literature /ˈlɪtrətʃə(r), US -tʃʊər/ˈลิทเทอะเรอะเฉอะ(ร), -ฉัวร/ *n.* Ⓐ วรรณคดี; Ⓑ *(writings on a subject)* งานเขียนทางวิชาการ, ผลการค้นคว้าวิจัย; Ⓒ *(coll.: printed matter)* สิ่งพิมพ์, ใบปลิว; **advertising ~:** สิ่งพิมพ์ทางงานโฆษณา

lithe /laɪð/ลายฑฺ/ *adj.* อ่อน, ระทวย, ดัดได้ง่าย; **make sb.'s muscles ~** ทำให้กล้ามเนื้อของ *ค.น.* อ่อนนิ่ม

lithium /ˈlɪθɪəm/ˈลิธเธียม/ *n. (Chem.)* ลิเทียม *(ท.ศ.) ธาตุแท้ชนิดหนึ่งเป็นโลหะเบาสีขาวเงิน ๆ ใช้ในโลหะผสมหรือเชื้อเพลิงบางชนิด*

litho /ˈlaɪθəʊ/ˈไลโธ/ *(coll.)* ❶ *n., pl.* **~s** แม่พิมพ์เรียบ, รูปที่พิมพ์จากแม่พิมพ์เรียบ ❷ *adj.* ที่พิมพ์จากแม่พิมพ์เรียบ; **~ print/printing** การพิมพ์โดยใช้แม่พิมพ์เรียบ ❸ *v.t.* พิมพ์โดยใช้แม่พิมพ์เรียบ

lithograph /ˈlɪθəgrɑːf, US -græf/ˈลิธเธอะกราฟ, -แกรฟ/ ❶ *n.* สิ่งพิมพ์จากแม่พิมพ์เรียบ ❷ *v.t.* พิมพ์โดยใช้แม่พิมพ์เรียบ

lithographer /lɪˈθɒgrəfə(r)/ลิˈธอเกรอะเฟอะ(ร)/ *n.* ช่างพิมพ์ด้วยแม่พิมพ์เรียบ

lithographic /lɪθəˈgræfɪk/ลิเธอะˈแกรฟิค/ *adj.* เกี่ยวกับการพิมพ์เรียบ

lithography /lɪˈθɒgrəfɪ/ลิˈธอเกรอะฟิ/ *n.* การพิมพ์โดยใช้แม่พิมพ์เรียบ

Lithuania /lɪθjuːˈeɪnɪə/ลิธิวˈเอเนีย/ *pr. n.* ประเทศลิทัวเนีย *(รัฐหนึ่งที่ติดทะเลบอลติก)*

Lithuanian /lɪθjuːˈeɪnɪən/ลิธิวˈเอเนียน/ ❶ *adj.* แห่งประเทศลิทัวเนีย; **sb. is ~:** *ค.น.* เป็นชาวลิทัวเนีย; ➡ + **English** 1 ❷ *n.* Ⓐ *(person)* ชาวลิทัวเนีย; Ⓑ *(language)* ภาษาลิทัวเนีย; ➡ + **English** 2 A

litigant /ˈlɪtɪgənt/ˈลิททิเกินทฺ/ ❶ *n.* คู่ความ, ผู้ฟ้องร้อง ❷ *adj.* **~ party** ฝ่ายฟ้องร้อง

litigate /ˈlɪtɪgeɪt/ˈลิททิเกท/ ❶ *v.i.* ขึ้นศาล, ดำเนินคดี, ฟ้องร้อง ❷ *v.t.* ต่อสู้คดี, ฟ้องร้อง

litigation /lɪtɪˈgeɪʃn/ลิทิˈเกชฺ'น/ *n.* การฟ้องร้อง; **in ~:** อยู่ในระหว่างฟ้องร้อง

litigious /lɪˈtɪdʒəs/ลิˈทิจเจิซ/ *adj.* เกี่ยวกับการฟ้องร้อง; **a ~ person** ผู้ชอบฟ้องร้อง

litmus /ˈlɪtməs/ˈลิทเมิซ/ *n.* ลิทมัส *(ท.ศ.) (สารที่เปลี่ยนเป็นสีแดงเมื่อถูกกรด และเป็นสีฟ้าเมื่อถูกด่าง)*

litmus paper *n.* กระดาษที่ชุบสารนี้ใช้ในการทดลองเคมี, กระดาษลิทมัส *(ท.ศ.)*

litmus test *n.* การทดสอบความเป็นกรดด่างโดยใช้กระดาษลิทมัส

litotes /ˈlaɪtətiːz/ˈไลเทอะทีซ/ *n. (Rhet.)* การพูดที่ฟังเบากว่าความเป็นจริง มักใช้ในเชิงเสียดสี

litre /ˈliːtə(r)/ˈลีเทอะ(ร)/ *n. (Brit.)* ลิตร

Litt. D. /lɪt ˈdiː/ลิท ˈดี/ ➡ **D. Litt.**

litter /ˈlɪtə(r)/ˈลิทเทอะ(ร)/ ❶ *n.* Ⓐ *(rubbish)* ขยะ; **'do not leave ~'** 'โปรดอย่าทิ้งขยะ'; **her desk was strewn with a ~ of books** โต๊ะของเธอรกไปด้วยหนังสือ; Ⓑ *(vehicle)* เกี้ยว; Ⓒ *(stretcher)* แคร่, เปลหามคนเจ็บ; Ⓓ *(bedding for animals)* ฟางและหญ้าสำหรับปูให้สัตว์นอน; Ⓔ *(young)* ลูกสัตว์คอกหนึ่ง ❷ *v.t.* ทำให้รก กระจัดกระจาย; **papers were ~ed about the room** กระดาษเกลื่อนกลาดอยู่เต็มห้อง; **~ the room with one's books** ทำให้ห้องรกไปด้วยหนังสือ ❸ *v.i.* **'do not ~'** 'โปรดอย่าทิ้งขยะ'

litter: ~ basket *n.* ตะกร้าทิ้งขยะ; **~ bin** *n.* ถังขยะ; **~bug, ~ lout** *ns.* ผู้ที่ทิ้งขยะตามถนน

little /ˈlɪtl/ˈลิท'ล/ ❶ *adj.*, **~r** /ˈlɪtlə(r)/ˈลิทเลอะ(ร)/, **~st** /ˈlɪtlɪst/ˈลิทลิซทฺ/ *(Note: it is more common to use the compar. and superl. forms* **smaller, smallest**) Ⓐ *(small)* เล็ก; **~ town/book/dog** เมือง/หนังสือเล่ม/สุนัขตัวเล็ก; **~ toe** *(นิ้วเท้า)* นิ้วก้อย; **the ~ woman** *(coll.: my wife)* ภรรยาของผม; **you poor ~ thing!** เจ้าตัวน้อยที่น่าสงสาร; **don't worry your ~ head** อย่ากังวลไปเลย; **I know your ~ ways** ฉันรู้จักเล่ห์เหลี่ยมของคุณดี; **do one's ~ best** ทำให้ดีที่สุด; **L~ Venice** สถานที่แห่งหนึ่งในกรุงลอนดอนซึ่งมีคลอง; **the ~ people** *(fairies)* นางฟ้า ผี คนแคระหรือสิ่งมีชีวิตอื่น ๆ ในโลกของนิทาน; ➡ ¹**bear** C; ²**slam** A; Ⓑ *(young)* ที่อายุน้อย, เยาว์วัย; **the ~ Joneses** เจ้าหนูน้อยตระกูลโจนส์; **~ man/woman** *(child)* เด็กผู้ชาย/ผู้หญิง; **the ~ ones** ลูกเล็ก ๆ; **my ~ sister** น้องสาวของฉัน; Ⓒ *(short) (บุคคล)* เตี้ย; *(ระยะเวลา, ระยะทาง)* สั้น ๆ; **a ~ way** ระยะทางสั้น ๆ; **after a ~ while** หลังจากเวลาผ่านไปได้สักครู่; Ⓓ *(not much)* เล็กน้อย, นิดหน่อย; **you have ~ time left** คุณมีเวลาเหลือเพียงเล็กน้อย; **there is very ~ tea left** มีชาเหลืออยู่เพียงเล็กน้อย; **make a nice ~ profit** *(coll. iron.)* ทำกำไรได้พอสมควร; **a ~ ...** *(a small quantity of)* นิดหน่อย, เล็กน้อย; **speak a ~ Thai** พูดภาษาไทยได้นิดหน่อย; **speak only a ~ Thai** พูดภาษาไทยได้เพียงเล็กน้อย; **a ~ goes a long way** แค่นิดเดียวก็พอ, นิดเดียวก็ใช้ได้นาน; **I like classical music, but a ~ goes a long way** ฉันก็ชอบดนตรีคลาสสิคนะ แต่ฟังนิดหน่อยก็พอ; **no ~ ...:** มากมาย; Ⓔ *(trivial)* เล็ก ๆ น้อย ๆ, ไร้สาระ; **get annoyed about ~ things** โกรธด้วยเรื่องเล็ก ๆ น้อย ๆ; **of course, this 'would occur to your mean ~ mind** แน่ละที่เรื่องนี้จะผุดขึ้นในจิตใจอันคับแคบของคุณ; **~ things please ~ minds** ของไร้สาระสามารถทำให้คนที่มีสติปัญญาต่ำต้อยพอใจได้; ➡ + **Englander; old** 1 E; **Russian** 2 B

❷ *n.* ความน้อยนิด; **but ~:** แต่น้อย; **~ or nothing** แทบจะไม่มีอะไรเลย; **[do] not a ~:** [ทำ] มากทีเดียว; **not a ~ angry** *etc.* โกรธ ฯลฯ พอใช้; **there was ~ we could do** เราช่วยได้เพียงเล็กน้อย; **a ~** *(a small quantity)* ปริมาณเล็กน้อย, นิดหน่อย; *(somewhat)* ค่อนข้างจะน้อย; **too ~ too late** น้อยเกินไปและสายเกินไป; **think ~ of sb.** นับถือ *ค.น.* น้อยมาก; **after a ~:** หลังจากนั้นสักครู่; **a ~ after eight** เลยแปดโมงไปสักเล็กน้อย; **for a ~:** สักเล็กน้อย; *(a short way)* ระยะทางสั้น ๆ; **we see very ~ of one another** เราได้พบปะกันน้อยมาก; **~ by ~:** ค่อย ๆ ทีละน้อย; **the ~ I know** สิ่งเล็กน้อยที่ฉันทราบ; ➡ + **help** 1 A; **make** 1 M; **what** 6 A

❸ *adv.*, **less** /les/เล็ซ/, **least** /liːst/ลีซทฺ/ Ⓐ *(not at all)* **she ~ thought that ...:** เธอไม่เคยคิดเลยว่า...; **he ~ suspected/knew what ...:** เขาไม่เคยสงสัย/รู้เลยว่า...; Ⓑ *(to only a small extent)* **~ as he liked it** แม้ว่าเขาไม่ชอบมันนัก; **he writes ~ now** ปัจจุบันนี้เขาเขียนหนังสือน้อยมาก; **~ more/less than ...:** มากกว่า/น้อยกว่า...เล็กน้อย; **that is ~ less than ...:** นั่นเกือบเท่ากับ...; **the holiday was ~ less than a disaster** การท่องเที่ยวแทบจะเป็นความหายนะทีเดียว; **his behaviour is ~ less than disgraceful** การประพฤติของเขาจะเรียกว่าเลวทรามก็ได้

little: ~ end *n. (Brit. Motor Veh.)* ปลายเล็ก ๆ ของก้านต่อลูกสูบที่ติดเข้ากับลูกสูบเครื่องยนต์; **~ 'finger** *n.* นิ้วก้อย; **twist sb. round one's ~ finger** บังคับให้ *ค.น.* ทำตามที่ตนต้องการได้

529 **little-known | load**

อย่างง่ายดาย; ~-**known** *adj.* ไม่ค่อยเป็นที่รู้จัก, ไม่ค่อยมีชื่อเสียง

littleness /ˈlɪtlnɪs/ˈลิทˈลนิซ/ *n., no. pl.* ความเล็ก

ˈlittle theatre *n.* โรงละครเล็ก, โรงละครทดลอง

littoral /ˈlɪtərl/ˈลิทเทอระ'ล/ ❶ *adj. (Geogr.)* ใกล้ฝั่งทะเล, ตามฝั่งทะเล ❷ *n.* ดินแดนใกล้ฝั่งทะเล

liturgical /lɪˈtɜːdʒɪkl/ลิˈเทอจิค'ล/ *adj.* เกี่ยวกับเพลงสวดมนต์/พิธีสวดมนต์

liturgy /ˈlɪtədʒɪ/ˈลิทเทอะจิ/ *n.* Ⓐ เพลงสวดมนต์, พิธีสวดมนต์; Ⓑ *(Book of Common Prayer)* **the ~:** *หนังสือสวดทางราชการอังกฤษที่ชื่อว่า Book of Common Prayer*

[1]live /laɪv/ลายว/ ❶ *adj.* Ⓐ *attrib. (alive)* มีชีวิต; Ⓑ *(Radio, Telev.)* **~ performance** การแสดงที่ถ่ายทอดสด; **~ broadcast** การออกอากาศสด; **we go ~ tomorrow** *(fig.)* เราออกอากาศสดพรุ่งนี้; Ⓒ *(topical)* เป็นเหตุการณ์ปัจจุบันที่น่าสนใจ; Ⓓ *(Electr.)* มีกระแสไฟฟ้า; Ⓔ *(unexploded)* ยังไม่ระเบิด; Ⓕ *(glowing)* ติดไฟ อยู่; Ⓖ *(joc.: actual)* **real ~:** จริง; Ⓗ *(Mech. Engin.)* กำลังเคลื่อนไหว ❷ *adv. (Radio, Telev.)* ถ่ายทอดสด

[2]live /lɪv/ลิว/ ❶ *v.t.* Ⓐ มีชีวิต, ดำรงชีวิต; **~ and let ~:** อยู่กันไป; **~ by sth.** มีชีวิตอยู่ด้วย *ส.น.*; **will he ~?** เขาจะมีชีวิตต่อไปไหม; **you'll ~** *(iron.)* คุณยังไม่ตายหรอก; **as long as I ~ I shall never understand why ...;** ตราบเท่าที่ฉันมีชีวิตอยู่ ฉันจะไม่มีวันเข้าใจว่าทำไม...; **~ to see** มีชีวิตเพื่อจะได้เห็น; **she will ~ to regret her stupidity** เธอจะเสียใจในความโง่เขลาของเธอในอนาคต; **you ~ and learn** การมีชีวิตอยู่ก็เป็นการเรียนรู้ไปเรื่อย ๆ; **~ for sth./sb.** มีชีวิตอยู่เพื่อ *ส.น./ค.น.*; **~ through sth.** มีชีวิตในช่วงใดช่วงหนึ่ง *(เช่น สงคราม)*; *(survive)* มีชีวิตรอด *ส.น.*; **~ to a ripe old age/to be a hundred** มีชีวิตจนแก่ตาย/อายุ 100 ปี; **long ~ the queen!** ขอให้พระราชินีมีพระชนม์ยืนนาน!; **they ~d violently** พวกเขาดำเนินชีวิตที่รุนแรงดุเดือด; **~ beyond one's means** ดำเนินชีวิตเกินรายได้ของตน; **~ well** *(eat well)* อยู่ดีกินดี; ➡ + hand 1 A; Ⓑ *(make permanent home)* อยู่, อาศัย; **the room seems ~d in** ห้องดูเหมือนมีคนอาศัยอยู่; **~ together** อาศัยอยู่ด้วยกัน; **~ with sb.** อยู่อาศัยกับ *ค.น.*; **~ with sth.** *(lit. or fig.)* มีชีวิตคู่กับ *ส.น.*

❷ *v.t.* Ⓐ มีชีวิต; **~ one's own life** ใช้ชีวิตตามใจชอบ; **~ an honest life** ดำเนินชีวิตเป็นคนซื่อสัตย์; **~ it up** *(have a good time)* มีชีวิตที่สุขสบาย; Ⓑ *(express)* **~ one's convictions** ดำเนินชีวิตตามความเชื่อของตน; **what others were preaching, he ~d** เขานำสิ่งที่คนอื่นดีแต่พูดมาเป็นหลักปฏิบัติ

~ ˈdown *v.t.* ทำให้ลืม; **he will never be able to ~ it down** เขาไม่มีวันที่จะทำให้คนอื่นลืมได้

~ ˈin *v.t. (Brit.)* *(แม่บ้าน)* พักอาศัยอยู่ในบ้าน; *(นักศึกษาประจำ)* กินอยู่ในโรงเรียน

~ on ❶ /ˈ--/ *v.t.* มีรายได้จาก; *(fig.)* อยู่ได้ด้วย *(ความเพ้อฝัน, ความหวัง)*; **~ on air** มีชีวิตโดยไม่กินอะไร; ➡ fat 2 ❷ /-ˈ-/ *v.i.* มีชีวิตต่อไป

~ out ❶ /-ˈ-/ *v.i. (Brit)* อาศัยอยู่ข้างนอก ❷ /ˈ--/ *v.t.* Ⓐ *(survive)* รอดพ้น *(หน้าหนาว)*; Ⓑ *(complete, spend)* ดำรงชีวิต; **they had ~d out their lives as fishermen** พวกเขาดำรงชีวิตเป็นชาวประมงตลอด

~ˈup to *v.t.* ทำเท่าเทียมกับ, รักษา; **~ up to one's principles/faith** รักษาหลักการ/ความเชื่อของตน; **he's a bright lad – I hope he ~s up to his promise** เขาเป็นเด็กฉลาด – ฉันหวังว่าเขาคงประสบความสำเร็จเท่าเทียมกับแววที่แสดงไว้; **~ up to one's reputation** รักษาชื่อเสียงของตน; **~ up to one's income** ใช้ชีวิตอยู่ตามฐานะของตน

liveable /ˈlɪvəbl/ˈลิวเวอะบ'ล/ *adj.* พออยู่อาศัยได้, น่าอยู่

live birth /laɪv ˈbɜːθ/ลายว ˈเบิธ/ *n.* การเกิดเป็นตัว *(ไม่ใช่ไข่)*

live-in /ˈlɪvɪn/ˈลิววิน/ *attrib. adj. (คนใช้, แม่ครัว)* ที่อาศัยอยู่ในบ้าน; **~ cook** พ่อ/แม่ครัวที่อาศัยในบ้าน; **~ lover** คู่รักที่อยู่กินด้วยกัน

livelihood /ˈlaɪvlɪhʊd/ˈลายวลิฮุด/ *n.* รายได้เลี้ยงชีพ; **gain a ~ from sth.** ได้รายได้จาก *ส.น.*; **her ~ is her painting** รายได้เลี้ยงชีพของเธอมาจากการวาดรูป

liveliness /ˈlaɪvlɪnɪs/ˈลายวลินิซ/ *n., no pl.* ความมีชีวิตชีวา

livelong /ˈlɪvlɒŋ, US ˈlaɪvlɔːŋ/ˈลิวลอง, ˈลายวลอง/ *adj. (poet./rhet.)* **all the ~ day/night** ตลอดวัน/คืน

lively /ˈlaɪvlɪ/ˈลายวลิ/ *adj.* Ⓐ มีชีวิตชีวา, รื่นเริง; **things start to get ~ at 9 a.m.** สิ่งต่าง ๆ เริ่มมีชีวิตชีวาเมื่อเวลาเก้าโมงเช้า; **have a ~ sense of humour** มีอารมณ์ขันที่รื่นเริง; **look ~** *(coll.)* เร็ว ๆ เข้าหน่อย; Ⓑ *(vivid)* สว่างไสว, สดใส; Ⓒ *(joc.: exciting, dangerous, difficult)* **things were getting ~:** เหตุการณ์เริ่มน่าท้าทายขึ้น; **give sb. a ~ time, make things ~ for sb.** ทำให้ชีวิต *ค.น.* น่าตื่นเต้น

liven ➡ ~ up 1

liven up /laɪvn ˈʌp/ˈลายว'น ˈอัพ/ ❶ *v.t.* ทำให้มีชีวิตชีวา ❷ *v.i.* มีชีวิตชีวาขึ้น; **things will ~ when ...:** สิ่งต่าง ๆ จะมีชีวิตชีวาขึ้นเมื่อ...

[1]liver /ˈlɪvə(r)/ˈลิวเวอะ(ร)/ *n.* ➤ **118** ตับ

[2]liver *n.* **be a fast/clean ~:** ใช้ชีวิตอย่างโลดโผน/เรียบร้อย

ˈliver-coloured *adj.* สีน้ำตาลแดงเข้ม

liveried /ˈlɪvərɪd/ˈลิวเวอะริด/ *adj.* ที่ใส่เครื่องแบบพิเศษ

liverish /ˈlɪvərɪʃ/ˈลิวเวอะริช/ *adj.* Ⓐ *(unwell)* เป็นโรคเกี่ยวกับตับ; Ⓑ *(grumpy)* หัวเสีย, อารมณ์ไม่ดี

Liverpudlian /lɪvəˈpʌdlɪən/ลิวเวอะˈพัดเลียน/ ❶ *adj.* เกี่ยวกับเมืองลิเวอร์พูล ❷ *n.* ชาวเมืองลิเวอร์พูล

liver: ~ salts *n. pl. (Brit.)* เกลือแร่แก้โรคท้องอืด; **~ sausage** *n.* ไส้กรอกตับ; **~wort** *n.* ต้นไม้ในชั้น Hepaticae ซึ่งใบมีรูปร่างคล้ายตับ; **~wurst** /ˈlɪvəwɜst/ˈลิวเวอะเวิซท/ *(Amer.)* ➡ ~ sausage

livery /ˈlɪvərɪ/ˈลิวเวอะริ/ *n.* เครื่องแต่งตัวคนรับใช้; **in/out of ~:** สวมใส่/ถอดเครื่องแต่งกาย

livery: ~ company *n. (Brit)* *บริษัทหนึ่งของนครลอนดอนในสมัยก่อน ซึ่งมีเครื่องแต่งกายพิเศษ*; **~ stable** *n.* คอกม้าซึ่งเช่าที่เก็บม้าได้ *หรือ* มีม้าให้เช่า

live /ˈlaɪv/ˈลายว/: **~stock** *n. pl.* ปศุสัตว์; **large number of ~stock** ปศุสัตว์จำนวนมาก; **~ weight** *n.* น้ำหนักของคนที่อยู่ในรถหรือตึก; **~ ˈwire** *n. (Electr.)* สายไฟที่มีกระแสไฟเดินอยู่; *(fig.)* คนที่มีพลังกระฉับกระเฉงว่องไว

livid /ˈlɪvɪd/ˈลิววิด/ *adj.* Ⓐ *(bluish)* เป็นสีเขียวคล้ำ, ฟกช้ำดำเขียว; Ⓑ *(Brit. coll.: furious)* โกรธรุนแรง

living /ˈlɪvɪŋ/ˈลิววิง/ ❶ *n.* Ⓐ การครองชีพ; ➡ + cost of living; standard 1 B; Ⓑ *(livelihood)* รายได้เลี้ยงชีพ, อาชีพ; **make a ~:** มีอาชีพ; **earn one's [own] ~:** หาเลี้ยงตัวเอง; **make one's ~ out of farming** หาเลี้ยงชีพจากการทำไร่ทำนา; **make a good ~:** มีรายได้ดี; **it's a ~** *(joc.)* มันก็พอเป็นอาชีพ; Ⓒ *(Brit. Eccl.)* ตำแหน่งพระราชาคณะที่มีรายได้หรือทรัพย์สิน; Ⓓ *(way of life)* การดำรงชีวิต, วิถีชีวิต; **the art of ~:** ศิลปะการดำรงชีวิต; **good ~:** การดำเนินชีวิตที่ดี; *(pious)* การดำเนินชีวิตที่มีศีลธรรม; **high ~:** การดำเนินชีวิตอย่างคนชั้นสูง; Ⓔ *in pl.* **the ~:** บุคคลที่ยังมีชีวิตอยู่; **be still/back in the land of the ~:** ยังมีชีวิตอยู่/กลับมาสู่โลกของมนุษย์ ❷ *adj.* Ⓐ มีชีวิต; **~ things** สิ่งมีชีวิต; **not a ~ soul** ไม่มีสิ่งมีชีวิตสักสิ่งเดียว; **no man ~:** ไม่มีมนุษย์คนใดในโลกนี้; **it was a ~ death for him** มันเป็นความทุกข์อย่างสาหัสสำหรับเขา; **within ~ memory** ในความทรงจำของผู้ที่ยังมีชีวิตอยู่; **be the ~ image of sb.** เหมือนฝาแฝดของ *ค.น.*; **a ~ monument** บุคคลพิเศษที่เปรียบเสมือนอนุสาวรีย์ในขณะยังมีชีวิตอยู่; ➡ + daylight C; Ⓑ *(uncut, unquarried)* *(หิน)* ยังไม่ได้เจียระไน; Ⓒ *(still in vernacular use)* ยังคงใช้อยู่ *(ภาษา)*

living: ~ room *n.* ห้องนั่งเล่น, ห้องรับแขก; **~ space** *n.* Ⓐ ที่สำหรับดำเนินชีวิต; Ⓑ *(in dwelling)* พื้นที่ภายใน; **~ ˈwage** *n.* ค่าจ้างเงินเดือนที่พอจะประทังชีวิตได้; **~ will** *n.* *เอกสารที่แสดงความประสงค์ไม่ให้ใช้เครื่องช่วยชีวิตไว้ ถ้าตนหมดหนทางจะหายได้*

Livy /ˈlɪvɪ/ˈลิววิ/ *pr. n.* ลิวี่ นักประวัติศาสตร์ชาวโรมัน *(59 ปีก่อนคริสต์ศักราช-ค.ศ. 17)*

lizard /ˈlɪzəd/ˈลิซเซิด/ *n.* สัตว์เลื้อยคลานในชั้น Lacertilia เช่น จิ้งจก ตุ๊กแก กิ้งก่า

ll *abbr.* **lines**

ˈll /l/แอล/ *(coll.)* = **shall; ˈwill**

llama /ˈlɑːmə/ˈลาเมอะ/ *n. (Zool., Textiles)* ลามา *(ท.ศ.) สัตว์ในวงศ์อูฐพบในทวีปอเมริกาใต้ มีขนยาวนุ่ม ใช้ทอผ้า*

LL.B/LL.D/LL.M *abbrs.* **Bachelor/Doctor/Master of Laws;** ➡ + B. Sc

lo /ləʊ/โล/ *int.* Ⓐ **lo and behold** *(joc.)* แน่ะ, ดูนั่นซิ; Ⓑ *(arch.)* โปรดได้ดู

loach /ləʊtʃ/โลฉ/ *n. (Zool.)* ปลาน้ำจืดขนาดเล็กในวงศ์ Cobitidae

load /ləʊd/โลด/ ❶ *n.* Ⓐ *(burden, weight)* น้ำหนัก, ภาระ; *(amount carried)* น้ำหนักที่บรรทุก; **a ~ of hay** ฟางที่บรรทุกจำนวนหนึ่ง; **barrow~ of apples** แอปเปิ้ลหนึ่งหาบ; **a ~ of [old] rubbish** *or* **tripe** *(fig. coll.)* สิ่งที่ไร้สาระ; **talk a ~ of rubbish** พูดเรื่องไร้สาระ; **what a ~ of rubbish!** ช่างเป็นเรื่องไร้สาระจริง ๆ; **get a ~ of this!** *(coll.) (listen)* มาฟังให้ดี; *(look)* มาดูนี่ซิ; Ⓑ *(weight)* น้ำหนัก; *(Electr.)* ปริมาณกำลังไฟฟ้า; Ⓒ *(fig.)* ความหนักใจ, ภาระ; **a heavy ~ of work** มีงานหนักจำนวนหนึ่ง; **take a ~ off sb.'s mind** ช่วยปลดเปลื้องความหนักใจของ *ค.น.*; **that's a ~ off my mind** นั่นทำให้ฉันเบาใจ; **teaching ~** ภาระการสอน; Ⓓ *usu. in pl. (coll.: plenty)* **~s of** จำนวนมาก; **have ~s of sense** มีเหตุมีผลมาก

❷ *v.t.* Ⓐ *(put ~ on)* บรรทุก; **~ sb. with work** *(fig.)* มอบหมายงานให้ *ค.น.* มาก; **~ cargo into the hold** บรรทุกสินค้าในท้องเรือ; Ⓑ *(put as ~)* มอบเป็นภาระ; Ⓒ *(weight with lead)* ถ่วงน้ำหนักด้วยตะกั่ว; **~ed dice** ลูกเต๋าที่ถ่วงน้ำหนัก; **the dice were ~ed against him** *(fig.)* เขาโชคไม่ดี; Ⓓ *(charge)* บรรจุ *(กระสุนในปืน)*; **~ a camera** บรรจุฟิล์มใส่กล้องถ่ายรูป; Ⓔ *(insert)* ใส่ *(ฟิล์ม, เทป)* **(into** ลงใน); Ⓕ *(strain)* เต็ม

l

ไปด้วย; **a table ~ed with food** โต๊ะเต็มไปด้วยอาหาร; Ⓖ *(overwhelm) (with praise, presents etc.)* ทุ่มเทให้มากมาย; *(with abuse)* ด่าว่ามากมาย
❸ *v.i.* บรรทุก (**with** ด้วย)

~'up *v.t.* บรรทุกให้เต็ม (**with** ด้วย)

'load-bearing *adj. (กำแพง, สิ่งก่อสร้าง)* ที่รับน้ำหนักได้

loaded /'ləʊdɪd/'โลดิด/ *adj.* Ⓐ *(coll.: rich)* **be ~:** ร่ำรวย; Ⓑ *(coll. : drunk)* เมาเหล้า; Ⓒ *(Amer. sl.: drugged)* เมายา; **be ~ [up]on heroin** เมาเฮโรอีนอย่างเต็มที่; Ⓓ **~ for bear** *(Amer. coll)* เตรียมพร้อมสำหรับทุกอย่าง; Ⓔ **emotionally ~ words** ถ้อยคำที่เต็มไปด้วยอารมณ์; **a ~ question** คำถามที่มีนัยแฝงอยู่; ➡ + **load 2**

loader /'ləʊdə(r)/'โลเดอะ(ร)/ *n.* Ⓐ *(person who loads gun)* ผู้บรรจุกระสุน; Ⓑ *(machine)* เครื่องมือบรรจุกระสุน; Ⓒ *in comb. (gun. etc.)* ปืนที่บรรจุกระสุน *(หน้า, หลัง)*

'loading bay *n.* บริเวณขนถ่ายสินค้าและผู้โดยสาร

load: ~ line *n.* เส้นบนเรือที่แสดงระดับน้ำหนักที่บรรทุกได้; **~-shedding** *n. (Electr.)* การดับไฟฟ้า; **~star** ➡ **lodestar; ~stone** *n.* Ⓐ *(oxide)* หินแม่เหล็กธรรมชาติ; Ⓑ *(piece)* ก้อนแร่ที่มีแม่เหล็ก, แม่เหล็ก; Ⓒ *(fig.)* สิ่งของที่ดึงดูดคน

¹loaf /ləʊf/โลฟ/ *n. pl.* **loaves** /ləʊvz/โลวซฺ/ Ⓐ ก้อนขนมปัง; **a ~ of bread** ขนมปังหนึ่งก้อน; **a brown/white ~:** ขนมปังสีน้ำตาล/สีขาวหนึ่งก้อน; **half a ~ is better than no bread** *or* **none** *(prov.)* มีขนมปังครึ่งก้อนดีกว่าไม่มีเลย, มีน้อยดีกว่าไม่มีเลย; Ⓑ *(coll.: head)* **use one's ~:** ใช้หัวคิด; Ⓒ **~ sugar** น้ำตาลก้อน

²loaf ❶ *v.i.* Ⓐ **~ round town/the house** เที่ยวเล่นทั่วเมือง/บ้าน; Ⓑ *(saunter)* เดินเตร็ดเตร่อย่างเกียจคร้าน ❷ *v.t.* **~ away** เสียเวลา, ไม่เป็นโล้เป็นพาย

loafer /'ləʊfə(r)/'โลเฟอะ(ร)/ *n.* Ⓐ *(idler)* คนไม่เอาถ่าน; Ⓑ **L~** ® *รองเท้าหนังแบบสวมไม่ผูกเชือกและส้นเตี้ย*

loam /ləʊm/โลม/ *n.* Ⓐ *(paste) ส่วนผสมของน้ำ ดินเหนียวและทราย ที่ใช้ทำอิฐหรือแม่พิมพ์;* Ⓑ *(soil)* ดินที่อุดมสมบูรณ์

loamy /'ləʊmɪ/'โลมิ/ *adj.* มีดินที่อุดมสมบูรณ์

loan /ləʊn/โลน/ ❶ *n.* Ⓐ *(thing lent)* สิ่งที่ให้ยืม; Ⓑ *(lending)* **let sb. have/give sb. the ~ of sth.** ให้ *ค.น.* ยืม *ส.น.*; **may I have the ~ of your mower?** ฉันขอยืมรถตัดหญ้าของคุณหน่อยได้ไหม; **be [out] on ~:** ที่ให้ยืมออกไป *(หนังสือ, แผ่นเสียง)*; **have sth. on ~ [from sb.]** ยืม *ส.น.* [จาก *ค.น.*]; Ⓒ *(money lent)* เงินกู้; *(public ~)* เงินกู้รัฐบาล ❷ *v.t.* ให้ยืม; **~ sth. to sb.** ให้ *ค.น.* ยืม *ส.น.*

loan: ~ collection *n.* ของเก่า *(ในพิพิธภัณฑ์)* ที่ยืมมาแสดง; **~ shark** *n. (coll.)* คนที่ให้กู้เงินโดยคิดดอกเบี้ยสูงมาก; **~ translation** *n.* การแปลสำนวนแบบตรง ๆ ตามภาษาเดิม; **~word** *n.* คำที่ยืมมาจากภาษาต่างประเทศ

loath /ləʊθ/โลธ/ *pred. adj.* **be ~ to do sth.** ไม่เต็มใจทำ *ส.น.*; **be nothing ~:** เต็มใจทีเดียว

loathe /ləʊð/โลฑ/ *v.t.* เกลียดชัง, รังเกียจ; **he ~s eggs** เขาเกลียดไข่; **I ~ ironing** ฉันเกลียดการรีดผ้า; **I ~d having to tell her** ฉันเกลียดที่จะต้องบอกเธอ

loathing /'ləʊðɪŋ/'โลฑิง/ *n.* ความรังเกียจ, ความเกลียด; **have a ~ of sth.** มีความรังเกียจ *ส.น.*

loathsome /'ləʊðsəm/'โลฑเซิม/ *adj.* น่ารังเกียจ

loaves *pl. of* **'loaf**

lob /lɒb/ลอบ/ ❶ *v.t.*, **-bb-** โยนลูกขึ้นสูง ❷ *n. (Tennis)* ลูกที่ตีขึ้นสูงเหนือศีรษะฝ่ายตรงข้าม

lobby /'lɒbɪ/'ลอบิ/ ❶ *n.* Ⓐ *(pressure group)* กลุ่มกดดันรัฐบาล; Ⓑ *(of hotel)* ห้องโถง, ลอบบี้ *(ท.ศ.)*; *(of theatre)* ห้องโถงหน้าโรงละคร; Ⓒ *(esp. Brit. Parl.: hall)* ห้องโถง ❷ *v.t.* พยายามกดดัน *(รัฐบาล)* ❸ *v.i.* สร้างอิทธิพลชักจูงให้บังเกิดผล; **~ for/against sth.** กดดันเพื่อ/ต่อต้าน *ส.น.*

lobbyist /'lɒbɪɪst/'ลอบิอิซทฺ/ *n.* ผู้รับวิ่งเต้น *(นโยบายการเมือง)*

lobe /ləʊb/โลบ/ *n. (ear~)* ติ่งหู; *(of liver, lung, brain)* ส่วนที่เป็นลอน; *(of leaf)* ส่วนที่เป็นร่องกลม

lobed /ləʊbd/โลบดฺ/ *adj.* เป็นลอน

lobelia /lə'bi:ljə/เลอะ'บีเลีย/ *n. (Bot.)* พืชดอกในสกุล *Lobelina* มีดอกฟ้า แดง ขาว หรือม่วง

lobotomy /ləʊ'bɒtəmɪ/โล'บอเทอะมิ/ ➡ **leucotomy**

lobster /'lɒbstə(r)/'ลอบซเตอะ(ร)/ *n.* กุ้งทะเลขนาดใหญ่เปลือกแข็ง, กุ้งมังกร

'lobster pot *n.* กระชังดักปูและกุ้ง

local /'ləʊkl/'โลค'ล/ ❶ *adj.* Ⓐ *(หนังสือพิมพ์, ข่าว, นักการเมือง, การเลือกตั้ง)* ท้องถิ่น; *(of this area) (ไวน์, อาหาร)* ถิ่นนี้; *(of that area)* จากท้องถิ่นนั้น; **~ knowledge** ความรู้เกี่ยวกับท้องถิ่น; **go into your ~ branch** ไปที่สาขาใกล้บ้านคุณ; **our ~ hairdresser** ช่างทำผมแถวบ้านเรา; **she's a ~ girl** เธอเป็นคนท้องถิ่น; **~ resident** คนท้องถิ่น; **~ bus** รถประจำทางที่วิ่งระยะสั้นในท้องถิ่น; **your ~ candidate** ผู้สมัครในเขตของคุณ; **~ opinion** ความคิดเห็นของคนในท้องถิ่น; Ⓑ *(Med.) (อาการ)* เฉพาะที่, เฉพาะบริเวณ; Ⓒ *(Post)* ภายในท้องถิ่น ❷ *n.* Ⓐ *(inhabitant)* คนท้องถิ่น; Ⓑ *(Brit. coll.: pub)* ผับในหมู่บ้าน

local: ~ anaes'thetic *n. (Med.)* ยาชาเฉพาะที่; **[be treated] under a ~ anaesthetic** รักษาโดยใช้ยาชาเฉพาะที่; **~ area network** *(LAN) (Computing) n.* ระบบแลน *(ท.ศ.) (ระบบเครือข่ายเชื่อมต่อคอมพิวเตอร์ภายในสถานที่เดียวกัน)*; **~ au'thority** *n. (Brit.)* รัฐบาลท้องถิ่น *หรือ* เทศบาล; **~ call** *n. (Teleph.)* โทรศัพท์ภายในเขตเดียวกัน; **~'colour** ➡ **colour** 1 G; **~ 'Derby** ➡ **Derby** A

locale /ləʊ'kɑ:l, US -'kæl/โล'คอล, –'แคล/ *n. (of crime etc.)* สถานที่เกิดเหตุ

local 'government *n.* เทศบาล *หรือ* ผู้ปกครองส่วนท้องถิ่น; **~ elections/officials** การเลือกตั้ง/เจ้าหน้าที่ท้องถิ่น

localise ➡ **localize**

locality /ləʊ'kælətɪ/เลอะ'แคเลอะทิ/ *n.* Ⓐ *(position) (of thing)* ตำแหน่ง, ที่ตั้ง; *(of person)* ที่พักอาศัย, ที่อยู่; *(of mineral)* แหล่ง; Ⓑ *(district)* ตำบล

localize /'ləʊkəlaɪz/'โลเคอะลายซฺ/ *v.t.* Ⓐ *(restrict)* ให้อยู่ในเขตหรือบริเวณที่จำกัด; Ⓑ *(decentralize)* กระจายอำนาจสู่ท้องถิ่น

locally /'ləʊkəlɪ/'โลเคอะลิ/ *adv.* ในท้องถิ่น, เป็นท้องถิ่น

'local time *n.* เวลาท้องถิ่น; **[it's] 3 p.m. ~:** [เป็น] เวลาท้องถิ่นบ่าย 3 โมง

locate /lə'keɪt, US 'ləʊkeɪt/เลอะ'เคท, 'โลเคท/ *v.t.* Ⓐ *(position)* ตั้งอยู่; **be ~d** มีที่ตั้ง; **the factory is to be ~d on the edge of the town** โรงงานจะตั้งอยู่ชานเมือง; Ⓑ *(determine position of)* กำหนดจุดที่ตั้ง, ค้นหาที่ตั้ง

location /lə'keɪʃn/โล'เคช'น/ *n.* Ⓐ *(position)* ตำแหน่งที่ตั้ง, ตำแหน่งที่อยู่; *(of ship, aircraft, police car, person, building, etc.)* ที่อยู่; **discover the ~ of sth.** ค้นพบตำแหน่งที่ตั้งของ *ส.น.*; Ⓑ *(positioning)* การตั้งตำแหน่ง; Ⓒ *(determination of position of)* การหาที่ตั้ง; **succeed in the ~ of the buried treasure** ค้นหาสมบัติที่ฝังเอาไว้ได้; Ⓓ *(Cinemat.)* นอกสถานที่; **be on ~:** อยู่นอกสถานที่; **shoot on ~:** ถ่ายทำภาพยนตร์นอกสถานที่; Ⓔ *(S. Afr.)* ที่พักอาศัยเดิมของชาวแอฟริกันพื้นเมือง

loc. cit. /lɒk 'sɪt/ลอค 'ซิท/ *abbr.* **in the passage already quoted** ในเรื่องเดียวกันที่อ้างมาแล้ว

loch /lɒk, lɒx/ลอค, ลอคฺ/ *n. (Scot.)* ทะเลสาบ; *(arm of sea)* อ่าว แคบและยาว *(ของทะเล)*

Loch Ness /lɒx 'nes, lɒk 'nes/ลอคฺ 'เน็ซ, ลอค 'เน็ซ/ *pr. n.* ทะเลสาบลอคเนซ; **~ monster** สัตว์ประหลาดในทะเลสาบลอคเนซ

¹lock /lɒk/ลอค/ *n.* Ⓐ *(tress of hair)* ปอยผม; *(ringlet)* ลอนผม; Ⓑ *in pl. (hair)* ผม; Ⓒ *(of wool, cotton, etc.)* ขนสัตว์หรือฝ้ายยาว ๆ

²lock ❶ *n.* Ⓐ *(of door etc.)* กุญแจที่ติดกับประตู; **under ~ and key** เก็บใส่กุญแจอย่างแน่นหนา; Ⓑ *(on canal etc.)* ประตูกั้นน้ำที่ปรับระดับน้ำได้; Ⓒ *(on wheel)* การหักเลี้ยวของล้อหน้ารถยนต์; Ⓓ *(Wrestling)* การจับคู่ต่อสู้ไว้ไม่ให้เคลื่อนไหว; Ⓔ *(of gun)* นกปืน; **~, stock, and barrel** *(fig.)* ทั้งหมด, ทุกส่วน; **condemn sth. ~, stock, and barrel** *(fig.)* ประณาม *ส.น.* อย่างไม่มีชิ้นดี; Ⓕ *(Motor. Veh.)* สุดรอบหมุนของพวงมาลัยรถ; **full [left/right] ~:** สุดรอบหมุนของพวงมาลัยรถ [ทางซ้าย/ขวา]; Ⓖ *(Rugby)* **~ [forward]** ผู้เล่นแถวที่ 2 ในการเข้าแย่งลูกบอล; Ⓗ ➡ **airlock** B
❷ *v.t.* Ⓐ *(fasten)* ปิดให้แน่น; **~ *or* shut the stable door after the horse has bolted** *(fig.)* วัวหายแล้วล้อมคอก; Ⓑ *(shut)* **~ sb./sth. in sth.** ขัง *ค.น./ส.น.* ไว้ใน *ส.น.*; **~ sb./sth. out of sth.** ปิดกั้น *ค.น./ส.น.* ไม่ให้เข้าใน *ส.น.*; Ⓒ *(Mech. Engin.: engage)* ติดตั้งเครื่องจักร; Ⓓ *in p.p. (joined)* **the wrestlers were ~ed in combat** นักมวยปล้ำกอดปล้ำกันในการต่อสู้; **the lovers were ~ed in an embrace** คู่รักกอดกันแน่น; ➡ + **horn** 1 A
❸ *v.i. (ประตู, หีบ)* ที่ใส่กุญแจ

~ a'way *v.t. (สิ่งของ)* เก็บไว้อย่างมิดชิด; *(คน, สัตว์)* ถูกขังไว้; **he ought to be ~ed away** เขาควรถูกขังไว้

~ 'in *v.t.* ขังไว้ข้างใน

~ 'on to *v.t.* Ⓐ *(จรวด)* หาและจับเป้าได้; Ⓑ *(กล้องส่ง)* เล็งไปที่เป้า

~ 'out *v.t.* Ⓐ ปิดไม่ให้เข้ามา; **~ oneself out** เข้าบ้านไม่ได้เพราะติดกุญแจ; Ⓑ *(Industry)* ปิดโรงงานไม่ให้ลูกจ้างเข้า; ➡ + **lockout**

~'up ❶ *v.i.* ปิดไว้ ❷ *v.t.* Ⓐ ปิด *(บ้าน, ประตู)* ใส่กุญแจ; Ⓑ *(imprison)* ขังไว้ในคุก; **he ought to be ~ed up** เขาควรถูกขังไว้ในคุก; Ⓒ *(store inaccessibly) (ทรัพย์สิน, เงินก้อน)* เก็บไว้ในที่ที่แตะไม่ได้; *(fig.)* เก็บกด *(ความรู้สึก)*; **~ sth. up in one's heart** *(fig.)* เก็บกด *ส.น.* ไว้ในใจ; ➡ + **lock-up**

locker /'lɒkə(r)/'ลอเคอะ(ร)/ *n.* Ⓐ ล็อกเกอร์ *(ท.ศ.) (ตู้มีกุญแจที่ใช้เก็บสิ่งของส่วนตัวในที่สาธารณะ)*; Ⓑ *(Naut.)* หีบของกะลาสีเรือ

'locker room *n.* ห้องซึ่งมีล็อกเกอร์, ห้องเปลี่ยนเสื้อ *(ในสโมสรกีฬา ฯลฯ)*

locket /ˈlɒkɪt/ˈลอคิท/ *n.* จี้ห้อยคอ *(ภายในบรรจุรูปภาพหรือของที่ระลึกอื่น ๆ)*

lock: ~ gate *n.* ประตูกั้นน้ำ; **~jaw** *n. (Med.)* อาการเกร็ง; *(disease)* โรคขากรรไกรแข็ง, โรคบาดทะยัก; **~-keeper** *n.* คนเฝ้าประตูน้ำ; **~nut** *n. (Mech.)* น็อตกันหลวม, แป้นเกลียวใส่ทับแป้นอีกอันเพื่อให้แน่น; **~out** *n.* การปิดโรงงานเพื่อให้ลูกจ้างยอมรับเงื่อนไขการว่าจ้าง; **~smith** *n.* ➤ **489** ช่างทำ *หรือ* ซ่อมกุญแจ; **~ stitch** ❶ *n.* ตะเข็บด้ายคู่ ❷ *v.t. & i.* เย็บตะเข็บด้ายคู่; **~-up** ❶ *n.* Ⓐ *(closing time)* เวลาปิดร้าน; Ⓑ *(jail)* ห้องขัง ❷ *adj.* Ⓐ *(Brit.)* **~-up shop/garage** *ร้าน/อู่ที่ไม่มีคนนอนค้างคืนสามารถปิดทิ้งไว้ได้;* Ⓑ **~-up time** เวลาปิดร้าน

locomotion /ləʊkəˈməʊʃn/โลเคอะˈโมช่น/ *n.* การเคลื่อนไหว

locomotive /ləʊkəˈməʊtɪv/โลเคอะˈโมทิว/ ❶ *n.* รถจักรที่ลากรถไฟ ❷ *adj.* Ⓐ *(of locomotion)* เกี่ยวกับการเคลื่อนไหว; Ⓑ *(not stationary)* เคลื่อนไหวไปมาได้; **~ engine** รถจักรที่ลากรถไฟ

locum /ˈləʊkəm/ˈโลเคิม/ *n., (coll.),* **locum tenens** /ləʊkəm ˈtenenz/โลเคิม ˈเท็นเน็นซฺ/ *n., pl.* **locum tenentes** /ləʊkəm teˈnentiːz/ˈโลเคิม เทะˈเน็นทีซฺ/ ผู้รักษาการ โดยเฉพาะพระ หรือ หมอ

locus /ˈləʊkəs/ˈโลเคิซ/ *n., pl.* **loci** /ˈləʊsaɪ/ˈโลซาย/ Ⓐ *(Math.)* จุดในวิชาเรขาคณิต; Ⓑ *(Biol.)* จุดที่ตั้งของยีน

locust /ˈləʊkəst/ˈโลเคิซทฺ/ *n.* Ⓐ ตั๊กแตนที่มาเป็นฝูง; Ⓑ *(Amer.: cicada)* จักจั่น; Ⓒ *(Bot.)* **~ [bean]** ต้นถั่ว; **~ [tree]** ต้นไม้ขนาดใหญ่ในสกุล *Acacia*

locution /ləˈkjuːʃn/เลอะˈคิวช่น/ *n.* คำหรือวลีที่ใช้แสดงลีลาการเขียนหรือสำนวน; *(style)* วิธีการพูด

lode /ləʊd/โลด/ *n. (Min.)* ทางแร่ในหิน

loden /ˈləʊdn/ˈโลด'น/ *n. (cloth)* ผ้าขนสัตว์อย่างหนาที่กันน้ำได้

lode: ~star *n.* ดาวที่เป็นเครื่องชี้ทาง; *(esp.)* ดาวเหนือ; *(fig.)* สิ่งที่แสวงหา, สิ่งที่เป็นตัวอย่าง; **~stone** ➡ **loadstone**

lodge /lɒdʒ/ลอจ/ ❶ *n.* Ⓐ *(servant's cottage)* บ้านหลังเล็ก ๆ สำหรับคนรับใช้; *(Sport)* ที่พักเวลาออกล่าสัตว์; *(hotel)* โรงแรม; Ⓑ *(porter's room)* ห้องของคนขนกระเป๋า; *(at gate of school etc.)* ตู้ยาม *หรือ* คนเฝ้าประตู; Ⓒ *(Freemasonry)* ที่ประชุมของสมาคม; **grand ~:** หอประชุมใหญ่; Ⓓ *(lair)* รังของสัตว์; Ⓔ *(of trade union)* สาขาตามท้องถิ่นของสหภาพแรงงาน
❷ *v.t.* Ⓐ *(deposit formally)* เสนออย่างเป็นทางการ *(คำร้องทุกข์, ข้อคัดค้าน); (bring forward)* ยกขึ้นมา, นำมา; **~ information against sb.** นำข้อมูลมาคัดค้าน *ค.น.;* Ⓑ *(house)* ให้ที่พักอาศัย; *(receive as guest)* ให้การรับรอง; *(establish as resident)* ให้พักอาศัย; Ⓒ *(leave)* **~ sth. with sb./in a bank** ฝาก *ส.น.* ไว้กับ *ค.น.*/ในธนาคาร; Ⓓ **~ power** *etc.* **in the hands of** *or* **with sb.** มอบอำนาจ ฯลฯ ไว้ในมือของ *หรือ* กับ *ค.น.;* Ⓔ *(put, fix)* ติดอยู่; *(ดาบ)* ฝังอยู่; **be ~d in sth.** ติดอยู่ใน *ส.น.;* **become ~d in sth.** เกิดติดอยู่ใน *ส.น.;* **the idea became ~d in his mind** ความคิดฝังอยู่ในใจของเขา
❸ *v.t.* Ⓐ *(be paying guest)* พักอาศัยโดยจ่ายเงิน; Ⓑ *(enter and remain)* ค้างอยู่, ฝังอยู่; **~ in sb.'s memory** ค้างอยู่ในความทรงจำของ *ค.น.;* Ⓒ *(reside)* พักอาศัย; *(pass the night)* ค้างคืน

lodger /ˈlɒdʒə(r)/ˈลอเจอะ(ร)/ *n.* ผู้พักอาศัยที่เสียเงินค่าที่พัก; ➡ **+ take in** D

lodging /ˈlɒdʒɪŋ/ˈลอจิง/ *n.* Ⓐ *usu. in pl. (rented room)* ห้องเช่า; Ⓑ *(accommodation)* ที่พักชั่วคราว; **board** *or* **food and ~:** ที่พักที่รวมอาหารให้ด้วย

ˈlodging house *n.* บ้านที่มีห้องเช่า, โรงแรมเล็ก ๆ

loess /ˈləʊes/ˈโลเอ็ซ/ *n. (Geol.)* ดินละเอียดสีอ่อนที่ลมพัดพามาสะสมตามที่ลุ่ม อุดมสมบูรณ์มาก

loft /lɒft, US lɔːft/ลอฟทฺ/ ❶ *n.* Ⓐ *(attic)* ห้องใต้หลังคา; *(Amer.: room)* ห้องที่อยู่ชั้นบน; **~ conversion** การดัดแปลงช่องใต้หลังคาเป็นห้อง; Ⓑ *(over stable)* ห้องเก็บฟางเหนือคอกม้า; Ⓒ *(pigeon house)* บ้านนกพิราบ; Ⓓ *(gallery in church)* ระเบียงสูงในโบสถ์
❷ *v.t. (Sport)* ตี *(ลูกบอล)* ให้ขึ้นสูง; **~ a ball over sth.** ตีลูกบอลให้ลอยข้าม *ส.น.*

loftily /ˈlɒftɪlɪ, US ˈlɔːftɪlɪ/ˈลอฟทิลิ/ *adv.* Ⓐ *(grandiosely)* *(พูดจา, เขียน)* อย่างหรูหรา; Ⓑ *(haughtily)* อย่างหยิ่งยโส

lofty /ˈlɒftɪ, US ˈlɔːftɪ/ˈลอฟทิ/ *adj.* Ⓐ *(exalted, grandiose)* *(ความคิด, จุดมุ่งหมาย)* สูงส่ง, หรูหรา; *(fig.: elevated)* *(รูปทรง, รูปแบบ)* สูงส่ง, เลิศลอย; Ⓑ *(high)* *(การบิน, ห้อง)* สูง; Ⓒ *(haughty)* *(ท่าทาง)* หยิ่งยโส

[1]**log** /lɒg, US lɔːg/ลอก/ ❶ *n.* Ⓐ *(rough piece of timber)* ซุง; *(part of tree trunk)* ขอนไม้; *(as cut for firewood)* ไม้ฟืน; **be as easy as falling off a ~:** ง่ายเหมือนปอกกล้วยเข้าปาก; **sleep like a ~:** หลับไม่รู้ตัวเหมือนท่อนไม้; Ⓑ **~[-book]** *(Naut.)* สมุดจดบันทึกประจำวัน; *(Aeronaut.)* สมุดจดรายการประจำวันนักบิน; Ⓒ *(Naut.: float etc.)* ระยะทางเดินเรือ ❷ *v.t.* **-gg-** Ⓐ *(record)* จดบันทึก; *(Naut.)* จดบันทึกในรายงานประจำวันของการเดินเรือ; Ⓑ *(achieve)* เป็นไปตามเป้าหมาย

~ ˈin ➡ **~ on**

~ˈoff *v.i. (Computing)* ออกจากการเชื่อมต่อ

~ˈon *v.t. (Computing)* เชื่อมต่อเข้าเครือข่าย

~ ˈout ➡ **~ off**

[2]**log** *n. (Math)* ➡ **logarithmus**

loganberry /ˈləʊgnbrɪ, US -berɪ/ˈโลก'นบริ, -เบะริ/ *n.* ต้นไม้ *Rubus loganobaccus* ซึ่งเป็นพันธุ์ผสมระหว่างแบล็คเบอร์รีและราสเบอร์รี

logarithm /ˈlɒgərɪðəm, US ˈlɔːg-/ˈลอเกอะริเธิม/ *n. (Math.)* ลอการิทึม *(ท.ศ.)*, เลขแสดงกำลัง

logarithmic /lɒgəˈrɪðmɪk/ลอเกอะˈริทมิค/ *adj.* เกี่ยวกับลอการิทึม

log: ~book *n.* Ⓐ *(Brit.: of car)* สมุดทะเบียนรถยนต์; Ⓑ ➡ [1]**log** 1 b; **~ ˈcabin** *n.* กระท่อมที่ทำด้วยปีกไม้หรือท่อนซุง; **~ ˈfire** *n.* ไฟไม้ฟืน

loggerheads /ˈlɒgəhedz/ˈลอเกอะเฮ็ดซฺ/ *n. pl.* **be at ~ with sb.** ทะเลาะกับ *ค.น.*; **they were constantly at ~:** เขาทะเลาะกันอยู่เสมอ

loggia /ˈləʊdʒjə, ˈlɒdʒjə/ˈโลเจอะ, ˈลอเจีย/ *n.* ระเบียง, เฉลียง

logging /ˈlɒgɪŋ/ˈลอกิง/ *n., no pl., no indef. art.* อุตสาหกรรมการทำป่าไม้

logic /ˈlɒdʒɪk/ˈลอจิค/ *n.* ตรรกวิทยา *(ร.บ.)*, เหตุผล

logical /ˈlɒdʒɪkl/ˈลอจิค'ล/ *adj.* Ⓐ เป็นเหตุผล; **she has a ~ mind** เธอเป็นคนที่ใช้เหตุผล; Ⓑ *(clear-thinking)* ความคิดที่ชัดเจน

logicality /lɒdʒɪˈkælɪtɪ/ลอจิˈแคลิทิ/ *n.* ความมีเหตุผล

logically /ˈlɒdʒɪkəlɪ/ˈลอจิเคอะลิ/ *adv.* อย่างมีเหตุผล

logical ˈpositivism *n. (Philos.)* การเชื่อถือโดยใช้เหตุผลและตรรกวิทยา, การพิสูจน์ความจริงทางตรรก, ปฏิฐานนิยมเชิงตรรก *(ร.บ.)*

logician /ləˈdʒɪʃn/เลอะˈจิช'น/ *n. (Philos.)* นักตรรกวิทยา

login /ˈlɒgɪn/ˈลอกิน/ *n. (Computing)* การเข้าสู่ระบบอินเทอร์เน็ต

logistic /ləˈdʒɪstɪk/เลอะˈจิซติค/ *adj.,* **logistically** /ləˈdʒɪstɪklɪ/เลอะจิซติคลิ/ *adv.* โดยลำเลียงกำลังของกองทัพ, ดำเนินแผนอย่างเป็นขั้นตอน

logistics /ləˈdʒɪstɪks/เลอะˈจิซติคซฺ/ *n. pl.* การลำเลียงกำลังของกองทัพ, การดำเนินแผนอย่างเป็นขั้นตอน

ˈlogjam *n.* การเบียดเสียดติดขัดของกองท่อนซุงที่ล่องมาในแม่น้ำ; **the talks failed to move** *or* **break the ~** *(fig.)* การเจรจาไม่สามารถยุติปัญหาได้

logo /ˈləʊgəʊ/ˈโลโก/ *n., pl.* **~s** ตราเครื่องหมาย *(ของบริษัทหรือองค์กร)*, โลโก้ *(ท.ศ.)*

ˈlog tables *n. pl.* ตารางสำหรับลอการิทึม

loin /lɔɪn/ลอยน/ *n.* Ⓐ *in pl. (Anat.)* ส่วนกลางของร่างกายทั้งสองด้านของกระดูกสันหลังระหว่างซี่โครงล่างกับกระดูกสะโพก; ➡ **+ gird up;** Ⓑ *(meat)* เนื้อสัน

ˈloincloth *n.* ผ้าเตี่ยว, ผ้าขาวม้า

loiter /ˈlɔɪtə(r)/ˈลอยเทอะ(ร)/ *v.i.* เถลไถล, เตร็ดเตร่ไปมา; *(linger suspiciously)* บิดเบือน; **~ with intent** เตร็ดเตร่ไปมาโดยมีเจตนาร้าย

~ aˈway *v.t.* เตร็ดเตร่ไปมา

loiterer /ˈlɔɪtərə(r)/ˈลอยเทอะเรอะ(ร)/ *n.* คนที่เตร็ดเตร่ไปมา

loll /lɒl/ลอล/ *v.i.* Ⓐ *(lounge)* นั่ง ๆ นอน ๆ อย่างสบาย; **don't ~!** อย่านอนขี้เกียจ; Ⓑ *(droop)* *(ลิ้น)* ห้อยออกมา; *(ศีรษะ)* ตก

~ aˈbout, ~ aˈround *v.t.* เตร็ดเตร่ไปมา

lollipop /ˈlɒlɪpɒp/ˈลอลิพอพ/ *n.* ขนมอมยิ้ม

lollipop: ~ man/woman *ns.* ➤ **489** *(Brit. coll.)* เจ้าหน้าที่ชาย/หญิงที่ช่วยให้เด็กข้ามถนน

lollop /ˈlɒləp/ˈลอเลิพ/ *v.i. (coll.) (bob up and down)* *(ลูกสุนัข)* กระโดดขึ้นลง; *(proceed by clumsy bounds)* ก้าวกระโดดไปข้างหน้าอย่างงุ่มง่าม, วิ่งเหยาะ ๆ

lolly /ˈlɒlɪ/ˈลอลิ/ *n.* Ⓐ *(Brit. coll.: lollipop)* ขนมอมยิ้ม; **ice[d] ~:** ไอศกรีมแท่ง; Ⓑ *no pl., no indef. art. (coll. money)* เงิน

Lombardy /ˈlɒmbədɪ/ˈลอมเบอะดิ/ *pr. n.* แคว้นทางเหนือของอิตาลี; **~ poplar** *(Bot.)* ต้นไม้ชนิดฟอบลาร์ที่มีต้นเรียวสูง

London /ˈlʌndən/ˈลันเดิน/ ❶ *pr. n.* กรุงลอนดอน ❷ *attrib adj.* แห่งลอนดอน

Londoner /ˈlʌndənə(r)/ˈลันเดอะเนอะ(ร)/ *n.* ชาวลอนดอน

lone /ləʊn/โลน/ *attrib adj.* Ⓐ *(poet./rhet.: solitary)* โดดเดี่ยว; Ⓑ *(lonesome)* เหงา; Ⓒ **~ hand** *(Cards: player)* ที่เล่นคนเดียว; **play** *or* **hold a ~ hand** เล่นคนเดียว; **play a ~ hand** *(fig.)* ดำเนินการคนเดียว

loneliness /ˈləʊnlɪnɪs/ˈโลนลินิซ/ *n., no pl.* ความเงียบเหงา, ความอ้างว้าง; *(remoteness)* ความเปลี่ยว

lonely /ˈləʊnlɪ/ˈโลนลิ/ *adj.* เหงา; *(remote)* เปลี่ยว; **~ heart** หัวใจเปล่าเปลี่ยว

lone ˈparent *n.* พ่อ *หรือ* แม่ที่ต้องดูแลลูกคนเดียว

loner /ˈləʊnə(r)/ˈโลเนอะ(ร)/ *n.* คน *หรือ* สัตว์ที่ชอบอยู่คนเดียว/ตัวเดียว

lonesome /ˈləʊnsəm/ˈโลนเซิม/ *adj.* เปล่าเปลี่ยว; **by** *or* **on one's ~:** โดยลำพังที่เดียว

lone 'wolf *n. (fig.)* คนที่ชอบมีชีวิตหรือทำงานโดดเดี่ยว *หรือ* ตามลำพัง

long /lɒŋ, US lɔːŋ/ลอง/ ❶ *adj.*, **~er** /'lɒŋgə(r)/'ลองเกอะ(ร)/, **~est** /'lɒŋgɪst/'ลองกิซทฺ/ Ⓐ ➤ 517 ยาว; *(ระยะเวลา)* นาน; *(ระยะทาง)* ไกล; **be ~ in the tooth** ค่อนข้างแก่; **she's getting a bit ~ in the tooth for that** เธอออกจะแก่เกินสำหรับสิ่งนั้น; **in two days at the ~est** ภายในสองวันอย่างช้าที่สุด; **it will take two hours at the ~est** อย่างช้าที่สุดคงจะใช้เวลาสองชั่วโมง; **take a ~ view of sth.** พิจารณา *ส.น.* โดยคำนึงถึงผลในระยะยาว; **two inches/weeks ~:** ยาวสองนิ้ว/นานสองสัปดาห์; ➡ + law k; way 1 E; Ⓑ *(elongated)* ซึ่งยืดออก; **pull** *or* **make a ~ face** *(fig.)* แสดงสีหน้าผิดหวัง; Ⓒ *(of extended duration)* ระยะเวลายืดยาว; **~ service** *(esp. Mil.)* การรับราชการยาวนาน; **in the '~ run** ในระยะยาว, ในที่สุด; **in the '~ term** ในระยะยาว; **for a '~ time** เป็นเวลานาน; **what a ~ time you've been away!** คุณหายไปนานจังเลย; **~ time no see!** *(coll.)* ไม่ได้เจอกันเป็นชาติ; Ⓓ *(tediously lengthy)* ยาวนานจนน่าเบื่อ; Ⓔ *(lasting)* ดำรงอยู่ยาวนาน; *(มิตรภาพ)* อันยาวนาน; *(สิ่งของ)* ที่ทนทาน; Ⓕ *(โอกาส)* เป็นไปได้น้อย; **it would be a ~ chance that ...:** คงมีโอกาสเป็นไปได้น้อยที่จะ...; Ⓖ *(seemingly more than stated)* *(นาที, กิโลเมตร)* ที่ยาวนาน; Ⓗ *(coll.: tall)* *(คน, หน้าต่าง)* สูง; Ⓘ **have a ~ memory for sth.** มีความจำสำหรับ *ส.น.* ที่ทนทาน; Ⓙ *(qualifying number or measure)* **~ dozen** 13 อัน/ชิ้น; **~ hundred** ประมาณ 120 อัน/ชิ้น; **~ hundredweight** หน่วยน้ำหนักในอังกฤษเท่ากับ 112 ปอนด์ [ในอเมริกาเท่ากับ 100 ปอนด์]; **~ ton** น้ำหนักตันขนาดใหญ่ เท่ากับ 2,240 กิโลกรัม; Ⓚ *(consisting of many items)* *(รายการ)* ยืดยาว; Ⓛ *(Phonet., Pros.)* มีเสียงยาว; Ⓜ *(Cards)* **~ suit** มีไพ่หลายใบในชุดเดียวกันอยู่ในมือ; **be sb.'s ~ suit** *(fig.)* เป็นสิ่งที่ *ค.น.* ชำนาญเป็นพิเศษ; Ⓝ **be ~ on sth.** *(coll.)* มี *ส.น.* จำนวนมาก

❷ *n.* Ⓐ *(long interval)* **take ~:** ใช้เวลานาน; **for ~:** เป็นเวลานาน; **will you be away for ~?** คุณจะไม่อยู่นานใช่ไหม; *(since ~ ago)* ตั้งแต่นานมาแล้ว; **before ~:** ในไม่ช้า/โดยเร็ว; **it is ~ since ...:** นานมาแล้วที่...; Ⓑ **the ~ and the short of it is ...:** กล่าวโดยรวมคือ.../ทั้งหมดมีอยู่ว่า...

❸ *adv.*, **~er, ~est** Ⓐ นาน; **as** *or* **so ~ as** ตราบใดที่; ➡ + Ⓑ; **the shop hasn't ~ been open** ร้านนี้เปิดกิจการมาได้ไม่นาน; **you should have finished ~ before now** คุณควรเสร็จก่อนหน้านี้นานแล้ว; **I knew her ~ before I met you** ฉันรู้จักเธอมานานก่อนที่จะมาพบคุณ; **not ~ before that** ก่อนหน้านั้นไม่นาน; **not ~ before I ...:** ไม่นานก่อนที่ฉันจะ ...; **all day/night/summer ~:** ตลอดทั้งวัน/คืน/ฤดูร้อน; **a quiet resort, ~ the gathering place of ...:** สถานที่พักผ่อนตากอากาศอันเงียบสงบซึ่ง...นิยมกันเป็นเวลานาน/*(still continuing)* นิยมมาเป็นเวลานานจนบัดนี้; **not be ~ for this world** คงอยู่ในโลกนี้ได้อีกไม่นาน; **I shan't be ~:** ฉันจวนจะเสร็จอยู่แล้ว; *(departing)* ฉันไปไม่นาน; **don't be ~!** รีบ ๆ หน่อย; **don't be ~ about [doing] it!** อย่าชักช้าในการทำสิ่งนั้น; **sb. is ~ [in** *or* **about doing sth.]** *ค.น.* ใช้เวลานาน [ในการทำ *ส.น.*]; **the opportunity was not ~ in coming** โอกาสมาในไม่ช้า; **much ~er** อีกนานมาก; **not wait any/much ~er** ไม่รออีกเลย/รออีกไม่นาน; **no ~er** ไม่...อีกต่อไป; **we no ~er had any hope** เราไม่มีความหวังใด ๆ อีกต่อไป; **play can't go no much ~er** การเล่นจะต้องสิ้นสุดภายในไม่ช้า; **how much ~er is he going to sleep?** เขาจะหลับต่ออีกนานเท่าไร; ➡ + ago; 'so 1 A; Ⓑ **as** *or* **so ~ as** *(provided that)* ตราบใดที่, ถ้า

²**long** *v.i.* **~ for sb./sth.** ปรารถนา *ค.น./ส.น.*; **~ for the end of sth./for the summer to come** รอคอยให้ *ส.น.* สิ้นสุด/ให้ฤดูร้อนมาถึง; **~ for sb. to do sth.** ปรารถนาให้ *ค.น.* ทำ *ส.น.*; **I ~ for you to come home** ฉันรอคอยให้คุณกลับบ้าน; **~ to do sth.** อยากที่จะทำ *ส.น.* มาก; **he ~ed to ask his mother the meaning of it** เขาร้อนใจที่จะถามความหมายของสิ่งนั้นจากแม่ของเขา; **[much] ~ed-for** เป็นที่รอคอย [อย่างยิ่ง]

long. *abbr.* longitude

long: **~ ago** ❶ *n.* นานมาแล้ว ❷ *adj.* นานมาแล้ว; **~boat** *n.* เรือบดขนาดใหญ่ที่สุดซึ่งอยู่บนเรือใบ; **~bow** *n. (Mil.)* คันธนูยาว; **~-case 'clock** *n. (grandfather clock)* นาฬิกาตั้งเรือนยาว; **~-dated** *adj. (Finance)* มีกำหนดการชำระหรือการไถ่ถอนระยะยาว; **~-distance** ❶ /'---/ *adj.* ทางไกล, ระยะไกล; **~-distance coach** รถโค้ชทางไกล; **~-distance lorry driver** ➤ 489 คนขับรถบรรทุกทางไกล ❷ /-'--/ *adv.* **phone ~-distance** โทรศัพท์ทางไกล; **~ division** ➡ division G; **~-drawn [-out]** *adj.* ยืดยาว, ยืดเยื้อ; **~ drink** *n.* เครื่องดื่มเย็น ๆ เสิร์ฟในแก้วทรงสูง

longevity /lɒn'dʒevɪtɪ/ลอน'เจ็ววิทิ/ *n., no pl.* การมีอายุยืน

long: **~-forgotten** *adj.* ถูกลืมไปนานแล้ว; **~-haired** *adj.* ผมยาว; *(สุนัข, แมว)* ขนยาว; **~hand** *n.* การเขียนด้วยลายมือ; **~ haul** *n.* การขนส่งทางไกล; **it's a ~ haul** มันเป็นภารกิจที่ยาวนาน; **~-haul** *adj. (การบิน, การขนส่ง, รถโดยสาร)* ทางไกล; **~ hop** *n. (Cricket)* ลูกขว้างระยะสั้นที่ตีง่าย; **~horn** *n.* Ⓐ *(cattle)* วัวพันธุ์ลองฮอร์น *(ท.ศ.)*; Ⓑ *(beetle)* ด้วงในวงศ์ Cerambycidae มีหนวดยาว

longing /'lɒŋɪŋ, US 'lɔːŋɪŋ/'ลอจิ้ง/ ❶ *n.* ความปรารถนา; **I had a sudden ~ for a cigarette** ฉันอยากสูบบุหรี่ขึ้นมากะทันหัน ❷ *adj.* ซึ่งแสดงความปรารถนา; **look at sb with ~ eyes** มองดู *ค.น.* ด้วยสายตาปรารถนา

longingly /'lɒŋɪŋlɪ, US 'lɔːŋ-/'ลอจิ้งลิ/ *adv.* ด้วยความปรารถนา; **the children gazed ~ at the toys in the window** เด็ก ๆ มองดูของเล่นในตู้โชว์ด้วยความอยากได้

longish /'lɒŋɪʃ, US 'lɔːŋɪʃ/'ลองิช/ *adj.* ค่อนข้างยาว, ค่อนข้างนาน

longitude /'lɒndʒɪtjuːd, 'lɒŋgɪtjuːd, US -tuːd/'ลอนจิทิวด, 'ลองกิทิวด, -ทูด/ *n.* Ⓐ *(Geog.)* เส้นลองจิจูด *(ท.ศ.)*, เส้นแวง; **~ 40° E** เส้นลองจิจูด 40 องศา; Ⓑ *(Astron.)* เส้นแวงวงแหวน

longitudinal /lɒndʒɪ'tjuːdɪnl, US -'tuːdɪnl/ลอนจิ'ทิวดิน'ล, -'ทูดิน'ล/ *adj.* Ⓐ เกี่ยวกับเส้นลองจิจูด; Ⓑ *(running lengthwise)* ตามยาว; **~ stripe** แถบ/เส้นตามยาว; Ⓒ **~ wave** *(Phys.)* คลื่นตามยาว

long: **~ johns** *n. pl. (coll.)* กางเกงชั้นในขายาว; **~ jump** *n. (Brit. Sport)* กระโดดไกล; **~-lasting** *adj. (ความเป็นเพื่อน)* ที่ยาวนาน; *(หิมะ)* ที่อยู่นาน; **~-legged** *adj.* มีขายาว; **~ 'lens** *n. (Photog.)* เลนส์ระยะไกล; **~-life** *adj.* อยู่ได้นาน; **~-life battery** แบตเตอรี่ชนิดใช้งานได้นาน; **~-life milk** นมชนิดคงความสดได้นาน; **~-lived** *adj. (durable)* คงทน; *(having long life)* มีชีวิตยืนยาว; **be ~-lived** อายุยืน; **a ~-lived family** ตระกูลอายุยืน; **~-'odds** *n. pl. (Racing, also fig.)* เป็นรองอย่างมาก, มีโอกาสที่จะชนะน้อยมาก; **~ 'player, ~-playing record** *n.* แผ่นเสียงลองเพลย์; **~-range** *adj.* Ⓐ *(having a long range)* *(เครื่องบิน, จรวด)* พิสัยไกล; **a ~-range missile** จรวดพิสัยไกล; Ⓑ *(relating to the future)* ในระยะยาว; **~-running** *adj. (continuing for a long time)* *(การถกเถียง)* เป็นเวลานาน; *(ละคร)* ที่เล่นนาน; *(ปัญหา)* ที่ไม่รู้จักสิ้นสุด; **~ ship** *n. (Hist.)* เรือยาวของชาวไวกิ้ง; **~shoreman** /'lɒŋʃɔːmən/'ลองชอเมิน/ *n., pl.* **~shoremen** /'lɒŋʃɔːmən/'ลองชอเมิน/ *(a docker)* กรรมกรท่าเรือ; **~ shot** *n.* Ⓐ *(wild guess)* เดาสุ่ม; Ⓑ *(bet at long odds)* พนันขันต่อแบบเสี่ยงสูง; Ⓒ *(Cinemat.)* การถ่ายภาพระยะไกล; Ⓓ **not by a ~ shot** ไม่ใกล้เลย; **~ 'sight** *n.* สายตายาว; **have ~ sight** เป็นคนสายตายาว; **~-sighted** *adj.* สายตายาว; *(fig.)* สายตากว้างไกล, เห็นการณ์ไกล; **~-sleeved** /'lɒŋsliːvd/'ลองซลีวด/ *adj. (เสื้อ)* แขนยาว; **~-standing** *attrib. adj. (that has long existed)* มีมาช้านาน; **~stop** *n. (fig.)* คนที่เป็นที่พึ่งสุดท้าย, หนทางสุดท้าย; **~-suffering** *adj.* อดกลั้น; **~-term** *adj.* ในระยะยาว; **~-time** *adj.* ยาวนาน; *(เพื่อน)* เก่าแก่; **~ va'cation** *n. (Brit.)* การปิดเทอมภาคฤดูร้อน; **~ wave** *n. (Radio)* ตัวย่อ LW คลื่นยาว *(ตั้งแต่ 1,000 เมตรขึ้นไป)*; **~-wave** *adj. (Radio)* คลื่นยาว; **~ways** *adv.* ตามยาว; **~-winded** /lɒŋ'wɪndɪd/ลอง'วินดิด/ *adj. (พูด, เขียน)* ยืดยาวน่าเบื่อ

loo /luː/ลู/ *n. (Brit. coll.)* ห้องส้วม; **go to/be on the ~** เข้าห้องน้ำ

loofah /'luːfə/'ลูเฟอะ/ *n.* Ⓐ *(sponge)* ใยบวบแห้ง; Ⓑ *(Bot.)* บวบหอม, บวบเหลี่ยม

look /lʊk/ลุค/ ❶ *v.i.* Ⓐ มองดู, สังเกต; **~ down at one's feet** มองลงไปที่เท้า; **don't ~ now but ...:** อย่าเพิ่งมองตอนนี้ แต่...; **~ before you leap** *(prov.)* คิดให้ดีก่อนลงมือทำ; **~ the other way** *(fig.)* ทำเป็นมองไม่เห็น, ไม่รับรู้; **not know which way to ~:** ไม่รู้จะมองไปในทางไหน; **as quick** *or* **soon as ~ [at you]** *(coll.: very readily)* ทันทีทันใด, โดยไม่รีรอ; ➡ + eye 1 A; Ⓑ *(search)* ค้นหา; **I can't find my book – I've ~ed everywhere** ฉันหาหนังสือไม่เจอถึงแม้จะค้นทุกซอกทุกมุมแล้ว; Ⓒ *(face)* หัน; *(to[wards])* หันหน้า [ไปทาง]; **the windows ~ north** หน้าต่างหันหน้าไปทางทิศเหนือ; **the room ~s on to the road/into the garden** ห้องหันออกสู่ถนน/สวน; Ⓓ *(appear)* ดูเหมือน, มีท่าว่า; **~ as if** ดูเหมือนว่า; **~ well/ill** ดูสบายดี/ป่วย; **~☐like**ดูเหมือนว่า; **it ~s like rain** ดูเหมือนฝนจะตก; **he ~s like winning** เขามีท่าที่ว่าจะชนะ; **make sb. ~ small** ทำให้ *ค.น.* ดูต่ำต้อย/ไร้ความสำคัญ; ➡ + alive D; black 1 D; 'fool 1 A; Ⓔ *(seem to be)* **she ~s her age/her 40 years** เธอดูสมวัย/อายุ 40; **you ~ yourself again** คุณดูสบายดีขึ้นแล้ว; **you don't ~ yourself** คุณดูไม่สบายเลย; **~ the part** *(lit. or fig.)* ดูเหมาะสม; **she ~ed the part to perfection** เธอดูเหมาะสมกับบททบาทนั้นมากทีเดียว; Ⓕ *(inquire)* **you haven't ~ed deep enough into it** คุณยังตรวจสอบไม่ละเอียดพอในเรื่องนี้; **~ [here]!** *(demanding attention)* นี่

ฟังฉันหน่อย; *(protesting)* นี่อะไรกัน; **~ sharp [about sth.]** *(hurry up)* รีบเร่ง [ทำ *ส.น.*]; **~ inwards** มองเข้าไปข้างใน [จิตใจ]; Ⓖ *(take care, make sure)* **~ that ...:** ดูแล, คอยระวังว่า...; **~ to do sth.** *(expect)* คาดหวังว่าจะทำ *ส.น.* ❷ *v.t.* Ⓐ *(ascertain by sight)* มองดู; *(in exclamation of surprise etc.)* ดูซิ; **~ what you've done!** ดูซิว่าคุณได้ทำอะไรไป; **~ who's here!** ดูซิว่าใครมา; Ⓑ *(express by one's ~)* **~ a question at sb.** มอง *ค.น.* ด้วยความสงสัย; **she ~ed her surprise** เธอแสดงสีหน้าประหลาดใจ; ➡ **+ dagger A**

❸ *n.* Ⓐ การมองดู; **get a good ~ at sb.** มองดู *ค.น.* อย่างใกล้ชิด; **have** *or* **take a ~ at sb./sth.** มองดูพิจารณา *ค.น./ส.น.*; **have a ~ at a town** ชมเมือง; **let sb. have a ~ at sth.** ปล่อยให้ *ค.น.* ดู *ส.น.*; **if ~s could kill** มองด้วยความเกลียดชัง; Ⓑ *in sing. or pl. (person's appearance)* หน้าตา, ท่าทาง; *(facial expression)* สีหน้า; **from** *or* **by the ~[s] of sb.** จาก/ด้วยสีหน้าท่าทางของ *ค.น.*; **good ~s** หน้าตาดี; **have good ~s** เป็นคนหน้าตาดี; **she's lost her ~s** เธอหมดความสวย; **have a hungry ~:** ดูท่าทางหิว; **have the ~ of an artist** ดูท่าทางเป็นศิลปิน; **put on a ~ of innocence** ทำหน้าไร้เดียงสา; **there were angry ~s from them** พวกเขาแสดงสีหน้าโกรธเคือง; ➡ **+ black 1 F**; Ⓒ *(thing's appearance)* ลักษณะ; *(Fashion)* สไตล์, แฟชั่น; **have a neglected ~:** มีสภาพถูกทิ้งขว้าง, ไม่ได้รับการดูแลรักษา; **from** *or* **by the ~ of the furniture** *etc.* [ดู] จากลักษณะของเฟอร์นิเจอร์ *ฯลฯ*; **by the ~[s] of it** *or* **things** ดูจากลักษณะภายนอก; **the house is empty, by the ~ of it** บ้านนี้ดูมีสภาพร้าง; **I don't like the ~ of this** ฉันไม่ชอบของชิ้นนี้ *หรือ* สถานการณ์นี้; **the place has a European ~:** สถานที่ดูเป็นสไตล์ยุโรป; **for the ~ of the thing** *(coll.)* เพื่อความเป็นหน้าเป็นตาของสิ่งนั้น

~ a'bout ❶ *v.t.* **~ about a room** มองไปรอบ ๆ ห้อง; **~ about one** สำรวจไปรอบ ๆ ตัว ❷ *v.i.* Ⓐ มองไปทั่ว; **~ about everywhere** *(search)* ค้นทั่วทุกที่; Ⓑ *(be watchful)* เฝ้าดูอย่างระวังระไว; **~ about for sth.** คอยสังเกตหา *ส.น.*

~ 'after *v.t.* Ⓐ *(follow with one's eyes)* มองตาม; Ⓑ *(attend to)* เอาใจใส่; Ⓒ *(care for)* ดูแล; **~ after oneself** ดูแลตัวเอง, ช่วยตัวเองได้; **~ 'after yourself!** ช่วยตัวเองก็แล้วกัน

~ a'head *v.i.* Ⓐ มองไปข้างหน้า; Ⓑ *(fig.: plan for future)* คิดถึงอนาคต, วางแผนสำหรับอนาคต; **~ ahead five years/to next year** คิดถึงสภาวะการณ์ในห้าปีข้างหน้า/ปีหน้า

~ a'round ➡ **~ about**

~ at *v.t.* Ⓐ *(regard)* มองดู, จ้องมอง; **~ at one's watch** มองดูนาฬิกาของตน; **~ directly at the light** มองดูแสงไฟโดยตรง; **don't ~ at me like that!** อย่าจ้องมองฉันอย่างนั้นสิ; **be pleasing to ~ at** น่ามอง; **be good/not much to ~ at** น่าดู/ไม่ค่อยน่าดู; **to ~ at him, you'd think ...:** จากการมองดูเขาน่าจะคิดว่า...; Ⓑ *(examine)* ตรวจดู; Ⓒ *(consider)* พิจารณา, ไตร่ตรอง; **that's the proper way to ~ at it** การพิจารณาเช่นนั้นถูกต้องแล้ว; **I wouldn't even ~ at such an offer** ข้อเสนอเช่นนั้นแม้จะให้ฉันพิจารณาก็คงไม่ได้; **I can't ~ at any more caviar** ฉันทนดูไข่ปลาคาเวียร์ไม่ได้อีกแล้ว

~ a'way *v.i.* มองไปทางอื่น, เมิน

~ 'back *v.i.* Ⓐ *(glance behind)* มองไปข้างหลัง, มองกลับ; *(fig.: hesitate)* ลังเล, รีรอ; **he's never ~ed back since then** ตั้งแต่นั้นมาเขาก็เจริญก้าวหน้า; Ⓑ *(cast one's mind back)* **~ back [up]on** *or* **to sth.** หวนคิดถึง *ส.น.*

~'down [up]on *v.t.* Ⓐ มองลงไปที่; Ⓑ *(fig.: despise)* ดูถูก

~ for *v.t.* Ⓐ *(expect)* คาดหวัง; Ⓑ *(seek)* มองหา; **~ for trouble** หาเรื่องเดือดร้อน

~'forward to *v.t.* ตั้งตารอคอย; **~ forward to doing sth.** ตั้งตารอคอยที่จะทำ *ส.น.*

~ 'in *v.i.* Ⓐ มองเข้าไป; *(visit)* เยี่ยม, แวะ; **~ in at the butcher's** แวะไปที่ร้านขายเนื้อ; **the doctor ~ed in frequently** หมอแวะมาดูบ่อยครั้ง; **the nurse ~ed in on the patient every hour** พยาบาลแวะมาดูคนไข้ทุก ๆ ชั่วโมง; Ⓑ *(coll.: watch television)* ดูโทรทัศน์; ➡ **+ look-in**

~ into *v.t.* Ⓐ มองเข้าไปข้างใน; Ⓑ *(fig.: investigate)* ตรวจสอบ *(ปัญหา, ข้อเท็จจริง)*; สืบสวน

~ on ❶ /-'-/ *v.i.* มองดูเฉย ๆ, มองอยู่ห่าง ๆ; ➡ **+ looker-on** ❷ /'--/ *v.t.* ยกย่องว่าเป็น, เห็นว่า; **~ on sb. as a hero** *etc.* ยกย่อง *ค.น.* เป็นวีรบุรุษ *ฯลฯ*; **~ on sb. with distrust/suspicion** เห็นว่า *ค.น.* ไม่น่าไว้วางใจ/มีพิรุธ

~ 'out ❶ *v.i.* Ⓐ มองออกไปข้างนอก; Ⓑ *(take care)* ระวัง; Ⓒ *(have view)* **~ out on sth.** *(ห้อง, แฟลต)* หันออกสู่ *ส.น.*; **the house ~s out over the river** บ้านหันออกสู่แม่น้ำ; **a room ~ing out on the green** ห้องที่มองเห็นสวน ❷ *v.t.* *(Brit.: select)* เลือกดู/หา; ➡ **+ lookout**

~ 'out for *v.t.* *(be prepared for)* เตรียมพร้อมสำหรับ *(พายุ, คนอันตราย)*; เตรียมรับมือ; *(keep watching for)* จ้องมอง, เฝ้ามองหา *(โอกาส, งาน)*

~ 'out of *v.t.* มองออกไปจาก

~ 'over *v.t.* Ⓐ มองข้าม *(กำแพง ฯลฯ)*; มองเห็นได้ทั่ว *(หุบเขา ฯลฯ)*; Ⓑ *(survey)* สำรวจตรวจดู *(บ้าน, อาคาร)*; Ⓒ *(scrutinize)* สังเกต *(บุคคล)* อย่างละเอียด; พินิจพิเคราะห์ *(เอกสาร ฯลฯ)*

~ 'round *v.i.* หันไปมอง, มองไปรอบ ๆ; **~ round in search of sth.** มองหา *ส.น.* ไปทั่ว

~ through *v.t.* Ⓐ **~ through sth.** มองผ่าน/ทะลุ *ส.น.*; Ⓑ *(inspect)* ตรวจดู, ตรวจสอบ *(เอกสาร, บทความ)*; Ⓒ *(glance through)* ดูคร่าว ๆ *(หนังสือพิมพ์)*; Ⓓ *(fig.: ignore deliberately)* **~ straight 'through sb.** ทำเป็นมองไม่เห็น *ค.น.*; Ⓔ *(penetrate)* มองทะลุปรุโปร่ง

~ to *v.i.* Ⓐ *(rely on, count upon)* **~ to sb./sth. for sth.** หวัง *ส.น.* จาก *ค.น./ส.น.*; **~ to sb./sth. to do sth.** หวังให้ *ค.น./ส.น.* กระทำ *ส.น.*; **we ~ to him for help/to help us** เราหวังความช่วยเหลือจากเขา/เราคาดหวังว่าเขาจะช่วยเหลือพวกเรา; Ⓑ *(be careful about)* ระมัดระวัง; *(keep watch upon)* เฝ้าดู; **~ to it that ...:** คอยระวังว่า...; **~ to your manners!** ระวังกิริยามารยาทของคุณหน่อย; ➡ **+ laurel A**; Ⓒ *(consider)* **~ to sth.** พิจารณา *ส.น.*; **~ more to quality than to quantity** คำนึงถึงคุณภาพมากกว่าปริมาณ; Ⓓ *(take care of)* ดูแล *(เด็ก, บาดแผล)*

~ towards *v.t.* Ⓐ มองไปทาง; Ⓑ *(face)* **the balcony/room ~s towards the sea** เฉลียง/ห้องหันหน้าออกสู่ทะเล; Ⓒ *(consider)* **~ towards the future** คำนึงถึงอนาคต; Ⓓ *(hope for and expect)* หวังและคาดหวัง; Ⓔ *(aim at)* มุ่งไปสู่

~ 'up ❶ *v.i.* Ⓐ มอง, เงยหน้ามองขึ้นไป; **~ up into the sky** มองขึ้นไปในท้องฟ้า; Ⓑ *(improve)* ดีขึ้น; *(หุ้น)* สูงขึ้น; **things are ~ing up** สิ่งต่าง ๆ กำลังดีขึ้น; **business is ~ing up again** ธุรกิจกำลังฟื้นตัวอีกครั้ง ❷ *v.t.* Ⓐ *(search for)* ค้นหา *(คำศัพท์, เลขหมายโทรศัพท์)*; Ⓑ *(coll.: visit)* **~ sb. up** ไปเยี่ยม *ค.น.*; Ⓒ **~ sb. up and down** มอง *ค.น.* ตั้งแต่ศีรษะจรดเท้า

~ upon ➡ **~ on 2**

~ 'up to *v.t.* **~ up to sb.** *(lit.)* เงยขึ้นดู *ค.น.*; *(fig.)* ชื่นชม, นับถือ *ค.น.*

'lookalike *n.* ผู้ที่มีหน้าตาเหมือน; **be ~s** เหมือนฝาแฝด

looker /'lʊkə(r)/'ลุคเคอะ(ร)/ *n.* *(coll.: attractive woman)* ผู้หญิงหน้าตาดี; **she's a ~:** เธอเป็นผู้หญิงหน้าตาดี; ➡ **+ good-looker**

looker-'on *n.* ผู้ชม

'look-in *n.* Ⓐ *(visit)* การเยี่ยมเยียน; Ⓑ *(opportunity)* โอกาส; **we didn't get a ~:** เราไม่ได้รับโอกาสเลย

-looking /'lʊkɪŋ/'ลุคคิง/ *adj. in comb.* ดู, หน้าตา; **dirty-~:** ดูสกปรก; **European-/oriental-~:** ดูเป็นยุโรป/ตะวันออก; ➡ **+ good-looking**

'looking glass *n.* กระจกเงา

'lookout *n., pl.* **~s** Ⓐ *(keeping watch)* *(Naut.)* การเฝ้าดู, การอยู่เวรยาม; *(guard)* การเฝ้าระวัง; **keep a ~** *or* **be on the ~ [for sth./sb.]** *(wanted)* เฝ้าชะเง้อแลหา [*ค.น./ส.น.*]; *(not wanted)* เฝ้าระวัง [*ค.น./ส.น.*]; Ⓑ *(observation post)* จุดสังเกตการณ์; *(crow's nest)* ชานสังเกตการณ์บนยอดเสากระโดงเรือ; *(belvedere)* ศาลาในสวนที่มองเห็นทิวทัศน์; Ⓒ *(person)* ยามรักษาการณ์; *(Mil.)* กองกำลังรักษาการณ์; *(scout, scouts)* ลูกเสือตรวจการณ์; Ⓓ *(view)* ทิวทัศน์; *(esp. Brit. fig.: prospect)* ความหวัง, อนาคต; **that's a bad ~:** นั่นเป็นอนาคตอันเลวร้าย; **it's a poor/bleak** *etc.* **~ for sb./sth.** มันเป็นอนาคตที่ย่ำแย่/มืดมน *ฯลฯ* สำหรับ *ค.น./ส.น.*; Ⓔ *(concern)* ธุระ, เรื่อง, ปัญหา; **that's his [own] ~:** นั่นมันก็เรื่องของเขา

¹loom /lu:m/ลูม/ *n.* *(Weaving)* เครื่องทอผ้า

²loom *v.i.* ค่อย ๆ ปรากฏขึ้น; *(as impending occurrence)* ส่อเค้าว่าจะเกิดขึ้นในเร็ววัน, ใกล้เข้ามาทุกที; **~ large** ส่อเค้า [อย่างน่ากลัว] ว่าจะเกิดขึ้น; *(fig.)* มีบทบาทใหญ่โต

~ a'head *v.i.* Ⓐ ปรากฏขึ้นต่อหน้า; Ⓑ *(การสอบ, ปัญหา)* รออยู่ข้างหน้า; *(สิ่งที่เลี่ยงไม่ได้)* กำลังจะเกิดขึ้น

~ 'up *v.i.* **~ up [in front of sb.]** ปรากฏขึ้นลาง ๆ [ต่อหน้า *ค.น.*]

loon /lu:n/ลูน/ *n.* Ⓐ *(crazy person)* คนบ้า, คนโง่; Ⓑ *(Ornith.)* นกน้ำชนิดหนึ่งอยู่ในตระกูล Gaviidae *มีลำตัวเพรียวยาวและจงอยปากแหลม*

loony /'lu:nɪ/'ลูนิ/ *(sl.)* ❶ *n.* คนบ้า, คนโง่ ❷ *adj.* บ้า, โง่; **the ~ Left/Right** พวกนิยมซ้าย/ขวาจัด

'loony bin *n.* *(sl.)* โรงพยาบาล/บ้านพักสำหรับบำบัดผู้ป่วยทางจิต

loop /lu:p/ลูพ/ ❶ *n.* Ⓐ ขด, วง; Ⓑ *(cord)* บ่วง, บ่วงบาศ; Ⓒ *(for lifting or fastening)* ห่วง; *(eye)* ห่วงสำหรับเกี่ยวตะขอเสื้อ; **~ aerial** *or* *(Amer.)* **antenna** สาย, เสาอากาศแบบเป็นวง; Ⓓ *(contraceptive coil)* ห่วงคุมกำเนิด ❷ *v.t.* Ⓐ *(form into a loop)* ทำให้เป็นวง/เป็นขด; Ⓑ *(enclose)* คล้องไว้; Ⓒ *(fasten)* **~ up/together** *etc.* ผูกไว้ด้วยห่วง; Ⓓ *(Aeronaut.)* **~ the ~** การบินเป็นรูปวงแหวน

'loophole *n.* Ⓐ *(in wall)* รูกำแพง; *(for shooting through)* ช่องในกำแพงสำหรับยิง

loopy | loss 534

ข้าศึก; **B** *(fig.)* ช่องโหว่; **~ in the law** ช่องโหว่ทางกฎหมาย; **tax ~:** ช่องโหว่ทางภาษี

loopy /ˈluːpɪ/ˈลูพิ/ *adj. (coll.)* บ้าบอ

loose /luːs/ลูซ/ ❶ *adj.* **A** *(unrestrained)* *(สัตว์)* ที่ปล่อยให้วิ่ง; *(escaped)* หนี *(จากคอก)*; *(bolted)* *(ม้า)* วิ่งเตลิด; **he finally got one hand ~:** ในที่สุดเขาก็สามารถทำให้มือหลุดมาได้ข้างหนึ่ง; **run** *or* **be ~:** หนี; **set** *or* **turn ~:** ปล่อยให้เป็นอิสระ; **cut the boat/dog ~:** ปล่อยเรือ [ถอนสมอ, แก้เชือกที่ผูกอยู่]/ปล่อยสุนัขให้เป็นอิสระ; **cut ~ from sb.** *(fig.)* แยกตัวออกมาจาก *ค.น.*; **cut ~** *(coll.: behave wildly)* ทำตัวเสเพล; ➡ + **cast** 1 A; ²**fast** 1 A; ¹**let** 1 A; **B** *(not firm)* *(กระดุม, น็อต)* หลวม; *(ฟัน)* โยก; *(น็อต, เชือก)* คลายออก; **come/get/work ~** หลวม; ➡ + **screw** 1 A; **C** *(not fixed)* หลุด; **the pages have come ~:** หน้าหนังสือหลุดออกมา; **D** *(not bound together)* *(กระดาษ)* ไม่เย็บเล่ม; *(ผมที่)* ปล่อย; **E** *(slack)* *(เชือก)* หย่อน; *(ผิวหนัง)* เหี่ยวย่นไม่ตึง; **~ tongue** ปากพล่อย; **~ bowels** ท้องร่วง; **~ build** *or* **frame** รูปร่างเก้งก้าง/โครงหลวม; **F** *(not dense)* *(แผ่นกระดาน, ผ้าทอ)* ห่าง; *(ดิน)* ร่วนซุย; **G** *(hanging free)* ห้อย; **be at a ~ end** *or (Amer.)* **at ~ ends** *(fig.)* ไม่มีอะไรทำ; *(not knowing what to do with oneself)* ไม่รู้จะทำอะไร; **tie up the ~ ends** *or* **threads** *(fig.)* จัดการกับเรื่องเล็ก ๆ น้อย ๆ ที่ยังค้างให้เสร็จ; **H** *(inexact)* *(ความคิด)* ที่ไม่ชัดเจน; *(รูปแบบ)* ตามสบาย; *(การเปรียบเทียบ)* คลาดเคลื่อน; *(ความคิด)* เลื่อนลอย; **a ~ translation** การแปลอย่างคร่าว ๆ; **~ thinking** ความคิดเลื่อนลอย; **I** *(morally lax)* เลวทราม, *(บุคคล)* เสเพล, แพศยา; **a ~ woman** ผู้หญิงเสเพล, แพศยา; **J** *in comb.* ที่ปล่อยเป็นอิสระ; **~-flowing hair** ผมที่ปล่อยสยาย

❷ *v.t.* **A** ปล่อย *(สุนัข, ม้า)*; **B** *(untie)* ปลด, เปลื้อง, แกะออก; **C** **~ [off]** ปล่อย *(ลูกศร)*; ลั่นไก; **D** *(relax)* ผ่อนปรน, ผ่อนคลาย; **~ [one's] hold** ปล่อย *(ไม่จับไว้)*; **E** *(detach from moorings)* ถอนสมอเรือ

❸ *n.* **A** **be on the ~:** หนี, วิ่งอย่างมีอิสระ; **B** *(Rugby)* **in the ~:** เล่นอย่างกระจัดกระจาย

loose: ~ box ➡ ²**box** 1 G; **~ˈchange** ➡ **change** 1 D; **~ ˈcover** *n. (Brit.)* ผ้าหุ้มเก้าอี้ หรือโซฟาที่สามารถถอดออกได้; **~-fitting** *adj.* ไม่รัดรูป; **~-knit** *adj. (องค์กร, สมาคม)* ซึ่งรวมตัวกันอย่างหลวม ๆ; **~-leaf** *attrib. adj.* หน้า [กระดาษ] ที่แยกออกได้; **~-leaf file** แฟ้มเอกสารแบบมีห่วงร้อย; **~-limbed** /ˈluːslɪmd/ˈลูซลิมดฺ/ *adj.* มีแขนขาอ่อน; *(gawky)* รูปร่างเก้งก้าง; **~-lipped** /ˈluːslɪpt/ˈลูซลิพทฺ/ *adj.* พูดพล่อย, ปากจัด, ปากร้าย; **~-living** *adj.* ใช้ชีวิตเสเพล

loosely /ˈluːslɪ/ˈลูซลิ/ *adv.* **A** *(not tightly)* อย่างหลวม ๆ, ไม่รัด; **B** *(not strictly)* อย่างหลวม ๆ; อย่างกว้าง ๆ; **~ speaking** พูดกว้าง ๆ; **use a word ~:** ใช้คำ ๆ หนึ่งในความหมายกว้าง ๆ

loosen /ˈluːsn/ˈลูซ'น/ ❶ *v.t.* **A** *(make less tight etc.)* ทำให้หลวม; **B** *(Med.)* บรรเทาอาการแน่นอก; **~ the/sb.'s bowels** ทำให้ถ่ายท้อง/ทำให้ *ค.น.* ถ่ายท้อง; **C** *(fig.: relax)* คลายความเข้มงวด *(ของกฎ, ข้อบังคับ)*; **~ sb.'s tongue** *(fig.)* ทำให้ *ค.น.* พูดได้โดยไม่ประหม่า; **the wine ~ed his tongue** ไวน์ทำให้เขาพูดได้อย่างไม่เก้อเขิน ❷ *v.i. (become loose)* หลวมขึ้น

~ up ❶ /ˈ---/ *v.t.* ทำให้ผ่อนคลาย *(กล้ามเนื้อ, แข้งขา)* ❷ /--ˈ-/ *v.i.* ผ่อนคลาย; *(relax)* ทำตัวให้สบาย

looseness /ˈluːsnɪs/ˈลูซนิซ/ *n., no pl.* **A** ความหลวม, ความหละหลวม, ความเลื่อนลอย; **B** *(Med.)* **~ of the bowels** อาการท้องร่วง

loot /luːt/ลูท/ ❶ *v.t.* **A** *(plunder)* ปล้นสะดม; **B** *(carry off)* แย่งชิง ❷ *n.* **A** *(in war)* ของที่ปล้นมาในระหว่างสงคราม; **B** *(gain, esp. illicit)* ของเถื่อน; **C** *(coll.: money)* เงิน

looter /ˈluːtə(r)/ˈลูเทอะ(ร)/ *n.* ผู้ปล้นสะดม, ผู้แย่งชิง

lop /lɒp/ลอพ/ *v.t.*, **-pp-** **A** เล็ม *(กิ่งไม้, พุ่มไม้)*; **B** **~ sth. [off** *or* **away]** ตัด หรือ ฟัน *ส.น.* ออก

lope /ləʊp/โลพ/ *v.i. (กระต่าย, หมาป่า)* วิ่งแบบก้าวยาว ๆ เร็ว ๆ

lop-eared /ˈlɒpɪəd/ˈลอพเอียด/ *adj. (กระต่าย)* มีหูยาน

lopsided /lɒpˈsaɪdɪd/ลอพˈซายดิด/ *adj.* เอียง; *(fig.)* โน้มเอียง; *(ทัศนะ)* ลำเอียง

loquacious /ləˈkweɪʃəs/เลอะˈเควเชิซ/ *adj.* ช่างพูด

loquacity /ləˈkwæsɪtɪ/เลอะˈแควซิทิ/ *n., no pl.* ความช่างพูด

lord /lɔːd/ลอด/ ❶ *n.* **A** *(master)* เจ้านาย; **the ~s of creation** *(fig.: mankind)* มนุษยชาติ; **~ and master** *(joc.)* นาย; **B** **L~** *(Relig.)* พระผู้เป็นเจ้า; **L~ God [Almighty]** พระเจ้า; **the L~ [God]** พระเจ้า; **Our/the L~** *(Christ)* พระเยซู; **in the year of Our L~ ...:** ปีคริสต์ศักราช...; **the L~'s Prayer** *คำอธิษฐานที่พระเยซูทรงสอนให้กับบรรดาสาวกของพระองค์*; **the ˈL~'s Day** วันอาทิตย์; **the L~'s Supper** พิธีถือศีลมหาสนิท *(พิธีมิซซาเพื่อรำลึกถึงการเสวยพระกระยาหารมื้อสุดท้ายของพระเยซูคริสต์)*; **L~ only knows** *(coll.)* พระเจ้าเท่านั้นที่ทรงทราบ; **C** *(Brit.: nobleman, or as title)* ขุนนาง, ตำแหน่งลอร์ด *(ท.ศ.)*; **live like a ~** *(fig.)* อยู่อย่างเจ้า, อยู่อย่างหรูหราฟุ่มเฟือย; **treat sb. like a ~:** ปฏิบัติต่อ *ค.น.* ราวกับคนผู้นั้นเป็นเจ้า; **the L~s** *(Brit.)* สภาขุนนาง; **the House of L~s** *(Brit.)* สภาขุนนาง, สภาสูง; ➡ + **drunk** 1; **D** **My L~** *(Brit.) form of address (to earl, viscount, baron)* ท่านลอร์ด; *(to bishop)* ท่านบิชอป; *(to ~ mayor, ~ provost)* ท่านนายกเทศมนตรี; *(to judge)* /mlʌd/ม'เลิด/ ผู้ว่า, ท่านผู้พิพากษา; **E** *(Brit.: feudal superior)* เจ้าศักดินา

❷ *int. (coll.)* ตายจริง; **oh/good L~!** ตายจริง, คุณพระช่วย; **L~ bless my soul/me/us** *etc.* ขอให้พระเจ้าทรงคุ้มครองฉัน/พวกเรา ฯลฯ

❸ *v.t.* **~ it** *(rule)* ปกครอง; *(put on airs)* วางอำนาจ; **~ it over sb.** วางอำนาจเหนือ *ค.น.*; **he likes to ~ it over the junior staff** เขาชอบวางอำนาจเหนือลูกน้อง

Lord: ~ ˈAdvocate *n. (Scot. Law)* อธิบดีกรมอัยการ; **~ˈBishop** *n. (Brit.)* ท่านลอร์ดบิชอป *(ท.ศ.)*; **~ ˈChamberlain** *n. (Brit.)* สมุหพระราชวัง *(ร.บ.)*; **~ Chancellor** *n. (Brit.)* ประธานสภาขุนนาง; **~ˈChief ˈJustice** ➡ **chief** 2 A; **~ Lieuˈtenant** *n. (Brit.)* หัวหน้าผู้พิพากษาประจำจังหวัด

lordly /ˈlɔːdlɪ/ˈลอดลิ/ *adj.* **A** *(grand)* สูงส่ง, ยิ่งใหญ่, สูงสง่า; **B** *(haughty)* หยิ่งยโส, โอหัง

Lord: ~ ˈMayor ➡ **mayor**; **~ President of the ˈCouncil** *n. (Brit.)* รัฐมนตรีในฐานะประธานองคมนตรี; **~ Privy ˈSeal** *n. (Brit.)* *สมาชิกอาวุโสของคณะรัฐมนตรีที่ไม่มีหน้าที่รับผิดชอบใดเป็นพิเศษ*; **~ˈProvost** *n. (Scot.)* นายกเทศมนตรี

lordship /ˈlɔːdʃɪp/ˈลอดชิพ/ *n.* **A** *(title, estate)* ตำแหน่งฐานะ, ศักดินาของขุนนางชั้นลอร์ด; **his/your ~/their/your ~s** ท่านลอร์ด, ท่านบิชอป, ท่านผู้พิพากษา; **B** *(dominion)* อำเภอปกครองของลอร์ด

lore /lɔː(r)/ลอ(ร)/ *n.* ความรู้, ศาสตร์; *(body of traditions)* ขนบธรรมเนียม, ตำนาน, ความเชื่อ; *(of a people, an area)* ความรู้ท้องถิ่น, ภูมิปัญญาชาวบ้าน; **folklore** คติชน; **animal/bird/plant ~:** ความรู้เกี่ยวกับสัตว์/นก/พืช

lorgnette /lɔːˈnjet/ลอนˈเย็ท/ *n. in sing. or pl.* *แว่นตามีด้ามจับข้างเดียว ใช้ชมการแสดงอุปรากรในสมัยก่อน*

Lorraine /lɒˈreɪn/ลอˈเรน/ *pr. n.* แคว้นลอเรนในฝรั่งเศส *(ติดกับประเทศเยอรมนี)*

lorry /ˈlɒrɪ, US ˈlɔːrɪ/ˈลอริ/ *n. (Brit.)* รถกระบะ, รถบรรทุก; **it fell off the back of a ~** *(joc.)* มันหล่นมาหาฉันเอง *(สำนวนที่ใช้ในความหมายว่าได้ ส.น. มาโดยทุจริต)*

ˈlorry driver *n.* ➤ 489 *(Brit.)* คนขับรถบรรทุก

lose /luːz/ลูซ/ ❶ *v.t.*, **lost** /lɒst, US lɔːst/ลอซทฺ/ **A** ทำหาย, สูญเสีย; **sb. has something /nothing to ~ [by doing sth.]** *ค.น.* จะเสียหาย/ไม่มีอะไรจะเสียหาย [โดยการกระทำ *ส.น.*]; ➡ + **face** 1 A; **grip** 1 A; ¹**ground** 1 B; **hold** 3 A, B; **sight** 1 B; **temper** 1 A; **B** *(fail to maintain)* เสีย, รักษาไว้ไม่ได้; *(become slow by)* *(นาฬิกา)* เดินช้าลง *(2 นาที ฯลฯ)*; **C** *(become unable to find)* ทำหาย; หลงทาง; **I've lost my keys** ฉันทำกุญแจหาย; **~ one's way** หลงทาง; **be lost/~ oneself in sth.** *(fig.)* เพลินอยู่กับ *ส.น.*; **D** *(waste)* เสีย *(เวลา)*; *(miss)* พลาด *(โอกาส, เวลานัดหมาย)*; ➡ + **time** 1 B; **E** *(fail to obtain)* ไม่ได้รับ *(รางวัล, งาน)*; *(fail to hear)* ฟังไม่ได้ยิน; **his words were lost in the applause** คำพูดของเขาถูกกลบหายไปกับเสียงปรบมือ; *(fail to catch)* พลาด, ไปไม่ทัน *(รถไฟ, รถประจำทาง)*; **the motion was lost** ญัตตินั้นไม่ผ่าน; **F** *(forfeit)* เสีย *(สิทธิ)*; **G** *(be defeated in)* พ่ายแพ้ *(การต่อสู้, คดี, การแข่งขัน)*; ➡ + **fight** 2 C; **toss** 3 A; **H** *(cause loss of)* **~ sb. sth.** ทำให้ *ค.น.* สูญเสีย *ส.น.*; **you ['ve] lost me** *(fig.)* ฉันตาม คุณไม่ทันแล้ว; **I** *(get rid of)* ขจัด *(ผู้ติดตาม, คู่แข่ง)*; หาย *(จากการเป็นหวัด)*; **~ weight** ผอมลง, น้ำหนักลด; ➡ + **lost**

❷ *v.i.*, **lost** **A** *(suffer loss)* สูญเสีย; *(in business)* ขาดทุน; *(in match, contest)* แพ้; **heads you win, tails you ~:** ถ้าออกหัวคุณชนะออกก้อยคุณแพ้; **~ in freshness** สูญเสียความสด; **the story didn't ~ in the telling** ความน่าสนใจของเรื่องนั้นได้เพิ่มขึ้นด้วยการเล่าซ้ำ; **his poetry ~s in translation** บทกวีของเขาสูญเสียอรรถรสไปโดยการแปล; **you can't ~** *(coll.)* คุณไม่มีทางแพ้ หรือ ขาดทุน; **B** *(become slow)* *(นาฬิกา)* เดินช้า

~ ˈout *v.i.* พ่ายแพ้ (**to** แก่); ถูกแทนที่โดย

loser /ˈluːzə(r)/ˈลูเซอะ(ร)/ *n. (failure)* ผู้สูญเสีย, ผู้พ่ายแพ้, ผู้ล้มเหลว; **we'd be the ~s by it** พวกเราจะเป็นฝ่ายแพ้ในการนั้น

loss /lɒs, US lɔːs/ลอซ/ *n.* **A** *(process)* การสูญเสีย; **B** *in sing. or pl. (what is lost)* คน หรือ สิ่งที่สูญเสียไป; **sell at a ~:** ขายขาดทุน; ➡ + **cut** 1 K; **C** *(state)* การสูญเสีย; **be a great/no ~ to sb.** เป็นการสูญเสียครั้งยิ่งใหญ่/ไม่เป็นการสูญเสียสำหรับ *ค.น.*; **D** **be at a ~:** งง, ทำอะไรไม่ถูก; **be at a ~ what to do** ไม่รู้ว่าจะทำอะไรดี; **be at a ~ [how] to do sth.** ไม่รู้ว่าจะทำ *ส.น.* อย่างไรดี; **be at a ~ to understand sth.** ไม่สามารถเข้าใจ *ส.น.*; **be at a ~ for words/an**

535 **loss adjuster | lovey**

answer พูดไม่ออก/ตอบไม่ถูก; ➡ + **dead loss; life A; profit 1 A**

loss: ~ adjuster *n.* *(Finance)* ผู้กำหนดค่าเสียหายสำหรับบริษัทประกันภัย; **~-leader** *n.* *(Commerc.)* สินค้าขายในราคาขาดทุนเพื่อดึงดูดลูกค้า; **~-making** *adj.* ที่ขาดทุน

lost /lɒst, US lɔːst/ลอซทฺ/ *adj.* Ⓐ *(perished)* *(งานศิลปะ, งานฝีมือ)* ตาย, สูญหายไป; Ⓑ *(astray)* *(บุคคล)* ที่หลงทาง; **get ~:** หลงทาง; **get ~!** *(coll.)* ไปให้พ้น; **he can get ~!** *(coll.)* เขาควรไปให้พ้น; **I'm ~** *(fig.)* ฉันไม่เข้าใจ, ฉันสับสนไปหมด; **feel ~ without sb./sth.** *(fig.)* รู้สึกสับสนเมื่อขาด *ค.น./ส.น.*; **~ generation** คนหนุ่มที่ถูกฆ่าในสงคราม *(โดยเฉพาะสงครามโลกครั้งที่ 1)*; Ⓒ *(wasted)* *(เวลา, โอกาส)* สูญเปล่า; *(โอกาส)* พลาด; Ⓓ *(not won)* พ่ายแพ้; ➡ + **all 2 D; cause 1 D**; Ⓔ **~ in admiration** หลงอยู่กับการชื่นชม; **be ~ to sb.** หลง *ค.น.*, เสียคนกับ *ค.น.*; **be ~ [up]on sb.** *(unrecognized by)* *ค.น.* ไม่เห็นคุณค่า; **sarcasm was ~ on him** เขาไม่เคยเข้าใจการเหน็บแนม; **be ~ to all sense of duty** ไม่สำนึกในหน้าที่; ➡ + **lose; property A**

lot /lɒt/ลอท/ *n.* Ⓐ *(method of choosing)* การจับสลาก; **by ~:** โดยการจับสลาก; Ⓑ *(destiny)* ชะตากรรม; **fall to the ~ of sb.** เป็นชะตากรรมของ *ค.น.*; Ⓒ *(item to be auctioned)* สินค้าที่จะถูกประมูล; **bad ~** *(fig.: disreputable person)* คนที่ชื่อเสียงไม่ดี; Ⓓ *(set of persons)* กลุ่มคน; **the ~:** *(พวกเขา)* ทุกคน, ทั้งกลุ่ม; **'our/'your/'their ~** *(coll.)* พวกเรา/คุณ/เขา; **not an honest man among the '~ [of them]** ในกลุ่มพวกเขาไม่มีคนซื่อสัตย์สักคน; **I'm bored with the' ~ of you** *or* **with 'you ~:** ฉันเบื่อพวกคุณทั้งหมด; Ⓔ *(set of things)* ชุด, กอง, ล็อต *(ท.ศ.)*; **we received a new ~ of hats** เราได้รับหมวกรุ่นใหม่; **divide sth. into five ~s** แบ่ง *ส.น.* ออกเป็นห้ากอง; **the ~** *(whole set)* ทั้งหมด; **that's the ~** *(coll.)* นี่ทั้งหมดแล้ว; **'that little ~** *(coll. iron.)* สิ่งของเล็กน้อยเหล่านี้; Ⓕ *(coll.: large number or quantity)* **~s** *or* **a ~ of money** *etc.* เงิน ฯลฯ จำนวนมาก; **~s of books/coins** หนังสือ/เหรียญจำนวนมาก; **he has a ~ to learn** เขามีสิ่งที่จะต้องเรียนรู้มากมาย; **I have a ~ to be thankful for** ฉันมีสิ่งที่ต้องขอบคุณมากมาย; **have ~s to do** มีเรื่องต้องทำมากมาย; **we have ~s of time** เรามีเวลามากมาย; **sing** *etc.* **a ~:** ร้องเพลง ฯลฯ มาก; **~s** *or* **a ~ better** ดีขึ้นมาก; **not a ~ better** ดีขึ้นไม่มาก; **like sth. a ~:** ชอบ *ส.น.* มาก; **Did you like it? – Not a ~:** คุณชอบมันมั้ย – ไม่เท่าไหร่; Ⓖ *(for choosing)* สลาก; **draw/cast/throw ~s [for sth.]** จับสลาก *ส.น.*; **cast/throw in one's ~ with sb.** ร่วมทุกข์ร่วมสุขกับ *ค.น.*; **draw ~s to determine sth.** กำหนด/ตัดสิน *ส.น.* ด้วยการจับสลาก; Ⓗ *(plot of land)* ผืนที่ดิน; *(measured piece of land)* แปลงที่ดิน; **building ~** *(Amer.)* พื้นที่ก่อสร้าง; **across ~s** *(Amer.)* ข้ามทุ่งนา ฯลฯ เพื่อเป็นทางลัด

lotion /ˈləʊʃn/ˈโลช่น/ *n.* โลชั่น *(ท.ศ.)*, น้ำหรือครีมเหลวทาหน้า/ตัว

lottery /ˈlɒtərɪ/ˈลอเทอะริ/ *n.* ล็อตเตอรี่ *(ท.ศ.)*, สลากกินแบ่ง, หวย *(ภ.พ.)*

'lottery ticket *n.* ตั๋วล็อตเตอรี่, ใบหวย

lotto /ˈlɒtəʊ/ˈลอโท/ *n., no pl.* ล็อตโต *(ท.ศ.)* *(การเสี่ยงโชคโดยผู้เล่นเป็นคนจับเลขขึ้นมาเอง)*

lotus /ˈləʊtəs/ˈโลเทิซ/ *n.* *(Nymphaea)* บัวดอกสีขาว; *(Nelumbo)* บัวในสกุล *Nelumbo* ดอกสีชมพู มีความสำคัญในศาสนาฮินดูและศาสนาพุทธ; *(Mythol.)* *ผลไม้ในตำนานกรีกโบราณ เชื่อว่ากินแล้วจะล่องลอยและลืมทุกสิ่ง*

'lotus position *n.* ท่านั่งขัดสมาธิ

loud /laʊd/ลาวดฺ/ ❶ *adj.* Ⓐ *(เสียง)* ดัง; *(การต่อต้าน)* อย่างอึกทึก, กึกก้อง, ครึกโครม; **he was ~ in his praise/criticism of the government** เขาชมเชย/วิพากษ์วิจารณ์รัฐบาลอย่างครึกโครม; ➡ + **pedal 1 A**; Ⓑ *(conspicuous)* *(สี)* จัดจ้าน, ฉูดฉาด ❷ *adv.* อย่างเสียงดัง; **laugh out ~:** ระเบิดเสียงหัวเราะออกมา; **laugh ~ and long** หัวเราะเสียงดังเป็นเวลานาน; **say sth. out ~:** พูด *ส.น.* ออกมาเสียงดัง; *(fig.)* ประกาศก้อง

loud hailer /laʊd ˈheɪlə(r)/ลาวดฺ ˈเฮเลอะ(ร)/ *n.* โทรโข่ง

loudly /ˈlaʊdlɪ/ˈลาวดฺลิ/ *adv.* Ⓐ *(in a loud voice, clamorously)* อย่างเสียงดัง, อย่างกึกก้อง; **he insisted ~ on his rights** เขายืนกรานสิทธิของเขา; Ⓑ *(flashily)* อย่างจัดจ้าน, ฉูดฉาด

loud: ~mouth *n.* คนปากมาก, คนโฉ่งฉ่าง, คนขี้โว; **~mouthed** /ˈlaʊdmaʊðd/ˈลาวดฺมาวทฺดฺ/ *adj.* โฉ่งฉ่าง, ขี้โว

loudness /ˈlaʊdnɪs/ˈลาวดฺนิซ/ *n., no pl.* เสียงดัง; *(flashiness)* ความฉูดฉาด

loud'speaker *n.* ลำโพง

lough /lɒx, lɒk/ลอคฺ/ *n.* *(Ir.)* ทะเลสาบ

lounge /laʊndʒ/ลาวนฺจฺ/ ❶ *v.i.* **~ [about** *or* **around]** นอนเล่น, นั่งเล่น, เดินเตร่; *(in chair etc.)* นั่งเอกเขนก ❷ *n.* Ⓐ *(public room)* ที่นั่งเล่นสาธารณะ; *(in hotel)* ห้องนั่งเล่น; *(at station)* ที่พักรอ; *(in theatre)* ห้องโถง; *(at airport)* ห้องพักผู้โดยสาร; Ⓑ *(sitting room)* ห้องนั่งเล่น; Ⓒ *(Brit.: bar)* บาร์, ร้านเหล้า; **~ [bar]** ➡ **saloon bar**

'lounge lizard *n.* *(coll.)* ผู้ชายที่เร่ร่อนอยู่ในสังคม

lounger /ˈlaʊndʒə(r)/ˈลาวนฺเจอะ(ร)/ *n.* Ⓐ ผู้ที่เดินเตร่, ผู้ที่นั่งเอกเขนก; Ⓑ *(sunbed)* ที่นอนสำหรับอาบแดด

'lounge suit *n.* *(Brit.)* ชุดเสื้อนอกกลางวัน

lour /ˈlaʊə(r)/ˈลาวเออะ(ร)/ *v.i.* *(ท้องฟ้า)* มืดครึ้ม; ทำหน้าน่ากลัว, ทำหน้าบึ้ง

louse /laʊs/เลาซ/ ❶ *n.* Ⓐ *pl.* **lice** /laɪs/ไลซ/ เหา, หมัด, โลน, ไร; Ⓑ *pl.* **~s** *(sl.: person)* คนที่น่ารังเกียจ, คนเลว ❷ *v.t.* **~ up** *(coll.)* ทำให้เสียหาย, ทำให้ยุ่งเหยิง

lousy /ˈlaʊzɪ/ˈลาวซิ/ *adj.* Ⓐ *(infested)* เป็นเหา/หมัด/โลน/ไร; **be ~ with money** มีเงินท่วมหัว; Ⓑ *(coll.)* *(disgusting)* น่ารังเกียจ; *(very poor)* แย่มาก, ไม่เอาไหน; **feel ~:** รู้สึกแย่มาก; **men are ~ at housework** ผู้ชายไม่เอาไหนเรื่องงานบ้าน

lout /laʊt/เลาท/ *n.* คนเซ่อซ่า, ซุ่มซ่าม; *(bumpkin)* คนไร้มารยาท

loutish /ˈlaʊtɪʃ/ˈเลาทิช/ *adj.* เซ่อซ่า, ซุ่มซ่าม

louver, louvre /ˈluːvə(r)/ˈลูเวอะ(ร)/ *n.* Ⓐ *(roof turret)* หลังคาทรงโดมเปิดปิด; Ⓑ *(slat)* ช่องบานเกล็ด; **~ door** ประตูบานเกล็ด; **~ window** หน้าต่างบานเกล็ด; Ⓒ *in pl.* *(blind)* เครื่องบังตา; *(for cooling engine etc.)* แผ่นปิดหม้อน้ำที่มีช่องระบายอากาศ

lovable /ˈlʌvəbl/ˈลัวเวอะบ'ล/ *adj.* น่ารัก, น่าเอ็นดู

love /lʌv/ลัว/ ❶ *n.* Ⓐ *(affection, sexual ~)* ความรัก, กามารมณ์ทางเพศ; **~ is blind** *(prov.)* ความรักทำให้ตาบอด; **~'s young dream** ความสุขของหนุ่มสาวที่หลงรัก; **in ~ [with]** หลงรัก; **fall in ~ [with]** ตกหลุมรัก; **be/fall out of ~ with sb.** สลัดรัก *ค.น.*; **be/fall out of ~ with sth.** เลิกชอบ *ส.น.*; **make ~ to sb.** *(court)* โอ้โลม, จีบ, เกี้ยวพาราสี *ค.น.*; *(have sex)* มีเพศสัมพันธ์กับ *ค.น.*; **they made ~:** เขาร่วมรักกัน; **for ~:** เพื่อความรัก; *(free)* ไม่คิดเงิน; *(for pleasure)* เพื่อความพึงพอใจ; **not for ~ or money** ชาติหน้าก็ไม่ยอม; **[Happy Christmas,] ~ from Beth** [สุขสันต์วันคริสต์มาส] รักจากเบธ; **give my ~ to her** ฝากความรักถึงเธอด้วย; **send one's ~ to sb.** ส่งความรักไปให้ *ค.น.*; **Peter sends [you] his ~:** ปีเตอร์ฝากความรักมาให้ด้วย; **there is no ~ lost between them** พวกเขาไม่ถูกกันเลย; **sb.'s life and ~s** ประวัติชีวิตและความรักของ *ค.น.*; ➡ + **²fair 1 A**; Ⓑ *(devotion)* การอุทิศ **(of, for, to[wards]** ให้); **~ of life/eating/learning** การรักชีวิต/การกิน/การเรียน; **for [the] ~ of sb.** เพื่อความรักที่มีต่อ *ค.น.*; **for the ~ of God** เพื่อความรักในพระเจ้า; ➡ + **Mike**; Ⓒ *(coll.)* *(sweetheart)* ที่รัก; **[my] ~:** *(coll.: form of address)* ที่รักของฉัน *(to sb. less close)* น้องรัก; **sth. is sb.'s first ~:** *ส.น.* เป็นสิ่งที่ *ค.น.* รักที่สุด; **can I help you, ~?** *(in shop)* มีอะไรให้ฉันช่วยไหม; Ⓓ *(Tennis)* **fifteen/thirty ~:** สิบห้า/สามสิบต่อศูนย์; **win the set six games to ~:** ชนะเซต 6 เกมต่อ 0; **~ all** ศูนย์เท่า; **~ game/victory** *etc.* เกมศูนย์/ชัยชนะต่อศูนย์

❷ *v.t.* Ⓐ รัก; **our/their ~d ones** คนที่เรา/เขารัก; Ⓑ *(like)* **I'd ~ a cigarette** ฉันอยากจะสูบบุหรี่จังเลย; **~ to do** *or* **doing sth.** ชอบทำ *ส.น.* มาก

❸ *v.i.* รัก

love: ~ affair *n.* การมีคู่รัก; **~ bird** *n.* *(Ornith.)* นกจำพวกนกแก้ว; **~ child** *n.* *(euphem.)* ลูกนอกกฎหมาย; **~-'hate** *adj.* ที่ทั้งรักและเกลียด; **~-hate relationship** *n.* ความสัมพันธ์ที่มีทั้งความรักความเกลียด; **~-in-a-'mist** *n.* *(Bot.)* พืช *Nigella damascena* มีดอกสีฟ้า; **~ knot** ➡ **true-love knot**

loveless /ˈlʌvlɪs/ˈลัวลิซ/ *adj.* Ⓐ *(unloving)* ไม่มีความรัก; Ⓑ *(unloved)* ไม่เป็นที่รัก

love: ~ letter *n.* จดหมายรัก; **~-lies-'bleeding** *n.* *(Bot.)* พืชสวน *Amaranthus candatus* ดอกตูมสีม่วงแดงห้อยหัวลงมา; **~ life** *n.* ชีวิตรัก

loveliness /ˈlʌvlɪnɪs/ˈลัวลินิซ/ *n., no pl.* ความสวยงาม

lovelorn /ˈlʌvlɔːn/ˈลัวลอน/ *adj.* อกหัก

lovely /ˈlʌvlɪ/ˈลัวลิ/ ❶ *adj.* Ⓐ สวยงาม; Ⓑ *(lovable)* น่ารัก; Ⓒ *(coll.)* *(delightful)* น่ายินดี; **~ and warm/cool** *etc.* *(coll.)* อุ่น/เย็นสบาย ❷ *n.* หญิงสาวสวย

love: ~making *n.* Ⓐ *(courtship)* การเกี้ยว, จีบ; Ⓑ *(sexual intercourse)* การร่วมเพศ; **~ match** *n.* การแต่งงานที่มาจากความรัก; **~ nest** *n.* รังรัก, ที่พลอดรัก; **~ potion** *n.* ยาเสน่ห์

lover /ˈlʌvə(r)/ˈลัวเวอะ(ร)/ *n.* Ⓐ คนที่กำลังมีความรัก, ชู้; **be ~s** เป็นชู้รัก; **~'s knot** ➡ **true-love knot**; Ⓑ *(person devoted to sth.)* คนที่รัก *ส.น.*; **~ of the arts** คนที่รักศิลปะ; **dog ~** คนรักสุนัข

love: ~sick *adj.* เป็นไข้ใจ; **be ~sick** ป่วยเป็นไข้ใจ; **~ song** *n.* เพลงรัก; **~ story** *n.* นิยายรัก; **~ token** *n.* ของที่ระลึกแห่งความรัก

lovey /ˈlʌvɪ/ˈลัววิ/ *n.* *(coll.)* *usu. as form of address* ที่รักจ๋า

l

lovey-dovey /lʌvɪ'dʌvɪ/ลัววิ'ดัววิ/ *adj.* **be ~:** ทำท่าทางรักใคร่จนมากเกินไป; **be ~ with sb.** แสดงออกว่ารัก *ค.น.* อย่างออกนอกหน้า

loving /'lʌvɪŋ/'ลัววิง/ *adj.* Ⓐ *(affectionate)* นิ่มนวล, เอ็นดู; Ⓑ *(expressing love)* ที่แสดงออกว่ารัก; **your ~ father** *(in letter)* พ่อที่รักลูก

loving: ~ cup *n. ถ้วยใบใหญ่มีหูจับสองข้าง เพื่อดื่มและส่งต่อในงานเลี้ยง;* **~ 'kindness** *n.* ความเมตตา

lovingly /'lʌvɪŋlɪ/'ลัววิงลิ/ *adv.* อย่างแสดงความรัก; *(painstakingly)* อย่างอุทิศเวลามากมาย

[1]**low** /ləʊ/โล/ ❶ *adj.* Ⓐ ➤ **426** *(not reaching far up) (เพดาน)* ต่ำ; *(สัน, กำแพง)* เตี้ย; *(หน้าผาก)* แคบ; Ⓑ *(below normal level) (ระดับน้ำ)* ต่ำกว่าปกติ; *(คอเสื้อ)* ที่เว้าลึก; Ⓒ *(not elevated) (พื้นดิน)* อยู่ต่ำ; *(เมฆ)* ที่ลอยต่ำ; *(การก้มลง)* ต่ำ; **the river/water is ~:** ระดับแม่น้ำ/น้ำอยู่ต่ำ; **the sun/moon is ~:** ดวงอาทิตย์/ดวงจันทร์ลอยต่ำ; Ⓓ *(of humble rank)* ในตำแหน่งล่าง; ➡ + **high** 1 E; Ⓔ *(inferior) (ความฉลาด)* ต่ำกว่า; *(ความสามารถ)* ด้อยกว่า; *(รสนิยม)* แบบพื้น ๆ; Ⓕ *(not fair)* ไม่ยุติธรรม; Ⓖ *(Cards)* ไพ่แต้มต่ำ; Ⓗ ➤ **914** *(small in degree)* ในระดับต่ำ, น้อย; **be ~ in iodine** มีไอโอดีนน้อย; **have a ~ opinion of sb./sth.** การมอง *ค.น./ส.น.* ในแง่ไม่ดี; **temperatures will be in the ~ forties** อุณหภูมิจะอยู่ในระดับ 40° กว่านิดหน่อย; ➡ + **common denominator;** Ⓘ *(in pitch)* เสียงต่ำ; *(in loudness)* เสียงค่อย; Ⓙ *(Ling.)* ➡ **open** 1 M; Ⓚ *(weak)* อ่อน; **~ vitality** อ่อนแรง; **he is very ~** *(physically)* ร่างกายของเขาอ่อนแอ; *(emotionally)* จิตใจของเขาไม่ดีเลย; **in a ~ state of mind** มีสภาพจิตที่อ่อนแอ; Ⓛ *(nearly gone)* ใกล้จะหมด; **run ~:** ใกล้จะหมด; **we are ~/getting ~ on petrol** น้ำมันเราใกล้จะหมดแล้ว; **the bottle is getting ~:** เครื่องดื่มใกล้จะหมดแล้ว; Ⓜ *(Geog.)* **~ latitudes** เส้นรุ้งต่ำ; ➡ + [2]**lower** 1
❷ *adv.* Ⓐ *(in or to a ~ position)* ใน หรือ ไปสู่ตำแหน่งต่ำ; **that comes ~ on my list of priorities** สิ่งนั้นสำคัญน้อยสำหรับฉัน; ➡ + **high** 2 A; Ⓑ *(to a ~ level)* **prices have gone too ~:** ราคาได้ตกลงมามากเกินไป; **if the temperature drops any ~er** ถ้าอุณหภูมิลดต่ำลงมาอีก; Ⓒ *(not loudly)* ค่อย; Ⓓ *(at ~ pitch)* เสียงต่ำ; Ⓔ **lay sb. ~** *(prostrate)* ต่อย *ค.น.* จนล้มลง; *(confine to sickbed)* นอนป่วยอยู่กับเตียง; **lie ~:** นอนราบ; *(hide)* ซ่อน; ➡ + **bring** A; [2]**lower** 2
❸ *n.* Ⓐ ➤ **914** *(Meteorol.)* ต่ำ; Ⓑ **hit** *or* **reach a new/an all-time ~:** ถึงจุดต่ำสุดระดับใหม่/ที่เคยมีมา

[2]**low** *v.i. (วัว, ควาย)* ทำเสียงร้อง

low: ~-alcohol *adj. (เครื่องดื่ม)* มีแอลกอฮอล์น้อย; **~brow** *(coll.)* ❶ *n.* คนที่ไม่ค่อยฉลาดนัก ❷ *adj. (บุคคล)* มีรสนิยมต่ำ; *(หนังสือ, ภาพยนตร์)* ไม่ค่อยฉลาดนัก; **~-budget** *adj. (ภาพยนตร์, โครงการสร้างบ้าน)* ในราคาถูก; **~-calorie** *adj. (อาหาร, ขนม)* มีแคลอรี่ต่ำ; **Low 'Church** *n.* สาขาหนึ่งของศาสนาคริสต์นิกายเชิร์ชออฟอิงแลนด์; **~-class** *adj. (Brit.) (of ~ quality)* ชั้นต่ำ, คุณภาพต่ำ; *(of ~ social class)* เป็นพวกสังคมชั้นต่ำ; **~ 'comedy** *n.* ตลกชั้นต่ำ; **~-cost** *adj.* ต้นทุนต่ำ, ค่าใช้จ่ายต่ำ; **Low Countries** *pr. n. pl. (Hist.)* ประเทศเบลเยียม เนเธอร์แลนด์และลักเซมเบิร์ก; **~-cut** *adj. (กระโปรง)* คอลึก; **~-cut neck** คอลึก; **~-cut shoes** รองเท้าเปิด; **~-down** ❶ *adj. (mean)* ต่ำช้า, เลวทราม ❷ *n. (coll.)* **give [sb.]/get the ~down on sb./sth.** เปิดเผยโฉมหน้าที่แท้จริง ของ *ค.น./ส.น.* [ให้ *ค.น.* รู้]; **~-energy house** *n.* บ้านที่ประหยัดพลังงาน

[1]**lower** /'ləʊə(r)/'โลเออะ(ร)/ ❶ *v.t.* Ⓐ *(let down)* ทำให้ต่ำลง; ชัก *(ธง)* ลง; หย่อน *(เรือ)* ลงในน้ำ; **~ oneself into** ไต่ลงไปใน *(อุโมงค์, ห้องใต้ดิน);* **~ oneself into a chair** ค่อย ๆ นั่งลงไปในเก้าอี้; **~ [away]** *(Naut.) (~ boat)* หย่อนเรือลง; *(~ sail)* ลดใบลง; Ⓑ *(reduce in height)* ลดระดับ *(การมอง, เพดาน);* ก้ม *(หน้า)* ลง; ทำให้เตี้ยลง *(กำแพง);* แขวน *(รูป)* ต่ำลง; ➡ + **sight** 1 H; Ⓒ *(lessen)* ลด *(ราคา, ดอกเบี้ย)* ลง; Ⓓ *(degrade)* ลดลง; **~ oneself** ลดตัวลง; **~ oneself to do sth.** ลดตัวลงเพื่อทำ *ส.น.;* Ⓔ *(weaken)* ทำให้อ่อนลง *(ไฟ, ระดับเสียง);* **~ one's voice** ลดเสียงลง, พูดค่อยลง
❷ *v.i.* Ⓐ *(weaken) (เสียง)* ค่อยลง; *(ไฟ)* อ่อนลง; Ⓑ *(sink)* จมลง; *(ระดับ)* ลดลง

[2]**lower** ❶ *compar. adj.* Ⓐ ต่ำกว่า; *(ริมฝีปาก)* ล่าง; แม่น้ำ *(ส่วนล่าง);* ➡ + **jaw** 1 A; Ⓑ *(in rank)* ชั้นต่ำ; **~ mammals/plants** สัตว์/พืชชั้นต่ำ; **the ~ orders/classes** คนชั้นต่ำ; **~ middle class** ชั้นกลางระดับล่าง ❷ *compar. adv. (แขวน, ห้อย)* ต่ำกว่า, ต่ำลง

[3]**lower** /'laʊə(r)/'โลเออะ(ร)/ ➡ **lour**

lower: ~ case ❶ *n.* อักษรภาษาอังกฤษตัวเล็ก; **in ~ case** เป็นอักษรตัวเล็ก ❷ *adj.* เป็นอักษรตัวเล็ก; **L~ 'Chamber** *n. (Parl.)* สภาล่าง; **~ court** *n.* ศาลชั้นต้น; **~ 'deck** *n.* Ⓐ *(of ship)* ดาดฟ้าชั้นล่าง; *(of bus)* ชั้นล่าง *(รถเมล์สองชั้น);* Ⓑ *(Brit.: seamen)* พลทหารเรือ; **L~ House** *n. (Parl.)* สภาล่าง; **~most** *adj.* ต่ำสุด; **be ~most** อยู่ต่ำสุด; **~ 'regions** *n. pl. (Mythol.)* นรก; **~ 'sixth** *adj.* ชั้นมัธยมปลาย; **~ 'world** *n.* Ⓐ *(the earth)* โลก; Ⓑ *(hell)* นรก

lowest common denominator *n.* ตัวส่วนร่วมน้อย

low: ~-fat *adj.* ไขมันต่ำ; **~-flying** *adj.* ที่บินต่ำ; **~-flying aircraft** เครื่องบินที่บินระดับต่ำ; **~ 'frequency** *n.* ความถี่ต่ำ; **~-frequency** *adj.* ที่ความถี่ต่ำ; **~-grade** *adj.* คุณภาพต่ำ; **~-grade steel** เหล็กกล้าคุณภาพต่ำ; **~-heeled** *adj. (รองเท้า)* ส้นเตี้ย; **~-income** *adj.* มีรายได้ต่ำ; **~-income families** ครอบครัวซึ่งมีรายได้ต่ำ; **a ~-income country** ประเทศที่มีรายได้ต่ำ; **~-key** *adj. (รูปแบบ)* เรียบง่าย; *(บุคคล)* ไม่โผงผาง; **~land** /'ləʊlənd/'โลเลินดฺ/ ❶ *n.* ที่ลุ่ม; **the Lowlands of Scotland** สกอตแลนด์ตอนใต้ ❷ *adj.* ที่ลุ่ม; **~lander** /'ləʊləndə(r)/'โลเลินเดอะ(ร)/ *n.* ชาวที่ลุ่ม; *(Scot.)* ชาวสกอตแลนด์ตอนใต้; **~lights** *n. pl. (in hair)* การย้อมผมบางส่วนเป็นสีเข้มกว่าสีจริง

lowly /'ləʊlɪ/'โลลิ/ *adj.* Ⓐ *(modest)* อย่างถ่อมตัว; Ⓑ *(not highly evolved)* ไม่ได้มีวิวัฒนาการสูงนัก

low: ~-lying *adj.* อยู่ในระดับต่ำ; **~-necked** *adj. (เสื้อ)* คอลึก; **~-nicotine** *adj.* ที่มีนิโคตินต่ำ; **~-paid** *adj.* ได้เงินเดือนต่ำ; **~-paid families** ครอบครัวเงินเดือนต่ำ; **~-'pitched** *adj.* Ⓐ มีเสียงต่ำ; Ⓑ *(Archit.)* หลังคาลาด; **~ point** *n.* จุดต่ำ; **~-powered** /'ləʊpaʊəd/'โลพาวเอิด/ *adj. (เครื่องยนต์)* พลังต่ำ; **~ 'pressure** *n.* ความกดอากาศต่ำ; **an area of ~ pressure** บริเวณที่มีความกดอากาศต่ำ; **~-priced** /ləʊ'praɪst/โล'ไพรซฺทฺ/ *adj.* มีราคาถูก; **~ 'profile** ➡ **profile** 1 G; **~ re'lief** ➡ [2]**relief** A; **~-rise** *adj. (อาคาร)* น้อยชั้น; **~ season** *n.* ฤดูที่มีนักท่องเที่ยวน้อย; **~-'spirited** *adj.* รู้สึกไม่มีความสุข; **~-tech** *adj. (ระบบ)* ที่ใช้เทคโนโลยีต่ำ; **~ 'tension** = **~ voltage; ~-tension** ➡ **~-voltage; ~ 'tide** ➡ **tide** 1 A; **~ 'voltage** ➡ **voltage; ~-voltage** *adj. (Electr.)* มีแรงดัน *(ไฟฟ้า)* ต่ำ; **~-wage** *attrib. adj.* ค่าจ้างต่ำ; **~ 'water** *n.* กระแสน้ำช่วงที่ลดต่ำที่สุด; **~-'water mark** *n.* ขีดแสดงจุดที่กระแสน้ำต่ำสุด

loyal /'lɔɪəl/'ลอยเอิล/ *adj. (to person, to government)* ซื่อสัตย์; **~ address** ถวายสัตย์ปฏิญาณ

loyalist /'lɔɪəlɪst/'ลอยเออะลิซทฺ/ ❶ *n.* ผู้จงรักภักดี ❷ *adj.* ซื่อสัตย์

loyally /'lɔɪəlɪ/'ลอยเออะลิ/ *adv.* อย่างซื่อสัตย์

loyalty /'lɔɪəltɪ/'ลอยเอิลทิ/ *n.* ความซื่อสัตย์; **brand ~:** การเลือกใช้สินค้าเฉพาะยี่ห้อใดยี่ห้อหนึ่ง

'loyalty card *n.* บัตรลดที่ร้านค้าออกให้ลูกค้าสะสมแต้ม เพื่อดึงดูดให้มาใช้บริการบ่อย ๆ

lozenge /'lɒzɪndʒ/'ลอซินจฺ/ *n.* Ⓐ *(tablet)* ยาอม; Ⓑ *(diamond shape)* รูปขนมเปียกปูน

LP *abbr.* **long-playing record**

'L-plate *n. (Brit.)* ป้ายอักษร 'L' *(ซึ่งต้องติดที่หน้าและท้ายรถ เพื่อแสดงว่าคนขับกำลังหัดขับ)*

LSD *abbr.* **lysergic acid diethylamide** ยาแอลเอสดี

LSE *abbr.* **London School of Economics**

Lt. *abbr.* **Lieutenant**

Ltd. *abbr.* **Limited** จำกัด; **... Company ~:** บริษัท...จำกัด

lubricant /'lu:brɪkənt/'ลูบริเคินทฺ/ ❶ *n.* น้ำมันหล่อลื่น, จาระบี ❷ *adj.* ใช้หล่อลื่น

lubricate /'lu:brɪkeɪt/'ลูบริเคท/ *v.t.* ทำให้ลื่น

lubrication /lu:brɪ'keɪʃn/ลูบริ'เคช'น/ *n.* การหล่อลื่น; *attrib. (ระบบ)* หล่อลื่น

lucerne *n. (Brit. Bot.)* พืชอาลฟาฟ่าในตระกูลถั่ว

Lucerne /lu:'sɜ:n/ลู'เซิน/ *pr. n.* เมืองลูเซิร์นในสวิตเซอร์แลนด์; **Lake ~:** ทะเลสาบลูเซิร์น

lucid /'lu:sɪd/'ลูซิด/ *adj.* ชัดเจน *(การอธิบาย, การเสนอ);* เข้าใจง่าย; **~ interval** *(period of sanity)* ช่วงที่จิตเป็นปกติ

lucidity /lu:'sɪdɪtɪ/ลู'ซิดดิทิ/ *n., no pl.* ความชัดเจน, ความเข้าใจง่าย

lucidly /'lu:sɪdlɪ/'ลูซิดลิ/ *adv.* อย่างชัดเจน, อย่างเข้าใจง่าย

Lucifer /'lu:sɪfə(r)/'ลูซิเฟอะ(ร)/ *n.* ซาตาน

luck /lʌk/ลัค/ *n.* Ⓐ *(good or ill fortune)* โชค *(ดีหรือร้าย);* **as ~ would have it** โดยบังเอิญ; **good ~:** โชคดี; **bad ~:** โชคร้าย; **bring [sb.] good/bad ~:** นำโชคดี/ร้ายมาให้ *ค.น.;* **better ~ next time** ขอให้คราวหน้าโชคดีกว่านี้; **good ~ [to you]!** ขอ [ให้คุณ] โชคดี; **good ~ to him, I say** ฉันขอให้เขาโชคดี; **it's the ~ of the game** มันเป็นเรื่องของโชค; **just my ~:** ฉันจะโชคดีอย่างนี้เสมอ; **try one's ~:** เสี่ยงโชค; **you never know your ~:** บางทีคุณอาจจะโชคดีก็ได้; ➡ + [3]**down** 1 MM; **draw** 3 A; **hard** 1 C; **push** 1 C; **worse** 1; Ⓑ *(good fortune)* โชคดี; **with [any] ~:** ถ้ามีโชคดี [บ้าง]; **~ was with us all the way** เราโชคดีมาตลอด; **I was in ~'s way** ฉันกำลังดวงขึ้น, โชคเข้าข้างฉัน; **wear sth. for ~:** สวม *ส.น.* เพื่อให้โชคดี; **do sth. for ~:** ทำ *ส.น.* เพื่อให้โชคดี; **have the ~ to do sth.** มีโชคดีที่จะได้ทำ *ส.น.;* **be in/out of ~:** มี/ไม่มีโชค; **sb.'s ~ is in/out** *ค.น.* มี/ไม่มีโชค; **no such ~:** โชคไม่ดีอย่างนั้น; ➡ [1]**stroke** 1 C

luckily /'lʌkɪlɪ/'ลัคคิลิ/ *adv.* อย่างโชคดี; **~ for her** โชคดีสำหรับเธอ

luckless /ˈlʌklɪs/ˈลัคลิซ/ *adj. (unlucky, unfortunate)* โชคไม่ดี, ไม่มีโชค, อับโชค

lucky /ˈlʌkɪ/ˈลัคกิ/ *adj.* Ⓐ *(favoured by a chance)* โชคดี; **be ~ [in love/at games]** โชคดีเรื่องความรัก/การแข่งขัน; **be ~ to be alive** โชคดีที่มีชีวิตอยู่; **be ~ enough to be rescued** โชคดีที่ได้รับการช่วยเหลือ; **I should be so ~:** ถ้าฉันโชคดีอย่างนั้นก็จะดี; **get ~:** โชคดี; **Could you lend me £100? – 'You'll be ~:** คุณให้ฉันยืมเงินสัก 100 ปอนด์ได้ไหม – แล้วคุณจะโชคดี; **it was ~ [for you/him** *etc.***] the car stopped in time** [คุณ/เขา ฯลฯ] โชคดีที่รถยนต์หยุดได้ทัน; **be a ~ dog** ผู้ที่โชคดี; Ⓑ *(favouring sb. by chance) (การพบโดยบังเอิญ)* ที่นำโชค; เหตุบังเอิญ ➡ **+ escape** 1 A; Ⓒ *(bringing good luck) (สร้อย, วัน, สิ่ง)* นำโชค; **~ charm** เครื่องประดับที่จะนำโชคดีมาให้; **be born under a ~ star** เกิดมาดวงดี; **you can thank your ~ stars** คุณโชคดีเป็นพิเศษ/โชคดีอย่างคาดไม่ถึง

lucky: ~ bag, *(Brit.)* **~'dip** *ns.* การละเล่นคล้ายสอยดาว แต่ใช้ล้วงจากถัง

lucrative /ˈlu:krətɪv/ˈลูเครอะทิว/ *adj.* ได้กำไร

lucre /ˈlu:kə(r)/ˈลูเคอะ(ร)/ *n. (derog.)* กำไร; ➡ **+ filthy** 1 B

Luddite /ˈlʌdaɪt/ˈลัดไดท/ *n.* Ⓐ ผู้ที่ต่อต้านการขยายตัวของอุตสาหกรรมหรือเทคโนโลยีใหม่ ๆ; Ⓑ *(Hist.) สมาชิกของกลุ่มช่างฝีมืออังกฤษซึ่งก่อจลาจลต่อต้านการนำเครื่องจักรกลมาใช้ (1811–16)*

ludicrous /ˈlu:dɪkrəs/ˈลูดิเคริซ/ *adj. (ข้อเสนอ, ภาพความคิด)* น่าหัวเราะ; เหลือเชื่อ; **a ~ speed/price** *(low)* ความช้า/ราคาต่ำเหลือเชื่อ; *(high)* ความเร็ว/ราคาสูงจนเหลือเชื่อ

ludicrously /ˈlu:dɪkrəslɪ/ˈลูดิเคริซลิ/ *adv.* อย่างน่าหัวเราะ, อย่างเหลือเชื่อ

ludo /ˈlu:dəʊ/ˈลูโด/ *n., no pl., no art.* เกมซึ่งผู้เล่นเคลื่อนเบี้ยไปบนกระดานตามผลการทอดลูกเต๋า

luff /lʌf/ลัฟ/ *(Naut.)* ❶ *v.t. & v.i.* Ⓐ *(bring nearer wind)* แล่นเรือเข้าหาลม; Ⓑ *(turn)* **~ the helm** หมุนพวงมาลัย/หันหางเสือเข้าหาลม; Ⓒ *(Yacht racing)* หันเข้าหาลมเพื่อแย่งลมของคู่แข่ง ❷ *v.i. (เรือ)* หันเข้าหาลม ❸ *n.* ส่วนที่กว้างที่สุดของลำเรือ

¹lug /lʌg/ลัก/ ❶ *v.t.,* **-gg-** Ⓐ *(drag)* ลาก; Ⓑ *(force)* **~ sb. along** ลาก *ค.น.* ไปด้วย ❷ *v.i.,* **-gg-** ดึง, กระตุกอย่างแรง

²lug ➡ **lugworm**

³lug /lʌg/ลัก/ *n.* Ⓐ *(projection)* หลัก; Ⓑ *(coll./joc.: ear)* หู

luge /lu:ʒ/ลูฌ/ *n.* เลื่อนหิมะขนาดสองคนนั่ง

luggage /ˈlʌgɪdʒ/ˈลักกิจ/ *n.* กระเป๋าเดินทาง

luggage: ~ carrier *n.* แคร่บรรทุกกระเป๋า; **~ locker** *n.* ตู้เก็บกระเป๋า; **~ rack** *n.* ชั้นวางกระเป๋า; **~ trolley** *n.* รถเข็นกระเป๋า; **~ van** *n.* ตู้รถไฟบรรทุกกระเป๋า

lugger /ˈlʌgə(r)/ˈลักเกอะ(ร)/ *n. (Naut.) เรือใบขนาดเล็กมีสองหรือสามเสา*

'lughole *n. (coll.: ear)* หู, รูหู

lugubrious /ləˈgu:brɪəs/เลอะˈกูเบรียซ/ *adj. (mournful)* โศกเศร้า; *(dismal)* หดหู่, เศร้าใจ

lugubriously /ləˈgu:brɪəslɪ/เลอะˈกูเบรียซลิ/ *adv. (mournfully)* อย่างโศกเศร้า; *(dismally)* อย่างหดหู่, อย่างเศร้าใจ

'lugworm *n.* ไส้เดือนน้ำในสกุล *Arenicola*

Luke /lu:k/ลูค/ *pr. n. สาวกของนักบุญเปาโลเป็นหมอ ถือเป็นผู้ประพันธ์หนังสือนักบุญลูกา*

lukewarm /lu:kˈwɔ:m/ลูคˈวอม/ *adj.* Ⓐ อุ่นพอประมาณ; Ⓑ *(fig.)* ไม่กระตือรือร้น, ไม่เต็มใจ

lull /lʌl/ลัล/ ❶ *v.t.* Ⓐ *(soothe)* กล่อม; **~ a child to sleep** กล่อมเด็กจนหลับ; Ⓑ *(fig.)* หลอกล่อ; **~ sb. into a false sense of security** หลอกล่อให้ *ค.น.* มั่นใจ/วางใจ ❷ *n.* ช่วงเวลาชั่วขณะ; **the ~ before the storm** *(fig.)* ความเงียบสงบก่อนมีพายุ; **a ~ in the storm** ช่วงที่สงบลงระหว่างมีพายุ

lullaby /ˈlʌləbaɪ/ˈลัลเลอะบาย/ *n.* เพลงกล่อมเด็ก

lulu /ˈlu:lu:/ˈลูลู/ *n. (coll.) (thing)* สิ่งของที่ดีเลิศ; *(person)* คนที่สุดยอด

lumbago /lʌmˈbeɪgəʊ/ลัมˈเบโก/ *n., pl.* **~s** *(Med.)* ความเจ็บปวดที่กล้ามเนื้อหลังส่วนล่าง

lumbar /ˈlʌmbə(r)/ˈลัมเบอะ(ร)/ *adj. (Anat.)* ใกล้/เกี่ยวกับสันหลังโดยเฉพาะบริเวณหลังส่วนล่าง; **~ puncture** *(Med.) การใช้เข็มกลวงเจาะดูดน้ำไขสันหลังจากหลังส่วนล่างเพื่อใช้วินิจฉัยโรค*

¹lumber /ˈlʌmbə(r)/ˈลัมเบอะ(ร)/ *v.i.* เคลื่อนที่ไปอย่างรุ่มร่าม, ขยับอย่างลำบาก; **he ~ed a little in his walk** เขาเดินตุหรัดตุเหร่เล็กน้อย; **the tanks ~ed up the steep incline** รถถังแล่นไต่เนินดังครืน ๆ

²lumber /ˈlʌmbə(r)/ˈลัมเบอะ(ร)/ ❶ *n.* Ⓐ *(furniture)* เครื่องเรือนที่ไม่ใช้แล้ว; Ⓑ *(useless material)* วัสดุ/สิ่งของที่ไม่มีประโยชน์แล้ว; Ⓒ *(Amer.: timber)* ไม้ซุง ❷ *v.t. (fill up, encumber)* กองเต็มไปด้วย *(หนังสือ)*; **~ sb. with sth./sb.** โยนภาระของ *ส.น./ค.น.* มาให้ *ค.น.*; **get ~ed with sth./sb.** ถูกปล่อยทิ้งไว้กับ *ส.น./ค.น.* ซึ่งไม่เป็นที่ปรารถนา; **~ oneself with too many things** *(lit. or fig.)* สร้างภาระให้กับตนเองมากเกินไป

lumbering /ˈlʌmbərɪŋ/ˈลัมเบอะริง/ *adj. (graceless in appearance)* ท่าทางงุ่มง่าม

lumber: ~jack *n.* ➤ **489** *(Amer.)* คนตัดและขนส่งไม้ซุง; **~jacket** *n.* เสื้อกันหนาวตาหมากรุกที่คนตัดไม้ใช้สวมใส่; **~man** ➡ **~jack; ~ room** *n.* ห้องเก็บของ

luminary /ˈlu:mɪnərɪ, US -nerɪ/ˈลูมิเนอะริ, -เนริ/ *n. (person)* ผู้มีชื่อเสียง, ผู้ที่เป็นแสงสว่างทางปัญญา

luminescence /lu:mɪˈnesəns/ลูมิˈเน็ซ'นซ/ *n. (Phys.)* การเรืองแสงที่ไม่ได้เกิดจากหลอดไฟ

luminescent /lu:mɪˈnesənt/ลูมิˈเน็ซเซินท/ *adj. (Phys.)* ที่เรืองแสง

luminosity /lu:mɪˈnɒsɪtɪ/ลูมิˈนอซิทิ/ *n. (also Astron.)* ความสว่าง; เงื่อนไขการเรืองแสงกระจายของดวงดาว

luminous /ˈlu:mɪnəs/ˈลูมิเนิซ/ *adj.* Ⓐ *(bright) (ไฟ, กองไฟ)* สว่าง; **~ paint** สีสะท้อนแสง; Ⓑ *(of light)* สว่างจ้า; Ⓒ *(fig.)* สดใส; *(enlightening)* รู้แจ้ง, ฉลาด

lummee /ˈlʌmɪ/ˈลัมมิ/ *int. (Brit. dated. coll.)* โอ้โฮ, โอ้

lummox /ˈlʌməks/ˈลัมเมิคซฺ/ *n. (Amer. coll.)* ผู้ที่งุ่มง่ามหรือโง่

¹lump /lʌmp/ลัมพฺ/ ❶ *n.* Ⓐ *(shapeless mass)* ก้อน, มวลสารที่ไม่มีคม; *(of sugar, butter, bread etc.)* ก้อน; *(of wood)* ท่อน; **a ~ of sugar/dough/bread** น้ำตาล/แป้ง/ขนมปังหนึ่งก้อน; **a ~ of wood/clay** ท่อนไม้/ก้อนดินเหนียว; **have/get a ~ in one's throat** *(fig.)* รู้สึกจุกคอหอย *(เนื่องจากอารมณ์พลุ่งพล่าน)*; Ⓑ *(swelling)* การบวม, บวมปูด; *(caused by cancer)* เนื้องอก; Ⓒ *(coll.: heap)* กอง, จำนวนหนึ่ง; Ⓓ *(thickset person)* ผู้ที่ล่ำสัน; **a great ~ of a woman** ผู้หญิงตัวใหญ่มาก; Ⓔ **the ~** *(Brit.: workers)* แรงงานมืดในอุตสาหกรรมก่อสร้าง; Ⓕ **[taken] in the ~:** มองภาพกว้าง; **get payment in a ~:** ได้รับเงินเป็นก้อน ❷ *v.t. (mass together)* รวมเป็นก้อน/กลุ่ม; **~ sth. with sth.** รวม *ส.น.* เข้ากับ *ส.น.*; **~ sb./sth. with the rest** รวม *ค.น./ส.น.* เข้ากับคนอื่น ๆ/สิ่งอื่น ๆ; **~ the archaeology books under History** จัดหนังสือโบราณคดีไว้ในหมวดหนังสือประวัติศาสตร์โบราณคดี

~ to'gether *v.t.* จัดเข้ากลุ่มก้อนเดียวกัน

²lump /lʌmp/ลัมพฺ/ *v.t. (coll.)* ทน; **he can [like it or] ~ it** จะชอบหรือไม่ชอบ เขาจำเป็นต้องทนสิ่งนั้นให้ได้; **if you don't like it you can ~ it** ถ้าคุณไม่ชอบสิ่งนั้น คุณก็ทนได้นี่

lumpenproletariat /ˌlʌmpənˌprəʊləˈteərɪət/ˌลัมเพินˌโพรลิˈแทเรียท/ *n. (derog.)* ชนชั้นล่าง*ของสังคมที่ไม่มีส่วนร่วมในการจัดการของสังคม*

lumpish /ˈlʌmpɪʃ/ˈลัมพิช/ *adj. (derog.)* Ⓐ *(clumsy)* งุ่มง่าม; *(in movement, speech, action)* ช้า, ซุ่มซ่าม; Ⓑ *(dull)* โง่

lump: ~ payment *n.* จ่ายเป็นก้อน, เหมาจ่าย; **~sucker** *n. (Zool.)* ปลา *Cyclopterus lumpus* มีครีบเต็มไปด้วยหนาม; **~ 'sugar** *n.* น้ำตาลก้อน; **~ 'sum** *n. (covering several items) (เงิน)* ครอบคลุมหลายรายการ, เหมาจ่าย; *(paid at once)* จ่ายเป็นก้อน

lumpy /ˈlʌmpɪ/ˈลัมพิ/ *adj. (มันบด)* ที่มีก้อน/ไม่ละเอียด; *(ฟูก)* ไม่เรียบ, เต็มไปด้วยตะปุ่มตะป่ำ

lunacy /ˈlu:nəsɪ/ˈลูเนอะซิ/ *n.* Ⓐ *(insanity)* วิกลจริต; *(Law)* ไม่อยู่ในฐานะที่สามารถตัดสินใจเองได้; Ⓑ *(mad folly)* การกระทำไร้สติ, พฤติกรรมที่บ้ามาก

lunar /ˈlu:nə(r)/ˈลูเนอะ(ร)/ *adj.* เกี่ยวกับดวงจันทร์

lunar ~ e'clipse *n. (Astron.)* จันทรคราส; **~ 'module** *n.* ยานอวกาศที่ลงสู่พื้นของดวงจันทร์

lunatic /ˈlu:nətɪk/ˈลูเนอะติค/ ❶ *adj.* Ⓐ *(mad)* บ้า, เสียสติ; ➡ **+ fringe** 1 C; Ⓑ *(foolish)* โง่ ❷ *n.* คนเสียสติ, คนโง่, คนพิลึก; **be a ~:** เป็นคนเสียสติ/โง่/พิลึก

'lunatic asylum *n. (Hist.)* โรงพยาบาล/สถานบำบัดโรคจิต

lunch /lʌntʃ/ลันฉฺ/ ❶ *n.* อาหารกลางวัน; **have** *or* **eat** *or (formal)* **take [one's] ~:** กิน/รับประทานอาหารกลางวัน; **get an hour for ~:** มีเวลาหนึ่งชั่วโมงสำหรับอาหารกลางวัน; **have sth. for ~:** ทาน *ส.น.* เป็นอาหารกลางวัน; **be at** *or* **eating** *or* **having [one's] ~:** กำลังรับประทานอาหารกลางวัน; **there's no such thing as a free ~** *(fig.)* ไม่มีสิ่งใดที่จะได้มาฟรี ๆ ❷ *v.i.* กินอาหารกลางวัน

lunch: ~ box *n.* ปิ่นโต; *(Brit.) (slang)* ไข่, เป้ากางเกง, ยุ้งข้าว; **a male model with an impressive ~** นายแบบมียุ้งข้าวน่าสนใจดี; **~ break** ➡ **lunch hour**

luncheon /ˈlʌntʃn/ˈลันฉ'น/ *n. (formal)* Ⓐ *(midday meal)* อาหารมื้อกลางวัน; Ⓑ *(Amer.: light meal)* อาหารมื้อเบา ๆ

luncheon: ~ meat *n.* เนื้อบดกระป๋องเป็นก้อน; **~ voucher** *n. (Brit.)* คูปองอาหารกลางวัน

lunch: ~ hour *n.* เวลาพักกินอาหารกลางวัน; **~room** *n.* ห้องอาหาร; **~time** *n.* เวลาพักกินอาหารกลางวัน; **at ~time** ตอนพักกินอาหารกลางวัน

lung /lʌŋ/ลัง/ *n.* ➤ **118** ปอด; *(right or left)* ปอดขวาหรือซ้าย; **have good/weak ~s** มีปอดแข็งแรง/อ่อนแอ; **the ~s of a city** *(fig.)* ปอดของเมืองใหญ่

'lung cancer *n.* ➤ **453** *(Med.)* มะเร็งปอด

lunge /lʌndʒ/ลันจฺ/ ❶ *n.* Ⓐ *(Sport)* การแทง *(ในกีฬาฟันดาบ)*; Ⓑ *(sudden forward movement)* การพุ่ง, การถลาไปข้างหน้า; **make a ~ at sb.** พุ่งเข้าใส่ *ค.น.* ❷ *v.t.* Ⓐ *(Sport)* พยายามแทงคู่แข่ง; Ⓑ **~ at sb. with a knife** พยายามแทง *ค.น.* ด้วยมีด

~ 'out *v.i.* พยายามตี/ต่อย; **~ out at sb.** *(make sudden forward movement)* พุ่งตี/ต่อย *ค.น.*

lung: ~fish *n.* ปลาน้ำจืดในอันดับ Dipnoi ใช้เหงือกเป็นปอดได้ในยามแล้ง; **~ power** *n.* พลังเสียง

lupin, 'lupine /ˈluːpɪn/ˈลูพิน/ *n.* พืชดอกในสกุล *Lupinus* มีดอกสูงสีต่าง ๆ

²**lupine** /ˈluːpaɪn, ˈljuːpaɪn/ˈลูพายนฺ, ˈลิวพายนฺ/ *adj.* เหมือนสุนัขป่า; **have ~ features/a ~ appearance** มีลักษณะเหมือนสุนัขป่า

lupus /ˈluːpəs/ˈลูเพิซ/ *n.* *(Med.)* โรคผิวหนังเป็นแผลมีหนอง

¹**lurch** /lɜːtʃ/เลิฉ/ *n.* **leave sb. in the ~:** การทอดทิ้ง *ค.น.* ให้ตกระกำลำบาก

²**lurch** ❶ *n.* การเอียงวูบ; *(of ship)* การเอียงอย่างฉับพลัน; **give a ~:** การเอียงวูบ ❷ *v.i.* เอียงวูบ; *(คนเมา)* เดินอย่างโซซัดโซเซ

lurcher /ˈlɜːtʃə(r)/ˈเลอเฉอะ(ร)/ *n.* *(Brit.)* *สุนัขพันธุ์ทางมักเป็นลูกผสมระหว่างพันธุ์รีทรีฟเวอร์, คลอลี่ หรือ สุนัขเลี้ยงแกะกับเกรย์ฮาวด์*

lure /ˈljʊə(r), ˈlʊə(r)/ˈลิวเออะ(ร), ˈลัวเออะ(ร)/ ❶ *v.t.* ล่อ; **~ away from/out of/into sth.** ล่อไปจาก/ออกจาก/ให้เข้าไปใน *ส.น.*; **~ sb. away from his duty** ยุ *ค.น.* ให้ละทิ้งหน้าที่ ❷ *n.* Ⓐ *(Falconry)* เครื่องมือล่อเหยี่ยวให้บินกลับมา; Ⓑ *(Hunting)* การล่อเหยื่อ; Ⓒ **the ~ of the sea** มนต์ขลังของทะเล

lurex /ˈljʊəreks/ˈลัวเร็คซฺ/ *n.* เส้นด้ายผสมโลหะ, ผ้าที่ทอจากเส้นด้ายประเภทนี้

lurid /ˈljʊərɪd/ˈลัวริด/ *adj.* Ⓐ *(ghastly)* น่ากลัว; *(highly coloured)* เป็นสีฉูดฉาด; Ⓑ *(fig.)* *(horrifying)* น่ากลัว; *(sensational)* น่าตื่นเต้น; *(showy, gaudy)* โอ้อวด, ขี้โอ่

luridly /ˈljʊərɪdlɪ, ˈlʊərɪdlɪ/ˈลิวริดลิ, ˈลัวริดลิ/ *adv.* Ⓐ *(glaringly)* อย่างเจิดจ้า; Ⓑ *(fig.)* *(horrifyingly)* อย่างน่ากลัว; *(showily, gaudily)* อย่างโอ้อวด, ขี้โอ่

lurk /lɜːk/เลิค/ *v.i.* Ⓐ ซ่อนอยู่, แอบอยู่; *(สัตว์ป่า)* ซุ่มอยู่; **~ about a place** คอยหลบ ๆ ซ่อน ๆ อยู่ในที่แห่งหนึ่ง; Ⓑ *(fig.)* **~ in sb.'s** *or* **at the back of sb.'s mind** *(ความกังวล, ความไม่แน่ใจ)* แอบแฝงอยู่ในจิตใจ *ค.น.*

lurker /ˈlɜːkə(r)/ˈเลอเคอะ(ร)/ *n.* *(in a chatroom)* ผู้แอบฟังในห้องคุยทางอินเทอร์เน็ต

lurking /ˈlɜːkɪŋ/ˈเลอคิง/ *attrib. adj.* *(ความไม่สบายใจ, ความกังวล)* ที่แอบแฝงอยู่

luscious /ˈlʌʃəs/ˈลัชเชิซ/ *adj.* Ⓐ *(sweet in taste or smell)* หวานหอม; Ⓑ *(excessively sweet)* หวานแสนไส้; *(น้ำหอม)* ฉุนเกินไป; Ⓒ *(appealing to senses)* *(ผู้หญิง, ริมฝีปาก, รูปร่าง)* เร้าประสาททั้งห้า

lush /lʌʃ/ลัช/ *adj.* *(ต้นไม้)* เขียวชอุ่ม, *(ทิวทัศน์)* ชุ่มฉ่ำ; *(fig.)* น่าสบาย, หรูหรา

lust /lʌst/ลัซทฺ/ ❶ *n.* Ⓐ *(sexual drive)* ความใคร่ในทางเพศ, ตัณหา, ราคะ *(ร.บ.)*; Ⓑ *(passionate desire)* ความหลงใหล; **~ for power/glory/of battle** ความคลั่งอำนาจ/ความรุ่งโรจน์/การสู้รบ; Ⓒ *(Bibl., Theol.)* ตัณหา; **~s of the flesh** ตัณหาของมนุษย์ ❷ *v.i.* **~ after** หลงใหล; **he ~s after ...:** เขาหลงใหล...; **~ for glory** มุ่งมาดปรารถนาในความรุ่งโรจน์

luster *(Amer.)* ➡ **lustre**

lustful /ˈlʌstfl/ˈลัซทฟ'ล/ *adj.* เต็มไปด้วยความปรารถนา, เต็มไปด้วยตัณหา, ละโมบ

lustily /ˈlʌstɪlɪ/ˈลัซติลิ/ *adv.* อย่างแข็งขัน; *(หัวเราะ)* อย่างเต็มที่; *(ร้องเพลง)* สุดเสียง; **he tucked ~ into his dinner** เขาตั้งหน้าตั้งตากินอาหารเย็น

lustre /ˈlʌstə(r)/ˈลัซเตอะ(ร)/ *n.* *(Brit.)* Ⓐ เป็นเงาสุกใสมีประกาย; **shine with a ~:** ส่องแสงเป็นเงามันมีประกาย; Ⓑ *(fig.: splendour)* **add ~ to** *or* **shed ~ on sth.** เพิ่มความงดงามให้กับ *ส.น.*; **lack ~:** *(ดวงตา)* ปราศจากแวว; *(ท่าทาง)* ซึม; Ⓒ *(glaze)* เคลือบเงามีประกาย

lustreless /ˈlʌstəlɪs/ˈลัซเตอะลิซ/ *adj.* ปราศจากเงามัน; ไม่มีชีวิตชีวา

'lustreware *n.* เครื่องกระเบื้องที่เคลือบมันมีประกาย

lustrous /ˈlʌstrəs/ˈลัซเตริซ/ *adj.* ที่ส่องแสงเป็นเงา; *(fig.)* งดงาม

lusty /ˈlʌstɪ/ˈลัซติ/ *adj.* Ⓐ *(healthy)* สุขภาพดี; *(strong, powerful)* แข็งแรง, มีพลัง; Ⓑ *(vigorous)* *(การปรบมือ)* อย่างเต็มที่; *(คนงาน)* ขยันขันแข็ง; **a ~ girl from the country** เด็กหญิงชนบทที่แข็งแรงและสดชื่น

lutanist /ˈluːtənɪst/ˈลูเทอะนิซทฺ/ *n.* ➤ **489** *(Mus.)* นักเล่นเครื่องดนตรีมีสายชนิดลูท

lute /luːt/ลูท/ *n.* *(Mus.)* เครื่องดนตรีประเภทดีดรูปร่างคล้ายกีตาร์ ใช้ระหว่างคริสต์ศักราช 14–17

lutenist ➡ **lutanist**

Lutheran /ˈluːθərən/ˈลูเธอะเริน/ ❶ *adj.* เกี่ยวกับนิกายโปรเตสแตนต์นิกายหนึ่ง ที่นิยมในเยอรมันนี ❷ *n.* พวกโปรเตสแตนต์ที่มีความเชื่อตามแบบของมาร์ติน ลูเธอร์

luvvy (luvvie) /ˈlʌvɪ/ˈลัววิ/ *n.* *(coll. derog.)* พวกดัดจริตที่ชอบเรียกทุกคนว่า 'love' หมด

Luxembourg *etc.* ➡ **Luxemburg** *etc.*

Luxemburg /ˈlʌksəmbɜːg/ˈลัคเซิมเบิก/ *pr. n.* ประเทศลักเซมเบิร์ก

Luxemburger /ˈlʌksəmbɜːgə(r)/ˈลัคเซิมเบอเกอะ(ร)/ *n.* ชาวลักเซมเบิร์ก

Luxemburgian /ˈlʌksəmbɜːgɪən/ˈลัคเซิมเบอเกียน/ ❶ *adj.* แห่งลักเซมเบิร์ก ❷ *n.* ชาวลักเซมเบิร์ก

luxuriance /lʌgˈzjʊərɪəns/ลักˈชิวเออะเรียนซฺ/ *n., no pl.* *(superabundance)* ความมากมายล้นเหลือ; *(of hair)* ผมดก

luxuriant /lʌgˈzjʊərɪənt/ลักˈชิวเออะเรียนทฺ/ *adj.* Ⓐ *(growing profusely, exuberant)* *(ต้นไม้)* เจริญงอกงาม; *(พุ่มนา)* อุดมสมบูรณ์; *(ผม)* ดก; Ⓑ *(richly ornamented)* ประดับประดาอย่างหรูหรา

luxuriantly /lʌgˈzjʊərɪəntlɪ, lʌkˈsjʊərɪəntlɪ/ลักˈชิวเออะเรียนทฺลิ, ลักˈชิวเออะเรียนทฺลิ/ *adv.* อย่างสมบูรณ์, อย่างงอกงาม

luxuriate /lʌgˈzjʊərɪeɪt, lʌkˈsjʊərɪeɪt/ลักˈชิวเออะริเอท, ลักˈชิวเออะริเอท/ *v.i.* **~ in** เพลิดเพลินอยู่กับ...; **~ in the bath** นอนอยู่ในอ่างอาบน้ำอย่างสุขสบาย

luxurious /lʌgˈzjʊərɪəs/ลักˈชิวเออะเรียซ/ *adj.* หรูหรา, ฟุ่มเฟือย; *(self-indulgent)* ปรนเปรอตนเอง

luxuriously /lʌgˈzjʊərɪəslɪ, lʌkˈsjʊərɪəslɪ/ลักˈชิวเออะเรียซลิ, ลักˈชิวเออะเรียซลิ/ *adv.* อย่างหรูหรา, ฟุ่มเฟือย

luxury /ˈlʌkʃərɪ/ˈลัคเชอะริ/ ❶ *n.* Ⓐ ความฟุ่มเฟือย; **live** *or* **lead a life of ~:** มีชีวิตอย่างหรูหรา, ฟุ่มเฟือย; ➡ + **'lap** A; Ⓑ *(article)* ของฟุ่มเฟือย, ของไม่จำเป็น; Ⓒ *(sth. one enjoys)* สิ่งที่ชอบจนติด ❷ *attrib. adj.* เป็นของฟุ้งเฟ้อ, ฟุ่มเฟือย

LV *abbr.* *(Brit.)* **luncheon voucher**

LW *abbr.* *(Radio)* **long wave**

lychee /ˈlaɪtʃiː, laɪˈtʃiː/ˈไลฉี, ไลˈฉี/ *n.* ลิ้นจี่

lychgate ➡ **lichgate**

Lycra /ˈlaɪkrə/ˈไลเครอะ/ ® *n.* เส้นใยโพลีเมอร์ที่ยืดหยุ่นได้ นิยมในการผลิตเสื้อผ้า

lye /laɪ/ลาย/ *n.* น้ำด่าง

lying /ˈlaɪɪŋ/ˈลายอิง/ ❶ *adj.* Ⓐ *(given to falsehood)* ที่พูด/กล่าวเท็จ, ที่โกหก; **~ scoundrel** คนเลวที่พูดเท็จ; Ⓑ *(false, untrue)* ที่ผิด, ไม่จริง ❷ *n.* การพูดเท็จ, การโกหก; **that would be ~:** นั่นจะเป็นการกล่าวเท็จ, พูดไม่เป็น ความจริง; ➡ + **'lie** 2, 3

lymph /lɪmf/ลิมฟฺ/ *n.* Ⓐ *(Physiol.)* น้ำเหลือง; Ⓑ *(Med.: exudation from sore)* การไหลซึมจากแผลระบม

lymphatic /lɪmˈfætɪk/ลิมˈแฟทิค/ ❶ *adj.* *(Physiol., Anat.)* ของน้ำเหลือง ❷ *n.* *(Anat.)* ท่อคล้ายเส้นเลือดที่นำพาน้ำเหลือง

lymph: ~ gland *n.* ต่อมน้ำเหลือง; **~ node** *n.* *(Anat.)* ตุ่มน้ำเหลือง

lymphocyte /ˈlɪmfəsaɪt/ˈลิมเฟอะไซท/ *n.* *(Anat.)* เม็ดโลหิตขาวในเลือด/ในต่อมน้ำเหลืองชนิดหนึ่ง

lynch /lɪntʃ/ลินฉฺ/ *v.t.* กลุ้มรุมกันทำร้าย, การลงประชาทัณฑ์ *(ร.บ.)*

lynch law *n.* กฎเถื่อน, การรุมประชาทัณฑ์ *(ร.บ.)*

lynx /lɪŋks/ลิงคฺซฺ/ *n.* *(Zool.)* แมว *Felis lynx*

'lynx-eyed *adj.* *(fig.)* ตาคม, ตาไว; **be ~:** มีตาคม

Lyons /liːˈɔːŋ/ลีˈอ็อง/ *pr. n.* เมืองลียองในใจกลางประเทศฝรั่งเศส

lyre /ˈlaɪə(r)/ˈลายเออะ(ร)/ *n.* *(Mus.)* พิณ

'lyrebird *n.* *(Ornith.)* นกของออสเตรเลียในวงศ์ Menuridae ตัวผู้มีหางยาว

lyric /ˈlɪrɪk/ˈลิริค/ ❶ *adj.* เต็มไปด้วยความรู้สึก, อารมณ์; **~ poet** กวีที่ประพันธ์งานชนิดนี้; **~ poetry** กวีนิพนธ์ที่บรรยายอารมณ์ ❷ *n.* Ⓐ *(poem)* โคลง, โคลงสั้น ๆ แสดงความรู้สึก; Ⓑ *in pl.* *(verses)* โคลง ฉันท์ กาพย์ หรือกลอน, บทกวี; *(of song)* บทเพลง

lyrical /ˈlɪrɪkl/ˈลิริค'ล/ *adj.* Ⓐ ➡ **lyric** 1; Ⓑ *(like lyric poetry)* บรรยายอารมณ์; Ⓒ *(coll.: enthusiastic)* กระตือรือร้น; **become** *or* **grow** *or* **wax ~ about** *or* **over sth.** เริ่ม หรือ กำลัง หรือ แสดงความกระตือรือร้นใน *ส.น.*

lyrically /ˈlɪrɪklɪ/ˈลิริคลิ/ *adv.* อย่างได้อารมณ์ความรู้สึก

lyricism /ˈlɪrɪsɪzm/ˈลิริซิซ'ม/ *n.* Ⓐ *(lyric character, a lyrical expression)* ลักษณะหรือการแสดงออกอย่างได้อารมณ์ความรู้สึก; Ⓑ *(highflown sentiments)* ความรู้สึกที่มากมายเกินความจำเป็น

lyricist /ˈlɪrɪsɪst/ˈลิริซิซทฺ/ *n.* ➤ **489** ผู้แต่งเนื้อเพลง, กวีที่เขียนงานประเภทบรรยายอารมณ์

Mm

M, m /em/เอ็ม/ *n., pl.* **Ms** *or* **M's** Ⓐ *(letter)* พยัญชนะตัวที่ 13 ของภาษาอังกฤษ; Ⓑ *(Roman numeral)* ตัวเลขหนึ่งพันของโรมัน

M. *abbr.* Ⓐ **Master/Member of/Monsieur** น.; Ⓑ **mega-** เอ็ม; Ⓒ *(Brit.)* **motorway**

m. *abbr.* Ⓐ **male** ช.; Ⓑ **masculine** บุรุษ; Ⓒ **married** แต่งงาน; Ⓓ ➤ **517 metre[s]** ม.; Ⓔ ➤ **998 milli-** หนึ่งในพัน, เศษหนึ่งส่วนพัน; Ⓕ **million[s]** ล้าน; Ⓖ ➤ **177 minute[s]** นาที; Ⓗ **mile[s]** ไมล์

m' /mə/เมอะ/ *poss. pron.* ของฉัน

MA *abbr.* **Master of Arts;** ➡ **+ B.Sc.**

ma /mɑː/มา/ *n. (coll.)* แม่

ma'am /mɑːm, mæm/มาม, แมม/ *n.* คุณผู้หญิง; *(in addressing Queen)* ใต้ฝ่าพระบาท, องค์หญิง

Mac /mæk/แมค/ *n. (coll.)* Ⓐ *(Scotsman)* ผู้ชายชาวสกอต; *(in address)* เจ้าเพื่อนยาก; Ⓑ *(Amer.: fellow)* คุณ; **hi, ~!** สวัสดี พ่อหนุ่ม

mac ➡ **mack**

macabre /məˈkɑːbr/เมอะ'คาบร/ *adj.* น่าหวาดเสียว, น่าสยดสยอง

macaque /məˈkæk/เมอะ'แคค/ *n. (Zool.)* ค่าง, ลิงหางยาวในสกุล *Macaca*

macaroni /mækəˈrəʊnɪ/แมเคอะ'โรนิ/ *n.* มักกะโรนี *(ท.ศ.)*; **~ and cheese** *(Amer.)* ➡ **macaroni cheese**

macaroni 'cheese *n. (Brit.)* มักกะโรนีชีส *(ท.ศ.) (พาสต้าหลอดสั้นอบกับซอสเนยแข็ง)*

macaroon /mækəˈruːn/แมเคอะ'รูน/ *n.* *ขนมโสมนัสทำจากไข่ขาว น้ำตาลและถั่วบด หรือมะพร้าว*

macaw /məˈkɔː/เมอะ'คอ/ *n. (Ornith.)* นกแก้วในสกุล *Ara* หรือ *Anodorhynchus* มีหางใหญ่ยาว พบในเขตร้อนของอเมริกา

¹mace /meɪs/เมซ/ *n.* Ⓐ *(Hist.: weapon)* ตะบองหัวตะปู; Ⓑ *(staff of office)* คทาที่เป็นสัญลักษณ์แห่งอำนาจ

²mace *n. (Bot., Cookery)* จันทน์เทศ

'mace-bearer *n.* เจ้าหน้าที่เชิญคทา

macédoine /ˈmæsidwɑːn/แมซิดวาน/ *n.* *(Cookery)* ผักหรือผลไม้หลายชนิดหั่นผสมกัน

Macedonia /mæsɪˈdəʊnɪə/แมซิ'โดเนีย/ *pr. n.* สาธารณรัฐมาเซโดเนีย *(อยู่ทางภาคใต้ของคาบสมุทรบอลข่าน)*

macerate /ˈmæsəreɪt/'แมเซอะเรท/ *v.t.* แช่น้ำให้อ่อนตัวลง

Mach /mɑːk, mæk/มาค, แมค/ *n. (Phys., Aeronaut.)* **~ [number]** มัค *(ท.ศ.) (อัตราความเร็วของ ส.น. ต่อความเร็วเสียง)*; **~ one/two** *etc.* หนึ่งเท่า/สองเท่า ฯลฯ ความเร็วของเสียง

machete /məˈtʃetɪ, US məˈʃetɪ/เมอะ'เฉ็ททิ, เมอะ'เช็ททิ/ *n.* มีดใบกว้างใช้ในป่าอเมริกากลาง

machiavellian /mækɪəˈvelɪən/แมเคีย'เว็ลเลียน/ *adj.* มีเล่ห์เหลี่ยมยอกย้อน, มุ่งมั่นบรรลุจุดประสงค์โดยวิธีใดก็ตาม

machination /mækɪˈneɪʃn, mæʃɪˈneɪʃn/แมคิ'เนช'น, แมชิ'เนช'น/ *n.* การวางแผน *(โดยเฉพาะแผนการที่ชั่วร้าย)*

machine /məˈʃiːn/เมอะ'ชีน/ ❶ *n.* Ⓐ เครื่องจักรกล; **be made by ~:** ผลิตโดยเครื่องจักร; Ⓑ *(bicycle)* จักรยาน; *(motorcycle)* จักรยานยนต์; Ⓒ *(computer)* เครื่องคอมพิวเตอร์; Ⓓ *(fig.: person)* คนที่คล้ายเครื่องจักร, หุ่นยนต์; Ⓔ *(system of organization)* ระบบจักรกลที่ควบคุมองค์กร; **party/propaganda ~:** กรรมการบริหารของพรรค/ฝ่ายโฆษณาชวนเชื่อ ❷ *v.t. (make with ~)* ผลิตโดยเครื่องจักร; *(operate on with ~)* ใช้เครื่องจักรทำงาน; *(sew)* เย็บด้วยจักร

machine: ~ age *n.* ยุคเครื่องจักร; **~ code** *n.* *(Computing)* ภาษาคอมพิวเตอร์; **~ gun** *n.* ปืนกล; **~ language** ➡ **~ code; ~-made** *adj.* ผลิตด้วยเครื่องจักร; **~-minder** *n.* ผู้ดูแลเครื่องจักร; **~ operator** *n.* ผู้ควบคุมเครื่องจักร; **~ pistol** *n.* ปืนพกอัตโนมัติ; **~-readable** *adj.* *(Computing) (ข้อมูล)* สามารถอ่านโดยคอมพิวเตอร์; **~ room** *n.* ห้องเครื่องจักรกล

machinery /məˈʃiːnərɪ/เมอะ'ชีเนอะริ/ *n.* Ⓐ *(machines)* เครื่องจักรโดยรวม; Ⓑ *(mechanism)* เครื่องยนต์กลไก; Ⓒ *(organized system)* ระบบองค์กร, สถาบัน; Ⓓ *(Lit.)* การจัดวางเค้าโครงเรื่อง *(ในวรรณคดี)*

machine: ~ tool *n.* อุปกรณ์ หรือ เครื่องมือพลังเครื่องยนต์; **~ trans'lation** *n.* การแปลภาษาด้วยเครื่อง; **~-wash** *v.t.* ล้าง, ซักด้วยเครื่อง; **~-washable** *adj.* ซักด้วยเครื่องซักผ้าได้

machinist /məˈʃiːnɪst/เมอะ'ชีนิซทฺ/ *n.* ➤ **489** *(who makes machinery)* ผู้สร้างเครื่องจักรกล; *(who controls machinery)* ผู้ควบคุมเครื่องจักรกล; **[sewing] ~:** ช่างเย็บที่ใช้จักรเย็บผ้า

machismo /məˈtʃɪzməʊ, -ˈkɪzməʊ/มา'ฉิซ ซาโม, -'คิซโม/ *n., no pl.* การโอ้อวดความเป็นชายชาตรี

macho /ˈmætʃəʊ/'แมโฉ/ ❶ *n., pl.* **~s** ผู้ชายที่โอ้อวดความเป็นชายอย่างก้าวร้าว ❷ *adj.* แสดงความเป็นชายอย่างก้าวร้าว; **he is really ~:** เขาเป็นนักเลงมาก

mack /mæk/แมค/ *n. (Brit. coll.)* เสื้อกันฝน *(จากคำเต็ม mackintosh)*

mackerel /ˈmækərl/'แมเคอะร'ล/ *n., pl. same or* **~s** *(Zool.)* ปลาแมคเคอเรล *(ท.ศ.)* พันธุ์ *Scomber scombrus* พบในมหาสมุทรแอตแลนติกเหนือ

mackerel 'sky *n. (Meteorol.)* ท้องฟ้าที่มีเมฆเป็นเส้นขาวเล็ก ๆ *(เหมือนลายของปลาทู)*

mackintosh /ˈmækɪntɒʃ/'แมคินทอช/ *n.* เสื้อกันฝน *(ตั้งชื่อตามนายซี. แมคคินทอช (1766–1843) ผู้สร้างเสื้อดังกล่าว)*

macramé /məˈkrɑːmɪ/เมอะ'ครามิ/ *n.* ศิลปะการถักเชือกเป็นลวดลายต่าง ๆ

macro /ˈmækrəʊ/'แมโคร/ *n. (Computing)* คำสั่งย่อที่สามารถขยายความได้เมื่อจำเป็น

macro- /ˈmækrəʊ/'แมโคร/ *in comb.* ยาว, ใหญ่, ขนาดใหญ่

macrobiotic /mækrəʊbaɪˈɒtɪk/แมโครไบ'ออทิค/ *adj.* เกี่ยวกับอาหารสุขภาพ, *(อาหาร)* ชีวจิต

macrocosm /ˈmækrəʊkɒzəm/'แมโครคอเซิม/ *n.* โลกอันกว้างใหญ่ไพศาล

macro: ~economic *adj.* ที่เกี่ยวกับเศรษฐศาสตร์มหภาค; **~economics** *n.* เศรษฐศาสตร์มหภาค

macron /ˈmækrɒn/'แมครอน, 'แมครฺอน, 'แมครุอน/ *n.* เครื่องหมายที่วางเหนือสระเพื่อบ่งบอกว่าสระนั้นมีเสียงยาว (¯)

macroscopic /mækrəʊˈskɒpɪk/แมโคร'ซกอปิค/ *adj.* มองเห็นได้ด้วยตาเปล่า, มองในแง่ของหน่วยใหญ่

mad /mæd/แมด/ *adj.* Ⓐ *(insane)* เสียจริต, บ้า, คลั่ง; **you must be ~!** คุณเป็นบ้าไปแล้วละ; **are you ~?** คุณจะบ้าหรือ; **like a ~ thing** *(coll.)* เหมือนคนบ้า ๆ; Ⓑ *(frenzied)* บ้าคลั่ง, เป็นบ้าเป็นหลัง; **it's one ~ rush** *(coll.)* รีบกันเป็นบ้าเป็นหลัง; **make a ~ dash for sth.** วิ่งเหมือนคนบ้าเพื่อ ส.น.; **drive sb. ~:** ทำให้ ค.น. บ้าคลั่ง; **this noise is enough to drive anyone ~!** เสียงนี้ดังพอที่จะทำให้ใคร ๆ ประสาทไปหมด; **~ with joy/fear** ดีใจ/กลัวจนคลั่ง; Ⓒ *(foolish)* **that was a ~ thing to do** ทำอย่างนั้นเหลวไหลมาก; **a ~ hope** ความหวังที่ไม่น่าจะเป็นจริงได้เลย; Ⓓ *(very enthusiastic)* **be/go ~ about** *or* **on sb./sth.** คลั่งไคล้ ค.น./ส.น.; **be ~ keen on sth.** *(coll.)* หลงใหล, คลั่งไคล้กับ ส.น.; **be ~ keen to do sth.** *(coll.)* กระตือรือร้นสุดขีดที่จะทำ ส.น.; Ⓔ *(coll.: annoyed)* **~ [with** *or* **at sb.]** โมโห [ค.น.]; **be ~ about/at missing the train** โมโหที่พลาดรถไฟ; Ⓕ *(with rabies)* บ้า; **~ dog** *(fig.)* หมาบ้า; **[run** *etc.***] like ~:** วิ่งอย่างบ้าระห่ำ; Ⓖ *(frivolous)* เหลวไหล, บ้า ๆ บอ ๆ

Madagascan /mædəˈgæskən/แมเดอะ'แกซคาน/ ❶ *adj.* แห่งมาดากัสการ์ ❷ *n.* ชาวมาดากัสการ์

Madagascar /mædəˈgæskə/แมเดอะ'แกซเคอะ/ *pr. n.* เกาะมาดากัสการ์ *(ในมหาสมุทรอินเดีย ทางตะวันออกเฉียงใต้ของทวีปแอฟริกา)*

madam /ˈmædəm/'แมเดิม/ *n.* Ⓐ ➤ **519** *(formal address)* ท่านสุภาพสตรี, คุณผู้หญิง; **M~ Chairman** ท่านประธาน *(หญิง)*; **Dear M~** *(in letter)* คำขึ้นต้นจดหมายทางการถึงสุภาพสตรี; Ⓑ *(euphem.: woman brothel keeper)* แม่เล้า; Ⓒ *(derog.: conceited, pert young woman)* แม่เจ้าประคุณ, อีคุณนาย

Madame /məˈdɑːm, ˈmædəm/เมอะ'ดาม, 'แมเดิม/ *n., pl.* **Mesdames** /məˈdɑːm, ˈmædəm/เมอะ'ดาม, 'แมเดิม/ Ⓐ *(title)* คำนำหน้าชื่อของผู้หญิงฝรั่งเศส; **[the] Mesdames A and B** นางเอ และนางบี หรือ คุณเอ และคุณบี; Ⓑ *(formal address)* ท่านสุภาพสตรี

'madcap ❶ *adj.* ไม่คิดหน้าคิดหลัง ❷ *n.* คนที่ทำอะไรอย่างปุบปับฉับพลัน

mad 'cow disease *n. (coll.)* โรควัวบ้า

madden /ˈmædn/'แมด'น/ *v.t.* Ⓐ *(make mad)* ทำให้คลั่ง, ทำให้เป็นบ้า; **~ed with grief/loneliness** คลุ้มคลั่งด้วยความทุกข์/ความอ้างว้างว้าเหว่; Ⓑ *(irritate)* ทำให้โมโห, กวนโทสะ; **be ~ed by sth.** โมโหเพราะ ส.น.; **it ~s me to think that ...:** [มันทำให้] ฉันต้องโมโหเมื่อคิดว่า...

m

maddening /ˈmædənɪŋ/ˈแมดเดอะนิง/ *adj.* Ⓐ *(irritating, tending to infuriate)* กวนโมโห; Ⓑ *(tending to craze)* ชวนให้บ้าคลั่ง

maddeningly /ˈmædənɪŋlɪ/ˈแมดเดอะนิงลิ/ *adv.* ➡ **maddening** A, B: อย่างชวนให้โมโห

madder /ˈmædə(r)/ˈแมเดอะ(ร)/ *n.* Ⓐ *(Bot.)* ไม้ล้มลุก *Rubia tinctorum;* Ⓑ *(dye)* สีแดงที่ได้จากรากไม้นี้; Ⓒ *(Chem.)* สีแดงสังเคราะห์สารเคมี แทนสีที่สกัดจากรากพืชชนิดนี้

made ➡ **make** 1, 2

Madeira /məˈdɪərə/เมอะˈเดียเรอะ/ ❶ *n.* เหล้าองุ่นมาจากหมู่เกาะมาเดียรา ❷ *pr. n.* หมู่เกาะมาเดียรา *(นอกชายฝั่งด้านเหนือของแอฟริกา)*

Maˈdeira cake *n.* ขนมเค้กเนื้อนุ่มและรสหวานมัน

madeleine /ˈmædleɪn/ˈแมเดเลน/ *n.* ขนมเค้กชิ้นเล็ก ๆ ที่มีหน้าเค้กสวยงาม

made-to-ˈmeasure *attrib. adj.* สั่งตัด; **a ~ suit** ชุดสากลสั่งตัด; ➡ **+ measure** 1 A

ˈmade-up *attrib. adj.* *(เรื่อง)* แต่งขึ้น; *(หน้า)* ที่แต่ง *หรือ* ที่ใช้เครื่องสำอาง

ˈmadhouse *n.* โรงพยาบาลโรคจิต; *(fig.)* สถานที่ที่สับสนอลหม่าน

Madison Avenue /mædɪsn ˈævənju:, US -nu:/แมดิซ'น ˈแอเวอะนิว, -นู/ *n.* ถนนเมดิสันในนครนิวยอร์กซึ่งเป็นศูนย์กลางของกิจการโฆษณา

madly /ˈmædlɪ/ˈแมดลิ/ *adv.* Ⓐ อย่างบ้าคลั่ง, อย่างวิกลจริต; Ⓑ *(coll.: passionately, extremely)* อย่างมาก, อย่างคลั่งไคล้

madman /ˈmædmən/ˈแมดเมิน/ *n., pl.* **madmen** /ˈmædmən/ˈแมดเมิน/ ชายบ้า, ชายวิกลจริต

madness /ˈmædnɪs/ˈแมดนิซ/ *n., no pl.* ความบ้าคลั่ง, ความวิกลจริต; ➡ **+ method** B

madonna /məˈdɒnə/เมอะˈดอเนอะ/ *n.* *(Art, Relig.)* พระมารดาของพระเยซู, พระแม่มารี

Madras /məˈdræs/เมอะˈแดรซ/ *n.* เมืองมาดรัส *(เมืองท่าสำคัญทางฝั่งตะวันตกของอินเดีย)*

madrigal /ˈmædrɪgl/ˈแมดริก'ล/ *n.* *(Lit., Mus.)* เพลงที่ใช้เสียงร้องหลายแนวสลับกันโดยไม่มีดนตรีประกอบ *(ศตวรรษที่ 15 หรือ 16)*

ˈmadwoman *n.* หญิงเสียจริต, หญิงบ้า

maelstrom /ˈmeɪlstrəm/ˈเมลซเตริ่ม/ *n.* *(lit.)* น้ำวนขนาดใหญ่; *(fig.)* ความวุ่นวายโกลาหล

maestro /ˈmaɪstrəʊ/ˈไมซโตร/ *n., pl.* **maestri** /ˈmaɪstri:/ˈไมซตรี/ *or* **~s** *(Mus.)* นักดนตรี *หรือ* วาทยกรที่มีชื่อเสียงโดดเด่น; *(fig.: great performer)* ผู้แสดงที่ยิ่งใหญ่

Mae West /meɪ ˈwest/เม ˈเว็ซท/ *n.* เสื้อชูชีพแบบเป่าลม

Mafia /ˈmæfɪə, US ˈmɑ:-/ˈแมเฟีย, ˈมา-/ *n.* Ⓐ *(secret criminal organization)* มาเฟีย *(ท.ศ.)* *(กลุ่มอาชญากรที่มีเครือข่ายข้ามชาติ);* Ⓑ **m~** *(organization exerting influence)* เจ้าพ่อ, กลุ่มอิทธิพลแฝง

mag /mæg/แมก/ *n.* *(coll.: magazine)* นิตยสาร; **porno ~:** นิตยสารลามก

magazine /mægəˈzi:n/แมเกอะˈซีน/ *n.* Ⓐ *(periodical)* วารสาร; *(news ~, fashion ~, etc.)* นิตยสาร; Ⓑ *(Mil.: store) (for arms, ammunition, provisions, explosives)* คลัง; Ⓒ *(Arms, Photog.)* ตลับ, แมกกาซีน *(ท.ศ.)*

magenta /məˈdʒentə/เมอะˈเจ็นเทอะ/ ❶ *n.* Ⓐ *(dye)* สีย้อมสีม่วงแดง; Ⓑ *(colour)* สีม่วงแดง ❷ *adj.* สีม่วงแดง

maggot /ˈmægət/ˈแมเกิท/ *n.* ตัวอ่อนแมลงวัน

maggoty /ˈmægətɪ/ˈแมเกอะทิ/ *adj.* คล้ายกับหนอน; *(เนื้อ)* ที่เต็มไปด้วยตัวหนอน

Magi /ˈmeɪdʒaɪ/ˈเมจาย/ *n. pl.* **the [three] ~:** *นักปราชญ์ทั้งสามจากตะวันออกที่เดินทางมานมัสการพระเยซูคริสต์ที่เพิ่งประสูติ*

magic /ˈmædʒɪk/ˈแมจิค/ ❶ *n.* Ⓐ *(witchcraft, lit. or fig.)* เวทมนตร์, คาถา; **do ~:** เล่นกล; ใช้เวทมนตร์; **as if by ~:** ราวกับเนรมิต, ราวกับปาฏิหาริย์; **black/white ~:** เวทมนตร์ในทางทำลาย *หรือ* ไสยดำ/เวทมนตร์ที่เป็นคุณ; **work like ~:** มีผลราวกับเนรมิต; **like ~** *(rapidly)* เร็วปานเนรมิต; Ⓑ *(conjuring tricks)* การเล่นกล; **make sth. appear/disappear by ~:** บันดาลให้ *ส.น.* ปรากฏขึ้น/อันตรธานไป; Ⓒ *(fig.: charm, enchantment)* เสน่ห์, ความหลงใหล ❷ *adj.* Ⓐ *(of ~) (อำนาจ)* ทางเวทมนตร์; *(resembling ~)* คล้ายเนรมิต; *(used in ~)* ใช้ในการร่ายเวทมนตร์; **cast a ~ spell on sb.** ใช้เวทมนตร์กับ *ค.น.,* สาป *ค.น.;* Ⓑ *(fig.: producing surprising results)* มหัศจรรย์, คาดคิดไม่ถึง ❸ *v.t.,* **-ck-** ใช้เวทมนตร์; **~ sth./sb. away** บันดาลให้ *ส.น./ค.น.* อันตรธานหายไป

magical /ˈmædʒɪkl/ˈแมจิค'ล/ *adj.* *(of magic)* วิเศษ, เนรมิต; *(resembling magic)* ดุจมนต์วิเศษ; **the effect was ~:** ได้ผลวิเศษยิ่ง

magically /ˈmædʒɪkəlɪ/ˈแมจิเคอะลิ/ *adv.* อย่างกับเนรมิต *(ปรากฏ, แปลงร่าง)*

magic: ~ ˈcarpet *n.* พรมวิเศษ; **~ ˈeye** *n.* Ⓐ *(Electr.: control device)* อุปกรณ์ไฟฟ้าที่ใช้สืบค้น *หรือ* การตรวจวัด; Ⓑ *(Radio)* หลอด Cathode-ray ที่ใช้แสดงการปรับคลื่นวิทยุ

magician /məˈdʒɪʃn/เมอะˈจิช'น/ *n.* *(lit. or fig.)* มายากร, ผู้วิเศษ; *(conjurer)* นักเล่นกล; **I'm not a ~:** ฉันไม่ใช่ผู้วิเศษ

magic: ~ ˈlantern *n.* *(Optics)* เครื่องฉายภาพนิ่ง; **~ ˈsquare** *n.* *(Math.)* *ตัวเลขที่เรียงกันเป็นรูปสี่เหลี่ยมจตุรัสโดยผลบวกของแต่ละด้านและทแยงมุมจะออกมาเท่ากัน;* **~ ˈwand** *n.* คทากายสิทธิ์

magisterial /mædʒɪˈstɪərɪəl/แมจิˈซเตียเรียล/ *adj.* Ⓐ *(invested with authority)* มีอำนาจตามกฎหมาย; Ⓑ *(dictatorial)* วางอำนาจ; Ⓒ *(authoritative) (ความเห็น, งานเขียน ฯลฯ)* ที่มีน้ำหนักเชื่อได้

magistracy /ˈmædʒɪstrəsɪ/ˈแมจิซเตรอะซิ/ *n., no pl.* *(position)* ตำแหน่งของเจ้าหน้าที่ตุลาการในศาลชั้นล่าง, เจ้าหน้าที่ตุลาการในศาลชั้นล่างโดยรวม

magistrate /ˈmædʒɪstreɪt/ˈแมจิซเตรท/ *n.* ➤ **489** เจ้าหน้าที่ตุลาการ ที่เป็นผู้พิพากษาในศาลชั้นล่าง; ผู้พิพากษาศาลแขวง; **~s court** ศาลชั้นล่าง, ศาลแขวง

magma /ˈmægmə/ˈแมกเมอะ/ *n. pl.* **~ta** *or* **~s** *(Geol.)* หินหนืดที่ประกอบด้วยแร่ธาตุและอินทรีย์สารต่าง ๆ

Magna Carta, Magna Charta /mægnə ˈkɑ:tə/แมกเนอะˈคาเทอะ/ *n.* *(Hist.)* *ธรรมนูญที่พระเจ้าจอห์นแห่งอังกฤษพระราชทานแก่ขุนนางฝ่ายอาณาจักรและศาสนจักรใน ค.ศ. 1215; (fig.)* ธรรมนูญหรือกฎบัตรที่เกี่ยวกับสิทธิในทำนองนี้

magnanimity /mægnəˈnɪmɪtɪ/แมกเนอะˈนิมมิทิ/ *n., no pl.* ความใจกว้าง, ความใจใหญ่; **with ~:** ด้วยความอารี

magnanimous /mægˈnænɪməs/แมกˈแนนิเมิซ/ *adj.,* **magnanimously** /mægˈnænɪməslɪ/แมกˈแนนิเมิซลิ/ *adv.* อย่างใจกว้าง, อย่างใจใหญ่, อย่างเอื้ออารี **(towards** ต่อ)

magnate /ˈmægneɪt/ˈแมกเนท/ *n.* ผู้มีเงินและอิทธิพล, นักธุรกิจผู้มีอิทธิพลมาก; **cotton/steel ~:** เจ้าพ่อแห่งวงการฝ้าย/เหล็กกล้า

magnesia /mægˈni:ʃə/แมกˈนีเชอะ/ *n.* สารเคมีจากธาตุแมกนีเซียม

magnesium /mægˈni:zɪəm/แมกˈนีเซียม/ *n.* *(Chem.)* แมกนีเซียม *(ท.ศ.)*

magnet /ˈmægnɪt/ˈแมกนิท/ *n.* *(lit. or fig.)* แม่เหล็ก

magnetic /mægˈnetɪk/แมกˈเน็ทติค/ *adj.* *(lit.)* ดึงดูด; *(fig.)* มีคุณสมบัติเป็นแม่เหล็ก; *(fig.: very attractive)* ดึงดูดความสนใจ, สะดุดตา; **~ power** *(fig.)* อำนาจดึงดูด

magnetic: ~ atˈtraction *n.* *(Phys.)* แรงดึงดูดของแม่เหล็ก; **~ˈcompass** *n.* เข็มทิศแม่เหล็ก; **~ ˈdisc** ➡ **disc** C; **~ ˈfield** *n.* *(Phys.)* สนามแม่เหล็ก; **~ ˈmine** *n.* ทุ่นระเบิดใต้น้ำ *(ที่จะระเบิดเมื่อมีมวลธาตุเหล็ก (เช่น เรือ) เข้าใกล้);* **~ ˈneedle** *n.* เข็มทิศ, เข็มแม่เหล็ก; **~ ˈnorth** *n.* ทิศเหนือตามเข็มทิศแม่เหล็ก; **~ ˈpole** *n.* *(Phys.)* ขั้วแม่เหล็ก; *(Geog.)* ขั้วโลกตามเข็มทิศ; **~ ˈstorm** *n.* *(Phys.)* การรบกวนสนามแม่เหล็กโดยพระอาทิตย์; **~ ˈtape** *n.* เทปแม่เหล็ก

magnetise ➡ **magnetize**

magnetism /ˈmægnɪtɪzm/ˈแมกนิทิซ'ม/ *n.* Ⓐ *(Phys.) (science)* วิชาแม่เหล็ก; *(force, lit. or fig.)* อำนาจดึงดูด; **terrestrial ~:** อำนาจแม่เหล็กโลก; Ⓑ *(fig.: personal charm and attraction)* เสน่ห์ดึงดูดใจ

magnetize /ˈmægnɪtaɪz/ˈแมกนิทายซ/ *v.t.* Ⓐ *(Phys.)* ทำให้มีคุณสมบัติเป็นแม่เหล็ก; Ⓑ *(fig.: attract)* ดึงดูด; **be ~d by sth.** ถูกดึงดูดโดย *ส.น.*

magneto /mægˈni:təʊ/แมกˈนีโท/ *n. pl.* **~s** เครื่องกำเนิดไฟฟ้าจุดหัวเทียนเครื่องยนต์

magnification /mægnɪfɪˈkeɪʃn/แมกนิฟิˈเคช'น/ *n.* การขยายใหญ่; **under high/low ~/at x ~s** ภายใต้การขยายใหญ่อย่างสูง/ต่ำ/ในอัตรา x

magnificence /mægˈnɪfɪsəns/แมกˈนิฟิเซินซ/ *n., no pl.* *(lavish display)* ความหรูหรา; *(splendour)* ความโอ่อ่าภาคภูมิ; *(grandeur)* ความยิ่งใหญ่โอฬาร; *(beauty)* ความงดงาม

magnificent /mægˈnɪfɪsənt/แมกˈนิฟิเซินท/ *adj.* Ⓐ *(stately, sumptuously constructed or adorned)* โอ่อ่า, วิจิตรพิสดาร; *(sumptuous)* หรูหรา, ดูว่ามีราคา; *(beautiful)* สวยงาม; *(lavish)* หรูหรา; Ⓑ *(coll.: fine, excellent)* ดีเลิศ, ประเสริฐ

magnificently /mægˈnɪfɪsəntlɪ/แมกˈนิฟิเซินทลิ/ *adv.* Ⓐ *(with great stateliness and grandeur)* ด้วยความยิ่งใหญ่โอฬาร; *(sumptuously)* อย่างหรูหรา; *(with lavishness)* อย่างอุดมสมบูรณ์, อย่างพรั่งพร้อม; Ⓑ *(coll.: in fine manner)* อย่างดีเลิศ

magnifier /ˈmægnɪfaɪə(r)/ˈแมกนิไฟเออะ(ร)/ *n.* *(Optics)* อุปกรณ์ขยายภาพ, แว่นขยาย

magnify /ˈmægnɪfaɪ/ˈแมกนิฟาย/ *v.t.* Ⓐ ทำให้ใหญ่ขึ้น, ขยาย; Ⓑ *(exaggerate)* พูดให้เกินความเป็นจริง

ˈmagnifying glass *n.* แว่นขยาย

magnitude /ˈmægnɪtju:d, US -tu:d/ˈแมกนิทิวด -ทูด/ *n.* Ⓐ *(largeness, vastness)* ความใหญ่โต, ความกว้างใหญ่; *(of explosion, earthquake)* ความรุนแรง; Ⓑ *(size)* ขนาด; **problems of this ~:** ปัญหาใหญ่ขนาดนี้; **order of ~:** ลำดับตามขนาด; Ⓒ *(importance)* ความสำคัญ; *(of person)* ความสำคัญของบุคคล; **sth. of the first ~:** *ส.น.* ที่มีความสำคัญเป็นอันดับหนึ่ง; **a writer of the first ~:** นักเขียนสำคัญชั้นแนวหน้า; Ⓓ *(Astron.)* ลำดับความสุกสว่างของดวงดาว

magnolia /mæg'nəʊlɪə/แมก'โนเลีย/ *n. (Bot.)* ต้นแมกโนเลีย *(ท.ศ.)* มีดอกใหญ่สีขาวหรือชมพู
magnum /'mægnəm/'แมกเนิม/ *n. (bottle)* ขวดเหล้าองุ่นขนาดสองเท่าของขวดมาตรฐาน; *(measure)* ปริมาณความจุเท่ากับ 1.5 ลิตร; **two ~s** ขวดเหล้าขนาดดังกล่าว 2 ขวด
magnum 'opus ➡ **opus** B
magpie /'mægpaɪ/'แมกพาย/ *n. (Ornith.)* นกแมกพาย *(ท.ศ.) Pica pica* คล้ายอีกา ขนสีดำขาว มีหางยาวแหลม; **chatter like a ~:** ช่างพูด, คุยไม่หยุด; **be like a ~** *(fig.)* ชอบสะสมข้าวของจิปาถะ
Magyar /'mægjɑ:(r)/'แมกยา(ร)/ ❶ *adj.* เกี่ยวกับพวกแม็กยาร์ ❷ *n.* Ⓐ *(person)* คนเชื้อชาติอูราลอัลไต *(ปัจจุบันเป็นประชากรส่วนใหญ่ของฮังการี);* Ⓑ *(language)* ภาษาแม็กยาร์
maharaja[h] /mɑ:hə'rɑ:dʒə/มาเฮอะ'ราเจอะ/ *n. (Ind. Hist.)* มหาราชา
mah-jong[g] /mɑ:'dʒɒŋ/มา'จอง/ *n.* ไพ่นกกระจอก
mahogany /mə'hɒgənɪ/เมอะ'ฮอเกอะนิ/ *n.* Ⓐ *(wood)* ไม้มะค่า; Ⓑ *(tree)* ต้นมะค่า; Ⓒ *(colour)* สีน้ำตาลแดง
maid /meɪd/เมด/ *n.* Ⓐ *(servant)* สาวใช้; **~ of 'all work** *(servant)* สาวใช้ทำงานจิปาถะ; *(fig.: person doing many jobs)* คนที่ทำงานสารพัดชนิด; Ⓑ *(arch.: unmarried woman)* สาวโสด; Ⓒ *(arch./poet.) (girl)* หญิงสาว, ดรุณี; *(young unmarried woman, virgin)* สาวน้อย, สาวโสด, สาวพรหมจารี; Ⓓ *(rhet.: young woman)* หญิงสาว; **the M~ [of Orleans]** สมญาของนักบุญโจนออฟอาร์ค ➡ **+ old maid**
maiden /'meɪdn/'เมด'น/ ❶ *n.* Ⓐ ➡ **maid** C; **the answer to a ~'s prayer** คำตอบสำหรับคำอธิษฐานของหญิงสาว; *(attractive man)* ชายผู้มีเสน่ห์; Ⓑ ➡ **maiden over** ❷ *adj.* Ⓐ *(unmarried)* โสด; *(befitting a maid)* เช่นที่หญิงสาวพึงปฏิบัติ; *(ความไร้เดียงสา, ความขี้อาย)* แบบหญิงสาว; Ⓑ *(first)* **~ voyage/speech** การเดินทางเที่ยวแรกของเรือ/การกล่าววาทะครั้งแรก *(ของ ส.ส.);* Ⓒ *(unmated) (สัตว์)* ที่ยังไม่ได้ผสมพันธุ์; Ⓓ *(that has never won)* ไม่เคยชนะ; **~ horse** ม้าแข่งที่ไม่เคยวิ่งชนะ; **~ race** การวิ่งแข่งสำหรับม้าที่ไม่เคยชนะมาก่อน
maiden: ~hair *n. (Bot.)* ต้นเฟิร์นขนทอง ใบละเอียดในสกุล *Adiantum;* **~hair tree** ต้นกิงโกะ; **~head** *n.* Ⓐ *(virginity)* ความสาว, พรหมจารี; Ⓑ *(hymen)* เยื่อพรหมจารี; **~ name** *n.* นามสกุลของผู้หญิงก่อนแต่งงาน **~ 'over** *n. (Cricket)* การโยนลูก หกลูกที่ฝ่ายตีไม่ได้คะแนน
maid: ~ of 'honour *n., pl.* **~s of honour** Ⓐ *(attendant of queen or princess)* นางสนองพระโอษฐ์, นางพระกำนัล; Ⓑ *(Amer.: chief bridesmaid)* หัวหน้าเพื่อนเจ้าสาว; **~servant** *n. (arch.)* สาวใช้
[1]**mail** /meɪl/เมล/ ❶ *n.* Ⓐ ➡ [2]**post** 1; Ⓑ *(vehicle carrying ~)* รถ/เรือขนถุงไปรษณีย์; *(train)* รถไฟขนถุงไปรษณีย์ ❷ *v.t.* ➡ [2]**post** 2 A
[2]**mail** *n.* Ⓐ *(armour)* เสื้อเกราะ; *(chain ~)* เสื้อเกราะที่เป็นลูกโซ่ถัก; **coat of ~:** เสื้อที่มีเกราะหุ้ม; Ⓑ *(Zool.)* กระดอง, เกล็ด *(ของสัตว์)*
mail: ~bag *n. (postman's bag)* กระเป๋าบุรุษไปรษณีย์; *(sack for transporting ~)* ถุงไปรษณีย์; **my ~bag is full of such requests** *(fig.)* ฉันได้รับคำขอร้องอย่างนี้เสมอ; **~boat** *n.* เรือไปรษณีย์; **~ bomb** *n.* ระเบิดที่ส่งมาทางไปรษณีย์; **~box** *n. (Amer.)* ตู้ไปรษณีย์; *n. (for e-mail)* กระเป๋ารับจดหมายอิเล็กทรอนิกส์ในคอมพิวเตอร์; **~ coach** *n.* Ⓐ *(Hist.)* รถม้าที่ขนส่งถุงไปรษณีย์; Ⓑ *(Railw.)* ตู้รถไฟที่ขนส่งถุงไปรษณีย์
mailed /meɪld/เมลดฺ/ *adj.* Ⓐ *(armed with mail)* สวมเสื้อเกราะ; Ⓑ **~ fist** *([threat of] armed force)* การคุกคามด้วยกำลัง
mailing /'meɪlɪŋ/'เมลิง/: **~ address** *n.* บ้านเลขที่, ที่อยู่; **~ list** *n.* รายชื่อลูกค้า
mail: ~man *n.* ➤ **489** *(Amer.)* บุรุษไปรษณีย์; **~ order** *n.* การสั่งซื้อทางไปรษณีย์; **by ~ order** โดยการสั่งซื้อทางไปรษณีย์; **~ order catalogue** *n.* รายการสินค้าเสนอขายทางไปรษณีย์; **~ order firm, ~ order house** *ns.* บริษัทที่ขายสินค้าทางไปรษณีย์; **~shot** *n.* ใบปลิวโฆษณาสินค้าทางไปรษณีย์; **~ train** *n.* รถไฟที่ขนส่งถุงไปรษณีย์; **~ van** *n. (Railw.)* ตู้รถไฟขนถุงไปรษณีย์
maim /meɪm/เมม/ *v.t. (mutilate)* ตัดอวัยวะสำคัญเช่น มือ, เท้า; *(cripple)* ทำให้พิการ; **~ sb. for life** ทำให้ ค.น. พิการไปตลอดชีวิต
main /meɪn/เมน/ ❶ *n.* Ⓐ *(channel, pipe)* ท่อรวม, สายหลัก; **sewage ~:** ท่อ *(ระบาย)* น้ำเสีย; **~s [system]** ระบบระบายน้ำเสีย, ท่อใหญ่; *(of electricity)* สายไฟฟ้าหลัก; **turn the gas/water off at the ~[s]** ปิดก๊าซ/น้ำที่ท่อใหญ่; **turn the electricity off at the ~s** ปิดไฟฟ้าที่สายใหญ่; **~s-operated** ใช้ไฟฟ้า; **the radio works on battery and on ~s** วิทยุนี้ใช้ได้ทั้งแบตเตอรี่และไฟฟ้า; Ⓑ **in the ~:** ส่วนใหญ่แล้ว ❷ *attrib. adj.* ส่วนใหญ่, ส่วนสำคัญ; **the ~ body of troops** หน่วยกำลังสำคัญของกองทหาร; **the ~ doubt/principle** ข้อสงสัย/หลักการสำคัญ; **~ office** สำนักงานใหญ่; **~ theme** สาระสำคัญ; **the ~ points of the news** สาระสำคัญในข่าว; **the ~ thing is that ...:** สิ่งที่สำคัญคือ...; **by ~ force** โดยใช้กำลัง; **have an eye to the ~ chance** มองหาประโยชน์ใส่ตน; **he married her with an eye to the ~ chance** เขาแต่งงานกับเธอโดยหวังผลประโยชน์
main: ~ beam *n. (Motor Veh.)* **on ~ beam** เปิดไฟใหญ่ *(หน้ารถ);* **~ brace** *n. (Naut.)* เชือกที่ผูกกับคานของเสากระโดงเรือใหญ่; **splice the ~ brace** *(Hist.)* ได้ดื่มสุราอีกหนึ่งเท่าของจำนวนปกติ; **~ 'clause** *n. (Ling.)* ประโยคหลัก; **~ course** *n.* อาหารจานหลัก; **~frame** *n. (Computing)* เมนเฟรม *(ท.ศ.) (หน่วยประมวลผลกลางในระบบคอมพิวเตอร์);* **~land** *n.* แผ่นดินใหญ่; **~ 'line** *n.* Ⓐ *(principal line of a railway)* เส้นทางรถไฟสายสำคัญ; **~line station/train** สถานีรถไฟ/รถไฟที่แล่นบนเส้นทางสายสำคัญ; **~line train service** บริการรถไฟสายสำคัญ; Ⓑ *(Amer.: chief road or street)* ถนนหลวง; **~line** *(sl.)* ❶ *v.i.* ฉีดยาเสพติดเข้าเส้นเลือด ❷ *v.t.* ฉีด *(ยาเสพติด)* เข้าเส้นเลือด
mainly /'meɪnlɪ/'เมนลิ/ *adv.* ส่วนใหญ่, ส่วนมาก; *(for the most part)* โดยส่วนใหญ่แล้ว
main: ~mast *n. (Naut.)* เสากระโดงใหญ่; **~ 'road** *n.* ถนนสายหลัก; **~sail** /'meɪnseɪl/'เมนเซล/ *n. (Naut.)* ใบเรือหลัก, ใบเรือบนเสากระโดงใหญ่; **~spring** *n.* แรงกระตุ้นสำคัญ, แรงจูงใจ; *(of clock, watch, etc.)* สปริงตัวสำคัญ; **~stay** *n. (Naut.)* สายโยงจากหอเสากระโดงใหญ่ไปยังปลายเสาหน้าของเรือ; *(fig.)* แรงสนับสนุนหลัก, เสาหลัก; **~ 'stem** *n. (Amer. coll.) (street)* ถนนสายสำคัญของเมือง; *(Railw.)* เส้นทางรถไฟสายสำคัญ; **~stream** *n.* Ⓐ *(principal current)* กระแสน้ำหลัก; *(fig.)* กระแสหลัก; **the ~stream of fashion** กระแสหลักของแฟชั่น; **be in the ~stream** ดำเนินตามสมัยนิยม, คล้อยตามความเห็นของคนส่วนมาก; Ⓑ *(Jazz)* เพลงแจ๊สของยุค 1930; **~ 'street** *n.* /*(Amer.)* '--/ ถนนสายหลักของเมือง; **M~ Street** *n., no pl., no art. (Amer. fig.)* ปรัชญาวัตถุนิยมของอเมริกา *(ตั้งชื่อตามนวนิยายของซินแคลร์ เลวิส ในปี ค.ศ. 1920),* วัฒนธรรมวัตถุนิยมที่น่าเบื่อของเมืองเล็ก
maintain /meɪn'teɪn/เมน'เทน/ *v.t.* Ⓐ *(keep up)* ดำรง *(ชีวิต, ตำแหน่ง, ฐานะ)* ไว้, คงไว้ *(อุณหภูมิ, ราคา, ความเร็ว);* รักษา *(ความสัมพันธ์, คุณภาพ, ความปลอดภัย, ความสงบ, สันติภาพ)* ไว้; **in order to ~ security** เพื่อรักษาความปลอดภัย; Ⓑ *(provide for)* **~ sb.** เลี้ยงดู *ค.น.;* Ⓒ *(preserve)* ดูแลรักษา *(รถยนต์);* บำรุงรักษา *(ถนน, บ้าน);* **the car is too expensive to ~:** ค่าดูแลรักษารถคันนี้แพงเกินไป; Ⓓ *(give aid to)* ให้ความช่วยเหลือสนับสนุน *(การรณรงค์, พรรคการเมือง);* Ⓔ *(assert as true)* ยืนยัน *(ความบริสุทธิ์);* **~ that ...:** ยืนยันว่า...
main'tained school *n. (Brit.)* โรงเรียนรัฐบาล
maintenance /'meɪntənəns/'เมนเทอะเนินซฺ/ *n.* Ⓐ ➡ **maintain** A: การดำรงรักษาไว้, ค่าดูแลรักษา; Ⓑ *(furnishing with means of subsistence)* การอุปการะดูแล; Ⓒ *(assertion as true)* การยืนยันว่าเป็นจริง; *(of innocence)* การยืนยันในความบริสุทธิ์; Ⓓ *(Law: money paid to support sb.)* ค่าเลี้ยงดู *ค.น.;* ➡ **+ separate maintenance;** Ⓔ *(preservation)* การดูแลรักษา; *(of machinery)* การบำรุงรักษา; **~ instructions** *(for car)* คู่มือการบำรุงรักษารถยนต์; Ⓕ *(aiding)* ให้การอุปถัมภ์
maintenance: ~-'free *adj.* ไม่จำเป็นต้องบำรุงรักษา; **~ manual** *n.* คู่มือการบำรุงรักษา; **~ order** *n.* คำสั่งศาลให้จ่ายค่าเลี้ยงดู; **~ worker** *n.* ช่างบำรุงรักษาเครื่องจักร
main 'verb *n.* กริยาหลักของประโยค
maison[n]ette /meɪzə'net/เมเซอะ'เน็ท/ *n.* แฟลตสองชั้น
maize /meɪz/เมซฺ/ *n.* ข้าวโพด; **~ cob** ตะบองข้าวโพด; **grain of ~:** เมล็ดข้าวโพด; **field of ~:** ไร่ข้าวโพด
Maj *abbr.* **Major[-]** พ.ต., น.ต.
majestic /mə'dʒestɪk/เมอะ'เจ็ซติค/ *adj. (รูปร่าง, ท่าทาง)* สง่าผ่าเผย; มีราศี; *(stately)* น่าเกรงขาม; *(possessing grandeur)* ยิ่งใหญ่
majestically /mə'dʒestɪkəlɪ/เมอะ'เจ็ซติเคอะลิ/ *adv.* อย่างสง่า, อย่างยิ่งใหญ่
majesty /'mædʒəstɪ/'แมเจิซติ/ *n.* Ⓐ ความสง่า, บุญราศี; *(of verse, music)* ความสง่าภาคภูมิ; ความยิ่งใหญ่, ความกระหึ่ม; *(of appearance)* ความสง่า; *(of person, bearing)* ความมีราศี; Ⓑ *(sovereign power)* พระบรมเดชานุภาพ; Ⓒ **Your/His/Her M~:** ฝ่าบาท หรือ ใต้ฝ่าละอองธุลีพระบาท
major /'meɪdʒə(r)/'เมเจอะ(ร)/ ❶ *adj.* Ⓐ *attrib. (greater of two) (ส่วน)* หลัก, ใหญ่; **~ part** ส่วนใหญ่, ส่วนมาก; Ⓑ *attrib. (important)* สำคัญ; *(serious) (ความเจ็บป่วย, โชคร้าย)* หนัก; *(สงคราม, การโจมตี)* ที่ยิ่งใหญ่; **not a ~ poet** ไม่ใช่กวีที่สำคัญ; **of ~ interest/importance** ซึ่งน่าสนใจมาก/สำคัญมาก; **~ road** *(important, having priority)* ถนนสายหลัก; Ⓒ *attrib. (Med.)* หนัก; Ⓓ *(Brit. Sch.)* **Jones ~:** นายโจนส์ผู้เป็นพี่ *(ในหมู่นักเรียนครอบครัวเดียวกัน);* Ⓔ *(Mus.)* เมเจอร์ *(ท.ศ.);* **~ key/scale/chord** กุญแจ/บันไดเสียง/คอร์ดเมเจอร์; **C ~:** ซีเมเจอร์; **in a ~ key** ในกุญแจเมเจอร์

m

❷ *n.* Ⓐ *(Mil.) (officer above captain)* พันตรี; *(officer in charge of section of band instruments)* เจ้าหน้าที่ผู้ดูแลส่วนหนึ่งของวงดนตรีทหาร; ➡ + **sergeant major**; Ⓑ *(Amer. Univ.)* วิชาเอก; **with ~ in maths** โดยมีคณิตศาสตร์เป็นวิชาเอก; **be an economics ~:** นักศึกษาที่เลือกเศรษฐศาสตร์เป็นวิชาเอก

❸ *v.i. (Amer. Univ.)* **~ in sth.** เรียน *ส.น.* เป็นวิชาเอก

major 'axis *n. (Geom.)* แกนหลัก

Majorca /məˈjɔːkə, məˈdʒɔːkə/เมอะ'ยอเคอะ, เมอะ'จอเคอะ/ *pr. n.* เกาะมาจอร์กา *(ของประเทศสเปนในทะเลเมดิเตอร์เรเนียน)*

major-domo /meɪdʒəˈdəʊməʊ/เมเจอะ'โดโม/ *n., pl.* **~s** *(butler, house steward)* พ่อบ้าน, หัวหน้าคนงานในบ้าน

majorette /meɪdʒəˈret/เมเจอะ'เร็ท/ ➡ **drum majorette**

major-'general *n. (Mil.)* พลตรี

majority /məˈdʒɒrɪtɪ, US -ˈdʒɜːr-/เมอะ'จอริทิ/ *n.* Ⓐ *(greater number or part)* ส่วนใหญ่, ส่วนมาก; **the great ~:** จำนวนส่วนใหญ่; **the ~ of people think ...:** คนส่วนใหญ่คิด...; **be in the ~:** อยู่ในส่วนใหญ่; Ⓑ *(in vote)* เสียงข้างมาก; *(party with greater/greatest number of votes)* พรรคที่ได้คะแนนสนับสนุนมากที่สุด; **two-thirds ~:** คะแนนเสียงสองในสาม; **be elected by a narrow** *or* **small ~/a ~ of 3,000** ได้รับเลือกด้วยคะแนนเสียงที่มากกว่าเพียงเล็กน้อย/3,000 เสียง; Ⓒ *(full age)* นิติภาวะ, ความเป็นผู้ใหญ่; **attain** *or* **reach one's ~:** บรรลุนิติภาวะ; **the age of ~:** วัยผู้ใหญ่, นิติภาวะ

majority: ~ de'cision *n.* การตัดสินใจโดยเสียงข้างมาก; **~ 'holding** *n. (Finance)* ผู้ถือหุ้นส่วนใหญ่; **~ 'rule** *n.* การดำเนินการโดยยึดเสียงส่วนมาก; **~ 'verdict** *n.* คำตัดสินของลูกขุนส่วนใหญ่แต่ไม่เอกฉันท์; **return a ~ verdict** ให้คำตัดสินของลูกขุนส่วนใหญ่

major: ~ 'league *n. (Amer.)* สมาคมการแข่งขันชั้นหนึ่ง *(ในเบสบอล)*; **~ 'planet** *n.* ดาวเคราะห์ใหญ่ *(ดาวพฤหัส, ดาวเสาร์, ดาวมฤตยูหรือเนปจูน)*; **~ 'prophet** *n. (Bibl.)* ผู้พยากรณ์ที่แต่งบทในพระคัมภีร์ไบเบิล ได้แก่ Isaiah, Jeremiah, Ezekiel *หรือ* Daniel; **~ 'suit** *n. (Bridge)* ไพ่หน้าโพดำและโพแดง

make /meɪk/เมค/ ❶ *v.t.,* **made** /meɪd/เมด/ Ⓐ *(construct)* ทำขึ้น; สร้าง *(บ้าน, เขื่อน, ปัญหา, ฯลฯ)*; ตัด *(เสื้อผ้า)*; *(manufacture)* ผลิต *(create)* ก่อ *(มนุษย์)*; *(prepare)* เตรียม *(อาหาร)*; ต้ม *(กาแฟ)*; *(compose, write)* แต่ง *(เพลง)*; เขียน *(หนังสือ)*; **~ a film** สร้างภาพยนตร์; **as tough/clever/stupid as they ~ them** *(coll.)* บึกบึน/ฉลาด/โง่เท่าที่เป็นไปได้; **~ a dress out of the material, ~ the material into a dress** ใช้ผ้าตัดกระโปรงชุด; **~ wine from grapes/a frame with timber** ทำเหล้าองุ่นจากองุ่น/ทำกรอบรูปโดยใช้ไม้; **~ milk into butter** กวนนมให้เป็นเนย; **~ a sofa into a bed** ทำโซฟาให้เป็นเตียงนอน; **a table made of wood/of the finest wood** โต๊ะทำจากไม้/ไม้เนื้อดีเยี่ยม; **made in Thailand** ผลิตในประเทศไทย; **be Thai-made** ผลิตในประเทศไทย; **show what one is made of** แสดงให้เห็นธาตุแท้; **see what sb. is made of** เห็นธาตุแท้ของ *ค.น.*; **be [simply] 'made of money** *(coll.)* รวยเอามาก; **be 'made for sth./sb.** *(fig.: ideally suited)* ทำมาเพื่อ *ส.น./ค.น.* โดยเฉพาะ; **'made for one another** เกิดมาเพื่อกันและกัน; **that's the way he's made** เขาเป็นคนอย่างนั้นเอง; **be 'made for doing sth.** *(fig.)* ถูกกำหนดมา/ลิขิตมาเพื่อ ทำ *ส.น.*, ถูกสร้างมาเพื่อทำ *ส.น.*; **be made [so as] to ...:** ถูกสร้างขึ้นเพื่อ...; **a made dish** อาหารที่จัดขึ้นจากอาหารหลาย ๆ ชนิด; **made road** ถนนราดยาง; **~ a bed** *(for sleeping)* ปูที่นอน; **~ the bed** *(arrange after sleeping)* เก็บผ้าปูที่นอน; **have it made** *(coll.)* มีทุกอย่างครบถ้วนสมบูรณ์; **she has it made** *(is sure of success)* เธอจะสำเร็จทุกประการ; ➡ + **best** 3 E; **'hash** 1; **hay; head** 1 E; **²light** 1 F; **'meal; measure** 1 A; **most** 2 C; **nothing** 1 A; **order** 1 E; Ⓑ *(combine into)* รวมกันเป็น; **blue and yellow ~ green** สีน้ำเงินกับสีเหลืองรวมกันเป็นสีเขียว; **~ it a foursome** ทำให้เป็นกลุ่มสี่ *(คน)*; Ⓒ *(cause to exist)* ก่อให้เกิด, สร้าง *(ปัญหา, ศัตรู, ความยากลำบาก)*; **~ enemies** สร้างศัตรู; **~ time for sb./sth.** เจียดเวลา/หาเวลาให้ *ค.น./ส.น.*; **~ time for doing** *or* **to do sth.** หาเวลามาทำ *ส.น.*; ➡ + **bone** 1 A, D; **book** 1 G; **conversation; friend** A; **fun** 1; **¹game** 1 D; **¹mark** 1 A, B; **name** 1 E; **peace** B; **point** 1 G; **room** 1 B; **sport** 1 D; **¹stir** 3 A; Ⓓ *(result in, amount to)* ได้ *(ผล)*; เป็น *(ประโยชน์)*; **it ~s a difference** มันก่อให้เกิดความเปลี่ยนแปลง, มันทำให้สถานการณ์เปลี่ยนไป; **two and two ~ four** สองกับสองเป็นสี่; **twelve inches ~ a foot** สิบสองนิ้วเท่ากับหนึ่งฟุต; **these two gloves don't ~ a pair** ถุงมือสองข้างนี้ไม่ใช่คู่เดียวกัน; **that would ~ a nice Christmas present** นั่นจะเป็นของขวัญคริสต์มาสอย่างดี; **~ an unusual sight** เป็นภาพที่ไม่เห็นบ่อย; **they ~ a handsome pair** สองคนนั้นเข้าคู่กันอย่างงดงาม; **qualities that ~ a man** คุณสมบัติของสุภาพบุรุษ; ➡ + **change** 1 A, C, D; **²swallow**; Ⓔ *(establish, enact)* ออก *(กฎหมาย)*; ทำ *(การเปรียบเทียบ)*; เซ็น *(สัญญา)*; ประท้วง; Ⓕ *(cause to be or become)* **~ angry/happy/known** *etc.* ทำให้โกรธ/มีความสุข/เป็นที่รู้จัก ฯลฯ; **~ sb. captain/one's wife** แต่งตั้ง *ค.น.* เป็นกัปตัน/เลือก *ค.น.* เป็นภรรยา; **~ a good husband of sb.** ทำให้ *ค.น.* เป็นสามีที่ดี; **~ a star of sb.** ปั้นให้ *ค.น.* เป็นดารา; **~ a friend of sb.** ผูกมิตรกับ *ค.น.*; **~ something of oneself/sth.** ทำให้ตัวเอง/*ส.น.* เป็นเรื่องเป็นราว; **~ oneself heard/respected** ทำให้ตัวเองได้รับการเชื่อฟัง/การเคารพ; **~ oneself understood** พูดให้คนอื่นเข้าใจ; **~ oneself/sb. feared** ทำตน/*ค.น.* ให้เป็นที่เกรงกลัวของผู้อื่น; **~ a weekend of it** ใช้เวลาไปเที่ยวตลอดวันหยุด; **he was made director/the heir** เขาได้รับแต่งตั้งให้เป็นผู้อำนวยการ/เป็นทายาท; **shall we ~ it Tuesday then?** อย่างนั้นเรานัดกันวันอังคารดีไหม; **that ~s it one pound exactly** นั่นรวมแล้วเป็นหนึ่งปอนด์พอดี; **~ it a round dozen** ทำให้เต็มหนึ่งโหล; **~ it a shorter journey by doing sth.** ทำให้การเดินทางสั้นลงด้วยการทำ *ส.น.*; ➡ + **example** B; **exhibition** C; **¹fool** 1 A; **habit** 1 A; **night** A; **¹practice** A, D; **scarce** 1 B; Ⓖ **~ sb. do sth.** *(cause)* ทำให้ *ค.น.* ทำ *ส.น.*; *(compel)* บังคับให้ *ค.น.* ทำ *ส.น.*; **he made her cry** เขาทำให้เธอร้องไห้; **~ sb. repeat the sentence** ให้ *ค.น.* พูดทวนประโยคอีกครั้งหนึ่ง; **be made to do sth.** ถูกบังคับให้ทำ *ส.น.*; **you can't ~ me** คุณบังคับฉันไม่ได้หรอก; **~ oneself do sth.** บังคับตัวเองให้ทำ *ส.น.*; **what ~s you think that?** อะไรทำให้คุณคิดอย่างนั้น; **~ sth. do sth.** บังคับให้ *ส.น.* ทำ *ส.น.*; Ⓗ *(form, be counted as)* **this ~ the tenth time you've failed** นี่เป็นครั้งที่สิบแล้วที่คุณทำพลาด *หรือ* ไม่ผ่าน; **will you ~ one of the party?** คุณจะมาร่วมงานกับพวกเราไหม; Ⓘ *(serve for)* ใช้เป็น; **this story ~s good reading** เรื่องนี้อ่านสนุก; Ⓙ *(become by development or training)* **the site would ~ a good playground** ที่แห่งนี้จะทำเป็นสนามเด็กเล่นได้อย่างดี; **he will ~ a good officer/husband** เขาจะเป็นนายทหารที่ดี/สามีที่ดี; **~ a reliable partner** เป็นหุ้นส่วนที่เชื่อถือได้; Ⓚ *(gain, acquire, procure)* ได้ *(กำไร)*; ขาด *(ทุน)*; หา *(รายได้, เงิน)*; สร้าง *(ชื่อเสียง)*; *(obtain as result)* ได้มา *(ความสำเร็จ, เงิน)*; *(Cricket: score)* ทำแต้ม; *(Cards: win)* ชนะ; **how much did you ~?** คุณได้ *(เงิน)* เท่าไร; **that ~s one pound exactly** นั่นรวมเป็นหนึ่งปอนด์พอดี; **that ~s a hundred you've scored** นั่นรวมแล้วเป็นหนึ่งร้อยแต้มที่คุณทำได้; Ⓛ *(execute by physical movement)* ทำ *(ท่า, หน้า)*; ตี *(ลังกา)*; *(perform as action)* ทำ *(การเดินทาง, ความผิดพลาด, การเปลี่ยนแปลง, การเปรียบเทียบ)*; กล่าว *(สุนทรพจน์)*; ดำเนิน *(การตรวจสอบ)*; *(wage)* ดำเนิน *(สงคราม)*; *(accomplish)* ทำการประท้วง; **~ a good breakfast** *etc. (dated: eat)* รับประทานอาหารมื้อเช้าเต็มอิ่ม; ➡ + **back** 1 A; **²bow** 3; **face** 1 A; **love** 1 A; **shift** 3 D; Ⓜ **~ much of sth.** ทำ *ส.น.* เป็นเรื่องใหญ่/ให้ความสำคัญกับ *ส.น.* อย่างมาก; **~ little of sth.** *(play down)* ไม่ทำ *ส.น.* เป็นเรื่องสำคัญ; **they could ~ little of his letter** *(understand)* พวกอ่านจดหมายของเขาไม่ค่อยรู้เรื่อง; **I couldn't ~ much of the book** *(understand)* ฉันอ่านหนังสือเล่มนี้ไม่ค่อยรู้เรื่อง; **I don't know what to ~ of him/it** ฉันมองเขา/สิ่งนั้นไม่ออกเลย; **what do you ~ of him?** คุณคิดว่าเขาเป็นคนอย่างไรบ้าง; Ⓝ *(arrive at)* มาถึง; *(achieve place in)* เข้าได้ *(มหาวิทยาลัย)*; *(coll.: catch)* ไปทัน *(รถไฟ)*; *(coll.: seduce)* มีเพศสัมพันธ์; **~ it** *(succeed in arriving)* ทำได้, สำเร็จ; **~ it in business** ประสบความสำเร็จในธุรกิจ; **~ it through the winter/night** ผ่านฤดูหนาว/กลางคืนมาได้; **I can't ~ it tomorrow** *(coll.)* พรุ่งนี้ฉันมาไม่ได้; **~ it with sb.** *(coll.: seduce)* ได้เสียกับ *ค.น.*; Ⓞ *(frame in mind)* **~ a judgement/an estimate of sth.** ทำการตัดสิน/ประเมินค่า *ส.น.*; Ⓟ *(secure advancement of)* ปั้น *(นักร้อง)*; อุปถัมภ์ *(ค.น.)*; **a made man** คนที่ประสบความสำเร็จแล้ว; **sth. ~s or breaks** *or* **mars sb.** *ส.น.* สร้างความสำเร็จหรือความหายนะให้กับ *ค.น.*; **~ sb.'s day** ทำให้ *ค.น.* มีความสุขในวันนั้น; Ⓠ *(consider to be)* **What do you ~ the time? – I ~ it five past eight** นาฬิกาคุณกี่โมงแล้ว – แปดนาฬิกากับห้านาที; **he made the answer/total £10** เขาได้คำตอบ/รวมยอดได้ 10 ปอนด์; Ⓡ *(Electr.)* ต่อวงจรไฟฟ้า *(แผงดิน)*; Ⓢ *(Naut.) (discern)* เห็น *(ฝั่ง)*; **~ sail** กางใบ; *(start on voyage)* ออกเรือ; Ⓣ **~ do** ใช้แก้ขัดไปก่อน; **~ do and mend** ซ่อมเสียหน่อยให้พอดูไปได้; **~ do with/without sth.** จัดการโดยใช้ *ส.น.*/ทนการขาดแคลน *ส.น.*

❷ *v.i.* **made** Ⓐ *(proceed)* **~ toward sth./sb.** มุ่งตรงไปยัง *ส.น./ค.น.*; Ⓑ *(act as if with intention)* **~ to do sth.** ทำท่าเหมือนจะทำ *ส.น.*; **~ as if** *or* **as though to do sth.** ทำเหมือนกับจะทำ *ส.น.*; Ⓒ *(profit)* **~ on a deal** ได้กำไรจากการตกลง; ➡ + **bold** B; **certain** B; **free** 1 C; **good** 1 U; **merry** A; **sure** 1 E

❸ *n.* Ⓐ *(kind of structure)* โครงสร้าง; *(of clothes)* ยี่ห้อ; Ⓑ *(type of manufacture)* ลักษณะของผลิตภัณฑ์; *(brand)* ยี่ห้อ; **~ of car** ยี่ห้อรถ; **a camera of Japanese ~:** กล้องถ่ายรูปญี่ปุ่น; Ⓒ **on the ~** *(coll.: intent on gain)* มุ่งจะกอบโกย

~ a'way with ➡ **~ off with**

~ for *v.t.* Ⓐ *(move towards)* ตรงไปยัง; **~ for home** มุ่งกลับบ้าน; Ⓑ *(be conducive to)* เกื้อกูล, เอื้อต่อ *(ความสัมพันธ์ที่ดี, ความมั่นใจ)*

~ 'off *v.i.* จากไปอย่างรีบร้อน

~ 'off with *v.t.* **~ off with sb./sth.** หนีไปพร้อม *ค.น./ส.น.*

~ 'out ❶ *v.t.* Ⓐ *(write)* เขียน *(บิล, เช็ค, ใบสั่ง)*; Ⓑ *(claim, assert)* กล่าวอ้าง; **the novel wasn't as good as the review had made it out to be** *or* **made out** นวนิยายเรื่องนี้ไม่ดีเหมือนที่วิจารณ์ไว้; **~ out a case for/against sth.** เตรียมเหตุผลสนับสนุน/ต่อต้าน *ส.น.*; **you've made out a convincing case** คุณให้เหตุผลที่น่าเชื่อถือ; **you ~ me out to be a liar** คุณทำให้ฉันดูเป็นคนพูดเท็จ; **how do you ~ that out?** คุณตีความอย่างนั้นได้อย่างไร; Ⓒ *(understand)* เข้าใจ; **~ out what sb. wants/whether sb. wants help or not** ดูว่า *ค.น.* ต้องการอะไร/ว่า *ค.น.* ต้องการให้ช่วยหรือเปล่า; Ⓓ *(manage to see or hear)* ฟังออก, มองออก; *(manage to read)* อ่านออก *หรือ* แกะลายมือออก; Ⓔ *(pretend, assert falsely)* แสร้งว่า, ทำเป็นว่า ❷ *v.i. (coll.) (progress)* ก้าวหน้า, คืบหน้า; **how are you making out with your girlfriend?** คุณกับแฟนของคุณไปถึงไหนแล้ว

~ 'over *v.t.* Ⓐ *(transfer)* โอน *(เงิน, ที่ดิน)* **(to** ให้); Ⓑ *(change, convert)* แก้, เปลี่ยนแปลง *(เสื้อผ้า ฯลฯ)* **(into** เป็น)

~ 'up ❶ *v.t.* Ⓐ *(replace)* ชดเชย *(ความเสียหาย)*; **~ up lost ground/time** ชดเชยพื้นที่/เวลาที่เสียไป; Ⓑ *(complete)* เติมจนเต็ม, ทำจนครบ; Ⓒ *(prepare, arrange)* จัดเตรียม *(อาหารกล่อง, ห้องพัก)*; *(prepare by mixing)* ผสมเข้าด้วยกัน; *(process material)* เตรียม **(into** เป็น); **~ up into bundles** จัดเป็นมัด ๆ; Ⓓ *(apply cosmetics to)* แต่งหน้า; **~ up one's face/eyes** แต่งหน้า/เขียนตา; ➡ **+ make-up** A; Ⓔ *(assemble, compile)* จัดทำ *(รายการ, บัญชี)*; Ⓕ *(Printing)* เรียงพิมพ์; ➡ **+ make-up** D; Ⓖ *(invent)* กุขึ้น, แต่งขึ้น; **you're just making it up!** คุณหลอกเล่นแน่ ๆ; Ⓗ *(reconcile)* คืนดี, ดีกัน; **~ up the quarrel** *or* **~ it up with sb.** ขอคืนดีกับ *ค.น.*; **they've made it up [again]** พวกเขากลับดีกันอีกแล้ว; ➡ **+ mind** 1 B; Ⓘ *(form, constitute)* เป็นส่วนประกอบ; **~ up a man's character** เป็นส่วนประกอบของลักษณะลูกผู้ชาย; **be made up of ...:** ประกอบขึ้นด้วย...; ➡ **+ make-up** B, C; Ⓙ **~ up the fire** ก่อไฟ ❷ *v.i.* Ⓐ *(apply cosmetics etc.)* แต่งหน้า; ➡ **+ make-up** A; Ⓑ *(be reconciled)* คืนดี

~ 'up for *v.t.* Ⓐ *(outweigh, compensate)* ชดเชยให้; Ⓑ *(~ amends for)* แก้ตัว, ชดใช้; **~ up for lost time** ชดเชยเวลาที่เสียไป

~ 'up to *v.t.* Ⓐ *(raise to, increase to)* เพิ่มขึ้นเป็น; Ⓑ *(coll.: act flirtatiously towards)* จีบ, ก้อร่อก้อติก; Ⓒ *(coll.: give compensation to)* **~ it/this up to sb.** ชดเชยสิ่งนี้กับ *ค.น.*

~ with *v.t. (Amer. coll.: supply, produce)* **~ with the drinks!** เอาเหล้ามาเร็ว ๆ; **start making with the ideas!** เริ่มลงมือคิด

'make-believe ❶ *n.* **it's only ~:** เป็นแค่การสมมติฐาน; **a world of ~:** โลกแห่งมายา ❷ *adj.* สร้างขึ้น, เป็นสมมติฐาน; **a ~ world/story** โลก/เรื่องราวที่สมมติขึ้น

make-or-'break *attrib. adj.* จะเป็นจะตาย, ไม่สำเร็จก็เสียหายไปเลย

maker /ˈmeɪkə(r)/ˈเมเคอะ(ร)/ *n.* Ⓐ *(manufacturer)* ผู้ทำ, ผู้ผลิต; **~ of laws/rules/regulations** ผู้ออกกฎหมาย/ระเบียบ/ข้อบังคับ; Ⓑ **M ~** *(God)* พระผู้เป็นเจ้า; **meet one's M~:** ไปเฝ้าพระผู้เป็นเจ้า *(ตาย)*

-maker *n. in comb.* ผู้ผลิต; *(by machine)* ผู้ผลิตด้วยเครื่องจักร

make: ~shift ❶ *adj.* ชั่วคราว, ขอไปที; **a ~shift shelter/bridge** ที่พัก/สะพานชั่วคราว ❷ *n.* สิ่งที่ทดแทนเป็นการชั่วคราว; **~-up** *n.* Ⓐ *(Cosmetics)* เครื่องสำอาง; **put on one's ~-up** แต่งหน้า; **wear heavy ~-up/one's stage ~-up** แต่งหน้าจัด/แต่งหน้าแบบละคร; Ⓑ *(composition)* ส่วนประกอบ, องค์ประกอบ; Ⓒ *(character, temperament)* ลักษณะนิสัย, บุคลิก; **physical ~-up** สุขภาพร่างกาย; **national ~-up** ลักษณะเด่นของชาติ; **honesty is/is not part of his ~-up** ความสุจริตเป็น/ไม่ได้เป็นส่วนหนึ่งของบุคลิกของเขา; Ⓓ *(Printing: arrangement of type)* การเรียงพิมพ์; **~weight** *n.* ส่วนเล็กน้อยที่มาเสริมให้ได้น้ำหนัก; *(fig.: insignificant thing or person)* สิ่งของหรือคนที่ไม่สำคัญ; *(unimportant point)* ประเด็นย่อยที่มาใช้เสริมข้อโต้แย้ง; **use X as [a] ~weight to Y** ใช้เอ็กซ์มาเสริมน้ำหนักให้วาย

making /ˈmeɪkɪŋ/ˈเมคิง/ *n.* Ⓐ *(production)* การผลิต, การกำเนิด; **the ~ of the English working class** การก่อกำเนิดของชนชั้นกรรมาชีพในอังกฤษ; **in the ~:** อยู่ระหว่างการสร้าง *หรือ* เริ่มต้น; **a minister in the ~:** คนที่จะได้เป็นรัฐมนตรีในอนาคต; **be the ~ of victory/sb.'s career/sb.'s future** เป็นการก่อตัวซึ่งชัยชนะ/อาชีพของ *ค.น.*/อนาคตของ *ค.น.*; Ⓑ *in pl. (profit)* กำไร **(from** จาก); *(earnings)* รายได้ **(on** จาก); Ⓒ *in pl. (qualities)* คุณสมบัติ; **have all the ~s of sth.** มีคุณสมบัติของ *ส.น.* อย่างครบถ้วน; **have the ~s of a leader** มีคุณสมบัติของผู้นำ; Ⓓ *(Amer., Austral.)* **the ~s for cigarettes** กระดาษและยาเส้นสำหรับมวนเป็นบุหรี่

malachite /ˈmæləkaɪt/ˈแมเลอะไคท/ *n. (Min.)* แร่สีเขียวสด ใช้ทำเป็นเครื่องประดับ

maladjusted /mæləˈdʒʌstɪd/แมเลอะˈจัซติด/ *adj. (Psych., Sociol.)* **[psychologically/socially] ~:** ปรับตัวไม่ได้ดี [ทางจิตวิทยา/ทางสังคม]

maladjustment /mæləˈdʒʌstmənt/แมเลอะˈจัซทฺเมินทฺ/ *n. (Psych., Sociol.)* **[psychological/social] ~:** การปรับตัวไม่ได้ [ในทางจิตวิทยา/ทางสังคม]

maladministration /mælədmɪnɪˈstreɪʃn/แมเลิดมินิˈซเตรฺช'น/ *n.* การบริหารอย่างไร้ประสิทธิภาพ

maladroit /mæləˈdrɔɪt, ˈmælə-/แมเลอะˈดรฺอยทฺ, ˈแมเลอะ-/ *adj.* ไม่คล่องแคล่ว, เก้งก้าง

malady /ˈmælədɪ/ˈแมเลอะดิ/ *n.* การเจ็บป่วย; *(fig.: of society, epoch)* สภาพเสื่อมโทรม, ปัญหา

Malaga /ˈmæləgə/ˈแมเลอะเกอะ/ *n.* Ⓐ *(wine)* เหล้าองุ่นหวานจากมะละกา; Ⓑ เมืองมะละกาทางภาคใต้ของสเปน

Malagasy /mæləˈgæsɪ/แมเลอะˈแกซิ/ ❶ *adj.* แห่งมาดากัสการ์ ❷ *n. (person)* ชาวมาดากัสการ์; *(language)* ภาษามาดากัสการ์

malaise /məˈleɪz/เมอะˈเลซ/ *n. (bodily discomfort)* การรู้สึกไม่สบายกายที่ไม่ทราบสาเหตุ; *(feeling of uneasiness)* ความไม่สบายใจ

malapropism /ˈmæləprɒpɪzəm/ˈแมเลอะพรอพิเซิม/ *n.* การสับสนคำที่ออกเสียงคล้ายกันแต่ความหมายคนละอย่างจนเป็นเรื่องตลก

malaria /məˈleərɪə/เมอะˈแลเรีย/ *n.* ➤ **453** โรคไข้จับสั่น, ไข้มาลาเรีย *(ท.ศ.)*

malarkey /məˈlɑːkɪ/เมอะˈลาคิ/ *n., no pl., no indef art. (coll.)* เรื่องโคมลอย, เรื่องเหลวไหล; **a load of ~:** เรื่องเหลวไหลมากมาย

Malawi /məˈlɑːwɪ/เมอะˈลาวิ/ *pr. n.* ประเทศมาลาวี *(ในทวีปแอฟริกาตะวันออกกลาง)*

Malawian /məˈlɑːwɪən/เมอะˈลาเวียน/ ❶ *adj.* แห่งมาลาวี ❷ *n.* ชาวมาลาวี

Malay /məˈleɪ/เมอะˈเล/ ❶ *adj.* มาเลย์; **sb. is ~:** *ค.น.* เป็นชาวมาเลย์; ➡ **+ English** 1 ❷ *n.* Ⓐ *(person)* ชาวมาเลย์; Ⓑ *(language)* ภาษามาเลย์; ➡ **+ English** 2 A

Malaya /məˈleɪə/เมอะˈเลเออะ/ *pr. n.* แหลมมาลายู

Malayan /məˈleɪən/เมอะˈเลเอิน/ ➡ **Malay** 1, 2 A

Malaysia /məˈleɪzɪə/เมอะˈเลเซีย/ *pr. n.* ประเทศมาเลเซีย

Malaysian /məˈleɪzɪən/เมอะˈเลเซียน, -เม'น/ ❶ *adj.* แห่งประเทศมาเลเซีย ❷ *n.* ชาวมาเลเซีย

malcontent /ˈmælkəntent/ˈแมลเคินเท็นทฺ/ ❶ *adj.* ไม่พอใจ, กระด้างกระเดื่อง ❷ *n.* คนที่ไม่พอใจกับสภาพของตน, พวกหัวปฏิวัติ

Maldives /ˈmɔːldɪːvz/ˈมอดิวซฺ/ *pr. n. pl.* ประเทศมัลดีฟส์ *(หมู่เกาะในมหาสมุทรอินเดีย)*

male /meɪl/เมล/ ❶ *adj.* Ⓐ เพศชาย; ตัวผู้; **~ child/dog/cat/doctor/nurse/student** เด็กผู้ชาย/สุนัขตัวผู้/แมวตัวผู้/นายแพทย์/พยาบาลชาย/นักศึกษาชาย; **~ prostitute** ชายที่ให้บริการทางเพศ, โสเภณีชาย; **~ animal/bird/fish/insect** สัตว์/นก/ปลา/แมลงเพศผู้; **~ ward** ห้องคนไข้รวมชาย; Ⓑ **~ screw** สกรูตัวผู้; **~ thread** เกลียวตัวผู้; ➡ **+ chauvinism; chauvinist; menopause** A ❷ *n. (person)* ผู้ชาย; *(foetus, child)* ทารกชาย; *(animal)* สัตว์ตัวผู้

malediction /mælɪˈdɪkʃn/แมลิˈดิคช'น/ *n.* การสาปแช่งให้มีอันเป็นไป, การใส่ร้ายป้ายสี

'male-dominated *adj.* ซึ่งมีผู้ชายเป็นหลัก/ส่วนใหญ่; **a ~ field** สาขาที่มีผู้ชายส่วนใหญ่

maleficent /məˈlefɪsənt/เมอะˈเล็ฟฟิเซินทฺ/ *adj.* เป็นผลร้าย

male voice 'choir *n.* คณะนักร้องชายล้วน

malevolence /məˈlevələns/เมอะˈเล็วเวอะเลินซฺ/ *n., no pl.* ➡ **malevolent:** ความประสงค์ร้าย; **feel ~ towards sb.** รู้สึกอยากให้ *ค.น.* มีอันเป็นไป

malevolent /məˈlevələnt/เมอะˈเล็วเวอะเลินท/ *adj.* ประสงค์ร้าย, ไม่หวังดี

malevolently /məˈlevələntlɪ/เมอะˈเล็วเวอะเลินทฺลิ/ *adv.* อย่างประสงค์ร้าย

malformation /mælfɔːˈmeɪʃn/แมลฟอˈเมช'น/ *n. (Med.)* การเกิดหรือสร้างที่บกพร่อง, ความผิดรูป *หรือ* ผิดส่วน

malformed /mælˈfɔːmd/แมลˈฟอมดฺ/ *adj. (Med.)* ที่ก่อรูปร่างอย่างผิดปกติ

malfunction /mælˈfʌŋkʃn/แมลˈฟังคช'น/ ❶ *n. (Med.)* ความผิดปกติในการทำงาน, การปฏิบัติหน้าที่บกพร่อง ❷ *v.i. (ระบบ, เครื่องยนต์)* ทำงานบกพร่อง; **the nervous system/liver ~s** ระบบประสาท/ตับทำงานผิดปกติ

Mali /'mɑ:lɪ/'มาลิ/ *pr. n.* ประเทศมาลี *(ในทวีปแอฟริกาตะวันตก)*

Malian /'mɑ:lɪən/'มาเลียน/ ❶ *adj.* แห่งมาลี ❷ *n.* ชาวมาลี

malice /'mælɪs/'แมลิซ/ *n.* Ⓐ *(active ill will)* ความประสงค์ร้าย, ความหวังร้าย; *(desire to tease)* กวนโทสะ; **bear ~ to** *or* **towards** *or* **against sb.** ประสงค์ร้ายต่อ *ค.น.;* Ⓑ *(Law)* ความประสงค์ร้าย; ➡ + **aforethought**

malicious /mə'lɪʃəs/เมอะ'ลิชเชิซ/ *adj.* Ⓐ *(คำพูด, การกระทำ)* หวังร้ายต่อ; *(บุคคล, เพื่อน)* เจตนาร้าย; Ⓑ *(Law)* โดยมีเจตนาร้าย

maliciously /mə'lɪʃəslɪ/เมอะ'ลิเชิซลิ/ *adv.* Ⓐ อย่างเจตนาร้าย; Ⓑ *(Law)* โดยเจตนาร้าย

malign /mə'laɪn/เมอะ'ลายนฺ/ ❶ *v.t. (slander)* ว่าร้าย; *(speak ill of)* กล่าวร้ายป้ายสี; **~ sb.'s character** ป้ายสีชื่อเสียง *ค.น.* ❷ *adj.* Ⓐ *(injurious) (การกระทำ)* เป็นภัย; *(อิทธิพล)* ก่อให้เกิดความเสียหาย; Ⓑ *(Med.: malignant) (เนื้อ)* ร้าย; Ⓒ *(malevolent)* ประสงค์ร้าย

malignancy /mə'lɪgnənsɪ/เมอะ'ลิกฺเนินซิ/ *n. (Med.)* เนื้องอกลักษณะร้ายแรง

malignant /mə'lɪgnənt/เมอะ'ลิกฺเนินทฺ/ *adj.* Ⓐ *(Med.) (โรค, เนื้อ)* ร้าย; **~ cancer** มะเร็งร้าย; Ⓑ *(harmful) (อิทธิพล)* เจตนาร้าย; Ⓒ *(feeling or showing ill will) (การกระทำ, คำพูด)* ที่แสดงเจตนาร้าย

malinger /mə'lɪŋgə(r)/เมอะ'ลิงเกฺอะ(ร)/ *v.i.* แกล้งป่วยเพื่อเลี่ยงงาน, ป่วยการเมือง

malingerer /mə'lɪŋgərə(r)/เมอะ'ลิงเกฺอะเรอะ(ร)/ *n.* คนแกล้งป่วยเพื่อเลี่ยงงาน

mall /mæl, mɔ:l/แมล, มอล/ *n.* Ⓐ *(promenade)* ทางที่มีร่มให้คนเดิน; Ⓑ *(Amer.: shopping precinct)* ศูนย์การค้า

mallard /'mælɑ:d, US 'mælərd/'แมลาด, 'แมเลิรด/ *n. (Ornith.)* เป็ดป่า *Anas platyrhynchos*

malleable /'mælɪəbl/'แมเลียบ'ล/ *adj. (โลหะ)* สามารถตีเป็นรูปต่าง ๆ ได้; *(คน)* ดัดได้, ปั้นได้

mallet /'mælɪt/'แมลิท/ *n.* Ⓐ *(hammer)* ค้อน; Ⓑ *(Croquet, Polo)* ไม้ตีลูกหัวค้อน ด้ามยาว

mallow /'mæləʊ/'แมโล/ *n. (Bot.)* ไม้ในสกุล *Malva* มีลำต้นและใบเป็นขน ดอกสีชมพู

malnourished /mæl'nʌrɪʃt/แมล'เนอริชทฺ/ *adj. (เด็ก)* ที่ได้รับอาหารไม่เพียงพอ

malnutrition /mælnju:'trɪʃn, US -nu:-/แมลนิว'ทริช'น, -นู-/ *n.* สภาพการขาดอาหาร *(ที่มีความจำเป็นต่อการยังชีพ)*

malodorous /mæl'əʊdərəs/แมล'โอเดอะเริซ/ *adj.* มีกลิ่นเหม็นร้ายกาจ

malpractice /mæl'præktɪs/แมล'แพรคทิซ/ *n.* Ⓐ *(wrongdoing)* การประพฤติผิดหรือไม่ชอบด้วยกฎหมาย; Ⓑ *(Law, Med.: improper treatment of patient)* การปฏิบัติต่อลูกความ/คนไข้อย่างไม่ถูกต้องเหมาะสม; Ⓒ *(Law: wrongdoing by official etc.)* การปฏิบัติโดยมิชอบ

malt /mɔ:lt/มอลทฺ/ ❶ *n.* Ⓐ บาร์เลย์หรือข้าวชนิดอื่นที่ผ่านการเตรียมสำหรับใช้ทำเหล้า เบียร์หรือน้ำส้มสายชู; Ⓑ *(coll.: malt whisky)* วิสกี้จากข้าวดังกล่าว ❷ *v.t.* เตรียมข้าวเป็นข้าวมอลท์

Malta /'mɔ:ltə/'มอลเทอะ/ *pr. n.* เกาะมอลตา *(ในทะเลเมดิเตอร์เรเนียน)*

malted /'mɔ:ltɪd/'มอลทิด/ *attrib. adj.* ที่ทำจากข้าวมอลท์

Maltese /mɔ:l'ti:z/มอล'ทีซฺ/ ❶ *adj.* แห่งมอลตา; **sb. is ~:** *ค.น.* เป็นชาวมอลตา ❷ *n., pl. same* Ⓐ *(person)* ชาวมอลตา; Ⓑ *(language)* ภาษามอลตา

Maltese: ~ 'cat *n.* แมวมอลตา ขนสั้นสีน้ำเงินหรือเทา; **~ 'cross** *n.* รูปกากบาทที่แต่ละขาเป็นเหมือนหัวลูกศรชี้เข้าทางด้านใน

malt: ~ 'extract *n.* สารสกัดคล้ายน้ำตาล *(ที่ได้จากการแช่น้ำข้าวมอลท์)*; **~house** *n.* โรงเตรียมและเก็บข้าวมอลท์; **~ 'liquor** *n.* เบียร์

maltreat /mæl'tri:t/แมล'ทรีท/ *v.t.* ทำทารุณ, ปฏิบัติต่อ... อย่างทารุณ

maltreatment /mæl'tri:tmənt/แมล'ทรีทเมินทฺ/ *n.* การทำทารุณกรรม

malt 'whisky *n.* วิสกี้ทำจากข้าวมอลท์

mam /mæm/แมม/ *n. (Brit. coll./child lang.)* แม่

mama ➡ **mamma**

mamba /'mæmbə/'แมมเบอะ/ *n. (Zool.)* งูพิษในสกุล *Dendroaspis* ในแอฟริกา

mamma /mə'mɑ:/เมอะ'มา/ *n. (coll./child lang.)* แม่; **~'s boy** *(coll.)* ลูกแหง่

mammal /'mæml/'แมม'ล/ *n. (Zool.)* สัตว์เลี้ยงลูกด้วยนม

mammalian /mə'meɪlɪən/เมอะ'เมเลียน/ *(Zool.)* ❶ *adj.* เกี่ยวกับสัตว์เลี้ยงลูกด้วยน้ำนม ❷ *n.* สัตว์เลี้ยงลูกด้วยน้ำนม

mammary /'mæmərɪ/'แมเมอะริ/ *adj. (Anat., Zool.)* เกี่ยวกับเต้านม; **~ gland** ต่อมน้ำนม

mammography /mæ'mɒgrəfɪ/แม'มอ-กราฟฟิ/ *n.* การฉายรังสีตรวจเต้านม

Mammon /'mæmən/'แมเมิน/ *n.* Ⓐ *(wealth regarded as idol)* พระเจ้าเงินตรา; **ye cannot serve God and ~** *(Bibl.)* เจ้าจะรับใช้พระผู้เป็นเจ้าและพระเจ้าเงินตราร่วมกันไปไม่ได้; Ⓑ *(the rich)* คนมั่งมี

mammoth /'mæməθ/'แมเมิธ/ ❶ *n. (Zool., Palaeont.)* ช้างแมมมอธ *(ท.ศ.)* แห่งยุคดึกดำบรรพ์ ❷ *adj.* ใหญ่โต, มโหฬาร

mammy /'mæmɪ/'แมมิ/ *n.* Ⓐ *(child lang.: mother)* แม่; Ⓑ *(Amer.: black nurse)* พี่เลี้ยงเด็กที่เป็นคนผิวดำ

man /mæn/แมน/ ❶ *n., pl.* **men** /mən/เม็น/ Ⓐ *no art., no pl. (human being, person)* คน, บุคคล; *(the human race)* มนุษย์; **as a ~:** ในฐานะมนุษย์; **God was made ~:** *(Bibl.)* พระเจ้าที่ได้จุติลงมาเป็นมนุษย์; **~ is a political animal** มนุษย์เป็นสัตว์โลกที่ต้องอยู่ในระบบการเมืองการปกครอง; **everything a ~ needs** ทุกสิ่งทุกอย่างที่มนุษย์ต้องการ/ที่จำเป็นต่อมนุษย์; **what can a ~ do?** ใครทำอะไรได้เล่า; **every ~ for himself** ตัวใครตัวมัน; **as one ~** *(unanimously)* โดยเป็นอันหนึ่งอันเดียวกัน; **any ~ who ...:** ใครที่...; **no ~:** ไม่มีใครที่...; **always get one's ~:** *(ตำรวจ)* จับผู้กระทำผิดได้สำเร็จ; **[all] to a ~:** ทั้งหมดไม่มีการยกเว้น; **to the last ~:** ทั้งหมดไม่มีการยกเว้น; **they were killed to a ~:** พวกเขาถูกฆ่าหมดไม่เหลือสักคนเดียว; **the ~ in** *or* *(Amer.)* **on the street** คนธรรมดา ๆ, ชาวบ้านธรรมดา; **the rights of ~:** สิทธิมนุษยชน; **Java/Peking Man** มนุษย์ชวา/มนุษย์ปักกิ่ง; Ⓑ *(adult male, individual male)* ผู้ชาย, ชาย; **every ~, woman, and child** ทุกคนทั้งชายหญิงและเด็ก; **the right ~:** ผู้ชายที่เหมาะเจาะ; **the [very] ~ for sth.** ผู้ชายที่เหมาะสมที่สุดสำหรับ *ส.น.;* **he is your ~:** เขาเป็นผู้ชายที่คุณกำลังมองหาอยู่; **you have arrested the wrong ~:** คุณจับคนผิดเสียแล้ว; **a ~'s life** ชีวิตแบบลูกผู้ชาย, ชีวิตของผู้ชายคนหนึ่ง; **a ~'s ~:** ผู้ชายที่ชอบอยู่กับผู้ชายด้วยกันเอง; **make a ~ out of sb.** *(fig.)* สอนให้ *ค.น.* เป็นชายชาตรี; **be only half a ~:** ไม่เข้มแข็ง; **like a ~:** เหมือนผู้ชาย; **that's just like a ~:** ผู้ชายก็เป็นอย่างนี้แหละ; **a ~ of property/great strength** ชายที่มีทรัพย์สิน/ที่แข็งแรง; **play the ~:** แสดงให้เห็นถึงความเป็นชายชาตรี; **men's clothing/outfitter** เสื้อผ้าผู้ชาย/ช่างตัดเสื้อสำหรับผู้ชาย; **be ~ enough to ...:** กล้าพอที่จะ...; **a 'man's voice** เสียงผู้ชาย; **'the deodorant for men'** 'ยาดับกลิ่นตัวสำหรับผู้ชาย'; **I have lived here, ~ and boy** ฉันอยู่ที่นี่มาตั้งแต่เล็กจนโต; **sth. sorts out** *or* **separates the men from the boys** *(coll.) ส.น.* พิสูจน์ให้เห็นว่าใครเป็นลูกผู้ชายแท้; **~ of God** นักบุญชาย, พระ; **the ~ in the moon** ผู้ชายที่อยู่บนพระจันทร์ *(ตามที่ชาวตะวันตกมอง)*; **he's a local ~:** เขาเป็นคนถิ่นนี้, คนบ้านนี้; **a whisky ~:** ผู้ชายที่ชอบดื่มวิสกี้; **he's [not] a drinking ~:** เขา [ไม่] ชอบดื่มเหล้า; **be one's own ~:** เป็นตัวของตัวเอง; **you've come to the right ~:** คุณมาหาถูกคนแล้ว; **men's toilet** สุขาชาย; **'Men'** 'สุขาชาย'; **my [good] ~:** พ่อคุณ, พ่อเจ้าประคุณ; **fight ~ to ~:** ต่อสู้กันตัวต่อตัว; **~ friend** เพื่อนผู้ชาย; Ⓒ *(husband)* **be ~ and wife** เป็นสามีภรรยา; เป็นผัวเมีย *(ภ.พ.)*; Ⓓ *(work~)* คนงาน; Ⓔ *usu. in pl. (soldier, sailor, etc.)* ทหาร; Ⓕ *(Chess)* ตัวหมากรุก; *(Draughts)* ตัวหมากฮอส; Ⓖ *(coll.: as int. of surprise or impatience, as mode of address)* แม่เจ้าโว้ย; **nonsense, ~!** เหลวไหลนะนาย; **hurry up, ~!** เอ้า เร็วเข้า; Ⓗ *(type of ~)* **a ~ of the people/world/of action** คนของประชาชน/คนเจนโลก/ผู้ชายที่ทำงานจริงจัง; **he is not a** *or* **the ~ to do something like that** เขาไม่ใช่คนที่จะทำอะไรแบบนั้น; **he is not a ~ I could trust** เขาไม่ใช่คนที่ฉันไว้ใจได้; **be an Oxford ~:** เป็นผู้ชายที่จบจากมหาวิทยาลัยออกซฟอร์ด; Ⓘ *(~servant)* ชายรับใช้; ➡ + **action** A; **alive** A; **best man; Clapham; handyman; honour** 1 D; **house** 1 A; **inner man; jack** 1 C; **letter** 1 D; **little** 1 B; **moment** A; **old man; outer** B; **part** 1 I; **substance** B; **town** A; **word** 1 B; **world** A ❷ *v.t.* **-nn-** จัดกำลังให้แก่ *(เรือ)*; เข้าประจำหน้าที่ *(กองทหาร)*; คอยให้บริการ *(ต่อโทรศัพท์, เติมน้ำมัน)*; เตรียมคนงาน *(ในโรงงาน)*; **be ~ned by a crew of 50** *(เรือ)* ใช้ลูกเรือประจำการอยู่ 50 คน

manacle /'mænəkl/'แมเนอะค'ล/ ❶ *n., usu. in pl.* กุญแจมือ, เครื่องจองจำมือ ❷ *v.t.* ใส่กุญแจมือ, ใส่เครื่องจองจำมือ

manage /'mænɪdʒ/'แมนิจ/ ❶ *v.t.* Ⓐ *(handle, wield)* ใช้; **the tool is too heavy for him to ~:** เครื่องมือนั้นหนักเกินกว่าเขาจะใช้ได้; Ⓑ *(conduct, organize)* จัดการ; บริหาร *(เงิน บริษัท โรงเรียน โรงพยาบาล)*; ควบคุม *(บ้านเรือน)*; Ⓒ *(Sport etc.: be manager of)* เป็นผู้จัดการ *(ทีม)*; Ⓓ *(cope with)* รับมือกับ, รับไหว; **I could/couldn't ~ another apple** *(coll.)* ฉันกินแอปเปิ้ลอีกลูกหนึ่งยังไหว/ไม่ไหวแล้ว; **I can/can't ~ this suitcase** ฉันยกกระเป๋าใบนี้ไหว/ไม่ไหว; **we can ~ another person in the car** รถของเรายังรับผู้โดยสารได้อีกหนึ่งคน; **he can't ~ the stairs** เขาขึ้นบันไดไม่ไหว; Ⓔ *(gain one's ends with)* สามารถทำไปได้จนเสร็จเรียบร้อย, บรรลุเป้าหมาย; Ⓕ *(succeed in achieving)* **~ a smile** ฝืนยิ้มออกมาจนได้; Ⓖ *(contrive)* **~ to do sth.** *(also iron.)* สามารถทำ *ส.น.* ได้, ทำจนได้; **he ~d to do it** เขาทำสำเร็จจนได้; **I don't know how you ~d it** ฉันไม่รู้ว่าคุณทำได้อย่างไร; **I'll ~ it somehow** ฉัน

m

จะหาทางทำให้เสร็จออกมาจนได้; **I ~d to get a word in** ในที่สุดฉันก็สามารถพูดได้สองสามคำ; **can you ~ to be there at 10 a.m.?** *(coll.)* คุณจะไปถึงที่นั่นให้ทัน 10 นาฬิกาได้ไหม; **how could you ~ to eat all that?** *(coll.)* คุณกินเข้าไปหมดได้อย่างไรกัน; **can you ~ 7 [o'clock]?** นัด 7 โมง คุณจะไหวหรือเปล่า; Ⓗ *(be in charge of)* ควบคุมดูแล, จัดการ; Ⓘ *(control)* ควบคุม *(คน, สัตว์)*
❷ *v.t.* ปฏิบัติต่อไป; **~ without sth.** ทำไป *หรือ* อยู่ได้โดยไม่มี *ส.น.*; **~ on** อยู่ได้โดยมีจำกัด *(เงิน, รายได้)*; **~ by oneself** อยู่/ทำคนเดียวได้; **I can ~:** ฉันทำได้; **can you ~?** คุณทำได้หรือเปล่า

manageable /ˈmænɪdʒəbl/ˈแมนิเจอะบ'ล/ *adj.* *(คน, ม้า)* สามารถบังคับได้; *(ปัญหา, ขนาด)* จัดการได้; *(ผม)* ที่ดูแลง่าย; *(จำนวนอาหาร)* ที่กินไหว

management /ˈmænɪdʒmənt/ˈแมนิจเมินทฺ/ *n.* Ⓐ การจัดการ; *(of a business)* การจัดการธุรกิจ; *(of money)* การบริหารเงิน; **~ studies** การศึกษาเรื่องการจัดการ; **it was bad ~ to ...:** มันเป็นการจัดการที่ไม่ถูกต้องที่จะ...; Ⓑ *(managers)* ฝ่ายจัดการ; ฝ่ายบริหาร; *(of theatre etc.)* ฝ่ายจัดการ; **the ~:** ฝ่ายจัดการ; ฝ่ายบริหาร; **'under new ~'** ภายใต้การบริหารใหม่; Ⓒ *(Med.)* วิธีการรักษาโรค

management: ~ 'buyout *n.* การซื้อบริษัทโดยฝ่ายบริหาร; **~ consultancy** *n.* บริษัทที่ให้คำแนะนำต่อการบริหารของบริษัทอื่น; **~ consultant** *n.* ➤ 489 ผู้เชี่ยวชาญด้านการบริหารจัดการ

manager /ˈmænɪdʒə(r)/ˈแมนิเจอะ(ร)/ *n.* ➤ 489 *(of branch of shop or bank)* ผู้จัดการ; *(of football team, tennis player, boxer, pop group etc.)* ผู้จัดการ; *(of restaurant, shop, hotel, estate)* ผู้จัดการ

manageress /ˈmænɪdʒəres, mænɪdʒəˈres/ˈแมนิเจอะเร็ช, -ˈเร็ช/ *n.* *(of restaurant, shop, hotel)* ผู้จัดการหญิง; ➡ + **manager**

managerial /mænɪˈdʒɪərɪəl/แมนิˈเจียเรียล/ *adj.* เกี่ยวกับการจัดการ *หรือ* ฝ่ายจัดการ; **~ skills** ทักษะในการจัดการ; **the ~ class** ชั้นของผู้จัดการ

managing /ˈmænɪdʒɪŋ/ˈแมนิจิง/ *attrib. adj.* ฝ่ายจัดการ; **~ director** กรรมการผู้จัดการ

Manchuria /mænˈtʃʊərɪə/แมนˈฉัวเรีย/ *pr. n.* แคว้นแมนจูเรีย *(ทางตะวันออกเฉียงเหนือของประเทศจีน)*

Mancunian /mæŋˈkjuːnɪən/แมงˈคิวเนียน/ ❶ *adj.* แห่งแมนเชสเตอร์ *(เมืองทางตะวันตกเฉียงเหนือของอังกฤษ)* ❷ *n.* ชาวเมืองแมนเชสเตอร์

mandala /ˈmændələ/ˈแมนเดอะเลอะ/ *n.* *(Hinduism, Buddhism, Psych.)* รูปวงกลมที่วาดเป็นลวดลายต่าง ๆ ใช้เป็นสัญลักษณ์ของจักรวาล

¹mandarin /ˈmændərɪn/ˈแมนเดอะริน/ *n.* **~ [orange]** ส้มลูกเล็ก *(เนื้อน้ำหวานเปลือกร่อนสีส้มสด)*

²mandarin *n.* Ⓐ *(Hist.: Chinese official)* ขุนนางจีน; Ⓑ **M~** *(language)* ภาษาจีนกลาง; Ⓒ *(party leader)* หัวหน้าพรรค; Ⓓ *(bureaucrat)* เจ้าหน้าที่, เจ้าพนักงาน; ข้าราชการเจ้าระเบียบ

mandarin: ~ 'collar *n.* คอเสื้อแบบจีน; **~ 'duck** *n.* เป็ดพันธุ์จีน *Aix galericulata* ตัวเล็กและมีขนสีสดใส

mandarine /ˈmændəriːn/ˈแมนเดอะรีน/ ➡ **¹mandarin**

mandarin 'sleeve *n.* แขนเสื้อที่ปล่อยกว้าง

mandate ❶ /ˈmændeɪt/ˈแมนเดท/ *n.* Ⓐ *(judicial or legal command)* คำสั่ง, อาณัติ *(ร.บ.)*; Ⓑ *(commission to act for another)* อำนาจมอบหมายให้เป็นตัวแทน; Ⓒ *(Polit.)* ประชามติ; **electoral ~:** ได้รับการสนับสนุนจากการชนะเลือกตั้ง ❷ /mænˈdeɪt/แมนˈเดท/ *v.t.* **~ a territory to a country** มอบดินแดนหนึ่งให้อีกประเทศหนึ่งดูแล

mandatory /ˈmændətərɪ, US -tɔːrɪ/ˈแมนเดอะเทอะริ, -ทอริ/ *adj.* เกี่ยวกับคำสั่ง, มีอำนาจบังคับ; **be ~:** จำต้องกระทำ; **it is ~ for sb. to do sth.** ถือเป็นคำสั่งที่ *ค.น.* ต้องทำ *ส.น.*

'man-day *n.* *(Work Study)* ปริมาณการทำงานในวันหนึ่งของบุคคลหนึ่ง

mandible /ˈmændɪbl/ˈแมนดิบ'ล/ *n.* *(Zool.)* Ⓐ *(of mammal, fish)* ขากรรไกรล่าง; Ⓑ *(of bird)* จงอยปากส่วนบนหรือล่างของนก; **lower ~:** ปากล่าง; Ⓒ *(of insect)* แต่ละข้างของส่วนปากแมลง

mandolin, mandoline /mændəˈlɪn/แมนเดอะˈลิน/ *n.* *(Mus.)* แมนโดลิน *(ท.ศ.)* *(เครื่องดนตรีประเภทสายชนิดหนึ่ง สายเหล็ก ใช้นิ้วดีด)*

mandrake /ˈmændreɪk/ˈแมนเดรุค/ *n.* *(Bot.)* พืช *Mandragora officinarum* มีรากเพียงหนึ่งราก *(ซึ่งเดิมเชื่อกันว่ามีรูปร่างคล้ายคนและจะกรีดร้องเมื่อถูกถอนออกมา)*

mandrel /ˈmændrəl/ˈแมนเดริล/ *n.* *(Mech. Engin.)* Ⓐ *(shaft in lathe)* แกนหมุนวัตถุที่จะกลึง; Ⓑ *(rod)* แกนรูปทรงกระบอกสำหรับยึดโลหะที่จะตี

mandrill /ˈmændrɪl/ˈแมนดริล/ *n.* *(Zool.)* ลิงใหญ่ในแอฟริกา *Papio sphinx* หน้าสีแดง ก้นสีฟ้า

mane /meɪn/เมน/ *n.* *(lit.)* ขนยาวที่คอสัตว์ เช่น ม้า สิงโต; *(fig.)* ผมที่ยาวของคน

man: ~eater *n.* *(tiger)* เสือกินคน; *(shark)* ปลาฉลามกินคน; *(cannibal)* มนุษย์กินคน; *(fig.: woman)* ผู้หญิงเจ้าชู้; **~-eating** *adj.* กินคน; **a ~-eating shark** ปลาฉลามกินคน

maneuver, maneuverable *(Amer.)* ➡ **manoeuvr-**

Man 'Friday ➡ **Friday 1**

manful /ˈmænfl/ˈแมนฟ'ล/ *adj.* กล้าหาญ, เด็ดเดี่ยว

manfully /ˈmænfəlɪ/ˈแมนเฟอะลิ/ *adj.* อย่างลูกผู้ชาย, อย่างกล้าหาญ

manga /ˈmæŋgæ/ˈแมงแก/ *n.* หนังสือการ์ตูนญี่ปุ่น

manganese /ˈmæŋgəniːz/ˈแมงเกอะนีซ/ *n.* Ⓐ *(Min.)* แมงกานีส *(ท.ศ.)* ธาตุที่ผสมกับเหล็กเพื่อทำโลหะอัลลอยผสม; Ⓑ *(Chem.)* ธาตุแมงกานีส

mange /meɪndʒ/เมนจฺ/ *n.* *(Vet. Med.)* กลากเกลื้อนในสัตว์ เช่น สุนัข

mangel[-wurzel] /ˈmæŋgl(wɜːzl)/ˈแมงก'ล(เวอซ'ล)/ *n.* *(Agric.)* พืชหัวประเภทบีทขนาดใหญ่ใช้เป็นอาหารสัตว์

manger /ˈmeɪndʒə(r)/ˈเมนเจอะ(ร)/ *n.* รางใส่หญ้าหรือฟางในคอกม้า; *(Bibl.)* เปลที่พระเยซูนอนตอนประสูติ; ➡ + **dog 1 A**

mangetout /mɑ̃ʒˈtuː/มานฌฺˈทู/ *n.* ถั่วหวาน, ถั่วลันเตา

¹mangle /ˈmæŋgl/ˈแมงก'ล/ ❶ *n.* เครื่องบิดน้ำออกจากผ้าเปียก ❷ *v.t.* บิดน้ำออกจากผ้าโดยใช้เครื่อง

²mangle *v.t.* สับ, ฟัน, ขยี้, ทำให้เสียโฉม *(คน)*; ทำลาย *(สิ่งของ)*; เล่น *(แผลง)* ผิดหมด

mango /ˈmæŋgəʊ/ˈแมงโก/ *n., pl.* **~es** *or* **~s** Ⓐ *(tree)* ต้นมะม่วง; Ⓑ *(fruit)* ผลมะม่วง

mangrove /ˈmæŋgrəʊv/ˈแมงโกรว/ *n.* *(Bot.)* ไม้ชายเลน

mangy /ˈmeɪndʒɪ/ˈเมนจิ/ *adj.* Ⓐ *(Vet. Med.)* ขี้เรื้อน; Ⓑ *(squalid, shabby)* *(เสื้อผ้า)* โทรม ๆ; *(บ้านช่อง)* สกปรก, ซ่อมซ่อ

man: ~handle *v.t.* Ⓐ *(move by human effort)* ใช้กำลังคนขนย้าย *(สิ่งของ)*; Ⓑ *(handle roughly)* จับตัว *หรือ* ผลัก *(บุคคล)* อย่างรุนแรง; **~-hater** *n.* *(misanthrope)* คนที่เกลียดและหลีกเลี่ยงสังคมมนุษย์; *(hater of male sex)* คนเกลียดผู้ชาย; **~hole** *n.* ช่อง *หรือ* ท่อมีฝาปิดในพื้นบ้านหรือถนน ฯลฯ สำหรับตรวจข้างล่าง

manhood /ˈmænhʊd/ˈแมนฮุด/ *n., no pl.* Ⓐ *(state)* ภาวะของการเป็นหนุ่ม, ความเป็นผู้ชาย; Ⓑ *(courage)* ความกล้าหาญ; Ⓒ *(men of a country)* พลเมืองที่เป็นชาย

man: ~-hour *n.* *(Work Study)* ปริมาณการทำงานในเวลา 1 ชั่วโมงของบุคคลหนึ่ง; **~hunt** *n.* การตามล่าคน *(อาชญากร)*

mania /ˈmeɪnɪə/ˈเมเนีย/ *n.* Ⓐ *(madness)* ความบ้า; Ⓑ *(enthusiasm)* ความคลั่งไคล้; **~ for detective novels** ความคลั่งไคล้หนังสือนักสืบ; **have a ~ for doing sth.** เป็นโรคคลั่งทำ *ส.น.*; **there was a ~ at that time for wearing earrings** สมัยนั้นกำลังคลั่งเรื่องใส่ต่างหูกัน

-mania *n. in comb.* *(Psych.)* ความบ้าคลั่ง

maniac /ˈmeɪnɪæk/ˈเมนิแอค/ ❶ *adj.* เหมือนคนบ้า; *(ความเพ้อฝัน, ความคิด)* บ้า ๆ ❷ *n.* Ⓐ *(Psych.)* คนไข้โรคจิต; *(madman/woman)* คนบ้า; Ⓑ *(person with passion for sth.)* คนคลั่งไคล้ *ส.น.*; **a nation of tennis ~s** ชาติที่บ้าเทนนิส

maniacal /məˈnaɪəkl/เมอะˈนายเออะค'ล/ *adj.* บ้าคลั่ง

manic /ˈmænɪk/ˈแมนิค/ *adj.* เกี่ยวกับความบ้า

manic-de'pressive *(Psych.)* ❶ *adj.* เกี่ยวกับความผิดปกติทางจิต โดยช่วงลิงโลดจะสลับกับช่วงหดหู่ ❷ *n.* คนที่เป็นโรคจิตเช่นนั้น; **be a ~:** เป็นคนไข้โรคจิตดังกล่าว

manicure /ˈmænɪkjʊə(r)/ˈแมนิคัว(ร)/ ❶ *n.* การเสริมสวยเล็บมือ; **give sb. a ~:** เสริมสวยเล็บมือให้ *ค.น.* ❷ *v.t.* เสริมสวยเล็บมือ

manicurist /ˈmænɪkjʊərɪst/ˈแมนิคัวริซทฺ/ *n.* ➤ 489 ช่างเสริมสวยเล็บ

manifest /ˈmænɪfest/ˈแมนิเฟ็ซทฺ/ ❶ *adj.* *(เหตุผล)* โจ่งแจ้ง; *(การเข้าใจผิด)* ชัดเจน ❷ *v.t.* Ⓐ *(show, display)* แสดง *(ความสนใจ, ความลำเอียง)*; Ⓑ *(reveal)* เปิดเผย *(นิสัย, อาการ, ความจริง)*; **~ itself** แสดงตัวออกมาให้เห็น ❸ *n.* Ⓐ *(cargo list)* บัญชีรายการสินค้า; **ship's ~:** บัญชีสินค้าที่ขนในเรือ; Ⓑ *(list) (of passengers in aircraft)* รายชื่อผู้โดยสาร; *(of trucks etc. in goods train)* รายการตู้สินค้า

manifestation /mænɪfəˈsteɪʃn/แมนิเฟ็ชˈเตช'น/ *n.* *(of ill will, favour, disapproval)* การแสดงออก; *(appearance)* การปรากฏ; *(visible expression, sign)* การแสดงออกมา, ปรากฏการณ์

manifestly /ˈmænɪfestlɪ/ˈแมนิเฟ็ซทฺลิ/ *adv.* อย่างโจ่งแจ้ง, อย่างชัดเจน; **it is ~ unjust that ...:** มันไม่ยุติธรรมชัด ๆ ที่...

manifesto /mænɪˈfestəʊ/แมนิˈเฟ็ซโต/ *n., pl.* **~s** ใบประกาศ, แถลงการณ์

manifold /ˈmænɪfəʊld/ˈแมนิโฟลดฺ/ ❶ *adj.* *(literary)* *(มุมมอง)* หลายด้าน; *(ความหมาย)* หลากหลาย, มากอย่าง ❷ *(Mech. Engin.)* *n.*

m

manikin | Manxman 546

ท่อหลายทบ, ท่อหลายแยก; **[inlet] ~:** ท่อไอดีเครื่องยนต์; **[exhaust] ~:** ท่อไอเสียเครื่องยนต์

manikin /ˈmænɪkɪn/ˈแมนิคิน/ *n.* Ⓐ *(dwarf)* คนแคระ, คนตัวเล็ก; Ⓑ *(Art)* รูปหุ่น; Ⓒ *(Med.)* หุ่นจำลองร่างคน

Manila /məˈnɪlə/เมอะˈนิลเลอะ/ *n.* Ⓐ มะนิลา *(เมืองหลวงของประเทศฟิลิปปินส์); (cigar)* ซิการ์; Ⓑ *(fibre)* **~ [hemp]** ➡ **hemp** A; Ⓒ *(paper)* **~ [paper]** กระดาษสีน้ำตาล มีความเหนียวแข็งแรง; **~ [envelope]** ซองสีน้ำตาลที่ทำด้วยกระดาษนี้

manioc /ˈmænɪɒk/ˈแมนิออค/ *n.* Ⓐ *(plant)* มันสำปะหลัง; Ⓑ *(flour)* แป้งมันสำปะหลัง

manipulate /məˈnɪpjʊleɪt/เมอะˈนิพพิวเลท/ *v.t.* Ⓐ การจัดการโดยใช้เล่ห์เหลี่ยมพลิกสถานการณ์ให้ได้ประโยชน์; *(also Med.)* จับต้อง *(ตรวจและรักษา)*; Ⓑ *(handle)* จัดการ; **~ sb. into doing sth.** ตะล่อม *ค.น.* ด้วยชั้นเชิงเพื่อให้ทำ *ส.น.* ตามต้องการ

manipulation /mənɪpjʊˈleɪʃn/เมอะนิพิวˈเลชั่น/ *n.* Ⓐ การจัดการโดยใช้เล่ห์เหลี่ยม; *(also Med.)* การใช้มือจับต้อง *(เพื่อตรวจรักษา)*; Ⓑ *(handling)* การจัดการ, การรับมือ

manipulative /məˈnɪpjʊlətɪv/เมอะˈนิพพิวเลอะทิฺว/ *adv.* ใช้เล่ห์เหลี่ยม, เกี่ยวกับการพลิกแพลงสถานการณ์ให้เป็นประโยชน์แก่ตน

mankind /mænˈkaɪnd/แมนˈคายนฺดฺ/ *n.* มนุษยชาติ

ˈmanlike *adj.* Ⓐ *(like a male, mannish)* เหมือนผู้ชาย; Ⓑ *(like a human)* เหมือนคน, เหมือนมนุษย์

manliness /ˈmænlɪnɪs/ˈแมนลินิซ/ *n.* ความเป็นลูกผู้ชาย

manly /ˈmænlɪ/ˈแมนลิ/ *adj.* เป็นลูกผู้ชาย, เยี่ยงชายชาตรี

ˈman-made *adj.* ทำขึ้นโดยมือมนุษย์; *(synthetic)* ไม่ธรรมชาติ, สังเคราะห์

manna /ˈmænə/ˈแมนเนอะ/ *n. (Bibl.)* อาหารทิพย์; **be ~ [from heaven]** *(fig.)* เป็นอาหารทิพย์จากสวรรค์, สิ่งดีที่ไม่ได้คาดหวัง

manned /mænd/แมนดฺ/ *adj.* มีลูกเรือ/พนักงานประจำ

mannequin /ˈmænɪkɪn/ˈแมนิคิน/ *n.* Ⓐ *(person)* นางแบบสวมใส่เสื้อผ้าให้ลูกค้าชม; Ⓑ *(dummy)* หุ่นโชว์เสื้อ

manner /ˈmænə(r)/ˈแมเนอะ(ร)/ *n.* Ⓐ *(way, fashion)* วิธีการ, หนทาง, แบบอย่าง; **in this ~:** ด้วยวิธีการนี้; **he did it in a very unorthodox ~:** เขาทำด้วยวิธีที่แหวกแนวมาก; **he acted in such a ~ as to offend her** ลักษณะการวางตัวของเขาทำให้เธอขุ่นเคือง; **in the French ~:** ตามแบบฝรั่งเศส; **celebrate in the grand ~:** ฉลองกันอย่างมโหฬาร; **[as] to the ~ born** *(coll.)* ทำได้คล่องราวกับเป็นเช่นนี้มาตั้งแต่กำเนิด; **in a ~ of speaking** ประมาณนั้น, ในบางความหมาย; **adverb of ~** *(Ling.)* กริยาวิเศษณ์บอกอาการ; Ⓑ *no pl. (bearing)* ท่าทาง; *(towards others)* ท่าทีต่อผู้อื่น; Ⓒ *in pl. (social behaviour)* กิริยา, มารยาท; **teach sb. some ~s** สอนมารยาทให้แก่ *ค.น.*; **forget one's ~s** ลืมมารยาท, เสียมารยาท; **where are your ~s?** มารยาทไปไหนหมด; **that's good ~s** นั่นเป็นกิริยางาม; **that's bad ~s** นั่นเป็นกิริยาไม่ดี; **mind** *or* **watch your ~s!** ระวังกิริยาหน่อย; **~s maketh man** *(prov.)* สำเนียงบอกภาษา กิริยาส่อสกุล; ➡ + **mend** 1 B; Ⓓ *in pl. (modes of life)* การดำเนินชีวิต; Ⓔ *(artistic style)* แบบฉบับ; Ⓕ *(type)* **all ~ of** ➡ **all** 1 B; **no ~ of ...:** ไม่มี...อะไรเลย; **what ~ of man is he?** *(arch.)* เขาเป็นคนแบบไหน; ➡ + **means** C

mannered /ˈmænəd/ˈแมเนิด/ *adj.* Ⓐ *(showing mannerism)* มีท่าทางเฉพาะตัว; Ⓑ *in comb.* **... ~:** มีกิริยา...; **be well-~/bad-~:** กิริยาดี/ไม่ดี; **he's a mild-~ man** เขาเป็นผู้ชายนิ่มนวล

mannerism /ˈmænərɪzəm/ˈแมเนอะริเซิม/ *n.* Ⓐ *(addiction to a manner)* การติดนิสัยเฉพาะ; Ⓑ *(trick of style)* ท่าทางที่แสร้งทำขึ้น; Ⓒ *(in behaviour)* นิสัย *(เฉพาะบุคคล)*; Ⓓ *no pl., no art. (Art) ศิลปะของอิตาลีในศตวรรษที่ 16 มีลักษณะที่บิดเบือนไปจากขนาดของจริง และพยายามหลีกเลี่ยงความสมดุลของศิลปะแบบคลาสสิก*

manning /ˈmænɪŋ/ˈแมนิง/ *n. (of ship, aircraft)* ลูกเรือ; *(of factory, industry, etc.)* คนงาน, กำลังคน

mannish /ˈmænɪʃ/ˈแมนิช/ *adj.* เหมือนผู้ชาย; **a ~ woman** ผู้หญิงที่มีท่าทางแบบผู้ชาย

manoeuvrable /məˈnuːvrəbl/เมอะˈนูเวรอะบ'ล/ *adj. (Brit.) (เรือ, รถยนต์)* ขับเคลื่อนได้ง่าย; **be easily ~:** ขับเคลื่อนได้ง่ายหรือคล่องแคล่ว

manoeuvre /məˈnuːvə(r)/เมอะˈนูเวอะ(ร)/ *(Brit.)* ❶ *n.* Ⓐ *(Mil., Navy)* การซ้อมรบ, การประลองยุทธ์; **be/go on ~s** ออกซ้อมรบ; Ⓑ *(deceptive movement, scheme; also of vehicle, aircraft)* กลยุทธ์, ยุทธวิธี, กลวิธี; **room for ~** *(fig.)* มีทางเลือกที่จะเดินหมาก/เคลื่อนไปในทิศทางต่าง ๆ ได้

❷ *v.t.* Ⓐ *(Mil., Navy)* จัดให้ทหารซ้อมรบ; Ⓑ *(bring by ~s)* ขยับให้เข้าที่; **~ sb./oneself/sth. into a good position** *(fig.)* เดินแต้มเอา *ค.น.*/ตัวเอง/*ส.น.* เข้าสู่ตำแหน่งที่ได้เปรียบ; Ⓒ *(manipulate)* ตะล่อม; **~ sb. into doing sth.** ตะล่อม *ค.น.* ด้วยชั้นเชิงเพื่อให้ทำ *ส.น.* ตามต้องการ; **~ sb. away from sth.** ผลักดันเอา *ค.น.* ออกจาก *ส.น.*

❸ *v.i.* Ⓐ *(Mil., Navy)* ซ้อมรบ; Ⓑ *(move, scheme)* ขยับ, วางแผน; **room to ~:** มีโอกาสตะล่อมวางแผน; **~ for power** เดินหมากเพื่อแสวงหาอำนาจ

man-of-ˈwar *n., pl.* **men-of-war** เรือรบ; ➡ + **Portuguese man-of-war**

manor /ˈmænə(r)/ˈแมเนอะ(ร)/ *n.* Ⓐ *(land)* ที่ดินภายใต้ระบบการจัดที่ดินแบบศักดินา; **lord/lady of the ~:** เจ้าของที่ดิน/ภรรยาเจ้าของที่ดินดังกล่าว; Ⓑ *(house)* คฤหาสน์ในสวน *(ที่ล้อมรอบด้วยที่ดิน)*; Ⓒ *(Brit. coll.: police area)* เขตในความรับผิดชอบของสถานีตำรวจหนึ่ง ๆ

ˈmanor house ➡ **manor** B

manorial /məˈnɔːrɪəl/เมอะˈนอเรียล/ *adj.* เกี่ยวกับระบบการจัดที่ดินแบบศักดินา

ˈmanpower *n.* Ⓐ *(available power)* กำลังทำงานของคน; *(workers)* จำนวนคนงาน; *attrib. (การขาด)* กำลังคน; Ⓑ *(Mil.)* กำลังพล

ˈman-powered *adj.* ที่ใช้กำลังคน; **~ flight** การบินโดยใช้กำลังคน

manqué /ˈmɑ̃keɪ/ˈมองเค/ *adj. postpos. (กวี นักเขียน นักแสดง)* อยากจะเป็นแต่ไม่สำเร็จ, ผิดหวัง

mansard /ˈmænsɑːd/ˈแมนซาด/ *n.* **~ [roof]** *(Archit.)* หลังคาซึ่งครึ่งล่างมีความลาดเอียงชันกว่าครึ่งบน

manse /mæns/แมนซฺ/ *n.* บ้านพักผู้สอนศาสนาในสกอตแลนด์

ˈmanservant *n., pl.* **ˈmenservants** คนรับใช้ชาย

mansion /ˈmænʃn/ˈแมนช'น/ *n.* บ้านขนาดใหญ่โอ่อ่า; *(of lord of the manor)* คฤหาสน์ของเจ้าของที่ดินในระบบศักดินา

man: ~-size, ~-sized *adj. (suitable for a man)* ขนาดสำหรับผู้ชาย, ขนาดใหญ่; **~slaughter** *n. (Law)* โทษฐานฆ่าคนตายโดยไม่ได้วางแผนล่วงหน้า

manta /ˈmæntə/ˈแมนเทอะ/ *n. (Zool.)* ปลากระเบนใหญ่ในวงศ์ Mobulidae

mantel /ˈmæntl/ˈแมนท'ล/ ➡ **mantelpiece**

mantel: ~piece *n.* Ⓐ *(above fireplace)* คิ้วด้านบนของเตาผิงที่ยื่นออกมาเป็นหิ้งวางของ; Ⓑ *(around fireplace)* คิ้วที่เป็นกรอบรอบเตาผิง; **~shelf** ➡ **~piece** A

mantis /ˈmæntɪs/ˈแมนทิซ/ *n., pl. same (Zool.)* ตั๊กแตนในวงศ์ Mantidae กินแมลง; **praying ~:** ตั๊กแตนตำข้าว, ตั๊กแตนชกมวย *(Mantis religiosa)*

mantle /ˈmæntl/ˈแมนท'ล/ ❶ *n.* Ⓐ *(cloak)* เสื้อคลุมแบบไม่มีแขน; *(fig.)* สิ่งปกคลุม; **~ of snow** ชั้นหิมะที่ปกคลุม; Ⓑ *(Geol.)* เปลือกโลกชั้นใน ❷ *v.t. (literary: cover)* ปกคลุม, ห่อหุ้ม

ˈman-to-man *adj. (การคุย)* เปิดอก, จริงใจ

mantra /ˈmæntrə/ˈแมนเทรอะ/ *n. (Relig.)* มนต์, คำภาวนา

ˈmantrap *n.* อุปกรณ์เหล็กสำหรับจับขโมยหรือผู้บุกรุก

manual /ˈmænjʊəl/ˈแมนวล/ ❶ *adj.* Ⓐ ที่ใช้มือ; **~ work/labour** งานประเภทใช้แรงคน *(ไม่ใช่งานใช้สมอง)*; **~ worker/labourer** คนงานที่ใช้แรงกาย, กรรมกร; Ⓑ *(not automatic)* ไม่ใช้เครื่องจักร, *(เกียร์)* ไม่อัตโนมัติ; **~ steering/signals** การบังคับทิศทาง/อาณัติสัญญาณที่ใช้มือ ❷ *n.* Ⓐ *(handbook)* คู่มือ; Ⓑ *(Mus.)* ออร์แกนที่เล่นด้วยมืออย่างเดียว

manually /ˈmænjʊəlɪ/ˈแมนวัลลิ/ *adv.* ด้วยมือ; **a ~ operated machine** เครื่องจักรที่ใช้มือ

manufacture /mænjʊˈfæktʃə(r)/แมนิวˈแฟคเฉอะ(ร)/ ❶ *n.* การผลิต, การประดิษฐ์; **cost/country of ~:** ต้นทุนการผลิต/ประเทศผู้ผลิต; **articles of home/foreign/British ~:** ผลิตภัณฑ์ในประเทศ/ต่างประเทศ/ของอังกฤษ ❷ *v.t.* Ⓐ *(Commerc.)* ผลิต, ทำขึ้น; **~ iron into steel/cloth into garments** ผลิตเหล็กกล้าจากเหล็กธรรมดา/เสื้อผ้าจากสิ่งทอ; **~d goods** ผลิตภัณฑ์; **manufacturing costs/firm/fault** ต้นทุนการผลิต/บริษัทผู้ผลิต/ข้อบกพร่องในการผลิต; **manufacturing town** เมืองอุตสาหกรรม; Ⓑ *(invent) (ประวัติ, เรื่อง)* สร้างขึ้นมาเอง

manufacturer /mænjʊˈfæktʃərə(r)/แมนิวˈแฟคเฉอะเรอะ(ร)/ *n.* ผู้ผลิต; **'~'s recommended [retail] price'** 'ราคาขายปลีกที่ผู้ผลิตเสนอแนะ'

manure /məˈnjʊə(r)/เมอะˈนัว(ร)/ ❶ *n. (dung)* มูลสัตว์; *(fertilizer)* ปุ๋ยคอก ❷ *v.t.* ใส่ปุ๋ยมูลสัตว์

manuscript /ˈmænjʊskrɪpt/ˈแมนิวซกริพทฺ/ ❶ *n.* Ⓐ เอกสารหรือหนังสือที่เขียนเป็นลายมือ; *(palm leaf)* สมุดข่อย, สมุดใบลาน; Ⓑ *(not yet printed)* ต้นฉบับ; **the novel is still in ~:** นวนิยายเรื่องนั้นยังคงเป็นต้นฉบับอยู่ ❷ *adj.* เขียนเป็นลายมือ

ˈman-week *n. (Work Study)* ปริมาณการทำงานในเวลา 1 สัปดาห์ของบุคคลหนึ่ง

Manx /mæŋks/แมงคฺซฺ/ ❶ *adj.* แห่งเกาะไอสล์ออฟแมน ❷ *n. (Ling.)* ภาษาเคลทิคโบราณที่เดิมใช้บนเกาะไอสล์ออฟแมน

Manx: ~ ˈcat *n.* แมวหางกุด; **~man** *n., pl.* **~men** ชาวไอสล์ออฟแมน

many /ˈmenɪ/ˈเม็นนิ/ ❶ *adj.* Ⓐ มาก, หลาย; **how ~ people/books?** คนกี่คน/หนังสือกี่เล่ม; **as ~ as** มากเท่าที่, มากเท่ากับ; **there were as ~ as 50 of them** พวกเขามีกันมากถึง 50 คน; **three accidents in as ~ days** อุบัติเหตุสามรายในเวลาสามวันเท่ากัน; **~'s the tale/the time** นิทานหลายเรื่อง/หลายครั้ง; **too ~ people/books** คน/หนังสือจำนวนมากเกินไป; **there were too ~ of them** พวกเขามีจำนวนมากเกินไป; **two [copies] too ~:** เกินมาสองฉบับ; **one is too ~/there is one too ~:** แค่อีกคนก็มากเกินไป/มีคนมากเกินไปหนึ่งคน; **he's had one too ~** *(is drunk)* เขาเมา, เขาดื่มมากเกินไป; Ⓑ **~ a man** คนหลายคน; **~ a time** บ่อยครั้ง ❷ *n.* หลาย [คน, สิ่ง]; **there weren't ~ of them there** ที่นั่นมีอยู่ไม่กี่คน; **~ of us** พวกเราหลายคน; **a good/great ~ [of them/of the books]** คนหลายคน/หนังสือหลายเล่ม; **there were a good ~ there** ที่นั่นมีอยู่เป็นจำนวนมาก

'many-coloured *adj.* หลายสี, หลากสี

'man-year *n. (Work Study)* ปริมาณการทำงานใน 1 ปีของบุคคลหนึ่ง

'many-sided *adj. (Geom.; also fig.)* หลายด้าน

Mao /maʊ/มาว/ *adj.* *(เสื้อ, หมวก)* เมาเซตุง

Maoism /ˈmaʊɪzəm/ˈมาวอิเซิม/ *n., no pl.* ลัทธิคอมมิวนิสต์แบบเมาเซตุง

Maoist /ˈmaʊɪst/ˈมาวอิซทฺ/ *n. attrib.* ผู้นิยมลัทธิคอมมิวนิสต์แบบเมาเซตุง

Maori /ˈmaʊrɪ/ˈมาวริ/ ❶ *n.* Ⓐ *(person)* ชาวเมารี *(ชนเผ่าพื้นเมืองในประเทศนิวซีแลนด์)*; Ⓑ *(language)* ภาษาเมารี ❷ *adj.* แห่งเมารี

map /mæp/แมพ/ ❶ *n.* Ⓐ แผนที่; *(street plan)* แผนที่ถนน; Ⓑ *(fig. coll.)* **off the ~:** ไกลปืนเที่ยง; **we're a bit off the ~ up here** อยู่นี่เราค่อนข้างจะไกลปืนเที่ยง; **wipe off the ~:** ทำลายล้าง; **[put sth./sb.] on the ~:** ทำให้ *ส.น./ค.น.* โดดเด่นสำคัญขึ้น ❷ *v.t.*, **-pp-** *(make map of)* เขียนแผนที่; *(make survey of)* ทำแผนที่

~ 'out *v.t.* จัดการโดยละเอียด

maple /ˈmeɪpl/ˈเมพ'ล/ *n.* ต้นเมเปิล *(ท.ศ.)* ในสกุล *Acer*

maple: ~ leaf *n.* ใบเมเปิล; **~ sugar** *n.* น้ำตาลที่ได้จากต้นเมเปิล; **~ syrup** *n.* น้ำหวานจากต้นเมเปิล

map: ~-maker *n.* ➤ **489** คนทำแผนที่, นักแผนที่; **~-reader** *n.* คนอ่านแผนที่; **~-reading** *n., no pl.* การอ่านแผนที่

mar /mɑː(r)/มา(ร)/ *v.t.*, **-rr-** Ⓐ *(spoil, disfigure)* ทำให้เสียโฉม, ทำให้เสียคุณค่า; **the book was ~red by a number of small mistakes** หนังสือนี้เสียที่มีเรื่องผิดพลาดเล็กน้อยอยู่หลายแห่ง; Ⓑ *(ruin)* ➡ **make 1 P**

Mar. *abbr.* **March** มี.ค.

marabou /ˈmærəbuː/ˈแมเรอะบู/ *n. (Ornith.) (African)* นกกระสาแอฟริกัน; ➡ **adjutant B**

maraschino /mærəˈskiːnəʊ/แมเรอะˈซกีโน/ *n. pl.* **~s** เหล้าหวานชนิดแรงจากเชอร์รีชนิดหนึ่ง; **~ cherry** ลูกเชอร์รีแช่เหล้าใช้ตกแต่งขนมและค็อกเทล

marathon /ˈmærəθən, US -θɑn/ˈแมเรอะเธิน, -ธาน/ *n.* Ⓐ *(race)* วิ่งมาราธอน *(ท.ศ.)* 42.195 กม.; Ⓑ *(fig.)* สิ่งที่ยืดเยื้อยากลำบาก; **a chess ~:** การแข่งขันหมากรุกที่ยืดเยื้อ

maraud /məˈrɔːd/เมอะˈรอด/ ❶ *v.i.* ปล้นสะดม, ขโมยฉกฉวยอย่างเป็นระบบ ❷ *v.t.* แย่ง, ปล้น

marauder /məˈrɔːdə(r)/เมอะˈรอเดอะ(ร)/ *n.* หัวขโมย; *(animal)* สัตว์ที่ชอบขโมย

marble /ˈmɑːbl/ˈมาบ'ล/ *n.* Ⓐ *(stone)* หินอ่อน; *attrib.* *(รูปแกะสลัก, หิ้ง)* หินอ่อน; Ⓑ *in pl. (statues)* รูปแกะสลักหินอ่อน; **the Elgin M~s** *ชุดรูปหินอ่อนแกะสลักของกรีกโบราณที่อยู่ในพิพิธภัณฑ์บริติชมิวเซียม;* Ⓒ *(toy)* ลูกหิน; **[game of] ~s** การเล่นลูกหิน; **play ~s** เล่นลูกหิน; Ⓓ *in pl.* **not have all** *or* **have lost one's ~s** *(coll.)* สติไม่สมประกอบ

marbled /ˈmɑːbld/ˈมาบ'ลดฺ/ *adj.* Ⓐ *(กระดาษ, สบู่)* เป็นลายหินอ่อน; Ⓑ *(streaked)* *(เนื้อ)* ที่มีมันสอดแทรกเป็นทาง

[1]**march** ❶ *n.* Ⓐ *(Mil.)* การสวนสนาม; *(Mus.)* เพลงสำหรับสวนสนาม; *(hike)* การเดินทางโดยเท้าระยะไกล; *(gait)* เดินแบบทหาร; **on the ~:** ในระหว่างที่เดินทัพ; *(fig.)* ในระหว่างที่ดำเนินการ; **~ past** การเดินแถวแบบสวนสนาม; **a day's/three days' ~:** ระยะทางที่ต้องใช้เวลาเดินหนึ่ง/สามวัน; **an hour's ~ away** ห่างชั่วระยะเดินหนึ่งชั่วโมง; ➡ **+ forced march; 'line 1 K; steal 1 C;** Ⓑ *(in protest)* **[protest] ~:** การเดินประท้วง; Ⓒ *(progress of time events, etc.)* การก้าวหน้า, การรุดหน้า; **the onward ~ of science** ความก้าวหน้าของวิทยาศาสตร์ ❷ *v.i. (also Mil.)* เดินแถว, เดินหน้าถือหน้า; **~ away** เดินแถวออกไป; **forward/quick ~!** หน้าเดิน/เดินจังหวะเร็ว; **~ing song** เพลงเดิน; **~ing order** *(Brit.)* รูปขบวนสำหรับการเดินแถว; **~ing orders** คำสั่งเคลื่อนพล; **give sb. his/her ~ing orders** *(fig. coll.)* ไล่ *ค.น.* ไปให้พ้น ๆ ❸ *v.t. (Mil.)* เดินทัพ, เคลื่อนพล

~ 'off ❶ *v.i.* เดินออกไป ❷ *v.t.* *(ตำรวจ)* พาตัวไป

~ on *v.t. (Mil.)* เดินหน้าไปหา *(ศัตรู)*

[2]**march** *n. (Hist.: frontier)* แนวเขตพรมแดน *(โดยเฉพาะระหว่างอังกฤษกับสกอตแลนด์และเวลส์)*; **the Welsh ~es** บริเวณพรมแดนระหว่างอังกฤษกับเวลส์

March /mɑːtʃ/มาฉ/ *n.* ➤ **231** เดือนมีนาคม; ➡ **+ August; hare 1 A**

marcher /ˈmɑːtʃə(r)/ˈมาเฉอะ(ร)/ *n.* **[protest] ~:** ผู้เดินขบวนประท้วง; **~s on a demonstration** ผู้ประท้วงกำลังเดินขบวน

marchioness /mɑːʃəˈnes/มาเชอะˈเน็ซ/ *n.* ภรรยาของมาร์ควิส, ผู้หญิงที่มีสิทธิได้รับยศนี้

Mardi Gras /mɑːdɪˈgrɑː/มาดิˈกฺรา/ *n.* Ⓐ *(Shrove Tuesday)* วันอังคารก่อนเริ่มวันถือศีลอด; Ⓑ *(carnival)* งานฉลองเทศกาลหรืองานรื่นเริงในวันนี้

mare /meə(r)/แม(ร)/ *n.* ม้าตัวเมีย

Margaret /ˈmɑːgrɪt/ˈมากฺริทฺ/ *pr. n. (Hist., as name of ruler etc.)* ชื่อมาร์กาเร็ต

margarine /mɑːdʒəˈriːn, mɑːgəˈriːn/มาเจอะˈรีน, มาเกอะˈรีน/, *(coll.)* **marge** /mɑːdʒ/มาจ/ *ns.* เนยเทียม, มาร์การีน *(ท.ศ.)*

margin /ˈmɑːdʒɪn/ˈมาจิน/ *n.* Ⓐ *(of page)* ที่เว้นว่างระหว่างตัวพิมพ์กับขอบหน้าหนังสือ; **notes [written] in the ~:** บันทึกที่เขียนไว้บนขอบหน้าหนังสือ; **~ release** แป้นบนเครื่องพิมพ์ดีดใช้ยกเลิกที่กั้นระยะบรรทัด; Ⓑ *(extra amount)* ส่วนเพิ่ม; **profit ~:** กำไรเบื้องต้น; **win by a narrow/wide ~:** ชนะอย่างหวุดหวิด/ขาดลอย; **~ of error** จำนวนเผื่อเหลือเผื่อขาด; **allow for a considerable ~ of error** เผื่อเอาไว้มาก ๆ สำหรับการผิดพลาด; Ⓒ *(edge)* ขอบ; **[be] on the ~ of sth.** *(fig.)* อยู่ตรงขอบของ *ส.น. (ระหว่างความสำเร็จ ไม่สำเร็จ)*

marginal /ˈmɑːdʒɪnl/ˈมาจิน'ล/ *adj.* Ⓐ *(barely adequate, slight)* ร่อแร่, แทบจะไม่พอเพียง; **of ~ importance/use** มีความสำคัญ/มีประโยชน์น้อยมาก; Ⓑ *(close to limit)* เกือบไม่ผ่าน; *(of profitability)* เกือบขาดทุน; Ⓒ **~ seat/constituency** *(Brit. Polit.)* เขตที่ผู้ได้รับเลือกชนะอย่างหวุดหวิด; Ⓓ **~ cost** ต้นทุนส่วนเพิ่ม; Ⓔ *(of or written in margin)* ที่เขียนลงในขอบหนังสือ; **~ notes/references** บันทึก/การอ้างอิงที่เขียนไว้ในขอบของหน้าหนังสือ; Ⓕ *(of or at the edge)* ที่ริม, ที่ขอบ

marginalia /mɑːdʒɪˈneɪlɪə/มาจิˈเนเลีย/ *n. pl.* บันทึกบนขอบหนังสือ

marginalize /ˈmɑːdʒɪnəlaɪz/ˈมาจิเนอะลายซฺ/ *v.t.* ทำให้ดูไม่สำคัญ

marginally /ˈmɑːdʒɪnəlɪ/ˈมาจิเนอะลิ/ *adv.* อย่างร่อแร่, อย่างน้อยนิด; **only ~ profitable** แทบจะไม่มีกำไร, เกือบขาดทุน

marguerite /mɑːgəˈriːt/มาเกอะˈรีท/ *n. (Bot.)* ดอกเดซีขนาดใหญ่

marigold /ˈmærɪgəʊld/ˈแมริโกลดฺ/ *n. (Calendula)* ไม้ดอกในสกุล *Calendula* หรือ *Tagetes* ดอกสีเหลืองหรือแสด; ➡ **+ corn marigold; marsh marigold**

marijuana (marihuana) /mærɪˈhwɑːnə/แมริˈฮวาเนอะ/ *n.* กัญชา; *attrib.* *(คนสูบ, บุหรี่)* กัญชา

marimba /məˈrɪmbə/เมอะˈริมเบอะ/ *n. (Mus.)* Ⓐ *(native xylophone)* เครื่องดนตรีประเภทระนาดฝรั่ง *(ใช้ทางแอฟริกาและอเมริกากลาง)*; Ⓑ *(modern instrument)* *เครื่องดนตรีเช่นนี้ที่พัฒนาให้ใช้กับวงดนตรีออเคสตรา*

marina /məˈriːnə/เมอะˈรีเนอะ/ *n.* ท่าจอดเรือยอร์จ

marinade /mærɪˈneɪd/แมริˈเนด,/ ❶ *n.* Ⓐ *(spiced mixture)* เครื่องหมัก *(อาหาร)*; Ⓑ *(marinaded meat)* **a ~ of beef/pork** เนื้อ/หมูหมัก; **a ~ of fish** ปลาหมัก ❷ *v.t.* หมักด้วยส่วนผสมปรุงรส

marinate /ˈmærɪneɪt/ˈแมริเนท/ ➡ **marinade 2**

marine /məˈriːn/เมอะˈรีน/ ❶ *adj.* Ⓐ *(of the sea)* เกี่ยวกับทะเล; **~ life** สัตว์และพืชทะเล; Ⓑ *(of shipping)* เกี่ยวกับเรือ; **~ engineering** วิศวกรรมการต่อเรือ; **~ engineer** ➤ **489** วิศวกรต่อเรือ; Ⓒ *(for use at sea)* *(เครื่องจักร, แผนที่, เข็มทิศ)* สำหรับใช้ในทะเล ❷ *n.* Ⓐ *(person)* นาวิกโยธิน; **the M~s** นาวิกโยธิน; **tell that/it to the [horse] ~s** *(coll.)* ไปเล่าให้...ได้เลย; ➡ **+ Royal Marine;** Ⓑ *(shipping)* **merchant** *or* **mercantile ~:** กองเรือพาณิชย์

mariner /ˈmærɪnə(r)/ˈแมริเนอะ(ร)/ *n.* กะลาสี, ลูกทะเล; **master ~:** กัปตันเรือสินค้า; ➡ **+ compass 1 B**

marionette /mærɪəˈnet/แมเรียˈเน็ท/ *n.* หุ่นชักใย, หุ่นกระบอก

marital /ˈmærɪtl/ˈแมริท'ล/ *adj.* *(สถานภาพ, ชีวิต)* สมรส; *(ความสุข)* แต่งงาน; **~ status** สถานภาพการสมรส

maritime /ˈmærɪtaɪm/ˈแมริทายม/ *adj.* Ⓐ *(found near the sea)* *(เมือง, อุตสาหกรรม)* ใกล้ หรือ ริมทะเล; *(พืช)* ชายฝั่ง; **~ climate** ภูมิอากาศภาคพื้นสมุทร; Ⓑ *(connected with the sea)* เกี่ยวกับทะเล, เชื่อมต่อกับทะเล

marjoram /ˈmɑːdʒərəm/ˈมาเจอะเริม/ *n. (Bot., Cookery)* สมุนไพร *Origanum vulgare* หรือ *Marijorana hortensis* ซึ่งมีกลิ่นหอมใช้เป็นเครื่องปรุงอาหาร

[1]**mark** ❶ *n.* Ⓐ *(trace)* รอย; *(of finger, foot also)* รอย; *(stain etc.)* รอยเปื้อน, ตำหนิ; *(scratch)*

m

mark | marquis 548

รอยขีด; dirty ~: รอยสกปรก; **make/leave a ~ on sth.** ทิ้งรอยเปื้อนไว้บน *ส.น.;* **leave one's/its ~ on sth.** *(fig.)* มีผล *ส.น.* อย่างยาวนาน; **leave its ~ on sb.** สร้างความทรงจำไว้ให้ *ค.น.* อย่างยาวนาน; **make one's/its ~** *(fig.)* สร้างชื่อเสียงให้ตนเอง (➡ + b); **of ~** ที่มีชื่อเสียง; ➡ + **birthmark;** Ⓑ *(affixed sign, indication, symbol)* เครื่องหมาย, การชี้บอก, สัญลักษณ์; *(in trade names)* เครื่องหมายการค้า; *(made by illiterate)* เครื่องหมายของผู้ที่อ่านไม่ออกเขียนไม่ได้ เช่น กากบาท; **distinguishing ~:** สัญลักษณ์เด่นประจำตัว; **M~ 2 version/model** แบบ/รุ่น 2; **make one's ~:** สร้างชื่อเสียง (➡ + a); **bear the ~ of sth.** *(lit. or fig.)* แสดงผลของ *ส.น.;* **have all the ~s of sth.** มีร่องรอยทั้งหมดของ *ส.น.;* **be a ~ of good taste/breeding** เป็นลักษณะซึ่งแสดงถึงรสนิยมที่ดี/การอบรมดี; **sth. is the ~ of a good writer** *ส.น.* เป็นสัญลักษณ์ของนักเขียนที่ดี; Ⓒ *(Sch.: grade)* คะแนน; *(Sch., Sport: unit of numerical award)* แต้ม; **get good/bad/35 ~s in** *or* **for a subject** ได้คะแนนดี/ไม่ดี/35 คะแนนสำหรับวิชาหนึ่ง; **there are no ~s for guessing that ...** *(fig. coll.)* ไม่ยากเลยที่จะทายว่า...; ➡ + **black mark; full marks; pass mark;** Ⓓ *(line etc. to indicate position)* เส้นบอกตำแหน่ง; **be up to/below** *or* **not up to the ~** *(fig.)* ถึงระดับมาตรฐาน/ต่ำกว่า *หรือ* ไม่ได้มาตรฐาน; **his work hasn't really been up to the ~ lately** พักหลังนี้งานของเขาไม่ได้มาตรฐานเลย; **[not] feel up to the ~:** [ไม่] รู้สึกสบายดีอย่างเคย; Ⓔ *(level)* ระดับ; **reach the 15%/25 million/£300 ~:** ถึงระดับ 15%/25 ล้าน/300 ปอนด์; **around the 300 ~:** ประมาณระดับ 300; Ⓕ *(Sport: starting position)* จุดเริ่มต้น; **on your ~s! [get set! go!]** เข้าประจำที่ [เตรียมตัว...ไป]; **get off the ~ quickly** *(fig.)* เริ่มต้นอย่างรวดเร็ว; **be quick/slow off the ~:** เริ่มต้นอย่างเร็ว/เริ่มต้นช้า; **he is usually the quickest/first off the ~:** โดยปกติเขาเร็วที่สุด/เป็นคนแรกที่ออกตัว; Ⓖ *(Rugby) (spot)* จุดเริ่มเล่นต่อ; Ⓗ *(target, desired object)* เป้า, เป้าหมาย; *(coll.: intended victim)* เหยื่อ; **hit/miss the ~** *(fig.)* ถูก/พลาดเป้า; **be wide of the ~** *(lit. or fig.)* ห่างเป้า; **his calculations were wide of the ~:** การคำนวณของเขาผิดพลาดมาก; **my guess was off the ~:** ฉันเดาผิด; **be close to the ~** *(fig.)* ใกล้จุดมุ่งหมาย; ➡ + **overshoot; overstep**

❷ *v.t.* Ⓐ *(stain, dirty)* ทำเปื้อนเป็นรอย, ทำให้สกปรก; *(scratch)* ขีดขูด *หรือ* ข่วนเป็นรอย; **be ~ed for life** เป็นแผลเป็น; *(fig.)* มีมลทินไปตลอดชีวิต; Ⓑ *(put distinguishing mark on, signal)* ทำเครื่องหมาย, แสดงสัญญาณ (with ว่า); **the bottle was ~ed 'poison'** ขวดนี้เขียนไว้ว่า 'ยาพิษ'; **~ sb.'s name on sth.** เขียนชื่อ *ค.น.* บน *ส.น.;* **~ an item with its price** ติดราคาให้สินค้าอย่างหนึ่ง; **~ a route on a map** กาเส้นทางบนแผนที่; **ceremonies to ~ the tenth anniversary** พิธีฉลองวันครบรอบสิบปี; Ⓒ *(Sch.) (correct)* ตรวจงาน, ตรวจการบ้าน; **~ an answer wrong** กากบาทคำตอบผิด; Ⓓ **~ time** *(Mil.)* ย่ำเท้าอยู่กับที่; *(fig.)* ใช้เวลาผ่านไปเรื่อย ๆ; Ⓔ *(characterize)* แสดงลักษณะ; **be ~ed by sth.** มีลักษณะ *ส.น.;* **his style is ~ed by a great variety of metaphors** วิธีเขียนของเขามีลักษณะเป็นการเปรียบเทียบมากมาย; Ⓕ *(heed)* สังเกต, ฟัง *(บุคคล, คำพูด);* **~ carefully how it is done** ดูให้ดีว่าทำอย่างไร; **[you] ~ my words** แล้วคุณจะรู้เอง, คอยดูก็แล้วกัน; *(as a warning)* ระวังให้ดี; **~ you, it may not be true** แต่ก็นั่นแหละ มันอาจจะไม่จริงก็ได้; Ⓖ *(manifest)* แสดง *(ความเห็นด้วย, ความไม่พอใจ);* Ⓗ *(record)* บันทึก; **~ a pupil absent** บันทึกชื่อนักเรียนที่ขาดเรียน; Ⓘ *(Brit. Sport: keep close to)* ประกบตัว; Ⓙ *(choose as victim)* ➡ **mark down a;** Ⓚ *(arch./literary: notice)* สังเกตเห็น *(เหตุการณ์)*

~ 'down *v.t.* Ⓐ *(choose as victim, lit. or fig.)* หมายหัว; Ⓑ ลด [ราคา] ลง *(สินค้า);* ➡ **mark-down**

~ 'off *v.t.* แยกออกโดยขีดเส้นแบ่งเขต (**from** จาก)

~ 'out *v.t.* Ⓐ *(trace out boundaries of)* ขีดเส้นแบ่งเขต; **~ out a tennis court** ขีดเส้นสนามเทนนิส; Ⓑ *(plan)* วางแผน; Ⓒ *(destine)* วางแผน, หมายมั่นไว้

~ 'up *v.t.* ตั้ง [ราคา] สูงขึ้น, โก่งราคา; ➡ + **mark-up**

²mark *n.* ➤ **572** *(Hist. monetary unit)* เงินมาร์ค *(ท.ศ.)* ของเยอรมนีในอดีต

Mark /mɑːk/มาค/ *pr. n.* **St ~:** นักบุญมาร์ค *(เป็นผู้เขียนหนังสือเสียงสวรรค์ของศาสนาคริสต์หนึ่งในสี่คน วันประจำตัวคือ 25 เมษายน)*

'mark-down *n. (Econ.)* การลดราคา; **there has been a ~:** ได้มีการลดราคา

marked /mɑːkt/มาคทฺ/ *adj.* Ⓐ *(noticeable) (ความแตกต่าง, ความลำเอียง)* เห็นได้ชัด; *(สำเนียงพูด)* แรง; Ⓑ *(given distinctive mark) (ไพ่, ต้นไม้)* มีเครื่องหมาย; Ⓒ **be a ~ man** เป็นคนถูกหมายหัว

markedly /'mɑːkɪdlɪ/'มาคิดลิ/ *adv.* อย่างเห็นได้ชัด

marker /'mɑːkə(r)/'มาเคอะ(ร)/ *n.* Ⓐ *(to mark place)* หลักเขต, หลักบอกตำแหน่ง; Ⓑ ➡ **bookmark;** Ⓒ *(of examination etc.)* ผู้ตรวจข้อสอบ; **be a fair/severe ~:** เป็นคนตรวจข้อสอบที่ยุติธรรม/ที่เข้มงวด; Ⓓ *(Aeronaut.: flare)* แสงไฟที่บอกเครื่องหมาย

'marker pen *n.* ปากกาสำหรับทำเครื่องหมาย

market /'mɑːkɪt/'มาคิท/ ❶ *n.* Ⓐ ตลาด; **at the ~:** ที่ตลาด; **go to ~:** ไปตลาด; **take sth. to ~:** เอา *ส.น.* ไปขายที่ตลาด; **there is a ~ every Friday** มีตลาดทุกวันศุกร์; Ⓑ *(demand)* ความต้องการทางการตลาด; **find a [ready] ~:** พบความต้องการทางการตลาด [ทันที]; **price oneself/one's goods out of the ~:** โก่งราคาจนไม่มีใครซื้อ; Ⓒ *(area of demand)* ขอบเขตความต้องการทางการตลาด; *(person)* ผู้ซื้อ, กลุ่มผู้ซื้อ; Ⓓ *(conditions for buying and selling, trade)* ภาวะการซื้อขาย, การค้า; **the corn/coffee** *etc.* **~:** ตลาดข้าวโพด/กาแฟ ฯลฯ; **be in the ~ for sth.** ต้องการซื้อ *ส.น.;* **be on/come into** *or* **on the ~:** เข้าตลาด; **put on the ~:** วางตลาด, เสนอขาย; **bring on to the ~:** นำเข้าสู่ตลาด; **make a ~** *(St. Exch.)* กระตุ้นให้มีการซื้อขายหลักทรัพย์; **the M~** *(Brit. Polit.)* ประชาคมเศรษฐกิจยุโรป; ➡ + **buyer** C; **Common Market; corner** 2 B; **play** 3 I; **seller** A
❷ *v.t.* ขายในตลาด

marketable /'mɑːkɪtəbl/'มาคิเทอะบ'ล/ *adj.* Ⓐ *(suitable for the market)* นำออกขายได้; Ⓑ *(wanted by purchasers)* เป็นที่ต้องการของตลาด; **~ securities** หลักทรัพย์ที่นำออกขายได้

market: ~ day *n.* วันที่มีตลาดนัด; **~ 'economy** *n.* เศรษฐกิจการตลาด; **~ 'forces** *n. pl.* ผลกระทบจากอุปสงค์และอุปทาน; **~ 'garden** *n. (Brit.)* สวนผักหรือผลไม้ซึ่งปลูกสำหรับขายในตลาด; **~ gardener** *n.* ➤ **489** *(Brit.)* ผู้ผลิตผัก/ผลไม้เพื่อขาย; **~ 'gardening** *n. (Bril.)* การทำสวนผักหรือผลไม้สำหรับขายในตลาด

marketing /'mɑːkɪtɪŋ/'มาคิทิง/ *n. (Econ.)* การตลาด; **~ research** การวิจัยตลาด

market: ~ 'leader *n. (company, brand)* ผู้นำตลาด; *(product)* สินค้านำตลาด; **the company is the ~ leader in its field** บริษัทนี้เป็นผู้นำตลาดในสินค้าประเภทนี้; **~-maker** *n. (St. Exch.) สมาชิกของตลาดหลักทรัพย์ ซึ่งมีอภิสิทธิ์พิเศษ;* **~ place** *n.* ลานจัดตลาดนัด; *(fig.)* ตลาด [สากล]; **~ potential** *n.* ศักยภาพทางการตลาด; **~ 'price** *n.* ราคาตลาด; **~ 'research** *n.* การวิจัยตลาด; **~ 'square** *n.* จัตุรัสที่จัดตลาดนัด; **~ town** *n.* เมืองที่มีการจัดตลาดนัด; **~ 'value** *n.* ราคาที่จะขายได้, ราคาตลาด

marking /'mɑːkɪŋ/'มาคิง/ *n.* Ⓐ *(identification symbol)* ตราระบุสังกัด; Ⓑ *(on animal)* การลงสีบนขนสัตว์; Ⓒ *(Sch.) (correcting)* การตรวจงานของนักเรียน; *(grading)* การให้คะแนน; **I've got some ~ to do** ฉันต้องตรวจงานนักเรียน

'marking ink *n.* หมึกซึ่งซักไม่ออก *(สำหรับทำเครื่องหมายบนผ้า ฯลฯ)*

marksman /'mɑːksmən/'มาคซฺเมิน/ *n., pl.* **marksmen** /'mɑːksmən/'มาคซฺเมิน/ นักแม่นปืน

marksmanship /'mɑːksmənʃɪp/'มาคซฺเมินชิพ/ *n., no pl.* ศิลป์ *หรือ* ความชำนาญของนักแม่นปืน

'mark-up *n. (Econ.)* Ⓐ *(price increase)* การขึ้นราคาสินค้า, การเพิ่มราคา; Ⓑ *(amount added)* ราคาส่วนเพิ่ม

marl /mɑːl/มาล/ *n.* ดินเหนียวผสมดินขาวใช้เป็นปุ๋ย

marlin /'mɑːlɪn/'มาลิน/ *n.* ปลาทะเลในสกุล *Istophoridae* ตัวใหญ่ปากยาว

marmalade /'mɑːməleɪd/'มาเมอะเลด/ *n.* **[orange] ~:** แยมผิวส้ม; **tangerine/lime ~:** แยมผิวส้มแทนเจอรีน/ผิวมะนาว

marmalade 'cat *n.* แมวซึ่งมีขนสีส้ม

marmoset /'mɑːməzet/'มาเมอะเซ็ท/ *n. (Zool.)* ลิงในอเมริกาเขตร้อนในสกุล *Callitricidae* มีหางยาวและฟู

marmot /'mɑːmət/'มาเมิท/ *n. (Zool.)* สัตว์ที่อยู่ในภูเขาในสกุล *Marmota* มีฟันแหลมใช้แทะ

¹maroon /mə'ruːn/เมอะ'รูน/ ❶ *adj.* ที่มีสีเลือดหมู *หรือ* สีเลือดนกเข้ม ❷ *n.* สีเลือดหมู *หรือ* สีเลือดนกเข้ม

²maroon *v.t.* Ⓐ *(Naut.: put ashore)* ปล่อยเกาะ; Ⓑ *(น้ำท่วม)* ทำให้ติดอยู่กับที่ไปไหนไม่ได้; **she was ~ed at home without transport** เธอติดอยู่กับบ้านโดยไม่มีพาหนะไปไหนมาไหน

marque /mɑːk/มาค/ *n.* ยี่ห้อ *(สินค้า, รถยนต์, ฯลฯ)*

marquee /mɑː'kiː/มา'คี/ *n.* Ⓐ *(large tent)* กระโจมขนาดใหญ่ใช้ในงาน; *(for public entertainment)* กระโจมที่กางในงานรื่นเริง; Ⓑ *(Amer.: canopy)* หลังคาซึ่งยื่นออกมาเหนือทางเข้าอาคารขนาดใหญ่

marquess *n.* ➡ **marquis**

marquetry /'mɑːkɪtrɪ/'มาคิทริ/ *n.* ลวดลายไม้หรืองาช้างฝังบนผิวของเครื่องเรือนเพื่อประดับ, เครื่องเรือนประดับมุก

marquis /'mɑːkwɪs/'มาควิซ/ *n.* มาร์วีส *(ท.ศ.)* ยศขุนนางชาวยุโรป *(ที่ต่ำกว่าดยุคและสูงกว่าเอิร์ล)*

marriage /ˈmærɪdʒ/ˈแมริจ/ *n.* Ⓐ การสมรส, การแต่งงาน; **state of ~**: สถานภาพการสมรส; **proposal** *or* **offer of ~**: การขอแต่งงาน; **his son by a former ~**: บุตรของเขาซึ่งเกิดจากภรรยาคนก่อน; **related by ~**: เป็นญาติโดยการสมรส; **uncle/cousin by ~**: ลุง/ลูกพี่ลูกน้องโดยการสมรส; **take sb. in ~**: แต่งงานกับ *ค.น.*; ➡ + **convenience** A; **give** 1 H; Ⓑ *(wedding)* งานแต่งงาน; *(act of marrying)* การสมรส; *(ceremony)* พิธีแต่งงาน; **~ ceremony** พิธีสมรส; **church ~**: การสมรสที่โบสถ์; ➡ + **civil marriage**; Ⓒ *(fig.)* การร่วมกัน, การเข้ากัน

marriageable /ˈmærɪdʒəbl/ˈแมริเจอะบ'ล/ *adj.* เหมาะสมที่จะแต่งงาน; **of ~ age** เข้าวัยควรจะแต่งงาน

marriage: ~ broker *n.* แม่สื่อ; **~ bureau** *n.* สำนักงานจัดหาคู่; **~ certificate** *n.* ทะเบียนสมรส; *(record of civil marriage also)* ทะเบียนบันทึกการแต่งงานของประชาชน; **~ 'guidance** *n.* การให้คำปรึกษาแก่คู่สามีภรรยาที่มีปัญหา; **~ licence** *n.* ใบอนุญาตการสมรส, ทะเบียนสมรส; **~ lines** *n. pl. (Brit.)* ➡ **~ certificate**; **~ market** *n.* ตลาดของคู่สมรส; **~ settlement** *n. (Law)* การตกลงเรื่องทรัพย์สินระหว่างสามีภรรยา; **~ stakes** *n. pl. (joc.)* ตลาดของคู่สมรส; **~ vows** *n. pl.* คำปฏิญาณของคู่สมรส

married /ˈmærɪd/ˈแมริด/ ❶ *adj.* Ⓐ แต่งงานแล้ว; **~ couple** คู่สามีภรรยา; Ⓑ *(marital)* เกี่ยวกับการสมรส; **~ quarters** เรือนหอ ❷ *n.* คนที่แต่งงานแล้ว; **young/newly ~s** คนที่เพิ่งแต่งงาน

marron glacé /mærɒn ˈglɑːseɪ/แมรอน ˈกลาเซ/ *n.* เกาลัดเชื่อม

marrow /ˈmærəʊ/ˈแมโร/ *n.* Ⓐ **[vegetable] ~**: แฟง; Ⓑ *(Anat.)* ไขกระดูก; **spinal ~**: ไขสันหลัง; **to the ~** *(fig.)* เข้ากระดูก; **be chilled to the ~** *(fig.)* เย็นเยือกเข้ากระดูก

marrow: ~bone *n.* กระดูกอ่อน; **~fat** *n.* ถั่วขนาดใหญ่ชนิดหนึ่ง; **~ squash** *(Amer.)* ➡ **marrow** A

marry /ˈmærɪ/ˈแมริ/ ❶ *v.t.* Ⓐ *(take in marriage)* แต่งงาน; **~ money** แต่งกับเงิน; *(for financial gain only)* แต่งงานเพื่อเงิน; Ⓑ *(join in marriage)* ทำพิธีแต่งงานให้; **they were** *or* **got married last summer** เขาแต่งงานกันเมื่อฤดูร้อนที่แล้ว; Ⓒ *(give in marriage)* ยก *(ลูกสาว)* ให้แต่งงาน **(with** กับ); Ⓓ *(fig.: unite intimately)* จับคู่สิ่งของ; **~ sth. with** *or* **to sth.** จับคู่ *ส.น.* กับ *ส.น.* ❷ *v.i.* แต่งงาน; **~ for money** แต่งงานเพื่อเงิน; **~ in haste, repent at leisure** *(prov.)* รีบร้อนแต่งงาน, เนิ่นนานเสียใจ; **~ into a [rich] family** เป็นเขย/สะใภ้ของตระกูลร่ำรวย **~ 'off** *v.t.* หาภรรยาหรือสามีให้

marrying /ˈmærɪɪŋ/ˈแมริอิง/ *adj.* **he's not the ~ sort** *or* **kind** *or* **type** เขาไม่ใช่ผู้ชายที่จะแต่งงาน

Mars /mɑːz/มาซฺ/ *n.* Ⓐ *(Astron.)* ดาวอังคาร; Ⓑ *(Roman Mythol.)* เทพเจ้าแห่งสงคราม

Marsala /mɑːˈsɑːlə/มาˈซาเลอะ/ *n.* เหล้าองุ่นเข้มข้น

Marseillaise /mɑːseˈleɪz, mɑːseɪˈjeɪz/มาเซˈเลซฺ/ *n.* เพลงชาติฝรั่งเศส

Marseilles /mɑːˈseɪlz, mɑːˈseɪ/มาˈเซลซฺ, มาเซะˈเลซฺ/ *pr. n.* เมืองมาร์เซลส์ เมืองท่าสำคัญของประเทศฝรั่งเศส *(บนทะเลเมดิเตอร์เรเนียน)*

marsh /mɑːʃ/มาช/ *n.* หนองน้ำ, ที่ลุ่มมีน้ำขัง; *attrib. (Bot., Zool.) (พืช, จระเข้, กบ)* หนองน้ำ

marshal /ˈmɑːʃl/ˈมาช'ล/ ❶ *n.* Ⓐ *(officer of state)* เจ้าหน้าที่บ้านเมืองระดับสูง; Ⓑ *(officer in army)* จอมพล; ➡ + **Field Marshal**; Ⓒ *(Sport)* เจ้าหน้าที่ควบคุมการแข่งขัน; Ⓓ *(Amer.) (head of police department)* อธิบดีกรมตำรวจ; *(head of fire department)* หัวหน้ากองตำรวจดับเพลิง ➡ + **provost marshal** ❷ *v.t. (Brit.)* **-ll-** Ⓐ *(arrange in order)* จัดลำดับ *(ข้อโต้แย้ง)*; จัดระเบียบ *(ทหาร)*; **the teacher ~led the children on to the coach** ครูพาเด็กนักเรียนขึ้นนั่งในรถ; Ⓑ *(Her.)* รวมเข้าด้วยกัน *(ตราสกุล)*

'marshalling yard /ˈmɑːʃəlɪŋ jɑːd/ˈมาเชอะลิง ยาด/ *n. (Railw.)* ลานจอดและเตรียมรถไฟบรรทุกสินค้า

marsh: ~ gas *n. (Chem.)* ก๊าซมีเทน; **~ 'harrier** *n. (Ornith.)* เหยี่ยว *Circus aeruginosus* ซึ่งหากินตามที่ลุ่มชื้นแฉะ; **~land** *n.* พื้นที่ลุ่มชื้นแฉะ; **~mallow** *n.* Ⓐ *(Bot.)* ดอก *Althaea officinalis* เดิมรากใช้ทำขนม; Ⓑ *(confection)* ขนมหวานฟู *(ทำจากน้ำตาล ไข่ขาว เจลาติน ฯลฯ)*; **~ 'marigold** *n.* พืชมีดอกสีเหลืองทองขึ้นในทุ่งหญ้าชื้น; **~ tit** *n. (Ornith.)* นกเล็ก ๆ สีเทา *Parus palustris* พบในเขตลุ่มแฉะ

marshy /ˈmɑːʃɪ/ˈมาชิ/ *adj. (พื้นที่)* ชื้นแฉะ

marsupial /mɑːˈsjuːpɪəl, mɑːˈsuːpɪəl/มาˈซิวเพียล, มาˈซูเพียล/ *(Zool.)* ❶ *adj.* เกี่ยวกับสัตว์เลี้ยงลูกด้วยนม ซึ่งมีกระเป๋าหน้าท้อง ❷ *n.* สัตว์เลี้ยงลูกด้วยนม ซึ่งมีกระเป๋าหน้าท้อง

mart /mɑːt/มาท/ *n.* Ⓐ *(market place)* สถานที่จัดตลาดนัด; Ⓑ *(auction-room)* สถานที่ทำการประมูล; **sale ~**: ตลาดขายของลดราคา

marten /ˈmɑːtɪn, US -tn/ˈมาทิน, -ท'น/ *n. (Zool.)* สัตว์กินเนื้อตัวเล็ก ๆ ในสกุล *Martes* ซึ่งขนยาวนุ่ม มีราคาแพง; **stone ~**: สัตว์ชนิดนี้พันธุ์หนึ่ง; ➡ + **pine marten**

martial /ˈmɑːʃl/ˈมาช'ล/ *adj.* เกี่ยวกับการต่อสู้ *หรือ* การรบ; ➡ + **court martial**

martial: ~ 'arts *n. pl. (Sport)* ศิลปะการต่อสู้ *(เช่น ยูโด คาราเต้)*; **~ 'law** *n.* กฎอัยการศึก; **state of ~ law** ประกาศใช้กฎอัยการศึก

martin /ˈmɑːtɪn/ˈมาทิน/ *n. (Ornith)* **[house] ~**: นกนางแอ่นในวงศ์ Hirundinidae

martinet /mɑːtɪˈnet, US -tnˈet/มาทิˈเน็ท/ *n.* ผู้เข้มงวดในระเบียบวินัย *(โดยเฉพาะทหารบกและทหารเรือ)*

Martini ® /mɑːˈtiːnɪ/มาˈทีนิ/ *n.* เหล้ามาร์ตินี *(ท.ศ.)*; **dry ~**: เหล้ามาร์ตินีชนิดไม่หวาน

martyr /ˈmɑːtə(r)/ˈมาเทอะ(ร)/ ❶ *n. (Relig.; also fig.)* ผู้ยอมทรมานหรือตายเพื่อความเชื่อ *หรือ* หลักการ; **die a ~'s death** ตายเพื่อความเชื่อ; **a ~ to** *or* **in the cause of sth.** ผู้เสียสละเพื่อ *ส.น.*; **be a ~ to rheumatism** ทรมานจากโรคปวดในข้อ; **make a ~ of oneself** ทำตัวเป็นผู้เสียสละ; **make sb. a ~, make a ~ of sb.** ทำให้ *ค.น.* เป็นผู้เสียสละ ❷ *v.t.* Ⓐ ฆ่าเนื่องจากความเชื่อทางศาสนา; **be ~ed** ถูกฆ่าเพราะความเชื่อ; Ⓑ *(fig.: torment)* ทรมาน; **a ~ed expression** สีหน้าทุกข์ทรมาน

martyrdom /ˈmɑːtədəm/ˈมาเทอะเดิม/ *n.* การยอมถูกทรมานหรือตายเพราะความเชื่อ; **suffer ~**: ถูกทรมาน *หรือ* ฆ่าเนื่องจากยึดมั่นในความเชื่อ

marvel /ˈmɑːvl/ˈมาว'ล/ ❶ *n.* สิ่งมหัศจรรย์, ปาฏิหาริย์; **work ~s** สร้างปาฏิหาริย์; **it's a ~ to me how ...**: ฉันอัศจรรย์ใจนักว่า...; **it will be a ~ if ...**: มันคงเป็นปาฏิหาริย์หากว่า...; **be a ~ of patience/neatness** เป็นความอดทน/ความเป็นระเบียบอย่างน่าอัศจรรย์ใจ ❷ *v.i., (Brit.)* **-ll-** *(literary)* Ⓐ *(be surprised)* **~ at sth.** มหัศจรรย์ใจกับ *ส.น.*; **~ that ...**: ประหลาดใจที่...; Ⓑ *(wonder)* สงสัย; **~ how/why** *etc.* สงสัยว่า/ทำไม..

marvellous /ˈmɑːvələs/ˈมาเวอะเลิซ/ *adj.*, **marvellously** /ˈmɑːvələslɪ/ˈมาเวอะเลิซลิ/ *adv.* [อย่าง] มหัศจรรย์

marvelous, marvelously *(Amer.)* ➡ **marvell-**

Marxian /ˈmɑːksɪən/ˈมาคเซียน/ ➡ **Marxist**

Marxism /ˈmɑːksɪzəm/ˈมาคซิเซิม/ *n.* ลัทธิมาร์กซ *(ทฤษฎีการเมืองและเศรษฐศาสตร์ของคาร์ล มาร์กซ)*

Marxist /ˈmɑːksɪst/ˈมาคซิซท/ ❶ *n.* ผู้นิยมลัทธิมาร์กซ ❷ *adj.* เกี่ยวกับลัทธิมาร์กซ

Mary /ˈmeərɪ/ˈแมริ/ *pr. n. (Hist., as name of ruler, saint, etc.)* แมรี่ ชื่อของพระราชินี, นักบุญ ฯลฯ; ➡ + **Bloody Mary**

marzipan /ˈmɑːzɪpæn, mɑːzɪˈpæn/ˈมาซิแพน, มาซิˈแพน/ *n.* แป้งเปียกทำจากอัลมอนด์บดน้ำตาล ฯลฯ ใช้ทำหน้าเค้ก

mascara /mæˈskɑːrə, US -ˈskærə/แมˈซุกาเรอะ, -ˈซแกเรอะ/ *n.* เครื่องสำอางทาขนตาให้สีเข้มขึ้น, มาสคารา *(ท.ศ.)*

mascarpone /mæskəˈpəʊneɪ, -ˈpəʊnɪ/แมซเกอะˈโพเน, -ˈโพนิ/ *n.* เนยแข็งชนิดเหลว ใช้ทำขนม

mascot /ˈmæskɒt/ˈแมซกอท/ *n.* คน สัตว์ *หรือสิ่งของที่ถือเป็นตัวนำโชค*

masculine /ˈmæskjʊlɪn/ˈแมซกิวลิน/ ❶ *adj.* Ⓐ *(of men)* เกี่ยวกับผู้ชาย; Ⓑ *(manly, manlike)* เป็นลูกผู้ชาย, แข็งแรง; Ⓒ *(Ling.)* เป็นเพศชาย ❷ *n. (Ling.)* เพศชาย

masculine 'rhyme *n. (Pros.)* คำกลอนที่ลงท้ายบรรทัดด้วยเสียงครุ

masculinity /mæskjʊˈlɪnɪtɪ/แมซกิวˈลินนิทิ/ *n., no pl.* ความเป็นชายชาตรี

maser /ˈmeɪzə(r)/ˈเมเซอะ(ร)/ *n. (Phys.)* *เครื่องผลิตหรือเพิ่มความถี่ คลื่นวิทยุในระดับไมโครเวฟ*

mash /mæʃ/แมช/ ❶ *n.* Ⓐ *(Brewing)* *ส่วนผสมของข้าวมอลท์กับน้ำร้อนใช้ในการหมักเบียร์*; Ⓑ *(as fodder)* เมล็ดพืชต้มผสมรำข้าวให้ม้ากิน; Ⓒ *(pulp)* ส่วนผสมเละ ๆ จากวัสดุบดผสมน้ำ; Ⓓ *(Brit. coll.: mashed potatoes)* มันฝรั่งต้มบด ❷ *v.t.* บด *หรือ* ขยี้จนเละ; **~ed potatoes** มันฝรั่งต้มบด

mask /mɑːsk, US mæsk/มาซค, แมซค/ ❶ *n. (also fig., Phot.)* หน้ากาก, หัวโขน; *(worn by surgeon)* หน้ากาก; **throw off the ~** *(fig.: abandon pretence)* ถอดหน้ากาก ❷ *v.t.* Ⓐ *(cover with mask)* ใส่หน้ากาก; Ⓑ *(Mil.)* ซ่อน, พรางตา; Ⓒ *(fig.: disguise, conceal)* ปิดบัง, ซ่อนเร้น; Ⓓ *(cover for protection)* ปกป้อง

masked 'ball *n.* งานเลี้ยงสวมหน้ากาก

'masking tape *n.* แถบกาวใช้ปิดส่วนที่ไม่ต้อง*การลงสีในภาพเขียน หรือบนผนัง*

masochism /ˈmæsəkɪzəm/ˈแมเซอะคิเซิม/ *n.* ความวิปริต *(ทางเพศ)* โดยชอบให้อีกคนทำให้เจ็บ, ความพึงพอใจในความเจ็บปวดของตนเอง

masochist /ˈmæsəkɪst/ˈแมเซอะคิซท/ *n.* ผู้ที่พึงพอใจในความเจ็บปวด

masochistic /mæsəˈkɪstɪk/แมเซอะˈคิซติค/ *adj.* ที่พึงพอใจในความเจ็บปวดของตนเอง

mason /ˈmeɪsn/ˈเมซ'น/ *n.* Ⓐ *(builder)* ➤ **489** ช่างก่อสร้างด้วยหิน; Ⓑ **M~** *(Free~)* *สมาชิกสมาคมลับนานาชาติ ซึ่งช่วยเหลือซึ่งกันและกัน*

Masonic /məˈsɒnɪk/เมอะˈซอนิค/ *adj.* เกี่ยวกับสมาชิกสมาคมลับดังกล่าว; **~ lodge** สถานที่ประชุมของสมาคมดังกล่าว

m

masonry /ˈmeɪsənrɪ/ˈเมเซินริ/ *n.* Ⓐ *(stonework)* งานก่อสร้างซึ่งทำด้วยหินสกัด; *(work of a mason)* งานของช่างก่อสร้าง; Ⓑ **M~** *(Free~)* สมาชิกโดยรวมของสมาคมลับนานาชาติ

masque /mɑːsk/มาซคฺ/ *n.* *ละครเพลงสวมหน้ากากของคริสต์ศตวรรษที่ 16 และ 17*

masquerade /mɑːskəˈreɪd, US mæsk-/มาซเกอะˈเรด, แมซ-/ ❶ *n. (lit.)* งานเต้นรำใส่หน้ากาก; *(fig.)* การแสดงละครตบตา ❷ *v.i.* **~ as sb./sth.** ปลอมตัวเป็น *ค.น./ส.น.*

[1]**mass** /mæs/แมซ/ *n. (Eccl., Mus.)* มิซซา; **say/hear ~:** สวดมิซซา; **go to** *or* **attend ~:** ไปมิซซา; **high ~:** มิซซาที่มีการสวดและเผากำยานประกอบด้วย; **low ~:** มิซซาไม่มีดนตรีและมีพิธีการน้อยมาก; ➡ **+ black mass**

[2]**mass** ❶ *n.* Ⓐ *(solid body of matter)* กลุ่มก้อน; *(of dough, rubber)* ก้อน; **a ~ of rock/stone** หินกองหนึ่ง; Ⓑ *(dense aggregation of objects)* กระจุก, ขยุ้ม; **a tangled ~ of threads** กระจุกด้ายที่พันกันยุ่ง; **a ~ of curls** ผมหยิกเต็มศีรษะ; **a confused ~ of ideas** บรรดาความคิดที่ปนเปกันยุ่งเหยิง; Ⓒ *(large number or amount of)* **a ~ of ...:** ... เป็นจำนวนมาก, เป็นกลุ่มก้อน; **~es of ...:** ... จำนวนมาก; Ⓓ *(unbroken expanse)* **a ~ of blossom/colour/red** ดอกไม้/สี/สีแดงพรืดเป็นแผ่นพื้น; **be a ~ of bruises/mistakes/inhibitions** *(coll.)* เป็นรอยฟกช้ำดำเขียว/มีความผิดพลาด/มีการสะกดอกสะกดใจมากมาย; Ⓔ *(main portion)* ส่วนใหญ่; **the [great] ~ of people/voters** ประชาชน/ผู้ออกเสียงส่วนใหญ่; **the ~es** ประชาชนคนธรรมดา; **in the ~:** ทั้งหมดเป็นหนึ่งเดียว; Ⓕ *(Phys.)* มวล; **centre of ~:** จุดศูนย์กลางมวล; Ⓖ *(bulk)* กอง, ก้อนใหญ่; **the huge ~ of the pyramid** ปิรามิดใหญ่ทั้งหลัง; Ⓗ *attrib. (for many people)* มวลชน *(การสื่อสาร, การขนส่ง)*

❷ *v.t.* Ⓐ รวมเป็นกอง, รวมเป็นจำนวนมาก; **~ed bands** เหล่ากลุ่มนักดนตรีที่มารวมกัน; Ⓑ *(Mil.)* รวมพล

❸ *v.i. (ทหาร)* รวมพลกัน; *(เมฆ)* รวมตัวกันเป็นกลุ่มเป็นกอง

massacre /ˈmæsəkə(r)/ˈแมเซอะเคอะ(ร)/ ❶ *n.* Ⓐ *(slaughter)* การสังหารหมู่; **make a ~ of ...:** สังหารหมู่...; Ⓑ *(coll. defeat)* การชนะอย่างท่วมท้น ❷ *v.t.* Ⓐ *(slaughter)* สังหารหมู่; Ⓑ *(coll.: defeat heavily)* ชนะอย่างท่วมท้น

massage /ˈmæsɑːʒ, US məˈsɑːʒ/ˈแมซาฌ, เมอะˈซาฌ/ ❶ *n.* การนวด; **give sb./sb.'s back a ~:** นวด/นวดหลังให้ *ค.น.;* **~ parlour** *(often euphem.)* สถานอาบอบนวด ❷ *v.t.* นวด

mass communiˈcations *n. pl.* การสื่อสารมวลชน

masseur /mæˈsɜː(r)/แมˈเซอะ(ร)/ *n.* ➤ **489** หมอนวดชาย

masseuse /mæˈsɜːz/แมˈเซิฺซ/ *n.* ➤ **489** *fem.* หมอนวดหญิง

mass: **~ ˈgrave** *n.* หลุมฝังศพรวม; **~ hyˈsteria** *n.* การคลั่งขึ้นมาของมวลชน

massif /ˈmæsiːf, mæˈsiːf/ˈแมซีฟ, แมˈซีฟ/ *n.* *(Geog.)* กลุ่มยอดเขาสูงกลุ่มหนึ่ง

massive /mæsɪv/แมซิฺว/ *adj. (lit. or fig.)* ใหญ่มาก; **be [conceived] on a ~ scale** [สร้างขึ้น] ในขนาดใหญ่มาก; **receive aid on a ~ scale** ได้รับความช่วยเหลืออย่างมากมาย

massively /ˈmæsɪvlɪ/ˈแมซิฺวลิ/ *adv. (lit. or fig.)* อย่างใหญ่มาก

mass: **~ market** *n.* ตลาดมวลชน; **~ ˈmedia** *n. pl.* สื่อมวลชน; **~ ˈmeeting** *n.* การประชุมกลุ่มใหญ่; **~ ˈmurder** *n.* การฆาตกรรมหมู่; **~ˈmurderer** *n.* ฆาตกรที่สังหารหมู่; **~-proˈduced** *adj.* ผลิตเป็นจำนวนมาก; **~-proˈducer** *n.* ผู้ผลิตเป็นจำนวนมาก; **~ proˈduction** *n.* การผลิตเป็นจำนวนมาก

[1]**mast** /mɑːst, US mæst/มาซทฺ, แมซทฺ/ *n.* *(for sail)* เสากระโดง; *(flag, aerial, etc.)* เสา; **work** *or* **serve** *or* **sail before the ~:** ทำงานเป็นกะลาสีธรรมดา; **[mooring] ~:** เสาสำหรับผูกเรือ; ➡ **+ colour 1 J; half mast**

[2]**mast** *n. (for fodder)* ผลของไม้ป่า เช่น บีช โอค ที่ใช้เป็นอาหารหมู

mastectomy /mæˈstektəmɪ/แมซˈเต็คเทอะมิ/ *n. (Med.)* การตัดเต้านม

-masted *adj. in comb. (Naut.)* มีเสากระโดง; **two-~:** มีเสากระโดงสองเสา

master /ˈmɑːstə(r), US ˈmæs-/ˈมาซเตอะ(ร), ˈแมซ-/ ❶ *n.* Ⓐ นาย; **be ~ of sth./oneself** เป็นนายของ *ส.น.*/ตนเอง; **be ~ of the situation /[the] ~ of one's fate** ควบคุมสถานการณ์ได้/เป็นผู้กำหนดชะตาของตัวเอง; **be one's own ~:** เป็นอิสระไม่ขึ้นกับใคร, เป็นนายของตัวเอง; **make oneself ~ of sth.** ทำให้ตนเป็นนายของ *ส.น.;* Ⓑ *(of animal, slave)* นาย, เจ้าของ; *(of dog)* เจ้าของสุนัข; *(Hunting)* หัวหน้าขบวนล่าสัตว์; *(of ship)* กัปตัน, นายเรือ; *(of college)* อธิการบดี; *(of livery company, masonic lodge)* ประธาน; **~ of the house** หัวหน้าครอบครัวฝ่ายชาย, เจ้าบ้าน; **be ~ in one's own house** เป็นใหญ่ในบ้าน; **~'s certificate** *or* **ticket** *(Naut.)* ใบประกาศนียบัตรอนุญาตให้เดินเรือ; ➡ **+ mariner;** Ⓒ ➤ **489** *(Sch.: teacher)* ครูผู้ชาย; **French ~:** ครูผู้ชายสอนภาษาฝรั่งเศส; Ⓓ **find** *or* **meet [in sb.] one's ~:** ยอมรับความสามารถของ *ค.น.;* Ⓔ *(employer)* นายจ้าง; Ⓕ *in titles* : **M ~ of Ceremonies** พิธีกร; *(for variety programme etc.)* พิธีกร; **M~ of the Rolls** *(Brit. Law)* ประธานศาลอุทธรณ์; Ⓖ *(original of document, film, etc.)* ต้นฉบับ; Ⓗ *(expert, great artist)* ผู้เชี่ยวชาญ, ศิลปินเอก; **be a ~ of sth.** เป็นผู้เชี่ยวชาญ *ส.น.;* ➡ **+ grand master; old master; past master;** Ⓘ *(skilled workman)* **~ craftsman/carpenter** ช่างแกะสลัก/ช่างไม้ผู้ชำนาญ; Ⓙ *(Univ.: post graduate degree)* มหาบัณฑิต; **~ of Arts/Science** อักษรศาสตร์/วิทยาศาสตร์มหาบัณฑิต; **he got his ~'s degree in 1971** เขาได้ปริญญาโทใน ค.ศ. 1971; Ⓚ *(boy's title)* เด็กชาย; **M~ Theo/Richard** *etc.* เด็กชายเธโอ/ริชาร์ด ฯลฯ

❷ *adj.* Ⓐ *(commanding)* **the ~ race** ชนชาติที่ถือว่าเหนือชนชาติอื่น *(โดยเฉพาะพวกนาซี ในช่วง ค.ศ.1932–45);* **~ card** บัตรเครดิตชนิดหนึ่ง; Ⓑ *(principal) (ห้อง)* ประธาน; *(นโยบาย)* หลัก; **~ bedroom** ห้องนอนใหญ่; **~ tape/copy** เทป/สำเนาเสียงต้นฉบับ; **~ plan** แผนหลัก

❸ *v.t.* Ⓐ *(learn)* เรียน; **have ~ed a language/subject/instrument** ได้เรียนภาษา/วิชา/ดนตรีจนคล่อง; Ⓑ *(overcome)* เอาชนะ *(ศัตรู, คู่แข่ง);* จัดการกับ *(ปัญหา);* ควบคุมไว้ *(อารมณ์, ความรู้สึก)*

-master *n. in comb. (Naut.)* เรือใบ; **two-~:** เรือใบสองเสา

ˈmaster class *n.* ชั้นเรียนสำหรับผู้มีศักยภาพเป็นพิเศษ *(โดยเฉพาะเกี่ยวกับการแสดงดนตรี)*

masterful /ˈmɑːstəfl, US ˈmæs-/ˈมาซเตอะฟ่ล, ˈแมซ-/ *adj.* Ⓐ *(imperious) (การพูด, ท่าทาง)* วางอำนาจ; Ⓑ *(masterly) (บุคคล)* ยอดเยี่ยม, เป็นมือชั้นครู

masterfully /ˈmɑːstəfəlɪ, US ˈmæs-/ˈมาซเตอะเฟอะลิ, ˈแมซ-/ *adv.* ➡ **masterful:** อย่างยอดเยี่ยม, อย่างมือชั้นครู

master: **~ hand** *n. (person)* ผู้ที่มีความชำนาญสูง **(at** ใน**);** **~ key** *n.* ลูกกุญแจหลักที่สามารถเปิดกุญแจได้หลายดอก

masterly /ˈmɑːstəlɪ, US ˈmæs-/ˈมาซเตอะลิ, ˈแมซ-/ *adj.* ยอดเยี่ยม, เป็นมือชั้นครู

master: **~mind** ❶ *n.* ผู้วางแผนหลัก ❷ *v.t.* **~mind the plot/conspiracy** วางแผนและควบคุมแผนการ/การสมคบคิด; **~piece** *n.* *(work of art)* งานชิ้นเอก; *(production showing masterly skill)* งานที่แสดงฝีมือชั้นยอด; **a ~piece of tact/irony** กุศโลบาย/การประชดประชันอย่างเอกอุ; **~singer** *n. (Hist.)* *สมาชิกสมาคมกวีและนักดนตรีของเยอรมันในศตวรรษที่ 14 ถึง 16;* **~ stroke** *n.* การกระทำที่แสดงฝีมือชั้นเอก *(ด้านนโยบาย);* **~ switch** *n.* สวิตช์ซึ่งควบคุมการจ่ายไฟฟ้าทั้งระบบ; **~work** ➡ **~piece**

mastery /ˈmɑːstərɪ, US ˈmæs-/ˈมาซเตอะริ ˈแมซ-/ *n.* Ⓐ *(skill)* ความชำนาญ, ความสามารถ; Ⓑ *(knowledge)* ความรู้; Ⓒ *(upper hand)* การได้เปรียบ, การเป็นต่อ; **gain ~ over sb.** เป็นต่อ, ได้เปรียบกว่า *ค.น.;* Ⓓ *(control)* อำนาจบังคับ **(of** ใน**)**

ˈmasthead *n.* Ⓐ *(Naut.)* ยอดเสากระโดงเรือ; Ⓑ *(Journ.)* หัวพาดชื่อหนังสือพิมพ์

mastic /ˈmæstɪk/ˈแมซติค/ *n.* Ⓐ *(gum, resin, asphalt)* ยางไม้ของต้นไม้ ไม่ผลัดใบ Pistacia lentiscus ใช้ทำน้ำมันชักเงา; Ⓑ *(cement)* วัตถุกันน้ำ ใช้อุดรอยร้าวบนผนัง

masticate /ˈmæstɪkeɪt/ˈแมซติเคท/ *v.t.* บดเคี้ยวด้วยฟัน

mastication /mæstɪˈkeɪʃn/แมซติˈเคช'น/ *n.* การบดเคี้ยว

mastiff /ˈmæstɪf/ˈแมซติฟ/ *n. (Zool.)* สุนัขขนาดใหญ่ ขนเรียบ หู ปากห้อย

mastitis /mæsˈtaɪtɪs/แมซˈไตทิซ/ *n.* ➤ **453** *(Med)* เต้านมอักเสบ

mastodon /ˈmæstədɒn/ˈแมซเตอะดอน/ *n.* *(Zool., Palaeont.)* สัตว์เลี้ยงลูกด้วยนมขนาดใหญ่ลักษณะคล้ายช้าง สูญพันธุ์ไปหลายพันปีแล้ว

mastoid /ˈmæstɔɪd/ˈแมซตอยดฺ/ *n. (Anat.)* กระดูกปุ่มกกหู

masturbate /ˈmæstəbeɪt/ˈแมซเตอะเบท/ *v.t. & i.* สำเร็จความใคร่ด้วยตัวเอง

masturbation /mæstəˈbeɪʃn/แมซเตอะˈเบช'น/ *n.* การสำเร็จความใคร่ด้วยตัวเอง

[1]**mat** /mæt/แมท/ ❶ *n.* Ⓐ *(on floor, Sport)* เสื่อ, พรมเช็ดเท้า; **pull the ~ from under sb.'s feet** *(fig.)* ทำให้ *ค.น.* เสียหลัก; **be on the ~** *(coll.: be in trouble)* ถูกตำหนิ, ถูกสวด; Ⓑ *(to protect table etc.)* ที่รองจาน; Ⓒ *(tangled mess) (of hair)* ผมสังกะตัง; *(of weeds, foliage)* กอไม้ที่รกเรี้ยว ❷ *v.t.*, **-tt-** Ⓐ *(furnish with mats)* ปูเสื่อ, ลาดเสื่อ; Ⓑ *usu. in p.p. (entangle) (กิ่งไม้)* เกี่ยวกันยุ่งนุงนัง; *(ผม)* เป็นสังกะตัง ❸ *v.i.*, **-tt-** *(กิ่งไม้)* เกาะเกี่ยวพันกัน; *(ผม)* เป็นสังกะตัง

[2]**mat** ➡ **matt**

matador /ˈmætədɔː(r)/ˈแมเทอะดอ(ร)/ *n.* นักสู้วัวกระทิง

[1]**match** /mætʃ/แมฉ/ ❶ *n.* Ⓐ *(equal)* คู่ต่อสู้/คู่ชกที่เท่าเทียมกัน; **be a/no ~ for sb.** เก่ง/ไม่

เก่งพอที่จะเป็นคู่แข่งของ *ค.น.*; **she is more than a ~ for him** เธอเป็นคู่ต่อสู้ที่เก่งกว่าเขา; **find** *or* **meet one's ~**: พบคู่ต่อสู้ที่เท่าเทียมกัน; Ⓑ *(sb./sth. similar or appropriate)* **be a [good** *etc.***] ~ for sth.** เข้าคู่กับ *ส.น.* ได้อย่างดี; **the colours are a poor ~**: สีเหล่านี้เข้ากันไม่ได้; **find a ~ for this paint** เลือกหาสีให้เข้ากับสีนี้; Ⓒ *(Sport)* การแข่งขัน; *(Football, Tennis, etc. also)* การแข่งขัน; *(Boxing)* การชกมวย; *(Athletics)* การแข่งกรีฑา; Ⓓ *(marriage)* การแต่งงาน; *(marriage partner)* คู่แต่งงาน; **make a ~**: แต่งงาน; **make a good ~**: เป็นคู่แต่งงานที่เหมาะสมกัน

❷ *v.t.* Ⓐ *(equal)* **~ sb. at chess/in shooting/in argument/in originality** ฝีมือเท่าเทียมกับ *ค.น.* ในการเล่นหมากรุก/ยิงปืน/การโต้เถียง/ความคิดริเริ่ม; **can you ~ that for impudence?** คุณเคยเห็นอะไรน่าด้านอย่างนี้หรือเปล่า; **~ that if you can!** ลองสู้ซิ ถ้าจะไหว; Ⓑ *(pit)* **~ sb. with** *or* **against sb.** จัด *ค.น.* เป็นคู่ต่อสู้กับอีก *ค.น.*; **be ~ed against sb.** ถูกจับเป็นคู่แข่ง/ต่อสู้กับ *ค.น.*; Ⓒ **be well ~ed** *(สามี, ภรรยา)* เหมาะสมกันมาก; *(คู่แข่ง, กีฬา)* สูสีกันมาก; **they are a well ~ed couple/pair** เขาเป็นคู่ที่เหมาะสมกันมาก; Ⓓ *(harmonize with)* เข้ากันเหมาะเจาะ; **a handbag and ~ing shoes** กระเป๋าถือและรองเท้าเข้าชุดกัน; **~ each other exactly** เหมือนกันเปี๊ะ; **form a ~ing pair** เข้าชุดกัน; Ⓔ *(find matching material etc. for)* **~ sth. with sth.** หา *ส.น.* ให้เข้ากับ *ส.น.*; **~ people with jobs** หาคนให้เหมาะสมกับงาน

❸ *v.i. (correspond)* เข้ากัน; **with a scarf** *etc.* **to ~**: โดยมีผ้าพันคอ ฯลฯ เข้าชุด

~'up ❶ *v.i.* Ⓐ *(correspond)* เข้ากัน; Ⓑ *(be equal)* **~ up to sth.** เทียบเท่ากับ *ส.น.*; **~ up to the situation** สามารถรับมือกับสถานการณ์ได้ ❷ *v.t.* เข้ากันดี; **~ up one colour with another** หาสีหนึ่งมาเข้ากับอีกสีหนึ่ง

²match *n. (for lighting)* ไม้ขีดไฟ

match: ~box *n.* กล่องไม้ขีดไฟ; **~-fit** *adj. (Sport)* พร้อมจะลงแข่ง

matchless /ˈmætʃlɪs/ˈแมฉลิซ/ *adj.* ไม่มีอะไรมาเทียบได้, เทียบไม่ติด

match: ~maker *n.* ผู้ที่ชอบวางแผนให้คนตกลงแต่งงานกัน, แม่สื่อ; **~making** *n.* การวางแผนให้คนตกลงแต่งงานกัน, การจับคู่; **~ point** *n. (Tennis etc.)* แต้มสุดท้ายที่จะตัดสินแพ้ชนะ; **~stick** *n.* Ⓐ ก้านไม้ขีดไฟ; Ⓑ **~stick man** ➡ **stick figure**; **~wood** *n.* **make ~wood of sth., smash sth. to ~wood** ทุบทำลาย *ส.น.* จนเป็นเศษเล็กเศษน้อย; **the storm had made ~wood of the boat** พายุกระหน่ำเรือจนแตกเป็นเศษไม้

¹mate /meɪt/เมท/ ❶ *n.* Ⓐ *(friend also)* เพื่อน, สหาย, เกลอ; *(workmate also)* เพื่อนร่วมงาน; Ⓑ *(coll.: as form of address)* เพื่อน, มึง; **look** *or* **listen, ~**: นี่ฟังซิเพื่อน/มึง; Ⓒ *(Naut.: officer on merchant ship)* **chief** *or* **first/second ~**: ผู้ช่วยกัปตันเรือมือหนึ่ง/มือสอง; Ⓓ *(workman's assistant)* ลูกมือของช่างฝีมือ; Ⓔ *(spouse)* คู่ครอง, สามีหรือภรรยา; Ⓕ *(Zool.) (male)* ตัวผู้; *(female)* ตัวเมีย

❷ *v.i.* Ⓐ *(for breeding)* ผสมพันธุ์, มีคู่; Ⓑ *(Mech.: fit well)* **~ with sth.** เหมาะสมกับ *ส.น.*

❸ *v.t.* **~ a mare and** *or* **with a stallion** ให้แม่ม้าผสมพันธุ์กับพ่อม้า

²mate *(Chess)* ➡ **checkmate** 1, 3

material /məˈtɪərɪəl/เมอะˈเทียเรียล/ ❶ *adj.* Ⓐ *(physical, tangible, bodily)* กายภาพ, จับต้องได้, เป็นวัตถุ; Ⓑ *(not spiritual)* ไม่ใช่ด้านจิตใจ; Ⓒ *(relevant, important)* เกี่ยวข้อง, สำคัญ; **be not ~ to sth.** ไม่เกี่ยวข้องกับ *ส.น.*

❷ *n.* Ⓐ *(matter from which thing is made)* วัสดุ; **cost of ~s** ราคาวัสดุ; ➡ + **raw material**; Ⓑ *in sing or pl. (elements)* สาระ, เนื้อหา; *(for novel, sermon also)* สาระ; Ⓒ *(cloth)* ผ้า; Ⓓ *in pl.* **building/writing ~s** วัสดุก่อสร้าง/เครื่องเขียน; **cleaning ~s** อุปกรณ์ทำความสะอาด; **reading ~**: หนังสือ, สิ่งอ่านต่าง ๆ; Ⓔ **be leadership/university/officer** *etc.* **~**: มีแววผู้นำ/นักศึกษามหาวิทยาลัย/นายทหาร ฯลฯ

materialise ➡ **materialize**

materialism /məˈtɪərɪəlɪzəm/เมอะˈเทียเรียลิเซิ่ม/ *n., no pl.* ลัทธิวัตถุนิยม

materialist /məˈtɪərɪəlɪst/เมอะˈเทียเรียลิซทฺ/ *n.* นักวัตถุนิยม

materialistic /mətɪərɪəˈlɪstɪk/เมอะเทียเรียˈลิซติค/ *adj.* วัตถุนิยม

materialize /məˈtɪərɪəlaɪz/เมอะˈเทียเรียลายซฺ/ *v.i.* Ⓐ *(ความหวัง)* เป็นรูปธรรมขึ้นมา; *(แผนการ)* เป็นจริงขึ้นมา; **he promised help/money, but it never ~d** เขาสัญญาว่าจะให้ความช่วยเหลือ/เงินแต่มันไม่เคยเป็นจริง; **this idea will never ~**: ความคิดนี้จะไม่มีวันเป็นจริงได้; **problems kept materializing** ปัญหาคอยปรากฏมาเรื่อย ๆ; Ⓑ *(come into view, appear)* ปรากฏขึ้น; *(coll.) (บุคคล)* ปรากฏตัว

materially /məˈtɪərɪəlɪ/เมอะˈเทียเรียลิ/ *adv.* Ⓐ *(considerably)* อย่างมาก; Ⓑ *(in respect of material interests)* ในเชิงวัตถุ

matériel /mətɪərɪˈel/เมอะเทียริˈเอ็ล/ *n.* ยุทธภัณฑ์และอุปกรณ์อื่น ๆ ที่ใช้ในสงคราม

maternal /məˈtɜːnl/เมอะˈเทอน'ล/ *adj.* Ⓐ *(motherly) (ความรัก, ความดูแล)* อย่างแม่; Ⓑ *(related)* เป็นญาติทางแม่

maternity /məˈtɜːnətɪ/เมอะˈเทอเนอะทิ/ *n. (motherhood)* การเป็นมารดา

maternity: ~ allowance *n.* เงินใช้จ่ายช่วงลาคลอด; **~ benefit** *n.* เงินช่วยเหลือที่ได้รับในช่วงลาคลอด; **~ dress** *n.* ชุดคลุมท้อง; **~ home, ~ hospital** *ns.* โรงพยาบาลสำหรับคลอดบุตร; **~ leave** *n.* การลาคลอด; **~ nurse** *n.* พยาบาลแผนกทำคลอด; **~ pay** *n.* เงินเดือนระหว่างลาคลอด; **~ unit, ~ ward** *ns.* ห้องคนไข้แผนกทำคลอด, แผนกมารดาและทารก; **~ wear** *n.* เสื้อผ้าสำหรับหญิงมีครรภ์

matey /ˈmeɪtɪ/ˈเมทิ/ *(Brit. coll.)* ❶ *adj.*, **matier** /ˈmeɪtɪə(r)/ˈเมเทีย(ร)/, **matiest** /ˈmeɪtɪɪst/ˈเมทิอิซทฺ/ สนิทสนมฉันเพื่อน, เป็นกันเอง; **be/get ~ with sb.** สนิทสนมเป็นกันเองกับ *ค.น.* ❷ *n.* เกลอ, เพื่อน; **watch it, ~!** ระวัง เพื่อน

math /mæθ/แมธ/ *(Amer. coll.)* ➡ **maths**

mathematical /mæθɪˈmætɪkl/แมธิˈแมทิค'ล/ *adj.* Ⓐ เกี่ยวกับคณิตศาสตร์; Ⓑ *(precise)* ถูกต้องแม่นยำ

mathematically /mæθɪˈmætɪkəlɪ/แมธิˈแมทิเคอะลิ/ *adj.* เชิงคณิตศาสตร์; **prove sth. ~**: พิสูจน์ *ส.น.* ทางคณิตศาสตร์

mathematician /mæθɪməˈtɪʃn/แมธิเมอะˈทิช'น/ *n.* ➤ 489 นักคณิตศาสตร์

mathematics /mæθɪˈmætɪks/แมธิˈแมทิคซฺ/ *n., no pl.* Ⓐ *(subject)* วิชาคณิตศาสตร์; **pure/applied ~**: คณิตศาสตร์บริสุทธิ์/ประยุกต์; Ⓑ *constr. as pl. (application)* **the ~ of this problem are complicated** การคำนวณในโจทย์ข้อนี้ซับซ้อน

maths /mæθs/แมธซฺ/ *n. (Brit. coll.)* คณิตศาสตร์, วิชาเลข

matinée *(Amer.:* **matinee***)* /ˈmætɪneɪ, ˈmætneɪ, US mætnˈeɪ/ˈแมทิเน, ˈแมทเน, แมท'นˈเน/ *n. (in the afternoon)* การแสดงรอบบ่ายในโรงหนัง/โรงละคร

mating /ˈmeɪtɪŋ/ˈเมทิง/ **~ call, ~ cry** *ns.* เสียงร้องหาคู่; **~ season** *n.* ฤดูผสมพันธุ์

matins /ˈmætɪnz/ˈแมทินซฺ/ *n., constr. as sing or pl. (Anglican Ch.)* พิธีสวดในภาคเช้า

matriarch /ˈmeɪtrɪɑːk/ˈเมทริอาค/ *n.* หญิงที่เป็นหัวหน้าครอบครัว

matriarchal /meɪtrɪˈɑːkl/เมทริˈอาค'ล/ *adj.* เกี่ยวกับหญิงหัวหน้าครอบครัว *หรือ* หัวหน้าเผ่า

matriarchy /ˈmeɪtrɪɑːkɪ/ˈเมทริอาคิ/ *n.* *การปกครองโดยมีมารดาเป็นหัวหน้าครอบครัวและมีการสืบทายาททางฝ่ายหญิง*, มาตาธิปไตย *(ร.บ.)*

matrices *pl. of* **matrix**

matricide /ˈmætrɪsaɪd/ˈเมทริซายด/ *n.* Ⓐ *(murder)* มาตุฆาต, การฆ่าแม่ของตัวเอง; Ⓑ *(murderer)* ผู้กระทำมาตุฆาต

matriculate /məˈtrɪkjʊleɪt/เมอะˈทริคิวเลท/ *(Univ.)* ❶ *v.t.* รับเข้าเป็นนักศึกษาในวิทยาลัยหรือมหาวิทยาลัย ❷ *v.i.* เข้าเป็นนักศึกษาในวิทยาลัยหรือมหาวิทยาลัย

matriculation /mətrɪkjʊˈleɪʃn/เมอะทริคิวˈเลช'น/ *n. (Univ.)* การเข้าเป็นนักศึกษาในวิทยาลัยหรือมหาวิทยาลัย

matrimonial /mætrɪˈməʊnɪəl/แมทริˈโมเนียล/ *adj.* เกี่ยวกับการสมรส *หรือ* ชีวิตสมรส

matrimony /ˈmætrɪmənɪ, US -məʊnɪ/ˈแมทริเมอะนิ, -โมนิ/ *n.* Ⓐ *(rite of marriage)* พิธีกรรมของการสมรส; **sacrament of ~**: ศีลสมรส; Ⓑ *(married state)* สถานภาพสมรส; **enter into [holy] ~**: สมรสในพิธีคริสเตียน

matrix /ˈmeɪtrɪks, ˈmætrɪks/ˈเมทริคซฺ, ˈแมทริคซฺ/ *n., pl.* **matrices** /ˈmeɪtrɪsiːz, ˈmætrɪsiːz/ˈเมทริซีซ, ˈแมทริซีซ/ *or* **~es** Ⓐ *(Geol.)* หินละเอียดซึ่งมีอัญมณีหรือซากหินฝังอยู่; *(Math.)* แถวอันดับของจำนวนเลข; Ⓑ *(mould)* แม่พิมพ์หล่อ *(แผ่นเสียง, ตัวพิมพ์ ฯลฯ)*

matron /ˈmeɪtrən/ˈเมทริ่น/ *n.* Ⓐ ➤ 489 *(in school)* ครูแม่บ้าน; *(in hospital)* หญิงหัวหน้าพยาบาล; Ⓑ *(arch./literary: married woman)* หญิงแต่งงานแล้ว; **~ of honour** หญิงแต่งงานแล้ว ซึ่งทำหน้าที่เป็นเพื่อนเจ้าสาว

matronly /ˈmeɪtrənlɪ/ˈเมเทริ่นลิ/ *adj.* ลักษณะเป็นหญิงมีอายุภูมิฐานและเคร่งขรึม

matt /mæt/แมท/ *adj.* ด้าน, ไม่เป็นมันเงา; **have a ~ finish** *(ภาพถ่าย)* ซึ่งใช้อัดบนกระดาษด้าน; *(พื้น)* ขัดด้าน; *(ปกหนังสือ)* อาบด้าน

matter /ˈmætə(r)/ˈแมเทอะ(ร)/ ❶ *n.* Ⓐ *(affair)* เรื่อง; **~s** เรื่องราว, สถานการณ์; **business ~s** เรื่องเกี่ยวกับธุรกิจ; **money ~s** เรื่องเงินทอง; **~s of state** กิจการบ้านเมือง; **raise an important ~**: ยกเรื่องสำคัญขึ้นมาถก; **police investigation into the ~**: ตำรวจดำเนินการสอบสวนเรื่องนี้; **it's only a minor** *or* **it's no great ~**: มันเป็นเรื่องเล็ก *หรือ* เป็นเรื่องไม่สลักสำคัญอะไร; **that's another** *or* **a different ~ altogether** *or* **quite another ~**: นั่นคนละเรื่องกันแล้ว; **it will only make ~s worse** มันจะทำให้เรื่องยิ่งเลวร้ายลงไปอีก; **and to make ~s worse ...**: ที่ร้ายยิ่งกว่านั้น...; Ⓑ *(cause, occasion)* **a/no ~ for** *or* **of ...**: มีเหตุผล/ไม่มี

matter-of-fact | may 552

เหตุผลที่...; **it's a ~ of complete indifference to me** มันเป็นเรื่องที่ไม่มีความหมายเลยสำหรับฉัน; Ⓒ *(topic)* ประเด็น, หัวข้อ; **~ on the agenda** หัวข้อในระเบียบวาระการประชุม; **it's a ~ for the committee [to decide]** มันเป็นสิ่งที่คณะกรรมการต้องพิจารณาตัดสิน; Ⓓ **a ~ of ...** *(something that amounts to)* เรื่องของ...; **it's a ~ of taste/habit** มันเป็นเรื่องของรสนิยม/ความเคยชิน; **it's a ~ of common knowledge** มันเป็นเรื่องที่รู้กันทั่วไป; **it's a ~ of policy with us** สำหรับพวกเราแล้วมันเป็นเรื่องของนโยบาย; **a ~ of how fast I can type** มันอยู่ที่ว่าฉันจะพิมพ์ได้เร็วเพียงใด; **[only] a ~ of time** มัน [แค่] เป็นเรื่องว่าจะเกิดเมื่อไหร่เท่านั้นเอง; **it's a ~ of repairing the switch** มันอยู่ที่การซ่อมสวิตซ์เท่านั้นเอง; **it's just a ~ of working harder** มันเป็นเพียงแค่การทำงานให้หนักขึ้นกว่าเดิมเท่านั้นเอง; **it's a ~ of a couple of hours** มันจะใช้เวลาแค่สองชั่วโมงเท่านั้น; **in a ~ of minutes** ภายในไม่กี่นาที; **it's only a ~ of seconds** มันแค่อีกไม่กี่วินาทีเท่านั้น; **a [plain] ~ of fact** โดยแท้จริง; **That's odd! As a ~ of fact, I was just thinking the same** แปลกมาก อันที่จริงแล้วฉันก็กำลังนึกอย่างนั้นเหมือนกัน; **Do you know him? – Yes, as a ~ of fact, I do/I know him quite well** คุณรู้จักเขาหรือ ใช่ อันที่จริงฉันรู้จักเขาดีทีเดียว; **no, as a ~ of fact, you're wrong** ไม่ใช่ ที่จริงนั้นคุณผิดต่างหาก; **~ of fact** *(Law)* ข้อเท็จจริง; **~ of law** ข้อกฎหมาย; ➡ **+ course** 1 B; **form** 1 H; Ⓔ **what's the ~?** เป็นอะไรหรือ, มีอะไรหรือ; **is something the ~?** มีเรื่องอะไรหรือ; **there's nothing the ~:** ไม่มีอะไร; **there must be something the ~:** ต้องมีเรื่องอะไรสักอย่าง; **What's the ~ with you? – There's nothing the ~ with me** คุณเป็นอะไรไปหรือ ฉันไม่ได้เป็นอะไรหรอก; **there's nothing the ~ with him really, he's just pretending** เขาไม่ได้เป็นอะไรหรอกจริง ๆ แล้ว เขาแกล้งทำเท่านั้นเอง; Ⓕ **for that ~:** สำหรับเรื่องนั้น; **and for that ~ so am/do I ...:** และสำหรับเรื่องนั้นฉันก็...เช่นเดียวกัน; Ⓖ **no ~ !** ไม่สำคัญ, ช่างเถอะ; **no ~ how/who/what/why** *etc.* ไม่ว่าจะวิธีใด/ใคร/อะไร/ทำไม ฯลฯ; **no ~ how hard he tried** ไม่ว่าเขาจะพยายามมากเพียงไร; Ⓗ **in the ~ of sth.** เกี่ยวกับ *ส.น.*; **in the ~ of A versus B** *(Law)* ในคดีที่ ก. เป็นคู่ ความกับ ข.; Ⓘ *(material, as opposed to mind, spirit, etc.)* วัตถุ; **[in] organic/solid/vegetable ~:** [ในวัตถุที่เป็น] อินทรีย์สาร/ของแข็ง/พืชผัก; **the triumph of mind over ~:** ชัยชนะของพลังจิตเหนือวัตถุ; Ⓙ *(Physiol.)* สสาร; *(pus)* หนอง; **faecal ~:** อุจจาระ; ➡ **+ grey matter;** Ⓚ *no pl., no indef. art. (written or printed material)* **reading ~:** สิ่งตีพิมพ์ ฯลฯ; **advertising ~:** สิ่งโฆษณา; Ⓛ *(material of thought etc.)* สาระ; Ⓜ *(content)* เนื้อหาสาระ
❷ *v.i.* สำคัญ, มีความหมาย; **what does it ~?** มันสำคัญอะไร; **what ~s is that ...:** สิ่งสำคัญคือ...; **not ~ a damn** ไม่สำคัญสักนิดเดียว; **[it] doesn't ~:** ไม่เป็นไร, ไม่สำคัญ; **it ~s a great deal** มันสำคัญมาก; **it doesn't ~ how/when** *etc.* ไม่สำคัญว่าจะอย่างไร/เมื่อไร ฯลฯ; **does it ~ to you if ...?** คุณจะว่าอะไรไหมถ้า...; **it doesn't ~ at all to me** มันไม่สลักสำคัญเลยสำหรับฉัน; **some things ~ rather more than others** บางสิ่งมีความหมายมากกว่าสิ่งอื่น ๆ; **that's all that ~s** ที่สำคัญก็มีเท่านั้น; **the things which ~ in life** สิ่งที่มีความหมายในชีวิต; **she knows the people who really ~:** เธอรู้จักบุคคลที่สำคัญจริง ๆ

'matter-of-fact *adj.* ตรงไปตรงมา, ไม่แสดงอารมณ์

matter-of-'factly /mætərəv'fæktlɪ/แมเทอะเริว_แฟคทลิ/ *adv.* อย่างตรงไปตรงมา, อย่างไม่แสดงอารมณ์

Matthew /'mæθjuː/'แมธิว/ *pr. n.* **St ~:** นักบุญแมทธิว *(สาวกของพระเยซูคริสต์)*

matting /'mætɪŋ/'แมทิง/ *n. (fabric)* **coconut/straw/reed ~:** เสื่อใยมะพร้าว/ฟาง/กก; *(as floor covering)* เสื่อ; **a piece of ~:** เสื่อผืนหนึ่ง

mattock /'mætək/'แมเทิค/ *n. (Agric.)* เครื่องมือสับดินแข็ง ปลายคมด้ามยาว

mattress /'mætrɪs/'แมทริซ/ *n.* ที่นอน, ฟูก, เตียงน้ำ; ➡ **+ spring mattress**

maturation /mætjʊ'reɪʃn/แมทิว'เรช'น/ *n.* Ⓐ *(maturing)* การบ่ม, การทำให้ได้ที่; Ⓑ *(of fruit)* การบ่มให้สุก

mature /mə'tjʊə(r) US -'tʊər/เมอะ'ทิว(ร), -'ทัวร/ ❶ *adj.*, **~r** /mə'tjʊərə(r)/เมอะ'ทัวเรอะ(ร)/, **~st** /mə'tjʊərɪst/เมอะ'ทัวริซท/ Ⓐ *(แผนการ, วิธี, รูปแบบ)* พัฒนาเต็มที่; *(คน)* เป็นผู้ใหญ่; *(ต้นไม้, สัตว์)* สมบูรณ์; *(เหล้าองุ่น)* ที่พร้อมดื่ม; *(ผลไม้)* สุกงอม; **~ student** นักศึกษาวัยผู้ใหญ่; **a man of ~ years** ผู้ชายที่มีอายุ; Ⓑ *(Finance) (เงินฝาก)* ถึงกำหนดจ่าย
❷ *v.t. (ผลไม้, เนยแข็ง)* ทำให้สุกงอม; *(บุคคล)* ปล่อยให้โตเป็นผู้ใหญ่; *(แผน)* พัฒนาจนพร้อม; **port is ~d in oak casks** เก็บเหล้าพอร์ตไวน์ไว้ให้ได้ที่ในถังไม้โอ๊ก ❸ *v.i.* Ⓐ *(ผลไม้, เนยแข็ง)* สุก, ได้ที่; *(แผน)* มีความพร้อม; Ⓑ *(Person)* เป็นผู้ใหญ่ขึ้น; Ⓒ *(เงินฝาก)* ถึงกำหนดชำระเงิน

maturity /mə'tjʊərɪtɪ, US -'tʊə-/เมอะ'ทัวริทิ/ *n.* Ⓐ การสุกงอม, การพัฒนาเต็มที่, การเป็นผู้ใหญ่; **reach ~, come to ~** *(บุคคล)* ถึงวัยเป็นผู้ใหญ่; *(สัตว์)* โตเต็มที่; Ⓑ *(Finance)* ครบกำหนดชำระเงิน

maty ➡ **matey**

maudlin /'mɔːdlɪn/'มอดลิน/ *adj.* เจ้าน้ำตา *(โดยเฉพาะขณะเมาเหล้า)*

maul /mɔːl/มอล/ ❶ *v.t.* Ⓐ *(เสือ, สิงโต)* ตะปบ, ขย้ำ; *(fig.)* วิจารณ์อย่างดุเดือด *(ละคร, หนังสือ)*; *(นักมวย)* ชกอย่างแรง; **he was ~ed by a lion** เขาถูกสิงโตตะปบเอา; Ⓑ *(fondle roughly)* จับต้องอย่างรุนแรง ❷ *n.* Ⓐ *(brawl)* การวิวาทต่อยตี; Ⓑ *(Rugby)* **[loose] ~:** การสกรัมโดยลูกไม่ตกดิน

Maundy /'mɔːndɪ/'มอนดิ/ *n. (Brit.)* การแจกเหรียญเงินแก่คนจนในวันพฤหัสบดีก่อนวันอีสเตอร์

Maundy: ~ money *n. (Brit.)* เหรียญเงินพิเศษซึ่งกษัตริย์อังกฤษแจกคนจนในวันพฤหัสบดีก่อนวันอีสเตอร์; **~ 'Thursday** *n.* วันพฤหัสบดีก่อนวันอีสเตอร์

Mauritania /mɒrɪ'teɪnɪə/มอริ'เทเนีย/ *pr. n.* ประเทศมอริตาเนีย *(อยู่ทางตะวันตกเฉียงเหนือของทวีปแอฟริกา บนฝั่งมหาสมุทรแอตแลนติก)*

Mauritian /mə'rɪʃn/เมอะ'ริช'น/ ❶ *adj.* แห่งมอริเชียส; **sb. is ~:** *ค.น.* เป็นชาวมอริเชียส ❷ *n.* ชาวมอริเชียส

Mauritius /mə'rɪʃəs/เมอะ'ริเชิซ/ *pr. n.* เกาะมอริเชียส *(อยู่ในมหาสมุทรอินเดียทางตะวันออกของเกาะมาดากัสการ์)*

mausoleum /mɔːsə'liːəm/มอเซอะ'ลีเอิม/ *n.* หลุมฝังศพขนาดใหญ่ที่โอ่อ่าหรูหรามาก

mauve /məʊv/โมว_/ *adj.* สีม่วงอ่อน

maverick /'mævərɪk/'แมเวอะริค/ ❶ *n.* คนที่แหวกแนวไม่ฟังใคร; *(Amer.: politician)* นักการเมืองที่ไม่ลงรอยกับพรรคที่ตนสังกัด ❷ *adj.* นอกคอก, แหวกแนว

maw /mɔː/มอ/ *n.* Ⓐ *(stomach)* กระเพาะ; Ⓑ *(jaws)* ขากรรไกร *(ของสัตว์ดุร้าย)*

mawkish /'mɔːkɪʃ/'มอคิช/ *adj. (sentimental)* หวานชวนเลี่ยน

max. *abbr.* **maximum** *(adj.)* ใหญ่ที่สุด, *(n.)* ระดับสูงสุด

maxi /'mæksɪ/'แมคซิ/ *n. (coll.) (dress)* ชุดกระโปรงยาว; *(skirt)* กระโปรงยาว

maxi- *in comb. (กระโปรง, เสื้อนอก)* ยาว

maxim /'mæksɪm/'แมคซิม/ *n.* ข้อเขียนที่เป็นความจริง, คำโบราณ, คำกล่าว, คติบท *(ร.บ.)*

maximal /'mæksɪml/'แมคซิม'ล/ *adj.*, **maximally** /'mæksɪməlɪ/'แมคซิม'ลิ/ *adv.* [อย่าง] มากที่สุด

maximisation, maximise ➡ **maximiz-**

maximization /mæksɪmaɪ'zeɪʃn/แมคซิไม'เซช'น/ *n.* การเพิ่มให้มากที่สุด; **~ of profit** การทำกำไรให้มากที่สุด

maximize /'mæksɪmaɪz/'แมคซิมายซ_/ *v.t.* เพิ่มให้มากที่สุด

maximum /'mæksɪməm/'แมคซิเมิม/ ❶ *n., pl.* **maxima** /'mæksɪmə/'แมคซิเมอะ/ ขีดสูงสุด; **a ~ of happiness** ความสุขมากที่สุดเท่าที่จะมีได้; **production is at a ~:** การผลิตอยู่ในระดับสูงสุดแล้ว ❷ *adj.* ➤ **914** สูงสุด; **~ security prison** คุกที่มีระบบความปลอดภัยสูงสุด; **~ temperatures today around 20°** อุณหภูมิสูงสุดของวันนี้ที่ระดับ 20 องศา

'maximum-security *attrib. adj.* ระบบความปลอดภัยสูงสุด

May /meɪ/เม/ *n.* Ⓐ ➤ **231** *(month)* เดือนพฤษภาคม; ➡ **+ August; queen** A; Ⓑ **may** *(hawthorn)* ต้นฮอร์ธอร์น ต้นมีหนามในสกุล *Crataegus* มีดอกขาวหรือชมพู

may *v. aux., only in pres.* **may,** *neg. (coll.)* **mayn't** /meɪnt/เมนทฺ/, *past* **might** /maɪt/ไมทฺ/ *neg. (coll.)* **mightn't** /'maɪtnt/'ไมท'นทฺ/ ➤ **553** Ⓐ *expr. possibility* อาจจะ; **it ~ be true** มันอาจจะเป็นจริงก็ได้; **it ~ or ~ not be true** มันอาจจะจริง หรืออาจจะไม่จริงก็ได้ทั้งนั้น; **I ~ be wrong** ฉันอาจจะผิด; **they ~ be related** พวกเขาอาจจะเกี่ยวดองกัน; **it ~ not be possible** มันอาจจะเป็นไปไม่ได้; **he ~ have missed his train** เขาอาจขึ้นรถไฟไม่ทัน; **he ~ have finished already** เขาอาจจะทำเสร็จแล้วก็ได้; **it ~** *or* **might be true, though I doubt it** มันอาจจะเป็นจริงอย่างที่ว่า แม้ฉันจะยังไม่เชื่อ; **it ~** *or* **might rain** ฝนอาจจะตกก็ได้; **he might come round later** เขาอาจจะแวะมาทีหลังก็ได้; **they might decide to stay** พวกเขาอาจจะตัดสินใจที่จะอยู่; **he might have been right** เขาอาจจะถูกก็ได้; **he might have agreed if ...:** เขาอาจจะเห็นด้วยก็ได้ ถ้า...; **it's not so bad as it might have been** มันไม่เลวร้ายอย่างที่มันอาจจะเป็น; **that ~ well be** มันอาจจะเป็นอย่างนั้นก็ได้; **it ~** *or* **might well be true** มันอาจเป็นจริงก็ได้; **it ~** *or* **might well turn out to be quite easy** มันอาจจะกลายเป็นเรื่องง่ายก็ได้; **you ~ well say so** คุณจะพูดแบบนั้นก็ได้; **as well he ~** *or* **might** เขาอาจจะทำได้ทีเดียว; **we ~** *or* **might as well go** เราไปก็ได้; *(we are not achieving anything here)* เราจากที่นี่ไป

May/might (อาจจะ)

Possibility (ความเป็นไปได้)

Where *may* simply means *can,* อาจจะ is used in Thai:

These flowers may be grown in any soil
= ดอกไม้เหล่านี้อาจปลูกได้ในดินสภาพต่าง ๆ

But where *may* in English is used to express degrees of possibility and uncertainty, there are a number of possible translations in Thai:

She may come *(it's possible)*
= เธออาจจะมา

She may come (and on the other hand she may not)
= เธออาจจะมา *(แต่อาจจะไม่)*

She may or ***might come*** *(a more distant possibility)*
= เป็นไปได้ที่เธอจะมา

She may (well) come *(= there's a good possibility)*
= มีแนวโน้มว่าเธอจะมา

She may yet come
= ยังมีโอกาสที่เธอจะมา

The exact tense of *may* and *might* are difficult to translate in Thai and the sense is usually inferred from the context:

I may have seen him
= ฉันอาจจะเคยเห็นเขา

The train may have been late
= รถไฟอาจจะมาล่าช้า

I might have said it (but I don't remember)
= ฉันอาจจะเคยพูดสิ่งนั้นก็ได้ (แต่จำไม่ได้แล้ว)

She might have come if she had known
= เธออาจจะมาถ้าเธอได้รู้ก่อน

It might have been worse *(= could have been)*
= มันอาจจะแย่ลงก็ได้

You might have told me
= คุณอาจจะเคยบอกฉันแล้วก็ได้

Permission (การขออนุญาต)

This is usually translated by ขออนุญาต or less formally by ขอ...หน่อยได้ไหม

May I have the next dance?
= เต้นรำกับฉันในเพลงถัดไปได้ไหม, ผมขออนุญาตเต้นกับคุณเพลงหน้าได้ไหม

You may not smoke
= ไม่อนุญาตให้คุณสูบบุหรี่

May I have some water
= ขอน้ำหน่อยได้ไหม

กันดีกว่า; **that is as '~ be** มันอาจจะเป็นเช่นนั้นก็ได้; **be that as it ~:** แม้ว่าจะเป็นเช่นนั้นก็ตาม; Ⓑ *expr. permission* สามารถ, ได้รับอนุญาต; **you ~ go now** คุณไปได้แล้ว; **~ I ask why ...?** ฉันขอถามได้ไหมว่าทำไม...; **if I ~ say so ...:** ฉันขอพูดเรื่อง... ถ้าจะอนุญาต; **~ or might I be permitted to ..?** *(formal)* โปรดอนุญาตให้ฉัน...; **we ~ safely assert that ...:** เราสามารถอ้างได้อย่างเต็มปากเต็มคำว่า...; **~ or might I ask** *(iron.)* **...:** ฉันจะขออนุญาตถาม...; Ⓒ *expr. wish* ขอให้; **~ you be happy together!** ขอให้คุณมีความสุขด้วยกัน; **~ the best man win!** ขอให้คนที่ดีที่สุดชนะ; **~ God bless you** ขอให้พระผู้เป็นเจ้าประทานพรแก่คุณ; Ⓓ *expr. request* **you might help me with this** คุณช่วยฉันจัดการเรื่องนี้หน่อยนะ; **you might offer to help instead of ...:** คุณน่าจะถามว่าจะให้ช่วยหรือเปล่า แทนที่จะ...; **you might at least try [it]** อย่างน้อยคุณก็ลองดูเถอะนะ; **you might have asked permission** คุณน่าจะขออนุญาตก่อนนะ; Ⓔ *used concessively* **he ~ be slow but he's accurate** เขาอาจจะช้าแต่ก็แม่นยำ; Ⓕ *in clauses:* **so that I ~/might do sth.** เพื่อที่ฉันจะทำ *ส.น.;* **I hope he ~ succeed** ฉันหวังว่าเขาจะทำได้สำเร็จ; **I wish it might happen** ฉันหวังให้มันเกิดขึ้นจริง ๆ; **you never know what ~ happen** คุณไม่รู้ว่าอะไรอาจจะเกิดขึ้นบ้าง; **come what ~, whatever ~ happen** ไม่ว่าจะเกิดอะไรขึ้น; **whatever you ~ say** คุณจะว่าอย่างไรก็ตาม; Ⓖ **who ~ you be?** คุณเป็นใครหรือ; **how old might she be?** เธอจะอายุสักเท่าไร

maybe /ˈmeɪbiː/ˈเมบี/ *adv.* อาจจะ

'Mayday *n. (distress signal)* สัญญาณขอความช่วยเหลือ *(ใช้โดยเรือเดินทะเลและเครื่องบิน)*

'May Day *n.* วันที่ 1 พฤษภาคม, วันฉลองเทศกาลฤดูใบไม้ผลิ, วันแรงงาน; **~ celebrations /demonstrations** งานฉลองเทศกาลดังกล่าว/การเดินขบวนวันแรงงาน; **the ~ holiday** วันหยุดเนื่องในวันแรงงาน

'mayfly *n. (Zool.)* แมลงชนิดหนึ่ง มีชีวิตช่วงสั้น ๆ ในฤดูใบไม้ผลิ

mayhem /ˈmeɪhem/ˈเมเฮ็ม/ *n.* Ⓐ *(confusion, chaos)* ความอลหม่าน, ความวุ่นวาย; **there was ~:** มีความอลหม่าน; **cause** *or* **create ~:** สร้างความสับสนวุ่นวายขึ้น; Ⓑ *(Brit. Hist./Amer.)* ความผิดฐานทำให้ผู้อื่นพิการ

mayn't /meɪnt/เมนทฺ/ *(coll.)* = **may not;** ➡ **may**

mayonnaise /meɪəˈneɪz, US ˈmeɪəneɪz/เมเออะˈเนซ, ˈเมเออะเนซ/ *n.* น้ำสลัดทำจากไข่แดง น้ำมัน น้ำส้มสายชู ฯลฯ, มายองเนส *(ท.ศ.);* **egg/fish ~:** ไข่/ปลาราดด้วยน้ำสลัดชนิดนี้

mayor /meə(r), US ˈmeɪər/แม(ร), ˈเม(ร)/ *n.* ➤ **489** นายกเทศมนตรี; **Lord M~** *(Brit.)* นายกเทศมนตรี; **Lord M~'s Show** *(Brit.) ขบวนแห่นายกเทศมนตรีประจำปีในกรุงลอนดอน*

mayoral /ˈmeərl, US ˈmeɪərəl/ˈเมร'ล, ˈเมเออะเริล/ *adj.* เกี่ยวกับนายกเทศมนตรี

mayoralty /ˈmeərltɪ, US ˈmeɪər-/ˈแมร'ลทิ, ˈเมเออะเริล-/ *n. (office)* ตำแหน่งนายกเทศมนตรี; *(period of office)* ระยะเวลาที่ดำรงตำแหน่งนายกเทศมนตรี

mayoress /ˈmeərɪs, US ˈmeɪə-/ˈแมริซ, ˈเมเออะ-/ *n.* ➤ **489** *(woman mayor)* นายกเทศมนตรีหญิง; *(mayor's wife)* ภรรยาของนายกเทศมนตรี; **Lady M~** *(Brit.)* นายกเทศมนตรีหญิง, ภรรยาของนายกเทศมนตรี

'maypole *n. เสาที่ทาสีและประดับด้วยดอกไม้ในงานฉลองเทศกาลฤดูใบไม้ผลิ*

'May queen *n. สาวสวยที่ได้รับเลือกให้เป็นราชินีในวันฉลองเทศกาลฤดูใบไม้ผลิ*

maze /meɪz/เมซ/ *n. (lit. or fig.)* เขาวงกต, เส้นทางที่วกวนสับสนหาทางออกลำบาก, สิ่งที่พันกันจนสับสน

mazurka /məˈzɜːkə/เมอะˈเซอะเคอะ/ *n. (Mus.)* เพลงเต้นรำจังหวะสนุกสนานของชาวโปแลนด์

MB *abbr.* Ⓐ *(Computing)* **megabyte;** Ⓑ **Bachelor of Medicine;** ➡ **+ B. Sc.**

MBA *abbr.* **Master of Business Administration** เอ็ม บี เอ; ➡ **+ B.Sc.**

MBE *abbr. (Brit.)* **Member [of the Order] of the British Empire** สมาชิกเครือจักรภพอังกฤษชั้น 5

MC *abbr.* Ⓐ **Master of Ceremonies;** Ⓑ *(Brit.)* **Military Cross** *เหรียญกล้าหาญ*

MCC /emsiːˈsiː/เอ็มซีˈซี/ *n. abbr.* **Marylebone Cricket Club** *สมาคมคริกเก็ตของอังกฤษ*

McCoy /məˈkɔɪ/เมอะˈคอย/ *n.* **the real ~** *(coll.)* ของจริง; *(not a fake or replica)* ของแท้

MCP *abbr. (coll.)* **male chauvinist pig**

MD *abbr.* Ⓐ **Doctor of Medicine;** ➡ **+ B.Sc.;** Ⓑ **Managing Director** กก. ผจก.

MDF ® *n. abbr.* **Medium-Density Fibreboard** *n.* ไม้อัด

¹me /mɪ, *stressed* miː/มิ, มี/ *pron.* ฉัน, ข้าพเจ้า ฯลฯ, กู *(ภ.ย.); (used by man)* ผม; *(used by woman)* ดิฉัน; **bigger than/as big as ~:** ใหญ่กว่า/ใหญ่เท่ากับฉัน; **silly ~:** ฉันนี่โง่จริง; **why ~?** ทำไมต้องเป็นฉัน; **who, ~?** ใคร ฉันน่ะหรือ; **not ~** ไม่ใช่ฉัน; **it's ~:** ฉันเอง; **it isn't ~:** ไม่ใช่ฉัน, ฉันเปล่า; **yes, ~:** ใช่ฉันเอง; **the real ~:** ตัวฉันที่แท้จริง

²me /miː/มี/ *n. (Mus.)* ระดับเสียงมี *(ท.ศ.)*

ME *abbr. (Med.)* **myalgic encephalomyelitis**

¹mead /miːd/มีด/ *n. (drink) เครื่องดื่มมีแอลกอฮอล์ทำจากน้ำผึ้งหมักและน้ำ*

²mead *n. (poet./arch.: meadow)* ทุ่งหญ้า

meadow /ˈmedəʊ/ˈเม็ดโด/ *n.* ทุ่งหญ้า; **in the ~:** ในทุ่งหญ้า

meadow: ~ grass *n.* หญ้ายืนต้น *Poa pratensis;* **~ pipit** *n. (Ornith.)* นก *Authus pratensis* คล้ายนกลาร์คขนาดเล็กเสียงร้องไพเราะ; **~ 'saffron** *n. (Bot.)* ไม้ยืนต้นพบในทุ่งหญ้า มีดอกสีม่วงอ่อน; **~sweet** *n. (Bot.) (Brit.)* ต้นไม้มีดอกเล็ก ๆ สีขาวมากมาย

m

meager, meagerly, meagerness *(Amer.)* *adj.* ➡ **meagre** *etc.*

meagre /ˈmi:gə(r)/ˈมีเกอะ(ร)/ *adj.* Ⓐ น้อย, หรอมแหรม, โหรงเหรง; **a ~ attendance** ผู้ชมโหรงเหรง; Ⓑ *(หน้า, รูปร่าง)* ผอม

meagrely /ˈmi:gəlɪ/ˈมีเกอะลิ/ *adv.* อย่างบางตา, อย่างน้อยนิด

meagreness /ˈmi:gənɪs/ˈมีเกอะนิซ/ *n., no pl.* ความบางตา, ความน้อยนิด

¹**meal** /mi:l/มีล/ *n.* มื้ออาหาร, อาหาร, การทานอาหาร; **stay for a ~:** อยู่กินอาหาร; **go out for a ~:** ออกไปกินอาหาร *หรือ* ทานข้าวข้างนอก; **have a [hot/cold/light] ~:** กินอาหารร้อน/เย็น/เบา ๆ; **enjoy your ~:** รับประทานให้อร่อย; **did you enjoy your ~?** อาหารอร่อยหรือเปล่า; **~s on wheels** *(Brit.)* บริการส่งอาหารถึงบ้าน; **make a ~ of sth.** รับประทาน *ส.น.* เป็นอาหาร; *(fig.)* ทำให้การกระทำ *ส.น.* เป็นเรื่องใหญ่

²**meal** *n.* Ⓐ *(ground grain)* ธัญพืชที่บดแล้ว; Ⓑ *(Scot.: oatmeal)* ข้าวโอ๊ตบด; Ⓒ *(Amer.: maize flour)* แป้งข้าวโพด

mealies /ˈmi:lɪz/ˈมีลิซฺ/ *n. pl. (S. Afr.)* Ⓐ *(maize)* ข้าวโพด; Ⓑ *(corn cob)* ซังข้าวโพด

meal: ~ ticket *n.* บัตรแลกอาหาร; *(fig. coll.)* คนหรือสิ่งที่เป็นเงินได้; **~time** *n.* เวลาทานข้าว; **at ~times** ในเวลาอาหาร, ระหว่างทานข้าว; **my usual ~time is ...:** เวลาอาหารปกติของฉันคือ...

mealy /ˈmi:lɪ/ˈมีลิ/ *adj.* แห้งและป่นเป็นผง

mealy-mouthed /mi:lɪˈmaʊðd/มีลิˈมาวฑฺ/ *adj.* ไม่กล้าพูดออกมาตรง ๆ

¹**mean** /mi:n/มีน/ *n.* Ⓐ จำนวนเฉลี่ย, สภาพเฉลี่ย; **a happy ~:** ทางสายกลาง, มัชฌิม *(ร.บ.)*; ➡ + **golden mean**; Ⓑ *(Math.)* ค่าเฉลี่ย

²**mean** *adj.* Ⓐ *(niggardly)* ตระหนี่, ใจแคบ; **you ~ old thing!** คุณนี่ไม่น่ารักเลย; Ⓑ *(ignoble)* น่าละอายใจ; *(malicious)* ใจร้าย; Ⓒ *(unimpressive) (บ้าน, ห้อง)* ซอมซ่อ, ไม่น่าประทับใจ; **be no ~ athlete/feat** เป็นนักกีฬา/การกระทำที่โดดเด่นทีเดียว; Ⓓ *(coll.: ashamed)* **feel ~ [about sth.]** รู้สึกละอาย *ส.น.*; **he made me feel ~:** เขาทำให้ฉันอายแก่ใจ; Ⓔ *(inferior) (คุณภาพ)* ต่ำต้อย; **this is clear to the ~est intelligence** คนฉลาดน้อยที่สุดยังเข้าใจได้อย่างชัดเจน; Ⓕ *(Amer.: vicious)* ร้าย, โหด; Ⓖ *(Amer coll.: unwell)* **feel ~:** รู้สึกไม่สบาย; Ⓗ *(coll.: skilful)* ยอดเยี่ยม; **blow a ~ trumpet** เป่าแตรอย่างยอดเยี่ยม

³**mean** *v.t.,* **meant** /ment/เม็นทฺ/ Ⓐ *(have as one's purpose)* ตั้งใจ, คิดหวัง; **~ well** หวังดี, เจตนาดี; **~ sb. well, ~ well by** *or* **to** *or* **towards sb.** หวังดีต่อ *ค.น.*; **I ~t no harm** ฉันไม่ได้คิดร้าย; **I ~t him no harm** ฉันไม่ได้มีเจตนาร้ายต่อเขา; **what do you ~ by [saying] that?** ที่พูดอย่างนั้นคุณหมายความว่าอย่างไร; **what do you ~ by entering without first knocking?** คุณคิดอย่างไรที่เข้ามาโดยไม่เคาะประตูก่อน; **I ~t it** *or* **it was ~t as a joke** ฉันตั้งใจจะให้เป็นเรื่องตลก; **~ to do sth.** ตั้งใจจะทำ *ส.น.*; **I ~ to do it** ฉันตั้งใจจะทำมัน; **I ~ to be obeyed** ฉันต้องการให้คนทำตาม; **if he ~s to come** ถ้าเขาคิดจะมา; **I ~t to write, but forgot** ฉันตั้งใจเขียนถึงแต่ลืมไป; **I only ~t to be helpful** ฉันเพียงแต่คิดจะช่วยเท่านั้น; **I didn't ~ to be rude** ฉันไม่ได้มีเจตนาจะพูดหยาบคาย; **I never ~t to imply that** ฉันไม่ได้เจตนาจะหมายความว่า; **do you ~ to say that ...?** คุณหมายความว่า...หรือ; ➡ + **business** F; Ⓑ *(design, destine)* **these plates are ~t to be used** จานเหล่านี้มีไว้สำหรับใช้; **what's this gadget ~t to be?** อุปกรณ์นี้ใช้ทำอะไร; **I ~t it to be a surprise/as a surprise for him** ฉันกะจะให้เป็นความลับ/สำหรับเขา; **you were never ~t for a diplomat** คุณไม่เหมาะที่จะเป็นนักการทูต; **they are ~t for each other** พวกเขาถูกกำหนดมาเพื่อกันและกัน/เป็นคู่สร้างคู่สม; **I am ~t for greater things than this** ฉันถูกลิขิตมาสำหรับงานสำคัญกว่านี้; **is this ~t for me?** สิ่งนี้ตั้งใจจะให้ฉันหรือ; **I ~t you to read the letter** ฉันหมายใจให้คุณอ่านจดหมายฉบับนั้น; **be ~t to do sth.** ถูกหมายตัวให้ทำ *ส.น.*; **you are ~t to arrive on time** คุณควรจะมาตรงเวลา; **you weren't ~t to say that** คุณไม่ควรจะพูดอย่างนั้น; **I am ~t to be giving a lecture** ฉันควรจะทำการบรรยายอยู่ในขณะนี้; **are we ~t to go this way?** *(permitted)* เราได้รับอนุญาตให้ไปทางนี้หรือ; **the Russians are ~t to be good at chess** ชาวรัสเซียขึ้นชื่อว่าเล่นหมากรุกเก่ง; Ⓒ *(intend to convey, refer to)* หมายความ; **I ~ [to say], ...:** ฉันหมายความว่า...; **if you know** *or* **see what I ~:** ถ้าคุณเข้าใจหมายความของฉัน; **what do you ~ by that?** พูดอย่างนั้นหมายความว่าอย่างไร; **what I ~ is, will you marry me?** สิ่งที่ฉันหมายความก็คือ คุณจะแต่งงานกับฉันไหม; **I really ~ it, I ~ what I say** ฉันหมายความอย่างนั้นจริง ๆ, จริงอย่างที่ฉันพูด; **I didn't ~ it literally** ฉันไม่ได้หมายยึดทุกถ้อยทุกคำ; Ⓓ *(signify, entail, matter)* ความหมาย; **the name ~s/the instructions ~ nothing to me** ชื่อนั้นไม่มีความหมายอะไรสำหรับฉัน/ฉันไม่เข้าใจคำชี้แจงเลย; **this ~s serious problems for him** สิ่งนี้จะสร้างปัญหาร้ายแรงสำหรับเขา

meander /mɪˈændə(r)/มิˈแอนเดอะ(ร)/ ❶ *v.i.* Ⓐ *(แม่น้ำ)* ไหลคดเคี้ยว; Ⓑ *(บุคคล)* ท่องเที่ยวไปเรื่อย ๆ อย่างไร้จุดหมาย ❷ *n., in pl.* ทางคดเคี้ยว

meanderings /mɪˈændərɪŋz/มิˈแอนเดอะริงซฺ/ *n. pl.* การคดเคี้ยวไปมา, การท่องเที่ยวไปเรื่อย ๆ อย่างไร้จุดหมาย

meanie /ˈmi:nɪ/ˈมีนิ/ *n. (coll.)* คนใจแคบ

meaning /ˈmi:nɪŋ/ˈมีนิง/ ❶ *n. (of text etc., life)* ความหมาย; **this sentence has no ~:** ประโยคนี้ไม่มีความหมาย; **if you get my ~:** ถ้าคุณเข้าใจความหมายของฉัน; **I don't get your ~:** ฉันไม่เข้าใจความหมายของคุณ; **I mistook his ~:** ฉันเข้าใจความหมายของเขาผิดไป; **what's the ~ of this?** อย่างนี้หมายความว่าอย่างไร; **you don't know the ~ of suffering/of the word** คุณไม่เข้าใจความหมายของความทุกข์ทรมาน/คำนี้; **with ~:** อย่างมีความหมาย ❷ *adj.* มีความหมาย

meaningful /ˈmi:nɪŋfl/ˈมีนิงฟ'ล/ *adj.* *(คำพูด)* มีความหมาย; *(งาน, ชีวิต)* สำคัญ

meaningless /ˈmi:nɪŋlɪs/ˈมีนิงลิซ/ *adj.* *(คำพูด, คำตอบ, การสนทนา)* ไร้ความหมาย; *(ชีวิต, การงาน)* ที่ไม่สำคัญ

meanly /ˈmi:nlɪ/ˈมีนลิ/ *adv.* อย่างตระหนี่; *(ดำเนินชีวิต)* อย่างซอมซ่อ; *(กระทำ, ประพฤติ)* อย่างใจแคบ; **live ~:** ใช้ชีวิตอย่างซอมซ่อ

meanness /ˈmi:nnɪs/ˈมีนนิซ/ *n., no pl.* Ⓐ *(stinginess)* ความตระหนี่; Ⓑ *(baseness)* ความต่ำทราม; Ⓒ *(shabbiness)* ➡ ²**mean** C: ความซอมซ่อ

means /mi:nz/มีนซฺ/ *n. pl.* Ⓐ *usu. constr. as sing. (way, method)* วิธี, ทาง; **by this ~:** โดยวิธีนี้; **by what ~?** โดยวิธีไหน; **by some ~ or other** โดยวิธีใดวิธีหนึ่ง; **a ~ to an end** วิธีให้บรรลุจุดประสงค์; **do the ends justify the ~?** เป้าหมายที่ดีอนุญาตให้ใช้วิธีการใด ๆ ทั้งนั้นหรือไม่; **we have no ~ of doing this** เราไม่มีทางที่จะทำสิ่งนี้ได้; **he used poetry as a ~ of expressing his idea** เขาใช้บทกวีเพื่อสื่อความคิดของเขา; **an easy ~ of escape** หนทางสะดวกสำหรับหนี; **~ of transport** พาหนะ; **a ~ of communicating with sb.** วิธีติดต่อสื่อสารกับ *ค.น.*; **how this happened we have no ~ of telling/knowing** มันเกิดขึ้นได้อย่างไร เราไม่มีทางบอก/ทราบได้; ➡ + **way** 1 C; Ⓑ *(resources)* รายได้; **live within/beyond one's ~:** ใช้จ่ายอย่างเหมาะสม/มากกว่ารายได้ของตน; **he/she is a man/woman of ~:** เขา/เธอเป็นคนร่ำรวย; Ⓒ **Will you help me? – By all ~:** คุณจะช่วยฉันได้ไหม แน่นอน; **May I go now? – By all ~:** ฉันไปได้หรือยัง แน่นอน; **do so by all ~, but ...:** ทำได้แน่นอน แต่ว่า...; **by no [manner of] ~, not by any [manner of] ~:** ไม่ได้เลย; **by ~ of** โดยวิธี

~ test ❶ *n.* การตรวจสอบรายได้ก่อนอนุมัติจ่ายเงินช่วยเหลือ ❷ *v.t.* ตรวจสอบความต้องการ; **means test tested benefits** เงินช่วยเหลือหลังจากผ่านการทดสอบความจำเป็น

meant ➡ ³**mean**

mean: ~time ❶ *n.* **in the ~time** ในระหว่างนั้น; ❷ *adv.* ระหว่างนั้น, ในขณะเดียวกันนั้น; **~while** *adv.* ในระหว่างนั้น

meany ➡ **meanie**

measles /ˈmi:zlz/ˈมีซ'ลซฺ/ *n., constr. as pl. or sing.* ➤ 453 โรคหัด; ➡ + **German measles**

measly /ˈmi:zlɪ/ˈมีซลิ/ *adj. (coll. derog.)* ขี้ปะติ๋ว, กระจิริด; **a ~ little portion** ส่วนเล็กขี้ปะติ๋ว

measurable /ˈmeʒərəbl/ˈเม็ฌเฌอะเรอะบ'ล/ *adj.* วัดได้, กะได้, ประมาณได้; **bring sb. within a ~ distance of bankruptcy** ทำให้ *ค.น.* หวุดหวิดจะล้มละลาย

measurably /ˈmeʒərəblɪ/ˈเม็ฌเฌอะเรอะบลิ/ *adv.* *(ดีขึ้น, ใหญ่ขึ้น)* อย่างเห็นได้ชัด, อย่างประมาณได้

measure /ˈmeʒə(r)/ˈเม็ฌเฌอะ(ร)/ ❶ *n.* Ⓐ ➤ 69, ➤ 1013 มาตราวัด; **~ of length** มาตราวัดความยาว; **weights and ~s** มาตราชั่งตวงวัด; **for good ~:** เพื่อความแน่ใจ; *(as an extra)* เป็นของแถม; **give short/full ~** *(in public house)* ขายเหล้าไม่เต็ม/เต็มแก้วมาตรฐาน; *(in shop)* ชั่งหย่อน/เต็มกิโล; **made to ~** *pred. (Brit., lit. or fig.)* สั่งตัด; Ⓑ *(degree)* ระดับ; **in some ~:** ในระดับหนึ่ง; **in large/full ~:** ส่วนใหญ่/เต็มที่; **a ~ of freedom/responsibility** เสรีภาพ/ความรับผิดชอบระดับหนึ่ง; Ⓒ *(instrument or utensil for measuring)* เครื่องมือในการชั่งตวงวัด; สายวัด *(ความยาว, ความกว้าง)*; ขวดตวง *(ของเหลว)*; *(for quantity also)* เครื่องมือวัดปริมาณ; *(for size also)* เครื่องมือวัดขนาด; **be a/the ~ of sth.** เป็นเครื่องวัด *ส.น.*; **it gave us some ~ of the problems** มันบอกให้รู้ความหนักเบาของปัญหา; **beyond [all] ~:** ล้นพ้น, อย่างใหญ่หลวง; Ⓓ *(Pros.)* เมตร; Ⓔ *(Mus.: time, bar)* จังหวะ, ห้อง; Ⓕ *(step, law)* มาตรการ; *(Law: bill)* พระราชบัญญัติ; **take ~s to stop/**

555 **measured | meditative**

ensure sth. วางมาตรการหยุดยั้ง/รับรอง *ส.น.;* ➡ **+ half measure b;** Ⓖ *(Geol.)* ➡ **coal measures**
❷ *v.t.* Ⓐ วัด *(ขนาด, ปริมาณ);* **~ sb. for a suit** วัดตัว *ค.น.* เพื่อตัดชุดสากล; Ⓑ *(fig.: estimate)* กะ, ประเมิน; **~ sb. by one's own standards** ประเมิน *ค.น.* โดยใช้ตัวเองเป็นมาตรฐาน; Ⓒ *(mark off)* **~ sth. [off]** วัด *ส.น.* ตามความยาวที่ต้องการ; Ⓓ *(fig.: put in competition)* เปรียบเทียบ; **~ oneself against sb.** เปรียบตัวเองกับ *ค.น.;* Ⓔ **~ one's length** *(fig.)* วัดพื้น *(หกล้ม);* หกล้มนอนกับพื้น
❸ *v.i.* Ⓐ *(have a given size)* มีขนาด; Ⓑ *(take measurement[s])* วัดขนาด
~ **'out** *v.t.* ตวงแจก, วัดแจก, ชั่งแจก
~ **'up to** *v.t.* มีคุณสมบัติตามกำหนด; ทำได้ตาม *(ความต้องการ, ความหวัง)*

measured /'meʒəd/'เม็ฌเฌิด/ *adj.* ช้าและเป็นจังหวะสม่ำเสมอ; **speak in ~ terms** พูดช้า ๆ เป็นจังหวะ; พูดอย่างไตร่ตรองและรอบคอบ

measureless /'meʒəlɪs/'เม็ฌเฌอะลิซ/ *adj.* วัดไม่ได้, สุดคณา

measurement /'meʒəmənt/'เม็ฌเฌอะเม็นท/ *n.* ➤ 69 Ⓐ *(act, result)* การวัด, จำนวนที่วัดได้; Ⓑ *in pl. (dimensions)* ขนาด; **take sb.'s ~s** วัดตัว *ค.น.*

measuring /'meʒərɪŋ/'เม็ฌเฌอะริ่ง/: **~ jug** *n.* ถ้วยตวง; **~ tape** *n.* สายวัด

meat /mi:t/มีท/ *n.* Ⓐ เนื้อสัตว์; Ⓑ *(arch.: food)* อาหาร; **~ and drink** เครื่องดื่มและอาหาร; **be ~ and drink to sb.** *(fig.)* เป็นความเพลิดเพลินสำหรับ *ค.น.;* **one man's ~ is another man's poison** *(prov.)* ลางเนื้อชอบลางยา; Ⓒ *(fig.: chief part, essence)* สาระ, เนื้อหา

meat: ~ axe *n.* มีดใหญ่สับเนื้อ; **~ball** *n.* ลูกชิ้นเนื้อ; **~-fly** *n.* แมลงที่ไข่เป็นหนอนตามเนื้อสัตว์; **~ grinder** *(Amer.) n.* เครื่องบดเนื้อ; ➡ **mincer**

meatless /'mi:tlɪs/'มีทลิซ/ *adj.* ไม่มีเนื้อสัตว์เป็นส่วนผสม

meat: ~ loaf *n.* เนื้อสับหรือบดปรุงรส แล้วทำเป็นก้อนคล้ายขนมปังปอนด์; **~ 'pie** *n.* พายเนื้อ; **~ safe** *n. (Brit.)* ตู้เก็บเนื้อสด

meaty /'mi:tɪ/'มีทิ/ *adj.* Ⓐ *(full of meat)* มีเนื้อ, เต็มไปด้วยเนื้อ; **have a ~ taste** มีรสชาติเนื้อ; Ⓑ *(fig.: full of substance)* มีเนื้อหาสาระมาก

Mecca /'mekə/'เม็คเคอะ/ *n.* เมืองเมกกะ *(นครศักดิ์สิทธิ์ของศาสนาอิสลาม);* **the ~ of golfers** สถานที่ที่นักกอล์ฟปรารถนาจะไป

mechanic /mɪ'kænɪk/มิ'แคนิค/ *n.* ➤ **489** ช่างยนต์

mechanical /mɪ'kænɪkl/มิ'แคนิค'ล/ *adj. (lit. or fig.)* เกี่ยวกับเครื่องจักร *หรือ* เครื่องยนต์; **produced by ~ means** ผลิตโดยเครื่องจักร; **~ contrivance** สิ่งประดิษฐ์ที่เป็นเครื่องกล

mechanical: ~ engi'neer *n.* วิศวกรเครื่องกล; *(graduate)* วิศวกรรมศาสตร์บัณฑิตทางเครื่องกล; **~ engi'neering** *n.* วิศวกรรมศาสตร์ด้านเครื่องกล

mechanically /mɪ'kænɪkəlɪ/มิ'แคนิเคอะลิ/ *adv. (lit. or fig.)* อย่างเครื่องจักร; **~ inclined/minded** มีความโน้มเอียง/มีใจเอนเอียงไปในด้านเครื่องกล *หรือ* เครื่องจักร

mechanical 'pencil *n. (Amer.)* ดินสอกด

mechanics /mɪ'kænɪks/มิ'แคนิคซฺ/ *n., no pl.* Ⓐ กลศาสตร์; Ⓑ *constr. as pl. (means of construction or operation)* กรรมวิธี, การทำงาน, กลไก; *(of writing, painting, etc.)* วิธีการ; **understand the ~ of sth.** เข้าใจกลไกของ *ส.น.*

mechanisation, mechanise ➡ **mechaniz-**

mechanism /'mekənɪzm/'เม็คเคอะนิซฺ'ม/ *n.* เครื่องยนต์กลไก, จักรกลนิยม *(ร.บ.)*

mechanization /mekənaɪ'zeɪʃn, US -nɪ'z-/ เม็คเคอะนาย'เซช'น, -นิ'ซฺ-/ *n.* การนำเครื่องจักรมาใช้

mechanize /'mekənaɪz/'เม็คเคอะนายซฺ/ *v.t.* Ⓐ ใช้เครื่องจักรทำงาน; Ⓑ *(Mil.)* จัดให้มีรถถังรถหุ้มเกราะ ฯลฯ

Med /med/เม็ด/ *pr. n. (coll.)* **the ~:** ทะเลเมดิเตอร์เรเนียน

medal /'medl/'เม็ด'ล/ *n.* เหรียญตรา, เหรียญรางวัล; *(decoration)* เหรียญราชอิสริยาภรณ์; **~ for bravery/pole-vaulting** เหรียญกล้าหาญ/เหรียญสำหรับกระโดดสูงโดยใช้ไม้ค้ำ; **the reverse of the ~** *(fig.)* ในทางกลับกัน, มองอีกด้านหนึ่ง

medalist *(Amer.)* ➡ **medallist**

medallion /mɪ'dælɪən/มิ'แดเลียน/ *n.* Ⓐ *(large medal)* เหรียญขนาดใหญ่; Ⓑ *(thing shaped like medal)* สิ่งที่มีลักษณะแบบเหรียญ

medallist /'medəlɪst/'เม็ดเดอะลิซทฺ/ *n.* ผู้ได้รับเหรียญรางวัล; **be a ~:** เป็นผู้ได้รับเหรียญ

meddle /'medl/'เม็ด'ล/ *v.i.* **~ with sth.** เข้าไปยุ่งกับ *ส.น.;* **~ in sth.** เข้าไปวุ่นวายใน *ส.น.;* **don't ~:** อย่ายุ่ง; *(stop interfering)* หยุดวุ่นวายเสียที; **she's always meddling** เธอชอบเข้าไปยุ่งเสมอ

meddler /'medlə(r)/'เม็ด'เลอะ(ร)/ *n.* **he's [such] a ~** *(with things)* เขาชอบยุ่งกับสิ่งต่าง ๆ; *(in things)* เขาชอบเข้าไปยุ่งในเรื่องของคนอื่น

meddlesome /'medlsəm/'เม็ดด'ลเซิม/ *adj.* **she is so ~** *or* **such a ~ person** *(interferes with things)* เธอชอบยุ่งโดยไม่ควร; *(interferes in things)* เธอชอบเข้าไปยุ่งเรื่องของคนอื่น

Mede /mi:d/มีด/ *n.* **law of the ~s and Persians** *(fig.)* กฎหมายแบบตาต่อตาฟันต่อฟัน

media /'mi:dɪə/'มีเดีย/ ➡ **mass media; medium 1 A**

mediaeval ➡ **medieval**

medial /'mi:dɪəl/'มีเดียล/ *adj.* อยู่ตรงกลาง, มีขนาดกลาง

median /'mi:dɪən/'มีเดียน/ ❶ *adj.* อยู่ตรงกลาง, กลาง ❷ *n. (Statistics)* มัธยฐาน *(ร.บ.);* *(Anat.)* เส้นเลือดใหญ่

median strip *n.* เกาะกลางถนน

'media studies *n.* การศึกษาเรื่องสื่อสารมวลชน

mediate /'mi:dɪeɪt/'มีดิเอท/ ❶ *v.i.* ไกล่เกลี่ยคู่กรณี ❷ *v.t.* Ⓐ *(settle)* เจรจาตกลง; Ⓑ *(bring about)* นำมาซึ่ง

mediation /mi:dɪ'eɪʃn/มีดิ'เอช'น/ *n.* การไกล่เกลี่ย

mediator /'mi:dɪeɪtə(r)/'มีดิเอเทอะ(ร)/ *n.* ผู้ไกล่เกลี่ย

medic /'medɪk/'เม็ดดิค/ ➡ **medico**

Medicaid /'medɪkeɪd/'เม็ดดิเคด/ *n. (Amer.)* ระบบประกันสุขภาพสำหรับผู้ยากจน

medical /'medɪkl/'เม็ดดิค'ล/ ❶ *adj.* เกี่ยวกับการแพทย์; **~ ward** ห้องคนไข้อายุรกรรม ❷ *n. (coll.)* ➡ **medical examination**

medical: ~ attendant *n.* ผู้ช่วยแพทย์; **~ certificate** *n.* ใบรับรองแพทย์; **~ exami'nation** *n.* การตรวจสุขภาพ; **~'history** *n.* Ⓐ ประวัติการแพทย์; **make ~ history** สร้างประวัติศาสตร์ในวงการแพทย์; Ⓑ *(of person)* ประวัติคนไข้; **~ insurance** *n.* การประกันสุขภาพ

medically /'medɪkəlɪ/'เม็ดดิเคอะลิ/ *adv.* ทางการแพทย์

medical: ~ officer *n. (Brit.)* Ⓐ เจ้าหน้าที่ทางการแพทย์; Ⓑ *(Mil.)* แพทย์ทหาร; **~ prac'titioner** *n.* ➤ **489** แพทย์หรือศัลยแพทย์; **~ report** *n.* รายงานการแพทย์; **~ school** *n.* โรงเรียนแพทย์; *(faculty)* คณะแพทย์ศาสตร์; **~ student** *n.* นักศึกษาวิชาแพทย์

medicament /mɪ'dɪkəmənt/มิ'ดิเคอะเมินทฺ, 'เม็ดดิเคอะเมินทฺ/ *n.* ยาในการรักษาโดยแพทย์

Medicare /'medɪkeə(r)/'เม็ดดิแค(ร)/ *n. (Amer.)* ระบบการประกันสุขภาพสำหรับผู้มีอายุเกิน 65 ปี

medicated /'medɪkeɪtɪd/'เม็ดดิเคทิด/ *adj.* มีตัวยาผสมอยู่; **~ shampoo/soap** *n.* แชมพู/สบู่ยา; **~ gauze** *n.* ผ้าปิดแผลอาบน้ำยา

medication /medɪ'keɪʃn/เมะดิ'เคช'น/ *n.* Ⓐ *(treatment)* การรักษาโดยยา; โอสถบำบัด *(ร.บ.);* Ⓑ *(medicament)* สารที่ใช้รักษา

medicinal /mɪ'dɪsɪnl/มิ'ดิซซิน'ล/ *adj.* เป็นยา; **~ qualities** มีคุณสมบัติเป็นยารักษา

medicinally /mɪ'dɪsɪnəlɪ/มิ'ดิซิเนอะลิ/ *adv.* ในทางการรักษา; **use sth. ~:** ใช้ *ส.น.* เป็นยารักษา

medicine /'medsn, 'medɪsɪn/'เม็ดซ'น, 'เม็ดดิซิน/ *n. (science)* การแพทย์; *(preparation)* ยา; **give sb. some** *or* **a little** *or* **a dose** *or* **a taste of his/her own ~** *(fig.)* ปฏิบัติต่อ *ค.น.* อย่างที่เขาชอบปฏิบัติต่อคนอื่น; **they got a taste of their own ~** *(fig.)* พวกเขาโดนในแบบที่ชอบ; **take one's ~** *(fig.)* ยอมรับสิ่งที่ไม่น่าพึงพอใจ; *(bear the consequences)* ยอมรับผลลัพธ์ที่เกิดขึ้น

medicine: ~ ball *n.* ลูกบอลสำหรับขว้างและรับเพื่อออกกำลัง; **~ chest** *n.* หีบใส่ยา; *(in home)* ตู้ยา; **~ man** *n.* หมอรักษาโดยเวทมนตร์, หมอผี

medico /'medɪkəʊ/'เม็ดดิโค/ *n., pl.* **~s** *(coll.)* Ⓐ *(doctor)* แพทย์; Ⓑ *(student)* นักศึกษาแพทย์

medieval /medɪ'i:vl, US mi:d-, *also* mɪ'di:vl/เมะดิ'อีว'ล, มีด-, มิ'ดีว'ล/ *adj. (lit. or fig.)* เกี่ยวกับยุคกลาง; **the ~ period** สมัยกลาง; **~ studies** การศึกษาเกี่ยวกับสมัยกลาง; **in ~ times** ในสมัยกลาง; **~ Latin** ➡ **Latin 2**

medieval 'history *n. (as subject)* วิชาประวัติศาสตร์สมัยกลาง

medievalist /medɪ'i:vəlɪst, US mi:d-, *also* mɪ'd/เมะดิ'อีเวอะลิซทฺ, มีด-, มิ'ด/ *n.* ผู้ศึกษาเกี่ยวกับสมัยกลาง

mediocre /mi:dɪ'əʊkə(r)/มีดิ'โอเคอะ(ร)/ *adj.* คุณภาพปานกลาง, ไม่ดีไม่เลว

mediocrity /mi:dɪ'ɒkrɪtɪ/มีดิ'ออคริทิ/ *n.* Ⓐ *no pl.* สภาพปานกลาง; Ⓑ *(person)* คนที่มีความสามารถปานกลาง; **he is a ~/they are mediocrities** เขา/พวกเขาเป็นคนที่มีความสามารถปานกลาง

meditate /'medɪteɪt/'เม็ดดิเทท/ ❶ *v.t.* *(consider)* พิจารณา, ใคร่ครวญ; *(design)* คิดวางแผนในใจ; **~ revenge** คิดแก้แค้น ❷ *v.i.* พิจารณา, *(esp. Relig.)* ทำวิปัสสนา, นั่งสมาธิ

meditation /medɪ'teɪʃn/เมะดิ'เทช'น/ *n.* Ⓐ *(act of meditating)* การคิดใคร่ครวญ; Ⓑ *(Relig.)* การนั่งสมาธิ, การนั่งวิปัสสนา, ฌาน, ภาวนา *(ร.บ.)*

meditative /'medɪtətɪv, US -teɪt-/'เม็ดดิเทอะทิว, -เทท-/ *adj.,* **meditatively** /'medɪtətɪvlɪ/'เม็ดดิเทอะทิวลิ/ *adv.* อย่างไตร่ตรอง; *(esp. Relig.)* [อย่าง] ใคร่ครวญ, อย่างมีจิตเป็นสมาธิ

m

Mediterranean /medɪtəˈreɪnɪən/เมะดิเทอะ ˈเรเนียน/ ❶ *pr. n.* **the ~:** ทะเลเมดิเตอร์เรเนียน ❷ *adj.* แถบเมดิเตอร์เรเนียน; **~ coast/countries** ชายฝั่ง/ประเทศแถบทะเลเมดิเตอร์เรเนียน

Mediterranean: ~ ˈclimate *n. (Geog.)* ภูมิอากาศแบบเมดิเตอร์เรเนียน; **~ ˈSea** *pr. n.* ทะเลเมดิเตอร์เรเนียน

medium /ˈmi:dɪəm/ˈมีเดียม/ ❶ *n., pl.* **media** /ˈmi:dɪə/ˈมีเดีย/ *or* **~s** Ⓐ *(substance)* วัตถุ; *(fig.: environment)* สิ่งแวดล้อม; Ⓑ *(intermediate agency)* เครื่องมือ, ตัวกลาง; **by** *or* **through the ~ of** โดยอาศัย; Ⓒ *pl.* **~s** *(Spiritualism)* คนเข้าทรง; Ⓓ *(means of communication or artistic expression)* สื่อ; Ⓔ *in pl. (means of mass communication)* สื่อสารมวลชน; Ⓕ *(middle degree)* ระดับกลาง; ➡ **+ happy** A; Ⓖ *(liquid)* ของเหลว ❷ *adj.* ปานกลาง, ขนาดกลาง; ➡ **+ -size**

medium: ~-dry *adj. (ไวน์)* ไม่หวานไม่เปรี้ยวเกินไป; **~size[d]** *adj.* ขนาดกลาง; **~-sweet** *adj. (ไวน์)* ที่มีความหวานพอใช้; **~ term** ➡ **term** 1 D; **~ wave** *n. (Radio)* คลื่นวิทยุความถี่ขนาดกลาง

medlar /ˈmedlə(r)/ˈเม็ดเลอะ(ร)/ *n. (Bot.)* ต้นไม้ให้ผลเล็ก ๆ สีน้ำตาลคล้ายแอปเปิ้ล

medley /ˈmedlɪ/ˈเม็ดลิ/ *n.* Ⓐ *(forming a whole)* หลายสิ่งผสมกันเป็นหนึ่ง; *(collection of items)* สิ่งละอันพันละน้อยคละกันไป; *(of colours)* หลากสี; **his mind was confused with a ~ of thoughts** สมองของเขางงไปด้วยความหลากหลาย; Ⓑ *(Mus.) เพลงซึ่งตัดตอนมาจากเพลงอื่นหลายเพลง;* Ⓒ ➡ **medley relay**

medley ˈrelay *n. (Athletics)* การแข่งขันวิ่งผลัด, ระยะต่างกัน; *(Swimming)* การแข่งขันว่ายน้ำผลัดท่าต่างกัน

medulla /mɪˈdʌlə/มิˈเดอะเลอะ/ *n. (Anat.)* Ⓐ เนื้อใน, ไขใน; Ⓑ *(of brain)* ➡ **medulla oblongata**

medulla oblongata /mɪˈdʌlə ɒblɒŋgɑ:tə/มิˈเดอะเลอะ ออบลอง<u>ก</u>าเทอะ/ *n. (Anat.)* ส่วนต่อของเส้นประสาทสันหลัง ซึ่งเป็นส่วนล่างสุดของสมอง

meek /mi:k/มีค/ *adj.* Ⓐ *(humble)* เจียมตัว; Ⓑ *(tamely submissive)* ว่านอนสอนง่าย, อยู่ในโอวาท; **be [far] too ~:** อ่อนปวกเปียกเกินไป; **[as] ~ as a lamb** ว่านอนสอนง่ายมาก

meekly /mi:klɪ/มีคลิ/ *adv.* Ⓐ *(humbly)* อย่างเจียมตัว; Ⓑ *(submissively)* อย่างว่านอนสอนง่าย

meekness /ˈmi:knɪs/ˈมีคนิซ/ *n., no pl.* Ⓐ *(humbleness)* ความเจียมตัว; Ⓑ *(submissiveness)* ความว่านอนสอนง่าย

meerschaum /ˈmɪəʃəm/ˈเมียเชิม/ *n.* Ⓐ *(Min.)* สารประกอบแมกนีเซียมซิลิเคต ซึ่งมีดินเหนียวละเอียดนุ่ม; Ⓑ *(pipe)* กล้องยาสูบที่ทำจากสารชนิดนี้

¹meet /mi:t/มีท/ ❶ *v.t.,* **met** /met/เม็ท/ Ⓐ *(come face to face with or into the company of)* พบ, เจอ; **I have to ~ my boss at 11 a.m.** ฉันต้องพบเจ้านายเวลา 11 นาฬิกา; **arrange to ~ sb.** นัดพบกับ *ค.น.;* Ⓑ *(go to place of arrival of)* ไปรับ; **I'll ~ your train** ฉันจะไปรับคุณที่สถานีรถไฟ; **~ sb. halfway** *(fig.)* พบกันครึ่งทาง; Ⓒ *(make the acquaintance of)* ทำความรู้จัก, แนะนำ; **I'd like you to ~ my wife** ฉันอยากให้คุณได้รู้จักกับภรรยาของฉัน; **I have never met her** ฉันไม่เคยพบเธอ *(ไม่รู้จักเธอ);* **pleased to ~ you** ยินดีที่ได้รู้จักคุณ; **Maimie, ~ Charlene. Charlene, ~ Maimie** *(Amer.)* เมมี นี่ ชาร์ลีน ชาร์ลีน นี่ เมมี; Ⓓ *(reach point of contact with)* พบปะ, ประสบ; **~ the eye/sb.'s eye[s]** ได้สบตา/ตาของ *ค.น.;* **~ the ear/sb.'s ears** ได้ยิน/ได้เข้าหู *ค.น.;* **she met his eye[s], her eyes met his** *(fig.)* เธอสบตากับเขา; **he could not ~ his father's eyes** เขาไม่อาจสบตาพ่อของเขา; **there's more to** *or* **in it/him** *etc.* **than ~s the eye** มีอะไรซึ่งซับซ้อนหรือน่าสนใจมากกว่าที่คิดไว้/เขาเป็นคนสลับซับซ้อนกว่าที่คิดตอนเริ่มแรก; Ⓔ *(oppose)* ปะทะกับ *(ศัตรู); (grapple with)* ปลุกปล้ำกับ *(ผู้ร้าย);* Ⓕ *(experience)* ประสบ *(ปัญหา, ความต่อต้าน);* **~ [one's] death** *or* **one's end/disaster/one's fate** ประสบกับความตาย/วาระสุดท้าย/ความหายนะ/ชะตากรรม; **~ one's fate bravely** เผชิญชะตากรรมอย่างกล้าหาญ; Ⓖ *(satisfy)* สนอง *(ความต้องการ, ความหวัง, ข้อตกลง);* **~ the case** เหมาะสม; Ⓗ *(pay)* จ่าย *(ค่าเสียหาย, เงิน);* **~ one's obligations** ปฏิบัติตามภาระผูกพัน, จ่ายหนี้

❷ *v.i.,* **met** Ⓐ *(come face to face) (by chance)* เผชิญพบ; *(by arrangement)* นัดพบ; **goodbye, until we ~ again** ลาก่อน จนกว่าเราจะพบกันอีก; **we've met before** เราเคยพบกันมาก่อนแล้ว; Ⓑ *(assemble) (คณะกรรมการ)* ประชุม; **~ together** ประชุมพร้อมกัน; Ⓒ *(be in opposition)* ประจันหน้า; Ⓓ *(come together) (สายรถไฟ, ถนน)* บรรจบกัน; **their eyes/lips met** สายตา/ริมฝีปากของเขาบรรจบกัน; **the tables don't quite ~:** โต๊ะชิดกันไม่สนิท; ➡ **+ end** 1 H, N; Ⓔ *(be united)* **~ in sb.** เป็นอันหนึ่งอันเดียวกับ *ค.น.*

❸ *n. (Hunting)* การนัดพบของคนขี่ม้าล่าสัตว์

~ ˈup *v.t.* [เผอิญ] พบ; **~ up with sb.** *(coll.)* [เผอิญ] พบ *ค.น.*

~ with *v.t.* Ⓐ *(encounter)* พบ, เจอ; Ⓑ *(experience)* ประสบ *(ปัญหา, ความต่อต้าน);* **be met with sth.** ประสบกับ *ส.น.;* **all her attempts met with failure** ความพยายามทั้งปวงของเธอประสบความล้มเหลว; Ⓒ *(Amer.)* ➡ **~** 1 a

²meet *adj. (arch.)* **it is ~ to do sth.** มันเป็นการเหมาะสมที่จะทำ *ส.น.*

meeting /ˈmi:tɪŋ/ˈมีทิง/ *n.* Ⓐ การพบ; *(by arrangement)* การนัดพบ; *(of rivers)* การบรรจบกัน; **~ of minds** การเข้าใจกันอย่างลึกซึ้ง, การถูกชะตากัน; Ⓑ *(assembly) (of shareholders, club members etc.)* การประชุมผู้ถือหุ้น; *(Relig.)* งานชุมนุม; *(of committee, Cabinet, council, etc.)* การประชุมกรรมการ, คณะรัฐมนตรี, สภา ฯลฯ; **call a ~ of the committee** เรียกประชุมคณะกรรมการ; Ⓒ *(persons assembled)* ที่ประชุม; Ⓓ *(Sport)* การชุมนุมของคนเพื่อแข่งขันกีฬา; *(Racing)* การชุมนุมของคนเพื่อการแข่งรถ

meeting: ~ place *n.* จุดนัดพบ, จุดนัดหมาย; **~ point** *n. (of lines, roads, rivers)* จุดที่บรรจบกัน; **at the ~ point of the roads** ตรงจุดที่ถนนมาบรรจบกัน

mega /ˈmegə/ˈเม็ก<u>เก</u>อะ/ *(coll.)* ❶ *adj.* Ⓐ *(enormous)* ใหญ่; Ⓑ *(excellent)* สุดยอด ❷ *adv.* ที่สุด; **be ~ rich** รวยมหาศาล; **be ~ talented** มีความสามารถมาก

mega- /ˈmegə/ˈเม็ก<u>เก</u>อะ/ *pref.* ใหญ่, หน่วยล้าน

megabucks /ˈmegəbʌks/ˈเม็ก<u>เก</u>อะบัคซ/ *n.* ล้านเหรียญ, เงินจำนวนมาก

ˈmegabyte *n. (Computing)* เมกะไบต์ *(ท.ศ.)*

ˈmegacycle *n.* เมกะไซเกิล *(ท.ศ.) (หน่วยวัดความถี่ของคลื่นวิทยุ เท่ากับหนึ่งล้านเฮิรตซ์)*

ˈmegadeath *n.* ผู้เสียชีวิตล้านคน *(โดยเฉพาะใช้ในการประมาณจำนวนผู้เสียชีวิตในสงคราม);* **one ~:** ผู้เสียชีวิต 1 ล้านคน

ˈmegahertz *n. (Phys.)* เมกะเฮิรตซ์ *(ท.ศ.) (หน่วยวัดความถี่ของคลื่นวิทยุ เท่ากับ 1,024,000 เฮิรตซ์)*

megalithic /megəˈlɪθɪk/เมะ<u>เก</u>อะˈลิธิค/ *adj. (Archaeol.)* ทำจากหินก้อนใหญ่

megalomania /megələˈmeɪnɪə/เมะ<u>เก</u>อะเลอะˈเมเนีย/ *n.* ความผิดปกติทางจิต โดยคิดว่าตนเป็นผู้ยิ่งใหญ่

megalomaniac /megələˈmeɪnɪæk/เมะ<u>เก</u>อะเลอะˈเมนิแอค/ ❶ *n.* คนที่คิดว่าตนเป็นผู้ยิ่งใหญ่ ❷ *adj.* เกี่ยวกับโรคจิตชนิดนี้

ˈmegaphone *n.* โทรโข่ง

ˈmegastar *n. (coll.)* นักแสดงซึ่งดังมาก

ˈmegaton[ne] *n.* หน่วยวัดแรงระเบิดเทียบเท่ากับหนึ่งล้านตันของระเบิดทีเอ็นที

ˈmegawatt *n. (Electr.)* หนึ่งล้านวัตต์

meiosis /maɪˈəʊsɪs/มายˈโอซิซ/ *n. pl.* **meioses** /maɪˈəʊsi:z/มายˈโอซีซ/ *(Biol.)* การแบ่งเซลล์ชนิดหนึ่ง *(โดยเซลล์ใหม่จะมีจำนวนโครโมโซมครึ่งหนึ่งของเซลล์แม่)*

Meissen /ˈmaɪsn/ˈไมซ'น/ *pr. n.* **~ [porcelain]** ➡ **porcelain** A

melancholia /melənˈkəʊlɪə/เมะเลินˈโคเลีย/ *n. (Med.)* โรคจิตซึมเศร้าและกังวลโดยไม่มีสาเหตุชัดเจน

melancholic /melənˈkɒlɪk/เมะเลินˈคอลิค/ *adj.* ใจคอหดหู่, ซึมเศร้า

melancholy /ˈmelənkəlɪ/ˈเม็ลเลินเคอะลิ/ ❶ *n.* ความหดหู่ใจ; *(pensive sadness)* ความเศร้ากลัดกลุ้มใจ ❷ *adj.* Ⓐ *(gloomy, expressing sadness)* หม่นหมอง, เศร้าโศก; Ⓑ *(saddening)* เศร้าซึม

Melanesia /meləˈni:ʃə/เมะเลอะˈนีเชอะ/ *pr. n.* หมู่เกาะเมลานีเซีย *(ในภาคตะวันตกของมหาสมุทรแปซิฟิก)*

Melanesian /meləˈni:ʃən/เมะเลอะˈนีเชิน/ ❶ *adj.* แห่งหมู่เกาะเมลานีเซีย ❷ *n.* Ⓐ *(person)* ชาวเกาะเมลานีเซีย; Ⓑ *(language)* ภาษาเมลานีเซีย

mélange /ˈmeɪlɑ:nʒ, US meɪˈlɑ:nʒ/ˈเมลานฌ, เมˈลานฌ/ *n.* Ⓐ ของผสม, ของที่คละกัน, อาหารที่ผสมกัน; Ⓑ การสลับสี; **~ yarn** ด้ายสลับสี

melanin /ˈmelənɪn/ˈเม็ลเลอะนิน/ *n.* เม็ดสีน้ำตาลเข้มถึงดำในเส้นผม ผิวหนัง และตาดำ ซึ่งทำให้ผิวเป็นสีแทนเมื่อถูกแดด

melanoma /meləˈnəʊmə/เมะเลอะˈโนเมอะ/ *n. (Med.)* เนื้องอกในเซลล์ที่ผลิตเมลานิน โดยเฉพาะในผิวหนัง

melatonin /meləˈtəʊnɪn/เมะเลอะˈโทนิน/ *n.* สารบรรเทาอาการเมาเครื่องบิน

Melba /ˈmelbə/ˈเม็ลเบอะ/ ➡ **peach Melba**

Melba ˈtoast *n.* ขนมปังกรอบแผ่นบาง

meld /meld/เม็ลดฺ/ *(Amer.) v.t. & i* ผสม, รวมตัวกัน, คละเข้ากัน

mêlée *(Amer.:* **melee***)* /ˈmeleɪ, US meɪˈleɪ/ˈเม็ลเล, เมˈเล/ *n.* Ⓐ *(scuffle)* การต่อยตีกันนัว; Ⓑ *(muddle)* ความสับสนไม่รู้ว่าอะไรเป็นอะไร; *(of things or people moving to and for)* ความวุ่นวาย

mellifluous /meˈlɪfluəs/มิˈลิฟฟลุเอิซ/ *adj.* ไพเราะน่าฟัง *(เสียงพูด, ดนตรี)*

mellow /ˈmeləʊ/ˈเม็ลโล/ ❶ *adj.* Ⓐ *(softened by age or experience)* สุขุม, อารมณ์เย็น; Ⓑ

m

557 melodic | mental

(ripe, well-matured) สุกงอม, บ่มได้ที่; ◐C *(genial)* มีไมตรีจิต; *(slightly drunk)* เมานิด ๆ, ครึ้มอกครึ้มใจ; **~ in mood** อารมณ์ดี เคลิบเคลิ้ม; ◐D *(full and soft)* *(สี, แสง, เสียง)* มีความนุ่มนวลและเข้มข้นพอดี ❷ *v.t.* บ่ม, ทำให้สุขุมขึ้น ❸ *v.i.* สุขุม, ใจเย็นลง; *(เหล้าองุ่น)* บ่มให้ได้ที่

melodic /mɪˈlɒdɪk/มิ'ลอดิค/ *adj.* เกี่ยวกับทำนองเพลง; ให้เสียงดนตรีไพเราะน่าฟัง; **~ minor** *ระดับเสียงที่ขึ้นสูงถึงระดับที่ 6 และ 7 และต่ำลงถึงระดับที่ 6 และ 7*

melodious /mɪˈləʊdɪəs/มิ'โลเดียซ/ *adj.*, **melodiously** *adv.* *(เสียงดนตรี)* อย่างไพเราะน่าฟัง

melodrama /ˈmelədrɑːmə/'เม็ลเลอะดราเมอะ/ *n.* *(lit. or fig.)* ละครประเภทรักโศกกินใจ, ละครน้ำเน่า

melodramatic /melədrəˈmætɪk/เมะเลอะเดรอะ'แมทิค/ *adj.*, **melodramatically** /melədrəˈmætɪkəlɪ/เมะเลอะเดรอะ'แมทิเคอะลิ/ *adv.* *(lit. or fig.)* อย่างละครน้ำเน่า, อย่างทำเป็นเรื่องใหญ่โตเกินไป

melody /ˈmelədɪ/'เม็ลเลอะดิ/ *n.* ◐A *(pleasing sound)* เสียงที่ไพเราะ; ◐B *(tune)* ทำนองเพลง; ◐C *no pl.* *(musical quality)* ลักษณะแบบดนตรี; ◐D *(Mus.: part in harmonized music)* ท่อนแยกในเพลงประสานเสียง

melon /ˈmelən/'เม็ลเลิน/ *n.* แตง

melt /melt/เม็ลทฺ/ ❶ *v.i.* ◐A ละลาย; **~ in one's** *or* **the mouth** *(coll.)* ละลายในปาก; ➡ **+ butter** 1; ◐B *(fig.: be softened)* อ่อนลง; **her heart ~ed with pity** หัวใจของเธออ่อนลงด้วยความสงสาร; **~ into tears** น้ำตาไหล ❷ *v.t.* ◐A ทำให้ละลาย *(น้ำแข็ง, หิมะ, เนย)*; ◐B *(fig.: make tender)* ทำให้ *(จิตใจ, บุคคล)* อ่อนลง; **he was ~ed by her entreaties** เขาใจอ่อนด้วยคำอ้อนวอนของเธอ

~ aˈway *v.i.* ละลายจนหมด

~ ˈdown *v.t. & i* หลอมเพื่อนำมาทำใหม่; ➡ **+ meltdown**

~ into *v.t.* ค่อย ๆ เปลี่ยนเป็นอย่างอื่น, ค่อย ๆ หายเข้าไป

ˈmeltdown *n.* การละลายและความเสียหายที่ตามมาของโครงสร้าง *(โดยเฉพาะแก่นกลางซึ่งร้อนเกินไปของเครื่องปฏิกรณ์ปรมาณู)*

melting /ˈmeltɪŋ/'เม็ลทิง/: **~ point** *n.* จุดหลอมเหลว; **~ pot** *n.* *(fig.)* ที่รวมของหลายเชื้อชาติ ทฤษฎี ฯลฯ; **be in the ~ pot** อยู่ในสถานที่ที่มีการเปลี่ยนแปลงอย่างรวดเร็ว

member /ˈmembə(r)/'เม็มเบอะ(ร)/ *n.* ◐A สมาชิก; **be a ~ of the club** เป็นสมาชิกของสมาคม; **~ of the expedition** สมาชิกของคณะสำรวจ; **be a ~ of an expedition** เป็นสมาชิกคนหนึ่งในคณะสำรวจ; **~ of a/the family** สมาชิกของครอบครัว; ◐B **M~ [of Parliament]** *(Brit. Polit.)* สมาชิกสภาผู้แทนราษฎร; **M~ of Congress** *(Amer. Polit.)* สมาชิกสภาคองเกรส; ◐C *(limb)* แขน, ขา; *(organ of the body)* อวัยวะของร่างกาย; *(penis)* องคชาติ

membership /ˈmembəʃɪp/'เม็มเบอะชิพ/ *n.* ◐A *(being a member)* สมาชิกภาพ; **he was elected to ~ of the Society** เขาได้รับเลือกให้เป็นสมาชิกของสมาคม; ◐B *(number of members)* จำนวนสมาชิก; **the club has a ~ of a few hundred** ชมรมมีสมาชิกเป็นจำนวนไม่กี่ร้อยคน; ◐C *(body of members)* คณะสมาชิก

membrane /ˈmembreɪn/'เม็มเบรน/ *n.* *(Biol.)* เนื้อเยื่อบาง ๆ *(ที่หุ้มอวัยวะส่วนต่าง ๆ ของสัตว์และพืช)*

membranous /ˈmembrənəs/'เม็มเบรอะเนียซ/ *adj.* *(Biol.)* เป็น หรือ คล้ายเนื้อเยื่อ

memento /mɪˈmentəʊ/มิ'เม็นโท/ *n., pl.* **~es** *or* **~s** ◐A ของที่ระลึก

memo /ˈmeməʊ/'เม็มโม/ *n., pl.* **~s** *(coll.)* ➡ **memorandum** A, B

memoir /ˈmemwɑː(r), -wɔː/'เม็มวา, -เวาะ/ *n.* ◐A *in pl.* *(autobiography)* อัตชีวประวัติ; ◐B *(biography)* ชีวประวัติ

memorabilia /memərəˈbɪlɪə/เมะเมอะเรอะ'บิลเลีย/ *n. pl.* ของที่ระลึกถึงเหตุการณ์สำคัญ

memorable /ˈmemərəbl/'เม็มเมอะเรอะบ'ล/ *adj.* ควรแก่การจดจำ, ไม่มีวันลืม; **not a very ~ play** ละครที่ไม่น่าประทับใจนัก

memorably /ˈmemərəblɪ/'เม็มเมอะเรอะบลิ/ *adv.* อย่างน่าจดจำ, อย่างจำได้ง่าย

memorandum /meməˈrændəm/เมะเมอะ'แรนเดิม/ *n., pl.* **memoranda** /meməˈrændə/เมะเมอะ'แรนเดอะ/ *or* **~s** ◐A *(note)* บันทึก; **make a ~ of sth.** ทำบันทึกเรื่อง *ส.น.*; ◐B *(letter)* ข้อความสั้น ๆ; ◐C *(Diplom.)* รายงานทางการทูตอย่างไม่เป็นทางการ; ◐D *(Law)* เอกสารบันทึกเงื่อนไขสัญญา, **memorandum of association** หนังสือบริคณห์สนธิ

memorial /mɪˈmɔːrɪəl/มิ'มอเรียล/ ❶ *adj.* *(อนุสาวรีย์, ป้ายสลักบนผนัง)* เพื่อเป็นอนุสรณ์ ❷ *n.* ◐A *(monument)* อนุสาวรีย์; *(ceremony)* พิธีไว้อาลัย; ◐B *(statement of facts)* บันทึกข้อเท็จจริง; ◐C *(Diplom.)* รายงานทางการทูตแบบไม่เป็นทางการ

Meˈmorial Day *n.* *(Amer.)* *วันที่ระลึกถึงทหารที่เสียชีวิตจากการปฏิบัติหน้าที่*

memorize (memorise) /ˈmeməraɪz/'เม็มเมอะรายซฺ/ *v.t.* จดจำ; *(learn by heart)* ท่องจำ

memory /ˈmemərɪ/'เม็มเมอะริ/ *n.* ◐A *(faculty or capacity, recovery of knowledge)* ความจำ; **have a good/poor ~ for faces** จำหน้าคนได้ดี/ไม่ค่อยได้; **commit sth. to ~:** จดจำ *ส.น.*; ➡ **memorize;** ◐B *(recollection, person or thing remembered, act of remembering)* ความระลึกถึง, การจำ; **have a vague ~ of sth.** จำ *ส.น.* ได้ลาง ๆ; **to the best of my ~:** เท่าที่ฉันจำได้; **if my ~ is right** ถ้าฉันจำไม่ผิด; **search one's ~:** พยายามฟื้นความจำ; **it slipped** *or* **escaped my ~:** ฉันลืมไป; **a trip down ~ lane** การนึกถึงเรื่องราวในอดีต; **from ~:** จากที่จำได้; **speaking from ~:** พูดเท่าที่นึกได้; **in ~ of** เพื่อระลึกถึง; ◐C *(remembered time)* **a time within the ~ of men still living** ช่วงเวลาซึ่งอยู่ในความทรงจำของคนปัจจุบัน; **it is beyond the ~ of anyone alive today** ช่วงเวลาที่อยู่นอกเหนือความทรงจำของคนปัจจุบัน; ➡ **+ living** 2 A; ◐D *(posthumous repute)* ชื่อเสียงหลังจากเสียชีวิตไปแล้ว; **of happy** *or* **blessed ~:** แห่งความระลึกถึงอันดีงาม; ◐E *(Computing)* หน่วยความจำ

ˈmemory bank *n.* *(Computing)* อุปกรณ์หน่วยความจำของคอมพิวเตอร์; *(fig.)* ความจำของมนุษย์

men *pl. of* **man**

menace /ˈmenɪs/'เม็นนิซ/ ❶ *v.t.* ขู่, ทำอันตราย; **~ sb. with sth.** ขู่ *ค.น.* โดย *ส.น.* ❷ *v.i.* คุกคาม ❸ *n.* ◐A คนหรือสิ่งของที่ขู่เข็ญ; **an absolute** *or* **a public ~** *(fig. coll.)* *(dangerous person)* คนอันตราย; *(obnoxious person)* คนน่ารำคาญ; *(child)* เด็กจอมซน; ◐B *(literary: threat)* คำขู่, การขู่; **a sense of ~:** ความรู้สึกขู่เข็ญ; ➡ **+ demand** 2 A

menacing /ˈmenɪsɪŋ/'เม็นนิซิง/ *adj.* ขู่เข็ญ

ménage /meɪˈnɑːʒ/เม'นาฌ/ *n.* คนทั้งหมดที่อยู่ในบ้านเดียวกัน; **~ à trois** /meɪnɑːʒ ɑː ˈtrwɑː/เมนาฌ อา 'ทรฺวา/ *n.* *ครอบครัวที่มีสามคนคือ สามี ภรรยา และชู้รักของฝ่ายใดฝ่ายหนึ่ง*

menagerie /mɪˈnædʒərɪ/มิ'แนเจอะริ/ *n.* สวนสัตว์; *(fig. iron.: collection of persons)* กลุ่มคนหลากหลาย

mend /mend/เม็นดฺ/ ❶ *v.t.* ◐A *(repair)* ซ่อมแซม *(เสื้อผ้า, ของแตกหัก)*; ซ่อม *(ถนน, รถยนต์, เครื่องบิน)*; ◐B *(improve)* **~ one's manners** ปรับปรุงกิริยามารยาทให้ดีขึ้น; **~ one's ways** ปรับปรุงตัวเอง; **~ matters** ทำความเข้าใจใหม่; **it is never too late to ~** *(prov.)* การแก้ไขนั้นทำได้เสมอไม่ว่าช้าหรือเร็ว; ➡ **+ fence** 1 A; **least** 2 ❷ *v.i.* มีสุขภาพดีขึ้น; *(knit together)* *(กระดูก)* เชื่อมต่อกัน; **has his leg ~ed yet?** ขาของเขาดีขึ้นหรือยัง ❸ *n.* *(in glass, china etc.)* ร้อยต่อ, ร้อยซ่อม; *(in cloth)* ร้อยเย็บปะชุนซ่อมแซม; *(repair)* การซ่อมแซมสิ่งของ; **be on the ~:** *(บุคคล)* อาการดีขึ้นเรื่อย ๆ

mendacious /menˈdeɪʃəs/เม็น'เดเชิซ/ *adj.* *(คำพูด)* ที่โกหก; *(หนังสือ, รูปภาพ)* ที่หลอกลวง; *(บุคคล)* มุสา

mendacity /menˈdæsɪtɪ/เม็น'แดซิทิ/ *n.* ◐A *no pl.* *(untruthfulness)* ➡ **mendacious:** มุสา; ◐B *(a lie)* มุสาวาจา, การโกหกหลอกลวง

Mendelian /menˈdiːlɪən/เม็น'ดีเลียน/ *adj.* *(Biol.)* เกี่ยวกับทฤษฎีพันธุศาสตร์ของ จี. แอล. แมนเดล

mender /ˈmendə(r)/'เม็นเดอะ(ร)/ *n.* ช่างซ่อมแซม *(สิ่งของต่าง ๆ)*; **take one's watch/shoes to the ~'s** เอานาฬิกาข้อมือ/รองเท้าไปซ่อมที่ร้าน

mendicant /ˈmendɪkənt/'เม็นดิเคินทฺ/ ❶ *adj.* ขอทาน; **~ friar** พระคาทอลิก ซึ่งอยู่ได้ด้วยการบริจาคของผู้อื่น ❷ *n.* ◐A *(beggar)* คนขอทาน; ◐B *(friar)* พระที่อยู่ได้ด้วยการบริจาคจากผู้อื่น

menfolk /ˈmenfəʊk/'เม็นโฟค/ *n. pl.* ผู้ชายทั่ว ๆ ไป

menial /ˈmiːnɪəl/'มีเนียล/ ❶ *adj.* *(งาน)* ต่ำต้อย, ที่ไม่ต้องใช้สมอง ❷ *n.* *(derog.)* คนรับใช้

meningitis /menɪnˈdʒaɪtɪs/เมะนิน'ไจทิซ/ *n.* ➤ **453** *(Med.)* โรคเยื่อหุ้มสมองและไขสันหลังอักเสบ

menopausal /ˈmenəpɔːzl/'เม็นเนอะพอซ'ล/ *adj.* *(Physiol.)* เกี่ยวกับการหยุดมีประจำเดือน

menopause /ˈmenəpɔːz/'เม็นเนอะพอซ/ *n.* ◐A *(period of life)* ช่วงชีวิตที่หยุดมีประจำเดือน; **male ~:** *การเปลี่ยนแปลงในชีวิตผู้ชายเมื่ออายุมากขึ้น*; ◐B *(physiol.)* การหยุดมีประจำเดือน

menstrual /ˈmenstrʊəl/'เม็นซฺตรุเอิล/ *adj.* *(Physiol.)* เกี่ยวกับประจำเดือน

menstruate /ˈmenstrʊeɪt/'เม็นซฺตรุเอท/ *v.t.* *(Physiol.)* มีเลือดระดู, มีประจำเดือน

menstruation /menstrʊˈeɪʃn/เม็นซฺตรุ'เอช'น/ *n.* *(Physiol.)* ประจำเดือน, ระดู

menswear /ˈmenzweə(r)/'เม็นซแว(ร)/ *n., no pl., attrib.* เสื้อผ้าผู้ชาย

mental /ˈmentl/'เม็นท'ล/ *adj.* ◐A *(of the mind)* เกี่ยวกับจิตใจ; *(โรค, สภาพ)* จิต; **the previous ~ history of the patient** ประวัติสุขภาพจิตของคนไข้; ◐B *(done by the mind)* ในใจ; **make a quick ~ calculation** คิดคำนวณอย่างรวดเร็วในใจ; **~ process** กระบวนการคิด; **make a ~ note of sth.** สำเหนียก *ส.น.* ไว้ในใจ; **make a ~ note to do sth.** กำหนดไว้ในใจที่จะทำ *ส.น.*; ◐C *(Brit. coll.: mad)* บ้า, จี๋เง่า, ประสาท *(ภ.พ.)*

m

mental: ~ age *n. (Psych.)* ระดับพัฒนาการด้านจิตใจคิดเป็นอายุ *เมื่อเปรียบเทียบกับมาตรฐานเฉลี่ยของคนทั่วไป;* **~ a'rithmetic** *n.* จินตคณิต; **~ asylum ➡ ~ hospital; ~ 'block ➡ block 1 L; ~ case** *n. (coll.)* คนบ้า, คนเสียสติ; *(mental patient)* ผู้ป่วยโรคจิต; **~ 'cruelty** *n., no pl.* การกระทำที่ก่อให้เกิดความเจ็บปวดทางใจแก่ผู้อื่น; **~ de'fective** *n.* คนปัญญาอ่อน; **~ de'ficiency** *n.* พัฒนาการทางจิตที่ไม่สมบูรณ์; **~ 'health** *n.* สุขภาพจิต; **~ health services** สวัสดิการด้านสุขภาพจิต; **~ home** *n.* สถานที่รักษาผู้ป่วยทางประสาท; **~ hospital** *n.* โรงพยาบาลโรคจิต; **~ 'illness** *n.* โรคจิต

mentality /men'tælɪtɪ/เม็น'แทลิทิ/ *n.* Ⓐ *(outlook)* วิสัยทัศน์; Ⓑ *(mental capacity)* ระดับสติปัญญา

mentally /'mentəlɪ/'เม็นเทอะลิ/ *adv.* Ⓐ เกี่ยวกับจิตใจ; **~ deficient** *or* **defective** มีปัญญาอ่อน; Ⓑ *(inwardly) (ความกังวล, การไตร่ตรอง, คำนวณ)* ในใจ

mental: ~ patient *n.* ผู้ป่วยโรคจิต; **~ reser'vation** *n.* ข้อกังขาที่ติดอยู่ในใจ

menthol /'menθɒl/'เม็นธอล/ *n.* เมนทอล *(ท.ศ.) (สารจากน้ำมันหอมที่ได้จากพืชมินท์บางชนิด)*

mention /'menʃn/'เม็นช'น/ ❶ *n.* Ⓐ การอ้างอิง, การเอ่ยถึง, การกล่าวถึง; **there is a brief/no ~ of sth.** มีการเอ่ยถึง *ส.น.* อย่างรวบรัด/ไม่มีการเอ่ยถึง *ส.น.;* **the earliest ~ of this is in ...:** การอ้างถึงเรื่องนี้ครั้งแรกสุดอยู่ใน...; **get a ~:** ได้รับการกล่าวถึงสั้น ๆ; **make [no] ~ of sth.** เอ่ยถึง/ไม่มีการเอ่ยถึง *ส.น.;* Ⓑ *(commendation)* รางวัลชมเชย, รางวัลใหญ่; **honourable ~:** การระบุชื่อทหารที่ประพฤติองอาจเป็นเยี่ยม ❷ *v.t.* Ⓐ อ้าง, กล่าวถึง, ระบุชื่อ; **~ as the reason for sth.** อ้างเพื่อเป็นเหตุผลอธิบาย *ส.น.;* **now that you [come to] ~ it** พอคุณพูดขึ้นมา; **not to ~ ...:** โดยมิต้องกล่าวถึง...; **not to ~ the fact that ...:** โดยไม่ต้องกล่าวถึงข้อเท็จจริงที่ว่า...; **Thank you very much. – Don't ~ it** ขอบคุณมาก ไม่เป็นไร; Ⓑ *(commend)* **be ~ed** ได้รับการเอ่ยชื่อในทำนองชมเชย; **➡ + dispatch 2 A**

mentor /'mentɔ:(r)/'เม็นทอ(ร)/ *n.* ที่ปรึกษาที่มีประสบการณ์และเป็นที่เชื่อถือ

menu /'menju:/'เม็นนิว/ *n.* Ⓐ เมนู *(ท.ศ.),* รายการอาหาร; **ensure a varied ~:** จัดแจงให้มีรายการอาหารหลากหลาย; **a ~ at 20 euro** รายการอาหารชุดราคา 20 ยูโร; Ⓑ *(fig.: diet)* อาหารประจำ; Ⓒ *(fig.: programme)* รายการที่เสนอ; Ⓓ *(Computing, Telev.)* รายการเลือก

MEP *abbr.* **Member of the European Parliament** สมาชิกสภายุโรป

Mephistopheles /mefɪ'stɒfɪli:z/เมะฟิ'ซตอฟิลีซ/ *n.* Ⓐ *pr. n.* วิญญาณชั่วร้ายซึ่ง Faust ขายวิญญาณให้ในตำนานเยอรมัน; Ⓑ *(fiendish person)* บุคคลที่มีจิตใจชั่วร้าย

mercantile /'mɜ:kəntaɪl, US -ti:l, -tɪl/'เมอเคินทายลฺ, -ทีล, -ทิล/ *adj.* Ⓐ *(commercial)* เกี่ยวกับธุรกิจ, การค้า, พาณิชย์; **the ~ system** ระบบธุรกิจ; Ⓑ *(trading) (ประเทศ)* ค้าขาย; **~ marine ➡ merchant navy**

Mercator /mɜ:'keɪtə(r)/เมอ'เคเทอะ(ร)/ *n.* **~'s projection** *(Geog.)* *การวาดภาพของโลกลงบนทรงกระบอกในปี 1596 เพื่อให้ละติจูดมีความยาวเท่ากัน*

mercenary /'mɜ:sɪnərɪ, US -nerɪ/'เมอซิเนอะริ, -เนะริ/ ❶ *adj.* Ⓐ ➡ ที่หวังเงินหรือรางวัล; Ⓑ *(hired) (ทหาร)* รับจ้าง ❷ *n.* ทหารรับจ้าง

merchandise /'mɜ:tʃəndaɪz/'เมอเฉินดายซฺ/ ❶ *n., no pl., no indef. art.* สินค้าสำหรับขาย ❷ *v.t.* ค้าขาย, วางตลาด, โฆษณา *(สินค้า, บุคคล, ความคิด)*

merchant /'mɜ:tʃənt/'เมอเฉินทฺ/ *n.* Ⓐ *(trader)* พ่อค้า; **corn/timber ~:** พ่อค้าขายข้าวโพด/ไม้; **➡ + coal merchant; scrap merchant; wine merchant;** Ⓑ *(Amer., Scot.: retailer)* พ่อค้าขายปลีก; Ⓒ *(coll.: person engaged in specified activity)* **rip-off ~:** คนที่เอาเปรียบลูกค้า; **gloom ~:** คนที่มองโลกในแง่ร้ายตลอด; **➡ + speed merchant**

merchant: ~ 'bank *n.* ธนาคารเกี่ยวข้องในการให้สินเชื่อ และการลงทุนในธุรกิจ, วาณิชธนกิจ; **~ 'banker** *n.* **➤ 489** นายธนาคารที่ให้สินเชื่อและลงทุนกับธุรกิจ; **~ 'fleet ➡ ~ navy; ~man** *n. pl.,* **~men ➡ ~ ship; ~ ma'rine** *(Amer.),* **~ 'navy** *(Brit.) ns.* พาณิชย์นาวี; **~ 'prince** *n.* พ่อค้าผู้ร่ำรวย; **~ 'seaman** *n.* กะลาสีเรือพาณิชย์; **~ service ➡ ~ navy; ~ship** *n.* เรือพาณิชย์

merciful /'mɜ:sɪfl/'เมอซิฟ'ล/ *adj. (ความรู้สึก)* สงสาร, เมตตา; **his death must have come as a ~ release from his sufferings** การตายของเขาเป็นการดีแล้ว ที่ทำให้เขาพ้นจากความทุกข์ทรมาน; **~ Heavens!** อุแม่เจ้า, แม่เจ้าโวย; **God is ~ to sinners** พระผู้เป็นเจ้ามีความเมตตาแก่ผู้ทำบาป

mercifully /'mɜ:sɪfəlɪ/'เมอซิเฟอะลิ/ *adv.* อย่างสงสาร, อย่างเมตตา; *as sentence-modifier (fortunately)* โชคดี

merciless /'mɜ:sɪlɪs/'เมอซิลิซ/ *adj.,* **mercilessly** /'mɜ:sɪlɪslɪ/'เมอซิลิซลิ/ *adv.* ไร้ความปรานี, ไร้ความเมตตา

mercurial /mɜ:'kjʊərɪəl/เมอะ'คัวเรียล/ *adj. (quick-witted)* ไหวพริบ, คิดเร็วทำเร็ว; *(changeable)* เปลี่ยนแปลงรวดเร็ว, ไวยังกับปรอท

mercury /'mɜ:kjʊrɪ/'เมอคิวริ/ *n.* Ⓐ ปรอท; **the ~ is rising/falling** ปรอทวิ่งขึ้น/วิ่งลง; Ⓑ *pr. n.* **M~** *(Roman Mythol.)* เทพเมอร์คิวรี *(ในเทพปกรณ์โรมัน มีหน้าที่ส่งข่าวสาร);* Ⓒ *pr. n.* **M~** *(Astron.)* ดาวพุธ; Ⓓ *(Bot.)* พืชมีพิษบางชนิดในสกุล *Mercurialis*

mercy /'mɜ:sɪ/'เมอซิ/ ❶ *n.* Ⓐ *no pl., no indef. art. (compassion; also Theol.)* ความเมตตา, ความกรุณา; **show sb. [no] ~:** [ไม่] แสดงความกรุณาแก่ *ค.น.;* **beg for ~:** ร้องขอความปรานี; **act of ~:** ความปรานีสงสาร; **God's great ~:** พระกรุณาธิคุณอันยิ่งใหญ่ของพระเจ้า; **be at the ~ of sb./sth.** เป็นลูกไก่อยู่ในกำมือของ *ค.น./ส.น.;* **the ship was at the ~ of the waves** เรือลำนั้นเสี่ยงอันตรายจากคลื่นทะเล; **have ~!** กรุณาด้วยเถอะ; **Lord have ~ [up]on us** *(Relig.)* ขอพระผู้เป็นเจ้าโปรดประทานอภัยให้เรา; **~ [me]!, ~ [up]on us!** แม่เจ้าโว้ย! อะไรกันนี่!; Ⓑ *(instance)* ความเมตตา, ความปรานี, ความสงสาร; **one** *or* **we must be thankful** *or* **grateful for small mercies** *(coll.)* เราจะต้องพอใจในสิ่งที่เรามี; **leave sb. to the [tender] mercies of sb.** *(iron.)* ปล่อยให้ *ค.น.* อยู่ในการดูแลของ *ค.น. (เชิงล้อเลียน);* **it is a ~:** มันเป็นเรื่องโชคช่วย; **what a ~ it is that ...:** โชคดีจริงที่.. ❷ *attrib. adj. (เที่ยวบิน, การกระทำ)* ช่วยเหลือฉุกเฉิน; **~ killing** การช่วยให้ตายเพื่อหลุดพ้นจากความเจ็บปวด

mercy: ~ dash *n.* การให้ความช่วยเหลืออย่างเร่งด่วน

¹mere /mɪə(r)/เมีย(ร)/ *adj.* เพียงเท่านั้น, แค่ *(การมองข้าม);* **he is a ~ child** เขาเป็นเพียงเด็กเท่านั้น; **it's a ~ copy** เป็นเพียงภาพเหมือนเท่านั้น; **~ courage is not enough** แค่ความกล้านั้นยังไม่เพียงพอ; **the ~st hint/trace of sth.** แค่คำบอกใบ้/ร่องรอยของ *ส.น.* เท่านั้น; **~ words won't help** เพียงคำพูดไม่สามารถช่วยได้หรอก

²mere *n. (arch./literary)* ทะเลสาบ *หรือ* บ่อน้ำ

merely /'mɪəlɪ/'เมียลิ/ *adv.* เพียง, แค่; **not ~:** ไม่เพียงเท่านั้น

meretricious /merɪ'trɪʃəs/เมะริ'ทริชเชิซ/ *adj. (การตกแต่ง, สำนวนโวหาร)* สวยอย่างผิวเผิน แต่ไม่มีค่า

merge /mɜ:dʒ/เมิจ/ ❶ *v.t.* Ⓐ *(combine)* รวมเข้าด้วยกัน *(บริษัท, ธุรกิจ);* **~ one firm/department with another** รวมบริษัทหนึ่ง/หน่วยงานหนึ่งเข้ากับอีกบริษัท/หน่วยงาน; Ⓑ *(blend gradually)* ค่อย ๆ รวมกัน **(with** กับ); **his library should not be ~d with another collection** ห้องสมุดของเขาไม่ควรรวมกับชุดสะสมอื่น ❷ *v.i.* Ⓐ *(combine)* ควบรวมเข้าด้วยกัน *(บริษัท, กิจการ);* Ⓑ *(blend gradually) (ถนน)* รวมกัน; **~ with sth.** รวมเข้ากับ *ส.น.;* **~ into sth.** *(สี)* ค่อย ๆ รวมเข้ากับ *ส.น.*

merger /'mɜ:dʒə(r)/'เมอเจอะ(ร)/ *n. (of departments, parties)* การรวมเข้าเป็นอันหนึ่งอันเดียวกัน; *(of companies)* การควบรวมบริษัท

meridian /mə'rɪdɪən/เมอะ'ริดเดียน/ *n. (Astron., Geog.)* เส้นเมอริเดียน *(ท.ศ.) (เส้นวงกลมลากรอบโลกในแนวเหนือใต้);* **➡ + prime meridian**

meringue /mə'ræŋ/เมอะ'แรง/ *n.* ขนมหวานทำจากน้ำตาล ไข่ขาว และอื่น ๆ แล้วอบให้กรอบ

merino /mə'ri:nəʊ/เมอะ'รีโน/ *n., pl.* **~s** Ⓐ **~ [sheep]** พันธุ์แกะที่มีขนยาวละเอียด; Ⓑ *(material)* ผ้าจากขนสัตว์ อ่อนนุ่มหรือขนสัตว์ผสมฝ้าย; Ⓒ *(yarn)* ด้ายขนสัตว์นุ่มละเอียด

merit /'merɪt/'เมะริท/ ❶ *n.* Ⓐ *no pl. (worth)* คุณความดี; **a man of great ~:** ผู้ชายที่มีความดีความสามารถสูง; **promotion is by ~:** การเลื่อนตำแหน่งขึ้นกับคุณความดี; **there is no ~ in doing that** ไม่มีประโยชน์ในการกระทำเช่นนั้น; **be without ~:** *(หนังสือ, ภาพยนตร์)* ไม่มีข้อดี; Ⓑ *(good feature)* คุณสมบัติที่ดี; **on his/its ~s** แล้วแต่คุณสมบัติ/ตามเนื้อผ้า; Ⓒ *in pl. (rights and wrongs)* ข้อถูกข้อผิดตามกระทง, ข้อดีข้อเสีย; Ⓓ *(Theol.)* บุญความดีงามที่กระทำ; Ⓔ **Order of M~** *(Brit.)* ชั้นบรรดาศักดิ์กำเนิดเมื่อปี 1902 ให้ผู้ที่ได้กระทำสิ่งดีเด่น ❷ *v.t.* สมควรได้รับ; **sb. ~s reward/punishment** *ค.น.* สมควรได้รับรางวัล/การลงโทษ

'merit award, 'merit increase *n.* ค่าตอบแทนเพิ่มเติม ที่ให้แก่บุคลากรซึ่งมีผลงานดีหรือดีมาก

meritocracy /merɪ'tɒkrəsɪ/เมะริ'ทอเครอะซิ/ *n.* ระบบปกครอง *หรือ* สังคมที่เน้นคุณงามความดีของบุคคลมากกว่าฐานะ

meritorious /merɪ'tɔ:rɪəs/เมะริ'ทอเรียซ/ *adj. (บุคคล, การกระทำ)* มีคุณงามความดี, สมควรได้รับการสรรเสริญเยินยอ

'merit system *n. (Amer.)* ระบบการว่าจ้างและเลื่อนตำแหน่งข้าราชการ โดยพิจารณาผลงาน

mermaid /'mɜ:meɪd/'เมอเมด/ *n.* นางเงือก

merrie England ➡ merry England

merrily /'merɪlɪ/'เมะริลิ/ *adv.* อย่างสุขสำราญ, อย่างร่าเริง

merriment /'merɪmənt/'เมะริเมินทฺ/ *n., no pl.* ความสำเริงสำราญ, การเต็มไปด้วยความสนุกสนาน; **fall into fits of helpless ~:** หัวเราะจนน้ำหูน้ำตาไหล

merry /'merɪ/'เมะริ/ *adj.* Ⓐ ➤ **403** *(full of laughter or gaiety)* มีความร่าเริง, เต็มไปด้วยเสียงหัวเราะสนุกสนาน; **the M~ Widow/Wives of Windsor** ภรรยาร่าเริงของวินด์เซอร์ *(ชื่อละครโอเปรา)*; **a ~ time was had by all** ทุกคนต่างสนุกสนาน; **make ~:** หาความสนุกสนาน; **make ~ over sb./sth.** หัวเราะเยาะ *ค.น./ส.น.*; **the more the merrier** ยิ่งมากยิ่งสนุก; **~ 'Christmas!** สุขสันต์วันคริสต์มาส; Ⓑ *(coll.: tipsy)* มึนเมา

merry: ~ 'England *pr. n.* ประเทศอังกฤษในอดีตที่ร่าเริง, รุ่งเรือง; **~-go-round** *n.* ม้าหมุน; ➡ **hell** B; **~making** *n.* Ⓐ *no pl., no. indef. art.* ความสนุกสนาน; **the sound of ~making** เสียงร่าเริงสนุกสนาน; Ⓑ *(occasion)* งานเฉลิมฉลอง; **~ 'men** *n. pl.* กลุ่มผู้ติดตามที่จงรักภักดี

mesa /'meɪsə/'เมเซอะ/ *n. (Amer. Geog.)* ดอยโดดเดี่ยวที่มียอดเป็นพื้นราบ

Mesdames *pl. of* **Madame; Mrs.**

mesh /meʃ/เม็ช/ ❶ *n.* Ⓐ ตาข่าย, ตะแกรง; Ⓑ *(netting)* **wire ~ [fence]** [รั้ว] ตาข่าย; *(fig.: network)* เครือข่าย, ข่ายงาน; Ⓒ *in pl. (fig.: snare)* ตาข่ายดักจับสัตว์; Ⓓ *(fabric)* ผ้าตาข่าย; Ⓔ **be in ~** ขบกัน *(ซี่ของล้อต่าง ๆ)* ❷ *v.i.* Ⓐ *(Mech. Engin.)* ขบกัน; **~ with** ขบเข้ากัน; Ⓑ *(fig.: be harmonious)* สอดคล้องกับ, เข้ากันได้ดี

mesmerism /'mezmərɪzəm/'เม็ซเมอะริเซิม/ *n., no pl.* Ⓐ วิธีการสะกดจิตประเภทหนึ่ง *(คิดขึ้นโดยนายแพทย์ชาวออสเตรีย)*; Ⓑ *(dated: influence)* อิทธิพล; **power of ~:** ความสามารถในการสะกดจิต

mesmerize /'mezməraɪz/'เม็ซเมอะรายซฺ/ *v.t.* สะกดจิต

Mesopotamia /mesəpə'teɪmɪə/เมะเซอะเพอะ'เทเมีย/ *pr. n.* เมโสโปเตเมีย *(ประเทศในประวัติศาสตร์ ปัจจุบันคือ อิรัก)*

Mesozoic /mesəʊ'zəʊɪk/เมะโซ'โซอิค/ *(Geol.)* ❶ *adj.* แห่งยุคเมโซโซอิก *(ท.ศ.)* *(ที่มีการพัฒนาการของไดโนเสาร์และหลักฐานของสัตว์เลี้ยงลูกด้วยนม นกและไม้ดอก)* ❷ *n.* ยุคนี้

mess /mes/เม็ซ/ ❶ *n.* Ⓐ *(dirty/untidy state)* **[be] a~** *or* **in a ~:** ยุ่งเหยิงจริง; **[be] a complete** *or* **in an awful ~:** ยุ่งเหยิงอย่างร้ายกาจ; **what a ~!** รกจริง ๆ; **look a ~:** ดูรุงรัง; **your hair is a ~:** ผมคุณดูยุ่งเหยิงไปหมด; **don't make too much ~:** อย่าทำรกจนเกินไป; Ⓑ *(sth. out of place)* **leave a lot of ~ behind one** *(dirt)* ทิ้งทุกอย่างเลอะเทอะไปหมด; *(untidiness)* ทิ้งทุกอย่างในสภาพรก; **I'm not tidying up your ~:** ฉันจะไม่เก็บสิ่งที่คุณทำรกไว้หรอก; **make a ~ with sth.** ทำความสกปรกในการใช้ *ส.น.*; Ⓒ *(excreta)* **dog's/cat's ~es** ขี้หมา/ขี้แมว; **make/leave a ~ on the carpet** ถ่ายไว้บนพรม; Ⓓ *(bad state)* **be [in] a ~:** อยู่ในสถานการณ์ย่ำแย่, อยู่ในสภาพไม่ดี; **get into a ~:** หาเรื่องเดือดร้อนใส่ตัว; **clear up the ~:** แก้ไขความยุ่งยาก; **what a ~!** *(troubled situation)* เรื่องนี้ยุ่งยากจังเลย; *(unpleasant sight)* โอโห รกจริง ๆ; **make, a ~ of** ทำให้ *(ชีวิต, งาน)* ยุ่งเหยิง; ทำให้ *(แผน)* ล้มละลาย; **make a ~ of things** ทำเรื่องให้ยุ่งไปหมด; Ⓔ *(food)* **give sth. away for a ~ of pottage** *(fig. arch.)* เสียสละแลก *ส.น.* กับผลประโยชน์เพียงชั่วครู่ชั่วยาม; Ⓕ *(derog.: disagreeable concoction)* อาหารที่ปรุงไม่เป็นรส ต้องเททิ้ง; Ⓖ *(eating place)* โรงอาหาร; *(for officers)* ห้องรับประทานอาหาร; *(on ship)* ห้องรับประทานอาหารบนเรือ; **officers' ~:** ห้องรับประทานอาหารของนายทหาร ❷ *v.i. (Mil., Navy)* รับประทานอาหาร ❸ *v.t.* ➡ **~ up**

~ a'bout, ~ a'round ❶ *v.i.* Ⓐ *(potter)* ทำไปเล่นไป, ทำอย่างไม่เอาจริงเอาจัง; *(fool about)* ทำสนุก ๆ, ปล่อยเวลาให้ล่วงเลยไปโดยเปล่าประโยชน์; **~ about with cars** ลองซ่อมรถก๊อก ๆ แก๊ก ๆ ไปเรื่อย ๆ; Ⓑ *(interfere)* **~ about** *or* **around with** เข้ามาวุ่นจ้าน *(ในเรื่องคนอื่น)* ❷ *v.t.* **~ sb. about** *or* **around** ปฏิบัติต่อ *ค.น.* อย่างไม่อินังขังขอบ; **he's been ~ed about** *or* **around by the doctors** หมอรักษาเขาอย่างไม่อินังขังขอบ

~ 'up *v.t.* Ⓐ *(make dirty)* ทำให้สกปรก; *(make untidy)* ทำให้รก; Ⓑ *(bungle)* ทำเสียเรื่อง; Ⓒ *(interfere with)* เข้าไปเกี่ยวข้องแทรกแซง *(แผน)*; ➡ + **~-up**

message /'mesɪdʒ/'เม็ซซิจ/ *n.* Ⓐ *(communication)* ข่าวสาร, ฝากข้อความ; **send/take/leave a ~:** ส่ง/รับ/ฝากข้อความ; **give sb. a ~:** ให้ข่าวสารแก่ *ค.น.*; **did you give him my ~?** คุณส่งข่าวสารของฉันให้กับเขาหรือเปล่า; **can I take a ~?** จะให้ฉันฝากข้อความอะไรไหม; **send sb. a ~ by sb.** *(orally)* ฝาก *ค.น.* ไปบอกข่าว *ค.น.*; *(in writing)* ฝากข่าวสารไปให้; Ⓑ *(teaching)* สาระสำคัญของการสอน; **get the ~** *(fig. coll.)* เข้าใจความหมาย

messaging /'mesɪdʒɪŋ/'เม็ซซิจิง/ *adj.* เกี่ยวกับการส่งข่าว

messenger /'mesɪndʒə(r)/'เม็ซซินเจอะ(ร)/ *n.* คนนำสาร; **King's/Queen's M~:** ทูตนำสารจากพระราชา/พระราชินี

'messenger boy *n.* ➤ **489** คนรับจ้างส่งเอกสาร

Messiah /mɪ'saɪə/มิ'ซายเออะ/ *n. (lit. or fig.)* ผู้ปลดปล่อยมนุษย์ให้พ้นทุกข์, พระคริสต์, พระศรีอาริย์

messianic /mesɪ'ænɪk/เมะซิ'แอนิค/ *adj.* เกี่ยวกับผู้ปลดปล่อยให้พ้นทุกข์

messily *adv.* อย่างเลอะเทอะ, อย่างยุ่งเหยิง; **eat/drink ~:** กิน/ดื่มอย่างเลอะเทอะ

mess: ~ jacket *n. (Mil., Navy)* เสื้อราตรีสโมสร; **~mate** *n. (Mil., Navy)* ที่เป็นทหารรุ่นเดียวกัน; **he was a ~mate of mine** เขาเป็นเพื่อนรุ่นเดียวกับผมในกองทัพ

Messrs /'mesəz/'เม็ซเซิซ/ *n. pl.* Ⓐ *(in name of firm)* ≈ นาย; Ⓑ *pl. of* **Mr.** *(in list of names)* **~ A, B, and C** นายเอ, บี, และซี

'mess-up *n.* ความสับสน, ความผิดพลาด; **there has been a ~ with your order** เกิดความสับสนในการสั่งซื้อของคุณ

messy /'mesɪ/'เม็ซซิ/ *adj.* Ⓐ *(dirty)* สกปรก, ยุ่งเหยิง, เลอะเทอะ, รก; **be a ~ workman** เป็นช่างที่ทำงานเลอะเทอะ; **be a ~ eater** เป็นคนกินข้าวเลอะเทอะ; Ⓑ *(awkward)* ยุ่งยากใจ

[1]**met** ➡ [1]**meet** 1, 2

[2]**met** /met/เม็ท/ *(coll.)* ❶ *adj.* ➡ **meteorological** ❷ *n.* **the Met** Ⓐ *(Brit.)* **The Metropolitan Police** ➡ **metropolitan** 1 A; Ⓑ *(Amer.: Metropolitan Opera)* คณะละครร้องเดอะเม็ท

metabolic /metə'bɒlɪk/เมะเทอะ'บอลิค/ *adj. (Physiol.)* เกี่ยวกับการสันดาป, เกี่ยวกับขบวนการเคมีที่เกิดขึ้นในสิ่งมีชีวิต

metabolism /mɪ'tæbəlɪzm/มิ'แทเบอะลิซ'ม/ *n. (Physiol.)* การสันดาป, เมทาบอลิซึม *(ท.ศ.)* *ขบวนการทางเคมีที่ในสิ่งมีชีวิต ส่งผลให้เกิดพลังงานและการเจริญเติบโต;* **basal ~:** เกี่ยวกับอวัยวะที่หยุดนิ่งอย่างสมบูรณ์

metabolize /mɪ'tæbəlaɪz/มิ'แทเบอะลายซฺ/ *v.t. (Physiol.)* ทำให้เกิดกระบวนการเมทาบอลิซึม

metal /'metl/'เม็ท'ล/ ❶ *n.* Ⓐ โลหะ; ➡ + **gunmetal; white metal;** Ⓑ *in pl. (Brit.: rails)* รางรถไฟ; **leave the ~s** *(รถไฟ)* ตกราง ❷ *adj.* ทำจากโลหะ; **be ~:** เป็นโลหะ ❸ *v.t., (Brit.)* **-ll-** *(Brit.: surface)* ปกคลุมด้วยยางมะตอย

'metal detector *n.* เครื่องมือตรวจหาโลหะ

metalize *(Amer.)* ➡ **metallize**

metallic /mɪ'tælɪk/มิ'แทลิค/ *adj.* Ⓐ *(of metal)* เป็นโลหะ; **~ currency** เหรียญกษาปณ์; Ⓑ *(like metal)* *(ความแข็ง, สี, เงา)* เหมือนโลหะ; มี *(เสียง)* เหมือนตี/เคาะโลหะ; **have a ~ taste** มีรสชาติเหมือนโลหะ

metallize (metallise) /'metəlaɪz/'เม็ทเทอะลายซฺ/ *v.t.* ทำให้เป็นโลหะ, ฉาบผิวด้วยโลหะ

metallurgic /metə'lɜ:dʒɪk/เมะเทอะ'เลอจิค/, **metallurgical** /metə'lɜ:dʒɪk(l)/เมะเทอะ'เลอจิค'ล/ *adj.* เกี่ยวกับกระบวนการผลิตโลหะ

metallurgist /mɪ'tælədʒɪst, US 'metəlɜ:rdʒɪst/มิ'แทเลอะจิซทฺ, 'เม็ทเทอะเลอรจิซทฺ/ *n.* ➤ **489** นักโลหะวิทยา, นักวิทยาศาสตร์เกี่ยวกับกระบวนการผลิตโลหะ

metallurgy /mɪ'tælədʒɪ, US 'metəlɜ:rdʒɪ/มิ'แทเลอะจิ, 'เมะเทอะเลอรจิ/ *n., no pl.* โลหะกรรม, วิทยาศาสตร์เกี่ยวกับการผลิต การถลุงและคุณสมบัติของโลหะและการนำไปใช้งาน

metal: ~ polish *n.* ยาขัดโลหะ; **~work** *n., no pl.* Ⓐ *(activity)* โลหะกิจ; Ⓑ *(product)* ผลิตภัณฑ์โลหะ; **~worker** *n.* ช่างโลหะ

metamorphic /metə'mɔ:fɪk/เมะเทอะ'มอฟิค/ *adj. (Geol.)* *(หิน)* ที่ได้ผ่านการเปลี่ยนรูปร่างโดยธรรมชาติ

metamorphose /metə'mɔ:fəʊz/เมะเทอะ'มอโฟซฺ/ ❶ *v.t.* เปลี่ยนรูปร่าง **(into** เป็น**)** ❷ *v.i.* เปลี่ยนเป็นรูปร่างใหม่, เปลี่ยนพื้นฐานดั้งเดิม **(into** เป็น**)**

metamorphosis /metə'mɔ:fəsɪs, metəmɔ:'fəʊsɪs/เมะเทอะ'มอเฟอะซิซ, เมะเทอะมอ'โฟซิซ/ *n., pl.* **metamorphoses** /metə'mɔ:fəsi:z, metəmɔ:'fəʊsi:z/เมะเทอะ'มอเฟอะซีซ, เมะเทอะมอ'โฟซีซ/ Ⓐ *(change of form or character)* การเปลี่ยนรูปร่าง **(into** เป็น**)**; **undergo a [gradual] ~:** ค่อย ๆ เปลี่ยนรูปร่างลักษณะ; Ⓑ *(Zool.)* การเปลี่ยนจากตัวอ่อนเป็นวัยเจริญพันธุ์

metaphor /'metəfɔ:(r)/'เมะเทอะฟอ(ร)/ Ⓐ *no pl., no art. (stylistic device)* คำอุปมาอุปไมย; **[the use of] ~:** การใช้คำอุปมาอุปไมย; Ⓑ *(instance)* กรณีการใช้คำอุปมาอุปไมย; **mixed ~:** การใช้คำอุปมาอุปไมย ประเภทหัวมงกุฎท้ายมังกร

metaphoric /metə'fɒrɪk (l)/เมะเทอะ'ฟอริค'(ล)/ **metaphorical** /metə'fɒrɪkl/เมะเทอะ'ฟอริค'ล/ *adj.* ที่เป็นอุปมาอุปไมย

metaphorically /metə'fɒrɪklɪ/เมะเทอะ'ฟอริคลิ/ *adv.* อย่างอุปมาอุปไมย; **be ~ true** จริงในแง่อุปมาอุปไมย; **~ speaking** พูดอย่างอุปมาอุปไมย, พูดอย่างเปรียบเทียบ

metaphysical /metə'fɪzɪkl/เมะเทอะ'ฟิซซิค'ล/ *adj.* Ⓐ *(Philos.)* เกี่ยวกับทฤษฎีทางอภิปรัชญา; **~ language/terminology** ภาษา/ศัพท์สำนวนทางอภิปรัชญา; Ⓑ *(in popular use: abstract)* ทฤษฎีทางนามธรรมที่พิสูจน์ไม่ได้

metaphysics /metə'fɪzɪks/เมะเทอะ'ฟิซซิคซฺ/ *n., no pl.* Ⓐ *(Philos.)* อภิปรัชญา *(ร.บ.)*, ปรัชญาของจิตใจ; Ⓑ *(in popular use: abstract talk or theory)* ทฤษฎีทางนามธรรม

metastasis /meˈtæstəsɪs/เมะˈแทซเตอะซิซ/ *n., pl.* **metastases** /meˈtæstəsi:z/เมะˈแทซเตอะซีซฺ/ *(Med.)* การย้ายของโรค เช่น โรคมะเร็งจากอวัยวะหนึ่งไปยังอีกอวัยวะหนึ่ง

metatarsal /metəˈtɑ:sl/เมะเทอะˈทาซ'ล/ *adj.* เกี่ยวกับกระดูกฝ่าเท้า

mete /mi:t/มีท/ *v.t. (literary)* **~ out** แจกจ่าย *(โทษ, รางวัล)*; **~ out justice** ตัดสินอย่างเป็นธรรม

meteor /ˈmi:tɪə(r)/ˈมีเทีย(ร)/ *n. (Astron.)* อุกกาบาต; ดาวตก, ผีพุ่งใต้; **~ shower** กลุ่มอุกกาบาตที่ปรากฏมาจากจุดเดียวกันในท้องฟ้า, ฝนดาวตก

meteoric /mi:tɪˈɒrɪk, US -ˈɔ:r-/มีทิˈออริค, ˈออร-/ *adj.* Ⓐ *(Astron.)* เกี่ยวกับบรรยากาศ; *(หาง)* อุกกาบาต; Ⓑ *(fig.) (ความก้าวหน้า)* ที่รุ่งโรจน์; *(ความโด่งดัง)* เป็นประกายเจิดจ้า

meteorite /ˈmi:tɪəraɪt/ˈมีเทียไรท/ *n. (Astron.)* อุกกาบาตที่ตกลงมาถึงพื้นผิวโลก

meteorological /mi:tɪərəˈlɒdʒɪkl/มีเทียเรอะˈลอจิค'ล/ *adj.* เกี่ยวกับวิชาอุตุนิยมวิทยา; **M~ Office** *(Brit.)* กรมอุตุนิยมวิทยา

meteorologist /mi:tɪəˈrɒlədʒɪst/มีเทียˈรอเลอะจิซทฺ/ *n.* ➤ **489** นักอุตุนิยมวิทยา

meteorology /mi:tɪəˈrɒlədʒɪ/มีเทียˈรอเลอะจิ/ *n.* Ⓐ *no pl.* อุตุนิยมวิทยา; Ⓑ *(weather of region)* ลักษณะอากาศของพื้นที่หนึ่ง ๆ

[1]**meter** /ˈmi:tə(r)/ˈมีเทอะ(ร)/ ❶ *n.* Ⓐ *(measuring device)* มิเตอร์ *(ท.ศ.)*, เครื่องวัดปริมาณต่าง ๆ; *(for coins)* อุปกรณ์หยอดเหรียญก่อนจะใช้บริการได้; **humidity ~:** เครื่องมือตรวจความชื้น; ➡ + **electricity meter; gas meter; water meter;** Ⓑ *(parking ~)* ที่หยอดเหรียญจับเวลาจอดรถ; **feed the ~** *(coll.)* หยอดเหรียญต่อเวลา; Ⓒ ➡ **taximeter** ❷ *v.t.* วัดโดยใช้เครื่องวัด *(น้ำ, ไฟฟ้า, ก๊าซ)*

[2]**meter** *(Amer.)* ➡ [1]**metre**

[3]**meter** *(Amer.)* ➡ [2]**metre**

ˈmeter maid *n. (coll.)* เจ้าหน้าที่ตรวจมิเตอร์จอดรถหญิง

methadone /ˈmeθədəʊn/ˈเมะเธอะโดน/ *n.* *ยากดประสาทใช้ระงับความเจ็บปวดแทนมอร์ฟีนหรือเฮโรอีน*

methane /ˈmi:θeɪn, ˈmeθeɪn/ˈมีเธน, ˈเมะเธน/ *n. (Chem.)* ก๊าซมีเทน *(ท.ศ.)* เป็นส่วนประกอบหลักของก๊าซธรรมชาติ

methanol /ˈmeθənɒl/ˈเมะเธอะนอล/ *n.* เมทิลแอลกอฮอล์ *(ท.ศ.)*

methinks /mɪˈθɪŋks/มิˈธิงคฺซ/ *v.i. impers., p.t.* **methought** /mɪˈθɔ:t/มิˈธอท/ *(arch.)* ฉันคิดว่า

method /ˈmeθəd/ˈเม็ธเธิด/ *n.* Ⓐ *(procedure)* ระเบียบวิธี, วิธีการ; **~ of proceeding** *or* **procedure** ระเบียบวิธีปฏิบัติ; **brew by the traditional ~:** หมักเหล้าโดยวิธีการดั้งเดิม; **police ~s** ระเบียบวิธีของตำรวจ; Ⓑ *no pl., no art. (arrangement of ideas, orderliness)* ระบบ, ขั้นตอน; **there was a lack of** *or* **was no ~ in the book** หนังสือเล่มนี้ไม่มีการวางโครงเรื่อง; **a man of ~:** ผู้ชายที่มีระเบียบ; **use ~:** ใช้แบบแผน; **there's ~ in his madness** *(fig. joc.)* วิธีการแปลกประหลาดของเขาก็ยังมีระบบอยู่; Ⓒ *(scheme of classification)* ระเบียบ

methodic /mɪˈθɒdɪk/มิˈธอดิค/ *adj. (Amer.)* Ⓐ ➡ **methodical;** Ⓑ *(relating to methodology)* เกี่ยวกับระเบียบแบบแผนปฏิบัติการ

methodical /mɪˈθɒdɪkl/มิˈธอดิค'ล/ *adj.* เป็นระเบียบ, มีระบบ; **in a ~ way** อย่างมีระบบ, อย่างมีแผนงาน; **be ~:** เป็นคนทำอะไรอย่างมีระบบ

methodically /mɪˈθɒdɪkəlɪ/มิˈธอดิเคอะลิ/ *adv.* อย่างเป็นระเบียบแบบแผน, อย่างเป็นระบบ

Methodism /ˈmeθədɪzm/ˈเมอะเธอะดิซ'ม/ *n., no pl. (Relig.)* นิกายโปรเตสแตนต์ ซึ่งเกิดใน ค.ศ. 18 โดยจอห์น, ชาร์ลส์ ไวสเลย์และยอร์ช ไวท์ฟิลด์

Methodist /ˈmeθədɪst/ˈเมะเธอะดิซทฺ/ *n. (Relig.)* สมาชิกนิกายโปรเตสแตนต์ เมโธดิเซิม; *attrib. (โบสถ์, ความเชื่อ)* เมโธดิซต์

methodology /meθəˈdɒlədʒɪ/เมะเธอะˈดอเลอะจิ/ *n.* Ⓐ *no pl., no art. (science of method)* วิทยาการที่ว่าด้วยระเบียบวิธี, วิธีวิทยา *(ร.บ.)*; Ⓑ *(methods used)* ระเบียบวิธีที่นำมาใช้

methought ➡ **methinks**

meths /meθs/เม็ธซฺ/ *n., no pl., no indef. art. (Brit. coll.) แอลกอฮอล์อิ่มตัวด้วยเมทานอลใช้เป็นเชื้อเพลิง*

ˈmeths drinker *n. (Brit. coll.)* คนติดเหล้าที่ดื่มแอลกอฮอล์เชื้อเพลิง

Methuselah /mɪˈθju:zələ/มิˈธิวเซอะเลอะ/ *n.* Ⓐ *pr. n. (Bibl.) ชายผู้มีอายุยืนมาก (969 ปี) ในคัมภีร์ไบเบิล*; Ⓑ **[old] ~:** คนแก่มาก ๆ

methyl /ˈmeθɪl/ˈเม็ธธิล/ *n. (Chem.)* เมธิล *(ท.ศ.) (สารประกอบไฮโดรคาร์บอนหนึ่งปรมาณูไฮโดรเจนสามปรมาณู* CH_3 *มีในสารประกอบอินทรีย์หลายชนิด)*

methyl ˈalcohol *n. (Chem.)* เมทิลแอลกอฮอล์ *(ท.ศ.) (ใช้เป็นตัวละลาย ใช้ในอุตสาหกรรมพลาสติกและยา)*

methylated spirit[s] *n. (pl.)* แอลกอฮอล์อิ่มตัวด้วยเมทานอล *(เป็นเชื้อเพลิงและตัวทำละลาย)*

meticulous /mɪˈtɪkjʊləs/เมอะˈทิคคิวเลิซ/ *adj. (scrupulous)* พิถีพิถัน; *(overscrupulous)* จุกจิกจู้จี้, ละเอียดเกินไป; **be ~ about sth.** จุกจิกกับรายละเอียด *ส.น.*; **be a ~ person** เป็นคนเที่ยงตรง, เป็นคนเจ้าระเบียบ

meticulously /mɪˈtɪkjʊləslɪ/เมอะˈทิคคิวเลิซลิ/ *adv.* Ⓐ *(scrupulously)* อย่างพิถีพิถัน; *(overscrupulous)* อย่างจู้จี้จุกจิก; **~ clean** สะอาดอย่างหมดจดทุกซอกทุกมุม; Ⓑ *(coll.: carefully)* อย่างระมัดระวัง, อย่างเที่ยงตรงแม่นยำ

métier /ˈmetɪeɪ/ˈเมทิเอ/ *n.* Ⓐ *(calling)* อาชีพ, ขอบข่ายการทำงาน; Ⓑ *(forte)* ความสามารถพิเศษ, จุดเด่น

metonymy /mɪˈtɒnɪmɪ/มิˈทอนิมิ/ *n. (Rhet.) การใช้คำที่เกี่ยวข้องกับสิ่งหนึ่งนั้นแทนคำนั้น เช่น 'มงกุฎ' แทน 'พระราชา'*

[1]**metre** /ˈmi:tə(r)/ˈมีเทอะ(ร)/ *n. (Brit.)* Ⓐ *(poetic rhythm)* แบบแผนคำประพันธ์, ฉันทลักษณ์; **written in an iambic ~:** ใช้ทำนองจังหวะแบบไอแอมบิค; Ⓑ *(Pros.: metrical group)* สัมผัส, จังหวะ

[2]**metre** *n.* ➤ **263,** ➤ **517** *(Brit.: unit)* เมตร; **sell cloth by the ~:** ขายผ้าเป็นเมตร; ➡ + **cubic** B; **square** 2 B

metric /ˈmetrɪk/ˈเม็ททริค/ *adj. (การวัด)* เมตริก; **~ system** ระบบเมตริก; **go ~** *(coll.)* ใช้ระบบเมตริก; ➡ + **hundredweight; ton** A

metrical /ˈmetrɪkl/ˈเม็ททริค'ล/ *adj.*, **metrically** /ˈmetrɪkəlɪ/ˈเม็ททริเคอะลิ/ *adv. (measurement)* อย่างเมตริก; *(poetic rhythm) (กลอน)* ที่ใช้ท่วงทำนองจังหวะฉันทลักษณ์

metricate /ˈmetrɪkeɪt/ˈเม็ททริเคท/ *v.t. & i.* เปลี่ยนเป็นระบบเมตริก

metrication /metrɪˈkeɪʃn/เม็ททริˈเคช'น/ *n.* การเปลี่ยนเป็นระบบเมตริก

metro /ˈmetrəʊ/ˈเม็ทโทร/ *n., pl.* **~s** *(coll.)* รถไฟใต้ดิน; **the Paris M~** รถไฟใต้ดินปารีส

metronome /ˈmetrənəʊm/ˈเม็ทเทรอะโนม/ *n. (Mus.)* เครื่องมือให้จังหวะดนตรี

metropolis /mɪˈtrɒpəlɪs/มิˈทรอเพอะลิซ/ *n. (capital)* เมืองหลวง; *(chief city)* มหานคร; **the ~** *(Brit.)* ลอนดอน

metropolitan /metrəˈpɒlɪtən/เมะเทรอะˈพอลิเทิน/ ❶ *adj.* Ⓐ *(of a metropolis)* **[the] ~ hotels/cinemas** โรงแรม/โรงหนังของมหานคร; **~ New York/Tokyo** มหานครนิวยอร์ก/โตเกียว; **~ London** มหานครลอนดอน; **the M ~ Police** ตำรวจนครบาลเมืองลอนดอน; **~ borough/district** *(Brit. Admin.)* อำเภอ/เขตในมหานคร; **~ county** *(Brit. Admin.) หนึ่งในหกมหานครในอังกฤษ นอกเหนือจากกรุงลอนดอน*; Ⓑ *(not colonial) ส่วนของอำนาจอาณานิคมที่เป็นประเทศแม่*; **~ France** แผ่นดินประเทศฝรั่งเศส ❷ *n.* ➡ **metropolitan bishop**

metropolitan ˈbishop *n. (Gk. Orthodox Ch.)* บิชอปที่มีอำนาจเหนืออาร์ชบิชอป; *(RC Ch., Anglican Ch.)* มีฐานะเป็นอาร์ชบิชอป

mettle /ˈmetl/ˈเม็ท'ล/ *n.* Ⓐ *(quality of temperament)* นิสัย, ธาตุแท้; **show one's ~:** แสดงธาตุแท้ของตนออกมา; Ⓑ *(spirit)* จิตวิญญาณกล้าหาญ; **a man of ~:** ผู้ชายที่มีจิตใจกล้าหาญ; **be on one's ~:** ได้รับการท้าทายให้แสดงความสามารถ; **put sb./sth. on his/its ~:** ท้าทาย *ค.น./ส.น.*; Ⓒ *(animal's vigour)* พลังฮึดสู้

Meuse *pr. n. (Geog.)* แม่น้ำเมอซ *(ที่ไหลจากทางตะวันออกเฉียงเหนือของฝรั่งเศส ผ่านเบลเยียมและเนเธอร์แลนด์)*

mew /mju:/มิว/ ❶ *v.i. (แมว)* ทำเสียงเมี้ยว ๆ ❷ *n. (of cat)* เสียงร้องเมี้ยว ๆ; *(of seagull)* เสียงร้องของนกนางนวล

mews /mju:z/มิวซฺ/ *n. pl. same (Brit.)* คอกม้าที่สร้างเป็นแถวยาว; *(converted into dwellings/garages) คอกม้าที่ถูกดัดแปลงเป็นที่อยู่อาศัย/โรงรถในซอยแคบ ๆ*

Mexican /ˈmeksɪkən/ˈเม็คซิเคิน/ ❶ *adj.* แห่งเม็กซิกัน; **sb. is ~:** *ค.น.* มีเชื้อสายเม็กซิกัน; **~ wave** ลุกขึ้นเชียร์ในสนามกีฬา เป็นจังหวะคลื่น; ➡ + **English** 1 ❷ *n.* คนเม็กซิกัน

Mexico /ˈmeksɪkəʊ/ˈเม็คซิโก/ *pr. n.* ประเทศเม็กซิโก; **~ City** เม็กซิโกซิตี้ *(เมืองหลวงของประเทศเม็กซิโก)*

mezzanine /ˈmetsəni:n, ˈmezəni:n/ˈเม็ทเซอะนีน, ˈเม็ซเซอะนีน/ *n.* Ⓐ *(Archit.)* ชั้นลอย; Ⓑ *(Amer. Theatre)* ที่นั่งดูละครชั้นลอย

mezzo /ˈmetsəʊ/ˈเม็ทโซ/: **~-soprano** *n.* ระดับเสียงของนักร้องหญิง ระหว่าง soprano กับ contraltro, นักร้องที่มีระดับเสียงดังกล่าว; **~tint** *n. (Art) ภาพพิมพ์ที่ใช้วิธีขูดผิวแผ่นพิมพ์ให้ได้โทนหมึก*; *(method) พิมพ์โดยขูดผิวแม่พิมพ์เพื่อได้โทน*

mg. *abbr.* ➤ **1013 milligram[s]**

MHz *abbr.* **megahertz**

mi /mi:/มี/ ➡ [2]**me**

mi. *abbr. (Amer.)* **mile[s]**

MI *abbr. (Brit. Hist./coll.)* **Military Intelligence** หน่วยสืบราชการลับทางทหารของอังกฤษ; **MI5** หน่วยสืบราชการลับ; **MI6** หน่วยสืบราชการลับนอกประเทศ

MIA *abbr.* **missing in action**

miaow /mi:ˈaʊ/มิˈอาว/ ❶ *v.i. (แมว)* ร้องเหมียว ❷ *n.* เสียงร้องเหมียว

miasma /mɪˈæzmə, maɪˈæzmə/มิˈแอซเมอะ, ไมˈแอซเมอะ/ *n., pl.* **~ta** /mɪˈæzmətə, maɪˈæzmətə/มิˈแอซเมอะเทอะ, ไมˈแอซเมอะเทอะ/ *or* **~s** *n.* ไอพิษจากอินทรีย์สารที่เน่าเสีย, บรรยากาศเป็นพิษ

mica /ˈmaɪkə/ˈไมเคอะ/ *n. (Min.)* กลุ่มของแร่ธาตุซิลิกอน มีโครงสร้างเป็นเกล็ด ๆ คล้ายกระจก

mice *pl. of* **mouse**

Michaelmas /ˈmɪklməs/ˈมิค'ลเมิซ/ *n.* วันเทศกาลสมโภชนักบุญไมเคิล วันที่ 29 กันยายน

Michaelmas: ~ ˈdaisy *n. (Bot.)* ดอกไม้ในสกุล Aster บานในฤดูใบไม้ร่วง; **~ term** *n. (Brit. Univ.) ภาคการศึกษาแรกของปีที่เริ่มในเดือนตุลาคม*

mickey /ˈmɪkɪ/ˈมิคคิ/ *n. (Brit. coll.)* **take the ~ [out of sb./sth.]** เยาะเย้ย *ค.น./ส.น.*

Mickey ˈMouse *attrib. adj. (derog.)* ไม่ถึงขั้น, ไม่เป็นชิ้นเป็นอัน; **croquet is a bit of a ~ sport** โครเกตเป็นกีฬาที่ไม่ถึงขั้นจะเรียกว่ากีฬา; **this is a ~ job** นี่ไม่ใช่งานที่เป็นชิ้นเป็นอัน

mickle /ˈmɪkl/ˈมิค'ล/ *(arch./Scot.)* ❶ *adj.* มาก, ยิ่งใหญ่ ❷ *n.* **many a ~ makes a muckle** *(prov.)* เก็บเล็กผสมน้อย

micky ➡ **mickey**

micro /ˈmaɪkrəʊ/ˈไมโครฺ/ *n. pl.* **~s** ➡ **microcomputer**

micro- /ˈmaɪkrəʊ/ˈไมโครฺ/ *in comb.* จุล-, จุลภาค

microbe /ˈmaɪkrəʊb/ˈไมโครฺบ/ *n. (Biol.)* จุลินทรีย์

micro: ~biˈology *n.* จุลชีววิทยา; **~brewery** *n.* โรงเบียร์ขนาดเล็กที่ผลิตเฉพาะเบียร์บางชนิด; **M~card** ® *n.* บัตรบันทึกความจำขนาดบางและเล็ก ๆ; **~chip** *n. (Electronics)* ไมโครชิป *(ท.ศ.) ชิ้นส่วนเล็กที่ทำจากซิลิกอน บรรจุวงจรอิเล็กทรอนิกส์ต่าง ๆ*; **~computer** *n. (Computing)* คอมพิวเตอร์ขนาดเล็ก; **~conˈtroller** *n. (Electronics)* ตัวควบคุมขนาดเล็ก; **~dot** *n.* ภาพถ่ายเอกสารที่ย่อเล็กเท่ากับจุด; **~economic** *n.* เกี่ยวกับเศรษฐศาสตร์จุลภาค; **~economics** *n.* เศรษฐศาสตร์จุลภาค; **~elecˈtronics** *n.* วิชาอิเล็กตรอนจุลภาค; **~fibre** *n.* เส้นใยขนาดเล็ก, ไมโครไฟเบอร์ *(ท.ศ.)*; **~fiche** *n., pl.* **~fiches** *ฟิล์มสี่เหลี่ยมขนาดเล็กบันทึกภาพสิ่งตีพิมพ์ต่าง ๆ*; **~film** ❶ *n.* ไมโครฟิล์ม *(ท.ศ.) (ฟิล์มม้วนเล็กมาก)* ❷ *v.t.* ถ่ายภาพ *(เอกสารหรืออื่น ๆ)* ลงบนไมโครฟิล์ม; **~light [ˈaircraft]** *n. (Aeronaut.)* เครื่องร่อนขนาดเล็ก *(มีมอเตอร์ขับเคลื่อน)*

micrometer /maɪˈkrɒmɪtə(r)/ไมˈครอมิเทอะ(ร)/ *n. (Mech. Engin.)* เครื่องวัดช่องขนาดที่เล็กมาก

micron /ˈmaɪkrɒn/ˈไมครอน/ *n.* ความยาวหนึ่งในล้านส่วนของ 1 เมตร

Micronesia /maɪkrəˈniːʃə/ไมเครอะˈนีเชอะ/ *pr. n.* หมู่เกาะไมโครนีเซีย *(บริเวณตะวันตกของมหาสมุทรแปซิฟิก)*

micro-ˈorganism *n.* จุลินทรีย์, สิ่งมีชีวิตขนาดเล็ก

microphone /ˈmaɪkrəfəʊn/ˈไมเครอะโฟน/ *n.* ไมโครโฟน *(ท.ศ.)*, เครื่องขยายเสียง

micro: ~ˈphotograph *n.* ภาพถ่ายย่อส่วน, ภาพจิ๋ว; **~ˈprocessor** *n. (Computing)* ไมโครโพรเซสเซอร์ *(ท.ศ.) (หน่วยประมวลผลกลางขนาดเล็ก)*

microscope /ˈmaɪkrəskəʊp/ˈไมเครอะซโกพ/ *n.* กล้องจุลทรรศน์; **examine sth. through** *or* **under a ~:** ศึกษา *ส.น.* โดยใช้กล้องจุลทรรศน์; **put** *or* **have sth. under the ~** *(fig.)* ตรวจสอบ *ส.น.* อย่างละเอียดถี่ถ้วน; **be under the ~** *(fig.)* ถูกเพ่งเล็งอยู่อย่างใกล้ชิด

microscopic /maɪkrəˈskɒpɪk/ไมเครอะˈซกอพิค/ *adj.* Ⓐ เล็กจนต้องใช้กล้องจุลทรรศน์ส่อง; Ⓑ *(fig.: very small)* เล็กมาก, จิ๋ว

microscopy /maɪˈkrɒskəpɪ/ไมˈครอซเกอะพิ/ *n., no pl., no art.* จุลทรรศนศาสตร์; **by ~:** โดยการใช้กล้องจุลทรรศน์

micro: ~surgery *n., no pl., no art. (Med.)* ศัลยกรรมที่ต้องใช้กล้องจุลทรรศน์; **~wave** *n.* คลื่นแม่เหล็กไฟฟ้า *(ความถี่สูงที่สุดมีช่วงความยาวคลื่นระหว่าง 1 มิลลิเมตรถึง 30 เซนติเมตร)*

microwaveable /ˈmaɪkrəweɪvəbl/ˈไมโครฺเวเวอะบ'ล/ *adj. (food)* ใส่ในเตาไมโครเวฟได้

microwave [ˈoven] *n.* เตาอบไมโครเวฟ *(ท.ศ.)*

mid- /mɪd/มิด/ *in comb.* ➤ **47** Ⓐ **in ~air/stream** กลางอากาศ/กลางแม่น้ำ; **~air collision** ชนกันกลางอากาศ; **in ~flight/sentence** ในระหว่างการบิน/กลางประโยค; **in ~course** ในขณะที่กำลังทำ *ส.น.*; **[in] ~afternoon** ตอนบ่ายประมาณ 14-16 น.; Ⓑ *forming compound adj. used attrib.* **~afternoon siesta** พักงีบตอนบ่าย ๆ; **~morning break** พักงานช่วงเช้า *(ระหว่าง 10.30-11.30)*; **a ~season game** การแข่งขันกลางฤดูกาล; **~term exams** การสอบกลางภาคเรียน; **~term elections** *(Amer.) การเลือกตั้งวุฒิสมาชิกและสมาชิกสภาผู้แทนราษฎรในขณะที่ประธานาธิบดียังอยู่กลางเทอม*; Ⓒ *with months, decades, persons' ages* **~July** กลางเดือนกรกฎาคม; **the ~60s** กลางทศวรรษที่ 1960 *(ประมาณปี 1965-66)*; **a man in the** *or* **his ~fifties** ชายที่อายุราว ๆ 55-56 ปี; **be in one's ~thirties** อายุประมาณ 35-36 ปี

Midas touch /ˈmaɪdəs tʌtʃ/ˈมายเดิซ ทัช/ *n.* **he has the ~:** เขาจับอะไรเป็นเงินเป็นทองไปหมด

midday /ˈmɪddeɪ, mɪdˈdeɪ/ˈมิดเด, มิดˈเด/ *n.* ➤ **177** Ⓐ *(noon)* เที่ยงวัน; **round about ~:** ช่วงเที่ยง; Ⓑ *(middle of day)* ตอนกลางวัน; *attrib.* ช่วงเที่ยง

midden /ˈmɪdn/ˈมิด'น/ *n.* Ⓐ *(dunghill)* กองมูลสัตว์; Ⓑ *(refuse heap)* กองขยะใกล้ที่พักอาศัย

middle /ˈmɪdl/ˈมิด'ล/ ❶ *attrib. adj.* Ⓐ กลาง, อยู่ตรงกลาง; **the ~ one** อันที่อยู่ตรงกลาง; **~ space** พื้นที่ว่างตรงกลาง; **the ~ years of the 19th century** ปีกลางศตวรรษที่ 19; **man/house of ~ height/size** ผู้ชาย/บ้านที่มีความสูง/ขนาดปานกลาง; Ⓑ *(equidistant from extremities)* **~ point** จุดกลาง; Ⓒ *(Ling.)* ภาษาที่อยู่ในช่วงกลางของการพัฒนา; ➡ **+ English** 2 A ❷ *n.* Ⓐ ➤ **231** ส่วนตรงกลาง; *(central part)* ส่วนกลาง; **in the ~ of the room/the table** ตรงกลางห้อง/โต๊ะ; **right in the ~ of Manchester** อยู่ใจกลางเมืองแมนเชสเตอร์พอดี; **in the ~ of the forest** อยู่กลางป่า; **the boat sank in the ~ of the Atlantic** เรือจมลงกลางมหาสมุทรแอตแลนติก; **grasp the ~ of sth.** จับ *ส.น.* ตรงกลาง; **fold sth. down the ~:** พับ *ส.น.* ตรงกลาง; **in the ~ of the day** ตอน ช่วงเที่ยง; **in the ~ of the morning/afternoon** ตอนสาย ๆ/บ่าย ๆ; **in the ~ of the night/week** ตอนกลางคืน/กลางสัปดาห์; **happen in the ~ of next week/month** จะเกิดขึ้นกลางสัปดาห์หน้า/เดือนหน้า; **the ~ of the day** ช่วงกลางของวัน; **be in the ~ of doing sth.** *(fig.)* กำลังทำ *ส.น.* อยู่; **in the ~ of the operation/washing her hair** *(fig.)* ในขณะที่กำลังผ่าตัดอยู่/สระผมอยู่; ➡ **+ knock** 1 C; **nowhere** 2; Ⓑ *(waist)* ส่วนเอว

middle: ~ ˈage *n.* วัยกลางคน; **a man in ~ age** ชายในวัยกลางคน; **complaints of ~ age** ความทุกข์ยากที่มากับวัยกลางคน; **~-aged** /ˈmɪd leɪdʒd/ˈมิด'ลเอจดฺ/ *adj.* อยู่ในวัยกลางคน; **acquire a ~-aged spread** รูปร่างอ้วนเมื่อถึงวัยกลางคน; **M~ ˈAges** *n. pl.* **the M~ Ages** *ยุคประวัติศาสตร์ยุโรปตั้งแต่จักรวรรดิโรมันตะวันตกล่มถึงการล่มสลายของคอนสแตนติโนเปิล (1453)*; **~brow** *(coll.)* ❶ *adj.* มีรสนิยมและความรู้ในระดับกลาง ❷ *n.* ปัญญาชนระดับกลาง; **~ ˈC** *n. (Mus.)* โน้ตตัวซีที่อยู่ตรงกลางเปียโน; **~ ˈclass** *n.* ชนชั้นกลาง; **~-class** *adj.* แห่งหรือ เยี่ยงชนชั้นกลาง; **~-class people** ประชาชนชั้นกลาง; **~ ˈcommon room** *n. (Brit. Univ.)* ห้องพักผ่อนสังสรรค์ของนักศึกษาปริญญาโทขึ้นไป; **~ ˈcourse** *n.* ทางสายกลาง; **~ ˈdistance** ➡ **distance** 1 D; **~-distance runner** นักวิ่งแข่งขันระยะตั้งแต่ 880 หลาถึง 3 ไมล์; **~ ˈear** *n. (Anat.)* หูชั้นกลาง; **M~ ˈEast** *pr. n.* **the M~ East** ตะวันออกกลาง; **M~ ˈEastern** *adj.* แห่งหรือ ในตะวันออกกลาง; **~ finger** *n.* นิ้วกลาง; **~ ˈlife** *n., no. pl.* ช่วงชีวิตวัยกลางคน; **~man** *n. (Commerc.)* พ่อค้าคนกลาง, นายหน้าติดต่อ; **~ ˈmanagement** *n.* ตำแหน่งผู้บริหารระดับกลาง; **~ ˈmanager** *n.* **be a ~ manager** เป็นผู้บริหารระดับกลาง; **~ name** *n.* Ⓐ ชื่อกลาง; Ⓑ *(fig.: characteristic quality)* **carefulness is my ~ name** ฉันเป็นตัวอย่างของความระมัดระวัง; **modesty is not his ~ name** การถ่อมตัวไม่ใช่ลักษณะที่โดดเด่นของเขา; **~-of-the-ˈroad** *adj.* ที่เดินสายกลาง; **~-of-the-road politician/politics** นักการเมือง/การเมืองที่ไม่ซ้ายหรือขวาจัด; **~ school** *n. (Brit.)* Ⓐ *(State school)* โรงเรียนรัฐสำหรับเด็กอายุ 9-13 ขวบ; Ⓑ *(third and fourth forms)* ชั้นเรียนโรงเรียนมัธยมในอังกฤษที่มีเด็กนักเรียนอายุ 14-15 ปี; **~-size[d]** *adj.* ขนาดปานกลาง; **~ ˈway** *n.* Ⓐ ➡ **~ course**; Ⓑ *(Buddhism)* **the ~ way** ทางสายกลาง; **~weight** *n. (Boxing etc.)* รุ่นน้ำหนักขนาดกลาง *(ระหว่างเวลเตอร์เวทและไลท์เฮฟวีเวท)*; *(person also)* นักมวยในน้ำหนักรุ่นนี้; **M~ ˈWest** *pr. n. (Amer.)* **the M~ West** บริเวณตะวันตกตอนกลางของสหรัฐ; **M~ ˈWestern** *adj. (Amer.)* แห่งเขตตะวันตกตอนกลาง

middling /ˈmɪdlɪŋ/ˈมิดลิง/ ❶ *adj.* Ⓐ *(second-rate)* ชั้นสอง, คุณภาพไม่ดีเท่าที่ควร; Ⓑ *(moderately good)* **[fair to] ~:** ดีปานกลาง, ดีพอใช้; Ⓒ *(coll.: in fairly good health)* สุขภาพพอใช้ได้; **How are you? – Oh, ~:** สบายดีหรือ อ๋อ ก็ไม่เจ็บไม่ไข้อะไร; Ⓓ *(Commerc.) (คุณภาพ, สินค้า)* ในระดับปานกลาง ❷ *adv.* ใช้ได้, พอใช้; *(only moderately)* ปานกลาง, พอประมาณ

middlingly /ˈmɪdlɪŋlɪ/ˈมิดลิงลิ/ *adv.* Ⓐ อย่างปานกลาง; Ⓑ *(only moderately well)* ดีพอใช้

ˈMideast *(Amer.)* ➡ **Middle East**

Midˈeastern *(Amer.)* ➡ **Middle Eastern**

ˈmidfield *n. (Football)* ผู้เล่นตำแหน่งกองกลาง; **play in ~:** เล่นในตำแหน่งกองกลาง; **~ player** ผู้เล่นกองกลาง

midge /mɪdʒ/มิจ/ *n.* Ⓐ *(in popular use)* คนตัวเล็ก; Ⓑ *(Zool.)* แมลงมีปีกคล้ายยุง

midget /ˈmɪdʒɪt/ˈมิจจิท/ ❶ *n.* Ⓐ *(person)* คนแคระ, คนมีรูปร่างเล็กมาก; Ⓑ *(thing)* สิ่งเล็กจิ๋ว; *(animal)* สัตว์ตัวเล็กมาก ❷ *adj.* เล็กมาก; *(in design) (เรือดำน้ำ)* ขนาดจิ๋ว

midi /ˈmɪdɪ/ˈมิดดิ/ *n. (กระโปรง)* ยาวครึ่งน่อง; **~length coat** เสื้อนอกยาวครึ่งน่อง

m

midland /ˈmɪdlənd/ˈมิดเลินดฺ/ ❶ *n.* พื้นที่ภาคกลางของประเทศ; **the M~s** *(Brit.)* ภาคกลางของอังกฤษ ❷ *adj.* แห่ง *หรือ* ในภาคกลาง; **M~[s]** *(Brit.)* แห่งภาคกลาง; *(สำเนียง)* มิดแลนด์

midlander /ˈmɪdləndə(r)/ˈมิดเลินเดอะ(ร)/ *n.* ผู้อาศัยอยู่ในภาคกลางของอังกฤษ

midlife crisis /mɪdlaɪf ˈkraɪsɪs/มิดไลฟ ˈไครฺซิซ/ *n.* วิกฤติการณ์ขาดความเชื่อมั่นในตนเอง *(ซึ่งอาจเกิดขึ้นได้ในช่วงแรกของวัยกลางคน)*

ˈmidline *n.* เส้นแบ่งครึ่งกลางหรือระนาบของพื้นที่สองส่วนที่สมมาตรกัน

ˈmidnight *n.* ➤ **177** เที่ยงคืน; *attrib. (เวลา, รถไฟ)* เที่ยงคืน

midnight: ~ˈoil ➡ **oil** 1 A; **~ˈsun** *n.* *พระอาทิตย์เที่ยงคืนในฤดูร้อนของแถบขั้วโลก*

mid-ˈoff *n. (Cricket)* ตำแหน่งของผู้รับลูกทางด้านซ้ายของผู้โยนลูก *(ถ้าผู้ตีตีด้วยมือขวา)*

mid-ˈon *n. (Cricket)* ตำแหน่งของผู้รับลูกทางด้านขวาของผู้โยนลูก *(ถ้าผู้ตีลูกตีด้วยมือขวา)*

ˈmidpoint *n.* จุดกึ่งกลาง

ˈmidrib *n. (Bot.)* เส้นแกนหลังใบไม้

midriff /ˈmɪdrɪf/ˈมิดริฟ/ *n.* Ⓐ **the bulge below his ~:** เขามีพุงพลุ้ยใต้เอว; **with bare ~:** เปิดพุง; **he landed a blow on his opponent's ~:** เขาชกตรงเข้าที่หน้าท้องของคู่ต่อสู้; Ⓑ *(diaphragm)* กะบังลม; Ⓒ *(Amer.: garment exposing ~)* เสื้อผ้าเอวลอย

midshipman /ˈmɪdʃɪpmən/ˈมิดชิพเมิน/ *n., pl.* **midshipmen** /ˈmɪdʃɪpmən/มิดชิพเมิน/ *(Navy)* Ⓐ *(Brit.)* นายทหารเรือยศว่าที่เรือตรี; Ⓑ *(Amer.)* นักเรียนนายเรือ

midst /mɪdst/มิดซฺทฺ/ *n.* **in the ~ of sth.** อยู่ท่ามกลาง *ส.น.;* **be in the ~ of doing sth.** กำลังทำ *ส.น.;* **in our/their/your ~:** ในหมู่พวกเรา/พวกเขา/พวกคุณ

midsummer /ˈmɪdsʌmə(r), mɪdˈsʌmə(r)/ˈมิดซัมเมอะ(ร), มิดˈซัมเมอะ(ร)/ *n.* กลางฤดูร้อน; **[on] M~ [ˈs] Day** วันที่ 24 มิถุนายน; **~ madness** การกระทำอย่างโง่เขลาเบาปัญญาสุดขีด

midterm /ˈmɪdtɜːm/ˈมิดเทิม/ *n. (Politic) (of government)* อยู่กึ่งกลางของการดำรงตำแหน่ง

ˈmidtown /ˈmɪdtaʊn/ˈมิดทาวนฺ/ *n. (Amer.)* บริเวณตรงขอบส่วนกลางของเมือง; *attrib. (ร้านอาหาร)* ตรงขอบส่วนกลางเมือง

midway /ˈmɪdweɪ, mɪdˈweɪ/ˈมิดเว, มิดˈเว/ *adv.* ตรงกลาง, ครึ่งทาง; **~ through sth.** *(fig.)* ทำ *ส.น.* ไปครึ่งทาง

midweek /ˈmɪdwiːk, mɪdˈwiːk/ˈมิดวีค, มิดˈวีค/ *n.* **in ~:** ในกลางสัปดาห์; **~ flights** เที่ยวบินกลางสัปดาห์

ˈMidwest *(Amer.)* ➡ **Middle West**

Midˈwestern *(Amer.)* ➡ **Middle Western**

midwife /ˈmɪdwaɪf/ˈมิดไวฟ/ *n., pl.* **midwives** /ˈmɪdwaɪvz/ˈมิดวายวฺซฺ/ ➤ **489** หมอตำแย, พยาบาลผดุงครรภ์

midwifery /ˈmɪdwɪfərɪ, US -waɪf-/ˈมิดวิเฟอะริ, -ไวฟ-/ *n., no pl., no art.* การทำคลอดโดยหมอตำแย, วิชาผดุงครรภ์

midˈwinter *n.* กลางฤดูหนาว

mien /miːn/มีน/ *n. (literary) (look)* สีหน้าค่าตา, เค้าหน้า; *(bearing)* ท่วงท่า

miff /mɪf/มิฟ/ *(coll.)* ❶ *n.* Ⓐ *(huff)* **get into a ~:** โกรธเคือง; **be in a ~:** อยู่ในอารมณ์ขุ่นเคือง; Ⓑ *(quarrel)* การทะเลาะเบาะแว้ง, การมีปากเสียง; **have a ~ with sb.** มีการทะเลาะกับ *ค.น.* ❷ *v.t.* ทำให้ขุ่นเคือง, กวน; **be ~ed** โกรธ, อารมณ์ขุ่นเคือง

¹might /maɪt/ไมทฺ/ ➡ **may**

²might /maɪt/ไมทฺ/ *n.* Ⓐ *(force)* พละกำลัง; *(inner strength)* ความแข็งแกร่งของจิตใจ; **with all one's ~:** ด้วยกำลังทั้งหมดที่มีอยู่; **with ~ and main** ด้วยพละกำลังเต็มที่; Ⓑ *(power)* อำนาจ; **~ is right** อำนาจมาก่อนความชอบธรรม

might-have-been /ˈmaɪtəvbiːn/ˈไมเทิฟบีน/ *n.* Ⓐ สิ่งที่มีศักยภาพในอดีต; **the ~s** ความหวังต่าง ๆ ที่เคยมี และไม่สมหวัง; Ⓑ *(person)* บุคคลที่น่าจะมีชื่อเสียงกว่านี้; **he is a ~:** เขาเป็นคนที่หมดโอกาสไปแล้ว

mightily /ˈmaɪtɪlɪ/ˈไมทิลิ/ *adv.* Ⓐ อย่างมีอำนาจ, อย่างมีฤทธานุภาพ; Ⓑ *(coll.: very)* อย่างมาก; **be ~ amused** รู้สึกขบขันมาก

mightn't /ˈmaɪtnt/ˈไมทˈนทฺ/ *(coll.)* = **might not;** ➡ **may**

mighty /ˈmaɪtɪ/ˈไมทิ/ ❶ *adj.* Ⓐ *(powerful)* มีอำนาจ, มีอิทธิพลสูง; Ⓑ *(massive)* ใหญ่มาก, หนักมาก; Ⓒ *(coll.: great)* มหาศาล, จำนวนมากมาย; *(คนดื่ม)* เก่ง; ➡ **+ high** 1 E ❷ *adv. (coll.)* อย่างมาก

mignonette /mɪnjəˈnet/มินเยอะˈเน็ท/ *n.* Ⓐ *(plant)* ไม้ดอกในสกุล *Reseda* โดยเฉพาะ *R. odorata* ดอกสีเขียวอมเทาให้กลิ่นหอม; Ⓑ *(colour)* สีเขียวอมเทา

migraine /ˈmiːgreɪn, US ˈmaɪ-/ˈมีเกรฺน, ˈมาย-/ *n.* ➤ **453** *(Med.)* โรคไมเกรน *(ท.ศ.)* *มีอาการปวดศีรษะข้างเดียว มักจะคลื่นไส้ตาพร่ามัวร่วมด้วย*

migrant /ˈmaɪgrənt/ˈมายเกรินทฺ/ ❶ *adj.* Ⓐ **~ tribe** เผ่าพันธุ์ที่อพยพย้ายถิ่นฐาน; **~ worker** ผู้ใช้แรงงานที่โยกย้ายตามงาน; Ⓑ *(coming and going with the seasons)* **~ bird/fish** ฝูงนก/ปลาที่อพยพย้ายถิ่นตามฤดูกาล; **~ herds** ฝูงสัตว์ที่อพยพย้ายถิ่นตามฤดูกาล ❷ *n.* Ⓐ ผู้อพยพ; *(worker)* ผู้ใช้แรงงานที่ย้ายตามงาน; Ⓑ *(bird)* นกอพยพ; *(fish)* ปลาอพยพ

migrate /maɪˈgreɪt, US ˈmaɪgreɪt/ไมˈเกรฺท, ˈมายเกรฺท/ *v.i.* Ⓐ *(from rural area to town)* อพยพเข้าเมือง; *(to another country)* อพยพไปต่างประเทศ; *(to another town)* อพยพไปอยู่เมืองอื่น; *(to another place of work)* ย้ายที่ทำงาน; Ⓑ *(with the seasons) (นก, ปลา)* อพยพย้ายที่อยู่ตามฤดูกาล, อพยพตามแรงขับทางธรรมชาติ; **~ to the south/sea** อพยพไปทางใต้/สู่ทะเล

migration /maɪˈgreɪʃn/ไมˈเกรชˈน/ *n.* Ⓐ ➡ **migrate** A: การอพยพย้ายถิ่นฐาน; **a great ~:** การอพยพครั้งยิ่งใหญ่; Ⓑ *(with the seasons) (of birds, of fish)* การอพยพย้ายถิ่นตามฤดูกาล; *(instance) (of birds, fish)* ปรากฏการณ์การอพยพ

migratory /ˈmaɪgrətərɪ, maɪˈgreɪtərɪ, US ˈmaɪgrətɔːrɪ/ˈมายเกรอะทะริ, ไมˈเกรเทอะริ, ˈมายเกรอะทอริ/ *adj.* Ⓐ **~ tribe** เผ่าพันธุ์ที่อพยพย้ายไปเรื่อย ๆ; **these workers are ~:** ผู้ใช้แรงงานเหล่านี้อพยพตามงาน; Ⓑ *(moving according to seasons)* **~ bird/fish** นก/ปลาที่อพยพตามฤดูกาล

mike *n. (coll.)* ไมค์ *(ท.ศ.)*

Mike /maɪk/ไมค/ *pr. n.* **for the love of ~** *(coll.)* ให้ตายเถอะ, โธ่ถัง, ทำไปได้ยังไง

milady /mɪˈleɪdɪ/มิˈเลดิ/ *n.* Ⓐ หญิงสูงศักดิ์ชาวอังกฤษ; Ⓑ *(form of address)* ท่านผู้หญิง

Milan /mɪˈlæn/มิˈแลน/ *pr. n.* เมืองมิลาน *(ทางเหนือของประเทศอิตาลี)*

Milanese /mɪləˈniːz/มิเลอะˈนีซฺ/ ❶ *n.* ชาวเมืองมิลาน ❷ *adj.* แห่งเมืองมิลาน

milch /mɪltʃ/มิลฉฺ/ *attrib. adj.* **~ cow** โคนม; *(fig.)* คนที่เป็นแหล่งทุนให้คนอื่น

mild /maɪld/มายลดฺ/ ❶ *adj.* Ⓐ *(gentle) (บุคคล)* สุภาพ, นุ่มนวล; Ⓑ *(not severe) (การป่วย, ความรู้สึก)* ไม่รุนแรง; *(moderate) (ความตื่นเต้น, ความเหนื่อย)* พอประมาณ; Ⓒ *(moderately warm) (อากาศ)* อบอุ่น; Ⓓ *(having gentle effect) (ยา)* ไม่รุนแรง; Ⓔ *(not strong in taste) (รสชาติ)* อ่อน, ไม่จัด; Ⓕ *(feeble) (การพยายาม)* อ่อนแอ, ไม่เต็มใจ; ➡ **+ draw** 1 C
❷ *n.* เบียร์อ่อน *(เบียร์ที่มีรสชาตินุ่มนวลเพราะมีส่วนผสมของฮอพอยู่น้อย)*; **~ and bitter** *(Brit.)* การผสมเบียร์อ่อนและเบียร์ขมในแก้วเดียว

mildew /ˈmɪldjuː, US -duː/ˈมิลดิว, -ดู/ ❶ *n.* Ⓐ *(on paper, cloth, wood)* เชื้อรา; **be spotted with ~:** ราขึ้นเป็นจุด; Ⓑ *(on plant)* เชื้อรา ❷ *v.t.* **be/become ~ed** *(ผ้า, กระดาษ)* ขึ้นรา; *(พืช)* มีราขึ้น

mildewy /ˈmɪldjuːɪ/ˈมิลดิวอิ/ *adj. (กระดาษ, เสื้อผ้า)* ขึ้นรา; *(spotted with mildew)* มีราขึ้นเป็นจุด ๆ

mildly /ˈmaɪldlɪ/ˈมายลดฺลิ/ *adv.* Ⓐ *(gently) (พูดจา)* อย่างนุ่มนวล, อย่างสุภาพ, อย่างอ่อนโยน; Ⓑ *(slightly)* เล็กน้อย, นิดหน่อย; Ⓒ **to put it ~:** โดยพูดอย่างไม่เต็มที่; **and that's putting it ~:** และนี่ก็ไม่ได้พูดเกินเลย

mild ˈsteel *n.* เหล็กกล้า *(มีส่วนผสมของคาร์บอนน้อย)*

mile /maɪl/มายลฺ/ *n.* Ⓐ ➤ **69,** ➤ **263,** ➤ **850** ไมล์ *(ท.ศ.) (เท่ากับประมาณ 1.60 กิโลเมตร);* **~ after** *or* **upon ~** *or* **~s and ~s of sand/beaches** หาดทราย/ชายหาดที่ยาวเป็นไมล์; **~s per hour** ไมล์ต่อชั่วโมง; **not a hundred** *or* **thousand** *or* **million ~s from** *(joc.)* ไม่ไกลจาก [ที่นี่] เท่าไหร่; **someone not a hundred** *etc.* **~s from here** *(joc.)* ใครคนหนึ่งที่ค่อนข้างใกล้; **go the extra ~** *(fig.)* พยายามถึงที่สุด; ➡ **+ square** 2 B; Ⓑ **geographical** *or* **nautical** *or* **sea ~** ➡ **nautical mile;** Ⓒ *(fig. coll.: great amount)* **win/miss by a ~:** ชนะ/แพ้อย่างหลุดลุ่ย; **~s better/too big** ดีกว่ามาก/ใหญ่เกินไปมาก; **beat sb. by ~s** ชนะ *ค.น.* ขาดลอย; **be ~s ahead of sb.** นำทิ้งห่าง *ค.น.* ไปไกล; **be ~s out [in one's answers]** ตอบผิดอย่างห่างไกล; **run a ~** *(fig.)* หลีกไปให้ไกล; **you can see it a ~ off** *(fig.)* เห็นอย่างถนัดชัดเจน; **sb. is ~s away** *(in thought)* ใจลอยไปไกล; ➡ **+ stand out** b; **stick out** 2 B; Ⓓ *(race)* การแข่งขันในระยะหนึ่งไมล์; **run the ~ in under four minutes** วิ่งระยะทางหนึ่งไมล์ภายในเวลา 4 นาที

mileage /ˈmaɪlɪdʒ/ˈมายลิจ/ *n.* Ⓐ *(number of miles)* ระยะทางคิดเป็นไมล์; **state the exact ~ travelled** ระบุจำนวนไมล์ที่เดินทาง; **a low ~** *(on milometer) (รถ)* ที่วิ่งจำนวนไมล์ต่ำ; Ⓑ *(number of miles per gallon)* จำนวนไมล์ต่อแกลลอน; **what ~ do you get with your car?** รถคุณวิ่งได้กี่ไมล์ต่อหนึ่งแกลลอน; Ⓒ *(fig.: benefit)* ผลประโยชน์, ศักยภาพ; **get ~ out of sth.** ได้ประโยชน์จาก *ส.น.;* **there is no ~ in the idea** ความคิดนี้ไม่มีศักยภาพ; Ⓓ *(expenses)* ค่าใช้จ่ายที่เบิกได้ต่อไมล์

mile: ~post *n.* Ⓐ หลักไมล์; Ⓑ *(Sport)* ป้ายบอกระยะหนึ่งไมล์ก่อนจะถึงเส้นชัย; **by/at the ~post** อยู่ที่ระยะหนึ่งไมล์ก่อนถึงเส้นชัย; **~stone** *n. (lit.)* หลักไมล์; *(fig.)* เหตุการณ์หรือขั้นตอนสำคัญในชีวิต

m

563 **milieu | mind**

milieu /mi'ljɜː, 'miːljɜː/มิ'เลีย, 'มีเลีย/ *n., pl.* **~x** /mɪ'lɜːz, 'miːljɜːz/มิ'เลิซ, 'มีเลียซ/ *or* **~s** สิ่งแวดล้อม, สังคมรอบข้าง
militancy /'mɪlɪtənsɪ/'มิลลิเทินซิ/ *n., no pl.* การรณรงค์เชิงรุก, การมีไฟแรง
militant /'mɪlɪtənt/'มิลลิเทินทฺ/ *adj.* Ⓐ *(aggressively active)* หัวรุนแรง, ดุเดือด; *(less aggressive)* เข้มแข็ง; Ⓑ *(engaged in warfare)* กำลังทำการยุทธ์, กำลังต่อสู้
militarism /'mɪlɪtərɪzəm/'มิลลิเทอะริเซิม/ *n.* การมีวิญญาณเป็นทหารอาชีพ, ลัทธินิยมทหาร, แสนยนิยม *(ร.บ.)*
militarize (**militarise**) /'mɪlɪtəraɪz/'มิลลิเทอะรายซ/ *v.t.* ทำให้อยู่ใต้ลัทธิทหารนิยม; *(equip)* จัดการอุปกรณ์ทางทหาร
military /'mɪlɪtrɪ, US -terɪ/'มิลลิทริ, -เทะริ/ ❶ *adj.* เป็นทหาร; *(โรงเรียน)* แบบทหาร; **~ man** ทหาร; **~ service** ระบบเกณฑ์ทหาร; การเข้ารับราชการทหาร ❷ *n., constr. as sing. or pl.* **the ~**: การทหาร, กองทัพ
military: ~ 'band *n.* วงดุริยางค์ทหารบก; **~ po'lice** *n.* สารวัตรทหาร
militate /'mɪlɪteɪt/'มิลลิเทท/ *v.i.* **~ against/in favour of sth.** ขัดขวาง/ส่งเสริม *ส.น.; (have effect)* มีผลกระทบต่อ *ส.น.*
militia /mɪ'lɪʃə/มิ'ลิชเชอะ/ *n.* ทหารกองหนุน; กองทหารอาสาสมัคร
militiaman /mɪ'lɪʃəmən/มิ'ลิชเชอะเมิน/ *n., pl.* **militiamen** ทหารกองหนุน; ทหารอาสาสมัคร
milk /mɪlk/มิลคฺ/ ❶ *n.* น้ำนม; **it's no use crying over spilt ~** *(prov.)* สิ่งที่แล้วก็แล้วไป; **be [like] ~ and water** จืดชืดไม่เป็นสับปะรด; **~-and-water** *(fig.) (คำพูด)* มีแต่น้ำ; **a land of** *or* **flowing with ~ and honey** *(fig.)* สถานที่ที่เป็นอู่ข้าวอู่น้ำ; **the ~ of human kindness** ความเมตตากรุณาที่ถือว่าเป็นสันดานมนุษย์; **M~ of Magnesia ®** *สารของเหลวของแมกนีเซียมไฮดรอกไซด์ใช้เป็นยาลดกรด;* ➡ **+ condense** 1 A; **dried; powder** 2 B ❷ *v.t. (draw ~ from)* รีดนมจาก *(โค, แกะ, แพะ ฯลฯ); (fig.: get money out of)* รีดไถ *(จาก ค.น.);* **be ~ed dry by sb.** ถูก *ค.น.* รีดไถไปหมด
milk: ~ bar *n.* *ร้านขายนมสดไอศกรีมและเครื่องดื่มที่ไม่มีแอลกอฮอล์;* **~ bottle** *n.* ขวดนม; **~ 'chocolate** *n.* ช็อกโกแลตนม; **~ churn** *n.* ถังใส่นมสด *(เป็นโลหะกลมสูงมีฝาปิด);* **~ float** *n. (Brit.)* รถส่งนมขวดตามบ้าน
milking /mɪlkɪŋ/มิลคิง/ *n.* การรีดนม
milking: ~ machine *n.* เครื่องรีดนม; **~ stool** *n.* ม้านั่งรีดนม
milk: ~ jug *n.* เหยือกนม; **~ loaf** *n.* ขนมปังที่ทำด้วยนม; **~maid** *n.* ➤ 489 หญิงรีดนมวัวหรือช่วยทำเนยและเนยแข็ง; **~man** /'mɪlkmən/'มิลคฺเมิน/ *n., pl.* **~men** /'mɪlkmən/'มิลคฺเมิน/ ➤ 489 ชายคนส่งนม; **~ powder** *n.* นมผง; **~ 'pudding** *n.* ขนมข้าวต่าง ๆ อบนม; **~ run** *n. (fig.)* การเดินทางที่ทำเป็นกิจวัตร; **~ shake** *n.* มิลค์เชค *(ท.ศ.);* **~sop** *n.* ชายหนุ่มที่นุ่มนิ่มเหมือนผู้หญิง; **~ tooth** *n.* ฟันน้ำนม; **~ train** *n.* รถไฟช่วงเช้าตรู่เพื่อส่งนม; **take the ~ train into London** *(fig.)* ขึ้นรถไฟเที่ยวแรกเข้ากรุงลอนดอน; **~-white** *adj.* ขาวเหมือนนม
milky /'mɪlkɪ/'มิลคิ/ *adj.* ผสมนม, เหมือนนม; **~ coffee** กาแฟที่ใส่นมมาก
Milky 'Way *n.* ทางช้างเผือก
mill /mɪl/มิล/ ❶ *n.* Ⓐ โรงสี; **he really went** *or* **was put through the ~** *(fig.)* เขาได้ถูกฝึกเคี่ยวอย่างหนักจริง ๆ; Ⓑ *(factory)* โรงงานอุตสาหกรรม; *(machine)* เครื่องสี, เครื่องบด; **~ town** เมืองที่มีโรงงานทอผ้ามาก ❷ *v.t.* Ⓐ สี *(ข้าว);* บด *(ผลผลิต);* Ⓑ กลวง/ตัดเหล็กด้วยอุปกรณ์หมุน; ทำขอบหยักของเหรียญ ❸ *v.i. (สัตว์)* เดินไปมาเป็นฝูงวุ่นวาย; **crowds of customers were ~ing in the corridors** เหล่าลูกค้าหลั่งไหลอย่างคับคั่งมาตามทางเดิน
~ a'bout *(Brit.),* **~ a'round** *v.i.* หลั่งไหลไปอย่างคับคั่ง; **a mass of people ~ing about** *or* **around in the square** ฝูงคนจำนวนมากเดินเบียดเสียดยัดเยียดในบริเวณจัตุรัสนี้
milled /mɪld/มิลดฺ/ *adj.* ถูกบดอย่างละเอียด; *(เหรียญ)* ที่มีร่องหยักรอบ
millennium /mɪ'lenɪəm/มิ'เล็นเนียม/ *n., pl.* **~s** *or* **millennia** /-nɪə/-เนีย/ Ⓐ ระยะเวลาหนึ่งพันปี, สหัสวรรษ; Ⓑ *(Relig.) ช่วงเวลาหนึ่งพันปีที่พระเยซูคริสต์ตรัสว่า จะกลับมาครองโลกด้วยพระองค์เอง*
millepede /'mɪlɪpiːd/'มิลิพีด/ *n. (Zool.)* Ⓐ *(myriapod)* กิ้งกือ; Ⓑ *(crustacean)* สัตว์ในชั้น Diplodopa เช่น ตะขาบ
miller /'mɪlə(r)/'มิลเลอะ(ร)/ *n.* ➤ 489 เจ้าของโรงสี, คนสีผลิตผลทางการเกษตร
millet /'mɪlɪt/'มิลลิท/ *n. (Bot.)* ลูกเดือย, ข้าวฟ่าง
milli- /'mɪlɪ/'มิลลิ/ *pref.* เศษหนึ่งของพัน
milliard /'mɪljəd/'มิลเลียด/ *n. (Brit.)* หนึ่งพันล้าน
'millibar *n. (Meteorol.)* หนึ่งในพันของบาร์ *(หน่วย cgs. ใช้วัดความกดอากาศมีค่าเท่ากับ 100 พาสคาล)*
'milligram *n.* ➤ 1013 มิลลิกรัม
'millilitre *(Brit.; Amer.:* **milliliter***) n.* มิลลิลิตร
'millimetre *(Brit.; Amer.:* **millimeter***) n.* ➤ 426, ➤ 517 มิลลิเมตร
milliner /'mɪlɪnə(r)/'มิลลิเนอะ(ร)/ *n.* ➤ 489 คนทำ *หรือ* ขายหมวกผู้หญิง
millinery /'mɪlɪnərɪ, US -nerɪ/'มิลลิเนอะริ, -เนะริ/ *n.* Ⓐ *no pl. (articles)* การทำหมวกผู้หญิง; Ⓑ *no pl. (business)* ธุรกิจค้าหมวกผู้หญิง; Ⓒ *(shop)* ร้านค้าหมวกผู้หญิง
million /'mɪljən/'มิลเลียน/ ➤ 602 ❶ *adj.* Ⓐ **a** *or* **one ~**: หนึ่งล้าน; **two/several ~**: สอง/หลายล้าน; **a** *or* **one ~ and one** หนึ่งล้านหนึ่ง; **half a ~**: ครึ่งล้าน; Ⓑ **a ~ [and one]** *(fig.: innumerable)* จำนวนมากมาย; **a ~ books/customers** หนังสือ/ลูกค้ามากมาย; **never in a ~ years** ชาติหน้าบ่าย ๆ; **I've got a ~ [and one] things to do** ฉันมีงานต้องทำมากจนล้นมือ; ➡ **+ dollar; mile** A ❷ *n.* Ⓐ จำนวนหนึ่งล้าน; **a** *or* **one/two ~**: จำนวนหนึ่ง/สองล้าน; **a ~-to-one chance** โอกาสน้อยเต็มที่; **in** *or* **by ~s** เป็นล้าน; **a ~ and one** *etc.* หนึ่งล้านหนึ่ง; **the starving ~s** คนเป็นล้าน ๆ ที่อดอยาก; **make a ~**: ได้เงินหนึ่งล้าน; Ⓑ *(indefinite amount)* **there were ~s of people** มีผู้คนมากมายมหาศาล; **thanks a ~**: ขอบคุณมากจริง ๆ; **~s of times** เป็นล้าน ๆ ครั้ง; **he is a man/she is one in a ~**: เขา/เธอเป็นคนดีเลิศประเสริฐศรี; **the ~[s]** จำนวนมหาศาล
millionaire /mɪljə'neə(r)/มิเลีย'แน(ร)/ *n. (lit. or fig.)* เศรษฐี, มหาเศรษฐี
millionth /'mɪljənθ/'มิลเลียนธ/ ❶ *adj.* ➤ 602 ลำดับที่ล้าน; **a ~ part** ส่วนหนึ่งในล้าน ❷ *n. (fraction)* เศษหนึ่งส่วนล้าน; **a ~ of a second** เศษหนึ่งส่วนล้านของวินาที
millipede ➡ **millepede**
mill: ~ owner *n.* เจ้าของโรงสี, เจ้าของโรงโม่/บด; **~pond** *n. บ่อน้ำที่มีเขื่อนกั้นให้น้ำไหลหมุนใบพัดเครื่องบด;* **the sea was like a ~pond** ทะเลสงบนิ่ง; **~ race** *n.* กระแสน้ำหมุนล้อของเครื่องสี; **~stone** *n.* หินโม่, หินบด; **be a ~stone round sb.'s neck** *(fig.)* เป็นภาระให้กับ *ค.น.;* **~ wheel** *n.* ล้อใช้หมุนเพื่อฉุดเครื่องโม่พลังน้ำ
milometer /maɪ'lɒmɪtə(r)/ไม'ลอมิเทอะ(ร)/ *n.* เครื่องวัดจำนวนไมล์ที่รถแล่น
mime /maɪm/มายมฺ/ ❶ *n.* Ⓐ *(performance)* การแสดงละครใบ้; Ⓑ *no pl., no art. (art)* ศิลปะการแสดงละครใบ้; Ⓒ *(performer)* ผู้แสดงละครใบ้ ❷ *v.i.* แสร้งทำเป็นร้องโดยไม่มีเสียง ❸ *v.t.* สื่อความคิดโดยการแสดงละครใบ้
mimeograph /'mɪmɪəgrɑːf, US -græf/'มิมเมียกฺราฟ, -แกรฟ/ ❶ *n. (machine)* เครื่องทำสำเนาจากสเต็นซิล ❷ *v.t.* ทำสำเนาโดยใช้สเต็นซิล
mimic /'mɪmɪk/'มิมมิค/ ❶ *n.* นักเลียนแบบ; **that child is such a ~!** เด็กคนนั้นเลียนแบบเก่งมาก ❷ *v.t.* **-ck-** Ⓐ เลียนแบบ [*ค.น.*]; *(ridicule by imitating)* เลียนแบบเชิงเยาะเย้ย; Ⓑ *(resemble closely)* ละม้ายคล้ายคลึงมาก
mimicry /'mɪmɪkrɪ/'มิมมิคริ/ *n.* Ⓐ *no pl.* การเลียนแบบ; Ⓑ *(instance of imitation) (of person)* การล้อเลียน; Ⓒ *(Zool.)* การที่สัตว์เลียนแบบสัตว์อื่นเพื่อความอยู่รอด
mimosa /mɪ'məʊzə, US -məʊsə/มิ'โมเซอะ, -โมเซอะ/ *n.* พืชในสกุลต้นไมยราบ ซึ่งเป็นสกุลเดียวกับต้นกระถิน
Min. *abbr.* **Minister/Ministry**
min. *abbr.* Ⓐ **minute[s]** นาที; Ⓑ **minimum**
mina /'maɪnə/'มายเนอะ/ *n. (Ornith.)* นกขุนทอง
minaret /'mɪnəret/'มินเนอะเร็ท/ *n.* ยอดหอคอยของสุเหร่ามุสลิม
mince /mɪns/มินซฺ/ ❶ *n.* เนื้อสับ/บด ❷ *v.t.* สับ หั่น บด *(เนื้อ);* **~ beef in a machine** บดเนื้อวัวด้วยเครื่อง; **~d meat** เนื้อบด; **not ~ matters** พูดอย่างตรงไปตรงมา; **there is no point in mincing matters** ไม่มีประโยชน์ที่จะพูดจาสุภาพแล้ว; **she doesn't ~ her words** เธอพูดตรงไปตรงมา ❸ *v.i.* พูดหรือเดินอย่างดัดจริต
mince: ~meat *n.* Ⓐ เนื้อสับ *หรือ* บด; **make ~meat of sb.** *(fig.)* ชนะ *ค.น.* อย่างเด็ดขาด; **make ~meat of sb.'s argument** *(fig.)* ทำลายข้อโต้แย้งของ *ค.น.;* Ⓑ *(sweet)* *ส่วนผสมระหว่างองุ่นแห้ง น้ำตาล แอปเปิ้ล ผิวผลไม้เชื่อมแห้ง เครื่องเทศและมันแข็ง;* **~ 'pie** *n.* ขนมพายขนาดเล็กไส้ผลไม้เชื่อมแห้ง
mincer /'mɪnsə(r)/'มินเซอะ(ร)/ *n.* เครื่องบดเนื้อสัตว์
mind /maɪnd/มายนฺดฺ/ ❶ *n.* Ⓐ *(remembrance)* **bear** *or* **keep sth. in ~**: จงจำ *ส.น.;* **have [it] in ~ to do sth.** มีเจตจำนงจะทำ *ส.น.;* **we have in ~ a new project** เราได้คิดโครงการใหม่แล้ว; **bring sth. to ~**: ระลึก *ส.น.* ขึ้นมาได้; **call sth. to ~**: นึก *ส.น.* ขึ้นมาได้; **many things came to ~**: ความคิดหลายอย่างปรากฏขึ้นมา; **sth. comes into sb.'s ~**: *ส.น.* เข้ามาในความคิดของ *ค.น.;* **it went out of my ~**: ฉันลืมมันไปแล้วล่ะ; **put sb. in ~ of sb./sth.** ทำให้ *ค.น.* คิดถึง *ค.น./ส.น.;* **put sth./sb. out of one's ~**: กำจัด *ส.น./ค.น.* ออกจากจิตใจ; ➡ **+ sight** 1 F; **time** 1 B; Ⓑ *(opinion)* **in** *or* **to my ~**: ในความเห็นของฉัน; **be of a** *or* **of one** *or* **of the same ~, be in one ~**: คิดเห็นตรงกัน; **be in two ~s about sth.** สองจิตสองใจต่อ *ส.น.;* **change one's ~**: เปลี่ยนใจ; **have a ~ of one's own** มีความเห็นเป็นของ

m

mind-bending | mingle 564

ตัวเอง; **I have a good/a** *or* **half a ~ to do that** ฉันอยากทำสิ่งนั้นมาก/ฉันชักอยากจะทำอย่างนั้น; **he doesn't know his own ~:** เขาไม่รู้ใจตัวเอง; **make up one's ~, make one's ~ up** ตกลงใจ; **make up one's ~ to do sth.** ตกลงใจทำ *ส.น.;* **I've finally made up my ~:** ฉันตัดสินใจแล้วละ; **if your ~ is made up** ถ้าคุณตัดสินใจแล้ว; **he made up my ~ for me** *(made my decision easy)* เขาช่วยฉันตัดสินใจ; **tell sb. one's ~ frankly** พูดกับ *ค.น.* อย่างตรงไปตรงมา; **read sb.'s~:** อ่านใจ *ค.น.;* ➡ + **speak** 2 B; Ⓒ *(direction of thoughts)* **his ~ is on other things** ใจเขาฝักใฝ่ถึงสิ่งอื่น; **give** *or* **put** *or* **set** *or* **turn one's ~ to** มุ่งความสนใจของตนเองไปที่; **I have had sb./sth. on my ~:** ฉันมี *ค.น./ส.น.* อยู่ในใจ; *(remembered)* ฉันคิดถึง *ค.น./ส.น.; (worried)* ฉันหนักใจเรื่อง *ค.น./ส.น.;* **she has a lot of things on her ~:** เธอมีเรื่องกังวลใจหลายอย่าง; **sth. preys** *or* **weighs on sb.'s ~:** *ส.น.* ทำให้ *ค.น.* หนักใจ; **take sb.'s ~ off sth.** ทำให้ *ค.น.* ลืมเรื่อง *ส.น.* ไปชั่วคราว; **keep one's ~ on sth.** ใจจดจ่ออยู่กับ *ส.น.;* **close one's ~ to sth.** ไม่รับรู้ใน *ส.น.;* **have a closed ~:** มีความคิดแคบ; **set one's ~ on sth./on doing sth.** ตั้งใจแน่วแน่ใน *ส.น./*ว่าจะทำ *ส.น.;* ➡ + **absence** C; **open** 1 G; **presence** E; Ⓓ *(way of thinking and feeling)* แนวความคิด, อารมณ์, ความรู้สึก; **state of ~:** สภาพจิตใจ; **be in a frame of ~ to do sth.** มีอารมณ์ที่จะทำ *ส.น.;* **be in a calm frame of ~:** จิตใจอยู่ในสภาพเยือกเย็น; **her state of ~ was confused** จิตใจของเธอสับสน; **have a logical ~:** เป็นคนรู้เหตุรู้ผล; **he has the ~ of a child** เขามีจิตใจเป็นเด็ก; **the secrets of the human ~:** ความลึกล้ำ/เร้นลับของจิตใจมนุษย์; **the Victorian/Classical** *etc.* **~:** โลกทัศน์ของยุควิคตอเรีย/ของสมัยโบราณ ฯลฯ; Ⓔ *(seat of consciousness, thought, volition)* จิต, ศูนย์กลางการรับรู้; **a triumph/the power of ~ over matter** จิตเป็นนาย กายเป็นบ่าว; **it was a case of ~ over matter** เป็นเรื่องที่ใช้ความคิดมากกว่าใช้แรง; **it's all in the ~:** ทุกอย่างเป็นเรื่องของจิตใจ; **in one's ~:** ในจิตใจ; **in my ~'s eye** ในจินตนาการของฉัน; **nothing could be further from my ~ than ...:** ฉันคิดไม่ถึงว่า...; **no such thought ever entered his ~:** ความคิดเช่นนั้นไม่เคยเข้ามาอยู่ในใจของเขา; **his ~ was filled with gloomy forebodings** ในใจเขาเต็มไปด้วยความปริวิตก; Ⓕ *(intellectual powers)* ความเข้าใจพุทธิปัญญา; **have a very fine** *or* **good ~:** มีปัญญา/ความเข้าใจที่ดีเลิศ; **[not] have a good ~:** มีสติสัมปชัญญะดี [ไม่ดี]; Ⓖ *(normal mental faculties)* สติ, จิตใจปกติ; **lose** *or* **go out of one's ~:** เสียสติ; **be out of one's ~:** เสียสติ; **in one's right ~:** มีสติดี; Ⓗ *(person)* **a fine ~:** คนสติปัญญาดี

❷ *v.t.* Ⓐ *(heed)* **don't ~ what he says** อย่าไปใส่ใจในสิ่งที่เขาพูด; **~ what I say** จดจำคำพูดของฉันไว้; **let's do it, and never ~ the expense** ทำกันเถอะแล้วไม่ต้องห่วงเรื่องค่าใช้จ่าย; Ⓑ *(concern oneself about)* **he ~s a lot what people think of him** เขาห่วงมากว่าคนคิดอย่างไรกับเขา; **I can't afford a bicycle, never ~ a car** แม้แต่รถจักรยานฉันยังซื้อไม่ได้แล้วจะไปซื้อรถยนต์ได้อย่างไร; **never ~ him/that** *(don't be anxious)* ช่างเขา/มันเถอะ; **never ~ how/where ...:** จะอย่างไร/ที่ไหนก็ช่างเถอะ; **never ~ your mistake** ไม่ต้องไปกังวลที่ทำผิด; **don't ~ me** *(don't let my presence disturb you)* ไม่ต้องสนใจฉันหรอก; ทำเหมือนว่าฉันไม่อยู่; *(iron.)* เออ และฉันจะเป็นจะตายก็ช่างนะ; **~ the doors!** ระวังประตู; **~ your back[s]** *(coll.)* ระวังหลังนะ; **~ one's P's and Q's** ประพฤติตัวอย่างระมัดระวัง; *(follow the correct procedure)* ปฏิบัติตามวิธีดำเนินการที่ถูกต้อง; Ⓒ *(apply oneself to)* ดูแล; ➡ + **business** C; Ⓓ *usu. neg. or interrog (object to)* **did he ~ being woken up?** เขารู้สึกโกรธที่ถูกปลุกไหม; **would you ~ opening the door?** กรุณาเปิดประตูได้ไหม; **do you ~?** *(may I?)* รังเกียจไหมถ้า...; *(please do not) (iron.)* โปรดอย่าทำ; **if you don't ~:** ถ้าคุณไม่ว่าอะไร; **do you ~ my asking you a personal question?** จะโกรธไหม ถ้าฉันจะถามเรื่องส่วนตัว; **do you ~ my smoking?** จะรังเกียจไหม ถ้าฉันจะสูบบุหรี่; **I don't ~ what he says** ฉันไม่สนใจว่าเขาจะพูดยังไง; **I don't ~ him** ฉันไม่ถือเขาหรอก; **I wouldn't ~ a new car/a walk** ถ้าได้รถใหม่/ไปเดินเล่นก็จะไม่เลวนะ; **Have a cup of tea. – I don't ~ if I do** เชิญดื่มน้ำชาสักถ้วยซิ ก็ไม่เลวนะ; **do you ~ not helping yourself to all the sweets?** *(iron.)* กรุณาอย่ากินขนมหมดนะจ๊ะ; Ⓔ *(remember and take care)* **~ you don't go too near the cliff edge!** อย่าเข้าใกล้หน้าผานัก; **~ [that] you wash your hands before lunch!** อย่าลืมล้างมือก่อนกินอาหารกลางวัน; **~ you don't leave anything behind** อย่าลืมอะไรทิ้งไว้นะ; **~ how you go!** ระวังตัวให้ดีนะ; *(as general farewell)* โชคดีนะ; **~ you get this work done** ทำงานนี้ให้เสร็จนะ; Ⓕ *(have charge of)* ดูแล, เอาใจใส่; **~ the shop** *or* *(Amer.)* **the store** *(fig.)* ว่าการไปชั่วคราว; Ⓖ *(Amer.: be obedient to)* เชื่อฟัง *(บุคคล);* สังเกตุ *(ความรู้สึกของตน);* **~ what they tell you** เอาใจใส่ฟังสิ่งที่เขาบอก

❸ *v.i.* Ⓐ **~!** ระวัง; Ⓑ *usu. in imper. (take note)* **follow the signposts, ~, or ...:** ระวัง ให้ไปตามที่ป้ายบอกนะ ไม่งั้นจะ...; **~ you, I could see he was good** เออนะ ฉันก็เห็นอยู่แล้วว่าเขาเป็นคนเก่ง; Ⓒ *(care)* **do you '~?** *(iron.)* อย่าทำอย่างงั้นได้ไหม; **turn it on; nobody will ~:** เปิดเถอะไม่มีใครว่าอะไรหรอก; **he doesn't ~ about your using the car** เขาไม่ว่าอะไรถ้าคุณจะใช้รถยนต์; **if you don't ~:** ถ้าคุณไม่ว่า; *(iron.)* ขอร้องอย่าทำ; Ⓓ *(give heed)* **never [you] ~** *(it's not important)* ไม่เป็นไร; มันไม่สำคัญหรอก; **never ~: I can do it** ไม่เป็นไรหรอกฉันทำได้; **Never ~ about that now! This work is more important** เรื่องนั้นเอาไว้ก่อน งานนี้สำคัญกว่า; **never ~ about him – what happened to her?** ช่างเขาเถอะ เกิดอะไรขึ้นกับเธอ

~'out *v.i.* **I told them to ~ out** ฉันบอกพวกเขาให้ระวัง; **~ out for sth.** คอยระวัง *ส.น.;* **~ out!** ระวัง

mind: ~-bending, *(coll.)* **~-blowing** *adjs.* มีผลต่ออารมณ์; *(ยา)* ทำให้เกิดอาการจิตหลอน; **the concert was ~-blowing** คอนเสิร์ตมีพลังมากมาย; **~-boggling** *adj. (coll.)* มหัศจรรย์พันลึก

minded /'maɪndɪd/'มายนฺดิด/ *adj.* Ⓐ *(disposed)* **be ~ to sth.** มีอารมณ์ที่จะทำ *ส.น.;* **he could do it if he were so ~:** เขาคงทำได้ถ้าเขามีอารมณ์; Ⓑ **mechanically ~:** เขามีหัวทางเครื่องยนต์; **he is not in the least politically ~:** เขาไม่สนใจการเมืองเลย; **romantically ~:** คิดอย่างสุนทรีย์อ่อนหวาน; **religious-~:** เคร่งศาสนา; **be Establishment-~:** มีความคิดตามกลุ่มทรงอำนาจ

minder /'maɪndə(r)/'มายนฺเดอะ(ร)/ *n.* Ⓐ *(for child)* **we need a ~ for the child** เราต้องการคนดูแลเด็ก; Ⓑ *(for machine)* คนคุมเครื่องจักร; Ⓒ *(sl.: protector of criminal)* นักเลงติดตามโจร

mindful /'maɪndfl/'มายนฺดฟ'ล/ *adj.* **be ~ of sth.** *(take into account)* คำนึงถึง *ส.น.; (give attention to)* ให้ความสนใจแก่ *ส.น.;* มีสติ

mindless /'maɪndlɪs/'มายนฺดลิซ/ *adj.* *(บุคคล)* ไม่ค่อยฉลาด, โง่; *(เนื้อเรื่อง)* ที่ไร้สาระ

'mind: ~-reader ➡ **thought-reader; ~set** *n.* วิสัยทัศน์

¹mine /maɪn/มายนฺ/ ❶ *n.* Ⓐ *(for coal)* เหมือง; *(for metal, diamonds etc.)* เหมืองแร่, เพชร ฯลฯ; **go** *or* **work down the ~:** ทำงานในเหมือง; Ⓑ *(fig.: abundant source)* แหล่งสำคัญ; **he is a ~ of useful facts/of information** เขาเป็นแหล่งข้อมูลสำคัญ; Ⓒ *(explosive device)* กับระเบิด

❷ *v.t.* Ⓐ ขุด *(อุโมงค์, หลุม);* Ⓑ ได้จากเหมือง *(โลหะ ถ่านหิน และอื่น ๆ);* Ⓒ *(dig into for ore etc.)* **~ an [area]** ขุดดินหาแร่ธาตุมีค่าต่าง ๆ; **~ an area for ore** *etc.* ขุดที่หาสินแร่ ฯลฯ; Ⓓ *(Mil.: lay mines in)* วางกับระเบิด

❸ *v.i. (dig the earth)* ขุดพื้นดิน; **~ for** ➡ 2 B

²mine *poss. pron.* Ⓐ *pred.* ของฉัน; **you do your best and I'll do ~:** คุณทำให้ดีที่สุดและฉันก็จะทำเช่นกัน; **look at that dog of ~!** ดูหมาของฉันตัวนั้นซิ; **those big feet of ~:** เท้าใหญ่ของฉัน; **when will you be ~?** เมื่อไรเธอจะเป็นของฉันซะที; **vengeance is ~:** ฉันจะเป็นคนแก้แค้น; ➡ + **hers;** Ⓑ *attrib. (arch./poet)* ของฉัน *(ใช้เมื่อนำหน้าสระ)*

mine: ~-detector *n.* อุปกรณ์ตรวจค้นกับระเบิด; **~field** *n. (lit.)* พื้นที่ที่มีกับระเบิดฝังอยู่; *(fig.)* สิ่งหรือ สถานการณ์ที่มีอันตรายแฝงอยู่; **~layer** *n.* เรือ หรือ เครื่องบินวางกับระเบิด

miner /'maɪnə(r)/'มายเนอะ(ร)/ *n.* ➤ 489 คนทำงานในเหมืองแร่

mineral /'mɪnərl/'มินเนอะร'ล/ ❶ *adj.* เป็นแร่ธาตุ; **~ wealth** ความอุดมสมบูรณ์ด้านแร่ธาตุ; ➡ **kingdom** D ❷ *n.* Ⓐ *(mineral substance)* แร่ธาตุ; **a country rich in ~s** ประเทศที่อุดมสมบูรณ์ด้วยแร่ธาตุต่าง ๆ; Ⓑ *esp. in pl. (Brit.: soft drink)* น้ำดื่มผสมก๊าซ, น้ำอัดลม, น้ำแร่

mineralize /'mɪnərəlaɪz/'มินเนอะเรอะลายซฺ/ *v.t. & i.* แปลงเป็นแร่ธาตุ, ผสมแร่ธาตุลงไป

mineralogist /mɪnə'rælədʒɪst/มิเนอะ'แรเลอะจิซทฺ/ *n.* นักแร่ธาตุวิทยา

mineralogy /mɪnə'rælədʒɪ/มิเนอะ'แรเลอะจิ/ *n.* วิทยาศาสตร์แขนงหนึ่ง ซึ่งศึกษาแร่ธาตุ

mineral: ~ oil *n.* ปิโตรเลียมหรือสารที่ได้จากการกลั่น; **~ water** *n.* น้ำแร่

'mineshaft *n.* อุโมงค์เหมืองแร่, ช่องทางขึ้นลงเหมือง

minestrone /mɪnɪ'strəʊnɪ/มินิ'ซโตรนิ/ *n.* *(Gastr.)* ซุปที่ทำด้วยผักต่าง ๆ แป้งพาสต้า ถั่วหรือข้าว

mine: ~sweeper *n.* เรือกวาดทุ่นระเบิด; **~worker** *n.* ➤ 489 คนงานเหมืองแร่

mingle /'mɪŋgl/'มิงก'ล/ ❶ *v.t.* ผสมรวม ❷ *v.i.* ผสมเข้ากลุ่มไป, ปะปน; **~ with** *or* **among the crowds** ปะปนไปกับฝูงชน; **he ~s with millionaires** เขาสังคมกับพวกเศรษฐี

m

mingy /ˈmɪndʒɪ/ˈมินจิ/ *adj. (Brit. coll.)* ขี้ตืด, ขี้เหนียว

mini /ˈmɪnɪ/ˈมินิ/ *n. (coll.)* Ⓐ *(car)* **M~**, ® รถมินิ *(ท.ศ.)*, รถกระป๋อง; Ⓑ *(skirt)* กระโปรงสั้นเหนือเข่ามาก

mini- /ˈmɪnɪ/ˈมินิ/ *in comb.* เล็ก

miniature /ˈmɪnɪtʃə(r), US ˈmɪnɪətʃʊər/ˈมินนิทเฉอะ(ร), ˈมินนิเออะฉัวร/ ❶ *n.* Ⓐ *(picture)* ภาพเหมือนขนาดเล็ก; Ⓑ *no pl., no art. (branch of painting)* จิตรกรรมภาพเหมือนขนาดย่อส่วน; **a portrait in ~:** ภาพเหมือนขนาดเล็ก; Ⓒ *(small version)* ขนาดย่อ; **in ~:** ในขนาดย่อ ❷ *adj.* Ⓐ *(small-scale)* ขนาดเล็ก; Ⓑ *(smaller than normal)* เล็กกว่าปกติ; **~ poodle** สุนัขพุดเดิ้ลชนิดเล็กสุด; **~ golf** สนามกอล์ฟย่อส่วนขนาดเล็ก; **~ camera** กล้องถ่ายรูปเล็ก; **~ railway** ทางรถไฟขนาดย่อส่วน

miniaturise ➡ **miniaturize**

miniaturist /ˈmɪnɪtʃərɪst/ˈมินนิเฉอะริซทฺ/ *n.* นักวาดภาพเหมือนขนาดเล็ก

miniaturize /ˈmɪnɪtʃəraɪz/ˈมินนิเฉอะรายซฺ/ *v.t.* ย่อส่วน, ทำให้เล็ก

mini: ~bar /ˈmɪnɪbɑː(r)/ˈมินิบา(ร)/ *n.* ตู้เย็นบริการเครื่องดื่มในห้องพักโรงแรม; **~-break** *n.* ไปเที่ยวพักผ่อนระยะสั้น; **~bus** *n.* รถเมล์ขนาดเล็ก; **~cab** *n.* รถแท็กซี่ป้ายดำ ต้องโทรเรียกจากศูนย์; **~computer** *n.* เครื่องคอมพิวเตอร์ขนาดเล็ก; **~disk** *n.* แผ่นซีดีขนาดเล็ก

minim /ˈmɪnɪm/ˈมินนิม/ *n.* Ⓐ *(Brit. Mus.)* ครึ่งโน้ต; Ⓑ *(fluid measure)* การวัดของเหลวที่เล็กที่สุด เท่ากับหนึ่งหยด (ประมาณ 0.06 cm^3)

minimal /ˈmɪnɪml/ˈมินนิม'ล/ *adj.* เล็กมาก, เพียงเล็กน้อย

minimal: ~ art *n.* ศิลปะแบบเรียบง่าย ใช้ขนาดและเลขาคณิตสื่อความรู้สึก

minimally /ˈmɪnɪməlɪ/ˈมินนิเมอะลิ/ *adv.* อย่างเล็กมาก

minimisation, minimise ➡ **minimiz-**

minimization /mɪnɪmaɪˈzeɪʃn/มินนิไมˈเซช'น/ *n.* Ⓐ การลดต่ำที่สุดที่เป็นไปได้; Ⓑ *(understating)* ลดความสำคัญ *(ของอันตราย)*; ทำเป็นเรื่องเล็ก

minimize /ˈmɪnɪmaɪz/ˈมินนิมายซฺ/ *v.t.* Ⓐ *(reduce)* ลดเป็นจำนวนน้อยที่สุดที่เป็นไปได้; Ⓑ *(understate)* ลดความสำคัญ, ทำให้เป็นเรื่องเล็ก

minimum /ˈmɪnɪməm/ˈมินนิเมิม/ ❶ *n., pl.* **minima** /ˈmɪmɪmə/ˈมินนิเมอะ/ ค่าต่ำสุด, จำนวนน้อยสุด (of ของ); **reduce to a ~:** ลดจนต่ำที่สุด; **keep sth. to a ~:** คง *ส.น.* ไว้ให้ต่ำที่สุด; **a ~ of £5** อย่างต่ำสุดห้าปอนด์; **at the ~:** อยู่ต่ำที่สุด ❷ *attrib. adj.* ➤ **914** ที่ต่ำสุด, อย่างต่ำสุด; **~ temperatures tonight around 5°** อุณหภูมิต่ำสุดคืนนี้ราว ๆ 5 องศา

minimum: ~ 'lending rate *n. (Finance)* อัตราเงินกู้ต่ำสุด; **~ 'wage** *n.* ค่าจ้างแรงงานขั้นต่ำสุดตามกฎหมาย

mining /ˈmaɪnɪŋ/ˈมายนิง/ *n.* การเหมืองแร่; *attrib.* เหมืองแร่; **~ area** *or* **district** พื้นที่ทำเหมืองแร่

mining: ~ engineer *n.* ➤ **489** วิศวกรเหมืองแร่; **~ engineering** *n.* วิศวกรรมเหมืองแร่; **~ industry** *n.* อุตสาหกรรมเหมืองแร่; **~ town** *n.* เมืองทำเหมืองแร่; **~ village** *n.* หมู่บ้านทำเหมืองแร่

minion /ˈmɪnjən/ˈมินเนียน/ *n. (derog.)* Ⓐ *(servile agent)* ทาส; Ⓑ *(favourite of king etc.)* คนโปรดปราน

'mini roundabout *n. (Brit.)* วงเวียนเล็ก

miniscule ➡ **minuscule**

'miniskirt *n.* กระโปรงสั้นเหนือเข่ามาก

minister /ˈmɪnɪstə(r)/ˈมินนิซเตอะ(ร)/ ❶ *n.* ➤ **489** Ⓐ *(Polit.)* รัฐมนตรี, หัวหน้าของหน่วยงานรัฐบาล; **M~ of the Crown** *(Brit.)* สมาชิกคณะรัฐมนตรี; **M~ of State** *(Brit.)* ปลัดกระทรวง; ➡ **+ portfolio** B; **prime minister**; Ⓑ *(diplomat)* เอกอัครราชทูต; Ⓒ *(Eccl.)* **~ [of religion]** สมาชิกของสังฆาธิการ, พระ ❷ *v.i.* **~ to sb.** ให้ความช่วยเหลือกับ *ค.น.*; **~ to sb.'s wants/needs** สนองความต้องการ/สิ่งจำเป็นของ *ค.น.*; **~ing angel** บุคคลใจดี, เทพธิดาใจดี

ministerial /mɪnɪˈstɪərɪəl/มินิˈซเตียเรียล/ *adj.* Ⓐ *(Eccl.)* เกี่ยวกับคณะพระปกครอง; **~ candidate** ผู้สมัครเป็นสมาชิกของคณะพระผู้ปกครอง; Ⓑ *(Polit.)* เกี่ยวกับรัฐมนตรี

ministration /mɪnɪˈstreɪʃn/มินิˈซเตรช'น/ *n.* Ⓐ *(giving aid)* ความช่วยเหลือ *หรือ* การให้บริการ; **under the ~s of sb.** ภายใต้ความช่วยเหลือของ *ค.น.*; Ⓑ *(Relig.)* ความช่วยเหลือด้านศาสนา

ministry /ˈmɪnɪstrɪ/ˈมินนิซตริ/ *n.* Ⓐ *(Government department or building)* กระทรวง, ทบวง; **~ official** ข้าราชการในกระทรวง; Ⓑ *(Polit.: body of ministers)* คณะรัฐมนตรี; Ⓒ *(Eccl.: body of ministers)* คณะพระผู้ปกครองโบสถ์; Ⓓ *(profession of clergyman)* อาชีพพระ *หรือ* นักบวช; **go into** *or* **enter the ~:** บวชเป็นพระ; Ⓔ *(Relig.) (office as minister)* ตำแหน่งพระ; *(period of tenure)* ระยะเวลาที่อยู่ในตำแหน่งพระ; **perform a ~ among the poor** ทำหน้าที่ของพระช่วยเหลือผู้ยากจน; Ⓕ *(Polit.: period of office)* ระยะเวลาที่เป็นรัฐมนตรี

mink /mɪŋk/มิงคฺ/ *n.* ตัวมิงค์ *(ท.ศ.)* ในสกุล *Mustela*; **~ coat** เสื้อคลุมขนมิงค์

minnow /ˈmɪnəʊ/ˈมินโน/ *n. (Zool.)* ปลาน้ำจืดขนาดเล็กในวงศ์ปลาคาร์พ; *(fig.)* คนไม่สำคัญ

Minoan /mɪˈnəʊən/มิˈโนเอิน/ *adj.* เกี่ยวกับอารยธรรมยุคสัมฤทธิ์ของเกาะครีต *(ประมาณ 1,100–3,000 ก่อนคริสตกาล)*

minor /ˈmaɪnə(r)/ˈมายเนอะ(ร)/ ❶ *adj.* Ⓐ *(lesser)* เล็กน้อย; *(บทบาท, การผ่าตัด)* ไม่สำคัญ; *(อุบัติเหตุ)* ไม่ร้ายแรง; **~ operation** การผ่าตัดเล็ก; **~ piece** *(Chess)* ตัวพระหรือม้า; Ⓑ *(comparatively unimportant)* ไม่ค่อยสำคัญ; **~ matter** เรื่องที่ไม่ค่อยสำคัญ; **~ road** ถนนสายรอง; Ⓒ *(Brit. Sch.)* **Jones ~:** เด็กชายโจนส์คนน้อง; Ⓓ *(Mus.)* ไมเนอร์ *(ท.ศ.)*; **~ key/scale/chord** กุญแจเสียงไมเนอร์/บันไดเสียงไมเนอร์/คอร์ดเล็ก; **A ~:** บันไดเสียงเอไมเนอร์; **in a ~ key** ในบันไดเสียงไมเนอร์; **~ third** *etc.* คู่สามไมเนอร์

❷ *n.* Ⓐ *(person)* ผู้ที่ยังไม่บรรลุนิติภาวะ; ผู้เยาว์ *(ร.บ.)*; **be a ~:** ยังเป็นเด็ก; Ⓑ *(Amer. Univ.)* วิชาโท/รอง

❸ *v.i. (Amer.)* **~ in sth.** เลือก *ส.น.* เป็นวิชาโท/รอง

minor 'axis *n. (Geom.)* แกนโท

minority /maɪˈnɒrətɪ, US -ˈnɔːr-/ไมˈนอเรอะทิ, -ˈเนอริ-/ *n.* Ⓐ ส่วนน้อย; **be in a ~ of one** อยู่ในส่วนน้อยอยู่คนเดียว; **in the ~:** เป็นส่วนน้อย; Ⓑ *attrib.* ส่วนน้อย; **~ group** ชนกลุ่มน้อย; **~ vote** *n.* เสียงส่วนน้อย; **~ rights** สิทธิของชนกลุ่มน้อย

minority 'rule *n.* การปกครองโดยรัฐบาลที่เป็นเสียงส่วนน้อย

minor: ~ league *(Amer.) n.* สมาคมกีฬาของทีมที่อยู่ในระดับรอง; **~ planet** ➡ **planet**; **~ suit** *n. (Bridge)* ไพ่ดอกจิกหรือข้าวหลามตัด

Minotaur /ˈmaɪnətɔː(r)/ˈมายเนอะทอ(ร)/ *n.* สัตว์ประหลาดในนิยายกรีก ตัวเป็นมนุษย์หัวเป็นวัว

minster /ˈmɪnstə(r)/ˈมินซฺเตอะ(ร)/ *n.* วิหาร, โบสถ์หลักของเมือง; **York M~:** วิหารแห่งยอร์ค

minstrel /ˈmɪnstrl/ˈมินซฺตรฺ'ล/ *n.* Ⓐ *(medieval singer or musician)* นักดนตรีเร่ร่อนสมัยยุคกลาง; **~s' gallery** ชั้นลอยในห้องโถงใหญ่ เพื่อให้นักร้องและนักดนตรีบรรเลง; Ⓑ *(Hist.: entertainer)* นักแสดง ซึ่งร้องเพลงและเล่นตลกต่าง ๆ

¹mint /mɪnt/มินทฺ/ ❶ *n.* Ⓐ *(place)* โรงกษาปณ์; **Royal M~** *(Brit.)* โรงกษาปณ์; Ⓑ *(sum of money)* **a ~ [of money]** เงินจำนวนมาก; **have a ~ [of money]** มีเงินจำนวนมาก; Ⓒ *(fig.: source)* ขุมทรัพย์, แหล่ง ❷ *adj. (หนังสือ)* ใหม่เอี่ยม; *(ธนบัตร)* ที่ยังไม่ได้ใช้; *(แสตมป์)* ที่ยังไม่ได้ประทับตรา; **in ~ condition** *or* **state** ในสภาพใหม่เอี่ยม ❸ *v.t. (lit. or fig.)* สร้างสิ่งใหม่ ๆ, สร้างสรรค์

²mint *n.* Ⓐ *(plant)* ต้นมินท์ *(ท.ศ.)* ในสกุล *Mentha* เป็นพืชจำพวกสะระแหน่; Ⓑ *(peppermint)* ลูกอมรสมินท์

mint 'sauce *n.* ซอสสะระแหน่

minty /mɪntɪ/มินทิ/ *adj.* มีกลิ่นและรสสะระแหน่; **be/taste ~:** มีกลิ่น/รสสะระแหน่

minuet /mɪnjʊˈet/มินิวˈเอ็ท/ *n. (Mus.)* การเต้นรำพื้นเมืองเร็วปานกลางจังหวะสามของฝรั่งเศส นิยมในคริสต์ศตวรรษที่ 17–18

minus /ˈmaɪnəs/ˈมายเนิซ/ ❶ *prep.* Ⓐ *(with the subtraction of)* ลบออก; *(without)* ขาด, ไร้; Ⓑ *(below zero)* ลบ; **a temperature of ~ 20 degrees** อุณหภูมิลบยี่สิบองศา; Ⓒ *(coll.: lacking)* ขาดแคลน ❷ *adj.* Ⓐ *(Math.) (มีค่า, เครื่องหมาย)* ลบ; Ⓑ *(Electr.)* **~ pole/terminal** ขั้วลบ ❸ *n.* Ⓐ *(Math.) (symbol)* สัญลักษณ์แสดงค่าลบ; *(negative quantity)* ค่าลบ; Ⓑ *(disadvantage)* ข้อเสียเปรียบ, ข้อด้อย

minuscule /ˈmɪnəskjuːl/ˈมินเนิซกิวล/ ❶ *adj.* เล็กมาก ❷ *n. (lower-case letter)* ตัวพิมพ์ตัวเล็ก, ตัวอักษรตาม

¹minute /ˈmɪnɪt/ˈมินนิท/ ❶ *n.* Ⓐ ➤ **177** *(moment)* ประเดี๋ยว, แป๊ปเดียว; **I expect him [at] any ~ [now]** เขาน่าจะมาถึงเดี๋ยวนี้แล้ว; **for a ~:** นาทีหนึ่ง; **I'm not for a ~ saying you're wrong** ฉันไม่ได้หมายความแม้แต่น้อยว่าคุณผิด; **in a ~** *(very soon)* อีกประเดี๋ยวเดียว; **half a ~!** แป๊ปเดียว; **have not a ~ to spare** ไม่มีเวลาแม้แต่นาทีเดียว; **have you got a ~?** คุณมีเวลาสักครู่เดียวไหม; **can you just give me a ~'s peace?** ปล่อยฉันอยู่สงบ ๆ สักประเดี๋ยวได้ไหม; **come back this ~!** กลับมานี่เดี๋ยวนี้; **at that very ~:** ตอนนั้นพอดี; **at the ~** *(coll.)* ตอนนี้; **to the ~:** ตรงเวลา; **up to the ~:** ถึงตอนนี้; **the ~ [that] I left** ทันทีที่ฉันออกไป; **the ~ he gets home, he's out in the garden** ทันทีที่เขาถึงบ้านเขาก็ออกไปในสวน; **just a ~!, wait a ~!** *(coll.)* รอสักประเดี๋ยว; *(objecting)* เดี๋ยวก่อน; **would you mind waiting a ~?** คุณจะกรุณารอสักครู่ได้ไหม; **live ten ~s from town** อยู่ห่างสิบนาทีจากตัวเมือง; **be five ~s' walk [away]** อยู่ห่างไปห้านาทีถ้าเดิน *หรือ* เดินไปได้ภายในห้านาที; ➡ **+ last minute**; Ⓑ *(of angle)* มาตราวัดมุมเศษ 1 ส่วน 60 องศา, ลิปดา; Ⓒ *(draft)* บันทึกข้อความ; Ⓓ *in pl. (brief summary)*

m

รายงานการประชุม; **keep** *or* **take** *or* **record the ~s** จดบันทึกรายงานการประชุม; Ⓔ *(official memorandum)* บันทึกที่เป็นทางการ ❷ *v.t.* Ⓐ *(record)* จดบันทึก *(ข้อความ, รายงานการประชุม)*; Ⓑ *(send note to)* **~ sb. [about sth.]** ส่งบันทึก [เกี่ยวกับ *ส.น.*] ให้ *ค.น.*

²minute /maɪˈnjuːt/ไม'นิวท/ *adj.* **~r** /maɪˈnjuːtə(r)/ไมนิว'เทอะ(ร)/, **~st** /maɪˈnjuːtɪst/ไมนิว'ทิซทฺ/ Ⓐ *(tiny)* เล็กน้อยมาก; **not the ~st interest** ไม่สนใจแม้แต่นิด; Ⓑ *(petty)* ไม่สำคัญ; Ⓒ *(precise)* ละเอียด, ถี่ถ้วน; **with ~ care** ด้วยการดูแลอย่างละเอียดถี่ถ้วน

minute hand /ˈmɪnɪthænd/'มินนิทแฮนด/ *n.* เข็มนาฬิกาบอกนาที

minutely /maɪˈnjuːtlɪ, US -ˈnuːtlɪ/ไม'นิวทฺลิ, -'นูทลิ/ *adv. (with precision)* อย่างละเอียดถี่ถ้วน; **~ planned** วางแผนไว้อย่างละเอียดถี่ถ้วน; **a ~ detailed analysis** การวิเคราะห์อย่างละเอียดถี่ถ้วน

minuteman /ˈmɪnɪtman/'มินนิทแมน/ *n. (Amer. Hist.)* ทหารกองหนุนของสหรัฐอเมริกา

minute steak /ˈmɪnɪt steɪk/'มินนิท ซเตค/ *n.* เนื้อวัวชิ้นบางที่สุกเร็ว

minutiae /maɪˈnjuːʃɪiː, US mɪˈnuːʃɪiː/ไม'นิวชิอี, มิ'นูชิอี/ *n. pl.* รายละเอียดเล็ก ๆ น้อย ๆ

minx /mɪŋks/มิงคฺซฺ/ *n.* หญิงสาวจอมซน

miracle /ˈmɪrəkl/'มิเรอะค'ล/ *n.* เรื่องอัศจรรย์, ปาฏิหาริย์; **perform** *or* **work ~s** ทำสิ่งที่อัศจรรย์; **be nothing short of a ~:** อย่างกับเป็นปาฏิหาริย์; **the age of ~s is not past** ปาฏิหาริย์เกิดขึ้นได้เสมอ; **economic ~:** เศรษฐกิจที่ดีขึ้นอย่างน่าอัศจรรย์; **we'll do our best but we can't promise ~s!** เราจะทำอย่างดีที่สุดแต่เราไม่สัญญาว่าจะเกิดปาฏิหาริย์; **be a ~ of ingenuity** แสดงความเฉลียวฉลาดอย่างน่าอัศจรรย์

'miracle play *n. (Hist.)* ละครที่มาจากคัมภีร์ไบเบิลในสมัยยุคกลาง

miraculous /mɪˈrækjʊləs/มิ'แรคิวเลิซ/ *adj.* Ⓐ น่าอัศจรรย์, ไม่คาดฝัน; *(supernatural)* เหนือธรรมชาติ, มหัศจรรย์, อาเพศ; *(having ~ power)* มีอภินิหาร; Ⓑ *(surprising)* น่าประหลาดใจ

miraculously /mɪˈrækjʊləslɪ/มิ'แรคิวเลิซลิ/ *adv.* Ⓐ อย่างน่าอัศจรรย์, อย่างไม่คาดฝัน; **~, he escaped injury** เขารอดจากการบาดเจ็บมาได้อย่างน่าอัศจรรย์; Ⓑ *(surprisingly)* อย่างน่าประหลาดใจ

mirage /ˈmɪrɑːʒ, mɪˈrɑːʒ/'มิราฌ, มิ'ราฌ/ *n.* ภาพลวงตา, สิ่งลวงตา

Miranda warning /məˈrændə wɔːnɪŋ/เมอะ'แรนเดอะ วอนิง/ *n. (Amer.)* การยืนยันสิทธิของผู้ต้องหาเมื่อถูกจับกุม

mire /maɪə(r)/มายเออะ(ร)/ *n.* ปลักโคลน, ตม; **be** *or* **stick** *or* **find oneself in the ~** *(fig.)* จมปลักอยู่; **drag sb.'s name through the ~** *(fig.)* ทำให้ชื่อเสียงของ *ค.น.* แปดเปื้อน

mirror /ˈmɪrə(r)/'มิเรอะ(ร)/ ❶ *n. (lit. or fig.)* Ⓐ กระจกเงา; **she glanced at herself in the ~:** เธอเหลือบมองดูตัวเองในกระจกเงา; **hold the ~ up to sb./sth.** *(fig.)* สะท้อนให้ *ค.น.* เห็นตัวเอง/เป็นการสะท้อน *ส.น.*; **it's all done with ~s** *(coll.)* เป็นแค่การหลอกลวง ❷ *v.t. (lit. or fig.)* สะท้อน; **be ~ed in sth.** สะท้อนภาพใน *ส.น.*

mirror: ~ 'image *n.* ภาพสะท้อนบนกระจก; **~ writing** *n.* การเขียนตัวอักษรกลับด้าน

mirth /mɜːθ/เมิธ/ *n. (literary)* ความสนุกสนานรื่นเริง; *(laughter)* ความสรวลเสเฮฮา, การหัวเราะ

mirthful /ˈmɜːθfl/'เมิธฟ'ล/ *adj. (literary)* สนุกสนานรื่นเริง, น่าสรวลเสเฮฮา

misadventure /mɪsədˈventʃə(r)/มิซเอิด'เว็นเฉอะ(ร)/ *n.* Ⓐ *(piece of bad luck)* โชคไม่ดี, เคราะห์ร้าย; **I had a ~:** ฉันเกิดเคราะห์ร้าย; Ⓑ *(Law)* **death by ~:** การเสียชีวิตโดยอุบัติเหตุ

misalliance /mɪsəˈlaɪəns/มิเซอะ'ลายเอินซฺ/ *n.* ความสัมพันธ์ที่ไม่เหมาะสม *(โดยเฉพาะการแต่งงาน)*

misanthrope /ˈmɪsənθrəʊp/'มิซเซินโธรฺพ, 'มิซ-/ **misanthropist** /mɪˈsænθrəpɪst/มิ'แซนเธรอะพิซทฺ/ *ns.* ผู้ที่เกลียดชังมนุษย์และหลีกเลี่ยงสังคม

misanthropic /mɪsənˈθrɒpɪk/มิเซิน'ธรอพิค/ *adj.* มีความเกลียดชังมนุษย์

misanthropy /mɪˈzænθrəpɪ/มิ'แซนเธรอะพิ/ *n.* ความเกลียดชังมนุษย์และการหลีกเลี่ยงสังคม

misapprehend /mɪsæprɪˈhend/มิซแอพริ'เฮ็นด/ *v.t.* เข้าใจผิด

misapprehension /mɪsæprɪˈhenʃn/มิซแอพริ'เฮ็นช'น/ *n.* ความเข้าใจผิด; **be under a ~:** มีความเข้าใจผิด; **have a lot of ~s about sth.** เข้าใจผิดหลายอย่างเกี่ยวกับ *ส.น.*

misappropriate /mɪsəˈprəʊprɪeɪt/มิซเออะ'โพรพริเอท/ *v.t.* ยักยอกทรัพย์สิน, ใช้ในทางที่ผิด

misappropriation /mɪsəprəʊprɪˈeɪʃn/มิซเออะโพรพริ'เอช'น/ *n.* การยักยอกทรัพย์สิน, การใช้ในทางที่ผิด

misbegotten /mɪsbɪˈgɒtn/มิซบิ'กอท'น/ *adj.* Ⓐ *(badly conceived) (แผน, โครงการ)* ที่ไม่ได้คิดอย่างรอบคอบ; Ⓑ *(dated: illegitimate) (บุตร)* ไม่ชอบด้วยกฎหมาย

misbehave /mɪsbɪˈheɪv/มิซบิ'เฮว/ ❶ *v.i.* ประพฤติไม่ดี ❷ *v. refl.* **~ oneself** ประพฤติตัวไม่ดี; **he and his girlfriend have been misbehaving themselves** *(euphem.)* เขาและแฟนสาวของเขาเป็นชู้สาวกัน

misbehaviour (*Amer.:* **misbehavior**) *n.* ความประพฤติไม่ดี

miscalculate /mɪsˈkælkjʊleɪt/มิซ'แคลคิวเลท/ ❶ *v.t.* คำนวณผิด; *(misjudge)* ประเมินผิด *(ผลกระทบ, ความหนัก)*; **~ the distance/the budget** กะระยะทางผิด ❷ *v.i.* คำนวณงบประมาณผิดพลาด

miscalculation /mɪskælkjʊˈleɪʃn/มิซแคลคิว'เลช'น/ *n. (arithmetical error)* การคำนวณผิดพลาด; *(misjudgement)* การกะผิด *(ผลกระทบ, ความรุนแรง)*; **make a ~ about sth.** *(misjudge sth.)* ประเมิน *ส.น.* ผิดพลาด

miscarriage /ˈmɪskærɪdʒ, mɪsˈkærɪdʒ/'มิซแคริจ, มิซ'แคริจ/ *n.* Ⓐ *(Med.)* การแท้งบุตร; Ⓑ *(of plans, projects, etc.)* ความล้มเหลว, การไม่บรรลุเป้าหมาย; **~ of justice** การตัดสินคดีที่ไม่ยุติธรรม

miscarry /mɪsˈkærɪ/มิซ'แคริ/ *v.i.* Ⓐ *(Med.)* แท้งบุตร; Ⓑ *(แผน, โครงการ)* ล้มเหลว, ไม่ประสบผลสำเร็จ; Ⓒ *(not reach destination) (จดหมาย)* ไม่ถึงปลายทาง

miscast /mɪsˈkɑːst, US -ˈkæst/มิซ'คาซทฺ, -'แคซทฺ/ *v.t.* จัดตัวผู้แสดงไม่เหมาะสมกับบทบาท *(ภาพยนตร์, ละคร)*; กำหนด *(บทบาท)* ผิด

miscellaneous /mɪsəˈleɪnɪəs/มิเซอะ'เลเนียซ/ *adj.* Ⓐ *(mixed)* เบ็ดเตล็ด, จิปาถะ; Ⓑ *with pl. n. (of various kinds)* ต่าง ๆ นานา, หลากหลาย

miscellany /mɪˈselənɪ US ˈmɪsəlenɪ/มิ'เซ็ลเลอะนิ, 'มิเซอะเละนิ/ *n.* Ⓐ *(mixture)* ของเบ็ดเตล็ด, ของจิปาถะ; Ⓑ *(book)* หนังสือปกิณกะ

mischance /mɪsˈtʃɑːns, US -tʃæns/มิซ'ฉานซฺ, -แฉนซฺ/ *n.* Ⓐ *(piece of bad luck)* โชคไม่ดี, เคราะห์ร้าย; **by a** *or* **some ~:** ด้วยความเคราะห์ร้าย; Ⓑ *no pl., no art. (bad luck)* โชคร้าย

mischief /ˈmɪstʃɪf/'มิซฉิฟ/ *n.* Ⓐ ความซุกซน; *(pranks)* ความแกล้งซุกซน; *(playful malice)* การล้อเล่นเจ็บ ๆ; **mean ~:** หวังร้าย; **be up to ~ again** ก่อเรื่องยุ่งยากอีกแล้ว; **be** *or* **get up to [some] ~:** ก่อเรื่องวุ่นวาย; **keep out of ~:** ไม่ก่อเรื่องยุ่งยาก *หรือ* ไม่ทำอะไรบ้า ๆ; **keep sb. out of ~:** ระวังไม่ให้ *ค.น.* ไปทำอะไรโง่เขลา; **what ~ have you been up to now?** คุณไปก่อเรื่องยุ่งยากอะไรมาล่ะ; **sb.'s eyes are full of ~:** ดวงตาของ *ค.น.* เต็มไปด้วยความซุกซน; Ⓑ *(harm)* การกลั่นแกล้ง; **do sb./oneself a ~** *(coll.)* ทำให้ *ค.น.*/ตนเองเจ็บปวด; **make** *or* **stir up ~:** ก่อเรื่องเสียหาย; Ⓒ *(person)* คนจอมยุ่ง, ตัวยุ่ง; *(child also)* เด็กจอมซน

'mischief-maker *n.* ตัวก่อกวน

mischievous /ˈmɪstʃɪvəs/'มิซฉิเวิซ/ *adj.* Ⓐ ที่ก่อความยุ่งยาก, ก่อเรื่องวุ่นวาย; *(การมอง, ท่าทาง, การยิ้ม)* ซุกซน; **~ trick** การเล่นกลั่นแกล้ง; Ⓑ *(malicious) (บุคคล)* ที่หวังร้าย; Ⓒ *(harmful)* เป็นการทำร้าย, ก่อความเสียหาย; **a ~ rumour** ข่าวลือที่ทำให้เสียหาย

mischievously /ˈmɪstʃɪvəslɪ/'มิซฉิเวิซลิ/ *adv.* Ⓐ อย่างแกล้ง, อย่างซุกซน; **behave ~:** สร้างความยุ่งยาก, ทำตัวซุกซน; Ⓑ *(maliciously)* อย่างมุ่งร้าย

miscible /ˈmɪsɪl, ˈmɪsɪbl/'มิซซิบ'ล/ *adj.* ผสมกันได้

misconceive /mɪskənˈsiːv/มิซเคิน'ซีว/ ❶ *v.i.* **~ of sth.** มีความคิดที่ผิดเกี่ยวกับ *ส.น.* ❷ *v.t.* **be ~d** *(แผน, โครงการ)* เป็นการคิดผิด

misconception /mɪskənˈsepʃn/มิซเคิน'เซ็พช'น/ *n.* ความเข้าใจผิด (**about** เกี่ยวกับ); ความคิดผิด ๆ; **be [labouring] under a ~ about sth.** มีความคิดผิด ๆ เกี่ยวกับ *ส.น.*; **it is a ~ to think that ...:** เป็นความเข้าใจผิดที่คิดว่า...

misconduct ❶ /mɪsˈkɒndʌkt/มิซ'คอนดัคทฺ/ *n., no pl.* Ⓐ *(improper conduct)* การกระทำผิด, ความประพฤติไม่เหมาะสม; *(Sport)* การผิดกติกา; **he was accused of gross ~:** เขาถูกกล่าวหาว่ามีความประพฤติไม่เหมาะสม; **professional ~:** การประพฤติผิดจรรยาบรรณในอาชีพ; การประพฤติมิชอบในวิชาชีพ; Ⓑ *(bad management)* การจัดการ/บริหารที่ผิดพลาด; **~ of the war** การดำเนินสงครามที่ผิดพลาด ❷ /mɪskənˈdʌkt/มิซเคิน'ดัคทฺ/ *v. refl.* ประพฤติตนไม่เหมาะสม

misconstrue /mɪskənˈstruː/มิซเคิน'ซตรู/ *v.t.* ตีความผิด, เข้าใจผิด; **~ sb.'s meaning** เข้าใจความหมาย *ค.น.* ผิดไป; **~ sth. as sth.** ตีความ *ส.น.* ว่าเป็นอีก *ส.น.*

miscount /mɪsˈkaʊnt/มิซ'คาวนทฺ/ ❶ *n.* การนับผิด; **there had been a ~:** มีการนับผิดพลาด ❷ *v.i.* นับผิด; *(when counting votes)* นับคะแนนเสียงผิด; *(when calculating)* คำนวณผิด ❸ *v.t.* นับจำนวนผิด

misdeal /mɪsˈdiːl/มิซ'ดีล/ *v.i. & v.t.* แจกไพ่ผิดพลาด

misdeed /mɪsˈdiːd/มิซ'ดีด/ *n.* Ⓐ *(evil deed)* พฤติกรรมชั่ว, การกระทำความเลว; Ⓑ *(crime)* การก่ออาชญากรรม, อาชญากรรม

misdemeanour (*Amer.:* **misdemeanor**) /mɪsdɪˈmiːnə(r)/มิซดิ'มีเนอะ(ร)/ *n.* Ⓐ *(misdeed)* การกระทำผิด; Ⓑ *(Law)* อาชญากรรมที่ไม่ถึงขั้นร้ายแรง

misdial /mɪsˈdaɪəl/มิซ'ดายเอิล/ *v.i.* การโทรผิดเลขหมายโทรศัพท์

misdirect /mɪsdɪˈrekt, -daɪˈrekt/มิซดิ'เร็คทฺ, -ได'เร็คทฺ/ *v.t.* Ⓐ *(direct wrongly)* ส่งผิดที่ *(จดหมาย)*; เสีย *(แรง)* ในทางที่ผิด; Ⓑ *(Law) (ผู้พิพากษา)* สรุปความผิด; ให้ข้อมูลที่ผิดพลาดแก่คณะลูกขุน

miser /ˈmaɪzə(r)/'มายเซอะ(ร)/ *n.* คนตระหนี่, คนขี้เหนียว

miserable /ˈmɪzərəbl/'มิเซอะเรอะบ'ล/ *adj.* Ⓐ *(unhappy)* ไม่มีความสุข; *(ชีวิต)* เป็นทุกข์; **make sb.'s life ~:** ทำให้ชีวิตของ *ค.น.* เป็นทุกข์; **feel ~:** รู้สึกเป็นทุกข์; Ⓑ *(causing wretchedness) (การแต่งงาน)* ที่ทำให้หดหู่; *(อากาศ)* ที่ทำให้เป็นทุกข์; Ⓒ *(contemptible, mean)* น่าดูถูก, น่าเวทนา; **a ~ five pounds** เงินแค่ห้าปอนด์เอง

miserably /ˈmɪzərəblɪ/'มิเซอะเรอะบลิ/ *adv.* Ⓐ *(uncomfortably, unhappily)* อย่างไม่มีความสุข, อย่างเป็นทุกข์; **~ poor** ยากจนอย่างน่าเวทนา; Ⓑ *(meanly) (ดำรงชีวิต, ตกแต่ง)* บ้านอย่างน่าหดหู่; *(ทำงาน)* อย่างเป็นทุกข์; *(จ่ายเงิน)* อย่างขี้เหนียวมาก; Ⓒ *(to a deplorable extent)* อย่างน่าดูถูก, อย่างน่าเวทนา

miserliness /ˈmaɪzəlɪnɪs/'มายเซอะลินิซ/ *n., no pl.* ความตระหนี่, ความขี้เหนียว

miserly /ˈmaɪzəlɪ/'มายเซอะลิ/ *adj.* ตระหนี่, ขี้เหนียว; **~ creature** คนตระหนี่

misery /ˈmɪzərɪ/'มิซเซอะริ/ *n.* Ⓐ *(wretched state)* สภาพที่เป็นทุกข์, สภาพที่หดหู่; **make sb.'s life a ~:** ทำให้ชีวิตของ *ค.น.* เป็นทุกข์; **live in ~, live a life of ~:** มีชีวิตอยู่ในสภาพที่เป็นทุกข์; **put an animal out of its ~:** ฆ่าสัตว์เพื่อให้พ้นชีวิตที่ทุกข์ทรมาน; **put sb. out of his ~** *(fig.)* ปลดปล่อย *ค.น.* ให้พ้นจากสภาพที่เป็นทุกข์ *(เพราะรอคอย ส.น./ที่จะรู้ข่าว)*; Ⓑ *(thing)* **the ~ of it was that ...:** โชคร้ายของมันก็คือว่า...; Ⓒ *(coll.: discontented person)* **~[-guts]** คนอมทุกข์

misfire /mɪsˈfaɪə(r)/มิซ'ฟายเออะ(ร)/ ❶ *v.i.* Ⓐ เครื่องยนต์ไม่ติด *หรือ* ดับ; *(ปืนใหญ่)* ไม่ยิง; Ⓑ *(แผน)* ไม่เป็นผลสำเร็จ, ล้มเหลว ❷ *n.* Ⓐ *(of engine)* การเดินเครื่องไม่เต็มที่; *(of gun)* การไม่ยิง; Ⓑ *(of plan, attempt)* การไม่เป็นผลสำเร็จ, การล้มเหลว; Ⓒ *(sth. that fails)* สิ่งที่ไม่ประสบความสำเร็จ; *(book, play)* ที่ไม่ได้รับการยอมรับ

misfit /ˈmɪsfɪt/'มิซฟิท/ *n. (person)* คนที่เข้ากับใครไม่ได้

misfortune /mɪsˈfɔːtʃən, mɪsˈfɔːtʃuːn/มิซ'ฟอเฉิน, มิซ'ฟอฉูน/ *n.* Ⓐ *no pl., no art. (bad luck)* โชคไม่ดี, เคราะห์ร้าย, การตกทุกข์ได้ยาก; **suffer ~:** เคราะห์ร้ายมาก; **companions in ~:** เพื่อนยามตกทุกข์ได้ยาก; Ⓑ *(stroke of fate)* โชคร้าย, เคราะห์ร้าย; **bear one's ~s bravely** เผชิญกับเหตุการณ์เคราะห์ร้ายอย่างกล้าหาญ; **it was his ~** *or* **he had the ~ to ...:** เป็นเคราะห์ร้ายของเขาที่...; **~s rarely come singly** ความเคราะห์ร้ายมักเกิดขึ้นมากกว่าครั้งเดียว

misgiving /mɪsˈgɪvɪŋ/มิซ'กิวิง/ *n.* ความสงสัย, ความคลางแคลงใจ; **have some ~s about sth.** มีความไม่สบายใจเกี่ยวกับ *ส.น.*

misgovern /mɪsˈgʌvn/มิซ'กัว'น/ *v.t.* ปกครอง *(ประเทศ, บ้านเมือง ฯลฯ)* ไม่ดี

misgovernment /mɪsˈgʌvnmənt/มิซ'กัว'นเมินทฺ/ *n., no pl.* การปกครองที่ไม่ดี

misguided /mɪsˈgaɪdɪd/มิซ'กายดิด/ *adj. (บุคคล)* ที่คิดผิด ๆ; *(การกระทำ)* ที่โง่เขลา; *(ความสัมพันธ์)* ที่ไม่เหมาะสม

misguidedly /mɪsˈgaɪdɪdlɪ/มิซ'กายดิดลิ/ *adv. (in error)* อย่างคิดผิด ๆ; *(ill-advisedly)* อย่างโง่เขลา

mishandle /mɪsˈhændl/มิซ'แฮนด'ล/ *v.t.* Ⓐ *(deal with incorrectly)* จัดการด้วยวิธีที่ไม่ถูกต้อง, บริหารอย่างไม่ถูกต้อง *(ทรัพย์สิน, เงิน)*; Ⓑ *(handle roughly)* จับต้องอย่างไม่ระวัง *หรือ* อย่างทารุณ

mishap /ˈmɪshæp, mɪsˈhæp/'มิซแฮพ, มิซ'แฮพ/ *n.* เคราะห์ร้าย, โชคร้าย; **sb. suffers** *or* **meets with a ~:** *ค.น.* ประสบเคราะห์ร้าย; **without further ~:** โดยปราศจากโชคร้ายอื่นใดอีก

mishear /mɪsˈhɪə(r)/มิซ'เฮีย(ร)/, **misheard** /mɪsˈhɜːd/มิซ'เฮิด/ ❶ *v.t.* ได้ยินผิด ❷ *v.i.* ฟังไม่ดี, ได้ยินไม่ถูกต้อง

mishit ❶ /ˈmɪshɪt/'มิซฮิท/ *n.* การตี *(ลูกบอล)* ผิดพลาด; **have** *or* **make a ~:** ตีลูกบอลผิดพลาด ❷ /mɪsˈhɪt/มิซ'ฮิท/ *v.t., forms as* **hit** 1 ตี *(ลูกบอล)* ผิดพลาด

mishmash /ˈmɪʃmæʃ/'มิชแมช/ *n.* การรวม *(ของความคิด)* อย่างสับสนปนเป **(of** ของ)

misinform /mɪsɪnˈfɔːm/มิซอิน'ฟอม/ *v.t.* ให้ข้อมูลผิด

misinformation /mɪsɪnfəˈmeɪʃn/มิซอินเฟอะ'เมช'น/ *n., no pl., no indef. art.* ข้อมูลที่ไม่ถูกต้อง; *(on radio, in newspaper)* การให้ข่าวผิดพลาด

misinterpret /mɪsɪnˈtɜːprɪt/มิซอิน'เทอพริท/ *v.t.* Ⓐ *(interpret wrongly)* ตีความผิด *(หนังสือ, บทความ)*; แปลผิด; Ⓑ *(make wrong inference from)* ตีความผิด; **he ~ed her letter as meaning that ...:** เขาตีความจดหมายของเธอผิดไปว่า...

misinterpretation /mɪsɪntɜːprɪˈteɪʃn/มิซอินเทอพริ'เทช'น/ *n.* การตีความผิด, การแปลความหมายผิด; **be open to ~:** ง่ายที่จะตีความได้ต่าง ๆ นานา

misjudge /mɪsˈdʒʌdʒ/มิซ'จัจ/ ❶ *v.t.* ตัดสินผิด, กะผิด, ประเมินผิด; **~ the height/distance /length of time** กะความสูง/ระยะทาง/ระยะเวลาผิด ❷ *v.i.* ประเมินการผิด

misjudgement, misjudgment /mɪsˈdʒʌdʒmənt/มิซ'จัจเมินทฺ/ *n.* การตัดสินผิด; *(of person)* การประเมินผิด; *(of distance, length, etc.)* การกะผิด

mislay /mɪsˈleɪ/มิซ'เล/ *v.t.,* **mislaid** /mɪsˈleɪd/มิซ'เลด/ วางผิดที่จนหาไม่เจอ

mislead /mɪsˈliːd/มิซ'ลีด/ *v.t.,* **misled** /mɪsˈled/มิซ'เล็ด/ ชักนำไปในทางผิด, หลอกลวง, ทำให้เขว; **~ sb. about sth.** ทำให้ *ค.น.* เข้าใจผิดใน *ส.น.*

misleading /mɪsˈliːdɪŋ/มิซ'ลีดิง/ *adj.* ซึ่งทำให้เข้าใจผิด, ไม่แน่ชัด, สับสน

mismanage /mɪsˈmænɪdʒ/มิซ'แมนิจ/ *v.t.* บริหารไม่ดี *(บริษัท, พื้นที่นา, โครงการ)*; จัดการผิดพลาด *(ทรัพย์สิน, เงิน)*

mismanagement /mɪsˈmænɪdʒmənt/มิซ'แมนิจเมินทฺ/ *n.* การบริหารไม่ดี; *(of finances, of matters)* การจัดการผิดพลาด

mismatch ❶ /mɪsˈmætʃ/มิซ'แมฉ/ *v.t.* **~ parts of sth.** จัดชิ้นส่วน *ส.น.* เข้าผิดที่; **~ colours/fabrics/patterns** จัดสี/เนื้อผ้า/แบบที่ไม่เข้ากัน; **a badly ~ed couple** คู่ที่ไม่เหมาะสมกัน ❷ /ˈmɪsmætʃ/'มิซแมฉ/ *n.* ความคิดเห็นไม่ตรงกัน; *(Boxing)* การจัดคู่ต่อสู้ที่ไม่เหมาะสมกัน; **their marriage was a ~:** คู่แต่งงานคู่นี้ไม่เหมาะกันเลย

misnomer /mɪsˈnəʊmə(r)/มิซ'โนเมอะ(ร)/ *n.* Ⓐ *(use of wrong name)* ศัพท์ที่ใช้ผิด, ชื่อที่เรียกผิด; **this seems like a slight ~** *(iron.)* ดูเหมือนจะใช้ศัพท์ผิดพลาดไปเล็กน้อย; Ⓑ *(wrong name)* ชื่อผิด

misogynist /mɪˈsɒdʒɪnɪst/มิ'ซอจินิซทฺ/ *n.* คนที่เกลียดผู้หญิง

misogyny /mɪˈsɒdʒɪnɪ/มิ'ซอจินิ/ *n.* ความเกลียดผู้หญิง, ความไม่อยากมีคู่

misplace /mɪsˈpleɪs/มิซ'เพลซ/ *v.t.* Ⓐ *(put in wrong place)* วางผิดที่; Ⓑ *(bestow on wrong object)* **~ one's affection/confidence** รักคนผิด/ไว้ใจคนผิด; **have a ~d reliance on sb./sth.** เชื่อใจ *ค.น./ส.น.* ผิดไป; Ⓒ **be ~d** *(inappropriate)* ไม่เหมาะสม, อยู่ผิดที่

misplay /mɪsˈpleɪ/มิซ'เพล/ *v.t.* ยิง *(ประตู)* พลาด; ตีลูกพลาด; เล่น *(ไพ่)* ผิด; **~ one's stroke** ตีลูกผิด

misprint /ˈmɪsprɪnt/'มิซพรินทฺ/ ❶ *n.* คำที่พิมพ์ผิด ❷ *v.t.* พิมพ์ผิด

mispronounce /mɪsprəˈnaʊns/มิซเพรอะ'นาวนซฺ/ *v.t.* ออกเสียง *(คำ)* ผิด

mispronunciation /mɪsprənʌnsɪˈeɪʃn/มิซเพรอะเนินซิ'เอช'น/ *n.* การออกเสียง *(คำ)* ผิด

misquotation /mɪskwəʊˈteɪʃn/มิซโคว'เทช'น/ *n.* การอ้างถ้อยคำผิด; **he is given to ~:** เขาชอบอ้างถ้อยคำผิด

misquote /mɪsˈkwəʊt/มิซ'โควท/ *v.t.* อ้างถ้อยคำผิด; **he was ~d as saying that ...:** คนเอาคำพูดของเขาไปอ้างผิดว่า...

misread /mɪsˈriːd/มิซ'รีด/ *v.t.* **misread** /mɪsˈred/มิซ'เรด/ *(read wrongly)* อ่านผิด; *(interpret wrongly)* เข้าใจผิด, ตีความหมายผิด; **~ an 'a' as a 'b'** อ่าน 'เอ' เป็น 'บี'

misremember /mɪsrɪˈmembə/มิซริ'เม็มเบอะ(ร)/ *v.t.* **~ sth.** จำ *ส.น.* ผิด

misrepresent /mɪsreprɪˈzent/มิซเรพริ'เซ็นทฺ/ *v.t.* แสดงอย่างผิด ๆ, บิดเบือนข้อเท็จจริง; **~ sb.'s character** บิดเบือนลักษณะนิสัยของ *ค.น.*

misrepresentation /mɪsreprɪzenˈteɪʃn/มิซเรพริเซ็น'เทช'น/ *n.* การแสดงอย่างผิด ๆ; *(of facts)* การบิดเบือนข้อเท็จจริง

miss ❶ *n.* Ⓐ *(failure to hit or attain)* การพลาด; *(shot)* การยิงพลาด; *(throw)* การปาพลาด; **be a ~:** ผิดพลาด, ไม่โดนเป้า; **a ~ is as good as a mile** *(prov.)* พลาดไปแล้วจะมากน้อยก็เหมือนกันทั้งนั้น; Ⓑ **give sb./sth. a ~:** หลีกเลี่ยง *ค.น. /ส.น.*; **we'll give the pub a ~ tonight** ค่ำนี้เราจะไม่ไปร้านเหล้า; ➡ **+ near** 3 C

❷ *v.t.* Ⓐ *(fail to hit, lit. or fig.)* คลาด, พลาด; **~ed!** ไม่ถูก, ไม่โดน; **the car just ~ed the tree** รถเฉียดต้นไม้ไปนิดเดียว; **we just ~ed having an accident** เราแคล้วคลาดอุบัติเหตุไปนิดเดียว; Ⓑ *(fail to get)* ไม่ได้; *(fail to find or meet)* ไม่พบ, คลาด; **they ~ed each other** พวกเขาคลาดกัน; **~ a catch** รับลูกพลาด; **~ the goal** ยิงลูกไม่เข้าประตู; **he just ~ed being first** เขาพลาดจากการได้ที่หนึ่งไปนิดเดียว; Ⓒ *(let slip)* ปล่อยให้ผ่านไป, พลาด; **~ an opportunity** พลาดโอกาส; **you don't know what you're ~ing** คุณไม่รู้หรอกว่า คุณกำลังพลาดอะไร; **it is too good to ~** *or* **is not to be ~ed** ไม่น่าจะปล่อยให้ มันพ้นมือไป; **an experience he would not have ~ed** ประสบการณ์ที่เขาไม่มีวันยอมพลาด; Ⓓ *(fail to catch)* พลาด, ตก *(รถเมล์, รถไฟ, เครื่องบิน)*; **~ the boat** *or* **bus** *(fig.)* พลาดโอกาส; Ⓔ *(fail to take part in)* ไม่ได้เข้าร่วม; **~ school** ไม่ไปโรงเรียน; Ⓕ *(fail to see)* ไม่เห็น; *(fail to hear or understand)* ไม่ได้ยิน, ไม่เข้าใจ, ไม่รู้เรื่อง;

m

Miss | misuse 568

you can't ~ it คุณไม่มีทางมองไม่เห็น; **he doesn't ~ much** เขาไม่ค่อยพลาดหรอก; **G** *(feel the absence of)* คิดถึง, เสียดาย; **she ~es him** เธอคิดถึงเขา; **H** *(fail to keep or perform)* ลืม *(นัด)*; **she ~ed her pill** เธอลืมกินยา ❸ *v.i.* **A** *(not hit sth.)* ตีพลาด; *(not catch sth.)* คว้าไม่ทัน; **B** *(ลูก, ลูกปืน)* พลาด; **C** *(เครื่องยนต์)* เดินไม่ดี

~'out ❶ *v.t.* ตก, ขาด; **his name was ~ed out from the list** ชื่อของเขาไม่อยู่ในบัญชีรายชื่อ ❷ *v.i.* **~ out on sth.** *(coll.)* ไม่ได้รับ *ส.น.*; **he can't afford to ~ out** เขายอมพลาดโอกาสนั้นไม่ได้

Miss /mɪs/มิซ/ *n.* **A** ➤ **519** *(title of unmarried woman)* **~ Brown** นางสาวบราวน์; **the ~es Smith[s]** นางสาวสมิธ/พวกพี่น้องผู้หญิงนามสกุลสมิธ; **B** *(title of beauty queen)* **~ France** นางงามฝรั่งเศส; **~ World Contest** การประกวดนางงามโลก; **C** *(as form of address to teacher etc.)* คุณครูขา; ท่านผู้หญิงขา; **D** **m~** *(derog. or playful: girl)* **the young ~es** พวกสาว ๆ; **she is a saucy [little] ~:** เธอเป็นแม่สาวจัดจ้าน/แก่แดด

missal /ˈmɪsl/ˈมิซ'ล/ *n.* **A** *(RC Ch.)* หนังสือมิสซา; **B** *(book of prayers)* หนังสือสวดมนต์

missel [thrush] /ˈmɪsl(θrʌʃ)/ˈมิซ'ล(ธรัช)/ *n.* *(Ornith.)* นกจำพวกนกกางเขน *Turdus viscivorus*

misshapen /mɪsˈʃeɪpən/มิซ'เซเพิน/ *adj.* ผิดรูป, ผิดลักษณะ, เสียรูปทรง, บิดเบี้ยว

missile /ˈmɪsaɪl, US ˈmɪsl/ˈมิซซายล, ˈมิซ'ล/ *n.* **A** *(thrown)* ของที่ใช้ขว้างปา เช่น ก้อนหิน; **B** *(self-propelled)* จรวด, ขีปนาวุธ; **intercontinental ballistic ~:** ขีปนาวุธข้ามทวีป

missile: ~ base *n.* ฐานยิงขีปนาวุธ; **~launcher** *n.* เครื่องยิงขีปนาวุธ

missilery /ˈmɪslrɪ/ˈมิซ'ลริ/ *n., no pl.* **A** *(missiles)* จรวด, ขีปนาวุธ; **B** *(science)* ศาสตร์ว่าด้วยการสร้างและการใช้ขีปนาวุธ

'missile site ➡ **missile base**

missing /ˈmɪsɪŋ/ˈมิซซิง/ *adj.* หาย, พลาด, ขาดตกบกพร่อง; **be ~** *(บท, คำ, หน้า)* ขาดหายไป; *(ผู้คน)* หาย, ไม่พบ; *(not be present)* ไม่อยู่; **she went ~ two hours ago** เธอหายตัวไปสองชั่วโมงแล้ว; **the jacket has two buttons ~:** เสื้อแจ็กเก็ตตัวนี้กระดุมหลุดหายไปสองเม็ด; **I am ~ £10** เงินฉันหายไปสิบปอนด์; **the dead, wounded, and ~:** ผู้ตาย ผู้บาดเจ็บและผู้หายสาบสูญ; **~ person** ผู้สูญหาย; **~ link** *(Biol.)* สัตว์ครึ่งคนครึ่งลิง *(คือพัฒนาขึ้นมาต่างจากลิงแล้ว แต่ยังไม่เป็นคนเต็มตัว)*

missing in action สูญหายไประหว่างการรบ

mission /ˈmɪʃn/ˈมิช'น/ *n.* **A** *(task)* หน้าที่ที่มอบหมาย; **B** *(journey)* การเดินทางไปปฏิบัติหน้าที่; **go/come on a ~ to do sth.** เดินทางเพื่อไป/มาปฏิบัติหน้าที่ในการทำ *ส.น.*; **C** *(planned operation)* ภารกิจที่วางแผนไว้แล้ว; *(order)* คำสั่ง; **space ~:** ภารกิจในอวกาศ; **D** *(vocation)* อาชีพ; **~ in life** เป้าหมายในชีวิต; **have a ~ to do sth.** มีเป้าหมายที่จำเป็นต้องทำ *ส.น.*; **E** *(persons)* คณะทูต; **F** *(Relig.)* การเผยแผ่ศาสนา; *(missionary post)* ที่ทำการของคณะผู้สอนศาสนา; *(religious body)* คณะผู้สอนศาสนา; **foreign/home ~** *(campaign)* การรณรงค์ในต่างประเทศ/ภายในประเทศ

missionary /ˈmɪʃənərɪ, US -nerɪ/ˈมิชเชินเนอะริ, -เนะริ/ ❶ *adj.* ของผู้เผยแผ่ศาสนา; **~ box** กล่องรับบริจาคเงินเพื่อใช้ในการเผยแผ่ศาสนา ❷ *n.* ➤ **489** ผู้สอนศาสนา, ผู้เผยแผ่ศาสนา

'mission statement *n.* คำแถลงพันธกิจขององค์กร

missis /ˈmɪsɪs, -ɪz/ˈมิซซิซฺ, –อิซฺ/ *n.* **A** *(uneducated/joc.: wife)* **the** *or* **my/his/your ~:** เมียของผม/ของเขา/ของคุณ; **B** *(coll., as form of address)* อ้อ คุณ

missive /ˈmɪsɪv/ˈมิซซิวฺ/ *n.* *(formal/joc.)* จดหมาย, สาร

misspell /mɪsˈspel/มิซ'ซเปิล/ *v.t., forms as* **'spell** สะกดผิด

misspelling /mɪsˈspelɪŋ/มิซ'ซเปิลลิง/ *n.* คำที่สะกดผิด, การสะกดผิด

misspend /mɪsˈspend/มิซ'ซเป็นดฺ/ *v.t., forms as* **spend** ใช้จ่ายไปในทางที่ผิด, ใช้ไปอย่างสูญเปล่า; **his was a misspent youth** เขาใช้ชีวิตวัยหนุ่มของเขาในทางที่ผิด

misstate /mɪsˈsteɪt/มิซ'ซเตท/ *v.t.* กล่าว *(ข้อความ)* ผิด ๆ

misstatement /mɪsˈsteɪtmənt/มิซ'ซเตทเมินทฺ/ *n.* ข้อความที่กล่าวผิดพลาด

missus /ˈmɪsɪz/ˈมิซซิซ/ ➡ **missis**

mist /mɪst/มิซทฺ/ ❶ *n.* **A** *(fog)* หมอก; *(haze)* เมฆหมอก; *(on windscreen etc.)* ฝ้า; ➡ + **Scotch mist**; **B** **in the ~s of time** *or* **antiquity** *(fig.)* อยู่ในอดีตอันนานไกล; **C** *(of spray, vapour, etc.)* ไอน้ำ, ละออง; **D** *(blurring of sight)* ความพร่ามัว ❷ *v.t.* *(กระจก)* จับเป็นฝ้า; *(น้ำตา)* ทำให้ *(สายตา)* พร่ามัว, เลือน

~'over ❶ *v.i.* *(กระจก)* จับเป็นฝ้า; **his eyes ~ed over** น้ำตาไหลจนเขามองไม่เห็น ❷ *v.t.* *(กระจก, แว่นตา)* เป็นฝ้า

~ 'up *v.i.* *(กระจก, แว่นตา)* เป็นฝ้า

mistakable /mɪˈsteɪkəbl/มิ'ซเตเคอะบ'ล/ *adj.* อาจผิดพลาดได้

mistake /mɪˈsteɪk/มิ'ซเตค/ ❶ *n.* ความผิดพลาด; *(misunderstanding)* ความเข้าใจผิด; **make a ~:** ทำผิดพลาด; *(in thinking)* คิดผิด; **there was a ~ about sth.** มีการคิดผิดพลาดเกี่ยวกับ *ส.น.*; **there's some ~!** มีอะไรผิดพลาดแน่; **we all make ~s** ใคร ๆ ก็อาจทำผิดพลาดได้; **the ~ is mine** ฉันผิดเอง; **it is a ~ to assume that ...:** เป็นการคิดผิดถ้านึกว่า...; **by ~:** โดยสำคัญผิด, โดยไม่ได้ตั้งใจ; **... and no ~:** ... จริง ๆ แล้ว; **I was properly scared and no ~:** ฉันกลัวจริง ๆ; **make no ~ about it, ...:** อย่าเข้าใจผิดไป... ❷ *v.t. forms as* **take 1** **A** *(misunderstand meaning of)* เข้าใจผิด; **~ sth./sb. as meaning that ...:** เข้าใจผิดไปว่า *ส.น./ค.น.* หมายความว่า...; **B** *(wrongly take one for another)* **~ John for Jim** เห็นจอห์นเป็นจิมไป; **there is no mistaking what ought to be done** มันชัดเจนมากว่าควรจะทำอย่างไร; **there is no mistaking him** ไม่มีทางว่าใครจะจำเขาผิด; **~ sb.'s identity** จำ *ค.น.* ผิด; **C** *(choose wrongly)* เลือก *(ทาง)* ผิด

mistaken /mɪˈsteɪkən/มิ'ซเตเคิน/ *adj.* **be ~:** เข้าใจผิด; **you're ~ in believing that** คุณเข้าใจผิดไปแล้วที่เชื่ออย่างนั้น; **~ kindness/zeal** ความกรุณาที่ไม่สมควร/ความมุ่งมั่นในทางผิด; **or** *or* **unless I'm very much ~:** นอกจากฉันจะเข้าใจผิดอย่างแรง; **a case of ~ identity** เรื่องผิดฝาผิดตัว

mistakenly /mɪˈsteɪkənlɪ/มิ'ซเตเคินลิ/ *adv.* อย่างหลงผิด, อย่างสำคัญผิด

mister /ˈmɪstə(r)/ˈมิซเตอะ(ร)/ *n.* **A** *(coll./joc.)* **hey, ~:** นี่ นาย/คุณ; **B** *(person without title)* **a mere ~:** คนธรรมดาสามัญ

mistime /mɪsˈtaɪm/มิซ'ทายมฺ/ *v.t.* กะเวลาผิด, พูด/ทำผิดเวลา

mistletoe /ˈmɪsltəʊ/ˈมิซ'ลโท/ *n.* ไม้จำพวกกาฝาก *Viscum album* มีลูกเป็นช่อสีขาว ใช้ประดับบ้านในเทศกาลคริสต์มาส

mistook ➡ **mistake 2**

mistral /mɪsˈtrɑːl/มิซ'ตรฺาล/ *n.* *(Meteorol.)* ลมเหนือที่หนาวแห้ง ที่พัดลงสู่ทางใต้ของฝรั่งเศส

mistranslate /mɪstrænsˈleɪt/มิซแทรนซฺ'เลท/ *v.t.* แปลผิด

mistranslation /mɪstrænsˈleɪʃn/มิซแทรนซฺ'เลช'น/ *n.* คำแปลที่ผิด, การแปลผิด

mistreat /mɪsˈtriːt/มิซ'ทรีท/ *v.t.* ทำไม่ดี *(กับ ค.น.)*; *(violently)* ทำร้าย, ทารุณ; **~ one's tools** ใช้เครื่องมืออย่างไม่ระมัดระวัง

mistreatment /mɪsˈtriːtmənt/มิซ'ทรีทเมินทฺ/ *n.* *(violent)* การทำร้าย, ทารุณกรรม

mistress /ˈmɪstrɪs/ˈมิซตริซ/ *n.* **A** *(of a household)* นายหญิงของบ้าน; **the ~ of the house** *or* **family** หญิงผู้เป็นหัวหน้าครอบครัว; **B** *(person in control, employer)* นายหญิง; **she is ~ of the situation** เธอมีอำนาจสิทธิขาดในเรื่องนี้; **she is her own ~:** เธอเป็นนายตัวเอง; **the dog's ~:** หญิงเจ้าของหมา; **C** *(Brit. Sch.: teacher)* ครูผู้หญิง; **'French ~:** ครูภาษาฝรั่งเศส; **D** *(man's illicit lover)* เมียเก็บ, เมียน้อย; **E** *(expert)* ผู้เชี่ยวชาญหญิง; **F** *(of college)* อธิการบดีหญิง

mistrial /mɪsˈtraɪəl/มิซ'ทรายเอิล/ *n.* *(Law)* **A** *(invalid trial)* การพิจารณาคดีซึ่งถือเป็นโมฆะ; **on the grounds that there had been a ~:** เนื่องจากมีความผิดพลาดในการพิจารณาคดี; **B** *(Amer.: inconclusive trial)* การพิจารณาคดีที่สิ้นสุดลง โดยลูกขุนหาข้อยุติร่วมกันไม่ได้

mistrust /mɪsˈtrʌst/มิซ'ทรัซทฺ/ ❶ *v.t.* ไม่ไว้ใจ; **~ oneself** ไม่แน่ใจตัวเอง ❷ *n., no pl.* ความไม่ไว้วางใจ; **[show] ~ towards sb.** [แสดงความ] ไม่ไว้วางใจต่อ *ค.น.*

mistrustful /mɪsˈtrʌstfl/มิซ'ทรัซทฟ'ล/ *adj.* ไม่ไว้ใจ, ช่างสงสัย; **be ~ of sb./sth.** ไม่ไว้ใจ *ค.น./ส.น.*

misty /ˈmɪstɪ/ˈมิซติ/ *adj.* **A** *(ตา)* พร่า, มัว; *(อากาศ)* มีหมอก; *(ภูเขา, หุบเขา)* อยู่ในหมอก; เป็นควัน; **~ blue** สีฟ้าหม่น; **B** *(indistinct in form)* คลุมเครือ, เลือนลาง, ไม่แจ่มชัด

'misty-eyed *adj.* ตาพร่ามัว, น้ำตาคลอจนตาพร่ามัว; **be ~:** น้ำตาคลอจนตาพร่ามัว

misunderstand /mɪsʌndəˈstænd/มิซเอินเดอะ'ซแตนดฺ/ *v.t., forms as* **understand** เข้าใจผิด; **~ the word x as meaning y** เข้าใจว่าเอ็กซ์หมายถึงวาย; **don't ~ me** อย่าเข้าใจฉันผิด

misunderstanding /mɪsʌndəˈstændɪŋ/มิซเอินเดอะ'ซแตนดิง/ *n.* ความเข้าใจผิด; **there has been a ~:** เกิดเข้าใจผิดกันขึ้น; **I don't want there to be any ~ about it** ฉันไม่ต้องการให้เข้าใจผิดกันในเรื่องนี้

misunderstood /mɪsʌndəˈstʊd/มิซเอินเดอะ'ซตุด/ *adj.* ถูกคนเข้าใจผิด, มีคนไม่เข้าใจ; *(ศิลปิน, นักปราชญ์)* ไม่มีใครชื่นชม; **be ~:** ถูกคนเข้าใจผิด

misuse ❶ /mɪsˈjuːz/มิซ'ยูซ/ *v.t.* ใช้ผิดวิธี *(เครื่องมือช่าง, เครื่องยนต์)*; ใช้ในทางที่ผิด *(เงิน)*; ใช้ไม่ถูกต้อง *(โอกาส, ความสามารถ)*; ใช้อย่างเปล่าประโยชน์ *(เวลา)* ❷ /mɪsˈjuːs/มิซ'ยูซ/ *n.* การใช้ผิดวิธี; *(of funds, resources, time)* การใช้ไปในทางที่ผิด; **a ~ of language** การใช้ภาษาผิดความหมาย

m

mite /maɪt/ไมท/ *n.* Ⓐ *(Zool.)* เล็น, ไร; Ⓑ *(contribution)* เงินบริจาคน้อยนิด, สิ่งช่วยเหลือเล็ก ๆ น้อย ๆ; **give one's ~ to sth.** ให้เงินช่วยเหลือใน *ส.น.*; **the widow's ~:** เงินบริจาคที่น้อยนิดแต่มีค่ามาก; Ⓒ *(small object)* ของเล็ก ๆ น้อย ๆ; *(small child)* เด็กเล็ก; **poor little ~:** ยาจกที่น่าสงสาร; Ⓓ *(coll.: somewhat)* **a ~ too strong/outspoken** ค่อนข้างแรง/ค่อนข้างเปิดเผยไปหน่อย

miter, mitered *(Amer.)* ➡ **mitre, mitred**

mitigate /ˈmɪtɪɡeɪt/ˈมิททิเกฺท/ *v.t.* Ⓐ *(alleviate)* บรรเทา; Ⓑ *(make less severe)* ทำให้เบาบาง, ลดลง; **mitigating circumstances** สถานการณ์ที่พอจะผ่อนผันสั้นยาวได้; Ⓒ *(appease)* ทำให้สงบ, ปลอบใจ *(ความโกรธเคือง)*

mitigation /mɪtɪˈɡeɪʃn/มิทิˈเกช่น/ *n.* ➡ **mitigate:** การผ่อนผัน, การบรรเทา; **it must be said, in ~ of his faults, that ...:** เพื่อบรรเทาความผิดของเขา ต้องขอพูดให้การว่า...; **~ of punishment** การลดหย่อนผ่อนโทษ

mitochondrial /maɪtəʊˈkɒndrɪəl/ไมโทˈคอนเดรียล/ *adj.* เกี่ยวกับรูป/ท่อนกลมที่พบในไซโธโซโลพลาซึมของเซลล์ส่วนใหญ่ในร่างกาย

mitre /ˈmaɪtə(r)/ˈไมเทอะ(ร)/ *n.* *(Brit.)* Ⓐ *(Eccl.)* หมวกทรงสูงแหลมที่พระชั้นบิชอปสวม; Ⓑ *(joint)* ข้อต่อที่หักมุมฉาก

mitred /ˈmaɪtəd/ˈไมเทิด/ *adj.* Ⓐ *(Brit. Eccl.)* ที่สวมหมวกทรงมงกุฎ; Ⓑ **~ joint** *(Carpentry)* ข้อต่อที่เป็นมุมฉาก

mitten /ˈmɪtn/ˈมิท'น/ *n.* ถุงมือที่มีช่องเล็ก *สำหรับนิ้วหัวแม่มือและช่องใหญ่สำหรับอีกสี่นิ้ว*; *(not covering fingers)* ถุงมือที่ตัดปล่อยให้นิ้วโผล่ออกมา

Mitty /ˈmɪtɪ/ˈมิททิ/ *n., pl.* **~s : [Walter] ~ [figure]** คนที่ฝันกลางวันถึงวีรกรรมที่ตนจะทำ

mix /mɪks/มิคซฺ/ ❶ *v.t.* Ⓐ *(combine)* ผสม *(รูปแบบ, สี)*; ปนเข้าด้วยกัน; ปรุง *(ส่วนผสมอาหาร)*; **~ one's drinks** ผสมเครื่องดื่มประเภทต่าง ๆ; **~ an egg into the batter** ผสมไข่ลงในแป้งขนม; Ⓑ *(prepare by ~ing)* ผสม *(เครื่องดื่ม, ยา, ขนมเค้ก)*; Ⓒ **~ it [with sb.]** *(coll.)* ต่อสู้ [กับ *ค.น.*]

❷ *v.i.* Ⓐ *(become ~ed)* ถูกปนกัน, อยู่รวมกัน, ทำร่วมกัน; Ⓑ *(be sociable, participate)* พบปะ, เข้าสังคม; **~ well** เข้ากับคนอื่นได้ดี; **you should ~ with other people** คุณควรคบกับคนอื่น ๆ บ้าง; **I don't ~ with that sort of people/in those circles** ฉันไม่คบหาสมาคมกับคนแบบนั้น/คนในแวดวงนั้น; Ⓒ *(be compatible)* เข้ากันได้, ผสมผสานกันได้

❸ *n.* Ⓐ *(coll.: mixture)* สารผสม, ส่วนผสม **(of** ของ**)**; Ⓑ *(proportion)* สัดส่วน, ส่วนผสม; Ⓒ *(ready ingredients)* ส่วนผสมสำเร็จรูป; **[cake-]~:** ส่วนผสมทำขนมเค้ก; Ⓓ *(Radio, Cinemat., TV)* **~[es]** การเฟดเข้า/ออก

~ 'in ❶ *v.i.* Ⓐ *(be compatible)* เข้ากันได้; Ⓑ *(start fighting)* เริ่มสู้กัน ❷ *v.t.* ผสมเข้าด้วยกัน

~ 'up *v.t.* Ⓐ ผสม; Ⓑ *(make a muddle of)* สับสน; *(confuse one with another)* จำสลับกัน; ➡ **+ mix-up;** Ⓒ *in pass. (involve)* **be/get ~ed up in sth.** พัวพันอยู่ใน *ส.น.*; **get ~ed up with a gang** เข้าไปร่วมอยู่ในแก๊ง

mixed /mɪkst/มิคซฺทฺ/ *adj.* Ⓐ *(diverse)* แตกต่าง, หลากหลาย; **a ~ assortment** ความแตกต่างคละกัน **(of** ของ**)**; **~ feelings** ความรู้สึกสับสน; **get ~ reviews** ได้รับการวิจารณ์ที่แตกต่างกัน; Ⓑ *(containing people from various backgrounds etc.)* หลากหลาย; **a ~ bunch** กลุ่มผู้คนที่หลากหลาย; Ⓒ *(for both sexes)* มีชายหญิงปะปนกัน

mixed: ~ 'bag *n.* *(คน, สิ่ง)* ที่ปนกัน; **a very ~ bag of people** กลุ่มคนหลากหลายมาก; **~ 'blessing** *n.* **be a ~ blessing** สิ่งที่มีทั้งข้อดีข้อเสีย; **children are a ~ blessing** เด็ก ๆ มีทั้งส่วนดีและส่วนเสีย; **~ 'company** *n.* **in ~ company** อยู่ในหมู่ผู้หญิงและเด็ก; **~ 'doubles** ➡ **double** 3 J; **~ 'farming** *n.* การเกษตรแบบผสมผสาน; **~ 'grill** *n.* เนื้อย่างหลายชนิดผสมกัน; **~ 'marriage** *n.* การแต่งงานระหว่างคนต่างเชื้อชาติ *หรือ* ต่างศาสนา; **~ metaphor** ➡ **metaphor** B; **of ~ blood** *n.* มีเลือดผสม; **~ 'up** *adj.* *(fig. coll.)* สับสน, วุ่นวายใจมาก; **be/feel very ~ up** รู้สึกสับสน/งุนงงมาก; **[crazy] ~ up kids** เด็กมีปัญหา

mixer /ˈmɪksə(r)/ˈมิคเซอะ(ร)/ *n.* Ⓐ *(for foods)* เครื่องผสมอาหาร; *(for concrete)* เครื่องผสมปูน; Ⓑ *(merging pictures) (apparatus)* เครื่องผสมสัญญาณที่เป็นทั้งภาพและเสียง; *(person)* ผู้ตัดต่อภาพและเสียง; Ⓒ *(combining sounds) (apparatus)* เครื่องผสมเสียง, ระบบผสมเสียง; *(person)* ช่างผสมสัญญาณเสียง; Ⓓ *(drink)* เครื่องดื่มใช้ผสมกับเหล้า; Ⓔ *(in society)* **be a good ~:** เป็นคนที่เข้ากับคนอื่น ๆ ในสังคมได้ดี

mixture /ˈmɪkstʃə(r)/ˈมิคซฺเฉอะ(ร)/ *n.* Ⓐ *(mixing, being mixed)* การผสม, สิ่งที่ถูกผสม; *(of harmonies)* การประสานเสียง; Ⓑ *(result)* ผลรวม; **~ of gases** ก๊าซหลายชนิดรวมกัน; **he is such a ~** *(fig.)* เขาเป็นคนที่มีหลายด้าน; Ⓒ *(medicinal preparation)* การผสมตัวยา; **the ~ as before** *(fig.)* ยาผสมสูตรเดิม; Ⓓ *(Motor Veh.: gas or vaporized petrol)* ไอดี, สารผสมอากาศกับเชื้อเพลิง; Ⓔ *(ready ingredients)* ➡ **mix** 3 C; Ⓕ **[mechanical] ~:** *(act)* การผสม; *(product)* ส่วนผสม

'mix-up *n.* ความสับสน; *(misunderstanding)* ความเข้าใจผิด; **there has been some sort of ~:** ได้มีการเข้าใจผิดเกิดขึ้น; **there's been a ~ about who should be invited** เกิดความสับสนว่าใครควรจะได้รับเชิญ

mizen /ˈmɪzn/ˈมิซ'น/ *n.* *(Naut.)* ใบเรือใบล่างสุด อยู่หน้าและหลัง

mizen: ~mast *n.* *(Naut.)* เสาถัดไปข้างหลังจากเสาหลัก; **~sail** *n.* *(Naut.)* ใบเรือล่างสุดทั้งหน้าและหลัง

mizzen ➡ **mizen**

Mk. *abbr.* ➡ **'mark b**

ml. *abbr.* Ⓐ **millilitre[s]** ม.ล.; Ⓑ **mile[s]** ม.

MLR *abbr.* **minimum lending rate** *อัตราดอกเบี้ยเงินกู้ที่กำหนดโดยธนาคารกลาง*

mm. *abbr.* ➤ **426,** ➤ **517 millimetre[s]** ม.ม.

mnemonic /nɪˈmɒnɪk/นิˈมอนิค/ *n.* สิ่งช่วยกระตุ้นความจำ

mo /məʊ/โม/ *n., pl.* **~s** /məʊz/โมซฺ/ *(coll.)* ชั่วขณะ; **half a ~, wait a ~:** รอสักครู่, รอสักประเดี๋ยว

mo. *abbr.* *(Amer.)* **month** ด.

moa /ˈməʊə/ˈโมเออะ/ *n.* *(Ornith.)* นกใหญ่จากนิวซีแลนด์ ซึ่งสูญพันธุ์ไปแล้ว

moan /məʊn/โมน/ ❶ *n.* Ⓐ เสียงคราง; *(fig.: of wind)* เสียงครวญคราง; Ⓑ *(complaint)* **have a ~** *(complain at length)* บ่นอย่างยืดยาว; *(have a grievance)* เปิดอกเรื่อง *ส.น.*; ❷ *v.i.* Ⓐ คราง **(with** ด้วย**)**; *(fig.)* เสียง *(ลม)* พัดโหยหวน; Ⓑ *(complain)* คร่ำครวญ **(about** เรื่อง**)**; **what is he ~ing [and groaning] about now?** เขาคร่ำครวญหวนไห้เรื่องอะไรอยู่นะ; **~ at sb.** บ่นใส่ *ค.น.* ❸ *v.t.* ครวญคราง, โหยไห้

moat /məʊt/โมท/ ❶ *n.* คู; **[castle] ~:** คู [รอบปราสาท] ❷ *v.t.* ล้อมรอบด้วยคู

mob /mɒb/มอบ/ ❶ *n.* Ⓐ *(rabble)* ม็อบ *(ท.ศ.)*, มวลชน, กลุ่มคน; **a ~ gathered outside the police station** ฝูงคนมารวมตัวกันหน้าสถานีตำรวจ; Ⓑ *(coll.: associated group)* **~ [of criminals]** กลุ่มโจร, แก๊งอาชญากร; **Peter and his ~:** ปีเตอร์กับพวกเพื่อนนักเลง; **~ law/rule** กฎ/การปกครองโดยฝูงชน, กฎหมู่; Ⓒ *(derog.: populace)* **the ~:** มวลชน ❷ *v.t.*, **-bb-:** Ⓐ *(crowd round)* ชุมนุม, มุงรอบ, เบียดกัน; Ⓑ *(attack)* รุม, รุมล้อม, ล้อมกรอบ; **he was ~bed** เขาถูกล้อมกรอบ

mob-handed /mɒbˈhændɪd/มอบˈแฮนดิด/ *adv.* *(Brit.)* **[turn up, go in]** ไปเป็นมวลชนใหญ่

mobile /ˈməʊbaɪl, US -bl, *also* -biːl/ˈโมบายล, -บ'ล, -บีล/ ❶ *adj.* Ⓐ *(able to move easily)* เคลื่อนที่ได้ง่าย; *(on wheels)* เคลื่อนไปได้; Ⓑ *(ใบหน้า)* มีชีวิตชีวา; Ⓒ *(Mil.)* ระดมพล *(ทหาร)*; Ⓓ *(accommodated in vehicle)* เคลื่อนที่; **~ library** ห้องสมุดเคลื่อนที่; **~ canteen** แผงลอยขายอาหาร; Ⓔ *(in social status)* เปลี่ยนฐานะทางสังคม; **upwardly ~:** ยกสถานะทางสังคม; **be upwardly ~:** มีสถานะทางสังคมสูงขึ้น; **downwardly ~:** ลดสถานะทางสังคม; **be downwardly ~:** มีสถานะทางสังคมต่ำลง ❷ *n.* Ⓐ *(decorative structure)* เครื่องแขวนเหนือเตียงเด็กเล็ก; Ⓑ *(~ phone)* โทรศัพท์มือถือ

mobile: ~ 'home *n.* บ้านเคลื่อนที่; *(caravan)* รถลากที่ใช้เป็นที่พำนักอาศัยได้; **~ 'phone** *n.* โทรศัพท์มือถือ

mobilisation, mobilise ➡ **mobiliz-**

mobility /məʊˈbɪlətɪ/โมˈบิลเลอะทิ/ *n.* Ⓐ *(ability to move) (of person)* ความคล่องแคล่ว; *(on wheels)* การเคลื่อนที่ได้; Ⓑ *(in social status)* การเปลี่ยนระดับฐานะทางสังคม

mo'bility allowance *n.* *(Brit.)* เงินช่วยเหลือจากรัฐบาลสำหรับผู้ที่เคลื่อนไหวได้ยาก

mobilization /məʊbɪlaɪˈzeɪʃn, US -lɪˈz-/โมบิไลˈเซช่น, -ลิˈซ/ *n.* Ⓐ *(act of mobilizing)* การจัดเข้าประจำการ; Ⓑ *(Mil.)* การระดมพล, การเกณฑ์ทหาร

mobilize /ˈməʊbɪlaɪz/ˈโมบิลายซฺ/ *v.t.* Ⓐ *(render movable or effective)* ทำให้เคลื่อนที่ได้; Ⓑ *(Mil.)* เกณฑ์, ระดมพล; **make preparations to ~:** เตรียมการระดมพล

mobster /ˈmɒbstə(r)/ˈมอบซเตอะ(ร)/ *n.* *(coll.)* นักเลง, พวกมาเฟีย

moccasin /ˈmɒkəsɪn/ˈมอเคอะซิน/ *n.* รองเท้าหนังนุ่มที่อินเดียนแดงใส่

mocha /ˈmɒkəˈ US ˈməʊkə/ˈมอเคอะ, ˈโมเคอะ/ *n.* กาแฟอาหรับคุณภาพดีมาก

mock /mɒk/มอค/ ❶ *v.t.* Ⓐ *(subject to ridicule)* เยาะเย้ย, ดูหมิ่น, ดูแคลน; **he was ~ed** เขาถูกเยาะเย้ย; Ⓑ *(ridicule by imitation)* **~ sb./sth.** ล้อเลียน *ค.น./ส.น.* ❷ *v.i.* **~ at sb./sth.** เยาะเย้ย *ค.น./ส.น.* ❸ *attrib. adj.* *(รูปแบบ)* เลียนแบบ, ที่แกล้งทำเป็น *(โกรธ, ถ่อมตัว)* ประลองยุทธ์; **~ Tudor style** ที่เลียนแบบสมัยทิวดอร์; **~ examination** การทดลองสอบ; ตุ๊นเละ; ➡ **+ orange** 1 B ❹ *n.* *(thing deserving scorn)* **make [a] ~ of sb./sth.** ล้อเลียน *ค.น./ส.น.*

mocker /ˈmɒkə(r)/ˈมอเคอะ(ร)/ *n.* Ⓐ ผู้เยาะเย้ย, ผู้ล้อเลียน; Ⓑ **put the ~s on sb./sth.** *(coll.)* ทำให้ *ค.น./ส.น.* ล้มเหลวไป

mockery /ˈmɒkərɪ/ˈมอเคอะริ/ *n.* Ⓐ *(inadequate form)* **be a ~ of justice/the truth** ความยุติธรรม/ความจริงที่น่าเยาะเย้ย; **he received only the ~ of a trial** เขาได้รับการพิจารณาคดีแบบหลอก ๆ; Ⓑ *(futile action)* **it would be a ~ to ...** *(be absurd)* จะเป็นเรื่องเหลวไหลที่จะ...; *(be impudent)* เป็นการทุเรศที่จะ...; Ⓒ *no pl., no indef. art. (derision)* การเยาะเย้ย, การดูถูก; Ⓓ *(person or thing derided)* คนหรือสิ่งของที่โดนดูถูก; **make a ~ of sth.** ทำให้ *ส.น.* กลายเป็นเรื่องที่น่าดูถูก

mock-heˈroic *adj.* ล้อเลียนเรื่องสดุดีวีรชน; **~ poem** บทกวีล้อเลียนมหากาพย์หรือเรื่องสดุดี

mocking /ˈmɒkɪŋ/ˈมอคิง/ ❶ *adj.* เยาะเย้ย ❷ *n.* การเยาะเย้ย, การล้อเลียน

ˈmockingbird *n.* นก *Mimus polyglottos* ในสหรัฐอเมริกาที่เลียนเสียงนกอื่น ๆ

ˈmock turtle soup *n.* ซุปเนื้อตุ๋นและเครื่องเทศที่ปรุงให้คล้ายซุปเต่า

ˈmock-up *n.* รูปจำลองขนาดเท่าของจริง; *(of book etc.)* หน้าหนังสือ

Mod /mɒd/มอด/ *n. (Brit.)* วัยรุ่นที่แต่งตัวเปรี้ยวและขี่รถจักรยานยนต์ ในทศวรรษที่หกสิบ

MOD *abbr. (Brit.)* **Ministry of Defence** กระทรวงกลาโหม

modal /ˈməʊdl/ˈโมด'ล/ *adj.* Ⓐ *(of mode, form)* เป็นแบบแผน, เป็นพิธีรีตอง; Ⓑ *(Ling.)* **~ auxiliary** *or* **verb** กริยาช่วย; Ⓒ *(Mus.)* ที่แสดงแนวทางจำเพาะของดนตรี

modality /məˈdælətɪ/เมอะˈแดเลอะทิ/ *n.* ระเบียบแบบแผน; **the modalities are** *or* **the ~ is as follows** ระเบียบแบบแผนเป็นดังต่อไปนี้

mod cons /mɒd ˈkɒnz/มอด ˈคอนซ/ *n. pl. (Brit. coll.)* เครื่องอำนวยความสะดวกสบาย; **have all ~:** มีเครื่องอำนวยความสะดวกสบายพร้อมมูล

mode /məʊd/โมด/ *n.* Ⓐ *(way in which thing is done)* รูปแบบ, แบบแผน, อัญรูป *(ร.บ.)*; *(method of procedure)* วิถี, วิธี; *(Computing)* วิธีการ, ชนิด, ภาวะ; **~ of behaviour** *or* **conduct/life** วิถีพฤติกรรม/ชีวิต; **~ of transport** ประเภทของพาหนะ; Ⓑ *(fashion)* แบบเสื้อผ้า, แฟชั่น *(ท.ศ.)*; **the ~ for short skirts** การนิยมกระโปรงสั้น; **~s and fashions** แบบเสื้อผ้าและสมัยนิยม; Ⓒ *(Mus.)* กุญแจเสียงเมเจอร์และไมเนอร์ที่ใช้ในปัจจุบัน; Ⓓ *(Statistics)* ค่าที่มีความถี่สูงสุดในข้อมูลชุดใด

model /ˈmɒdl/ˈมอด'ล/ ❶ *n.* Ⓐ แบบ, แบบจำลอง; **an aeroplane ~:** เครื่องบินจำลอง; ➡ + **working model**; Ⓑ *(perfect example)* แบบอย่าง, ตัวแบบ; *(to be imitated)* ตัวอย่าง; **be a ~ of industry** เป็นแบบอย่างของความขยันขันแข็ง; **on the ~ of sth.** ทำตาม *ส.น.*; **make sth. on the ~ of sth.** ทำ *ส.น.* ตามตัวอย่าง *ส.น.*; **take sb. as a ~:** ถือ *ค.น.* เป็นแบบอย่าง; Ⓒ *(person employed to pose)* นายแบบ, นางแบบ; **photographer's ~:** นาย/นางแบบของช่างภาพ; **be a painter's ~:** เป็นแบบให้จิตรกร

❷ *adj.* Ⓐ *(exemplary)* เป็นแบบอย่าง, เป็นตัวอย่าง; **~ child** เด็กตัวอย่าง; Ⓑ *(miniature)* รูปจำลองสามมิติ

❸ *v.t., (Brit.)* **-ll-:** Ⓐ *(shape figure of)* ปั้น; **~ sth. in clay** ปั้น *ส.น.* จากดินเหนียว; **delicately ~led features** *(fig.)* ลักษณะของใบหน้าที่สง่างาม; Ⓑ *(form in imitation of sth.)* **~ sth. after** *or* **[up]on sth.** ทำ *ส.น.* ตามรูปแบบ *ส.น.*; **we ~led our system on the European one** เราจัดระบบของเราตามแบบยุโรป; **~ oneself on sb.** ประพฤติตัวตามตัวอย่างของ *ค.น.*; Ⓒ *(Fashion)* เดินแบบ, แสดง *(เสื้อผ้า)*

❹ *v.i., (Brit.)* **-ll-:** Ⓐ *(Fashion)* ทำงานเป็นนาย/นางแบบ; *(Photog.)* เป็นนาย/นางแบบในการถ่ายภาพ; *(Art)* เป็นแบบในการวาดภาพ; Ⓑ **~ in clay** *etc.* ปั้นด้วยดินเหนียว ฯลฯ

modelling (*Amer.:* **modeling**) /ˈmɒdəlɪŋ/ˈมอเดอะลิง/ *n.* Ⓐ *no art. (posing)* **do ~** *(Fashion)* ทำงานเป็นนาย/นางแบบ; *(Photog., Art)* การเป็นนาย/นางแบบ; **do [some] ~ for sb.** *(Fashion)* เดินแบบให้ *ค.น.*; Ⓑ *no indef. art. (sculpturing)* การปั้นรูปจำลอง; **~ clay** ดินเหนียวใช้ปั้น

modem /ˈməʊdem/ˈโมเด็ม/ *n. (Communications)* โมเด็ม *(ท.ศ.) (อุปกรณ์แปลงสัญญาณเสียงเป็นดิจิตอลที่ใช้เครื่องคอมพิวเตอร์พ่วงกับสายโทรศัพท์)*

moderate ❶ /ˈmɒdərət/ˈมอเดอะเริท/ *adj.* Ⓐ *(avoiding extremes) (ความคิดเห็น)* ไม่รุนแรง; *(ความฉลาด)* พอประมาณ; *(ความสนใจ)* ปานกลาง; **be ~ in one's demands** รู้จักประมาณความต้องการ หรือ ไม่เรียกร้องจนมากเกินไป; Ⓑ *(fairly large or good) (ใหญ่)* ปานกลาง; พอประมาณ; *(ดี, ฉลาด, รวย)* พอใช้; **[only] ~:** แค่พอประมาณ; **a ~ amount of coal** ถ่านหินจำนวนพอประมาณ; **the water was of only ~ depth** น้ำนี้ไม่ลึกมากเท่าไร; Ⓒ *(reasonable) (ราคา)* เหมาะสม; Ⓓ *(ลม)* แรงปานกลาง

❷ /ˈmɒdərət/ˈมอเดอะเริท/ *n.* คนไม่รุนแรง; **be a ~ in politics** มีความคิดเป็นกลางทางการเมือง

❸ /ˈmɒdəreɪt/ˈมอเดอะเรท/ *v.t.* ควบคุม *(ความปรารถนา)*; บรรเทา *(ความใจร้อน, ความรู้สึก)*; ลด *(เสียง)* ให้ค่อยลง; *(คนที่กิน, ดื่ม)* ไม่มากเกินไป; **~ one's demands** ลดความต้องการลง

❹ /ˈmɒdəreɪt/ˈมอเดอะเรท/ *v.i. (ความต้องการ)* บรรเทาลง; *(ลม)* พัดน้อยลง

moderately /ˈmɒdərətlɪ/ˈมอเดอะเริทลิ/ *adv.* อย่างพอประมาณ, อย่างพอใช้; **there was only a ~ large audience** มีผู้ชมจำนวนมากพอใช้เท่านั้น; **be only ~ enthusiastic/concerned about sth.** ไม่ค่อยกระตือรือร้น/สนใจ *ส.น.* เท่าไหร่

moderation /mɒdəˈreɪʃn/มอเดอะˈเรช'น/ *n.* Ⓐ *(moderating)* การทำให้บรรเทาลง; *(of wind, fever)* การลดลง; Ⓑ *no pl. (moderateness)* ความพอดี; *(of demands etc.)* ความพอประมาณ, ความสันโดษ; **~ in all things** ความรู้จักพอในทุกสิ่ง; **in ~:** ด้วยความรู้จักพอ

moderator /ˈmɒdəreɪtə(r)/ˈมอเดอะเรเทอะ(ร)/ *n.* Ⓐ *(arbitrator)* คนกลาง; *(mediator)* ผู้ไกล่เกลี่ย; Ⓑ *(presiding officer)* ประธาน; Ⓒ *(Eccl.) ศาสนาจารย์ของศาสนาคริสต์นิกายเพรสไบทีเรียนที่เป็นประธานคณะกรรมการทางศาสนา*

modern /ˈmɒdn/ˈมอด'น/ ❶ *adj.* Ⓐ *(of the present)* ทันสมัย, สมัยใหม่, สมัยปัจจุบัน; **~ jazz** เพลงแจ๊สสมัยใหม่; **in ~ times** ในสมัยปัจจุบัน; **~ English** ภาษาอังกฤษสมัยปัจจุบัน *(นับจากปี ค.ศ. 1500)*; **~ history** ประวัติศาสตร์ยุโรปจากยุคกลางจนปัจจุบัน; **~ languages** ภาษาใหม่; *(subject of study)* ภาษาศาสตร์สมัยใหม่; **~ maths** คณิตศาสตร์สมัยใหม่; ➡ + **Latin** 2; Ⓑ *(in current fashion)* ทันสมัย; **the ~ fashion is to wear a hat** แฟชั่นปัจจุบันนิยมการสวมหมวก ❷ *n. usu. in pl.* ผู้มีความคิดทันสมัย; *(Art)* คนนิยมศิลปะที่ทันสมัย; *(person alive at present)* คนสมัยใหม่, คนยุคปัจจุบัน

ˈmodern-day *attrib. adj.* ยุคปัจจุบัน

modernisation, modernise ➡ **moderniz-**

modernism /ˈmɒdənɪzm/ˈมอเดอะนิซ'ม/ *n.* สมัยใหม่นิยม, วิธีการใหม่ ๆ

modernist /ˈmɒdənɪst/ˈมอเดอะนิซท/ *n.* ผู้มีความคิดสมัยใหม่, คนหัวใหม่

modernistic /mɒdəˈnɪstɪk/มอเดอะˈนิซติค/ *adj.* สมัยใหม่

modernity /məˈdɜːnətɪ/มอˈเดอเนอะทิ/ *n.* ความสมัยใหม่

modernization /mɒdənaɪˈzeɪʃn, US -nɪˈz-/มอเดอไนˈเซช'น, -นิˈซ-/ *n.* Ⓐ *(modernizing)* การเปลี่ยนแปลงให้ใหม่ขึ้น; Ⓑ *(version)* สิ่งรุ่นใหม่

modernize /ˈmɒdənaɪz/ˈมอเดอะนายซ/ ❶ *v.t.* เปลี่ยนแปลงให้ทันสมัย ❷ *v.i.* ปรับปรุง *(ตัวเอง)* ให้ทันสมัย

modest /ˈmɒdɪst/ˈมอดิซท/ *adj.* Ⓐ *(not conceited)* ถ่อมตัว; *(shy)* ขี้อาย; **be ~ about one's achievements** ไม่โอ้อวดความสำเร็จของตัวเอง; Ⓑ *(not excessive) (บุคคล)* สงบเสงี่ยม, สงวนตัว; *(ความขอร้อง, การประเมิน)* ค่อนข้างต่ำ; Ⓒ *(unpretentious in appearance, amount, etc.) (บ้าน, วิถีชีวิต)* เรียบร้อย, สมถะ; **have a ~ lifestyle** มีชีวิตเรียบง่าย; **~ in appearance** ท่าทางเรียบร้อย; Ⓓ *(decorous, chaste) (พฤติกรรม, นิสัย)* สุภาพ; *(เสื้อผ้า)* เรียบร้อย; *(บุคคล)* สงบเสงี่ยม

modestly /ˈmɒdɪstlɪ/ˈมอดิซทลิ/ *adv.* Ⓐ *(not conceitedly)* อย่างถ่อมตัว; Ⓑ *(decently)* อย่างสุภาพ, อย่างสงบเสงี่ยม

modesty /ˈmɒdɪstɪ/ˈมอดิซติ/ *n., no pl.* Ⓐ *(freedom from conceit)* ความถ่อมตัว; **in all ~:** ถ้าจะว่าอย่างไม่โอ้อวดละก็; **the ~ of the man!** *(iron.)* แหม ตานั่นช่างถ่อมตัวเหลือเกิน; Ⓑ **the ~ of their demands** ความขอร้องอันน้อยนิดของพวกเขา; Ⓒ *(regard for propriety)* ➡ **modest** D: ความสุภาพ; ความเรียบร้อย; ความสงบเสงี่ยม

modicum /ˈmɒdɪkəm/ˈมอดิเคิม/ *n.* จำนวนน้อยนิด; **a ~ of luck/truth** มีโชค/ความจริงอยู่น้อยนิด

modification /mɒdɪfɪˈkeɪʃn/มอดิฟิˈเคช'น/ *n.* การปรับแปลง, ความเปลี่ยนแปลงที่เกิดขึ้น; **without any sort of ~:** โดยไม่ได้เปลี่ยนแปลงอย่างไรเลย

modifier /ˈmɒdɪfaɪə(r)/ˈมอดิไฟเออะ(ร)/ *n. (Biol.)* สิ่งที่ปรับสภาพสิ่งอื่น; *(Ling.)* คำขยาย, คำคุณศัพท์

modify /ˈmɒdɪfaɪ/ˈมอดิฟาย/ *v.t.* Ⓐ *(make changes in)* เปลี่ยนแปลง; Ⓑ *(tone down)* ลด, ผ่อนผัน; **~ one's position** ปรับจุดยืนของตนให้อ่อนลง; **you'd better ~ your tone** คุณน่าจะลดความรุนแรงของเสียงลงบ้างนะ; Ⓒ *(Ling.) (qualify sense of)* ขยายความ; *(change by umlaut)* เปลี่ยนเสียงสระด้วยเครื่องหมายอุมเลาท์ *(ในภาษาเยอรมัน)*

modish /ˈməʊdɪʃ/ˈโมดิช/ *adj.* ทันสมัย, เฉียบ

modular /ˈmɒdjʊlə(r), US -dʒʊ-/ˈมอดิวเลอะ(ร), -จุ-/ *adj.* Ⓐ *(employing module[s])* ที่ใช้ส่วนประกอบที่ได้มาตรฐาน; **~ system** ระบบส่วนประกอบที่เป็นมาตรฐาน; **~ construction/design** การก่อสร้าง/การออกแบบที่ใช้ส่วนประกอบมาตรฐาน; **~ unit** ส่วนประกอบ

m

มาตรฐาน; Ⓑ *(Educ.)* ~ **course** หลักสูตรที่สามารถนำหลายวิชามารวมกัน
modulate /ˈmɒdjʊleɪt, US -dʒʊ-/ˈมอดดิวเลท, -จุ-/ ❶ *v.t.* Ⓐ *(regulate)* ปรับ, ดัดแปลงให้เข้ามาตรฐาน, กล้ำสัญญาณ *(ร.บ.)*; Ⓑ *(adjust pitch)* ปรับ *(เสียง, ความดัง)*; Ⓒ *(Radio)* ปรับความถี่ *(ของคลื่นเสียง)* ❷ *v.i.* เปลี่ยนกุญแจเสียง; ~ **from one key to another** เปลี่ยนกุญแจเสียงจากระดับหนึ่งเป็นอีกระดับหนึ่ง
modulation /mɒdjʊˈleɪʃn, US -dʒʊ-/-มอดิวˈเลช'น, -จุ-/ *n.* การปรับ, การเปลี่ยน
modulator /ˈmɒdjʊleɪtə(r)/ˈมอดดิวเลเทอ(ร)/ *n. (Electronics)* เครื่องปรับเสียง
module /ˈmɒdju:l, US -dʒʊ-/ˈมอดิวลุ, -จุ-/ *n.* Ⓐ *(in construction or system)* ชิ้นส่วนสำเร็จรูป; *(Electronics)* ชุดปรับเสียง; Ⓑ *(Educ.)* หน่วยหลักสูตร; Ⓒ *(Astronaut.)* **command ~**: ส่วนของยานอวกาศที่ปลดแยกจากยานแม่; ➡ + **lunar module**
modulus /ˈmɒdjʊləs, US -dʒʊ-/ˈมอดิวเลิซ, -จุ-/ *n., pl.* **moduli** /ˈmɒdjʊlaɪ/ˈมอดิวลาย/ *(Math., Phys.)* หน่วยหรือเกณฑ์สำหรับวัด
modus operandi /məʊdəs ɒpəˈrændi:/โมเดิซ ออเพอะˈแรนดี/ *n.* วิธีปฏิบัติงาน, วิธีทำ, วิธีใช้
modus vivendi /məʊdəs vɪˈvendi:/โมเดิซ วิˈเว็นดี/ *n.* วิธีดำเนินชีวิต; การยอมรับความคิดเห็นที่ต่างกัน
mog /mɒg/มอก/, **moggie** /ˈmɒgɪ/ˈมอกิ/ *ns. (Brit. coll.)* แมว
Mogul /ˈməʊgl/ˈโมก'ล/ ❶ *n.* Ⓐ *(Hist.: Mongolian)* ชนชาวมองโกเลีย; **the Great** *or* **Grand ~**: กษัตริย์โมกุลผู้ยิ่งใหญ่; Ⓑ **m~** *(coll.: important person) (fig.)* คนสำคัญ ❷ *adj. (Hist.)* แห่งมองโกเลีย; **the ~ empire** จักรวรรดิโมกุล
mohair /ˈməʊheə(r)/ˈโมแฮ(ร)/ *n.* ขนจากแพะแองโกร่า; *(yarn)* ใยจากขนแพะแองโกร่า
Mohammedan /məˈhæmɪdən/เมอะˈแฮมิเดิน/ ➡ **Muhammadan**
Mohican /məʊˈhi:kən/โมˈฮีเคิน/ *n.* เผ่าชาวอินเดียนแดงที่อาศัยอยู่บริเวณรัฐคอนเนตดิคัตในประเทศสหรัฐอเมริกา
moist /mɔɪst/มอยซฺทฺ/ *adj.* ชื้น, เปียก (**with** ด้วย)
moisten /ˈmɔɪsn/ˈมอยซ'น/ *v.t.* ทำให้ชื้น, ทำให้เปียก; ~ **one's lips** ใช้ลิ้นเลียริมฝีปากให้ชื้น
moisture /ˈmɔɪstʃə(r)/ˈมอยซเฉอะ(ร)/ *n.* ความชื้น; ~ **in the air** ความชื้นในอากาศ; **film of ~**: ละอองความชื้น, ไอชื้น
moisturise, moisturiser, moisturising ➡ **moisturiz-**
moisturize /ˈmɔɪstjʊraɪz, ˈmɔɪstʃəraɪz/ˈมอยซฺชุรายซฺ, ˈมอยซฺเฉอะรายซฺ/ *v.t.* ทำให้ชื้น, บรรเทาความแห้ง; ~ **the skin** ใช้ครีมทาผิวให้ชุ่มชื้น
moisturizer /ˈmɔɪstjʊraɪzə(r), ˈmɔɪstʃəraɪzə(r)/ˈมอยซเฉอะไรเซอะ(ร)/,
ˈmoisturizing cream *ns.* ครีมทาผิวให้ชุ่มชื้น, ครีมแก้ผิวแห้ง
moke /məʊk/โมค/ *n. (Brit. coll.)* ลา, คนโง่
molar /ˈməʊlə(r)/ˈโมเลอะ(ร)/ ❶ *n.* ฟันกราม ❷ *adj.* ~ **tooth** ➡ 1
molasses /məˈlæsɪz/เมอะˈแลซิซ/ *n.* Ⓐ *(syrup drained from raw sugar)* น้ำเชื่อมหวานข้น *(ซึ่งแยกออกจากน้ำตาลดิบ)*; Ⓑ *(Amer.: treacle)* น้ำเชื่อม
mold *(Amer.)* ➡ 1, 2, 3**mould**
Moldavia /mɒlˈdeɪvɪə/โมลˈเดเวีย/ *pr. n.* ประเทศโมลดาเวีย *(เดิมเป็นส่วนหนึ่งของอดีตสหภาพโซเวียต)*
molder, molding, moldy *(Amer.)* ➡ **mould-**
1**mole** /məʊl/โมล/ *n. (on skin)* ปาน, ไฝ, ขี้แมลงวัน
2**mole** *n.* Ⓐ *(animal)* ตัวตุ่น; Ⓑ *(coll.: spy)* หนอนบ่อนไส้, คนทรยศเปิดโปงความลับ
3**mole** *n.* Ⓐ *(breakwater)* เขื่อนกันคลื่นริมทะเล; Ⓑ *(artificial harbour)* ท่าเรือที่ก่อขึ้นมา
4**mole** *n. (Chem.)* น้ำหนักโมเลกุลของสสาร
molecular /məˈlekjʊlə(r)/เมอะˈเล็คคิวเลอะ(ร)/ *adj. (Phys., Chem.)* เกี่ยวกับอณู; ~ **weight/biology** น้ำหนักโมเลกุล/อณูชีววิทยา
molecule /ˈmɒlɪkju:l/ˈมอลิคิวลุ/ *n.* Ⓐ *(Phys., Chem.)* อณู, โมเลกุล *(ท.ศ.)*; Ⓑ *(small particle)* อนุภาค, ส่วนที่เล็กที่สุด
ˈmolehill *n.* เนินดินของตัวตุ่น; **make a mountain out of a ~** *(fig.)* ทำเรื่องเล็กให้เป็นเรื่องใหญ่
moleskin /ˈməʊlskɪn/ˈโมลซกิน/ *n.* หนังตัวตุ่น
molest /məˈlest/เมอะˈเล็ซทฺ/ *v.t.* Ⓐ กวน, ทำร้าย; *(to rob)* ปล้น; Ⓑ *(sexually)* ปลุกปล้ำ
molestation /məʊlɪˈsteɪʃn/โมเละˈซเตช'น/ *n.* Ⓐ การกวน, การทำร้าย; *(to rob)* การปล้น; Ⓑ *(sexually)* การปลุกปล้ำทำอนาจาร
moll /mɒl/มอล/ *n. (coll.)* แฟนนักเลง, หญิงเสเพล
mollify /ˈmɒlɪfaɪ/ˈมอลิฟาย/ *v.t.* ปลอบ, ผ่อนผัน; **be finally mollified** ปลอบให้สงบลงในที่สุด
mollusc *(Amer.:* **mollusk**) /ˈmɒləsk/ˈมอเลิซคฺ/ *n. (Zool.)* สัตว์จำพวกหอยและทากที่มีเปลือกหุ้มตัว, หอย
mollycoddle /ˈmɒlɪkɒdl/ˈมอลิคอด'ล/ ❶ *v.t.* พะเน้าพะนอ, โอ๋ ❷ *n.* ผู้ชาย *หรือ* เด็กชายอ่อนแอ
molt *(Amer.)* ➡ **moult**
molten /ˈməʊltən/ˈโมลเทิน/ *adj.* เหลว; *(ลาวา)* ที่ละลาย, หลอมเหลว
molybdenum /məˈlɪbdɪnəm/เมอะˈลิบดิเนิม/ *n. (Chem.)* โมลิบดีนัม *(ท.ศ.)* *(โลหะแข็งสีขาวละลายที่ 2610°ซ. ใช้ผสมกับโลหะอื่นให้เป็นโลหะเจือ)*
mom /mɒm/มอม/ *(Amer. coll.)* ➡ 2**mum**
moment /ˈməʊmənt/ˈโมเมินทฺ/ *n.* Ⓐ ชั่วขณะ, ชั่วครู่, ประเดี๋ยว; **barely a ~ had elapsed** เวลาเพิ่งผ่านไปเดี๋ยวเดียวเท่านั้น; **help came not a ~ too soon** ได้ความช่วยเหลือทันการพอดี; **for a ~ or two** เพียงชั่วครู่เดียว; **for a few ~s** ชั่วครู่หนึ่ง; **there was never a dull ~**: ไม่มีช่วงที่น่าเบื่อเลย; **at this ~ in time** ขณะนี้, เดี๋ยวนี้; **after a ~'s hesitation** หลังจากลังเลอยู่อึดใจหนึ่ง; **at any ~**, *(coll.)* **any ~**: เวลาไหนก็ได้, เมื่อไหร่ก็ได้; **on the spur of the ~**: โดยกะทันหัน; **it was over in just a few ~s** เดี๋ยวเดียวก็จบลงแล้ว; **it is the ~ [for sth.]** ถึงเวลาที่เหมาะสม [สำหรับ *ส.น.*]; **this is the ~!** ถึงเวลาแล้ว; **a few ~s of peace** เวลาสงบเพียงชั่วขณะ; **the film had its ~s** ภาพยนตร์นี้มีบางฉากที่น่าสนใจ; **he has his ~s** บางทีเขาก็ไม่เลวเท่าไหร่; **at odd ~s** นาน ๆ ที, บ้าง; **a ~ to remember** ช่วงเวลาที่ควรจดจำ; **at the precise ~ she came in ...**: ในขณะเดียวกับที่เธอเข้ามา...; **the ~ I get home** ทันทีที่ฉันกลับถึงบ้าน; **one** *or* **half a** *or* **just a** *or* **wait a ~!** รอสักแป๊บ; **in a ~** *(instantly)* เดี๋ยวนี้เลย; อีกสักครู่, อีกแป๊บเดียว; **for a ~**: ครู่หนึ่ง; **not for a ~**: แม้แต่ 1 วินาที... ไม่; ไม่เลย; **[at] the [very] ~ it happened** ทันทีที่เกิดเรื่อง; **the ~ of truth** เวลาที่ได้รู้ความจริง, ช่วงหัวเลี้ยวหัวต่อ; **at the ~**: ในเวลานี้; **for the ~**: สำหรับตอนนี้; **I shan't be a ~** *(I'll be back very soon)* ฉันไปไม่นานหรอก; *(I have very nearly finished)* เดี๋ยวก็เสร็จแล้ว; **have you got a ~?** คุณพอมีเวลาสักนิดไหม; **be the man of the ~**: เป็นบุคคลกำลังดัง; **come here this ~!** มานี่เดี๋ยวนี้!; **just this ~**: เดี๋ยวนี้, พอดี; **from ~ to ~**: ตลอดเวลา; Ⓑ *(formal: importance)* **of ~**: เรื่องสำคัญ; **of little** *or* **small/no ~**: สำคัญเพียงเล็กน้อย/ไม่สำคัญ; Ⓒ *(Phys.)* กำลัง; **~ of inertia** *กำลังที่ใช้ในการเคลื่อนเทหวัตถุหารด้วยความเร่งของเทหวัตถุนั้น*, กำลังของความเฉื่อย
momentarily /ˈməʊməntərɪlɪ, US məʊmənˈterəlɪ/โมเมินเทอะเระอะลิ, -ˈเทะเระอะลิ/ *adv.* Ⓐ *(for a moment)* เป็นเวลาชั่วครู่, ชั่วขณะ, ชั่วแวบ; *(for a while)* สักครู่, ภายในสองสามนาที; Ⓑ *(Amer.) (at any moment)* ทันที, ในขณะนั้น; *(in a few minutes)* ในอีกสักครู่
momentary /ˈməʊməntərɪ, US -terɪ/ˈโมเมินเทอะริ, -เทะริ/ *adj.* Ⓐ *(lasting only a moment)* ในชั่วครู่เดียว, ชั่วเวลาสั้น ๆ; **a ~ forgetfulness/aberration** เผลอลืม/หลงไปแวบหนึ่ง; Ⓑ *(transitory)* ชั่วคราว, ไม่ถาวร
momentous /məˈmentəs, məʊˈm-/เมอะˈเม็นเทิซ, โม-/ *adj. (important)* สำคัญ; *(of consequence)* มีผลมาก; **of ~ importance** มีความสำคัญยิ่งใหญ่
momentum /məˈmentəm, məʊˈm-/เมอะˈเม็นเทิม, โม-/ *n., pl.* **momenta** /məˈmentə/เมอะเม็นเทอะ/ Ⓐ *(impetus)* แรงกระตุ้น, แรงผลักดัน, แรงทบทวี *(ที่เป็นผลจากความเคลื่อนไหว)*; **lose ~** *(fig.)* การเสียศูนย์; **gain** *or* **gather ~**: เพิ่มความเร็วขึ้น; *(fig.)* มีกำลังเพิ่มขึ้น; (ความคิด) ได้รับแรงผลักดันไปข้างหน้า; Ⓑ *(Mech.)* กำลังจากแรงผลักดันเริ่มแรก; ➡ + **angular** C; **conservation** B
mommy /ˈmɒmɪ/ˈมอมิ/ *(Amer. coll.)* ➡ 2**mummy**
Mon. *abbr.* ➤ **233 Monday** จ.
Monaco /ˈmɒnəkəʊ/ˈมอเนอะโค/ *pr. n.* ประเทศโมนาโก *(อยู่ทางตอนใต้ของประเทศฝรั่งเศส)*
monarch /ˈmɒnək/ˈมอเนิค/ *n. (king, emperor, etc.)* กษัตริย์, จักรพรรดิ, เจ้าผู้ครองประเทศ; *(supreme ruler)* ผู้มีอำนาจสูงสุด
monarchic /məˈnɒ:kɪk/เมอะˈนาคิค/,
monarchical /məˈnɑ:kɪkl/เมอะˈนาคิค'ล/ *adj.* Ⓐ *(of government)* ที่ปกครองโดยกษัตริย์; Ⓑ *(of monarchy)* ของราชวงศ์, เป็นราชาธิปไตย
monarchism /ˈmɒnəkɪzm/ˈมอเนอะคิซ'ม/ *n. (monarchical government)* ลัทธิราชาธิปไตย, การปกครองราชาธิปไตย; *(attachment to monarchy)* ยึดหลักราชาธิปไตย
monarchist /ˈmɒnəkɪst/ˈมอเนอะคิซทฺ/ *n.* ผู้นิยมราชาธิปไตย
monarchy /ˈmɒnəkɪ/ˈมอเนอะคิ/ *n.* ระบบการปกครองที่มีกษัตริย์เป็นประมุข, ราชาธิปไตย *(ร.บ.)*; ➡ + **constitutional** 1 B
monastery /ˈmɒnəstrɪ, US -terɪ/ˈมอเนิซตริ, -เตะริ/ *n.* วัดที่ใช้เป็นที่พำนักเฉพาะของคณะสงฆ์, กุฎิพระ
monastic /məˈnæstɪk/เมอะˈแนซติค/ *adj.* Ⓐ *(of or like monks)* เกี่ยวกับพระ, สันโดษเหมือนพระ; Ⓑ *(of monasteries)* เกี่ยวกับวัด
monasticism /məˈnæstɪsɪzm/เมอะˈแนซติซิซ'ม/ *n.* ความเป็นพระ
Monday /ˈmʌndeɪ, -dɪ/ˈมันเด, -ดิ/ ➤ **233** ❶ *n.* วันจันทร์ ❷ *adv. (coll.)* **she comes ~s** เธอมา [ทุก] วันจันทร์; ➡ + **Friday**

m

Money (เงินตรา)

Thai money (เงินไทย)

100 satang equals one baht
= 100 สตางค์เท่ากับหนึ่งบาท

50 satang coin
= เหรียญ 50 สตางค์

one baht coin
= เหรียญหนึ่งบาท

ten baht coin
= เหรียญ 10 บาท

50 baht note
= ธนบัตร 50 บาท

100/500/1000 baht note
= ธนบัตร 100/500/1000 บาท

British money (เงินอังกฤษ)

one penny = 1p ***five pence = 5p***
= หนึ่งเพนนี *หรือ* 1 พี = ห้าเพ็นซ์

one pound fifty [pence] = £1.50
= หนึ่งปอนด์ห้าสิบพี

eight pounds thirty-four pence = £8.34
= แปดปอนด์สามสิบสี่เพ็นซ์

one thousand two hundred and fifty pounds or twelve hundred and fifty pounds = £1,250
= หนึ่งพันสองร้อยห้าสิบปอนด์

a five-pound note
= ธนบัตรห้าปอนด์

a pound coin
= เหรียญหนึ่งปอนด์

a 50 pence piece
= เหรียญห้าสิบเพ็นซ์

American money (เงินอเมริกัน)

one cent	=	1c	=	หนึ่งเซนต์
five cents	=	5c	=	ห้าเซนต์
one dollar	=	$1 or $1.00	=	หนึ่งดอลลาร์
one dollar fifty	=	$1.50	=	หนึ่งดอลลาร์ห้าสิบ

a ten dollar bill
= ธนบัตรสิบดอลลาร์

a dollar bill
= ธนบัตรหนึ่งดอลลาร์

a dollar coin
= เหรียญหนึ่งดอลลาร์

a dime, a ten cent piece
= ไดม์, เหรียญสิบเซนต์

a quarter, a twenty-five cent piece
= ควอเตอร์, เหรียญยี่สิบห้าเซนต์

Euro money (เงินยูโร)

one cent	=	1 cent	=	หนึ่งเซนต์
five cents	=	5 cents	=	ห้าเซนต์
one euro	=	1 euro	=	หนึ่งยูโร
20/50/100/500/1000 euro note			=	ธนบัตร 20/50/100/500/1000 ยูโร

Other money phrases (*วลีอื่นเกี่ยวกับเงิน*)

What or How much does it cost?
= ราคาเท่าไร

It costs just under/just over £950
= ราคาเกือบจะ 950 ปอนด์/มากกว่า 950 ปอนด์เพียงเล็กน้อย

The potatoes are 30p a pound
= มันฝรั่งราคาปอนด์ละ 30 พี

$100 in cash
= เงินสดหนึ่งร้อยดอลลาร์

Can I pay by cheque/by credit card?
= ฉันจ่ายเป็นเช็ค/บัตรเครดิตได้หรือไม่

a cheque for £50
= เช็คมูลค่า 50 ปอนด์

a dollar/sterling traveller's cheque or (Amer.) ***traveler's check***
= เช็คเดินทางดอลลาร์/ปอนด์

Can you change or give me change for a 1,000 baht note?
= ฉันขอแลกเงินหนึ่งพันบาทได้ไหม

I want to change baht into euro
= ฉันต้องการแลกเงินบาทเป็นเงินยูโร

Our dollars are hardly worth anything
= เงินดอลลาร์ของเราแทบจะไม่มีค่าเลย

monetarism /'mʌnɪtərɪzm/'มันนิเทอะริซฺ'ม/ *n. (Econ.) การบริหารเศรษฐกิจของประเทศโดยควบคุมปริมาณเงินที่ใช้จ่ายอยู่*

monetarist /'mʌnɪtərɪst/'มันนิเทอะริซทฺ/ *n. (Econ.) ผู้นิยมการบริหารเศรษฐกิจของประเทศด้วยการควบคุมปริมาณเงินที่มีอยู่*

monetary /'mʌnɪtrɪ, US -terɪ/'มันนิทเทะริ/ *adj.* **A** *(of the currency in use)* เกี่ยวกับเงินตรา, เป็นเงินตรา, ตามอัตราแลกเปลี่ยนเงินตรา; **B** *(of money)* เกี่ยวกับการเงิน; **~ policy** นโยบายการเงิน; **~ gift** ของขวัญที่เป็นเงิน; **monetary reserve** เงินทุนสำรอง

money /'mʌnɪ/'มันนิ/ *n.* ➤ **572** **A** *no pl.* เงิน, เงินตรา; **your ~ or your life!** เอาเงินมาไม่งั้นตาย; **be in the ~** *(coll.) (be winning ~ prizes)* กำลังชนะและได้รางวัลเป็นเงิน; **there is ~ in sth.** สามารถหาเงินได้มากจาก *ส.น.*; **~ for jam** *or* **old rope** *(Brit. fig. coll.)* เงินที่หามาได้ง่าย/เร็ว; **make ~** หาเงินได้; *(ธุรกิจ)* ที่มีรายได้ดี; **earn good ~:** หาเงินได้ดี; **come into ~:** ได้เงินมา; **~ talks** มีเงินมีทองนั้นพูดได้, มีเงินจะทำอะไรก็ได้; **~ makes the world go round** เงินครองโลก; **put ~ into sth.** ลงทุนกับ *ส.น.*; **have ~ to burn** *(fig. coll.)* มีเงินใช้ฟุ่มเฟือย; **[not] be made of ~** *(fig. coll.)* [ไม่ได้] เป็นมหาเศรษฐี; **spend ~ like water** ใช้เงินเป็นเบี้ย; **good ~** *(earned/spent)* เงินหามาได้/ใช้จ่ายเงินจำนวนมาก; **this would only be to throw** *or* **pour good ~ after bad** ทำแบบนี้เท่ากับทิ้งเงินไปเปล่า ๆ; **for 'my ~:** ถ้าถามฉัน; **he/she is the one for my ~:** ฉันประทับใจเขา/เธอมาก; **put one's ~ on sth.** วางเดิมพันกับ *ส.น.*; *(fig.)* ฝากความหวังไว้กับ *ส.น.*; **the best that ~ can buy** สิ่งที่ดีที่สุดที่หาได้ด้วยเงิน; **~ can't buy happiness!** เงินซื้อความสุขไม่ได้; **~ supply** ปริมาณเงินตรา; **B** *pl.* **~s** *or* **monies** /'mʌnɪz/'มันนิซฺ/ *(sum of money)* เงิน, ทรัพย์สมบัติ, ผลประโยชน์; **the rent ~:** เงินค่าเช่า; **C** *(rich person[s])* **that's not where the real ~ lives** นั่นไม่ใช่ที่อยู่ของพวกเศรษฐี; ➡ + **account** 3 A; **big** 1 A; **conscience money; cost** 2 A; **love** 1 A; **run** 1 A

money: ~-back *attrib. adj.* **~-back guarantee** ประกันการซื้อคืน; **~ bag** *n.* ถุงเงิน; **~ bags** *n. sing. (coll.: person)* เศรษฐี; **~ belt** *n.* เข็มขัดรอบเอวเพื่อรักษาเงินไว้; **~ box** *n.* กล่องออมสิน; *(for collection)* กล่องเรี่ยไรเงิน; **~ changer** *n.* ➤ **489** คนแลกเงิน, สถานที่แลกเงิน

moneyed /'mʌnɪd/'มันนิด/ *adj. (rich)* มั่งคั่ง, ร่ำรวย; **the ~ classes** ชนชั้นร่ำรวย

money: ~-grubber *n.* คนโลภเงิน; **~-grubbing** ❶ *adj.* โลภ ❷ *n.* การโลภเงิน; **~lender** *n.* ➤ **489** เจ้าหนี้, ผู้ให้กู้ยืมเงิน; **~maker** *n.* **be a ~maker** *(โครงการ, แผน)* ทำเงิน; **~making** ❶ *adj.* หาเงินได้ ❷ *n., no pl.* ผู้หาเงิน, ผู้ทำเงิน; **~ market** *n.* ตลาดเงิน; **~ order** *n.* ธนาณัติ, ตั๋วสัญญาใช้เงิน; **~-spinner** *(Brit.) n.* สิ่งทำเงิน; *(business)* สิ่งที่นำผลประโยชน์มาให้; **he turned that idea into a ~-spinner** เขาทำให้ความคิดนี้กลายเป็นเงินเป็นทองขึ้นมา; **~'s worth** *n.* **get** *or* **have one's ~'s worth** ได้ประโยชน์คุ้มค่าเงิน

Mongol /'mɒŋgl/'มองก'ล/ ❶ *n.* **A** ชาวมองโกเลีย; *(Anthrop.)* มีเชื้อชาติมองโกล;

Ⓑ **m~** *(Med.)* คนที่เป็นดาวน์ซินโดรม; **she is a m~**: เธอเป็นดาวน์ซินโดรม ❷ *adj.* Ⓐ แห่งมองโกเลีย; *(Anthrop.)* มีเชื้อชาติมองโกล; Ⓑ **m~** *(Med.)* เป็นดาวน์ซินโดรม

Mongolia /mɒŋ'gəʊlɪə/มองโกเลีย/ *pr. n.* ประเทศมองโกเลีย *(ทางตอนเหนือของประเทศจีน)*

Mongolian /mɒŋ'gəʊlɪən/มองโกเลียน/ ❶ *adj.* Ⓐ แห่งมองโกเลีย; Ⓑ *(Anthrop.)* มีเชื้อชาติมองโกล ❷ *n.* Ⓐ *(person)* ชาวมองโกเลีย; Ⓑ *(Anthrop.)* เชื้อชาติมองโกล; Ⓒ *(language)* ภาษามองโกล

mongolism /'mɒŋgəlɪzm/'มองเกอะลิซ'ม/ *n. (Med.)* โรคเอ๋อ, ปัญญาอ่อน; *(Downs' syndrome)* ดาวน์ซินโดรม

mongoose /'mɒŋgu:s/'มองกูซ/ *n. (Zool.)* พังพอน

mongrel /'mʌŋgrl, 'mɒŋgrəl/'มังกรฺ'ล, 'มอง-/ ❶ *n.* Ⓐ *(Bot., Zool.)* พันทาง, ครึ่งชาติ; *(ไม้)* ผสม; *(often derog.: dog)* สุนัขพันทาง; Ⓑ *(derog.: person)* ลูกครึ่ง ❷ *adj. (of mixed origin)* ผสมกัน, พันทาง, ลูกครึ่ง; **~ animal/plant** สัตว์/ต้นไม้ลูกผสม

moni[c]ker /'mɒnɪkə(r)/'มอนิเคอะ(ร)/ *n. (coll.)* ชื่อ; *(nickname)* ชื่อเล่น

monitor /'mɒnɪtə(r)/'มอนิเทอะ(ร)/ ❶ *n.* Ⓐ *(Sch.)* หัวหน้านักเรียน; **pencil/milk/lunch ~**: ควบคุมดินสอ/นม/อาหารกลางวัน; **school ~**: นักเรียนที่มีตำแหน่งควบคุม; Ⓑ *(Zool.)* **~ [lizard]** สัตว์เลื้อยคลานจำพวกเหี้ยในสกุล *Varanus*; Ⓒ *(listener)* ผู้ฟัง, คนตรวจข่าวต่างประเทศ; Ⓓ *(Mech. Engin., Phys., Med.)* อุปกรณ์ตรวจสอบและบันทึก, จอทดสอบภาพ/มุมกลับ, เครื่องตรวจจับรังสีปนเปื้อน; *(Telev. Computing)* จอภาพ ❷ *v.t.* Ⓐ *(maintain surveillance over)* ตรวจตรา, เฝ้าดู *(อากาศ)*; ตรวจสอบ *(รังสี)*; ฟัง *(วิทยุต่างประเทศ)*; Ⓑ *(regulate)* ควบคุม, ปรับสัญญาณ

monk /mʌŋk/มังค/ *n.* พระ; **order of ~s** นิกายพระ, สมณเพศ; ➡ **+ White Monk**

monkey /'mʌŋkɪ/'มังคิ/ ❶ *n.* Ⓐ ลิง; **the three wise ~s** *(Mythol.)* ลิงฉลาดสามตัว; **make a ~ of sb.** *(coll.)* ล้อเลียน *ค.น.*; **get one's ~ up** *(Brit. coll.)* ทำให้โกรธ; **sb.'s ~ is up** *(Brit. coll.)* *ค.น.* โกรธ; **I'll be a ~'s uncle!** *(coll.)* ฉันประหลาดใจมาก; Ⓑ *(in playful abuse)* คนที่ซุกซน; **cheeky ~**: คนทะลึ่ง, คนอวดดี; Ⓒ *(coll.: £500, $500)* เงิน 500 ปอนด์/ดอลลาร์ ❷ *v.i.* **~ about** *or* **around [with]** *(coll.)* ทำตลก, ไม่ทำอะไรที่เป็นประโยชน์; *(interfere)* ยุ่งในเรื่องคนอื่น

monkey: ~ business *n. (coll.) (mischief)* เรื่องเหลวไหล; *(unlawful or unfair activities)* อุบาย; **~ jacket** *n. (Naut., Fashion)* เสื้อแจ็กเก็ตสั้นทรงกะลาสี; **~ nut** *n. (Bot.)* ถั่วลิสง; **~ puzzle** *n. (Bot.)* ต้นไม้พื้นเมืองของประเทศชิลี *Araucaria araucaria*; **~ tricks** *n. pl. (Brit. coll.)* **be up to one's ~ tricks** กำลังคิดแผนเหลวไหล; **no ~ tricks!** อย่าทำอะไรเหลวไหล!; **~ wrench** *n.* กุญแจเลื่อนขนาดใหญ่

monkfish /'mʌŋkfɪʃ/'มังคฟิช/ *n.* ปลาทะเลขนาดใหญ่ *Lophius piscatorius*

monkish /'mʌŋkɪʃ/'มังคิช/ *adj.* Ⓐ *(ชุด, ห้องสมุด)* แห่งพระ, อย่างพระ; Ⓑ *(derog.: sanctimonious)* แสร้งมีศีลธรรม; Ⓒ *(modest)* สมถะ, สันโดษ; Ⓓ *(derog.: unsociable)* เก็บตัว

monkshood /'mʌŋkshʊd/'มังคซฮุด/ *n. (Bot.)* พันธุ์ไม้มีพิษ *Aconitum napellus* ดอกสีน้ำเงิน/ม่วง มีรูปคล้ายหมวก

mono /'mɒnəʊ/'มอโน/ *adj.* เอก, หนึ่ง *(พยางค์)*; *(สี)* เดียว; *(ราง, รถไฟ)* เดี่ยว; *(เสียง)* จากทิศทางเดียว

monochrome /'mɒnəkrəʊm/'มอเนอะโครม/ ❶ *n.* Ⓐ *(picture)* ภาพขาวดำ, เอกรงค์ *(ร.บ.)*; Ⓑ *(representation)* *(ภาพ)* สีเดียว; **in ~**: เป็นขาวดำ, เป็นสีเดียว ❷ *adj.* ขาวดำ, สีเดียว

monocle /'mɒnəkl/'มอเนอะค'ล/ *n.* แว่นตาข้างเดียว

monocotyledon /mɒnə(ʊ)kɒtɪ'li:d(ə)n/มอเนอะคอทิ'ลีด'น/ *n. (Bot.)* ไม้ดอกชนิดใบเลี้ยงเดี่ยว

monoculture /'mɒnəʊkʌltʃə(r)/'มอโนเคิลเฉอะ(ร)/ *n.* การปลูกพืชชนิดเดียวเท่านั้น

monocycle /'mɒnəsaɪkl/'มอเนอะไซค'ล/ *n.* จักรยานล้อเดียว

monogamous /mə'nɒgəməs/เมอะ'นอเกอะเมิซ/ *adj.* มีคู่สมรสคนเดียว, มีผัวเดียวเมียเดียว

monogamy /mə'nɒgəmɪ/เมอะ'นอเกอะมิ/ *n.* การมีคู่สมรสคนเดียว

monogram /'mɒnəgræm/'มอเนอะแกรม/ *n.* ชื่อย่อ, อักษรไขว้

monogrammed /'mɒnəgræmd/'มอเนอะแกรมด/ *adj. (ผ้าเช็ดหน้า)* ปักชื่อย่อ, เขียนชื่อย่อ

monograph /'mɒnəgra:f, US -græf/'มอเนอะกราฟ, -แกรฟ/ *n.* หนังสือที่เขียนถึงเรื่องใดเรื่องหนึ่ง

monohull /'mɒnəʊhʌl/'มอโนเฮิล/ *n. (Naut.)* เรือกาบเดียว

monolingual /mɒnə'lɪŋgwəl/มอเนอะ'ลิงเกวิล/ *adj.* ที่พูด หรือ ใช้เพียงภาษาเดียว

monolith /'mɒnəlɪθ/'มอเนอะลิธ/ *n. (Prehist., Building; lit.)* หินใหญ่เดี่ยว ๆ, เสาอนุสาวรีย์; *(fig.)* บุคคลหรือสิ่งที่ใหญ่โตถาวร

monolithic /mɒnə'lɪθɪk/มอเนอะ'ลิธิค/ *adj. (Prehist., Building; lit.)* *(อนุสาวรีย์, โบราณสถาน)* ประกอบขึ้นด้วยเสาหินใหญ่ก้อนเดียว; *(fig.)* มั่นคงประดุจเสาหิน *(นิสัย)*

monologue *(Amer.:* **monolog***)* /'mɒnəlɒg/'มอเนอะลอก/ *n. (lit. or fig.)* *(สุนทรพจน์, บทละคร)* ที่พูดคนเดียว

monomania /mɒnə'meɪnɪə/มอเนอะ'เมเนีย/ *n.* Ⓐ *(Med., Psych.)* หลงงมงายใน *ส.น.*; Ⓑ *(fig.)* ความหมกมุ่นใน *ส.น.*

monophonic /mɒnə'fɒnɪk/มอเนอะ'ฟอนิค/ *adj. (เสียง)* ที่ส่งโดยช่องเสียงเดียว

monoplane /'mɒnəpleɪn/'มอเนอะเพลน/ *n. (Aeronaut.)* เครื่องบินปีกชั้นเดียว

monopolisation, monopolise ➡ **monopoliz-**

monopolistic /mənɒpə'lɪstɪk/เมอะนอเพอะ'ลิซติค/ *adj. (Econ.)* มีเอกสิทธิ์, ถือเอกสิทธิ์

monopolization /mənɒpəlaɪ'zeɪʃn/เมอะนอเพอะลาย'เซช'น/ *n. (Econ.)* เอกสิทธิ์, การผูกขาด

monopolize /mə'nɒpəlaɪz/เมอะ'นอเพอะลายซ/ *v.t. (Econ.)* ใช้เอกสิทธิ์; *(fig.)* ผูกขาด; **~ the conversation** ไม่ให้คนอื่นได้มีโอกาสพูดเลย

monopoly /mə'nɒpəlɪ/เมอะ'นอเพอะลิ/ *n.* Ⓐ *(Econ.)* เอกสิทธิ์, การผูกขาด; Ⓑ *(exclusive possession)* การเป็นเจ้าของแต่ผู้เดียว; **have a ~ on sth.** มีเอกสิทธิ์ใน *ส.น.*; **you can't have a ~ on the car** คุณจะใช้รถอยู่แต่ผู้เดียวไม่ได้; Ⓒ *(thing monopolized)* สิ่งที่ถูกผูกขาด; Ⓓ **M~**, ® *(game)* *หมากกระดานชนิดหนึ่ง ผู้เล่นพยายามจะซื้อสังหาริมทรัพย์ในเมืองหลวงของตน*

monopoly: ~ capitalism *n. ระบบทุนนิยมที่ผูกขาดการค้าไว้ในมือคนกลุ่มเดียว*

monorail /'mɒnəreɪl/'มอเนอะเรล/ *n.* Ⓐ *(single rail)* รางเดี่ยว; Ⓑ *(vehicle)* รถไฟรางเดียว; Ⓒ *(overhead)* รถลอยฟ้ารางเดียว

monosodium glutamate /mɒnəʊ'səʊdɪəm 'glu:təmeɪt/มอโน'โซเดียม 'กลูเทอะเมท/ *n.* ผงชูรส

monosyllabic /mɒnəsɪ'læbɪk/มอเนอะซิ'แลบิค/ *adj.* Ⓐ *(คำตอบ)* เพียงคำเดียว; *(บุคคล)* ที่ถามคำตอบคำ; Ⓑ *(Ling.)* เป็นพยางค์เดียว

monosyllable /'mɒnəsɪləbl/'มอเนอะซิเลอะบ'ล/ *n.* Ⓐ คำเดียว; **speak** *or* **talk/answer in ~s** พูดคำตอบคำ; Ⓑ *(Ling.)* พยางค์เดียว

monotheism /'mɒnəθi:ɪzm/'มอเนอะธีอิซ'ม/ *n. (Relig.)* **[doctrine of/belief in] ~**: [ลัทธิ/ความเชื่อใน] การมีพระผู้เป็นเจ้าพระองค์เดียว, เอกเทวนิยม *(ร.บ.)* *(เช่น ศาสนาคริสต์, ศาสนาอิสลาม)*

monotheistic /mɒnəθi:'ɪstɪk/มอเนอะธี'อิซติค/ *adj. (Relig.)* เชื่อในพระเจ้าองค์เดียว

monotone /'mɒnətəʊn/'มอเนอะโทน/ ❶ *n.* Ⓐ การคงระดับเสียงต่อเนื่องโดยตลอด; Ⓑ *(uniformity) (general)* ระดับเดียว, เดี่ยว; *(of colour)* สีเดียว; *(of style)* การเขียนในรูปแบบเดียวที่ไม่เปลี่ยนแปลง; **grey ~**: สีเทาสีเดียว; **engravings in ~**: ทำแม่พิมพ์สีเดียว ❷ *adj.* Ⓐ *(monotonous)* *(การพูด, เพลง)* ไม่เปลี่ยนเสียง; Ⓑ *(in one colour)* มีสีเดียว

monotonous /mə'nɒtənəs/เมอะ'นอเทอะเนิซ/ *adj.* ซ้ำซาก, *(เสียง)* ไม่เปลี่ยนแปลง; *(หนังสือ)* น่าเบื่อหน่าย

monotonously /mə'nɒtənəslɪ/เมอะ'นอเทอะเนิซลิ/ *adv.* อย่างซ้ำซาก, อย่างน่าเบื่อหน่าย

monotonousness /mə'nɒtənəsnɪs/เมอะ'นอเทอะเนิซนิซ/, **monotony** /mə'nɒtənɪ/เมอะ'นอเทอะนิ/ *ns.* ความซ้ำซาก, ความน่าเบื่อ

monotype /'mɒnətaɪp/'มอเนอะไทพ/ *n.* เครื่องจัดและหล่อตัวพิมพ์เป็นตัว ๆ

monoxide /mə'nɒksaɪd/เมอะ'นอคซายด/ *n. (Chem.)* *ออกไซด์ที่มีธาตุออกซิเจนหนึ่งอะตอมในหนึ่งโมเลกุล*

Monseigneur /mɔ̃sen'jɜ:(r)/มอนเซ็น'เยอ(ร)/ *n., pl.* **Messeigneurs** /mese'njɜ(r)/เมะเซ็นเยอ(ร)/ *คำเรียกในภาษาฝรั่งเศสใช้สำหรับขุนนางชั้นสูงและบาทหลวงชั้นผู้ใหญ่*

Monsignor /mɒn'si:njə(r)/มอน'ซีนเยอะ(ร)/ *n., pl.* **~i** /mɒnsi:'njɔ:ri:/มอนซีน'ยอรี/ *(Eccl.)* *คำเรียกพระตำแหน่งสูงในศาสนาคริสต์นิกายโรมันคาทอลิก*

monsoon /mɒn'su:n/มอน'ซูน/ *n. (Geog.)* Ⓐ *(wind)* **summer** *or* **dry/wet ~**: ลมมรสุมในฤดูร้อน/ฤดูหนาว; Ⓑ *(season)* ฤดูฝนที่มาพร้อมกับลมมรสุมจากทิศตะวันตกเฉียงใต้

monster /'mɒnstə(r)/'มอนซเตอะ(ร)/ ❶ *n.* Ⓐ *(imaginary or huge creature)* สัตว์ประหลาดในจินตนาการ; *(huge thing)* สิ่งใหญ่โต; **a ~ of a fish/car** ปลา/รถขนาดใหญ่มาก; **that's a real ~!, what a ~!** *(in surprise or admiration)* ช่างใหญ่โตอะไรอย่างนี้; Ⓑ *(inhuman person)* คนโหดร้ายทารุณผิดมนุษย์; *(iron.: naughty child)* เด็กซนร้ายกาจ ❷ *adj.* ใหญ่โต, มหึมา

monstrance /'mɒnstrəns/'มอนซเตริ้นซ/ *n. (RC Ch.)* *ฐานรองสัญลักษณ์รูปพระอาทิตย์พระจันทร์และกางเขนในโบสถ์ของศาสนาคริสต์นิกายโรมันคาทอลิก*

monstrosity /mɒn'strɒsɪtɪ/มอน'ซตรอซิทิ/ *n.* Ⓐ *(physical deformity)* สิ่งที่แปลกประหลาด; *(deviation from the norm, unnatural thing)*

monstrous | moral 574

สิ่งที่พิกลพิการ, สิ่งที่ผิดปกติ; Ⓑ *(outrageous thing)* สิ่งที่ร้ายแรง; *(hideous building etc.)* ตึกใหญ่ที่น่าเกลียด; Ⓒ *(imaginary or huge creature)* สัตว์ประหลาดในจินตนาการ, ปีศาจ

monstrous /ˈmɒnstrəs/ˈมอนซเตริซ/ *adj.* Ⓐ *(huge) (ฝูงชน, เพชร)* ใหญ่โต, ดังสนั่น, ขนาดยักษ์; *(ผัก, ต้นไม้, บุคคล)* ใหญ่โตเกินขนาด; Ⓑ *(outrageous) (การเสนอแนะ, ความคิด, ทัศนะ)* เหลือเชื่อ, พิลึกกึกกือ; Ⓒ *(atrocious)* โหดร้าย, ทารุณ; Ⓓ *(misshapen)* ผิดรูป, พิกลพิการ

monstrously /ˈmɒnstrəslɪ/ˈมอนซเตริซลิ/ *adv.* Ⓐ *(hugely) (อ้วน, สูง, ใหญ่, โง่)* อย่างน่ากลัว; Ⓑ *(outrageously)* อย่างเหลือเชื่อ, อย่างไม่น่าเชื่อ

mons Veneris *n. (Anat.)* หัวหน่าว

montage /mɒnˈtɑːʒ, ˈmɒntɑːʒ/มอนˈทาฌ, ˈมอนทาฌ/ *n. (Photog., Art, Radio, Film)* การรวมภาพ *หรือ* การอัดเสียงหลากหลายเข้าด้วยกัน; **work in ~:** งานศิลปะรวมภาพ/เสียงเข้าด้วยกัน

month /mʌnθ/ˈมันธฺ/ *n.* ➤ **231** Ⓐ เดือน; **last day of the ~:** วันสุดท้ายของเดือน, วันสิ้นเดือน; **on the last day of the ~:** ในวันสุดท้ายของเดือน, ในวันสิ้นเดือน; **the ~ of January** เดือนมกราคม; **come every ~:** มาทุกเดือน; **for a ~/several ~s** ชั่วเดือนหนึ่ง/หลาย ๆ เดือน; **for ~s [on end]** นับเดือน ๆ, หลายเดือน; **I haven't seen him for ~s** ฉันไม่ได้พบเขามาเป็นเดือนแล้ว; **~s ago** หลายเดือนก่อน; **every six ~s** ทุก ๆ หกเดือน, ทุกครึ่งปี; **once every** *or* **a ~:** เดือนละครั้ง; **in a ~['s time]** ในหนึ่งเดือน; **in two ~s[' time]** ในสองเดือน; **in alternate ~s** เดือนเว้นเดือน; **take a ~'s holiday** พักร้อน/พักผ่อนหนึ่งเดือน; **£10 a** *or* **per ~:** สิบปอนด์ต่อเดือน; **from ~ to ~:** เดือนต่อเดือน, เดือนแล้วเดือนเล่า; **she is in the third/last ~ of her pregnancy** เธอตั้งครรภ์ได้สามเดือน/เธอเข้าเดือนสุดท้ายของการท้องแล้ว; **a ~ from today** จากนี้ไปอีกหนึ่งเดือน; **a three-~ period** ช่วงเวลาสามเดือน; **a six-~[s]-old baby/strike** ทารกอายุหกเดือน/การนัดหยุดงานนานหกเดือน; ➡ **+ calender** A; **next** 1 B; **Sunday** 1 A; **this** 1 E; Ⓑ *(period of 28 days)* ช่วงเวลา 28 วัน, ช่วงเวลาสี่สัปดาห์

ˈmonth-long *attrib. adj.* ระยะหนึ่งเดือน

monthly /ˈmʌnθlɪ/ˈมันธฺลิ/ ❶ *adj.* Ⓐ *(of or relating to a month)* ทุก ๆ เดือน; **three-~** ไตรมาส, ทุกสามเดือน; Ⓑ *(lasting a month)* นานหนึ่งเดือน; **three-~ season ticket** ตั๋วสามเดือน; Ⓒ *(happening every month)* ทุก ๆ เดือน; *(happening once a month)* เดือนละครั้ง; **a woman's ~ period** เลือดประจำเดือน ❷ *adv.* เดือนละครั้ง ❸ *n. (publication)* วารสารรายเดือน, นิตยสารรายเดือน

monty *n. (Brit.) (coll.) (บริการ)* ทั้งหมด, ถึงที่สุด

monument /ˈmɒnjʊmənt/ˈมอนิวเมินทฺ/ *n.* Ⓐ อนุสาวรีย์; ➡ **+ ancient** 1 B; Ⓑ *(on grave)* แผ่นศิลาจารึกชื่อและคำอุทิศที่หลุมศพ; Ⓒ **the M~:** *เสาอนุสาวรีย์ในลอนดอนที่รำลึกถึงไฟไหม้ครั้งใหญ่ในปี ค.ศ. 1666*

monumental /mɒnjʊˈmentl/มอนิวˈเม็นทฺ'ล/ *adj.* Ⓐ *(of a monument) (สถาปนิก)* ที่สร้างอนุสาวรีย์; Ⓑ *(massive) (รูปปั้น, รูปภาพ)* ใหญ่โต; Ⓒ *(extremely great)* ยิ่งใหญ่, เกริกเกียรติ

monumentally /mɒnjʊˈmentəlɪ/มอนิวˈเม็นเทอะลิ/ *adv. (ดื้อ, ฉลาด)* อย่างมาก; **~ boring/stupid** น่าเบื่อหน่าย/โง่สุดจะบรรยาย

monumental ˈmason *n.* ช่างแกะสลักแผ่นหินจารึก

moo /muː/มู/ ❶ *n.* เสียงวัวร้อง; **give** *or* **utter a loud ~:** ร้องมอ ๆ อย่างวัว ❷ *v.i. (วัว)* ร้องเสียงมอ

mooch /muːtʃ/มูฉ/ *(coll.)* ❶ *v.i.* **~ about** *or* **around/along** เดินเตร่/เที่ยวเถลไถล ❷ *v.t. (Amer.)* Ⓐ *(steal)* ลัก, ขโมย; Ⓑ *(beg)* ขอ, ขอทาน

ˈmoo-cow *n. (child lang.)* วัว *(ภาษาเด็ก)*

¹mood /muːd/มูด/ *n.* Ⓐ *(state of mind)* อารมณ์; **there was a [general] ~ of optimism** [ทุกคน] มีการมองโลกในแง่ดี; **be in a very good/good/bad ~:** มีอารมณ์ดีมาก/ดี/เสีย; **be in a cheerful ~:** มีอารมณ์เบิกบาน; **be in a militant ~:** รู้สึกฮึดฮัดอยากจะต่อสู้; **be in a serious/pensive ~:** มีอารมณ์เคร่งขรึม/เหม่อลอย; **be in no ~ for joking/dancing** ไม่นึกอยากจะเล่นตลก/เต้นรำ; Ⓑ *(fit of melancholy or bad temper)* เศร้าหมอง, อารมณ์เสีย; **have one's ~s** มีอารมณ์เป็นช่วง ๆ

²mood *n. (Ling.) ลักษณะของคำกริยาที่แสดงเจตนาของผู้พูด*; **the subjunctive ~:** *ผู้พูดกล่าวแสดงความปรารถนา ความน่าจะเป็น หรือความสงสัย*

moodily /ˈmuːdɪlɪ/ˈมูดิลิ/ *adv. (in a sullen manner)* อย่างอารมณ์เสีย, อย่างขุ่นมัว, อย่างหงุดหงิด

ˈmood music *n.* ดนตรีที่เต็มไปด้วยความรู้สึก

moody /ˈmuːdɪ/ˈมูดิ/ *adj.* Ⓐ *(sullen)* ขุ่นมัว; *(gloomy)* หม่นหมอง; Ⓑ *(subject to moods)* เจ้าอารมณ์

moon /muːn/มูน/ ❶ *n.* Ⓐ ดวงจันทร์, พระจันทร์; **light of the ~:** แสงจันทร์; **the ~ is full/waning/waxing** จันทร์เพ็ญ/ข้างแรม/ข้างขึ้น; **there is no ~ tonight** คืนนี้ไม่มีดวงจันทร์, เป็นคืนเดือนดับ; **be over the ~** *(fig. coll.)* มีความสุขมาก; **offer sb. the ~** *(fig.)* เสนอโชคลาภให้ *ค.น.*; **promise sb. the ~** *(fig.)* สัญญากับ *ค.น.* ในสิ่งวิเศษที่เป็นไปไม่ได้; **ask for the ~:** ขอสิ่งที่ไม่มีทางจะได้มา; ➡ **+ blue moon; cry** 3 A; **full moon; half moon; man** 1 B; **new moon; shoot** 2 D; Ⓑ *(poet.: month)* เวลาเดือนหนึ่ง; Ⓒ **that was many ~s ago** นั่นเป็นเรื่องนานมาแล้ว ❷ *v.i. (coll.)* เลื่อนลอย, เดินเชื่อง, นั่งซึม; **~ about** *or* **around [the house]** เดิน/มองอะไรต่ออะไร [รอบบ้าน] โดยไม่ใส่ใจ

~ over *v.t.* ครุ่นคิดถึง, คะนึงหา, หลงใหลใฝ่ฝัน

moon: ~beam *n.* แสงจันทร์; **~beams** *n.* รัศมีจันทร์; **~face** *n.* หน้ากลมเหมือนดวงจันทร์

Moonie /ˈmuːnɪ/ˈมูนิ/ *n. (coll.)* ผู้นับถือลัทธิ *มูนิ ซึ่งก่อตั้งโดยนาย Sun Myung Moon ในปี ค.ศ. 1954*

moon: ~ landing *n.* การลงบนดวงจันทร์ *(ของยานอวกาศ)*; **~less** *adj.* ไม่มีดวงจันทร์, เดือนมืด, เดือนดับ; **~light** ❶ *n.* แสงจันทร์ ❷ *attrib. adj. (คืน)* สว่างด้วยแสงจันทร์; **do a ~light [flit]** *(Brit. coll.)* ลอบหนีไปในเวลากลางคืนเพื่อหนีหนี้ ❸ *v.i. (coll.)* ทำงานพิเศษในเวลากลางคืน; *(hold two jobs at once)* ทำงานสองอย่างควบกัน; **~lit** *adj.* มีแสงจันทร์สว่าง; **~shine** *n.* Ⓐ *(visionary ideas)* ความคิดเพ้อฝัน; Ⓑ *(liquor)* เหล้าเถื่อน; **~shine whisky** วิสกี้เถื่อน; **~shot** *n. (Astronaut.)* การเดินทางไปดวงจันทร์; **~stone** *n. (Min.)* จันทรกานต์ *(แร่ประกอบหินที่มีค่าสูงชนิดหนึ่ง ปกติมีสีขาวปนฟ้าหรือสีเหลืองขุ่นมัวคล้ายมุก)*

Moor /mʊə(r)/มัว(ร), มอ(ร)/ *n.* แขกมัวร์ *(มีเชื้อสายผสมอาหรับกับเบอร์เบอร์ นับถือศาสนาอิสลาม อาศัยในภาคตะวันตกเฉียงเหนือของทวีปแอฟริกา)*

¹moor *n.* Ⓐ *(Geog.)* ทุ่งที่ปกคลุมด้วยต้นไม้เตี้ย ๆ; Ⓑ *(for shooting)* ทุ่งดังกล่าวที่ปล่อยโล่งสำหรับยิงนก

²moor ❶ *v.t.* ผูก *(เรือ)* ไว้ ❷ *v.i.* ผูก

ˈmoorhen *n. (Ornith.)* นกเป็ดน้ำ *Gallinula chlorupus* ขายาว ปากสั้นสีแดงอมส้ม, นกอีโก้ง

mooring /ˈmɔːrɪŋ, US ˈmʊərɪŋ/ˈมอริง, ˈมัวริง/ *n.* Ⓐ *usu. in pl. (means of attachment)* เสาผูกเรือ; Ⓑ *usu. in pl. (place)* ที่จอดเรือ, อู่ถาวร; **set sail from one's ~:** แล่นเรือออกจากท่า; Ⓒ *(action of making fast)* การผูกเรือ

mooring: ~ line *n.* สายผูกเรือ; **~-mast** ➡ **ˈmast; ~ post** *n.* เสาผูกเรือ; **~ rope** *n.* เชือกผูกเรือ

Moorish /ˈmʊərɪʃ, ˈmɔːrɪʃ/ˈมัวริช, ˈมอริช/ *adj.* เกี่ยวกับชาวมัวร์

moorland /ˈmɔːlənd, US ˈmʊər-/ˈมอเลินดฺ, ˈมัวร-/ *n. (Geog.)* ทุ่งหญ้า, ทุ่งกว้าง

moose /muːs/มูซ/ *n., pl. same (Zool.)* กวางขนาดใหญ่ มีเขาเป็นแผง พบในทวีปอเมริกาเหนือ

moot /muːt/มูท/ ❶ *adj. (เรื่อง, ข้อความ)* น่าโต้เถียง, ถกเถียงกันได้, ยังไม่ลงตัว ❷ *v.t. (broach, suggest)* เสนอ, ยกขึ้นมาเป็นข้อโต้แย้ง *(แผน, คำถาม, มาตรการ)*

mop /mɒp/มอพ/ ❶ *n.* Ⓐ ไม้ถูพื้น; *(for washing up)* ฟองน้ำล้างชาม; **Mrs Mop[p]** *(Brit.)* ผู้หญิงที่เข้ามาทำความสะอาด; Ⓑ **~ [of hair]** ผมกระเซิง ❷ *v.t.,* **-pp-** Ⓐ *(clean with ~)* ถูพื้น; Ⓑ *(wipe)* เช็ด, ซับ; Ⓒ **~ the floor with sb.** *(fig. coll.)* เล่นงาน *ค.น.* จนล้มคว่ำ

~ ˈup *v.t.* Ⓐ *(wipe up)* เช็ดให้แห้ง, ถูให้สะอาด, ดูดซับ; **here's some bread to ~ up the gravy** ใช้ขนมปังซับน้ำเกรวี่ให้เกลี้ยงจานซิ; Ⓑ *(Brit. coll.) (drink greedily)* ดื่มอึก ๆ รวดเดียวหมด; *(eat greedily)* สวาปาม; Ⓒ *(Mil.)* เข้ายึดและกวาดล้างพื้นที่

ˈmopboard *n. (Amer.)* คิ้วไม้บัวระหว่างผนังกับพื้น

mope /məʊp/โมพ/ *v.i.* เซื่องซึม, ขุ่นมัว; **~ about** *or* **around** เตร็ดเตร่ไปโดยไร้จุดหมาย

moped /ˈməʊped/ˈโมเพ็ด/ *n.* จักรยานติดเครื่องยนต์ขนาดเล็กใช้ถีบก็ได้, สองล้อเครื่อง

ˈmophead *n.* Ⓐ *(at end of mop)* ผ้าที่อยู่ปลายไม้ถูพื้น; Ⓑ *(of hair; person)* หัวกระเซิง, คนผมกระเซิง

Mopp ➡ **mop** 1 A

moppet /ˈmɒpɪt/ˈมอพิท/ *n.* Ⓐ *(endearing: baby, little girl)* ทารก, เด็กผู้หญิงเล็ก ๆ; Ⓑ *(coll.: child)* เด็ก

moquette /mɒˈket, US məʊ-/มอˈเค็ท, โม-/ *n. (Textiles)* ผ้าขนสัตว์เนื้อหนา ใช้ทำพรม หรือบุเครื่องเรือน

MOR *abbr.* **minimum overdue rate** อัตราดอกเบี้ยที่เรียกเก็บจากลูกค้าชั้นดีที่เบิกเงินเกินบัญชี

moraine /məˈreɪn/เมอะˈเรน/ *n. (Geol.)* หินและทรายที่ธารหิมะพามากองถมไว้ที่ตีนเขา

moral /ˈmɒrl, US ˈmɔːrəl/ˈมอร'ล, ˈมอเริล/ ❶ *adj.* Ⓐ *(of right and wrong) (ความรู้สึก, หลักการ, ทัศนะ)* มีจริยธรรม, มีความรู้สึกผิดชอบชั่วดี; Ⓑ *(dealing with regulation of conduct) (กฎเกณฑ์)* ทางจริยธรรม; Ⓒ *(concerned with rules of morality) (หลักการ, ปรัชญา)* ทางศีลธรรมจรรยา; Ⓓ *(virtuous) (ชีวิต)* ที่มีจริยธรรม; *(นิสัย)* ที่มีคุณธรรมความดี; Ⓔ

(founded on ~ law) (หน้าที่, ความรับผิดชอบ) ตามหลักศีลธรรม; **be under a ~ obligation** มีความรับผิดชอบในแง่ศีลธรรม; Ⓕ *(not physical) (อำนาจ)* ว่าด้วยศีลธรรมจริยธรรม
❷ *n.* Ⓐ *(lesson)* บทเรียนสอนใจ; **draw the ~ from sth.** ได้รับบทเรียนสอนใจจาก *ส.น.*; Ⓑ *in pl. (habits)* หลักการ, ศีลธรรมประจำใจ, นิสัย; Ⓒ *(maxim)* กฎ, เกณฑ์, บทเรียน; **point a ~:** ชี้ให้เห็นบทเรียน *หรือ* หลักการ

moral: ~ 'certainty *n.* **it is a ~ certainty [that ...]** เป็นเรื่องที่แน่นอนแท้ ๆ เลย; **~ 'courage** *n.* ความมุ่งมั่นที่จะทำความดี; **~ 'cowardice** *n.* ความอ่อนแอทางใจ, ความไม่กล้ายืนยันความเชื่อถือ

morale /məˈrɑːl, US -ˈræl/เมอะ'ราล, -'แรล/ *n.* สภาพจิตใจ, ขวัญ; **high/low ~:** มีสภาพจิตที่ตกต่ำ

mo'rale-booster *n.* **be a** *or* **work** *or* **act as a ~ for sb.** เป็นการเพิ่มกำลังใจให้ *ค.น.*

moralise ➡ **moralize**

moralist /ˈmɒrəlɪst, US ˈmɔːrəlɪst/'มอเระอะลิซทฺ/ *n.* Ⓐ *(one who practises morality)* ผู้มีศีลธรรม, นักสอนศีลธรรม; Ⓑ *(philosopher)* ปราชญ์ผู้สมบูรณ์ด้วยศีลธรรมจรรยา

moralistic /mɒrəˈlɪstɪk, US mɔːr-/มอเระอะ'ลิซติค, มอร-/ *adj.* กอปรด้วยศีลธรรมจรรยา, มีศีลธรรม

morality /məˈrælɪtɪ/เมอะ'แรลิทิ/ *n.* Ⓐ *(conduct)* ความประพฤติตามหลักศีลธรรม; Ⓑ *(moral science)* วิชาศีลธรรม, ปรัชญาสาขาจริยธรรมศาสตร์; Ⓒ *in pl. (moral principles)* หลักศีลธรรมจรรยา; Ⓓ *(particular system)* ระบบศีลธรรม; Ⓔ *(conformity to moral principles)* จรรยาบรรณ; Ⓕ *(Hist., Lit.)* **~ [play]** ละครสอนศีลธรรม

moralize /ˈmɒrəlaɪz, US ˈmɔːr-/'มอเระอะลายซฺ, 'มอร-/ *v.i.* ฟื้นฟูศีลธรรม, สอนศีลธรรม; **do stop moralizing!** หยุดเทศน์สั่งสอนเสียทีเถอะ

moral 'law *n.* กฎศีลธรรม

morally /ˈmɒrəlɪ, US ˈmɔːr-/'มอเระอะลิ, 'มอร-/ *adv.* Ⓐ *(as regards right and wrong)* อย่างมีความรับผิดชอบ, อย่างรู้จักชั่วดี; Ⓑ *(virtuously)* อย่างมีศีลธรรม; Ⓒ *(virtually)* โดยถูกต้อง, โดยแท้จริง; Ⓓ *(not physically)* ทางด้านจิตใจ

moral: ~ 'majority *n.* *ชนส่วนใหญ่ที่ยึดถือหลักศีลธรรมจรรยาอย่างมั่นคง;* **~ phi'losophy** *n.* ปรัชญาสาขาจริยศาสตร์; **~ 'pressure** *n.* การกดดันให้ทำตามหลักเกณฑ์ทางศีลธรรม; **~ 'sense** *n.* ความสามารถจำแนกความถูกผิด; **~ sup'port** *n.* การสนับสนุนทางใจ; **~ the'ology** *n.* ทฤษฎีศีลธรรม; **~ 'victory** *n.* ชัยชนะในแง่ความถูกต้อง

morass /məˈræs/เมอะ'แรซ/ *n.* Ⓐ *(bog)* หนอง, บึง, ตม; Ⓑ *(fig.: entanglement)* เขาวงกต, การติดพัน, การพัวพัน; **a ~ of confusion** ตกอยู่ในความสับสนวุ่นวาย

moratorium /mɒrəˈtɔːrɪəm/มอเระอะ'ทอเรียม/ *n., pl.* **~s** *or* **moratoria** /mɒrəˈtɔːrɪə/มอเระอะ'ทอเรีย/ Ⓐ การประกาศระงับชั่วคราว; **declare a ~ on sth.** ประกาศระงับเรื่อง *ส.น.* ไว้ชั่วคราว; Ⓑ *(authorized delay)* การเลื่อนกำหนดอย่างเป็นทางการ; *(Commerc.)* การเลื่อนชำระหนี้/การพักชำระหนี้

Moravia /məˈreɪvɪə/เมอะ'เรเวีย/ *pr. n.* แคว้นมอราเวียในสาธารณรัฐเช็ก

morbid /ˈmɔːbɪd/'มอบิด/ *adj.* Ⓐ *(unwholesome, having such feelings) (ความสุข, ความผิด, ความฝัน)* ผิดปกติ, มีความรู้สึกไม่สบายใจ; Ⓑ *(coll.: melancholy)* เศร้าโศก; **make sb. feel ~:** ทำให้ *ค.น.* รู้สึกเศร้าโศก; Ⓒ *(Med.) (ร่างกาย)* ที่แสดงความเป็นโรค

morbidity /mɔːˈbɪdətɪ/มอ'บิดดิทิ/ *n., no pl.* Ⓐ ความเจ็บป่วยทางกายหรือใจ; Ⓑ *(Med.) (diseased state)* ความไม่สบาย, การเป็นโรค; *(rate of sickness)* อัตราการเกิดโรค

morbidly /ˈmɔːbɪdlɪ/'มอบิดลิ/ *adv.* Ⓐ *(Med.)* อย่างเป็นโรค, อย่างเจ็บป่วย; Ⓑ *(coll.: in melancholy way)* ในลักษณะที่เศร้าโศก

mordant /ˈmɔːdnt/'มอด'นท/ *adj. (คำพูด, สุนทรพจน์)* แดกดัน; *(การล้อเลียน)* เย้ยหยัน; *(บุคคล)* เสียดสีรุนแรง

more /mɔː(r)/มอ(ร)/ ❶ *adj.* Ⓐ *(additional)* อีก, มากขึ้น, เพิ่มขึ้น; **would you like any** *or* **some/a few ~?** *(apples, books, etc.)* คุณต้องการอะไรเพิ่มไหม; **would you like any** *or* **some ~ apples?** คุณอยากได้แอปเปิ้ลอีกไหม; **would you like any** *or* **some/a little ~?** *(tea, paper, etc.)* คุณต้องการ *(ชา, กระดาษ, ฯลฯ)* อีกสักหน่อยไหม; **I haven't any ~ [apples/tea]** ฉันไม่มี [แอปเปิ้ล/ชา] เหลืออีกแล้ว; **~ and ~:** เพิ่มขึ้นเรื่อย ๆ, มากขึ้นเรื่อย ๆ; **offer ~ coffee** ถามว่าต้องการกาแฟเพิ่ม; **for a few dollars ~:** ถ้าเพิ่มอีกไม่กี่ดอลลาร์; **[just] one ~ thing before I go** [แค่] อีกเรื่องเดียวก่อนที่ฉันจะไป; **one ~ word and ...:** อีกเพียงคำเดียวแล้ว...; **many ~ things** อีกหลายสิ่งหลายอย่าง; **two/twenty ~ things** อีกสอง/ยี่สิบอย่าง; **some ~ things** อีกบางอย่าง; สิ่งของเพิ่มเติม; Ⓑ *(greater in degree)* มากขึ้น; **~'s the pity** *(coll.)* น่าเสียดายมาก; **the ~ fool 'you** คุณโง่จริง ๆ
❷ *n., no pl., no indef. art.* Ⓐ *(greater amount or number or thing)* มากกว่า; **he is ~ of a poet than a musician** เขาเป็นกวีมากกว่าเป็นนักดนตรี; **~ and ~:** ยิ่งมากขึ้นทุกขณะ; มากขึ้นเรื่อย ๆ; **six or ~:** หกหรือมากกว่านั้น; **I hope to see ~ of you** ฉันหวังว่าจะได้พบคุณอีกบ่อย ๆ; **the ~ the merrier** ➡ **merry** A; Ⓑ *(additional number or amount or thing)* มากขึ้น, เพิ่มขึ้น; **what is ~ ...:** และที่มากกว่านั้น...; **do no ~ than do sth.** ไม่ทำอะไรมากไปกว่าที่ทำอยู่; **~ means worse** ยิ่งมากยิ่งแย่; **water is no ~ than thawed ice** น้ำไม่ได้เป็นอะไรมากไปกว่าน้ำแข็งที่ละลาย; **and ~:** และยิ่งกว่านั้น; **there's plenty ~ where that came from** สิ่งที่มาจากแหล่งนั้นยังมีอีกมาก; **there's no need to do/say [any] ~:** ไม่จำเป็นต้องทำ/พูดมากกว่านี้อีกแล้ว; ➡ + **say** 1 A; Ⓒ **~ than** *(coll.: exceedingly)* ยิ่งกว่า *(อิ่ม, สบาย); (สนุก, ลึก)* มาก; **at least you enjoyed yourself, which is ~ than I did** อย่างน้อยคุณก็สนุกสนานซึ่งตรงกันข้ามกับฉัน; **which is ~ than you** *or* **one can say of X** ซึ่งจะพูดเช่นนั้นเกี่ยวกับเอ็กซ์ไม่ได้; **neither ~ nor less [than ridiculous** *etc.***]** ไม่ [น่าขัน ฯลฯ] มากหรือน้อยกว่า
❸ *adv.* Ⓐ *(สนใจ, ต้องการ, หวัง)* มากกว่า, กว่า; *forming compar.* **a ~ interesting book** หนังสือที่น่าสนใจกว่า; **this book is ~ interesting** หนังสือเล่มนี้น่าสนใจกว่า; **~ often** บ่อยขึ้น; **~ than a little tiresome** ค่อนข้างน่ารำคาญ; **~ than anything [else]** มากกว่าอย่างอื่น ๆ; **~ than sb. can say** มากกว่าที่ *ค.น.* จะพูดได้; Ⓑ *(nearer, rather)* ค่อนข้างจะ...มากกว่า; **~ ... than ...:** น่าจะ...มากกว่า...; **~ dead than alive** ดูเหมือนจะตายมากกว่าเป็น; Ⓒ **you couldn't be ~** *(are extremely)* **mistaken** *or* **wrong** คุณผิดอย่างสิ้นเชิง; **I couldn't be ~** *(am extremely)* **sorry** ฉันเสียใจอย่างสุดซึ้ง; Ⓓ *(again)* อีกครั้ง, อีกหน; **never ~:** ไม่อีกแล้ว; **not any ~:** ไม่อีกต่อไป; **once ~:** อีกครั้ง; **a couple of times ~:** อีกสองครั้ง; Ⓔ **~ and ~...:** ...มากขึ้นทุกที; **become ~ and ~ absurd** ยิ่งตลกไร้เหตุผลหนักขึ้นทุกที; Ⓕ **~ or less** *(fairly)* ไม่มากก็น้อย; *(approximately)* โดยประมาณ; Ⓖ **~ so** ยิ่งกว่านั้น; **Is she equally attractive? – Rather ~ so, if anything** เธอสวยพอ ๆ กันไหม จริง ๆ แล้วน่าจะสวยกว่าด้วยซ้ำ; **the ~ so because ...:** ยิ่งเป็นเช่นนั้นเพราะ...; Ⓗ **not any ~ [than]** ไม่มากไป [กว่า]; ➡ + **'like** 1 A; **little** 3 B; **'no** 2 A; **the** 2; **what** 6 A

moreish /ˈmɔːrɪʃ/'มอริช/ *adj. (coll.)* อร่อยมาก, น่ากิน; **this cake is rather ~:** เค้กก้อนนี้อร่อยมาก

morel /məˈrel/เมอะ'เร็ล/ *n. (Bot.: edible fungus)* เห็ดกินได้ *Morchella esculenta*

morello /məˈreləʊ/เมอะ'เร็ลโล/ *n., pl.* **~s** *(Bot.)* ลูกเชอร์รี่มอเรลโล *(ท.ศ.)*

moreover /mɔːˈrəʊvə(r)/มอ'โรเวอะ(ร)/ *adv.* นอกจากนั้น, ยิ่งกว่านั้น

mores /ˈmɔːreɪz, -riːz/'มอเรซ, -รีซ/ *n. pl.* จารีต; **sexual ~:** จารีตเกี่ยวกับเรื่องเพศสัมพันธ์

morganatic /mɔːgəˈnætɪk/มอเกอะ'แนทิค/ *adj. (การแต่งงาน)* ระหว่างคนต่างฐานันดร; **~ marriage** การแต่งงานระหว่างคนต่างฐานันดร

morgue /mɔːg/มอก/ *n.* Ⓐ ➡ **mortuary**; Ⓑ *(Journ.)* ห้องหรือแฟ้มเก็บเอกสาร *(โดยเฉพาะที่จะเขียนข่าวมรณกรรม)*

moribund /ˈmɒrɪbʌnd/'มอริเบินดฺ/ *adj. (lit. or fig.) (บุคคล)* ใกล้ตาย; *(Med.)* ร่อแร่ขั้นตรีทูต *(ร.บ.); (สัตว์)* ใกล้จะสูญพันธุ์; *(วิถีชีวิต)* ใกล้จะหายไป; *(ภาษา)* ที่เลิกใช้

Mormon /ˈmɔːmən/'มอเมิน/ ❶ *n.* มอร์มอน *(ท.ศ.)* ผู้นับถือคริสต์ศาสนานิกาย *Church of Jesus Christ of Latter-Day Saints ซึ่งโจเซฟ มอร์มอนสถาปนาขึ้นในปี ค.ศ. 1830;* **Book of ~:** คัมภีร์ของนิกายดังกล่าว ❷ *adj.* เกี่ยวกับนิกาย มอร์มอน

morn /mɔːn/มอน/ *n.* Ⓐ *(poet.: morning)* ยามเช้า, ตอนเช้า; **from ~ to** *or* **till night** ตั้งแต่ เช้าจรดค่ำ; Ⓑ *(poet.: dawn)* ยามอรุณรุ่ง

mornay /ˈmɔːneɪ/'มอเน/ *n. (Gastr.)* ซอสขาวมีรสเนยแข็ง

morning /ˈmɔːnɪŋ/'มอนิง/ *n.* Ⓐ ➤ **177,** ➤ **233** เวลาเช้า; *(as opposed to afternoon)* ช่วงเช้า; **this ~:** เช้านี้; **during the ~:** ระหว่างช่วงเช้า; **[early] in the ~:** ในตอนเช้า [ตรู่]; *(regularly)* ทุก ๆ เช้า [ตรู่]; **at one** *etc.* **in the ~** = **at one a.m.** *etc.* ➡ **a.m.** 1; **begin next morning:** เริ่มพรุ่งนี้เช้า; **on Wednesday ~s/~:** ในตอนเช้าทุกวันพุธ/ทุกเช้าวันพุธ; **one ~:** เช้าวันหนึ่ง; **the other ~:** เช้าวันก่อน; **~, noon, and night** เช้า เที่ยงวัน และกลางคืน *หรือ* ทั้งวันทั้งคืน; **~ came** เช้าแล้ว; **~s, of a ~:** เช้า ๆ; ➡ + **good** 1 M; Ⓑ **in the ~** *(coll.: next ~)* พรุ่งนี้เช้า, เช้าวันรุ่งขึ้น; **see you in the ~!** เจอกันพรุ่งนี้เช้า; Ⓒ *(spent in a particular way)* **a ~ of shopping** ช่วงเช้าที่ใช้ซื้อของ; **have a busy ~:** ช่วงเช้าที่ยุ่ง; Ⓓ ➤ **403** *(coll. greeting)* **~, all!** อรุณสวัสดิ์ทุกคน; Ⓔ *(fig.)* ช่วงเริ่มต้น, วัยเด็ก; Ⓕ *attrib. (การเดินเล่น, การว่ายน้ำ)* ช่วงเช้า

morning: ~ 'after *n. (coll.: hangover)* **~-'after [feeling]** อาการปวดศีรษะ *(จากการกินเหล้าคืน*

ก่อน); ~-'**after pill** *n.* ยาคุมกำเนิดซึ่งสามารถทานได้ 12 ชั่วโมงหลังจากการร่วมประเวณี; ~ **coat** *n.* เสื้อมีหางใส่ในงานแต่งงาน *หรือ* ราชพิธี; ~ **dress** *n.* ชุดเสื้อนอกหางยาวกับกางเกงลายทางสำหรับผู้ชาย; ~ '**glory** *n. (Bot.)* ไม้เถาในสกุล *Ipomea*; ~ '**paper** *n.* หนังสือพิมพ์ฉบับเช้า; ~ '**prayer** *n.* การสวดมนต์ตอนเช้า; ~ '**service** *n. (Eccl.)* ศาสนพิธีตอนเช้า; ~ '**sickness** *n.* อาการแพ้ท้อง; ~ '**star** *n.* ดาวที่ส่องสว่างทางทิศตะวันออกก่อนดวงอาทิตย์ขึ้น *(โดยเฉพาะดาวศุกร์)* ดาวประกายพฤกษ์

Moroccan /mə'rɒkən/เมอะ'รอเคิน/ ❶ *adj.* แห่งประเทศโมร็อกโก; **sb. is ~:** *ค.น.* เป็นชาวโมร็อกโก ❷ *n.* ชาวโมร็อกโก

morocco *n., pl.* ~**s** หนังแพะเนื้อละเอียดจากโมร็อกโก *(ใช้ทำปกหนังสือและรองเท้า)*

Morocco /mə'rɒkəʊ/เมอะ'รอโค/ *pr. n.* ประเทศโมร็อกโก

moron /'mɔ:rɒn/'มอรอน/ *n.* Ⓐ *(coll.)* คนโง่; Ⓑ *(mental defective)* คนปัญญาอ่อนที่มีอายุสมองเท่ากับเด็กวัย 8–12 ขวบ

moronic /mə'rɒnɪk/เมอะ'รอนิค/ *adj.* โง่, ปัญญาอ่อน

morose /mə'rəʊs/เมอะ'โรซ/ *adj.*, **morosely** /mə'rəʊslɪ/เมอะ'โรซลิ/ *adv.* [อย่าง] ตึงตัง, [อย่าง] อารมณ์เสีย

morpheme /'mɔ:fi:m/'มอฟีม/ *n. (Ling.)* หน่วยคำ

morphia /'mɔ:fɪə/'มอเฟีย/, **morphine** /'mɔ:fi:n/'มอฟีน/ *ns.* มอร์ฟีน *(ท.ศ.)*; **be a ~ addict** ติดมอร์ฟีน

morphing /'mɔ:fɪŋ/'มอฟิง/ *n., no pl. (Cinemat., Computing)* การเปลี่ยนจากภาพหนึ่งไปเป็นอีกภาพหนึ่ง โดยใช้เทคนิคคอมพิวเตอร์

morphological /mɔ:fə'lɒdʒɪkl/มอเฟอะ'ลอจิค'ล/ *adj.* Ⓐ *(Biol.)* ที่ว่าด้วยรูปร่างของสิ่งมีชีวิต; Ⓑ *(Ling.)* ที่ว่าด้วยโครงสร้างของคำในภาษา

morphology /mɔ:'fɒlədʒɪ/มอ'ฟอเลอะจิ/ *n.* Ⓐ *(Biol.)* วิชาที่ว่าด้วยโครงสร้างและรูปร่างของสิ่งมีชีวิต; *(Med.)* กายสัณฐานวิทยา *(ร.บ.)*; Ⓑ *(Ling.)* วิชาที่ว่าด้วยโครงสร้างของคำต่าง ๆ ในภาษา

morris /'mɒrɪs/'มอริซ/: ~ **dance** *n.* การเต้นรำแบบโบราณของประเทศอังกฤษ ซึ่งผู้เต้นจะแต่งชุดพิเศษ ที่ห้อยระฆังเล็ก ๆ; ~ **dancer** *n.* นักเต้นรำประเภทดังกล่าว; ~ **dancing** *n.* การเต้นรำประเภทดังกล่าว

morrow /'mɒrəʊ, US 'mɔ:r-/'มอโร, 'มอร-/ *n. (literary)* **the ~** *(the next day)* วันรุ่งขึ้น, วันถัดไป; **on the ~:** ในวันรุ่งขึ้น, ในวันถัดไป; ➡ + **good** 1 M

Morse /mɔ:s/มอซ/ *n.* รหัสมอร์ส *(ท.ศ.) (รหัสที่ใช้สัญญาณเสียงหรือสัญญาณแสงสั้นยาวแทนตัวอักษร)*; **can you use ~?** คุณใช้รหัสมอร์สเป็นไหม

Morse 'code *n.* รหัสมอร์ส

morsel /'mɔ:sl/'มอซ'ล/ *n.* Ⓐ *(of food)* อาหารคำหนึ่ง; Ⓑ *(fragment)* ชิ้นส่วนเล็ก ๆ

mortal /'mɔ:tl/'มอท'ล/ ❶ *adj.* Ⓐ *(that must die)* ที่ต้องตาย; Ⓑ *(fatal, fought to the death, intense)* ถึงตาย, รุนแรงถึงตาย; ~ **combat** การต่อสู้จนฝ่ายหนึ่งตาย; **give ~ offence to sb.** ทำให้ *ค.น.* ขุ่นเคืองจนมองหน้ากันไม่ติด; ~ **sin** บาปมหันต์; Ⓒ *(implacable)* เอาเป็นเอาตาย, เอาถึงตาย; ~ **enemy** ศัตรูที่คิดเอาถึงตาย; คู่อาฆาต; Ⓓ *(coll.: whatsoever)* **every ~ thing** ทุกสิ่งทุกอย่าง, ไม่เลือกหน้า, อะไรก็ได้; Ⓔ *(accompanying death)* ที่มาพร้อมกับความตาย; Ⓕ *(human, earthly)* เกี่ยวข้องกับมนุษย์, เกี่ยวกับโลกมนุษย์ ❷ *n.* มนุษย์, ปุถุชน; **be a mere ~:** เป็นเพียงแค่มนุษย์ปุถุชนเท่านั้น

mortality /mɔ:'tælɪtɪ/มอ'แทลิทิ/ *n.* Ⓐ สภาวะหรือสถานะของสิ่งที่ต้องตาย; Ⓑ *(loss of life)* การสูญเสียชีวิต; Ⓒ *(number of deaths)* จำนวนผู้เสียชีวิต; Ⓓ ~ **[rate]** อัตราการเสียชีวิต

mortally /'mɔ:təlɪ/'มอเทอะลิ/ *adv.* Ⓐ ~ **wounded** ได้รับบาดเจ็บถึงตาย; Ⓑ *(intensely)* ~ **offended** รู้สึกขุ่นเคืองอย่างหนัก

mortar /'mɔ:tə(r)/'มอเทอะ(ร)/ *n.* Ⓐ *(substance)* ปูนชนิดหนึ่ง ใช้ในการก่อสร้าง; Ⓑ *(vessel)* ครก; Ⓒ *(cannon)* ปืนครก

'**mortarboard** *n. (Univ.)* หมวกที่ด้านบนเป็นแผ่นสี่เหลี่ยม ซึ่งนักศึกษาและอาจารย์สวมในงานรับปริญญาบัตร

mortgage /'mɔ:gɪdʒ/'มอกิจ/ ❶ *n.* Ⓐ การจำนอง; Ⓑ *(deed)* โฉนดที่นำไปจำนอง; Ⓒ *attrib.* เกี่ยวกับการจำนอง; ~ **repayment** การชำระไถ่ถอนการจำนอง ❷ *v.t.* Ⓐ จำนอง; Ⓑ *(pledge)* วางเป็นประกัน

mortgagee /mɔ:gɪ'dʒi:/มอกิ'จี/ *n.* ผู้รับจำนอง

mortgager /'mɔ:gɪdʒə(r)/'มอกิเจอะ(ร)/, **mortgagor** /mɔ:gɪ'dʒɔ:(r)/มอกิ'เจอะ(ร)/ *n.* ผู้จำนอง

mortgage: ~ **rate** *n.* อัตราเงินกู้สำหรับซื้อบ้านหรืออสังหาริมทรัพย์

mortice ➡ **mortise**

mortician /mɔ:'tɪʃn/มอ'ทิช'น/ *n.* ➤ 489 *(Amer.)* สัปเหร่อ; *(firm)* บริษัทรับจัดการงานศพ

mortification /mɔ:tɪfɪ'keɪʃn/มอทิฟิ'เคช'น/ *n. (humiliation)* การลบหลู่, การเสียหน้า, ความอับอาย; **feel great ~ at sth.** รู้สึกอับอายอย่างมากใน *ส.น.*

mortify /'mɔ:tɪfaɪ/'มอทิฟาย/ *v.t.* Ⓐ *(humiliate)* ลบหลู่, ทำให้ละอาย, ทำให้ขายหน้า; **he felt mortified** เขารู้สึกละอาย; Ⓑ *(subdue desires of)* ~ **the flesh/oneself** ระงับความต้องการของร่างกาย/ของตนเอง

mortise /'mɔ:tɪs/'มอทิซ/ *n.* Ⓐ *(Woodw.)* ช่องรับเดือย; ~ **and tenon [joint]** เดือย; Ⓑ ~ **lock** กุญแจที่ปิดโดยเข้าเดือย

mortuary /'mɔ:tʃʊərɪ/'มอฉัวริ/ *n.* ที่เก็บศพก่อนนำไปฝัง, ห้องเก็บศพ

mosaic /məʊ'zeɪɪk/โม'เซอิค/ *n. (lit. or fig.)* รูปภาพที่ประกอบจากการเรียงหินหรือกระจกสี, งานโมเสค *(ท.ศ.)*; *attrib.* เป็นงานโมเสค

Moscow /'mɒskəʊ/'มอซโก/ ❶ *pr. n.* กรุงมอสโก ❷ *attrib. adj.* แห่งกรุงมอสโก

moselle *n. (wine)* เหล้าองุ่นขาว *(จากหุบเขาของแม่น้ำโมเซลในประเทศเยอรมนี)*

Moses /'məʊzɪz/'โมซิซ/ *pr. n. (Bibl.)* โมเสส *ผู้นำชาวอิสราเอลซึ่งข้ามทะเลแดงตามคัมภีร์ฮีบรู*

Moslem /'mɒzləm/'มอซเลิม/ ➡ **Muslim**

mosque /mɒsk/มอซค/ *n.* มัสยิด, สุเหร่า

mosquito /mɒs'ki:təʊ/มอซ'คีโท/ *n., pl.* ~**es** ยุง; ~ **bite** แผลยุงกัด

mos'quito net *n.* มุ้ง, มุ้งลวด

moss /mɒs/มอซ/ *n.* Ⓐ ตะไคร่น้ำและหญ้าอ่อน, มอส *(ท.ศ.)*; Ⓑ *(Scot., N., Engl.: bog)* หนอง, บึง, ที่ชื้นแฉะมีตะไคร่หรือหญ้าปกคลุม

moss: ~-**covered** *adj.* ปกคลุมโดยตะไคร่หรือหญ้า; ~-**green** *adj.* ที่เขียวเหมือนตะไคร่

mossy /'mɒsɪ, US 'mɔ:sɪ/'มอซิ, 'มอซิ/ *adj.* มีตะไคร่ปกคลุม, เหมือนตะไคร่

most /məʊst/โมซทฺ/ ❶ *adj. (in greatest number, the majority of)* มากที่สุด, ส่วนใหญ่; *(in greatest amount)* ที่มากที่สุด; **make the ~ mistakes/noise** ทำผิดมากที่สุด/ทำเสียงดังที่สุด; ~ **people** ผู้คนส่วนใหญ่; **he has the ~ need of it** เขาต้องการมันมากที่สุด; **for the ~ part** โดยมาก, โดยส่วนใหญ่แล้ว ❷ *n.* Ⓐ *(greatest amount)* จำนวนมากที่สุด; **offer [the] ~ for sth.** เสนอให้ราคาสูงสุดสำหรับ *ส.น.*; **pay the ~:** จ่ายเงินมากที่สุด; **want sth. the ~:** ต้องการ *ส.น.* มากที่สุด; **the ~ one can say** มากที่สุดที่พูดได้; Ⓑ *(the greater part)* ~ **of the girls** เด็กผู้หญิงส่วนใหญ่; ~ **of his friends** เพื่อนส่วนใหญ่ของเขา; ~ **of the poem** ส่วนใหญ่ที่สุดของบทกวี; ~ **of the time** เวลาส่วนใหญ่; **lead for ~ of the race** นำไปเกือบตลอดการแข่งขัน; **be more enterprising than ~:** กล้าลงทุนมากกว่าคนส่วนใหญ่; ~ **of what he said** สิ่งส่วนใหญ่ที่เขาพูด; Ⓒ **make the ~ of sth., get the ~ out of sth.** ใช้ *ส.น.* ให้มากที่สุด; *(employ to the best advantage)* ใช้ประโยชน์จาก *ส.น.* อย่างเต็มที่; *(represent at its best)* แสดง *ส.น.* ในแง่ดีที่สุด; Ⓓ **at [the] ~:** อย่างมากที่สุด; **at the very ~:** อย่างสุดยอด ❸ *adv.* Ⓐ *(more than anything else)* มากกว่าสิ่งอื่น, อย่างที่สุด, มากที่สุด; ~ **of all** ที่สำคัญที่สุด; Ⓑ *forming superl.* **the ~ interesting book** หนังสือที่น่าสนใจที่สุด; **this book is the ~ interesting** หนังสือเล่มนี้น่าสนใจที่สุด; ~ **probably** น่าจะเป็นไปได้มากที่สุด; ~ **often** บ่อยที่สุด; Ⓒ *(exceedingly)* อย่างยิ่ง, อย่างที่สุด; ~ **decidedly** แน่นอนอย่างที่สุด; ~ **certainly** แน่นอนอย่างยิ่ง; Ⓓ *(Amer. coll.: almost)* เกือบ

mostly /'məʊstlɪ/'โมซทฺลิ/ *adv.* Ⓐ *(most of the time)* โดยมาก, ส่วนใหญ่; Ⓑ *(mainly)* โดยส่วนใหญ่

MOT /eməʊ'ti:/เอ็มโอ'ที/ ➡ **MOT test**

mote /məʊt/โมท/ *n.* **the ~ in sb.'s eye** *(fig. dated)* ความบกพร่องของคนอื่น

motel /məʊ'tel/โม'เท็ล/ *n.* โมเต็ล *(ท.ศ.) (โรงแรมริมถนนที่มีที่จอดรถหน้าห้อง)*

motet /məʊ'tet/โม'เท็ท/ *n. (Mus.)* บทร้องเพลงสวดขนาดสั้น

moth /mɒθ, US mɔ:θ/มอธ/ *n.* ผีเสื้อกลางคืน, ชีปะขาว; *(in clothes)* แมลงกินผ้า; **[the] ~** *(collect.)* แมลงกินผ้า

moth: ~**ball** ❶ *n.* ลูกเหม็น; **in ~balls** *(fig.: stored) (แผน)* เก็บไว้โดยไม่เคยนำมาใช้; *(Mil.)* เก็บตาย *(เรือ, อาวุธ)*; **put sth. in ~balls** เก็บ *ส.น.* ไว้โดยไม่เคยนำมาใช้ ❷ *v.t.* ใส่ลูกเหม็น *(เสื้อผ้า)*; เก็บตาย, เก็บไว้โดยไม่นำมาใช้ *(แผน, โครงการ)*; ~-**eaten** *adj.* ถูกแมลงกินผ้า; *(fig.: antiquated)* เก่าเก็บ *(ความคิด, ระบบ)*; ล้าสมัย

mother /'mʌðə(r)/'มัทเทอะ(ร)/ ❶ *n.* Ⓐ แม่, มารดา; **she is a** *or* **the ~ of six [children]** เธอเป็นแม่ลูกหก; **like ~ used to make** เหมือนที่แม่เคยทำ; **every ~'s son [of you]** หนุ่มทุก ๆ คน [ในกลุ่มพวกคุณ]; ~ **animal** สัตว์ตัวแม่; ~ **hen** แม่ไก่; ➡ + **expectant** B; Ⓑ *(Relig.)* **M~ Superior** แม่อธิการ; Ⓒ *(fig.: source)* ที่มา, แหล่ง, บ่อเกิด; **necessity is the ~ of invention** *(prov.)* ความจำเป็นคือที่มาของการประดิษฐ์ ❷ *v.t.* Ⓐ ให้กำเนิด *(ครอบครัวใหญ่)*; Ⓑ *(over-protect)* โอบอุ้มมากเกินไป

mother: **M~ Church** *n.* Ⓐ /'---/ โบสถ์แม่, โบสถ์ที่ก่อตั้งขึ้นก่อนโบสถ์อื่น ๆ; Ⓑ /--'-/ *(authority)* อำนาจบังคับบัญชา; ~ **country** *n.*

มาตุภูมิ, เมืองแม่, บ้านเกิด; **~craft** *n., no pl.* ความชำนาญในการเลี้ยงเด็ก; **~ 'earth** *n.* โลก, พระแม่ธรณี; **~ fixation** *n. (Psych.)* โรคติดแม่ในเด็กชาย; **M~ 'Goose rhyme** *n. (Amer.)* เพลงกล่อมเด็ก

motherhood /'mʌðəhu:d/'มัทเทอะฮูด/ *n., no pl.* ความเป็นแม่

Mothering Sunday /'mʌðərɪŋ sʌndɪ/'มัทเทอะริง ซันดิ/ *(Brit. Eccl.)* ➡ **Mother's Day**

mother: ~-in-law *n., pl.* **~s-in-law** แม่ยาย, แม่ผัว; **~-in-law's 'tongue** *n. (Bot.)* พืช *Sansevieria trifasciata* มีใบแข็งยาวตรง; **~land** *n.* มาตุภูมิ

motherless /'mʌðəlɪs/'มัทเทอะลิซ/ *adj.* ไม่มีแม่, ขาดแม่; **the child was left ~:** เด็กถูกทิ้งไว้ไม่มีแม่ดูแล

motherly /'mʌðəlɪ/'มัทเทอะลิ/ *adj.* เหมือนแม่ที่รักลูก, ฉันแม่; **~ love** ความรักของแม่ต่อลูก

mother: M~ of 'God *n.* พระแม่มารี; **~-of-'pearl** *n.* หอยมุก; **~'s boy** *or* **darling** *n. (coll. derog.)* ลูกแหง่; **M~'s Day** *n.* วันแม่; **~'s 'meeting** *n. (Brit.)* การตั้งวงนินทา; *(fig.)* การประชุมที่ไม่มีระเบียบ; **~ 'tongue** *n.* ภาษาแม่; **~ wit** *n.* เชาวน์, ไหวพริบ, สามัญสำนึก

moth: ~ hole *n.* รูผ้าที่ถูกแมลงกิน; **~proof** ❶ *adj.* ที่กันแมลงกินผ้า ❷ *v.t.* ป้องกันไม่ให้โดนแมลงกินผ้า

motif /məʊ'ti:f/โม'ทีฟ/ *n.* Ⓐ ลักษณะเด่น หรือความคิดหลักในงานศิลปะ; Ⓑ *(on goods)* เครื่องหมายสินค้า, ป้ายยี่ห้อ; **the BMW ~:** เครื่องหมายรถ BMW; Ⓒ *(Mus.)* ลักษณะเด่นหรือทำนองหลัก; Ⓓ *(on clothing)* ลายผ้า, ลายลูกไม้

motion /'məʊʃn/'โมช'น/ *n.* ❶ *n.* Ⓐ *(movement)* การเคลื่อนไหว, การเปลี่ยนตำแหน่ง; **be in ~:** กำลังเคลื่อนที่; *(รถ)* กำลังวิ่งอยู่; *(เครื่อง)* เดินอยู่; **set** *or* **put sth. in ~** *(lit.)* ทำให้ *ส.น.* เคลื่อนที่; *(fig.)* เริ่มดำเนินการ *ส.น.*; ➡ **+ perpetual motion; slow motion;** Ⓑ *(gesture)* การโบกมือ, ใช้มือส่งสัญญาณ; **make a ~ to sb. to do sth.** ส่งสัญญาณให้ *ค.น.* ทำ *ส.น.*; **a ~ of the hand** สัญญาณมือ; Ⓒ *(formal proposal; also Law)* ญัตติ, ข้อเสนอ; **put forward** *or* **propose a ~:** ยื่นญัตติ; Ⓓ *(of bowels)* การถ่ายท้อง; **have** *or* **make a ~:** ถ่าย; Ⓔ *in sing. or pl. (faeces)* อุจจาระ; Ⓕ *(manner of moving)* ลักษณะการเคลื่อนไหว, ลีลา; Ⓖ *(change of posture)* การเปลี่ยนท่าทางหรือท่าที; **make a ~ to leave** ทำท่าว่าจะไป; Ⓗ **go through the ~s of doing sth.** *(coll.) (simulate)* ทำเป็นว่าจะทำ *ส.น.*; *(do superficially)* ทำ *ส.น.* อย่างลวก ๆ ❷ *v.t.* **~ sb. to do sth.** ส่งสัญญาณให้ *ค.น.* ทำ *ส.น.*; **~ sb. to[wards] away from sth.** กวักมือให้ *ค.น.* เข้าใกล้/โบกมือให้ *ค.น.* ออกห่างจาก *ส.น.*; **~ sb. aside/to a seat** ส่งสัญญาณให้ *ค.น.* หลบออกไปข้าง ๆ/ให้นั่งลง ❸ *v.i.* ให้สัญญาณแนะ; **~ to sb. to come in** กวักมือแสดงให้ *ค.น.* เข้ามา; **~ to** *or* **for sb. to do sth.** ให้สัญญาณแสดงให้ *ค.น.* ทำ *ส.น.*

motionless /'məʊʃnlɪs/'โมช'นลิซ/ *adj.* ปราศจากการเคลื่อนไหว; *(ทะเล)* นิ่งสนิท; **be/stay** *or* **remain ~:** อยู่นิ่ง, ไม่ขยับเขยื้อน, ไม่เคลื่อนไหว

'motion picture *n. (esp. Amer.)* ภาพยนตร์, หนัง *(ภ.พ.)*; *attrib.* ภาพยนตร์ *(ขาวดำ)*

motivate /'məʊtɪveɪt/'โมทิเวท/ *v.t.* Ⓐ *(be motive of, stimulate)* กระตุ้น, เป็นแรงกระตุ้น; Ⓑ *(cause to act)* **~ sb. to do sth.** เป็นเหตุให้ *ค.น.* ทำ *ส.น.*

motivation /məʊtɪ'veɪʃn/โมทิ'เวช'น/ *n.* Ⓐ *(process)* การกระตุ้น; **give/receive ~:** ให้/ได้รับการกระตุ้น; Ⓑ *(incentive)* แรงกระตุ้น **(for** ที่); เหตุจูงใจ; Ⓒ *(condition)* แรงบันดาลใจ; **have good/poor** *or* **little ~:** มีแรงบันดาลที่ดี/น้อย

motive /'məʊtɪv/'โมทิว/ ❶ *n.* Ⓐ แรงผลักดัน, เหตุจูงใจ; **the ~ for the crime** แรงผลักดันในการก่ออาชญากรรม; **do sth. from ~s of kindness** ทำ *ส.น.* จากความเมตตากรุณา; Ⓑ ➡ **motif** A, C ❷ *adj. (moving to action)* ที่กระตุ้น, เร้า; *(productive of motion)* ที่ผลักดัน

motiveless /'məʊtɪvlɪs/'โมทิวลิซ/ *adj.* ปราศจากเหตุจูงใจ

'motive power *n.* แรงผลักดัน, แรงขับเคลื่อน

mot juste /məʊ 'ʒu:st/โม 'ฌูซท/ *n., pl.* **mots justes** /məʊ 'ʒu:st/โม 'ฌูซท/ คำกล่าวที่เหมาะสมที่สุด

motley /'mɒtlɪ/'มอทลิ/ ❶ *adj.* Ⓐ หลากหลาย; *(multicoloured)* หลากสี, ลายพร้อย; Ⓑ *(varied)* แตกต่าง, หลากหลาย; ➡ **+ crew** 1 B ❷ *n. (Hist.: jester's dress)* ชุดของตัวตลก

motocross /'məʊtəʊkrɒs/'โมโทครอซ/ *n., no pl., no art.* การแข่งขันจักรยานยนต์วิบาก

motor /'məʊtə(r)/'โมเทอะ(ร)/ ❶ *n.* Ⓐ *(machine)* เครื่องยนต์; Ⓑ *(Brit.: ~ car)* รถยนต์ ❷ *adj.* Ⓐ *(driven by engine or ~)* ที่ขับเคลื่อนโดยเครื่องจักรหรือเครื่องยนต์; Ⓑ *(of ~ vehicles) (ช่าง, คนขาย, เครื่อง)* พาหนะยานยนต์ ❸ *v.t. (Brit.)* เดินทางโดยรถยนต์ ❹ *v.i. (Brit.)* เดินทางโดยรถยนต์

Motorail /'məʊtəreɪl/'โมเทอะเรียล/ *n. (Brit.)* รถไฟบรรทุกทั้งคนและรถยนต์

motor : ~bike *(coll.)* ➡ **motorcycle; ~ boat** *n.* เรือยนต์

motorcade /'məʊtəkeɪd/'โมเทอะเคด/ *n.* ขบวนพาหนะยานยนต์

motor: ~ car *n. (Brit.)* รถยนต์; **~ caravan** *n. (Brit.)* รถตู้ใหญ่ที่ลากหลังรถและใช้เป็นที่อยู่อาศัยได้; **~ cycle** *n.* รถจักรยานยนต์; **~cycle combination** *(Brit.)* รถจักรยานยนต์พร้อมรถเทียมคู่; **~cyclist** *n.* ผู้ขับขี่รถจักรยานยนต์; **~ home** *n.* รถขนาดใหญ่ที่ใช้เป็นบ้าน; **~ industry** *n.* อุตสาหกรรมยานยนต์

motoring /'məʊtərɪŋ/'โมเทอะริง/ *n. (Brit.)* การเดินทางโดยยานยนต์; **~ correspondent** นักข่าวที่เขียนเรื่องรถยนต์; **school of ~:** โรงเรียนสอนขับรถ; **~ offence** การกระทำผิดกฎจราจร; **~ organisation** องค์การเกี่ยวกับยานยนต์

motorise ➡ **motorize**

motorist /'məʊtərɪst/'โมเทอะริซท/ *n.* ผู้ขับขี่พาหนะยานยนต์

motorize /'məʊtəraɪz/'โมเทอะรายซ/ *v.t.* ติดตั้งเครื่องยนต์

motor: ~man *n.* พนักงานขับรถไฟใต้ดิน รถราง ฯลฯ; **~ nerve** *n. (Anat.) เส้นประสาทที่ส่งแรงกระตุ้นจากสมองหรือไขสันหลังไปยังกล้ามเนื้อ;* **~ racing** *n.* การแข่งรถ; **~ scooter** ➡ **scooter** B; **~ show** *n.* งานแสดงรถยนต์; **~ trade** *n.* การค้ารถยนต์; **~ vehicle** *n.* พาหนะ, ยานยนต์; **~way** *n. (Brit.)* ทางด่วน

motte /mɒt/มอท/ *n.* เนินดินที่ตั้งปราสาทหรือค่าย

MO'T test *n. (Brit. coll.)* การตรวจสอบสภาพ*รถยนต์ประจำปี สำหรับรถที่มีอายุใช้งานเกินกำหนด*

mottle /mɒtl/มอท'ล/ *v.t.* แต้มสีเป็นลายจุด

mottled /'mɒtld/'มอท'ลด/ *adj.* เป็นดวง, เป็นทาง, เป็นลายพร้อย, ด่าง

motto /'mɒtəʊ/'มอโท/ *n., pl.* **~es** Ⓐ ภาษิต, คำขวัญ; **my ~ is 'live and let live'** ภาษิตประจำตัวของฉันคือ 'จงใช้ชีวิตให้คุ้มค่า'; *(in cracker)* บทกลอนสั้น ๆ; Ⓒ *(Mus.)* วลีที่เกิดขึ้นซ้ำ ๆ

moufflon /'mu:flɒn/'มูฟเลิน/ *n. (Zool.)* แกะภูเขา *(อยู่ทางยุโรปตอนใต้)*

[1]mould /məʊld/'โมลด/ *n.* Ⓐ *(earth)* ดินร่วน, ดิน; Ⓑ *(upper soil)* ดินชั้นบน

[2]mould ❶ *n.* Ⓐ *(hollow)* แม่พิมพ์กลวง, ต้นแบบ; **break the ~ of sth.** *(fig.)* ทำตัวไม่เหมือน *ส.น.*, นอกคอก; Ⓑ *(Cookery: hollow utensil)* แบบพิมพ์; Ⓒ *(fig.)* นิสัย, คุณลักษณะ; **be cast in heroic/pedantic** *etc.* **~:** ถูกหล่อหลอมให้มีคุณลักษณะดังวีรบุรุษ/อวดรู้ ฯลฯ ❷ *v.t.* หล่อหลอม, ปั้น, สร้าง; **~ sth. into a certain shape** หล่อหลอมให้ *ส.น.* อยู่ในรูปแบบใดแบบหนึ่ง; **~ sb. into a fine character/person** หล่อหลอม *ค.น.* ให้มีบุคลิกดี/ให้เป็นคนดี

[3]mould *n. (Bot.)* รา; *(in Roquefort, Stilton, etc. cheese)* ราในเนยแข็ง; **grow [a]/get ~:** เพาะรา/ขึ้นรา

mould-breaker *n.* ผู้ที่ไม่ปฏิบัติตามแบบแผน

moulder /'məʊldə(r)/'โมลเดอะ(ร)/ *v.i.* **~ [away]** *(lit. or fig.)* ผุพัง, กร่อน, เปื่อยเป็นผง

moulding /'məʊldɪŋ/'โมลดิง/ *n.* Ⓐ *(process of forming, lit. or fig.)* การหล่อ, การปั้น, การสร้าง; Ⓑ *(object)* แบบ, แม่แบบ; *(Archit.)* คิ้ว, ไม้บัว; Ⓒ *(wooden strip)* แผ่นไม้ใช้ทำโครงของสิ่งก่อสร้าง

mouldy /'məʊldɪ/'โมลดิ/ *adj. (overgrown with mould) (อาหาร, หนังสือ)* ขึ้นรา, เก่าแก่, เหม็นหืน; **a ~ smell** กลิ่นเหม็นหืน; **become** *or* **grow** *or* **get** *or* **go ~:** ขึ้นรา

moult /məʊlt/โมลท/ ❶ *v.t.* Ⓐ *(Ornith.)* ผลัดขน; Ⓑ *(Zool.)* ลอก *(คราบ)*; ผลัด *(เขา, ขน)* ❷ *v.i. (นก)* ผลัดขน; *(งู)* ลอกคราบ; *(สุนัข, แมว)* ผลัดขน; *(กวาง)* ผลัดเขา; *(ปู)* ลอกเปลือก ❸ *n. (of bird)* การผลัดขน; *(of snake, crab, etc.)* การลอกคราบ

mound /maʊnd/มาวนด/ *n.* Ⓐ *(of earth)* เนินดิน, กองดิน; *(of stones)* กองหิน; **defensive ~:** คันสนามเพลาะ, เนินตั้งรับ; **burial** *or* **sepulchral** *or* **grave ~:** เนินสุสาน, เนินหลุมฝังศพ; Ⓑ *(hillock)* โคก, เนินเตี้ย; Ⓒ *(heap)* กอง; Ⓓ *(Baseball)* เนินสำหรับคนขว้างลูก

mount /maʊnt/มาวนท/ ❶ *n.* Ⓐ *(mountain, hill)* ภูเขา, เนินเขา, ภู; **M~ Vesuvius/Everest** ภูเขาวิสุเวียส/เอเวอเรสต์; ➡ **+ sermon** A; Ⓑ *(animal)* สัตว์ที่ใช้ขี่; *(horse)* ม้า; Ⓒ *(of picture, photograph)* แผ่นรองสำหรับติดภาพ; Ⓓ *(for gem)* เรือน; Ⓔ *(Philat.)* แผ่นรองติดดวงตราไปรษณียากร

❷ *v.t.* Ⓐ *(ascend)* ขึ้น *(บันได, ครองราชย์, รถไฟ)*; ต่าย *(บันไดพาด)*; Ⓑ *(get on)* ขึ้น *(ม้า, รถเมล์)*; **~ the pavement** *(รถ)* ขับขึ้นบนทางเท้า; Ⓒ *(place on support)* ตั้ง, วาง; Ⓓ *(prepare)* เตรียมเก็บ *(ตัวอย่างวิจัย)*, เตรียมพร้อม; *(fasten)* ติดเข้าไป *(แสตมป์ในสมุด)*; *(for microscope)* ติดตัวอย่างบนแผ่นสไลด์; *(raise into position)* ตั้งประจำตำแหน่ง *(ปืนใหญ่)*; Ⓔ *(Art)* เตรียมใส่กรอบ; ทำเรือน *(อัญมณี)*; Ⓕ *(put on stage)* เตรียมจัด *(ละคร, การแสดง)*; Ⓖ *(carry out)* ดำเนินการ *(โจมตี)*; ➡ **+ guard** 1 B, D; Ⓗ *(for copulation) (สัตว์ตัวผู้)* ขึ้นขี่ *(สัตว์ตัวเมีย)*

❸ *v.i.* Ⓐ *(move up, rise in rank)* เลื่อนสูงขึ้น; Ⓑ **~ [up]** *(fig.: increase) (ความไม่สงบ, ความ*

m

กังวล) เพิ่มขึ้น, เข้มข้นขึ้น, สะสมมากขึ้น, ก่อตัว; **it all ~s up** มันก็เพิ่มขึ้นเรื่อย ๆ

mountain /ˈmaʊntɪn/มาวนทิน/ *n.* Ⓐ *(lit. or fig.)* ภูเขา, เขา; **in the ~s** ในเทือกเขา; **~s high** *(fig.)* สูงเทียมภูเขา; **~s of books** *(fig.)* กองหนังสือสูงเป็นภูเขา; **butter/grain** *etc.* **~** *(fig.)* กองเนย/กองข้าว; **move ~s** *(fig.)* ทำสิ่งที่ไม่น่าจะทำได้จนสำเร็จ; ➡ **+ molehill;** Ⓑ *attrib.* *(ชาว)* เขา; **~ lake** ทะเลสาบบนเขา

mountain: ~ 'ash *n. (Bot.)* ต้นไม้ *Sorbus aucuparia* ใบเรียว ผลเป็นพวงสีแดง; **~ bike** *n.* รถจักรยานสำหรับถีบขึ้นเขา; **~ chain** *n. (Geog.)* เทือกเขา

mountaineer /maʊntɪˈnɪə(r)/มาวนทิ'เนีย(ร)/ *n.* ➤ **489** นักปีนเขา

mountaineering /maʊntɪˈnɪərɪŋ/มาวนทิ'เนียริง/ *n.* การปีนเขา; **~ expedition/party** การเดินทางไปปีนเขาสำรวจ/คณะปีนเขา; **~ experience** ประสบการณ์ในการปีนเขา; **~ equipment/club** อุปกรณ์ปีนเขา/ชมรมนักปีนเขา

mountain 'goat *n.* แพะภูเขา, เลียงผา

mountainous /ˈmaʊntɪnəs/'มาวนทิเนิช/ *adj.* Ⓐ *(characterized by mountains)* เต็มไปด้วยภูเขา, เป็นทะเลภูเขา; Ⓑ *(huge) (คลื่น, สิ่งของ)* สูงใหญ่, ทะมึน, มหึมา

mountain: ~ 'railway *n.* ทางรถไฟขึ้นภูเขา; **~ 'range** *n.* เทือกเขา; **~ 'road** *n.* ถนนบนภูเขา; **~ sickness** *n.* อาการแพ้ความสูง; **~side** *n.* ลาดเขา; **~ top** *n.* ยอดเขา

mountebank /ˈmaʊntɪbæŋk/'มาวนทิแบงค/ *n.* Ⓐ *(derog.: quack)* นักต้มตุ๋น; Ⓑ *(derog.: charlatan)* หมอกำมะลอ

mounted /ˈmaʊntɪd/'มาวนทิด/ *adj.* Ⓐ *(on animal)* ขี่ม้า, อยู่บนหลังม้า; Ⓑ *(on support)* มีแผงรองรับ, ที่ติดตั้งอยู่; Ⓒ *(for display)* ที่เตรียมไว้เรียบร้อย

Mountie /ˈmaʊntɪ/'มาวนทิ/ *n. (coll.)* ตำรวจม้าของประเทศแคนาดา

mounting /ˈmaʊntɪŋ/'มาวนทิง/ *n.* Ⓐ *(of performance)* การจัด *(การแสดง); (of programme)* การเตรียมการ *(รายการ);* Ⓑ *(support) (Art: of drawing)* การเข้ากรอบ; *(backing)* แผ่นรอง; *(of engine, axle, etc.)* การติดตั้ง *(เครื่องยนต์, เพลา ฯลฯ)*

Mount of 'Olives *pr. n.* เขาโอลิฟส์ *(ซึ่งปรากฏในคัมภีร์ไบเบิล)*

mourn /mɔːn/มอน/ ❶ *v.i.* Ⓐ *(feel sorrow or regret)* เศร้าโศก, คร่ำครวญ, เสียใจ; **~ for** *or* **over** คร่ำครวญเนื่องจาก *(การตายของ ค.น.);* เสียดาย *(สิ่งที่หาย, สัตว์เลี้ยง, อดีต);* Ⓑ *(observe conventions of ~ing)* ไว้ทุกข์ ❷ *v.t.* อาลัย, แสดงความเสียใจ

mourner /ˈmɔːnə(r)/'มอเนอะ(ร)/ *n.* Ⓐ *(one who mourns)* ผู้เศร้าโศก, คนไว้ทุกข์; Ⓑ *(person hired to attend funeral)* คนที่จ้างมาเข้าร่วมงานศพ

mournful /ˈmɔːnfl/'มอนฟ'ล/ *adj.* เศร้าโศก, แสดงความทุกข์

mournfully /ˈmɔːnfəlɪ/'มอนเฟอะลิ/ *adv.* อย่างเศร้าโศก

mourning /ˈmɔːnɪŋ/'มอนิง/ *n.* Ⓐ *(clothes)* ชุดไว้ทุกข์; **be [dressed] in** *or* **wear/put on ~:** แต่งชุดไว้ทุกข์; **go into ~:** เริ่มไว้ทุกข์; ➡ **+ deep mourning;** Ⓑ *(sorrowing, lamentation)* ความเศร้าโศกเสียใจ, การคร่ำครวญ; *(period)* ช่วงไว้ทุกข์; **a national day of ~:** วันที่ประกาศไว้อาลัยเป็นทางการทั่วประเทศ

mouse /maʊs/เมาซ/ ❶ *n., pl.* **mice** /maɪs/ไมซ/ Ⓐ หนู; **as quiet as a ~:** เงียบเหมือนหนู, เงียบกริบ; ➡ **+ cat** A; **church mouse;** Ⓑ *(fig.: timid person)* คนขี้อาย; **a man or a ~:** คนกล้าหรือคนขลาด; Ⓒ *(Computing)* เมาส์ *(ท.ศ.) (อุปกรณ์ใช้เลือกรายการต่าง ๆ)* ❷ *v.i. (แมว)* ออกล่าหนู; **go mousing** ออกไปจับหนู

mouse: ~ button *n. (Computing)* ปุ่มกดเมาส์; **~ click** *n. (Computing)* การกดปุ่มเมาส์; **~-coloured** *adj.* สีเทาเข้มอมเหลือง; **~ hole** *n.* รูหนู; **~ mat** *n. (Computing)* แผ่นรองเมาส์; **~ pointer** *n. (Computing)* ลูกศรของเมาส์

mouser /ˈmaʊsə(r)/'มาวเซอะ(ร)/ *n.* สัตว์ที่จับหนู เช่น แมว

'mousetrap *n.* Ⓐ กับดักหนู; Ⓑ *(joc.: cheese)* เนยแข็งที่ไม่อร่อย

moussaka /muːˈsɒːkə/มู'ซาเคอะ/ *n. (Gastr.)* *อาหารกรีก ประกอบด้วยเนื้อบด มะเขือม่วงและซอสเนย*

mousse /muːs/มูซ/ *n.* มูส *(ท.ศ.) (อาหารบดละเอียด ผสมไข่ขาวให้อยู่ตัว สามารถเป็นอาหารหวาน (ผลไม้ ฯลฯ) หรือคาว (ปลาบด)*

moustache /məˈstɑːʃ/เมอะ'ซตาช/ *n.* หนวด

mousy /ˈmaʊsɪ/'เมาซิ/ *adj.* Ⓐ *(nondescript)* *(ผม)* สีน้ำตาลอ่อนหม่น; Ⓑ *(timid)* ขี้อาย

mouth ❶ /maʊθ/เมาธ/ *n., pl.* **~s** Ⓐ ➤ **118** *(of person)* ปาก; *(of animal)* จะงอยปาก; **his ~ quivered/twitched/moved** ริมฝีปากของเขาสั่น/กระตุก/ขยับ; **hit sb. in the ~:** ต่อยปาก *ค.น.;* **with one's ~ open** โดยอ้าปากค้าง; **keep one's ~ shut** *(fig. sl.)* หุบปากเงียบ; **put one's money where one's ~ is** *(fig. coll.)* ทำตามที่ตนได้พูด; **shut sb.'s ~** *(fig. sl.)* ปิดปาก *ค.น.;* **with one's ~ full** ขณะเต็มปาก; **my ~ feels dry** ฉันรู้สึกปากแห้ง; **out of sb.'s own ~** *(fig.)* หลุดจากปากของ *ค.น.;* **hear sb. say sth. out of his own ~:** ได้ยิน *ค.น.* พูด *ส.น.* จากปากของเขาเอง; **out of the ~s of babes [and sucklings]!** *(fig.)* เด็ก ๆ อาจจะพูดสิ่งที่ฉลาดได้; **put words into sb.'s ~:** บอก *ค.น.* ให้พูด; *(misrepresent)* อ้างว่า *ค.น.* พูด *ส.น.;* **have got many ~s to feed** มีภาระต้องเลี้ยงดูหลายปากท้อง; **take the words out of sb.'s ~:** ชิงพูดก่อน; **go** *or* **be passed** *or* **be spread from ~ to ~:** พูดกันปากต่อปาก; Ⓑ *(fig.) (entrance to harbour)* ปากอ่าว; *(of valley, gorge, mine, burrow, tunnel, cave, well, volcano, bottle, cannon, pocket, womb, pit)* ปาก; Ⓒ *(of river)* ปากน้ำ, ปากแม่น้ำ; ➡ **+ ³down** 1 DD; **open** 1 A, 3 A; **shoot off** 1; **water** 3 B; **word** 1 D

❷ /maʊð/มาวทฺ/ *v.t.* Ⓐ *(declaim)* พูดจาเคร่งขรึม, พูดแสดงอารมณ์; Ⓑ *(express by silent lip-movement)* ทำริมฝีปากงุบงิบ, พูดงุบงิบ; **~ sth. to oneself** พูดจางุบงิบกับตัวเองเกี่ยวกับ *ส.น.*

❸ /maʊð/มาวทฺ/ *v.i.* Ⓐ *(grimace)* ทำหน้าเบ้; Ⓑ *(move lips silently)* พูดงุบงิบ; **~ to oneself** พูดงุบงิบกับตัวเอง

mouthful /ˈmaʊθfʊl/'เมาธฟุล/ *n.* Ⓐ *(bite)* คำหนึ่ง, เต็มปาก; *(of solid food)* อาหารคำหนึ่ง; *(of drink)* น้ำอึกหนึ่ง; **a ~ of abuse** ด่าเต็มปากเต็มคำ; Ⓑ *(small quantity)* **a ~:** ปริมาณเล็กน้อย, จิบหนึ่ง; Ⓒ *(sth. difficult to say)* คำหรือวลีที่พูดออกมายาก; Ⓓ *(Amer. coll.: sth. important)* สิ่งสำคัญ

mouth: ~ organ *n.* หีบเพลงปาก; **~piece** *n.* Ⓐ *(Mus., Med.; for pipe)* ปากเป่า; Ⓑ *(of telephone)* หูโทรศัพท์; Ⓒ *(speaker for others)* กระบอกเสียงให้ผู้อื่น; **act as the ~piece** ทำหน้าที่เป็นกระบอกเสียง; **~-to-~ resusci'tation** *n.* การผายปอดทางปาก; **~wash** *n.* น้ำยาบ้วนปาก; **~-watering** *adj.* น่าลิ้มลอง, ยั่วน้ำลาย

movable /ˈmuːvəbl/'มูเวอะบ'ล/ *adj.* Ⓐ *(capable of being moved) (พรม, เครื่องเรือน, ชั้นหนังสือ)* สามารถเคลื่อนย้ายได้; Ⓑ *(Law) (ทรัพย์สิน)* ที่เคลื่อนย้ายได้, สังหาริมทรัพย์; ➡ **+ doh; feast** 1 A

move /muːv/มูว/ ❶ *n.* Ⓐ *(change of residence)* การย้าย *(บ้าน, สถานที่); (change of job)* **after three years with the same firm it was time for a ~:** หลังจากทำงานอยู่บริษัทเดียวมาสามปี ก็ถึงเวลาเปลี่ยนงานเสียที; Ⓑ *(action taken)* การย้าย, การเคลื่อนที่; *(Footb. etc.)* กลอุบายในการเล่น; Ⓒ *(turn in game)* ตา, คราว; *(fig.)* เริ่มดำเนินแผนการ; **make a ~:** เดิน, เล่น; **it's your ~:** ถึงตาเดินของคุณแล้ว; Ⓓ **be on the ~** *(moving about) (บุคคล)* ไม่อยู่นิ่ง; กำลังเดินอยู่; *(progressing)* พัฒนา, ปรับปรุง; Ⓔ **make a ~** *(initiate action)* เริ่มทำ, รุก; *(~ from motionless position)* เริ่มเคลื่อนที่; *(rise from table)* ลุกจากโต๊ะ; *(coll.: leave, depart)* จากไป; **make the first ~:** เป็นฝ่ายเริ่มก่อน, เป็นฝ่ายรุก; **make no ~:** อยู่กับที่; **make no ~ to help sb.** ไม่มีท่าจะช่วย *ค.น.;* Ⓕ **get a ~ on** *(coll.)* เริ่มต้นเสียที; **get a ~ on!** *(coll.)* เร็วเข้า

❷ *v.t.* Ⓐ *(change position of)* ย้าย, เลื่อน, เคลื่อนที่; *(transport)* ยก, ขนส่ง, ขน; **~ the chair over here** ย้ายเก้าอี้มานี่สิ; **~ sth. somewhere else** ย้าย *ส.น.* ไปไว้ที่อื่น; **~ sth. from the spot/its place** ย้าย *ส.น.* ไปจากที่เดิม; **~ sth. to a new position** ย้าย *ส.น.* ไปอยู่ในตำแหน่งใหม่; **~ house** ย้ายบ้าน; **~ the furniture about** ย้ายเครื่องเรือนไปมา; **who has ~d my papers?** ใครย้ายเอกสารฉันไป; **please ~ your car** โปรดเลื่อนรถ; **~ the luggage/equipment into the building** ขนสัมภาระ/เครื่องมือเข้าไปในตึก; **not ~ a muscle** ไม่ขยับเขยื้อนเลย *หรือ* อยู่เฉย ๆ; **~ one's/sb.'s bowels** ถ่ายอุจจาระ/ให้ *ค.น.* ถ่ายอุจจาระ; **please ~ your head [to one side]** โปรดขยับศีรษะคุณ [ไปด้านหนึ่ง] *หรือ* ช่วยเอียงหัวหน่อย; **please ~ your legs out of the way** โปรดช่วยหลบขาไปหน่อย; **~ it!** *(coll.)* เร็วเข้า; **~ your-self!** *(coll.)* เร็วเข้า; **~ sb. to another depart-ment/job** ย้าย *ค.น.* ไปอีกแผนกหนึ่ง/อีกงานหนึ่ง; **the residents were ~d out of the area** ผู้อยู่อาศัยถูกย้ายออกไปจากพื้นที่; **~ one's child to a different school** ย้ายลูกไปเข้าโรงเรียนอื่น; **the patient was ~d to a different ward** ย้ายผู้ป่วยไปอยู่แผนกอื่น; **~ police/troops into an area** ระดมตำรวจ/ทหารเข้ามาในพื้นที่; **~ sb. into new accommodation** ย้าย *ค.น.* ไปอยู่ที่ใหม่; Ⓑ *(in game)* เคลื่อนตัว, เล่น; Ⓒ *(put or keep in motion)* ทำให้ไม่อยู่นิ่ง; ทำให้ *(กองทหาร)* ออกเดินทาง; เดิน *(เครื่องยนต์);* Ⓓ *(provoke)* ปลุก; ยั่ว *(ความโกรธ, ความอิจฉา);* **~ sb. to laughter** ยั่วให้ *ค.น.* หัวเราะ; **~ sb. to anger** ยั่วให้ *ค.น.* โกรธ; Ⓔ *(affect)* ทำให้, ส่งผลกระทบ, สะเทือนใจ; **~ sb. to tears** สะเทือนใจ *ค.น.* จนน้ำตาไหล; **~ sb. to pity/compassion** สะเทือนใจ *ค.น.* จนรู้สึกสงสาร/เห็นใจ; **be ~d by sth.** รู้สึกสะเทือนใจกับ *ส.น.;* Ⓕ *(prompt)* **~ sb. to do sth.** กระตุ้นให้ *ค.น.* ทำ *ส.น.;* **he was ~d by this** *or* **this ~d him to do it** สิ่งนี้กระตุ้นให้เขาทำสิ่งนั้น; **~ sb. to action** กระตุ้น *ค.น.* ให้มีบทบาท;

579 **movement | much**

I shall not be ~d ฉันจะไม่ยอมให้ใครมาชี้แนะ; **sb. is not to be ~d** *ค.น.* เป็นคนที่ไม่มีใครแนะได้; Ⓖ *(propose)* เสนอ *(การขอบคุณ, การขอ)*; **~ that sth. should be done** เสนอว่าควรทำ *ส.น.*; Ⓗ *(make formal application to)* ยื่น *(คำร้อง, ใบสมัคร)* อย่างเป็นทางการ; Ⓘ *(Commerc.: sell)* ขาย

❸ *v.i.* Ⓐ *(go from place to place)* ย้ายไปมา; *(by car, bus, train)* เดินทาง; *(on foot)* เดิน; *(coll.: start, leave)* ออกเดินทาง, จากไป; *(เมฆ)* เคลื่อนไป **(across** ผ่าน**)**; **~ with the times** *(fig.)* เปลี่ยนไปตามกระแสและสมัยนิยม; **it's time we got moving** ได้เวลาที่เราจะออกเดินทางแล้ว; **get moving!** เร็ว ๆ เข้า; **start to ~:** *(พาหนะ)* เริ่มเคลื่อนไป; **nobody ~d** ไม่มีใครขยับสักคน; **keep moving!** เดินต่อไป!; **Don't ~. You're not in the way** ไม่ต้องขยับ คุณไม่ได้ขวางทางหรอก; **he has ~d to another department** เขาย้ายไปอีกแผนกหนึ่งแล้ว; **Don't ~. I'll be back soon** อย่าไปไหน เดี๋ยวฉันจะกลับมา; **in which direction are your thoughts moving?** ความคิดคุณเอนเอียงไปทางไหน; Ⓑ *(in games)* เล่น, เดิน *(หมากรุก)*; **it's your turn to ~:** ถึงตาคุณเดินแล้ว; **White to ~** *(Chess)* ถึงตาตัวขาวเดิน; Ⓒ *(fig.: initiate action)* ริเริ่ม, เริ่มกระทำ, รุก; **~ quickly** *etc.* **to do sth.** เริ่มทำ *ส.น.* อย่างรวดเร็ว; Ⓓ *(be socially active) (in certain circles, part of society, part of town)* มีบทบาท; *(in certain part of country)* มีสังคมอยู่; Ⓔ *(change residence or accommodation)* ย้าย **(to** ไปยัง**)**; **I want to ~ to London** ฉันอยากย้ายไปอยู่ในลอนดอน; **I hate moving** ฉันเกลียดการย้ายที่อยู่; Ⓕ *(change posture or state)* เคลื่อนไหว, ขยับ; *(in order to make oneself comfortable etc.)* ขยับเปลี่ยนท่า; **don't ~ or I'll shoot** อย่าขยับ ถ้าไม่เชื่อฉันยิง; **nobody/nothing ~d** ไม่มีใคร/ไม่มีอะไรขยับเขยื้อน; **~ aside to make room** ขยับไปหน่อยจะได้มีที่ว่าง; **~ back/forward in one's seat** เอนหลัง/เอนหน้าในเก้าอี้; **have your bowels ~d?** คุณถ่ายแล้วหรือยัง; **lie without moving** นอนนิ่งไม่กระดุกกระดิก; Ⓖ *(operate) (เครื่องจักร)* เดิน; Ⓗ *(make progress)* พัฒนา, ก้าวหน้า, ปรับปรุง; **get things moving** เริ่มพัฒนาสิ่งต่าง ๆ; **things are moving now** ตอนนี้สิ่งต่าง ๆ กำลังพัฒนาก้าวหน้าไป; **~ towards** พัฒนาไปสู่; **~ away from** หันไปจาก; **~ in the direction of sth.** เดินไปในทิศทางของ *ส.น.*; Ⓘ *(Commerc.: be sold) (สินค้า)* ถูกขาย; ถูกปล่อย; Ⓙ *(coll.: go fast)* **that car can really ~:** รถคันนั้นแล่นได้เร็วจริง ๆ; **that's really moving!** ช่างเร็วจริง ๆ

~ a'bout ❶ *v.i.* เคลื่อนไปมา, ขยับไปมา; *(travel)* เดินทางไปมา; **I need more room to ~ about** ฉันต้องการที่สำหรับยืดแข้งยืดขามากกว่านี้ ❷ *v.t.* ย้ายไปมา *(เครื่องเรือน, รูปภาพ)*

~ a'long ❶ *v.i.* Ⓐ เดิน, เดินทาง; Ⓑ *(make room)* หลีกทาง; **~ along, please!** หลีกทางหน่อย, โปรดเดินต่อไป; *(on bus etc.)* โปรดเดินเข้าไป, ขยับไปข้างหลัง ❷ *v.t.* ย้ายที่

~ a'round ➡ **~ about**

~ 'in ❶ *v.i.* Ⓐ ย้ายเข้าบ้านใหม่; *(to start work) (ผู้รับเหมา)* เข้าเริ่มงาน; Ⓑ *(come closer)* เข้าไปใกล้; **~ in on** เข้าไปใกล้, เข้าไปโจมตี; **~ in on a new market** เข้าไปสร้างตลาดใหม่ ❷ *v.t.* Ⓐ ย้ายเข้าไป *(กำลังพล)*; Ⓑ ย้ายเข้า *(กระเป๋า, เครื่องมือ)*

~ 'off *v.i.* ย้ายออก, เคลื่อนย้ายออกไป

~ 'on ❶ *v.i.* Ⓐ ไปต่อ, เดินทางต่อ; **~ on to another question** *(fig.)* ถามคำถามต่อไป; Ⓑ *(leave job)* ออกจากงาน ❷ *v.t.* Ⓐ ไปต่อไป, ผลักดันต่อไป; Ⓑ หลีกทาง

~ 'out *v.i.* ย้ายออก **(of** จาก**)**; *(in car)* เปลี่ยนเลนเพื่อแซง

~ 'over *v.i.* กระเถิบ, ขยับ; **~ over!** *(said rudely)* ขยับไป; **would you mind moving over a little?** คุณช่วยกระเถิบไปหน่อยได้ไหม

~ 'up ❶ *v.i.* Ⓐ *(in queue, hierarchy)* ก้าวขึ้นมาข้างหน้า, เลื่อนระดับขึ้น, ขยับขึ้น; *(to new class)* เลื่อนชั้น; *(to new school)* เปลี่ยนโรงเรียนใหม่; **she's moving up in the world** เธอกำลังก้าวหน้าในชีวิต; Ⓑ ➡ **over** ❷ *v.t.* เลื่อนขึ้น *(นักเรียน)*

movement /ˈmuːvmənt/ˈมูเวิ้มนท/ *n.* Ⓐ *(change of position or posture, or to and fro)* การเปลี่ยนตำแหน่ง, การเคลื่อนไหว, การขยับเขยื้อน; *(of people: towards city, country, etc.)* การเคลื่อนย้าย; *(of cloud, air, etc.)* การเคลื่อนตัว; *(trend, tendency)* แนวโน้ม; *(fashion)* แนวนิยม; **a ~ of the head/arm/leg** การขยับศีรษะ/แขน/ขา; **without ~:** โดยไม่เคลื่อนไหว, นิ่งสนิท; Ⓑ *in pl.* กิจกรรม, การเคลื่อนไหว; **keep track of sb.'s ~s** ติดตามดูการเคลื่อนไหวของ *ค.น.*; Ⓒ *(Mus.)* ท่อนเพลง; Ⓓ *(concerted action for purpose)* การเคลื่อนไหว, การรณรงค์; Ⓔ *in sing. or pl. (Mech., esp. in clock, watch)* ตัวเครื่อง *(ของนาฬิกา)*; Ⓕ *(Mil.)* การรุก; *(shifting)* การเคลื่อนย้าย; *(advance)* การรุกคืบหน้า; Ⓖ *(mental impulse)* แรงกระตุ้นทางจิตใจ, ความประสงค์; Ⓗ *(progressive development) (of plot)* การเดินเรื่อง; *(of story, poem, etc.)* ความเคลื่อนไหว; Ⓘ *(Commerc.: activity)* กิจกรรมในการค้าขาย; Ⓙ *(rise or fall in price)* การขึ้นลงของราคา; **a downward/an upward ~ in shares** *or* **share prices/[the price of] coffee** การขึ้น/การตกของหุ้น/[ราคา]กาแฟ; Ⓚ *(of bowels)* ➡ **motion 1 D**

mover /ˈmuːvə(r)/ˈมูเวอะ(ร)/ *n.* Ⓐ *(of proposition)* ผู้ยื่น *(ข้อเสนอ, ญัตติ)*; Ⓑ *(Amer.: of furniture)* ผู้ขนย้ายเครื่องเรือน; *(employee)* พนักงานขนย้ายเครื่องเรือน; **firm** *or* **company of ~s** บริษัทรับขนย้ายเครื่องเรือน; Ⓒ **prime ~** *(God)* พระเจ้า; *(source of motive power)* แหล่งพลังงาน; *(fig.: of plan etc.)* คนวางแผน; Ⓓ **this animal is a slow** *etc.* **~:** สัตว์ตัวนี้เป็นสัตว์ที่เคลื่อนไหวช้า; **she is a beautiful ~:** เธอเดินสวย; **be a slow ~** *(think slowly)* เป็นคนคิดช้า; *(work slowly)* เป็นคนทำงานช้า; **be a fast ~:** เป็นคนคล่องแคล่วฉับไว

movie /ˈmuːvɪ/ˈมูวิ/ *n. (Amer. coll.)* หนัง; **the ~s** *(art form, cinema industry)* การถ่ายทำภาพยนตร์, อุตสาหกรรมภาพยนตร์; *(cinema)* โรงหนัง; **go to the ~s** ไปดูหนัง

movie: ~goer *n. (Amer. coll.)* ผู้ชมภาพยนตร์, คนดูหนัง, คอหนัง; **~ house, ~ theater** *n.* โรงภาพยนตร์, โรงหนัง

movies-on-demand , MOD *n. pl.* ภาพยนตร์ตามสั่ง *(ทางอินเทอร์เน็ต, โทรศัพท์)*

moving /ˈmuːvɪŋ/ˈมูวิง/ *adj.* Ⓐ เคลื่อนไหว, เคลื่อนที่; **from a ~ car** จากรถที่กำลังเคลื่อนที่อยู่; Ⓑ *(affecting)* ที่สะเทือนอารมณ์, กระตุ้นความรู้สึก

movingly /ˈmuːvɪŋlɪ/ˈมูวิงลิ/ *adv.* อย่างสะเทือนอารมณ์, อย่างกระตุ้นความรู้สึก

moving: ~ 'pavement *n. (Brit.)* ทางเดินที่เลื่อนได้, ทางเลื่อน; **~ 'picture** *n.* ภาพยนตร์; **~ 'sidewalk** *(Amer.)* ➡ **~ pavement**; **~ 'spirit** *n.* แรงกระตุ้น; **~ 'staircase** ➡ **escalator A**

mow /məʊ/โม/ *v.t., p.p.* **~ed** /məʊd/โมด/ *or* **~n** /məʊn/โมน/ *n.* ตัด/ดาย *(หญ้า)*; **newly~n** *(หญ้า)* เพิ่งตัดใหม่ ๆ

~ 'down *v.t.* ทำลายหรือฆ่าให้ราบเรียบ; *(fig.: rout, smash)* ชนะอย่างง่ายดาย, ทำลาย *(ฝ่ายค้าน)*

mower /ˈməʊə(r)/ˈโมเออะ(ร)/ *n.* Ⓐ *(lawn~)* เครื่องตัดหญ้า; Ⓑ *(Agric.)* เครื่องเก็บเกี่ยวพืชไร่ เช่น ข้าวสาลี ข้าวโพด

'mowing machine ➡ **mower B**

Mozambican /məʊzæmˈbiːkən/โมเซิมˈบีเคิน/ ❶ *adj.* แห่งประเทศโมซัมบิก ❷ *n.* ชาวโมซัมบิก

Mozambique /məʊzæmˈbiːk/โมเซิมˈบีค/ *pr. n.* ประเทศโมซัมบิก *(อยู่ทางตะวันออกของทวีปแอฟริกา)*

MP *abbr.* Ⓐ **Member of Parliament** ส.ส.; **committee of ~s** คณะกรรมาธิการสมาชิกสภาผู้แทนราษฎร; Ⓑ **military police** ส.ห.; Ⓒ **military policeman/policewoman** สารวัตรทหารชาย/หญิง; Ⓓ **melting point**

m.p.g. /empiːˈdʒiː/เอ็มพีˈจี/ *abbr. (Motor Veh.)* **miles per gallon; do/get 34 m.p.g.** *(Brit.)* ได้ 34 ไมล์ต่อแกลลอน

m.p.h. /empiːˈeɪtʃ/เอ็มพีˈเอ็ฉ/ *abbr.* ➤ **850 miles per hour; How many ~ are we doing? – We are travelling at/driving at/doing 30 ~:** เรากำลังวิ่งเร็วแค่ไหน เรากำลังวิ่ง 30 ไมล์ต่อชั่วโมง

MPV *abbr.* **multi-purpose vehicle**

Mr /ˈmɪstə(r)/ˈมิซเตอะ(ร)/ *n., pl.* **Messrs** /ˈmesəz/ˈเม็ซเซิซ/ ➤ **519** *(title)* นาย, ท่าน, คุณ; **Messrs** ท่านทั้งหลาย, คุณ ๆ; **~ Right** *(joc.: destined husband)* ชายเนื้อคู่แท้; **~ Big** *(coll.)* คนใหญ่คนโต, นาย

MRR *n.* **minimum retail rate** อัตราดอกเบี้ยที่เรียกเก็บจากลูกค้ารายย่อยชั้นดี

Mrs /ˈmɪsɪz/ˈมิซซิซ/ *n., pl. same or* **Mesdames** /meɪˈdæm, meɪˈdɑːm/เมˈแดม, เมˈดาม/ Ⓐ ➤ **519** *(title)* นาง, คุณ; *(third person also)* นาง; Ⓑ *(coll.: wife)* **the** *or* **my/your** *etc.* **~:** ภรรยาของผม/ของคุณ; ➡ **+ Grundy; mop 1 A**

Ms /mɪz, məz/มิซ, เมิซ/ *n., no pl.* ➤ **519** คุณ *(ใช้เมื่อไม่ต้องการแสดงสถานภาพการแต่งงาน)*

MS *abbr.* Ⓐ **manuscript**; Ⓑ ➤ **453** *(Med.)* **multiple sclerosis** โรคเอ็มเอส

M.Sc. *abbr.* **Master of Science**; ➡ **+ B.Sc.** วท.บ.

MSS *abbr.* **manuscripts**

Mt. *abbr.* **Mount** ภ.; **~ Etna/Everest/Sinai** ยอดเขาเอตนา/เอเวอเรสต์/ซีนาย

mth *abbr.* **month**

much /mʌtʃ/มัฉ/ ❶ *adj.*, **more** /mɔː(r)/มอ(ร)/, **most** /məʊst/โมซท/ Ⓐ *(ขอบคุณ, คิดถึง, ความพยายาม)* มาก, ยิ่ง; **with ~ love** ด้วยความรักยิ่ง; **with ~ love from ...** *(familiar ending to letter)* ด้วยความรักยิ่งจาก...; **he never eats ~ breakfast/lunch/supper** เขาไม่เคยรับประทานอาหารเช้า/กลางวัน/ว่างมากนัก; **too ~:** มากเกินไป; Ⓑ **be a bit ~** *(coll.)* นั่นมันมากไปหน่อย; ➡ **+ good 3 B; how 1; nothing 1 A; so 1 A; this 3; too A**

❷ *n.*; ➡ **+ more 2; most 2;** เท่าไหร่, ปริมาณมาก; **we don't see ~ of her any more** เดี๋ยวนี้เราไม่ได้พบเห็นเธอเท่าไหร่; **we haven't ~ to**

m

muchly | mugging 580

go on yet ตอนนี้เรายังไม่มีอะไรเท่าไหร่ *(ข้อมูล, เงินทุน)*; **that doesn't come** *or* **amount to ~:** แค่นั้นไม่เท่าไหร่หรอก; **he/this beer isn't up to ~** *(coll.)* เขา/เบียร์นี้ใช้ไม่ค่อยได้; **spend ~ of the day/week/month doing sth.** ใช้เวลาเกือบตลอดวัน/สัปดาห์/เดือนทำ *ส.น.*; **they have done ~ to improve the situation** เขาได้ช่วยทำหลายสิ่งหลายอย่างให้สถานการณ์ดีขึ้น; **not be ~ of a cinema-goer** *etc. (coll.)* ไม่ใช่คนชอบดูภาพยนตร์มากนัก; **not have ~ of a singing voice** เสียงไม่ค่อยเพราะ, ร้องเพลงไม่เก่งเท่าไหร่; **not have ~ of a head for heights** ไม่ค่อยชอบความสูงเท่าไหร่; **it isn't ~ of a bicycle/car/house** เป็นรถจักรยาน/รถยนต์/บ้านที่คุณภาพไม่ดีเท่าไหร่; **not be ~ to look at** ไม่ค่อยสวย; **he/the plan/plant didn't come to ~:** เขา/แผนการ/ต้นไม้ไม่ค่อยเอาไหน; **it's as ~ as she can do to get up the stairs** แค่ขึ้นบันไดเธอก็แทบแย่แล้ว; **I expected/thought as ~:** พอ ๆ กับที่ฉันคาด/คิดไว้; **he stared at me as ~ as to say ...:** เขาจ้องฉันราวกับจะพูดว่า...; **you are as ~ to blame as he is** คุณเองก็สมควรถูกตำหนิพอ ๆ กับเขา; **she knows as ~ as we do** เธอรู้มากพอ ๆ กับเรา; **we didn't have so ~ as the bus fare home** แม้เงินค่าตั๋วรถประจำทางกลับบ้านเราก็มีไม่พอ; **without so ~ as saying goodbye/a backward glance** โดยไม่ยอมแม้แต่จะกล่าวอำลา/เหลียวหลังมาดู; ➡ + **again** A; **as** 1; **in** A; **make** 1 M; **so** 1 A; **think of** g; **up** 1 V
❸ *adv.*, **more, most** Ⓐ *modifying comparatives (ดีขึ้น)* มาก, อีก, ยิ่ง; **~ more lively/happy/attractive** ยิ่งมีชีวิตชีวา/ความสุข/เสน่ห์ดึงดูดมากขึ้น; Ⓑ *modifying superlatives (มาก, เลว, ใหญ่ ฯลฯ)* ที่สุด; Ⓒ *modifying passive participles and predicative adjectives* อย่างมาก, อย่างยิ่ง; **he is ~ improved** *(in behaviour)* เขามีความประพฤติดีขึ้นมาก; *(in health)* เขามีสุขภาพดีขึ้นมาก Ⓓ *modifying verbs (greatly)* อย่างมาก, อย่างยิ่ง, เกินไป; *(often)* บ่อย ๆ; **she loved him too ~:** เธอรักเขามากเกินไป; **I don't ~ like him** *or* **like him ~:** ฉันไม่ค่อยชอบเขาเท่าไร; **it doesn't matter ~:** ไม่เป็นไรมากหรอก; **I don't very ~ want to come** ฉันไม่ค่อยอยากจะมาหรอก; **I would ~ prefer to stay at home** ฉันอยากจะอยู่บ้านมากกว่า; **~ to my surprise/annoyance, I found that ...:** ฉันรู้สึกตกใจ/ขุ่นเคืองใจใช่เล่นเมื่อรู้ว่า ...; **it's not so ~ a problem of money as of time** มันเป็นปัญหาเรื่องเวลามากกว่าปัญหาของเงินทุน; Ⓔ *(approximately)* ประมาณ, เกือบจะ, ค่อนข้างจะ; **[pretty** *or* **very] ~ the same** ทำนองเดียวกัน, ค่อนข้างจะเหมือนกัน [มาก]; **the old house was ~ as it had always been** บ้านหลังเก่าก็ยังดูเหมือนเดิมมาก; Ⓕ *(for a large part of time) (อ่านหนังสือ, เล่นกีฬา)* ส่วนใหญ่; *(often)* บ่อย ๆ, มักจะ; Ⓖ **~ as** *or* **~ though** *(although)* แม้ว่า; **~ as he disliked the idea** แม้ว่าเขาจะไม่ชอบความคิดนั้นก็ตาม; **~ as I should like to go** แม้ว่าฉันอยากจะไปมาก; Ⓗ **not ~** *(coll.: certainly not)* ไม่มีวัน, ไม่เด็ดขาด; ➡ + **less** 2; **oblige** 1 D; **same** 1

muchly /ˈmʌtʃlɪ/ˈมัชลิ/ *adv. (joc.)* อย่างมาก; **ta** *or* **thanks ~!** ขอบใจมาก

muchness /ˈmʌtʃnɪs/ˈมัฉนิซ/ *n., no pl., no def. art.* **be much of a ~** *(coll.)* เหมือนกันมาก; **they are much of a ~ when it comes to ...:** ถ้าพูดถึงเรื่อง...ละก็ พวกเขาเหมือนกันมากจริง ๆ

muck /mʌk/มัค/ ❶ *n.* Ⓐ *(farmyard manure)* มูลสัตว์, ปุ๋ยธรรมชาติ; ➡ + **common** 1 E; Ⓑ *(coll.: anything disgusting)* สิ่งที่น่ารังเกียจ; **covered in ~:** เต็มไปด้วยสิ่งโสโครก; Ⓒ *(coll.: defamatory remarks, nonsense)* เรื่องป้ายสี; Ⓓ *(coll.: untidy state)* เลอะเทอะ, สภาพรกรุงรัง; **make a ~ of sth.** *(coll.)* ทำ *ส.น.* ให้เลอะเทอะ
❷ *v.t.* ➡ **muck up** b

~ aˈbout, ~ aˈround *(Brit. coll.)* ❶ *v.i.* Ⓐ เถลไถล, เตร็ดเตร่; Ⓑ *(tinker)* ทำอย่างไม่จริงจัง ❷ *v.t.* Ⓐ เถลไถล, เตร่ไปมา *(บนถนน, ในเมือง)*; Ⓑ **~ sb. about** *or* **around** ทำให้ *ค.น.* เสียเวลา; **the bank really ~ed us about** ธนาคารทำให้เราเสียเวลาจริง ๆ

~ ˈin *v.i. (coll.)* แบ่ง *(งาน)* เท่า ๆ กัน

~ ˈout *v.t.* ทำความสะอาด *(คอกม้า, บ้าน ฯลฯ)*

~ˈup *v.t.* Ⓐ *(Brit. coll.: bungle)* ทำให้เลอะ, ทำพลาด; **~ it up** ทำให้ *ส.น.* ผิดพลาด; Ⓑ *(make dirty)* ทำให้สกปรก; Ⓒ *(spoil)* ทำเสีย; ➡ + **muck-up**

muckle /ˈmʌkl/ˈมัค'ล/ ➡ **mickle**

muck: ~raker /ˈmʌkreɪkə(r)/ˈมัคเรเคอะ(ร)/ *n.* **he's just a ~raker** เขาเป็นเพียงคนที่ชอบขุดคุ้ยเรื่องอื้อฉาว; **~raking** /ˈmʌkreɪkɪŋ/ˈมัคเรคิง/ ❶ *adj. (เรื่อง, จดหมาย, การโจมตี)* ที่เสื่อมเสีย, ที่อื้อฉาว ❷ *n.* เรื่องเสื่อมเสีย, เรื่องอื้อฉาว; **~-up** *n. (Brit. coll.) (confusing or confused situation)* สถานการณ์ที่สับสนอลหม่าน; สิ่งที่ผิดพลาด **make a ~-up of sth.** ทำให้ *ส.น.* ผิดพลาดหมด

mucky /ˈmʌkɪ/ˈมัคคิ/ *adj.* สกปรก, น่ารังเกียจ; *(with manure)* เต็มไปด้วยมูลสัตว์; *(fig.) (หนังสือพิมพ์, การล้อเลียน)* ที่ป้ายสี, สาดโคลน

mucous /ˈmju:kəs/ˈมิวเคิซ/ *adj. (Med., Zool.)* มีน้ำเมือก, เกี่ยวกับน้ำเมือก; *(Bot.)* มียางไม้

mucous ˈmembrane *n.* เยื่อบุเมือก

mucus /ˈmju:kəs/ˈมิวเคิซ/ *n. (Med., Zool)* เมือกของเยื่อบุเมือก; *(Bot.)* ยางไม้

mud /mʌd/มัด/ *n.* Ⓐ โคลน, เลน; **patch/expanse** *or* **area of ~:** บริเวณที่เป็นโคลน; **covered with ~:** เปื้อนโคลนไปทั่ว, มีโคลนปกคลุม; **be as clear as ~** *(joc. iron.)* แจ๋วพอ ๆ กับโคลน, ไม่เห็นอะไรเลย, ดูไม่ออก; **[here's] ~ in your eye!** *(coll. dated)* เชิญดื่ม; Ⓑ *(hard ground)* ลานฉาบโคลน, โคลนแข็ง; **~ hut** กระท่อมที่ทำจากโคลนแข็ง; Ⓒ *(fig.)* **be dragged through the ~:** ทำให้แปดเปื้อนเสียชื่อเสียง; **his name is ~** *(coll.)* ชื่อเสียงเขาไม่ดี; **fling** *or* **sling** *or* **throw ~ at sb.** *(fig.)* สาดโคลน *ค.น.*, ป้ายสี *ค.น.*; ➡ + **stick** 1 E; **stick-in-the-mud**

ˈmudbath *n. (Med.: also fig.)* การอาบโคลนจากบ่อน้ำแร่

muddle /ˈmʌdl/ˈมัด'ล/ ❶ *n.* ความสับสนวุ่นวาย, ความรก; **the room is in a hopeless ~:** ห้องอยู่ในสภาพยุ่งเหยิงมาก, ห้องรกไปหมด; **get sth. in a ~:** ทำให้ *ส.น.* สับสนวุ่นวาย; **my mind/brain is in a ~:** จิตใจ/สมองฉันสับสนวุ่นวายไปหมด, ฉันคิดอะไรไม่ออก; **get/get sb. in[to] a ~:** ทำให้ตัวเอง/*ค.น.* สับสนวุ่นวาย; **make a ~ of sth.** *(bungle)* ทำ *ส.น.* พลาด
❷ *v.t.* Ⓐ **~ [up]** ทำให้สับสน; **~ up** *(mix up)* ผสมปนเปเป, สับสิ่งต่าง ๆ; **be ~d up** *(out of order)* สับสน, อยู่ผิดตำแหน่งหมด; Ⓑ *(mismanage)* จัดการผิดพลาด ❸ *v.i.* ทำโน่นทำนี่อย่างไร้จุดหมาย

~ aˈlong, ~ ˈon *v.i.* ทำไปเรื่อยอย่างไร้จุดหมาย; **~ on towards sth.** ดำเนินไปสู่ *ส.น.* อย่างไร้จุดหมาย

~ ˈthrough *v.i.* สำเร็จในที่สุดแม้ว่าไม่มีระเบียบ

muddled /ˈmʌdld/ˈมัด'ลด/ *adj.* Ⓐ *(confused) (บุคคล, ความคิด)* สับสน; *(สถานการณ์)* วุ่นวาย, ยุ่งเหยิง; Ⓑ *(mixed-up, jumbled) (ความคิด)* ผสมปนเป, ปะปน

muddle-ˈheaded *adj.* โง่, สับสน; **a ~ thinker/person** คนที่คิดสับสน

muddy /ˈmʌdɪ/ˈมัดดิ/ ❶ *adj.* Ⓐ เป็นโคลน, เลอะโคลน, ขุ่น; **get** *or* **grow** *or* **become ~:** กลายเป็นโคลน; Ⓑ *(turbid, dull) (น้ำ, แสงสว่าง, สี)* ขุ่นคลั่ก, มัว, สลัว; Ⓒ *(obscure)* ไม่ชัดเจน, สับสน; **a ~ thinker** คนที่คิดสับสน ❷ *v.t.* *(cover with mud)* ทำให้เปื้อนโคลน; *(make turbid)* ทำให้ขุ่น; **~ the waters** *(fig.)* ทำให้สถานการณ์คลุมเครือ, ทำให้ทุกอย่างสับสน

mud: ~flap *n. (Motor Veh.)* บังโกลน, บังโคลน; **~flat[s]** *n. [pl.] (Geog.)* พื้นดินชายฝั่งที่เป็นโคลน, หาดโคลน; **~guard** *n. (of car)* ครอบล้อกันโคลน; **~pack** *n.* โคลนพอกหน้า; **~ ˈpie** *n.* โคลนที่เด็กปั้นเป็นรูปขนมพาย; **~ volˈcano** *n. (Geog.)* ภูเขาไฟที่ผุดขึ้นมาเป็นโคลน

muesli /ˈmju:zlɪ/ˈมูซลิ, ˈมิว-/ *n.* อาหารเช้าผสมนม มีข้าวต่าง ๆ ผลไม้แห้ง ถั่ว ฯลฯ

muezzin /mʊːˈezɪn, US mju:-/มูˈเอ็ซซิน, มิว-/ *n.* ชาวมุสลิมผู้ประกาศเวลาสวดมนต์

[1]**muff** /mʌf/มัฟ/ *n. (for hands)* ปลอกนวมขนสัตว์สำหรับสวมมือเพื่อกันหนาว; ➡ + **earmuffs; footmuff**

[2]**muff** ❶ *n. (person)* คนซุ่มซ่าม, คนโง่ ❷ *v.t.* Ⓐ *(bungle)* ทำพลาด; **I ~ed everything today** วันนี้ฉันทำทุกอย่างพลาดหมด; Ⓑ *(Theatre)* พูด *(บทละคร)* ผิด; **~ a line** พูดผิดบท

muffin /ˈmʌfɪn/ˈมัฟฟิน/ *n.* ขนมปังมัฟฟิน *(ท.ศ.)*

muffle /ˈmʌfl/ˈมัฟ'ล/ *v.t.* Ⓐ *(envelope)* **~ [up]** ห่อหุ้ม, คลุม; Ⓑ *(deaden [sound of])* ทำการระงับเสียง; **~ sb.'s cries/screams** อุดปากให้เสียงร้อง/เสียงกรีดร้องของ *ค.น.* เงียบ; Ⓒ *(suppress sound of)* ระงับเสียง *(ด่า, พูด)*; กัดฟันไม่พูดออกมา

muffler /ˈmʌflə(r)/ˈมัฟเฟลอะ(ร)/ *n.* Ⓐ *(wrap, scarf)* ผ้าพันคอ, ผ้าห่ม, ถุงมือ, สิ่งที่ใช้ปกคลุม; Ⓑ *(deadener of sound)* เครื่องระงับเสียง, เครื่องเก็บเสียง; Ⓒ *(Amer. Motor Veh.: silencer)* เครื่องกำจัดเสียง *(ท่อไอเสีย)*

mufti /ˈmʌftɪ/ˈมัฟทิ/ *n.* Ⓐ *(plain clothes)* เครื่องแต่งกายพลเรือน, ชุดลำลองของเจ้าหน้าที่/ทหาร; Ⓑ *(Muslim priest)* ผู้เชี่ยวชาญกฎหมายชาวมุสลิมให้คำตัดสินเรื่องศาสนาได้, ดะโต๊ะ

[1]**mug** /mʌg/มัก/ ❶ *n.* Ⓐ *(vessel, contents)* เหยือก *(เบียร์)*; ถ้วย *(น้ำชา, กาแฟ)*; **a ~ of milk** นมถ้วยหนึ่ง; Ⓑ *(coll.: face, mouth)* หน้าหรือ ปาก; Ⓒ *(Brit. coll.: simpleton)* คนโง่; Ⓓ *(Brit. coll.: gullible person)* คนซื่อ, คนที่หลอกง่าย; **make a ~ of sb.** หลอก *ค.น.*; **that's a ˈ~'s game** นั่นเป็นเรื่องไร้สาระ; Ⓔ *(Amer. coll.: hoodlum)* อันธพาล, นักเลง ❷ *v.t.*, **-gg-** *(rob)* จี้, ปล้น

[2]**mug** *(Brit. coll.: study) v.t.* **-gg-: ~ up** เรียนหนัก, ท่องหนังสือ, เรียนหามรุ่งหามค่ำ

mugful /ˈmʌgfʊl/ˈมักฟุล/ *(contents)* ➡ **ˈmug** 1 A

mugger /ˈmʌgə(r)/ˈมักเกอะ(ร)/ *n.* โจร, ผู้ร้าย, นักวิ่งราว

mugginess /ˈmʌgɪnɪs/ˈมักกินิซ/ *n., no pl.* ความร้อนชื้น, ความอบอ้าว

mugging /ˈmʌgɪŋ/ˈมักกิง/ *n.* การจี้, การปล้น

muggins /ˈmʌgɪnz/ˈมักกินซฺ/ *n., pl.* **~es** *or same (coll.)* Ⓐ *(simpleton)* คนโง่, คนเซ่อ; Ⓑ *(myself, stupidly)* ตัวฉันนี่โง่แท้

muggy /ˈmʌgɪ/ˈมักกิ/ *adj. (อากาศ, สถานที่)* อบอ้าว, ร้อนชื้น; **a ~ place** สถานที่อบอ้าว

ˈ**mug shot** *n. (coll.)* Ⓐ **[police] ~s of criminals** รูปถ่ายอาชญากร [ของตำรวจ]; Ⓑ *(passport photo etc.)* รูปถ่ายสำหรับติดหนังสือเดินทาง

mugwort /ˈmʌgwɜːt/ˈมักเวิท/ *n. (Bot.)* พืชในวงศ์ Artemisia ใบสีเงินอมเทา มีกลิ่นหอม

Muhammadan /məˈhæmədn/เมอะˈแฮเมอะด'น/ *(Relig.)* ❶ *n.* คำเรียกชาวมุสลิม *(ถือว่าไม่สุภาพ)* ❷ *adj.* เกี่ยวกับชาวมุสลิม

Muhammadanism /məˈhæmədənɪzm/ เมอะˈแฮเมอะเดอะนิซฺม/ *n., no pl. (Relig.)* ศาสนาอิสลาม

mulatto /mjuːˈlætəʊ, US məˈl-/มิวˈแลโท, เมอะˈ-/ *n., pl.* **~s** *(Amer.:* **~es**) ลูกครึ่งระหว่างคนผิวขาวและคนผิวดำ

mulberry /ˈmʌlbərɪ/ˈมัลเบอะริ/ *n.* Ⓐ *(fruit)* ผลหม่อน; Ⓑ *(tree)* ต้นหม่อน

mulch /mʌltʃ/มัลฉฺ/ *(Agric., Hort.)* ❶ *n.* ฟางหมักผสมกับใบไม้สำหรับคลุมต้นไม้หรือดิน ❷ *v.t.* คลุมด้วยฟางกับใบไม้หมัก

mulct /mʌlkt/มัลคฺทฺ/ *v.t.* Ⓐ *(Law: fine)* ปรับ *(เงิน)*; เก็บภาษี; Ⓑ *(literary: deprive)* ฉ้อโกง

[1]**mule** /mjuːl/มิวลฺ/ *n.* Ⓐ *(Zool.)* ล่อ, สัตว์พันทางระหว่างลากับม้า; **have a kick like a ~** *(fig.) (เหล้า)* แรงจนทำให้มึนเมาทันที; ➡ + **obstinate; stubborn;** Ⓑ *(coll.) (stupid person)* คนโง่; *(obstinate person)* คนดื้อ; Ⓒ *(Textiles)* เครื่องปั่นด้ายชนิดหนึ่ง

[2]**mule** *n. (slipper)* รองเท้าแตะ

muleteer /mjuːlɪˈtɪə(r)/มิวลิˈเทีย(ร)/ *n.* คนขี่ล่อ

mulish /ˈmjuːlɪʃ/ˈมิวลิช/ *adj. (stubborn)* ดื้อ; **~ stubbornness/obstinacy** อาการดื้อมาก

[1]**mull** /mʌl/มัล/ *v.t.* **~ over** ไตร่ตรอง, พิจารณา; *(in conversation)* ถกไปถกมา

[2]**mull** *v.t. (prepare)* อุ่นและปรุง *(เหล้าองุ่น)*; **~ wine** อุ่นเหล้าองุ่นและเครื่องปรุง; **~ed wine** เหล้าองุ่นที่อุ่นและปรุง

[3]**mull** *n. (Scot.: promontory)* แหลม

mullah /ˈmʌlə/ˈมัลเลอะ/ *n. (Islam)* ครูสอนศาสนาอิสลาม

mullet /ˈmʌlɪt/ˈมัลลิท/ *n., pl.* **~s** *or same (Zool.)* **red ~:** ปลากระบอกแดงในวงศ์ Mullidae; **grey ~:** ปลากระบอกเทาในวงศ์ Mugilidae

mulligatawny /mʌlɪgəˈtɔːnɪ/เมอะลิเกอะˈทอนิ/ *n.* **~ [soup]** น้ำแกงที่ใส่เครื่องเทศมาก มีต้นกำเนิดจากอินเดีย

mullion /ˈmʌljən/ˈมัลเลียน/ *n.* Ⓐ *(Archit.)* ไม้หรือโลหะตั้งตรงที่แบ่งหน้าต่างออกเป็นช่อง ๆ; Ⓑ *in pl. (Gothic Archit.)* ไม้หรือโลหะดังกล่าวในสถาปัตยกรรมแบบกอธิค

mullioned /ˈmʌljənd/ˈมัลเลียนดฺ/ *adj.* ที่แบ่งเป็นช่องทางแนวตั้ง; **~ windows** หน้าต่างที่แบ่งเป็นช่อง ๆ, หน้าต่างลูกกรง

multi- /ˈmʌltɪ/ˈมัลทิ/ *pref. (several)* หลาย; *(many)* มาก, หลาก

multi: ~coloured *(Brit.; Amer.:)* **~colored** *adj. (with several colours)* สองสามสี; *(with many colours)* หลากสี; **~ˈcultural** *adj.* วัฒนธรรมหลากหลาย; **~faceted** *adj.* มีหลายด้าน, หลายหน้า

multifarious /mʌltɪˈfeərɪəs/มัลทิˈแฟเรียซ/ *adj.* Ⓐ *(having great variety)* หลากหลาย, มีหลายชนิด, มีหลายรูปแบบ; Ⓑ *(many and various)* ต่าง ๆ นานา

multi: ~function button *n.* ปุ่มเอนกประสงค์; **~grade** *adj., n.* **~grade [oil]** [น้ำมัน] ที่ได้มาตรฐานหลายระดับ; **~gym** *n.* Ⓐ *(equipment)* เครื่องมือออกกำลังกายที่ใช้ได้หลายวิธี; Ⓑ *(room)* ห้องออกกำลังกายวิธีต่าง ๆ; **~ˈlateral** *adj.* หลายฝ่าย, หลายด้าน; *(Polit.)* พหุภาคี

multilingual /mʌltɪˈlɪŋgwəl/มัลทิˈลิงเกวิล/ *adj.* ที่พูดหรือใช้ได้หลายภาษา

multi: ~media *n.* การแสดงที่มีจอฉายภาพหลายจอพร้อมเสียง, สื่อประสม *(ร.บ.)*; *attrib.* หลายสื่อ; **~millioˈnaire** *n.* มหาเศรษฐี, เศรษฐีพันล้าน

multiˈnational ❶ *adj.* หลายชาติ, หลายประเทศ ❷ *n. (Econ.)* บริษัทนานาชาติ, บริษัทข้ามชาติ

multiple /ˈmʌltɪpl/ˈมัลทิพ'ล/ ❶ *adj.* Ⓐ *(manifold)* หลายรูปแบบ, หลากหลาย, พหุคูณ *(ร.บ.)*; **~ birth** การคลอดแฝดหลายคน; **~ crash/pile-up** อุบัติเหตุที่มีรถชนกันหลายคัน; Ⓑ *(many and various)* หลากหลาย, ต่าง ๆ นานา; Ⓒ *(Bot.)* ที่เกิดจากหลายดอก; **~ fruit** ผลที่เกิดจากดอกหลายดอกที่มีรังไข่หลอมรวมกัน เห็นเป็นผลเดี่ยว; ➡ + **sclerosis** A ❷ *n.* Ⓐ *(Math.)* ผลคูณ; ➡ + **common multiple;** Ⓑ ➡ **multiple store**

multiple: ~-ˈchoice *adj. (การทดสอบ, คำถาม)* มีหลายตัวเลือก; **~ ˈstore** *ns. (Brit. Commerc.)* ร้านค้าที่มีหลายสาขา

multiplex /ˈmʌltɪpleks/ˈมัลทิเพล็คซฺ/ ❶ *adj.* ที่มีหลาย *(โรงหนัง)* รวมในที่เดียวกัน ❷ *n.* สถานที่ที่มีโรงหนังหลายโรงในตึกเดียวกัน

multiplication /mʌltɪplɪˈkeɪʃn/มัลทิพลิˈเคช'น/ *n. (increase)* การเพิ่มจำนวนขึ้น; *(Math.)* การคูณ; *attrib.* เกี่ยวกับการคูณ; **do/use ~:** ทำ/ใช้การคูณ; **~ sign** เครื่องหมายคูณ; **~ table** ตารางสูตรคูณ; **do** *or* **learn/recite** *or* **say/practise one's ~ table[s]** เรียน/ท่องสูตรคูณ

multiplicity /mʌltɪˈplɪsɪtɪ/มัลทิˈพลิซซิทิ/ *n.* Ⓐ *(manifold variety)* ความหลากหลาย, จำนวนมากมาย; **~ in size/age** ความหลากหลายทางขนาด/อายุ; **~ of habits/beliefs/ideas** นิสัย/ความเชื่อ/ความคิดอันหลากหลาย; Ⓑ *(great number)* จำนวนมาก

[1]**multiply** /ˈmʌltɪplaɪ/ˈมัลทิพลาย/ ❶ *v.t.* Ⓐ *(Math.)* คูณ; Ⓑ *(increase)* เพิ่มทวี *(ขึ้นอย่างมาก)*; **be multiplied** เพิ่มจำนวนขึ้นมาก; Ⓒ *(Biol.)* ขยายพันธุ์ ❷ *v.i. (Biol.)* ขยายพันธุ์; **be fruitful and ~** *(Bibl.)* ขอให้มีลูกดกและขยายพันธุ์

[2]**multiply** /ˈmʌltɪplaɪ/ˈมัลทิพลาย/ *adv.* อย่างเพิ่มจำนวน, โดยการคูณ

ˈ**multi-purpose** *adj.* เอนกประสงค์, ใช้ประโยชน์ได้หลายอย่าง

multi-purpose ˈvehicle *n.* ยานพาหนะเอนกประสงค์

multiˈracial *adj.* หลายเผ่าพันธุ์, เลือดผสม, รวมหลายเชื้อชาติ

multi-screen /ˈmʌltɪskriːn/ˈมัลทิซกรีน/ *adj. (cinema) (โรงภาพยนตร์)* หลายโรง; ➡ + **Multiplex**

ˈ**multi-stage** *adj.* หลายระยะ, หลายขั้นตอน

ˈ**multi: ˈ~-storey** *adj.* หลายชั้น; **~storey car park/block of flats** ที่จอดรถ/อาคารห้องชุดหลายชั้น; **~track** *adj. (เทป)* ที่บันทึกเสียงโดยแยกเป็นหลายร่องเสียง

multitude /ˈmʌltɪtjuːd, US -tuːd/ˈมัลทิทิวดฺ, -ทูดฺ/ *n.* Ⓐ *(crowd)* กลุ่ม, ฝูง *(ชน)*; *(great number) (คน, สัตว์)* จำนวนมาก; **cover a ~ of sins** *(joc.)* ครอบคลุมหลายอย่าง; *(compensate)* ชดเชยมาก; **a ~ of animals/vehicles/men** สัตว์/พาหนะ/คนจำนวนมาก; Ⓑ **the [common] ~:** มวลชน; Ⓒ *(numerousness)* ความมากมาย

multitudinous /mʌltɪˈtjuːdɪnəs/เมิลทิˈทิวดิเนิซ/ *adj.* Ⓐ *(comprising many individuals)* มีหรือประกอบด้วยคนจำนวนมาก; Ⓑ *(very many)* มากมาย, คับคั่ง, แออัด

ˈ**multi-volume** *adj. (หนังสือ)* ที่มีหลายเล่ม

[1]**mum** /mʌm/มัม/ *(coll.)* ❶ *int.* เงียบ; **~'s the word** เงียบนะ; *(I won't tell anyone else)* ฉันจะไม่บอกใครเลย ❷ *adj.* เงียบ, นิ่ง, เป็นความลับ; **keep ~:** เก็บไว้เป็นความลับ; **keep ~ about sth.** เก็บ ส.น. ไว้เป็นความลับ

[2]**mum** *n. (Brit. coll.: mother)* แม่

mumble /ˈmʌmbl/ˈมัมบ'ล/ ❶ *v.i.* พูดหรือบ่นพึมพำ; **~ [away] about sth.** บ่นพึมพำเกี่ยวกับ *ส.น.* ❷ *v.t.* Ⓐ *(utter indistinctly)* พึมพำ; **~ one's words/phrases** พึมพำคำพูด/วลีของตนอย่างไม่ชัด; Ⓑ *(chew)* กัดหรือเคี้ยวด้วยเหงือก ❸ *n.* การพูดพึมพำ

mumbo-jumbo /mʌmbəʊˈdʒʌmbəʊ/เมิมโบˈจัมโบ/ *n., pl.* **~s** Ⓐ *(meaningless ritual)* พิธีกรรมที่ไร้ความหมาย; Ⓑ *(gibberish)* คำพูดที่ไม่เป็นภาษา; Ⓒ *(object of senseless veneration)* วัตถุที่คนหลงนับถือ

mummer /ˈmʌmə(r)/ˈมัมเมอะ(ร)/ *n. (Theatre)* ผู้แสดงละครใบ้

mummery /ˈmʌmərɪ/ˈมัมเมอะริ/ *n. (derog.)* พิธีการ *(ทางศาสนา)* ที่น่าเยาะเย้ย

mummify /ˈmʌmɪfaɪ/ˈมัมมิฟาย/ *v.t.* Ⓐ อาบยาศพไม่ให้เน่า; Ⓑ *(shrivel)* ทำให้เหี่ยวแห้ง, ทำให้หดตัวลง

[1]**mummy** /ˈmʌmɪ/ˈมัมมิ/ *n.* มัมมี่ *(ท.ศ.) (ศพโบราณในประเทศอียิปต์ที่อาบน้ำยาไม่ให้เน่า)*

[2]**mummy** *n. (Brit. coll.: mother)* แม่

mumps /mʌmps/มัมพฺซฺ/ *n. sing.* ➤ 453 *(Med.)* โรคคางทูม

munch /mʌntʃ/มันฉฺ/ ❶ *v.t.* **~ one's food** เคี้ยวอาหารอย่างรุนแรง ❷ *v.i.* เคี้ยวตุ้ย ๆ; **~ [away] about sth.** เคี้ยว *ส.น.* อย่างตุ้ย ๆ

mundane /mʌnˈdeɪn/เมินˈเดน/ *adj.* Ⓐ *(dull)* น่าเบื่อ, ซ้ำซาก; Ⓑ *(worldly)* ทางโลก, เกี่ยวกับโลกมนุษย์, ธรรมดาโลก

Munich /ˈmjuːnɪk/ˈมิวนิค/ *pr. n.* เมืองมิวนิกในประเทศเยอรมนี

municipal /mjuːˈnɪsɪpl/มิวˈนิซซิพ'ล/ *adj.* ของเทศบาล, ซึ่งปกครองตนเอง; **~ district** *(Can., Austral.)* เขตเทศบาล

municipality /mjuːnɪsɪˈpælɪtɪ/มิวนิซิˈแพลิทิ/ *n.* Ⓐ *(political unit)* เมืองหรือเขตที่มีการปกครองท้องถิ่น; Ⓑ *(governing body)* องค์กรการปกครองท้องถิ่น, เทศบาล, คณะเทศมนตรี

munificence /mjuːˈnɪfɪsəns/มิวˈนิฟฟิเซินซฺ/ *n. (formal)* ความเอื้อเฟื้อเผื่อแผ่, ความกรุณา

munificent /mjuːˈnɪfɪsənt/มิวˈนิฟฟิเซินทฺ/ *adj.*, **munificently** /mjuːˈnɪfɪsəntlɪ/มิวˈนิฟฟิเซินทฺลิ/ *adv.* [อย่าง] เอื้อเฟื้อเผื่อแผ่, เมตตากรุณา

munition /mjuːˈnɪʃn/มิวˈนิช'น/ *n., usu. in pl.* อาวุธ, ยุทโธปกรณ์; **~[s] factory** โรงงานผลิตยุทโธปกรณ์; **~[s] worker** คนงานผลิตยุทโธปกรณ์

muntjak (muntjac) /ˈmʌntdʒæk/ˈมันทฺแจค/ *n. (Zool.)* กวางขนาดเล็กในสกุล *Muntiacus* อาศัยในแถบเอเชียตะวันออกเฉียงใต้

mural /ˈmjʊərəl/ˈมัวเริล/ ❶ *adj. (on a wall)* บนกำแพง, บนผนัง ❷ *n.* จิตรกรรมฝาผนัง; *(on ceiling)* จิตรกรรมบนเพดาน

murder /ˈmɜːdə(r)/ˈเมอเดอะ(ร)/ ❶ *n.* Ⓐ *(Law)* ฆาตกรรม, การฆ่า; **~ investigation** การสืบสวนเกี่ยวกับฆาตกรรม; **~ hunt** การตามล่าตัวฆาตกร; **be accused of ~:** ถูกกล่าวหาว่าเป็นฆาตกร; **be arrested on a charge of ~:** ถูกจับในข้อหาฆาตกรรม; **~ will out** *(prov.: sth. cannot be hidden)* ความจริงย่อมปรากฏ; Ⓑ *(fig.)* **the exam/journey was ~:** การสอบ/การเดินทางเป็นเรื่องทรมานมาก; ➡ + **blue murder; get away with** C; **judicial** A ❷ *v.t.* Ⓐ *(kill unlawfully)* ฆ่าคน; **~ sb. with a gun/knife** ฆ่า *ค.น.* ด้วยปืน/มีด; **I could ~ a hamburger/a beer** *(fig. coll.)* ฉันเขมือบแฮมเบอร์เกอร์ได้อย่างง่ายดาย/ดื่มเบียร์ได้อย่างรวดเร็ว; Ⓑ *(kill inhumanly)* ฆ่าอย่างเหี้ยมโหด; Ⓒ *(coll.: spoil)* ทำลาย, ทำให้เสีย; **~ a piece of music** เล่นดนตรีแย่มาก; Ⓓ *(coll.: defeat)* ชนะอย่างท่วมท้น

murderer /ˈmɜːdərə(r)/ˈเมอเดอะเรอะ(ร)/ *n.* ฆาตกร; **be accused of being a ~:** ถูกกล่าวหาว่าเป็นฆาตกร

murderess /ˈmɜːdərɪs/ˈเมอเดอริซ/ *n.* ฆาตกรหญิง

murderous /ˈmɜːdərəs/ˈเมอเดอะเริซ/ *adj.* *(เจตนา)* ที่จะฆ่า; *(หน้าตา)* น่ากลัว; *(อากาศ, การเดินทาง, การต่อสู้)* ที่โหดมาก; **~ nature/mentality/psychology** นิสัย/สภาพจิต/ทัศนะที่สามารถเป็นฆาตกร

murk /mɜːk/เมิค/ *n.* ความมืด, ความอึมครึม

murky /ˈmɜːkɪ/ˈเมอคิ/ *adj.* Ⓐ *(dark)* มืด, มัว; **a ~ night** คืนที่มืดมิด; Ⓑ *(dirty)* *(น้ำ)* สกปรก; Ⓒ *(thick, opaque)* *(น้ำ)* ขุ่น; *(บรรยากาศ)* หนา, มัว, ข้นคลั่ก; *(fig.: obscure)* *(ความลับ, ความลึกลับ)* มืดมัว, น่าสงสัย; **~ past** อดีตที่น่าสงสัย

murmur /ˈmɜːmə(r)/ˈเมอเมอะ(ร)/ ❶ *n.* Ⓐ *(subdued sound)* เสียงแผ่วเบา; *(of brook also)* เสียงน้ำไหลเบา ๆ; *(of bee)* เสียงหึ่ง ๆ ของผึ้ง; Ⓑ *(Med.)* **heart ~:** เสียงผิดปกติในการเต้นของหัวใจ; Ⓒ *(expression of discontent)* เสียงบ่นอุบอิบ; **raise a few ~s** ทำให้บางคนไม่พอใจ; **~ of disagreement/impatience** เสียงบ่นแสดงความไม่เห็นด้วย/ความเหลืออด; **without a ~:** โดยปราศจากเสียงบ่น; Ⓓ *(soft speech)* เสียงพึมพำ; **~ of approval/delight** เสียงพึมพำแสดงการยอมรับ/ความยินดี; **a ~ of voices** เสียงพึมพำ; **say sth. in a ~:** กล่าว *ส.น.* ด้วยเสียงแผ่ว ๆ ❷ *v.t.* พูดค่อย ๆ, พูดพึมพำ; **he ~ed that he wanted to sleep** เขาพึมพำว่าเขาอยากนอนหลับ ❸ *v.i.* Ⓐ *(บุคคล)* พูดพึมพำ; *(make soft sound)* *(ลม)* พัดค่อย ๆ; Ⓑ *(complain)* บ่นอุบอิบ (**against, at** เรื่อง)

murphy /ˈmɜːfɪ/ˈเมอฟิ/ *n. (coll.)* มันฝรั่ง

Murphy's Law *n.* คำพังเพยต่าง ๆ นานาเกี่ยวกับความประหลาดของชีวิต

muscadel ➡ **muscatel**

muscat /ˈmʌskət/ˈมัซเกิท/ *n. (grape)* องุ่นพันธุ์ muscadine ใช้ทำเหล้า; *(vine)* เหล้าองุ่นขาวที่ทำจากองุ่นพันธุ์ดังกล่าว

muscatel /mʌskəˈtel/เมิซเกอะˈเท็ล/ *n.* Ⓐ *(raisin)* ลูกเกดจากองุ่น muscadine; Ⓑ *(wine)* เหล้าองุ่นขาวที่ทำจากองุ่นพันธุ์ดังกล่าว

muscle /ˈmʌsl/ˈมัซ'ล/ ❶ *n.* Ⓐ ➤ **118** กล้ามเนื้อ; **not move a ~** *(fig.)* ไม่ขยับเขยื้อนกล้ามเนื้อ, ไม่ทำอะไรเลย; Ⓑ *(tissue)* เนื้อเยื่อกล้ามเนื้อ; **be all ~:** เป็นกล้ามไปหมด; Ⓒ *(muscular power)* พละกำลัง, ความแข็งแกร่ง; *(fig.: force, power, influence)* กำลัง, อำนาจ, อิทธิพล; **have financial ~:** มีอำนาจทางการเงิน; **have industrial ~:** มีอำนาจทางอุตสาหกรรม ❷ *v.i.* **~ 'in** *(coll.)* เข้าไปยุ่ง, เข้าไปเบียด, เข้าบุกรุก; **they're muscling in on our market** พวกเขากำลังเข้าบุกรุกตลาดของเรา; **you're muscling in [on my territory]** *(fig.)* คุณกำลังล้ำเส้นอยู่

muscle: **~-bound** *adj.* Ⓐ *(with powerful muscles)* แข็งแกร่ง, มีกล้ามเนื้อแข็งแรง; Ⓑ *(with stiff muscles)* **be ~-bound** เมื่อยกล้าม; **become ~-bound** *(fig.)* ไม่รู้จักพลิกแพลงตามสถานการณ์; **~man** *n.* Ⓐ *(intimidator)* นักเลงที่ล่ำสัน; Ⓑ *(sb. with powerful physique)* นักเพาะกาย, คนที่มีร่างกายกำยำ

Muscovite /ˈmʌskəvaɪt/ˈมัซเกอะไวท/ ❶ *n.* ชาวกรุงมอสโก ❷ *adj.* *(นักเขียน)* แห่งกรุงมอสโก, เกี่ยวกับกรุงมอสโก

muscular /ˈmʌskjʊlə(r)/ˈมัซกิวเลอะ(ร)/ *adj.* Ⓐ *(Med.)* เกี่ยวกับกล้ามเนื้อ; Ⓑ *(sinewy)* มีกล้าม, กำยำล่ำสัน, แข็งแรง; ➡ + **dystrophy**

muscularity /mʌskjʊˈlærɪtɪ/เมิซกิวˈแลริทิ/ *n., no pl.* การมีกล้ามเนื้อแข็งแรง, ความกำยำล่ำสัน

[1]**muse** /mjuːz/มิวซฺ/ *n.* Ⓐ **M~** *(Greek and Roman Mythol.)* เทพธิดาเก้าองค์ในตำนานเทพปกรณ์กรีกและโรมัน *(ซึ่งเป็นแรงบันดาลใจให้เกิดศิลปะแขนงต่าง ๆ)*; Ⓑ *(Lit.)* แรงบันดาลใจของกวี

[2]**muse** *(literary)* ❶ *v.i. (ponder)* ไตร่ตรอง, ครุ่นคิด (**on, about, over** เกี่ยวกับ) ❷ *v.t.* รำพึง, กล่าวอย่างครุ่นคิด

museum /mjuːˈzɪːəm/มิวˈเซียม/ *n.* พิพิธภัณฑ์; **an art ~, a ~ of art** พิพิธภัณฑ์ศิลปะ; **a ~ of modern art** พิพิธภัณฑ์ศิลปะสมัยใหม่

mu'seum piece *n.* Ⓐ *(specimen of art)* งานศิลปะที่เก็บไว้ในพิพิธภัณฑ์; Ⓑ *(joc. derog.)* *(old-fashioned thing)* ของเก่า, ของคร่ำครึ; *(old-fashioned person)* คนหัวโบราณ, คนคร่ำครึ

[1]**mush** /mʌʃ/มัช/ *n.* Ⓐ *(soft pulp)* เนื้อ *(ผลไม้)*; อาหารที่บดละเอียด; **boil into a ~:** ต้มจนเละ *(มันฝรั่ง)*; **~ of mud/snow** โคลน/หิมะที่แฉะไปหมด; Ⓑ *(coll.: weak sentimentality)* ความซาบซึ้งอันหวานแสบไส้

[2]**mush** /mʊʃ/มัช/ *n. (sl.: face, mouth)* หน้า, ปาก

mushroom /ˈmʌʃrʊm, -ruːm/ˈมัชรุม, -รูม/ ❶ *n.* Ⓐ เห็ด; *(edible)* เห็ดที่กินได้; *(cultivated, esp. Agaricus campestris)* เห็ดปลูก; *attrib.* เกี่ยวกับเห็ด; **grow like ~s** *(fig.)* ผุดขึ้นเป็นดอกเห็ด; Ⓑ *(fig.)* **~ of smoke** ควันรูปดอกเห็ด; ➡ + **mushroom cloud** ❷ *v.i.* Ⓐ *(spring up)* ผุดขึ้น; *(grow rapidly)* ขยายปริมาณเติบโตขึ้นอย่างรวดเร็ว, พุ่งพรวด; **demand ~ed overnight** ความต้องการพุ่งพรวดขึ้นในชั่วเวลาข้ามคืน; Ⓑ *(expand and flatten)* *(ควัน)* แผ่ขยายไปเหมือนรูปดอกเห็ด

mushroom: **~ cloud** *n.* เมฆที่ก่อตัวเป็นรูปดอกเห็ด; *(after nuclear explosion)* เมฆรูปดอกเห็ดหลังระเบิดนิวเคลียร์; **~-colour** *n.* สีน้ำตาลอมชมพู; **~-coloured** *adj.* มีสีน้ำตาลอมชมพู

mushy /ˈmʌʃɪ/ˈมัชชิ/ *adj.* Ⓐ *(soft)* เปื่อยยุ่ย; Ⓑ *(coll.: feebly sentimental)* หวานแสบไส้; **be full of ~ sentiment** เต็มไปด้วยอารมณ์อ่อนไหวมากเกินไป

music /ˈmjuːzɪk/ˈมิวซิค/ *n.* Ⓐ ดนตรี; **make ~:** เล่นดนตรี; **student of ~:** นักเรียนดนตรี; **piece of ~:** งานดนตรี; **set** *or* **put sth. to ~:** แต่งดนตรีประกอบ *ส.น.*; **have a gift for ~:** มีพรสวรรค์ทางดนตรี; **be ~ to one's ears** *(fig. coll.)* ฟังแล้วรื่นหู; ➡ + **face** 2 C; **set** 1 S; **sphere** C; Ⓑ *(of waves, wind, brook, birds)* เสียงธรรมชาติที่ฟังแล้วไพเราะ; Ⓒ *(score)* โน้ตเพลง; **sheet of ~:** แผ่นโน้ตเพลง; **play from ~:** เล่นจากโน้ตเพลง

musical /ˈmjuːzɪkl/ˈมิวซิค'ล/ ❶ *adj.* Ⓐ *(of music)* *(พรสวรรค์, ความเข้าใจ)* ทางดนตรี; *(เครื่อง, โน้ต)* ดนตรี; Ⓑ *(melodious)* *(เสียงพูด, เสียงร้อง)* ไพเราะ, ประสานกลมกลืน; Ⓒ *(fond of or skilled in music)* ที่ชอบหรือเชี่ยวชาญทางดนตรี; Ⓓ *(set to music)* *(ภาพยนตร์, ละคร)* ที่มีดนตรีประกอบ; **~ film** ภาพยนตร์เพลง ❷ *n.* *(Mus., Theatre)* ละครเพลง

musical: **~ box** *n. (Brit.)* กล่องดนตรี; **~'chairs** *n. sing.* การเล่นเก้าอี้ดนตรี; **~ director** *n.* *(Theatre)* ผู้กำกับดนตรีในละคร หรือ โอเปรา; *(conductor)* วาทยากร

musically /ˈmjuːzɪklɪ/ˈมิวซิคลิ/ *adv.* *(with regard to music)* เกี่ยวกับดนตรี, ทางดนตรี; *(melodiously)* ไพเราะเสนาะหู, มีเสียงประสานกลมกลืน; **~ gifted** มีพรสวรรค์ทางดนตรี

music: **~ box** *(Amer.)* ➡ **musical box;** **~ centre** *n.* อุปกรณ์ฟังเพลงประกอบด้วยวิทยุ เครื่องเล่นเทปและจานเสียง ฯลฯ; **~ drama** *n.* ละครเพลง; **~ hall** *n. (Brit.)* ❶ โรงแสดงดนตรีต่าง ๆ นานา ❷ *attrib. adj.* ที่เล่นมหรสพ

musician /mjuːˈzɪʃn/มิวˈซิช'น/ *n.* ➤ **489** นักดนตรี, ผู้ที่มีพรสวรรค์ทางด้านดนตรี; *(minstrel, street ~ etc.)* วณิพก

musicianship /mjuːzɪʃnʃɪp/มิวซิช'นชิพ/ *n.* ทักษะความสามารถทางดนตรี

'music lesson *n.* ชั่วโมงเรียนดนตรี

musicologist /mjuːzɪˈkɒlədʒɪst/มิวซิˈคอเลอะจิซทฺ/ *n.* ➤ **489** ผู้ที่ศึกษาทางด้านดนตรี, นักดุริยางคศาสตร์

musicology /mjuːzɪˈkɒlədʒɪ/มิวซิˈคอเลอะจิ/ *n.* ดุริยางคศาสตร์

music: **~ paper** *n.* กระดาษเขียนโน้ตดนตรี; **~ rest** *n.* ที่วางโน้ตดนตรี; **~ room** *n.* ห้องดนตรี; *(for concerts)* ห้องแสดงดนตรี; **~ stand** *n.* ที่วางโน้ตดนตรี; **~ stool** *n.* เก้าอี้สำหรับนั่งเล่นเปียโน; **~ teacher** *n.* ➤ **489** ครูสอนดนตรี; **~ video** *n.* มิวสิควิดีโอ *(ท.ศ.)*

musk /mʌsk/มัซค/ *n.* Ⓐ *(substance)* สารกลิ่นแรงที่สกัดจากต่อมในชะมดตัวผู้ ใช้ทำน้ำหอม; **~-scented** มีกลิ่นชะมดเชียง; Ⓑ *(odour)* กลิ่นชะมดเชียง; Ⓒ *(Bot.)* พืช *Mimulus moschatus* ดอกสีเหลือง

'musk deer *n. (Zool.)* กวางชะมด เป็นสัตว์เคี้ยวเอื้องขนาดเล็ก ตัวสั้นป้อมสีน้ำตาลแดง

musket /ˈmʌskɪt/ˈมัซกิท/ *n. (Arms Hist.)* ปืนคาบศิลา

musketeer /mʌskɪˈtɪə(r)/เมิซกิˈเทีย(ร)/ *n.* *(Hist.)* ทหารปืนคาบศิลา

musketry /ˈmʌskɪtrɪ/ˈมัซกิทริ/ *n. (Hist.)* *(muskets)* ปืนคาบศิลา; *(musketeers)* เหล่าทหารปืนคาบศิลา

musk: **~ melon** *n.* แตงหอม, แตงพันธุ์ *Cucumis melo* มีเปลือกสีเหลืองหรือเขียว; **~ ox** *n. (Zool.)* สัตว์ *Ovibus moschatus* คล้ายละมั่ง มีขนหนาและเขาเล็กโค้งงอ พบในทวีปอเมริกาเหนือ; **~rat** *n.* Ⓐ *(Zool.)* สัตว์น้ำชนิดหนึ่งคล้ายหนูตัวใหญ่ มีขนยาว; Ⓑ *(fur)* ขนของสัตว์ชนิดดังกล่าว; **~ rose** *n. (Bot.)* กุหลาบเลื้อยพันธุ์ *Rosa moschata* มีดอกสีขาว มีกลิ่นหอมจัด

musky /ˈmʌskɪ/ˈมัซกิ/ *adj.* มีกลิ่นอย่างชะมดเชียง

Muslim /'mʊslɪm, US 'mʌzlɪm/'มุซลิม, 'มัซลิม/ ❶ *adj.* เกี่ยวกับศาสนาอิสลาม; **be ~:** เป็นผู้นับถือศาสนาอิสลาม, เป็นชาวมุสลิม ❷ *n.* ชาวมุสลิม, ผู้นับถือศาสนาอิสลาม

muslin /'mʌzlɪn/'มัซลิน/ ❶ *n.* ผ้าฝ้ายเนื้อละเอียด, ผ้ามัสลิน *(ท.ศ.)* ❷ *adj.* เป็นผ้าฝ้ายมัสลิน

musquash /'mʌskwɒʃ/'มัซกวอช/ *n.* Ⓐ *(Zool.)* สัตว์น้ำ *Ondatra zibethica* คล้ายหนูขนาดใหญ่ มีขนยาว; Ⓑ *(fur)* ขนของสัตว์ชนิดดังกล่าว

muss /mʌs/มัซ/ *(Amer. coll.) v.t.* ทำให้ *(ผมเผ้า)* ยุ่งเหยิง; ทำให้รกไม่มีระเบียบ

~'up *v.t.* ทำให้ยุ่งเหยิง; ทำให้ *(ผม)* ยุ่ง; ทำให้ *(เสื้อผ้า)* ยับยู่ยี่

mussel /'mʌsl/'มัซ'ล/ *n.* หอยแมลงภู่; **bed of ~s, ~ bed** แหล่งหอยแมลงภู่

[1]**must** /məst/เมิซทฺ/, *stressed* mʌst/มัซทฺ/, *stressed* ❶ *v. aux., only in pres. and past ~, neg. (coll.)* **~n't** /'mʌsnt/'มัซ'นทฺ/ Ⓐ *(have to)* ต้อง; *with negative* ไม่ควร, ต้องไม่; **you ~ remember ...:** คุณต้องจำ...; **you ~ not/never do that** คุณต้องไม่/ไม่มีวันทำอย่างนั้น; **you ~ stop that noise/listen to me!** คุณต้องเลิกทำเสียงอย่างนั้น/ฟังฉัน; **~ I?** ฉันจำเป็นต้องทำด้วยหรือ; **you mustn't do that again!** คุณต้องไม่ทำอย่างนั้นอีก; **I ~ get back to the office** ฉันต้องกลับไปสำนักงาน; **I ~ go to London** ฉันต้องไปลอนดอน; **I ~ leave at 6 o'clock** ฉันจะต้องไปตอนหกโมง; **do it if you ~:** ทำไปเลยถ้าต้องทำ; **I will go if I ~:** ฉันจะไปถ้าจำเป็น; **'~ you shout so loudly?** คุณจำเป็นต้องตะโกนดังขนาดนั้นเชียวหรือ; **I ~ away** *(arch.)* ฉันต้องไปแล้ว; **I ~ have a new dress** ฉันต้องมีกระโปรงชุดใหม่; **why ~ it always rain on Saturdays?** ทำไมฝนถึงต้องตกทุกวันเสาร์ด้วยนะ; **I ~ say ...:** ฉันเห็นจะต้องพูดว่า...; **[that] I' ~ say [ซึ่ง]** ฉันต้องพูด; **if you '~ know** ถ้าคุณอยากรู้จริง ๆ; Ⓑ *(ought to)* ควรจะ, จำเป็น; **I ~ ask you to leave** ฉันจำเป็นต้องขอให้คุณไป; **you ~ think about it** คุณควรจะลองคิดดู; **I ~ not sit here drinking coffee** ฉันไม่ควรจะนั่งเอื่อยเฉื่อยดื่มกาแฟอยู่ที่นี่; Ⓒ *(be certain to)* ต้อง...อย่างแน่นอน, เห็นจะต้อง...เป็นแน่; **you ~ be tired** คุณคงจะเหนื่อยเป็นแน่; **you ~ be crazy** คุณต้องบ้าแล้วล่ะ; **there ~ be a reason** ต้องมีเหตุผลเป็นแน่; **it ~ be about 3 o'clock** น่าจะราว ๆ สามโมง; **I ~ have lost it** ฉันคงทำมันหล่นหายไปแล้วแน่ ๆ; **it ~ have stopped raining by now** ตอนนี้ฝนคงหยุดตกแน่เลย; **I think they ~ have left** ฉันคิดว่าพวกเขาคงไปแล้วแน่ ๆ; **20 people ~ have visited me** คงมีคนมาเยี่ยมฉันถึง 20 คนเป็นแน่ละ; **there ~ have been forty of them** *(forty)* คงมีพวกเขาถึง 40 คน; *(probably about forty)* พวกเขาคงมีประมาณ 40 คนแล้วเป็นแน่; **you ~ have seen it** *(necessarily would have)* คุณต้องเคยเห็นมันมาแล้วแน่เชียว; *expr. indignation or annoyance* **he ~ come just when ...:** เขาเป็นต้องมาถึงพอดีทุกทีที่...; **what ~ I do but break my leg?** ทำไมฉันจะต้องขาหัก; ➡ **+ joke** 2
❷ *n. (coll.)* สิ่งจำเป็น, สิ่งที่พลาดไม่ได้; **be a ~ for sb./sth.** เป็นสิ่งจำเป็นสำหรับ *ค.น./ส.น.*

[2]**must** *n.* Ⓐ *(wine)* เหล้าไวน์ใหม่; Ⓑ *(grape juice)* น้ำองุ่นก่อนนำไปหมักเป็นเหล้า

[3]**must** ➡ **mustiness**

mustache ➡ **moustache**

mustachio /mə'stɑːʃɪəʊ, US -stæʃ-/เมอะ'ซตาชิโอ, -ซแตช-/ *n., pl.* **~s** หนวด

mustachioed /mə'staːʃəʊd/เมอะ'ซตาโชด/ *adj.* มีหนวด *(เฟิ้ม)*

mustang /'mʌstæŋ/'มัซแตง/ *n.* ม้าป่าขนาดเล็ก *(มีถิ่นกำเนิดในเม็กซิโกและแคลิฟอร์เนีย)*

mustard /'mʌstəd/'มัซเติด/ *n.* Ⓐ มัสตาร์ด *(ท.ศ.)* พืชดอกสีเหลือง เมล็ดนำไปบดเป็นเครื่องเทศรสเผ็ด; **~ and cress** *(Brit.)* มัสตาร์ด; Ⓑ *(colour)* สีเหลืองอมน้ำตาล; *attrib.* มีสีเหลืองอมน้ำตาล; Ⓒ *(Amer. coll.: thing that provides zest)* สิ่งที่นำมาซึ่งชีวิตชีวา; **cut the ~:** ประสบผลสำเร็จ, ทำได้; **I can't cut the ~:** ฉันทำไม่ได้

mustard: ~-coloured *adj.* มีสีเหลืองอมน้ำตาล; **~ gas** *n. (Chem., Mil.)* ก๊าซมัสตาร์ด *(ไม่มีสี ทำให้ผิวหนังระคายเคืองและเป็นตุ่มบวม)*; **~ plaster** *n.* ยาพอกที่มีมัสตาร์ดเป็นส่วนผสม; **~ pot** *n.* ขวดใส่มัสตาร์ด; **~-yellow** *adj.* สีเหลืองอมน้ำตาล

muster /'mʌstə(r)/'มัซเตอะ(ร)/ ❶ *n.* Ⓐ *(Mil.)* กลุ่มคนที่รอตรวจสอบ; **pass ~** *(fig.)* ผ่านการตรวจสอบ, เป็นที่ยอมรับ; Ⓑ *(assembly)* การรวมตัว, การชุมนุม
❷ *v.t.* Ⓐ *(summon)* เรียก; *(Mil., Naut.)* เรียกแถว; Ⓑ *(collect)* รวมตัว, ระดม *(พล)*; Ⓒ *(fig.: summon up)* รวบรวม, สำรวม; **~ [the] strength to do sth.** รวบรวมพลังเพื่อทำ *ส.น.*; **he couldn't ~ [the] courage to do it** เขาไม่กล้าพอที่จะทำได้
❸ *v.i.* รวมตัว; *(for parade)* ชุมนุมเพื่อเตรียมเดินขบวน

~ 'up *v.t.* รวบรวม, สำรวม; **~ up all one's courage** รวมความกล้าหาญที่มีอยู่ในตัวทั้งหมด

must-have /'mʌsthæv/'มัซทฺแฮฺว/ ❶ *n.* สิ่งที่ทุกคนต้องมี ❷ *adj. (accessory, gadget)* ที่ต้องมี; **a mobile is a ~ item for teenagers** โทรศัพท์มือถือเป็นสิ่งที่วัยรุ่นทุกคนต้องมี

mustiness /'mʌstɪnɪs/'มัซตินิซ/ *n., no pl.* Ⓐ *(of smell, taste)* กลิ่นเหม็นอับ, รสเหม็นหืน; Ⓑ *(mouldiness)* การขึ้นรา, ความเก่าแก่คร่ำครึ

mustn't /'mʌsnt/'มัซ'นทฺ/ *(coll.)* = **must not** ต้องไม่, อย่า

musty /'mʌstɪ/'มัซติ/ *adj.* Ⓐ *(smelling or tasting stale)* เหม็นอับ; Ⓑ *(mouldy)* ขึ้นรา; Ⓒ *(fig.: stale, antiquated)* คร่ำครึ, เก่า, โบราณ, เก็บไว้นาน; **a professor with ~ ideas** ศาสตราจารย์ที่มีความคิดแบบเก่าหรือหัวโบราณ

mutable /'mjuːtəbl/'มิวเทอะบ'ล/ *adj.* Ⓐ *(formal: liable to change)* เปลี่ยนแปลงได้, ไม่จีรัง; Ⓑ *(Ling., Biol.)* เปลี่ยนแปลงอยู่เสมอ, ไม่แน่นอน

mutant /'mjuːtənt/'มิวเทินทฺ/ *(Biol.)* ❶ *adj.* เป็นผลมาจากการผ่าเหล่า ❷ *n.* รูปแบบที่ได้จากการผ่าเหล่า

mutate /mjuː'teɪt, US 'mjuːteɪt/มิว'เทท, 'มิวเทท/ *(Biol.)* ❶ *v.t.* ผ่าเหล่า; **be ~d** ถูกทำให้ผ่าเหล่า ❷ *v.i.* ผ่าเหล่า, เปลี่ยนแปลง, กลายพันธุ์

mutation /mjuː'teɪʃn/มิว'เทช'น/ *n.* Ⓐ *(formal: change)* กระบวนการเปลี่ยนแปลง, การผันแปร; Ⓑ *(Biol.)* การผ่าเหล่าในทางชีววิทยา; *attrib.* เกี่ยวกับการผ่าเหล่า, ผ่าเหล่าผ่ากอ

mute /mjuːt/มิวทฺ/ ❶ *adj. (dumb, silent; also Ling.)* ใบ้, เงียบ, ไม่ออกเสียง; *(temporarily bereft of speech also)* พูดไม่ออก; **be ~ with rage/amazement/grief/from shock** โมโห/ตกตะลึง/เศร้าโศก/ตกใจจนพูดไม่ออก ❷ *n.* Ⓐ *(dumb person)* คนใบ้; Ⓑ *(Mus.)* อุปกรณ์ลดเสียงในเครื่องดนตรี ❸ *v.t.* Ⓐ ทำให้เงียบ, ระงับเสียง; Ⓑ ลดเสียงลง, ทำให้เบาบางลง

mute button *n.* ปุ่มปิดเสียงชั่วคราว

muted /'mjuːtɪd/'มิวทิด/ *adj.* อ่อนลง, เบาบางลง

mutely /'mjuːtlɪ/'มิวทฺลิ/ *adv.* ใบ้; *(silently also)* อย่างเงียบเชียบ

mute 'swan *n.* หงส์ขาว

mutilate /'mjuːtɪleɪt/'มิวทิเลท/ *v.t. (deprive of limb)* ตัด *(แขนขา)*; *(fig.: render imperfect)* ทำให้ไม่สมประกอบ, ทำให้ไม่สมบูรณ์ หรือทุพพลภาพ

mutilation /mjuːtɪ'leɪʃn/มิวทิ'เลช'น/ *n. (deprivation of limb)* การตัด *(แขนขา)*; *(fig.: rendering imperfect)* การทำให้ไม่สมประกอบ, การทำให้ทุพพลภาพ

mutineer /mjuːtɪ'nɪə(r)/มิวทิ'เนีย(ร)/ *n.* ผู้ก่อการกบฏหรือจลาจล

mutinous /'mjuːtɪnəs/'มิวทิเนิซ/ *adj.* เป็นกบฏ, กำเริบ, แข็งเมือง, ลุกลามขึ้น; **~ acts** การกบฏ, การก่อการกำเริบ; **become ~:** เริ่มก่อตัวเป็นกบฏ

mutinously /'mjuːtɪnəslɪ/'มิวทิเนิซลิ/ *adj.* เป็นกบฏ, อย่างกบฏ

mutiny /'mjuːtɪnɪ/'มิวทินิ/ ❶ *n.* การกบฏ, การขัดขืนคำสั่ง ❷ *v.i.* ก่อการกบฏ, มีส่วนร่วมในการกบฏ

mutt /mʌt/มัท/ *n. (coll.)* Ⓐ *(person)* คนโง่, คนเซ่อ; **poor ~:** คนโง่ที่น่าสงสาร; Ⓑ *(derog.: dog)* หมา *(ภ.พ.)*

mutter /'mʌtə(r)/'มัทเทอะ(ร)/ ❶ *v.i.* Ⓐ *(speak low)* พึมพำ, พูด หรือ บ่นค่อย ๆ; **~ [away] to oneself** พึมพำกับตัวเอง; Ⓑ *(grumble)* บ่น, พูดพร่ำ, คำราม **(at, about** เกี่ยวกับ) ❷ *v.t.* Ⓐ *(utter)* พึมพำ, พูดค่อย ๆ; **~ sth. under one's breath/to oneself** พึมพำถึง *ส.น.* เสียงแผ่ว ๆ/กับตัวเอง ❸ *n.* เสียงพึมพำ, เสียงบ่น, เสียงคำราม; **~ of voices** เสียงพูดพึมพำ

muttering /'mʌtərɪŋ/'มัทเทอะริง/ *n.* Ⓐ *no pl. (low speech)* การพูดพึมพำ, การบ่น; Ⓑ **~[s]** *(complaints)* คำบ่น, คำร้องทุกข์, คำฟ้องร้อง

mutton /'mʌtn/'มัท'น/ *n.* เนื้อแกะ; แกะ; **[a case of] ~ dressed [up] as lamb** *(coll. derog.)* หญิงแก่ที่แต่งตัวเป็นสาว; ➡ **+ dead** 1 A

mutton: ~ 'chop *n.* Ⓐ ซี่โครงแกะ; Ⓑ **~chop [whiskers]** เคราแก้มปลายแหลมและฐานกว้าง; **~head** *n. (coll. derog.)* คนโง่, คนเซ่อ

mutual /'mjuːtjʊəl/'มิวฉวล, -ทวล/ *adj.* Ⓐ *(given and received)* ซึ่งกันและกัน, ต่อกัน, ทั้งสองฝ่าย; **look at each other with ~ suspicion** ต่างฝ่ายต่างมองกันด้วยความสงสัย; **I can't bear you! – The feeling's ~:** ฉันทนคุณไม่ได้ ฉันก็รู้สึกเหมือนกันนั่นแหละ; **to our ~ satisfaction/benefit** เพื่อความพึงพอใจ/ผลประโยชน์ของเราทั้งสองฝ่าย; **~ aid programme** โครงการช่วยเหลือซึ่งกันและกัน; **be ~ well-wishers** เป็นผู้ปรารถนาดีต่อกัน; Ⓑ *(coll.: shared)* ร่วมกัน

mutual: ~ admi'ration society *n. (joc.)* กลุ่มคนที่คอยชื่นชมกันเอง; **~ 'fund** *n. (Amer. Econ.)* กองทุนรวม; **~ in'surance company** *n.* บริษัทประกันภัยที่ให้ผู้ถือกรมธรรม์ได้รับเงินปันผลจากกำไรของบริษัท

mutuality /mjuːtjʊ'ælətɪ/มิวฉุ'แอเลอะทิ/ *n., no pl.* ความร่วมกัน; *(of interests)* การมีผลประโยชน์ร่วมกัน

mutually /ˈmjuːtjʊəlɪ/ˈมิวทวลลิ/ *adv.* Ⓐ ซึ่งกันและกัน, ต่อกัน; **be ~ exclusive** เป็นอิสระต่อกัน, ไม่เกี่ยวข้องกันและกัน; **~ beneficial/accepted** เป็นประโยชน์ต่อ/เป็นที่ยอมรับของทั้งสองฝ่าย; Ⓑ *(in common)* ร่วมกัน

muzak /ˈmjuːzæk/ˈมิวแซค/ *n. (often derog.)* *ดนตรีที่บันทึกเสียงไว้เล่นคลอเบา ๆ ตามที่สาธารณะ*

muzzle /ˈmʌzl/ˈมัซ'ล/ ❶ *n.* Ⓐ *(of dog, horse, cattle)* ปากของสัตว์; Ⓑ *(of gun)* ปากกระบอกปืน; Ⓒ *(put over animal's mouth)* ตะกร้อสวมปากสัตว์ ❷ *v.t.* Ⓐ สวมตะกร้อ; Ⓑ ทำให้เงียบ, ระงับเสียง; Ⓒ *(fig.)* ป้องกันไม่ให้ออกความเห็นโดยอิสระ, จำกัดอิสรภาพ

muzzle: ~-loader *n.* ปืนที่ใส่กระสุนทางปากกระบอก; **~ velocity** *n.* ความเร็วที่กระสุนแล่นออกจากปากกระบอกปืน

muzzy /ˈmʌzɪ/ˈมัซซิ/ *adj.* Ⓐ *(mentally hazy, blurred)* ตื้อ, มึน, ไม่ปลอดโปร่ง; **feel ~:** รู้สึกจิตใจไม่ปลอดโปร่ง; Ⓑ *(from intoxication)* หัวมึนจากการดื่มสุรา

MW *abbr.* Ⓐ *(Radio)* **medium wave** คลื่นวิทยุขนาดกลาง; Ⓑ *(Electr., Phys.)* **megawatt[s]** เมกกะวัตต์ *(ท.ศ.) (มีค่าเท่ากับหนึ่งล้านวัตต์)*

my /maɪ/มาย/ *poss. pron. attrib.* Ⓐ *(belonging to me)* ของฉัน, ของผม, ของดิฉัน ของหนู, ฯลฯ; Ⓑ *in affectionate, jocular, patronizing, etc. use* ของฉัน; **my poor fellow** เพื่อนที่น่าสงสารของฉัน; ➡ + **man** 1 B; Ⓒ *in excl. of surprise* ใช้ในกรณีแสดงความประหลาดใจ; **my[, my]!, [my] oh my!** ตายจริง, ตายแล้ว; ➡ + **god** B; **²her; word** 1 C

myalgia *n.* อาการปวดกล้ามเนื้อ

myalgic *adj.* เกี่ยวกับการปวดกล้ามเนื้อ

myalgic encephalomyelitis /maɪˈældʒɪk ensefələʊmaɪəˈlaɪtɪs/ไมˈแอลจิคเอ็นเซะเฟอะโลไมเออะˈลายทิซ/ *n.* ➤ **453** *(Med.)* ภาวะสมองหรือไขสันหลังอักเสบระยะยาว *(มีอาการปวดศีรษะ ไข้ขึ้น และปวดกล้ามเนื้อ)*

Myanmar /ˈmaɪænmaː, ˈmjænmaː/ˈไมแอนมา, ˈมิแยนมา/ *n.* ประเทศเมียนมาร์ *(อดีตคือพม่า)*

mycelium /maɪˈsiːlɪəm/ไมˈซีเลียม/ *n., pl.* **mycelia** /maɪˈsiːlɪə/ไมˈซีเลีย/ *(Bot.)* ใยของเชื้อรา

Mycenaean /maɪsɪˈniːən/ไมซิˈนีเอิน/ *adj.* *(Archaeol.)* เกี่ยวกับอารยธรรมกรีกในราว ๆ ปี 1100–1500 ก่อนคริสต์กาล

mycology /maɪˈkɒlədʒɪ/ไมˈคอเลอะจิ/ *n.* เชื้อราวิทยา

myna, mynah ➡ **mina**

myopia /maɪˈəʊpɪə/ไมˈโอเพีย/ *n.* Ⓐ อาการสายตาสั้น; Ⓑ *(fig.)* การไม่มองการณ์ไกล

myopic /maɪˈɒpɪk/ไมˈโอพิค/ *adj.* Ⓐ ที่สายตาสั้น; Ⓑ ไม่มองการณ์ไกล

myriad /ˈmɪrɪəd/ˈมิเรียด/ *(literary)* ❶ *adj.* ที่มีจำนวนมาก, เหลือคณานับ ❷ *n. (great number)* จำนวนมากมายเหลือคณานับ; **a ~ of possibilities** ความเป็นไปได้มากมายสุดคณานับ

myriapod, myriopod /ˈmɪrɪəpɒd/ˈมิเรียพอด/ *n. (Zool.)* สัตว์บกที่มีขาจำนวนมาก เช่น ตะขาบ กิ้งกือ

myrrh /mɜː(r)/เมอ(ร)/ *n.* ยางไม้ชนิดหนึ่งใช้ทำน้ำหอม ยา หรือกำยาน

myrtle /ˈmɜːtl/ˈเมอท'ล/ *n. (Bot.)* Ⓐ **common ~:** ไม้ชนิดหนึ่งมีกลิ่นหอม ดอกสีขาวและมีผลรูปไข่สีม่วงดำ; Ⓑ *(Amer.: periwinkle)* พังพวยฝรั่ง

myself /maɪˈself/ไมˈเซ็ลฟ/ *pron.* Ⓐ *emphat.* ตัวฉัน, ฉันเอง, ผมเอง, ฯลฯ; **I thought so ~:** ฉันเองก็คิดอย่างนั้น; **I haven't been there, ~:** ฉันเองไม่เคยไปที่นั่นเลย; **[even] though/if I say it ~:** ถึงแม้ว่าฉันจะเป็นคนพูดเองก็เถอะ; Ⓑ **I am quite ~ again** ฉันกลับเป็นตัวของตัวเองอีกครั้งหนึ่งแล้ว, ฉันสบายดีแล้ว; **I want to be ~:** ฉันต้องการเป็นตัวของตัวเอง, ฉันไม่อยากอยู่ใต้บังคับใคร; **you know more than ~:** คุณรู้มากกว่าฉันเองเสียอีก; **there were the three of them and ~:** มีพวกเขาสามคนกับตัวฉันเอง; Ⓒ *refl.* เอง, ตัวเอง; **I washed ~:** ฉันอาบน้ำเอง; **I'm going to get ~ a car** ฉันจะหารถมาขับเอง; **I said to ~:** ฉันพูดกับตัวเอง; **I need to have time to ~:** ฉันต้องมีเวลาเป็นของตัวเองบ้าง; ➡ + **herself**

mysterious /mɪˈstɪərɪəs/มิˈซเตียเรียซ/ *adj.* Ⓐ *(curious, strange)* ประหลาด, แปลก, น่าพิศวง; **~-looking** ดูท่าทางแปลก ๆ; **he did it for some ~ reason of his own** เขาทำตามเหตุผลแปลก ๆ ของเขาเอง; Ⓑ *(secretive)* ลึกลับ; **be very ~ about sth.** ทำตัวลึกลับมากเกี่ยวกับ *ส.น.*; **why are you being so ~?** ทำไมคุณถึงทำตัวลึกลับอย่างนั้น

mysteriously /mɪˈstɪərɪəslɪ/มิˈซเตียเรียซลิ/ *adv.* อย่างลึกลับ

mystery /ˈmɪstərɪ/ˈมิซเตอะริ/ *n.* Ⓐ *(hidden, inexplicable matter)* เรื่องที่ไม่อาจรู้ได้, เรื่องลึกลับ, ความลึกลับ; **it's a ~ to me why ...:** ฉันไม่รู้เลยว่าทำไม...; **make a ~ [out] of sth.** ทำ *ส.น.* ให้เป็นเรื่องลึกลับ; **make no ~ of sth.** ทำ *ส.น.* ให้กระจ่าง; **the mysteries of a trade** เรื่องลึกลับของการค้า; **he's a bit of a ~:** เขาค่อนข้างจะเป็นคนลึกลับ; Ⓑ *(secrecy)* ความลับ; **wrapped in** *or* **shrouded in** *or* **surrounded by ~:** เป็นความลับ; **there's no ~ about it** เรื่องนี้ไม่มีความลับอะไรหรอก; **~ man, man of ~:** บุรุษผู้ลึกลับ; Ⓒ *(making a secret of things)* การทำให้เป็นเรื่องลึกลับ; Ⓓ *(religions truth)* สัจธรรมทางศาสนาที่นอกเหนือเหตุผลของมนุษย์; Ⓔ ➡ **mystery play; mystery story**

mystery: ~ novel *n.* นวนิยายสืบสวนสอบสวน; **~ play** *n.* ละครแสดงปาฏิหาริย์ของพระผู้เป็นเจ้า; **~ story** *n. (detective story)* เรื่องสืบสวน; *(mysterious story)* เรื่องลึกลับ; **~ tour, ~ trip** *ns.* การเดินทางไปโดยไม่มีจุดหมายปลายทางเพื่อความสนุกสนาน; **~ writer** *n.* ผู้เขียนเรื่องลึกลับ, ผู้เขียนเรื่องนักสืบ

mystic /ˈmɪstɪk/ˈมิซติค/ ❶ *adj.* Ⓐ เกี่ยวกับเวทมนตร์หรือการเข้าฌาน; Ⓑ *(mysterious)* ลึกลับ, มีความหมายซ่อนเร้น ❷ *n.* ผู้เข้าฌาน

mystical /ˈmɪstɪkl/ˈมิซติค'ล/ *adj.* เกี่ยวกับเวทมนตร์หรือการเข้าฌาน

mysticism /ˈmɪstɪsɪzm/ˈมิซติซิซ'ม/ *n.* ความเชื่อในเรื่องลึกลับ, ความเชื่อในเรื่องไสยศาสตร์, ความเชื่อในเรื่องการเข้าฌาน, รหัสยลัทธิ *(ร.บ.)*

mystification /mɪstɪfɪˈkeɪʃn/มิซติฟิˈเคช'น/ *n.* ความลึกลับ, ความน่าพิศวงงงงวย; **add to sb.'s ~:** ทำให้ *ค.น.* ยิ่งงงมากขึ้น

mystify /ˈmɪstɪfaɪ/ˈมิซติฟาย/ *v.t.* ทำให้งง, ทำให้พิศวง; **this mystifies me** เรื่องนี้ทำให้ฉันงงไปหมด; **the police are completely mystified** ตำรวจกำลังมืดแปดด้าน

mystique /mɪˈstiːk/มิˈซตีค/ *n.* บรรยากาศที่ลึกลับและมีมนต์ขลัง

myth /mɪθ/มิธ/ *n.* Ⓐ ตำนาน; Ⓑ *(fictitious thing or idea)* เรื่องที่สร้างขึ้นหรือจินตนาการขึ้นมาเอง; *(rumour)* ข่าวลือ, เรื่องปรัมปรา *(ร.บ.)*

mythical /ˈmɪθɪk(l)/ˈมิธิค'ล/ *adj.* Ⓐ *(based on myth)* อาศัยตำนานเป็นพื้นฐาน, อิงตำนาน; **~ creatures** สิ่งมีชีวิตในตำนาน; **the ~ land of Atlantis** ทวีปแอตแลนติสในตำนาน; Ⓑ *(invented)* สร้างขึ้น, จินตนาการขึ้น

mythological /mɪθəˈlɒdʒɪkl/มิเธอะˈลอจิค'ล/ *adj.* เกี่ยวกับเทพนิยายหรือตำนาน

mythologize /mɪˈθɒlədʒaɪz/มิˈธอเลอะจายซ/ *v.i. & t.* สร้างตำนาน, จินตนาการเป็นตำนาน

mythology /mɪˈθɒlədʒɪ/มิˈธอเลอะจิ/ *n.* เทพนิยาย, ตำนาน, ปรัมปราวิทยา *(ร.บ.)*, ปุราณวิทยา *(ร.บ.)*

myxomatosis /mɪksəməˈtəʊsɪs/มิคเซอะเมอะˈโทซิซ/ *n., pl.* **myxomatoses** /mɪksəməˈtəʊsiːz/มิคเซอะเมอะˈโทซีซ/ *(Vet. Med.)* *โรคติดต่อในกระต่าย ทำให้เยื่อบุเมือกบวมจนอาจถึงตายได้*

Nn

[1]N, n /en/เอ็น/ *n., pl.* **Ns** *or* **N's** Ⓐ *(letter)* พยัญชนะตัวที่ 14 ของภาษาอังกฤษ; Ⓑ *(Math.)* จำนวนอันประมาณค่าไม่ได้; **nth** /enθ/เอ็นธฺ/ **to the nth [degree]** ถึงค่าที่ได้กำหนดไว้; *(fig.: to the utmost)* เต็มที่, ถึงที่สุด; **for the nth time** เป็นครั้งที่ได้กำหนดไว้; *(fig.)* หลายครั้งจนนับไม่ถ้วน

[2]N. *abbr.* Ⓐ ➤ 191 **north;** Ⓑ ➤ 191 **northern;** Ⓒ *(Chess)* **knight;** Ⓓ **nuclear; N-weapons** อาวุธนิวเคลียร์; Ⓔ *(Phys.)* **newton** นิวตัน *(ท.ศ.)*

'n, n' /ən/เอ็น/ *conj. (coll.: and)* และ, แล้วก็

n. *abbr.* Ⓐ **note;** Ⓑ **nano-** แคระ, หนึ่งส่วนพันล้าน; Ⓒ **neuter**

n/a *abbr.* Ⓐ **not available;** Ⓑ **not applicable**

NAAFI /ˈnæfɪ/แนฟิ/ *abbr. (Brit.)* **Navy, Army and Air Force Institutes** *ร้านค้าบริการข้าราชการในกองทัพอังกฤษ*

nab /næb/แนบ/ *v.t.,* **-bb-** *(coll.)* Ⓐ *(arrest)* จับกุม; Ⓑ *(seize)* จับ, ฉวย; **~ him before he goes** จับตัวไว้ก่อนที่เขาจะไป; **all the best seats had been ~bed** ที่นั่งดี ๆ ถูกเหมาไปหมดแล้ว; Ⓒ *(steal)* ขโมย

nacelle /næˈsel/แนˈเซ็ล/ *n.* ตัวถังเครื่องยนต์ของเครื่องบิน

nacre /ˈneɪkə(r)/ˈเนเคอะ(ร)/ *n.* ➡ **mother-of-pearl**

nadir /ˈneɪdɪə(r)/ˈเนเดีย(ร), ˈแนด-/ *n.* Ⓐ *(lowest point)* จุดต่ำสุด; **at the ~:** ที่จุดต่ำสุด; **he was at the ~ of despair** เขาหมดอาลัยตายอยาก; Ⓑ *(Astron.)* ตำแหน่งบนท้องฟ้าที่ตรงกับจุดที่เรายืน

naff /næf/แนฟ/ *(coll.)* ❶ *adj.* เชย, เฉิ่ม ❷ *v.i.* **~ off** ไปให้พ้น

[1]nag /næg/แนก/ ❶ *v.i.,* **-gg-** Ⓐ *(scold)* บ่นจุกจิก, คอยจับผิด; **~ at sb.** คอยบ่นจุกจิก *ค.น.*; **~ at sb. to do sth.** จี้ให้ *ค.น.* ทำ *ส.น.*; Ⓑ *(cause distress)* **~ at sb.** คอยรบกวน *ค.น.* ❷ *v.t.,* **-gg-** ด่าว่า; Ⓐ *(scold)* คอยจับผิด; **don't ~ me!** อย่ามาคอยจับผิดฉันนะ!; **~ sb. about sth./to do sth.** เซ้าซี้ *ค.น.* เกี่ยวกับ *ส.น.*/ให้ทำ *ส.น.*; Ⓑ *(cause distress)* คอยกวน, ไม่ปล่อยให้สงบ

[2]nag *n.* Ⓐ *(coll.: horse)* ม้าตัวเล็ก ๆ; Ⓑ *(old or inferior horse)* ม้าแก่

nagging /ˈnægɪŋ/ˈแนกิ้ง/ ❶ *adj.* Ⓐ *(annoying)* น่ารำคาญ, กวน; Ⓑ *(persistent) (ความกังวล, ความโกรธ)* ที่ไม่สงบลง; *(ความเจ็บปวด)* ที่เจ็บอยู่เรื่อย; **a ~ conscience** การสำนึกที่คอยกวนประสาท ❷ *n.* การกวน, ความจู้จี้จุกจิก; **stop your ~** หยุดกวนเสียที

naiad /ˈnaɪæd/ˈนายแอด/ *n., pl.* **~s** *or* **~es** *(Mythol.)* นางฟ้าที่อยู่ในน้ำ

naïf /nɑːˈiːf/นาˈอีฟ/ ❶ *adj.* ➡ **naïve** ❷ *n.* คนไร้เดียงสา

nail /neɪl/เนล/ ❶ *n.,* Ⓐ ➤ 118 *(on finger, toe)* เล็บ; **cut one's ~s** ตัดเล็บ; **bite one's ~s** กัดเล็บ; *(fig.)* กังวลจนนั่งไม่ติด; Ⓑ *(metal spike)* ตะปู; **be hard as ~s** *(fig.)* ใจดำ; *(fit)* ร่างกายฟิตเปรี๊ยะ; *(unfeeling, insensitive)* ไม่เห็นใจใคร; **hit the [right] ~ on the head** *(fig.)* จับประเด็นได้ถูกต้อง, อธิบายได้ตรงประเด็น; **be a ~ in sb.'s/sth.'s coffin, drive a ~ into sb.'s/sth.'s coffin** *(fig.)* สิ่งที่เชื่อว่าทำให้ *ค.น./ส.น.* มีโอกาสตาย/ล้มเหลวสูงขึ้น; **on the ~** *(fig. coll.)* ชำระเป็นเงินสดทันที; Ⓒ *(claw, talon)* กรงเล็บของสัตว์บางชนิด เช่น นกอินทรี; ➡ **+ tooth** A
❷ *v.t.* Ⓐ *(fasten)* ตอกตะปู (to กับ); **~ planks over sth.** ตอกไม้กระดานขวาง/ตรง *ส.น.*; **~ two planks together** ตอกกระดานสองแผ่นติดกัน; Ⓑ *(fig.: expose)* **~ sth. [to the counter** *or* **barn door]** แฉ *ส.น.* หรือ เปิดโปงความเท็จ; Ⓒ *(fig.: fix)* **be ~ed to the spot/ground** ถูกตรึงอยู่กับที่; **~ one's eyes/attention on sth.** จ้องมอง *ส.น.* อย่างไม่กะพริบตา; Ⓓ *(fig.: secure, catch, engage)* จับจองได้ *(สัญญาโครงการ)*; Ⓔ *(coll.: arrest)* จับกุมตัว; ➡ **+ colour** 1 J

~ 'down *v.t.* Ⓐ ยึด *(พรม, หน้าต่าง)* ไว้ให้แน่นด้วยตะปู; *(fig.) (define)* ทำให้มั่นคง *(ข้อถกเถียง, ยุทธการ)*; *(bind)* **~ sb. down to sth.** ผูกมัด *ค.น.* ให้ทำ *ส.น.*

~ 'up *v.t.* Ⓐ *(close)* ตอกตะปูปิดไว้; Ⓑ *(affix with ~)* แขวนไว้ *(ด้วยตะปู)* (against กับ, บน)

nail: ~-biting ❶ *n., no pl.* นิสัยชอบกัดเล็บ ❷ *adj. (fig.) (ภาพยนตร์)* เต็มไปด้วยความตื่นเต้น *(ความเงียบ, ช่วงเวลา)* เต็มไปด้วยความกังวล; **~ brush** *n.* แปรงขัดเล็บ; **~ clippers** *n. pl.* **[pair of] ~ clippers** กรรไกรตัดเล็บ; **~ enamel** *(Amer.)* ➡ **~ polish; ~ file** *n.* ตะไบเล็บ; **~ polish** *n.* ยาทาเล็บ; **~ polish remover** น้ำยาล้างเล็บ; **~ scissors** *n. pl.* **[pair of] ~ scissors** กรรไกรตัดเล็บ; **~ varnish** *(Brit.)* ➡ **~ polish**

naïve, naive /nɑːˈiːv, naɪˈiːv/นาˈอีว, นายˈอีว/ *adj.* ไร้เดียงสา, ไม่มีมารยา, ซื่อ

naïvely, naively /nɑːˈiːvlɪ, naɪˈiːvlɪ/นาˈอีวลิ, นายˈอีวลิ/ *adv.* อย่างไร้เดียงสา, อย่างซื่อ, อย่างขาดประสบการณ์

naïvety, naivety /nɑːˈiːvtɪ, naɪˈiːvtɪ/นาˈอีวทิ, นายˈอีวทิ/, **(naïveté** /nɑːˈiːvteɪ/นาˈอีวเท/) *n.* Ⓐ *(state, quality)* ความไร้เดียงสา, ความซื่อ, ความไม่มีมารยา; Ⓑ *(action)* การกระทำที่ขาดประสบการณ์

naked /ˈneɪkɪd/ˈเนคิด/ *adj.* Ⓐ เปลือย, ล่อนจ้อน, แก้ผ้า; **as ~ as the day I was born** เปลือยกายล่อนจ้อน; **go ~:** เดินแก้ผ้าไปมา; **strip sb. ~:** จับ *ค.น.* แก้ผ้า; **I feel ~ without my make-up on** ฉันรู้สึกโล่งโจ้งเมื่อไม่ได้แต่งหน้า; Ⓑ *(unshaded) (หลอดไฟ)* ไม่มีโคม; *(unshielded) (เปลวไฟ, กองไฟ)* ที่ไม่มีสิ่งป้องกัน; Ⓒ *(defenceless)* หมดทางสู้; Ⓓ *(without covering) (ดาบ)* ไม่มีฝัก; *(มือ)* เปล่า; Ⓔ *(plain) (ข้อเท็จจริง, ความจริง)* ที่ชัดเจน; *(ความดุร้าย)* ที่เปิดเผย

naked: ~ 'eye *n.* **visible to** *or* **with the ~ eye** มองเห็นได้ด้วยตาเปล่า; **~-eye** *adj.* เห็นได้ด้วยตาเปล่า

nakedness /ˈneɪkɪdnɪs/ˈเนคิดนิซ/ *n. no pl.* ความเปล่าเปลือย, ความโล่งโจ้ง

namby-pamby /næmbɪˈpæmbɪ/แนมบิˈแพมบิ/ *adj. (คน)* ไม่มีพลัง, อ่อนแอ; *(บทความ)* ที่ไม่มีเนื้อหา

name /neɪm/เนม/ ❶ *n.* Ⓐ ชื่อ, นาม; **what's your ~/the ~ of this place?** คุณชื่ออะไร/สถานที่นี้ชื่ออะไร; **my ~ is Jack** ผมชื่อแจ็ค; **call sb. by his ~:** เรียกชื่อ *ค.น.*; **no one of** *or* **by that ~:** ไม่มีคนชื่อนั้น; **last ~:** ชื่อสกุล, นามสกุล; **know sb./sth. by** *or* **under another ~:** รู้จัก *ค.น./ส.น.* ในอีกชื่อหนึ่ง; **the ~ of Edwards** ชื่อเอ็ดเวิร์ด; **mention no ~s** ไม่เอ่ยชื่อใครเลย; **fill in one's ~ and address** กรอกชื่อและที่อยู่ของตน; **she took her mother's ~:** เธอใช้ชื่อของแม่; **what ~ shall I say?** ฉันจะบอกชื่อไหนดี; **I can't put a ~ to the plant/his face** ฉันจำชื่อต้นไม้นี้/เขาไม่ได้; **a man of** *or* **by the ~ of Miller** ผู้ชายที่ใช้ชื่อว่ามิลเลอร์; **go** *or* **be known by** *or* **under the ~ of ...:** ถูกขนานนามว่า..., เป็นที่รู้จักกันในนามว่า...; **by ~:** *(เรียก)* โดยใช้ชื่อ; **refer to sb./sth. by ~:** อ้างถึง *ค.น./ส.น.* โดยใช้นาม; **know sb. by ~/by ~ only** รู้จัก *ค.น.* แต่เพียงในนาม/แค่ในนาม; **she goes by the ~ of Madame Lola** เธอถูกขนานนามว่า คุณนายลอลา; **that's the ~ of the game** *(coll.)* นั่นแหละคือวัตถุประสงค์/หัวใจของเรื่อง; **with us speed is the ~ of the game** *(coll.)* สำหรับพวกเราความเร็วเป็นสิ่งสำคัญที่สุด; **put one's/sb.'s ~ down for sth.** ลงสมัครชื่อตน/*ค.น.* เพื่อ *ส.น.*; **put one's/sb.'s ~ down on the waiting list** ลงชื่อตัวเอง/*ค.น.* ไว้ในรายชื่อผู้รอ; **take sb.'s ~ off the books** ถอนชื่อ *ค.น.* ออกจากบัญชี; **without a penny to his ~:** ไม่มีตังค์สักแดงเดียว; **he hasn't a pair of shoes to his ~:** เขาไม่มีแม้แต่รองเท้าหนึ่งคู่; **what's in a ~?** ชื่อนั้นสำคัญไฉน; **... or my ~ is not John Smith** หรือไม่เช่นนั้นก็ไม่ต้องเรียกฉันว่าจอห์น สมิธอีกแล้ว; **if this doesn't work, my ~ is not Peter Brown** ถ้าสิ่งนี้ไม่ได้ผล ฉันก็จะเลิกใช้ชื่อปีเตอร์ บราวน์; **that bullet had my ~ [and number] on it** กระสุนลูกนั้นมีคนหวังให้ฉันโดน; **have/see one's ~ [up] in lights** มี/กำลังมีชื่อเสียงโด่งดัง; ➡ **+ mud** C; Ⓑ *(word denoting object of thought)* คำนาม; **~s cannot hurt me** แค่ถ้อยคำไม่สามารถทำลายฉันได้; Ⓒ **in ~ [only]** เพียงในนาม [เท่านั้น]; **a Christian/town in ~ only** เป็นชาวคริสต์/มีฐานะเป็นเมืองเพียงในนามเท่านั้น; **in all but ~:** โดย/ที่แท้จริง; Ⓓ **in the ~ of** ในนามของ...; **in God's ~, in the ~ of God** ในนามของพระผู้เป็นเจ้า, ให้พระเจ้าเป็นพยาน; **in Heaven's ~:** ด้วยอำนาจแห่งสวรรค์; **in one's own ~:** ในนามของตนเอง; *(independently)* ด้วยตนเอง; Ⓔ *(reputation)* ชื่อเสียง; **have a ~ for honesty** มีชื่อเสียงว่าเป็นคนซื่อตรง; **make a ~ for oneself, win oneself a ~:** สร้างชื่อเสียงให้ตนเอง; **make one's/sb.'s ~:** สร้างชื่อเสียงของตน/*ค.น.*; **this book made his ~:** หนังสือเล่มนี้ทำให้เขามีชื่อเสียง; **clear one's/sb.'s ~:** กู้ชื่อเสียงของตนเอง/*ค.น.* คืนมา;

n

name-calling | nastily 586

F *(famous person)* คนมีชื่อเสียง, คนดัง; **many great** *or* **big ~s** คนมีชื่อเสียงหลายคน; **be a big ~:** เป็นคนดัง; **G** *attrib.* **~ brand** *(ของ, สินค้า)* ที่มียี่ห้อ; **~ band** วงดนตรีที่ดัง; ➡ **+ assume** C; **bad** 1 A; **call;** 2 I; **dog** 1 A; **false** 1 B; **proper name; take** 1 Y; **use** 2 A; **what** 5 A

❷ *v.t.* **A** *(give ~ to)* ตั้งชื่อ *(ว่า);* **~ sb. John** ตั้งชื่อ *ค.น.* ว่าจอห์น; **~ a ship 'Mary'** ตั้งชื่อเรือว่า 'แมรี่'; **~ sb./sth. after** *or (Amer.)* **for sb.** ตั้งชื่อ *ค.น./ส.น.* ตามชื่อ *ค.น.;* **be ~d John** ถูกตั้งชื่อว่าจอห์น; **a man ~d Smith** ผู้ชายที่ชื่อสมิธ; **~ sb. John after** *or (Amer.)* **for sb.** ตั้งชื่อ *ค.น.* ว่าจอห์นตามชื่อ *ค.น.;* **B** *(call by right ~)* บอกชื่อ; **~ the capital of Zambia** บอกชื่อเมืองหลวงของแซมเบียมา; **can you ~ the books of the Bible?** คุณบอกชื่อบทในพระคัมภีร์ได้ไหม; **C** *(nominate)* เสนอชื่อ, แต่งตั้ง; **~ sb. [as] sth.** เสนอชื่อ/แต่งตั้ง *ค.น.* เป็น *ส.น.;* **~ sb. to an office/a post** เสนอชื่อ *ค.น.* เข้ารับตำแหน่ง; **~ one's successor/heir** แต่งตั้งผู้สืบทอด/ทายาทของตน; **he has been ~d as the winner** เขาได้รับการประกาศชื่อให้เป็นผู้ชนะ; **be ~d actress of the year** ได้รับการประกาศชื่อให้เป็นนักแสดงหญิงแห่งปี; **D** *(mention)* เอ่ยชื่อ; *(specify)* ระบุ *(ชื่อ);* **~ sb. as witness** ชี้ตัว *ค.น.* ให้เป็นพยาน; **~s** ระบุชื่อ, ชี้ตัว *(ผู้ต้องหา);* **he was ~d as the thief** เขาถูกระบุชื่อว่าเป็นขโมย; **~ the time and I'll meet you there** กำหนดเวลามาแล้วฉันจะไปพบคุณที่นั่น; **~ the day** *(choose wedding day)* กำหนดวันแต่งงาน; **to ~ but a few** ในการเอ่ยชื่อไม่กี่คน; **we were given champagne, oysters, you ~ it** *(coll.)* เราได้ทั้งแชมเปญ หอยนางรม และอะไรต่ออะไรที่คุณนึกได้; **you ~ it, he's got/done** *etc.* **it** *(coll.)* พูดถึงอะไรก็ตามเขาก็มีแล้ว/ทำมาแล้ว ฯลฯ ทั้งนั้น

name: ~-calling *n.* การด่าว่า, ขึ้นมึงขึ้นกู; **the debate degenerated into mere ~-calling** การอภิปรายกลายเป็นเพียงการสาดคำหยาบคายใส่กัน; **~ day** *n.* วันฉลองนักบุญที่ตนตั้งชื่อตาม; **~-drop** *v.i.* เอ่ยถึงชื่อคนดังอย่างสนิทสนมเพื่อโอ้อวด; **she is always ~-dropping** เธอชอบเอ่ยถึงคนดังอย่างคุ้นเคยอยู่เสมอ; **~-dropping** *n.* การเอ่ยชื่อคนดังเพื่อโอ้อวด

nameless /'neɪmlɪs/'เนมลิซ/ *adj.* **A** *(having no name, obscure)* ที่ไม่มีชื่อ; **a ~ grave** หลุมฝังศพที่ไม่มีชื่อ; **B** *(not mentioned by name)* **a person who shall remain ~:** บุคคลซึ่งจะไม่ระบุชื่อ; **C** *(anonymous)* นิรนาม; **a ~ woman** สตรีนิรนาม; **D** *(abominable)* น่ารังเกียจมาก; **E** *(inexpressible)* ที่อธิบายไม่ถูก

namely /'neɪmlɪ/'เนมลิ/ *adv.* กล่าวคือ

name: ~ part *n.* บทของตัวเอกที่เป็นชื่อของละคร; **~plate** *n.* ป้ายชื่อ; **~sake** *n.* คนหรือสิ่งของที่มีชื่อเหมือนอีกคน/สิ่งหนึ่ง; **~ tag** *n.* ป้ายชื่อ; **~ tape** *n.* ป้ายชื่อเจ้าของที่เย็บติดกับเสื้อผ้า

Namibia /nə'mɪbɪə/เนอะ'มิเบีย/ *pr. n.* ประเทศนามิเบีย *(ติดกับแอฟริกาใต้)*

nan /næn/แนน/ *n. (child lang./coll.)* ย่า, ยาย

nancy /'nænsɪ/'แนนซิ/ *(coll.)* ❶ *n.* **~[boy]** กะเทย/ตำรวจ ❷ *adj.* ผู้ชายที่มีท่าทางหรือนิสัยเหมือนผู้หญิง

nanny /'nænɪ/'แนนิ/ *n.* **A** *(Brit.: nursemaid)* พี่เลี้ยงเด็ก; **B** *(coll.: granny)* ย่า, ยาย; **C** ➡ **nanny goat**

nanny: ~ goat *n.* แพะตัวเมีย; **~ 'state** *n.* ประเทศซึ่งรัฐบริหารมากเกินไป

nanotechnology /'nænəʊteknɒlədʒɪ/'แนโนเท็คนอเลอะจิ/ *n. เทคโนโลยีที่เกี่ยวกับสิ่งที่เล็กกว่า 100 นาโนเมตร*

¹nap /næp/แนพ/ ❶ *n.* งีบ; **take** *or* **have a ~:** ไปงีบ; **have an afternoon ~:** งีบตอนบ่าย ❷ *v.i.,* **-pp-** งีบ; **catch sb. ~ping** *(fig.)* จับ *ค.น.* ในเวลาที่เขาไม่ระวังตัว

²nap *n. (of cloth)* ผิวผ้าสักหลาดหรือกำมะหยี่

³nap *n.* **A** **go ~:** *(Cards)* การเล่นไพ่ห้าใบในคราวเดียว; *(fig.: risk everything)* เสี่ยงทุกสิ่งทุกอย่าง; **B** *(Horseracing etc. coll.: tip)* ทุ่มพนันม้าตัวเดียว

napalm /'neɪpɑːm/'เนพาม/ *n.* สารทำระเบิด *(ได้จากกรดแนพธ์เธนิค กรดไขมันอื่น ๆ และอะลูมิเนียม)*

nape /neɪp/เนพ/ *n.* **~ [of the neck]** ท้ายทอย, ต้นคอ

naphtha /'næfθə/'แนฟเธอะ/ *n. น้ำมันชนิดหนึ่งได้จากหิน ถ่านหิน หรือปิโตรเลียม*

naphthalene /'næfθəliːn/'แนฟเธอะลีน/ *n. สารที่มีลักษณะเป็นผลึกสีขาวมีกลิ่นหอมได้จากน้ำมันถ่านหิน ใช้ทำลูกเหม็นและสีย้อมผ้า*

napkin /'næpkɪn/'แนพคิน/ *n.* **A** ผ้าเช็ดปาก; **B** *(Brit.: nappy)* ผ้าอ้อม; **C** *(waiter's)* ผ้าเช็ดมือผืนเล็ก ๆ; ➡ **+ sanitary napkin**

'napkin ring *n.* ห่วงรัดผ้าเช็ดปาก

Naples /'neɪplz/'เนพ'ลซฺ/ *pr. n.* เมืองเนเปิลส์ *(ทางทิศใต้ของประเทศอิตาลี)*

Napoleonic /nəpəʊlɪ'ɑnɪk/เนอะโพลิ'อานิค/ *adj.* เกี่ยวกับจักรพรรดินโปเลียนที่หนึ่งหรือยุคนั้น; **the ~ Wars** สงครามระหว่างฝรั่งเศสกับอังกฤษ รัสเซียและออสเตรีย

nappy /'næpɪ/'แนพิ/ *n. (Brit.)* ผ้าอ้อม; **when you were still in nappies** สมัยที่คุณยังนอนแบเบาะ

nappy rash *n.* รอยแดงที่เด็กอ่อนอาจได้จากผ้าอ้อม

narcissism /nɑː'sɪsɪzm/'นาซิซึ่ม/ *n., no pl. (Psych.)* ความหลงใหลในรูปร่างของตนเอง

narcissistic /nɑːsɪ'sɪstɪk/นาซิ'ซิซติค/ *adj. (Psych.)* ที่หลงใหลในรูปร่างตนเอง

narcissus /nɑː'sɪsəs/นา'ซิซเซิซ/ *n., pl.* **narcissi** /nɑː'sɪsaɪ/-ซาย/ *or* **~es** *(Bot.)* ไม้ดอกในสกุล *Narcissus* มีดอกขอบสีแดงเข้มและเหลือง กลิ่นหอม

narcolepsy /'nɑːkəlepsɪ/'นาเคอะเล็พซิ/ *n.* ภาวะง่วงหลับบ่อยที่ไม่สามารถควบคุมได้

narcosis /nɑː'kəʊsɪs/นา'โคซิซ/ *n., pl.* **narcoses** /nɑː'kəʊsiːz/นา'โคซีซ/ *n.* ปฏิกิริยาของยานอนหลับหรือสารกล่อมประสาท

narcotic /nɑː'kɒtɪk/นา'คอทิค/ ❶ *n.* **A** *(drug)* สารที่ทำให้มึนเมา *หรือ* ยาเสพติด; **~s squad** หน่วยปราบปรามยาเสพติด; **B** *(active ingredient)* สารที่มีผลต่อระบบประสาท ❷ *adj.* **A** มีฤทธิ์ต่อระบบประสาท; **~ drug** ยาเสพติด; **B** *(inducing drowsiness, fig.)* ที่ทำให้มึนเมาหรือง่วงซึม

narcotourist /'nɑːkəʊtʊərɪst, -tɔːr-/'นาโคทัวริซทฺ, -ทอร-/ *n.* ผู้ชอบลองยาเสพติดใหม่ ๆ

nark /nɑːk/นาค/ *(sl.)* ❶ *n.* **A** *(Brit.: informer)* สาย *หรือ* นกต่อของตำรวจ; **B** *(Brit.: policeman)* ตำรวจ ❷ *v.t. (annoy)* ทำให้รำคาญ, ขุ่นเคือง; **be ~ed [about sb./at** *or* **about sth.]** รำคาญ [เกี่ยวกับ *ค.น./ส.น.*]; **that really got me ~ed** เรื่องนั้นทำให้ฉันขุ่นเคืองมาก

narrate /nə'reɪt/เนอะ'เรท/ *v.t.* **A** *(give account of)* เล่า *(เรื่อง);* **B** บรรยาย *(ในภาพยนตร์, สารคดี)*

narration /nə'reɪʃn/เนอะ'เรช'น/ *n.* **A** การบรรยาย, การเล่า; *(of events)* การลำดับ; **B** ➡ **narrative** 1 A

narrative /'nærətɪv/'แนเรอะทิว/ ❶ *n.* **A** *(tale, story)* การบรรยาย, การเล่า, บทบรรยาย; **B** *no pl. (kind of composition)* **be written in ~:** เขียนในเชิงบรรยายโวหาร; **writer of ~:** นักแต่งบทบรรยายโวหาร ❷ *adj. (ศิลปะ, วิธีการ)* ในเชิงบรรยาย; **~ writer** นักเขียนเชิงบรรยาย

narrator /nə'reɪtə(r)/เนอะ'เรเทอะ(ร)/ *n.* ผู้บรรยาย; **first-/third-person ~:** ผู้บรรยายโดยใช้สรรพนามบุรุษที่หนึ่ง/สาม

narrow /'nærəʊ/'แนโร/ ❶ *adj.* **A** แคบ; คับ *(กางเกง, กระโปรง);* **the road became ~:** ถนนแคบลง; **B** *(limited)* จำกัดให้แคบ; **in the ~est sense** ในความหมายที่แคบ/จำกัดที่สุด; **C** *(with little margin) (ชนะ, ได้เปรียบ)* หวุดหวิด; **have a ~ escape** หนีรอดอย่างหวุดหวิด; **win by a ~ margin** ชนะอย่างหวุดหวิด; **D** *(not tolerant)* ใจแคบ; **have a ~ mind** มีใจแคบ; **a ~ existence** มีชีวิตอยู่ในโลกแคบ ๆ; **E** *(restricted)* จำกัด *(ขอบเขต); (วงเพื่อน)* แคบ; **F** *(precise) (คำถาม, การอภิปราย)* ที่ละเอียดถี่ถ้วน ❷ *n. usu. in pl. (of sea)* ช่องแคบ, คอคอด ❸ *v.i.* แคบลง; *(ตา)* หรี่; **the road ~s to one lane** ถนนแคบลงเหลือช่องทางเดียว ❹ *v.t.* ทำให้แคบลง; กำหนด *(ขอบเขต)* ให้แคบลง; **~ one's eyes** หรี่ตา; **~ the field** *(fig.)* จำกัดขอบเขต *(ของงาน)* ให้แคบลง

~ 'down ❶ *v.t.* ทำให้แคบเข้า, จำกัดให้แคบ ❷ *v.i.* แคบลง, ลดลง; **the choice ~s down to two possibilities** ทางเลือกมีเหลือแค่สองทาง

narrow: ~ boat *n. (Brit.)* เรือล่องคลอง *(ที่มีความกว้างต่ำกว่า 2.1 เมตร);* **~-gauge** *adj. (รางรถไฟ)* ที่แคบกว่ามาตรฐาน

narrowly /'nærəʊlɪ/'แนโรลิ/ *adv.* **A** *(with little width)* อย่างแคบ ๆ; **B** *(only just)* อย่างหวุดหวิด; **he ~ escaped being run over by a car** เขารอดจากการถูกรถทับอย่างหวุดหวิด; **~ miss winning [the election/race]** พลาดชัยชนะ [การเลือกตั้ง/การแข่งขัน] อย่างหวุดหวิด

narrow: ~-'minded *adj.,* **~-mindedly** /nærəʊ'maɪndɪdlɪ/แนโร'มายนฺดิดลิ/ *adv.* มีใจแคบ, อย่างใจแคบ; **~-mindedness** /nærəʊ'maɪndɪdnɪs/แนโร'มายนฺดิดนิซ/ *n., no pl.* ความใจแคบ, อคติ; **~-'shouldered** *adj.* มีไหล่แคบ; **~ 'squeak** ➡ **squeak** 1 B

narwhal /'nɑːwəl/'นาเวิล/ *n.* ปลาวาฬขาว

nary /'neərɪ/'แนะริ/ *adj. (coll./dial.)* **~ a ...** ไม่มีทางเลย

NASA /'næsə/'แนเซอะ/ *abbr. (Amer.)* **National Aeronautics and Space Administration** องค์การนาซา *(ท.ศ.)*

nasal /'neɪzl/'เนซ'ล/ ❶ *adj.* **A** *(Anat.)* เกี่ยวกับนาสิก; **B** ทางจมูก; **speak in a ~ voice** พูดด้วยเสียงออกทางจมูก; **have a ~ intonation** มีสำเนียงพูดด้วยเสียงออกจมูก; **C** *(Ling.)* ที่ออกทางจมูก ❷ *n. (Ling.)* พยัญชนะหรือเสียงที่ออกทางจมูก

nasalize /'neɪzəlaɪz/'เนเซอะลายซฺ/ *v.t., (Ling.)* ออกเสียงทางจมูก

nascent /'næsnt/'แนซ'นท, 'เนซ-/ *adj.* **A** *(literary: coming into existence)* แรกเริ่ม, แรกมี, แรกเกิด; **B** *(Chem.)* แรกก่อตัว

nastily /'nɑːstɪlɪ/'นาซติลิ/ *adv.* **A** *(disagreeably, unpleasantly)* อย่างหยาบคาย, อย่างสามหาว; **B** *(ill-naturedly)* อย่างหยาบ

กระด้าง, อย่างฉุนเฉียว, อย่างก้าวร้าว; **behave ~:** ประพฤติตัวอย่างหยาบกระด้าง; Ⓒ *(disgustingly)* อย่างน่าขยะแขยง

nasturtium /nəˈstɜːʃəm/เนอะˈซเตอเชิม/ *n.* Ⓐ *(in popular use: garden plant)* ไม้เลื้อย *Tropaeolum majus* ดอกสีแสด; Ⓑ *(Bot.: cruciferous plant)* ไม้ในสกุล *Nasturtium* เช่น วอเตอร์เครส

nasty /ˈnɑːstɪ/ˈนาซติ/ ❶ *adj.* Ⓐ *(disagreeable, unpleasant)* *(รสชาติ)* ไม่อร่อยเลย; รับไม่ได้; *(นิสัย)* น่ารังเกียจ; *(อากาศ)* เลวร้าย; **her ~ little ways** วิธีการอันน่ารังเกียจของเธอ; **that was a ~ thing to say/do** ทำ/พูดเช่นนั้นน่ารังเกียจจังเลย; **that's a ~ one** *(awkward question)* นั่นเป็นคำถามที่ตอบยาก; *(injury)* นั่นเป็นการบาดเจ็บแบบสาหัส; **a ~ bit** *or* **piece of work** *(coll.)* *(บุคคล)* ที่น่ารังเกียจ; ➡ **+ cheap 1 A**; Ⓑ *(ill-natured, ill-tempered)* หยาบคาย, สามหาว, ฉุนเฉียว; **be ~ to sb.** หยาบคายกับ *ค.น.*; **he has a ~ temper** เขาเป็นคนฉุนเฉียว; **cut up** *or* **turn ~** *(coll.)* เกิดอารมณ์ฉุนเฉียวขึ้นมา; Ⓒ *(serious, dangerous)* ฉกรรจ์, สาหัส; **that's a ~-looking wound** นี่เป็นแผลฉกรรจ์; **she had a ~ fall** เธอล้มอย่างไม่เป็นท่า; **He had to have his leg amputated – N~!** เขาต้องตัดขาข้างหนึ่งทิ้ง สาหัสจริง ๆ; Ⓓ *(disgusting)* น่าขยะแขยง, โสโครก; **don't touch that, it's ~:** อย่าไปแตะมันเลยนะ มันน่าขยะแขยง; Ⓔ *(obscene)* ลามกหยาบคาย; **call sb. ~ names** ด่าว่า *ค.น.* อย่างหยาบคาย

❷ *n.* Ⓐ *(person)* คนหยาบคาย, ตัวร้าย, คนก้าวร้าว, คนน่ารังเกียจ; Ⓑ *(thing)* สิ่งที่หยาบคาย, ห่วย, น่ารังเกียจ; ➡ **+ video nasty**

Nat. *abbr. (Polit.)* **Nationalist**

natal /ˈneɪtl/ˈเนท'ล/ *adj.* เกี่ยวกับการเกิด

natch /nætʃ/แนฉ/ *adv. (coll.)* แน่นอน

nation /ˈneɪʃn/ˈเนช'น/ *n.* ชาติ, ประเทศชาติ; *(people)* ประชาชาติ, ประเทศชาติ; **law of ~s** กฎหมายระหว่างประเทศ, กฎหมายสากล; **throughout the ~:** ทั่วโลก; ➡ **+ League of Nations; United Nations**

national /ˈnæʃənl/ˈแนเชอะน'ล/ ❶ *adj.* *(โรงละคร, พิพิธภัณฑ์, สัญลักษณ์)* แห่งชาติ; *(ธง, ทีม)* ชาติ; *(การประชุม)* ระดับชาติ; *(วันหยุด, สัญลักษณ์)* ประจำชาติ; **the rose is the ~ flower of England** กุหลาบเป็นดอกไม้ประจำชาติของอังกฤษ

❷ *n.* Ⓐ *(citizen)* ชาว, ชนชาว; **foreign ~:** ชาวต่างชาติ, ชาวต่างประเทศ; Ⓑ *(fellow countryman)* ประชาชน; Ⓒ *usu. in pl. (newspaper)* หนังสือพิมพ์ที่พิมพ์ขายทั่วประเทศ; Ⓓ *(Brit.: horse race)* **the N~**, การแข่งม้าทางไกลข้ามเครื่องกีดขวางประจำปี

national: ~ 'anthem *n.* เพลงชาติ; **N~ As'sembly** *n.* สมัชชาแห่งชาติ; **N~ As'sistance** *n. (Brit. dated)* *เงินช่วยเหลือพิเศษภายใต้การประกันสังคม*; **~ 'bank** *n. (Amer.)* *ธนาคารที่ได้รับอนุญาตให้ตั้งขึ้นโดยรัฐบาลกลาง*; **~ call** *n. (Brit. Teleph.)* โทรศัพท์ภายในประเทศ; **~ con'vention** *n. (Amer.)* *การประชุมของพรรคการเมืองใหญ่ เพื่อเสนอชื่อผู้ลงสมัครชิงตำแหน่งประธานาธิบดี*; **~ 'costume** *n.* เครื่องแต่งกายประจำชาติ; **N~ Cur'riculum** *n. (Brit.)* *หลักสูตรการสอนของโรงเรียนภาครัฐในประเทศอังกฤษและเวลส์*; **N~ 'Debt** ➡ **debt**; **~ 'dress** ➡ **~ costume**; **~ 'football** *n. (Austral.)* *ฟุตบอลที่มีกติกาการเล่นแบบออสเตรเลีย*; **N~ 'Front** *n. (Brit.)* พรรคการเมือง*ขวาจัดที่ต่อต้านการอพยพเข้าประเทศอย่างรุนแรง*; **~ 'grid** *n. (Brit.)* Ⓐ *(Electr.)* *เครือข่ายไฟฟ้าแรงสูงแห่งชาติ*; ระบบสายส่งไฟฟ้า; Ⓑ *(Geog.)* ระบบเมตริกที่ใช้ในแผนที่ของหมู่เกาะบริติช; **N~ 'Guard** *n. (Amer.)* ทหารกองหนุนรักษาดินแดน; **N~ 'Health [Service]** *n. (Brit.)* *ระบบการบริการสาธารณสุข*; **he had his teeth done on the N~ Health** เขาได้รับการรักษาฟันจากระบบการบริการสาธารณสุข; **N~ Health doctor/patient/spectacles** แพทย์/คนไข้/แว่นตาของระบบการบริการสาธารณสุข; **~ 'holiday** *n.* วันหยุดประจำชาติ; **N~ In'surance** *n. (Brit.)* *ระบบที่บังคับให้ลูกจ้างต้องชำระเบี้ยประกันสังคมแก่รัฐ เพื่อให้บริการด้านสุขภาพ, เงินอุดหนุนคนว่างงานหรือเบี้ยบำนาญ*

nationalisation, nationalise ➡ **nationaliz-**

nationalism /ˈnæʃənəlɪzm/ˈแนเชอะเนอะลิซ'ม/ *n.* ความรู้สึกชาตินิยม, ชาตินิยม *(ร.บ.)*, ความคลั่งชาติ; **feelings of ~:** ความรู้สึกนิยมในชาติ

nationalist /ˈnæʃənəlɪst/ˈแนเชอะเนอะลิซทฺ/ ❶ *n.* พวกชาตินิยม ❷ *adj.* แบบชาตินิยม, แบบคลั่งชาติ

nationalistic /næʃənəˈlɪstɪk/แนชเนอะˈลิซติค/ *adj.* Ⓐ *(patriotic)* แบบชาตินิยม; Ⓑ *(national)* ของชาติ

nationality /næʃəˈnælɪtɪ/แนเชอะˈแนลิทิ/ *n.* Ⓐ สัญชาติ; **be of** *or* **have British ~:** ถือสัญชาติอังกฤษ; **what's his ~?** เขาถือสัญชาติอะไร; Ⓑ *(ethnic group)* ชนชาติ; Ⓒ *(of ship, aircraft, company)* ของประเทศใด ๆ

nationalization /næʃənəlaɪˈzeɪʃn, US -lɪˈz-/แนเชอะเนอะไลˈเซช'น, -ลิˈซ-/ *n.* Ⓐ *(bringing under state control)* การโอนหรือซื้อมาเป็นของรัฐ; Ⓑ *(making national)* ยกให้เป็นระดับชาติ

nationalize /ˈnæʃənəlaɪz/ˈแนเชอะเนอะลายซฺ/ *v.t.* Ⓐ *(bring under state control)* โอนหรือซื้อ *(กิจการ, ที่ดิน)* มาเป็นของรัฐ; Ⓑ *(make national)* ทำให้เป็นระดับชาติ

nationally /ˈnæʃənəlɪ/ˈแนชเนอะลิ/ *adv. (throughout the nation)* ทั่วประเทศ

National: n~ 'park *n.* อุทยานแห่งชาติ; **~ 'Savings** *n. pl. (Brit.)* ธนาคารซึ่งดำเนินการโดยกรมไปรษณีย์; **~ Savings certificate** *พันธบัตรที่ออกโดยธนาคารที่ดำเนินงานโดยกรมไปรษณีย์*; **n~ service** *n. (Brit.)* การเกณฑ์ทหาร; **do n~ service** เข้าเกณฑ์ทหาร; **~ 'Socialist** *n. (Hist.)* *สมาชิกพรรคฟาสซิสต์ผู้ถือลัทธิชาตินิยมในเยอรมนี (2476-2488)*; **~ Trust** *n. (Brit.)* *องค์กรอนุรักษ์และบำรุงรักษาโบราณสถานและภูมิประเทศ/ธรรมชาติที่สวยเป็นพิเศษ*; **~ Vo'cational Qualification** *n. (Brit.)* การสอบสำหรับเข้าศึกษาในระดับอาชีวะ

nationhood /ˈneɪʃnhʊd/ˈเนช'นฮุด/ *n.* ความเป็นชาติ

nation: ~ 'state *n.* ประเทศอิสระ; **~wide** ❶ /'--/ *adj.* and ❷ /--'-/ *adv.* ทั่วประเทศ

native /ˈneɪtɪv/ˈเนทิว/ ❶ *n.* Ⓐ *(of specified place)* **a ~ of Britain** คนอังกฤษโดยกำเนิด; **speak English like a ~:** พูดอังกฤษได้อย่างกับคนอังกฤษ; Ⓑ *(indigenous person)* คนที่เกิดในประเทศนั้น; Ⓒ *(local inhabitant)* คน/ชน/ชาวพื้นเมือง; **the ~s** ชนพื้นเมือง, คนท้องถิ่น; คนเกิดที่นั่น; Ⓓ *(Zool., Bot)* **be a ~ of a place** สัตว์/พืชในท้องถิ่นนั้น ๆ; Ⓔ *(S. Afr. Black)* คนดำ

❷ *adj.* Ⓐ *(indigenous)* *(คน)* พื้นเมือง; *(local)* *(พืช, คน)* ท้องถิ่น; **be a ~ American** เป็นชาวอเมริกันพื้นเมือง *(อินเดียนแดง)*; **the ~ habitat of the zebra** แหล่งอาศัยดั้งเดิมของม้าลาย; **~ inhabitant** ชาวพื้นเมือง; Ⓑ *(of one's birth)* แห่งถิ่นกำเนิด; **one's ~ soil** บ้านเกิดเมืองนอนของตน; **in his ~ France** ในฝรั่งเศสอันเป็นถิ่นกำเนิดของเขา; **~ speaker** ผู้พูดภาษานั้นเป็นภาษาแม่; **he's not a ~ speaker of English** เขาไม่ได้พูดภาษาอังกฤษเป็นภาษาแม่; Ⓒ *(innate)* มีมาแต่เกิด, โดยสันดาน; Ⓓ *(of the ~s)* ของท้องถิ่น; **go ~:** ทำตัวอย่างคนท้องถิ่น; Ⓔ *(Mining)* *(แร่)* ในสภาพบริสุทธิ์

native: ~ 'bear *(Austral., NZ)* ➡ **koala bear**; **~ 'rock** *n.* หินในแหล่งกำเนิด, หินที่ยังไม่ตัดออก

nativity /nəˈtɪvɪtɪ/เนอะˈทิววิทิ/ *n.* Ⓐ การประสูติ; **the N~ [of Christ]** การประสูติ [ของพระเยซู]; Ⓑ *(festival)* **the N~ of Christ** เทศกาลวันประสูติของพระเยซู, วันคริสต์มาส; Ⓒ *(picture)* ภาพวาดวันประสูติของพระเยซู

na'tivity play *n.* *ละครเรื่องการประสูติพระเยซูที่เด็ก ๆ มักแสดงใกล้คริสต์มาส*

NATO, Nato /ˈneɪtəʊ/ˈเนโท/ *abbr.* **North Atlantic Treaty Organization** องค์การนาโต้ *(ท.ศ.)*

natter /ˈnætə(r)/ˈแนเทอะ(ร)/ *(Brit. coll.)* ❶ *v.i.* คุยเรื่อยเปื่อย, บ่นงึมงำ ❷ *n.* การคุยเรื่อยเปื่อย, การบ่นงึมงำ; **have a bit of a ~:** คุยเรื่อยเปื่อยเล็กน้อย, บ่นงึมงำเล็กน้อย

natterjack /ˈnætədʒæk/ˈแนเทอะแจค/ *n. (Zool.)* **~ [toad]** คางคกชนิดหนึ่ง มีแถบยาวสีเหลืองตรงกลางหลัง

nattily /ˈnætɪlɪ/ˈแนทิลิ/ *adv. (coll.)* *(แต่งตัว)* อย่างโก้, อย่างเรี่ยม

natty /ˈnætɪ/ˈแนทิ/ *adj. (coll.)* Ⓐ *(spruce)* โก้, เรี่ยม; **be a ~ dresser** เป็นคนแต่งตัวโก้; Ⓑ *(handy)* ที่สมบูรณ์แบบ; **a ~ little machine** เครื่องมือเล็ก ๆ ที่สมบูรณ์แบบ; **a ~ solution to a problem** ทางออกอันสุขุมของปัญหา

natural /ˈnætʃrəl/ˈแนเฉริล/ ❶ *adj.* Ⓐ *(existing in or by nature)* ธรรมชาติ, ตามธรรมชาติ; **the ~ world** โลกตามธรรมชาติ; **in its ~ state** ในสภาพตามธรรมชาติ; **be a ~ blonde** เป็นคนที่มีผมสีบลอนด์ตามธรรมชาติ; Ⓑ *(normal)* ปกติ, ธรรมดา; **it is ~ for dogs to fight** เป็นธรรมดาที่สุนัขจะกัดกัน; **it is ~ for you to think that** เป็นธรรมดาที่คุณจะคิดอย่างนั้น; **die of or from ~ causes** *ตายด้วย/ตายจากสาเหตุทางธรรมชาติ*; **have a ~ tendency to ...:** มีแนวโน้มตามธรรมชาติที่จะ...; Ⓒ *(unaffected)* แท้, บริสุทธิ์, เป็นธรรมชาติ; Ⓓ *(destined)* โดยกำเนิด, ตั้งแต่เกิด; **be a ~ artist** *etc.* เป็นศิลปินโดยกำเนิด; Ⓔ *(related by nature)* มีความสัมพันธ์กันตามธรรมชาติ; **a ~ child** บุตร; Ⓕ *(instinctive)* ตามสัญชาตญาณ; **~ justice** ความยุติธรรมตามสัญชาตญาณ

❷ *n.* Ⓐ *(person naturally expert or endowed)* ผู้ที่มีความเก่งโดยธรรมชาติ; **she's a ~ for the part** เธอสวมบทบาทได้อย่างเป็นธรรมชาติ; **he was a ~ for the job** เขาเชี่ยวชาญงานอย่างแท้จริง; Ⓑ *(arch: mentally deficient person)* ผู้มีพัฒนาการทางสมองช้าแต่กำเนิด; Ⓒ *(Mus.) (symbol)* เครื่องหมายแสดงมาตราเสียงธรรมดาที่ไม่ใช่ชาร์ปหรือแฟล็ต; *(note)* ตัวโน้ต; *(white key on piano)* คีย์ตัวขาวของเปียโน; **he played C sharp instead of C ~:** เขาเล่นคอร์ดซีชาร์ปแทนที่จะเล่นคอร์ดซีธรรมดา

natural: ~ **'childbirth** *n.* การคลอดบุตรเองตามธรรมชาติ; ~ **'death** *n.* การตายด้วยโรคชรา *หรือ* โรคภัยไข้เจ็บ; **die a ~ death** ตายด้วยโรคชรา *หรือ* โรคภัยไข้เจ็บ; **let the gossip die a ~ death** ปล่อยให้เสียงนินทาเงียบไปเอง; ~ **'food** *n.* อาหารธรรมชาติ; ~ **food[s]** อาหารที่ไม่ได้ใส่สารกันบูด; ~ **'gas** ➡ **gas** 1 A; ~ **hi'storian** *n.* ผู้ศึกษาธรรมชาติของชีวิตสัตว์และพรรณไม้; ~ **'history** *n.* Ⓐ *(study)* การศึกษาธรรมชาติของชีวิตสัตว์และพรรณไม้; Ⓑ *(facts)* ลักษณะของชีวิตสัตว์และพรรณไม้ในพื้นที่ใดพื้นที่หนึ่ง

naturalisation, naturalise ➡ **naturaliz-**

naturalism /ˈnætʃrəlɪzm/ˈแนฉเรอะลิซ'ม/ *n.* ธรรมชาตินิยม *(ร.บ.)*

naturalist /ˈnætʃrəlɪst/ˈแนฉเรอะลิซทฺ/ *n.* Ⓐ ผู้ศึกษาธรรมชาติของชีวิตสัตว์และพรรณไม้; Ⓑ *(believer in naturalism)* นักธรรมชาตินิยม

naturalistic /nætʃrəˈlɪstɪk/แนฉเรอะˈลิซติค/ *adj.* เป็นธรรมชาติ, เหมือนจริง, เป็นธรรมชาตินิยม

naturalization /nætʃrəlaɪˈzeɪʃn, US -lɪˈz-/แนฉเรอะไลˈเซชั่น, –ลิˈซ–/ *n. (admission to citizenship* การรับชาวต่างชาติเข้าเป็นพลเมืองของประเทศนั้น ๆ, การแปลงสัญชาติ

naturalize /ˈnætʃrəlaɪz/ˈแนฉเรอะลายซฺ/ ❶ *v.t.* Ⓐ *(admit to citizenship)* รับชาวต่างชาติเข้าเป็นพลเมืองของประเทศ, แปลงสัญชาติ; **a ~d American who was born in Poland** ชาวอเมริกันแปลงสัญชาติที่เกิดในโปแลนด์; Ⓑ *(adopt)* นำ *(คำ, ประเพณีต่างถิ่น)* มาใช้ในท้องถิ่นตน; **English sporting terms have been ~d in many languages** ศัพท์ภาษาอังกฤษในการกีฬาถูกนำไปใช้ในหลาย ๆ ภาษา; Ⓒ *(introduce)* นำ *(สัตว์, พืช)* จากถิ่นอื่นเข้ามาเลี้ยง/ปลูก; **this plant has become ~d here** พืชชนิดนี้ถูกนำเข้ามาปลูกที่นี่ ❷ *v.i.* แปลงสัญชาติ, นำ *(พืช, สัตว์)* มาจากถิ่นอื่น

natural: ~ **'language** *n.* ภาษาธรรมชาติ; ~ **'law** *n.* กฎธรรมชาติ; ~ **'life** *n.* ช่วงชีวิต, ช่วงอายุขัย; ~ **'logarithm** *n.* ตารางตัวเลขที่ช่วยในการคูณและการหารด้วยการบวกและการลบ

naturally /ˈnætʃrəlɪ/ˈแนฉเรอะลิ/ *adv.* Ⓐ *(by nature)* โดยธรรมชาติ; *(in a true-to-life way)* อย่างเหมือนจริง; *(with ease)* อย่างง่ายดาย; *(in a natural manner)* อย่างเป็นธรรมชาติ; **a ~ posed photograph** รูปที่ถ่ายอย่างเป็นธรรมชาติ; **it comes ~ to her** เธอทำได้ง่ายโดยธรรมชาติ; **leadership comes so ~ to him** ความเป็นผู้นำมีอยู่แล้วในตัวเขา; Ⓑ *(of course)* เป็นธรรมดา, แน่นอน; **lead ~ to sth.** นำไปสู่ *ส.น.* โดยธรรมชาติ

naturalness /ˈnætʃrəlnɪs/ˈแนฉเริลนิซ/ *n.* ธรรมชาติ, ความเป็นธรรมชาติ

natural: ~ **note** *n. (Mus.)* ตัวโน้ตที่ไม่เป็นชาร์ปหรือแฟล็ต; ~ **'number** *n.* เลขจำนวนเต็มไม่ใช่เศษส่วน; ~ **'order** *n. (Biol.)* กฎเกณฑ์ทางธรรมชาติ; ~ **phi'losopher** *n.* นักฟิสิกส์; ~ **ph'ilosophy** *n.* Ⓐ *(physics)* วิชาฟิสิกส์; Ⓑ *(~ science)* ธรรมชาติวิทยา; ~ **re'ligion** *n.* ศาสนาที่ยึดเหตุผลเป็นหลัก; ~ **re'sources** *n. pl.* ทรัพยากรธรรมชาติ; ~ **'scale** *n. (Mus.)* *กุญแจหรือบันไดเสียงที่ไม่มีชาร์ปหรือแฟล็ต เช่น C major, A minor*; ~ **'science** *n.* ~ **science, the ~ sciences** ศาสตร์ที่ศึกษาลักษณะทางกายภาพของโลก *(ฟิสิกส์ เคมี ธรณีวิทยา ชีววิทยา พฤกษศาสตร์)*; ~ **se'lection** *n. (Biol.)* ทฤษฎีวิวัฒนาการของสิ่งมีชีวิตของดาร์วิน

nature /ˈneɪtʃə(r)/ˈเนเฉอะ(ร)/ *n.* Ⓐ ธรรมชาติ; **a gift from N~:** พรสวรรค์จากธรรมชาติ; **balance of ~:** สมดุลแห่งธรรมชาติ; **against** *or* **contrary to ~:** เป็นปาฏิหาริย์, ผิดธรรมชาติ; **back to ~:** คืนสู่ยุคก่อนอารยธรรม, คืนสู่ธรรมชาติ; **get back** *or* **return to ~:** กลับสู่ธรรมชาติ; **paint from ~:** วาดภาพโดยใช้ธรรมชาติเป็นแบบ; **in ~** *(actually existing)* เกิดขึ้นจริง ๆ, มีจริง; *(anywhere)* ที่ไหนก็ตาม; **one of ~'s gentlemen** เป็นสุภาพบุรุษที่แท้จริงคนหนึ่ง; **one of ~'s innocents** เป็นคนซื่อบริสุทธิ์คนหนึ่ง; **in a state of ~** *(undomesticated, uncultivated)* ในสภาพดั้งเดิมที่ยังไม่พัฒนา/ยังไม่มีการอบรม; ➡ + **call** 3 F; **course** 1 A; **law** H; Ⓑ *(essential qualities)* คุณสมบัติที่แท้จริง; **in the ~ of things** ในคุณสมบัติที่แท้จริงของสิ่งทั้งหลายนั้น; **it is in** *or* **by the [very] ~ of the case/of things** มันเป็นลักษณะที่แท้จริงของเรื่องนี้/ของสิ่งทั้งหลาย; Ⓒ *(kind, sort)* ลักษณะ, ประเภท, จำพวก; **things of this ~:** เรื่องประเภทนี้; **or something of that ~:** หรืออะไรจำพวกนั้น; **it's in** *or* **of the ~ of a command** มันอยู่ในลักษณะของคำสั่ง; Ⓓ *(character)* นิสัย, ใจ, สันดาน; **have a happy ~:** มีนิสัยร่าเริงแจ่มใส; **be of** *or* **have a placid ~:** เป็นคนใจเย็น, มีนิสัยสงบเยือกเย็น; **have a jealous ~:** มีนิสัยขี้อิจฉา; **it is not in her ~ to lie** ไม่ใช่นิสัยของเธอที่จะโกหก; **be proud/friendly** *etc.* **by ~:** มีสันดานหยิ่งจองหอง/มีท่าทีเป็นมิตรโดยธรรมชาติ; **[human] ~:** ธรรมชาติของมนุษย์; **it's only human ~ to ...:** เป็นธรรมชาติของมนุษย์ที่จะ...; ➡ + **better** 1; **second nature**; Ⓔ *(inherent impulses)* สำนึกภายใน, นิสัยใจคอ; **commit a sin/crime against ~:** ทำบาป/ก่ออาชญากรรมที่ขัดกับนิสัยใจคอ; Ⓕ *(person)* คนที่มีลักษณะนิสัยอย่างใดอย่างหนึ่ง

nature: ~ **conservation** *n.* การอนุรักษ์ธรรมชาติ; ~ **cure** *n.* การรักษาโดยธรรมชาติบำบัด

-natured /ˈneɪtʃəd/ˈเนเฉิด/ *adj.* มีนิสัยใจคอเช่นนั้น, เป็นคน; ➡ + **good-natured; ill-natured**

nature: ~ **lover** *n.* คนรักธรรมชาติ; ~ **reserve** *n.* ป่าสงวน, เขตอนุรักษ์ธรรมชาติ; ~ **study** *n.* วิชาธรรมชาติศึกษา; ~ **trail** *n.* ทางเดินในป่า/ชนบทที่มีป้ายให้ความรู้ถึงธรรมชาติท้องถิ่น; ~ **worshipper** *n.* ผู้ศรัทธาธรรมชาติ

naturism /ˈneɪtʃərɪzm/ˈเนเฉอะริซ'ม/ *n.* *(nudism)* การเปลือยกายอาบแดดอาบลม

naturist /ˈneɪtʃərɪst/ˈเนเฉอะริซทฺ/ *n. (nudist)* ผู้ที่เชื่อในการเปลือยกายอาบแดดอาบลม

naught /nɔːt/นอท/ *n. (arch./dial.)* ~ **but** ไม่มีอะไรเว้นแต่; **I care ~ for what they say** ฉันไม่ใส่ใจทั้งสิ้นในสิ่งที่พวกเขาพูด; **it matters ~:** ไม่เป็นไรเลย; **bring to ~:** นำไปสู่ความย่อยยับ; **come to ~:** ไม่ได้ผลเลย

naughtily /ˈnɔːtɪlɪ/ˈนอทิลิ/ *adv.* อย่างดื้อรั้น, อย่างซุกซน

naughtiness /ˈnɔːtɪnɪs/ˈนอทินิซ/ *n.* ความดื้อรั้น, ความซน

naughty /ˈnɔːtɪ/ˈนอทิ/ *adj.* Ⓐ *(disobedient)* ดื้อรั้น, ไม่เชื่อฟัง, ซน; **the dog has been ~ on the carpet** *(coll. euphem.)* เจ้าสุนัขได้อุจจาระเลอะพรม; **you ~ boy/dog** เจ้าเด็ก/หมาซน; Ⓑ *(indecent)* ชั่วร้าย, ทะลึ่ง; **how ~ of him** เขาช่างชั่วร้ายอะไรเช่นนี้, เขาช่างทะลึ่งเหลือเกิน; **~, ~!** ร้ายจริง ๆ

nausea /ˈnɔːzɪə, ˈnɔːsɪə, US ˈnɔːʒə/ˈนอเซีย, ˈนอเซีย, ˈเซอะ/ *n.* Ⓐ ➤ **453** อาการคลื่นเหียน, อาการคลื่นไส้; **even the idea fills me with ~:** เพียงแค่คิดก็ทำให้ฉันรู้สึกคลื่นเหียน; Ⓑ *(fig.: disgust)* ความสะอิดสะเอียน, ความรังเกียจ, ความขยะแขยง

nauseate /ˈnɔːzɪeɪt, ˈnɔːsɪeɪt/ˈนอซิเอท, ˈนอซิเอท/ *v.t.* Ⓐ ➤ **453** ~ **sb.** ทำให้ *ค.น.* รู้สึกคลื่นไส้; **the smell ~d him** กลิ่นเหม็นทำให้เขารู้สึกคลื่นไส้; Ⓑ *(fig.: disgust)* ทำให้รู้สึกคลื่นไส้, ทำให้สะอิดสะเอียน

nauseating /ˈnɔːzɪeɪtɪŋ, ˈnɔːsɪeɪtɪŋ/ˈนอซิเอทิง, ˈนอซิเอทิง/ *adj.* Ⓐ ที่น่าคลื่นเหียน, ชวนให้คลื่นไส้; Ⓑ *(fig.: disgusting)* *(รูปภาพ, อาหาร)* น่ารังเกียจ, น่าขยะแขยง

nauseatingly /ˈnɔːzɪeɪtɪŋlɪ, ˈnɔːsɪeɪtɪŋlɪ/ˈนอซิเอทิงลิ, ˈนอซิเอทิงลิ/ *adv. (lit. or fig.)* อย่างน่าคลื่นเหียน, อย่างชวนให้สะอิดสะเอียน

nauseous /ˈnɔːzɪəs, ˈnɔːsɪəs, US ˈnɔːʃəs/ˈนอเซียซ, ˈนอเซิซ, ˈนอเชียซ/ *adj.* Ⓐ ➤ **453** **she's ~:** เธอรู้สึกคลื่นไส้; Ⓑ *(fig.: nasty, disgusting)* รู้สึกรังเกียจ, รู้สึกสะอิดสะเอียน

nautical /ˈnɔːtɪkl/ˈนอทิค'ล/ *adj.* เกี่ยวกับเรือ, ชาวเรือ, การเดินเรือ; ~ **map** แผนที่การเดินเรือ; **be interested in ~ matters** สนใจเรื่องการเดินเรือ

nautically /ˈnɔːtɪkəlɪ/ˈนอทิเคอะลิ/ *adv.* อย่างชาวเรือ, อย่างที่ใช้ในการเดินเรือ

nautical 'mile *n.* ไมล์ทะเล *(1 ไมล์ทะเลเท่ากับประมาณ 2,025 หลา หรือ 1,852 เมตร)*

nautilus /ˈnɔːtɪləs/ˈนอทิเลิซ/ *n., pl.* **~es** *or* **nautili** /ˈnɔːtɪlaɪ/ˈนอทิลาย/ *(Zool.)* สัตว์จำพวกหอยในสกุลนี้ เช่น หอยงวงช้าง

naval /ˈneɪvl/ˈเนว'ล/ *adj.* เกี่ยวกับเรือรบหรือทหารเรือ, แห่งนาวี, แห่งทัพเรือ; ~ **ship** เรือรบ

naval: ~ **a'cademy** *n.* โรงเรียนนายเรือ; ~ **'architect** *n.* ➤ **489** สถาปนิกผู้ออกแบบเรือ; ~ **base** *n.* ฐานทัพเรือ; ~ **officer** *n.* ทหารเรือ; ~ **'stores** *n., pl.* วัสดุอุปกรณ์ทั้งหมดที่เกี่ยวกับเรือหรือการต่อเรือ; ~ **'warfare** *n.* การทำสงครามทางเรือ

nave /neɪv/เนว/ *n. (Archit.)* *ส่วนกลางของโบสถ์คริสต์ ตั้งแต่ประตูด้านตะวันตกถึงแท่นบูชา*

navel /ˈneɪvl/ˈเนว'ล/ *n.* สะดือ, จุดกึ่งกลาง; **contemplate one's ~** *(fig.)* หมกหมุ่นกับตนเองจนไม่ทำอะไร

'navel orange *n.* *ส้มไม่มีเมล็ด ที่หัวมีลักษณะคล้ายสะดือ*

navigable /ˈnævɪgəbl/ˈแนวิเกอะบ'ล/ *adj.* Ⓐ *(of a river, the sea, etc.)* ที่เรือสามารถผ่านไปได้, สามารถเดินเรือได้; Ⓑ *(of a ship, a balloon, airship, etc.)* สามารถบังคับได้

navigate /ˈnævɪgeɪt/ˈแนวิเกท/ ❶ *v.t.* Ⓐ *(sail on)* เดินเรือ, แล่นเรือ; Ⓑ *(direct course of)* กำกับเส้นทางเดินเรือ, กำกับเส้นทางบิน; Ⓒ *(fig.)* **~ one's way to the bar** สามารถหาทางไปบาร์ได้ ❷ *v.i.* Ⓐ *(in ship, aircraft)* กำหนดเส้นทางเดินเรือ, ขับเครื่องบิน; Ⓑ *(assist driver)* ช่วยบอกทาง; **you drive, I'll ~:** คุณขับและฉันจะช่วยบอกทาง

navigation /nævɪˈgeɪʃn/แนวิˈเกชั่น/ *n.* Ⓐ *(navigating)* การเดินเรือ; *(sailing on river etc.)* การแล่นเรือ; *(assisting driver)* การช่วยบอกทาง; **I'm relying on you to do the ~:** ฉันวางใจให้คุณคอยบอกทาง; Ⓑ *(art, science)* ศาสตร์ในการเดินเรือหรือการบังคับเครื่องบิน; Ⓒ *(voyage)* การเดินทางทางเรือ

navi'gation lights *n. pl. (Naut., Aeronaut.)* *ไฟบอกตำแหน่งและทิศทางของเรือหรือเครื่องบิน*

navigator /ˈnævɪgeɪtə(r)/ˈแนวิเกเทอะ(ร)/ *n.* Ⓐ *(one skilled in navigation)* ผู้เชี่ยวชาญการเดินเรือหรือการบังคับเครื่องบิน; **his co-driver was acting as ~:** ผู้ขับคู่กับเขาทำหน้าที่เป็นผู้บอกทาง; Ⓑ *(sea explorer)* นักสำรวจทางทะเล

navvy /ˈnævɪ/ˈแนวิ/ *(Brit.)* ❶ *n. (labourer)* กรรมกรก่อสร้าง ❷ *v.i.* ทำงานเป็นกรรมกรก่อสร้าง

navy /ˈneɪvɪ/ˈเนวิ/ *n.* Ⓐ กองทัพเรือ, ทหารเรือ; Ⓑ ➡ **navy blue**

navy: ~ 'blue *n.* สีน้ำเงินเข้ม, สีกรมท่า; **~-blue** *adj.* เป็นสีกรมท่า, เป็นสีน้ำเงินเข้ม; **N~ Department** *n. (Amer.)* กรมควบคุมกองทัพเรือ *(กระทรวงกลาโหม)*; **N~ List** *n. (Brit.)* ทะเบียนรายชื่อนายทหารเรือทั้งหมด; **~ yard** *n. (Amer.)* อู่ต่อเรือของกองทัพเรือ

nay /neɪ/เน/ ❶ *adv.* ➡ *(literary: or rather)* หรืออออกจะ...มากกว่า, ไม่เพียง...เท่านั้น, แต่ยัง...อีกด้วย; **impressive, ~, magnificent** ไม่เพียงน่าประทับใจเท่านั้นแต่ยังงามสง่าอีกด้วย; *(arch./dial.: no)* ไม่, เปล่า ❷ *n.* Ⓐ *(negative vote)* การลงคะแนนเสียงในทางลบ; Ⓑ *(arch./dial.: no)* ไม่, ไม่ใช่; ➡ + **yea** 2

Nazi /ˈnɑːtsɪ/ˈนาทซิ/ ❶ *n.* Ⓐ *(party member)* นาซี *(ท.ศ.), สมาชิกพรรคสังคมนิยมแห่งชาติในเยอรมนีระหว่าง 1933-1945;* Ⓑ *(fig. derog.)* ผู้ที่เป็นเผด็จการและขวาจัด ❷ *adj.* Ⓐ เกี่ยวกับนาซี, แห่งลัทธินาซี; Ⓑ *(fig. derog.)* ที่เป็นเผด็จการและขวาจัด

Naziism /ˈnɑːtsɪɪzm/ˈนาทซิอิซ่ม/, **Nazism** /ˈnɑːtsɪzm/ˈนาทซิซ่ม/ *n.* ลัทธินาซี

NB *abbr.* **nota bene** ข้อควรสังเกต

NBA *abbr. (Amer.)* **National Basketball Association** สมาคมบาสเกตบอลแห่งชาติ

NBC *abbr. (Amer.)* **National Broadcasting Company** บริษัทวิทยุกระจายเสียงแห่งชาติ

NCO *abbr.* **non-commissioned officer**

NE *abbr.* ➤ **191** Ⓐ /ˈnɔːθiːst/ˈนอธอีซท/ **north-east;** Ⓑ **north-eastern**

Neanderthal /nɪˈændətɑːl/นิˈแอนเดอะทาล/ *adj.* เกี่ยวกับมนุษย์ยุคหินในยุโรปซึ่งสูญพันธุ์เมื่อ 300,000 ปีมาแล้ว; **~ man** มนุษย์ในยุคดังกล่าว

neap /niːp/นีพ/ ➡ **neap tide**

Neapolitan /nɪəˈpɒlɪtn/เนียˈพอลิท'น/ ❶ *n.* ชาวพื้นเมืองเนเปิลส์ในอิตาลี ❷ *adj.* แห่งเมืองเนเปิลส์

'neap tide *n.* ระดับน้ำที่มีความแตกต่างน้อยระหว่างน้ำขึ้นกับน้ำลง, น้ำตาย

near /nɪə(r)/เนีย(ร)/ ❶ *adv.* Ⓐ ➤ **263,** ➤ **1008** *(at a short distance)* ใกล้; **stand/live [quite] ~:** ยืนอยู่/อาศัยอยู่ [ค่อนข้าง] ใกล้; **come** *or* **draw ~/~er** *(เวลา)* ใกล้เข้ามา/ใกล้เข้ามายิ่งขึ้น; **take the one ~est to you** หยิบสิ่งที่อยู่ใกล้คุณมากที่สุด; **get ~er together** เข้ามาใกล้กันมากขึ้น; **~ at hand** ใกล้มือ, แค่เอื้อม; *(สถานที่)* อยู่ใกล้; **be ~ at hand** *(เหตุการณ์)* ใกล้จะเกิดขึ้น; **~ by** ใกล้ ๆ, ไม่ไกล; **so ~ and yet so far** *(ความพยายาม)* ที่เกือบจะสำเร็จแต่ก็ล้มเหลวในที่สุด; Ⓑ *(closely)* **as ~ as** ใกล้เคียงเท่ากับ; **there were about 500 people there, as ~ as I could judge** มีคนที่นั่นประมาณ 500 คนเท่าที่ฉันจะบอกได้; **as ~ as makes no difference** *(จำนวน)* ใกล้เคียงจนไม่เห็นความต่าง; **it's 500 miles from here, or as ~ as makes no difference** มันอยู่ไกลจากที่นี่ 500 ไมล์ *หรือ* ไม่ต่างพอที่จะมีความสำคัญ; **no, but ~ enough** ไม่ แต่ใกล้พอใช้; Ⓒ **~ to** ➡ 2 A, B, C; **he came ~ to being the winner/to tears** เขาเกือบจะได้เป็นผู้ชนะ/เขาเกือบจะร้องไห้; **we were ~ to being drowned** เราเกือบจะจมน้ำตาย ❷ *prep.* Ⓐ ➤ **263** *(in space)* ใกล้; **go ~ the water's edge** เข้าไปใกล้ริมน้ำ; **keep ~ me** อยู่ใกล้ ๆ ฉัน; **~ where ...:** ใกล้ที่...; **move it ~er her** ขยับมันเข้าไปใกล้เธออีก; **I won't go ~ the police** *(fig.)* ฉันจะไม่ยอมยุ่งกับตำรวจ; **don't stand so ~ to the fire** อย่ายืนใกล้ไฟเช่นนี้; **when we got ~er Oxford** เมื่อเราใกล้จะถึงออกซฟอร์ด; **wait till we're ~er home** รอจนเราใกล้จะถึงบ้าน; **don't come ~ me** อย่าเข้ามาใกล้ฉัน; **it's ~ here** มันอยู่แถว ๆ นี้; **the man ~/~est you** ผู้ชายที่อยู่ใกล้คุณ/อยู่ใกล้คุณมากที่สุด; Ⓑ *(in quality)* **nobody comes anywhere ~ him at swimming** ไม่มีใครเทียบเขาติดในเรื่องว่ายน้ำ; **we're no ~er solving the problem** เรายังห่างไกลจากการแก้ปัญหา; **be very ~ the original** ใกล้เคียงกับของเดิม *หรือ* ตัวจริงมาก ๆ; **be ~ completion** ใกล้/เกือบจะเสร็จสมบูรณ์; Ⓒ *(in time)* **it's getting ~ the time when I must leave** ใกล้/เกือบจะถึงเวลาที่ฉันต้องไปแล้ว; **ask me again ~er the time** ถามฉันอีกครั้งหนึ่งเมื่อใกล้จะถึงเวลา; **the Monday ~est Christmas** วันจันทร์ที่ใกล้วันคริสต์มาสที่สุด; **it's drawing ~ Christmas** ใกล้/เกือบถึงวันคริสต์มาสแล้ว; **come back ~er 8 o'clock/the appointed time** กลับมาตอนใกล้ ๆ 8 นาฬิกา/ถึงเวลาที่นัดไว้; **~ the end/the beginning of sth.** ใกล้ถึงตอนจบ/ตอนเริ่มต้นของ *ส.น.*; Ⓓ *in comb. (close in nature)* เกือบจะ, ใกล้จะ; **~-hysterical/-human** ใกล้จะคลั่ง/เกือบจะเหมือนมนุษย์; **a state of ~-panic** อาการที่ใกล้ขวัญหนีดีฝ่อ; **be in a state of ~-collapse** อยู่ในสภาพที่เกือบพังทลาย; **a ~-miracle** เกือบจะเหมือนปาฏิหาริย์; **~-famine conditions** สภาวะที่ใกล้ทุพภิกขภัย; ➡ + **heart** 1 B; **knuckle** C; **nowhere** 1 C; **'wind** 1 A

❸ *adj.* Ⓐ *(in space or time)* **in the ~ future** ในอนาคตอันใกล้ *หรือ* เร็ว ๆ นี้; **the ~est man** คนที่อยู่ใกล้ที่สุด; **the chair is ~er** เก้าอี้อยู่ใกล้กว่า; **our ~est neighbours** เพื่อนบ้านที่อยู่ใกล้ที่สุด; Ⓑ *(closely related)* ใกล้ชิด, สนิท; **~ and dear** ที่ใกล้ชิดสนิทสนม; **my/your** *etc.* **~est and dearest** *(joc.)* ญาติพี่น้องที่สนิทของฉัน/คุณ ฯลฯ; **I always spend Christmas with my ~est and dearest** ฉันมักจะฉลองวันคริสต์มาสกับบรรดาญาติพี่น้องสนิท; Ⓒ *(in nature)* ใกล้เคียง; **£30 or ~/~est offer** 30 ปอนด์หรือราคาที่ใกล้ที่สุด; **this is the ~est equivalent** นี่ใกล้เคียงที่สุดแล้ว; **that's the ~est you'll get to an answer** นั่นเป็นคำตอบที่ใกล้เคียงที่สุดที่คุณจะได้แล้ว; **~ escape** หนีได้อย่างหวุดหวิด; **round it up to the ~est penny** ปัดเศษเป็นจำนวนเพนนีที่ใกล้ที่สุด; **be a ~ miss** *(การโยน, การยิง)* เฉียดเป้า; *(รถ)* เฉียดกันชนิดเส้นยาแดงผ่าแปด; พลาด *(ความสำเร็จ)* ไปนิดเดียว; **I had a ~ miss** *(accident)* ฉันหวิดเจออุบัติเหตุ; **that was a ~ miss** *(escape)* เฉียดเป้าไปนิดเดียว, หวิดจะชนกันซะแล้ว; Ⓓ **the ~ side** *(Brit.) (travelling on the left/right)* ด้านชิดขอบถนน; Ⓔ *(direct)* **4 miles by the ~est road** ระยะทาง 4 ไมล์ถ้าใช้เส้นทางที่ตรงที่สุด

❹ *v.i. & v.t.* เกือบ, ใกล้, จวน, ใกล้เข้ามา; **the building is ~ing completion** อาคารสร้างเกือบจะเสร็จแล้ว; **he's ~ing his end** เขาใกล้จะถึงจุดจบ

'nearby *adj.* ใกล้, ไม่ไกล

Near: ~ 'East *n.* Ⓐ ➡ **Middle East;** Ⓑ *(arch.: Turkey and Balkans)* ประเทศตุรกีและคาบสมุทรบอลคาน; **~'Eastern** *adj.* ที่อยู่ในแถบเมดิเตอร์เรเนียนตะวันออก

nearly /ˈnɪəlɪ/ˈเนียลิ/ *adv.* Ⓐ ➤ **47** *(almost)* เกือบ, ใกล้, จวน, แทบ; **it ~ fell over** มันเกือบจะล้มลง; **be ~ crying** *or* **in tears** เกือบจะร้องไห้; **it is ~ six o'clock** ใกล้จะหกโมงแล้ว; **are you ~ ready?** คุณเกือบจะเสร็จหรือยัง; Ⓑ *(closely) (ญาติ)* สนิท; *(ลักษณะ)* เกือบเหมือน/คล้ายคลึง; Ⓒ *(at all)* **not ~:** ไม่เลย, ห่างไกล

nearness /ˈnɪənɪs/ˈเนียนิซ/ *n., no pl.* Ⓐ *(proximity)* ความใกล้; **their ~ in age** การมีอายุใกล้เคียงของพวกเขา; Ⓑ *(similarity)* ความคล้ายคลึงกัน

near: ~-sighted *adj. (Amer.)* สายตาสั้น; **~ 'thing** *n.* **that was a ~ thing/what a ~ thing [that was]!** นั่นเป็นการหนีอย่างหวุดหวิด/เกือบจะแย่เลย

neat /niːt/นีท/ *adj.* Ⓐ *(tidy, clean) (ลายมือ, งาน)* เป็นระเบียบเรียบร้อย; *(ผม, เสื้อผ้า)* สะอาดสะอ้าน; **keep one's desk ~:** จัดโต๊ะให้เป็นระเบียบเรียบร้อย; Ⓑ *(undiluted) (เครื่องดื่มที่มีแอลกอฮอล์)* เพียว, ไม่ผสมน้ำ; **she drinks vodka ~:** เธอดื่มว้อดก้าเพียว ๆ; Ⓒ *(smart) (การแต่งกาย)* ประณีต; *(บ้าน, รถยนต์)* สวยงาม, เท่, เนี้ยบ; Ⓓ *(deft) (ฝีมือ)* ที่คล่องแคล่ว; *(แผนการ)* ที่ฉลาด; **make a ~ job of sth./repairing sth.** ทำ *ส.น.* อย่างคล่องแคล่ว/ซ่อม *ส.น.* ด้วยความชำนาญ; Ⓔ *(brief, clear) (คำตอบ, บทความ)* กระชับ; Ⓕ *(esp. Amer. coll.: excellent)* สุดยอด, เยี่ยม

neath /niːθ/นีธ/ *prep. (arch./poet.)* ภายใต้, เบื้องล่าง, ข้างใต้

neatly /ˈniːtlɪ/ˈนีทลิ/ *adv.* Ⓐ *(tidily)* อย่างเป็นระเบียบเรียบร้อย; Ⓑ *(smartly)* อย่างเนี้ยบ, สวย; **~ groomed** แต่งตัวสวยงาม; Ⓒ *(deftly)* อย่างมีฝีมือ; Ⓓ *(briefly, clearly)* อย่างกระชับ, อย่างตรงประเด็น; **a ~ turned phrase** โวหารที่หักมุมได้อย่างกระชับและตรงประเด็น

neatness /ˈniːtnɪs/ˈนีทนิซ/ *n., pl.* ➡ **neat** A, C, D, E: ความเป็นระเบียบเรียบร้อย, ความประณีต, ความชำนาญ, ความกระชับ

nebbish /ˈnebɪʃ/ˈเน็บบิช/ *n.* คนไม่กล้า, คนอ่อนแอ

nebula /ˈnebjʊlə/ˈเน็บบิวเลอะ/ *n., pl.* **~e** /ˈnebjʊliː/ˈเน็บบิวลี/ *or* **~s** *(Astron.)* กลุ่มก๊าซและฝุ่น; บริเวณที่มีแสงสว่างจากกลุ่มดาวห่างไกล

nebular /ˈnebjʊlə(r)/ˈเน็บบิวเลอะ(ร)/ *adj. (Astron.)* เกี่ยวกับกลุ่มแสงเรืองของดาว

nebulous /ˈnebjʊləs/ˈเน็บบิวเลิซ/ *adj.* Ⓐ *(hazy)* ขมุกขมัว; ความกังวล *(คำพูด)* ที่ไม่ชัดเจน, คลุมเครือ; *(ความคิด)* ที่ยังไม่เป็นรูปเป็นร่าง; Ⓑ *(cloudlike)* เหมือนเมฆ/หมอก

necessarily /nesɪˈserɪlɪ, ˈnesəsərəlɪ/เน็ซซิˈเซะริลิ, ˈเน็ซเซอะเซอะเรอะลิ/ *adv.* จำต้อง, อย่างหลีกเลี่ยงไม่ได้; **it is not ~ true** ไม่จำต้องเป็นจริงตามนั้น; **Do we have to do it? – Not ~:** เราต้องทำสิ่งนั้นไหม อาจไม่จำเป็นก็ได้

necessary /ˈnesɪsərɪ, US -serɪ/ˈเน็ซซิเซอะริ, -เซะริ/ ❶ *adj.* Ⓐ *(indispensable)* จำเป็น, ที่ขาดไม่ได้; **be ~ to life** จำเป็นต่อชีวิต; **patience is ~ for a teacher** ความอดทนเป็นสิ่งจำเป็นสำหรับครู; **it is not ~ for you to go** คุณไม่จำเป็นต้องไป; **it may be ~ for him to leave** เขาอาจจำเป็นต้องไปจากที่นี่; **they made it ~**

for him to attend พวกเขาบังคับให้เขาไปร่วม; **do no more than is ~:** ทำเท่าที่จำเป็น; **do everything ~** *(that must be done)* ทำทุกสิ่งทุกอย่างที่จำเป็น; **B** *(inevitable)* เลี่ยงไม่ได้, หนีไม่พ้น; **C a ~ evil** ความไม่ดีที่เลี่ยงไม่ได้ **❷** *n.* **the necessaries of life** ปัจจัยที่จำเป็นต่อชีวิต; **will he come up with the ~?** *(coll.: money)* เขาจะหาเงินมาได้ไหม; **will you do the ~?** คุณจะดูแลสิ่งที่จำเป็นรึเปล่า

necessitate /nɪˈsesɪteɪt/นิ'เซ็ซซิเทท/ *v.t.* **A** *(make necessary)* ทำให้จำเป็นต้อง; **B** *(Amer.: force)* บังคับ; **be ~d to do sth.** ถูกบังคับให้ต้องทำ *ส.น.*

necessitous /nɪˈsesɪtəs/นิ'เซ็ซซิเทิซ/ *adj. (formal)* ขัดสน, ขาดแคลน, ต้องการความช่วยเหลือ

necessity /nɪˈsesɪtɪ/นิ'เซ็ซซิทิ/ *n.* **A** *(power of circumstances)* ความจำเป็น, สถานการณ์ที่บีบบังคับ; **bow to ~:** ยอมตามสถานการณ์ที่บีบบังคับ; **do sth. out of** *or* **from ~:** ทำ *ส.น.* เพราะความจำเป็น; **make a virtue of ~:** ทำ *ส.น. (แม้จะไม่อยากทำเท่าไร)* อย่างเต็มใจ *หรือ* ยอมทำสิ่งจำเป็นอย่างเต็มใจ; **of ~:** อย่างหลีกเลี่ยงไม่ได้; **B** *(necessary thing)* สิ่งจำเป็น; **the necessities of life** ปัจจัยที่จำเป็นต่อชีวิต; **be a ~ of life** เป็นสิ่งจำเป็นในชีวิต; **be a ~ for sth.** เป็นสิ่งจำเป็นสำหรับ *ส.น.*; **C** *(indispensability, imperative need)* ความจำเป็น, สิ่งที่ขาดไม่ได้; **there is no ~ for rudeness** ไม่มีความจำเป็นที่ต้องหยาบคาย; **if the ~ arises** ถ้ามีความจำเป็นเกิดขึ้น; **in case of ~:** ในกรณีที่มีความจำเป็น; **~ is the mother of invention** *(prov.)* ความจำเป็นก่อให้เกิดการประดิษฐ์คิดค้น; **D** *(want)* ความยากจน, ความขาดแคลน, ความขัดสน; **be/live in ~:** อยู่ในความขัดสน

neck /nek/เน็ค/ **❶** *n.* **A ➤ 118** คอ; **be breathing down sb.'s ~** *(fig.) (be close behind sb.)* อยู่ข้างหลัง *ค.น.* ใกล้มาก; *(watch sb. closely)* เฝ้าดู *ค.น.* อย่างใกล้ชิด; **get it in the ~** *(coll.)* ถูกวิพากษ์วิจารณ์ *หรือ* ถูกลงโทษอย่างรุนแรง; โดนชกหรือตีอย่างจัง; **be** *or* **come down on sb.'s ~** *(coll.)* ต่อว่า *ค.น.* อย่างหนัก; **give sb./be a pain in the ~** *(coll.)* สร้างความหนักใจ/ความเดือดร้อน แก่ *ค.น.*; **have sb. round one's ~** *(coll.)* มีภาระต้องดูแล *ค.น.*, มีคนมาเป็นห่วงผูกคอ; **you'll bring the police down on our ~s** คุณจะทำให้เราถูกตำรวจเล่นงาน; **break one's/sb.'s ~** *(fig. coll.)* ยอมเสี่ยงหรือพยายามเต็มที่; **risk one's ~:** เอาชีวิตเข้าไปเสี่ยง; **save one's ~:** เอาตัวรอด *(จากความเสี่ยงใด ๆ)*; **be up to one's ~ in work** *(coll.)* มีงานล้นหัว; **be [in it] up to one's ~** *(coll.)* พัวพันกับ *ส.น.* มาก; **~ and ~:** แข่งขันคู่คี่กันมา; **~ or nothing** ถ้าไม่สำเร็จก็พังพินาศแน่; **it's [a matter of] ~ or nothing** มันเป็นเรื่องของความเป็นความตาย; ➡ + **dead** 1 A; **millstone; stick out** 1 A; **B** *(length)* ความยาวหนึ่งหัว *(ในการแข่งม้า)*; *(fig.)* ไม่มากนัก; **short ~** *(Horse-racing)* ชนะไม่ถึงช่วงคอม้า; **C** *(cut of meat)* ส่วนเนื้อสันคอ; **~ of lamb/mutton** *etc.* เนื้อส่วนสันคอของแกะ ฯลฯ; **D** *(part of garment)* คอ *(เสื้อ)*; **that dress has a high ~:** กระโปรงชุดตัวนั้นมีคอสูง; **E** *(narrow part)* ส่วนคอด *(คอขวด, ทางผ่าน)*; **F** *(Geog.: isthmus)* คอคอด; **~ of land** คอคอด; **G ~ of the woods** *(coll.)* สถานที่, แถว **❷** *v.i. (coll.)* กอดจูบกัน

neck: ~band *n.* ส่วนคอของเสื้อผ้า; **~cloth** *n. (Hist.)* แถบผ้าใช้ผูกรอบคอ

-necked /nekt/เน็คทฺ/ *adj. in comb.* **red/long-~:** คอแดง/คอยาว; **polo-~:** คอเสื้อแบบโปโล

neckerchief /ˈnekətʃɪf/'เน็คเคอะฉิฟ/ *n.* ผ้าสี่เหลี่ยมที่พับแล้วใช้พันคอ

necking /ˈnekɪŋ/'เน็คคิง/ *n. (coll.)* การจูบกอด

necklace /ˈneklɪs/'เน็คเลิซ, -ลิซ/ *n.* สร้อยคอ

neck: ~line *n.* ความเว้าของขอบคอเสื้อผู้หญิง **~tie** *n.* เนคไท *(ท.ศ.)*

necromancy /ˈnekrəmænsɪ/'เน็คเครอะแมนซิ/ *n.* การทรงเจ้าเข้าผี, การใช้คาถาอาคม

necrophilia /nekrəˈfɪlɪə/เนะเครอะ'ฟิลเลีย/ *n.* การร่วมเพศกับศพ

necrosis /neˈkrəʊsɪs/เนะ'โครฺซิซ/ *n., pl.* **necroses** /neˈkrəʊsiːz/เนะ'โครฺซีซ/ *(Med.)* การตายของเนื้อเยื่อ

nectar /ˈnektə(r)/'เน็คเทอะ(ร)/ *n.* **A** *(Bot., Greek and Roman Mythol.)* น้ำทิพย์ของเทพเจ้า; **B** *(delicious drink)* เครื่องดื่มที่โอชะ; *(drink of blended fruit juices)* เครื่องดื่มน้ำผลไม้ปั่น

nectarine /ˈnektərɪn, ˈnektəriːn/'เน็คเทอะริน, -รีน/ *n.* ไม้ผลลูกพีชชนิดหนึ่งมีเปลือกบาง

nectary /ˈnektərɪ/'เน็คเทอะริ/ *n. (Bot.)* ส่วนของดอกไม้หรือพืชที่ให้น้ำหวาน

NEDC *abbr. (Brit. Hist.)* **National Economic Development Council** สภาพัฒนาการเศรษฐกิจแห่งชาติ

neddy /ˈnedɪ/'เน็ดดิ/ *n. (child lang.: donkey)* ลา

née *(Amer.:* **nee**) /neɪ/เน/ *adj.* เกิดเป็น, มีนามสกุลเดิมว่า...

need /niːd/นีด/ **❶** *n.* **A** *no pl.* ความจำเป็น (for, of); *(demand)* ความต้องการ (for, of ใน); **as the ~ arises** เมื่อมีความต้องการ; **if ~ arise/be** ถ้ามีความจำเป็น; **the ~ for discussion** ความจำเป็นต้องมีการอภิปราย; **there's no ~ for that** *(as answer)* ไม่จำเป็นต้องทำอย่างนั้นหรอก; **there's no ~ to do sth.** ไม่มีความจำเป็นที่จะทำ *ส.น.*; **there is no ~ to worry/get angry** ไม่จำเป็นต้องวิตกกังวล/โกรธ; **is there's any ~ [for us] to hurry?** [พวกเรา] จำเป็นต้องรีบหรือเปล่า; **there was a ~ for caution** จำเป็นต้องใช้ความระมัดระวัง; **be in ~ of sth.** ต้องการ *ส.น.*; **there is no ~ for such behaviour** ไม่จำเป็นที่จะต้องประพฤติเช่นนั้น; **is there any ~ for all this hurry?** จำเป็นต้องรีบเช่นนี้หรือ; **there's no ~ for you to apologize** คุณไม่ต้องขอโทษหรอก; **feel the ~ to do sth.** รู้สึกว่าตนจำเป็นต้องทำ *ส.น.*; **feel the ~ to confide in sb.** รู้สึกว่าอยากจะพูดเปิดอกกับ *ค.น.*; **have ~ to do sth.** *(dated)* จำเป็นต้องทำ *ส.น.*; **be badly in ~ of sth.** ต้องการ *ส.น.* อย่างมาก; **be in ~ of a coat of paint** จำเป็นต้องทาสี; **be in ~ of repair** จำเป็นต้องซ่อมแซม; **have ~ of sb./sth.** ต้องการ *ค.น./ส.น.*; **your ~ is greater than mine** ความต้องการของคุณสูงกว่าของฉัน *หรือ* คุณมีความต้องการมากกว่าฉัน; **B** *no pl. (emergency)* เหตุฉุกเฉิน, ยามยากลำบาก; **in case of ~:** ในกรณีฉุกเฉิน; **in times of ~:** ในยามยากลำบาก; ➡ + **friend** A; **C** *no pl. (destitution)* ความขัดสน; **be in ~:** ขัดสน, ขาดแคลน; **those in ~:** ผู้ที่ขาดแคลน; **D** *(thing)* สิ่งของที่ต้องการ; **my ~s are few** สิ่งที่ฉันต้องการมีน้อย; **each will receive according to his ~s** แต่ละคนจะได้รับสิ่งต่าง ๆ ตามความต้องการ **❷** *v.t.* **A** *(require)* ต้องการ; **sth. that urgently ~s doing** *ส.น.* ที่ต้องทำอย่างเร่งด่วน; **much ~ed** เป็นที่ต้องการมาก; **that's all I ~ed!** *(iron.)* โอโห ยิ่งแน่เข้าไปอีก; **it ~s a coat of paint** *ส.น.* จำเป็นต้องทาสี; **it ~s careful consideration** เรื่องนี้ต้องพิจารณาอย่างรอบคอบ; **~ correction** ต้องการการแก้ไข; **Education? Who ~s it?** *(coll.)* การศึกษาหรือใครต้องการมันล่ะ; **B** *expr. necessity* ต้องทำ, จำเป็นต้อง; **I ~ to do it** ฉันต้องทำสิ่งนั้น; **it ~s/doesn't ~ to be done** จำเป็น/ไม่จำเป็นต้องทำ; **you don't ~ to do that** คุณไม่จำเป็นต้องทำสิ่งนั้น; **I don't ~ to be reminded** ไม่จำเป็นต้องเตือนฉัน; **it ~ed doing** มันจำเป็นต้องทำ; **he ~s cheering up** เขาต้องการกำลังใจ; **he doesn't ~ to be told** ไม่จำเป็นต้องบอกเขา; **you shouldn't ~ to be told** คุณไม่ควรจะต้องให้ใครมาบอก; **it doesn't ~ me to tell you** สิ่งนี้ฉันไม่ควรจะต้องบอกคุณ; **she ~s everything [to be] explained to her** ต้องอธิบายทุกสิ่งให้เธอฟัง; **you ~ only ask** คุณแค่ต้องขอเท่านั้นเอง; **don't be away longer than you ~ [be]** อย่าไปนานเกินกว่าความจำเป็น; **C** *pres.* **he need,** *neg.* **need not** *or (coll.)* **needn't** /ˈniːdnt/'นีด'นฺท/ *expr. desirability* จำเป็น, ต้องการ; **~ anybody be there?** จำเป็นต้องมีคนอยู่ตรงนั้นไหม; **~ I say more?** ฉันต้องอธิบายมากกว่านี้ไหม; **~ she have come at all?** มีความจำเป็นที่เธอจะต้องมาหรือ; **N~ you go? – No, I ~n't** คุณจำเป็นต้องไปหรือ ไม่ต้องหรอก; **I ~ hardly** *or* **hardly ~ say that** ฉันแทบจะไม่ต้องบอกสิ่งนั้น; **I don't think that ~ be considered** ฉันไม่คิดว่าจำเป็นต้องพิจารณาเรื่องนั้น; **no one ~ know this** ไม่จำเป็นต้องให้ใครรู้เรื่องนี้; **he ~n't be told** *(let's keep it secret)* เขาไม่จำเป็นต้องรู้หรอก; **we ~n't** *or* **~ not have done it, if ...:** เราคงจะไม่ได้ทำเลย ถ้า...; **it ~ not follow that ...:** ไม่จำเป็นต้องเป็นเช่นนั้น...; **that ~ not be the case** เรื่องไม่จำเป็นต้องเป็นอย่างนั้น

needful /ˈniːdfl/'นีดฟ'ล/ *adj. (arch.)* จำเป็น; **it is ~ to do it** จำเป็นต้องทำสิ่งนั้น; **everything/the ~:** ทุกสิ่งทุกอย่างที่จำเป็น/สิ่งที่จำเป็น

needle /ˈniːdl/'นีด'ล/ **❶** *n.* เข็ม *(เย็บผ้า, ถักลูกไม้, ฉีดยา)*; **it is like looking/searching for a ~ in a haystack** เหมือนงมเข็มในมหาสมุทร; **~ and thread** *or* **cotton** เข็มและด้าย; **~'s eye** รูเข็ม; **give sb. the ~** *(Brit. coll.)* กวนประสาท *ค.น.*; **get the ~** *(Brit. coll.)* อารมณ์เสีย, หงุดหงิด; ➡ + **pin** 1 A **❷** *v.t. (coll.)* ทำให้รำคาญ, ทำให้อารมณ์เสีย; **what's needling him?** อะไรทำให้เขาฉุนเฉียว

needle: ~cord *n. (Textiles)* ผ้ากำมะหยี่ที่เป็นทาง ๆ; **~craft** *n.* ความชำนาญในงานเย็บปักถักร้อย; **~ game, ~ match** *ns. (Brit.)* การแข่งขันที่ใกล้กันมากหรือสร้างความขุ่นเคืองใจ; **~point** *n.* **A** ปลายเข็ม; **B** *(embroidery)* การปักชนิดหนึ่ง

needless /ˈniːdlɪs/'นีดลิซ/ *adj.* ไม่จำเป็น; *(senseless)* ไม่มีประโยชน์; **~ to say** *or* **add, he didn't do it** คงไม่ต้องเล่าว่าเขาไม่ได้ทำสิ่งนั้น

needlessly /ˈniːdlɪslɪ/'นีดลิซลิ/ *adv.* อย่างไม่จำเป็น; *(senselessly)* อย่างไม่มีประโยชน์

needle: ~ valve *n. (Mech. Engin.)* ลิ้นบางเรียวของวาล์วในเครื่องยนต์; **~woman** *n. (seamstress)* ช่างเย็บผ้า *(ผู้หญิง)*; **be a good/bad ~woman** เป็นช่างเย็บผ้า *(ผู้หญิง)* ที่เก่ง/ไม่เก่ง; **~work** *n.* การเย็บปักถักร้อย; *(school subject)* วิชาเย็บปักถักร้อย; **do ~work** ทำงานเย็บปักถักร้อย; **a piece of ~work** งานเย็บปักถักร้อยชิ้นหนึ่ง

n

needn't /ˈniːdnt/ˈนีดˈนทฺ/ *(coll.)* = **need not**; ➡ **need** 2 C

needs /niːdz/นีดซฺ/ *adv. (dated)* **~ must when the devil drives** *(prov.)* ถ้าจำเป็นก็ต้องหาวิธีอื่น; **if ~ must** ถ้าจำเป็น

needy /ˈniːdɪ/ˈนีดิ/ *adj. (poor)* ยากจน, ขัดสน; **the neediest cases** รายที่ขัดสนที่สุด; **the ~:** คนที่ขัดสน

ne'er /neə(r)/แน(ร)/ *adv. (poet.: never)* ไม่เคย, ไม่มีวัน; **~ a ...:** ไม่เคยเป็น/มี...

ne'er-do-well /ˈneədʊwel/ˈแนดูเว็ล/ ❶ *n.* คนขี้เกียจ, คนไม่เอาไหน ❷ *adj.* ไม่มีประโยชน์; **~ fellow** คนไม่เอาไหน

nefarious /nɪˈfeərɪəs/นิˈแฟเรียซ/ *adj.* ชั่วร้าย, เลวทราม

negate /nɪˈgeɪt/นิˈเกท/ *v.t.* Ⓐ *(formal: be negation of)* ปฏิเสธ; Ⓑ *(nullify)* ลบล้าง, ทำให้เป็นโมฆะ; Ⓒ *(Ling.)* ทำให้เป็นการปฏิเสธ

negation /nɪˈgeɪʃn/นิˈเกช'น/ *n.* Ⓐ *(refusal to accept)* การไม่ยอมรับ, นิเสธ *(ร.บ.)*, การปฏิเสธ; *(refusal to accept existence of sth.)* การไม่ยอมเชื่อ; Ⓑ *(negative statement)* การกล่าวปฏิเสธ; **be the ~ of sth.** เป็นการกล่าวปฏิเสธ *ส.น.*; Ⓒ *(opposite of sth. positive)* ด้านลบ; Ⓓ *(Ling.)* การปฏิเสธ

negative /ˈnegətɪv/ˈเน็กเกอะทิว/ ❶ *adj.* Ⓐ ที่คัดค้าน; **Math.** ลบ; **~ vote** คะแนนเสียงคัดค้าน; Ⓑ *(Ling.)* ปฏิเสธ; Ⓒ *(Electr.)* **~ pole/terminal** ขั้วลบ *(ของแบตเตอรี่)*, ประจุลบ; Ⓓ *(Photog.)* ฟิล์มเนกาตีฟ *(ท.ศ.)*; ➡ **+ feedback** B ❷ *n.* Ⓐ *(Photog.)* ฟิล์มเนกาตีฟ *(ท.ศ.)*; Ⓑ *(~ statement)* การกล่าวปฏิเสธ; *(answer)* การตอบปฏิเสธ; **two ~s make an affirmative** ปฏิเสธซ้อนปฏิเสธเป็นการกล่าวรับ; **be in the ~:** เป็นการปฏิเสธ, เป็นการบอกว่าไม่; Ⓒ *(~ quality)* คุณสมบัติในทางลบ; Ⓓ *(Ling.)* การปฏิเสธ ❸ *v.t.* Ⓐ *(veto)* คัดค้าน; Ⓑ *(disprove)* พิสูจน์หักล้าง

negative 'equity *n.* การมีค่าลบ

negatively /ˈnegətɪvlɪ/ˈเน็กเกอะทิวลิ/ *adv.* Ⓐ *(in the negative)* อย่างปฏิเสธ; **answer ~:** ตอบปฏิเสธ; Ⓑ *(unsympathetically)* อย่างไม่เห็นอกเห็นใจ, อย่างไม่สนับสนุน; Ⓒ *(Electr.)* ประจุลบ

'negative sign *n. (Math.) (symbol)* เครื่องหมายลบ

neglect /nɪˈglekt/นิˈเกล็คทฺ/ ❶ *v.t.* Ⓐ *(disregard, leave uncared for)* ไม่เอาใจใส่, ละเลย *(หน้าที่)*; ไม่ฉวย *(โอกาส)*; Ⓑ *(leave undone)* ทอดทิ้ง *(งานการ)*; ทำไม่เสร็จ; Ⓒ *(omit)* เว้นไป, ไม่ทำ; **she ~ed to write** เธอไม่ได้เขียน; **not ~ doing** *or* **to do sth.** ไม่ละเลยที่จะทำ *ส.น.* ❷ *n. (neglecting, disregard)* การละเลย, การไม่เอาใจใส่, การทอดทิ้ง; **be in a state of ~:** อยู่ในสภาพที่ถูกทอดทิ้ง; **years of ~:** ทอดทิ้งมาหลายปี; **suffer from ~:** ขาดความเอาใจใส่; **~ of duty** การละทิ้งหน้าที่

neglectful /nɪˈglektfl/นิˈเกล็คทฟ'ล/ *adj. (careless)* ไม่เอาใจใส่; **be ~ of** ประมาท

négligé, negligee /ˈneglɪʒeɪ/ˈเน็กกลิเฌ/ *n.* เสื้อคลุมนอนผู้หญิง ทำด้วยผ้าเนื้อบาง

negligence /ˈneglɪdʒəns/ˈเน็กกลิเจ็นซฺ/ *n., no pl. (carelessness)* ความประมาท; *(Law, insurance, etc.)* ความละเลย; ➡ **+ contributory** A

negligent /ˈneglɪdʒənt/ˈเน็กกลิเจ็นทฺ/ *adj.* Ⓐ ละเลย; **be ~ about sth.** ละเลยเกี่ยวกับ *ส.น.*; **be ~ of one's duties/sb.** ละทิ้งหน้าที่/*ค.น.*; Ⓑ *(offhand)* ไม่กระตือรือร้น, ไม่แยแส, เฉยเมย

negligently /ˈneglɪdʒəntlɪ/ˈเน็กกลิเจินทฺลิ/ *adv.* Ⓐ อย่างละเลย; อย่างไม่ใส่ใจ; **as sentence modifier** ที่เป็นการละเลย; Ⓑ *(in an offhand manner)* อย่างไม่เอาใจใส่

negligible /ˈneglɪdʒɪbl/ˈเน็กกลิจิบ'ล/ *adj.* ไม่สำคัญ, ไม่ต้องสนใจ; ➡ **+ quantity** E

negotiable /nɪˈgəʊʃəbl/นิˈโกเชอะบ'ล/ *adj.* Ⓐ *(open to discussion) (ข้อตกลง)* สามารถเจรจากันได้; Ⓑ *(that can be got past)* สามารถ[เดินทาง] ผ่านไปได้ *(อุปสรรค, ถนน)*; Ⓒ *(Commerc.) (เช็ค)* สามารถซื้อขาย โอนหรือขึ้นเงินสดได้

negotiate /nɪˈgəʊʃɪeɪt/นิˈโกชิเอท/ ❶ *v.i.* เจรจา **(for, on, about** เกี่ยวกับ); **the negotiating table** โต๊ะเจรจา, การเจรจา ❷ *v.t.* Ⓐ *(arrange)* จัดการ; Ⓑ *(get past)* หาทางผ่าน *(สิ่งกีดขวาง)*; ข้าม *(รั้ว, สิ่งกีดขวาง, แม่น้ำ)*; ขับรถผ่าน *(โค้ง)*; **~ the stairs** ขึ้น/ลงบันไดหลายขั้น; Ⓒ *(Commerc.) (convert into cash)* ขึ้น *(เช็ค)* เป็นเงินสด; *(transfer)* โอนเงิน

negotiation /nɪgəʊʃɪˈeɪʃn/นิโกชิˈเอช'น/ *n.* Ⓐ *(discussion)* การเจรจา **(for, about** สำหรับ, เกี่ยวกับ); **by ~:** ด้วยการเจรจา; **enter into ~:** เข้าทำการเจรจา; **be in ~ with sb.** อยู่ในช่วงการเจรจากับ *ค.น.*; **be a matter of ~:** เป็นเรื่องของการเจรจา; Ⓑ *in pl. (talks)* การเจรจาอย่างเป็นทางการ; Ⓒ ➡ **negotiate** 2 B: การหาทางผ่าน, การข้าม; Ⓓ ➡ **negotiate** 2 C: ขึ้นเป็นเงินสด

negotiator /nɪˈgəʊʃɪeɪtə(r)/นิˈโกชิเอเทอะ(ร)/ *n.* ผู้ร่วมในการเจรจา, ผู้เจรจา

Negress /ˈniːgrɪs/ˈนีกริซ/ *n.* นิโกรผู้หญิง

Negro /ˈniːgrəʊ/ˈนีโกร/ ❶ *n. pl.* **~es** คนนิโกร *(ท.ศ.) (ปัจจุบันมักใช้คำคนผิวดำแทนนิโกร)* ❷ *adj.* เป็นนิโกร; **~ woman** ผู้หญิงนิโกร; **~ art/music** ศิลปะ/ดนตรีของคนผิวดำ *(นิโกร)*; ➡ **+ spiritual** 2

Negroid /ˈniːgrɔɪd/ˈนีกรอยดฺ/ ❶ *adj.* นิโกร; *(akin to or resembling Negroes)* มีลักษณะคล้ายนิโกร, มีเชื้อนิโกร ❷ *n.* คนนิโกร; *(akin to or resembling Negro)* คนที่มีลักษณะคล้ายนิโกร

neigh /neɪ/เน/ ❶ *v.i. (ม้า)* ร้อง ❷ *n.* เสียงม้าร้อง

neighbor *etc. (Amer.)* ➡ **neighbour** *etc.*

neighbour /ˈneɪbə(r)/ˈเนเบอะ(ร)/ ❶ *n.* เพื่อนบ้าน; *(at table)* ผู้ที่นั่งข้าง ๆ; *(thing)* สิ่งข้างเคียง; *(building/country)* อาคารข้างเคียง, ประเทศใกล้เคียง; **we're next-door ~s** เราเป็นเพื่อนบ้านที่บ้านอยู่ติดกัน; **my next-door ~s** เพื่อนบ้านของฉันที่อยู่ถัดไป; **we were ~s at dinner** เรานั่งข้างกันตอนทานอาหารเย็น ❷ *v.t. & i.* **~ [upon]** อยู่ติดกัน

neighbourhood /ˈneɪbəhʊd/ˈเนเบอะฮุด/ *n.* Ⓐ *(district)* ย่าน, แถบ; **sb.'s ~:** ย่านของ *ค.น.*; **the children from the ~:** พวกเด็ก ๆ จากย่านนี้; Ⓑ *(nearness)* ความใกล้เคียง; **it was [somewhere] in the ~ of £100** มันราคาราว ๆ 100 ปอนด์; Ⓒ *(neighbours)* เพื่อนบ้าน; Ⓓ *attrib.* ใกล้บ้าน, ประจำท้องถิ่น; **small ~ shop/store** ร้านค้าเล็ก ๆ ที่อยู่ใกล้เคียง; **your friendly ~ bobby/milkman** *etc. (coll. joc.)* ตำรวจ/คนส่งนมผู้เป็นที่รู้จักของหมู่บ้าน

'neighbourhood watch *n.* วิธีการลดอาชญากรรม โดยให้เพื่อนบ้านคอยเฝ้าระวังและรายงานเหตุการณ์ผิดปกติ

neighbouring /ˈneɪbərɪŋ/ˈเนเบอะริง/ *adj.* ที่อยู่ใกล้เคียง; *(ทุ่งนา)* ที่อยู่ติดกัน

neighbourliness /ˈneɪbəlɪnɪs/ˈเนเบอะลินิซ/ *n., no pl.* ความมีอัธยาศัยต่อกันฉันเพื่อนบ้านที่ดี

neighbourly /ˈneɪbəlɪ/ˈเนเบอะลิ/ *adj.* Ⓐ *(characteristic of neighbours)* มีอัธยาศัยฉันเพื่อนบ้านที่ดี; Ⓑ *(friendly)* อย่างเป็นมิตร

neither /ˈnaɪðə(r), nɪːðə(r)/ˈนายเทอะ(ร), ˈนีท-/ ❶ *adj.* ไม่ทั้งสอง, ไม่ทั้งคู่, ไม่สักอย่าง; **in ~ case** ไม่...ทั้งสองกรณี ❷ *pron.* ไม่ใน *(สิ่ง, คน)* ทั้งสอง; **~ of them** ไม่...ทั้งสองคน/อย่าง; **~ of the accusations** คำกล่าวหาทั้งสองประการก็ไม่; **Which will you have? – N ~:** คุณจะเลือกอันไหน ไม่รับสักอย่าง; **we ~ of us moved** เราทั้งสองคนไม่ได้เคลื่อนไหว ❸ *adv. (also not)* ก็ไม่...เช่นกันด้วย; **I'm not going – N~ am I** *or (coll.)* **Me ~:** ฉันจะไม่ไป ฉันก็ไม่ไปเช่นกัน; **if you don't go, ~ shall I** ถ้าคุณไม่ไป ฉันก็ไม่ไปเช่นกัน; **he didn't go and ~ did I** เขาไม่ได้ไปและฉันก็ไม่ได้ไปเช่นกัน ❹ *conj.* Ⓐ *(not either, not on the one hand)* ไม่...และไม่...; **he ~ knows nor cares** เขาทั้งไม่รู้และไม่ใส่ใจ; **he ~ ate, drank, nor smoked** เขาไม่กินไม่ดื่มและไม่สูบบุหรี่; ➡ **+ here** 1 A; Ⓑ *(arch.: and also not)* ไม่...ด้วย

nelly /ˈnelɪ/ˈเน็ลลิ/ *n.* **not on your ~** *(Brit. coll.)* ไม่มีทางเป็นไปได้

nelson /ˈnelsn/ˈเน็ลซ'น/ *n. (Wrestling)* ท่ามวยปล้ำที่ใช้แขนสอดเข้าใต้แขนคู่ต่อสู้ด้านหลังแล้วใช้มือกดคอของคู่ต่อสู้

nem. con /nem ˈkɒn/เน็ม ˈคอน/ *abbr.* **nemine contradicente** อย่างเป็นเอกฉันท์, โดยไม่มีการคัดค้าน

nemesis /ˈnemɪsɪs/ˈเน็มมิซิซ/ *n., pl.* **nemeses** /ˈnemɪsiːz/ˈเน็มมิซีซ/ Ⓐ *(formal: justice)* ความยุติธรรม; การลงโทษที่สมควร; Ⓑ *(downfall)* ความหายนะที่สมควรได้

neo- /ˈniːəʊ/ˈนีโอ/ *in comb.* ใช้เติมหน้าคำนาม ทำให้เป็นคำคุณศัพท์และคำนาม แปลว่าใหม่ มักใช้กับแบบ วิธีหรือลัทธิเดิม ซึ่งนำมาดัดแปลงใหม่

neo'classic, neo'classical *adj.* *(สถาปัตยกรรม ศิลปะ ดนตรีและอื่น ๆ)* ที่ฟื้นฟูนำรูปแบบและลีลาของกรีกหรือโรมันโบราณมาใช้อีก

neo'classicism *n.* การนำรูปแบบของกรีกหรือโรมันมาใช้ใหม่ในศิลปะหลายสาขา

neolithic /niːəˈlɪθɪk/นีเออะˈลิธิค/ *adj.* *(Archaeol.)* ยุคหินใหม่ *(หลังยุคหินตอนต้น)*; **~ period** ยุคหินใหม่; **~ man** มนุษย์ยุคหินใหม่

neologism /nɪˈɒlədʒɪzm/นีˈออเลอะจิซ'ม/ *n.* คำหรือสำนวนที่ประดิษฐ์ขึ้นใหม่

neon /ˈniːɒn/ˈนีออน/ *n. (Chem.)* นีออน *(ท.ศ.)* *(ก๊าซเฉื่อย ซึ่งมักใช้ทำหลอดไฟหรือป้ายนีออน)*

neon: ~ 'lamp *n.* ตะเกียงไฟนีออน, หลอดไฟนีออน; **~ 'light** *n.* แสงไฟนีออน; *(fitting)* ไฟนีออน; **~ 'sign** *n.* ป้ายนีออน

neophyte /ˈniːəfaɪt/ˈนีเออะไฟท/ *n.* Ⓐ *(Relig.)* เณรผู้ที่เพิ่งถูกชักชวนให้มาเข้าศาสนา; Ⓑ *(beginner)* ผู้เริ่มหัด

Nepal /nɪˈpɔːl/นิˈพอล/ *pr. n.* ประเทศเนปาล

Nepalese /nepəˈliːz/เนะเพอะˈลีซ/, **Nepali** /nɪˈpɔːlɪ/นิˈพอลิ/ ❶ *adj.* แห่งประเทศเนปาล ❷ *n.* Ⓐ *pl.* **Nepalese, Nepalis** *(person)* ชาวเนปาล; Ⓑ *(language)* ภาษาเนปาล

nephew /ˈnevjuː, ˈnef-/ˈเน็ววิว, ˈเน็ฟ-/ *n.* หลานชาย *(ลูกชายของน้องหรือพี่)*

nephritis /nɪˈfraɪtɪs/นิˈไฟรฺทิซ/ *n.* ➤ **453** *(Med.)* โรคไตอักเสบ

nepotism /ˈnepətɪzm/ˈเน็พเพอะทิซ'ม/ *n.* การใช้อำนาจเพื่อเกื้อหนุนญาติมิตร

n

Neptune /ˈneptjuːn/เน็พทิวน/ *pr. n.* Ⓐ *(Roman Mythol.)* เทพเจ้าเนปจูน *(ท.ศ.)* *(เป็นเทพเจ้าแห่งทะเล ถือสามง่ามเป็นอาวุธ)*; Ⓑ *(Astron.)* ดาวเนปจูน

NERC *abbr. (Brit)* **Natural Environment Research Council** สภาวิจัยสิ่งแวดล้อมทางธรรมชาติ

nerd /nɜːd/เนิด/ *n. (coll. derog.)* คนโง่เซ่อ ไม่น่าสนใจ

nerve /nɜːv/เนิว/ ❶ *n.* Ⓐ ประสาท; **~ tissue** เนื้อเยื่อเส้นประสาท; Ⓑ *in pl. (fig., of mental state)* **be suffering from ~s** กำลังรู้สึกประสาท; **bundle of ~s** กลุ่มเส้นประสาท; *(fig.)* คนที่ขี้ขลาด, ขี้อาย; **have a fit of ~s** เกิดอาการกังวล *หรือ* ประสาท; **get on sb.'s ~s** ทำให้ *ค.น.* หงุดหงิด; **~s of steel** มีใจเป็นเหล็ก *(ไม่ตกใจหรืออารมณ์เสียง่าย)*; Ⓒ **strain every ~** *(fig.)* พยายามสุดกำลัง; Ⓓ *(coolness, boldness)* ความใจเย็น, ความกล้า; **not have the ~ for sth.** ไม่มีความกล้าพอที่จะทำ *ส.น.*; **lose one's ~:** หมดความกล้า; **a man with an iron ~:** ผู้ชายที่มีใจเหล็ก; Ⓔ *(coll.: audacity)* **of all the ~!**, ช่างกล้าอะไรเช่นนี้; **what [a] ~!** หน้าด้านจริง ๆ; **have the ~ to do sth.** มีความกล้าอวดดีที่จะทำ *ส.น.*; **he's got a ~:** เขามีความกล้าจริง ๆ ❷ *v.t.* Ⓐ *(give strength or courage to)* สร้างพลังใจ; **~ oneself** *or* **one's heart** ทำให้ตนเองมีจิตใจเข้มแข็ง; Ⓑ *(brace)* **~ oneself** *or* **one's mind** ยึดเหนี่ยวกายหรือใจตนเอง, กัดฟัน

nerve: ~ cell *n.* เซลล์เส้นประสาท **~ centre** *n.* Ⓐ *(Anat.)* ศูนย์กลางเส้นประสาท; Ⓑ *(fig.)* ศูนย์กลาง, แกนกลาง; **~ gas** *n.* ก๊าซพิษที่มีผลต่อระบบประสาท

nerveless /ˈnɜːvlɪs/เนิวลิซ/ *adj.* Ⓐ *(inert)* *(แขน, มือ)* ที่ไม่มีกำลัง; Ⓑ *(flabby)* อ่อนแอ, ปวกเปียก; Ⓒ *(cool, confident)* เยือกเย็น, เชื่อมั่น

nerve: ~-racking *adj.* ตึงเครียด, น่าวิตกกังวล; **~-shattering** *adj.* น่าตื่นตกใจ, น่าอกสั่นขวัญแขวน

nervous /ˈnɜːvəs/เนอเวิซ/ *adj.* Ⓐ *(Anat., Med.)* เกี่ยวกับประสาท; **[central] ~ system** ระบบประสาทส่วนกลาง; **~ breakdown** โรคประสาทร้ายแรง *(จากความเครียดหรือความหดหู่)*; Ⓑ *(having delicate nerves)* ขี้วิตกกังวล, ขี้ประสาท; **be a ~ wreck** วิตกกังวลจนทำอะไรไม่ได้; Ⓒ *(Brit.: timid)* **be ~ of** *or* **about** ขี้กลัวเรื่อง *ส.น.*; **I'm ~ of offending him** ฉันไม่กล้าทำให้เขาเคือง; **be a ~ person** เป็นคนขลาด, เป็นคนขี้วิตก

nervously /ˈnɜːvəslɪ/เนอเวิซลิ/ *adv.* อย่างวิตกกังวล, อย่างตื่นตกใจ

nervousness /ˈnɜːvəsnɪs/เนอเวิซนิซ/ *n., no pl.* ความวิตกกังวล, ความตื่นตกใจ

nervure /ˈnɜːvjʊə(r)/เนิวเยะ(ร)/ *n.* Ⓐ *(Zool.)* เส้นใยที่เป็นโครงของปีกแมลง; Ⓑ *(Bot.)* เส้นใย ของใบไม้

nervy /ˈnɜːvɪ/เนอวิ/ *adj.* Ⓐ *(jerky, nervous)* ขี้ตื่นตกใจ; Ⓑ *(Amer. coll.) (cool, confident)* ใจเย็น, เชื่อมั่น; *(impudent)* หน้าด้าน

nest /nest/เน็ซท/ ❶ *n.* Ⓐ *(of bird, animal, insect)* รัง; **foul one's own ~:** *(fig.) (denigrate one's own family)* ทำให้เสื่อมเสียชื่อเสียงของวงศ์ตระกูลของตน; *(harm one's own interests)* ทำลายผลประโยชน์ของตนเอง; ➡ **+ feather** 2 A; Ⓑ *(fig.: retreat, shelter, receptacle)* บ้าน, ที่ปลอดภัย; **leave the ~:** ทิ้งบ้านไปอาศัยอยู่ตามลำพัง; Ⓒ *(haunt of robbers etc.)* รังโจร; Ⓓ *(place fostering vice etc.)* สถานที่ซ่องสุมคนไม่ดี; Ⓔ *(brood or swarm in a ~)* รัง; *(of rabbits)* รู; *(of wasps, hornets, ants)* รัง; Ⓕ *(group of machine guns) (Mil.)* รังปืนกล; Ⓖ *(set)* ชุด, หมู่; **~ of tables** โต๊ะหมู่ที่ซ้อนกันได้ ❷ *v.i.* Ⓐ *(make or have ~)* สร้างรัง, ทำรัง; Ⓑ *(take ~s)* เก็บรังนก; *(take eggs)* เก็บไข่; Ⓒ *(fit together)* **~ [into one another]** *(ใส่)* ซ้อนเข้ากันได้ ❸ *v.t.* Ⓐ *(place as in ~)* ใส่เข้าไปราวกับอยู่ในรัง; Ⓑ *(pack one inside the other)* ซ้อนเก็บเข้าด้วยกัน

'nest egg *n.* Ⓐ *ไข่จริงหรือไข่ปลอมซึ่งวางไว้ในรังเพื่อล่อให้แม่ไก่วางไข่ในนั้น*; Ⓑ *(fig.)* จำนวนเงินที่เก็บสำรองไว้

'nesting box *n.* *กล่องมีรูที่ติดข้างต้นไม้ให้นกเข้าไปทำรัง*

nestle /ˈnesl/เน็ซ'ล/ ❶ *v.i.* Ⓐ *(settle oneself)* นอนทอดตัว, ซุกเข้าไปในผ้าปูเตียงอย่างสบาย; **~ down in a sleeping bag** ซุกตัวเข้านอนในถุงนอน; Ⓑ *(press oneself affectionately)* อิงแอบด้วยความรักใคร่, ซุกเข้า **(to, up against** กับ, ให้ใกล้ชิด**)**; **they ~d [up] together** พวกเขานอนซุกกันอย่างใกล้ชิด; Ⓒ *(lie half hidden)* นอนซ่อนครึ่งตัวใต้ผ้าห่ม ❷ *v.t.* Ⓐ *(push affectionately or snugly)* ซุกตัวเข้าไปอย่างรักใคร่ **(against** กับ**)**; Ⓑ *(hold as in nest)* **~ a baby in one's arms** โอบอุ้มลูกน้อยไว้ในอ้อมแขน

nestling /ˈnestlɪŋ/เน็ซลิง/ *n.* ลูกนกที่ยังบินไม่ได้

¹net /net/เน็ท/ ❶ *n. (lit. or fig.)* แห, ร่างแห, ตาข่าย, มุ้ง; **cast one's ~ wide** *(fig.)* ค้นคว้าอย่างกว้างขวาง; **spread one's ~** *(fig.)* ขยายขอบเขตของการค้นคว้า; **the Net** *(Computing)* อินเทอร์เน็ต ❷ *v.t.*, **-tt-:** Ⓐ *(cover)* **~ [over]** ครอบด้วยตาข่าย; *(catch)* จับด้วยตาข่าย *(สัตว์)*; จับด้วยแห *(ปลา)*; จับ *(ค.น.)* ได้; **~ sb. sth.** *(fig. coll.)* จับ *หรือ* หา *ส.น.* ให้ *ค.น.*; Ⓑ *(put in net)* ยิงลูกตุงตาข่าย; *(put in goal)* ยิงลูกเข้าประตู; **~ a goal** ยิงประตู

²net ❶ *adj.* Ⓐ *(free from deduction)* ราคาสุทธิ, ราคาขาดตัว; Ⓑ *(not subject to discount)* **~ price** ราคาสุทธิ; **~ book** หนังสือราคาสุทธิ; **Net 'Book Agreement** ข้อตกลงขายหนังสือในราคาที่กำหนด; Ⓒ ➤ **1013** *(excluding weight of container etc.)* น้ำหนักสุทธิ; **~ weight** น้ำหนักสุทธิที่ไม่รวมน้ำหนักบรรจุ; Ⓓ *(effective, ultimate)* ที่ได้ผล, ผลสุดท้าย ❷ *v.t.*, **-tt-** *(gain)* ได้รายได้สุทธิ; *(yield)* ได้กำไรสุทธิ

net: ~ball *n.* เนตบอล *(ท.ศ.)* *(กีฬาคล้ายบาสเกตบอล สำหรับเด็กนักเรียนหญิงมีผู้เล่น 2 ทีม ๆ ละ 7 คน)*; **~ cord** *n. (Tennis)* Ⓐ ตาข่ายกั้นกลางสนามเทนนิส; Ⓑ *(stroke)* *ลูกที่ติดสะดุดขอบเนตก่อนข้ามไปตกในแดนตรงข้าม*; **~ 'curtain** *n.* ผ้าม่านลูกไม้หรือตาข่ายบาง ๆ *(เพื่อกันไม่ให้ภายนอกมองเข้ามา)*

nethead /ˈnethed/เน็ทเฮ็ด/ *n.* คนบ้าอินเทอร์เน็ต

nether /ˈneðə(r)/เน็ทเทอะ(ร)/ *adj. (arch./joc.)* ข้างใต้, ล่าง *(ริมฝีปาก)*

Netherlands /ˈneðələndz/เน็ทเทอะเลินดฺซ/ ❶ *pr. n. sing. or pl.* ประเทศเนเธอร์แลนด์ หรือ ฮอลแลนด์ ❷ *attrib. adj.* แห่งเนเธอร์แลนด์

nether 'regions, nether 'world *n.* นรก

netiquette /ˈnetɪket/เน็ททิเก็ท/ *n. (Computing)* มารยาทในการใช้อินเทอร์เน็ต; **breaches of ~** การฝ่าฝืนมารยาทอินเทอร์เน็ต

netizen /ˈnetɪzn/เน็ททิซ'น/ *n.* พลเมืองแห่งอินเทอร์เน็ต

net 'profit *n.* กำไรสุทธิ

netspeak /ˈnetspiːk/เน็ทซปีค/ *n.* ภาษาอินเทอร์เน็ต

netsuke /ˈnetskɪ, ˈnetsʊkɪ/เน็ทซกิ, 'เน็ทซุคิ/ *n. สิ่งแขวนที่เอว มักแกะสลักอย่างวิจิตรพิสดารของชาวญี่ปุ่น*

netsurf /ˈnetsɜːf/เน็ทเซิฟ/ *v.i.* การท่องอินเทอร์เน็ต

netsurfer /ˈnetsɜːfə(r)/เน็ทเซอเฟอะ(ร)/ *n.* นักท่องอินเทอร์เน็ต

netsurfing /ˈnetsɜːfɪŋ/เน็ทเซอฟิง/ *n.* การท่องอินเทอร์เน็ต

nett ➡ **²net**

netting /ˈnetɪŋ/เน็ททิง/ *n.* Ⓐ *(making net)* การถักตาข่าย, แห; Ⓑ *([piece of] net)* ตาข่าย; **cover with ~:** ครอบด้วยตาข่าย; **wire ~:** ลวดตาข่าย

nettle /ˈnetl/เน็ท'ล/ ❶ *n.* พืชที่ใบมีขนคัน เช่น ตำแย; ➡ **+ grasp** 2 B; **stinging nettle** ❷ *v.t.* ยั่ว *(ให้โกรธ)*, รบกวน

'nettle rash *n. (Med.)* ผื่นคันที่เกิดจากถูกใบตำแย

'network ❶ *n.* Ⓐ *(of intersecting lines, electrical conductors)* ข่ายใย สายใย; Ⓑ *(of railways)* เส้นทางรถไฟ ฯลฯ; *(of persons, operations)* เครือข่าย; Ⓒ *(of broadcasting stations, company)* เครือข่าย; Ⓓ *(Computing)* เน็ทเวิร์ค ❷ *v.t. (broadcast)* กระจายเสียง *(วิทยุ)*, ถ่ายทอด *(โทรทัศน์)*

'network provider *n. (Computing, Teleph.)* ผู้บริการเครือข่ายอินเทอร์เน็ต

Neuchâtel /nɜːʃæˈtel/เนอะแช'เท็ล/ *pr. n.* เมืองนูแชเทิล ในประเทศสวิตเซอร์แลนด์

neural /ˈnjʊərl, US ˈnʊ-/'นัวร'ล, 'นุ-/ *adj. (Anat.)* เกี่ยวกับประสาท *หรือ* ระบบประสาท

neuralgia /njʊəˈrældʒə US nʊ-/นัวแรลเจอะ, นุ-/ *n.* ➤ **453** *(Med.)* โรคปวดประสาทอย่างรุนแรง

neural network *n.* เครือข่ายเส้นประสาทในสมอง

neuritis /njʊəˈraɪtɪs, US nʊ-/นัวไรทิซ, นุ-/ *n.* ➤ **453** *(Med.)* โรคเส้นประสาทอักเสบ

neurodegenerative /njʊərəʊdɪˈdʒenərətɪv/นัวโรดิ'เจ็นเนอะเรอะทิว/ *adj. (Med.)* ที่เกี่ยวกับการเสื่อมสภาพของเส้นประสาท

neurological /njʊərəˈlɒdʒɪkl/นัวเรอะ'ลอจิค'ล/ *adj.* เกี่ยวกับระบบประสาท

neurologist /njʊəˈrɒlədʒɪst, US nʊ-/นัว'รอเลอะจิซท, นุ-/ *n.* ➤ **489** ผู้เชี่ยวชาญด้านประสาทวิทยา

neurology /njʊəˈrɒlədʒɪ, US nʊ-/นัว'รอเลอะจิ, นุ-/ *n.* ประสาทวิทยา

neuron /ˈnjʊərɒn, US ˈnʊ-/'นัวรอน, 'นุ-/, **neurone** /ˈnjʊərəʊn, US ˈnʊ-/'นัวโรน, 'นุ-/ *n. (Anat.)* เซลล์ประสาท

neurosis /njʊəˈrəʊsɪs, US nʊ-/นัว'โรซิซ, นุ-/ *n. pl.* **neuroses** /njʊəˈrəʊsiːz/นัว'โรซีซ/ โรคจิตประสาท, โรควิตกจริต

neurosurgeon /njʊərəʊˈsɜːdʒn, US nʊ-/นัวโร'เซอจ'น, นุ-/ *n.* ➤ **489** ศัลยแพทย์ประสาท

neurosurgery /njʊərəʊˈsɜːdʒərɪ, US nʊ-/นัวโร'เซอเจอะริ, นุ-/ *n.* ศัลยกรรมประสาท

neurotic /njʊəˈrɒtɪk, US nʊ-/นัว'รอทิค, นุ-/ ❶ *adj.* Ⓐ *(suffering from neurosis)* ที่ตกจริต,

เป็นโรคจิตประสาท; Ⓑ *(of neurosis)* เกี่ยวกับโรคจิตประสาท; **~ affection** *or* **ailment** อาการป่วยทางจิตประสาท; Ⓒ *(coll.: unduly anxious)* วิตกกังวลโดยไม่มีเหตุผล; **don't get ~ about it** อย่าวิตกกังวลโดยไม่มีเหตุผล ❷ *n.* คนเป็นโรคประสาทที่มีอาการกลัวหรือวิตกกังวล

neurotically /njʊə'rɒtɪkəlɪ, US nʊ-/นัว'รอทิเคอะลิ, นุ-/ *adv.* อย่างวิตกกังวลแบบโรคประสาท

neuter /'nju:tə(r), US 'nu:-/'นิวเทอะ(ร), 'นู-/ ❶ *adj.* Ⓐ *(Ling.)* คำนามที่ไม่เป็นเพศหญิงหรือชาย; Ⓑ *(Bot.: asexual)* พืชที่ไม่มีเกสรตัวเมียหรือตัวผู้; Ⓒ *(Zool.: sterile)* ที่ถูกทำหมันโดยการตอน ❷ *n.* Ⓐ *(Ling.)* คำนามที่ไม่มีเพศ; Ⓑ *(Zool.) (insect)* แมลงที่มีพัฒนาการทางเพศไม่สมบูรณ์ เช่น มดหรือผึ้งงาน; *(ant, bee)* ตัวทำงาน; Ⓒ *(castrated animal)* สัตว์ที่ถูกตอน ❸ *v.t.* ตอน, ทำหมัน

neutral /'nju:trl, US 'nu:-/'นิวทรุ'ล, 'นู-/ ❶ *adj.* ที่วางตัวเป็นกลาง; **~ gear** เกียร์ว่าง; ➡ **+ equilibrium** ❷ *n.* Ⓐ *(คน, รัฐ)* ที่วางตัวเป็นกลาง; **be ~s/a ~:** วางตัวเป็นกลาง; Ⓑ *(~ gear)* เกียร์ว่าง; **in ~:** อยู่เกียร์ว่าง

neutralise ➡ **neutralize**

neutrality /nju:'trælɪtɪ, US nu:-/นิว'แทรลิทิ, นู-/ *n.* ความเป็นกลาง, การไม่ฝักใฝ่ฝ่ายใด

neutralize /'nju:trəlaɪz, US 'nu:-/'นิวเทรอะลายซฺ, 'นู-/ *v.t.* Ⓐ *(Chem.)* ทำให้เป็นกลางไม่มีฤทธิ์เป็นกรดหรือด่าง; Ⓑ *(counteract)* ทำให้ *(การทะเลาะ)* หมดฤทธิ์, หักกลบลบกัน

neutrally /'nju:trəlɪ/'นิวเทรอะลิ/ *adv.* อย่างเป็นกลาง

neutrino /nju:'tri:nəʊ, US nu:-/นิว'ทรีโน, นู-/ *n., pl.* **~s** *(Phys.)* อนุภาคในปรมาณู *(ซึ่งมีมวลน้อยกว่าหรือเท่ากับหนึ่งในสิบของอิเล็กตรอน)*

neutron /'nju:trɒn, US 'nu:-/'นิวทรอน, 'นู-/ *n. (Phys.)* นิวตรอน *(ท.ศ.) (อนุภาคในศูนย์กลางปรมาณูที่ไม่มีไฟฟ้าขั้วลบหรือบวก)*

neutron: ~ bomb *n.* *ระเบิดปรมาณูที่ฆ่าสิ่งมีชีวิตแต่ไม่ทำลายอาคาร;* **~ star** *n.* ดาวนิวตรอน *(ท.ศ.) (ที่ประกอบด้วยธาตุนิวตรอนรวมกันอย่างหนาแน่น)*

never /'nevə(r)/'เนฺวเวอะ(ร)/ *adv.* Ⓐ *(at no time)* ไม่เคยเลย, ไม่มีวัน; **I ~ thought I would see her again** ฉันไม่เคยคิดว่าฉันจะได้พบเธออีก; **the rain seemed as if it would ~ stop** ฝนตกนานราวกับมันจะไม่มีวันหยุด; **will the rain ~ stop?** นี่ฝนจะไม่หยุดตกเลยหรือ; **he has ~ been abroad** เขาไม่เคยไปต่างประเทศ; **he ~ so much as apologized** เขาไม่ได้ขอโทษเลยแม้แต่คำเดียว; **I ~ slept a wink all night** ตลอดทั้งคืนฉันไม่ได้หลับเลยแม้แต่นิดเดียว; **~ is a long time** คนเราไม่ควรใช้คำว่าไม่มีวัน; **~, ~,:** ไม่มีวัน; *(more emphatic)* ชาติหน้าก็ไม่มีวัน; **~ so** ไม่มีวันจะเป็นเช่นนั้น; **be it ~ so great** แม้ว่าจะไม่วิเศษเท่าไหร่; **~-to-be-forgotten** ไม่มีวันลืมได้; **~-satisfied** ไม่เคยรู้สึกพอใจ; **~-ending** ไม่มีวันสิ้นสุด; **~-failing** ไม่มีการล้มเหลว; *(บ่อน้ำพุ)* ไม่เคยหยุด; Ⓑ *(not ... at any time, not ... at all)* ไม่...เลย, ไม่เคย; **he was ~ one to do sth.** เขาไม่เคยทำ *ส.น.* เลย; **he is ~ likely to succeed** เขาไม่น่าจะประสบความสำเร็จ; **I ~ remember her winning** ฉันจำไม่ได้เลยว่าเธอเคยชนะ; **~ a** *(not one)* ไม่มีแม้แต่คน/สิ่งเดียว; Ⓒ *(coll.) expr. surprise* **you ~ believed that, did you?** คุณคงไม่ได้เชื่อเรื่องนั้นใช่ไหม; **He ate the whole turkey. – N~!** เขากินไก่งวงหมดทั้งตัว ไม่น่าเชื่อเลย!; **well, I ~ [did]!** โอ้โฮ เหลือเชื่อจริง ๆ

never: ~'more *adv.* ไม่...อีกเลย; **~-never** *n. (Brit. coll.)* ระบบชำระแบบผ่อนส่ง; **buy sth. on the ~-never [system]** ซื้อ *ส.น.* โดยชำระแบบผ่อนส่งเป็นงวด; **~the'less** *adv.* อย่างไรก็ตาม, แต่กระนั้น

new /nju:, US nu:/นิว, นู/ ❶ *adj.* Ⓐ *(not existing before)* ใหม่; **~ boy/girl** *(lit. or fig.)* เด็กใหม่, คนไม่มีประสบการณ์; **a ~ baby** ทารกที่เกิดใหม่; Ⓑ *(unfamiliar)* ใหม่; **flying was an experience ~ to him** การนั่ง/ขับเครื่องบินเป็นประสบการณ์ใหม่สำหรับเขา; **that's a ~ one on me** *(coll.)* นั่นเป็นเรื่อง/สิ่งใหม่สำหรับฉัน; *(of joke etc.)* อันนี้ไม่เคยได้ยินมาก่อน; *(of style etc.)* อันนี้ไม่เคยเห็นมาก่อน; **visit ~ places** ไปเยือนสถานที่ใหม่ ๆ; **so what else is ~?** *(iron.)* เอาละ มีอะไรใหม่ ๆ อีกไหม; **that is not** *or* **nothing ~ to me** นั่นไม่ใช่สิ่งใหม่สำหรับฉัน; Ⓒ *(renewed, additional, changed)* ใหม่; *(in place names)* *ใช้ในชื่อสถานที่ที่ถูกค้นพบแล้วตั้งชื่อใหม่ตามชื่อเมืองเดิม เช่น นิวยอร์ก;* **the ~ mathematics** คณิตศาสตร์แบบใหม่; **the ~ poor** คนเพิ่งจนลง; **the ~ rich** พวกเศรษฐีใหม่; **the ~ woman** ผู้หญิงสมัยใหม่; **be like a ~ man/woman** รู้สึกสดชื่นขึ้นเหมือนเกิดใหม่; ➡ **+ birth A; broom A; 'deal 3 A; leaf 1 B;** Ⓓ *(of recent origin, growth, or manufacture)* ใหม่; *(อบ)* ใหม่ ๆ *(ขนมปัง)*; อ่อน *(มันฝรั่ง)*; ยังใหม่ *(เหล้าองุ่น)*; **as good as ~:** ดีเหมือนของใหม่; **as ~:** เหมือนใหม่
❷ *adv.* Ⓐ *(recently)* เร็ว ๆ นี้; เพิ่ง *(อบ, ทำ, ซัก, ตัด)* เสร็จ; *(สิ่ง)* ล่าสุดนี้; Ⓑ *(afresh)* ใหม่อีกครั้งหนึ่ง

'New Age *n.* ยุคใหม่

'newborn *adj.* Ⓐ *(recently born)* แรกเกิด; Ⓑ *(regenerated) (บุคคล)* มีชีวิตใหม่

'newcomer /'nju:kʌmə(r), US 'nu:-/'นิวเคอะเมอะ(ร), 'นู-/ *n.* ผู้เริ่มทำ *(กิจกรรม)* ใหม่; *(new arrival also)* ผู้มาถึงใหม่; *(one having no experience also)* คนที่ไม่มีประสบการณ์; *(thing also)* สิ่งของสมัยใหม่

New Delhi /nju: 'delɪ, US nu:-/นิว 'เด็ลลิ, นู-/ *pr. n.* เมืองนิวเดลี *(เมืองหลวงของอินเดีย)*

new economy *n.* เศรษฐกิจใหม่

newel /'nju:əl, US 'nu:əl/'นิวเอิล, 'นูเอิล/ *n.* Ⓐ *(pillar)* เสากลางของบันไดวน; Ⓑ **~ [post]** *(supporting stair handrail)* เสาที่อยู่ด้านบนและล่างของราวบันได

New 'England ❶ *n.* นิวอิงแลนด์ *(มลรัฐทางทิศตะวันออกเฉียงเหนือของสหรัฐอเมริกา)* ❷ *attrib. adj.* แห่งนิวอิงแลนด์

New 'Englander /nju: 'ɪŋgləndə(r)/นิว 'อิงกฺเลินเดอะ(ร)/ *n.* ชาวนิวอิงแลนด์

new: ~fangled /nju:'fæŋgld/นิว'แฟงกฺ'ลด, นู-/ *adj. (derog.)* ใหม่และแปลกเกินไป; **~found** *adj.* ใหม่; *(recently discovered)* เพิ่งค้นพบใหม่เมื่อเร็ว ๆ นี้

Newfoundland /nju:'faʊndlənd, US nu:-/นิว'ฟาวนฺดฺเลินดฺ, นู-/ ❶ *n.* Ⓐ *pr.* นิวฟันด์แลนด์ *(มณฑลหนึ่งของประเทศแคนาดา)*; Ⓑ *(dog)* สุนัขพันธุ์นิวฟันด์แลนด์ ❷ *adj.* แห่งนิวฟันด์แลนด์

Newfoundlander /nju:'faʊndləndə(r), US nu:-/นิว'ฟาวนฺดฺเลินเดอะ(ร), นู-/ *n.* ชาวเมืองนิวฟันด์แลนด์ในประเทศแคนาดา

New 'Guinea *pr. n.* เกาะนิวกีนี *(เกาะใหญ่ที่สองของโลกอยู่ทางเหนือของประเทศออสเตรเลีย)*

newish /'nju:ɪʃ, US 'nu:-/'นิวอิช, 'นู-/ *adj.* ค่อนข้างใหม่

new: ~-laid *adj. (ไข่)* เพิ่งฟักใหม่ ๆ; **New 'Left** *n.* ฝ่ายซ้ายใหม่; **~ 'look** ❶ *n. (coll.)* แฟชั่นเสื้อผ้าใหม่ล่าสุด ❷ **~-look** *adj.* สมัยใหม่

newly /'nju:lɪ, US 'nu:-/'นิวลิ, 'นู-/ *adv.* Ⓐ *(recently)* เมื่อเร็ว ๆ นี้, เพิ่ง; **~ married** เพิ่งแต่งงานใหม่ ๆ; Ⓑ *(in new way)* ด้วยวิธีแปลกใหม่

'newly-wed *n.* คนที่เพิ่งแต่งงานใหม่

new: New 'Man *n.* *ผู้ชายสมัยใหม่ที่ยอมแบ่งทำงานบ้านและดูแลลูก;* **~ 'moon** *n.* ดวงจันทร์ตอนข้างขึ้นใหม่ ๆ; **~-mown** *adj. (หญ้า)* ที่เพิ่งตัดใหม่ ๆ

news /nju:z, US nu:z/นิวซฺ, นูซฺ/ *n., no pl.* Ⓐ *(new information)* ข่าว, เรื่องใหม่; **items** *or* **pieces** *or* **bits of ~:** ข่าวเป็นเรื่อง ๆ; **be in the** *or* **make ~:** กำลังเป็นข่าว *หรือ* กำลังดัง; **that's ~ to me** *(coll.)* นั่นเป็นเรื่องใหม่สำหรับฉัน *(ฉันไม่รู้เรื่องนี้มาก่อน)*; **what's the latest ~?** ข่าวล่าสุดมีอะไรบ้าง; **have you heard the/this ~?** คุณได้ยินข่าวนี้แล้วยัง; **have you had any ~ of your brother?** คุณมีข่าวจากน้องชาย/พี่ชายของคุณบ้างไหม; **I have ~ for you** *(also iron.)* ฉันมีอะไรจะบอกคุณ; **bad/good ~:** ข่าวร้าย/ข่าวดี; **sb./sth. is good ~** *(coll.)* *ค.น./ส.น.* เป็นประโยชน์หรือช่วยเหลือเราได้; **he/she/that firm is bad ~** *(coll.)* เขา/เธอ/บริษัทนั้นจะสร้างปัญหา; **no ~ is good ~** *(prov.)* การไม่มีข่าวถือเป็นข่าวดี; Ⓑ *(Radio, Telev.)* ข่าว; **the 10 o'clock ~:** ข่าวตอน 4 ทุ่ม; **listen to/watch the ~:** ฟังข่าว/ดูข่าว; **I heard it on the ~:** ฉันได้ยินเรื่องนี้จากข่าว; **here is the ~** *(Radio, Telev.)* ต่อไปนี้จะเป็นรายการข่าว; **summary of the ~:** สรุปข่าว

news: ~ agency *n.* สำนักข่าว; **~agent** *n.* ➤ **489** คน/ร้านขายหนังสือพิมพ์นิตยสาร; **~boy** *n.* เด็กส่งหนังสือพิมพ์ตามบ้าน; **~ bulletin** *n.* แถลงการณ์ข่าว; **~cast** *n.* รายงานข่าวทางวิทยุหรือโทรทัศน์; **~caster** *n.* ➤ **489** ผู้ประกาศข่าว; **~ conference** *n.* การแถลงข่าว; **~dealer** *n. (Amer.)* เจ้าของร้านขายหนังสือพิมพ์; **~ desk** *n.* โต๊ะประกาศข่าว; **this is Joe Smith at the ~ desk** *(Radio)* นี่คือ โจ สมิธ จากโต๊ะประกาศข่าว; **~flash** *n.* ข่าวด่วน; **~girl** *n. (delivering)* เด็กหญิงที่ส่งหนังสือพิมพ์; *(selling)* เด็กหญิงขายหนังสือพิมพ์; **~group** *n. (Computing)* *กลุ่มผู้สนใจเรื่องเดียวกัน ซึ่งจะมีการส่งข่าวสารกันโดยไปรษณีย์อิเล็กทรอนิกส์;* **~hawk** ➡ **~hound**; **~ 'headline** *n.* หัวข้อข่าว; **~hound** *n. (Amer.)* เหยี่ยวข่าว; **~letter** *n.* จดหมายข่าว, วารสาร; **~man** *n.* ผู้สื่อข่าว

news-on-demand, NOD *n.* การเข้าถึงข่าวตลอดเวลา

news: ~paper *n.* Ⓐ หนังสือพิมพ์; **~paper boy/girl** เด็กชาย/เด็กหญิงที่ขายหรือส่งหนังสือพิมพ์; Ⓑ *(material)* กระดาษหนังสือพิมพ์; **~paperman** *n.* ➤ **489** นักหนังสือพิมพ์, นักข่าว, ผู้สื่อข่าว; **~print** *n.* กระดาษที่ใช้พิมพ์หนังสือพิมพ์; *(ink)* หมึกพิมพ์หนังสือพิมพ์; **~reader** *n.* ➤ **489** ผู้ประกาศข่าว; **~reel** *n.* ภาพยนตร์สั้น ๆ เกี่ยวกับเหตุการณ์ข่าว; **~room** *n.* ห้องเตรียมข่าว; **~sheet** *n.* หนังสือพิมพ์ฉบับเล็ก ๆ จำพวกใบปลิว, วารสาร; **~stand** *n.* ร้านเล็ก ๆ/แผงลอยขายหนังสือพิมพ์; **~ summary** *n.* การสรุปข่าว

new 'star *n. (Astron.)* ดาวที่จู่ ๆ แสงมากขึ้นอย่างเห็นได้ชัด

n

news: ~ vendor *n.* คนขายหนังสือพิมพ์; **~worthy** *adj. (ข่าว)* น่าสนใจ; *(คน, เหตุการณ์)* สมควรเป็นข่าว

newsy /ˈnjuːzɪ, US ˈnuː-/ˈนิวซิ, ˈนู-/ *adj. (coll.)* Ⓐ *(full of news)* เต็มไปด้วยข่าว; Ⓑ *(newsworthy)* มีค่าในการทำข่าว

newt /njuːt, US nuːt/นิวทฺ, นูท/ *n.* ตัวนิวท์ *(ท.ศ.)* สัตว์คล้ายกิ้งก่า ในสกุล *Triturus* มี 5 ชนิดในประเทศไทย; ➡ + pissed A

New ˈTestament ➡ testament A

newton /ˈnjuːtn, US ˈnuː-/ˈนิวท'น, ˈนู-/ *n. (Phys.)* นิวตัน *(ท.ศ.) (หน่วยของแรง มีค่าเท่ากับแรงที่ทำให้มวล 1 กิโลกรัม เคลื่อนที่ด้วยความเร่ง 1 เมตรต่อวินาที)*

new: ~ town *n. เมืองซึ่งรัฐบาลตั้งขึ้นใหม่พร้อมโครงสร้างพื้นฐานอย่างครบถ้วน;* **~ ˈworld** ➡ world A; **~ ˈyear** *n.* ➤ 403 ปีใหม่; **over the New Year** ช่วงปีใหม่; **the Jewish New Year** ปีใหม่ของพวกยิว; **a Happy New Year** สุขสันต์วันปีใหม่; **New Year honours** *(Brit.)* การประกาศชื่อผู้ที่จะได้รับเครื่องราชอิสริยาภรณ์จากสมเด็จพระราชินี; **bring in the New Year** การฉลองวันปีใหม่; ➡ + resolution B; **New ˈYear's** *(Amer.)*, **New Year's ˈDay** วันขึ้นปีใหม่; **New Year's ˈEve** *n.* วันส่งท้ายปีเก่า 31 ธันวาคม

New Year: ~'s Honours list *n. (Brit.) รายนามผู้ที่ได้รับเครื่องราชอิสริยาภรณ์ประจำปี*

New Yorker /njuː ˈjɔːkə(r)/นิว ˈยอเคอะ(ร)/ *n.* ชาวนิวยอร์ก

New Zealand /njuːˈziːlənd, US nuː-/นิวˈซีเลินด, นู-/ ❶ *pr. n.* ประเทศนิวซีแลนด์ ❷ *attrib. adj.* แห่งนิวซีแลนด์

New Zealander /njuː ˈzɪləndə(r)/นิว ˈซีเลินเดอะ(ร)/ *n.* ชาวนิวซีแลนด์

next /nekst/เน็คซฺทฺ/ ❶ *adj.* Ⓐ *(nearest)* ถัดไป, ติดกัน, ใกล้ที่สุด, ชิด; **[the] ~ thing to sth.** สิ่งที่อยู่ติดกับ *ส.น.*; **the seat ~ to me** ที่นั่งติดกับฉัน; **the ~ room** ห้องติดกัน, ห้องถัดไป; **~ friend** *(Law)* เพื่อนที่ใกล้ชิดที่สุด; **the ~ but one** คน/สิ่งที่สอง; **be the one ~ to the door** เป็นสิ่ง/คนที่อยู่ติดกับประตู; **~ to** *(fig.: almost)* เกือบ; **get ~ to sb.** *(Amer. coll.: friendly)* เป็นมิตรกับ *ค.น.*; Ⓑ ➤ 231 *(in order)* หน้า, ต่อจากนี้ไป; **within the ~ few days** ในอีก 2-3 วันข้างหน้า; **~ week/month/year** สัปดาห์/เดือน/ปีหน้า; **on the first of ~ month** ในวันที่หนึ่งเดือนหน้า; **~ year's results** ผลของปีหน้า; **during the ~ year** ช่วงปีหน้า; **we'll come ~ May** พวกเราจะมาพฤษภาคมหน้า; **the ~ largest/larger** อันที่รองจากใหญ่สุด หรือ อันที่เล็กลงมาขนาดหนึ่ง/อันที่ใหญ่ขึ้นไปหนึ่งขนาด; **[the] ~ time** ครั้งต่อไป, คราวหน้า; **the ~ best** ดีที่สุดรองจาก; **taking one year** *etc.* **with the ~:** มองภาพกว้าง; **am I ~?** ฉันเป็นคนต่อไปใช่ไหม; **he's as able as the ˈ~ man** เขามีความสามารถพอ ๆ กับผู้อื่น; ➡ + door A; world A ❷ *adv. (in the next place)* เป็นลำดับต่อไป; *(on the next occasion)* ในโอกาสหน้า, คราวหน้า; **when I ~ see him** เมื่อฉันพบเขาคราวหน้า; **whose name comes ~?** ชื่อของใครเป็นคนต่อไป; **it is my turn ~:** ฉันเป็นคนต่อไป; **what ˈwill they think of ~?** พวกเขาจะคิดอะไรขึ้นมาอีกหนอ; **sit/stand ~ to sb.** นั่ง/ยืนข้าง ๆ *ค.น.*; **place sth. ~ to sb./sth.** วาง *ส.น.* ติดกับ *ค.น./ส.น.*; **come ~ to last** *(in race)* มารองจากคนสุดท้าย; *(one ~ to last)* รองจากสุดท้าย; **come ~ to bottom** *(in exam)* รองที่โหล่ ❸ *n.* Ⓐ *(letter, issue, etc.)* ฉบับต่อไป, ฉบับหน้า; Ⓑ *(period of time)* **from one day to the ~:** จากวันหนึ่งไปอีกวันหนึ่ง; **the week after ~:** สัปดาห์ถัดจากสัปดาห์หน้า, สัปดาห์โน้น; Ⓒ *(person)* **~ of kin** ญาติที่ใกล้ชิดที่สุด; **~ please!** เชิญคนต่อไป

ˈnext-door *adj.* ที่อยู่ติดกัน, อยู่ถัดไป; ➡ + neighbour 1

nexus /ˈneksəs/ˈเน็คเซิซ/ *n.* การเชื่อมโยง, ความสัมพันธ์

NFL *n. (Amer.) abbr.* National Football League สันนิบาตฟุตบอลแห่งชาติ

NHS *abbr. (Brit.)* National Health Service; *attrib.* **~ Trust** องค์การบริหารโรงพยาบาลภายใต้การบริการสาธารณสุขแห่งชาติ

NI *abbr. (Brit.)* National Insurance

Niagara Falls /naɪæɡərə ˈfɔːlz/ไนแอเกอะเรอะ ˈฟอลซฺ/ *pr. n. pl.* น้ำตกไนแองการา *(อยู่ระหว่างสหรัฐอเมริกากับแคนาดา)*

nib /nɪb/นิบ/ *n.* ปลายปากกาหมึกซึม

nibble /ˈnɪbl/ˈนิบ'ล/ ❶ *v.t.* แทะ, เล็ม; **~ off** แทะออก ❷ *v.i.* แทะ (at, on บน); **the cheese had been ~d at** เนยแข็งถูกแทะ; **they are nibbling at the idea** *(fig.)* พวกเขาเริ่มสนใจข้อเสนอนั้น ❸ *n.* Ⓐ *(lit. or fig.)* การค่อนขอด; **he didn't get a single ~:** เขาไม่มีการค่อนขอดเลยแม้แต่ครั้งเดียว; Ⓑ *in pl. (coll.: things to eat)* ของขบเคี้ยว, อาหารว่างในงานเลี้ยง

nibs /nɪbz/นิบซฺ/ *n. (coll./joc.)* **his ~:** ใต้เท้า, พระเดชพระคุณ *(ล้อเลียน)*

Nicaragua /nɪkəˈræɡjʊə/นิเคอะˈแรกัว/ *pr. n.* ประเทศนิคารากัว *(ในอเมริกากลาง)*

Nicaraguan /nɪkəˈræɡjʊən/นิเคอะˈแรกวน/ ❶ *adj.* แห่งประเทศนิคารากัว; **sb. is ~:** *ค.น.* เป็นชาวนิคารากัว ❷ *n.* ชาวนิคารากัว

nice /naɪs/ไนซ/ *adj.* Ⓐ *(pleasing)* ดี; *(เสียง)* ไพเราะ; *(อากาศ)* สบาย; *(iron.: disgraceful, difficult)* ยอดจริง ๆ *(ประชด)*; **the hotel is ~ enough** โรงแรมนี้ดีพอใช้; **she has a ~ smile** เธอยิ้มสวย; **a ~ friend you are!** *(iron.)* คุณช่างเป็นเพื่อนที่ดีอะไรเช่นนี้; **you're a ~ one, I must say** *(iron.)* แหม คุณนี่อะไรก็ไม่รู้; **be in a ~ mess** *(iron.)* ยุ่งดีนักละ; **[do a piece of] ~ work** ทำงานดี; **~ to meet you** ยินดีที่ได้พบคุณ; **~ [and] warm/fast/high** อุ่น/เร็ว/สูงดีทีเดียว; **a ~ long holiday** การไปพักร้อนยาวทีเดียว; **~-looking** หน้าตาดี, สวย, น่าดึงดูดใจ; **not very ~** *(unpleasant)* ไม่ดีนัก; **he is not very ~ to his sister** เขาไม่ค่อยน่ารักต่อน้องสาว; **~ one!** *(coll.)* เออ ไม่เลวทีเดียว; **~ one, Cyrill!** *(Brit. coll.)* เก่งดีนี่/ตลกดีนี่; **~ work if you can get it** *(iron.)* ถ้าฉันได้งานแบบนั้นก็จะถือว่าโชคดี; Ⓑ *(fastidious)* พิถีพิถัน; *(punctilious)* ระมัดระวัง; Ⓒ *(requiring precision)* ประณีต, พอดี; Ⓓ *(subtle)* ละเอียดลออ, แยบยล

Nice /niːs/นีซ/ *pr. n.* เมืองนีซ *(สถานที่ตากอากาศทางริมทะเลฝั่งใต้ของประเทศฝรั่งเศส)*

nicely /ˈnaɪslɪ/ˈไนซลิ/ *adv. (coll.)* Ⓐ *(well)* อย่างดี, สบาย; **a ~ behaved child** เด็กที่ประพฤติตัวดี; Ⓑ *(all right)* ดี; **he's got a new job and is doing very ~:** เขาได้งานใหม่และกำลังไปได้ดีมาก; **the patient is doing ~:** คนไข้อาการกำลังดีขึ้น; **that will do ~:** นั่นจะใช้ได้ดี; ➡ + thank

nicety /ˈnaɪsɪtɪ/ˈไนซิทิ/ *n.* Ⓐ *no pl. (punctiliousness)* ความมีระเบียบ; Ⓑ *no pl. (precision, accuracy)* ความพอดี, ความพอเหมาะพอเจาะ; **to a ~:** พอเหมาะพอดีทีเดียว; Ⓒ *no pl. (intricate or subtle quality)* ความละเอียดลออ, ความประณีต; **make a point of great ~:** พูดเข้าประเด็นได้ละเอียดแยบยล; Ⓓ *in pl. (minute distinctions)* รายละเอียด

niche /nɪtʃ, niːʃ/นิฉ, นีช/ *n.* Ⓐ *(in wall)* ซุ้มวางของในกำแพง; Ⓑ *(fig.: suitable place)* ที่เหมาะ; **there he soon carved out a ~ for himself** ในไม่ช้าเขาก็ได้หาที่ ที่นั่นที่เหมาะสมกับตัวเขาเอง; **~ market** ตลาดสินค้า/การบริการที่ต้องใช้ความเชี่ยวชาญเฉพาะ

Nicholas /ˈnɪkələs/ˈนิเคอะเลิซ/ *pr. n. (Hist., as name of ruler etc.)* ชื่อกษัตริย์ เช่น ซาร์นิโคลาสที่สอง *(ค.ศ. 1868-1918)* จักรพรรดิแห่งรัสเซียองค์สุดท้าย

nick ❶ *n.* Ⓐ *(notch)* รอยบาด, รอยแหว่ง; Ⓑ *(sl. prison)* คุก; Ⓒ *(Brit. sl.: police station)* โรงพัก; Ⓓ **in good/poor ~** *(coll.)* ในสภาพที่ดี/แย่; Ⓔ **in the ~ of time** ทันเวลาพอดี, ประจวบเวลาพอดิบพอดี ❷ *v.t.* Ⓐ *(make ~ in)* ทำรอยบาก/ขีด *(ไม้)*; **~ one's chin** บาดคางตัวเอง; Ⓑ *(Brit. coll.) (catch)* จับตัว; *(arrest)* จับกุม; Ⓒ *(Brit. coll.: steal)* ขโมย

Nick /nɪk/นิค/ *n.* **Old ~:** ผีซาตาน

nickel /ˈnɪkl/ˈนิค'ล/ *n.* Ⓐ *(metal)* นิกเกิล *(ท.ศ.) ธาตุแท้ สีขาวเงินไม่เป็นสนิม ใช้ทำโลหะผสมและเคลือบวัตถุ;* Ⓑ *(US coin)* เหรียญที่มีค่า 5 เซนต์

nickel-ˈplate *v.t.* ชุบด้วยนิกเกิล

nicker /ˈnɪkə(r)/ˈนิคเคอะ(ร)/ *n., pl. same (Brit. coll.)* เงินหนึ่งปอนด์; **it's a hundred ~:** เป็นเงินหนึ่งร้อยปอนด์

nickname /ˈnɪkneɪm/ˈนิคเนม/ ❶ *n.* Ⓐ *(name added or substituted)* ชื่อล้อ, ชื่อเล่น, ฉายา; Ⓑ *(abbreviation)* ชื่อย่อ ❷ *v.t.* ตั้งฉายา; **~ sb.** ตั้งฉายาให้ *ค.น.*

nicotine /ˈnɪkətiːn/ˈนิคเคอะทีน/ *n.* สารนิโคติน *(ท.ศ.) (สารเสพติดในเนื้อของยาสูบ)*

nicotine patch *n.* แผ่นติดที่แขนที่มีสารนิโคตินใช้บรรเทาอาการอยากบุหรี่

niece /niːs/นีซ/ *n.* หลานสาว *(ลูกสาวของน้องหรือพี่)*

nifty /ˈnɪftɪ/ˈนิฟทิ/ *adj. (coll.)* Ⓐ *(smart, excellent)* เก๋ *(เสื้อผ้า)*; สวย, ดี; Ⓑ *(clever)* เก่ง; *(แผนการ)* ฉลาด

[1]**Niger** /ˈnaɪdʒə(r)/ˈนายเจอะ(ร)/ *pr. n. (river)* แม่น้ำไนเจอร์ ในประเทศไนเจอร์

[2]**Niger** /ˈnaɪdʒə(r)/ˈนายเจอะ(ร)/ *pr. n. (country)* ประเทศไนเจอร์

Nigeria /naɪˈdʒɪərɪə/ไนˈเจียเรีย/ *pr. n.* ประเทศไนจีเรีย *(ในทวีปแอฟริกา)*

Nigerian /naɪˈdʒɪərɪən/ไนˈเจียเรียน/ ❶ *adj.* แห่งไนจีเรีย; **sb. is ~:** *ค.น.* เป็นชาวไนจีเรีย ❷ *n.* ชาวไนจีเรีย

niggardly /ˈnɪɡədlɪ/ˈนิกเกิดลิ/ *adj.* Ⓐ *(miserly)* ขี้เหนียว; Ⓑ *(given in small amount)* ให้ในปริมาณน้อย, ให้อย่างกระเหม็ดกระแหม่

nigger /ˈnɪɡə(r)/ˈนิกเกอะ(ร)/ *n. (derog.: Negro, dark-skinned person)* นิโกร, คนผิวดำ; **there's a ~ in the woodpile** *or (Amer.)* **in the fence** *(fig.)* มีปัญหาแอบแฝงอยู่; **who's the ~ in the woodpile?** *(fig.)* ใครเป็นสาเหตุของความยุ่งยาก

niggle /ˈnɪɡl/ˈนิก'ล/ ❶ *v.t.* Ⓐ *(spend time on petty details)* **~ over** ดูรายละเอียดอย่างถี่ถ้วนเกินไป; **~ over every small point** ใช้เวลามากเกินไปในประเด็นเล็ก ๆ ทุกประเด็น; Ⓑ *(find*

n

595 niggling | niobium

fault pettily) จับผิดเล็ก ๆ น้อย ❷ *v.i.* บ่นเล็ก ๆ น้อย ๆ อยู่ตลอดเวลา; **be ~d** รู้สึกรำคาญ

niggling /ˈnɪglɪŋ/ˈนิกลิ้ง/ *adj.* Ⓐ *(petty)* *(ความกังวล)* เล็ก ๆ แต่น่ารำคาญ; Ⓑ *(trivial)* *(การติ)* ไม่น่าใส่ใจ; Ⓒ *(nagging)* จู้จี้ขี้บ่นอยู่เรื่อย

niggly /ˈnɪglɪ/นิกลิ/ *adj.* Ⓐ *(irritable)* ขี้รำคาญ; Ⓑ ➡ **niggling** A

nigh /naɪ/นาย/ *(arch./literary/dial)* ❶ *adv.* ใกล้เข้ามา, เกือบถึง; **come** *or* **draw ~**: ใกล้จะเกิดขึ้น; **it's ~ on impossible** มันเกือบจะเป็นไปไม่ได้; ➡ + **wellnigh** ❷ *prep.* ใกล้, เกือบ

night /naɪt/ไนท/ *n.* ➤ **177,** ➤ **233** Ⓐ กลางคืน, คืน; *(evening)* เวลาตอนเย็น; **~ after ~**: คืนแล้วคืนเล่า; **the following ~**: คืนต่อมา; **the previous ~**: คืนก่อน, คืนวาน; **one ~ he came** คืนวันหนึ่งเขาก็มา; **two ~s ago** สองคืนก่อน *หรือ* สองคืนมาแล้ว; **the other ~**: คืนก่อน; **far into the ~**: จนดึก; **on Sunday ~**: คืนวันอาทิตย์; **on Sunday ~s** ทุกคืนวันอาทิตย์; **on the ~ of Friday the 13th** คืนวันศุกร์ที่ 13; **[on] the ~ after/before [**เมื่อ**]** คืนถัดมา/คืนก่อน; **[on] the ~ after/before sth. [**เมื่อ**]** คืนถัดมา/คืนก่อน *ส.น.;* **for the ~**: สำหรับคืนนี้; **late at ~**: ตอนดึก; **a ~ raid** *(Mil.)* การจู่โจมตอนกลางคืน; **a ~'s rest will make you feel better** พักผ่อนสักคืนจะทำให้คุณรู้สึกดีขึ้น; **take all ~** *(fig.)* ใช้เวลาทั้งคืน; **at ~** *(in the evening, at ~fall)* ตอนกลางคืน, ในตอนเย็น; *(during the ~)* เวลากลางคืน; **make a ~ of it** ใช้เวลากลางคืนอย่างมีความสุขสนุกสนาน, ไปเที่ยวตลอดคืน; **~ and day** ทั้งวันทั้งคืน, ตลอดเวลา; **as ~ follows day** คู่กันเหมือนกลางวันและกลางคืน; **a ~ off** คืนที่หยุดทำงานได้; **~ out** *(of servant)* หยุดพักงานตอนกลางคืน; **it is her ~ out** คืนนี้เป็นคืนที่เธอหยุดทำงานได้; **have a ~ out** *(festive evening)* ออกไปเที่ยวตอนกลางคืน; **she works one ~ a week** เธอทำงานอาทิตย์ละหนึ่งคืน; **spend the ~ with sb.** ค้างคืนกับ *ค.น.; (implying sexual intimacy)* นอนกับ *ค.น.* ในเวลากลางคืน; **stay the ~** *or* **over ~**: พักค้างคืน; **work ~s** ทำงานผลัดกลางคืน; *(be on ~shift)* *(นางพยาบาล)* ทำงานกะกลางคืน; ➡ + **good** 1 M; **'last** 1; Ⓑ *(darkness, lit. or fig.)* ความมืด, กลางคืน; **black as ~**: มืดราวกับกลางคืน; **it went as dark as ~**: มืดมิดเหมือนกลางคืน; Ⓒ *(~fall)* ตกค่ำ, ถึงเวลาค่ำ; **wait for ~**: รอถึงตอนค่ำ; **when ~ comes** เมื่อถึงเวลาค่ำ; Ⓓ *(~'s sleep)* **have a good/bad ~**: หลับสบาย/ไม่สนิท; **have a sleepless ~**: ไม่ได้หลับทั้งคืน; Ⓔ *(evening of performance etc.)* คืนวันงานแสดง, คืนที่มีการจัดงาน; **opening ~**: คืนวันเปิดงาน; ➡ + **first night; ladies night;** Ⓕ *attrib.* ตอนกลางคืน/ตอนเย็น

night: ~ **bell** *n. (Brit.)* กระดิ่งประตูที่ใช้ในยามกลางคืน; **~bird** *n. (person)* คนที่ชอบเที่ยวกลางคืน; ~ **blindness** *n.* การมองไม่ค่อยเห็นในเวลากลางคืน; **~cap** *n.* Ⓐ *หมวกที่คนสมัยก่อนใส่นอน;* Ⓑ *(drink) เครื่องดื่มอุ่นหรือที่มีแอลกอฮอล์สำหรับดื่มก่อนเข้านอน;* **~clothes** *n. pl.* ชุดนอน; **in one's ~clothes** ใส่ชุดนอน; **~club** ไนท์คลับ *(ท.ศ.);* **~dress** *n.* ชุดนอนผู้หญิง; ~ **duty** *n.* เวรดึก; **be on ~ duty** อยู่เวรดึก, เข้าเวรดึก; **~fall** *n. no art.* เวลาค่ำ/ตอนเย็น; **at/after ~fall** เมื่อตกค่ำ/ตอนกลางคืน; ~ **fighter** *n. (Air Force)* เครื่องบินที่ใช้ตอนกลางคืน; ~ **flying** *n.* การบินตอนกลางคืน; **~gown** ➡ **~dress**

nightie /ˈnaɪtɪ/ˈไนทิ/ *n. (coll.)* ชุดนอนผู้หญิง

nightingale /ˈnaɪtɪŋgeɪl, US -tng-/ˈไนทิงเกล/ *n.* นกไนติงเกล *(ท.ศ.)* ในสกุล *Luscinia* ตัวผู้ร้องเพลงไพเราะ

night: ~jar *n. (Ornith.)* นกกลางคืนในวงศ์ Caprimulgidae; **~life** *n.* ความบันเทิงในยามค่ำคืนในเมือง; ~ **light** *n.* ดวงไฟสลัว ๆ ที่เปิดไว้ตลอดคืน; **~-long** ❶ *adj.* ตลอดคืน; **keep a ~-long vigil** เฝ้าดูตลอดคืน ❷ *adv.* ตลอดคืน, ทั้งคืน

nightly /ˈnaɪtlɪ/ˈไนทลิ/ ❶ *adj. (happening, done, etc. in the night/evening)* เกิดขึ้น/มีตอนกลางคืน; *(happening every night/evening)* มีทุกคืน/เย็น ❷ *adv. (every night)* ทุกคืน; *(every evening)* ทุกเย็น; **twice ~** *(Theatre etc.)* สองรอบทุกคืน

night: ~mare *n. (lit. or fig.)* ฝันร้าย; **~marish** /ˈnaɪtmeərɪʃ/ˈไนทแมริช/ *adj.* อย่างในฝันร้าย; **~-'~** *int. (coll.)* ราตรีสวัสดิ์; ~ **nurse** *n.* พยาบาลเวรดึก; ~ **owl** *n.* Ⓐ *(Ornith.)* นกเค้าแมว; Ⓑ *(coll.: person)* นักเที่ยวกลางคืน, คนชอบทำงานตอนกลางคืน; ~ **porter** *n.* ยามโรงแรมกะกลางคืน; **~robe** *(Amer.)* ➡ **nightdress;** ~ **safe** *n. ตู้นิรภัยในกำแพงธนาคารที่ใช้ฝากเงินนอกเวลาทำการ;* **~-scented 'stock** *n. (Bot.)* ดอกไม้ที่ส่งกลิ่นหอมตอนกลางคืน; ~ **school** *n.* โรงเรียนภาคค่ำ; **~shade** *n. (Bot.)* พืชป่ามีพิษในสกุล *Solanum;* **black ~shade** พืช *Solanum nigrum* มีผลสีดำ; **woody ~shade** พืช *Solanum dulcamara* มีผลสีแดง; ➡ + **deadly;** ~ **shelter** *n.* ที่หลบข้ามคืน; ~ **shift** *n.* ผลัดกลางคืน, กะกลางคืน; **be on ~ shift** ทำงานกะกลางคืน; **~shirt** *n.* เสื้อยาวผู้ชายใส่นอน; ~ **'sky** *n.* ท้องฟ้าในยามกลางคืน; ~ **spot** *(coll.)* ➡ **~club; ~stick** *n. (Amer.)* กระบองของตำรวจ; ~ **'storage heater** *n. เครื่องทำความร้อนที่สะสมความร้อนในช่วงที่ไม่ใช้ (กลางคืน);* **~-time** *n., no indef. art.* ตอนกลางคืน, เวลากลางคืน, กลางคืน; **at ~-time** ตอนกลางคืน; **wait until ~-time** คอยจนถึงกลางคืน; **in the ~-time** ในเวลากลางคืน; ~ **'watch** *n.* การอยู่ยามกลางคืน, เวลาอยู่ยามกลางคืน; **in the ~ watches** ระหว่างยามกลางคืน; **~'watchman** *n.* Ⓐ ➤ **489** ยามกลางคืน; Ⓑ *(Cricket) ผู้ตีไม่เก่งที่จะให้เข้าตีตอนเกือบจะหมดเวลาแข่ง;* **~wear** *n. sing.* ➡ **nightclothes**

nig-nog /ˈnɪg nɒg/ˈนิกนอก/ *n. (Brit. derog.)* คนผิวดำ, นิโกร

nihilism /ˈnaɪɪlɪzm, ˈnɪhɪl-/ˈนายอิลิซ'ม, ˈนิฮิล-/ *n.* การไม่นับถือศาสนาลัทธิใด ๆ, สุญนิยม *(ร.บ.)*

nihilist /ˈnaɪɪlɪst, ˈnɪhɪlɪst/ˈนายอิลิซท,ˈนิฮิลิซท/ *n.* ผู้ที่ไม่นับถือศาสนาหรือลัทธิใด ๆ

nihilistic /naɪɪˈlɪstɪk, nɪhɪˈl-/ไนอิˈลิซติค, นิฮิˈล-/ *adj.* ที่ไม่นับถือศาสนาหรือลัทธิใด ๆ

nil /nɪl/นิล/ *n.* Ⓐ ศูนย์, ไม่มีอะไร; **his chances were ~**: โอกาสที่เขาจะได้คือศูนย์; **our investment has shown a ~ return** รายได้จากการลงทุนของพวกเราก็คือศูนย์; Ⓑ *(Sport)* ศูนย์; **win one ~** *or* **by one goal to ~**: ชนะหนึ่งประตูต่อศูนย์

Nile /naɪl/นายล/ *pr. n.* แม่น้ำไนล์ ในอียิปต์

nimble /ˈnɪmbl/ˈนิมบ'ล/ *adj.* Ⓐ *(quick in movement)* เคลื่อนไหวรวดเร็ว, คล่องแคล่ว; Ⓑ *(quick in mind)* เฉียบแหลม, เข้าใจเร็ว, หลักแหลม; **his mind remained ~**: เขายังเข้าใจได้เร็ว; Ⓒ *(dextrous)* ถนัด, คล่องแคล่ว

nimbly /ˈnɪmblɪ/ˈนิมบลิ/ *adv.* อย่างรวดเร็ว, อย่างคล่องแคล่ว

nimbus /ˈnɪmbəs/ˈนิมเบิซ/ *n., pl.* **nimbi** /ˈnɪmbaɪ/ˈนิมบาย/ *or* **~es** Ⓐ *(halo)* วงแสงสว่างรอบศีรษะของนักบุญ *(ในภาพวาด ฯลฯ);* วงแสงสว่างรอบดวงอาทิตย์ *หรือ* ดวงจันทร์เวลาทรงกลด; Ⓑ *(Meteorol.)* เมฆฝน

NIMBY, Nimby /ˈnɪmbɪ/ˈนิมบิ/ *n. coll. abbr.* อย่ามาสร้างใกล้บ้านฉัน

nincompoop /ˈnɪŋkəmpu:p/ˈนิงเคิมพูพ/ *n.* คนโง่

nine /naɪn/นายนฺ/ ➤ **47,** ➤ **177,** ➤ **602** ❶ *adj.* เก้า, จำนวนเก้า; **~-tenths of the time/inhabitants** *(fig.)* เก้าในสิบของช่วงเวลา/คนที่อาศัยอยู่; **~ times out of ten** *(fig.: nearly always)* เกือบจะเสมอไป; **a ~ days' wonder** คนหรือสิ่งที่มีชื่อเสียงในระยะเวลาสั้น ๆ; ➡ + **eight** 1 ❷ *n.* Ⓐ *(number, symbol)* เลขเก้า, เก้า; **work from ~ to five** ทำงานตั้งแต่ 9 โมงเช้าถึง 5 โมงเย็น; **the ~-to-five world** ชีวิตในโลกการทำงานวันละแปดชั่วโมง; **~-to-five mentality** วิธีคิดแบบเช้าชามเย็นชาม; Ⓑ *(Amer.: baseball team)* ผู้เล่นในทีมเบสบอลซึ่งมีเก้าคน; Ⓒ **the N~** *(literary: the Muses)* เก้าเทพธิดา *(ซึ่งเป็นผู้ปกป้องและสนับสนุนศิลปะและการเรียนรู้);* Ⓓ **dressed [up] to the ~s** แต่งตัวอย่างหรูหราฟุ่มเฟือย; **~-~-~, 999** *(Brit.: emergency number)* **191** ➡ + **eight** 2 A, C, D

ninefold /ˈnaɪnfəʊld/ˈนายนฺโฟลด/ *adj., adv.* 9 เท่า, ประกอบด้วย 9 ส่วน; ➡ + **eightfold**

ninepins *n. (Brit.)* Ⓐ *(game)* เกมที่คล้ายโบว์ลิ่งโดยปาลูกใส่ขวดไม้เก้าอัน; Ⓑ *constr. as pl. (pins)* ขวดไม้; **go down like ~** *(fig.)* ล้มไปเป็นแถว

nineteen /naɪnˈti:n/นายนฺˈทีน/ ➤ **47,** ➤ **177,** ➤ **602** ❶ *adj.* สิบเก้า, จำนวนสิบเก้า; ➡ + **eight** 1 ❷ *n.* Ⓐ สิบเก้า, เลขสิบเก้า; ➡ + **eight** 2 A; **eighteen** 2; Ⓑ **talk ~ to the dozen** *(Brit.)* พูดไม่หยุด

nineteenth /naɪnˈti:nθ/นายนฺˈทีนธฺ/ ➤ **231** ❶ *adj.* ➤ **602** ลำดับที่สิบเก้า; ~ **hole** *(joc.: golf club's bar)* บาร์สำหรับนักกอล์ฟ *(เรียกตลก ๆ ว่าหลุมที่สิบเก้า);* ➡ + **eighth** 1 ❷ *n. (fraction)* เศษส่วนสิบเก้า; ➡ + **eighth** 2

ninetieth /ˈnaɪntɪɪθ/ˈนายนฺทิอิธ/ ❶ *adj.* ➤ **602** ลำดับที่เก้าสิบ, ที่เก้าสิบ; ➡ + **eighth** 1 ❷ *n. (fraction)* เศษส่วนเก้าสิบ; ➡ + **eighth** 2

ninety /ˈnaɪntɪ/ˈนายนฺทิ/ ➤ **47,** ➤ **602** ❶ *adj.* เก้าสิบ, เลขเก้าสิบ; **one-and-~** *(arch.)* ➡ **ninety-one** 1; ➡ + **eight** 1 ❷ *n.* เก้าสิบ, เลขเก้าสิบ; **one-and-~** *(arch.)* ➡ **~-one** 2 ➡ + **eight** 2 A; **eighty** 2

ninety: ~-'first *etc. adj.* ➤ **602** ที่เก้าสิบเอ็ด; ➡ + **eighth** 1; **~-'one** *etc.* ❶ *adj.* เก้าสิบเอ็ด; **~-nine times out of a hundred** *(fig.: nearly always)* เกือบจะเสมอไป; ➡ + **eight** 1 ❷ *n.* ➤ **602** ที่เก้าสิบเอ็ด; ➡ + **eight** 2 A

ninny /ˈnɪnɪ/ˈนินนิ/ *n.* คนโง่, คนถูกชักจูงง่าย

ninth /naɪnθ/นายนฺธฺ/ ❶ *adj.* ➤ **602** ที่เก้า; ➡ + **eighth** 1 ❷ *n.* Ⓐ *(in sequence, rank)* ลำดับที่เก้า; *(fraction)* เศษส่วนเก้า; Ⓑ *(Mus.)* ตัวโน้ตที่ห่างกันเก้าโน้ต; Ⓒ ➤ **231** *(day)* **the ~ of May** วันที่เก้าเดือนพฤษภาคม; **the ~ [of the month]** วันที่เก้าของเดือน; ➡ + **eighth** 2

niobium /naɪˈəʊbɪəm/ไนˈโอเบียม/ *n. (Chem.)* ธาตุโลหะสีเทา ซึ่งใช้ในเหล็กผสม

n

[1]**nip** /nɪp/นิพ/ ❶ *v.t.* **-pp-** Ⓐ *(pinch, squeeze, bite)* หยิก, บีบ, กัด, แทะ; **~ sb.'s toe/sb. on the leg** หยิก *หรือ* กัดปลายเท้าของ *ค.น.*/หยิกขาของ *ค.น.*; Ⓑ **~ off** แทะ/กัดจนขาด; *(with scissors)* ตัดออก, ขลิบ; ➡ + **bud** 1 ❷ *v.i.,* **-pp-** *(Brit. coll.: step etc. quickly)* **~ in** แวะเข้ามา/ไปแป๊ปหนึ่ง; **~ out** แวบออกไป; **~ up** แวะขึ้นไปเร็ว ๆ; **~ out to get a paper** แวบออกไปซื้อหนังสือพิมพ์; **~ across to Mrs. Jones and ...:** แวะไปหาคุณโจนส์และ... ❸ *n.* Ⓐ *(pinch, squeeze)* การหยิก; การบีบ; *(bite)* กัดเบา ๆ; **give sb.'s cheek a ~, give sb. a ~ on the cheek** หยิกหรือบีบแก้ม *ค.น.*; Ⓑ *(coldness of air)* ความเย็นจัด; **there's a ~ in the air** อากาศเย็นจัด

Nip /nɪp/นิพ/ *n. (sl. derog.)* ไอ้ยุ่น

[2]**nip** /nɪp/นิพ/ *n. (of spirits etc.)* จิบหนึ่ง; **have a ~ of wine** จิบไวน์เพียงเล็กน้อย

nip and 'tuck *n. (Amer.)* **it was ~:** ใกล้เคียง, หวุดหวิด

nipper /'nɪpə(r)/'นิพเพอะ(ร)/ *n.* Ⓐ *(Brit. coll.: child)* เด็กเล็ก; Ⓑ *in pl. (pincers)* เหล็กคีบ, คีม; Ⓒ *(claw)* ก้าม *(กุ้ง, ปู)*

nipple /'nɪpl/'นิพ'ล/ *n.* Ⓐ *(on breast)* หัวนม; Ⓑ *(of feeding bottle)* หัวนมยาง; Ⓒ **[grease] ~:** อุปกรณ์ที่หยอดน้ำมัน

nipple ring *n.* ห่วงติดหัวนม

Nippon /'nɪpɒn/'นิพพอน/ *pr. n.* ประเทศญี่ปุ่น

nippy /'nɪpɪ/'นิพพิ/ *adj. (coll.)* Ⓐ *(nimble)* ไว, หลักแหลม, เข้าใจเร็ว; Ⓑ *(cold)* หนาวเย็นยะเยือก

nirvana /nɜ:'vɑ:nə, nɪə'vɑ:nə/เนอะ'วาเนอะ, เนีย-/ *n.* นิพพาน

nisi /'naɪsaɪ/'ไนซาย/ *adj. (Law)* ซึ่งมีผลในบางกรณีเท่านั้น; ➡ + **decree** 1 B

nit /nɪt/นิท/ *n.* Ⓐ *(egg)* ไข่เหา *หรือ* แมลงที่เป็นปรสิตในมนุษย์; Ⓑ *(coll.: stupid person)* คนโง่

niter *(Amer.)* ➡ **nitre**

'nit: ~-pick *v.i.* จับผิดอย่างจุกจิก; **~-picking** *(coll.)* ❶ การจับผิดอย่างจุกจิก ❷ *adj.* จุกจิก, คิดเล็กคิดน้อย

nitrate /'naɪtreɪt/'ไนเทรฺท/ *n.* Ⓐ *(salt)* เกลือไนเตรท *(ท.ศ.)*; Ⓑ *(fertilizer)* เกลือไนเตรทที่ใช้เป็นปุ๋ย

nitre /'naɪtə(r)/'ไนเทอะ(ร)/ *n. (Brit.)* ธาตุโปแตสเซียมไนเตรท

nitric /'naɪtrɪk/'ไนทฺริค/ *adj. (Chem.: of or containing nitrogen)* มีส่วนผสมของไนโตรเจน

nitric: ~ 'acid *n. (Chem.)* *(HNO_3)* กรดไนตริก *(ท.ศ.)*; **~ 'oxide** *n. (Chem.) (NO) ก๊าซไม่มีสีเกิดจากปฏิกิริยาของกรดไนตริกกับทองแดง*

nitride /'naɪtraɪd/'ไนทฺรายดฺ/ *n. (Chem.)* ไนไทรด์ *(ท.ศ.) (สารประกอบของไนโตรเจนกับฟอสฟอรัส, โบรอน, ซิลิกอน ฯลฯ)*

nitrite /'naɪtraɪt/'ไนไทรฺท/ *n. (Chem.)* เกลือหรือผลึกเกลือของกรดไนตรัส

nitrogen /'naɪtrədʒən/'ไนเทรฺอะเจิน/ *n.* ก๊าซไนโตรเจน *(ท.ศ.)*

nitrogen: ~ cycle *n.* วัฏจักรของไนโตรเจน; **~ fixation** *n. (Bot.)* กระบวนการที่พืชสามารถดึงไนโตรเจนจากอากาศ

nitrogenous /naɪ'trɒdʒɪnəs/ไน'ทรฺอจิเนิซ/ *adj.* มีส่วนของไนโตรเจน

nitroglycerine /naɪtrəʊ'glɪsəri:n/ไนโทร'กฺลิซเซอะริน/ *n.* น้ำมันกลีเซอรีน ใช้ทำระเบิด

nitrous /'naɪtrəs/'ไนเทรฺิซ/: **~ 'acid** *n. (Chem.)* กรดไนตรัสอยู่ในรูปของสารละลายและก๊าซ; **~ 'oxide** *n. (Chem.)* ก๊าซให้รสหวาน ไม่มีสี *(ก๊าซหัวเราะก็เรียกได้)*

nitty-gritty /nɪtɪ'grɪtɪ/นิทิ'กฺริททิ/ *n. (coll.)* **the ~ [of the matter]** รายละเอียด [ของเรื่อง]; **the ~ of the situation** รายละเอียดของสถานการณ์; **get down to the ~:** ว่ากันถึงรายละเอียด

nitwit /'nɪtwɪt/'นิทวิท/ *n. (coll.)* คนมีสติปัญญาน้อย, คนโง่, คนไม่ฉลาด

nitwitted /'nɪtwɪtɪd/'นิทวิทิด/ *adj.* โง่เง่า, ไม่ฉลาด

nix /nɪks/นิคซฺ/ *n. (coll.)* Ⓐ *(nothing)* ว่างเปล่า, ไม่มีอะไร, เป็นศูนย์; Ⓑ ➡ **no** 2 B

NNE /nɔ:θnɔ:θ'i:st/นอธนอธ'อีซทฺ/ *abbr.* ➤ **191 north-north-east**

NNW /nɔ:θnɔ:θ'west/นอธนอธ'เว็ซทฺ/ *abbr.* ➤ **191 north-north-west**

no /nəʊ/โน/ ❶ *adj.* Ⓐ *(not any)* ไม่มี; Ⓑ *(not a)* ไม่ใช่, ไม่เป็น, ไม่มี; *(quite other than)* คนละเรื่อง, ไม่ใช่; **she is no beauty** เธอไม่ใช่คนสวย; **you are no friend** คุณไม่เป็นมิตรที่จะคบหาได้; **friend or no friend** เป็นเพื่อนหรือไม่เป็น; ➡ + [1]**go** 3 F; Ⓒ *(hardly any)* **it's no distance from our house to the shopping centre** จากบ้านเราไปศูนย์การค้าไม่ไกลเลย; ➡ + **time** B ❷ *adv.* Ⓐ *(by no amount)* ไม่มีสักนิด, ไม่ใช่แน่นอน, ไม่เลย; **we went no further than the Post Office** เราไม่ได้ไปไกลกว่าไปรษณีย์; **no fewer than** ไม่น้อยกว่า; **no less [than]** ไม่น้อย [กว่านี้]; **it is no different from before** ไม่แตกต่างไปจากแต่ก่อนเลย; **it was no less a person than Gladstone** *or* **Gladstone, no less** เป็นตัวรัฐบุรุษแกลดสโตนนั้นเอง; **I ask no more of you other than ...:** ฉันไม่ได้ขออะไรจากคุณ นอกจาก...; **no more wine?** ไม่รับไวน์อีกหรือ; **no more war!** อย่าให้สงครามเกิดขึ้นอีก; **he is no more upper-class than I am** เขาไม่ได้เป็นชนชั้นสูงไปกว่าฉันเลย; **I'm not entirely innocent in this matter – No more am 'I** ไม่ใช่ว่าฉันจะขาวสะอาดในเรื่องนี้เลย ฉันก็เช่นกัน; **I saw no more of him** ฉันไม่เคยเห็นเขาอีกเลย; **he is no more** *(is dead)* เขาตายไปแล้ว; Ⓑ *(equivalent to negative sentence)* อย่างปฏิเสธ, ตอบปฏิเสธ; **say/answer 'no'** พูด/ตอบว่า 'ไม่'; **I won't take 'no' for an answer** ฉันจะไม่ยอมรับคำตอบที่เป็นปฏิเสธ; **I won't say 'no'** ฉันจะไม่ปฏิเสธ; Ⓒ *(not)* ไม่; **like it or no** ชอบหรือไม่ชอบ; **whether or no anyone else helps** จะมีคนอื่นช่วยหรือไม่ก็ตาม; Ⓓ **no can do** *(coll.)* ฉันทำอะไรไม่ได้ ❸ *n. pl.* **noes** *(vote)* ผู้ออกเสียงคัดค้าน, ผู้ออกเสียงไม่สนับสนุน; **the ayes and noes** ผู้สนับสนุนและผู้คัดค้าน; **the noes have it** เสียงส่วนใหญ่เป็นของผู้คัดค้าน

No. *abbr.* Ⓐ **number**; Ⓑ ➤ **191** *(Amer.)* **North**

'no-account *adj.* ไม่สำคัญ, ไร้ค่า

Noah's ark /nəʊəz 'ɑ:k/โนเอิซ 'อาค/ Ⓐ *(Bibl.) เรือลำที่โนอาห์ ครอบครัวของเขาและสัตว์ต่าง ๆ อาศัยอยู่เมื่อน้ำท่วมโลกตามคัมภีร์ไบเบิล;* Ⓑ *(toy)* ของเล่นเด็กที่มีเรือโนอาห์และสัตว์ต่าง ๆ

[1]**nob** /nɒb/นอบ/ *n. (coll.: head)* หัว

[2]**nob** /nɒb/นอบ/ *n. (Brit. coll.: wealthy or upper-class person)* **the ~s** คนในสังคมชั้นสูง, ผู้ดี

no-'ball *(Cricket)* ❶ *n.* การส่งลูกที่ผิดกติกา ❷ *v.t.* **~ sb.** ประกาศว่านักโยนลูกผิดกติกา

nobble /'nɒbl/'นอบ'ล/ *v.t. (Brit. coll.)* Ⓐ *(tamper with)* ทำให้ *(ม้าแข่ง)* ไม่ชนะ *(เช่น โดยการให้ยา)*; Ⓑ *(get the favour of)* ซื้อหาพวก *(โดยการให้สินบน ฯลฯ)*; Ⓒ *(take dishonestly)* ได้มาอย่างฉ้อฉล *(เงินทอง, เครื่องเพชร)*; Ⓓ *(catch)* จับ *(ผู้ร้าย, อาชญากร)*

nobbut /'nɒbət/'นอเบิท/ *adv. (dial.)* เพียงแต่, แค่; **it's ~ Thursday** มันแค่วันพฤหัสบดีเท่านั้น

Nobel prize /nəʊbel 'praɪz/โนเบ็ล 'พรฺายซฺ/ *n.* รางวัลโนเบล *(ท.ศ.)*

nobility /nə'bɪlɪtɪ/เนอะ'บิลลิทิ/ *n.* Ⓐ *no pl. (character)* บุคลิกงดงามและน่าชื่นชม, จิตใจที่สูงส่ง; **a true ~ of character** บุคลิกลักษณะที่ดีงามโดดเด่นจริง ๆ; **~ of soul** มีจิตใจและวิญญาณที่สูงส่ง; Ⓑ *(class)* ชนชั้นผู้ดี, สังคมชั้นสูง; **many of the ~:** ผู้ดีในสังคมหลายคน; **be born into the ~:** เกิดมาในสังคมชั้นสูง

noble /'nəʊbl/'โนบ'ล/ ❶ *adj.* Ⓐ *(by rank, title, or birth)* อยู่ในฐานะสูงส่ง, มียศศักดิ์ หรือชาติกำเนิดในสังคมผู้ดีชั้นสูง; **be of ~ birth** มีชาติกำเนิดเป็นผู้ดี; **the ~ Lord/Earl** ท่านลอร์ด/ท่านเอิร์ล; Ⓑ *(of lofty character)* สูงส่ง, สูงศักดิ์, น่าบูชานิยม; อริยะ, อารยะ *(ร.บ.)*; **~ ideals** อุดมคติสูงส่ง; Ⓒ *(showing greatness of character)* น่าทึ่ง, สูงส่ง; **make ~ efforts** มีความพยายามที่สูงส่ง น่าทึ่ง; Ⓓ *(splendid)* ดีเยี่ยม, น่าชื่นชม
❷ *n.* ผู้สูงศักดิ์และมีเกียรติ; **the ~s** เหล่าสุภาพบุรุษสุภาพสตรีผู้สูงศักดิ์

noble: ~man /'nəʊblmən/'โนบ'ลเมิน/ *n., pl.* **~men** /'nəʊblmən/'โนบ'ลเมิน/ สุภาพบุรุษผู้มีเกียรติสูงส่งในสังคม; **~ 'metal** *n. (Chem.)* โลหะ *(เช่น ทองคำ, เงินหรือทองคำขาว) ที่ไม่มีปฏิกิริยาทางเคมี;* **~-'minded** *adj.* จิตใจที่สูงส่งน่าทึ่ง; **~ 'savage** *n. คนป่าที่นักเขียนในยุคโรแมนติกถือว่าเป็นคนในอุดมคติ*

noblesse /nəʊ'bles/เนอะ'เบลฺ็ซ/ *n., no pl.* กลุ่มของผู้ดีชั้นสูง *(โดยเฉพาะในต่างประเทศ)*; **~ oblige** *การมีสิทธิพิเศษก็ต้องสอดคล้องกับความรับผิดชอบต่อสังคม*

'noblewoman *n.* สุภาพสตรีผู้สูงศักดิ์อยู่ในวงสังคมผู้ดี

nobly /'nəʊblɪ/'โนบลิ/ *adv.* Ⓐ *(with noble spirit)* อย่างมีจิตใจสูงส่งดีงาม; Ⓑ *(generously)* อย่างมีจิตใจกว้างขวาง, อย่างโอบอ้อมอารี; Ⓒ *(splendidly)* อย่างงดงาม, วิลิศมาหรา

nobody /'nəʊbədɪ/'โนเบอะดิ/ *n. & pron.* ไม่มีคน, ไม่มีใคร; *(person of no importance)* บุคคลไม่สำคัญ; ➡ + **business** C; [1]**fool** 1 A

no-'claim[s] bonus *n. (Insurance)* การลด*เบี้ยประกันให้ลูกค้าที่มิได้เรียกค่าสินไหมในระยะที่กำหนด*

nocturnal /nɒk'tɜ:nl/นอค'เทอน'ล/ *adj.* ซึ่งอยู่ในเวลากลางคืน; *(สัตว์)* ออกหากินในตอนกลางคืน; **~ animal/bird** สัตว์/นกที่ออกหากินตอนกลางคืน

nocturne /'nɒktɜ:n/'นอคเทิน/ *n.* Ⓐ *(Mus.)* บทเพลงสั้น ๆ และซาบซึ้ง; Ⓑ *(Art)* ภาพทิวทัศน์ตอนกลางคืน

nod /nɒd/นอด/ ❶ *v.i.,* **-dd-** Ⓐ *(as signal)* พยักหน้า; **~ to sb.** พยักหน้าทักทาย *ค.น.*; **have a ~ding acquaintance with sth.** รู้เรื่อง *ส.น.* เพียงผิวเผิน; **he's only a ~ding acquaintance** เขาเป็นเพียงคนที่ฉันรู้จักอย่างผิวเผินเท่านั้น; **he ~ded to him to take charge** เขาผงกหัวสั่งให้เขาเข้ามาจัดการ; ➡ + **goodbye** 2; Ⓑ *(in drowsiness)* **she sat ~ding by the fire** เธอนั่งง่วงคอพับคออ่อนอยู่ข้างกองไฟ; **her head**

started to ~: เธอเริ่มสับปหงก; Ⓒ *(make a mistake)* ทำผิด, พลาด; Ⓓ *(move up and down) (พืช, ดอกไม้)* สั่นไหวไปมา, แกว่งไปมา ❷ *v.t.* **-dd-** Ⓐ *(incline)* **~ one's head [in greeting]** ค้อมศีรษะ [ทักทาย]; Ⓑ *(signify by nod)* **~ approval** *or* **agreement** พยักหน้าเห็นชอบ/เห็นด้วย; **~ sb. a welcome, ~ a welcome to sb.** พยักหน้าทักทาย *ค.น.*
❸ *n.* Ⓐ *(nodding)* การพยักหน้า; **a ~ is as good as a wink [to a blind man** *or* **horse]** *(fig.)* ไม่ต้องพูดอะไรอีกแล้ว; **land of Nod** การหลับ; **on the ~** *(coll.) (on credit)* ใช้เงินเชื่อ, ซื้อเชื่อ; *(with merely formal assent)* ได้รับการยอมรับโดยไม่ต้องมีการซักถามหรืออภิปราย; Ⓑ *(Amer.: sign of approval)* **get the ~ from sb.** ได้รับการอนุมัติจาก *ค.น.*; **give sth. the ~:** อนุมัติ *ส.น.*

~'off *v.i.* หลับ

noddle /ˈnɒdl/ˈนอด'ล/ *n. (coll.: head)* หัว

noddy /ˈnɒdɪ/ˈนอดิ/ *n.* คนโง่, คนที่ถูกหลอกได้ง่าย

node /nəʊd/โนด/ *n.* Ⓐ *(Bot.)* ตาของต้นพืช, ตุ่มที่บริเวณรากหรือแขนง; *(Astron.)* จุดตัดระหว่างวงโคจรของดาวเคราะห์กับวงโคจรของดวงอาทิตย์; Ⓑ *(Phys.)* จุดที่มีการสั่นสะเทือนต่ำที่สุดในระบบคลื่นที่มีอยู่; Ⓒ *(Math.)* จุดที่เส้นโค้งตัดกับตัวมันเอง

nodule /ˈnɒdju:l, US ˈnɒdʒu:l/ˈนอดวล, ˈนอจูล/ *n.* Ⓐ ปุ่มเล็ก; Ⓑ *(Bot.)* ปุ่มปมตามรากของพืช

Noel /nəʊˈel/โนˈเอ็ล/ *n. (esp. in carols)* คริสต์มาส

ˈno ˈentry *(for people)* 'ไม่มีกิจห้ามเข้า'; *(for vehicles)* 'ห้ามเข้า'; **a '~' sign** ป้าย 'ห้ามเข้า'

no-fault divorce *n.* การหย่าร้างซึ่งไม่มีฝ่ายใดผิด

ˈno-fault insurance *n. (Amer.)* การประกันอุบัติเหตุแบบที่มีผล แม้ว่าลูกค้าจะเป็นฝ่ายผิด

no-ˈfly zone *n.* เขตห้ามบิน

noggin /ˈnɒgɪn/ˈนอกิน/ *n.* Ⓐ *(mug)* ถ้วยเครื่องดื่ม, เหยือกเล็ก ๆ; *(drink) เครื่องดื่มแอลกอฮอล์ปริมาณราว 1/4 ไพนท์;* Ⓑ *(Amer. coll.: head)* หัว

no-ˈgo *adj. (เขต, ย่าน)* หวงห้าม, อันตราย

ˈno-good *adj. (coll.)* ใช้ไม่ได้

no-hoper /nəʊˈhəʊpə(r)/โนˈโฮเพอะ(ร)/ *n.* คนที่ใช้ไม่ได้ตลอด; **be a ~** เป็นคนที่ไม่มีอนาคต; **a team of ~s** กลุ่มคนที่ไม่มีหวังแน่นอน

nohow /ˈnəʊhaʊ/ˈโนฮาว/ *adv. (Amer. coll.)* ไม่มีทาง

noise /nɔɪz/นอยซฺ/ ❶ *n.* Ⓐ *(loud outcry)* เสียงดังรบกวน, เสียงตะโกน; **don't make so much ~/such a loud ~:** อย่าทำเสียงดังรบกวนอย่างนั้น/เสียงดังขนาดนั้น; **make a ~ about sth.** *(fig.: complain)* โวยวายเรื่อง *ส.น.*; **make a ~** *(fig.: be much talked about)* เป็นคนดัง; ➡ **+ ²hold** 1 T; Ⓑ *(any sound)* เสียง; **~s off** เสียงนอกเวทีที่ผู้ชมได้ยิน; Ⓒ *(Communications: irregular fluctuations of signal)* คลื่นรบกวนการสื่อสาร; *(hissing)* เสียงซ่า ๆ; Ⓓ *in pl. (conventional remarks or sounds)* **make friendly** *etc.* **~s [at sb.]** พูดคุยแสดงความเป็นมิตร ฯลฯ กับ *ค.น.*; **make ~s about doing sth.** แสดงท่าทีว่าจะทำ *ส.น.*
❷ *v.t. (dated/formal)* **~ sth. abroad** *or* **about** ป่าวประกาศ *ส.น.* ไปทั่ว

ˈnoise abatement *n.* การกำจัดเสียงรบกวน

noise: ~less /ˈnɔɪzlɪs/ˈนอยซลิซ/ *adj.*, **noiselessly** /ˈnɔɪzlɪslɪ/ˈนอยซลิซลิ/ *adv.* Ⓐ *(silent[ly])* เงียบ, ไม่มีเสียง; Ⓑ *(making no avoidable noise)* ไม่ทำเสียงไม่จำเป็น

ˈnoise pollution *n.* มลภาวะทางเสียง

noisily /ˈnɔɪzɪlɪ/ˈนอยซิลิ/ *adv. (เล่นเกม)* ดังมาก; *(พูดคุย, หัวเราะ)* เสียงดังหนวกหู, เจี๊ยวจ๊าว; *(ย้ายของ)* ดังโครมคราม

noisome /ˈnɔɪsəm/ˈนอยเซิม/ *adj. (literary)* Ⓐ *(harmful, noxious)* เป็นอันตราย, มีพิษ; Ⓑ *(evil-smelling)* กลิ่นเหม็นฉุนเฉียวร้ายกาจ, กลิ่นสาบสาง; Ⓒ *(objectionable, offensive)* ก้าวร้าว, คุกคาม, ข่มขู่

noisy /ˈnɔɪzɪ/ˈนอยซิ/ *adj. (เด็ก, คน)* เสียงดังรบกวน; *(การอภิปราย)* ดุเดือด

nomad /ˈnəʊmæd/ˈโนแมด/ ❶ *n.* Ⓐ *คนในชนเผ่าเร่ร่อนหาทุ่งหญ้าเลี้ยงสัตว์ไปเรื่อย ๆ;* Ⓑ *(wanderer)* คนพเนจร, คนเร่ร่อน ❷ *adj.* Ⓐ อยู่อย่างชนเผ่าเร่ร่อน; Ⓑ *(wandering)* **~ existence** ความเป็นอยู่ของคนเร่ร่อน

nomadic /nəʊˈmædɪk/โนˈแมดิค/ *adj.* อยู่อย่างชนเผ่าเร่ร่อน; **~ tribe** ชนเผ่าเร่ร่อน

ˈno man's land *n.* พื้นที่ที่ไม่มีใครสามารถอ้างเป็นเจ้าของได้; *(Mil.)* ดินแดนในสนามรบระหว่างสองกองทัพ

nom de plume /nɒm də ˈplu:m/นอม เดอะ ˈพลูม/ *n., pl.* **noms de plume** นามปากกา

nomenclature /nəˈmenklətʃə(r), ˈnəʊmənkleɪtʃə(r)/เนอะˈเม็นเคลอะเฉอะ(ร), ˈโนเม็นเคลเฉอะ(ร)/ *n.* Ⓐ *(system of names)* ระบบการตั้งชื่อ; Ⓑ *(terminology, systematic naming, catalogue)* ศัพท์เฉพาะ

nominal /ˈnɒmɪnl/ˈนอมิน'ล/ *adj.* Ⓐ *(in name only)* ปรากฏในนามเท่านั้น, ไม่จริง; Ⓑ *(virtually nothing) (เงิน, ค่าเช่า ฯลฯ)* เกือบจะเป็นศูนย์; Ⓒ *(Ling.)* จาก หรือ เหมือนกับคำนาม

nominalism /ˈnɒmɪnəlɪzm/ˈนอมิเนอะลิซ'ม/ *n. (Philos.) ลัทธิที่ว่าความคิดต่าง ๆ เป็นแต่เพียงชื่อเท่านั้น,* นามนิยม *(ร.บ.)*

nominally /ˈnɒmɪnəlɪ/ˈนอมิเนอะลิ/ *adv.* โดยเพียงในนามเท่านั้น

nominal ˈvalue *n. (Econ.)* ราคาตามตัวอักษรที่กำหนดไว้

nominate /ˈnɒmɪneɪt/ˈนอมิเนท/ *v.t.* Ⓐ *(call by name of)* ตั้งชื่อให้, เรียก, กำหนด; Ⓑ *(propose for election)* เสนอชื่อ; Ⓒ *(appoint to office)* แต่งตั้งเข้าดำรงตำแหน่ง

nomination /nɒmɪˈneɪʃn/นอมิˈเนช'น/ *n.* Ⓐ *(appointment to office)* การแต่งตั้งบุคคลเข้าดำรงตำแหน่ง; Ⓑ *(proposal for election)* การเสนอชื่อ

nominative /ˈnɒmɪnətɪv/ˈนอมิเนอะทิว/ *(Ling.)* ❶ *adj. (คำนาม, สรรพนาม, คำคุณศัพท์)* ที่เป็นประธานของกริยา; **~ case** รูป *(ของคำนาม สรรพนามและคำคุณศัพท์)* ที่ใช้เมื่อเป็นประธานของกริยา ❷ *n.* รูปที่ใช้เมื่อเป็นประธานของกริยา; ➡ **+ absolute** C

nominee /nɒmɪˈni:/นอมิˈนี/ *n.* Ⓐ *(candidate)* ผู้สมัครรับเลือกตั้ง, ผู้ได้รับการเสนอชื่อ; Ⓑ *(representative)* ผู้แทน

non- /nɒn/นอน/ *pref.* ไม่

non-acˈceptance *n. (Commerc.)* การไม่ยอมรับ *(สินค้า, ข้อตกลง)*

nonagenarian /nəʊnədʒɪˈneərɪən/โนเนอะจิˈแนเรียน/ ❶ *adj.* มีอายุระหว่าง 90 ถึง 99 ปี; *(more than 90 years old)* มีอายุมากกว่า 90 ปีขึ้นไป ❷ *n.* บุคคลที่มีอายุระหว่าง 90 ถึง 99 ปี

non-agˈgression *n.* การไม่ก้าวร้าวคุกคาม; **~ pact** *or* **treaty** สัญญาระหว่างสองชาติที่รับรองว่าจะไม่รุกรานซึ่งกันและกัน

non-alcˈoholic *adj.* ไม่มีส่วนผสมของแอลกอฮอล์

non-aˈligned *adj. (รัฐ)* ไม่เข้าร่วมกับกำลังฝ่ายอื่น, ไม่ฝักใฝ่ฝ่ายใด

non-aˈlignment *n., no pl.* การไม่เข้าร่วมกับกำลังฝ่ายอื่น, การไม่ฝักใฝ่ฝ่ายใด

nonallergenic /nɒnæləˈdʒenɪk/นอนแอเลอะˈเจ็นนิค/, **nonallergic** /nɒnəˈlɜ:dʒɪk/นอนเอะˈเลอจิค/ *adj. (Med.)* ไม่ก่ออาการภูมิแพ้

nonbeliever /nɒnbɪˈli:və(r)/นอนบิˈลีเวอะ(ร)/ *n.* คนที่ไม่เลื่อมใสศาสนา

non-belˈligerent ❶ *adj.* ไม่เข้าร่วมสงคราม ❷ *n.* ชาติหรือรัฐที่ไม่เข้าร่วมสงคราม

nonbiological *adj.* ไร้สารชีวภาพ

nonce /nɒns/นอนซฺ/ *n.* **for the ~:** ในช่วงนี้

ˈnonce word *n.* คำที่สร้างขึ้นเฉพาะโอกาส

nonchalance /ˈnɒnʃələns/ˈนอนเชอะเลินซฺ/ *n.* อย่างสบาย ๆ, ไม่ตื่นเต้น, ใจเย็น; *(lack of interest)* ความไม่สนใจ

nonchalant /ˈnɒnʃələnt/ˈนอนเชอะเลินทฺ/ *adj.*, **nonchalantly** /ˈnɒnʃələntlɪ/ˈนอนเชอะเลินทลิ/ *adv.* [อย่าง] สบาย, [อย่าง] ใจเย็น; *(without interest)* อย่างไม่สนใจ

non-ˈcombatant ❶ *n.* บุคคลที่ไม่สู้รบในเวลาสงคราม *(เช่น พลเรือน นักบวชประจำกองทัพ ฯลฯ)* ❷ *adj.* ไม่เกี่ยวกับการสู้รบในยามสงคราม

non-comˈmissioned *adj.* ไม่มีสัญญาบัตร; **~ officer** นายทหารที่ไม่มีสัญญาบัตร

non-comˈmittal *adj.* ไม่ผูกมัด, ไม่แสดงท่าที

non compos [mentis] /nɒn ˈkɒmpɒs (ˈmentɪs)/นอน ˈคอมพอซ(ˈเม็นทิซ)/ *pred. adj.* ไม่มีสติเต็มที่, มีสติปัญญาเสื่อม

non-conˈducting *adj. (Phys.)* ไม่นำความร้อนหรือไฟฟ้า

non-conˈductor *n. (Phys.)* สารที่ไม่นำความร้อนหรือไฟฟ้า

nonconˈformism *n. การไม่รับรองในลัทธิหรือระบบของนิกายคริสเตียนหลัก ๆ โดยเฉพาะผู้ที่ประท้วงต่อนิกายแองกลิกัน*

nonconˈformist *n.* บุคคลผู้ไม่รับรองในลัทธิของนิกายคริสเตียนหลัก ๆ; ผู้ที่อยู่นอกขอบเขตสังคม

nonconˈformity *n.* Ⓐ *การรวมตัวของผู้ที่ไม่สนับสนุนในหลักการของนิกายคริสเตียน โดยเฉพาะพวกประท้วงต่อนิกายแองกลิกัน;* Ⓑ *(lack of correspondence or agreement)* การขาดความสัมพันธ์หรือความเห็นชอบร่วมกัน

non-conˈtributory *adj.* ไม่ต้องจ่าย *(เข้ากองทุน)*; ไม่ต้องจ่ายค่าบำนาญ

non-cooperˈation *n.* การไม่ให้ความร่วมมือ

non-denomiˈnational *adj.* ไม่จำกัดตามศาสนาใด ๆ

nondescript /ˈnɒndɪskrɪpt/ˈนอนดิซกริพทฺ/ *adj.* ขาดลักษณะเด่น, แยกออกจากกันได้ลำบาก

ˈnon-drip *adj.* ไม่หยด, ไม่เป็นหยดออกมา

non-ˈdriver *n.* บุคคลที่ขับรถไม่เป็น

none /nʌn/นัน/ ❶ *pron.* ไม่มี, ไม่เลย; **I want ~ of your cheek!** อย่ามาพูดทะลึ่งกับฉันนะ; **~ of them** ไม่...สักคน/สักอัน; **~ of this money is mine** เงินนี่ไม่ได้เป็นของฉันสักบาท; **~ of these houses** ไม่มีบ้านสักหลังในหมู่บ้านเหล่านี้; **~ but they/he** มีพวกเขา/เขาเท่านั้น; **~ other than ...:** ไม่ใช่ใครอื่นแต่เป็น...; **Is there any bread left? – No, ~ at all** มีขนมปังเหลือบ้างไหม ไม่มีเลย; **it is ~ of my concern** มันไม่ใช่เรื่องที่ฉันต้องสนใจ; **his understanding is ~ of**

n

the clearest ความเข้าใจของเขาใช่ว่าจะดีอะไร ❷ *adv.* ไม่ใช่ในทางใด ๆ, ไม่เลย; **I'm ~ the wiser now** ฉันก็ยังไม่รู้เรื่องอยู่ดี; **~ the less** *(nevertheless)* อย่างไรก็ตาม; ➡ + too A

non'entity *n. (non-existent thing, person or thing of no importance)* สิ่งหรือบุคคลที่ไม่มีความสำคัญ

nonesuch ➡ nonsuch

'non-event *n.* เหตุการณ์ไม่สำคัญ *หรือ* ด้อยกว่าที่คิด

non-ex'istence *n., no pl.* การไม่มีอยู่จริง

non-ex'istent /nɒnɪɡ'zɪstənt/นอนอิก'ซิซเทินทฺ/ *adj.* ไม่มีอยู่จริง

non-'ferrous *adj. (โลหะ)* ที่ไม่ใช่เหล็กหรือเหล็กกล้า

non-'fiction *n.* ~ **[literature]** งานเขียนที่ไม่ใช่นวนิยาย; **~ novel** นวนิยายที่แต่งจากเรื่องจริง

non-'flammable *adj.* ไม่ติดไฟ, ไม่ไวไฟ

non-inter'ference, non-inter'vention *ns., no pl.* การไม่แทรกแซงกิจการของรัฐอื่น

non-invasive /nɒnɪn'veɪsɪv/นอนอิน'เวซิว/ *adj. (Med.) (การผ่าตัด)* โดยไม่เปิดแผล; *(เนื้องอก)* ไม่ขยายตัว

non-'iron *adj. (เสื้อผ้า)* ที่ไม่ต้องรีด

nonmalignant /nɒnmə'lɪɡnənt/นอนเมอะ'ลิกเนินทฺ/ *adj. (Med.)* ไม่อันตราย, ไม่เป็นเนื้อร้าย

non-'member *n.* บุคคลที่ไม่ใช่สมาชิก

non-'metal *n. (Chem.)* ของที่ไม่ได้ทำจากโลหะ

non-me'tallic *adj.* ไม่ได้ทำจากโลหะ

non-'net *adj. (หนังสือ)* ซึ่งไม่ได้กำหนดราคาต่ำสุดที่ขายได้

non-'nuclear *adj.* ไม่เกี่ยวกับพลังงานนิวเคลียร์; *(รัฐ)* ที่ไม่มีอาวุธนิวเคลียร์; **~ club** กลุ่มประเทศที่ไม่มีอาวุธนิวเคลียร์; **~ weapons** อาวุธที่ไม่ใช่นิวเคลียร์

n

'no-no *n., pl.* **~es** *(coll.)* **be a ~:** เป็นของต้องห้าม, เป็นสิ่งที่ทำไม่ได้; **that's a ~:** สิ่งนั้นลืมได้เลย

no-nonsense ➡ nonsense 1 C

nonpareil /nɒnpə'reɪl, US -'rel/นอนเพอะ'เรล, –'เร็ล/ *n. (person)* คนที่ไม่มีใครดีเท่า; *(thing)* สิ่งที่มีลักษณะดีเด่น

nonpartisan /nɒnpɑːtɪ'zæn/นอนพาทิ'แซน/ ❶ *adj.* ไม่ลำเอียง, ไม่เข้าข้างใคร ❷ *n.* คนที่ไม่ลำเอียง

non-'party *adj.* Ⓐ *(not attached to a party)* ไม่เป็นสมาชิกของพรรคใด, ไม่มีกลุ่มสังกัด; Ⓑ *(not related to a party)* ไม่เกี่ยวข้องกับพรรค; Ⓒ *(nonpartisan)* เป็นกลาง, ไม่ลำเอียง

non-'payment *n.* การไม่ชำระหนี้

non-'playing *adj.* ไม่ได้เล่นหรือเข้าร่วม; **~ captain** หัวหน้าทีมที่ไม่ได้เล่นในทีม

nonplus /nɒn'plʌs/นอน'พลัซ/ *v.t.*, **-ss-** ทำให้ฉงนสนเท่ห์; **he was ~sed by sth.** *ส.น.* ทำให้เขาฉงนสนเท่ห์

non-'profit [-making] *adj.* ไม่ได้หวังผลกำไร

non-prolife'ration *n., no pl.* การป้องกันการขยายของ *ส.น.* โดยเฉพาะอาวุธนิวเคลียร์; **~ treaty** สัญญาควบคุมการเพิ่มจำนวนอาวุธนิวเคลียร์

non-recyclable *adj.* ไม่สามารถนำกลับมาใช้ใหม่ได้

non-'resident ❶ *adj. (residing elsewhere)* อาศัยอยู่ที่อื่น; *(outside a country)* อาศัยอยู่นอกประเทศ; **a ~ landlord** เจ้าของบ้านเช่าซึ่งอาศัยอยู่ที่อื่น ❷ *n.* บุคคลที่ไม่ได้อาศัยในบ้านของตน; *(outside a country)* บุคคลที่อาศัยอยู่นอกประเทศของตน; **the bar is open to ~s** บาร์นี้เปิดให้ผู้คนภายนอกที่ไม่ได้พักในโรงแรม

nonre'fundable *adj.* ไม่สามารถคืนเงินได้

non-re'turnable *adj.* ไม่รับคืน

nonsense /'nɒnsəns, US -sens/'นอนเซินซฺ, -เซ็นซฺ/ ❶ *n.* Ⓐ *no pl., no art. (meaningless words, ideas, or behaviour) (คำพูด)* ที่ไร้สาระ, ที่ไร้ความหมาย; **make ~ of sth.** ทำให้ *ส.น.* กลายเป็นเรื่องเหลวไหล; **piece of ~:** สิ่งไร้สาระ; **talk ~:** พูดเรื่องเหลวไหลไร้สาระ; **it's all a lot of nonsense** ทั้งหมดนี้เป็นเรื่องเหลวไหล; Ⓑ *(instance)* เรื่อง/สิ่งเหลวไหลไร้สาระ; **~s** เรื่องไร้สาระ; **make a ~ of** ทำให้เป็นเรื่องเหลวไหลไร้สาระ; Ⓒ *(sth. one disapproves of)* สิ่งเหลวไหล; *(trifles)* สิ่งไร้สาระ; **what's all this ~ about?** เรื่องเหลวไหลเหล่านี้เกี่ยวกับอะไร; **let's have no more ~, stop your ~:** หยุดเรื่องเหลวไหลนี้ได้แล้ว; **stand no ~:** ทนเรื่องไร้สาระไม่ได้; **no-~:** มีสาระ, ไม่เหลวไหล, ตรงไปตรงมา; **come along now, and no ~:** มาเดี๋ยวนี้นะและก็อย่าทำบ้า ๆ บอ ๆ ❷ *int.* ไร้สาระ, เหลวไหล, บ้า

nonsense verses *n. pl. (Lit.)* การประพันธ์ไร้สาระในเชิงตลก

nonsensical /nɒn'sensɪkl/นอน'เซ็นซิค'ล/ *adj.* ซึ่งไร้สาระ, เหลวไหล, บ้า ๆ บอ ๆ

nonsensically /nɒn'sensɪkəlɪ/นอน'เซ็นซิเคอะลิ/ *adv.* อย่างไร้สาระ, อย่างเหลวไหล, บ้า ๆ บอ ๆ

non sequitur /nɒn 'sekwɪtə(r)/นอน 'เซ็คควิเทอะ(ร)/ *n.* การสรุปความที่ไม่สัมพันธ์กับความเป็นจริง

non-'skid *adj.* ไม่ลื่นไถลลงข้างทาง

non-'slip *adj.* ไม่ลื่นไถล

non-'smoker *n.* Ⓐ *(person)* คนไม่สูบบุหรี่; Ⓑ *(train compartment)* ส่วนของรถไฟที่ห้ามสูบบุหรี่

non-spe'cific *adj. (Med.)* ไม่สามารถระบุได้; **~ urethritis** ภาวะท่อปัสสาวะอักเสบที่ไม่สามารถบอกสาเหตุที่เฉพาะเจาะจงได้

non-'starter *n.* Ⓐ *(Sport)* บุคคลหรือสัตว์ที่ไม่เริ่มการวิ่งแข่งขัน; Ⓑ *(fig. coll.) (บุคคล, โครงการ)* ที่ไม่น่าจะประสบความสำเร็จ

non-'stick *adj.* **~ frying pan** *etc.* กระทะ ฯลฯ ที่เคลือบวัสดุกันอาหารติด

non-stop ❶ /'--/ *adj. (รถไฟ)* ไม่หยุดกลางทาง; *(เที่ยวบิน)* บินตรง; *(การแสดง)* ที่ไม่มีการหยุดพัก ❷ /-'-/ *adv. (เต้นรำ, แสดง, เดินทาง)* อย่างไม่มีการหยุด *หรือ* หยุดพัก

nonsuch /'nɒnsətʃ/'นอนเซิฉ/ *n.* Ⓐ บุคคลที่ไม่มีใครดีเท่า; Ⓑ *(plant)* พืช *Medicago lupulina* ในวงศ์ถั่ว มีฝักสีดำ

non-toxic *adj.* ไม่มีพิษ

non-trans'ferable *adj. (ตั๋วสัญญาใช้เงิน, สัญญา)* ไม่สามารถโอนได้

non-U /nɒn'juː/นอน'ยู/ *adj. (coll.)* ไม่มีลักษณะของชนชั้นสูง

non-'union *adj.* ไม่ได้เป็นสมาชิกของสหภาพแรงงาน; *(made by ~ members)* ไม่ได้ผลิตโดยสมาชิกของสหภาพแรงงาน

non-'violence *n., no pl.* [หลักการ] ที่หลีกเลี่ยงการใช้ความรุนแรง

non-'violent *adj.* ซึ่งหลีกเลี่ยงความรุนแรง

non-'white ❶ *adj. (บุคคล)* ไม่ใช่ผิวขาว ❷ *n.* คนที่ไม่ใช่คนผิวขาว

[1]**noodle** /'nuːdl/'นูด'ล/ *n. (pasta)* เส้นก๋วยเตี๋ยว, เส้นบะหมี่, เส้นสปาเกตตี *(ท.ศ.)*

[2]**noodle** *n. (dated coll.: simpleton)* คนโง่, คนปัญญาอ่อน; **gape like a ~:** จ้องมองเหมือนคนปัญญาอ่อน

nook /nʊk/นุค/ *n.* มุมของบ้านที่ปกปิดลับหูลับตาคน; **in every ~ and cranny** ทั่วทุกหัวระแหง

nooky /'nʊkɪ/'นุคิ/ *n. (sl.)* เอากัน

noon /nuːn/นูน/ *n.* ➤ 177 เที่ยง, เวลา 12 นาฬิกา, เที่ยง, กลางวัน; **at/before ~:** ตอนเที่ยง/ก่อนเที่ยง

'noonday *n.* เวลาเที่ยงวัน, กลางวัน; *attrib. (พระอาทิตย์)* เที่ยงวัน; **at ~:** เมื่อเวลาเที่ยงวัน

'no one ❶ *pron.* Ⓐ **~ of them** ไม่มีใครในกลุ่มพวกเขา; Ⓑ ➡ nobody ❷ *adj.* **~ person could do that** คนคนเดียวไม่สามารถจะทำสิ่งนั้นได้

'noontide *(dated/rhet.)*, **'noontime** *(Amer.)* *ns.* เวลาเที่ยงวัน, เวลาตอนกลางวัน; **at ~tide** ในเวลาเที่ยงวัน

noose /nuːs/นูซ/ ❶ *n.* บ่วงดักสัตว์/คล้องม้า, บ่วงแขวนคอนักโทษ, เชือกบ่วง; **put one's head in a ~** *(fig.)* ทำให้ตนเองล้มเหลว ❷ *v.t.* จับหรือคล้องไว้ด้วยบ่วง

nope /nəʊp/โนพ/ *adv. (Amer. coll.)* ไม่, ไม่ใช่

'no place *adv. (Amer.)* ➡ nowhere 1

nor /nə(r), *stressed* nɔː(r)/เนอะ(ร), นอ(ร)/ *conj.* ไม่ด้วยเหมือนกัน, ทั้ง...และ...ก็ไม่, ไม่...เช่นกัน; **neither ... ~ ..., not ... ~ ...:** ก็ไม่และ...ก็ไม่เช่นกัน; **he can't do it, ~ can I, ~ can you** เขาทำไม่ได้ ฉันก็ทำไม่ได้และคุณก็ทำไม่ได้เหมือนกัน; **~ will I deny that ...:** ฉันจะไม่ปฏิเสธหรอกว่า...

Nordic /'nɔːdɪk/'นอดิค/ ❶ *adj.* แห่งสแกนดิเนเวียหรือฟินแลนด์ ❷ *n.* ชาวนอร์ดิก *(ท.ศ.) (โดยเฉพาะชนพื้นเมืองของสแกนดิเนเวียหรือฟินแลนด์)*

norm /nɔːm/นอม/ *n.* แบบมาตรฐาน, จำนวนเฉลี่ย, ปกติวิสัย; **IQ above the ~:** ไอคิวสูงกว่าระดับทั่ว ๆ ไป; **rise above the ~:** ขึ้นสูงกว่าปกติทั่วไป; **behavioural ~:** มาตรฐานทั่วไปของพฤติกรรม

normal /'nɔːml/'นอม'ล/ ❶ *adj.* Ⓐ ปกติ, สามัญ, ธรรมดา; **be back to ~ working hours** กลับคืนสู่ชั่วโมงการทำงานปกติ; **recover one's ~ self** กลับคืนสู่สภาพปกติของตน; Ⓑ *(Geom.)* มีมุมตั้งฉาก *(เส้น)*, ตั้งได้ฉาก ❷ *n.* Ⓐ *(normal value)* ค่ามาตรฐานปกติ; Ⓑ *(usual state)* สถานะปกติ; **everything is back to *or* has returned to ~:** ทุกอย่างกลับคืนสู่ปกติ; **his temperature is above ~:** อุณหภูมิของเขาสูงกว่าค่าปกติ; Ⓒ *(Geom.)* เส้นที่มีมุมตั้งฉาก

normalcy /'nɔːmlsɪ/'นอม'ลซิ/ *n., no pl. (normality)* สถานะ *หรือ* สภาพปกติ

normalise ➡ normalize

normality /nɔː'mælɪtɪ/นอ'แมลิทิ/ *n., no pl.* สภาวะปกติ, ความปกติ; **return to ~ after Christmas** กลับคืนสู่สภาวะปกติหลังคริสต์มาส

normalize /'nɔːməlaɪz/'นอเมอะลายซฺ/ ❶ *v.t.* ทำให้กลับคืนสู่สภาพปกติ ❷ *v.i.* กลับคืนสู่สภาพปกติ

normally /'nɔːməlɪ/'นอเมอะลิ/ *adv.* Ⓐ *(in normal way)* ในทางปกติ, โดยปกติ; Ⓑ *(ordinarily)* ตามธรรมดา

Norman /'nɔːmn/'นอม'น/ ❶ *n.* Ⓐ คนที่อาศัยอยู่ในแคว้นนอร์มังดีในฝรั่งเศส; Ⓑ *(king)* กษัตริย์ของอังกฤษตั้งแต่พระเจ้าวิลเลียมที่ 1 ถึงพระเจ้าสตีเว่น; Ⓒ *(Ling.)* ภาษาที่ได้รับอิทธิพลจากชาวนอร์มังดี; Ⓓ *(Archit.)* รูปแบบโรมันเนสค์ที่พบในเกาะอังกฤษช่วงที่ปกครองโดยชาวนอร์มังดี ❷ *adj.* เกี่ยวกับ *(ภาษา, รูปแบบชาว)* นอร์มังดี; ➡ + conquest A

Normandy /ˈnɔːməndɪ/ˈนอเมินดิ/ *pr. n.* แคว้นนอร์มังดีในฝรั่งเศส

Norman: ~ **ˈFrench** *n. (Ling.)* ภาษาฝรั่งเศสที่พูดโดยชาวนอร์มังดีหรือใช้ในศาลอังกฤษ *(หลัง ค.ศ. 1066)*; ~ **style** *n. (Archit.)* สถาปัตยกรรมของชาวนอร์มังดี

normative /ˈnɔːmətɪv/ˈนอเมอะทิว/ *adj.* เกี่ยวกับการจัดทำค่าปกติ, เกี่ยวกับมาตรฐาน, เชิงปทัฏฐาน *(ร.บ.)*

Norse /nɔːs/นอซ/ ❶ *n. (Ling.)* Ⓐ *(Scandinavian language group)* กลุ่มภาษาสแกนดิเนเวีย; Ⓑ **[Old]** ~: *ภาษาตระกูลเยอรมานิก ซึ่งเป็นที่มาของภาษานอร์ส ภาษาของนอร์เวย์ และอาณานิคมจนถึงศตวรรษที่ 14* ❷ *adj.* เกี่ยวกับสแกนดิเนเวียโบราณ

Norseman /ˈnɔːsmən/ˈนอซเมิน/ *n., pl.* **Norsemen** /ˈnɔːsmən/ˈนอซเมิน/ *(Hist.)* ชาวไวกิ้งในสมัยโบราณ

north /nɔːθ/นอธ/ ➤ **191** ❶ *n.* Ⓐ ทิศเหนือ; **the** ~: *(ภาค)* เหนือ; **in/to[wards]/from the** ~: ทาง/มุ่งสู่/จากทิศเหนือ; **to the** ~ **of** ทางทิศเหนือของ; **magnetic** ~: ทิศเหนือของแม่เหล็ก; Ⓑ *usu.* **N~** *(part lying to the ~)* ส่วน *(ของโลก, ประเทศ, เมือง)* ที่ตั้งอยู่ทางเหนือ; **from the** ~ จากทาง [ทิศ] เหนือ; **the N~** *(Brit.: of England)* อังกฤษตอนเหนือ; *(the Arctic)* อาร์กติก, ขั้วโลกเหนือ; *(Amer.: the Northern states)* รัฐทางเหนือ; Ⓒ *(Cards)* *ในการเล่นบริดจ์ ผู้เล่นที่นั่งอยู่ในตำแหน่งที่กำหนดไว้เป็นทิศเหนือ* ❷ *adj. (ลม, ฝั่งทะเล)* [ทิศ] เหนือ ❸ *adv.* ในทางเหนือ; ~ **of** ทางเหนือของ; ~ **and south** *(เส้น)* จากทิศเหนือจรดทิศใต้; ➡ + ¹**by** 1 D

north: N~ˈAfrica *pr. n.* ทวีปแอฟริกาเหนือ; **N~ Aˈmerica** *pr. n.* ทวีปอเมริกาเหนือ; **N~ Aˈmerican** ❶ *adj.* แห่งอเมริกาเหนือ ❷ *n.* ผู้อาศัยในอเมริกาเหนือ; **N~ Atˈlantic** มหาสมุทรแอตแลนติกเหนือ; **N~ Atlantic Treaty Organization** องค์การสนธิสัญญาแอตแลนติกเหนือ *(องค์การนาโต้)*; ~**bound** *adj.* ➤ **191** *(รถไฟ, รถบรรทุก)* ที่วิ่งไปทางเหนือ; ~ **country** *n. (Brit.)* แห่งภาคเหนือของอังกฤษ *(เหนือฮัมเบอร์)*; ~**-country** *adj. (Brit.)* แห่งภาคเหนือของอังกฤษ; ~**ˈcountryman** *n. (Brit.)* ประชาชนที่อาศัยในภาคเหนือของอังกฤษ; ~**-ˈeast** ➤ **191** ❶ *n.* ทิศตะวันออกเฉียงเหนือ; **in/to[wards]/from the ~east** ทาง/มุ่งสู่/จากทิศตะวันออกเฉียงเหนือ; **to the ~east of** อยู่ทางทิศตะวันออกเฉียงเหนือของ ❷ *adj.* ใน/ทางทิศตะวันออกเฉียงเหนือ; **~east passage** ทางเดินเรือเลียบฝั่งเหนือของยุโรปและเอเชีย *(เมื่อก่อนเชื่อกันว่าจะเป็นเส้นทางไปทางทิศตะวันออกได้)* ❸ *adv.* ไปยัง/จากทิศตะวันออกเฉียงเหนือ; **~east of** ทางทิศตะวันออกเฉียงเหนือของ; ➡ + ¹**by** 1 D; ~**-ˈeaster** ลมตะวันออกเฉียงเหนือ; ~**-ˈeasterly** ➤ **191** ❶ *adj.* ทาง/จากตะวันออกเฉียงเหนือ ❷ *adv. (position)* อยู่/ทางตะวันออกเฉียงเหนือ; *(direction)* ไปทางทิศตะวันออกเฉียงเหนือ; ~**-ˈeastern** *adj.* ➤ **191** ทิศตะวันออกเฉียงเหนือ

northerly /ˈnɔːðəlɪ/ˈนอเดอะลิ/ ➤ **191** ❶ *adj.* Ⓐ *(in position or direction)* ทางทิศเหนือ *หรือ* มาจากทิศเหนือ; **in a** ~ **direction** ไปทางทิศเหนือ; Ⓑ *(from the north) (ลม)* จากทิศเหนือ; **the wind was** ~: ลมพัดมาจากทิศเหนือ ❷ *adv.* Ⓐ *(in position)* อยู่ทางทิศเหนือ; *(in direction)* ไปทางทิศเหนือ; Ⓑ *(from the north)* มาจากทิศเหนือ ❸ *n.* ลมเหนือ

northern /ˈnɔːðən/ˈนอเดิน/ ➤ **191** *adj.* เกี่ยวกับทิศเหนือ; *(ฝั่งทะเล, เขตแดน, เมือง)* ทางเหนือ

northerner /ˈnɔːðənə(r)/ˈนอเดอะเนอะ(ร)/ *n.* ผู้อาศัย *หรือ* ผู้ตั้งถิ่นฐานในเขตเหนือ, คนเหนือ; *(Amer.)* ชาวอเมริกันผู้อาศัยในเขตเหนือ; **he's a** ~: เขาเป็นชาวเหนือ

Northern: ~**ˈEurope** *pr. n.* ยุโรปเหนือ; ~ **Euroˈpean** ❶ *adj.* แห่งยุโรปเหนือ ❷ *n.* ชาวยุโรปเหนือ; ~ **ˈIreland** *pr. n.* ไอร์แลนด์เหนือ; **n~ ˈlights** *n. pl.* แสงเหนือมองเห็นในท้องฟ้าตอนกลางคืนที่บริเวณขั้วโลก

northernmost /ˈnɔːðənməʊst/ˈนอเดินโมซท/ *adj.* ➤ **191** ในทิศเหนือสุด, เหนือสุด

North: ~ **ˈGerman** ❶ *adj.* แห่งภาคเหนือของเยอรมนี ❷ *n.* คนเยอรมันในภาคเหนือ; ~ **ˈGermany** *pr. n.* ประเทศเยอรมนีตอนเหนือ; ~ **Koˈrea** *pr. n.* เกาหลีเหนือ; ~ **Koˈrean** ❶ *adj.* แห่งเกาหลีเหนือ ❷ *n.* คนเกาหลีเหนือ; ~**land** *n. (poet.)* ตอนเหนือของประเทศ, ประเทศเหนือของโลก; **n~ ˈlight** *n.* แสงจากทิศเหนือ; ~**man** /ˈnɔːθmən/ˈนอธเมิน/ *n., pl.* **Northmen** /ˈnɔːθmən/ˈนอธเมิน/ ➡ **Norseman**; **n~-~-ˈeast** ➤ **191** ❶ *n.* ทิศตะวันออกเฉียงเหนือค่อนไปทางเหนือ ❷ *adj.* ทาง/อยู่ในทิศตะวันออกเฉียงเหนือค่อนไปทางเหนือ ❸ *adv.* ไปทาง/มาจากทิศตะวันออกเฉียงเหนือค่อนไปทางเหนือ; **~-~-ˈwest** ➤ **191** ❶ *n.* ทิศตะวันตกเฉียงเหนือค่อนไปทางเหนือ ❷ *adj.* ทาง/อยู่ทิศตะวันตกเฉียงเหนือค่อนไปทางเหนือ ❸ *adv.* ไปทาง/มาจากทิศตะวันตกเฉียงเหนือค่อนไปทางเหนือ; ~ **of ˈEngland** *pr. n.* ภาคเหนือของอังกฤษ; *attrib.* แห่งภาคเหนือของอังกฤษ; ~ **ˈPole** *pr. n.* ขั้วโลกเหนือ; **n~ ˈSea** *pr. n.* ทะเลเหนือ *(ซึ่งอยู่ระหว่างประเทศอังกฤษและทวีปยุโรป)*; **North Sea gas/oil** ก๊าซธรรมชาติ/น้ำมันที่ได้จากทะเลเหนือ;~ **ˈstar** *n.* ดาวเหนือ

northward /ˈnɔːθwəd/ˈนอธเวิด/ ➤ **191** ❶ *adj.* ไปยังทิศเหนือ; *(situated towards the north)* อยู่ทางทิศเหนือ; **in a** ~ **direction** ไปยังทิศเหนือ ❷ *adv.* มุ่งไปยังทิศเหนือ; **they are** ~ **bound** พวกเขามุ่งไปยังทิศเหนือ ❸ *n.* ทิศทางเหนือ/บริเวณทางเหนือ

northwards /ˈnɔːθwədz/ˈนอธเวิดซ/ ➤ **191** ➡ **northward** 2

north: ~**-ˈwest** ➤ **191** ❶ *n.* ทิศตะวันตกเฉียงเหนือ; **in/to[wards]/from the ~-west** ทาง/ไปยัง/มาจากทิศตะวันตกเฉียงเหนือ; **to the ~-west of** ทางทิศตะวันตกเฉียงเหนือของ ❷ *adj.* ทาง/จากทิศตะวันตกเฉียงเหนือ; *(ลม)* จากทิศตะวันตกเฉียงเหนือ; **~-west passage** ทางเดินเรือเลียบฝั่งเหนือของอเมริกา *(เดิมเชื่อว่าจะเป็นทางจากมหาสมุทรแอตแลนติกไปยังมหาสมุทรแปซิฟิก)* ❸ *adv.* ไปทาง/จากตะวันตกเฉียงเหนือ; ➡ + ¹**by** 1 D; ~**-wester** /nɔːθˈwestə(r)/นอธˈเว็ซเตอะ(ร)/ *n.* ลมมาจากทิศตะวันตกเฉียงเหนือ; ~**-ˈwesterly** ➤ **191** ❶ *adj.* ทาง/จากตะวันตกเฉียงเหนือ ❷ *adv. (position)* ในทิศตะวันตกเฉียงเหนือ; *(direction)* ไปทาง/มาจากทิศตะวันตกเฉียงเหนือ; ~**-ˈwestern** *adj.* ➤ **191** ทิศตะวันตกเฉียงเหนือ

Norway /ˈnɔːweɪ/ˈนอเว/ *pr. n.* ประเทศนอร์เวย์

Norwegian /nɔːˈwiːdʒn/นอˈวีจ'น/ ❶ *adj.* แห่งนอร์เวย์; ➡ + **English** 1 ❷ *n.* Ⓐ *(person)* ชาวนอร์เวย์; Ⓑ *(language)* ภาษานอร์เวย์; ➡ + **English** 2 A

Nos. *abbr.* **numbers**

nose /nəʊz/โนซ/ ❶ *n.* Ⓐ ➤ **118** จมูก; **have one's** ~ **[stuck] in a book** *(coll.)* หมกมุ่นกับตำรับตำรา; **it's as plain as the** ~ **on your face** *(coll.)* มันชัดเจนเหลือเกิน; **[win] by a** ~: *(ชนะ)* อย่างหวุดหวิด, *(ชนะ)* อย่างเส้นยาแดงผ่าแปด; **follow one's** ~ *(fig.) (be guided by instinct)* ทำตามสัญชาตญาณ; *(go forward)* ตรงไปข้างหน้าเรื่อย ๆ; **then just follow your** ~: แล้วก็ตรงไปเรื่อย ๆ; **get up sb.'s** ~ *(coll.: annoy sb.)* ทำให้ *ค.น.* รำคาญ, รบกวน *ค.น.*; **hold one's** ~: บีบจมูกตัวเองไว้ *(ไม่ให้ได้กลิ่นเหม็น)*; **keep one's** ~ **clean** *(fig. coll.)* อยู่ให้ห่างจากความยุ่งยากไว้; **keep your** ~ **clean!** คุณอย่าเข้าไปยุ่งกับเรื่องยุ่งยาก; **on the** ~ *(Amer. coll.: on time)* เที่ยงตรง, ตรงเวลา; **hit it** *or* **be right on the** ~ *(Amer. coll.)* ตรงเผง, ตรงเป้า; **parson's** *or* **pope's** ~ *(Gastr.)* ส่วนก้นของไก่; **pay through the** ~: จ่ายราคาที่สูงเกินไป; **poke** *or* **thrust** *etc.* **one's** ~ **into sth.** *(fig.)* เข้าไปยุ่งเกี่ยว *หรือ* อยากรู้อยากเห็นใน *ส.น.*; **put sb.'s** ~ **out of joint** *(fig. coll.)* ทำให้ *ค.น.* เสียอารมณ์, ทำให้ *ค.น.* เสียหน้า/เสียแผน; **rub sb.'s** ~ **in it** *(fig.)* ย้ำข้อผิดพลาดของ *ค.น.* เพื่อให้ขายหน้า; **see no further than one's** ~ *(fig.)* มองไม่เห็นภาพกว้าง; **speak through one's** ~: พูดด้วยเสียงขึ้นจมูก; **turn up one's** ~ **at sth.** *(fig. coll.)* แสดงความดูถูกเหยียดหยาม *ส.น.*; **under sb.'s** ~ *(fig. coll.)* อยู่ต่อหน้าต่อตา; **keep one's** ~ **out of sth.** *(fig. coll.)* ไม่เข้าไปยุ่งใน *ส.น.*; **keep your** ~ **out of this!** อย่ามายุ่งในเรื่องนี้; **go** *or* **walk about with one's** ~ **in the air** ไป *หรือ* เดินเชิดอย่างหยิ่งทะนงตัว; ➡ + ˈ**blow** 2 G; **grindstone**; ²**lead** 1 A; **spite** 2; **thumb** 2 C; Ⓑ *(sense of smell)* การรับกลิ่น, จมูก; **have a good** ~ **for sth.** จมูกรับกลิ่น *ส.น.* ได้ดี; Ⓒ *(of ship, aircraft)* ส่วนจมูกเครื่องบิน; *(of torpedo)* ส่วนหัวสุด; Ⓓ *(of wine)* กลิ่นหอม ❷ *v.t.* Ⓐ *(detect, smell out)* ~ **[out]** ตรวจจับ, ได้กลิ่น; Ⓑ ~ **one's way** ค่อย ๆ หาทางของตน ❸ *v.i.* ค้นหา; ~ **out of sth.** ค่อย ๆ ขยับออกจาก *ส.น.*

~ **aˈbout**, ~ **aˈround** *v.i. (coll.)* ค้นหาไปทั่ว, สอดรู้สอดเห็นในรายละเอียด

nose: ~**bag** *n.* ถุงคล้องคอม้าเพื่อใส่อาหาร; ~**band** *n.* สายรอบจมูกบนบังเหียนม้า; ~**bleed** *n.* เลือดกำเดา; ~ **cone** *n.* ส่วนหน้าสุดของจรวด; ~**dive** ❶ *n.* Ⓐ การดิ่งหัวเครื่องบินลงมา; Ⓑ *(fig.)* การล้มเหลว; **take a** ~**dive** สถานการณ์เลวลงอย่างฉับพลัน ❷ *v.i.* พุ่งหัวลง; *(เรือ)* เอาหัวดำลงไป; ~ **flute** *n.* เครื่องดนตรีที่เป่าด้วยจมูก *(เป็นที่นิยมในหมู่เกาะแปซิฟิก)*; ~**gay** *n.* ช่อดอกไม้เล็ก ๆ ที่ให้กลิ่นหอมหวาน; ~ **job** *n. (coll.)* ศัลยกรรมผ่าตัดจมูก; ~**ring** *n.* ห่วงในจมูก *(สัตว์ไว้ลาก, คนเพื่อประดับ)*; ~ **wheel** *n. (Aeronaut.)* ล้อหน้าใต้จมูกเครื่องบิน

nosey ➡ **nosy**

nosh /nɒʃ/นอช/ *(esp. Brit. coll.)* ❶ *v.t. & i. (eat)* กิน, ดื่ม; *(between meals)* กินของว่าง ❷ *n. (snack)* ของว่าง, ของกินเล่น; *(food)* อาหาร

no-ˈshow *n. (for a flight)* ผู้โดยสารที่ไม่ปรากฏตัว; **be a** ~ **at a dinner/at an event/on a flight/in a hotel** เป็นแขกรับเชิญในงานเลี้ยง/งานใด ๆ/ผู้โดยสารเที่ยวบิน/ที่จองโรงแรมไว้ที่ไม่ปรากฏตัว

ˈnosh-up *n. (Brit. coll.)* อาหาร; *(good meal)* อาหารมื้อใหญ่; **have a** ~: รับประทานอาหารอย่างเต็มที่

no ˈside *n. (Rugby)* ตอนจบของการแข่งขัน

n

nostalgia /nɒˈstældʒə/นอ'ซแตลเจีย, -เจอะ/ *n.* การหวนรำลึกถึงอดีตที่หวาน, คิดถึงอดีตอย่างชื่นชม; **~ for sth.** การหวนรำลึกถึง *ส.น.*
nostalgic /nɒˈstældʒɪk/นอ'ซแตลจิค/ *adj.* ที่หวนคิดถึงอดีตที่หวานชื่น
nostril /ˈnɒstrɪl/ˈนอซตริล/ *n.* ➤ **118** รูจมูก
nostrum /ˈnɒstrəm/ˈนอซเตริ่ม/ *n.* **A** *(medicine)* ยาสามัญประจำบ้าน; **his pet ~ is** สิ่งที่เขาจะใช้เป็นประจำคือ; **B** *(pet scheme)* แผนการโปรด *(ทางการเมืองหรือสังคม)*
nosy /ˈnəʊzɪ/ˈโนซิ/ *adj. (coll.)* ชอบยุ่งเรื่องของคนอื่น
Nosy 'Parker *n. Brit. coll.* คนที่สอดรู้สอดเห็น
not /nɒt/นอท/ *adv.* **A** ไม่; **he is ~ a doctor** เขาไม่ใช่หมอ; **isn't she pretty?** เธอสวยจังเลยนะ; **I do ~ feel like doing it** ฉันรู้สึกไม่อยากจะทำสิ่งนั้น; **B** *in ellipt. phrs.* ไม่; **I hope ~:** ฉันหวังว่าคงไม่; **~ so** ไม่ใช่; **~ at all** ไม่ใช่เลย; *(in polite reply to thanks)* ไม่เป็นไร; **~ that [I know of]** [เท่าที่ฉันรู้] ไม่...; **C** *in emphat phrs.* **~ ... but ...:** ไม่...แต่...; **it was ~ a small town but a big one** มันไม่ใช่เมืองเล็กแต่เป็นเมืองใหญ่เมืองหนึ่ง; **lazy he is ~:** เขาไม่ใช่คนเกียจคร้าน; **~ I/they** *etc.* ไม่ใช่ฉัน/พวกเขา ฯลฯ; **~ a moment/grey hair** แม้แต่หนึ่งนาทีก็ไม่มี/แม้แต่ผมหงอกเส้นเดียวก็ไม่มี; **~ a thing** ไม่มีเลย; **come ~ a day too soon** ไม่มาเร็วเกินไปแม้เพียงวันเดียว; **~ a few/everybody** ไม่น้อยเลยนะ/ไม่หมดทุกคน; **~ a small sacrifice** ไม่ใช่เป็นการเสียสละแค่เพียงเล็กน้อย; **~ once or** *or* **nor twice, but ...:** ไม่ใช่เพียงแค่ครั้งเดียว *หรือ* สองครั้งเท่านั้นแต่...; **feel ~ so** *or* **too well** รู้สึกไม่ค่อยสบาย
notability /nəʊtəˈbɪlɪtɪ/โนเทอะ'บิลลิทิ/ *n.* **A** *no pl. (being notable)* ความเลื่องลือ, การมีชื่อเสียง; **a painter of [some] ~:** จิตรกรที่ลือเลื่อง [พอใช้]; **B** *(person)* ➡ **notable** 2
notable /ˈnəʊtəbl/ˈโนเทอะบ'ล/ ❶ *adj.* น่าสนใจ, น่าจดจำ, เป็นที่ลือเลื่อง, มีชื่อเสียง; **be ~ for sth.** เป็นที่รู้จักในเรื่อง *ส.น.* ❷ *n.* บุคคลที่เด่น, บุคคลที่มีชื่อเสียง
notably /ˈnəʊtəblɪ/ˈโนเทอะบลิ/ *adv.* อย่างที่น่าสังเกต, โดยเฉพาะ
notarial /nəʊˈteərɪəl/โน'แทเรียล/ *adj. (Law)* **A** *(of a notary)* เกี่ยวกับสัญญาที่ถูกต้องตามกฎหมาย; **B** *(prepared by a notary)* ที่เตรียมโดยบุคคลที่มีอำนาจถูกต้องตามกฎหมาย
notary /ˈnəʊtərɪ/ˈโนเทอะริ/ *n.* ➤ **489** **~ ['public]** บุคคลที่มีอำนาจกระทำการที่ถูกต้องตามกฎหมาย
notation /nəʊˈteɪʃn/โน'เทช'น/ *n.* **A** *(Math., Mus., Chem.)* การจด/เขียนโดยใช้เครื่องหมาย, สัญกรณ์ *(ร.บ.)*; **B** *(Amer.: annotation)* บันทึก, อรรถาธิบาย; ➡ + ³**scale** 1 F
notch /nɒtʃ/นอฉ/ ❶ *n.* **A** รอยบากรูปตัววี; *(in damaged blade)* รอยเว้าแหว่ง; *(in belt)* รู; **be a ~ above the others** *(fig.)* อยู่เหนือกว่าคนอื่นหนึ่งขั้น; **tighten one's belt another ~** *(lit.)* รัดเข็มขัดให้แน่นขึ้นหนึ่งรู; *(fig.)* ประหยัดขึ้นอีกขั้นหนึ่ง ❷ *v.t.* **A** *(make ~es in)* ทำรอยเว้าแหว่ง *หรือ* รอยขีด; **B** *(score by ~es)* นับคะแนนโดยการทำรอยขีดไว้; *(fig.: score, achieve)* ขีดคะแนน/แต้มไว้ *(ในของแข็ง)* ทำสำเร็จ
~ 'up *v.t.* สำเร็จ, เก็บคะแนน, ได้ชัยชนะ
notched /nɒtʃt/นอฉท/ *adj.* มีรอยเว้าแหว่ง, มีรอยขีด
note /nəʊt/โนท/ ❶ *n.* **A** *(Mus.) (sign)* ตัวโน้ต *(ท.ศ.)*; *(key of piano)* ตัวโน้ตของเครื่องดนตรี *(ท.ศ.)*; *(bird's song)* เสียงร้องเรียก; **strike a false ~:** พูด *หรือ* กระทำไม่ถูกกาลเทศะ; **strike the right ~:** พูด *หรือ* กระทำในสิ่งที่ควร *หรือ* ถูกจังหวะ; **hit the wrong ~:** ดีดโน้ตผิด, ทำไม่ถูกจังหวะ, ไม่ถูกโอกาส; **B** *(tone of expression)* สำเนียงพูด, วิธีพูด, สำนวนพูดที่แสดงอารมณ์; **~ of discord** การแสดงความไม่ประสานพร้อมเพรียงกัน; **~ of caution/anger** การเตือนให้ระวัง/เสียงแสดงความโกรธ; **sound a ~ of caution** เตือนให้ระมัดระวัง; **on a ~ of optimism, on an optimistic ~:** โดยมองโลกในแง่ดี; **his voice had a peevish ~:** เสียงของเขาบ่งบอกถึงอารมณ์อันขุ่นมัว; **a festive ~, a ~ of festivity** บรรยากาศรื่นเริง; **C** *(jotting)* การบันทึกสั้น ๆ; **take** *or* **make ~s** จดบันทึกสั้น ๆ; **take** *or* **make a ~ of sth.** จดบันทึกเกี่ยวกับ *ส.น.*; **speak without ~s** พูดโดยไม่มีบทความ; **D** *(annotation, footnote)* คำอธิบายเพิ่มเติม, เชิงอรรถ, หมายเหตุ; **author's ~:**บันทึกหมายเหตุของผู้เขียน; **E** *(short letter)* จดหมายสั้น ๆ; **write a ~:** เขียนจดหมายสั้น ๆ; **F** *(Diplom.)* การบันทึกทางการทูตหรือระหว่างรัฐสภาอย่างเป็นทางการ; **G** ➤ **572** *(Finance)* **~ [of hand]** สัญญาใช้เงิน; **£10 ~:** ธนบัตรสิบปอนด์; **H** *no pl., no art. (importance)* ความสำคัญน่าจดจำ, ความโดดเด่น; **person/sth. of ~:** บุคคล/*ส.น.* สำคัญ; **nothing of ~:** ไม่มีสาระสำคัญ; **be of ~:** น่าจดจำ; **I** *no pl., no art. (attention)* ความสนใจ; **worthy of ~:** น่าสนใจ; **take ~ of sth.** *(heed)* ให้ความสนใจอย่างใกล้ชิดใน *ส.น.*; *(notice)* สังเกตจดจำ
❷ *v.t.* **A** *(register)* ลงทะเบียน; **B** *(pay attention to)* ให้ความสนใจ; **C** *(notice)* สังเกต; **D** *(set down)* **~ [down]** บันทึกเรื่องราวไว้
note: ~book *n.* **A** สมุดจดเล่มเล็ก ๆ, สมุดบันทึก; *(for lecture notes)* สมุดจด; **B** **~book [computer]** คอมพิวเตอร์พกพาขนาดสมุดบันทึก, โน้ตบุ๊ก *(ท.ศ.)*; **~case** *n.* กระเป๋าใส่ธนบัตร
noted /ˈnəʊtɪd/ˈโนทิด/ *adj.* **A** *(famous)* มีชื่อเสียง, เป็นที่รู้จักทั่วไป; **B** *(significant)* มีความสำคัญ
notelet /ˈnəʊtlɪt/ˈโนทลิท/ *n.* การ์ดมีภาพไว้เขียนจดหมายสั้น ๆ
note: ~pad *n.* สมุดจดบันทึก; **~paper** *n.* กระดาษเขียนจดหมาย; **~row** *n. (Mus.)* แถวของตัวโน้ตดนตรี; **~worthy** *adj.* น่าจดจำ, เป็นที่เลื่องลือ
nothing /ˈnʌθɪŋ/ˈนัธธิง/ ❶ *n.* **A** ไม่มีอะไร, ว่างเปล่า, ศูนย์; **~ interesting** ไม่มีอะไรน่าสนใจ; **~ much** ไม่มีอะไรเท่าไหร่; **~ more than** ไม่มีอะไรมากไปกว่า; **~ more, ~ less** ไม่มากไม่น้อยไปกว่านั้น; **I should like ~ more than sth./to do sth.** ไม่มีอะไรที่ฉันอยากได้มากกว่า *ส.น.*; **next to ~:** เกือบจะไม่มีอะไรเลย; **~ less than the best treatment** การปฏิบัติที่ยอดเยี่ยมอย่างแท้จริง; **~ less than a miracle is needed to save ...:** จะต้องมีเหตุการณ์ที่มหัศจรรย์จริง ๆ ถึงจะช่วย...ได้; **it's ~ less than suicidal to do this** ถ้าทำสิ่งนี้ ก็เท่ากับฆ่าตัวตาย; **there's ~ so good as ...:** ไม่มีอะไรที่จะดีเท่า...; **be ~ [when] compared to sth.** ไม่มีความหมายเลยเมื่อเทียบกับ *ส.น.*; **~ else than, ~ [else] but** ไม่มีอะไรอื่นนอกจาก หรือมีแค่; **do ~ [else] but grumble** ไม่ทำอะไรอื่นนอกจากบ่น; **there was ~ [else] for it but to do sth.** ไม่มีอะไรเหลือนอกจากทำ *ส.น.*; **he is ~ if not active** เขาเป็นคนกระตือรือร้นอยู่ตลอดเวลา; **be ~ if not conscientious/brutal** เป็นคนที่รับผิดชอบสูง/โหดร้ายมาก; **there is ~ in it** *(in race etc.)* สูสีกันจริง ๆ; *(it is untrue)* ไม่มีความจริงแม้แต่นิด; **there's ~ 'of him** *(he is very thin)* ตัวเขาผอมแห้งไม่มีเนื้อหนัง; **there is ~ 'to it** มันง่ายเหลือเกิน; **he/she is ~ to me** เขา/เธอไม่น่าสนใจสำหรับฉัน; **your problems are ~ compared to his** ปัญหาของคุณเล็กมากเมื่อเทียบกับของเขา; **~ ventured ~ gained, ~ venture ~ win** *(prov.)* ไม่เข้าถ้ำเสือ ก็ไม่ได้ลูกเสือ; **£300 is ~ to him** เงิน 300 ปอนด์ไม่มีความหมายสำหรับเขา; **have [got]** *or* **be ~ to do with. sb./sth.** *(not concern)* ไม่มีอะไรต้องเกี่ยวกับ *ค.น./ส.น.*; **have ~ to do with sb./sth.** *(avoid)* คอยหลีกเลี่ยง *ค.น./ส.น.*; **[not] for ~:** โดย [ไม่] ต้องจ่าย; **count** *or* **go for ~** *(be unappreciated)* ไม่มีใครชื่นชอบ; *(be profitless)* ทำไปแล้วเสียเปล่า; **have [got] ~ on sb./sth.** *(be not better than; iron.: be inferior to)* ไม่มีดีไปกว่า *ค.น.*, ด้อยกว่า *ค.น./ส.น.*; **have [got] ~ on sb.** *(know ~ bad about)* ไม่รู้ความชั่วร้ายเกี่ยวกับ *ค.น.* เลย; **have ~ on** *(be naked)* ไม่ใส่อะไร, เปลือยเปล่า; *(have no engagements)* ไม่มีนัดอะไร; **make ~ of sth.** *(make light of)* ไม่ทำให้ *ส.น.* เป็นเรื่องใหญ่; *(not understand)* ไม่เข้าใจ *ส.น.*; **it means ~ to me** *(is not understood)* ฉันไม่เข้าใจ; *(is not loved)* ไม่เป็นที่รัก/ของโปรดของฉัน; **no ~** *(coll.)* ไม่มีอะไรเลยจริง ๆ; **to say ~ of** โดยไม่ต้องพูดถึง; **B** *(zero)* **multiply by ~:** คูณด้วยศูนย์; **register ~:** *(ที่วัดปรอท)* แสดงค่าเป็นศูนย์; **C** *(trifling event)* เหตุการณ์หรือสิ่งที่ไม่สำคัญ; *(trifling person)* บุคคลต่ำต้อย, บุคคลที่ไม่สำคัญ; **soft** *or* **sweet ~s** คำพูดนุ่มนวลอ่อนหวาน; ➡ + **'do** 1 B, 2 J; **'like** 1 A; **short** 1 D; **stop** 1 C, 2 B; **think of** g
❷ *adv.* ไม่มีอะไรเลย, ไม่เลย, ไม่มีทาง; **~ near so bad as ...:** ไม่เลวร้ายเท่าที่...เลย
nothingness /ˈnʌθɪŋnɪs/ˈนัธธิงนิซ/ *n., no pl.* การไม่มีอะไร, ความว่างเปล่า, ความเป็นศูนย์
notice /ˈnəʊtɪs/ˈโนทิซ/ ❶ *n.* **A** ป้ายประกาศ, การแจ้งความ, การประกาศ; *(in newspaper)* การประกาศ, โฆษณา; **no-smoking ~:** ป้ายประกาศห้ามสูบบุหรี่; **B** *(warning)* **~ of a forthcoming strike** การประกาศถึงการนัดหยุดงานในเร็ว ๆ นี้; **give [sb.] [three days'] ~ of one's arrival** แจ้ง [*ค.น.*] [3 วัน] ล่วงหน้าก่อนที่จะเดินทางมาถึง; **have [no] ~ [of sth.]** [ไม่] ได้แจ้ง [ถึง *ส.น.*] ล่วงหน้า; **at short/a moment's/ten minutes' ~:** แจ้งให้ทราบล่วงหน้าสั้นมาก/อย่างกะทันหัน/สิบนาที; **C** *(formal notification)* การประกาศให้ทราบอย่างเป็นทางการ; **give ~ of appeal** ประกาศให้ทราบถึงการอุทธรณ์ต่อศาล; **until further ~:** จนกว่าจะประกาศให้ทราบต่อไป; **~ is given of sth.** มีประกาศเกี่ยวกับ *ส.น.* ออกมา; ➡ + **quit** 2 B; **D** *(ending an agreement)* บอกเลิก *(สัญญา)*; ประกาศยุติ; **give sb. a week's/month's ~:** บอกเลิกงาน *ค.น.* โดยให้เวลาหนึ่งอาทิตย์/หนึ่งเดือน; **hand in one's ~** *or* **give ~** *(Brit.)*, **give one's ~** *(Amer.)* ยื่นใบลาออกจากงาน; **E** *(attention)* ความสนใจ; **attract ~:** ดึงดูดความสนใจ; **bring sb./sth. to sb.'s ~:** ทำให้ *ค.น./ส.น.* เป็นที่สนใจ *หรือ* ที่สังเกตของ *ค.น.*; **worthy of ~:** น่าสนใจ; **it has come to my ~ that ...:** ฉันสังเกตว่า...; **not take much ~ of**

noticeable | nuclear capability

sb./sth. ไม่ค่อยสนใจ ค.น./ส.น. มากนัก; **take no ~ of sb/sth.** (not observe) ไม่สังเกต ค.น./ส.น.; (disregard) ไม่ใส่ใจ ค.น./ส.น.; **take ~ of** สังเกต, สนใจ; ⓕ (review) การวิจารณ์ (หนังสือใหม่) ❷ v.t. Ⓐ (perceive, take notice of) สังเกต; ~ **the details [on this painting]** สังเกตรายละเอียด [ของภาพวาดนี้] ไว้; **he likes to get himself ~d** เขาชอบให้มีคนสนใจเขา; **I pretended not to ~** ฉันทำเป็นไม่รู้ไม่ชี้; **but not so you'd ~** (coll.) แต่ก็ไม่ถึงขนาดที่ใครจะสังเกต; Ⓑ (remark upon) กล่าวถึง; Ⓒ (acknowledge) แสดงการรับรู้, แสดงว่าเข้าใจ

noticeable /ˈnəʊtɪsəbl/ˈโนทิเซอะบ'ล/ adj. Ⓐ (perceptible) (รอยเปื้อน, ความแตกหัก) เห็น หรือ สังเกตได้ง่าย; Ⓑ (worthy of notice) น่าสังเกต, น่าสนใจ

noticeably /ˈnəʊtɪsəblɪ/ˈโนทิเซอะบลิ/ adv. อย่างเห็น หรือ สังเกตได้ง่าย, อย่างชัดเจน

ˈnoticeboard n. (Brit.) กระดานปิดประกาศ

notifiable /ˈnəʊtɪfaɪəbl/ˈโนทิไฟเออะบ'ล/ adj. (โรคติดต่อ) ที่จะต้องแจ้งเจ้าหน้าที่สาธารณสุข

notification /ˌnəʊtɪfɪˈkeɪʃn/ˈโนทิฟิ'เคช'น/ n. การแจ้งให้ทราบ (of sb. แก่ ค.น.; of sth. เกี่ยวกับ ส.น.); (of disease) การแจ้ง (เจ้าหน้าที่สาธารณสุข)

notify /ˈnəʊtɪfaɪ/ˈโนทิไฟ/ v.t. Ⓐ (make known) ประกาศให้รู้; Ⓑ (inform) ส่งข่าวสารให้ทราบ (of เกี่ยวกับ)

notion /ˈnəʊʃn/ˈโนช'น/ n. Ⓐ ความคิด; **have the faintest/least ~ of how/what** etc. ไม่ได้เข้าใจแม้แต่สักนิดว่าจะทำอย่างไร/อะไร; **he has no ~ of time** เขาไม่เคยรู้เวลาเลย; Ⓑ (intention) **have no ~ of doing sth.** ไม่มีความตั้งใจที่จะทำ ส.น. เลย; Ⓒ (knack, inkling) **have no ~ of sth.** ไม่รู้เรื่องเกี่ยวกับ ส.น.; Ⓓ in pl. (Amer.: haberdashery) ของใช้เล็กๆ น้อยๆ เช่น เข็มด้าย และอื่นๆ

notional /ˈnəʊʃnl/ˈโนช'นัล/ adj. Ⓐ (imaginary) ในความคิด/จินตนาการ; Ⓑ (theoretical) ทางทฤษฎี, ที่ตั้งไว้เป็นกฎระเบียบของความคิด; (token) เป็นพิธีการเท่านั้น; (hypothetical) สมมติฐาน; Ⓒ (vague, abstract) ที่คลุมเครือ, เป็นนามธรรม

notionally /ˈnəʊʃnəlɪ/ˈโนช'เนอะลิ/ adv. อย่างเป็นทฤษฎี

notoriety /ˌnəʊtəˈraɪətɪ/ˈโนเทอะ'รายเออะทิ/ n., no pl. ความมีชื่อเสียงในทางลบ, เป็นที่รู้จักในแง่ไม่ดี

notorious /nəˈtɔːrɪəs/ˈโน'ทอเรียส/ adj. (infamous) (โกหก) จนขึ้นชื่อ; (การโกง) ที่เลวทราม มีประวัติ; **be** or **have become ~ for sth.** มีชื่อเสียงไม่ดีเนื่องจาก ส.น.

notoriously /nəˈtɔːrɪəslɪ/ˈโน'ทอเรียสลิ/ adv. อย่างมีชื่อเสียงไม่ดี, อย่างอื้อฉาว, โดยขึ้นชื่อ

no ˈtrump n. (Bridge.) การเล่นไพ่บริดจ์ โดยไม่มีไพ่ชุดไหนมีค่าสูงกว่าชุดอื่นๆ

notwithstanding /ˌnɒtwɪðˈstændɪŋ/ˈนอทวิธ'สแตนดิง/ ❶ prep. ถึงแม้ว่า, อย่างไรก็ตาม ❷ adv. ถึงอย่างไรก็ตาม ❸ conj. **~ that ...**: ถึงแม้ว่า...

nougat /ˈnuːgɑː/, US /ˈnuːgət/ˈนูกา, 'นูเกิท/ n. ขนมหวานเหนียวทำจากน้ำตาลผสมผึ้ง ถั่วต่างๆ และไข่ขาว

nought /nɔːt/ˈนอท/ n. Ⓐ ▶ 602 (zero) เลขศูนย์; **~s and crosses** (Brit.) เกมที่ผู้เล่นเขียน

ศูนย์หรือกากบาทลงในตาราง ผู้ที่ได้ 3 ช่องติดกัน คนแรกชนะ; Ⓑ (poet./arch.: nothing) ➔ **naught**

noun /naʊn/ˈนาวน์/ n. (Ling.) คำนาม; (common noun) คำนามสามัญ; (proper noun) คำนามเฉพาะ

noun:~ clause n. นามานุประโยค

nourish /ˈnʌrɪʃ/ˈเนอริช/ v.t. Ⓐ ให้อาหาร; ให้พลัง; (fig.) ส่งเสริมคุณภาพ, จัดหาสิ่งที่มีคุณค่าแก่จิตใจ; Ⓑ (in one's heart) ส่งเสริม (ความคิด); อุดหนุน (ความรู้สึก)

nourishing /ˈnʌrɪʃɪŋ/ˈเนอริชิง/ adj. ที่ให้พลัง

nourishment /ˈnʌrɪʃmənt/ˈเนอริชเมินท'/ n. (food) อาหาร; (fig.) กำลังใจ

nous /naʊs/ˈเนาซ์/ n. (coll.) สามัญสำนึก, สมอง; **use a bit of ~** ใช้สมองบ้างซิ

nouveau riche /ˌnuːvəʊ ˈriːʃ/ˈนูโว 'รีช/ ❶ n., pl. **nouveaux riches** /ˌnuːvəʊ ˈriːʃ/ˈนูโว 'รีช/ เศรษฐีใหม่ ❷ adj. อย่างเศรษฐีใหม่

Nov. abbr. November พ.ย.

nova /ˈnəʊvə/ˈโนเวอะ/ n., pl. **-e** /ˈnəʊviː/ˈโนวี/ or **-s** (Astron.) ดวงดาวที่จู่ๆ มีความสุกสว่างเพิ่มขึ้นอย่างมากแล้วก็ดับวูบไป

Nova Scotia /ˌnəʊvə ˈskəʊʃə/ˈโนเวอะ 'ซโกเซอะ/ pr. n. แคว้นโนวาสโกเชีย ในประเทศแคนาดา

novel /ˈnɒvl/ˈนอฟ'ล/ ❶ n. หนังสือนวนิยาย ❷ adj. มีรูปแบบใหม่, แปลก

novelette /ˌnɒvəˈlet/ˈนอเวอะ'เล็ท/ n. นวนิยายสั้นๆ; (Brit. derog.) นวนิยายแนวโรแมนติกแบบเบาสมอง

novelist /ˈnɒvəlɪst/ˈนอเวอะลิสท'/ n. ▶ 489 นักประพันธ์นวนิยาย

novella /nəˈvelə/ˈเนอะ'เว็ลเลอะ/ n. นวนิยายสั้น, นิทาน

novelty /ˈnɒvltɪ/ˈนอฟ'ลทิ/ n. Ⓐ **be a/no ~**: เป็นของใหม่/ไม่ใช่ของใหม่; Ⓑ (newness) ความใหม่/ลักษณะใหม่; **the ~ will wear off** ความใหม่จะค่อยๆ จางไป; **have a certain ~ value** มีคุณค่าในแง่ที่เป็นของใหม่; Ⓒ (gadget) อุปกรณ์ใหม่ๆ ที่ไก่แบบใหม่; **jokes and novelties** ของเล่นถูกแกล้งและคำขวัญตลกๆ

November /nəʊˈvembə(r)/ˈเนอะ'เว็มเบอะ(ร)/ n. ▶ 231 เดือนพฤศจิกายน; ➔ + **August**

novice /ˈnɒvɪs/ˈนอวิซ/ n. Ⓐ (Relig.) สามเณร, สมาชิกใหม่ของนิกายทางศาสนาก่อนจะสาบานตน; Ⓑ (new convert) คนที่เพิ่งเปลี่ยนมานับถือศาสนาอนิกายใหม่; Ⓒ (beginner) คนเพิ่งเริ่มต้น, คนยังไม่มีประสบการณ์

noviciate, novitiate /nəˈvɪʃɪət/ˈเนอะ'วิเชียท/ n. Ⓐ (Relig.: period, quarters) ช่วงทดสอบการปฏิบัติตนจะสาบานตน; ที่อยู่ของสามเณร; (fig.: period or state of initiation) ช่วงเรียนรู้; Ⓑ ➔ **novice** A, C

now /naʊ/ˈนาว/ ❶ adv. Ⓐ ตอนนี้; (nowadays) ปัจจุบัน; (immediately) ทันทีทันใด, เดี๋ยวนี้; (this time) เวลานี้; **it's ten years ago ~ that** or **since he died** ตอนนี้เป็นเวลาครบสิบปีที่เขาสิ้นชีวิตไป; **just ~** (very recently) เมื่อกี้นี้เอง, เมื่อสักครู่นี้; (at this particular time) ตอนนี้; **I can't see you just ~**: ตอนนี้ฉันไม่มีเวลาที่จะเจอคุณ; **for a cup of tea** มาดื่มชาถ้วยสักถ้วยเถอะ; **[every] ~ and then** or **again** เป็นบางครั้งบางคราว; **~ sunshine, ~ showers** เดี๋ยวแดดออก เดี๋ยวฝนตก; **[it's] ~ or never!** ถ้าไม่ทำตอนนี้ก็ไม่มีวันทำได้; Ⓑ (not referring to time) **well ~**: เอาละตอนนี้; **come ~**: มาเถอะ~, ~: เอาละ, สิ่งเอาละ~, ~: เอาละ; **~, what happened is this ...**: เอาละ,

ที่เกิดขึ้นก็คือ; **~ just listen to me** เอาละตอนนี้ มาฟังฉัน; **~ then** เอาละ; **quickly ~!** เร็วๆ เข้า; **goodbye ~**: ลาก่อนนะ; **He thinks he can stay here for nothing – Does he, ~!** เขาคิดว่าเขาอยู่ที่นี่ได้โดยไม่ต้องจ่ายอะไร ยังงั้นเซียวหรือ ❷ conj. **~ [that] ...**: หลังจาก [ที่]

❸ n. **the here and ~**: สถานการณ์ปัจจุบัน; **~ is the time to do sth.** ขณะนี้เป็นเวลาที่จะทำ ส.น.; **before ~**: ก่อนหน้านี้; **up to** or **until ~**: จนถึงบัดนี้; **never before ~**: ไม่เคยก่อนหน้านี้; **by ~**: ถึงตอนนี้แล้ว; **a week from ~** หนึ่งอาทิตย์จากนี้ไป; **you've got from ~ till Friday to do it** คุณมีเวลาจากนี้จนถึงวันศุกร์ที่จะทำ; **from ~ on** จากนี้เป็นต้นไป; **as of ~**: ขณะนี้, ตอนนี้; **that's all for ~**: แค่นี้ก็พอสำหรับตอนนี้; **put it aside for ~**: พักเรื่องนี้ไว้ก่อน; **bye** etc. **for ~!** (coll.) ไปก่อนนะ

nowadays /ˈnaʊədeɪz/ˈนาวเออะเดซ/ adv. สมัยนี้, เดี๋ยวนี้

nowhere /ˈnəʊweə(r)/ˈโนแว(ร)/ ❶ adv. Ⓐ (in no place) ไม่อยู่ที่ไหน; Ⓑ (to no place) ไม่ไปที่ไหน, ไม่ไกลที่ไหน; Ⓒ **~ near** (not even nearly) ไม่ใกล้เลย, ไม่ใกล้เคียง; **be ~ near prepared** ไม่พร้อมเลย ❷ pron. **as if from ~**: จู่ๆ ก็โผล่มา/ปรากฏ; **live in the middle of ~** (coll.) อยู่อาศัยห่างไกลจากชุมชน; **the train stopped in the middle of ~** รถไฟจอดในที่ห่างไกลจากชุมชน; **start from ~**: เริ่มต้นจากศูนย์; **come from ~**: จู่ๆ ก็ปรากฏขึ้นมา หรือ ประสบความสำเร็จทันทีทันใด; **come [in]/be ~** (in race etc.) ไม่มีอันดับในการแข่งขัน; **get ~** (make no progress) ไปไม่ถึงไหน, ยังไม่ก้าวหน้า; (have no success) ยังไม่สำเร็จ; **get sb. ~**: ไม่ได้ช่วย ค.น. เลย

no-win attrib. adj. ไม่มีทางชนะ, ไม่ชนะ

nowt /naʊt/ˈเนาท/ n. (Brit. dial. or coll.) ไม่มีอะไรหรอก

noxious /ˈnɒkʃəs/ˈนอคเชิซ/ adj. เป็นอันตราย

nozzle /ˈnɒzl/ˈนอซ'ล/ n. ปลายท่อ, หัวฉีด, ปากกระบอกฉีด; (of gun) ลำกล้องปืน; (of petrol pump) ปลายท่อปั้มน้ำมัน

nr. abbr. near

NSPCC abbr. (Brit.) National Society for the Prevention of Cruelty to Children สมาคมป้องกันการทารุณกรรมเด็ก

NT abbr. New Testament

nth /enθ/ˈเอ็นธ/ ➔ **ˈN, n B**

nuance /ˈnjuːɑːns/, US /ˈnuː-/ˈนิวอองซ, ˈนู-/ ❶ n. ความแตกต่าง (ของสี, ความหมาย ฯลฯ) ที่สังเกตยาก, ความเปลี่ยนแปลงที่ละนิด; (Mus.) การใส่อารมณ์อย่างละเอียดอ่อน; **~s of meaning** มีความหมายแตกต่างกันไม่มากนัก; **~ of colour** สีที่แตกต่างกันไม่มาก ❷ v.t. ให้ความแตกต่างที่อ่อนโยน

nub /nʌb/ˈนับ/ n. Ⓐ (small lump) (ถ่าน) ก้อนเล็กๆ; (stub) เศษเล็กเศษน้อย; Ⓑ (fig.) ใจความสำคัญ (ของเนื้อเรื่อง), สาระสำคัญ

nubile /ˈnjuːbaɪl/, US /ˈnuːbl/ˈนิวบายล, ˈนูบ'ล/ adj. Ⓐ (marriageable) (เกี่ยวกับผู้หญิง) ที่สามารถสมรสได้; Ⓑ (sexy) มีเสน่ห์

nuclear /ˈnjuːklɪə(r)/, US /ˈnuː-/ˈนิวเคลีย(ร), ˈนู-/ adj. Ⓐ เกี่ยวกับนิวเคลียส; เกี่ยวกับใจกลาง, ศูนย์กลาง; Ⓑ (using ~ energy or weapons) (พลัง, ระเบิด, อาวุธ, สงคราม) นิวเคลียร์; ระเบิด, โครงการ) ปรมาณู

nuclear: ~ ˈbomb n. ระเบิดนิวเคลียร์; **~ caˈpability** n. ศักยภาพทางอาวุธนิวเคลียร์; **a missile with ~ capability** จรวดที่ใช้กับระเบิด

Numbers (ตัวเลข)

Cardinal numbers (ตัวเลขแสดงจำนวน)

0 *(nought, zero)* = ศูนย์	**21 *(twenty-one)*** = ยี่สิบเอ็ด
1 *(one)* = หนึ่ง	**22 *(twenty-two)*** ยี่สิบสอง
2 *(two)* = สอง	**30 *(thirty)*** = สามสิบ
3 *(three)* = สาม	**40 *(forty)*** = สี่สิบ
4 *(four)* = สี่	**50 *(fifty)*** = ห้าสิบ
5 *(five)* = ห้า	**60 *(sixty)*** = หกสิบ
6 *(six)* = หก	**70 *(seventy)*** = เจ็ดสิบ
7 *(seven)* = เจ็ด	**80 *(eighty)*** = แปดสิบ
8 *(eight)* = แปด	**90 *(ninety)*** เก้าสิบ
9 *(nine)* = เก้า	**100 *(a* or *hundred)*** = หนึ่งร้อย
10 *(ten)* = สิบ	**101 *(a* or *one hundred and one)*** = หนึ่งร้อยหนึ่ง
11 *(eleven)* = สิบเอ็ด	**555 *(five hundred and fifty-five)*** = ห้าร้อยห้าสิบห้า
12 *(twelve)* = สิบสอง	**1,000 *(a* or *one thousand)*** = หนึ่งพัน
13 *(thirteen)* = สิบสาม	**1,001 *(a* or *one thousand and one)*** = หนึ่งพันหนึ่ง
14 *(fourteen)* = สิบสี่	**1,200 *(one thousand two hundred* or *twelve hundred)*** = หนึ่งพันสองร้อย
15 *(fifteen)* = สิบห้า	**10,000 *(a* or *ten thousand)*** = หนึ่งหมื่น
16 *(sixteen)* = สิบหก	**100,000 *(a* or *one hundred thousand)*** = หนึ่งแสน
17 *(seventeen)* = สิบเจ็ด	**1,000,000 *(a* or *one million)*** = หนึ่งล้าน
18 *(eighteen)* = สิบแปด	**3,536,000 *(three million five hundred and thirty-six thousand)*** = สามล้านห้าแสนสามหมื่นหกพัน
19 *(nineteen)* = สิบเก้า	**1,000,000,000 *(a* or *one billion, a* or *one thousand million)*** = หนึ่งพันล้าน
20 *(twenty)* = ยี่สิบ	**1,000,000,000,000 *(a* or *one trillion, a* or *one million million)*** = หนึ่งล้านล้าน

Fractions = เศษส่วน

$\frac{1}{2}$	ครึ่ง	$1\frac{1}{2}$	หนึ่งครึ่ง
$\frac{1}{4}$	เศษหนึ่งส่วนสี่, ค่อน	$2\frac{3}{4}$	สองกับสามส่วนสี่
$\frac{1}{3}$	เศษหนึ่งส่วนสาม	$5\frac{2}{3}$	ห้ากับสองส่วนสาม
$\frac{1}{8}$	เศษหนึ่งส่วนแปด	$8\frac{7}{8}$	แปดกับเจ็ดส่วนแปด

Fractions are formed by the following method:

เศษ + numerator + ส่วน + denonuinator

$\frac{2}{3}$ = เศษ + สอง + ส่วน + สาม

two thirds of the distance
= เศษสองส่วนสามของระยะทาง

one eighth of the amount
= เศษหนึ่งส่วนแปดของจำนวน

an eighth of a litre
= เศษหนึ่งส่วนแปดของลิตร

five eighths of a mile
= เศษห้าส่วนแปดของหนึ่งไมล์

six hundredths of a second
= เศษหกส่วนร้อยของวินาที

Note the ***of*** is translated by ของ and ***a*** and ***the*** are omitted.

นิวเคลียร์/ปรมาณูได้; **have ~ capability** ความสามารถด้านอาวุธนิวเคลียร์; **~ de'terrent** *n.* มีอาวุธนิวเคลียร์เป็นเครื่องป้องกัน; **~ dis'armament** *n.* การยกเลิกอาวุธนิวเคลียร์; **~ 'energy** *n., no pl.* พลังงานนิวเคลียร์; **~ family** *n. (sociol.)* คู่สามีภรรยาและลูก *(ซึ่งถือว่าเป็นหน่วยพื้นฐานของสังคม)*; **~ 'fission** *n.* ปฏิกิริยาของนิวเคลียร์ที่เกิดขึ้นโดยการแตกตัวของนิวเคลียส; **~-'free** *adj. (เขต)* ปราศจากอาวุธนิวเคลียร์; **~ 'fuel** *n.* สารที่ใช้เป็นแหล่งให้พลังงานนิวเคลียร์; **~ 'fusion** *n. ปฏิกิริยานิวเคลียร์โดยนิวเคลียสของอะตอมที่เบากว่ารวมกันเป็นนิวเคลียสที่หนักกว่า*; **~ 'physics** *n.* วิชาฟิสิกส์นิวเคลียร์; **~ 'power** *n.* Ⓐ พลังงานนิวเคลียร์; Ⓑ *(country)* ประเทศที่มีอาวุธนิวเคลียร์; **~ 'powered** *adj.* ที่ได้พลังงานมาจากปฏิกิริยานิวเคลียร์; **~ 'power station** *n.* โรงส่งไฟฟ้าพลังงานนิวเคลียร์; **~ re'actor** ➡ **reactor** A; **~ 'testing** *n.* การทดลองอาวุธนิวเคลียร์; **~ umbrella** *n. การปกป้องประเทศโดยการเข้าเป็นพันธมิตรกับประเทศที่ครอบครองอาวุธนิวเคลียร์*; **~ 'warfare** *n., no pl.* สงครามนิวเคลียร์; **~ warhead** *n.* หัวรบนิวเคลียร์; **~ 'waste** *n.* กากกัมมันตภาพรังสี *(ที่เกิดจากการผลิตพลังงานนิวเคลียร์)*; **~ 'winter** *n. การบดบังอาทิตย์ที่มีพลานุภาพอย่างรุนแรงจากสงครามอาวุธนิวเคลียร์ ทำให้เกิดอากาศหนาวจัด*

nuclei *pl. of* **nucleus**

nucleic acid /nju:kli:ɪk 'æsɪd, US nu:-/นิวคลีอิค 'แอซิด, นู-/ *n. (Biochem.)* กรดเชิงซ้อนชนิดหนึ่งที่พบอยู่ในเซลล์ทั้งหลาย

nucleus /'nju:klɪəs, US 'nu:-/'นิวเคลฺิยซ, 'นู-/ *n., pl.* **nuclei** /'nju:klɪaɪ, US 'nu:-/'นิวคลฺิอาย, 'นู-/ Ⓐ ศูนย์กลาง; *(of collection)* ส่วนกลางหรือของมีรูปกลมที่เป็นที่รวมของส่วนอื่น ๆ; Ⓑ *(Astron.)* ส่วนที่เป็นของแข็งของส่วนหัวของดาวหาง; Ⓒ *(Physics)* ศูนย์กลางของอะตอม; Ⓓ *(Biol.)* นิวเคลียส *(ท.ศ.)* ของเซลล์

nude /nju:d, US nu:d/นิวดฺ, นูด/ ❶ *adj.* เปลือย, เปล่าเปลือย, ไม่นุ่งห่มผ้า; *(coll.)* แก้ผ้า, โป๊; **~ figure revue** ภาพเปลือย/การแสดงโป๊ ❷ *n.* Ⓐ *(Art) (figure)* ลักษณะแก้ผ้า, ลักษณะเปลือย; *(painting)* ภาพวาด, รูปปั้น, ภาพถ่าย ฯลฯ ของคนเปลือย; Ⓑ **in the ~:** เปลือย, ไม่ใส่เสื้อผ้า; *(coll.)* แก้ผ้า, โป๊ *(ภ.พ.)*; Ⓒ *(person)* คนแก้ผ้า, คนเปลือย, คนโป๊ *(ภ.พ.)*

nudge /nʌdʒ/นัจ/ ❶ *v.t.* Ⓐ *(push gently)* ผลักเบา ๆ; **~ aside** ผลักเบา ๆ ไปข้าง ๆ; **~ sth.** *(fig.)* ผลักดัน *ส.น.*; Ⓑ *(touch)* ใช้ศอกถองเบา ๆ, สะกิดเบา ๆ ❷ *n.* การผลักเบา ๆ, การสะกิด *(เพื่อเรียกความสนใจ)*; **give sb. a ~:** ผลัก *ค.น.* เบา ๆ

nudie /'nju:dɪ, US 'nu:dɪ/'นิวดิ, 'นูดิ/ *(Brit., sl.) n.* หนังโป๊

nudism /'nju:dɪzm, US 'nu:-/'นิวดิซ'ม, 'นู-/ *n.* การนิยมบูชาการไม่ใส่เสื้อผ้า

nudist /'nju:dɪst, US 'nu:-/'นิวดิซทฺ, 'นู-/ *n.* คนที่นิยมชมชอบการไม่ใส่เสื้อผ้า

nudity /'nju:dɪtɪ, US 'nu:-/'นิวดิทิ, 'นู-/ *n.* สภาพเปลือย, การเปลือย, สภาพล่อนจ้อน

nugatory /'nju:gətərɪ, US 'nu:gətɔ:rɪ/'นิวเกอะเทอะริ, 'นูเกอะทอริ/ *adj. (literary)* ไม่เป็นผล, ไม่สำคัญ, ใช้ไม่ได้

nugget /'nʌgɪt/'นักกิท/ *n.* Ⓐ *(Mining)* แร่ธาตุที่ขุดพบในดินจากการทำเหมือง; *(of gold)* ก้อนทองที่พบในดิน; Ⓑ *(fig.)* **~s of wisdom** คำพูดที่ให้ความรู้มาก; **~s of information** ข่าวสารข้อมูลที่มีค่าหลายชิ้น

nuisance /'nju:səns, US 'nu:-/'นิวเซินซฺ, 'นู-/ *n.* Ⓐ คน *หรือ* สิ่งที่ก่อความยุ่งยาก; **what a ~!** โอ๊ย น่ารำคาญจังเลย; **be a bit of a ~:** ค่อนข้างจะน่ารำคาญ; **make a ~ of oneself** ทำตัวเองให้

NUMBERS CONTINUED

Ordinal numbers (ตัวเลขแสดงลำดับ)

Ordinal numbers are formed by adding ที่ or อันดับ in front of the number:

1st *(first)* = ที่/อันดับหนึ่ง
2nd *(second)* = ที่/อันดับสอง
3rd *(third)* = ที่/อันดับสาม
4th *(fourth)* = ที่/อันดับสี่
5th *(fifth)* = ที่/อันดับห้า
6th *(sixth)* = ที่/อันดับหก
7th *(seventh)* = ที่/อันดับเจ็ด
8th *(eighth)* = ที่/อันดับแปด
9th *(ninth)* = ที่/อันดับเก้า
10th *(tenth)* = ที่/อันดับสิบ
11th *(eleventh)* = ที่/อันดับสิบเอ็ด
12th *(twelfth)* = ที่/อันดับสิบสอง
13th *(thirteenth)* = ที่/อันดับสิบสาม
14th *(fourteenth)* = ที่/อันดับสิบสี่
15th *(fifteenth)* = ที่/อันดับสิบห้า
16th *(sixteenth)* = ที่/อันดับสิบหก
17th *(seventeenth)* = ที่/อันดับสิบเจ็ด
18th *(eighteenth)* = ที่/อันดับสิบแปด
19th *(nineteenth)* = ที่/อันดับสิบเก้า
20th *(twentieth)* = ที่/อันดับยี่สิบ
21st *(twenty-first)* = ที่/อันดับยี่สิบเอ็ด
22nd *(twenty-second)* = ที่/อันดับยี่สิบสอง
30th *(thirtieth)* = ที่/อันดับสามสิบ
40th *(fortieth)* = ที่/อันดับสี่สิบ
50th *(fiftieth)* = ที่/อันดับห้าสิบ
60th *(sixtieth)* = ที่/อันดับหกสิบ
70th *(seventieth)* = ที่/อันดับเจ็ดสิบ
80th *(eightieth)* = ที่/อันดับแปดสิบ
90th *(ninetieth)* = ที่/อันดับเก้าสิบ
100th *([one] hundredth)* = ที่/อันดับหนึ่งร้อย
101st *([one] hundred and first)* = ที่/อันดับหนึ่งร้อยหนึ่ง
555th *(five hundred and fifty-fifth)* = ที่/อันดับห้าร้อยห้าสิบห้า
1,000th *([one] thousandth)* = ที่/อันดับหนึ่งพัน
1,001st *(one thousand and first)* = ที่/อันดับหนึ่งพันหนึ่ง
1,200th *(one thousand two hundredth* or *twelve hundredth)* = ที่/อันดับหนึ่งพันสองร้อย
10,000th *([ten] thousandth)* = ที่/อันดับหนึ่งหมื่น
100,000th *([one] hundred thousandth)* = ที่/อันดับหนึ่งแสน
1,000,000th *([one] millionth)* = ที่/อันดับหนึ่งล้าน
3,536,000th *(three million five hundred and thirty-six thousandth)* = ที่/อันดับสามล้านห้าแสนสามหมื่นหกพัน
1,000,000,000th *([one] billionth, [one] thousand millionth)* = ที่/อันดับหนึ่งพันล้าน
1,000,000,000,000th *([one] trillionth, [one] million millionth)* = ที่/อันดับหนึ่งล้านล้าน

For order in races, note the following phrases:
He came (in) first
= เขามาอันดับที่หนึ่ง
She finished third
= เธอได้ที่สาม
I was sixth
= ฉันมาที่หก

Decimal numbers (จำนวนทศนิยม)

0.1	=	ศูนย์จุดหนึ่ง
0.015	=	ศูนย์จุดศูนย์หนึ่งห้า
1.43	=	หนึ่งจุดสี่สาม
11.70	=	สิบเอ็ดจุดเจ็ดศูนย์
12.333 recurring	=	สิบสองจุดสามสามไม่รู้จบ

Powers (เลขยกกำลัง)

3^2 = ***three squared*** = สามยกกำลังสอง
3^3 = ***three cubed*** = สามยกกำลังสาม
3^{10} = ***three to the power of ten*** = สามยกกำลังสิบ
$\sqrt{25}$ = ***the squared root of twenty-five***
= รากที่สองของยี่สิบห้า

Calculations (การคำนวณ)

7 + 3	=	10 (เจ็ดบวกสามเท่ากับสิบ)
10 - 3	=	7 (สิบลบสามเท่ากับเจ็ด)
10 x 3	=	30 (สิบคูณสามเท่ากับสามสิบ)
30 ÷ 3	=	10 (สามสิบหารสามเท่ากับสิบ)

➤ Age | Area | the Clock | Distance | Height and Depth | Length and Width | Money | Temperature | Volume | Weight

➤ อายุ | พื้นที่ | นาฬิกา | ระยะทาง | ความสูงและความลึก | ความยาวและความกว้าง | เงิน | อุณหภูมิ | ปริมาตร | น้ำหนัก

ยุ่งยากน่ารำคาญ; ❸ *(Law)* คนที่รบกวนคนอื่นจนผิดกฎหมาย

nuisance: ~ call *n.* โทรศัพท์รบกวน; **~ caller** *n.* บุคคลนิรนามที่ชอบโทรศัพท์ก่อกวนผู้อื่น

nuke /nju:k, US nu:k/นิวค, นูค/ *(Amer. coll.)* ❶ *n. (bomb)* ระเบิดนิวเคลียร์ ❷ *v.t.* ระเบิดด้วยอาวุธนิวเคลียร์

null /nʌl/นัล/ *adj. (Law)* **declare sth. ~ [and void]** ประกาศว่า *ส.น.* เป็นโมฆะ

nullify /ˈnʌlɪfaɪ/นัลลิฟาย/ *v.t.* ❶ *(cancel)* ยกเลิก, ทำให้ว่างเปล่า, ทำให้ใช้ไม่ได้; ❷ *(neutralize)* ทำให้เป็นกลาง

nullity /ˈnʌlɪtɪ/ˈนัลลิทิ/ *n. (Law)* โมฆะ, ไม่มีผลอีกต่อไป *(โดยเฉพาะการสมรส)*, ศูนยภาพ *(ร.บ.)*

nullity suit *n.* การดำเนินคดีที่ขอให้ศาลตัดสินการแต่งงานเป็นโมฆะ

numb /nʌm/นัม/ ❶ *adj. (without sensation)* ชา, ปราศจากความรู้สึก, ตายด้าน (**with** ด้วย); *(fig.) (without emotion)* ปราศจากอารมณ์, อารมณ์ตายด้าน; *(unable to move)* เคลื่อนไหวไม่ได้, ชาไปหมด, ตัวเข็งก้าวขาไม่ออก; **go ~ with horror** เคลื่อนไหวไม่ได้ด้วยความน่าสะพึงกลัว ❷ *v.t.* Ⓐ *(ความหนาว)* ทำให้ชา; *(อันตราย)* ทำให้ร่างกายแข็งทื่อ; Ⓑ *(fig.)* **her emotions were ~ed** อารมณ์ความรู้สึกของเธอมันด้านชา; **be ~ed by horror/with fear** ร่างกายแข็งทื่อเพราะความน่ากลัว/ความกลัว

number /ˈnʌmbə(r)/ˈนัมเบอะ(ร)/ ❶ *n.* ➤ **602** Ⓐ *(in series)* หมายเลข, เลข; **~ 3 West Street** บ้านเลขที่ 3 ถนนเวสท์; **my ~ came up** *(fig.)* หมายเลขของฉันปรากฏขึ้นมา; **the ~ of sb.'s car** หมายเลขทะเบียนรถของ *ค.น.*; **you've got the wrong ~** *(Teleph.)* คุณได้หมายเลขโทรศัพท์ผิด; **dial a wrong ~:** หมุน/กดโทรศัพท์ผิดเบอร์; **what page ~ is it?** หมายเลขหน้าที่เท่าไร; **~ one** *(oneself)* ตัวเอง; **take care of** *or* **look after ~ one** ดูแลตัวเองก่อน; **be sb.'s ~ one priority** เป็นคนหรือสิ่งสำคัญอันดับหนึ่งของ *ค.น.*; **~ two** *(in organisation)* เบอร์สอง; *(of sb. else)* เป็นที่สอง, ตัวรองลงมา; **N~ Ten [Downing Street]** *(Brit.)* เลขที่สิบ ถนนดาวน์นิ่ง *(บ้านพักของนายกรัฐมนตรีอังกฤษ)*; **paint by ~s** ระบายสีในรูปตามเบอร์ที่กำหนดไว้; **have [got] sb.'s ~** *(fig. coll.)* เข้าใจพฤติกรรมของ *ค.น.*; **sb.'s ~ is up** *(coll.)* จุดจบของ *ค.น.*; Ⓑ *(esp. Math.: numeral)* ตัวเลข, จำนวน; **memory for ~s** จำตัวเลขเก่ง; Ⓒ *(sum, total, quantity)* ผลรวม, จำนวน, จำนวนทั้งหมด; **a ~ of people/things** ประชาชน/สิ่งของจำนวนหนึ่ง; **a ~ of times/on a ~ of occasions** หลายครั้ง/ในหลายโอกาส; **a small ~:** จำนวนน้อย; **large ~s** จำนวนมาก ๆ; **in [large** *or* **great] ~s** ในจำนวน [มากมาย, มหาศาล]; **in a small ~ of cases** ในกรณีน้อยครั้ง; **a and b in equal ~s** เอและบีในจำนวนเท่ากัน; **a fair ~:** จำนวนที่พอสมควร; **any ~:** จำนวนใด ๆ; **on any ~ of occasions** ในหลาย ๆ โอกาส; **without** *or* **beyond ~:** มากมายจนนับไม่ถ้วน; **times without ~:** หลายครั้งจนนับไม่ถ้วน; **in ~[s]** เป็นตัวเลข; **ten in ~:** มีจำนวนสิบ; **be few in ~:** มีจำนวนน้อยมาก; Ⓓ *(person, song, turn)* ลำดับที่, หมายเลขที่; *(edition)* ฉบับที่; **final/May ~:** ฉบับหรือลำดับสุดท้าย/ฉบับเดือนพฤษภาคม; Ⓔ *(coll.) (outfit)* เครื่องแต่งกาย; *(girl)* เด็กหญิง; *(job)* งาน; **it's not a bad little ~:** มันเป็นงานเล็ก ๆ ที่ไม่เลวเลยทีเดียว; Ⓕ *(Bibl.)* **[the Book of] Numbers** คัมภีร์ไบเบิลรุ่นเก่า; Ⓖ *(company)* พวก, กลุ่ม; **he was [one] of our ~:** เขาเป็นหนึ่งในกลุ่มของเรา; Ⓗ *in pl. (arithmetic)* การบวก ลบ คูณ หาร; Ⓘ *(Ling.)* *รูปแบบที่แสดงให้เห็นว่ามีอันหนึ่งหรือมากกว่า*; ➡ + **eight** 2 A; **opposite number**; **round number**
❷ *v.t.* Ⓐ *(assign ~ to)* กำหนดหมายเลขลำดับโดยใส่ตัวเลข; Ⓑ *(amount to, comprise)* มีจำนวน, รวมจำนวนได้; **the nominations ~ed ten in all** ผู้สมัครมีทั้งหมดสิบคน; **a town ~ing x inhabitants** เมืองนี้มีคนอยู่อาศัยจำนวนเอ็กซ์คน; Ⓒ *(include, regard as)* รวมเข้าไว้, นับรวมเข้าไว้ (**among, with** กับ); Ⓓ **be ~ed** *(be limited)* ถูกจำกัดจำนวน; **sb.'s days** *or* **years are ~ed** เวลาที่เหลือของ *ค.น.* ถูกจำกัด; Ⓔ *(count)* นับ, คำนวณ, รวม

~ ˈoff *v.i.* ไม่นับจำนวน, ไม่ใส่หมายเลข

number cruncher *n.* เครื่องที่สามารถคำนวณซับซ้อนได้

numbering /ˈnʌmbərɪŋ/ˈนัมเบอะริง/ *n.* การใส่หมายเลข, การนับจำนวน

numberless /ˈnʌmbəlɪs/ˈนัมเบอะลิซ/ *adj.* นับไม่ได้, นับไม่ถ้วน

number one *n.* Ⓐ ตัวเอง, ตนเอง; Ⓑ *(Nursery)* การไปฉี่; **to do ~** ไปปัสสาวะ; Ⓒ *(coll.)* คุณภาพที่ดีที่สุด

ˈnumber plate *n.* ป้ายทะเบียนรถ

number two *n.* Ⓐ *(Nursery)* การถ่ายอุจจาระ; Ⓑ *(coll.)* สิ่งที่เป็นอันดับสอง

numbly /ˈnʌmlɪ/ˈนัมลิ/ *adv.* อย่างเย็นชา, อย่างปราศจากความรู้สึก

numbness /ˈnʌmnɪs/ˈนัมนิซ/ *n., no pl. (caused by cold)* เหน็บชา; *(caused by anaesthetic, sleeping pill)* อาการชาปราศจากความรู้สึก; *(fig.: stupor)* มึนงง

numbskull ➡ **numskull**

numeracy /ˈnjuːmərəsɪ, US ˈnuː-/ˈนิวเมอะเรอะซิ, ˈนู-/ *n.* ความสามารถทางคณิตศาสตร์

numeral /ˈnjuːmərl, US ˈnuː-/ˈนิวเมอะร'ล, ˈนู-/ *n.* ตัวเลข; *(word)* เขียนชื่อของเลขโดยใช้ตัวอักษร; **cardinal ~:** ตัวเลขแสดงนับจำนวน

numerate /ˈnjuːmərət, US ˈnuː-/ˈนิวเมอะเริท, ˈนู-/ ❶ *adj.* มีความสามารถทางคณิตศาสตร์, คิดเลขเป็น *(ภ.พ.)* ❷ *v.t.* นับ, นับจำนวน

numerator /ˈnjuːməreɪtə(r) US ˈnuː-/ˈนิวเมอะเรเทอะ(ร), ˈนู-/ *n. (Math.)* จำนวนที่เป็นเศษในเลขเศษส่วน; บุคคลหรือเครื่องมือที่นับจำนวน

numerical /njuːˈmerɪkl, US ˈnuː-/นิวˈเมอะริค'ล, ˈนู-/ *adj.* เกี่ยวกับตัวเลข; **~ analysis** การวิเคราะห์ตัวเลขหรือการวิเคราะห์โดยใช้คณิตศาสตร์

numerically /njuːˈmerɪkəlɪ, US ˈnuː-/นิวˈเมอะริเคอะลิ, ˈนู-/ *adv.* เกี่ยวกับจำนวน, เกี่ยวกับตัวเลข; **~ speaking** พูดในเชิงตัวเลข

numerous /ˈnjuːmərəs, US ˈnuː-/ˈนิวเมอะเริซ, ˈนู-/ *adj.* เป็นจำนวนมากมาย, มาก

numinous /ˈnjuːmɪnəs, US ˈnuː-/ˈนิวมิเนิซ, ˈนู-/ *adj.* เหนือธรรมชาติ, ลึกลับ, ยากที่จะเข้าใจ

numismatics /njuːmɪzˈmætɪks, US ˈnuː-/นิวมิซˈแมทิคซ, ˈนู-/ *n., no pl.* การศึกษาเรื่องเหรียญกษาปณ์และเหรียญตราต่าง ๆ

numismatist /njuːˈmɪzmətɪst, US ˈnuː-/นิวˈมิซเมอะทิซท, ˈนู-/ *n.* ➤ **489** ผู้ที่ศึกษาเรื่องเหรียญกษาปณ์และเหรียญตราต่าง ๆ

numskull /ˈnʌmskʌl/ˈนัมซกัล/ *n.* คนโง่, คนงี่เง่า

nun /nʌn/นัน/ *n. (แม่)* ชี; ภิกษุณี *(ร.บ.)*

nuncio /ˈnʌnʃɪəʊ/ˈนันชิโอ/ *n., pl.* **~s** *(RC Ch.)* เอกอัครสมณทูต

nunnery /ˈnʌnərɪ/ˈนันเนอะริ/ *n.* สำนักแม่ชี, คอนแวนต์

nuptial /ˈnʌpʃl/ˈนัพช'ล/ ❶ *adj.* เกี่ยวกับการแต่งงาน, พิธีแต่งงาน; **~ vow/feast/day** คำสาบานในวันแต่งงาน/งานฉลองวันแต่งงาน/วันแต่งงาน ❷ *n. in pl. (literary/joc.)* งานพิธีแต่งงาน

nurd ➡ **nerd**

nurse /nɜːs/เนิซ/ ❶ *n.* ➤ **489** พยาบาล; **thank you, ~:** ขอบคุณ พยาบาล; **hospital ~:** พยาบาลของโรงพยาบาล; **[male] ~:** บุรุษพยาบาล; **~s' home/uniform** ที่พัก/เครื่องแบบของพยาบาล ❷ *v.t.* Ⓐ *(act as ~ to)* ทำงานพยาบาล, ทำการพยาบาล; **take up nursing the handicapped/sick** ทำการพยาบาลผู้พิการ/ผู้ป่วย; **~ sb. through an illness** ดูแลพยาบาล *ค.น.* ตลอดการเจ็บป่วยของเขา; **~ sb. back to health** รักษาพยาบาล *ค.น.* จนกลับหายดีเป็นปกติ; Ⓑ *(act as ~maid to)* เลี้ยงดูเด็ก ๆ; *(fig.: foster, tend)* ให้การดูแล, ทะนุถนอม; Ⓒ *(try to cure)* พยายามรักษาให้หาย; Ⓓ *(suckle)* ให้ดื่มนมจากอก; Ⓔ *(manage carefully)* ดูแลเอาใจใส่อย่างใกล้ชิด, จัดการอย่างดีพิถีพิถัน; Ⓕ *(cradle)* กล่อมเด็ก ๆ, เลี้ยงดูทารก, เลี้ยงดูเด็กอ่อน; Ⓖ *(keep burning)* ทำให้ไฟยังคงลุกโชติช่วงอยู่; Ⓗ *(treat carefully)* **~ gently/carefully** ดูแลรักษาอย่างนุ่มนวล/ระมัดระวังเอาใจใส่; Ⓘ *(fig.: harbour)* ซ่อน, ปิดบังความรู้สึก *(ความเศร้า, ความเกลียด ฯลฯ)* ❸ *v.i.* Ⓐ *(act as wet ~)* เป็นแม่นม; Ⓑ *(be a sick ~)* ทำหน้าที่พยาบาลดูแลคนเจ็บไข้ได้ป่วย; ➡ + **wet nurse**

ˈnursemaid *n. (lit. or fig.)* หญิงเลี้ยงและดูแลเด็ก

nursery /ˈnɜːsərɪ/ˈเนอเซอริ/ *n.* Ⓐ *(room for children)* ห้องเลี้ยงเด็กอ่อน, สถานเลี้ยงเด็กเล็ก; Ⓑ *(crèche)* โรงเรียนอนุบาลของรัฐ, โรงเรียนเด็กเล็กของรัฐ; Ⓒ ➡ **nursery school**; Ⓓ *(Agric.) (for plants, for trees)* สถานเพาะเลี้ยงไม้ดอกไม้ยืนต้นเพื่อจำหน่ายหรือขยายพันธุ์; *(fig.: training ground)* โรงฝึกงาน, สถานฝึกฝีมือ

nursery: ~man /ˈnɜːsərɪmən/ˈเนอะเซอะริเมิน/ *n., pl.* **~men** เจ้าของสถานเพาะเลี้ยงและดูแลพืชพันธุ์ต่าง ๆ; **~ nurse** *n.* บุคคลที่ได้รับการฝึกอบรมให้ดูแลทารกและเด็กเล็ก; **~ rhyme** *n.* เพลงกล่อมเด็ก *หรือ* โคลงกลอนสำหรับเด็ก; **~ school** *n.* โรงเรียนอนุบาล; **~-school teacher** *n.* ➤ **489** *(female)* ครูชั้นอนุบาล; **~ slopes** *n. pl. (Skiing)* บริเวณที่ไม่ค่อยลาดชันนักสำหรับผู้เริ่มเล่นสกี

nursing /ˈnɜːsɪŋ/ˈเนอซิง/ *n., no pl., no art.* ➤ **489** *(profession)* การฝึกอบรมหรืออาชีพพยาบาล; *attrib.* ที่ดูแลพยาบาล

nursing: ~ auxiliary *n.* ➤ **489** *female)* ผู้ช่วยพยาบาลหญิง; *(male)* ผู้ช่วยพยาบาลชาย; **~ home** *n. (Brit.) (for the aged, infirm)* สถานพักฟื้นและดูแลคนสูงอายุและคนอ่อนแอ; *(for convalescents)* สถานพักฟื้นผู้ป่วย; *(maternity hospital)* โรงพยาบาลหญิง; **~ ˈmother** *n.* แม่กำลังให้ลูกกินนม

nurture /ˈnɜːtʃə(r)/ˈเนอเฉอะ(ร)/ ❶ *n.* Ⓐ *no pl. (bringing up)* การเลี้ยงดู; Ⓑ *(nourishment, lit. or fig.)* การบำรุงรักษาเลี้ยงดู ❷ *v.t.* Ⓐ *(rear)* ดูแลประคบประหงม, เอาใจใส่ตอนเด็กหรือวัยอ่อน; Ⓑ *(fig.: foster)* อุปถัมภ์ค้ำชู, ส่งเสียค่าใช้จ่าย; Ⓒ *(train)* ให้การฝึกอบรม, ให้ความรู้

nut /nʌt/นัท/ *n.* Ⓐ ถั่วต่าง ๆ; **she can't sing/spell for ~s** *(Brit. coll.)* เธอไม่สามารถร้องเพลงได้เลย/เธอสะกดตัวหนังสือไม่ได้เลย; **be a hard** *or* **tough ~ [to crack]** *(fig.)* เป็นปัญหาที่ยากจะแก้ไข; **~s to you** *(coll.)* ช่างคุณไป; Ⓑ *(Mech. Engin.)* ประแจหัวสี่เหลี่ยมหรือหกเหลี่ยม; **~s and bolts** *(fig.)* รายละเอียดในทางปฏิบัติ; Ⓒ *(coll.: head)* หัว; **go/be off one's ~:** เป็นบ้าไปเลย; **do one's ~:** โมโหมาก ๆ, โกรธมาก ๆ; Ⓓ *(crazy person)* คนบ้า, คนเสียสติ; **be a bit of a ~:** ค่อนข้างเป็นคนบ้านิดหน่อย; Ⓔ *in pl. (coarse: testicles)* ลูกกระโปก *(ภ.ย.)*; ➡ + **nuts**

nut: ~-brown *adj.* สีน้ำตาลแดงเข้ม; **~ ˈbutter** *n.* เนยถั่ว; **~case** *n. (coll.)* คนบ้า, คนคลุ้มคลั่ง,

คนเสียสติ; ~**crackers** *n. pl.* ที่บีบเปลือกถั่วให้แตกออก; ~ **cutlet** *n.* ถั่วบดปั้นเป็นก้อนแล้วทอด; ~**hatch** *n. (Ornith.)* นกเล็กในวงศ์ Siltidae กินอาหารจำพวกถั่ว แมลงต่าง ๆ ฯลฯ; ~**house** *n. (sl.)* โรงพยาบาลคนโรคจิต; ~ **meat** *n. (Amer.)* เนื้อในของถั่ว

nutmeg /ˈnʌtmeg/ˈนัทเม็ก/ *n.* ลูกจันทร์ใช้เป็นเครื่องเทศ

nutrient /ˈnju:trɪənt, US ˈnu:-/ˈนิวเทรียนทฺ, ˈนู-/ ❶ *adj.* Ⓐ *(serving as nourishment)* เป็นอาหารที่มีประโยชน์; Ⓑ *(providing nourishment)* ที่เป็นประโยชน์, ที่บำรุง ❷ *n.* สารที่จำเป็นต่อการดำรงชีวิต, สารอาหาร *(ร.บ.)*

nutriment /ˈnju:trɪmənt, US ˈnu:-/ˈนิวทริเมินทฺ, ˈนู-/ *n. (lit. or fig.)* อาหารที่มีคุณค่าทางโภชนาการ, อาหารที่มีประโยชน์ต่อร่างกาย

nutrition /nju:ˈtrɪʃn, US nu:-/นิวˈทริช่น, นู-/ *n.* Ⓐ *(nourishment, diet)* สารที่มีคุณค่าทางโภชนาการ, อาหาร; Ⓑ *(food, lit. or fig.)* อาหาร

nutritional /nju:ˈtrɪʃənl, US nu:-/นิวˈทริเชอะน่ล, นู-/ *adj.* อย่างมีคุณค่าทางโภชนาการ, ที่บำรุง; ~ **value** คุณค่าของสารอาหารทางโภชนาการ; ~ **deficiency/deficiencies** การขาดสารอาหาร, ภาวะทุพโภชนาการ

nutritionist /nju:ˈtrɪʃənɪst, US nu:-/นิวˈทริชเชอะนิซทฺ, นู-/ *n.* นักโภชนาการ

nutritious /nju:ˈtrɪʃəs, US nu:-/นิวˈทริชเชิซ, นู-/ *adj.* มีคุณค่าทางโภชนาการ, มีคุณภาพเหมือนอาหาร

nutritive /ˈnju:trɪtɪv/ˈนิวทริทิว/ *adj.* เกี่ยวข้องกับโภชนาการ, ที่มีคุณค่าทางโภชนาการ; ~ **value/function** คุณค่าทางโภชนาการ/ประโยชน์ของโภชนาการ

ˈnut roast *n.* ถั่วบดที่ปั้นเป็นก้อนแล้วอบ

nuts /nʌts/นัทซฺ/ *pred. adj. (coll.)* บ้า, คลุ้มคลั่ง, เสียสติ; **be ~ about** *or* **on sb./sth.** บ้า *ค.น./ส.น.* อย่างคลั่งไคล้

ˈnutshell *n.* Ⓐ เปลือกนอกของถั่ว; Ⓑ *(fig.)* **in a ~:** ด้วยคำพูดไม่กี่คำ; **to put it** *or* **the matter** *or* **the whole thing in a ~:** ถ้าจะสรุปอย่างสั้น ๆ

nutter /ˈnʌtə(r)/ˈนัทเทอะ(ร)/ *n. (coll.)* คนบ้า, คนบ้าคลั่ง; **be a ~:** เป็นคนบ้าคลั่ง

ˈnut tree *n.* ต้นไม้ที่ให้ถั่วเปลือกแข็ง เช่น ต้นเฮเซล วอลนัท

nutty /ˈnʌtɪ/ˈนัททิ/ *adj.* Ⓐ *(tasting like nuts)* มีรสชาติคล้ายถั่ว; Ⓑ *(abounding in nuts)* เต็มไปด้วยถั่ว; Ⓒ *(coll.: crazy)* บ้า ๆ บอ ๆ; **be ~ about** *or* **on sb./sth.** *(coll.)* คลั่งไคล้ *ค.น./ส.น.* มาก; ➡ + **fruit cake**

nuzzle /ˈnʌzl/ˈนัซ'ล/ ❶ *v.i.* Ⓐ *(with nose)* ~ **in** *or* **into sth.** ดัน/แตะ *ส.น.* โดยใช้จมูก; ~ **against sth.** เอาจมูกถูกับ *ส.น.* ไปมา; Ⓑ *(nestle)* ซุกตัวเข้าใกล้ ๆ (**[up] to, at, against** กับ) ❷ *v.t.* ใช้จมูกดัน, ดุน, ถูไปมา

NVQ *abbr. (Brit.)* **National Vocational Qualification**

NW *abbr.* ➤ **191** Ⓐ /ˈnɔ:θwest/ˈนอธเว็ซทฺ/ **north-west;** Ⓑ /ˈnɔ:θwestən/ˈนอธเว็ซเทิน/ **north-western**

NY *abbr.* **New York**

NYC *abbr.* **New York City**

nylon /ˈnaɪlɒn/ˈนายลอน/ *n.* Ⓐ *no pl. (Textiles)* ผ้าไนลอน *(ท.ศ.)*; Ⓑ *in pl. (stockings)* ถุงน่องไนลอน

nymph /nɪmf/นิมฟฺ/ *n. (Mythol.)* นางไม้; *(Zool.)* ตัวอ่อนแมลงบางชนิด

nymphet /ˈnɪmfet, nɪmˈfet/ˈนิมเฟ็ท, -ˈเฟ็ท/ *n.* ตัวอ่อนที่ยังเล็กของแมลง; *(coll.)* หญิงรุ่นสาวที่มีเสน่ห์ยั่วยวน

nympho /ˈnɪmfəʊ/ˈนิมโฟ/ *n., pl.* **~s** *(coll.)* ผู้หญิงที่บ้าผู้ชาย

nymphomania /nɪmfəˈmeɪnɪə/นิมเฟอะˈเมเนีย/ *n.* ความที่ผู้หญิงต้องการทางเพศผิดปกติ, ความบ้าผู้ชาย

nymphomaniac /nɪmfəˈmeɪnɪæk/นิมเฟอะˈเมนิแอค/ ❶ *n.* หญิงที่บ้าผู้ชาย, หญิงที่ติดการร่วมเพศ ❷ *adj.* เกี่ยวกับความบ้าผู้ชาย

NZ *abbr.* **New Zealand**

n

Oo

¹O, o /əʊ/โอ/ *n., pl.* **Os** *or* **O's** Ⓐ *(letter)* พยัญชนะตัวที่ 15 ของภาษาอังกฤษ; Ⓑ *(zero)* เลขศูนย์

²O *int. (arch./poet./rhet.) รูปหนึ่งของคำอุทานใช้ร่วมกับคำเรียกขาน;* **O God** *etc.* โอ พระเจ้า; ➡ **+ that** 6 C

o' /ə/เออะ/ *prep. (esp. arch./poet./diae.)* Ⓐ = **of** ของ; **man-o'-war** เรือรบ; **cup o' tea** *(coll.)* น้ำชาหนึ่งถ้วย; ➡ **+ o'clock;** Ⓑ **= on: o' nights /Sundays** ในเวลากลางคืน/ในทุกวันอาทิตย์

oaf /əʊf/โอฟ/ *n., pl.* **~s** *or* **oaves** /əʊvz/โอวซฺ/ Ⓐ *(stupid person)* คนโง่; **great ~:** ไอ้เบื๊อก; Ⓑ *(awkward lout)* คนบ้านนอกที่งุ่มง่ามเงอะงะ; **you clumsy ~!** แก ไอ้บ้านนอกซุ่มซ่าม

oafish /'əʊfɪʃ/'โอฟิช/ *adj.* โง่เขลา, งุ่มง่าม, เคอะเขิน

oak /əʊk/โอค/ *n.* ต้นโอ๊ก, ไม้โอ๊ก *(ท.ศ.)* ในสกุล *Quercus; attrib. (ป่า, โต๊ะ)* ไม้โอ๊ก

'oak apple *n. (Bot.)* *รังตัวอ่อนตัวต่อหรือหมาร่าซึ่งทำรังรูปร่างคล้ายแอปเปิ้ลปูดออกจากต้นโอ๊ก*

oaken /'əʊkən/'โอเคิน/ *attrib. adj.* ทำด้วยไม้โอ๊ก

'oak tree *n.* ต้นโอ๊ก

OAP *abbr. (Brit.)* **old-age pensioner** ผู้สูงอายุซึ่งเลี้ยงชีพด้วยเงินบำนาญ; **~ [social] club** สโมสรของผู้สูงอายุ

oar /ɔ:(r)/ออ(ร)/ *n.* Ⓐ *(Sport)* ไม้พาย, ไม้แจว; **put in one's ~, put one's ~ in** *(fig. coll.)* ยุ่ง *หรือ* ให้คำแนะนำโดยที่ไม่มีใครขอ; **rest on one's ~s, lie** *or (Amer.)* **lay on one's ~s** พักฝีพายโดยการยกไม้พายขึ้นพ้นน้ำ; *(fig.: relax one's efforts)* หยุดพักหลังจากกรำงานหนัก; Ⓑ *(rower)* คนพาย/แจว/กรรเชียงเรือ

-oared /ɔ:d/ออด/ *adj. in comb. (เรือ)* ที่มีไม้พาย/ที่ติดไม้แจว

oarsman /'ɔ:zmən/'ออซฺเมิน/ *n., pl.* **oarsmen** /'ɔ:zmən/'ออซฺเมิน/ ฝีพาย/คนแจว/กรรเชียงเรือ

oarsmanship /'ɔ:zmənʃɪp/'ออซฺเมินชิพ/ *n., no pl.* ศิลปะการพายเรือ, ศิลปะการใช้ไม้พาย

oarswoman /'ɔ:zwʊmn/'ออซฺโวมฺ'น/ *n.* คนพาย/แจว/กรรเชียงเรือที่เป็นผู้หญิง

oasis /əʊ'eɪsɪs/โอ'เอซิซ/ *n., pl.* **oases** /əʊ'eɪsi:z/-ซีซฺ/ *(lit.)* แหล่งน้ำในทะเลทราย; *(fig.) (ท่ามกลางความวุ่นวาย)* ที่ *หรือ* ช่วงสงบ

oast /əʊst/โอซทฺ/ *n. (Agric., Brewing)* *เตาอบดอกฮอป เพื่อใช้ปรุงสุราและเบียร์ให้มีรสขม*

'oast house *n. (Agric., Brewing)* โรงอบดอกฮอป

oat /əʊt/โอท/ *n.* Ⓐ **~s** ข้าวโอ๊ต *(ท.ศ.);* **be off one's ~s** *(fig.)* ไม่รู้สึกหิว; **rolled ~s** ข้าวโอ๊ตบดและอบแห้ง; Ⓑ *(plant)* ต้นโอ๊ต; **field of ~s** ทุ่งข้าวโอ๊ต; **wild ~:** ต้นโอ๊ตป่า; **sow one's wild ~s** *(fig.)* ใช้ชีวิตวัยหนุ่มสาวอย่างเสเพล

'oatcake *n.* *ขนมปังกรอบแผ่นบางที่ทำจากข้าวโอ๊ตบดหยาบ ๆ*

oath /əʊθ/โอธ/ *n., pl.* **~s** /əʊðz/โอทซฺ/ Ⓐ คำสาบาน, คำสัตย์ปฏิญาณ *(ร.บ.);* **be bound by ~:** ถูกผูกมัดด้วยคำสาบาน; **take** *or* **swear an ~ [on sth.] that ...:** [ให้คำ] สาบาน [กับ *ส.น.*] ว่า...; Ⓑ *(Law)* **swear** *or* **take the ~:** ให้คำสาบานว่าจะพูดความจริงในศาล; **on** *or* **under ~:** ภายใต้คำสาบานว่าจะพูดแต่ความจริงในศาล; **be on** *or* **under ~ to do sth.** ถือคำสาบานว่าจะทำ *ส.น.*; **put sb. on** *or* **under ~:** ให้ *ค.น.* ให้การสาบานว่าจะพูดความจริงในศาล; **[I swear] on my ~ I am telling the truth** ฉันขอสาบานว่าฉันจะพูดแต่ความจริง; **~ of office** การสาบานตนเข้ารับตำแหน่ง; **~ of allegiance/supremacy** พิธีถือน้ำพระพิพัฒน์สัตยา; Ⓒ *(expletive)* คำสบถ

'oatmeal *n.* Ⓐ ข้าวโอ๊ตบดหยาบ ๆ; Ⓑ *(colour)* สีน้ำตาลอ่อนออกเหลือง

OAU *abbr. (Polit.)* **Organization of African Unity** โอเอยู

oaves *pl. of* **oaf**

obbligato /ɒblɪ'gɑ:təʊ/ออบลิ'กาโท/ *(Mus.)* ❶ *adj. (ดนตรี)* ซึ่งบรรเลงคลอประกอบเป็นส่วนสำคัญจะตัดทิ้งไม่ได้ ❷ *n., pl.* **~s** *การบรรเลงเครื่องดนตรีในลักษณะคลอประกอบที่มีความสำคัญต่อเพลงโดยรวม*

obduracy /'ɒbdjʊrəsɪ, US -dər-/'ออบดูเรอะซิ, -เดอร-/ *n., no pl. (hard-heartedness)* ความใจแข็ง; *(stubbornness)* ความดื้อรั้น

obdurate /ɒb'djʊrət, US -dər-/ออบ'ดิวเริท, -เดอร-/ *adj. (hardened)* ใจแข็ง; *(stubborn)* ดื้อรั้น

OBE *abbr. (Brit.)* **Officer [of the Order] of the British Empire**

obedience /ə'bi:dɪəns/โอ'บีเดียนซฺ/ *n.* การเชื่อฟัง; **show ~:** แสดงการเชื่อฟัง; **in ~ to** เป็นไปตามที่

obedient /ə'bi:dɪənt/โอ'บีเดียนทฺ/ *adj.* ว่าง่าย; *(submissive)* ยอมตาม, อยู่ในโอวาท; **teach a dog to be ~:** ฝึกสุนัขให้เชื่อฟัง; **be ~ to sb./sth.** เชื่อฟัง *หรือ* ทำตาม *ค.น./ส.น.*; ➡ **+ servant** C

obediently /ə'bi:dɪəntlɪ/โอ'บีเดียนทฺลิ/ *adv.* อย่างเชื่อฟัง, อย่างว่าง่าย; *(submissively)* ด้วยความยินยอม

obeisance /əʊ'beɪsəns/โอ'เบเซินซฺ/ *n.* Ⓐ *(gesture)* ท่าทางที่แสดงความเคารพ; *(prostration)* การหมอบกราบ; Ⓑ *no pl. (homage)* การเคารพ, การคารวะ; **do** *or* **make** *or* **pay ~ to sb.** แสดงการเคารพ/การคารวะ *ค.น.*

obelisk /'ɒbəlɪsk/'ออเบอะลิซคฺ/ *n.* Ⓐ *(pillar)* อนุสาวรีย์ที่ทำเป็นเสาหินสูงมียอดแหลม; Ⓑ *(Printing)* เครื่องหมายรูปกางเขนในการพิมพ์ใช้สำหรับการอ้างอิง; **double ~:** เครื่องหมายรูปกางเขนคู่

obese /əʊ'bi:s/โอ'บีซ/ *adj.* อ้วนมาก, อ้วนฉุ

obesity /əʊ'bi:sɪtɪ/โอ'บีซิทิ/ *n., no pl.* ความอ้วนมาก

obey /əʊ'beɪ/โอ'เบ/ ❶ *v.t.* เชื่อฟัง, ปฏิบัติตาม ❷ *v.i. (เด็ก)* เชื่อฟัง; *(สุนัข)* ยอมทำตาม; **refuse to ~:** ไม่ยอมเชื่อฟัง, ไม่ยอมทำตาม

obfuscate /'ɒbfəskeɪt/'ออบเฟิซเคท/ *v.t. (literary) (obscure)* ทำให้มืดมัวลางเลือน; *(confuse)* ทำให้สับสน

obituary /ə'bɪtjʊərɪ/เออะ'บิทัวริ/ ❶ *n.* ชีวประวัติโดยย่อของผู้เสียชีวิต; *(notice of death)* ข่าวมรณกรรม ❷ *adj.* **~ notice/memoir** ใบแจ้ง *(ในหนังสือพิมพ์)* ข่าวมรณกรรม/บันทึกชีวประวัติของผู้เสียชีวิต; **the ~ page/column** หน้า/บทความเกี่ยวกับชีวประวัติของผู้เสียชีวิตโดยย่อ

object ❶ /'ɒbdʒɪkt/'ออบจิคทฺ/ *n.* Ⓐ *(thing)* วัตถุ, สิ่งของ; *(Philos.)* สิ่งที่อยู่นอกเหนือจากความคิด, สิ่งที่มีตัวตน; **he was no longer the ~ of her affections** เขาไม่ได้เป็นบุคคลที่เธอรักอีกต่อไป; Ⓑ *(purpose)* ความประสงค์, จุดมุ่งหมาย; **~ in life** จุดมุ่งหมายในชีวิต; **with this ~ in mind** *or* **view** ด้วยจุดมุ่งหมายนี้ในจิตใจ; **with the ~ of doing sth.** ด้วยความประสงค์ที่จะทำ *ส.น.*; **make it one's ~ [in life]** ยึดมั่นไว้เป็นเป้าหมาย [ในชีวิต] ของตน; ➡ **+ defeat** 1 B; **exercise** 1 B; Ⓒ *(obstacle, hindrance)* **money/time** *etc.* **is no ~:** เงิน/เวลา ฯลฯ ไม่ได้เป็นอุปสรรค; Ⓓ *(Ling.)* กรรม; ➡ **+ direct object; indirect object**

❷ /əb'dʒekt/เอิบ'เจ็คทฺ/ *v.i.* Ⓐ *(state objection)* คัดค้าน (to); *(protest)* ต่อต้าน, ทัดทาน; **I ~, your Honour** *(Law)* ขอค้านครับ/ค่ะ ศาลที่เคารพ; Ⓑ *(have objection or dislike)* รังเกียจ; **~ to sb./sth.** รังเกียจ *ค.น./ส.น.*; **if you don't ~:** ถ้าคุณไม่ขัดข้อง; **I ~ to your smoking** ฉันไม่ชอบที่คุณสูบบุหรี่; **~ to sb.'s doing sth.** รังเกียจที่ *ค.น.* ทำ *ส.น.*; **I strongly ~ to this tone** ฉันไม่ชอบน้ำเสียงนี้จริง ๆ เลย; **I ~ to being blamed for this error** ฉันไม่ยอมที่จะถูกตำหนิในความผิดพลาดนี้

❸ *v.t.* คัดค้าน

objectify /əb'dʒektɪfaɪ/เอิบ'เจ็คทิฟาย/ *v.t.* ทำให้ปรากฏออกมาเป็นรูปเป็นร่าง

objection /əb'dʒekʃn/เอิบ'เจ็คช'น/ *n.* Ⓐ การคัดค้าน; **raise** *or* **make an ~ [to sth.]** คัดค้าน [*ส.น.*]; **make no ~ to sth.** ไม่คัดค้าน *ส.น.*; Ⓑ *(feeling opposition or dislike)* ความรู้สึกขัดข้อง, ความรังเกียจ; **have an/no ~ to sb./sth.** รู้สึก/ไม่รู้สึกขัดข้องกับ *ค.น./ส.น.*; **have an/no ~:** รังเกียจ/ไม่รังเกียจ; **have no ~ to sb.'s doing sth.** ไม่ขัดข้องที่ *ค.น.* จะทำ *ส.น.*

objectionable /əb'dʒekʃənəbl/เอิบ'เจ็คเชอะเนอะบ'ล/ *adj.* คัดค้านได้, น่ารังเกียจ

objectionably /əb'dʒekʃənəblɪ/เอิบ'เจ็คเชอะเนอะบลิ/ *adv.* อย่างที่คัดค้านได้, อย่างน่ารังเกียจ

objective /əb'dʒektɪv/เอิบ'เจ็คทิว/ ❶ *adj.* Ⓐ *(unbiased)* ไม่มีอคติ; Ⓑ *(esp. Philos.: real)* มีตัวตนจริง, วัตถุวิสัย *(ร.บ.)* ❷ *n. (goal)* เป้าหมาย, จุดประสงค์; **establish one's ~:** ตั้งเป้าหมายของตน

objective: ~ case *n. (Ling.)* ผู้ถูกกระทำ, กรรมการก; **~ 'genitive** *n. (Ling.)* *รูปคำในสัมพันธการซึ่งเป็นกรรมของอนุพากย์*

O

objectively /əb'dʒektɪvlɪ/เอิบ'เจ็คทิ̲วลิ/ *adv.* Ⓐ อย่างไม่มีอคติ, อย่างมีตัวตนจริง; Ⓑ *(Ling.)* โดยผู้ถูกกระทำ, อยู่ในกรรมการก

objectiveness /əb'dʒektɪvnɪs/เอิบ'เจ็คทิ̲วนิซ/, **objectivity** /əbdʒɪk'tɪvɪtɪ/ออบเจ็ค'ทิ̲วิทิ/ *ns., no pl.* ความไม่ลำเอียง, ความไม่มีอคติ; **maintain ~:** ธำรงไว้ซึ่งความไม่ลำเอียง/ความไม่มีอคติ

'object lesson *n. (warning)* ข้อเตือนใจ; *(very clear example)* อุทาหรณ์, บทเรียน; **it was an ~ to him** มันเป็นอุทาหรณ์สำหรับเขา; **an ~ in** *or* **on how to do sth.** ตัวอย่างที่ดีของวิธีการทำ *ส.น.*

objector /əb'dʒektə(r)/เอิบ'เจ็คเทอะ(ร)/ *n.* ผู้คัดค้าน, ผู้โต้แย้ง; ➡ **+ conscientious**

objet d'art /ɒbʒeɪ 'dɑː(r)/ออบเฌ 'ดา(ร)/ *n., pl.* **objets d'art** /ɒbʒeɪ 'dɑː(r)/ออบเฌ 'ดา(ร)/ เครื่องประดับชิ้นเล็ก ๆ

obligate /'ɒblɪgeɪt/'ออบลิเ̲กท/ *v.t., usu. in p.p.* ผูกมัด *(บุคคล)* ทางกฎหมายหรือทางศีลธรรม

obligation /ɒblɪ'geɪʃn/ออบลิ'เ̲กช'น/ *n.* Ⓐ การผูกมัด, พันธกรณี *(ร.บ.)*; *(constraint)* การบังคับ, ข้อบังคับ; **be under** *or* **have an/no ~ to do sth.** อยู่ภายใต้ *หรือ* มี/ไม่มีข้อบังคับให้ทำ *ส.น.*; **have an/no ~ to[wards] sb.** มี/ไม่มีพันธะบางอย่างกับ *ค.น.*; **there's no ~ to buy** ไม่มีการบังคับให้ซื้อ; Ⓑ *(indebtedness)* ความเป็นหนี้ *(เงิน, บุญคุณ)*; **put** *or* **place sb. under an ~:** ทำให้ *ค.น.* ต้อง เป็นหนี้; **be under an ~ to sb.** เป็นหนี้ *ค.น.*; **be under no ~ to sb.** ไม่เป็นหนี้ *ค.น.*

obligatory /ə'blɪgətərɪ, US -tɔːrɪ/ออ'บลิเ̲กอะเทอะริ, -ทอริ/ *adj.* เป็นการบังคับ, เป็นข้อผูกมัด, เป็นพันธะ; **make sth. ~ for sb.** ทำให้ *ส.น.* เป็นหน้าที่ *หรือ* ข้อบังคับสำหรับ *ค.น.*; **it has become ~ to do sth.** มันได้กลายเป็นข้อบังคับที่จะต้องทำ *ส.น.*

oblige /ə'blaɪdʒ/เออะ'บลายจฺ/ ❶ *v.t.* Ⓐ *(be binding on)* **~ sb. to do sth.** ผูกมัด *ค.น.* ให้ทำ *ส.น.*; **one is ~d by law to do sth.** กฎหมายผูกมัดให้ทำ *ส.น.*; Ⓑ *(constrain, compel)* บังคับ; **be ~d to do sth.** ถูกบังคับให้ทำ *ส.น.*; **you are not ~d to answer these questions** คุณไม่ถูกบังคับให้ตอบคำถามเหล่านี้; **feel ~d to do sth.** รู้สึกถูกบังคับให้ทำ *ส.น.*; Ⓒ *(be kind to)* กรุณา, ทำบุญคุณให้; **~ sb. by doing sth.** กรุณา *ค.น.* โดยการทำ *ส.น.*; **would you please ~ me by doing it?** คุณจะกรุณาฉันโดยทำสิ่งนี้หน่อยได้ไหม; **~ sb. with sth.** *(help out)* ช่วยเหลือ *ค.น.* ด้วย *ส.น.*; **could you ~ me with a lift?** คุณกรุณาให้ฉันติดรถไปด้วยได้ไหม; Ⓓ **~d** *(bound by gratitude)* **be much/greatly ~d to sb. [for sth.]** เป็นหนี้บุญคุณ *ค.น.* อย่างมาก [สำหรับ *ส.น.*]; **much ~d** ขอบคุณมาก
❷ *v.i.* **be always ready to ~:** พร้อมที่จะให้ความช่วยเหลืออยู่เสมอ; **anything to ~** *(as answer)* ยินดีรับใช้, ยินดีช่วยเหลือเสมอ; **~ with a song** *etc. (coll.)* ร้องเพลง ฯลฯ ให้เพลิดเพลิน

obliging /ə'blaɪdʒɪŋ/เออะ'บลายจิง/ *adj.* มีน้ำใจ, มีความกรุณา

obligingly /ə'blaɪdʒɪŋlɪ/เออะ'บลายจิงลิ/ *adv.* อย่างมีน้ำใจ, ด้วยความกรุณา

oblique /ə'bliːk/เออะ'บลีค/ ❶ *adj.* Ⓐ *(slanting)* *(มุม, เส้น)* เอน, เอียง, เฉียง; Ⓑ *(fig.: indirect)* *(การพูด, คำถาม)* อ้อม, อ้อมค้อม ❷ *n.* เครื่องหมายเส้นเอียง

obliquely /ə'bliːklɪ/เออะ'บลีคลิ/ *adv.* Ⓐ *(in a slanting direction)* ในทิศทางที่เอนเอียง, อย่างเฉเฉียง; Ⓑ *(fig.: indirectly)* โดยอ้อม, อย่างอ้อมค้อม

obliterate /ə'blɪtəreɪt/เออะ'บลิทเทอะเรท/ *v.t.* Ⓐ ลบ, ทำให้สูญหาย; *(cancel)* ยกเลิก; Ⓑ *(fig.)* ปิดบัง *(ความจริง)*; ขจัด *(คู่แข่ง, ศัตรู)*; ลบล้าง *(ความทรงจำ)*

obliteration /əblɪtə'reɪʃn/เออะบลิทเทอะ'เรช'น/ *n.* ➡ **obliterate:** การลบ, การปิดบัง, การขจัด, การลบล้าง

oblivion /ə'blɪvɪən/เออะ'บลิ̲เวียน/ *n., no pl.* Ⓐ *(being forgotten)* ภาวะการถูกลืม; **sink** *or* **fall into ~:** ตกเป็นผู้/สิ่งที่ถูกลืม; **rescued from ~:** พ้นจากการถูกลืม; Ⓑ *(forgetting)* การลืม

oblivious /ə'blɪvɪəs/เออะ'บลิ̲เวียซ/ *adj. (be unconscious of)* ไม่รู้ตัว, จำไม่ได้; *(not notice)* ไม่ได้สังเกต; **be ~ to** *or* **of sth.** ไม่ได้สังเกต *ส.น.*

oblong /'ɒblɒŋ, US -lɔːŋ/'ออบลอง, -ลอง/ ❶ *adj.* เป็นรูปสี่เหลี่ยมผืนผ้า ❷ *n.* วัตถุที่มีสัณฐานเป็นรูปสี่เหลี่ยมผืนผ้า

obloquy /'ɒbləkwɪ/'ออบเลอะควิ/ *n. (literary)* Ⓐ *(abuse)* การว่ากล่าว, การประณาม; Ⓑ *(disgrace)* ความเสื่อมเสีย, ความอัปยศ

obnoxious /əb'nɒkʃəs/เอิบ'นอคเชิซ/ *adj.*, **obnoxiously** /əb'nɒkʃəslɪ/เอิบ'นอคเชิซลิ/ *adv.* [อย่าง] น่ารังเกียจ, น่าขยะแขยง

oboe /'əʊbəʊ/'โอโบ/ *n. (Mus.)* ปี่ชนิดหนึ่งมีเสียงแหลม มีรูปร่างเป็นท่อกลวงผายออกมีลิ้นคู่

oboist /'əʊbəʊɪst/'โอโบอิซทฺ/ *n.* ➤ **489** *(Mus.)* คนเป่าปี่โอโบ

obscene /əb'siːn/เอิบ'ซีน/ *adj.* ลามก, หยาบโลน, อนาจาร; *(coll.: offensive)* น่ารังเกียจ, น่าขยะแขยง

obscenely /əb'siːnlɪ/เอิบ'ซีนลิ/ *adv.* อย่างลามก, อย่างอนาจาร; *(coll.: offensively)* อย่างน่ารังเกียจ, อย่างน่าขยะแขยง

obscenity /əb'senɪtɪ/เอิบ'เซ็นนิทิ/ *n.* ความลามก, ความหยาบโลน, อนาจาร; *(coll.: offensive nature)* ความน่ารังเกียจ, ความน่าขยะแขยง

obscurantism /ɒbskjʊə'ræntɪzm/ออบซกัว'แรนทิซ'ม/ *n.* การต่อต้านการเผยแพร่ความรู้และความก้าวหน้า

obscurantist /ɒbskjʊə'ræntɪst/ออบซกัว'แรนทิซทฺ/ ❶ *n.* คนที่ต่อต้านการเผยแพร่ความรู้ ❷ *adj.* ที่ต่อต้านการเผยแพร่ความรู้; **~ doctrine/argument** ลัทธิ/ข้อถกเถียงที่เป็นการต่อต้านการเผยแพร่ความรู้

obscure /əb'skjʊə(r)/เอิบ'ซกัว(ร)/ ❶ *adj.* Ⓐ *(unexplained)* ที่ไม่ได้รับการอธิบาย, คลุมเครือ; **for some ~ reason** ด้วยเหตุผลคลุมเครือบางอย่าง; Ⓑ *(hard to understand)* เข้าใจได้ยาก; Ⓒ *(unknown)* ไม่เป็นที่รู้จัก; *(undistinguished)* ไม่โดดเด่น; Ⓓ *(indistinct, vague)* ไม่กระจ่าง, คลุมเครือ; Ⓔ *(remote)* ไกลจากการสังเกตเห็น, ซ่อนอยู่; Ⓕ *(dark, dim)* มืด, มัว ❷ *v.t.* Ⓐ *(make indistinct)* ทำให้มืดมน, ทำให้ไม่กระจ่าง; *(conceal)* อำพราง; Ⓑ *(fig.: make unintelligible)* ทำให้ไม่สามารถเข้าใจได้; **be ~d** ถูกทำให้ไม่สามารถเข้าใจได้; Ⓒ *(fig.: outshine)* โดดเด่นกว่า, ทำให้แสงที่เจิดจ้าพร่าลง

obscurely /əb'skjʊəlɪ/เอิบ'ซกัวลิ/ *adv.* Ⓐ *(indirectly)* อย่างอ้อมค้อม; Ⓑ *(in obscurity)* อย่างไม่ชัดเจน, อย่างคลุมเครือ, อย่างมืดมน

obscurity /əb'skjʊərətɪ/เอิบ'ซกัวเรอะทิ/ *n.* Ⓐ *no pl. (being unknown or inconspicuous)* ความไม่เป็นที่รู้จัก; **rise out of ~:** กลายเป็นที่รู้จัก; **sink into ~:** ถูกลืมเลือน; **in ~:** ไม่เป็นที่รู้จัก, ไม่เป็นที่สังเกต; Ⓑ *no pl. (being not clearly known or understood)* **be lost in [the mists of] ~:** หลงอยู่ในความมืดมน; Ⓒ *(unintelligibleness, unintelligible thing)* ความ/สิ่งที่ไม่สามารถเข้าใจได้; Ⓓ *no pl. (darkness)* ความมืดมน

obsequies /'ɒbsɪkwɪz/'ออบซิควิ̲ซ/ *n. pl. (funeral rites)* พิธีศพ

obsequious /əb'siːkwɪəs/เอิบ'ซีเควี̲ยซ/ *adj.*, **obsequiously** /əb'siːkwɪəslɪ/เอิบ'ซีเควี̲ยซลิ/ *adv.* [อย่าง] ประจบเอาใจ

observable /əb'zɜːvəbl/เอิบ'เ̲ซอเ̲วอะบ'ล/ *adj. (ความขาดแคลน, การเปลี่ยนแปลง)* เห็นได้, สังเกตได้

observance /əb'zɜːvəns/เอิบ'เ̲ซอเ̲วินซฺ/ *n.* Ⓐ *no pl. (observing, keeping)* การรักษา, การปฏิบัติตาม *(กฎหมาย/ขนบธรรมเนียม)*; *(of prescribed times)* การรักษาเวลานัด; Ⓑ *(esp. Relig.: practice, rite)* การประกอบพิธีกรรม; Ⓒ *(rule)* วินัย *หรือ* บทบัญญัติของศาสนา

observant /əb'zɜːvənt/เอิบ'เ̲ซอเ̲วินท/ *adj.* Ⓐ ช่างสังเกต, คอยสังเกต; **be ~ of sth.** คอยสังเกต *ส.น.*; **how very ~ of you!** คุณช่างสังเกตมาก; Ⓑ *(mindful, regardful)* **be ~ of** ซึ่งปฏิบัติตาม *(กฎวินัย, กฎหมาย)*

observation /ɒbzə'veɪʃn/ออบเ̲ซอะ'เ̲วช'น/ *n.* Ⓐ *no pl.* การสังเกต; **escape ~:** รอดพ้นจากการถูกสังเกต, รอดหูรอดตา; **powers of ~:** พลังในการสังเกต; **stay in hospital for ~:** พักอยู่ในโรงพยาบาลเพื่อรอดูอาการ; **be [kept] under ~:** ถูกเฝ้าสังเกต; *(by police, detectives)* การเฝ้าจับตามอง; Ⓑ *(remark)* ข้อสังเกต; **make an ~ on sth.** ให้ข้อสังเกตเกี่ยวกับ *ส.น.*

observational /ɒbzə'veɪʃənl/ออบเ̲ซอะ'เ̲วเชอะน'ล/ *adj. (วิธีการ)* ใช้การสังเกต

observation: ~ car *n. (Railw.)* ตู้รถไฟนั่งชมทัศนียภาพ; **~ post** *n. (Mil.)* หอสังเกตการณ์

observatory /əb'zɜːvətrɪ, US -tɔːrɪ/เอิบ'เ̲ซอเ̲วอะเทอะริ, -ทอริ/ *n. (Astron. also)* หอดูดาว; *(Meteorol. also)* หอตรวจสภาพอากาศ

observe /əb'zɜːv/เอิบ'เ̲ซิว/ *v.t.* Ⓐ *(watch)* สังเกต; *(ตำรวจ, สายลับ)* เฝ้ามอง; *(perceive)* สังเกตเห็น; Ⓑ *(abide by, keep)* ปฏิบัติตาม *(กฎบังคับ)*; รักษา *(ประเพณี)*; Ⓒ *(say)* ออกความเห็น

observer /əb'zɜːvə(r)/เอิบ'เ̲ซอเ̲วอะ(ร)/ *n.* ผู้เฝ้าสังเกต, ผู้สังเกตการณ์

obsess /əb'ses/เอิบ'เซ็ซ/ *v.t.* **~ sb.** ครอบงำ *(จิตใจ) ค.น.*; **be/become ~ed with** *or* **by sb./sth.** ถูก *ค.น./ส.น.* เข้าครอบงำจิตใจ; **don't let yourself become ~ed by her** อย่าให้เธอมาครอบงำจิตใจคุณได้

obsession /əb'seʃn/เอิบ'เซ็ช'น/ *n.* Ⓐ *(persistent idea)* ความคิดที่ครอบงำจิตใจ; ความครอบงำจิตใจ, ความหมกมุ่น; **be/become an ~ with sb.** *ค.น.* ถูกครอบงำจิตใจ; **have an ~ with sb.** จิตใจที่ถูกครอบงำโดย *ค.น.*; **have an ~ with sex** ถูกครอบงำด้วยตัณหา *หรือ* หมกมุ่นกับเรื่องกามารมณ์; **have an ~ with cleanliness/guns** คลั่งความสะอาด/อาวุธ; **have an ~ with detail** หมกมุ่นในรายละเอียด; Ⓑ *no pl. (Psych.: condition)* โรคจิตหมกมุ่น; **develop an ~ about washing** ค่อย ๆ เกิดความหมกมุ่นในเรื่องของการซักล้าง

obsessional /əb'seʃənl/เอิบ'เซ็ชเชอะน'ล/ *adj.* ซึ่งครอบงำจิตใจ, ที่หมกมุ่น, บ้าคลั่ง

obsessive /əb'sesɪv/เอิบ'เซ็ชซิว/ *adj.* ซึ่งถูกครอบงำจิตใจ; **be ~ about sth.** ถูก *ส.น.* เข้าครอบงำจิตใจ; **be an ~ eater/gambler** เป็นนักกิน/นักการพนันที่ถูกครอบงำจิตใจ

obsessive-compulsive disorder *n.* โรคจิตที่คนไข้จะทำ *ส.น.* ซ้ำแล้วซ้ำเล่า

obsessively /əb'sesɪvlɪ/เอิบ'เซ็ชซิวลิ/ *adv.* อย่างถูกครอบงำจิตใจ

obsidian /əb'sɪdɪən/เอิบ'ซิดเดียน/ *n.* หินสีดำที่เกิดจากลาวาภูเขาไฟ

obsolescence /ɒbsə'lesəns/ออบเซอะ'เล็ซเซินซฺ/ *n., no pl.* การเลิกใช้แล้ว, ความล้าสมัย; **fall into ~:** ตกสมัย; **built-in** *or* **planned ~:** ภาวะเก่าพ้นสมัยที่กำหนดไว้

obsolescent /ɒbsə'lesənt/ออบเซอะ'เล็ซเซินทฺ/ *adj.* กำลังจะเลิกใช้แล้ว, กำลังจะล้าสมัย; **become/have become** *or* **be ~:** กลายเป็นสิ่ง/กำลังจะเป็นสิ่งที่เลิกใช้แล้ว

obsolete /'ɒbsəli:t/'ออบเซอะลีท/ *adj.* ที่เลิกใช้แล้ว, ล้าสมัยแล้ว; **become/have become ~:** ได้กลายเป็นสิ่งที่เลิกใช้แล้ว

obstacle /'ɒbstəkl/'ออบซเตอะค'ล/ *n.* อุปสรรค; **put ~s in sb.'s path** *(fig.)* ขัดขวาง *ค.น.*; **give rise to ~s** ทำให้เกิดอุปสรรค

obstacle: ~ course *n.* ทางวิ่งวิบาก; **~ race** *n.* การแข่งวิ่งวิบาก

obstetric /ɒb'stetrɪk/เอิบ'ซเต็ททริค/, **obstetrical** /ɒb'stetrɪkl/เอิบ'ซเต็ททริค'ล/ *adj. (Med.)* เกี่ยวกับการคลอดเด็ก, ทางสูติกรรม; **~ ward** แผนกสูติกรรม

obstetrician /ɒbstə'trɪʃn/ออบซเตอะ'ทริช'น/ *n.* ➤ 489 *(Med.)* สูติแพทย์

obstetrics /ɒb'stetrɪks/เอิบ'ซเต็ททริคซฺ/ *n., no pl. (Med.)* สูติศาสตร์

obstinacy /'ɒbstɪnəsɪ/'ออบซติเนอะซิ/ *n., no pl.* ➡ **obstinate:** ความดื้อรั้น; ความหัวแข็ง

obstinate /'ɒbstɪnət/'ออบซติเนิท/ *adj.* ดื้อรั้น; *(adhering to particular course of action)* ดันทุรัง, ไม่ฟังใคร, รั้น; **an ~ cold** โรคหวัดที่รักษายาก; **be as ~ as a mule** ดื้อรั้นเหมือนลา

obstinately /'ɒbstənətlɪ/'ออบซเตอะเนิทลิ/ *adv.* ➡ **obstinate:** อย่างดื้อรั้น; อย่างดันทุรัง

obstreperous /əb'strepərəs/เอิบ'ซเตร็พเพอะเริซ/ *adj.* Ⓐ ดังอึกทึกครึกโครม, เอะอะโวยวาย; **be/become ~:** มีเสียงดังอึกทึกครึกโครม; Ⓑ *(protesting)* ต่อต้าน, ประท้วง; **stop being so ~!** หยุดประท้วงโวยวายได้แล้ว

obstruct /əb'strʌkt/เอิบ'ซตรัคทฺ/ *v.t.* Ⓐ *(block)* ขวางกั้น, บัง; *(Med.)* อุดตัน *(ท่อ)*; **~ sb.'s view** บังการมองเห็นของ *ค.น.*; Ⓑ *(fig.: impede; also Sport)* ขัดขวาง; Ⓒ *(Parl.)* ขัดขวาง, ทำให้กระบวนการทางนิติบัญญัติช้าลงอย่างจงใจ

obstruction /əb'strʌkʃn/เอิบ'ซตรัคช'น/ *n.* Ⓐ *no pl. (blocking)* การบัง, การขวางกั้น, การอุดตัน, การขัดขวาง; *(of progress; also Sport)* การขวางกั้นการก้าวหน้า; *(to success)* อุปสรรค; Ⓑ *(Parl.)* การทำให้กระบวนการทางนิติบัญญัติต้องชะงัก/ช้าลงอย่างจงใจ; Ⓒ *(obstacle)* อุปสรรค

obstructionism /əb'strʌkʃənɪzm/เอิบ'ซตรัคเชอะนิซ'ม/ *n., no pl. (Polit.)* **[policy of]~:** [นโยบาย] ให้กระบวนการทางนิติบัญญัติช้าลงอย่างจงใจ

obstructionist /əb'strʌkʃənɪst/เอิบ'ซตรัคเชอะนิซทฺ/ *n. (Polit.)* ผู้ขัดขวางกระบวนการทางนิติบัญญัติ

obstructive /əb'strʌktɪv/เอิบ'ซตรัคทิว/ *adj.* *(วิธีการ)* ที่ขัดขวาง, เป็นอุปสรรค; **be ~** เป็นตัวปัญหา

obtain /əb'teɪn/เอิบ'เทน/ ❶ *v.t.* ได้รับ *(ผล, ความช่วยเหลือ)*; ได้มา *(ข่าว, สิ่งของ)*; **~ a divorce** ได้รับการหย่า ❷ *v.i.* ยังมีอยู่โดยทั่วไป, ยังเป็นที่นิยม

obtainable /əb'teɪnəbl/เอิบ'เทเนอะบ'ล/ *adj.* พอจะหามาได้

obtrude /əb'tru:d/เอิบ'ทรูด/ ❶ *v.t.* **~ one's beliefs/opinion on sb.** ยัดเยียดความเชื่อ/ความคิดเห็นของตนให้แก่ *ค.น.*; **~ oneself [up] on sb./into sth.** ยัดเยียดตนเองกับ *ค.น.*/ใน *ส.น.* ❷ *v.i.* เสนอตัว/เข้าไปยุ่งเกี่ยวโดยไม่มีใครต้องการ **(upon** ใน**)**; **~ upon sb.'s grief** เข้าไปยุ่งกับ *ค.น.* ในขณะที่เป็นทุกข์

obtrusive /əb'tru:sɪv/เอิบ'ทรูซิว/ *adj.* สะเออะ; *(conspicuous)* เห็นได้ชัด *(สิ่งที่ไม่ค่อยน่าชม)*

obtrusively /əb'tru:sɪvlɪ/เอิบ'ทรูซิวลิ/ *adv.* อย่างสะเออะ, อย่างเด่นเกินไป

obtrusiveness /əb'tru:sɪvnɪs/เอิบ'ทรูซิวนิซ/ *n., no pl.* การดันตัวเองเข้าไปยุ่งเกี่ยว; *(conspicuousness)* ความเด่นเกินควร

obtuse /əb'tju:s, US -'tu:s-/เอิบ'ทิวซ, -'ทูซ-/ *adj.* Ⓐ *(blunt)* ทื่อ, ทู่; *(Geom.)* เป็นมุมป้าน; Ⓑ *(stupid)* ทึ่ม, โง่เขลา; **he's being deliberately ~:** เขากำลังแสร้งทำเป็นโง่

obtusely /əb'tju:slɪ/เอิบ'ทิวซลิ/ *adv.* อย่างโง่เขลา, อย่างแสร้งไม่เข้าใจ

obverse /'ɒbvɜ:s/'ออบเวิซ/ *n.* Ⓐ *(of coin or medal)* ด้านหัว *หรือ* ด้านหน้า; Ⓑ *(front)* ด้านหน้า *(ของ ส.น.)*; Ⓒ *(fig.: counterpart)* ข้อเท็จจริงอีกด้าน

obviate /'ɒbvɪeɪt/'ออบวิเอท/ *v.t.* ลบล้าง, ขจัด *(ความต้องการ, ความไม่สะดวก, ความเสี่ยง)*; **~ the necessity of sth.** ทำให้ *ส.น.* ไม่จำเป็น

obvious /'ɒbvɪəs/'ออบเวียซ/ *adj.* เป็นที่ประจักษ์ชัด; *(easily seen)* ชัดเจน; **she was the ~ choice** เธอเป็นตัวเลือกที่ชัดเจน; **the answer is ~:** คำตอบมันชัดเจนอยู่แล้ว; **the ~ thing to do is ...:** สิ่งที่น่าทำที่สุดคือ...; **it's not ~ what we should do next** มันไม่ชัดเจนว่าเราควรทำอะไรต่อ; **with the ~ exception of ...:** ด้วยข้อยกเว้นที่ชัดเจนว่า...; **be ~ [to sb.] that ...:** เป็นที่แน่ชัด [สำหรับ *ค.น.*] ว่า...; **that's stating the ~:** นั่นเป็นสิ่งที่ชัดเจนอยู่แล้ว

obviously /'ɒbvɪəslɪ/'ออบเวียซลิ/ *adv.* อย่างเห็นได้ชัด, แน่นอน; **~, we can't expect any help** มันแน่นอนอยู่แล้วว่าเราไม่ต้องหวังความช่วยเหลือใด ๆ

ocarina /ɒkə'ri:nə/ออเคอะ'รีเนอะ/ *n. (Mus.)* *ฟลุตกลม ทำจากโลหะหรือกระเบื้องเคลือบ*

Occam's razor /ɒkəmz 'reɪzə(r)/ออเคิมซ 'เรเซอะ(ร)/ *n. (Philos.)* หลักปรัชญาของ William of Occam ที่ว่าการอธิบายสิ่งใด ๆ ต้องใช้ข้อสมมติฐานให้น้อยที่สุด

occasion /ə'keɪʒn/เออะ'เคฌ'น/ ❶ *n.* Ⓐ *(opportunity)* โอกาส; **rise to the ~:** พิสูจน์ตัวเองให้รับได้กับสถานการณ์ยากใด ๆ; Ⓑ *(reason)* เหตุผล **(for** ที่จะ**)**; *(cause)* สาเหตุ; **should the ~ arise** ถ้ามีเหตุผล; **there is no ~ for alarm** ไม่มีสาเหตุอะไรที่จะต้องตกใจ; **be [an] ~ for celebration** เป็นโอกาสที่จะเฉลิมฉลอง; **have ~ to do sth.** มีเหตุผลที่จะทำ *ส.น.*; **I had ~ to be in Rome** ฉันจำเป็นต้องอยู่กรุงโรม; Ⓒ *(point in time)* วาระโอกาส; **on several ~s** ในหลายวาระโอกาส; **on that ~:** ในวาระโอกาสนั้น; **[up]on ~[s]** เป็นครั้งคราว, เมื่อมีความจำเป็น; Ⓓ *(special occurrence)* วาระพิเศษ, โอกาสพิเศษ; **on state ~s** ในวาระพิเศษประจำชาติ; **it was quite an ~:** มันเป็นโอกาสพิเศษจริง ๆ หนหนึ่ง; **on the ~ of** ในวาระโอกาส ❷ *v.t.* เป็นเหตุให้, ก่อให้เกิด; **~ sb. to do sth.** เป็นเหตุให้ *ค.น.* ทำ *ส.น.*

occasional /ə'keɪʒənl/เออะ'เคเฌอะน'ล/ *adj.* Ⓐ *(happening irregularly) (ฝนตก)* เป็นครั้งเป็นคราว; **take an** *or* **the ~ break** หยุดพักเป็นครั้งเป็นคราว; Ⓑ *(specially written) (เพลง, บทกวี)* เขียนขึ้นในโอกาสพิเศษ

occasionally /ə'keɪʒənəlɪ/เออะ'เคเฌอะเนอะลิ/ *adv.* อย่างเป็นครั้งคราว; **[only] very ~:** นาน ๆ ที [เท่านั้น]

occasional table *n.* โต๊ะเล็ก ๆ ที่ยกไปโน่นไปนี่ได้

Occident /'ɒksɪdənt/'ออคซิเดินทฺ/ *n. (poet./rhet.)* **the ~** *(the west, European civilization)* โลกตะวันตก *(ยุโรปและอเมริกา)*, อารยธรรมยุโรป

occidental /ɒksɪ'dentl/ออคซิ'เด็นท'ล/ ❶ *adj.* เกี่ยวกับทิศตะวันตก, ทางตะวันตก; *(Polit.)* เกี่ยวกับโลกตะวันตก *(ยุโรปและอเมริกา)* ❷ **O~** *n.* คนตะวันตก

occlude /ə'klu:d/เออะ'คลูด/ *v.t.* Ⓐ *(Med.)* ปิดรู *(รูขุมขน, ปากช่องทาง)*; Ⓑ *(Chem.)* ดูดและกักเก็บ *(ก๊าซ)*; Ⓒ *(Meteorol.)* **~d front** *แนวอากาศอบอุ่นที่ถูกดันตัวขึ้นจากการปะทะของมวลอากาศเย็นและมวลอากาศร้อน*

occlusion /ə'klu:ʒn/เออะ'คลูฌ'น/ *n.* Ⓐ *(Med.)* การปิดรู, การปิดกั้น *(รูขุมขน, ปากช่องทาง)*; Ⓑ *(Chem.)* กระบวนการการดูดและกักเก็บก๊าซ; *(Meteorol.) การที่แนวอากาศเย็นเข้าแทนแนวอากาศร้อน เกิดการดันตัวของอากาศตรงกลาง*; *(Dent.)* ตำแหน่งคู่สบของฟัน

occult /ɒ'kʌlt, US ə'kʌlt/ออ'คัลทฺ, เออะ'คัลทฺ/ *adj.* Ⓐ *(mystical)* เกี่ยวกับเวทมนตร์คาถา; **the ~:** สิ่งเกี่ยวกับเวทมนตร์คาถา; Ⓑ *(mysterious)* ลึกลับ, เกินขอบเขตความรู้ธรรมดา ๆ; Ⓒ *(secret)* เป็นความลับ, ซ่อนเร้น

occultism /ɒ'kʌltɪzm, US ə'-/ออ'คัลทิซ'ม, เออะ'-/ *n.* ความเชื่อ/ลัทธิที่ใช้เวทมนตร์คาถา

occultist /ɒ'kʌltɪst, ə'kʌltɪst/ออ'คัลทิซทฺ, เออะ'คัลทิซทฺ/ *n.* ผู้ที่เชื่อ/ใช้เวทมนตร์คาถา

occupancy /'ɒkjʊpənsɪ/'ออคิวเพินซิ/ *n.* *(residence in a place)* การอยู่อาศัย; *(moving into property)* การเข้าครอบครองทรัพย์สิน

occupant /'ɒkjʊpənt/'ออคิวเพินทฺ/ *n.* Ⓐ *(resident)* ผู้อยู่อาศัย, ผู้ครอบครอง; *(of post)* ผู้ดำรงตำแหน่ง; *(of car, bus, etc.)* ผู้โดยสาร; *(of room)* ผู้อยู่ข้างใน; Ⓑ *(Law)* ผู้เข้าครอบครองทรัพย์สินที่ไม่มีเจ้าของเดิม

occupation /ɒkjʊ'peɪʃn/ออคิว'เพช'น/ *n.* Ⓐ *(of property) (tenure)* การครอบครองทรัพย์สิน; *(occupancy)* การเข้าอยู่อาศัย; **take over the ~ of** รับช่วงการครอบครองของ *(บ้าน, ห้อง, ฯลฯ)*; **the owners of the house are [still]/the new tenants are already in ~:** เจ้าของบ้าน [ยังคง] อยู่/ผู้เช่าคนใหม่ได้เข้าอยู่แล้ว; Ⓑ *(Mil.)* การยึดครอง, การครอบครองดินแดนอื่น; *(period)* ช่วงเวลาในการเข้าครอบครองทางทหาร; **army of ~:** กองทัพที่เข้ายึดครองดินแดน; Ⓒ *(activity)* กิจกรรมที่ทำ; *(pastime)* งาน

อดิเรก; Ⓓ *(profession)* อาชีพ; **his ~ is civil engineering** อาชีพเขาคือวิศวกรโยธา; **what's her ~?** อาชีพของเธอคืออะไร

occupational /ɒkjʊˈpeɪʃənl/ออคิวˈเพเชอะน'ล/ *adj.* เกี่ยวกับอาชีพการงาน; *(โรค, อันตราย ฯลฯ)* ที่เกิดจากอาชีพการงาน

occupational: ~ di'sease *n. (also joc.)* โรคที่เกี่ยวข้องกับอาชีพการงาน; **~'therapist** *n.* ➤ **489** นักอาชีวบำบัด; **~ 'therapy** *n.* อาชีวบำบัด

occupier /ˈɒkjʊpaɪə(r)/ˈออคิวไพเออะ(ร)/ *n. (Brit.)* ผู้ที่อยู่อาศัยในฐานะเจ้าของ; *(tenant)* ผู้ที่อยู่อาศัยในฐานะผู้เช่า

occupy /ˈɒkjʊpaɪ/ˈออคิวพาย/ *v.t.* Ⓐ *(Mil.: Polit. as demonstration)* ยึดครอง, ครอบครอง; **the terrorists are ~ing the building** ผู้ก่อการร้ายกำลังเข้ายึดอาคาร; Ⓑ *(reside in, be a tenant of)* เข้าอยู่อาศัย, เป็นผู้เช่าอาศัย; **~ a flat on a one-year lease** เป็นผู้เช่าอาศัยห้องชุดในระยะ 1 ปี; Ⓒ *(take up, fill)* กินเนื้อที่; นอนอยู่ *(ในเตียง)*; นั่งใน *(เก้าอี้)*; ใช้เวลา; **how did you ~ your time?** คุณใช้เวลาของคุณอย่างไร; **the hotel occupies an attractive site** โรงแรมตั้งอยู่ในสถานที่ที่สวยงาม; **~ a special place in sb.'s affections** เป็นที่รักของ *ค.น.*; Ⓓ *(hold)* ดำรง *(ตำแหน่ง)*; Ⓔ *(busy, employ)* ยุ่ง, หมกมุ่น; **~ oneself [with doing sth.]** หมกมุ่นตัวเอง [กับการทำ *ส.น.*]; **be occupied with** *or* **in doing sth.** หมกมุ่น/ยุ่งอยู่กับการทำ *ส.น.*; **keep sb.['s mind] occupied** ทำให้ [จิตใจของ] *ค.น.* ไม่มีเวลาว่าง

occur /əˈkɜː(r)/เออะˈเคอ(ร)/ *v.i.*, **-rr-** Ⓐ *(be met with)* เผชิญ; *(โอกาส, ปัญหา, โรค)* เกิดขึ้น; **if the case should ~ that ...:** ถ้าเกิดกรณีที่ว่า...; Ⓑ *(happen)* *(อุบัติเหตุ, ปัญหา)* เกิดขึ้น; *(การแข่งขัน)* ดำเนินไป; **how did your injuries ~?** การบาดเจ็บของคุณเกิดขึ้นได้อย่างไร; **this must not ~ again** สิ่งนี้จะต้องไม่เกิดขึ้นอีก; Ⓒ **~ to sb.** *(be thought of)* ปรากฏ/บังเกิดขึ้นในใจ *ค.น.*; **it ~red to me that she was looking rather pale** ฉันเกิดความรู้สึกว่าเธอดูค่อนข้างซีด; **it never ~red to me** ฉันไม่เคยนึกถึงมันเลย

occurrence /əˈkʌrəns/เออะˈเคอเรินซ/ *n.* Ⓐ *(incident)* เหตุการณ์; Ⓑ *(occurring)* การเกิดขึ้น; *(of disease)* การเกิดของโรค; **be of frequent ~:** เกิดขึ้นบ่อยครั้ง

ocean /ˈəʊʃn/ˈโอช'น/ *n.* Ⓐ มหาสมุทร; Ⓑ *in pl. (fig. coll.)* **~s of time** เวลามากมาย; **he's got ~s of money** เขามีเงินจำนวนมากมาย; **weep ~s of tears** ร้องไห้เสียน้ำตาไปมากมาย

'ocean-going *adj. (เรือ)* ที่สามารถแล่นข้ามมหาสมุทร

Oceania /əʊʃɪˈɑːnɪə/โอชิˈอาเนีย/ *pr. n.* เกาะต่าง ๆ *ในมหาสมุทรแปซิฟิกและทะเลใกล้เคียง*

oceanic /əʊʃɪˈænɪk/โอชิˈแอนิค, โอซิ-/ *adj.* เกี่ยวกับมหาสมุทร; *(อากาศ, สัตว์, พายุ)* แห่งมหาสมุทร; *(fig.)* กว้างใหญ่ไพศาล

oceanography /əʊʃəˈnɒgrəfɪ/โอเชอะˈนอเกฺระฟิ/ *n.* สมุทรศาสตร์

ocelot /ˈəʊsɪlɒt, US ˈɒsələt/ˈออซิลอท, ˈออเซอะเลิท/ *n. (Zool.)* แมว *Felis pardalis* ที่พบในอเมริกากลางและใต้

och /ɒx/ออซ/ *int. (Scot., Ir.)* โอ้ย

ochre *(Amer.:* **ocher***)* /ˈəʊkə(r)/ˈโอเคอะ(ร)/ *n.* ดินที่มีสีจากเหลืองอ่อนถึงสีน้ำตาล

ocker /ˈɒkə(r)/ˈออเคอะ(ร)/ *n. (Austral. coll.)* ชาวออสเตรเลียที่ก้าวร้าว

o'clock /əˈklɒk/เออะˈคลอค/ *adv.* Ⓐ ➤ **177 it is two/six ~:** ตอนนี้เป็นเวลา 2/6 นาฬิกา/โมง; **at two/six ~:** ณ เมื่อเวลา 2/6 นาฬิกา/โมง; **six ~** *attrib.* 6 นาฬิกา/โมง; Ⓑ *(indicating direction or position)* **see a plane at 3/6/9/12 ~:** ดูเครื่องบินที่ตำแหน่ง 3/6/9/12 นาฬิกา

Oct. *abbr.* **October** ต.ค.

octagon /ˈɒktəgən, US -gɒn/ˈออคเทอะเกิน, -กอน/ *n. (Geom.)* รูปแปดเหลี่ยม

octagonal /ɒkˈtægənl/ออคˈแทเกอะน'ล/ *adj.* เป็นรูปแปดเหลี่ยม

octahedron /ɒktəˈhiːdrən, -ˈhedrən, US -drɒn/ออคเทอะˈฮีเดริน, -ˈเฮ็ดเดริน/ *n., pl.* **~s** *or* **octahedra** /ɒktəˈhiːdrə/ออคเทอะˈฮีเดรอะ/ *(Geom.)* วัตถุที่มีแปดด้าน, ทรงเหลี่ยมแปดด้าน

octane /ˈɒkteɪn/ˈออคเทน/ *n.* สารไวไฟไม่มีสี *(เป็นไฮโดรคาร์บอนชนิดหนึ่ง)*

octave /ˈɒktɪv/ˈออคทิฝ/ *n. (Mus.)* เสียงคู่แปด

octavo /ɒkˈteɪvəʊ/ออคˈเทโว, ออคˈทาโว/ *n., pl.* **~s** Ⓐ *(book)* *(หนังสือที่พับมาจากกระดาษขนาดมาตรฐานที่ให้แปดแผ่น)* หนังสือสิบหกหน้ายก; *(page)* หน้าหนังสือขนาดสิบหกหน้ายก; Ⓑ *(size)* ขนาดสิบหกหน้ายก

octet, octette /ɒkˈtet/ออคˈเท็ท/ *n. (Mus.)* บทเพลงสำหรับนักดนตรีแปดคน, ผู้ร้อง/บรรเลงบทประพันธ์ชนิดนี้, กลุ่มแปด, แปดบรรทัดแรกของโคลงชนิดหนึ่ง; **string ~:** วงเครื่องสายแปดชิ้น

October /ɒkˈtəʊbə(r)/ออคˈโทเบอะ(ร)/ *n.* ➤ **231** เดือนตุลาคม; **the ~ Revolution** *(Hist.)* การรัฐประหารในรัสเซียในปี ค.ศ. 1917; ➡ + **August**

octogenarian /ɒktədʒɪˈneərɪən/ออคเทอะจิˈแนเรียน/ ❶ *adj.* อายุแปดสิบปี; *(more than 80 years old)* มีอายุระหว่าง 80–89 ปี ❷ *n.* คนที่มีอายุระหว่าง 80–89 ปี

octopus /ˈɒktəpəs/ˈออคเทอะเพิซ/ *n. (lit.)* ปลาหมึกยักษ์; *(fig.)* *อำนาจหรืออิทธิพลที่มีการจัดแบ่งองค์กรและสาขาเป็นระบบ*

ocular /ˈɒkjʊlə(r)/ˈออคิวเลอะ(ร)/ *adj. (โรค, การลวง)* เกี่ยวกับดวงตา

oculist /ˈɒkjʊlɪst/ˈออคิวลิซท/ *n.* ➤ **489** จักษุแพทย์

OD *abbr. (esp. Amer. coll.)* ❶ **overdose 1** ❷ **OD's, OD'd, ODing: overdose 3**

odd /ɒd/ออด/ *adj.* Ⓐ *(surplus, spare)* ส่วนที่เหลือ, ส่วนเกิน; เศษ *(สตางค์)*; Ⓑ *(additional)* **£25 and a few ~ pence** 25 ปอนด์กับเศษอีกไม่กี่เพนซ์; **1,000 and ~ pounds** พันกว่าปอนด์; Ⓒ *(occasional, random)* เป็นครั้งคราว; **use the occasional ~ moment to do sth.** ทำ *ส.น.* เป็นครั้งคราวเมื่อมีโอกาส; **I like the ~ whisky** ฉันชอบดื่มวิสกี้เป็นครั้งคราว; **the ~ bit of translating** ทำการแปลเล็ก ๆ น้อย ๆ เป็นครั้งคราว; **~ job/~-job man** งานปลีก/คนที่รับทำงานปลีก; **do ~ jobs** รับทำงานปลีก; *(about the house)* ซ่อมแซมโน่นนี่ตามบ้าน; Ⓓ *(one of pair or group)* ข้างหนึ่ง; **~ socks/gloves** *etc.* ถุงเท้า/ถุงมือ ฯลฯ ข้างหนึ่ง *หรือ* ที่ไม่เป็นคู่; **~ numbers/volumes** เล่มปลีกของหนังสือที่เป็นชุด; Ⓔ *(uneven)* *(เลขบ้าน, หน้าหนังสือ)* คี่; Ⓕ *(plus something)* **she must be forty ~:** เธอต้องมีอายุ 40 กว่า; **sixty thousand ~:** มากกว่าหกหมื่นนิดหน่อย; **twelve pounds ~:** 12 ปอนด์กว่า ๆ; Ⓖ *(extraordinary)* พิเศษ; *(strange, eccentric)* แปลกประหลาด, พิกล

odd: ~ball, ~ 'fish *ns. (coll.)* คนที่แปลกประหลาด

oddity /ˈɒdɪtɪ/ˈออดิทิ/ *n.* Ⓐ *(strangeness, peculiar trait)* ความแปลกประหลาด; Ⓑ *(odd person)* คนที่พิลึกพิกล; Ⓒ *(fantastic object, strange event)* สิ่งที่แปลก, เหตุการณ์ที่แปลกประหลาด

oddly /ˈɒdlɪ/ˈออดลิ/ *adv.* อย่างแปลกประหลาด; **~ enough** เป็นเรื่องแปลก

odd 'man *n.* **be the ~:** เป็นผู้ชี้ขาด *(ในการตัดสิน)*; **~ out** คนที่แตกต่างจากกลุ่ม; **be the ~ out** *(extra person)* เป็นคนที่เกิน; *(thing)* เป็นสิ่งของที่ถูกคัดเลือกออก; **find the ~ out** หาคน/สิ่งที่จะคัดออกจากกลุ่ม

oddment /ˈɒdmənt/ˈออดเมินทฺ/ *n.* Ⓐ *(left over)* สิ่งที่เหลือค้าง, เศษ; *(in sales)* สินค้าที่เหลือค้าง; Ⓑ *in pl. (odds and ends)* สิ่งของเล็ก ๆ น้อย ๆ; **~s of furniture** เครื่องเรือนชิ้นเล็กชิ้นน้อย

oddness /ˈɒdnɪs/ˈออดนิซ/ *n., no pl.* ความไม่เป็นปกติ, ความประหลาด; *(strangeness)* ความแปลก

odd: ~numbered *adj.* เป็นเลขคี่; **~ one** ➡ **odd man**

odds /ɒdz/ออดซฺ/ *n. pl.* Ⓐ *(Betting)* แต้มต่อ, ความเป็นต่อ; **the ~ were on Black Bess** แบล็คเบสกำลังเป็นต่อ; **lay** *or* **give/take ~ of six to one in favour of/against sb./a horse** พนัน/รับพนันหกต่อหนึ่งเล่นข้าง/ไม่เล่นข้าง *ค.น.*/ม้า; **I'll lay ~ that ...** *(fig.)* ฉันกล้าพนันเลยว่า...; **take ~ on sth.** ยอมพนันใน *ส.น.*; **over the ~** *(fig.)* มากเกินไป; **pay over the ~ for sth.** จ่ายมากเกินไปสำหรับ *ส.น.*; **be/go over the ~** *(more than is reasonable)* มากเกินไป; ➡ + **long odds; short odds**; Ⓑ *(chances for or against)* โชค, โอกาสที่จะเป็นไปได้ *หรือ* เป็นไปไม่ได้; **[the] ~ are that she did it** น่าจะเป็นไปได้ว่าเธอได้ทำสิ่งนั้น; **the ~ are against/in favour of sb./sth.** โชคไม่เข้าข้าง/เข้าข้าง *ค.น./ส.น.*; **the ~ are against/in favour of sth. happening** โอกาสไม่เอื้อ/เอื้อให้ *ส.น.* เกิดขึ้น; **struggle against considerable/impossible ~:** ดิ้นรนกับโอกาสที่เป็นไปได้ยาก/เป็นไปไม่ได้เลย; Ⓒ *(balance of advantage)* **against [all] the ~:** แม้ว่าจะมีอุปสรรค *หรือ* ความยากลำบากนานา; Ⓓ *(difference)* ความแตกต่าง; **make no/little ~ [whether ...]** ไม่ว่า...ก็ไม่มีผลอะไร/ก็มีผลเล็กน้อย; **what's the ~?** มันจะมีผลแค่ไหน; Ⓔ *(variance)* **be at ~ [with sb./sth.]** ขัดแย้ง [กับ *ค.น./ส.น.*]; **be at ~ with sb. over sth.** ขัดแย้งกับ *ค.น.* ใน *ส.น.*; Ⓕ **~ and ends,** *(coll.)* **~ and bobs** สิ่งของจิปาถะเล็ก ๆ น้อย ๆ; *(of food)* เศษอาหาร; **~ and sods** *(coll.)* *(things)* สิ่งของจิปาถะที่ไม่ค่อยมีค่าอะไร; *(persons)* คนไร้ค่า

'odds-on ❶ *adj.* เป็นต่อ, ได้เปรียบ; **be ~ [favourite] to win/for sth.** มีโอกาสที่จะชนะ/เป็นต่อสำหรับ *ส.น.*, เป็นตัวเก็ง ❷ *adv.* น่าจะเป็นไปได้; **it's ~ that he is alive** น่าจะเป็นไปได้ว่าเขายังมีชีวิตอยู่

ode /əʊd/โอด/ *n.* โคลงกลอนถึง *ค.น.*

odious /ˈəʊdɪəs/ˈโอเดียซ/ *adj.*, **odiously** /ˈəʊdɪəslɪ/ˈโอเดียซลิ/ *adv.* [อย่าง] น่ารังเกียจ, น่าขยะแขยง

odium /ˈəʊdɪəm/ˈโอเดียม/ *n. (hatred)* ความเกลียดชัง; **be held in ~ by sb.** เป็นที่เกลียดชังของ *ค.น.*

odometer /əˈdɒmɪtə(r)/เออะˈดอมิเทอะ(ร)/ *n.* มาตรวัดระยะทางของยานพาหนะ

odontologist /ɒdɒnˈtɒlədʒɪst/ออดอนˈทอเลอะจิซทฺ/ *n.* ทันตแพทย์

odor *etc. (Amer.)* ➡ **odour** *etc.*

odoriferous /əʊdəˈrɪfərəs/โอเดอะˈริฟเฟอะเริซ/ *adj.* ส่งกลิ่นหอม, มีกลิ่นหอม

odorous /ˈəʊdərəs/ˈโอเดอะเริซ/ *adj.* [A] *(fragrant)* มีกลิ่นหอม; [B] *(malodorous)* มีกลิ่นเหม็น

odour /ˈəʊdə(r)/ˈโอเดอะ(ร)/ *n.* [A] *(smell)* กลิ่น; *(fragrance)* กลิ่นหอม; **~ of cats** กลิ่นของแมว; ➡ **+ body odour**; [B] *(fig.)* ชื่อเสียง; **be in/fall** *or* **get into good/bad ~ with sb.** เป็นที่ชื่นชม/เดียดฉันท์ของ *ค.น.*

odourless /ˈəʊdəlɪs/ˈโอเดอะลิซ/ *adj.* ไม่มีกลิ่น, ไร้กลิ่น

Odysseus /əˈdɪsju:s/เออะˈดิซูซ/ *pr. n.* โอดิสซุสหรือยูลิสซิส *(เจ้าชายกรีกองค์หนึ่งที่เข้าร่วมสงครามเมืองทรอย)*

odyssey /ˈɒdɪsɪ/ˈออดิซิ/ *n.* การเดินทางไกลที่เป็นการผจญภัย; **the O~** *(Myth.) มหากาพย์ของโฮเมอร์ที่บรรยายการผจญภัยของโอดิสซุส*

OECD *abbr.* **Organization for Economic Cooperation and Development**

oedema /ɪˈdi:mə/อิˈดีเมอะ/ *n. (Med.)* อาการบวมน้ำของเนื้อเหยื่อ

Oedipus complex /ˈi:dɪpəs kɒmpleks/ˈอีดิเพิซคอมเพล็คซฺ/ *n. (Psych.) ทฤษฎีของฟรอยด์ที่ว่าเด็ก (โดยเฉพาะเด็กชาย) จะมีความรู้สึกทางเพศที่ซ่อนอยู่ในจิตใต้สำนึกต่อมารดาหรือบิดาของตน*

o'er /ɔ:(r)/ออ(ร)/ *(poet.)* ➡ **over** 1, 2

oesophagus /ɪˈsɒfəgəs/อีˈซอเฟอะเกิซ/ *n., pl.* **oesophagi** /i:ˈsɒfədʒaɪ/อีˈซอเฟอะจาย/ *or* **~es** *(Anat.)* หลอดอาหาร

oestrogen /ˈi:strədʒən/ˈอีซเทรอะเจิน/ *n. (Biochem.)* เอสโตรเจน *(ท.ศ.)* ฮอร์โมนเพศหญิง

œuvre /ɜ:vrə/อาฟเรอะ/ *n.* ชิ้นงานรวมของนักประพันธ์, ศิลปิน ฯลฯ

of /əv, *stressed* ɒv/เอิฟ, ออวฺ/ *prep.* [A] *indicating belonging, connection, possession* **articles of clothing** พวกเสื้อผ้า; **be a thing of the past** เป็นเรื่องในอดีต; **topic of conversation** หัวข้อในการสนทนา; **the brother of her father** พี่ชาย/น้องชายของพ่อของเธอ; **a friend of mine/the vicar's** เพื่อนคนหนึ่งของฉัน/ของพระผู้ช่วยบิชอป; **that dog of yours** สุนัขของคุณตัวนั้น; **it's no business of theirs** มันไม่ใช่ธุระของพวกเขา; **where's that pencil of mine?** ดินสอด้ามนั้นของฉันอยู่ที่ไหน; [B] *indicating starting point* จาก; **within a mile of the centre** ภายในหนึ่งไมล์จากใจกลางเมือง; **for upwards of 10 years** เป็นเวลามากกว่า 10 ปี; [C] *indicating origin, cause, agency* **have a taste of garlic** มีรสกระเทียม; **it was clever of you to do that** มันเป็นเรื่องฉลาดที่คุณทำสิ่งนั้น; **the approval of sb.** การเห็นด้วยของ *ค.น.*; **be of a good family** มาจากครอบครัวที่ดี; **the works of Shakespeare** ผลงานของเชคสเปียร์; **R.T. Smith, of Oxford** อาร์.ที. สมิธแห่งออกซฟอร์ด; **Lord Morrison of Lambeth** ท่านลอร์ดมอร์ริสันแห่งแลมเบธ; [D] *indicating material, substance (ที่ทำ)* ด้วย, จาก; **a dress of cotton** ชุดผ้าฝ้าย; **be made of ...:** ทำด้วย... *หรือ* ทำจาก...; [E] *indicating closer definition, identity, or content* **a pound of apples** แอปเปิ้ลหนึ่งปอนด์; **a glass of wine** ไวน์หนึ่งแก้ว; **a painting of the queen** พระบรมสาทิสลักษณ์ของพระราชินี; **the city of Chicago** เมืองชิคาโก; **the Republic of Ireland** สาธารณรัฐไอร์แลนด์; **Professor of Chemistry** ศาสตราจารย์ทางด้านเคมี; **the Gospel of St Mark** คัมภีร์ศาสนาของนักบุญมาร์ค; **family of eight** ครอบครัวที่มีแปดคน; **increase of 10%** การเพิ่มขึ้น 10 เปอร์เซ็นต์; **battle of Hastings** การสู้รบที่แฮสติ้ง; **University of Oxford** มหาวิทยาลัยออกซฟอร์ด; **President of the Philippines** ประธานาธิบดีแห่งฟิลิปปินส์; **the Queen of Spades** ไพ่ควีนโพดำ; **the love of God** ความรักของพระผู้เป็นเจ้า; **the fifth of January** วันที่ห้า [ของเดือน] มกราคม; **your letter of 2 January** จดหมายของคุณฉบับลงวันที่สองมกราคม; **that fool of a personnel manager** ผู้จัดการฝ่ายบุคคลที่แสนโง่คนนั้น; **a fool of a woman** หญิงโง่คนหนึ่ง; **the worst liar of any man I know** ผู้ชายผู้โกหกแย่ที่สุดในบรรดาคนที่ฉันรู้จัก; **be of value/interest to** มีคุณค่า/ประโยชน์สำหรับ; **the whole of ...:** ทั้งหมดของ...; **tales of adventure** นิทานเกี่ยวกับการผจญภัย; [F] *indicating concern, reference, respect* **do not speak of such things** อย่าพูดถึงเรื่องเช่นนี้; **inform sb. of sth.** บอกแจ้ง *ค.น.* เกี่ยวกับ *ส.น.*; **well, what of it?** *(asked as reply)* แล้วยังไง, แล้วจะทำไม; [G] *indicating objective relation* **love of virtue** ความรักในความดี; **his love of his father** ความรักต่อพ่อของเขา; [H] *indicating description, quality, condition* **a frown of disapproval** การขมวดคิ้วแสดงการไม่เห็นด้วย; **person of extreme views** คนที่มีความคิดสุดขั้ว; **work of authority** งานที่เชื่อถือได้; **a boy of 14 years** เด็กชายที่มีอายุ 14 ปี; **a city of wide boulevards** เมืองที่มีถนนกว้าง; [I] *indicating partition, classification, inclusion, selection* **of these, three ...:** ในบรรดา *(สิ่ง, คน)* เหล่านี้มีอยู่สามที่...; **the five of us** เราห้าคน; **the five of us went there** เราห้าคนไปที่นั่น; **some/five of us** บางคน/ห้าคนในกลุ่มพวกเรา; **there are five of us waiting to see the doctor** มีห้าคนที่กำลังรอให้แพทย์ตรวจ; **the most dangerous of enemies** ศัตรูที่เป็นอันตรายมากที่สุด; **be too much of a gentleman to do sth.** เป็นสุภาพบุรุษมากเกินกว่าที่จะทำ *ส.น.*; **he of all men** *(most unsuitably)* โดยเฉพาะเขาไม่น่า; *(especially)* เขาโดยเฉพาะ; **of all the impudence!** ทะลึ่งจริง ๆ; **here of all places** โดยเฉพาะที่นี่; **on this night of nights** โดยเฉพาะคืนนี้; **of an evening** *(coll.)* ตอนเย็น, เย็น ๆ; **of an evening in June** ของเย็นวันหนึ่งในเดือนมิถุนายน; [J] *(Amer.: before the hour of)* **a quarter of two** อีก 15 นาทีจะบ่ายสองโมง/ตีสอง; [K] *(arch.: by)* ของ; **beloved of all** เป็นที่รักของทุกคน

off /ɒf/ออฟ/ ❶ *adv.* [A] *(away, at or to a distance)* **be a few miles ~:** ไกลออกไป 2-3 ไมล์; **the lake is not far ~:** ทะเลสาบอยู่ไม่ไกล; **Christmas is not far ~:** เทศกาลคริสต์มาสกำลังจะมาถึงอีกไม่นาน; **some way ~:** ไกลออกไปพอสมควร; **where are you ~ to?** คุณจะไปไหน; **I must be ~:** ฉันต้องไปแล้ว; **I'm ~ now** ฉันจะไปแล้วนะ; **~ with you!** ไปได้แล้ว; **~ with his head!** ตัดหัวมันทิ้งเสีย; **~ we go!** *(we are starting)* เราออกเดินทางกันแล้ว; *(let us start)* เริ่มกันได้แล้ว; **they're ~!** *(coll.)* การแข่งขันเริ่มแล้ว *หรือ* เขาออกวิ่งแล้ว; ➡ **+ make off; put off; straight off;** [B] *(not on or attached or supported)* **get the lid ~:** เปิดฝาออก; [C] *(not in good condition)* เสีย; **the meat** *etc.* **is ~:** เนื้อ ฯลฯ เสียแล้ว; **be a bit ~** *(Brit. fig.)* ไม่ไหวเลย; [D] **be ~** *(switched or turned ~)* ปิดอยู่; **the light/radio** *etc.* **is ~:** ไฟ/วิทยุ ฯลฯ ปิดอยู่; **put the light ~:** ปิดไฟ; **leave the bathroom tap ~:** ปิดก๊อกน้ำในห้องน้ำไว้; **is the gas tap ~?** ปิดก๊าซแล้วหรือยัง; **neither the water nor the electricity was ~:** ทั้งน้ำและไฟฟ้ายังไม่ได้ปิด; [E] **be ~** *(cancelled)* ถูกยกเลิก, ล้มเลิกเสีย; **the strike is ~:** การนัดหยุดงานถูกยกเลิก; **is Sunday's picnic ~?** ปิกนิกวันอาทิตย์ถูกยกเลิกหรือเปล่า; **~ and on** เป็นครั้งคราว; [F] *(not at work)* ไม่ทำงาน, หยุด; **on my day ~:** ในวันหยุดของฉัน; **take/get/have a week** *etc.* **~:** หยุดทำงานหนึ่งอาทิตย์ ฯลฯ; **be given a day ~ from school** ได้หยุดเรียนหนึ่งวัน; **be ~ sick** หยุดเพราะป่วย; [G] *(no longer available)* **soup** *etc.* **is ~:** ซุป ฯลฯ หมดแล้ว; [H] *(entirely, to the end)* **drink ~:** ดื่มหมด; [I] *(situated as regards money etc.)* **he is badly ~:** เขายากจนมาก; **we'd be better ~ without him** เราไม่มีเขาก็จะยิ่งดี; **there are many people worse ~ than you** ยังมีอีกหลายคนที่ยากแย่กว่าคุณ; **he left her comfortably ~:** เขาทิ้งเงินไว้ให้เธออยู่ได้อย่างสุขสบาย; **how are you ~ for food?** คุณมีอาหารเท่าไร, คุณมีอาหารพอไหม; **be badly ~ for sth.** มี *ส.น.* ไม่เพียงพอ; ➡ **+ well off;** [J] *(Theatre)* **take place ~:** เกิดขึ้นนอกเวที; ➡ **+ noise** 1 B

❷ *prep.* [A] *(from)* จาก; **take a little ~ the price** ลดราคาลงจากเดิมนิดหน่อย; **cut a couple of slices ~ the loaf** ตัดขนมปังสองแผ่นจากแถวขนมปัง; **be a few inches ~ the finish** อยู่ห่างเส้นชัยอีกไม่กี่นิ้ว; **be ~ school/work** ไม่มาโรงเรียน/ทำงาน; [B] *(diverging from)* **get ~ the subject, talk ~ the point** ออกนอกเรื่อง, พูดไม่ตรงประเด็น; **be ~ the point** ไม่เข้าประเด็น; [C] *(designed not to cover)* **~-the-shoulder** เปิดไหล่; **an ~-the-face hat** หมวกที่เปิดหน้า; [D] *(having lost interest in)* **be ~ sth.** ไม่สนใจ *ส.น.*; **be ~ one's food** ไม่รู้สึกอยากอาหาร; **be quite ~ sth.** ไม่ชอบ *ส.น.* อีกแล้ว; [E] *(no longer obliged to use)* **be ~ drugs** เลิกเสพยาแล้ว, ไม่ต้องใช้ยาอีกต่อไป; **be ~ one's diet** เลิกการควบคุมอาหารของตน; [F] *(leading from, not far from)* **just ~ the square** อยู่แถว ๆ ลานจัตุรัส; **a street ~ the main road** ถนนที่แยกมาจากถนนสายหลัก; **taking a turning ~ the main road** เลี้ยวออกจากถนนสายหลัก; [G] *(to seaward of)* ไม่ห่างจากฝั่งนัก; [H] *(Golf)* **play ~ three** เล่นด้วยแต้มต่อสาม; ➡ **+ offside**

❸ *adj.* [A] **the ~ side** *(Brit.) (when travelling on the left/right)* ด้านที่ไกลจากขอบถนน, ด้านขวา/ซ้าย; [B] *(Cricket) (ด้าน)* ซ้ายจากผู้ปาลูก; *(if batsman is left-handed)* ขวาจากผู้ปา; **~ drive** *การตีลูกไปทางขวา*; *(by left-handed batsman)* ไปทางซ้าย; **~ side** ➡ 4 A

❹ *n.* [A] *(Cricket) สนามคริกเกตครึ่งขวาของผู้ที่ตีมือขวา หรือ ครึ่งซ้ายของผู้ที่ตีมือซ้าย*; [B] *(start of race)* จุดเริ่มต้นการแข่งขันความเร็ว

offal /ˈɒfl, US ˈɔ:fl/ˈออฟ'ล, ˈออฟ'ล/ *n., no pl.* [A] *(parts of animal's carcass)* เครื่องใน; [B] *(carrion)* ซากศพเน่า; [C] *(refuse)* ขยะมูลฝอย,

ของทิ้ง; Ⓓ *(fig.: dregs, scum)* ส่วนที่เลวที่สุด, คนเลว

off: ~beat ❶ *n. (Mus.)* จังหวะดนตรีที่ไม่เน้นตรงกับจังหวะ ❷ *adj.* Ⓐ *(Mus.)* ไม่เน้นตรงกับจังหวะ; Ⓑ *(fig.: eccentric) (ชีวิต)* ที่แหวกแนว; *(สิ่ง)* แปลกประหลาด; **~-Broadway** *adj. (Amer.)* **~ production** ละครสมัยใหม่ที่เล่นตามโรงละครขนาดเล็ก; **~ theatre** โรงละครที่ไม่อยู่ในย่านบรอดเวย์; **~-'centre** ❶ *adj.* ไม่ตรงจุดศูนย์กลาง, ห่างจากศูนย์ ❷ *adv.* ไม่ตรงจุดศูนย์กลาง; **~chance** ➡ **chance** 1 C; **~ 'colour** *adj.* Ⓐ *(not in good health)* ป่วย, สุขภาพไม่ดี; **be** *or* **feel ~ colour** รู้สึกไม่สบาย; Ⓑ *(Amer.: somewhat indecent)* ค่อนข้างไม่ดีไม่งาม; **~cut** *n.* เศษ *(กระดาษ, ไม้)* ที่ยังเหลืออยู่จากการตัด; **~ day** *n.* วันที่ทุกอย่างผิดหมด; **~-duty** *attrib. adj.* หยุดงาน; *(ตำรวจ)* ออกเวร

offence /əˈfens/เออะ'เฟ็นซฺ/ *n. (Brit.)* Ⓐ *(hurting of sb.'s feelings)* การทำให้เสียความรู้สึก, การทำให้ขุ่นเคือง; **I intended no ~:** ฉันไม่ได้ตั้งใจทำให้ขุ่นเคือง; **your behaviour caused [great] ~:** ความประพฤติของคุณทำให้เสียความรู้สึก [เป็นอย่างมาก]; Ⓑ *(annoyance)* **give ~:** ก่อความขุ่นเคือง; **take ~:** ถือโกรธ; **don't take ~, but ...:** อย่าถือโกรธแต่...; **no ~** *(coll.)* ฉันไม่ได้ตั้งใจทำให้คุณขุ่นเคือง; **no ~ to you, but ...** *(coll.)* ฉันไม่ได้ตั้งใจจะพูดให้คุณขุ่นเคืองแต่ว่า...; Ⓒ *(transgression)* การฝ่าฝืน *(กฎ ฯลฯ)*, การทำผิด; *(Buddhism)* อาบัติ *(ร.บ.)*; *(crime)* อาชญากรรม; **an ~ against good taste** การทำสิ่งที่ขัดต่อรสนิยมอันดี; **criminal/petty ~:** ความผิดทางอาญา/การกระทำผิดที่ไม่รุนแรง; Ⓓ *(attacking)* การโจมตี, การรุก

offend /əˈfend/เออะ'เฟ็นด/ ❶ *v.i.* ทำผิด, ฝ่าฝืน (**against** ต่อ) ❷ *v.t.* **~ sb.** ทำให้ *ค.น.* ขุ่นเคือง; *(hurt feelings of)* ทำให้เสียความรู้สึก; **she was ~ed with him** เธอไม่พอใจเขา; **~ the eye** รำคาญตา; **a refusal often ~s** การปฏิเสธมักจะทำให้ขุ่นเคือง

offender /əˈfendə(r)/เออะ'เฟ็นเดอะ(ร)/ *n. (against law)* คนที่ทำผิดกฎหมาย; *(against rule)* คนที่ฝ่าฝืนกฎ; ➡ + **first offender**

offending /əˈfendɪŋ/เออะ'เฟ็นดิง/ *attrib. adj.* Ⓐ *(that outrages)* ที่ทำให้ขุ่นเคืองไม่พอใจ; **he removed the ~ object** เขาย้ายสิ่งที่ทำให้ขุ่นเคืองไม่พอใจออกไป; Ⓑ *(that transgresses)* ที่ฝ่าฝืน, ที่ทำผิด; **there are penalties for ~ persons** มีบทลงโทษสำหรับผู้ที่ทำผิด

offense *(Amer.)* ➡ **offence**

offensive /əˈfensɪv/เออะ'เฟ็นซิว/ ❶ *adj.* Ⓐ *(aggressive)* ก้าวร้าว; *(อาวุธ)* ที่ทำร้ายได้; *(สงคราม)* ที่มุ่งร้าย; Ⓑ *(giving offence, insulting)* ที่ทำให้ขุ่นเคือง, เป็นการดูถูก; *(indecent)* ทะลึ่ง; **~ language** ถ้อยคำหยาบคาย; Ⓒ *(repulsive)* น่ารังเกียจ, น่าขยะแขยง; **be ~ to sb.** น่ารังเกียจ/น่าขยะแขยงสำหรับ *ค.น.* ❷ *n.* Ⓐ *(attitude of assailant)* ท่าทีจะโจมตี; **take the** *or* **go on the ~:** เริ่มต้นการโจมตี; **be on the ~:** กำลังโจมตี, เป็นฝ่ายรุก; Ⓑ *(attack)* การโจมตี; Ⓒ *(fig.: forceful action)* การกระทำที่รุนแรง

offensively /əˈfensɪvlɪ/เอ'เฟ็นซิวลิ/ *adv.* Ⓐ *(aggressively)* อย่างก้าวร้าว, อย่างเป็นแนวรุก; Ⓑ *(insultingly)* อย่างดูถูก, อย่างสบประมาท; *(indecently)* อย่างไม่ดีงามเหมาะสม; Ⓒ *(repulsively)* อย่างน่ารังเกียจ, อย่างน่าขยะแขยง

offer /ˈɒfə(r), US ˈɔːf-/'ออเฟอะ(ร), 'ออฟ-/ ❶ *v.t.* Ⓐ เสนอ *(งาน)*; ให้ *(โอกาส)*; *(ต้นไม้)* ให้ *(ร่มเงา)*; แสดง *(คำขอโทษ, ความเสียใจ, ความพร้อม)*; **have something to ~:** มี *ส.น.* ที่จะเสนอ; **the job ~s good prospects** งานจะมีโอกาสที่ดีในอนาคต; Ⓑ *(present to deity etc.)* **~ [up]** ถวาย, ประเคน, สังเวย; **~ up a sacrifice** ถวายการบวงสรวง; **~ prayers for the dead** สวดมนต์ให้กับผู้เสียชีวิต; Ⓒ *(have for sale)* เสนอขาย; Ⓓ *(show readiness for)* **~ resistance** แสดงท่าทีต่อต้านขัดขืน; **~ violence** ส่อเค้าของความรุนแรง; **~ peace** ส่อเค้าของสันติภาพ *หรือ* แจ้งว่าจะยุติการสู้รบ; **~ to do sth.** แสดงความพร้อมที่จะทำ *ส.น.*; **~ to help** แสดงความพร้อมที่จะช่วยเหลือ; Ⓔ *(present to sight or notice)* เสนอ, แสดงให้เห็น ❷ *v.i. (โอกาส)* ปรากฏ; เสนอตัว ❸ *n.* Ⓐ ข้อเสนอ, การเสนอ; **all ~s of help** การเสนอจะช่วยเหลือทั้งหมด; **[have/be] on ~:** เสนอขายอยู่; Ⓑ *(marriage proposal)* การขอแต่งงาน

offering /ˈɒfərɪŋ, US ˈɔːf-/'ออฟเฟอะริง, 'ออฟ-/ *n.* Ⓐ *no pl. (act)* การเสนอ, การให้; *(to deity)* การถวาย, การสังเวย; Ⓑ *(thing)* สิ่งเสนอ, ข้อเสนอ; *(to a deity)* สิ่งที่ถวาย, เครื่องเซ่น, ทักษิณา, บูชา *(ร.บ.)*; **the latest ~ from the publishers** ผลงานล่าสุดจากสำนักพิมพ์

offertory /ˈɒfətrɪ, US ˈɔːfətɔːrɪ/'ออฟเฟอะทริ, 'ออเฟอะทอริ/ *n. (Eccl.)* Ⓐ *(part of Mass)* *การมอบขนมปังและเหล้าองุ่นในพิธีมิซซา*; Ⓑ *(collection of money)* *การเรี่ยไรบริจาคเงินในพิธีมิซซา*

off: ~'hand ❶ *adv.* Ⓐ *(without preparation)* โดยไม่ได้เตรียมไว้ก่อน; Ⓑ *(casually)* อย่างไม่แยแส ❷ *adj.* Ⓐ *(without preparation)* ไม่ได้เตรียมไว้ก่อน; Ⓑ *(casual)* เมินเฉย, ไม่แยแส; **be ~hand with sb.** ทำตัวเมินเฉยกับ *ค.น.*; **he was very ~hand about the whole business** เขาไม่ได้กระตือรือร้นใส่ใจกับเรื่องทั้งหมดนี้เลย; **~handed** /ɒfˈhændɪd/ออฟ'แฮนดิด/ ➡ **~hand** 2 B

office /ˈɒfɪs, US ˈɔːf-/'ออฟฟิซ/ *n.* Ⓐ ที่ทำงาน, ออฟฟิศ *(ท.ศ.)*; **goods ~:** ร้านค้า; Ⓑ *(branch of organization)* สาขาขององค์การ; Ⓒ *(position with duties)* ตำแหน่งหน้าที่; **be in /out of ~:** อยู่/ไม่อยู่ในตำแหน่งหน้าที่; *(พรรคการเมือง)* เป็น/ไม่เป็นรัฐบาล; **resign ~:** ลาออกจากตำแหน่งหน้าที่; **hold ~:** ดำรงตำแหน่งหน้าที่; Ⓓ *(government department)* **Home O~** *(Brit.)* ≈ กระทรวงมหาดไทย; **the Passport O~:** แผนกหนังสือเดินทาง; Ⓔ **the usual ~s** *(Brit.: of house)* ส่วนมาตรฐานของบ้าน *(ครัว, ห้องน้ำ, ฯลฯ)*; Ⓕ *(Eccl.) (service)* พิธีการทางศาสนา; *(mass)* พิธีมิซซา; **O~ for Baptism** พิธีศีลล้างบาป; **O~ for the Dead** พิธีสวดสำหรับผู้ตาย; Ⓖ **the Holy O~** *(RC Ch.)* พิธีสวดบทประจำวันของนิกายนี้; Ⓗ *(kindness)* **[good] ~s** ความกรุณา, ความเอาใจใส่; **use one's good ~s to help sb.** กรุณาให้ความช่วยเหลือแก่ *ค.น.*; Ⓘ *(Amer.: consulting room)* สำนักงาน; *(of lawyer)* สำนักงาน; *(of physician)* ห้องตรวจคนไข้

office: ~-bearer *n.* เจ้าหน้าที่; **~ block** *n.* อาคารสำนักงาน; **~ boy** *n.* ชายหนุ่มที่ทำงานเล็ก ๆ น้อย ๆ ในสำนักงาน; **~ girl** *n.* หญิงสาวที่ทำงานเล็ก ๆ น้อย ๆ ในสำนักงาน; **~ hours** *n. pl.* เวลาทำงาน, เวลาทำการ; **after ~ hours** หลังเวลางาน; **~ job** *n.* งานในสำนักงาน; **~ 'junior** *n.* คนที่อาวุโสน้อยที่สุดในสำนักงาน

officer /ˈɒfɪsə(r), US ˈɔːf-/'ออฟฟิเซอะ(ร), 'ออฟ-/ *n.* Ⓐ *(Army etc.)* ข้าราชการทหาร; **~ of the day** นายทหารเวร; Ⓑ *(holder of office)* พนักงาน; **~ of arms** พนักงานเก็บรักษาตราประจำตระกูลขุนนาง; Ⓒ *(of club etc.)* เจ้าหน้าที่; Ⓓ *(constable)* เจ้าหน้าที่ตำรวจ; **yes, ~:** ครับ/คะคุณตำรวจ; Ⓔ ➤ **489** *(bailiff)* **[sheriff's] ~:** ผู้ช่วยนายอำเภอ, ปลัดอำเภอ; Ⓕ *(member of honorary Order)* **O~ of the Order of the British Empire** ผู้ที่ได้รับเครื่องราชอิสริยาภรณ์บางประเภทของอังกฤษ; **O~ of the Legion of Honour** ผู้ที่ได้รับเครื่องราชอิสริยาภรณ์บางประเภทของฝรั่งเศส

office: ~ worker *n.* ➤ **489** พนักงานในสำนักงาน

official /əˈfɪʃl/เออะ'ฟิช'ล/ ❶ *adj.* Ⓐ เป็นทางการ, โดยตำแหน่ง; Ⓑ *(derived from authority, formal) (การนัดหยุดงาน, การประกาศ)* เป็นทางการ; ทางราชการ; **he is here on ~ business** เขามาที่นี่เพื่องานราชการ; **~ secret** ความลับทางราชการ; **O~ Secrets Act** *(Brit.)* พระราชบัญญัติควบคุมความลับของทางราชการ; **is it ~ yet?** *(ข่าว/เรื่องนี้)* มีการยืนยันอย่างเป็นทางการหรือยัง ❷ *n.* เจ้าหน้าที่, ข้าราชการ; *(party, union, or sport ~)* เจ้าหน้าที่

officialdom /əˈfɪʃldəm/เอ'ฟิช'ลเดิม/ *n., no pl., no art.* บรรดา/พวกข้าราชการ, การทำงานในระบบราชการ

officialese /əfɪʃəˈliːz/เออะฟิเชอะ'ลีซ/ *n., no pl. (derog.)* ภาษาที่ใช้ในทางราชการ

officially /əˈfɪʃəlɪ/เออะ'ฟิเชอะลิ/ *adv.* อย่างเป็นทางการ

officiate /əˈfɪʃɪeɪt/เออะ'ฟิชิเอท/ *v.i.* Ⓐ **~ as ...:** ทำหน้าที่เป็น...; **she ~d as hostess** เธอทำหน้าที่เป็นเจ้าภาพ; Ⓑ *(perform religious ceremony)* **~ at the service** ดำเนินพิธีสวดภาวนา; **~ at a wedding** ประกอบพิธีทางศาสนาในการแต่งงาน

officious /əˈfɪʃəs/เออะ'ฟิเชิซ/ *adj.*, **officiously** /əˈfɪʃəslɪ/เออะ'ฟิเชิซลิ/ *adv.* เจ้ากี้เจ้าการอย่างใช้อำนาจหน้าที่

officiousness /əˈfɪʃəsnɪs/เออะ'ฟิเชิซนิซ/ *n., no pl.* ความเจ้ากี้เจ้าการ, ความใช้อำนาจหน้าที่

offing /ˈɒfɪŋ/'ออฟิง/ *n.* **be in the ~** *(fig.)* จะปรากฏในเร็ว ๆ นี้, ไม่ไกลออกไป

off: ~-'key ❶ *adj.* ผิดระดับเสียง; *(fig.: incongruous)* ไม่เหมาะสม ❷ *adv. (ร้องเพลง)* อย่างผิดระดับเสียง; **~-licence** *n. (Brit.)* Ⓐ *(premises)* ร้านขายเหล้าเพื่อไปดื่มที่อื่น; Ⓑ *(licence)* ใบอนุญาตสำหรับร้านขายเหล้า; **~-line** *(Computing)* ❶ /'--/ *adj.* ไม่ได้เชื่อมโยงกับส่วนประมวลผลกลาง ❷ /-'-/ *adv.* โดยไม่ได้เชื่อมโยงกับส่วนประมวลผลกลาง; **~load** *v.t.* ขนของลง; **~load sth. on to sb.** *(fig.: get rid of)* โยนภาระ *ส.น.* ให้ *ค.น.*; **~-peak** *attrib. adj.* **during ~-peak hours** ระหว่างช่วงเวลาที่มีความต้องการน้อย; *(of traffic)* เวลาที่มีการจราจรน้อย; **at ~-peak times** *(Telev.)* ในเวลาที่มีคนดูน้อย; **~-peak power** *or* **electricity** พลังงาน *หรือ* ไฟฟ้าในช่วงความต้องการต่ำ; **~-peak storage heating** เครื่องทำความร้อนที่ใช้ไฟฟ้าตอนกลางคืน; **~-piste** *adj. (การเล่นสกี)* นอกเส้นทางที่กำหนดไว้; **~print** *n.* วิธีพิมพ์แบบออฟเซท *(ท.ศ.)*; **~-putting** /ˈɒfpʊtɪŋ/'ออฟพุทิง/ *adj. (Brit. coll.) (หน้าตา, ลักษณะ)*

O

off-ramp | old 612

น่ารังเกียจ, น่าสะอิดสะเอียน; **~-ramp** *n.* *(Amer.)* ทางออก *(จากทางด่วน)*; **~-road vehicle** *n.* รถยนต์ที่ขับนอกถนนได้; **~-road driving** การขับนอกถนนข้ามทุ่งหญ้า; **~ season** *n.* ช่วงเวลาที่ธุรกิจท่องเที่ยวเบาบาง, นอกฤดูกาล; **~set** ❶ *n.* Ⓐ *(compensation)* การชดเชย; **act as an ~set to sth., be an ~set for sth.** เป็นการชดเชยสำหรับ *ส.น.*; Ⓑ *(Printing : unwanted transfer of ink)* รอยเปื้อน *(ที่เกิดจากกระดาษติดหมึกที่ยังไม่แห้ง)*; Ⓒ **~set [process]** *(Printing)* การพิมพ์ระบบออฟเซท *(ท.ศ.)*; Ⓓ *(Archit.)* คิ้วบนกำแพงหรือผนัง ❷ /'--, -'-/ *v.t. forms as* **set** Ⓐ *(counterbalance)* ถ่วงให้สมดุล; Ⓑ *(place out of line)* วางออกนอกเส้น; Ⓒ *(Printing)* พิมพ์ด้วยระบบออฟเซท; **~shoot** *n.* Ⓐ *(of plant)* หน่อ, กิ่งก้านสาขาของต้นไม้; *(of mountain range)* แขนงของเทือกเขา; Ⓑ *(fig.: descendant)* ลูกหลาน, ผู้สืบสกุล; Ⓒ *(derivative)* สิ่งที่แตกออกมา; *(of religion, philosophy, etc.)* ลัทธิที่แตกแยกออกมา; **~shore** *adj.* Ⓐ *(situated at sea)* ตั้งอยู่ในทะเลใกล้ฝั่ง; **~shore island** เกาะที่อยู่ใกล้ฝั่ง; Ⓑ *(made or registered abroad)* ที่ผลิต *หรือ* ที่ขึ้นทะเบียนในต่างประเทศ; **~shore order** สินค้าที่ส่งมาจากต่างประเทศ; Ⓒ *(blowing seawards)* *(ลม)* ที่พัดไปสู่ทะเล; **~-'side** *adj. (Sport)* นอกเส้น, นอกเขต; **be ~side** ล้ำหน้า; **~side trap** การล่อให้คู่แข่งล้ำหน้า, เช็คล้ำหน้า; **~spring** *n., pl. same (progeny) (human, animal also)* ลูกหลาน, ผู้สืบสกุล; **~-'stage** ❶ *adj.* นอกเวที ❷ *adv.* โดยอยู่นอกเวที; **go ~-stage** ออกนอกเวที; **~-street** *adj.* ไม่ได้อยู่บนถนน; **~-street parking** ที่จอดรถที่มิได้อยู่บนถนน; **~-the-peg** *attrib. adj.* *(เสื้อผ้า)* สำเร็จรูป; **~-the-shoulder** *adj.* **an ~ dress** *(เสื้อ)* เปิดไหล่; **~ time** *n.* ช่วงเวลาที่ธุรกิจเบาบาง; **~-white** *adj.* ไม่ขาวทีเดียว; **~ year** *n.* ปีที่ไม่มีการเลือกตั้งครั้งทั่วไป

oft /ɒft/ออฟทฺ/ *adv. (arch./literary)* บ่อย ๆ; **the ~-told tales** นิยายที่เล่าบ่อย ๆ; **~-repeated/-recurring** ที่เกิดขึ้นบ่อย ๆ ซ้ำแล้วซ้ำเล่า; **many a time and ~:** บ่อยมาก

often /'ɒfn, 'ɒftn, US 'ɔ:fn/'ออฟ'น, 'ออฟท'น/ *adv.* บ่อย; **more ~:** บ่อยมากขึ้น; **do sth. as ~ as not** ทำ *ส.น.* พอ ๆ กับที่ไม่ทำ; **more ~ than not** ส่วนใหญ่; **every so ~:** เป็นครั้งเป็นคราว; **once too ~:** มากเกินไปครั้งหนึ่ง

ogee /'əʊdʒi:, əʊ'dʒi:/'โอจี, โอ'จี/ ❶ *n.* ส่วนโค้งที่เป็นรูปอักษร S; *(line)* เส้นที่เป็นรูปอักษร S ❷ *adj.* ที่โค้งเป็นรูปอักษร S; **~ arch** *(Archit.)* โค้งรูปอักษร S, โค้งกระดูกงูเรือ

ogle /'əʊgl/'โอก̲ล/ ❶ *v.i.* จ้องมองด้วยความเสน่หา; **~ at sb.** จ้องมอง *ค.น.* ด้วยความเสน่หา ❷ *v.t.* **~ sb.** จ้องมอง *ค.น.* ด้วยความเสน่หา

ogre /'əʊgə(r)/'โอเก̲อะ(ร)/ *n.* Ⓐ *(giant)* ยักษ์กินมนุษย์ในนิทาน; Ⓑ *(terrifying person)* คนที่น่ากลัว; *(terrifying thing)* สิ่งที่น่ากลัว

ogress /'əʊgres/'โอเก̲รซ/ *n.* นางยักษ์

[1]**oh** /əʊ/โอ/ *int.* โอ๊ย, โอ้ *(ท.ศ.)*; **'oh no [you don't]** โอ้ไม่ [ต้องเลย]; **oh 'no!** โอ๊ยตาย; **oh 'well** เอาละ; **'oh yes** เออ เอาซิ; **oh 'yes?** อ๋อจริงหรือ; **oh, 'him/'that!** อ๋อ ไอ้นั่น; ➡ + **boy** 2

[2]**oh** *n. (zero)* เลขศูนย์

ohm /əʊm/โอม/ *n. (Electr.)* โอห์ม *(ท.ศ.)* *(หน่วยวัดความต้านทานของไฟฟ้า)*; **Ohm's Law** *กฎที่กล่าวว่ากระแสไฟฟ้าจะสอดคล้องกับแรงดันไฟฟ้าในขณะที่มีสัดส่วนผกผันกับแรงต้านทานไฟฟ้า*

OHMS *abbr.* **On Her/His Majesty's Service** ➡ **service** 1 M

oho /əʊ'həʊ/โอ'โฮ/ *int.* โอ้โห *(ท.ศ.)*

OHP *n. abbr.* **Overhead Projector** เครื่องฉายภาพเหนือศีรษะ

'oh-so- *pref. (coll. derog.)* *(ฉลาด, สวย)* แท้, เหลือเกิน *(ประชด)*

oil /ɔɪl/ออยล/ ❶ *n.* Ⓐ น้ำมัน; **burn the midnight ~** *(fig.)* เรียนหนังสือ *หรือ* ทำงานหนักจนดึกดื่น; **strike ~** *(lit.)* สำรวจพบแหล่งน้ำมัน; *(fig.)* ประสบความสำเร็จอย่างสูง; ➡ + **mineral oil; pour** 1 A; Ⓑ *in pl. (paints)* สีน้ำมัน; **paint in ~s** วาดภาพด้วยสีน้ำมัน; Ⓒ *(coll.: picture)* ภาพสีน้ำมัน ❷ *v.t.* Ⓐ *(apply ~ to)* ทา *หรือ* หยอดน้ำมัน; **~ the wheels** *(fig.)* ทำให้ทุกสิ่งทุกอย่างราบรื่น; Ⓑ *(supply with ~)* เติมน้ำมัน *(เรือ, เครื่องยนต์)*; Ⓒ *(impregnate with ~)* แช่/ชุบ/เคลือบน้ำมัน; **~ed silk** ผ้าไหมที่เคลือบน้ำมันเพื่อกันน้ำ; Ⓓ **well ~ed** *(fig. coll.: drunk)* เมาเหล้าหนัก

oil: ~-burner *n.* Ⓐ *(steamship/locomotive)* เรือยนต์/เครื่องจักรที่ใช้น้ำมันเป็นเชื้อเพลิง; Ⓑ *(device)* เครื่องเผาน้ำมัน; **~-burning** *adj.* *(เตา, ตะเกียง ฯลฯ)* ที่ใช้น้ำมัน; **~cake** *n., no pl. (Agric.)* *กากเมล็ดพืชหลังสกัดน้ำมัน ใช้เป็นอาหารสัตว์*; **~can** *n.* กรวยปากยาวสำหรับเติมน้ำมัน; **~ change** *n. (Motor Veh.)* การเปลี่ยนถ่ายน้ำมัน; **~cloth** *n.* Ⓐ *no pl. (waterproofed fabric)* ผ้าอาบมันให้ป้องกันน้ำ; Ⓑ *(covering for tables or shelves)* ผ้าปูโต๊ะกั้นน้ำ; *(covering for floor)* ผ้าปูพื้นลิโนเลียม *(ท.ศ.)*; **~ colour** *n. usu. in pl.* สีน้ำมัน; **[painted] in ~ colours** วาดภาพด้วยสีน้ำมัน; **~ drum** *n.* ถังบรรจุน้ำมัน; **~field** *n.* แหล่งน้ำมัน; **~-fired** *adj.* ที่ใช้น้ำมันเป็นเชื้อเพลิง; **~ gauge** *n. (Mech. Engin.)* มาตรวัดระดับน้ำมัน; **~ heater** *n.* เครื่องนำความร้อนที่ใช้น้ำมัน; **~ industry** *n.* อุตสาหกรรมน้ำมัน; **~ lamp** *n.* ตะเกียงน้ำมัน; **~ level** *n.* ระดับน้ำมัน; **~man** *n.* Ⓐ *(seller of ~)* คนขายน้ำมัน; Ⓑ *(industrialist)* ผู้ประกอบกิจการอุตสาหกรรมน้ำมัน; *(worker)* คนงานขุดเจาะน้ำมัน; **~ paint** ➡ **~ colour**; **~ painting** *n.* Ⓐ *(activity)* การวาดภาพสีน้ำมัน; Ⓑ *(picture)* ภาพสีน้ำมัน; **he/she is no ~ painting** *(coll.)* เขา/เธอเป็นคนหน้าตาน่าเกลียด; **~-producing** *attrib. adj.* ที่ผลิตน้ำมัน; **~ rag** *n.* ผ้าอาบน้ำมัน; **~ refinery** *n.* โรงกลั่นน้ำมัน; **~-rich** *adj.* *(ประเทศ)* มีน้ำมันมาก; *(ดิน, หิน)* อุดมด้วยน้ำมัน; **~ rig** ➡ [1]**rig** 1 B; **~ shale** *n. (Geol.)* หินชนิดที่สกัดน้ำมันออกมาได้; **~skin** *n.* Ⓐ *(material)* ผ้าอาบน้ำมันกันน้ำ; Ⓑ *(garment)* เสื้อผ้าที่ทำด้วยผ้าอาบน้ำมัน; **put on ~skins/an ~skin** ใส่ชุดที่ทำด้วยผ้าอาบน้ำมัน; **~ slick** ➡ **slick** 2; **~-soluble** *adj.* ที่ละลายในน้ำมัน; **~ stove** *n.* เตาน้ำมัน; **~ tanker** *n.* เรือบรรทุกน้ำมันขนาดใหญ่; **~ well** *n.* บ่อน้ำมัน

oily /'ɔɪlɪ/'ออยลิ/ *adj.* Ⓐ *(มือ, ผ้า, น้ำ)* เปื้อนน้ำมัน; *(ของเหลว)* เหมือนน้ำมัน; *(containing oil)* มีน้ำมัน; *(ผม, หน้า)* มันมาก; **the food is very ~:** อาหารมีน้ำมันมาก; Ⓑ *(fig.: unctuous, fawning)* *(บุคคล, การยิ้ม)* ประจบสอพลอ

ointment /'ɔɪntmənt/'ออยนฺทเมินทฺ/ *n.* ยาทาที่เป็นครีม, ยาขี้ผึ้ง; ➡ + [1]**fly** A

OK /əʊ'keɪ/โอ'เค/ *(coll.)* ❶ *adj.* ตกลง, เป็นที่น่าพอใจ, โอเค *(ท.ศ.)*; **[it's] OK by me** ฉันไม่มีปัญหา ❷ *adv.* อย่างดี, อย่างเป็นที่น่าพอใจ; **be doing OK** กำลังประสบความสำเร็จ ❸ *int.* เออ ตกลง; **OK?** ตกลงไหม, โอเคไหม ❹ *n.* การตกลงยินยอม ❺ *v.t. (approve)* อนุญาต, ยินยอม; **be OK'd by sb.** ได้รับการอนุญาตจาก *ค.น.*

okay /əʊ'keɪ/โอ'เค/ ➡ **OK**

okey-doke /əʊkɪ'dəʊk/โอคิ'โดค/ *(coll.)*, **okey-dokey** /əʊkɪ'dəʊkɪ/โอคิ'โดคิ/ *(coll.)* ➡ **OK** 3

okra /'əʊkrə/'โอเครอะ/ *n.* ฝักกระเจี๊ยบ, ต้นกระเจี๊ยบ

old /əʊld/โอลดฺ/ ❶ *adj.* Ⓐ ➤ 47 มีอายุ, อายุมาก, แก่; **[not] be ~ enough to do sth.** อายุ [ไม่] มากพอที่จะทำ *ส.น.*; **he is ~ enough to know better** เขาโตพอที่จะรู้อะไรดี ๆ แล้ว; **he/she is ~ enough to be your father/mother** เขาแก่คราวพ่อ/แม่ของคุณ; **be/get too ~ for doing sth.** *or* **to do sth.** อายุมากเกินไปที่จะทำ *ส.น.*; **be ~ beyond one's years** แก่เกินวัย; **if I live to be that ~:** ถ้าฉันอยู่จนมีอายุมากถึงขนาดนั้น; **grow ~ [gracefully]** มีอายุมากขึ้น [อย่างสง่างาม]; **that dress/that new hairstyle makes you look ~:** เสื้อผ้าชุดนั้น/ผมทรงใหม่นั้นทำให้คุณดูแก่; **make/get/be/seem ~ before one's time** ทำให้/ดูเหมือนแก่ก่อนวัย; **be [more than] 30 years ~:** มีอายุ [มากกว่า] 30 ปี; **at ten years ~:** เมื่ออายุ 10 ปี; ➡ + [2]**buffer; fogy;** [1]**fool** 1 A; **shoulder** 1 B; Ⓑ *(experienced)* **be an ~ hand** *or (Brit.)* **stager** คนที่มีประสบการณ์, ผู้ช่ำชอง; **an ~ offender** อาชญากรตัวฉกาจ, อาชญากรมืออาชีพ; ➡ + **campaigner** B; **contemptible,** [2]**lag; retainer** A; **salt** 1 D; Ⓒ *(long in use, matured with keeping, long familiar)* ใช้มานาน, เก่าแก่, คุ้นเคยมานาน; **~ iron** เตารีดที่ใช้มานาน; **be still working for one's** *or* **the same ~ firm** ยังคงทำงานกับบริษัทเดิมของตน; **you see the same ~ people/faces wherever you go** คนเรามักจะพบเห็นคน/หน้าตาที่ซ้ำซากไม่ว่าที่ไหนก็ตาม; **keep quarrelling over the same ~ thing** เฝ้าทะเลาะกันแต่เรื่องเดิม ๆ; **O~ Pals Act** *(Brit. joc.)* ≈ หลักเกณฑ์ที่คนที่เป็นพวกต้องช่วยกัน; **the ~ firm** *(fig. coll.)* กลุ่มเพื่อนหรือสมาคม; **of the ~ school** *(fig.)* หัวโบราณ; **that's an '~ one** *(joke)* นั่นเป็นเรื่องตลกที่ได้ยินมาหลายครั้งแล้ว; *(excuse)* นั่นเป็นข้อแก้ตัวที่คุ้นหูมาก; **[as] ~ as the hills** เก่ามาก, โบราณ; **that joke is [as] ~ as the hills** เรื่องตลกเรื่องนั้นเก่าแก่มาก; **be as ~ as time** นมนานกาเล; ➡ + **brigade** A; **score** 1 F; [1]**story** A; **world** D; Ⓓ *in playful or friendly mention* ตานั่น, ไอ้; **you lucky ~ so-and-so!** นายช่างโชคดีเสียนี่กระไร; **I saw ~ George today** วันนี้ฉันเห็นตาจอร์จด้วย; **I pulled out the ~ cigarette lighter** ฉันควักไอ้ไฟแช็คนั่นออกมา; **~ chap/fellow/son** เพื่อนยาก, เกลอ; **~ bean/stick/thing** *(coll.)* พ่อคุณ, แม่คุณ; **[such] a dear ~ thing** [ช่างเป็น] ที่น่ารักจริง ๆ; **O~ Bill** *(Brit. coll.) (police)* ตำรวจ; **O~ Harry** *or* **Nick** ไอ้ตัวร้าย, ไอ้ผีทะเล; **good/dear ~ Harry/London** *(coll.)* ไอ้ตาแฮรี่/ลอนดอนเพื่อนรัก; **that car needs a good ~ clean** *or* **wash** *(coll.)* รถคันนั้นต้องล้างกันเป็นการใหญ่; **have a fine** *or* **good ~ time** *(coll.)* สนุกสนานกันมาก; **a fair ~ wind** *(coll.)* ลมที่แรงพอใช้; **poor ~ Jim/my poor ~ arm** ตาจิมผู้น่าสงสาร/เจ้าแขนอันน่าสงสารของฉัน; **there was little ~ me, not knowing what to do** *(Amer.)* มีแต่ฉันนี่แหละที่ไม่รู้ว่าจะทำอะไรดี; **your silly** *or* **stupid ~ camera** เจ้ากล้อง

613 **old age | ominously**

สับปะรังเคของคุณ; **you silly ~ thing** แกไอ้โง่; *(woman)* เธอมันยายโง่; **a load of ~ rubbish** *(coll.)* เรื่องเหลวไหล, เรื่องไร้สาระ; **any ~ thing** *(coll.)* อะไรก็ได้; **any ~ how** *(coll.)* อย่างลวก ๆ, อย่างไรก็ได้; **he just pulls his hat on any ~ how** เขาชอบสวมหมวกอีท่าไหนก็ได้; **any ~ place** *or* **where** *(coll.)* ที่ไหนก็ได้; **any ~ place will do for me** ที่ไหนก็ได้สำหรับฉัน; **any ~ time** *(coll.)* เวลาใดก็ได้; **any ~ piece of paper** *(coll.)* เศษกระดาษชิ้นไหนก็ได้; ➡ + **high** 1 N; (E) *(belonging to past times)* เป็นอดีต; **in the ~ days** ในอดีต; ➡ + **bad** 1 A; **good** 1 D, H; (F) *(former)* ก่อนหน้านี้; **at my ~ school** ที่โรงเรียนเก่าของฉัน; **~ school tie** เนคไทของศิษย์เก่า *(ของโรงเรียนคนชั้นสูง)*; *(fig.)* การยึดหลักการประเพณีนิยมมากเกินไป; **the ~ year** ปีก่อน; ➡ + **flame** 1 C; (G) *(Ling.)* *(ภาษา)* ที่ใช้ในอดีต

❷ *n.* (A) **the ~** *constr. as pl. (~ people)* คนแก่; *(~ things)* ของเก่า ๆ; **young and ~, ~ and young** ทั้งคนหนุ่มสาวและคนแก่; (B) **the customs/knights of ~:** ประเพณี/อัศวินในอดีต; **in [the] days of ~:** ในคืนวันในอดีต; **of ~** *(formerly)* เมื่อก่อน; *(since the ~ days)* ตั้งแต่ครั้งอดีต; **I know him of ~:** ฉันรู้จักเขาตั้งนานแล้ว; **as of ~:** เช่นในอดีต, เหมือนเมื่อก่อน; **from of ~:** ตั้งแต่โบราณกาล, นานมาแล้ว

old: ~ 'age *n., no pl.* วัยชรา, บั้นปลายชีวิต; **it must be the effect of ~ age** มันต้องเป็นผลของวัยชรา; **die of ~ age** ตายด้วยวัยชรา; **in ~ age** ในวัยชรา; **in my** *etc.* **~ age** ในบั้นปลายชีวิตของฉัน; **you've become quite sensible in your ~ age** *(joc.)* ในที่สุดคุณก็กลายเป็นผู้ที่มีเหตุมีผล; **live to a ripe ~ age/to the ripe ~ age of ...** *(coll.)* มีชีวิตอยู่จนแก่หง่อม/มีอายุยืนถึง...; **~-age** *attrib. adj.* ในวัยชรา, วัยสูงอายุ; **~-age pensioner** ผู้รับบำนาญสูงอายุ; **Old 'Bailey** ➡ **bailey**; **~ boy** *n.* (A) ศิษย์เก่า *(ชาย)*; **~ boys' reunion** คืนสู่เหย้าของศิษย์เก่าชาย; (B) *(coll.: elderly man or male animal)* ตาแก่; (C) *as voc.* พ่อหนู, พ่อหนุ่ม; **~ boy network** *n.* เครือข่ายศิษย์เก่า ซึ่งช่วยกันและกัน; **~ 'clothes** *n. pl. (worn, shabby clothes)* เสื้อผ้าเก่าโทรม; *(discarded clothes)* เสื้อผ้าที่โยนทิ้ง; **~ 'country** *n.* **the ~ country** ประเทศบ้านเกิดของคนที่ไปอยู่อาศัยที่อื่น; **~ 'dear** *n. (woman)* แม่คุณ, แม่ยอดยาหยี

olden /'əʊldən/โอลเดิน/ *adj. (literary)* เก่าแก่, ในอดีต; **in [the] ~ days** *or* **times** ในอดีต; **people** *etc.* **of ~ times** ผู้คนในอดีต

Old 'English ❶ *n. (Ling.)* ➡ **English** 2 A ❷ *adj.* *(ภาษา)* ที่ใช้ในอังกฤษของอดีต; **~ marmalade** แยมผิวส้มตำรับดั้งเดิม; ➡ + **sheepdog**

old-es'tablished *adj.* *(ประเพณี, ขนบธรรมเนียม)* ที่ก่อตั้งมานาน, เก่าแก่

olde-worlde /əʊldɪ'wɜ:ldɪ/โอลดิ'เวิลดิ/ *adj. (coll. joc.)* ที่แสร้งโบราณ, ที่เลียนแบบโบราณ

old: ~-fashioned /əʊld'fæʃnd/โอลด'แฟช'นด/ ❶ *adj.* โบราณ, ล้าสมัย, เชย; **an ~-fashioned look** การมองอย่างไม่พอใจ ❷ *n. (Amer.)* ค็อกเทลชนิดหนึ่งปรุงด้วยวิสกี้; **~ 'folk's home** ➡ **old people's home**; **Old 'French** *(Ling)* ❶ *n.* ภาษาฝรั่งเศสที่ใช้ก่อน ค.ศ. 1400 ❷ *adj.* เป็นภาษาฝรั่งเศสที่ใช้ก่อน ค.ศ. 1400; **~ 'girl** *n.* (A) ศิษย์เก่าหญิง; (B) *(coll.: elderly woman or female animal)* หญิงชรา/สัตว์ตัวเมียที่แก่; (C) **the/one's ~ girl** *(coll.) (mother)* แม่; *(mother, wife)* แม่, ภรรยา; *(car)* รถคันเก่ง; (D) *as voc.* แม่หนู, สาวน้อย; **Old 'Glory** *n., no pl., no art. (Amer.)* ธงชาติ; **~ 'gold** ❶ *n.* สีทองออกน้ำตาล ❷ *adj.* สีทองออกน้ำตาล; **~ guard** *n.* สมาชิกในกลุ่มที่เป็นคนเริ่มแรก, พวกอนุรักษ์นิยม; **a man** *or* **one of the ~ guard** ผู้ที่เป็นรุ่นเริ่มแรก, นักอนุรักษ์นิยม; **~ 'hat** *pred. adj.* ➡ **hat** B; **Old High 'German** *(Ling.)* ❶ *n.* ภาษาเยอรมันที่ใช้จน ค.ศ. 1200 ❷ *adj.* เป็นภาษาเยอรมันที่ใช้จน ค.ศ. 1200; **Old 'Hundredth** ➡ **hundredth** 2 B

oldie /'əʊldɪ/โอลดิ/ *n. (coll.) (person)* คนแก่; *(song, record, etc.)* ล้าสมัย, จากยุคก่อน; *(film)* ภาพยนตร์ที่เก่าแก่; *(joke)* ตลกเรื่องเก่า; **golden ~:** *(ภาพยนตร์, เพลง)* ที่เก่าแก่อมตะ

oldish /'əʊldɪʃ/โอลดิช/ *adj.* ค่อนข้างเก่า, ค่อนข้างแก่

old: ~'lady *n.* (A) ผู้หญิง/สตรีสูงอายุ; **quite an ~ lady** สตรีสูงอายุคนหนึ่ง; (B) **the/one's ~ lady** *(coll.)* ➡ **~ girl** C; **the Old Lady of Threadneedle Street** *(Brit.)* ธนาคารแห่งชาติ; **~ lag** /əʊld'læg/โอลด'แลก/ *n.* คนที่ติดคุกหลายครั้ง; **~-line** *adj. (Amer.) (established, experienced)* *(บุคคล)* มีประสบการณ์; *(องค์การ)* ที่ก่อตั้งมานาน; *(conservative)* อนุรักษ์นิยม; *(traditional)* เป็นประเพณีนิยม; **~ 'maid** *n.* (A) *(elderly spinster)* หญิงชราโสด, สาวทึนทึก; (B) *(fig.: precise, fussy, prim person)* คนที่จุกจิกจู้จี้, คนเจ้าระเบียบ; **~-maidish** /əʊld'meɪdɪʃ/โอลด'เมดิช/ *adj.* เหมือนหญิงชราโสด; **~ 'man** *n.* (A) *(aged man)* ชายชรา, ชายแก่; (B) *(coll.: superior)* **the ~ man** เจ้านาย; (C) *(coll.: father, husband)* พ่อ, สามี; **the/one's ~ man** พ่อ/สามีของตน; (D) *as voc.* พ่อคุณ, พ่อหนุ่ม; **~ man's 'beard** *n. (Bot.)* ไม้เลื้อยป่า *Clematis vitalba* เมล็ดมีขนสีเทาหุ้มรอบเหมือนเครา; **~ 'master** *n. (Art)* ศิลปินวาดภาพที่ยิ่งใหญ่ในอดีต *(โดยเฉพาะในยุโรปช่วงศตวรรษที่ 13-17)*; *ภาพวาดชิ้นเอกในอดีต*; **~ 'people's home** *n.* บ้านพักคนชรา; **Old Pre'tender** ➡ **pretender**; **~ 'soldier** *n.* นายทหารอาวุโส; *(fig.)* คนที่มีประสบการณ์ในการทำงานหนัก, รุ่นลายคราม; **come the ~ soldier over sb.** *(fig.)* อ้างตนว่าเหนือกว่า ค.น. เพราะตนมีประสบการณ์; **~ soldiers never die** ทหารแก่ไม่มีวันตาย

oldster /'əʊldstə(r)/โอลดซเตอะ(ร)/ *n.* คนสูงอายุ, คนชรา; **the/we ~s** พวกคนชรา/คนแก่อย่างพวกเรา

old: ~-style *attrib. adj.* แบบสมัยเก่า; *(เงินตรา)* สมัยเก่า; **Old 'Testament** ➡ **testament** A; **~-time** *adj.* สมัยก่อน, ที่เกิดขึ้นในอดีต; **~-time dancing** การเต้นรำแบบสมัยโบราณ; **~-'timer** *n.* (A) *(person with long experience)* คนที่มีประสบการณ์ยาวนาน; (B) *(Amer.) (~ person)* คนชรา, คนแก่; *(~ or antique thing)* ของเก่า, โบราณวัตถุ; **~ 'wives' tale** *n.* ประเพณี *หรือ* ความเชื่อที่โง่เขลาไม่เป็นเหตุเป็นผล; **~ 'woman** *n.* (A) หญิงชรา; *(fig.: fussy or timid person)* คนที่จู้จี้, คนขี้กลัว, ยายแก่; (B) *(coll.: mother, wife)* **the/one's ~ woman** ➡ **old girl** C; **~-'womanish** *adj.* จู้จี้จุกจิกเหมือนยายแก่; **~-world** *adj. (belonging to ~ times, quaint)* เป็นของโบราณ, มีคุณค่าในแบบของเก่า

oleaginous /əʊlɪ'ædʒɪnəs/โอลิ'แอจิเนิซ/ *adj.* (A) *(oily, greasy)* เป็นมัน, เป็นไขมัน; (B) *(producing oil)* ที่ผลิตน้ำมัน

oleander /əʊlɪ'ændə(r)/โอลิ'แอนเดอะ(ร)/ *n. (Bot.)* ต้นยี่โถ *Nerium oleander*

O level /'əʊ levl/'โอ เลว'ล/ *n. (Brit. Sch. Hist.)* การสอบวัดมาตรฐานระดับต่ำเมื่อประมาณระดับ ม.3-4 เพื่อรับประกาศนียบัตรการศึกษา; **he has five ~s** เขาสอบได้โอเลเวิลห้าวิชา

olfactory /ɒl'fæktərɪ/ออล'แฟกเทอะริ/ *adj.* เกี่ยวกับการได้กลิ่น

oligarchic[al] /ɒlɪ'gɑ:kɪk(l)/ออลิ'กาคิค'ล/ *adj. (Polit.)* เป็นคณาธิปไตย *(ระบอบการปกครองโดยชนชั้นผู้นำกลุ่มเล็กกลุ่มหนึ่ง)*

oligarchy /'ɒlɪgɑ:kɪ/'ออลิกาคิ/ *n. (Polit.)* ระบอบการปกครองตามลัทธิคณาธิปไตย

olive /'ɒlɪv/'ออลิว/ ❶ *n.* (A) *(tree)* ต้นมะกอก; (B) *(fruit)* ผลมะกอก; (C) *(emblem of peace)* กิ่งมะกอกอันเป็นสัญลักษณ์แห่งสันติภาพ; (D) **~[wood]** ไม้มะกอก; (E) *(Cookery)* **[beef] ~:** แผ่นเนื้อวัวม้วนกลมยัดไส้; (F) *(colour)* สีเขียวมะกอก ❷ *adj.* (A) มีหรือเป็นสีเขียวมะกอก; (B) *(in complexion)* *(ผิว)* สีน้ำตาลออกเหลือง

olive: ~ branch *n. (fig.)* ท่าทีที่เป็นมิตร, พร้อมที่จะญาติดี; **offer the ~ branch** แสดงไมตรี, ขอญาติดีด้วย; **~ 'drab** *n.* สีเขียวออกเทาหม่นของชุดเครื่องแบบทหารอเมริกา; **~-green** ❶ /'---/ *adj.* เป็นสีเขียวมะกอก ❷ /--'-/ *n.* สีเขียวมะกอก; **~ 'oil** *n.* น้ำมันมะกอก

Olympiad /ə'lɪmpɪæd/เออะ'ลิมพิแอด/ *n.* *ช่วงระยะเวลาห่าง 4 ปี ระหว่างการแข่งขันกีฬาโอลิมปิกแต่ละครั้ง*

Olympian /ə'lɪmpɪən/เออะ'ลิมเพียน/ ❶ *adj.* (A) *(Greek Mythol.)* เป็นของหรือเกี่ยวข้องกับภูเขาโอลิมปัส *(ในภาคตะวันออกเฉียงเหนือของประเทศกรีซ)*; **the ~ gods** เทพสิบสององค์ที่ประทับอยู่บนภูเขาโอลิมปัส; (B) *(superior)* สูงส่ง, สง่า; (C) ➡ **Olympic** ❷ *n.* (A) *(Greek Mythol.)* *หนึ่งในเทพสิบสององค์ที่ประทับอยู่บนภูเขาโอลิมปัส*; (B) *(competitor in modern Olympics)* ผู้เข้าร่วมแข่งขันกีฬาโอลิมปิก *(สมัยใหม่)*

Olympic /ə'lɪmpɪk/เออะ'ลิมพิค/ *adj.* เกี่ยวกับการแข่งขันกีฬาโอลิมปิก; **~ Games** การแข่งขันกีฬาโอลิมปิก; **~ champion** ผู้ชนะเลิศในกีฬาโอลิมปิก

Olympics /ə'lɪmpɪks/เออะ'ลิมพิคซ/ *n. pl.* การแข่งขันกีฬาโอลิมปิก *(ท.ศ.)*; **Winter ~:** การแข่งขันกีฬาโอลิมปิกฤดูหนาว

Olympus /ə'lɪmpəs/เออะ'ลิมเพิซ/ *(Greek Ant.)* ภูเขาโอลิมปัส *(ในภาคตะวันออกเฉียงเหนือของกรีซ ซึ่งถือกันว่าเป็นที่ประทับของเทพเจ้ากรีก)*

OM *abbr. (Brit.)* **Order of Merit**

ombudsman /'ɒmbʊdzmən/'ออมบุดซเมิน/ *n., pl.* **ombudsmen** /'ɒmbʊdzmən/'ออมบุดซเมิน/ เจ้าหน้าที่รับเรื่องราวร้องทุกข์ของประชาชน

omega /'əʊmɪgə, US əʊ'megə/'โอมิเกอะ, โอ'เม็คเกอะ/ *n. (letter)* อักษรตัวที่ 24 ของภาษากรีก; ➡ + **alpha** A

omelette (omelet) /'ɒmlɪt/'ออมลิท/ *n. (Gastr.)* ไข่เจียว; **one cannot make an ~ without breaking eggs** ในการได้อะไรมาจะต้องมีเสียหายบ้าง

omen /'əʊmən/'โอเมิน/ *n.* ลาง, นิมิต

ominous /'ɒmɪnəs/'ออมิเนิซ/ *adj. (of evil omen)* เป็นลางร้าย; *(worrying)* น่าวิตกกังวล; **seem ~:** ดูเป็นลางร้าย

ominously /'ɒmɪnəslɪ/'ออมิเนิซลิ/ *adv.* อย่างที่เป็นลางร้าย

O

omissible /əˈmɪsɪbl/เออะ'มิซิบ'ล/ *adj.* ตัดออกได้, ละเว้นได้; **that is ~:** สิ่งนั่นละเว้นได้

omission /əˈmɪʃn/เออะ'มิช'น/ *n.* Ⓐ การละเว้น, การตัดออก; Ⓑ *(non-performance)* สิ่งที่ไม่ได้ทำที่ควรทำ; **sins of ~ and commission** การกระทำผิดทั้งในแง่ละเว้นและในการกระทำ

omit /əˈmɪt/เออะ'มิท/ *v.t.*, **-tt-** Ⓐ *(leave out)* ละเว้น, ตัดออกไป; Ⓑ *(not perform)* ละเลย, ไม่ทำ; **~ to do sth.** ไม่ได้ทำ *ส.น.*

omnibus /ˈɒmnɪbəs/'ออมนิเบิซ/ ❶ *n.* Ⓐ *(arch.)* ➡ **bus** 1 A; **Clapham** Ⓑ *(book)* หนังสือรวมเล่ม ❷ *adj.* ที่รวมเล่ม

omnidirectional /ɒmnɪdɪˈrekʃənl, -daɪ-/ ออมนิดิ'เร็คเชอะน'ล, -ได-/ *adj.* *(เสาอากาศ, ลำโพง)* ที่ส่งและรับทั่วทุกทิศทุกทาง; **~ aerial** เสาอากาศที่ส่งและรับทั่วทุกทิศทุกทาง

omnipotence /ɒmˈnɪpətəns/ออม'นิเพอะเทินซฺ/ *n., no pl.* ความมีอำนาจทุกอย่าง, ความยิ่งใหญ่

omnipotent /ɒmˈnɪpətənt/ออม'นิเพอะเทินทฺ/ *adj.* มีอำนาจทุกอย่าง, มีอิทธิพลอย่างใหญ่หลวง; **be made ~:** ถูกทำให้มีอำนาจทุกอย่าง

omnipresence /ɒmnɪˈprezns/ออมนิ'เพร็ซ'นซฺ/ *n.* การมีอยู่ทั่วทุกแห่งในขณะเดียวกัน

omnipresent /ɒmnɪˈpreznt/ออมนิ'เพร็ซ'นท/ *adj.* มีอยู่ทั่วทุกแห่งในขณะเดียวกัน

omniscience /ɒmˈnɪsɪəns/ออม'นิเซียนซฺ/ *n., no pl.* ความรอบรู้ทุกอย่าง, สัพพัญญู *(ร.บ.)*

omniscient /ɒmˈnɪsɪənt/ออม'นิเซียนทฺ/ *adj.* รอบรู้ไปทุกอย่าง

omnivorous /ɒmˈnɪvərəs/ออม'นิเวอะเริซ/ *adj.* Ⓐ ที่กินทั้งพืชและสัตว์เป็นอาหาร; **~ animal** สัตว์ที่กินทั้งพืชและสัตว์; Ⓑ *(fig.)* ที่อ่านดูทุกสิ่งทุกอย่าง

on /ɒn/ออน/ ❶ *prep.* Ⓐ *(position)* บน; *(direction)* บน; *(attached to)* ติดกัน; **put sth. on the table** วาง *ส.น.* ลงบนโต๊ะ; **be on the table** อยู่บนโต๊ะ; **put/keep a dog on a lead** ผูกสุนัขไว้กับสายจูง; **write sth. on the wall** เขียน *ส.น.* บนกำแพง; **be hanging on the wall** แขวนอยู่บนผนัง; **have sth. on one's mind** มี *ส.น.* อยู่ในใจ; **on the mountain[side]** บน [ด้านข้าง] ภูเขา; **on the bus/train** บนรถประจำทาง/รถไฟ; **on the shore** บนฝั่ง; **be on the board/committee** อยู่ในคณะกรรมการ; **be on the team** *(Amer.)*/**staff** อยู่ในทีม/ทีมงาน; **on Oxford 56767** ที่เบอร์โทรออกซฟอร์ด 56767; Ⓑ *(with basis, motive, etc. of)* **on the evidence** ตามหลักฐาน; **borrow money on one's house** ขอยืมเงินโดยใช้บ้านเป็นประกัน; **on the assumption/hypothesis that ...:** ตามข้อสันนิษฐาน/สมมติฐานที่ว่า...; Ⓒ *(close to)* *(บ้าน)* ใกล้กับ, ติด *(ถนน, ทะเล)*; *(in the direction of)* ไปทาง, ไปสู่; Ⓓ *(coll.: in a position to get)* **the player is on a hat-trick** ผู้เล่นใกล้จะได้รางวัลแฮ็กพอต; Ⓔ ➤ **231,** ➤ **233** *in expressions of time* ในเวลาที่, ในวันที่, ในขณะที่, เมื่อ; **on Sundays** ในวันอาทิตย์; **it's just on nine** เก้าโมงตรง; **on [his] arrival** เมื่อเขามาถึง; **on entering the room ...:** ในขณะที่เข้าไปในห้อง...; **on time** *or* **schedule** ตรงเวลา *หรือ* ตรงตามกำหนด; Ⓕ *expr. state etc.* **be on heroin** ติดเฮโรอีน; **be on beer** *(coll.)* ดื่มเบียร์; **Armstong on trumpet** อาร์มสตรองเล่นทรัมเป็ต; **the drinks are on me** *(coll.)* ฉันจะจ่ายค่าเครื่องดื่มเอง; **the fire went out on me** *(coll.)* ไฟดับในช่วงที่ฉันเฝ้าดูมันอยู่; **there is a lot of money on that horse** พนันม้าตัวนั้นไว้เป็นเงินจำนวนมาก; **be on £20,000 a year** มีรายได้สองหมื่นปอนด์ต่อปี; Ⓖ *(added to)* **failure on failure** ความล้มเหลวครั้งแล้วครั้งเล่า; **trouble on trouble** ความยุ่งยากครั้งแล้วครั้งเล่า *หรือ* มีแต่ปัญหา; **loss on loss** ความสูญเสียครั้งแล้วครั้งเล่า; Ⓗ *(concerning, about)* เกี่ยวกับ

❷ *adv.* Ⓐ **with/without a hat/coat on** ใส่/ไม่ใส่หมวก/เสื้อนอก; **have a hat on** สวมหมวก; **your hat is on crooked** คุณสวมหมวกเฉ; **boil sth. with/without the lid on** ต้ม *ส.น.* โดยมี/ไม่มีฝาปิดหม้อ; **the potatoes are on** ได้เริ่มต้มมันฝรั่งแล้ว; Ⓑ *(in some direction)* **face on** โดยหันหน้าตรง; **on and on** ไปเรื่อย ๆ, ไม่หยุดหย่อน; **speak/wait/work** *etc.* **on** *(in time)* พูด/คอย/ทำงาน ฯลฯ ต่อไปเรื่อย ๆ; **wait on until ...:** คอยจนกระทั่ง...; Ⓒ *(switched or turned on)* **the light/radio** *etc.* **is on** ไฟ/วิทยุเปิดอยู่; **put the light on** เปิดไฟ; **leave the bathroom tap on** เปิดก๊อกน้ำในห้องน้ำทิ้งไว้; **is there a gas tap on?** เปิดก๊าซทิ้งไว้หรือเปล่า; **neither the water nor the electricity was on** ทั้งน้ำและไฟไม่ได้เปิดไว้; Ⓓ *(arranged)* **the strike is still on** การประท้วงหยุดงานยังคงดำเนินไปตามกำหนด; **is Sunday's picnic on?** ยังจะไปปิกนิกกันในวันอาทิตย์อยู่หรือเปล่า; **I have nothing of importance on** ฉันไม่ได้มีนัดอะไรที่สำคัญ; Ⓔ *ellipt.* *(= go on etc.)* ดำเนินต่อไป; **on with the show!** แสดงต่อไป; Ⓕ *(being performed)* **what's on at the cinema?** โรงหนังฉายเรื่องอะไร; **his play is currently on in Bangkok** ละครของเขากำลังแสดงอยู่ที่กรุงเทพฯ; **the race is on** *(fig.)* การแข่งขันได้เริ่มแล้ว; Ⓖ **be on** *(on the stage)* เข้าเวที; *(on the playing field)* อยู่ในสนามแข่ง; Ⓗ *(on duty)* **come/be on** เข้าอยู่เวร; Ⓘ **sth. is on** *(feasible)* **/not on** *ส.น.* กระทำได้/กระทำไม่ได้; **are you on?** *(coll. will you agree?)* คุณเห็นด้วยหรือเปล่า; **you're on!** *(coll.: I agree)* ฉันเห็นด้วย, ตกลง; *(making bet)* ต่อรอง, พนัน; **be on about sb./sth.** *(coll.)* พูดเกี่ยวกับ *ค.น./ส.น.* อย่างยืดยาว; **what's he on about?** เขากำลังพล่ามเรื่องอะไรอยู่; **be on at/keep on and on at sb.** *(coll.)* ถากถาง *หรือ* พร่ำบ่น *ค.น.*; **on to, onto** ไปยัง; **be on to sb.** *(be aware of sb.'s intentions etc.)* รู้ว่า *ค.น.* กำลังวางแผนอะไร; *(nag sb., suspect sb.)* ถากถาง *ค.น.*, ระแวงสงสัย *ค.น.*; **be on to sb. to do sth.** คอยถากถาง *ค.น.* ให้ทำ *ส.น.*; **be on to sth.** *(have discovered sth.)* ได้ค้นพบ *ส.น.*; *(realize importance of sth.)* ตระหนักถึงความสำคัญของ *ส.น.*; **the police/researchers are on to sth.** ตำรวจ/นักวิจัยได้ค้นพบ/ตระหนักถึงความสำคัญของ *ส.น.*; **on and off = off and on** ➡ **off** 1 C; ➡ **+ right** 4 D

❸ *adj.* *(Cricket)* ที่อยู่ทางด้านขวาของผู้โยนลูก; *(if batsman is left-handed)* ซ้ายของผู้โยนลูก; **on drive** การตีลูกไปทางซ้าย; *(by lefthanded batsman)* การตีลูกไปทางขวา; **on side** ➡ 4

❹ *n.* *(Cricket)* ด้านซ้ายของสนามของผู้ที่ตีลูกมือขวาและด้านขวาของสนามของผู้ที่ตีลูกมือซ้าย

onanism *n.* การหลั่งน้ำอสุจินอกช่องคลอด, การสำเร็จความใคร่ด้วยตนเอง

on-board /ˈɒnbɔːd/'ออนบอด/ *adj.* *(เครื่องคอมพิวเตอร์)* ภายในรถยนต์/บนเครื่องบิน

once /wʌns/วันซฺ/ ❶ *adv.* Ⓐ ครั้งเดียว, หนเดียว; **~ a week/month** อาทิตย์/เดือนละครั้ง; **~ or twice** ครั้งหรือสองครั้ง; **~ again** *or* **more** อีกครั้งหนึ่ง; **~ [and] for all** ครั้งนี้ครั้งเดียวตลอดไป; **[every] ~ in a while** *or* *(Brit.)* **way** เป็นครั้งเป็นคราว; **for ~ in a way** *(Brit.)* นาน ๆ ครั้ง; **~ an X always an X** เป็นอย่างไรก็เป็นอย่างนั้น; **~ seen never forgotten** บุคคล/สิ่งใดที่ถ้าได้พบเห็นครั้งหนึ่งจะไม่มีวันลืมเลือน; ➡ **+ for** 1 O; Ⓑ *(multiplied by one)* ที่คูณด้วยหนึ่ง; Ⓒ *(even for one or the first time)* แม้แต่ครั้งเดียว, แม้แต่ครั้งแรก; **never/not ~:** ไม่เลยแม้แต่ครั้งเดียว; Ⓓ *(formerly)* ครั้งหนึ่ง, ก่อนหน้านี้; **~ upon a time there lived a king** กาลครั้งหนึ่งมีพระราชาองค์หนึ่ง; Ⓔ **at ~** *(immediately)* ทันทีทันใด; *(at the same time)* พร้อมกับ, ในเวลาเดียวกัน; **all at ~** *(all together)* พร้อมกัน, ด้วยกันทั้งหมด; *(without warning)* ทันทีทันใด; **they were all shouting at once** พวกเขาตะโกนพร้อมกัน

❷ *conj.* พอ...ก็, เมื่อไร...ก็, ถ้า...ก็; **~ past the fence, we are safe** เมื่อผ่านรั้วไปได้เราก็จะปลอดภัย; **will you get it, ~ he finds out how valuable it is?** คุณจะได้ของชิ้นนี้ไหม ถ้าเขาพบว่ามันมีค่ามากแค่ไหน

❸ *n.* **[just** *or* **only] this ~, for [this/that] ~:** [แค่] ครั้งนี้ครั้งเดียว, สำหรับ [ครั้งนี้/นั้น] ครั้งเดียว; **~ was enough for her** ครั้งเดียวพอแล้วสำหรับเธอ

'once-over *n.* **give sb./sth. a/the ~:** ตรวจดู *ค.น./ส.น.* อย่างลวก ๆ ครั้งหนึ่ง; **sth. needs a ~ every month** *ส.น.* ต้องมีการตรวจตราทุกเดือน; *(cleaning)* ทำความสะอาดเดือนละครั้ง

oncology /ɒŋˈkɒlədʒɪ/ออง'คอเลอะจิ/ *n., no pl., no art.* *(Med.)* การศึกษาเกี่ยวกับเนื้องอก

'oncoming *adj.* *(บุคคล)* ใกล้เข้ามา; *(รถ)* ที่สวนทางมา; *(พายุ)* ที่กำลังมา; **'caution: ~ vehicles'** 'ระวังรถสวน'

one /wʌn/วัน/ ➤ **47,** ➤ **177,** ➤ **602** ❶ *adj.* Ⓐ *attrib.* หนึ่ง; **~ thing I must say/admit** สิ่งหนึ่งที่ฉันต้องพูด/ยอมรับ; **~ man, ~ vote** สิทธิเลือกตั้งสำหรับทุกคน; **~ or two** *(fig.: a few)* เล็กน้อย, สองสาม; **~ more** อีกอันหนึ่ง; **~ more time** อีกครั้งหนึ่ง; **Act One** *(Theatre)* องก์ที่หนึ่ง; **from day ~:** จากวันแรก; **it's ~ [o'clock]** ตอนนี้เวลาตีหนึ่ง/บ่ายโมง; ➡ **+ eight** 1; **half** 1 A, 3 A; **many** 1 A; **quarter** 1 A; Ⓑ *attrib.* *(single, only)* อันเดียว, หนึ่งเดียว, เท่านั้น; **the ~ thing** สิ่งเดียว; **any ~:** ใครก็ได้, อันไหนก็ได้; **in any ~ day/year** ในวัน/ปีไหนก็ได้; **at any ~ time** เวลาไหนก็ได้; **no ~:** ไม่มีใคร; **not ~ [little] bit** ไม่แม้แต่น้อย; **not** *or* **never for ~ [single] moment** *or* **minute** ไม่ *หรือ* ไม่เลยแม้ชั่วขณะ *หรือ* นาที [เดียว]; ➡ **+ only** 1, 2 A; **thing** A, C, F, G; Ⓒ *(identical, same)* เหมือนกัน, เป็นอันหนึ่งอันเดียวกัน; **the writer and his principal character are ~:** นักเขียนและตัวละครหลักของเขาเป็นหนึ่งเดียวกัน; **~ and the same person/thing** คน/สิ่งเดียวกัน; **it's ~ and the same thing** เป็นสิ่งเดียวกัน; **at ~ and the same time** ในเวลาเดียวกัน; ➡ **+ all** 2 A; Ⓓ *pred.* *(united, unified)* **be ~:** เป็นหนึ่งเดียวกัน; **we are ~:** เราเป็นอันหนึ่งอันเดียวกัน; **be ~ as a family/nation** เป็นหนึ่งเดียวกันในฐานะครอบครัว/ประเทศหนึ่ง; **become ~:** กลายเป็นอันหนึ่งอันเดียวกัน; **be made ~** *(married)* ที่แต่งงานกัน; ➡ **+ with;** Ⓔ *attrib.* *(a particular* *but undefined)* **at ~ time** ในช่วงหนึ่ง, เมื่อครั้งหนึ่ง; **~ morning/evening/night** เช้า/เย็น/คืนวันหนึ่ง; **~ day** *(on day specified)* วันหนึ่ง; *(at unspecified future date)* สักวันหนึ่ง; **~ day soon** สักวันหนึ่งเร็ว ๆ นี้; **~ day next week** สักวันหนึ่งในสัปดาห์หน้า; **~ Sunday/weekend/afternoon** วันอาทิตย์วันหนึ่ง/วันสุดสัปดาห์ครั้งหนึ่ง/บ่ายวันหนึ่ง; **F** *attrib. contrasted with 'other'/'another'* อนึ่ง; **for ~ thing** อนึ่ง, อันดับแรก; **~ book** *etc.* **after another** *or* **the other** หนังสือ *ฯลฯ* เล่มแล้วเล่มเล่า; **deal with ~ thing after the other** จัดการเป็นเรื่อง ๆ ไป; **neither ~ thing nor the other** ไม่ใช่ทั้งสองอย่าง; **for ~ reason or another** ด้วยเหตุผลใดเหตุผลหนึ่ง; **at ~ time or another** สักครั้งหนึ่ง; เมื่อเวลาใดเวลาหนึ่ง; ➡ + **hand** 1 N; **way** 1 C, J; **G** *qualifying implied n.* หนึ่ง; *(Brit.: ~-pound coin)* เหรียญ 1 ปอนด์; *(Amer.: ~-dollar bill)* ธนบัตรราคา 1 ดอลลาร์สหรัฐ; **three to ~, three-~** *(Sport)* สามต่อหนึ่ง; **~-nil** *(Sport)* หนึ่ง [ต่อ] ศูนย์; **in ~** *(coll.: at first attempt)* เมื่อพยายาม/ลองเป็นครั้งแรก; **got it in ~!** *(coll.)* คุณทายถูกได้ทันที; ➡ + **every** A; **hole** 1 E

❷ *n.* **A** หนึ่ง; **~ two, three ...!** หนึ่ง สอง สาม ...; **B** *(number, symbol)* เลขหนึ่ง, สัญลักษณ์เลขหนึ่ง; **a Roman/arabic ~:** เลขหนึ่งตามแบบโรมัน/อารบิค; ➡ + **eight** 2 A; **C** *(unit)* **in ~s** ทีละอัน; **in** *or* **by ~s and twos** *(fig.)* ทีละน้อยในแต่ละครั้ง; **two for the price of ~:** ซื้อหนึ่งได้สอง; ➡ + **number** 1 A; **ten** 2 C

❸ *pron.* **A** **~ of** หนึ่งใน...; **~ of the boys/books** หนึ่งในเด็กผู้ชาย/หนังสือเหล่านั้น; **~ of them/us** คนหนึ่งในพวกเขา/พวกเรา; **any ~ of them** ใครก็ได้ในหมู่พวกเขา; **every ~ of them** พวกเขาทุกคน; **not ~ of them** ไม่มีใครสักคนในพวกเขา; ➡ + **thing** G; **B** *replacing n. implied or mentioned* อัน... *(หรือ qualifier อื่น เช่น เล่ม, คน, ตัว ฯลฯ)*; **red ~s and yellow ~s, big ~s and little ~s** อันสีแดงและสีเหลือง, อันใหญ่และอันเล็ก; **the jacket is an old ~:** เสื้อแจ็กเก็ตตัวนี้เป็นตัวเก่า; **the older/younger ~:** คนที่อายุมากกว่า/น้อยกว่า *หรือ* คนพี่/คนน้อง; **the problem is ~ of great complexity/is not ~ that will simply go way** ปัญหานี้เป็นปัญหาที่ซับซ้อนมาก/ไม่ได้แก้ไขได้ง่าย ๆ; **not that book – the ~ on the table** ไม่ใช่หนังสือเล่มนั้น เล่มที่วางอยู่บนโต๊ะ; **who is that man, the ~ in the blue suit?** ผู้ชายคนนั้นเป็นใคร คนที่สวมสูทสีน้ำเงิน; **of the three books, this is the ~ which appealed to me most** ในบรรดาหนังสือสามเล่ม เล่มนี้เป็นเล่มที่ฉันชอบมากที่สุด; **this is the ~ I like** นี่คือคน/อัน/สิ่งที่ฉันชอบ; **my husband is the tall ~ over there** สามีฉันคือคนที่ตัวสูงอยู่ตรงนั้น; **you are** *or* **were the ~ who insisted on going to Scotland** คุณเป็นคนที่ยืนกรานจะไปสกอตแลนด์; **this ~:** คน/อัน/สิ่ง *ฯลฯ* นี้; **that ~:** คน/อัน/สิ่ง *ฯลฯ* นั้น; **these ~s** *or* **those ~s?** *(coll.)* พวก/เหล่านี้ *หรือ* พวก/เหล่านั้น; **these/those blue** *etc.* **~s** อันสีน้ำเงินเหล่านี้/เหล่านั้น; **which ~?** คน/อันไหน; **which ~s** คน/อัน/*ฯลฯ*/ไหน; **not ~:** ไม่เอาเลยสักอัน/ตัว/*ฯลฯ*, ไม่ใช่เลย; **never a ~:** ไม่มีแม้แต่คน/สิ่งเดียว; **many a ~:** หลายสิ่ง/อย่าง/อัน; **all but ~:** ทั้งหมดยกเว้นคนเดียว; **the last house but ~:** บ้านก่อนหลังสุดท้าย; **[all] in one** [ทั้งหมด] ในสิ่ง/อัน/คน *ฯลฯ* เดียวกัน; **I for ~:** ฉันคนหนึ่งละ; **~ by ~, ~ after another** *or* **the other** ทีละคน, ทีละหนึ่ง; **love/like/hate ~ another** รัก/ชอบ/เกลียดกัน; **be kind to ~ another** ใจดีต่อกัน; ➡ + **all** 2 A; **better** 2 E; **many** 1 A; **C** *(contrasted with 'other'/'another')* **[the] ~ ... the other** คน/อัน/สิ่งนี้...อีกคน/อัน/สิ่งหนึ่ง; **D** *(person or creature of specified kind)* บุคคลตามลักษณะที่ระบุไว้; **the little ~:** คนตัว/สิ่งอันเล็ก ๆ; **dear** *or* **loved ~:** คน/สิ่งที่เป็นที่รัก; **our dear** *or* **loved ~s** ที่รักของเรา; **my sweet ~:** หวานใจของฉัน; **young ~** *(youngster)* คนหนุ่มสาว; *(young animal)* สัตว์ที่เพิ่งเกิด, สัตว์อ่อน; **the Holy O~, the O~ above** พระผู้เป็นเจ้า; **like ~ dead** เหมือนคนที่ตายไปแล้ว; **as ~ enchanted/bewitched** อย่างกับคนที่ถูกสะกดด้วยเวทมนตร์; **~ John Smith** มีคนชื่อจอห์น สมิธ; **E** **[not] ~ who does** *or* **to do** *or* **for doing sth.** [ไม่ใช่] คนที่จะทำ *ส.น.*; **[not] be ~ for parties** *or* **for going to parties** [ไม่ใช่] คนที่ชอบไปงานเลี้ยง; **be a great ~ for tennis** เป็นคนที่เล่นเทนนิสเก่งมาก; **be a great ~ for playing practical jokes** เป็นคนที่ชอบเล่นตลกโดยแกล้งผู้อื่น; **not be much of a ~ for sth./doing sth.** ไม่ใช่คนที่ชอบทำ *ส.น.*; **you 'are a ~** *(coll.)* คนนี้ก็ร้ายเหมือนกัน; **F** *(representing people in general; also coll.: I, we)* คนเรา, ฉัน, เรา; **~'s** ของตน; **lose ~'s job** สูญเสียงานของตน; **wash ~'s hands** ล้างมือของตน; **G** *(coll.: joke, story)* **a good/naughty ~:** เรื่องตลกที่ดี/ทะลึ่ง; **have you heard the ~ about the Irishman who ...?** คุณเคยได้ยินเรื่องตลกเกี่ยวกับชาวไอริชคนที่...ไหม; ➡ + **good** 1 H; **H** *(coll.: drink)* **I'll have just a little ~:** ฉันจะดื่มเพียงเล็กน้อย; **this ~'s on me/the house** แก้วนี้ฉันจ่ายเอง/เจ้าของบาร์จ่ายให้; **have ~ on me** เครื่องดื่มแก้วนี้คิดเงินที่ฉัน; **have ~ too many** ดื่มเหล้ามากเกินไป; ➡ + **quick one; road** A; **I** *(coll.: blow)* **give sb. ~ on the head/nose** ชกศีรษะ/จมูก *ค.น.*; **he hit me ~ between the eyes** เขาชกฉันเข้าระหว่างตา; **J** *(Knitting, Crochet: stitch)* ฝีเข็ม, การเย็บปัก; **knit ~, purl ~:** ถักไหมพรมไปขวาทีซ้ายที

one: ~-armed *adj.* มีแขนข้างเดียว; **~-armed bandit** *n. (coll.)* เครื่องเล่นพนันอัตโนมัติชนิดหยอดเหรียญ; **~-day** *attrib. adj.* *(ตั๋วเดินทาง)* ใช้วันเดียว; **~-dimensional** /wʌndaɪ'menʃənl/วันได'เม็นเชอะน'ล/ *adj.* มีมิติเดียว; **~-eyed** *adj.* มีตาข้างเดียว, ตาบอดข้างหนึ่ง; **in the land of the blind the ~-eyed [man] is king** *(prov.)* ในกลุ่มของคนตาบอด ผู้ที่มีตาข้างเดียวเปรียบเสมือนพระเจ้าแผ่นดิน; **~-handed** /wʌnhændɪd/วันแฮนดิด/ ❶ /'---/ *adj.* มีมือข้างเดียว ❷ /-'--/ *adv.* ด้วยมือข้างเดียว; **~-horse** *attrib. adj.* **A** *(drawn by only ~ horse)* ที่ใช้ม้าเพียงตัวเดียวลาก/จูง; *(having only ~ horse)* มีม้าเพียงตัวเดียว; **it's a ~-horse race** *(fig.)* เป็นการแข่งขันที่ถือว่าชนะไปแล้ว; **B** *(fig. coll. second-rate)* **~-horse firm** *or* **outfit** บริษัทที่กระจอก; **~-horse town** เมืองเล็ก ๆ; **~-legged** *adj.* มีขาข้างเดียว; **~-'line** *attrib. adj.* บรรทัดเดียว; **~-'liner** *n.* ตลกสั้น ๆ, คำคม; **~-man** *attrib. adj.* ที่ทำด้วยคนเพียงคนเดียว; **a ~-man fight/war against sth.** การต่อสู้/สงครามต่อต้าน *ส.น.* โดยคน ๆ เดียว; **a~ man band** นักดนตรี *(โดยปกติมักเล่นอยู่ริมถนน)* ที่เล่นดนตรีสองสามชิ้นในเวลาเดียวกัน; *(fig.: firm etc.)* บริษัทที่ดำเนินโดยคนเดียว; **~-man show** *(exhibition)* นิทรรศการศิลปินเดี่ยว; *(play etc.)* ละคร *ฯลฯ* ที่มีผู้แสดงคนเดียว; *(fig.: firm etc.)* ธุรกิจที่ทำโดยคนเพียงคนเดียว

one man one vote *n. (Brit.)* การเลือกตั้งแบบหนึ่งคนหนึ่งเสียง

oneness /wʌnnɪs/วันนิซ/ *n., no pl.* **A** *(singleness)* **~ of purpose** วัตถุประสงค์หนึ่งเดียว; **B** *(unity, harmony)* ความเป็นเอกภาพ, ความสามัคคี, ความเป็นอันหนึ่งอันเดียวกัน

one: ~-night 'stand *n. (coll.)* **A** *(single performance)* การแสดงรอบเดียว; **B** *(sexual)* ความสัมพันธ์ทางเพศเพียงคืนเดียว; *(partner)* คู่นอนชั่วคืนเดียว; **~-off** *(Brit.)* ❶ *n. (article)* สิ่งของที่มีเพียงชิ้นเดียว; *(operation)* การปฏิบัติการ/ดำเนินการเพียงครั้งเดียว ❷ *adj. (การแสดง, การพิมพ์หนังสือพิมพ์)* ที่เกิดขึ้นเพียงครั้งเดียว; *(ชุด, รถยนต์, งาน)* มีเพียงชิ้นเดียว; **~-parent family** *n.* ครอบครัวที่มีพ่อ *หรือ* แม่เพียงคนเดียว; **~-party** *adj. (Polit.) (ระบอบ, รัฐ)* มีพรรคการเมืองเดียว; **~-piece** *adj.* เป็นชิ้นเดียว; **~ 'quarter** *attrib. adj.* หนึ่งในสี่; **~-room[ed]** /'wʌnru:m(d)/'วันรูม(ด)/ *adj.* *(แฟลต)* เป็นห้องเดี่ยว; **a ~-room school/shack** โรงเรียน/กระต๊อบที่มีแค่ห้องเดียว

onerous /'ɒnərəs, 'əʊnərəs/'ออเนอะเริซ, 'โอเนอะเริซ/ *adj.* ยากลำบากอย่างยิ่ง; **find sth. increasingly ~:** พบว่า *ส.น.* เป็นภาระมากยิ่งขึ้นทุกที

onerously /'ɒnərəslɪ, 'əʊnərəslɪ/'ออเนอะเริซลิ, 'โอเนอะเริซลิ/ *adv.* อย่างยากลำบาก

one: ~'self *pron.* **A** *emphat.* ตนเอง; **as old/rich as ~self** แก่/ร่ำรวยเท่ากับตนเอง; **be ~self** เป็นตัวของตัวเอง; **B** *refl.* ตัวเอง; ➡ + **herself**; **~-shot** *adj. (coll.) (การแสดง, การกระทำ)* ที่/ครั้งเดียวจบ; **a ~-shot solution to a problem** วิธีแก้ปัญหาที่รวดเร็วและเด็ดขาด; **~-sided** *adj.* แต่ฝ่ายเดียว; **~step** *n.* ดนตรี/การเต้นรำคู่จังหวะสอง-สี่; **~-storey** *adj.* ชั้นเดียว; **~-'third** *attrib. adj.* เศษหนึ่งส่วนสาม, หนึ่งในสาม; **~-time** *adj.* **A** *(former)* เมื่อก่อน, อดีต; **B** *(used once only)* ที่ใช้เพียงครั้งเดียวเท่านั้น; **~-to-'~** *adj.* **~-to-~ relation/correspondence** ความสัมพันธ์/การโต้ตอบทางจดหมายแบบหนึ่งต่อหนึ่ง; **~-to-~ translation** การแปลแบบคำต่อคำ; **~-to-~ teaching** การสอนแบบตัวต่อตัว; **~-touch** *adj.* **~-touch dialling** การต่อโทรศัพท์โดยกดรหัสเดียว; **~-track** *adj.* มีทางเดียว; **have a ~-track mind** *(lack flexibility)* มีจิตใจคับแคบขาดความยืดหยุ่น; *(be obsessed with one subject)* คิดหมกมุ่นอยู่กับเรื่องเดียว; **~-'two** *n. (coll.) (Boxing)* การรัวชกทั้งสองหมัดอย่างรวดเร็ว; *(Sport)* การผ่านลูกสองครั้งอย่างรวดเร็ว; **~-'up** *pred. adj. (coll.)* **be ~-up [on** *or* **over sb.]** *(Sport)* นำหน้า *ค.น.* หนึ่งแต้ม/หนึ่งประตู; ได้เปรียบ [*ค.น.*]; **it is ~-up for** *or* **to sb.** *ค.น.* ได้เปรียบ; **~-up for** *or* **to you** *(fig.)* คนนำหนึ่งต่อศูนย์; **~-up-manship** /wʌn'ʌpmənʃɪp/วัน'อัพเมินชิพ/ *n., no pl., no indef. art.* การรักษาความได้เปรียบผู้อื่นตลอด; **~-way** *adj.* **A** ที่ไปในทิศทางเดียวเท่านั้น, ทางเดียว *(ถนน, การจราจร, กระจก)*; **~-way radio** วิทยุที่สามารถรับหรือส่งได้เท่านั้น; **~-way switch** *(Electr.)* สวิตช์เปิด/ปิดทางเดียว; **B** *(single) (ตั๋ว, การบิน)* เที่ยวเดียว; **C** *(fig.: ~-sided)* เข้าข้าง, แต่ฝ่ายเดียว; **~-woman** *attrib. adj.* ที่ทำโดยผู้หญิงคนเดียว; **~-woman fight/war**

O

ongoing | open 616

against sth. การต่อสู้/สงครามต่อต้าน *ส.น.* ของผู้หญิงคนเดียว; **~-woman show** *(exhibition)* นิทรรศการศิลปินหญิงแต่ผู้เดียว; *(play etc.)* ละคร ฯลฯ ที่มีตัวแสดงหญิงเพียงคนเดียว; *(fig.: firm etc.)* บริษัทที่ดำเนินการโดยผู้หญิงคนเดียว

'ongoing *adj. (ปัญหา, กิจกรรม, การอภิปราย)* ที่ยังดำเนินอยู่อย่างต่อเนื่อง; *(สถานการณ์)* ที่ไม่ยุติ

onion /ˈʌnɪən/ˈอันเนียน/ *n.* หัวหอม; **know one's ~s** *(fig. coll.)* มีความรู้และประสบการณ์มากในสาขาของตน

onion: ~ dome *n. (Archit.)* หลังคายอดโค้งและปลายแหลม; **~ skin** *n.* Ⓐ เปลือกหัวหอม; Ⓑ *(paper)* กระดาษบางใส; **~ 'soup** *n.* ซุปหัวหอม

oniony /ˈʌnjənɪ/ˈอันเยอะนิ/ *adj. (มีรสชาติ, กลิ่น)* ของหัวหอม

online *(Computing)* ❶ /ˈ--/ *adj.* เชื่อมต่อและควบคุมด้วยคอมพิวเตอร์, ออนไลน์ *(ท.ศ.)* ❷ /-ˈ-/ *adv.* ด้วยการใช้คอมพิวเตอร์ควบคุม

'onlooker *n.* ผู้สังเกตการณ์, ผู้ชม

only /ˈəʊnlɪ/ˈโอนลิ/ ❶ *attrib. adj.* Ⓐ เดียว, เท่านั้น; **the ~ person** คนเดียวเท่านั้น; **my ~ regret is that ...:** ความเสียดายประการเดียวของฉันคือ...; **for the first and ~ time** สำหรับครั้งแรกและครั้งเดียวเท่านั้น; **an ~ child** ลูกคนเดียว, ลูกโทน; **the ~ one/ones** คน/สิ่งเดียว; **the ~ thing** สิ่งเดียวเท่านั้น; **one and ~** *(sole)* อันเดียวเท่านั้น; *(incomparable)* ที่หาที่เปรียบไม่ได้; ➡ **+ pebble; thing** B, C; Ⓑ *(best by far)* **the ~:** คน/สิ่งเดียว; **he/she is the ~ one for me** เขา/เธอเป็นคนเดียวที่ฉันต้องการ; **the ~ thing** สิ่งเดียว

❷ *adv.* Ⓐ เท่านั้น, แค่, เพียง; **we had been waiting ~ 5 minutes when ...:** เราคอยเพียงห้านาทีเท่านั้นเมื่อ...; **it's ~/~ just 6 o'clock** เพิ่งหกโมงเช้า/หกโมงเย็นเท่านั้น; **the meat is ~ half done** เนื้อสุกเพียงครึ่งเดียวเท่านั้น; **I ~ wish I had known** ถ้าฉันเพียงแต่ได้รู้ *หรือ* ฉันแค่เสียดายว่าไม่ได้รู้เรื่องอะไร; **you ~ have** *or* **you have ~ to ask** *etc.* คุณเพียงแต่ต้องถาม ฯลฯ เท่านั้น; **you may each take one and one ~:** คุณหยิบไปได้คนละหนึ่งอันเท่านั้น; **you ~ live once** คนเรามีชีวิตอยู่เพียงครั้งเดียวเท่านั้น; **you're ~ young once** คนเราเป็นหนุ่มสาวได้ครั้งเดียวเท่านั้น; **~ ever** *(coll.: never more than)* ไม่เคยมากไปกว่า; **~ if** ถ้าเพียงแต่...เท่านั้น; **~ if the weather is fine** ถ้าอากาศดีเท่านั้น; **he ~ just managed it/made it** เขาเกือบจะไม่สำเร็จ/ไม่ทัน; **not ~ ... but also** ไม่เพียง...เท่านั้นแต่ยัง...ด้วย; ➡ **+ if** 1 D; Ⓑ *(no longer ago than)* แค่, ไม่นานมานี้; **~ the other day/week** แค่วัน/อาทิตย์ก่อนเอง; **~ the other evening** แค่เย็นวันก่อนนี้เอง; **~ just** เพียง...เอง, เกือบไม่...; **it's ~ now I realize ...:** ฉันเพิ่งตระหนักเดี๋ยวนี้เองว่า...; Ⓒ *(with no better result than)* **~ to find/discover that ...:** แล้วก็พบ/ค้นพบว่า...; Ⓓ **~ too ...** *in context of undesirable circumstances* อย่างเต็มที่; *in context of undesirable circumstances* อย่างมาก; **be ~ too aware of sth.** ตระหนักถึง *ส.น.* อย่างมาก; **it's ~ too true** เป็นความจริงอย่างยิ่ง; **~ too well** *(รู้, จำได้)* ดีจนเกินไป; *(ได้ยิน)* อย่างเต็มที่ ❸ *conj.* Ⓐ *(but then)* แต่ทว่า; Ⓑ *(were it not for the fact that)* **~ [that] I am/he is** *etc.* ยกเว้นว่าฉัน/เขา...

only-be'gotton *adj. (Relig.)* **Jesus Christ, the ~ Son of the Father** พระเยซูคริสต์ พระบุตรองค์เดียวของพระบิดา

on-message /ɒnˈmesɪdʒ/ออนˈเม็ซซิจ/ *adj. (Brit.) (Polit.)* **to be ~** การพูดไปตามนโยบายรัฐบาลที่ตกลงกันไว้

o.n.o. *abbr. (Brit.)* **or near offer** หรือ *(ราคา)* ใกล้เคียง

'on-off *adj.* **~ switch** สวิตช์เปิดปิด

onomatopoeia /ɒnəmætəˈpɪːə/ออเนอะแมเทอะˈเพีย/ *n. (Ling.)* การสร้างคำศัพท์โดยเลียนเสียงธรรมชาติ

onomatopoeic /ɒnəmætəˈpiːɪk/ออเนอะแมเทอะˈพีอิค/ *adj. (Ling.) (คำศัพท์)* ที่เลียนเสียงธรรมชาติ

'onrush *n.* การพุ่ง/โถมไปข้างหน้า

on-screen ❶ *adj.* Ⓐ *(Computing, TV)* ที่ปรากฏบนจอ; **~ editing** การตัดต่อบนจอ; Ⓑ *(Cinemat.) (ดารา)* ภาพยนตร์; **~ violence** การแสดงฉากโหดร้ายบนจอโทรทัศน์/ในภาพยนตร์; **her ~ daughter** ลูกสาวในละคร/ในภาพยนตร์ ❷ *adv.* Ⓐ *(Computing, TV)* บนจอ; Ⓑ *(Cinamat.)* ในภาพยนตร์; **appear ~ simultaneously** ปรากฏในภาพพร้อมกัน; **~ they were lovers** ในละคร/ภาพยนตร์ เขาเป็นคู่รักกัน

'onset *n.* Ⓐ *(attack)* การโจมตี; Ⓑ *(beginning) (of storm)* การเริ่มตั้งเค้า; *(of winter, of disease)* การเริ่มต้น

'onshore *adj.* บนฝั่ง, *(ลม)* พัดเข้าฝั่ง

on'side *adj. (Footb.)* ไม่ล้ำหน้า

onslaught /ˈɒnslɔːt/ˈออนซลอท/ *n.* การโจมตีอย่างรุนแรง

on-'stage ❶ *adj.* บนเวที ❷ *adv.* บนเวที

'on-street *adj.* บนถนน, ข้างถนน

on-target *attrib. adj.* **~ earnings £50,000** มีรายได้ตรงเป้าห้าหมื่นปอนด์

'on-the-job *adj. (การเรียนรู้, ประสบการณ์)* ขณะทำงาน; **~ experience** ประสบการณ์ในการทำงานจริง; **~ training** การฝึกงานในขณะปฏิบัติงาน

on-the-'spot *adj.* ในที่เกิดเหตุ

onto ➡ **on** 2 I

ontological /ɒntəˈlɒdʒɪkl/ออนเทอะˈลอจิค'ล/ *adj. (Philos.)* ที่เกี่ยวกับลักษณะของการดำรงชีวิต, การมีตัวตน

ontology /ɒnˈtɒlədʒɪ/ออนˈทอเลอะจิ/ *n. (Philos.) แขนงวิชาหนึ่งของอภิปรัชญาที่ว่าด้วยการดำรงชีวิต, ภววิทยา (ร.บ.)*

onus /ˈəʊnəs/ˈโอเนิซ/ *n.* ภาระ, หน้าที่, ความรับผิดชอบ; **the ~ [of proof]** หน้าที่ในการพิสูจน์; **the ~ is on him to do it** เป็นหน้าที่ของเขาที่จะต้องทำสิ่งนั้น

onward /ˈɒnwəd/ˈออนเวิด/ ❶ *adv.* Ⓐ *(in space)* ต่อไป, มุ่งไปข้างหน้า; **from X ~:** จากเอ็กซ์ต่อไป; **they moved ~ into the forest** พวกเขาเดินทางต่อเข้าไปในป่า; Ⓑ *(in time)* **from that day ~:** จากวันนั้นเป็นต้นมา; **history from the 12th century ~:** ประวัติศาสตร์ตั้งแต่ศตวรรษที่ 12 เป็นต้นมา ❷ *adj.* ต่อไป, ข้างหน้า; **~ movement** การเคลื่อนที่ไปข้างหน้า; **~ march** การเดินไปข้างหน้า

onwards /ˈɒnwədz/ˈออนเวิดซฺ/ ➡ **onward** 1

onyx /ˈɒnɪks/ˈออนิคซ/ *n. (Min.)* หินจำพวกควอทซ์, โมรา; **~ marble** หินอ่อนโมรา

oodles /ˈuːdlz/ˈอูด'ลซฺ/ *n. pl., constr. as sing. or pl. (coll.)* **~ of** จำนวนมาก

ooh /uː/อู/ ❶ *n.* โอโห, อุ๊ยตาย; **the ~s [and ahs] of the audience** เสียงฮือฮาของผู้ชม ❷ *int. expr. disapproval or delight* โอโห; *expr. pain* โอ๊ย

oojah /ˈuːdʒɑː/ˈอูจา/ *n. (coll.)* ไอ้นั่น

oompah /ˈuːmpɑː/ˈอุมพา/ *n.* เสียงของเครื่องดนตรีทองเหลือง

oomph /ʊmf/อุมฟฺ/ *n. (sl.)* Ⓐ *(attractiveness)* ความดึงดูด *(ทางเพศ)*; Ⓑ *(energy)* พลัง, ความกระตือรือร้น

oops /uːps, ʊps/อูพซฺ, อุพซฺ/ *int. (coll.) expr. surprise* อุ๊ย ตายแล้ว; *expr. apology* โอ๊ย แย่จริง; *expr. apology for a faux pas* อุ๊ย ตายจริง

ooze /uːz/อูซ/ ❶ *v.i.* Ⓐ *(percolate, exude)* ไหลซึม, ซึมออก **(from** จาก**)**; *(more thickly)* เยิ้ม **(from** จาก**)**; **the juice ~s out** น้ำผลไม้ไหลซึมออกมา; Ⓑ *(become moistened)* เปียก **(with** ด้วย**)** ❷ *v.t.* Ⓐ **~ [out]** ซึม [ออก]; Ⓑ *(fig.: radiate)* ปล่อย *(เสน่ห์, ความร่าเริง)*, แสดงอย่างเต็มที่ *(ความโกรธ)* ❸ *n.* Ⓐ *(mud)* โคลน, เลน; Ⓑ *(sluggish flow)* การไหลซึม; *(sluggish stream)* ลำธารที่ไหลเอื่อย ๆ

op /ɒp/ออพ/ *n. (coll.)* Ⓐ *(Med.)* การผ่าตัด; Ⓑ *(Mil., Navy, Air Force)* การปฏิบัติการ; Ⓒ *(radio operator)* ผู้ดำเนินรายการวิทยุ; *(telegraph operator)* ผู้ส่งโทรเลข

op. /ɒp/ออพ/ *abbr. (Mus.)* **opus** บทประพันธ์เพลง

opacity /əˈpæsɪtɪ/เออะˈแพซิทิ/ *n., no pl.* Ⓐ *(not transmitting light)* ความทึบแสง; Ⓑ *(obscurity)* ความมืดมน, ความคลุมเครือ

opal /ˈəʊpl/ˈโอพ'ล/ *n. (Min.)* โอปอล *(ท.ศ.)* พลอยมุกดา

opalescence /əʊpəˈlesns/โอเพอะˈเล็ซ'นซฺ/ *n.* การเปลี่ยนสีเหมือนพลอยโอปอล

opalescent /əʊpəˈlesnt/โอเพอะˈเล็ซ'นทฺ/ *adj.* เปลี่ยนสี

'opal glass *n.* กระจกสีขาวกึ่งโปร่งแสง

opaque /əʊˈpeɪk/โอˈเพค/ *adj.* Ⓐ *(not transmitting light)* ทึบแสง; Ⓑ *(obscure)* มืดมน, คลุมเครือ

opaqueness /əʊˈpeɪknɪs/โอˈเพคนิซ/ ➡ **opacity**

op. cit. /ɒp ˈsɪt/ออพ ˈซิท/ *abbr.* **in the work already quoted** ตามที่อ้างถึงแล้ว

OPEC /ˈəʊpek/ˈโอเพ็ค/ *abbr.* **Organization of Petroleum Exporting Countries** โอเปค

open /ˈəʊpn/ˈโอเพิน/ ❶ *adj.* Ⓐ เปิด; **with the window ~:** เปิดหน้าต่าง; **~ goal** *(Sport)* ประตูที่ไม่ได้มีการป้องกัน; **wear an ~ shirt** สวมเสื้อโดยไม่ได้ติดกระดุมทั้งหมด; **be [wide/half] ~:** เปิดไว้ [กว้าง/ครึ่งหนึ่ง]; **stand ~:** เปิดอยู่; **swing ~:** เปิดผลัวะออก; **come ~:** เปิดออกมา; **get sth. ~:** เปิด *ส.น.*; **hold the door ~ [for sb.]** เปิดประตูไว้ [ให้ *ค.น.*]; **push/pull/kick the door ~:** ผลัก/ดึง/เตะประตูให้เปิดออก; **force sth. ~:** งัด *ส.น.* ให้เปิดออก; **fling** *or* **throw a door/window [wide] ~:** เปิดประตู/หน้าต่าง [กว้าง]; **tear** *or* **rip sth. ~:** ฉีก *ส.น.* ให้เปิด; **with one's mouth ~:** โดยอ้าปากกว้าง; **have one's eyes ~:** ลืมตาขึ้น; **[not] be able to keep one's eyes ~:** [ไม่] สามารถจะลืมตาอยู่ได้; **with ~ eyes** *(attentive, surprised)* ด้วยตาที่เปิดกว้าง; ➡ **+ eye** 1 A; Ⓑ *(unconfined)* เปิดโล่ง, เปิดเผย; **~ country** *(with wide views)* ภูมิประเทศที่กว้าง; *(without buildings)* ทิวทัศน์ที่โล่ง; **on the ~ road** บนทางหลวง, ถนนอันกว้าง; **the ~ road lay before me** ถนนกว้างขวางทอดยาวอยู่ตรงหน้าฉัน; **the ~ sea** ท้องทะเลอันกว้าง; **in the ~ air** กลางแจ้ง; ➡ **+ sky** 1 A; Ⓒ *(not blocked or obstructed)* ไม่ปิดกั้น, เปิดโล่ง; Ⓓ *(ready for business or use)* **be ~:** เปิดทำ

O

การ; '~'/'~ on Sundays'/'~ 24 hours' 'เปิด'/'เปิดทุกวันอาทิตย์'/'เปิด 24 ชั่วโมง'; declare a building/an exhibition ~: กล่าวเปิดอาคาร/นิทรรศการ; (E) *(accessible)* เข้าถึงได้; *(available)* *(ที่นั่ง)* ว่าง; *(ข้อเสนอ)* ยังคงอยู่; it is ~ to you to refuse คุณจะปฏิเสธก็ได้; lay ~: *(แผนที่)* คลี่ออกไว้; be ~ to the public เปิดให้ประชาชนเข้าชม; the competition is ~ to children under 16 การแข่งขันครั้งนี้เปิดสำหรับเด็กที่มีอายุต่ำกว่า 16 ปี; the job/offer is ~ to men over 25 years of age งาน/ข้อเสนอนี้เปิดรับชายที่มีอายุเกิน 25 ปี; the offer remains *or* will be kept ~ until the end of the month ข้อเสนอนี้ใช้จนถึงสิ้นเดือน; keep a position ~ for sb. เก็บตำแหน่งว่างไว้ให้ *ค.น.;* keep an account ~: เปิดบัญชีเอาไว้; ~ champion แชมป์/ผู้ชนะเลิศที่แข่งขันกับทั้งมืออาชีพและสมัครเล่น; ~ cheque *(Brit.)* เช็คที่ขึ้นเงินได้ที่ธนาคาร, เช็คที่ไม่ได้ขีดคร่อม; in ~ court ในศาลที่ประชาชนสามารถเข้าฟังได้; ~ ward ห้องคนไข้ที่ไม่จำกัดประเภทผู้ป่วย; ➡ + house 1 A; (F) be ~ to *(exposed to)* รับ, โดน *(ลม, ฝน); (receptive to)* เปิดรับ *(ความคิดเห็นผู้อื่น, ความคิดเห็น);* ง่ายที่จะ; ~ to infection มีโอกาสติดเชื้อได้ง่าย; be ~ to criticism เปิดรับคำวิจารณ์; ~ to attack by dry rot มีโอกาสเกิดการผุพังได้ง่าย; be ~ to attack from the air มีโอกาสโดนโจมตีทางอากาศ; sth. may be ~ to misinterpretation *ส.น.* ง่ายที่จะตีความผิด ๆ; be ~ to sb.'s influence ง่ายที่จะตกอยู่ใต้อิทธิพลของ *ค.น.;* I hope to sell it for £1,000, but I am ~ to offers ฉันหวังว่าจะขายมันในราคา 1,000 ปอนด์ แต่ก็พร้อมที่รับการต่อรอง; lay sb. wide ~ *(fig.)* ทำให้ *ค.น.* เป็นที่วิพากษ์วิจารณ์; lay oneself [wide] ~ to ridicule/attack/criticism *etc.* ทำตนให้เป็นที่เยาะเย้ยถากถาง/โจมตี/วิพากษ์วิจารณ์ *ฯลฯ;* lay oneself [wide] ~ to blackmail/a charge เปิดโอกาสให้คนหักหลัง/ข้อกล่าวหา; be ~ to question/doubt/argument สามารถตั้งคำถาม/สงสัย/โต้แย้งได้; I am ~ to correction ฉันยินดีน้อมรับการแก้ไข; (G) *(undecided)* ยังไม่ได้ตัดสินใจ; ~ invitation คำเชิญที่เปิดกว้าง; ~ return ticket ตั๋วไป-กลับที่ยังไม่ได้ระบุวันที่; have an ~ mind about *or* on sth. มีใจเปิดกว้างเกี่ยวกับ *ส.น.;* with an ~ mind ด้วยใจที่เปิดกว้าง; have/keep an ~ mind on a question มีใจเปิดกว้างเกี่ยวกับเรื่องใดเรื่องหนึ่ง; be [wide] ~: เปิดกว้าง; leave sth. ~: ปล่อย *ส.น.* ให้เปิดกว้างเอาไว้; ➡ + verdict A; (H) *(undisguised, manifest)* *(ความเกลียดชัง, ความแปลกใจ)* ไม่ปกปิด; *(ความดูถูก, ความโกรธ)* เปิดเผย; ~ war/warfare สงครามที่เปิดเผย; ➡ + secret 2 A; (I) *(frank, communicative)* เปิดเผย, ตรงไปตรงมา; *(not secret)* ไม่เป็นความลับ; be ~ [about sth./with sb.] เปิดเผย [เกี่ยวกับ *ส.น./ค.น.*]; (J) *(not close)* เปิด; ~ order *(Mil., Navy)* แถวขยาย; (K) *(expanded, unfolded)* ที่ขยายออก; *(ดอกไม้)* ที่บานออก; *(หนังสือพิมพ์)* ที่คลี่ออก; ~ book หนังสือที่เปิดไว้; sb./sth. is an ~ book [to sb.] *(fig.) ค.น./ส.น.* เป็นสิ่งที่เข้าใจได้ง่าย [สำหรับ *ค.น.*]; an ~ hand มือที่แบออก; *(fig.)* ใจดี, ใจกว้าง; with an ~ hand, with ~ hands *(fig.)* ด้วยความกรุณา/ใจดี; with [an] ~ heart *(frankly)* ด้วยใจที่เปิดเผย; *(kindly)* ด้วยจิตใจที่มีเมตตา; ➡ + ¹arm A; ~-heart; (L) *(Mus.)* ~ string *(เครื่อง)* สายที่สั่นสะเทือนได้ตลอดสาย; ~ pipe ปี่/ขลุ่ยที่ส่วนบนไม่ได้ปิดไว้; ~ note โน้ตเพลงที่เล่นด้วยเครื่องเป่า; (M) *(Ling.) (สระ)* ที่ออกเสียงโดยเปิดปากกว้าง; *(พยางค์)* เปิด/ที่ลงท้ายด้วยเสียงสระ

❷ *n.* (A) the ~: ที่โล่ง/กว้าง; in the ~ *(outdoors)* กลางแจ้ง; *(in an ~ space)* ในที่โล่งแจ้ง; *(in ~ water)* ในท้องน้ำกว้าง; [out] in the ~ *(fig.)* เป็นที่รู้กันโดยทั่วไป; come [out] into the ~ *(fig.) (become obvious)* เป็นที่ประจักษ์ชัด; *(speak out)* พูดออกมา; bring sth. [out] into the ~ *(fig.)* นำ *ส.น.* ออกมาเปิดเผยให้ทราบทั่วกัน; (B) *(Sport) การแข่งขันที่เปิดโอกาสให้ทั้งมืออาชีพและสมัครเล่นลงแข่งได้*

❸ *v.t.* (A) เปิด; ~ sth. with a key เปิด *ส.น.* โดยไขกุญแจ; ~ sth. wide เปิด *ส.น.* กว้าง; half-open sth. เปิด *ส.น.* ไว้ครึ่งเดียว; [not] ~ one's mouth *or* lips *(fig.)* [ไม่] ปริปาก; ~ one's big mouth [to sb. about sth.] *(fig.)* ปากโป้ง/เปิดปาก *(เล่าเรื่อง ส.น. ให้ ค.น. ฟัง);* ~ the *or* one's bowels ถ่ายออกมา; ➡ + eye 1 A; floodgate; (B) *(allow access to)* ~ sth. [to sb./sth.] เปิด *ส.น.* [ให้ *ค.น./ส.น.*]; *(fig.)* เปิดโอกาสให้ *ค.น./ส.น.;* ~ a road to traffic เปิดทางให้การจราจร; ~ sth. to the public เปิด *ส.น.* ต่อสาธารณชน; ➡ + door B; (C) *(establish)* เปิด *(การประชุม, นิทรรศการ, การอภิปราย); (declare open)* ประกาศเปิด *(ตึก ฯลฯ);* เริ่มลงมือ *(ทำงาน);* ~ the scoring *(Sport)* เริ่มทำคะแนน; ~ the betting with a £5 stake เริ่มพนันด้วยเงิน 5 ปอนด์; ~ the bidding *(in auction)* เริ่มเปิดการประมูล; *(Bridge)* เริ่มเกลี่ยไพ่; ~ an account เปิดบัญชี; ~ fire [on sb./sth.] เริ่มยิง [*ค.น./ส.น.*]; ➡ + ²ball; parliament; (D) *(unfold, spread out)* คลี่ *(หนังสือพิมพ์, แผนที่, พัด);* เปิด *(หนังสือ);* กาง *(ร่ม);* อ้า *(ขา);* เปิดกว้าง; ~ one's hand แบมือ; ~ one's arms [wide] อ้าแขน [กว้าง]; ~ one's legs อ้าขา; (E) *(reveal, expose)* ~ a view *or* prospect of sth. [to sb.] เปิดเผยทัศนะ *หรือ* โอกาสเกี่ยวกับ *ส.น.* [แก่ *ค.น.*]; sth. ~s new prospects/horizons/a new world to sb. *(fig.) ส.น.* เปิดความหวัง/ขอบฟ้า/โลกใหม่ให้แก่ *ค.น.;* ~ one's heart to sb. *(fig.)* เปิดอกแก่ *ค.น.;* (F) *(make more receptive)* ~ one's mind เปิดใจให้กว้าง; ~ one's heart *or* mind to sb./sth. เปิดใจยอมรับ *ค.น./ส.น.;* ~ sb.'s mind to sth. ทำให้ *ค.น.* เปิดใจกว้างยอมรับ *ส.น.;* (G) *(cut)* เจาะ *(รู);* ตัด *(ทางผ่านภูเขา);* ~ a hole in the wall เจาะรูในกำแพง

❹ *v.i.* (A) *(ประตู)* เปิด; *(รอยร้าว)* อ้ามากขึ้น; 'Doors ~ at 7 p.m.' 'ประตูเปิดเวลา 19.00 น.'; the safe ~s with a special key ตู้เซฟเปิดโดยใช้กุญแจพิเศษ; ~ inwards/outwards เปิดเข้า/ออก; the door would not ~: ประตูไม่ยอมเปิด; his mouth ~ed in a big yawn เขาอ้าปากกว้างหาว; his eyes ~ed wide ตาของเขาเบิกโพลง; ~ into/on to sth. เปิดเข้าไปใน/สู่ *ส.น.;* the kitchen ~s into the living room ห้องครัวมีประตูเปิดเข้าไปในห้องนั่งเล่น; the road ~s into a square ถนนตัดเข้าไปถึงจตุรัส; ➡ + heaven B; (B) *(become open to customers)* เปิดให้บริการ; *(start trading etc.)* เริ่มค้าขาย ฯลฯ; the shop does not ~ on Sundays ร้านไม่เปิดวันอาทิตย์; (C) *(make a start)* เริ่มต้น; *(ละคร)* เปิดการแสดง; shares ~ed steady *or* firm *(St. Exch.)* พอเปิดตลาดหุ้นคงที่; ~ for the prosecution *(Law)* เริ่มการดำเนินคดี; (D) *(become visible)* ~ before sb./sb.'s eyes ปรากฏต่อหน้า *ค.น.*/ต่อสายตาของ *ค.น.*

~ **'out** ❶ *v.t.* (A) *(unfold)* เปิดออกมา; (B) *(enlarge, widen)* ขยาย; (C) *(develop)* ขยายให้กว้างขึ้น ❷ *v.i.* (A) *(unfold) (แผนที่)* คลี่ออกมา; (B) *(widen, expand)* ~ out into sth. ขยายเข้าไปใน *ส.น.;* (C) *(be revealed)* ~ out before sb./sb.'s eyes เปิดกว้างออกมาต่อหน้าต่อตา *ค.น.*

~ **'up** ❶ *v.t.* (A) เปิด *(ห้อง);* เจาะ *(น้ำพุ);* ~ up a room/house เปิดห้อง/บ้าน; (B) *(form or make by cutting etc.)* ตัด, ทำให้แยก/ปริ; ~ up a path through the jungle ตัดทางผ่านป่า; the frost has ~ed up big cracks น้ำค้างแข็งทำให้ดินแยกออกมาเป็นรอยแตกใหญ่; ~ up a lead *or* gap of ten metres/points เริ่มนำ/ทิ้งห่างสิบเมตร/สิบแต้ม; (C) *(establish, make more accessible)* บุกเบิก, เปิดกว้าง; ~ up a region to trade/tourism เปิดภูมิภาคสู่การค้า/การท่องเที่ยว; ~ up a new world to sb. เปิดโลกใหม่ให้ *ค.น.;* ~ up new opportunities for sb. เปิดโอกาสใหม่ ๆ ให้ *ค.น.;* (D) *(make more lively, accelerate)* ร่าเริงยิ่งขึ้น, เพิ่มความเร็ว ❷ *v.i.* (A) *(open a door)* เปิดประตู; (B) *(ดอกไม้, ใบไม้)* ปริ, แตก; (C) *(be established) (บริษัท)* เริ่มขึ้น; (D) *(appear, be revealed)* ปรากฏออกมา; *(ทิวทัศน์, โอกาส)* เปิดขึ้นมา; ~ up before sb. ปรากฏต่อหน้า *ค.น.;* (E) *(talk freely)* พูดคุยอย่างเปิดเผย; ~ up to sb. เปิดอกกับ *ค.น.;* (F) *(begin shooting)* เริ่มยิง; *(begin sounding)* เริ่มส่งเสียง; (G) *(become more lively or active) (การเล่น)* คึกคักขึ้น; *(accelerate)* เพิ่มความเร็ว

open: ~ **'access library** *n.* ห้องสมุดที่เปิดให้เข้าไปใช้บริการได้โดยเสรี; **~-air** *attrib. adj. (คอนเสิร์ต, ภาพยนตร์)* กลางแจ้ง; ~-air [swimming-]pool สระว่ายน้ำกลางแจ้ง; **~-and'shut case** *n. (coll.)* คดีที่ชัดเจน/ไม่มีข้อเคลือบแคลง; **~-armed** *adj.* เต็มอกเต็มใจ; receive *or* welcome sb. ~-armed รับ *หรือ* ต้อนรับ *ค.น.* ด้วยความเต็มใจ; **~cast** *adj. (Mining)* ~cast mining/coal/method การทำเหมืองแร่/ถ่านหินที่ได้/วิธีขุดแร่โดยลอกผิวดินข้างบนออก; ~ **day** *n.* วันที่เปิดให้คนนอกเข้าชม; **~-'door** *attrib. adj.* ~-door policy นโยบายการค้าเสรี; **~-ended** /əʊpən'endɪd/ โอเพิ่น'เอ็นดิด/ *adj.* ที่เปิดปลาย; *(fig.: with no predetermined limit) (การอยู่อาศัย, สัญญา, การให้เงินกู้)* ไม่มีข้อจำกัด; *(การอภิปราย)* ไม่มีขอบเขต; *(คำถาม, หัวข้อ)* เปิดกว้าง; ~-ended spanner กุญแจปากตาย

opener /'əʊpnə(r)/ โอพ'เนอะ(ร)/ *n.* (A) เครื่องเปิดกระป๋อง; (B) *(opening item or event) (of entertainment)* รายการแรก; *(of a serial)* ตอนแรก; *(Sport)* การเริ่มเล่น; (C) *(Cricket)* ผู้ตีลูกเป็นคนแรก; (D) for ~s *(coll.)* เริ่มต้นเพื่อ, เพื่อเริ่มรายการ

open: **~-eyed** *adj.* (A) ตาเปิดกว้าง; in ~-eyed amazement ด้วยความทึ่งจนตาค้าง; gaze/stare ~-eyed at sb./sth. จ้อง *ค.น./ส.น.* ตาไม่กะพริบ; gaze/stare ~-eyed จ้องตาค้าง; (B) *(watchful, alert)* do sth. ~-eyed ทำ *ส.น.* ด้วยความระมัดระวัง; **~-'field system** *n. (Agric.)* ระบบการทำนาสามครั้ง; **~-'fronted** *adj.* ที่เปิดส่วนหน้า; ~ **government** *n.* ระบบการเมืองการปกครองที่มีความโปร่งใส **~-'handed** *adj.* ใจดี, กรุณา; **~-'heart** *attrib. adj. (Med.)* เกี่ยวกับการผ่าตัดหัวใจ; **~-'hearted** *adj.* จริงใจ, มีเมตตา

opening /ˈəʊpnɪŋ/โอพ'นนิง/ ❶ *n.* Ⓐ *(becoming open)* การเปิด *(นิทรรศการ, ถนน)*; การอ้ากว้าง *(รอยร้าว)*; **hours** *or* **times of ~:** เวลาที่เปิดให้บริการ; **it's late ~:** วันนี้ร้านค้าปิดดึก; **'late ~ Thursday'** 'วันพฤหัสเปิดจนดึก'; Ⓑ *(establishment, inauguration, ceremony)* การเปิดงาน, พิธีเปิด; **~ of Parliament** การเปิดสภาผู้แทนราษฎร; Ⓒ *(first performance)* การแสดงรอบปฐมฤกษ์; Ⓓ *(initial part)* ตอนแรก, ส่วนแรก; *(Chess)* การเริ่มเดินหมากรุก; Ⓔ *(gap, aperture)* ช่อง, รูเปิด; Ⓕ *(opportunity)* โอกาส, ช่องทาง; *(vacancy)* ตำแหน่งว่าง; **wait for an ~:** คอยตำแหน่งว่าง; **give sb. an ~:** ให้ตำแหน่งว่างแก่ *ค.น.*; **give sb. an ~ into sth.** เปิดโอกาสให้ *ค.น.* ทำ *ส.น.*; Ⓖ *(facing pages of book etc.)* คู่หน้าหนังสือ
❷ *adj.* แรก, ต้น; **the ~ lines** *(of play, poem, etc.)* บรรทัดแรก ๆ; **~ night** *(Theatre)* คืนที่มีการแสดงรอบปฐมทัศน์; **~ speech/address** สุนทรพจน์นำ; **~ move** *(chess)* การเริ่มเดินหมาก; **~ bid** *(at auction)* การเปิดการประมูล; *(Bridge)* การเรียกไพ่ครั้งแรก; **~ batsman** *(Cricket)* ผู้เข้าตีลูกเป็นคนแรก

opening: ~ ceremony *n.* พิธีเปิด *(งาน)*; **~ hours** *n. pl.* เวลาที่เปิดบริการ; **~ time** *n.* Ⓐ เวลาที่เริ่มเสิร์ฟเหล้า, เวลาที่เริ่มบริการ; **wait for ~ time** รอให้ร้านเสิร์ฟเหล้าเปิด; Ⓑ **~ times** ➡ **~ hours**

open 'letter *n.* จดหมายเปิดผนึกที่แสดงต่อสาธารณชน

openly /ˈəʊpnlɪ/โอพ'นลิ/ *adv.* Ⓐ *(publicly)* อย่างเปิดเผย; **quite ~:** อย่างเปิดเผยทีเดียว; Ⓑ *(frankly)* อย่างตรงไปตรงมา

open: ~ 'market *n.* ตลาดที่เปิดให้ค้าขายอย่างเสรี; **~-'minded** *adj.* ใจกว้าง (**about** เกี่ยวกับ); **~-mindedness** /əʊpnˈmaɪndɪdnɪs/โอเพ'นไมนดิดนิซ/ *n., no pl.* ความใจกว้าง; **~-mouthed** /əʊpnˈmaʊðd/โอพ'น'เมาฑด/ *adj.* อ้าปากค้าง; **gape in ~-mouthed amazement** อ้าปากค้างด้วยความทึ่ง/ประหลาดใจ; **~-necked** *adj.* *(เสื้อ)* คอเปิด

openness /ˈəʊpnnɪs/โอพ'นนิซ/ *n., no pl.* Ⓐ *(of countryside etc.)* ความโล่ง; Ⓑ *(susceptibility)* ความไวต่อ *ส.น.*; ความเปิด (**to** ต่อ); Ⓒ *(receptiveness)* การเปิดใจกว้าง; **~ of mind** การมีใจเปิดกว้าง; Ⓓ *(manifestness)* การปรากฏชัดเจน, การเปิดเผย; **I was surprised by the ~ of the people's resistance** ฉันแปลกใจกับการที่ประชาชนต่อต้านอย่างเปิดเผย; Ⓔ *(frankness)* ความตรงไปตรงมา; Ⓕ *(being spread out)* การแผ่กระจาย

open: ~-plan *adj.* *(บ้าน)* ที่ไม่มีผนังกั้น; **~-plan office** สำนักงานที่ไม่กั้นเป็นห้อง; **~ 'prison** *n.* เรือนจำที่มีข้อบังคับน้อยกว่าปกติ; **~ 'sandwich** *n.* แซนด์วิชเปิด, ที่ไม่มีขนมปังอีกแผ่นประกบข้างบน; **~ season** *n. (Brit.)* ฤดูกาลที่อนุญาตให้ล่าสัตว์ได้; **it is [the] ~ season for** *or* **on sth.** *(fig.)* ได้เวลาวิพากษ์วิจารณ์ *ส.น.*; **~ sesame** ➡ **sesame** C; **~ 'shelf library** *(Amer.) n.* *ห้องสมุดที่อนุญาตให้ผู้มารับบริการเดินเข้าไปที่หิ้งหนังสือได้*; ➡ **~ access library**; **~ 'shelves** *n. pl.* **these books are on ~ shelves** หนังสือเหล่านี้อยู่บนหิ้ง/ชั้นหนังสือที่ผู้ใช้บริการหยิบได้เอง; **~ 'shop** *n.* *บริษัท/โรงงานที่พนักงานไม่จำเป็นต้องเป็นสมาชิกสหภาพแรงงาน*; **~ so'ciety** *n. (Sociol.)* สังคมเปิด *(ที่มีเสรีภาพในการเผยแพร่ข่าวสารข้อมูลต่าง ๆ)*; **~-toe[d]** /əʊpnˈtəʊ(d)/โอพ'นโท(ด)/ *adj.* *(รองเท้า)* ที่เปิดปลาย; **~-top** *attrib. adj.* ที่เปิดส่วนบน; *(รถประจำทาง)* เปิดหลังคา; *(รถ)* เปิดประทุน; **O~ Uni'versity** *pr. n. (Brit.)* *มหาวิทยาลัยเปิดที่สอนทางไปรษณีย์, โทรทัศน์และรับนักศึกษาโดยไม่ต้องสอบคัดเลือก*; **~ 'weave** *n. (Textiles)* การทอผ้าอย่างหลวม ๆ; **~work** *n. (Sewing)* ลายฉลุ *(ของลายปัก, งานเหล็ก ฯลฯ)*

[1]**opera** /ˈɒpərə/ออเพอะเรอะ/ *n.* Ⓐ อุปรากร; Ⓑ *no pl. (branch of art)* **[the] ~:** โรงละครที่แสดงอุปรากร; Ⓒ **light ~:** จุลอุปรากร

[2]**opera** *pl. of* **opus**

operable /ˈɒpərəbl/ออพเพอะเรอะบ'ล/ *adj. (Med.)* ผ่าตัดได้

opera: ~ glasses *n. pl.* กล้องสำหรับส่องดูละคร/อุปรากร; **~ hat** *n.* หมวกผู้ชายสีดำทรงสูงพับได้; **~ house** *n.* โรงอุปรากร; **~ singer** *n.* ➤ 489 นักร้องอุปรากร

operate /ˈɒpəreɪt/ออเพอะเรท/ ❶ *v.i.* Ⓐ *(be in action)* ทำ, ทำงาน *(รถเมล์, รถไฟ)*; *(have an effect)* มีผล; **the system ~s against our interests/in our favour** ระบบนี้มีผลเสีย/ผลดีต่อผลประโยชน์ของเรา; **the hospital is operating normally again** โรงพยาบาลดำเนินการเป็นปกติอีกครั้งหนึ่ง; Ⓑ *(function)* หมุน, เดิน, ใช้การได้; **the torch ~s on batteries** ไฟฉายใช้แบตเตอรี่; Ⓒ *(perform operation)* ผ่าตัด, ปฏิบัติงาน; **~ on sth.** ปฏิบัติงานบน *ส.น.*; **~ [on sb.]** *(Med.)* ผ่าตัด *ค.น.*; Ⓓ *(exercise influence)* **~ [up] on sb./sth.** ใช้อิทธิพลกับ *ค.น./ส.น.*; Ⓔ *(follow course of conduct)* ปฏิบัติการ; **the gang ~d by posing as workmen** กลุ่ม *(โจร)*/แก๊งนี้ปฏิบัติการโดยปลอมเป็นคนงาน; Ⓕ *(produce effect)* ก่อให้เกิดผล; Ⓖ *(Mil.)* ปฏิบัติการทางทหาร
❷ *v.t.* Ⓐ *(accomplish)* ทำให้เกิดขึ้น, ทำสำเร็จ; Ⓑ *(cause to work)* ทำให้ *(เครื่องยนต์)* เดิน; กด *(เบรก)*; ให้บริการ *(ศูนย์โทรศัพท์)*

operatic /ɒpəˈrætɪk/ออเพอะ'แรทิค/ *adj.* Ⓐ *(นักร้อง, เพลง)* อุปรากร; Ⓑ *(like opera)* คล้ายอุปรากร

operating: ~ room *n. (Med.)* ห้องผ่าตัด; **~ system** *n. (Computing)* ระบบปฏิบัติการ; **~ table** *n. (Med.)* เตียงผ่าตัด; **~ theatre** *n. (Brit. Med)* ห้องผ่าตัด

operation /ɒpəˈreɪʃn/ออเพอะ'เรช'น/ *n.* Ⓐ *(causing to work) (of machine)* การทำให้ *(เครื่องยนต์)* ทำงาน; *(of factory, mine, etc.)* การดำเนินงาน; *(of bus service, telephone service, etc.)* การให้บริการ; **ease of ~:** ทำงานหรือใช้ได้ง่าย; Ⓑ *(way sth. works)* วิธีการทำงาน; **the engine is noted for its quiet ~** *or* **quietness in ~:** เครื่องยนต์นี้ขึ้นชื่อว่าเป็นเครื่องที่เดินเงียบ; Ⓒ *(being operative)* **come into ~:** เริ่มดำเนินการ; *(กฎหมาย, ระเบียบ)* มีผลบังคับใช้; **be in ~:** ใช้งานอยู่; *(เครื่อง)* เดินอยู่; *(กฎหมาย)* บังคับใช้อยู่; **be out of ~:** *(เครื่องยนต์)* ไม่ได้ใช้งาน; Ⓓ *(active process)* ขั้นตอนการทำงาน; **drilling ~s** ดำเนินการเจาะ; **~[s] research** การวิจัยปฏิบัติการ; ➡ **operational research**; Ⓔ *(performance)* การปฏิบัติ *(งาน)*; **repeat the ~:** ปฏิบัติงานซ้ำอีกครั้ง; Ⓕ ➤ 453 *(Med.)* การผ่าตัด; **have an ~ [on one's foot]** ผ่าตัด [เท้า]; **an ~ for appendicitis** ผ่าตัดไส้ติ่ง; Ⓖ *(Air Force, Mil., Navy)* การปฏิบัติการทางทหาร; **night ~s** การปฏิบัติการทางทหารเวลากลางคืน; **~s room** ห้องบัญชาการรบ; ➡ **+ combined**; Ⓗ *(financial transaction)* การซื้อขาย; Ⓘ *(Math., Computing)* วิธีการทางคณิตศาสตร์ เช่น การบวก การคูณ เป็นต้น

operational /ɒpəˈreɪʃənl/ออเพอะ'เรช'นล/ *adj.* Ⓐ *(concerned with operations)* เกี่ยวกับการปฏิบัติการ, เกี่ยวกับการดำเนินการ; Ⓑ *(esp. Mil.: ready to function)* พร้อมจะปฏิบัติการ

operational re'search *n. (Brit.)* การวิจัยปฏิบัติการ

operative /ˈɒpərətɪv, US -reɪt-/ออเพอะเรอะทิว, -เรท-/ ❶ *adj.* Ⓐ *(in operation)* **the law became ~:** กฎหมายมีผลบังคับใช้; **the scheme is fully ~:** มีการใช้แผนนี้อย่างเต็มที่; Ⓑ *(effective)* มีผล; Ⓒ *(most relevant)* **the ~ word is 'quietly'** คำที่สำคัญที่สุดคือ 'เงียบ'; Ⓓ *(Med.)* เกี่ยวกับการผ่าตัด ❷ *n.* ช่างฝีมือ; **machine ~:** ช่างฝีมือด้านเครื่องจักรกล

operator /ˈɒpəreɪtə(r)/ออเพอะเรเทอะ(ร)/ *n.* Ⓐ ➤ 489 *(worker)* คนใช้ [เครื่องจักรกล]; *(of crane, excavator, etc.)* คนที่บังคับควบคุม; Ⓑ ➤ 489 *(Teleph.) (at switchboard)* พนักงานรับ/ต่อโทรศัพท์, โอเปอเรเตอร์ *(ท.ศ.)*; Ⓒ *(person engaged in business)* ผู้ประกอบการ, ผู้ดำเนินกิจการธุรกิจ; *(coll.: shrewd person)* ผู้ที่ฉลาดหลักแหลม; **a sly ~** *(coll.)* คนฉลาดแกมโกง; Ⓓ *(Math., Computing)* *สัญลักษณ์/เครื่องหมายทางคณิตศาสตร์ เช่น เครื่องหมายบวก ลบ คูณ หาร*

operetta /ɒpəˈretə/ออเพอะ'เร็ทเทอะ/ *n. (Mus.)* อุปรากรที่มีองก์เดียว, จุลอุปรากร

ophthalmic /ɒfˈθælmɪk/ออฟ'แธลมิค/ *adj.* *(สายเลือด, เส้นประสาท)* แห่งดวงตา

ophthalmic op'tician *n.* ➤ 489 *(Brit.)* ช่างประกอบแว่นตา/คอนแทคเลนส์

ophthalmology /ɒfθælˈmɒlədʒɪ/ออฟแธล'มอเลอะจิ/ *n. (Med.)* จักษุวิทยา, การศึกษาเกี่ยวกับดวงตา

opiate /ˈəʊpɪət/โอเพียท/ *n.* Ⓐ *(Med.)* ยาผสมฝิ่น *(ที่ทำให้เกิดอาการง่วงหรือบรรเทาความเจ็บปวด)*; Ⓑ *(fig.)* สิ่งบรรเทาความเจ็บปวด; *(causing addiction)* ยาเสพติด

opine /əˈpaɪn/เออะ'พายน/ *v.t.* Ⓐ *(express as one's opinion)* แสดงความคิดเห็น; Ⓑ *(hold as opinion)* เห็นว่า, ถือว่า

opinion /əˈpɪnjən/เออะ'พินเนียน/ *n.* Ⓐ *(belief, judgement)* ความเชื่อ, ความคิดเห็น; **his [political] ~s** ความคิดเห็น [ทางการเมือง] ของเขา; **his ~s on the matter/on religion** ความคิดเห็นของเขาในเรื่องนี้/ศาสนา; **in my ~:** ในความคิดเห็นของฉัน; **be of [the] ~ that ...:** เชื่อว่า, มีความเห็นว่า...; **be a matter of ~:** เป็นประเด็นที่โต้แย้ง/ถกเถียงกันได้; ➡ **+ difference** A; Ⓑ *no pl., no art. (beliefs etc. of group)* ความเชื่อ ฯลฯ ของกลุ่ม, มติ; **~ is swinging in his favour** มติของประชาชนกำลังโอนเอียงเข้าข้างเขา; **public ~:** มติมหาชน; Ⓒ *(estimate)* **have a high/low ~ of sb.** ประเมินค่า *ค.น.* ไว้สูง/ต่ำ; **I formed a better ~ of the place** ฉันมองเห็นสถานที่นี้ในแง่ดีขึ้น; **have a great ~ of oneself** ประเมินตนเองไว้สูงมาก; **have no ~ of sth./sb.** ไม่มีความคิดเห็นเกี่ยวกับ *ส.น./ค.น.*; Ⓓ *(formal statement of expert)* คำวินิจฉัย; **[get** *or* **secure a] solicitor's/expert's ~:** [ได้รับ] คำวินิจฉัยของทนายความ/ผู้เชี่ยวชาญ; **another** *or* **a second ~:** คำวินิจฉัยจาก *(แพทย์, ผู้เชี่ยวชาญ)* อีกคนหนึ่ง; Ⓔ *(Law) (expression of reasons for decision)* การแสดงเหตุผลในการ

ตัดสินใจ; *(judgement, decision)* คำวินิจฉัย, คำตัดสิน

opinionated /ə'pɪnjəneɪtɪd/เออะ'พินเนียเนทิด/ *adj.* Ⓐ *(obstinate)* หัวดื้อ, ดื้อรั้น; Ⓑ *(self-willed)* ที่ยึดมั่นในความคิดตนเอง, เอาแต่ใจตนเอง

o'pinion poll *n.* การสำรวจความคิดเห็นมหาชน

opium /'əʊpɪəm/'โอเพียม/ *n.* ฝิ่น

opium: ~ addict *n.* คนที่ติดฝิ่น; **~ den** *n.* โรงสูบฝิ่น; **~ pipe** *n.* บ้องสูบฝิ่น; **~ poppy** *n.* ต้นฝิ่น

opossum /ə'pɒsəm/เออะ'พอเซิม/ *n. (Zool.)* Ⓐ สัตว์พื้นเมืองทวีปอเมริกา หางยาวคล้ายกระรอกในวงศ์ Didelphidae; Ⓑ *(Austral., NZ)* ➡ possum C

oppo /'ɒpəʊ/'ออโพ/ *n., pl.* **~s** *(Brit. coll.)* เพื่อน, เพื่อนร่วมงาน

opponent /ə'pəʊnənt/เออะ'โพเนินทฺ/ *n.* ปรปักษ์, คู่แข่ง, ฝ่ายตรงข้าม

opportune /'ɒpətju:n, US -tu:n/'ออเพอะทิวนฺ, -ทูน/ *adj.* Ⓐ *(favourable)* *(เวลา)* ดี, เหมาะสม; Ⓑ *(well-timed)* *(การกระทำ, เหตุการณ์)* ที่ได้จังหวะพอดี; **be ~:** ดี, เหมาะสม

opportunely /'ɒpətju:nlɪ, US -tu:n-/'ออเพอะทิวนฺลิ, -ทูน-/ *adv.* ➡ opportune อย่างเหมาะเจาะ; **be ~ timed** ได้จังหวะที่ประจวบเหมาะ

opportunism /ɒpə'tju:nɪzm, US -'tu:n-/ออเพอะ'ทิวนิซ'ม, -'ทูน-/ *n., no pl.* การฉวยโอกาส

opportunist /ɒpə'tju:nɪst, US -'tu:n-/ออเพอ'ทิวนิซทฺ, -'ทูน-/ *n.* นักฉวยโอกาส

opportunity /ɒpə'tju:nətɪ, US -'tu:n-/ออเพอะ'ทิวเนอะทิ, -'ทูน-/ *n.* โอกาส; **have plenty of/little ~, for doing *or* to do sth.** มีโอกาสมาก/น้อยที่จะทำ *ส.น.*; **~ knocks for sb.** โอกาสเป็นของ *ค.น.*; ➡ + equal opportunity; take 1 E

opposable /ə'pəʊzəbl/เออะ'โพเซอะบ'ล/ *adj. (Anat., Zool.)* *(นิ้วโป้ง)* ที่สามารถสัมผัส/แตะนิ้วอื่น ๆ ในมือข้างเดียวกันได้

oppose /ə'pəʊz/เออะ'โพซฺ/ ❶ *v.t.* Ⓐ *(set oneself against)* ต่อต้าน; Ⓑ *(place as obstacle)* ขัดขวาง, คัดค้าน; Ⓒ *(set as contrast)* เปรียบเทียบ; Ⓓ *(Anat., Zool.)* *(นิ้วโป้ง)* สัมผัสนิ้วอื่น ๆ ในมือข้างเดียวกันได้ ❷ *v.i.* ขัดแย้ง; **the opposing team** ทีมฝ่ายตรงข้าม

opposed /ə'pəʊzd/เออะ'โพซดฺ/ *adj.* Ⓐ *(contrary, opposite)* ตรงกันข้าม; **X and Y are diametrically ~:** เอ็กซ์และวายตรงกันข้ามกันอย่างสิ้นเชิง; **as ~ to** ตรงกันข้ามกับ, เมื่อเปรียบเทียบกับ; Ⓑ *(hostile)* ไม่เป็นมิตร, เป็นปรปักษ์; **be ~:** ไม่เป็นมิตร; **be ~ to sth.** เป็นปรปักษ์กับ *ส.น.*

opposite /'ɒpəzɪt/'ออเพอะซิท/ ❶ *adj.* Ⓐ *(on other or farther side)* *(ถนน, ฝั่งแม่น้ำ)* ที่อยู่ตรงข้าม, ที่อยู่อีกด้าน; Ⓑ *(contrary)* ตรงกันข้าม; Ⓒ *(very different in character)* แตกต่างกันมาก; **be ~ to sth.** แตกต่างกันมากกับ *ส.น.*; **be of an ~ kind from ...:** เป็นลักษณะอีกแบบไปเลยจาก...; Ⓓ **the ~ sex** เพศตรงข้าม ❷ *n.* สิ่ง/คนที่ตรงกันข้าม/แตกต่างกันมาก; **be the extreme ~ of sth.** เป็นสิ่งที่ตรงกันข้ามอย่างสุดขั้วกับ *ส.น.*; **be ~s** เป็นสิ่งที่ตรงกันข้าม ❸ *adv.* ตรงกันข้าม; **sit ~:** นั่งตรงกันข้าม ❹ *prep.* ตรงกันข้าม; **~ each other** ตรงข้ามกัน; **play ~ sb.** *(Theatre)* เล่น/แสดงคู่กับ *ค.น.*

opposite 'number *n. (fig.)* คนที่มีตำแหน่งเดียวกันในอีกองค์กรหนึ่ง

opposition /ɒpə'zɪʃn/ออเพอะ'ซิช'น/ *n.* Ⓐ *no pl. (antagonism)* การเป็นปฏิปักษ์; *(resistance)* การต่อต้าน; **in ~ to** ในการเป็นปฏิปักษ์ต่อ; **offer ~ to sth.** ต่อต้าน *ส.น.*; **without ~:** ปราศจากการต่อต้าน; Ⓑ *(Brit. Polit.)* **the O~, Her Majesty's O ~:** พรรคฝ่ายค้าน; **Leader of the O~:** ผู้นำฝ่ายค้าน; **[be] in ~:** เป็นฝ่ายค้าน; Ⓒ *(body of opponents or competitors)* กลุ่มของปฏิปักษ์, ผู้แข่งขัน; Ⓓ *(contrast, antithesis)* ความตรงกันข้าม; Ⓔ *(placing or being opposite)* การอยู่ตรงกันข้าม; **by the ~ of sth. to sth.** โดยการอยู่ตรงกันข้ามกันของ *ส.น.* กับ *ส.น.*; Ⓕ *(Astron., Astrol.)* **be in ~:** อยู่ในตำแหน่งตรงข้ามกัน 180° เมื่อมองจากโลก

oppress /ə'pres/เออะ'เพร็ซ/ *v.t.* Ⓐ *(govern cruelly)* ปกครองอย่างโหดร้าย, กดขี่; Ⓑ *(fig.: weigh down)* *(ความรู้สึก)* ทำให้หดหู่ใจ; ทำให้หนักใจ; *(ความร้อนอบอ้าว)* ทรมานร่างกาย

oppression /ə'preʃn/เออะ'เพร็ช'น/ *n.* การกดขี่, การปกครองอย่างโหดร้าย

oppressive /ə'presɪv/เออะ'เพร็ซซิว/ *adj.* Ⓐ *(tyrannical)* กดขี่, ทารุณ; Ⓑ *(fig.: hard to endure)* ยากที่จะทนทาน; Ⓒ *(fig.: hot and close)* *(อากาศ)* ร้อนและอบอ้าว; Ⓓ *(fig.: burdensome)* ยากลำบาก; *(ภาษี, กฎหมาย)* ที่หนักหน่วง

oppressively /ə'presɪvlɪ/เออะ'เพร็ซซิวลิ/ *adv.* Ⓐ *(tyrannically)* อย่างกดขี่, อย่างทารุณ; Ⓑ *(fig.: so as to weigh down)* อย่างทำให้หดหู่/หนักใจ; **weigh ~ on sb.** ทำให้ *ค.น.* หดหู่/หนักใจ

oppressor /ə'presə(r)/เออะ'เพร็ซเซอะ(ร)/ *n.* ผู้กดขี่

opprobrious /ə'prəʊbrɪəs/เออะ'โพรเบรียซ/ *adj.* Ⓐ *(abusive)* *(ภาษา)* ที่สบประมาท; Ⓑ *(shameful)* น่าละอายใจ

opprobrium /ə'prəʊbrɪəm/เออะ'โพรเบรียม/ *n.* ความอัปยศ, ความอื้อฉาว

opt /ɒpt/ออพทฺ/ *v.i.* เลือก (**for** ที่จะ); **~ to do sth.** เลือกทำ *ส.น.*; **~ out** *(not join in)* เลือกที่จะไม่เข้าร่วมด้วย; *(cease taking part)* ยุติการมีส่วนร่วม; **~ out of** ยุติการมีส่วนร่วม; *(give up membership of)* ยกเลิกการเป็นสมาชิกของ; *(not take up invitation to)* ไม่รับคำเชิญให้ร่วม *(งาน, การแข่งขัน)*

optic /'ɒptɪk/'ออพทิค/ ❶ *adj. (Anat.)* *(ประสาท)* เกี่ยวกับการมอง; *(Med.)* เกี่ยวกับการมอง ❷ *n.* Ⓐ *(in optical instrument)* เลนส์; Ⓑ *(arch./joc.: eye)* ดวงตา; Ⓒ *or* **O~** ® *(Brit.: for measuring out spirits)* อุปกรณ์ที่คอขวดเพื่อปริมาณแอลกอฮอล์

optical /'ɒptɪkl/'ออพทิค'ล/ *adj.* เกี่ยวกับสายตา หรือ การมอง; **~ microscope** กล้องจุลทรรศน์ที่ใช้การรับแสงการมองโดยตรง; **~ aid** เครื่องช่วยในการมอง

optical: ~ 'character reader *n. (Computing)* เครื่องอ่านข้อมูลที่เขียนด้วยอุปกรณ์ภาพไฟฟ้า; **~ 'fibre** *n.* *เส้นใยนำแสงคุณภาพสูงที่ส่งทั้งภาพและเสียงไปยังปลายทางได้รวดเร็ว*

optically /'ɒptɪkəlɪ/'ออพทิเคอะลิ/ *adv.* โดยการมอง หรือ สายตา

optician /ɒp'tɪʃn/ออพ'ทิช'น/ *n.* ➤ 489 Ⓐ *(maker or seller of spectacles etc.)* ช่างประกอบ หรือ จำหน่ายแว่นตา; Ⓑ ➡ ophthalmic optician

optics /'ɒptɪks/'ออพทิคซฺ/ *n., no pl.* การศึกษาเกี่ยวกับการมองและแสง

optima *pl. of* optimum

optimal /'ɒptɪml/'ออพทิม'ล/ ➡ optimum 2

optimise ➡ optimize

optimism /'ɒptɪmɪzəm/'ออพทิมิเซิม/ *n., no pl.* การมองโลกในแง่ดี, สุทรรศนนิยม *(ร.บ.)*

optimist /'ɒptɪmɪst/'ออพทิมิซทฺ/ *n.* คนที่มองโลกในแง่ดี

optimistic /ɒptɪ'mɪstɪk/ออพทิ'มิซติค/ *adj.* ที่มองโลกในแง่ดี

optimistically /ɒptɪ'mɪstɪklɪ/ออพทิ'มิซติคลิ/ *adv.* อย่างมองโลกในแง่ดี; **~ speaking, ...:** พูดกันอย่างมองโลกในแง่ดี...

optimize /'ɒptɪmaɪz/'ออพทิมายซฺ/ *v.t.* Ⓐ *(make optimum)* ทำ *(สถานการณ์)* ให้ดีที่สุด; Ⓑ *(make the most of)* ทำให้ได้ประโยชน์ที่สุด *(จากสถานการณ์, โอกาส ฯลฯ)*

optimum /'ɒptɪməm/'ออพทิเมิม/ ❶ *n., pl.* **optima** /'ɒptɪmə/'ออพทิเมอะ/ Ⓐ *(most favourable conditions)* สถานการณ์ที่เป็นประโยชน์/ดีที่สุด; Ⓑ *(best compromise)* การประนีประนอมที่ดีที่สุด ❷ *adj.* ดีที่สุด, เป็นประโยชน์มากที่สุด

option /'ɒpʃn/'ออพช'น/ *n.* Ⓐ *(choice)* การเลือก, ทางเลือก; *(thing that may be chosen)* ตัวเลือก; *(Brit. Univ., Sch.)* วิชาให้เลือก; **I have no ~ but to do sth.** ฉันต้องทำ *ส.น.* โดยไม่มีทางเลือก; **keep *or* leave one's ~s open** หลีกเลี่ยงที่จะต้องตัดสินใจในตอนนี้; ➡ + soft option; Ⓑ *no pl. (freedom of choice)* ความเป็นอิสระในการเลือก; **she had no ~ about accepting ...:** เธอไม่มีทางเลือกในการยอมรับ...; **that leaves us no ~ [but to ...]** นั่นทำให้เราไม่มีทางเลือก [นอกจาก...]; Ⓒ *(St. Exch.)* *สิทธิที่จะเลือกซื้อ/ขายหุ้นในราคาหนึ่งในระยะเวลาที่กำหนด*

optional /'ɒpʃənl/'ออพเชอะน'ล/ *adj.* ไม่บังคับ, เลือกได้; **~ subject** วิชาเลือก; **formal dress is ~:** ไม่จำเป็นต้องแต่งชุดที่เป็นทางการ; **~ extra** สิ่งเลือกเพิ่มเติม; **take an ~ paper** ทำข้อสอบที่ไม่จำเป็นต้องสอบก็ได้

optionally /'ɒpʃənəlɪ/'ออพเชอะเนอะลิ/ *adv.* โดยที่ไม่บังคับ, โดยเลือกทำเอง

opulence /'ɒpjʊləns/'ออพิวเลินซฺ/ *n., no pl.* ความมั่งคั่ง, ความหรูหรา

opulent /'ɒpjʊlənt/'ออพิวเลินทฺ/ *adj. (rich)* มั่งคั่ง, ร่ำรวย; *(luxurious)* ฟุ่มเฟือย, หรูหรา

opulently /'ɒpjʊləntlɪ/'ออพจูเลินทลิ/ *adv.* อย่างมั่งคั่ง, อย่างร่ำรวย, อย่างหรูหรา

opus /'əʊpəs/'โอเพิซ, 'ออ-/ *n., pl.* **opera** /'ɒpərə/'ออเพอะเรอะ/ Ⓐ *(Mus.)* งานดนตรี, บทเพลง; Ⓑ **magnum ~, ~ [magnum]** *(great work)* งานศิลปะที่ยิ่งใหญ่; *(greatest work)* ผลงานสำคัญที่สุด

OR *abbr.* Operational Research

¹or /ə(r), *stressed* ɔ:(r)/เออะ(ร), ออ(ร)/ *conj.* Ⓐ หรือ; **he cannot read or write** เขาไม่สามารถอ่านหรือเขียนหนังสือได้; **without food or water** ปราศจากทั้งอาหารและน้ำ; **[either] ... or [else] ...:** ถ้าไม่ใช่....ก็เป็น...; Ⓑ *introducing synonym* หรือ; *introducing explanation* หรือ; **~ rather** หรือว่า; Ⓒ *indicating uncertainty* หรือ; **15 ~ 20 minutes** 15 หรือ 20 นาที; **in a day ~ two** ในวันสองวัน; **a doctor ~ something** หมอหรืออะไรสักอย่าง; **he must be ill ~ something** เขาคงต้องป่วยหรือเป็นอะไรสักอย่าง; **have you gone out of your mind ~ something?** คุณเป็นบ้าไปแล้วหรือไง; **he ~ somebody else** เขาหรือคนอื่น;

in Leeds ~ somewhere ในลีดส์หรือที่ไหนสักแห่งหนึ่ง; ➡ + ¹so 2; Ⓓ *expr. significant afterthought* หรือ; **he was obviously lying – ~ was he?** เขาโกหกแน่ ๆ เลยหรือยังไง; **they cannot throw you out – ~ can they?** พวกเขาโยนคุณออกไปไม่ได้ใช่ไหม

²or /ɔ:(r)/ออ(ร)/ *(Her.)* ❶ *n.* สีทอง *หรือ* สีเหลือง ❷ *adj.* สีทอง *หรือ* สีเหลือง

oracle /ˈɒrəkl, US ˈɔ:r-/ออเรอะค'ล, 'ออร-/ *n.* Ⓐ *(infallible guide or indicator)* บุคคลหรือคำทำนาย; Ⓑ *(very wise person)* ผู้ที่มีสติปัญญาสูงส่ง; Ⓒ *(place or response of deity)* สถานที่ทำการบูชาเทพเจ้า; Ⓓ **work the ~** *(Brit. fig.)* ให้การช่วยเหลือนิดหน่อย

oracular /əˈrækjʊlə(r)/เออะ'แรคิวเลอะ(ร)/ *adj.* Ⓐ *(of oracle[s])* *(พระ)* เกี่ยวกับเทพผู้ทำนาย; Ⓑ *(infallible)* ไม่มีทางผิด, ถูกต้อง; Ⓒ *(derog.: obscure or ambiguous)* คลุมเครือ; *(ประเพณี, นิยาย)* ที่สืบทอดโดยการเล่า

oral /ˈɔ:rəl/'ออเริล/ ❶ *adj.* Ⓐ *(spoken)* ที่เป็นคำพูด, เป็นวาจา, ปากเปล่า; **the agreement was only ~:** การตกลงกระทำกันด้วยวาจาเท่านั้น; Ⓑ *(done or taken by the mouth)* กระทำ *หรือ* ใช้ทางปาก; **~ sex** *การมีเพศสัมพันธ์โดยใช้ปากกระตุ้นความรู้สึกบริเวณอวัยวะเพศของอีกฝ่ายหนึ่ง*, โอษฐกาม; Ⓒ *(Anat.)* แผลในปาก ❷ *n.* *(coll.: examination)* **the ~[s]** การสอบปากเปล่า

orally /ˈɔ:rəlɪ/'ออเรอะลิ/ *adv.* Ⓐ *(in speech)* โดยวาจา; Ⓑ *(by the mouth)* ทางปาก; **take ~:** *(ยา)* รับประทาน

orange /ˈɒrɪndʒ, US ˈɔ:r-/'ออรินจฺ, 'ออร-/ ❶ *n.* Ⓐ *(fruit)* ส้ม; Ⓑ *(tree)* ต้นส้ม; **mock ~** *(Bot.)* พืชไม้พุ่มจำพวก *Philadelphus coronarius*; Ⓒ *(colour)* **~ [colour]** สีส้ม ❷ *adj.* สีส้ม, มีรสส้ม; **~ drink** เครื่องดื่มรสส้ม

orange: ~ blossom *n.* ดอกต้นส้ม; **~ box** *n.* กล่องส้ม; **~ juice** *n.* น้ำส้ม; **O~man** /ˈɒrɪndʒmən/'ออรินจฺเมิน/ *n., pl.* **O~men** /ˈɒrɪndʒmən/'ออรินจฺเมิน/ *(Polit.)* *สมาชิกสมาคมลับชาวโปรเตสแตนต์ในภาคเหนือของไอร์แลนด์*; **~ peel** *n.* เปลือกส้ม

orangery /ˈɒrɪndʒərɪ, US ɔ:r-/'ออรินเจอะริ, ออร-/ *n.* เรือนกระจกปลูกส้ม

orange: ~ 'squash ➡ ¹squash 3 A; **~ stick** *n.* *ไม้บางปลายแหลมที่ทำมาจากไม้ต้นส้ม ใช้ในการแต่งเล็บมือ*

orang-utan /ɔ:ræŋʊˈtæn/ออแรงอุ'แทน/ *n.* *(Zool.)* ลิงอุรังอุตัง *(ท.ศ.)*

orate /ɔ:ˈreɪt/เออะ'เรท/ *v.i.* *(joc. or derog.)* กล่าวคำปราศรัย, กล่าวสุนทรพจน์อย่างยืดยาว

oration /ɔ:ˈreɪʃn/เออะ'เรช'น/ *n.* คำปราศรัย, สุนทรพจน์

orator /ˈɒrətə(r), US ˈɔ:r-/'ออเรอะเทอะ(ร), 'ออร-/ *n.* ผู้กล่าวสุนทรพจน์; *(eloquent speaker)* นักพูดที่มีวาทศิลป์

oratorical /ɒrəˈtɒrɪkl, US ɔ:rəˈtɔ:r-/ออเรอะ'ทอริค'ล, ออเรอะ'ทอร-/ *adj.* ที่พูดเก่ง, ที่มีวาทศิลป์

oratorio /ɒrəˈtɔ:rɪəʊ, US ɔ:r-/ออเรอะ'ทอริโอ, ออร-/ *n., pl.* **~s** *(Mus.)* ดนตรีและการร้องที่ใช้เรื่องของศาสนา

oratory /ˈɒrətrɪ, US ˈɔ:rətɔ:rɪ/'ออเรอะทริ, 'ออเรอะทอริ/ *n.* Ⓐ *no pl. (art of public speaking)* ศิลปะการพูดในที่สาธารณะ; Ⓑ *no pl. (rhetorical language)* สำนวนโวหารที่มีลวดลาย; Ⓒ *(small chapel)* สถานที่บูชาขนาดเล็ก

orb /ɔ:b/ออบ/ *n.* Ⓐ *(sphere)* วงกลม, ลูกโลก; Ⓑ *(part of regalia)* *ลูกแก้วกลมที่ใช้เป็นเครื่องราชกกุธภัณฑ์ของราชวงศ์อังกฤษ*

orbit /ˈɔ:bɪt/'ออบิท/ ❶ *n.* Ⓐ *(Astron.)* วงโคจร *(ของดวงดาว, ดาวเทียม)*; Ⓑ *(Astron.)* การโคจร; **be in/go into ~ [around the moon]** อยู่ในวงโคจร/โคจร [รอบดวงจันทร์]; **put/send into ~:** ส่งเข้าไปอยู่ในวงโคจร; Ⓒ *(fig.)* วงอำนาจ/อิทธิพล; Ⓓ *(Anat.)* เบ้าตา, บริเวณโดยรอบตาของนกหรือแมลง; Ⓔ *(Phys.: of electron)* เส้นทางของอิเล็กตรอนรอบนิวเคลียสของอะตอม ❷ *v.i.* โคจร, เคลื่อนที่รอบ ❸ *v.t.* ส่งเข้าสู่วงโคจร

orbital /ˈɔ:bɪtl/'ออบิท'ล/ *adj.* Ⓐ *(Anat.)* เกี่ยวกับบริเวณรอบตา; Ⓑ *(Astron., Phys.)* ที่โคจร; Ⓒ *(ถนน)* รอบเมือง; **north ~ route** เส้นทางรอบเมืองทางเหนือ

Orcadian /ɔ:ˈkeɪdɪən/ออ'เคเดียน/ ❶ *adj.* แห่งหมู่เกาะออร์คนีย์ (Orkney) *(ทางเหนือของสกอตแลนด์)* ❷ *n.* ชนพื้นเมืองของหมู่เกาะออร์คนีย์

orchard /ˈɔ:tʃəd/'ออเฉิด/ *n.* สวนผลไม้; **cherry ~:** สวนเชอร์รี่

orchestra /ˈɔ:kɪstrə/'ออคิซเตรอะ/ *n.* Ⓐ *(Mus.)* วงดุริยางค์มาตรฐานคลาสสิค, วงออเคสตร้า *(ท.ศ.)*; Ⓑ ➡ **orchestra pit**

orchestral /ɔ:ˈkestrəl/ออ'เค็ซตริล/ *adj.* เกี่ยวกับวงดุริยางค์วงใหญ่

orchestra: ~ pit *n.* หลุมหน้าเวทีสำหรับวงดนตรีหรือผู้อำนวยเพลง; **~ stalls** *n. pl.* ที่นั่งแถวหน้าในโรงละคร; **seat in the ~ stalls** ที่นั่งแถวหน้าในโรงละคร

orchestrate /ˈɔ:kɪstreɪt/'ออคิซเตรท/ *v.t.* *(Mus.)* เรียบเรียง, ประพันธ์เพลงเพื่อใช้ในการแสดงกับวงดุริยางค์ทั้งวง; *(fig.)* ประสานงานให้ได้ผลที่สุด

orchestration /ɔ:kɪˈstreɪʃn/ออคิ'ซเตรช'น/ *n.* *(Mus.)* การเรียบเรียง, ประพันธ์เพลงเพื่อใช้ในการแสดงกับวงดุริยางค์ทั้งวง; *(fig.)* การประสานงานให้ได้ผลดีที่สุด

orchid /ˈɔ:kɪd/'ออคิด/ *n.* กล้วยไม้

orchis /ˈɔ:kɪs/'ออคิซ/ *n.* *(Bot.)* กล้วยไม้ในสกุล *Orchis* มีดอกสีม่วงหรือสีแดง

ordain /ɔ:ˈdeɪn/ออ'เดน/ *v.t.* Ⓐ *(Eccl.)* บรรพชา, บวช; **be ~ed priest** บวชเป็นพระ; Ⓑ *(destine)* กำหนด, ลิขิต, บันดาล; **if fate should so ~ it** ถ้าโชคชะตากำหนดให้เป็นเช่นนั้น; Ⓒ *(decree)* บัญญัติ

ordeal /ɔ:ˈdi:l, ˈɔ:di:l/ออ'ดีล, 'ออดีล/ *n.* Ⓐ ประสบการณ์ที่เจ็บปวด, ความลำบากแสนสาหัส; Ⓑ *(Hist.)* *การพิสูจน์ความบริสุทธิ์โดยการนำผู้ถูกกล่าวหาไปทรมาน*; **~ by fire/water** การทดลองลุยไฟ/ลุยน้ำ *(เพื่อพิสูจน์ความบริสุทธิ์)*

order /ˈɔ:də(r)/'ออเดอะ(ร)/ ❶ *n.* Ⓐ *(sequence)* ลำดับ; **~ of words, word ~:** ลำดับของคำ; **~ of play** *(Tennis etc.)* ลำดับของการเล่น; **in ~ of importance/size/age** ตามลำดับความสำคัญ/ขนาด/อายุ; **be in subject ~** *or* **~ of subject** ลำดับตามหัวเรื่อง; **put sth. in ~:** จัด *ส.น.* ตามลำดับ; **keep sth. in ~:** รักษา *ส.น.* ไว้ตามลำดับ; **answer the questions in ~:** ตอบคำถามตามลำดับ; **out of ~:** ไม่อยู่ในลำดับ; **the cards get out of ~:** ไพ่ไม่เป็นตามลำดับ; **put sth. back out of ~:** จัด *ส.น.* เข้าตามลำดับ; Ⓑ *(regular array, normal state)* เป็นระเบียบเรียบร้อย, สภาพปกติ; **put** *or* **set sth./one's affairs in ~:** จัด *ส.น.*/เรื่องของตนให้เป็นระเบียบเรียบร้อย; **be/not be in ~:** อยู่/ไม่อยู่ในระเบียบ; **put sth. in ~** *(repair)* ซ่อมแซม *ส.น.*; **be out of/in ~** *(not in/in working condition)* ใช้งานไม่ได้/ใช้งานได้; **'out of order'** 'เสีย', 'ใช้งานไม่ได้'; **the engine is now in running ~:** บัดนี้เครื่องยนต์ทำงานปกติ *หรือ* อยู่ในสภาพปกติ; **in good/bad ~:** ในสภาพดี/ไม่ดี; **in working ~:** ในสภาพการทำงานปกติ; ➡ + **house** 1 A; Ⓒ *in sing and pl. (command)* คำสั่ง; *(Mil., Law)* คำสั่ง; **my ~s are to ..., I have ~s to ...:** คำสั่งของฉันคือ..., ฉันมีคำสั่งให้...; **while following ~s** ขณะปฏิบัติตามคำสั่ง; **act on ~s** ปฏิบัติตามคำสั่ง; **be the one who gives the ~s** เป็นคนออกคำสั่ง; **I don't take ~s from anyone!** ฉันไม่รับคำสั่งจากใคร; **~s are ~s** คำสั่งก็คือคำสั่ง; **court ~:** คำสั่งศาล; **by ~ of** โดยคำสั่งของ; ➡ + **doctor** 1 A, **further** 1 B; **starter** A; Ⓓ **in ~ to do sth.** เพื่อที่จะทำ *ส.น.*; **in ~ that sb. should do sth.** เพื่อที่ *ค.น.* จะได้ทำ *ส.น.*; Ⓔ *(Commerc.)* ใบสั่งสินค้า; *(to waiter, ~ed goods)* การสั่ง; **place an ~ [with sb.]** สั่งสินค้า/ของ [กับ *ค.น.*]; **have sth. on ~:** ได้สั่ง *ส.น.* ไว้; **put goods on ~:** ใส่สินค้าไว้ในบัญชีสั่งซื้อ; **to ~:** *(ทำ)* ตามสั่ง; **she could cry to ~** *(fig.)* เธอร้องไห้ตามสั่งได้; **made to ~:** ทำตามคำสั่ง; **a suit made to ~:** ชุดสูทที่ตัดตามสั่ง; **last ~s please** *(Brit.)* กรุณาสั่งเครื่องดื่มรอบสุดท้าย; ➡ + **tall** 1 B; Ⓕ *(law-abiding state)* ความสงบเรียบร้อย; **forces of ~:** อำนาจในการควบคุมความสงบเรียบร้อย; **keep ~:** รักษาความสงบเรียบร้อย; ➡ + **law** B; Ⓖ *(Eccl.: fraternity)* ภราดรภาพ; Ⓗ *(Eccl.: grade of ministry)* ลำดับสมณศักดิ์ของพระในศาสนาคริสต์; **holy ~s** สมณศักดิ์ของพระ; **be in [holy] ~s** อยู่ในคณะสงฆ์; **take [holy] ~s** บวชเป็นพระ; Ⓘ *(social class)* ชนชั้นทางสังคม; *(clerical ~, ~)* สมณศักดิ์ของพระ; *(~ of baronets, etc.)* ระดับของขุนนาง; ➡ + ²**lower** 1 B; Ⓙ *(principles of decorum and rules of procedure)* หลักการและกฎระเบียบในการปฏิบัติ; **O~! O~!** โปรดรักษาระเบียบ!; **~ in court** *(Brit.)* *or (Amer.)* **the courtroom ~** ระเบียบปฏิบัติในศาล; **call sb./the meeting to ~:** ขอให้ *ค.น.*/ที่ประชุมอยู่ในความสงบ; **call a meeting to ~** *(open the proceedings)* เริ่มประชุม; **point of ~:** เรื่องของขั้นตอนที่ถูกต้อง; **[on a] point of ~, Mr Chairman** ท่านประธานครับ/คะ ในประเด็นเรื่องขั้นตอนที่ถูกต้อง; **be in ~:** อยู่ในระเบียบ; *(คำร้อง)* มีเหตุผล, ถูกต้อง; **the speaker is in ~:** ผู้พูดอยู่ในระเบียบ; **it is in ~ for him to do that** เป็นการอยู่ในระเบียบที่เขาจะทำสิ่งนั้น; **be out of ~:** ผิดระเบียบ; **that's/ you're out of ~, mate** *(coll.)* นั่นไม่เหมาะสมนะเพื่อน; **~ of the day** *(lit.)* ระเบียบวาระของที่ประชุม; *(fig.)* สถานการณ์โดยทั่วไปในขณะนั้น; **be the ~ of the day** เป็นระเบียบวาระการประชุม; *(fig.)* เป็นเรื่อง/ธุระสำคัญในปัจจุบัน; **~ of business** ระเบียบวาระการประชุม; ➡ + **standing orders b**; Ⓚ *(constitution of things)* โครงสร้าง; **a new ~ of literary criticism** รูปแบบใหม่ของการวิจารณ์วรรณกรรม; Ⓛ *(kind, degree)* ชนิด, ระดับ; **intelligence of a high ~:** สติปัญญาในระดับสูง; **his work is usually of a high ~:** งานของเขามักจะอยู่ในระดับสูงเสมอ; Ⓜ *(Archit.)* *รูปแบบห้าประเภทของสถาปัตยกรรมกรีกที่กำหนดโดยรูปแบบของเสา*; Ⓝ *(company of distinguished persons, badge or insignia)* คณะ/กลุ่มเฉพาะที่ได้เกียรติ; **O~ of Merit**

(Brit.) เครื่องราชอิสริยาภรณ์ของอังกฤษ; **Masonic O~:** สมาคมลับระหว่างประเทศ; Ⓞ *(Finance)* ตั๋วแลกเงิน; **[banker's] ~:** ตั๋วแลกเงินของธนาคาร; **'pay to the ~ of ...'** 'สั่งจ่ายตามคำสั่งของ...'; ➡ + **money order; standing order a;** Ⓟ *(Mil.)* การจัดขบวน, การจัดแถว; **marching ~:** ในแถวเดิน; **in close ~:** ในขบวนที่มีระยะห่างตามปกติ; **in battle ~:** ในขบวนรบ; Ⓠ *(Math.)* ระดับความซับซ้อนของตัวเลข; **~ [of magnitude]** ระดับในการจำแนก *(ประเภท)* ซึ่งใช้ขนาดเป็นตัวกำหนด; **of** *or* **in the ~ of ...:** ในขนาดของ...; **of the first ~:** ของระดับ/ขั้นแรก; **a scoundrel of the first ~** *(fig. coll.)* วายร้ายชั้นหนึ่ง; Ⓡ *(Eccl.: form of service)* ระเบียบของพิธีทางศาสนา; Ⓢ *(Biol.)* ประเภท *(ของสัตว์/พืช)*; ➡ + **natural order**

❷ *v.t.* Ⓐ *(command)* สั่ง, ออกคำสั่ง, บัญชา; **~ sb. to do sth.** สั่งให้ *ค.น.* ทำ *ส.น.*; **~ sth. [to be] done** สั่งให้ทำ *ส.น.*; **the dog was ~ed to be destroyed** มีคำสั่งให้สุนัขถูกกำจัด; ➡ + **doctor** 1 A; Ⓑ *(direct the supply of)* สั่งของ **(from** จาก**)**; **~ in advance** สั่งของล่วงหน้า; Ⓒ *(arrange)* จัด, มีระเบียบ; **~ed** *(ชีวิต)* ที่มีระเบียบ; **~ arms** *(Mil.)* วางอาวุธบนพื้นด้านขวาของลำตัว; Ⓓ *(command to go)* สั่งให้ไป; **~ sb. [to go] to Spain** สั่ง *ค.น.* ให้ไปประเทศสเปน; **~ sb. [to come] home** สั่ง *ค.น.* ให้กลับบ้าน; **~ sb. out of the house** สั่งให้ *ค.น.* ออกไปจากบ้าน; **~ back** สั่งให้กลับมา; Ⓔ *(ordain)* กำหนด, ลิขิต, บันดาล

~ a'bout, ~ a'round *v.t. (coll.)* สั่งให้ทำโน่นทำนี่

~ 'off *v.t. (Sport)* **~ sb. off [the pitch/field]** สั่ง *ค.น.* ให้ออกจากสนามแข่งขัน

~ 'out *v.t.* สั่ง *(ตำรวจ/กองทัพ)* ให้ออกมาควบคุมการจราจล

order: ~ book *n.* Ⓐ *(Commerc.)* สมุดจดคำสั่งซื้อสินค้า; Ⓑ **O~ Book** *(Brit. Parl.)* สมุดบันทึกญัตติ; **~ form** *n.* ใบสั่งสินค้า; **O~ in 'Council** *n. (Brit.) พระบรมราชโองการของพระมหากษัตริย์ที่พระราชทานโดยคำแนะนำขององคมนตรี*

orderly /'ɔ:dəlɪ/'ออเดอะลิ/ ❶ *adj.* Ⓐ *(การประท้วง, ชุมชน)* มีระเบียบ; *(conforming to order)* เป็นระเบียบเรียบร้อย; *(methodical)* *(ชีวิต, การจัดของ)* เป็นระบบ; *(tidy)* เรียบร้อย; Ⓑ *(Mil.)* มีระเบียบวินัย ❷ Ⓐ *n. (Mil.)* ทหารรับใช้; Ⓑ **medical ~:** ผู้ช่วยในโรงพยาบาล

orderly: ~ officer *n. (Brit.)* ทหารเวร; **~ room** *n.* ห้องสำนักงานของกองพัน

order: ~ pad *n.* สมุดจดคำสั่งซื้อของ; **~ paper** *n. (Brit. Parl.)* ใบ/กระดาษบันทึกญัตติ

ordinal /'ɔ:dɪnl, US -dənl/'ออดิน'ล, -เดอะน'ล/ *(Math.)* ➤ **602** ❶ *adj.* **~ number** ➡ 2 ❷ *n.* ตัวเลขที่แสดงลำดับที่

ordinance /'ɔ:dɪnəns/'ออดิเนินซฺ/ *n.* Ⓐ *(order, decree)* คำสั่ง, กฤษฎีกา; **divine ~:** คำสั่งจากพระผู้เป็นเจ้า; Ⓑ *(enactment by local authority)* การประกาศเป็นกฎหมาย; Ⓒ *(religious rite)* พิธีกรรมทางศาสนา

ordinand /'ɔ:dɪnænd/'ออดิแนนดฺ/ *n. (Eccl.)* ผู้สมัครขอออกบวช

ordinarily /'ɔ:dɪnərɪlɪ, US ɔ:rdn'erəlɪ/'ออดิเนอะริลิ, ออรด'น'เนะเรอะลิ/ *adv.* ตามปกติ, อย่างธรรมดา; *(unexceptionally)* อย่างไม่มีอะไรพิเศษ

ordinary /'ɔ:dɪnərɪ, US 'ɔ:rdənerɪ/'ออดิเนอะริ, 'ออรเดอะเนะริ/ *adj.* Ⓐ *(regular, normal)* ปกติ, ธรรมดา; *(not exceptional)* ไม่มีอะไรพิเศษ; *(average)* มาตรฐาน; **very ~** *(derog.)* ธรรมดามาก; **in the ~ way** *(usually)* โดยปกติ; **better/worse than ~:** ดีกว่า/เลวกว่าธรรมดา; **~ tap water** น้ำก๊อกธรรมดา; **in ~ life** ในชีวิตธรรมดา; **~ people** *or* **folk** คนธรรมดาสามัญ; ➡ + **course** 1 A; Ⓑ *(Brit. St. Exch.)* **~ share, ~ stock** หุ้นที่ให้เงินปันผลจากกำไรสุทธิ, หุ้นสามัญ; Ⓒ **above the ~:** เหนือกว่าธรรมดา; **out of the ~:** ผิดปกติ, ไม่ธรรมดา; **something/nothing out of the ~:** สิ่งที่ผิดปกติ/ไม่มีสิ่งผิดปกติ

ordinary: ~ level ➡ **O level; ~ 'seaman** *n.* ทหารเรือยศต่ำสุด

ordination /ɔ:dɪ'neɪʃn, US -dn'eɪʃn/ออดิ'เนช'น, -ด'นเนช'น/ *n.* Ⓐ *(Eccl.)* การบวช; การอุปสมบท; Ⓑ *(decreeing)* การบัญญัติกฤษฎีกา, การลิขิต; **God's ~:** การลิขิตของพระผู้เป็นเจ้า

ordnance /'ɔ:dnəns/'ออดเนินซฺ/ *n.* Ⓐ *(guns)* ปืนใหญ่, อาวุธยุทธสัมภาระ; **~ factory** โรงงานผลิตอาวุธ; **piece of ~:** อาวุธชิ้นหนึ่ง; Ⓑ *(service)* กรมสรรพาวุธ; **O~ Corps** กรมสรรพาวุธทหารบก

ordnance: ~ map = ~ survey map; ~ 'survey *n. (Brit.)* กรมแผนที่ทหารบก; **~ survey map** แผนที่ของกรมแผนที่ทหารบก

ore /ɔ:(r)/ออ(ร)/ *n.* สินแร่

oregano /ɒrɪ'gɑ:nəʊ, ə'regənəʊ/ออริ'กาโน, เออะ'เระเกอะโน/ *n., no pl. (cookery)* พืชในสกุล *Origanum* ใช้เป็นเครื่องปรุงอาหาร

oreo /'ɔʊrɪəʊ/'โอริโอ/ *n. คนผิวดำชาวอเมริกันที่ถูกมองว่าเป็นพวกคนผิวขาว*

organ /'ɔ:gən/'ออเกิน/ *n.* Ⓐ *(Mus.)* ออร์แกน *(ท.ศ.)*; *(harmonium)* เครื่องดนตรีคล้ายออร์แกนแต่เล็กกว่า; ➡ + **American organ;** Ⓑ *(Biol.)* อวัยวะ; **speech ~s** อวัยวะที่ใช้ในการออกเสียง; **the male ~** *(euphem.)* อวัยวะเพศชาย; Ⓒ *(medium of communication)* สื่อการสื่อสาร; *(of political party etc.)* สื่อ, กระบอกเสียง

organdie *(Amer.:* **organdy***)* /'ɔ:gəndɪ/'ออเกินดิ, -'แกนดิ/ *n. (Textiles) ผ้ามัสลินเนื้อละเอียดสีขาวหรือมีดอก*

'organ donor *n.* ผู้บริจาคอวัยวะ; **~ card** บัตรแสดงความจำนงจะบริจาคอวัยวะเมื่อตายแล้ว

'organ-grinder *n.* ผู้ที่เล่นหีบเพลง

organic /ɔ:'gænɪk/ออ'แกนิค/ *adj.* Ⓐ *(also Physiol.)* เกี่ยวกับอวัยวะ; *(Chem.)* ซึ่งประกอบด้วยคาร์บอน; Ⓑ *(constitutional, inherent, structural)* เป็นองค์ประกอบ; *(fundamental, vital)* เป็นพื้นฐาน, จำเป็น/สำคัญ; Ⓒ *(without chemicals) (อาหาร, ผัก)* ปลอดสารเคมี; Ⓓ *(Med.) (โรค)* ที่มีผลต่ออวัยวะ

organically /ɔ:'gænɪklɪ/ออ'แกนิคลิ/ *adv.* Ⓐ *(also Med.)* โดยมีผลต่ออวัยวะ; Ⓑ *(without chemicals)* อย่างไร้สารเคมี

organic 'chemist *n.* ➤ **489** นักอินทรีย์เคมี

organisation, organise, organised, organiser ➡ **organiz-**

organism /'ɔ:gənɪzəm/'ออเกอะนิเซิม/ *n.* Ⓐ *(organized body)* ระบบ, องค์กร; Ⓑ *(Biol.)* สิ่งมีชีวิต; *(Philos.)* องคาพยพ, อินทรีย์ภาพ *(ร.บ.)*

organist /'ɔ:gənɪst/'ออเกอะนิซทฺ/ *n.* ➤ **489** ผู้เล่นออร์แกน

organization /ɔ:gənaɪ'zeɪʃn, US-nɪ'z-/ออเกอะไน'เซช'น, -นิ'ซ-/ *n.* Ⓐ *(organizing, systematic arrangement)* การเป็นระบบ; *(of material)* การเรียบเรียง; *(of library)* การจัดเป็นระบบ; **~ of time/work** การจัดเวลา/งานอย่างมีระบบ; Ⓑ *(organized body, system)* องค์กร, ระบบ

organizational /ɔ:gənaɪ'zeɪʃənl, US -nɪ'z-/ออเกอะไน'เซเชอะน'ล, -นิ'ซ-/ *adj.* ที่เป็นระบบ, เป็นองค์กร

organi'zation man *n. ผู้ที่อุทิศตนกับองค์กรที่ตนทำงานอยู่*

organize /'ɔ:gənaɪz/'ออเกอะนายซฺ/ *v.t.* Ⓐ *(give orderly structure to)* จัดเป็นระบบ; *(frame, establish)* วางกรอบ; ก่อตั้ง *(พรรค, องค์กร)*; **organizing ability** ความสามารถในการจัดระบบ; **I must get ~d** *(get ready)* ฉันต้องเตรียมตัว; **~ sb.** ทำให้ *ค.น.* เข้าร่องเข้ารอย; **as soon as I've got myself ~d** ทันทีที่ฉันพร้อม; Ⓑ *(arrange)* จัด; **can you ~ the catering?** คุณจัดการเรื่องอาหารได้ไหม; Ⓒ **~ into groups/teams** จัดเป็นกลุ่ม/ทีม

organized /'ɔ:gənaɪzd/'ออเกอะนายซฺ/ *adj. (systematic, structured)* เป็นระบบ; **be well ~ for a trip** เตรียมพร้อมสำหรับการเดินทาง; **~ crime** *n.* อาชญากรรมที่ถูกควบคุมอย่างเป็นระบบ

organizer /'ɔ:gənaɪzə(r)/'ออเกอะไนเซอะ(ร)/ *n.* Ⓐ ผู้จัด; *(of event, festival)* ผู้จัดงาน; Ⓑ *(bag)* กระเป๋าเอกสาร

organ: ~ loft *n.* ระเบียงลอยในโบสถ์สำหรับออร์แกน; **~ music** *n.* ดนตรีออร์แกน; **~ pipe** *n. (Mus.)* ท่อยาวของออร์แกน; **~ stop** *n. (Mus.)* กลุ่มท่อในออร์แกนที่มีเสียงคล้ายกัน; *(handle)* คันบังคับท่อออร์แกน

'organ transplant *n.* การปลูกถ่ายอวัยวะ

orgasm /'ɔ:gæzəm/'ออแกเซิม/ *n.* จุดสุดยอดในระหว่างการร่วมเพศ

orgiastic /ɔ:dʒɪ'æstɪk/ออจิ'แอซติค/ *adj.* เป็น/คล้ายการดื่มสุราจนเมามายและมั่วกาม

orgy /'ɔ:dʒɪ/'ออจิ/ *n.* งานเลี้ยงที่มีการดื่มสุราจนเมามายและมั่วกาม, การปล่อยตัวเต็มที่; **drunken ~:** งานเลี้ยงที่มีการดื่มเหล้าจนเมามาย; **an ~ of spending** การใช้จ่ายอย่างบ้าระห่ำ; **an ~ of killing** การสังหารอย่างไม่ยั้ง

oriel /'ɔ:rɪəl/'ออเรียล/ *n. หน้าต่างหลายด้านที่ยื่นออกมาจากกำแพง*

orient ❶ /'ɔ:rɪənt/'ออเรียนทฺ/ *n.* **the O~:** ตะวันออก; *(East Asia)* ประเทศในทวีปเอเชีย ❷ /'ɔ:rɪent, 'ɒrɪent/'ออเรียนทฺ, 'ออเรียนทฺ/ *v.t.* Ⓐ *(set or determine position of)* กำหนด/ระบุตำแหน่งของ; Ⓑ *(fig.)* ปรับ, ทำให้สอดคล้องกับ, มุ่งไป **(towards** สู่**)**; **~ oneself** ปรับตนเอง, ตั้งตัว; **~ed** ที่มุ่งไปสู่; **money-~ed** ที่มุ่งแต่เงิน/วัตถุ; **career-~ed** ที่มุ่งแต่เรื่องการงาน

oriental /ɔ:rɪ'entl/ออริ'เอ็นท'ล, ออร-/ ❶ *adj.* มีลักษณะของอารยธรรมตะวันออก, แห่งเอเชียตะวันออก; **the O~ Church** โบสถ์ที่มีลักษณะทางตะวันออก; **O~ studies** ตะวันออกศึกษา; **~ trade/travel** การค้าขาย/การเดินทางในประเทศทางตะวันออก ❷ *n.* ชาวตะวันออก

orientalist /ɔ:rɪ'entəlɪst/ออริ'เอ็นเทอะลิซทฺ/ *n.* ผู้ที่รอบรู้/เชี่ยวชาญในเรื่องประเทศตะวันออก

orientate /'ɒ:rɪənteɪt/'ออเรียนเทท, 'ออร-/ ➡ **orient** 2

orientation /ɔ:rɪən'teɪʃn/ออเรียน'เทช'น, ออร-/ *n.* Ⓐ *(orienting)* การปฐมนิเทศ *(ร.บ.)*; *(of new employees etc.)* การปฐมนิเทศพนักงานใหม่ ฯลฯ; **sense of ~:** ความสามารถในการรู้ว่าตนอยู่ที่ไหน; Ⓑ *(relative position)* ตำแหน่งที่เกี่ยวข้องกัน; *(fig.)* ทัศนคติความคิดหรือการ

ปรับตัวเข้ากับสถานการณ์; **what is the ~ of ...?** ทัศนคติของ...คืออะไร; **my ~ was always towards ...:** ความคิดของฉันโน้มเอียงไปทาง ...ตลอด

orien'tation course *n.* การปฐมนิเทศให้นักศึกษาใหม่ในมหาวิทยาลัย

orienteering /ɔ:rɪən'tɪərɪŋ/ออเรียน'เทียริง, ออร-/ *n. (Brit.)* การแข่งขันวิ่งระยะทางไกลโดยต้องใช้แผนที่และเข็มทิศ

orifice /'ɒrɪfɪs/'ออริฟิซ/ *n.* ปาก, รู; *(of tube)* ปากท่อ; **nasal ~:** ช่อง/รูจมูก

origami /ɒrɪ'gɑ:mɪ/ออริ'กามิ/ *n.* *ศิลปะการพับกระดาษของญี่ปุ่น*

origin /'ɒrɪdʒɪn/'ออริจิน/ *n. (derivation)* ที่มา; *(beginnings)* จุดเริ่มต้น; *(of world etc.)* จุดกำเนิด; *(source)* แหล่งที่มา, ต้นตอ, บ่อเกิด; *(of belief, rumour)* แหล่งที่มา, ต้นตอ; **be of humble ~, have humble ~s** มีสกุล/ตระกูลที่ต่ำต้อย; **be Irish by ~:** เป็นชาวไอริชโดยกำเนิด; **the ~ of species** จุดกำเนิดของชนิดของพืชและสัตว์; **country of ~:** ประเทศที่ผลิตสินค้า; **words which are of French ~** *or* **are French in ~:** คำที่มาจากภาษาฝรั่งเศส; **have its ~ in sth.** มีจุดเริ่มต้นใน *ส.น.*

original /ə'rɪdʒɪnl/เออะ'ริจินั'ล/ ❶ *adj.* Ⓐ *(first, earliest)* แรกเริ่ม; **~ edition** ฉบับพิมพ์ครั้งแรก; **the ~ inhabitants** ผู้อยู่อาศัยดั้งเดิม; Ⓑ *(primary)* ดั้งเดิม, เริ่มแรก, ริเริ่ม; *(inventive)* ช่างคิด; *(creative)* มีความคิดริเริ่มสร้างสรรค์; **an ~ painting** ภาพวาดที่เป็นของแท้; **from the ~ German** จากต้นฉบับภาษาเยอรมัน ❷ *n.* Ⓐ ต้นฉบับ, แบบฉบับ; Ⓑ *(eccentric person)* คนที่เป็นตัวของตัวเอง, คนที่ไม่เหมือนใคร

originality /ərɪdʒɪ'nælɪtɪ/เออะริจิ'แนลิทิ/ *n.* ความคิดริเริ่มสร้างสรรค์, ความใหม่, การแหวกแนว

originally /ə'rɪdʒɪnəlɪ/เออะ'ริจิเนอะลิ/ *adv.* Ⓐ โดยแรกเริ่ม; **be ~ from** แรกเริ่มมาจาก; Ⓑ *(in an original way)* อย่างริเริ่ม, โดยคิดขึ้นมาใหม่; **think ~:** คิดใหม่, คิดอย่างแหวกแนว

originate /ə'rɪdʒɪneɪt/เออะ'ริจิเนท/ ❶ *v.i.* **~ from** เริ่มจาก, มีต้นกำเนิดจาก; **~ in** เริ่มใน, มีต้นกำเนิดใน; **~ with sb.** มี *ค.น.* เป็นสาเหตุ/จุดเริ่มต้น ❷ *v.t.* ก่อให้เกิด, ริเริ่ม; **who ~d the idea?** ใครเป็นคนริเริ่มความคิดนี้

origination /ərɪdʒɪ'neɪʃn/เออะริจิ'เนช'น/ *n.* การริเริ่ม, การทำให้เกิด

originator /ə'rɪdʒɪneɪtə(r)/เออะ'ริจิเนเทอะ(ร)/ *n.* ผู้ริเริ่ม, ผู้ก่อให้เกิด; *(inventor)* ผู้ประดิษฐ์คิดค้น; **who was the ~ of that idea?** ใครเป็นคนริเริ่มความคิดนั้น

Orkney [Islands] /'ɔ:knɪ ('aɪləndz)/'ออคนิ ('ไอเลินดฺซ)/ *pr. n. [pl.],* **Orkneys** /'ɔ:knɪz/'ออคนิซ/ *pr. n. pl.* หมู่เกาะออร์คนีย์ในประเทศสกอตแลนด์

ornament ❶ /'ɔ:nəmənt/'ออเนอะเมินทฺ/ *n.* Ⓐ *(decorative object)* เครื่องประดับ; *(on pillar etc.)* ลวดลายประดับ; *(person)* คนที่สวยงาม; Ⓑ *no pl. (decorating)* การประดับ, การตกแต่ง; **for** *or* **by way of ~:** สำหรับ *หรือ* โดยการประดับ/ตกแต่ง; **an altar rich in ~:** แท่นบูชาที่มีการประดับประดามากมาย; Ⓒ *usu. in pl. (Eccl.)* สิ่งประกอบในพิธีบูชา; Ⓓ *in pl. (Mus.)* สิ่งที่ตกแต่งและเสริมทำนองให้ไพเราะ ❷ /'ɔ:nəment/'ออเนอะเม็นทฺ/ *v.t.* ตกแต่ง, ทำให้สวยงาม

ornamental /ɔ:nə'məntl/ออเนอะ'เม็นท'ล/ ❶ *adj.* ใช้ประดับ/ตกแต่ง; **purely ~:** ใช้ประดับ/ตกแต่งเท่านั้น ❷ *n. (plant)* ไม้ประดับ

ornamentally /ɔ:nə'mentəlɪ/ออเนอะ'เม็นเทอะลิ/ *adv.* โดยใช้เป็นเครื่องประดับ

ornamentation /ɔ:nəmen'teɪʃn/ออเนอะเม็น'เทช'น/ *n., no pl.* Ⓐ *(ornamenting)* การประดับ/ตกแต่ง; Ⓑ *(embellishment[s])* ลวดลายประดับประดา

ornate /ɔ:'neɪt/ออ'เนท/ *adj.* Ⓐ *(elaborately adorned)* ประดับประดาอย่างหรูหรา; **heavily ~:** ประดับ/ตกแต่งอย่างมาก; Ⓑ *(style)* หรูหรามีลวดลาย

ornery /'ɔ:nərɪ/'ออเนอะริ/ *adj. (Amer. coll.)* Ⓐ *(of poor quality)* ต่ำต้อย, คุณภาพไม่ดี; Ⓑ *(cantankerous)* อารมณ์เสีย, อารมณ์ไม่ดี

ornithological /ɔ:nɪθə'lɒdʒɪkl/ออนิเธอะ'ลอจิค'ล/ *adj.* เกี่ยวกับการศึกษาเรื่องนก

ornithologist /ɔ:nɪ'θɒlədʒɪst/ออนิ'ธอเลอะจิซทฺ/ *n.* ผู้เชี่ยวชาญเรื่องนก

ornithology /ɔ:nɪ'θɒlədʒɪ/ออนิ'ธอเลอะจิ/ *n.* ปักษีวิทยา *(ร.บ.) (การศึกษาเกี่ยวกับเรื่องของนก)*

orphan /'ɔ:fn/'ออฟ'น/ ❶ *n.* ลูกกำพร้า; **be left an ~:** ถูกทิ้งให้เป็นลูกกำพร้า ❷ *attrib. adj. (ลูก, เด็ก)* กำพร้า ❸ *v.t.* ทำให้เป็นกำพร้า; **be ~ed** เป็นกำพร้า

orphanage /'ɔ:fənɪdʒ/'ออเฟอะนิจ/ *n.* สถานเลี้ยงเด็กกำพร้า

orthodontics /ɔ:θə'dɒntɪks/ออเธอะ'ดอนทิคซฺ/ *n., no pl.* ทันตกรรมจัดฟัน

orthodontist /ɔ:θə'dɒntɪst/ออเธอะ'ดอนทิซทฺ/ *n.* ทันตแพทย์ผู้เชี่ยวชาญด้านทันตกรรมจัดฟัน

orthodox /'ɔ:θədɒks/'ออเธอะดอคซฺ/ *adj.* มีความคิดเห็นอย่างคนทั่ว ๆ ไป; *(conservative)* อนุรักษ์นิยม, ทรรศนะดั้งเดิม *(ร.บ.)*

Orthodox 'Church *n.* *นิกายหนึ่งของคริสต์ศาสนาที่แยกออกมาจากโรมันคาทอลิกใน ค.ศ. ที่ 11 แพร่หลายในรัสเซียและกรีก*

orthodoxy /'ɔ:θədɒksɪ/'ออเธอะดอคซิ/ *n.* ความเชื่อในความคิดทั่วไป, อนุรักษ์นิยม

orthography /ɔ:'θɒgrəfɪ/ออ'ธอเกฺรอะฟิ/ *n.* การสะกดคำ, ตัวสะกดการันต์

orthopaedic /ɔ:θə'pi:dɪk/ออเธอะ'พีดิค/ *adj.* เกี่ยวกับศัลยศาสตร์กระดูก

orthopaedics /ɔ:θə'pi:dɪks/ออเธอะ'พีดิคซฺ/ *n., no pl. (Med.)* ศัลยศาสตร์กระดูก

orthopaedist /ɔ:θə'pi:dɪst/ออเธอะ'พีดิซทฺ/ *n.* ➤ **489** *(Med.)* ศัลยแพทย์กระดูก

orthopedic, orthopedics, orthopedist *(Amer.)* ➡ **orthopaed-**

Orwellian /ɔ:'welɪən/ออ'เว็ลเลียน/ *adj.* เป็น*ลักษณะการประพันธ์ของจอร์ช ออร์เวลล์ นักเขียนชาวอังกฤษ, เหมือนโลกแห่งจอร์ช ออร์เวลล์*

OS *abbr.* Ⓐ *(Brit.)* **Ordnance Survey;** Ⓑ **outsize**

Oscar /'ɒskə(r)/'ออซเกอะ(ร)/ *n. (Cinemat.)* รางวัลออสการ์ *(ท.ศ.)*, รางวัลตุ๊กตาทอง

oscillate /'ɒsɪleɪt/'ออซิเลท/ *v.i.* Ⓐ *(moving like a pendulum)* แกว่ง; Ⓑ *(move to and fro between points)* เคลื่อนไปมา, ส่าย; Ⓒ *(fig.)* ผันแปร; *(vary between extremes of condition or action)* แปรเปลี่ยนไปมา; Ⓓ *(Radio) (กระแสไฟฟ้า)* แปรเปลี่ยนไปมา

oscillation /ɒsɪ'leɪʃn/ออซิ'เลช'น/ *n.* Ⓐ *(action)* ➡ **oscillate:** การแกว่ง, การส่าย, การแปรเปลี่ยนไปมา; Ⓑ *(single ~)* การแกว่งหนึ่งครั้ง

oscillator /'ɒsɪleɪtə(r)/'ออซิเลเทอะ(ร)/ *n. (Electr.)* วงจรไฟฟ้าที่กำหนดกระแสไฟฟ้าสลับในความถี่หนึ่ง

oscillograph /ə'sɪləgrɑ:f, US -græf/เออะ'ซิลเลอะกฺราฟ, -แกฺรฟ/ *n. (Electr.)* เครื่องมือบันทึกการเปลี่ยนแปลงของกระแสไฟฟ้า

oscilloscope /ə'sɪləskəʊp/เออะ'ซิลเลอะซโกพ/ *n. (Electr.)* เครื่องมือแสดงการเปลี่ยนแปลงของปริมาณไฟฟ้าบนจอ

osier /'əʊzɪə(r), US 'əʊʒər/'โอเซีย(ร), 'โอเฌอะ(ร)/ *n.* Ⓐ *(Bot.)* ต้นหลิว *Salix viminalis* ใช้สานตะกร้า; Ⓑ *attrib. (ตะกร้า)* หลิว

osmosis /ɒz'məʊsɪs/ออซ'โมซิซ/ *n., pl.* **osmoses** /ɒz'məʊsi:z/ออซ'โมซีซ/ การดูดซึม, การซึมซาบอย่างช้า ๆ

osmotic /ɒz'mɒtɪk/ออซ'มอทิค/ *adj.* ที่ดูดซึมอย่างช้า ๆ

osprey /'ɒsprɪ/'ออซเปฺร, -ริ/ *n. (Ornith.)* นกกินปลาขนาดใหญ่ *Pandion haliaetus*

Ossie ➡ **Aussie**

ossify /'ɒsɪfaɪ/'ออซิฟาย/ ❶ *v.i.* กลายเป็นกระดูก, แข็งแกร่ง, กระด้าง ❷ *v.t. (turn into bone)* ทำให้กลายเป็นกระดูก

Ostend /ɒ'stend/ออ'ซเท็นดฺ/ *pr. n.* ท่าเรือออสเท็นด์ *(ทางตะวันตกเฉียงเหนือของประเทศเบลเยียม)*

ostensible /ɒ'stensəbl/ออ'ซเต็นเซอะบ'ล/ *adj.* ที่เสแสร้ง, ที่แสดงแก่คนทั่วไป; **~ excuse/reason** ข้ออ้าง/เหตุผลที่บอกกับคนทั่วไป

ostensibly /ɒ'stensɪblɪ/ออ'ซเต็นซิบลิ/ *adv.* อย่างเสแสร้ง, โดยภายนอก

ostentation /ɒsten'teɪʃn/ออซเต็น'เทช'น/ *n.* การโอ้อวดความร่ำรวย

ostentatious /ɒsten'teɪʃəs/ออซเต็น'เทเชิซ/ *adj.* โอ้อวดความร่ำรวย; **be ~ about sth.** โอ้อวดเกี่ยวกับ *ส.น.*

ostentatiously /ɒsten'teɪʃəslɪ/ออซเต็น'เทเชิซลิ/ *adv.* อย่างโอ้อวด, อย่างเอาหน้า

osteopath /'ɒstɪəpæθ/'ออซเตียแพธ/ *n.* ➤ **489** *(Med.)* แพทย์รักษาโรคโดยการนวดกระดูก

osteoporosis /ɒstɪəʊpə'rəʊsɪs/ออซเตียเพอะ'โรซิซ/ *n., no pl.* ➤ **453** *(Med.)* ภาวะกระดูกพรุน

ostler /'ɒslə(r)/'ออซเลอะ(ร)/ *n. (Brit. Hist.)* ผู้ดูแลม้าตามโรงแรมสมัยก่อน

ostracise ➡ **ostracize**

ostracism /'ɒstrəsɪzm/'ออซเตฺรอะซิซ'ม/ *n.* การเนรเทศ, การตัดออกจากกลุ่ม

ostracize /'ɒstrəsaɪz/'ออซเตฺรอะซายซฺ/ *v.t.* เนรเทศ, ตัดออกจากกลุ่ม; **~ from** เนรเทศ/ตัดออกจาก

ostrich /'ɒstrɪtʃ/'ออซตฺริฉ/ *n.* Ⓐ นกกระจอกเทศ; Ⓑ *(fig.) attrib.* คนที่ไม่ยอมรับความจริง; **~ attitude** ทัศนคติที่ไม่ยอมรับความจริง

ostrich: ~ feather *n.* ขนนกกระจอกเทศ; **~-like** *adj.* เหมือนนกกระจอกเทศ; **~ plume** *n.* ขนนกกระจอกเทศ

Ostrogoth /'ɒstrəgɒθ/'ออซเตฺรอะกอธ/ *n. (Hist.)* ชาวโกธที่พิชิตอิตาลีในระหว่างศตวรรษที่ 5–6

OT *abbr.* **Old Testament**

OTE *abbr.* **on-target earnings**

other /'ʌðə(r)/'อัทเธอะ(ร)/ ❶ *adj.* Ⓐ *(not the same)* อีก (คน, อัน), (คน, อัน) อื่น; **the ~ two/three** *(the remaining)* อีกสอง/สาม *(คน, สิ่ง)* ที่เหลือ; **the ~ way round** *or* **about** ในทางกลับกัน, ในอีกทาง; **~ people's property** ทรัพย์สินของคนอื่น; **the ~ one** อีกอันหนึ่ง;

623 **otherwise | out**

the ~ thing *(coll.)* อีกสิ่งหนึ่ง; **there is no ~ way** ไม่มีทางอื่น; **I know of no ~ way of doing it** ฉันไม่รู้วิธีอื่นที่จะจัดการเรื่องนี้; **some ~ time** คราวอื่น, คราวหน้า; Ⓑ *(further)* **two ~ people/questions** อีกสองคน/คำถาม; **one ~ thing** อีกสิ่งหนึ่ง; **there's just one ~ thing I need to do** ยังมีอีกอย่างหนึ่งที่ฉันจำเป็นต้องทำ; **have you any ~ news/questions?** คุณมีข่าว/คำถามอีกไหม; **some/six ~ people** คนอื่นอีก/อีกหกคน; **no ~ questions** ไม่มีคำถามอีก; **do you know of any ~ person who ...?** คุณรู้จักคนอื่นที่...อีกไหม; Ⓒ **~ than** *(different from)* ที่แตกต่างจาก; *(except)* นอกจาก; **never ~ than charming** มีเสน่ห์เสมอ; **any person ~ than yourself** ใครก็ตามนอกจากตัวคุณเอง; Ⓓ **some writer/charity or ~:** นักเขียน *ค.น.*/องค์กรเพื่อการกุศลแห่งใดแห่งหนึ่ง; **some time/way or ~:** เวลาใดเวลาหนึ่ง/วิธีใดวิธีหนึ่ง; **something/somehow/somewhere/somebody or ~:** อะไรสักอย่าง/เหตุใดเหตุหนึ่ง/ที่ไหนสักแห่ง/ใครสักคน; ➡ + **another** 1 D; **every** C; **half** 1 A; **none** 1; **place** 2 B; **side** 1 G; **this** 2 C; **woman** A; **world** A; Ⓔ **the ~ day/evening** วัน/คืนก่อน
❷ *n.* Ⓐ *(~ person or thing)* คนอื่น, สิ่งอื่น; **there are six ~s** มีคน/สิ่งอื่นอีกหกคน/สิ่ง; **are there any ~s who ...?** มีคนอื่นที่...อีกไหม; **tell one from the ~:** แยกออกจากกัน; **one or ~ of you/them** *ค.น.* ในพวกคุณ/พวกเขา; **any ~:** คน *หรือ* อันอื่น; **not any ~:** ไม่มีคน/อันอื่น; **one after the ~:** ทีละคน/ทีละอัน; ➡ + **each** 2 B; Ⓑ *(arch.)* **no ~** *(person)* ไม่มีคนอื่นอีก; **he could do no ~ than come** เขาทำอย่างอื่นไม่ได้นอกจากมา
❸ *adv.* นอกจาก; **I've never seen her ~ than with him** ฉันไม่เคยเห็นเธอนอกจากพร้อมเขา; **~ than that, no real news** นอกจากนั้นแล้วไม่มีข่าวอะไร

otherwise /ˈʌðəwaɪz/'อัทเทอะวายซฺ/ ❶ *adv.* Ⓐ *(in a different way)* อีกอย่างหนึ่ง; **think ~:** คิดอีกอย่างหนึ่ง; **it cannot be ~:** ไม่สามารถเป็นอย่างอื่นได้; **be ~ engaged** ติดธุระอย่างอื่น; **except where ~ stated** นอกจากที่ระบุเป็นอย่างอื่น; **~ [known as] Barbarossa** หรือ [รู้จักกันในนาม] บาร์บารอซซา; Ⓑ *(or else)* มิฉะนั้น; **we must run, ~ we'll be too late** เราต้องวิ่งมิฉะนั้นจะสายเกินไป; Ⓒ *(in other respects)* ในด้านอื่น ๆ; ในทางตรงกันข้าม; **the merits, or ~, of his paintings** ข้อดีหรือข้อเสียของภาพวาดของเขา; **the probability or ~ of sth.** ความน่าจะเป็นหรือไม่น่าจะเป็นของ *ส.น.*; **workers enjoyed (or ~) an enforced holiday** คนงานพอใจหรือไม่กับวันหยุดที่บังคับ
❷ *pred. adj.* เป็นอย่างอื่น, ตรงกันข้าม

otiose /ˈəʊtɪəʊs, US ˈəʊʃɪəʊs/'โอทิโอซฺ, 'โอชิโอซฺ/ *adj. (literary: not required)* ใช้การไม่ได้, ไม่จำเป็น

OTT *adj.* ➡ **over-the-top**

otter /ˈɒtə(r)/'ออเทอะ(ร)/ *n.* ตัวนาก; *(fur)* ขนนาก

otter: ~ dog, ~ hound *ns. (Zool., Hunting)* สุนัขล่านาก

ottoman *n.* Ⓐ *(seat)* เก้าอี้นวมชนิดที่ไม่มีพนักหรือที่วางแขน; Ⓑ *(footstool)* ที่วางเท้า

Ottoman /ˈɒtəmən/'ออเทอะเมิน/ *adj. (อาณาจักร)* ออตโตมัน *(ตุรกีในอดีต)*

OU *abbr. (Brit.)* **Open University**

oubliette /u:blɪˈet/อูบลิ'เอ็ท/ *n. (Hist.)* คุกลับใต้ดิน

ouch /aʊtʃ/เอาฉ/ *int.* โอ๊ย

[1]**ought** /ɔ:t/ออท/ *v. aux. only in pres. and past* **ought**, *neg. (coll.)* **oughtn't** /ˈɔ:tnt/'ออทน'ท/ Ⓐ **I ~ to do/have done it** *expr. moral duty* ฉันควรทำสิ่งนี้; *expr. desirability* ฉันน่าจะได้ทำสิ่งนี้; **he tries to tell me what I ~ to think** เขาพยายามจะบอกว่าฉันควรคิดอะไร; **behave as one ~:** ประพฤติอย่างที่ควร; **you ~ to see that film** คุณน่าจะดูหนังเรื่องนั้น; **she ~ to have been a teacher** เธอควรจะได้เป็นครู; **~ not** *or* **~n't you to have left by now?** คุณน่าจะออกเดินทางไปแล้วไม่ใช่หรือ; **one ~ not to do it** เราไม่ควรทำสิ่งนี้; **he ~ to be hanged/in hospital** เขาสมควรถูกแขวนคอ/อยู่โรงพยาบาล; Ⓑ *expr. probability* **that ~ to be enough** นั่นน่าจะพอแล้ว; **there ~ to be a signpost soon** มันน่าจะมีป้ายบอกทางในเร็ว ๆ นี้; **he ~ to win** เขาน่าจะชนะ; **he ~ to have reached Paris by now** เขาน่าจะถึงปารีสแล้วตอนนี้

[2]**ought** *n. (coll.)* เลขศูนย์

oughtn't /ˈɔ:tnt/'ออท'นท/ *(coll.)* = **ought not**

Ouija [board] ®, **ouija [board]** /ˈwi:dʒə (bɔ:d)/'วีเจอะ (บอด)/ *n. กระดานที่เขียนตัวอักษรและเครื่องหมายหรือสัญลักษณ์ต่าง ๆ ไว้ใช้ในการทรงเจ้าเข้าผีเพื่อติดต่อกับคนตาย*

ounce /aʊns/อาวนซฺ/ *n.* Ⓐ ➤ **998**, ➤ **1013** *(measure)* หน่วยน้ำหนักออนซ์ *(ท.ศ.)*; **fluid ~** *(Brit.)* ≈ 0.0284 ลิตร; *(Amer.)* ≈ 0.0296 ลิตร; Ⓑ *(fig.)* **not an ~ of common sense** ไม่มีสามัญสำนึกแม้แต่นิด; **there is not an ~ of truth in it** ไม่มีความจริงแม้แต่น้อยใน *(คำพูด)* นั้น; **not have an ~ of sympathy** ไม่มีความเห็นอกเห็นใจแม้แต่น้อย

our /ˈaʊə(r), ɑ:(r)/'อาวเออะ(ร), อา(ร)/ *poss. pron. attrib.* Ⓐ ของ *(พวก)* เรา; **we bumped ~ heads** เรากระแทกศีรษะ; **as soon as we've made ~ minds up** ทันทีที่พวกเราตัดสินใจ; **we have done ~ share** เราได้ทำในส่วนของเราแล้ว; **~ Joe** *etc. (coll.)* โจของพวกเรา; Ⓑ *(of all people)* ของเราทุกคน; ➡ + **father** 1 E; **lady** E; **lord** 1 B; **saviour** B ➡ + [2]**her**

ours /ˈaʊəz/'อาวเอิซฺ/ *poss. pron. pred.* ของ *(พวก)* เรา; **that car is ~:** รถคันนั้นเป็นของเรา; **~ is a different system** ของเราเป็นระบบที่แตกต่างออกไป; **in this country of ~:** ในประเทศของเรานี้; ➡ + **hers**

ourselves /aʊəˈselvz, ɑ:-/เอาเออะ'เซ็ลวฺซฺ, อา-/ *pron.* Ⓐ *emphat.* เราเอง, พวกเราเอง; Ⓑ *refl.* ตัวเราเอง; ➡ + **between** 1 B; **herself**

oust /aʊst/เอาซฺทฺ/ *v.t.* Ⓐ *(expel, force out)* **~ sb. from his job** ไล่ *ค.น.* ออกจากงาน; **~ sb. from office/his position** ปลด *ค.น.* ออกจากหน้าที่/ตำแหน่ง; **~ the president/king/government from power** ขับไล่ประธานาธิบดี/กษัตริย์/รัฐบาลจากอำนาจ; Ⓑ *(force out and take place of)* ชิง, แย่ง; Ⓒ *(Law: deprive)* เพิกถอน, ตัดสิทธิ

ouster /ˈaʊstə(r)/'เอาซเตอะ(ร)/ *n. (Amer.: dismissal)* การขับไล่, การไล่ออก

out /aʊt/เอาท/ ❶ *adv.* Ⓐ *(away from place)* ออก, ออกไป, ข้างนอก; **~ here/there** ข้างนอกนี่/ข้างนอกนั่น; **'Out'** 'ออกไป' *หรือ* 'ไม่อยู่' *หรือ* 'ทางออก'; **that book is ~** *(from library)* หนังสือเล่มนั้นมีคนยืมออกไป; **~ from under sth.** ออกมาจากข้างใต้ *ส.น.*; **~ with him!** เอาเขาออกไป; **please keep the dog ~:** โปรดอย่าให้สุนัขเข้ามาข้างใน; **put the cat ~:** เอาแมวออกไปข้างนอก; **be ~ in the garden** อยู่ข้างนอกในสวน; **what's it like ~?** ข้างนอกเป็นอย่างไรบ้าง; **shut the door to keep the wind ~:** ปิดประตูเพื่อกันไม่ให้ลมเข้ามา; **go ~ shopping** ออกไปซื้อของ; **be ~** *(not at home, not in one's office, etc.)* ออกไปข้างนอก, ไม่อยู่; **go ~ in the evenings** ออกไปข้างนอกตอนเย็น; **she was/stayed ~ all night** เธอออกไป/อยู่ข้างนอกตลอดทั้งคืน; **have a day ~ in London/at the beach** ไปเที่ยวลอนดอน/ชายหาดหนึ่งวัน; **would you come ~ with me?** คุณจะออกมากับฉันไหม; **row ~ to ...:** พายออกไปที่...; **ten miles ~ from the harbour** ห่างจากท่าเรือไปสิบไมล์; **be ~ at sea** ออกไปในทะเล; **anchor some way ~:** ทอดสมอห่างออกไปพอใช้; **the journey ~:** การเดินขาออก; **the goods were damaged on the journey ~:** สินค้าได้รับความเสียหายระหว่างการเดินทางขาออก; **missionaries were going ~ to India** ผู้เผยแพร่ศาสนา *(มิชชันนารี)* กำลังออกเดินทางไปอินเดีย; **he is ~ in Africa** เขาไปอยู่ในแอฟริกา; **~ in the fields** ออกไปในทุ่งนา; **how long have you been living ~ here in Australia?** คุณอาศัยอยู่ในออสเตรเลียเป็นเวลานานแค่ไหนแล้ว; **the Socialist Party is ~:** พรรคสังคมนิยมหมดอำนาจ; **that idea/proposal is ~:** ความคิด/ข้อเสนอนั้นตกไปแล้ว; **Tell him that you're married – No, that's ~:** บอกเขาซิว่าคุณแต่งงานแล้ว ไม่หรอกไม่มีทาง/เป็นไปไม่ได้; Ⓑ *(Sport, Games)* **be ~:** *(บุคคล)* ออก *(นอกสนาม)*; *(ผู้ตี)* ถูกทำให้ออก; **not ~:** ไม่ออก; **give sb. ~:** *(เจ้าหน้าที่)* ให้ *ค.น.* ออกจากสนาม; Ⓒ **be ~** *(asleep)* นอนหลับ; *(drunk)* เมา; *(unconscious)* หมดสติ; **~ on one's feet** *(Boxing)* ล้มคว่ำ; *(fig.)* ล้มทั้งยืน; ➡ + [1]**count** 1 D; Ⓓ *(no longer burning)* *(ไฟ)* ดับ, มอด; Ⓔ *(no longer visible)* **rub** *etc.* **~:** ถู/ลบ ฯลฯ ออก; Ⓕ *(in error)* **be 3% ~ in one's calculations** คำนวณผิดไป 3%; **his reckoning was ~:** การคำนวณของเขาผิด; **you're a long way ~:** คุณคำนวณผิดพอสมควร; **this is £5 ~:** นี่ผิดไป 5 ปอนด์; **my watch is 5 minutes ~:** นาฬิกาฉันผิดเวลาไป 5 นาที; ➡ + **far** 1 D; Ⓖ *(not in fashion)* ล้าสมัย; Ⓗ *(so as to be seen or heard)* ออก, ประกาศ; **there is a warrant ~ for his arrest** มีการออกหมายจับกุมเขา; **say it ~ loud** พูดออกมาดัง ๆ; **tell sb. sth. right ~:** บอก *ส.น.* แก่ *ค.น.* อย่างตรงไปตรงมา; **with the waterproof side ~:** โดยเอาด้านที่กันน้ำได้ออกข้างนอก; **[come] ~ with it!** พูดออกมาซิ; **their secret is ~:** ความลับของพวกเขาเปิดเผยออกมาแล้ว; **[the] truth will be ~:** ความจริงจะปรากฏออกมา; **the moon is ~:** ดวงจันทร์ปรากฏออกมา; **just ~ – the third volume** ชุดสามเพิ่งออกมา; **is the evening paper ~ yet?** หนังสือพิมพ์ฉบับเย็นออกหรือยัง; **the roses are just ~:** ดอกกุหลาบเพิ่งจะบาน; **the apple blossom is ~:** ดอกต้นแอปเปิ้ลบาน; Ⓘ *(known to exist)* **that is the best car ~:** นั่นเป็นรถที่ดีที่สุดที่มีอยู่; Ⓙ **be ~ for sth./to do sth.** ออกไปหา *ส.น.*/พยายามที่จะทำ *ส.น.*; **be ~ for all one can get** พยายามเอาให้หมดเท่าที่จะเอาได้; **be ~ for trouble** หาเรื่อง; **he's ~ for your money** เขาพยายามจะเอาเงินของคุณ; **be ~ to pass the exam/capture the market** พยายามอย่างสูงที่จะสอบผ่าน/ตีตลาด; **she's ~ to get**

O

him/find a husband เธอพยายามจะจับเขาให้ได้/หาสามีสักคน; they're just ~ to make money พวกเขาพยายามที่จะหาเงินอย่างเดียว; Ⓚ (to or at an end) he had it finished before the day/month was ~: เขาทำมันเสร็จก่อนสิ้นเดือนนี้; please hear me ~: โปรดฟังฉันให้จบ; Eggs? I'm afraid we're ~: ไข่เหรอ ฉันเสียใจว่าเราไม่มีแล้ว/ไข่หมดแล้ว; school is ~ *(Amer.)* โรงเรียนปิดภาคเรียนแล้ว; Ⓛ *(to a solution or result)* work ~: แก้ *(ปัญหา)*; คิด *(แผน, ทางออก)*; Ⓜ *(in finished form)* type ~ a thesis พิมพ์วิทยานิพนธ์จนเสร็จ; do it ~ in rough first ทำออกมาคร่าว ๆ ก่อน; Ⓝ *(in radio communication)* เปลี่ยน; Ⓞ ~ and away มาก, เต็มที่; a scoundrel ~ and ~, an ~ and ~ scoundrel วายร้ายสมบูรณ์แบบ; an ~ and ~ disgrace ความอัปยศโดยสิ้นเชิง; ➡ + about 1 D; luck B; out of; tide 1 A

❷ *prep.* ออก, ข้างนอก; go ~ the door ออกไปนอกประตู; throw sth. ~ the window โยน *ส.น.* ออกนอกหน้าต่าง

❸ *n. (way of escape)* หนทางหลบหนี; *(excuse)* ข้ออ้าง, ข้อแก้ตัว

❹ *v.t. (coll.: expose)* เปิดโปง

out: ~'**act** *v.t.* แสดง *หรือ* กระทำได้ดีกว่า; ~**back** *n. (esp. Austral.)* พื้นที่ที่อยู่ห่างไกลและทุรกันดาร; an ~back farm ฟาร์มในเขตทุรกันดาร; ~'**bid** *v.t.*, ~'bid Ⓐ ประมูลในราคาที่สูงกว่า; ~bid sb. for sth. ประมูล *ส.น.* ในราคาที่สูงกว่า *ค.น.*; Ⓑ *(surpass)* ทำ *ส.น.* มากกว่า; ~**board** *(Naut., Aeronaut., Motor Veh.)* ❶ *adj.* Ⓐ นอกลำ; ~board motor เครื่องยนต์ที่อยู่นอกลำ; ~board motor boat เรือที่มีเครื่องยนต์อยู่นอกลำเรือ/ที่ใช้เครื่องติดท้าย; Ⓑ *(on outside)* ที่อยู่ด้านนอก ❷ *n.* เครื่องยนต์ที่อยู่ด้านนอก, เรือที่มีเครื่องยนต์อยู่นอกลำเรือ; ~**bound** *adj. (การเดินทางของเรือ)* ขาออก; ~-**box** /'aʊtbɒks/'เอาทบอคซฺ/ *n. (in e-mail)* กระเป๋าบรรจุจดหมายอิเล็กทรอนิกส์ที่รอส่งออก; ~**break** *n.* การเกิดขึ้นอย่างฉับพลัน; a recent ~break of fire caused ...: การเกิดเพลิงไหม้อย่างกะทันหันเมื่อเร็ว ๆ นี้ก่อให้เกิด...; at the ~break of war ตอนที่สงครามระเบิดขึ้นอย่างกะทันหัน; an ~break of flu/smallpox การระบาดของไข้หวัดใหญ่/ไข้ทรพิษ; there will be ~breaks of rain during the afternoon จะมีช่วงฝนตกหนักในตอนบ่าย; ~**building** *n.* อาคารในบริเวณบ้าน เช่น โรงรถ โรงนา; ~**burst** *n.* การระเบิดขึ้นมา; an ~burst of weeping/ laughter การระเบิดออกมาของการร้องไห้/หัวเราะ; an ~burst of anger/temper การระเบิดความโกรธ/อารมณ์ออกมา; apologize for one's ~burst ขอโทษที่ระเบิด/แสดงอารมณ์ฉุนเฉียวออกมา; there was an ~burst of applause มีเสียงปรบมือกราวใหญ่; ~bursts of flame การระเบิด/ปะทุของเปลวไฟ; an ~burst of energy การระเบิดของพลังงาน; his ~bursts of violence การระเบิดความรุนแรงของเขา; ~**cast** ❶ *n.* ผู้ที่ถูกขับไล่ออก *(จากบ้าน, ประเทศ, สังคม)* บุคคลที่เพื่อนในกลุ่มไม่คบหา; a social ~cast, an ~cast of society บุคคลที่ถูกสังคมทอดทิ้ง ❷ *adj.* ที่ถูกขับไล่, ถูกทอดทิ้ง, ไม่มีบ้านอยู่, จรจัด; ~'**class** *v.t.* Ⓐ *(belong to higher class than)* เหนือกว่า, ดีกว่า; Ⓑ *(defeat easily)* ชนะอย่างง่ายดาย; he was ~classed in that race เขาแพ้ราบคาบในการวิ่งแข่งครั้งนั้น; ~**come** *n.* ผล, สิ่งที่ปรากฏออกมา; what was the ~ come of your meeting? ผลการประชุมของคุณเป็นอย่างไร; ~**crop** ❶ *n.* Ⓐ *(Geol.: stratum)* ชั้นหินที่โผล่ออกมานอกผิวดิน; a rock ~crop หินที่โผล่ออกมานอกผิวดิน; Ⓑ *(fig.)* สิ่งที่ปรากฏขึ้นอย่างกะทันหัน ❷ *v.i.* Ⓐ *(Geol.) (หิน)* โผล่ออกมานอกผิวดิน; Ⓑ *(fig.)* โผล่ออกมา; ~**cry** *n.* Ⓐ *no pl. (clamour)* เสียงร้องดัง, การโวยวาย, การประท้วงอย่างรุนแรง; a public/general ~cry about/against sth. การคัดค้านของสาธารณชน/ทั่วไปเกี่ยวกับ *ส.น.*; the ~cry in the press การคัดค้านในหนังสือพิมพ์; raise an ~cry about sth. คัดค้าน/โวยวายเกี่ยวกับ *ส.น.*; Ⓑ *(crying out)* การร้อง *(ตะโกน)* ออกมา; ~'**dated** *adj. (รูปแบบ)* ล้าสมัย, ไม่ทันสมัย, เลิกใช้กันแล้ว; ~'**distance** *v.t.* ทิ้ง *(คู่แข่ง)* ลิบลับ, ไปไกลกว่า; John was ~distanced by his brother in the race จอห์นถูกพี่/น้องทิ้งห่างในการวิ่งแข่ง; ~'**do** *v.t.*, ~'**doing** /aʊt'du:ɪŋ/เอาท'ดูอิง/, ~'**did** /aʊt'dɪd/เอาท'ดิด/, ~**done** /aʊt'dʌn/เอาท'ดัน/ ชนะ, ดีกว่า, เก่งกว่า; not to be outdone [by sb.] โดยไม่อยากจะให้ [ค.น.] เอาชนะ; ~**door** *adj.* ~door shoes/things รองเท้า/สิ่งของที่ใช้นอกบ้าน; be an ~door type เป็นคนที่ชอบอยู่กลางแจ้ง; lead an ~door life ใช้ชีวิตอยู่กลางแจ้ง; ~door games/pursuits กีฬากลางแจ้ง/กิจกรรมกลางแจ้ง; ~door shots *(Photog.)* ภาพที่ถ่ายกลางแจ้ง; ~door swimming pool สระว่ายน้ำที่อยู่กลางแจ้ง; ~door ice rink ลานสเกตน้ำแข็งที่อยู่กลางแจ้ง; ~'**doors** ❶ *adv.* ข้างนอก, กลางแจ้ง; sleep ~doors นอนกลางแจ้ง/ข้างนอก; go ~doors ไปข้างนอก ❷ *n.* the [great] ~doors ธรรมชาติ

outer /'aʊtə(r)/'เอาเทอะ(ร)/ *adj.* Ⓐ ข้างนอก; *(ประตู, กำแพง)* ด้านนอก; ภายนอก; sb.'s ~ appearance ลักษณะ/หน้าตาภายนอกของ *ค.น.*; ~ garments เสื้อผ้าชั้นนอก; Ⓑ *(objective, physical)* เกี่ยวกับรูปธรรม, ทางวัตถุ; the ~ world ผู้คนที่อยู่นอกวงจร, โลกภายนอก; ➡ + 'bar 1 I

outermost /'aʊtəməʊst/'เอาเทอะโมซทฺ/ *adj.* อยู่นอกสุด

outer 'space *n.* อวกาศที่อยู่ห่างไกลจากบรรยากาศของโลก; come from ~ *(fig. coll.)* มาจากต่างดาว

out: ~**face** *v.t.* จ้องมองจนอีกคนยอมแพ้, มองด้วยความมั่นใจ; ~**fall** *n.* ปากน้ำ, ปากแม่น้ำ; *(in river engineering)* ทางระบายน้ำที่ไหลลงทะเล; ~fall pipe ท่อระบายน้ำที่ไหลลงทะเล; ~**field** *n. (Cricket, Baseball)* ด้านนอกของสนาม; ~**fit** *n.* Ⓐ *(person's clothes)* เสื้อผ้า; *(for fancy-dress party)* ชุดสำหรับงานแฟนซี; wear the same ~fit สวมเสื้อผ้าชุดเดียวกัน; I do like your ~fit ฉันชอบชุดของคุณจังเลย; Ⓑ *(complete equipment)* เครื่องมือทั้งชุด; Ⓒ *(coll.: group of persons)* กลุ่มคนที่รวมตัวกันเป็นหน่วย/ทีม; *(Mil.)* ทหารหน่วย/กองหนึ่ง; *(jazz band)* กลุ่มนักดนตรีแจ๊ส; Ⓓ *(coll.: organization)* องค์กร; a publishing/manufacturing ~fit สำนักพิมพ์/บริษัทผลิตสินค้า; ~**fitter** *n.* ➤ 489 คน/บริษัทที่บริการอุปกรณ์เสื้อผ้า; camping/sports ~fitter ผู้ขายอุปกรณ์สำหรับออกค่าย/กีฬา; a gent's ~fitter's ร้านขายเสื้อผ้าสุภาพบุรุษ; ~'**flank** *v.t.* Ⓐ *(Mil.: ~manoeuvre; also fig.)* โอบล้อมด้านข้างของศัตรู, ชนะ, มีชัย; Ⓑ *(Mil.: extend beyond flank of)* ขยายขบวนออกไปเป็นปีก; ~flanking movement การเคลื่อนกำลังโดยการโอบล้อมด้านข้างของกองทัพข้าศึก; ~**flow** *n.* Ⓐ *(~ward flow)* การไหลออก; *(fig.: of gold, capital, etc.)* การไหลออก; Ⓑ *(amount)* ปริมาณที่ไหลออก; Ⓒ ~flow [pipe *or* channel] ท่อ/ทางน้ำไหล; ~'**fox** *v.t. (coll.)* ฉลาดกว่า, เอาเปรียบโดยใช้กลอุบาย; ~**going** ❶ *adj.* Ⓐ *(retiring from office) (ผู้พิพากษา, ประธานาธิบดี)* ที่กำลังจะเกษียณ; Ⓑ *(friendly) (บุคคล)* เปิดเผย; เป็นมิตร; you should be more ~going คุณควรจะร่าเริงมากกว่านี้; Ⓒ *(going out)* ที่ออกไป; ขาออก; ~going flights will be delayed เที่ยวบินขาออกจะเลื่อนเวลาออกไป; the ~going post *or* mail จดหมายที่จะส่งออกไป ❷ *n. in pl. (expenditure)* รายจ่าย; ~'**grow** *v.t., forms as* **grow** Ⓐ *(leave behind)* ละทิ้ง *(นิสัยแบบเด็ก ๆ, รสนิยม, โรคภัยไข้เจ็บ ฯลฯ)*; เลิก *(นิสัย)*; we've ~grown all that เราได้ละทิ้งสิ่งเหล่านั้นทั้งหมด; Ⓑ *(become taller than)* สูงกว่า *(พี่ชาย, พ่อ)*; *(grow too big for)* ใหญ่/โตเกินไป *(สำหรับเสื้อผ้า)*; ~**growth** *n.* สิ่งที่งอกออกมา; ~'**guess** *v.t.* คาดคะเน/เดาได้ถูกต้อง; ~'**gun** *v.t. (fig.)* be ~gunned มีกำลังทหารน้อยกว่า; ~'**house** *n.* Ⓐ *(building)* ตัวอาคารที่ปลูกไว้ในบริเวณบ้าน; Ⓑ *(Amer.: privy)* ห้องน้ำนอกบ้าน

outing /'aʊtɪŋ/'เอาทิง/ *n.* Ⓐ *(pleasure trip)* การไปเที่ยว; school/day's ~: ทัศนศึกษาของโรงเรียน/การไปเที่ยวหนึ่งวัน; firm's/works ~: การไปทัศนาจรของบริษัท/โรงงาน; go on an ~: ไปเที่ยว; go for an ~ in the car นั่งรถไปเที่ยว; Ⓑ *(appearance) (in athletic contest, in game)* การแข่งขัน; *(in race)* การวิ่งแข่ง

out: ~**landish** /aʊt'lændɪʃ/เอาท'แลนดิช/ *adj.* Ⓐ *(looking or sounding foreign)* ดู/ฟังเป็นต่างชาติ; Ⓑ *(bizarre)* ประหลาด, พิกล; ~'**last** *v.t.* ทนกว่า, อยู่ได้นานกว่า; ~**law** ❶ *n.* Ⓐ *(lawless violent person)* บุคคลนอกกฎหมาย; Ⓑ *(person deprived of protection of law)* บุคคลที่ไม่ได้รับการคุ้มครองทางกฎหมาย ❷ *v.t.* Ⓐ *(deprive of the protection of law)* ไม่มีกฎหมายคุ้มครอง; Ⓑ *(make illegal)* ทำให้ผิดกฎหมาย *(นิตยสาร, การกระทำ)*; ~**lay** *n.* an ~lay ค่าใช้จ่าย, รายจ่าย (on สำหรับ); initial ~lay ค่าใช้จ่ายเบื้องต้น; ~ lay of capital การลงทุน; recover the ~ lay เรียกทุนคืน; ~**let** /'aʊtlet, 'aʊtlɪt/'เอาทเล็ท, 'เอาทลิท/ *n.* Ⓐ *(means of exit)* ทางออก; *(of lake)* ปากน้ำ; ~let valve ลิ้นปล่อยออก; Ⓑ *(fig.: vent)* ช่องลม, ปล่อง; Ⓒ *(Commerc.) (market)* ตลาดระบายสินค้า; *(shop)* ร้านค้า; Ⓓ *(Electr.)* ปลั๊กไฟ; ~**line** ❶ *n.* Ⓐ *in sing. or pl. (line[s])* เค้าโครง, เค้า; เส้นรอบนอก; the ~lines of the trees/drawing เค้าโครงของต้นไม้/ภาพวาด; visible only in ~line เห็นได้แต่เส้นรอบนอกเท่านั้น; Ⓑ *(short account)* เรื่องย่อ, บทสรุป; *(of topics)* โครงร่างของหัวข้อ; *(rough draft for essay, book, etc.)* โครงร่าง; trace the development in ~line ดูพัฒนาการในโครงร่าง; ~line plan แผนโครงร่าง; Ⓒ *in pl. (main features)* ส่วนสำคัญ, ข้อความสำคัญ; Ⓓ *(sketch)* ภาพร่าง; sketch/draw sth. in ~line ร่าง/วาด *ส.น.* คร่าว ๆ; ~line map แผนที่คร่าว ๆ ❷ *v.t.* Ⓐ *(draw ~line of)* ~line sth. วาดเส้นรอบนอกของ *ส.น.*; Ⓑ *(define ~line of)* ~line sth. วาดเส้นรอบนอกของ *ส.น.*; the mountain was ~lined against the sky เส้นรอบนอกของภูเขาตัดกับท้องฟ้า; Ⓒ *(trace or ascertain ~line of)* ~line

the limits/boundaries of sth. กำหนดขีดจำกัด/เส้นแบ่งเขตของ *ส.น.*; Ⓓ *(describe in general terms)* สรุปความ, อธิบายโดยย่อ *(แผนการ, โครงการ)*; **~live** /aʊt'lɪv/เอาท'ลิว/ *v.t.* อายุยืนกว่า, มีอายุนานกว่าระยะเวลาที่กำหนดไว้; **it's ~lived its usefulness** มันไม่มีประโยชน์อีกแล้ว; **~ look** *n.* Ⓐ *(prospect)* ทัศนียภาพ (**over** สู่); *(fig.: Meteorol.)* สภาพอากาศ; **the house has a wonderful ~look over ...:** บ้านนี้มีทัศนียภาพสู่...ที่งดงามมาก; **what's the ~look?** อนาคตเป็นยังไงบ้าง; **business ~look** ภาพอนาคตทางเศรษฐกิจ; Ⓑ *(mental attitude)* ทัศนคติ, การมองโลก; **~look on life** ทัศนคติที่มีต่อชีวิต; **his whole ~look** ทัศนคติโดยรวมของเขา; **adopt a narrow ~look on things** มีมุมมองที่คับแคบต่อสิ่งต่าง ๆ *หรือ* มองสิ่งต่าง ๆ ในแง่มุมที่แคบ; Ⓒ *(looking out)* การมองออกไป; **~lying** *adj.* ที่อยู่ไกลออกไป; **the ~lying suburbs of Tokyo** ชานเมืองที่ห่างไกลจากกรุงโตเกียว; **~ma'nœuvre** *v.t.* ชนะด้วยเล่ห์เหลี่ยม; **~moded** /aʊt'məʊdɪd/เอาท'โมดิด/ *adj.* Ⓐ *(no longer in fashion)* ล้าสมัย; Ⓑ *(obsolete)* เลิกใช้ไปแล้ว; **~'number** *v.t.* มีจำนวนมากกว่า; **they were ~numbered five to one** พวกเขามีจำนวนน้อยกว่า 5 ต่อ 1; **be [vastly] ~numbered [by sb.]** [*ค.น.*] มีจำนวนน้อยกว่า [มาก]

'out of *prep.* Ⓐ *(from within)* ออกจาก; **go ~ the door** ออกจากประตู; **fall ~ sth.** ตกออกมาจาก *ส.น.*; Ⓑ *(not within)* **be ~ the country** อยู่นอกประเทศ; **be ~ town/the room** อยู่นอกเมือง/ห้อง; **feel ~ it** *or* **things** รู้สึกไม่เป็นส่วนหนึ่งของกลุ่ม; **I am glad to be ~ it** ฉันดีใจที่ไม่ต้องเกี่ยวข้องกับเรื่องนี้อีกต่อไป; Ⓒ *(outside the limits of)* **marry ~ one's faith** แต่งงานกับคนนอกศาสนาของตน; **born ~ wedlock** เกิดนอกการสมรส; **be ~ the tournament** ออกจากการแข่งขัน; ➡ + **order** 1 A, B; Ⓓ *(from among)* **one ~ every three smokers** หนึ่งในสามของผู้ที่สูบบุหรี่; **58 ~ every 100** 58 *(คน)* จากทุก 100 *(คน)*; **pick one ~ the pile** เลือกหนึ่งชิ้นมาจากกอง; **eight ~ ten** แปดจากสิบ *หรือ* แปดในสิบ; **choose ~ what is there** เลือกจากที่มีอยู่; **only one instance ~ several** แค่หนึ่งตัวอย่างจากหลาย ๆ ตัวอย่าง; Ⓔ *(beyond range of)* เกิน *(ขอบเขต)*; นอก *(สายตา, การควบคุม)*; Ⓕ *(from)* จาก; **get money ~ sb.** ได้เงินจาก *ค.น.*; **do well ~ sb./sth.** ได้ผลประโยชน์จาก *ค.น./ส.น.*; Ⓖ *(owing to)* เนื่องด้วย, เนื่องจาก *(ความกลัว, ความเมตตา)*; Ⓗ *(no longer in)* **~ danger** พ้นอันตราย; Ⓘ *(without)* **be ~ luck** ไม่มีโชค/ดวง; **~ money** ไม่มีเงิน; **~ work** ตกงาน; **we're ~ tea** เราไม่มี *(น้ำ)* ชาเหลือ; **be ~ a suit** *(Cards)* ไม่มีไพ่หน้า/ดอกเดียวกัน; ➡ + **out-of-work**; Ⓙ *(by use of)* ด้วย, จาก; **make a profit ~ sth.** ทำกำไรด้วย *ส.น.*; **made ~ silver** ทำด้วยเงิน; **what did you make it ~?** คุณทำมันจากอะไร; Ⓚ *(away from)* จาก; **three days ~ port** สามวันจากท่าเรือ; **ten miles ~ London** สิบไมล์จากกรุงลอนดอน; Ⓛ *(beyond)* ➡ **depth** D; **ordinary** C

out: ~-of-court settlement *n. (Law) (agreement)* การตกลงระหว่างคู่ความนอกศาล; *(payment)* การตกลงค่าชดเชยนอกศาล; **~-of-date** *attrib. adj. (old, not relevant)* เก่า, นอกประเด็น; *(old-fashioned)* ล้าสมัย; *(expired) (หนังสือเดินทาง, ตั๋ว)* ที่หมดอายุ; **~-of-'pocket** *attrib. adj. (ค่าใช้จ่าย)* ที่ทดลองจ่าย; **~-of-print** *attrib. adj. (หนังสือ)* ขาดตลาด, ขายหมด; **~-of-sight** *adj. (coll.)* ยอดเยี่ยม, หาที่เปรียบไม่ได้, ไม่เห็นฝุ่น; **~-of-the-way** *attrib. adj. (remote)* ห่างไกล; *(unusual, seldom met with)* ผิดปกติ, ไม่ค่อยพบเห็น; **~-of-town** *attrib. adj.* นอกเมือง, ชนบท; *(fig.: unsophisticated)* ซื่อ, เป็นธรรมชาติ; **~-of-work** *attrib. adj.* ตกงาน, ไม่มีงานทำ; **~'pace** *v.t.* ไปเร็วกว่า *(คู่แข่ง)*, ทำได้ดีกว่า; **be ~paced** ถูกแซงหน้าไป; **~patient** *n.* ผู้ป่วยนอก; **~patients ['department]** [แผนก] ผู้ป่วยนอก; **have sth. done as an ~patient** ได้รับการรักษา *ส.น.* ในฐานะเป็นผู้ป่วยนอก; **be an ~patient** เป็นผู้ป่วยนอก; **~per'form** *v.t.* ทำได้ดีกว่า, เหนือกว่า; **~'play** *v.t. (Sport)* เล่นได้ดีกว่า; **we can ~play them** เราเล่นได้ดีกว่าพวกเขา; **be ~played [by sb.]** [*ค.น.*] เล่นได้ดีกว่า; **~'point** *v.t. (Sport, esp. Boxing)* ได้คะแนน/แต้มมากกว่า; **~post** *n.* ด่านนอก, ด่านที่อยู่ไกล; *(of civilization etc.; also Mil.)* ด่านหน้าของอารยธรรม/กองทัพ; **~pouring** *n., usu. in pl. (expression of emotion)* การแสดงอารมณ์ออกมาอย่างมากมาย; *(impetuous, passionate)* สิ่งที่พรั่งพรูออกมาอย่างรุนแรง; **~put** ❶ *n.* Ⓐ *(amount)* ปริมาณผลผลิต; *(of liquid, electricity, etc.)* กำลังผลิต; *(of coal mine, etc.)* ปริมาณผลผลิต; **total/daily/average ~put** ปริมาณที่ผลิตได้ทั้งหมด/ต่อวัน/โดยเฉลี่ย; **literary ~put** ผลงานวรรณกรรม; **the factory has a daily ~put of 200 pairs** โรงงานมีปริมาณผลผลิต 200 คู่ต่อวัน; Ⓑ *(Computing)* เอาท์พุท *(ท.ศ.)* ข้อมูลที่แสดงผลออกมา; **~ device** อุปกรณ์แสดงผล; **~put capacity/terminal** ปริมาณของข้อมูลที่แสดงผล/จุดแสดงผลออก; Ⓒ *(Electr.) (energy)* พลังงานที่ส่งออก; *(signal)* สัญญาณคลื่นที่ส่งออกมา; **~put circuit/current** วงจร/กระแสพลังงานไฟฟ้า; Ⓓ *(place)* จุดที่ผล/ข้อมูลออกจากระบบ; *(recording or printing device)* อุปกรณ์การอัดหรือพิมพ์ ❷ *v.t.*, **-tt-**, **~put** *or* **~putted** /'aʊtpʊtɪd /'เอาทพุทิด/ *(Computing)* ส่งออก, ให้ผลข้อมูลออกมา

outrage ❶ /'aʊtreɪdʒ/'เอาทเรจ/ *n.* Ⓐ *(deed of violence, violation of rights)* การกระทำที่รุนแรง, การทารุณ, การละเมิดสิทธิ; *(during war)* การกระทำที่ทารุณ/ละเมิดสิทธิ; *(against good taste or decency)* การฝ่าฝืนความดีงาม; *(upon dignity)* การเหยียบย่ำศักดิ์ศรี; **be an ~ against good taste/decency/upon dignity** เป็นการฝ่าฝืนความถูกต้อง/ความดีงาม/การเหยียบย่ำศักดิ์ศรี; **an ~ against humanity** การกระทำรุนแรงต่อมนุษยชาติ; **an ~ upon decency/justice** การทำลายความถูกต้อง/ความยุติธรรม; **a bomb ~:** การก่อการร้ายด้วยระเบิด; Ⓑ *(strong resentment)* ความขุ่นเคือง; **react with a sense of ~:** ตอบโต้ด้วยความรู้สึกโกรธเคืองอย่างยิ่ง
❷ /'aʊtreɪdʒ, aʊt'reɪdʒ/'เอาทเรจ, เอาท'เรจ/ *v.t.* Ⓐ *(cause to feel resentment, insult)* ทำให้โกรธเคือง; **be ~d at** *or* **by sth.** โกรธแค้น *ส.น.*; Ⓑ *(infringe)* ละเมิด, ฝ่าฝืน

outrageous /aʊt'reɪdʒəs/เอาท'เรเจิซ/ *adj.* Ⓐ *(immoderate) (ราคา, จำนวน)* ที่สูงอย่างน่าเกลียด; *(สี)* ฉูดฉาดน่าเกลียด; *(เสื้อผ้า)* โป๊มาก; *(การกระทำ)* เกินพอดี, เกินเหตุ; **it's ~!** ช่างแย่จริง, ทุเรศมาก; Ⓑ *(grossly cruel, offensive)* โหดร้าย/ทารุณมาก, ก้าวร้าว; Ⓒ *(violent)* รุนแรง

outrageously /aʊt'reɪdʒəslɪ/เอาท'เรเจิซลิ/ *adv.* Ⓐ *(to an immoderate degree) (ราคา)* ในระดับที่สูงมาก, มากเกินไป; **an ~ low neckline** คอเสื้อ *(ของผู้หญิง)* ที่ต่ำเกินไป; Ⓑ *(atrociously, flagrantly) (โกหก, หน้าด้าน)* อย่างน่าละอาย; *(ประพฤติ)* อย่างเลวร้าย, อย่างร้ายกาจ; **~ bad service** การบริการที่เลวมาก; **he suggested quite ~ that ...:** เขาเสนออย่างไม่ละอายเลยว่า...

out'rank *v.t. (Mil.)* มียศเหนือกว่า, มีตำแหน่งสูงกว่า; **be ~ed by sb.** *ค.น.* มียศ/ตำแหน่งสูงกว่า

outré /'u:treɪ, US u:'treɪ/'อูเทร, อู'เทร/ *adj.* เกินขอบเขตที่เหมาะสม; *(รสนิยม, ความคิด)* แปลกประหลาด, พิกล

out: ~rider *n.* Ⓐ *(mounted attendant)* ผู้ขี่ม้าติดตาม; องครักษ์ขี่ม้า; Ⓑ *(motorcyclist)* **[motorcycle] ~rider** คนขี่จักรยานยนต์นำทาง/คุ้มครอง; Ⓒ *(Amer.: herdsman)* คนเลี้ยงสัตว์; **~rigger** *n. (Naut.) (beam, spar, framework)* เสาและสายระโยงระยางที่ยื่นออกไปนอกเรือ; *(log fixed to canoe)* ท่อนไม้ตรงสองข้างเรือแคนูเพื่อทำให้เรือมั่นคง; *(iron bracket)* หูกรรเชียงบนขอบเรือ; *(boat)* เรือที่มีหูกรรเชียง; **~right** ❶ /-'-/ *adv.* Ⓐ *(altogether, entirely)* อย่างสมบูรณ์, ทั้งหมด; *(ขาย)* ขาด; *(instantaneously, on the spot)* ทันที, โดยฉับพลัน; **pay for/purchase/buy sth. ~right** ซื้อ *ส.น.* ขาดทันที; Ⓑ *(openly)* อย่างเปิดเผย ❷ /'--/ *adj. (ความเลวร้าย, การปฏิเสธ)* เต็มที่; *(ความหยิ่งยโส, ความผิด)* สมบูรณ์; *(การโกหก, การเอาเปรียบ)* สิ้นเชิง; **~right sale** การขายขาด; **~'run** *v.t., forms as* **run** 3 Ⓐ *(run faster than)* วิ่งเร็วกว่า; Ⓑ *(escape)* หลบหนี; **~'sell** *v.t., forms as* **sell** 1 Ⓐ *(be sold in greater quantities than)* ขายได้จำนวน/ปริมาณมากกว่า; **be ~sold by ...:** ...ขายได้มากกว่า; Ⓑ *(sell more than)* ขายมากกว่า, ขายดีกว่า; **~sell sb. by two to one** ขายได้มากกว่า *ค.น.* 2 ต่อ 1; **~set** *n.* จุดเริ่มต้น, การเริ่มต้น; **at the ~set** ตอนเริ่มต้น; **from the ~set** จากจุดเริ่มต้น *หรือ* ตั้งแต่แรก; **~'shine** *v.t.*, **~shone** /aʊt'ʃɒn/เอาท'ชอน/ Ⓐ *(shine brighter than)* สว่างไสวกว่า, ส่องแสงแรงกว่า; Ⓑ *(fig.)* เก่งกว่า, มีความสามารถมากกว่า

outside ❶ /-'-, '--/ *n.* Ⓐ *(external side)* ด้านนอก, ข้างนอก, ภายนอก; **the ~ of the car is red** ด้านนอกรถเป็นสีแดง; **on the ~:** ภายนอก; **on the ~ of the door** ด้านนอกของประตู; **overtake sb. on the ~** *(in driving)* ขับรถแซง *ค.น.* ทางด้านนอก; Ⓑ *(position on outer side)* **to/from the ~:** สู่/จากด้านนอก *หรือ* ภายนอก; **see a problem from the ~:** มองปัญหาจากภายนอก; **be kept on the ~:** ถูกเก็บไว้ภายนอก; Ⓒ *(external appearance)* ลักษณะภายนอก; Ⓓ *(of path etc.)* ด้านที่ติดกับถนน; Ⓔ **at the [very] ~:** อย่างมากที่สุด
❷ /'--/ *adj.* Ⓐ *(of, on, nearer the ~) (ห้องน้ำ)* ภายนอก, ข้างนอก; *(ประตู, กำแพง, รั้ว)* ด้านนอก; Ⓑ *(remote)* **have only an ~ chance** มีโอกาสน้อยมากเท่านั้น; Ⓒ *(not coming from or belonging within) (การช่วยเหลือ, ความกดดัน)* จากภายนอก; **~ pressure** ความกดดันจากภายนอก; **some ~ help** *(extra workers)* ความช่วยเหลือจากคนงานเพิ่ม; **~ investment** การลงทุนจากภายนอก; **an ~ opinion** ความคิดเห็นจากคนภายนอก; **the ex-convict had to adjust to the ~ world** อดีตนักโทษคนนั้นต้องปรับตัวให้เข้ากับโลกภายนอก; Ⓓ *(greatest possible)* ที่

O

มากที่สุด; **at an ~ estimate** ในการกะ/ประมาณที่สูงที่สุด
❸ /-'-/ *adv.* (A) *(on the ~)* ด้านนอก; *(to the ~)* ด้านนอก, ภายนอก; **the world ~:** โลกภายนอก; **come from ~:** มาจากข้างนอก; **seen from ~ it looks ...:** ดูจากภายนอก มันดู...; **come** *or* **step ~** *(as challenge to fight)* ออกมาข้างนอกซิ; **who's that ~?** นั่นใครอยู่ข้างนอก; (B) **~ of** ➡ 4 (C) *(sl.: not in prison)* ไม่อยู่ในคุก, อยู่นอกคุก
❹ /-'-/ *prep.* (A) *(on outer side of)* ภายนอก, ข้างนอก; **~ the door** นอกประตู, ข้างนอก; **prowl about/park ~ the house** เดินด้อม ๆ มอง ๆ/จอดรถหน้าบ้าน; (B) *(beyond)* นอกเหนือ; **it's ~ the terms of the agreement** มันอยู่นอกเหนือข้อตกลง; **this falls ~ the scope of ...:** นี่เป็นเรื่องนอกเหนือขอบเขตของ..; (C) *(to the ~ of)* นอก, ด้านนอก; **go ~ the house** ออกไปนอกบ้าน

outside: ~ 'broadcast *n. (Brit.)* ถ่ายทอดสดนอกสถานที่; **~ 'edge** *n. (Skating)* ขอบนอกของใบสเกตน้ำแข็ง; **~ 'forward** *n. (Footb., Hockey)* ผู้เล่นกองหน้าในตำแหน่งปีก; **~ 'half** *n. (Rugby)* ผู้เล่นตำแหน่งกองหลังคนที่ 2; **~ 'left** *n. (Footb., Hockey)* ปีกซ้าย

outsider /aʊt'saɪdə(r)/เอาท'ซายเดอะ(ร)/ *n.* (A) *(non-member, person without special knowledge)* คนนอก; (B) *(Sport; also fig.)* ม้านอกสายตา

outside: ~ 'right *n. (Footb., Hockey)* ปีกขวา; **~ seat** *n.* ที่นั่งใกล้ปลายแถว; **~'track** *n. (Racing)* ลู่วิ่งด้านนอก

out: ~size *adj.* มีขนาดใหญ่กว่าปกติ; **~size person/clothes** คน/เสื้อผ้าตัวใหญ่กว่าปกติ; **~size shop/department** ร้าน/แผนกในห้างสรรพสินค้าขายเสื้อผ้าใหญ่กว่าปกติ; **~skirts** *n. pl.* ชานเมือง, รอบนอก; **on the ~skirts [of Paris]** ตรงชานเมือง [กรุงปารีส]; **the ~skirts of the city** บริเวณชานเมือง; **~'smart** *v.t. (coll.)* ฉลาดกว่า; เอาชนะ; **~source** ❶ *v.t.* ส่ง *(งาน)* ไปทำนอกบริษัท ❷ *v.i.* หาแหล่งผลิต/ทำงานนอกบริษัท; **~sourcing** *n.* /'aʊtsɔːsɪŋ/'เอาทซอซิง/ *n., no pl.* การหาแหล่งผลิตนอกบริษัท; การสั่งงานข้างนอก; **~'spoken** *adj. (บุคคล, นักวิจารณ์)* ที่พูดจาโผงผาง/เปิดเผย; *(นักวิจารณ์)* ที่ไม่กลัวใคร; **be ~spoken about sth.** พูดอย่างตรงไปตรงมาเกี่ยวกับ *ส.น.*; **the book was ~spoken on the subject** หนังสือพูดถึงเรื่องนี้อย่างเปิดเผย; **~spread** *adj.* /'--, *pred.* -'-/ ที่กางออก, ที่อ้ากว้าง; **he stood there, [with] arms ~spread** เขายืนอยู่ตรงนั้นและอ้าแขนกว้าง; **~'standing** *adj.* (A) *(conspicuous)* เด่น; (B) *(exceptional) (ศิลปิน, นักเขียน, บุคคล)* ยอดเยี่ยม, ดีเด่น; **not be ~standing** ไม่มีอะไรพิเศษ; **~standing in courage and skill** โดดเด่นเป็นพิเศษในเรื่องความกล้าหาญและทักษะ; **of ~standing ability/skill** ด้วยความสามารถ/ทักษะที่โดดเด่นเป็นพิเศษ; **be ~standing at skating** เล่นสเกตเก่งมาก; **work of ~standing excellence** ผลงานชิ้นยอดเยี่ยม; (C) *(not yet settled)* ยังไม่ยุติ, ยังค้างอยู่; **there's £5 still ~standing** ยังมีหนี้ค้างอยู่อีก 5 ปอนด์; **have work still ~standing** ยังมีงานค้างอยู่; **~standingly** /aʊt'stændɪŋlɪ/เอาท'ซแทนดิงลิ/ *adv.* อย่างโดดเด่นเป็นพิเศษ; **not ~standingly** อย่างไม่โดดเด่น; **be ~standingly good at tennis/Latin** เก่งเทนนิส/ภาษาลาตินเป็นพิเศษ; **~station** *n.* สาขา/สถานีที่อยู่ห่างไกลจากสำนักงานใหญ่; **~stay** *v.t.* (A) *(stay beyond)* อยู่เกินกำหนด; (B) *(stay longer than)* อยู่นานกว่า; *(surpass in staying power, endurance)* อยู่ได้นาน/ทนกว่า; ➡ + **welcome** 2 A; **~'step** *v.t.* ก้าวออกมาข้างนอก, ล้ำเขต; **~stretched** *adj.* ที่ยื่น/กางออก; *(spread out)* ที่อ้าออก; **~'strip** *v.t.* (A) *(pass in running)* ผ่านไป, วิ่งผ่านไป; (B) *(surpass in competition)* เก่งกว่า, เหนือกว่า; **~-takes** *n. pl. (Cinemat. etc.)* ส่วนที่ถูกตัดออกไป; **~tray** *n.* เอกสาร/จดหมายส่งออก; **~'vote** *v.t.* ชนะด้วยคะแนนเสียงส่วนใหญ่

outward /'aʊtwəd/'เอาทเวิด/ ❶ *adj.* (A) *(external, apparent)* ภายนอก, ที่เห็นได้ชัด; **sb.'s ~ self** บุคลิกภายนอกของ *ค.น.*; **with an ~ show of confidence** ด้วยแสดงความมั่นใจภายนอก; **an ~ display of fear** การแสดงความกลัวออกมา; **~ form** รูปแบบภายนอก; (B) *(directed towards outside)* ที่มุ่งไปข้างนอก, สู่ภายนอก; *(going out)* ที่ออกไปข้างนอก; **~ flow of money/traffic** การไหลออกของเงิน/จราจร; **the ~ half of a return ticket** ตั๋วขาไป
❷ *adv.* โดยภายนอก; **be ~ bound [for New York]** *(เรือ)* ที่แล่นออกไป [สู่นิวยอร์ก]; *(บุคคล)* มุ่งหน้าไป [สู่นิวยอร์ก]

outward-'bound *attrib. adj. (เรือ, ผู้โดยสาร ฯลฯ)* ที่เดินทางออกไป, ขาออก

outwardly /'aʊtwədlɪ/'เอาทเวิดลิ/ *adv.* จากด้านนอก, โดยมองจากภายนอก

outwards ➡ **outward** 2

out: ~'weigh *v.t.* มีน้ำหนักมากกว่า, สำคัญกว่า; **~'wit** *v.t.*, **-tt-** ชนะด้วยสติปัญญา; **~work** *n.* (A) *(part of fortification)* **~work[s]** ส่วนนอกของป้อมปราการ; (B) *(work)* งานที่ทำนอกร้านค้า/โรงงาน; **~worker** *n.* คนงานที่ทำงานนอกร้านค้า/โรงงาน; **~'worn** *adj. (obsolete)* เลิกใช้แล้ว

ova *pl. of* **ovum**

oval /'əʊvl/'โอว่ล/ ❶ *adj.* (A) เป็นรูปไข่, กลมรี; (B) *(having outline of eggs)* วงรี; **O~ office** ห้องรูปไข่ของประธานาธิบดีสหรัฐอเมริกาในทำเนียบขาว ❷ *n.* รูปไข่, รูปวงรี

ovary /'əʊvərɪ/'โอเวอะริ/ *n. (Anat.)* รังไข่; *(Bot.)* โพรงเกสรตัวเมีย, รังไข่

ovation /əʊ'veɪʃn/โอ'เวชั่น/ *n.* การต้อนรับอย่างเอิกเกริก, การปรบมืออย่างเต็มที่; **get an ~ for sth.** ได้รับการต้อนรับอย่างเอิกเกริกสำหรับ *ส.น.*; **a standing ~:** การยืนขึ้นปรบมืออย่างยาวนาน

oven /'ʌvn/'อัว่น/ *n.* เตาอบ; **put sth. in the ~ for 40 minutes** ใส่ *ส.น.* ในเตาอบเป็นเวลา 40 นาที; **cook in a hot/moderate/slow ~:** อบ *(อาหาร)* ในเตาอบที่มีอุณหภูมิสูง/ปานกลาง/ต่ำ; **it's like an ~ in here** ในนี้ร้อนยังกับเตาอบ; **have a bun in the ~** *(coll.) (มี)* ท้อง

oven: ~ chip *n.* มันฝรั่งทอดที่อบในเตา; **~ cloth** *n.* ผ้าหนาเพื่อหยิบภาชนะออกจากเตา; **~fresh** *adj.* ร้อน ๆ จากเตา; **~ glove** *n.* ถุงมือหยิบภาชนะออกจากเตาอบ; **~proof** *adj. (จาน, ภาชนะ)* ที่ใส่เตาอบได้; **~-ready** *adj. (อาหาร)* สำเร็จรูปที่อบได้เลย; **~-to-table** *adj. (จาน, ชาม)* ที่ทนความร้อนได้; **~ware** *n., no pl.* ภาชนะที่ใส่เตาอบได้

over /'əʊvə(r)/'โอเวอะ(ร)/ ❶ *adv.* (A) *(outward and downward)* ตกลงไป, ล้มลง; **don't knock that vase ~:** อย่าปัดแจกันอันนั้นตก; **kick ~:** เตะล้มลง; (B) *(so as to cover surface)* **draw/board/cover ~:** ดึง *(ส.น.)* มาคลุมหรือปิด/ปู *(กระดาน)* ทับ/ปกคลุมพื้นผิว; **paint ~:** ทาสีทับ; (C) *(with motion above sth.)* **climb/look/jump ~:** ปีน/มอง/กระโดดข้าม *ส.น.*; **boil ~:** *(น้ำ)* เดือดจนล้น; **this goes under and that goes ~:** ชิ้นนี้ผ่านไปข้างใต้และอันนั้นไปข้างบน; (D) *(so as to reverse position etc.)* กลับ, พลิก; **change ~:** เปลี่ยน *(แผน, ตำแหน่ง)*; **switch ~:** เปลี่ยน *(ช่อง)*; **it rolled ~ and ~:** มันกลิ้งเป็นทอด ๆ; (E) *(across a space)* ข้ามไป; *(towards speaker)* มายัง; **row ~ to a place** พายข้ามไปยังสถานที่แห่งหนึ่ง; **he swam ~ to us/the other side** เขาว่ายน้ำข้ามมาหาพวกเรา/ไปอีกฟากหนึ่ง; **fly ~:** บินข้าม; **drive sb. ~ to the other side of town** ขับรถพา *ค.น.* ข้ามไปอีกฟากหนึ่งของเมือง; **be ~** *(have arrived)* มาถึงแล้ว; **~ here/there** *(direction)* ตรงนี้/นั้น; *(location)* ที่นี่/ที่นั่น; **they are ~ [here] for the day** พวกเขามาอยู่ที่นี่แค่วันนี้; **ask sb. ~ [for dinner]** เชิญ *ค.น.* มา [รับประทานอาหารเย็น]; **~ against** *(opposite)* ตรงกันข้าม; *(in contrast to)* ในการเปรียบเทียบกับ...; (F) *(with change from one to another)* **[come in, please,] ~** *(Radio)* ทราบแล้วเปลี่ยน; **~ and out** *(Radio)* ยุติ/เลิกการติดต่อ; **and now, ~ to ...** *(Radio)* แล้วตอนนี้ขอเปลี่ยนไปที่...; **and it's ~ to you** แล้วตอนนี้ขอผ่านไปที่คุณ; *(Radio)* แล้วเปลี่ยนไปที่คุณ; (G) ➤ 47 *(in excess etc.)* **children of 12 and ~:** เด็กที่มีอายุ 12 ปี หรือมากกว่า; **there are two cakes each and one ~:** มีเค้กคนละสองก้อนแล้วจะเหลือหนึ่งก้อน; **be [left] ~:** มี [เหลือ] เกิน; **have ~:** มีเหลือ *(เงิน)*; **9 into 28 goes 3 and 1 ~:** 28 หารด้วย 9 ได้ 3 เหลือเศษ 1; **it's a bit ~** *(in weight)* มันหนักเกินไปหน่อย; **do you want it ~ or under?** คุณต้องการให้เกินหรือน้อยกว่าหน่อย; **run three minutes ~:** เกินเวลาไปสามนาที; **£50 ~ and above** นอกจากนั้นยังต้องจ่ายอีก 50 ปอนด์; (H) *(from beginning to end)* ตั้งแต่ต้นจนจบ; **say sth. twice ~:** พูด *ส.น.* สองครั้งตั้งแต่ต้นจนจบ; **[all] ~ again,** *(Amer.)* **~:** อีกครั้งหนึ่ง; **~ and ~ [again]** ครั้งแล้วครั้งเล่า; **several times ~:** หลายครั้งหลายคราว; (I) *(at an end)* จบ, สิ้นสุด; **be ~:** จบแล้ว, สิ้นสุด; **the rain is ~:** ฝนหยุดตกแล้ว; **get sth. ~ with** ทำ *ส.น.* ให้เสร็จสิ้น; **be ~ and done with** ทำเสร็จเรียบร้อย; (J) **all ~** *(completely finished)* เสร็จสิ้นสมบูรณ์; *(in or on one's whole body etc.)* ทั่วตัว; *(in characteristic attitude) (นิสัย)* โดยปกติ; **it is all ~ with him** เขากำลังจะตาย; **I ache all ~:** ฉันปวดระบมไปทั้งตัว; **be shaking all ~:** สั่นไปทั้งตัว; **be wet all ~:** เปียกไปหมดทั้งตัว; **the dog licked her all ~:** สุนัขเลียเธอจนทั่ว; **I feel stiff all ~:** ฉันรู้สึกเมื่อยไปหมดทั้งตัว; **embroidered all ~ with flowers** ที่ปักลายดอกไม้ไปทั่ว; **it happens all ~** *(Amer.: everywhere)* มันเกิดขึ้นทุกหนทุกแห่ง; **that is him/sth. all ~:** นั่นคือตัวเขา/*ส.น.* แท้ ๆ; (K) *(overleaf)* อีกด้านหนึ่ง, อีกหน้าหนึ่ง; **see ~:** ดูอีกหน้าหนึ่ง
❷ *prep.* (A) *(above) (indicating position)* เหนือ; *(indicating motion)* ข้างบน; **bent ~ his books** ก้มงอทับหนังสือของเขา; **his crime will hang ~ him until he dies** อาชญากรรมของเขาจะอยู่กับตัวเขาจนวันตาย; (B) *(on) (indicating position)* บน; *(indicating motion)* บน; **hit sb. ~ the head** ตีศีรษะ *ค.น.*; **carry a coat ~ one's arm** พาดเสื้อคลุมไว้ที่แขน; **tie a piece of**

paper ~ a jar ผูกแผ่นกระดาษไว้บนฝาขวดโหล; **~ the page** บนหน้าถัดไป; Ⓒ *(in or across every part of)* ในทุกส่วนทั่วไป; *(to and from upon)* ไป ๆ มา ๆ บน; *(all through)* ตลอด, ผ่าน; **all ~** *(in or on all parts of)* ทั่วไปหมด; **sell sth./travel all ~ the country** ขาย *ส.น.*/เดินทางไปทั่วประเทศ; **all ~ Spain** ทั่วประเทศสเปน; **all ~ everything** ทั่วไปหมด; **you've got jam all ~ your face** คุณมีแยมเปื้อนหน้าไปหมด; **she spilt wine all ~ her skirt** เธอทำไวน์หกเลอะทั่วกระโปรง; **all ~ the world** ทั่วโลก; **be all ~ sb.** *(coll.: be very attentive to)* เอาใจใส่ *ค.น.* อย่างมาก; **show sb. ~ the house** พา *ค.น.* ชมบ้านทั่วทั้งหลัง; **~ all** ➡ **overall** 3; Ⓓ *(round about) (indicating position)* รอบ; *(indicating motion)* ไปทั่ว; **a sense of gloom hung ~ him** ความรู้สึกโศกเศร้าอยู่รอบตัวเขา; **doubt hangs ~ the authenticity of the diaries** มีข้อสงสัยว่าสมุดบันทึกนี้เป็นของแท้หรือไม่; Ⓔ *(on account of)* เนื่องจาก; **laugh ~ sth.** หัวเราะขำ *ส.น.*; Ⓕ *(engaged with)* เกี่ยวกับ; **take trouble ~ sth.** ใส่ใจกับ *ส.น.*; **be a long time ~ sth.** ใช้เวลานานใน *ส.น.*; **fall asleep ~ one's work** ผลอยหลับขณะทำงาน; **~ work/dinner/a cup of tea/a bottle** ในขณะทำงาน/ทานอาหารเย็น/ดื่มชาหนึ่งถ้วย/ดื่มเหล้าหนึ่งขวด; **~ the telephone** ทางโทรศัพท์; Ⓖ *(superior to, in charge of)* เหนือ, สูงกว่า; **have command/authority ~ sb.** มีอำนาจเหนือ *ค.น.*; **be ~ sb.** *(in rank)* มียศสูงกว่า *ค.น.*; Ⓗ *(beyond, more than)* เหนือกว่า, มากกว่า; **an increase ~ last year's total** เพิ่มขึ้นกว่ายอดรวมของปีที่แล้ว; **it's been ~ a month since ...:** เป็นเวลากว่าหนึ่งเดือนแล้วที่...; **~ and above** นอกเหนือจาก; Ⓘ *(in comparison with)* **a decrease ~ last year** การลดลงเมื่อเทียบกับปีที่แล้ว; Ⓙ *(out and down from etc.)* ออก, ข้าม; **look ~ a wall** มองข้ามกำแพง; **the window looks ~ the street** หน้าต่างเปิดออกสู่ถนน; **fall ~ a cliff** ตกลงไปจากหน้าผา; **jump ~ a precipice** กระโดดลงจากหน้าผา; Ⓚ *(across)* ข้าม; **the pub ~ the road** ร้านขายเหล้าตรงข้ามถนน; **~ sea and land/hill and dale** ข้ามทะเลและแผ่นดิน/ขึ้นเขาลงห้วย; **climb ~ the wall** ปีนข้ามกำแพง; **be safely ~ an obstacle** ผ่านอุปสรรคได้อย่างปลอดภัย; **be ~ the worst** ผ่านสิ่งที่เลวร้ายที่สุดไปแล้ว; **come from ~ the wall** ข้ามกำแพงมา; **be ~ an illness** หายป่วย; Ⓛ *(throughout, during)* ตลอด, ระหว่าง; **stay ~ Christmas/the weekend/Wednesday** พักอยู่ระหว่างคริสต์มาส/วันหยุดสุดสัปดาห์/วันพุธ; **~ the summer** ตลอดช่วงฤดูร้อน; **~ the past years** ในระยะหลายปีที่ผ่านมา; **mellow ~ the years** *(บุคคล)* ที่ใจเย็นลงด้วยวันเวลาที่ล่วงไป; Ⓜ *(Math.: divided by)* หารด้วย
❸ *n. (Cricket)* การโยนลูกหกครั้งต่อเนื่องกัน; ➡ **+ maiden over**

over: ~-a'bundant *adj.* มีปริมาณมากเกินไป; **~'achieve** *v.i. (Psych.)* พยายามทำทุกอย่างให้ดีกว่าความจำเป็น; **~'act** ❶ *v.t.* กระทำเกิน *(ในบทบาท)*; แสดงท่ามากเกินไป ❷ *v.i.* แสดงท่ามากเกินไป; **~'active** *adj.* กระตือรือร้นมากเกินไป, อยู่ไม่สุข; **have an ~active thyroid** มีต่อมไทรอยด์ที่ทำงานผิดปกติ; **~-'age** *adj.* มีอายุมากเกินไป; **~all** ❶ *n.* Ⓐ *(Brit.: garment)* เสื้อคลุมกันเปื้อน; Ⓑ *in pl.* **[pair of] ~ alls** เสื้อกางเกงกันเปื้อนอย่างที่คนงานสวม; *(with a bib and strap top)* ชุดเอี๊ยม; ❷ *adj.* Ⓐ *(from end to end, total)* รวมทั้งสิ้น, ทั้งหมด; **have an ~all majority** มีคะแนนเสียงส่วนใหญ่ทั้งหมด; Ⓑ *(general)* ทั่วไป ❸ /'---, --'-/ *adv.* Ⓐ *(in all parts)* ในทุกส่วน; **a ship dressed ~all** เรือที่ตกแต่งทุกส่วน; Ⓑ *(taken as a whole)* โดยมองภาพรวม; **come fourth ~all** *(Sport)* ได้ที่สี่เมื่อรวมคะแนนทั้งหมด; **~am'bitious** *adj.* ทะเยอทะยานมากเกินไป; **~an'xiety** *n.* ความวิตกกังวลมากเกินไป; **~-'anxious** *adj.* **be ~-anxious to do sth.** วิตกกังวลมากเกินไปที่จะทำ *ส.น.*; **be ~-anxious about making mistakes** วิตกกังวลว่าจะทำความผิดพลาดมากเกินไป; **~arm** ❶ *adj.* Ⓐ *(Cricket)* **~arm bowling** การขว้างลูกโดยยกแขนขึ้นเหนือศีรษะ; Ⓑ *(Swimming)* **~arm stroke** จังหวะการยกแขนพ้นน้ำตวัดไปข้างหน้า; Ⓒ *(Tennis)* **~arm service** การเสิร์ฟลูกเทนนิสโดยยกแขนขึ้นเหนือศีรษะ; **~'awe** *v.t.* ทำให้กลัว, ขู่จนหงอ; **they were ~awed by the splendour** พวกเขาเกรงกลัวความโอ่อ่าหรูหรา; **~'balance** ❶ *v.i.* Ⓐ เสียหลักล้มลง; Ⓑ *(capsize) (เรือ)* คว่ำ, จม ❷ *v.t.* Ⓐ ทำให้ล้มลง; Ⓑ *(capsize)* ทำให้เรือล่ม; **~'bearing** *adj.*, **~bearingly** /əʊvə'beərɪŋlɪ/โอเวอะ'แบริงลิ/ *adv.* [ด้วย] ความหยิ่งยโส, [อย่าง] ยกตนข่มท่าน; **~bid** ❶ /--'-/ *v.t., forms as* **bid** 1 B ประมูลสูงกว่า *(คู่แข่ง, พ่อค้า)* ❷ /--'-/ *v.i., forms as* **bid** 2 *(Bridge)* เรียกไพ่บริดจ์เกินค่าของมือ ❸ /'---/ *n.* การประมูลที่สูงกว่าคนอื่น; *(higher than justified)* การประมูลที่สูงเกินควร; **~blouse** *n.* เสื้อหลวมที่ไม่ยัดเข้าขอบกระโปรง/กางเกง; **~'blown** *adj.* Ⓐ *(past its prime, lit. or fig.) (ดอกไม้, ความงามของผู้หญิง)* ที่ผ่านช่วงที่งดงามเต็มที่ไปแล้ว; **be ~blown** ผ่านช่วงที่งดงามเต็มที่ไปแล้ว; Ⓑ *(inflated or pretentious) (รูปแบบ)* โอ้อวด; **~board** *adv.* โดยตกจากเรือลงน้ำ; **fall ~board** ตกลงไปในทะเล; **go ~board** *(fig. coll.)* กระตือรือร้นเกินเหตุ, ทำเกินเหตุ; **~'book** *v.t.* จอง *(โรงแรม, ตั๋ว, เครื่องบิน ฯลฯ)* มากเกินไป; **~boot** *n.* รองเท้าบูทที่ใส่ทับรองเท้า; **~'burden** *v.t. (fig.)* ให้ภาระมากเกินไป; **I don't want to ~burden you** ฉันไม่อยากจะให้คุณรับภาระมากเกินไป; **be ~burdened with care/grief** มีความกังวล/ความโศกเศร้ามากเกินไป; **~call** *(Bridge)* ❶ /--'-/ *v.t.* เรียกไพ่บริดจ์เกินค่าของมือ ❷ /--'-/ *v.i. (Brit.)* ประมูลสูงเกินไป ❸ /'---/ *n.* การเรียกไพ่บริดจ์เกินค่าของมือ; **~careful** *adj.* ระมัดระวังเกินไป, ระแวง; **~cast** *adj.* Ⓐ *(อากาศ)* มีเมฆปกคลุม, มืดครึ้ม; Ⓑ *(Sewing)* ที่เย็บขอบเพื่อกันไม่ให้เนื้อผ้าลุ่ย; **~'cautious** *adj.* ระมัดระวังเกินไป; **~charge** ❶ *v.t.* Ⓐ *(charge beyond reasonable price)* คิดราคาแพงเกินควร; **we were ~ charged for the eggs** เขาคิดราคาไข่เราแพงเกินควร; Ⓑ *(charge beyond right price)* คิดเกินราคาที่ถูกต้อง; **~charge sb. by 25p** คิดราคา *ค.น.* เกินไป 25 เพนนี; Ⓒ *(put too much charge into)* เดินกระแสไฟฟ้ามากเกินไป *(แบตเตอรี่)* ❷ *v.i.* คิดราคาแพงเกินไป; **~coat** *n.* Ⓐ *(coat)* เสื้อคลุมกันหนาว; Ⓑ *(of paint)* การทา/เคลือบสีทับอีกชั้น; **~'come** ❶ *v.t. forms as* **come** 1 Ⓐ *(prevail over)* ผ่านพ้น *(ความยากลำบาก)*; ชนะ *(ศัตรู, ปัญหาชีวิต)*; Ⓑ *in p.p. (exhausted, affected)* **he was ~come by grief/with emotion** เขาถูกครอบงำด้วยความโศกเศร้า/จากอารมณ์; **she was ~come by fear/shyness** เธอถูกครอบงำด้วยความกลัว/ความอาย; **they were too ~come with fatigue** พวกเขาเหนื่อยอ่อนเกินไป; **~come with loneliness** เต็มไปด้วยความโดดเดี่ยว; **they were ~come with remorse** พวกเขารู้สึกสำนึกผิดอย่างมาก; **I'm quite ~come** ฉันรู้สึกซาบซึ้งจนหมดแรง ❷ *v.i., forms as* **come** ชนะ, มีชัย; **~compen'sation** *n. (Psych.)* การพยายามมากเกินไปเพื่อชดเชยปมด้อยที่ตนมี; **~'confidence** *n.* ความมั่นใจเกินไป; **~'confident** *adj.* มั่นใจเกินไป; **be ~confident of success** มั่นใจในความสำเร็จมากเกินไป; **~'confidently** *adv.* อย่างมั่นใจเกินไป; **~'cooked** *adj. (อาหาร)* ที่สุกเกินไป; **~'critical** *adj.* วิพากษ์วิจารณ์มากเกินไป, ชอบจับผิด; **be ~critical of sth.** วิพากษ์วิจารณ์ *ส.น.* มากเกินไป; **~'crowded** *adj. (รถเมล์, ห้อง)* แน่นเกินไป; *(เมือง)* แออัดเกินไป; **~'crowding** *n. (of room, bus, train)* ความแน่น/เต็มเกินไป; *(of city)* ความแออัดเกินไป; **~de'velop** *v.t. (Photog.)* ล้างรูปนานเกินไป; **~de'veloped** *adj. (ภาพ)* ที่ล้างนานเกินไป; *(เด็ก, วัยรุ่น)* พัฒนามากเกินวัย; **~'do** *v.t.*, **~doing** /əʊvə'du:ɪŋ/โอเวอะ'ดูอิง/ **~'did** /əʊvə'dɪd/ โอเวอะ'ดิด/, **~done** /əʊvə'dʌn/โอเวอะ'ดัน/ Ⓐ *(carry to excess)* ทำมากเกินไป; *(เรื่อง)* เล่าเกินความจริง; **~do one's gratitude/the sympathy** แสดงความกตัญญู/ความเห็นอกเห็นใจมากเกินไป; **~do the salt** ใส่เกลือมากเกินไป; Ⓑ **~do it** *or* **things** *(work too hard)* ทำงานมากเกินไป; *(exaggerate) (พูด, ทำ)* เกินจริง/เลยเถิด; **~done** *adj.* Ⓐ *(exaggerated) (พูด, ทำ)* เกินจริง/เลยเถิด; Ⓑ *(cooked too much) (อาหาร)* สุกเกินไป; **~dose** ❶ /'---/ *n.* ปริมาณยาที่มากเกินไป ❷ /--'-/ *v.t.* ให้ยามากเกินไป ❸ *v.i.* กินยามากเกินไป; **~dose on heroin/amphetamines** เสพเฮโรอีน/ยาบ้ามากเกินไป; **~draft** *n.* เงินที่เบิกเกินบัญชี; **have an ~draft of £50 at the bank** เบิกเงินเกินบัญชีไป 50 ปอนด์; **get/pay off an ~draft** ได้รับ/จ่ายเงินที่เบิกเกินบัญชี; **~'draw** *v.t., forms as* **draw** 1 *(Banking)* ถอนเงินเกินบัญชี; **~'drawn** *adj.* ที่ถอนเงินเกินบัญชี; **I am ~drawn [at the bank]** ฉันเบิกเงินเกินบัญชี [ธนาคาร]; **~'dress** *v.i.* แต่งตัวหรูหราเกินไป; **~'dressed** *adj.* แต่งตัวหรูเกินไป; **~drive** *n. (Motor Veh.)* อุปกรณ์ที่สามารถเปลี่ยนระดับเกียร์ให้สูงกว่าปกติ; **~'due** *adj. (เช็ค)* พ้นกำหนด, ค้างชำระ; *(รถไฟ)* ยังมาไม่ถึง; *(ทารก)* ยังไม่คลอดหลังจากถึงกำหนดแล้ว; *(หนังสือในห้องสมุด)* ที่ยืมเกินกำหนด; **the train is 15 minutes ~due** รถไฟมาช้าไป 15 นาที; **your rent is ~due** ค่าเช่าของคุณยังค้างชำระ; **~'eager** *adj.* กระตือรือร้นเกินไป; **be ~eager to do sth.** กระตือรือร้นที่จะทำ *ส.น.* มากเกินไป; **we weren't ~eager to go back** เราไม่ค่อยอยากกลับไปเลย; **~'eat** *v.i., forms as* **eat** รับประทานมากเกินไป; **~eating** การรับประทานมากเกินไป; **~-e'laborate** *adj.* ละเอียด/ซับซ้อนเกินไป; **~'emphasis** *n.* การเน้นมากไป; **~'emphasize** *v.t.* เน้นมากเกินไป; **one cannot ~emphasize the importance of this** เราไม่สามารถจะเน้นความสำคัญของสิ่งนี้มากเกินไป; **~-enthusi'astic** *adj.* กระตือรือร้นเกินไป (at, about เกี่ยวกับ); **~estimate** ❶ /əʊvər'estɪmeɪt/โอเวอะ'เอชทิเมท/ *v.t.* คาดคะเนสูงเกินไป; **~estimate one's own importance** ประเมินความสำคัญของตนสูงเกินไป ❷ /əʊvər

O

overexcite | overriding 628

'estɪmət/โอเวอะ'เอซทิเมิท/ *n.* การคาดคะเน *หรือ* ตีค่าสูงเกินไป; **~ex'cite** *v.t.* ทำให้ตื่นเต้นมากเกินไป; **~excited** *adj.* ตื่นเต้นมากเกินไป; **become ~excited** ตื่นเต้นเกินไป; **~ex'citement** *n.* ความตื่นเต้นมากเกินไป; **~ex'ert** *v. refl.* ออกแรงมากเกินไป; **~ex'pose** *v.t.* Ⓐ *(Photog.)* *(ฟิล์ม)* ถูกแสงนานเกินไป; Ⓑ **be ~exposed to sth.** มากเกินไปกับสัมผัส *ส.น.;* **he is becoming ~exposed** *(on TV)* เขาออกโทรทัศน์บ่อยเกินไป; **~ex'posure** *n.* Ⓐ *(Photog.)* การที่ฟิล์มถูกแสงนานเกินไป; Ⓑ *(to radiation)* การรับรังสีมากเกินไป; *(by the media)* การปรากฏตัวบ่อยเกินไปทางสื่อมวลชน; **~'feed** *v.t., forms as* **feed** 1 ให้อาหารมากเกินไป; **~'fill** *v.t.* เติมเต็มจนล้น; **~'fish** *v.t.* ตกปลามากเกินไป; **~fishing** การตกปลามากเกินไป; **~flight** *n.* การบินข้าม; **~flow** ❶ /--'-/ *v.t.* Ⓐ *(flow ~)* ไหลบ่า, ไหลท่วม *(ขอบ);* Ⓑ *(flow ~ brim of)* ไหลล้นฝั่ง; **a river ~flowing its banks** แม่น้ำที่มีน้ำท่วมล้นฝั่ง; Ⓒ *(extend beyond limits of)* *(ฝูงชน, จำนวนคน)* เต็มจนล้นออกมา; Ⓓ *(flood)* น้ำท่วม *(ทุ่งนา)* ❷ *v.i.* Ⓐ *(flow over edge or limit)* ไหลท่วม, ล้นออกมา; **be filled/full to ~flowing** *(ห้อง)* เต็มจนล้นออกมา; **~flow into the street** *(ฝูงชน)* ล้นออกมาในถนน; Ⓑ *(fig.)* ตื้นตัน, ท่วมท้น **(with** ด้วย**)** ❸ /'---/ *n.* Ⓐ *(what flows over, lit. or fig.)* **the ~flow** สิ่งที่ไหลล้น; **the ~flow from the cities** การไหลล้นจากเมือง; **~flow of population** การไหลล้นของประชากร; Ⓑ *(outlet)* **~flow [pipe]** ท่อสำหรับระบายน้ำล้น; **~flow meeting** *n.* การประชุมของผู้ที่ล้นจากห้องประชุมใหญ่; **~'fly** *v.t., forms as* ²**fly** 2; Ⓐ *(fly ~)* บินข้าม; Ⓑ *(fly beyond)* บินเลย *(สนามบิน);* **~'fond** *adj.* **be/not be ~ fond of sb./sth.** ชอบ *ค.น./ส.น.* มากเกินไป/ไม่ค่อยชอบ *ค.น./ส.น.;* **be/not be ~ fond of doing sth.** ชอบทำ *ส.น.* มากเกินไป/ไม่ค่อยชอบทำ *ส.น.;* **~'fondness** *n., no pl.* ความชอบ *หรือ* ความรักมากเกินไป; **~ful'fil** *(Amer.:* **~ful'fill)** *v.t.* ทำสำเร็จเกินความคาดหมาย *หรือ* ก่อนเวลาที่กำหนดไว้; **~ful'filment** *(Amer.:* **~ful'fillment)** *n.* ความสำเร็จเกินความคาดหมาย *หรือ* ก่อนเวลาที่กำหนดไว้; **~'full** *adj.* เต็มเกินไป, เต็มจนล้น; **~'generous** *adj.* ใจดีเกินไป; **you weren't ~generous with him** คุณไม่ได้ใจดีกับเขาเท่าไร; **~ground** *adj.* *(ทางรถไฟ)* ที่ยกสูง, บนพื้นดิน; **~'grow** *v.t., forms as* **grow** 2 *(ต้นไม้)* โตเร็ว, โตจนรก; **~grown** *adj.* Ⓐ *(สวน)* ที่รกด้วยวัชพืช; Ⓑ **he acts like an ~ grown schoolboy** เขาทำตัวเหมือนเด็กนักเรียนโข่ง; **~hand knot** *n.* เงื่อน *หรือ* ปมที่หลุดได้ง่าย; **~hang** ❶ /--'-/ *v.t.,* **~hung** /əʊvə'hʌŋ/โอเวอะ'ฮัง/ *(ก้อนหิน, หน้าผา)* ยื่นออก ❷ /--'-/ *v.i.,* **~hung** *(หน้าผา)* ยื่นออก ❸ /'---/ *n.* ส่วนที่ยื่นออกมา; **rock ~hang** หินที่ยื่นออกมา; **~'hanging** *adj.* ยื่นออกมา; **~'hasty** *adj.* *(การตอบ, การตัดสินใจ)* รีบเร่งเกินไป, เร่ง; **be ~hasty in doing sth.** เร่งทำ *ส.น.* มากเกินไป; **~haul** ❶ /--'-/ *v.t.* Ⓐ *(examine and adjust)* ยกเครื่อง *(รถยนต์, เรือ, เครื่องยนต์);* Ⓑ *(~take)* ผ่าน *(ยานพาหนะ, บุคคล)* ❷ /'---/ *n.* การยกเครื่อง, การตรวจสอบและปรับปรุง; **need an ~haul** *(เครื่องยนต์)* จำเป็นต้องยกเครื่องใหม่; *(ระบบ)* ต้องมีการปรับปรุง; **give sth. an ~haul** ปรับปรุง *ส.น.;* **~head** ❶ /--'-/ *adv.* **high ~head** สูงในท้องฟ้า; **the sky ~head** ท้องฟ้าเบื้องบน; *(above me/him /us etc.)* ท้องฟ้าเหนือศีรษะฉัน/เขา/เรา ฯลฯ; **the clouds ~head** หมู่เมฆบนท้องฟ้า; **hear a sound ~head** ได้ยินเสียงจากข้างบน ❷ /'---/ *adj.* Ⓐ **~head wires** สายโทรเลขเหนือศีรษะ; **~head cables** สายเคเบิลเหนือพื้นดิน; **~head camshaft** *n.* เครื่องยนต์แบบแกนลูกเบี้ยวอยู่บน; **~head railway** ทางรถไฟลอยฟ้า, ทางรถไฟยกระดับ; **~head lighting** ไฟที่ติดตั้งบนเพดาน; **~head projector** เครื่องฉายแผ่นใส; Ⓑ **~head expenses/charges/costs** *(Commerc.)* ค่าใช้จ่ายประจำในการดำเนินธุรกิจ ❸ /'---/ *n.* **~heads,** *(Amer.)* **~head** Ⓐ *(Commerc.)* ค่าใช้จ่ายประจำในการดำเนินธุรกิจ, ค่าโสหุ้ย; Ⓑ *(Sport)* ลูกบอลที่ข้ามศีรษะ; **~'hear** *v.t., forms as* **hear** 1 *(accidentally)* บังเอิญได้ยิน, แอบได้ยิน; *(intentionally)* แอบฟัง; **speak quietly, so that we can't be ~heard** พูดค่อย ๆ เพื่อจะได้ไม่มีใครได้ยินเข้า; **not want sb. to ~hear** ไม่ต้องการให้ *ค.น.* แอบได้ยิน; **~'heat** ❶ *v.t.* ทำให้ร้อนเกินไป *(เครื่องยนต์, โลหะ);* **~heated imagination** จินตนาการที่เร่าร้อนเกินไป; **~heated economy** เศรษฐกิจที่ร้อนแรง ❷ *v.i.* *(บุคคล, เครื่องยนต์)* ร้อนจัด; **~in'dulge** ❶ *v.t.* ตามใจมากเกินไป; รับประทาน *(อาหาร, เหล้า)* มากเกินไป; **~indulge a child** ตามใจเด็กมากเกินไป; **~indulge oneself** ปล่อยตัวมากเกินไป ❷ *v.i.* ตามใจ, ปล่อยตัวมากเกินไป; **~indulge in food and drink** รับประทานอาหารและดื่มเหล้ามากเกินไป; **~in'dulgence** *n.* การปล่อยตัวมากเกินไป; *(towards a person)* การตามใจมากเกินไป; **~indulgence in drink/drug/sex** การปล่อยตัวดื่มเหล้า/เสพยา/มั่วกามมากเกินไป; **~in'dulgent** *adj.* ตามใจมากเกินไป, ปล่อยตัวมากเกินไป; **~in'sured** *adj.* ประกัน *(ทรัพย์สิน ฯลฯ)* มากกว่ามูลค่าจริง

overjoyed /əʊvə'dʒɔɪd/โอเวอะ'จออิด/ *adj.* ดีใจอย่างยิ่ง **(at** กับ**)**

over: ~kill *n.* *(Mil.)* การทำลายล้างเกินความจำเป็น; **be ~kill** การใช้มาตรการที่รุนแรงมากเกินไป; **~land** ❶ /--'-/ *adv.* ทางบก ❷ /'---/ *adj.* **by the ~land route** โดยทางบก; **~land transport/journey** การขนส่ง/การเดินทางทางบก; **~lap** ❶ /--'-/ *v.t.* วางทับกัน, ซ้อนกัน *(กระเบื้องหลังคา);* ทำ *(หน้าที่, งาน)* ที่ซ้ำกับคนอื่น; ซ้อน, เหลื่อม ❷ /--'-/ *v.i.* *(กระเบื้อง)* ซ้อนกัน; *(หน้าที่, ข้อมูล)* ซ้ำกัน; *(สี)* เหลื่อมกัน; *(แผ่นกระดาน)* ที่บางส่วนทับกัน ❸ /'---/ *n.* Ⓐ การซ้อน *(ของกระเบื้องหลังคา);* การเหลื่อม *(ของสี);* การซ้ำ *(ของข้อมูล, หน้าที่);* การเหลื่อมของสี; *(of dates or tasks; between subjects, periods etc.)* การซ้ำซ้อนกัน; **have an ~lap of 4 cm** เหลื่อม/เกยกัน 4 ซม.; Ⓑ *(~lapping part)* ส่วนที่ซ้อน *หรือ* เหลื่อมกัน; *(between map-sheets)* ส่วนที่ซ้ำของแผนที่; **~'large** *adj.* ใหญ่เกินไป; **~large for sth.** ใหญ่เกินไปสำหรับ *ส.น.;* **~lay** ❶ /--'-/ *v.t., forms as* ²**lay** 1 Ⓐ *(cover)* ทับ, วางทับ; *(with film, veneer)* เคลือบ, หุ้ม; Ⓑ ➡ **~ lie** ❷ /'---/ *n.* Ⓐ *(cover)* สิ่งที่เคลือบ, หุ้ม *หรือ* วางทับ; Ⓑ *(transparent sheet)* แผ่นใส; **~'leaf** *adv.* บนอีกด้านหนึ่งของหนังสือ; **see diagram ~leaf** พลิกดูแผนภาพอีกหน้าหนึ่ง; **see ~leaf for details** ดูรายละเอียดอีกหน้าหนึ่ง; **~'lie** *v.t., forms as* ²**lie** 2 นอนทับ, ทับอยู่; **~load** ❶ /--'-/ *v.t.* บรรทุกมากเกินไป; ใช้กระแสไฟฟ้ามากเกินไป; ให้งาน *(ค.น. มากเกินไป)* ❷ *v.i.* บรรทุกมากเกินไป; มีงานมากเกินไป ❸ /'---/ *n.* *(Electr.)* การใช้กระแสไฟฟ้ามากเกินไป; **~'long** *adj.* นานเกินไป; **~'look** *v.t.* Ⓐ *(have view of)* *(บ้าน, โรงแรม)* มองลงไปเห็น; **house ~looking the lake** บ้านที่มองเห็นทะเลสาบ; Ⓑ *(be higher than)* อยู่สูงกว่า; Ⓒ *(not see, ignore)* มองข้ามไป, เพิกเฉย; *(allow to go unpunished)* ไม่ลงโทษ; **~lord** *n.* เจ้านาย, ผู้อยู่เหนือ, เจ้าเหนือหัว

overly /'əʊvəlɪ/'โอเวอะลิ/ *adv.* อย่างมากเกินไป

over: ~'man *v.t.* จัดหาคนงาน/บุคลากรมากเกินไป; **~manning** *n.* การมีบุคลากรมากเกินไป; **~mantel** *n.* ชั้นวางของเหนือขอบเตาผิง; **~'modest** *adj.* ถ่อมตัวเกินไป; **~'much** ❶ *adj.* มากเกินไป ❷ *adv.* อย่างมากเกินไป

overnight ❶ /--'-/ *adv.* ข้ามคืน, ค้างคืน; *(fig.: suddenly)* ทันที, ฉับพลัน; **stay ~ in a hotel** พักค้างคืนในโรงแรม ❷ /'---/ *adj.* Ⓐ **~ train/bus** รถไฟ/รถประจำทางที่วิ่งตอนกลางคืน; **~ stay** การพักค้างคืน, การพักแรม; **make an ~ stay** พักค้างคืน; Ⓑ *(fig.: sudden)* **be an ~ success** ประสบความสำเร็จในทันที

overnight: ~ bag *n.* กระเป๋าใบเล็ก; **~ case** *n.* กระเป๋าเดินทางใบเล็ก

over-optimistic /əʊvərɒptɪ'mɪstɪk/โอเวอะรออพทิ'มิซติค/ *adj.* มองโลกในแง่ดีเกินไป

over: ~pass ➡ **flyover; ~'pay** *v.t. forms as* **pay** 2 ให้ค่าจ้างมากเกินไป; **~'payment** *n.* การจ่ายมากเกินไป; **receive an ~payment of £20** ได้รับการจ่ายเกิน 20 ปอนด์; **~'play** *v.t.* Ⓐ *(overact)* แสดง *หรือ* กระทำมากเกินไป; Ⓑ *(exaggerate)* พูด *หรือ* กระทำเกินความเป็นจริง; **~play one's hand** *(Cards)* ประเมินไพ่ในมือสูงเกินไป; *(fig.)* ผลักดันเรื่องของตนมากเกินไป; **~'populated** *adj.* มีประชากรหนาแน่น/มากเกินไป; **~popu'lation** *n.* การมีประชากรหนาแน่น/มากเกินไป; **~'power** *v.t.* Ⓐ *(subdue, overwhelm)* มีกำลังเหนือกว่า, เอาชนะ; *(wrestling)* ทำให้คู่ต่อสู้/คู่แข่งแพ้; Ⓑ *(render imperceptible)* ทำให้หมดกำลัง; **~'powered** *adj.* *(Motor Veh.)* มีกำลังสูงเกินไป; **~'powering** /əʊvə'paʊərɪŋ/โอเวอะ'พาวเออะริง/ *adj.* *(กลิ่น)* แรงมาก; *(ความรู้สึก)* รุนแรงเกินไป; **the heat was ~powering** ความร้อนทำให้หมดแรง; **I find him a bit ~powering** ฉันพบว่าบางทีเขาจะมากไปหน่อย; **~'praise** *v.t.* สรรเสริญ/ชมเชยมากเกินไป; **~priced** /əʊvə'praɪst/โอเวอะ'ไพรซท/ *adj.* แพงเกินไป; **~print** ❶ *v.t.* Ⓐ /--'-/ *(print too many/extra copies of)* **~print sth. by 100 copies** พิมพ์ *ส.น.* เกินมา 100 ชุด/เล่ม; Ⓑ /'---/ *(print further matter on, print over)* พิมพ์เสริม, พิมพ์ทับ ❷ /'---/ *n.* สิ่งที่พิมพ์ทับลงไป; *(on stamp also)* การประทับตราเพิ่ม; **~pro'duce** *v.t.* **~produce milk/steel** *etc.* ผลิตนม/เหล็ก ฯลฯ มากเกินไป; **~pro'duction** *n., no pl., no indef. art.* การผลิตมากเกินไป; **~pro'tective** *adj.* ปกป้องมากเกินไป; **~'qualified** *adj.* มีคุณสมบัติสูงเกินไป; **~'rate** *v.t.* ตีราคาสูงเกินไป, ประเมินสูงไป; **be ~rated** *(หนังสือ, ภาพยนตร์)* ถูกประเมินสูงเกินไป; **~'reach** *v. refl.* ทำเกินกำลังของตนเอง; **~re'act** *v.t.* มีปฏิกิริยาโต้ตอบแรงเกินไป **(to** ต่อ**)**; **~re'action** *n.* การมีปฏิกิริยาโต้ตอบแรงเกินไป; **~ride** ❶ /--'-/ *v.t., forms as* **ride** 3 คร่อม, ข้าม, เอาชนะ, ข่ม; **be ~ridden** ถูกพิชิต, ถูกครอบงำ ❷ /'---/ *n.* *(control)* **[manual] ~ride** การควบคุมด้วยมือ; **~'riding** *adj.* สำคัญที่สุด;

O

629 overripe | own

be of ~riding importance มีความสำคัญที่สุด; ~**ripe** *adj.* *(ผลไม้ ฯลฯ)* ที่สุกจนงอม; ~'**rule** *v.t.* Ⓐ *(set aside)* เพิกถอน, บอกเลิก *(คำตัดสิน, ข้อเสนอ ฯลฯ)*; Ⓑ *(reject proposal of)* **~rule sb.** ปฏิเสธข้อเสนอของ *ค.น.*; **be ~ruled by the majority** ถูกเสียงส่วนใหญ่ปฏิเสธ; **objection ~ruled!** คำคัดค้านตกไป; ~'**run** *v.t., forms as* **run** 3 Ⓐ **be ~run with** เต็มไปด้วย *(นักท่องเที่ยว)*; รก *(รุงรัง)* ไปด้วย *(วัชพืช)*; Ⓑ *(Mil.)* ย่ำยี, บุกรุก; Ⓒ *(exceed)* **~run its allotted time** *(รายการ, สุนทรพจน์)* ยาวเกินเวลาที่กำหนด; **the programme ~ran by five minutes** รายการเกินเวลาไปห้านาที; ~'**scrupulous** *adj.* พิถีพิถัน/ละเอียดถี่ถ้วนเกินไป; **he is not ~scrupulous about that** เขาไม่ค่อยพิถีพิถันเกี่ยวกับเรื่องนั้น; ~**seas** ❶ /--'-/ *adv.* ต่างประเทศ, ข้ามทะเลไป; **colonies ~seas** อาณานิคมนอกประเทศ ❷ /'---/ *adj.* Ⓐ *(across the sea)* ข้ามทะเล; **~seas broadcasting** การถ่ายทอดสู่ต่างประเทศ; Ⓑ *(foreign)* *(การช่วยเหลือ, ข่าว, นักศึกษา)* ต่างประเทศ; **~seas visitors/ambassadors** อาคันตุกะ/เอกอัครราชทูตจากต่างประเทศ; ~'**see** *v.t., forms as* '**see** 1 มองจากที่สูง; *(manage)* ดูแล, ตรวจตรา, ควบคุม; ~**seer** ➡ **supervisor**; ~'**sell** *v.t.* Ⓐ *(overpraise)* ยกย่อง/ชมเชยมากเกินไป; Ⓑ *(sell too much of)* **~sell one's goods** ขายสินค้าของตนมากเกินไป; ~'**sensitive** *adj.* อ่อนไหว/ไวต่อความรู้สึกมากเกินไป; ~**sew** *v.t., forms as* **sew** 1 เย็บตะเข็บโดยสอดคร่อมทุกครั้ง; ~-**sexed** /əʊvəˈsekst/โอเวอะ'เซคซท/ *adj.* มีความต้องการทางเพศสูงเกินไป, เซ็กซ์จัด *(ภ.พ.)*; ~'**shadow** *v.t. (lit. or fig.)* บดบัง; *(fig.: make seem minor)* ทำให้ดูด้อยกว่า; ~**shoe** *n.* รองเท้ายางที่สวมทับรองเท้า; ~'**shoot** *v.t., forms as* **shoot** 2 ยิงเลย, ยิงข้าม; บินเลย, ขับเลย *(เป้าหมาย)*; **~shoot the mark** เลยเป้าหมาย; **~shoot [the runway]** *(เครื่องบิน)* บินเลยลานบิน; ~**sight** *n.* Ⓐ การมองข้าม; **by** *or* **through an ~sight** โดยการมองข้าม; Ⓑ ➡ **supervision**; ~**simplifi'cation** *n.* การทำให้ *(ปัญหา, สถานการณ์)* ดูง่ายเกินไป; ~'**simplify** *v.t.* ทำให้ง่ายเกินไป; ~**size, ~sized** ➡ **outsize**; ~'**sleep** *v.i., forms as* **sleep** 2 นอนนานเลยเวลา; **~sleep by half an hour** นอนเกินเวลาไปครึ่งชั่วโมง; ~-**so'licitous** *adj.* ห่วงใยมากเกินไป; ~'**spend** ❶ *v.i., forms as* **spend** ใช้จ่ายมากเกินไป; **~spending** การใช้จ่ายมากเกินไป; **~spend by £100** จ่ายเกินไป 100 ปอนด์ ❷ *v.t.* ใช้จ่ายมากเกินไป; ~**spill** *n.* Ⓐ *(surplus population)* ประชากรส่วนเกิน; Ⓑ *(overflow)* **the ~spill** ส่วนที่ไหลล้น; ~'**staff** *v.t.* จ้างบุคลากรมากเกินไป; ~'**staffing** *n.* การจ้างบุคลากรมากเกินไป; ~'**state** *v.t.* พูดแรงเกินไป, พูดเกินความจริง; ~'**statement** *n.* คำพูดที่เกินความจริง; *(of case, problem)* การพูดให้เกินความจริง; ~'**stay** *v.t.* อยู่นานเกินไป; **~stay one's time [by three days]** อยู่นานเกิน [ไปสามวัน]; ➡ + **welcome** 2 A; ~**steer** *(Motor Veh.)* ❶ /--'-/ *v.i.* มีแนวโน้มที่จะเลี้ยวมากเกินไป ❷ /'---/ *n.* แนวโน้มที่จะเลี้ยวมากเกินไป; ~'**step** *v.t.* ก้าวเลย, ก้าวข้าม; **~step the mark** *(fig.)* ทำ *หรือ* พูดเกินขอบเขต; ~'**stock** *v.t.* ตุน *หรือ* เก็บสินค้าไว้มากเกินไป; ~'**strain** ❶ *n.* ความใช้แรงมากเกินไป, ความเหน็ดเหนื่อยมากเกินไป ❷ *v.t.* ใช้แรงมากเกินไป, เหน็ดเหนื่อยมากเกินไป; ~'**stretch** *v.t.* ยืด *หรือ* อ้ามากเกินไป; *(fig.)* รับงาน/ภาระมากเกินไป; ~**strung** *adj.* *(เปียโน)* มีสายที่ไขว้กัน; *(คน)* ที่เครียดเกินไป; ~**sub'scribed** *adj. (Finance)* มีผู้สั่งซื้อมากเกินไป

overt /ˈəʊvət, US əʊˈvɜːrt/โอ'เวิท, โอ'เวิท/ *adj.* ที่เปิดเผย, ไม่ปกปิด; **their actions were ~**: การกระทำของพวกเขาเป็นไปอย่างเปิดเผย

over: ~'**take** *v.t.* Ⓐ *(esp. Brit.: pass)* ผ่าน; **'no ~taking'** *(Brit.)* 'ห้ามผ่าน'; Ⓑ *(catch up)* ไล่ทัน, ตามทัน; Ⓒ *(fig.)* **be ~taken by events** *(แผน)* ต้องขึ้นกับเหตุการณ์; Ⓓ *(exceed)* **supply will ~take demand** อุปทานจะเกินอุปสงค์; Ⓔ *(befall)* เกิดขึ้น; *(โชคชะตา)* มาสู่; ~'**tax** *v.t.* Ⓐ *(demand too much tax from)* เรียกเก็บภาษีสูงไป; Ⓑ *(~strain)* ใช้แรงมากไป; **~tax one's strength** ฝืนใช้แรง/กำลังของตนมากเกินไป; **don't ~tax my patience!** อย่าท้าทายความอดทนของฉันมากเกินไป; ~-**the-top** *adj.* มากเกินไป, เกินเลย; ~**throw** ❶ /--'-/ *v.t., forms as* **throw** 1 Ⓐ ล้มล้าง, คว่ำ *(รัฐบาล, ระบบ)*; *(defeat)* เอาชนะ; ทำลาย *(ศัตรู)*; Ⓑ *(subvert)* ทำลาย *(ทฤษฎี, แผน)* ❷ /'---/ *n.* Ⓐ *(removal from power)* การล้มล้าง *(จากอำนาจ)*; Ⓑ *(subversion)* การทำลาย; *(of ideas)* การล้มล้างความคิด; ~**time** ❶ *n.* ทำงานล่วงเวลา, โอ.ที.; **work ten hours'/put in a lot of ~time** ทำงานล่วงเวลาสิบชั่วโมง/ทำงานล่วงเวลามาก; **be on ~time** ทำงานล่วงเวลา; **~time ban/payment** การงดการทำงานล่วงเวลา/การจ่ายเงินค่าล่วงเวลา ❷ /'---/ *adv.* **work ~time** ทำงานล่วงเวลา; *(fig. coll.)* *(เครื่อง)* ทำงานเต็มที่; *(บุคคล)* ใช้ความพยายามอย่างเต็มที่; **his brain/imagination was working ~time** สมอง/จินตนาการของเขากำลังทำงานเต็มที่; ~'**tire** *v.t.* ทำให้หมดแรง/เหนื่อยเกินไป; **~tire oneself** ทำให้ตนเองเหนื่อยเกินไป

overtly /ˈəʊvətlɪ, US əʊˈvɜːtlɪ/โอ'เวิทลิ, โอ'เวิทลิ/ *adv.* อย่างเปิดเผย, อย่างไม่ปิดบัง

over: ~**tone** *n.* Ⓐ *(fig.: implication)* การพูดเป็นนัย; **the crime had political ~tones** อาชญากรรมครั้งนี้มีการเมืองเข้ามาพัวพันอยู่ด้วย; Ⓑ *(Mus.)* เสียงสูงคู่แปดที่ปนอยู่กับเสียงต่ำ; ~'**train** *(Sport)* ❶ *v.t.* ฝึกซ้อมหนักเกินไป ❷ *v.i.* ฝึกซ้อมหนักเกินไป; ~**trick** *n. (Bridge)* ไพ่ที่ได้มากกว่าจำนวนที่ประมูลหรือเรียกไว้; ~'**trump** *v.t. (Cards)* เล่นไพ่ทรัมพ์ชนะคู่ต่อสู้ด้วยไพ่ตัวดิง

overture /ˈəʊvətjʊə(r)/'โอเวอะทัว(ร)/ *n.* Ⓐ *(Mus.)* เพลงโหมโรง; Ⓑ *(formal proposal or offer)* ข้อเสนออย่างเป็นทางการ; **~s of peace** ข้อเสนอสงบศึกอย่างเป็นทางการ; **make ~s [to sb.]** ยื่นข้อเสนออย่างเป็นทางการ [แก่ *ค.น.*]; *(to woman)* เริ่มจีบ *ค.น.*

over: ~'**turn** ❶ *v.t.* Ⓐ *(upset)* ทำให้ล่ม/คว่ำ; Ⓑ *(overthrow)* โค่นล้ม, ล้มล้าง *(ทฤษฎี)*; *(reverse)* พลิกกลับ, ยกเลิก *(การตัดสิน, คำพิพากษา)* ❷ *v.i.* *(รถยนต์)* คว่ำ; *(เรือ)* ล่ม; ~**use** ❶ /əʊvəˈjuːz/โอเวอะ'ยูซ/ *v.t.* ใช้มากเกินไป ❷ /əʊvəˈjuːs/โอเวอะ'ยูซ/ *n.* การใช้บ่อยเกินไป; ~'**value** *v.t.* ให้คุณค่ามากเกินไป, ตีราคาสูงเกินไป; **his contribution cannot be ~valued** ความช่วยเหลือของเขามีค่าสูงจนประเมินไม่ได้; ~**view** *n.* การสำรวจทั่วไป, การมองภาพกว้าง, ภาพรวม

overweening /əʊvəˈwiːnɪŋ/โอเวอะ'วีนิง/ *adj.* หยิ่งยโส, มั่นใจในตัวเอง; *(ความโลภ)* ใหญ่หลวง

'**overweight** ❶ *adj.* Ⓐ *(obese)* อ้วนมาก; **be [12 pounds] ~**: น้ำหนักเกินอยู่ [12 ปอนด์]; Ⓑ *(weighing in excess)* น้ำหนักเกิน; *(very heavy)* หนักมาก ❷ *n.* น้ำหนักเกิน

overwhelm /əʊvəˈwelm, US -hwelm/โอเวอะ'เว็ลม, -ฮเว็ลม/ *v.t.* Ⓐ *(overpower)* เต็มตื้น; **be ~ed with work** งานมากจนล้นหัว; Ⓑ *(crush, destroy)* **be ~ed by the enemy** ถูกข้าศึกบดขยี้/ทำลาย; Ⓒ *(bury)* ฝัง; *(น้ำ)* ไหลล้น *(ตลิ่ง)*

overwhelming /əʊvəˈwelmɪŋ, US -hwelm-/โอเวอะ'เว็ลมิง, -ฮเว็ลม-/ *adj.* *(อำนาจ, กำลัง, ความโกรธ)* ไม่สามารถจะต้านทานได้, ท่วมท้น; **against ~ odds** ถึงแม้จะมีอุปสรรคอย่างมากมาย *หรือ* ถึงแม้จะเป็นรองอย่างมาก

over: ~**wind** /əʊvəˈwaɪnd/โอเวอะ'วายนด/ *v.t. forms as* '**wind** 1, 2 ไขลานเกินไป; ~'**work** ❶ *v.t.* Ⓐ *(make work too hard)* ให้ทำงานหนักเกินไป; **~work oneself** ทำงานหนักเกินไป; Ⓑ *(fig.)* ใช้ *(คำ)* บ่อยเกินไป ❷ *v.i.* ทำงานหนักเกินไป ❸ *n.* การทำงานหนักเกินไป; **become ill from ~work** ป่วยจากการทำงานหนักเกินไป; *(Computing)* **~ write** เขียนทับ; ~'**wrought** *adj.* ตื่นเต้นมากเกินไป, กังวลมากเกินไป; ~'**zealous** *adj.* กระตือรือร้นมากเกินไป, ขยันขันแข็งมากเกินไป

oviduct /ˈəʊvɪdʌkt/'โอวิเดิคท/ *n. (Anat., Zool.)* ท่อรังไข่

oviparous /əʊˈvɪpərəs/โอ'วิพเพอะเริซ/ *adj. (Zool.)* ที่ออกลูกเป็นไข่

ovulate /ˈɒvjʊleɪt, ˈəʊvjʊleɪt/'ออวิวเลท/ *v.i. (Physiol.)* ตกไข่

ovulation /ɒvjʊˈleɪʃn/ออวิว'เลช'น/ *n.* การตกไข่

ovum /ˈəʊvəm/'โอเวิม/ *n., pl.* **ova** /ˈəʊvə/'โอเวอะ/ ไข่ที่สุกแล้ว

ow /aʊ/อาว/ *int.* โอ๊ย

owe /əʊ/โอ/ *v.t.*, **owing** /ˈəʊɪŋ/'โออิง/ Ⓐ เป็นหนี้; **~ sb. sth., ~ sth. to sb.** เป็นหนี้ *ส.น.* กับ *ค.น.*; **~ it to sb. to do sth.** ติดหนี้ *ค.น.* ที่จะต้องทำ *ส.น.*; **I ~ you an explanation** ฉันต้องอธิบายให้คุณเข้าใจ/ฟัง; **you ~ it to youself to take a break** คุณจำเป็นต้องหยุดพัก; **can I ~ you the rest?** ฉันขอติดหนี้คุณไว้ก่อนได้ไหม; **money was ~d to them** ติดเงินพวกเขา; **I hate owing money** ฉันเกลียดการเป็นหนี้เป็นสิน; **~ [sb.] for sth.** เป็นหนี้ *(ค.น.)* สำหรับ *ส.น.*; **I [still] ~ you for the ticket** ฉัน [ยัง] เป็นหนี้คุณเรื่องตั๋ว; Ⓑ *(feel gratitude for, be indebted for)* รู้สึกเป็นหนี้บุญคุณ; **~ sth. to sb.** เป็นหนี้บุญคุณ *ค.น.* ในเรื่อง *ส.น.*

owing /ˈəʊɪŋ/'โออิง/ *pred. adj.* เป็นหนี้, ยังไม่ได้ชำระ; **money is ~ to them** ติดเงินพวกเขาอยู่; **£10 is ~ on the furniture** ยังไม่ได้ชำระค่าเครื่องเรือน 10 ปอนด์

'**owing to** *prep.* เนื่องจาก; **~ his foresight** เนื่องจากการมองการณ์ไกลของเขา; **~ unfortunate circumstances** เนื่องจากสภาพแวดล้อมที่ไม่เอื้ออำนวย

owl /aʊl/อาวล/ *n.* Ⓐ นกฮูก, นกเค้าแมว; Ⓑ *(fig. person)* **he's a wise ~**: เขาเป็นคนเคร่งขรึมและเฉลียวฉลาดมาก

owlet /ˈaʊlɪt/'อาวลิท/ *n.* ลูกนกเค้าแมว

owlish /ˈaʊlɪʃ/'อาวลิช/ *adj.* คล้ายนกเค้าแมว

own /əʊn/โอน/ ❶ *adj.* ของตนเอง; **with one's ~ eyes** ด้วยตาของตนเอง; **be sb.'s ~ [property]** เป็น [ทรัพย์สิน] ของ *ค.น.*; **look after one's ~ affairs** ดูแลธุระ/เรื่องราวของตนเอง; **this is your ~ responsibility** นี่เป็นความรับผิดชอบของคุณเอง; **speak from one's ~ experience**

O

พูดจากประสบการณ์ของตนเอง; **this is all my ~ work** นี่เป็นงานทั้งหมดของฉันเอง; **reserve sth. for one's ~ use** สงวน *ส.น.* ไว้ใช้เอง; **have one's ~ room** มีห้องของตนเอง; **one's ~ brother** น้องชายหรือพี่ชายของตนเอง; **sb.'s ~ country** ประเทศของ *ค.น.*; **do one's ~ cooking/housework** ทำอาหาร/งานบ้านด้วยตัวเอง; **make one's ~ clothes** ตัดเสื้อผ้าเอง; **virtue is its ~ reward** ความดีงามเป็นรางวัลตอบแทนในตัวอยู่แล้ว; **have a charm all [of] its ~:** มีเสน่ห์เฉพาะตัวมันเอง; **a house/ideas** *etc.* **of one's ~:** บ้าน/ความคิด ฯลฯ ของตนเอง; **have nothing of one's ~:** ไม่มีอะไรเป็นของตัวเอง; **have enough problems of one's ~:** มีปัญหาของตนเองพอแล้ว; **have [got] one of one's ~:** มีหนึ่ง *(สิ่ง, อย่าง, อัน)* เป็นของตนเอง; **for reasons of this ~ ...:** ด้วยเหตุผลของเขาเอง; **come into one's ~** *(Law.: inherit property)* รับมรดกตกทอดของตนเอง; **that's where he/it comes into his/its ~** *(fig.)* นั่นคือจุดที่เขา/มันเก่งคุ้มค่า; **on one's/its ~** *(alone)* ตามลำพัง; **drink whisky on its ~:** ดื่มวิสกี้เปล่า (ไม่ผสม); **get better on its ~:** ดีขึ้นเอง; **start up on one's ~:** เริ่มต้นโดยพึ่งตนเอง; **he's on his ~** *or* **in a class of his ~** *(fig.)* เขาไม่มีใครเทียบได้; **be on one's ~** *(without outside help)* ด้วยตัวเอง, ไม่มีใครช่วยเหลือ; ➡ + **business** C; **call** 2 J; **flesh** 1 A; **get back** 2 B; [2]**hold** 1 K; **man** 1 B; **master** 1 A; **right** 3 A

❷ *v.t.* Ⓐ *(possess)* เป็นเจ้าของ; **be ~ed by sb.** เป็นของ *ค.น.*; **who ~s that house?** ใครเป็นเจ้าของบ้านหลังนั้น; **be privately ~ed** เอกชนเป็นเจ้าของ; **they behaved as if they ~ed the place** พวกเขาทำตัวราวกับเป็นเจ้าของสถานที่; Ⓑ *(acknowledge)* ยอมรับ; Ⓒ ➡ **admit** 1 C

❸ *v.i.* **~ to** สารภาพ; **~ to doing sth./to being ashamed** สารภาพว่าได้ทำ *ส.น.*/มีความละอายใจ; **~ 'up** *v.i. (coll.)* สารภาพ *(ความผิด, ว่าเป็นผู้กระทำ)*; **~ up to sth.** สารภาพ *ส.น.* อย่างเปิดเผย; **~ up to having done sth.** ยอมรับว่าได้ทำ *ส.น.*; **Come on, ~ up! Who did it?** เอาละ รับสารภาพมาเสียดี ๆ ใครเป็นคนทำ

'own-brand, 'own-label *n.* สินค้าที่ผลิตขึ้นโดยใช้ชื่อของผู้ขายปลีกเอง

owned /əʊnd/โอนดฺ/ *adj.* **publicly ~:** เป็นของรัฐ; **company-~:** ที่บริษัทเป็นเจ้าของ; **privately ~:** ที่เอกชนเป็นเจ้าของ; **English/American-~:** ที่คนอังกฤษ/อเมริกันเป็นเจ้าของ

owner /'əʊnə(r)/'โอเนอะ(ร)/ *n.* เจ้าของ; *(of car, shop, hotel, etc.)* **at ~'s risk** ความเสี่ยงตกกับเจ้าของเอง; **dog/property-~s** เจ้าของสุนัข/ทรัพย์สิน

owner-'driver *n. (Brit.)* ผู้ที่เป็นเจ้าของรถที่ตนขับ

ownerless /'əʊnəlɪs/'โอเนอะลิซ/ *adj.* ไม่มีเจ้าของ

owner-'occupier *n. (Brit.)* ผู้ที่เป็นเจ้าของบ้านที่ตนเองอาศัยอยู่

ownership /'əʊnəʃɪp/'โอเนอะชิพ/ *n., no pl.* ความเป็นเจ้าของ, กรรมสิทธิ์; **~ is disputed** กรรมสิทธิ์เป็นที่ถกเถียงกัน; **the ~ of the land was disputed** มีการโต้เถียงเรื่องกรรมสิทธิ์ในที่ดิน; **be under new ~:** อยู่กับเจ้าของคนใหม่

own 'goal *n. (lit.)* การยิงลูกเข้าประตูตนเอง; *(fig.)* การกระทำโดยไม่ตั้งใจที่มีผลเสียกับตนเอง

ox /ɒks/ออคซฺ/ *n., pl.* **oxen** /'ɒksn/'ออคซ'น/ วัวตัวผู้; ➡ + **strong** 1 B

oxalic acid /ɒksælɪk 'æsɪd/ออคแซลิค 'แอซิด/ *n. (Chem.)* กรดมีพิษใช้ในการฟอกล้าง

'oxbow *n.* Ⓐ *(of yoke) ไม้รูปตัว U ที่ใส่สอดขึ้นมาใต้คอวัว;* Ⓑ *(Geog.: river bend)* ทางโค้งเกือกม้า; Ⓒ *(one of several)* ทางที่คดเคี้ยว

ox-bow 'lake *n. (Geog.) ทะเลสาบที่เกิดจากแม่น้ำตัดผ่านช่องแคบ ๆ ของทางโค้ง*

Oxbridge /'ɒksbrɪdʒ/'ออคซฺบริดจฺ/ *n. (Brit.)* มหาวิทยาลัยออกซฟอร์ดและเคมบริดจ์; *attrib.* **~ graduate/education** บัณฑิต/การศึกษาของมหาวิทยาลัยออกซฟอร์ดและเคมบริดจ์

Oxfam /'ɒksfæm/'ออคซฺแฟม/ *pr. n.* คณะกรรมการบรรเทาทุกข์จากภาวะข้าวยากหมากแพงแห่งมหาวิทยาลัยออกซฟอร์ด

Oxford /'ɒksfəd/'ออคซฺเฟิด/ ➡ **Oxford shoe**

Oxford: ~'accent *n. สำเนียงพูดยานคางแบบนักศึกษามหาวิทยาลัยออกซฟอร์ด;* **~ 'blue** *n.* สีน้ำเงินเข้ม; **~ shoe** *n.* รองเท้าสวมสบายมีเชือกผูกตรงกลาง

'oxhide *n. (skin)* หนังวัว *(ตัวผู้)*; *(leather)* หนังวัว *(ตัวผู้ที่ฟอกแล้ว)*

oxidant /'ɒksɪdənt/'ออคซิด'นทฺ/ *n. (Chem.)* ตัวเติมออกซิเจน

oxidation /ɒksɪ'deɪʃn/ออคซิ'เดช'น/ *n. (Chem.)* การรวมกับก๊าซออกซิเจน

oxide /'ɒksaɪd/'ออคไซด/ *n. (Chem.)* ออกไซด์ *(ท.ศ.)* สารที่มีออกซิเจนเป็นส่วนประกอบ

oxidize (**oxidise**) /'ɒksɪdaɪz/'ออคซิดายซฺ/ *v.t. &.i. (Chem.)* รวม/กลายเป็นออกไซด์

oxlip *n.* พืชไม้ดอกสีเหลืองอ่อน *Primula elatior*

Oxon. /'ɒksən/'ออคเซิน/ *abbr.* Ⓐ **Oxfordshire;** Ⓑ **of Oxford University**

Oxonian /ɒk'səʊnɪən/ออค'โซเนียน/ ❶ *adj.* เกี่ยวกับมหาวิทยาลัยออกซฟอร์ด ❷ *n.* เป็นสมาชิกมหาวิทยาลัยออซฟอร์ด

'oxtail *n.* หางวัวตัวผู้ที่มักนำไปต้มซุป

oxtail 'soup *n. (Gastr.)* ซุปหางวัว

'ox-tongue *n. (Gastr.)* ลิ้นวัวที่นำไปปรุงอาหาร

oxyacetylene /ɒksɪə'setɪli:n/ออคซิเออะ'เซ็ททิลีน/ *adj.* **~ welding** การอ็อกเหล็ก *(ภ.พ.)* การเชื่อมโลหะที่ใช้การผสมของก๊าซออกซิเจนกับอะเซทีลีน; **~ torch** *or* **blowpipe** *or* **burner** ท่อพ่นไฟจากเชื้อเพลิงที่มีส่วนผสมของก๊าซออกซิเจนกับอะเซทีลีน

oxygen /'ɒksɪdʒən/'ออคซิเจิน/ *n. (Chem.)* ก๊าซออกซิเจน *(ท.ศ.)*

oxygenate /'ɒksɪdʒəneɪt/'ออคซิเจอะเนท, ออค'ซิ-/ *v.t. (Chem., Physiol.)* ผสมกับก๊าซออกซิเจน, อัดออกซิเจน

oxygen: ~ bottle, ~ cylinder *ns.* กระบอกบรรจุก๊าซออกซิเจน; **~ mask** *n.* หน้ากากออกซิเจน; **~ tent** *n. (Med.) กระโจมขนาดเล็กที่ให้ก๊าซออกซิเจนแก่ผู้ป่วย*

oxymoron /ɒksɪ'mɔ:rɒn/ออคซิ'มอรอน/ *n. (Rhet.)* รูปของภาษาที่ใช้ถ้อยคำขัดกัน

oyez (**oyes**) /əʊ'jez, əʊ'jes/โอ'เย็ซ, -'เย็ซ/ *int. คำที่ใช้เพื่อขอความสงบในศาลหรือขอให้สนใจฟัง*

oyster /'ɔɪstə(r)/'ออยซเตอะ(ร)/ *n.* หอยนางรม; **the world's his ~** *(fig.)* โลกเปิดกว้างสำหรับเขา

oyster: ~ bed *n.* ท้องทะเลที่เลี้ยงหอยนางรม; **~catcher** *n. (Ornith.)* นกทะเลในสกุล *Haematopus* ที่กินหอยเป็นอาหาร; **~ farm** *n.* ฟาร์มเลี้ยงหอยนางรม; **~ knife** *n.* มีดที่ใช้แกะหอยนางรม

Oz /ɒz/ออซฺ/ *n. (coll.)* ออสเตรเลีย

oz. *abbr.* ➤ **1013 ounce[s]**

ozone /'əʊzəʊn/'โอโซน/ *n.* ก๊าซโอโซน *(ท.ศ.)*, อากาศบริสุทธิ์ชายทะเล

ozone: ~ depletion *n.* การลดของชั้นโอโซน; **~ friendly** *adj. (ผลิตภัณฑ์)* ที่ไม่ทำลายชั้นของโอโซน; **~ hole** *n.* รูโอโซน; **~ layer** *n.* ชั้นโอโซน; **the hole in the ~ layer** โพรง/รูในชั้นโอโซน; **~ value** *n.* ค่าปริมาณก๊าซโอโซน

Pp

[1]P, p /piː/พี/ *n., pl.* **Ps** หรือ **P's** พยัญชนะตัวที่ 16 ของภาษาอังกฤษ; ➡ **+ mind** 2 B

[2]P *abbr. (Chess)* **pawn** เบี้ยหมากรุก

p. *abbr.* Ⓐ **page**; Ⓑ /piː/พี/ ➤ **572** *(Brit.)* **penny/pence** พี *(ท.ศ.)*; Ⓒ *(Mus.)* **piano**; Ⓓ *(Phys.)* **pico-** จำนวนน้อยมาก, เศษหนึ่งส่วนสามล้าน

PA *abbr.* Ⓐ ➤ **489 personal assistant** พี.เอ. *(ท.ศ.)*; Ⓑ **public address: PA [system]**

Pa *abbr. (Phys.)* **Pascal** หน่วยวัดความกดดัน

pa /pɑː/พา/ *n. (coll.)* พ่อ

p.a. *abbr.* **per annum**

pabulum /ˈpæbjʊləm/ˈแพบิวเลิม/ *n. (lit. or fig.)* อาหาร *(โดยเฉพาะสำหรับสมอง)*

[1]**pace** /peɪs/เพซ/ ❶ *n.* Ⓐ *(step, distance)* ก้าว; Ⓑ *(speed)* ความเร็ว; **slacken/quicken one's ~** *(walking)* ผ่อน/เร่งฝีเท้า, เดินช้าลง/เร็วขึ้น; **at a steady/good ~:** ด้วยความเร็วสม่ำเสมอ/พอใช้; **at a snail's ~:** ช้าเป็นเต่าคลาน; **set the ~:** กำหนดความเร็วให้คนอื่นตาม; *(act as a pacemaker)* เป็นผู้ควบคุม; **keep ~ [with sb./sth.]** ตามทัน [กับ *ค.น./ส.น.*]; **stay** *or* **stand the ~, stay** *or* **keep with the ~** *(Sport)* รักษาระดับความเร็วได้; **be off the ~** *(Sport)* ช้ากว่าปกติ; **he couldn't stand the ~ of life** *(fig.)* เขาทนความรีบเร่งของจังหวะชีวิตไม่ไหว; Ⓒ *(of horse)* ความเร็วต่าง ๆ; **put sb./a horse through his/its ~s** *(fig.)* ทดลองฝีมือของ *ค.น.*/ฝีเท้าของม้า; **show one's ~s** แสดงความสามารถ

❷ *v.i.* Ⓐ เดินเป็นจังหวะสม่ำเสมอ; **~ up and down [the platform/room]** เดินไปมาอยู่บนชานชาลาสถานี/ในห้อง; Ⓑ *(amble)* *(ม้า)* เดินตามสบายไม่รีบร้อน

❸ *v.t.* Ⓐ เดินกลับไปกลับมา; Ⓑ *(set the ~ for)* กำหนดจังหวะหรือระดับความเร็วให้คนอื่นตาม, วิ่งนำ

~ˈout *v.t.* ประมาณระยะโดยใช้การก้าวยาว ๆ

[2]**pace** /ˈpeɪsɪ, ˈpɑːtʃeɪ/ˈเพซิ, ˈพาเฉ/ *prep. (formal)* **~ Mr Smith ...:** ขอโทษนายสมิธ แต่ว่า ... *(ใช้ขณะที่กำลังจะแสดงความเห็นไม่ตรงกัน)*

pace ˈbowler ➡ **fast bowler**

-paced /peɪst/เพซทฺ/ *adj. in comb.* **a well-~ performance** การแสดงที่ดำเนินไปอย่างเหมาะเจาะ; **be even-~:** มีจังหวะสม่ำเสมอ

ˈpacemaker *n.* Ⓐ *(Sport)* นักวิ่งที่อยู่หน้าสุด; Ⓑ *(Med.)* เครื่องกระตุ้นกล้ามเนื้อหัวใจและคุมจังหวะการเต้น

ˈpacesetter *n.* ผู้วิ่งหน้าสุด, หัวแถว

pachyderm /ˈpækɪdɜːm/ˈแพคิเดิม/ *n. (Zool.)* สัตว์หนังหนา เช่น ช้าง, แรด

pacific /pəˈsɪfɪk/เพอะˈซิฟิค/ ❶ *adj.* Ⓐ *(conciliatory, peaceable)* ที่รักสงบ; Ⓑ *(tranquil)* สงบ, เยือกเย็น; Ⓒ *(Geog.)* แถบแปซิฟิก; **P~ Ocean** มหาสมุทรแปซิฟิก ❷ *n.* **the P~:** มหาสมุทรแปซิฟิก

pacification /pæsɪfɪˈkeɪʃn/แพซิฟิˈเคช'น/ *n.* การสร้างความสงบ, การไกล่เกลี่ยให้สงบ

pacifier /ˈpæsɪfaɪə(r)/ˈแพซิไฟเออะ(ร)/ *n.* Ⓐ *(person)* ผู้ไกล่เกลี่ย; Ⓑ *(Amer.: baby's dummy)* หัวนมหลอก

pacifism /ˈpæsɪfɪzm/ˈแพซิฟิซ'ม/ *n., no pl., no art.* ลัทธิสันติภาพนิยม

pacifist /ˈpæsɪfɪst/ˈแพซิฟิซทฺ/ ❶ *n.* ผู้ยึดถือลัทธิสันติภาพ ❷ *adj.* เกี่ยวกับลัทธิสันติภาพนิยม

pacify /ˈpæsɪfaɪ/ˈแพซิฟาย/ *v.t.* Ⓐ ปลอบโยน, เกลี้ยกล่อม *(เด็กร้องไห้)*; Ⓑ *(bring peace to)* นำสันติภาพมาให้ *(ประเทศ)*

pack /pæk/แพค/ ❶ *n.* Ⓐ *(bundle)* ห่อ; *(Mil.)* เป้; *(rucksack)* เป้; Ⓑ *(derog.: lot) (people)* ฝูง; **a ~ of lies/nonsense** เรื่องโกหก/เรื่องเหลวไหลทั้งเพ; **what a ~ of lies!** โกหกทั้งนั้น; Ⓒ *(Brit.)* **~ [of cards]** สำรับไพ่; Ⓓ *(wolves, wild dogs, hounds, etc.)* ฝูง; *(grouse)* ฝูงนก; Ⓔ *(Cub Scouts, Brownies)* กลุ่ม; Ⓕ *(packet, set)* กล่อง, ชุด; **~ of ten** ชุดละสิบหน่วย; **disc ~** *(Computing)* ชุดแผ่นดิสก์; Ⓖ ➡ **ice pack** C; Ⓗ *(Med.)* วัสดุปิดแผล; *(compress)* แผ่นวัสดุ; ➡ **+ ice pack** A; Ⓘ *(cosmetic)* แผ่นพอก; *(for face)* ครีมพอกหน้า; Ⓙ *(Rugby)* กองหน้า; Ⓚ *(Sport: runners)* กลุ่มนักวิ่ง

❷ *v.t.* Ⓐ *(put into container)* บรรจุลง; **~ sth. into sth.** บรรจุ *ส.น.* ลงใน *ส.น.*; Ⓑ *(fill)* ใส่จนเต็ม, ยัด/อัดให้เต็ม; **~ one's bags** จัดกระเป๋า; Ⓒ *(cram)* อัดแน่น; *(fill with a crowd)* อัด, คนแน่น; **he ~ed the jury** คณะลูกขุนเป็นพวกของเขา; Ⓓ *(wrap)* พัน, ห่อ; **~ed in** หุ้มห่อด้วย, พันไว้ด้วย; Ⓔ *(Med.)* พอก, ประคบ; Ⓕ *(coll.: carry)* พก *(ปืน)*; Ⓖ **~ [quite] a punch** *(coll.)* ต่อยได้หนักหน่วง, มือหนัก

❸ *v.i.* บรรจุลง; **send sb. ~ing** *(fig.)* ขับไล่ *ค.น.* ออกจากบ้าน

~ aˈway *v.t.* ห่อเก็บ, จัดเก็บ

~ ˈin *v.t.* Ⓐ *(coll.: give up)* เลิก *(งาน, เล่น)*; **~ it in!** เลิกได้แล้ว; Ⓑ *(Theatre coll.)* แน่นโรง; **the new play is ~ing them in** ละครเรื่องใหม่มีคนดูแน่นโรง; Ⓒ *(find time for)* หาเวลาจนได้

~ into *v.t.* อัดเข้าไปเต็มที่; **we all ~ed into the car** พวกเราอัดกันไปในรถ

~ ˈoff *v.t. (send away)* ส่งออก, ไล่ไป

~ ˈup ❶ *v.t.* Ⓐ *(package)* ห่อ, เก็บเข้าที่; **~ up one's luggage** เก็บของลงกระเป๋า; Ⓑ *(coll.: stop)* เลิก, ยุติ, หยุด; **~ up work** เลิกงาน; *(permanently)* เลิกทำงาน; **~ it up!** *(coll.)* เลิกเสียที ❷ *v.i. (coll.)* Ⓐ *(give up)* เลิก; Ⓑ *(break down)* หยุดทำงาน, เสีย; **the car ~ed up on me** รถพยศเอากับฉัน

package /ˈpækɪdʒ/ˈแพคิจ/ ❶ *n.* Ⓐ *(bundle)* ห่อของ; *(fig. coll.: transaction)* การตกลงซื้อขาย; Ⓑ *(container)* หีบห่อ ❷ *v.t. (lit. or fig.)* บรรจุ, ห่อ; **~d into 1 lb. bags** บรรจุเป็นห่อละหนึ่งปอนด์

package: ~ deal *n.* การซื้อขายแบบเหมารวม; **~ holiday, ~ tour** *ns.* การจัดนำเที่ยวแบบเหมารวม, ซื้อทัวร์

packaging /ˈpækɪdʒɪŋ/ˈแพคิจิง/ *n.* Ⓐ *(material)* วัสดุที่ห่อหุ้ม; Ⓑ *(action)* การบรรจุหีบห่อ

ˈpack drill *n. (Mil.)* การลงโทษโดยให้ทหารสวนสนามด้วยเครื่องสนาม

packed /pækt/แพคทฺ/ *adj.* Ⓐ ที่ห่อ หรือบรรจุกล่อง; **~ meal/lunch** อาหารห่อ/กล่อง; Ⓑ *(crowded)* อัดแน่น, แน่นขนัด; **~ to overflowing** แน่นจนล้นออกมา; **~ out** *(coll.)* แน่นเอียด

packer /ˈpækə(r)/ˈแพเคอะ(ร)/ *n.* ผู้จัดของลงหีบห่อ; *(in factory)* พนักงานบรรจุหีบห่อ

packet /ˈpækɪt/ˈแพคิท/ *n.* Ⓐ *(package)* ห่อของ; *(box)* กล่อง; **a ~ of cigarettes** บุหรี่หนึ่งซอง; *(Computing)* กลุ่มข้อมูล *(ร.บ.)*; ➡ **+ pay packet**; Ⓑ *(coll.: large sum of money)* เงินจำนวนมาก; **cost/earn a ~:** แพงมาก/มีรายได้สูงมาก; Ⓒ *(Naut.)* **[steam] ~** ➡ **packet steamer**

packet: ~ ˈsoup *n.* ซุปซอง; **~ steamer** *n.* เรือโดยสาร, เรือเมล์ ฯลฯ

pack: ~horse *n.* ม้าต่าง; **~ ice** *n.* น้ำแข็งที่ลอยเป็นแพใหญ่ในทะเล

packing /ˈpækɪŋ/ˈแพคิง/ *n.* Ⓐ *(packaging) (material)* วัสดุห่อของ; *(action)* การบรรจุหีบห่อ; **including postage and ~:** รวมค่าส่งและค่าบรรจุ; Ⓑ *(to seal joint)* ปะเก็นอัดรอยรั่ว, วงแหวนลูกสูบ; Ⓒ **do one's ~:** เก็บของลงกระเป๋า

ˈpacking case *n.* ลังใส่ของ

pact /pækt/แพคทฺ/ *n.* กติกาสัญญา, ข้อตกลง; **make a ~ with sb.** ทำข้อตกลงกับ *ค.น.*

[1]**pad** /pæd/แพด/ ❶ *n.* Ⓐ *(cushioning material)* นวม, แผ่นรองนุ่ม; *(to protect wound)* แผ่นสำลี; *(Sport) (on leg)* สนับแข้ง; *(on shoulder)* แผ่นรองไหล่; *(on knee)* สนับเข่า; Ⓑ *(block of paper)* สมุดฉีก; **a ~ of note-paper, a [writing-]~:** สมุดเขียนจดหมาย; Ⓒ *(launching surface)* ลานขึ้นลง, ลานจอด; **[helicopter] ~:** ลานขึ้นลงของเฮลิคอปเตอร์; Ⓓ *(coll.: house, flat)* บ้าน, ที่พัก; Ⓔ *(Zool.) (sole)* อุ้งเท้าสัตว์; *(paw)* ตีนสัตว์; Ⓕ *(of brake)* ผ้าเบรก

❷ *v.t.*, **-dd-** Ⓐ ใส่นวม, บุนวม; Ⓑ *(fig.: lengthen unnecessarily)* ขยายความโดยไม่จำเป็น *(หนังสือ, การกล่าว)*

~ ˈout ➡ [1]**pad** 2

[2]**pad** *v.t. & i.*, **-dd-** *(walk softly) (in socks, slippers, etc.)* เดินไม่มีเสียง; *(along path etc.)* เดินไปตามทาง

padded /ˈpædɪd/ˈแพดิด/ *adj.* บุนวม, หุ้มนวม

padded: ~ ˈcell *n.* ห้องขังที่ผนังบุนวม; **~ ˈenvelope** *n.* ซองจดหมายส่งของที่เสริมวัสดุกันกระแทก

padding /ˈpædɪŋ/ˈแพดิง/ *n.* Ⓐ วัสดุบุนวม; **be filled/covered with ~:** ยัดหรือหุ้มด้วยวัสดุบุนวม; Ⓑ *(fig.: superfluous matter)* เรื่องเสริมที่ไม่จำเป็น

[1]**paddle** /ˈpædl/ˈแพด'ล/ ❶ *n.* Ⓐ *(oar)* ไม้พาย; Ⓑ *(paddling) (in canoe, rowing boat)*

การพาย; **go for a ~:** ไปพายเรือเล่น; Ⓒ *(stirring implement)* พายกวนสิ่งของ; Ⓓ *(wheel)* ใบพัดน้ำ; *(blade)* แผ่นใบพัดน้ำ; Ⓔ *(on lock gate)* ใบพัดที่ประตูน้ำ; Ⓕ *(Zool.: fin)* ครีบ ❷ *v.t. & i. (in canoe)* พายเรือ; *(in rowing boat)* พายเรือ; **~ one's own canoe** *(fig. coll.)* พึ่งตัวเอง

²paddle ❶ *v.i. (with feet)* ท่องน้ำ ❷ *n.* **have a/go for a ~:** ไปลุยน้ำเล่น, ไปท่องน้ำเล่น

paddle: ~ boat, ~ steamer *ns.* เรือไอน้ำที่เดินด้วยใบจักร; **~ wheel** *n.* กงล้อมีแผ่นใบพัด

paddling pool /ˈpædlɪŋpu:l/ˈแพดˈลิ่งพูล/ *n.* บ่อน้ำตื้น ๆ สำหรับเด็กเล่น

paddock /ˈpædək/ˈแพเดิค/ *n.* Ⓐ สนามเล็ก ๆ สำหรับปล่อยม้า, คอกเปิด; Ⓑ *(Horseracing)* บริเวณที่รวมม้าก่อนการแข่งขัน; *(Motor racing)* อู่จอดรถแข่งที่สนามแข่งรถ

¹paddy *n. (Brit. coll.: bad temper)* โทสะ; **be in a ~:** โมโหโทโส

²paddy, ˈpaddy field *ns.* นาข้าว

Paddy /ˈpædɪ/ˈแพดิ/ *n. (coll.)* ชาวไอริช

ˈpadlock ❶ *n.* กุญแจชนิดคล้อง ❷ *v.t.* ใส่กุญแจชนิดคล้องสายยู

padre /ˈpɑ:dreɪ/ˈพาดริ, -เดร/ *n. (coll.)* อนุศาสนาจารย์ประจำกองทัพ

paean /ˈpi:ən/ˈพีเอิน/ *n.* **~ [of praise]** เพลงสดุดีหรือชัยชนะ

paediatric /pi:dɪˈætrɪk/พีดิˈแอทริค/ *adj. (Med.)* เกี่ยวกับกุมารเวชศาสตร์, เกี่ยวกับโรคเด็ก *(ภ.พ.)*

paediatrician /pi:dɪəˈtrɪʃn/พีเดียˈทริช'น/ *n.* ➤ 489 *(Med.)* กุมารแพทย์

paediatrics /pi:dɪˈætrɪks/พีดิˈแอทริคซฺ/ *n., no pl. (Med.)* กุมารเวชศาสตร์

paedophile /ˈpi:dəfaɪl/ˈพีเดอะฟายลฺ/ *n.* คนที่เป็นโรคจิตที่อยากมีเพศสัมพันธ์กับเด็ก

paella /paɪˈelə, ˈa-/ไพˈเอ็ลเลอะ, ˈอา-/ *n. (Gastr.)* ข้าวผัดสเปน

pagan /ˈpeɪgən/ˈเพเกิน/ ❶ *n.* Ⓐ *(heathen)* คนป่าเถื่อน; Ⓑ *(fig.: irreligious person)* คนนอกรีต ❷ *adj.* Ⓐ *(heathen)* ป่าเถื่อน; Ⓑ *(fig.: irreligious)* นอกรีต

paganism /ˈpeɪgənɪzm/ˈเพเกอะนิซฺ'ม/ *n.* ความป่าเถื่อน, ลัทธินอกรีต

¹page /peɪdʒ/เพจ/ ❶ *n.* เด็กชายรับใช้ *(อัศวิน, บุคคลสำคัญ)* หรือ ประกอบขบวนเจ้าสาว ❷ *v.t. & i.* **~ [for] sb.** *(over loudspeaker)* ประกาศเรียก *ค.น.* ทางเครื่องขยายเสียง; *(by paging-device)* ส่งเพจเรียก *ค.น.*; **paging Mr Miller** ประกาศเรียกหานายมิลเลอร์

²page ❶ *n.* Ⓐ หน้า; *(leaf, sheet of paper)* หน้า *(หนังสือ)*; แผ่น *(กระดาษ)*; **front/sports/fashion ~:** หน้าแรก/หน้ากีฬา/หน้าแฟชั่น; **~ three girl** ผู้หญิงโป๊ หรือ กึ่งโป๊ *(ในหน้าหนังสือพิมพ์)*; **write on one side of the ~ only** เขียนบนกระดาษข้างเดียวเท่านั้น; **turn to the next ~:** พลิกไปหน้าต่อไป; *attrib.* **three-/double-~:** สามหน้า/หน้าคู่; Ⓑ *(fig.: episode)* **go down in the ~s of history** จารึกในหน้าประวัติศาสตร์ ❷ *v.t.* ➡ **paginate**

pageant /ˈpædʒənt/ˈแพเจินทฺ/ *n.* Ⓐ *(spectacle)* การแสดงหรูหราเอิกเกริก; Ⓑ *(procession)* ขบวนแห่; *(play)* **historical ~:** งานแสดงละครประวัติศาสตร์แบบกลางแจ้ง

pageantry /ˈpædʒəntrɪ/ˈแพเจินทริ/ *n.* การแสดงหรูหราเอิกเกริก; **empty ~:** การแสดงที่หรูหราแต่ไร้ความหมาย

ˈpageboy *n.* Ⓐ ➡ **¹page** 1; Ⓑ *(hairstyle)* ผมทรงบ๊อบ

page: ~ break *n. (Computing)* ขึ้นหน้าใหม่; **~ number** *n.* เลขหน้า

ˈpage proof *n. (Printing)* งานพิมพ์ที่จัดหน้าแล้ว

pager /ˈpeɪdʒə(r)/ˈเพเจอะ(ร)/ *n.* วิทยุติดตามตัว, เพจเจอร์ *(ท.ศ.)*

Paget's disease /ˈpædʒɪts dɪzi:z/ˈแพจิทซฺ ดิซีซฺ/ *n. (Med.)* โรคการเปลี่ยนสภาพของกระดูกในคนชรา

paginate /ˈpædʒɪneɪt/ˈแพจิเนท/ *v.t.* ใส่เลขหน้า *(หนังสือ)*

pagination /pædʒɪˈneɪʃn/แพจิˈเนช'น/ *n.* การให้หมายเลขหน้าหนังสือ

ˈpaging device ➡ **pager**

pagoda /pəˈgəʊdə/เพอะˈโกเดอะ/ *n.* สถูป, เจดีย์

pah /pɑ:/พา/ *int. expr. disgust* หึ; *expr. contempt* คำอุทานที่แสดงความรังเกียจ

paid /peɪd/เพด/ ❶ ➡ **pay** 2, 3. ❷ *adj.* ได้รับค่าจ้าง *(งาน, การหยุดพัก)*; **put ~ to** *(Brit. fig. coll.) (terminate)* ทำลาย *(ความหวัง, แผน)*, อวสาน; *(deal with)* จัดการ *(บุคคล)*

ˈpaid-up *adj.* ชำระเงินแล้ว; **[fully] ~ member** สมาชิกที่ชำระค่าสมาชิกหมดแล้ว; *(fig.)* คนที่เชื่อใน *ส.น.* มาก; **~ registered capital** ทุนจดทะเบียนที่ชำระเต็ม

pail /peɪl/เพล/ *n.* ถัง

pailful /ˈpeɪlfʊl/ˈเพลฟุล/ *n.* ถังเต็ม ๆ; **a ~ of water** น้ำหนึ่งถัง

pain /peɪn/เพน/ ❶ *n.* Ⓐ *no indef. art.* ความเจ็บปวด; *(mental ~)* ความเศร้าโศก; **feel [some] ~, be in ~:** รู้สึกเจ็บปวด; **cause sb. ~** *(lit. or fig.)* สร้างความเจ็บปวดให้แก่ *ค.น.*; Ⓑ ➤ **453** *(instance of suffering)* ความเจ็บปวด; **I have a ~ in my shoulder/knee/stomach** ฉันปวดตรงไหล่/หัวเข่า/ท้อง; *(fig.)* **be a ~ in the arse** *(coarse)* ไอ้ตัวแสบ *(ภ.ย.)*; **be a ~ in the neck** ➡ **neck** 1 A; Ⓒ *(coll.: nuisance)* *(คน, สิ่ง)* ที่น่ารำคาญ; *(sb./sth. getting on one's nerves)* กวนประสาท; **this job/he is a real ~:** งานนี้/เขากวนโมโหมาก; Ⓓ *in pl. (trouble taken)* ความอุตสาหะ, ความพยายาม; **spare no ~s** ไม่เห็นแก่เหน็ดเหนื่อย; **take ~s** ใช้ความอุตสาหะ; **be at ~s to do sth.** อุตส่าห์ทำ *ส.น.*; **he got nothing for all his ~s** เขาลงทุนลงแรงไปมากแต่ไม่ได้อะไรตอบแทน; Ⓔ *(Law)* **on** *or* **under ~ of death/imprisonment** รับโทษถึงตาย/จำคุก ❷ *v.t.* ทำให้เจ็บปวด

pained /peɪnd/เพนดฺ/ *adj.* แสดงความเจ็บปวด

painful /ˈpeɪnfl/ˈเพนฟ'ล/ *adj.* Ⓐ *(causing pain)* เจ็บปวด; **be/become ~** เริ่มเจ็บปวด; **the glare was ~ to the eyes** แสงจ้าเคืองตา; **suffer from a ~ shoulder** ทรมานจากไหล่ที่เจ็บปวด; Ⓑ *(distressing)* *(ความคิด)* เจ็บปวด, ร้าวราน; **it was ~ to watch him** เป็นการทรมานจิตใจที่ต้องเฝ้าดูเขา; Ⓒ *(troublesome)* น่ารำคาญ, กวนใจ; *(laborious)* ยากเย็น; **make only ~ progress** เขยิบไปได้อย่างยากลำบาก

painfully /ˈpeɪnfəlɪ/ˈเพนเฟอะลิ/ *adv.* Ⓐ *(with great pain)* อย่างเจ็บปวด, อย่างยากลำบาก; **my shoes are ~ tight** รองเท้าของฉันคับจนเจ็บปวด; Ⓑ *(fig.) (excessively)* อย่างยิ่ง; *(laboriously)* อย่างยากเย็น; **~ obvious** ชัดเจนมาก

ˈpainkiller *n.* ยาแก้ปวด

painless /ˈpeɪnlɪs/ˈเพนลิซ/ *adj.* Ⓐ *(not causing pain)* ไม่เจ็บปวด; Ⓑ *(fig.: free of trouble, not causing problems)* ไม่ลำบาก, ไม่เป็นปัญหา

painlessly /ˈpeɪnlɪslɪ/ˈเพนลิซลิ/ *adv.* Ⓐ อย่างไม่เจ็บปวด; Ⓑ *(fig.)* *(แก้ปัญหา)* อย่างง่ายดาย

painstaking /ˈpeɪnzteɪkɪŋ/ˈเพนซฺเทคิง/ *adj.* พิถีพิถัน, ประณีต, ใช้ความพยายาม; **it is ~ work** มันเป็นงานที่ต้องใช้ความอดทน; **with ~ care** ด้วยความละเอียดลออ

paint /peɪnt/เพนทฺ/ ❶ *n.* Ⓐ สีทา; *(on car)* สีพ่น; **'wet ~'** สียังไม่แห้ง; **as clever** *or* **smart as ~:** เก่งมาก; ➡ + **fresh** 1 A; **luminous** A; **wet** 1 C; Ⓑ *(joc.: cosmetic)* เครื่องสำอาง; **put one's ~ on** แต่งหน้า ❷ *v.t.* Ⓐ *(cover, colour)* ทาสี; **~ one's body** ทาสีตามร่างกาย; **~ the town red** *(fig. coll.)* ไปเที่ยวสนุกสนานเต็มที่; **~ oneself into a corner** *(fig. coll.)* ทำให้ตัวเองจนตรอก; ➡ + **black** 1 F; Ⓑ *(make picture of, make by ~ing)* วาดรูป, วาดภาพ; **~ for a living** มีอาชีพวาดรูป; **the picture was ~ed by R.** รูปนี้วาดโดย ร.; Ⓒ *(adorn with ~ing)* ทาสีตกแต่ง *(ผนัง, เครื่องเรือน)*; Ⓓ *(fig.: describe)* บรรยาย *ส.น.*, วาดภาพ; **~ sth. in glowing/gloomy colours, ~ a glowing/gloomy picture of sth.** วาดภาพ *ส.น.* ในทางดี/ร้าย; Ⓔ *(apply cosmetic to)* แต่งหน้า; Ⓕ *(Med.)* แต้มยา *(ในคอ)*; ทา *(แผล)*

~ ˈin *v.t.* วาดลงในรูป

~ ˈon *v.t.* วาดลงไป

~ ˈout *v.t.* ลบออกโดยทาสีทับ; **~ sb. out of a picture** ทาสีทับ *ค.น.* ออกจากภาพ

paint: ~box *n.* กล่องสี; **~brush** *n.* พู่กัน

painted /ˈpeɪntɪd/ˈเพนทิด/: **~ ˈlady** *n. (Zool.)* ผีเสื้อสีส้มแดง *Cynthia cardui*; **~ ˈwoman** *n.* ผู้หญิงหากิน

¹painter /ˈpeɪntə(r)/ˈเพนเทอะ(ร)/ *n.* ➤ **489** Ⓐ *(artist)* จิตรกร; Ⓑ **[house] ~:** ช่างทาสี

²painter *n. (Naut.: rope)* เชือกผูกตรงหัวเรือ

painting /ˈpeɪntɪŋ/ˈเพนทิง/ *n.* Ⓐ *no pl., no indef. art. (art)* การวาดเขียนภาพ; Ⓑ *(picture)* ภาพเขียน

ˈpainting book *n.* สมุดวาดเขียน

ˈpaint stripper *n.* น้ำยาล้างสี; **hot-air ~** เครื่องล้างสีที่ใช้ลมร้อนพ่น

ˈpaintwork *n. (on walls etc.)* งานสีที่ทาไว้; *(of car)* งานพ่นสี

pair /peə(r)/แพ(ร)/ ❶ *n.* Ⓐ *(set of two)* สอง, คู่; **a ~ of gloves/socks/shoes** ถุงมือ/ถุงเท้า/รองเท้าหนึ่งคู่; **a** *or* **one ~ of hands/eyes** มือ/นัยน์ตาหนึ่งคู่; **in ~s** เป็นคู่ ๆ; **the ~ of them** เขาทั้งคู่; **fine ~ [of rascals]** *(iron.)* ช่างเป็นคู่ที่เหมาะสมกันจริง *(คนโกง)*; Ⓑ *(single article)* **a ~ of pyjamas/scissors** *etc.* ชุดนอนหนึ่งชุด/กรรไกรหนึ่งอัน ฯลฯ; **a ~ of trousers/jeans** กางเกงขายาว/กางเกงยีนหนึ่งตัว; Ⓒ *(married couple)* คู่สามีภรรยา; *(mated animals)* คู่สัตว์ผัวเมีย; Ⓓ *(Cards)* ไพ่คู่; **a ~ of tens** คู่สิบ; Ⓔ **~ [of horses]** ม้าคู่; **carriage** *or* **coach and ~:** รถเทียมม้าคู่; Ⓕ *(Parl.)* สมาชิกรัฐสภาจากพรรคตรงข้ามกันสองคน ซึ่งตกลงงดออกเสียงทั้งคู่; Ⓖ *(Rowing) (crew)* กรรเชียงคู่; **~s** *(race)* การแข่งขันกรรเชียงคู่ ❷ *v.t.* Ⓐ *(arrange in couples)* จัดเป็นคู่; Ⓑ *(marry)* แต่งงาน **(with** กับ**)** ❸ *v.i.* *(สัตว์)* จับคู่กัน

633 **pairing | palpitation**

~ **'off** ❶ *v.t.* จัดเข้าคู่; **she was ~ed off with Alan** เธอถูกจัดเข้าคู่กับอะแลน ❷ *v.i.* จับคู่กัน

~ **'up** ➡ ~ off 2

~ **with** *v.t. (Parl.)* ~ **with sb.** จับคู่กับสมาชิกฝ่ายตรงกันข้าม *ค.น.* เพื่อไม่ออกเสียงทั้งคู่

pairing /'peərɪŋ/'แพริง/ *n. (Parl.)* ~ **[arrangement]** ข้อตกลงจับคู่กันของสมาชิกรัฐสภา

Paisley /'peɪzlɪ/'เพซลิ/ *adj. (Textiles)* (ผ้า, กระโปรง) ลายเพสลีย์ (*ท.ศ.*); ~ **pattern** ลายเพสลีย์

pajamas /pə'dʒɑːməz/เพอะ'จาเมิซ/ *(Amer.)* ➡ **pyjamas**

Pak /'pæk/'แพค/, **Paki** /'pækɪ/'แพคิ/ *n. (Brit. sl. derog.: Pakistani)* ชาวปากีสถาน; **Paki-bashing** การรังแกชาวปากีสถาน

Pakistan /pɑːkɪ'stɑːn, pækɪ-/พาคิ'ซตาน, แพคิ-/ *pr. n.* ประเทศปากีสถาน

Pakistani /pɑːkɪ'stɑːnɪ, pækɪ-/พาคิ'ซตานิ, แพคิ-/ ❶ *adj.* แห่งปากีสถาน; **sb. is ~:** *ค.น.* เป็นชาวปากีสถาน ❷ *n.* ชาวปากีสถาน

pal /pæl/แพล/ *(coll.)* ❶ *n.* เพื่อน, เกลอ; *(derog.)* ผู้สมคบคิด; **be a ~ and ...:** เป็นคนดีและช่วย...หน่อย; ➡ + **old** 1 C ❷ *v.i.*, **-ll-:** ~ **up with sb.** เป็นเพื่อนกับ *ค.น.*

palace /'pælɪs/'แพลิซ/ *n.* วัง; *(of bishop or aristocrat also)* คฤหาสน์, คุ้ม; *(stately mansion)* คฤหาสน์

palace revo'lution *n. (lit. or fig.)* การชิงราชบัลลังก์โดยขุนนางผู้ใหญ่

paladin /'pælədɪn/'แพเลอะดิน/ *n.* Ⓐ *(Hist.: knight errant)* อัศวิน; Ⓑ *(knightly hero)* ผู้กล้าหาญเยี่ยงอัศวิน

Palaeocene /'pælɪəsiːn, 'peɪlɪəsiːn/'แพลิเออะซีน, 'เพลิเออะซีน/ *(Geol.)* ❶ *adj.* เกี่ยวกับสมัยแรกสุดของมหายุคเทอร์เชียรี ❷ *n.* สมัยพาลีโอซีน *(ที่มีหลักฐานการพัฒนาของสัตว์ที่เลี้ยงลูกด้วยนม)*

palaeography /pælɪ'ɒgrəfɪ/เพลิ'ออเกรอะฟิ/ *n.* ศาสตร์ที่ศึกษาอักขระและเอกสารโบราณ

palaeolithic /pælɪə'lɪθɪk/แพลิโอ'ลิธิค/ *adj. (Archaeol.)* เกี่ยวกับยุคหินเก่า; ~ **man** มนุษย์โบราณยุคหินเก่า

palaeontology /pælɪɒn'tɒlədʒɪ/แพลิออน'ทอเลอะจิ/ *n.* บรรพชีวินวิทยา *(ที่ศึกษาเกี่ยวกับชีวิตในอดีตสมัยของธรณีวิทยา)*

Palaeozoic /peɪlɪə'zəʊɪk/แพลิเออะ'โซอิค/ *(Geol.)* ❶ *adj.* เกี่ยวกับมหายุคพาลีโอโซอิก ❷ *n.* มหายุคพาลีโอโซอิก

palatable /'pælətəbl/'แพเลอะเทอะบ'ล/ *adj.* Ⓐ *(acceptable in taste)* พอทานได้; *(pleasant)* รสถูกปาก; Ⓑ *(fig.) (กฎหมาย, การขึ้นราคา)* พอรับได้; **make sth. ~ to sb.** ทำ *ส.น.* ให้ *ค.น.* ยอมรับได้; **not be ~ to sb.** ไม่เป็นที่ยอมรับของ *ค.น.*

palatal /'pælətəl/'แพเลอะเทิล/ ❶ *adj.* Ⓐ *(Anat.)* เกี่ยวกับเพดานปาก; Ⓑ *(Phonet.)* ที่เกิดจากการใช้ลิ้นจรดเพดานปาก เช่น ตัว *y* ❷ *n. (Phonet.)* เสียงที่เกิดจากการใช้ลิ้นจรดเพดานปาก

palate /'pælət/'แพเลิท/ *n.* Ⓐ *(Anat.)* เพดานปาก; **hard/soft ~:** เพดานแข็ง/อ่อน; ➡ + **²cleft** 2; Ⓑ *(taste)* การได้รส; **be sharp on the ~:** มีรสเปรี้ยว/ฝาด; **not be to sb.'s ~** *(fig.)* ไม่ถูกรสนิยม *ค.น.*, ไม่ถูกปาก *ค.น.*

palatial /pə'leɪʃl/เพอะ'เลช'ล/ *adj.* ดุจวัง, ใหญ่โตหรูหรา; **built in ~ style** สร้างเหมือนวัง

Palatinate /pə'lætɪneɪt, US -tənət/เพอะ'แลทิเนท, -เทอะเนิท/ *pr. n.* **the ~** *(in Germany)* อาณาเขตในปกครองของเคานท์พาลาไทน์

Palatine /'pælətaɪn/'แพเลอะทายน/ *adj.* มีอาณาเขตปกครองทำนองกษัตริย์

palaver /pə'lɑːvə(r), US -'læv-/เพอะ'ลาเวอะ(ร), -'แลว-/ *n.* Ⓐ *(coll.: fuss)* ความวุ่นวาย; Ⓑ *(conference)* การเจรจา; *(derog.: idle talk)* การพูดไร้สาระ

¹pale /peɪl/เพล/ *n.* Ⓐ **be beyond the ~:** *(การกระทำ, พฤติกรรม)* นอกคอก, แหวกแนว; **regard sb. as beyond the ~:** เห็นว่า *ค.น.* อยู่นอกแวดวงที่รับได้; Ⓑ *(stake)* ไม้ปลายแหลมที่ทำเป็นรั้วบ้าน, ไม้แหลม

²pale /peɪl/เพล/ ❶ *adj.* Ⓐ ซีด; *(esp. in illness)* หน้าซีด; *(nearly white) (หน้า)* ไม่มีเลือด; **go ~:** หน้าซีด; **his face was ~:** ใบหน้าของเขาซีด; Ⓑ *(light in colour) (สี)* อ่อน, ไม่เข้ม; **a ~ blue/red dress** กระโปรงชุดสีฟ้า/แดงอ่อน; ~ **ale** เบียร์อ่อน; Ⓒ *(faint)* จาง; Ⓓ *(fig.: poor)* ~ **imitation/reflection** รูปจำลอง/เงาสะท้อนที่สู้ตัวจริงไม่ได้ ❷ *v.i.* ซีดลง, จางลง (**at** เนื่องจาก); **his face ~d** ใบหน้าของเขาซีดลง; ~ **into insignificance** กลายเป็นเรื่องไม่สำคัญ; ~ **in comparison with sth.** ด้อยกว่าเมื่อเทียบกับ *ส.น.*

'paleface *n.* คนผิวขาว *(ชื่อที่ชาวอินเดียนแดงเรียกคนผิวขาว)*

'pale-faced *adj.* หน้าซีด

palely /'peɪllɪ/'เพลลิ/ *adv.* อย่างซีดจาง; *(แสง)* มีประกายอ่อน

paleness /'peɪlnɪs/'เพลนิซ/ *n., no pl. (of person)* อาการหน้าซีด

paleo- *(Amer.)* ➡ **palaeo-**

Palestine /'pæləstaɪn/'แพเลิซตายน/ *pr. n.* ดินแดนปาเลสไตน์ *(แถบตะวันออกของทะเลเมดิเตอร์เรเนียน)*

Palestine Liberation Organization, PLO *n.* องค์การปลดปล่อยปาเลสไตน์

Palestinian /pælɪ'stɪnɪən/แพลิ'ซติเนียน/ ❶ *adj.* แห่งปาเลสไตน์; **sb. is ~:** *ค.น.* เป็นชาวปาเลสไตน์ ❷ *n.* ชาวปาเลสไตน์

palette /'pælɪt/'แพลิท/ *n.* จานสีที่จิตรกรใช้

'palette knife *n. (Art)* เกรียงปลายมนที่ใช้ผสมหรือละเลงสี

palfrey /'pɔːlfrɪ/'พอลฟริ/ *n. (Hist.)* ม้าขี่ทั่วไปโดยเฉพาะสำหรับสตรี

Pali /'pali/'พาลี/ *n.* ภาษาบาลี

palimpsest /'pælɪmpsest/'แพลิมพฺเซ็ซทฺ/ *n.* แผ่นกระดาษหรือโลหะที่ตัวเขียนเดิมถูกลบออกและเขียนทับใหม่

palindrome /'pælɪndrəʊm/'แพลินโดรม/ *n.* คำหรือวลีที่อ่านกลับก็ยังคงเป็นคำเดิม เช่น madam

paling /'peɪlɪŋ/'เพลิง/ *n.* Ⓐ *(stake)* ซี่ หรือแผ่นไม้ที่ปักเป็นรั้ว; Ⓑ *(fence)* รั้วไม้ดังกล่าว

palisade /pælɪ'seɪd/แพลิ'เซด/ *n.* Ⓐ *(fence)* รั้วที่เป็นไม้หรือเหล็กปักเป็นราว; Ⓑ *in pl. (Amer.: cliffs)* ผาสูงต่อกันเป็นแนวยาว

palish /'peɪlɪʃ/'เพลิช/ *adj.* ค่อนข้างจะซีดจาง

¹pall /pɔːl/พอล/ *n.* Ⓐ *(over coffin)* ผืนผ้าที่คลุมหีบศพ; Ⓑ *(fig.)* สิ่งปกคลุม, สิ่งครอบคลุม; **cast a ~ of gloom over sb.** ทำให้ *ค.น.* รู้สึกหดหู่ใจ

²pall *v.i.* ~ **[on sb.]** ทำให้ *ค.น.* รู้สึกจำเจเบื่อหน่าย

Palladian /pə'leɪdɪən/เพอะ'เลเดียน/ *adj. (Archit.)* สถาปัตยกรรมแบบนีโอคลาสสิคใน*ศตวรรษที่ 16*

'pall-bearer /'pɔːlbeərə(r)/'พอลแบเรอะ(ร)/ *n.* คนที่แบกหีบศพ

¹pallet /'pælɪt/'แพลิท/ *n.* Ⓐ *(bed)* เตียงนอนแบบตามมีตามเกิด; Ⓑ *(mattress)* ที่นอนยัดฟาง

²pallet *n. (platform)* แผ่นวางสินค้า

palliasse /'pælɪæs, US pælɪ'æs/'แพลิแอซ/ *n.* ที่นอนยัดฟาง

palliate /'pælɪeɪt/'แพลิเอท/ *v.t.* Ⓐ *(alleviate)* บรรเทา, ประทัง; Ⓑ *(excuse)* แก้ตัว; *(gloss over)* พยายามปิดบัง *(ความผิด)*

palliative /'pælɪətɪv/'แพเลียทิว/ *(Med.)* ❶ *adj.* บรรเทาอาการ; ~ **drug** ยาบรรเทาอาการ ❷ *n.* สิ่งที่บรรเทาอาการ

pallid /'pælɪd/'แพลิด/ *adj.* Ⓐ ➡ **²pale** 1 A; Ⓑ ซีดเซียว

pallor /'pælə(r)/'แพเลอะ(ร)/ *n.* ความซีด

pally /'pælɪ/'แพลิ/ *adj. (coll.)* **they are very ~ [with each other]** พวกเขาถูกคอกันดีมาก, พวกเขาซี้กันมาก; **be ~** *or* **on ~ terms with sb.** *ค.น.* เป็นเกลอกัน; **his ~ manner** ท่าทางสนิทของเขา

¹palm /pɑːm/พาม/ *n.* Ⓐ *(tree)* ต้นปาล์ม (*ท.ศ.*); *attrib.* ~ **leaf/oil/kernel/frond** ใบ/น้ำมัน/เมล็ด/ทางของต้นปาล์ม; ~ **[branch]** *(also Eccl.)* กิ่งไม้ที่ใช้แทนใบปาล์มในพิธีทางศาสนาในประเทศที่ไม่อยู่ในเขตร้อน; Ⓑ *(symbol of victory)* ใบปาล์มที่เป็นสัญลักษณ์ของชัยชนะ; **bear** *or* **take the ~** *(fig.)* มีชัยชนะ

²palm ❶ *n.* Ⓐ ➤ 118 *(of hand)* ฝ่ามือ; **hold/weigh sth. in one's ~** *or* **the ~ of one's hand** ถือ/ชั่ง *ส.น.* ในมือ; **have sth. in the ~ of one's hand** *(fig.)* *ส.น.* อยู่ในกำมือ; **on the ~s of one's hands** บนฝ่ามือ; **the ~ of one's right hand** อุ้งมือขวา; ➡ + **cross** 2 A; **grease** 2; Ⓑ *(of glove)* ส่วนฝ่ามือของถุงมือ ❷ *v.t.* ทำให้หายไป, ซ่อนอยู่ในมือ

~ **'off** *v.t.* ~ **sth. off on sb.**, ~ **sb. off with sth.** โละ *ส.น.* ให้แก่ *ค.น.*; ~ **sb. off on sb. else** ฝาก *ค.น.* ไว้กับ *ค.น.*; ~ **sth. off as sth.** ย้อมแมวขาย; ~ **sb. off with promises** ให้สัญญา *ค.น.* เพื่อให้ไปให้พ้น

palm 'court *adj.* ~ **music/orchestra** ดนตรี/วงดนตรีที่บรรเลงเพลงฟังง่าย ๆ ในโรงแรมระหว่างเวลาน้ำชาหรือกาแฟ

palmist /'pɑːmɪst/'พามิซทฺ/ *n.* หมอดูลายมือ

palmistry /'pɑːmɪstrɪ/'พามิซตริ/ *n., no pl.* พยากรณ์ศาสตร์ด้านลายมือ

palm: P~ 'Sunday *n. (Eccl.)* วันอาทิตย์ก่อนอีสเตอร์ *(วันที่พระเยซูเสด็จเข้าเมืองเยรูซาเล็ม)*; **~top** *n.* **~top [computer]** คอมพิวเตอร์ขนาดเท่าฝ่ามือ; ~ **tree** *n.* ต้นไม้ประเภทปาล์ม

palomino /pælə'miːnəʊ/แพเลอะ'มีโน/ *n., pl.* **~s** *(Zool.)* พันธุ์ม้าสีครีมหรือสีทองในอเมริกา

palpable /'pælpəbl/'แพลเพอะบ'ล/ *adj.* Ⓐ *(tangible)* จับต้องได้; Ⓑ *(perceptible)* รู้สึกได้, สัมผัสได้; *(obvious) (ความไร้สาระ, ความโง่, การโกหก)* ชัดเจน

palpably /'pælpəblɪ/'แพลเพอะบลิ/ *adv.* อย่างจับต้องได้ *หรือ* รู้สึกได้

palpate /'pælpeɪt/'แพลเพท/ *v.t. (Med.)* ตรวจอาการด้วยการคลำหรือสัมผัส

palpitate /'pælpɪteɪt/'แพลพิเทท/ *v.i.* Ⓐ *(pulsate) (หัวใจ)* เต้นเป็นจังหวะ; Ⓑ *(throb)* เต้นตุบ ๆ; *(tremble)* สั่นระริก (**with** ด้วย)

palpitation /pælpɪ'teɪʃn/แพลพิ'เทช'น/ *n.* Ⓐ *(throbbing)* การเต้นเป็นจังหวะ; *(trembling)* การสั่น; Ⓑ *in pl. (Med.: of heart)* อาการใจเต้น, อาการใจสั่น; **suffer from ~s** มีอาการหัวใจเต้นไม่ปกติ

p

palsy /ˈpɔːlzɪ/ˈพอลซิ/ *n. (Med. dated)* อัมพาต; ➡ **+ cerebral palsy**

paltry /ˈpɔːltrɪ/ˈพอลทริ/ *adj. (รายการให้เลือก)* เล็กน้อย; *(trivial)* ไม่สำคัญ; **~ matters** เรื่องเล็กน้อย; **a ~ £5** แค่ห้าปอนด์เท่านั้น

pampas /ˈpæmpəs, US -əz/ˈแพมเพิซ, -เพิซฺ/ *n.pl(Geog.)* ทุ่งหญ้าพามปัส *(ท.ศ.)* ในอเมริกาใต้

ˈpampas grass *n.* หญ้าต้นสูง *Cortaderia selloana* จากอเมริกาใต้

pamper /ˈpæmpə(r)/ˈแพมเพอะ(ร)/ *v.t.* ตามใจ, พะเน้าพะนอ; **~ oneself** ตามใจตัวเอง

pamphlet /ˈpæmflɪt/ˈแพมฟลิท/ *n. (leaflet)* แผ่นพับ; *(esp. Polit.)* แผ่นพับแนะนำผู้สมัคร; *(booklet)* จุลสาร; *(Polit., Relig.: tract)* เอกสารแสดงความคิดเห็น, ความเชื่อ

pamphleteer /pæmflɪˈtɪə(r)/แพมฟลิˈเทีย(ร)/ *n.* ผู้เขียนเอกสารสนับสนุนโครงการ

¹pan /pæn/แพน/ ❶ *n.* หม้อ; *(for frying)* กระทะ; **pots and ~s** เครื่องหุงต้ม, เครื่องครัว; **a ~ of milk** นมหนึ่งหม้อ; ➡ **+ saucepan**; Ⓑ *(of scales)* กระทะของเครื่องชั่ง; Ⓒ *(Brit.: of WC)* **[lavatory] ~:** โถส้วม; Ⓓ *(Amer. coll.: face)* ใบหน้า; ➡ **+ flash** 1 A ❷ *v.t.*, **-nn-** *(coll.)* วิจารณ์อย่างรุนแรง *(ละคร, หนังสือ)*

~ ˈout *v.i. (progress)* มีผลคืบหน้า, ปรากฏ

²pan ❶ *v.t.*, **-nn-** *(Cinemat., Telev.)* หมุนกล้องตามเหตุการณ์ หรือ ให้เห็นภาพกว้าง ❷ *v.i.*, **-nn-** *(Cinemat., Telev.) (กล้อง)* ถ่ายภาพมุมกว้าง; **~ning shot** ภาพถ่ายแบบแสดงมุมกว้าง ❸ *n. (Cinemat., Telev.)* การถ่ายภาพโดยหมุนกล้องเช่นนี้

pan- /pæn/แพน/ *in comb. (ทวีปอเมริกา, ทวีปแอฟริกา)* ทั้งหมด, รวม, ตลอด

panacea /pænəˈsiːə/แพเนอะˈซีเออะ/ *n.* ยาครอบจักรวาล, ยาแก้สรรพโรค

panache /pəˈnæʃ/เพอะˈแนช/ *n.* การไม่กลัวใคร, ความเก่งกล้า

Panama /pænəˈmɑː/แพเนอะˈมา/ ❶ *pr. n.* ประเทศปานามา *(ในอเมริกากลาง)* ❷ *n.* **p~ [hat]** หมวกปานามา *(ท.ศ.)*

Panama Caˈnal *pr. n.* คลองปานามาในประเทศปานามาในอเมริกากลาง

Panamanian /pænəˈmeɪnɪən/แพเนอะˈเมเนียน/ ❶ *adj.* แห่งประเทศปานามา; **sb. is ~:** *ค.น.* เป็นชาวปานามา ❷ *n.* ชาวปานามา

panatella /pænəˈtelə/แพเนอะˈเท็ลเลอะ/ *n.* ซิการ์แท่งเล็กยาว

pancake /ˈpænkeɪk/ˈแพนเคค/ *n.* ขนมแพนเค้ก *(ท.ศ.)*; **be flat as a ~:** *(ทิวทัศน์)* แบนเรียบ, เหมือนแพนเค้ก; *(squashed)* แบนแต๊ดแต๋

pancake: P~ Day *n. (Brit.)* วันอังคารก่อนหน้าวันถือศีล หรือ วันเข้าพรรษาของศาสนาคริสต์; **~ ˈlanding** *n. (Aeronaut.)* การลงจอดฉุกเฉิน; **~ roll** *n.* ปอเปี๊ยะ

panchromatic /pænkrəˈmætɪk/แพนเครอะˈแมติค/ *adj. (Photog.)* ไวต่อสีทุกสีในสเปกตรัม

pancreas /ˈpæŋkrɪəs/ˈแพงเคริยซ/ *n. (Anat.)* ตับอ่อน

pancreatic /pæŋkrɪˈætɪk/แพงเครียˈแอทิค/ *adj. (Anat., Physiol.)* เกี่ยวกับตับอ่อน; **~ duct** ท่อตับอ่อน

panda /ˈpændə/ˈแพนเดอะ/ *n. (Zool.)* หมีแพนด้า *(ท.ศ.)*

ˈpanda car *n. (Brit. Police)* รถสายตรวจของตำรวจ *(เดิมเป็นรถสีขาว มีแถบสีดำพาดตรงประตูรถ)*

pandemic /pænˈdemɪk/แพนˈเด็มมิค/ *(Med.)* ❶ *n.* โรคระบาดทั่วประเทศ หรือ โลก ❷ *adj.* ที่ระบาดไปทั่ว, ที่แพร่ไปทั่ว

pandemonium /pændɪˈməʊnɪəm/แพนดิˈโมเนียม/ *n.* ความอลหม่านวุ่นวาย; *(uproar)* ความโกลาหล; **there was ~ in the stadium** เกิดความอลหม่านขึ้นในสนามกีฬา; **~ reigned** ความวุ่นวายเข้าครอบงำ

pander /ˈpændə(r)/ˈแพนเดอะ(ร)/ ❶ *n. (go-between)* แม่สื่อ หรือ พ่อสื่อในการติดต่อแบบลักซ่อน; *(procurer)* นายหน้าหาหญิงบำเรอ ❷ *v.i.* **~ to** สนองความอยาก, ปรนเปรอ

Pandora's box /pænˈdɔːrəz ˈbɒks/แพนˈดอเริซ ˈบอคซฺ/ *n. (Mythol.)* หีบของนางแพนโดรา; *(fig.)* จุดเริ่มของปัญหายุ่งยาก

p. & p. *abbr. (Brit.)* **postage and packing** ค่าไปรษณีย์และการจัดส่ง

pane /peɪn/เพน/ *n. (glass)* แผ่นกระจก; **window ~/~ of glass** แผ่นกระจกหน้าต่าง

panegyric /pænɪˈdʒɪrɪk/แพนิˈจิริค/ ❶ *n.* คำสดุดี ❷ *adj.* เป็นการยกย่อง, สรรเสริญ

panel /ˈpænl/ˈแพนˈล/ ❶ *n.* Ⓐ *(of door, wall etc.)* บาน; *(of screen, triptych)* แผ่น, บาน, แผง; Ⓑ *(esp. Telev., Radio, etc.) (quiz team)* คณะ; *(in public discussion)* คณะผู้อภิปราย; **~ discussion** การอภิปรายเป็นคณะ; Ⓒ *(advisory body)* คณะที่ปรึกษา; **~ of experts** คณะผู้เชี่ยวชาญ; Ⓓ *(Dressmaking)* ชิ้นผ้าที่สอดแทรกตกแต่ง; ➡ **+ control panel; instrument panel** ❷ *v.t., (Brit.)* **-ll-** ตกแต่งด้วยแผ่นไม้

panel: ~ beater *n.* ช่างเคาะถังรถยนต์; **~ game** *n.* การเล่นทายปัญหา; *(Telev., Radio)* รายการทายปัญหาที่ออกอากาศ

paneling, panelist *(Amer.)* ➡ **panell-**

panelling /ˈpænəlɪŋ/ˈแพนอะลิง/ *n.* งานไม้บานประตูหรือผนัง; ไม้ที่ใช้ทำแผ่นประตูหรือผนังห้อง, พื้นผนัง

panellist /ˈpænəlɪst/ˈแพเนอะลิซท/ *n. (Telev., Radio) (on quiz programme)* ผู้เล่นในรายการทายปัญหา; *(on discussion panel)* ผู้ร่วมอภิปราย

panel: ~ pin *n.* ตะปูบางหัวเล็ก; **~ truck** *n.* รถส่งของขนาดเล็ก

ˈpan-fry *v.t.* ทอดในกระทะ

panful /ˈpænfʊl/ˈแพนฟุล/ *n.* เต็มหม้อ; **a ~ of water** น้ำหนึ่งหม้อ [เต็ม]

pang /pæŋ/แพง/ *n.* Ⓐ *(of pain)* การปวดแปลบ ๆ, การเจ็บยอก; ➡ **+ hunger** 1; Ⓑ *(of distress)* **feel ~s of conscience/guilt** รู้สึกสำนึกผิดชอบชั่วดี/ผิดกระตุ้นเตือนขึ้นมา; **feel ~s of remorse** รู้สึกสำนึกในความผิด

ˈpanhandle ❶ *n.* Ⓐ ด้ามกระทะ, ด้ามหม้อ; *(of frying pan)* ด้ามกระทะแบบฝรั่ง; Ⓑ *(of land)* พื้นที่รูปด้ามกระทะ ❷ *v.t. (coll.)* ขอทานตามถนน **(for** เพื่อ**)** ❸ *v.i. (coll.)* ขอทาน

panic /ˈpænɪk/ˈแพนิค/ ❶ *n.* ความแตกตื่นตกใจ; **be in a [state of] ~ [over *or* at having done sth.]** อยู่ในภาวะแตกตื่นตกใจ [เนื่องจากได้ทำ *ส.น.*]; **there was ~ on the stock market** เกิดภาวะแตกตื่นในตลาดหลักทรัพย์ ❷ *v.i.* **-ck-** แตกตื่นตกใจ; **don't ~!** อย่าแตกตื่น! ❸ *v.t.*, **-ck-** ทำให้แตกตื่น; **~ sb. into doing sth.** ทำให้ *ค.น.* ตื่นตระหนกจนทำ *ส.น.* ลงไป ❹ *attrib. adj (overhasty) (มาตรการ)* รีบร้อนเกินไป, ไม่ยั้งคิด; **~ buying** การรุมกันซื้อ; **~ selling** การเทขายอย่างแตกตื่น

ˈpanic attack *n.* อาการเครียดและวิตกกังวลฉับพลัน; **she suffers from ~s** เธอมักจะเกิดอาการวิตกกังวลฉับพลัน

panic: ~ bolt *n.* กลอนกันขโมย; **~ button** *n.* กริ่งเรียกความช่วยเหลือในกรณีฉุกเฉิน; **hit the ~ button** *(fig. coll.)* แจ้งเหตุฉุกเฉิน, แตกตื่น

panicky /ˈpænɪkɪ/ˈแพนิคิ/ *adj.* แตกตื่นง่าย; **be ~:** ขี้ตื่น

panicle /ˈpænɪkl/ˈแพนิคˈล/ *n. (Bot.)* ดอกช่อที่ไม่เกาะแน่น เช่น ดอกข้าว

panic: ~monger *n.* คนแพร่ข่าวให้เกิดความแตกตื่น; **~ stations** *n. pl. (fig. coll.)* **be at ~ stations** อยู่ในภาวะฉุกเฉิน; **it was ~ stations** เกิดสถานการณ์ฉุกเฉิน; **~-stricken, ~-struck** *adjs.* เต็มไปด้วยความแตกตื่นตกใจ

pannier /ˈpænɪə(r)/ˈแพเนีย(ร)/ *n.* Ⓐ *(basket)* ตะกร้าคู่พาดหลังม้าหรือลา; Ⓑ *(bag)* ถุงคู่พาดหลังรถจักรยาน

panoply /ˈpænəplɪ/ˈแพเนอะพลิ/ *n.* ชุดเต็มยศ; **the full ~ of a state burial** พิธีฝังศพเต็มยศเป็นทางการ; **a wonderful ~ of colour** สีสันมากมายน่าพิศวง

panorama /pænəˈrɑːmə/แพเนอะˈราเมอะ/ *n.* ภาพแสดงมุมกว้าง; *(fig.: survey)* ภาพมุมกว้าง; **aerial ~:** ภาพมุมกว้างทางอากาศ

panoramic /pænəˈræmɪk/แพเนอะˈแรมิค/ *adj.* เป็นภาพมุมกว้าง; **~ survey** *(fig.)* การสำรวจอย่างกว้างขวาง **(of** ของ**)**

ˈpan pipes *n. pl. (Mus.)* ขลุ่ยแถว, แคน

pansy /ˈpænzɪ/ˈแพนซิ/ *n.* Ⓐ *(Bot.)* ดอกแพนซี *(ท.ศ.)* ในสกุล *Viola*; Ⓑ *(coll.: effeminate man)* ผู้ชายที่เหมือนผู้หญิง, กะเทย

pant /pænt/แพนท/ ❶ *v.i. (สุนัข)* หอบ ❷ *v.t.* **~ [out]** หอบ *(คำพูดออกมา)*

~ for *v.t.* พยายามหายใจ *(อากาศ)*; กระหาย *(น้ำ)*

pantechnicon /pænˈteknɪkən/แพนˈเท็คนิเคิน/ *n.* **~ [van]** *(Brit.)* รถตู้ขนาดใหญ่สำหรับขนย้ายเครื่องเรือน

pantheism /ˈpænθɪɪzm/ˈแพนธิอิซˈม/ *n., no art. (Relig.)* ความเชื่อว่าพระผู้เป็นเจ้าคือพลังธรรมชาติ; การนับถือพระผู้เป็นเจ้าทั้งหมด, สรรพเทวนิยม *(ร.บ.)*

pantheist /ˈpænθɪɪst/ˈแพนธิอิซท/ *n. (Relig.)* ผู้ที่นับถือพระผู้เป็นเจ้าทั้งหมด

pantheistic /pænθɪˈɪstɪk/แพนธิˈอิซติค/, **pantheistical** /pænθɪˈɪstɪkl/แพนธิˈอิซทิคˈล/ *adj. (Relig.)* เกี่ยวกับความเชื่อในศาสนาอย่างกว้างขวาง

pantheon /ˈpænθɪən, pænˈθiːən/ˈแพนเธียน, แพนˈธิออน/ *n.* ที่ฝังศพคนสำคัญ; **the P~** วิหารในกรุงโรมสำหรับบูชาเทพทั้งหมด

panther /ˈpænθə(r)/ˈแพนเธอะ(ร)/ *n. (Zool.)* Ⓐ เสือดำ; Ⓑ *(Amer.: puma)* เสือพูม่า *(ท.ศ.)*

pantie-girdle /ˈpæntɪgɜːdl/ˈแพนทิเกอดˈล/ *n. (coll.)* สเตย์รัดหน้าท้องผู้หญิงที่มีทรงคล้ายกางเกงชั้นใน

panties /ˈpæntɪz/ˈแพนทิซ/ *n. pl. (coll.)* **[pair of] ~:** กางเกงชั้นในผู้หญิง

pantihose /ˈpæntɪhəʊz/ˈแพนทิโฮซฺ/ ➡ **tights** 3 A

pantile /ˈpæntaɪl/ˈแพนทายล/ *n. (Building)* กระเบื้องลอนมุงหลังคาที่หยักโค้งแบบตัวเอส

panto /ˈpæntəʊ/ˈแพนโท/ *n., pl.* **~s** *(Brit. coll.)* ➡ **pantomime** A

pantograph /ˈpæntəgrɑːf, US -græf/ˈแพนเทอะกราฟ, -แกรฟ/ *n.* Ⓐ *(for copying)* เครื่องมือใช้คัดแผนที่, แผนผัง ฯลฯ โดยมีสเกลขยายหรือย่อ; Ⓑ *(Electr.)* เครื่องมือที่ต่อไฟจากสายไฟข้างบนไปยังพาหนะที่วิ่งข้างล่าง

pantomime /ˈpæntəmaɪm/ˈแพนเทอะมายม/ *n.* Ⓐ *(Brit.)* ละครแสดงให้เด็กร้องเพลงเล่นตลก *(มักเล่นตอนเทศกาลคริสต์มาส)*; Ⓑ *(gestures)* การใช้สีหน้าและท่าทางแทนคำพูด

pantry /ˈpæntrɪ/ˈแพนทริ/ *n.* ห้องขนาดเล็กเก็บอาหารในบ้าน; **[butler's] ~:** ห้องเตรียมอาหาร

pants /pænts/แพนทฺซฺ/ *n. pl.* Ⓐ *(esp. Amer. coll.: trousers)* **[pair of] ~:** กางเกงขายาว; **bore/scare the ~ off sb.** *(fig. coll.)* ทำให้ *ค.น.* เบื่อ/ตกใจอย่างมาก; **talk the ~ off sb.** *(fig. coll.)* ทำให้ *ค.น.* เบื่อหน่าย; **catch sb. with his ~ down** *(fig. coll.)* ไปพบ *ค.น.* ตอนที่เขาไม่ระวังตัว; ➡ + **kick** 1 A; Ⓑ *(Brit. coll.: underpants)* กางเกงชั้นใน

ˈpant suit *n.* สูทกางเกงผู้หญิง

pants: that's ~ นั่นมันห่วยสัตว์ *(ภ.ย.)*

panzer /ˈpæntsə(r)/ˈแพนทฺเซอะ(ร), ˈแพนซ–/ *adj. (Mil.)* ที่หุ้มเกราะ

pap /pæp/แพพ/ *n. (food)* อาหารอ่อนเละ ๆ; *(fig. derog.)* เรื่องไร้สาระ

papa /pəˈpɑː, US ˈpɑːpə/เพอะˈพา, ˈพาเพอะ/ *n. (arch. child lang.)* พ่อ

papacy /ˈpeɪpəsɪ/ˈเพเพอะซิ/ *n.* Ⓐ *no pl. (office)* ตำแหน่งสันตะปาปา; **be elected to the ~:** ได้รับเลือกให้ดำรงตำแหน่งสันตะปาปา; Ⓑ *(tenure)* การดำรงตำแหน่งสันตะปาปา; Ⓒ *no pl. (papal system)* ระบบที่มีสันตะปาปาเป็นประมุข

papal /ˈpeɪpl/ˈเพพ˘ล/ *adj.* เกี่ยวกับสันตะปาปา; ➡ + **infallibility**

paparazzo /pæpæˈrɑːtsəʊ/แพเพอะˈราทโซ/ *n., pl.* **paparazzi** /pæpæˈrɑːtsiː/แพเพอะˈราทซี/ *ช่างภาพอิสระที่คอยตามหาโอกาสถ่ายภาพคนดัง*

papaw /pəˈpɔː/เพอะˈพอ/, **papaya** /pəˈpaɪə/เพอะˈพายเออะ/ *n. (Bot.)* Ⓐ *(tree)* **~ [tree]** ต้นมะละกอ; Ⓑ *(fruit)* ผลมะละกอ

paper /ˈpeɪpə(r)/ˈเพเพอะ(ร)/ ❶ *n.* Ⓐ *(material)* กระดาษ; **put sth. down on ~:** เขียน *ส.น.* เป็นลายลักษณ์อักษร; **it looks all right on ~** *(in theory)* มันดูใช้ได้ในด้านของทฤษฎี; **put pen to ~:** เขียนเสียที; **the treaty** *etc.* **isn't worth the ~ it's written on** *(coll.)* สนธิสัญญา ฯลฯ ไม่มีคุณค่า; Ⓑ *in pl. (documents)* เอกสาร; *(to prove identity etc.)* หลักฐานประจำตัว; Ⓒ *(in examination)* ข้อสอบ; Ⓓ *(newspaper)* หนังสือพิมพ์; **daily/weekly ~:** หนังสือพิมพ์รายวัน/รายสัปดาห์; Ⓔ *(wallpaper)* กระดาษปิดผนัง; Ⓕ *(wrapper)* กระดาษห่อของ; **don't scatter the ~s all over the floor** อย่าทิ้งเศษกระดาษเกลื่อนพื้นห้อง; Ⓖ *(learned article)* บทความ; Ⓗ *no pl., no indef. art. (Commerc.: bills of exchange etc.)* เอกสารในเชิงพาณิชย์ เช่น ตั๋วแลกเงิน ฯลฯ ❷ *adj.* Ⓐ *(made of ~)* จากกระดาษ; Ⓑ *(theoretical) (กำไร, ความมีกำลังพลมากกว่า)* ในหลักการ ❸ *v.t.* ปิดกระดาษผนังห้อง

~ ˈover *v.t.* ปิดกระดาษทับ; **~ over the cracks** *(fig.: cover up mistakes/differences)* กลบเกลื่อนความผิดพลาด/ความแตกต่าง

paper: ~back ❶ *n.* หนังสือปกอ่อน; *(pocket-size)* หนังสือพ็อกเก็ตบุ๊ค *(ท.ศ.)*; **available in ~back** พิมพ์เป็นหนังสือปกอ่อน ❷ *adj.* **~back edition** ฉบับพิมพ์เป็นหนังสือปกอ่อน; **~back book** หนังสือปกอ่อน; **~ ˈbag** *n.* ถุงกระดาษ; **~ boy** *n.* เด็กส่งหนังสือพิมพ์ตามบ้าน; **~ chain** *n.* โซ่ห่วงกระดาษ; **~chase** *n.* การเล่นวิ่งไล่ตามรอยเศษกระดาษที่โปรยเอาไว้; **~ clip** *n.* ลวดหนีบกระดาษ; **~ ˈcup** *n.* ถ้วยกระดาษ; **~ currency** ➡ **~ money**; **~ fastener** *n.* ที่หนีบกระดาษ; **~ feed tray** *n.* ถาดป้อนกระดาษเข้าเครื่องพิมพ์; **~ girl** ➡ **newsgirl**; **~ ˈhandkerchief** *n.* กระดาษเช็ดหน้า; **~hanger** *n.* ช่างติดกระดาษผนังห้อง; **~hanging** *n.* การปิดกระดาษผนังห้อง; **~ ˈhanky** *n. (coll.)* กระดาษเช็ดหน้า, กระดาษทิชชู *(ภ.พ.)*; **~knife** *n.* มีดตัดกระดาษ; **~less** /ˈpeɪpəlɪs/ˈเพเพอะลิซ/ *adj.* ที่ติดต่อสื่อสารในรูปอิเล็กทรอนิกส์; **~making** *n., no pl.* การทำกระดาษ; การผลิตกระดาษ; **~ mill** *n.* โรงงานผลิตกระดาษ; **~ money** *n.* ธนบัตร; **~ ˈnapkin** *n.* กระดาษเช็ดมือ; **~ ˈplate** *n.* จานกระดาษ; **~ qualification** *n.* ประกาศนียบัตร; **~ round** *n.* งานส่งหนังสือพิมพ์ตามบ้าน, เส้นทางส่งหนังสือพิมพ์; **on one's ~ round** ไปส่งหนังสือพิมพ์; **have/do a ~ round** ทำงานส่งหนังสือพิมพ์ตามบ้าน; **~ serviˈette** ➡ **~ napkin**; **~ shop** *n.* ร้านขายหนังสือพิมพ์; **~-thin** *adj. (lit. or fig.)* บางมาก; **~ ˈtiger** ➡ **tiger** A; **~ ˈtowel** *n.* กระดาษเช็ดมือแผ่นใหญ่หนา; **~weight** *n.* ที่ทับกระดาษ; **~work** *n.* Ⓐ งานเอกสาร; Ⓑ *(documents)* เอกสาร

papery /ˈpeɪpərɪ/ˈเพเพอริ/ *adj.* เหมือนกระดาษ; **be ~:** เหมือนกระดาษ

papier mâché /pæpjeɪ ˈmæʃeɪ, pæpjeɪ ˈmɑːʃeɪ/แพพิเอ ˈแมเช, แพพิเอ ˈมาเช/ *n.* สิ่งของที่ปั้นจากกระดาษชิ้นเล็ก ๆ ติดด้วยแป้งเปียก

papist /ˈpeɪpɪst/ˈเพพิซทฺ/ *n. (Relig. derog.)* โรมันคาทอลิก, ผู้สนับสนุนอำนาจของสันตะปาปา

papoose /pəˈpuːs/เพอะˈพูซ/ *n.* ทารก, เด็กอ่อนชาวอเมริกันอินเดียน

pappy /ˈpæpɪ/ˈแพพิ/ *n.* พ่อ

paprika /ˈpæprɪkə, pəˈpriːkə/ˈแพพริเคอะ, เพอะˈพริเคอะ/ *n.* Ⓐ ➡ **pepper** 1 B; Ⓑ *(Cookery: condiment)* พริกป่นแดง

Papua New Guinea /pɑːpʊə njuː ˈgɪnɪ:, US nuː-/พาพัว นิว ˈกินี, นู–/ *pr. n.* ประเทศปาปัวนิวกินีในเอเชียอาคเนย์

papyrus /pəˈpaɪərəs/เพอะˈพายเออะเริซ/ *n., pl.* **papyri** /pəˈpaɪraɪ/เพอะˈพายราย/ กระดาษทำจากต้นกกปาปิรุส, ตัวเขียนบนกระดาษนี้

par /pɑː(r)/พา(ร)/ *n.* Ⓐ *(average)* เฉลี่ย; **above/below ~:** สูงกว่า/ต่ำกว่าเกณฑ์เฉลี่ย; **the work is [well] below ~:** งานอยู่ต่ำกว่าเกณฑ์ปกติมาก; **feel rather below ~, not feel up to ~** *(fig.)* รู้สึกไม่ค่อยสบาย; Ⓑ *(equality)* **be on a ~:** อยู่ในระดับเดียวกัน; **be on a ~ with sb./sth.** เท่า ๆ กันกับ *ค.น./ส.น.*; Ⓒ *(Golf)* พาร์ *(ท.ศ.)* จำนวนครั้งที่ผู้เล่นระดับหนึ่งต้องตีแต่ละหลุม; **that's about ~ for the course** *(fig. coll.)* นั่นก็เรียกว่าอยู่ในเกณฑ์ปกติ; Ⓓ *(Commerc.: nominal value)* **~ [of exchange]** ปริวรรตมูลค่าที่ตราไว้; **be at/above/below ~** เท่ากับ/สูงกว่า/ต่ำกว่ามูลค่าที่ตราไว้

para. /ˈpærə/ˈแพเรอะ/ *n. (coll.)* Ⓐ *(paratrooper)* พลร่ม; Ⓑ *(paragraph)* ย่อหน้า

para. *abbr.* **paragraph** *(in contract or law)* ย่อหน้า

parable /ˈpærəbl/ˈแพเรอะบ˘ล/ *n.* นิทานเปรียบเทียบที่มีการสั่งสอนทางศีลธรรม

parabola /pəˈræbələ/เพอะˈแรเบอะเลอะ/ *n. (Geom.)* รูปโค้งพาราโบลา *(ท.ศ.)* ที่เส้นขนานกันตลอด

parabolic /pærəˈbɒlɪk/แพเรอะˈบอลิค/ *adj. (Geom.)* เกี่ยวกับรูปโค้งพาราโบลา; **~ antenna** จานรับสัญญาณรูปโค้ง; **~ mirror** กระจกโค้ง

paracetamol /pærəˈsetəmɒl, -ˈsiːtəmɒl/แพเรอะˈเซ็ทเทอะมอล, –ˈซีเทอะมอล/ *n.* ยาแก้ปวดพารา *(ภ.พ., ท.ศ.)*

parachute /ˈpærəʃuːt/ˈแพเรอะชูท/ ❶ *n.* Ⓐ ร่มชูชีพ; Ⓑ *(to brake aircraft etc.)* ร่มชูชีพช่วยเบรกเครื่องบินเวลาลง ❷ *v.t.* ใช้ร่มชูชีพส่ง ❸ *v.i.* โดดร่มชูชีพ, ดิ่งพสุธา ❹ *adj.* เกี่ยวกับร่มชูชีพ

parachute: ~ drop *n.* การทิ้งลงด้วยร่มชูชีพ; **~ jump** *n.* การกระโดดร่ม; **~ regiment** *n.* กองทหารพลร่ม; **~ silk** *n.* ผ้าร่ม

parachutist /ˈpærəʃuːtɪst/ˈแพเรอะชูทิซทฺ/ *n.* Ⓐ **[sports] ~:** นักดิ่งพสุธา; Ⓑ *(Mil.)* ทหารพลร่ม

parade /pəˈreɪd/เพอะˈเรด/ ❶ *n.* Ⓐ *(display)* สวนสนาม, ขบวนแห่; **make a ~ of** อวด; **make a ~ of one's knowledge** อวดความรอบรู้ของตน; Ⓑ *(Mil.: muster)* สวนสนาม; **on ~:** เดินสวนสนาม; Ⓒ *(procession)* ขบวนแห่; *(of troops)* ขบวนสวนสนาม; Ⓓ *(succession)* การติดตามมาเป็นแถว; Ⓔ *(promenade, street)* ทางเดิน; **a ~ of shops** ร้านค้าเรียงรายเป็นแถว ❷ *v.t.* Ⓐ *(display)* อวด; Ⓑ *(march through)* **~ the streets** เดินแถวไปตามถนน; Ⓒ *(Mil.: muster)* เดินสวนสนาม ❸ *v.i.* เดินสวนสนาม, เดินขบวน; **the national teams ~d round the stadium** ทีมชาติเดินแถวแสดงตัวรอบสนามกีฬา

paˈrade ground *n.* ลานสวนสนาม

paradigm /ˈpærədaɪm/ˈแพเรอะดายม/ *n. (esp. Ling.)* แบบ, ตัวอย่าง

paradise /ˈpærədaɪs/ˈแพเรอะไดซ/ *n.* สวรรค์; **children's/gourmet's ~:** สวรรค์ของเด็ก/นักชิมอาหาร; **an earthly ~:** สวรรค์บนดิน; **this is ~!** นี่เป็นสวรรค์แท้; ➡ + **bird of paradise; fool's paradise**

paradox /ˈpærədɒks/ˈแพเรอะดอคซฺ/ *n.* Ⓐ ข้อความที่ดูเหลวไหลหรือค้านกัน แต่เป็นความจริง, ปฏิทรรศน์ *(ร.บ.)*; Ⓑ *no pl., no indef. art. (quality)* ลักษณะที่ขัดแย้งกัน

paradoxical /pærəˈdɒksɪkl/แพเรอะˈดอคซิค˘ล/ *adj.* มีลักษณะขัดแย้งกันแต่เป็นจริงได้

paradoxically /pærəˈdɒksɪkəlɪ/แพเรอะˈดอคซิเคอะลิ/ *adv.* อย่างขัดแย้งกันแต่เป็นจริงได้

paraffin /ˈpærəfɪn/ˈแพเรอะฟิน/ *n.* Ⓐ *(Chem.)* น้ำมันหรือขี้ผึ้งพาราฟิน *(ท.ศ.)*; Ⓑ *(Brit.: fuel)* น้ำมันตะเกียง, น้ำมันเตาพาราฟิน; Ⓒ **liquid ~** *(Brit.: laxative)* ยาระบาย

paraffin: ~ ˈoil *(Brit.)* ➡ **paraffin** B; **~ ˈstove** *n.* เตาน้ำมันพาราฟิน; **~ ˈwax** *n.* ขี้ผึ้งพาราฟิน

paragliding /ˈpærəglaɪdɪŋ/ˈแพเรอะกฺลายดิง/ *n., no pl.* กีฬาร่อนลงจากที่สูงโดยใช้ร่มชูชีพ

paragon /ˈpærəgən, US -gɒn/ˈแพเรอะเกิน, –กอน/ *n.* แบบอย่างที่สมบูรณ์ที่สุด, สุดยอด; **a ~ of beauty** ตัวอย่างความงามที่สมบูรณ์แบบ; **~ of virtue** ตัวอย่างความดีงาม

paragraph /ˈpærəgrɑːf, US -græf/ˈแพเรอะกฺราฟ, –แกฺรฟ/ *n.* Ⓐ *(section of text)* ย่อหน้า; Ⓑ *(subsection of law etc.)* วรรค; Ⓒ *(Journ.: news item)* ข่าวสั้น ๆ ในหนังสือพิมพ์; Ⓓ *(symbol)* สัญลักษณ์ ¶ เพื่อขึ้นย่อหน้าใหม่

Paraguay /ˈpærəgwaɪ/ˈแพเรอะกฺวาย/ *pr. n.* ประเทศปารากวัยในทวีปอเมริกาใต้

Paraguayan /pærəˈgwaɪən/แพเรอะˈกฺวายเอิน/ ❶ *adj.* แห่งประเทศปารากวัย; **sb. is ~:** *ค.น.* เป็นชาวปารากวัย ❷ *n.* ชาวปารากวัย

parakeet /ˈpærəki:t/ˈแพเรอะคีท/ *n. (Ornith.)* นกแก้วตัวเล็กหางยาว

parallax /ˈpærəlæks/ˈแพเรอะแลคซฺ/ *n. (Astron., Phys.)* ความแตกต่างระหว่างมุมมอง

parallel /ˈpærəlel/ˈแพเรอะเล็ล/ ❶ *adj.* Ⓐ ขนาน; **line A is ~ to line B** *(Geom.)* เส้นตรงเอขนานกับเส้นตรงบี; **the railway ran ~ to the river** ทางรถไฟวิ่งขนานไปกับแม่น้ำ; **~ bars** *(Gymnastics)* บาร์คู่; Ⓑ *(fig.: similar)* เป็นคู่, เหมือนกัน; **be ~:** เป็นคู่กัน; **there is nothing ~ to this in history** ไม่เคยมีอะไรเหมือนเรื่องนี้ในประวัติศาสตร์มาก่อน
❷ *n.* Ⓐ เส้นขนาน; *(fig.)* ความเหมือน, เทียบเทียม; **this has no ~** *or* **is without ~:** สิ่งนี้ไม่มีอะไรจะเทียบได้; **there is a ~ between x and y** มีความเหมือนระหว่างเอ็กซ์กับวาย; **the two societies are ~s** สังคมทั้งสองเป็นแบบเดียวกัน; Ⓑ *(Electr.)* **be connected in ~:** ต่อวงจรไฟฟ้าแบบขนาน; Ⓒ *(Geog.)* **~ [of latitude]** เส้นขนาน [ละติจูด], เส้นละติจูด; **the 42nd ~:** เส้นขนานที่ 42; Ⓓ *(Astron.)* ดวงดาวที่เคลื่อนที่ขนานกัน
❸ *v.t.* Ⓐ *(match)* สู้, เปรียบ; **his arrogance cannot be ~ed** ความยโสของเขาไม่มีใครเทียบได้; Ⓑ *(find sth. similar to)* **this behaviour may be ~ed in human life** อาจพบพฤติกรรมคล้ายคลึงในชีวิตมนุษย์; Ⓒ *(compare)* เปรียบเทียบ

parallelism /ˈpærəlelɪzm/ˈแพเรอะเละลิซฺ่ม/ *n. (lit. or fig.)* คติขนานกัน, ความคล้ายคลึงกัน, การขนานกัน

parallelogram /pærəˈleləgræm/แพเรอะˈเละเลอะแกฺรม/ *n. (Geom.)* รูปสี่เหลี่ยมด้านขนาน

parallel ˈprocessing *n. (Computing)* การประมวลผลแบบขนาน *(โดยที่หน่วยประมวลผลหลาย ๆ ตัวทำงานพร้อม ๆ กัน)*

Paralympics /pærəˈlɪmpɪks/แพเรอะˈลิมพิคซฺ/ *n. pl. (Sport)* โอลิมปิคคนพิการ

paralyse /ˈpærəlaɪz/ˈแพเรอะลายซฺ/ *v.t.* Ⓐ ทำให้เป็นอัมพาต; **he is ~d in both legs** ขาของเขาเป็นอัมพาตทั้งสองข้าง; Ⓑ *(fig.)* *(อุตสาหกรรม, การจราจร)* เคลื่อนไหวไม่ได้; **be ~d with fright** ตัวแข็งไปด้วยความกลัว; **be ~d** ขยับไม่ได้

paralysis /pəˈrælɪsɪs/เพอะˈแรลิซิซ/ *n., pl.* **paralyses** /pəˈrælɪsi:z/เพอะˈแรลิซีซฺ/ โรคอัมพาต; *(fig., of industry, traffic)* ภาวะชะงักงัน, หยุดนิ่ง

paralytic /pærəˈlɪtɪk/แพเรอะˈลิททิค/ ❶ *adj.* Ⓐ เป็นอัมพาต; Ⓑ *(Brit. coll.: very drunk)* เมาจัด ❷ *n.* คนเป็นอัมพาต

paralyze *(Amer.)* ➡ **paralyse**

paramedic /pærəˈmedɪk/แพเรอะˈเม็ดดิค/ *n.* ➤ **489** บุคลากรการแพทย์ *(ที่ไม่ใช่แพทย์); (ambulance worker)* ผู้ขับและทำงานในรถพยาบาล

paramedical /pærəˈmedɪkl/แพเรอะˈเม็ดดิค'ล/ *adj.* **~ personnel/staff** บุคลากรการแพทย์ที่ไม่ใช่แพทย์; **~ training** การฝึกอบรมเป็นผู้ช่วยแพทย์

parameter /pəˈræmɪtə(r)/เพอะˈแรมิเทอะ(ร)/ *n.* Ⓐ *(defining feature)* ปัจจัยหลัก; Ⓑ *(Math.)* ตัวแปรทางสถิติ; *(Computing)* พารามิเตอร์ ตัวแปรเสริม *(ร.บ.)*

paramilitary /pærəˈmɪlɪtrɪ, US -terɪ/แพเรอะˈมิลลิทฺริ, -เทะริ/ *adj.* ที่คล้ายหน่วยทหาร

paramount /ˈpærəmaʊnt/ˈแพเรอะมาวนฺทฺ/ *adj.* Ⓐ *(supreme) (อำนาจ, กำลัง)* สูงสุด; Ⓑ *(preminent)* สำคัญเหนืออื่นใด; **be ~** *(ความต้องการ)* สำคัญยิ่ง

paramour /ˈpærəmʊə(r)/ˈแพเรอะมัว(ร)/ *n. (arch./rhet.)* ชู้รัก

paranoia /pærəˈnɔɪə/แพเรอะˈนอยเออะ/ *n.* Ⓐ *(disorder)* พารานอย *(ท.ศ.)*, โรคจิตที่คอยคิดว่าคนอื่นรังแกกลั่นแกล้ง; Ⓑ *(tendency)* **[feeling of] ~:** ความรู้สึกระแวง *หรือ* ไม่เชื่อใจผู้อื่นอย่างรุนแรง

paranoiac /pærəˈnɔɪæk/แพเรอะˈนอยแอค/, **paranoic** /-ˈnəʊɪk, -ˈnɔɪɪk/-ˈโนอิค, -ˈนอยอิค/ ❶ *n. (Med.)* คนไข้โรคจิตระแวงอย่างหนัก; **be a ~** *(fig.)* เป็นโรคจิตพารานอย ❷ *adj. (Med.)* เกี่ยวกับโรคจิตพารานอย

paranoid /ˈpærənɔɪd/ˈแพเรอะนอยดฺ/ ❶ *adj. (Med.)* เกี่ยวกับโรคจิตพารานอย; **be ~:** ระแวงสงสัยอยู่ตลอด; **he's ~ about his boss** เขาหวาดระแวงเจ้านายตัวเองตลอดเวลา ❷ *n. (Med.)* คนไข้โรคจิตพารานอย

paranormal /pærəˈnɔ:ml/แพเรอะˈนอม'ล/ *adj.* เหนือธรรมชาติ, อธิบายโดยเหตุผลหรือวิทยาศาสตร์ไม่ได้

parapet /ˈpærəpɪt/ˈแพเรอะพิท/ *n.* Ⓐ *(low wall or barrier)* ราวระเบียง; Ⓑ *(Mil.)* สนามเพลาะ

paraphernalia /pærəfəˈneɪlɪə/แพเรอะเฟอะˈเนเลีย/ *n. sing.* Ⓐ *(personal belongings)* เครื่องใช้ส่วนตัวเล็ก ๆ น้อย ๆ; Ⓑ *(equipment) (of justice, power)* อุปกรณ์ประกอบ; *(of war)* ยุทโธปกรณ์; **equestrian/sporting/photographic ~:** อุปกรณ์ใช้ในการขี่ม้า/การกีฬา/การถ่ายภาพ; **the whole ~** *(coll.)* อุปกรณ์ของใช้ทั้งหมด

paraphrase /ˈpærəfreɪz/ˈแพเรอะเฟฺรซฺ/ ❶ *n.* การถอดความ ❷ *v.t.* ถอดความ

paraplegia /pærəˈpli:dʒə/แพเรอะˈพลีเจอะ/ *n. (Med.)* อัมพาตครึ่งล่าง

paraplegic /pærəˈpli:dʒɪk/แพเรอะˈพลีจิค/ *(Med.)* ❶ *adj.* เป็นอัมพาตครึ่งล่าง ❷ *n.* คนไข้อัมพาตครึ่งล่าง

parapsychology /pærəsaɪˈkɒlədʒɪ/แพเรอะไซˈคอเลอะจิ/ *n.* วิชาว่าด้วยความมหัศจรรย์ของจิตที่นอกเหนือไปจากจิตศาสตร์ตามปกติ *(การสะกดจิต, การติดต่อทางจิต ฯลฯ)*

paraquat /ˈpærəkwɒt/ˈแพเรอะควอท/ *n. (Agric.)* ยาปราบวัชพืชที่ออกฤทธิ์เร็วและเป็นกลางเมื่อถูกดิน

parasite /ˈpærəsaɪt/ˈแพเรอะไซท/ *n.* Ⓐ *(Biol.)* ปรสิต, ตัวเบียน; Ⓑ *(fig. derog.: person)* กาฝาก; **be a total ~:** ทำตัวเป็นกาฝาก

parasitic /pærəˈsɪtɪk/แพเรอะˈซิททิค/ *adj.* Ⓐ *(Biol.)* เกี่ยวกับพยาธิ, ตัวเบียน; **be ~ on** เป็นปรสิตของ; Ⓑ *(fig.)* อาศัยผู้อื่น; **be ~ on** เป็นกาฝากกับ

parasitism /ˈpærəsaɪtɪzm/ˈแพเรอะไซทิซฺ่ม/ *n., no pl.* Ⓐ *(Biol.)* ภาวะปรสิต, ภาวะมีปรสิต; Ⓑ *(fig.)* ภาวะการเบียดเบียน, การเป็นกาฝาก

parasol /ˈpærəsɒl, US -sɔ:l/ˈแพเรอะซอล/ *n.* ร่มกันแดด

parasympathetic /pærəsɪmpəˈθetɪk/แพเรอะซิมเพอะˈเธทฺทิค/ *adj. (Anat.)* *เกี่ยวกับการแบ่งตามกะโหลกศีรษะกับกระดูกก้นกบของระบบประสาทอัตโนมัติ;* **~ nerve** ประสาทในระบบดังกล่าว

paratrooper /ˈpærətru:pə(r)/ˈแพเรอะทรูเพอะ(ร)/ *n.* ➤ **489** *(Mil.)* ทหารพลร่ม

paratroops /ˈpærətru:ps/ˈแพเรอะทรูพซฺ/ *n. pl. (Mil.)* กองทหารร่ม

paratyphoid /pærəˈtaɪfɔɪd/แพเรอะˈไทฟอยดฺ/ ➤ **453** *(Med.) n.* พาราไทฟอยด์ *(ท.ศ.) (อาการเหมือนไทฟอยด์แต่เกิดจากแบคทีเรียต่างกัน)*

parboil /ˈpɑ:bɔɪl/ˈพาบอยลฺ/ *v.t. (Cookery)* ลวกสุก ๆ ดิบ ๆ

parcel /ˈpɑ:sl/ˈพาซ'ล/ ❶ *n.* Ⓐ *(package)* ห่อพัสดุ; **send/receive sth. by ~ post** ส่ง/รับ *ส.น.* ทางพัสดุไปรษณีย์; Ⓑ **a ~ of land** ที่ดินแปลงหนึ่ง; ➡ **+ part** 1 A ❷ *v.t., (Brit.)* **-ll-** ห่อของ

~ ˈout *v.t.* แบ่งออกเป็นส่วนย่อย, แบ่ง *(ที่ดิน)* เป็นแปลง

~ ˈup *v.t.* ห่อ

ˈparcel: ~ bomb *n.* ระเบิดที่ส่งทางไปรษณีย์; **~ service** *n.* บริการส่งพัสดุภัณฑ์

parch /pɑ:tʃ/พาฉ/ ❶ *v.t.* Ⓐ *(dry out)* ทำให้แห้ง; Ⓑ *(toast)* คั่วพอให้แห้ง ❷ *v.i.* แห้ง

parched /pɑ:tʃt/ˈพาฉทฺ/ *adj. (ที่ดิน, คอ)* แห้ง, กระหาย; **I am [absolutely] ~ [with thirst]** ฉันคอแห้งเป็นผุยผง

parchment /ˈpɑ:tʃmənt/ˈพาฉเมินทฺ/ *n.* Ⓐ *(skin)* แผ่นหนังแกะหรือแพะที่ใช้เขียนหรือวาดภาพ; Ⓑ *(manuscript)* หนังสือที่เขียนบนหนังดังกล่าว; *(document)* **~ paper** เอกสาร

pardon /ˈpɑ:dn/ˈพาด'น/ ❶ *n.* Ⓐ *(forgiveness)* การยกโทษ, การให้อภัย; **ask sb.'s ~ for sth.** ขออภัย *ค.น.* สำหรับ *ส.น.*; **no ~ will be given** จะไม่มีการอภัยโทษ; Ⓑ **beg sb.'s ~:** ขออภัย *ค.น.*; **I beg your ~:** ฉันต้องขอโทษคุณ; *(please repeat)* ขอโทษ ช่วยพูดใหม่; **I do beg your ~:** ฉันต้องขอโทษคุณจริง ๆ; **beg ~** *(coll.)* ขออภัยด้วย; **~?** ขอโทษ โปรดพูดใหม่; **~!** ขอโทษ; Ⓒ *(Law)* **[free] ~:** การอภัยโทษ; **grant sb. a ~:** ให้อภัยโทษ *ค.น.*
❷ *v.t.* Ⓐ *(forgive)* **~ sb.'s infidelity** ให้อภัยในการมีชู้ของ *ค.น.*; **~ sb. [for] sth.** ให้อภัย *ค.น.* ในเรื่อง *ส.น.*; Ⓑ *(excuse)* อภัย; **~ my saying so, but ...:** ขออภัยที่ฉันพูดอย่างนั้น แต่ว่า...; **one could be ~ed for thinking ...** น่าจะให้อภัยได้ ถ้าเกิดจะคิดไปว่า...; **~ ˈme!** ขออภัย; Ⓒ *(Law)* อภัยโทษ

pardonable /ˈpɑ:dənəbl/ˈพาด'นเนอะบ'ล/ *adj.* ที่ควรอภัยให้ได้, ที่อภัยได้

pardonably /ˈpɑ:dənəblɪ/ˈพาด'นเนอะบลิ/ *adv.* อย่างน่าจะให้อภัย

pare /peə(r)/แพ(ร)/ *v.t.* Ⓐ *(trim)* ขลิบ *(เล็บ)*; ตกแต่งให้เรียบ; Ⓑ *(peel)* ปอกผิวผลไม้

~ ˈaway *v.t.* ปอก *(เปลือก)*; *(fig.)* ค่อย ๆ ตัดทอน *(อภิสิทธิ์, กำไร)*

~ ˈdown *v.t. (fig.: reduce)* ลด, ตัด *(ค่าใช้จ่าย, ราคา)*

parent /ˈpeərənt/ˈแพเรินทฺ/ *n.* Ⓐ *(formal)* บิดา *หรือ* มารดา, พ่อ *หรือ* แม่; **~s** ผู้ให้กำเนิด; **duties as a ~:** หน้าที่ของบิดาหรือมารดา; Ⓑ *(Bot., Zool. also)* พ่อ *หรือ* แม่พันธุ์ *(พืช, บริษัท, องค์กร)*; Ⓒ *(fig.: source)* แหล่งกำเนิด; Ⓓ *attrib.* พ่อ หรือ แม่; **~ ship** *(Naut.)* เรือแม่

parentage /ˈpeərəntɪdʒ/ˈแพเรินทิจ/ *n. (lit. or fig.)* ชาติกำเนิด; *(fig. also)* แหล่งที่มา

parental /pəˈrentl/เพอะˈเร็นท'ล/ *adj.* เกี่ยวกับบิดาหรือมารดา; **~ approval/discipline** ความเห็นชอบ/การลงโทษโดยบิดาหรือมารดา

parent company *n.* บริษัทแม่

parenthesis /pəˈrenθɪsɪs/เพอะˈเร็นธิซิซ/ *n., pl.* **parentheses** /pəˈrenθɪsi:z/เพอะˈเร็นธิซีซฺ/ Ⓐ *(bracket)* เครื่องหมายวงเล็บ; Ⓑ *(word,*

p

637 parenthetic | part

clause, sentence) ข้อความแทรกเพื่อขยายความ; **in ~:** อยู่ในวงเล็บ; *(fig.)* ที่คิดภายหลัง

parenthetic /pærən'θetɪk/แพเริน'เธ็ททิค/, **parenthetical** /pærən'θetɪkl/แพเริน'เธ็ททิค'ล/ *adj.* ในวงเล็บ, ที่แทรกเข้าไป

parenthetically /pærən'θetɪkəlɪ/แพเริน'เธ็ททิเคอะลิ/ *adv.* อย่างเช่นกับวงเล็บ, อย่างสอดแทรก; *(fig.)* อย่างเติมภายหลัง

parenthood /'peərənthʊd/'เพเรินทฺฮุด/ *n., no pl.* การเป็นพ่อแม่; **joys of ~:** ความปีติของการเป็นพ่อหรือแม่

'parents' evening *n. โอกาสหลังเรียนให้พ่อแม่พบกับครูอาจารย์*

parent-'teacher association *n.* สมาคมผู้ปกครองและครู

parer /'peərə(r)/'แพเรอะ(ร)/ *n.* มีดปอกเปลือก; **potato ~:** มีดปอกมันฝรั่ง

par excellence /pɑːr 'eksələns/พาร 'เอ็คเซอะเลินซฺ/ *adv.* ยอดเยี่ยม

pariah /pə'raɪə, 'pærɪə/เพอะ'รายเออะ, 'แพเรีย/ **[social] ~:** คนที่สังคมรังเกียจ

parietal /pə'raɪətl/เพอะ'รายเออะท'ล/ *adj. (Anat.)* แห่งผนัง, เกี่ยวกับผนัง *(อวัยวะ)*; **~ bone** กระดูกข้างของกะโหลกศีรษะ

paring /'peərɪŋ/'แพริง/ *n.* Ⓐ *(action) (of fruit, vegetables)* การปอก; *(of nails)* การเจียนเล็บ; *(of hoofs)* การแต่งกีบ *(ม้า)*; Ⓑ *usu. in pl. (peel, shaving, etc.)* เปลือกที่ปอกเป็นริ้ว; **nail ~s** เศษเล็บ

'paring knife ➡ **parer**

Paris /'pærɪs/'แพริซ/ *pr. n.* กรุงปารีส เมืองหลวงของประเทศฝรั่งเศส

parish /'pærɪʃ/'แพริช/ *n. เขตในความดูแลของพระหรือสาธุคุณประจำโบสถ์;* หน่วยปกครองท้องถิ่น *(เทียบเท่าหมู่บ้าน)*

parish: ~ 'church *n.* โบสถ์ประจำเขตดังกล่าว; **~ 'council** *n. (Brit.)* สภาองค์กรบริหาร, สภาหมู่บ้าน; **~ 'councillor** *n. (Brit.)* สมาชิกสภาดังกล่าว

parishioner /pə'rɪʃənə(r)/เพอะ'ริเชอะเนอะ(ร)/ *n.* ประชาชนในสังกัดโบสถ์หนึ่ง ๆ หรือในเขตปกครองดังกล่าว

parish: ~ 'priest *n.* พระประจำโบสถ์หรือหมู่บ้าน; **~-'pump** *adj. (Brit.)* เกี่ยวกับท้องถิ่นนั้น; **~-pump politics** การเมืองหมู่บ้าน; **~ 'register** *n.* ทะเบียนบันทึกพิธีที่ได้ดำเนินในโบสถ์นั้น ๆ

Parisian /pə'rɪzɪən/เพอะ'ริเซียน/ ❶ *n.* ชาวกรุงปารีส ❷ *adj.* แห่งกรุงปารีส; **be ~:** เป็นชาวกรุงปารีส

parity /'pærɪtɪ/'แพริทิ/ *n.* Ⓐ *(equality)* ความเสมอกัน, ความเท่าเทียมกัน; **have ~ in voting rights** มีความเท่าเทียมกันในสิทธิการออกเสียง; **~ of pay** ค่าจ้างในระดับเท่ากัน; Ⓑ *(Commerc.)* ความเสมอภาค; **the ~ of sterling against the dollar** เงินปอนด์มีค่าเท่ากับเงินดอลลาร์

park /pɑːk/พาค/ ❶ *n.* Ⓐ สวนสาธารณะ; *(land kept in natural state)* อุทยาน; Ⓑ *(sports ground)* สนามกีฬา; Ⓒ **amusement ~:** สวนสนุก; **business ~:** ย่านธุรกิจ; ➡ **+ industrial park; science park; theme park**
❷ *v.i.* จอดรถ; **find somewhere to ~:** หาที่จอดรถ; **there's nowhere to ~:** ไม่มีที่จอดรถเลย
❸ *v.t.* Ⓐ *(place, leave)* วาง, จอด; **the car was ~ed right in front of the house** รถจอดไว้หน้าบ้านพอดี; **a ~ed car** รถที่จอดอยู่; Ⓑ *(coll.: leave, put)* วางไว้ชั่วคราว; **~ oneself [down]** *(coll.)* นั่งพัก; **~ oneself on sb.** *(coll.)* ไปอาศัยพักกับ *ค.น.* ชั่วคราว

parka /'pɑːkə/'พาเคอะ/ *n.* เสื้อกันหนาวหนังของเอสกิโม, เสื้อหนาวมีหมวกคลุมศีรษะ

park-and-ride *n. ระบบการจอดรถยนต์ไว้นอกเมือง แล้วนั่งรถบัสพิเศษเข้ามา; (place)* สถานที่จอดรถในระบบดังกล่าว

parking /'pɑːkɪŋ/'พาคิง/ *n., no pl., no indef art.* การจอดรถ; **'No ~'** ห้ามจอดรถ; **there is no ~ in the main street** ห้ามจอดรถในถนนใหญ่; **'P~ for 500 cars'** ที่จอดรถสำหรับรถ 500 คัน

parking: ~attendant *n.* ➤ **489** พนักงานดูแลการจอดรถ;**~ disc** *n. ป้ายที่กระจกรถยนต์ เพื่อแสดงสิทธิในการจอดรถได้;* **~ fine** *n.* ค่าปรับสำหรับการจอดรถในที่ห้าม; **~ light** *n.* ไฟข้างรถ; **~ lot** *n. (Amer.)* ลานจอดรถ; **~ meter** *n.* มาตรหยอดเงินเมื่อจอดรถ; **~ offence** *n.* การฝ่าฝืนในการจอดรถผิดที่; **~ space** *n.* Ⓐ *no pl.* ที่ว่างให้จอดรถ; Ⓑ *(single space)* ที่จอดรถได้หนึ่งคัน; **~ ticket** *n.* ใบสั่งจราจรเมื่อจอดรถในที่ห้ามจอด

Parkinson's /'pɑːkɪnsənz/'พาคินเซินซฺ/ **~ disease** *n.* ➤ **453** *(Med.)* โรคเกี่ยวกับระบบประสาทเสื่อมลง มีอาการสั่น; **~ law** *n. (joc.) ความเชื่อที่ว่าการทำงานจะยืดหยุ่นไปตามเวลาที่มีให้*

park: ~keeper *n.* ➤ **489** ผู้ดูแลสวนสาธารณะ; **~land** *n. พื้นที่ราบโล่ง มีหญ้าขึ้นทั่วไปและมีต้นไม้ขึ้นเป็นหย่อม;* **~way** *n. (Amer.)* ทางหลวง*ที่ปลูกไม้ต้นสองข้างทาง*

parky /'pɑːkɪ/'พาคิ/ *adj. (Brit. coll.)* หนาวเย็น

parlance /'pɑːləns/'พาเลินซฺ/ *n.* ลักษณะการพูด *(ภาษา, สำนวน ฯลฯ ที่ใช้)*; **in common/legal/modern ~:** ในภาษาชาวบ้าน/กฎหมาย/สมัยใหม่

parley /'pɑːlɪ/'พาลิ/ ❶ *n.* การประชุมเจรจาจากกรณีพิพาทหรือสงบศึก ❷ *v.i.* เจรจาตกลง; **meet to ~:** พบกันเพื่อเจรจาตกลง

parliament /'pɑːləmənt/'พาเลอะเมินทฺ/ *n.* รัฐสภา; **[Houses of] P~** *(Brit.)* สภาผู้แทนราษฎรและวุฒิสภา, ฝ่ายนิติบัญญัติ; **in P~:** ในรัฐสภา; **be before P~** *(พระราชบัญญัติ)* อยู่ระหว่างการอภิปราย; **open P~:** เปิดสภา; ➡ **+ member** B

parliamentarian /pɑːləmen'teərɪən/พาเลอะเม็น'แทเรียน/ *n.* สมาชิกรัฐสภา *(โดยเฉพาะผู้ที่ช่ำชองระบบรัฐสภาเป็นอย่างดี)*

parliamentary /pɑːlə'mentrɪ, US -terɪ/พาเลอะ'เม็นทริ, -เทะริ/ *adj.* เกี่ยวกับรัฐสภา; **P~ approval** โดยความเห็นชอบของรัฐสภา; ➡ **+ privilege** 1 A; **secretary** B

'parlor car *n. (Amer. Railw.)* ตู้รถไฟสำหรับนั่งเล่น

parlour *(Brit.; Amer.:* **parlor**) /'pɑːlə(r)/'พาเลอะ(ร)/ *n.* Ⓐ *(dated: sitting room)* ห้องรับแขก; Ⓑ *(in mansion, convent, inn)* ห้องนั่งเล่น; Ⓒ **ice cream ~:** ร้านไอศกรีม; **beauty/massage ~:** ร้านเสริมสวย/สถานอาบอบนวด

parlour: ~ game *n.* การเล่นเพื่อความสนุกสนานในบ้าน; **~maid** *n. (Hist.)* สาวใช้ที่คอยรับใช้ที่โต๊ะ; **~ tricks** *n. pl.* การเล่นกลที่แสดงตามบ้าน

parlous /'pɑːləs/'พาเลิซ/ *adj. (arch./joc.)* อันตราย, ไม่แน่นอน, ร้ายแรง

Parmesan /'pɑːmɪzæn, US pɑːrmɪ'zæn/พามิ'แซน, พาร-/ *adj., n.* **~ [cheese]** เนยแข็งพาร์มิซาน *(ท.ศ.) (ใช้ขูดเพื่อปรุงอาหาร)*

parochial /pə'rəʊkɪəl/เพอะ'โรเคียล/ *adj.* Ⓐ *(narrow) (ความคิด)* แคบ; **be ~ in one's outlook** มองโลกอย่างแคบ ๆ; Ⓑ *(Eccl.)* เกี่ยวกับเขตในสังกัดโบสถ์

parochialism /pə'rəʊkɪəlɪzm/เพอะ'โรเคียลิซ'ม/ *n.* การมองโลกอย่างคับแคบ

parodist /'pærədɪst/'แพเรอะดิซทฺ/ *n.* คนเขียนเรื่องล้อเลียน; **be a ~ of sth.** เขียนเรื่องล้อเลียน *ส.น.*

parody /'pærədɪ/'แพเรอะดิ/ ❶ *n.* Ⓐ *(humorous imitation)* การล้อเลียนด้วยอารมณ์ขัน; Ⓑ *(feeble imitation)* การลอกเลียนแบบซึ่งห่างไกลจากต้นแบบ; *(of justice)* ความยุติธรรมเก๊ ❷ *v.t.* ล้อเลียน, เลียนแบบ

parole /pə'rəʊl/เพอะ'โรล/ ❶ *n. (conditional release)* การปล่อยตัวโดยมีทัณฑ์บน; *(word of honour)* สัจจะวาจา *(ว่าจะไม่หลบหนี)*; **he was released** *or* **let out on ~/he is on ~:** เขาถูกปล่อยตัวโดยได้รับทัณฑ์บน; **he's on three months' ~:** เขามีทัณฑ์บนสามเดือน
❷ *v.t. (Law)* **~ sb.** ทำทัณฑ์บน *ค.น.*

paroxysm /'pærəksɪzm/'แพเริคซิซ'ม/ *n.* อาการรุนแรงที่เกิดอย่างฉับพลัน **(of** ของ); *(fit, convulsion)* อาการหดเกร็ง, อาการชัก; **~ of rage/laughter** ระเบิดความเกรี้ยวกราด/หัวเราะ; **burst into ~s of laughter** หัวเราะจนงอหาย

parquet /'pɑːkeɪ, US pɑːr'keɪ/'พาเค, พาร'เค/ *n.* **~ [floor/flooring]** กระเบื้องไม้ปูพื้น, แผ่นปาร์เกต์ *(ท.ศ.)*

parricide /'pærɪsaɪd/'แพริซายดฺ/ ➡ **patricide**

parrot /'pærət/'แพเริท/ ❶ *n.* Ⓐ นกแก้ว; **I was as sick as a ~** *(coll.)* ฉันเซ็งสุด ๆ; Ⓑ *(fig.: person)* คนที่พูดตามคนอื่นโดยไม่คิด ❷ *v.t.* พูดตามที่ได้ยินมาโดยไม่เข้าใจความหมาย, ท่องจำ; **~ sb.** พูดตาม *ค.น.*

'parrot-fashion *adv. (พูด)* ตามที่ได้ยินมาโดยไม่เข้าใจความหมาย, แบบนกแก้ว; **repeat things ~:** พูดตามคนอื่นดื้อ ๆ

parry /'pærɪ/'แพริ/ ❶ *v.t. (Boxing)* ปิดป้อง; *(Fencing)* หยุดดาบของคู่ฟัน; *(fig.)* เฉไฉไม่ตอบคำถาม ❷ *n.* การกัน *(หมัด, ดาบ)*, การเฉไฉไม่ตอบคำถาม; **make a ~** *(Boxing)* ปิดป้อง; *(Fencing)* การกันดาบ

parse /pɑːz/พาซ/ *v.t. (Ling.)* กระจายคำ

parsimonious /pɑːsɪ'məʊnɪəs/พาซิ'โมเนียซ/ *adj.* มัธยัสถ์; *(niggardly)* ขี้เหนียว; *(sparing)* กระเหม็ดกระแหม่; **be ~ with sth.** ใช้ *ส.น.* อย่างประหยัด

parsimony /'pɑːsɪmənɪ, US -məʊnɪ/'พาซิเมอะนิ, -โมนิ/ *n. (meanness)* ความขี้เหนียว; *(carefulness)* ความมัธยัสถ์

parsley /'pɑːslɪ/'พาซลิ/ *n., no pl., no indef. art.* ผักชีฝรั่ง

parsley: ~ butter *n.* เนยผสมผักชีฝรั่งสับ; **~ 'sauce** *n.* ซอสใส่ผักชีฝรั่ง

parsnip /'pɑːsnɪp/'พาซนิพ/ *n.* ผักกินหัวชนิด *Pastinaca sativa*; ➡ **+ butter** 2

parson /'pɑːsn/'พาซ'น/ *n. (vicar, rector)* สาธุคุณ; *(coll.: any clergyman)* นักสอนศาสนา; ➡ **+ nose** 1 A

parsonage /'pɑːsənɪdʒ/'พาเซอะนิจ/ *n.* บ้านของสาธุคุณประจำโบสถ์

part /pɑːt/พาท/ ❶ *n.* Ⓐ ส่วน; *(element of history, family, character)* ส่วนประกอบ; **~ of the cake/newspaper** *etc.* ส่วนหนึ่งของเค้ก/หนังสือพิมพ์; **the greater ~:** ส่วนที่ใหญ่กว่า; **four-~:** สี่ส่วน, สี่ตอน *(นิยาย)*; **the hottest ~ of the day** ช่วงที่ร้อนที่สุดของวัน; **accept ~ of the blame** ยอมรับผิดส่วนหนึ่ง; **he deserves no small ~ of the credit for this achievement** เขาสมควรได้รับการยกย่องไม่น้อยสำหรับความ

p

partake | part time 638

สำเร็จที่เกิดขึ้น; **for the most ~:** ส่วนมาก; **in ~:** ในบางส่วน; **in large ~:** ส่วนมาก; **in ~s** เป็นบางส่วน; **~ and parcel** ส่วนสำคัญ; **the funny ~ of it was that he ...:** ส่วนที่ตลกก็คือเขา...; **it's [all] ~ of the fun/job** *etc.* มันเป็นส่วนหนึ่งของความสนุก/งาน ฯลฯ; **be** *or* **form ~ of sth.** เป็นส่วนหนึ่งของ *ส.น.*; **the affected ~:** ส่วนที่ได้รับผลกระทบ; ➡ + **better** 1; Ⓑ *(of machine or other apparatus)* ส่วนประกอบ; **spare/machine ~:** อะไหล่/ส่วนประกอบของเครื่องจักร; Ⓒ *(share)* ส่วนร่วม; **I want no ~ in this** ฉันไม่ต้องการมีส่วนในเรื่องนี้; **what's your ~ in all this?** คุณมีส่วนร่วมอะไรในเรื่องนี้; Ⓓ *(duty)* หน้าที่; **do one's ~:** ทำหน้าที่ของตน; Ⓔ *(Theatre: character, words)* บทบาท; *(copy)* บท; *(fig.)* **dress the ~:** แต่งตัวให้เหมาะสม; **play a noble ~:** เล่นบทสูงศักดิ์; **play a [great/considerable] ~** *(contribute)* มีส่วนร่วม [อย่างมาก]; **play a ~** *(act deceitfully)* หลอกลวง; ➡ + **act** 2 B; **look** 1 E; Ⓕ *(Mus.)* ส่วนประกอบดนตรี *(ที่เล่นด้วยเครื่องดนตรีอันใดอันหนึ่งหรือโดยคนใดคนหนึ่ง)*; **six-~:** มีส่วนประกอบหกส่วน; Ⓖ *usu. in pl. (region)* ถิ่น, แถบ, บริเวณ; **be in foreign ~s** อยู่ในดินแดนต่างชาติ; **I am a stranger in these ~s** ฉันเป็นคนแปลกหน้าในถิ่นนี้; **in this** *or* **our/your ~ of the world** ในภูมิภาคนี้ *หรือ* ของเรา/คุณ; Ⓗ *(side)* ฝ่าย; **take sb.'s ~:** เข้าข้าง *ค.น.*; **for my ~:** โดยส่วนตัวแล้ว, สำหรับตัวฉันเอง; **on the ~ of** ในฝ่ายของ; **on my/your** *etc.* **~:** ในฝ่ายของฉัน/คุณ ฯลฯ; Ⓘ *pl. (abilities)* **a man of [many] ~s** ชายที่มีความสามารถมากมาย; Ⓙ *(Ling.)* **~ of speech** ชนิดของคำ; ➡ + **principal parts**; Ⓚ **take [no] ~ [in sth.]** [ไม่] มีส่วนร่วม [ใน *ส.น.*]; **those taking ~ were ...:** ผู้ที่มีส่วนเกี่ยวข้อง/ส่วนร่วมคือ...; Ⓛ **take sth. in good ~:** รับ *ส.น.* ได้เป็นอย่างดี/โดยไม่โกรธ; Ⓜ *(Amer.)* ➡ **parting** 1 B

❷ *adv.* ส่วน; **an alloy which is ~ copper, ~ zinc** โลหะผสมซึ่งประกอบด้วยทองแดงและสังกะสี; **~ ... [and] ~ ...:** ส่วนหนึ่งเป็น... [และ] อีกส่วนเป็น...

❸ *v.t.* Ⓐ *(divide into parts)* แบ่ง; Ⓑ *(separate)* แยก; **a fool and his money are soon ~ed** *(prov.)* คนโง่ย่อมครอบครองเงินอยู่ได้ไม่นาน; **till death do us ~** *(in marriage vow)* จนกว่าความตายจะพรากเราจากกัน; ➡ + **company** A

❹ *v.i.* Ⓐ *(divide into parts) (ฝูงชน)* แบ่งออกเป็นกลุ่ม; *(เมฆ)* แตกออกเป็นก้อน ๆ; *(ม่าน)* เปิดออก; *(become divided or broken) (โซ่)* แตก/แยกออก; *(ริมฝีปาก)* อ้า; Ⓑ *(separate) (ทาง, บุคคล)* แยกออก; **~ from sb./sth.** แยกจาก *ค.น./ส.น.*; **let us ~ friends** มาจากกันฉันมิตรกันเถอะ; **~ with** สละ *(เงินทอง, ทรัพย์สิน)*

partake /pa:ˈteɪk/พา'เทค/ *v.i., forms* **as take** 2 *(formal)* Ⓐ **~ of** *(eat)* รับประทาน; Ⓑ *(share)* **~ in** มีส่วนแบ่ง *(ของที่ได้มา, โชคลาภ)*

partaken ➡ **partake**

parterre /pa:ˈteə(r)/พา'แท(ร)/ *n.* Ⓐ *(Hort.)* ที่ราบที่จัดเป็นแปลงดอกไม้; Ⓑ *(Amer. Theatre)* ชั้นล่างของโรงละคร

part ex'change ❶ *n.* **accept sth. in ~ for sth.** ยอมรับ *ส.น.* เป็นค่าตอบแทนส่วนหนึ่งสำหรับ *ส.น.*; **sell sth. in ~** ขาย *ส.น.* เป็นการแลกเปลี่ยนส่วนหนึ่ง ❷ *v.t.* แลกเปลี่ยนบางส่วน

parthenogenesis /pa:θɪnəˈdʒenɪsɪs/พาธิเนอะ'เจ็นนิซิซ/ *n., no pl. (Biol.)* การสืบพันธุ์โดยเซลล์สืบพันธุ์ตัวผู้

Parthian shot /ˈpa:θɪən ˈʃɒt/'พาเธียน 'ชอท/ *n. (remark)* คำพูดก่อนจะจากไป; *(action)* การมองก่อนจะจากไป

partial /ˈpa:ʃl/'พาช'ล/ *adj.* Ⓐ *(biased, unfair)* ที่มีอคติ, ไม่ยุติธรรม; Ⓑ **be/not be ~ to sb./sth.** *(like/dislike)* ชอบ/ไม่ชอบ *ค.น./ส.น.*; Ⓒ *(incomplete)* ที่ไม่สมบูรณ์, ที่เป็นบางส่วน; **a ~ success** ความสำเร็จส่วนหนึ่ง

partiality /pa:ʃɪˈælɪtɪ/พาชิ'แอลิทิ/ *n.* Ⓐ *(fondness)* ความชอบ; Ⓑ *(bias)* ความลำเอียง, อคติ; **show ~:** แสดงความลำเอียง

partially /ˈpa:ʃəlɪ/'พาเชอะลิ/ *adv.* เป็นบางส่วน, อย่างไม่ยุติธรรม/อย่างลำเอียง

participant /pa:ˈtɪsɪpənt/พา'ทิซซิเพินทฺ/ *n.* *(actively involved)* ผู้ที่มีส่วนเกี่ยวข้อง; *(in arranged event)* ผู้มีส่วนร่วม, ผู้เข้าร่วม

participate /pa:ˈtɪsɪpeɪt/พา'ทิซซิเพท/ *v.i.* *(be actively involved)* มีส่วนเกี่ยวข้อง; *(in arranged event)* เข้าร่วม; *(have part or share)* มีส่วนร่วม

participation /pa:tɪsɪˈpeɪʃn/พาทิซิ'เพช'น/ *n. (active involvement)* การมีส่วนเกี่ยวข้อง; *(in arranged event)* การเข้าร่วม, การมีส่วนร่วม; **worker ~:** การมีส่วนร่วมของคนงาน; **audience ~:** การที่ผู้ชมมีส่วนร่วม

participator /pa:ˈtɪsɪpeɪtə(r)/พา'ทิซซิเพเทอะ(ร)/ *n.* ผู้มีส่วนร่วม, ผู้เข้าร่วม; **be a ~ in sth.** เป็นผู้เข้าร่วมใน *ส.น.*

participatory /pa:ˈtɪsɪpeɪtərɪ/พา'ทิซซิเพเทอะริ/ *adj.* ที่มีส่วนร่วม, แบบมีส่วนร่วม

participial /pa:tɪˈsɪpɪəl/พาทิ'ซิพเพียล/ *adj.* *(Ling.) (วลี) ที่ขึ้นต้นด้วยคำกริยาที่ลงท้ายด้วย -ing หรือคำกริยาช่อง 3*

participle /ˈpa:tɪsɪpl/'พาทิซิพ'ล/ *n. (Ling.)* คำกริยาช่อง 3/คำกริยาที่ลงท้ายด้วย -ing; **present/past ~:** คำกริยาที่ลงท้ายด้วย -ing/คำกริยาช่อง 3

particle /ˈpa:tɪkl/'พาทิค'ล/ *n.* Ⓐ *(tiny portion; also Phys.)* ส่วนที่เล็กที่สุด, อนุภาค, ผงธุลี; *(of sand)* เม็ดทราย; Ⓑ *(fig.)* ปริมาณที่น้อยที่สุด; Ⓒ *(Ling.) คำที่แสดงหน้าที่ทางไวยากรณ์ เช่น บุพบทสันธาน; อุปสรรคหรือปัจจัยที่เติมข้างหน้าหรือข้างหลังคำ เช่น* in-, -ness *เป็นต้น*

particoloured *(Brit.; Amer.:* **particolored**)/pa:tɪˈkʌləd/พาทิ'คัลเลิด/ *adj.* ที่มีหลายสี, สลับสี

particular /pəˈtɪkjʊlə(r)/เพอะ'ทิคิวเลอะ(ร)/ ❶ *adj.* Ⓐ *(special; more than ordinary)* พิเศษ; **which ~ place do you have in mind?** คุณคิดถึงสถานที่ไหนเป็นพิเศษ; **here in ~:** โดยเฉพาะที่นี่; **nothing [in] ~** ไม่มีอะไรเป็นพิเศษ; **what in ~ made you so angry?** สิ่งใดทำให้คุณโกรธเป็นพิเศษ; Ⓑ *(individual)* **each ~ hair** ผม/ขนเฉพาะแต่ละเส้น; **in his ~ case** ในกรณีเฉพาะของเขา; **one ~ example of each type** ตัวอย่างเฉพาะของแต่ละประเภท; Ⓒ *(fussy, fastidious)* ละเอียดลออ, พิถีพิถัน, จู้จี้; **I am not ~:** ฉันไม่ใช่คนพิถีพิถัน; **be ~ about sth.** พิถีพิถันใน *ส.น.*; **be ~ in one's habits** มีนิสัยละเอียดลออ/พิถีพิถัน; **be ~ about what one eats** จู้จี้ในสิ่งที่ตนรับประทาน; Ⓓ *(detailed)* ที่มีรายละเอียด; *(ความรู้)* เฉพาะ, พิเศษ

❷ *n.* Ⓐ *in pl. (details)* รายละเอียด; *(of person)* รายละเอียด; *(of incident)* จุดเด่นเฉพาะ; Ⓑ *(detail)* ข้อปลีกย่อย, รายละเอียด; **describe sth. in every ~** บรรยาย *ส.น.* อย่างละเอียดทุกขั้นตอน

particularize (**particularise**) /pəˈtɪkjʊləraɪz/เพอะ'ทิคิวเลอะรายซฺ/ ❶ *v.t.* ระบุ, เจาะจง ❷ *v.i.* แจ้ง/ระบุรายละเอียด

particularly /pəˈtɪkjʊləlɪ/เพอะ'ทิคิวเลอะลิ/ *adv.* Ⓐ *(especially)* เป็นพิเศษ, โดยเฉพาะ; Ⓑ *(specifically)* โดยเฉพาะเจาะจง

parting /ˈpa:tɪŋ/'พาทิง/ ❶ *n.* Ⓐ *(leave-taking)* **[final] ~** การจากกัน [ครั้งสุดท้าย]; Ⓑ *(Brit.: in hair)* รอยแสกผม; **side ~** ผมแสกข้าง; Ⓒ **~ of the ways** *(of road)* ทางแยก; *(fig.: critical point)* จุดวิกฤติ; **we came to a ~ of the ways** *(fig.)* เรามาถึงจุดที่จะต้องจากกัน ❷ *attrib. adj.* ตบท้าย, ก่อนไป; **~ shot** คำพูดตบท้าย; **~ glance/advice** การมอง/คำแนะนำก่อนจะไป

partisan /pa:tɪˈzæn, ˈpa:tɪzæn/พาทิ'แซน, 'พา-/ ❶ *n.* Ⓐ *(adherent)* พรรคพวก, ผู้เข้าข้างฝ่ายใดฝ่ายหนึ่ง; *(of party also)* สมาชิก; *(of cause)* ผู้ร่วมรณรงค์; Ⓑ *(Mil.)* หน่วยปฏิบัติการรบแบบกองโจร ❷ *adj.* Ⓐ *(often derog.: biased)* ที่ลำเอียง, ที่เข้าข้างฝ่ายใดฝ่ายหนึ่ง; Ⓑ *(Mil.) (กองกำลัง, กลุ่ม)* ที่รบแบบกองโจร

partisanship /pa:tɪˈzænʃɪp, ˈpa:tɪzænʃɪp/พาทิ'แซนชิพ, 'พาทิแซนชิพ/ *n., no pl.* การเข้าข้างฝ่ายใดฝ่ายหนึ่ง, การมีอคติ

partita /pa:ˈti:tə/พา'ทีเทอะ/ *n. (Mus.)* เพลงชุดที่บรรเลงเดี่ยว *หรือ* ใช้เทคนิคการแปรทำนอง

partition /pa:ˈtɪʃn/พา'ทิช'น/ ❶ *n.* Ⓐ *(division) (of text etc.)* การแบ่งแยก; Ⓑ *(Polit.)* การแบ่งแยก *(ประเทศ)*; Ⓒ *(room divider)* ฉากกั้น; Ⓓ *(section of hall or library)* ส่วนแบ่ง; Ⓔ *(Law: of estate etc.)* การแบ่งสรร *(ทรัพย์สิน)* ❷ *v.t.* Ⓐ *(divide)* แบ่ง *(ที่)*; กั้น *(ห้อง)*; Ⓑ *(Polit.)* แบ่งแยก *(ดินแดน)*

~ off *v.t.* กั้นออก *(ห้อง)*

partitive /ˈpa:tɪtɪv/'พาทิทิว/ *(Ling.) adj.* *(คำ)* ที่แสดงถึงส่วนหนึ่งของกลุ่ม/สิ่งของทั้งหมด

partly /ˈpa:tlɪ/'พาทลิ/ *adv.* อย่างมีส่วน, บ้าง; **he was ~ responsible for the accident** เขามีส่วนทำให้เกิดอุบัติเหตุ; **~ ... [and] ~ ...:** ส่วนหนึ่ง... [และ] อีกส่วน...

partner /ˈpa:tnə(r)/'พาทเนอะ(ร)/ ❶ *n.* หุ้นส่วน, ผู้ร่วมมือ, คู่; **~ in crime** คู่หูในการประกอบอาชญากรรม; **business ~:** หุ้นส่วนธุรกิจ; **be a ~ in a firm** เป็นหุ้นส่วนในบริษัท; **junior/senior ~:** หุ้นส่วนรอง/ใหญ่; **[dancing] ~:** คู่เต้นรำ; **tennis/croquet ~:** คู่เล่นเทนนิส/โครเกต์; **~ [in marriage]** สามี/ภรรยา; ➡ + **sleeping partner**

❷ *v.t.* Ⓐ *(make a ~)* **~ sb. with sb.** จับให้ *ค.น.* เป็นคู่กับอีก *ค.น.*; **be ~ed with sb.** ถูกจับคู่กับ *ค.น.*; Ⓑ *(be ~ of)* **~ sb.** เป็นคู่กับ *ค.น.*; **~ sb. at tennis/in the dance** เล่นเทนนิส/เต้นรำคู่กับ *ค.น.*

partnership /ˈpa:tnəʃɪp/'พาทเนอะชิพ/ *n.* Ⓐ *(association)* ความร่วมมือกัน; **they were a marvellous ~:** พวกเขาร่วมมือกันอย่างดีเยี่ยม; Ⓑ *(Commerc.)* **business ~:** หุ้นส่วนทางธุรกิจ; **go** *or* **enter into ~ with sb.** เข้าหุ้นทำธุรกิจกับ *ค.น.*; **leave the ~** เลิกเป็นหุ้นส่วน/เลิกทำธุรกิจร่วมกัน

partook ➡ **partake**

part: ~-owner *n.* เจ้าของผู้มีกรรมสิทธิ์ร่วม; **~ 'payment** *n.* Ⓐ ➡ **part exchange** 1; Ⓑ *(sum)* จำนวนเงินที่จ่ายส่วนหนึ่ง

partridge /ˈpa:trɪdʒ/'พาทริจ/ *n., pl. same or* **~s** นกกระทา

part: ~-song *n.* เพลงที่ร้องหลายเสียง; **~ 'time** *n.* **some employees were put on ~ time**

พนักงานบางคนถูกจัดให้ทำงานเฉพาะบางช่วง/บางเวลา; ~-time ❶ /'--/ *adj.* บางเวลา, ไม่เต็มเวลา, นอกเวลา; **be engaged on a ~-time basis to teach French** ทำงานพิเศษด้วยการสอนภาษาฝรั่งเศส; **he is only ~-time** เขาไม่ทำงานเต็มเวลา ❷ /-'-/ *adv.* เป็นบางเวลา, อย่างไม่เต็มเวลา; **work ~-time** ทำงานบางเวลา/ไม่เต็มเวลา; ~-'timer *n.* ผู้ที่ทำงาน *หรือ* เรียนหนังสือไม่เต็มเวลา; **study as a ~-timer** เป็นนักศึกษาที่ไม่ต้องเรียนเต็มเวลา

parturition /pa:tjʊ'rɪʃn/พาทิว'ริช'น/ *n.* *(Physiol.)* การคลอดบุตร

part: ~-way *adv.* **~-way down the slope he slipped** เขาลื่นเมื่อเดินลงเนินเขาไปได้ช่วงหนึ่ง; **we were ~-way through the tunnel** เราได้ผ่านอุโมงค์ไปบางส่วนแล้ว; **go ~-way towards meeting sb.'s demands** ยอมทำตามความต้องการของ *ค.น.* เป็นบางส่วน *หรือ* พบความต้องการของ *ค.น.* ครึ่งทาง; **~-way through her speech** *(ขณะที่)* เธอพูดไปได้ช่วงหนึ่ง; ~-work *n.* *(Publishing)* หนังสือที่ออกจำหน่ายเป็นฉบับย่อยหลายฉบับ

party /'pa:tɪ/'พาทิ/ *n.* Ⓐ *(group united in a cause etc.; Polit., Law)* พรรคพวก, พรรคการเมือง; **opposing ~:** ฝ่ายค้าน, ฝ่ายตรงข้าม; **the P~** พรรคการเมือง; **~ loyalty** ความจงรักภักดีต่อพรรค; Ⓑ *(group)* คณะ, กลุ่ม; **a ~ of tourists** นักท่องเที่ยวคณะหนึ่ง; **hunting ~:** คณะล่าสัตว์; **tennis ~:** คณะนักเทนนิส; Ⓒ *(social gathering)* งานเลี้ยง; *(more formal)* งานสโมสร; **office ~:** งานเลี้ยงของสำนักงาน; ➡ + birthday; dinner party; tea party; Ⓓ *(participator)* ผู้มีส่วน; **be [a] ~ in** *or* **to sth.** เป็นผู้มีส่วนใน *ส.น.;* **parties to an agreement/a dispute** ผู้มีส่วนในการตกลง/การโต้เถียง; คู่สัญญา/คู่พิพาท; **the guilty ~:** ผู้กระทำผิด; ➡ + third party; Ⓔ *(coll.: person)* คน; **he's a funny old ~:** เขาเป็นชายชราที่ตลก

party: ~ animal *n.* คนที่ชอบไปงานเลี้ยงรื่นเริง; ~-coloured ➡ particoloured; ~ game *n.* การละเล่นในงานเลี้ยง; ~ line *n.* Ⓐ /'---/ *(Teleph.)* สายโทรศัพท์ที่ใช้ร่วมกันหลายบ้าน; Ⓑ /--'-/ *(Polit.)* แนวนโยบายของพรรคการเมือง; **what is the ~ line on this problem?** อะไรคือแนวนโยบายเกี่ยวกับปัญหานี้; ~-'liner *n.* *(Polit.)* ผู้ที่ยึดนโยบายพรรค; ~ machine *n.* ส่วนบริหารของพรรค; ~ piece *n.* **this song was my ~ piece** เพลงนี้เป็นเพลงที่ฉันร้องเป็นประจำในงานเลี้ยง; ~ politics *n.* การเมืองระบบพรรค; ~ pooper /'pa:tɪ pu:pə(r)/'พาทิ พูเพอะ(ร)/ *n.* *(Amer. coll.)* ผู้ที่ทำให้งานเลี้ยงกร่อย/ไม่สนุก; ~ spirit *n.* Ⓐ /--'--/ *(Polit.)* สปิริตของพรรค; Ⓑ /'----/ *(festive atmosphere)* บรรยากาศรื่นเริง; **get the ~ spirit going** ทำให้มีบรรยากาศสนุกสนาน; ~ trick *n.* กลที่แสดงในงานเลี้ยง; ~ wall *n.* กำแพงกั้นระหว่างอาคารซึ่งทั้งสองฝ่ายมีกรรมสิทธิร่วม

parvenu /'pa:vənu:/'พาเวอะนู/ ❶ *n.* เศรษฐีใหม่ ❷ *adj.* ที่เป็นเศรษฐีใหม่; ที่เป็นเงินใหม่

pascal /'pæskl/'แพซก'ล/ *n.* *(Phys.)* หน่วยความกดดัน *(เท่ากับ 1 นิวตันต่อตารางเมตร)*

paschal /'pæskl/'แพซก'ล/ *adj.* Ⓐ *(of Jewish Passover)* *ที่เกี่ยวกับเทศกาลรำลึกถึงการปลดปล่อยชาวยิวจากการเป็นทาสในประเทศอียิปต์;* **~ lamb** แกะที่ถูกฆ่าในเทศกาล Passover; *(fig.)* พระเยซูคริสต์; Ⓑ *(of Easter)* แห่งเทศกาลอีสเตอร์

pash /pæʃ/แพช/ *n.* *(dated coll.)* ความหลงใหล; *(person)* การหลงรัก *(ของเด็กนักเรียนหญิง);* **have a ~ for sb.** หลงรัก *ค.น.*

pasha /'pa:ʃə/'พาเชอะ/ *n.* *(Hist.)* ตำแหน่ง*บรรดาศักดิ์ของข้าราชการชั้นสูงในประเทศตุรกีสมัยก่อน*

pashmina /pʌʃ'mi:nə/พัช'มีเนอะ/ *n.* ผ้าพันคอขนาดใหญ่ที่ทำจากขนแกะ

paso doble /pæsəʊ 'dəʊbleɪ/แพโซ 'โดเบล/ *n.* *(Dancing)* การเต้นรำที่มีพื้นฐานมาจากรูปแบบการเดินแถวของละตินอเมริกา

pasque flower *n.* พันธุ์ไม้ดอก *Pulsatilla vulgaris* มีดอกสีม่วง

pass /pa:s/พาซ/ ❶ *n.* Ⓐ *(passing of an examination)* การสอบได้, การสอบผ่าน; **be awarded a ~ with distinction** สอบไล่ได้เกียรตินิยม; **get a ~ in maths** สอบวิชาคณิตศาสตร์ได้; **'~'** *(mark or grade)* คะแนน 'ผ่าน'; Ⓑ *(written permission)* ใบอนุญาต; *(for going into or out of a place also)* บัตรผ่าน; *(for free transportation, admission)* ตั๋ว/บัตรพิเศษ *(สำหรับไม่ต้องเสียค่าโดยสาร);* Ⓒ *(critical position)* สภาพ/สถานการณ์ที่วิกฤติ; **things have come to a pretty ~ [when...]** สิ่งต่าง ๆ ถึงจุดวิกฤติ [เมื่อ...]; Ⓓ *(Football)* การส่งลูกฟุตบอล *(ให้ผู้เล่นในทีมเดียวกัน); (Tennis)* ➡ passing shot; *(Fencing)* การแทง *(ดาบ);* **make a ~ to a player** ส่งลูกให้ผู้เล่นคนหนึ่ง; **make a ~ over** *(Aeronaut.)* บินผ่าน; Ⓔ *(by conjuror, hypnotist)* **~ [of the hands]** การโบก/ส่ายมือของนักเล่นกลหรือนักสะกดจิต; Ⓕ **make a ~ at sb.** *(fig.: coll.: amorously)* เกี้ยวพาราสี *ค.น.;* Ⓖ *(in mountains)* ทางผ่านระหว่างภูเขา, ช่องเขา; Ⓗ *(strategic entrance into a country)* ด่าน; Ⓘ *(Cards)* การไม่เรียกไพ่ *หรือ* การไม่วางเดิมพันเพิ่ม

❷ *v.i.* Ⓐ *(move onward)* *(ขบวน)* เดินผ่าน; *(น้ำ, ก๊าซ)* ไหลต่อ; *(fig.)* *(ผู้อภิปราย)* ข้ามไป (to ยัง); **~ further along** *or* **down the bus, please!** ช่วยเดินเข้าไปข้างในรถเมล์ด้วย; Ⓑ *(go)* ผ่าน; **~ through** *(เลือด)* ไหลผ่าน *(ร่างกาย); (รถไฟ)* วิ่งผ่าน *(ภูมิประเทศ); (ด้าย)* ทะลุ *(รูเข็ม);* **~ over** *(in plane)* บินผ่าน; **a cloud ~ed over the sun** เมฆก้อนหนึ่งลอยผ่านดวงอาทิตย์; **let sb. ~:** ปล่อยให้ *ค.น.* ผ่านไป; Ⓒ *(be transported, lit. or fig.)* นำส่ง, ตกทอด; **~ into history/oblivion** กลายเป็นประวัติศาสตร์/สิ่งที่ผู้คนลืมเลือน; **messages ~ed between them** มีการส่งข้อความระหว่างพวกเขา; **the title/property ~es to sb.** บรรดาศักดิ์/ทรัพย์สมบัติตกทอดมาถึง *ค.น.;* Ⓓ *(change)* เปลี่ยน; **~ from one state/stage to another** เปลี่ยนจากสภาพ/ระยะหนึ่งไปสู่อีกสภาพ/ระยะหนึ่ง; Ⓔ *(go by)* *(คนเดิน, ขบวน, รถ, เวลา)* ผ่านไป; **let sb./a car ~** ปล่อยให้ *ค.น.*/รถแซง; **make it impossible for sb./sth. to ~:** ทำให้ *ค.น./ส.น.* แซงไม่ได้; **he said hello as he ~ed** เขากล่าวสวัสดีขณะเดินผ่านไป; **~ unheeded** *(คำพูด)* ที่ไม่มีใครสนใจ; **she would not let this ~ without comment** เธอไม่ยอมปล่อยให้เรื่องนี้ผ่านไปโดยไม่แสดงความคิดเห็น; Ⓕ *(be accepted as adequate)* ได้รับการยอมรับ, ปล่อยให้ผ่าน; **let that/it/the matter ~** ปล่อยให้เรื่องนั้น/สิ่งนี้/เรื่องนี้ผ่าน; Ⓖ *(come to an end)* *(ไข้, ยุค, ความโกรธ)* สิ้นสุด; *(พายุ)* สงบลง; *(การต่อสู้)* ยุติ; Ⓗ *(formal/arch. euphem.: die)* เสียชีวิต, ถึงแก่กรรม; **~ out of this world** ตายไปจากโลกนี้; Ⓘ *(happen)* เกิดขึ้น; **bring/come to ~** *(arch.)* ทำให้เกิด/เกิดขึ้น; Ⓙ *(be known)* **~ by or under the name of White** เป็นที่รู้จักกันในนามไวท์; Ⓚ *(be accepted)* เป็นที่ยอมรับ (as, for ในฐานะ); **~ as currency** ได้รับการยอมรับว่าเป็นเงินตรา; Ⓛ *(be sanctioned)* *(พระราชบัญญัติ)* ผ่าน; *(กฎหมาย)* ได้รับการอนุมัติ; Ⓜ *(satisfy examiner)* *(สอบ)* ผ่าน; **let ~** *(เซ็นเซอร์)* อนุญาตให้ฉาย *(ภาพยนตร์);* Ⓝ *(circulate, be current)* แพร่หลาย; Ⓞ *(Chess)* **~ed pawn** เบี้ยหมากรุกที่บุกเข้าไปในหมู่เบี้ยหมากรุกของฝ่ายตรงข้าม; Ⓟ *(Cards)* ผ่าน, ไม่เรียกไพ่; **[I] ~!** [ฉัน] ขอผ่าน; ➡ + crowd 1 A; ship 1 A

❸ *v.t.* Ⓐ *(move past)* *(คนเดิน)* ผ่านไป; *(รถ)* ขับผ่านไป Ⓑ *(overtake)* แซง; Ⓒ *(cross)* ข้าม *(สิ่งกีดขวาง, เขตแดน);* Ⓓ *(be approved by)* *(ภาพยนตร์, พระราชกำหนด)* ได้รับการอนุญาต/เห็นชอบ; *(reach standard in)* ได้มาตรฐาน; *(สอบ)* ผ่าน; *(satisfy requirements of)* ผ่านข้อกำหนด; Ⓔ *(approve)* อนุมัติให้ผ่าน *(ผู้เข้าสอบ);* **~ sb. as fit** *(หมอ)* รับรองว่า *ค.น.* มีสุขภาพสมบูรณ์; Ⓕ *(be too great for)* ยากเกินไป *(สำหรับความเข้าใจ);* Ⓖ *(move)* เคลื่อนที่, ขยับ; **~ one's hand across one's face** เอามือปาดหน้าของตน; **~ a rope/thread through a ring/the eye of a needle** สอดเชือกเข้าห่วง/เอาด้ายสนเข็ม; **~ a duster over the furniture** ใช้ผ้าเช็ดฝุ่นเครื่องเรือน; **~ meat through a mincer/tomatoes through a sieve** นำเนื้อมาใส่เครื่องบด/นำมะเขือเทศผ่านตะแกรง; **~ one's eye over a letter** อ่านจดหมายอย่างคร่าว ๆ; Ⓗ *(Footb. etc.)* ส่ง *(ลูกบอล)* (to แก่); Ⓘ *(spend)* ใช้ *(เวลา, ชีวิต);* Ⓙ *(hand)* **~ sb. sth.** ส่ง *ส.น.* ให้ *ค.น.;* **would you ~ the salt, please?** ช่วยส่งเกลือให้หน่อยได้ไหม; **~ sth. to another department** ส่ง *ส.น.* ให้อีกแผนกหนึ่ง; ➡ + around 1 B; Ⓚ *(cause to circulate)* ทำให้แพร่หลาย; Ⓛ *(Mil.)* **~ in review** เดินแถวเพื่อให้ตรวจพล; Ⓜ *(utter)* เอ่ย *(ความคิดเห็น);* ประกาศ *(คำพิพากษา);* **~ censure on sth.** ติเตียน/วิจารณ์ *ส.น.;* Ⓝ *(discharge)* ปล่อย *(น้ำ)* ออกมา; **~ blood** *(from the bowels)* ถ่ายอุจจาระออกมาเป็นเลือด; *(by coughing)* ไอออกมาเป็นเลือด; *(in urine)* ถ่ายปัสสาวะเป็นเลือด; ➡ + ²buck; hat B; muster 1 A; time 1 B

~ **a'way** ❶ *v.i.* Ⓐ *(cease to exist)* สิ้นสุด; Ⓑ *(euphem.: die)* ถึงแก่กรรม, เสียชีวิต; **~ away in one's sleep** ตายขณะนอนหลับ ❷ *v.t.* ใช้เวลา *(ช่วงเย็น, หนึ่ง)*

~ **by** ❶ /'--/ *v.t.* Ⓐ *(go past)* ผ่านไป; Ⓑ *(omit, disregard)* ละเว้น, มองข้าม ❷ /-'-/ *v.i.* ผ่านไป; ➡ + side 1 E

~ **'down** ➡ hand down A, C

~ **for** *v.t.* ทำเป็น...ได้, ใช้ได้สำหรับ

~ **'off** ❶ *v.t.* Ⓐ *(represent falsely)* หลอกว่า, ทำเป็นว่า (as, for เป็น); Ⓑ *(turn attention away from)* เบนความสนใจ ❷ *v.i.* Ⓐ *(disappear gradually)* *(ความเจ็บปวด, ความตกใจ)* ค่อย ๆ หายไป; Ⓑ *(take place, be carried through)* เกิดขึ้น, ดำเนินการไป

~ **'on** ❶ *v.i.* Ⓐ *(proceed)* ดำเนินการต่อ, ไปต่อ; **~ on to sth.** ไปทำ *ส.น.* ต่อ; Ⓑ *(euphem.: die)* ถึงแก่กรรม, เสียชีวิต ❷ *v.t.* ผ่าน *(โรค)* ต่อ; มอบ *(สิ่งของ)* ต่อ (to ให้)

~ **out** ❶ /-'-/ *v.i.* Ⓐ *(faint)* เป็นลม, สลบ (with ด้วย); Ⓑ *(complete military training)* เรียนจบหลักสูตรนักเรียนนายทหาร ❷ /'--/ *v.t.* แจกจ่าย *(ข้อมูล)*

~ **'over** ❶ *v.t.* ข้าม *(ชายแดน, ธรณีประตู)*; **~ sth. over in silence** ข้ามผ่าน *ส.น.* โดยไม่พูดไม่จา; ➡ + ~ 2 B ❷ *v.i. (euphem.: die)* ถึงแก่กรรม, ตาย

~ **through** ❶ /'--/ *v.t.* ผ่าน, เผชิญ; **it ~ed through my mind** มันแวบเข้ามาในใจฉัน; ➡ + ~ 2 B ❷ /-'-/ *v.i.* ผ่าน; **be just ~ing through** แค่เดินทางผ่านมาเฉย ๆ

~ **'up** *v.t.* ปฏิเสธ *(ข้อเสนอ)*; ละทิ้ง *(โอกาส)*

passable /'pa:səbl/'พาเซอะบ'ล/ *adj.* Ⓐ *(acceptable)* ที่ยอมรับได้, ที่พอใช้ได้; Ⓑ *(in condition to be crossed, traversed)* ผ่านได้, ข้ามได้

passably /'pa:səblɪ/'พาเซอะบลิ/ *adv.* พอควร, ปานกลาง; *(ทำงาน)* อย่างพอใช้ได้

passage /'pæsɪdʒ/'แพซิจ/ *n.* Ⓐ *(going by, through, etc.)* การผ่าน; *(of time)* การล่วงไป; *(of seasons)* การเปลี่ยน; **erased by the ~ of time** ลบเลือนด้วยกาลเวลาที่ล่วงผ่านไป; **their ~ was halted by an obstruction** สิ่งกีดขวางทำให้พวกเขาผ่านไปไม่ได้; Ⓑ *(transition)* การเปลี่ยนแปลง; Ⓒ *(voyage)* การเดินทาง *(โดยเรือ/เครื่องบิน)*; Ⓓ *(way)* ทางเดิน, ทางผ่าน; *(corridor)* ระเบียง, ทางเดินแคบ; Ⓔ *no art., no pl. (liberty or right to pass through)* อิสรภาพ/สิทธิในการผ่าน; **guarantee sb. rights of ~ through a territory** รับประกันสิทธิในการผ่านดินแดนแก่ *ค.น.*; Ⓕ *(right to travel)* สิทธิในการเดินทาง; **work one's ~:** ทำงาน *(บนเรือ)* เพื่อชดใช้ค่าเดินทาง; Ⓖ *(part of book etc.)* ข้อความส่วนหนึ่ง; Ⓗ *(Mus.)* เพลงท่อนหนึ่ง; Ⓘ *(of a bill into law)* ขั้นตอนในการผ่านกฎหมาย; *(final)* การประกาศใช้กฎหมาย; Ⓙ *(duct)* **urinary ~:** ท่อปัสสาวะ; **ear ~:** ช่องหู; **air ~s** ท่อหายใจ; ➡ + **back passage; bird of passage; front passage; purple passage; rite**

'passageway *n.* ช่องทางเดิน; *(between houses)* ช่องห่าง

pass: ~book *n. (bank book)* สมุดคู่ฝาก *(ของธนาคาร)*; **~ degree** *n. (Brit. Univ.)* **get a ~ degree** ได้รับปริญญาธรรมดา *(ไม่ได้เกียรตินิยม)*

passé *adj. masc.*, **passée** *adj. fem.* /'pæseɪ/'แพเซ/ Ⓐ *(past prime)* ที่หมดยุค, ที่เป็นอดีต; Ⓑ *(outmoded)* ล้าสมัย

passenger /'pæsɪndʒə(r)/'แพซินเจอะ(ร)/ *n.* Ⓐ *(traveller) (on ship, on plane, on train, on bus, in taxi)* ผู้โดยสาร; *(on motorcycle)* ผู้ซ้อนท้ายมอเตอร์ไซค์; Ⓑ *(coll.: ineffective member)* ผู้ที่ไร้ประสิทธิภาพ, ผู้ที่ไร้บทบาท; **feel like a mere ~ in an enterprise** รู้สึกว่าตนไม่มีส่วนร่วมเลยในบริษัท; **we cannot afford to have ~s in our team** เราจะมีผู้ที่ไม่ช่วยทำงานอยู่ในกลุ่มของเราไม่ได้

passenger: ~ aircraft *n.* เครื่องบินโดยสาร; **~ door** *n.* ประตูของผู้โดยสาร; **~ elevator** *(Amer.)* **~ lift** *(Brit.)* ลิฟต์ผู้โดยสาร; **~ list** *n.* รายชื่อผู้โดยสาร; **~ lounge** *n.* ห้องนั่งพักผู้โดยสาร; **~ 'mile** *n. หน่วยวัดระยะทางคำนวณจากระยะเดินทางของผู้โดยสารแต่ละคน;* **~ plane** *n.* เครื่องบินโดยสาร; **~ seat** *n.* ที่นั่งผู้โดยสาร; **~ service** *n. (รถไฟ, เรือ)* บรรทุกผู้โดยสาร; **~ train** *n.* รถไฟบรรทุกผู้โดยสาร

passer-by /pa:sə'baɪ/พาเซอะ'บาย/ *n.* ผู้เดินผ่าน

passim /'pæsɪm/'พาซิม/ *adv. (literary) (อ้าง)* ที่นี่และที่โน่น

passing /'pɑ:sɪŋ/'พาซิง/ ❶ *n.* Ⓐ *(going by) (of time, years)* การล่วงผ่านไป; *(of winter)* การหมดฤดูหนาว; *(of old year)* การสิ้นสุด; *(death)* ความตาย; **in ~:** *(พูด)* ผ่าน ๆ; Ⓑ ➡ **passage** ɪ ❷ *adj.* Ⓐ *(going past) (รถไฟ, คน)* ที่ผ่านไป; **they depend on the ~ trade** พวกเขาต้องพึ่งพาลูกค้าที่เดินผ่าน; **with every ~ moment** ด้วยทุกนาทีที่ผ่านไป; Ⓑ *(fleeting) (ความสนใจ, ความตั้งใจ)* ชั่วคราว; Ⓒ *(superficial) (ความรู้จัก)* ผิวเผิน; *(cursory) (การพูด)* ผ่าน ๆ; *(การอ่าน)* คร่าว ๆ ❸ *adv. (arch.)* อย่างยิ่ง

passing: ~ note *n. (Mus.) เสียงที่แทรกเข้ามาเพื่อให้การเปลี่ยนท่วงทำนองรื่นหูขึ้น;* **~-'out [ceremony]** *n. (Mil. etc.)* [พิธี] สำเร็จหลักสูตรนักเรียนนายทหาร; **~ place** *n.* จุดที่รถสองคันผ่านได้ *(ในถนนแคบ)*; **~ shot** *n. (Tennis)* ลูกที่ตีผ่านผู้เล่นฝ่ายตรงข้ามแล้วลงคอร์ต; **~ tone** *(Amer.)* ➡ **~ note**

passion /'pæʃn/'แพช'น/ *n.* Ⓐ *(emotion)* อารมณ์, กัมมภาวะ *(ร.บ.)*; Ⓑ *(outburst)* การแสดงอารมณ์รุนแรง; **fly into a ~:** เกิดโทสะ; Ⓒ *(sexual love)* ความใคร่; *(lust)* ตัณหา; *(desire)* กิเลส; Ⓓ *(enthusiasm)* ความกระตือรือร้น; *(object arousing enthusiasm)* สิ่งที่กระตุ้นความกระตือรือร้น; **he has a ~ for steam engines** เขาหลงใหลเครื่องยนต์ขับเคลื่อนด้วยพลังไอน้ำ; **have a ~ for lobster/interfering in people's lives** ชอบกุ้งมังกร/ก้าวก่ายชีวิตของผู้อื่นเป็นอย่างยิ่ง; **sth. is sb.'s ~/sb.'s ~ is doing sth.** *ส.น.* คือสิ่งที่ *ค.น.* คลั่งไคล้/ความคลั่งไคล้ของ *ค.น.* คือทำ *ส.น.*; Ⓔ **P~** *(Relig., Mus.) ความทุกข์ทรมานของพระเยซูคริสต์ในช่วงสุดท้ายของพระชนม์ชีพ; (narrative)* เรื่องเล่าเกี่ยวกับความทุกข์ทรมานของพระเยซูคริสต์; **Bach's 'St. Matthew P~'** 'ความทุกข์ทรมานของนักบุญแมทธิว' ของบาค

passionate /'pæʃənət/'แพเชอะเนิท/ *adj.* Ⓐ *(quick-tempered)* ที่มีอารมณ์ร้อน, ที่โกรธง่าย; **a ~ young man** ชายหนุ่มอารมณ์ร้อน; Ⓑ *(ardent) (บุคคล)* กระตือรือร้น; *(ความต้องการ)* ที่แรงกล้า; **have a ~ faith in sth.** มีศรัทธาใน *ส.น.* อย่างที่สุด; **have a ~ belief in sth.** มีความเชื่อมั่นใน *ส.น.* อย่างแรงกล้า; Ⓒ *(expressing violent or intense feeling) (สุนทรพจน์)* ที่แสดงความรู้สึกรุนแรง; *(unrestrained)* ที่ไม่ยับยั้ง; **make a ~ plea for mercy** ร้องขอความเมตตาอย่างไม่ยับยั้งความรู้สึก

passionately /'pæʃənətlɪ/'แพเชอะเนิทลิ/ *adv.* อย่างร้อนแรง, อย่างเต็มไปด้วยความรู้สึก, อย่างเร่าร้อน; **be ~ fond of lobster/cricket** คลั่งไคล้กุ้งมังกร/คริกเก็ต

passion: ~ flower *n. (Bot.)* พืชไม้ดอกในสกุล *Passiflora*; **~ fruit** *n.* เสาวรส; **P~ play** *n.* ละครที่แสดงเรื่องความทุกข์ทรมานของพระเยซู; **P~ 'Sunday** วันอาทิตย์สองสัปดาห์ก่อนเทศกาลอีสเตอร์; **P~ Week** *n.* Ⓐ *(before Palm Sunday)* สัปดาห์ก่อนอีสเตอร์; Ⓑ *(after Palm Sunday)* สัปดาห์หลังอีสเตอร์

passive /'pæsɪv/'แพซิว/ ❶ *adj.* Ⓐ *(suffering action, acted upon)* ที่ถูกกระทำ; Ⓑ *(without opposition)* ที่ไม่ตอบโต้, ที่อยู่เฉย ๆ; **remain ~:** ยังคงอยู่เฉย ๆ ไม่มีปฏิกิริยาโต้ตอบ; **~ smoking** การสูดควันบุหรี่ของผู้อื่น; **~ resistance** การต่อต้าน *(รัฐบาล)* โดยไม่ใช้วิธีรุนแรง; Ⓒ *(inert) (น้ำ)* นิ่ง; *(ร่างกาย)* เฉื่อย; *(นิสัย)* เชื่องช้า; **your son is too ~:** ลูกชายของคุณเฉื่อยเกินไป; Ⓓ *(not expressed)* ที่ไม่แสดงออก, ที่ไม่พูดออกมา; Ⓔ *(Metallurgy: unreactive)* ที่ไม่มีความต้านทาน; Ⓕ *(Ling.)* ที่เกี่ยวกับกรรมวาจก; **~ voice** กรรมวาจก ❷ *n. (Ling.)* กรรมวาจก

passively /'pæsɪvlɪ/'แพซิวลิ/ *adv.* โดยไม่ตอบโต้; *(รับ ส.น.)* อย่างอดทน, อย่างเฉื่อยชา; **be ~ involved in sth.** เกี่ยวข้องกับ *ส.น.* โดยไม่มีส่วนร่วม

passiveness /'pæsɪvnɪs/'แพซิวนิซ/, **passivity** /pæ'sɪvɪtɪ/แพ'ซิวิทิ/ *ns., no pl.* ความอดทน, ความเฉื่อยชา, ความไม่มีส่วนร่วม, อกัมมันตภาพ *(ร.บ.)*

pass: ~ key *n.* Ⓐ *(master key)* ลูกกุญแจพิเศษที่ไขแม่กุญแจอื่น ๆ ได้ทั้งชุด; Ⓑ *(private key)* กุญแจเข้าสถานที่เฉพาะ; **~ mark** *n.* คะแนนต่ำที่สุดที่ผ่านได้; **P~over** *n. เทศกาลเฉลิมฉลองของชาวยิว เพื่อรำลึกถึงการออกจากประเทศอียิปต์โดยมีโมเสสเป็นผู้นำ;* **the feast of P~over** พิธีฉลองเทศกาล Passover; **~port** *n.* Ⓐ หนังสือเดินทาง; Ⓑ *(fig.)* ใบเบิกทาง (to สู่); **~word** *n.* Ⓐ คำพิเศษที่รู้กันเฉพาะกลุ่ม; Ⓑ *(Computing)* พาสเวิร์ด *(ท.ศ.)*, รหัสผ่าน

past /pa:st/พาซท/ ❶ *adj.* Ⓐ *pred. (over)* ที่ผ่านไปแล้ว, ที่เป็นอดีต; Ⓑ *attrib. (previous) (นักศึกษา)* รุ่นก่อน; เมื่อก่อน; อดีต *(ประธาน, สามี)*; **~ history** เรื่องราวในอดีต; **she has a ~ history of violence** เธอเคยมีประวัติของความรุนแรงมาก่อน; **this is all ~ history** นี่เป็นเรื่องอดีตไปหมดแล้ว; **her ~ behaviour** *or* **conduct** ความประพฤติในอดีตของเธอ; **in centuries ~:** ในศตวรรษก่อน ๆ; Ⓒ *(just gone by)* ที่แล้วมา, หลัง; **for weeks ~:** เป็นเวลาหลายสัปดาห์มาแล้ว; **in the ~ few days** ในช่วง 2-3 วันหลัง; **the ~ hour/decade** ชั่วโมง/ทศวรรษที่แล้ว; Ⓓ *(Ling.)* **~ tense** อดีตกาล; **~ perfect** ➡ **pluperfect;** ➡ + **participle** ❷ *n.* Ⓐ อดีต; *(that which happened in the ~)* สิ่งที่เกิดขึ้นในอดีต; **in the ~** ในอดีต; **be a thing of the ~** เป็นสิ่งในอดีตไปแล้ว; Ⓑ *(previous history)* ความหลัง, ชีวิตแต่หนหลัง; **a woman with a ~** หญิงที่มีความหลัง; Ⓒ *(Ling.)* อดีตกาล, กริยาช่อง 2; **be/put in the ~:** ใช้อดีตกาล ❸ *prep.* ➤ **177** Ⓐ *(beyond in time)* เกิน, เลย, ผ่าน; *(beyond in place)* เลย, ผ่าน; **half ~ three** บ่ายสามโมงครึ่ง; **five [minutes] ~ two** บ่ายสองโมงห้านาที; **it's ~ midnight** เลยสองยามแล้ว; **it's ~ the time he said he'd arrive** เลยเวลาที่เขาบอกว่าจะมาถึงไปแล้ว; **he is ~ sixty** เขาอายุเกินหกสิบปี; **she's ~ the age for having children** เธอพ้นวัยที่จะมีบุตรได้แล้ว *หรือ* เธอพ้นวัยเจริญพันธุ์; **gaze/walk ~ sb./sth.** มอง/เดินผ่าน *ค.น./ส.น.*; Ⓑ *(not capable of)* **~ repair/all comprehension** เกินกว่าจะซ่อมแซมได้/จะเข้าใจได้; **he is ~ help/caring** หมดหนทางที่จะช่วยเหลือเขาแล้ว/เขาไม่สนใจอะไรอีกแล้ว; **be/be getting ~ it** *(coll.)* แก่/อายุมากเกินไปที่จะทำในสิ่งที่เคยทำได้; **I wouldn't put it ~ her to do that** ฉันเชื่อว่ายังเป็นไปได้ที่เธอจะทำสิ่งนั้น; **I wouldn't put anything ~ that man** ฉันเชื่อว่าอะไรก็เป็นไปได้สำหรับผู้ชายคนนั้น ❹ *adv.* เลย, พ้น, ผ่าน; **hurry ~:** รีบผ่านไป

pasta /ˈpæstə/ˈแพชเทอะ/ *n.* อาหารประเภทเส้นและเกี๊ยวที่ทำจากแป้งและไข่, พาสต้า *(ท.ศ.)*

paste /peɪst/เพชทฺ/ ❶ *n.* Ⓐ ส่วนผสมของแป้งกับน้ำ; **mix into a smooth/thick ~:** ผสมแป้งกับน้ำจนละเอียด/ข้น; Ⓑ *(glue)* แป้งเปียก, กาว; Ⓒ *(of meat, fish, etc.)* *(เนื้อ, ปลา)* บดจนละเอียด *(ใช้ทาขนมปัง)*, กะปิ; *(sweet doughy confection)* ของหวานที่นิ่มคล้ายแป้งเปียก; **anchovy ~:** ปลากะตักบดละเอียด; **almond ~:** ถั่วอัลมอนด์บดละเอียดผสมน้ำตาล; Ⓓ *no pl., no indef. art. (imitation gems)* อัญมณีเทียม; Ⓔ *(Pottery)* ดินเหนียวผสมน้ำใช้ทำเครื่องปั้นดินเผา
❷ *v.t.* Ⓐ *(fasten with glue)* ใช้กาวติด; **~ sth. down/into sth.** ปิด *ส.น.* ลงไป/เข้าไปใน *ส.น.* ด้วยกาว; Ⓑ *(sl.: beat, thrash, bomb)* ต่อย, ตี, วางระเบิดอย่างหนัก; Ⓒ *(Computing)* แปะ (**into** ลงใน); ➡ **+ cut**
~ ˈover *v.t.* ปิดทับข้างบน
~ ˈup *v.t.* ปิด *(ประกาศ, แผ่นโฆษณา)* (**on** บน); ➡ **+ paste-up**

ˈpasteboard ❶ *n.* แผ่นกระดาษแข็ง ❷ *adj.* ที่ไม่แข็งแรง, ที่บอบบาง; *(fig.)* ปลอม; *(การก่อสร้าง)* ไม่ทนทาน

pastel /ˈpæstl/ˈแพชต'ล/ ❶ *n.* Ⓐ *(crayon)* สีเทียน, ดินสอสี; Ⓑ *(drawing)* ภาพสีเทียน; Ⓒ *(art)* ศิลปะการวาดด้วยสีเทียน ❷ *adj.* ที่เป็นสีเทียน; *(สี)* อ่อนหวาน; **~ green** *(สี)* เขียวอ่อน

ˈpaste-up *n.* ต้นฉบับสิ่งพิมพ์ที่วางรูปเล่มแล้ว

pasteurisation, pasteurise ➡ **pasteuriz-**

pasteurization /pæstʃəraɪˈzeɪʃn, pɑːstʃəraɪˈzeɪʃn/แพชเฉอะไรˈเซช'น/ *n.* การฆ่าเชื้อ *(ในนม)* ด้วยการใช้ความร้อน

pasteurize /ˈpæstʃəraɪz, ˈpɑːstʃəraɪz/ˈแพชเฉอะรายซฺ, ˈพาชเฉอะรายซฺ/ *v.t.* ฆ่าเชื้อ *(ในนม)* ด้วยการใช้ความร้อน

pastiche /ˈpæstiːʃ/ˈแพชทีช/ *n.* งานศิลปะหรือดนตรีที่เลียนแบบงานของผู้อื่น

pastille /ˈpæstɪl/ˈแพชติล/ *n.* ยาอมแก้ไอ

pastime /ˈpɑːstaɪm/ˈพาชทายมฺ/ *n.* สิ่งที่ทำเพื่อเป็นการพักผ่อน; *(person's specific ~)* งานอดิเรก; **my ~s are tennis and cricket** เทนนิสและคริกเก็ตเป็นกีฬาที่ฉันชอบเล่นยามว่าง; **amuse oneself with various ~s** ทำตนให้เพลิดเพลินกับงานอดิเรกต่าง ๆ; **national ~:** กีฬาประจำชาติ; **favourite ~:** งานอดิเรกที่โปรดปราน

pasting /ˈpeɪstɪŋ/ˈเพชติง/ *n. (coll.)* **give sb. a ~:** ตี *ค.น.* อย่างแรง; **take a ~:** โดนชกต่อยอย่างแรง; *(from critics)* โดนวิจารณ์อย่างหนัก

past ˈmaster *n. (fig.)* ผู้เชี่ยวชาญ

pastor /ˈpɑːstə(r)/ˈพาชเตอะ(ร)/ *n.* ➤ **489** พระ, ผู้รักษาวิญญาณ

pastoral /ˈpɑːstərl/ˈพาชเตอะร'ล/ ❶ *n.* Ⓐ *(ที่ดิน)* ที่ใช้สำหรับให้สัตว์กินหญ้า; *(สถานที่)* ความสวยงามเป็นธรรมชาติอันอุดมสมบูรณ์; Ⓑ *(Lit., Art, Mus.)* ที่แสดงถึงชีวิตในชนบท; **~ poetry** กวีนิพนธ์ที่สรรเสริญชีวิตในชนบท; **~ drama** ละครเกี่ยวกับชีวิตในชนบท; **~ theme** แนวชีวิตในชนบท; Ⓒ *(Eccl.)* เกี่ยวกับพระ, *(การดูแล, การสั่งสอน, กิจกรรม)* โดยพระ; Ⓓ *(relating to shepherds)* **~ economy** เศรษฐกิจการเลี้ยงปศุสัตว์; **a ~ people** กลุ่ม/ชุมชนที่เลี้ยงสัตว์ ❷ *n. (Lit., Art, Mus.)* บทกวี/บทละคร/ภาพที่แสดงถึงชีวิตในชนบท

pastorale /pæstəˈrɑːl/แพชเตอะˈราล/ ➡ **pastoral 2**

pastrami /pæˈstrɑːmɪ/แพˈชตฺรามิ/ *n. (Amer.)* เนื้อวัวรมควันใส่เครื่องเทศ

pastry /ˈpeɪstrɪ/ˈเพชตริ/ *n.* Ⓐ *(flour paste)* แป้งอบ *(ทำพาย ฯลฯ)*; Ⓑ *(article of food)* อาหารที่มีแป้งเป็นส่วนผสมหลัก; Ⓒ **pastries** *collect.* อาหารที่ใช้แป้งอบ เช่น พาย เค้ก เป็นต้น

pastry: ~ board *n.* กระดานนวดแป้ง; **~ cook** *n.* ผู้/แม่ครัวที่ทำอาหารจำพวกแป้งอบ; **~ cutter** *n.* พิมพ์ตัดแป้งเป็นรูปต่าง ๆ; **~ wheel** *n.* ลูกกลิ้งตัดแป้ง

pasturage /ˈpɑːstʃərɪdʒ/ˈพาชเฉอะริจ/ *n.* Ⓐ *(grazing)* ทุ่งหญ้าเลี้ยงสัตว์; **rights of ~:** สิทธิในการให้สัตว์กินหญ้าในที่สาธารณะ; Ⓑ *(grass)* หญ้าที่ใช้เลี้ยงสัตว์; Ⓒ *(land)* ที่ดินทุ่งหญ้าใช้เลี้ยงสัตว์

pasture /ˈpɑːstʃə(r)/ˈพาชเฉอะ(ร)/ ❶ *n.* Ⓐ *(grass)* หญ้าที่ใช้เลี้ยงสัตว์; **~ for cattle** หญ้าที่ใช้เลี้ยงวัว; Ⓑ *(land)* ทุ่งหญ้าที่ใช้เลี้ยงสัตว์; Ⓒ *(fig.)* **home ~s** สถานที่ใกล้บ้านเกิด, ความอบอุ่นของถิ่นบ้านเกิด; **in search of ~s new** ค้นหาสิ่งใหม่ ๆ ❷ *v.t. (lead or put to ~)* ปล่อยในทุ่งให้ *(สัตว์)* กินหญ้า ❸ *v.i.* *(สัตว์)* กินหญ้า

ˈpastureland *n.* ทุ่งหญ้าสำหรับเลี้ยงสัตว์

¹pasty /ˈpæstɪ/ˈแพชติ/ *n.* อาหารที่มีเปลือกแป้งยัดไส้คล้ายกะหรี่พัฟ

²pasty /ˈpeɪstɪ/ˈเพชติ/ *adj.* Ⓐ คล้ายแป้งเปียก; Ⓑ ➡ **pasty-faced**

pasty-faced /ˈpeɪstɪfeɪst/ˈเพชติเฟชทฺ/ *adj.* ใบหน้าซีดขาว; **be ~:** มีใบหน้าซีดขาว

¹pat /pæt/แพท/ ❶ *n.* Ⓐ *(stroke, tap)* การตี/ตบเบา ๆ, การลูบ; **give sb./a dog a ~:** ตบ *ค.น.*/สุนัขเบา ๆ; **give sb./a dog a ~ on the head** ลูบศีรษะ *ค.น.*/หัวสุนัข; **give sb. a ~ on the shoulder** ตบไหล่ *ค.น.* เบา ๆ; **a ~ on the back** *(fig.)* การสรรเสริญ/ชมเชย; **she deserves a ~ on the back** *(fig.)* เธอสมควรได้รับการชมเชย; **give oneself/sb. a ~ on the back** *(fig.)* ชมเชยตนเอง/*ค.น.*; Ⓑ *(of butter)* ก้อนเนย; *(of mud, clay)* ก้อนดิน; ➡ **+ cowpat**
❷ *v.t.*, **-tt-** Ⓐ *(strike gently)* ตี/ตบเบา ๆ, ลูบ; **~ sb. on the arm/head/cheek** ตีแขน/ตบศีรษะ/แก้ม *ค.น.* เบา ๆ; **~ oneself/sb. on the back** *(fig.)* ชมเชยตนเอง/*ค.น.*; **~ one's face dry** แปะหน้าตนเองจนแห้ง; Ⓑ *(flatten)* ทำให้เรียบ; **~ one's hair into place** ลูบผมให้เข้ารูป

²pat ❶ *adv. (ready, prepared)* **have sth. off ~** จำ *ส.น.* ได้แม่นยำ; **know sth. off ~:** รู้ *ส.น.* ดีทีเดียว; **come ~:** *(คำตอบ)* มาอย่างทันทีทันใด; *(opportunely)* *(การเล่า)* ได้จังหวะพอดี; **stand ~:** *(fig.)* ไม่ยอมเปลี่ยนแปลง *(การตัดสินใจ, ความคิดเห็น)* ❷ *adj. (ready)* ที่พร้อมแล้ว; *(opportune)* ที่เหมาะสม, ที่ได้จังหวะ; **he has some ~ phrases for every occasion** เขามีวลีที่เหมาะเจาะกับทุกโอกาส

patch /pætʃ/แพฉ/ ❶ *n.* Ⓐ แผ่นเล็ก ๆ จุด, ส่วน; **inflamed ~es of skin** บางส่วนของผิวหนังที่อักเสบ; **a ~ of blue sky** บริเวณท้องฟ้าสีฟ้า; **there were still ~es of snow** ยังมีหิมะอยู่เป็นหย่อม ๆ; **the dog had a black ~ on its ear** สุนัขตัวนี้มีรอยแต้มสีดำที่หู; **there were ~es of black ice on the roads** มีน้ำแข็งสีดำเป็นช่วง ๆ อยู่บนถนน; **there were ~es of sunshine** มีแสงแดดส่องลงมาเป็นหย่อม ๆ; **~es of rain** *(during period of time)* มีฝนเป็นช่วง ๆ; *(in several places)* มีฝนเป็นบางจุด; **fog ~es** บริเวณที่มีหมอก; **we went through one or two rough ~es on our crossing** ในการข้ามทะเล มีบางช่วงที่มีคลื่นแรง; **in ~es** เป็นหย่อม ๆ, เป็นบางจุด; **go through** *or* **strike a bad/good ~** *(Brit.)* ผ่านช่วงเวลาที่เลวร้าย/มีความสุข; **a sticky ~ in her life** ช่วงเวลาที่เลวร้ายในชีวิตของเธอ; Ⓑ *(on worn garment)* ผ้าปะ; **be not a ~ on sth.** *(fig. coll.)* เทียบกับ *ส.น.* ไม่ติดเลย; Ⓒ *(on eye)* แผ่นสำหรับปิดตา; **wear a ~ on one eye** มีแผ่นปิดบนตาข้างหนึ่ง; Ⓓ *(piece of ground)* ผืนดินขนาดเล็ก; **every ~ of ground** ผืนดินแปลงเล็กแปลงน้อย; **potato ~:** แปลงปลูกมันฝรั่ง; Ⓔ *(area patrolled by police)* บริเวณถิ่นควบคุมของสถานีตำรวจใด ๆ; *(fig.)* ถิ่นเฉพาะของ *ค.น.*; **keep off our ~** *(fig.)* อย่ามายุ่งในย่านของพวกเรา; Ⓕ *(Mil.: badge)* แถบผ้าบนแขนเสื้อเครื่องแบบ; Ⓖ *(Hist.: beauty spot)* ไฝ *(เสน่ห์)*
❷ *v.t. (apply ~ to)* ปะ, เสริม, แก้ไข
~ together *v.t.* ปะเข้าด้วยกัน
~ up *v.t.* ปะ *(ใบเรือใบ)*; ซ่อมแซม; พัน *(แผล)*; *(fig.)* แก้ไข *(ปัญหา)*; ไกล่เกลี่ย, ประนีประนอม *(ความขัดแย้ง)*; **try to ~ the matter up** พยายามไกล่เกลี่ยให้เรื่องนี้สงบไป *(ความขัดแย้ง)*

patch: ~ pocket *n.* กระเป๋าเสื้อ/กางเกงที่ทำเป็นชิ้นผ้าปะไว้; **~work** *n.* งานฝีมือที่ใช้เศษผ้าเย็บต่อกัน; **a ~work quilt** ผ้านวมที่ทำจากเศษผ้าเย็บต่อกัน; *(fig.)* สิ่งที่ประกอบด้วยส่วนเล็ก ๆ หลายส่วน; **a ~work of fields** *(ทุ่ง)* นาแปลงเล็ก ๆ ต่อกันเป็นผืน

patchy /ˈpætʃɪ/ˈแพฉิ/ *adj.* *(คุณภาพ, งาน)* ไม่สม่ำเสมอ; *(ความรู้)* ที่ไม่ครอบคลุม; *(งานเขียน, ภาพยนตร์)* ไม่กลมกลืนกัน; *(ทุ่งนา, ป่า)* ที่เป็นหย่อม ๆ

pate /peɪt/เพท/ *n. (arch.)* ศีรษะ, กระบาล; *(coll.)* หัว *(สมอง)*; **bald ~:** หัวล้าน

pâté /ˈpæteɪ/ˈแพเท/ *n.* เนื้อหรือผักบด; **~ de foie gras** /ˈpæteɪ, ˈpɑːteɪ də fwɑ ˈɡrɑː/ˈแพเท, ˈแพเท เดอะ ฟวฺา ˈกฺรา/ ตับห่านบด

patella /pəˈtelə/เพอะˈเท็ลเลอะ/ *n., pl.* **~e** /pəˈteliː/เพอะˈเท็ลลี/ *(Anat.)* สะบ้าหัวเข่า

paten /ˈpætn/ˈแพท'น/ *n. (Eccl.)* จานรองแผ่นศีล

patent /ˈpeɪtənt, ˈpæt-/ˈเพเทินทฺ, ˈแพท-/ ❶ *adj.* Ⓐ ที่ได้รับการคุ้มครองจากสิทธิบัตร, ที่มีสิทธิบัตร; *(fig.: characteristic)* ที่เป็นลักษณะเฉพาะ; **~ medicine** ยาที่ขึ้นทะเบียน, ยาสำเร็จรูป, ยาที่ขายได้โดยไม่ต้องมีใบสั่งยาจากแพทย์; **~ article** ของที่จดสิทธิบัตร; **~ remedy** การรักษาที่โฆษณาชวนเชื่อว่าได้ผลดี; Ⓑ *(obvious)* ชัดเจน, ชัดแจ้ง ❷ *n.* Ⓐ *(licence)* สิทธิบัตร; **~ applied for** *or* **pending** สิทธิบัตรที่อยู่ในระหว่างการพิจารณา; **take out a ~ for** *or* **on sth.** ได้รับสิทธิบัตรสำหรับ *ส.น.*; Ⓑ *(invention or process)* สิ่งประดิษฐ์หรือกระบวนการที่ได้รับสิทธิบัตร; Ⓒ *(fig.: exclusive property or claim)* สิทธิเฉพาะตัว ❸ *v.t.* ได้รับสิทธิบัตร; **sth. has been ~ed** *ส.น.* ได้รับสิทธิบัตร

patentable /ˈpeɪtəntəbl, ˈpætəntəbl/ˈเพเทินเทอะบ'ล, ˈแพเทินเทอะบ'ล/ *adj.* สามารถจดสิทธิบัตรได้

patent: ~ agent *(Brit.)*, **~ attorney** *(Amer.)* *ns.* ➤ **489** ตัวแทนที่จัดการเรื่องการขอจดสิทธิบัตร

patentee /peɪtənˈtiː/เพเทินˈที/ *n.* ผู้ที่ได้รับสิทธิบัตร

patent ˈleather *n.* หนังมัน; **~ shoes** รองเท้าหนังมัน

patently /ˈpeɪtəntlɪ, ˈpætəntlɪ/ˈเพเทินทฺลิ, ˈแพเทินทฺลิ/ *adv.* อย่างชัดเจน, อย่างชัดแจ้ง; **~ obvious** ชัดเจนเต็มที่

p

patent: ~ **office** *n.* สำนักงานจดสิทธิบัตร; ~ **rights** *n. pl.* สิทธิที่ได้รับจากสิทธิบัตร

paterfamilias /peɪtəfə'mɪlɪæs/เพเทอะเฟอะ'มิลลิแอซ/ *n. (often joc.)* ผู้ชายที่เป็นหัวหน้าครอบครัว

paternal /pə'tɜːnl/เพอะ'เทอะน'ล/ *adj.* Ⓐ *(fatherly)* ที่มีลักษณะของบิดา, ที่เหมือนบิดา; Ⓑ *(related) (ญาติ)* ฝ่ายบิดา, ทางพ่อ

paternalism /pə'tɜːnəlɪzm/เพอะ'เทอเนอะลิซ'ม/ *n.* ระบบการปกครองพ่อปกครองฉันลูก

paternalistic /pətɜːnə'lɪstɪk/เพอะเทอะเนอะ'ลิซติค/ *adj.* ที่ปกครองอย่างบิดา

paternally /pə'tɜːnəlɪ/เพอะ'เทอเนอะลิ/ *adv.* อย่างบิดา

paternity /pə'tɜːnɪtɪ/เพอะ'เทอนิทิ/ *n.* Ⓐ *(fatherhood)* ความเป็นบิดา; **deny ~ of a child** ปฏิเสธความเป็นพ่อของลูก; Ⓑ *(origin)* แหล่งกำเนิด

paternity: ~ **leave** *n.* การที่บิดาลางานเพื่อดูแลบุตรแรกเกิด; ~ **suit** *n.* คดีอันเนื่องมาจากผู้ชายที่ไม่ยอมรับลูก; ~ **test** *n.* การตรวจเลือดว่าเป็นบิดาของบุตรหรือไม่

paternoster /pætə'nɒstə(r)/แพเทอะ'นอซเตอะ(ร)/ *n.* Ⓐ *(prayer)* บทสวดข้าแต่พระบิดาของเรา; Ⓑ *(lift)* ลิฟต์ไม่มีประตูที่เคลื่อนไหวตลอด

path /pɑːθ/แพธ/ *n., pl.* ~**s** /pɑːðz/แพทซฺ/ Ⓐ *(way)* ทาง; *(merely made by walking)* ทางเดิน; **keep to the ~:** เดินไปตามทาง หรือไม่ออกนอกทาง; Ⓑ *(line of motion)* เส้นทาง; *(of tornado, caravan, etc.)* เส้นทาง; **his ~ led across fields and meadows** เส้นทางของเขาข้ามทุ่งนาและทุ่งหญ้า; **into the ~ of a moving vehicle** เข้าไปในทางของรถยนต์ที่กำลังวิ่งมา; ➡ + **flight path**; Ⓒ *(fig.: course of action)* แนวทาง, แนวทางปฏิบัติ; **the middle ~:** ทางสายกลาง; **our ~s crossed/diverged** เส้นทางของเราโคจรมาพบกัน/แยกจากกัน; **the ~ to salvation/of virtue** แนวทางสู่การพ้นจากบาปกรรม/ทางแห่งคุณธรรม

pathetic /pə'θetɪk/เพอะ'เธ็ททิค/ *adj.* Ⓐ *(pitiful)* ที่น่าสงสาร, ที่น่าเวทนา; **be a ~ sight** เป็นภาพที่น่าเวทนา; Ⓑ *(full of pathos)* ที่ทำให้เกิดความเวทนา/สงสาร; Ⓒ *(contemptible)* ที่น่ารังเกียจ, ที่น่าเหยียดหยาม; **you're/it's ~:** คุณ/มันไม่ได้ความเลย; **are these ~ scribbles meant to be art?** ภาพที่วาดลวก ๆ อย่างน่าสมเพชเหล่านี้ ตั้งใจจะให้เป็นศิลปะหรือ; Ⓓ ~ **fallacy** *การนำความรู้สึกของมนุษย์มาใช้กับสิ่งไม่มีชีวิต โดยเฉพาะในงานวรรณกรรม เช่น the smiling skies หรือ the angry sea*

pathetically /pə'θetɪkəlɪ/เพอะ'เธ็ททิเคอะลิ/ *adv.* Ⓐ *(pitifully)* อย่างน่าสงสาร, อย่างน่าเวทนา; Ⓑ *(contemptibly)* อย่างน่าดูถูก, อย่างน่าเหยียดหยาม, อย่างน่ารังเกียจ; ~ **bad** เลวอย่างน่ารังเกียจ

pathfinder *n.* Ⓐ *(person)* ผู้ลาดตระเวน หรือบุกเบิกเส้นทาง; *(fig.)* ผู้บุกเบิก; Ⓑ *(aircraft)* เครื่องบินที่หาและชี้บริเวณที่ทิ้งระเบิด *(Milit.)*

pathless /'pɑːθlɪs/'พาธลิซ/ *adj.* ไม่มีทาง

pathogen /'pæθədʒən/'แพเธอะเจิน/ *n. (Med.)* เชื้อโรค, สิ่งที่ทำให้เกิดโรค

pathogenic /pæθə'dʒenɪk/แพเธอะ'เจ'น/ *adj. (Med.)* เกี่ยวกับเชื้อโรค

pathological /pæθə'lɒdʒɪkl/แพเธอะ'ลอจิค'ล/ *adj.* Ⓐ เกี่ยวกับพยาธิวิทยา; Ⓑ *(morbid)* ที่ผิดปกติ; Ⓒ *(fig.: obsessive)* ที่หมกมุ่นอย่างผิดปกติ

pathologically /pæθə'lɒdʒɪkəlɪ/แพเธอะ'ลอจิเคอะลิ/ *adv.* โดยที่เกี่ยวกับพยาธิวิทยา; *(fig.: obsessively)* อย่างหมกมุ่น

pathologist /pə'θɒlədʒɪst/เพอะ'ธอเลอะจิซทฺ/ *n.* ➤ 489 นักพยาธิวิทยา

pathology /pə'θɒlədʒɪ/เพอะธอเลอะจิ/ *n.* Ⓐ *(science)* พยาธิวิทยา; Ⓑ *(symptoms)* อาการของโรค; **the ~ of a disease** อาการของโรค

pathos /'peɪθɒs/'เพธอซ/ *n.* การทำให้เกิดความสงสาร/เวทนา

'pathway *n.* Ⓐ ➡ **path** A; Ⓑ *(Physiol.)* ขบวนการปฏิกิริยาทางเคมีที่เกิดขึ้นในสิ่งมีชีวิต

patience /'peɪʃəns/'เพเชินซฺ/ *n.* Ⓐ *no pl., no art.* ความอดทน; *(perseverance)* ความอุตสาหะ, ความเพียร; *(forbearance)* ความอดกลั้น; **with ~:** ด้วยความอดทน; **have endless ~:** มีความอดทนที่ไม่สิ้นสุด; **my ~ is finally exhausted** ในที่สุดฉันก็หมดความอดทน; **lose [one's] ~ [with sth/sb.]** หมดความอดทน [กับ *ส.น./ค.น.*]; **I lost my ~:** ฉันหมดความอดทน; **have the ~ of a saint** มีความอดทนของนักบุญ; Ⓑ *(Brit. Cards)* การถอดไพ่; ➡ + **Job**

patient /'peɪʃənt/'เพเชินทฺ/ ❶ *adj.* อดทน, ใจเย็น; *(forbearing)* ที่อดกลั้น; *(persevering)* ที่มีความเพียร; **please be ~:** โปรดอดทน; **remain ~:** ยังคงอดทน, ใจเย็น ❷ *n.* ➤ 453 คนไข้, คนป่วย

patiently /'peɪʃəntlɪ/'เพเชินทลิ/ *adv. (with composure)* อย่างอดทน; *(with forbearance)* อย่างอดกลั้น; *(with calm)* อย่างใจเย็น; *(with perseverance)* ด้วยความเพียร

patina /'pætɪnə/'แพทิเนอะ/ *n. (on bronze)* สนิมเขียวคล้ำที่จับบนทองแดง; *(on woodwork)* ความมันวาวบนไม้ *(เนื่องจากได้รับการเช็ดถูมาก)*; *(fig.)* คราบ

patio /'pætɪəʊ/'แพทิโอ/ *n., pl.* ~**s** Ⓐ *(paved area)* ลานนั่งเล่นปูหินแผ่นติดกับตัวบ้าน; Ⓑ *(inner court)* ลานบ้าน, นอกชาน

patio 'door *n.* ประตูกระจกที่เปิดสู่ลานนั่งเล่น

patisserie /pæ'tɪsərɪ/เพะ'ทิซเซอะริ/ *n.* Ⓐ *(shop)* ร้านขายขนม; Ⓑ *(cakes and pastries)* ขนมจำพวกเค้ก พาย ฯลฯ

Patna rice /'pætnə raɪs/'แพทเนอะ ไรซ/ *n.* ข้าวชนิดหนึ่งมีเมล็ดยาว

patois /'pætwɑː/'แพทวา/ *n., pl. same* Ⓐ *(dialect)* ภาษาถิ่น; Ⓑ *(jargon)* คำศัพท์ที่ใช้เฉพาะกลุ่ม

patriarch /'peɪtrɪɑːk/'เพทริอาค/ *n.* Ⓐ *(of family)* หัวหน้าครอบครัว; *(of tribe)* หัวหน้าเผ่า; Ⓑ *(Relig.) (in early and Orthodox Church)* พระราชาคณะ, พระสังฆราช; *(RC Ch.)* พระชั้นบิชอป; Ⓒ *(founder)* ผู้ก่อตั้ง; Ⓓ *(old man)* ชายอาวุโส

patriarchal /peɪtrɪ'ɑːkl/เพทริ'อาเคิล/ *adj.* Ⓐ ที่เกี่ยวกับหัวหน้าครอบครัว/หัวหน้าเผ่า; Ⓑ *(old, venerable)* ที่อาวุโส, น่าเคารพนับถือ

patriarchy /'peɪtrɪɑːkɪ/'เพทริอาคิ/ *n.* การปกครองโดยผู้ชาย

patrician /pə'trɪʃn/เพอะ'ทริช'น/ ❶ *n. (Hist.)* ผู้ดีในตระกูลขุนนางโรมัน ❷ *adj.* Ⓐ *(noble)* สูงศักดิ์; Ⓑ *(Hist.)* ที่เป็นผู้ดีในตระกูลขุนนางโรมัน; ~ **family** ตระกูลขุนนาง

patricide /'pætrɪsaɪd/'แพทริซายดฺ/ *n.* Ⓐ *(murder)* ปิตุฆาต; Ⓑ *(murderer)* ผู้กระทำปิตุฆาต

patrimony /'pætrɪmənɪ/'แพทริเมอะนิ/ *n.* มรดกที่ตกทอดมาจากบิดา/บรรพบุรุษฝ่ายบิดา; *(fig.)* ลักษณะที่สืบทอดทางกรรมพันธุ์; *(endowment)* การมอบทรัพย์สินให้โบสถ์

patriot /'peɪtrɪət, 'pæt-/'เพทริเอิท, 'แพท-/ *n.* ผู้รักชาติ

patriotic /peɪtrɪ'ɒtɪk, pætrɪ'ɒtɪk/เพ'ทริเออะทิค, แพ'ทริเออะทิค/ *adj.* ที่รักชาติ

patriotism /'pætrɪətɪzm, 'peɪtrɪətɪzm/'เพทริเออะทิซ'ม 'แพทริเออะทิซ'ม/ *n.* ชาตินิยม

patrol /pə'trəʊl/เพอะ'โทรล/ ❶ *n.* Ⓐ *(of police)* การลาดตระเวนของตำรวจ; *(of watchman)* การตรวจตรา; *(of aircraft, ship)* การลาดตระเวน; *(Mil.)* การลาดตระเวน; **policeman on ~:** ตำรวจที่ออกลาดตระเวน; **be on** *or* **keep ~:** ออกตรวจ/ลาดตระเวน; Ⓑ *(person, group) (Police)* ตำรวจสายตรวจ; *(Mil.)* ทหารลาดตระเวน; **coast ~:** หน่วยลาดตระเวนชายฝั่ง; **police ~:** หน่วยตำรวจสายตรวจ; **army ~:** กองทหารลาดตระเวน; **fire ~** หน่วยปราบปรามไฟไหม้; Ⓒ *(troops)* หน่วยลาดตระเวน; Ⓓ *(unit) (of Scouts)* กองย่อยของลูกเสือ
❷ *v.i.,* **-ll-** ตรวจ, ลาดตระเวน, ตรวจตรา
❸ *v.t.,* **-ll-** ตรวจ; *(ตำรวจ)* ลาดตระเวน *(ถนน, ชายฝั่ง)*; *(ยาม)* ตรวจตรารอบบริเวณ

patrol: ~ **boat** *n.* เรือลาดตระเวน; ~ **car** *n.* รถสายตรวจ; ~**man** /pə'trəʊlmən/เพอะ'โทรลเมิน/ *n., pl.* ~**men** /pə'trəʊlmən/เพอะ'โทรลเมิน/ ➤ 489 *(Amer.)* ตำรวจสายตรวจ *(ที่มียศต่ำสุด)*; ~ **wagon** *n. (Amer.)* รถตำรวจสำหรับบรรทุกนักโทษ

patron /'peɪtrən/'เพทริน/ *n.* Ⓐ *(supporter)* ผู้สนับสนุน; *(of institution, campaign)* ผู้อุปถัมภ์; ~ **of the arts** ผู้อุปถัมภ์ศิลปะแขนงต่าง ๆ; Ⓑ *(customer) (of shop, restaurant)* ลูกค้าประจำ; *(of hotel)* แขกโรงแรม; *(of theatre, cinema)* ผู้ชมละคร/ภาพยนตร์; **'~s only'** 'เฉพาะลูกค้าเท่านั้น'; Ⓒ ~ **[saint]** นักบุญประจำ *(บุคคล, สถานที่)*; Ⓓ *(Brit. Eccl.)* ผู้ที่มีสิทธิมอบหมายตำแหน่งทางศาสนา

patronage /'pætrənɪdʒ/'แพเทรอะนิจ/ *n.* Ⓐ *(support)* การสนับสนุน; *(for campaign, institution)* การอุปถัมภ์; Ⓑ *(customer's support)* การอุดหนุน; **withdraw one's ~:** เลิกอุดหนุน; Ⓒ *(dated: condescension)* การวางท่า; **with an air of ~:** ด้วยท่าทางวางมาด

patroness /'peɪtrənes/'เพเทรอะเน็ซ/ *n.* Ⓐ *(supporter)* ผู้สนับสนุนที่เป็นสตรี, แม่ยก; *(of campaign, institution)* ผู้อุปถัมภ์ *(หญิง)* สตรี; Ⓑ *(saint)* นักบุญหญิงประจำ *(บุคคล/สถานที่)*

patronise, patronising, patronisingly ➡ **patroniz-**

patronize /'pætrənaɪz/'แพเทรอะนายซฺ/ *v.t.* Ⓐ *(frequent)* อุดหนุน; **we hope you will continue to ~ our services** เราหวังว่าท่านจะยังใช้บริการของเราต่อไป; Ⓑ *(support)* สนับสนุน, อุปถัมภ์; Ⓒ *(condescend to)* ~ **sb.** แสดงท่าที่ว่าเหนือกว่า *ค.น.*

patronizing /'pætrənaɪzɪŋ/'แพเทรอะนายซิง/ *adj.,* **patronizingly** /'pætrənaɪzɪŋlɪ/'แพเทรอะนายซิงลิ/ *adv.* [อย่าง] วางท่า, [อย่าง] วางโต

patronymic /pætrə'nɪmɪk/แพเทรอะ'นิมมิค/ ❶ *n.* ชื่อที่ได้มาจากบิดา ❷ *adj.* ที่ได้มาจากบิดา

patsy /'pætsɪ/'แพทซิ/ *n. (Amer. coll.)* ผู้ที่หลอกได้ง่าย, ผู้ที่เป็นเหยื่อ

patter /'pætə(r)/'แพทเออะ(ร)/ ❶ *n.* Ⓐ *(of rain)* เสียงฝนตกแปะ ๆ; *(of feet, footsteps)* เสียงวิ่งเตาะแตะ; **the ~ of tiny feet** *(fig.)* เสียงฝีเท้าเล็ก ๆ ดังเตาะแตะ; Ⓑ *(language of* *salesman or comedian)* ภาษาเชิญชวน; **sales ~:** การพูดเร็วปรื๋อเพื่อขายสินค้า; **keep up a ~:** พูดไม่หยุด; Ⓒ *(jargon)* ภาษาเฉพาะกลุ่ม ❷ *v.i.* Ⓐ *(make tapping sounds) (ฝน)* ทำเสียงแปะ ๆ; *(ฝีเท้า)* ดังเตาะแตะ; Ⓑ *(run)* วิ่งเตาะแตะ

pattern /ˈpætən/ˈแพเทิน/ ❶ *n.* Ⓐ *(design)* ลาย; *(on carpet, wallpaper, cloth, etc. also)* ลวดลาย; **frost ~s** ลายของน้ำค้างแข็ง; Ⓑ *(form, order)* รูปแบบ; **follow a ~:** ทำตามรูปแบบ; **behaviour ~:** รูปแบบพฤติกรรม; **~ of development** รูปแบบการพัฒนา; **~ of thought** รูปแบบความคิด; **~ of life** แบบแผนของชีวิต; **~ of events** ลำดับเหตุการณ์; Ⓒ *(model)* แบบ; *(for sewing)* แบบผ้า; *(for knitting)* แบบถักไหมพรม; **follow a ~:** ทำตามแบบ; **a democracy on the British ~:** ระบอบประชาธิปไตยตามแบบแผนอังกฤษ; Ⓓ *(sample)* ตัวอย่าง; Ⓔ *(on target)* รอยยิง ❷ *v.t.* Ⓐ *(model)* ลอกแบบ, เลียนแบบ; **~ sth. after/on sth.** ทำ *ส.น.* ตามอย่าง *ส.น.*; **she ~ed her behaviour on her father's** เธอประพฤติตนตามอย่างพ่อของเธอ; Ⓑ *(decorate)* ตกแต่ง; **~ sth. with intricate designs** ตกแต่ง *ส.น.* ด้วยลวดลายที่ประณีต

ˈpattern book *n.* สมุดรวบรวมแบบหลากหลาย

patty /ˈpætɪ/ˈแพทิ/ *n.* Ⓐ *(pie, pastry)* ขนมเล็ก ๆ ที่ทำด้วยแป้งยัดไส้, พายเล็ก ๆ; Ⓑ *(Amer.: of meat)* เนื้อบดปั้นเป็นก้อนเล็ก ๆ

paucity /ˈpɔːsɪtɪ/ˈพอซิทิ/ *n. (formal)* ปริมาณเล็กน้อย, จำนวนน้อย, ความขัดสน; **~ of support** การขาดการสนับสนุน; **a growing ~ of ...** ความขัดสนที่เพิ่มขึ้นเรื่อย ๆ ...

Paul /pɔːl/ˈพอล/ *pr. n. (Hist., as name) (of ruler etc.)* ชื่อกษัตริย์; *(of saint)* ชื่อของนักบุญซึ่งเป็นสาวกของพระเยซู

Pauline /ˈpɔːlaɪn/ˈพอลายนฺ/ *adj. (Bibl.)* ที่เกี่ยวกับนักบุญพอล

paunch /pɔːntʃ/พอนฉฺ/ *n.* ท้องน้อย, พุง; **develop a ~:** ลงพุง

paunchy /ˈpɔːntʃɪ/ˈพอนฉิ/ *adj.* มีพุง, มีพุงพลุ้ย; **become ~:** ลงพุง, พุงโต

pauper /ˈpɔːpə(r)/ˈพอเพอะ(ร)/ *n.* Ⓐ ยาจก, ผู้ที่ยากจนมาก; **they were ~s** พวกเขาเป็นยาจก; **live like ~s** มีชีวิตอยู่อย่างอนาถา/ยาจก; Ⓑ *(Hist.)* ผู้ที่ได้รับการสงเคราะห์ตามกฎหมายสงเคราะห์; **~'s grave** หลุมฝังศพของยาจก

pauperism /ˈpɔːpərɪzm/ˈพอเพอะริซฺ'ม/ *n., no pl.* ความยากจน; **be reduced to ~:** กลายเป็นยาจกเข็ญใจ

pauperize /ˈpɔːpəraɪz/ˈพอเพอะรายซฺ/ *v.t.* ทำให้ยากจน; **be ~d** ยากจนเข็ญใจ

pause /pɔːz/พอซฺ/ ❶ *n.* Ⓐ การหยุดชั่วคราว; **without [a] pause** โดยไม่หยุด; **a ~ in the fighting** การหยุดพักระหว่างต่อสู้; **give sb. ~:** ทำให้ *ค.น.* ต้องคิดหนัก; Ⓑ *(Mus.)* เครื่องหมายค้างจังหวะ (•) ❷ *v.i.* Ⓐ *(wait)* หยุดรอชั่วขณะ; *(hesitate)* ลังเล; **~ for reflection/thought** หยุดใคร่ครวญ/คิด; **he ~d to consider his next move** เขาหยุดพิจารณาว่าจะทำอย่างไรต่อไป; **~ for a rest** หยุดพัก; Ⓑ *(linger)* อ้อยอิ่ง **(upon, over** กับ**)**

pavan /ˈpævən/ˈแพเวิน/, **pavane** /pəˈvaːn/เพอะˈวาน/ *n. (Hist./Mus.)* ระบำจังหวะช้า ๆ ที่แต่งกายด้วยเสื้อผ้าที่งดงาม, ดนตรีประกอบระบำดังกล่าว

pave /peɪv/เพวฺ/ *v.t.* Ⓐ *(cover, lit. or fig.)* ปู, ลาด; Ⓑ *(fig.: prepare)* **~ the way for** *or* **to sth.** ปูทางสำหรับ *ส.น.*

pavement /ˈpeɪvmənt/ˈเพวฺเมินทฺ/ *n.* Ⓐ *(Brit.: footway)* ทางเท้า, บาทวิถี; Ⓑ *(paved surface)* พื้นที่ปู *(หิน, กระเบื้อง)*; Ⓒ *(Amer.: roadway)* ถนน

pavement café *n.* ร้านกาแฟข้างถนน

pavilion /pəˈvɪljən/เพอะˈวิลเลียน/ *n.* Ⓐ *(tent)* ปะรำ, กระโจม, พลับพลา; Ⓑ *(ornamental building)* ศาลา; Ⓒ *(Brit. Sport)* ตึกสโมสรในสนามกีฬา; Ⓓ *(stand at exhibition)* ศาลาแสดงนิทรรศการ

paving /ˈpeɪvɪŋ/ˈเพวิง/ *n.* Ⓐ *(action)* การปู *(พื้น)*; Ⓑ *(paved surface)* พื้นที่ปูแล้ว

paving stone *n.* แผ่นหินปู *(ลาน, บาทวิถี)*

paw /pɔː/ˈพอ/ ❶ *n.* Ⓐ ตีน; *(of bear, lion, tiger)* อุ้งตีน; Ⓑ *(coll. derog.: hand)* มือ; **keep your ~s off [me]/off my car!** อย่าเอามือมาจับตัวฉัน/รถของฉัน ❷ *v.t.* Ⓐ *(หมา, สิงโต)* ตะปบ, ตะครุบ; **~ the ground** ตะกุยพื้น; Ⓑ *(coll. derog.: fondle)* ลูบคลำ ❸ *v.i.* Ⓐ ตะกุย, ข่วน; Ⓑ **~ at sb./sth.** *(coll. derog.)* ลูบคลำ *ค.น./ส.น.*

pawl /pɔːl/พอล/ *n. (Mech. Engin.)* แกนบังคับซี่เฟืองไม่ให้หมุนกลับ

¹pawn /pɔːn/พอน/ *n.* Ⓐ *(chess)* เบี้ยหมากรุก; Ⓑ *(fig.)* เครื่องมือ; **a ~ in the hands of Fate** เครื่องมือของโชคชะตา

²pawn ❶ *n.* การจำนำ; **in ~** จำนำ; **put sth. in ~:** นำ *ส.น.* ไปจำนำ; **take sth. out of ~:** ไถ่ *ส.น.* ที่จำนำเอาไว้ ❷ *v.t.* Ⓐ จำนำ, จำนอง; Ⓑ *(fig.)* เสี่ยง *(ชีวิต)*; ให้ไว้เป็นหลักประกัน

pawn: ~broker *n.* ➤ 489 เจ้าของโรงรับจำนำ; **~broking** *n., no art.* ธุรกิจโรงรับจำนำ; **~shop** *n.* โรงรับจำนำ

pawpaw /ˈpɔːpɔː/ˈพอพอ/ ➡ **papaw**

pay /peɪ/เพ/ ❶ *n., no pl., no indef. art. (wages)* ค่าจ้าง; *(salary)* เงินเดือน; **the ~ is good** ค่าจ้าง/เงินเดือนดี; **be in the ~ of sb./sth.** ทำงานให้ *ค.น./ส.น.*; ➡ **+ equal** 1 A ❷ *v.t.* **paid** /peɪd/เพด/ Ⓐ *(give money to)* ให้เงิน, จ่ายเงิน *(ให้กับบางคน)*; **I paid him for the tickets** ฉันให้เงินค่าตั๋วแก่เขา; **~ sb. to do sth.** จ้าง *ค.น.* ให้ทำ *ส.น.*; ➡ **+ coin** 1; Ⓑ *(hand over)* จ่าย; *(so as to discharge an obligation)* ชำระ, ชดใช้; **I paid what I owed him** ฉันชดใช้สิ่งที่ฉันเป็นหนี้เขา; **~ the bill** จ่าย, เช็คบิล *(ภ.พ.)*; **~ sb.'s expenses** *(reimburse)* จ่าย/เบิกค่าใช้จ่ายคืนให้ *ค.น.*; **~ sb. £10** จ่ายเงินให้ *ค.น.* 10 ปอนด์; **~ £10 for sth.** จ่ายเงิน 10 ปอนด์ เพื่อ *ส.น.*; **you ~s your money and you takes your choice** *(Brit. fig. coll.)* หมูไปไก่มา; **~ sth. into a bank account** จ่าย [เงิน] เข้าบัญชี; Ⓒ *(bestow)* **~ sb. a visit** ไปเยี่ยม *ค.น.*; ➡ **+ attention** 1 A; **compliment** 1 A; **heed** 2; **regard** 2 A; **respect** 1 B, E; **tribute** A; Ⓓ *(yield)* ได้ผล, ให้ผล; **this job ~s very little** งานนี้ให้ผลตอบแทนน้อยมาก; Ⓔ *(be profitable to)* **it ~s him to live overseas** เขาได้รับประโยชน์จากการอยู่ต่างประเทศ; Ⓕ **~ the price** รับผล [กรรม] เพื่อแลกกับสิ่งที่ได้มา; **it's too high a price to ~:** เป็นการแลกเปลี่ยนที่สูงเกินไป; ➡ **+ court** 1 F; **devil** 1 C; **piper** A ❸ *v.i.*, **paid** Ⓐ จ่าย, ชำระ; **~ for sth./sb.** จ่ายค่า *ส.น.*/จ่ายให้ *ค.น.*; **I'll ~ for you as well** ฉันจะจ่ายให้คุณด้วย; **has this been paid for?** สิ่งนี้จ่ายเงินหรือยัง; **I'd like to know what I'm ~ing for** ฉันอยากรู้ว่าฉันกำลังจ่ายค่าอะไร; Ⓑ *(yield)* ได้ผล; *(ธุรกิจ)* ให้ผล; **it ~s to be careful** การระมัดระวังได้ผล; Ⓒ *(fig.: suffer)* ชดใช้, รับผล *(กรรม)*; **If you do this you'll have to ~ for it later** ถ้าคุณทำสิ่งนี้ คุณจะต้องชดใช้/รับผล *(กรรม)* ทีหลัง ➡ **+ crime** B; **nose** 1 A; **paid**

~ away ➡ **~ out** 1 B

~ back *v.t.* Ⓐ ใช้คืน, ชดใช้; **I'll ~ you back later** ฉันจะใช้คืนคุณทีหลัง; Ⓑ *(fig.)* ตอบแทน, ทดแทน, แก้แค้น; **I'll ~ him back** ฉันจะแก้แค้นเขา; **I'll ~ him back with interest** ฉันจะแก้แค้นเขาพร้อมดอกเบี้ย

~ ˈin *v.t. & i.* นำ *(เงิน)* เข้าบัญชี

~ ˈoff ❶ *v.t.* Ⓐ ชำระ *(หนี้)*; จ่าย *(คนงาน, เจ้าหนี้)* เป็นงวดสุดท้าย; *(fig.)* ทดแทน; Ⓑ *(coll.: bribe)* ให้สินบน ❷ *v.i.* Ⓐ *(coll.)* ให้ผลดี, ประสบความสำเร็จ; Ⓑ *(Naut.) (เรือ)* แล่นตามลม; ➡ **+ pay-off**

~ ˈout ❶ *v.t.* Ⓐ จ่ายเงินจำนวนมาก; *(spend)* ใช้จ่าย; **we've already paid out a fortune to these people** เราได้จ่ายเงินจำนวนมากให้กับคนเหล่านี้ไปแล้ว; **~ out large sums on sth.** ใช้จ่ายเงินจำนวนมากไปกับ *ส.น.*; Ⓑ *(Naut.)* หย่อน *(เชือก)*; Ⓒ *(coll.: punish)* **~ sb. out** ลงโทษ *ค.น.*; **~ sb. out for sth.** ลงโทษ/แก้แค้น *ค.น.* สำหรับ *ส.น.*; ➡ **+ pay-out** ❷ *v.i.* จ่ายเงินจำนวนมาก

~ ˈup ❶ *v.t.* จ่ายเต็มจำนวน, จ่ายหมด *(หนี้)* ❷ *v.i.* จ่ายเต็มจำนวน; ➡ **+ paid-up**

payable /ˈpeɪəbl/ˈเพเออะบ'ล/ *adj.* Ⓐ *(due)* ที่ต้องชำระ; **be ~ to sb.** ต้องชำระให้ *ค.น.*; Ⓑ *(that may be paid)* ที่จ่ายให้; **make a cheque ~ to the Post Office/to sb.** ออกเช็คสั่งจ่ายที่ทำการไปรษณีย์/ให้ *ค.น.*

ˈpay and display ❶ *n.* ระบบจ่ายค่าจอดรถโดยซื้อบัตรจากเครื่องอัตโนมัติและติดที่กระจก; **park in the ~:** จอดรถในที่จอดรถที่ใช้ระบบดังกล่าว ❷ *n.* **~ car park** ที่จอดรถที่ใช้ระบบดังกล่าว

pay: ~-as-you-ˈearn *attrib. adj. (Brit.)* **~-as-you-earn system/method** ระบบ/วิธีการหักภาษี ณ ที่จ่าย, ระบบ/วิธีการหักภาษีจากเงินเดือน; **~-as-you-earn tax system** ระบบภาษีหัก ณ ที่จ่าย; **~-as-you-ˈenter** *attrib. adj. (รถประจำทาง)* ที่จ่ายขณะที่จะเข้าไป; **~ award** *n.* การขึ้นเงินเดือนหลังจากมีการเจรจาระหว่างแรงงานและนายจ้าง; **~ bed** *n.* เตียงในโรงพยาบาลที่คนไข้ออกค่ารักษาเองหมด; **~ channel** *n.* โทรทัศน์แบบเสียเงิน *(ในห้องพักโรงแรม)*; **~ cheque** *n.* เช็คเงินเดือน, เงินเดือน, ค่าจ้าง; **~ claim** *n.* การเรียกร้องขอเงินเดือน/ค่าแรงเพิ่ม *(โดยเฉพาะจากสหภาพ)*; **~ day** *n.* วันเงินเดือนออก; **~ dirt** *n. (Amer.)* ดิน/หินที่มีแร่ปนอยู่; **hit ~ dirt** *(fig.)* เจอสถานการณ์ที่ทำให้ร่ำรวยได้

PAYE *abbr. (Brit.)* pay-as-you-earn

payee /peɪˈiː/เพˈอี/ *n.* ผู้รับเงิน

pay envelope *(Amer.)* ➡ **pay packet**

payer /ˈpeɪə(r)/ˈเพเออะ(ร)/ *n.* ผู้จ่ายเงิน; **bad ~:** คนเหนียวหนี้

ˈpay increase ➡ **pay rise**

paying /ˈpeɪɪŋ/ˈเพอิง/: **~ ˈguest** *n.* แขกที่จ่ายค่ากินอยู่ให้เจ้าของบ้าน; **~-ˈin book** *n. (Brit. Banking)* สมุดฝากเงินธนาคาร; **~-ˈin slip** *n. (Brit. Banking)* ใบฝากเงิน; **~ patient** คนไข้ที่จ่ายค่าบริการเอง

p

pay: ~load *n.* น้ำหนักของสินค้าและผู้โดยสารเครื่องบิน; น้ำหนักบรรทุก; **~master** *n.* พนักงานจ่ายเงินเดือน; *(fig.)* ผู้ที่จ่ายเงินเดือน; **P~master 'General** *n. (Brit. Admin.)* รัฐมนตรีว่าการกระทรวงการคลัง

payment /ˈpeɪmənt/ˈเพเมินทฺ/ *n.* Ⓐ *(act) (of sum, bill, debt)* การจ่ายเงิน, การชำระหนี้; *(of interest, instalment)* การชำระ; *(of fine)* การเสีย *(ค่าปรับ)*; **in ~ [for sth.]** เพื่อจ่าย/ชำระ [*ส.น.*]; **~ on account** การจ่ายหนี้บางส่วน; **stop ~** หยุด/ระงับการจ่าย; **stop ~ on a cheque** ระงับการจ่ายเช็คที่ธนาคาร; **on ~ of ...:** ในการจ่าย...; Ⓑ *(amount)* จำนวนเงินที่จ่าย; **make a ~:** จ่ายเงิน; **by monthly ~s** โดยการชำระเป็นรายเดือน; Ⓒ *(fig.)* ค่าตอบแทน; **be fitting ~ for sth.** เป็นค่าตอบแทนที่เหมาะสมสำหรับ *ส.น.*

pay: ~ negotiations *n. pl.* การเจรจาต่อรองเรื่องเงินเดือน; **~-off** *n. (coll.) (return)* ค่าตอบแทน; *(punishment)* การลงโทษ; *(climax)* จุดที่ตื่นเต้นเร้าใจ; *(bribe)* สินบน

payola /peɪˈəʊlə/เพˈโอเลอะ/ *n. (bribery)* การติดสินบน; *(bribe)* สินบน

pay: ~out *n.* การจ่าย/ชำระ, **~ packet** *n. (Brit.)* ซองบรรจุเงินเดือน, เงินเดือน; **~ phone** *n.* โทรศัพท์สาธารณะ; **~ rise** *n.* การขึ้นเงินเดือน; **~roll** *n.* บัญชีรายชื่อผู้รับเงินเดือน; **have 200 workers/people on the ~roll** มีคนงาน/คน 200 คนที่รับเงินเดือน; **be on sb's ~roll** เป็นผู้รับเงินเดือนจาก *ค.น.*; **a ~roll of about a hundred** บัญชีเงินเดือนของพนักงานประมาณหนึ่งร้อยคน; **reduce the ~roll** ลดจำนวนพนักงาน; **~ round** *n.* การเจรจาเรื่องเงินเดือนประจำปี; **~slip** *n.* ใบแจ้งยอดเงินเดือน; **~ station** *(Amer.)* ➡ **~ phone**; **~ talks** *n. pl.* การเจรจาต่อรองเรื่องเงินเดือน; **~ television** *n.* โทรทัศน์ซึ่งผู้ชมจ่ายเฉพาะรายการที่ต้องการ

PC *abbr.* Ⓐ *(Brit.)* **police constable**; Ⓑ *(Brit.)* **Privy Counsellor** องคมนตรี; Ⓒ **personal computer** พี.ซี.; Ⓓ **politically correct** ที่มีความคิดก้าวหน้าและไม่ดูหมิ่น *(สีผิว, ผู้หญิง, ฯลฯ)*

p.c. *abbr.* **per cent**

pct. *abbr. (Amer.)* **per cent**

pd. *abbr.* **paid**

PDA *n. abbrev.* **Personal Digital Assistant**

p.d.q. /piːdiːˈkjuː/พดีˈคิว/ *abbr. (coll.)* **pretty damn quick** ทันที

PE *abbr.* **physical education**

pea /piː/พี/ *n.* ถั่ว; *(plant)* พืชตระกูลถั่ว; **they are as like as two ~s [in a pod]** พวกเขาเหมือนกันราวกับแกะ; ➡ + **chickpea; split pea; sweet pea**

pea brain /ˈpiːbreɪn/ˈพีเบรฺน/ *n.* คนโง่

peace /piːs/พีซ/ *n.* Ⓐ *(freedom from war)* สันติภาพ; *(treaty)* สัญญาสันติภาพ; **these countries are now at ~:** ขณะนี้ประเทศเหล่านี้ต่างอยู่ในความสงบ; **maintain/restore ~:** รักษา/ฟื้นฟูสันติภาพ; **~ talks/treaty** การเจรจา/สัญญาสงบศึก; **make ~ [with sb.]** สงบศึก [กับ *ค.น.*]; Ⓑ *(freedom from civil disorder)* ความสงบเรียบร้อย; *(absence of discord)* สันติภาพ; **in ~ [and harmony]** ด้วยความสงบเรียบร้อย [และปรองดอง]; **restore ~:** กลับคืนสู่ความสงบเรียบร้อย; **bind sb. over to keep the ~:** รอลงอาญา *ค.น.* เพื่อรักษาความสงบ; **be at ~ [with sb./sth.]** เป็นมิตร/ญาติดี [กับ *ค.น./ส.น.*]; **be at ~ with oneself** จิตใจสงบสบาย; **make [one's] ~ [with sb.]** คืนดี/ยุติการทะเลาะเบาะแว้งกับ *ค.น.*; **make one's ~ with God/the world** ทำให้จิตใจสงบในแง่ของพระเจ้า/ทางโลก *หรือ* เลิกวุ่นวายใจเรื่องพระผู้เป็นเจ้า/ทางโลก; **hold one's ~:** หยุดพูด; Ⓒ *(tranquillity)* ความเงียบสงบ; *(stillness)* ความนิ่ง; **in ~:** ด้วยความเงียบสงบ; **leave sb. in ~:** ปล่อยให้ *ค.น.* อยู่ตามลำพัง *(โดยไม่มีใครรบกวน)*; **I get no ~:** ฉันไม่มีความสงบเลย; **~ and quiet** ความเงียบสงบ; **the ~ and quiet of the country side** ความเงียบสงบของชนบท; Ⓓ *(mental state)* ความสงบ *(ทางใจ)*; **find ~:** พบความสงบสุข; **~ of mind** จิตใจสงบสุข; **I shall have no ~ of mind until I know it** ฉันจะไม่มีความสุขใจเลยจนกว่าจะรู้เรื่องนี้; Ⓔ *(in or following biblical use)* **~ be with** *or* **unto you** ขอให้ท่านมีความสงบสุข/เป็นสุขเถิด; **may his soul rest in ~:** ขอให้ดวงวิญญาณของเขาจงไปสู่สุคติเถิด; **he is at ~:** *(literary: is dead)* เขาไปสบายแล้ว; ➡ + **breach 1 A; justice C**

peaceable /ˈpiːsəbl/ˈพีเซอะบ'ล/ *adj.* Ⓐ *(not quarrelsome)* ที่รักสันติ; *(calm)* ที่สงบ; Ⓑ *(quiet, undisturbed)* ที่เงียบสงบ, ที่ไม่ถูกรบกวน

peaceably /ˈpiːsəblɪ/ˈพีเซอะบลิ/ *adv.* Ⓐ *(amicably)* อย่างเป็นมิตร, อย่างมีไมตรีจิต; Ⓑ *(quietly, in peace)* อย่างสงบ, ด้วยความสันติภาพ; **go ~ about one's business** ทำธุรกิจของตนโดยไม่สนใจคนอื่น

peace: ~ camp *n.* การตั้งแคมป์ประท้วงเพื่อสันติภาพ; **~ campaigner** *n.* นักรณรงค์เพื่อสันติภาพ

'Peace Corps *n. (Amer.)* หน่วยอาสาสมัครเพื่อเผยแพร่สันติภาพของประเทศสหรัฐอเมริกา

peaceful /ˈpiːsfʊl/ˈพีซฟุล/ *adj.* ที่สงบ, ที่สงบสุข, ที่รักสันติ; ➡ + **coexistence**

peacefully /ˈpiːsfəlɪ/ˈพีซเฟอะลิ/ *adv.* อย่างสงบ; **die ~:** ถึงแก่กรรมอย่างสงบ

peace: ~keeper *n.* ผู้รักษาสันติภาพ; **~keeping** ❶ *adj.* ที่รักษาสันติภาพ; **~keeping force** กองกำลังรักษาสันติภาพ ❷ *n.* การรักษาสันติภาพ; **~-loving** *adj.* ที่รักสันติ; **~maker** *n.* ผู้ส่งเสริมสันติภาพ, ผู้ไกล่เกลี่ย; **blessed are the ~makers** *(Bibl.)* ผู้ที่สร้างสันติภาพจะได้บุญ; **P~ Movement** *n.* ขบวนการเพื่อสันติภาพ; **~ offensive** *n.* การแสวงหาสันติภาพ *(เช่นในตะวันออกกลาง)*; **~ offer** *n.* ข้อเสนอในการหาสันติภาพ; **~ offering** *n.* ของขวัญที่ให้เพื่อแสดงความเป็นมิตร, ของถวายแก้บน; *(fig.)* สินบน; **~ pipe** *n. กล้องยาสูบของอินเดียนแดงที่เป็นสัญลักษณ์ของสันติภาพ*; **~ plan** *n.* แผนสันติภาพ; **~ process** *n.* กระบวนการเพื่อนำไปสู่สันติภาพ; **~ time** *n.* ช่วงเวลาที่มีสันติภาพ

peach /piːtʃ/พีฉ/ *n.* Ⓐ ผลไม้ *Prunus persica* คล้ายลูกพลับ; Ⓑ ➡ **peach tree**; Ⓒ *(coll.)* **sb./sth. is a ~:** *ค.น./ส.น.* มีคุณภาพดีเยี่ยม; **a ~ of a woman/man/house** ผู้หญิง/ผู้ชาย/บ้านที่ดีเยี่ยม; Ⓓ *(colour)* สีส้มอ่อนอมชมพู

peach: ~ blossom *n.* ดอกพีชกำลังบาน; **~ brandy** *n.* เหล้าทำด้วยน้ำพีช; **~-coloured** *adj. (สี)* ส้มอ่อนอมชมพู

'peachick *n.* ลูกนกยูง

peach: ~ 'Melba *n.* ลูกพีชแช่อิ่มกับไอศกรีมวานิลา; **~ tree** *n.* ต้นพีช

peachy /ˈpiːtʃɪ/ˈพีทฉิ/ *adj. (Amer.)* สุดยอด

'peacock *n.* นกยูงตัวผู้; **strut like a ~:** วางมาดสง่าโอ้อวด; **proud/vain as a ~:** หยิ่ง/ทะนงตัวเหมือนนกยูง

peacock: ~ 'blue ❶ *adj. (สี)* น้ำเงินอมเขียว ❷ *n.* สีน้ำเงินอมเขียว; **~ butterfly** *n.* ผีเสื้อพันธุ์ *Inachis io* มีลายคล้ายตาบนปีก

'peafowl *n.* นกยูง

'pea-green *adj. (สี)* เขียวสด

'peah en *n.* นกยูงตัวเมีย

'pea jacket *n.* เสื้อกระดุมสองแถวทรงกะลาสีเรือ

peak /piːk/พีค/ ❶ *n.* Ⓐ *(of cap)* กะบังหมวกแก๊ป; Ⓑ *(of mountain)* ยอดเขา; Ⓒ *(highest point)* จุดสูงสุด; **reach/be at/be past its ~:** ถึง/อยู่ที่/ผ่านจุดสูงสุด; **his career was at its ~:** *(ตอนนั้น)* เขากำลังประสบความสำเร็จสูงสุดในอาชีพของเขา; Ⓓ *(Naut.)* ท้องเรือตอนหัว ❷ *attrib. adj.* ที่สูงสุด; **~ listening/viewing audience** ผู้ฟัง/ผู้ชมจำนวนมากสุด; **~ listening /viewing period** ช่วงเวลาที่มีผู้ฟัง/ผู้ชมสูงสุด ❸ *v.i.* ถึงจุดสูงสุด; **~ too soon** *(Sport)* ถึงจุดสูงสุดเร็วเกินไป

[1]**peaked** /piːkt/ˈพีคทฺ/ *adj.* **~ cap** หมวกแก๊ปที่มีกะบังหน้า

[2]**peaked** *adj. (pinched) (ใบหน้า)* ซีดขาว; *(บุคคล, หน้าตา)* ซูบซีด, เหน็ดเหนื่อย

peak: ~-hour *attrib. adj.* **~-hour travel** การเดินทางในช่วงเวลาที่การจราจรหนาแน่นที่สุด; **~-hour traffic** การจราจรในช่วงที่หนาแน่นที่สุด; **~-hour listening period** ช่วงเวลาที่มีผู้ฟังสูงสุด; **~ load** *n.* เวลาที่ใช้กำลังไฟฟ้าสูงสุด; **the ~ load of traffic** เวลาที่การจราจรหนาแน่นที่สุด; **~ season** *n.* ช่วงที่มีนักท่องเที่ยวจำนวนสูงสุด

peaky /ˈpiːkɪ/ˈพีคิ/ *adj.* ป่วย, ไม่สบาย; *(หน้า)* ซีดขาว; **look ~:** ดูไม่สบาย, ดูป่วย

peal /piːl/พีล/ ❶ *n.* Ⓐ *(ringing)* เสียงดัง *(ของระฆัง)*; **~ of bells** เสียงระฆังดังกังวาน; Ⓑ *(set of bells)* ระฆังชุด; Ⓒ *(loud sound)* **a ~ of laughter** เสียงหัวเราะลั่น; **a ~ of thunder** เสียงฟ้าร้องกระหึ่ม ❷ *v.i. (ระฆัง)* ดังกังวาน, ดังก้อง ❸ *v.t.* Ⓐ ทำให้เกิดเสียงดังกังวาน; Ⓑ *(ring)* รัว *(ระฆัง)*

~ 'out *v.t.* ดังออกมา

peanut /ˈpiːnʌt/ˈพีนัท/ *n.* ถั่วลิสง; **~ butter** เนยถั่วลิสงบด; **~s** *(coll.) (trivial thing)* สิ่งเล็กน้อย; *(money)* เงินจำนวนเล็กน้อย; **this is ~s compared to ...:** นี่เป็นจำนวนน้อยมากเมื่อเทียบกับ...; **work for ~s** ทำงานเพื่อเงินจำนวนน้อยมาก; **sell sth. for ~s** ขาย *ส.น.* เพื่อเงินจำนวนเล็กน้อย; **this costs ~s compared to ...:** สิ่งนี้ราคาถูกมากเมื่อเทียบกับ..; **be worth ~s** มีค่าเล็กน้อย

pear /peə(r)/แพ(ร)/ *n.* Ⓐ *(fruit)* ลูกแพร์ *(ท.ศ.)*; Ⓑ ➡ **pear tree** ➡ + **anchovy pear; avocado pear; prickly pear**

'pear drop *n.* ลูกอมที่มีรูปและรสคล้ายลูกแพร์

pearl /pɜːl/เพิล/ *n.* Ⓐ ไข่มุก; **[string of] ~s** *(necklace)* สร้อยคอไข่มุก; Ⓑ *(fig.)* สิ่งที่มีค่า, สิ่งที่ดียอดเยี่ยม; **be a ~ of architecture** เป็นสถาปัตยกรรมชั้นยอด; **~ of wisdom** *(often iron.)* การพูดที่แสดงปัญญา; **cast ~s before swine** *(fig.)* กิ้งก่าได้พลอย; Ⓒ *(~-like thing)* สิ่งที่เหมือนมุก; **~s of dew** หยดน้ำค้าง; ➡ + **mother-of-pearl; seed pearl**

pearl: ~ 'barley *n.* ข้าวบาร์เลย์ที่ถูกบดเป็นเม็ดเล็ก ๆ; **~ 'bulb** *n.* หลอดไฟฟ้าชนิดขุ่น; **~ 'button** *n.* กระดุมมุกจริงหรือมุกเทียม; **~ diver** *n.* คนดำน้ำหาหอยมุก; **~ fisher** *n.* คนเลี้ยงหอยมุก; **~-grey** *adj.* สีเทาเงิน; **~ oyster** *n.* หอยมุก

pearly /ˈpɜ:lɪ/ˈเพอลิ/ *adj.* Ⓐ คล้ายมุก, เป็นประกาย; Ⓑ *(set with pearls)* ฝังมุก; **P~ Gates** ประตูสวรรค์; **~ king/queen** *(Brit.)* *คนเร่ขายผลไม้หรือผักในนครลอนดอน แต่งกายด้วยเสื้อผ้าที่ปักด้วยกระดุมมุก*

ˈpear-shaped *adj.* มีรูปร่างคล้ายลูกแพร์

peart /pɜ:t/เพิท/ *adj. (Amer.)* มีชีวิตชีวา, รื่นเริง

pear tree *n.* ต้นแพร์

peasant /ˈpeznt/ˈเพ็ซฺ'นทฺ/ *n.* Ⓐ ชาวนา, คนบ้านนอก; **~ farmer** ชาวนาบ้านนอก; **~ uprising** การลุกขึ้นมาต่อต้านของชาวนา; **~ economy** เศรษฐกิจระดับต่ำ *(ของชาวนากลุ่มเล็ก ๆ)*; **~ woman** หญิงชาวนา; Ⓑ *(coll. derog.) (ignorant or stupid person)* คนโง่เขลา, คนขาดการศึกษา; *(lower-class person)* คนชั้นต่ำ

peasantry /ˈpezntrɪ/ˈเพ็ซฺ'นทริ/ *n.* ชาวนาโดยรวม

pease pudding /pi:zˈpʊdɪŋ/พีซฺ'พุดดิง/ *n.* ถั่วต้มแยกเมล็ด

pea: ~-shooter *n.* ไม้ซางเป่าลูกถั่วเล่น; **~ ˈsoup** *n.* ซุปถั่ว; **~-stick** *n.* ไม้ค้ำต้นถั่ว

peat /pi:t/พีท/ *n.* Ⓐ *(substance)* *ดินพรุที่ขุดขึ้นตากให้แห้ง เพื่อใช้เป็นปุ๋ยหรือเชื้อเพลิง;* Ⓑ *(piece)* พีทหนึ่งชิ้น; **cut ~:** ขุดพีทขึ้นมา

peat: ~bog, *(Brit.)* **~moor** *ns.* บึงเฉอะแฉะที่มีพืชหมักหมมเน่าเปื่อย

peaty /ˈpi:tɪ/ˈพีทิ/ *adj.* มีพีท, ผสมพีท *(ท.ศ.)*

pebble /ˈpebl/ˈเพ็บ'ล/ *n.* หินก้อนเล็กกลม, ก้อนกรวด; **he is/you are not the only ~ on the beach** มีคนอีกมากมายให้เลือก

pebble: ~dash *n.* ซีเมนต์ผสมทรายหยาบ *(ใช้ฉาบกำแพงบ้าน)*; **~ glasses** *n. pl.* แว่นที่มีกระจกหนามาก; **~ lens** *n.* เลนส์นูนที่มีความหนามาก

pebbly /ˈpeblɪ/ˈเพ็บบลิ/ *adj.* ที่ปกคลุม หรือเต็มไปด้วยก้อนกรวด

pecan /pi:ˈkən/พีˈเคิน/ *n.* Ⓐ *(nut)* ถั่วพีแคน *(ท.ศ.)*; Ⓑ *(tree)* ต้นพีแคน

peccadillo /pekəˈdɪləʊ/เพะเคอะˈดิลโล/ *n., pl.* **~es** *or* **~s** *(small sin)* บาปเล็ก ๆ น้อย ๆ; *(small fault)* ความผิดเล็ก ๆ น้อย ๆ

peccary /ˈpəkərɪ/ˈเพ็คเคอะริ/ *n. (Zool.)* หมูป่าในวงศ์ Tayassuidae พบในประเทศอเมริกา

[1]**peck** /pək/เพ็ค/ ❶ *v.t.* Ⓐ จิก *(ข้าว)*; **the bird ~ed my finger/was ~ing the bark** นกจิกนิ้วมือของฉัน/กำลังจิกเปลือกไม้; Ⓑ *(kiss)* จูบอย่างรีบร้อน ❷ *v.i.* กินอย่างไม่สนใจ **(at)**; **~ at one's food** กินอาหารอย่างเนือย ๆ ❸ *n.* Ⓐ **the hen gave its chick a ~:** แม่ไก่จิกลูกของมัน; Ⓑ *(kiss)* จูบอย่างรีบร้อน

~ ˈout *v.t.* จิก *(เช่น นัยน์ตา)* ออกมา

~ ˈup *v.t.* จิกขึ้นมา

[2]**peck** *n. (measure)* หน่วยวัดความจุของแห้งเท่ากับ 2 แกลลอน; **a ~ of trouble/dirt** *(fig.)* ปัญหา/ความสกปรกมากมาย

pecker /ˈpekə(r)/ˈเพ็คเคอะ(ร)/ *n.* Ⓐ *(Amer. sl.: penis)* จู๋ *(ภ.ย.)*; Ⓑ **keep your ~ up** *(Brit. coll.)* อย่าหมดกำลังใจ

pecking order /ˈpekɪŋ ɔ:də(r)/ˈเพ็คคิง ออเดอะ(ร)/ *n.* การจัดชั้นในสังคมไก่ ๆ

peckish /ˈpekɪʃ/ˈเพ็คคิช/ *adj.* Ⓐ *(coll. hungry)* หิว; **feel/get ~:** รู้สึกหิว; Ⓑ *(Amer. coll.: irritable)* หงุดหงิด

pectin /ˈpektɪn/ˈเพ็คทิน/ *n. (Chem.)* สาร*เหนียวหลายรูปแบบที่พบในผลไม้สุก*

pectoral /ˈpektərl/ˈเพ็คเทอะร'ล/ ❶ *n.* Ⓐ *(Med.)* หน้าอกหรือทรวงอก; Ⓑ *in pl. (often joc.)* กล้ามเนื้อทรวงอก ❷ *adj. (Anat.)* เกี่ยวกับทรวงอก

pectoral: ~ ˈcross *n. (Eccl.)* ไม้กางเขนที่ห้อยบนหน้าอก; **~ fin** *n. (Zool.)* ครีบหน้าอก; **~ muscle** *n. (Anat.)* กล้ามเนื้อหน้าอก

peculiar /pɪˈkju:lɪə(r)/พิˈคิวเลีย(ร)/ *adj.* Ⓐ *(strange)* แปลก, ประหลาด; **what a ~ person he is!** เขาช่างเป็นคนแปลกประหลาดอะไรเช่นนี้; **I feel [slightly] ~:** ฉันรู้สึกแปลก ๆ; **a ~ incident occurred** เหตุการณ์แปลกประหลาดเกิดขึ้น; Ⓑ *(especial)* พิเศษเฉพาะ; **be of ~ interest [to sb.]** เป็นที่สนใจพิเศษของ *ค.น.*; Ⓒ *(belonging exclusively)* เฉพาะ; **this bird is ~ to South Africa** นกนี้พบเฉพาะในแอฟริกาใต้เท่านั้น; **she has a ~ style of acting, all her own** เธอมีลีลาการแสดงเฉพาะตน

peculiarity /pɪkju:lɪˈærɪtɪ/พิคิวลิˈแอริทิ/ *n.* Ⓐ *no pl., indef. art. (unusualness)* ความไม่ปกติ; *(of behaviour, speech)* ความผิดสังเกต; Ⓑ *(odd trait)* พฤติกรรมแปลก ๆ; **behavioural peculiarities** ความประพฤติที่แปลกประหลาด; Ⓒ *(distinguishing characteristic)* ลักษณะพิเศษที่เด่นชัด; *(special characteristic)* ลักษณะพิเศษ

peculiarly /pɪˈkju:lɪəlɪ/พิˈคิวเลียลิ/ *adv.* Ⓐ *(strangely)* อย่างแปลก; Ⓑ *(especially)* อย่างเป็นพิเศษ, เฉพาะ; Ⓒ *(in a way that is one's own)* เป็นแบบเฉพาะ; **be something ~ British** เป็นสิ่งที่เป็นรูปแบบของอังกฤษโดยเฉพาะ; **a treatment ~ his own** การปฏิบัติในรูปแบบของเขาโดยเฉพาะ

pecuniary /pɪˈkju:nɪərɪ, US -ɪerɪ/พิˈคิวนิเอะริ, -เนียริ/ *adj. (of money)* เป็น หรือ เกี่ยวกับเงิน; **~ award** รางวัลที่เป็นเงิน

pedagog *(Amer.)* ➡ **pedagogue**

pedagogic[al] /pedəˈgɒdʒɪk(l)/เพ็ดเดอะˈกอจิค'ล/ *adj.* Ⓐ *(arch./derog.: of a pedagogue)* เกี่ยวกับครู; Ⓑ *(of pedagogy)* เกี่ยวกับศาสตร์และวิธีการสอน

pedagogue /ˈpedəgɒg/ˈเพ็ดเดอะกอก/ *n.* Ⓐ *(arch.: teacher)* ครู; Ⓑ *(derog.: pedantic teacher)* ครูหัวโบราณ

pedagogy /ˈpedəgɒdʒɪ/ˈเพ็ดเดอะกอจิ/ *n.* ศาสตร์การสอน, ครุศาสตร์

pedal /ˈpedl/ˈเพ็ด'ล/ ❶ *n.* Ⓐ *(Mus.) (organ key, on piano)* คันเหยียบ; *(organ stop control)* คันเหยียบควบคุมการหยุดของออร์แกน; **loud ~:** คันเหยียบปรับเสียงดัง; **soft ~:** คันเหยียบปรับเสียงเบา; Ⓑ *(of bicycle)* ที่ถีบ; *(Mech. Engin., Motor Veh.)* คันเร่ง ❷ *v.i., (Brit.)* **-ll-:** Ⓐ *(work cycle ~s)* **~ [away]** ถีบจักรยาน; Ⓑ *(ride)* ขี่ หรือ ถีบจักรยาน; **~ by/off** ถีบผ่าน/ถีบไป; Ⓒ *(Mus.) (on organ)* เล่นออร์แกนโดยใช้เท้าถีบ; *(on piano)* ใช้เท้าเหยียบคันปรับเสียง ❸ *v.t. (Brit.)* **-ll-** *(propel)* ขับเคลื่อนไปข้างหน้า; **~ one's bike** ถีบจักรยาน

pedal: ~ bin *n.* ถังขยะที่ใช้เท้าเปิดฝา; **~ car** *n.* รถจำลองของเด็กใช้เท้าเหยียบ

pedalo /ˈpedələʊ/ˈเพ็ดเดอะโล/ *n., pl.* **~s** เรือสำหรับขับเล่นที่ใช้เท้าถีบ

ˈpedal pushers *n. pl.* กางเกงผู้หญิงสามส่วน

pedant /ˈpedənt/ˈเพ้ด'นทฺ/ *n.* Ⓐ *(one who overrates learning)* คนที่ให้ความสำคัญกับการเรียนรู้มากเกินไป; Ⓑ *(stickler for formal detail)* คนที่ยึดติดกับรายละเอียดตามรูปแบบ

pedantic /pɪˈdæntɪk/พิˈแดนทิค/ *adj.* Ⓐ *(ostentatiously learned)* โอ้อวดความรู้; Ⓑ *(unduly concerned with formal detail)* หมกมุ่นอยู่กับรายละเอียดทางการ

pedantry /ˈpedəntrɪ/ˈเพ็ดเดินทริ/ *n.* การมุ่งเน้นในกฎทางการมากเกินไป, การโอ้อวดการเรียนรู้

peddle /ˈpedl/ˈเพ็ด'ล/ *v.t.* Ⓐ เร่ร่อนขายของ; *(from door to door)* ขายของตามบ้าน; ขาย *(ยาเสพติด)*; Ⓑ *(fig.: disseminate)* เผยแพร่ *(ความคิด, ปรัชญา, วิธีการดำเนินชีวิต)*

peddler /ˈpedlə(r)/ˈเพ็ดเลอะ(ร)/ ➡ **pedlar**

pederast /ˈpedəræst/ˈเพ็ดเดอะแรซทฺ/ *n.* ชายที่ร่วมเพศทางทวารหนักกับเด็กผู้ชาย

pederasty /ˈpedəræstɪ/ˈเพ็ดเดอะแรซติ/ *n., no pl., no indef. art.* การร่วมเพศทางทวารหนักระหว่างผู้ชายกับเด็กชาย

pedestal /ˈpedɪstl/ˈเพ็ดดิซต'ล/ *n.* ฐาน *(เสา, รูปปั้น)*; **knock sb. off his ~** *(fig.)* แสดงให้เห็นว่า *ค.น.* ไม่ได้ดีไปกว่าคนอื่น; **put** *or* **set sb./sth. on a ~** *(fig.)* นิยมชื่นชม *ค.น./ส.น.*

pedestrian /pɪˈdestrɪən/พิˈเด็ซเตรียน/ ❶ *adj. (uninspired)* ไม่มีแรงดลใจ, น่าเบื่อ ❷ *n.* คนเดินเท้า; **~-controlled** *or* **~-operated lights** ไฟข้ามถนนสำหรับคนเดินเท้า

pedestrian ˈcrossing *n.* ทางข้ามสำหรับคนเดินเท้า, ทางม้าลาย

pedestrianism /pɪˈdestrɪənɪzm/พิˈเด็ซเตรียนิซ'ม/ *n., no pl. (of style)* ความน่าเบื่อ

pedestrianize (pedestrianise) /pɪˈdestrɪənaɪz/พิˈเด็ซเตรียนายซฺ/ *v.t.* ทำให้เป็นถนนคนเดิน

pedestrian ˈprecinct ➡ **precinct A**

pediatri- *(Amer.)* ➡ **paediatri-**

pediatric *(Amer.)* ➡ **paediatric**

pedicel /ˈpedɪsl/ˈเพ็ดดิซ'ล/, **pedicle** /ˈpedɪkl/ˈเพ็ดดิค'ล/ *n. (Biol.)* โครงสร้างเล็กเหมือนเสาในสัตว์และพืช

pedicure /ˈpedɪkjʊə(r)/ˈเพ็ดดิเคียว(ร)/ *n. no pl., art.* การบำบัดรักษาเท้า; **give sb. a ~:** บำบัดรักษาเท้า *ค.น.*

pedigree /ˈpedɪgri:/ˈเพ็ดดิกรี/ ❶ *n.* Ⓐ *(genealogical table)* ตารางชาติตระกูล; Ⓑ *(ancestral line)* สายพันธุ์ทางบรรพบุรุษ; *(of animal)* ประวัติการผสมพันธุ์; Ⓒ *(derivation)* การได้รับมา; Ⓓ *no pl., no art. (ancient descent)* **have ~, be a man/woman of ~:** มีสกุล, สืบสกุลต่อกันมาช้านาน ❷ *adj. (with recorded line of descent)* ที่บันทึกตระกูลไว้

pedigreed /ˈpedɪgri:d/ˈเพ็ดดิกรีด/ ➡ **pedigree 2**

pediment /ˈpedɪmənt/ˈเพ็ดดิเมินทฺ/ *n. (Archit.) (in Grecian, Roman or Renaissance style)* หน้าบันเหนือประตูทางเข้าในรูปแบบคลาสสิก

pedlar /ˈpedlə(r)/ˈเพ็ดเลอะ(ร)/ *n.* Ⓐ คนขายของถูกเร่ร่อน; *(from door to door)* คนเร่ขายของชิ้นเล็ก ๆ ตามบ้าน; *(selling drugs)* ขายยาเสพติด; Ⓑ *(fig.: disseminator)* **be a ~ of gossip/scandal** เป็นคนแพร่กระจายเรื่องนินทา/เรื่องอื้อฉาว

pedometer /pɪˈdɒmɪtə(r)/พิˈดอมิเทอะ(ร)/ *n.* อุปกรณ์วัดระยะทางที่เดิน

peduncle /pɪˈdʌŋkl/พิˈดังค'ล/ *n. (Bot.)* ก้านของดอกไม้; *(Zool.)* ส่วนที่คล้ายก้านในตัวสัตว์

pee /pi:/พี/ *(coll.)* ❶ *v.i.* ฉี่ ❷ *n.* Ⓐ *(urination)* **need/have a ~:** ปวด/ไปฉี่; Ⓑ *(urine)* ฉี่ *(ภ.พ.)*

peek /pi:k/พีค/ ❶ *v.i.* แอบมอง; **no ~ing!** ห้ามแอบมอง; **~ at sb./sth.** แอบมอง *ค.น./ส.น.*; **~ in at sb.** แอบมองเข้าไปดู *ค.น.* ❷ *n. (quick)* การแอบมองเร็ว ๆ; *(sly)* การแอบมองอย่างมีเลศนัย; **take a quick ~ round** กวาดตามองรอบ ๆ อย่างรวดเร็ว; **have a ~ through the**

peekaboo | pelt 646

keyhole แอบมองที่รูกุญแจ; **take a quick ~ at sb.** แอบมอง *ค.น.* อย่างรวดเร็ว; **give sb. a ~ at sth.** ให้ *ค.น.* ดู *ส.น.* อย่างรวดเร็ว

peekaboo /ˈpi:kəbu:/ˈพีเคอะบู/ ❶ *n. (Amer.)* ➡ **peep-bo** ❷ *adj. (ผ้า)* ที่โปร่งใส; *(with pattern of small holes) (ผ้า)* มีลายเป็นรูเล็ก ๆ; **~ design** ลวดลายที่เป็นรูเล็ก ๆ

peel /pi:l/พีล/ ❶ *v.t.* ปอกเปลือก; **~ the shell off an egg/the skin of a banana** ปอกเปลือกไข่/ปอกเปลือกกล้วย, ➡ **+ eye** 1 A ❷ *v.i.* Ⓐ *(บุคคล, ผิวหนัง)* ลอก; *(เปลือกต้นไม้, สีผนัง)* หลุดออก; Ⓑ *(coll.: undress)* ปลดเสื้อผ้า ❸ *n.* เปลือก; ➡ **+ candy** 2

~ aˈway ❶ *v.t.* ปอก/ลอกออกไป ❷ *v.i.* Ⓐ *(ผิวหนัง)* ลอกออก; *(เปลือกต้นไม้, สี)* หลุดออก; Ⓑ *(veer away)* แยกออก *(จากกลุ่ม)*

~ ˈback *v.t.* ปอกเปลือก *(กล้วย, เปลือกหุ้มสายไฟ)*

~ ˈoff ❶ *v.t.* ถอด *(เสื้อผ้า)*; ดัน, ดึง *(ข้างหลังออกจากสติ๊กเกอร์)* ❷ *v.i.* Ⓐ ➡ **~ away** 2 A; Ⓑ *(veer away)* แยกออกไปอีกทาง; Ⓒ ➡ **peel** 2 B

peeler /ˈpi:lə(r)/ˈพีเลอะ(ร)/ *n.* มีดปอกเปลือก

peeling /ˈpi:lɪŋ/ˈพีลิง/ *n.* เปลือกที่ปอกแล้ว; **~s** เปลือกหลายชิ้น

¹peep /pi:p/พีพ/ ❶ *v.i. (squeal) (หนู, นก)* ร้องเสียงแหลม ❷ *n. (shrill sound)* เสียงแหลมสูง; *(coll.: slight utterance)* การเปล่งเสียงอย่างแผ่วเบา; **one ~ out of you and ...:** ถ้าคุณส่งเสียงออกมาสักแอะละก็...

²peep ❶ *v.i.* Ⓐ *(look through narrow aperture)* มองผ่านรูแคบ ๆ; Ⓑ *(look furtively)* แอบมอง; **~ round** แอบสำรวจไปทั่ว ๆ; **no ~ing** ห้ามแอบดู; Ⓒ *(come into view)* **~ out** ค่อย ๆ ปรากฏตัว; *(fig.: show itself)* แสดงตัว ❷ *n.* การแอบมองดูอย่างรวดเร็ว; **steal a ~ at sb.** แอบดู *ค.น.*; **take a ~ through the curtain** แอบมองผ่านผ้าม่านเข้าไป

peep-bo /ˈpi:pbəʊ/ˈพีพโบ/ ❶ *n.* การเล่นจ๊ะเอ๋ ❷ *int.* จ๊ะเอ๋

ˈpeephole *n.* ช่องแอบดู

peeping Tom /pi:pɪŋ ˈtɒm/พีพิง ˈทอม/ *n.* พวกถ้ำมอง

ˈpeep show *n.* Ⓐ *(exhibition of small pictures in box)* การแสดงรูปภาพในกล่องที่ต้องดูผ่านรูเล็ก ๆ; Ⓑ *(erotic spectacle)* การแสดงที่ยั่วยวนกามารมณ์

peep-toe[d] /ˈpi:ptəʊ(d)/ˈพีพโท(ด)/ *adj. (รองเท้า)* เปิดนิ้วเท้า; **the shoes had a ~ design** รองเท้าเป็นแบบเปิดนิ้วเท้า

¹peer /pɪə(r)/เพีย(ร)/ *n.* Ⓐ *(Brit.: member of nobility)* **~ [of the realm]** ขุนนางที่สามารถเข้าไปในสภาขุนนางได้; ➡ **+ life peer**; Ⓑ *(noble of any country)* ขุนนาง; **the ~s of France** ขุนนางของฝรั่งเศส; Ⓒ *(equal in standing)* คนที่เท่าเทียมกัน; **be judged by a jury of one's ~s** ถูกพิจารณาโดยคนที่อยู่ในระดับเดียวกับตน; **among her social ~s** ในกลุ่มเพื่อนของเธอ; Ⓓ *(equal in attainment)* เท่ากันในความสำเร็จ; **find sb.'s ~:** *ค.น.* มองหาคนที่มีความสามารถเท่าตน

²peer *v.i. (look searchingly)* เขม้นมองหา; *(look with difficulty)* เขม้นมองด้วยความยากลำบาก; **~ at sth./sb.** *(with difficulty)* เขม้นมองหา *ส.น./ค.น.*; **~ into a cave/the distance** เขม้นมองเข้าไปในถ้ำ/ในระยะทางไกล; **~ down at sb.** เขม้นมองลงดู *ค.น.*

peerage /ˈpɪərɪdʒ/ˈเพียริจ/ *n.* Ⓐ *no pl. (Brit.: body of peers)* ชนชั้นขุนนาง; **the ~:** พวกขุนนาง; **be raised to the ~:** ถูกสถาปนาให้เป็นขุนนาง; Ⓑ *(Brit.: rank of peer)* ตำแหน่งขุนนาง; ➡ **+ life peerage**; Ⓒ *(nobility of any country)* ขุนนาง; Ⓓ *(book)* หนังสือที่ระบุชื่อขุนนางและบรรพบุรุษ

peeress /ˈpɪərəs/ˈเพียเร็ซ/ *n.* ขุนนางที่เป็นสตรี, ภรรยาของขุนนาง

ˈpeer group *n.* กลุ่มเพื่อน, กลุ่มชนชั้นเดียวกัน

peerless /ˈpɪəlɪs/ˈเพียลิซ/ *adj.* ไม่มีสิ่งเทียบเท่า

ˈpeer: ~ pressure *n.* ความกดดันจากเพื่อนฝูง; **~ review** *n.* การตรวจสอบโดยผู้เชี่ยวชาญในระดับเดียวกัน

peeve /pi:v/พีว/ *(coll.)* ❶ *n.* Ⓐ *(cause of annoyance)* **it was a bit of a ~:** มันน่ารำคาญเล็กน้อย; **it was one of his ~s that ...:** มันเป็นสิ่งหนึ่งที่เขารำคาญ...; ➡ **ˈpet** 2 C; Ⓑ *(mood)* **be in a [real] ~:** กำลังมีสิ่งรบกวน [มาก] ❷ *v.t. (irritate)* ทำให้ขุ่นเคือง, รบกวน; **it ~d me that ...:** มันทำให้ฉันขุ่นเคืองที่...

peeved /pi:vd/พีวด/ *adj. (coll.)* รำคาญใจ; **be/get ~ with sb.** รำคาญ *ค.น.*; **be ~ at/get ~ about sth.** รำคาญเกี่ยวกับ *ส.น.*

peevish /ˈpi:vɪʃ/ˈพีวิช/ *adj. (querulous)* ขี้บ่น, หงุดหงิด; *(showing vexation)* แสดงความขุ่นเคือง, ความรำคาญ

peevishly /ˈpi:vɪʃlɪ/ˈพีวิชลิ/ *adv.* อย่างขี้บ่น; *(in vexation)* **do sth. ~:** ทำ *ส.น.* ด้วยความขุ่นเคือง

peewit /ˈpi:wɪt/ˈพีวิท/ *n.* Ⓐ *(Ornith.)* นกพีวิท *(ท.ศ.) Vanellus vanellus* สีขาวดำ; Ⓑ *(cry)* เสียงร้องของนกพีวิท

peg /peg/เพ็ก/ ❶ *n. (pin, bolt) (for holding together parts of framework)* หมุด, กลอน; *(for tying things to)* หมุด; *(for hanging things on)* ตะปู; *(clothes ~)* ไม้หนีบ; *(for holding tent ropes)* ไม้ตอก; *(Mus.: for adjusting strings)* ไม้หมุนสาย; **off the ~** *(Brit.: ready-made)* สำเร็จรูป; **take sb. down a ~ [or two]** *(fig.)* ทำให้ *ค.น.* หยิ่งยโสน้อยลง; **a ~ to hang sth. on** *(fig.)* โอกาสที่เหมาะสมสำหรับทำ *ส.น.*; ➡ **+ hole** 1 A

❷ *v.t.*, **-gg-** Ⓐ *(fix with ~)* ติดไว้ด้วยหมุด; Ⓑ *(Econ.: stabilize)* ทำให้มั่นคง; *(support)* สนับสนุน; *(freeze)* ตรึงให้อยู่ที่เดิม; **~ wages/prices/exchange rates** ตรึงค่าแรง/ราคา/อัตราแลกเปลี่ยน; Ⓒ *(Cribbage)* แสดงแต้มโดยเลื่อนหมุด; **~ two holes** ทำได้สองแต้ม; **they are level ~ging at school** *(fig.)* พวกเขาได้คะแนนเท่า ๆ กันที่โรงเรียน

❸ *v.i.*, **-gg-: keep ~ging along** ดำเนินต่อไป; **she's still ~ging at her writing** เธอยังพยายามทำงานเขียนของเธอต่อไปเรื่อย ๆ

~ ˈaway *v.i.* ทำงานหนัก; **~ away for four hours** ทำงานหนักเป็นเวลา 4 ชั่วโมง; **[keep] ~[ging] away with sth.** ทำงาน *ส.น.* เป็นเวลานานอย่างไม่ลดละ

~ ˈdown *v.t.* Ⓐ *(secure with ~s)* ใช้หมุดตรึงให้แน่น; Ⓑ ➡ **pin down a**

~ ˈout ❶ *v.t.* Ⓐ *(spread out and secure)* ขึงให้ตึงและตอกให้แน่น; *(Brit.: attach to line)* ใช้ไม้หนีบแขวนบนสาย; Ⓑ *(mark)* กำหนดอาณาเขต ❷ *v.i.* Ⓐ *(coll.) (faint)* เป็นลม; *(die)* ตาย; *(cease to function)* หมดสภาพ; Ⓑ *(Croquet)* การตีลูกบอลสุดท้ายในเกม; Ⓒ *(Cribbage)* ได้แต้มชนะในการเล่นไพ่

peg: ~board *n.* Ⓐ *(for games)* บอร์ดสำหรับเล่นเกม; Ⓑ *(board holding hooks)* บอร์ดที่มีตะขอไว้เกี่ยว; **~ leg** *n.* Ⓐ *(artificial leg)* ขาเทียม; Ⓑ *(person)* คนใส่ขาเทียม

peignoir /ˈpeɪnwɑ:(r)/ˈเพนวา(ร)/ *n.* เสื้อคลุมผู้หญิงที่ใส่อยู่กับบ้าน

pejorative /pɪˈdʒɒrətɪv, ˈpi:dʒə-/พิˈจอเรอะทิว, ˈพีเจอะ-/ *adj.* แสดงความเหยียดหยาม, ที่วิพากษ์วิจารณ์; **~ word** คำดูถูกเหยียดหยามวิพากษ์วิจารณ์

pejoratively /pɪˈdʒɒrətɪvlɪ/พิˈจอเรอะทิวลิ/ *adv.* อย่างเหยียดหยาม, อย่างวิพากษ์วิจารณ์

pekan /ˈpekən/ˈเพ็คเคิน/ *n. (Zool.)* สัตว์เลี้ยงลูกด้วยนม *Martes pennanti* พบในอเมริกา ขนมีราคาแพง

peke /pi:k/พีค/ *(coll.)* ➡ **Pekingese** 1 A

Pekingese /pi:kɪŋˈi:z/พีคิงˈอีซ/ (**Pekinese** /pi:kɪˈni:z/พีคิˈนีซ/) ❶ *n., pl. same* Ⓐ **Pekinese [dog]** สุนัขพันธุ์ปักกิ่ง; Ⓑ *(person)* ชาวปักกิ่ง ❷ *attrib. adj.* แห่งปักกิ่ง; **~ man/woman** ชาย/หญิงชาวปักกิ่ง

pelican /ˈpelɪkən/ˈเพ็ลลิเคิน/ *n. (Ornith.)* นกกระทุง

ˈpelican crossing *n. (Brit.)* ทางข้ามม้าลายที่มีสัญญาณไฟให้คนข้ามกดเอง

pellagra /pɪˈlægrə, -ˈleɪgrə/พิˈแลเกรอะ, -ˈเลเกรอะ/ *n.* ➤ **453** *(Med.)* โรคจากการขาดกรดนิโคทิน มีอาการผิวหนังแตกและอาจเสียสติ

pellet /ˈpelɪt/ˈเพ็ลลิท/ *n.* Ⓐ *(small ball)* ลูกบอลเล็ก ๆ; *(mass of food)* อาหารที่กดเป็นลูกเล็ก ๆ; Ⓑ *(pill)* ยา/เม็ด; Ⓒ *(regurgitated mass)* เมล็ดสำรอกที่นกคายออกมา; *(Zool.) (excreted mass)* มูลที่เป็นเมล็ดแข็ง; Ⓓ *(small shot)* กระสุนปืน; **peppered with shotgun ~s** ถูกกระสุนปืนรัวใส่

pell-mell /pelˈmel/เพ็ลˈเม็ล/ ❶ *adv.* Ⓐ *(in disorder)* ไม่เป็นระเบียบ; *(without discrimination)* ปราศจากการเลือกที่รักมักที่ชัง; **everything was heaped together ~:** ทุกสิ่งทุกอย่างกองสุมกันอย่างไม่เป็นระเบียบ; Ⓑ *(headlong)* อย่างรีบร้อน ❷ *adj.* วุ่นวายสับสน

pellucid /pɪˈlu:sɪd/พิˈลูซิด/ *adj.* Ⓐ *(transparent) (น้ำ)* โปร่งใส; Ⓑ *(clear in style)* มีรูปแบบชัดเจน; Ⓒ *(mentally clear) (ความคิด)* แจ่มแจ้ง

pelmet /ˈpelmɪt/ˈเพ็ลมิท/ *n. (of wood, of fabric)* ไม้หรือผ้าแถบยาว ๆ ติดไว้เหนือหน้าต่างเพื่อบังรางผ้าม่าน

Peloponnese /ˈpeləpəni:s/ˈเพ็ลเลอะเพอะนีซ/ *pr. n.* **the ~:** ภาคใต้ของประเทศกรีก

pelota /pəˈləʊtə/เพอะˈโลเทอะ/ *n. (Sport)* กีฬาที่ผู้เล่นมีไม้เหมือนตะกร้าผูกไว้ที่ข้อมือและตีลูกเข้ากำแพง

¹pelt /pelt/เพ็ลทฺ/ *n.* Ⓐ *(of sheep or goat)* หนังที่พร้อมจะฟอกหนัง; *(of fur-bearing animal)* หนังสัตว์; **sheep's ~:** หนังแกะ; Ⓑ *(Tanning: raw skin)* หนังสัตว์พร้อมที่จะฟอก

²pelt ❶ *v.t.* Ⓐ *(assail with missiles, lit. or fig.)* **~ sb. with sth.** ปา *ค.น.* ด้วย *ส.น.*; **~ sb. with questions** ถามคำถาม *ค.น.* อย่างไม่หยุดยั้ง; Ⓑ *(throw a stream of)* **~ sth. at sb.** โยนขว้าง *ส.น.* ใส่ *ค.น.*; **they ~ed abuse at each other** *(fig.)* เขากล่าวร้ายซึ่งกันและกัน ❷ *v.i.* Ⓐ *(ฝน)* ตกหนัก; **it was ~ing down [with rain]** ฝนตกหนักมาก; Ⓑ *(run fast)* วิ่งเร็ว; **he set off as fast as he could ~:** เขาวิ่งออกไปเร็วที่สุดที่จะเร็วได้ ❸ *n., no pl., no indef. art.* **[at] full ~:** เร็วที่สุดเท่าที่จะเร็วได้

p

pelvic /ˈpelvɪk/ˈเพ็ลวิค/ *adj. (Anat.)* เกี่ยวกับกระดูกเชิงกราน

pelvis /ˈpelvɪs/ˈเพ็ลวิซ/ *n., pl.* **pelves** /ˈpelvi:z/ˈเพ็ลวีซ/ *or* **~es** ➤ 118 *(Anat.)* กระดูกเชิงกราน; **renal ~:** กรวยไต

¹pen /pen/เพ็น/ ❶ *n.* Ⓐ *(enclosure)* คอก; Ⓑ *(Navy)* อู่เรือดำน้ำ ❷ *v.t.,* **-nn-** Ⓐ *(shut up in ~)* ขังอยู่; Ⓑ *(confine)* **~ sb. in a corner** กัก ค.น. ไว้ในมุม; **~ 'in** *v.t.* Ⓐ ขังไว้; Ⓑ *(fig.: restrict)* จำกัด; **feel ~ned in by one's life** รู้สึกว่าชีวิตของตนคับแคบ
~ 'up *v.t.* ➡ **~ in** B

²pen ❶ *n.* Ⓐ *(for writing)* ปากกา; *(fountain ~)* ปากกาหมึกซึม; *(ball ~)* ปากกาลูกลื่น; *(felt-tip ~)* ปากกาปลายผ้า; **make one's living by the ~:** เขียนหนังสือเป็นอาชีพ; **the ~ is mightier than the sword** *(prov.)* ปากกามีพลังมากกว่าดาบ; ➡ + **paper** 1 A; Ⓑ *(quill-feather)* ขนนกกลวง; ➡ + **quill pen** ❷ *v.t.,* **-nn-** เขียน; **~ a letter to/a note for sb.** เขียนจดหมาย/โน้ตถึง ค.น.

³pen *n. (female swan)* หงส์ตัวเมีย

⁴pen *n. (Amer. coll.: penitentiary)* คุก; **do eight years in the ~:** ติดคุกนานแปดปี

penal /ˈpi:nl/ˈพีน'ล/ *adj.* Ⓐ *(of punishment)* เกี่ยวกับการลงโทษ; *(concerned with inflicting punishment) (ข้อในสัญญา, กฎ)* ที่กำหนดโทษ; **~ reform** การปฏิรูประบบทัณฑวิทยา; Ⓑ *(punishable)* ลงอาญาได้; **~ offence** การทำผิดที่มีความผิดทางอาญา; Ⓒ **~ colony** *or* **settlement** ทัณฑนิคม

penalize (**penalise**) /ˈpi:nəlaɪz/ˈพีเนอะลายซ/ *v.t.* Ⓐ *(subject to penalty)* ลงอาญา, ทำโทษ; *(Sport)* ลงโทษในกีฬา; Ⓑ ประกาศให้การกระทำใด ๆ เป็นความผิด

penal 'servitude *n., no pl., no indef. art. (Brit. Law. Hist.)* การจำคุกพร้อมกับใช้แรงงาน

penalty /ˈpenltɪ/ˈเพ็น'ลทิ/ *n.* Ⓐ *(punishment)* การลงโทษ; **the ~ for this offence is imprisonment/a fine** การลงโทษสำหรับการฝ่าฝืนนี้คือการจำคุก/การปรับ; **pay/have paid the ~/the ~ for** *or* **of sth.** *(lit. or fig.)* ได้รับโทษเนื่องจาก ส.น.; **his ~ was a £50 fine** โทษของเขาคือการถูกปรับ 50 ปอนด์; **on** *or* **under ~ of £200/of instant dismissal** โดยจะถูกปรับ 200 ปอนด์/ปล่อยตัวไปได้ทันที; Ⓑ *(disadvantage)* ข้อเสียเปรียบ; Ⓒ *(Sport: disadvantage imposed)* การลงโทษ; *(Golf)* **~ [stroke]** การตีลูกโทษ; *(Footb., Rugby)* ➡ **penalty kick**; *(Hockey)* ➡ **penalty bully; penalty corner; penalty shot**; Ⓓ *(Bridge)* แต้มที่คู่ต่อสู้ได้ในการเล่นไพ่บริดจ์

penalty: ~ area *n. (Footb.)* เขตโทษ; **~ box** *n. (Footb.)* กรอบเขตโทษ; *(Ice Hockey)* ที่สำหรับผู้เล่นที่ถูกลงโทษหรือกรรมการ; **~ bully** *n. (Hockey)* การลงโทษที่ทำผิดกติกาในเขตวงกลม; **~ clause** *n.* มาตรากำหนดบทลงโทษในสัญญา; **~ corner** *n. (Hockey)* จุดโทษ; **~ goal** *n. (Hockey)* ประตูจากลูกโทษ; *(Rugby)* ประตูลูกโทษ; **~ kick** *n. (Footb.)* การเตะลูกโทษ; *(Rugby)* เตะลูกโทษ; **~ shot** *n. (Hockey)* การยิงลูกโทษ; **~ spot** *n. (Footb.)* จุดโทษ; *(Hockey)* จุดโทษ

penance /ˈpenəns/ˈเพ็นเนินซ/ *n., no pl., no art.* การลงโทษตัวเองสำหรับบาปที่ทำไป; **act of ~:** การกระทำที่เป็นการลงโทษตัวเอง; **undergo/do ~:** ลงโทษตัวเอง

'pen-and-ink *adj. (ภาพ)* วาดหรือเขียนด้วยหมึก

pence ➡ **penny**

penchant /ˈpɑ̃ʃɑ̃/ˈพานชาน/ *n.* การชอบ; **have a ~ for doing sth.** ชอบที่จะทำ ส.น.

pencil /ˈpensɪl/ˈเพ็นซิล/ ❶ *n.* Ⓐ ดินสอ; **red/coloured ~:** ดินสอสีแดง/ดินสอสี; **write in ~:** เขียนด้วยดินสอ; **a ~ drawing, a drawing in ~:** ภาพวาดด้วยดินสอ; ➡ + **lead pencil**; Ⓑ *(cosmetic)* ดินสอแต่งหน้า; **eyebrow ~:** ดินสอเขียนคิ้ว ❷ *v.t., (Brit.)* **-ll-** Ⓐ *(mark)* เขียนด้วยดินสอ; Ⓑ *(sketch)* เขียนภาพด้วยดินสอ; Ⓒ *(write with ~)* เขียนด้วยดินสอ; Ⓓ *(write tentatively)* เขียนคร่าว ๆ; ➡ + **~ in** B
~ 'in *v.t.* Ⓐ *(shade with ~)* ระบายด้วยดินสอ; Ⓑ *(note or arrange provisionally)* จด หรือ ลงไว้คร่าว ๆ

'pencil case *n.* กล่องดินสอ; *(made of a soft material)* ซองดินสอ

pencilled (*Amer.:* **penciled**) /ˈpensɪld/ˈเพ็นซิล'ด/ *adj.* เขียนด้วยดินสอ

'pencil sharpener *n.* ที่เหลาดินสอ

pencil skirt *n.* กระโปรงทรงตรงและแคบ

pendant /ˈpendənt/ˈเพ็นเดินทฺ/ ❶ *n.* Ⓐ *(hanging ornament)* จี้ห้อยคอ; *(light)* ตะเกียงห้อย; Ⓑ *(companion)* สิ่งที่เป็นคู่ของอีกสิ่งหนึ่ง; Ⓒ ➡ **pennant** A ❷ *adj.* ➡ **pendent**

pendent /ˈpendənt/ˈเพ็นเดินทฺ/ *adj.* Ⓐ *(hanging)* ที่ห้อยลงมา; Ⓑ *(overhanging)* ที่ห้อยออกมา

pending /ˈpendɪŋ/ˈเพ็นดิง/ ❶ *adj.* Ⓐ *(undecided) (เรื่องราว)* ยังไม่ได้ตัดสินใจ; *(สัญญา)* ยังไม่ได้ตกลง; **be ~:** *(คดี)* ยังไม่ได้ตัดสิน; *(สัญญา, เรื่อง)* ที่ยังไม่มีการตกลง; *(ปัญหา)* ที่ยังไม่มีการจัดการ; *(การถกเถียง)* ที่ยังไม่มีข้อยุติ; **a treaty was ~:** สนธิสัญญากำลังอยู่ในการตัดสินใจ; Ⓑ *(about to come into existence)* เกือบที่จะมีขึ้น; **patent ~:** สิทธิบัตรที่กำลังจะได้
❷ *prep. (until)* **~ his return** จนกว่าเขาจะกลับมา; **~ the final settlement** จนกว่าจะมีการตกลงขั้นสุดท้าย; **~ full discussion of the matter** จนกว่าจะมีการอภิปรายเรื่องนี้อย่างเต็มที่

'pending tray *n.* ถาดเอกสารที่รอการดำเนินการ

pendulous /ˈpendjʊləs, US -dʒʊləs/ˈเพ็นดิวเลิซ, -จุเลิซ/ *adj.* Ⓐ *(suspended, hanging down)* ห้อย; *(หน้าอก, หู)* ยาน; Ⓑ *(oscillating)* แกว่งไปแกว่งมา

pendulum /ˈpendjʊləm, US -dʒʊləm/ˈเพ็นดิวเลิม, -จุเลิม/ *n.* ลูกตุ้มนาฬิกา; **the swing of the ~** *(fig.)* การเปลี่ยนแปลงของค่านิยมจากขั้วหนึ่งไปอีกขั้วหนึ่ง; **according to the swing of the ~:** แล้วแต่การเปลี่ยนแปลงของรสนิยมของประชาชน

penetrable /ˈpenɪtrəbl/ˈเพ็นนิเทรอะบ'ล/ *adj.* Ⓐ *(capable of being entered)* สามารถผ่านเข้าไปได้; **scarcely ~:** แทบจะผ่าน/เข้าไปไม่ได้; Ⓑ *(fig.: capable of being found out)* เข้าถึงหรือ ค้นพบได้; **be ~:** เข้าถึงหรือค้นพบได้; Ⓒ *(permeable)* ซาบซึมเข้าไปได้

penetrate /ˈpenɪtreɪt/ˈเพ็นนิเทรท/ ❶ *v.t.* Ⓐ *(find access into)* หาทางเข้า, ทะลุเข้าไปได้; *(pass through)* ทะลุผ่าน; **get sth. to ~ sb.'s mind** สามารถทำให้ ส.น. เข้าไปในจิตใจของ ค.น.; **~ sb.'s disguise** *(fig.)* สามารถรู้จักตัวจริงของ ค.น. ได้; Ⓑ *(fig.: find out)* ค้นพบ; Ⓒ *(permeate)* ซึมซาบ, ผ่านซึม; *(infiltrate)* แทรกซึมเข้าไป; Ⓓ *(see into)* มองทะลุ *(หมอก, ความมืด)*; Ⓔ *(sexually)* ร่วมเพศ
❷ *v.i.* Ⓐ *(make a way)* **~ into/to sth.** เข้าไปข้างใน ส.น.; **~ through sth.** ผ่านทะลุ ส.น.; **the cold ~d through the whole house** ความหนาวเย็นแทรกไปทั่วทั้งบ้าน; Ⓑ *(be understood or realized)* **my hint did not ~:** คำบอกใบ้ของฉันไม่เป็นที่เข้าใจ; **something's finally ~d!** ในที่สุดก็มีการเข้าใจบ้าง

penetrating /ˈpenɪtreɪtɪŋ/ˈเพ็นนิเทรทิง/ *adj.* Ⓐ *(easily heard)* ได้ยินได้ง่าย; Ⓑ *(gifted with insight)* สามารถมองทะลุ; *(showing insight)* แสดงถึงความมองทะลุ

penetration /penɪˈtreɪʃn/เพ็นนิ'เทรช'น/ *n.* Ⓐ *(finding of access into)* การหาทางเข้า; *(act of passing through)* การผ่านทะลุ; *(passage through)* ทางผ่าน; Ⓑ *no pl. (fig.: discernment)* การเห็นอย่างชัดเจน; Ⓒ *(act of permeating)* การซึมซาบ, การผ่านซึม; *(infiltration)* การแทรกซึม; Ⓓ *(seeing into sth.)* การเข้าใจ; Ⓔ *(sexual)* การร่วมเพศ

penetrative /ˈpenɪtrətɪv, US -treɪtɪv/ˈเพ็นนิเทรอะทิว, -เทรทิว/ *adj.* Ⓐ *(acute) (การเข้าใจ)* ลึกซึ้ง, ถ่องแท้; Ⓑ *(permeating)* ที่ซึมซาบ, ซึมผ่าน

'penfriend *n.* เพื่อนทางจดหมาย

penguin /ˈpeŋgwɪn/ˈเพ็งกวิน/ *n.* นกเพนกวิน *(ท.ศ.)*

'penholder *n.* ที่เสียบ/วางปากกา

penicillin /penɪˈsɪlɪn/เพะนิ'ซิลลิน/ *n. (Med.)* ยาเพนนิซิลิน *(ท.ศ.)*

peninsula /pɪˈnɪnsjʊlə, US -sələ/พิ'นินซิวเลอะ, -เซอะเลอะ/ *n.* คาบสมุทร; **the Lleyn ~:** คาบสมุทรลายน์

peninsular /pɪˈnɪnsjʊlə(r)/พิ'นินซิวเลอะ(ร)/ *adj.* Ⓐ *(of a peninsula)* เป็นของคาบสมุทร; *(like a peninsula)* คล้ายคาบสมุทร; Ⓑ *(Hist.: of Spain and Portugal)* **the P~ War** *สงครามระหว่างสเปนและโปรตุเกส*

penis /ˈpi:nɪs/ˈพีนิซ/ *n., pl.* **~es** *or* **penes** /ˈpi:ni:z/ˈพีนีซ/ ➤ **118** *(Anat.)* องคชาติ

'penis envy *n. (Psych.)* *ความเชื่อของฟรอยด์ที่คิดว่าผู้หญิงอยากมีองคชาติ*

penitence /ˈpenɪtəns/ˈเพ็นนิเทินซ/ *n., no pl.* ความรู้สึกสำนึกในความผิด

penitent /ˈpenɪtənt/ˈเพ็นนิเทินทฺ/ ❶ *adj.* รู้สึกสำนึกผิด; **be ~:** สำนึกผิด; **feel [sincerely] ~:** รู้สึกสำนึกผิด [อย่างจริงใจ]; **be deeply ~ about sth.** สำนึกผิดต่อ ส.น. เป็นอย่างมาก ❷ *n. (repentant sinner)* คนบาปที่สำนึกผิด; *(person doing penance)* คนที่ทำโทษตัวเองเนื่องจากสำนึกผิด

penitential /penɪˈtenʃl/เพะนิ'เท็นช'ล/ *adj.* เกี่ยวกับการสำนึกผิด *หรือ* การลงโทษตัวเองที่ทำผิด; **the ~ psalms** *(Relig.)* *พระคัมภีร์เก่าของคริสต์ศาสนา 7 เล่ม (6, 32, 38, 51, 102, 130, 143) ที่แสดงความสำนึกบาป*

penitentiary /penɪˈtenʃərɪ/เพะนิ'เท็นเชอะริ/ ❶ *n. (Amer.)* คุก, ทัณฑสถาน ❷ *adj.* Ⓐ *(of penance)* เกี่ยวกับการลงโทษ; **~ pilgrimage** การจาริกแสวงบุญเพื่อไถ่บาป; Ⓑ *(of reformatory treatment)* **~ system** ระบบการดัดสันดาน

penitently /ˈpenɪtəntlɪ/ˈเพะนิเทินทลิ/ *adv.* อย่างสำนึกความผิด; **behave ~:** ประพฤติตัวอย่างสำนึกความผิด

pen: ~knife *n.* มีดพับ; **~ light** *n.* ไฟฉายขนาดเล็ก

penmanship /ˈpenmənʃɪp/ˈเพ็นเมินชิพ/ *n., no pl.* Ⓐ *(skill in handwriting)* ทักษะในการเขียน; **good/bad ~:** ทักษะที่ดี/เลวในการเขียน; Ⓑ *(style of writing)* ลีลาการเขียน

ˈpen name *n.* นามปากกา

pennant /ˈpenənt/ˈเพ็นเนินทฺ/ *n.* Ⓐ *(Naut.: tapering flag)* ธงเรือสามเหลี่ยม; **broad ~:** ธงปลายแฉกที่ติดในเรือนำขบวน; Ⓑ *(Amer.: flag symbolizing championship)* ธงสัญลักษณ์ชัยชนะ; Ⓒ ➡ **pennon**

penniless /ˈpenɪlɪs/ˈเพ็นนิลิซ/ *adj. (having no money)* ไม่มีเงิน, ยากจน; **be ~:** ไม่มีเงิน; *(fig.: be poor)* ยากจน; **be left ~:** ถูกทิ้งในสภาพยากจน

pennon /ˈpenən/ˈเพ็นเนิน/ *n.* Ⓐ ธง; Ⓑ *(Mil.: long narrow flag)* ธงยาวเล็ก ๆ

penn'orth /ˈpenəθ/ˈเพ็นเนิธ/ ➡ **pennyworth**

Pennsylvania Dutch /pensɪlveɪnɪə ˈdʌtʃ/ เพ็นซิลเวเนีย ˈดัฉ/ *n.* Ⓐ *no pl., no indef. art. (dialect)* ภาษาเยอรมันที่ผู้อพยพชาวเยอรมันนำเข้า; Ⓑ *constr. as pl.* **the ~:** ผู้อพยพชาวเยอรมันและสวิสที่เข้าไปอยู่ในรัฐเพนซิลวาเนีย

penny /ˈpenɪ/ˈเพ็นนิ/ *n., pl. usu.* **pennies** /ˈpenɪz/ˈเพ็นนิซฺ/ *(for separate coins),* **pence** /pens/เพ็นซฺ/ *(for sum of money)* Ⓐ ➤ **572** *(British coin, monetary unit)* เพนนี; **fifty pence** 50 เพนซ์; **two/five/ten/twenty/fifty pence [piece]** เหรียญ 2/5/10/20/50 เพนซ์; ➡ + **halfpenny;** Ⓑ ➤ **572** *(Amer. coll.: one cent coin)* เหรียญหนึ่งเซนต์; Ⓒ **keep turning up like a bad ~** *(coll.)* มักกลับมาเสมอในยามที่ไม่ต้องการ; **the ~ has dropped** *(fig. coll.)* เริ่มที่จะเข้าใจในที่สุด; **pennies from heaven** *(coll.)* ผลที่เกิดโดยไม่คาดหวัง; **in for a ~, in for a pound** *(prov.)* ถ้าทำ *ส.น.* ควรทุ่มเทอย่างเต็มที่; **a pretty ~:** *(coll.)* เงินจำนวนมาก; **I was not a ~ the worse** *(fig.)* ฉันไม่ต้องเสียเงินเลย; **take care of the pence** *or* **pennies, and the pounds will look after themselves** เก็บเล็กผสมน้อย; **not have two pennies to rub together** ยากจนมาก; **look twice at every ~:** คิดทุกบาททุกสตางค์; **a ~ for your thoughts** คุณกำลังคิดอะไรอยู่; **sth. is two** *or* **ten a ~:** *ส.น.* โหลมาก; **be ~ wise** ระมัดระวังในการเงินจำนวนเล็ก ๆ น้อย ๆ; **be ~ wise and pound foolish** เสียน้อยเสียยากเสียมากเสียง่าย; ➡ **ˈcount** 2 A; **honest** E; **name** 1 A; **spend** A

penny: **~ ˈdreadful** *n. (Brit.) (cheap story book)* หนังสือนิยายราคาถูก ๆ; **~ ˈfarthing [bicycle]** *n. (Brit. coll.)* จักรยานในยุคแรก ๆ ที่มีล้อหนึ่งใหญ่ ล้อหนึ่งเล็ก; **~-pincher** /ˈpenɪpɪntʃə(r)/ˈเพ็นนิพินเชอะ(ร)/ *n.* คนตระหนี่ถี่เหนียว; **~-pinching** /ˈpenɪpɪntʃɪŋ/ˈเพ็นนิพินชิง/ ❶ *n., no pl., no indef art.* ความตระหนี่ถี่เหนียว ❷ *adj.* ตระหนี่ถี่เหนียว; **~weight** *n.* หน่วยการชั่งน้ำหนักเท่ากับ 24 เกรน; **~ whistle** ➡ **whistle** 3 B

pennyworth /ˈpen(ɪw)əθ/ˈเพ็น(นิ)เวิธ/ *n.* Ⓐ *pl. same* **a ~ of bread/six ~ of sweets** ขนมปังที่เงินหนึ่งเพนนีซื้อได้/ขนมหวานที่เงิน 6 เพนซ์ซื้อได้; **not a ~ [of]** *(fig.: not even a small amount)* ไม่แม้แต่น้อยนิด; Ⓑ *(bargain)* **a good/bad ~:** การต่อรองได้ราคาที่ดี/ไม่ดี

penology /piːˈnɒlədʒɪ/พีˈนอเลอะจิ/ *n.* ทัณฑวิทยา *(ร.บ.)*

pen: **~ pal** *n. (coll.)* ➡ **penfriend; ~ portrait** *n.* ภาพที่พรรณนาด้วยตัวหนังสือ; **~-pusher** *n. (coll.)* เสมียน; **~-pushing** *n., no pl., no indef. art. (coll.)* งานเสมียนที่น่าเบื่อ

pension /ˈpenʃn/เพ็นช'น/ ❶ *n.* Ⓐ *(given by employer)* เงินบำเหน็จ/เงินบำนาญ; *(payment to retired civil servant also)* เงินบำนาญ; **retire on a ~:** ปลดเกษียณพร้อมกับรับบำนาญ; **be on a ~ [from one's company]** ได้รับบำเหน็จ [จากบริษัท]; **~ fund** กองทุนบำนาญ; **~ rights** มีสิทธิรับบำนาญ; **~ scheme** แผนบำนาญ; **the company has** *or* **operates a ~ fund/scheme for its employees** บริษัทมีกองทุนบำนาญ/แผนการบำนาญสำหรับพนักงาน; Ⓑ *(given by State)* เงินบำนาญจากรัฐ; **disability** *or* **disablement ~:** เงินบำนาญที่รัฐให้สำหรับคนพิการ; **widow's ~:** เงินบำนาญสำหรับหญิงม่าย; **war ~:** เงินบำนาญสงคราม; **~ book** สมุดเบิกเงินบำนาญจากรัฐ; **~ day** วันจ่ายบำนาญ; ➡ + **old-age;** Ⓒ /ˈpɑ̃sjɔ̃/ˈพานซีออน/ *n. (European boarding house)* บ้านพัก ❷ *v.t.* ให้เงินบำนาญ; **be ~ed** ได้รับเงินบำนาญ

~ ˈoff *v.t.* Ⓐ *(discharge)* ปลดออกไป *(ครู, อาจารย์)*; Ⓑ *(fig.: cease to use)* เลิกใช้

pensionable /ˈpenʃənəbl/ˈเพ็นเชอะเนอะบ'ล/ *adj.* Ⓐ *(entitled to a pension)* มีสิทธิได้รับบำนาญ; Ⓑ *(entitling to a pension)* ให้สิทธิรับบำนาญ; **reach ~ age** ถึงอายุที่รับบำนาญได้; **~ salary/earnings** เงินเดือน/รายได้ที่รวมสิทธิรับบำนาญ

pensioned-off /penʃndˈɒf/เพ็นช'นดฺˈออฟ/ *adj. (fig.)* ถูกปลดออก; เลิกใช้

pensioner /ˈpenʃənə(r)/ˈเพ็นเชอะเนอะ(ร)/ *n.* ผู้รับบำนาญ; *(retired civil servant)* ข้าราชการพลเรือนที่เกษียณ, ข้าราชการบำนาญ

pensive /ˈpensɪv/ˈเพ็นซิว/ *adj.* Ⓐ *(plunged in thought)* จมอยู่ในความคิด, คิดหนัก; Ⓑ *(sorrowfully thoughtful)* เศร้า, จมอยู่ในความเศร้า

pensively /ˈpensɪvlɪ/ˈเพ็นซิวลิ/ *adv.* ➡ **pensive:** อย่างคิดหนัก, อย่างเศร้าโศก

pent /pent/เพ็นทฺ/ *adj.* Ⓐ *(literary)* ที่เก็บความรู้สึก; Ⓑ **~ in** *or* **up** กักขังอยู่ *(แม่น้ำ)*; *(ความรู้สึก, ความโกรธ)* เก็บกด; ➡ + **pent-up**

pentagon /ˈpentəgən, US -gɒn/ˈเพ็นเทอะเกิน, -กอน/ *n.* Ⓐ *(Geom.)* รูปห้าเหลี่ยม; Ⓑ **the P~** *(Amer. Polit.)* กระทรวงกลาโหมสหรัฐ

pentagonal /penˈtægənl/เพ็นˈแทเกอะน'ล/ *adj. (Geom.)* [เป็นรูป] ห้าเหลี่ยม

pentagram /ˈpentəgræm/ˈเพ็นเทอะแกรม/ *n.* รูปดาวห้าเหลี่ยม

pentameter /penˈtæmɪtə(r)/เพ็นˈแทมิเทอะ(ร)/ *n. (Pros.)* *บทร้อยกรองที่มีบรรทัดละ 10 พยางค์ห้าหน่วย*

pentane /ˈpenteɪn/ˈเพ็นเทน/ *n. (Chem.)* *ไฮโดรคาร์บอนของอนุกรมมีเทนที่เกิดในปิโตรเลียม*

pentaprism /ˈpentəprɪzm/ˈเพ็นเทอะพริซ'ม/ *n.* แท่งปริซึมที่มีห้าด้าน; **~ viewfinder** *(Photog.)* ปริซึมในกล้องถ่ายรูปแบบรีแฟล็กซ์ *(ช่วยให้การหักเหของแสงอยู่ที่ 90° ตลอด)*

Pentateuch /ˈpentətjuːk/ˈเพ็นเทอะทิวคฺ/ *n. (Bibl.)* **the ~:** คัมภีร์เก่าห้าเล่มแรก

pentathlete /penˈtæθliːt/เพ็นˈแทธลีท/ *n.* นักกีฬาที่แข่งขันปัญจกรีฑา

pentathlon /penˈtæθlən/เพ็นˈแทธเลิน/ *n. (Sport)* ปัญจกรีฑา

pentaˈtonic *adj. (Mus.)* ประกอบด้วยโน้ตห้าตัว; **~ scale** ระดับโน้ตห้าตัว

Pentecost /ˈpentɪkɒst/ˈเพ็นทิคอซทฺ/ *n. (Relig.)* วันอาทิตย์ที่เจ็ด หลังจากเทศกาลอีสเตอร์; *(Jewish harvest festival)* เทศกาลเฉลิมฉลองการเก็บเกี่ยวของชาวยิว

pentecostal /pentɪˈkɒstl/เพ็นทิˈคอซต'ล/ *attrib. adj. (Relig.)* เกี่ยวกับวันอาทิตย์ที่เจ็ดหลังจากเทศกาลอีสเตอร์

Pentecostal ˈChurch *n. (Relig.)* นิกายคริสเตียนที่เน้นเหตุการณ์เกี่ยวกับพระจิตเจ้า

pent: **~house** *n.* Ⓐ *(house, flat)* บ้าน, แฟลตที่อยู่บนดาดฟ้าของตึกสูง ๆ; Ⓑ *(sloping roof)* บ้านที่มีหลังคาลาด; **~-up** *attrib. adj.* *(ความรู้สึก)* ที่เก็บกด

penultimate /peˈnʌltɪmət/เพะˈนัลทิเมิท/ *adj.* ก่อนอันสุดท้าย

penumbra /pɪˈnʌmbrə/พิˈนัมเบรอะ/ *n., pl.* **~e** /pɪˈnʌmbriː/พิˈเนิมบรี/ *or* **~s** Ⓐ เงามัวนอกเขตเงามืด *(โดยเฉพาะเวลามีสุริยคราสหรือจันทรคราส)*; Ⓑ *(Astron.: of sunspot)* จุดเงาจาง, จุดที่เป็นเงาบางส่วน

penurious /pɪˈnjʊərɪəs, US -ˈnʊr-/พิˈนิวเออะเรียซ, -ˈนุร-/ *adj.* Ⓐ *(poor)* ยากจน; Ⓑ *(stingy)* คนตระหนี่

penury /ˈpenjʊrɪ/ˈเพ็นนิวริ/ *n., no pl.* ความยากจน, ความสิ้นเนื้อประดาตัว

peon /ˈpiːən/ˈเพียน/ *n.* Ⓐ *(in Latin America: day labourer)* คนงานรายวัน; **~ labour** งานกรรมกรที่ได้ค่าแรงรายวัน; Ⓑ *(in India and Pakistan: messenger, attendant)* คนส่งเอกสาร

peony /ˈpiːənɪ/ˈเพียนิ/ *n. (Bot.)* พันธุ์ไม้ดอกในสกุล *Paeonia* มีดอกขนาดใหญ่สีแดงชมพูหรือขาว; **~ red** สีแดงเข้ม

people /ˈpiːpl/ˈพีพ'ล/ ❶ *n.* Ⓐ *(persons composing nation, community etc.)* ประชาชน; Ⓑ *constr. as pl. (persons forming class etc.)* ชน, ชาว, คน; **city/ country ~** *(inhabitants)* ชาวกรุง/บ้านนอก; *(who prefer the city/the country)* คนที่ชอบอยู่ในเมือง/ชนบท; **village ~:** คนในหมู่บ้าน; **local ~:** คนในท้องถิ่น; **working ~:** คนทำงาน; **coloured/white ~:** คนผิวสี/ผิวขาว; **~ of wealth** คนร่ำรวย; **her [own] sort/kind of ~:** คนที่อยู่ในจำพวกเดียวกับเธอ; ➡ + **choose** 1 A; Ⓒ *constr. as pl. (subjects of ruler)* ประชาชน; *(congregation)* สมาชิก; Ⓓ *constr. as pl. (persons not of nobility)* **the ~:** คนสามัญชน, คนทั่วไป; Ⓔ *constr. as sing. or pl. (voters)* ผู้ออกเสียง; **will of the ~:** เจตจำนงของผู้ออกเสียง; **go to the ~:** เข้าหาประชาชน; Ⓕ *constr. as pl. (persons in general)* คนทั่วไป, ใคร ๆ; **~ say he's very rich** คนพูดกันว่าเขาร่ำรวยมาก; **that is quite enough to alarm ~:** สิ่งนั้นร้ายแรงพอที่จะทำให้ใคร ๆ หวั่นกลัว; **a crowd of ~:** ฝูงชน; **don't tell ~ about this** อย่าบอกคนอื่นเกี่ยวกับเรื่องนี้นะ; **~ are like that** มนุษย์เราก็เป็นแบบนี้; **I don't understand ~ any more** ฉันไม่เข้าใจผู้คนอีกแล้ว; **ˈsome ~** *(certain persons, usu. with whom the speaker disagrees)* คนบางคน; **some ˈ~!** โอโห บางคนแล้วก็!; **honestly, some ˈ~!** จริง ๆ นะ คนบางคนเนี่ย; **listen, you ~!** พวกคุณฟังหน่อย; **what do you ~ think?** พวกคุณคิดว่าอย่างไร; **you of ˈall ~ ought ...:** ในบรรดาคนทั้งหมดน่ะ คุณควร...; **who do you think I saw at the party? ˈBill, of all ~!** คุณทายซิว่าฉันพบใครที่งานเลี้ยง เจ้าบิลไงล่ะ; **no**

sign of any ~: ไม่มีร่องรอยของใครสักคน; Ⓖ *constr. as pl. (relatives)* ญาติ ❷ *v.t.* Ⓐ *(fill with ~ or animals)* ทำให้เต็มไปด้วยผู้คนหรือสัตว์; Ⓑ *(inhabit)* อยู่อาศัย; *(become inhabitant of)* กลายเป็นผู้อยู่อาศัย

'people carrier *n.* รถเก๋งขนาดใหญ่ที่บรรทุกคนได้มาก

peopled /ˈpiːpld/ˈพีพ'ลดฺ/ *adj.* มีคนอยู่อาศัย

People's Republic *n. (Polit.)* สาธารณรัฐประชาชน; **the ~ of China** สาธารณรัฐประชาชนจีน

pep /pep/เพ็พ/ *(coll.)* ❶ *n., no pl., no indef. art.* ความรู้สึกมีชีวิตชีวา, ความกระปรี้กระเปร่า; **be full of ~:** เต็มไปด้วยชีวิตชีวา ❷ *v.t.*, **-pp-: ~ [up]** ทำให้มีชีวิตชีวา, ทำให้กระปรี้กระเปร่าขึ้น

peplum /ˈpepləm/ˈเพ็พเลิม/ *n. (Fashion)* จีบหรือระบายสั้น ๆ ระดับเอวของเสื้อผ้าผู้หญิง

pepper /ˈpepə(r)/ˈเพ็พเพอะ(ร)/ ❶ *n.* Ⓐ พริกไทย; **black/white ~:** พริกไทยดำ/ขาว; Ⓑ *(capsicum plant)* ต้นพริกฝรั่ง; **red/yellow/green ~:** พริกฝรั่งแดง/เหลือง/เขียว; **sweet ~:** พริกฝรั่ง; ➡ **+ cayenne** ❷ *v.t.* Ⓐ *(sprinkle with ~)* โรยพริกไทย; Ⓑ *(besprinkle)* ใส่พริกไทย; Ⓒ *(pelt with missiles)* โจมตีด้วยขีปนาวุธ; **~ the target with shot** ยิงถล่มเป้าหมาย

pepper: ~-and-'salt *n. (Textiles)* ผ้าสลับสีอ่อนสีแก่; **~corn** *n.* เม็ดแห้งที่บดทำพริกไทย; **~corn rent** ค่าเช่าถูกมาก; **~ mill** *n.* เครื่องบดเม็ดพริกไทย; **~mint** *n.* Ⓐ *(plant)* ต้นมิ้นท์ *(ท.ศ.)*; Ⓑ *(sweet)* ลูกอม/ขนมรสมิ้นท์; Ⓒ *(oil)* น้ำมันที่ให้รสมิ้นท์; **~ pot** *n.* ขวดพริกไทย

peppery /ˈpepərɪ/ˈเพ็พเพอะริ/ *adj.* มีรสพริกไทย; *(spicy)* เผ็ด; *(fig.: pungent)* เจ็บแสบ; *(fig.: hot-tempered)* อารมณ์ร้อน; **the soup is rather ~:** ซุปค่อนข้างหนักพริกไทย

'pep pill *n. (coll.)* ยาเม็ดกระตุ้นประสาท *(เช่น ยาบ้า)*

peppy /ˈpepɪ/ˈเพ็พพิ/ *adj. (coll.)* เต็มไปด้วยชีวิตชีวา

pepsin /ˈpepsɪn/ˈเพ็พซิน/ *n. (Chem.)* สาร*เอ็นไซม์ในน้ำย่อยและยางมะละกอที่ทำให้อาหารเนื้อเปื่อยยุ่ย*

'pep talk *n. (coll.)* การพูดให้กำลังใจ; **give sb. a ~:** พูดให้กำลังใจ *ค.น.*

peptic /ˈpeptɪk/ˈเพ็พทิค/ *adj. (Physiol.)* เกี่ยวกับระบบย่อยอาหาร

peptic 'ulcer *n.* ➤ **453** *(Med.)* แผลในกระเพาะซึ่งเกิดจากการกัดของน้ำย่อย

peptide /ˈpeptaɪd/ˈเพ็พทายดฺ/ *n. (Chem.)* กลุ่มกรดอะมิโนจำนวนสองตัวขึ้นไป

per /pə(r), *stressed* pɜː(r)/เพอ(ร)/ *prep.* Ⓐ *(by means of)* โดย, ทาง *(ไปรษณีย์, รถไฟ, เครื่องบิน ฯลฯ)*; Ⓑ *(according to)* **[as] ~ sth.** ดัง *ส.น.*; **as ~ usual** *(joc.)* ตามปกติ; Ⓒ *(for each)* ต่อ; **£50 ~ week** ห้าสิบปอนด์ต่อหนึ่งอาทิตย์; **fifty kilometres ~ hour** ห้าสิบกิโลเมตรต่อชั่วโมง; **get 1.3 euros ~ pound** ได้ 1.3 ยูโรต่อ 1 ปอนด์

peradventure /pərədˈventʃə(r), perədˈ-/เพอะเริด'เว็นเฉอะ(ร), เพะเริด'-/ *adv.* บางที; **lest ~ ...:** ด้วยเกรงว่า...; **if ~:** ถ้าบางที...

perambulator /pəˈræmbjʊleɪtə(r)/เพอะ'แรมบิวเลเทอะ(ร)/ *(Brit. formal)* ➡ **pram**

per annum /pər ˈænəm/เพอรฺ 'แอเนิม/ *adv.* ต่อปี, ในแต่ละปี

per capita /pə ˈkæpɪtə/เพอะ 'แคพิเทอะ/ ❶ *adv.* ต่อหัว; **earnings ~:** รายได้ต่อคน ❷ *adj.* ต่อหัว; **~ tax** ภาษีบุคคล

perceivable /pəˈsiːvəbl/เพอะ'ซีเวอะบ'ล/ ➡ **perceptible**

perceive /pəˈsiːv/เพอะ'ซีวฺ/ *v.t.* Ⓐ *(with the mind)* เห็น, เข้าใจ; **~ sb.'s thoughts** เข้าใจความคิดของ *ค.น.*; Ⓑ *(through the senses)* เห็น, สัมผัส; **we ~d a figure in the distance** เราเห็นคนในระยะทางไกล; Ⓒ *(regard mentally in a certain way)* เข้าใจ, มองเห็น; **~d** เท่าที่เข้าใจ *(อันตราย)*

per cent *(Brit.; Amer.:* **percent***)* /pə ˈsent/เพอะ 'เซ็นทฺ/ ❶ *adv.* **ninety ~ effective** มีผล 90 เปอร์เซ็นต์; ➡ **+ hundred 1 C** ❷ *adj.* **a 5 ~ increase** เพิ่มขึ้น 5 เปอร์เซ็นต์ ❸ *n.* Ⓐ ➡ **percentage**; Ⓑ *(hundredth)* ของหนึ่งร้อย, ส่วนร้อย

percentage /pəˈsentɪdʒ/เพอะ'เซ็นทิจ/ *n.* Ⓐ *(rate or proportion per cent)* อัตราส่วน, สัดส่วนเปอร์เซ็นต์; **a high ~ of alcohol** อัตราส่วนของแอลกอฮอล์สูง; **what ~ of 48 is 11?** 11 เป็นกี่เปอร์เซ็นต์ของ 48; **~ lead/improvement** เปอร์เซ็นต์ที่นำหน้า/พัฒนาขึ้น; Ⓑ *(proportion)* สัดส่วน

per'centage sign *n.* เครื่องหมายเปอร์เซ็นต์

perceptible /pəˈseptɪbl/เพอะ'เซ็พทิบ'ล/ *adj.* รับรู้ได้; **be quite ~:** เห็นได้ชัดทีเดียว

perceptibly /pəˈseptɪblɪ/เพอะ'เซ็พทิบลิ/ *adv.* อย่างที่รับรู้ได้, อย่างเห็นได้

perception /pəˈsepʃn/เพอะ'เซ็พช'น/ *n.* Ⓐ *(act)* การรับรู้, สัญชาน *(ร.บ.)*; *(result)* ผลการรับรู้; **have keen ~s** มีการรับรู้ไว; Ⓑ *no pl. (faculty)* ความสามารถในการรับรู้; **colour ~:** การรับรู้สี; **depth ~:** การรับรู้ความลึก; **~ of sounds** การได้ยิน; **~ of objects** การรับรู้วัตถุ; Ⓒ *(intuitive recognition)* การรับรู้ด้วยความรู้สึก, หยั่งรู้; **the direct ~ of truth** การรับรู้ความจริงทางตรง; **have no clear ~ of sth.** ไม่มีการรับรู้ที่เด่นชัดต่อ *ส.น.* หรือ เห็น *ส.น.* ไม่ค่อยชัด

perceptive /pəˈseptɪv/เพอะ'เซ็พทิวฺ/ *adj.* Ⓐ *(discerning)* มองทะลุ; *(บุคคล, ตา)* ช่างสังเกต; *(หู)* ไว; Ⓑ *(having intuitive recognition or insight)* เข้าใจเร็ว, ช่างรับรู้

perceptively /pəˈseptɪvlɪ/เพอะ'เซ็พทิวฺลิ/ *adv.* Ⓐ *(discerningly)* เห็นอย่างถ่องแท้; Ⓑ *(with intuitive recognition or insight)* อย่างรับรู้, อย่างเข้าใจ

perceptiveness /pəˈseptɪvnɪs/เพอะ'เซ็พทิวฺนิซ/, **perceptivity** /pɜːsepˈtɪvɪtɪ/เพอเซ็พ'ทิวิทิ/ *ns., no pl.* Ⓐ *(discernment)* **~ of the senses** ความเฉียบแหลมในการสัมผัส; Ⓑ *(intuitive recognition, insight)* การรับรู้, การเข้าใจอย่างลึกซึ้ง

¹perch /pɜːtʃ/เพิฉ/ *n., pl. same or* **~es** *(Zool.)* ปลาน้ำจืดมีหนามตามตัวในสกุล *Perca*

²perch ❶ *n.* Ⓐ *(horizontal bar)* กิ่งไม้ที่นกจะเกาะ; *(for hens)* ไม้เกาะสำหรับแม่ไก่; Ⓑ *(place to sit)* ที่นั่ง; Ⓒ *(fig.: elevated or secure position)* ที่นั่งสูง หรือ ปลอดภัย; **knock sb. off his ~:** ลดความมั่นใจในตัวของ *ค.น.*; **come off one's ~:** เลิกทำตัวเย่อหยิ่งยโส; Ⓓ *(Brit.: measure) (of length)* มาตราวัดความยาวเท่ากับ 5.5 หลา; *(of area)* **[square] ~** *(Brit.)* ตารางเพิร์ช *(ท.ศ.)* ❷ *v.i.* Ⓐ *(นก)* มาเกาะ; พัก, อยู่; Ⓑ *(be supported) (บุคคล)* มานั่งอยู่ ❸ *v.t.* วางอยู่ในตำแหน่งที่ล่อแหลม

perchance /pəˈtʃɑːns, US -tʃæns/เพอะ'ฉานซฺ, -แฉนซฺ/ *adv. (arch.)* Ⓐ *(possibly)* เป็นไปได้; Ⓑ ➡ **peradventure**

perched /pɜːtʃt/เพิฉทฺ/ *adj.* **be ~** *(นก)* เกาะอยู่; **stand ~ on a cliff** ยืนอยู่บนหน้าผา; **a village ~ on a hill** หมู่บ้านที่เกาะอยู่บนเนินเขา; **with his hat ~ on the back of his head** โดยที่หมวกของเขาสวมอยู่ด้านหลังศีรษะ

percipient /pəˈsɪpɪənt/เพอะ'ซิพเพียนทฺ/ *adj.* Ⓐ *(conscious)* รับรู้, มีสติ; **be ~ of sth.** รับรู้ *ส.น.*; Ⓑ *(discerning) (ตา)* แหลม; *(หู)* ไว; *(นักวิจารณ์)* ที่ช่างสังเกต

percolate /ˈpɜːkəleɪt/ˈเพอเคอะเลท/ ❶ *v.i.* Ⓐ *(ooze)* ซึม; **~ through sth.** ซึมผ่าน *ส.น.*; Ⓑ *(fig.: spread gradually)* กระจายไปทั่วอย่างช้า ๆ; Ⓒ *(be brewed in percolator)* ต้มในเครื่องกรอง *(กาแฟ)* ❷ *v.t.* Ⓐ *(permeate)* ซึมซาบ; Ⓑ *(fig.: penetrate)* แทรกซึม; Ⓒ *(brew in percolator)* ต้มในเครื่องกรอง

percolation /pɜːkəˈleɪʃn/เพอเคอะ'เลช'น/ *n.* Ⓐ *(passage of liquid through filter)* การไหลผ่านตัวกรอง; Ⓑ *(fig.: diffusion by spreading)* การแพร่กระจาย; Ⓒ *(of coffee)* การต้มในเครื่องกรอง

percolator /ˈpɜːkəleɪtə(r)/ˈเพอเคอะเลเทอะ(ร)/ *n.* เครื่องต้มและกรองกาแฟ

percussion /pəˈkʌʃn/เพอะ'คัช'น/ *n.* Ⓐ *(Mus.) (playing by striking)* การตี, การเล่น *(กลอง, ฉิ่ง)*; *(group of instruments)* กลุ่มเครื่องดนตรีที่ใช้ตี; **~ instrument** เครื่องดนตรีที่ใช้การตี; **~ section** แผนกเครื่องตี/เคาะ; Ⓑ *(forcible striking)* **explode by ~:** ระเบิดด้วยการตีอย่างแรง; Ⓒ *(Med.)* การเคาะตรวจร่างกาย; *(massage)* การนวดที่ใช้ตีเข่า

per'cussion cap *n. (Arms)* ดินปืนจำนวนเล็กน้อยที่ระเบิดโดยการตี; *(in toy)* ดินปืนสำหรับของเล่น

percussionist /pəˈkʌʃənɪst/เพอะ'คัชเชอะนิซทฺ/ *n. (Mus.)* ผู้เล่นกลอง, มือกลอง

per diem /pɜː ˈdiːem/เพอ 'เดียม/ ❶ *adv.* เป็นรายวัน ❷ *adj.* **on a ~ basis** โดยถือรายวันเป็นเกณฑ์ ❸ *n. (allowance)* เบี้ยเลี้ยง; *(payment)* ค่าจ้างรายวัน

perdition /pəˈdɪʃn/เพอะ'ดิช'น/ *n., no pl., no art. (literary: eternal death)* การตายที่ไม่ได้ผุดได้เกิด; **escape ~:** หนีจากการตกนรก; **damn you to ~!** ขอแช่งแกให้ตกนรกไม่ได้ผุดได้เกิด

peregrination /perɪgrɪˈneɪʃn/เพะริกฺริ'เนช'น/ *n. (arch./joc.)* Ⓐ *no pl. (travelling)* การเดินทาง; *(joc.)* การท่องเที่ยว; Ⓑ *in pl. (travels)* การเดินทาง; **during your ~s** *(joc.)* ระหว่างการเดินทางของคุณ

peregrine /ˈperɪgrɪn/ˈเพะริกริน/ *n.* **~ [falcon]** *(Ornith.)* นกเหยี่ยวที่ฝึกหัดให้จับนกและสัตว์ต่าง ๆ ได้

peremptorily /pəˈremptərɪlɪ, ˈperɪmptərɪ/เพอะ'เร็มพเทอะริลิ, 'เพะริมเทอะริลิ/ *adv.* Ⓐ *(so as to admit no contradiction)* อย่างเด็ดขาด; *(imperiously)* อย่างเย่อหยิ่งจองหอง; Ⓑ *(dogmatically)* อย่างดันทุรัง; **speak ~ on sth.** พูดถึง *ส.น.* อย่างดันทุรัง

peremptory /pəˈremptərɪ, ˈperɪmptərɪ/เพอะ'เร็มพฺทอเรอะลิ/ *adj.* Ⓐ *(admitting no contradiction)* เด็ดขาด; *(imperious)* เย่อหยิ่ง, จองหอง; Ⓑ *(essential)* จำเป็น; Ⓒ *(dogmatic)* หัวรั้น, ดันทุรัง; Ⓓ *(Law)* **~ writ** หมายเรียกของศาล; **~ challenge** คำค้านลูกขุน *ค.น.* ใน*ขณะเลือกคณะลูกขุนโดยไม่จำเป็นต้องมีเหตุผล*

perennial /pəˈrenjəl/เพอะ'เร็นเนียล/ ❶ *adj.* Ⓐ *(lasting all year) (ลำธารที่ไหล)* ตลอดปี;

perennially | peril 650

B *(lasting indefinitely)* ตลอดไป; *(ปัญหา)* ที่ไม่มีวันหมดสิ้น; *(สาว)* เสมอ; **C** *(Bot.)* *(ไม้)* ยืนต้น ❷ *n. (Bot.)* ไม้ยืนต้น

perennially /pəˈrenɪəlɪ/เพอะˈเร็นเนียลิ/ *adv.* **A** *(throughout the year)* อย่างตลอดปี; **flow ~:** ไหลตลอดปี; **B** *(perpetually)* อย่างถาวร, อย่างนิรันดร

perestroika /perɪˈstrɔɪkə/เพะริˈซตฺรอยเคอะ/ *n.* นโยบายในอดีตสหภาพโซเวียตที่ปฏิรูประบบเศรษฐกิจและการเมือง

perfect ❶ /ˈpɜ:fɪkt/ˈเพอฟิคทฺ/ *adj.* **A** *(complete)* สมบูรณ์; **B** *(faultless)* *(การแสดง, ภาษาอังกฤษ)* ไม่มีข้อบกพร่อง; *(เพชร)* ที่ไม่มีตำหนิ; *(การกะเวลา)* ที่พอดีเป๊ะ; *(คุณภาพ)* สมบูรณ์; *(conform to an abstract concept)* สมบูรณ์; **get a technique ~:** ฝึกฝนเทคนิคจนสมบูรณ์แบบ; **~ gas** *(Phys.)* ก๊าซในทฤษฎีที่ปฏิบัติตามกฎเกณฑ์เกี่ยวกับก๊าซทุกประการ; **C** *(trained, skilled)* **be ~ in the performance of one's duties** ปฏิบัติหน้าที่อย่างไม่มีข้อบกพร่อง; **practice makes ~:** การฝึกทำให้เกิดความชำนิชำนาญ; **D** *(very satisfactory)* น่าพึงพอใจอย่างมาก; **E** *(exact)* ตรงตามนั้น; *(fully what the name implies)* *(สุภาพบุรุษ, สามี, ผู้หญิง)* สมบูรณ์แบบหรืออย่างเต็มตัว; ➡ + **square** 1 G; **F** *(absolute)* **a ~ stranger** คนแปลกหน้าที่ไม่เคยพบเลย; **he is a ~ stranger to me** เขาเป็นคนที่ฉันไม่เคยพบมาก่อนเลย; **he is a ~ scream** *(coll.)* **/angel** *(coll.)* **/charmer** เขาเป็นตัวตลกสิ้นดี/เหมือนเทพเจ้า; *(coll.)* เป็นคนมีเสน่ห์มาก; **she looks a ~ little angel** เธอดูเป็นคนที่บริสุทธิ์มาก; **I have a ~ right to stay** ฉันมีสิทธิที่จะอยู่เต็มที่; **have ~ freedom to make one's own decision** มีอิสรภาพอย่างเต็มที่ในการตัดสินใจ; **G** *(coll.: unmitigated)* เต็มที่, สิ้นเชิง; **look a ~ fright/mess** ดูน่าเกลียด/ยุ่งเหยิงอย่างสิ้นเชิง; **a ~ tantrum** ระเบิดอารมณ์เสีย; **H** *(Ling.)* ที่เสร็จสมบูรณ์แล้ว; **the ~ tense** กาลสมบูรณ์; **future ~ tense** อนาคตกาล; **past ~** ➡ **pluperfect** 2; **present perfect** ➡ **ˈpresent** 1 D; **I** *(Mus.)* **~ interval** ช่องระหว่างโน้ต 4-5 ช่อง
❷ *n. (Ling.)* การกระทำที่สมบูรณ์แล้วในอดีต
❸ /pəˈfekt/เพอะˈเฟ็คทฺ/ *v.t.* ทำให้สมบูรณ์, ฝึกฝนจนสมบูรณ์

perfectibility /pəfektɪˈbɪlɪtɪ/เพอะเฟ็คทิˈบิลลิทิ/ *n.* ความสามารถที่จะทำให้สมบูรณ์แบบได้

perfection /pəˈfekʃn/เพอะˈเฟ็คช่น/ *n.* **A** *no pl. (making perfect)* การทำให้สมบูรณ์; **B** *no pl. (faultlessness)* ความไม่มีข้อบกพร่อง; **~ of detail** ความสมบูรณ์แบบของรายละเอียด; **~ of technique** เทคนิคที่ฝึกฝนจนสมบูรณ์; **to ~:** ทำอย่างสมบูรณ์แบบ; **it/he succeeded to ~:** มัน/เขาประสบความสำเร็จอย่างสมบูรณ์แบบ; **you cook to ~:** คุณทำอาหารได้สมบูรณ์แบบ; **C** *no pl. (perfect person or thing)* **be ~:** สมบูรณ์; **D** *no pl., no indef. art. (most perfect degree)* ความสมบูรณ์แบบที่สุด; **sth. has reached its ~:** *ส.น.* ได้ถึงจุดสมบูรณ์แบบแล้ว

perfectionism /pəˈfekʃənɪzm/เพอะˈเฟ็คเชอะนิซ่ม/ *n., no pl.* การหมกมุ่นให้ทุกอย่างสมบูรณ์แบบ

perfectionist /pəˈfekʃənɪst/เพอะˈเฟ็คเชอะนิซทฺ/ *n.* คนที่หมกมุ่นกับความสมบูรณ์แบบ

perfectly /ˈpɜ:fɪktlɪ/ˈเพอฟิคทฺลิ/ *adv.* **A** *(completely)* อย่างสมบูรณ์แบบ; **I understand that ~:** ฉันเข้าใจนั้นอย่างถ่องแท้; **be ~ entitled to do sth.** มีสิทธิที่จะทำ *ส.น.* เต็มที่; **B** *(exactly)* อย่างแม่นยำ; **C** *(coll.: to an unmitigated extent)* *(เลวร้าย, โหดร้าย)* อย่างน่ากลัว

perfect ˈpitch *n. (Mus.)* ระดับเสียงสมบูรณ์

perfidious /pəˈfɪdɪəs/เพอะˈฟิดเดียซ/ *adj.* ทรยศ, ไม่ซื่อสัตย์; ➡ + **Albion**

perfidy /ˈpɜ:fɪdɪ/ˈเพอะฟิดดิ/ *n.* การทรยศ, ความไม่ซื่อสัตย์

perforate /ˈpɜ:fəreɪt/ˈเพอเฟอะเรท/ *v.t.* **A** *(make hole[s] through)* ทำให้เป็นโพรงทะลุ; **suffer from a ~d eardrum/ulcer** มีอาการแก้วหูทะลุ/กระเพาะอาหารที่มีแผลทะลุ

perforation /pɜ:fəˈreɪʃn/เพอเฟอะˈเรช่น/ *n.* **A** *(action of perforating)* การทำให้เป็นโพรง; **B** *(hole)* โพรงรู; **~s** *(line of holes esp. in paper)* แนวปรุ; *(in sheets of stamps)* แนวปรุตามขอบ

perforator /ˈpɜ:fəreɪtə(r)/ˈเพอเฟอะเรเทอะ(ร)/ *n.* เครื่องเจาะ; *(rock drill)* เครื่องเจาะหิน; *(used in stripping wallpaper)* เครื่องลอกกระดาษติดผนังห้อง

perforce /pəˈfɔ:s/เพอะˈฟอซ/ *adv. (arch./formal)* อย่างจำเป็น, อย่างหลีกเลี่ยงไม่ได้

perform /pəˈfɔ:m/เพอะˈฟอม/ ❶ *v.t.* **A** *(fulfil)* ทำ *(งานชิ้นหนึ่ง, การผ่าตัด)*; ปฏิบัติ *(หน้าที่)*; ทำตาม *(คำสัญญา, ความต้องการ, ข้อตกลง)*; **B** *(carry out)* ปฏิบัติ; ทำ *(การทดลอง)*; *(in formal manner or according to prescribed ritual)* ดำเนิน *(พิธี, งาน, การสวด)*; *(render)* แสดง *(ละคร)*; เต้น *(รำ)*; ร้อง *(เพลง)*; เล่น *(ดนตรี)*; ทำการแสดง
❷ *v.i.* **A** แสดง; *(sing)* ร้องเพลง; *(play)* เล่น *(กล)*; **he ~ed very well** เขาแสดงได้ดีมาก; **she ~s as soloist** เธอแสดงเดี่ยว; **she ~ed skilfully on the flute/piano** เธอเล่นขลุ่ยฟลุต/เปียโนอย่างชำนาญมาก; **B** *(Theatre)* แสดงละคร; **he ~ed very well** เขาแสดงละครได้ดีมาก; **C** *(execute tricks)* *(สัตว์)* ฝึกให้แสดงได้; **train an animal to ~:** ฝึกสัตว์ให้แสดงความสามารถ; **D** *(work, function)* *(รถยนต์, เครื่อง)* ทำงาน, วิ่ง; **he ~ed all right/well [in the exam]** เขาทำ [ข้อสอบ] พอใช้ได้/ได้ดี; **E** *(coll. euphem.) (accomplish sexual intercourse)* ร่วมเพศได้; *(excrete, urinate)* *(เด็กเล็ก, สัตว์เลี้ยง)* ถ่ายออกมา

performance /pəˈfɔ:məns/เพอะˈฟอเมินซฺ/ *n.* **A** *(fulfilment) (of promise, duty, task)* การกระทำตาม; *(of command)* การปฏิบัติตาม; **B** *(carrying out)* การดำเนินการ; **C** *(notable feat)* การกระทำอย่างสามารถ; **put up a good ~:** ทำได้ดี; **D** *(performing of play etc.)* การแสดงละคร ฯลฯ; **the ~s of the gymnasts** การแสดงของนักกายกรรม; **her ~ in the play** การแสดงละครของเธอ; **her ~ as Desdemona** การเล่นเป็นเดสดิโมน่าของเธอ; **the ~ of a play/opera** การแสดงละคร/โอเปร่า; **give a ~ of a symphony/play** เสนอการแสดงซิมโฟนี/ละคร; **E** *(achievement under test)* ความสามารถ; **athletic ~:** ความสามารถทางการกีฬา; **the car has good ~:** รถยนต์มีสมรรถนะดี; **give an engine more ~:** เพิ่มกำลังของเครื่องยนต์; **are you satisfied with the ~ of your new car?** คุณพอใจกับการทำงานของรถยนต์คันใหม่ของคุณไหม; **the ~ of the equipment, in tests, was somewhat variable** การทำงานของอุปกรณ์เมื่อทดสอบแล้ว ค่อนข้างหลากหลาย; **F** *(coll.: display of anger etc.)* การแสดงอารมณ์; **G** *(coll.: difficult procedure)* เรื่องใหญ่; **it was a hell of a ~ getting my passport** เป็นเรื่องยากลำบากมาก ถึงจะได้หนังสือเดินทางของฉัน

performance: ~ art *n.* ศิลปะที่ศิลปินเอาตัวเขาเป็นส่วนประกอบ; **~ artist** *n.* ➤ **489** ศิลปินที่ใช้การแสดงเป็นสื่อ; **~ enhancing** *adj.* **~-enhancing drug/substance** ยา/สารที่เสริมกำลัง *(ในการกีฬา, การร่วมเพศ)*

performer /pəˈfɔ:mə(r)/เพอะˈฟอเมอะ(ร)/ *n.* นักแสดง; **as a ~ of tricks he was unsurpassed** ไม่มีใครเทียบเขาได้ในฐานะนักแสดงกล

performing /pəˈfɔ:mɪŋ/เพอะˈฟอมิง/ *adj.* **A** *(acting, singing etc.)* *(ศิลปิน, แมวน้ำ)* ทำการ; **~ arts** ศิลปะการแสดง; **~ rights** สิทธิในการแสดง; **B** *(executing tricks)* *(หมา, ลิง, แมวน้ำ)* แสดงกล

performing ˈarts *n. pl.* ศิลปะการแสดง

perfume ❶ /ˈpɜ:fju:m/ˈเพอฟิวมฺ/ *n.* **A** *(sweet smell)* กลิ่นหอม; **B** *(fluid)* น้ำหอม; **~ atomizer** *or* **spray** สเปรย์หอม *หรือ* น้ำหอมชนิดฉีด ❷ /pəˈfju:m, ˈpɜ:fju:m/เพอะˈฟิวมฺ, ˈเพอฟิวมฺ/ *v.t. (impart sweet scent to)* ทำให้มีกลิ่นหอม; *(impregnate with sweet smell)* ใส่น้ำหอม

perfumer /ˈpɜ:fju:mə(r), US pərˈfju:mə(r)/ˈเพอฟิวเมอะ(ร), เพอรˈฟิวเมอะ(ร)/ *n. (maker of perfume)* คนผลิตน้ำหอม; *(seller of perfume)* คนขายน้ำหอม

perfumery /pəˈfju:mərɪ/เพอะˈฟิวเมอะริ/ *n.* **A** *no pl. (preparation of perfumes)* การตระเตรียมน้ำหอม; **B** *(perfumes)* น้ำหอม; *attrib.* เครื่องหอม; **C** *(shop)* ร้านขายน้ำหอม

perfunctorily /pəˈfʌŋtərɪlɪ, US -tɔ:rəlɪ/เพอะˈฟังคฺเทอะริ, -ทอเรอะลิ/ *adv.* อย่างตามหน้าที่เท่านั้น, อย่างเช้าชามเย็นชาม, อย่างลวก ๆ

perfunctory /pəˈfʌŋktərɪ, US -tɔ:rɪ/เพอะˈฟังคฺเทอะริ, -ทอริ/ *adj. (done for duty's sake only)* ที่ทำตามหน้าที่เท่านั้น, ทำเป็นพิธี; *(superficial)* ผิวเผิน *(การทำงาน, ตรวจดู)*; **his tidying of his bedroom had been very ~:** เขาจัดห้องนอนอย่างลวก ๆ มาก; **put in a ~ appearance** ปรากฏตัวอย่างชั่วคราว

pergola /ˈpɜ:gələ/ˈเพอเกอะเลอะ/ *n. (Hort.)* ทางเดินที่มีไม้เลื้อยปกคลุมเหมือนหลังคา

perhaps /pəˈhæps/เพอะˈแฮพซฺ/ *adv.* บางที; **I'll go out, ~:** บางทีฉันจะออกไปข้างนอก; **~ so** อาจจะเป็นไปได้; **~ not** *(maybe this is or will not be the case)* บางทีอาจจะไม่ใช่; *(it might be best not to do this)* ไม่ทำอาจจะดีกว่า

perianth /ˈperɪænθ/ˈเพะริแอนธฺ/ *n. (Bot.)* ส่วนภายนอกของดอกไม้

pericardium /perɪˈkɑ:dɪəm/เพะริˈคาเดียม/ *n., pl.* **pericardia** /perɪˈkɑ:dɪə/เพะริˈคาเดีย/ *(Anat.)* ถุงเนื้อเยื่ออ่อนที่ห่อหุ้มหัวใจ

pericarp /ˈperɪkɑ:p/ˈเพะริคาพ/ *n. (Bot.)* ผนังของไข่สุกในผลไม้

perigee /ˈperɪdʒi:/ˈเพะริจี/ *n. (Astron.)* จุดของการโคจรของบางสิ่ง *(เช่น ดวงจันทร์)* เมื่ออยู่ใกล้โลกที่สุด

peril /ˈperl/ˈเพะร่ล/ *n.* อันตรายร้ายแรง; **they were in constant ~ from their enemies** เขาเสี่ยงอันตรายจากศัตรูของเขาตลอดเวลา; **be in deadly ~, be in ~ of death** *or* **one's life** อยู่ในอันตรายที่ถึงเป็นถึงตาย; **be in ~ of doing sth.** กำลังเสี่ยงที่จะทำ *ส.น.*; **do sth. at one's ~** *(accepting risk of injury)* ทำ *ส.น.* ที่เสี่ยงอันตราย

p

perilous /ˈperələs/เพะเรอะเลิซ/ *adj.* Ⓐ *(full of danger)* เต็มไปด้วยอันตราย; **be ~:** อันตราย; Ⓑ *(exposed to imminent risk)* เสี่ยงอันตรายมาก; **a ~ pile of chairs** เก้าอี้ที่กองสูงจนอันตราย

perilously /ˈperələslɪ/เพะเรอะเลิซลิ/ *adv.* อย่างอันตรายร้ายแรง; **~ ill** ป่วยหนักมาก

perimenopause /perɪˈmenəpɔːz/เพะริ'เม็นเนอะพอซ/ *n.* ช่วงชีวิตที่ประจำเดือนหมด

perimeter /pəˈrɪmɪtə(r)/เพอะ'ริมิเทอะ(ร)/ *n.* Ⓐ *(outer boundary)* เขตรอบนอก; **troops were stationed all around the ~ to guard the camp** กองทหารตั้งอยู่เรียงรายรอบค่ายเพื่อปกป้อง; **at the ~ of the racetrack** ตรงรอบนอกของลู่วิ่งแข่ง/สนามแข่งม้า; Ⓑ *(outline of figure)* เส้นรอบอาณาเขต; *(length of outline)* ความยาวของเส้นรอบอาณาเขต

perinatal /perɪˈneɪtl/เพะริ'เนท'ล/ *(Med.)* เกี่ยวกับเวลาก่อนและหลังการเกิด

perineum /perɪˈniːəm/เพะริ'เนียม/ *n., pl.* **~s** *or* **perinea** /perɪˈniːə/เพะริ'เนีย/ *(Anat.)* ส่วนของร่างกายระหว่างทวารหนักและอวัยวะเพศ

period /ˈpɪərɪəd/'เพียเรียด/ ❶ *n.* Ⓐ *(distinct portion of history or life)* ช่วง, ยุค, สมัย; **~s of history** ช่วงของประวัติศาสตร์; **the modern ~:** ยุคสมัยใหม่; **the Reformation/Tudor/Victorian ~:** ยุคการปฏิรูป/สมัยราชวงศ์ทิวเดอร์/สมัยพระนางวิคตอเรีย; **during the ~ of his youth** ในวัยหนุ่มของเขา; **at a later ~ of her life** ในช่วงหลังของชีวิตเธอ; **a ~ of literature/art** ยุคสมัยของวรรณคดี/ศิลปะ; **the Classical/Romantic/Renaissance ~:** สมัยคลาสสิก/โรแมนติก/เรอเนสซองซ์; **of the ~** *(of the time under discussion)* ของสมัยดังกล่าว; Ⓑ *(any portion of time)* เวลาช่วงหนึ่ง, ระยะเวลาหนึ่ง; **over a ~ [of time]** เป็นระยะเวลาหนึ่ง; **within the agreed ~:** ภายในระยะเวลาที่ตกลงกัน; **showers and bright ~s** *(Meteorol.)* จะมีฝนตกและมีแดดออกเป็นช่วง ๆ; **over a longer ~ I changed my mind** หลังจากชั่วระยะเวลาหนึ่ง ฉันก็เปลี่ยนใจ; **I've had ~s of anxiety** ฉันก็มีบางช่วงที่วิตกกังวล; Ⓒ *(Sch.: time allocated for lesson)* ชั่วโมงเรียน; **teaching/lesson ~:** คาบ/ชั่วโมงเรียน; **geography/chemistry/English ~:** คาบ/ชั่วโมงเรียนภูมิศาสตร์/เคมี/ภาษาอังกฤษ; **have five ~s a week for French** เรียนภาษาฝรั่งเศส 5 คาบต่อสัปดาห์; **have two chemistry ~s** มีเรียนเคมีสองคาบ; **a detention ~, a ~ of detention** ระยะเวลาลงโทษ; **a free ~:** ชั่วโมงว่าง; Ⓓ *(occurrence of menstruation)* การมีประจำเดือน; **have her/a ~:** เธอมีประจำเดือน; **miss one's ~:** ประจำเดือนไม่มา; **~ pains** การปวดประจำเดือน; Ⓔ *(punctuation mark)* เครื่องหมายมหัพภาค; Ⓕ *(pause in speech)* ช่วงเว้นระยะในการพูด; Ⓖ *(appended to statement)* แล้วเป็นอันจบกัน; **we can't pay higher wages, ~:** เราไม่สามารถจ่ายเงินเพิ่มแล้วต้องเป็นอันจบกัน; Ⓗ *(time taken by recurring process)* เวลาที่เกิดเป็นช่วง; *(Astron.: time of revolution)* ระยะเวลาในการโคจร *(ของโลก, พระจันทร์)*; Ⓘ *(Geol.)* สมัย, ยุค; Ⓙ *(complete sentence)* เครื่องหมายจบประโยคที่สมบูรณ์; Ⓚ *(Math.) (set of figures)* เลขกลุ่มหนึ่ง; *(set of recurring figures)* กลุ่มเลขที่ปรากฏเป็นช่วง; Ⓛ *(Chem.)* ผลการรวมตัวของธาตุก๊าซสองชนิด ที่ก่อให้เกิดแนวแถวในตารางธาตุ ❷ *adj.* *(เครื่องเรือน)* เป็นของเก่า; *(ห้อง)* ที่ตกแต่งตามยุคเฉพาะ; **~ piece** *(ละคร, หนังสือ)* ในรูปแบบโบราณ; **this Georgian cabinet is a true ~ piece** ตู้แบบจอร์เจียนนี้เป็นตัวอย่างที่ดีของยุคนั้น

periodic /pɪərɪˈɒdɪk/เพียริ'ออดิค/ *adj.* Ⓐ *(recurring at regular intervals)* เกิดขึ้นซ้ำ ๆ, เป็นระยะ; *(intermittent)* เป็น ๆ หาย ๆ; **make ~ good resolutions** มีการตั้งใจที่จะปรับตัวอยู่เสมอ ๆ; Ⓑ *(Astron.)* เกี่ยวกับการโคจรทางดาราศาสตร์; **the ~ time of a planet** ระยะเวลาในการโคจรของดาวเคราะห์

periodical /pɪərɪˈɒdɪk(ə)l/เพียริ'ออดิค'ล/ ❶ *adj.* Ⓐ ➡ **periodic;** Ⓑ *(published at regular intervals)* ที่ตีพิมพ์เป็นระยะสม่ำเสมอ; **~ journal /magazine** วารสาร/นิตยสารที่ตีพิมพ์สม่ำเสมอ ❷ *n.* สิ่งตีพิมพ์; **weekly/monthly/quarterly ~:** สิ่งตีพิมพ์รายสัปดาห์/เดือน/สามเดือน

periodically /pɪərɪˈɒdɪkəlɪ/เพียริ'ออดิเคอะลิ/ *adv.* *(at regular intervals)* อย่างเป็นช่วงสม่ำเสมอ; *(intermittently)* อย่างเป็นระยะ ๆ

periodic 'table *n. (Chem.)* ตารางธาตุ

peripatetic /perɪpəˈtetɪk/เพะริเพอะ'เท็ททิค/ *adj.* **~ teacher** ครูที่สอนหลายแห่ง; **~ teaching** การสอนในหลายสถานที่; **~ lifestyle** ชีวิตไม่อยู่กับที่, ชีวิตเร่ร่อน

peripheral /pəˈrɪfərl/เพอะ'ริเฟอะร'ล/ ❶ *adj.* Ⓐ *(of the periphery)* ตรงรอบนอก; **~ road** ถนนรอบนอก; **~ speed** ความเร็วที่ขับได้ในเขตรอบนอก; Ⓑ *(of minor importance) (เรื่อง, ปัญหา)* ที่สำคัญน้อย; **be merely ~** *or* **of merely ~ importance to sth.** เป็นเรื่องที่ไม่ค่อยสลักสำคัญกับ *ส.น.*; Ⓒ *(Anat.) (ส่วนของร่างกาย)* ใกล้กับผิวหนัง; *เกี่ยวข้องกับการหมุนเวียนของเลือดและระบบประสาท;* Ⓓ *(Computing)* ใช้พ่วงกับคอมพิวเตอร์ ❷ *n.* *(Computing)* อุปกรณ์ที่พ่วงกับคอมพิวเตอร์

peripherally /pəˈrɪfərəlɪ/เพอะ'ริเฟอะเรอะลิ/ *adv.* Ⓐ *(at the periphery)* อย่างอยู่รอบนอก; Ⓑ *(marginally)* อย่างเล็กน้อย, อย่างผิวเผิน

periphery /pəˈrɪfərɪ/เพอะ'ริเฟอะริ/ *n.* Ⓐ ➡ **circumference;** Ⓑ *(external boundary)* เขตรอบนอก; *(of surface)* พื้นผิวภายนอก; Ⓒ *(outer region)* บริเวณที่อยู่นอกออกไป

periphrasis /pəˈrɪfrəsɪs/เพอะ'ริเฟรอะซิซ/ *n., pl.* **periphrases** /pəˈrɪfrəsiːz/เพอะ'ริเฟรอะซีซ/ Ⓐ *no., pl. (roundabout way of speaking)* การพูดจาอ้อมค้อม; Ⓑ *(roundabout phrase)* วลี/สำนวนอ้อมค้อม

periphrastic /perɪˈfræstɪk/เพะริ'แฟรฺซติค/ *adj.* *(การพูด)* ที่อ้อมค้อม

periscope /ˈperɪskəʊp/'เพะริซโกพ/ *n.* กล้องส่องที่ใช้กระจกและเลนส์ส่องสิ่งที่อยู่ข้างบน *(เช่น ใช้ในเรือดำน้ำ)*

periscopic /perɪˈskɒpɪk/เพะริ'ซกอพิค/ *adj.* เกี่ยวกับกล้องส่องชนิดนี้

perish /ˈperɪʃ/'เพะริช/ ❶ *v.i.* Ⓐ *(suffer destruction) (คน)* ตายไป; *(ชนชาติ, ประเทศ, วัฒนธรรม)* สาบสูญไป; *(ต้นไม้)* ตายไป; **his name will never ~:** ชื่อของเขาจะไม่มีวันตาย; **~ by the sword/at the hand of the enemy** ตายด้วยดาบ/น้ำมือของศัตรู; **he ~ed from the cold** เขาตายเนื่องจากความหนาวจัด; **... or ~ in the attempt** *(joc.)* ...หรือไม่ก็ตายไปในความพยายาม; **~ the thought!** เลิกความคิดเช่นนั้นเสียเถอะ; Ⓑ *(rot) (ผัก, ผลไม้)* เน่าเสีย, สูญเสียคุณภาพ; *(กาว)* เสื่อมสภาพ ❷ *v.t.* Ⓐ *(reduce to distress)* **we were ~ed [with cold]** พวกเราหนาวเข้ากระดูกเลย; Ⓑ *(cause to rot)* ทำให้เน่าเสีย, เสื่อมสภาพ

perishable /ˈperɪʃəbl/'เพะริเชอะบ'ล/ ❶ *adj.* *(liable to perish)* ตายได้; *(subject to speedy decay)* เสียง่าย ❷ *n. in pl.* สิ่งของที่เสียง่าย

perisher /ˈperɪʃə(r)/'เพะริเชอะ(ร)/ *n. (Brit. coll.) (annoying person)* คนที่น่ารำคาญ; *(unfortunate person)* **poor ~:** คนที่น่าสงสาร

perishing /ˈperɪʃɪŋ/'เพะริชิง/ *(coll.)* ❶ *adj.* Ⓐ *(causing distress) (ลม, ความหนาว, ความร้อน)* ที่ทุกข์ทรมาน; *(very cold)* เย็นมาก; **it's/I'm ~:** มัน/ฉันช่างหนาวจริง ๆ; Ⓑ *(Brit.: confounded)* กวนจริง ๆ; **that child is a ~ nuisance** เด็กนั่นเป็นตัวยุ่งจริง ๆ ❷ *adv.* Ⓐ *(เย็น)* อย่างทุกข์ทรมาน; Ⓑ *(Brit. confoundedly)* อย่างกวนใจมาก ๆ

peristaltic /perɪˈstæltɪk/เพะริ'ซแตลทิค/ *adj. (Physiol.)* เกี่ยวกับการบีบรัดของท่อลำไส้

peritoneum /perɪtəˈniːəm/เพะริเทอะ'เนียม/ *n., pl.* **~s** *or* **peritonea** /perɪtəˈniːə/เพะริเทอะ'เนีย/ *(Anat.)* เยื่อบุช่องท้อง

peritonitis /perɪtəˈnaɪtɪs/เพะริเทอะ'ไนทิซ/ *n.* ➤ **453** *(Med.)* โรคเยื่อบุช่องท้องอักเสบ

periwig /ˈperɪwɪg/'เพะริวิก/ *n. (Hist.)* วิกใส่ผม

[1]periwinkle /ˈperɪwɪŋkl/'เพะริวิงค'ล/ *n.* Ⓐ *(Bot.)* ไม้เลื้อยยืนต้นในสกุล *Vinca* มีดอกสีฟ้าอมม่วง; Ⓑ *(colour)* **~ [blue]** สีฟ้าอมม่วง

[2]periwinkle ➡ **winkle 1**

perjure /ˈpɜːdʒə(r)/'เพอเจอะ(ร)/ *v. refl.* *(swear to false statement)* ให้การเท็จ; *(Law: give false evidence under oath)* ให้การเท็จหลังให้คำสาบาน

perjured /ˈpɜːdʒəd/'เพอเจิด/ *adj.* **~ testimony** คำ/การให้การเท็จ; **be ~:** ให้การเท็จ

perjurer /ˈpɜːdʒərə(r)/'เพอเจอะเรอะ(ร)/ *n.* ผู้ให้การเท็จ

perjury /ˈpɜːdʒərɪ/'เพอเจอะริ/ *n.* Ⓐ *(swearing to false statement)* การให้การเท็จ; *(Law: giving false evidence while under oath)* การให้การเท็จหลังจากที่ให้คำสาบาน; **commit ~:** ให้การเท็จ; Ⓑ *(breach of oath)* การผิดคำสาบาน *(โดยการให้การเท็จ)*

[1]perk /pɜːk/เพิค/ *(coll.)* ❶ *v.i.* **~ up** ดีขึ้น, ฟื้นฟูขึ้นมา *(ความมั่นใจ, ความกล้าหาญ)*; *(cheer up)* ร่าเริงขึ้น, สดชื่นขึ้น; **life had ~ed up again** ชีวิตสดชื่นขึ้นมาอีกครั้งหนึ่ง ❷ *v.t.* Ⓐ **~ up** *(restore liveliness of)* ทำให้สดชื่น, ทำให้มีชีวิตชีวา; **I need a drink to ~ me up** ฉันต้องการเครื่องดื่มเพื่อทำให้กระปรี้กระเปร่า; **~ up sb.'s spirits** ทำให้ *ค.น.* ร่าเริงขึ้น; **take pills to ~ oneself up** ใช้ยาเพื่อทำให้ตัวเองมีชีวิตชีวาขึ้น Ⓑ **~ up** *(raise briskly) (ขน, หูสุนัข)* ตั้งขึ้นทันที; เงยหน้า *(เร็ว ๆ)*; Ⓒ *(smarten)* **~ oneself /sth. up** ทำให้ตนเอง/*ส.น.* ดูดีขึ้น

[2]perk *n. (Brit. coll.: perquisite)* เงิน หรือ สิทธิที่ได้พิเศษ

[3]perk *(coll.)* ❶ *v.i.* *(กาแฟ)* ผ่านเครื่องต้มกาแฟ ❷ *v.t.* ต้มกาแฟ *(ในเครื่องต้มกาแฟ)*

perkily /ˈpɜːkɪlɪ/'เพอคิลิ/ *adv.* ➡ **perky:** อย่างร่าเริง, อย่างมีชีวิตชีวา

perky /ˈpɜːkɪ/'เพอคิ/ *adj.* Ⓐ *(lively)* ร่าเริง, มีชีวิตชีวา, สดใส; Ⓑ *(self-assertive)* มั่นใจในตัวเอง, เข้มแข็ง

perlite /ˈpɜːlaɪt/'เพอไลท/ *n.* หินชนิดหนึ่งใสเหมือนกระจก *(ใช้กันกระแสไฟฟ้าหรือความร้อน)*

p

perm | persecution 652

[1]**perm** /pɜ:m/เพิม/ ❶ *n. (permanent wave)* ผมที่ดัดลอน ❷ *v.t.* **~ sb.'s hair** ดัดผม *ค.น.* ให้เป็นลอนถาวร; **have one's hair ~ed** ไปดัดผมเป็นลอนถาวร; **have ~ed hair** มีผมดัดเป็นลอน

[2]**perm** *(Brit. coll.)* ❶ *n. (permutation)* การเรียง *(เลข)* เป็นกลุ่ม ❷ *v.t.* เลือกเบอร์เป็นกลุ่ม

permafrost /ˈpɜ:məfrɒst, US -frɔ:st/ˈเพอเมอะฟรุอซทฺ, -ฟรุอซทฺ/ *n. (Geog.)* ชั้นใต้ดินที่เป็นน้ำแข็งอย่างถาวร

permanence /ˈpɜ:mənəns/ˈเพอเมอะเนินซฺ/ *n., no pl.* ความถาวร, ความคงทน; **the place had an air of ~:** สถานที่นั้นดูเหมือนไม่มีวันเปลี่ยนแปลง

permanency /ˈpɜ:mənənsɪ/ˈเพอะเมอะเนินซิ/ *n.* Ⓐ *no pl.* ➡ **permanence;** Ⓑ *(condition)* สภาพที่ถาวร; *(job)* งานถาวร

permanent /ˈpɜ:mənənt/ˈเพอะเมอะเนินทฺ/ *adj. (งาน, คุณค่า, สภาพ)* ถาวร; *(ที่อยู่)* ประจำ; *(เพื่อน)* ตลอดไป; **be in ~ residence here** อาศัยอยู่ที่นี่อย่างถาวร; **of ~ value** มีค่าถาวรตลอดไป; **this time it's ~:** คราวนี้มันถาวร; **sb./sth. is a ~ fixture** *ค.น./ส.น.* เป็นของถาวร; **be employed on a ~ basis** เป็นลูกจ้างถาวร; **~ magnet** *แม่เหล็กที่มีคุณสมบัติเป็นแม่เหล็ก โดยปราศจากการนำไฟฟ้า;* แม่เหล็กถาวร *(ที่รักษาความดึงดูดแม้ไม่มีสิ่งกระตุ้น)*

permanently /ˈpɜ:mənəntlɪ/ˈเพอะเมอะเนินทฺลิ/ *adv.* อย่างถาวร; *(repeatedly)* ตลอดเวลา; **they live in France ~ now** ตอนนี้พวกเขาอาศัยอยู่ในฝรั่งเศสอย่างถาวร *หรือ* ตลอด; **she was ~ disabled in the accident** อุบัติเหตุทำให้เธอพิการตลอดไป; **she was ~ affected by the shock** เธอตกใจจนมีผลกระทบตลอดไป

permanent: ~ˈwave *n.* ลอนผมที่ดัดถาวร; **~ˈway** *n. (Brit. Railw.)* ทางรถไฟที่สร้างสมบูรณ์

permeable /ˈpɜ:mɪəbl/ˈเพอเมียบ'ล/ *adj.* ซึมผ่านได้; **~ by water** น้ำซึมผ่านได้; **be ~ to sth.** *ส.น.* ซึมผ่านไปได้

permeate /ˈpɜ:mɪeɪt/ˈเพอเมียท/ ❶ *v.t. (get into)* ผ่าน; *(pass through)* ซึมผ่าน; *(saturate)* ชุ่มไปทั่ว; **~ sb.'s consciousness** ซึมเข้าไปในสมองของ *ค.น.*; **be ~d with** *or* **by sth.** *(fig.)* เต็มไปด้วย *ส.น.* ❷ *v.i.* **~ through sth.** ซึมผ่าน *ส.น.*; **~ through to sb.** ซึมผ่านเข้าไปถึง *ค.น.*

permissible /pəˈmɪsɪbl/เพอะˈมิซซิบ'ล/ *adj.* อนุญาตได้; **be ~ to** *or* **for sb.** อนุญาตให้ *ค.น.* ได้; **~ under the law** ทำได้ภายใต้กฎหมาย; **~ dose** *(Med.)* ปริมาณยาที่รับประทานได้ในแต่ละครั้ง; *(of radiation)* ปริมาณรังสีที่รับได้โดยไม่เป็นอันตราย

permission /pəˈmɪʃn/เพอะˈมิช'น/ *n., no indef. art. (given by official body)* คำอนุญาต, การอนุญาต; **ask [sb.'s] ~:** ขออนุญาตจาก *ค.น.*; **who gave you ~ to do this?** ใครอนุญาตให้คุณทำสิ่งนี้; **by whose ~?** ด้วยการอนุญาตของใคร; **with your ~:** ด้วยความอนุญาตของคุณ; **written ~:** คำอนุญาตที่เป็นลายลักษณ์อักษร

permissive /pəˈmɪsɪv/เพอะˈมิซซิว/ *adj.* Ⓐ *(giving permission)* **~ legislation** การออกกฎหมายที่ให้อำนาจแต่ไม่บังคับใช้; Ⓑ *(tolerant)* มีทัศนะที่เปิดกว้าง, อิสระ *(in relation to moral matters)* ค่อนข้างปล่อย, ไม่เคร่ง; **the ~ society** สังคมที่ไม่เคร่ง *หรือ* ที่ปล่อยทางศีลธรรม

permissiveness /pəˈmɪsɪvnɪs/เพอะˈมิซซิวนิซ/ *n., no pl.* การปล่อย, การไม่เคร่ง

permit /pəˈmɪt/เพอˈมิท/ ❶ *v.t.,* **-tt-** อนุญาต; **~ sb. sth.** อนุญาตให้ *ค.น.* ทำ *ส.น.*; **~ me to offer my congratulations** *(formal)* ขอให้ผม/ดิฉันได้แสดงความยินดี; **sb. is ~ted to do sth.** *ค.น.* ได้รับอนุญาตให้ทำ *ส.น.* ❷ *v.i.,* **-tt-** Ⓐ *(give opportunity)* ให้โอกาส; **weather ~ting** ถ้าโอกาสเอื้ออำนวย; Ⓑ *(admit)* **~ of sth.** ยอมรับ *ส.น.*; **not ~ of sth.** ไม่ยอมรับ *ส.น.* ❸ *n. (written order)* ใบอนุญาต; *(for entering premises)* บัตรผ่าน; *(for using car park)* บัตรอนุญาตจอดรถ; **fishing ~:** ใบอนุญาตตกปลา; **be a ~-holder** เป็นคนถือใบอนุญาต

permutation /pɜ:mjʊˈteɪʃn/เพอมิวˈเทช'น/ *n.* Ⓐ *(varying of order)* การเปลี่ยนลำดับ; Ⓑ *(result of variation of order)* ผลจากการเปลี่ยนลำดับ; Ⓒ *(selection of items)* การเลือกสิ่งของ; *(Brit.: in football pools) การลำดับการแทงทีมฟุตบอลที่แข่งขันกัน;* **make a ~:** ทำการเลือก, เปลี่ยนการลำดับใหม่

permute /pəˈmju:t/เพอะˈมิวทฺ/ *v.t. (Math.)* เปลี่ยนลำดับ *หรือ* การจัด

pernicious /pəˈnɪʃəs/เพอะˈนิชเชิซ/ *adj.* ➤ 453 อันตรายร้ายแรง, มีผลในทางทำลาย; *(fatal)* ถึงแก่ความตาย; **be a ~ influence on sb.** มีอิทธิพลร้ายต่อ *ค.น.*; **be ~ to sb./sth.** เป็นอันตรายต่อ *ค.น./ส.น.*; **~ anaemia** *(Med.)* การสร้างเม็ดโลหิตแดงที่ผิดปกติ

pernickety /pəˈnɪkɪtɪ/เพอะˈนิคคิทิ/ *adj. (coll.)* Ⓐ *(fastidious, meticulous)* จู้จี้ **(about** เกี่ยวกับ**)**; Ⓑ *(tricky) (คำถาม, สถานการณ์)* ที่ต้องใช้ความละเอียดอ่อนหรือไหวพริบ

peroration /perəˈreɪʃn/เพะเรอะˈเรช'น/ *n.* บทสรุปท้ายปาฐกถา

peroxide /pəˈrɒksaɪd/เพอะˈรอคซายดฺ/ ❶ *n.* Ⓐ *(Chem.)* เพอรอคไซด์ *(ท.ศ.) (การรวมกันของอะตอมออกซิเจน)*; Ⓑ **[hydrogen] ~:** ไฮโดรเจนเพอร็อกไซด์ *(ท.ศ.) (ของเหลวที่ใช้เป็นยากันโรคติดต่อหรือยาฟอก)*; **~ blonde** ผมบลอนด์ที่ใช้สารเพอร็อกไซด์กัดสีผม ❷ *v.t.* ฟอก *(ผม)* ด้วยเพอร็อกไซด์

perpendicular /pɜ:pənˈdɪkjʊlə(r)/เพอเพินˈดิคคิวเลอะ(ร)/ ❶ *adj.* Ⓐ ตั้งเป็นเส้นฉาก; Ⓑ *(very steep) (หน้าผา, ภูเขา)* ชันมาก; **~ drop/slope/rock face** การตกที่ดิ่งตั้งฉากลงมา/ทางลาดชัน/ผิวหน้าหินที่สูงชัน; Ⓒ *(erect, upright)* ตั้งตรง; **be/remain ~** *(joc.)* ยังยืนตรงอยู่; Ⓓ *(Geom.)* ตั้งฉาก **(to** กับ**)**; **two ~ planes/lines** ด้านตั้งฉากสองด้าน/เส้น; Ⓔ *(Archit.)* **P~ style** *รูปแบบสถาปัตยกรรมแบบกอธิคของอังกฤษในศตวรรษที่ 15 และ 16* ❷ *n.* Ⓐ *(line)* เส้นตั้งฉาก; Ⓑ *(position)* **the ~:** มุมฉาก; **be [slightly] out of [the] ~:** เอียงเล็กน้อย/ไม่ตั้งตรง; Ⓒ *(instrument)* เครื่องมือที่ใช้หาเส้นดิ่ง

perpendicularly /pɜ:pənˈdɪkjʊləlɪ/เพอเพินˈดิคคิวเลอะลิ/ *adv.* Ⓐ *(vertically)* อย่างตั้งตรงเป็นเส้น; Ⓑ *(steeply)* อย่างชันมาก; Ⓒ *(Geom.)* อย่างเป็นเส้นฉาก

perpetrate /ˈpɜ:pɪtreɪt/ˈเพอพิเทรท/ *v.t.* ทำ, ก่อ *(อาชญากรรม, สิ่งที่ร้ายกาจ)*; เล่น *(ตลก)*

perpetration /pɜ:pɪˈtreɪʃn/เพอะพิˈเทรช'น/ *n. (of crime, blunder)* การก่อ [อาชญากรรม]; การทำ [ความผิด]; *(of atrocity, outrage)* การก่อ

perpetrator /ˈpɜ:pɪtreɪtə(r)/ˈเพอะพิเทรเทอะ(ร)/ *n.* ผู้กระทำ, ผู้ก่อ; **be the ~ of a crime/fraud/atrocity/massacre** เป็นผู้ก่ออาชญากรรม/การฉ้อโกง/ความโหดร้าย/การสังหารหมู่

perpetual /pəˈpetʃʊəl/เพอะˈเพ็ฉฉวล/ *adj.* Ⓐ *(eternal)* นิรันดร; Ⓑ *(continuous)* ต่อเนื่องกันไป, ตลอด; Ⓒ *(coll.: repeated)* ซ้ำ ๆ กัน; **she has ~ crises** เธอมีเรื่องวิกฤติอยู่เสมอ ๆ; Ⓓ *(applicable or valid for ever)* ใช้ได้ตลอดกาล

perpetual ˈcalendar *n.* Ⓐ *(table)* ปฏิทินที่ปรับให้แสดงวันเดือนปีได้ตลอดกาล; Ⓑ *(device)* อุปกรณ์ที่ปรับวันเดือนปีไปตลอด

perpetually /pəˈpetʃʊəlɪ/เพอะˈเพ็ฉฉวลลิ/ Ⓐ *(eternally)* อย่างนิรันดร; Ⓑ *(continuously)* อย่างต่อเนื่อง, อย่างตลอดไป; Ⓒ *(coll.: repeatedly)* อย่างซ้ำ ๆ กัน, อย่างสม่ำเสมอ

perpetual: ~ˈmotion *n., no pl., no art. การเคลื่อนที่สมมติฐานที่มีตลอดโดยไม่ต้องอาศัยพลังงานจากแหล่งอื่น;* **~-ˈmotion machine** *n.* เครื่องจักรที่จะเคลื่อนที่ตลอดไป โดยไม่ต้องอาศัยพลังงานจากแหล่งอื่น

perpetuate /pəˈpetʃʊeɪt/เพอะˈเพ็ฉฉุเอท/ *v.t.* Ⓐ *(preserve from oblivion)* ทำให้ไม่ลืม; ทำให้ *(ชื่อเสียง)* อยู่ในความทรงจำตลอด; Ⓑ *(make perpetual)* ทำให้อยู่ตลอดไป

perpetuation /pəpetʃʊˈeɪʃn/เพอะเพ็ฉฉุˈเอช'น/ *n.* Ⓐ *(preservation from oblivion)* **~ of sb.'s memory** การทำให้ *ค.น.* อยู่ในความทรงจำตลอดไป; **in ~ of sb.'s memory** เพื่อให้ *ค.น.* อยู่ในความทรงจำตลอดไป; Ⓑ *(action of making perpetual)* การทำให้ถาวร

perpetuity /pɜ:pɪˈtju:ɪtɪ, US -ˈtu:-/เพอะพิˈทิวเออะทิ, -ˈทิ-/ *n., no pl., no indef. art.* สภาพถาวรตลอดกาล; **in** *or* **to** *or* **for ~:** ตลอดไป *หรือ* ชั่วนิรันดร์

perplex /pəˈpleks/เพอะˈเพล็คซฺ/ *v.t.* Ⓐ *(bewilder)* ทำให้งุนงง, ทำให้สับสน; **~ sb.'s mind** ทำให้จิตใจ *ค.น.* สับสน; **such questions have ~ed men since time began** คำถามเช่นนี้ได้ทำให้มนุษย์งุนงงมาตั้งแต่การเกิดของโลกแล้ว; Ⓑ *(make [more] complicated)* ทำให้สลับซับซ้อนยิ่งขึ้น

perplexed /pəˈplekst/เพอะˈเพล็คซฺทฺ/ *adj.* Ⓐ *(bewildered)* งุนงง, สับสน; *(puzzled)* คิดไม่ออก; Ⓑ *(complicated)* สลับซับซ้อน

perplexedly /pəˈpleksɪdlɪ/เพอะˈเพล็คซิดลิ/ *adv.* ➡ **perplexed A:** อย่างงงงง, อย่างสับสน

perplexity /pəˈpleksɪtɪ/เพอะˈเพล็คซิทิ/ *n. no pl. (bewilderment)* ความงุนงง, ความสับสน; *(puzzlement)* ความสนเท่ห์; **look at sb. in ~:** มองดู *ค.น.* ด้วยความสนเท่ห์; **cause sb. ~:** ทำให้ *ค.น.* งุนงงสับสน

perquisite /ˈpɜ:kwɪzɪt/ˈเพอควิซิท/ *n.* Ⓐ *(incidental benefit)* ผลประโยชน์เพิ่มเติม; Ⓑ *(customary gratuity)* เงินเพิ่มที่ได้ประจำ; Ⓒ *(fig.: thing to which person has sole right)* สิ่งที่บุคคลมีสิทธิขาดเพียงผู้เดียว

Perrier ® /ˈperɪeɪ/ˈเพริเอ/ *n.* **~ [water]** น้ำแร่เพอริเอร์ *(ท.ศ.)*

perry /ˈperɪ/ˈเพะริ/ *n. (Brit.)* เครื่องดื่มจากน้ำลูกแพร์หมัก

per se /pɜ: ˈseɪ/เพอ ˈเซ/ *adv.* โดย *หรือ* ในตัวของมันเอง; **considered ~:** ถูกพิจารณาสำหรับตัวมันเอง

persecute /ˈpɜ:sɪkju:t/ˈเพิซซิคิวทฺ/ *v.t.* Ⓐ ปฏิบัติอย่างโหดร้าย *(โดยเฉพาะด้วยเหตุเชื้อชาติ ศาสนาต่างกัน)*; Ⓑ *(harass, worry)* รบกวน, ทำให้กังวลใจ; **~ sb. with sth.** รบกวน *ค.น.* ด้วย *ส.น.*; **stop persecuting me** เลิกกวนใจฉันเสียที

persecution /pɜ:sɪˈkju:ʃn/เพอซิˈคิวช'น/ *n.* Ⓐ การปฏิบัติอย่างโหดร้าย; **suffer ~:** ถูกปฏิบัติอย่างโหดร้าย; Ⓑ *(harassment)* การรบกวน

p

persecution: ~ complex, ~ mania *ns. (Psych.)* โรคจิตที่ทำให้คอยคิดว่าผู้อื่นหวังร้ายต่อตน

persecutor /ˈpɜːsɪkjuːtə(r)/ˈเพอซิคิวเทอะ(ร)/ *n.* Ⓐ ผู้ปฏิบัติอย่างโหดร้าย; Ⓑ *(who harasses)* ผู้รบกวน

perseverance /pɜːsɪˈvɪərəns/เพอซิˈเวียเรินซฺ/ *n.* ความวิริยะ, อุตสาหะ, ความบากบั่น

persevere /pɜːsɪˈvɪə(r)/เพอะซิˈเวีย(ร)/ *v.i.* วิริยะ, อุตสาหะ; **~ with** *or* **at** *or* **in sth.** อุตสาหะกับ *หรือ* ต่อ *ส.น.*; **~ in doing sth.** บากบั่นในการทำ *ส.น.*

Persia /ˈpɜːʃə/ˈเพอเชอะ/ *pr. n. (Hist.)* ประเทศเปอร์เซีย *(ปัจจุบันคือประเทศอิหร่าน)*

Persian /ˈpɜːʃn/ˈเพอช่น/ ❶ *adj.* แห่งเปอร์เซีย; ➡ + English 1 ❷ *n.* Ⓐ *(person)* คนเปอร์เซีย; Ⓑ *(language)* ภาษาเปอร์เซีย; ➡ + English 2 A; Ⓒ ➡ Persian cat

Persian: ~ˈcarpet *n.* พรมเปอร์เซียลวดลายตะวันออกกลาง; **~ˈcat** *n.* แมวเปอร์เซียมีขนยาว; **~ˈlamb** *n.* แกะพันธุ์เปอร์เซีย; **~ lamb coat** เสื้อโค้ตที่ทำจากขนแกะเปอร์เซีย

persiflage /ˈpɜːsɪflɑːʒ/ˈเพอซิฟลาฌ/ *n.* **[piece of] ~**: การพูดหยอกล้อเล่นกัน

persimmon /pəˈsɪmən/เพอˈซิเมิน/ *n.* ต้นไม้ในสกุล *Diospyros* มีผลสีแดงส้ม รับประทานได้

persist /pəˈsɪst/เพอะˈซิซทฺ/ *v.i.* Ⓐ *(continue firmly)* ทำต่ออย่างมั่นคง, ยืนกราน, ทะเยอทะยาน; **~ in sth.** ทะเยอทะยานทำ *ส.น.*; **~ in doing sth.** ยืนกรานทำ *ส.น.* ต่อไป; **~ in one's efforts to do sth.** ยืนกรานในความพยายามของตนที่จะทำ *ส.น.*; Ⓑ *(continue in existence)* ยังคงดำรงอยู่ต่อไป

persistence /pəˈsɪstəns/เพอะˈซิซเทินซฺ/ *n., no pl.* Ⓐ *(continuance in particular course)* การทำต่อไปเรื่อย ๆ; **~ in a habit/a course of action** การทำจนติดเป็นนิสัย/การยืนกรานในการกระทำ; Ⓑ *(quality of perseverance)* ความอุตสาหะ, ความทำต่อเรื่อย ๆ; Ⓒ *(continued existence)* การดำรงอยู่ต่อไป

persistency /pəˈsɪstənsɪ/เพอะˈซิซเทินซิ/ ➡ persistence

persistent /pəˈsɪstənt/เพอะˈซิซเทินทฺ/ *adj.* Ⓐ *(continuing firmly or obstinately)* ยืนกราน, ดื้อรั้น; **be ~ in one's beliefs** ยึดมั่นในความเชื่อของตน; **be ~ in continuing to do sth.** ยังยืนกรานที่จะทำ *ส.น.*ต่อไป; **she was ~ in her efforts to ...:** เธอยืนกรานในความพยายามของเธอที่จะ...; Ⓑ *(constantly repeated)* เกิดขึ้นซ้ำ ๆ ซาก ๆ อย่างต่อเนื่อง; **~ showers** ฝนที่ตกเป็นช่วงอยู่ตลอด; **suffer ~ attacks of nausea** เกิดอาการคลื่นไส้เป็นช่วง ๆ; Ⓒ *(enduring)* ยังคงทนอยู่ต่อไป

persistent vegetative state *n.* สภาพทุพพลภาพถาวร

persistently /pəˈsɪstəntlɪ/เพอะˈซิซเทินทลิ/ *adv.* Ⓐ *(so as to continue firmly or obstinately)* อย่างต่อเนื่อง, อย่างมั่นคง, อย่างดื้อดึง; Ⓑ *(repeatedly)* อย่างซ้ำ ๆ ซาก ๆ; Ⓒ *(enduringly)* อย่างตลอด, อยู่เรื่อย ๆ; **she has ~ made a nuisance of herself** เธอทำตัวเป็นคนน่ารำคาญอยู่ตลอด

persnickety /pəˈsnɪkɪtɪ/เพอะˈซนิคิทิ/ *(Amer. coll.)* ➡ pernickety

person /ˈpɜːsn/ˈเพอซ่น/ *n.* Ⓐ บุคคล, คน; **a rich/sick/unemployed ~:** คนรวย/จน/ตกงาน; **the first ~ to leave was ...:** คนแรกที่จากไปคือ...; **if any ~ ...:** ถ้ามีใครก็ตามที่...; **what sort of ~ do you think I am?** คุณคิดว่าฉันเป็นคนประเภทไหน; **in the ~ of sb.** ในรูปแบบของ *ค.น.*; **in ~** *(personally)* ด้วยตนเอง; Ⓑ *(living body)* เป็นตัวเป็นตน, คนที่ยังมีชีวิตอยู่; *(appearance)* การปรากฏ; Ⓒ *(euphem.: genitals)* **expose one's ~:** อวดอวัยวะเพศของตน; Ⓓ *(Ling.)* บุรุษ; **first/second/third ~:** *(สรรพนาม)* บุรุษที่หนึ่ง/สอง/สาม; Ⓔ *(Law)* **natural/artificial ~:** บุคคลโดยกำเนิด/นิติบุคคล

persona /pəˈsəʊnə/เพอะˈโซเนอะ/ *n., pl.* **~e** /pəˈsəʊniː/เพอะˈโซนี/ Ⓐ *(character assumed by author)* ตัวในเหตุการณ์ที่นักประพันธ์ทำเป็นว่าเป็นตัวเอง; Ⓑ *(aspect of personality shown to others)* แง่มุมของบุคลิกภาพที่แสดงต่อคนอื่น

personable /ˈpɜːsənəbl/ˈเพอเซอะเนอะบ'ล/ *adj.* น่าชื่นชม, น่าคบ

personage /ˈpɜːsənɪdʒ/ˈเพอเซอะนิจ/ *n.* Ⓐ *(person of rank)* คนสำคัญ; Ⓑ *(person not known to speaker)* คนใดคนหนึ่ง

persona grata /pəsəʊnə ˈgrɑːtə/เพอะโซเนอะ ˈกฺราเทอะ/ *n., pl.* **personae gratae** /pəsəʊniː ˈgrɑːtiː/เพอะโซนี ˈกฺราที/ บุคคลที่เป็นที่ยอมรับ *(เช่น นักการทูต)*

personal /ˈpɜːsənl/ˈเพอเซอะน'ล/ *adj.* Ⓐ *(one's own)* *(ชีวิต, เรื่อง)* ส่วนตัว; **be ~ to sb.** เป็นสิ่งส่วนตัวของ *ค.น.*; ➡ + touch 3 F; Ⓑ *(of the body)* เป็นของร่างกาย; **~ appearance** ลักษณะภายนอก; **~ hygiene** อนามัยเรือนกาย; **~ contact** *(Sport)* การสัมผัสร่างกาย; **~ foul** *(Sport)* การผิดกติกาเนื่องจากอีกฝ่ายหนึ่งสัมผัสคู่ต่อสู้; Ⓒ *(done in person)* ทำด้วยตนเอง; **~ audience** การเข้าเฝ้าส่วนพระองค์; **he gave us a ~ tour of his estate** เขาพาพวกเราชมที่ดินของเขาด้วยตัวเอง; Ⓓ *(directed or referring to the individual)* มุ่งไปที่บุคคล, ส่วนตัว; **~ call** *(Brit. Teleph.)* การโทรศัพท์ผ่านโอเปอเรเตอร์ถึงบุคคลโดยเฉพาะ; **~ stereo** เครื่องเล่นเทปขนาดเล็กพกพาไปไหนได้, ซาวนด์อะเบาท์ *(ท.ศ.)*; **pay sb. a ~ call** ไปเยี่ยม *ค.น.* เป็นการส่วนตัว; **a letter marked 'P~'** จดหมายที่ระบุ 'ส่วนตัว'; **do you have to make ~ remarks?** ทำไมคุณจะต้องคอยทักเรื่องส่วนตัวอยู่เรื่อย; **it's nothing ~, but ...:** ไม่มีอะไรเป็นเรื่องส่วนตัวหรอกแต่..; Ⓔ *(given to or making ~ remarks)* ชอบทักเรื่องส่วนตัว; Ⓕ *(of a person as opposed to an abstraction)* ที่เป็นตัวเป็นตน; *(existing as a person)* ที่เกี่ยวกับบุคคลเฉพาะ; Ⓖ *(Ling.)* เป็นสรรพนามแสดงความเป็นเจ้าของ

personal: ~ accident insurance *n.* การประกันอุบัติเหตุส่วนบุคคล; **~ ad** *n.* โฆษณาส่วนบุคคล; *(seeking friendship, romance)* โฆษณาหาคู่; **~ asˈsistant** *n.* ➤ 489 เลขา, ผู้ช่วย; **~ ˈbest** *n. (Sport)* ความสำเร็จในการแข่งขันที่ดีที่สุดที่เคยทำ; **~ column** *n.* โฆษณา *หรือ* คำอวยพร ฯลฯ ส่วนตัวในหนังสือพิมพ์; **~ comˈputer** *n.* เครื่องคอมพิวเตอร์ *(ส่วนบุคคล)*, พี.ซี. *(ท.ศ.)*; **~ details** *n. pl.* ข้อมูลส่วนบุคคล; **~ ˈequity plan** *n. (Brit.)* แผนลงทุนในหุ้นและหุ้นกู้; **~ esˈtate** *n. (Law.)* สังหาริมทรัพย์; **~ identifiˈcation number** *n.* เลขประจำตัว

personalise ➡ personalize

personality /pɜːsəˈnælətɪ/เพอเซอะˈแนเลอะทิ/ *n.* Ⓐ *(distinctive personal character)* บุคลิกภาพ; **have a strong ~,** *(coll.)* **have lots of ~:** มีบุคลิกภาพที่เข้มแข็ง; **be lacking in ~:** ขาดบุคลิกภาพ; **there was a [strong] ~ clash between them** พวกเขาเข้ากันไม่ได้ [เลย]; Ⓑ *(noted person)* คนมีชื่อเสียง; **she's quite a ~ in the theatre world** เธอเป็นคนที่มีชื่อเสียงมากในวงการละคร; Ⓒ *usu. in pl. (personal remark)* การทักทายในเรื่องส่วนตัวของคนอื่น; ➡ + split personality

persoˈnality cult *n.* การยกย่องชื่นชมบุคคลใดบุคคลหนึ่ง

personalize /ˈpɜːsənəlaɪz/ˈเพอเซอะเนอะลายซฺ/ *v.t.* Ⓐ *(make personal)* ทำให้เป็นส่วนตัว; ทำให้มีเอกลักษณ์เฉพาะ; *(mark with owner's name etc.)* เขียนชื่อเจ้าของ; **~d writing paper** กระดาษเขียนจดหมายที่พิมพ์ด้วยชื่อและที่อยู่; Ⓑ *(personify)* เป็นแบบอย่าง/ตัวอย่างของ *ส.น.*

personally /ˈpɜːsənəlɪ/ˈเพอเซอะเนอะลิ/ *adv.* โดยส่วนตัว; **~, I see no objection** โดยส่วนตัวแล้ว ฉันไม่ขัดข้อง

personal: ~ ˈorganizer *n.* สมุดจดบันทึก *หรือ* เครื่องคอมพิวเตอร์ขนาดเล็กมาก ใช้เป็นสมุดรายวัน; **~ ˈpension plan** *n.* แผนบำนาญส่วนตัว; **~ ˈproperty** *n.* Ⓐ ทรัพย์สินส่วนบุคคล; **abolish ~ property** ยกเลิกทรัพย์สินส่วนบุคคล; Ⓑ ➡ personal estate; **~ ˈservice** *n.* การบริการตัวต่อตัว; **get ~ service** ได้รับบริการแบบตัวต่อตัว; **~ shopper** *n.* ผู้แนะนำสินค้าส่วนตัว *(ในห้างสรรพสินค้าชั้นสูง)*; **~ stereo** *n.* เครื่องเล่นเพลงส่วนตัว *(ซาวนด์อะเบาท์)*; **~ trainer** *n.* ผู้แนะนำการออกกำลังกายส่วนตัว

personalty /ˈpɜːsənltɪ/ˈเพอเซิน'ลทิ/ *n. (Law)* ทรัพย์สินส่วนบุคคล

persona non grata /pəsəʊnə nɒn ˈgrɑːtə/เพอะโซเนอะ นอน ˈกฺราเทอะ/ *n., pl.* **personae non gratae** /pəsəʊniː nɒn ˈgrɑːtiː/เพอะโซนี นอน ˈกฺราที/ บุคคลที่ไม่เป็นที่ยอมรับของคนอื่น

personification /pəsɒnɪfɪˈkeɪʃn/เพอะซอนิฟิˈเคช่น/ *n.* การให้บุคลิกของมนุษย์แก่ความคิดหรือสิ่งของ; **be the [very] ~ of kindness** เป็นแบบอย่างของความใจดี

personify /pəˈsɒnɪfaɪ/เพอะˈซอนิฟาย/ *v.t.* **be kindness personified, ~ kindness** เป็นแบบอย่างของความเมตตากรุณา

personnel /pɜːsəˈnel/เพอเซอะˈเน็ล/ *n.* Ⓐ *constr. as sing. or pl.* บุคลากร; **military ~:** บุคลากรทางทหาร; **~ carrier** *(Mil.)* ยานหุ้มเกราะสำหรับลำเลียงพล; **~ manager** ➤ 489 ผู้จัดการฝ่ายบุคคล; **~ officer** ➤ 489 เจ้าหน้าที่ฝ่ายบุคคล; Ⓑ *no pl., no art. (department of firm)* แผนกบุคคลของบริษัท

person-to-ˈperson *adj. (Amer. Teleph.)* **~ call** การโทรศัพท์ผ่านโอเปอเรเตอร์ถึงบุคคลเฉพาะ

perspective /pəˈspektɪv/เพอะˈซเป็คทิว/ ❶ *n.* Ⓐ ศิลปะการวาดภาพสองมิติเพื่อให้รู้สึกถึงความลึก ฯลฯ; *(picture drawn)* ภาพวาดสองมิติที่ให้ความรู้สึกสามมิติ; **in ~:** การวาดหรือมองตามกฎของการวาดภาพให้ได้ความรู้สึกสามมิติ; **[do] keep things in ~:** [ขอให้] มองภาพกว้าง; *(don't get too excited)* ใจเย็น ๆ ไว้เถอะ; Ⓑ *(fig.)* ทัศนพิสัย; **throw sth. into ~:** ทำให้เห็นภาพความเป็นจริง; **put a different ~ on events** ให้แง่มุมที่ต่างออกไปของเหตุการณ์; **in/out of ~, in the** *or* **its right/wrong ~:** มองเห็นอย่างถูกต้อง/ไม่ถูกต้อง; Ⓒ *(view)* ภาพ; *(fig.: mental view)* ทัศนะ ❷ *adj.* เกี่ยวกับภาพสามมิติ

p

Perspex ® /ˈpɜːspeks/ เพอะซเป็คซฺ/ *n.* วัสดุใสเบามีความแข็งที่ใช้แทนกระจกได้

perspicacious /pəːspɪˈkeɪʃəs/ เพอะซปิ'เคเชิซ/ *adj.* เข้าใจ *หรือ* เห็นได้อย่างทะลุปรุโปร่ง

perspicacity /pɜːspɪˈkæsɪtɪ/ เพอซปิ'แคซิทิ/ *n., no pl.* การมองทะลุปรุโปร่ง

perspicuity /pɜːspɪˈkjuːɪtɪ/ เพอะซปิ'คิวอิทิ/ *n., no pl.* การเข้าใจได้ง่าย, การอธิบายอย่างกระจ่าง

perspicuous /pəˈspɪkjʊəs/ เพอะ'ซปิคฺคุเอิซ/ *adj.* Ⓐ *(easily understood)* เข้าใจได้ง่าย; Ⓑ *(expressing things clearly)* อธิบายได้อย่างกระจ่างชัด; **be ~:** อธิบายได้อย่างกระจ่างชัด

perspiration /pɜːspɪˈreɪʃn/ เพอซปิ'เรช'น/ *n.* Ⓐ เหงื่อ; Ⓑ *(action of perspiring)* อาการเหงื่อออก

perspire /pəˈspaɪə(r)/ เพอะ'ซปายเออะ(ร)/ *v.t.* เหงื่อออก

persuadable /pəˈsweɪdəbl/ เพอะ'ซเวเดอะบ'ล/ *adj.* ชักจูงได้; **be easily ~:** ชักจูงได้ง่าย; **he might be ~:** เขาอาจจะถูกชักจูงได้

persuade /pəˈsweɪd/ เพอะ'ซเวด/ *v.t.* Ⓐ *(cause to have belief)* ทำให้เชื่อ, ชักจูง; **~ oneself of sth.** ทำให้ตัวเองเชื่อใน *ส.น.*; **~ oneself [that] ...:** ทำให้ตัวเองเชื่อ [ว่า]...; **~ sb. into believing otherwise** ทำให้ *ค.น.* เปลี่ยนความเชื่อ *หรือ* อ้อนวอน *ค.น.* ให้เชื่ออย่างอื่น; Ⓑ *(induce)* จูงใจ, ชักนำ; **~ sb. into/out of doing sth.** ชักจูงให้ *ค.น.* ทำ/เลิกทำ *ส.น.*

persuaded /pəˈsweɪdɪd/ เพอะ'ซเวดิด/ *adj.* ที่ถูกชักจูงให้เชื่อ **(of** ใน**)**

persuader /pəˈsweɪdə(r)/ เพอะ'ซเวเดอะ(ร)/ *n. (coll.: gun)* ปืน

persuasible /pəˈsweɪzɪbl/ เพอะ'ซเวซิบ'ล/ ➡ **persuadable**

persuasion /pəˈsweɪʒn/ เพอะ'ซเวฌ'น/ *n.* Ⓐ *(action of persuading)* การทำให้เชื่อ, การอ้อนวอน; *(persuasiveness)* ความสามารถในการอ้อนวอน; **it didn't take much ~:** ไม่ต้องใช้การชักจูงมาก; **he didn't need much ~ [to have another drink]** ไม่ต้องอ้อนวอนเขามากนักที่จะดื่มอีกแก้วหนึ่ง; **convince sb. by ~:** ทำให้ *ค.น.* เชื่อโดยการอ้อนวอน; **have considerable powers of ~, be good at ~:** มีฝีมือในการทำให้คนเชื่อ; Ⓑ *(belief)* ความเชื่อ; Ⓒ *(religious belief)* ความเชื่อทางศาสนา

persuasive /pəˈsweɪsɪv/ เพอะ'ซเวซิว/ *adj.*, **persuasively** /pəˈsweɪsɪvlɪ/ เพอะ'ซเวซิวลิ/ *adv.* [อย่าง] ที่ทำให้เชื่อได้, [อย่าง] ฟังขึ้น

persuasiveness /pəˈsweɪsɪvnɪs/ เพอะ'ซเวซิวนิซ/ *n., no pl.* ความสามารถในการอ้อนวอน, การทำให้เชื่อได้

pert /pɜːt/ เพิท/ *adj.* Ⓐ *(saucy, impudent)* กระเช้าเย้าแหย่; Ⓑ *(neat)* *(หน้าตา, รูปร่าง)* สวยแบบเรียบ ๆ; *(รูปร่าง, จมูก)* จิ้มลิ้มพริ้มเพรา; Ⓒ *(Amer.)* ➡ **peart**

pertain /pəˈteɪn/ เพอะ'เทน/ *v.i.* Ⓐ *(belong as part)* **~ to** เป็นส่วนของ; *(เหตุการณ์)* เกี่ยวข้องกับ; Ⓑ *(be relevant)* *(ปัจจัย)* เกี่ยวข้องกัน; **~ to** เกี่ยวข้องกัน, ตรงประเด็น; Ⓒ *(have reference)* **~ to sth.** อ้างอิงถึง *ส.น.*, เชื่อมโยงกับ *ส.น.*

pertinacious /pɜːtɪˈneɪʃəs, US -tnˈeɪʃəs/ เพอทิ'เนเชิซ, -ทน'เอเชิซ/ *adj. (resolute)* มุ่งมั่นมาก; *(stubbornly inflexible)* *(ความคิดเห็น)* ไม่โอนอ่อนผ่อนตาม; *(บุคคล)* หัวแข็ง

pertinacity /pɜːtɪˈnæsɪtɪ, US -tnˈæ-/ เพอทิ'แนซิทิ, -ทน'แอ-/ *n., no pl.* ➡ **pertinacious:** ความดื้อ, ความหัวแข็ง

pertinence /ˈpɜːtɪnəns, US -tənəns/ เพอะทิเนินซฺ, -เทอะเนินซฺ/ *n., no pl.* ความเกี่ยวข้อง, ความตรงประเด็น; **of/of no *or* without ~:** เกี่ยว/ไม่ตรงประเด็น

pertinent /ˈpɜːtɪnənt, US -tənənt/ เพอทิเนินทฺ, -เทอะเนินทฺ/ *adj.* เกี่ยวข้อง, ตรงประเด็น; **there are some ~ notes in the appendix** มีข้อความที่เกี่ยวข้องในภาคผนวก

pertinently /ˈpɜːtɪnəntlɪ, US -tənəntlɪ/ เพอทิเนินทฺลิ, -เทอะเนินทฺลิ/ *adv. (relevantly)* อย่างเกี่ยวข้อง, อย่างตรงประเด็น; *(so as to be to the point)* เพื่อที่จะตรงประเด็น

pertly /ˈpɜːtlɪ/ เพิทลิ/ *adv.* Ⓐ *(saucily, impudently)* อย่างทะลึ่งตึงตัง, อย่างกระเช้าเย้าแหย่; Ⓑ *(neatly)* อย่างเรียบร้อย

perturb /pəˈtɜːb/ เพอะ'เทิบ/ *v.t.* Ⓐ *(throw into confusion)* ทำให้วุ่นวายสับสน; Ⓑ *(disturb mentally)* รบกวนจิตใจ; **get ~ed** เกิดความไม่สบายใจ; Ⓒ *(Astron., Phys.)* เปลี่ยนแปลงเล็กน้อยจากปัจจัยอย่างใดอย่างหนึ่ง

perturbation /pɜːtəˈbeɪʃn/ เพอเทอะ'เบช'น/ *n.* Ⓐ *(throwing into confusion)* การทำให้วุ่นวายสับสน; *(of plans)* การเสียแผน; Ⓑ *(agitation)* ความปั่นป่วนใจ; Ⓒ *(Astron., Phys.)* การเปลี่ยนแปลงเล็กน้อย

Peru /pəˈruː/ เพอะ'รู/ *pr. n.* ประเทศเปรู

perusal /pəˈruːzl/ เพอะ'รูซ'ล/ *n.* การอ่านอย่างถี่ถ้วน; *(of documents)* การอ่านเอกสารอย่างถี่ถ้วน; *(fig.: action of examining) (of documents)* การพิจารณาตรวจสอบ; **give sth. a careful ~:** ตรวจ *ส.น.* ด้วยความระมัดระวัง

peruse /pəˈruːz/ เพอะ'รูซ/ *v.t.* อ่านและศึกษาอย่างระมัดระวังถี่ถ้วน; *(fig.: examine)* ตรวจสอบอย่างระมัดระวัง

Peruvian /pəˈruːvɪən/ เพอะ'รูเวียน/ ❶ *adj.* แห่งเปรู; **sb. is ~:** *ค.น.* เป็นชาวเปรู ❷ *n.* ชาวเปรู

pervade /pəˈveɪd/ เพอะ'เวด/ *v.t.* Ⓐ *(spread throughout)* แพร่กระจายไปทั่ว; **be ~d with *or* by** ได้รับการแพร่กระจายไปทั่ว, เต็มไปด้วย; Ⓑ *(be rife among)* มีอยู่ทั่ว; *(โรค)* ระบาดไปทั่ว

pervasion /pəˈveɪʒn/ เพอะ'เวฌ'น/ *n. (action of spreading throughout sth.)* การแพร่กระจายไปทั่ว

pervasive /pəˈveɪsɪv/ เพอะ'เวซิว/ *adj. (pervading)* ที่แพร่หลาย; *(able to pervade)* สามารถแพร่หลายกระจายได้

pervasively /pəˈveɪsɪvlɪ/ เพอะ'เวซิวลิ/ *adv.* อย่างแพร่หลาย; **spread ~:** กระจายออกไปอย่างทั่วถึง

perverse /pəˈvɜːs/ เพอะ'เวิซ/ *adj.* Ⓐ *(persistent in error)* ดึงดันในความผิด; Ⓑ *(different from what is reasonable)* แตกต่างจากสิ่งที่มีเหตุผล; Ⓒ *(peevish)* หงุดหงิดง่าย; Ⓓ *(perverted, wicked)* ชั่วร้าย; Ⓔ *(Law: contrary to evidence or judge's direction)* ตรงข้ามกับหลักฐานหรือคำชี้นำของผู้พิพากษา

perversely /pəˈvɜːslɪ/ เพอะ'เวิซลิ/ *adv.* Ⓐ *(with persistence in error)* ดึงดันในความผิด; Ⓑ *(contrary to what is reasonable)* ไม่สมเหตุสมผล, ผิด, เบี่ยงเบนจากปกติ; Ⓒ *(peevishly)* อย่างหงุดหงิด; *(of child's behaviour)* อย่างดื้อ

perverseness /pəˈvɜːsnɪs/ เพอะ'เวิซนิซ/ ➡ **perversity**

perversion /pəˈvɜːʃn/ เพอะ'เวอช'น/ *n.* Ⓐ *(turning aside from proper use)* เบี่ยงเบนจากการใช้ผิดวิธี; *(misconstruction)* การตีความผิด; *(of words, statement)* การพลิกแพลงคำพูด; *(leading astray)* การนำไปในทางผิด, การทำให้เสียคน; **~ of justice** การบิดเบือนกระบวนการยุติธรรม; Ⓑ *(perverted form of sth.)* ความวิปริต

perversity /pəˈvɜːsɪtɪ/ เพอะ'เวอซิทิ/ *n.* Ⓐ *(persistence in error)* ความดึงดันในความผิดพลาด; Ⓑ *(difference from what is reasonable)* ความผิดปกติ

pervert ❶ /pəˈvɜːt/ เพอะ'เวิท/ *v.t.* Ⓐ *(turn aside from proper use or nature)* หันเหจากสิ่งที่ถูกทำลาย *(ระบบประชาธิปไตย)*; **~ [the course of] justice** บิดเบือนกระบวนการยุติธรรม; Ⓑ *(misconstrue)* ตีความผิด; Ⓒ *(lead astray)* นำไปในทางผิด, ทำให้เสียคน ❷ /ˈpɜːvɜːt/ 'เพอเวิท/ *n.* Ⓐ *(sexual)* คนที่วิปริตทางเพศ; **he must be a ~:** เขาต้องเป็นคนวิปริตแน่ ๆ; Ⓑ *(apostate)* คนที่บอกเลิกความเชื่อ, คนที่ออกจากศาสนา

perverted /pəˈvɜːtɪd/ เพอะ'เวอทิด/ *adj.* Ⓐ *(turned aside from proper use)* ถูกหักเหจากการใช้ที่เหมาะสม; Ⓑ *(misconstrued)* ถูกตีความผิด; Ⓒ *(led astray)* ถูกชักนำไปในทางที่ผิด; Ⓓ *(sexually)* ที่วิปริตทางเพศ

peseta /pəˈseɪtə/ เพอะ'เซเทอะ/ *n.* ➤ 572 *(Hist.)* อดีตเงินตราของประเทศสเปน *(ปัจจุบันใช้ยูโร)*

pesky /ˈpeskɪ/ 'เพ็ซกิ/ *adj. (Amer. coll.)* น่ารำคาญ, ก่อปัญหา

peso /ˈpeɪsəʊ/ 'เพโซ/ *n., pl.* **~s** ➤ 572 เปโซ *(ท.ศ.)* หน่วยเงินตราในประเทศฟิลิปปินส์และลาตินอเมริกา

pessary /ˈpesərɪ/ 'เพ็ซเซอะริ/ *n. (Med.)* Ⓐ อุปกรณ์ที่สอดในช่องคลอดเพื่อคุมกำเนิด; Ⓑ *(vaginal suppository)* ยาสอด

pessimism /ˈpesɪmɪzm/ 'เพ็ซซิมิซ'ม/ *n., no pl.* การมองโลกในแง่ร้าย, ทุทรรศนนิยม *(ร.บ.)*

pessimist /ˈpesɪmɪst/ 'เพ็ซซิมิซทฺ/ *n.* คนที่มองโลกในแง่ร้าย

pessimistic /pesɪˈmɪstɪk/ เพ็ซซิ'มิซทิค/ *adj.*, **pessimistically** /pesɪˈmɪstɪkəlɪ/ เพ็ซซิ'มิซทิเคอะลิ/ *adv.* [อย่าง] มองโลกในแง่ร้าย

pest /pest/ เพ็ซทฺ/ *n.* Ⓐ *(troublesome thing)* สิ่งก่อปัญหา, ตัวปัญหา; *(troublesome person)* คนสร้างปัญหา; *(destructive or annoying animal or insects)* ศัตรูพืช; **I know it's a ~, but ...** *(a nuisance)* ฉันรู้ว่ามันเป็นเรื่องน่ารำคาญแต่...; **he's a real ~:** เขากวนประสาทจริง ๆ; **~ officer** เจ้าหน้าที่ปราบแมลง; **~ control** การกำจัดแมลง; Ⓑ *(arch.) (disease)* โรค; *(plague)* โรคระบาด

pester /ˈpestə(r)/ 'เพ็ซเตอะ(ร)/ *v.t.* รบกวน, คอยกวน, จี้; **~ sb. for sth.** กวน *ค.น.* เพื่อ *ส.น.*; **~ sb. to do sth.** คอยจี้ *ค.น.* ให้ทำ *ส.น.*; **~ sb. for money** คอยกวน *ค.น.* เพื่อขอเงิน; **~ sb. for an interview** ตามรบกวนขอสัมภาษณ์ *ค.น.*

pesticide /ˈpestɪsaɪd/ 'เพ็ซติซายด/ *n.* ยาปราบศัตรูพืช/แมลงต่าง ๆ

pestilence /ˈpestɪləns/ 'เพ็ซติเลินซฺ/ *n.* โรคติดต่อร้ายแรงที่แพร่ระบาดอย่างรวดเร็ว; *(bubonic plague)* กาฬโรค

pestilent /ˈpestɪlənt/ 'เพ็ซติเลินทฺ/ *adj.* Ⓐ อันตราย, ถึงตายได้; Ⓑ *(fig. coll.: troublesome)* ก่อปัญหา, ก่อความเดือดร้อน; Ⓒ *(pernicious)* ร้ายแรงถึงตายได้

pestilential /pestɪˈlenʃl/เพ็สทิ'เล็นช่ล/ *adj.* Ⓐ ที่อันตราย; Ⓑ (*fig. coll.: troublesome*) น่ารำคาญ, ที่รบกวน, สร้างปัญหา; **he's a ~ nuisance** เขาเป็นตัวปัญหาจริง ๆ; **these ~ flies** ไอ้แมลงวันจอมกวน; Ⓒ (*pernicious*) ที่ร้ายแรงถึงตายได้

pestle /ˈpesl/ˈเพ็ซ่ล/ *n.* สาก

¹pet /pet/เพ็ท/ ❶ *n.* Ⓐ (*tame animal*) สัตว์เลี้ยง; Ⓑ (*darling, favourite*) ที่รัก; (*sweet person; also as term of endearment*) คนน่ารัก, หนูจ๋า; **make a ~ of sb.** ดูแล *ค.น.* เป็นพิเศษ; **mother's** *or* **mummy's ~** (*derog.*) ลูกคนโปรดของแม่; **teacher's ~** (*derog.*) ลูกศิษย์คนโปรด; **you have been a ~:** คุณช่างน่ารักจังเลย; **[do] be a ~ and do sth.** เป็นคนน่ารักและทำ *ส.น.* ให้หน่อย

❷ *adj.* Ⓐ (*kept as ~*) ดูแลรักษาเป็นสัตว์เลี้ยง; Ⓑ (*of or for ~ animals*) เป็นของหรือสำหรับสัตว์เลี้ยง; **~ accessories** อุปกรณ์เลี้ยงสัตว์; Ⓒ (*favourite*) โปรดปราน; **sth./sb. is sb.'s ~ aversion** *or* **hate** *ส.น./ค.น.* เป็นของเกลียดที่สุดของ *ค.น.*; **be sb.'s ~ peeve** เป็นสิ่งที่ทำให้ *ค.น.* โมโหมากเป็นพิเศษ; Ⓓ (*expressing fondness*) ที่แสดงความรัก; (*ชื่อ*) เล่น

❸ *v.t.*, **-tt-** Ⓐ (*treat as favourite*) เอ็นดูเป็นพิเศษ; (*indulge*) ทำตามใจ; Ⓑ (*fondle*) สัมผัสด้วยความอ่อนละมุนและความรัก

❹ *v.i.*, **-tt-** โกรธ, อารมณ์เสีย

²pet *n.* (*bad temper*) **in a ~:** อยู่ในอารมณ์ไม่ดี; **she is in one of her ~s** เธออารมณ์ไม่ดีอีกแล้ว

petal /ˈpetl/ˈเพ็ท'ล/ *n.* กลีบดอกไม้

-peta[l]ed /ˈpetld/ˈเพ็ท'ลดฺ/ *adj. in comb.* มีกลีบ

petard /pɪˈtɑːd/พิ'ทาด/ *n.* (*Hist.*) ระเบิดขนาดเล็ก; ➡ **+ hoist** 3

Pete /piːt/พีท/ *n.* **for ~'s sake for Heaven's sake** ➡ **¹sake**

peter *v.i.* **~ out** ลดน้อยลง, จบลง; (*ทางเดิน*) หายไป; (*การโจมตี*) หมดแรง

Peter /ˈpiːtə(r)/ˈพีเทอะ(ร)/ *pr. n.* ปีเตอร์; **Saint ~:** นักบุญปีเตอร์; **rob ~ to pay Paul** อัฐยายซื้อขนมยาย; ➡ **+ Blue Peter**

Peter 'Pan *n.* ปีเตอร์แพน (*ท.ศ.*), คนที่เป็นเด็กตลอดกาล; **be a ~:** ไม่โตเสียที; **~ collar** คอปกเล็ก ๆ ที่มีปลายกลม ๆ ติดไว้ด้านหน้า

petersham /ˈpiːtəʃəm/ˈพีเทอะเชิม/ *n.* ริบบิ้นไหมที่ใช้เสริมในการตัดเสื้อ

'pet food *n.* อาหารสัตว์เลี้ยง

petiole /ˈpetɪəʊl/ˈเพ็ททิโอล/ *n.* (*Bot.*) ก้านใบไม้

petit /ˈpetɪ/ˈเพ็ททิ/ (*Law*) ➡ **petty** D

petit bourgeois /pətiː ˈbʊəʒwɑː/เพอะที ˈบัวฌวา/ *n.*, *pl* **petits bourgeois**/pətiː ˈbʊəʒwɑː/เพอะที ˈบัวฌวา/ (*usu. derog.*) คนในชนชั้นกลางระดับล่าง

petite /pəˈtiːt/เพอะ'ทีท/ *adj.fem.* ผู้หญิงที่มีรูปร่างบอบบางสวยงาม

petite bourgeoisie /pətiːt bʊəʒwɑːˈziː/ เพอะที บัวฌวา'ซี/ *n.*, *no pl.*, *no indef. art.* กลุ่มชนชั้นกลางระดับล่าง

petit four /pətiː ˈfɔː(r)/เพอะที 'ฟอ(ร)/ *n.*, *pl.* **petits fours** /pətiː ˈfʊə(r)/เพอะที 'ฟัว(ร)/ ขนมหวานบิสกิต หรือเค้กขนาดเล็ก ๆ

petition /pəˈtɪʃn/เพอะ'ทิช'น/ ❶ *n.* Ⓐ (*formal written supplication*) คำร้องที่เป็นลายลักษณ์อักษร; **get together** *or* **up a ~ for/against sth.** รวมตัวเตรียมคำร้องสำหรับ/คัดค้าน *ส.น.*; Ⓑ (*Law: application for writ etc.*) การใช้หมายศาล; (*for divorce*) การขอหย่าอย่างเป็นทางการ ❷ *v.t.* ขอ; **~ sb. for sth.** ขอร้อง *ส.น.* แก่ *ค.น.* ❸ *v.i.* ร้องขอ; **~ for** ร้องขอสนับสนุน; **~ against** ร้องขอคัดค้าน

petitioner /pəˈtɪʃənə(r)/เพอะ'ทิชเชอะเนอะ(ร)/ *n.* ผู้ยื่นคำร้อง; (*for divorce*) ผู้ขอหย่า

petit point /pətiː ˈpwæ̃/เพะที 'พแวง/ *n.* Ⓐ (*embroidery*) การเย็บปักถักร้อย; Ⓑ (*stitch*) ลายปักเฉียงที่ขนานกัน

petits pois /pətiː ˈpwɑ/เพอะที 'พวา/ *n. pl.* ถั่วเล็ก ๆ สีเขียว

Petrarch /ˈpetrɑːk/ˈเพ็ททราค/ *pr. n.* กวีชาวอิตาเลียน (*ตาย ค.ศ. 1374*) *ที่คิดการเขียนร้อยกรองแบบซอนเน็ท*

petrel /ˈpetrl/ˈเพ็ทร'ล/ *n.* (*Ornith.*) นกทะเลลายขาวดำในวงศ์ Procellariidae หรือ Hydrobatidae บินได้ไกล

petrifaction /petrɪˈfækʃn/เพะทริ'แฟคช'น/ *n.* (*lit.*) ขบวนการที่ทำให้สิ่งมีชีวิตกลายเป็นหิน; (*fig.*) การกลัวจนขยับไม่ได้

pertrify /ˈpetrɪfaɪ/ˈเพ็ททริฟาย/ ❶ *v.t.* Ⓐ (*change into stone*) ทำให้เป็นหิน; **become petrified** กลายเป็นหิน; Ⓑ (*fig.: cause to become inert*) ทำให้หมดกำลังที่จะขยับเขยื้อน; **be petrified with fear/shock** กลัว/ตกใจจนทำอะไรไม่ได้; **be petrified by sb./sth.** กลัวเนื่องจาก *ค.น./ส.น.* จนทำอะไรไม่ได้; **she looked quite petrified** เธอดูกลัวจนหมดเรี่ยวหมดแรงทีเดียว ❷ *v.i.* (*turn to stone*) กลายเป็นหิน; (*fig.: become inert*) ตกตะลึง

petrochemical /petrəʊˈkemɪkl/เพะโทร'เค็มมิค'ล/ ❶ *n.* สารทางเคมีที่กลั่นจากปิโตรเลียมหรือก๊าซธรรมชาติ, ปิโตรเคมีคอล (*ท.ศ.*) ❷ *adj.* Ⓐ (*of chemistry of rocks*) เกี่ยวกับเคมีของหิน; Ⓑ (*of chemistry of petroleum*) เกี่ยวกับเคมีของปิโตรเลียม

petrochemistry /petrəʊˈkemɪstrɪ/เพะโทร'เค็มมิซตฺริ/ *n.* Ⓐ (*chemistry of rocks*) เคมีของหิน; Ⓑ (*chemistry of petroleum*) เคมีของปิโตรเลียม

petrol /ˈpetrəl/ˈเพ็ทเทริล/ *n.* (*Brit.*) น้ำมันเชื้อเพลิง; **fill up with ~:** เติมน้ำมันเชื้อเพลิง

petrolatum /petrəˈleɪtəm/เพะเทรอะ'เลเทิม/ *n.* (*Amer.*) ➡ **petroleum jelly**

petrol: ~ bomb *n.* ระเบิดที่ใช้ภาชนะบรรจุน้ำมัน; **~ can** (*Brit.*) *n.* กระป๋องน้ำมันเชื้อเพลิง; **~ cap** (*Brit.*) *n.* ฝาปิดถังน้ำมัน, ปั๊ป; **~ engine** *n.* เครื่องยนต์ที่ใช้น้ำมันเบนซิน

petroleum /pɪˈtrəʊlɪəm/พิ'โทรเลียม/ *n.* น้ำมันปิโตรเลียม

petroleum 'jelly *n.* เยลลี่ที่ได้จากน้ำมันปิโตรเลียม

'petrol gauge *n.* (*Brit.*) มาตรแสดงระดับน้ำมัน

petrology /pɪˈtrɒlədʒɪ/พิ'ทรอเลอะจิ/ *n.* การศึกษาหิน

petrol: ~ pump *n.* (*Brit.*) (*in ~ station*) ปั๊มน้ำมัน; **~ pump attendant** พนักงานเติมน้ำมัน; **~ station** *n.* (*Brit.*) สถานีบริการน้ำมัน; **~ tank** *n.* (*Brit.*) (*in car, aircraft, etc.*) ถังน้ำมัน; **~ tanker** *n.* (*Brit.*) รถบรรทุกน้ำมัน

'pet shop *n.* ร้านขายสัตว์เลี้ยง

petticoat /ˈpetɪkəʊt/ˈเพ็ททิโคท/ ❶ *n.* กระโปรงชั้นใน ❷ *adj.* ที่เกี่ยวกับผู้หญิง; **~ government** การปกครองโดยผู้หญิง

pettifogging /ˈpetɪfɒgɪŋ/ˈเพ็ททิฟอกิง/ *adj.* คิดเล็กคิดน้อย, ใจแคบ; **his ~ mind** จิตใจคับแคบของเขา

petting /ˈpetɪŋ/ˈเพ็ททิง/ *n.* การกอดจูบลูบคลำโดยมีอารมณ์ทางเพศ

pettish /ˈpetɪʃ/ˈเพ็ททิช/ *adj.*, **pettishly** /ˈpetɪʃlɪ/ˈเพ็ททิชลิ/ *adv.* [อย่าง] อารมณ์ไม่ดี

petty /ˈpetɪ/ˈเพ็ททิ/ *adj.* Ⓐ (*trivial*) (*รายละเอียด, เรื่อง*) เล็ก ๆ น้อย ๆ, จุกจิก; Ⓑ (*minor*) ไม่สลักสำคัญ; **~ criminal** *n.* อาชญากรระดับเล็ก; **~ theft** *n.* การลักขโมยสิ่งของเล็ก ๆ น้อย ๆ; Ⓒ (*small-minded*) คิดเล็กคิดน้อย, ใจแคบ; Ⓓ (*Law*) (*คดี*) ที่สำคัญน้อย; ➡ **+ session** G

petty: ~'cash *n.* รายการเงินสดปลีกย่อยในบัญชี, เงินสดย่อย; **~-minded** ➡ **small-minded**; **~ 'officer** *n.* (*Navy*) ทหารเรือชั้นประทวน

petulance /ˈpetjʊləns, US -tʃʊ-/ˈเพ็ททิวเลินซฺ, -ฉุ-/ *n.*, *no pl.* ความหงุดหงิดอย่างไม่มีเหตุผล, ความเจ้าอารมณ์

petulant /ˈpetjʊlənt, US -tʃʊ-/ˈเพ็ททิวเลินทฺ, -ฉุ-/ *adj.*, **petulantly** *adv.* [อย่าง] หงุดหงิด, อย่างเจ้าอารมณ์

petunia /pɪˈtjuːnɪə, US -tuː-/พิ'ทิวเนีย, -ทู-/ *n.* (*Bot.*) ดอกไม้ในสกุล *Petunia* มีดอกรูปกรวยสีขาว แดง ม่วง

pew /pjuː/พิว/ *n.* Ⓐ (*Eccl.*) ม้านั่งยาวที่มีพนักพิงในโบสถ์; Ⓑ (*coll.: seat*) ที่นั่ง; **have** *or* **take a ~:** นั่งลงซิ, เชิญนั่ง

pewit ➡ **peewit**

pewter /ˈpjuːtə(r)/ˈพิวเทอะ(ร)/ ❶ *n.*, *no pl.*, *no indef. art.* (*substance, vessels*) โลหะสีเทาที่ผสมดีบุกและตะกั่ว, พิวเตอร์ (*ท.ศ.*) ❷ *attrib. adj.* ที่เป็นโลหะดีบุกผสมตะกั่ว

PG *abbr.* (*Brit. Cinemat.*) **Parental Guidance** (*ภาพยนตร์*) ที่เด็กสามารถดูได้ โดยมีคำชี้แนะจากผู้ปกครอง

PGCE *abbr.* (*Brit.*) **Postgraduate Certificate in Education**

pH /piːˈeɪtʃ/พี'เอฉ/ *n.* (*Chem.*) ค่าพีเอช (*ท.ศ.*)

phalanx /ˈfælæŋks/ˈแฟแลงคฺซฺ/ *n.*, *pl.* **~es** *or* **phalanges** /fæˈlændʒiːz/แฟ'แลนจีซฺ/ Ⓐ (*of troops, police etc.*) กำลังของกองทัพ, ตำรวจ ฯลฯ; Ⓑ (*Anat.*) กระดูกในนิ้วมือและนิ้วเท้า

phallic /ˈfælɪk/ˈแฟลิค/ *adj.* เกี่ยวกับ/หรือเหมือนอวัยวะเพศชาย; **~ symbol** สัญลักษณ์รูปอวัยวะเพศชาย

phallus /ˈfæləs/ˈแฟเลิซ/ *n.*, *pl.* **~es** *or* **phalli** /ˈfælaɪ/ˈแฟลาย/ อวัยวะเพศชาย

phantasmagoria /fæntæzməˈgɒrɪə, US -ˈgɔːrɪə/แฟนแทซเมอะ'กอเรีย, -'กอเรีย/ *n.* ภาพลวงตารูปคน

phantasy ➡ **fantasy** A, B

phantom /ˈfæntəm/ˈแฟนเทิม/ ❶ *n.* Ⓐ (*spectre*) ผี; (*image*) ภาพลวงตา; Ⓑ (*mental illusion*) ภาพลวงตา, ภาพหลอน ❷ *adj.* เกี่ยวกับผี, ที่ไม่มีจริง

phantom: ~ 'limb *n.* (*Med.*) *ความรู้สึกเหมือนกับว่ายังมีแขนขาอยู่ทั้ง ๆ ที่ถูก/ตัดออกไปแล้ว*; **~'pregnancy** *n.* (*Med.*) อาการท้องทั้ง ๆ ที่ไม่ได้ตั้งครรภ์จริง

Pharaoh /ˈfeərəʊ/ˈแฟโร/ *n.* กษัตริย์ฟาโรห์ (*ท.ศ.*) ของอียิปต์โบราณ

Pharisaic[al] /færɪˈseɪɪk(l)/แฟริ'เซอิค'(ล)/ *adj.* (*fig.*) หน้าไหว้หลังหลอก; (*lit.*) เกี่ยวกับลัทธิฟาริซี

Pharisee /ˈfærɪsiː/ˈแฟริซี/ *n.* Ⓐ สมาชิกในนิกายฟาริซีของศาสนายิวโบราณ; Ⓑ **p~** (*self-righteous person*) คนที่คิดว่าตนเองถูกต้องตลอด

pharmaceutical /fɑːməˈsjuːtɪkl, US -ˈsuː-/ฟาเมอะ'ซิวทิค'ล, -'ซู-/ ❶ *adj.* เกี่ยวกับยา;

p

(อุตสาหกรรม) เภสัชกรรม; **~ chemist** นักเคมีที่ผสมยา ❷ *n. in pl.* การเภสัชกรรม

pharmacist /'fɑːməsɪst/'ฟาเมอะซิซทฺ/ *n.* ➤ **489** เภสัชกร, คนขายยา

pharmacological /fɑːməkə'lɒdʒɪkl/ฟาเมอะเคอะ'ลอจิค'ล/ *adj.* เกี่ยวกับการศึกษายา, เป็นเภสัชศาสตร์

pharmacologist /fɑːmə'kɒlədʒɪst/ฟาเมอะ'คอเลอะจิซทฺ/ *n.* คนที่ศึกษาผลของยา

pharmacology /fɑːmə'kɒlədʒɪ/ฟาเมอะ'คอเลอะจิ/ *n.* เภสัชศาสตร์

pharmacopoeia /fɑːməkə'piːə/ฟาเมอะเคอะ'พีเออะ/ *n.* ตำรับเภสัช

pharmacy /'fɑːməsɪ/'ฟาเมอะซิ/ *n.* Ⓐ *no pl., art. (preparation of drugs)* การปรุงหรือผลิตยา; Ⓑ *(dispensary)* แผนกจ่ายยา

pharming *n. (Agric.)* การปศุสัตว์ที่มีการดัดแปลงพันธุกรรม

pharyngeal /færɪn'dʒɪəl/แฟ'รินเจียล/ *adj. (Anat., Med.)* เกี่ยวกับหลังโคนลิ้น/ช่องคอหอย

pharyngitis /færɪn'dʒaɪtɪs/แฟริน'ไจทิซ/ *n.* ➤ **453** *(Med.)* อาการอักเสบที่ช่องหลังโคนลิ้น/ช่องคอหอย

pharynx /'færɪŋks/'แฟริงคฺซฺ/ *n., pl.,* **pharynges** /fə'rɪndʒiːz/เฟอะ'รินจีซ/ *(Anat.)* ช่องหลังโคนลิ้น, ช่องคอหอย

phase /feɪz/เฟซฺ/ ❶ *n.* Ⓐ ระยะเวลา, ขั้นตอน; *(of project, construction, history also)* ขั้นตอน; *(of illness, development also)* ช่วง; **it's only** *or* **just a ~ [he's/she's going through]** มันแค่เป็นช่วงเท่านั้นเอง [ที่เดี๋ยวเขา/เธอก็จะผ่านพ้นไป]; Ⓑ *(Phys., Astron., Chem.)* ช่วง; **in ~:** อยู่ในขั้นตอนและระยะเวลาเดียวกัน; **out of ~:** ไม่อยู่ในขั้นตอนและระยะเวลาเดียวกัน; **have got out of ~** *(fig.)* ไม่สอดคล้องกัน ❷ *v.t.* วางแผนและปฏิบัติอย่างเป็นขั้นตอน

~ 'in *v.t.* นำเข้ามาใช้เป็นขั้นตอน

~ 'out *v.t.* Ⓐ *(eliminate gradually)* ลดลงทีละน้อย ๆ; Ⓑ *(discontinue production of)* [ค่อย ๆ] หยุดการผลิตลง

Ph.D. /piːeɪtʃ'diː/พีเอช'ดี/ *abbr.* **Doctor of Philosophy** ปริญญาเอก; **he/she is studying for a ~:** เขา/เธอกำลังศึกษาปริญญาเอก; **John Clarke ~:** ดร.จอห์น คลาร์ค; **do one's ~:** ทำปริญญาเอก; **~ thesis** วิทยานิพนธ์ปริญญาเอก

pheasant /'fezənt/'เฟ็ซ'นทฺ/ *n.* ไก่ฟ้า

phenobarbitone /fiːnəʊ'bɑːbɪtəʊn/ฟีโน'บาบิโทน/ *(Brit.; Amer.:* **phenobarbital** /fiːnəʊ'bɑːbɪtl/ฟีโน'บาบิท'ล/) *n. (Med.)* ยาคลายเครียด

phenol /'fiːnɒl/'ฟีนอล/ *n. (Chem.)* กรดคาร์บอลิกสำหรับฆ่าเชื้อโรค

phenomenal /fɪ'nɒmɪnl/ฟิ'นอมิน'ล/ *adj.* Ⓐ *(remarkable)* เด่นพิเศษ, มหัศจรรย์; Ⓑ *(Philos.)* รับรู้, รู้สึกได้ด้วยประสาทสัมผัส

phenomenalism /fɪ'nɒmɪnəlɪzm/ฟิ'นอมิเนอะลิซ'ม/ *n. (Philos.)* *ความเชื่อที่ว่าความรู้ของมนุษย์ถูกจำกัดอยู่แค่สิ่งที่รับรู้ได้โดยประสาทสัมผัสเท่านั้น*

phenomenally /fɪ'nɒmɪnəlɪ/เฟอะ'นอมิเนอะลิ/ *adj.* วิเศษ, มหัศจรรย์, เป็นปรากฏการณ์

phenomenon /fɪ'nɒmɪnən/ฟิ'นอมิเนิน/ *n., pl.,* **phenomena** /fɪ'nɒmɪnə/ฟิ'นอมิเนอะ/ ปรากฏการณ์

phew /fjuː/ฟิว/ *int.* เออ

phial /'faɪəl/'ฟายเอิล/ *n.* ขวด (ยา) ขนาดเล็ก

philander /fɪ'lændə(r)/ฟิ'แลนเดอะ(ร)/ *v.i. (flirt)* เกี้ยวเล่น; *(with heavier sexual overtones)* จีบ, ทำเจ้าชู้

philanderer /fɪ'lændərə(r)/ฟิ'แลนเดอะเรอะ(ร)/ *n.* คนชอบเกี้ยวพาราสี, เจ้าชู้

philanthropic /fɪlən'θrɒpɪk/ฟิเลิน'ธรอพิค/ *adj.* ที่รักเพื่อนมนุษย์ด้วยกัน, มีใจบุญ

philanthropically /fɪlən'θrɒpɪkəlɪ/ฟิเลิน'ธรอพิเคอะลิ/ *adv.* อย่างที่รักเพื่อนมนุษย์ด้วยกัน, อย่างใจบุญ

philanthropist /fɪ'lænθrəpɪst/ฟิ'แลนเธรอะพิซทฺ/ *n.* ผู้ที่รักเพื่อนมนุษย์, คนที่ช่วยเหลือการกุศลหรือบริจาคเงิน, คนใจบุญ

philanthropy /fɪ'lænθrəpɪ/ฟิ'แลนเธรอะพิ/ *n.* การทำบุญ; *(love of mankind also)* ความรักเพื่อนมนุษย์, ความปรารถนาดีต่อเพื่อนมนุษย์

philatelic /fɪlə'telɪk/ฟิเลอะ'เท็ลลิค/ *adv.* เกี่ยวกับการสะสมดวงตราไปรษณียากร

philatelist /fɪ'lætəlɪst/ฟิ'แลเทอะลิซทฺ/ *n.* คนที่สะสมดวงตราไปรษณียากร

philately /fɪ'lætəlɪ/ฟิ'แลเทอะลิ/ *n.* การสะสมและศึกษาดวงตราไปรษณียากร

philharmonic /fɪlhɑː'mɒnɪk/ฟิลฮา'มอนิค/ ❶ *adj.* ที่รักดนตรี ❷ *n. ชื่อที่ใช้กับวงดนตรีหรือคณะนักร้องประสานเสียง เช่น Royal Philharmonic Orchestra*

Philip /'fɪlɪp/'ฟิลลิพ/ *pr. n. (Bibl.)* นักบุญฟิลิป *(หนึ่งในสาวกที่เผยแพร่ศาสนา 12 คน)*

philippic /fɪ'lɪpɪk/ฟิ'ลิพพิค/ *n.* การประณามอย่างรุนแรงในที่สาธารณะ

Philippine /'fɪlɪpiːn/'ฟิลลิพีน/ *adj.* Ⓐ *(Geog.)* แห่งหมู่เกาะฟิลิปปินส์; Ⓑ ➡ **Filipino**

Philippines /'fɪlɪpiːnz/'ฟิลลิพีนซฺ/ *pr. n. pl.* ประเทศฟิลิปปินส์

philistine /'fɪlɪstaɪn/'ฟิลลิซตายนฺ/ ❶ *n.* Ⓐ *(uncultured person)* คนไม่มีวัฒนธรรม, คนที่มีรสนิยมต่ำ; Ⓑ **P~** *(native of ancient Philistia)* คนพื้นเมืองของปาเลสไตน์โบราณ ❷ *adj.* ที่ไม่สนใจวัฒนธรรม, มีรสนิยมต่ำ

philistinism /'fɪlɪstɪnɪzm/'ฟิลิซทินิซ'ม/ *n., no pl.* ความไม่มีวัฒนธรรม, ความมีรสนิยมต่ำ; *(bourgeois narrow-mindedness)* ความใจแคบของคนชั้นกลาง

Phillips /'fɪlɪps/'ฟิลลิพซฺ/ *n.* **~ screw** ® ตะปูสี่แฉก; **~ screwdriver** ® ไขควงที่ใช้กับตะปูสี่แฉก

philological /fɪlə'lɒdʒɪkl/ฟิเลอะ'ลอจิค'ล/ *adj.* เกี่ยวกับนิรุกติศาสตร์ *(ศาสตร์ที่ว่าด้วยพัฒนาการของภาษาและการเปรียบเทียบ)*

philologist /fɪ'lɒlədʒɪst/ฟิ'ลอเลอะจิซทฺ/ *n.* นักนิรุกติศาสตร์

philology /fɪ'lɒlədʒɪ/ฟิ'ลอเลอะจิ/ *n.* Ⓐ *(science of language)* นิรุกติศาสตร์, ภาษาศาสตร์; Ⓑ *(Amer.: study of literature)* การศึกษาวรรณคดี

philosopher /fɪ'lɒsəfə(r)/ฟิ'ลอเซอะเฟอะ(ร)/ *n.* ➤ **489** นักปรัชญาเมธี

philosopher: ~'s stone, ~s' stone *n. สิ่งที่โบราณเชื่อว่าสามารถเปลี่ยนโลหะเป็นทองหรือเงิน*

philosophic /fɪlə'sɒfɪk/ฟิเลอะ'ซอฟิค/, **philosophical** /fɪlə'sɒfɪkl/ฟิเลอะ'ซอฟิค'ล/ *adj.* Ⓐ เกี่ยวกับปรัชญา; Ⓑ *(resigned, calm)* สงบในสถานการณ์ที่เลวร้าย, ทำใจได้, ปลงแล้ว

philosophically /fɪlə'sɒfɪkəlɪ/ฟิเลอะ'ซอฟิเคอะลิ/ *adv.* Ⓐ **~ [speaking]** พูดกันในเชิงปรัชญา; Ⓑ *(calmly)* อย่างสงบในสถานการณ์ที่เลวร้าย

philosophize (**philosophise**) /fɪ'lɒsəfaɪz/ฟิ'ลอเซอะฟายซฺ/ *v.i.* ให้เหตุผลแบบนักปรัชญา

philosophy /fɪ'lɒsəfɪ/ฟิ'ลอเซอะฟิ/ *n.* ปรัชญา; **~ of life** ปรัชญาชีวิต; **~ of education** ปรัชญาทางการศึกษา

phlebitis /flɪ'baɪtɪs/ฟลิ'ไบทิซ/ *n.* ➤ **453** *(Med.)* โรคหลอดเลือดดำอักเสบ

phlegm /flem/เฟล็ม/ *n., no pl., no indef. art.* Ⓐ *(Physiol.)* เสมหะ, เสลด; Ⓑ *(coolness)* ความใจเย็น, ความไม่ตื่นเต้น; Ⓒ *(stolidness)* ความเฉื่อยชา, ความโววาย

phlegmatic /fleg'mætɪk/เฟล็ก'แมทิค/ *adj.* Ⓐ *(cool)* ใจเย็น, ไม่ตื่นเต้น; Ⓑ *(stolid)* เฉื่อยชา, ไม่กระปรี้กระเปร่า

phlegmatically /fleg'mætɪkəlɪ/เฟล็ก'แมทิเคอะลิ/ *adv.* ➡ **phlegmatic:** อย่างใจเย็น, อย่างเฉื่อยชา

phloem /'fləʊəm/'โฟลเอิ็ม/ *n. (Bot.)* เนื้อเยื่อที่ลำเลียงอาหารและแร่ธาตุ

phlox /flɒks/ฟลอคซฺ/ *n. (Bot.)* พันธุ์ไม้ดอกหอมสีขาวหรือแดง

Phnom Penh *n.* กรุงพนมเปญ เมืองหลวงของประเทศกัมพูชา

phobia /'fəʊbɪə/'โฟเบีย/ *n. (Psychol.)* ความกลัว, ความรังเกียจที่ผิดปกติ

-phobia /'fəʊbɪə/'โฟเบีย/ *n. in comb.* ความกลัว, ความรังเกียจจนผิดปกติ

phobic /'fəʊbɪk/'โฟบิค/ *adj.* ที่กลัวอย่างผิดปกติ; **be ~ about sth.** กลัว *ส.น.* อย่างผิดปกติ

-phobic /'fəʊbɪk/'โฟบิค/ *adj. in comb.* ที่กลัว *ส.น.* อย่างผิดปกติ

Phoenician /fə'niːʃn, fə'ni-/เฟอะ'นีช'น, เฟอะ'นี-/ ❶ *adj. เกี่ยวกับเป็นของชาวเซมิติกแห่งฟีนีเซีย (ประเทศซีเรียในปัจจุบัน)* ❷ *n.* ชาวฟีนีเซียโบราณ

phoenix /'fiːnɪks/'ฟีนิคซฺ/ *n. (Mythol.)* นกฟีนิกซ์ *(ท.ศ.) (ในนิยายโบราณแห่งทะเลทรายอาราเบียน ที่สามารถเผาไหม้ตนเองและฟื้นขึ้นมาใหม่)*; **~-like** เหมือนฟีนิกซ์, ฟื้นขึ้นมาได้

phone /fəʊn/โฟน/ *(coll.)* ❶ *n.* โทรศัพท์; **pick up/put down the ~:** รับ/วางโทรศัพท์; **by ~:** ทางโทรศัพท์; **speak to sb. by ~** *or* **on the ~:** พูดคุยกับ *ค.น.* ทางโทรศัพท์; **be on the ~ for hours** คุยทางโทรศัพท์เป็นชั่วโมง ๆ แล้ว; **I'm not on the ~:** ฉันไม่ได้ใช้โทรศัพท์อยู่ ❷ *v.i.* โทร *(ภ.พ.)*; **can we ~ from here?** เราโทรจากที่นี่ได้ไหม ❸ *v.t.* โทร *(ภ.พ.)*; **~ home/the office** โทรศัพท์ไปบ้าน/ที่ทำงาน; **~ a message through to sb.** โทรฝากข้อความให้ *ค.น.*; ➡ + **telephone**

~ a'round ❶ *v.i.* โทรศัพท์ติดต่อไปที่ต่าง ๆ ❷ *v.t.* โทรหาคนโน้นคนนี้

~ 'back *v.t. & i. (make a return ~ call* [to]*)* โทรกลับ; *(make a further ~ call* [to]*)* โทรกลับอีกครั้ง

~ 'in ❶ *v.i.* โทรศัพท์ *(เข้าที่ทำงาน)* ❷ *v.t.* โทรศัพท์ *(เข้าที่ทำงาน)* เพื่อรายงาน; ➡ + **phone-in**

~ 'up *v.t. & i.* โทรศัพท์ไปถึง

phone: ~ book *n.* สมุดโทรศัพท์; **~ booth, ~ box** *ns.* ตู้โทรศัพท์; **~ call** *n.* โทรศัพท์; ➡ + **telephone call**; **~card** *n.* บัตรโทรศัพท์; **~-in** *n.* **~-in [programme]** รายการโทรทัศน์หรือวิทยุที่เปิดโอกาสให้ผู้ฟัง/ชมโทรเข้ามา

phoneme /'fəʊniːm/'โฟนีม/ *n. (Phonet.)* หน่วยเสียงที่แยกคำหนึ่งออกจากอีกคำหนึ่ง

phone: ~ number *n.* หมายเลขโทรศัพท์; **~ sex** *n.* การสำเร็จความใคร่ทางโทรศัพท์; **~-tapping** *n.* การดักฟังทางโทรศัพท์

phonetic /fəˈnetɪk/เฟอะ'เน็ททิค/ *adj.* เกี่ยวกับการออกเสียงพูด; ➡ + alphabet

phonetically /fəˈnetɪkəlɪ/เฟอะ'เน็ททิเคอะลิ/ *adv.* โดยการออกเสียงพูด

phonetician /fəʊnɪˈtɪʃn/โฟนิ'ทิช'น/ *n.* ➤ 489 ผู้ที่ศึกษาการออกเสียง

phonetics /fəˈnetɪks/เฟอะ'เน็ททิคซฺ/ *n.* Ⓐ *no pl.* โฟเนติกส์ (*ท.ศ.*), การศึกษาการออกเสียงและการเกิดเสียงนั้น ๆ; Ⓑ *no pl. (phonetic script)* ตัวโฟเนติก; Ⓒ *constr. as pl. (phonetic transcription)* การถอดเป็นตัวโฟเนติก

phoney /ˈfəʊnɪ/'โฟนิ/ *(coll.)* ❶ *adj.*, **phonier** /ˈfəʊnɪə(r)/'โฟเนีย(ร)/, **phoniest** /ˈfəʊnɪɪst/'โฟนิอิซทฺ/ Ⓐ *(sham)* *(จดหมาย, เอกสาร)* ปลอม, เก๊; แสร้งทำ, ไม่จริง; **there's something a bit ~ about the whole thing** มีการแสแสร้งเล็ก ๆ น้อย ๆ เกี่ยวกับเรื่องทั้งหมด; Ⓑ *(fictitious)* *(ชื่อ)* ปลอม; *(เรื่อง)* ที่คิดขึ้นเอง; Ⓒ *(fraudulent)* *(บริษัท)* หลอกลวง; *(สงคราม)* หลอก; *(หมอ, ทนาย)* ปลอม ❷ *n.* Ⓐ *(person)* คนปลอม, ไม่จริง; **this doctor is just a ~:** หมอคนนี้ไม่ใช่หมอจริง; Ⓑ *(sham)* ความเสแสร้ง, ของปลอม

phonograph /ˈfəʊnəgrɑːf/'โฟเนอะกฺราฟ/ *n.* *(Amer.)* ➡ gramophone

phonology /fəˈnɒlədʒɪ/เฟอะ'นอเลอะจิ/ *n.* การศึกษาระบบของเสียงในภาษา

phony ➡ phoney

phooey /ˈfuːɪ/'ฟูอิ/ *int.* หึ

phosphate /ˈfɒsfeɪt/'ฟอซเฟท/ *n. (Chem.)* ธาตุฟอสเฟต (*ท.ศ.*) มักใช้เป็นปุ๋ย

phosphor /ˈfɒsfə(r)/'ฟอซเฟอะ(ร)/ *n.* ฟอสฟอรัส (*ท.ศ.*) วัตถุเรืองแสงสังเคราะห์

phosphorescence /fɒsfəˈresəns/ฟอซเฟอะ'เร็ซเซ็นซฺ/ *n.* การเรืองแสง *(โดยไม่มีความร้อน)*

phosphorescent /fɒsfəˈresənt/ฟอซเฟอะ'เร็ซเซินทฺ/ *adj.* เรืองแสง

phosphorus /ˈfɒsfərəs/'ฟอซเฟอะเริซ/ *n.* *(Chem.)* ธาตุฟอสฟอรัส (*ท.ศ.*)

photo /ˈfəʊtəʊ/'โฟโท/ *n., pl.* **~s** รูปถ่าย; ➡ + photograph 1

photo- /fəʊtəʊ/โฟโท/ *in comb.* Ⓐ *(light)* มีแสงสว่าง; Ⓑ *(photography)* รูปถ่าย

photo: **~ album** *n.* อัลบั้ม (*ท.ศ.*) ภาพถ่าย; **~call** *n.* การจัดการถ่ายรูปของบรรดานักแสดงหรือคนที่มีชื่อเสียง; **~cell** *n.* เซลล์แผ่นที่ใช้พลังงานของแสงให้เกิดกระแสไฟฟ้า; **~'chemical** *adj.* เกี่ยวกับการศึกษาทางเคมีของแสง; **~'chemistry** *n.* วิชาแสงเคมี; **~composition** ➡ filmsetting; **~copier** *n.* เครื่องถ่ายเอกสาร; **~copy** ❶ *n.* เอกสารที่ถ่าย ❷ *v.t.* ถ่ายเอกสาร; **~electric** *adj.* ใช้ผลทางไฟฟ้าที่เกิดจากแสง; **~electric cell** อุปกรณ์ทางไฟฟ้าที่ใช้พลังแสงให้เกิดกระแสไฟฟ้า; **~ finish** *n.* การแข่งความเร็วที่สูสีจนต้องตัดสินด้วยภาพถ่าย; **~fit** *n.* ภาพหน้าคนที่ประกอบจากรูปวาดของส่วนต่าง ๆ; **~genic** /fəʊtəˈdʒenɪk, fəʊtəˈdʒiːnɪk/โฟเทอะ'เจ็นนิค, โฟเทอะ'จีนิค/ *adj.* ถ่ายรูปขึ้น

photograph /ˈfəʊtəgrɑːf, US -græf/'โฟเทอะกฺราฟ, -แกฺรฟ/ ❶ *n.* ภาพถ่าย; **take a ~ [of sb./sth.]** ถ่ายรูป *ค.น./ส.น.* ❷ *v.t. & i.* ถ่ายรูป; **he ~s well/badly** *(as subject)* เขาถ่ายรูปขึ้น/ไม่ขึ้น

'photograph album *n.* อัลบั้มรูป (*ท.ศ.*)

photographer /fəˈtɒgrəfə(r)/เฟอะ'ทอเกฺรอะเฟอะ(ร)/ *n.* ➤ 489 ช่างภาพ, ตากล้อง (*ภ.พ.*)

photographic /fəʊtəˈgræfɪk/โฟเทอะ'แกฺรฟิค/ *adj.* เกี่ยวกับการถ่ายภาพ, *(กระดาษ, สมาคม, อุปกรณ์)* ถ่ายภาพ; *(การแสดง)* ที่เป็นภาพถ่าย; **~ memory** *(fig.)* ความจำที่แม่นยำราวกับภาพถ่าย

photographically /fəʊtəʊˈgræfɪkəlɪ/โฟโท'แกฺรฟิเคอะลิ/ *adv.* โดยการถ่ายภาพ

photography /fəˈtɒgrəfɪ/เฟอะ'ทอเกฺรอะฟิ/ *n., no pl., no indef. art.* การถ่ายภาพ

photogravure /fəʊtəgrəˈvjʊə(r)/โฟเทอะเกฺรอะ'วิวเออะ(ร)/ *n.* การพิมพ์ภาพด้วยการถ่ายภาพเนกาตีฟลงบนแผ่นโลหะและใช้กรดกัด

photojournalist /fəʊtəʊˈdʒɜːnəlɪst/โฟเทอะ'เจอเนอะลิซทฺ/ *n.* นักข่าวที่ใช้ภาพถ่ายเป็นสื่อ

photometer /fəʊˈtɒmɪtə(r)/โฟ'ทอมิเทอะ(ร)/ *n.* มิเตอร์วัดแสง

photomon'tage *n.* การรวมภาพถ่ายต่าง ๆ ทำภาพเดี่ยว

photon /ˈfəʊtɒn/'โฟทอน/ *n. (Phys.)* หน่วยรังสีแม่เหล็กที่มีอัตราส่วนตามความถี่ของการแผ่รังสี

photo: **~ opportunity** *n.* Ⓐ ➡ **~call**; Ⓑ *(Brit.: opportunity for a good photograph)* โอกาสที่จะถ่ายรูปได้ดี; **~'sensitive** *adj.* ไวต่อแสง; **~sensi'tivity** *n.* ความไวต่อแสง, การเกิดปฏิกิริยาโดยการเปลี่ยนสีเมื่อถูกแสง; **session, ~ shoot** *ns.* การถ่ายภาพครั้งใดครั้งหนึ่ง; **~setting** ➡ filmsetting; **P~stat** ® /ˈfəʊtəstæt/'โฟเทอะซแตท/ *(Brit.)* ❶ *n.* ➡ photocopy 1 ❷ *v.t.*, **-tt-** ➡ photocopy 2; **~'synthesis** *n. (Bot.)* กระบวนการสังเคราะห์แสงในพืชใบเขียว; **~voltaic** *adj.* เกี่ยวกับกระแสไฟฟ้าระหว่างสสารสองตัวที่ถูกแสง

phrasal 'verb *n. (Ling.)* กริยาที่เป็นรูปวลี

phrase /freɪz/เฟฺรซฺ/ ❶ *n.* Ⓐ *(Ling.)* วลี; *(idiomatic expression)* สำนวนการพูด; **set ~:** สำนวนที่เป็นแบบแผน; **noun/verb ~:** วลีที่ทำหน้าที่เป็นคำนาม/คำกริยา; Ⓑ *(brief expression)* การพูดอย่างสั้น ๆ; **be good at turning a ~:** เก่งในการพูดแสดงความคิดเห็น; **hackneyed ~:** วลีซ้ำซาก/สามัญ; ➡ + turn 1 J; Ⓒ *(Mus.)* กลุ่มของโน้ตดนตรีในหน่วยใหญ่ ❷ *v.t.* Ⓐ *(express in words)* พูดออกมา; **~ one's idea** แสดงความคิดเห็นของตนออกมา; Ⓑ *(Mus.)* การแบ่งโน้ตเป็นท่อน

'phrase book *n.* หนังสือสอนสำนวนที่จำเป็นสำหรับนักท่องเที่ยว

phraseology /freɪzɪˈɒlədʒɪ/เฟฺรซิ'ออเลอะจิ/ *n.* การเลือกคำ, การจัดเรียงคำ; *(technical terms)* ศัพท์ทางเทคนิค

phrasing /ˈfreɪzɪŋ/'เฟฺรซิง/ *n.* Ⓐ *(style of expression)* รูปแบบของการพูด, สำนวนการพูด; Ⓑ *(Mus.)* การแบ่งท่อนตัวโน้ตเป็นกลุ่ม

phreak /friːk/ฟฺรีค/ *n.* ผู้ลักลอบใช้โทรศัพท์

phreaking /ˈfriːkɪŋ/'ฟฺรีคิง/ *n.* การลักลอบใช้ระบบโทรศัพท์

phrenetic ➡ frenetic

phrenology /frɪˈnɒlədʒɪ/ฟฺริ'นอเลอะจิ/ *n.* การศึกษารูปร่างกะโหลกศีรษะเพื่อบอกอุปนิสัยและความสามารถทางสติปัญญา

phut /fʌt/ฟัท/ ❶ *adv. (coll.)* **go ~:** *(เครื่องยนต์)* พัง; *(fig.)* *(แผนการ)* ล้มเหลว, เสีย ❷ *n.* เสียงดังเหมือนเสียงปะทะหรือเสียงระเบิด

phylloxera / fɪˈlɒksərə/ฟิ'ลอคเซอะเรอะ/ *n.* *(Zool.)* แมลงทำลายพืชโดยเฉพาะองุ่นในสกุล *Phylloxera*

phylum /ˈfaɪləm/'ฟายเลิม/ *n., pl.* **phyla** /ˈfaɪlə/'ฟายเลอะ/ *(Biol.)* ชั้นรองของการจำแนกอาณาจักรของพืชและสัตว์, ไฟลัม (*ท.ศ.*)

physic /ˈfɪzɪk/'ฟิซซิค/ *(arch.)* ❶ *n.* Ⓐ *(art of healing)* ศิลปะในการรักษา; Ⓑ *(medicine)* ยา ❷ *v.t.*, **-ck-** จ่ายยา, กำหนดยา

physical /ˈfɪzɪkl/'ฟิซซิค'ล/ ❶ *adj.* Ⓐ *(material)* แห่งวัตถุ; Ⓑ *(of physics)* เกี่ยวกับฟิสิกส์; **it's a ~ impossibility** *(fig.)* มันเป็นไปไม่ได้ตามกฎธรรมชาติ; Ⓒ *(bodily)* ทางร่างกาย; **you need to take more ~ exercise** คุณจำเป็นต้องออกกำลังกายมากกว่านี้; **~ check-up** *or* **examination** การตรวจร่างกาย; **get/be ~** *(coll.)* ใช้ความรุนแรง; Ⓓ *(carnal, sensual)* *(ความรัก, ความรู้สึก)* ทางกาย; *(บุคคล)* ที่มีความรู้สึกทางกายแรง ❷ *n.* การตรวจร่างกาย

physical: **~'chemistry** *n.* การใช้วิชาฟิสิกส์ศึกษาพฤติกรรมเคมี, เคมีกายภาพ; **~ edu'cation** *n.* พลศึกษา; **~ ge'ography** *n.* ภูมิศาสตร์กายภาพ; **~ 'jerks** *n. pl. (coll.)* การออกกำลังกาย

physically /ˈfɪzɪkəlɪ/'ฟิซซิเคอะลิ/ *adv.* Ⓐ *(in accordance with physical laws)* ตามกฎกายภาพ; **~ impossible** *(fig.)* เป็นไปไม่ได้ตามกฎธรรมชาติ/กายภาพ; Ⓑ *(relating to the body)* เกี่ยวกับร่างกาย; **they had to be ~ removed** พวกเขาต้องถูกย้ายตัว; **be ~ sick** เจ็บป่วยทางกาย; **~ disabled** พิการทางกาย

physical: **~ 'science** *n.* วิทยาศาสตร์กายภาพ; **~ 'training** *n.* การฝึกซ้อมร่างกาย *(ในด้านกีฬา)*; *(in school)* พลศึกษา

'physic garden *n. (arch.)* สวนปลูกพืชสมุนไพร

physician /fɪˈzɪʃn/ฟิ'ซิช'น/ *n.* ➤ 489 แพทย์

physicist /ˈfɪzɪsɪst/'ฟิซซิซิซทฺ/ *n.* ➤ 489 นักฟิสิกส์

physics /ˈfɪzɪks/'ฟิซซิคซฺ/ *n., no pl.* วิชาฟิสิกส์

physio /ˈfɪzɪəʊ/'ฟิซซิโอ/ *n., pl.* **~s** ➤ 489 *(coll.)* นักกายภาพบำบัด

physiognomy /fɪzɪˈɒgnəmɪ, US -ˈɒgnəʊmɪ/ฟิซิ'ออกเนอะมิ, -'ออกโนมิ/ *n.* รูปหน้าของบุคคล; *(study)* การศึกษาอุปนิสัยจากรูปหน้า; *(fig.: of mountain, country, city, etc.)* ลักษณะทางกายภาพ

physiological /fɪzɪəˈlɒdʒɪkl/ฟิเซีย'ลอจิค'ล/ *adj.* เกี่ยวกับสรีระศาสตร์

physiologist /fɪzɪˈɒlədʒɪst/ฟิซิ'ออเลอะจิซทฺ/ *n.* ➤ 489 นักสรีระศาสตร์

physiology /fɪzɪˈɒlədʒɪ/ฟิซิ'ออเลอะจิ/ *n.* สรีระศาสตร์

physiotherapist /fɪzɪəʊˈθerəpɪst/ฟิซิโอ'เธะเรอะพิซทฺ/ *n.* ➤ 489 นักกายภาพบำบัด

physiotherapy /fɪzɪəʊˈθerəpɪ/ฟิซิโอ'เธะเรอะพิ/ *n.* กายภาพบำบัด

physique /fɪˈziːk/ฟิ'ซีค/ *n.* รูปร่าง; **be small in ~:** รูปร่างเล็ก

pi /paɪ/พาย/ *n. (Math., Greek letter)* พยัญชนะตัวที่ 16 ของอักษรกรีก

pianissimo /pɪəˈnɪsɪməʊ/เพีย'นิซซิโม/ *(Mus.)* ❶ *adj.* เล่นอย่างแผ่วเบานุ่มนวลมาก ❷ *adv.* อย่างแผ่วเบานุ่มนวลมาก ❸ *n., pl.* **~s** *or* **pianissimi** /pɪəˈnɪsɪmiː/เพีย'นิซิมี/ ตอนที่ต้องเล่นอย่างแผ่วเบานุ่มนวลมาก

pianist /ˈpɪənɪst/'เพียนิซทฺ/ *n.* ➤ 489 นักเปียโน

¹piano /pɪˈænəʊ/พิ'แอโน/ *n., pl.* **~s** *(Mus.)* เปียโน (*ท.ศ.*); **play the ~:** เล่นเปียโน; ➡ + grand piano; player-piano; upright 1 A

²piano /pɪˈɑːnəʊ/พิ'อาโน/ *(Mus.)* ❶ *adj.* ที่แผ่วเบา ❷ *adv.* อย่างแผ่วเบา, ในกิริยาอาการเงียบขรึม ❸ *n., pl.* **~s** *or* **piani** /pɪˈɑːniː/พิ'แอนี/ *(passage)* ตอนที่เล่นอย่างแผ่วเบา

p

piano ac'cordion *n.* หีบเพลง
pianoforte /pɪænəˈfɔːtɪ/พิแอเนอะˈฟอทิ/ *n.* *(Mus. formal/arch.)* เปียโน *(ศัพท์โบราณ)*
Pianola ® /piːəˈnəʊlə/เพีย'โนเลอะ/ *n.* เปียโนอัตโนมัติ
piano /pɪˈænəʊ/พิ'แอโน/: **~ music** *n.* เสียงเปียโน; *(score)* โน้ตเพลงสำหรับเปียโน; **~ player** *n.* นักเปียโน; **~ stool** *n.* ม้านั่งเล่นเปียโน; **~ tuner** *n.* ➤ 489 คนตั้งเสียงเปียโน
piazza /pɪˈætsə/พิ'แอทเซอะ/ *n.* Ⓐ *pl.* **piazze** /pɪˈætseɪ/พิ'แอทเซ/ *(public square)* จัตุรัสสาธารณะ; Ⓑ *pl.* **~s** *(Amer.: veranda)* ระเบียงบ้าน
picador /ˈpɪkədɔː(r)/ˈพิเคอะดอ(ร)/ *n.* *คนขี่ม้าที่แทงวัวกระทิงด้วยหอก เพื่อให้มันต่อสู้*
picaresque /pɪkəˈresk/พิเคอะ'เร็ชค/ *adj.* เกี่ยวกับการผจญภัย; **~ novel** นวนิยายผจญภัย
picayune /pɪkəˈjuːn/พิเคอะ'ยูน/ *adj. (Amer. coll.)* Ⓐ *(petty)* เล็กน้อย; Ⓑ *(paltry)* ไม่สำคัญ, ต่ำช้า
piccalilli /pɪkəˈlɪlɪ/พิเคอะ'ลิลลิ/ *n.* ผักดองผสมมัสตาร์ดและเครื่องเทศ
piccaninny /ˈpɪkənɪnɪ/ˈพิเคอะนินนิ/ *(Brit.)* *n.* เด็กผิวดำเชื้อสายนิโกร
piccolo /ˈpɪkələʊ/ˈพิคเคอะโล/ *n., pl.* **~s** *(Mus.)* ขลุ่ยขนาดเล็กเสียงสูงกว่าขลุ่ยธรรมดา
[1]**pick** /pɪk/พิค/ *n.* Ⓐ *(for breaking up hard ground, rocks, etc.)* เครื่องมือสำหรับเจาะพื้น, หิน ฯลฯ; Ⓑ ➡ **toothpick;** Ⓒ *(Mus.)* ปิค *(ท.ศ.)*
[2]**pick** ❶ *n.* Ⓐ *(choice)* ตัวเลือก, ทางเลือก; **take your ~:** เชิญเลือกตามสบาย; **you can take your ~ of the rooms** คุณสามารถเลือกห้องได้ก่อน; **she had the ~ of several jobs** เธอมีงานให้เลือกมาก; **have [the] first ~ of sth.** มีสิทธิเลือก *ส.น.* เป็นคนแรก; Ⓑ *(best part)* ส่วนที่ดีที่สุด; **the ~ of the herd/fruit** *etc.* สัตว์/ผลไม้ ฯลฯ ที่ดีที่สุด; ➡ **+ bunch 1 B** ❷ *v.t.* Ⓐ เก็บ, เด็ด; **'~ your own strawberries'** 'เก็บสตรอเบอร์รี่ของคุณเอง'; Ⓑ *(select)* เลือก *(ทีมแข่งขัน)*; **~ the** *or* **a winner/the winning horse** เลือกม้าตัวที่ชนะ; **~ a winner** *(fig.)* เลือกได้ดีมาก; **~ one's words** เลือกสรรใช้ถ้อยคำ; **~ one's way** *or* **steps** เลือกทางเดินอย่างระมัดระวัง; **~ one's way through the rules and regulations** ค่อย ๆ หาหนทางระหว่างกฎระเบียบที่ยุ่งยาก; **~ and choose** เลือกอย่างพิถีพิถัน; **you can't ~ and choose which laws to obey** คุณเลือกที่จะเชื่อฟังกฎหมายเฉพาะบางบทไม่ได้; **~ one's time [for sth.]** เลือกเวลา [สำหรับ *ส.น.*]; **you certainly ~ your times!** *(iron.)* เธอช่างเลือกเวลาได้เหมาะเจาะจริง ๆ นะ *(ประชด)*; **~ sides [for the game]** เลือกทีม [เพื่อที่จะเล่นเกม]; Ⓒ *(clear of flesh)* **~ the bones [clean]** แล่/แทะเนื้อออกจากกระดูก [จนเกลี้ยง]; **~ the carcass** แล่/แทะเนื้อออกจากซากศพ; Ⓓ **~ sb.'s brains [about sth.]** ซักไซ้ *ค.น.* [เกี่ยวกับ *ส.น.*]; ขอความรู้จาก *ค.น.* [เกี่ยวกับ *ส.น.*]; Ⓔ **~ one's nose/teeth** แคะจมูก/ฟัน; Ⓕ **~ sb.'s pocket** ล้วงกระเป๋า *ค.น.*; **he had his pocket ~ed** เขาถูกล้วงกระเป๋า; Ⓖ **~ a lock** เปิดล็อกด้วยอุปกรณ์อื่นนอกจากกุญแจ; Ⓗ **~ to pieces** *(fig.: criticize)* วิพากษ์วิจารณ์จนไม่เหลือดี; Ⓘ *(Amer. Mus.)* ดีด; **~ a banjo/guitar** ดีดแบนโจ้/กีตาร์; ➡ **+ bone 1 D; hole 1 A; quarrel 1 A** ❸ *v.i.* **~ and choose [too much]** เลือกอย่างพิถีพิถัน [เกินไป]

~ at *v.t.* Ⓐ *(eat without interest)* เขี่ยอาหารไปมาอย่างไม่อยากกิน; Ⓑ *(criticize)* วิจารณ์; Ⓒ พิจารณาอย่างผิวเผิน, ทำเล่น ๆ
~ off *v.t.* Ⓐ /'--/ *(pluck off)* เด็ด *(ดอกไม้)*; หยิบออก *(เส้นผม, ขนสัตว์)*; ดึง; **the helicopter ~ed him off his boat** เฮลิคอปเตอร์ดึงตัวเขาขึ้นจากเรือ; Ⓑ /-'-/ *(shoot one by one)* ยิงทีละคนอย่างไม่รีบร้อน
~ on *v.t.* Ⓐ *(victimize)* กลั่นแกล้ง, ตกเป็นเหยื่อคำวิจารณ์, คำตำหนิ; **he's constantly being ~ed on to do the dirty jobs** เขาจะถูกแกล้งโดยให้ทำงานสกปรกตลอดเวลา; **why ~ on me every time?** ทำไมต้องลงที่ฉันทุกครั้ง; **~ on someone your own size!** ไปหาเรื่องกับคนที่ตัวเท่าแกซิ; Ⓑ *(select)* เลือก
~ 'out *v.t.* Ⓐ *(choose)* เลือก; *(for oneself)* เลือกสำหรับตัวเอง *(เสื้อผ้า)*; คัดออก *(ผลไม้ที่ยังไม่สุก, สินค้ามีตำหนิ)*; คัดเลือก *(บทความจากหนังสือ)*; Ⓑ *(distinguish)* แยกแยะ *(ความแตกต่าง, รายละเอียด)*; **the spotlight ~ed out a child in the audience** แสงไฟจับที่เด็กในกลุ่มผู้ชม; **~ out sth. from sth.** แยก *ส.น.* ออกจาก *ส.น.*; Ⓒ *(highlight)* เน้น *(หัวพาด)*; Ⓓ *(play by ear etc.)* เล่นดนตรีโดยใช้หูจับฟังเสียง
~ 'over *v.t.* เลือกสรร; **the tomatoes have been well ~ed over** มะเขือเทศที่ดีถูกคัดเลือกไปหมดแล้ว
~ up ❶ /'-/ *v.t.* Ⓐ *(take up)* เก็บขึ้น, หยิบขึ้น; อุ้ม *(ทารก)*; [เริ่ม] ทำอีกครั้ง *(งานฝีมือ)*; พบ *(คำผิด)*; **~ sth. up from the table** หยิบ *ส.น.* จากโต๊ะ; **~ a child up in one's arms** อุ้มเด็กขึ้นมา; **~ up the telephone** ยกหูโทรศัพท์; **~ up the pieces** *(lit. or fig.)* แก้ปัญหา *หรือ* ความผิดพลาด; **~ up your feet** ยกเท้าขึ้น; ➡ **+ thread 1 B;** Ⓑ *(collect)* เก็บรวบรวม; *(by arrangement)* มารับไปด้วย **(at, from** จาก**)**; *(obtain)* ได้รับ; **~ up sth. on the way home** แวะรับของ *ส.น.* ระหว่างทางกลับบ้าน; Ⓒ *(become infected by)* ติดเชื้อ; Ⓓ *(take on board)* *(รถเมล์, รถไฟ)* แวะรับ; **~ sb. up at** *or* **from the station** ไปรับ *ค.น.* ที่/จากสถานี; Ⓔ *(rescue from the sea)* ช่วยชีวิตจากทะเล; Ⓕ *(coll.: earn)* ได้รับ; Ⓖ *(coll.: make acquaintance of)* ทำความรู้จัก; Ⓗ *(find and arrest)* พบและจับตัว; Ⓘ *(receive)* ได้รับ *(สัญญาณ, ข่าว)*; Ⓙ *(hear)* ได้ยิน; **he'd ~ed up some tale that ...:** เขาได้ยินเรื่องมาว่า...; Ⓚ *(obtain casually)* ได้มาพบ; **things we ~ed up on our holidays/journeys** สิ่งที่พวกเราได้มาระหว่างไปเที่ยว/การเดินทาง; **~ up languages easily** เรียนรู้ภาษาต่าง ๆ อย่างง่ายดาย; **~ up odd habits** เริ่มแสดงนิสัยแปลก ๆ; **where do you ~ up such expressions?** คุณได้ยินสำนวนนี้มาจากไหน; Ⓛ *(obtain)* ได้รับ; Ⓜ *(resume)* ทำต่อ, ดำเนินต่อ; Ⓝ *(succeed in seeing)* มองออก, มองเห็น; Ⓞ *(regain)* ได้กลับคืนมา, หาเจออีกครั้ง; **you cross the field and ~ up the path on the other side** ถ้าคุณข้ามทุ่งหญ้าก็จะเจอทางเดินอีกครั้ง; Ⓟ *(pay)* **~ up the bill** *etc.* **for sth.** จ่ายเงินสำหรับ *ส.น.*; ➡ **+ pick-me-up; pick-up; speed 1 A** ❷ /'-'-/ *v.i.* Ⓐ *(improve, recover)* *(อากาศ, สุขภาพ, อารมณ์)* ดีขึ้น; *(บุคคล)* ปรับปรุงตนเองแล้ว; *(ตลาดหุ้น, การค้าขาย)* ฟื้นฟูแล้ว; Ⓑ *(gain speed)* เร่งความเร็ว; *(ลม)* พัดแรงขึ้น ❸ *v. refl.* **~ oneself up** ลุกขึ้น; *(with difficulty)* ค่อย ๆ ลุกขึ้น

~ 'up with *v.t. (coll.: make the acquaintance of)* ทำความรู้จัก
pick-a-back /ˈpɪkəbæk/ˈพิเคอะแบค/ ➡ **piggyback**
pickaninny *(Amer.)* ➡ **piccaninny**
'pickaxe *(Amer.:* **'pickax)** ➡ **'pick A**
picker /ˈpɪkə(r)/ˈพิคเคอะ(ร)/ *n. (of fruit, hops, cotton, etc.)* คนเก็บ
picket /ˈpɪkɪt/ˈพิคคิท/ ❶ *n.* Ⓐ *(Industry)* *คนงานหรือกลุ่มคนงานที่ขวางหน้าโรงงานที่กำลังประท้วงไม่ให้คนงานอื่นเข้า*; **mount a ~ [at** *or* **on a gate]** ตั้งกองเฝ้าหน้าประตูใหญ่; ➡ **+ flying picket;** Ⓑ *(pointed stake)* เสาปลายแหลมที่ปักลงดิน; Ⓒ *(Mil.: small body of troops)* กองกำลังทหารเล็ก ๆ; **advanced ~:** กองกำลังที่เดินทางนำหน้าไปก่อน; Ⓓ *(Mil.: camp policeman)* กองทหารที่เป็นเวร ❷ *v.t.* รวมตัวเข้าเวรในการ ❸ *v.i.* อยู่เวรในการประท้วงที่สถานที่ทำงาน
'picket duty *n.* **be on/do ~:** ทำหน้าที่เป็นเวรในการประท้วง
picketer /ˈpɪkɪtə(r)/ˈพิคคิเทอะ(ร)/ *n.* คนเฝ้าเวรในการประท้วง
'picket fence *n.* รั้วที่ใช้เสาปักดิน
picketing /ˈpɪkɪtɪŋ/ˈพิคคิทิง/ *n.* การตั้งเวรเมื่อมีการประท้วง; **secondary ~:** *การไปเข้าเวรในการประท้วง แม้ตนไม่ได้ทำงานที่นั่น*
'picket line *n.* แนวของนักประท้วงที่พยายามไม่ให้ใครผ่านเข้าโรงงาน
picking /ˈpɪkɪŋ/ˈพิคคิง/ *n.* Ⓐ การเก็บ; *(of fruit, hops, cotton also)* การเด็ด; Ⓑ *(fruit picked)* ผลไม้ที่ได้มา; **a large ~ of apples** แอปเปิ้ลที่เก็บมาได้ในจำนวนมาก; Ⓒ *in pl. (gleanings)* ผลไม้เหลือที่เก็บได้; *(things stolen)* ของที่ขโมยมาได้; *(things allowed)* ที่ได้รับอนุญาตให้เก็บ; *(yield)* ผลประโยชน์; **it's easy ~s** เป็นสิ่งที่ได้อย่างง่ายดาย; ➡ **+ slim 1 B**
pickle /ˈpɪkl/ˈพิค'ล/ ❶ *n.* Ⓐ *(preservative)* สารดองอาหารใด ๆ; *(brine)* น้ำเกลือ, น้ำเค็ม; *(vinegar solution)* น้ำส้มสายชู; Ⓑ *usu. in pl.* *(food)* อาหารดอง; Ⓒ *(coll.: predicament)* **be in a ~:** อยู่ในสถานการณ์ที่ยากลำบาก; **get into a ~:** ตกอยู่ในสถานการณ์ที่ยากลำบาก; **be in a sorry** *or (iron.)* **nice** *etc.* **~:** อยู่ในสถานการณ์ที่เลวร้าย; Ⓓ *(acid solution)* กรด ❷ *v.t.* Ⓐ *(preserve)* ดอง *(แตงกวา, หัวหอม ฯลฯ)*; หมัก *(ปลาทู)*; Ⓑ *(treat)* ใช้สารรักษาคุณภาพ *(หนัง, โลหะ)*
pickled /ˈpɪkld/ˈพิค'ลด/ *adj.* Ⓐ *(sl.: drunk)* เมา; **get [thoroughly] ~:** เมาเละ; Ⓑ *(preserved)* ดองรักษาไว้; *(in brine)* แช่น้ำเกลือ; **~ onions/gherkins** หอมดอง/แตงกวาเล็กดอง
pick: ~lock *n.* Ⓐ *(person)* ขโมยที่สะเดาะกุญแจเข้าบ้าน; Ⓑ *(tool)* เครื่องมือแกะกุญแจ; **~-me-up** *n.* สิ่งที่ทำให้สดชื่นกระปรี้กระเปร่า; **the holiday/hearing that good news was a real ~-me-up** การพักผ่อนไปเที่ยว/การได้ยินข่าวดีทำให้ฉันสดชื่นกระปรี้กระเปร่า; **~pocket** *n.* นักล้วงกระเป๋า; **~up** *n.* Ⓐ *(of goods)* จุดรับสินค้า; Ⓑ *(improvement)* การปรับปรุง; การเพิ่มขึ้น; **a ~up in sales/quality** การเพิ่มยอดขาย/คุณภาพ; Ⓒ *(coll.: person)* คนที่จีบโดยไม่รู้จักกันมาก่อน; **is that his latest ~up?** นั่นคืออีหนูคนล่าสุดของเขาใช่ไหม; Ⓓ *(truck)* **~up [truck/van]** รถกระบะ; Ⓔ *(of record player)* ส่วนที่บรรจุเข็ม; *(guitar)* ปิคอัพ *(ท.ศ.)*
picky /ˈpɪkɪ/ˈพิคคิ/ *adj. (Amer. coll.)* ช่างเลือก, จู้จี้

p

picnic /ˈpɪknɪk/ˈพิคนิค/ ❶ *n.* Ⓐ ปิกนิก (*ท.ศ.*); **go for** *or* **on a ~:** ออกไปปิกนิก; **have a ~:** ไปปิกนิก; Ⓑ (*coll.: easy task, pleasant experience*) งานง่าย ๆ, สิ่งที่สนุกสนาน; **be no ~:** ไม่ใช่ของง่าย; **the Korean War was a ~ in comparison** โดยการเปรียบเทียบแล้ว สงครามเกาหลีเป็นสิ่งง่าย ❷ *v.i.*, **-ck-** ไปปิกนิก

ˈpicnic basket *n.* ตะกร้าปิกนิก

picnicker /ˈpɪknɪkə(r)/ˈพิคนิคเคอะ(ร)/ *n.* **there were a lot of ~s on the beach** มีคนไปปิกนิกที่ชายหาดมาก; **the ~s cleared up their litter** คนที่มาปิกนิกเก็บเศษขยะไปหมด

picnic: ~ ˈlunch *n.* Ⓐ อาหารกลางวันที่เป็นปิกนิก; Ⓑ (*packed up*) อาหารกล่อง (*สำหรับทานกลางวัน*); **~ site** *n.* สถานที่ปิกนิก

Pict /pɪkt/พิคทฺ/ *n.* (*Hist.*) ชาวพิคท์ (*คนโบราณทางตอนเหนือของสหราชอาณาจักร*)

pictogram /ˈpɪktəgræm/ˈพิคเทอะแกฺรม/, **pictograph** /ˈpɪktəgra:f, US -græf/ˈพิคเทอะกฺราฟ, -แกฺรฟ/ *ns.* รูปที่ใช้เป็นสัญลักษณ์แทนคำหรือวลี

pictorial /pɪkˈtɔ:rɪəl/พิคˈทอเรียล/ ❶ *adj.* ที่ใช้รูปภาพ; (*หนังสือ*) ที่มีภาพประกอบ; **give a ~ record of sth.** บันทึก *ส.น.* โดยใช้รูปภาพ ❷ *n.* (*magazine, newspaper, etc.*) นิตยสาร, หนังสือพิมพ์ ฯลฯ ที่มีภาพประกอบ

pictorially /pɪkˈtɔ:rɪəlɪ/พิคˈทอเรียลิ/ *adv.* อย่างที่มีภาพประกอบ

picture /ˈpɪktʃə(r)/ˈพิคเฉอะ(ร)/ ❶ *n.* Ⓐ รูปภาพ; ➡ **+ pretty** 1 A; **tell** 1 B; Ⓑ (*portrait*) ภาพเหมือน; (*photograph*) ภาพถ่าย; **have one's ~ painted** ให้ใครวาดภาพเหมือนของตน; Ⓒ (*mental image*) ภาพในจินตนาการ; **get a ~ of sth.** เข้าใจ *ส.น.*; **give a ~ of sth.** วาดภาพของ *ส.น.*; **the employment ~** (*fig.*) สถานการณ์ของการจ้างงาน; **present a sorry ~** (*fig.*) แสดงภาพที่น่าสงสาร; **look the [very] ~ of health/misery/innocence** ดูสุขภาพแข็งแรงสมบูรณ์ดี/เป็นทุกข์/ซื่อบริสุทธิ์; **be the ~ of delight** ดูมีความสุขเต็มที่; **get the ~** (*coll.*) เข้าใจแล้ว; **I'm beginning to get the ~:** ฉันเริ่มที่จะเข้าใจแล้ว; **[do you] get the ~?** คุณเข้าใจไหม; **get the whole ~:** เข้าใจทั้งหมด; **put sb. in the ~:** อธิบายให้ *ค.น.* เห็นภาพ; **be in the ~** (*be aware*) รับรู้ในเหตุการณ์; **keep out of the ~:** ปลีกตัวไม่เกี่ยวข้อง; **keep sb. in the ~:** ให้ข้อมูล *ค.น.* เป็นอย่างดี; **come** *or* **enter into the ~:** เข้ามามีบทบาท; Ⓓ (*film*) ภาพยนตร์; Ⓔ *in pl.* (*Brit.: cinema*) โรงหนัง; **go to the ~s** ไปดูหนัง; **what's on at the ~s?** ตอนนี้โรงหนังฉาย*หรือ* มีหนังอะไรบ้าง; **is there anything on at the ~s?** มีอะไรฉายที่โรงหนังไหม; Ⓕ (*delightful object*) **be a ~:** เป็นสิ่งที่น่ายินดี; **her face was a ~:** ใบหน้าของเธองดงามน่าชื่นชม; **she looked a ~:** เธอดูสวยงามน่าชื่นชม ❷ *v.t.* Ⓐ (*represent*) วาดภาพ; Ⓑ (*imagine*) **~ [to oneself]** คิดภาพ; Ⓒ (*describe graphically*) บรรยายให้เห็นภาพชัดเจน

picture: ~ book ❶ *n.* หนังสือมีแต่ภาพ ❷ *adj.* มีภาพประกอบ; **~ card** *n.* ไพ่ที่มีรูปภาพ; **~ frame** *n.* กรอบรูป; **~-framer** ➤ 489 ➡ **framer**; **~ gallery** *n.* ห้องหรือหอศิลป์แสดงภาพ; **~ hook** *n.* ตะขอแขวนรูป; **~ palace** *n.* (*dated*) โรงภาพยนตร์; **~ ˈpostcard** *n.* ไปรษณียบัตรที่มีรูปภาพอยู่ด้านหน้า; **~ rail** *n.* ราวแขวนรูปภาพ

picturesque /pɪktʃəˈresk/พิคเฉอะˈเร็ชคฺ/ *adj.* เป็นภาพที่งดงาม; (*vivid*) แจ่มชัด, (*ภาษา*) ที่มีลวดลาย, ให้รสชาติ

picturesquely /pɪktʃəˈresklɪ/พิคเฉอะˈเร็ชคฺลิ/ *adv.* อย่างเป็นภาพที่งดงาม; (*graphically*) ที่ชัดเจน

picture: ~ window *n.* หน้าต่างบานใหญ่ที่ใช้กระจกแผ่นเดียว; **~-writing** *n.* การบันทึกโดยใช้ภาพสัญลักษณ์แทนตัวหนังสือ

piddle /ˈpɪdl/ˈพิดˈล/ (*coll.*) ❶ *v.i.* Ⓐ (*act in trifling way*) **~ about** *or* **around** ทำเล่น ๆ อย่างไม่ใส่ใจ; Ⓑ (*urinate*) ฉี่ (*ภ.พ.*) ❷ *n.* Ⓐ **have a/do one's ~:** ไปฉี่; **he needs to have a ~:** เขาต้องไปฉี่; Ⓑ (*urine*) น้ำเยี่ยว (*ภ.พ.*)

piddling /ˈpɪdlɪŋ/ˈพิดˈลิง/ *adj.* (*coll.*) (*เรื่อง*) เล็กน้อย, ไม่สลักสำคัญ

pidgin /ˈpɪdʒɪn/ˈพิจจิน/ *n.* *ภาษาที่ใช้ศัพท์ง่าย ๆ จากสองภาษาเพื่อพูดระหว่างคนที่ไม่มีภาษาร่วมกัน*

pidgin ˈEnglish *n.* ภาษาดังกล่าวที่ใช้ภาษาอังกฤษเป็นหลัก

pie /paɪ/พาย/ *n.* (*of meat, fish, etc.*) พาย (*ท.ศ.*); **as sweet/nice** *etc.* **as ~** (*coll.*) อ่อนหวานและน่ารักเหลือเกิน; **as easy as ~** (*coll.*) ง่ายมาก; **have a finger in every ~** (*coll.*) เข้าไปเกี่ยวข้องพัวพันกับทุกสิ่งทุกอย่าง; **that's all just ~ in the sky** (*coll.*) ทั้งหมดเป็นเรื่องเพ้อฝันเท่านั้น, สิ่งนั้นไม่มีทางเป็นไปได้

piebald /ˈpaɪbɔ:ld/ˈพายบอลดฺ/ ❶ *adj.* (*สัตว์โดยเฉพาะม้า*) มีลายสองสี (*ส่วนใหญ่ขาวดำ*) ❷ *n.* (*ม้า*) สองสี

piece /pi:s/พีซ/ ❶ *n.* Ⓐ ชิ้น, เศษ; (*of broken glass or pottery*) เศษแก้ว; (*of jigsaw puzzle, crashed aircraft, etc.*) ชิ้นส่วน; **a ~ of meat** เนื้อหนึ่งชิ้น; **[all] in one ~:** สมบูรณ์, ไม่แตก, เป็นชิ้นเดียว; (*บุคคล*) สบายดี; **in ~s** (*broken*) เป็นชิ้นเล็กชิ้นน้อย; **break into ~s, fall to ~s** แตกเป็นชิ้น ๆ; **break sth. to ~s** ทำ *ส.น.* แตกหักเป็นชิ้น ๆ; **go [all] to ~s** (*fig.*) ควบคุมอารมณ์ไม่อยู่; **[all] of a ~:** เหมือนกัน, มั่นคง; **be [all] of a ~ with sth.** คงเส้นคงวา/กับ *ส.น.*; **say one's ~** (*fig.*) พูดในสิ่งที่ต้องการพูด; Ⓑ (*part of set*) **~ of furniture/clothing/luggage** เครื่องเรือน/เสื้อผ้า/กระเป๋าเดินทางหนึ่งชิ้น; **a 21-~ tea-set** ชุดเครื่องชาที่มี 21 ชิ้น; **a five-~ band** วงดนตรีที่มีเครื่องดนตรีห้าชิ้น; **a three-/four-~ suite** ชุดเครื่องเรือนที่มี 3/4 ชิ้น; **a three-~ suit** ชุดสูทที่มีสามชิ้น; Ⓒ (*enclosed area*) **a ~ of land/property** ที่ดิน 1 ผืน *หรือ* หนึ่งแปลง; **a ~ of water** ทะเลสาบเล็ก ๆ 1 แห่ง; Ⓓ (*example*) ตัวอย่าง; **a ~ of impudence [like that]** เหตุการณ์ทะลึ่ง [แบบนั้น]; **~ of luck** โชคดีหนึ่งครั้ง; **by a ~ of good luck** ด้วยโชคดี; **a fine ~ of pottery/Victorian literature** ตัวอย่างที่ดีของเครื่องดินเผา/วรรณคดีสมัยวิกตอเรียนที่ดี; **fine ~ of work** ผลงานดี ๆ หนึ่งชิ้น; **he's an unpleasant ~ of work** (*fig.*) เขาเป็นคนที่ไม่น่าคบเลย; ➡ **+ nasty** 1 A; Ⓔ (*item*) **~ of news/gossip/information** ข่าว/เรื่องนินทา/ข่าวสารเรื่องหนึ่ง; **be paid by the ~** จ่ายตามปริมาณของงานที่ทำแต่ละชิ้น; **the work is paid by the ~:** งานจ่ายตามปริมาณงาน; ➡ **+ advice** A; Ⓕ (*Chess*) ตัวหมาก; (*Draughts, Backgammon, etc.*) Ⓖ ➤ **572** (*coin*) **gold ~:** เหรียญทอง; **~ of silver** เหรียญเงิน; **a 10p ~:** เหรียญ 10 พีหนึ่งอัน; **~ of eight** เหรียญสเปนโบราณ; Ⓗ (*article in newspaper, magazine, etc.*) บทความ; Ⓘ (*literary or musical compositon*) งานประพันธ์; **~ of music** งานดนตรี; ➡ **+ villain** B; Ⓙ (*coll.: woman*) อีหนู; Ⓚ (*Mil.: weapon*) อาวุธ; (*firearm*) ปืน; (*of artillery*) ปืนใหญ่; Ⓛ (*picture*) รูปภาพ ❷ *v.t.* **~ together** (*lit. or fig.*) นำมาต่อกัน, ปะติดปะต่อเรื่องรวมกันใหม่; **~ together what happened** นำเรื่องราวที่เกิดขึ้นมาเรียบเรียงปะติดปะต่อกัน

pièce de résistance /pi:eɪs də reɪzɪˈstɑ̃s:/พีเอซ เดอะ เรซิˈซตานซฺ/ *n., pl.* **pièces de résistance** /pi:eɪs də reɪzɪˈstɑ̃s/พีเอซ เดอะ เรซิ ˈซตานซฺ/ Ⓐ (*dish*) อาหารหลักในมื้ออาหาร; Ⓑ (*item*) สิ่งที่สำคัญและเด่นที่สุด; **and now for my ~!** และตอนนี้ดูงานสุดยอดของฉัน

ˈpiecemeal *adv., adj.* ทีละชิ้น ๆ, ที่ไม่ปะติดปะต่อ

piece: ~ rate *n.* อัตราที่จ่ายตามจำนวนผลิต; **be paid at** *or* **be on ~ rates** (*คนงาน*) ได้รับอัตราค่าตอบแทนตามจำนวนผลิต; **the work is paid at ~ rates** งานนี้จ่ายตามจำนวนผลิต; **~work** *n., no pl.* งานที่จ่ายตามจำนวนที่ผลิต; **put sb. on ~work** ให้ *ค.น.* ทำงานที่จ่ายตามจำนวนที่ผลิตได้; **be on ~work** ได้ค่าจ้างตามจำนวนที่ผลิต; **~work system** ระบบว่าจ้างตามปริมาณงานที่ผลิต; **~worker** *n.* คนงานที่ได้ค่าจ้างตามปริมาณงานที่ผลิตได้

pie: ~ chart *n.* แผนภูมิวงกลม; **~crust** *n.* แป้งพายที่อบกรอบแล้ว

pied /paɪd/พายดฺ/ *adj.* (*ม้า, วัว*) มีสีผสมกัน; (*นก, ผีเสื้อ*) หลากสี

pied-à-terre /pjeɪdɑ:ˈteə(r)/พิเอดาˈแท(ร)/ *n., pl* **pieds-à-terre** /pjeɪdɑ:ˈteə(r)/พิเอดาˈแท(ร)/ บ้านที่สองที่ใช้บางครั้งบางคราว

ˈpie dish *n.* ถาด/จานที่อบพาย

Pied ˈPiper *n.* บุคคลที่หลอกลวงไปในทางอันตราย; **the ~ of Hamelin** *ตำนานในสมัยกลางของคนเป่าขลุ่ย เพื่อกำจัดหนูให้เมืองฮามลิน เมื่อถูกชาวเมืองโกงไม่ยอมให้รางวัลตามสัญญา เขาจึงเป่าขลุ่ยพาเด็ก ๆ หายตัวไปหมด*

pie: ~-eyed *adj.* (*coll.*) เมาเหล้ามาก; **~man** /ˈpaɪmən/ˈพายเมิน/ *n., pl.* **~men** /ˈpaɪmən/ˈพายเมิน/ (*arch.*) คนขายพาย

pier /pɪə(r)/เพีย(ร)/ *n.* Ⓐ (*for landing place, as a promenade*) สะพานที่ยื่นไปในทะเล, โป๊ะ; Ⓑ (*to protect or form harbour*) กำแพงกั้นรอบท่าเทียบเรือ; Ⓒ (*support of bridge*) ตอม่อสะพาน; Ⓓ (*Archit.*) ผนังทึบระหว่างหน้าต่าง; เสาหน้าค้ำกำแพง

pierce /pɪəs/เพียซ/ *v.t.* Ⓐ (*prick*) ทิ่มแทง; (*penetrate*) แทงทะลุเข้าไป; **~ a hole in sth.** แทงรูเข้าไปใน *ส.น.*; **have one's ears ~d** ไปเจาะหู; Ⓑ (*fig.*) **the cold ~d him to the bone** ความหนาวทิ่มแทงเข้าไปถึงกระดูก; **a scream ~d the night/silence** เสียงร้องเสียดแทงยามราตรี/ความเงียบสงบ; Ⓒ (*force one's way through*) ฝ่าผ่านไป

piercing /ˈpɪəsɪŋ/ˈเพียซิง/ *adj.* (*เสียงร้อง*) แหลม; (*ความหนาว, คำประชด*) เสียดแทง

pierrot /ˈpɪərəʊ/ˈเพียโร/ *n.* *ตัวแสดงตลกที่โพกหน้าขาวและใส่ชุดหมีหลวม ๆ ขาวดำ*

pietà /pjeɪˈtɑ:/พิเอˈทา/ *n.* (*Art*) *งานศิลปะของพระแม่มารีอุ้มร่างไร้วิญญาณของพระเยซู*

piety /ˈpaɪətɪ/ˈพายเออะทิ/ *n.* Ⓐ *no pl.* (*quality*) ความศรัทธาในศาสนา, ความใจบุญ; Ⓑ (*act*) การทำบุญ

p

piffle /ˈpɪfl/ˈพิฟ'ล/ *(coll.)* n. Ⓐ *(nonsense)* ความไร้สาระ; Ⓑ *(empty talk)* การพูดคุยที่ไร้สาระ

piffling /ˈpɪflɪŋ/ˈพิฟลิ่ง/ *adj. (coll.)* ที่ไร้สาระ

pig /pɪg/พิก/ ❶ n. Ⓐ สุกร, หมู *(ภ.พ.)*; **the sow is in ~:** หมูกำลังตั้งท้องอยู่; **bleed like a [stuck] ~:** เลือดออกอย่างมากมายเหมือนหมูที่ถูกแทง; **~s might fly** *(iron.)* ชาติหน้าบ่าย ๆ; **buy a ~ in a poke** *(fig.)* ซื้อ *ส.น.* โดยไม่รู้ว่ามีค่าหรือไม่ *หรือ* โดยไม่ได้ตรวจดูก่อน; Ⓑ *(coll.) (greedy person)* คนตะกละ; *(obstinate person)* คนหัวดื้อ; *(dirty person)* คนสกปรก; *(unpleasant thing)* สิ่งที่ไม่ดี; *(unpleasant person)* คนไม่น่าคบ; **make a ~ of oneself** *(overeat)* กินจุมาก; **live like ~s** อยู่ในที่สกปรกโสโครก; Ⓒ *(sl. derog.: policeman)* ตำรวจ; Ⓓ *(metal)* โลหะ *(หยาบจากเตาหลอม)*; Ⓔ *(Amer.: young swine)* ลูกหมู; ➡ **+ chauvinist** ❷ *v.t.* **-gg-: ~ it** *(coll.)* อาศัยอยู่ *(ในสภาพสกปรก)*

¹pigeon /ˈpɪdʒɪn/ˈพิจจิน/ *n.* นกพิราบ; **cock ~:** นกพิราบเพศผู้

²pigeon *n.* Ⓐ ➡ **pidgin**; Ⓑ *(coll.: business)* **be sb.'s ~:** เป็นความรับผิดชอบ/ธุระของ *ค.น.*; **that's not my ~:** นั่นไม่ใช่เรื่องของฉัน

pigeon: ~ fancier *n.* คนเล่นนกพิราบ; **~hole** ❶ *n.* Ⓐ *(in cabinet etc.)* ช่องในตู้เก็บของ; *(for letters)* ช่องจดหมาย; **put people in ~holes** *(fig.)* จำแนกคนออกเป็นกลุ่ม; Ⓑ *(for pigeon)* รังนกพิราบ ❷ *v.t.* Ⓐ *(deposit)* ใส่ไว้ในช่อง; Ⓑ *(put aside)* เก็บเข้าลิ้นชัก, เก็บเรื่องไว้ก่อน; **get ~holed** ถูกเก็บเข้าลิ้นชัก; Ⓒ *(categorize)* แยกออกเป็นประเภท, จำแนก; **~ loft** *n.* รังนกพิราบ; **~-toed** ❶ *adj.* **a ~toed man** ชายที่เดินโดยฝ่าเท้างอเข้าไปด้านใน; **be ~toed** มีเท้าที่งอเข้าไปด้านใน ❷ *adv.* โดยเท้างอเข้าไปด้านใน

piggery /ˈpɪgərɪ/ˈพิกเกอะริ/ *n.* Ⓐ *(pig-breeding establishment)* โรงเลี้ยงสุกร; Ⓑ ➡ **pigsty**; Ⓒ *(coll.: gluttony)* ความตะกละ

piggish /ˈpɪgɪʃ/ˈพิกกิช/ *adj. (coll.)* Ⓐ *(gluttonous)* ตะกละ; Ⓑ *(dirty)* สกปรก; Ⓒ *(stubborn)* ดื้อรั้นหัวแข็ง

piggy /ˈpɪgɪ/ˈพิกกิ/ *(coll.)* ❶ *n.* ลูกหมูตัวเล็ก ๆ ❷ *adj.* **~ face** หน้าเหมือนหมู; **~ eyes** ตาเล็กเหมือนหมู

piggy: ~back ❶ *n.* **give sb. a ~back** ให้ *ค.น.* ขี่หลังขี่คอ; **ask for a ~back** ขอขี่คอขี่หลังคนอื่น ❷ *adv.* อยู่บนคอหรือหลังของ *ค.น.*, บนสิ่งอื่น ❸ *adj.* **give a child a ~back ride** ให้เด็กขี่หลัง; **~ bank** *n.* กระปุกเก็บสตางค์ *(มักเป็นรูปตัวหมู)*; **~ in the middle** *n.* Ⓐ *(game)* เกมลิงชิงบอล; Ⓑ *(fig.: person)* **I don't want to be** *or* **play ~ in the middle** ฉันไม่อยากจะตกอยู่ตรงกลาง *(สองฝ่ายที่ทะเลาะกัน)*

pig: ~'headed *adj.* ดื้อ, รั้น; **~headedness** /pɪgˈhedɪdnɪs/พิกˈเฮ็ดดิดนิซ/ *n. no pl.* ความดื้อ, ความรั้น; **~ ignorant** *adj.* ไม่รู้เรื่องรู้ราว, โง่งม; **~ iron** *n.* ชิ้นเหล็กหยาบ ๆ จากเตาหลอม

piglet /ˈpɪglɪt/ˈพิกลิท/ *n.* ลูกหมู

ˈpig meat *n.* เนื้อหมู

pigment /ˈpɪgmənt/ˈพิกเมินทฺ/ ❶ *n.* สีย้อม, รงควัตถุ ❷ *v.t.* ย้อมสี, เติมสีเข้าไป

pigmentation /pɪgmənˈteɪʃn/พิกเมินˈเทช'น/ *n.* สีโดยธรรมชาติ *(ของพืช, ตา)*

pigmy ➡ **pygmy**

pig: ~pen *(Amer.)* ➡ **pigsty: ~'s 'ear** *n.* *(Brit. coll.)* **make a ~'s ear of sth.** ทำ *ส.น.* ให้เละเทะ, ทำ *ส.น.* ให้ยุ่งเหยิง; **~skin** *n.* Ⓐ หนังหมู; Ⓑ *(leather)* หนังที่ทำมาจากหนังหมู; Ⓒ *(Amer. coll.: football)* ฟุตบอล; **~sty** *n.* *(lit.)* คอกหมู; *(fig.)* สถานที่สกปรกโสโครก; **~swill** *n.* เศษอาหารที่ใช้เลี้ยงหมู; *(fig. coll.) (food)* อาหารที่ไม่น่าทานเลย; *(drink, soup, etc.)* อาหารเละไม่น่าทาน; **~tail** *n. (plaited)* ผมเปีย; **~tails** *(worn loose, at either side of head)* ผมเปียสองข้าง

¹pike /paɪk/ไพค/ *n., pl. same (Zool.)* ปลาน้ำจืดขนาดใหญ่ *Esox lucius*

²pike *n. (Arms. Hist.)* หอก

³pike *n. (Brit. Hist., Amer.)* Ⓐ *(toll bar)* ไม้กั้นถนนเพื่อเก็บค่าผ่านทาง; Ⓑ *(road)* ถนนที่เก็บค่าผ่าน

pike: ~perch *n. (Zool.)* ปลากราย pike ในสกุล *Lucioperca* หรือ *Stizostedion*; **~staff** *n.* **plain as a ~staff** เด่นชัด, เห็นได้ชัดเจน

pilaff /pɪˈlæf, US -ˈlɑːf/พิˈแลฟ, -ˈลาฟ/ *n.* ข้าวผัดทรงเครื่อง

pilaster /pɪˈlæstə(r)/พิˈแลซเตอะ(ร)/ *n.* *(Archit.)* เสาเหลี่ยมที่ข้างหนึ่งติดผนัง

pilchard /ˈpɪltʃəd/ˈพิลเฉิด/ *n.* ปลาน้ำเค็ม *Sardinia pitchardus* ในสกุลปลาแฮร์ริ่ง

¹pile /paɪl/พายล/ ❶ *n.* Ⓐ *(heap) (of dishes, plates, paper, books, letters etc.)* กอง; Ⓑ *(coll.: large quantity)* จำนวนมาก; **a ~ of troubles/letters/people** ปัญหา/จดหมาย/คนมากมาย; **a great ~ of work/problems** งาน/ปัญหากองใหญ่; **a ~ of difficult problems awaited her** ปัญหาลำบากอีกมากมายรอเธออยู่; Ⓒ *(coll.: fortune)* เงินจำนวนมาก; **make a** *or* **one's ~:** ทำเงินได้จำนวนมากมาย; **he's made his ~:** เขาหาเงินได้มากมาย; Ⓓ *(large building)* ตึกใหญ่; Ⓔ *(Electr.)* แบตเตอรี่แห้ง ❷ *v.t.* Ⓐ *(load)* วางให้เต็ม, กองไว้; **~ a table with dishes** โต๊ะที่เต็มไปด้วยจาน; Ⓑ *(heap up)* กองสุม; Ⓒ **~ furniture into a van/lorry** *etc.* ขนเครื่องเรือนใส่รถบรรทุก

~ 'in ❶ *v.i.* Ⓐ *(get in)* อัดเข้าไปแน่น; **~ in!** เข้ามาเลย; Ⓑ *(coll.: begin) (to eat)* เริ่มกิน; *(to work)* ลงมือทำงาน; *(to fight)* เริ่มต่อยกัน ❷ *v.t.* อัดเข้าไปเป็นกอง

~ into *v.t.* เข้าไปข้างในอย่างไม่เป็นระเบียบ *(รถยนต์, โรงละคร ฯลฯ)*; อัดเข้าไปให้เต็ม *(รถยนต์, ห้อง)*

~ off *(coll.)* ❶ /-ˈ-/ *v.i.* *(ฝูงชน)* ออกมา/ลงมา *(จากรถไฟ ฯลฯ)* ❷ /-ˈ-/ *v.t.* พรูออกข้างนอก

~ 'on ❶ *v.i.* ➡ **pile in a** ❷ *v.t. (fig.)* **~ on the work/praise** สุมงานไว้ให้/ถล่มด้วยคำยกย่องที่เกินควร; **~ on the pressure** เพิ่มความกดดันเต็มที่; **~ on the agony, ~ it on** *(coll.)* พูดเกินความจริง

~ on to *v.t.* Ⓐ *(heap on to)* **~ logs on to the fire** โยนฟืนในกองไฟ; **he ~d food on to my plate** เขาใส่อาหารลงในจานของฉันจนพูน; **~ work on to sb.** *(fig.)* ระดมให้งานกับ *ค.น.*; Ⓑ *(enter)* เข้าไป, ขึ้น *(รถเมล์, รถไฟ ฯลฯ)*

~ 'out *v.i.* พรูออกมาเป็นฝูง

~ 'out of *v.t.* พรูกันออกมาจาก

~ 'up ❶ *v.i.* Ⓐ *(accumulate) (งาน, หิมะ, เอกสาร, ใบไม้)* เพิ่มขึ้นเป็นกอง; *(ความกังวล, ความสงสัย)* ทวีความรุนแรง; Ⓑ *(crash) (รถยนต์)* ชนปะทะกันหลายคัน ❷ *v.t.* กองขึ้น *(หนังสือ, หิน)*; เกล้าขึ้น *(ผม)*; ทำเป็นกอง *(หิมะ, ทราย)*; **~ up debts** สร้างหนี้สินเพิ่มขึ้นเรื่อย; ➡ **+ pile-up**

²pile *n.* Ⓐ *(soft surface)* พื้นผิวที่อ่อนนุ่ม; Ⓑ *(soft hair)* ผมหรือขนนกที่อ่อนนุ่ม

³pile *n. (stake)* เสาไม้ *หรือ* โลหะที่ปักเป็นฐาน

pile: ~driver *n.* เครื่องจักรที่ตอกเสาเข็ม; **~ dwelling** *n.* ที่อยู่อาศัยที่สร้างอยู่บนเสา *(โดยเฉพาะในทะเลสาบ)*

piles /paɪlz/พายลซฺ/ *n., pl. (Med.)* ริดสีดวงทวาร

ˈpile-up *n.* การชนของรถหลาย ๆ คัน

pilfer /ˈpɪlfə(r)/ˈพิลเฟอะ(ร)/ *v.t.* ขโมย

pilferage /ˈpɪlərɪdʒ/ˈพิลเฟอะริจ/ *n.* การขโมย

pilferer /ˈpɪlfərə(r)/ˈพิลเฟอะเรอะ(ร)/ *n.* คนขโมย

ˈpilfer-proof *adj.* ที่กันขโมย

pilgrim /ˈpɪlgrɪm/ˈพิลกฺริม/ *n.* นักแสวงบุญ

pilgrimage /ˈpɪlgrɪmɪdʒ/ˈพิลกฺริมิจ/ *n.* การเดินทางไปสถานที่ศักดิ์สิทธิ์เพื่อแสวงบุญ

Pilgrim 'Fathers *n. pl. (Hist.)* *ชาวอังกฤษนิกายพิวริตัน ผู้ก่อตั้งอาณานิคมในรัฐแมสซาชูเซทท์ในปี ค.ศ. 1620*

pill /pɪl/พิล/ *n.* Ⓐ ยาเม็ด; **be on ~s** ต้องกินยาเม็ดประจำ; Ⓑ *(coll.: contraceptive)* **the ~** *or* **P~** ยาคุมกำเนิด; **be on the ~:** กิน *หรือ* ใช้ยาคุมกำเนิด; **come off the ~:** เลิกใช้ยาคุมกำเนิด; **go on the ~:** เริ่มใช้ยาคุมกำเนิด; Ⓒ *(fig.: unpleasant thing)* **swallow the ~:** กล้ำกลืนความอัปยศ; **sweeten the ~:** ทำสิ่งที่เลวร้ายให้ดีขึ้น; **be a bitter ~ [to swallow]** เป็นความอัปยศ [ที่ต้องกล้ำกลืน]; Ⓓ *(coll./joc.: ball)* ลูกฟุตบอล

pillage /ˈpɪlɪdʒ/ˈพิลลิจ/ ❶ *n.* การปล้น, การทำลายทรัพย์สิน ❷ *v.t.* ขโมย, ปล้น; **the abbey was ~d of its treasures** ทรัพย์สินของวัดถูกปล้นหมด ❸ *v.i.* ปล้น

pillar /ˈpɪlə(r)/ˈพิลเลอะ(ร)/ *n.* Ⓐ *(vertical support, of bed, door)* เสาค้ำเตียง, เสาค้ำประตู; **a ~ of strength** *(fig.)* เป็นหลักอันแข็งแกร่ง; **from ~ to post** *(fig.)* จากโน่นไปนี่; Ⓑ *(fig.: supporter) (of church, family, party, society, etc.)* ผู้ค้ำจุน; *(of science, alliance, faith etc.)* เสาหลัก; Ⓒ *(upright mass)* **~ of dust/cloud/water** ฝุ่น/เมฆ/น้ำที่สูงขึ้นเป็นลำ; Ⓓ *(Mining)* แนวถ่านหินแข็งที่ปล่อยไว้ให้เป็นที่ค้ำจุนเหมืองถ่านหิน

ˈpillar box *n. (Brit.)* ตู้ไปรษณีย์; **~ red** สีแดงสดใส

ˈpillbox *n.* Ⓐ กล่องใส่ยา; Ⓑ **~ [hat]** หมวกรูปทรงกระบอก; Ⓒ *(Mil.)* ป้อมปืน

pillion /ˈpɪlɪən/ˈพิลเลียน/ *n.* เบาะนั่งหลังของจักรยานยนต์; **ride ~:** ซ้อนท้ายจักรยานยนต์

pillock /ˈpɪlək/ˈพิลเลิค/ *n. (sl.)* คนโง่

pillory /ˈpɪlərɪ/ˈพิลเลอะริ/ ❶ *v.t. (lit.)* ใส่ขื่อนักโทษ เพื่อนำไปประจาน; *(fig.)* ประจาน *ค.น.* ❷ *n. (Hist.)* ขื่อสวมคอและมือนักโทษ

pillow /ˈpɪləʊ/ˈพิลโล/ ❶ *n.* หมอน ❷ *v.t.* **her arms ~ed the sleeping child** แขนของเธอเป็นหมอนหนุนเด็กที่กำลังหลับ; **he was like a baby, ~ed in her arms** เขานอนหนุนในอ้อมแขนของเธอเหมือนเด็กเล็ก ๆ

pillow: ~case *n.* ปลอกหมอน; **~ fight** *n.* การใช้หมอนตีกันเล่น; **~ lace** *n.* ลูกไม้ละเอียดที่เย็บบนหมอน; **~ lava** *n. (Geol.)* ลาวาที่แข็งเป็นก้อนกลม ๆ; **~slip** ➡ **~case**; **~ talk** *n.* การคุยกันอย่างใกล้ชิดบนเตียง

pill-popper *n. (coll.)* คนที่ต้องกินยาเป็นประจำ

pill-popping *n. (coll.)* การกินยาอยู่เรื่อย

pilot /ˈpaɪlət/ˈพายเลิท/ ❶ *n.* Ⓐ ➤ 489 *(Aeronaut.)* นักบิน; **~'s licence** ใบอนุญาตขับเครื่องบิน; Ⓑ *(Naut.; also fig.: guide)* ผู้นำทาง,

มัคคุเทศก์ ❷ *adj.* *(โครงการ, การศึกษา)* เป็นการทดลอง, นำร่อง ❸ *v.t.* Ⓐ *(Aeronaut.)* ขับเครื่องบิน; Ⓑ *(Naut.)* นำเรือเข้าท่า; **~ sb. into/out of the harbour** นำร่อง *ค.น.* เข้าไปใน/ออกจากท่าเรือ; Ⓒ *(fig.: guide)* นำทาง, ชี้แนะ; **~ a bill through the House** *(Parl.)* ช่วยให้พระราชบัญญัติผ่านสภา

pilot: ~ boat *n.* เรือนำร่อง, เรือนำทาง; **~ fish** *n.* ปลาทะเลตัวเล็ก *Naucrates ductor* เชื่อว่านำปลาฉลามหาเหยื่อ

pilotless /ˈpaɪlətlɪs/ˈพายเลิทลิซ/ *adj.* *(เครื่องบิน, จรวด)* ที่ไม่มีคนขับ

pilot: ~ light *n.* Ⓐ *(gas burner)* ไฟชนวน; Ⓑ *(electric light)* โคมไฟฟ้าเล็กที่แสดงการทำงานของเครื่อง; **~ officer** *n.* *(Brit. Air Force)* เรืออากาศตรี; **~ scheme** *n.* โครงการนำร่อง

pimento /pɪˈmentəʊ/พิˈเม็นโท/ *n., pl.* **~s** *(berry)* พริกเม็ดใหญ่, พริกสวน; *(tree)* ต้นพริก *Pimento dioica*

pimp /pɪmp/พิมพฺ/ ❶ *n.* แมงดา ❷ *v.i.* หาแขกให้โสเภณี; **~ for sb.** หาแขกให้ *ค.น.*

pimpernel /ˈpɪmpənel/ˈพิมเพอะเน็ล/ *n.* *(Bot.)* **[scarlet] ~:** ไม้ดอกในสกุล *Anagallis*

pimple /ˈpɪmpl/ˈพิมพ'ล/ *n.* Ⓐ *(spot)* สิว; **he/his face had come out in ~s** เขา/ใบหน้าของเขาเป็นสิว; Ⓑ *(slight swelling)* จุดนูน, บวม, ปูด; *(on table tennis bat)* รอยนูนเล็ก ๆ

pimpled /ˈpɪmpld/ˈพิมพ'ลดฺ/ *adj.* มีสิว

pimply /ˈpɪmplɪ/ˈพิมพลิ/ *adj.* มีสิว

pin ❶ *n.* Ⓐ เข็ม; **you could have heard a ~ drop** เงียบกริบ; **as clean as a new ~:** สะอาดสะอ้านมาก; **~s and needles** *(fig.)* อาการเป็นเหน็บ; **I had ~s and needles in my legs** *(fig.)* ขาของฉันเป็นเหน็บ; Ⓑ *(peg)* หมุด; **split ~:** หมุดแยก; Ⓒ *(Electr.)* หัวเสียบ; **two-/three-~ plug** ปลั๊กสอง/สามตา; Ⓓ **I don't give** *or* **care a ~:** ฉันไม่สนใจสักนิดเดียว; **for two ~s I'd resign** ฉันจะลาออกได้อย่างง่ายดาย; Ⓔ *(Golf)* หลักเสาที่ปักอยู่ที่หลุม; Ⓕ *(Mus.: for string of instrument)* ลูกบิดสาย; Ⓖ *(half-firkin cask)* ถังเล็กที่จุ 4 แกลลอน (20 ลิตร); Ⓗ *(in grenade)* สลัก; Ⓘ *in pl. (coll.: legs)* ขา; Ⓙ *(skittle)* พิน *(ท.ศ.)*; Ⓚ *(Amer.: brooch)* เข็มกลัด; **[lapel] ~** *(of society, club, etc.)* เข็มกลัด ❷ *v.t.*, **-nn-** Ⓐ กลัด, ติด, ตรึง; **~ a badge to one's lapel** กลัด *(เข็ม)* ที่ปกเสื้อ; **~ a notice on the board** ติดประกาศที่กระดาน; **~ together** กลัดไว้ด้วยกัน; Ⓑ *(fig.)* **~ one's ears back** ตั้งใจฟังอย่างเต็มที่; **~ one's hopes on sb./sth.** ฝากความหวังไว้กับ *ค.น./ส.น.*; **~ the blame/responsibility for sth. on sb.** มอบความผิด/ความรับผิดชอบ *ส.น.* ไว้กับ *ค.น.*; **you won't ~ it on him** คุณจะทำไม่สำเร็จในการกล่าวหาเขา; ➡ **+ faith A**; Ⓒ *(seize and hold fast)* **~ sb. against the wall** ตรึง *ค.น.* ไว้กับกำแพง; **~ sb. to the ground** ตรึง *ค.น.* ไว้กับพื้น; **~ sb.'s arm behind his back** รัดแขน *ค.น.* ไว้ข้างหลัง

~ 'down *v.t.* Ⓐ *(fig.: bind)* ยึด, ผูกมัด (**to** *or* **on** ไว้); **he's a difficult man to ~ down** เขาเป็นคนที่จะผูกมัดให้ทำอะไรได้ยาก; **he's difficult to ~ down on policies** ยากที่จะให้เขายืนยันเกี่ยวกับนโยบาย; Ⓑ *(trap)* ตรึง; **~ sb. down [to the ground]** ตรึง *ค.น.* ไว้กับพื้น; Ⓒ *(define exactly)* **~ sth. down in words** อธิบาย *ส.น.* ให้ชัดเจน; **I can't quite ~ it down** ฉันให้คำจำกัดความที่ชัดเจนยาก; **~ the fault down to the carburettor** พบว่าต้นปัญหาอยู่ที่คาบูเรเตอร์; **~ down the exact meaning of a word** จำกัดความของคำอย่างแน่ชัด

~ up *v.t.* ติด *(รูปภาพ, รูปถ่าย)*; กลัด *(ผม)* ขึ้น; ใช้เข็มกลัด *(ชายกระโปรง)*; ➡ **+ pin-up**

PIN /pɪn/พิน/ *abbr.* **~ [number]** ➡ **personal identification number**

pinafore /ˈpɪnəfɔː(r)/ˈพินเนอะฟอ(ร)/ *n.* ผ้ากันเปื้อนของเด็ก

'pinafore dress *n.* ชุดกระโปรงไม่มีแขนใส่ทับเสื้ออีกตัว

'pinball *n.* การเล่นพินบอล *(ท.ศ.)* *(การเล่นดีดลูกโลหะให้ลงรู)*; **play ~:** เล่นพินบอล; **have a game of ~:** เล่นพินบอลกันเถอะ

pince-nez /ˈpænsneɪ/ˈแพนซเน/ *n., pl. same* แว่นตาหนีบจมูก

'pincer movement /ˈpɪnsə muːvmənt/ˈพินเซอะ มูวเมินทฺ/ *n.* *(Mil.)* การเคลื่อนสองปีกของกองทัพเข้าโจมตีข้าศึก

pincers /ˈpɪnsəz/ˈพินเซิซ/ *n. pl.* Ⓐ **[pair of] ~:** ปากคีบ, คีมปากนกแก้ว; Ⓑ *(of crab etc.)* ก้ามปู

pinch /pɪntʃ/พินฉฺ/ ❶ *n.* Ⓐ *(squeezing)* การหยิก, การหนีบ; **give sb. a ~:** หยิก *ค.น.*; **give sb. a ~ on the arm/cheek** *etc.* หยิกแขน/แก้ม ฯลฯ *ค.น.*; Ⓑ *(fig.)* **feel the ~:** รู้รสความยากจน; **the firm is feeling the ~:** บริษัทกำลังมีปัญหาทางการเงิน; **at a ~:** ในกรณีฉุกเฉิน, ถ้าจำเป็น; **if it comes to a** *or* **the ~:** ถ้าถึงคราวจำเป็นจริง ๆ; Ⓒ *(small amount)* จำนวนเล็กน้อย; ➡ **+ salt 1 A** ❷ *v.t.* Ⓐ *(grip tightly)* หนีบ, หยิก; **~ sb.'s cheek/bottom** หยิกแก้ม/ก้นของ *ค.น.*; **I had to ~ myself** ฉันต้องหยิกตัวเอง; **~ed with cold** *(fig.)* ซีดเผือดด้วยความหนาวเย็น; Ⓑ *(coll.: steal)* ลัก, ขโมย; Ⓒ *(coll.: arrest)* จับกุม; **get ~ed** ถูกจับ; Ⓓ *(Hort.)* **~ back** *or* **down** *or* **out** เด็ด ❸ *v.i.* Ⓐ *(รองเท้า)* กัด; **that's where the shoe ~es** *(fig.)* จุดแท้จริงก็อยู่ตรงนั้นแหละ; Ⓑ *(be niggardly)* ตระหนี่, ขี้เหนียว

pinchbeck /ˈpɪntʃbek/ˈพินฉฺเบ็ค/ ❶ *n.* ทองแดงผสมสังกะสี *(ใช้ทำทองปลอม)* ❷ *adj.* Ⓐ ที่ทำด้วยทองปลอม; Ⓑ *(fig.: counterfeit)* **be ~:** เป็นของปลอม, เก๊

'pinch-hitter *n.* *(Baseball)* ผู้ที่ทำหน้าที่ตีลูกเบสบอลแทนในกรณีฉุกเฉิน

'pincushion *n.* หมอนปักเข็มหมุด

¹pine /paɪn/พายนฺ/ *n.* Ⓐ *(tree)* ต้นสน; Ⓑ *(wood)* ไม้สน; **a kitchen in ~:** ตู้ครัวจากไม้สน

²pine *v.i.* Ⓐ *(languish)* โศกเศร้า (**over, about** เกี่ยวกับ); Ⓑ *(long eagerly)* **~ for sb./sth.** โหยหา *ค.น./ส.น.*

~ a'way *v.i.* ตรอมใจตาย

pineal /ˈpɪnɪəl/ˈพินเนียล/ *adj.* *(Anat.)* **~ body** *or* **gland** ต่อมในสมองของสัตว์มีกระดูกสันหลัง

pineapple /ˈpaɪnæpl/ˈพายนฺแอพ'ล/ *n.* สับปะรด; **~ juice** น้ำสับปะรด; **~ rings/chunks** สับปะรดกระป๋องเป็นวง/เป็นชิ้น; **pine: ~ cone** *n.* *(Bot.)* ผลของต้นสน; **~ marten** *n.* *(Zool.)* สัตว์ *Martes martes* อยู่ในป่าสน; **~ needle** *n.* ใบสน

pinetum /paɪˈniːtəm/ไพˈนีเทิม/ *n., pl.* **pineta** /paɪˈniːtə/ไพˈนีเทอะ/ สวนสน

'pine wood *n.* Ⓐ *(material)* ไม้สน; Ⓑ *(forest)* ป่าสน

ping /pɪŋ/พิง/ ❶ *n.* *(of bullet)* เสียงดังปัง; *(of bell)* เสียงกริ่ง; **the stone made a ~ as it hit the glass** ก้อนหินทำเสียงปิ๊งเมื่อกระทบกระจก ❷ *v.i.* *(ระฆัง)* ดังปิ๊ง, ดังเปรี้ยง

pinger /ˈpɪŋə(r)/ˈพิงเงอะ(ร)/ *n.* เครื่องที่ทำเสียงปิ๊ง *(เพื่อจับเวลา)*

ping-pong (*Amer.:* **Ping-Pong** ®) /ˈpɪŋpɒŋ/ˈพิงพอง/ *n.* เทเบิลเทนนิส *(ท.ศ.)*, ปิงปอง *(ท.ศ.)*

ping-pong: ~ ball *n.* ลูกปิงปอง; **~ table** *n.* โต๊ะปิงปอง

pin: ~head *n.* Ⓐ หัวเข็ม, หัวหมุด; *attrib. (fig.)* สิ่งที่เล็กมาก/ไม่มีความสำคัญ; Ⓑ *(coll.: fool)* คนโง่/ทึ่ม; **~-headed** *adj.* โง่ทึ่ม; **~-'high** *adj.* *(Golf)* *(ลูกกอล์ฟ)* ที่อยู่ที่ระยะทางเท่ากับหลักปักเสา; **~hole** *n.* รูเข็ม; **~hole camera** *n.* *(Photog.)* กล้องถ่ายรูปที่ใช้รูเล็ก ๆ แทนเลนส์

¹pinion /ˈpɪnjən/ˈพินเนียน/ *n.* *(cogwheel)* เฟืองตัวเล็ก

²pinion ❶ *v.t.* **~ sb., ~ sb.'s arms** มัด *(แขน)* *ค.น.* ไว้กับตัว; **~ sb. to sth.** ผูก/มัด *ค.น.* ไว้กับ *ส.น.* ❷ *n.* Ⓐ *(Ornith.)* *(terminal segment of wing)* ปลายปีกนก; *(flight feather)* ขนปีกนก; Ⓑ *(poet.: wing)* ปีก

¹pink /pɪŋk/พิงคฺ/ ❶ *n.* Ⓐ สีชมพู; Ⓑ **in the ~ of condition** อยู่ในสภาพ/ภาวะที่ดีที่สุด; **be in the ~** *(coll.)* มีสุขภาพดีมาก; Ⓒ *(Bot.)* พันธุ์ไม้ในสกุล *Dianthus*; Ⓓ ➡ **hunting pink** ❷ *adj.* Ⓐ สีชมพู; Ⓑ *(Polit. coll.)* เอียงซ้ายนิดหน่อย; ➡ **+ elephant; 'gin; rose-pink; salmon pink; tickle 1 B**

²pink *v.i.* *(Motor Veh.)* *(เครื่องยนต์)* กระตุก

³pink *v.t.* Ⓐ *(pierce slightly)* แทง, ทิ่ม, เจาะนิดหน่อย; Ⓑ *(sewing)* ตัดชายเป็นลายแฉก

pinkie /ˈpɪŋkɪ/ˈพิงคิ/ *n.* *(Amer., Scot.)* นิ้วก้อย

pinking /ˈpɪŋkɪŋ/ˈพิงคิง/: **~ scissors, ~ shears** *ns. pl.* **[pair of] ~ scissors** *or* **shears** กรรไกรฟันเลื่อย *(สำหรับตัดผ้าโดยไม่ให้ลุ่ย)*

pinko /ˈpɪŋkəʊ/ˈพิงโค/ *n., pl.* **~s** *(Polit. coll.)* ผู้ที่เอียงซ้าย

pink pound *n.* *(Brit.)* กำลังซื้อจากพวกรักร่วมเพศ

'pin money *n.* *(for private expenditure)* รายได้เล็กน้อยจากงานพิเศษ; *(for dress expenses)* เงินค่าเสื้อผ้า *(ซึ่งสามีจะให้ภรรยา)*; *(coll.: small sum)* เงินจำนวนเล็กน้อย

pinnace /ˈpɪnəs/ˈพินเนิซ/ *n.* *(Naut.)* เรือขนาดเล็ก

pinnacle /ˈpɪnəkl/ˈพินเนอะค'ล/ *n.* Ⓐ *(Archit.)* ยอดแหลมบนหลังคา; Ⓑ *(natural peak)* ยอด *(ภูเขา)*; Ⓒ *(fig.: climax)* จุดสุดยอด, จุดสูงสุด; **at the ~ of his fame** ที่จุดสุดยอดแห่งความมีชื่อเสียง

pinnate /ˈpɪnet/ˈพินเน็ท/ *adj.* *(Bot.)* *(ใบไม้)* ที่แยกจากกิ่งกลางเป็นสองแถวเหมือนขนนก

pinny /ˈpɪnɪ/ˈพินนิ/ *n.* *(child lang./coll.)* ผ้ากันเปื้อนของเด็ก

pin: ~point ❶ *v.t.* *(locate, define)* หาตำแหน่งที่แน่นอน, เจาะจง; *(determine)* กำหนด, ระบุ ❷ *n.* จุดเล็ก ๆ น้อย ๆ; **~points of light** ลำแสงที่มองเห็นรำไร ❸ *adj.* **~point accuracy** ความถูกต้องแม่นยำ; **~prick** *n.* การแทงด้วยเข็ม; *(fig.)* การรบกวนเล็ก ๆ น้อย ๆ, ถ้อยคำเสียดสี; **~stripe** *n.* แถบที่บางมาก; *(suit)* สูทที่มีลายเส้นแถบบาง ๆ

pint /ˈpaɪnt/ˈพายนฺทฺ/ *n.* Ⓐ ➤ 998 *(one-eighth of a gallon)* ไพนท์ *(ท.ศ.)* *(หน่วยวัดความจุของของเหลวเท่ากับเศษหนึ่งส่วนแปดของแกลลอน)* ≈ ครึ่งลิตร; Ⓑ *(Brit.: quantity of liquid)* ปริมาณหนึ่งไพนท์; **a ~ of milk/beer** นม/เบียร์ 1 ไพนท์; **have a ~:** ดื่มเบียร์แก้ว

หนึ่ง; **go to the pub for a couple of ~s** ไปร้านเหล้าดื่มเบียร์สัก 2-3 แก้ว; **he likes his ~:** เขาชอบเติมเบียร์

pinta /ˈpaɪntə/ˈพายนฺเทอะ/ *n. (Brit. coll.)* นมหนึ่งไพนท์; **drink one's daily ~:** ดื่มนมหนึ่งไพนท์ทุกวัน

pin: ~-table *n.* โต๊ะที่ใช้เล่นพินบอล; **~tail** *n. (Ornith.)* เป็ดพันธุ์ *Anas acuta*

pint 'mug *n.* เหยือก *(เบียร์)* ขนาดหนึ่งไพนท์

pinto /ˈpɪntəʊ/ˈพินโท/ *adj. n., pl.* **~s** *(Amer.)* ➡ **piebald**

pint: ~ pot *n.* เหยือกเบียร์ขนาดหนึ่งไพนท์; ➡ **+ quart** A; **~size[d]** *adj. (fig. coll.) (บุคคล)* ตัวเล็กมาก

pin: ~-tuck *n. (Sewing)* รอยจีบ *(ของผ้า)* ที่แคบมาก; **~-up** *(coll.)* ❶ *n.* Ⓐ *(picture) (of beautiful girl)* รูปผู้หญิงสวยที่นิยมติดบนผนัง; *(of famous person)* รูปดารา หรือ บุคคลสำคัญ; Ⓑ *(beautiful girl)* ผู้หญิงสวยที่คนชอบติดรูปไว้ ❷ *adj.* ที่มีผู้ติดรูปไว้ที่ข้างฝา; **~-up-girl/~-up-man** ผู้หญิง/ผู้ชายที่มีคนติดรูปไว้ที่ข้างฝา; **~wheel** *n.* Ⓐ *(firework)* ประทัดหมุนที่ติดกับเสา; Ⓑ *(Amer.: toy)* กังหันสำหรับเด็กเล่น

pioneer /paɪəˈnɪə(r)/ไพเออะˈเนีย(ร)/ ❶ *n. (fig. also)* ผู้บุกเบิก, ผู้ริเริ่ม ❷ *v.i.* บุกเบิก, ริเริ่ม; **~ing settlers/studies/work** ผู้ย้ายถิ่นไปตั้งรกรากใหม่รุ่นแรก/การศึกษา/งานบุกเบิก ❸ *v.t.* Ⓐ *(originate)* ริเริ่ม; Ⓑ *(open up as ~)* นำทาง

pious /ˈpaɪəs/ˈพายเอิซ/ *adj.* Ⓐ *(devout)* เคร่งครัดในศาสนา, มีศรัทธาแก่กล้า; **a ~ hope** *(lit. or fig.)* ความหวังที่แสดงถึงศรัทธาอันแรงกล้า; Ⓑ *(hypocritically virtuous)* แสร้งทำเป็นคนดีมีศีลธรรม; Ⓒ *(dutiful)* ทำตามหน้าที่; ➡ **+ fraud** B

piously /ˈpaɪəslɪ/ˈพายเอิซลิ/ *adv.* Ⓐ *(devoutly)* **kneel ~:** คุกเข่าอย่างมีศรัทธาแก่กล้า; Ⓑ *(marked by sham)* อย่างเสแสร้ง/หลอกลวง; Ⓒ *(dutifully)* ตามหน้าที่

p

[1]**pip** /pɪp/พิพ/ ❶ *n. (seed)* เมล็ดผลไม้ ❷ *v.t.,* **-pp-** นำเมล็ดออก *(จากผลไม้)*

[2]**pip** *n.* Ⓐ *(on cards)* แต้ม; *(on dominoes)* จุด; Ⓑ *(Brit. Mil.)* ดาวแสดงยศบนบ่า, ดาวบนอินธนู; Ⓒ *(on radar screen)* จุดกระพริบแสดงตำแหน่ง; *(spot of light also)* จุดแสงสว่าง

[3]**pip** *n. (Brit.: sound)* เสียงดังปิ๊บ; *(time signal also)* เสียงสัญญาณบอกเวลา; **when the ~s go** *(during telephone call)* เมื่อมีเสียงสัญญาณให้หยอดเหรียญเพิ่ม

[4]**pip** *n. (coll.)* **give sb. the ~:** ทำให้ *ค.น.* อารมณ์เสีย; **sb. has [got] the ~:** *ค.น.* อารมณ์เสีย

[5]**pip** *v.t.,* **-pp-** *(Brit.) (defeat)* ทำให้พ่ายแพ้, ชนะ; **~ sb. at the post** *(coll.)* ชนะ *ค.น.* ในนาทีสุดท้าย

pipe /paɪp/ไพพ/ ❶ *n.* Ⓐ *(tube)* ท่อ; Ⓑ *(Mus.)* ขลุ่ย; *(flute)* ขลุ่ย, ปี่; *(in organ)* ท่อออร์แกน; Ⓒ *in pl. (bagpipes)* ปี่สกอต; Ⓓ **[tobacco] ~:** กล้องยาเส้น; **light/smoke a ~:** จุด/สูบกล้องยาเส้น; **put that in your ~ and smoke it** *(fig. coll.)* จงยอมรับสิ่งที่ฉันพูด แม้ว่าจะไม่ถูกใจ; ➡ **+ clay pipe; peace pipe;** Ⓔ *(cask)* ถังไม้ขนาดใหญ่สำหรับใส่เหล้าองุ่นจุ 105 แกลลอน *(ประมาณ 477 ลิตร);* Ⓕ *(Geol.)* หินที่มีลักษณะคล้ายท่อหรือกระบอก ❷ *v.t.* Ⓐ *(convey by ~)* ส่งทางท่อ; **be ~d** ถูกส่งทางท่อ; Ⓑ *(transmit by wire etc.)* ส่งตามสาย; **~d music** ดนตรี/เพลงที่เปิดในห้างใหญ่ ๆ; Ⓒ *(Mus.)* เป่าขลุ่ย/ปี่; Ⓓ *(utter shrilly) (นก)* ร้องเสียงแหลม; *(เด็ก)* พูดเสียง แหลม; Ⓔ *(Sewing)* ใส่ริมบนเสื้อผ้า/เบาะ; Ⓕ *(Cookery)* แต่งหน้าขนมเค้กด้วยลายครีม/น้ำตาล; Ⓖ *(Naut.)* **~ sb. aboard** เป่านกหวีดต้อนรับ *ค.น.* บนเรือ ❸ *v.i.* Ⓐ *(whistle)* เป่านกหวีด; Ⓑ *(นก)* ร้องเสียงแหลม; *(คน, เด็ก)* พูดเสียงแหลม; Ⓒ *(Mus.)* ขลุ่ย/ปี่ส่งเสียง

~ down *v.i. (coll.: be less noisy)* พูดค่อยลง; **~ down, will you!** เงียบ ๆ หน่อยซิ

~ up *v.i. (begin to speak)* เริ่มพูดขึ้นมา; **~ up with the answer** ให้คำตอบ

pipe: ~ band *n.* วงดนตรีเครื่องเป่า; **~clay** *n.* ดินเหนียวละเอียดสีขาว *(ใช้ทำกล้องยาเส้น);* **~-cleaner** *n.* ลวดหุ้ม *(ใช้แยงกล้องยาเส้น เพื่อทำความสะอาด);* **~ dream** *n.* ความหวังที่ไม่มีวันเกิดขึ้นจริง; **~line** *n.* ท่อส่งน้ำมัน/ก๊าซธรรมชาติ; **in the ~line** *(fig.)* กำลังจะดำเนินการ; **pay rises are in the ~line** *(fig.)* กำลังจะมีการขึ้นเงินเดือน; **have some ideas in the ~line** *(fig.)* มีความคิดบางอย่างที่กำลังพิจารณาอยู่; **~ organ** *n. (Mus.)* ปี่หีบเพลง

piper /ˈpaɪpə(r)/ˈไพเพอะ(ร)/ *n.* Ⓐ คนที่เป่าปี่; **pay the ~** *(fig.)* รับผิดชอบค่าใช้จ่าย; **he who pays the ~ calls the tune** *(prov.)* ผู้ที่ออกเงินมีสิทธิเหนือผู้อื่น; Ⓑ *(bagpiper)* ผู้เป่าปี่สกอต

pipe: ~ rack *n.* ราวพาดกล้องยาเส้น; **~ smoker** *n.* ผู้ที่สูบกล้องยาเส้น; **~ tobacco** *n.* ยาเส้น

pipette /pɪˈpet/พิˈเพ็ท/ *n. (Chem.)* หลอดแก้วสำหรับดูดของเหลว

piping /ˈpaɪpɪŋ/ˈไพพิง/ ❶ *n.* Ⓐ *(system of pipes)* ระบบท่อ; Ⓑ *(quantity of pipes)* ปริมาณท่อ; Ⓒ *(Sewing)* ผ้าที่ทำเป็นม้วนเล็ก ๆ ใช้ขลิบเสื้อผ้า; *(on furniture)* คิ้วบนเบาะ; Ⓓ *(Cookery)* ลวดลายบนไฟ/เค้ก; Ⓔ *(Mus.)* เสียงปี่, เสียงขลุ่ย; Ⓕ *(shrill sound)* เสียงแหลม ❷ *adj. (เสียง)* แหลม

piping 'hot *adj.* ที่ร้อนจี๋

pipistrelle /pɪpɪˈstrel/พิพิˈซเตรฺล/ *n. (Zool.)* ค้างคาวในสกุล *Pipistrellus* กินแมลง

pipit /ˈpɪpɪt/ˈพิพพิท/ *n. (Ornith.)* นกกระเด้าดิน

pippin /ˈpɪpɪn/ˈพิพพิน/ *n.* ผลแอปเปิ้ลสีเหลืองแดง

pipsqueak *n. (coll. derog.)* คนที่ไม่สำคัญ

piquancy /ˈpiːkənsɪ/ˈพีเคินซิ/ *n.* Ⓐ *(sharpness)* ความเผ็ด *(อย่างอร่อย)*, การมีรส; Ⓑ *(fig.)* ความน่าสนใจ, ความมีชีวิตชีวา

piquant /ˈpiːkənt/ˈพีเคินทฺ/ *adj.,* **piquantly** /ˈpiːkəntlɪ/ˈพีเคินทฺลิ/ *adv. (lit. or fig.)* [อย่าง] ออกรส, [อย่าง] แซบ

pique /piːk/พีเค/ ❶ *v.t.* Ⓐ *(irritate)* ทำให้รำคาญ; **be ~d at sb./sth.** รำคาญ *ค.น./ส.น.;* Ⓑ *(wound the pride of)* ทำให้น้อยใจ; **be ~d at sth.** น้อยใจ *ส.น.* ❷ *n.* **in a [fit of] ~:** ด้วยความโกรธ/ความน้อยใจ

piqué /ˈpiːkeɪ/ˈพีเค/ *n. (Textiles)* ผ้าที่เป็นลายนูน

piracy /ˈpaɪərəsɪ/ˈพายเรอะซิ/ *n.* การปล้นเรือในทะเล, การปล้นของโจรสลัด; *(fig.)* การละเมิดลิขสิทธิ, การลอกเลียนโดยมิได้รับอนุญาต; **the ~ of books/records/video tapes** การลักลอบพิมพ์หนังสือ/อัดแผ่นเสียง/อัดวีดิทัศน์

piranha /pɪˈrɑːnə/พิˈราเนอะ/ *n. (Zool.)* ปลาปิรันย่า *(ท.ศ.)*

pirate /ˈpaɪərət/ˈพายเออะเริท/ ❶ *n.* Ⓐ โจรสลัด; *(fig.)* ผู้ที่ปล้นสะดม; *(of book, record, video etc.)* ผู้ที่ลักลอบพิมพ์สิ่งพิมพ์/อัดแผ่นเสียง/วีดิทัศน์; Ⓑ *(Radio)* บริษัทที่กระจายเสียงโดยไม่มีใบอนุญาต; *attrib.* **~ radio station** สถานีวิทยุที่กระจายเสียงโดยไม่มีใบอนุญาต; **~ broadcast[ing]** การกระจายเสียงโดยไม่มีใบอนุญาต; Ⓒ *(ship)* เรือโจรสลัด ❷ *v.t.* ปล้น *(เรือ); (fig.)* ลักลอบพิมพ์ *(หนังสือ);* ลักลอบอัด *(แผ่นเสียง, วีดีโอ);* **~d edition** ฉบับที่ลักลอบพิมพ์จำหน่ายอย่างผิดกฎหมาย

piratical /paɪˈrætɪkl/ไพˈแรทิค'ล/ *adj.* เหมือนโจรสลัด

pirouette /pɪrʊˈet/พิรุˈเอ็ท/ ❶ *n.* การหมุนตัวบนปลายเท้าในการเต้นรำ ❷ *v.i.* หมุนตัวบนปลายเท้า

Piscean /ˈpaɪsɪən/ˈไพเซียน/ *(Astrol.) n.* คนที่เกิดราศีมีน

Pisces /ˈpaɪsiːz/ˈไพซีซฺ/ *n., pl. same (Astrol.)* ราศีมีน, บุคคลที่เกิดราศีมีน; *(Astron.)* กลุ่มดาวปลาคู่; ➡ **+ Aries**

piss /pɪs/พิซ/ *(coarse)* ❶ *n.* Ⓐ *(urine)* เยี่ยว *(ภ.ย.);* Ⓑ *(act)* การเยี่ยว; **need a ~:** ต้องการไปเยี่ยว; **have a/go for a ~:** ไปเยี่ยว; Ⓒ **take the ~ out of sb.** แซว *ค.น. (ภ.พ.);* **stop taking the ~!** หยุดแซวเสียที ❷ *v.i.* Ⓐ *(urinate)* เยี่ยว *(ภ.พ.);* Ⓑ ➡ **piss down** ❸ *v.t.* เยี่ยว *(ภ.พ.);* **~ oneself** เยี่ยวราดใส่ตัวเอง

~ a'bout, ~ a'round *(sl.)* ❶ *v.i.* Ⓐ *(spend time lazily)* ใช้เวลาอย่างไร้ค่า; Ⓑ *(behave in foolish way)* ทำอะไรโง่ ๆ; Ⓒ *(work in disorganized way)* ทำงานไม่เป็นระเบียบ; **~ around with sth.** เสียเวลาไปกับ *ส.น.* ❷ *v.t.* **~ sb. about** *or* **around** ทำให้ *ค.น.* เสียเวลา

~ down *v.i. (sl.)* **~ down [with rain]** ฝนเทลงมา

~ 'off *(Brit. sl.)* ❶ *v.i.* ออกไป, ไปให้พ้น ❷ *v.t.* ทำให้รำคาญ/โกรธ; ➡ **+ pissed off**

'piss artist *n. (sl.)* คนขี้เมา

pissed /pɪst/พิซทฺ/ *adj. (sl.)* Ⓐ *(drunk)* เมาเละ; **~ as a lord** *or* **newt** เมาหัวราน้ำ; **~ out of one's mind** *or* **head** *or* **brain** เมาจนไม่รู้ตัว; Ⓑ *(Amer.: angry)* โกรธ **(with** กับ)

pissed 'off *adj. (sl.)* โกรธ, รำคาญ **(with** กับ, ด้วย); **get ~ [with sb./sth.]** รู้สึกโกรธ/รำคาญ [*ค.น./ส.น.*]

piss-take *n. (Brit.)* การพูดแซว

piss-up *n. (sl.)* การดื่มเหล้าจนเมาหัวราน้ำ

pistachio /pɪˈstɑːʃɪəʊ, US -æʃɪəʊ/พิˈซตาชิโอ, -แตชิโอ/ *n., pl.* **~s** Ⓐ ผลพิสตาชิโอ *(ท.ศ.)* มีสีเขียวอ่อน; Ⓑ *(colour)* สีเขียวอ่อน

piste /piːst/พีซทฺ/ *n.* ทางที่มีหิมะปกคลุมไปทั่วสำหรับเล่นสกี

pistil /ˈpɪstɪl/ˈพิซติล/ *n. (Bot.)* เกสรตัวเมีย

pistol /ˈpɪstl/ˈพิซต'ล/ *n. (small firearm)* ปืนพก; **hold a ~ to sb.'s head** จ่อปืนพกที่ศีรษะของ *ค.น.; (fig.)* ขู่ *ค.น.* ให้ทำ *ส.น.*

pistol: ~ grip *n.* ด้ามปืนพก; **~ shot** *n.* การยิงปืนพก; **~-whip** *v.t.* ตีด้วยปืนพก

piston /ˈpɪstən/ˈพิซเติน/ *n.* ลูกสูบ

piston: ~ engine *n.* เครื่องยนต์ลูกสูบ; **~ ring** *n.* วงแหวนลูกสูบ; **~ rod** *n.* ก้านสูบ

[1]**pit** /pɪt/พิท/ ❶ *n.* Ⓐ *(hole)* หลุม; *(mine)* เหมือง; *(natural)* บ่อ; *(as trap)* หลุมพราง; *(for cockfighting)* สังเวียนไก่ชน; **[work] down the ~:** [ทำงาน] ในเหมือง; **dig a ~ for sb.** *(fig.)* ล่อ *ค.น.* ให้ติดกับ; **this really is the ~s** *(sl.)* สิ่งนี้เลวร้ายที่สุดจริง ๆ; Ⓑ **~ of the stomach** ส่วนล่างของท้อง; Ⓒ *(scar)* รอยแผลเป็น; *(after smallpox)* แผลเป็นรูเล็กจากเป็นโรคฝีดาษ;

663 **pit | place**

Ⓓ *(Brit. Theatre) (for audience)* ส่วนหลังของโรงละครชั้นล่าง; *(for orchestra) ส่วนในโรงละครด้านหน้าแต่ต่ำกว่าเวทีสำหรับวงดนตรี;* Ⓔ *(in garage)* ป่องพื้น; *(Motor racing)* จุดเติมน้ำมันรถแข่งในสนามแข่งรถยนต์; Ⓕ *(Amer. St. Exch.) ส่วนของตลาดหุ้นที่ขายสินค้าเฉพาะอย่าง* ❷ *v.t.*, **-tt-** Ⓐ *(set to fight)* ปล่อยให้ *(ไก่)* ชนกัน; ให้ *(สุนัขสู้กัน);* Ⓑ *(fig.: match)* **~ sth. against sth.** เอา *ส.น.* เข้า *(ต่อ)* สู้กับ *ส.น.;* **~ one's wits/skill** *etc.* **against sth.** เอาสติปัญญา/ทักษะ ฯลฯ ของตนเข้าสู้กับ *ส.น.;* Ⓒ **be ~ted** *(have ~s)* เป็นหลุม/บ่อ, เป็นรู; **the ~ted surface of the moon** พื้นผิวที่เป็นหลุมเป็นบ่อของดวงจันทร์

²pit *(Amer.)* ❶ *n. (stone in fruit)* เมล็ดแข็งของผลไม้ ❷ *v.t.*, **-tt-** *(remove ~s from)* คว้านเมล็ด

pit-a-pat /'pɪtəpæt/'พิเทอะแพท/ ❶ *adv.* **go ~** *(หัวใจ)* เต้นตุบ ๆ ติ๊ก ๆ; *(น้ำฝน)* ดังเปาะแปะ ❷ *n. (of heart)* เสียงเต้นติ๊ก ๆ; *(of hoofs, feet)* เสียงเดินตุบ ๆ ตับ ๆ; *(of rain etc.)* เสียงฝนตกเปาะ ๆ แปะ ๆ

'pit bull terrier *n.* สุนัขพันธุ์เทอร์เรียที่ดุร้าย

¹pitch /pɪtʃ/พิฉ/ ❶ *n.* Ⓐ *(Brit.: usual place)* ที่ประจำ *(สำหรับขายของ); (stand)* ที่ตั้งแผงลอย; *(Sport: playing area)* สนามกีฬา; **artificial ~:** สนามกีฬาที่ปูด้วยหญ้าเทียม; ➡ **+ queer 3;** Ⓑ *(Mus.)* ระดับเสียง; **have perfect ~:** มีระดับเสียงที่สมบูรณ์; ➡ **+ concert pitch;** Ⓒ *(slope)* ความลาด; **the ~ of the roof** ความลาดของหลังคา; Ⓓ *(fig.: degree, intensity)* **the children were at a high ~ of excitement** เด็ก ๆ ตื่นเต้นเป็นอย่างยิ่ง; **reach such a ~ that ...:** ถึงขนาด/ระดับที่ว่า...; ➡ **+ fever pitch;** Ⓔ ➡ **pitching;** Ⓕ *(Baseball: delivery)* การขว้างลูกเบสบอล; *(Golf)* ➡ **pitch shot;** Ⓖ *(Mech.: distance) (between cogwheel teeth or screw ridges)* ช่วงระยะห่างของเกลียว; *(in one turn of propeller)* ระยะปิดของใบพัดเครื่องบิน; Ⓗ *(Mountaineering)* ความชัน; Ⓘ *(sales talk)* การพูดโฆษณาขายของ; **make one's ~** *(lit. or fig.)* พูดเชิญชวนให้ซื้อของ; **get one's ~ in early** เสนอในส่วนของตนเนิ่น ๆ ❷ *v.t. (fig.)* Ⓐ *(erect)* ตั้ง; **~ camp** ตั้งค่าย; Ⓑ *(throw)* ขว้าง, เหวี่ยง; **the horse ~ed its rider over its head** ม้าเหวี่ยงคนขี่ลอยข้ามหัวมันไป; **the car overturned and the driver was ~ed out** รถคว่ำและคนขับกระเด็นออกมา; **~ sb. out of sth.** โยน *ค.น.* ออกมาจาก *ส.น.;* Ⓒ *(Mus.)* ตั้งระดับเสียง; **~ one's voice too high/at the right level** ตั้งเสียงของตนสูงเกินไป/ในระดับที่ถูกต้อง; Ⓓ *(fig.)* **~ a programme at a particular level** มุ่งรายการไปที่ระดับเฉพาะ; **our expectations were ~ed too high** เราตั้งความหวังเอาไว้สูงเกินไป; Ⓔ **~ed battle** การสู้รบวางแผนไว้ล่วงหน้า; **the debate became a ~ed battle** *(fig.)* การโต้วาที/การอภิปรายกลายเป็นการถกเถียงที่ดุเดือด ❸ *v.i. (fall)* หกล้ม *(หัวทิ่ม); (เรือ)* ทิ่มลง [ในคลื่น]; *(เครื่องบิน)* เปลี่ยนทิ่มไปข้างใดข้างหนึ่ง; *(repeatedly) (เรือ)* โคลงเคลงไปมา [บนคลื่น]; *(เครื่องบิน)* กระโดดไปมา; **~ forward** ถลำไปข้างหน้า

~ in *v.i. (coll.)* เข้าร่วมด้วย; *(begin)* ลงมือ; **~ in [and *or* to help]** ลงมือ [ช่วยเหลือ]

~ into *v.t. (coll.)* ต่อสู้, เล่นงาน; เขมือบอาหาร

²pitch *n. (substance)* ยางมะตอย; **as black as ~:** มืดสนิท, มืดตื้อ

pitch: ~-'black *adj.* มืดตื้อ; **~blende** /'pɪtʃblend/'พิฉเบล็นด/ *n. (Min.)* แร่ชนิดหนึ่ง ใช้ทำระเบิดปรมาณู; **~-'dark** *adj.* มืดตื้อ; **~-'darkness** *n.* ความมืดสนิท

pitched 'roof *n.* หลังคาลาด

¹pitcher /'pɪtʃə(r)/'พิฉเฉอะ(ร)/ *n.* Ⓐ *(vessel)* เหยือกที่มีสองหู; Ⓑ *(Bot.)* ใบทรงกรวย

²pitcher *n. (Baseball)* ผู้ขว้างลูกเบสบอล

'pitcher plant *n. (Bot.)* พันธุ์ไม้ในวงศ์ Nepenthaceae หรือ Saraceniaceae ที่มีใบทรงกรวย สามารถดักแมลงได้

'pitchfork ❶ *n. (for hay, manure)* คราด ❷ *v.t.* ดัน, ส่ง; **~ sb. into sth.** *(fig.)* ส่ง *ค.น.* เข้าไปทำ *ส.น.* อย่างกะทันหัน

pitching /'pɪtʃɪŋ/'พิฉิง/ *n. (of ship)* การโคลงเคลง; *(of aircraft)* การโผขึ้นของเครื่องบิน; *(of vehicle)* การกระโดดไปกระโดดมาบนถนน

pitch: ~ pine *n.* ต้นสนที่ให้น้ำมันสน; **~-pipe** *n. (Mus.)* ขลุ่ยเล็ก ๆ สำหรับตั้งระดับเสียง; **~ shot** *n. (Golf)* การตีลูกกอล์ฟให้ลอยสูงขึ้นไปก่อนตกลงมาใกล้ ๆ กรีน

piteous /'pɪtɪəs/'พิทเทียซ/ *adj.* น่าสงสาร, น่าเวทนา; *(causing pity)* ทำให้เกิดความสงสาร/เวทนา

piteously /'pɪtɪəslɪ/'พิทเทียซลิ/ *adv.* อย่างน่าสงสาร, อย่างน่าเวทนา

'pitfall *n.* Ⓐ หลุมพราง; *(risk)* ความเสี่ยง; **avoid all ~s** หลีกเลี่ยงหลุมพรางทั้งหลาย; Ⓑ *(animal trap)* กับดัก *(สัตว์)*

pith /pɪθ/พิธ/ *n.* Ⓐ *(in plant)* ไส้ในของต้นไม้; *(of orange etc.)* กากในของส้ม ฯลฯ; Ⓑ *(fig.: essential part)* แก่นแท้, สาระสำคัญ; Ⓒ *(fig.) (strength)* แรง, ความแข็งแรง; *(force of words etc.)* พลัง; **men of ~:** ชายผู้มีความแข็งแกร่ง; **of ~ and moment** มีความสำคัญมาก

'pithead *n.* ทางเข้าเหมืองแร่; **~ ballot** การลงคะแนนเสียงของนักขุดถ่านหิน

'pith helmet *n.* หมวกกะโล่กันแดด *(ที่ทำจากต้นปาล์มชนิดหนึ่ง)*

pithily /'pɪθɪlɪ/'พิธธิลิ/ *adv.* อย่างมีสาระ/แก่นสาร

pithy /'pɪθɪ/'พิธธิ/ *adj.* Ⓐ มีสาระ, สำคัญ; *(ส้ม ฯลฯ)* ที่มีกากภายในมาก; Ⓑ *(fig.) (full of meaning)* มีความหมาย; *(vigorous)* มีพลัง

pitiable /'pɪtɪəbl/'พิทเทียบ'ล/ ➡ **pitiful**

pitiably /'pɪtɪəblɪ/'พิทเทียบลิ/ *adv.* อย่างน่าสงสาร, อย่างน่าเวทนา

pitiful /'pɪtɪfl/'พิททิฟ'ล/ *adj.* Ⓐ น่าสงสาร; *(with strong emotional appeal)* น่าเวทนา; Ⓑ *(contemptible)* น่าดูถูก

pitifully /'pɪtɪfəlɪ/'พิททิเฟอะลิ/ *adv.* อย่างน่าสงสาร, อย่างน่าเวทนา

pitiless /'pɪtɪlɪs/'พิททิลิซ/ *adj.*, **pitilessly** /'pɪtɪlɪslɪ/'พิททิลิซลิ/ *adv.* [อย่าง] ไร้เมตตา

pitman /'pɪtmən/'พิทเมิน/ *n.* Ⓐ *pl.* **pitmen** /'pɪtmən/'พิทเมิน/ *(miner)* ผู้ที่ทำงานในเหมืองแร่; Ⓑ *pl.* **~s** *(Amer.: connecting-rod)* ก้านเชื่อม

piton /'pi:tɒn/'พีทอน/ *n. (for rock or ice)* เหล็กแหลมสำหรับตอกยึดกับหิน *(ใช้ในการไต่เขา)*

pit: ~ pony *n. (Brit.)* ม้าที่ใช้ในเหมืองถ่านหินสมัยก่อน; **~ prop** *n.* ไม้ค้ำหลังคาเหมืองถ่านหิน; **~ saw** *n.* เลื่อยขนาดใหญ่ชนิดหนึ่ง; **~ stop** *n. (Motor racing)* จุดพักระหว่างแข่งขัน *(เพื่อเปลี่ยนยางหรือเติมน้ำมัน ฯลฯ)*

pitta /'pɪtə/'พิทเทอะ/ *n.* **~ [bread]** ขนมปังชนิดแบนกลวง, ขนมปังแขกขาว

pittance /'pɪtəns/'พิทเทินซฺ/ *n.* Ⓐ เงินที่จ่ายให้วัดในอดีต; *(small allowance)* เงินเบี้ยเลี้ยงเล็ก ๆ น้อย ๆ; Ⓑ *(small amount of money)* **a ~:** เงินจำนวนเล็กน้อย

pitter-patter /pɪtə'pætə(r)/พิทเทอะ'แพเทอะ(ร)/ ➡ **pit-a-pat**

pituitary /pɪ'tju:ɪtərɪ, US -tu:əterɪ/พิ'ทิวอิเทอะริ, -ทูเออะเทะริ/ *n.* **~ [body *or* gland]** *(Anat., Zool.)* ต่อมในสมองที่ขับฮอร์โมน

'pit viper *n.* งูกะปะ ในวงศ์ Crotalidae

pity /'pɪtɪ/'พิททิ/ ❶ *n.* Ⓐ *(sorrow)* ความเศร้าโศก; **feel ~ for sb.** รู้สึกสงสาร *ค.น.;* **have you no ~?** คุณไม่รู้สึกสงสารเลยหรือ; **be moved to ~:** ทำให้เกิดความสงสาร; **have/take ~ on sb./an animal** สงสาร/เมตตา *ค.น./สัตว์;* **for ~'s sake!** เจ้าประคุณเอ๋ย; Ⓑ *(cause for regret)* **[what a] ~!** น่าเสียดายจัง; **it's a ~ about sb./sth.** น่าเสียดายเกี่ยวกับ *ค.น./ส.น.;* **it's a [great] ~/a thousand pities [that] ...:** น่าเสียดายมากที่...; **the ~ of it is [that] ...:** ที่น่าสงสารก็คือว่า...; **more's the ~** *(coll.)* น่าสงสารยิ่งขึ้น ❷ *v.t.* รู้สึกสงสาร, รู้สึกเมตตา; **I ~ you** *(also contemptuously)* ฉันเวทนาเธอ

pitying /'pɪtɪɪŋ/'พิททิอิง/ *adj.*, **pityingly** /'pɪtɪɪŋlɪ/'พิททิอิงลิ/ *adv.* [โดยความ/อย่าง] สงสาร/เวทนา

pivot /'pɪvət/'พิ<u>เวิ</u>ท/ ❶ *n.* Ⓐ เดือย, แกน; Ⓑ *(fig.)* จุดหักเห ❷ *v.t. (provide with ~[s])* ใส่เดือย; *(mount on ~[s])* ตั้งบนแกน ❸ *v.i.* หมุนรอบเดือย/แกน; **the guns ~ easily** ปืนหมุนไปมาได้ง่าย; **~ on sth.** *(fig.)* ขึ้นอยู่กับ *ส.น.*

pivotal /'pɪvətl/'พิ<u>เวิ</u>ท'ล/ *adj. (fig.: crucial)* สำคัญมาก; **~ figure/position** บุคคลหลัก

pix /pɪks/พิคซฺ/ *n. pl. (coll.)* ภาพถ่าย

pixel /'pɪksl/'พิคซ'ล/ *n. (Computing etc.)* จุดภาพ, พิคเซล *(ท.ศ.)*

pixie /'pɪksɪ/'พิคซิ/ *n.* ภูตหรือผีตัวเล็กที่ชอบรังแกมนุษย์

pixie: ~ hat, ~ hood *ns.* หมวกยอดแหลมของเด็ก

pixy ➡ **pixie**

pizza /'pi:tsə/'พีทเซอะ/ *n.* พิซซา *(ท.ศ.)*

pizzazz /pɪ'zæz/พิ'แซซ/ *n.* ความมีชีวิตชีวา; *(showiness)* ความเท่

pizzeria /pi:tsə'ri:ə/พีทเซอะ'รีเออะ/ *n.* ร้านพิซซา

pizzicato /pɪtsɪ'kɑ:təʊ/พิทซิ'คาโท/ *(Mus.)* ❶ *adj.* **~ accompaniment** ท่อนประกอบที่ดีดสาย; **a series of ~ notes** โน้ตที่เล่นด้วยการดีดสาย ❷ *adv.* โดยการดีดสาย ❸ *n., pl.* **~s** *or* **pizzicati** /pɪtsɪ'kɑ:ti:/พิทซิ'คาทิ/ โน้ตเพลงที่เล่นด้วยการดีดสาย

pl. *abbr.* Ⓐ **plate 1 g;** Ⓑ **plural**

placard /'plækɑ:d/'แพลุคาด/ ❶ *n.* ป้ายปิดประกาศ; **a ~ announcing the date of the next meeting** ป้ายแจ้งวันประชุมครั้งถัดไป ❷ *v.t.* Ⓐ *(post up ~s on)* ปิดประกาศ, ติดประกาศ *(บนกำแพง, ผนัง);* **the town is ~ed with posters** มีการปิดประกาศทั่วเมือง; Ⓑ *(advertise)* โฆษณา

placate /plə'keɪt, US 'pleɪkeɪt/เพลอะ'เคท, 'เพลุเคท/ *v.t.* ปลอบโยน, ทำให้สงบ

placatory /plə'keɪtərɪ, US 'pleɪkətɔ:rɪ/เพลอะ'เคเทอะริ, 'เพลเคอะทอริ/ *adj.* ที่ปลอบโยน, ที่ทำให้สงบ

place /pleɪs/เพลฺซ/ ❶ *n.* Ⓐ สถานที่; *(spot)* จุด, ที่, ตำแหน่ง, แห่ง; **put it in a ~ where you can find it** เก็บ/วางมันไว้ในที่ที่คุณจะหา

p

เจอ; **I left it in a safe ~:** ฉันทิ้งมันไว้ในที่ที่ปลอดภัย; **it was still in the same ~:** มันยังอยู่ที่เดิม; **the [exact] ~ where ...:** สถานที่ [เดียวกันเป๊ะ] ที่...; **this was the last ~ I expected to find you** นี่เป็นที่สุดท้ายที่ฉันคาดว่าจะพบคุณ; **a ~ in the queue** ที่ในแถว; **all over the ~:** ทั่วไปหมด; *(coll. in a mess)* ไม่เป็นระเบียบ; **I can't be in two ~s at once** ฉันจะอยู่สองแห่งในเวลาเดียวกันไม่ได้; **from ~ to ~:** จากที่หนึ่งไปยังอีกที่หนึ่ง; **in ~s** ในบางที่; *(in parts)* ในบางส่วน; **the animal does still exist in ~s** สัตว์ชนิดนี้ยังคงมีอยู่ในบางที่; **find a ~ in sth.** *(be included)* หาที่ลงใน *ส.น.*; ➡ + take 1 D; Ⓑ *(fig.: rank, position)* ตำแหน่ง; **as a critic, his ~ is in the front rank** ในฐานะนักวิจารณ์ตำแหน่งของเขาอยู่ในระดับแนวหน้า; **keep/put sb. in his/her ~** ให้ *ค.น.* อยู่ในตำแหน่งของเขา/เธอ; **know one's ~:** รู้ฐานะของตน; **it's not my ~ to do that** ไม่ใช่หน้าที่ของฉันที่จะทำเช่นนั้น; Ⓒ *(building or area for specific purpose)* **a [good] ~ to park/to stop** ที่จอด [ที่เหมาะ]; **do you know a good/cheap ~ to eat?** คุณรู้จักร้านอาหารดี ๆ/ถูก ๆ บ้างไหม; **We couldn't get into the café. The ~ was full** เราเข้าไปในคาเฟ่ไม่ได้ คนแน่นไปหมดเลย; **~ of residence** *or* **domicile** บ้านพัก *หรือ* ที่อยู่อาศัย; **~ of work** สถานที่ทำงาน; **~ of worship** สถานที่สักการะ; **~ of amusement** สถานที่หย่อนใจ; ➡ + another 2 C; Ⓓ *(country, town)* ย่าน, แถว; **the best hotel in the ~:** โรงแรมที่ดีที่สุดในย่านนี้; **Paris/Italy is a great ~:** ปารีส/อิตาลีเป็นเมือง/ประเทศที่สุดยอด; **~ of birth** สถานที่เกิด; **know the ~:** รู้จักย่านนี้; **'go ~s** *(coll.)* ประสบความสำเร็จ; Ⓔ *(coll.: premises)* อาคาร, สถานที่; **liven the ~ up** ทำให้สถานที่มีชีวิตชีวาขึ้น; **she is at his/John's ~** เธออยู่ที่บ้านของเขา/ของจอห์น; **[shall we go to] your ~ or mine?** เราจะไปบ้านคุณหรือบ้านฉัน; **I called at your ~:** ฉันแวะไปที่บ้านของคุณ; **a ~ in the country** บ้านในชนบท; Ⓕ *(seat etc.)* ที่นั่ง, ที่; **change ~s [with sb.]** เปลี่ยนที่นั่ง [กับ *ค.น.*]; **take one's ~ at table** นั่งที่โต๊ะ [อาหาร]; **is this anyone's ~?** มีใครนั่งตรงนี้หรือเปล่า; Ⓖ *(particular spot on surface)* ที่, จุด; Ⓗ *(in book etc.)* ที่, ตำแหน่ง; **lose one's ~:** หาหน้าไม่เจอ; *(on page)* หาที่ในหน้าไม่เจอ; **keep one's ~:** รักษาที่ในหนังสือ; **find one's ~:** หาตำแหน่งเจออีกครั้ง; Ⓘ *(step, stage)* **in the first ~:** ตั้งแต่แรก, อันดับแรก; **why didn't you say so in the first ~?** ทำไมคุณไม่พูดอย่างนี้ตั้งแต่แรก; **they should never have got married in the first ~:** พวกเขาไม่น่าจะแต่งงานกันตั้งแต่แรก; **I objected to it the first ~** ฉันค้านเรื่องนี้มาตั้งแต่แรก; **in the first/second/third** *etc.* **~:** ประการแรก/ประการที่สอง/ประการที่สาม ฯลฯ; Ⓙ *(proper ~)* ที่, ตำแหน่งที่เหมาะสม; **everything fell into ~** *(fig.)* ทุกอย่างลงตัว; **take your ~s for the next dance** ทุกคนประจำที่สำหรับการเต้นรำต่อไป; **he likes to have everything in [its] ~:** เขาชอบให้ทุกอย่างอยู่ในที่ของมัน; **a woman's ~ is in the home** หน้าที่ของผู้หญิงคืออยู่ที่บ้าน; **this is no ~ for a child** สถานที่นี่ไม่เหมาะสำหรับเด็ก; **give ~ to sb./sth.** มี *ค.น./ส.น.* มาแทนที่; **winter gave ~ to spring** ฤดูใบไม้ผลิเข้ามาแทนฤดูหนาว; **the clamp is properly in ~:** ที่หนีบอยู่ในตำแหน่งที่ถูกต้อง; **her hat was held in ~ by a hatpin** หมวกของเธอติดอยู่กับศีรษะด้วยปิ่น; **out of ~:** ผิดที่; *(fig.)* ไม่เหมาะสม; **your suggestion is rather out of ~:** *(fig.)* คำแนะนำของคุณค่อนข้างจะไม่เหมาะสม; **with not a hair out of ~:** โดยผมเผ้าเรียบร้อยเหมาะเจาะ; **in ~ of** แทนที่; **I'll go in ~ of you/in your place** ฉันจะไปแทนคุณ; **take the ~ of sb./sth.** แทนที่ *ค.น./ส.น.*; ➡ + sun 1; Ⓚ *(position in competition)* ลำดับ, ตำแหน่ง; **drop/go up two ~s in the charts** ตกลงไป/ขึ้นมาสองขั้นในลำดับเพลง; **first ~ went to ...:** ลำดับที่หนึ่งได้แก่...; **take first/second** *etc.* **~:** ได้ที่หนึ่ง/ที่สอง ฯลฯ; *(fig.: have priority)* มีความสำคัญเป็นลำดับแรก/ลำดับที่สอง ฯลฯ; **in second ~:** อยู่ในลำดับที่สอง; **beat sb. into second ~:** เอาชนะ *ค.น.* จนได้อันดับสอง; **get a ~** *(Racing)* ได้อันดับที่หนึ่ง สองหรือสาม; *(Amer.: second ~)* ได้ตำแหน่งที่สอง; Ⓛ *(Math.: position of figure in series)* ตำแหน่งของตัวเลข; ➡ + decimal place; Ⓜ *(job, position, etc.)* หน้าที่, การงาน, ตำแหน่ง; *(as pupil; in team, crew)* ตำแหน่ง; **university ~:** ที่ในมหาวิทยาลัย; Ⓝ *(personal situation)* **what would you do in my ~?** คุณจะทำอย่างไรถ้าอยู่ในสถานการณ์อย่างฉัน; **put yourself in my ~:** ลองเอาตัวคุณเองมาอยู่ในสถานการณ์เช่นฉัน

❷ *v.t.* Ⓐ *(put) (vertically)* ตั้ง; *(horizontally)* วาง; **he ~d himself where ...:** เขาไปอยู่ในตำแหน่งที่...; **~ a foot on a chair** วางเท้าไว้บนเก้าอี้; **~ the ball on the penalty spot** ตั้งลูกบอลไว้ที่จุดโทษ; **~ in position** วาง/ตั้งในตำแหน่ง; **~ an announcement/advertisement in a paper** ลงประกาศ/โฆษณาในหนังสือพิมพ์; **~ a bet/~ money on a horse** วางเดิมพัน/แทงม้า; Ⓑ *(fig.)* **~ one's trust in sb./sth.** มอบความไว้วางใจให้ *ค.น./ส.น.*; **he ~s happiness above all other things** เขาถือว่าความสุขสำคัญเหนือสิ่งอื่นใด ๆ; ➡ + emphasis A, C; Ⓒ *in p.p. (situated)* วางตำแหน่ง, ตั้ง; **a badly ~d window** หน้าต่างที่อยู่ในตำแหน่งไม่ดี; **be well ~d to watch sth.** อยู่ในตำแหน่งที่ดีที่จะเฝ้าดู *ส.น.*; **he was not well ~d to return the shot** *(Tennis)* เขาอยู่ในตำแหน่งไม่เหมาะที่จะรับลูก; **we are well ~d for buses/shops** *etc.* เราอยู่ในที่ที่ใกล้กับรถประจำทาง/ร้านค้า ฯลฯ; **how are you ~d for time/money?** *(coll.)* คุณพอจะมีเวลา/มีเงินหรือเปล่า; **how are you ~d [for lending me a fiver]?** *(coll.)* คุณพอจะมีเงิน [ให้ฉันสัก 5 ปอนด์] หรือเปล่า; **be well ~d financially** มีฐานะทางการเงินที่ดี; Ⓓ *(find situation or home for)* แต่งตั้ง, มอบหมาย; **~ sb. in command of a company** แต่งตั้งให้ *ค.น.* มีอำนาจคุมบริษัท; **~ sb. under sb.'s care** มอบหมาย *ค.น.* ให้อยู่ในความดูแลของ *ค.น.*; Ⓔ *(invest)* ลงทุน; **~ an order with a firm** สั่งซื้อสินค้ากับบริษัท; Ⓕ *(class, identify)* จัด, จำแนก; **~ sb. among the greatest statesmen** ถือว่า *ค.น.* อยู่ในกลุ่มรัฐบุรุษที่ยิ่งใหญ่ที่สุด; **~ an artefact in the Neolithic period** จำแนกโบราณวัตถุชิ้นหนึ่งว่าอยู่ในยุคหินระยะสุดท้าย; **I've seen him before but I can't ~ him** ฉันเคยเห็นเขามาก่อน แต่นึกไม่ออกว่าเห็นที่ไหน; Ⓖ *(Sports etc.)* **be ~d** อยู่ในแนวหน้า; *(Brit.: in first three)* ได้ที่หนึ่งถึงที่สาม; *(Amer.: second)* ได้ที่สอง; **be ~d second in the race** เข้าอันดับสองในการแข่งขัน

'place bet *n.* การแทงว่าม้าจะเข้าที่หนึ่งถึงที่สาม

placebo /plə'si:bəʊ/เพลอะ'ซีโบ/ *n., pl.* **~s** *(Med.)* ยา/สารที่ให้ผลทางใจ/จิตวิทยามากกว่าใช้รักษาโรค; *(in drug trials)* ยาที่ไม่มีฤทธิ์และให้กับกลุ่มคนในการทดลองยา

place: ~ card *n.* บัตรชื่อผู้นั่งประจำที่ *(บนโต๊ะอาหาร)*; **~ kick** *n. (Footb.)* การเตะลูกหลังจากที่ตั้งไว้ก่อน; **~ mat** *n.* ที่รองจาน

placement /'pleɪsmənt/'เพลฺซเมินทฺ/ *n.* การวาง, การจัด, การกำหนด

'place name *n.* ชื่อสถานที่

placenta /plə'sentə/เพลอะ'เซ็นเทอะ/ *n., pl.* **~e** /plə'senti:/เพลอะ'เซ็นที/ *or* **~s** *(Anat., Zool.)* รกในครรภ์

placer /'pleɪsə(r)/'เพลฺเซอะ(ร)/ *n. (Geol.)* ตะกอนในแม่น้ำที่มีแร่ปนอยู่; *(place)* สถานที่ที่มีการหาแร่ โดยวิธีร่อนดินทราย

'place setting *n.* ชุดจานชามช้อนส้อมบนโต๊ะอาหาร

placid /'plæsɪd/'แพลฺซิด/ *adj.* สงบ, ใจเย็น *(บุคคล)*; *(แม่น้ำ)* ไหลเรียบ; *(peaceable)* รักสงบ

placidity /plə'sɪdɪtɪ/เพลอะ'ซิดดิทิ/ *n., no pl.* ➡ placid: ความสงบ, ความเงียบ, อย่างใจเย็น

placidly /'plæsɪdlɪ/'แพลฺซิด'ลิ/ *adv.* ➡ placid: อย่างสงบ, อย่างเงียบ, อย่างใจเย็น

placket /'plækɪt/'แพลฺคิท/ *n. (Dressm.)* ช่องในเสื้อผ้าที่ตัดสำหรับกระเป๋า ฯลฯ

plagiarism /'pleɪdʒərɪzm/'เพลฺเจอะริซฺ'ม/ *n.* การขโมยความคิด/บทความของผู้อื่น

plagiarist /'pleɪdʒərɪst/'เพลฺเจอะริซทฺ/ *n.* ผู้ที่ขโมยคัดลอกความคิด/บทความของผู้อื่น

plagiarize (plagiarise) /'pleɪdʒəraɪz/'เพลฺเจอะรายซฺ/ *v.t.* ขโมยคัดลอกความคิด/บทความของผู้อื่น

plague /pleɪg/เพลฺกฺ/ ❶ *n.* Ⓐ *(esp. Hist.: epidemic)* โรคระบาด; **the ~** *(bubonic)* กาฬโรค; **spread like the ~:** แพร่กระจายยังกับโรคระบาด; **avoid sb./sth. like the ~:** พยายามอย่างยิ่งที่จะหลีกเลี่ยง *ค.น./ส.น.*; **a ~ on it/you!** *(arch.)* ให้ตายซิ/ให้แกตายห่า *(ภ.พ.)*; **a ~ on both your houses!** *(fig. arch.)* ให้แกฉิบหายวายวอดทั้งคู่; Ⓑ *(esp. Bible.: punishment)* การลงโทษ, กรรมที่ตามสนอง; *(coll.: nuisance)* สิ่งที่น่ารำคาญ; Ⓒ *(infestation)* **~ of rats/insects** มีหนู/แมลงระบาดไปทั่ว

❷ *v.t.* Ⓐ *(afflict)* ทำให้เกิดความทุกข์ทรมาน *หรือ* ภัยพิบัติ; **~d with** *or* **by sth.** ได้รับความทุกข์ทรมานจาก *ส.น.*; **a disease that ~s mankind** โรคที่นำภัยพิบัติมาสู่มนุษยชาติ; Ⓑ *(bother)* **~ sb. [with sth.]** รบกวน *ค.น.* [ด้วย *ส.น.*]; **be ~d with sth.** ถูกกวนด้วย *ส.น.*; **be ~d by bad weather** โชคร้ายมีอากาศไม่ดีตลอด

plaice /pleɪs/เพลฺซ/ *n., pl. same* Ⓐ ปลา *Pleuronectes platessa* รูปร่างแบนคล้ายปลาลิ้นหมา; Ⓑ *(Amer.: summer flounder)* ปลา *Hippoglossoides platessoides* พบในมหาสมุทรแอตแลนติกเหนือ

plaid /plæd/แพลฺด/ ❶ *n.* ผ้าลายสกอตหรือตาหมากรุก ❷ *adj.* เป็นตาลายหมากรุก; **~ blanket** ผ้าห่มลายตาหมากรุก

plain /pleɪn/เพลฺน/ ❶ *adj.* Ⓐ *(clear)* ชัดแจ้ง; *(obvious)* ชัดเจน; **He didn't like us. That was ~ enough** เห็นได้ชัดว่าเขาไม่ชอบพวกเรา; **make sth. ~ [to sb.]** ทำให้ *ส.น.* ชัดเจน [แก่ *ค.น.*]; **make it ~ that ...:** ทำให้ชัดเจนว่า...; **make oneself/one's meaning ~:** ทำให้ความหมายของตนชัดเจน; **make one's views/intentions ~:** ทำให้ผู้อื่นเข้าใจความคิดเห็น/

เจตนารมณ์ของตน; แสดงความคิดเห็น/เจตนารมณ์อย่างชัดเจน; **do I make myself ~?** ฉันอธิบายได้ชัดเจนหรือเปล่า; เข้าใจไหม; **the reason is ~ [to see]** เหตุผลชัดเจน; **the consequences of the act were not ~ at the time** ผลของการกระทำยังไม่ชัดเจนในเวลานั้น; ➡ **+ English** 2 A; **pikestaff;** Ⓑ *(frank, straightforward)* ตรงไปตรงมา, ตรง; **be ~ with sb.** ตรงไปตรงมากับ *ค.น.;* **there was some ~ speaking** มีการพูดกันตรง ๆ; **be [all] ~ sailing** *(fig.)* ง่ายและไม่มีปัญหา; **~ dealing** การปฏิบัติอย่างตรงไปตรงมา; Ⓒ *(unsophisticated) (อาหาร)* ธรรมดา; *(เสื้อผ้า)* เรียบง่าย; *(not lined) (กระดาษ)* ไม่มีเส้น; *(not patterned)* ไม่มีลวดลาย; **she is a ~ cook** เธอเป็นแม่ครัวที่ทำอาหารง่าย ๆ; **~ cooking** การทำอาหารง่าย ๆ; **~ stitch** การปักแบบเรียบ ๆ; **~ text** *(without notes)* บทความที่ไม่มีการเขียนเสริมข้าง ๆ; *(decoded)* บทความที่แกะรหัสแล้ว; ➡ **+ cover** 1 C; **plain clothes;** Ⓓ *(unattractive)* จืด, ไม่สวย; **she's rather a ~ Jane** *(coll.)* เธอเป็นผู้หญิงที่หน้าตาธรรมดา; Ⓔ *(sheer)* เต็มที่, โดยสิ้นเชิง; **that's ~ bad manners** นั่นเป็นการเสียมารยาทโดยสิ้นเชิง; **that's just ~ common sense** นั่นเป็นเพียงสามัญสำนึกธรรมดา ๆ
❷ *adv.* Ⓐ *(clearly)* อย่างชัดเจน, อย่างชัดแจ้ง; Ⓑ *(simply)* แค่, อย่างง่าย ๆ; **I'm just ~ tired** ฉันแค่เหนื่อยเท่านั้นเอง
❸ *n.* Ⓐ ที่ราบ; **the P~s** *(of North America)* ที่ราบ *(ของอเมริกาเหนือ);* Ⓑ *(Knitting)* การถัก *(ไหมพรม)* ลายง่าย ๆ; *(two ~, two purl)* ถักขวาสองซ้ายสอง

plain: ~chant ➡ **plainsong; ~ 'chocolate** *n.* ช็อกโกแลตสีเข้มไม่ใส่นม; **~ 'clothes** *n. pl.* **in ~ clothes** เสื้อผ้าธรรมดาไม่ใช่เครื่องแบบ; **~clothes detective** *etc.* นักสืบ ฯลฯ นอกเครื่องแบบ

plainly /ˈpleɪnlɪ/ˈเพลฺนลิ/ *adv.* Ⓐ *(clearly)* อย่างชัดแจ้ง; Ⓑ *(obviously)* อย่างชัดเจน; *(undoubtedly)* อย่างไม่ต้องสงสัย; Ⓒ *(frankly)* อย่างตรงไปตรงมา; Ⓓ *(simply, unpretentiously)* อย่างง่าย ๆ, โดยไม่เสแสร้ง

plainness /ˈpleɪnnɪs/ˈเพลฺนนิซ/ *n., no pl.* Ⓐ *(clearness)* ความชัดแจ้ง, ความชัดเจน; Ⓑ *(frankness)* ความตรงไปตรงมา; **his ~ of speech** การพูดแบบตรงไปตรงมาของเขา; Ⓒ *(simplicity)* ความง่าย, ความธรรมดา; Ⓓ *(ugliness)* ความไม่สวย, ความขี้เหร่

plainsman /ˈpleɪnzmən/ˈเพลฺนซฺเมิน/ *n., pl.* **plainsmen** /ˈpleɪnzmən/ˈเพลฺนซฺเมิน/ ผู้ที่อาศัยอยู่ตามที่ราบ

plain: ~song *n. (Mus., Eccl.)* เพลงที่ร้องพร้อมกันโดยไม่มีดนตรีประกอบหรือจังหวะตายตัว; **~-'spoken** *adj.* พูดตรงไปตรงมา, พูดจาขวานผ่าซาก

plaint /pleɪnt/เพลฺนทฺ/ *n.* Ⓐ *(literary: lamentation)* การบ่น, ความร้องทุกข์; Ⓑ *(Brit. Law)* ข้อกล่าวหา

plaintiff /ˈpleɪntɪf/ˈเพลฺนทิฟ/ *n. (Law)* โจทก์

plaintive /ˈpleɪntɪv/ˈเพลฺนทิวฺ/ *adj.* ที่คร่ำครวญ, โศกเศร้า

plaintively /ˈpleɪntɪvlɪ/ˈเพลฺนทิวฺลิ/ *adv.* อย่างคร่ำครวญ, อย่างโศกเศร้า

plain: ~ weave *n.* ลายขัด; **~ weaving** *n.* การทอ *(ผ้า)* ลายขัด

plait /plæt/แพลฺนทฺ/ ❶ *n. (of hair)* ผมเปีย; *(of straw, ribbon, etc.)* ฟาง/เชือกที่ถัก ❷ *v.t.* ถัก *(เปีย)*

plan /plæn/แพลฺน/ ❶ *n.* แผน, แผนการ, โครงการ; **~ of action** แผนปฏิบัติการ; **what is your ~ of action?** อะไรคือแผนปฏิบัติการของคุณ; **have great ~s for sb.** มีแผนการที่ยิ่งใหญ่สำหรับ *ค.น.;* **~ of campaign** แผนรณรงค์; **make ~s for sth.** วางแผนสำหรับ *ส.น.;* **what are your ~s for tomorrow?** พรุ่งนี้คุณจะทำอะไร; **your best ~ is to stay on at school** แผนที่ดีที่สุดของคุณคือการอยู่ต่อที่โรงเรียน; **[go] according to ~:** [เป็นไป] ตามแผน; ➡ **+ five-year plan**
❷ *v.t.,* **-nn-** Ⓐ *(design)* ออกแบบ *(ตึก, เครื่องยนต์);* **~ to do sth.** วางแผนที่จะทำ *ส.น.;* **as ~ned** ตามแผน; ➡ **+ obsolescence;** Ⓑ *(make plan of)* **~ sth.** วางแผนจะทำ *ส.น.*
❸ *v.i.,* **-nn-** วางแผน; **~ [weeks] ahead** วางแผนล่วงหน้า [หลายสัปดาห์]; **~ for sth.** วางแผนสำหรับ *ส.น.;* **we hadn't ~ned on that** เราไม่ได้วางแผนว่าสิ่งนั้นจะเกิดขึ้น; **~ on doing sth.** *(coll.)* ตั้งใจที่จะทำ *ส.น.;* **what do you ~ on doing today?** คุณกะจะทำอะไรวันนี้

planchette /plɑːnˈʃet/พลานˈเช็ท/ *n.* *กระดานเล็ก ๆ มีล้อ (มักเป็นรูปหัวใจ) มีดินสอซึ่งควรแตะเบา ๆ และเชื่อกันว่าดินสอนั้นจะเขียนโดยใช้วิญญาณของผู้ที่ตายไปแล้ว*

[1]**plane** /pleɪn/เพลฺน/ *n.* **~ [-tree]** ต้นไม้สูงในสกุล *Platanus*

[2]**plane** ❶ *n. (tool)* กบไสไม้ ❷ *v.t.* ไสด้วยกบ *(ไสไม้)*

[3]**plane** ❶ *n.* Ⓐ *(Geom.)* ระนาบ; *(flat surface)* พื้นราบ, หน้าราบ; ➡ **+ inclined plane;** Ⓑ *(fig.)* ระดับ; **~ of thought/attainment/knowledge** ระดับความคิด/ความสำเร็จ/ความรู้; Ⓒ *(aircraft)* เครื่องบิน; *(Aeronaut.: supporting surface)* ปีก/แพนหางเครื่องบิน ❷ *v.i.* ร่อนแฉลบ

'planeload *n.* พิกัดน้ำหนักที่เครื่องบินบรรทุกได้

planet /ˈplænɪt/ˈแพลฺนิท/ *n.* ดาวเคราะห์; **major ~:** ดาวเคราะห์ใหญ่; **minor ~:** ดาวเคราะห์เล็ก

planetarium /plænɪˈteərɪəm/แพลฺนิˈแทเรียม/ *n., pl.* **~s** *or* **planetaria** /plænɪˈteərɪə/แพลนิˈแทเรีย/ ท้องฟ้าจำลอง

planetary /ˈplænɪtərɪ, US -terɪ/ˈแพลฺนิทริ, -เทะริ/ *adj.* เกี่ยวกับดาวเคราะห์

planetoid /ˈplænətɔɪd/ˈแพลฺนิทอยดฺ/ *n. (Astron.)* ดาวเคราะห์ขนาดเล็กที่หมุนรอบดวงอาทิตย์

plangent /ˈplændʒənt/ˈแพลนจ'นทฺ/ *adj.* Ⓐ *(resounding)* ดังก้อง; Ⓑ *(plaintive) (เสียง)* ครวญคราง

planish /ˈplænɪʃ/ˈแพลฺนิช/ *v.t.* ตีแผ่นโลหะให้แบนเรียบด้วยค้อน

plank /plæŋk/แพลงคฺ/ ❶ *n.* Ⓐ *(piece of timber)* แผ่นกระดาน, ไม้กระดาน; **be as thick as two [short] ~s** *(coll.)* โง่มาก; **be made to walk the ~** *(Hist.)* ถูกบังคับให้ปิดตาเดินตามไม้กระดานที่ยื่นออกจากเรือลงทะเล; Ⓑ *(fig.: item of political programme)* สาระสำคัญของนโยบาย
❷ *v.t.* Ⓐ ปูด้วยไม้กระดาน; **~ sth. over** ปิด *ส.น.* ด้วยไม้กระดาน; Ⓑ *(coll.: put down)* วางลง; Ⓒ *(Amer.)* ย่าง *(เนื้อ, ไก่, ปลา)* แล้วเสิร์ฟบนแผ่นกระดาน; **~ed steak** สเต็กเสิร์ฟบนแผ่นกระดาน

planking /ˈplæŋkɪŋ/ˈแพลงคิง/ *n. (planks)* ➡ **plank** 1 A: แผ่นกระดาน; การปูกระดาน

plankton /ˈplæŋtn/ˈแพลงคฺท'น/ *n. (Biol.)* พืชและสัตว์เล็ก ๆ ที่ลอยอยู่ในน้ำ, แพลงตอน *(ท.ศ.)*

planned e'conomy *n. (Econ.)* ระบบเศรษฐกิจที่ควบคุมโดยรัฐบาล

planner /ˈplænə(r)/ˈแพลฺนเนอะ(ร)/ *n.* ผู้วางแผน, ผู้วางนโยบาย

planning /ˈplænɪŋ/ˈแพลฺนิง/ *n.* การวางแผน; **at the ~ stage** อยู่ในขั้นวางแผน; **~ permission** การอนุมัติการก่อสร้างอย่างเป็นทางการ

plant /plɑːnt, US plænt/พลานทฺ, แพลนทฺ/ ❶ *n.* Ⓐ *(Bot.)* พืช, ต้นไม้; Ⓑ *(machinery) no indef. art.* เครื่องจักร; **earth-moving ~** *no indef. art.* เครื่องจักรขุดและขนดิน; **generating ~** *no indef. art.* เครื่องผลิตพลังงาน/เครื่องปั่นไฟ; Ⓒ *(factory)* โรงงาน; Ⓓ *(coll.: undercover agent)* สายลับ, จารชน; Ⓔ *(coll.: thing concealed)* สิ่งที่ถูกซ่อน/ปกปิด; **he said the heroin was a ~:** เขากล่าวว่าเฮโรอีนเป็นของที่ถูกซุกซ่อนไว้
❷ *v.t.* Ⓐ *(put in ground)* เพาะ, ปลูก; ลง *(ต้นไม้)* ในสวน; **~ a field with barley** นาที่ปลูกข้าวบาร์เลย์; Ⓑ *(fix)* ตรึง, ปัก, ติดแน่น; **~ stakes [in the ground]** ตอกเสาเข็ม [ลงไปในพื้นดิน]; **he ~ed his feet wide apart** เขายืนถ่างขา; **~ oneself** ปักหลัก; Ⓒ *(in mind)* **~ an idea** *etc.* **in sb.'s mind/in sb.** ปลูกฝังความคิดให้แก่ *ค.น.;* Ⓓ *(deliver etc.)* **~ a blow** *etc.* **on sb.'s nose** *etc.* ชก/ต่อย ฯลฯ จมูก ฯลฯ *ค.น.;* **~ a kiss on sb.'s forehead** *etc.* จูบหน้าผาก ฯลฯ *ค.น.;* Ⓔ *(coll.: conceal)* ซ่อน; **~ sth. on sb.** ซ่อน *ส.น. (เช่น ของโจร)* ไว้ที่ *ค.น.;* Ⓕ *(station as spy etc.)* ส่งไปเป็นสายลับ

~ out *v.t.* ย้าย *(ต้นกล้า)* ไปปลูกกลางแจ้ง

Plantagenet /plænˈtædʒɪnɪt/แพลฺนˈแทจินิท/ *(Brit. Hist.)* ❶ *n.* *กษัตริย์อังกฤษตั้งแต่พระเจ้าเฮนรีที่ 2 ถึงพระเจ้าริชาร์ดที่ 3* ❷ *attrib. adj.* แห่งพระมหากษัตริย์แพลนตาเจเนท

[1]**plantain** /ˈplæntɪn/ˈแพลฺนทิน/ *n. (Bot.: in temperate regions, Plantago)* พืชในสกุล *Plantago*

[2]**plantain** *(Bot.: in tropics, Musa)* ต้นกล้วยพันธุ์ *Musa paradisiaca* ใช้ปรุงอาหาร

plantain 'lily *n. (Bot.)* พันธุ์ไม้ของจีนและญี่ปุ่นในสกุล *Hosta*

plantation /plænˈteɪʃn/แพลฺนˈเทชฺ'น/ *n.* Ⓐ *(estate)* สวนป่าเศรษฐกิจ, ไร่; Ⓑ *(group of plants)* ไร่, สวนต้นไม้

'plant breeding *n.* การเพาะพันธุ์ต้นไม้

planter /ˈplɑːntə(r)/ˈพลานเทอะ(ร)/ *n.* Ⓐ คนทำสวน; Ⓑ *(machine) (for seeds)* เครื่องจักรสำหรับหว่านเมล็ดพืช; Ⓒ *(container)* กระถางไม้ประดับ

plant: ~ food *n.* อาหารบำรุงต้นไม้, ปุ๋ย; **~ hire** *n.* การเช่าเครื่องจักร; **~ kingdom** *n.* อาณาจักรพืช; **~-louse** *n. (Zool.)* เพลี้ยต้นไม้

plaque /plɑːk, US plæk/พลาค, แพลค/ *n.* Ⓐ *(ornamental tablet)* แผ่นสลักภาพ; *(commemorating sb.)* แผ่นแกะสลักเพื่อรำลึกถึงบุคคล/เหตุการณ์; Ⓑ *(Dent.)* หินปูน

plasma /ˈplæzmə/ˈแพลฺซเมอะ/ *n.* Ⓐ *(Anat., Zool., Phys.)* พลาสม่า *(ท.ศ.)*, ส่วนที่เป็นน้ำใสในเลือดและน้ำเหลือง; Ⓑ *(Biol.)* ➡ **protoplasm**

plasma screen *n.* จอแบบพลาสม่า *(ท.ศ.)*

plaster /ˈplɑːstə(r), US ˈplæs-/ˈพลาซฺเทอะ(ร), ˈแพลซ-/ ❶ *n.* Ⓐ *(for walls etc.)* ปูนฉาบผนัง; Ⓑ **~ [of Paris]** ปูนขาว, ปูนพลาสเตอร์ *(ท.ศ.);* **have one's leg in ~:** ขาข้างหนึ่งเข้าเฝือก; **put sb.'s leg in ~:** ใส่เฝือกที่ขา *ค.น.;* Ⓒ ➡ **sticking plaster**

❷ *v.t.* Ⓐ ฉาบปูน *(ผนัง)*; Ⓑ *(daub)* **~ sth. on sth.** พอก *ส.น.* ลงไปบน *ส.น.*; **~ make-up on one's face, ~ one's face with make-up** พอกเครื่องสำอางลงไปบนหน้าของตน; **~ed with mud** มีโคลนพอกอยู่ *หรือ* เต็มไปด้วยโคลน; Ⓒ *(stick on)* ทา, ติด *(ป้าย, แสตมป์)*; **~ posters all over the wall/the wall with posters** ติดโปสเตอร์ไปทั่วกำแพง; Ⓓ *(coll.: shell, bomb)* ทิ้งระเบิด/ระดมยิงอย่างหนัก

~ down *v.t.* **~ sb.'s/one's hair down** ทำให้ผม *ค.น.*/ของตนแนบศีรษะ

~ 'over *v.t.* ฉาบด้วยปูน

plaster: ~board *n.* แผ่นกระดานปิดผนัง; **~ cast** *n.* Ⓐ *(model in plaster)* แม่พิมพ์ *หรือ* ที่จากปูนขาว; Ⓑ *(Med.)* เฝือก

plastered /ˈplɑːstəd, US ˈplæst-/ˈพลาซเทิด, ˈแพลซทฺ-/ *pred. adj. (sl. drunk)* เมามาก; **get ~:** เมาจนเละ

plasterer /ˈplɑːstərə(r), US ˈplæst-/ˈพลาซเทอะเรอะ(ร), ˈแพลซท-/ *n.* ➤ **489** ผู้ที่ฉาบปูน

plaster 'saint *n.* รูปปูนปั้นนักบุญ; *(fig., usu. iron.)* ผู้ที่ถูกมองว่าเป็นคนดีโดยไม่มีที่ติ

plastic /ˈplæstɪk/ˈแพลซติค/ ❶ *n.* Ⓐ พลาสติก *(ท.ศ.)*; Ⓑ *(coll.: credit cards etc.)* บัตรเครดิต ❷ *adj.* Ⓐ *(made of plastic)* ที่ทำจากพลาสติก; *(coll. derog.: synthetic)* เป็นของเทียม; **~ bag** ถุงพลาสติก; **~ money** *(joc.)* บัตรเครดิต; Ⓑ *(produced by moulding)* ที่หล่อ/ปั้น; **~ figure** รูปปั้น; Ⓒ *(malleable, lit. or fig.)* ที่ปั้นได้, ดัดได้; **the ~ qualities of wax** คุณสมบัติที่ปั้นได้ของขี้ผึ้ง; Ⓓ **the ~ arts** ศิลปะปฏิมากรรมแห่งการปั้นรูป/แกะสลัก

plastic: ~ 'bullet *n.* กระสุนพลาสติก; **~ explosive** *n.* ระเบิดพลาสติก; **~ 'surgeon** *n.* ➤ **489** ศัลยแพทย์; **~ 'surgery** *n.* ศัลยกรรมตกแต่ง; **undergo** *or* **have ~ surgery** ทำศัลยกรรมตกแต่ง

Plasticine ® /ˈplæstɪsiːn/ˈแพลซติซีน/ *n.* ดินน้ำมัน

p

plasticise ➡ **plasticize**

plasticity /plæsˈtɪsɪtɪ/แพลซˈติซซิทิ/ *n., no pl. (lit. or fig.)* ลักษณะที่ปั้นได้ง่าย, ลักษณะที่อ่อนนิ่ม

plasticize /ˈplæstɪsaɪz/ˈแพลซติซายซฺ/ *v.t.* ทำให้เป็นพลาสติก

plasticizer /ˈplæstɪsaɪzə(r)/ˈแพลซติไซเซอะ(ร)/ *n.* สารที่ใช้ทำพลาสติก

plasticky /ˈplæstɪkɪ/ˈแพลซติคิ/ *adj. (coll. derog.)* เป็นพลาสติกถูก ๆ; **be very ~:** ทำจากพลาสติกถูก ๆ

plate /pleɪt/เพลฺท/ ❶ *n.* Ⓐ *(for food)* จานอาหาร; *(large ~ for serving food)* จานเสิร์ฟ; *(Amer.: food for one person)* อาหารจานหนึ่ง; **a ~ of soup/sandwiches** ชามซุป/จานแซนด์วิช; **have sth. handed to one on a ~** *(fig. coll.)* ได้ *ส.น.* มาโดยไม่ต้องทำอะไรเลย; **have a lot** *etc.* **on one's ~** *(fig. coll.)* มีงานจะต้องทำมากมาย; Ⓑ *(for collection in church)* จานเรี่ยไรเงินในโบสถ์; Ⓒ *(sheet of metal etc.)* แผ่นโลหะ; Ⓓ *(metal ~ with name etc.)* ป้ายชื่อโลหะ; **[number]~:** ป้ายทะเบียนรถ; Ⓔ *(Photog.)* แผ่นโลหะเคลือบฟิล์ม; Ⓕ *no pl., no indef. art. (Brit.: tableware)* ภาชนะและช้อนส้อมโลหะ; *(plated)* **[made of] real silver, not ~:** ทำจากเงินแท้ ๆ ไม่ใช่เงินชุบ; Ⓖ *(for engraving, printing)* แม่พิมพ์; *(illustration)* รูปภาพ/ในหนังสือ; **printing ~:** แม่พิมพ์; Ⓗ *(Sport) (trophy)* ถ้วย/โล่รางวัล; *(race)* การแข่งขันชิงถ้วยรางวัล; Ⓘ *(Dent.)* แผ่นพลาสติกบาง ๆ ที่ใช้ดัดฟัน *หรือ* ทำฟันปลอม; Ⓙ *(Amer. Electronics)* แผ่นโลหะที่หุ้มรอบไฟในหลอดวิทยุ; Ⓚ *(Geol.)* เปลือกโลก; Ⓛ *(Baseball)* แผ่นยางบาง ๆ สีขาวซึ่งเป็นจุดที่ผู้ตี/ผู้ขว้างลูกเบสบอลยืนประจำอยู่; ➡ **+ tracery A**

❷ *v.t.* Ⓐ *(coat)* ชุป; **~ sth. [with gold/silver/chromium]** ชุบ *ส.น.* [ด้วยทอง/เงิน/โครเมียม]; Ⓑ หุ้ม *(เรือ)* ด้วยแผ่นโลหะ

plateau /ˈplætəʊ/ˈแพลฺโท/ *n., pl.* **~x** /ˈplætəʊz/ˈแพลฺโทซฺ/ *or* **~s** Ⓐ ที่ราบสูง; Ⓑ *(fig.)* **a price ~:** ช่วงที่ราคาคงที่; **reach/be on a ~:** *(ราคา, การผลิต)* อยู่ในระดับคงที่

plated /ˈpleɪtɪd/ˈเพลฺทิด/ *adj.* ที่ชุบ; **[gold-]~:** ที่ชุบทอง; **[silver-/chromium-/nickel-]~:** ที่ชุบด้วยเงิน/โครเมียม/นิกเกิล

plateful /ˈpleɪtfʊl/ˈเพลฺทฟุล/ *n.* ปริมาณเต็มจาน; **a ~ of rice** ข้าวหนึ่งจานเต็ม; **I've already had two ~s** *(fig. coll.)* ฉันรับประทานไปแล้วสองจานเต็ม ๆ

plate: ~ 'glass *n.* กระจกหยาบใช้ทำกระจกหน้าต่าง ฯลฯ; **~-holder** *n. (Photogr.)* ที่หนีบแผ่นกระจกในกล้องถ่ายรูป; **~layer** *n. (Brit. Railw.)* คนซ่อมทางรถไฟ

platelet /ˈpleɪtlət/ˈเพลฺทเลิท/ *n. (Physiol.)* เกล็ดเลือด

platen /ˈplætn/ˈแพลฺท'น/ *n. (Printing)* จาน/ลูกโม่ในเครื่องพิมพ์; *(on typewriter)* ลูกยาง

plate: ~ rack *n. (Brit.)* ชั้น *หรือ* ตะแกรงวางจาน; **~-warmer** *n.* เครื่องอุ่นจาน

platform /ˈplætfɔːm/ˈแพลฺทฟอม/ *n.* Ⓐ *(Brit. Railw.)* ชานชาลา; **the train leaves from /will arrive at ~ 4** รถไฟออกจาก/จะมาถึงชานชาลา 4; **edge of the ~:** ขอบชานชาลา; Ⓑ *(stage)* เวทียกพื้น; Ⓒ *(Polit.)* นโยบายของพรรคการเมือง, แนวนโยบาย; Ⓓ *(Geol.)* ลาน; Ⓔ *(in bus etc.)* บริเวณหน้า/หลังรถประจำทางที่ผู้โดยสารขึ้น/ลง; Ⓕ *(of shoe)* พื้นรองเท้าที่ยกระดับพื้นสูง; Ⓖ *(Computing)* แท่น

platform shoes *n.* รองเท้าที่ฐานสูง

'platform ticket *n. (Brit.)* ตั๋วชานชาลา

plating /ˈpleɪtɪŋ/ˈเพลฺทิง/ *n. (process)* การชุบ *(ทอง/เงิน/โลหะอื่น ๆ)*; **gold/silver/chromium ~:** การชุบทอง/เงิน/โครเมียม

platinum /ˈplætɪnəm/ˈแพลฺทิเนิม/ *n.* ทองคำขาว, พลาตินั่ม *(ท.ศ.)*

platinum 'blonde ❶ *n.* ผู้ที่มีผมสีทองอ่อนมาก ❷ *adj.* สีทองอ่อน

platitude /ˈplætɪtjuːd, US -tuːd/ˈแพลฺทิจูด, -ทูด/ *n.* Ⓐ *(trite remark)* คำพูด/ถ้อยคำที่ซ้ำซาก; Ⓑ *no pl. (triteness)* ความซ้ำซาก, ความจำเจ

platitudinous /plætɪˈtjuːdɪnəs/แพลฺทิˈทิวดิเนิซ/ *adj.* ซ้ำซาก, จำเจ

Plato /ˈpleɪtəʊ/ˈเพลฺเทอะ/ *pr. n.* เพลโต *(ท.ศ.)* นักปรัชญาชาวกรีก *(ปี 427-347 ก่อนคริสตกาล)*

Platonic /pləˈtɒnɪk/เพลอะˈทอนิค/ *adj.* Ⓐ *(of Plato)* เกี่ยวกับเพลโต; Ⓑ **p~** *(not sexual) (ความรัก)* ฉันมิตรที่ไม่มีส่วนของกามารมณ์

platonically /pləˈtɒnɪkəlɪ/เพลอะˈทอนิเคอะลิ/ *adv.* ตามแบบเพลโต; *(รัก)* โดยไม่มีกามารมณ์เข้ามาเกี่ยวข้อง

Platonist /ˈpleɪtənɪst/ˈเพลฺเทอะนิซทฺ/ *n.* ผู้ที่เชื่อมั่นในปรัชญาของเพลโต

platoon /pləˈtuːn/เพลอะˈทูน/ *n. (Mil.)* หมวดทหาร

platter /ˈplætə(r)/ˈแพลฺเทอะ(ร)/ *n. (arch.: plate)* จานอาหาร; **have sth. handed to one on a ~** *(fig. coll.)* ได้ *ส.น.* มาง่าย ๆ

platypus /ˈplætɪpəs/ˈแพลฺทิเพิซ/ *n. (Zool.)* สัตว์เลี้ยงลูกด้วยนม *Ornithorthynchus anatinus* ว่ายน้ำได้ อยู่ในออสเตรเลีย

plaudits /ˈplɔːdɪts/ˈพลอดิทซฺ/ *n. pl.* การปรบมือ, การสรรเสริญ

plausibility /plɔːzɪˈbɪlɪtɪ/พลอซิˈบิลลิทิ/ *n., no pl.* ความฟังขึ้น, ความน่าเชื่อถือ; **this version has more ~:** การเล่าเรื่องแนวนี้น่าเชื่อถือกว่า

plausible /ˈplɔːzɪbl/ˈพลอซิบ'ล/ *adj.* มีเหตุผล, พอฟังได้, น่าเชื่อถือ; *(คน)* ที่ฟังขึ้น

plausibly /ˈplɔːzɪblɪ/ˈพลอซิบลิ/ *adv.* อย่างมีเหตุผล, อย่างฟังขึ้น

play /pleɪ/เพล/ *n.* Ⓐ *(Theatre)* ละครเวที; **television ~:** ละครโทรทัศน์; **put on a ~:** จัดให้มีละคร; **go to [see] a ~:** ไปดูละคร; **a ~ within a ~:** ละครซ้อนละคร; Ⓑ *(recreation)* การเล่น; **time for ~:** เวลาเล่น; **at ~:** กำลังเล่น; **say/do sth. in ~:** พูด/ทำ *ส.น.* เล่น ๆ; **~ [up] on words** เล่นคำ; Ⓒ *(Sport)* การเล่น, การแข่งขัน; *(Amer.: manoeuvre)* แผนการเล่น; **abandon ~:** เลิกเล่น; **~ is impossible because of the weather** เล่นกีฬาไม่ได้เพราะอากาศไม่ดี; **start/close of ~:** เปิด/ปิดการแข่งขัน; **in the last minute of ~:** ในนาทีสุดท้ายของการแข่งขัน; **be in/out of ~:** *(ลูกบอล)* อยู่ในสนาม/ออกนอกสนาม; **keep the ball in ~:** ไม่ให้ลูกออก; **make a ~ for sb./sth.** *(fig. coll.)* พยายามอย่างยิ่งที่จะได้ *ค.น./ส.น.*; ➡ **+ child's play**; **²fair 1 A; foul 1 E**; Ⓓ *(gambling)* การเล่น; Ⓔ **sb.'s imagination is brought** *or* **called into ~:** จินตนาการของ *ค.น.* ถูกนำมาใช้; **come into ~:** ถูกนำมาใช้; **make great ~ of sth.** เน้น *ส.น.*; **make [great] ~ with sth.** ใช้ *ส.น.* อย่างโอ้อวด; Ⓕ *(freedom of movement)* ความหย่อน, ความหลวม; *(fig.)* อิสระในการเคลื่อนไหว; **the knot has too much ~:** ปม/เงื่อนหลวมเกินไป; **give the rope more ~:** ปล่อยเชือกให้หย่อนขึ้น; **give full ~ to one's emotions/imagination** *etc.*, **allow one's emotions/imagination** *etc.* **full ~** *(fig.)* ปล่อยอารมณ์/จินตนาการของตนให้เต็มที่; Ⓖ *(rapid movement)* **the ~ of light on water** แสงระยิบระยับบนพื้นน้ำ; Ⓗ *(turn, move)* **it's your ~:** ถึงตาของคุณแล้ว

❷ *v.i.* Ⓐ เล่น; **~ for money** เล่นเอาเงิน; **~ with sb./sth.** *(lit. or fig.)* เล่นกับ *ค.น./ส.น.*; **have no one to ~ with** ไม่มีใครเล่นด้วย; **he won't ~** *(coll.: won't do what sb. wants)* เขาไม่ทำตามที่ *ค.น.* ต้องการ; **~ with oneself** *(euphem.: sexually)* สำเร็จความใคร่ด้วยตนเอง; **~ [up] on words** เล่นคำ; **~ fair [with sb.]** ปฏิบัติอย่างยุติธรรม [กับ *ค.น.*]; **not have much time** *etc.* **to ~ with** *(coll.)* มีเวลาไม่มากนัก; **~ into sb.'s hands** *(fig.)* ทำให้ *ค.น.* ได้เปรียบ; **~ safe** ปลอดภัยไว้ก่อน; เลี่ยงความเสี่ยง; **~ing safe, she took an umbrella** เพื่อความแน่นอน เธอมีร่มติดตัวไปด้วย; **~ for time** ซื้อเวลาไปเรื่อย ๆ; ➡ **+ fire 1 B**; Ⓑ *(be suitable for ~)* **the pitch is ~ing well/badly** สนาม *(คริกเก็ต)* นี้เล่นได้ดี/ไม่ดี; Ⓒ *(Mus.)* เล่น; **~ by ear** เล่น *(ดนตรี)* โดยไม่ต้องดูโน้ต; Ⓓ *(Theatre)* แสดง, เล่น; **what is ~ing at the theatre?** ละครเรื่องอะไรกำลังเล่น/แสดงอยู่ที่โรงละคร; ➡ **+ gallery B**; Ⓔ *(move about)*

เคลื่อนที่ไปมา, วนเวียน; **a smile ~ed on/about her lips** รอยยิ้มติดอยู่ที่ริมฝีปากของเธอ; Ⓕ *(น้ำพุ)* พุ่งขึ้น; Ⓖ *(fiddle about)* ปล่อยเวลาไปโดยเปล่าประโยชน์

❸ *v.t.* Ⓐ *(Mus.: perform on)* เล่น; **~ the violin** เล่นไวโอลิน; **~ sth. on the piano** *etc.* เล่นเพลงบนเปียโน; **~ sb. in/out** เล่นดนตรีเมื่อ *ค.น.* เข้ามา/ออกไป; **~ sth. by ear** เล่นดนตรีโดยไม่ดูโน้ต; **~ it by ear** *(fig.)* ทำอะไรแล้วแต่สถานการณ์; Ⓑ เล่น *(แผ่นเสียง, วิทยุ, เทป ฯลฯ)*; **~ sb. a record** เล่นแผ่นเสียงให้ *ค.น.* ฟัง; Ⓒ *(Theatre; also fig.)* แสดง; **~ a town** แสดงในเมืองใดเมืองหนึ่ง; **~ a theatre** แสดงในโรงละคร; **~ the fool/innocent** ทำเป็นโง่/ไร้เดียงสา; ➡ **+ man** 1 B; Ⓓ *(execute, practise)* **~ a trick/joke on sb.** เล่นตลกกับ *ค.น.*; Ⓔ *(Sport, cards)* เล่น *(กีฬา, ไพ่)*; *(include in team)* รวมไปในทีม; **~ a match** แข่งกีฬา; **he ~ed me at chess/squash** เขาเล่น/แข่งหมากรุก/สควอชกับฉัน; **~ it cool** *(fig. coll.)* ทำเย็นชา, ทำไม่สนใจ; **~ it right/safe/straight** ทำอย่างถูกต้อง/ปลอดภัย/ตรงไปตรงมา; **~ oneself in** *(esp. Cricket)* เริ่มจับทาง *(ของการเล่น)* ได้; *(fig.)* เริ่มคุ้นกับงาน; ➡ **+ ¹ball** 1 B; **¹duck** 1 A; **²fast** 1 A; **¹game** 1 A, B, D; **hand** 1 P; **hell** B; **hookey**; Ⓕ *(Sport: execute)* เล่น *(ลูก)*; *(Cricket etc.)* ตีลูก; Ⓖ *(Chess etc.: move)* เดิน; *(Cards)* เล่น; **~ one's last card** *(fig.)* ทิ้งไพ่ใบสุดท้าย; **have ~ed all one's cards** *(fig.)* แสดงทีเด็ดของตนหมดแล้ว; **~ one's cards right** *(fig.)* ทำ/อ่านเกมออก; ➡ **+ ¹trump** 1; Ⓗ *(Angling)* ปล่อยให้ปลาหมดแรงด้วยการสาวเบ็ด; Ⓘ *(coll.: gamble on)* **~ the stock market** เล่นหุ้น

~ a'bout ➡ **~ around**

~ a'long *v.i.* แสร้งทำเป็นเห็นด้วย; **~ along with sb./sth.** แสร้งทำเป็นเห็นด้วยกับ *ค.น./ส.น.*

~ a'round *v.i. (coll.)* ทำอะไรเล่น ๆ/โดยไม่รับผิดชอบ; **~ around with sb./sb.'s affections/sth.** ไม่จริงใจกับ *ค.น.*/ความรู้สึกของ *ค.น./ส.น.*; **stop ~ing around!** เลิกทำอะไรบ้า ๆ เสียที

~ at *v.t.* ทำเล่น ๆ, ทำโดยไม่ตั้งใจ; **what do you think you're ~ing at?** คุณคิดว่าคุณกำลังทำอะไรอยู่; **~ at being sb.** แสร้งทำเป็น *ค.น.*

~ 'back *v.t.* เล่น *(เทป/วิดีโอ)*; **he ~ed part of the discussion back to them** เขาเล่นช่วงเทปหนึ่งของการอภิปรายให้พวกเขาฟัง; ➡ **+ play-back**

~ 'down *v.t.* ลดความสำคัญลง

~ 'off ❶ *v.i.* แข่งขันแบบแพ้คัดออก; ➡ **+ play-off** ❷ *v.t.* เสี้ยมเขาควายให้ชนกัน; **~ one person/firm** *etc.* **off against another** ทำให้คนหนึ่ง/บริษัทหนึ่งแข่งขันกับอีกคนหนึ่ง/บริษัทหนึ่ง

~ on ❶ /'--/ *v.t.* ➡ **~ upon** ❷ /-'-/ *v.i. (Cricket)* เล่นต่อไป, เป็นฝ่ายได้ตีลูกอีกครั้ง

~ 'up ❶ *v.i.* Ⓐ *(play vigorously)* **~ up!** ออกแรงเข้า; Ⓑ *(coll.: behave annoyingly, cause pain)* *(เด็ก)* ทำน่ารำคาญ; *(ขา, แผล)* ปวด; *(รถยนต์)* ทรยศ ❷ *v.t.* Ⓐ *(coll.: annoy, torment)* แกล้งทรมาน; Ⓑ *(exploit)* ใช้ให้เป็นประโยชน์ *(ความไม่สบาย, บุคลิก)*

~ upon *v.t.* ใช้ให้เป็นประโยชน์ *(ความอ่อนไหวของคนอื่น)*; **~ upon sb.'s sympathies** ใช้ความเห็นอกเห็นใจของ *ค.น.* ให้เป็นประโยชน์

~ 'up to *v.t.* Ⓐ *(Theatre coll.)* เล่นบทเต็มที่; Ⓑ *(fig.: flatter)* **~ up to sb.** ประจบ *ค.น.*

playable /'pleɪəbl/'เพลเออะบ'ล/ *adj.* Ⓐ *(able to be played)* เล่นได้; Ⓑ *(Sport: able to be played on)* *(สนามกีฬา)* เล่นได้

play: ~-acting *n.* การแสดงละคร; *(fig.)* การเสแสร้ง; **~-actor** *n. (fig., usu. derog.)* **he's just a ~-actor** เขาแค่เล่นตลก; **~ area** *n.* บริเวณ/สถานที่สำหรับเด็กเล่น; **~back** *n.* การเล่นเทปที่อัดเอาไว้; **listen to the ~back** ฟังเทปที่อัดเอาไว้; **~bill** *n.* Ⓐ *(poster)* โปสเตอร์ *หรือ* ใบประชาสัมพันธ์ละคร; Ⓑ *(Amer.: theatre programme)* รายการแสดง; **~boy** *n.* หนุ่มเจ้าสำราญ, เพลย์บอย *(ท.ศ.)*

played 'out *adj.* ไม่เป็นประโยชน์อีกแล้ว; *(บุคคล)* หมดแรง; **this idea is ~:** ความคิดนี้หมดยุคแล้ว

player /'pleɪə(r)/'เพลเออะ(ร)/ *n.* Ⓐ ผู้เล่น, นักกีฬา; **amateur/professional ~:** นักกีฬาสมัครเล่น/อาชีพ; Ⓑ *(Mus.)* นักดนตรี, ผู้เล่นดนตรี; **orchestral ~:** นักดนตรีในวงออเคสตรา; **organ-~:** ผู้เล่นออร์แกน; Ⓒ *(actor)* นักแสดง; Ⓓ ➡ **record player**

'player-piano *n.* เปียโนที่เล่นเอง

'playfellow *n.* เพื่อนเล่น

playful /'pleɪfl/'เพลฟ'ล/ *adj.* Ⓐ *(fond of playing)* ขี้เล่น; *(frolicsome)* ร่าเริง, สนุกสนาน; Ⓑ *(teasing)* ยั่วเย้า, สัพยอก; *(joking)* ล้อเล่น

playfully /'pleɪfəlɪ/'เพลเฟอะลิ/ *adv.* Ⓐ *(gaily)* อย่างร่าเริง, อย่างสนุกสนาน; Ⓑ *(teasingly)* อย่างยั่วเย้า; *(jokingly)* อย่างล้อเล่น

play: ~goer *n.* ผู้ที่ชอบดูละคร; **be a regular~goer** ไปดูละครเป็นประจำ; **~ground** *n.* สนามเด็กเล่น; **the ~ground of the rich** *(fig.)* สถานที่สนุกสนานของคนรวย; **~group** *n.* กลุ่มเด็กเล็กที่ทำกิจกรรมร่วมกัน; **~house** *n.* Ⓐ *(theatre)* โรงละคร; Ⓑ *(toy house)* บ้านเด็กเล่น

playing /'pleɪɪŋ/'เพลอิง/ *n.* การเล่น

playing: ~ card *n.* ไพ่, ไพ่ป๊อก; **~ field** *n.* สนามแข่ง; **they are not competing on a level ~ field** *(fig.)* เขาไม่มีสิทธิเท่าเทียมในการนี้; **~ time** *n.* เวลาเล่น

playlet /'pleɪlɪt/'เพลลิท/ *n.* ละครสั้น

play: ~mate *n.* เพื่อนเล่น; **~off** *n.* แข่งขันชิงชนะเลิศ; **~pen** *n.* คอกสำหรับให้เด็กเล่น; **~ school** *n.* โรงเรียนอนุบาล; **~suit** *n.* ชุดเด็กเล่น; **~thing** *n. (lit or fig.)* ของเล่น, เครื่องเล่น; **~time** *n.* เวลาเล่น, เวลาพัก; **during ~time** *(Sch.)* ระหว่างเวลาพักเรียน; **~wright** /'pleɪraɪt/'เพลไรท/ *n.* ➤ **489** นักเขียนบทละคร

plaza /'plɑ:zə/'พลาเซอะ/ *n.* ลานกว้างในเมือง

PLC, plc *abbr. (Brit.)* **public limited company** ≈ บมจ.

plea /pli:/พลี/ *n.* Ⓐ *(appeal, entreaty)* คำร้อง; **make a ~ for sth.** ยื่นคำร้องสำหรับ *ส.น.*; Ⓑ *(pleading)* การแก้ต่าง; *(excuse)* คำแก้ตัว; **excuse oneself on the ~ of sth.** แก้ตัวโดยอ้าง *ส.น.*; Ⓒ *(Law)* คำแก้ฟ้อง, คำแก้ต่าง; **special ~:** คำแก้ฟ้องพิเศษ; **~ bargaining** *ข้อตกลงระหว่างอัยการกับจำเลย โดยที่จำเลยรับสารภาพต่อข้อกล่าวหาเพื่อจะได้ลดโทษให้เบาลง*

plead /pli:d/พลีด/ ❶ *v.i.*, **~ed** *or (esp. Amer., Scot., dial.)* **pled** /pled/เพล็ด/ Ⓐ *(make appeal)* ขอร้อง; *(imploringly)* วิงวอน; **~ with sb. for sth./to do sth.** ขอร้อง *ค.น.* เพื่อ *ส.น.*/ให้ทำ *ส.น.*; *(imploringly)* อ้อนวอน *ค.น.* สำหรับ *ส.น.*/ให้ทำ *ส.น.*; Ⓑ *(Law: put forward plea; also fig.)* แก้ต่าง; **I'd get a lawyer to ~ for me** ฉันจะหาทนายมาแก้ต่างให้ฉัน; Ⓒ *(Law)* **how do you ~?** คุณจะให้การอย่างไร ❷ *v.t.*, **~ed** *or (esp. Amer., Scot., dial)* **pled** Ⓐ *(beg)* ขอร้อง; *(imploringly)* วิงวอน; Ⓑ *(Law: offer in mitigation)* แก้ต่าง; *(as excuse)* อ้างว่า..; **he ~ed insanity** เขาอ้างความวิกลจริตเป็นข้อแก้ตัว; **~ guilty/not guilty** *(lit. or fig.)* ยอมรับผิด/ปฏิเสธข้อกล่าวหา; **~ guilty to [having committed] the crime** รับสารภาพว่าได้ประกอบอาชญากรรม; Ⓒ *(present in court)* **~ sb.'s case** *or* **~ the case for sb.** ว่าความให้ *ค.น.*

pleading /'pli:dɪŋ/'พลีดิง/ ❶ *adj.* ที่วิงวอน ❷ *n.* Ⓐ การขอร้อง; *(imploring)* การวิงวอน; Ⓑ *usu. in pl. (Law)* คำให้การ; ➡ **+ special pleading**

pleadingly /'pli:dɪŋlɪ/'พลีดิงลิ/ *adv.* อย่างวิงวอน, อย่างอ้อนวอน

pleasant /'plezənt/'เพล็ซเซินทฺ/ *adj.*, **~er** /'plezəntə(r)/'เพล็ซเซินเทอะ(ร)/ **~est** /'plezəntɪst/'เพล็ซเซินทิซทฺ/ *(agreeable)* สุภาพ, น่าพอใจ, ถูกใจ; **be ~ with** *or* **to sb.** แสดงอัธยาศัยดีกับ *ค.น.*

pleasantly /'plezntlɪ/'เพล็ซ'นทฺลิ/ *adv.* อย่างอารมณ์ดี, อย่างเป็นมิตร, อย่างถูกใจ

pleasantry /'plezəntrɪ/'เพล็ซเซินทฺริ/ *n.* Ⓐ *(agreeable remark)* คำพูดที่เป็นมิตร, สุภาพ; *(humorous remark)* คำพูดตลกคะนอง; Ⓑ *(jocularity)* การพูดตลก, ความตลก

please /pli:z/พลีซ/ ❶ *v.t.* Ⓐ *(give pleasure to)* ทำให้พอใจ, ให้ความเพลิดเพลิน; **she's easy to ~** *or* **easily ~d/hard to ~:** เธอพอใจอะไรง่าย/ยาก; **[just] to ~ you** [เพื่อ] ให้คุณพอใจ [เท่านั้น]; **one can't ~ every body** คนเราทำให้ทุกคนพอใจไม่ได้; **~ the eye** สบายตา; **~ oneself** ตามใจตัวเอง; **~ yourself** ตามใจคุณ; Ⓑ *([may it] be the will of)* ได้โปรด; **~ God** ได้โปรดเถิด พระผู้เป็นเจ้า; **may it ~ your Honour** *(to a judge)* ข้าแต่ศาลที่เคารพ ❷ *v.i.* Ⓐ *(think fit)* **what he ~s** ตามใจเขา; **they come and go as they ~:** พวกเขาไป ๆ มา ๆ ตามใจชอบ; **do as one ~s** ทำตามใจชอบ; **take as much as you ~:** เอาไปมากเท่าที่คุณต้องการ; Ⓑ *(give pleasure)* ให้ความพอใจ/เพลิดเพลิน; **anxious** *or* **eager to please** กระตือรือร้นที่จะเอาใจ; **the poem is sure to please** บทกวีนี้ต้องถูกใจแน่ ๆ; Ⓒ *in requests* ขอ...หน่อย, ได้โปรด; **may I have the bill, ~?** ช่วยคิดเงินด้วย; **~ do!** เชิญเลย; **~ don't** อย่าทำเลย; Ⓓ **if you ~:** ถ้าจะกรุณา; *(iron.: believe it or not)* เชื่อหรือไม่

pleased /pli:zd/พลีซดฺ/ *adj. (satisfied)* พอใจ (by กับ); *(glad, happy)* ดีใจ, มีความสุข; **he'll be ~ when he sees that** *(iron.)* เขาคงจะดีใจเมื่อเห็นสิ่งนั้น; **be ~ at** *or* **about sth.** พอใจกับ *ส.น.*; **be ~ with sth./sb.** พอใจ [กับ] *ส.น./ค.น.*; **~ with oneself** พอใจตนเอง; **don't look so ~ with yourself** อย่าทำท่าพอใจตัวเองมากเกินไป; **be ~ to do sth.** ยินดีทำ *ส.น.*; **I am [only too] ~ to be of assistance** ผม/ดิฉันยินดี [อย่างที่สุด] ที่ได้ช่วยเหลือ; **I shall be ~ to [come]** ผม/ดิฉันยินดี [ที่จะมา]; ➡ **+ ¹meet** 1 C

pleasing /'pli:zɪŋ/'พลีซิง/ *adj.* เป็นที่พอใจ, ถูกใจ; **it is ~ to see how well ...:** น่าพอใจที่ได้เห็นว่า...ดีขนาดไหน; **be ~ to the eye/ear** *etc.* สบายตา/สบายหู

pleasurable /'pleʒərəbl/'เพล็ฌเฌอะเรอะบ'ล/ *adj.*, **pleasurably** /'pleʒərəblɪ/'เพล็ฌเฌอะเรอะบลิ/ *adv.* [อย่าง] น่าพอใจ, [อย่าง] เพลิดเพลิน, [อย่าง] สนุกสนาน

pleasure /'pleʒə(r)/'เพล็ฌเฌอะ(ร)/ ❶ *n.* Ⓐ *(feeling of joy)* ความสุข, สุขารมณ์ *(ร.บ.)*; *(Philos.)* สุขารมณ์ *(ร.บ.)*; *(usu. derog.:*

p

pleasure boat | plosive 668

sensuous enjoyment) ความสุขทางโลก; **sth. gives sb. ~:** *ส.น.* ทำให้ *ค.น.* มีความสุข; **for ~:** เพื่อความสุข; **it's no ~ to do sth.** ไม่มีความสุขที่จะทำ *ส.น.*; **get a lot of ~ from** *or* **out of sb./sth.** ได้รับความสุขมากจาก *ค.น./ส.น.*; Ⓑ *(gratification)* **have the ~ of doing sth.** พอใจที่ได้ทำ *ส.น.*; **it's a ~ to talk to him** คุยกับเขาสนุกมาก; **may I have the ~ [of the next dance]?** ขอผมเต้นรำเพลงต่อไปกับคุณได้ไหม; **do me the ~ of dining with me** โปรดรับประทานอาหารเย็นกับฉันนะครับ/คะ; **he had the ~ of knowing that he was always welcome** เขาพอใจที่รู้ว่ามีคนยินดีพบเขาเสมอ; **I don't think I've had the ~:** คิดว่าเรายังไม่มีโอกาสพบกัน; **take [a] ~ in** ชอบทำ, มีความสุขในการทำ; **he takes ~ in teasing me** เขาชอบแหย่ฉัน; **my ~, it's a ~:** ด้วยความยินดี; **the ~ is all mine** ความพอใจเป็นของผม/ดิฉันทั้งหมด; **it gives me great ~ to inform you that ..., I have much ~ in informing you that ...** *(formal)* ผม/ดิฉันมีความยินดีที่จะเรียนให้คุณทราบว่า...; **Mrs P. requests the ~ of your company** *(formal)* นางพี. ขอเรียนเชิญท่าน; **Mr F. has great ~ in accepting the invitation** *(formal)* นายเอฟ. ยินดีเป็นอย่างยิ่งที่จะรับคำเชิญ; **with ~:** ด้วยความยินดี; **with the greatest of ~:** ด้วยความยินดีเป็นล้นพ้น; Ⓒ *(will, desire)* **what is your ~?** *(formal)* ท่านมีความประสงค์อะไร; **come and go at one's ~:** ไปมาตามสบาย; **at ~:** ตามใจชอบ; **consult sb.'s ~** *(formal)* ถามความสมัครใจของ *ค.น.*; **we await your ~** *(formal)* พวกเราคอยทำตามความพอใจของคุณ; **be detained during Her Majesty's ~:** ติดคุกโดยไม่มีกำหนด
❷ *v.t. (give ~ to)* ทำให้พอใจ, ให้ความสุข; *(sexually)* ทำให้พอใจ *(ทางเพศ)*

pleasure: ~ boat *n.* เรือสำราญ; **~ craft** *n., pl. same* เรือสำราญ; **~ cruise** *n.* การท่องเที่ยวทางน้ำ; **~ ground** *n.* สวนสนุก; **~-loving** *adj.* ที่รักสนุก; *(~-seeking)* ที่แสวงหาความสนุกสนาน; **~ principle** *n. (Psych.)* สัญชาตญาณที่หาความสุขและหลีกเลี่ยงความทุกข์; **~-seeking** ❶ *adj.* ที่แสวงหาความสนุกสนาน ❷ *n.* การแสวงหาความสนุกสนาน

pleat /pli:t/พลีท/ ❶ *n.* รอยจีบ, รอยพับ; **inverted ~:** รอยจีบกลับทาง; ➡ **+ box-pleat; knife pleat** ❷ *v.t.* จีบ

pleated /ˈpli:tɪd/ˈพลีทิด/ *adj.* มีรอยจีบ; **a ~ skirt** กระโปรงจีบ

pleb /pleb/เพล็บ/ *n. (coll.)* สามัญชน, ไพร่

plebby /ˈplebɪ/ˈเพล็บบิ/ *adj. (coll.)* เป็นสามัญชน/ไพร่

plebeian /plɪˈbi:ən/พลิˈบีเอิน/ ❶ *adj.* Ⓐ เป็นสามัญชน/ไพร่; Ⓑ *(coarse)* หยาบ, หยาบคาย ❷ *n.* Ⓐ *(in ancient Rome)* ชนชั้นต่ำสมัยโรมัน; Ⓑ *(commoner)* สามัญชน/ไพร่; **the ~s** สามัญชน, ประชาชนทั่วไป

plebiscite /ˈplebɪsɪt, US -saɪt/ˈเพล็บบิซิท, -ไซท/ *n.* ประชามติ *(ในข้อใดข้อหนึ่ง)*

plectrum /ˈplektrəm/ˈเพล็คเทริ่ม/ *n., pl.* **plectra** /ˈplektrə/ˈเพล็คเทรอะ/ *or* **~s** *(Mus.)* แผ่นดีดเครื่องสาย

pled ➡ **plead**

pledge /pledʒ/เพล็จ/ ❶ *n.* Ⓐ *(promise, vow)* คำมั่นสัญญา, คำปฏิญาณ; **under the ~ of secrecy** สัญญาว่าจะรักษาเป็นความลับ; **take** *or* **sign the ~** *(coll.)* สัญญาเป็นมั่นเป็นเหมาะว่าจะเลิกดื่มเหล้า; Ⓑ *(as security)* หลักประกัน; Ⓒ *(token)* เครื่องหมาย, เครื่องประกัน; Ⓓ *(state of being ~d)* การถูกจำนำ; **put sth. in ~:** นำ *ส.น.* ไปจำนำ; **take sth. out of ~:** ไถ่ *ส.น.* ออกมาจากโรงรับจำนำ
❷ *v.t.* Ⓐ *(promise solemnly)* ให้คำมั่นสัญญา; **~ one's word/honour** ให้คำมั่นสัญญา/เอาเกียรติของตนเป็นประกัน; Ⓑ *(bind by promise)* ผูกมัดด้วยคำสัญญา; Ⓒ *(deposit, pawn)* วางมัดจำ, จำนำ; Ⓓ *(drink to health of)* ดื่มอวยพร; **they ~d each other** พวกเขาดื่มอวยพรให้กันและกัน

Pleiades /ˈplaɪədi:z/ˈพลายเออะดีซ/ *n. pl. (Astron.)* กลุ่มดาวลูกไก่

plein air /pleˈneə(r)/เพละˈแน(ร)/ *adj. (Art) (ภาพเขียน) ที่วาดกลางแจ้งในประเทศฝรั่งเศสใน ค.ศ.1860*

Pleistocene /ˈplaɪstəsi:n/ˈเพลฺซเตอะซีน/ *(Geol.)* ❶ *adj.* เกี่ยวกับยุคเมื่อประมาณสองล้านปีก่อน ❷ *n.* ยุคไพลสโตซีน ยุคน้ำแข็งและการเริ่มพัฒนาการของมนุษย์

plenary /ˈpli:nərɪ, US -erɪ/ˈพลีเนอะริ, -เนะริ/ *adj.* Ⓐ *(entire, absolute)* เต็มที่สมบูรณ์; **~ powers** อำนาจโดยสมบูรณ์; Ⓑ *(of all members)* ครบองค์ประชุม

plenipotentiary /plenɪpəˈtenʃərɪ, US -erɪ/เพละนิเพอะˈเท็นเชอะริ, -เชะริ/ ❶ *adj.* Ⓐ *(invested with full power)* มีอำนาจเต็ม; Ⓑ *(absolute) (อำนาจ)* เต็มที่, เด็ดขาด ❷ *n.* ผู้ที่มีอำนาจเต็มที่

plenitude /ˈplenɪtju:d, US -tu:d/ˈเพล็นนิทิวดฺ, -ทูด/ *n., no pl. (abundance)* ความสมบูรณ์, ความอุดมสมบูรณ์

plenteous /ˈplentɪəs/ˈเพล็นเทียซ/ *adj. (rhet.)* อุดมสมบูรณ์, มากมาย

plentiful /ˈplentɪfl/ˈเพล็นทิฟ'ล/ *adj.* Ⓐ *(abundant, copious)* มากมาย, จำนวนมาก; **be ~** *or* **in ~ supply** มีปริมาณมาก; **there was a ~ supply of food** มีอาหารจำนวนมาก; Ⓑ *(yielding abundance)* อุดมสมบูรณ์

plentifully /ˈplentɪfəlɪ/ˈเพล็นทิเฟอะลิ/ *adv.* อย่างมากมาย

plenty /ˈplentɪ/ˈเพล็นทิ/ ❶ *n., no pl.* **~ of** มากมาย; *(coll.: enough)* เพียงพอ; **have you all got ~ of meat?** พวกคุณทุกคนได้เนื้อพอหรือเปล่า; **take ~ of exercise** ออกกำลังกายให้มาก; **time[s] of ~:** ช่วงแห่งความอุดมสมบูรณ์; **that's ~** *(coll.)* นั่นมากพอแล้ว; **we gave him ~ of warning** เราบอกเขาล่วงหน้าพอสมควร; ➡ **+ horn 1 F**
❷ *adj. (coll.)* มีจำนวน/ปริมาณมาก ❸ *adv. (coll.)* **it's ~ large enough** ใหญ่มากพอแล้ว; **there's ~ more where this/those** *etc.* **came from** ยังมีสิ่งเหล่านี้อีกมากมายก่ายกอง

pleonasm /ˈpli:ənæzm/ˈพลีเออะแนซฺ'ม/ *n. (Ling.)* การใช้คำมากเกินจำเป็นเพื่อสื่อความหมาย

pleonastic /plɪ:əˈnæstɪk/พลีเออะˈแนซติค/ *adj. (Ling.)* ใช้คำมากเกินไป

plethora /ˈpleθərə/ˈเพล็ธเธอเรอะ/ *n.* Ⓐ *(fig.: excess)* การมีมากเกินไป; Ⓑ *(Med.)* โรคเม็ดโลหิตแดงมากเกินไป

plethoric /plɪˈθɒrɪk/พลิˈธอริค/ *adj. (Med.)* ที่มีเม็ดโลหิตแดงมากเกินไป

pleura /ˈplʊərə/ˈพลัวเรอะ/ *n., pl.* **~e** /ˈplʊəri:/ˈพลัวรี/ *(Anat.)* เยื่อหุ้มปอด

pleural /ˈplʊərl/ˈพลัวร'ล/ *adj. (Anat.)* เกี่ยวกับเยื่อหุ้มปอด; **~ cavity** โพรงเยื่อหุ้มปอด; **~ inflammation** การที่เยื่อหุ้มปอดอักเสบ

pleurisy /ˈplʊərɪsɪ/ˈพลัวริซิ/ *n.* ➤ **453** *(Med.)* โรคเยื่อหุ้มปอดอักเสบ

Plexiglas *(Amer.®)*, **plexiglass** /ˈpleksɪglɑ:s, US -glæs/ˈเพล็คซิกฺลาซ, -แกฺลซ/ *n. (Amer.)* แผ่นพลาสติกหนาและใสใช้แทนกระจก

plexus /ˈpleksəs/ˈเพล็คเซิซ/ *n. (Anat.)* เส้นโลหิต/เส้นประสาทในร่างกาย; ➡ **+ solar plexus**

pliability /plaɪəˈbɪlɪtɪ/พลายเออะˈบิลลิทิ/ *n. no pl.* การโค้งงอได้ง่าย, ความยืดหยุ่น; *(of leather etc.)* ความอ่อนนุ่ม; *(fig.: of person, disposition)* โอนอ่อนผ่อนตาม, ว่านอนสอนง่าย

pliable /ˈplaɪəbl/ˈพลายเออะบ'ล/ *adj. (flexible, yielding)* ยืดหยุ่น, ยินยอม; *(หนัง, ไม้ไผ่)* ดัดง่าย, นุ่ม; *(fig.) (อุปนิสัย)* โอนอ่อนผ่อนตาม; **be ~ to sb.'s wishes** โอนอ่อนผ่อนตามความปรารถนาของ *ค.น.*

pliant /ˈplaɪənt/ˈพลายเอินทฺ/ *adj.* โค้งงอได้ง่าย; *(ร่างกาย, แขน)* อ่อน; *(fig.)* ว่าง่าย, อ่อนโยน

pliers /ˈplaɪəz/ˈพลายเอิซ/ *n. pl.* **[pair of] ~:** คีม

[1]**plight** /plaɪt/ไพลทฺ/ *n.* สภาวะที่กำลังเคราะห์ร้าย; **hopeless/miserable ~:** สภาวะที่เคราะห์ร้ายจนสิ้นหวัง/ที่ทุกข์ระทม; **what a ~ to find yourself in!** คุณช่างเคราะห์ร้ายอะไรเช่นนั้น

[2]**plight** *v.t., esp. in p.p. (arch.)* สาบาน; **~ one's word [that ...]** สาบาน [ว่า...]; ➡ **+ troth B**

plimsoll /ˈplɪmsl/ˈพลิมซ'ล/ *n. (Brit.)* รองเท้าผ้าใบพื้นยาง

Plimsoll: ~ line, ~ mark *ns. (Naut.)* เครื่องหมายที่ข้างเรือแสดงพิกัดน้ำหนักบรรทุก

plinth /plɪnθ/พลินธฺ/ *n.* Ⓐ *(for vase, statue, etc.; of wall)* ฐาน; Ⓑ *(of column)* เชิง, ฐาน

Pliocene /ˈplaɪəsi:n/ˈพลายเออะซีน/ *(Geol.)* ❶ *adj.* เกี่ยวกับยุคปลายของมหายุคเทอร์เชียรี่ มีการเริ่มพัฒนาการของมนุษย์ ❷ *n.* สมัยไพลโอซีน

PLO *abbr.* **Palestine Liberation Organization** พีแอลโอ

plod /plɒd/พลอด/ ❶ *v.i.*, **-dd-** เดินลากขาอย่างเหน็ดเหนื่อย; **~ along** เดินลากขาไปเรื่อย ๆ; **~ [on] through the snow** เดินลากขาฝ่าหิมะ; **~ through a book/one's work** *(fig.)* ค่อย ๆ อ่านหนังสือ/ทำงานอย่างไม่กระตือรือร้น
❷ *v.t.* **-dd-** ค่อย ๆ อุตส่าห์เดิน; **~ one's way home** ค่อย ๆ อุตส่าห์เดินกลับบ้าน
❸ *n. (laborious walk)* การค่อย ๆ อุตส่าห์เดิน; *(laborious work)* การค่อย ๆ อุตส่าห์ทำงาน

~ aˈway *v.i. (fig.)* ค่อย ๆ อุตส่าห์ทำ; **~ away at sth.** ค่อย ๆ ทำ *ส.น.* อย่างไม่กระตือรือร้น

~ ˈon *v.i. (fig.)* ค่อย ๆ อุตส่าห์เดินหรือทำงานไปเรื่อย ๆ; **~ on with sth.** ค่อย ๆ อุตส่าห์ทำ *ส.น.* ไปเรื่อย ๆ

plodder /ˈplɒdə(r)/ˈพลอเดอะ(ร)/ *n. (worker)* คนอู้งาน; *(walker)* คนที่ค่อย ๆ เดินลากขาไป; **he is a ~:** เขาเป็นคนอู้งาน

[1]**plonk** /plɒŋk/พลองคฺ/ *v.t. (coll.)* **~ sth. [down]** กระแทก *ส.น.* ลง; **~ sth. down in a corner** กระแทก *ส.น.* ลงที่มุม [ห้อง]; **~ oneself [down] in an armchair** โยนตัวนั่งในเก้าอี้นวม

[2]**plonk** *n. (coll.: wine)* เหล้าคุณภาพต่ำราคาถูก

plop /plɒp/พลอพ/ ❶ *v.i.*, **-pp-** ตกน้ำเสียงดังป๋อม; *(น้ำฝน)* ตกลงมาเสียงดังปลับ ๆ ❷ *v.t.*, **-pp-** ทำตกน้ำเสียงดังป๋อม ❸ *n.* เสียงตกน้ำดังป๋อม; **with a ~:** ด้วยเสียงตกน้ำดังป๋อม ❹ *adv.* ด้วยเสียงดังป๋อม

plosive /ˈpləʊsɪv/ˈโพลซิว/ *(Ling.)* ❶ *adj. (คำ)* ที่ออกเสียงด้วยการปล่อยลมอย่างกระทันหัน ❷ *n.* เสียงที่เปล่งออกมาด้วยการปิดกั้นทางเดินของลมแล้วปล่อยออกมาทันที เช่น *t* และ *p* ในคำ *top*

p

plot /plɒt/พลอท/ ❶ *n.* Ⓐ *(conspiracy)* แผนลับ; Ⓑ *(of play, film, novel)* โครงเรื่อง; Ⓒ *(of ground)* แปลงที่ดิน; **vegetable ~:** แปลงผัก; **building ~:** แปลงเล็ก ๆ เพื่อปลูกสร้างอาคาร; Ⓓ *(curve etc.)* เส้นกราฟ; Ⓔ *(Amer.: ground plan)* ผังพื้น
❷ *v.t.* **-tt-:** Ⓐ *(plan secretly)* วางแผนลับ; **~ treason** วางแผนลับทรยศ; **~ to do sth.** วางแผนลับเพื่อกระทำ *ส.น.;* Ⓑ *(make plan or map of)* วาดแผนผัง *(อาคาร)*, วาดทำแผนที่; วางโครง *(นวนิยาย); (make by ~ing)* ทำโดยการวางผังหรือการทำแผนที่; Ⓒ *(mark on map, diagram)* **~ [down]** กำหนดจุด *(บนแผนที่, แผนผัง)*
❸ *v.i.,* **-tt-:** **~ against sb.** วางแผนลับต่อต้าน *ค.น.*

plotter /'plɒtə(r)/'พลอเทอะ(ร)/ *n.* Ⓐ *(conspirator)* นักวางแผนก่อการร้าย; Ⓑ *(instrument)* เครื่องมือสำหรับกำหนดจุดในแผนที่หรือแผนผัง

plough /plaʊ/พลาว/ ❶ *n. (Agric.)* ไถ; **put one's hand to the ~** *(fig.)* ก้มหน้าก้มตาทำงาน; **the P~** *(Astron.)* กลุ่มดาวไถ ❷ *v.t.* Ⓐ ไถ; **~ the sand[s]** *(fig.)* เหนื่อยแรงเปล่า; Ⓑ *(cut furrows in)* ไถให้เป็นร่อง; Ⓒ **~ furrows** ไถร่อง; **~ a lonely furrow** *(fig.)* ทำงานอยู่เดียวดายไม่มีใครช่วย; Ⓓ *(fig.) (เรือ)* แล่นฝ่าคลื่น; Ⓔ *(Brit.: coll.: reject in examination)* ทำให้สอบตก ❸ *v.i. (Brit. sl.: fail in examination)* สอบตก

~ 'back *v.t.* Ⓐ ไถหญ้ากลบลงดินให้อุดมสมบูรณ์; Ⓑ *(Finance)* นำกำไรลงทุนต่อ; **~ profits** *etc.* **back into the business** *etc.* นำกำไรไปลงทุนต่อในธุรกิจนั้น

~ 'in *v.t.* ไถกลบ, ฝัง

~ into *v.t. (move violently)* พุ่งเข้าชนอย่างรุนแรง

~ through *v.t. (advance laboriously in)* ค่อย ๆ อุตส่าห์ก้าวไปข้างหน้าอย่างยากเย็น; *(เรือ)* ฝ่าคลื่นอย่างยากลำบาก; *(move violently through)* ฟันฝ่า *(ฝูงชน)* ไป

~ 'up *v.t.* ไถพลิกหน้าดิน; ไถถอน *(หญ้า, มันฝรั่ง)*

plough: ~man /'plaʊmən/'พลาวเมิน/ *n., pl.* **~men** /'plaʊmən/'พลาวเมิน/ คนไถ; **~man's [lunch]** *(Brit.)* อาหารกลางวันประกอบด้วย *ขนมปัง เนยแข็ง และผักดอง;* **~share** *n.* ใบมีดของไถ

plover /'plʌvə(r)/'พลัฺเวฺอะ(ร)/ *n. (Ornith.)* นกที่ชอบเดินในน้ำ ในวงศ์ Charadriidae

plow *(Amer./arch.)* ➡ **plough** 1, 2 A, B, C, D

ploy /plɔɪ/พลอย/ *n.* อุบาย; *(tactical approach)* ยุทธวิธี; *(gambit)* ชั้นเชิง; *(method)* กลวิธี

PLR *abbr. (Brit.)* **Public Lending Right**

pluck /plʌk/พลัค/ ❶ *v.t.* Ⓐ *(pull off, pick)* ถอน *(คิ้ว)*; เด็ด *(ผลไม้, ดอกไม้)*; **~ [out]** ถอน *(คิ้ว, ขน)*; Ⓑ *(pull at, twitch)* กระตุก; ดีด *(สายในเครื่องดนตรีแบบสาย);* **he ~ed his mother's skirt** เขากระตุกกระโปรงของแม่; Ⓒ *(strip of feathers)* ถอนขน *(เป็ด, ไก่)*
❷ *v.i.* **~ at sth.** ดึง *ส.น.;* **he ~ed at his mother's skirt** เขาดึงกระโปรงของแม่เอาไว้
❸ *n.* Ⓐ *(courage)* ความกล้า; Ⓑ *(heart, liver, lungs of animal as food)* เครื่องใน

~ 'up *v.t.* **~ up [one's] courage** ปลุกความกล้า; **~ up courage to do sth.** ปลุกความกล้าเพื่อทำ *ส.น.;* **he ~ed up [enough] courage to ask her out** เขาทำใจให้กล้า [พอ] เพื่อที่จะชวนเธอออกไปเที่ยว

pluckily /'plʌkɪlɪ/'พลัคคิลิ/ *adv.,* **plucky** /'plʌkɪ/'พลัคคิ/ *adj.* [อย่าง] กล้า, มีความกล้า

plug /plʌg/พลัก/ ❶ *n.* Ⓐ *(filling hole)* จุก, ที่อุดรู; *(in cask)* จุกปิด; *(stopper for basin, vessel, etc.)* จุกปิดอ่างน้ำ, ถังน้ำ ฯลฯ; *(of wax etc.)* ขี้ผึ้งอุดหู; Ⓑ *(Electr.)* ปลั๊กไฟ; *(coll.: socket)* ที่เสียบปลั๊ก; **pull the ~ on sb./sth.** *(coll.)* เลิกสนับสนุน *ค.น./ส.น.;* ➡ **+ sparking plug;** Ⓒ *(coll.: of water closet)* ชักโครก; **pull the ~:** ชักโครก; Ⓓ *(of tobacco)* ก้อนยาเส้น; *(piece of chewing tobacco)* ก้อนยาเส้นสำหรับเคี้ยว; Ⓔ *(coll.: piece of good publicity)* การโฆษณาในแง่ดี; **give sth. a ~:** ลงโฆษณา *ส.น.;* **give sb. a ~:** โฆษณาให้คนนิยม *ค.น.*
❷ *v.t.* **-gg-** Ⓐ **~ [up]** อุดด้วยจุก; Ⓑ *(coll.: advertise)* โฆษณา; *(by presenting sth. repeatedly)* ผลักดันเรื่อย ๆ, โฆษณาถี่; **they've been ~ging his new show on the radio** ได้มีการโฆษณาใหม่ของเขาทางวิทยุหลายครั้ง

~ a'way *v.i. (coll.)* ทำงานหนักตลอดเวลา; **~ away at sth.** ทำ *ส.น.* อย่างอุตสาห์ตลอดเวลา; **she's been ~ging away at her French lessons for months** เธอมุเรียนภาษาฝรั่งเศสอย่างหนักมาหลายเดือนแล้ว

~ 'in *v.t.* เสียบปลั๊กไฟ; **is it ~ged in?** เสียบปลั๊กไฟแล้วหรือ; ➡ **+ plug-in**

plug: ~-and-play *n.* เสียบปุ๊บใช้ปั๊บ; **~ hat** *n. (Amer. coll.) (top hat)* หมวกทรงสูง; **~hole** *n.* ท่อน้ำทิ้ง; **go down the ~hole** *(fig. coll.)* สูญเปล่า; **~-in** *adj.* เสียบปลั๊กได้

plum /plʌm/พลัม/ *n.* Ⓐ *(tree)* ต้นพลัม *(ท.ศ.)* มีผลสีเหลืองหรือม่วงอมแดง; *(fruit)* ลูกพลัม; **speak with a ~ in one's mouth** *(Brit. coll.)* เสแสร้งพูดแบบคนชั้นสูง; Ⓑ *(fig.)* สิ่งที่ดีมีคุณค่า; **a ~ job/position** งาน/ตำแหน่งที่ดีมาก; **his job is a real ~:** งานของเขาดีจริง ๆ; Ⓒ *(colour)* สีแดงเข้มอมม่วง

plumage /'plu:mɪdʒ/'พลูมิจ/ *n.* ขนนก; **the brightly coloured ~ of tropical birds** ขนสีสดใสของนกในแถบร้อน

[1]**plumb** /plʌm/พลัม/ ❶ *v.t. (sound, measure)* หยั่ง, ประเมิน; *(fig.)* ประสบอย่างถ่องแท้ *(ความกลัว);* **~ the depths of loneliness/sorrow** รู้ถึงความโดดเดี่ยว/ความเศร้าโศกอย่างสุดซึ้ง
❷ *adv.* Ⓐ *(vertically)* อย่างที่ตั้งตรง, ในแนวดิ่ง; Ⓑ *(fig.: exactly)* อย่างตรงเผง; **~ in the centre** ตรงศูนย์กลางเผง; Ⓒ *(Amer. coll.: utterly)* อย่างสิ้นเชิง; **you get ~ out of here** แกออกไปให้พ้นจากที่นี่นะ ❸ *adj.* Ⓐ *(vertical)* ที่ตั้งตรง; Ⓑ *(fig.: downright, sheer)* ถึงที่สุด, เต็มที่, เด็ดขาด; **~ nonsense** เหลวไหลที่สุด
❹ *n.* ลูกดิ่ง; **off** *or* **out of ~:** ไม่ตั้งฉาก

[2]**plumb** *v.t.* **~ in** *(connect)* ต่อท่อน้ำ; **we've ~ed in the dishwasher** เราต่อท่อน้ำกับเครื่องล้างจานแล้ว

plumbago /plʌm'beɪgəʊ/พลัม'เบโก/ *n., pl.* **~s** Ⓐ *(Min.)* แร่ตะกั่วดำ *(ใช้ทำดินสอ);* Ⓑ *(Bot.)* พืชในสกุล *Plumbago* มีดอกสีฟ้าอมเทา

plumber /'plʌmə(r)/'พลัมเมอะ(ร)/ *n.* ช่างเดินท่อ *(ประปา, ก๊าซ)*

plumbing /'plʌmɪŋ/'พลัมมิง/ *n.* Ⓐ *(plumber's work)* งานเดินท่อ *(ประปา, ก๊าซ);* Ⓑ *(water pipes)* ระบบประปา, ท่อประปา; **a cottage without ~:** กระท่อมที่ไม่มีน้ำประปา; Ⓒ *(coll.: lavatory)* ห้องส้วม; **go and inspect the ~:** ไปเข้าห้องน้ำ

'plumb line *n.* Ⓐ *(for measuring)* สายดิ่ง; Ⓑ *(fig.)* มาตรฐาน

'plum cake *n.* เค้กลูกพลัม

plume /plu:m/พลูม/ ❶ *n.* Ⓐ *(feather)* ขนนกขนาดใหญ่; *(ornamental bunch)* พู่ขนนก; **~ of white feathers** พู่ขนนกสีขาว; **borrowed ~s** *(fig.)* เครื่องประดับที่ขอยืมของคนอื่นมาใช้; Ⓑ **~ of smoke/steam/snow** ควัน/ไอน้ำ/ละอองหิมะที่พุ่งขึ้นเป็นพู่ ❷ *v.t.* Ⓐ *(furnish, decorate with ~s)* ตกแต่ง, ประดับด้วยขนนก *(ม้าในขบวนแห่);* Ⓑ **~ oneself on sth.** ภาคภูมิใจใน *ส.น.;* Ⓒ *(preen etc.)* ไซ้แต่งขน; **the swan ~d itself** หงส์ไซ้แต่งขน

plummet /'plʌmɪt/'พลัมมิท/ ❶ *v.i. (ก้อนหิน, ราคา)* ตกฮวบลงไป ❷ *n.* Ⓐ *(weight)* ลูกตุ้มถ่วงน้ำหนัก; *(plumb line)* ลูกตุ้มพร้อมสายดิ่ง; Ⓑ *(sounding lead)* ลูกตุ้มตะกั่ววัดความลึก; Ⓒ *(Angling)* ทุ่นที่สายเบ็ดตกปลา

plummy /'plʌmɪ/'พลัมมิ/ *adj.* Ⓐ *(coll.) (เสียง)* ดังกังวาน; *(derog.: affected)* แสร้งพูดแบบผู้ดี; **~ accent/voice** แสร้งพูดสำเนียง/เสียงผู้ดี; Ⓑ *(coll.: desirable, good) (งาน, ตำแหน่ง)* น่าปิ้ง, ดี

[1]**plump** /plʌmp/พลัมพฺ/ *adj. (รูปร่าง)* อ้วนตุ๊ต๊ะ; **~ cheeks** แก้มป่อง; *(เด็กเล็ก)* กลมปุ๊ก; *(รูปร่าง)* เปล่งปลั่ง

~ 'out ❶ *v.i.* อ้วนขึ้น, กลมขึ้น ❷ *v.t.* ทำให้อ้วนขึ้น, ทำให้กลมขึ้น

~ 'up ❶ *v.t.* ตบให้อ้วนขึ้น *(หมอน); (fatten up)* ทำให้อ้วนขึ้น ❷ *v.i.* อ้วนขึ้น

[2]**plump** ❶ *v.t.* **~ sb./oneself/sth. down** ทุ่ม *ค.น./*ตัวเอง/*ส.น.* ลงอย่างแรง; **he ~ed the cases in the hall** เขาวางกระเป๋าลงในห้องโถง ❷ *v.i.* Ⓐ *(drop)* ตก, หล่น; Ⓑ *(Amer.: move abruptly)* เผ่นแหน็บ

~ for *v.t.* Ⓐ *(Brit.: vote for)* ลงคะแนนเสียงให้; Ⓑ *(choose)* เลือก

plumpness /'plʌmpnɪs/'พลัมพุนิซ/ *n. no pl.* ➡ [1]**plump:** ความอ้วนกลม, ความอ้วนตุ๊ต๊ะ, ความเปล่งปลั่ง

plum: ~ 'pudding *n. (suet pudding)* ขนมพุดดิ้งปรุงโดยใช้มันจากตับวัว ลูกเกดและเครื่องเทศ; **~ tree** *n.* ต้นพลัม

plunder /'plʌndə(r)/'พลันเดอะ(ร)/ ❶ *v.t.* ปล้น *(ตึก, สถานที่, บุคคล);* **the church was ~ed of its holy relics** โบสถ์ถูกปล้นเอาทรัพย์สินเครื่องบูชาไป ❷ *n.* Ⓐ *(action)* การปล้นทรัพย์; Ⓑ *(coll.: profit)* กำไร

plunderer /'plʌndərə(r)/'พลันเดอะเรอะ(ร)/ *n.* โจร

plunge /plʌndʒ/พลันจ/ ❶ *v.t.* Ⓐ *(thrust violently)* ยัดเข้าไป, ทิ่ม, แทง; *(into liquid)* จุ่มพรวด; **~ a knife into sb.'s back** แทงมีดเข้าหลังของ *ค.น.;* Ⓑ *(fig.)* **~d in thought** จมอยู่ในความคิด, หมกหมุ่นครุ่นคิด; **be ~d into sth.** จมอยู่ใน *ส.น.;* **~ oneself into sth.** ทุ่มเทตัวเองกับ *ส.น.;* **be ~d into darkness** ไฟดับอย่างฉับพลัน
❷ *v.i.* Ⓐ **~ into sth.** *(lit. or fig.)* ถลาเข้าไปใน *ส.น.;* **he ~d into the crowd** เขาเบียดเสียดเข้าไปในฝูงคน; **~ in** กระโจนเข้าสู่; **they ~d into a political discussion** อยู่ ๆ พวกเขาก็ถกกันเรื่องการเมือง; Ⓑ *(descend suddenly) (ถนน)* ถลาลงไป; **plunging neckline** คอเสื้อคว้านลึก; **~ down the stairs** ถลาลงบันได; Ⓒ *(enter impetuously)* ผลุนผลันเข้าไป; Ⓓ *(start violently forward) (ม้า, เรือ)* พุ่งไปข้างหน้าอย่างแรง; Ⓔ *(coll.: gamble)* ติดการพนันอย่างหนัก
❸ *n.* การพุ่งเข้าไป, การกระโจนลงไป, การดำดิ่ง; **take the ~** *(fig. coll.)* กล้าเสี่ยง; **they have**

P

plunger | pockmarked 670

decided to take the ~ and do it เขาตัดสินใจว่าจะกล้าเสี่ยงแล้วลงมือทันที

plunger /'plʌndʒə(r)/'พลั้นเจอะ(ร)/ *n.* Ⓐ *(part of mechanism)* ลูกสูบ; Ⓑ *(rubber suction cup)* ฝายางใช้ดูดท่อที่อุดตัน

plunk /plʌŋk/พลั้งคฺ/ ➡ **'plonk**

pluperfect /plu:'pɜ:fɪkt/พลู'เพอฟิคทฺ/ *(Ling.)* ❶ *n.* อดีตกาลสมบูรณ์ ❷ *adj.* **~ tense** อดีตกาลสมบูรณ์

plural /'plʊərl/'พลั่วร'ล/ *(Ling.)* ❶ *adj.* เป็นพหูพจน์; **~ noun** คำนามที่เป็นพหูพจน์; **~ form** รูปแบบพหูพจน์; **third person ~**: บุรุษที่สามที่เป็นพหูพจน์ ❷ *n.* จำนวนมากกว่าหนึ่ง, คำหรือรูปที่เป็นพหูพจน์

pluralise ➡ **pluralize**

pluralism /'plʊərəlɪzm/'พลั่วเรอะลิซ'ม/ *n.* Ⓐ *(holding of more than one office)* การดำรงมากกว่าหนึ่งตำแหน่งในคราวเดียวกัน; Ⓑ *(Polit., Sociol.)* พหุนิยม *(ร.บ.)*, *(สังคมที่กลุ่มชนเล็กหลายกลุ่มอยู่ร่วมกันอย่างสงบ)* ลักษณะพหุสังคม

pluralist /'plʊərəlɪst/'พลั่วเรอะลิซทฺ/ *n.* Ⓐ *(holder of more than one office)* ผู้ที่ดำรงตำแหน่ง *(ทางศาสนา)* มากกว่าหนึ่งตำแหน่ง; Ⓑ *(Polit., Sociol.)* พหุสังคม, *(สังคมที่ชนกลุ่มน้อยอยู่ร่วมกัน)* พหุสังคม

pluralistic /plʊərə'lɪstɪk/พลั่วเรอะ'ลิซติค/ *adj.* ที่ยอมรับลัทธิต่างกัน, เป็นพหุสังคม

plurality /plʊə'rælɪtɪ/พลั่ว'แรลิทิ/ *n.* Ⓐ *(being plural)* ความเป็นพหูพจน์; Ⓑ *(large number)* จำนวนมาก; **a ~ of influence/interests** อิทธิพล/ความสนใจเป็นจำนวนมาก; Ⓒ *(majority)* ส่วนใหญ่, ส่วนมาก; **~ of sth.** ส่วนมากของ *ส.น.*; Ⓓ *(Amer. Polit.)* เสียงส่วนมาก

pluralize /'plʊərəlaɪz/'พลั่วเรอะลายซฺ/ *v.t.* ทำให้เป็นพหูพจน์

plural: ~ 'number ➡ **plural** 2; **~ so'ciety** *n.* พหุสังคม; **~ 'vote** *n.* สิทธิในการลงคะแนนเลือกตั้งในหลายเขตของคน ๆ เดียว; **~ 'voting** *n.* การออกเสียงเลือกตั้งในหลายเขตของคน ๆ เดียว

plus /plʌs/พลัซ/ ❶ *prep.* Ⓐ *(with the addition of)* บวก, รวมกับ; **3 ~ 4 equals 7** 3 บวก 4 เท่ากับ 7; *(and also)* พร้อม, รวม; Ⓑ *(above zero)* เหนือศูนย์องศา; **~ ten degrees** 10 องศา; Ⓒ *(coll.)* **he returned from America ~ a wife and child** เขากลับจากอเมริกาพร้อมกับภรรยาและลูกหนึ่งคน; **a ~ one** *etc.* **player** *(Golf)* ผู้เล่นที่มีคะแนนต่อให้หนึ่ง ฯลฯ คะแนน ❷ *adj.* Ⓐ *(additional, extra)* ที่เพิ่มขึ้น, เป็นพิเศษ; Ⓑ *(at least)* **fifteen** *etc.* **~**: อย่างน้อยสิบห้า ฯลฯ หรือสิบห้า ฯลฯ ขึ้นไป; **alpha** *etc.* **~** *(คะแนน)* เอบวก; Ⓒ *(Math.: positive)* ค่าบวก; Ⓓ *(Electr.)* **~ pole/terminal** ขั้วบวก ❸ *n.* Ⓐ *(symbol)* สัญลักษณ์บวก; Ⓑ *(additional quantity)* ปริมาณที่เพิ่มขึ้น; Ⓒ *(advantage)* เป็นบวก, ข้อได้เปรียบ ❹ *conj. (coll.)* และยิ่งกว่านั้น

plus-'fours *n. pl.* กางเกงผู้ชายหลวม ๆ สามส่วน

plush /plʌʃ/พลัช/ ❶ *n.* ผ้าที่มีเนื้อราวกับกำมะหยี่, ผ้าขนสัตว์สังเคราะห์ ❷ *adj.* Ⓐ *(made of plush)* ที่ทำด้วยผ้าที่มีเนื้อราวกำมะหยี่; Ⓑ *(covered in plush)* หุ้มด้วยผ้าที่มีเนื้อราวกำมะหยี่; Ⓒ *(coll.: luxurious)* หรูหรา

plushy /'plʌʃɪ/'พลัชชิ/ *adj.* Ⓐ *(of, like plush)* เป็นผ้าที่มีเนื้อราวกำมะหยี่; Ⓑ ➡ **plush** 2 C

Pluto /'plu:təʊ/'พลูโท/ *pr. n.* Ⓐ *(Astron.)* ดาวมฤตยู, ดาวพลูโต *(ท.ศ.)*; Ⓑ *(Roman Mythol.)* เทพเจ้าพลูโต

plutocracy /plu:'tɒkrəsɪ/พลู'ทอเครอะซิ/ *n.* Ⓐ *(rule by the rich; state)* การปกครองโดยนายทุน, รัฐที่ปกครองโดยนายทุน, เศรษฐยาธิปไตย *(ร.บ.)*; Ⓑ *(rich ruling class)* ชนชั้นปกครองที่เป็นนายทุน

plutocrat /'plu:təkræt/'พลูเทอะแครทฺ/ *n.* นายทุน

plutocratic /plu:tə'krætɪk/พลูเทอะ'แครทิค/ *adj.* ปกครองโดยนายทุน

plutonic /plu:'tɒnɪk/พลู'ทอนิค/ *adj. (Geol.)* เกี่ยวกับหินอัคนีที่แข็งตัวภายใต้เปลือกโลก; **~ theory** ทฤษฎีเกี่ยวกับหินอัคนีที่แข็งตัวภายใต้เปลือกโลก

plutonium /plu:'təʊnɪəm/พลู'โทเนียม/ *n.* *(Chem.)* สารพลูโตเนียม *(ท.ศ.)* *(ใช้ผลิตอาวุธนิวเคลียร์)*

pluvial /'plu:vɪəl/'พลูเวียล/ *adj.* เกี่ยวกับฝน

¹ply /plaɪ/พลาย/ ❶ *v.t.* Ⓐ *(use, wield)* ใช้อย่างคล่องแคล่ว; **they plied their oars** เขากรรเชียงเรือไปเรื่อย ๆ; Ⓑ *(work at)* ทำงาน, มีอาชีพ; Ⓒ *(sell)* ขาย; Ⓓ *(supply)* **~ sb. with sth.** จัดหา *ส.น.* ให้ *ค.น.* มิได้ขาด; Ⓔ *(assail)* รุกเร้า; **~ sb. with questions** รุกเร้า *ค.น.* ด้วยคำถามมากมาย; Ⓕ *(sail over)* แล่นใบตามลม ❷ *v.i.* Ⓐ *(go to and fro)* **~ between** ไป ๆ มา ๆ ระหว่าง; *(operate on regular services)* ให้บริการตามเส้นทางปกติ; Ⓑ *(attend regularly for custom)* ให้บริการแก่ลูกค้าอย่างสม่ำเสมอ; **~ for customers** พยายามหาลูกค้า; **a taxi ~ing for hire** รถแท็กซี่วิ่งหาลูกค้า

²ply *n.* Ⓐ *(of yarn, wool, etc.)* ความหนาของเส้น; *(of rope, cord, etc.)* ความหนาเชือก; *(of plywood, cloth, etc.)* จำนวน *(ชั้น, เส้น)*; ➡ **+ three-ply; two-ply**; Ⓑ ➡ **plywood**

'plywood *n.* ไม้อัด

PM *abbr.* Ⓐ **postmortem**; Ⓑ **Prime Minister**

p.m. /pi:'em/พี'เอ็ม/ ➤ **177** ❶ *adv.* หลังเที่ยง; **one ~**: บ่ายโมง; **two ~:/five ~**: สอง/ห้าโมงเย็น; **six ~**: หกโมงเย็น; **eleven ~**: ห้าทุ่ม ❷ *n.* เวลาหลังเที่ยง; **Monday/this ~**: วันจันทร์/วันนี้หลังเที่ยง

PMT *abbr.* **premenstrual tension**

pneumatic /nju:'mætɪk/นิว'แมทิค/ *adj.* เกี่ยวกับอากาศหรือลม; ที่อัดอากาศไว้

pneumatically /nju:'mætɪkəlɪ/นิว'แมทิเคอะลิ/ *adv.* โดยใช้พลังอากาศที่ถูกอัดไว้

pneumatic: ~ 'blonde *n. (joc.)* สาวผมทองรูปร่างอวบอั๋น; **~ 'drill** *n.* สว่านอัดอากาศ; **~ 'tyre** *n.* ยางที่อัดลม

pneumoconiosis /nju:məʊkɒnɪ'əʊsɪs/นิวโมคอนิ'โอซิซ/ *n. no pl.* ➤ **453** *(Med.)* โรคปอดที่เกิดจากการหายใจฝุ่นละอองขนาดเล็ก

pneumonia /nju:'məʊnɪə/นิว'โมเนีย/ *n.* ➤ **453** โรคปอดบวม; **double/single ~**: ปอดบวมทั้งสองข้าง/ข้างเดียว

pneumothorax /nju:məʊ'θɔ:ræks, US nu:-/นิวโม'ธอแรคซฺ, นู-/ *n. (Med.)* มีอากาศหรือก๊าซขังในเยื่อหุ้มปอด

PO *abbr.* Ⓐ **postal order** ปณ.จ.; Ⓑ **Post Office** ปณ.; Ⓒ *(Brit. Navy)* **Petty Officer**; Ⓓ *(Brit. Air Force)* **Pilot Officer** น.ต.

po /pəʊ/โพ/ *n. pl.* **pos** *(coll.)* กระโถนใช้ในห้องนอน

¹poach /pəʊtʃ/โพฉ/ ❶ *v.t.* Ⓐ *(catch illegally)* ขโมยจับ, ฉก; *(fish)* ขโมยปลา; **~ pupils away from other teachers** แย่งนักเรียนของครูคนอื่น; Ⓑ *(obtain unfairly)* แย่ง; ขโมย *(ความคิด)* ❷ *v.i.* Ⓐ *(catch animals illegally)* ลักลอบจับสัตว์; Ⓑ *(encroach)* **~ [on sb.'s territory]** บุกรุกเข้าไป [ในเขตของ *ค.น.*]; *(Sport)* แย่งลูกกันเอง *(ในเทนนิสคู่, ฟุตบอล)*

²poach *v.t. (Cookery)* นึ่ง; **~ed eggs** ไข่ลวกแกะเปลือก

¹poacher /'pəʊtʃə(r)/'โพเฉอะ(ร)/ *n.* คนลักลอบจับสัตว์; **the ~ turns gamekeeper** โจรกลับใจ

²poacher *n. (Cookery)* ซึ้ง; **[egg-]~**: กระทะทำไข่ลวกแกะเปลือก

PO box ➡ **post office box**

pochard /'pəʊtʃəd/'โพเฉิด/ *n. (Ornith.)* เป็ดในสกุล *Aythya*

pock /pɒk/พอค/ *n.* สิวที่มีหนอง; *(Med., of smallpox also)* ฝี

pocket /'pɒkɪt/'พอคิท/ ❶ *n.* Ⓐ กระเป๋า *(เสื้อ)*; *(in suitcase, handbag, rucksack etc.)* ช่องกระเป๋า; *(Billiards etc.)* หลุมบิลเลียด; **be in sb.'s ~** *(fig.)* ใกล้ชิดสนิทสนมกับ *ค.น.* มาก; **the business is virtually in his ~**: ธุรกิจนั้นแท้จริงอยู่ในกำมือของเขา; **have [got] sb. in one's ~**: มีอิทธิพลเหนือ *ค.น.*; **make a hole in sb.'s ~** *(fig.)* *ค.น.* ใช้จ่ายเงินอย่างสุรุ่ยสุร่าย; Ⓑ *(fig.: financial resources)* **with an empty ~, with empty ~s** ไม่มีเงินใช้เลย; **pay for sth. out of one's own ~**: จ่ายเงินสำหรับ *ส.น.* เอง; **it is beyond my ~**: มันแพงเกินกำลังเงินของฉัน; **put one's hand in one's ~**: พร้อมที่จะจ่ายหรือให้เงิน; **be in ~**: ให้กำไร, ได้กำไร; **be £100 in ~**: คงเหลือเงิน 100 ปอนด์; **be out of ~** *(have lost money)* สูญเงิน; **I don't want you to be out of ~ because of me** ฉันไม่อยากให้คุณต้องเสียเงินเพราะฉัน; ➡ **+ out-of-pocket**; Ⓒ *(Mil.) (area)* พื้นที่ ๆ ถูกล้อมอยู่โดดเดี่ยว; **enemy ~**: จุดของข้าศึก; **~ of resistance** จุดของกลุ่มต่อต้าน; Ⓓ *(isolated group)* กลุ่มเฉพาะ; **~ of unemployment** บริเวณที่มีคนว่างงาน; Ⓔ *(Mining, Geol.)* แหล่งแร่; ➡ **+ ²line** ❷ *adj.* *(เครื่องคิดเลข, หนังสือนำเที่ยว, พจนานุกรม)* เล็กพอที่จะใส่กระเป๋าเสื้อได้, พกได้; เล็กกว่าปกติ *(บิลเลียด, เรือรบ)* ❸ *v.t.* Ⓐ *(put in one's pocket)* เก็บใส่กระเป๋า; Ⓑ *(steal)* ขโมย, ยักยอกเอาเข้ากระเป๋าตัวเอง; Ⓒ *(fig.: submit to)* ยอมทน *(ความเจ็บปวด)*; ยอมรับ *(การดูหมิ่นดูแคลน)*; Ⓓ *(fig.: conceal)* ซ่อน, เก็บ *(ความรู้สึก, ความถือตัว)*; Ⓔ *(Billiards etc.)* แทงลูกลงหลุม

'pocketbook *n.* Ⓐ *(wallet)* กระเป๋าใส่ธนบัตร; Ⓑ *(notebook)* สมุดบันทึก; Ⓒ *(Amer.: paperback)* หนังสือปกอ่อน, พ็อกเก็ตบุ๊ค *(ท.ศ.)*; **in ~**: ฉบับพิมพ์ปกอ่อน; Ⓓ *(Amer.: handbag)* กระเป๋าถือ

pocketful /'pɒkɪtfʊl/'พอคิทฟุล/ *n.* **a ~ of loose change** เศษสตางค์เต็มกระเป๋า

pocket: ~ 'handkerchief *n.* Ⓐ ผ้าเช็ดหน้า; Ⓑ *(fig.: very small area)* **a ~ handkerchief of a garden** ส่วนที่เล็กมาก; **~ knife** *n.* มีดพับ; **~ money** *n.* เงินค่าขนมเด็ก ๆ **~-size[d]** *adj.* Ⓐ ขนาดเล็กที่ใส่กระเป๋าได้; **~-sized edition** [หนังสือ] ฉบับเล็ก; Ⓑ *(fig.: small scale)* ขนาดเล็ก; **~ 'veto** *n. (Amer. Polit.)* สิทธิยับยั้งของประธานาธิบดีแม้รัฐสภาจะผ่านมตินั้นไปแล้ว

pock: ~mark *n.* Ⓐ *(Med.)* แผลเป็นจากสิว หรือโรคไข้ทรพิษ; Ⓑ รูพรุน; *(from bullet)* รูกระสุน; **~marked** *adj.* Ⓐ เป็นแผลเป็นเล็ก ๆ *(ผิวหนัง,*

p

ใบหน้า); Ⓑ **a wall ~marked with bullets** กำแพงที่เต็มไปด้วยรูพรุนจากกระสุนปืน

pod /pɒd/พอด/ ❶ *n.* Ⓐ *(seed case)* ฝัก; *(of pea)* ฝักถั่ว; Ⓑ *(in aircraft etc.) (for engine)* ห้องเครื่องยนต์; *(for fuel)* ถังเชื้อเพลิง; *(for missile etc.)* ปลอกจรวด; *(radome)* ฝาใสปิดเครื่องเรดาร์บนเครื่องบิน ❷ *v.t.*, **-dd-** แกะถั่วออกจากฝัก ❸ *v.i.* **-dd-** *(form pods)* เริ่มออกฝัก; *(bear pods)* ติดฝัก

podge /pɒdʒ/พอจ/ *n. (coll.)* คนอ้วนเตี้ย

podgy /ˈpɒdʒɪ/ˈพอจิ/ *adj.* อ้วนป้อม; *(หน้า)* อูม; **~ cheek** แก้มป่อง; **~ fingers** นิ้วป้อมสั้น

podium /ˈpəʊdɪəm/โพเดียม/ *n. pl.* **podia** /ˈpəʊdɪə/โพเดีย/ *or* **~s** ยกพื้นขนาดเล็ก *(สำหรับยืนกล่าวสุนทรพจน์)*

podzol /ˈpɒdzɒl/ˈพอดซอล/ *n. (Soil Sci.)* ดินซึ่งแร่ธาตุได้ซึมจากชั้นบนลงสู่ชั้นล่าง

poem /ˈpəʊɪm/โพอิม/ *n.* กวีนิพนธ์; **symphonic ~** *(Mus.)* การบรรเลงดนตรีของวงซิมโฟนีที่มีนัยของเรื่องราวอยู่เบื้องหลัง นิยมในช่วงโรแมนติกตอนปลาย

poesy /ˈpəʊɪsɪ, ˈpəʊɪzɪ/ˈโพอิซิ, ˈโพอิซิ/ *n. (arch./poet.) (poetry)* กวี, กวีนิพนธ์; *(art)* ศิลปะแห่งการนิพนธ์บทกวี; *(poems collectively)* รวมกวีนิพนธ์

poet /ˈpəʊɪt/ˈโพอิท/ *n.* ➤ 489 *(writer of poems)* กวี; *(sb. with great creativity)* ศิลปิน; **P~s' Corner** *พื้นที่ฝังศพหรือระลึกถึงกวีในมหาวิหารเวสต์มินสเตอร์;* ➡ + **laureate**

poetaster /pəʊɪˈtæstə(r)/โพอิˈแทซเตอะ(ร)/ *n. (dated derog.)* กวีที่ไม่มีความสามารถ

poetess /ˈpəʊɪtes/ˈโพอิเท็ซ/ *n.* ➤ 489 กวีสตรี

poetic /pəʊˈetɪk/โพˈเอ็ทิค/ *adj.* เป็นกวีนิพนธ์, คล้ายกวี, มีสุนทรียรส; **in ~ form** ในรูปแบบกวีนิพนธ์; ที่เป็นกลอน; ➡ + **justice** A; **licence** 1 D

poetical /pəʊˈetɪkl/โพˈเอ็ทิคล/ *adj.* Ⓐ ➡ **poetic;** Ⓑ *(written in verse)* ที่เขียนเป็นกาพย์กลอน; **~ drama** ละครที่เขียนเป็นกาพย์กลอน; **his ~ works** ผลงานกวีนิพนธ์ของเขา

poetically /pəʊˈetɪklɪ/โพˈเอ็ทิคลิ/ *adv.* อย่างเป็นกวีนิพนธ์, อย่างมีสุนทรียรส

poetry /ˈpəʊɪtrɪ/ˈโพอิทริ/ *n.* บทกวี; **prose ~:** ร้อยแก้วที่ไพเราะราวกับเป็นบทกวี; **~ reading** การอ่านกวีนิพนธ์

ˈpo-faced /pəʊfeɪst/โพเฟซท/ *adj.* ที่ทำหน้าขรึม; *(smug, priggish)* ทำหน้าเป็นต่อ; *(narrow-minded)* ทำหน้าโหด; **sound ~:** มีน้ำเสียงเย็นชา

pogo /ˈpəʊgəʊ/ˈโพโก/ *n., pl.* **~s: ~ [stick]** ของเล่นไม้สำหรับกระโดด *(มีสปริงและที่เหยียบ)*

pogrom /ˈpɒgrəm, US pəˈgrɒm/ˈพอเกริม, เพอะˈกรอม/ *n.* การสังหารหมู่ *(ที่เกิดขึ้นครั้งแรกกับชาวยิวในรัสเซีย)*

poignancy /ˈpɔɪnjənsɪ/ˈพอยเนียนซิ/ *n., no pl.* ความรู้สึกสะเทือนอารมณ์อย่างแรง, ความซาบซึ้ง; *(of words, wit, etc.)* ความสะเทือนใจ

poignant /ˈpɔɪnjənt/ˈพอยเนียนท/ *adj.* *(คำพูด, ความเศร้า)* ปวดร้าว; *(ความสวยงาม)* ที่สะเทือนใจ; *(causing sympathy) (หน้าตา, การมอง)* ที่สะเทือนใจ

poignantly /ˈpɔɪnjəntlɪ/ˈพอยเนียนทลิ/ *adv.* *(touchingly)* อย่างสะเทือนใจ, อย่างซาบซึ้งใจ; *(regretfully)* อย่างเศร้าโศก; *(pungently)* อย่างมีรสจัด

poinsettia /pɔɪnˈsetɪə/พอยนฺˈเซ็ทเทีย/ *n. (Bot.)* ต้นคริสต์มาส

point /pɔɪnt/พอยนฺท/ *n.* Ⓐ *(tiny mark, dot)* จุด; **nought ~ two** ศูนย์จุดสอง; ➡ + **decimal point; full point;** Ⓑ *(sharp end of tool, weapon, pencil, etc.)* ปลายแหลม; **come to a [sharp] ~:** จุดเป็นปลาย [แหลม]; **at gun~/knife~:** มีกระบอกปืน/ปลายมีดจ่ออยู่; **hold sb. at gun~/knife~:** ใช้ปืน/มีดจ่อ *ค.น.* ไว้; **not to put too fine a ~ on it** *(fig.)* ถ้าจะพูดอย่างตรงไปตรงมา; Ⓒ *(single item)* ประเด็น; **the ~ under dispute** ประเด็นที่ถกเถียงกัน; **~ of conscience** เรื่องมโนธรรม; **agree on a ~:** ตกลงกันได้ในประเด็นหนึ่ง; **Are you an experienced cook? – No, in ~ of fact I've never cooked a meal before** คุณทำกับข้าวเก่งหรือเปล่า ไม่เลย, แท้ที่จริงฉันไม่เคยทำอาหารมาก่อนเลย; **You haven't met him, have you? – Yes, in ~ of fact, I have** คุณไม่เคยพบเขาใช่ไหม จริง ๆ แล้วเคย; **be a ~ of honour with sb.** เป็นเรื่องของเกียรติยศของ *ค.น.;* **possession is nine ~s of the law** กฎหมายจะเข้าข้างผู้ที่ครอบครองทรัพย์สิน; ➡ + **law** A; **order** 1 J; **stretch** 1 D; Ⓓ *(unit of scoring)* คะแนน, แต้ม; **win by 100 ~s** ชนะด้วยคะแนน 100 แต้ม; **give ~s to sb.** ให้คะแนน *ค.น.;* **score ~s off sb.** *(fig.)* โต้เถียงสู้เขาได้, ดึงคะแนนมาจาก *ค.น.* ได้; **win on ~s** *(Boxing; also fig.)* ชกชนะด้วยคะแนน; **a win on ~s** การชกชนะด้วยคะแนน; Ⓔ *(stage, degree)* **things have reached a ~ where** *or* **come to such a ~ that ...:** เรื่องได้ดำเนินมาถึงจุดที่...; *(negatively)* สถานการณ์เลวร้ายจนถึงจุดที่ว่า...; **the shares reached their highest ~:** หุ้นมาถึงจุดสูงสุดแล้ว; **up to a ~:** ถึงจุดหนึ่ง; **beyond a certain ~:** เลยจุดหนึ่งไปแล้ว; **he gave up at this ~:** เขาล้มเลิกพอถึงจุดนี้; **she was abrupt to the ~ of rudeness** เธอพูดกระโชกจนดูเสียมารยาททีเดียว; ➡ + **boiling point; freezing point; melting point;** Ⓕ *(moment)* จุด; **when it comes/came to the ~:** เมื่อมาถึง/ได้มาถึงจุดนี้แล้ว; **be at/on the ~ of sth.** จ่ออยู่ใกล้กับ *ส.น.* มาก; กำลังจะทำ *ส.น.;* **be at the ~ of death** ใกล้จะตาย, กำลังตาย; **be on the ~ of doing sth.** กำลังจะลงมือทำ *ส.น.;* Ⓖ *(distinctive trait)* ลักษณะเด่น; *(feature in animal)* ลายขนที่เด่นของสัตว์; **best/strong ~:** ข้อที่ดีที่สุด/จุดแข็ง; **good/bad ~:** ข้อดี/เสีย; **getting up early has its ~s** การตื่นแต่เช้าก็มีข้อดีอยู่; **the ~** *(essential thing)* สิ่งจำเป็น, ข้อสำคัญ; **the ~ is, what am I to do if I can't get a job?** ข้อสำคัญก็คือฉันจะทำอย่างไรถ้าฉันไม่ได้งาน; *(thing to be discussed)* **that is just the ~** *or* **the whole ~:** นั่นแหละคือประเด็นหลัก; **come to** *or* **get to the ~:** เข้าสู่ประเด็น; **keep** *or* **stick to the ~:** รักษาประเด็น; **keep sb. to the ~:** ให้ *ค.น.* อยู่ในประเด็น; **be beside the** *or* **stick to the ~:** รักษาประเด็น; **keep sb. to the ~:** ให้ *ค.น.* อยู่ในประเด็น; **be beside the ~:** ไม่ตรงประเด็น *หรือ* นอกประเด็น; **that's beside the ~:** นั่นไม่ตรงประเด็น; **carry** *or* **make one's ~:** อธิบายจุดยืนของตนได้ชัดเจน; **right, I agree with you, you've made your ~:** ตกลงฉันเห็นด้วยกับคุณ คุณได้พูดชัดเจนแล้ว; **in ~:** ตรงประเด็น; **not in ~:** ไม่ตรงประเด็น; **a case in ~:** กรณีตัวอย่าง; **that's not in ~:** นั่นไม่ได้อยู่ในประเด็น; **make a ~ of doing sth.** ทำ *ส.น.* ให้เป็นเรื่องใหญ่; **... and I shall make a ~ of telling him so** ...แล้วฉันจะต้องหาโอกาสบอกเขาให้ได้; **make a ~ of it** ทำให้มันเป็นเรื่องใหญ่; **make** *or* **prove a ~:** แสดงจุดยืนของตน; **make** *or* **prove a ~ against sth.** แสดงให้เห็น *หรือ* พิสูจน์ว่า *ส.น.* ดี *หรือ* ต่อต้าน *ส.น.;* **be always making** *or* **proving a ~ of some kind** มักจะคอยตั้งแง่ *หรือ* ค้นจุดยืนของตนตลอดเวลา; **to the ~:** ตรงประเด็น; **more to the ~:** ตรงประเด็นมากกว่า; **a topic that is not strictly to the ~:** หัวข้อที่ไม่ค่อยจะตรงประเด็น; **he was very brief and to the ~:** เขาพูดสั้นมากและตรงประเด็น; **you have a ~ there** ข้อเสนอของคุณก็มีเหตุผล, คุณพูดถูกต้อง; ➡ + **take** 1 T; Ⓗ *(tip)* ส่วนปลาย; *(Boxing)* หมัดชกเข้าปลายคาง; *(Ballet)* ปลายเท้า; *in pl. (of horse, dog, etc.) (extremities)* ส่วนปลายสุด; *(area of contrasting colour in an animal's fur)* บริเวณที่สีขนตัดกัน; **the ~ of his jaw** ปลายกราม; **the ~s of his ears** ปลายหู; **dance on the ~s of one's toes** เต้นระบำปลายเท้า; **on ~, on one's ~s, on the ~s** *(Ballet)* อยู่บนปลายเท้า; **a ~ [of land]** ตัดแหลม; Ⓘ *(of story, joke, remark)* ประเด็น, จุดเด่น; *(pungency, effect) (of literary work)* ประเด็น; *(of remark)* แนวคิดเฉียบคม; **see** *or* **get/miss the ~:** มองเห็น/พลาดประเด็น; **miss the ~ of a joke** พลาดมุขตลก; Ⓙ *(purpose, value)* ประโยชน์, คุณค่า; **what's the ~ of worrying?** มีประโยชน์อะไรที่มัวแต่วิตกกังวล; **there's no ~ in protesting** ไม่มีประโยชน์ที่จะประท้วง; Ⓚ *(precise place, spot)* จุดเฉพาะ, จุดที่กำหนด; *(Geom.)* จุด; **fire broke out at several ~s** ไฟไหม้ตรงหลายจุด; **Mumbai and ~s east** มุมไบและเมืองต่าง ๆ ทางตะวันออก; **~ of contact** จุดสัมผัส; **~ of no return** จุดที่หันหลังกลับไม่ได้แล้ว; **~ of view** *(fig.)* ทัศนะคติ, มุมมอง; **from my/a money/an atheistic ~ of view** *(fig.)* ในแง่มุมของฉัน/การเงิน/ความไม่เชื่อในพระเจ้า; ➡ + **departure** D; Ⓛ *(Brit.)* **[power** *or* **electric] ~:** ที่เสียบปลั๊กไฟฟ้า; Ⓜ *(Brit. Railw.)* กุญแจสำหรับสับหลีกรถไฟ; **change/switch the ~:** เปลี่ยน/สับราง; Ⓝ *(sharp-pointed tool)* เครื่องมือที่มีปลายแหลมคม; *(in engraving, etching, etc.)* เครื่องมือแกะสลัก ฯลฯ; *(in masonry)* เกรียง; Ⓞ *(of deer)* ปลายแหลมของเขา; Ⓟ *usu in pl. (Motor Veh.: contact device)* จุดแตะ; **contact breaker ~:** จุดที่เบรกแตะ; Ⓠ *(unit in Bridge)* แต้ม; *(competition, rationing, stocks, shares, etc.)* จุด, หน่วยวัด; *(unit of weight for precious stones)* หน่วยน้ำหนักเท่ากับ 0.01 กะรัต; **prices/the cost of living went up three ~s** ราคา/ค่าครองชีพขึ้นไปสามจุด; Ⓡ *(on compass)* ทิศต่าง ๆ บนหน้าปัดเข็มทิศ; Ⓢ *(Printing)* ขนาดของตัวอักษรที่พิมพ์; **eight-~:** ตัวอักษรขนาดแปดพอยน์ *(ท.ศ.);* Ⓣ *(Cricket) ตำแหน่งของผู้รับลูกใกล้กับผู้ตีลูกคนยืนหลัง* ❷ *v.i.* Ⓐ ชี้ **(to, at** ใส่); **it's rude to ~:** การชี้เสียมารยาท; **she ~ed through the window** เธอชี้ออกไปทางหน้าต่าง; **the compass needle ~ed to the north** เข็มทิศชี้ไปทางทิศเหนือ; Ⓑ **~ towards** *or* **to** *(fig.)* ชี้ไปที่ *หรือ* ทาง ❸ *v.t.* Ⓐ *(direct)* เล็ง *(กลอง, ปืน)* **(at** ไปที่, ยัง); **~ one's finger at sth./sb.** ชี้นิ้วไปที่ *ส.น./ค.น.;* **~ me in the right direction** ช่วยชี้ทางที่ถูกให้ฉันหน่อย; Ⓑ *(Building)* ยาแนวปูนระหว่างอิฐ; อุด *(รูในผนัง);* Ⓒ *(give force to)* เน้น; ให้มีรสชาติ *(คำพูด);* เพิ่มความรุนแรง *(ความรู้สึก);* Ⓓ *(sharpen)* เหลาให้แหลม *(ดินสอ);* Ⓔ *(show presence of) (สุนัขล่าสัตว์)* แสดงว่าได้กลิ่น *(เหยื่อ);* Ⓕ *(punctuate)* ใส่เครื่องหมายท้าย

ประโยค [full stop (.)]; *(in Hebrew etc.)* เติมจุดเหนือคำ

~ 'out *v.t.* ชี้ให้เห็น, ชี้แจง; **~ sth./sb. out to sb.** ชี้ *ส.น./ค.น.* ให้ *ค.น.* ดู; **I ~ed him out to the others** ฉันชี้ตัวเขาให้คนอื่น ๆ ดู; **he ~ed out the house** เขาชี้บ้านให้ดู; **he ~ed out my mistake** เขาชี้ความผิดของฉันให้ดู

~ 'up *v.t. (emphasize)* เน้น; *(make clear)* ทำให้กระจ่าง

point-'blank ❶ *adj. (direct, flat)* ตรงเผง; *(fig.)* [คำถาม, คำพูด] ขวานผ่าซาก; **~ shot** ยิงจ่อเผาขน; **~ distance** *or* **range** ระยะใกล้มาก; **give a ~ denial** ปฏิเสธเด็ดขาด ❷ *adv.* Ⓐ *(at very close range)* ในระยะใกล้มาก; **fire ~ at sb.** ยิง *ค.น.* ในระยะเผาขน; Ⓑ *(in direct line)* เป็นเส้นตรง; *(fig.: directly)* (พูด) อย่างตรง ๆ; **tell sb. ~ that ...:** บอก *ค.น.* ตรง ๆ เลยว่า...; **refuse ~ to do sth.** ปฏิเสธที่จะทำ *ส.น.* อย่างไม่อ้อมค้อม

'point-by-point *adj.* แต่ละจุด, ทีละจุด

'point duty *n. (Brit.)* จุดของตำรวจจราจร; **policeman on ~:** ตำรวจที่ยืนควบคุมการจราจร

pointed /'pɔɪntɪd/'พอยนฺทิด/ *adj.* Ⓐ แหลม; **~ arch** ซุ้มปลายแหลม; Ⓑ *(fig.: sharply expressed)* *(ถ้อยคำ)* แหลมคม; Ⓒ *(emphasized)* เน้น; *(ความสนใจ)* เป็นพิเศษ

pointedly /'pɔɪntɪdlɪ/'พอยนฺทิดลิ/ *adv. (explicitly, significantly)* อย่างชัดเจน, อย่างให้น้ำหนัก

pointer /'pɔɪntə(r)/'พอยนฺเทอะ(ร)/ *n.* Ⓐ *(indicator)* เครื่องชี้; *(rod)* ไม้ชี้; Ⓑ **~ [dog]** สุนัขพันธุ์พอยน์เตอร์ *(เมื่อได้กลิ่นเหยื่อจะยืนเฉยเขม้นมองไปที่เหยื่อ)*; Ⓒ *(coll.) (hint)* การบอกเป็นนัย, การแนะเป็นนัย; *(indication)* การชี้นำ (to ไปยัง); Ⓓ *in pl. (Astron.) (in Great Bear)* ดาวสองดวงในกลุ่มดาวไถที่ชี้ไปยังดาวเหนือ; *(in Southern Cross)* ดาวสองดาวในแนวยาวของดาวว่าว

pointillism /'pɔɪntɪlɪzm, 'pwæntɪlɪzm/'พอยนฺทิลิซฺ'ม, 'พแวนทิลิซฺ'ม/ *n. (Art)* วิธีการเขียนรูปโดยแต้มสีต่าง ๆ เป็นจุด ๆ จนสีกลมกลืนเป็นรูปที่ต้องการ

pointing /'pɔɪntɪŋ/'พอยนฺทิง/ *n. (of brickwork)* การยาแนวอิฐ; *(action)* การก่ออิฐถือปูน; *(material)* สารที่ใช้ยาแนวอิฐ

pointless /'pɔɪntlɪs/'พอยนฺทฺลิซ/ *adj. (without purpose or meaning, useless)* ไร้จุดหมาย, ไร้ความหมาย, ไร้ประโยชน์

pointlessly /'pɔɪntlɪslɪ/'พอยนฺทฺลิซลิ/ *adv.* อย่างไร้จุดหมาย, อย่างไร้ความหมาย, อย่างไร้ประโยชน์

point-to-'point [race] *n. (Horseracing)* การแข่งม้าข้ามเครื่องกีดขวาง

poise /pɔɪz/พอยซฺ/ ❶ *n.* Ⓐ *(composure)* การคุมสติอารมณ์; *(self-confidence)* ความมั่นใจตน; **have ~:** มีความมั่นใจตน; **keep one's ~:** รักษาความมั่นใจ; **lose one's ~:** คุมสติอารมณ์ไม่อยู่; Ⓑ *(good carriage)* ยืนตรงอย่างสง่า; *(of body)* ลำตัวตั้งตรง

❷ *v.t.* Ⓐ *in p.p. (in readiness)* **sit ~d on the edge of one's chair** นั่งเตรียมพร้อมตรงริมเก้าอี้; **be ~d for action** เตรียมพร้อมที่จะปฏิบัติการ; **hang ~d** *(นก, แมลง)* กระพือปีกรอจับเหยื่อ; ➡ **+ poised;** Ⓑ *(balance)* ทรงตัวอยู่ได้; Ⓒ *(hold suspended, carry in a particular way)* **~ the spear ready to hurl it** จับหอกพร้อมที่จะพุ่งออกไป; **~ oneself on one's toes** ยืนทรงตัวอยู่บนปลายเท้า

poised /pɔɪzd/พอยซฺดฺ/ *adj.* สง่า, คุมอารมณ์ได้ดี; มีความมั่นใจตน; ➡ **+ poise 2 A**

poison /'pɔɪzn/'พอยซฺ'น/ ❶ *n. (harmful substance; lit. or fig.)* ยาพิษ; **slow ~:** ยาพิษที่ออกฤทธิ์ช้า; **hate sb./sth. like ~:** เกลียด *ค.น./ส.น.* เข้ากระดูกดำ; **what's your ~?** *(coll.)* คุณจะดื่มอะไร

❷ *v.t.* Ⓐ วางยาพิษ; *(cause disease in)* เป็นเหตุให้ไม่สบาย; *(contaminate)* ทำให้ปนเปื้อน; *(smear with poison)* ป้ายยาพิษ *(ลูกศร)*; **die of ~ing** ตายเพราะถูกวางยาพิษ; **~ed hand** มือสกปรกที่ติดโรคได้; **~ed arrow** ลูกศรอาบยาพิษ; Ⓑ *(fig.) (corrupt)* ฉ้อฉล; *(injure, destroy)* ทำร้าย, ทำลาย; **~ sb.'s mind** ทำร้ายจิตใจของ *ค.น.*; **she ~ed his mind** *or* **caused his thoughts to be ~ed against me** เธอใส่ร้ายฉันในจิตใจของเขา

poisoner /'pɔɪzənə(r)/'พอยเซอะเนอะ(ร)/ *n.* ผู้ที่วางยาพิษ

poison 'gas *n.* ก๊าซพิษ

poisoning /'pɔɪzənɪŋ/'พอยเซินนิง/ *n.* การวางยาพิษ *หรือ* ผลของการโดนพิษ; *(contamination)* การปนเปื้อน

poison 'ivy *n. (Bot.)* ไม้เลื้อยของอเมริกาเหนือ *Rhus toxicodendron* ใบมีสารพิษที่ทำให้เป็นผื่น

poisonous /'pɔɪzənəs/'พอยเซินเนิซ/ *adj.* Ⓐ เป็นพิษ; **~ snake/mushroom/substance** งู/เห็ด/สารพิษ; Ⓑ *(fig.)* *(บทความ)* เสื่อมจริยธรรม; *(คำพูด)* ร้าย; *(การกระทำ)* เป็นอกุศล

poison: ~-pen letter *n.* บัตรสนเท่ห์

¹poke /pəʊk/โพค/ *n. (dial.: bag)* ย่าม, ถุง; ➡ **+ pig 1 A**

²poke ❶ *v.t.* Ⓐ **~ sth. [with sth.]** เขี่ย *ส.น.* [ด้วย *ส.น.*]; **she ~d the dog to see if it was dead** เธอเขี่ยตัวหมาดูว่ามันตายหรือเปล่า; **~ sth. into sth.** ใช้ *ส.น.* จิ้ม *ส.น.*; **~ one's finger up one's nose** เอานิ้วไชจมูก; **~ the fire** เขี่ยไฟ; **he accidentally ~d me in the eye** เขาบังเอิญทิ่มตาของฉัน; **~ sb. in the ribs** จี้ที่สีข้างของ *ค.น.*; ➡ **+ fun 1;** Ⓑ *(thrust forward)* โผล่; **~ one's head in through the window** ชะโงกหัวเข้าไปทางหน้าต่าง; **~ one's head round the corner/door** โผล่หัวออกไปตรงหัวมุม/ประตู; **~ one's head in** โผล่หัวเข้าไป; **~ one's finger at sb.** ชี้นิ้วไปที่ *ค.น.*; Ⓒ *(pierce)* ทิ่มแทง; Ⓓ *(coarse: have sexual intercourse with)* ปี้ *(ภ.ย.)*

❷ *v.i.* Ⓐ *(in pond, at food, among rubbish)* คุ้ยเขี่ย (at, in, among ใน); **~ at sth. with a stick** *etc.* เอาไม้ ฯลฯ คุ้ยเขี่ย *ส.น.*; Ⓑ *(thrust itself)* โผล่ออกมา; **his elbows were poking through the sleeves** ข้อศอกของเขาโผล่ออกมาทางแขนเสื้อ; Ⓒ *(pry)* สอดรู้สอดเห็น; **~ into things that don't concern one** สอดรู้เรื่องที่ไม่เกี่ยวกับตน

❸ *n.* Ⓐ *(thrust)* การกระทุ้ง; **give sb. a ~ [in the ribs]** กระทุ้ง [ที่สีข้าง] ของ *ค.น.*; **give sb. a ~ in the eye** ทิ่มตา *ค.น.*; **give the fire a ~:** เขี่ยไฟ; Ⓑ **have a ~ around a shop** *etc.* เตร่ *(ดูของ)* ทั่วร้าน ฯลฯ; **have a ~ around in sb.'s writing desk** ค้นดูโต๊ะทำงานของ *ค.น.*; Ⓒ *(coarse: sexual intercourse)* การปี้

~ a'bout, ~ a'round *v.i.* Ⓐ เตร็ดเตร่ไปเรื่อย ๆ; Ⓑ *(rummage)* ค้นกระจาย; **~ about in sth. for sth.** ค้นหา *ส.น.* ใน *ส.น.* อย่างกระจุยกระจาย

~ 'out ❶ *v.t.* ทิ่มจนถลน, ดันออก; **you nearly ~d my eye out** คุณแทบทำให้ตาของฉันถลน; **~ the dirt out of sth.** เคาะสิ่งสกปรกออกจาก *ส.น.*; **~ one's head out** โผล่หัวออกมา ❷ *v.i.* โผล่ออกมา

'poke bonnet *n.* หมวกสตรีที่มีระบายด้านหน้าเชิดขึ้น

¹poker /'pəʊkə(r)/'โพเคอะ(ร)/ *n. (for fire)* เหล็กเขี่ยไฟ; **as stiff as a ~:** แข็งทื่อ

²poker *n. (Cards)* การเล่นไพ่โป๊กเกอร์ *(ท.ศ.)*; **have a game of ~:** เล่นไพ่โป๊กเกอร์

poker: ~ dice *n. pl.* ลูกเต๋าที่มีรูปไพ่ตั้งแต่ ace ถึงเก้า; **~ face** *n.* หน้าตาย; **~-faced** *adj.* มีหน้าตาย; **remain ~-faced** ทำหน้าตาย

poky /'pəʊkɪ/'โพคิ/ *adj.* เล็กและคับแคบ; **~ little** *(ห้อง)* เล็กและคับแคบ; **it's so ~ in here** ในนี้คับแคบจัง

Poland /'pəʊlənd/'โพเลินดฺ/ *pr. n.* ประเทศโปแลนด์

polar /'pəʊlə(r)/'โพเลอะ(ร)/ *adj.* Ⓐ *(of pole)* *(อากาศ, พืช, ความหนาว)* แห่งขั้วโลก; Ⓑ *(Magn.)* ขั้วแม่เหล็ก; Ⓒ *(fig.: central)* เป็นศูนย์กลาง; Ⓓ *(directly opposite)* *(อุปนิสัย)* ตรงกันข้าม; *(ความแตกต่าง)* ที่ห่างอย่างสิ้นเชิง

polar: ~ bear *n.* หมีขาว *Ursa maritimus* ที่อยู่ขั้วโลก; **~ 'cap** *n. (Geog.)* วงแหวนตรงขั้วโลกที่ขนานกับเส้นศูนย์สูตร; **~ 'circles** *n. pl. (Geog.)* ส่วนของโลกที่อยู่ในขั้วโลกเหนือและใต้; **~ 'front** *n. (Meteorol.)* บริเวณที่ลมหนาวจากขั้วโลกมาปะทะกับกระแสลมร้อน

Polaris /pə'lɑːrɪs/เพอะ'ลาริซ/ *pr. n.* Ⓐ *(Missile)* ขีปนาวุธโพราริส *(ท.ศ.)*; Ⓑ *(Astron.)* ดาวเหนือในกลุ่มดาวไถน้อย

polarisation, polarise ➡ **polariz-**

polarity /pə'lærɪtɪ/เพอะ'แลริทิ/ *n.* Ⓐ *(Magn.)* ขั้วแม่เหล็ก; Ⓑ *(direction of axis; having two poles)* การมีทิศทางสองขั้ว; Ⓒ *(fig.: contrary qualities)* คุณสมบัติที่ตรงกันข้ามกัน; Ⓓ *(Electr.)* ขั้วไฟฟ้า; **change of ~:** เปลี่ยนขั้ว

polarization /pəʊləraɪ'zeɪʃn, US -rɪ'z-/โพเลอะไร'เซช'น, -ริ'ซ-/ *n. (Phys.)* ขั้วไฟฟ้า; *(fig.)* การแยกออกเป็นสองขั้วที่ตรงกันข้ามกัน

polarize /'pəʊləraɪz/'โพเลอะรายซฺ/ ❶ *v.t.* Ⓐ *(Phys.)* ทำให้ไปในทางใดทางหนึ่ง; ทำให้เป็นขั้ว; Ⓑ *(fig.: divide)* แบ่งขั้วความคิด; **~ political life** แบ่งขั้วทางการเมือง ❷ *v.i.* แบ่งออกเป็นสองฝ่าย

Polaroid ® /'pəʊlərɔɪd/'โพเลอะรอยดฺ/ *n.* Ⓐ *(material)* แผ่นฟิล์มกรองแสง *(สำหรับติดกระจก/แว่นกันแดด/กระจกรถยนต์)*; Ⓑ **~s** *(sunglasses)* แว่นตากันแดดที่มีฟิล์มโพลารอยด์; Ⓒ **~ [camera]** กล้องถ่ายรูปโพลารอยด์ *(ท.ศ.)*

polar 'star ➡ **pole star**

polder /'pəʊldə(r)/'โพลเดอะ(ร)/ *n.* ที่ลุ่มที่กู้มาจากทะเล *(โดยเฉพาะในเนเธอร์แลนด์)*

¹pole *n.* Ⓐ *(support)* เสาค้ำ; *(for pole vaulter)* ไม้ค้ำกระโดด; *(for large tent, house in lake)* เสา; **be up the ~** *(Brit. coll.) (in difficulty)* ตกระกำลำบาก; *(crazy)* เพี้ยน; **drive sb. up the ~** *(Brit. coll.)* ทำให้ *ค.น.* เป็นบ้า; **climb the greasy ~** *(fig.)* ค่อย ๆ ไต่เต้าขึ้นได้ตำแหน่งในการทำงาน; Ⓑ *(for propelling boat)* ไม้ถ่อเรือ; Ⓒ *(of horse-drawn vehicle)* ไม้เทียมสัตว์กับยาน; **~s** ไม้ง่าม; Ⓓ *(measure)* ไม้วัด

²pole *n.* Ⓐ *(Astron., Geog., Magn., Electr., Geom., Biol.)* ขั้ว; **positive/negative ~:** ขั้วบวก/ลบ; **they are ~s apart** *(coll.)* พวกเขามีความคิดแยกเป็นคนละขั้วเลย; ➡ **+ magnetic pole;**

p

673 **Pole | poll**

North Pole; South Pole; Ⓑ *(fig.)* *(ทฤษฎี, แนวคิด)* ความตรงกันข้าม; **be at opposite ~s** อยู่ตรงกันข้ามกัน

Pole /pəʊl/โพล/ *n.* ชาวโปแลนด์

pole-axed /ˈpəʊlækst/ˈโพแลคซฺทฺ/ *adj.* **as if ~:** ราวกับถูกขวานจาม

ˈpolecat *n. (Zool.)* Ⓐ *(Brit.)* อีเห็น; Ⓑ *(Amer.)* ➡ **skunk** A

polemic /pəˈlemɪk/เพอะˈเล็มมิค/❶ *adj.* เกี่ยวกับการอภิปรายโต้เถียง ❷ *n.* Ⓐ *(discussion)* การอภิปราย; *(written also)* บันทึกข้อโต้แย้ง; Ⓑ *in pl. (practice)* ศิลปะการอภิปรายถกเถียงกัน

polemical /pəˈlemɪkl/เพอะˈเล็มมิคˈล/ *adj.*

polemically /pəˈlemɪklɪ/เพอะˈเล็มมิคˈล/ *adv.* [อย่าง] ถกเถียง/โต้แย้ง

pole: ~ position *n. (Motor-racing)* ตำแหน่งแถวหน้าวงในติดกับขอบสนาม; **~ star** *n. (Astron.)* ดาวเหนือ; **~ vault** *n.* กีฬากระโดดค้ำถ่อ; **~ vaulter** *n.* นักกีฬากระโดดค้ำถ่อ; **~ vaulting** *n.* การกระโดดค้ำถ่อ

police /pəˈliːs/เพอะˈลีซ/ ❶ *n. pl.* Ⓐ ตำรวจ; **be in the ~:** เป็นตำรวจ; **river ~:** ตำรวจน้ำ; *attrib.* *(รถ, สุนัข, ระบบ, รัฐ)* ตำรวจ; Ⓑ *(members)* ตำรวจ; **whole squads of ~:** ตำรวจเป็นกอง; **the ~ are on his trail** ตำรวจกำลังแกะรอยเขา; **extra ~ were called in** มีการเรียกกำลังตำรวจเพิ่มเติมเข้ามาสมทบ; **help the ~ with their enquiries** ถูกตำรวจเรียกสอบสวน ❷ *v.t.* Ⓐ บังคับควบคุมด้วยกำลังตำรวจ; Ⓑ *(fig.: check on)* ตรวจสอบ; Ⓒ *(provide with ~)* จัดกำลังตำรวจให้; **the inadequate policing of the district** การจัดกำลังตำรวจไม่พอเพียงในเขตนั้น

police: ~ constable *n.* ➤ 489 พลตำรวจ; *(rank)* ยศพลตำรวจ; **~ force** *n.* กำลังตำรวจ; **the ~ force** กองกำลังตำรวจ; **~man** /pəˈliːs mən/เพอะˈลีซเมิน/ *n., pl.* **~men** /เพอะˈลีซเมน/pəˈliːsmən/ ➤ 489 ตำรวจ; ➡ + **sleeping policeman**; **~ notice** *n.* ใบสั่ง; **'P~ Notice: No Parking'** ป้ายห้ามจอดรถ; **~ officer** *n.* นายตำรวจ; **~ record** ➡ **record** 3 E; **~ station** *n.* สถานีตำรวจ; **~woman** *n.* ➤ 489 ตำรวจหญิง

¹policy /ˈpɒlɪsɪ/ˈพอลิซิ/ *n.* Ⓐ *(method)* นโยบาย; *(overall plan)* นโยบายรวม; **it is company ~ to ...:** มันเป็นนโยบายของบริษัทที่จะ ...; **adopt** *or* **pursue a wise/cautious/foolish ~:** มีนโยบายที่เฉียบแหลม/รอบคอบ/โง่เง่า; **it is the store's ~ to prosecute shoplifters** เป็นนโยบายของร้านที่จะดำเนินคดีกับผู้ที่ลักขโมยของในร้าน; **it is not our ~ to do that, our ~ is not to do that** ไม่ใช่นโยบายของเราที่จะทำเช่นนั้น; **government ~:** นโยบายของรัฐบาล; **~ on immigration** นโยบายเกี่ยวกับการอพยพเข้าประเทศ; **party ~:** นโยบายของพรรค; **the firm's policies** นโยบายของบริษัท; **~ decision/document** การตัดสิน/เอกสารด้านนโยบาย; **~ statement** การแถลงนโยบาย; **it's bad ~ to ...:** เป็นนโยบายไม่ดีที่...; ➡ + **honesty** B; Ⓑ *no pl., no art. (prudent conduct)* **~ demands occasional compromise** กุศโลบายที่ฉลาดต้องมีการประนีประนอมเป็นครั้งคราว

²policy *n. (Insurance)* การประกันภัย, กรมธรรม์; **take out a ~ on sth.** ทำประกัน *ส.น.*; **the ~ on my car** การประกันรถยนต์ของฉัน

ˈpolicy: ~ holder ผู้ถือกรมธรรม์ประกันภัย; **~-making** *attrib. adj.* ที่กำหนดนโยบาย

polio /ˈpəʊlɪəʊ/โพลิโอ/ *n., no pl., no art.* ➤ 453 โรคไขสันหลังอักเสบ, โรคโปลิโอ *(ท.ศ.)*; *attrib.* เกี่ยวกับโรคไขสันหลังอักเสบ; **~ vaccine** วัคซีนป้องกันโรคไขสันหลังอักเสบ

poliomyelitis /pəʊlɪəʊmaɪəˈlaɪtɪs/โพลิโอไมอิˈไลทิซ/ *n.* ➤ 453 *(Med.)* *ไวรัสที่ทำลายระบบประสาทส่วนกลาง ทำให้มีอาการอัมพาตชั่วคราวหรือถาวร*

polish /ˈpɒlɪʃ/ˈพอลิช/ ❶ *v.t.* Ⓐ *(make smooth)* ขัด หรือ ถูให้เรียบมัน *(พื้น, รองเท้า)*; **highly ~ed** ที่ขัดเรียบเป็นเงาอย่างที่สุด; Ⓑ *(fig.)* ปรับปรุงแก้ไขให้ดีขึ้น; ที่เกลาจนสละสลวย *(บทความ, สุนทรพจน์)*; *(บุคคล)* ที่มีความรู้และมารยาทดี; **~ed** *(บทความ, กวี)* ที่เกลามาอย่างดี; **a highly ~ed piece of prose** ร้อยแก้วที่เขียนได้ไพเราะงดงามมากชิ้นหนึ่ง ❷ *n.* Ⓐ *(smoothness)* ความเรียบลื่น; **put a ~ on** ขัดให้เรียบเป็นเงา; **a table with a high ~:** โต๊ะที่ขัดเรียบเป็นเงา; **take off** *or* **spoil the ~** *(บุคคล)* ทำให้ดูไม่ดี; *(สิ่งของ)* ทำลายความสวยงาม; Ⓑ *(substance)* ยาขัด; Ⓒ *(fig.)* ความประพฤติดีมีกิริยามารยาท; Ⓓ *(action)* **my shoes could do with a ~:** ฉันต้องขัดรองเท้าสักหน่อย; **give sth. a ~:** ขัด *ส.น.*; **give the floor a ~:** ขัด หรือ ถูพื้น; **give the shoes a ~:** ขัดรองเท้า; ➡ + **'spit** 3 B

~ 'off *v.t. (coll.)* Ⓐ *(consume)* กินจนเกลี้ยง; Ⓑ *(complete quickly)* ทำให้เสร็จอย่างรวดเร็ว; Ⓒ *(defeat)* เอาชนะ

~ 'up *v.t.* Ⓐ *(make shiny)* ขัดให้ขึ้นเงา; Ⓑ *(improve)* ปรับปรุงแก้ไขให้ดีขึ้น *(รูปแบบ, วิธีการ)*; พัฒนาความสามารถ *(ทางภาษา)*

Polish /ˈpəʊlɪʃ/โพลิช/ ❶ *adj.* แห่งประเทศโปแลนด์; **sb. is ~:** *ค.น.* เป็นชาวโปแลนด์; ➡ + **English** 1 ❷ *n.* ชาวโปแลนด์; ➡ + **English** 2 A

polisher /ˈpɒlɪʃə(r)/ˈพอลิเชอะ(ร)/ *n.* Ⓐ *(person)* ➤ 489 ผู้ขัด; Ⓑ *(tool)* เครื่องมือสำหรับขัด; *(for floors)* เครื่องถูพื้น; *(machine)* เครื่องขัด; *(for floors)* เครื่องถูพื้น; *(cloth)* ผ้าที่ใช้ขัด/ถู

politburo /ˈpɒlɪtbjʊərəʊ/ˈพอลิทบิวเออะโร/ *n., pl.* **~s** *คณะกรรมการกลางผู้กำหนดนโยบายของพรรคคอมมิวนิสต์ในประเทศคอมมิวนิสต์*

polite /pəˈlaɪt/เพอะˈไลท/ *adj.*, **~r** /pəˈlaɪtə(r)/เพอะˈไลเทอะ(ร)/, **~st** /pəˈlaɪtɪst/เพอะˈไลทิซท/ Ⓐ *(courteous)* สุภาพ, มีมารยาทดี; **the ~ form of address** การทักทายที่สุภาพ; **be ~ about her dress** ชมว่าเสื้อผ้าของเธอสวยดี; **he was just being ~:** เขาเพียงแต่พูดเพื่อแสดงมารยาทเท่านั้น; Ⓑ *(cultured)* ได้รับการอบรมมาอย่างดี; Ⓒ *(well-mannered)* กิริยามารยาทดี; *(เด็ก)* มีการอบรมดี; **it's not [considered] ~:** [ถือว่า] ไม่มีมารยาท; **in some circles it is considered ~ to ...** ในบางวงการถือว่ามีมารยาทดีที่จะ...

politely /pəˈlaɪtlɪ/เพอะˈไลทลิ/ *adv.* อย่างสุภาพ, อย่างมีมารยาท

politeness /pəˈlaɪtnɪs/เพอะˈไลทนิซ/ *n., no pl.* ความสุภาพ, ความมีมารยาทดี

politic /ˈpɒlɪtɪk/ˈพอลิทิค/ ❶ *adj.* Ⓐ *(prudent)* ฉลาดรอบคอบ, เป็นประโยชน์; **it would be ~ to make some changes** คงจะเป็นประโยชน์ถ้ามีการเปลี่ยนแปลงบ้าง; **it's not ~ to do sth.** ไม่ฉลาดที่จะทำ *ส.น.*; Ⓑ **body ~** *(State)* รัฐ ❷ *v.i.*, **-ck-** ทำงานด้านการเมือง

political /pəˈlɪtɪkl/เพอะˈลิททิคˈล/ *adj.*, เกี่ยวกับการเมือง; **~ animal** นักการเมือง

political: ~ a'sylum ➡ **asylum**; **~ economy** *n.* เศรษฐศาสตร์การเมือง; **~ ge'ography** *n.* ภูมิศาสตร์การเมือง; **a map of the ~ geography of Britain** แผนที่ภูมิศาสตร์การเมืองของสหราชอาณาจักรอังกฤษ

politically /pəˈlɪtɪkəlɪ/เพอะˈลิทเคอะลิ/ *adv.* อย่างเป็นการเมือง; **be ~ aware** *or* **conscious** มีสำนึกเกี่ยวกับการเมือง หรือ มีความตื่นตัวทางการเมือง; **~ correct** *adj.* ถูกต้องตามกระแสหลักทางการเมืองของเวลานั้น ๆ; **~ speaking** พูดในแง่ของการเมือง

political: ~ 'prisoner *n.* นักโทษการเมือง; **~ science** *n.* รัฐศาสตร์

politician /pɒlɪˈtɪʃn/พอลิˈทิช'น/ *n.* Ⓐ ➤ 489 นักการเมือง; Ⓑ *(Amer. derog.: one seeking gain)* นักการเมืองที่แสวงหาผลประโยชน์เพื่อตนเอง

politicize (**politicise**) /pəˈlɪtɪsaɪz/เพอะˈลิททิซายซฺ/ *v.t.* ทำให้ตื่นตัวทางการเมือง

politicking /ˈpɒlɪtɪkɪŋ/ˈพอเลอะทิคิง/ *n.* *(derog.)* การหาเสียง

politico /pəˈlɪtɪkəʊ/เพอะˈลิททิโค/ *n. pl.* **~s** *(coll.)* นักการเมือง

politics /ˈpɒlɪtɪks/ˈพอลิทิคซฺ/ *n., no pl.* Ⓐ *no art. (political administration)* รัฐศาสตร์; *(Univ.: subject)* วิชารัฐศาสตร์; Ⓑ *no art., constr. as sing. or pl. (political affairs)* งานการเมือง; **~ is a dirty business** งานการเมืองเป็นธุรกิจที่สกปรก; **interested/involved in ~:** สนใจ/เกี่ยวข้องกับงานการเมือง; **enter ~:** เข้าสู่วงการการเมือง; Ⓒ *as pl. (political principles)* หลักการทางการเมือง; *(of individual)* จุดยืนทางการเมือง; **world ~ are complex** การเมืองของโลกนั้นสลับซับซ้อน; **what are his ~?** หลักการทางการเมืองของเขาคืออะไร; **the ~ of the decision** กุศโลบายในการพิจารณาตัดสินใจ; **it is not good ~ to do sth.** ไม่เป็นกุศโลบายที่ดีที่จะทำ *ส.น.*; **practical ~:** กุศโลบายที่ปฏิบัติได้จริง

polity /ˈpɒlɪtɪ/ˈพอลิทิ/ *n.* Ⓐ *(form of government)* รูปแบบทางการปกครอง; Ⓑ *(formal/arch.: State)* รัฐ

polka /ˈpɒlkə, US ˈpəʊlkə/ˈพอลเคอะ, ˈโพลเคอะ/ *n.* การเต้นรำ หรือ ดนตรีเร็วในสองจังหวะของชาวโบฮีเมีย

'polka dot *n.* ลายจุดใหญ่; **the blouse is patterned with ~s** เสื้อมีลายจุดใหญ่; **a polka-dot scarf** ผ้าพันคอลายจุดใหญ่

poll /pəʊl/โพล/ ❶ *n.* Ⓐ *(voting)* การลงคะแนนเสียง; *(to elect sb.)* การลงคะแนนเสียงเลือกบุคคล; *(result of vote)* ผลของการลงคะแนนเสียง; *(number of votes)* จำนวนคะแนนเสียง; **take a ~:** จัดการลงคะแนนเสียง; **day of the ~:** วันลงคะแนนเสียง; **at the ~[s]** สถานที่ลงคะแนนเสียง; **the result of the ~:** ผลของการลงคะแนนเสียง; **a defeat at the ~s** การแพ้คะแนนเสียง; **go to the ~:** ไปเลือกตั้ง; **Britain goes to the ~s** สหราชอาณาจักรมีการเลือกตั้ง; **be at the head of the ~:** ได้คะแนนเสียงมากที่สุด; **the declaration of the ~:** การประกาศผลเลือกตั้ง; **a heavy/light** *or* **low ~:** มีผู้มาลงคะแนนเสียงจำนวนมาก/เบาบาง/ต่ำ; Ⓑ *(survey of opinion)* การสำรวจความคิดเห็น, โพล์ *(ท.ศ.)*; **~ findings** ผลของการสำรวจความคิดเห็น; Ⓒ *(human head)* ศีรษะ; *(part of head)* ศีรษะส่วนที่มีผม ❷ *v.t.* Ⓐ *(take vote[s] of)* จัดการลงคะแนนเสียง; **be ~ed** ถูกขอให้ลงคะแนนเสียง; Ⓑ *(take* *opinion of)* สำรวจความคิดเห็น; **those ~ed** ผู้ที่แสดงความคิดเห็น; Ⓒ *(obtain in poll)* ได้คะแนนเสียง; Ⓓ *(cut off top of)* ตัดยอด *(ต้นไม้)* ❸ *v.i.* ลงคะแนนเสียงเลือกตั้ง

pollack /ˈpɒlək/ˈพอเลิค/ *n. (Zool.)* ปลา *Pollachius pollachius* พบในทะเลยุโรป

pollard /ˈpɒləd/ˈพอเลิด/ ❶ *n. (Bot.)* ต้นไม้ที่ถูกตัดยอด ❷ *v.t. (Bot.)* ตัดยอด *(ต้นไม้)*

pollen /ˈpɒlən/ˈพอเลิน/ *n. (Bot.)* ละอองเกสร

pollen: ~ analysis *n.* ศาสตร์ว่าด้วยละอองเกสร; **~ count** *n.* ดัชนีแสดงปริมาณละอองเกสรในบรรยากาศ; **~ sac** *n.* ถุงบรรจุละอองเกสร

pollinate /ˈpɒləneɪt/ˈพอเลอะเนท/ *v.t. (Bot.)* ผสมพันธุ์พืชโดยใช้ละอองเกสร

pollination /pɒlɪˈneɪʃn/พอลิˈเนช่น/ *n. (Bot.)* การผสมพันธุ์พืชโดยใช้ละอองเกสร

polling /ˈpəʊlɪŋ/ˈโพลิง/: **~ booth** *n.* คูหาลงคะแนนเสียง; **~ day** *n.* วันลงคะแนนเสียงเลือกตั้ง; **~ district** *n.* เขตเลือกตั้ง; **~ station** *n. (Brit.)* หน่วยลงคะแนนเสียงเลือกตั้ง

pollock ➡ **pollack**

pollster /ˈpəʊlstə(r)/ˈโพลซฺเทอะ(ร)/ *n.* ผู้ที่สำรวจและประเมินความคิดเห็น *(ก่อนมีเลือกตั้ง)*

ˈpoll tax *n.* ภาษีที่ผู้ใหญ่ทุกคนต้องเสีย

pollutant /pəˈluːtənt/เพอะˈลูเทินทฺ/ ❶ *n. (substance)* สารก่อมลพิษ ❷ *adj.* ก่อมลพิษ; **~ substance** สารก่อมลพิษ

pollute /pəˈluːt/เพอะˈลูท/ *v.t.* Ⓐ *(contaminate)* ก่อให้เกิดมลภาวะ *(อากาศ, ดิน, น้ำ)*; **the most ~d cities** บรรดาเมืองที่มีมลภาวะมากที่สุด; Ⓑ *(make foul)* ทำให้เน่าเหม็น; Ⓒ *(fig.)* ทำลายความบริสุทธิ์ใจ *(ของวัยรุ่น, สังคม)*

pollution /pəˈluːʃn/เพอะˈลูช่น/ *n.* Ⓐ *(contamination)* การก่อมลภาวะ; **atmospheric ~**: มลภาวะทางบรรยากาศ; **water ~**: มลภาวะทางน้ำ; **noise ~**: มลภาวะทางเสียง; Ⓑ *(polluting substance[s])* สารที่ก่อให้เกิดมลภาวะ; Ⓒ *(fig.)* การทำลายความบริสุทธิ์

Pollyanna /pɒlɪˈænə/พอลิˈแอเนอะ/ *n. (Amer. derog.)* คนที่มองโลกในแง่ดีเกินเหตุ; *attrib.* มองโลกในแง่ดีเกินเหตุ

polo /ˈpəʊləʊ/ˈโพโล/ *n. no pl.* กีฬาโปโล *(ท.ศ.)*

polonaise /pɒləˈneɪz/พอเลอะˈเนซฺ/ *n. (dance, music)* การเต้นรำ/ดนตรีของชาวโปแลนด์ในสามจังหวะ

ˈpolo neck *n.* คอเสื้อสูงพับลง, คอเสื้อโปโล *(ท.ศ.)*; **~[ed]** ที่มีคอเสื้อโปโล; **~ [jumper]** เสื้อสักหลาดถักคอโปโล

polo: ~ shirt *n.* เสื้อโปโล *(ท.ศ.)*; **~ stick** *n.* ไม้ด้ามยาวสำหรับเล่นกีฬาโปโล

poltergeist /ˈpɒltəgaɪst/ˈพอลเทอะไกซฺทฺ/ *n.* *ภูตผีที่ชอบอาละวาดขว้างปาสิ่งของและทำเสียงอึกทึก*

poltroon /pɒlˈtruːn/พอลˈทรูน/ *n. (derog.)* คนขี้ขลาดตาขาว

poly /ˈpɒlɪ/ˈพอลิ/ *n., pl.* **~s** *(coll.)* วิทยาลัย

polyanthus /pɒlɪˈænθəs/พอลิˈแอนเธิซ/ *n. (Bot.)* ดอกไม้ในสกุล *Primrose*

polychromatic /pɒlɪkrəˈmætɪk/พอลิเครอะˈแมทิค/ *adj.* Ⓐ *(many-coloured)* หลากสี; Ⓑ *(Phys.)* มีความถี่ของคลื่นวิทยุมากกว่าหนึ่ง

polyclinic /ˈpɒlɪklɪnɪk/ˈพอลิคลินิค/ *n.* สถานรักษาพยาบาล, โรงพยาบาล

polycystic /pɒlɪˈsɪstɪk/พอลิˈซิซติค/ *adj.* *(Med.) (มดลูก)* มีซีสต์มากกว่าหนึ่งเม็ด

polyester /pɒlɪˈestə(r)/พอลิˈเอ็ซเตอะ(ร)/ *n.* เส้นใยสังเคราะห์, โพลีเอสเตอร์ *(ท.ศ.)*

polyethylene /pɒlɪˈeθɪliːn/พอลิˈเอ็ธธิลีน/ *(Amer.)* ➡ **polythene**

polygamist /pəˈlɪgəmɪst/เพอะˈลิกเกอะมิซทฺ/ *n.* ผู้ที่มากผัว *หรือ* หลายเมีย; **be a ~**: เป็นคนมากผัว *หรือ* หลายเมีย; *(in disposition)* คนที่มีอุปนิสัยชอบมากผัว *หรือ* หลายเมีย

polygamous /pəˈlɪgəməs/เพอะˈลิกเกอะเมิซ/ *adj.* ที่มากผัวหลายเมีย

polygamy /pəˈlɪgəmɪ/เพอะˈลิกเกอะมิ/ *n.* ประเพณีนิยมการมีสามี *หรือ* ภรรยาหลายคนในเวลาเดียวกัน

polyglot /ˈpɒlɪglɒt/ˈพอลิกลอท/ ❶ *adj.* Ⓐ เกี่ยวกับหลายภาษา; Ⓑ *(speaking several languages)* พูดได้หลายภาษา ❷ *n.* ผู้ที่พูดได้หลายภาษา

polygon /ˈpɒlɪgən, US -gɒn/ˈพอลิเกิน, -กอน/ *n. (Geom.)* รูปหลายด้านหลายมุม

polygraph /ˈpɒlɪgrɑːf, US -græf/ˈพอลิกราฟ, -แกรฟ/ *n. (lie detector)* เครื่องจับเท็จ

polyhedron /pɒlɪˈhiːdrən/พอลิˈฮีเดริน/ *n., pl.* **~s** *or* **polyhedra** /pɒlɪˈhiːdrə/พอลิˈฮีเดรอะ/ *(Geom.)* วัตถุรูปทึบมีหลายด้าน [มากกว่าหกด้าน]

polymath /ˈpɒlɪmæθ/ˈพอลิแมธ/ *n.* ผู้คงแก่เรียน, พหูสูต

polymer /ˈpɒlɪmə(r)/ˈพอลิเมอะ(ร)/ *n. (Chem.)* สารเกาะกลุ่ม [ของอณู]

polymeric /pɒlɪˈmerɪk/พอลิˈเมะริค/ *adj. (Chem.)* ที่เป็นสารเกาะกลุ่ม [ของอณู]

polymerisation, polymerise ➡ **polymeriz-**

polymerization /pɒlɪməraɪˈzeɪʃn/พอลิเมอะไรˈเซช่น/ *n. (Chem.)* การรวมตัวเป็นสารเกาะกลุ่ม [ของอณู]

polymerize /ˈpɒlɪməraɪz/ˈพอลิเมอะรายซฺ/ *v.t. & i. (Chem.)* ทำให้เกาะกลุ่ม

Polynesia /pɒlɪˈniːʒə/พอลิˈนีเฌอะ/ *pr. n.* หมู่เกาะโพลินีเซีย

Polynesian /pɒlɪˈniːʒn/พอลิˈนีฌ่น/ ❶ *adj.* แห่งหมู่เกาะโพลินีเซีย ❷ *n.* ชาวเกาะโพลินีเซีย, ภาษาของชาวเกาะโพลินีเซีย

polynomial /pɒlɪˈnəʊmɪəl/พอลิˈโนเมียล/ *n. (Math.)* จำนวนพีชคณิตที่มีสองเทอมหรือมากกว่า

polyp /ˈpɒlɪp/ˈพอลิพ/ *n. (Zool.)* สัตว์ทะเลที่มีรูปร่างไม่ซับซ้อนและเกาะตัวเป็นปะการัง; *(Med.)* เนื้องอกในโพรงจมูกหรือปากมดลูก

polyphonic /pɒlɪˈfɒnɪk/พอลิˈฟอนิค/,

polyphonous /pəˈlɪfənəs/เพอะˈลิเฟอะเนิซ/ *adjs. (Mus.)* เกี่ยวกับการร้องเพลงประสานเสียง

polyphony /pəˈlɪfənɪ/เพอะˈลิฟเฟอะนิ/ *n. (Mus.)* การแต่งเพลงประสานเสียง

polystyrene /pɒlɪˈstaɪriːn/พอลิˈซตายรีน/ *n.* แผ่นพลาสติกเบาแต่แข็งแรงเมื่ออัดก๊าซจะพองตัวเป็นโฟม; **~ foam** โฟมที่ทำจาก polystyrene; **~ box** กล่องที่ทำจาก polystyrene, กล่องโฟม *(ภ.พ.)*

polysyllabic /pɒlɪsɪˈlæbɪk/พอลิซิˈแลบิค/ *adj.* มีหลายพยางค์

polytechnic /pɒlɪˈteknɪk/พอลิˈเท็คนิค/ *n. (Brit.)* โพลีเทคนิค *(ท.ศ.)* ≈ วิทยาลัย; **~ student/teacher/term** นักศึกษา/อาจารย์/ภาคเรียนของสถาบันโพลีเทคนิค

polytheism /ˈpɒlɪθiːɪzm/ˈพอลิธีอิซ่ม/ *n.* พหุเทวนิยม *(ร.บ.) (ความศรัทธาในพระเจ้ามากกว่าหนึ่งองค์)*

polythene /ˈpɒlɪθiːn/ˈพอลิธีน/ *n.* พลาสติกใส; *(coll.: plastic)* พลาสติก; **~ bag/sheet** ถุง/แผ่นพลาสติก

polyunsaturated /pɒlɪʌnˈsætʃəreɪtɪd/พอลิอันˈแซเฉอะเรทิด/ *adj. (น้ำมัน)* เรทิดที่มีโครงสร้างทางเคมีที่ไม่ก่อให้เกิดไขมันในเส้นเลือด

polyunsaturates /pɒlɪʌnˈsætjʊrəts/พอลิอันˈแซชัวเริทซฺ/ *pl. n.* น้ำมันที่มีโครงสร้างทางเคมีที่ไม่ก่อให้เกิดไขมันในเส้นเลือด

polyurethane /pɒlɪˈjʊərɪθeɪn/พอลิˈยัวเรอะเธน/ *n.* พลาสติกโพลียูริเทน *(ท.ศ.) (ใช้ในการทำกาว สี โฟม ฯลฯ)*

polyvinyl chloride /pɒlɪvaɪnɪl ˈklɔːraɪd/พอลิไวนิล ˈคลอรายด/ *n.* พลาสติกใสเหนียวและหนา *(ใช้ทำเสื่อและกระเบื้องปูพื้น ฯลฯ)*

pom /pɒm/พอม/ *n.* Ⓐ *(dog)* สุนัขพันธุ์สปิตส์ [Pomeranian dog]; Ⓑ *(Austral. and NZ coll.: Briton)* คนอังกฤษ

pomade /pəˈmɑːd/เพอะˈมาด/ *n.* ครีมใส่ผม

pomaded /pəˈmeɪdɪd/เพอะˈเมดิด/ *adj. (ผม)* ที่ใส่ครีม

pomander /pəˈmændə(r)/เพอะˈแมนเดอะ(ร)/ *n.* โถบรรจุบุหงาสำหรับอบตู้

pome /pəʊm/โพม/ *n. (Bot.)* ผลไม้ ซึ่งโพรงเกสรตัวเมียจะหุ้มเมล็ดอยู่ตรงกลาง

pomegranate /ˈpɒmɪgrænɪt/ˈพอมิแกรนิท/ *n.* Ⓐ *(fruit)* ผลทับทิม; Ⓑ *(tree)* ต้นทับทิม

pomelo /ˈpɒmələʊ/ˈพอเมอะโล/ *n. (tree, fruit)* [ต้น] ส้มโอ

Pomeranian /pɒməˈreɪnɪən/พอเมอˈเรเนียน/ *n. (dog)* สุนัขพันธุ์สปิตส์ขนยาว หน้าแหลม หูตั้ง

pommel /ˈpʌml/ˈพัม'ล/ ❶ *n.* Ⓐ *(on sword)* ปุ่มกลมที่ที่จับดาบ; Ⓑ *(on saddle)* ปุ่มกลมหน้าอานม้า; Ⓒ *(Gymnastics)* มือจับที่ม้ากระโดด ❷ *v.t. (Brit.)* **-ll-** ➡ **pummel**

ˈpommel horse *n.* ม้ากระโดด

pommy (**pommie**) /ˈpɒmɪ/ˈพอมิ/ *n. (Austral. and NZ sl. derog.)* ชาวอังกฤษ

pomp /pɒmp/พอมพฺ/ *n.* ความหรูหราโอ่อ่า; **~ and circumstance** มีพิธีรีตองโอ่อ่ามาก

Pompeii /pɒmˈpeiː/พอมˈเพอี/ *pr. n.* เมืองโบราณปอมเปอี ในประเทศอิตาลี

pompom /ˈpɒmpɒm/ˈพอมพอม/, **pompon** /ˈpɒmpɒn/ˈพอมพอน/ *n.* Ⓐ *(tuft)* พู่; **~ hat** หมวกติดพู่ของทหาร; Ⓑ *(Bot.)* **~ [dahlia]** ดอกเบญจมาศดอกเล็กมีกลีบอัดกันแน่น

pom-pom /ˈpɒmpɒm/ˈพอมพอม/ *n. (Arms)* ปืนยิงเร็วอัตโนมัติ ใช้ต่อสู้อากาศยาน

pomposity /pɒmˈpɒsɪtɪ/พอมˈพอซิทิ/ *n. no pl.* ความสำคัญตนว่ายิ่งใหญ่; **~ of language** การใช้ภาษาที่หรูหราโดยไม่จำเป็น

pompous /ˈpɒmpəs/ˈพอมเพิซ/ *adj. (self-important)* ที่คิดว่าตนสำคัญมากกว่าผู้อื่น; *(ภาษา)* ที่หรูหราเกินความจำเป็น; **don't be so ~!** อย่าสำคัญตนว่าใหญ่นักเลย

pompously /ˈpɒmpəslɪ/ˈพอมเพิซลิ/ *adv.* อย่างโอ้อวด; อย่างมีพิธีรีตอง

ˈpon /pɒn/พอน/ *(poet./arch.)* ➡ **upon**

ponce /pɒns/พอนซฺ/ *(Brit. sl.)* ❶ *n.* Ⓐ *(pimp)* แมงดา; Ⓑ *(derog.: homosexual)* กะเทย, ตุ๊ด; **be a ~**: เป็นกะเทย ❷ *v.i.* เป็นแมงดา; **~ for sb.** เป็นแมงดาให้ *ค.น.*

~ aˈbout, ~ aˈround *v.i. (derog.)* เตร่ไปมาไม่ทำสิ่งใดเป็นโล้เป็นพาย

~ ˈup *v.t. (derog.)* แต่งตัวสวยหรูหราเกินไป; **what are you all ~d up for?** คุณแต่งตัวสวยเลิศไปทำไม

poncho /ˈpɒntʃəʊ/ˈพอนโฉ/ *n., pl.* **~s** *เสื้อคลุมหลวมแบบเม็กซิกัน โดยสวมศีรษะตรงกลางของผ้าผืนใหญ่*

pond /pɒnd/พอนดฺ/ *n.* บ่อน้ำ; **the [big] ~** *(joc.: Atlantic)* มหาสมุทรแอตแลนติก; **a big fish in a small ~** *(fig.)* คนใหญ่โตคับเมือง

ponder /ˈpɒndə(r)/ˈพอนเดอะ(ร)/ ❶ *v.t.* คิดหนัก, พิจารณา, ไตร่ตรอง *(ปัญหา)*; **~ whether /how to do sth.** คิดแล้วคิดอีกว่าจะทำ *ส.น.* หรือไม่/อย่างไร ❷ *v.i.* คิดหนัก **(over, on** เกี่ยวกับ); **careful ~ing** คิดรอบคอบทุกแง่ทุกมุม

ponderous /ˈpɒndərəs/ˈพอนเดอะเริซ/ *adj.* Ⓐ *(heavy)* หนัก; Ⓑ *(unwieldy, laborious)* เคลื่อนไหวลำบาก; *(การพูดคุย)* ที่เชื่องช้าไม่คล่อง; Ⓒ *(dull)* น่าเบื่อหน่าย, ไม่น่าสนใจ

ponderously /ˈpɒndərəslɪ/ˈพอนเดอะเริซลิ/ *adv.* อย่างหนัก, อย่างอุ้ยอ้าย, อย่างน่าเบื่อหน่าย

pond: ~ life *n. (Zool.)* บรรดาสัตว์ที่อาศัยอยู่ในบ่อ; **~ skater** *n. (Zool.)* แมลงชนิดหนึ่งขายาววิ่งบนผิวน้ำ; **~weed** *n. (Bot.)* สาหร่าย จอก แหน

pong /pɒŋ/พอง/ *(Brit. coll.)* ❶ *n.* กลิ่นเหม็นอย่างรุนแรง ❷ *v.i.* มีกลิ่นเหม็นอย่างรุนแรง

pontiff /ˈpɒntɪf/ˈพอนทิฟ/ *n.* พระสันตะปาปา

pontifical /pɒnˈtɪfɪkl/พอนˈทิฟฟิค'ล/ *adj.* Ⓐ *(of pontiff)* แห่งพระสันตะปาปา; Ⓑ *(fig.: dogmatic)* มั่นใจในความคิดของตนแต่ผู้เดียว

pontificate /pɒnˈtɪfɪkeɪt/พอนˈทิฟฟิเคท/ *v.i.* เทศนา, สั่งสอน, แสร้งทำเป็นว่ามีความเห็นถูกต้อง

[1]**pontoon** /pɒnˈtu:n/พอนˈทูน/ *n.* Ⓐ *(boat)* เรือท้องแบน; Ⓑ *(support)* ทุ่นรองรับสะพาน

[2]**pontoon** *n. (Brit. Cards)* ไพ่ยี่สิบเอ็ดแต้ม

pontoon ˈbridge *n.* สะพานลอยน้ำ

pony /ˈpəʊnɪ/ˈโพนิ/ ❶ *n.* Ⓐ ม้าตัวเล็ก *(ที่สูงต่ำกว่า 14.2 มือ)*; ➡ + **shank** A; Ⓑ *(Amer. coll.: small glass)* แก้วขนาดเล็ก; *(of beer)* แก้วเบียร์; Ⓒ *(Amer. coll.: dancer)* นักเต้นรำ; Ⓓ *(Amer. coll.: crib)* เปลเด็ก; Ⓔ *(Brit. coll.: £25)* เงิน 25 ปอนด์ ❷ *v.t. (Amer. coll.)* **~ up** ให้เงินรางวัล, จ่ายค่าจ้าง

pony: ~ exˈpress *n.* รถม้าด่วน; **~tail** *n.* ผมหางม้า; **wear one's hair in a ~tail** ทำผมหางม้า; **~-trekking** /ˈpəʊnɪtrekɪŋ/ˈโพนิเทร็คคิง/ *n. (Brit.)* ขี่ม้าท่องเที่ยว

pooch /pu:tʃ/พูฉ/ *n. (Amer. coll.)* สุนัข

poodle /ˈpu:dl/ˈพูด'ล/ *n.* สุนัขพันธุ์พุดเดิ้ล *(ท.ศ.)*; **be sb.'s ~** *(fig.)* เป็นสุนัขที่คอยเลียแข้งเลียขา *ค.น.*

poof /pʊf/พุฟ/ *n. (Brit. coll. derog.)*, **poofter** /ˈpʊftə(r)/พุฟเทอะ(ร)/ *n. (Austral. coll. derog.)* กะเทย, ตุ๊ด

pooh /pu:/พู/ *int.* Ⓐ *expr. disgust* หึ; Ⓑ *expr. disdain* เฮ้ย; **~! what nonsense!** โธ่เอ๋ย เหลวไหลจริง

pooh-ˈpooh *v.t.* เยาะหยัน

[1]**pool** /pu:l/พูล/ *n.* Ⓐ *(permanent)* สระน้ำ; Ⓑ *(temporary)* บริเวณน้ำขัง; **~ of blood** เลือดนอง; **~ of sunlight/shade** *(fig.)* บริเวณที่มีแสงแดด/ร่มเงา; Ⓒ *(swimming ~)* สระว่ายน้ำ; *(public swimming ~)* สระว่ายน้ำสาธารณะ; *(in house or garden)* สระว่ายน้ำ; **sit at the edge of the ~:** นั่งที่ขอบสระ; **go to the ~:** ไปที่สระว่ายน้ำ; Ⓓ *(in river)* แอ่งน้ำ; **the P~ [of London]** *(Brit.)* ***แม่น้ำเทมส์ส่วนที่ไหลลอดสะพานลอนดอน***

[2]**pool** ❶ *n.* Ⓐ *(Gambling)* เงินเดิมพันพนัน; **the ~s** *(Brit.)* การพนันฟุตบอลว่าทีมไหนจะชนะ; **do the ~s** การทายว่าทีมไหนจะชนะ; **win the ~s** ชนะ; **have a big win on the ~s** การทายพนันฟุตบอลชนะอย่างใหญ่; Ⓑ *(common supply)* เงินกองกลาง; **that goes into the common ~:** นั่นเข้าเป็นเงินกองกลาง; **a [great] ~ of experience** แหล่งประสบการณ์แหล่งใหญ่; Ⓒ *(group of people)* การรวมกลุ่มคน; **typing** *or* **typists' ~:** รวมพลังพนักงานพิมพ์ดีด; Ⓓ *(Commerc.)* การรวมทุนทำการค้า; Ⓔ *(game)* บิลเลียดที่ใช้ลูก 16 ลูก, เกมพูล *(ท.ศ.)* ❷ *v.t.* รวบรวม *(เงิน, กำลังแรง)*; **they ~ed their experience** พวกเขารวมหัวกัน

pool: ~hall, ~room *ns. (Amer.)* ห้องเล่นบิลเลียด; **~side** *n.* ริมสระว่ายน้ำ; **~ table** *n.* โต๊ะพูล

[1]**poop** /pu:p/พูพ/ *n. (Naut.)* Ⓐ *(stern)* ท้ายเรือ; Ⓑ **~ [deck]** ดาดฟ้าที่อยู่ท้ายเรือ

[2]**poop** *(coll.)* ❶ *v.t.* ทำให้หมดแรง ❷ *v.i.* **~ out** รู้สึกหมดแรง; *(เครื่องยนต์)* พังแล้ว

poor /pɔ:(r), US pʊə(r)/พอ(ร), พัว(ร)/ ❶ *adj.* Ⓐ จน; **I am the ~er by £10** *or* **£10 the ~er** ฉันเสียเงินไป 10 ปอนด์ *หรือ* ฉันมีเงินน้อยลงสิบปอนด์; ➡ + **church mouse**; Ⓑ *(inadequate) (อาหาร, การพูด, การเล่น ฯลฯ)* ไม่ดีพอ; *(พูด, คุย, อ่าน ฯลฯ)* ไม่เก่ง; **of ~ quality** คุณภาพไม่ดีพอ; **he's a ~ speller** เขาสะกดไม่เก่ง; **I'm a ~ traveller** ฉันเดินทางไม่เก่ง; **be ~ at maths** *etc.* อ่อนเลขคณิต *ฯลฯ*; **sb. is ~ at games** *ค.น.* เล่นกีฬาไม่เก่ง; **have a ~ sense of responsibility** มีความรับผิดชอบต่ำ; **have a ~ grasp of sth.** ไม่ค่อยเข้าใจ *ส.น.*; **I only came a ~ second** ฉันมาที่สองอย่างห่างไกล; **compared with Joe he comes a ~ second** เขาเทียบไม่ติดเลย; Ⓒ *(paltry)* เล็กน้อย, ไม่สำคัญ; *(disgusting)* น่ารังเกียจ, น่าทุเรศ; **it's very ~ of them not to have replied** พวกเขาทำน่าเกลียดมากที่ไม่ตอบ; **have** *or* **stand a ~ chance of success** มีโอกาสน้อยมากที่จะสำเร็จ; **that's pretty ~!** นั่นมันแย่จริง ๆ; ➡ + **show** 1 E; Ⓓ *(unfortunate)* โชคร้าย; **~ you!** เธอช่างน่าสงสารจริง ๆ; **~ thing/creature!** ช่างน่าเวทนาจริง; **~ things !** พวกที่น่าสงสารจริง ๆ; **she's all alone, ~ woman** ผู้หญิงที่น่าสงสารคนนั้นอยู่คนเดียว; **~ old Joe** ตาโจที่น่าสงสาร; **~ Joe** *(dead)* โธ่เอ๋ย โจ *(ตายเสียแล้ว)*; Ⓔ *(infertile) (ที่ดิน)* ไม่อุดมสมบูรณ์; Ⓕ *(spiritless, pathetic) (บุคคล)* ไร้ความสุข, น่าเวทนา; **cut a ~ figure** ดูน่าเวทนา; Ⓖ *(iron. /joc.: humble)* **in my ~ opinion** ในความคิดอันต่ำต้อยของฉัน; **my ~ self** ข้าน้อย; Ⓗ *(deficient)* ไม่สมบูรณ์ **(in** ในด้าน), ขาด; **~ in content/ideas** ขาดเนื้อหา/ความคิด; **~ in vitamins** ขาดวิตามิน; **~ in minerals** *(ที่ดิน)* มีแร่ธาตุน้อย; Ⓘ **take a ~ view of** มีทัศนะไม่ดีต่อ; **have a ~ opinion of** ประเมินค่าต่ำ *(บุคลิก, โอกาสของ ค.น.)* ❷ *n. pl.* **the ~:** คนยากจน; **respected by both rich and ~:** ได้รับความนับถือจากทั้งเศรษฐีและยาจก

poor: ~ box *n.* กล่องรับบริจาคสำหรับคนจน; **~house** *n. (Hist.)* สถานสงเคราะห์คนยากจน; **~ law** *n. (Hist.)* กฎหมายสงเคราะห์คนยากจน

poorly /ˈpʊəlɪ/ˈพัวลิ/ ❶ *adv.* Ⓐ *(scantily)* อย่างยากจน, อย่างขาดแคลน; **they're ~ off** พวกเขาขาดแคลน; **sb. is ~ off for sth.** *ค.น.* ขาดแคลน *ส.น.* มาก; Ⓑ *(badly)* อย่างเลว, ไม่ดีเลย; **he did ~ in his exams** เขาทำข้อสอบไม่ดีเลย; **the team is doing ~:** ทีมนักกีฬาเล่นไม่ดีเลย; **exports are doing ~:** การส่งสินค้าออกกำลังตกต่ำ; Ⓒ *(meanly)* อย่างเลวทรามต่ำช้า ❷ *pred. adj.* ป่วย; **he has been ~ lately** ช่วงหลังเขาป่วยมาเรื่อย

ˈpoor: ~ man's *adj. (coll.)* ในระดับด้อยกว่า, ชั้นสอง; **a kind of ~ man's Marlon Brando** ก็พอจะแทนมาร์ลอน แบรนโดได้; **~ reˈlation** *n.* ญาติที่ยากจน; *(fig.)* ผู้ที่ต่ำต้อยกว่า; **be the ~ relation** *(fig.)* อยู่ในฐานะที่เป็นรองมาก; **feel like a ~ relation** รู้สึกราวกับเป็นญาติผู้ต่ำต้อย; **~-relief** *n. (Hist.)* การสงเคราะห์คนยากจน; **~ ˈwhite** *n. (Amer. Black derog.)* คนผิวขาวผู้ต่ำต้อย; **~ white trash** คนผิวขาวที่ยากจนไร้ค่า

poove /pu:v/พูว/ ➡ **poof**

[1]**pop** /ˈpɒp/ˈพอพ/ ❶ *v.i.*, **-pp-:** Ⓐ *(make sound)* ทำเสียงดังป๊อป; **a faint ~ping sound** เสียงดังป๊อปเบา ๆ; **his buttons ~ped open** กระดุมของเขาหลุดกระเด็น; *(fig.)* **his eyes ~ped with amazement** เขาตาเหลือกด้วยความประหลาดใจ; **prices that would make your eyes ~:** ราคาที่ทำให้คุณตาเหลือกเชียวแหละ; Ⓑ *(coll.: move, go quickly)* **let's ~ round to Fred's** พวกเราแวะไปที่บ้านของเฟรดกันเถอะ; **I'll just ~ upstairs and see Granny** ฉันจะแวบไปข้างบนไปหาคุณย่าหน่อย; **~ down to London** ลงไปกรุงลอนดอนสักช่วงหนึ่ง; **you must ~ round and see us** คุณต้องแวะมาหาพวกเราหน่อยนะ; **she ~ped back for her book** เธอกลับไปแป๊ปหนึ่งเพื่อหยิบหนังสือ; Ⓒ *(fire gun)* ยิงปืน **(at** ใส่) ❷ *v.t.*, **-pp-:** Ⓐ *(coll.: put)* **~ the meat in the fridge** เก็บเนื้อไว้ในตู้เย็น; **~ a cake into the oven** เอาขนมเค้กเข้าเตาอบ; **~ a peanut into one's mouth** หยิบถั่วใส่ปาก; **~ one's head in at the door** โผล่หัวเข้าไปที่ประตู; **~ one's head out [of the window]** โผล่หัวออกไป [นอกหน้าต่าง]; **~ the kettle on** ตั้งกาน้ำ; **~ a letter in the post** หย่อนจดหมายลงตู้ไปรษณีย์; **~ sth. into a bag** เอา *ส.น.* ใส่ถุง; Ⓑ *(cause to burst)* ทำให้ปะทุ; ระเบิด *(ลูกโป่ง)*; ทำให้แตก *(สิว)*; Ⓒ *(sl.: take as drug)* เสพสิ่งเสพติด; *(by injection)* เสพโดยการฉีด; Ⓓ *(cause to burst)* ทำให้ปะทุ; **~ corn** ข้าวโพดคั่ว; Ⓔ **~ the question [to sb.]** *(coll.)* ขอให้ [*ค.น.*] แต่งงานด้วย ❸ *n.* Ⓐ *(sound)* เสียงดังป๊อป; Ⓑ *(coll.: drink)* น้ำอัดลม; *(flavoured)* น้ำอัดลมรสต่าง ๆ; **soda ~:** น้ำอัดลม ❹ *adv.* **go ~:** มีเสียงดังป๊อป, ทำเสียงดังป๊อป

~ ˈoff *v.i.* Ⓐ *(coll.: die)* ตาย; Ⓑ *(move or go away) (บุคคล)* ย้าย *หรือ* จากไป

~ ˈout *v.i.* ออกไปชั่วครู่; **~ one's head out of the window** โผล่ศีรษะออกนอกหน้าต่าง; **~ out from behind a bush** โผล่ออกมาจากหลังพุ่มไม้; **~ out for a newspaper/to the shops** ออกไปซื้อหนังสือพิมพ์/ไปที่ร้านขายของแป๊ปหนึ่ง; **~ out for a beer** ออกไปดื่มเบียร์สักแก้ว; **he's just ~ped out for a moment** เขาออกไปข้างนอกแค่ประเดี๋ยวเดียว

~ ˈout of *v.t.* โผล่, ถลน; **~ one's head out of the window** โผล่หัวออกนอกหน้าต่าง; **sb.'s eyes nearly** *or* **almost ~ out of his head** *or* **skull** *(coll.) (with surprise)* ตาของ *ค.น.* แทบจะทะลักออกมา

~ ˈup *v.i.* Ⓐ *(fig.: appear)* อยู่ ๆ ก็โผล่ออกมา, ผุดขึ้น; **sb. keeps ~ping up** อยู่ ๆ *ค.น.* ชอบโผล่มาเรื่อย; **sth. keeps ~ping up** *ส.น.* ชอบเกิดขึ้นเรื่อย; Ⓑ *(rise up)* ฟู; ➡ + **pop-up**

[2]**pop** *(coll.)* ❶ *n. (popular music)* เพลงยอดนิยม, เพลงป๊อป *(ท.ศ.)*; **be top of the ~s** ยอดของยอด, ติดเพลงอันดับหนึ่ง ❷ *adj.* ยอดนิยม

[3]**pop** *n. (Amer. coll.: father)* พ่อ

p

pop *abbr.* **population**

pop: ~ art *n., no pl., no indef. art.* ศิลปะของทศวรรษที่ 60 (1960s) ที่เน้นวัฒนธรรมใหม่และแบบของโฆษณาหรือการ์ตูน; *attrib.* เกี่ยวกับศิลปะป๊อบอาร์ต; **~ concert** *n.* การแสดงของนักดนตรีป๊อป; **~corn** *n.* ข้าวโพดคั่ว

pope /pəʊp/โพพ/ *n.* Ⓐ *(RC Ch.; also fig.)* พระสันตะปาปา; Ⓑ *(Coptic Ch.)* พระสังฆราช; Ⓒ *(Orthodox Ch.)* พระสันตะปาปา; ➡ **+ nose 1 A**

popery /ˈpəʊpərɪ/ˈโพเพอะริ/ *n., no pl., no art. (derog.)* ระบอบพระสันตะปาปา

pop: ~eyed /ˈpɒpaɪd/ˈพอพอายดฺ/ *adj. (coll.)* Ⓐ *(wide-eyed)* ตาเหลือก; **they were ~eyed with amazement** พวกเขาตาเหลือกด้วยความประหลาดใจ; Ⓑ *(having bulging eyes)* ตาถลน; **~ festival** *n.* งานรื่นเริงที่มีการแสดงดนตรีเพลงป๊อป; **~ group** *n.* วงดนตรีหรือกลุ่มนักดนตรีเพลงป๊อป; **~gun** *n.* ปืนอัดลมให้เด็กเล่น

popish /ˈpəʊpɪʃ/ˈโพพิช/ *adj. (arch./derog.)* เกี่ยวกับนิกายโรมันคาทอลิก; **the ~ religion** ศาสนานิกายโรมันคาทอลิก

poplar /ˈpɒplə(r)/ˈพอพเพลอะ(ร)/ *n.* ต้นไม้ในสกุล *Populus*

poplin /ˈpɒplɪn/ˈพอพลิน/ *n. (Textiles)* ผ้าฝ้ายป๊อปลิน *(ท.ศ.)*

pop: ~ music *n.* เพลงป๊อป *(ท.ศ.)*; **~over** *n. (Amer.)* Ⓐ ขนมคุกกี้ที่ปรุงด้วยไข่ นม น้ำผึ้งและเนย; Ⓑ *(garment)* เสื้อผ้าหลวม ๆ

poppadam, poppadum /ˈpɒpədəm/ˈพอเพอะเดิม/ *n. (Ind. Gastr.)* แผ่นขนมปังบาง ๆ กรอบผสมเครื่องเทศ รับประทานกับแกงเผ็ด

popper /ˈpɒpə(r)/ˈพอเพอะ(ร)/ *n. (Brit. coll.)* แป๊ก

poppet /ˈpɒpɪt/ˈพอพิท/ *n. (Brit. coll.)* น้องรัก, ยาหยี

poppy /ˈpɒpɪ/ˈพอพิ/ *n.* Ⓐ *(Bot.)* ต้นฝิ่น, ดอกป๊อปปี้ *(ท.ศ.)*; **a field of poppies** ทุ่งดอกฝิ่น; **Californian ~:** ดอกฝิ่นสีทอง; **opium ~:** ดอกฝิ่นที่นำยางมาทำเป็นฝิ่น; **Welsh ~:** ดอกฝิ่นที่มีสีสดใส; Ⓑ *(Brit. emblem)* ดอกป๊อปปี้ที่ขายทุกปีเพื่อรำลึกถึงทหารผ่านศึก

poppycock /ˈpɒpɪkɒk/ˈพอพิคอค/ *n., no pl., no art. (coll.)* เรื่องไร้สาระ

poppy: P~ Day *(Brit.)* ➡ **Remembrance Sunday**; **~ head** *n.* กระเปาะดอกฝิ่น; **~ seed** *n.* เมล็ดฝิ่น; **~ seeds** *n. (Cookery)* ป๊อปปี้ซีด *(ท.ศ.)*

Popsicle ® /ˈpɒpsɪkl/ˈพอพซิค'ล/ *n. (Amer.)* น้ำแข็งกดราดน้ำหวาน

pop: ~ singer *n.* นักร้องเพลงป๊อป; **~ song** *n.* เพลงป๊อป; **~ star** *n.* ดารายอดนิยม

popsy (popsie) /ˈpɒpsɪ/ˈพอพซิ/ *n. (coll.) (young woman)* หญิงสาว; *(young girl)* สาวน้อย; *(as form of address)* น้องรัก, ยาหยี

populace /ˈpɒpjʊləs/ˈพอพิวเลิช/ *n., no pl.* Ⓐ *(common people)* สามัญชน; **the Roman ~:** สามัญชนชาวโรมัน; Ⓑ *(derog.: rabble)* ชนชั้นต่ำ

popular /ˈpɒpjʊlə(r)/ˈพอพิวเลอะ(ร)/ *adj.* Ⓐ *(well liked)* เป็นที่นิยม; **I know I shan't be ~ if I suggest that** ฉันรู้ว่าจะไม่เป็นที่นิยมชมชอบถ้าฉันเสนอสิ่งนั้น; **he was a very ~ choice** เขาเป็นตัวเลือกที่เป็นที่นิยมมาก; **be ~ with sb.** เป็นที่นิยมชมชอบของ *ค.น.*; **he's ~ with the girls** พวกสาว ๆ จะชอบเขามาก; **I'm not very ~ in the office just now** ฉันเป็นหมาหัวเน่าในสำนักงานเวลานี้; **prove ~:** เป็นที่นิยมชมชอบ; Ⓑ *(suited to the public)* เหมาะกับคนทั่วไป; **at ~ prices** ในราคาที่น่าพอใจ; **~ edition** ฉบับประชานิยม; **~ journals/newspaper** วารสาร/หนังสือพิมพ์ที่ผู้คนนิยมอ่าน; **a ~ romance** นิยายรัก; **~ science** วิทยาศาสตร์ที่ผู้คนเข้าใจได้; Ⓒ *(prevalent)* แพร่หลายในหมู่ชน; **~ etymology** นิรุกติศาสตร์ชาวบ้าน; Ⓓ *(of the people)* เป็นคนของสาธารณะ; **~ remedy** การรักษาโรคที่ใช้กันมาก; **by ~ request** ตามความปรารถนาของคนส่วนใหญ่

popular: ~ 'art *n.* ศิลปะที่ผู้คนนิยมชมชอบ; **~ 'front** *n. (Polit.)* พรรคการเมืองที่เป็นตัวแทนของกลุ่มฝ่ายซ้าย

popularise ➡ **popularize**

popularity /pɒpjʊˈlærɪtɪ/พอพิวˈแลริทิ/ *n., no pl.* ความนิยม; *(of decision, measure)* **that won her ~ with her classmates** นั่นทำให้เธอได้รับความนิยมชมชอบจากเพื่อนร่วมชั้น

popularize /ˈpɒpjʊləraɪz/ˈพอพิวเลอะรายซฺ/ *v.t.* Ⓐ *(make popular)* ทำให้เป็นที่นิยม; **~ sth.** ทำให้ *ส.น.* เป็นที่นิยม; Ⓑ *(make known)* ทำให้เป็นที่รู้จัก; Ⓒ *(make understandable)* ทำให้เป็นที่เข้าใจกันทั่วไป

popularly /ˈpɒpjʊləlɪ/ˈพอพิวเลอลิ/ *adv.* Ⓐ *(generally)* โดยทั่ว ๆ ไป; **it is ~ believed that ...:** เป็นที่เชื่อถือทั่วไปว่า...; Ⓑ *(for the people)* เพื่อประชาชน, เข้าใจได้ทั่ว

popular 'music *n.* ดนตรีที่ผู้คนนิยม

populate /ˈpɒpjʊleɪt/ˈพอพิวเลท/ *v.t.* เข้าไปอยู่อาศัย *(เกาะ, สถานที่)*, รวมตัวกันเป็นประชากร; **the characters that ~ his novel** ตัวละครต่าง ๆ ในนวนิยายของเขา; **thickly *or* heavily *or* densely/sparsely ~d** ที่มีประชากรอาศัยอยู่หนาแน่น/กระจัดกระจาย

population /pɒpjʊˈleɪʃn/พอพิวˈเลช'น/ *n.* Ⓐ ประชากร; **Thailand has a ~ of 64 million** ประเทศไทยมีประชากร 64 ล้านคน; **the growing immigrant ~ of London** จำนวนที่เพิ่มขึ้นเรื่อย ๆ ของผู้อพยพย้ายถิ่นเข้ามาในกรุงลอนดอน; **the seal ~ of Greenland** ปริมาณแมวน้ำของกรีนแลนด์; Ⓑ *(Statistics)* สถิติประชากร

popu'lation explosion *n.* จำนวนประชากรที่เพิ่มขึ้นอย่างรวดเร็ว

populism /ˈpɒpjʊlɪzm/ˈพอพิวลิซฺ'ม/ *n.* การเมืองที่อ้างว่าทำเพื่อผลประโยชน์ของราษฎร

populist /ˈpɒpjʊlɪst/ˈพอพิวลิซทฺ/ ❶ *n.* นักการเมืองที่อ้างว่าเป็นผู้แทนของราษฎร ❷ *adj.* ที่อ้างผลประโยชน์ของราษฎร

populous /ˈpɒpjʊləs/ˈพอพิวเลิช/ *adj.* มีประชากรหนาแน่น

'pop-up *adj. (ภาพในหนังสือ)* ที่ตั้งขึ้นมา; **~ toaster** ที่ปิ้งขนมปังที่ดีดตัวขึ้นโดยอัตโนมัติ; **~ menu** *(Computing)* เมนูบนจอคอมพิวเตอร์

porcelain /ˈpɔːslɪn/ˈพอเซอะลิน/ *n.* Ⓐ กระเบื้องเคลือบ; **Meissen ~:** เครื่องกระเบื้องเคลือบจากเมืองไมเซินในเยอรมนี; *attrib.* เป็นกระเบื้องเคลือบ; Ⓑ *(article)* เครื่องกระเบื้องเคลือบ; **~s** เครื่องกระเบื้องเคลือบ

porch /pɔːtʃ/พอฉ/ *n.* Ⓐ *(Archit.)* มุข; *(with side walls)* มุขที่กั้นสองด้าน; *(enclosed)* มุขที่กั้นหมดทุกด้าน; *(of church etc.)* มุขหน้าโบสถ์; Ⓑ *(Amer.: veranda)* ระเบียงที่มีหลังคา

porcine /ˈpɔsaɪn/ˈพอซายนฺ/ *adj.* เป็นของหมู หรือ เหมือนหมู; *(fig.)* เหมือนหมู

porcupine /ˈpɔːkjʊpaɪn/ˈพอคิวพายนฺ/ *n. (Zool.)* Ⓐ *(Brit.: Hystricidae)* เม่น; Ⓑ *(Amer.: Erethizontidae)* เม่นในวงศ์นี้

¹pore /pɔː(r)/พอ(ร)/ *n.* รูขุมขน

²pore *v.i.* **~ over sth.** อ่านดู หรือ ศึกษา *ส.น.* อย่างลึกซึ้ง; *(think deeply)* **~ over *or* on sth.** คิดใคร่ครวญเกี่ยวกับ *ส.น.*

pork /pɔːk/พอค/ *n.* เนื้อหมู; **a leg of ~:** ขาหมู

pork: ~ barrel *n. (Amer. coll.)* เงินงบประมาณใช้จ่ายเพื่อผลประโยชน์ทางการเมือง; **~ butcher** *n.* คนขายเนื้อหมู; **~ 'chop** *n.* หมูสับเป็นชิ้น

porker /ˈpɔːkə(r)/ˈพอเคอะ(ร)/ *n.* หมูที่เลี้ยงเพื่อฆ่าเป็นอาหาร; *(young pig)* ลูกหมู

pork: ~ 'pie *n.* พายหมู; **~-pie 'hat** *n.* หมวกทรงแบนและขอบหมวกตลบพับขึ้น; **~ 'sausage** *n.* ไส้กรอกหมู; **~ scratchings** *n. pl.* แคบหมู

porn /pɔːn/พอน/ *n., no pl. (coll.)* เรื่องลามกอนาจาร; **write ~:** เขียนเรื่องลามกอนาจาร; **~ film** หนังลามกอนาจาร

porno /ˈpɔːnəʊ/ˈพอโน/ *(coll.)* ❶ *n., no pl.* ➡ **porn** ❷ *adj.* ที่ลามกอนาจาร

pornographic /pɔːnəˈɡræfɪk/พอเนอะˈแกรฺฟิค/ *adj.* ที่ลามกอนาจาร

pornography /pɔːˈnɒɡrəfɪ/พอˈนอเกฺรอะฟิ/ *n.* สื่อลามก

porosity /pɔːˈrɒsɪtɪ/พอˈรอซิทิ/ *n., no pl.* ความพรุน

porous /ˈpɔːrəs/ˈพอเริช/ *adj.* พรุน

porpoise /ˈpɔːpəs/ˈพอเพิช/ *n. (Zool.)* ปลาโลมาชนิดหนึ่ง โดยเฉพาะในสกุล *Phocaena*

porridge /ˈpɒrɪdʒ, US ˈpɔːr-/ˈพอริจ, ˈพอร-/ *n., no pl.* Ⓐ *(food)* ข้าวโอ๊ตต้มให้เละ รับประทานกับนม; Ⓑ *(sl.: imprisonment)* การถูกจำคุก; **do ~:** ติดคุก

porridge 'oats *n. pl.* ข้าวโอ๊ตที่ใช้ต้ม

¹port /pɔːt/พอท/ ❶ *n.* Ⓐ *(harbour)* ท่าเรือ; **come *or* put into ~:** เข้า หรือ เทียบท่าเรือ; **leave ~:** ออกจากท่า; **reach ~:** ถึงท่า; **out of ~:** อยู่กลางทะเล; **naval ~:** ท่าเรือของกองทัพเรือ; **any ~ in a storm** *(fig.: coll.)* ในยามยากลำบากเราไม่มีสิทธิเลือกได้; **~ of call** ท่าที่เรือหยุดแวะระหว่างเดินทาง; *(fig.)* จุดมุ่งหมาย; **where's your next ~ of call?** *(fig.)* จุดมุ่งหมายต่อไปของคุณคือที่ไหน; **~ of entry** ด่านศุลกากรเข้าประเทศ; *(for goods)* ท่าด่านสำหรับสินค้า; *(for persons)* ท่าด่านตรวจคนเข้าเมือง; ➡ **+ free port**; Ⓑ *(town)* เมืองท่า; Ⓒ *(Naut., Aeronaut.: left side)* ข้างซ้าย; **land to ~!** เห็นฝั่งข้างซ้าย; **turn *or* put the helm to ~:** หันไปทางซ้าย ❷ *adj. (Naut., Aeronaut.: left)* ซ้ายมือ; **on the ~ bow/quarter** บนหัวเรือด้านซ้าย/ด้านซ้ายมือทางท้ายเรือ; ➡ **+ beam 1 E; 'tack 1 C; watch 1 C**

²port *n.* Ⓐ *(Naut.: opening)* ทางขนถ่ายสินค้าด้านข้างของเรือ; Ⓑ *(Naut.: porthole)* หน้าต่างข้างเรือ; *(circular)* หน้าต่างกลมข้างเรือ; Ⓒ *(aperture)* ช่องทางผ่าน; Ⓓ *(gun aperture)* รูปืน; *(on ship)* ช่องปืนบนเรือ

³port *n. (wine)* ไวน์แรงสีแดงแก่ของโปรตุเกสรสหวาน

portable /ˈpɔːtəbl/ˈพอเทอะบ'ล/ ❶ *adj.* ถือติดตัวไปได้, ยกได้ง่าย ❷ *n. (television)* โทรทัศน์กระเป๋าหิ้ว; *(radio)* วิทยุกระเป๋าหิ้ว; *(typewriter)* เครื่องพิมพ์ดีดกระเป๋าหิ้ว

portage /ˈpɔːtɪdʒ/ˈพอทิจ/ *n.* Ⓐ *(carrying)* การขนส่งทางบก; Ⓑ *(place)* สถานที่ ๆ มีการขนส่งเรือหรือสินค้า

Portakabin ® /ˈpɔːtəkæbɪn/ˈพอเทอะแคบิน/ *n.* ห้องที่ขนย้ายสะดวก ใช้เป็นห้องทำงาน/ที่อยู่อาศัยชั่วคราว

portal /ˈpɔːtl/ˈพอท'ล/ *n.* ประตู, ทางเข้าใหญ่ที่มีการตกแต่ง; *(of church, palace, etc.)* ประตู

ทางเข้าหลัก; **pass through the ~s of a place** *(fig.)* ไปเยี่ยมสถานที่ใด ๆ; **the ~s of heaven** ประตูสวรรค์; *(Computing)* ที่อยู่ทางอินเทอร์เน็ตที่เชื่อมโยงกับที่อยู่อื่น

port au'thority *n.* การท่าเรือ

portcullis /pɔ:t'kʌlɪs/พอท'คัลลิซ/ *n.* *(Archit.)* ประตูเหล็กทางเข้าของปราสาทโบราณ

portend /pɔ:'tend/พอ'เท็นดฺ/ *v.t.* เป็นสัญญาณบอก, เป็นเครื่องหมาย; **what does this ~?** นี่เป็นสัญญาณบอกอะไร

portent /'pɔ:tent/'พอเท็นทฺ/ *n.* *(literary)* ลางสังหรณ์; **a ~ of doom** ลางบอกเหตุร้าย; **~s of war** ลางบอกว่าจะเกิดสงคราม; **a ~ of the project's success** สิ่งที่ส่อเค้าถึงความสำเร็จของโครงการ

portentous /pɔ:'tentəs/พอ'เท็นเทิซ/ *adj.* เป็นลาง, บอกเหตุในอนาคต; *(ominous)* เป็นลางร้าย

¹porter /'pɔ:tə(r)/'พอเทอะ(ร)/ *n.* ➤ **489** *(Brit.: doorman)* คนเฝ้าเปิดปิดประตู; *(of hotel etc.)* คนเฝ้าประตูของโรงแรม

²porter *n.* Ⓐ *(luggage handler)* คนขนกระเป๋าสัมภาระ; *(in hotel)* บ๋อยยกกระเป๋า; Ⓑ *(Amer., Ir./Hist.: beer)* เบียร์สีน้ำตาลแก่มีรสขม; Ⓒ *(Amer. Railw.)* คนคอยดูแลบริการในรถไฟตู้นอน

porterage /'pɔ:tərɪdʒ/'พอเทอะริจ/ *n.* *(charge)* ค่าบริการขนส่งกระเป๋าเดินทาง

porterhouse 'steak *n.* สเต็กเนื้อหนาจากเนื้อสันใน

porter's 'lodge ➡ **lodge** 1 B

portfolio /pɔ:t'fəʊlɪəʊ/พอท'โฟลิโอ/ *n., pl.* **~s** Ⓐ *(list)* ข้อมูล/รายการหลักทรัพย์ลงทุนของบุคคล ธนาคารหรือบริษัท; Ⓑ *(Polit.)* ตำแหน่งและหน้าที่ของรัฐมนตรี; Ⓒ *(case, contents)* กระเป๋าเอกสาร

portfolio: ~ management *n.* *(Fin.)* การบริหารหลักทรัพย์ลงทุน; **~ manager** *(Fin.)* ผู้บริหารหลักทรัพย์ลงทุน

'porthole ➡ **²port** B

portico /'pɔ:tɪkəʊ/'พอทิโค/ *n., pl.* **~es** *or* **~s** *(Archit.)* หลังคาที่มีเสาค้ำจุนอยู่

portière /pɔ:'tjeə(r)/พอ'เทีย(ร)/ *n.* ผ้าม่านหนาที่แขวนหน้าประตู

portion /'pɔ:ʃn/'พอช'น/ ❶ *n.* Ⓐ *(part)* ส่วน; *(of ticket)* ต้นขั้วตั๋ว; *(of inheritance)* ส่วนแบ่งมรดก; Ⓑ *(amount of food)* ที่พอสำหรับบุคคลหนึ่ง; Ⓒ *(arch./literary: destiny)* โชคชะตา; Ⓓ *(quantity)* ปริมาณ (**of** ของ) ❷ *v.t.* แบ่งออกเป็นส่วน (**among** ระหว่าง, **into** เป็น)

~ 'out *v.t.* แจกจ่าย, แบ่ง (**among, between** ระหว่าง); **she ~ed out the food** เธอตักแบ่งอาหาร

Portland /'pɔ:tlənd/'พอทเลินดฺ/: **~ ce'ment** *n.* ปูนซีเมนต์ที่ทำมาจากชอล์กและดินเหนียวที่ดูคล้ายหินปูนจากเกาะพอร์ตแลนด์; **~ 'stone** *n.* หินปูนก่อสร้างที่มาจากเกาะพอร์ตแลนด์ในประเทศอังกฤษ

portly /'pɔ:tlɪ/'พอทลิ/ *adj.* อ้วน, หนัก; **have a ~ frame** มีรูปร่างอ้วน

portmanteau /pɔ:t'mæntəʊ/พอท'แมนโท/ *n., pl.* **~s** *or* **~x** /pɔ:t'mæntəʊz/พอท'แมนโทซฺ/ กระเป๋าเดินทาง

port'manteau word *n.* คำผสมที่สร้างขึ้นโดยการรวมคำและความหมายเข้าด้วยกัน เช่น motel; *(fig.: generalized term)* ศัพท์เอนกประสงค์

portrait /'pɔ:treɪt, -trɪt/'พอเทรุท, -ทริท/ *n.* Ⓐ *(picture)* ภาพเหมือน; **sit for one's ~ [to sb.]** นั่งให้ *ค.น.* วาดภาพเหมือน; **have one's ~ painted** ให้ *(ค.น.)* วาดภาพเหมือนของตน; **full-length ~:** ภาพเหมือนเต็มตัว; Ⓑ *(description)* การบรรยายภาพ; **give/convey an unflattering ~ of sb./sth.** วาดภาพของ *ค.น./ส.น.* ในแง่ไม่ดี

portraitist /'pɔ:treɪtɪst, -trɪtɪst/'พอเทรุทิซทฺ, -ทริทิซทฺ/ *n.* ➤ **489** คนวาดภาพเหมือน; *(photographer also)* ช่างถ่ายภาพบุคคล

portraiture /'pɔ:trɪtʃə(r)/'พอทริเฉอะ(ร)/ *n.* ศิลปะการทำภาพเหมือน; *(photographing also)* การถ่ายภาพบุคคล; **he is known for his ~:** เขามีชื่อเสียงในการถ่ายรูปบุคคล/วาดภาพเหมือน

portray /pɔ:'treɪ/พอ'เทรุ/ *v.t.* Ⓐ *(describe)* บรรยาย; Ⓑ *(make likeness of)* ให้ภาพเหมือนของ

portrayal /pɔ:'treɪəl/พอ'เทรุเอิล/ *n.* Ⓐ *(description)* การบรรยาย; *(esp. of person)* การบรรยายของบุคคล; Ⓑ *(acting)* การแสดง; Ⓒ *(portrait)* ภาพเหมือน, ภาพถ่ายบุคคล

Portugal /'pɔ:tjʊgl/'พอทิวก'ล/ *pr. n.* ประเทศโปรตุเกส

Portuguese /pɔ:tjʊ'gi:z/พอทิว'กีซ/ ❶ *adj.* แห่งโปรตุเกส; **sb. is ~:** *ค.น.* เป็นชาวโปรตุเกส; ➡ + **English** 1 ❷ *n., pl. same* Ⓐ *(person)* คนโปรตุเกส; Ⓑ *(language)* ภาษาโปรตุเกส; ➡ + **English** 2 A

Portuguese man-of-'war *n.* *(Zool.)* แมงกะพรุนอันตรายที่มีพิษ ในสกุล *Physalia*

pose /pəʊz/โพซ/ ❶ *v.t.* Ⓐ *(be cause of)* เป็นต้นเหตุของ *(คำถาม, ปัญหา)*; Ⓑ *(propound)* เสนอ *(ทฤษฎี)*; Ⓒ *(place)* จัดตั้ง, เข้าที่ *(กลุ่มบุคคล, เด็ก)*; จัดให้อยู่ในตำแหน่งที่ต้องการ *(นางแบบ)*

❷ *v.i.* Ⓐ *(assume attitude)* แสดงท่า; *(fig.)* วางท่า; **~ [in the] nude** แสดงแบบเปลือย [ให้ศิลปิน]; Ⓑ **~ as** ทำตัวเป็น; **he likes to ~ as an expert** เขาชอบวางท่าเหมือนเป็นผู้เชี่ยวชาญ ❸ *n.* ท่า; *(fig.)* การวางท่า; การแสแสร้ง; **strike a ~:** ทำท่าทำทาง; **she's always striking ~s** *(fig.)* เธอชอบเต๊ะท่าเสมอ; **hold a ~:** ยึดท่าไว้; **hold that ~!** อยู่ในท่านั้นไว้; **it's just a [big] ~** *(fig.)* มันแค่เป็นการเต๊ะท่าเท่านั้น

poser /'pəʊzə(r)/'โพเซอะ(ร)/ *n.* *(question)* คำถาม; *(problem)* ปัญหา, สิ่งท้าทาย; **that's a real ~:** นั่นคือปัญหาที่ท้าทายจริง ๆ; **set some ~s for sb.** ตั้งคำถามยาก ๆ สำหรับ *ค.น.*

poseur /pəʊ'zɜ:(r)/โพ'เซอ(ร)/ *n.* คนเสแสร้งเพื่อให้คนอื่นชอบ

poseuse /pəʊ'zɜ:z/โพ'เซิซ/ *n.fem.* สตรีที่ชอบเสแสร้งเพื่อให้คนอื่นชอบ

posh /pɒʃ/พอช/ ❶ *adj.* *(coll.)* มีรสนิยม, หรูหรา; **~ hotel/newspaper** โรงแรมหรูหรา/หนังสือพิมพ์ที่มีรสนิยม; **the ~ people** คนที่มีรสนิยมหรูหรา ❷ *adv.* **talk ~:** พูดจาที่แสดงการมีระดับ/อยู่ในชั้นสูง ❸ *v.t.* **~ up** ยกระดับให้หรูหราขึ้น *(ในทางสังคม)*

posit /'pɒzɪt/'พอซิท/ *v.t.* สันนิษฐานว่า, คาดคะเน

position /pə'zɪʃn/เพอะ'ซิช'น/ ❶ *n.* Ⓐ *(place occupied)* ตำแหน่ง; *(of player in team or line-up, of actor, of plane, ship, etc.)* ตำแหน่ง; *(of hands of clock, words, stars)* ตำแหน่ง; *(of river)* เส้นทาง; **find one's ~ on a map** หาตำแหน่งของตนในแผนที่; **take [up] one's ~:** เข้าสู่ตำแหน่งของตน; **they took their ~ at the end of the queue** พวกเขาไปยืนที่ท้ายสุดของแถว; **after the second lap he was in fourth ~:** หลังจากรอบที่สองเขาอยู่ตำแหน่งที่สี่; **he finished in second ~:** ตอนจบเขาอยู่ในอันดับที่สอง; **what ~ do you play [in]?** *(Sport)* คุณเล่นในตำแหน่งอะไร; **in the starting ~:** อยู่ในตำแหน่งเริ่มต้น; Ⓑ *(proper place)* **be in/out of ~:** อยู่/ไม่อยู่ในตำแหน่งที่ถูกต้อง; **put sth. into ~:** วาง *ส.น.* ในตำแหน่งที่ถูกต้อง; Ⓒ *(Mil.)* ที่มั่นทางยุทธศาสตร์; Ⓓ *(Chess)* ตำแหน่ง; **~ play** การกำหนดตำแหน่งผู้เล่นในการเล่น; **leave the pieces in ~:** ปล่อยให้ตัวหมากอยู่ในตำแหน่งเดิม; Ⓔ *(fig.: mental attitude)* ทัศนคติ, จุดยืน; **take up a ~ on sth.** มีทัศนคติต่อ *ส.น.*; **take the ~ that ...:** มีจุดยืนที่ว่า...; Ⓕ *(fig.: situation)* **be in a good ~ [financially]** อยู่ในสถานะ [ทางการเงิน] ที่ดี; **be in a ~ of strength** อยู่ในภาวะที่แข็งแรง; **negotiate from a ~ of strength** เจรจาตกลงในฐานะที่มีภาษีกว่า; **what's the ~?** สถานการณ์เป็นอย่างไร; **what would you do if you were in my ~?** คุณจะทำอย่างไรถ้าคุณอยู่ในสถานการณ์แบบฉัน; **put yourself in my ~!** ลองดูจากมุมมองของฉันบ้างสิ; **be in a/no ~ to do sth.** อยู่/ไม่อยู่ในสถานะที่จะทำ *ส.น.*; **he's in no ~ to criticize us** เขาไม่มีสิทธิที่จะวิพากษ์วิจารณ์พวกเรา; ➡ + **jockey** 2; Ⓖ *(rank)* ระดับ, ชั้น, ยศตำแหน่ง, ฐานะ; **a person of ~:** คนที่มียศตำแหน่ง; **a high ~ in society** มีฐานะสูงในสังคม; **a pupil's ~ in class** ระดับ *(การเรียน)* ของเด็กนักเรียนในชั้น; **social ~:** ชั้นทางสังคม; Ⓗ *(employment)* ตำแหน่ง; **the ~ of ambassador in Bangkok** ตำแหน่งเอกอัครราชทูตประจำกรุงเทพฯ; **permanent ~:** ตำแหน่งงานถาวร; **the ~ of assistant manager** ตำแหน่งผู้ช่วยผู้จัดการ; **rise to a ~ of responsibility** เลื่อนเป็นตำแหน่งงานที่ต้องรับผิดชอบ; **~ of trust** ตำแหน่งที่ได้รับความไว้วางใจ; Ⓘ *(posture)* ท่า; *(during sexual intercourse)* ท่า; *(ballet, yoga)* ท่าเต้นบัลเล่ต์; **in a reclining ~:** ในท่านอน; **in a sitting ~:** ในท่านั่ง; **in an uncomfortable ~:** ในท่าที่ไม่สบาย ❷ *v.t.* Ⓐ จัดวาง, หาตำแหน่ง; **~ oneself near the exit** ยืน/นั่งอยู่ใกล้ทางออก; Ⓑ *(Mil.: station)* ตั้งมั่น, จัดวาง *(กำลังทหาร)*

positional /pə'zɪʃənl/เพอะ'ซิเชอะน'ล/ *adj.* Ⓐ *(Ling.)* ที่ชี้บอก; Ⓑ *(Sport)* ตำแหน่งในการเล่นกีฬา; **~ play** ตำแหน่งที่เล่น; Ⓒ *(Mil.)* **~ war** การดำเนินสงครามโดยยึดตำแหน่งตั้งมั่น

positive /'pɒzɪtɪv/'พอซิทิว/ *adj.* Ⓐ *(definite)* แน่นอน, ไม่ต้องสงสัย; **in a ~ tone of voice** ด้วยน้ำเสียงที่แน่ชัด; **to my ~ knowledge ...:** ตามความรู้ที่แน่นอนของฉัน...; Ⓑ *(convinced)* แน่ใจ; **Are you sure? – P~!** คุณแน่ใจหรือ แน่ใจ; **he is ~ that he is right** เขาแน่ใจว่าเขาถูก; **I'm ~ of it** ฉันแน่ใจในเรื่องนี้; Ⓒ *(affirmative)* ใช่แน่; Ⓓ *(optimistic)* ที่มองโลกในแง่ดี; **regard sth. in a ~ light** มอง *ส.น.* ในแง่ดี; Ⓔ *(showing presence of sth.)* แสดงว่ามีอยู่, พบว่ามี *(ผลการตรวจสอบ)*; Ⓕ *(constructive)* *(การวิจารณ์, ความคิด)* สร้างสรรค์; *(การช่วยเหลือ, คำแนะนำ)* ที่เป็นประโยชน์; **she's the most ~ of the group** เธอเป็นคนที่ช่วยเหลือมากที่สุดในกลุ่ม; Ⓖ *(Math.)* เป็นบวก; Ⓗ *(Ling.)* *(คำคุณศัพท์, คำวิเศษณ์)* ที่อยู่ในรูปธรรม; Ⓘ *(Electr.)* ขั้วบวก; ➡ + **feedback** B; Ⓙ *as intensifier (coll.)* **it would be a ~ miracle** มันจะเป็นความมหัศจรรย์แท้ ๆ เลย; Ⓚ *(Photog.)* ภาพที่มีแสงเหมือนธรรมชาติ, ภาพที่ใช้ฟิล์มโพสซิตีฟ *(ท.ศ.)*

p

positive discrimination | post 678

❷ *n.* Ⓐ *(Ling.)* คำคุณศัพท์ที่อยู่ในรูปธรรมดา; Ⓑ *(Photog.)* ภาพที่พิมพ์ออกมาจากแผ่นฟิล์ม, ภาพโพสิติฟ *(ท.ศ.)*

positive discrimi'nation *n. การเลือกคนจากกลุ่มด้อยสิทธิ*

positively /ˈpɒzɪtɪvlɪ/ˈพอซิทิฺวลิ/ *adv.* Ⓐ *(constructively)* อย่างสร้างสรรค์, อย่างเป็นประโยชน์; Ⓑ *(Electr.)* อย่างเป็นกระแสไฟบวก; Ⓒ *(definitely)* อย่างแน่นอน, อย่างแน่ใจ; Ⓓ *as intensifier (coll.)* แท้ ๆ, จริง ๆ; **it's ~ marvellous that ...:** มันวิเศษจริง ๆ ที่ว่า...

'positive: ~ sign *n. (Math.)* เครื่องหมายบวก; *(symbol)* สัญลักษณ์เครื่องหมายบวก; **~ vetting** *n., no indef. art. (Brit.)* การตรวจสอบภูมิหลังบุคคลก่อนรับตำแหน่งด้านความปลอดภัย

positivism /ˈpɒzɪtɪvɪzm/ˈพอซิทิวิซฺ'ม/ *n. (Philos., Relig.)* ปรัชญาที่มีรากฐานอยู่บนสิ่งที่เห็นและพิสูจน์ได้, ปฏิฐานนิยม *(ร.บ.)*; ➡ + **logical positivism**

positivist /ˈpɒzɪtɪvɪst/ˈพอซิทิวิซทฺ/ ❶ *n.* คนที่ยึดหลักการของปรัชญาดังกล่าว ❷ *adj.* เกี่ยวกับปรัชญาที่เน้นการพิสูจน์

positron /ˈpɒzɪtrɒn/ˈพอซิทรอน/ *n. (Phys.)* อนุภาคต้านอิเล็กตรอน

positron emission tomography *n.* **PET** *(Med.)* การตรวจการทำงานของสมองโดยใช้อนุภาคโพซิตรอน

posse /ˈpɒsɪ/ˈพอซิ/ *n.* Ⓐ *(Amer.: force with legal authority)* กำลังที่มีอำนาจกฎหมาย; Ⓑ *(crowd)* กลุ่มกำลังคน; **~ of advisers** กลุ่มที่ปรึกษา

possess /pəˈzes/เพอะ'เซ็ซ/ *v.t.* Ⓐ *(own)* มี, เป็นเจ้าของ; **be ~ed of** เป็นเจ้าของ; **~ed of money/wealth** เป็นคนมีเงิน/ทรัพย์สมบัติ; **~ed of reason** มีเหตุผล; Ⓑ *(have as faculty or quality)* มีความสามารถหรือคุณสมบัติ; **~ great passion** มีความกระตือรือร้นอย่างมาก; Ⓒ *(dominate)* ครอบงำด้วย *(ความกลัว)*; มีอำนาจเหนือ; **what ~ed you/him?** *(coll.)* คุณ/เขาเกิดอะไรขึ้น; Ⓓ *(dated: copulate with)* ร่วมเพศกับ; Ⓔ *(arch./formal)* **~ oneself of sth.** ได้เป็นเจ้าของ *ส.น.*/ได้ *ส.น.* มาเป็นของตน

possessed /pəˈzest/เพอะ'เซ็ซทฺ/ *adj. (dominated)* ที่ถูกครอบงำ, ที่อยู่ใต้อิทธิพลของ; **like a man ~:** อย่างคนที่ถูกครอบงำ; **~ by the devil/by** *or* **with an idea** ถูกครอบงำโดยปีศาจร้าย/ด้วยความคิดอันหนึ่ง; **be ~ by** *or* **with fear /horror** ตกอยู่ภายใต้ความกลัว/ความเกลียดชัง; **be ~ by** *or* **with greed/ambition** ตกอยู่ใต้ความโลภ/ความทะเยอทะยาน; **be ~ by** *or* **with envy/rage** เต็มไปด้วยความอิจฉาริษยา/ความโกรธจัด; **like one ~:** ยังกับคนที่ถูกเข้าสิง

possession /pəˈzeʃn/เพอะ'เซ็ช'น/ *n.* Ⓐ *(thing possessed)* สิ่งที่ครอบครอง; **some of my ~s** สมบัติบางชิ้นของฉัน; Ⓑ *in pl. (property)* ทรัพย์สมบัติ; *(territory)* เขตแดน; **worldly ~s** ทรัพย์สมบัติทางโลก; **all his ~s** ทรัพย์สมบัติทั้งหมดของเขา; Ⓒ *(controlling)* **take ~ of** *(Mil.)* เข้าครอบครอง, ยึด; **the enemy's ~ of the town** การเข้าครอบครองเมืองของศัตรู; **~ by the devil** การถูกครอบครองโดยซาตาน; Ⓓ *(possessing)* การเป็นเจ้าของ; **~ of land/ firearms** การเป็นเจ้าของที่ดิน/อาวุธ; **be in ~ of sth.** เป็นเจ้าของ *ส.น.*; **come into** *or* **get ~ of sth.** ได้เป็นเจ้าของ *ส.น.*; **regain** *or* **resume ~ of sth.** ได้กลับมาเป็นเจ้าของ *ส.น.* อีกครั้งหนึ่ง *หรือ* ได้ *ส.น.* กลับคืนมา; **be in ~ of a high income** มีรายได้สูง; **put sb. in ~ of sth./of the facts** ทำให้ *ค.น.* เป็นเจ้าของ *ส.น.*/บอกให้ *ค.น.* ทราบข้อมูลทั้งหมด; **in full ~ of one's senses** มีสติสัมปชัญญะสมบูรณ์; **be in full ~ of the facts** ทราบความจริงอย่างถ่องแท้; **the information in my ~:** ข้อมูลที่มีอยู่; **have sth. in one's ~:** มี *ส.น.* อยู่ภายใต้การครอบครองของตน; **take ~ of** เข้าครอบครอง; Ⓔ *(Sport)* **win ~ of the ball** ชิงบอลได้; **lose ~:** เสียการครองบอล; **in ~:** ในการครองบอล; Ⓕ *(Law)* การครอบครอง; **enter into ~ of sth.** เป็นเจ้าของครอบครอง *ส.น.*; ➡ + **point** 1 C; **vacant** A

possessive /pəˈzesɪv/เพอะ'เซ็ซซิฺว/ ❶ *adj.* Ⓐ *(jealously retaining possession)* ที่หวงแหน, งก; **be ~ about sth.** หวง *ส.น.*; **be ~ about** *or* **towards sb.** แสดงความหวง *ค.น.*; Ⓑ *(Ling.)* ที่แสดงความเป็นเจ้าของ; **~ adjective** คำคุณศัพท์ที่แสดงความเป็นเจ้าของ; ➡ + **pronoun** ❷ *n. (Ling.)* รูปแบบ *หรือ* คำที่แสดงความเป็นเจ้าของ

pos'sessive case *n.* คำนาม *หรือ* คำสรรพนามที่แสดงความเป็นเจ้าของ

possessively /pəˈzesɪvlɪ/เพอะ'เซ็ซซิฺวลิ/ *adv.* อย่างงก

possessor /pəˈzesə(r)/เพอะ'เซ็ซเซอะ(ร)/ *n.* ผู้ครอบครอง, เจ้าของ; **be the ~ of a fine singing voice** มีเสียงร้องอันไพเราะ

posset /ˈpɒsɪt/ˈพอซิท/ *n. (Hist.)* *นมร้อนผสมไวน์หรือเบียร์และเครื่องเทศ ดื่มแก้หวัด*

possibility /pɒsɪˈbɪlɪtɪ/พอซิ'บิลลิทิ/ *n.* Ⓐ ความเป็นไปได้, โอกาส; **be within the range** *or* **bounds of ~:** อยู่ในขอบเขตของความเป็นไปได้; **there's no ~ of his coming/agreeing** ไม่มีทางเป็นไปได้ที่เขาจะมา/ตกลง; **there's not much ~ of success** โอกาสที่จะเป็นไปได้ไม่สูงนัก; **the constant ~ of failure** โอกาสที่จะล้มเหลวมีอยู่เสมอ; **if by any ~ ...:** ถ้าเป็นไปได้...; *(if without taking any trouble)* ถ้าไม่เป็นการรบกวน...; **is there any ~ of our being able to do it?** มีความเป็นไปได้ไหมที่เราจะทำมันได้; **it's a distinct ~ that ...:** มีความเป็นไปได้สูงว่า...; **accept that sth. is a ~:** ยอมรับว่า *ส.น.* อาจเป็นไปได้; **he is a ~ for the job** มีความเป็นไปได้ที่เขาจะได้งาน; **what are the possibilities?** มีความเป็นไปได้แค่ไหน; Ⓑ *in pl. (potential)* ศักยภาพ; **the house/subject has possibilities** บ้าน/เรื่องนั้นมีศักยภาพ; **the scheme has possibilities** แผนการมีความเป็นไปได้

possible /ˈpɒsɪbl/ˈพอซิบ'ล/ ❶ *adj.* Ⓐ เป็นไปได้; **if ~:** ถ้าเป็นไปได้; **as ... as ~:** ...เท่าที่จะเป็นไปได้; **the greatest ~ assistance** ความช่วยเหลือมากที่สุดที่จะช่วยได้; **all the assistance ~:** ความช่วยเหลือเท่าที่จะช่วยได้; **anything is ~:** อะไร ๆ ก็เป็นไปได้; **at the earliest ~ time** ในเวลาที่เร็วที่สุดที่เป็นไปได้; **they made it ~ for me to be here** พวกเขาทำให้ฉันมาอยู่ที่นี่ได้; **the worst ~ solution** การแก้ปัญหาที่แย่ที่สุดที่จะแย่ได้; **if it's at all ~:** ถ้ามันเป็นไปได้; **would it be ~ for me to ...?** เป็นไปได้ไหมที่ฉันจะ...; **it is not ~ to do more** เป็นไปไม่ได้ที่จะทำมากกว่านี้; **for ~ emergencies** สำหรับเหตุฉุกเฉินที่อาจเกิดขึ้นได้; **all ~ risks** การเสี่ยงที่อาจเกิดขึ้นได้ทุกประการ; **I'll do everything ~ to help you** ฉันจะทำทุกสิ่งที่เป็นไปได้ที่จะช่วยคุณ; **be as kind to her as ~:** ขอให้ดีกับเธอให้มากที่สุดที่เป็นไปได้; **we will help as far as ~:** เราจะช่วยให้มากที่สุดที่ช่วยได้; Ⓑ *(likely)* น่าจะเป็นไปได้; **few thought his election was ~:** น้อยคนคิดว่าเขาจะได้รับการเลือกตั้ง; Ⓒ *(acceptable)* ที่รับได้; **there's no ~ excuse for it** ไม่มีคำแก้ตัวที่รับได้ในเรื่องนี้; **the only ~ man for the position** บุคคลเดียวที่เหมาะสำหรับตำแหน่ง ❷ *n.* คนที่เหมาะสม, คนที่มีคุณสมบัติครบ; **presidential ~:** คนที่มีศักยภาพเข้าแข่งขันเป็นประธานาธิบดี

possibly /ˈpɒsɪblɪ/ˈพอซิบลิ/ *adv.* Ⓐ *(by possible means)* **I cannot ~ commit myself** เป็นไปไม่ได้ที่ฉันจะสัญญา; **how can I ~?** ฉันจะทำได้อย่างไร; **how could I ~ have come?** ฉันจะมาได้อย่างไร; **can that ~ be true?** นั่นจะมีทางเป็นจริงได้หรือ; **they did all they ~ could** พวกเขาทำทุกสิ่งทุกอย่างที่จะทำได้; **if I ~ can** ถ้าฉันมีทางทำได้; **as often as I ~ can** บ่อยเท่าที่ฉันสามารถทำได้; **I'll come as soon as I ~ can** ฉันจะมาให้เร็วที่สุดเท่าที่จะเร็วได้; **can you ~ lend me £10?** คุณพอจะให้ฉันยืม 10 ปอนด์ได้ไหม; Ⓑ *(perhaps)* บางที, เป็นไปได้; **he might ~ be related to them** บางทีเขาอาจจะเป็นญาติกับพวกเขาก็ได้; **Do you think ...? – P~:** คุณคิดว่า... เป็นไปได้ไหม เป็นไปได้

possum /ˈpɒsəm/ˈพอเซิม/ *n. (coll.)* Ⓐ ➡ **opossum** A; Ⓑ **play ~** *(pretend to be asleep)* แกล้งทำเป็นนอนหลับ; *(pretend to be dead)* แกล้งทำเป็นตาย; Ⓒ *(Austral., NZ)* สัตว์ในวงศ์ Phalangendae ตัวเล็กที่มีถุงหน้าท้อง อยู่ตามต้นไม้

¹post /pəʊst/โพซทฺ/ ❶ *n.* Ⓐ *(as support)* เสาค้ำ; Ⓑ *(stake)* เสา, หลัก; **deaf as a ~** *(coll.)* หูหนวกมาก; ➡ + **pillar** A; Ⓒ *(Racing) (starting/finishing ~)* หลักเริ่มต้น/เสาหลักชัย; **be left at the ~:** อยู่หลังสุด; *(fig.)* ไม่มีทางสู้ไหว; **be first past the ~:** มีชัยชนะ, ได้ที่หนึ่ง; **the 'first past the ~' system** ระบบการเลือกตั้งซึ่งชนะโดยบุคคลที่ได้คะแนนเสียงสูงสุด; **be beaten at the ~** *(lit. or fig.)* แพ้ในนาทีสุดท้าย; ➡ + **⁵pip**; Ⓓ *(Sport: of goal)* เสาประตู ❷ *v.t.* Ⓐ *(stick up)* ปิดประกาศ *(ป้าย, ใบประกาศ)*; **~ something on the noticeboard** ปิดประกาศ *ส.น.* ไว้ที่กระดานติดประกาศ; **'~ no bills'** 'ห้ามปิดประกาศ'; Ⓑ *(make known)* ปิดประกาศ; ประกาศให้เป็นที่ทราบกัน; **~[as] missing** ปิดประกาศว่าหายตัวไป; Ⓒ *(Amer.: achieve)* ได้คะแนน, ได้ผล

~ 'up *v.t.* ติดประกาศ; **~ up a notice** ติดประกาศ

²post ❶ *n.* Ⓐ *(Brit.: one dispatch of letters)* การส่งไปรษณีย์; **by the same ~:** ในไปรษณีย์เดียวกัน; **by return of ~:** โดยไปรษณีย์ของวันรุ่งขึ้น; **sort the ~:** จำแนกจดหมายที่เข้ามา; Ⓑ *(Brit.: one collection of letters)* การเก็บไปรษณีย์; Ⓒ *(Brit.: one delivery of letters)* การส่งไปรษณีย์; **in the ~:** ทางไปรษณีย์; **the ~ has come** ไปรษณีย์มาส่งแล้ว; **the arrival of the ~:** การมาส่งของไปรษณีย์; **sort the ~:** จำแนกจดหมายที่เข้ามา; **is there a second ~ in this area?** ในบริเวณนี้มีไปรษณีย์สองครั้งไหม; **there is no ~ on Sundays** วันอาทิตย์ไม่มีไปรษณีย์; **there has been no ~ today** วันนี้ไม่มีจดหมายมาส่ง; **is there any ~ for me?** มีจดหมายมาถึงฉันไหม; **have a heavy ~:** วันนี้มีจดหมายมามาก; **the morning's ~:** ไปรษณีย์ของเช้านี้; **you'll get it in tomorrow's ~:** คุณจะได้รับในไปรษณีย์ของวันรุ่งขึ้น; Ⓓ *no pl., no indef. art. (Brit.: official conveying)* การส่งทาง

p

ไปรษณีย์; **by ~:** ส่งทางไปรษณีย์; **in the ~:** อยู่ในระหว่างการส่งทางไปรษณีย์; (➡ + c); [E] *(~ office)* ที่ทำการไปรษณีย์; *(~box)* ตู้ไปรษณีย์; **take sth. to the ~:** นำ *ส.น.* ไปส่งที่ที่ทำการไปรษณีย์/*(to ~box)* ไปส่งที่ตู้ไปรษณีย์; **drop sth. in the ~:** ทิ้ง *ส.น.* ลงตู้ไปรษณีย์ ❷ *v.t.* [A] *(dispatch)* ส่งไป; *(take to ~ office)* นำไปที่ที่ทำการไปรษณีย์; *(put in ~box)* ใส่ในตู้ไปรษณีย์; **~ sb. sth.** ส่ง *ส.น.* ให้ *ค.น.*; **~ sth. off** ส่ง *ส.น.* ไปทางไปรษณีย์; [B] *(Bookk.)* ลงในสมุดบัญชี; **~ up** เขียนในสมุดบัญชี; [C] *(fig. coll.)* **keep sb. ~ed [about** *or* **on sth.]** คอยแจ้งบอกข่าว *ค.น.* [เกี่ยวกับ *ส.น.*]

[3]**post** ❶ *n.* [A] *(job)* ตำแหน่งงาน; **in ~:** ในตำแหน่งงาน; **a teaching ~:** ตำแหน่งครู; **a ~ as director** ตำแหน่งผู้อำนวยการ; **the ~ of driver** ตำแหน่งคนขับรถ; **a diplomatic ~:** ตำแหน่งทางการทูต; [B] *(Mil.: place of duty)* กองรักษาการ; **the sentries are at/took up their ~s** กองทหารยามอยู่ที่/เข้าทำหน้าที่กองรักษาการ; **take up one's ~** *(fig.)* เข้าประจำการ; **all workers must be at their ~s by 8.30** คนงานทุกคนต้องอยู่ประจำที่ทำงานของตนตอน 8.30 น.; **last/first ~** *(Brit. Mil.)* การเป่าปี่ให้สัญญาณเรียกกลับเข้าที่พักในตอนกลางคืนของทหารครั้งสุดท้าย/ครั้งแรก; [C] *(Mil.: position of unit)* ที่ตั้งมั่น; [D] *(Mil.: fort)* ป้อม; [E] *(trading-~)* สถานที่ห่างไกล ซึ่งเป็นจุดค้าขายกับต่างแดน ❷ *v.t.* [A] *(place)* จัดวาง, จัดเข้าตำแหน่ง; [B] *(appoint)* แต่งตั้งในตำแหน่ง; **~ sb. overseas /to Paris/to a ship** แต่งตั้ง *ค.น.* ให้ประจำต่างประเทศ/ไปอยู่กรุงปารีส/ประจำเรือ; **be ~ed to an embassy** ได้รับการแต่งตั้งไปประจำสถานทูต; **~ an officer to a unit** แต่งตั้งเจ้าหน้าที่ไปประจำหน่วย; **be ~ed away** ได้รับการแต่งตั้งให้ไปที่อื่น; **where's he being ~ed to?** เขาได้รับการแต่งตั้งที่ไหน

post- /pəʊst/โพซทฺ/ *pref.* หลัง

postage /ˈpəʊstɪdʒ/ˈโพซทิจ/ *n.* ค่าไปรษณียากร

postage: ~ ˈdue *n.* ค่าไปรษณียากรที่ต้องจ่าย; **~-due stamp** การประทับตราว่าต้องเสียค่าไปรษณียากรเพิ่ม; **~ meter** *n. (Amer.)* เครื่องประทับค่าไปรษณียากรลงบนไปรษณีย์ภัณฑ์; **~ stamp** *n.* ดวงตราไปรษณียากร, แสตมป์ *(ภ.พ.)*

postal /ˈpəʊstl/ˈโพซทฺ'ล/ *adj.* [A] *(of the post)* ที่เกี่ยวกับการไปรษณีย์; [B] *(by post)* ทางไปรษณีย์; **~ tuition** การเรียนทางไปรษณีย์

postal: ~ card *(Amer.)* ➡ **postcard**; **~ code** ➡ **postcode**; **~ district** *n.* เขตไปรษณีย์; **~ meter** *n. (Amer.)* ➡ **postage meter**; **~ order** *n.* ธนาณัติ; **~ rate** *n.* อัตราค่าบริการส่งทางไปรษณีย์; **P~ Union** *n.* สหภาพไปรษณีย์; **~ vote** *n.* การออกเสียงเลือกตั้งทางไปรษณีย์

post: ~bag *(Brit.)* ➡ **mailbag**; **~box** *n. (Brit.)* ตู้ไปรษณีย์; **~card** *n.* ไปรษณียบัตร; **~-chaise** *n. (Hist.)* รถม้ารับจ้างเป็นช่วง ๆ ตามจุดไปรษณีย์ต่าง ๆ

post-ˈclassic[al] *adj.* แห่งหลังยุคคลาสสิค

ˈpostcode *n. (Brit.)* รหัสไปรษณีย์

postˈdate *v.t.* [A] *(give later date to)* ลงวันที่ล่วงหน้า; [B] *(belong to later date than)* สายกว่า, มาจากยุคหลัง

post-ˈdoctoral *adj.* **~ thesis/grant** วิทยานิพนธ์/ทุนที่มอบให้หลังจากจบปริญญาเอกแล้ว; **~ research** การวิจัยหลังจบปริญญาเอกแล้ว

poster /ˈpəʊstə(r)/ˈโพซเทอะ(ร)/ *n.* [A] *(placard)* แผ่นประกาศ; *(notice)* ใบแจ้งข่าว; [B] *(printed picture)* ใบปิด, โปสเตอร์ *(ท.ศ.)*

ˈposter colour ➡ **poster paint**

poste restante /pəʊst ˈrestɑ̃t/โพซทฺ ˈเร็ซทานทฺ, เร็ซˈแทนทฺ/ *n.* คำระบุหน้าซองให้เก็บ (จดหมาย) ไว้ที่ทำการไปรษณีย์จนผู้รับจะมารับ; **write to sb. [at the] ~ in Rome** เขียนถึง *ค.น.* ที่แผนกรับและเก็บไปรษณีย์ในกรุงโรม

posterior /pɒˈstɪərɪə(r)/พอˈซเตียเรีย(ร)/ ❶ *adj.* [A] *(formal: later)* ต่อมา; **~ to** หลัง; [B] *(placed behind)* ข้างหลัง ❷ *n. (joc.)* ก้น, สะโพก, บั้นท้าย

posterity /pɒˈsterɪtɪ/พอˈซเตะริทิ/ *n., no pl., no art. (future generations)* คนรุ่นหลัง, ลูกหลาน; **go down to ~ [as sth.]** สืบทอดไปสู่คนรุ่นต่อไป [ดัง *ส.น.*]

ˈposter paint *n.* สีโปสเตอร์

post: ~ exchange *n. (Amer. Mil.)* ร้านค้าในค่ายทหาร; **~-ˈfree** *(Brit.)* ❶ *adj.* [A] *(free of charge)* ส่งทางไปรษณีย์โดยไม่คิดค่าบริการส่ง; [B] *(with postage prepaid)* จ่ายค่าไปรษณียากรล่วงหน้า ❷ *adv.* โดยไม่เสียค่าบริการไปรษณีย์

postgrad /pəʊstˈgræd/โพซทฺˈแกรด/ *(coll.)*, **postˈgraduate** ❶ *adj.* เกี่ยวกับ *หรือ* เป็นของปริญญาโทขึ้นไป; **~ study** การเรียนในระดับปริญญาโท; **~ student** นักศึกษาปริญญาโท; **~ degree** ปริญญาโท ❷ *n.* ผู้กำลังเรียนปริญญาโทขึ้นไป

post: ~ˈhaste *adv.* ด้วยความเร็วสูง; **~ horn** *n. (Hist.)* แตรประกาศว่าไปรษณีย์มาส่งแล้ว; **~ horse** *n. (Hist.)* ม้าใช้ในการส่งไปรษณีย์ภัณฑ์; **~ house** *n. (Hist.)* สถานที่เปลี่ยนม้าส่งไปรษณีย์

posthumous /ˈpɒstjʊməs, US ˈpɒstʃəməs/ˈพอซทิวเมิซ, ˈพอซเฉอะเมิซ/ *adj.* [A] *(หนังสือ, เด็ก)* ที่ออกหลังการตายของผู้แต่ง; [B] *(occurring after death)* เกิดขึ้นหลังจากการตาย; **~ fame** ชื่อเสียงหลังการตายไปแล้ว; [C] *(เด็ก)* เกิดหลังจากการตายของผู้พ่อ

posthumously /ˈpɒstjʊməslɪ, US ˈpɒst ʃəməslɪ/ˈพอซทิวเมิซลิ, ˈพอซเฉอะเมิซลิ/ *adv.* *(หนังสือ, บทกวี, ฯลฯ)* ที่เกิดขึ้นหลังการตายของผู้แต่ง; *(เด็ก)* ที่เกิดหลังจากพ่อตาย

postil[l]ion /pəˈstɪljən/เพอะˈซติลเลียน/ *n. (Hist.)* คนขี่ม้าตัวซ้ายของรถม้า

post-imˈpressionism *n.* ศิลปะหลังยุคอิมเพรสชันนิซึม ซึ่งจะเน้นมโนทัศน์ของศิลปินมากกว่าการสังเกตธรรมชาติ

post-imˈpressionist *n.* ศิลปินในแนวโพสต์-อิมเพรสชันนิสต์ *(ท.ศ.)*

post-impressionˈistic *adj.* แห่งศิลปะในแนวโพสต์-อิมเพรสชันนิสต์ *(ท.ศ.)*

post-inˈdustrial *adj.* แห่งยุคที่เลิกเน้นอุตสาหกรรมหนัก

posting /ˈpəʊstɪŋ/ˈโพซทิง/ *n. (appointment)* การแต่งตั้ง; *(post)* ตำแหน่ง; **he's got a new ~:** เขาได้รับตำแหน่งใหม่

Post-it ® /ˈpəʊstɪt/ˈโพซิท/ *n.* กระดาษจดบันทึกพร้อมกาวติดสำเร็จรูป

post: ~man /ˈpəʊstmən/ˈโพซทฺเมิน/ *pl.* **~men** /ˈpəʊstmən/ˈโพซทฺเมิน/ ➤ **489** *n.* บุรุษไปรษณีย์; **~man's ˈknock** *n. (Brit.)* เกมที่แลกจดหมายที่แต่งในจินตนาการกับจุมพิต; **~mark** ❶ *n.* ตราประทับบนไปรษณียภัณฑ์; **ˈdate as ~markˈ** ˈตามวันที่ตราประทับไปรษณีย์ˈ ❷ *v.t.* ประทับตรา *(ไปรษณีย์)* บนไปรษณียภัณฑ์; **the letter was ~marked ˈBrightonˈ** จดหมายประทับว่า ˈไบรตันˈ; **~master** *n.* ➤ **489** เจ้าหน้าที่ในที่ทำการไปรษณีย์; **P~master ˈGeneral** *n., pl.* **P~masters General** *(Hist.)* หัวหน้าการไปรษณีย์แห่งประเทศ; **~ mill** *n.* กังหันลม; **~mistress** *n.* ➤ **489** เจ้าหน้าที่ *(หญิง)* ในที่ทำการไปรษณีย์; **~ˈmodern** ➡ **~modernist** 1; **~ˈmodernism** *n.* การเคลื่อนไหวทางศิลปะ ที่ผสมความคิดใหม่กับแบบโบราณหรือคลาสสิกเพื่อสร้างลัทธิใหม่; **~ˈmodernist** ❶ *adj.* ที่ผสมความคิดใหม่กับความคิดแบบดั้งเดิม ❷ *n.* ศิลปินที่ดัดแปลงแบบคลาสสิกในรูปแบบใหม่

postmortem /pəʊstˈmɔːtəm/โพซทฺˈมอเทิม/ ❶ *adv.* หลังการตาย ❷ *adj.* [A] *(after death)* หลังการตาย; **~ examination** การชันสูตรศพ; *(with dissection)* การผ่าตัดศพและวิเคราะห์ทางกายวิภาค; [B] *(fig.: after an event)* การวิเคราะห์หลังเหตุการณ์ ❸ *n.* [A] *(examination)* การชันสูตรศพ; [B] *(fig.)* การวิเคราะห์เหตุการณ์ที่เกิดขึ้น; *(fig.)* **hold** *or* **have a ~ on sth.** มีการอภิปรายวิเคราะห์ *ส.น.*; **hold a ~ on the election** จัดอภิปรายวิเคราะห์ผลการเลือกตั้ง

postˈnatal *adj.* หลังการเกิด, เกี่ยวกับเด็กแรกเกิด

post-natal depression (PND) *n.* อาการหดหู่หลังการคลอดบุตร

post: ~ office *n.* [A] *(organization)* **the P~ Office** กรมไปรษณีย์; *attrib.* **P~ Office** แห่งที่ทำการไปรษณีย์; **work for the P~ Office** ทำงานที่กรมไปรษณีย์; [B] *(place)* ที่ทำการไปรษณีย์; [C] *(Amer.)* ➡ **postman's knock**; **~ office box** *n.* ➤ **519** ตู้ที่มีเลขหมายเฉพาะใช้เก็บจดหมายในที่ทำการไปรษณีย์; **~paid** ❶ /ˈ--/ *adj.* ที่ชำระค่าไปรษณียากรแล้ว; **~paid envelope** ซองที่ชำระค่าไปรษณียากรแล้ว ❷ /-ˈ-/ *adv.* โดยชำระค่าไปรษณียากรแล้ว; **£6.50 ~paid** 6.50 ปอนด์รวมค่าไปรษณียากร; **reply ~paid** ตอบโดยใช้เอกสารที่จ่ายค่าไปรษณียากรแล้ว

postpone /pəʊstˈpəʊn, pəˈspəʊn/โพซทฺˈโพน, เพอะˈซโพน/ *v.t.* เลื่อน, ผลัด; *(for an indefinite period)* เลื่อนโดยไม่มีกำหนด; **~ sth. until next week** เลื่อน *ส.น.* จนถึงอาทิตย์หน้า; **~ sth. for a year** เลื่อน *ส.น.* ออกไปอีก 1 ปี; **~ further discussion of a matter** เลื่อนการอภิปรายในเรื่องใดเรื่องหนึ่งออกไป

postponement /pəʊstˈpəʊnmənt, pəˈs pəʊnmənt/โพซทฺˈโพนเมินทฺ, เพอะˈซโพนเมินทฺ/ *n.* การเลื่อนออกไป; *(for an indefinite period)* การเลื่อนออกไปอย่างไม่มีกำหนด; **a 30-day ~:** การเลื่อนออกไป 30 วัน

postpositive /pəʊstˈpɒzɪtɪv/โพซทฺˈพอซิทิว/ *adj. (Ling.)* คำที่อยู่หลังคำที่ขยาย *(เช่น คำ* ward *ในคำ* homeward*)*

postprandial /pəʊstˈprændɪəl/โพซทฺˈแพรนเดียล/ *adj. (formal/joc.)* *(สุนทรพจน์, เครื่องดื่ม, การเดินเล่น)* หลังจากอาหารเย็น/กลางวัน

ˈpost room *n.* แผนกรับส่งจดหมาย

postscript /ˈpəʊstskrɪpt/ˈโพซทฺซกริพทฺ/ *n.* ปัจฉิมลิขิต; *(fig.)* ข้อมูล *หรือ* คำเพิ่มเติม; **the ~ was that ...** *(fig.)* ผลสุดท้ายก็คือว่า...; **add a ~** *(fig.)* มีการจบท้าย **(to** กับ**)**

post-ˈtax *adj.* *(รายได้)* หลังหักภาษีแล้ว

ˈpost town *n.* เมืองที่มีที่ทำการไปรษณีย์อิสระ

post-traumatic /pəʊsttrɔːˈmætɪk, US -traʊ-/โพซทฺทรฺอˈแมทิค -เทรฺา-/ *adj.* หลังอุบัติเหตุ; **~ stress disorder** *n. (Med.)* อาการป่วยทางจิตที่เกิดจากการประสบเหตุการณ์ที่น่าหวาดกลัว

postulate /ˈpɒstjʊleɪt, US -tʃʊ-/ˈพอซทิวเลิท, -ฉุ-/ ❶ *v.t. (claim as true, existent, necessary)* ยืนยันว่าเป็นจริง; *(depend on)* ขึ้นอยู่กับ; *(put forward)* เสนอ *(ทฤษฎี)* ❷ /ˈpɒstjʊlət/ˈพอซทิวเลิท/ *n. (fundamental condition)* เงื่อนไขพื้นฐาน; *(prerequisite)* เป็นปัจจัยหลัก

p

posture /ˈpɒstʃə(r)/ˈพอซเฉอะ(ร)/ ❶ *n.* *(relative position)* การวางท่า; *(fig.: mental, political, military)* จุดยืน; *(Buddhism)* อิริยาบถ, ปาง; **have poor/good ~:** มีการทรงตัวไม่ดี/ดี; **put the country in a ~ of defence** ทำให้ประเทศอยู่ใน สภาพพร้อมที่จะป้องกันตัว ❷ *v.i.* วางท่า; *(strike a pose)* ตั้งท่า

ˈpost-war *adj.* หลังสงคราม

ˈpostwoman *n.* ➤ 489 สตรีไปรษณีย์

posy /ˈpəʊzɪ/ˈโพซิ/ *n.* ดอกไม้ช่อเล็ก ๆ

¹pot /pɒt/พอท/ ❶ *n.* Ⓐ *(cooking vessel)* หม้อ; **it's [a case of] the ~ calling the kettle black** *(coll.)* ว่าแต่เขา อิเหนาเป็นเอง; **go to ~** *(coll.)* เลวไปเลย, ล้มเหลว; **let oneself go to ~** *(coll.)* ปล่อยให้ตัวเองเสียผู้เสียคน; ➡ + ¹boil 1 A; ¹pan 1 A; Ⓑ *(container, contents)* หม้อ; *(teapot)* หม้อน้ำชา; *(coffee pot)* หม้อกาแฟ; **a ~ of tea** หม้อน้ำชาหนึ่งหม้อ; ➡ + gold 1 B; Ⓒ *(drinking vessel)* ถ้วย; *(with handle)* ถ้วยมีหู; Ⓓ *(coll.: as prize)* ถ้วยรางวัล; Ⓔ *(coll.: prize)* รางวัล; Ⓕ *(coll.: ~belly)* คนพุงพลุ้ย; Ⓖ *(coll.: large sum)* **a ~ of/~s of** มากมาย, เป็นกอง; Ⓗ *(amount bet)* จำนวนเงินที่เล่นพนัน; **contribute to the ~:** ลงขันการเล่นพนัน

❷ *v.t.*, **-tt-:** Ⓐ *(put in container[s])* บรรจุลงภาชนะ; Ⓑ *(put in plant~)* ใส่ลงในกระถางต้นไม้; **~ up** ปลูกในกระถางต้นไม้; **~ out** ย้ายจากกระถางลงดิน; Ⓒ *(kill)* ฆ่า; Ⓓ *(Brit. Billiards, Snooker)* แทง *(ลูก)* ลงหลุม; ➡ + potted

❸ *v.i.*, **-tt-** ยิง **(at)**

²pot *n.* *(sl.: marijuana)* กัญชา

potable /ˈpəʊtəbl/ˈโพเทอะบ'ล/ *adj.* *(formal)* ดื่มได้

potash /ˈpɒtæʃ/ˈพอแทช/ *n.* สารประกอบอัลคาไลน์โปรแตสเซียม, เกลือในโปรแตสเซียม; **~ fertilizer** ปุ๋ยที่ทำมาจากโปรแตสเซียม

potassium /pəˈtæsɪəm/เพอะˈแทเซียม/ *n.* *(Chem.)* ธาตุโปรแตสเซียม *(ท.ศ.)*

potato /pəˈteɪtəʊ/เพอะˈเทโท/ *n.*, *pl.* **~es** Ⓐ มันฝรั่ง; **a hot ~** *(fig. coll.)* สิ่ง *หรือ* สถานการณ์ที่ยุ่งยาก; **drop sb./sth. like a hot ~** *(coll.)* ปล่อย *ค.น./ส.น.* เพราะจัดการด้วยลำบาก; ➡ + bake 1 A; boil 2 A; chip 2 B; crisp 2 A; ¹fry 2; mash 1 D, 2; Ⓑ *(plant)* ต้นมันฝรั่ง

potato ˈsalad *n.* สลัดมันฝรั่ง

pot: ~belly *n.* Ⓐ *(bulging belly)* พุงป่อง, พุงพลุ้ย; *(from malnutrition)* พุงโรเพราะอดอยาก; Ⓑ *(person)* คนพุงพลุ้ย; **~boiler** *n.* *(derog.)* *(novel, etc.)* งานศิลปะที่ทำเพื่อปากท้อง

potency /ˈpəʊtənsɪ/ˈโพเทินซิ/ *n.* Ⓐ *(of drug)* ฤทธิ์; *(of alcoholic drink)* ปริมาณแอลกอฮอล์; *(of reason, argument)* ความน่าเชื่อถือ, ความหนักแน่น; *(Mil.)* แสนยานุภาพทางทหาร; *(influence)* อิทธิพล, อำนาจ; **the ~ to do sth.** ความสามารถที่จะทำ *ส.น.*; Ⓑ *(of male)* **[sexual] ~:** สมรรถภาพทางเพศ

potent /ˈpəʊtənt/ˈโพเทินท/ *adj.* Ⓐ *(ยา)* ฤทธิ์แรง; *(กาแฟ, เครื่องดื่ม)* แรง; *(เหตุผล, ข้อเสนอ)* น่าเชื่อถือ, มีอำนาจ, มีอานุภาพ; *(influential)* มีอิทธิพล; Ⓑ *(sexually)* *(ผู้ชาย)* มีสมรรถภาพทางเพศสูง

potentate /ˈpəʊtənteɪt/ˈโพเทินเทท/ *n.* กษัตริย์, เจ้าผู้ปกครอง

potential /pəˈtenʃl/เพอะˈเท็นช'ล/ ❶ *adj.* สามารถนำมาใช้ได้, มีศักยภาพ; **~ energy** พลังงานที่สามารถนำออกมาใช้ได้ ❷ *n.* Ⓐ *(possibility)* ความเป็นไปได้, ศักยภาพ; **~ for growth/development** ศักยภาพในการเติบโต/การพัฒนา; **acting ~:** ศักยภาพที่จะเป็นนักแสดง; **leadership ~:** ศักยภาพในการเป็นผู้นำ; **realize/reach one's ~:** บรรลุถึงศักยภาพของตน; **develop one's ~:** พัฒนาศักยภาพของตน; Ⓑ *(Phys.) ปริมาณที่กำหนดพลังงานในความโน้มถ่วงหรือพลังงานในการใช้ไฟฟ้า*

potentiality /pətenʃɪˈælɪtɪ/เพอะเท็นชิˈแอลลิทิ/ *n.* Ⓐ *(capacity)* ศักยภาพ; **have great growth ~:** มีศักยภาพในการเติบโตเป็นอย่างมาก; Ⓑ *(possibility)* ความเป็นไปได้

potentially /pəˈtenʃəlɪ/เพอะˈเท็นเชอะลิ/ *adv.* เป็นไปได้, อาจ; **he's ~ dangerous** เขาอาจเป็นคนอันตรายได้; **a ~ useful invention** การประดิษฐ์ที่อาจเป็นประโยชน์ในอนาคต; **he's ~ capable of it** เขามีศักยภาพที่จะทำสิ่งนั้น; **a ~ rich country** ประเทศที่มีศักยภาพที่จะร่ำรวย

potentilla /pəʊtənˈtɪlə/โพเทินˈทิลเลอะ/ *n.* *(Bot.)* พืชหรือต้นไม้พุ่มเตี้ยชนิดหนึ่ง

pot: ~head *n.* *(sl.)* คนขี้ยา *(สูบกัญชา)*; **~ herb** *n.* พืชผักสวนครัว; **~hole** ❶ *n.* Ⓐ *(in road)* หลุมบนถนน; Ⓑ *(deep cave)* ถ้ำลึก ❷ *v.i.* สำรวจถ้ำลึก; **~holer** /ˈpɒthəʊlə(r)/ˈพอทโฮเลอะ(ร)/ *n.* นักสำรวจถ้ำ; **~holing** /ˈpɒthəʊlɪŋ/ˈพอทโฮลิง/ *n.* การสำรวจถ้ำ; **go ~holing** ไปสำรวจถ้ำ; **~-hunter** *n.* Ⓐ *(hunter)* นักล่าสัตว์ที่ฆ่าสัตว์ทุกตัวที่ขวางหน้า; Ⓑ *(athlete)* นักกีฬาที่ชอบล่ารางวัล

potion /ˈpəʊʃn/ˈโพช'น/ *n.* ยาน้ำ

pot: ~ˈluck *n.* **take ~luck [with sb.]** ได้แค่ไหนก็เอา [กับ *ค.น.*]; **there are so many to choose from; I'll just take ~luck** มีให้เลือกมากมายจนฉันจะเสี่ยงโชคดู; **~ plant** *n.* ต้นไม้กระถาง

potpourri /pəʊˈpʊərɪ, US pəʊpəˈriː/โพˈพัวริ, โพเพอะˈรี/ *n.* Ⓐ *เครื่องอบหอมซึ่งผสมกลีบดอกไม้แห้งและเครื่องเทศ*; Ⓑ *(fig.)* *(of music)* ดนตรีผสม; *(of literary writings)* งานเขียนวรรณกรรมหลากหลายรวมเล่ม

pot: ~ roast ❶ *n.* เนื้อตุ๋น ❷ *v.t.* ตุ๋นเนื้อ; **~sherd** /ˈpɒtʃɜːd/ˈพอทเฉิด/ *n.* *(Archaeol.)* เศษกระเบื้อง; **~shot** *n.* Ⓐ *(random shot)* การยิงสุ่ม; **take a ~shot [at sb./sth.]** ยิงสุ่มไปที่ *ค.น./ส.น.*; Ⓑ *(fig.: critical remark)* คำตำหนิ, คำวิพากษ์วิจารณ์; **take a ~shot at sb./sth.** ตำหนิวิพากษ์วิจารณ์ *ค.น./ส.น.*; Ⓒ *(fig.: random attempt)* การลองสุ่ม

pottage /ˈpɒtɪdʒ/ˈพอทิจ/ ➡ mess 1 E

potted /ˈpɒtɪd/ˈพอทิด/ *adj.* Ⓐ *(preserved)* บรรจุใน; **~ meat/fish** เนื้อ/ปลาใส่ขวด; Ⓑ *(planted)* ลงกระถาง; Ⓒ *(derog.: easily assimilated)* เข้าใจง่าย, สั้นรวบรัด; **a ~ biography/history of England** ชีวประวัติ/ประวัติศาสตร์ของอังกฤษแบบสั้นและรวบรัด

¹potter /ˈpɒtə(r)/ˈพอเทอะ(ร)/ *n.* ➤ 489 ช่างปั้นเครื่องดินเผา

²potter *v.i.* ทำ *หรือ* ไปเรื่อย ๆ อย่างสบาย ๆ; **~ round the shops** เดินดูร้านค้าไปเรื่อย ๆ อย่างสบายใจ; **~ along the road** เดินลอยชายไปตามถนน; **~ [about] in the garden** ทำโน่นทำนี่ไปในสวนอย่างสบายใจ

~ aˈbout, ~ aˈround *v.i.* เดินเล่นอย่างสบาย ๆ, ต้วมเตี้ยมไปมา; **~ about in a canoe** พายเรือเล่นสบาย ๆ; **~ about in the garden** ➡ ²~

potter's ˈwheel *n.* แท่นหมุนสำหรับปั้นหม้อ

pottery /ˈpɒtərɪ/ˈพอเทอะริ/ *n.* Ⓐ *no pl., no indef. art.* *(vessels)* เครื่องปั้นดินเผา; Ⓑ *(workshop)* โรงปั้นเครื่องปั้นดินเผา; Ⓒ *no pl., no indef. art.* *(craft)* ศิลปะการทำเครื่องปั้นดินเผา

ˈpotting compost *n.* ดินปลูกต้นไม้กระถางที่ผสมปุ๋ยสำเร็จรูป

potting-shed /ˈpɒtɪŋʃed/ˈพอทิงเช็ด/ *n.* *(Brit.)* เรือนเพาะชำต้นไม้และเก็บอุปกรณ์

¹potty /ˈpɒtɪ/ˈพอทิ/ *adj.* *(Brit. coll.: crazy)* บ้า **(about, on** เกี่ยวกับ**)**; **he's driving me ~:** เขากำลังทำให้ฉันบ้า; **they've gone ~:** พวกเขาเป็นบ้าไปแล้ว

²potty *n.* *(Brit. coll.)* กระโถนเด็ก; **be ~-trained** *(เด็ก)* ที่ได้รับการฝึกให้ใช้กระโถน

ˈpotty-train *v.t.* **~ a baby** ฝึกเด็กให้นั่งกระโถน; **the baby is ~ed** เด็กเล็กรู้จักนั่งกระโถนแล้ว

pouch /paʊtʃ/เพาฉ/ *n.* Ⓐ *(small bag)* กระเป๋าใบเล็ก ๆ; *(worn on belt)* กระเป๋าเล็กที่ติดกับเข็มขัด; *(drawstring bag)* ถุงรูด; Ⓑ *(under eye)* ถุงใต้ตา; Ⓒ *(ammunition bag)* ถุงใส่อาวุธยุทธภัณฑ์; Ⓓ *(mailbag)* ถุงใส่พัสดุไปรษณีย์; *(diplomatic bag)* ถุงเอกสารทางการทูต; Ⓔ *(Zool.)* *(of marsupial)* ถุงหน้าท้อง; *(of pelican)* คอหอยหย่อน

pouffe /puːf/พูฟ/ *n.* *(cushion)* เบาะใหญ่ใช้เป็นที่นั่งหรือที่รองเท้า

poulterer /ˈpəʊltərə(r)/ˈโพลเทอะเรอะ(ร)/ *n.* พ่อค้าสัตว์ปีก; ➡ + baker

poultice /ˈpəʊltɪs/ˈโพลทิซ/ ❶ *n.* ยาพอก ❷ *v.t.* พอกยา

poultry /ˈpəʊltrɪ/ˈโพลทริ/ *n.* Ⓐ *constr. as pl.* *(birds)* สัตว์ปีก; Ⓑ *no pl., no indef. art.* *(as food)* เนื้อสัตว์ปีก; ➡ + farm 1 A; farmer

pounce /paʊns/พาวนฺซฺ/ ❶ *v.i.* Ⓐ กระโดดใส่, ตะครุบ, โฉบ, บินถลามาตะครุบเหยื่อ; **~ [up]on** *(แมว)* ตะครุบ; **be ~d upon by sb.** ถูก *ค.น.* คว้าตัวไว้; Ⓑ *(fig.)* **~ [up]on/at** บินโฉบตะครุบ; จับผิด; **then we'll ~!** แล้วพวกเราจะโจมตี ❷ *n.* การตะครุบ, การโจมตี, การคว้าตัว; **make a ~ on sb.** กระโดดใส่ *ค.น.*

¹pound /paʊnd/พาวนฺดฺ/ *n.* Ⓐ ➤ 1013 *(unit of weight)* ปอนด์ *(453.6 กรัม)*; **two ~s of apples** แอปเปิ้ลสองปอนด์; **by the ~:** *(ซื้อน้ำหนัก)* เป็นปอนด์; **it's 50 pence a ~:** ราคา 50 เพนซ์ต่อหนึ่งปอนด์; **two-~:** *(ถุง, หีบ, ขวด)* สองปอนด์; **exact** *or* **demand one's ~ of flesh** *(fig.)* ยืนกรานว่าจะต้องได้รับเต็มจำนวนที่เป็นของตนตามสิทธิ; Ⓑ ➤ 572 *(unit of currency)* เงินปอนด์; **five-~ note** ธนบัตร 5 ปอนด์; **it must have cost ~s** มันจะต้องมีราคาหลายปอนด์ทีเดียว; **[it's] a ~ to a penny** *(fig. coll.)* ในสิ่งที่แน่นอน, พนันได้เลย

²pound *n.* *(enclosure)* คอกขังสัตว์หลง; *(for stray dogs)* คอกขังสุนัขข้างถนน; *(for cars)* แหล่งจอดรถยนต์ *(ที่ลากมาเนื่องจากจอดผิดที่)*

³pound ❶ *v.t.* Ⓐ *(crush)* บด, ขยี้, บี้; Ⓑ *(thump)* ชก *ค.น.*; ทุบ *(โต๊ะ)*; ดีดอย่างแรง *(เปียโน, เครื่องพิมพ์ดีด)*; *(คลื่น)* ซัด *(หาด, ชายฝั่ง)* อย่างแรง; ระดมยิง *(เป้า)*; **~ sb./sth. with one's fist** ชก *ค.น./ส.น.* ด้วยกำปั้น; **the ship was ~ed by the waves** เรือถูกคลื่นซัด; **~ the beat** *(coll.)* *(ตำรวจ)* เดินเท้าตรวจยามในท้องที่; Ⓒ *(knock)* **~ to pieces** ตีให้แตกเป็นชิ้น; ระดมยิงจนเละ; Ⓓ *(compress)* **~ [down]** อัด *(ดิน)* ให้แน่น; *(by treading)* อัด, บดขยี้ด้วยเท้า ❷ *v.i.* Ⓐ *(make one's way heavily)* เดินหนัก, ย่ำ; Ⓑ *(beat rapidly)* *(หัวใจ)* เต้นตุบ ๆ; Ⓒ *(strike)* *(คลื่น, ทะเล)* ซัดอย่างแรง; **~ away** *(ปืนใหญ่)* ยิงกระหน่ำอย่างต่อเนื่อง; **~ at/on** ดีดอย่างแรง *(เปียโน, เครื่องพิมพ์ดีด)*

~ a'way at *v.t.* ระดมยิง *(เมือง, ศัตรู)* อย่างหนัก; ตีดอย่างแรง *(เปียโน, เครื่องพิมพ์ดีด)*
~ 'out *v.t. (on typewriter)* ตีดอย่างแรง; *(on piano)* เล่นเปียโนแรง; **~ out sth. on the typewriter** รีบพิมพ์ *ส.น.* บนเครื่องพิมพ์ดีด
poundage /ˈpaʊndɪdʒ/ˈพาวนฺดิจ/ *n.* Ⓐ *(per pound of weight)* ค่าธรรมเนียมต่อน้ำหนัก 1 ปอนด์; Ⓑ *(per pound sterling) (charge, fee)* ค่าธรรมเนียม; *(commission)* ค่านายหน้าที่คิดเป็นน้ำหนักและอัตราเงินปอนด์
-pounder /ˈpaʊndə(r)/ˈพาวนฺเดอะ(ร)/ *n. in comb.* คนหรือสิ่งของที่มีน้ำหนักชั่งเป็นปอนด์
pounding /ˈpaʊndɪŋ/ˈพาวนฺดิง/ *n.* Ⓐ *(striking) (of hammer etc.)* การตอก, การทุบ; *(of artillery)* การยิงปืนใหญ่; *(of waves)* การโหมซัด; **the ship took a ~ from the waves** เรือถูกคลื่นซัด; **our team took a ~:** ทีมของเราแพ้อย่างราบคาบ; **his play took a ~ from the critics** บทละครของเขาถูกนักวิจารณ์โจมตี; Ⓑ *(of hooves, footsteps)* เสียงฝีเท้า/เกือกม้า; Ⓒ *(beating) (of heart)* การเต้นแรง; *(of music, drums)* เสียงตีกลอง *หรือ* เพลงเสียงดังก้องแก้วหู
pound 'note *n. (Hist.)* ธนบัตร 1 ปอนด์
'pound[s] sign *n.* เครื่องหมายปอนด์ £
pour /pɔː(r)/พอ(ร)/ ❶ *v.t.* Ⓐ เท, ริน, รด; *(into drinking vessel)* รินเครื่องดื่ม; **~ a bucket of water over sb.'s head** เทน้ำหนึ่งถังราดศีรษะ *ค.น.*; **~ water over the flowers** รดน้ำดอกไม้; **they ~ed beer all over him** พวกเขาเทเบียร์ราดเขาทั้งตัว; **~ scorn** *or* **ridicule on sb./sth.** แสดงความดูถูกเยียดหยามใส่ *ค.น./ส.น.*; **~ oil on the flames** *(fig.)* ทำให้สถานการณ์เลวร้ายยิ่งขึ้น; **~ oil on troubled waters** *or* **the water** *(fig.)* พยายามบรรเทาสถานการณ์ตึงเครียด; ➡ + **water** 1 A; Ⓑ *(discharge) (แม่น้ำ)* ปล่อย *(น้ำ)*; อัด *(เงิน)* เข้าไป ❷ *v.i.* Ⓐ *(flow)* ไหล; *(ควัน)* พุ่งออกมา **(from** จาก); **sweat was ~ing off the runners** นักวิ่งมีเหงื่อไหลออกมาชุ่มโชก; **~ [with rain]** ฝนเทลงมา; **it never rains but it ~s** *(fig.)* โชคร้ายมักจะเกิดขึ้นติด ๆ; Ⓑ *(fig.)* หลั่งไหล; **~ in** หลั่งไหลเข้า; **~ out** หลั่งไหลออก; **tourists/refugees ~ into the city** นักท่องเที่ยว/ผู้อพยพหลั่งไหลเข้าเมือง; **~ out of** *(เสียงเพลง)* หลั่งไหลออกจาก; ดังออกมาจาก *(เครื่องเล่นเทป ฯลฯ)*; *(คำประกาศ)* ดังออกมาจาก *(ลำโพง)*; **the crowd ~ed out of the doors** ฝูงชนหลั่งไหลออกทางประตู; **cars ~ed along the road** รถยนต์หลั่งไหลไปตามถนน; **letters/protests ~ed in** จดหมาย/คำคัดค้านหลั่งไหลเข้ามา
~ 'down *v.i.* **it's ~ing down** ฝนกำลังตกหนัก; **the rain ~ed down** ฝนตกเทลงมาอย่างหนัก
~ 'forth ❶ *v.t.* ปล่อยออกมา; เปล่ง *(เสียงร้อง)* ออกมา; ระบาย *(ความเศร้าโศก)* ❷ *v.i. (ฝูงชน)* หลั่งไหลออกมา; *(เสียงเพลง)* เปล่งออกมา
~ 'off *v.t.* ไหลลงจาก
~ 'out ❶ *v.t.* ริน *(เครื่องดื่ม)*; *(โรงงาน)* ผลิตอย่างเต็มที่ *(ผลิตภัณฑ์)*; เปล่งออกมา *(เสียงเพลง)*; **the chimney was ~ing out smoke** ปล่องปล่อยควันออกมา; **~ out one's thanks** พูดขอบคุณหลายครั้ง; **~ out a torrent of words** พูดน้ำไหลไฟดับ; **~ out one's woes** *or* **troubles /heart to sb.** ระบายความทุกข์ร้อนให้ *ค.น. (ฟัง)*/เปิดอกกับ *ค.น.*; **~ out one's feelings** ระบายความรู้สึก; **~ out one's story to sb.** เล่าเรื่องราวของตนให้ *ค.น.* ฟัง ❷ *v.i.* ➡ ~ 2 B
pouring /ˈpɔːrɪŋ/ˈพอริง/ *adj.* Ⓐ *(ฝน)* ตกหนัก; **a ~ wet day** วันที่เปียกแฉะมีฝนตกหนัก; Ⓑ *(for dispensing)* ใช้ริน; *(for being poured)* เอาไว้สำหรับริน
pout /paʊt/เพาท/ ❶ *v.i.* Ⓐ ยื่นริมฝีปากออก; **~ing lips** ริมฝีปากที่ยื่นออกมา; **his mouth ~ed** เขายื่นริมฝีปากออก; Ⓑ *(sulk)* ทำปากเบะด้วยความงอน ❷ *v.t.* Ⓐ *(protrude)* ยื่น *(ริมฝีปาก)* ออก; Ⓑ *(say)* พูดแบบงอน ❸ *n.* ทำปากงอน; **have the** *or* **be in the ~s** ทำงอน
poverty /ˈpɒvətɪ/ˈพอเวอะทิ/ *n.* Ⓐ ความยากจน; **plead ~:** แก้ตัวว่ายากจน; **fall into ~:** ตกอยู่ในความยากจน; **be reduced to ~:** ไม่เหลืออะไร; Ⓑ *(Relig.)* การสละทรัพย์สินเพื่อศาสนา; Ⓒ *(fig.: deficiency)* ความขาดแคลน, ความไม่เพียงพอ **(in** ของ); **~ of ideas** การขาดความคิด; **~ of the soil/the region** ความขาดแคลนแร่ธาตุ/ของภูมิภาค; **spiritual ~:** ความขาดแคลนทางจิตใจ; Ⓓ *(inferiority) (of language, vocabulary)* ความด้อยกว่า; **~ of imagination/intellect** ความด้อยกว่าทางจินตนาการ/สติปัญญา
poverty: ~ line *n.* รายได้ต่ำสุดที่จะเลี้ยงชีพได้; **be on the ~ line** อยู่ในระดับที่เกือบจะเลี้ยงชีพไม่ได้; **~-stricken** *adj.* ยากจนมาก; **~ trap** *n. สถานการณ์ที่การเพิ่มรายได้ ทำให้สูญเสียการช่วยเหลือของรัฐและการพัฒนาชีวิตที่แท้จริงเป็นไปไม่ได้*
pow /paʊ/พาว/ *int.* เสียงระเบิดหรือการชกต่อย
POW *abbr.* prisoner of war
powder /ˈpaʊdə(r)/ˈพาวเดอะ(ร)/ ❶ *n.* Ⓐ แป้ง, ผง; Ⓑ *(cosmetic)* แป้งผัดหน้า; **put ~ on one's face** ทาแป้งที่หน้า; Ⓒ *(medicine)* ยาผง; **take a ~** *(Amer. fig. coll.)* จากไปอย่างรวดเร็ว; Ⓓ *(gun~)* ผงดินปืน; **keep one's ~ dry** *(fig.)* ระมัดระวังและตื่นตัว; **he/it is not worth ~ and shot** *(fig.)* เขา/มันไม่คุ้มค่ากับดินปืนและกระสุนของเรา ❷ *v.t.* Ⓐ ผัดแป้ง; **I'll just go and ~ my nose** *(euphem.)* ฉันต้องไปเข้าห้องน้ำ; Ⓑ *(reduce to ~)* บดเป็นผง; **~ed milk** นมผง; **~ed eggs** ไข่ผง; **~ed sugar** น้ำตาลผง
powder: ~ 'blue *n.* Ⓐ *(for laundry)* คราม; Ⓑ *(colour)* สีฟ้าอ่อน; **~ broker** *n.* ผู้กุมอำนาจในข้อตกลง; **~ compact** ➡ ²compact A
powdering /ˈpaʊdərɪŋ/ˈพาวเดอะริง/ *n.* Ⓐ *(act)* การโปรยผง, การโรยแป้ง, การผัด *(แป้ง)*; Ⓑ **a ~ of snow** มีหิมะตกปรอย ๆ
powder: ~ keg *n. (lit.)* ถังใส่ดินปืน; *(fig.)* สถานการณ์ที่อันตราย *หรือ* พลิกผันได้ง่ายดาย; **~ magazine** *n.* ซองใส่ดินปืน; **~ puff** *n.* ฟองน้ำผัดหน้า; **~ room** *n.* ห้องน้ำสตรีในที่สาธารณะ; **~ snow** *n.* หิมะเบาแห้งบนลู่วิ่งสกี
powdery /ˈpaʊdərɪ/ˈพาวเดอะริ/ *adj.* Ⓐ *(like powder)* เหมือนแป้ง, เหมือนผง; *(in powder form)* เป็นผง, แป้ง; Ⓑ *(crumbly)* แตกหัก, เปราะ
power /ˈpaʊə(r)/ˈพาวเออะ(ร)/ ❶ *n.* Ⓐ *(ability)* ความสามารถ; **if they had the ~:** ถ้าพวกเขามีความสามารถ; **do all in one's ~ to help sb.** ช่วย *ค.น.* อย่างสุดความสามารถ; **be beyond** *or* **outside** *or* **not be within sb.'s ~:** อยู่นอกเหนือความสามารถของ *ค.น.*; Ⓑ *(faculty)* ความสามารถทางธรรมชาติ; *(talent)* พรสวรรค์, ความสามารถพิเศษ; **~ of smell** สามารถดมกลิ่นได้; **tax sb.'s ~s to the utmost** ทำให้ *ค.น.* ต้องใช้ความสามารถอย่างเต็มที่; **psychic ~s** ความสามารถพิเศษในด้านจิตวิญญาณ; **~s of observation** การช่างสังเกต; **~s of persuasion** พรสวรรค์ในการชักจูงให้เชื่อ; Ⓒ *(vigour, intensity)* แรง, พลัง, ความเข้มข้น, ความรุนแรง; *(of sun's rays)* พลัง; *(of sermon, performance)* พลัง; *(solidity, physical strength)* ความแข็งแกร่ง; *(of a blow)* ความหนัก *(หมัด)*; **more ~ to you** *or* **your elbow!** ขอให้คุณสำเร็จ; **have no ~** ไม่มีกำลัง; Ⓓ *(authority)* อำนาจ **(over** เหนือ); **have sth. in one's ~** มี *ส.น.* ใต้อำนาจของตน; **she was in his ~:** เธออยู่ใต้อำนาจของเขา; **~ corrupts** อำนาจจะทำให้เสียคน; Ⓔ *(personal ascendancy)* **exercise/get ~:** ใช้/ได้อำนาจ **(over** เหนือ); Ⓕ *(political or social ascendency)* ความมีอำนาจ, ความมีอิทธิพล; **student/worker ~:** อำนาจของนักศึกษา/ผู้ใช้แรงงาน; **hold ~:** รักษาอำนาจ; **fall from ~:** ตกจากความมีอำนาจ; **come into ~:** ขึ้นมามีอำนาจ; **the party in ~:** พรรคที่อยู่ในอำนาจ; **~ politics** การดำเนินการทางการเมืองที่มีอิทธิพล; **balance of ~:** การถ่วงดุลอำนาจ; **hold the balance of ~:** รักษาการถ่วงดุลอำนาจ; Ⓖ *(authorization)* การให้อำนาจ; **~ to negotiate** อำนาจในการเจรจาต่อรอง; **exceed one's ~s** ทำเกินอำนาจของตน; ➡ + **attorney** A; Ⓗ *(influential person)* คนที่มีอิทธิพล; *(influential thing)* สิ่งที่มีอิทธิพล; **be a real ~ in these circles** เป็นคน/สิ่งที่มีอิทธิพลในวงการนี้; **a ~ in the land** มีอิทธิพลในพื้นที่; **be the ~ behind the throne** *(Polit.)* เป็นคนที่มีอำนาจอย่างแท้จริงในการปกครอง; **the ~s that be** ผู้/คนที่มีอำนาจ; Ⓘ *(State)* รัฐมหาอำนาจ; **four-~ conference** การประชุมสี่มหาอำนาจ; **a sea/world ~:** มหาอำนาจทางทะเล/ของโลก; ➡ + **Great Power**; Ⓙ *(coll.: large amount)* จำนวนมาก; **do sb. a ~ of good** ทำให้ *ค.น.* รู้สึกดีขึ้นมาก; Ⓚ ➤ **602** *(Math.)* ยกกำลัง; **3 to the ~ of 4** 3 ยกกำลัง 4; Ⓛ *(mechanical, electrical)* พลังเครื่องกล, ไฟฟ้า; *(electric current)* กระแสไฟฟ้า; *(of loudspeaker, transmitter)* พลัง; **under one's/its own ~:** ภายใต้พลังของตน/ของมัน; **steam ~:** พลังไอน้ำ; **turn off the ~:** ปิดเครื่อง, ปิดไฟฟ้า; Ⓜ *(capacity for force)* กำลังแรง; ➡ + **horsepower**; Ⓝ *(Optics)* **[magnifying] ~:** กำลังขยาย; Ⓞ *(deity)* **the ~s of darkness** พลังแห่งความมืด; Ⓟ *(of drug)* ฤทธิ์ยา ❷ *v.t. (ก๊าซ, ไฟฟ้า, ลม, แสงอาทิตย์)* ให้พลัง; ชาร์ตแบตเตอรี่; **he ~ed the ball past the goalkeeper** *(fig.)* เขาเตะลูกบอลอย่างแรงผ่านผู้รักษาประตู ❸ *v.i. (coll.)* วิ่งเร็ว
power: ~-assisted *adj.* **~-assisted steering/brakes** การหมุนพวงมาลัย/การเบรกที่อาศัยกำลังเครื่องยนต์ช่วย; **~ base** *n.* **the unions are the party's ~ base** สหภาพคือฐานอำนาจของพรรค; **have one's ~ base in the Middle West** มีฐานอำนาจของตนในภาคตะวันตกกลาง; **~ boat** *n.* เรือยนต์; **~ breakfast** *n.* การรับประทานอาหารเช้าพร้อมสนทนาธุรกิจ; **~ brakes** *n. pl.* พลังห้ามล้อ *(รถยนต์)*; **~ broker** *n.* ผู้กุมอำนาจในข้อตกลง; **~ cable** *n.* สายเคเบิลไฟฟ้าแรงสูง; **~ cut** *n.* การตัดไฟฟ้าชั่วคราว; **~ dive** ❶ *n.* การบินดิ่งลงด้วยกำลังแรงของเครื่องยนต์ ❷ *v.i.* ทำการบินดิ่งลงด้วยกำลังแรงของเครื่องยนต์; **~ dressing** *n.* การแต่งตัวให้ดูมีตำแหน่งสำคัญ; **~ drill** *n.* สว่านไฟฟ้า; **~-driven** *adj.* ทำงานด้วยเครื่องยนต์; **~ failure** *n.* การที่ไฟฟ้าตกชั่วคราว

p

powerful /ˈpaʊəfʊl/ˈพาวเออะฟุล/ *adj.* Ⓐ *(strong)* แข็งแรง, มีพลัง; Ⓑ *(influential)* มีอิทธิพล, มีอำนาจ

powerfully /ˈpaʊəfəlɪ/ˈพาวเออะเฟอะลิ/ *adv.* อย่างมีพลัง, อย่างมีอิทธิพล; **he was ~ attracted to her** เขาหลงเสน่ห์ของเธออย่างแรง

power: ~house *n.* Ⓐ ➡ **power station**; Ⓑ *(fig.)* กลุ่มหรือองค์การที่มีกำลังและอิทธิพลมาก; **be an intellectual ~house** มีพลังทางปัญญาชน; **be a ~house of ideas and energy** *(บุคคล)* ที่เต็มไปด้วยความคิดและพลังงาน

powerless /ˈpaʊəlɪs/ˈพาวเออะลิซ/ *adj.* Ⓐ *(wholly unable)* ไม่สามารถเลย; **be ~ to do sth.** ไม่สามารถทำ *ส.น.* ได้เลย; **be ~ to help** ไม่สามารถช่วยได้เลย; Ⓑ *(without power)* ปราศจากอำนาจ; **~ in the hands of the enemy** ปราศจากอำนาจในมือของศัตรู; **leave sb. ~ against sth.** ทำให้ *ค.น.* ไม่มีแรงต่อต้าน *ส.น.*; **leave sb. ~ to do sth.** ทำให้ *ค.น.* ปราศจากอำนาจที่จะทำ *ส.น.*

powerlessly /ˈpaʊəlɪslɪ/ˈพาวเออะลิซลิ/ *adv.* อย่างไม่มีอำนาจ, อย่างหมดแรง

power: ~ line *n.* สายไฟฟ้าแรงสูง; **~ lunch** *n.* การรับประทานอาหารกลางวันพร้อมสนทนาธุรกิจ; **~ nap** *n.* การงีบระหว่างทำงาน; **~ pack** *n.* หน่วยให้พลัง; *(for camera flash)* อุปกรณ์เพิ่มพลังแบตเตอรี่สำหรับแฟลชกล้อง; **~ plant** *n.* Ⓐ ➡ **~ station**; Ⓑ *(engine)* เครื่องยนต์; **~ point** *n. (Brit.)* ที่เสียบปลั๊ก; **~ politics** *n. pl. (using military force)* การเมืองที่มีกำลังทหารสนับสนุน; *(using coercion)* การเมืองที่ใช้วิธีข่มขู่; **~ saw** *n.* เลื่อยไฟฟ้า; **~ sharing** *n.* การมีอำนาจร่วมกัน; **~ shower** *n.* ฝักบัวแรงสูง; **~ station** *n.* โรงไฟฟ้า; **~ steering** *n.* พวงมาลัยเพาเวอร์; **~ stroke** *n.* จังหวะของการเผาไหม้ภายในเครื่องยนต์; **~ structure** *n.* โครงสร้างอำนาจทางการเมือง; **~ supply** *n.* แหล่งจ่ายไฟฟ้า (to แก่); **~ surge** *n. (Elec.)* กระแสไฟฟ้ากระตุก; **~ tool** *n.* เครื่องมือที่ใช้กระแสไฟฟ้า

powwow /ˈpaʊwaʊ/ˈพาววาว/ ❶ *n.* การประชุมเพื่ออภิปราย ❷ *v.i. (fig.)* มีการอภิปรายปรึกษา

pox /pɒks/พอคซฺ/ *n.* ➤ 453 Ⓐ *(disease with pocks)* โรคแผลพุพอง; **a ~ on him!** *(arch.)* ขอให้เขาชิบหาย *(ภ.ย.)*; Ⓑ *(coll.: syphilis)* โรคซิฟิลิส *(ท.ศ.)*

pp *abbr.* **pianissimo**

pp. *abbr.* **pages** น.

p.p. /piːˈpiː/พีˈพี/ *abbr.* **by proxy**

p.p.m. *abbr.* **parts per million** *(by volume)* มม./ล.; *(by weight)* ม.ก./ก.ก./ล.

PPS *abbr.* **second postscript** ปปล.

PR *abbr.* Ⓐ **proportional representation**; Ⓑ **public relations** พี.อาร์; **~ man** ประชาสัมพันธ์

pr. *abbr.* **pair**

practicable /ˈpræktɪkəbl/ˈแพรคทิเคอะบ'ล/ *adj.* Ⓐ *(feasible)* *(โครงการ, แผน)* ปฏิบัติได้, ทำได้; Ⓑ *(usable)* *(ถนน, ทาง)* ที่ใช้ได้

practical /ˈpræktɪkl/ˈแพรคทิค'ล/ ❶ *adj.* Ⓐ ในทางที่ปฏิบัติ, ที่ใช้; **for all ~ purposes** ในทางปฏิบัติทั่วไป; **be true for all ~ purposes** เป็นจริงในทางปฏิบัติทั้งหมด; Ⓑ *(inclined to action)* *(บุคคล)* ที่ชอบปฏิบัติมากกว่าพูด; *(บุคคล)* ที่คล่องในเรื่องงานฝีมือ; **~ man** ชายที่ชอบปฏิบัติ, ผู้ชายที่ทำได้หลายอย่าง; **have a ~ approach/mind** มีแนววิธี/จิตใจไปในทางปฏิบัติ; Ⓒ *(virtual)* เกือบ; Ⓓ *(feasible)* *(ทางเลือก, วิธีการ)* สามารถนำมาใช้ปฏิบัติได้; ➡ + **politics** C ❷ *n.* การทดสอบในทางปฏิบัติ

practicality /præktɪˈkælɪtɪ/แพรคทิˈแคลิทิ/ *n.* Ⓐ *no pl. (of plan)* การนำไปใช้การได้จริง; *(of person)* การพร้อมที่จะลงมือปฏิบัติ; Ⓑ *in pl. (practical details)* **the practicalities of the situation are that ...:** รายละเอียดในการปฏิบัติคือว่า...; **deal in practicalities** จัดการกับรายละเอียดในการปฏิบัติ

practical: ~ ˈjoke *n.* การเล่นแกล้ง, การหยอกเล่น; **play ~ jokes on sb.** แกล้ง *ค.น.* อย่างสนุกสนาน; **~ ˈjoker** *n.* คนที่ชอบเล่นแกล้งคนอื่น; **be a ~ joker** เป็นคนเล่นแกล้งคนอื่น

practically /ˈpræktɪkəlɪ/ˈแพรคทิเคอะลิ/ *adv.* Ⓐ *(almost)* เกือบ; Ⓑ *(in a practical manner)* ในทางปฏิบัติ; **~ orientated course** การเรียนที่เน้นภาคปฏิบัติ; **~ speaking, I see no way out** ถ้าจะพูดในทางปฏิบัติแล้ว ฉันมองไม่เห็นทางออก

ˈpractical nurse *n. (Amer.)* ผู้ช่วยพยาบาล, นางพยาบาลที่มีระยะเวลาการฝึกสั้น

[1]practice /ˈpræktɪs/ˈแพรคทิซ/ *n.* Ⓐ *(repeated exercise)* การฝึกปฏิบัติ, การฝึกหัด, การฝึกฝน, การซ้อม; **years of ~:** การฝึกฝนมานานปี; **put in** *or* **do some/a lot of ~:** ทำการฝึกซ้อมบ้าง/มาก; **after all the ~ he has had, he should ...:** หลังจากการฝึกหัดทั้งหมดที่เขามีเขาสมควรที่จะ...; **it's all good ~** *(means of improving)* ทั้งหมดก็เป็นการฝึกฝนที่ดี; **~ makes perfect** *(prov.)* การฝึกฝนนำมาซึ่งความเก่ง; **be out of ~, not be in ~:** ไม่คล่องเพราะขาดการฝึกซ้อม, ไม่ได้ทำมานาน; **be in ~:** ซ้อมอยู่ประจำ; Ⓑ *(spell)* ช่วงเวลาซ้อม; **piano ~:** ระยะเวลาในการซ้อมเปียโน; **do one's piano ~:** ซ้อมเปียโน; Ⓒ *(work or business of doctor, lawyer, etc.)* การเป็น *หรือ* ธุรกิจของแพทย์, ทนายความ ฯลฯ; ➡ + **general practice**; Ⓓ *(habitual action)* การกระทำที่เป็นนิสัย; **~ shows that ...:** การกระทำสม่ำเสมอชี้ให้เห็นว่า...; **make a ~ of doing sth.** ทำ *ส.น.* เป็นนิสัย; **good ~** *(satisfactory procedure)* วิธีการที่ถูกต้อง; Ⓔ *(action)* การปฏิบัติ, การกระทำ; **the ~ tends to be different** การปฏิบัติมักจะแตกต่างออกไป; **actual ~:** การปฏิบัติจริง; **in ~:** ในทางปฏิบัติ; **be quite useless in ~:** ใช้ไม่ได้เลยในทางปฏิบัติ; **put sth. into ~:** นำ *ส.น.* ไปปฏิบัติ; Ⓕ *(custom)* การปฏิบัติสม่ำเสมอ, กิจวัตร; **don't make a ~ of it** อย่าทำเป็นนิสัย; **regular ~:** การปฏิบัติสม่ำเสมอ, วิธีการประจำ; **it is the regular ~ to do sth.** มันเป็นกิจวัตรประจำที่จะทำ *ส.น.*; Ⓖ *(legal procedures)* **[legal] ~:** ขบวนการทางกฎหมาย; ➡ + **sharp** 1 F

[2]practice, practiced, practicing *(Amer.)* ➡ **practis-**

practise /ˈpræktɪs/ˈแพรคทิซ/ ❶ *v.t.* Ⓐ *(apply)* นำไปปฏิบัติ, นำไปใช้; Ⓑ *(be engaged in)* อยู่ในขณะปฏิบัติ; **~ gymnastics** เล่นยิมนาสติก; **~ medicine** มีอาชีพเป็นแพทย์; Ⓒ *(exercise oneself in)* ฝึกฝน, ฝึกซ้อม; **~ the bicycle kick** ฝึกเตะลูกจักรยานอากาศ; **~ the piano/flute** ซ้อมเปียโน/เป่าขลุ่ย ❷ *v.i.* ซ้อม, ฝึกฝน

practised /ˈpræktɪst/ˈแพรคทิซทฺ/ *adj.* มีประสบการณ์, เชี่ยวชาญ; **with [a] ~ eye** ด้วยสายตาที่มีประสบการณ์; **with ~ skill** ด้วยทักษะที่เชี่ยวชาญ

practising /ˈpræktɪsɪŋ/ˈแพรคทิซิง/ *adj.* *(แพทย์, ทนายความ, ชาวพุทธ)* ปฏิบัติในปัจจุบัน; **~ homosexual** กะเทยที่ร่วมเพศกับผู้ชายเป็นประจำ; **~ barrister** ทนายที่ยังว่าความประจำ

practitioner /prækˈtɪʃənə(r)/แพรคˈทิชเชอะเนอะ(ร)/ *n.* ผู้ประกอบอาชีพ; **~ of the law, legal ~:** ผู้ประกอบอาชีพทางกฎหมาย; ➡ + **general practitioner; medical practitioner**

praesidium /praɪˈsɪdɪəm/ไพรˈซิดเดียม/ ➡ **presidium**

pragmatic /prægˈmætɪk/แพรกˈแมทิค/ *adj.* ที่ปฏิบัติได้, ที่เน้นการกระทำมากกว่าทฤษฎี

pragmatically /prægˈmætɪkəlɪ/แพรกˈแมทิเคอะลิ/ *adv.* อย่างที่ปฏิบัติได้; *as sentence modifier* ถ้าจะดูในแง่ปฏิบัติแล้วก็

pragmatism /ˈprægmətɪzm/ˈแพรกเมอะทิเซิม/ *n.* ความเน้นปฏิบัติ *หรือ* ใช้การได้; *ปรัชญาที่เชื่อว่าคุณค่าของทฤษฎีอยู่ที่ประโยชน์ในการนำไปปฏิบัติได้*, ปฏิบัตินิยม *(ร.บ.)*

pragmatist /ˈprægmətɪst/ˈแพรกเมอะทิซฺ'ม/ *n.* นักปฏิบัติ, ผู้ปฏิบัติ

Prague /prɑːg/พรากฺ/ *pr. n.* กรุงปราก เมืองหลวงของสาธารณรัฐเช็ก

prairie /ˈpreərɪ/ˈแพรริ/ *n.* ทุ่งหญ้ากว้างใหญ่; *(in North America)* ทุ่งหญ้าแพรรี; **animal of the ~s** สัตว์ที่อาศัยในทุ่งหญ้ากว้าง; **out on the ~:** ออกไปในทุ่งหญ้า

prairie: ~ ˈchicken *n.* ไก่ป่า *Tympanuchus cupido* ที่อาศัยในทวีปอเมริกาเหนือ; **~ dog** *n.* สัตว์ที่ใช้ฟันแทะในสกุล *Cynomys* ที่อาศัยในทวีปอเมริกาเหนือ; **~ fire** *n. (fig.)* ไฟลามทุ่ง; **~ ˈhen** ➡ **~ chicken**; **~ ˈoyster** *n.* ไข่ดิบปรุงรส ซึ่งจะกลืนโดยไม่ให้ไข่แดงแตก; **~ ˈschooner** *n. (Amer. Hist.)* เกวียนลากที่มีหลังคา; **~ ˈwolf** *n.* สุนัขป่าอาศัยอยู่ในทวีปอเมริกาเหนือ

praise /preɪz/เพรฺซฺ/ ❶ *v.t.* Ⓐ *(commend)* ชมเชย; *(more strongly)* ยกย่อง, สรรเสริญ; **~ sb. for sth.** ชม *ค.น.* สำหรับ *ส.น.*; **~ sb. for doing sth.** สรรเสริญ *ค.น.* ที่ได้ทำ *ส.น.*; Ⓑ *(glorify)* ให้เกียรติ *(พระเจ้า)* ในบทสวดมนต์, บูชา *(พระเจ้า)* ❷ *n.* Ⓐ *(approval)* การชมเชย, การยกย่อง, ความชื่นชม; **win high ~:** ได้รับการชื่นชมอย่างสูง; **be loud in one's ~s of sth.** ยกย่อง *ส.น.* อย่างสูงมาก; **a speech in ~ of sb.** คำกล่าวยกย่อง *ค.น.*; **sing one's own/sb.'s ~s** ยกย่องสรรเสริญตนเอง/*ค.น.* อย่างมาก; Ⓑ *(worship)* การบูชาพระเจ้า; **offer ~ to God for sth.** ให้บูชาพระสำหรับ *ส.น.*; **~ be!** สาธุ, พระเจ้าโปรด; ➡ + **damn** 1 A

praiseworthy /ˈpreɪzwɜːðɪ/ˈเพรซเวอะทิ/ *adj.* น่ายกย่องสรรเสริญ, น่าชมเชย, น่าเทิดทูน

praline /ˈprɑːliːn/ˈพราลีน/ *n.* ขนมหวานทำมาจากถั่วเชื่อมน้ำตาล

pram /præm/แพรม/ *n. (Brit.)* รถเข็นสำหรับเด็กอ่อน

prance /ˈprɑːns, US præns/ˈพรานซฺ, แพรนซฺ/ *v.i.* Ⓐ *(ม้า)* ชูขาหน้าขึ้นทั้งสองขา; Ⓑ *(fig.)* เดินหรือทำท่าหยิ่งผยอง; *(นักเต้นรำ)* กระโดดไปมา; **~ about** *or* **around** *(เด็ก, นักแสดง)* กระโดดไปมา

prang /præŋ/แพรง/ *(Brit. sl.)* ❶ *v.t.* Ⓐ *(bomb)* ระเบิด *(เป้าหมาย)* ได้สำเร็จ; Ⓑ *(crash)* ขับรถชน, กระแทก, ปะทะ; Ⓒ *(damage)* ก่อความเสียหาย ❷ *n. (of aircraft)* การทำเครื่องบินตก; *(of vehicle)* การขับรถชน; **have a ~:** บินชน, ขับชน

prank /præŋk/แพรงคฺ/ *n.* การแกล้งเล่น, การเล่นตลก; **play a ~ on sb.** เล่นตลกกับ *ค.น.*

p

prankster /ˈpræŋkstə(r)/ˈแพรงคฺซฺเตอะ(ร)/ *n.* คนที่ชอบเล่นตลก

prat /præt/แพรฺท/ *n.* *(coll.)* คนโง่, คนไม่เอาไหน

prate /preɪt/เพรฺท/ *v.i.* Ⓐ *(chatter)* พูดมากเกินไป, พูดเพ้อเจ้อ; **~ about sth.** พูดเกี่ยวกับ *ส.น.* มากเกินไป; Ⓑ *(talk foolishly)* พูดไร้สาระ

prating /ˈpreɪtɪŋ/ˈเพรฺทิง/ *adj.* พูดมากเกินไป, พูดจาโง่ ๆ

prattle /ˈprætl/ˈแพรฺท'ล/ ❶ *v.i.* *(ผู้ใหญ่)* พูดไม่หยุด; *(เด็ก)* พูดเรื่อยเปื่อยอย่างไร้สาระ; **~ on about sth.** พูดยืดยาวในเรื่องไม่มีสาระสำคัญ; **~ away to sb.** พูดเรื่อยเปื่อยให้ *ค.น.*ฟัง ❷ *n.* เรื่องไม่มีสาระ, เรื่องนินทา

prawn /prɔːn/พรฺอน/ *n.* กุ้งเล็ก

prawn 'cocktail *n.* ค็อกเทลกุ้ง

pray /preɪ/เพรฺ/ ❶ *v.i.* สวดมนต์ (**for** สำหรับ, เพื่อ); **let us ~:** ขอให้พวกเรามาสวดมนต์เถอะ; **~ [to God] for sb.** สวดมนต์ [ถึงพระเจ้า] เพื่อ *ค.น.*; **~ to God for help** สวดมนต์ถึงพระเจ้าเพื่อขอความช่วยเหลือ; **~ to God to do sth.** สวดมนต์ถึงพระเจ้าให้ทำ *ส.น.*; **he is past ~ing for** ถึงสวดมนต์ก็ไม่ช่วยเขาได้แล้ว ❷ *v.t.* Ⓐ *(beseech)* ขอร้อง, วิงวอน (**for** สำหรับ); **~ God for sth.** วิงวอนพระเจ้าสำหรับ *ส.น.*; Ⓑ *(~ to)* สวดอ้อนวอน, ภาวนา; **~ God she is safe** ภาวนาต่อพระเจ้าขอให้เธอปลอดภัย; Ⓒ *(ellipt.: I ask)* ได้โปรด; **~ consider what ...:** ได้โปรดพิจารณาสิ่งที่...; **what is use of that, ~?** ได้โปรดเถอะ สิ่งนั้นมีประโยชน์อะไร; ➡ **+ mantis**

prayer /ˈpreə(r)/ˈแพรฺ(ร)/ *n.* Ⓐ บทสวด, คำสวด; **make/offer up a ~ for sb.** สวดให้ *ค.น.*; **offer ~s for** สวดสำหรับ; **offer up a quick ~:** รีบภาวนาขอ *ส.น.*; **say one's ~s** สวดมนต์; **say your ~s!** *(iron.)* สวดมนต์ไว้ได้แล้ว; **lead the ~s** นำสวดมนต์; ➡ **+ lord 1 B**; Ⓑ *no pl., no art.* *(praying)* การสวดมนต์; **gather in ~:** มารวมกันเพื่อสวดมนต์; **what's the use of ~?** การสวดมนต์มีประโยชน์อะไร; Ⓒ *(service)* พิธีการทางศาสนา; **family ~s** พิธีการทางศาสนาของครอบครัว; Ⓓ *(entreaty)* การขอร้อง, การวิงวอน; Ⓔ *(Amer. coll.: slight chance of success)* โอกาสสำเร็จที่มีน้อย; **without a ~ of doing sth.** ไม่มีโอกาสแม้แต่นิดที่จะทำ *ส.น.* สำเร็จ

prayer: ~ book *n.* Ⓐ หนังสือสวดมนต์; Ⓑ **the ~ book = the Book of Common Prayer** ➡ **Common Prayer**; **~ mat** *n.* พรมผืนเล็ก ๆ ใช้ในการละหมาดของชาวมุสลิม; **~ meeting** *n.* การประชุมกันเพื่อสวดมนต์; **~ wheel** *n.* *ธรรมจักรที่มีจารึกบทสวดหรือมีบทสวดบรรจุอยู่ของพระทิเบต*

preach /priːtʃ/พรีฉ/ ❶ *v.i.* Ⓐ *(deliver sermon)* เทศน์, แสดงธรรม (**to** ต่อ, **on** เกี่ยวกับ); Ⓑ *(fig.: give moral advice)* สั่งสอนด้านศีลธรรม (**at, to** ต่อ, ให้) ❷ *v.t.* Ⓐ *(deliver)* เทศน์; Ⓑ *(proclaim)* ประกาศ *(ธรรม)*; Ⓒ *(advocate)* ผลักดัน, แนะนำ; **practice what one ~es** *(fig.)* ประพฤติตามที่ตนแนะนำให้คนอื่น

preacher /ˈpriːtʃə(r)/ˈพรีเฉอะ(ร)/ *n.* Ⓐ นักเทศน์, นักแสดงธรรม; Ⓑ *(fig.)* **be a ~ of privatization** ผลักดันกิจการเอกเทศ

preachify /ˈpriːtʃɪfaɪ/ˈพรีฉิฟาย/ *v.i.* สั่งสอนอบรมทางศีลธรรมอย่างน่าเบื่อหน่าย

preachy /ˈpriːtʃɪ/ˈพรีฉิ/ *adj.* *(coll.)* ชอบเทศน์อบรมศีลธรรม

preamble /priˈæmbl/พรีˈแอมบ'ล/ *n.* Ⓐ *(preliminary statement)* คำนำ, อารัมภบท; *(to a book)* อารัมภบท; Ⓑ *(Law)* บทนำ *(สัญญา, ข้อตกลง, บทบัญญัติ)*

pre-arrange /priːəˈreɪndʒ/พรีเออะˈเรนจ/ *v.t.* จัดเตรียมไว้ล่วงหน้า

pre-arrangement /priːəˈreɪndʒmənt/พรีเออะˈเรนจเมินทฺ/ *n.* การจัดเตรียมไว้ล่วงหน้า; **by ~:** โดยการจัดเตรียมไว้ล่วงหน้า

prebend /ˈprebənd/ˈเพรฺบเบินดฺ/ *n.* รายได้ของพระที่มาจากเงินของโบสถ์

prebendary /ˈprebəndərɪ/ˈเพรฺบเบินเดอะริ/ *n.* Ⓐ *(honorary canon)* พระกิตติมศักดิ์; Ⓑ *(holder of prebend)* พระที่ได้รับเงินรายได้จากโบสถ์

precancerous /priːˈkænsərəs/พรีˈแคนเซอะเริซ/ *adj.* อาการก่อนการเกิดมะเร็ง

precarious /prɪˈkeərɪəs/พฺริˈแคเรียซ/ *adj.* Ⓐ *(uncertain)* *(สถานการณ์, ความสงบศึก)* ไม่แน่นอน; **make a ~ living** มีอาชีพไม่แน่นอน; Ⓑ *(insecure)* *(ทางเดิน, ถนน)* ไม่ปลอดภัย; *(ชีวิต, การก่อสร้าง, สุขภาพ)* ไม่มั่นคง

precariously /prɪˈkeərɪəslɪ/พฺริˈแคเรียซลิ/ *adv.* **live ~:** มีวิถีชีวิตไม่ปลอดภัย; **be perched ~ on the edge of a steep slope** *(บ้าน)* เกาะติดอยู่ที่ขอบของทางลาดชันอย่างไม่ปลอดภัย

pre-cast /priːˈkɑːst, US -ˈkæst/พรีˈคาซทฺ, -ˈแคซทฺ/ ❶ *v.t.*, **pre-cast** หลอมไว้ล่วงหน้า ❷ *adj.* *(คอนกรีต)* ที่หลอมไว้พร้อมจะก่อสร้าง

precaution /prɪˈkɔːʃn/พฺริˈคอช'น/ *n.* Ⓐ *(action)* การป้องกันล่วงหน้า, ข้อควรระวัง; **take ~s against sth.** ระวังป้องกัน *ส.น.* ล่วงหน้า; **do sth. as a ~:** ทำ *ส.น.* เป็นการป้องกันไว้ล่วงหน้า; **do you take ~s?** *(euphem.)* คุณใช้ยาคุมกำเนิดอยู่หรือเปล่า; Ⓑ *no pl.* *(foresight)* การมองการณ์ไกล

precautionary /prɪˈkɔːʃənərɪ, US -nerɪ/พฺริˈคอเชอะเนอะริ, -เนะริ/ *adj.* เป็นการป้องกันไว้ล่วงหน้า; *(ยา)* ที่รับประทานเพื่อป้องกันไว้; **~ measure** มาตรการเพื่อป้องกันไว้ก่อน; **as a ~ measure** เป็นมาตรการป้องกันไว้ก่อน

precede /prɪˈsiːd/พฺริˈซีด/ *v.t.* Ⓐ *(in rank)* มาก่อน, นำหน้า; *(in importance)* สำคัญกว่า; **be ~d by sth.** นำหน้าด้วย *ส.น.*; Ⓑ *(in order or time)* นำหน้า, มาก่อน; *(in vehicle)* นำหน้า; *(in time also)* นำหน้า, มาก่อน; **the words that ~ [this paragraph]** คำที่นำหน้า [ย่อหน้านี้]; Ⓒ *(preface, introduce)* **~ X with Y** ให้วายมาก่อนหน้าเอ็กซ์; **~ an address with a welcome** เริ่มสุนทรพจน์ด้วยการกล่าวแสดงการต้อนรับ

precedence /ˈpresɪdəns/ˈเพรฺซซิเดินซฺ/, **precedency** /ˈpresɪdənsɪ/ˈเพรฺซซิเดินซิ/ *n.*, *no pl.* Ⓐ *(in rank)* การอยู่เหนือ, การนำหน้า (**over** กว่า); Ⓑ *(in time)* การมาก่อน; **have [the] ~ over all the others** มีสิทธิเหนือผู้อื่นทั้งหมด; Ⓒ *(in ceremonies)* สิทธินำหน้าในงานพิธี

precedent ❶ /ˈpresɪdənt/ˈเพรฺซซิด'นทฺ/ *n.* Ⓐ *(example)* ตัวอย่างที่มีมาก่อน; **there is no ~ for this** เหตุการณ์แบบนี้ไม่เคยเกิดมาก่อน; **it is without ~ [that ...]** ไม่มีตัวอย่างมาก่อน [ในเรื่องที่ว่า....]; **set** *or* **create** *or* **establish a ~:** ทำเป็นตัวอย่าง, เป็นประวัติศาสตร์; Ⓑ *(Law)* กรณีตัวอย่าง ❷ /prɪˈsiːdənt/พฺริˈซีเดินทฺ/ *adj.* Ⓐ *(in order)* ที่มาก่อนตามตำแหน่ง, ที่อยู่หน้า; Ⓑ *(in time)* ที่มาก่อน

precept /ˈpriːsept/ˈพรีเซ็พ/ *n.* Ⓐ *(command)* คำสั่ง; Ⓑ *(moral instruction)* การอบรมสั่งสอนศีลธรรม; *(Buddhism)* ศีล, สิกขาบท *(ร.บ.)*

precession /prɪˈseʃn/พฺริˈเซ็ช'น/ *n.* *(Phys.)* การเคลื่อนที่ช้า ๆ รอบแกน; **~ of the equinoxes** *(Astron.)* *การเคลื่อนที่ของมุมโคจรของโลก ซึ่งทำให้เวลาที่ดวงอาทิตย์ข้ามเส้นศูนย์สูตร และเวลาที่กลางวันเท่ากับกลางคืนนั้นมาเร็วขึ้นเล็กน้อยในปีต่อ ๆ มา*

pre-Christian /priːˈkrɪstjən/พรีˈคฺริซเชียน/ *adj.* ก่อนการกำเนิดคริสต์ศาสนา

precinct /ˈpriːsɪŋkt/ˈพรีซิงคฺทฺ/ *n.* Ⓐ *(traffic-free area)* **[pedestrian] ~:** บริเวณเฉพาะสำหรับคนเดินเท้า; **[shopping] ~:** บริเวณค้าขายที่ห้ามไม่ให้ยานพาหนะเข้า; Ⓑ *(enclosed area)* บริเวณ; **temple/cathedral ~:** บริเวณวัด/โบสถ์; **in the hospital ~s** ในบริเวณโรงพยาบาล; Ⓒ *(boundary)* ขอบเขต; **within the ~s of school** ภายในขอบเขตของโรงเรียน; Ⓓ *(Amer.: police or electral district)* เขตรับผิดชอบ

preciosity /preʃɪˈɒsɪtɪ/เพรฺะชิˈออซิทิ/ *n.*, *no pl.* ความดัดจริต, ความวิจิตรพิสดารเกินไป

precious /ˈpreʃəs/ˈเพรฺชเชิซ/ ❶ *adj.* Ⓐ *(costly)* มีราคาแพง; Ⓑ *(highly valued)* มีค่า *(สูง)* มาก; **be ~ to sb.** มีค่ามากสำหรับ *ค.น.*; Ⓒ *(beloved)* เป็นที่รัก; **my ~ one!** ที่รักของฉัน; Ⓓ *(affected)* ดัดจริต, เต๊ะท่ามากเกินไป; Ⓔ *(coll.: considerable)* มาก; **do a ~ sight more work/cost a ~ sight more than ...:** ทำงานมาก/ราคาแพงมากกว่า... ❷ *adv.* *(coll.)* *(น้อย)* มาก; **~ few of them** พวกเขาน้อยมาก

precipice /ˈpresɪpɪs/ˈเพรฺซซิพิซ/ *n.* หน้าผา; **we are on the edge of a ~** *(fig.)* เรากำลังตกอยู่ในสถานการณ์ที่อันตราย

precipitant /prɪˈsɪpɪtənt/พฺริˈซิพพิท'นทฺ/ ➡ **precipitate 1**

precipitate /prɪˈsɪpɪtet/พฺริˈซิพพิเทท/ ❶ *adj.* Ⓐ *(hurried)* *(การจากไป)* รีบเร่ง, รีบร้อน; *(การคลอดลูก)* ที่กะทันหัน; **make a ~ exit** ออกไปอย่างรีบร้อน; Ⓑ *(rash)* รีบร้อน, ไม่คิดหน้าคิดหลัง; **be ~ in doing sth.** รีบทำ *ส.น.*; **do nothing ~:** ไม่ทำอะไรที่รีบร้อนเกินไป ❷ /prɪˈsɪpɪteɪt/พฺริˈซิพเทท/ *v.t.* Ⓐ *(throw down)* ผลัก, ส่งเข้าไป *(ในสภาพ, สถานการณ์)*; **be ~d into a chasm** ถูกผลักลงเหว; **~ a nation into war** ผลักดันประเทศเข้าสู่สงคราม; Ⓑ *(hasten)* เร่ง; *(trigger)* ก่อให้เกิด; Ⓒ *(Chem.)* ทำให้ตกตะกอนนอนก้น; Ⓓ *(Phys.)* ทำให้ไอน้ำกลั่นตัวเป็นฝน, น้ำค้าง ❸ /prɪˈsɪpɪtət/พฺริˈซิพพิเท็ท/ *n.* Ⓐ *(Chem.)* ตะกอน Ⓑ *(Phys.)* ฝน, น้ำค้าง

precipitately /prɪˈsɪpɪtətlɪ/พฺริˈซิพพิเทิทลิ/ *adv.* อย่างรีบเร่ง, อย่างเร่งด่วน

precipitation /prɪsɪpɪˈteɪʃn/พฺริซิพิˈเทช'น/ *n.* Ⓐ *(Meteorol.)* น้ำฝน, หิมะ, ลูกเห็บที่ตกลงสู่พื้นดิน; Ⓑ การทำเร็วเกินไป

precipitous /prɪˈsɪpɪtəs/พฺริˈซิพพิเทิซ/ *adj.* Ⓐ *(very steep)* *(ภูเขา, ทางเดิน, บันได)* ชันมาก; **~ slope/drop** ทางลาด/การตกที่ชันมาก; Ⓑ ➡ **precipitate 1**

precipitously /prɪˈsɪpɪtəslɪ/พฺริˈซิพพิเท็ซลิ/ *adv.* Ⓐ อย่างชัน *(อันตราย)* มาก; Ⓑ ➡ **precipitately**

précis /ˈpreɪsiː/ˈเพรฺซี/ ❶ *n.*, *pl. same* /ˈpreɪsiːz/ˈเพรฺซีซ/ บทสรุป, บทย่อ; **~ of Thai history** บทสรุปของประวัติศาสตร์ไทย; **do** *or* **make a ~ of sth.** ทำบทสรุปของ *ส.น.* ❷ *v.t.* ย่อ, สรุป

precise /prɪˈsaɪs/พฺริˈไซซ/ *adj.* ถูกต้อง, แน่นอน, แม่นยำ; *(คน)* ที่ละเอียดถี่ถ้วน; **be very ~ about sth.** ถูกต้องแม่นยำเกี่ยวกับ *ส.น.*; **put sth. in more ~ terms** ให้คำอธิบาย *ส.น.* ที่ถูก

p

ต้องกว่า; **be [more] ~:** พูดให้ชัดเจนมาก [ขึ้น]; **what are your ~ intentions?** ความตั้งใจที่แท้จริงของคุณคืออะไร; **..., to be ~:** ...ถ้าจะพูดอย่างชัดเจน; **be the ~ opposite of sth.** ตรงกันข้ามกับ *ส.น.* อย่างสิ้นเชิง; **this is the ~ design/colour/shade that ...:** นี่คือการออกแบบ/สี/แนวสีที่ถูกต้องพอดีเลย...; **the ~ moment at which ...:** ในจังหวะพอดีที่...; **at that ~ moment** ในขณะนั้นพอดี

precisely /prɪˈsaɪslɪ/พริ'ไซซลิ/ *adv.* อย่างถูกต้องแม่นยำ, อย่างเที่ยงตรง *(เวลา)*; **speak ~:** พูดอย่างชัดถ้อยชัดคำ; **the date is not ~ known** ไม่ทราบวันที่แน่นอน; **that is ~ what/why ...:** นั่นแหละคือสิ่งที่/สาเหตุที่...; **what ~ do you want/mean?** คุณต้องการอะไรกันแน่/คุณหมายความว่าอะไรกันแน่; **do ~ the opposite** ทำสิ่งที่ตรงกันข้ามทีเดียว; **it is ~ because ...:** มันก็เพราะเหตุนั้น..: **it will be 5.21 ~:** จะเป็นเวลา 5.21 ตรง; **at ~ 1.30, at 1.30 ~:** ที่เวลา 1.30 ตรง

precision /prɪˈsɪʒn/พริ'ซิฌ'น/ *n., no pl.* ความถูกต้องแน่นอน, ความแม่นยำ, ความเที่ยงตรง; **with[out] a great deal of ~:** ด้วย [ปราศจาก] ความแม่นยำอย่างมาก [เท่าไร]; *attrib.* **a ~ landing** การลงจอดอย่างแม่นยำ

precision: ~ ˈbombing *n. (Mil.)* การทิ้งระเบิดอย่างแม่นยำ; **~ ˈinstrument** *n.* อุปกรณ์ที่มีความเที่ยงตรงสูง; **~ ˈtool** *n.* เครื่องมือที่แม่นยำมาก

pre-classical /pri:ˈklæsɪkl/พรี'แคลฺซิค'ล/ *adj. (ดนตรี, วรรณคดี, ศิลปะ)* ก่อนยุคคลาสสิค

preclude /prɪˈklu:d/พริ'คลูด/ *v.t.* กีดกัน; **~ sb. from a duty/taking part** กีดกัน *ค.น.* จากหน้าที่/กีดกัน *ค.น.* ไม่ให้มีส่วนร่วม; **so as to ~ all doubt** เพื่อไม่ให้เกิดความสงสัยทั้งมวล

precocious /prɪˈkəʊʃəs/พริ'โคเชิซ/ *adj. (เด็ก)* ที่มีพัฒนาการเร็วกว่าปกติ; *(ข้อสังเกต)* ที่แก่เกินวัย; *(ต้นไม้, ดอกไม้)* ที่ออกดอกให้ผลเร็วกว่าปกติ; **at the ~ age of 25** เมื่อมีอายุแค่ 25 ปีเท่านั้น; **a ~ interest in sth.** ความสนใจใน *ส.น.* ที่แก่เกินวัย

precociously /prɪˈkəʊʃəslɪ/พริ'โคเชิซลิ/ *adv.* อย่างที่พัฒนาเร็วกว่าปกติ; แก่แดด

precognition /pri:kɒgˈnɪʃn/พรีคอก'นิช'น/ *n.* ความสามารถรู้เหตุการณ์ล่วงหน้า

preconceived /pri:kənˈsi:vd/พรีเคิน'ซีวดฺ/ *adj. (ความคิดเห็น, คำตอบ)* ที่คิดไว้ล่วงหน้า

preconception /pri:kənˈsepʃn/พรีเคิน'เซ็พช'น/ *n.* ความคิดล่วงหน้า, การตั้งแง่ไว้ก่อน (**of** ของ); **with too many ~s** ด้วยมีความคิดล่วงหน้ามากเกินไป

precondition /pri:kənˈdɪʃn/พรีเคิน'ดิช'น/ *n.* เงื่อนไขเบื้องต้น

pre-cook /pri:ˈkʊk/พรี'คุค/ *v.t.* ปรุงอาหารล่วงหน้า

pre-cooked /pri:ˈkʊkt/พรี'คุคทฺ/ *adj. (อาหาร)* ที่ปรุงล่วงหน้า

precursor /pri:ˈkɜ:sə(r)/พรี'เคอเซอะ(ร)/ *n.* Ⓐ *(of revolution, movement, etc.)* สิ่งที่เกิดขึ้นก่อน; *(of illness)* อาการที่เกิดขึ้นก่อน; Ⓑ *(predecessor)* บุคคลที่มาก่อน

pre-date /pri:ˈdeɪt/พรี'เดท/ *v.t.* Ⓐ *(precede in date)* **~ sth.** มาก่อน *ส.น.* ตามลำดับเวลา; Ⓑ *(give earlier date to)* ลงวันที่ย้อนหลัง

pre-dated /pri:ˈdeɪtɪd/พรี'เดทิด/ *adj. (เช็ค, จดหมาย)* ที่ลงวันที่ย้อนหลัง

predator /ˈpredətə(r)/'เพร็ดเดอะเทอะ(ร)/ *n.* สัตว์ที่จับสัตว์อื่นกินเป็นอาหาร; *(fish)* ปลาที่กินสัตว์อื่นเป็นอาหาร

predatory /ˈpredətərɪ, US -tɔ:rɪ/'เพร็ดเดอะเทอะริ, -ทอริ/ *adj.* Ⓐ *(plundering, robbing)* เป็นการขโมย, ปล้นสะดม; Ⓑ *(preying upon others) (สัตว์)* ที่ล่าสัตว์อื่นกินเป็นอาหาร; **~ animal** สัตว์ที่กินเนื้อสัตว์อื่นเป็นอาหาร

predecease /pri:dɪˈsi:s/พรีดิ'ซีซ/ *v.t.* **~ sb.** ตายก่อน *ค.น.*

predecessor /ˈpri:dɪsesə(r), US ˈpredə-/'พรีดิเซะเซอะ(ร), 'เพระเดอะ-/ *n.* Ⓐ *(former holder of position)* ผู้ที่ดำรงตำแหน่งมาก่อน; **~ in office/title** ผู้ดำรงตำแหน่งมาก่อน; Ⓑ *(preceding thing)* สิ่งที่มีมาก่อน; **his second novel is better than its ~:** นวนิยายเรื่องที่สองของเขาดีกว่าเล่มที่แล้ว; Ⓒ *(ancestor)* บรรพบุรุษ

predestination /pridestɪˈneɪʃn/พริเด็ซติ'เนช'น/ *n., no pl.* ความเชื่อที่ว่าทุกสิ่งถูกลิขิตล่วงหน้า, ความเชื่อในโชคชะตา, พรหมลิขิต *(ร.บ.)*

predestine /priˈdestɪn/พริ'เด็ซติน/ *v.t.* กำหนดไว้ล่วงหน้า, กำหนดตามโชคชะตาราศี (**to** ที่, ให้)

predetermination /pri:dɪtɜ:mɪˈneɪʃn/พรีดิเทอมิ'เนช'น/ *n., no pl.* Ⓐ *(predestination)* การกำหนดไว้ล่วงหน้า, การกำหนดโชคชะตา; Ⓑ *(intention)* ความตั้งใจ; **with a ~ to do sth.** ด้วยความตั้งใจที่จะทำ *ส.น.*

predetermine /pri:dɪˈtɜ:mɪn/พรีดิ'เทอมิน/ *v.t.* Ⓐ กำหนดไว้ล่วงหน้า; Ⓑ *(impel)* บังคับ (**to** ให้)

predicament /prɪˈdɪkəmənt/พริ'ดิคเคอะเมินทฺ/ *n.* สภาพการณ์ที่ยากลำบาก; **he found himself in a ~:** เขาตกอยู่ในสภาพการณ์ที่ลำบาก/ที่น่าอับอาย

predicate ❶ /ˈpredɪkət/'เพร็ดดิเคิท/ *n.* Ⓐ *(Ling.)* สิ่งที่พูดเกี่ยวกับประธานในประโยค *(เช่น went home ใน John went home)*; Ⓑ *(Logic)* สิ่งที่ยืนยันเกี่ยวกับประธาน *(เช่น mortal ใน all men are mortal)* ❷ /ˈpredɪkeɪt/'เพร็ดดิเคท/ *v.t.* Ⓐ *(affirm)* **~ sth. of sb./sth.** ยืนยัน *ส.น.* กับ *ค.น./ส.น.*; **~ of sb./sth. that ...:** ยืนยันเกี่ยวกับ *ค.น./ส.น.* ว่า..; Ⓑ *(found, base)* มีรากฐานอยู่ (**on** บน); **be ~d on** มีรากฐานอยู่บน; Ⓒ *(Logic)* ยืนยันว่าเป็นคุณภาพหรือสมบัติ (**of** ของ)

predicative /prɪˈdɪkətɪv, US ˈpredɪkeɪtɪv/พริ'ดิคเคอะทิวฺ, 'เพร็ดดิเคทิวฺ/ *adj.* Ⓐ *(making a predication)* เป็นการยืนยัน *(ว่าเป็นจริง)* (**of, about** เกี่ยวกับ); Ⓑ *(Ling.) (คำคุณศัพท์, คำนาม)* ที่ขยายความในประโยคที่ตามหลังประธาน

predicatively /prɪˈdɪkətɪvlɪ, US ˈpredɪkeɪtɪvlɪ/พริ'ดิคเคอะทิวฺลิ, 'เพร็ดดิเคทิวฺลิ/ *adv. (Ling.)* โดยขยายความเกี่ยวกับประธาน

predict /prɪˈdɪkt/พริ'ดิคทฺ/ *v.t.* ทำนาย, บอกล่วงหน้า; **what do you ~ will be the result?** คุณทำนายว่าผลจะเป็นอย่างไร

predictable /prɪˈdɪktəbl/พริ'ดิคเทอะบ'ล/ *adj.* ทำนายได้, บอกล่วงหน้าได้

predictably /prɪˈdɪktəblɪ/พริ'ดิคเทอะบลิ/ *adv.* อย่างที่ทำนายได้, อย่างที่บอกล่วงหน้าได้, อย่างไม่น่าแปลกใจ; **he was ~ annoyed** เขาโกรธ ซึ่งก็คาดไว้อยู่แล้ว

prediction /prɪˈdɪkʃn/พริ'ดิคช'น/ *n.* การทำนาย, คำทำนาย

predigest /pri:dɪˈdʒest, pri:daɪˈdʒest/พรีดิ'เจ็ซทฺ, พรีไดเ'จ็ซทฺ/ *v.t.* ทำให้ *(อาหาร)* ย่อยได้ง่าย; ทำให้ *(บทความ)* อ่านเข้าใจง่าย

predilection /pri:dɪˈlekʃn, US predlˈek-/พรีดิ'เล็คช'น, เพระดิ'เล็ค-/ *n.* การชอบเป็นพิเศษ

predispose /pri:dɪˈspəʊz/พรีดิ'ซโปซ/ *v.t.* ทำให้โน้มเอียง; **~ sb. to do sth.** ทำให้ *ค.น.* โน้มเอียงที่จะทำ *ส.น.*; **be ~d to do sth.** *(be willing to do sth.)* เต็มใจที่จะทำ *ส.น.*; *(tend to do sth.)* มีแนวโน้มที่จะทำ *ส.น.*; **~ sb. to sth.** ทำให้ *ค.น.* โน้มเข้าหา *ส.น.*; **~ sb. to an illness** ทำให้ *ค.น.* มีแนวโน้มที่จะเป็นโรคใดโรคหนึ่ง; **~ sb. in favour of sb./sth.** ทำให้ *ค.น.* โน้มเอียงชอบ *ค.น./ส.น.*

predisposition /pri:dɪspəˈzɪʃn/พรีดิซเพอะ'ซิช'น/ *n.* ความโน้มเอียง (**to** ไปทาง); *(Med.)* สภาพของร่างกายที่จะเป็นโรคได้ง่าย (**to**)

predominance /prɪˈdɒmɪnəns/พริ'ดอมิเนินซฺ/ *n.* Ⓐ *(control) (of country)* การครอบงำบังคับ (**over** เหนือ); *(of person)* การเหนือกว่า; Ⓑ *(majority)* ส่วนใหญ่, ส่วนมาก; **there is a ~ of newcomers** มีคนมาใหม่เป็นส่วนมาก

predominant /prɪˈdɒmɪnənt/พริ'ดอมิเนินทฺ/ *adj.* Ⓐ *(having more power) (พรรค, ผลประโยชน์)* มีพลังอำนาจมากกว่า; Ⓑ *(prevailing)* มีเป็นส่วนมาก, แพร่หลาย; **the ~ desire expressed by them** ความปรารถนาส่วนใหญ่ที่พวกเขาแสดงออก

predominantly /prɪˈdɒmɪnəntlɪ/พริ'ดอมิเนินทฺลิ/ *adv.* โดยทั่วไป, ในส่วนใหญ่

predominate /prɪˈdɒmɪneɪt/พริ'ดอมิเนท/ *v.i. (be more powerful)* มีอำนาจมากกว่า; *(be more important)* สำคัญกว่า; *(be more numerous)* มีจำนวนมากกว่า

pre-eclampsia /pri:ɪˈklæmpsɪə/พรีอิ'แคลมพฺเซีย/ *n. (Med.)* อาการช่วงปลายของการตั้งครรภ์ที่มีความดันโลหิตสูง

pre-eminence /pri:ˈemɪnəns/พรี'เอ็มมิเนินซฺ/ *n., no pl.* ความเหนือกว่า, ความเป็นเยี่ยม, ความเด่น; **achieve ~:** ประสบความสำเร็จอย่างเป็นเยี่ยม; **her ~ in this field** ความเป็นเยี่ยมของเธอในสาขานี้

pre-eminent /pri:ˈemɪnənt/พรี'เอ็มมิเนินทฺ/ *adj. (คุณภาพ)* เหนือกว่า, เยี่ยม, เด่น; **be ~:** เหนือกว่า, เยี่ยม

pre-eminently /pri:ˈemɪnəntlɪ/พรี'เอ็มมิเนินทฺลิ/ *adv.* อย่างเหนือกว่า, อย่างเยี่ยม; *(mainly)* เป็นส่วนใหญ่; **figure ~:** มีบทบาท/ความสำคัญ

pre-empt /pri:ˈempt/พรี'เอ็มทฺ/ *v.t. (forestall)* ลงมือทำก่อน (**on**); **she had been ~ed** เธอถูกคนอื่นทำไปก่อน

pre-emptive /pri:ˈemptɪv/พรี'เอ็มทิวฺ/ *adj.* Ⓐ สิทธิซื้อก่อน; **~ right** *(of shareholder)* สิทธิซื้อหุ้นก่อนคนอื่น; **he made a ~ bid to gain power** เขาพยายามชิงอำนาจก่อนผู้อื่น; Ⓑ *(Mil.)* ป้องกันการโจมตีด้วยการเริ่มสงครามก่อน; Ⓒ *(Bridge)* **~ bid** การประมูลราคาสูงเพื่อกันไม่ให้มีผู้ประมูลรายอื่นอีก

preen /pri:n/พรีน/ ❶ *v.t. (นก)* จิกทำความสะอาดขน ❷ *v. refl. (นก)* จิกขนให้สะอาด; *(บุคคล)* ทำท่าทำทางแสดงความภูมิใจตัวเอง; **~ oneself on sth.** พอใจในตัวเองมากเกี่ยวกับ *ส.น.*; **he is always ~ing himself on ...:** เขาจะคอยแสดงความภูมิใจกับตัวเองใน...เสมอ

prefab /ˈpri:fæb, US pri:ˈfæb/'พรีแฟบ, พรี'แฟบ/ *n. (coll.) (house)* บ้านสำเร็จรูป; *(building)* อาคารที่มีชิ้นส่วนสำเร็จรูป เพื่อนำมาประกอบ

prefabricate /pri:ˈfæbrɪkeɪt/พรี'แฟบริเคท/ *v.t.* ทำชิ้นส่วนสำเร็จรูป เพื่อประกอบ

prefabricated /pri:ˈfæbrɪkeɪtɪd/พรี'แฟบริเคทิด/ *adj.* ที่สำเร็จรูปเพื่อประกอบทีหลัง;

p

~ house/building บ้าน/ตึกที่ประกอบจากชิ้นส่วนสำเร็จรูป; **a ~ garage** โรงรถที่สร้างโดยชิ้นส่วนสำเร็จรูป; **a ~ system/scheme** *(fig.)* ระบบ/แผนที่วางไว้ล่วงหน้า

prefabrication /pri:fæbrɪ'keɪʃn/พรี'แฟบริ'เคช'น/ *n.* การสร้างที่ใช้ส่วนประกอบสำเร็จรูป

preface /'prefəs/'เฟรฺ๊ฟเฟิซ/ ❶ *n.* Ⓐ *(of book)* คำนำ, อารัมภบท (to สำหรับ); Ⓑ *(speech)* บทกล่าวนำ ❷ *v.t.* Ⓐ *(introduce)* แนะนำ, เริ่มต้น; Ⓑ *(furnish with a ~)* จัดให้มีคำนำ

prefatory /'prefətərɪ, US -tɔ:rɪ/'เฟรฺ๊ฟเฟอะเทอะริฺ, -ทอริ/ *adj.* เป็นคำนำ, บทนำ; **be ~ to sth.** เป็นบทนำสู่ *ส.น.*

prefect /'pri:fekt/'พรี๊เฟ็คทฺ/ *n. (Sch.) นักเรียนรุ่นพี่ที่ได้รับมอบหมายให้ควบคุมดูแลนักเรียนรุ่นน้อง;* **form ~:** นักเรียนหัวหน้าชั้น *(ผู้มีหน้าที่ควบคุมบางอย่าง)*

prefer /prɪ'fɜ:(r)/พริ'เฟอ(ร)/ *v.t.*, **-rr-** Ⓐ *(like better)* ชอบมากกว่า; **~ to do sth.** ชอบทำ *ส.น.* มากกว่า; **~ sth. to sth.** ชอบ *ส.น.* มากกว่า *ส.น.*; **I ~ skiing to skating** ฉันชอบเล่นสกีมากกว่าเล่นสเกต; **I ~ not to talk about it** ฉันไม่อยากจะพูดถึงมัน; **I should ~ to wait** ฉันอยากจะรอมากกว่า; **I'd ~ it if ...:** ฉันจะสบายใจกว่าถ้า...; **~ to go to prison rather than pay** อยากติดคุกมากกว่าจ่ายค่าปรับ; **I ~ that we should wait rather than act now** ฉันอยากจะให้พวกเรารอมากกว่าทำอะไรในตอนนี้; **this plant ~s cool conditions** พืชนี้ชอบอากาศเย็นมากกว่า; **they ~ blondes** พวกเขาชอบผู้หญิงผมบลอนด์มากกว่า; **I ~ water to wine** ฉันชอบน้ำมากกว่าไวน์; **which of them do you ~, John or Peter?** คุณชอบใครมากกว่ากัน จอห์นหรือปีเตอร์; **there is tea or coffee, which do you ~?** มีทั้งน้ำชาหรือกาแฟ คุณอยากได้อันไหน; **I should ~ something more elegant** ฉันอยากได้อะไรที่หรูหรากว่านี้; Ⓑ *(submit)* ยื่น *(ข้อมูล, คำกล่าวหา ฯลฯ)* (**against** ต่อต้าน, **for** เข้าข้าง); Ⓒ *(promote)* สนับสนุน, ส่งเสริม; **be ~red to a post** ได้รับการเลื่อนขั้นเข้าดำรงตำแหน่ง

preferable /'prefərəbl/'เฟรฺ๊ฟเฟอะเรอะบ'ล/ *adj.* ชอบมากกว่า, น่าพอใจกว่า, ดีกว่า (to กว่า); **which do you think ~, x or y?** คุณชอบอันไหนมากกว่า เอ็กซ์หรือวาย; **he felt it ~ to be silent** เขารู้สึกว่าเป็นการดีกว่าที่จะนิ่งเงียบ; **the cold was ~ to the smoke** ทนหนาวดีกว่าทนควัน

preferably /'prefərəblɪ/'เฟรฺ๊ฟเฟอะเรอะบลิ/ *adv.* ถ้าเป็นไปได้; *(as best liked)* ถ้าจะดีที่สุด; **a piano, ~ not too expensive** อยากได้เปียโน และถ้าไม่แพงมากก็ยิ่งดี; **Wine or beer? – Wine, ~!** ไวน์หรือเบียร์ ขอไวน์ดีกว่า

preference /'prefərəns/'เฟรฺ๊ฟเฟอะเรินซฺ/ *n.* Ⓐ *(greater liking)* ความชอบมากกว่า; **for ~** ➡ **preferably**; **have a ~ for sth. [over sth.]** มีความชอบ *ส.น.* [มากกว่า *ส.น.*]; **he has a ~ for tea over coffee** เขาชอบน้ำชามากกว่ากาแฟ; **do sth. in ~ to sth. else** ชอบทำ *ส.น.* มากกว่าทำอีกสิ่งหนึ่ง; Ⓑ *(thing preferred)* **of the three skirts the blue one is my ~:** ในบรรดากระโปรงสามตัว ฉันชอบตัวสีฟ้ามากที่สุด; **his ~ is a holiday abroad** เขาอยากจะไปพักผ่อนเมืองนอกมากที่สุด; **what are your ~s?** คุณจะเลือกอะไรก่อนอื่น; **I have no ~:** ฉันไม่มีอะไรที่ชอบเป็นพิเศษ; **have you any ~ among his novels?** มีนวนิยายเล่มไหนของเขาที่คุณชอบเป็นพิเศษไหม; Ⓒ *(prior right)* สิทธิพิเศษ, สิทธิที่ได้ก่อน; **give a creditor ~ over sb.** ให้สิทธิพิเศษแก่เจ้าหนี้ก่อน *ค.น.*; Ⓓ *(favouring of one person or country)* การให้สิทธิพิเศษแก่คนหรือประเทศ; **give [one's] ~ to sb.** ให้สิทธิพิเศษแก่ *ค.น.*; **give sb. ~ over others** ให้สิทธิพิเศษแก่ *ค.น.* ก่อนคนอื่น ๆ; Ⓔ *attrib. (Brit. Finance)* หุ้นที่มีสิทธิพิเศษ*(ซึ่งให้เงินปันผลก่อนหุ้นธรรมดา)*; **preference bonds** พันธบัตรบุริมสิทธิที่ได้รับดอกเบี้ยตายตัว; **preferrence share** หุ้นบุริมสิทธิ

preferential /prefə'renʃl/เฟรฺ๊ฟเฟอะ'เร็นช'ล/ *adj.* ที่ดีกว่าคนอื่น, ซึ่งให้/ได้รับสิทธิพิเศษ; [a] **~ status** สถานภาพที่ได้รับสิทธิพิเศษ; **give sb. ~ treatment** ปฏิบัติต่อ *ค.น.* ดีกว่าคนอื่น; **~ customs duties** ภาษีศุลกากรที่ได้รับสิทธิพิเศษ

preferentially /prefə'renʃəlɪ/เฟรฺ๊ฟเฟอะ'เร็นเชอะลิ/ *adv.* Ⓐ อย่างได้รับสิทธิพิเศษ; Ⓑ *(to a greater extent)* มากกว่าปกติ

preferment /prɪ'fɜ:mənt/พริ'เฟอเมินทฺ/ *n.* Ⓐ *(promotion)* การเลื่อนตำแหน่ง; *(advancement)* ความก้าวหน้า; **receive ~:** ได้รับการเลื่อนตำแหน่ง; Ⓑ *(post)* ตำแหน่งที่สูงขึ้น; *(Eccl.)* สมณศักดิ์; Ⓒ *(Law)* **~ of charges** การยื่นคำร้อง

preferred /prɪ'fɜ:d/พริ'เฟิด/ *adj.* Ⓐ ที่ชอบมากกว่า; **my ~ conclusion/solution** *etc.* ข้อสรุป/การแก้ปัญหา ฯลฯ ที่ฉันชอบมากกว่า; Ⓑ **~ share** *etc.* = **preference share** *etc.* ➡ **preference** E

prefigure /pri:'fɪgə(r), US -gjər/พรี'ฟิกเกอะ(ร), -เกียร/ *v.t.* Ⓐ *(represent beforehand)* แสดงหรือปรากฏให้เห็นล่วงหน้า; Ⓑ *(picture to oneself)* จินตนาการไว้ล่วงหน้า

prefix /'pri:fɪks, prɪ:'fɪks/'พรีฟิคซฺ, พรี'ฟิคซฺ/ ❶ *v.t.* Ⓐ *(add)* เติม *(คำ, พยางค์)* (to ข้างหน้า); **~ a title to a name** เพิ่มยศข้างหน้าชื่อ; Ⓑ *(Ling.)* เติมคำอุปสรรค; **~ the definite article to sth.** เติมคำอุปสรรคหน้า *ส.น.* ❷ *n.* Ⓐ *(Ling.)* คำอุปสรรค; Ⓑ *(title)* คำนำหน้าชื่อบุคคล; **the ~ 'Mr' before a name** คำว่า 'นาย' นำหน้าชื่อ

preflight /'pri:flaɪt/'พรีไฟลฺท/ *attrib. adj.* *(ข้อมูล, การตรวจสอบ)* ก่อนการออกบิน

preform /pri:'fɔ:m/พรี'ฟอม/ *v.t.* ก่อเป็นร่างก่อน; **~ed ideas** ความคิดที่มีไว้ก่อน

preggers /'pregəz/'เพร็กเกิซ/ *(Brit.)*, **preggy** /'pregɪ/'เพร็กกิ/ *adj. (coll.)* ท้อง *(ภ.พ.)*

pregnancy /'pregnənsɪ/'เพร็กเนินซิ/ *n.* Ⓐ *(of woman)* การตั้งครรภ์; *(of animal)* การตั้งท้อง; **her advanced state of ~:** เธออยู่ในสภาพท้องแก่; **in the fourth week of ~:** ในสัปดาห์ที่สี่ของการตั้งครรภ์; Ⓑ *(fig.: of speech, words)* *(คำ)* ที่เต็มไปด้วยความหมาย

'pregnancy test *n.* การทดสอบการตั้งครรภ์

pregnant /'pregnənt/'เพร็กเนินทฺ/ *adj.* Ⓐ มีครรภ์, มีท้อง; **she is ~ with her second child** เธอตั้งครรภ์ลูกคนที่สอง; **heavily** *or (coll.)* **very ~:** ครรภ์แก่ใกล้คลอด; Ⓑ *(fig.: momentous)* ที่สำคัญมาก; **~ with consequences/meaning** มีผล/ความหมายที่สำคัญมาก

preheat /pri'hi:t/พรี'ฮีท/ *v.t.* อุ่นไว้ก่อน *(เตาอบ, อาหาร)*

prehensile /pri:'hensaɪl, US -sl/พรี'เฮ็นซายลฺ, -ซ'ล/ *adj. (Zool.)* *(หาง, มือตีน)* ที่สามารถหยิบฉวยสิ่งต่าง ๆ ได้

prehistoric /pri:hɪ'stɒrɪk, US -tɔ:rɪk/พรีฮิ'ซตอริค, -ทอริค/ *adj.* Ⓐ ก่อนประวัติศาสตร์; **tools dating from ~ times** เครื่องมือที่มีอายุก่อนประวัติศาสตร์; Ⓑ *(coll.) (ancient)* เก่าแก่โบราณ; *(out of date)* ล้าสมัย

prehistory /pri:'hɪstərɪ/พรี'ฮิซเทอะริ/ *n.* Ⓐ ยุคก่อนประวัติศาสตร์; Ⓑ *(of a situation, etc.)* ภูมิหลัง

pre-ignition /pri:ɪg'nɪʃn/พรีอิก'นิช'น/ *n.* *(Motor Veh.) การระเบิดก่อนจังหวะในการเผาไหม้ภายในเครื่องยนต์*

pre-industrial /pri:ɪn'dʌstrɪəl/พรีอิน'ดัชเทรียล/ *adj.* ก่อนยุคอุตสาหกรรม

prejudge /pri:'dʒʌdʒ/พรี'จัจ/ *v.t.* Ⓐ *(form premature opinion about)* ตัดสินก่อน, วินิจฉัยล่วงหน้า; Ⓑ *(judge before trial)* ตัดสินก่อนการขึ้นศาล

prejudg[e]ment /pri:'dʒʌdʒmənt/พรี'จัจเมินทฺ/ *n.* การวินิจฉัยล่วงหน้า, การตัดสินใจก่อนการขึ้นศาล (of ของ); **we must avoid any ~ of the case/accused** เราต้องหลีกเลี่ยงการตัดสินคดี/ผู้ถูกกล่าวหาล่วงหน้า

prejudice /'predʒʊdɪs/'เพรฺ๊จุดิซ/ ❶ *n.* Ⓐ *(bias)* อคติ; **colour ~:** อคติต่อสีผิว, การเหยียดสีผิว; **overcome ~:** เอาชนะความอคติ; **this is mere ~!** นี่คืออคติแท้ ๆ; Ⓑ *(injury)* ความเสียหาย; **to sb.'s ~:** สร้างความเสียหายให้ *ค.น.*; **without ~ [to court action]** *(Law)* โดยไม่เป็นการเสียหายต่อสิทธิ [ในการฟ้องร้อง]; **without ~ to sth.** ปราศจากการเสียหายต่อ *ส.น.*; **be without ~ to sth.** โดยไม่มีผลต่อ *ส.น.* ❷ *v.t.* Ⓐ *(bias)* ทำให้มีอคติ, ทำให้โน้มเอียง; **~ sb.** *or* **sb.'s mind in sb.'s favour/against sb.** ทำให้ *ค.น.* มีอคติเข้าข้าง/ต่อต้าน *ค.น.*; Ⓑ *(injure)* ทำให้เสียหาย

prejudiced /'predʒʊdɪst/'เพรฺ๊จุดิซทฺ/ *adj.* มีอคติ (**about, against** เกี่ยวกับ); **the most ~ passages in this book** ตอนที่แสดงอคติมากที่สุดในหนังสือเล่มนี้; **~ opinion** ความคิดเห็นที่แสดงความมีอคติ; **be racially ~:** มีอคติทางด้านเชื้อชาติ; **be totally ~ against women** มีอคติต่อผู้หญิงอย่างเต็มที่

prejudicial /predʒʊ'dɪʃl/เพรฺ๊จุ'ดิช'ล/ *adj.* ก่อให้เกิดอคติ, ก่อให้เกิดความเสียหาย (to แก่); **be ~ to** ก่อให้เกิดความเสียหายแก่ *(ผลประโยชน์, สิทธิ, คดี ฯลฯ)*

prejudicially /predʒʊ'dɪʃəlɪ/เพรฺ๊จุ'ดิเชอะลิ/ *adv.* อย่างก่อให้เกิดอคติ, อย่างก่อให้เกิดความเสียหาย; **affect ~:** ก่อให้เกิดความเสียหายต่อ *(คำร้อง, คดี, สิทธิ)*

prelate /'prelət/'เพรฺ๊ลเลิท/ *n.* พระในศาสนาคริสต์ที่มีตำแหน่งสูง

prelim /'pri:lɪm/'พรีลิม/ *n.* Ⓐ *(coll.: exam)* การสอบรอบแรก; Ⓑ *in pl. (Printing) ส่วนแรกในหนังสือ (เช่น หน้าชื่อเรื่อง, หน้าสารบัญ)*

preliminarily /prɪ'lɪmɪnərɪlɪ/พริ'ลิมมิเนอะริลิ/ *adv.* อย่างเบื้องต้น, ที่นำมาก่อน

preliminary /prɪ'lɪmɪnərɪ/พริ'ลิมมิเนอะริ/ ❶ *adj.* ขั้นต้น, ขั้นเตรียมการ; **~ inquiry/request/search** การสอบสวน/การขอ/การค้นหาขั้นต้น; **~ draft** ฉบับร่าง
❷ *n., usu. in pl.* **preliminaries** การเตรียมการขั้นต้น; *(Sports)* การแข่งขันกีฬารอบต้น ๆ; **as a ~ to sth.** *(as a preparation)* เป็นการตระเตรียมสำหรับ *ส.น.*; **just a ~:** เป็นแค่ขั้นต้นเท่านั้น (to สำหรับ); **we have now completed the preliminaries** เราได้เสร็จสิ้นการปฏิบัติขั้นต้น; **dispense with the preliminaries** ไม่ต้องผ่านขั้นเตรียมการ; เข้าสู่เนื้อหาทันที; **without any further preliminaries** ปราศจากขั้นเตรียมการใด ๆ
❸ *adv.* ➡ **preparatory** 2

prelude /ˈprelju:d/เพรี้ลลิวดฺ/ ❶ *n.* Ⓐ *(introduction)* การนำ (**to** สู่); Ⓑ *(of play)* บทนำ; *(of poem)* บทนำ (**to** สู่); Ⓒ *(Mus.)* เพลงนำของการบรรเลงออเคสตรา *หรือ* การแสดงโอเปร่า ❷ *v.t.* Ⓐ *(foreshadow)* เป็นลาง, เป็นการบอกล่วงหน้า; Ⓑ *(start)* เริ่ม; **~ sth. by** *or* **with sth.** เริ่ม *ส.น.* ด้วย *ส.น.*

premarital /pri:ˈmærɪtl/พรี่ˈแมริท่ล/ *adj.* ที่มีก่อนแต่งงาน; **~ sex** การมีเพศสัมพันธ์ก่อนแต่งงาน

premature /ˈpremətjʊə(r), US pri:məˈtʊər/ ˈเพร็มเมอะทิวเออะ(ร), พรีเมอะˈทัว(ร)/ *adj.* Ⓐ *(hasty) (การตัดสิน, การปรากฏ)* รีบเร่ง; Ⓑ *(early) (การมาถึง)* ก่อนกำหนด; *(การแก่, ผมร่วง)* ก่อนวัย; **~ baby** เด็กที่คลอดก่อนกำหนด; **the baby was five weeks ~:** เด็กทารกคลอดก่อนกำหนดห้าสัปดาห์

prematurely /ˈpremətjʊəlɪ/ˈเพร็มเมอะทิวลิ/ *adv. (early)* อย่างก่อนกำหนด; *(hastily)* อย่างรีบเร่ง

premedical /pri:ˈmedɪkl/พรี่ˈเม็ดดิค'ล/ *adj. (Amer.)* ที่เตรียมจะเรียนวิชาแพทย์ศาสตร์

premedication /pri:medɪˈkeɪʃn/พรีเมะดิˈเคช'น/ *n. (Med.)* ยาระงับประสาทก่อนการผ่าตัด

premeditated /prɪˈmeditertɪd/พรีˈเม็ดดิเททิด/ *adj.* ที่ตั้งใจ, ที่วางแผนไว้ล่วงหน้า

premeditation /pri:medɪˈteɪʃn/พรีเม็ดดิˈเทช'น/ *n.* การเตรียมแผนล่วงหน้า; **with ~:** ด้วยการเตรียมแผนไว้ล่วงหน้า

premenstrual /priˈmenstrʊəl/พรีˈเม็นซตรุวล/ *adj. (Med.)* ก่อนมีประจำเดือน; **~ tension** ความเครียดก่อนมีประจำเดือน

premier /ˈpremɪə(r), US ˈpri:mɪər ˈเพร็มเมีย(ร), ˈพรีเมียร/ ❶ *adj. (first) (ตำแหน่ง)* อันดับแรก; *(best) (คุณภาพ)* ดีที่สุด, อันดับหนึ่ง; *(most important) (ตำแหน่ง)* สำคัญที่สุด ❷ *n.* นายกรัฐมนตรี

première /ˈpremjeə(r), US ˈpri:mɪər/ˈเพร็มเมีย(ร), ˈพรีเมีย(ร)/ ❶ *n. (of production)* การฉายภาพยนตร์ *หรือ* การแสดงละครรอบปฐมทัศน์ ❷ *v.t.* แสดงละคร *หรือ* ฉายภาพยนตร์รอบปฐมทัศน์

premiership /ˈpremɪəʃɪp, US prɪˈmɪəʃɪp/ ˈเพร็มเมียชิพ, พริˈเมียชิพ/ *n.* การดำรงตำแหน่งเป็นนายกรัฐมนตรี; *(office)* ตำแหน่งนายกรัฐมนตรี

premise /ˈpremɪs/ˈเพร็มมิซ/ *n.* Ⓐ *in pl. (building)* ที่ดินรวมสิ่งปลูกสร้าง, สถานที่; *(buildings and land of factory or school)* อาคารและพื้นที่ทั้งหมด; *(rooms)* ห้อง; **on the ~s** ในสถานที่; *(of public house, restaurant, etc.)* ร้านขายเหล้า, ภัตตาคาร ฯลฯ; **all repairs are done on the ~s** การซ่อมแซมทั้งหมดทำในสถานที่นั้น; Ⓑ ➡ **premiss**

premiss /ˈpremɪs/ˈเพร็มมิซ/ *n. (Logic)* คำกล่าวนำ

premium /ˈpri:mɪəm/ˈพรีเมียม/ *n.* Ⓐ *(Insurance)* เบี้ยประกัน; Ⓑ *(reward)* รางวัล; **put a ~ on sth.** *(make advantageous)* ทำให้ *ส.น.* ได้เปรียบ; *(attach special value to)* เพิ่มคุณค่า; Ⓒ *(bonus)* รางวัลพิเศษ; *(additional; to fixed price/wage)* เงินพิเศษ; Ⓓ *(Amer.: charge for loan)* ดอกเบี้ย; Ⓔ *(St. Exch.)* ราคาหุ้นที่สูงกว่าเดิม; **be at a ~:** มีค่าสูงกว่าราคาปกติ; *(fig.: be highly valued)* มีค่าสูง; **those shares are on offer at a ~:** หุ้นเหล่านี้เสนอราคาขายสูง

'Premium [Savings] Bond *n. (Brit.)* พันธบัตร, *(สลาก)* ออมสินของรัฐบาล

premium: ~ fuel *Brit.* **~ gasoline** *(Amer.) n.* น้ำมันเชื้อเพลิงที่มีการเผาไหม้อย่างหมดจด; **~ price** *n.* ราคาสูงมาก; **~ product** *n.* สินค้าคุณภาพเยี่ยม; **~ rate** *n. (call, number) (การโทรศัพท์)* ราคาปกติ; **~ rent** *n.* การให้เช่าในราคาสูง

premolar /pri:ˈməʊlə(r)/พรีˈโมเลอะ(ร)/ *n. (Anat.)* ฟันกรามหน้า

premonition /pri:məˈnɪʃn, pre-/พรีเมอะˈนิช'น, เพระ-/ *n.* Ⓐ *(forewarning)* สัญญาณบอก, ลาง; **falling leaves gave a ~ of coming winter** ใบไม้ร่วงเป็นสัญญาณชี้ว่าฤดูหนาวกำลังจะมาถึง; Ⓑ *(presentiment)* ลางสังหรณ์, ลางร้าย; **feel/have a ~ of sth.** รู้สึก/มีลางสังหรณ์เกี่ยวกับ *ส.น.*

premonitory /prɪˈmɒnɪtərɪ, US -tɔ:rɪ/พริˈมอนิเทอะริ, -ทอริ/ *adj. (สัญญาณ)* เป็นการบอกเหตุล่วงหน้า; *(ความรู้สึก)* เป็นลางสังหรณ์

pre-natal /pri:ˈneɪtl/พรีˈเนท'ล/ *adj. (Med.)* ก่อนเด็กคลอด; **~ care** การดูแลก่อนการคลอด

preoccupation /priɒkjʊˈpeɪʃn/พรีออคิวˈเพช'น/ *n.* ความหมกหมุ่น, สิ่งที่ครอบงำจิตใจ (**with** ด้วย); **his ~ with his work left little time for his family** ความหมกหมุ่นอยู่กับงานของเขาทำให้เขาเหลือเวลาน้อยสำหรับครอบครัว; **first** *or* **greatest** *or* **main ~:** สิ่งที่คิดถึงมากที่สุด

preoccupied /priˈɒkjʊpaɪd/พรีˈออคคิวพายดฺ/ *adj. (lost in thought) (ความคิด)* หมกหมุ่น; จมอยู่ในความครุ่นคิด; *(concerned)* วิตกกังวล (**with** ด้วย); *(absorbed)* หมกหมุ่น, ครุ่นคิด (**with** เรื่อง)

preoccupy /priˈɒkjʊpaɪ/พรีˈออคคิวพาย/ *v.t.* ครอบงำจิตใจ, ทำให้จิตใจหมกหมุ่น; **my mind is preoccupied** จิตใจของฉันถูกครอบงำ

pre-ordain /pri:ɔ:ˈdeɪn/พรีออˈเดน/ *v.t.* บันดาล *หรือ* ตกลงใจล่วงหน้า

prep /prep/เพร็พ/ *n. (Brit.Sch. coll.)* Ⓐ *(homework)* การบ้าน; Ⓑ *(homework period)* ระยะเวลาในการทำการบ้าน

pre-packaged /pri:ˈpækɪdʒd/พรีˈแพคิจดฺ/, **pre-packed** /pri:ˈpækt/พรีˈแพคทฺ/ *adj.* **~s** *(สินค้า)* ที่บรรจุหีบห่อก่อนจำหน่าย; *(fig.) (ความคิด)* ที่สำเร็จรูป *หรือ* ไม่มีอะไรใหม่

prepaid ➡ **prepay**

preparation /prepəˈreɪʃn/เพระเพอะˈเรช'น/ *n.* Ⓐ การเตรียมการ, การตระเตรียม; **be in a state of ~ for combat** เตรียมพร้อมที่จะรบ; **be in ~** *(หนังสือ)* อยู่ในการเตรียมการ; **be in ~ for sth.** อยู่ในการเตรียมการสำหรับ *ส.น.*; **in ~ for the new baby/term** ในการตระเตรียมสำหรับทารกคนใหม่/ภาคการศึกษาใหม่; Ⓑ *in pl. (things done to get ready)* สิ่งที่ต้องเตรียม (**for** เพื่อ); **~s for war/the funeral/the voyage/the wedding** การเตรียมการเพื่อสงคราม/งานศพ/การเดินทาง/พิธีแต่งงาน; **make ~s for sth.** ทำการเตรียมการสำหรับ *ส.น.*; Ⓒ *(Chem., Med., Pharm.)* สารที่เตรียมไว้; **herbal ~:** สมุนไพรที่เตรียมไว้; *(Cookery)* ส่วนผสมที่เตรียมไว้; Ⓓ *(Brit. Sch.)* การบ้าน

preparative /prɪˈpærətɪv/พริˈแพเรอะทิฺว/ ➡ **preparatory 1 A**

preparatory /prɪˈpærətərɪ, US -tɔ:rɪ/พริˈแพเรอะเทอะริ, -ทอริ/ ❶ *adj.* Ⓐ *(introductory) (การค้นพบ, การศึกษา)* ขั้นต้น; *(มาตรการ)* เป็นการเตรียมการ; *(บทความ)* เป็นการแนะนำ; **~ work** งานขั้นต้น *หรือ* งานเตรียมการ; Ⓑ *(Sch., Univ.)* โรงเรียนเตรียมอุดมศึกษา ❷ *adv.* **~ to sth.** ก่อน *ส.น.*; **~ to doing sth.** ก่อนทำ *ส.น.*; **I am packing ~ to departure** *or* **departing** ฉันกำลังเก็บของก่อนที่จะเดินทาง

pre'paratory school *n.* Ⓐ *(Brit. Sch.)* โรงเรียนเตรียมก่อนเข้าเรียนขั้นมัธยม; Ⓑ *(Amer. Univ.)* โรงเรียนเตรียมอุดมศึกษา

prepare /prɪˈpeə(r)/พริˈแพ(ร)/ ❶ *v.t.* Ⓐ *(make ready)* เตรียม *(แผน, คำอภิปราย, บทเรียน)*; จัดให้พร้อม *(ห้องรับแขก, เครื่องปรุงอาหาร)*; *(make mentally ready, equip with necessary knowledge)* เตรียมตัวให้พร้อม (**for** เพื่อ); **~ the ground** *or* **way for sb./sth.** *(fig.)* ทำงานขั้นต้นให้พร้อมสำหรับ *ค.น./ส.น.*; **~ oneself for a shock/the worst** เตรียมตัวที่จะรับเรื่องน่าใจหาย/สิ่งที่เลวร้ายที่สุด; **be ~d for anything** เตรียมพร้อมที่จะรับได้หมด; **be ~d to do sth.** *(be willing)* เต็มใจที่จะทำ *ส.น.*; Ⓑ *(make)* จัดเตรียม *(อาหาร, เคมี)* ❷ *v.i.* เตรียม (**for** สำหรับ); **~ for battle/war** เตรียมสำหรับการสู้รบ/สงคราม; **~ to do sth.** เตรียมทำ *ส.น.*; **~ to advance/retreat** เตรียมบุก/ถอย

preparedness /prɪˈpeərɪdnɪs/พริˈแพริดนิซ/ *n., no pl. (willingness)* ความเต็มใจ (**for** ที่จะ); **[state of] ~** *(readiness)* สภาพความพร้อม (**for** สำหรับ); **be in a state of ~ for action** *(Amer.)* อยู่ในสภาพพร้อมที่จะปฏิบัติ

prepay /pri:ˈpeɪ/พรีˈเพ/ *v.t.,* **prepaid** /pri:ˈpeɪd/พรีˈเพด/ ชำระไว้ล่วงหน้า; *(pay postage of)* ชำระค่าไปรษณียากรไว้ล่วงหน้า; **send a parcel carriage prepaid** ส่งพัสดุภัณฑ์ที่ได้ชำระค่าไปรษณียากรล่วงหน้าแล้ว; **prepaid envelope** ซองที่ได้ชำระค่าไปรษณียากรแล้ว

prepayment /pri:ˈpeɪmənt/พรีˈเพเม็นทฺ/ *n.* การชำระเงินไว้ล่วงหน้า; *(of letters, parcels, etc.)* การชำระค่าไปรษณียากรล่วงหน้า

preponderance /prɪˈpɒndərəns/พริˈพอนเดอะเริ่นซฺ/ *n. (อิทธิพล, อำนาจ, ความสำคัญ)* ความมีมากกว่า; **[numerical] ~, ~ in numbers** ความมีจำนวนมากกว่า

preponderant /prɪˈpɒndərənt/พริˈพอนเดอะเริ่นทฺ/ *adj. (อิทธิพล, อำนาจ, ความสำคัญ)* มากกว่า; **~ in numbers** มีจำนวนมากกว่า

preponderantly /prɪˈpɒndərəntlɪ/พริˈพอนเดอะเริ่นทลิ/ *adv.* อย่างมากกว่า

preponderate /prɪˈpɒndəreɪt/พริˈพอนเดอะเรท/ *v.i.* มีมากกว่า

preposition /prepəˈzɪʃn/เพระเพอะˈซิช'น/ *n. (Ling.)* คำบุพบท

prepositional /prepəˈzɪʃənl/เพระเพอะˈซิเชอะน'ล/ *adj. (Ling.)* เป็นคำบุพบท, เหมือนคำบุพบท

prepossess /pri:pəˈzes/พรีเพอะˈเซ็ซ/ *v.t.* Ⓐ *(preoccupy mentally)* ครอบงำจิตใจ; Ⓑ *(prejudice)* ทำให้มีอคติ; **~ sb. in sb.'s favour/against sb.** ทำให้ *ค.น.* มีอคติชอบ/ไม่ชอบ *ค.น.*

prepossessing /pri:pəˈzesɪŋ/พรีเพอะˈเซ็ซซิง/ *adj.* น่าประทับใจ, ดึงดูดความสนใจ

preposterous /prɪˈpɒstərəs/พริˈพอซเตอะเริซ/ *adj.* ไม่มีเหตุผล; *(หน้าตา, กระโปรง)* ดูพิลึกมาก; บ้ามาก *(ภ.พ.)*

preposterously /prɪˈpɒstərəslɪ/พริˈพอซเตอะเริซลิ/ *adv.* อย่างไม่มีเหตุผล, อย่างพิลึกพิลั่น; อย่างบ้ามาก; **suggest quite ~ that ...:** เสนออย่างไม่น่าเชื่อว่า...

preppy /ˈprepɪ/ˈเพรฺ็พพิ/ *(Amer.)* ❶ *n. เด็กนักเรียนที่เข้าเรียนในโรงเรียนเอกชนราคาแพง ๆ และแต่งตัวด้วยเสื้อผ้ามียี่ห้อ* ❷ *adj.* เหมือนนักเรียนประเภทนี้, ที่แต่งตัวแพงและมียี่ห้อ

preprandial /priːˈprændɪəl/พรี'แพรนเดียล/ *adj. (formal/joc.) (การดื่ม)* ก่อนรับประทานอาหาร

preprint /ˈpriːprɪnt/ˈพรีพริ้นทฺ/ *n.* เอกสารตีพิมพ์ที่ออกก่อนการตีพิมพ์ทั่วไป

'pre-program *v.t.* **-mm-** กำหนดรายการไว้ล่วงหน้า

'prep school *(coll.)* ➡ **preparatory school**

prepuce /ˈpriːpjuːs/ˈพรีพิวซฺ/ *n. (Anat.)* หนังหุ้มปลายอวัยวะเพศชายและหญิง

Pre-Raphaelite /priːˈræfəlaɪt/พรี'แรเฟอะไลทฺ/ *(Art)* ❶ *n. กลุ่มจิตรกรอังกฤษในศตวรรษที่ 19 ที่เลียนแบบงานศิลปะอิตาลีก่อนยุคของราฟาเอล* ❷ *adj.* เป็นงานศิลปะที่เลียนแบบสมัยก่อนราฟาเอล

pre-record /priːrɪˈkɔːd/พรีริ'คอด/ *v.t.* อัดไว้ล่วงหน้า; **~ed tape** เทปที่อัดไว้ล่วงหน้า

prerequisite /priːˈrekwɪzɪt/พรี'เร็คควิซิทฺ/ ❶ *n.* เงื่อนไขหลัก ❷ *adj.* ที่จำเป็น, ที่เป็นเงื่อนไขหลัก

prerogative /prɪˈrɒgətɪv/พริ'รอกเกอะทิว/ *n.* Ⓐ สิทธิ *หรือ* อภิสิทธิ์; **the ~ of mercy** สิทธิในการให้ความเมตตา; Ⓑ *(of sovereign)* **[royal] ~:** สิทธิของกษัตริย์

Pres. *abbr.* **President** ปธ.

presage ❶ /ˈpresɪdʒ/ˈเพร็ซซิจ/ *n.* Ⓐ *(omen)* ลางร้าย; **a ~ of worse to come** ลางแสดงว่าจะเลวร้ายยิ่งขึ้น; Ⓑ *(foreboding)* การสังหรณ์ใจ ❷ /ˈpresɪdʒ, prɪˈseɪdʒ/ˈเพร็ซซิจ, พริ'เซจ/ *v.t. (foreshadow)* บอกเหตุล่วงหน้า; *(give warning of)* ให้สัญญาณเตือนล่วงหน้า

Presbyterian /prezbɪˈtɪərɪən/เพร็ซบิ'เทียเรียน/ ❶ *adj. (นิกายคริสต์)* เพรสไบทีเรียน ❷ *n.* สมาชิกของนิกายเพรสไบทีเรียน *(ท.ศ.)*

Presbyterianism /prezbɪˈtɪərɪənɪzm/เพร็ซบิ'เทียนิซ'ม/ *n.* นิกายเพรสไบทีเรียน *(ที่ปกครองโดยผู้มีอาวุโสที่มีฐานะเท่าเทียมกันหมด)*

presbytery /ˈprezbɪtərɪ, US -terɪ/ˈเพร็ซบิเทอะริ, -เทะริ/ *n.* ด้านตะวันออกของโบสถ์ *(ซึ่งเป็นที่นั่งของนักบวช)*; ตำบลซึ่งเป็นที่ตั้งของโบสถ์; บ้านพักของพระนิกายคาทอลิก

preschool /ˈpriːskuːl/ˈพรีซกูล/ *adj. (ช่วงเวลา, กิจกรรมเด็ก)* ก่อนวัยเรียน; **~ years** ช่วงปีก่อนวัยเรียน

prescience /ˈpresɪəns/ˈเพร็ซเซียนซฺ/ *n.* การมองการณ์ไกล, ความสามารถมองเห็นอนาคต

prescient /ˈpresɪənt/ˈเพร็ซเซียนทฺ/ *adj.* ที่มองการณ์ไกล, สามารถมองเห็นอนาคต

pre-scientific /priːsaɪənˈtɪfɪk/พรีไซเอิน'ทิฟิค/ *adj.* ก่อนการพัฒนาวิทยาศาสตร์สมัยใหม่

prescribe /prɪˈskraɪb/พริ'ซกฺราย-บ/ ❶ *v.t.* Ⓐ *(impose)* กำหนด, ออกคำสั่ง; **~d book** ➡ **+ set** 4 B; Ⓑ *(Med.)* สั่งยา; *(fig.)* แนะนำวิธีแก้ปัญหา ❷ *v.i.* ยืนยันสิทธิ

prescript /ˈpriːskrɪpt/ˈพรีซกฺริพทฺ/ *n.* คำสั่ง, กฎหมาย, กฎ

prescription /prɪˈskrɪpʃn/พริ'ซกฺริพช'น/ *n.* Ⓐ *(prescribing)* การกำหนด; Ⓑ *(Med.)* ใบสั่งยา, การสั่งยา; *(medicine)* ยาที่สั่ง; **be available only on ~:** ซื้อได้ด้วยใบสั่งยาจากแพทย์เท่านั้น; *(Law)* อายุความ

pre'scription charge *n.* การเสียค่าบริการยา

prescriptive /prɪˈskrɪptɪv/พริ'ซกฺริพทิว/ *adj. (Ling.)* เกี่ยวกับกฎการใช้ภาษา

pre-select /priːsɪˈlekt/พรีซิ'เล็คทฺ/ *v.t.* เลือกไว้ก่อน

presence /ˈprezns/ˈเพร็ซ'นซฺ/ *n.* Ⓐ *(being present) (of person)* การปรากฏกาย, การมีตัวตนอยู่; *(of things)* การมี; **in the ~ of his friends** ต่อหน้าเพื่อน ๆ ของเขา; **in the ~ of danger** ต่อหน้าอันตราย; **make one's ~ felt** ทำให้ตนเป็นที่สังเกตของคนในที่นั้น; **be admitted to/be banished from the King's ~:** ได้เข้าเฝ้า/ถูกขับออกจากการเข้าเฝ้ากษัตริย์; Ⓑ *(appearance)* หน้าตาภายนอก; *(bearing)* อากัปกิริยาท่าทาง; **[stage] ~:** อากัปกิริยาบนเวที; **she has ~:** เธอมีกิริยาท่าทางที่สง่าผ่าเผย; Ⓒ *(being represented)* การปรากฏ; **police ~:** การปรากฏตัวของตำรวจ; **the British ~ east of Suez** การมีอยู่ของเครือจักรภพอังกฤษในฝั่งตะวันออกของคลองสุเอซ; Ⓓ *(person or thing)* การมีอยู่; **feel an invisible ~ in the room** รู้สึกว่ามีตัวตนที่มองไม่เห็นในห้อง; Ⓔ **~ of mind** ความมีสติสัมปชัญญะ

¹present /ˈprezənt/ˈเพร็ซเซินทฺ/ ❶ *adj.* Ⓐ มีอยู่ (at ใน); **be ~ in the air/water/in large amounts** มีในอากาศ/ในน้ำ/มีเป็นจำนวนมาก; **all ~ and correct** *(joc.)* ทุกคนมาแล้วพร้อมหน้า; **all those ~:** ทุกคนในที่นี้; **~ company excepted** ยกเว้นคนที่อยู่ที่นี่ในเวลานี้; **be ~ to sb.** *or* **sb.'s mind** มีอยู่ในจิตใจของ *ค.น.* ณ บัดนี้; Ⓑ *(being dealt with)* ที่กำลังจัดการอยู่; **it's not relevant to the ~ matter** มันไม่เกี่ยวข้องกับเรื่องที่กำลังจัดการอยู่; **in the ~ connection** ในแง่มุมที่กำลังพิจารณา; ในแง่มุมนี้; **in the ~ case** ในกรณีที่กำลังจัดการอยู่; Ⓒ *(existing now)* ตอนนี้, ในปัจจุบัน; **during the ~ month** ระหว่างเดือนนี้; **the ~ writer/author** *etc.* นักเขียน ฯลฯ ของบทความ; Ⓓ *(Ling.)* **~ tense** ปัจจุบันกาล; **~ perfect** ปัจจุบันกาลสมบูรณ์; ➡ **+ participle**; Ⓔ **a very ~ help in trouble** *(arch.)* การช่วยได้ทันการ ❷ *n.* Ⓐ **the ~:** เวลาปัจจุบัน; **up to the ~:** จนถึงปัจจุบันนี้; **at ~:** ในปัจจุบันนี้, ตอนนี้, ขณะนี้; **I can't help you/say more at ~:** ตอนนี้ฉันไม่สามารถช่วยเหลือคุณได้/พูดอะไรได้มากกว่านี้; **for the ~:** ในขณะนี้, ตอนนี้; **[there is] no time like the ~:** เวลานี้เป็นเวลาที่ดีที่สุด; Ⓑ *(Ling.)* ปัจจุบันกาล, กาลในปัจจุบัน

²present ❶ /ˈprezənt/ˈเพร็ซเซินทฺ/ *n. (gift)* ของขวัญ; **parting ~:** ของที่ระลึกยามจากกัน; **make a ~ of sth. to sb., make sb. a ~ of sth.** ให้ *ส.น.* เป็นของขวัญแก่ *ค.น.*; ➡ **+ give** 1 B ❷ /prɪˈzent/พริ'เซ็นทฺ/ *v.t.* Ⓐ มอบ, แจก *(รางวัล, ของขวัญ)*; **~ sth. to sb.** *or* **sb. with sth.** ให้มอบ *ส.น.* แก่ *ค.น.*; **~ sb. with gifts** มอบของขวัญให้แก่ *ค.น.*; **~ sb. with difficulties /a problem** นำความยากลำบาก/ปัญหาแก่ *ค.น.*; **he was ~ed with an opportunity that ...:** เขาได้รับโอกาสที่ว่า...; Ⓑ *(express)* **~ one's compliments to sb.** กล่าวคำชมเชยแก่ *ค.น.*; **~ one's regards to sb.** ส่งความระลึกถึง *ค.น.*; Ⓒ *(deliver)* ส่ง *(ใบเสร็จรับเงิน, ความระลึกถึง)* (to ยัง); **~ one's case** เสนอมุมมองของตน; Ⓓ *(exhibit)* แสดง *(หน้าตา)*; ก่อให้เกิด *(ปัญหา)*; **~ a ragged appearance** แสดงสภาพที่ขาดรุ่งริ่ง; **~ a bold front** *or* **brave face to the world** แสดงสีหน้าที่กล้าหาญ; Ⓔ *(introduce)* แนะนำ (to ต่อ); Ⓕ *(to the public)* เสนอต่อสาธารณชน; ฉาย *(ภาพยนตร์)*; เสนอ *(ทฤษฎี)*; ออก *(หนังสือ, เทปเพลง)*; แสดง *(รายการ)*; Ⓖ *(Parl.)* เสนอ *(ร่างกฎหมาย)*; Ⓗ **~ arms!** *(Mil.)* เรียบอาวุธ *(ปืน)*; Ⓘ *(aim, hold horizontally)* ถือปืนในท่ายิง, เล็ง; **he ~ed his weapon** เขาแบกอาวุธของเขาในท่ายิง ❸ *v. refl. (ปัญหา)* ก่อตัว; *(โอกาส)* แสดงตัว; **~ itself to sb.** *(โอกาส)* ปรากฏขึ้นมาให้ *ค.น.*; **~ oneself to sb.** *(ค.น.)* แนะนำตัวกับ *ค.น.*; **~ oneself for interview/an examination** รับการสัมภาษณ์/สอบ

presentable /prɪˈzentəbl/พริ'เซ็นเทอะบ'ล/ *adj. (หน้าตา)* ที่ดูดี; ไปวัดไปวาได้ *(ภ.พ.)*; **she is quite a ~ young lady** เธอเป็นหญิงสาวที่หน้าตาสวยดี; **the flat is not very ~ at the moment** แฟลตให้ใครดูไม่ได้ในตอนนี้; **make oneself/sth. ~:** ทำให้ตัวเอง/*ส.น.* พอดูได้; **his most ~ jacket** เสื้อแจ็กเก็ตที่ดูดีที่สุด

presentably /prɪˈzentəblɪ/พริ'เซ็นเทอะบลิ/ *adv. (วาดรูป, เล่นเปียโน)* อย่างพอใช้ได้; *(แต่งตัว)* อย่างที่ดูดี

presentation /prezənˈteɪʃn/เพระเซิน'เทช'น/ *n.* Ⓐ *(giving)* การเสนอ, การให้; *(of prize, medal, gift)* การมอบ; **make sb. a ~ of sth.** มอบ *ส.น.* แก่ *ค.น.*; Ⓑ *(ceremony)* พิธีการมอบ; **~ of the awards/medals** พิธีการมอบรางวัล/เหรียญรางวัล; Ⓒ *(delivering) (of petition)* การส่งคำร้อง; *(of cheque, report, account)* การส่ง; *(of case, position, thesis)* การมอบ; *(manner of putting forward, presenting)* วิธีการเสนอ; **on ~ of** ในการเสนอของ; Ⓓ *(exhibition)* นิทรรศการ; Ⓔ *(Theatre, Radio, Telev.)* การนำเสนอ; Ⓕ *(introduction)* การแนะนำ; Ⓖ *(Med.)* ตำแหน่งของทารกต่อช่องคลอด; **head/breech ~:** หัว/ก้นของทารกที่ลงสู่ช่องคลอด

presen'tation: ~ copy *n.* หนังสือฉบับ *(ที่มอบให้เป็นอภินันทนาการ)*; **~ skills** *n.* ทักษะในการนำเสนอ *(โครงการ, แผน)*

present-'day *adj.* ในปัจจุบัน; **by ~ standards** ตามมาตรฐานของปัจจุบัน

presenter /prɪˈzentə(r)/พริ'เซ็นเทอะ(ร)/ *n.* Ⓐ *(of cheque)* ผู้ออกจ่าย; **be the ~ of a petition/report** เป็นผู้เสนอคำร้อง/รายงาน; Ⓑ ➤ **489** *(Radio, Telev.)* ผู้ประกาศ, โฆษก

presentiment /prɪˈzentɪmənt/พริ'เซ็นทิเมินทฺ/ *n.* ลางสังหรณ์ *(สิ่งร้าย)*; **I have a ~ about the opening night** ฉันมีลางสังหรณ์เกี่ยวกับคืนแสดงปฐมฤกษ์; **have a ~ that ...:** มีลางสังหรณ์ว่า...

presently /ˈprezəntlɪ/ˈเพร็ซเซินทลิ/ *adv.* Ⓐ *(soon)* เร็ว ๆ นี้; **see you ~:** แล้วเจอกันเร็ว ๆ นี้; Ⓑ *(Amer., Scot.: now)* เดี๋ยวนี้, ในตอนนี้

present: ~ 'value, ~ 'worth *ns. (Econ.)* ค่าในปัจจุบัน

preservation /prezəˈveɪʃn/เพระเซอะ'เวช'น/ *n., no pl.* Ⓐ *(action)* การสงวน, การพิทักษ์, การเก็บรักษา, การอนุรักษ์ *(ตึกเก่า, ของเก่า)*; *(of leather, wood, etc.)* การถนอม; **the ~ of peace** การรักษาสันติภาพ; Ⓑ *(state)* สภาพการเก็บรักษา; **be in an excellent state of ~:** อยู่ในสภาพการเก็บรักษาไว้อย่างดี

preser'vation order *n.* คำสั่งให้อนุรักษ์ *(ตึก, บ้าน)*; **put a ~ on sth.** มีคำสั่งให้อนุรักษ์ *ส.น.*

preservative /prɪˈzɜːvətɪv/พริ'เซอเวอะทิว/ ❶ *n.* สารที่ใช้ถนอม, สารกันบูด *(อาหาร, เนื้อไม้)* ❷ *adj.* ที่ถนอมรักษา

preserve /prɪˈzɜːv/พริ'เซิว/ ❶ *n.* Ⓐ *in sing. or pl. (fruit)* แช่อิ่ม, ดอง, หมัก; **strawberry/quince ~s** สตรอเบอร์รี่/ลูกควินซ์แช่อิ่ม; Ⓑ *(jam)* แยม; Ⓒ *(fig.: special sphere)* ขอบเขตเฉพาะ;

p

preset | presumptive 688

(of political power) ขอบเขตทางการเมือง; **D** *(for wildlife)* สถานที่สงวนสัตว์ป่า; *(water)* แหล่งน้ำอนุรักษ์; **wildlife/game ~:** แหล่งสงวนพันธุ์สัตว์ป่า/เขตห้ามล่าสัตว์ป่า
2 *v.t.* **A** *(keep safe)* รักษาไว้, สงวนไว้ (**from** จาก); **~ sth. from destruction** รักษา *ส.น.* ไม่ให้ถูกทำลาย; **B** *(maintain)* ดำรงรักษา *(ความสงบ, ระเบียบวินัย, ชื่อเสียง);* **~ the peace** รักษาสันติภาพ; **C** *(retain)* เก็บ *(ความร้อน, ความเย็น);* รักษา *(ระยะความห่าง);* **D** *(prepare, keep from decay)* ทำให้ไม่เสื่อมสลาย; **E** *(keep alive)* รักษา *(ชีวิต); (fig.)* ทนุถนอม *(ความหวัง);* ดอง *(ศพ);* **Heaven ~ us!** ขอสวรรค์โปรดช่วยเราด้วย; **F** *(care for and protect)* ดูแลและปกป้อง *(สัตว์เลี้ยง, ป่า)*

preset /priː'set/พรี'เซ็ท/ *v.t., forms as* **set** 1: ตั้งไว้ล่วงหน้า, กำหนดล่วงหน้า

pre-shrink /priː'ʃrɪŋk/พรี'ชริงค/ *v.t., forms as* **shrink** 2 *(Textiles) (ผ้า)* ทำให้หดระหว่างการผลิต

pre-shrunk /priː'ʃrʌŋk/พรี'ชรังค/ *adj. (Textiles) (กางเกงยีน)* ที่หดระหว่างการผลิต

preside /prɪ'zaɪd/พริ'ซายดฺ/ *v.i.* **A** *(at meeting etc.)* เป็นประธาน (**at** ใน); **B** *(at meal)* เป็นผู้มีอาวุโส; **C** *(exercise control)* **~ over** เป็นหัวหน้า *(โครงการ, ครอบครัว, บริษัท);* เป็นผู้นำ *(ในองค์กร)*

presidency /'prezɪdənsɪ/'เพร็ซซิเดินซิ/ *n.* **A** ตำแหน่งประธานาธิบดี; **B** *(of legislative body)* ตำแหน่งประธาน; **C** *(Univ., esp. Amer.)* ตำแหน่งอธิการบดี; **D** *(of society etc.)* ตำแหน่งประธานสมาคม; **E** *(of council, board, etc.)* ตำแหน่งประธานสภา; **F** *(Amer.: of bank or company)* ตำแหน่งประธานธนาคาร

president /'prezɪdənt/'เพร็ซซิเดินทฺ/ *n.* ➤ **489** **A** ประธานาธิบดี; **B** *(of legislative body)* ประธานฝ่ายนิติบัญญัติ; **C** *(Univ., esp. Amer.)* อธิการบดี; **D** *(of society etc.)* ประธาน; **E** *(of council, board, etc.)* ประธาน; **Lord P~ of the Council** *(Brit.)* ประธานสภา; **F** *(Amer.: of bank or company)* ประธาน

presidential /prezɪ'denʃl/เพร็ซซิ'เด็นช'ล/ *adj.* เกี่ยวกับตำแหน่งประธานาธิบดี, แห่งประธานาธิบดี; **~ campaign** การหาเสียงชิงตำแหน่งประธานาธิบดี; **~ address** การกล่าวสุนทรพจน์ของประธานาธิบดี; **~ ambitions** ความหวังที่จะเป็นประธานาธิบดี

presidium /prɪ'sɪdɪəm/พริ'ซิดเดียม/ *n. สภาบริหารสูงสุดในประเทศที่มีการปกครองระบบคอมมิวนิสต์*

¹press /pres/เพร็ซ/ **1** *n.* **A** *(newspapers etc.)* หนังสือพิมพ์, สื่อสิ่งพิมพ์; **get/have a good/bad ~** *(fig.)* ได้รับการลงในหนังสือพิมพ์ในแง่ดี/ไม่ดี; ➡ **+ freedom A**; **B** ➡ **printing press**; **C** *(printing house)* โรงพิมพ์; **at** *or* **in [the] ~:** กำลังพิมพ์; **send to [the] ~:** ส่งไปโรงพิมพ์; **go to [the] ~:** ไปรับการตีพิมพ์; **D** *(publishing firm)* สำนักพิมพ์; **E** *(for flattening, compressing, etc.)* เครื่องอัดให้แบน; *(for sports racket)* กรอบไม้เทนนิส; **F** *(crowding)* การเบียดเสียดยัดเยียด; **G** *(crowd)* ฝูงชน; **a ~ of people** ผู้คนที่เบียดเสียดยัดเยียด; **H** *(in battle)* การกดดัน, บีบคั้น; **I** *(~ing)* การกด, การทับ, การรีด; **give sth. a ~:** กด *ส.น.;* **your trousers could do with a ~:** กางเกงของคุณน่าจะรีดหน่อย; **with a ~ of the button** โดยแค่กดปุ่ม; **J** *(Weightlifting)* ท่าในการยกน้ำหนัก
2 *v.t.* **A** กด *(ปุ่ม, กริ่ง, ห้ามล้อ, คันเร่ง);* **~ the trigger** เหนี่ยวไกปืน; **B** *(urge)* ยุ *(บุคคล); (force)* บังคับ; *(insist on)* ยืนกรานใน *(จุดยืน);* **~ sb. for an answer** เรียกร้องคำตอบจาก *ค.น.;* **he did not ~ the point** เขาไม่ได้เน้นจุดนั้น; **~ the analogy too far** ฝืนการเปรียบเทียบมากเกินไป; **C** *(exert force on)* กด; **D** *(squeeze)* บีบ; **~ sb.'s hand** บีบมือ *ค.น.;* **E** *(compress)* อัด, บด; คั้น *(น้ำผลไม้);* บด *(องุ่น);* **F** *(iron)* รีด *(ผ้า);* **G** *(bear heavily on)* ถูกบีบคั้น; **be hard ~ed** *(by enemy)* ถูกบีบคั้นอย่างมาก; *(experience great difficulty)* ประสบความยากลำบากอย่างสาหัส; **H** **be ~ed for space/time/money** *(have barely enough)* มีพื้นที่/เวลา/เงินแทบจะไม่เพียงพอ; **I** *(Weightlifting)* ยกน้ำหนักในท่าเพรส *(ท.ศ.);* **J** *(make)* อัด *(แผ่นเสียง)*
3 *v.i.* **A** *(exert pressure)* กด; **the child ~ed against the railings** เด็กดันตัวไปที่รั้ว; **B** *(weigh)* **~ [up]on sb.'s mind/heart** ทำให้ *ค.น.* หนักใจ; **C** *(be urgent)* เร่งด่วน; **time/sth. ~es** เวลา/*ส.น.* เร่งด่วน; **D** *(make demand)* **~ for sth.** เรียกร้อง *ส.น.;* **E** *(crowd) (ฝูงชน)* เบียดเสียด; **~ up** *(ฝูงชน)* เบียดเสียด; **~ in upon sb.** *(ความคิด)* ทำให้ *ค.น.* หนักใจ

~ a'head, ~ 'forward, ~ 'on *v.i. (continue activity)* ดำเนินต่อไป; *(continue travelling)* เดินทางต่อไปเรื่อย; **~ on with one's work** ทำงานต่อไปเรื่อย ๆ

~ 'out *v.t.* ดันออกมา; *(out of cardboard)* ดัน *(ภาพที่ตัดแล้ว)* ออกจากกระดาษแข็ง

²press *v.t.* **~ into service/use** นำมาใช้ประโยชน์

press: ~ agent *n.* ➤ **489** ผู้เป็นตัวแทนฝ่ายประชาสัมพันธ์; **~ attaché** ➡ **attaché**; **~ box** *n.* ที่นั่งสำหรับนักข่าว; **~-button** ➡ **push-button**; **~ campaign** *n.* การรณรงค์ในสื่อ; **~ card** *n.* บัตรอนุญาตผ่านของนักข่าว; **~ clipping** *(Amer.)* ➡ **~ cutting**; **~ conference** *n.* การแถลงข่าว; **~ coverage** *n.* ระดับการครอบคลุมของข่าว; **~ cutting** *n. (Brit.)* ข่าวที่ตัดจากหน้าหนังสือพิมพ์; **~ gallery** *n.* ที่นั่งในสภาอังกฤษ สำหรับนักข่าว; **~ gang** **1** *n. (Hist.)* กลุ่มคนที่เที่ยวตระเวนเกณฑ์ผู้ชายให้เป็นทหารหรือทหารเรือ **2** *v.t. (Hist.)* บังคับให้เป็นทหารหรือทหารเรือ; *(fig.)* บังคับ (**into** ให้ทำ)

pressing /'presɪŋ/'เพร็ซซิง/ **1** *adj.* **A** *(urgent)* เร่งด่วน; **the danger was ~** อันตรายจวนตัวเต็มที่; **B** *(persistent)* ยืนกราน, ไม่ลดละ
2 *n.* **A** *(exertion of pressure)* การกด, การอัด, การบีบ, การรีด *(ผ้า); (of apples, grapes)* การคั้นน้ำผลไม้; *(of cheese, olives)* การอัด; *(of clothes)* การรีด; **B** *(product, esp. record)* การอัด

pressingly /'presɪŋlɪ/'เพร็ซซิงลิ/ *adv.* อย่างเร่งด่วน

press: ~man *n.* ➤ **489** *(Brit.: journalist)* นักข่าว; **~ office** *n.* สำนักงานข่าว; **~ officer** *n.* ➤ **489** เจ้าหน้าที่ฝ่ายข่าว; **~ pack** *n.* เอกสารประชาสัมพันธ์แจกผู้สื่อข่าว; **~ pass** *n.* บัตรผู้สื่อข่าว; **~ photographer** *n.* ➤ **489** ช่างภาพหนังสือพิมพ์; **~ release** *n.* เอกสารแจกนักข่าว; **~ report** *n.* รายงานของหนังสือพิมพ์; **~ stud** *n. (Brit.)* กระดุมแป๊ะ; **~-up** *n.* ท่าวิดพื้น

pressure /'preʃə(r)/'เพร็ชเชอะ(ร)/ **1** *n.* **A** *(exertion of force, amount)* การกด, การกดดัน; **apply firm ~ to the joint** กดไปที่ข้อต่อให้แน่น; **atmospheric ~:** ความกดอากาศ; **B** *(oppression)* ความเก็บกด; **mental ~:** ความเก็บกดทางจิตใจ; **C** *(trouble)* ปัญหาหนัก; **under financial ~:** มีปัญหาทางการเงิน; **~s at [one's] work** ปัญหาความยุ่งยากในที่ทำงาน; **the finances of the company were under ~:** การเงินของบริษัทประสบความยุ่งยาก; **D** *(urgency)* ความเร่งด่วน; *(of affairs)* ความกดดัน; **the ~ was on him** เขาถูกเร่งให้เสร็จ *หรือ* เขามีความกดดันสูง; **he [positively] thrives under ~:** เขาทนงานเร่งด่วนได้ดี [มาก]; **E** *(constraint)* ข้อจำกัด, การจำกัด; **put ~ on sb.** ให้ข้อจำกัด *ค.น.;* **be under a lot of ~ to do sth.** อยู่ภายใต้ข้อจำกัดมากมายในการทำ *ส.น.;* **put the ~ on** เพิ่มความกดดัน; ➡ **+ high pressure; low pressure**
2 *v.t.* **A** *(coerce)* **~ sb. into doing sth.** บังคับ *ค.น.* ให้ทำ *ส.น.;* **B** *(fig.: apply ~ to)* ใช้การบังคับ, ใช้ความกดดัน

pressure: ~ cooker *n.* หม้อที่ใช้แรงดันไอน้ำ; **~ gauge** *n. (Motor Veh.)* เครื่องวัดระดับแรงดัน; **~ group** *n.* กลุ่มผลักดัน; **~ point** *n. (Med.)* **A** *(where sore may develop)* ส่วนของร่างกายที่อาจเกิดอาการอักเสบได้; **B** *(where bleeding can be stopped)* จุดชีพจรที่ห้ามเลือดได้เมื่อกด; **~ suit** *n. (Astronaut.)* ชุดปรับความดันอากาศ

pressurize (pressurise) /'preʃəraɪz/'เพร็ชเชอะรายซฺ/ *v.t.* **A** ➡ **pressure 2 A**; **B** *(raise to high pressure)* ทำให้ความกดดันขึ้นสูง; **C** *(maintain normal pressure in)* ปรับแรงดันอากาศในระดับปกติ; **~d cabin/suit** ห้อง/ชุดที่มีการปรับแรงดันอากาศ

prestige /pre'stiːʒ/เพร็ซ'ตีฌ/ **1** *n.* ชื่อเสียง, อิทธิพล, ความเคารพ **2** *adj.* มีชื่อเสียง, มีอิทธิพล, น่าเคารพ; **~ value** ค่านิยมที่เป็นที่เคารพ

prestigious /pre'stɪdʒəs/เพระ'ซติจเจิซ/ *adj.* มีชื่อเสียง, มีอิทธิพล

presto /'prestəʊ/'เพร็ซโต/ ➡ **hey**

pre-stressed /priː'strest/พรี'ซเตร็ซทฺ/ *adj. (Building)* ที่ได้รับการกดดันมาก่อน *(เพื่อใช้ในการก่อสร้าง);* **~ concrete** คอนกรีตเสริมเหล็ก

presumable /prɪ'zjuːməbl/พริ'ซิวเมอะบ'ล/ *adj.* สันนิษฐานได้

presumably /prɪ'zjuːməblɪ/พริ'ซิวเมอะบลิ/ *adv.* อย่างที่สันนิษฐานได้; **~ he knows what he is doing** สันนิษฐานได้ว่า เขารู้ว่าเขากำลังทำอะไรอยู่; **~ something must have delayed them** คงจะมีอะไรที่ทำให้พวกเขาล่าช้า

presume /prɪ'zjuːm, US -'zuːm/พริ'ซิวมฺ, -'ซูม/ **1** *v.t.* **A** *(venture)* **~ to do sth.** กล้าที่จะทำ *ส.น.; (take the liberty)* ทำ *ส.น.* โดยไม่ได้รับอนุญาต, ถือวิสาสะทำ *ส.น.;* **B** *(suppose)* ทึกทักเอา, เชื่อว่า, อนุมาน; **be ~d innocent** เชื่อว่าบริสุทธิ์; **missing ~d dead** หายไปและอนุมานว่าเสียชีวิตแล้ว **2** *v.i.* เอาเปรียบ; **~ [up]on sth.** เอาเปรียบ *ส.น.*

presumption /prɪ'zʌmpʃn/พริ'ซัมพฺช'น/ *n.* **A** *(arrogance)* ความเย่อหยิ่ง, ความยโสโอหัง; **have the ~ to do sth.** มีความเย่อหยิ่งที่จะทำ *ส.น.;* **B** *(assumption)* ข้อสันนิษฐาน, การถือว่า; **the ~ is that he lost it** ข้อสันนิษฐานก็คือว่าเขาทำมันหายไป; **we are working on the ~ that ...:** พวกเรากำลังดำเนินการด้วยข้อสันนิษฐานว่า...; **the ~ of innocence** การเชื่อว่าบริสุทธิ์; **C** *(ground for belief)* **there is a strong ~ against its truth** มีข้อมูลสนับสนุนการเชื่อว่ามันไม่จริง

presumptive /prɪ'zʌmptɪv/พริ'ซัมพฺทิว/ *adj.* **~ evidence** หลักฐานที่สันนิษฐานจากข้อเท็จจริงที่มีอยู่; **heir ~:** ผู้เป็นทายาทโดยอนุมาน

presumptuous /prɪˈzʌmptʃʊəs/พรฺิ'ซัมพฺจุเอิช/ *adj.* มั่นใจในตัวเองมากเกินไป, หยิ่งยโส, เหลิง; *(impertinent)* ไม่เคารพ, ทะลึ่ง

presumptuously /prɪˈzʌmptʃʊəslɪ/พรฺิ'ซัมพฺจุเอิชลิ/ *adv.* อย่างมั่นใจในตัวเองมากเกินไป, อย่างหยิ่งยโส; *(impertinently)* อย่างไม่แสดงความเคารพ, อย่างทะลึ่ง

presuppose /priːsəˈpəʊz/พรีเซอะ'โพซฺ/ *v.t.* Ⓐ *(assume)* สันนิษฐานเอาไว้ก่อนล่วงหน้า, ถือว่าเป็นจริง; Ⓑ *(imply)* บอกเป็นนัย

presupposition /priːsʌpəˈzɪʃn/พรีเซอะเพอะ'ซิช'น/ *n.* Ⓐ *(presupposing)* การสันนิษฐานไว้ก่อน, การถือว่าเป็นจริง; Ⓑ *(thing assumed)* ข้อสันนิษฐาน; **work on a ~:** ใช้ข้อสันนิษฐานเป็นหลัก

pre-tax /priːˈtæks/พรี'แทคซฺ/ *adj. (รายได้, กำไร)* ก่อนหักภาษี; **~ profits** กำไรก่อนหักภาษี

pretence /prɪˈtens/พริ'เท็นซฺ/ *n. (Brit.)* Ⓐ *(pretext)* ข้ออ้าง, ข้อแก้ตัว, การเสแสร้ง; **under [the] ~ of helping** โดยแสร้งว่าช่วยเหลือ; ➡ + **false pretences;** Ⓑ *no art. (make-believe, insincere behaviour)* การหลอกลวง, ความไม่จริงใจ; Ⓒ *(piece of insincere behaviour)* การเสแสร้ง; **it is all** *or* **just a ~:** ทั้งหมดคือการเสแสร้ง; Ⓓ *(affectation)* การเต๊ะท่า, การเสแสร้ง; Ⓔ *(claim)* การอ้างสิทธิ; **make the/no ~ of** *or* **to sth.** ทำเป็นว่าไม่ทำ/ทำเป็นว่าจะทำ *ส.น.*

pretend /prɪˈtend/พริ'เท็นดฺ/ ❶ *v.t.* Ⓐ เสแสร้ง, แสร้งทำ; **she ~ed to be asleep** เธอแสร้งทำเป็นนอนหลับ; Ⓑ *(imagine in play)* **~ to be sth.** สมมุติว่าเป็น *ส.น.;* **let's ~ that we are king and queen** เรามาสมมติว่าเป็นพระราชาและพระราชินีกันเถอะ; Ⓒ *(profess falsely)* แสร้ง *(ป่วย);* **~ illness** แสร้งป่วย; Ⓓ *(claim)* **not ~ to do sth.** ไม่แกล้งอ้างว่าทำ *ส.น.* ❷ *v.i.* Ⓐ เสแสร้ง, แสร้งทำ; **she's only ~ing** เธอก็แค่แสร้งทำเท่านั้น; **~ to sb.** หลอก *ค.น.;* Ⓑ *(presume)* สันนิษฐาน; Ⓒ **~ to** *(claim)* อ้างสิทธิ

pretender /prɪˈtendə(r)/พริ'เท็นเดอะ(ร)/ *n.* ผู้อ้างสิทธิ, ผู้ที่เสแสร้ง (**to** ใน); **~ to the throne** ผู้ที่อ้างสิทธิขึ้นครองราชย์; **Old/Young P~:** *ชารลส์ เอ็ดเวิร์ด สจ๊วต และชารลส์ เอ็ดเวิร์ด สจ๊วต (โอรส) ทั้งสองเป็นเจ้าสกอตที่พยายามชิงราชบัลลังก์อังกฤษในคริสต์ศตวรรษที่ 18*

pretense *(Amer.)* ➡ **pretence**

pretension /prɪˈtenʃn/พริ'เท็นช'น/ *n.* Ⓐ *(claim)* การอวดอ้าง; **have/make ~s to great wisdom** อวดอ้างว่าฉลาดมาก; Ⓑ *(justifiable claim)* ข้ออ้างสิทธิ (**to** ใน); **a country estate of some ~s** คฤหาสน์และที่ดินในชนบทที่หรูหราพอสมควร; **people with ~s to taste and culture** คนที่สามารถอ้างว่าตนมีรสนิยมและวัฒนธรรมสูง; Ⓒ *(pretentiousness)* การอวดอ้าง, การแสร้งหรูหรา; *(of things: ostentation)* การโอ้อวด

pretentious /prɪˈtenʃəs/พริ'เท็นเชิซ/ *adj.* Ⓐ อวดอ้าง; Ⓑ *(ostentatious)* โอ้อวด, หรูหรา

pretentiously /prɪˈtenʃəslɪ/พริ'เท็นเชิซลิ/ *adv.* Ⓐ อย่างอวดอ้าง, อย่างแสร้งหรูหรา; **speak ~:** พูดอย่างอวดอ้าง; Ⓑ *(ostentatiously)* อย่างโอ้อวด, อย่างหรูหรา

preterite *(Amer.:* **preterit***)* /ˈpretərɪt/ˈเพร็ทเทอะริท/ *(Ling.)* ❶ *adj.* ภาพอดีต; **~ tense** กาลในอดีต ❷ *n.* รูปแบบกาลในอดีต

preternatural /priːtəˈnætʃərl/พรีเทอะ'แนเฉอะร'ล/ *adj.* Ⓐ *(non-natural)* ไม่เป็นธรรมชาติ, ไม่ปกติ; Ⓑ *(supernatural)* เหนือธรรมชาติ

pretext /ˈpriːtekst/ˈพรีเท็คซฺทฺ/ *n.* ข้ออ้าง, ข้อแก้ตัว; **make illness the ~ for staying at home** ทำเรื่องป่วยเป็นข้ออ้างในการอยู่บ้าน; **[up]on** *or* **under the ~ of doing sth./being ill** ภายใต้ข้ออ้างว่ากำลังทำ *ส.น.*/ว่าป่วย; **on the slightest ~:** บนข้ออ้างที่เล็กน้อยที่สุด

prettify /ˈprɪtɪfaɪ/ˈพริททิฟาย/ *v.t.* ทำ *(คน, สิ่งของ)* ให้สวยงาม; *(in an insipid way)* ทำให้สวยงามอย่างเสแสร้ง

prettily /ˈprɪtɪlɪ/ˈพริททิลิ/ *adv.* อย่างสวยงาม; **curtsy ~:** ถอนสายบัวได้อย่างสวยงาม; **thank sb. ~:** ขอบคุณ *ค.น.* ได้อย่างงดงาม

pretty /ˈprɪtɪ/ˈพริททิ/ ❶ *adj. (attractive)* สวย, ดึงดูดใจ; **she's not just a ~ face!** เธอไม่ใช่เป็นเพียงแค่คนสวยเท่านั้น; **as ~ as a picture** งามดั่งภาพ; **not a ~ sight** *(iron.)* ไม่ใช่ภาพที่น่าดู; Ⓑ *(iron.)* น่าดูมาก; **a ~ state of affairs** เรื่องราวที่วุ่นวายน่าดู; **a ~ mess** ความเละเทะอย่างมาก

❷ *adv.* ปานกลาง, พอใช้; **I am ~ well** ฉันสบายพอใช้; **~ much** *or* **well as ...:** พอ ๆ กับที่...; **we have ~ nearly finished** เราเกือบจะทำเสร็จแล้ว; **be ~ well over/exhausted** เกือบจะเสร็จแล้ว/เหนื่อยพอประมาณ; **~ much the same** เกือบจะไม่มีการเปลี่ยนแปลง; **~ much the same thing** เกือบจะเป็นสิ่งเดียว; **be sitting ~** *(coll.)* สบาย, อยู่ในฐานะที่ได้เปรียบ; **~-~** *(coll.)* สวยจนเอียน

pretzel /ˈpretsl/ˈเพร็ทซ'ล/ *n.* เพรทเซิล *(ท.ศ.) (ขนมปังกรอบในรูปเงื่อนผูก)*

prevail /prɪˈveɪl/พริ'เวล/ *v.i.* Ⓐ *(gain mastery)* ได้อำนาจควบคุม, ได้ชัยชนะ (**against, over** เหนือ); **~ [up]on sb.** มีอิทธิพลเหนือ *ค.น. หรือ* สามารถบังคับ *ค.น.;* **be ~ed [up]on to do sth.** ถูกอ้อนวอนให้ทำ *ส.น.;* Ⓑ *(predominate)* มีอำนาจ, มีอิทธิพล; Ⓒ *(be current)* ใช้กันทั่วไปในปัจจุบัน; **this type of approach ~ed for many years** รูปแบบแนวนี้ใช้กันมาเป็นเวลานานหลายปี

prevailing /prɪˈveɪlɪŋ/พริ'เวลิง/ *adj.* Ⓐ *(common)* ธรรมดาสามัญ; Ⓑ *(most frequent)* บ่อย, เป็นประจำ; **the ~ wind is from the West** ลมที่พัดมาเป็นประจำจากทางทิศตะวันตก

prevalence /ˈprevələns/ˈเพร็วเวอะเลินซฺ/ *n., no pl.* การมีอยู่ทั่วไป, ความแพร่หลาย; *(of crime, corruption, etc.)* การมีอยู่ทั่วไป; *(of disease, malnutrition, etc.)* ความแพร่หลาย; **gain ~** มีมากขึ้น

prevalent /ˈprevələnt/ˈเพร็วเวอะเลินทฺ/ *adj.* Ⓐ *(existing)* มีอยู่ทั่วไป, ที่แพร่หลาย; Ⓑ *(predominant)* มีอิทธิพล; **be/become ~:** มีอยู่อย่างแพร่หลาย/แพร่หลายขึ้น

prevaricate /prɪˈværɪkeɪt/พริ'แวริเคท/ *v.i.* สองจิตสองใจ (**over** เกี่ยวกับ)

prevarication /prɪværɪˈkeɪʃn/พริแวริ'เคช'น/ *n.* Ⓐ *(prevaricating)* การสองจิตสองใจ; Ⓑ *(statement)* การพูดที่ไม่ชัดเจน

prevent /prɪˈvent/พริ'เว็นทฺ/ *v.t. (hinder)* กีดกัน, ป้องกัน; **~ sb. from doing sth., ~ sb.'s doing sth.,** *(coll.)* **~ sb. doing sth.** กีดกันไม่ให้ *ค.น.* ทำ *ส.น.;* **there is nothing to ~ me** ไม่มีสิ่งใดกีดกันฉัน; **~ sb. from coming** กีดกันไม่ให้ *ค.น.* มา; **catch sb.'s arm to ~ him [from] falling** จับแขน *ค.น.* เพื่อป้องกันไม่ให้หกล้ม; **do everything to ~ it from happening** *or* **~ its happening** ทำทุกสิ่งเพื่อจะกันมิให้มันเกิดขึ้น

preventable /prɪˈventəbl/พริ'เว็นเทอะบ'ล/ *adj.* ที่กีดกันได้, ที่ป้องกันได้

preventative /prɪˈventətɪv/พริ'เว็นเทอะทิว/ ➡ **preventive**

prevention /prɪˈvenʃn/พริ'เว็นช'น/ *n.* การป้องกัน; **~ of crime** การป้องกันอาชญากรรม; **society for the ~ of cruelty to children/animals** สมาคมป้องกันการกระทำทารุณกรรมเด็ก/สัตว์; **~ is better than cure** *(prov.)* กันไว้ดีกว่าแก้

preventive /prɪˈventɪv/พริ'เว็นทิว/ ❶ *adj.* เป็นการป้องกัน; **~ treatment** *(Med.)* การปฏิบัติการป้องกัน ❷ *n.* สิ่ง/ยาป้องกัน; **as a ~:** เพื่อป้องกัน

preventive: ~ de'tention *n. (Brit. Law)* การกักขังอาชญากรเพื่อดัดสันดาน; **~ 'medicine** *n.* เวชศาสตร์ป้องกัน

preview /ˈpriːvjuː/ˈพรีวิว/ ❶ *n.* Ⓐ *(of film, play)* รอบฉายก่อนเปิดให้สาธารณชนเข้าชม; *(of exhibition)* การให้เข้าชมนิทรรศการก่อนเปิดทั่วไป; **give a ~:** ให้ดูก่อนเปิดให้สาธาณชนเข้าชม; Ⓑ *(Amer.: trailer of film)* โฆษณาตอนสั้น ๆ ของหนังที่กำลังจะเข้า ❷ *v.t.* ฉาย *หรือ* เปิดแสดงก่อนการเปิดทั่วไป

previous /ˈpriːvɪəs/ˈพรีเวียซ/ ❶ *adj.* Ⓐ *(coming before)* มีมาก่อน, ก่อนหน้านี้; **the ~ page** หน้าที่มาก่อน; **no ~ experience necessary** ไม่จำเป็นต้องมีประสบการณ์มาก่อน; **no ~ convictions** ไม่มีการถูกตัดสินว่ากระทำผิดมาก่อน; Ⓑ *(prior)* **~ to** ก่อนหน้านี้; Ⓒ *(hasty)* รีบด่วน ❷ *adv.* **~ to** ก่อน; **~ to being a nurse, she was ...:** ก่อนที่จะเป็นนางพยาบาล เธอเคยเป็น...

previously /ˈpriːvɪəslɪ/ˈพรีเวียซลิ/ *adv.* เมื่อก่อนหน้านี้; **two years ~:** สองปีก่อนหน้านี้

pre-war /ˈpriːwɔː(r)/พรี'วอ(ร)/ *adj.* ก่อนสงคราม; **these houses are all ~:** บ้านเหล่านี้ทั้งหมดสร้างก่อนสงครามโลก *(ครั้งที่สอง)*

prey /preɪ/เพร/ ❶ *n., pl. same* Ⓐ *(animal[s])* สัตว์ที่เป็นเหยื่อ; **beast/bird of ~:** สัตว์/นกที่ล่าเหยื่อเป็นอาหาร; **easy ~** *(lit. or fig.)* ตกเป็นเหยื่อโดยง่าย; Ⓑ *(victim)* เหยื่อ; **fall [a] ~ to sth.** ตกเป็นเหยื่อของ *ส.น.;* **be a ~ to sth.** เป็นเหยื่อของ *ส.น.* ❷ *v.i.* **~ [up]on** *(เหยี่ยว, สัตว์ล่าสัตว์อื่น)* หาเหยื่อ; *(take as prey)* ล่าเหยื่อ; *(plunder)* ปล้นสะดม; *(exploit)* หาผลประโยชน์; **~ [up]on sb.'s mind** *(ความเศร้าโศก, ความกังวล)* ครอบงำจิตใจของ *ค.น.*

prezzie /ˈprezɪ/ˈเพร็ซซิ/ *n. (coll.)* ของขวัญ

price /praɪs/ไพรซฺ/ ❶ *n.* Ⓐ ➤ 572 *(money etc.)* ราคา; **the ~ of wheat/a pint** ราคาข้าวสาลี/เบียร์หนึ่งไพนท์; **what is the ~ of this?** สิ่งนี้ราคาเท่าไร; **at a ~ of** ในราคา; **for the ~ of a few drinks** แค่ค่าเครื่องดื่มสองสามแก้ว; **~s and incomes policy** นโยบายด้านราคาและรายรับ; **sth. goes up/down in ~:** *ส.น.* ราคาขึ้น/ลง; **what sort of ~ do they charge for a meal?** เขาคิดค่าอาหารมื้อละเท่าไร; **at a ~:** ในราคาสูง; **set a ~ on sth.** ตั้งราคา *ส.น.;* **set a ~ on sb.'s head** *or* **life** ตั้งราคาค่าหัว/ชีวิตของ *ค.น.;* Ⓑ *(betting odds)* การต่อ *(คู่แข่งขัน)* ในการพนัน; Ⓒ *(value)* ค่า, คุณค่า; **be without/beyond ~:** ไม่สามารถซื้อได้/ล้ำค่า; Ⓓ *(fig.)* ค่าที่ต้องเสีย; **be achieved at a ~:** สำเร็จแต่ในค่าที่สูง; **he succeeded, but at a great ~:** เขาประสบความสำเร็จแต่ต้องยอมเสียอะไรมากมาย; **every man has his ~:** ทุกคนสามารถซื้อได้; **at/not at any ~:** ไม่ว่าจะจ่ายแค่ไหนก็ตาม; **at the ~ of ruining his marriage/health** โดยต้องยอมสูญเสียชีวิตสมรส/สุขภาพของเขา; **what ~**

price bracket | primitive 690

...? *(Brit. coll.) (what is the chance of ...)* มีทางไหม; *(... has failed)* แล้วตอนนี้...เป็นอย่างไรล่ะ; ➡ + pay 2 F
❷ *v.t. (fix ~ of)* กำหนดราคา, ตั้งราคา; *(label with ~)* ติดป้ายราคา; **modestly ~d** ตั้งราคาไว้ไม่แพง; **favourably ~d** ตั้งราคาที่คุ้มค่า

price: ~ **bracket** ➡ **price range;** ~ **control** *n.* การควบคุมราคา; ~ **cut** *n.* การตัดราคา; ~**-cutting** *n.* การตัดราคากัน; ~**-fixing** *n.* *การรวมตัวกันตั้งราคาของผู้ผลิตที่แข่งขันกัน;* ~ **freeze** *n.* การไม่ขึ้นราคาชั่วระยะหนึ่ง

priceless /ˈpraɪslɪs/ˈไพรฺซลิซ/ *adj.* Ⓐ *(invaluable)* หาค่ามิได้; Ⓑ *(coll.: amusing)* ตลก, ขบขัน

price: ~ **list** *n.* รายการราคาสินค้า; ~ **range** *n.* ระดับราคาสินค้า; **it's within/outside my ~ range** มันอยู่ใน/เกินระดับราคาที่ฉันตั้งไว้; ~ **ring** *n. (Econ.) กลุ่มพ่อค้าที่รวมหัวกันควบคุมราคาอย่างผิดกฎหมาย;* ~ **rise** *n.* การขึ้นราคา (on ใน); **constant ~ rises** การขึ้นราคาอย่างต่อเนื่อง; ~ **tag** *n.* ฉลากแสดงราคาสินค้า; *(fig.)* ราคา, ค่าที่ต้องเสีย; ~ **war** *n.* การแข่งขันกันตัดราคา

pricey /ˈpraɪsɪ/ˈไพรฺซิ/ *adj.*, **pricier** /ˈpraɪsɪə(r)/ˈไพรฺซิเออะ(ร)/, **priciest** /ˈpraɪsɪɪst/ˈไพรซิอิซท/ *(Brit. coll.)* *(ราคา)* แพง

prick /prɪk/พริค/ ❶ *v.t.* Ⓐ *(pierce)* ทิ่ม, แทง; **he ~ed his finger with the needle** เขาโดนเข็มแทงนิ้วมือ; ~ **the bubble** *(fig.)* ทำลายภาพลวงตา; ~ **out** ลงดิน *(ต้นอ่อน);* Ⓑ *(fig.)* รบกวนจิตใจ; **my conscience ~ed me** จิตสำนึกของฉันรบกวนจิตใจ; Ⓒ *(mark)* ~ **[off** *or* **out]** ทำเครื่องเป็นจุดเล็ก ๆ *(ลายปักบนผ้า);* Ⓓ *(mark off* or *out)* ทำเครื่องหมายเป็นรูเพื่อกาชื่อออก
❷ *v.i.* Ⓐ *(hurt)* รู้สึกเจ็บปวดจากการถูกทิ่ม; Ⓑ *(thrust)* ทิ่มแทง; ~ **at sb.'s conscience** ทิ่มแทงมโนภาพของ *ค.น.*
❸ *n.* Ⓐ **I felt a little ~:** ฉันรู้สึกเจ็บเล็กน้อยจากการถูกทิ่ม; **give sb.'s finger a ~ with the needle** เอาเข็มทิ่มแทงนิ้วมือของ *ค.น.;* **~s of conscience** จิตสำนึกทิ่มแทงจิตใจเล็กน้อย; Ⓑ *(mark)* เครื่องหมายที่เจาะเป็นรู; Ⓒ *(coarse: penis)* จู๋; Ⓓ *(coarse, derog.: man)* ไอ้เวร *(ภ.ย.);* Ⓔ *(arch.: goad)* สิ่งที่กวน; **kick against the ~s** *(fig.)* ดื้อดึงต่อต้านทั้งที่ไร้ผล
~ **up** ❶ *v.t.* ตั้งขึ้น; ~ **up one's/its ears** *(listen)* ตั้งใจฟัง ❷ *v.i.* *(สุนัข, ม้า)* หูตั้งขึ้น

prickle /ˈprɪkl/ˈพริค'ล/ ❶ *n.* Ⓐ *(thorn)* หนามเล็ก ๆ; Ⓑ *(Zool.)* ขนเม่น; *(Bot.)* หนาม ❷ *v.t.* รู้สึกถึงความเจ็บปวดจากการถูกทิ่มแทง; *(ผ้าสักหลาด)* ทำให้คัน ❸ *v.i.* *(ผิว)* รู้สึกระบม, รู้สึกคัน

prickly /ˈprɪklɪ/ˈพริคลิ/ *adj.* Ⓐ *(with prickles)* ➡ **prickle 1:** มีหนามมาก; **be ~** *(ต้นไม้)* มีหนามมาก; Ⓑ *(fig.)* *(คน)* ที่โกรธง่าย; Ⓒ *(tingling)* รู้สึกระบม; **a ~ sensation in the limbs** รู้สึกเหมือนถูกทิ่มที่แขน/ขา

prickly: ~ **ˈheat** *n. (Med.)* อาการเป็นผื่นคันที่ผิวหนัง; ~ **ˈpear** *n.* Ⓐ *(cactus)* ต้นตะบองเพชร; Ⓑ *(fruit)* ผลของต้นตะบองเพชร

prick teaser *n. (Brit. sl.)* หญิงที่ยั่วยวนกามารมณ์

pricy ➡ **pricey**

pride /praɪd/พรายดฺ/ ❶ *n.* Ⓐ *(arrogance)* ความหยิ่ง, ความยโส; ~ **goes before a fall** *(prov.)* ยโสพองขนจะทำให้คุณตกอับ; **take** *or* **have ~ of place** อยู่ในตำแหน่ง *หรือ* จุดที่เด่นที่สุด; **proper ~:** การรู้คุณค่าของตน; **a proper ~ in oneself** การรู้คุณค่าของตัวเอง; **she has a lot of ~:** เธอมีความหยิ่งยโสมาก; **his own ~ prevented him from doing that** ความหยิ่งผยองของเขากีดกันไม่ให้เขาทำสิ่งนั้น; **false ~:** ยกตนข่มท่าน; **take [a] ~ in sb./sth.** มีความภาคภูมิใจใน *ค.น./ส.น.;* Ⓑ *(object, best one)* สิ่งที่ดีที่สุด; **sb.'s ~ and joy** สิ่งของ *หรือ* บุคคลที่ *ค.น.* ภาคภูมิใจมาก; Ⓒ *(of lions)* ฝูงสิงโต
❷ *v. refl.* ~ **oneself [up]on sth.** *(congratulate oneself)* ปรบมือให้ตัวเองใน *ส.น.; (plume oneself)* หยิ่งทะนงในตัวเองเพราะ *ส.น.*

priest /pri:st/พรีซทฺ/ *n.* พระ; ➡ **+ high priest**

priestess /ˈpri:stɪs/ˈพรีซติซ/ *n.* ภิกษุณี

priesthood /ˈpri:sthʊd/ˈพรีซทฮุด/ *n. (office)* ความเป็นพระ; *(order of priests; priests)* ลำดับสมณศักดิ์; **go into the ~:** บวชเป็นพระ

priestlike /ˈpri:stlaɪk/ˈพรีซทฺไลคฺ/ *adv.* เหมือนพระ

priestly /ˈpri:stlɪ/ˈพรีซทฺลิ/ *adj.* เกี่ยวกับพระ, เหมือนพระ

prig /prɪg/พริกฺ/ *n. (didactic)* คนที่รู้มาก; *(smug)* ภาคภูมิใจในตัวเองมากเกินไป; *(self-righteous)* คนที่มั่นใจในความถูกต้องของตน

priggish /ˈprɪgɪʃ/ˈพริกกิช/ *adj. (didactic)* ที่รู้มาก; *(smug)* ที่พอใจตนเองมาก; *(self-righteous)* ที่คิดว่าตนถูกต้องเสมอ

prim /prɪm/พริม/ *adj.* Ⓐ *(บุคคล, กริยา, อาการ)* เป็นทางการ; *(สตรี)* ขี้อาย; *(เสื้อผ้า)* ที่เรียบร้อยมาก; ~ **and proper** ถูกต้องเหมาะสม; Ⓑ *(prudish)* เจ้าระเบียบ, พิถีพิถันเกินไป

prima ballerina /pri:mə bæləˈri:nə/พรีเมอะ แบเลอะˈรีเนอะ/ *n.* นักเต้นบัลเลต์สตรีที่เป็นตัวชูโรงในการแสดง

primacy /ˈpraɪməsɪ/ˈพรายเมอะซิ/ *n.* Ⓐ *(pre-eminence)* ความเป็นอันดับหนึ่ง, ความเป็นเยี่ยม; **position of ~:** ตำแหน่งของมหาสังฆราชา; Ⓑ *(Eccl.: office)* มหาสังฆราชา

prima donna /pri:məˈdɒnə/พรีเมอะˈดอเนอะ/ *n. (Theatre)* นักร้องนำหญิงในการแสดงโอเปร่า; *(fig.)* คนที่คิดว่าตัวเองสำคัญและเจ้าอารมณ์

primaeval ➡ **primeval**

prima facie /praɪməˈfeɪʃi:/ไพรฺเมอะˈเฟชี/ ❶ *adv.* ที่เห็นเป็นครั้งแรก, จากความรู้สึกครั้งแรก ❷ *adj.* ~ **evidence** *(Law)* หลักฐานที่ดูเพียงพอ; **I don't see a ~ reason for it** ฉันไม่เห็นหลักฐานชัดเจนที่จะเป็นเหตุผลสำหรับสิ่งนั้น

primal /ˈpraɪml/ˈพรายม'ล/ *adj.* ที่มาจากสันดาน, ที่มากจากดึกดำบรรพ์, ที่สำคัญที่สุด, ที่เป็นพื้นฐาน; ~ **forces** กองกำลังพื้นฐานและเก่าแก่

Primaries *n. (Amer.: election politics)* การเลือกตั้งรอบแรก

primarily /ˈpraɪmərɪlɪ, US ˈpraɪmerəlɪ/ˈพรายเมอะริลิ, ˈพรายเมเรอะลิ/ *adv.* ส่วนใหญ่, ในอันดับแรก

primary /ˈpraɪmərɪ, US -merɪ/ˈพรายเมอะริ, -เทะริ/ ❶ *adj.* Ⓐ *(first in sequence)* เป็นอันดับแรก, เป็นปฐม, หลัก, พื้นฐาน; **the ~ meaning of a word** ความหมายหลัก; ~ **source** แหล่งปฐมภูมิ; Ⓑ *(chief)* *(บทบาท, เป้าหมาย)* หลัก; **of ~ importance** ที่สำคัญเป็นหลัก ❷ *n.* *(Amer.: election)* *การเลือกตั้งรอบแรกเพื่อสรรหาผู้สมัครลงเลือกตั้งต่อไป (โดยเฉพาะการเลือกตั้งประธานาธิบดี)*

primary: ~ **ˈbattery** *n. (Electr.)* *หม้อไฟฟ้าที่ผลิตกระแสไฟฟ้าได้เอง;* ~ **ˈcell** *n. (Electr.)* *เซลล์ที่เปลี่ยนพลังงานเคมีไปเป็นพลังงานไฟฟ้า;* ~ **ˈcoil** *n. (Electr.)* *ขดลวดในหม้อแปลงไฟฟ้าที่กระแสไฟฟ้าไหลผ่าน;* ~ **ˈcolour** ➡ **colour 1 A;** ~ **eduˈcation** *n.* การประถมศึกษา; ~ **eˈlection** *n. (Amer.)* *การเลือกตั้งรอบแรกเพื่อเลือกผู้สมัครเลือกตั้งตำแหน่งใหญ่ต่อไป (โดยเฉพาะการเลือกตั้งประธานาธิบดี);* ~ **ˈfeather** *n. (Ornith.)* ขนนกในปีกที่ใหญ่ที่สุด; ~ **ˈplanet** *n. (Astron.)* ดาวนพเคราะห์ที่โคจรรอบดวงอาทิตย์โดยตรง; ~ **ˈschool** *n.* โรงเรียนประถมศึกษา; *attrib.* **~-school teacher** ➤ **489** ครูโรงเรียนประถม; ~ **stress** *n. (Ling.)* การออกเสียงเน้นตัวแรก

primate /ˈpraɪmeɪt/ˈพรายเมท/ *n.* Ⓐ *(Eccl.)* มหาสังฆนายก; **P~ of England** มหาสังฆนายกแห่งอังกฤษ *(ยศของอาร์คบิชอปแห่งยอร์ก);* **P~ of all England** มหาสังฆนายกของแคนเทอเบอรี; Ⓑ *(Zool.)* สัตว์เลี้ยงลูกด้วยนมที่มีพัฒนาการสูงได้แก่มนุษย์ ลิง

[1]prime /praɪm/พรายมฺ/ ❶ *n.* Ⓐ *(perfection)* ความสมบูรณ์แบบ; **in the ~ of life/youth/manhood** ในช่วงสมบูรณ์แบบของชีวิต/วัยเยาว์/ความเป็นมนุษย์; **be in/past one's ~:** อยู่ใน/ผ่านช่วงความสมบูรณ์ของตน; Ⓑ *(best part)* ส่วนที่ดีที่สุด; Ⓒ *(Math.)* *ตัวเลขที่ไม่มีเลขใดหารได้นอกจากหนึ่งและตัวมันเอง เช่น 2, 3, 5, 7, 11 ฯลฯ* ❷ *adj.* Ⓐ *(chief)* หลัก; ~ **motive** สิ่งจูงใจหลัก; **be of ~ importance** หลักความสำคัญ; Ⓑ *(excellent)* วิเศษ, ยอดเยี่ยม; ~ **ham/lamb/pork** แฮม/เนื้อลูกแกะ/เนื้อหมูที่ยอดเยี่ยม; **in ~ condition** *(นักกีฬา, สัตว์)* อยู่ในสภาพที่วิเศษ

[2]prime *v.t.* Ⓐ *(equip)* จัดหาตระเตรียม; ~ **sb. with sth.** จัดหา *ส.น.* ให้ *ค.น.;* ~ **sb. with information/advice** จัดหาข้อมูล/คำแนะนำให้ *ค.น.;* **well ~d** จัดเตรียมมาอย่างดี; Ⓑ *(ply with liquor)* ทำให้เมาเหล้า; **be well ~d** เมาเหล้า; Ⓒ *(ไม้, ผนัง)* ลงน้ำยาก่อนทาสีทับ; Ⓓ เทน้ำลงปั๊มเพื่อเตรียมทำงาน; Ⓔ *(inject petrol into)* ฉีดน้ำมันเข้าไป; Ⓕ เตรียม *(อาวุธ, ปืน)* ให้ยิง

prime: ~ **ˈcost** *n. (Econ.)* ราคาต้นทุนของผลิตภัณฑ์; ~ **location** *n.* ทำเลทอง; ~ **meˈridian** *n. (Geog.)* *เส้นแวงที่ศูนย์องศาลากผ่านเมืองกรีนิชในประเทศอังกฤษ;* ~ **ˈminister** *n.* ➤ **489** นายกรัฐมนตรี; ~ **ˈnumber** *n. (Math.)* *ตัวเลขที่ไม่มีตัวเลขอื่นหารได้ นอกจากหนึ่งและตัวมันเอง เช่น 2, 3, 5, 7, 11 ฯลฯ*

[1]primer /ˈpraɪmə(r)/ˈพรายเมอะ(ร)/ *n. (book)* หนังสืออ่านขั้นต้น

[2]primer *n.* Ⓐ *(explosive)* วัตถุระเบิด; Ⓑ *(paint etc.)* สารทารองพื้นไม้ก่อนทาสี

prime: ~ **rate** *n. (Econ.)* อัตราต่ำสุดที่กู้เงินได้; ~ **ˈribs** *n. pl.* เนื้อวัวที่ตัดมาจากส่วนอกบน; ~ **time** *n.* ช่วงเวลาที่คนฟังวิทยุ *หรือ* ชมโทรทัศน์สูงสุด; **~-time TV** รายการโทรทัศน์ที่ออกอากาศในเวลาที่มีคนชมมากที่สุด

primeval /praɪˈmi:vl/พรายˈมีว'ล/ *adj.* แห่งยุคแรกของโลก, เก่าแก่โบราณ; ~ **times/forests** ยุค/ป่าไม้ดึกดำบรรพ์

priming /ˈpraɪmɪŋ/ˈพรายมิง/ *n. (paint)* สีรองพื้น; *(explosive)* วัตถุระเบิด

primitive /ˈprɪmɪtɪv/ˈพริมมิทิว/ ❶ *adj.* Ⓐ ในขั้นแรกของการพัฒนาทางวัฒนธรรม; *(original)* แรกเริ่ม; *(prehistoric)* ก่อนประวัติศาสตร์; Ⓑ *(Ling.)* ~ **word** คำที่เป็นรากศัพท์ ❷ *n. (painter)* นักวาดภาพในสมัยก่อนยุคฟื้นฟูศิลปวิทยา; *(in modern art)* ศิลปะการวาดภาพ*ที่ลอกเลียนแบบจากสมัยก่อนยุคฟื้นฟูศิลปวิทยา* *หรือ* ศิลปินที่ไม่ได้เรียนรู้ทางศิลปะ

p

primitively /ˈprɪmɪtɪvlɪ/ˈพริมมิทิวลิ/ *adv.* อย่างเก่าแก่, อย่างแรกเริ่ม

primly /ˈprɪmlɪ/ˈพริมลิ/ *adv.* อย่างถูกต้องเหมาะสม, อย่างแข็งแกร่ง

primness /ˈprɪmnɪs/ˈพริมนิซ/ *n. no pl.* ความเรียบร้อยสงบเสงี่ยม, ความแข็งแกร่ง; *(of dress)* เสื้อผ้าที่เรียบง่าย

primogeniture /praɪməˈdʒenɪtʃə(r)/ไพรฺโมˈเจ็นนิเฉอะ(ร)/ *n. (Law)* **[right of] ~:** สิทธิในการสืบทอดมรดกของลูกคนโต

primordial /praɪˈmɔːdɪəl/ไพรฺˈมอเดียล/ *adj.* ที่มีมาตั้งแต่การกำเนิดโลก, เริ่มแรก, เป็นพื้นฐาน; **~ soup** ของเหลวที่เชื่อว่าเป็นบ่อกำเนิดของสิ่งมีชีวิต

primp /prɪmp/พริมพฺ/ *v.t.* จัด *(ผม, เสื้อผ้า ฯลฯ)* ให้เรียบร้อย; **~ oneself** ทำตัวเองให้ดูดีขึ้น

primrose /ˈprɪmrəʊz/ˈพริมโรซฺ/ *n.* 🅐 *(plant, flower)* ดอกไม้ในสกุล *Primula* โดยเฉพาะ *P. vulgaris* มีดอกสีเหลืองอ่อน; **the ~ path** *(fig.)* การแสวงหาแต่ความสุข; *(path of least resistance)* หนทางที่ง่ายที่สุด; ➡ **+ evening primrose;** 🅑 *(colour)* สีเหลืองอ่อน

primula /ˈprɪmjʊlə/ˈพริมมิวเลอะ/ *n. (Bot.)* ไม้ดอกในสกุล *Primula* มีดอกคล้ายดอกพริมโรสแต่เป็นสีต่าง ๆ

Primus ® /ˈpraɪməs/ˈพรายเมิซ/ *n.* **~ [stove]** เตาที่หัวไปมา ยี่ห้อที่มีชื่อเสียง

prince /prɪns/พรินซฺ/ *n.* 🅐 *(ruler)* เจ้าผู้ครองนคร; 🅑 *(member of royal family)* **~ [of the blood]** เจ้าชาย, พระราชโอรสของกษัตริย์; **P~ of Wales** รัชทายาทบัลลังก์ของอังกฤษ; 🅒 *(rhet.: sovereign ruler)* กษัตริย์ที่มีอำนาจสูงสุด; **the P~ of Peace** พระเยซูคริสต์; **the P~ of Darkness** ปีศาจซาตาน; 🅓 *(fig.: greatest one)* ผู้ที่ยอดเยี่ยมที่สุด **(of** แห่ง); **a ~ among men** คนที่ดีที่สุดในบรรดาคนทั้งหลาย

Prince: ~ Albert /prɪns ˈælbət/พรินซฺ ˈแอลเบิท/ *n. (Amer. coll.)* ชุดเต็มยศสากลมีหาง; **~ ˈCharming** *n. (fig.)* วีรบุรุษ *หรือ* คนรักในอุดมคติ; **p~ ˈconsort** *n.* เจ้าชายที่เป็นพระสวามีของกษัตริยา

princely /ˈprɪnslɪ/ˈพรินซลิ/ *adj. (lit. or fig.)* เกี่ยวกับเจ้าชาย; *(fig.)* สูงส่ง; *(ราคา)* แพงมาก; **~ houses** บ้านที่สวยงามมาก

Prince ˈRegent *n.* เจ้าชายที่สำเร็จราชการแทนพระองค์ *(โดยเฉพาะเจ้าชายยอร์ชแห่งอังกฤษ ค.ศ. 1811–20)*

princess /prɪnˈses/พรินˈเซ็ซ/ *n.* 🅐 เจ้าหญิง, พระราชธิดาของพระมหากษัตริย์; 🅑 *(wife of prince)* พระชายาของเจ้าชาย

princess: ~ dress *n.* กระโปรงชุดที่รัดใต้หน้าอกและบานออกมาถึงพื้น; **~ line** *n.* โทรศัพท์แบบมีแป้นกดอยู่ในหูโทรศัพท์; **~ ˈroyal** *n.* พระราชกุมารีองค์โตของพระมหากษัตริย์

principal /ˈprɪnsɪpl/ˈพรินซิพ'ล/ ❶ *adj.* 🅐 หลัก; *(most important)* ที่สำคัญที่สุด; **the ~ cause of lung cancer** สาเหตุหลักของมะเร็งปอด; 🅑 *(Mus.)* เครื่องดนตรี; **~ horn/bassoon** แตร/ปี่นำ
❷ *n.* 🅐 *(head of school or college)* ครูใหญ่, อาจารย์ใหญ่; 🅑 *(performer)* นักแสดงนำ *(ในคอนเสิร์ต, ภาพยนตร์, ละคร ฯลฯ)*; 🅒 *(leader)* ผู้นำ; 🅓 *(employer of agent)* ผู้ว่าจ้าง; 🅔 *(in duel)* ผู้ต่อสู้ในการต่อสู้แบบตัวต่อตัว; 🅕 *(Finance) (invested)* เงินต้นที่ลงทุนไป; *(lent)* เงินต้นที่ให้กู้ยืม; 🅖 *(Law) (for whom another is surety)* ผู้ค้ำประกัน; *(directly responsible for crime)* คนที่ก่ออาชญากรรมโดยตรง

principal: ~ ˈboy *n. (Brit. Theatre)* นักแสดงนำชายในละครตลก; **~ clause** *n. (Ling.)* ประโยคหลัก; **~ ˈgirl** *n. (Brit. Theatre)* นักแสดงนำหญิงในละครตลก

principality /prɪnsɪˈpælɪtɪ/พรินเซอะˈแพลิทิ/ *n.* รัฐที่มีเจ้าชายปกครอง; **the P~** *(Brit.)* แคว้นเวลส์

principally /ˈprɪnsɪpəlɪ/ˈพรินซิเพอะลิ/ *adv.* โดยส่วนใหญ่, โดยในอันดับแรก

principal ˈparts *n. pl. (Ling.)* ส่วนต่าง ๆ ของกริยา

principle /ˈprɪnsɪpl/ˈพรินซิพ'ล/ *n.* 🅐 กฎ, หลักการ; **on the ~ that ...:** บนหลักการที่ว่า...; **be based on the ~ that ...:** มีพื้นฐานบนหลักการที่ว่า...; **basic ~:** หลักพื้นฐาน; **go back to first ~s** กลับไปสู่หลักการพื้นฐาน; **in ~:** โดยหลักการ; **it's the ~ [of the thing]** มันเป็นเรื่องหลักการ; **make it a ~ to do sth.** ทำเป็นเรื่องหลักการที่จะทำ *ส.น.*; **a man of high ~** *or* **strong ~s** ผู้ชายที่มีหลักการสูง; **a matter of ~:** เรื่องหลักการ; **do sth. on ~** *or* **as a matter of ~:** ทำ *ส.น.* เพราะหลักการ; **operate by** *or* **work on the same ~:** ทำด้วยหลักการเดียวกัน; **work on the ~ of 'first come, first served'** ใช้หลักการที่ว่า 'ใครมาก่อนได้ก่อน'; 🅑 *(Phys.)* กฎทั่วไป; 🅒 *(Chem.)* ส่วนสำคัญในสสาร

principled /ˈprɪnsɪpld/ˈพรินซิพ'ลดฺ/ *adj.* *(ความประพฤติ)* ที่มีหลักการ

prink /prɪŋk/พริงคฺ/ *v.t. (coll.)* แต่งกายให้สะอาดเรียบร้อย; **~ oneself [up]** แต่งตัวให้สวยงาม

print /prɪnt/พรินทฺ/ ❶ *n.* 🅐 *(impression)* รอยกด; *(finger~)* รอยนิ้วมือ; *(foot~)* รอยเท้า; 🅑 *(~ed lettering)* ตัวพิมพ์; *(typeface)* ตัวพิมพ์; **clear/large ~:** ตัวพิมพ์ชัด/ใหญ่; **this ~ is too small** ตัวพิมพ์นี้เล็กเกินไป; **editions in large ~:** ฉบับพิมพ์ที่มีตัวพิมพ์ใหญ่; ➡ **+ small print;** 🅒 *(handwriting)* เขียน [ส.น.] เป็นตัวพิมพ์; **write [sth.] in ~:** เขียนเป็นแบบตัวพิมพ์; 🅓 *(published or ~ed state)* การตีพิมพ์; **be in/out of ~:** ยังมีอยู่/ขาดตลาดแล้ว; **appear in/get into ~:** ได้รับการตีพิมพ์; ➡ **+ rush into** A; 🅔 *(~ed picture or design)* *(รูป)* ที่ตีพิมพ์; 🅕 *(Photog.)* ภาพถ่าย; *(Cinemat.)* ภาพยนตร์; **black and white/colour ~:** ภาพถ่ายขาวดำ/สี; 🅖 *(Textiles) (cloth with design)* ผ้าที่มีลายพิมพ์; *(design)* ลายพิมพ์ผ้า; 🅗 *(~ed publication)* สิ่งตีพิมพ์; **~s** *(Amer. Post)* สิ่งพิมพ์; **the ~s** *(Amer. Journ.)* หนังสือพิมพ์และนักข่าว
❷ *v.t.* 🅐 พิมพ์ *(หนังสือ, เงิน)*; 🅑 *(write)* เขียนเป็นตัวพิมพ์; 🅒 *(cause to be published)* ตีพิมพ์ *(บทความ, นวนิยาย)*; 🅓 *(Photog.)* อัดภาพถ่าย; 🅔 *(Textiles)* พิมพ์ผ้า; 🅕 *(impress)* กดพิมพ์; **~ sth. with sth.** พิมพ์ *ส.น.* ด้วย *ส.น.*; **~ sth. on** กดพิมพ์ *ส.น.* บน *(กระดาษ, ไม้)*
❸ *v.i.* 🅐 *(Printing)* พิมพ์; 🅑 *(write)* เขียนเป็นตัวบรรจง
~ ˈout *v.t. (Computing)* พิมพ์ออกมา; ➡ **+ printout**

printable /ˈprɪntəbl/ˈพรินเทอะบ'ล/ *adj.* พิมพ์ได้; **be ~** *(Photog.)* *(ภาพ)* ที่น่าอัด; **what he replied is not ~** *(fig.)* คำตอบของเขารุนแรงเกินไปที่จะพิมพ์ได้

printed /ˈprɪntɪd/ˈพรินทิด/ *adj.* 🅐 *(Printing)* ที่ได้รับการพิมพ์; **~ characters** *or* **letters** ตัวอักษรที่ตีพิมพ์; **on the ~ page** บนหน้าที่พิมพ์แล้ว; 🅑 *(written like print)* ที่เขียนเป็นตัวพิมพ์; 🅒 *(published)* ที่ตีพิมพ์; 🅓 *(Textiles)* *(ผ้า)* ที่พิมพ์ลวดลาย; **~ design** ลายพิมพ์ลงบนผ้า

printed: ~ ˈcircuit *n. (Electronics)* วงจรแผงพิมพ์; **~ matter** *n., no pl., no indef art. (Post)* สิ่งตีพิมพ์; **[item of] ~ matter** สิ่งตีพิมพ์; **~ ˈpapers** *n. (Brit. Post)* ➡ **~ matter**

printer /ˈprɪntə(r)/ˈพรินเทอะ(ร)/ *n.* 🅐 *(Printing) (worker)* คนงานในโรงพิมพ์; *(owner of business)* เจ้าของโรงพิมพ์; **firm of ~s** ธุรกิจการพิมพ์; **send sth. off to the ~'s** ส่ง *ส.น.* ไปที่โรงพิมพ์; **at the ~'s** อยู่ที่โรงพิมพ์; 🅑 *(Computing)* เครื่องพิมพ์

printer: ~'s ˈdevil *n. (Hist.)* เด็กส่งงานในโรงพิมพ์; **~'s ˈerror** *n.* ความผิดของผู้พิมพ์; **~'s ˈink** *n.* หมึกพิมพ์

printing /ˈprɪntɪŋ/ˈพรินทิง/ *n.* 🅐 การพิมพ์; **[the] ~ [trade]** วงการพิมพ์; 🅑 *(writing like print)* การเขียนเป็นตัวพิมพ์; 🅒 *(edition)* ฉบับที่พิมพ์แล้ว; 🅓 *(Photog.)* การอัดภาพถ่าย; 🅔 *(Textiles)* การพิมพ์ผ้า

printing: ~ error *n.* การพิมพ์ผิด; **~ house** *n.* โรงพิมพ์; **~ ink** *n.* หมึกพิมพ์; **~ machine** *n. (Brit.)* แท่นพิมพ์; **~ press** *n.* เครื่องพิมพ์

print: ~maker *n. (Graph. Arts)* คนทำภาพพิมพ์; **~out** *n. (Computing)* งานคอมพิวเตอร์ที่พิมพ์ออกมา; **~ run** *n. (Publishing)* จำนวนที่พิมพ์; **what is the ~ run?** จะพิมพ์ออกมากี่เล่ม; **~ seller** *n.* คนขายการบริการพิมพ์; **~shop** *n.* 🅐 *(shop)* โรงพิมพ์ห้องแถว; 🅑 *(~ing establishment)* โรงพิมพ์

print-preview /prɪntˈpriːvjuː/พรินทฺˈพรีวิว/ *n. (Computing)* การตรวจรูปแบบก่อนสั่งพิมพ์

prior /ˈpraɪə(r)/ˈพรายเออะ(ร)/ ❶ *adj.* ก่อน, ก่อนอื่น, เหนือ; **give a matter ~ consideration** ให้การพิจารณาเรื่องหนึ่งก่อน; **have a** *or* **the ~ claim to sth.** มีสิทธิเรียกร้อง *ส.น.* ก่อน ❷ *adv.* **~ to** ก่อน; **~ to doing sth.** ก่อนทำ *ส.น.*; **~ to that** ก่อนหน้านั้น ❸ *n. (Eccl.)* พระผู้มีตำแหน่งสำคัญ *หรือ* รองเจ้าอาวาส

prioritize (prioritise) /praɪˈprɪtaɪz/ไพรฺˈออริทายซฺ/ *v.t.* จัดลำดับความสำคัญ

priority /praɪˈɒrɪtɪ, US -ˈɔːr-/ไพรฺˈออริทิ, -ˈออร-/ *n.* 🅐 *(precedence)* สิทธิที่จะได้ก่อน, อภิสิทธิ์, ลำดับความสำคัญก่อน; **have** *or* **take ~:** มีสิทธิเหนือ **(over** กว่า); *(on road)* มีสิทธิไปก่อน; **give ~ to sb./sth.** *ค.น./ส.น.* มีสิทธิอันดับหนึ่ง; **give top ~ to sth.** ให้ความสำคัญอย่างที่สุดกับ *ส.น.*; **what is the order of ~ for those jobs?** งานเหล่านี้มีลำดับความสำคัญอย่างไร; **be listed in order of ~:** จัดรายการตามลำดับความสำคัญ; **according to ~:** ตามความสำคัญ/ตามลำดับเวลา; 🅑 *(matter)* เรื่องสำคัญที่สุด; **our first ~ is to ...:** สิ่งที่สำคัญเป็นอันดับแรกของพวกเราคือ...; **be high/low on the list of priorities** อยู่สูง/ต่ำตามรายการการลำดับความสำคัญ; **get one's priorities right/wrong** ลำดับความสำคัญถูก/ผิด; **it depends on one's** *or* **your priorities** มันขึ้นอยู่กับการลำดับความสำคัญของตน/คุณ

priory /ˈpraɪərɪ/ˈพรายเออะริ/ *n. (Eccl.)* วัดที่มีรองเจ้าอาวาสปกครอง

prise ➡ **²prize**

prism /ˈprɪzm/ˈพริซ'ม/ *n. (Optics, Geom.)* ปริซึม *(ท.ศ.)*

prismatic /prɪzˈmætɪk/พริซฺˈแมทิค/ *adj.* 🅐 *(in shape)* มีรูปร่างอย่างปริซึม; 🅑 **~ colour** สีรุ้งซึ่งแยกออกจากแสงอาทิตย์ด้วยปริซึม

p

prismatic binoculars | prize money 692

prismatic: ~ bi'noculars *n. pl.* กล้องสองตาที่ใช้เลนส์เหลี่ยม; **~ 'compass** *n. (Surv.)* เข็มทิศที่ใช้กระจกเหลี่ยม

prison /'prɪzn/'พริซ_น/ *n.* Ⓐ *(lit. or fig.)* คุก, เรือนจำ; **~ without bars** คุกเปิด; **stone walls do not a ~ make [nor iron bars a cage]** *(prov.)* ความคิดของมนุษย์ไม่สามารถกักขังได้; Ⓑ *no pl., no art. (custody)* การติดคุก; **10 years' ~:** การคุมขังเป็นเวลา 10 ปี; **in ~:** ติดคุก; **go to ~:** เข้าคุก; **send sb. to ~:** ส่ง *ค.น.* เข้าคุก; **escape/be released from ~:** หลบหนี/ได้รับการปล่อยตัวออกมาจากคุก; **put sb. in ~:** จับ *ค.น.* เข้าคุก; **let sb. out of ~:** ปล่อย *ค.น.* ออกจากคุก

'prison camp *n.* ค่ายกักกันนักโทษสงคราม

prisoner /'prɪznə(r)/'พริซเนอะ(ร)/ *n. (lit or fig.)* นักโทษ; **~ [at the bar]** *(accused person)* คนที่ถูกกล่าวหา, จำเลย; **~ of conscience** คนที่ถูกจองจำในเรื่องคัดค้านสังคมหรือศาสนา; **a ~ of circumstance** *(fig.)* เหยื่อของสถานการณ์; **hold** *or* **keep sb. ~** *(lit. or fig.)* จับ *ค.น.* เป็นนักโทษ; **take sb. ~:** จับ *ค.น.* เป็นนักโทษ

prisoner of 'war *n.* เชลยศึก, เชลยสงคราม; **prisoner-of-war camp** ค่ายกักกันเชลยศึก

prison: ~ 'guard *n.* ➤ **489** พัสดี; **~ life** *n., no art.* ชีวิตในคุก; **~ service** *n.* การควบคุมนักโทษ; **~ 'visitor** *n.* ผู้เข้าเยี่ยมชมคุก

prissy /'prɪsɪ/'พริซซิ/ *adj. (coll.)* เจ้าระเบียบมากเกินไป, พิถีพิถันเกินไป

pristine /'prɪsti:n, 'prɪstaɪn/'พริซติน, 'พริซตายน/ *adj.* ในสภาพเดิม; **in ~ condition** ในสภาพเดิม

privacy /'prɪvəsɪ, 'praɪ-/'พริเวอะซิ, 'พราย-/ *n.* Ⓐ *(seclusion)* ความเป็นส่วนตัว; **guard one's ~:** รักษาความเป็นส่วนตัวของตน; **in the ~ of one's [own] home/living room** ในความเป็นส่วนตัวของบ้านตนเอง/ห้องนั่งเล่น; **invasion of ~/sb.'s ~:** การบุกรุกความเป็นส่วนตัว/ของ *ค.น.*; **I have** *or* **get no ~ in this house** ฉันไม่มีความเป็นส่วนตัวในบ้านหลังนี้; **allow sb. no ~:** ไม่ปล่อยให้ *ค.น.* มีความเป็นส่วนตัว; Ⓑ *(confidentiality)* **in the strictest ~:** ในความลับเฉพาะที่เข้มงวดที่สุด

private /'praɪvɪt/'พรายวิท/ ❶ *adj.* Ⓐ *(outside State system) (โรงเรียน, ระบบ, โรงงาน, การบริการ, โรงพยาบาล ฯลฯ)* เอกชน; **a doctor working in ~ medicine** แพทย์ที่ทำงานในสถานพยาบาลเอกชน; **have a ~ education** ได้รับการศึกษาในโรงเรียนเอกชน; Ⓑ *(belonging to individual, not public, not business)* เป็นของส่วนบุคคล; **'~'** *(on door)* 'ห้องส่วนตัว'; *(on ~ land)* ที่ดินส่วนบุคคล; **for [one's own] ~ use** สำหรับการใช้ส่วนบุคคล; **do some ~ studying in the holidays** ศึกษาส่วนตัวในช่วงวันหยุดพักผ่อน; **the funeral was ~:** งานศพนั้นจัดเป็นการภายใน; **they were married in a ~ cermony** พวกเขาแต่งงานกันในพิธีที่จัดเป็นการภายใน; **in a ~ capacity** ในฐานะส่วนตัว; Ⓒ *(personal, affecting individual)* เป็นส่วนตัว, มีผลต่อตัวเอง; **~ joke** ตลกที่ขำกันเอง; **~ war** สงครามส่วนตัว; Ⓓ *(not for public disclosure)* เป็นความลับ, ไม่เปิดเผย; *(ความคิด, เหตุผล)* ส่วนตัว; **have a ~ word with sb.** พูดคุยกับ *ค.น.* อย่างเป็นส่วนตัว; Ⓔ *(secluded)* แยกอยู่ตามลำพัง; **we can be ~ here** ที่นี่เราสามารถเป็นส่วนตัวได้; Ⓕ *(not in public office)* ไม่ได้ทำงานให้รัฐ; **~ citizen** *or* **individual** พลเรือน ❷ *n.* Ⓐ *(Brit. Mil.)* ทหารระดับล่าง; *(Amer. Mil.)* พลทหาร; **~ first 'class** *(Amer.)* ทหารที่ยศสูงกว่าพลทหาร แต่ต่ำกว่าระดับนายทหาร; **P~ X** พลทหารเอ็กซ์; Ⓑ **in ~:** เป็นส่วนตัว; *(confidentially)* เป็นความลับ; **speak to sb. in ~:** พูดกับ *ค.น.* สองต่อสอง; **make a deal in ~:** ทำการตกลงเป็นการส่วนตัว; **you should do it in ~:** คุณสมควรทำมันในที่ส่วนตัว; Ⓒ *in pl. (coll.: genitals)* ของลับ

private: ~ 'army *n.* กองกำลังส่วนตัว; **~ 'bed** *n. เตียงในโรงพยาบาลเอกชน ซึ่งต้องจ่ายค่าพัก;* **~ 'car** *n.* รถส่วนตัว; **~ 'company** *n. (Brit. Commerc.)* บริษัทเอกชน; **~ detective** *n.* ➤ **489** นักสืบเอกชน; **~ 'enterprise** *n. (Commerc.)* วิสาหกิจเอกชน; **[spirit of] ~ enterprise** *(fig.)* ด้วยความอยากริเริ่ม *หรือ* อยากก่อตั้ง

privateer /praɪvə'tɪə(r)/ไพรฺเวอะ'เทีย(ร)/ *n.* Ⓐ เรือติดอาวุธที่เป็นของเอกชน; Ⓑ *(person)* กัปตันเรือรบเอกชน

private: ~ 'eye *n. (coll.)* นักสืบเอกชน; **~ ho'tel** *n.* โรงแรมเอกชนขนาดเล็ก; **~ 'income** *n.* รายได้จากการลงทุนนอกเหนือจากรายได้ปกติ; **~ investigator** *n.* นักสืบเอกชน

privately /'praɪvətlɪ/'พรายเวิทลิ/ *adv. (เขียนจดหมาย)* อย่างไม่เป็นทางการ; *(คิด, วางแผน)* ในใจ; *(คุยกับ ค.น.)* อย่างสองต่อสอง; **study ~:** เรียนเป็นการส่วนตัว; **~ owned** เป็นของเอกชน; **~ held opinion** ความคิดเห็นที่เป็นส่วนตัว

private: ~ 'means *n. pl.* ➡ **private income;** **~ 'member** *n. (Brit. Parl.) สมาชิกของสภาสามัญ ผู้ซึ่งมิได้เป็นรัฐมนตรี;* **~ 'member's bill** *n. (Brit. Parl.)* พระราชบัญญัติที่เสนอโดย*สมาชิกของสภาสามัญ ผู้ซึ่งมิได้เป็นรัฐมนตรี;* **~ 'parts** *n. pl.* อวัยวะสืบพันธุ์; **~ 'practice** *n.* Ⓐ *(Med.)* การเป็นแพทย์เอกชน; **he is now in ~ practice** ตอนนี้เขาเป็นแพทย์เอกชน; Ⓑ *(of architect/lawyer)* ที่มีบริษัทของตนเอง; **be in ~ practice** เป็นเจ้าของบริษัทสถาปนิก/ทนายความ; **~ 'press** *n.* บริษัทพิมพ์ที่เอกชนเป็นเจ้าของ; **~ 'property** *n.* ทรัพย์สินส่วนบุคคล; **~ 'secretary** *n.* เลขาส่วนตัว; **~ 'sector** *n.* ภาคธุรกิจเอกชน; **the ~ sector [of industry]** อุตสาหกรรมภาคเอกชน; **~ 'soldier** *n.* Ⓐ *(Brit. Mil.)* ทหารระดับล่าง; Ⓑ *(Amer. Mil.)* พลทหาร; **~ 'treaty** *n.* สัญญาการซื้อขาย *(ซึ่งผู้ขายและผู้ซื้อร่วมกันกำหนดเงื่อนไข);* **sold by ~ treaty** ขายโดยผู้ขายและผู้ซื้อร่วมกันกำหนดเงื่อนไข; **~ 'view[ing]** *n. (Art)* การชมนิทรรศการก่อนที่จะเปิดให้สาธารณชนเข้าชม; *(Cinemat.)* รอบฉายภาพยนตร์ให้บุคคลสำคัญดูก่อนเปิด

privation /praɪ'veɪʃn/ไพรฺ'เวช'น/ *n. (lack of comforts)* การขาดแคลน; **suffer many ~s** ต้องอดทนต่อการขาดแคลนมากมาย

privatisation, privatise ➡ **privatiz-**

privatization /praɪvətaɪ'zeɪʃn, US -tɪ'z-/ไพรฺเวอะไท'เซช'น, -ทิ'ซ-/ *n. (Econ.)* แปรรูปรัฐวิสาหกิจให้เป็นบริษัทมหาชน

privatize /'praɪvetaɪz/'พรายเวอะทายซฺ/ *v.t. (Ecom.)* โอนจากรัฐมาให้เอกชนดำเนินการแทน, แปรรูปหน่วยงานของรัฐเป็นเอกชน

privet /'prɪvɪt/'พริววิท/ *n. (Bot.)* ต้นไม้พุ่มเตี้ยในสกุล *Ligustrum* ใช้ปลูกเป็นรั้วกั้น

privilege /'prɪvɪlɪdʒ/'พริววิลิจ/ ❶ *n.* Ⓐ *(right, immunity)* อภิสิทธิ์, เอกสิทธิ์ *(ร.บ.);* **tax ~s** อภิสิทธิ์ในการไม่ต้องเสียภาษี; **that's a lady's ~:** นั่นเป็นอภิสิทธิ์อย่างหนึ่งของสุภาพสตรี; **Parliamentary ~:** *สิทธิของสมาชิกรัฐสภาที่จะพูดสิ่งต่าง ๆ ในสภาโดยไม่ต้องเสี่ยงถูกฟ้องกลับ;* Ⓑ *(special benefit)* สิทธิพิเศษ; *(honour)* เกียรติ; **it was a ~ to listen to him** มันเป็นเกียรติที่ได้ฟังเขา; **we were expected to pay for the ~** *(iron.)* และมิหนำซ้ำพวกเขายังจะให้พวกเราจ่ายเงินเพื่อสิทธิพิเศษนี้; Ⓒ *(monopoly)* การผูกขาด; *(sole right of selling sth.)* สิทธิแต่ผู้เดียวที่จะขาย *ส.น.;* Ⓓ *(Amer. St. Exch.)* ตัวเลือก; **buy ~s** ซื้อตัวเลือก ❷ *v.t.* **~ sb. to do sth.** ให้อภิสิทธิ์ *ค.น.* ที่จะทำ *ส.น.*

privileged /'prɪvɪlɪdʒd/'พริววิลิจดฺ/ *adj.* เป็นเกียรติ, มีอภิสิทธิ์; **the ~ classes** ชนชั้นอภิสิทธิ์; **a/the ~ few** อภิสิทธิ์ที่เป็นกลุ่มน้อย; **sb. is ~ to do sth.** *ค.น.* มีอภิสิทธิ์ที่จะทำ *ส.น.;* **I am [greatly] ~ to introduce sb./sth.** กระผม/ดิฉันเป็นเกียรติ [อย่างยิ่ง] ที่จะแนะนำ *ค.น./ส.น.;* **have a** *or* **be in a ~ position** อยู่ในตำแหน่งที่มีอภิสิทธิ์

privy /'prɪvɪ/'พริววิ/ ❶ *adj.* **be ~ to sth.** รู้ความลับของ *ส.น.* ❷ *n. (arch./Amer.)* ห้องน้ำ

privy: P~ 'Council *n. (Brit.)* คณะองคมนตรี; **~ 'counsellor, ~ 'councillor** *n. (Brit.: member of P~ Council)* องคมนตรี; **~ 'seal** *n. (Brit.)* ตราประทับเอกสารในขั้นแรกและส่งเอกสารไปประทับตราใหญ่อีกทีหนึ่ง, พระราชลัญจกร; **Lord P~ Seal** สมุหราชมณเฑียร

¹prize /praɪz/พรายซฺ/ ❶ *n.* Ⓐ *(reward, money)* รางวัล; **win** *or* **take first/second/third ~:** ชนะ *หรือ* ได้รางวัลที่หนึ่ง/สอง/สาม; **for sheer impudence he takes the ~!** *(fig.)* ในเรื่องความทะลึ่ง เขาก็ไม่เป็นรองใคร; **there are no ~s for doing sth.** *(iron.)* ไม่มีรางวัลสำหรับการทำ *ส.น.;* **cash** *or* **money ~:** รางวัลเงินสด; Ⓑ *(in lottery)* รางวัล; *(got by buying goods)* รางวัล; **win sth. as a ~:** ได้ *ส.น.* เป็นรางวัล; **I won a ~ of £1,000** ฉันได้รางวัลหนึ่งพันปอนด์; Ⓒ *(fig.: something worth striving for)* สิ่งตอบแทนที่ยิ่งใหญ่; **glittering ~s** รางวัลที่ยิ่งใหญ่ ❷ *v.t. (value)* **~ sth. [highly]** ตีราคา *ส.น.* สูง; **gold is one of the most ~d [of] metals** ทองเป็นโลหะที่มีค่าสูงที่สุดชนิดหนึ่ง; **we ~ liberty more than life** เราตีค่าเสรีภาพสูงกว่าชีวิต; **sb.'s most ~d possessions** สมบัติที่มีค่ามากที่สุดของ *ค.น.* ❸ *attrib. adj.* Ⓐ *(~winning)* ที่ได้รับรางวัล; Ⓑ *(awarded as ~)* **~ medal/trophy** เหรียญ/ถ้วยรางวัล; Ⓒ *(iron.)* **~ idiot** คนโง่สมบูรณ์แบบ; **~ muddle** ความสับสนอันดับหนึ่ง; **~ example** ตัวอย่างที่เลวมาก

²prize *v.t. (force)* **~ [open]** งัด [เปิด]; **~ up** งัดขึ้น; **~ the lid off a crate** งัดฝาลัง; **~ sth. out of sth.** งัด *ส.น.* ออกจาก *ส.น.;* **~ information/a secret out of sb.** ล้วงข้อมูล/ความลับออกมาจาก *ค.น.*

~ a'part *v.t.* งัดออกจากกัน

~ 'out *v.t.* งัดออก

³prize *n.* Ⓐ *(captured ship)* เรือที่ถูกจับ; Ⓑ *(chance find)* ลาภลอย; **this is a rare ~!** นี่เป็นสิ่งของที่หายากจริง ๆ

prize: ~ day *n. (Sch.)* วันแจกรางวัล; **~day speech** สุนทรพจน์ในวันแจกรางวัล; **~fight** *n. (Boxing)* การชกมวยชิงรางวัล; **enter a ~fight** เข้าร่วมการชกมวยชิงรางวัล; **~fighter** *n. (Boxing)* นักมวยล่ารางวัล; **~fighting** *n. (Boxing)* การชกมวยชิงรางวัล; **~giving** *n. (Sch.)* การมอบรางวัล; **~ money** *n.* เงินรางวัล; **offer**

p

£5,000 in ~ money เสนอเงินรางวัล 5,000 ปอนด์; **~winner** *n.* ผู้ได้รับรางวัล; *(in lottery)* ผู้ถูกสลากกินแบ่ง, ผู้ถูกหวย *(ภ.พ.)*; **~winning** *adj.* ได้รับรางวัล; *(in lottery)* ถูกสลากกินแบ่ง

¹pro /prəʊ/โพรฺ/ ❶ *n. in pl.* **the ~s and cons** ข้อดีข้อเสีย, คุณและโทษ; **there are more ~s than cons** มีเหตุผลสนับสนุนมากกว่าเหตุผลค้าน ❷ *adv.* **~ and con** เห็นด้วยและคัดค้าน ❸ *prep.* เห็นด้วย; **~ and con** เห็นด้วยและคัดค้าน

²pro ❶ *n. (coll.)* Ⓐ *(Sport, Theatre)* นักกีฬาอาชีพ, นักแสดงอาชีพ; Ⓑ *(prostitute)* โสเภณี ❷ *adj.* เป็นมืออาชีพ

³pro- *pref.* ชอบ, สนับสนุน, นิยม; **~Communist** ชอบ/นิยมคอมมิวนิสต์; **be ~hanging** สนับสนุนการประหารชีวิตโดยแขวนคอ

PRO *abbr.* Ⓐ **public relations officer** พี.อาร์.; Ⓑ **public relations office** สำนักงาน พี.อาร์.

proactive /prəʊˈæktɪv/โพรฺ'แอคทิฺว/ *adj.* เข้าแทรกแซงเพื่อป้องกันเหตุการณ์อันไม่พึงประสงค์; **be ~** *(บุคคล)* ที่ลุกขึ้นมามีบทบาท

pro-am /prəʊˈæm/โพรฺ'แอม/ *adj. (Sport)* **~ competition** การแข่งขันกีฬาที่มีมืออาชีพและมือสมัครเล่น

probability /prɒbəˈbɪlɪtɪ/พรฺอเบอะ'บิลลิทิ/ *n.* Ⓐ *(likelihood; also Math.)* ความน่าจะเป็น [ไปได้]; **exceed the bounds of ~:** เกินขอบเขตของความน่าจะเป็น; **against all ~:** แย้งกับความน่าจะเป็นไปได้ทั้งหมด; **in all ~:** น่าจะเป็นไปได้มาก; **there is little/a strong ~ that ...:** มีความเป็นไปได้น้อย/มากว่า...; **there's every ~ of a victory** น่าจะชนะได้ Ⓑ *(likely event)* **the ~ is that ...:** น่าจะเป็นไปได้ว่า... *หรือ* สิ่งที่น่าจะเกิดคือ...; **war is becoming a ~:** เป็นไปได้ว่าจะเกิดสงคราม; **it is more than a possibility, it is a ~:** มันยิ่งกว่าอาจเป็นไปได้ มันคือความน่าจะเป็น

probable /ˈprɒbəbl/ˈพรฺอเบอะบ'ล/ ❶ *adj.* น่าจะเป็นไปได้; **highly ~:** น่าจะเป็นไปได้มาก/สูง; **his explanation did not sound very ~:** คำอธิบายของเขาฟังดูไม่น่าจะเป็นไปได้มากนัก; **another wet summer looks ~:** น่าจะมีฝนตกมากอีกครั้งในฤดูร้อนนี้; **he seems the most ~ winner** เขาดูเหมือนจะเป็นคนที่น่าจะชนะมากที่สุด ❷ *n. (participant)* ผู้ที่น่าจะได้ถูกเลือกให้เข้าร่วมมากที่สุด (**for** สำหรับ); *(candidate)* ผู้สมัครที่น่าจะได้รับการคัดเลือกมากที่สุด (**for** สำหรับ)

probably /ˈprɒbəblɪ/ˈพรฺอเบอะบลิ/ *adv.* น่าจะ, คงจะ, อย่างน่าจะเป็น

probate /ˈprəʊbeɪt/ˈโพรฺเบท/ *n. (Law)* Ⓐ การพิสูจน์พินัยกรรม; Ⓑ *(copy)* *สำเนาพินัยกรรมที่ได้รับการพิสูจน์แล้วและรับรอง*

probation /prəˈbeɪʃn, US prəʊ-/เพรฺอะ'เบช'น, โพรฺ-/ *n.* Ⓐ ช่วงทดลองงาน; **a year's ~:** ระยะเวลาทดลอง *(งาน)* หนึ่งปี; **[be put] on ~:** อยู่ในช่วงทดลอง *(งาน)*; **be on ~:** อยู่ในช่วง/ระยะทดลอง; **while on ~:** ขณะที่อยู่ในช่วงทดลอง; Ⓑ *(Law)* การรอลงอาญา; **give sb. [two years'] ~** รอลงอาญา *ค.น.* เป็นเวลาสองปี; **be on ~:** อยู่ระหว่างการรอลงอาญา

probationary /prəˈbeɪʃənərɪ, US prəʊˈbeɪʃənerɪ/เพรฺอะ'เบเชอะเนอะริ, โพรฺ'เบเชอะเนะริ/ *adj.* เป็นการทดลอง; **~ period** ช่วงเวลาการทดลอง; **~ appointment** การแต่งตั้งที่เป็นการทดลองงาน

probationer /prəˈbeɪʃənə(r), US prəʊ-/เพรฺอะ'เบเชอะเนอะ(ร), โพรฺ-/ *n.* Ⓐ *(employee)* ลูกจ้าง/พนักงานที่อยู่ในช่วงทดลองงาน; *(nurse)* นางพยาบาลที่อยู่ในระยะทดลองปฏิบัติงาน; *(candidate)* ผู้สมัครที่อยู่ในขั้นทดลอง; Ⓑ *(Law: offender)* จำเลยที่ถูกรอลงอาญา

pro'bation officer *n.* ➤ 489 เจ้าหน้าที่ควบคุมผู้ที่ถูกภาคทัณฑ์, เจ้าหน้าที่คุมประพฤติ

probe /prəʊb/โพรฺบ/ ❶ *n.* Ⓐ *(investigation)* การสอบสวน (**into** ใน); **a ~ is being conducted** กำลังมีการสอบสวนอยู่; Ⓑ *(Electronics)* ปลายสายไฟฟ้าที่ต่อกับเครื่องเพื่อทดลองวงจรไฟฟ้า; *(Astron.)* ยานค้นคว้าในอวกาศ; Ⓒ *(pointed instrument)* เครื่องมือที่ใช้หยั่งแผล ❷ *v.t.* Ⓐ *(investigate)* ตรวจสอบ, สอบสวนอย่างใกล้ชิด; Ⓑ *(Med.) (with pointed instrument)* หยั่ง *(แผล)* ด้วยเครื่องมือแหลม; Ⓒ *(reach deeply into)* เจาะลึก *(ภายในพื้นโลก)*; ล้วงลึก *(ในกระเป๋า)*; *(Astron.)* ค้นคว้า *(ด้วยยานอวกาศที่ไม่มีมนุษย์)* และส่งข้อมูลกลับมายังโลก ❸ *v.i.* Ⓐ *(make investigation)* สอบสวน, ตรวจสอบ; **he kept probing** เขาคอยสอบสวนอยู่ตลอด; **~ into a matter** ลงลึกลงไปในเรื่องหนึ่ง; Ⓑ *(Med.) (with pointed instrument)* หยั่งหาแผล; Ⓒ *(reach deeply)* ล้วงลึก, เจาะลึก (**into** ใน)

probing /ˈprəʊbɪŋ/ˈโพรฺบิง/ *adj. (penetrating)* ที่เจาะลึก; **~ question** คำถามที่เจาะลึก

probity /ˈprəʊbɪtɪ/ˈโพรฺบิทิ/ *n., no pl.* ความซื่อสัตย์, ความซื่อตรง

problem /ˈprɒbləm/ˈพรฺอเบลิม/ *n.* Ⓐ *(difficult matter)* ปัญหา; *attrib.* เรื่องยาก/ลำบาก; **~ child** เด็กที่มีปัญหา; *(fig.: cause of difficulties)* ต้นเหตุ/สาเหตุของความยุ่งยาก; **I find it a ~ to start** *or* **have a ~ [in] starting the car** ฉันมีปัญหาในการติดเครื่องรถยนต์; **[I see] no ~** *(coll.)* ไม่มีปัญหา; **what's the ~?** *(coll.)* มีปัญหาอะไร; **the ~ about** *or* **with sb./sth.** ปัญหาเกี่ยวกับ *ค.น./ส.น.*; **the ~ of how to do sth.** ปัญหาที่ว่าจะทำ *ส.น.* อย่างไร; **the Northern Ireland ~:** ปัญหาไอร์แลนด์เหนือ; **he has a drink ~:** เขามีปัญหาเรื่องการดื่มเหล้ามากเกินไป; **that presents a ~:** นั่นทำให้มีปัญหา; **the least of her ~s** ปัญหาที่เล็กที่สุดของเธอ; **you think 'you've got ~s!** *(coll. iron.)* คุณคิดว่าคุณมีปัญหาหรือ; Ⓑ *(puzzle)* ปริศนา; Ⓒ *(Chess, Bridge, Math., Phys., Geom.)* โจทย์, คำถาม

problematic /prɒbləˈmætɪk/พรฺอเบลอะ'แมทิค/, **problematical** /prɒbləˈmætɪkl/พรฺอเบลอะ'แมทิค'ล/ *adj.* เป็นปัญหา; *(doubtful)* น่าสงสัย

problematically /prɒbləˈmætɪkəlɪ/พรฺอเบลอะ'แมทิเคอะลิ/ *adv.* อย่างเป็นปัญหา, อย่างน่าสงสัย

proboscis /prəˈbɒsɪs/เพรฺอะ'บอซิซ/ *n., pl.* **~es** *or* **proboscides** /prəˈbɒsɪdiːz/เพรฺอะ'บอซิดีซฺ/ *(Zool.) (of elephant)* งวง; *(of insects)* ปากที่ยื่นออกมา; *(of monkey, tapir)* จมูกยาว

procedural /prəˈsiːdjʊrl/เพรฺอะ'ซีเจอะร'ล/ *adj.* เกี่ยวกับกระบวนการปฏิบัติ; *(Law)* เป็นกระบวนการปฏิบัติ

procedure /prəˈsiːdʒə(r)/เพรฺอะ'ซีเจอะ(ร)/ *n.* Ⓐ *(particular course of action)* กระบวนการ, ขั้นตอน; **~s are under way** กำลังดำเนินการตามขั้นตอน; Ⓑ *(way of doing sth.)* วิธีทำ, ระเบียบ/วิธีปฏิบัติ, วิธีดำเนินการ; **according to democratic ~s** ตามระเบียบการ, ตามระบอบประชาธิปไตย; **what is the regular ~?** อะไรเป็นระเบียบปฏิบัติตามปกติ

proceed /prəˈsiːd, prəʊ-/เพรฺอะ'ซีด, โพรฺ-/ *v.i. (formal)* Ⓐ *(advance) (on foot)* เดิน/ไปข้างหน้า; *(as or by vehicle)* เดินทางไป; *(on horseback)* ขี่ม้าไปสู่/ไปยัง; *(after interruption)* ดำเนินต่อไป; **~ somewhere** มุ่งไปที่ใดที่หนึ่ง; **~ on one's way** เดินทางไปตามทางของตน; **as the evening ~ed** เมื่อยามเย็นเยี่ยมกรายเข้ามา; **~ to business** ลงมือทำงาน; **~ to the next item on the agenda** พิจารณาระเบียบการประชุมเรื่องถัดไป; **~ [from Rome] to Venice** *(continue)* เดินทาง [จากกรุงโรม] ต่อไปยังเวนิส; Ⓑ *(begin and carry on)* เริ่มดำเนินการ; *(after interruption)* ดำเนินต่อไป; **~ to talk/eat** *etc.* *(begin and carry on)* เริ่มพูดคุย/รับประทาน ฯลฯ; *(after interruption)* พูดคุย/รับประทานต่อไป ฯลฯ; **~ in** *or* **with sth.** *(begin)* เริ่มทำ *ส.น.*; *(continue)* ทำ *ส.น.* ต่อไป; Ⓒ *(adopt course)* ดำเนินการ, ปฏิบัติ; **we must ~ carefully in this case** เราต้องดำเนินการอย่างรอบคอบในกรณีนี้; **~ harshly** *etc.* **with sb.** ดำเนินการอย่างรุนแรง ฯลฯ กับ *ค.น.*; **~ discreetly with sth.** ดำเนินการ *ส.น.* อย่างรอบคอบ; Ⓓ *(be carried on)* ดำเนินการต่อไป; *(be under way)* กำลังดำเนินการ; *(be continued after interruption)* ทำต่อไป; **how is the project ~ing?** โครงการดำเนินการไปถึงไหนแล้ว; Ⓔ *(go on to say)* พูดต่อไป; Ⓕ *(originate)* **~ from** *(issue from)* เกิดจาก; *(be caused by)* มีสาเหตุมาจาก

~ against *v.t. (Law)* ดำเนินคดีตามกฎหมาย

proceeding /prəˈsiːdɪŋ/เพรฺอะ'ซีดิง/ *n.* Ⓐ *(action)* การกระทำ; Ⓑ *in pl. (events)* เหตุการณ์, กระบวนการ; **lose control of the ~s** ควบคุมเหตุการณ์ไม่ได้; **I'll go along to watch the ~s** ฉันจะตามไปดูเหตุการณ์ต่าง ๆ ด้วย; **be involved in questionable ~s** พัวพันในเรื่องที่น่าสงสัย; Ⓒ *in pl. (Law)* การดำเนินคดีตามกฎหมาย; **court ~s** การฟ้องร้อง; **court ~s can be lengthy** การดำเนินคดีในศาลอาจจะยืดเยื้อ; **legal ~s** การดำเนินคดีตามกฎหมาย; **start/take [legal] ~s [against sb.]** เริ่ม/ดำเนินการฟ้องร้อง [*ค.น.*]; **civil/criminal ~s** การดำเนินคดีแพ่ง/อาญา; **take criminal/divorce ~s against sb.** ดำเนินคดีอาญา/ฟ้องหย่า *ค.น.*; Ⓓ *in pl. (report)* รายงานการประชุม

proceeds /ˈprəʊsiːdz/ˈโพรฺซีดซฺ/ *n. pl.* รายได้ (**from** จาก)

pro-ce'lebrity *adj. (Sport)* *(การแข่งขัน)* ระหว่างมืออาชีพกับบุคคลที่มีชื่อเสียง

¹process /ˈprəʊses/ˈโพรฺเซ็ซ/ ❶ *n.* Ⓐ *(of time or history)* กระบวนการ; **he learnt a lot in the ~:** ระหว่างการดำเนินการเขาได้เรียนรู้มากมาย; **in the ~ of the operation** *or* **being operated on** กำลังดำเนินการผ่าตัด; **in the ~ of teaching his children** โดยการสอนลูก ๆ ของเขาเอง; **be in the ~ of doing sth.** กำลังทำ *ส.น.* อยู่; **be in ~:** กำลังดำเนินการอยู่; **sth. is in ~ of formation** *ส.น.* กำลังเป็นรูปเป็นร่างขึ้นมา; Ⓑ *(proceeding)* ดำเนินการ, การปฏิบัติการ; **undergo** *or* **be subjected to a ~ of interrogation** ผ่านการ *หรือ* ถูกสอบสวน; **by due ~ of law** โดยการดำเนินการที่ถูกต้องตามกฎหมาย; **the democratic ~:** การดำเนินการตามระบอบประชาธิปไตย; Ⓒ *(method)* วิธีการ, กรรมวิธี; **~es of communication** วิธีสื่อสาร; **by a ~ of elimination** ด้วยวิธีกำจัดออกไป; Ⓓ *(natural operation)* กระบวนการทางธรรมชาติ, การ

p

เปลี่ยนแปลง; **~ of evolution/natural selection** การเปลี่ยนแปลงเนื่องจากวิวัฒนาการ/การคัดเลือกตามธรรมชาติ; Ⓔ *(Anat., Bot., Zool.: protuberance)* เนื้องอก, ส่วนที่งอกโปน ❷ *v.t.* จัดให้เข้าระบบ, ประมวล *(ข้อมูลดิบ, สัญญาณ);* ตรวจสอบ *(ใบสมัคร, คำร้อง);* ทำการบำบัด *(น้ำเสีย, ขยะ);* ผ่านกระบวนการผลิต *(หนัง, อาคาร); (Photog.)* ล้าง *(ฟิล์ม)*

²process /prəˈses/เพรอะ'เซ็ซ/ *v.i.* เดินเป็นขบวน

ˈprocess cheese *(Amer.)*, **ˈprocessed cheese** *n.* เนยแข็งแบบอุตสาหกรรม

processer ➡ **processor**

procession /prəˈseʃn/เพรอะ'เซ็ช'น/ *n.* Ⓐ ขบวน; *(religious, festive)* ขบวนแห่; **go/march /move** *etc.* **in ~:** เดิน ฯลฯ เป็นขบวน; **funeral ~:** ขบวนแห่ศพ; Ⓑ *(fig.: series)* ชุด, ลำดับ; **his life was an endless ~ of parties** ชีวิตของเขาคืองานเลี้ยงที่ต่อเนื่องไม่รู้จบ; **there has been a ~ of people in and out of my office all day** มีคนจำนวนมากเดินเข้าเดินออกห้องทำงานของฉันทั้งวัน

processional /prəˈseʃənl/เพรอะ'เซ็ชเชอะน'ล/ ❶ *adj.* เป็นขบวนแห่; **at a ~ pace** ด้วยจังหวะช้าของขบวนแห่ ❷ *n. (hymn)* เพลงสวดที่ร้องในขบวนแห่

processor /ˈprəʊsesə(r), US ˈprɒ-/โพรฺเซะเซอะ(ร), 'พรฺอ-/ *n. (machine)* เครื่องจัด, เครื่องผ่านกระบวนการ; **central ~** *(Computing)* เครื่องประมวลผลกลาง

pro-choice /prəʊˈtʃɔɪs/โพรฺ'ฉอยซฺ/ *adj.* เห็นด้วยกับการให้ผู้หญิงเลือกที่จะทำแท้งได้; **~ lobby** *or* **movement** *n.* การเคลื่อนไหวหรือการรณรงค์ให้รัฐเห็นด้วยกับการให้สิทธิในการเลือกทำแท้งได้; **~ supporter** *n.* ผู้สนับสนุนการให้สิทธิผู้หญิงในการเลือกทำแท้งได้

proclaim /prəˈkleɪm/เพรอะ'เคลฺม/ *v.t.* Ⓐ ประกาศ *(ข่าว, สิทธิ);* แถลง *(ข่าว); (declare officially)* ประกาศอย่างเป็นทางการ *(การยุติสงคราม, สันติภาพ);* **~ sb./oneself King/Queen** สถาปนา *ค.น.*/ตนเป็นกษัตริย์/พระราชินี; **~ a country [to be] a republic** ประกาศให้ประเทศเป็นสาธารณรัฐ; **~ 1 January a public holiday** ประกาศให้วันที่ 1 มกราคมเป็นวันหยุดราชการ; **~ sb./oneself heir to the throne** สถาปนา *ค.น.*/ตนเป็นรัชทายาทสืบบัลลังก์; Ⓑ *(reveal)* เปิดเผย; **~ sb./sth. [to be] sth.** เปิดเผยว่า *ค.น./ส.น.* เป็น *ส.น.*

proclamation /prɒkləˈmeɪʃn/พรอเคลอะ'เมช'น/ *n.* Ⓐ *(act of proclaiming)* การประกาศ [อย่างเป็นทางการ]; **the ~ of a new sovereign** การสถาปนากษัตริย์องค์ใหม่; **by ~:** โดยการประกาศอย่างเป็นทางการ; Ⓑ *(notice)* ประกาศ; *(edict, decree)* คำประกาศ, คำแถลงการณ์; *(royal decree)* พระราชกฤษฎีกา; **issue** *or* **make a ~:** ออกคำประกาศ/คำแถลงการณ์

proclivity /prəˈklɪvɪtɪ/เพรอะ'คลิววิทิ/ *n.* ความโน้มเอียง, ความมีใจเอนเอียง; **have/show a ~** *or* **proclivities for** *or* **towards sth.** มี/แสดงความโน้มเอียงไปทาง *ส.น.*

procrastinate /prəˈkræstɪneɪt/เพรอะ'แครซติเนท/ *v.i.* หน่วงเหนี่ยว, ชักช้า; **~ in doing sth.** เลื่อนทำ *ส.น.* ออกไป; **I ought to start but I keep procrastinating** ฉันควรจะเริ่มลงมือได้แล้ว แต่ก็ผลัดวันประกันพรุ่งไปเรื่อย ๆ

procrastination /prəkræstɪˈneɪʃn/เพรอะแครซติ'เนช'น/ *n.* การเลื่อนออกไป, การผลัดวันประกันพรุ่ง; **there is no time for ~:** ไม่มีเวลาสำหรับความล่าช้า; **~ is the thief of time** *(prov.)* การผลัดวันประกันพรุ่งคือสิ่งขโมยเวลา

procreate /ˈprəʊkrɪeɪt/โพรฺคริเอท/ ❶ *v.t.* Ⓐ **~ children** ให้กำเนิดบุตร; Ⓑ *(fig.: produce)* ก่อให้เกิด ❷ *v.i.* ขยายพันธุ์, ให้กำเนิดบุตรหลาน

procreation /prəʊkrɪˈeɪʃn/โพรฺคริ'เอช'น/ *n.* การให้กำเนิด *(บุตรหลาน); (fig.: production)* การก่อให้เกิด

Procrustean /prəˈkrʌstɪən/เพรอะ'ครัซเตียน/ *adj.* *(กฎ, หลักการ, การว่าจ้าง)* ที่บีบบังคับและเข้มงวด; *(ความตั้งใจ)* ที่ไม่เปลี่ยนแปลง

proctor /ˈprɒktə(r)/'พรอคเทอะ(ร)/ *n.* Ⓐ *(Brit. Univ.)* เจ้าหน้าที่ดูแลเรื่องระเบียบวินัยนิสิต; Ⓑ *(Amer. Univ.)* ➡ **invigilator**

procurator /ˈprɒkjʊəreɪtə(r)/'พรอคิวเรเทอะ(ร)/ *n.* ผู้แทน, ผู้รับมอบอำนาจให้ทำการแทน

procurator ˈfiscal *n. (Scot. Law)* อัยการ

procure /prəˈkjʊə(r)/เพรอะ'คิวเออะ(ร)/ ❶ *v.t.* Ⓐ *(obtain)* ได้รับ *(การนับถือ);* จัดหา; **~ for sb./oneself** จัดหาให้ *ค.น.*/ตนเอง *(งาน, ที่อยู่);* Ⓑ *(bring about)* ทำให้เกิดขึ้น *(การเปลี่ยนแปลง, ผลประโยชน์);* Ⓒ *(for sexual gratification)* เป็นธุระจัดหา *(โสเภณี)* เพื่อบริการทางเพศ ❷ *v.i.* จัดหา *(โสเภณี);* **~ for a prostitute** จัดหาลูกค้าให้โสเภณี

procurement /prəˈkjʊəmənt/เพรอะ'คิวเออะเมินทฺ/ *n.* ➡ **procure 1**: การจัดหา

procurer /prəˈkjʊərə(r)/เพรอะ'คิวเออะเรอะ(ร)/ *n. (for sexual purposes)* พ่อเล้า/แม่เล้า; **act as a ~ of girls/boys for sb.** ทำตัวเป็นผู้จัดหาเด็กสาว/เด็กหนุ่มให้กับ *ค.น.*

procuress /prəˈkjʊrɪs/เพรอะ'คิวริซ/ *n.* แม่เล้า

prod ❶ *v.t.,* **-dd-** Ⓐ *(poke)* กระทุ้ง, แยง, แหย่; **he ~ded the map with his finger** เขาใช้นิ้วจิ้มแผนที่; **~ sb. gently** กระทุ้ง *ค.น.* เบา ๆ; **~ the fire/pile of leaves** เขี่ยไฟ/กองใบไม้; **~ sb. in the ribs** กระทุ้ง *ค.น.* ที่ซี่โครง; Ⓑ *(fig.: rouse)* กระตุ้น *(ความจำ);* **he needs ~ding before he will do anything** เขาจำเป็นต้องถูกกระตุ้นก่อนจะทำอะไรก็ตาม; **~ sb. to do sth.** *or* **into doing sth.** กระตุ้น *ค.น.* ให้ทำ *ส.น.*

❷ *v.i.,* **-dd-** กระทุ้ง, แยง, แหย่

❸ *n.* การกระทุ้ง, การแยง, การแหย่; **a ~ in the/my** *etc.* **ribs** การกระทุ้งซี่โครงของฉัน; **give sb. a ~:** กระทุ้ง *ค.น.*; *(fig.)* การกระตุ้น, แรงกระตุ้น; **this sight gave my memory a ~** *(fig.)* ภาพนี้กระตุ้นความทรงจำของฉัน

~ aˈbout, ~ aˈround *v.i. (lit. or fig.)* คุ้ยไปมา/เขี่ย

~ at *v.t.* กระทุ้ง, แหย่

Prod /prɒd/พรอด/ *n. (Ir. coll.)* โปรเตสแตนต์

prodigal /ˈprɒdɪgl/'พรอดิก'ล/ ❶ *adj.* สุรุ่ยสุร่าย; **be ~ with sth.** สุรุ่ยสุร่ายกับ *ส.น.*; **be ~ of sth.** *(literary)* ให้ *ส.น.* อย่างไม่อั้น ❷ *n.* ผู้ที่ใช้จ่ายสุรุ่ยสุร่าย

prodigality /prɒdɪˈgælɪtɪ/พรอดิ'แกลิทิ/ *n., no pl.* Ⓐ *(extravagance)* ความฟุ่มเฟือย, ความสุรุ่ยสุร่าย; Ⓑ *(liberality)* ความใจป้ำ

prodigal ˈson *n. (Bibl.; also fig. iron.)* คนสุรุ่ยสุร่ายที่สำนึกขึ้นได้; **the return of the ~:** การกลับใจของผู้ที่ใช้เงินเป็นเบี้ย

prodigious /prəˈdɪdʒəs/เพรอะ'ดิจเจิช/ *adj.* ใหญ่โตมโหฬาร, มหัศจรรย์; **to a ~ degree** ในระดับที่น่าอัศจรรย์

prodigiously /prəˈdɪdʒəslɪ/เพรอะ'ดิจเจิชลิ/ *adv.* อย่างมหัศจรรย์, อย่างใหญ่โตมโหฬาร

prodigy /ˈprɒdɪdʒɪ/'พรอดิจิ/ *n.* Ⓐ *(gifted person)* ผู้ที่มีพรสวรรค์; **musical ~:** ผู้ที่มีพรสวรรค์ทางดนตรี; ➡ + **child prodigy; infant prodigy;** Ⓑ *(marvel)* สิ่งมหัศจรรย์; Ⓒ **be a ~ of sth.** เป็นตัวอย่างที่ยอดเยี่ยมของ *ส.น.*

produce ❶ /ˈprɒdjuːs/'พรอดิวซฺ/ *n.* Ⓐ *(things produced)* ผลิตภัณฑ์; **'~ of Spain'** ที่ผลิตในสเปน; Ⓑ *(yield)* ผลิตผล; *(Mining)* ผลิตผลจากเหมือง

❷ /prəˈdjuːs/เพรอะ'ดิวซฺ/ *v.t.* Ⓐ *(bring forward)* แสดง *(หลักฐาน, ตั๋ว, หนังสือเดินทาง);* เปิดเผย *(ข้อมูล);* หยิบออกมา *(กระเป๋าสตางค์);* ให้ *(การขยายความ);* ชัก *(ปืนพก)* ออกมา; **~ sth. from one's pocket** ดึง *ส.น.* ออกมาจากกระเป๋าเสื้อ; **he ~d a splendid shot** เขายิงปืนได้แม่นมาก; **~ a rabbit out of a hat** นำกระต่ายออกมาจากหมวก; **he ~d a few coins from his pocket** เขาหยิบเหรียญสองสามเหรียญออกจากกระเป๋า; Ⓑ สร้าง *(ภาพยนตร์, การแสดง);* พิมพ์ *(หนังสือ);* จัดการอัด *(แผ่นเสียง);* **well-~d** สร้าง/ผลิตได้ดี; Ⓒ *(manufacture)* ผลิต; *(in nature; Agric.)* ผลิต; Ⓓ *(create)* สร้างสรรค์, แต่ง *(นวนิยาย, อุปรากร);* สร้าง *(งานปั้น, งานชิ้นเอก);* Ⓔ *(cause)* ก่อให้เกิด, ทำให้เกิด *(การปฏิรูป, การเปลี่ยนแปลง);* Ⓕ *(bring into being)* ทำให้มีขึ้น, ก่อให้เกิด; **chemical reactions producing poisonous gases** ปฏิกิริยาเคมีซึ่งทำให้เกิดก๊าซ; Ⓖ *(yield)* ให้ผล; Ⓗ *(bear) (ต้นไม้, สัตว์)* ออกลูก; **~ offspring** ออกลูกออกหลาน

❸ *v.i.* Ⓐ *(manufacture goods)* ผลิตสินค้า; **producing nation** ประเทศที่ผลิตสินค้า; Ⓑ *(Brit. Theatre/Radio/Telev.)* ผลิตละคร/รายการวิทยุ/รายการโทรทัศน์; *(Cinemat.)* สร้างภาพยนตร์; Ⓒ *(yield)* ให้ผลผลิต; **the mine has stopped producing** เหมืองแร่หยุดให้ผลผลิต; Ⓓ *(joc.: bear offspring)* ออกลูกออกหลาน

producer /prəˈdjuːsə(r), US -ˈduːs-/เพรอะ'ดิวเซอะ(ร), -'ดูซ-/ *n.* Ⓐ ➤ **489** *(Cinemat., Theatre, Radio, Telev.)* ผู้อำนวยการสร้าง; Ⓑ ➤ **489** *(Brit. Theatre/Radio/Telev.)* ผู้กำกับเวที, ผู้สร้างหนัง; Ⓒ *(Econ.)* ผู้ผลิตสินค้า

product /ˈprɒdʌkt/'พรอเดิคทฺ/ *n.* Ⓐ *(thing produced)* ผลิตภัณฑ์; *(of industrial process)* ผลผลิต *(ทางอุตสาหกรรม); (of art or intellect)* ผลงานทางศิลปะ; **beauty ~s** ผลิตภัณฑ์เพื่อความงาม, เครื่องสำอาง *(ภ.พ.);* **food ~:** ผลิตภัณฑ์อาหาร; **what is your company's ~?** ผลิตภัณฑ์ของบริษัทคุณคืออะไร; **the ~ of a fertile imagination** ผลผลิตของจินตนาการอันสร้างสรรค์; **carbon dioxide is a ~ of respiration** คาร์บอนไดออกไซด์เป็นผลผลิตของการหายใจ; Ⓑ *(result)* ผล; **be the ~ of one's age** เป็นผลของยุคของตน; Ⓒ *(Math.)* ผลคูณ (of ของ); Ⓓ *(total produced)* ผลผลิตรวม; **the national ~:** ผลผลิตรวมของประเทศ; ➡ + **ˈgross 1 D**

production /prəˈdʌkʃn/เพรอะ'ดัคช'น/ *n.* Ⓐ *(bringing forward) (of evidence)* การแสดง; *(in physical form)* การนำออกมา; *(of witness)* การนำพยานออกมา; *(of reason)* การแสดง; *(of explanation)* การให้คำอธิบาย; *(of passport etc.)* การแสดง; **on ~ of your passport** เมื่อได้แสดงหนังสือเดินทาง; Ⓑ *(public presentation) (Cinemat.)* การฉาย; *(Theatre)* การจัดแสดง; *(of record, book)* การพิมพ์ออกมา; Ⓒ *(action of making)* การทำ, การสร้าง; *(manufacturing)*

p

การผลิต; *(thing produced)* ผลผลิต, ผลิตภัณฑ์; **cease ~:** หยุดการผลิต; **be in/go into ~:** ผลิต/เริ่มผลิต; **be** *or* **have gone out of ~:** หยุด/เลิกผลิต; **have a play in ~** กำลังสร้างละครอยู่; ➡ + mass production; Ⓓ *(thing created)* ผลงาน; *(Brit. Theatre: show produced)* ละครที่สร้างขึ้นมา; Ⓔ *(causing)* การก่อให้เกิด, การทำให้เกิดขึ้น; Ⓕ *(bringing into being)* การทำให้มีขึ้น, การก่อให้เกิด; **the ~ of crystals/toxic gases** การทำให้เกิดแก้วผลึกใส/ก๊าซพิษ; Ⓖ *(process of yielding)* กระบวนการให้ผลผลิต; *(Mining)* กระบวนการทำเหมือง; **the mine has ceased ~:** เหมืองหยุดให้ผลผลิต; Ⓗ *(yield)* ผลผลิต; **~ of eggs, egg ~:** การผลิตไข่; **[the] annual/total ~ from the mine** ผลผลิตประจำปี/รวมจากเหมือง

production: ~ control *n.* การควบคุมการผลิต; **~ cost** *n.* ต้นทุนในการผลิต; **~ engineer** *n.* วิศวกรในด้านขบวนการผลิต; **~ line** *n.* สายงานการผลิต; **~ liability** *n.* การรับประกันคุณภาพสินค้า; **~ licence** *n.* ใบอนุญาตให้ผลิตสินค้าออกสู่ตลาด; **~ lifecycle** *n.* วงจรชีวิตผลิตภัณฑ์; **~ manager** *n.* ผู้จัดการฝ่ายผลิต; **~ placement** *n.* การให้ภาพยนตร์ *หรือ* ละครใช้สินค้าเพื่อเป็นการโฆษณา; **~ range** *n.* รายการทั้งหมดของผลิตภัณฑ์

productive /prəˈdʌktɪv/เพรุอะ'ดัคทิ_ว/ *adj.* Ⓐ *(producing)* **be ~** *(โรงงาน)* มีผลผลิตออกมา; **the writer's ~ period** ช่วงเวลาที่นักเขียนมีผลงาน; **be ~ of** ผลิต *(สินค้า, เสื้อผ้า)*; อุดมไปด้วย *(ความคิด, งานศิลปะ)*; Ⓑ *(producing abundantly)* *(ดิน, เหมือง, ต้นไม้)* ให้ผลผลิตจำนวนมาก; *(ศิลปิน, นักเขียน)* มีผลงานมากมาย; Ⓒ *(yielding favourable results)* ให้ผลดี, เป็นประโยชน์; **it's not very ~ arguing about it** ไม่ก่อผลดีอะไรที่จะเถียงกันในเรื่องนี้

productivity /prɒdʌkˈtɪvɪtɪ/พรฺอเดิค'ทิวิ_ทิ/ *n.* ความสามารถในการผลิต, มีประสิทธิภาพในการผลิต; **~ agreement** *or* **deal** ข้อตกลงเรื่องความสามารถในการผลิต; **~ bonus** เงินพิเศษที่โยงกับความสามารถในการเพิ่มผลผลิต

prof. *n. (coll.)* อาจารย์

Prof /prɒf/พรอฟ/ *abbr.* **Professor** ศ.

profanation /prɒfəˈneɪʃn/พรฺอเฟอะ'เนช'น/ *n.* Ⓐ *(desecration)* การทำลาย *หรือ* ดูหมิ่นสิ่งศักดิ์สิทธิ์; Ⓑ *(disrespectful treatment)* การไม่เคารพ, การดูหมิ่น

profane /prəˈfeɪn, US prəʊˈfeɪn/เพรุอะ'เฟน, โพรฺ'เฟน/ ❶ *adj.* Ⓐ *(irreligious)* ไม่เคารพศาสนา, ไม่ยึดมั่นในศาสนา; Ⓑ *(irreverent)* *(การพูดตลก)* ไม่เคารพสิ่งศักดิ์สิทธิ์; ไม่ให้เกียรติ *(คำพูด)*; Ⓒ *(secular)* ทางโลก ❷ *v.t.* ดูหมิ่น/ลบหลู่สิ่งศักดิ์สิทธิ์

profanity /prəˈfænɪtɪ, US prəʊ-/เพรุอะ'แฟนิทิ, โพรฺ-/ *n.* Ⓐ *(irreligiousness, irreligious act)* ความไม่เคารพศาสนา; Ⓑ *(irreverent behaviour, act, or utterence)* การลบหลู่สิ่งศักดิ์สิทธิ์; Ⓒ *(indecent remark)* คำหยาบ, คำด่า *(ภ.พ.)*

profess /prəˈfes/เพรุอะ'เฟ็ซ/ *v.t.* Ⓐ *(declare openly)* ประกาศ/แถลงอย่างเปิดเผย *(ความรัก, จุดยืน)*; **~ to be/do sth.** ประกาศว่าเป็น/จะทำ *ส.น.*; **~ oneself satisfied** ประกาศความพึงพอใจ; Ⓑ *(claim)* อ้าง *(สิทธิ)*; **~ to be/do sth.** อ้างว่าเป็น/ทำ *ส.น.*; **he ~ed regret that ...:** เขาทำเป็นว่าเขาเสียใจที่...; Ⓒ *(affirm faith in)* ยืนยัน

professed /prəˈfest/เพรุอะ'เฟ็ซทฺ/ *adj.* Ⓐ *(self-acknowledged)* ที่ยอมรับว่าตนเป็น *(คอมมิวนิสต์, คนที่หลงใหล)*, ที่เปิดเผย; **be a ~ Christian** เป็นผู้ที่นับถือศาสนาคริสต์อย่างเปิดเผย; Ⓑ *(alleged)* ถูกกล่าวหา; Ⓒ *(Relig.)* **be ~:** ได้ปฏิญาณตน; **~ monk/nun** พระ/แม่ชีที่ได้บวชและปฏิญาณตนตามพิธีทางศาสนา

professedly /prəˈfesɪdlɪ/เพรุอะ'เฟ็ซซิดลิ/ *adv.* Ⓐ *(avowedly)* โดยยอมรับ, อย่างเปิดเผย; Ⓑ *(allegedly)* อย่างอ้างว่าเป็น

profession /prəˈfeʃn/เพรุอะ'เฟ็ช'น/ *n.* Ⓐ อาชีพ; **what is your ~?** คุณมีอาชีพอะไร; **medicine/teaching/the law is a ~ requiring great dedication** แพทย์/ครู/นักกฎหมายเป็นอาชีพที่จะต้องอุทิศตนอย่างยิ่ง; **he is training** *or* **studying for the ~ of doctor/banker** เขากำลังเรียนแพทย์/ฝึกเป็นนายธนาคาร; **take up/go into** *or* **enter a ~:** ประกอบอาชีพเป็น; **she is in the legal ~:** เธอมีอาชีพนักกฎหมาย; **be a pilot by ~:** เป็นนักบินโดยอาชีพ; **the teaching/medical ~:** อาชีพเป็นครู/เป็นแพทย์; **the idea has been rejected by the medical ~** ความคิดนี้ถูกวงการแพทย์ปฏิเสธ; **the [learned] ~s** อาชีพบาทหลวง ทนายความ แพทย์; **the oldest ~** *(joc. euphem.)* อาชีพโสเภณี; Ⓑ *(body of people)* กลุ่มคนที่มีอาชีพเดียวกัน, วงการ; **the ~** *(Theatre coll.)* คณะละคร; Ⓒ *(declaration)* **~ of faith/love/loyalty** การประกาศความศรัทธา/ความรัก/ความซื่อสัตย์; **~ of friendship/sympathy** การแสดงมิตรภาพ/ความเห็นอกเห็นใจ; **make a ~ of, make ~s of** ประกาศ *(ความรัก, ความซื่อสัตย์)*; Ⓓ *(Relig.: affirmation of faith)* ยืนยัน; *(faith affirmed)* ความศรัทธาที่ได้ยืนยัน; **make ~ of a faith** ปฏิญาณตนว่าจะนับถือศาสนาใดศาสนาหนึ่ง; Ⓔ *(Relig.) (vow)* การปฏิญาณ, คำปฏิญาณ; *(entrance into order)* การปฏิญาณในการบวชเป็นพระ, แม่ชี; **make one's ~:** ปฏิญาณตน

professional /prəˈfeʃənl/เพรุอะ'เฟ็ชเชอะน'ล/ ❶ *adj.* Ⓐ *(of profession)* เกี่ยวกับอาชีพ, ทางอาชีพ; **~ body** กลุ่ม/องค์กรอาชีพ; **on ~ business/for ~ reasons/on a ~ matter** เป็นเรื่องธุรกิจ; **~ advice** คำแนะนำจากมืออาชีพ; **~ jealousy** การอิจฉาในเรื่องอาชีพ; **~ standards** มาตรฐานอาชีพ; Ⓑ *(worthy of profession) (in technical expertise)* ผู้เชี่ยวชาญทางอาชีพ; *(in attitude)* มีทัศนคติที่เหมาะสม; *(in experience)* มีประสบการณ์ที่เหมาะสม; **make a ~ job of sth.** ทำ *ส.น.* อย่างที่เป็นมืออาชีพ; Ⓒ *(engaged in profession)* **~ people** ผู้ที่เป็นมืออาชีพ; **'apartment to let to ~ woman'** 'ห้องชุดให้เช่าแก่ผู้หญิงทำงาน'; **the ~ class[es]** ชนชั้นที่ประกอบอาชีพ; Ⓓ *(by profession)* มีความรู้; โดยมืออาชีพ; *(not amateur)* ไม่ใช่มือสมัครเล่น; **a ~ killer/spy** *(derog.)* นักฆ่า/นักสอดแนมอาชีพ; Ⓔ *(paid)* *(นักกีฬา)* ได้รับค่าตอบแทน/ค่าจ้าง; **go** *or* **turn ~:** *(นักกีฬา)* เปลี่ยนมาเล่นเป็นอาชีพ; **be in the ~ army** อยู่ในกองทัพ; **be in the ~ theatre/on the ~ stage** ประกอบอาชีพอยู่ในวงการละคร; **make a career in ~ dancing** มีอาชีพเต้นรำ ❷ *n. (trained person, lit. or fig.)* ผู้ที่ได้รับการฝึกฝน; *(paid worker)* คนงานที่ได้รับค่าจ้าง/ค่าตอบแทน; *(non-amateur; also Sport, Theatre)* มืออาชีพ; **better leave it to a ~/the ~s** ควรจะปล่อยให้มืออาชีพจัดการดีกว่า

professional 'foul *n. (Footb.)* การจงใจเล่นผิดกติกา

professionalism /prəˈfeʃənəlɪzm/เพรุอะ'เฟ็ชเชอะเนอะลิซ'ม/ *n., no pl.* Ⓐ *(of work)* การแสดงความเป็นมืออาชีพ; *(of person)* ผู้ที่มีความชำนาญ/เป็นมืออาชีพ; *(in artistic field)* ความชำนาญ; *(attitude)* ทัศนคติของมืออาชีพ; *(ethical quality)* จรรยาบรรณในวิชาชีพ; Ⓑ *(paid participation)* การทำ/เล่นเป็นอาชีพ; **~ in one's attitude to the game** มองการเล่นกีฬาเป็นอาชีพ

professionally /prəˈfeʃənəlɪ/เพรุอะ'เฟ็ชเชอะเนอะลิ/ *adv.* Ⓐ *(in professional capacity)* อย่างชำนาญ, อย่างเป็นอาชีพ; *(in manner worthy of profession)* ในลักษณะที่เหมาะสมกับอาชีพ; *(ethically)* อย่างมีจรรยาบรรณ *(ในวิชาชีพ)*; **I'm here ~:** ฉันมาในฐานะผู้เชี่ยวชาญ; **be ~ trained/qualified** ได้รับการฝึกฝนที่สมกับเป็นมืออาชีพ; Ⓑ *(as paid work)* โดยได้รับค่าตอบแทน; **she plays tennis/the piano ~:** เธอเล่นเทนนิส/เปียโนเป็นอาชีพ; **she acts ~:** เธอแสดงเป็นอาชีพ; Ⓒ *(by professional)* โดยมืออาชีพ; **the play was performed ~:** แสดงโดยนักแสดงอาชีพ

professor /prəˈfesə(r)/เพรุอะ'เฟ็ซเซอะ(ร)/ *n.* Ⓐ ➤ 489 *(Univ.: holder of chair)* ศาสตราจารย์; **the mathematics ~:** ศาสตราจารย์ทางคณิตศาสตร์; **~ of ...** *(title)* ศาสตราจารย์แห่ง...; **P~ Smith** ศาสตราจารย์สมิธ; **how do you do, P~?** สวัสดีครับ/คะท่านศาสตราจารย์; Ⓑ ➤ 489 *(Amer.: teacher at university)* อาจารย์มหาวิทยาลัย; Ⓒ *(one who professes a religion)* ผู้ที่ประกาศว่านับถือศาสนา; **be a ~ of sth.** เป็นผู้ที่ประกาศว่านับถือ *ส.น.*

professorial /prɒfɪˈsɔːrɪəl/พรฺอฟิ'ซอเรียล/ *adj.* Ⓐ *(Univ.)* เกี่ยวกับตำแหน่งศาสตราจารย์; **his ~ duties** หน้าที่ของเขาในตำแหน่งศาสตราจารย์; **~ chair** ตำแหน่งศาสตราจารย์; Ⓑ *(characteristic of professor)* มีลักษณะของศาสตราจารย์; *(pedagogic, dogmatic)* *(หน้าตา, วิธีพูด)* เป็นศาสตราจารย์

professorship /prəˈfesəʃɪp/เพรุอะ'เฟ็ซเซอะชิพ/ *n.* ตำแหน่งศาสตราจารย์; **she has been appointed to a ~:** เธอได้รับการแต่งตั้งเป็นศาสตราจารย์; **hold the P~ of History** ดำรงตำแหน่งศาสตราจารย์ในภาควิชาประวัติศาสตร์

proffer /ˈprɒfə(r)/'พรอเฟอะ(ร)/ *v.t. (literary)* เสนอ *(ของขวัญ, บริการ ฯลฯ)*; ให้ *(การช่วยเหลือ, ความเป็นเพื่อน)*

proficiency /prəˈfɪʃənsɪ/เพรุอะ'ฟิเชินซิ/ *n.* ความเชี่ยวชาญ, ความชำนาญ; **degree** *or* **standard of ~:** ระดับความชำนาญ; **his ~ in mathematics/horsemanship** ความเชี่ยวชาญในวิชาคณิตศาสตร์/การขี่ม้าของเขา; **achieve great ~ in sth.** มีความชำนาญอย่างยิ่งใน *ส.น.*

proficiency: ~ certificate *n.* ประกาศนียบัตรรับรองความชำนาญ; **~ test** *n.* การทดสอบความชำนาญ/ความรู้ความสามารถ

proficient /prəˈfɪʃənt/เพรุอะ'ฟิช'นทฺ/ *adj.* ชำนาญ, เชี่ยวชาญ; *(in field of knowledge)* เก่ง (at, to ใน); **be ~ at** *or* **in cooking/maths** เก่งในเรื่องทำอาหาร/คณิตศาสตร์; **he soon became ~:** ในไม่ช้าเขากลายเป็นผู้เชี่ยวชาญ

profile /ˈprəʊfaɪl/'โพรฺฟายลฺ/ ❶ *n.* Ⓐ *(side aspect)* ด้านข้าง; **in ~:** *(เห็น, มอง)* ด้านข้าง; **a drawing in ~:** วาดภาพด้านข้าง; Ⓑ *(representation)* รูปด้านข้าง; *(outline)* รูปโครงร่าง,

p

รูปที่มีแค่เส้นรอบนอก; Ⓒ *(biographical sketch)* ชีวประวัติสั้น ๆ; Ⓓ *(personal record)* บันทึกส่วนบุคคล; **interest ~**: ภาพของความสนใจต่าง ๆ; **psychological/DNA ~** การวิเคราะห์ลักษณะทางจิตวิทยา/พันธุกรรม; **reader ~** การวิเคราะห์ลักษณะกลุ่มเป้าหมาย; Ⓔ *(vertical cross-section)* ภาพหน้าตัดด้านตรง; Ⓕ *(graph, curve)* กราฟ *หรือ* เส้นที่แสดงสถิติ; Ⓖ *(fig.)* **low ~ [attitude]** [ทัศนคติ] ที่ไม่ทำตัวเด่นดัง; **keep** *or* **maintain a low ~**: เก็บตัว, อยู่เบื้องหลัง; **adopt a low ~ approach [to sth.]** ใช้วิธี [กับ *ส.น.*] อย่างค่อย ๆ เป็น ค่อย ๆ ไป; **high ~ [tactics]** [กลยุทธ์] ดึงความสนใจ/ทำให้เด่น

❷ *v.t.* Ⓐ *(represent from side)* วาด/ถ่ายด้านข้าง; Ⓑ *(outline)* วาดโครงร่าง; Ⓒ *(sketch biographically)* เขียนชีวประวัติโดยย่อ

profit /ˈprɒfɪt/ˈพรอฟิท/ ❶ *n.* Ⓐ *(Commerc.)* กำไร; **at a ~**: *(ขาย)* ได้กำไร; **at a 10% ~**: ได้กำไร 10%; **run sth. at a ~**: บริหาร *ส.น.* ให้ได้กำไร; **run at a ~**: ดำเนินธุรกิจได้กำไร; **make a ~ from** *or* **out of sth.** ทำกำไรจาก *ส.น.*; **make [a few pence] ~ on sth.** ได้กำไร [เล็กน้อย] จาก *ส.น.*; **show a ~**: แสดงผลกำไร; **yield a ~**: ให้ผลกำไร; **~ and loss** กำไรและขาดทุน; **~-and-loss account** บัญชีกำไรขาดทุน; Ⓑ *(advantage)* ประโยชน์; **there is no ~ in sth.** *ส.น.* ไม่ให้ประโยชน์; **find ~ in sth./doing sth.** หาประโยชน์ใน *ส.น.*/ในการทำ *ส.น.*

❷ *v.t.* **~ sb.** ให้ประโยชน์ *ค.น.*; **it ~s me nothing to do that** ฉันไม่ได้ประโยชน์อะไรเลยที่จะทำสิ่งนั้น; **it did not ~ them in the end** ในที่สุดพวกเขาไม่ได้ประโยชน์อะไรจากมัน

❸ *v.i. (derive benefit)* ได้รับประโยชน์, ได้กำไร

~ by *v.t.* ได้ประโยชน์จาก, ได้กำไรจาก

~ from *v.t.* ได้ประโยชน์จาก *(การเดินทาง, การศึกษา)*

profitability /prɒfɪtəˈbɪlɪtɪ/พรอฟิเทอะˈบิลลิทิ/ *n., no pl.* การให้ผลกำไร, ความมีประโยชน์

profitable /ˈprɒfɪtəbl/ˈพรอฟิเทอะบ'ล/ *adj.* Ⓐ *(lucrative)* มีกำไร; Ⓑ *(beneficial)* เป็นประโยชน์, มีประโยชน์

profitably /ˈprɒfɪtəblɪ/ˈพรอฟิเทอะบลิ/ *adv.* Ⓐ *(lucratively)* อย่างมีกำไร; **run ~** ดำเนิน *(ธุรกิจ)* อย่างมีกำไร; Ⓑ *(beneficially)* อย่างเป็นประโยชน์, อย่างมีประโยชน์

profiteer /prɒfɪˈtɪə(r)/พรอฟิˈเทีย(ร)/ ❶ *n.* ผู้ค้ากำไรเกินควร ❷ *v.i.* ค้ากำไรเกินควร

profiteering /prɒfɪˈtɪərɪŋ/พรอฟิˈเทียริง/ *n., no pl.* การหากำไรเกินควร

profiterole /prəˈfɪtərəʊl/เพรอะˈฟิทเทอะโรล/ *n. (Gastr.)* ขนมลูกกลม ๆ ยัดไส้ครีมและราดซอสช็อคโกแลต

profitless /ˈprɒfɪtlɪs/ˈพรอฟิทลิซ/ *adj.* Ⓐ *(useless)* ไม่มีประโยชน์; Ⓑ *(yielding no profit)* ไม่มีกำไร

profit: **~-making** *adj.* ทำกำไร; **it was intended to be ~-making** ตั้งใจไว้ว่าจะทำกำไร; **~ margin** *n.* กำไรสุทธิหลังหักค่าใช้จ่าย; **~-sharing** *n.* การแบ่งผลกำไร; **~taking** *n. (St. Exch.)* การขายหุ้นในช่วงที่ให้กำไร

profligacy /ˈprɒflɪgəsɪ/ˈพรอฟลิเกอะซิ/ *n., no pl.* Ⓐ *(extravagance)* ความฟุ่มเฟือย **(with** กับ); Ⓑ *(dissipation)* ความสุรุ่ยสุร่าย, ความเสเพล; **a life of ~**: ชีวิตเสเพล

profligate /ˈprɒflɪgət/ˈพรอฟลิเกิท/ ❶ *adj.* Ⓐ *(extravagant)* ฟุ่มเฟือย; **be ~ in spending** ฟุ่มเฟือยในการใช้จ่าย; **be ~ of** *or* **with sth.** ฟุ่มเฟือยกับ *ส.น.*; **~ squandering of sth.** ล้างผลาญ *ส.น.* อย่างสุรุ่ยสุร่าย; Ⓑ *(dissipated)* เสเพล ❷ *n.* Ⓐ *(spendthrift)* คนสุรุ่ยสุร่าย; Ⓑ *(rake)* ผู้ชายเสเพล

pro forma /prəʊ ˈfɔːmə/โพรฺ ˈฟอเมอะ/ ❶ *adv.* ตามระเบียบ/แบบแผน ❷ *adj.* Ⓐ *(as formality)* ตามระเบียบ/แบบแผน; Ⓑ *(Commerc.)* ตามระเบียบการค้า ❸ *n.* ➡ **pro forma invoice**

pro forma ˈinvoice *n. (Commerc.)* ใบแจ้งหนี้ที่ต้องจ่ายก่อนที่จะส่งของ

profound /prəˈfaʊnd/เพรอะˈฟาวนฺด/ *adj.*, **~er** /prəˈfaʊndə(r)/เพรอะˈฟาวนฺเดอะ(ร)/, **~est** /prəˈfaʊndɪst/เพรอะˈฟาวนฺดิซทฺ/ Ⓐ *(extreme)* *(ผล, การเปลี่ยนแปลง)* กว้างขวาง; *(ความเห็นอกเห็นใจ, ความสงสาร)* ลึกซึ้ง; *(ความไม่สบายใจ, ความกังวล)* รุนแรง; *(ความรู้)* สูงสุด; *(ความเศร้าโศก)* เต็มที่; *(ความน่าเบื่อ)* เต็มทน; **it is a matter of ~ indifference to me** เป็นเรื่องที่ฉันไม่สนใจเลยแม้แต่น้อยนิด; Ⓑ *(penetrating)* หลักแหลม; *(หนังสือ, การวิเคราะห์)* ที่ลึกซึ้ง; *(ความลึกลับ)* ที่สุด; *(การวิจัย)* ที่ลงลึก; **that's a very ~ remark** *(also iron.)* นั่นเป็นคำพูดที่หลักแหลมมาก; Ⓒ *(demanding thought)* ที่ต้องใช้ความคิด; *(ความหมาย, คำพูด)* ที่เข้าใจยาก; *(ปัญหา, สถานการณ์)* ที่หนักมาก; Ⓓ *(rhet./fig.: deep)* ลึก, ลึกซึ้ง

profoundly /prəˈfaʊndlɪ/เพรอะˈฟาวนฺดฺลิ/ *adv.* Ⓐ *(extremely)* อย่างที่สุด, อย่างมากที่สุด; **I am ~ indifferent about it** ฉันไม่สนใจเรื่องนี้เลยแม้แต่นิด; Ⓑ *(penetratingly)* อย่างหลักแหลม; **a ~ wise man** ชายที่มีความฉลาดหลักแหลม; **..., she said ~**: เธอกล่าวอย่างหลักแหลมว่า...

profundity /prəˈfʌndɪtɪ/เพรอะˈฟันดิทิ/ *n.* Ⓐ *no pl. (extremeness) (of feelings)* ความสุดซึ้ง; *(of sleep, of silence)* ความ *(เงียบ)* สนิท/สงัด; *(of respect)* ความ *(เคารพ)* สูงสุด; Ⓑ *no pl. (depth of intellect)* ความลึกซึ้ง; *(of analysis, book)* ความลงลึก; Ⓒ *(depth of meaning)* ความลึกซึ้ง

profuse /prəˈfjuːs/เพรอะˈฟิวซฺ/ *adj.* Ⓐ *(giving freely)* มากมาย/ไม่อั้น; **be ~ in one's thanks/praise** ไม่อั้นในการกล่าวขอบคุณ/คำชมเชย; **be ~ in one's apologies** กล่าวคำขอโทษมากมาย; Ⓑ *(abundant)* *(การขอโทษ, การปรบมือ)* มากมาย; *(ต้นไม้)* ที่ขึ้นอย่างอุดมสมบูรณ์; **~ bleeding** เลือดไหลออกพลั่ก ๆ

profusely /prəˈfjuːslɪ/เพรอะˈฟิวซฺลิ/ *adv.* Ⓐ *(liberally)* *(ใช้จ่าย)* อย่างสุรุ่ยสุร่าย; *(ชมเชย, ขอบคุณ)* อย่างไม่อั้น; Ⓑ *(abundantly)* *(การมีผล, การเติบโต)* อย่างมหาศาล; *(เลือดไหล)* อย่างพลั่ก ๆ; *(ตื่นเต้น)* อย่างเต็มที่

profusion /prəˈfjuːʒn/เพรอะˈฟิวฌ'น/ *n.* Ⓐ *(abundance)* ความมีอยู่มากมาย/ล้นเหลือ; **a ~ of choice** *or* **in the choice offered** มีตัวเลือกให้มากมาย; **in ~**: ในปริมาณมาก, เต็มไปด้วย; **in gay/chaotic ~**: เต็มไปด้วยสีสัน/ความอลหม่าน; Ⓑ *(large amount)* ปริมาณมาก, จำนวนมาก; **a ~ of flowers/debts** ดอกไม้/หนี้สินจำนวนมาก

progenitor /prəˈdʒenɪtə(r)/เพรอะˈเจ็นนิเทอะ(ร)/ *n.* Ⓐ *(ancestor)* บรรพบุรุษ; Ⓑ *(fig.: predecessor)* ผู้ที่ดำรงตำแหน่งมาก่อน; *(intellectual ancestor)* บรรพบุรุษทางภูมิปัญญา

progeny /ˈprɒdʒənɪ/ˈพรอเจอะนิ/ *n., no pl.* ลูกหลาน, ผู้สืบตระกูล; **they are the ~ of transported convicts** พวกเขาเป็นลูกหลานของนักโทษที่ถูกเนรเทศไปแดนไกล

progesterone /prəˈdʒestərəʊn/โพรฺˈเจ็ซเตอะโรน/ *n. (Physiol., Pharm.)* ฮอร์โมนโพรเจสเทอร์โรน *(ท.ศ.)* *(ฮอร์โมนเพศหญิงที่เตรียมมดลูกพร้อมสำหรับการมีครรภ์)*

prognosis /prɒgˈnəʊsɪs/พรอกˈโนซิซ/ *n., pl.* **prognoses** /prɒgˈnəʊsiːz/พรอกˈโนซีซ/ Ⓐ *(Med.) (forecast)* การพยากรณ์โรค; **what is the doctor's ~?** หมอพยากรณ์โรคว่าอย่างไร; **make a ~ of sth.** พยากรณ์ *ส.น.*; Ⓑ *(prediction)* การทำนาย; **give** *or* **make a ~ of sth.** ทำนาย *ส.น.*

prognostic /prɒgˈnɒstɪk/พรอกˈนอซติค/ *adj.* *(also Med.)* ที่พยากรณ์โรค, ทำนาย/คาดคะเน

prognosticate /prɒgˈnɒstɪkeɪt/พรอกˈนอซติเคท/ ❶ *v.t.* Ⓐ *(fortell; also Med.)* พยากรณ์, คาดคะเน, ทำนาย; Ⓑ *(indicate)* แสดง, บ่งชี้ ❷ *v.i.* พยากรณ์, ทำนาย

prognostication /prɒgnɒstɪˈkeɪʃn/พรอกนอซติˈเคช'น/ *n.* Ⓐ *(predicting, forecast)* การทำนาย, การพยากรณ์; **make a ~ [about sth.]** ทำการพยากรณ์เกี่ยวกับ [*ส.น.*]; Ⓑ *(indication)* การบ่งบอก, การบ่งชี้

program /ˈprəʊgræm, US -grəm/ˈโพรฺแกฺรม, -เกริม/ ❶ *n.* Ⓐ *(Amer.)* ➡ **programme 1**; Ⓑ *(Computing, Electronics)* โปรแกรม *(ท.ศ.)*, โปรแกรมอิเล็กทรอนิกส์ ❷ *v.t.*, **-mm-** Ⓐ *(Amer.)* ➡ **programme 2**; Ⓑ *(Computing, Electronics)* เขียน/ตั้งโปรแกรม; **~ a computer to do sth.** ตั้งโปรแกรมคอมพิวเตอร์ที่จะทำ *ส.น.*; **~ming language** ภาษาซึ่งผู้เขียนโปรแกรม *(คอมพิวเตอร์)* ใช้

programer *(Amer.)* ➡ **programmer**

programmatic /prəʊgrəˈmætɪk/โพรฺเกฺรอะˈแมทิค/ *adj.* Ⓐ มีลักษณะของโปรแกรม; *(แผน, การทำงาน)* ที่มีระบบ; Ⓑ *(Mus.)* มีลักษณะของดนตรีที่ตามกฎเกณฑ์เฉพาะ

programme /ˈprəʊgræm, US -grəm/ˈโพรฺแกฺรม, -เกริม/ ❶ *n.* Ⓐ *([notice of] events)* กำหนดการ, รายการ; **the evening's ~**: รายการตอนเย็น; **a ~ of Schubert songs** รายการเพลงของชูเบิร์ท; **what is the ~ for today?** วันนี้มีรายการอะไร; **my ~ for today** กำหนดการของฉันในวันนี้; Ⓑ *(Radio, Telev.) (presentation)* รายการวิทยุ/โทรทัศน์; *(Radio: service)* รายการบริการ; **the ~ is on at 6 o'clock** รายการจะมาตอนหกโมงเช้า/เย็น; Ⓒ *(plan)* แผนการ; *(instructions for machine)* โปรแกรมเครื่องจักร; **a five-year ~**: แผนการห้าปี; **a ~ of study** แผนการศึกษา

❷ *v.t.* Ⓐ *(make ~ for)* ตั้งโปรแกรม; Ⓑ *(plan)* วางแผนการ *(ชีวิต, การใช้จ่าย)*; **the tumble-drier can be ~d to operate for between 10 and 60 minutes** เครื่องอบผ้าสามารถตั้งโปรแกรมให้ทำงานได้ระหว่าง 10 นาทีถึง 60 นาที; Ⓒ *(print in ~)* **be ~d** พิมพ์ในกำหนดการ/สูจิบัตร; **an event not officially ~d** รายการที่ไม่ได้อยู่ในกำหนดการ; Ⓓ *(fig.)* **~ sb. to do sth.** ฝึกให้ *ค.น.* ทำ *ส.น.*

programme: **~ music** *n. (Mus.)* ดนตรีที่มุ่งจะทำให้เห็นภาพพจน์ ฯลฯ; **~ note** *n.* คำอธิบายสั้น ๆ ในสูจิบัตร

programmer /ˈprəʊgræmə(r)/ˈโพรฺแกฺรเมอะ(ร)/ *n. (Computing, Electronics)* Ⓐ ➤ 489 *(operator)* ผู้เขียนโปรแกรม, โปรแกรมเมอร์ *(ท.ศ.)*; Ⓑ *(component)* ส่วนประกอบ

progress ❶ /ˈprəʊgres/ˈโพรฺเกร็ซ/ *n.* Ⓐ *(no pl., no indef. art. (onward movement)* การเดินหน้า, การเดินไปข้างหน้า; **our ~ has been slow**

697 **progress chart | prolong**

การเดินหน้าของเราค่อนข้างช้า; **he continued his ~ across the fields** เขาเดินข้ามทุ่งนาต่อไป; **make ~:** เดินหน้าไป; **I saw how much ~ I had made** ฉันเห็นว่าฉันเดินหน้าไปได้แค่ไหน; **in ~:** กำลังดำเนินการอยู่; Ⓑ *no pl., no indef. art. (advance)* ความก้าวหน้า, ความคืบหน้า; **~ of science/civilization** ความก้าวหน้าทางวิทยาศาสตร์/อารยธรรม; **there has been some ~ towards peace** มีความคืบหน้าที่จะนำไปสู่สันติภาพอยู่บ้าง; **make ~:** มีความคืบหน้า; **make good ~ [towards recovery]** *(คนไข้)* อาการดีขึ้น; **some ~ was made** มีความก้าวหน้าบ้าง; **that's ~ [for] you** *(iron.)* นั่นแหละคือผลของความก้าวหน้า; **you can't stand in the way of ~:** คุณไม่สามารถขัดขวางความก้าวหน้าได้; Ⓒ *(Brit. Hist.) (royal journey)* การเสด็จพระราชดำเนิน; *(state procession)* ขบวนแห่ในงานพิธี

❷ /prəˈgres/เพรอะ'เกร๊ซ/ *v.i.* Ⓐ *(move forward)* เดินหน้า, ดำเนินไป; **the concert had not ~ed very far** การแสดงดนตรีดำเนินไปไม่นานนัก; **~ to the next point of discussion** ไปยังประเด็นที่จะอภิปรายต่อไป; Ⓑ *(be carried on, develop)* ก้าวหน้า; *(โรค)* พัฒนาไป; **my novel is ~ing nicely** นวนิยายของฉันก้าวหน้าไปด้วยดี; **~ towards sth.** ก้าวหน้าไปสู่ *ส.น.*

❸ /ˈprəʊgres/'โพรฺเกร๊ซ/ *v.t.* พัฒนา, ทำให้ก้าวหน้า, ผลักดัน

progress /ˈprəʊgres/โพรฺเกร๊ซ/: **~ chart** *n.* แผนภูมิแสดงความก้าวหน้า; **~ chaser** *n.* พนักงานควบคุมความก้าวหน้าของผลผลิต

progression /prəˈgreʃn/เพรอะ'เกร๊ซ'น/ *n.* Ⓐ *(progressing)* ความคืบหน้า; *(of career)* ความก้าวหน้า; **his ~ through life** เส้นทางชีวิตของเขา; **his ~ from office clerk to head of department** ความก้าวหน้าของเขาจากเสมียนสำนักงานมาเป็นหัวหน้าแผนก; Ⓑ *(development)* พัฒนาการ (**in** ใน); Ⓒ *(succession)* การต่อเนื่อง; Ⓓ *(Mus.)* ลำดับของเสียงดนตรีที่ตามกันมา; Ⓔ *(Math.)* ลำดับในวิชาคณิตศาสตร์; ➡ **+ arithmetical; geometrical**

progressive /prəˈgresɪv/เพรอะ'เกร๊ซซิว/ ❶ *adj.* Ⓐ *(moving forward)* ที่เดินหน้า; **~ motion** *or* **movement** การเคลื่อนไหว *หรือ* การเคลื่อนที่ไปข้างหน้า; Ⓑ *(gradual) (การพัฒนา)* ค่อยเป็นค่อยไป; *(การปฏิรูป)* ที่ไปทีละขั้น; *(การเลวลง)* ทีละน้อย; **in ~ stages** เป็นขั้นเป็นตอน; Ⓒ *(improving)* ที่พัฒนาไปเรื่อย ๆ; Ⓓ *(worsening)* ค่อย ๆ เลวลง; *(Med.) (อาการ)* แย่ลงไปเรื่อย ๆ; Ⓔ *(favouring reform; in culture) (วัฒนธรรม)* ที่ก้าวหน้า; **~ music** ดนตรีที่ก้าวหน้า; Ⓕ *(informal; also Educ.)* ไม่เป็นทางการ, ไม่มีระเบียบตายตัว; Ⓖ *(Taxation)* ที่สูงขึ้นตามขั้นรายได้; **~ tax** ภาษีที่มีอัตราก้าวหน้า; Ⓗ *(Ling.)* **~ tense** กาลที่แสดงเหตุการณ์ที่กำลังดำเนินอยู่

❷ *n.* ผู้ที่สนับสนุนนโยบายการเมืองแบบก้าวหน้า, นักปฏิรูป; **the ~s** ผู้ที่สนับสนุนการปฏิรูป

progressively /prəˈgresɪvlɪ/เพรอะ'เกร๊ซซิวลิ/ *adv.* Ⓐ *(continuously)* อย่างต่อเนื่อง; *(gradually) (การปฏิรูป)* อย่างค่อยเป็นค่อยไป, ทีละน้อย; *(successively)* อย่างสืบต่อกันมา; **move ~ towards sth.** ค่อย ๆ ก้าวหน้าไปยัง *ส.น.*; **~ approach bankruptcy** จวนจะล้มละลายอยู่รอมร่อ; Ⓑ *(with progressive views, informally; also Educ.)* อย่างก้าวหน้า, อย่างเน้นการปฏิรูป; *(Taxation)* อย่างเพิ่มขึ้นเป็นลำดับ

'progress report *n.* รายงานความคืบหน้า; *(fig.: news)* ข่าว

prohibit /prəˈhɪbɪt, US prəʊ-/เพรอะ'ฮิบบิท, โพรฺ-/ *v.t.* Ⓐ *(forbid)* ห้าม; **~ sb.'s doing sth., ~ sb. from doing sth.** ห้าม *ค.น.* ทำ *ส.น.*; **it is ~ed to do sth.** ห้ามทำ *ส.น.*; Ⓑ *(prevent)* ป้องกัน; **~ sb.'s doing sth., ~ sb. from doing sth.** กันไม่ให้ *ค.น.* ทำ *ส.น.*

prohibition /prəʊhɪˈbɪʃn, US prəʊɪˈbɪʃn/โพรฺฮิ'บิช'น, โพรฺอิ'บิช'น/ *n.* Ⓐ *(forbidding)* การห้าม; Ⓑ *(edict)* คำสั่งห้าม, ข้อห้าม; Ⓒ *no pl., no art. (Amer. Hist.)* การห้ามผลิตและจำหน่ายสุรา; **P~:** *การห้ามผลิตและจำหน่ายสุราในสหรัฐอเมริการะหว่างปี ค.ศ. 1920-1933*

prohibitionist /prəʊhɪˈbɪʃənɪst, US prəʊə-/โพรฺฮิ'บิเชอะนิซทฺ, โพรฺเออะ-/ *n. (Amer. Hist.: person supporting prohibition) (19th century) ผู้ที่สนับสนุนกฎหมายห้ามการผลิตและจำหน่ายสุรา; (20th century)* **P~:** *ผู้ที่สนับสนุนกฎหมายห้ามการผลิตและจำหน่ายสุรา*

prohibitive /prəˈhɪbɪtɪv/โพรฺ'ฮิบบิทิว/ *adj.* Ⓐ *(prohibiting)* ห้าม, [กีด] กัน; Ⓑ *(too high) (ราคา)* แพงจนซื้อไม่ได้

prohibitively /prəʊˈhɪbɪtɪvlɪ/โพรฺ'ฮิบบิทิวลิ/ *adv. (excessively) (ตั้งราคา)* อย่างแพงเกินไป

prohibitory /prəˈhɪbɪtərɪ/เพรอะ'ฮิบบิเทอะริ/ ➡ **prohibitive**

project ❶ /prəˈdʒekt/เพรอะเจ็คทฺ/ ❶ *v.t.* Ⓐ *(throw)* ปล่อย, พ่น, พุ่ง, ส่ง; **~ one's voice to the very back of the auditorium** ส่งเสียงไปถึงหลังสุดของห้องประชุม; Ⓑ ฉาย; ส่อง *(แสง)*; *(Cinemat.)* ฉาย **~ against** *or* **on to sth.** ฉายบน *ส.น.*; Ⓒ *(make known)* เผยแพร่; **~ the product more favourably** เผยแพร่ผลิตภัณฑ์ในทางที่ดีมากขึ้น; **~ one's own personality** แสดงให้เห็นบุคลิกภาพของตน; Ⓓ *(plan)* วางแผน; Ⓔ *(extrapolate)* ใช้สถานการณ์ปัจจุบันคาดคะเน, คาดเดา; Ⓕ *(Psych.)* เอาความรู้สึกของตนไปโยงกับคนอื่น; **~ sth. [on] to** *or* **on sb./sth.** นำความคิดเกี่ยวกับ *ส.น.* ไปโยงกับ *ค.น./ส.น.*; Ⓖ *(Geom., Cartography)* ถ่ายลงบนกระดาษ

❷ *v.i.* Ⓐ *(jut out)* ยื่นออกไป; **~ into the sea** ยื่นออกไปในทะเล; **~ over the street** *(เฉลียง)* ยื่นออกไปเหนือถนน; Ⓑ *(Theatre)* พูดดังและชัดเจน

❸ *v. refl. (transport oneself)* **~ oneself into sth.** จินตนาการว่าตนเองอยู่ใน *ส.น.*; **~ oneself back in time** จินตนาการว่าตนย้อนไปในอดีต

❹ /ˈprɒdʒekt/'พรอเจ็คทฺ/ *n.* Ⓐ *(plan)* แผนการ; Ⓑ *(enterprise)* โครงการ; **~ manager** ผู้จัดการโครงการ

projectile /prəˈdʒektaɪl, US -tl/เพรอะ'เจ็คทายลฺ, -ท'ล/ *n.* ขีปนาวุธ, กระสุน, อาวุธ, สิ่งที่ขว้าง

projection /prəˈdʒekʃn/เพรอะ'เจ็คช'น/ *n.* Ⓐ *(throwing)* การขว้าง/โยน, การยิง; *(of missile, bullet, shell)* การยิง; Ⓑ *(protruding)* การยื่นออกไป; *(protruding thing)* สิ่งที่ยื่นออกไป; Ⓒ *(making of visible image)* การฉาย; *(of film)* การฉาย; Ⓓ *(making known) (of image or character)* การแสดง; *(of product or invention)* การเผยแพร่; **the ~ of his own personality** การแสดงบุคลิกภาพของเขาเอง; Ⓔ *(planning)* การวางแผน; *(thing planned)* แผนการ; **make a ~ [for sth.]** วางแผน [สำหรับ *ส.น.*]; Ⓕ *(extrapolation)* การคาดคะเน; *(estimate of future possibilities)* การคาดคะเน (**of** เกี่ยวกับ); Ⓖ *(Psych.) การถ่ายทอดความรู้สึกของตนไปยังสิ่งของหรือผู้อื่น*; **~ of sth. on [to] sb./sth.** การถ่ายทอด *ส.น.* ไปสู่ *ค.น./ส.น.* ทางความคิด; Ⓗ *(Geom.)* การถ่ายลงบนกระดาษ; Ⓘ *(Cartography)* การเขียนแผนที่/แผนภูมิ; **conical ~:** การเขียนแผนที่เป็นรูปกรวย; **cylindrical ~:** การเขียนแผนที่เป็นรูปทรงกระบอก; ➡ **+ Mercator**

projectionist /prəˈdʒekʃənɪst/เพรอะ'เจ็คเชอะ'นิซทฺ/ *n.* ➤ **489** *(Cinemat.)* ผู้ฉายภาพยนตร์

pro'jection room *n. (Cinemat.)* ห้องฉายภาพยนตร์

projector /prəˈdʒektə(r)/เพรอะ'เจ็คเทอะ(ร)/ *n.* เครื่องฉาย *(ภาพยนตร์)*; *(for slides)* เครื่องฉายภาพนิ่ง

prolapse *(Med.)* ❶ /prəʊˈlæps/โพรฺ'แลพซฺ/ *v.i.* *(อวัยวะ)* ห้อยยาน ❷ /ˈprəʊlæps/'โพรฺแลพซฺ/ *n.* อาการห้อยยานของอวัยวะ, ส่วนของอวัยวะที่ห้อยยาน

prole /prəʊl/โพรฺล/ *(Brit. coll. derog.) n.* กรรมกร, ผู้ใช้แรงงาน

proletarian /prəʊlɪˈteərɪən/โพรฺลิ'แทเรียน/ ❶ *adj.* เกี่ยวกับชนชั้นกรรมาชีพ ❷ *n.* กรรมกร, ผู้ใช้แรงงาน

proletarianism /prəʊlɪˈteərɪənɪzm/โพรฺลิ'แทเรียนซฺ'ม/ *n., no pl.* ชนชั้นกรรมาชีพ

proletariat, proletariate /prəʊlɪˈteərɪət/โพรฺลิ'แทเรียท/ *n.* Ⓐ *(Roman Hist.)* ชนชั้นกรรมาชีพ *(ซึ่งจัดว่าเป็นชนชั้นต่ำที่สุดของโรมัน)*; Ⓑ *(derog.: lowest class)* ชนชั้นต่ำที่สุด; Ⓒ *(Econ., Polit.)* ชนชั้นกรรมาชีพ, กรรมกร, ผู้ใช้แรงงาน

'pro-life /ˈprəʊlaɪf/'โพรฺไลฟ/ *adj.* ที่ต่อต้านการทำแท้ง; **a ~ movement/position** การเคลื่อนไหว/จุดยืนที่สนับสนุนการต่อต้านการทำแท้ง; **a ~ activist** คนที่มีแนวรุกต่อต้านการทำแท้ง

'pro-lifer *n.* ผู้ที่ต่อต้านการทำแท้ง

proliferate /prəˈlɪfəreɪt/เพรอะ'ลิฟเฟอะเรท/ *v.i.* Ⓐ *(Biol.)* แพร่พันธุ์, ขยายพันธุ์; *(Med.) (เซลล์)* ขยายอย่างรวดเร็ว; Ⓑ *(increase, lit. or fig.)* เพิ่มขึ้น, แพร่, ขยาย

proliferation /prəlɪfəˈreɪʃn, US prəʊ-/เพรอะลิเฟอะ'เรช'น, โพรฺ-/ *n.* Ⓐ *(Biol.)* การแพร่พันธุ์, การขยายพันธุ์; *(Med.)* การขยายอย่างรวดเร็ว; Ⓑ *(increase, lit. or fig.)* การเพิ่มจำนวน, การแพร่หลายอย่างรวดเร็ว; *(of nuclear weapons)* การเพิ่มปริมาณ; *(abundance, lit. or fig.)* ความล้นเหลือ, ความอุดมสมบูรณ์

prolific /prəˈlɪfɪk/เพรอะ'ลิฟฟิค/ *adj.* Ⓐ *(fertile)* มีลูกดก, อุดมสมบูรณ์; Ⓑ *(productive)* มีผลิตผลมาก; **be ~ in sth.** มี *ส.น.* มาก; **be ~ of sth.** เต็มไปด้วย *ส.น.*; Ⓒ *(abundant)* มี *(จำนวน)* มาก, อุดมสมบูรณ์

prolifically /prəˈlɪfɪkəlɪ/เพรอะ'ลิฟฟิเคอะลิ/ *adv.* Ⓐ *(productively)* อย่างมีผลิตผลมาก; Ⓑ *(abundantly)* อย่างอุดมสมบูรณ์

prolix /ˈprəʊlɪks, US prəˈlɪks/'โพรฺลิคซฺ, เพรอะ'ลิคซฺ/ *adj.* *(สุนทรพจน์, การเขียน ฯลฯ)* ที่เยิ่นเย้อ, ยืดยาด, น้ำท่วมทุ่ง

prolixity /prəʊˈlɪksɪtɪ/โพรฺ'ลิคซิทิ/ *n., no pl.* ความเยิ่นเย้อ, ความยืดยาด

prologue *(Amer.:* **prolog***)* /ˈprəʊlɒg/'โพรฺลอก/ *n.* Ⓐ *(introduction)* บทนำ, คำพูดนำ, อารัมภบท (**to** สำหรับ); Ⓑ *(fig.)* การเปิดฉาก (**to** สู่)

prolong /prəˈlɒŋ, US -ˈlɔːŋ/เพรอะ'ลอง/ *v.t.* Ⓐ *(extend in duration or length)* ต่อ, ยืดเวลา, ขยาย; **~ the agony** *(fig. coll.)* ทำให้สถานการณ์

ที่ตึงเครียดยืดเยื้อเกินควร; **don't ~ the agony!** *(fig. coll.)* อย่าถ่วงเวลา; Ⓑ *(Phonet.)* ทอดเสียงยาว

prolongation /prəʊlɒŋ'geɪʃn/โพรลอง'เกช'น/ *n.* Ⓐ การต่อ, การขยายเวลา; *(fig.)* การถ่วงเวลา; Ⓑ *(Phonet.)* การทอดเสียงยาว; Ⓒ *(Mus.)* การลากเสียง

prolonged /prə'lɒŋd, US -'lɔːŋd/เพรอะ'ลองดฺ/ *adj.* ที่ยืดเยื้อ, ที่ยาวนาน

prom /prɒm/พรอม/ *n. (coll.)* Ⓐ *(Brit.: seaside walkway)* ทางเดินริมฝั่งทะเล; Ⓑ *(Brit.: concert)* **the P~s** *การแสดงดนตรีพรอมเมอนาดคอนเสิร์ตมีขึ้นทุกปีในอัลเบิร์ตฮอลล์โดยมีผู้ชมบางคนที่สามารถยืนฟังได้;* Ⓒ *(Amer.: dance)* **school/college ~:** งานลีลาศของนักเรียนในโรงเรียน/มหาวิทยาลัย

promenade /prɒmə'nɑːd, US -'neɪd/พรอเมอะ'นาด, –'เนด/ ❶ *n.* Ⓐ *(walkway)* ทางเดินเล่น; *(Brit.: at seaside)* ทางเดินริมฝั่งทะเล; Ⓑ *(leisure walk)* การเดินเล่น; **go for** *or* **make** *or* **take a ~:** ไปเดินเล่น; Ⓒ *(Amer.: dance)* ➡ **prom** C ❷ *v.i.* ไปเดินเล่น ❸ *v.t. (lead)* นำชม *(สถานที่)*

promenade: ~ concert *n.* *คอนเสิร์ตที่ผู้ชมสามารถยืน นั่งหรือเดินเล่นได้;* **~ deck** *n. (Naut.)* ดาดฟ้าเรือสำหรับเดินเล่น

promenader /prɒmə'nɑːdə(r)/พรอเมอะ'นาเดอะ(ร)/ *n.* Ⓐ *(one who promenades)* ผู้ที่เดินเล่น; Ⓑ *(Brit.: concert-goer)* ผู้ที่ไปชมการแสดงดนตรีพรอม

Promethean /prə'miːθɪən/เพรอะ'มีเธียน/ *adj.* กล้าหาญ *หรือ* มีความคิดริเริ่ม *(เหมือนกับโปรมีธิอัส เทพเจ้าในนิยายกรีกโบราณ ผู้ขโมยไฟจากสวรรค์มาให้มนุษย์)*

prominence /'prɒmɪnəns/'พรอมิเนินซฺ/ *n.* Ⓐ *(conspicuousness)* ความเด่นชัด; **the continual ~ of his name in the newspapers** ความโดดเด่นของชื่อของเขาในหน้าหนังสือพิมพ์อย่างต่อเนื่อง; Ⓑ *(distinction)* ความมีชื่อเสียง; **come into** *or* **rise to ~:** ขึ้นมามีชื่อเสียง; **fade from ~:** เลือนจากความเด่นดัง; **give ~ to sth.** ทำให้ *ส.น.* เด่นดัง; Ⓒ *(projecting part)* ส่วนที่ยื่นออกมา, โหนก

prominent /'prɒmɪnənt/'พรอมิเนินทฺ/ *adj.* Ⓐ *(conspicuous)* เด่นชัด, สะดุดตา; Ⓑ *(foremost)* มีชื่อเสียง, สำคัญ *(ที่สุด);* **become very ~ as a singer** กลายเป็นนักร้องที่มีชื่อเสียงมาก; **he was ~ in politics** เขาเคยมีชื่อเสียงในแวดวงการเมือง; **a ~ topic of discussion** หัวข้อที่มีการอภิปรายมาก; Ⓒ *(projecting)* ที่ยื่นออกมา

prominently /'prɒmɪnəntlɪ/'พรอมิเนินทฺลิ/ *adv.* Ⓐ *(conspicuously)* อย่างเด่นชัด, อย่างสะดุดตา; Ⓑ *(in forefront)* ในตำแหน่งที่สำคัญมาก; **he figured ~ in the case** เขามีส่วนสำคัญในคดีนี้

promiscuity /prɒmɪ'skjuːɪtɪ/พรอมิ'ซกิวอิทิ/ *n., no pl.* Ⓐ *(in sexual relations)* ความสำส่อน; Ⓑ *(indiscriminate action)* การกระทำที่ไม่เลือก *(หน้า)*

promiscuous /prə'mɪskjʊəs/เพรอะ'มิซคิวเอิซ/ *adj.* Ⓐ *(in sexual relations)* สำส่อน; **be ~:** ประพฤติตัวอย่างสำส่อน, เจ้าชู้; **a ~ man** ผู้ชายสำส่อน; **~ behaviour** พฤติกรรมสำส่อน; Ⓑ *(mixed)* ผสมปนเป; Ⓒ *(indiscriminate)* ไม่เลือก; Ⓓ *(coll.: casual)* ตามอารมณ์, ไม่มีจุดหมาย

promiscuously /prə'mɪskjʊəslɪ/เพรอะ'มิซคิวเอิซลิ/ *adv.* Ⓐ *(in sexual relations)* อย่างสำส่อน; Ⓑ *(indiscriminately)* อย่างไม่เลือก

promise /'prɒmɪs/'พรอมิซ/ ❶ *n.* Ⓐ *(assurance)* สัญญา; **sb.'s ~s** สัญญาของ *ค.น.;* **give** *or* **make a ~ [to sb.]** ให้สัญญา [กับ *ค.น.*]; **give** *or* **make a ~ [to sb.] to do sth.** ให้สัญญา [กับ *ค.น.*] ว่าจะทำ *ส.น.;* **I'm not making any ~s** ฉันไม่สัญญาอะไรนะ; **give** *or* **make a ~ [to sb.] that sth. will happen** [ให้] สัญญา [กับ *ค.น.*] ว่า *ส.น.* จะเกิดขึ้น; **you have my ~:** ฉันให้สัญญาคุณแล้ว; **give** *or* **make a ~ of sth. [to sb.]** ให้สัญญา *ส.น.* [แก่ *ค.น.*]; **~s of love/reform** สัญญารัก/การปฏิรูป; **it's a ~:** เป็นคำสัญญา; **~s, ~s!** *(coll. iron.)* แค่ให้สัญญาตลอด; **is that a threat or a ~?** *(coll. iron.)* นั่นเป็นคำขู่หรือคำสัญญา; Ⓑ *(guarantee)* การรับประกัน; **they gave me a ~ that the work would be ready on time** พวกเขารับประกันกับฉันว่างานจะเสร็จตรงเวลา; Ⓒ *(fig.: reason for expectation)* ความคาดหวัง; **he never fulfilled his early ~:** เขาไม่เคยทำได้ตามความหวังที่ผู้คนมีสำหรับตัวเขา; **land of ~:** ดินแดนแห่งความหวัง; **a painter of** *or* **with ~:** จิตรกรที่มีแนวโน้มจะประสบความสำเร็จ; **~ of sth.** ความหวังของ *ส.น.;* ➡ **+ breach** 1 A

❷ *v.t.* Ⓐ *(give assurance of)* ให้คำสาบาน; **~ sth. to sb., ~ sb. sth.** สาบาน *ส.น.* กับ *ค.น.;* **~ revenge** สาบานว่าจะแก้แค้น; Ⓑ *(fig.: give reason for expectation of)* ให้ความหวัง; **~ sb. sth.** ให้ความหวัง *ส.น.* แก่ *ค.น.;* **~ to do/be sth.** บอกว่าจะทำ/เป็น *ส.น.;* Ⓒ **~ oneself sth./that one will do sth.** สัญญา *ส.น.* กับตนเอง/สัญญากับตัวเองว่าจะทำ *ส.น.;* Ⓓ *(coll.: assure)* รับรอง, ทำให้มั่นใจ; **I ~ you** ฉันรับรองกับคุณ; **I ~** *or* **let me ~ you this/that** ฉันรับรองในสิ่งนี้/นั้นกับคุณ

❸ *v.i.* Ⓐ **~ well** *or* **favourably [for the future]** มีลางดี [สำหรับอนาคต]; **he ~s well as a teacher** เขามีแนวโน้มว่าจะเป็นครูที่ดี; Ⓑ *(give assurance)* [ให้] สัญญา; **I can't ~:** ฉันให้สัญญาไม่ได้

promised land /prɒmɪst 'lænd/พรอมิซทฺ'แลนดฺ/ *n.* Ⓐ **the ~** *(Bibl.)* ดินแดนอันอุดมสมบูรณ์ที่พระผู้เป็นเจ้าสัญญาไว้กับชาวยิว; Ⓑ *(fig.: ideal state)* สวรรค์, แดนสุขาวดี

promising /'prɒmɪsɪŋ/'พรอมิซิง/ *adj.,* **promisingly** /'prɒmɪsɪŋlɪ/'พรอมิซิงลิ/ *adv.* [ด้วย] ท่าทางว่าจะดี

'promissory note *n. (Finance)* ตั๋วสัญญาใช้เงิน

promontory /'prɒməntərɪ, US -tɔːrɪ/'พรอเมินเทอะริ, –ทอริ/ *n.* แหลมที่ยื่นออกไปในทะเล

promote /prə'məʊt/เพรอะ'โมท/ *v.t.* Ⓐ *(advance)* เลื่อนขั้น/ชั้น; Ⓑ *(encourage)* ส่งเสริม, สนับสนุน; **a lifestyle which ~s health** วิถีชีวิตที่ส่งเสริมสุขภาพ; **~ the success of the firm** ส่งเสริมความสำเร็จของบริษัท; Ⓒ *(publicize)* โฆษณา, เผยแพร่; Ⓓ *(initiate)* ริเริ่ม *(โครงการ);* **~ a bill** *(Parl.)* เสนอพระราชบัญญัติ; Ⓔ *(Chess)* ยก *(เบี้ย)* ขึ้นไปในตำแหน่งของราชินี ฯลฯ *(เมื่อถึงปลายกระดานของคู่ต่อสู้);* Ⓕ *(Footb.)* **be ~d** ได้รับการเลื่อนชั้น

promoter /prə'məʊtə(r)/เพรอะ'โมเทอะ(ร)/ *n.* Ⓐ *(who organizes and finances event)* ผู้จัดและสนับสนุนรายการ; *(of ballet tour, pop festival, boxing match, cycle race also)* ผู้จัดรายการ; Ⓑ *(furtherer)* ผู้ช่วยส่งเสริม/สนับสนุน; Ⓒ *(publicizer)* ผู้โฆษณา/เผยแพร่; Ⓓ *(initator)* ผู้ริเริ่ม; *(Parl.)* ผู้เสนอและผลักดัน *(พระราชบัญญัติ);* **[company] ~:** ผู้ที่สนับสนุนการก่อตั้งบริษัทที่มีหุ้นส่วนร่วม

promotion /prə'məʊʃn/เพรอะ'โมช'น/ *n.* Ⓐ *(advancement)* การเลื่อนขั้น/ชั้น; **win** *or* **gain ~:** ได้รับการเลื่อนขั้น; **he is due for ~:** เขาสมควรได้รับการเลื่อนตำแหน่ง; **~ to [the rank of] sergeant** *etc.* เลื่อนขั้นเป็นจ่า ฯลฯ; Ⓑ *(furtherance)* การช่วยส่งเสริม/สนับสนุน; Ⓒ *(Sport, Theatre: event)* การจัด; Ⓓ *(publicization)* การโฆษณา, การเผยแพร่, การประชาสัมพันธ์; *(instance)* แผนการประชาสัมพันธ์; **sales ~:** การส่งเสริมการขาย; Ⓔ *(initiation)* การก่อตั้ง, การริเริ่ม; *(Parl.: of bill)* การทำให้พระราชบัญญัติผ่าน; Ⓕ *(of a company)* การส่งเสริมการก่อตั้งบริษัทหุ้นส่วน; Ⓖ *(Chess)* การยก *(เบี้ยหมากรุก)* ขึ้นไปในตำแหน่งราชินี *(เมื่อเดินถึงปลายกระดานคู่ต่อสู้);* Ⓗ *(Footb.)* การที่ทีมฟุตบอลได้เลื่อนชั้น

promotional /prə'məʊʃənl/เพรอะ'โมเชอะน'ล/ *adj.* Ⓐ *(of advancement)* *(โอกาส)* เลื่อนขั้น/ตำแหน่ง; Ⓑ *(of publicity)* *(การรณรงค์, แผ่นพับ)* เป็นการโฆษณา, เผยแพร่

prompt /prɒmpt/พรอมพฺทฺ/ ❶ *adj.* Ⓐ *(ready to act)* ฉับไว, รวดเร็ว, คล่องแคล่ว; **be a ~ helper/volunteer** เป็นบุคคลที่พร้อมจะช่วย/อาสาสมัคร; **be ~ in doing sth.** *or* **to do sth.** คล่องแคล่วในการทำ *ส.น.;* **he was ~ in his reply** เขาตอบโดยเร็ว; Ⓑ *(done readily)* ทันที, ฉับพลัน; **her ~ answer/reaction** คำตอบ/ปฏิกิริยาตอบสนองฉับพลันของเธอ; **take ~ action** ลงมือปฏิบัติทันที; **make a ~ decision** ตัดสินใจเร็ว; Ⓒ *(punctual)* ตรงเวลา

❷ *adv.* อย่างตรงเวลา; **at 6 o'clock ~:** 6 นาฬิกาตรง

❸ *v.t.* Ⓐ *(incite)* กระตุ้น, เตือน; **~ sb. to sth./to do sth.** เตือน *ค.น.* ให้ทำ *ส.น.;* Ⓑ *(supply with words; also Theatre)* บอกบท; *(supply with answers)* ให้คำตอบ; *(give suggestion to)* ให้คำแนะนำ; **~ sb. with sth.** บอกบทแก่ *ค.น.* *หรือ* แนะนำ *ส.น.* ให้ *ค.น.;* **he had to be ~ed** เขาต้องมีคนบอกบท; Ⓒ *(inspire)* ดลใจ, ทำให้เกิด *(คำวิจารณ์, ความอิจฉาริษยา);* **this ~s the question ...:** สิ่งนี้ทำให้เกิดคำถาม...

❹ *v.i.* บอกบท

❺ *n.* Ⓐ การบอกบท; **give a ~:** บอกบท; **I'll give you a ~ if you need one** *(a suggestion)* ฉันจะให้คำแนะนำคุณถ้าจำเป็น; Ⓑ *(Computing)* การแนะนำอัตโนมัติของเครื่องคอมพิวเตอร์

prompt: ~ box *n. (Theatre)* ที่นั่งของผู้บอกบท; **~ copy** *n. (Theatre)* บทละครของผู้บอกบท

prompter /'prɒmptə(r)/'พรอมพฺเทอะ(ร)/ *n. (Theatre)* ผู้บอกบท

prompting /'prɒmptɪŋ/'พรอมพฺทิง/ *n.* Ⓐ **the ~s of his heart/conscience** การกระตุ้นของหัวใจ/มโนธรรมของเขา; Ⓑ **he never needs ~:** เขาไม่เคยต้องการเตือน; Ⓒ *(Theatre)* การบอกบท

promptitude /'prɒmptɪtjuːd, US -tuːd/'พรอมพฺทิวดฺ, –ทูดฺ/ ➡ **promptness**

promptly /'prɒmptlɪ/'พรอมพฺทฺลิ/ *adv.* Ⓐ *(quickly)* อย่างรวดเร็ว; **he ~ went and did the opposite** *(iron.)* เขาไปทำในสิ่งที่ตรงกันข้ามทันที; Ⓑ *(punctually)* [อย่าง] ตรงเวลา; **at 8 o'clock ~, ~ at 8 o'clock** เวลา 8 นาฬิกาตรง

promptness /'prɒmptnɪs/'พรอมพฺทฺนิซ/ *n., no pl.* ความรวดเร็ว, การทำทันทีทันใด; **be carried out with ~:** ดำเนินการทันที/ด้วยความ

รวดเร็ว; **the public's ~ in responding to the appeal** ความรวดเร็วของสาธารณชนในการตอบข้อเรียกร้อง

'prompt side *n. (Brit. Theatre)* ที่นั่งของผู้บอกบททางด้านซ้ายของเวที; *(Amer. Theatre)* ที่นั่งของผู้บอกบทด้านขวามือของนักแสดง

promulgate /'prɒməlgeɪt/'พรฺอเมิลเกฺท/ *v.t.* (A) *(disseminate)* เผยแพร่, กระจาย; (B) *(announce officially)* ประกาศอย่างเป็นทางการ

promulgation /prɒməl'geɪʃn/พรฺอมฺ'ล'เกฺช'น/ *n.* ➡ **promulgate:** การเผยแพร่, การประกาศ

prone /prəʊn/โพรฺน/ *adj.* (A) *(liable)* **be ~ to** มีแนวโน้มที่จะ *(ไม่สบาย, กลุ้มใจ);* ชอบ *(นั่งสมาธิ, อ่านหนังสือ);* **be ~ to do sth.** ชอบที่จะทำ *ส.น.; in comb.* **strike-~:** ที่มักจะประท้วงนัดหยุดงาน; **a disaster-~ country** ประเทศที่เกิดภัยพิบัติบ่อยครั้ง; ➡ **+ accident-prone;** (B) *(down-facing)* **assume a ~ position on the floor** นอนคว่ำหน้าอยู่บนพื้น; **fall/throw oneself ~ to** *or* **on the ground** ล้ม/ล้มตัวลงนอนคว่ำบนพื้น; **slumped ~ over her typewriter** นอนสลบอยู่บนเครื่องพิมพ์ดีด; (C) *(prostrate)* นอนคว่ำหน้า

prong /prɒŋ, US prɔːŋ/พรฺอง/ ❶ *n.* (A) *(of fork)* ซี่/ฟันของส้อม; (B) *(of antler)* ปลายแหลม ❷ *v.t.* แทง *(ด้วยของแหลม);* ทิ่ม *(ด้วยส้อม)*

-pronged /prɒŋd, US prɔːŋd/พรฺองดฺ/ *adj. in comb.* มีง่าม/ขา/ซี่; **three-~ attack** *(Mil.: also fig.)* การโจมตีจากสามจุดพร้อมกัน

pronominal /prə'nɒmɪnl/เพรฺอะ'นอมิน'ล/ *adj. (Ling.)* เป็นของ *หรือ* เกี่ยวกับสรรพนาม

pronoun /'prəʊnaʊn/'โพรฺนาวนฺ/ *n. (Ling.) (word replacing noun)* คำสรรพนาม; *(pronominal adjective)* คำคุณศัพท์ที่ทำหน้าที่อย่างคำสรรพนาม; **demonstrative ~:** คำสรรพนามชี้เฉพาะ *(เช่น this, that, these);* **distributive ~:** คำสรรพนามที่แสดงหน่วย *(เช่น each, every, either);* **impersonal or indefinite ~:** คำสรรพนามที่ไม่เจาะจง; **possessive ~:** คำสรรพนามที่แสดงความเป็นเจ้าของ; **reflexive ~:** คำสรรพนามที่ย้อนไปหาประธาน

pronounce /prə'naʊns/เพรฺอะ'นาวนฺซฺ/ ❶ *v.t.* (A) *(declare formally)* แถลง, ประกาศอย่างเป็นทางการ; **~ a curse [up]on sb.** ประกาศสาปแช่ง *ค.น.;* **~ excommunication [up]on sb.** ประกาศขับไล่ *ค.น.* ออกจากศาสนา; **~ judgement** อ่านคำพิพากษา; **~ judgement on sb./sth.** อ่านคำตัดสินเกี่ยวกับ *ค.น./ส.น.;* **~ sb./sth. [to be] sth.** ประกาศว่า *ค.น./ส.น.* เป็น *ส.น.;* **he was ~d [to be] a traitor** เขาถูกประกาศว่าเป็นคนทรยศ; **~ sb. fit for work** แจ้งว่า *ค.น.* สามารถทำงานได้; (B) *(declare as opinion)* แสดงความเห็น; **he has been ~d an excellent actor** เขาได้รับการกล่าวขาน/วิจารณ์ว่าเป็นนักแสดงที่ยอดเยี่ยมคนหนึ่ง; **he ~d himself [to be]** *or* **~d that he was disgusted with it** เขาแสดงความขยะแขยงในสิ่งนี้; (C) *(speak)* ออกเสียง *(คำ, ตัวอักษร)* ❷ *v.i.* **~ on sth.** แสดงจุดยืนเกี่ยวกับ *ส.น.;* **~ for** *or* **in favour of/against sth.** ตัดสินเข้าข้าง/ค้าน *ส.น.*

pronounceable /prə'naʊnsəbl/เพรฺอะ'นาวนฺเซอะบ'ล/ *adj.* ออกเสียงได้

pronounced /prə'naʊnst/เพรฺอะ'นาวนฺซฺทฺ/ *adj.* (A) *(declared)* ที่ประกาศเป็นทางการ/แถลง; (B) *(spoken)* ที่ออกเสียง; **the h is not ~:** *(อักษร)* ตัว h ไม่ออกเสียง; (C) *(marked)* เด่น, สังเกตได้ง่าย; **walk with a ~ limp** เดินขากะเผลกอย่างเห็นได้ชัด

pronouncement /prə'naʊnsmənt/เพรฺอะ'นาวนฺซฺเมินทฺ/ *n.* คำแถลงการณ์, การประกาศ; **make a ~ [about sth.]** ประกาศเกี่ยวกับ [*ส.น.*]; **make the ~ that ...:** แถลงการณ์ว่า...

pro'nouncing dictionary *n.* พจนานุกรมการออกเสียง

pronto /'prɒntəʊ/'พรฺอนโท/ *adv. (coll.)* อย่างรวดเร็ว, อย่างทันทีทันใด; **and [do it] ~!** และ [ทำ] โดยเร็ว

pronunciation /prənʌnsɪ'eɪʃn/เพรฺอะเนินซิ'เอช'น/ *n.* การออกเสียง; **error of ~:** ข้อผิดพลาดในการออกเสียง; **what is the ~ of this word?** คำนี้ออกเสียงอย่างอะไร; **this word has two ~s** คำนี้ออกเสียงได้สองแบบ

proof /pruːf/พรูฟ/ ❶ *n.* (A) *(fact, evidence)* ข้อเท็จจริง, หลักฐาน, ข้อพิสูจน์; **very good ~:** หลักฐานที่ดีมาก; **~ positive** ข้อพิสูจน์/หลักฐานที่แน่นอนที่สุด; ➡ **+ burden** 1 A; (B) *no pl., no indef. art. (Law)* หลักฐาน; (C) *no pl. (proving)* **in ~ of** เพื่อพิสูจน์; **be capable of experimental ~:** มีความสามารถในการพิสูจน์ด้วยการทดลอง; (D) *no pl. (test, trial)* การทดสอบ, การทดลอง; **put a theory to the ~:** นำทฤษฎีไปทดสอบ; **the ~ of the pudding is in the eating** *(prov.)* คุณค่าที่แท้จริงของ *ค.น./ส.น.* ต้องตัดสินกันด้วยการปฏิบัติจริง; (E) *no pl., no art. (standard of strength)* ความเข้มข้นของแอลกอฮอล์; **100 ~** *(Brit.),* **128 ~** *(Amer.)* ความเข้มข้น/ความแรงของสุรา 64 Vol.-% แอลกอฮอล์; **above/below ~:** สูง/ต่ำกว่ามาตรฐานความแรง *(ของสุรา)* สูง/ต่ำกว่า 57.27 Vol.-% แอลกอฮอล์; (F) *(Printing)* ใบปรู๊ฟ; **first ~:** ปรู๊ฟแรก; ➡ **+ galley** C; **page proof; read** 1 A; (G) *(Photog., Art.)* ภาพพิมพ์ *(จากฟิล์ม)* เพื่อให้เลือกดูก่อน ❷ *adj.* (A) *(impervious)* **be ~ against sth.** กัน *ส.น.* ได้; **~ against wind/bullets/the weather** กันลม/กระสุน/อากาศได้; (B) *in comb. (resistant to)* ทนต่อ/ต้านทาน *(น้ำ, ไฟ, อากาศ, เสียง, แสง, เพลง);* (C) ตามมาตรฐานความแรงของสุรา; **this liqueur is 67.4°** *(Brit.) or (Amer.)* **76.8° ~:** สุรานี้แรง 67.4° *หรือ* 76.8° ❸ *v.t.* (A) *(Printing) (take ~ of)* พิมพ์ออกมาเป็นปรู๊ฟ; *(proof-read)* ตรวจปรู๊ฟ *(ภ.พ.);* (B) *(Photog., Art)* ทดลองพิมพ์; (C) *(make resistant)* **~ [against sth.]** ทำให้ *(ผ้า, ไม้)* ทน[ต่อ *ส.น.*]; **sound-/water-~:** กันเสียง/น้ำ; **flame-~ sth.** ทำให้ *ส.น.* ทน/กันไฟได้; (D) *(in baking)* ฟูขึ้น

proof: ~-read *v.t. (Printing)* พิสูจน์อักษร; ตรวจปรู๊ฟ *(ภ.พ.);* **~-reader** *n.* ➤ **489** *(Printing)* นักพิสูจน์อักษร; **~-reading** *n. (Printing)* การพิสูจน์อักษร; **~ sheet** *n. (Printing)* แผ่นปรู๊ฟ; **~ 'spirit** *n.* การผสมแอลกอฮอล์กับน้ำประมาณครึ่งต่อครึ่งใช้เป็นมาตรฐานเพื่อวัดปริมาณแอลกอฮอล์

¹prop /prɒp/พรฺอพ/ ❶ *n.* (A) *(support lit. or fig.)* สิ่งค้ำจุน; *(Mining)* ไม้ค้ำในเหมือง; (B) *(Rugby)* ผู้อยู่แถวหน้าสุดเวลาสกรัม ❷ *v.t.,* **-pp-:** (A) *(support)* ค้ำจุน; **the ladder was ~ped against the house** บันไดพิงตัวบ้านอยู่; **the door was ~ped open with a brick** ประตูถูกค้ำให้เปิดด้วยก้อนอิฐ; (B) *(fig.)* ➡ **~ up** B

~ 'up *v.t.* (A) *(support)* ค้ำ, ยัน; **~ oneself up on one's elbows** นอนเท้าศอก; **sit ~ped up against the wall** นั่งพิงกำแพง/ผนัง; **~ up the bar** *(joc./iron.)* นั่งอยู่ในผับทั้งวัน; (B) *(fig.)* ค้ำจุน; สนับสนุน *(เงินตรา, กฎหมาย)*

²prop *n. (coll.)* (A) *(Theatre, Cinemat.: also fig.)* อุปกรณ์/เครื่องใช้ในการแสดง; (B) *in pl.* ➡ **property man**

³prop *n. (Aeronaut. coll.)* ใบพัด

propaganda /prɒpə'gændə/พรฺอเพอะ'แกนเดอะ/ *n., no pl., no indef. art.* การโฆษณาชวนเชื่อ

propagandist /prɒpə'gændɪst/พรฺอเพอะ'แกนดิซทฺ/ ❶ *n.* นัก/ผู้โฆษณาชวนเชื่อ ❷ *adj.* มีลักษณะของการโฆษณาชวนเชื่อ

propagate /'prɒpəgeɪt/'พรฺอเพอะเกฺท/ ❶ *v.t.* (A) *(Hort., Bacteriol.)* แพร่พันธุ์ **(from, by** จาก, โดย); *(Breeding, Zool.)* ขยายพันธุ์; (B) *(hand down)* สืบทอด *(คุณสมบัติ ฯลฯ)* **(to** สู่); (C) *(spread)* แพร่, เผยแพร่; (D) *(Phys.)* **be ~d** ถูกส่ง *(ผ่านไป)* ❷ *v.i.* (A) *(Bot., Zool., Bacteriol.)* แพร่พันธุ์, ขยายพันธุ์; (B) *(spread, extend, travel)* แพร่, แพร่กระจาย ❸ *v. refl. (Bot., Zool., Bacteriol.)* แพร่พันธุ์, สืบพันธุ์

propagation /prɒpə'geɪʃn/พรฺอเพอะ'เกฺช'น/ *n.* (A) *(Hort., Breeding, Bacteriol.: causing to propagate)* การเพาะพันธุ์; (B) *(Bot., Zool., Bacteriol.: reproduction)* การสืบพันธุ์, การแพร่พันธุ์; (C) *(handing down)* การสืบทอด **(to** สู่); (D) *(spreading)* การแพร่, การแพร่กระจาย; (E) *(Phys.)* การส่ง *(ต่อ, ผ่าน)*

propagative /'prɒpəgeɪtɪv/'พรฺอเพอะเกฺทิว/ *adj.* (A) *(Hort.)* ที่เพาะพันธุ์; (B) *(reproductive)* ที่แพร่/สืบพันธุ์

propagator /'prɒpəgeɪtə(r)/'พรฺอเพอะเกเทอะ(ร)/ *n.* (A) *(Hort.) (person)* ผู้ที่เพาะพันธุ์พืช; *(device)* กล่อง/ลังขนาดเล็กที่ใช้เพาะเมล็ด; (B) *(disseminator)* ผู้เผยแพร่

propane /'prəʊpeɪn/'โพรฺเพน/ *n. (Chem.)* ก๊าซโพรเพน *(ท.ศ.)* ใช้เป็นเชื้อเพลิง

propel /prə'pel/เพรฺอะ'เพ็ล/ *v.t.,* **-ll-** *(lit. or fig.)* ทำให้เล่น, ขับเคลื่อน, ขับดัน; **the boat was ~led through the water by the oarsman** เรือแล่นไปตามลำน้ำโดยแรงของคนพายเรือ; **the rider was ~led over the horse's head** คนขี่ม้าถูกโยนข้ามหัวม้าไป

propellant /prə'pelənt/เพรฺอะ'เพ็ลเลินทฺ/ *n.* (A) ตัวขับเคลื่อน, ตัวผลักดัน; (B) *(of aerosol spray)* ก๊าซอัดที่ใช้ขับเคลื่อน; (C) *(explosive charge)* วัตถุระเบิดที่ใช้ขับเคลื่อน

-propelled /prə'peld/เพรฺอะ'เพ็ลดฺ/ *adj. in comb.* ที่ขับเคลื่อน, โดยขับดัน

propellent /prə'pelənt/เพรฺอะ'เพ็ลเลินทฺ/ *adj.* *(แรง, ระบบ, สาร)* ขับเคลื่อน

propeller /prə'pelə(r)/เพรฺอะ'เพ็ลเลอะ(ร)/ *n.* ใบจักร, ใบพัด

propeller: ~ blade *n.* ใบของใบจักร; **~ shaft** *n. (Aeronaut.)* เพลาใบพัด; *(Motor Veh.)* เพลาจากห้องเกียร์ไปสู่ห้องเพลาด้านท้าย; **~ turbine** *n. (Aeronaut.)* เครื่องยนต์เทอร์โบพรอบ

propelling 'pencil *n. (Brit.)* ดินสอไส้เลื่อน

propensity /prə'pensɪtɪ/เพรฺอะ'เพ็นซิทิ/ *n.* นิสัยชอบ, ความโน้มเอียง; **[have] a ~ to** *or* **towards sth.** [มี] นิสัยชอบ *ส.น.;* **have a ~ to do sth.** *or* **for doing sth.** มีแนวโน้มที่จะทำ *ส.น.*

proper /'prɒpə(r)/'พรฺอเพอะ(ร)/ ❶ *adj.* (A) *(accurate) (วิธีการ, การรายงาน)* ถูกต้อง; *(ความหมายคำ)* ที่ตรง; **in the ~ sense** ตามความหมายที่ถูกต้อง; (B) *postpos. (strictly so called)* แท้จริง; **within the sphere of**

architecture ~: ภายในแวดวงของสถาปัตยกรรมที่แท้จริง; **in London ~:** ในกรุงลอนดอนเอง; Ⓒ *(genuine) (นักแสดง)* แท้, จริง; Ⓓ *(satisfactory) (การตอบ)* น่าพอใจ; Ⓔ *(suitable)* เหมาะสม; *(morally fitting)* ถูกต้อง, สมควร; **do sth. the ~ way** ทำ *ส.น.* โดยวิธีที่เหมาะสม; **we must do the ~ thing by him** เราต้องประพฤติต่อเขาอย่างถูกต้อง; **he did not know which was the ~ knife to use** เขาไม่ทราบว่าควรจะใช้มีดเล่มไหน; **do as you think ~:** ทำในสิ่งที่คุณเห็นควร; **that's not a ~ attitude to take towards ...:** นั่นไม่ใช่ทัศนคติที่ถูกต้องต่อ ...; Ⓕ *(conventionally acceptable)* เป็นที่ยอมรับ, ถูกกาลเทศะ; **have no notion of what is ~:** ไม่มีความรู้ว่าอะไรเป็นที่ยอมรับ; **language not ~ for a lady's ears** ภาษาที่ไม่สุภาพสำหรับสุภาพสตรี; **it would not be ~ for me to ...:** ไม่สมควรที่ฉันจะ...; **the conduct ~ to a gentleman** ความประพฤติที่สมควรสำหรับสุภาพบุรุษ; Ⓖ *(conventional, prim)* ถูกระเบียบ, เรียบร้อย; Ⓗ *attrib. (coll.: thorough)* ตลอด, เต็มที่; **she gave him a ~ hiding** เธอตีเขาเต็มที่; **you gave me a ~ turn** คุณทำให้ฉันตกใจจริง ๆ
❷ *adv. (coll.)* **good and ~:** อย่างเต็มที่

proper 'fraction *n. (Math.)* เศษส่วนธรรมดา *(ที่มีเศษน้อยกว่าส่วน)*

properly /ˈprɒpəlɪ/ˈพรอเพอะลิ/ *adv.* Ⓐ *(rightly)* อย่างถูกต้อง; *(with decency)* อย่างสมควร, อย่างเหมาะสม; **~ speaking** พูดกันอย่างแท้จริงแล้ว; **he is ~ considered to be a great artist** เขาได้รับการพิจารณาอย่างสมควรว่าเป็นศิลปินที่ยิ่งใหญ่คนหนึ่ง; **he is not ~ a captain at all** จริง ๆ แล้วเขาไม่ได้เป็นกัปตันเลย; **I'm not ~ authorized to do it** ฉันไม่ได้รับการมอบหมายอย่างถูกต้องที่จะทำสิ่งนี้; **he very ~ went to see the doctor** อย่างที่สมควรเขาได้ไปหาแพทย์; Ⓑ *(primly)* อย่างเรียบร้อย, อย่างเป็นระเบียบ; Ⓒ *(coll.: thoroughly)* โดยตลอด, โดยสมบูรณ์

proper: ~ 'motion *n. (Astron.)* *การเคลื่อนที่ของดวงดาว เมื่อเทียบกับตำแหน่งของดวงอาทิตย์;* **~ 'name, ~ 'noun** *ns. (Ling.)* ชื่อเฉพาะ, วิสามานยนาม

propertied /ˈprɒpətɪd/ˈพรอเพอะทิด/ *adj.* ที่มีทรัพย์สิน; **the ~ class[es]** ชนชั้นที่มีทรัพย์สิน

property /ˈprɒpətɪ/ˈพรอเพอะทิ/ *n.* Ⓐ *(possession [s], ownership)* ทรัพย์สิน, ทรัพย์สมบัติ, ความเป็นเจ้าของ; **the ~owning classes** ชนชั้นที่มีทรัพย์สิน; **~ speculator/dealer** ผู้เก็งกำไร/ค้าขายอสังหาริมทรัพย์; **make sth. sb.'s ~:** ทำให้ *ส.น.* เป็นทรัพย์สมบัติของ *ค.น.;* **lost ~:** ทรัพย์สมบัติที่สูญหายไป; **lost ~ [department *or* office]** [แผนก *หรือ* สำนักงาน] ที่แจ้งทรัพย์สินที่สูญหาย; **man of ~:** คนมั่งมี *(ทรัพย์สิน);* **common ~:** ที่เป็นของส่วนรวม; ➡ **common knowledge;** Ⓑ *(estate)* ที่ดิน, อสังหาริมทรัพย์; **~ in London is expensive** ที่ดินในกรุงลอนดอนมีราคาแพง; ➡ **+ personal property** A; **real property;** Ⓒ *(attribute)* คุณสมบัติ; *(effect, special power)* คุณสมบัติพิเศษ; Ⓓ *(Cinemat., Theatre)* อุปกรณ์ประกอบฉาก

property: ~ developer *n.* นักพัฒนาที่ดิน/อสังหาริมทรัพย์, **~ man** *n. (Cinemat., Theatre)* คนดูแลอุปกรณ์ประกอบฉาก; **~ market** *n.* ตลาดอสังหาริมทรัพย์; **~ master** ➡ **~ man;** **~ owner** *n.* เจ้าของที่ดิน; **~ qualification** *n.* ผู้เลือกตั้งที่ใช้การเป็นเจ้าของบ้าน/ที่ดินเป็นเกณฑ์; **~ tax** *n.* ภาษีที่ดิน

prop 'forward ➡ **'prop** 1 B

prophecy /ˈprɒfɪsɪ/ˈพรอฟิซิ/ *n.* Ⓐ *(prediction)* การทำนาย, การพยากรณ์; **make the ~ that ...:** ทำนายว่า..; Ⓑ *(prophetic utterance)* คำทำนาย; Ⓒ *(prophetic faculty)* **[the power *or* gift of] ~:** ความสามารถในการทำนาย

prophesy /ˈprɒfɪsaɪ/ˈพรอฟิซาย/ ❶ *v.t.* *(predict)* ทำนาย; *(as fortune teller)* ทำนาย, พยากรณ์; **what do you ~ will happen?** คุณทำนายว่าอะไรจะเกิดขึ้น ❷ *v.i.* Ⓐ *(foretell future)* ทำนายอนาคต; **~ of sth.** *(lit. or fig.)* บอกอนาคตของ *ส.น.;* Ⓑ *(speak as prophet)* ทำนาย, พยากรณ์

prophet /ˈprɒfɪt/ˈพรอฟิท/ *n.* Ⓐ *(lit. or fig.)* ผู้ที่เชื่อว่าพระผู้เป็นเจ้าส่งมาสั่งสอนผู้คน; **be the ~ of sth.** เป็นผู้พยากรณ์ *ส.น.;* **~ of doom/disaster** คนที่เชื่อว่าจะเกิดสิ่งไม่ดีขึ้นในอนาคต; Ⓑ **the P~** พระมะหะหมัด; Ⓒ *(advocate)* ผู้สนับสนุน

prophetess /ˈprɒfɪtɪs/ˈพรอฟิทิซ/ *n.* Ⓐ นักทำนาย/พยากรณ์หญิง; Ⓑ *(advocate)* สตรีผู้สนับสนุน

prophetic /prəˈfetɪk/เพรอะˈเฟ็ททิค/ *adj.* ที่ทำนาย/ที่พยากรณ์; **be ~ of sth.** เป็นการทำนาย/พยากรณ์ *ส.น.*

prophetically /prəˈfetɪkəlɪ/เพรอะˈเฟ็ททิเคอะลิ/ *adv.* โดยเป็นการทำนาย/พยากรณ์

prophylactic /prɒfɪˈlæktɪk/พรอฟิˈแลคทิค/ ❶ *adj.* ป้องกันโรค; คุ้มภัย ❷ *n.* Ⓐ ยาป้องกันโรค; เครื่องป้องกัน; *(preventive measure)* มาตรการป้องกัน; Ⓑ *(contraceptive)* วิธีคุมกำเนิด *(โดยเฉพาะถุงยางอนามัย)*

prophylaxis /prɒfɪˈlæksɪs/พรอฟิˈแลคซิซ/ *n., pl.* **prophylaxes** /prɒfɪˈlæksi:z/พรอฟิˈแลคซีซ/ *(Med.)* การป้องกันโรค

propinquity /prəˈpɪŋkwɪtɪ/เพรอะˈพิงควิทิ/ *n., no pl. (formal)* Ⓐ *(nearness)* ความใกล้ (to กับ); **in close ~ [to each other]** ใกล้กันมาก; Ⓑ *(kinship)* ความเป็นเครือญาติ (to กับ, between ระหว่าง)

propitiate /prəˈpɪʃɪeɪt/เพรอะˈพิชชิเอท/ *v.t.* *(formal) (appease)* ปลอบโยน; *(make favourably inclined)* ทำให้ไม่มีอคติ

propitiation /prəpɪʃɪˈeɪʃn/เพรอะพิชชิˈเอช'น/ *n. (formal)* การปลอบโยน, การลุแก่โทษ

propitiatory /prəˈpɪʃɪətərɪ, US -tɔːrɪ/เพรอะˈพิชเชียเทอะริ, -ทอริ/ *adj. (formal) (of propitiation) (คำพูด, การยิ้ม, ท่าที)* เป็นการลุแก่โทษ, เป็นการปลอบโยน

propitious /prəˈpɪʃəs/เพรอะˈพิชเชิซ/ *adj.* Ⓐ *(auspicious)* เป็นฤกษ์ดี, เป็นมงคล; Ⓑ *(favouring, benevolent)* ดี, เอื้ออำนวย, เหมาะสม; **~ for *or* to sth.** ดี/สำหรับ *ส.น.;* **~ for *or* to doing sth.** เหมาะแก่การทำ *ส.น.;* **be hardly ~ to sth.** ไม่ได้ช่วยอำนวย *ส.น.* เลย

propitiously /prəˈpɪʃəslɪ/เพรอะˈพิชเชิซลิ/ *adv. (auspiciously, favourably)* โดยเป็นมงคล, อย่างเอื้ออำนวย

'prop jet *n. (Aeronaut.) (aircraft)* เครื่องบินไอพ่นแบบใบพัด; *(engine)* เครื่องยนต์เทอร์โบพรอบ

proponent /prəˈpəʊnənt/เพรอะˈโพเนินทฺ/ *n.* ผู้สนับสนุน *(ทฤษฎี, ข้อเสนอ ฯลฯ)*

proportion /prəˈpɔːʃn/เพรอะˈพอช'น/ ❶ *n.* Ⓐ *(portion)* สัดส่วน; *(in recipe)* สัดส่วน; **the ~ of deaths is high** สัดส่วนผู้เสียชีวิตสูง; **what ~ of candidates pass the exam?** ผู้ที่สอบผ่านอยู่ในสัดส่วนเท่าไร; Ⓑ *(ratio)* อัตราส่วน; **the ~ of sth. to sth.** อัตราส่วนของ *ส.น.* ต่อ *ส.น.;* **the high ~ of imports to exports** อัตราส่วนที่สูงของการนำเข้าต่อการส่งออก; **in ~ [to sth.]** เป็นอัตราส่วน [กับ *ส.น.*]; **our excitement grew in ~ as the ship came closer** เรือยิ่งเข้าใกล้เรายิ่งตื่นเต้นขึ้น; Ⓒ *(correct relation)* สัดส่วนที่ถูกต้อง; *(fig.)* ความเหมาะสม; **the design lacks ~:** การออกแบบไม่ได้สัดส่วน; **sense of ~:** การกะสัดส่วนเก่ง; **be in ~ [to *or* with sth.]** *(lit. or fig.)* ได้สัดส่วน [กับ *ส.น.*]; **try to keep thing in ~** *(fig.)* พยายามรักษาความสมดุล *หรือ* พยายามอย่าขยายเหตุมากเกินไป; **be out of ~/all *or* any ~ [to *or* with sth.]** *(lit. or fig.)* ไม่ได้/ไม่เป็นสัดส่วน [กับ *ส.น.*] เลย; **get things out of ~** *(fig.)* วิตกกังวลเกินเหตุ; *(worry unnecessarily)* ไม่มองภาพกว้าง; Ⓓ *in pl. (size)* ขนาด; **the ~s of each room were modest** แต่ละห้องมีขนาดไม่ใหญ่นัก; **of mountainous ~s** มีขนาดเท่าภูเขา; Ⓔ *(Math.)* **[geometric] ~:** ปฏิภาค, การมีอัตราส่วนเท่ากัน; **rule of ~ = rule of three** ➡ **rule** 1 A; ➡ **+ direct proportion; inverse proportion**
❷ *v.t. (make proportionate)* ทำให้เป็นสัดส่วนกัน; *(harmonize)* ทำให้ผสมผสานกลมกลืน; **~ sth. to sth.** ทำให้ *ส.น.* เป็นสัดส่วนกับ *ส.น.;* **the architect has ~ed the whole building** สถาปนิกได้กำหนดสัดส่วนของทั้งตึก; ➡ **+ proportioned**

proportional /prəˈpɔːʃənl/เพรอะˈพอเชอะน'ล/ *adj.* Ⓐ *(in proportion)* ได้สัดส่วนกัน; **be ~ to sth.** ได้สัดส่วนกับ *ส.น.;* Ⓑ *(in correct relation)* มีความสัมพันธ์ที่ถูกต้อง; **be ~ to sth.** *(lit. or fig.)* สอดคล้องกับ *ส.น.;* Ⓒ *(Math.)* **~ [to sth.]** เป็นปฏิภาค [กับ *ส.น.*]; Ⓓ *(of proportions)* เกี่ยวกับขนาด

proportionality /prəpɔːʃəˈnælɪtɪ/เพรอะพอเชอะˈแนลิทิ/ *n., no pl.* Ⓐ *(being in proportion)* ความได้สัดส่วนกัน; **there is a ~ between A and B** มีความได้สัดส่วนกันระหว่างเอและบี; Ⓑ *(harmony)* ความสมดุล; **~ to sth.** ความสมดุลกับ *ส.น.*

proportionally /prəˈpɔːʃənəlɪ/เพรอะˈพอเชอะเนอะลิ/ *adv.* Ⓐ *(in proportion)* อย่างได้สัดส่วน; Ⓑ *(in correct relation)* ด้วยขนาดที่ถูกต้อง/ได้สัดส่วน; **correspond/not correspond ~ to sth.** สอดคล้อง/ไม่สอดคล้องตามสัดส่วนกับ *ส.น.*

proportional: ~ represen'tation *n. (Polit.)* *การเลือกตั้ง ซึ่งพรรคต่าง ๆ จะได้ที่นั่งในสภาตามอัตราส่วนคะแนนเสียงที่ได้;* **~ tax** *n.* ภาษีที่คิดตามสัดส่วน

proportionate /prəˈpɔːʃənət/เพรอะˈพอเชอะเนิท/ *adj.* Ⓐ *(in proportion)* ได้สัดส่วน; **~ to sth.** ได้สัดส่วนกับ *ส.น.;* Ⓑ *(in correct relation)* มีขนาดถูกต้อง/ได้สัดส่วน; **~ to sth.** มีขนาด *หรือ* ได้สัดส่วนกับ *ส.น.;* **the length of the room is not ~ to its breadth** ความยาวของห้องไม่ได้สัดส่วนกับความกว้าง

proportionately /prəˈpɔːʃənətlɪ/เพรอะˈพอเชอะเนิทลิ/ *adv.* Ⓐ *(in proportion)* อย่างได้สัดส่วน; Ⓑ *(in correct relation)* มีความสัมพันธ์ถูกต้อง

p

proportioned /prəˈpɔːʃnd/เพรอะ'พอช'นด/ *adj.* ได้สัดส่วน; **well-/ill-~:** ได้สัดส่วนเป็นอย่างดี/ไม่ได้สัดส่วน

proposal /prəˈpəʊzl/เพรอะ'โพซ'ล/ *n.* Ⓐ *(thing proposed)* สิ่งที่เสนอ; *(offer)* ข้อเสนอ; **make ~s for peace** มีข้อเสนอเพื่อสันติภาพ; **make a ~ for doing sth.** *or* **to sth.** เสนอที่จะทำ *ส.น.*; **his ~ for improving the system** ข้อเสนอของเขาเพื่อการปรับปรุงระบบ; **draw up ~s/a ~:** ร่างข้อเสนอหลายข้อ/ข้อหนึ่ง; Ⓑ **~ [of marriage]** การขอแต่งงาน; Ⓒ *(act of proposing)* การเสนอ, การขอ; **he was interrupted in the middle of his ~ to her/the committee** เขาถูกขัดจังหวะในระหว่างการขอเธอแต่งงาน/การเสนอคณะกรรมการ

propose /prəˈpəʊz/เพรอะ'โพซ/ ❶ *v.t.* Ⓐ *(put forward for consideration)* เสนอ; **~ sth. to sb.** เสนอ *ส.น.* แก่ *ค.น.*; **~ marriage [to sb.]** ขอ *ค.น.* แต่งงาน; **~ a truce** เสนอให้สงบศึก; Ⓑ *(nominate)* **~ sb. as/for sth.** เสนอ *(ชื่อ) ค.น.* ให้เป็น/สำหรับ *ส.น.*; Ⓒ *(for drinking of toast)* **~ a toast to sb./sth.** ดื่มอวยพรให้แก่ *ค.น./ส.น.*; **~ sb.'s health** ดื่มอวยพรให้ *ค.น.* มีสุขภาพดี; **I [should like to] ~: 'The bride and groom!'** ฉันขอดื่มอวยพรแด่คู่บ่าวสาว; Ⓓ *(intend)* **~ doing** *or* **to do sth.** ตั้งใจที่จะทำ *ส.น.*; Ⓔ *(set up as aim)* วางแผน, ตั้งเป้า *(หมาย)*; **~ sth. to oneself** ตั้งเป้าหมาย *ส.น.* ให้ตนเอง; **he ~s their destruction** เขาวางแผนให้พวกเขาหายนะ
❷ *v.i.* Ⓐ *(offer marriage)* **~ [to sb.]** ขอ [*ค.น.*] แต่งงาน; Ⓑ ➡ **dispose 2**

proposer /prəˈpəʊzə(r)/เพรอะ'โพเซอะ(ร)/ *n.* *(of motion)* ผู้เสนอ *(ประเด็น, กระทู้, ข้อเสนอ, ญัตติ ฯลฯ)*; *(of candidate)* ผู้เสนอชื่อผู้สมัคร

proposition /prɒpəˈzɪʃn/พรอเพอะ'ซิช'น/ ❶ *n.* Ⓐ *(proposal)* ข้อเสนอ; **make** *or* **put a ~ to sb.** ให้ข้อเสนอ *ค.น.*; Ⓑ *(statement)* ข้อความ, คำกล่าว, คำแถลง; **Galileo's ~ that the Earth revolves around the Sun** คำกล่าวของกาลิเลโอที่ว่าโลกหมุนรอบดวงอาทิตย์; Ⓒ *(coll.: undertaking, problem)* งาน, ปัญหาที่ต้องจัดการ; **paying ~:** งานที่ได้กำไร; **it's not a ~:** นั่นไม่ใช่ปัญหาที่ต้องพิจารณา; **the project is no longer a practical/viable ~:** โครงการนี้ไม่สามารถทำได้/ไม่คุ้มอีกต่อไป; **he looks a tough/nasty ~:** เขามีหน้าตาเหี้ยมโหด/ร้าย; Ⓓ *(Logic)* ข้อวินิจฉัย; Ⓔ *(Math.)* บทพิสูจน์ *(ทางเรขาคณิต)*
❷ *v.t. (coll.)* ขอ *(ผู้หญิง)* ให้ไปนอนด้วย

propositional /prɒpəˈzɪʃənl/พรอเพอะ'ซิเชอะน'ล/ *adj.* Ⓐ *(Logic)* เกี่ยวกับข้อวินิจฉัย; Ⓑ *(Math.)* เกี่ยวกับบทพิสูจน์

propound /prəˈpaʊnd/เพรอะ'พาวนุด/ *v.t.* เสนอ *(เพื่อพิจารณา)*; **~ a question** เสนอคำถาม; **~ sth. to sb.** เสนอ *ส.น.* ให้ *ค.น.* พิจารณา

proprietary /prəˈpraɪətərɪ, US -terɪ/เพรอะ'พรายเออะเทอะริ, -เทะริ/ *adj.* Ⓐ *(belonging to private owner)* เป็นของส่วนบุคคล; **~ rights/claims** สิทธิ/ข้อเรียกร้องในการเป็นเจ้าของ; Ⓑ *(characterisitic of a proprietor)* **have a ~ attitude to sb.** มีทัศนคติเป็นเจ้าของ *ค.น.*; Ⓒ *(holding property)* มีทรัพย์สินในครอบครอง; **~ owner** ผู้เป็นเจ้าของ *(ทรัพย์สิน)*; Ⓓ *(privately owned)* เป็นของส่วนบุคคล; Ⓔ *(patented)* มี/ถือสิทธิบัตร; **~ brand** *or* **make of washing powder** ยี่ห้อผงซักฟอกที่มีสิทธิบัตรคุ้มครอง

proprietary: ~ 'company *n. (Brit. Commerc.)* *n.* บริษัทแม่ที่เป็นเจ้าของบริษัทย่อย; **~ 'medicine** *n.* ยาที่บริษัทเอกชนผลิตขึ้นมาภายใต้ยี่ห้อ; **~ 'name, ~ 'term** *ns. (Commerc.)* ชื่อยี่ห้อ

proprietor /prəˈpraɪətə(r)/เพรอะ'พรายเออะเทอะ(ร)/ *n.* เจ้าของ *(ทรัพย์สิน, กิจการ)*

proprietorial /prəpraɪəˈtɔːrɪəl/เพรอะพรายเออะ'ทอเรียล/ *adj.* Ⓐ *(of proprietor)* เกี่ยวกับเจ้าของ *(ทรัพย์สิน, กิจการ)*; Ⓑ *(characteristic of proprietor)* **have a ~ attitude to sb.** มีทัศนคติที่เป็นเจ้าของต่อ *ค.น.*; **~ pride** ความภาคภูมิใจของเจ้าของ

proprietorship /prəˈpraɪətəʃɪp/เพรอะ'พรายเออะเทอะชิพ/ *n.* *(ownership)* ความเป็นเจ้าของ; *(of newspaper)* ความเป็นเจ้าของหนังสือพิมพ์; **under sb.'s ~:** ภายใต้ความเป็นเจ้าของของ *ค.น.*

proprietress /prəˈpraɪətrɪs/เพรอะ'พรายเออะทริซ/ *n.* สตรีที่เป็นเจ้าของ *(ทรัพย์สิน, ธุรกิจ)*

propriety /prəˈpraɪətɪ/เพรอะ'พรายเออะทิ/ *n.* Ⓐ *no pl. (decency)* ความเหมาะสม; **with ~:** ด้วยความเหมาะสม; **breach of ~:** พฤติกรรมที่ไม่เหมาะสม; Ⓑ *in pl.* **the proprieties** มารยาท *หรือ* ขนบธรรมเนียมประเพณี; **observe the proprieties** ปฏิบัติตามขนบธรรมเนียมประเพณี; Ⓒ *no pl. (fitness)* ความเหมาะสม, ความสมควร; Ⓓ *no pl. (accuracy)* ความถูกต้อง; **with perfect ~:** ด้วยความถูกต้องโดยสมบูรณ์

propulsion /prəˈpʌlʃn/เพรอะ'พัลช'น/ *n.* การขับเคลื่อน, การขับดัน; *(driving force, lit. or fig.)* แรง *(ผลักดัน)*; ➡ **+ jet propulsion**

propulsive /prəˈpʌlsɪv/เพรอะ'พัลซิว/ *adj.* ที่ขับดัน/เคลื่อน; *(fig.) (อิทธิพล)* ผลักดัน

pro rata /prəʊ ˈrɑːtə/โพรฺ 'ราเทอะ/ ❶ *adv.* ตามสัดส่วน ❷ *adj.* เป็นสัดส่วน; **be paid on a ~ basis** ได้รับเงินตามสัดส่วน

prorogation /prəʊrəˈgeɪʃn/โพรฺเรอะ'เกช'น/ *n.* การยุติการประชุม; *(Parl.: interval between sessions)* การปิดสมัยประชุมสภา

prorogue /prəˈrəʊg/เพรอะ'โรก/ ❶ *v.t. (also Parl.)* ยุติการประชุม ❷ *v.i. (also Parl.)* ปิดการประชุม

prosaic /prəˈzeɪɪk, prəʊˈzeɪɪk/เพรอะ'เซอิค, โพรฺ'เซอิค/ *adj.*, **prosaically** /prəˈzeɪɪkəlɪ, prəʊˈzeɪɪkəlɪ/เพรอะ'เซอิเคอะลิ, โพรฺ'เซอิเคอะลิ/ *adv.* [อย่าง] ธรรมดา, [อย่าง] น่าเบื่อ

proscenium /prəˈsiːnɪəm/เพรอะ'ซีเนียม/ *n.*, *pl.* **~s** *or* **proscenia** /prəˈsiːnɪə/เพรอะ'ซีเนีย/ *(Theatre) (front of stage)* ส่วนหน้าเวทีละคร; *(framework)* ซุ้มหน้าละครเวที

proscenium 'arch *n. (Theatre)* โครงสร้างรูปโค้งบนเวทีละคร

proscribe /prəˈskraɪb, US prəʊ-/เพรอะ'ซกฺรายบฺ, โพรฺ-/ *v.t.* Ⓐ *(Hist. : outlaw)* ประกาศไล่ออกจากการปกครองดูแล; Ⓑ *(exile)* เนรเทศ; Ⓒ *(prohibit)* ห้าม

proscription /prəˈskrɪpʃn, US prəʊ-/เพรอะ'ซกฺริพช'น, โพรฺ-/ *n.* Ⓐ *(Hist.: outlawing)* การไล่ออกจากเมือง; Ⓑ *(exile)* การเนรเทศ; **issue a ~ against sb.** ประกาศเนรเทศ *ค.น.*; Ⓒ *(prohibition)* การห้าม

prose /prəʊz/โพรฺซ/ *n.* Ⓐ *(form of language)* ร้อยแก้ว; Ⓑ *(Sch. Univ.)* **~ [translation]** เรียงความ [ที่แปลเป็นภาษาต่างประเทศ]; **a ~ passage for translation** บทความร้อยแก้วสำหรับการแปล; ➡ **+ idyll A; poetry**

prosecute /ˈprɒsɪkjuːt/'พรอซิคิวทฺ/ ❶ *v.t.* Ⓐ *(Law)* ดำเนินการฟ้องร้อง/คดี; **~ sb. for sth./doing sth.** ฟ้องร้อง *ค.น.* สำหรับ *ส.น.*/สำหรับการทำ *ส.น.*; Ⓑ *(pursue)* ติดตาม; Ⓒ *(carry on)* ดำเนิน, ประกอบ *(ธุรกิจ, การค้า)* ❷ *v.i.* ฟ้องร้อง; **as a barrister, he preferred defending to prosecuting** ในฐานะเป็นทนายความ เขาชอบแก้ต่างมากกว่าฟ้องร้อง

prosecuting /ˈprɒsɪkjuːtɪŋ/'พรอซิคิวทิง/: **~ at'torney** *n. (Amer. Law)*, **~ 'counsel** *n. (Brit. Law)* อัยการ

prosecution /prɒsɪˈkjuːʃn/พรอซิ'คิวช'น/ *n.* Ⓐ *(Law) (bringing to trial)* การดำเนินคดีฟ้องร้อง; *(court procedure)* ขั้นตอนการดำเนินการฟ้องร้องในศาล; **start a ~ against sb.** เริ่มการฟ้องร้อง/ดำเนินคดี *ค.น.*; Ⓑ *(Law: prosecuting party)* ฝ่ายโจทก์; **the [case for the] ~:** ฝ่ายอัยการ; **witness for the ~, ~ witness** พยานโจทก์; **~ lawyer** ทนายโจทก์; Ⓒ *(pursuing)* การติดตาม; Ⓓ *(carrying on)* การดำเนินการ, การประกอบการ

prosecutor /ˈprɒsɪkjuːtə(r)/'พรอซิคิวเทอะ(ร)/ *n. (Law)* โจทก์/ผู้ฟ้องร้อง, อัยการ; **public ~** อัยการ

proselyte /ˈprɒsɪlaɪt/'พรอซิไลทฺ/ *n. (convert; also Jewish Relig.)* ผู้ที่เปลี่ยนจากศาสนาหนึ่งไปนับถืออีกศาสนาหนึ่ง

proselytize (proselytise) /ˈprɒsɪlɪtaɪz/'พรอซิลิทายซฺ/ *v.i.* พยายามให้เปลี่ยนศาสนา

prose: ~ writer *n.* นักเขียนร้อยแก้ว/ความเรียง; **~ writing** *n.* การเขียนร้อยแก้ว/ความเรียง

prosodic /prəˈsɒdɪk/เพรอะ'ซอดิค/ *adj.* เกี่ยวกับฉันทลักษณ์

prosodist /ˈprɒsədɪst/'พรอเซอะดิซทฺ/ *n.* ผู้เชี่ยวชาญด้านฉันทลักษณ์

prosody /ˈprɒsədɪ/'พรอเซอะดิ/ *n.* Ⓐ วิชาว่าด้วยโคลง ฉันท์ กาพย์ กลอน, ฉันทลักษณ์; Ⓑ *(Ling.)* การศึกษาเรื่องจังหวะการพูด

prospect ❶ /ˈprɒspekt/'พรอซเป็คทฺ/ *n.* Ⓐ *(extensive view)* ทิวทัศน์ **(of** สู่**)**; *(spectacle)* ภาพ; *(mental view)* มโนภาพ **(of** สู่**)**; **open [up] new ~s to sb.'s mind** เปิดมโนภาพใหม่ใน *(จิต)* ใจของ *ค.น.*; Ⓑ *(expectation)* ความคาดหวัง; **[at the] ~ of sth./doing sth.** *(mental picture, likelihood)* [ด้วย] ความหวังใน *ส.น.*/ที่จะทำ *ส.น.*; **what are the ~s of your coming?** โอกาสที่คุณจะมาที่นี่สูงแค่ไหน; **have the ~ of sth., have sth. in ~:** มีความคาดหวังใน *ส.น.*; Ⓒ *in pl. (hope of success)* โอกาส, อนาคต; **a man with [good] ~s** ผู้ชายที่มีโอกาสจะประสบความสำเร็จ; **a job with no ~s** งานที่ไม่มีอนาคต; **sb.'s ~s of sth./doing sth.** โอกาสของ *ค.น.* สำหรับ *ส.น.*/ในการทำ *ส.น.*; **what are his ~s of being accepted?** โอกาสที่เขาจะได้รับการยอมรับมีมากน้อยเพียงไร; **~s of survival** โอกาสที่จะมีชีวิตรอด; Ⓓ *(possible customer)* ผู้ที่น่าจะเป็นลูกค้า; *(possible candidate)* ผู้ที่อาจจะเป็นผู้สมัคร; *(possible winner)* ผู้มีสิทธิชนะ; **be a good ~ for a race/the job** เป็นผู้มีสิทธิชนะการแข่งขัน/ได้รับเลือกเข้าทำงาน
❷ /prəˈspekt/เพรอะ'ซเป็คทฺ/ *v.i. (explore for mineral)* สำรวจหา *(แร่)*; *(fig.)* คอยมองหา **(for** สำหรับ**)**; **~ for gold** สำรวจหาทองคำ
❸ /prəˈspekt/เพรอะ'ซเป็คทฺ/ *v.t.* Ⓐ *(Mining)* สำรวจเพื่อหาแร่ธาตุ; **~ sth. for sth.** ตรวจสอบ *ส.น.* เพื่อหา *ส.น.*; Ⓑ *(investigate)* ตรวจสอบ

prospective /prəˈspektɪv/เพรอะ'ซเป็คทิว/ *adj.* Ⓐ *(expected)* *(ทรัพย์สิน)* ที่คาดหวัง; *(ลูกค้า)* ที่มุ่งหวัง; Ⓑ *(referring to the future)*

p

ในอนาคต; **make ~ enquiries** หาข้อมูลไว้ล่วงหน้า; **take a ~ view of sth.** มองภาพในอนาคตของ *ส.น.*

prospectively /prəˈspektɪvlɪ/เพรอะˈซเป็คทิวลิ/ *adv.* Ⓐ *(with foresight)* ด้วยการมองการณ์ไกล; Ⓑ *(with future effectiveness)* ด้วยความคาดหวัง

prospector /prəˈspektə(r), US ˈprɒspektər/เพรอะˈซเป็คเทอะ(ร), ˈพรอซเป็คเทอะ(ร)/ *n.* นักสำรวจแหล่งแร่ธาตุ; *(for gold)* นักสำรวจหาทองคำ

prospectus /prəˈspektəs/เพรอะˈซเป็คเทิซ/ *n.* Ⓐ *(of enterprise)* เอกสารโฆษณากิจการค้า, หนังสือชี้ชวน *(การลงทุน)*; Ⓑ *(of book)* เอกสารโฆษณาหนังสือที่กำลังจะตีพิมพ์; Ⓒ *(Brit. Sch.)* เอกสารโฆษณา

prosper /ˈprɒspə(r)/ˈพรอซเปอะ(ร)/ *v.i.* เจริญ, *(ศิลปะ)* รุ่งเรือง; *(บริษัท)* ประสบความสำเร็จ; **how is he ~ing in that business of his/in his career?** ธุรกิจ/อาชีพของเขากำลังประสบความสำเร็จหรือเปล่า; **cheats never ~:** ผู้ที่โกงกินไม่มีวันเจริญ

prosperity /prɒˈsperɪtɪ/พรอˈซเปะริทิ/ *n., no pl.* ความเจริญ, ความรุ่งเรือง

prosperous /ˈprɒspərəs/ˈพรอซเปอะเริซ/ *adj.* Ⓐ *(flourishing)* ที่เจริญรุ่งเรือง, ประสบความสำเร็จ; *(blessed with good fortune)* มีโชคดี; **~ years/time** ปี/เวลาที่เจริญรุ่งเรือง; Ⓑ *(auspicious)* เป็นมงคล, เป็นฤกษ์ดี

prostate /ˈprɒsteɪt/ˈพรอซเตท/ *n.* **~ [gland]** *(Anat., Zool.)* ต่อมลูกหมาก, ต่อมที่ขับอสุจิ

prosthesis /prɒsˈθiːsɪs/พรอซˈธีซิซ/ *n., pl.* **prostheses** /prɒsˈθiːsiːz/พรอซˈธีซีซ/ Ⓐ *(Med.) (artificial part)* อวัยวะเทียม; *(branch of surgery)* สาขาศัลยกรรมเกี่ยวกับการใส่อวัยวะเทียม; Ⓑ *(Ling., Pros.)* การเติมอุปสรรคตรงหน้าคำ

prosthetic /prɒsˈθetɪk/พรอซˈเธ็ทิค/ *adj.* *(Med., Ling., Pros.)* เสริมเข้าไป; **~ leg** ขาเทียม; **~ surgery** การผ่าตัดเสริมอวัยวะเทียม

prosthetics /prɒsˈθetɪks/พรอซˈเธ็ทิคซฺ/ *n., no pl. (Med.)* สาขาศัลยกรรมเกี่ยวกับการใส่อวัยวะเทียม

prostitute /ˈprɒstɪtjuːt, US -tuːt/ˈพรอซติทิวทฺ, -ทูท/ ❶ *n. (woman)* โสเภณี; Ⓑ *(man)* ผู้ชายที่มีอาชีพขายตัว ❷ *v.t.* ขายตัว; *(fig.)* ขาย *(ศักดิ์ศรี)*; **~ oneself** *(lit. or fig.)* ขายตัวเอง

prostitution /prɒstɪˈtjuːʃn, US -tuːt-/พรอซติˈทิวช'น, -ทูท-/ *n. (lit.)* การเป็นโสเภณี; *(lit. or fig.)* การขายตัว

prostrate ❶ /ˈprɒstreɪt/ˈพรอซเตรทฺ/ *adj.* Ⓐ ที่นอนคว่ำหน้า, ที่นอนราบ; **she lay ~ before him** เธอนอนแผ่ต่อหน้าเขา; **~ with grief/shame** นอนคว่ำหน้าด้วยความโศกเศร้า/อับอาย; Ⓑ *(exhausted)* หมดแรง, เหนื่อยอ่อน; **be ~ with fever** อ่อนเพลียจากพิษไข้; Ⓒ *(Bot.)* ที่ขึ้นตามพื้นดิน ❷ /prɒˈstreɪt, prəˈstreɪt/พรอˈซเตรท, เพรอะˈซเตรทฺ/ *v.t.* Ⓐ *(lay flat)* โยน *(บุคคล)* ลงนอนกับพื้น; Ⓑ *(make submissive, lay low)* ทำให้หมอบ; *(overcome emotionally)* ทำให้ท้อถอย; Ⓒ *(exhaust)* ทำให้เหนื่อยอ่อน, หมดแรง; **be ~d by exhaustion** ล้มนอนเสื่อด้วยความเหนื่อยอ่อน ❸ *v. refl. (throw oneself down)* **~ oneself [at sth./before sb.]** นอนหมอบอยู่หน้า *ส.น.*/ต่อ หน้า *ค.น.*; **~ oneself at sb.'s feet** นอนหมอบอยู่แทบเท้า *ค.น.*; **~ oneself [before sb.]** *(humble oneself)* ถ่อมตัว [ต่อหน้า *ค.น.*]

prostration /prɒˈstreɪʃn, prə-/พรอˈซเตรช'น, เพรอะ-/ *n.* Ⓐ *(prostrating oneself)* การนอนคว่ำหน้า, การนอนราบ; **in ~:** ด้วยการนอนคว่ำหน้า; Ⓑ *(submission)* การยอมจำนน; *(subjugation)* การตกอยู่ใต้อำนาจ; Ⓒ *(being emotionally overcome)* การท้อถอย; Ⓓ *(reduction to powerlessness) (of country or party)* การหมดอำนาจ; *(of business)* การทำลาย; **reduce a country to economic ~:** ทำลายความสามารถทางเศรษฐกิจของประเทศ; Ⓔ *(exhaustion)* ความเหนื่อยอ่อน, การหมดเรี่ยวหมดแรง

prosy /ˈprəʊzɪ/ˈโพรฺซิ/ *adj.* น่าเบื่อ, จืดชืด, ธรรมดา

Prot /prɒt/พรอท/ ➡ **Prod**

protagonist /prəʊˈtægənɪst/โพรˈแทกเกอะนิซทฺ/ *n.* Ⓐ *(advocate)* ผู้สนับสนุน; *(spokesperson)* โฆษก; Ⓑ *(Lit./Theatre: chief character)* ตัว *(ละคร)* เอก; *(fig.)* บุคคลสำคัญ

protean /ˈprəʊtɪən, -ˈtiːən/ˈโพรเทียน, -ˈทีเอิน/ *adj.* ที่แปรเปลี่ยน, ที่มีรูปแบบหลากหลาย

protect /prəˈtekt/เพรอะˈเท็คทฺ/ *v.t.* Ⓐ *(defend)* ปกป้อง, คุ้มครอง **(from, against** จาก); **~ed by law** ได้รับการคุ้มครองจากกฎหมาย; **they led happy ~ed lives** พวกเขาดำเนินชีวิตที่มีความสุขและได้รับการคุ้มครอง; **~ sb. against** *or* **from himself/herself** ปกป้อง *ค.น.* จากตัวเขาเอง/เธอเอง; **~ one's/sb.'s interests** ปกป้องผลประโยชน์ของตน/*ค.น.*; **~ the peace** ปกป้องสันติภาพ; Ⓑ *(preserve)* สงวน, รักษา, คุ้มครอง; **~ed plants/animals** พืช/สัตว์สงวน; **the golden eagle is a ~ed bird** นกอินทรีทองเป็นนกที่ได้รับการสงวน; Ⓒ *(give legal immunity to)* ให้ความคุ้มครองทางกฎหมาย; **the law ~s foreign diplomats** กฎหมายให้ความคุ้มครองนักการทูตต่างชาติ; **be a ~ed tenant** เป็นผู้เช่าที่ได้รับความคุ้มครองตามกฎหมาย; Ⓓ *(Econ.)* ปกป้อง *(อุตสาหกรรมภายในประเทศ)* ด้วยการขึ้นภาษีสินค้านำเข้า; Ⓔ *(render safe)* ทำให้ปลอดภัย *(อุปกรณ์)*

protected /prəˈtektɪd/เพรอะˈเท็คทิด/: **~ ˈspecies** *n.* สายพันธุ์ที่ได้รับการคุ้มครอง; **~ ˈstate** *n. (Polit.)* รัฐที่ได้รับการอารักขา/ปกป้อง

protection /prəˈtekʃn/เพรอะˈเท็คช'น/ *n.* Ⓐ *(defence)* การปกป้อง **(from, against** จาก); **under the ~ of sb./sth.** ภายใต้การปกป้องของ *ค.น./ส.น.*; **[under] police ~:** [ภายใต้] การคุ้มครองของตำรวจ; Ⓑ *(immunity from molestation)* การคุ้มครองโดยพวกอันธพาล; *(money paid)* ค่าคุ้มครอง, ส่วย; Ⓒ *(of wildlife etc.)* การคุ้มครอง/สงวน; Ⓓ *(legal immunity)* การคุ้มครองทางกฎหมาย; Ⓔ *(Econ.)* *การปกป้องตลาดภายในด้วยการขึ้นภาษีสินค้านำเข้า*; *(system)* ระบบการปกป้องตลาดด้วยการขึ้นภาษีสินค้านำเข้า Ⓕ *(protective agent)* สิ่งที่ป้องกัน/ปกป้อง; **as a ~ against** ในฐานะที่เป็นสิ่งที่ป้องกัน

protectionism /prəˈtekʃənɪzm/เพรอะˈเท็คเชอะนิซ'ม/ *n. (Econ.)* มาตรการปกป้องอุตสาหกรรมภายในประเทศด้วยการขึ้นภาษีสินค้านำเข้า

protectionist /prəˈtekʃənɪst/เพรอะˈเท็คเชอะนิซทฺ/ *(Econ.)* ❶ *n.* *ผู้ที่สนับสนุนการปกป้องอุตสาหกรรมภายในประเทศด้วยการขึ้นภาษีสินค้านำเข้า* ❷ *adj.* เกี่ยวกับมาตรการดังกล่าว

protection: ~ money *n.* ส่วย, เงินค่าคุ้มครองที่จ่ายให้กลุ่มอันธพาล; **~ racket** *n.* วิธีบีบคั้นเรียกค่าคุ้มครอง; **run a ~ racket** หากินด้วยการบีบคั้นเรียกเงินค่าคุ้มครอง

protective /prəˈtektɪv/เพรอะˈเท็คทิว/ *adj.* Ⓐ *(protecting)* คุ้มครอง, ป้องกัน; **be ~ towards sb.** คอยดูแลคุ้มครอง *ค.น.*; **~ instinct** สัญชาตญาณที่จะปกป้อง/คุ้มครอง; **be ~ against sth.** ป้องกันจาก *ส.น.*; **butterflies/tigers have ~ camouflage/colouring** ผีเสื้อ/เสือมีการพราง/สีที่ป้องกันตนเอง; **the soldiers wore ~ camouflage** ทหารสวมใส่ชุดพรางเพื่อป้องกันตนเอง; **~ clothing** เสื้อผ้าที่ป้องกัน; Ⓑ *(Econ.)* ที่ปกป้องอุตสาหกรรมภายในประเทศของตน

protective: ~ arˈrest, ~ ˈcustody *ns.* การคุมตัวเพื่อความปลอดภัยของผู้นั้น

protectively /prəˈtektɪvlɪ/เพรอะˈเท็คทิวลิ/ *adv.* อย่างปกป้อง; **she brought up her children too ~:** เธอเลี้ยงลูก ๆ อย่างปกป้องมากเกินไป; **these insects are ~ coloured** แมลงเหล่านี้มีสีที่ป้องกันตัวมัน; **a vaccine acts** *or* **works ~:** วัคซีนมีผลในแง่ป้องกัน

protector /prəˈtektə(r)/เพรอะˈเท็คเทอะ(ร)/ *n.* Ⓐ *(person)* ผู้ปกป้อง; Ⓑ *(thing)* สิ่งที่ปกป้อง; Ⓒ *(regent)* ผู้สำเร็จราชการแทนพระองค์; **P~ of the Realm** *(Brit. Hist.)* ผู้สำเร็จราชการแผ่นดิน

protectorate /prəˈtektərət/เพรอะˈเท็คเทอะเริท/ *n. (Int. Law, Brit. Hist.)* รัฐที่ถูกรัฐอื่นปกครอง, รัฐที่อยู่ภายใต้การอารักขาของรัฐอื่น

protégé /ˈprɒteʒeɪ/ˈพรอเทะเฌ/ *n.* ผู้ที่ได้รับการอุปถัมภ์จากผู้อื่น

protégée /ˈprɒteʒeɪ/ˈพรอเทะเฌ/ *n.* หญิงที่ได้รับการอุปถัมภ์/คุ้มครองจากผู้อื่น

protein /ˈprəʊtiːn/ˈโพรทีน/ *n. (Chem.)* โปรตีน *(ท.ศ.)*; **a high-~ diet** อาหารที่มีโปรตีนสูง

pro tem /prəʊ ˈtem/โพร ˈเท็ม/ *(coll.)* ❶ *adj.* ชั่วคราว, ชั่วขณะ ❷ *adv.* อย่างชั่วคราว, ชั่วขณะ

pro tempore /prəʊ ˈtempərɪ/โพร ˈเท็มเพอะริ/ ❶ *adj. (temporary)* ชั่วคราว ❷ *adv.* อย่างชั่วคราว

protest ❶ /ˈprəʊtest/ˈโพรเท็ซทฺ/ *n.* Ⓐ *(remonstrance)* การประท้วง, การคัดค้าน; *(Sport)* การประท้วง/คัดค้าน *(คำตัดสิน)*; **make** *or* **lodge a ~ [against sb./sth.]** ยื่น [คำ] ประท้วง [*ค.น./ส.น.*]; Ⓑ *(show of unwillingness, gesture of disapproval)* **~[s]** การแสดงความไม่เต็มใจ *หรือ* ความไม่เห็นด้วย; **under ~:** ภายใต้ความไม่เห็นด้วย; **in ~ [against sth.]** ในการต่อต้าน [*ส.น.*]; Ⓒ *no pl., no art. (dissent)* การคัดค้าน, การต่อต้าน; **the right of ~:** สิทธิในการคัดค้าน; **literature/song of ~:** วรรณกรรม/บทเพลงที่แสดงการคัดค้าน; Ⓓ *(Brit. Commerc.: written declaration)* การยืนยันเป็นลายลักษณ์อักษรว่าจะไม่ชำระ *(บิล)*

❷ /prəˈtest/เพรอะˈเท็ซทฺ/ *v.t.* Ⓐ *(affirm)* ยืนยัน; **I ~, I have never seen you before** ฉันยืนยันได้เลยว่าไม่เคยพบเห็นคุณมาก่อน; Ⓑ *(Amer.: object to)* คัดค้าน; Ⓒ *(Commerc.)* ปฏิเสธการชำระ *(บิล)*; **be ~ed** ถูกปฏิเสธการจ่าย

❸ /prəˈtest/เพรอะˈเท็ซทฺ/ *v.i.* คัดค้าน, ประท้วง; *(make written or formal ~)* ยื่นคำประท้วง/คัดค้าน **(to** ต่อ); **~ about sb./sth.** ประท้วง/คัดค้าน *ค.น./ส.น.*; **~ against being/doing sth.** ประท้วงการเป็น/การทำ *ส.น.*

Protestant /ˈprɒtɪstənt/ˈพรอทิซเต็นทฺ/ *(Relig.)* ❶ *n.* ผู้ที่นับถือศาสนาคริสต์นิกายโปรเตสแตนต์ ❷ *adj.* แห่งศาสนาคริสต์นิกายโปรเตสแตนต์ *หรือ* ผู้ที่นับถือนิกายดังกล่าว

Protestantism /ˈprɒtɪstəntɪzm/ˈพรอทิซเต็นทิซ'ม/ *n., no pl., no art. (Relig.)* ศาสนาคริสต์นิกายโปรเตสแตนต์

p

protestation /prɒtɪˈsteɪʃn/พรอทิ'ซเตช'น/ *n.* Ⓐ *(affirmation)* การยืนยัน, คำยืนยัน; **a formal ~ that ...:** คำยืนยันอย่างเป็นทางการว่า...; **~s of innocence** การยืนยันความบริสุทธิ์; Ⓑ *(protest)* การประท้วง, การคัดค้าน

protester /prəˈtestə(r)/เพรอะ'เท็ซเทอะ(ร)/ *n. (dissenter)* ผู้คัดค้าน; *(at demonstration)* ผู้ประท้วง, ผู้ชุมนุมประท้วง

protest /ˈprəʊtest/'โพรุเท็ซทฺ/: **~ march** *n.* การเดินประท้วง; **~ marcher** ➡ **marcher**; **~ song** *n.* เพลงประท้วง; **~ vote** *n.* การออกเสียงประท้วง/คัดค้าน

proto- /ˈprəʊtə/'โพรุเทอะ/ *in comb.* ดั้งเดิม, แรก, เก่าแก่; **~-Germanic** ภาษาเยอรมนิคดั้งเดิม

protocol /ˈprəʊtəkɒl/'โพรุเทอะคอล/ *n.* Ⓐ พิธีทางการทูต, พิธีการ; **observe/defy ~:** ปฏิบัติตาม/ไม่ปฏิบัติตามพิธีการทูต; Ⓑ *(Computing)* โปรโตคอล *(ท.ศ.)*

proton /ˈprəʊtɒn/'โพรุทอน/ *n. (Phys.)* โปรตอน *(ท.ศ.) (อนุภาคไฟฟ้าบวกซึ่งเป็นส่วนหนึ่งของศูนย์กลางปรมาณู)*

protoplasm /ˈprəʊtəplæzəm/'โพรุเทอะแพลเซิม/ *n. (Biol.)* โปรโตปลาสซึม *(ท.ศ.) (สารที่เป็นส่วนประกอบสำคัญของเซลล์)*

prototype /ˈprəʊtətaɪp/'โพรุเทอะไทพ/ *n.* ต้นแบบ, แม่แบบ; **a ~ aeroplane/machine** เครื่องบิน/เครื่องจักรที่เป็นต้นแบบ

protozoa /prəʊtəˈzəʊə/โพรุเทอะ'โซเออะ/ *n. pl. (Zool.)* โปรโตซัว *(ท.ศ.) (สัตว์เซลล์เดียวขนาดเล็กมาก เห็นได้ด้วยกล้องจุลทรรศน์)*

protozoan /prəʊtəˈzəʊən/โพรุเทอะ'โซเอิน/ *(Zool.)* ❶ *adj.* เกี่ยวกับโปรโตซัว *หรือ* สัตว์เซลล์เดียว ❷ *n.* โปรโตซัวน์ *(ท.ศ.)*

protract /prəˈtrækt, US prəʊ-/เพรอะ'แทรุคทฺ, โพรฺ-/ *v.t.* ยืดเวลาออกไป; **a ~ed argument/visit/illness/period of idleness** การถกเถียง/การเยี่ยมเยียน/การป่วย/ช่วงเวลาว่างที่ยืดเยื้อ; **delays became more and more ~ed** ความล่าช้าเพิ่มขึ้นเรื่อย ๆ

protraction /prəˈtrækʃn, US prəʊ-/เพรอะ'แทรุคช'น, โพรฺ-/ *n.* การยืดเวลา

protractor /prəˈtræktə(r), US prəʊ-/เพรอะ'แทรุคเทอะ(ร), โพรฺ-/ *n. (Geom.)* ไม้บรรทัดครึ่งวงกลม, ไม้โปรแทรคเตอร์ *(ท.ศ.)*

protrude /prəˈtruːd, US prəʊ-/เพรอะ'ทรูด, โพรฺ-/ ❶ *v.i.* ยื่นออกไป; **~ above/beneath/from behind sth.** ยื่นออกไปเหนือ/ข้างใต้/จากข้างหลัง *ส.น.*; **~ beyond sth.** ยื่นเหนือ *ส.น.* ❷ *v.t.* ยื่นออกมา *(หนวด, แมลง)*; แลบ *(ลิ้น)*; *(ริมฝีปาก)* ที่เจื่ออออกมา

protrusion /prəˈtruːʒn, US prəʊ-/เพรอะ'ทรูช'น, โพรฺ-/ *n.* Ⓐ *(projection) (of jaw or teeth)* การยื่นออกมา; Ⓑ *(projecting thing)* สิ่งที่ยื่นออก

protuberance /prəˈtjuːbərəns, US prəʊˈtuː-/เพรอะ'ทิวเบอะเรินซฺ, โพรฺ'ทู-/ *n.* Ⓐ *(state)* ที่เป็นโหนก, การนูน, การยื่น *หรือ* โปนออกมา; Ⓑ *(thing)* สิ่งที่นูน/ยื่น/โปนออกมา

protuberant /prəˈtjuːbərənt, US prəʊˈtuː-/เพรอะ'ทิวเบอะเรินทฺ, โพรฺ'ทู-/ *adj.* ที่นูน/ที่ยื่นโปนออกมา

proud /praʊd/พราวดฺ/ ❶ *adj.* Ⓐ [ภาค] ภูมิใจ; **it made me [feel] really ~:** มันทำให้ฉัน [รู้สึก] ภูมิใจจริง ๆ; **I'm ~ to say I'm never late** ฉันภูมิใจที่จะกล่าวได้ว่า ฉันไม่เคยมาสายเลย; **~ to do sth.** *or* **to be doing sth.** ภูมิใจที่ได้ทำ *ส.น.*; **~ of sb./sth./doing sth.** ภูมิใจในตัว *ค.น.*/ใน *ส.น.*/ในการทำ *ส.น.*; **he is far too ~ of himself/his house** เขาภูมิใจในตัวเอง/บ้านของเขามากเกินไป; **she answered his offer with a ~ refusal** เธอปฏิเสธข้อเสนอของเขาอย่างภูมิใจ; Ⓑ *(arrogant)* เย่อหยิ่ง, หยิ่ง, จองหอง; **I'm not too ~ to scrub floors** ฉันไม่หยิ่งเกินไปที่จะขัดพื้น; Ⓒ *(Brit.: projecting)* ที่ยื่นออกมา; **stand** *or* **be ~ of sth.** *(vertically)* ตั้งตรงออกมา; **stand out too ~:** ยื่นออกมามากเกินไป; Ⓓ **~ flesh** *(Med.)* เนื้อที่ขึ้นบริเวณแผล ❷ *adv. (Brit. coll.)* **do sb. ~** *(treat generously)* ปฏิบัติต่อ *ค.น.* อย่างเอื้อเฟื้อเผื่อแผ่; *(honour greatly)* ให้เกียรติ *ค.น.* อย่างสูง; **do oneself ~:** ดูแลตนเองอย่างดี

proud-hearted /praʊdˈhɑːtɪd/พราวดฺ'ฮาทิด/ *adj.* หยิ่งยโส

proudly /ˈpraʊdlɪ/'พราวดฺลิ/ *adv.* Ⓐ อย่างภูมิใจ; **remain ~ silent/loyal** ยังคงสงบ/จงรักภักดีอย่างภาคภูมิใจ; Ⓑ *(arrogantly)* อย่างหยิ่งยโส

provable /ˈpruːvəbl/'พรูเวอะบ'ล/ *adj.* พิสูจน์ได้

prove /pruːv/พรูว/ ❶ *v.t., p.p.* **~d** *or (esp. Amer., Scot., literary)* **~n** /ˈpruːvn/'พรูว'น/ Ⓐ พิสูจน์; **~ one's ability** พิสูจน์ความสามารถของตน; **an expert of ~n ability** ผู้เชี่ยวชาญที่เป็นที่ยอมรับ; **his guilt/innocence was ~d, he was ~d [to be] guilty/innocent** เขาได้รับการพิสูจน์ว่าผิดจริง/บริสุทธิ์; **~ sb. right/wrong** พิสูจน์ *ค.น.* ว่าถูก/ผิด; **be ~d wrong** *or* **to be false** *(ทฤษฎี, ระบบ)* ได้รับการพิสูจน์ว่าผิด; **~ sth. to be true** พิสูจน์ว่า *ส.น.* จริง/เป็นความจริง; **~ one's/sb.'s case** *or* **point** พิสูจน์ความถูกต้องของตน/*ค.น.*; **it was ~d that ...:** ได้พิสูจน์แล้วว่า...; **not ~** *(Scot. Law)* การตัดสินว่าไม่มีหลักฐานพอที่จะพิสูจน์ในทางใด; ➡ **+ exception** A; **point** 1 G; Ⓑ *(establish validity of)* พิสูจน์ความถูกต้อง *(พินัยกรรม)*; Ⓒ *(Cookery: cause to rise) (yeast)* ทำให้แป้งขึ้นฟู ❷ *v. refl. p.p.* **~d** *or* **~n: ~ oneself** พิสูจน์ตนเอง; **~ oneself intelligent/a good player** พิสูจน์ว่าตนเองฉลาด/เล่นเก่ง ❸ *v.i., p.p.* **~d** *or* **~n:** Ⓐ *(be found to be)* ปรากฏว่า; **~ [to be] unnecessary/interesting/a failure** ปรากฏว่าไม่จำเป็น/น่าสนใจ/ล้มเหลว; Ⓑ *(Cookery: rise)* ขึ้นฟู

proven /ˈpruːvn/'พรูว'น/ ➡ **prove**

provenance /ˈprɒvɪnəns/'พรอวิเนินซฺ/ *n.* แหล่งกำเนิด, บ่อเกิด

Provençal /prɒvɑ̃ˈsɑːl/พรอวอน'ซาล/ ❶ *adj.* แห่งภูมิประเทศโปรวองซ์ *(ในประเทศฝรั่งเศส)*; ➡ **+ English** 1 ❷ *n.* Ⓐ *(language)* ภาษาที่พูดในแคว้นโปรวองซ์; Ⓑ *(person)* ชาวเมืองโปรวองซ์; ➡ **+ English** 2 A

Provence /prɒˈvɑ̃s/พรอ'วานซฺ/ *pr. n.* แคว้นโปรวองซ์ *(ทางตะวันออกเฉียงใต้ของประเทศฝรั่งเศส)*

provender /ˈprɒvɪndə(r)/'พรอวินเดอะ(ร)/ *n.* อาหารสัตว์; *(joc.: food for humans)* อาหาร

proverb /ˈprɒvɜːb/'พรอเวิบ/ *n.* สุภาษิต; **be a ~** *(fig.)* ขึ้นชื่อในเรื่อง; **[Book of] P~s** *sing. (Bibl.)* บทในพระคัมภีร์เก่าที่รวบรวมสุภาษิต

proverbial /prəˈvɜːbɪəl/เพรอะ'เวอเบียล/ *adj.*, **proverbially** /prəˈvɜːbɪəlɪ/เพรอะ'เวอเบียลิ/ *adv.* [อย่าง] เลื่องลือ/ขึ้นชื่อ

provide /prəˈvaɪd/เพรอะ'วายดฺ/ *v.t.* Ⓐ *(supply)* จัดหาให้, ตระเตรียม; **instructions are ~d with every machine** คู่มือการใช้รวมมากับเครื่องจักรทุกตัว; **~ homes/materials/a car for sb.** จัดหาบ้าน/วัตถุ/รถยนต์ให้ *ค.น.*; **~ shade for sb.** ให้ร่มเงาแก่ *ค.น.*; **~ sb. with money** จัดหาเงินให้ *ค.น.*; **be [well] ~d with sth.** มีการจัดหา *ส.น.* ไว้พร้อมมูล; **~ oneself with sth.** จัดหา *ส.น.* ให้กับตนเอง; Ⓑ *(stipulate) (กฎหมาย, สัญญา)* ระบุ, กำหนด, บัญญัติ; Ⓒ **providing that** ➡ **provided**

~ against *v.t.* จัดเตรียมกันไว้เผื่อ; **have ~d against sth.** *(จัด)* เตรียมการกันไว้เผื่อ *ส.น.*

~ for *v.t.* Ⓐ *(make provision for)* จัดเตรียมสำหรับ *(เงินเฟ้อ)*, วางแผนไว้เผื่อ; **has everybody been ~d for?** ทุกคนได้รับการดูแลหรือเปล่า; Ⓑ *(maintain)* ดูแล *(ลูก, ครอบครัว)*

provided /prəˈvaɪdɪd/เพรอะ'วายดิด/ *conj.* **~ [that] ...:** มีเงื่อนไขว่า..., ถ้า...

providence /ˈprɒvɪdəns/'พรอวิเดินซฺ/ *n.* Ⓐ *(care of God etc.)* การปกป้อง/พระกรุณาของพระผู้เป็นเจ้า; **[divine] ~:** พระกรุณา [ของพระผู้เป็นเจ้า]; **a special ~:** โชคดีเป็นพิเศษของพระผู้เป็นเจ้า; Ⓑ **P~** *(God)* พรของพระเจ้า; Ⓒ *(foresight)* การมองการณ์ไกล; **have the ~ to do sth.** มองการณ์ไกลพอที่จะทำ *ส.น.*; Ⓓ *(thrift)* ความประหยัด/มัธยัสถ์

provident /ˈprɒvɪdənt/'พรอวิเดินทฺ/ *adj.* Ⓐ *(having foresight)* มองการณ์ไกล; Ⓑ *(thrifty)* ประหยัด, มัธยัสถ์; **P~ Society** *(Brit.)* ➡ **Friendly Society**; **~ fund** กองทุนสำรองเลี้ยงชีพ

providential /prɒvɪˈdenʃl/พรอวิ'เด็นช'ล/ *adj.* Ⓐ *(opportune)* เหมาะเจาะ, เหมาะกับเวลา; **it was ~ that ...:** เป็นการเหมาะกับเวลาที่...; **your arrival was quite ~:** คุณมาถึงได้เวลาพอดี; Ⓑ *(of divine providence)* เป็นความคุ้มครองของพระผู้เป็นเจ้า

providentially /prɒvɪˈdenʃəlɪ/พรอวิ'เด็นเชอะลิ/ *adv.* Ⓐ *(opportunely)* อย่างเหมาะเจาะ, อย่างเหมาะกับเวลา; **help came quite ~:** ความช่วยเหลือมาอย่างเหมาะเจาะ; **work out ~:** ในที่สุดก็ออกมาดี; Ⓑ *(by divine providence)* ด้วยความคุ้มครองของพระผู้เป็นเจ้า

providently /ˈprɒvɪdəntlɪ/'พรอวิเดินทฺลิ/ *adv.* Ⓐ *(with foresight)* ด้วยการมองการณ์ไกล; **he had ~ equipped himself with ...:** เขาจัดเตรียม...ด้วยการมองการณ์ไกล; Ⓑ *(thriftily)* อย่างประหยัด/มัธยัสถ์

provider /prəˈvaɪdə(r)/เพรอะ'วายเดอะ(ร)/ *n.* Ⓐ **he was the chief ~ of money/work** เขาเป็นผู้จัดหาเงิน/งานหลัก; **the principal ~ of subsidies** ผู้จัดหาเงินอุดหนุนรายใหญ่; Ⓑ *(breadwinner)* ผู้หาเลี้ยงครอบครัว; **be the ~ for sb.** เป็นผู้หาเลี้ยง *ค.น.*

province /ˈprɒvɪns/'พรอวินซฺ/ *n.* Ⓐ *(administrative area)* จังหวัด; Ⓑ **the ~s** *(regions outside capital)* ในภูมิภาค, ต่างจังหวัด, บ้านนอก *(ภ.พ.)*; Ⓒ *(sphere of action)* ขอบเขตของการกระทำ; *(area of responsibility)* ขอบเขตความรับผิดชอบ; **that is not my ~:** นั่นไม่อยู่ในความรับผิดชอบของฉัน

provincial /prəˈvɪnʃl/เพรอะ'วินช'ล/ ❶ *adj.* *(of the provinces)* ของจังหวัด; *(typical of the provinces)* เป็นแบบ/ลักษณะของต่างจังหวัด, บ้านนอก ❷ *n.* ผู้ที่อาศัยอยู่/ต่างจังหวัด, คนบ้านนอก *(ภ.พ.)*; ชาวบ้าน

provincialism /prəˈvɪnʃəlɪzm/เพรอะ'วินเชอะลิซ'ม/ *n.* Ⓐ *(mode of thought)* วิธีคิดแบบชาวต่างจังหวัด, คิดแบบชาวบ้าน; Ⓑ *(Ling.)* สำนวนการพูดในท้องถิ่น

p

provincially /prəˈvɪnʃəlɪ/เพรอะ'วินเชอะลิ/ *adv.* อย่างบ้านนอก, อย่างใจแคบ; ~ **narrow-minded** ใจแคบโดยยึดติดกับถิ่นฐานของตนเอง, มองโลกแคบ

proving ground /ˈpruːvɪŋgraʊnd/ˈพรูวิงกราวนฺด/ *n.* สนามทดสอบ, สถานที่ทดลอง

provision /prəˈvɪʒn/เพรอะ'วิฌ'น/ *n.* **A** *(providing)* การจัดหา, การเตรียมการ, การให้บริการ; **as a** *or* **by way of ~ against ...:** เพื่อเป็นการเตรียมป้องกัน...; ~ **of medical care** การบริการรักษาพยาบาล; **make ~ for** เตรียมการสำหรับ; **make ~ for sb. in one's will** มีการมอบให้ *ค.น.* ในพินัยกรรมของตน; **make ~ against sth.** เตรียมการป้องกัน *ส.น.*; **B** *(amount available)* ปริมาณ/จำนวนที่หาได้/มีอยู่; **C** *in pl. (food)* อาหาร; *(for expedition also)* เสบียงอาหาร; **stock up with ~s** เก็บ/ตุนเสบียงอาหารไว้; **D** *(legal statement)* บทบัญญัติ; *(clause)* มาตรา

provisional /prəˈvɪʒənl/เพรอะ'วิฌเฌอะน'ล/ ❶ *adj.* ชั่วคราว; ~ **government** รัฐบาลชั่วคราว; ~ **arrangement** การจัดการชั่วคราว ❷ *n. in pl.* **the P~s** สมาชิกขบวนการก่อการร้ายไออาร์เอ

provisional: P~ IR'A *n.* ขบวนการก่อการร้ายไออาร์เอ; ~ **licence** *n.* ใบขับขี่ชั่วคราวที่ออกให้ก่อนผ่านการสอบ *(ขับคนเดียวไม่ได้)*

provisionally /prəˈvɪʒənəlɪ/เพรอะ'วิเฌอะเนอะลิ/ *adv.* อย่างชั่วคราว

proviso /prəˈvaɪzəʊ/เพรอะ'วายโซ/ *n., pl.* ~**s** เงื่อนไข, ข้อกำหนดในสัญญา

provisory /prəˈvaɪzərɪ/เพรอะ'วายเซอะริ/ *adj.* **A** *(conditional)* มีเงื่อนไข; ~ **clause** อนุประโยคเงื่อนไข; **B** *(provisional)* เฉพาะกาล

provitamin /prəʊˈvɪtəmɪn, US -ˈvaɪt-/โพร'วิเทอะมิน -'ไวท-/ *n.* สารที่แปลงเป็นวิตามินในร่างกาย

provocation /prɒvəˈkeɪʃn/พรอเวอะ'เคช'น/ *n.* การยุยง, การยั่วยุ; **be under severe ~:** ได้รับการยั่วโมโหอย่างหนัก; **he hit him without ~:** เขาต่อยชายคนนั้นโดยไม่มีการยั่วยุ; **he loses his temper at** *or* **on the slightest** *or* **smallest ~:** เขาจะอารมณ์เสียกับการถูกแหย่เพียงนิดเดียว

provocative /prəˈvɒkətɪv/เพรอะ'วอเคอะทิว/ *adj.* ยั่วยุ, ยั่วให้โกรธ; *(sexually)* ยั่วยวน, กระตุ้นให้เกิดอารมณ์เพศ; **his actions were felt to be ~:** การกระทำของเขาดูเป็นการยั่วยุ; **be ~ of** เป็นการยั่วยุ; **be ~** *(be intentionally annoying)* ยั่วยุให้เกิดความรำคาญ, น่ารำคาญ

provoke /prəˈvəʊk/เพรอะ'โวค/ *v.t.* **A** *(annoy, incite)* ทำให้รำคาญ, ยั่วยุให้โกรธ; *(sexually)* ยั่วยวน, กระตุ้นให้เกิดอารมณ์ทางเพศ; **be easily ~d** ถูกยั่วยุง่าย; ~ **sb. to anger/fury** ยั่ว *ค.น.* ให้โกรธ/โกรธจัด; ~ **sb. into doing sth.** ยั่วยุให้ *ค.น.* ทำ *ส.น.*; **he was finally ~d into taking action** ในที่สุดเขาถูกยั่วยุให้ลงมือทำ *ส.น.*; **B** *(give rise to)* ทำให้เกิด; **what ~d the incident?** อะไรทำให้เกิดเหตุการณ์ขึ้น

provoking /prəˈvəʊkɪŋ/เพรอะ'โวคิง/ *adj.* น่ารำคาญ, น่าโมโห; **his behaviour/refusal was [very] ~:** ความประพฤติ/การปฏิเสธของเขานั้นน่ารำคาญ [มาก]

provost /ˈprɒvəst/ˈพรอเวิซทฺ/ *n.* **A** *(Scot.: mayor)* นายกเทศมนตรี; **Lord P~:** ท่านนายกเทศมนตรี; **B** *(Eccl.)* หัวหน้าพระในโบสถ์; **C** *(Univ.)* ผู้บริหาร *(โดยเฉพาะที่ออกซฟอร์ดและเคมบริดจ์)*; **D** /prəˈvəʊ/เพรอะ'โว/ ➡ ~ **marshal**

provost /prəˈvəʊ/เพรอะ'โว/: ~ **guard** *n.* *(Amer. Mil.)* สารวัตรทหาร; ~ **'marshal** *n.* *(Mil.)* หัวหน้าสารวัตรทหาร

prow /praʊ/พราว/ *n.* *(Naut.)* หัวเรือ

prowess /ˈpraʊɪs/ˈพราวอิซ/ *n.* **A** *(valour)* ความกล้าหาญ; **B** *(skill)* ความสามารถ; ~ **at sports** ความสามารถทางด้านกีฬา; **sexual ~:** ความสามารถทางเพศ

prowl /praʊl/พราวลฺ/ ❶ *v.i.* เที่ยวเดินด้อม ๆ มอง ๆ, เดินเพ่นพ่าน; ~ **about/around sth.** เตร็ดเตร่ไปรอบ *ส.น.*; ~ **about** *or* **around** เดินด้อม ๆ มอง *(เหมือนจะล่าเหยื่อ)* ❷ *v.t.* ออกหากิน/ล่าเหยื่อ ❸ *n.* การออกล่าเหยื่อ; **be on the ~:** กำลังออกล่าเหยื่อ; *(fig. in search of sexual contact)* การออกล่าเหยื่อสาว ๆ

'prowl car *n.* *(Amer.)* รถยนต์ตำรวจสายตรวจ

prowler /ˈpraʊlə(r)/ˈพราวเลอะ(ร)/ *n.* **the police have warned of ~s in the area** ตำรวจได้เตือนเกี่ยวกับคนที่น่าสงสัยในบริเวณนี้; **see a ~ in the back yard** มองเห็นขโมยที่เดินด้อม ๆ มอง ๆ ในสวนหลังบ้าน

prox. /prɒks/พรอคซฺ/ *abbr.* **proximo**

proximate /ˈprɒksɪmət/ˈพรอคซิเมิท/ *adj.* *(อนาคต)* อันใกล้; *(ต้นเหตุ)* โดยตรง; ที่อยู่ใกล้ที่สุด, ใกล้เคียง

proximity /prɒkˈsɪmɪtɪ/พรอค'ซิมมิทิ/ *n., no pl.* ความใกล้ **(to** กับ**)**; **a house with equal ~ to the shops and to the beach** บ้านที่อยู่ใกล้ร้านค้าและชายหาดพอ ๆ กัน

prox'imity fuse *n.* *(Mil.)* *อุปกรณ์อิเล็กทรอนิกส์ที่ทำให้ขีปนาวุธระเบิดเมื่อเข้าใกล้เป้าหมาย*

proximo /ˈprɒksɪməʊ/ˈพรอคซิโม/ *adj.* *(Commerc.)* *(เดือน)* หน้า

proxy /ˈprɒksɪ/ˈพรอคซิ/ *n.* **A** *(agency, document)* การได้รับมอบอำนาจ, การมอบฉันทะ, ใบมอบอำนาจ; **by ~:** ด้วยการมอบอำนาจ, โดยใช้ตัวแทน/ผู้แทน; **give one's ~ to sb.** มอบอำนาจแก่ *ค.น.*; **marriage by ~** การสมรสโดยการใช้ตัวแทน; ➡ + **stand** 1 G; **B** *(person)* ตัวแทนที่ได้รับการมอบอำนาจ; **make sb. one's ~:** มอบอำนาจให้ *ค.น.* เป็นตัวแทนของตน

Prozac ® /ˈprəʊzæk/โพรแซค/ *n.* ยาบรรเทาอาการหดหู่

prude /pruːd/พรูด/ *n.* คนที่ทำเป็นขี้อายมาก

prudence /ˈpruːdəns/ˈพรูเดินซฺ/ *n., no pl.* ความระมัดระวัง, ความรอบคอบ, ความสุขุม; **act with ~:** กระทำด้วยความรอบคอบ

prudent /ˈpruːdənt/ˈพรูเดินทฺ/ *adj.* **A** *(careful)* ระมัดระวัง; **B** *(circumspect)* รอบคอบ; **think it more ~ to do sth.** คิดว่าเป็นการรอบคอบกว่าที่จะทำ *ส.น.*

prudently /ˈpruːdəntlɪ/ˈพรูเดินทลิ/ *adv.* **A** *(in a prudent manner)* อย่างระมัดระวัง; **they ~ waited for more information before acting** ด้วยความรอบคอบพวกเขารอข้อมูลเพิ่มเติมก่อนที่จะลงมือปฏิบัติ; **B** *(circumspectly)* อย่างรอบคอบ

prudery /ˈpruːdərɪ/ˈพรูเดอะริ/ *n., no pl.* ความเป็นคนขี้อาย

prudish /ˈpruːdɪʃ/ˈพรูดิช/ *adj.* *(บุคคล)* ที่ขี้อายเกินไป

¹prune /pruːn/พรูน/ *n.* **A** *(fruit)* **[dried] ~:** ลูกพรุนแห้ง; **B** *(coll.: simpleton)* คนโง่, คนทึ่ม

²prune *v.t.* **A** *(trim)* เล็ม *(ต้นไม้)*; ~ **back** เล็ม *(ต้นไม้)*; **B** *(lop off)* ~ **[away/off]** ตัดทิ้ง, ตัดออกไป; ~ **[out]** ตัดออก; **C** *(fig.: reduce)* ลดลง; ~ **back** ตัดทอนลง *(ค่าใช้จ่าย, จำนวนหนังสือพิมพ์ที่พิมพ์ออกมา)*

pruning shears /ˈpruːnɪŋʃɪəz/ˈพรูนิงเชียซ/ *n. pl.* กรรไกรตัดแต่งกิ่งไม้

prurience /ˈprʊərɪəns/ˈพรัวเรียนซฺ/ *n., no pl.* ความมักมากในกาม

prurient /ˈprʊərɪənt/ˈพรัวเรียนทฺ/ *adj.* เต็มไปด้วยราคะ, มักมากในกาม

pruritus /prʊəˈraɪtəs/พรัว'รายเทิซ/ *n.* *(Med.)* อาการคันผิวหนังอย่างรุนแรง

Prussia /ˈprʌʃə/ˈพรัชเชอะ/ *pr. n.* *(Hist.)* แคว้นปรัสเซีย *(ปัจจุบันอยู่ในประเทศเยอรมัน)*

Prussian /ˈprʌʃn/ˈพรัช'น/ ❶ *adj.* แห่งปรัสเซีย ❷ *n.* **A** *(person)* ชาวปรัสเซีย; **B** *(language)* **Old ~:** ภาษาที่พูดในปรัสเซียจนถึงศตวรรษที่ 17

Prussian 'blue ❶ *n.* สีน้ำเงินเข้ม ❷ *adj.* สีน้ำเงินเข้ม

prussic /ˈprʌsɪk/ˈพรัซซิค/ *adj.* *(Chem.)* ~ **acid** กรดไฮโดรเจนไซยาไนด์ เป็นสารพิษ

¹pry /praɪ/พราย/ *v.i.* สอดรู้สอดเห็น

~ **a'bout** *v.i.* คอยมองไปทั่วด้วยความอยากรู้อยากเห็น

~ **into** *v.t.* ลอบมอง, สอดรู้สอดเห็น

²pry *v.t.* *(Amer.)* **A** *(get with effort)* ~ **sth. open** งัด *ส.น.* ให้เปิดออก; ~ **a secret** *etc.* **out of sb.** งัด/ล้วงความลับจาก *ค.น.*; **B** ➡ **²prize**

prying /ˈpraɪɪŋ/ˈพรายอิง/ *adj.* สอดรู้สอดเห็น

PS *abbr.* **postscript** ป.ล.

psalm /sɑːm/ซาม/ *n.* *(Eccl.)* เพลงสวดในคริสต์ศาสนา; **the Book of P~s** *(Bibl.)* หนังสือรวบรวมเพลงสวดในพระคัมภีร์เก่า; **the Psalms** *(Bibl.)* กลุ่มเพลงสวดโดยรวม

'psalm book *n.* *(Eccl.)* หนังสือเพลงสวด

psalter /ˈsɔːltə(r)/ˈซอลเทอะ(ร)/ *n.* หนังสือรวบรวมเพลงสวด

psaltery /ˈsɔːltərɪ, ˈsɒltərɪ/ˈซอลเทอะริ/ *n.* *(Mus.)* *เครื่องดนตรีดีดโบราณในยุคกลาง มีลักษณะคล้ายพิณ*

PSBR *abbr.* *(Brit.)* **public sector borrowing requirement** ➡ **public sector**

psephologist /seˈfɒlədʒɪst, US siː-/เซ็ฟ'ฟอเลอะจิซทฺ, ซี-/ *n.* ผู้ที่ศึกษาสถิติการเลือกตั้ง

psephology /seˈfɒlədʒɪ, US siː-/เซะ'ฟอเลอะจิ, ซี-/ *n., no pl., no art.* *(Polit.)* การศึกษาทางสถิติเกี่ยวกับการเลือกตั้ง

pseud /sjuːd, US ˈsuːd/ซิวดฺ, 'ซูด/ *(coll.)* ❶ *adj.* **A** *(pretentious)* เสแสร้ง; **B** ➡ **pseudo** 1 A ❷ *n.* ➡ **pseudo** 2

pseudo /ˈsjuːdəʊ/ˈซิวโด/ ❶ *adj.* **A** *(sham, spurious)* เทียม, ปลอม; **intellectuals, real or ~:** ปัญญาชนจริงหรือจอมปลอม; **B** *(insincere)* ไม่จริงใจ, เสแสร้ง ❷ *n. pl.* ~**s** **A** *(pretentious person)* ผู้ที่เสแสร้ง; **B** *(insincere person)* ผู้ที่ไม่จริงใจ

pseudo- /sjuːdəʊ/ซิวโด/ *in comb.* ปลอม, เทียม, ไม่แท้, กำมะลอ

pseudonym /ˈsjuːdənɪm, US ˈsuːd-/ˈซิวเดอะนิม, 'ซูด-/ *n.* นามแฝง, นามปากกา

pshaw /pʃɔː, ʃɔː/พชอ, ชอ/ *int.* *(arch.)* หึ

psoriasis /səˈraɪəsɪs/เซอะ'รายเออะซิซ/ *n., pl.* **psoriases** /səˈraɪəsiːz/เซอะ'รายเออะซีซ/ ➤ 453 *(Med.)* โรคขี้เรื้อนกวาง

psst, pst /pst/พ'ซทฺ/ เฮ้ย

PST *abbr.* **Pacific Standard Time** เวลามาตรฐานแปซิฟิก

psych /saɪk/ไซค/ *v.t.* *(coll.)* ~ **sb. out** ทำให้ *ค.น.* หมดความเชื่อมั่น, ทำให้ประสาท *(ภ.พ.)*; ~ **sb./oneself up** เตรียมใจ *ค.น.*/ตนเองให้พร้อม

psyche /ˈsaɪkɪ/ˈไซคิ/ *n.* วิญญาณ, จิตใจ

psychedelic /saɪkɪˈdelɪk/ไซคิˈเด็ลลิค/ ❶ *adj.* ที่ทำให้ประสาทหลอน; ที่มีลวดลายสีฉูดฉาด ❷ *n.* ยาหลอนประสาท

psychiatric /saɪkɪˈætrɪk/ไซคิˈแอทริค/ *adj.* เกี่ยวกับการบำบัดรักษาโรคทางจิต

psychiatrist /saɪˈkaɪətrɪst, US sɪ-/ไซˈคายเออะทริซท, ซิ-/ *n.* ➤ **489** จิตแพทย์; ➡ + 'couch 1 B

psychiatry /saɪˈkaɪətrɪ, US sɪ-/ไซˈคายเออะทริ, ซิ-/ *n.* จิตเวชศาสตร์

psychic /ˈsaɪkɪk/ˈไซคิค/ ❶ *adj.* Ⓐ ➡ psychical A; Ⓑ ➡ psychical B; Ⓒ *(having occult powers)* **be ~:** มีพลังจิต, มีอำนาจพิเศษ/ลึกลับ; **you must be ~** *(fig.)* คุณต้องมีญาณวิเศษแน่ ๆ เลย ❷ *n. (medium)* คนทรงผี, ผู้ที่ติดต่อกับวิญญาณได้; *(clairvoyant)* ผู้ที่ทำนายเหตุการณ์ในอนาคตได้

psychical /ˈsaɪkɪkl/ˈไซคิคˈล/ *adj.* Ⓐ *(of the soul)* เกี่ยวกับวิญญาณ *หรือ* จิตใจ; **~ life** ชีวิตของวิญญาณ; Ⓑ *(of paranormal phenomena)* เกี่ยวกับปรากฏการณ์นอกเหนือหลักวิทยาศาสตร์; **~ research** การค้นคว้า/วิจัยเรื่องปรากฏการณ์นอกเหนือหลักวิทยาศาสตร์

psycho /ˈsaɪkəʊ/ˈไซโค/ *(coll.)* ❶ *adj.* ที่เป็นโรคจิตอย่างแรงและอันตราย ❷ *n., pl.* **~s** คำย่อของ psychopath

psychoˈanalyse /saɪkəʊˈænəlaɪz/ไซโคˈแอเนอะลายซฺ/ *v.t.* วิเคราะห์จิต

psychoaˈnalysis /saɪkəʊəˈnælɪsɪs/ไซโคเออะˈแนลิซิซ/ *n.* จิตวิเคราะห์

psychoˈanalyst *n.* ➤ **489** นักจิตวิเคราะห์

psychoanaˈlytic, psychoanaˈlytical *adj.* เกี่ยวกับ/เป็นการวิเคราะห์จิต

psychological /saɪkəˈlɒdʒɪkl/ไซเคอะˈลอจิคˈล/ *adj.* Ⓐ *(of the mind)* *(ปัญหา, ความกดดัน)* ทางจิตใจ; ➡ + block 1 L; Ⓑ *(of psychology)* เกี่ยวกับจิตวิทยา

psychological abuse *adj.* การข่มขู่ทางจิตวิทยา

psychologically /saɪkəˈlɒdʒɪkəlɪ/ไซเคอะˈลอจิคลิ/ *adv.* Ⓐ *(mentally)* ทางด้านจิตใจ; Ⓑ *(in relation to psychology)* ทางด้านจิตวิทยา

psychological ˈwarfare *n.* สงครามประสาท

psychologist /saɪˈkɒlədʒɪst/ไซˈคอเลอะจิซท/ *n.* ➤ **489** *(also fig.)* นักจิตวิทยา

psychology /saɪˈkɒlədʒɪ/ไซˈคอเลอะจิ/ *n.* Ⓐ จิตวิทยา; Ⓑ *(coll.: characteristics)* ลักษณะนิสัย, จิตใจ; **I can't make out his ~:** ฉันไม่สามารถเข้าใจจิตใจของเขา

psychopath /ˈsaɪkəʊpæθ/ˈไซโคแพธ/ *n.* คนที่ป่วยเป็นโรคจิตอย่างหนักและสามารถมีพฤติกรรมร้ายแรง

psychopathic /saɪkəʊˈpæθɪk/ไซโคˈแพธิค/ *adj.* ป่วยเป็นโรคจิตอย่างหนัก, มีความวิปริตในจิตใจ

psychopathology /saɪkəʊpəˈθɒlədʒɪ/ไซโคเพอะˈธอเลอะจิ/ *n.* การศึกษาเกี่ยวกับความผิดปกติ/โรคทางจิต; อาการสับสนทางจิตใจและพฤติกรรม

psychosis /saɪˈkəʊsɪs/ไซˈโคซิซ/ *n., pl.* **psychoses** /saɪˈkəʊsiːz/ไซˈโคซีซฺ/ จิตวิปลาส, ความวิกลจริตอย่างรุนแรง, จิตพิการ

psychosomatic /saɪkəʊsəˈmætɪk/ไซโคเซอะˈแมทิค/ *adj. (Med.)* *(โรคทางกาย)* ที่เนื่องจากจิตใจ

psychotherapist /saɪkəʊˈθerəpɪst/ไซโคˈเธระเรอะพิซท/ *n.* ➤ **489** นักจิตบำบัด

psychoˈtherapy /saɪkəʊˈθerəpɪ/ไซโคˈเธระเรอะพิ/ *n., no pl. (Med.)* จิตบำบัด; **treat sth. by ~:** รักษา *ส.น.* โดยใช้จิตบำบัด

psychotic /saɪˈkɒtɪk/ไซˈคอทิค/ ❶ *adj.* เกี่ยวกับความวิกลจริต; **~ illness** โรคที่เกี่ยวกับความวิกลจริต/จิตวิปลาส ❷ *n.* ผู้ที่วิกลจริต/จิตวิปลาส

PT *abbr.* Physical Training

pt. *abbr.* Ⓐ part; Ⓑ pint; Ⓒ point; pts.

PTA *abbr.* parent-teacher association

ptarmigan /ˈtɑːmɪgən/ˈทามิเกิน/ *n. (Ornith.)* นกในสกุล *Lagopus* มีลักษณะคล้ายไก่ป่า

Pte. *abbr. (Mil.)* Private

pterodactyl /terəˈdæktɪl/เทะเรอะˈแดคทิล/ *n. (Palaeont.)* สัตว์เลื้อยคลานดึกดำบรรพ์ที่มีปีก

PTO *abbr.* please turn over

pub /pʌb/พับ/ *n. (Brit. coll.)* ร้านขายเหล้า, ผับ *(ท.ศ.)*; **go to the ~:** ไปผับ

ˈpub crawl *n. (Brit. coll.)* การเที่ยวดื่มเหล้าไปตามผับต่าง ๆ

puberty /ˈpjuːbətɪ/ˈพิวเบอะทิ/ *n., no pl., no art.* วัยเจริญพันธุ์; **at ~:** ในวัยเจริญพันธุ์; **the age of ~:** วัยเจริญพันธุ์

pubescent /pjuːˈbesənt/พิวˈเบ็ซเซินท/ *adj.* ที่ย่างเข้าสู่วัยเจริญพันธุ์, รุ่นกระเตาะ

pubic /ˈpjuːbɪk/ˈพิวบิค/ *adj. (Anat.)* เกี่ยวกับกระดูกหัวหน่าว

pubis /ˈpjuːbɪs/ˈพิวบิซ/ *n., pl.* **pubes** /ˈpjuːbiːz/ˈพิวบีซฺ/ *(Anat.)* กระดูกหัวหน่าว

public /ˈpʌblɪk/ˈพับบลิค/ ❶ *adj.* สาธารณชน, สาธารณะ, ของประชาชน; **~ assembly** การรวมตัวกันของประชาชน; **~ confidence** ความมั่นใจของประชาชน; **a ~ danger/service** อันตราย/บริการต่อสาธารณชน; **be a matter of ~ knowledge** เป็นเรื่องที่ทราบกันทั่วไป; **in the ~ eye** เป็นที่รู้จักดี; **make a ~ announcement of sth.** ประกาศ *ส.น.* ต่อสาธารณชน; **make a ~ protest** ประท้วงต่อหน้าธารกำนัล; **make sth. ~:** ทำ *ส.น.* ให้รู้กันโดยทั่วไป *หรือ* เผยแพร่ *ส.น.*; **go ~** *(Econ.)* ทำให้เป็นบริษัทมหาชน โดยการเข้าตลาดหลักทรัพย์; *(fig.)* เปิดเผย *ส.น.*; ➡ + image F

❷ *n., no pl.; constr. as sing. or pl.* Ⓐ *(the people)* ประชาชน, สาธารณชน; **the general ~:** ประชาชนทั่วไป; **member of the ~:** สมาชิกของชุมชน; **be open to the ~:** เปิดให้สาธารณชน; Ⓑ *(section of community)* กลุ่มชน *(ที่มีความสนใจในเรื่องใดเรื่องหนึ่ง)*; **the reading ~:** กลุ่มผู้อ่าน; Ⓒ **in ~** *(publicly)* ในที่สาธารณะ, ต่อหน้าสาธารณชน; *(openly)* อย่างเปิดเผย; **behave oneself in ~:** ประพฤติตัวให้ดีต่อหน้าสาธารณชน; **make a fool of oneself in ~:** ทำตัวเซ่อซ่าต่อหน้าธารกำนัล

public-adˈdress system *n.* ระบบเครื่องขยายเสียง

publican /ˈpʌblɪkən/ˈพับบลิเคิน/ *n.* Ⓐ *(Brit.)* ➤ **489** เจ้าของร้านขายเหล้า; Ⓑ *(Roman Hist., Bibl.)* คนเก็บภาษี

public asˈsistance *n. (Amer.)* ความช่วยเหลือจากรัฐบาล

publication /pʌblɪˈkeɪʃn/เพอะบลิˈเคช'น/ *n.* Ⓐ *(making known)* การเผยแพร่; Ⓑ *(issuing of book etc.; book etc. issued)* การพิมพ์หนังสือ, หนังสือ ฯลฯ ที่ตีพิมพ์; **the magazine ceased ~:** นิตยสารหยุดการตีพิมพ์; **the magazine is a weekly ~:** นิตยสารนี้เป็นนิตยสารที่พิมพ์รายสัปดาห์

public: ~ ˈbar *n. (Brit.) ส่วนของร้านขายเหล้าที่ถูกที่สุด*; **~ ˈbuilding** *n.* อาคารสาธารณะ; **~ ˈcompany** *n. (Brit. Econ.)* บริษัทมหาชน; **~ ˈconvenience** ➡ convenience E; **~ doˈmain** *n.* **in the ~ domain** ไม่มีสิทธิคุ้มครอง; **be in the ~ domain** เป็นสาธารณสมบัติ; *(not protected by patent/copyright)* ไม่มีสิทธิบัตร/ลิขสิทธิ์คุ้มครอง; **~ ˈenemy** *n.* อาชญากรที่ทางการต้องการตัว; **~ ˈfigure** *n.* บุคคลที่มีชื่อเสียง; **~ ˈfootpath** *n.* ทางเท้าสาธารณะ; **~ ˈhealth** *n., no pl., no art.* สาธารณสุข; **~ ˈholiday** *n.* วันหยุดราชการ; **~ ˈhouse** *n. (Brit.)* ร้านขายเหล้า, ผับ *(ภ.พ.)*; **the 'Lion' ~ house** ร้านขายสุราไลอ้อน; **~ inˈquiry** *n.* การไต่สวนสาธารณะ; **~ ˈinterest** *n.* สาธารณประโยชน์

publicise ➡ publicize

publicist /ˈpʌblɪsɪst/ˈพับบลิซิซทฺ/ *n.* Ⓐ *(writer)* นักเขียนโฆษณา; Ⓑ *(publicity agent)* นักประชาสัมพันธ์

publicity /pʌbˈlɪsɪtɪ/พับบˈลิซซิทิ/ *n., no pl., no indef. art.* Ⓐ การประชาสัมพันธ์; *(advertising)* การโฆษณา; **~ campaign** การรณรงค์โฆษณา/ประชาสัมพันธ์; **~ material** เอกสารประชาสัมพันธ์; Ⓑ *(being public)* การรู้เห็น/รับรู้กันทั่วไป; **get ~ for sth.** ได้ชื่อเสียงสำหรับ *ส.น.*; Ⓒ *(attention)* ความสนใจ; **in the full glare of ~:** ภายใต้ความสนใจอย่างต่อเนื่องจากสื่อมวลชน; **attract ~** ดึงดูดความสนใจ

pubˈlicity agent *n.* ➤ **489** นักโฆษณา, นักประชาสัมพันธ์

publicize /ˈpʌblɪsaɪz/ˈพับบลิซายซฺ/ *v.t.* เผยแพร่, ประชาสัมพันธ์, โฆษณา; **well-~d** ได้รับการโฆษณา *หรือ* ประชาสัมพันธ์อย่างดี

public: ~ ˈlaw *n., no pl. (branch of law)* กฎหมายมหาชน; **~ ˈlending right** *n.* สิทธิของ*ผู้เขียนที่จะได้รับค่าตอบแทนเมื่อหนังสือของตนถูกยืมจากห้องสมุดสาธารณะ*; **~ ˈlibel** ➡ libel 1 A; **~ ˈlibrary** *n.* ห้องสมุดสาธารณะ; **~ limited company** *n. (Brit.)* บริษัทมหาชนจำกัด

publicly /ˈpʌblɪklɪ/ˈพับบลิคลิ/ *adv.* Ⓐ *(in public)* ต่อหน้าสาธารณชน, อย่างเปิดเผย; Ⓑ *(by the public)* โดยประชาชน; **~ owned** เป็นของสาธารณะ

public: ~ ˈnuisance *n.* Ⓐ *(Law)* การก่อความไม่สงบต่อชุมชน, การกระทำที่ผิดกฎหมายเป็นอันตรายต่อประชาชนโดยรวม; Ⓑ *(coll.)* **make a ~ nuisance of oneself** ก่อความรำคาญแก่ชาวบ้าน; **be a ~ nuisance** ก่อความรำคาญแก่สาธารณชน; **~ oˈpinion** ➡ opinion B; **~ ˈorder offence** *n.* การทำผิดกฎหมาย; **~ offering** *n.* การเสนอขายหลักทรัพย์ใหม่ต่อสาธารณชน; **~ ˈownership** *n., no pl.* การที่รัฐเป็นเจ้าของ; **be taken into ~ ownership** ถูกยึดไปเป็นของรัฐ; **~ property** *n.* สาธารณสมบัติ; **sth. is ~ property** *(fig.)* *ส.น.* เป็นสมบัติสาธารณะ; **~ ˈprosecutor** *n.* ➤ **489** *(Law)* อัยการ; **~ ˈpurse** ➡ purse 1 A; **P~ Record Office** *n.* สำนักทะเบียนราษฎร์; **~ reˈlations** *n. pl., constr. as sing. or pl.* การประชาสัมพันธ์; **~ relations officer** เจ้าหน้าที่ประชาสัมพันธ์; **~ school** *n.* Ⓐ *(Brit.)* โรงเรียนประจำเอกชนระดับมัธยม; Ⓑ *(Scot., Amer.: school run by public authorities)* โรงเรียนรัฐ; **~ ˈsector** *n.* **the ~ sector** ภาครัฐ; **~ sector borrowing requirement** การต้องการกู้เงินของภาครัฐ; **~ ˈservant** *n.* ข้าราชการ; **~ ˈservice industry**

n. อุตสาหกรรมการบริการสาธารณะ; ~ **'service vehicle** *n.* รถโดยสารสาธารณะ; ~ **'speaking** *n.* การกล่าวปราศรัยในที่ชุมชน; **take lessons in ~ speaking** เรียนการพูดในที่ชุมชน; ~ **'spirit** *n.* ความเต็มใจที่จะช่วยประชาชน; **~-'spirited** *adj.* ที่อยากช่วยชุมชน; **be a ~-spirited person** เป็นผู้ที่มีจิตใจทำงานเพื่อสาธารณชน; **it was ~-spirited of him to ...:** เป็นการช่วยเหลือชุมชนของเขาที่...; ~ **'transport** *n.* ขนส่งมวลชน; **travel by ~ transport** เดินทางด้วยบริการขนส่งมวลชน; ~ **u'tility** *n.* สาธารณูปโภค; ~ **'works** *n. pl.* งานโยธาสาธารณะ

publish /'pʌblɪʃ/'พับบลิช/ *v.t.* Ⓐ *(issue)* ตีพิมพ์, จัดพิมพ์; **we will ~ his novel** เราจะตีพิมพ์นวนิยายของเขา; **be ~ed** ได้รับการตีพิมพ์; **the book has been ~ed by a British company** หนังสือนี้ตีพิมพ์โดยบริษัทอังกฤษ; **he has had a novel ~ed** นวนิยายของเขาได้ถูกตีพิมพ์เล่มหนึ่ง; Ⓑ *(announce publicly)* ประกาศ/แจ้งให้ทราบทั่วกัน; *(read out)* อ่านออกเสียงให้ได้ยินกัน; Ⓒ *(make generally known)* เผยแพร่, ทำให้รู้กันโดยทั่วไป

publishable /'pʌblɪʃəbl/'พับบลิเชอะบ'ล/ *adj.* ตีพิมพ์/จัดพิมพ์ได้

publisher /'pʌblɪʃə(r)/'พับบลิเชอะ(ร)/ *n.* ➤ **489** ผู้พิมพ์และจัดจำหน่าย; **~[s]** *(company)* บริษัทผู้พิมพ์และจัดจำหน่าย; **who are the ~s of this book?** ใครเป็นผู้พิมพ์หนังสือเล่มนี้; **~s of children's books** ผู้พิมพ์หนังสือเด็ก; **music/magazine ~s** ผู้พิมพ์โน้ตเพลง/นิตยสาร

publishing /'pʌblɪʃɪŋ/'พับบลิชิง/ *n., no pl., no art.* กิจการ/ธุรกิจการพิมพ์; **be in ~:** อยู่ในธุรกิจการพิมพ์; **~ firm/company** สำนักพิมพ์; **the ~ business** ธุรกิจการพิมพ์

'publishing house *n.* สำนักพิมพ์

puce /pju:s/พิวซฺ/ ❶ *n.* สีแดงเข้มหรือสีน้ำตาลอมม่วง ❷ *adj.* **go ~ in the face** หน้าแดง

puck /pʌk/พัค/ *n. (Ice Hockey)* ลูกยางกลมที่ใช้เป็นลูกฮอกกี้

pucker /'pʌkə(r)/'พัคเคอะ(ร)/ ❶ *v.t.* **~ [up]** ทำให้ย่น; *(คิ้ว)* ขมวด; *(sewing)* จีบ *(ผ้า)*; **~ed** ย่น ❷ *v.i.* **~ [up]** ขมวด, ย่น ❸ *n.* รอยย่น; *(in face)* รอยย่นบนใบหน้า

puckish /'pʌkɪʃ/'พัคคิช/ *adj.* ซุกซน, คะนอง

pud /pʊd/พัด/ *(coll.)* ➡ **pudding** A, B

pudding /'pʊdɪŋ/'พุดดิง/ *n.* Ⓐ ขนมพุดดิ้ง *(ท.ศ.)*; Ⓑ *(dessert)* ของหวาน; Ⓒ *(person or thing like ~)* คน *หรือ* สิ่งที่อ้วนกลมเหมือนขนมพุดดิ้ง

pudding: ~ basin, ~ bowl *ns.* ชามกลมที่ใช้ทำขนมพุดดิ้ง; **~ club** *n. (coll.)* **be in the ~ club** ตั้งท้อง *(ภ.พ.)*; **~ face** *n.* หน้าอ้วนใหญ่; **~-head** *n.* คนโง่

puddle /'pʌdl/'พัด'ล/ *n.* หลุมตามถนนที่มีน้ำขังอยู่

pudendum /pju:'dendəm/พิว'เด็นเดิม/ *n., pl.* **pudenda** /pju:'dendə/พิว'เด็นเดอะ/ *in sing. or pl. (Anat.)* อวัยวะสืบพันธุ์ของสตรี

pudge /pʌdʒ/พัจ/ ➡ **podge**

pudgy /'pʌdʒɪ/'พัจจิ/ ➡ **podgy**

puerile /'pjʊəraɪl, US -rəl/'พิวเออะรายล, -เริล/ *adj.* เหมือนเด็ก; เหลวไหล, ไร้สาระ

puerility /pjʊə'rɪlɪtɪ/พิวเออะ'ริลิทิ/ *n., no pl.* ความประพฤติแบบเด็ก ๆ

puerperal /pju:'ɜ:pərl/พิว'เออเพอะร'ล/ *adj. (Med.)* ที่เนื่องจากการคลอดบุตร; **~ fever** ไข้หลังการคลอดบุตร

Puerto Rican /pwɜ:təʊ 'ri:kən/พเวอะโท'รีเคิน/ ❶ *adj.* เกี่ยวกับ/เป็นของเปอร์โตริโก; **sb. is ~:** *ค.น.* เป็นชาวเปอร์โตริโก ❷ *n.* ชาวเปอร์โตริโก

Puerto Rico /pwɜ:təʊ 'ri:kəʊ/พเวอะโท 'รีโค/ *pr. n.* ประเทศเปอร์โตริโก *(เกาะในตอนกลางของหมู่เกาะเวสท์อินดีส)*

puff /pʌf/พัฟ/ ❶ *n.* Ⓐ การพ่น, เสียงพ่น; **~ of breath/wind** ลมหายใจที่พ่นออกมา/ลมที่พัดมาฮือหนึ่ง; Ⓑ *(sound of escaping vapour)* เสียงไอน้ำที่พวยพุ่งออกมา; Ⓒ *(quantity)* **~ of smoke** กลุ่มควัน; **~ of steam** กลุ่มไอ *(น้ำ)*; Ⓓ *(in dress etc.)* ฝอย, ปุย; Ⓔ *(pastry)* พัฟ *(ท.ศ.)* ขนมที่มีไส้อยู่ในแป้งเบาฟูเป็นชั้น ๆ; ➡ **+ cream puff**; Ⓕ *(advertisement)* การโฆษณาสินค้า ฯลฯ โดยเฉพาะในหนังสือพิมพ์; **give sth. a ~:** โฆษณาชวนเชื่อ *ส.น.*, เขียนบทวิจารณ์ที่ชมเต็มที่; Ⓖ ➡ **powder puff**; Ⓗ **sb. runs out of ~** *(lit.) ค.น.* หอบฮัก ๆ/หายใจไม่ออก; *(fig. coll.) ค.น.* หมดแรง ❷ *v.i.* Ⓐ หอบ, หายใจแรง ๆ; **~ [and blow]** หอบฮัก ๆ; Ⓑ *(~ cigarette smoke etc.)* พ่นควันบุหรี่ **(at** ใส่); Ⓒ *(move with ~ing)* *(คน)* วิ่งหอบ; *(รถไฟไอพ่น)* วิ่งพ่นควัน; Ⓓ *(be emitted)* *(ปล่องไฟ)* พ่น, เป่า; Ⓔ *(swell)* **~ up** *(คางคก)* พองตัวขึ้น; **~ out** *(นิ้ว)* บวมขึ้น ❸ *v.t.* Ⓐ *(blow)* เป่า *(ควัน)*; Ⓑ *(smoke in ~s)* พ่นควันออกมา; Ⓒ *(put out of breath)* ➡ **~ out** 1 B; Ⓓ *(utter pantingly)* พูดอย่างหอบ ๆ; Ⓔ *(advertise)* โฆษณา; Ⓕ **~ed sleeve** ➡ **puff sleeve**

~ 'out ❶ *v.t.* Ⓐ *(inflate)* *(ลม)* ทำให้ *(ใบเรือใบ)* พอง; **he ~ed out his chest** เขาผายหน้าอกของเขาออก; Ⓑ *(put out of breath)* ทำให้หอบ หรือ หายใจไม่ค่อยออก; **be ~ed out** หอบฮัก ๆ; Ⓒ *(utter pantingly)* พูดด้วยอาการหอบ; Ⓓ *(extinguish)* ดับ ❷ *v.i.* *(ใบเรือใบ)* พองตัว

~ 'up ❶ *v.t.* Ⓐ *(inflate)* ทำให้พอง; Ⓑ **be ~ed up** *(proud)* พองตัวด้วยความภูมิใจ ❷ *v.i.* พองตัว, โป่งออก

puff: ~ adder *n. (Zool.)* งูพิษที่พบในทวีปแอฟริกา จะพองตัวเมื่อตกใจ; **~ball** *n. (Bot.)* เห็ดดอกกลม ๆ ชนิดหนึ่ง

'puffer [train] ➡ **puff-puff**

puffin /'pʌfɪn/'พัฟฟิน/ *n. (Ornith.)* นกทะเลในวงศ์ Alcidae มีปากสามเหลี่ยม สีแดงส้ม

'puffin crossing *n. (Brit.)* ทางข้ามถนนที่ควบคุมด้วยไฟเขียวแดงสำหรับคนเดินเท้า

puff: ~ 'pastry *n. (Cookery)* แป้งเบาฟูเป็นชั้น ๆ; **~~** *n. (Brit. child. lang.)* รถจักรไอน้ำหรือ รถไฟ; **~ 'sleeve** *n.* แขนเสื้อพอง

puffy /'pʌfɪ/'พัฟฟิ/ *adj.* พอง

pug /pʌg/พัก/ *n.* **~[dog]** หมาจมูกบี้

pugilism /'pju:dʒɪlɪzm/'พิวจิลิซ'ม/ *n., no pl., no art. (formal)* วิชามวย, การชกมวยเป็นอาชีพ

pugilist /'pju:dʒɪlɪst/'พิวจิลิซทฺ/ *n. (formal)* นักมวย

pugilistic /pju:dʒɪ'lɪstɪk/พิวจิ'ลิซทิค/ *adj. (formal)* เกี่ยวกับการชกมวย

pugnacious /pʌg'neɪʃəs/พัก'เนเชิซ/ *adj. (literary)* ชอบทะเลาะ, มีนิสัยนักเลงโต

pugnaciously /pʌg'neɪʃəslɪ/พัก'เนเชิซลิ/ *adv. (literary)* โดยชอบหาเรื่องทะเลาะวิวาท

pugnacity /pʌg'næsɪtɪ/พัก'แนซิทิ/ *n., no pl.* การชอบทะเลาะวิวาท, การชอบหาเรื่องชกต่อย

pug: ~ nose *n.* จมูกสั้นและหัก *(เหมือนหมาจู)*; **~-nosed** *adj.* มีจมูกสั้นและหัก

puissance /'pju:ɪsəns, 'pwɪsəns/'พิวอิเซินซฺ, 'พวิเซินซฺ/ *n. (Showjumping)* *การทดสอบความสามารถของม้าในการกระโดดข้ามเครื่องกีดขวางสูง*

puke /pju:k/พิวคฺ/ *(coarse)* ❶ *v.i.* อ้วก *(ภ.พ.)*; **the smell nearly made me ~:** กลิ่นเกือบทำให้ฉันอ้วก ❷ *v.t.* **~ up** อ้วก; **~ one's guts up** *(coll.)* อ้วกหมดท้อง ❸ *n.* การอ้วก

pukka /'pʌkə/'พัคเคอะ/ *adj. (Anglo-Ind.)* จริง, แท้, เชื่อถือได้; **it's ~ information** เป็นข้อมูลที่เชื่อถือได้

pulchritude /'pʌlkrɪtju:d/'พัลคริทิวดฺ/ *n. (literary)* ความสวยงาม

Pulitzer Prize *pr. n. (Amer.)* รางวัลพูลิตเซอร์ ที่แจกให้ผู้สื่อข่าวประจำปี

pull /pʊl/พูล/ ❶ *v.t.* Ⓐ *(draw, tug)* ดึง, ลาก; **~ aside** ดึงไปด้านข้าง; **~ sb.'s** *or* **sb. by the hair/ears/sleeve** ดึงผม/หู/แขนเสื้อของ *ค.น.*; **~ shut** ดึงปิด; **~ sth. over/one's ears/head** สวม *ส.น.* ทางศีรษะ; **~ the other one** *or* **leg [, it's got bells on]** *(fig. coll.)* เออหลอกไปเถอะ ฉันไม่เชื่อหรอก; **~ sth. out of the fire** *(fig.)* พลิกกลับมาชนะ; **~ to pieces** ดึงออกเป็นชิ้น ๆ; *(fig.: criticize severely)* วิพากษ์วิจารณ์อย่างหนัก; Ⓑ *(extract)* ถอน *(ฟัน)*; Ⓒ *(coll.: accomplish)* ทำสำเร็จ, ทำได้; **~ a stunt** *or* **trick** หลอก/ใช้กลโกงได้สำเร็จ; **~ a dirty trick** ใช้กลโกงได้สำเร็จ; ➡ **+ 'fast** 1 D; Ⓓ *(strain)* *(เอ็นกล้ามเนื้อ)* แพลง; Ⓔ **~ a long/wry** *etc.* **face** ตีหน้าเศร้า/บิดเบี้ยว; ➡ **+ face** 1 A; Ⓕ *(draw from sheath etc.)* ชัก *(ดาบ, ปืน ฯลฯ)*; **~ a knife/gun on sb.** ชักมีด/ปืนใส่ *ค.น.*; Ⓖ *(Rowing)* ดึงกรรเชียง; **~ one's weight** *(do one's fair share)* ทำงานเต็มที่ในส่วนของตน; Ⓗ *(hold back)* รั้ง *(ม้า)* เอาไว้; **~ one's punches** ยั้งหมัด; *(fig.: be gentle or lenient)* ยั้งมือไว้บ้าง; **not ~ one's punches** *(fig.)* ไม่ยั้งมือ; Ⓘ *(Printing)* *(ภาพ)* พิมพ์โดยการกด ❷ *v.i.* Ⓐ ดึง; **'P~'** ดึง; Ⓑ **~ [to the left/right]** *(รถ, เรือ)* ขับ/เคลื่อนที่ [ไปทางซ้าย/ขวา]; Ⓒ *(move with effort)* ลากตัวไป; Ⓓ *(pluck)* **~ at** ดึง; **~ at sb.'s sleeve** ดึงแขนเสื้อของ *ค.น.*; Ⓔ *(draw)* **~ at** ดูดเข้าไป *(กล้องสูบยา)* ❸ *n.* Ⓐ การดึง, แรงดึง; *(of the moon, sun etc.)* แรงดึงดูด; *(of tide)* แรงดึงดูด; *(of conflicting emotions)* การถูกดึงไปทุกทาง; **give a ~ at sth.** ดึง *ส.น.*; **feel a ~ on** *or* **at sth.** รู้สึกมีอะไรดึง *ส.น.*; Ⓑ *no pl. (influence)* อิทธิพล **(with** กับ); Ⓒ ➡ **bell pull**; Ⓓ *(drink)* การซด; Ⓔ *(Rowing)* การดึงพาย; Ⓕ *(Printing)* แผ่นทดลองพิมพ์

~ a'bout *v.t. (treat roughly)* กระชากไปมาอย่างแรง

~ a'head *v.i.* นำหน้าไป; **~ ahead of** ขึ้นหน้า, นำหน้า; **~ ahead by a few metres** ขึ้นหน้าไป 2-3 เมตร; **the firm is beginning to ~ ahead of its competitors** บริษัทกำลังเริ่มแซงหน้าคู่แข่ง

~ a'part *v.t.* Ⓐ *(take to pieces)* รื้อ, แยกออกเป็นชิ้น ๆ; Ⓑ *(fig.: criticize severely)* วิพากษ์วิจารณ์อย่างรุนแรง *(หนังสือ, บทความ, ทฤษฎี)*

~ a'way ❶ *v.t.* ดึงออก ❷ *v.i.* เคลื่อนที่ไปข้างหน้า; *(with effort)* แล่นออกไป; **~ away from the kerb/platform** เคลื่อนที่ออกจากขอบถนน/ชานชาลา

~ 'back ❶ *v.i.* Ⓐ *(retreat)* *(ทหาร)* ถอย; Ⓑ *(Sport)* ถอยมาตั้งรับ ❷ *v.t.* Ⓐ ดึงกลับมา, ทำให้ถอย; Ⓑ *(Sport)* ให้ถอยมาตั้งรับ; ➡ **+ ~-back**

~ **'down** *v.t.* Ⓐ ดึงลงมา; Ⓑ *(demolish)* รื้อ, ทำลาย; Ⓒ *(make less)* ทำให้น้อยลง; *(weaken)* ทำให้อ่อนแอ *(บุคคล)*; Ⓓ *(in exam)* **~ sb. down** ลดคะแนน *(สอบ)* ของ *ค.น.*

~ **'in** ❶ *v.t.* Ⓐ ดึงเข้ามา, แขม่ว *(ท้อง)*; Ⓑ *(earn)* หาเงินได้, มีรายได้; Ⓒ *(attract)* ดึงดูด; Ⓓ *(coll.: detain in custody)* ควบคุมตัวไว้เพื่อสอบสวน ❷ *v.i.* Ⓐ *(รถประจำทาง, รถไฟ)* มาถึง *(สถานี)*; Ⓑ *(move to side of road)* ขับเข้าข้างถนน; *(stop)* จอด; **~ in to the side of the road** จอด *(รถ)* ที่ข้างถนน; **a good place to ~ in** สถานที่เหมาะสมที่จะจอด *(รถ)*; Ⓒ **~ in to the bank** *(เรือ)* แล่นเข้าฝั่ง; ➡ **+ pull-in**

~ **into** *v.t.* Ⓐ แล่นเข้ามา, เทียบ; Ⓑ *(move off road into)* *(รถ)* ออกจากถนนไปสู่

~ **'off** *v.t.* Ⓐ *(remove)* ดึงออก; ถอด *(เสื้อผ้า)*; *(violently)* กระชากออก; Ⓑ *(accomplish)* ทำสำเร็จ

~ **'on** *v.t.* สวม, ใส่; *(in a hurry)* รีบโยนเสื้อผ้าใส่

~ **'out** ❶ *v.t.* Ⓐ *(extract)* ถอน *(ฟัน)*; Ⓑ *(take out of pocket etc.)* ดึงออกจากกระเป๋า ฯลฯ; ชัก *(มีด, ปืน)*; Ⓒ *(detach)* ดึงออกมา; Ⓓ *(withdraw)* ถอน *(กำลังทหาร, นักกีฬา)*; ➡ **+ stop** 3 E ❷ *v.i.* Ⓐ *(depart)* *(รถไฟ)* ออก *(จากสถานี)*; **~ out of the station** [แล่น] ออกจากสถานี; Ⓑ *(away from roadside)* ออกจากข้างถนน; Ⓒ *(withdraw)* *(กำลังทหาร)* ถอน, ถอย **(of** จาก); *(from deal, project, competion etc.)* ถอนตัว **(of** จาก); **the first country to ~ out of the negotiations** ประเทศแรกที่ถอนตัวจากการเจรจา; Ⓓ **~ out of a dive** *(เครื่องบิน)* เชิดหัวขึ้นหลังจากดิ่งลงมา; ➡ **+ pull-out**

~ **'over** ❶ *v.i.* ➡ **~ in** 2 B ❷ *v.t.* **~ one's car over to the side of the road** แล่นรถไปที่ข้างถนน

~ **'round** ❶ *v.i. (regain health)* หายป่วย; *(regain former success)* กลับมาประสบความสำเร็จอีก ❷ *v.t.* ทำให้หายป่วย; *(fig.: put into a better condition)* ทำให้อาการ/สภาพดีขึ้น

~ **'through** ❶ *v.t.* ดึงผ่าน; **~ sb. through** *(cause to recover or succeed)* ช่วยให้ *ค.น.* คืนสู่สภาพเดิม; **~ through sth.** ผ่านพ้น *ส.น.* มาได้ ❷ *v.i.* *(คนไข้)* หายป่วย; *(บริษัท)* พ้นช่วงวิกฤติ

~ **to'gether** ❶ *v.i.* ร่วมมือกัน ❷ *v.t.* *(พรรค, กลุ่มต่าง ๆ)* จัดการ/รวบรวมเข้าด้วยกัน; ทำให้อยู่ในสภาพที่ดี *(บริษัท)*; **~ sb. together** ช่วยให้ *ค.น.* คืนสู่สภาพปกติ ❸ *v. refl.* รวมตัวกันทำ

~ **'up** ❶ *v.t.* Ⓐ ดึงขึ้น; Ⓑ **~ up a chair** ยกเก้าอี้มาใกล้ ๆ *(ส.น./ค.น.)*; Ⓒ ถอน *(หญ้า, วัชพืช)*; Ⓓ *(stop)* หยุด *(รถ)*; Ⓔ *(reprimand)* ตำหนิ, ติเตียน ❷ *v.i.* Ⓐ *(stop)* หยุด; Ⓑ *(improve)* ปรับปรุง, ดีขึ้น ❸ *v. refl.* พัฒนาตัวเองให้ดีขึ้น; ➡ **+ bootstraps; pull-up; 'sock** A

'pull: ~-back *n. (withdrawal)* การถอน; **~-down menu** *n. (Computing)* เมนูข้างจอคอมพิวเตอร์

pullet /ˈpʊlɪt/ˈพุลลิท/ *n.* ไก่ตัวเมียที่อายุไม่ถึง 1 ปี

pulley /ˈpʊlɪ/ˈพุลลิ/ *n.* ลูกรอก; *(for drive belt)* ล้อสำหรับสวมสายพาน; **set of ~s** *(tackle)* รอกตะขอยกของหนัก

'pull-in *n.* Ⓐ *(place at the side of the road for vehicles)* บริเวณข้างถนนสำหรับจอด; Ⓑ *(Brit.: transport café)* ร้านอาหารริมถนนสำหรับคนขับรถบรรทุก

Pullman /ˈpʊlmən/ˈพุลแมน/ *n.* **~ [car** *or* **coach]** ตู้นอนบนรถไฟ

'pull-out *n.* Ⓐ *(folding portion of book etc.)* ใบแทรกในหนังสือที่พับออกได้; *(detachable section)* ส่วนที่แยก/ดึงออกมาได้; Ⓑ *(withdrawal)* การถอน; **~ of troops** การถอนทัพ/กองทหาร

pullover /ˈpʊləʊvə(r)/ˈพุลโอเวอะ(ร)/ *n.* เสื้อสเวตเตอร์ *(ท.ศ.)* ที่สวมทางศีรษะ

'pull-up *n.* Ⓐ *(stopping place)* บริเวณที่จอด; Ⓑ *(Gymnastics)* การยกตัวขึ้นสูง

pulmonary /ˈpʌlmənərɪ, US -nerɪ/ˈพัลเมอะเนอะริ, -เนะริ/ *adj. (Anat., Physiol.)* เกี่ยวกับปอด

pulp /pʌlp/พัลพฺ/ ❶ *n.* Ⓐ *(of fruit)* ส่วนที่เป็นเนื้อ; Ⓑ *(soft mass)* สิ่งที่บดจนเละ; **beat sb. to a ~:** อัด *ค.น.* จนน่วม; Ⓒ *(Anat., Zool.: fleshy or soft part)* เนื้อเยื่อในสัตว์และพืช; Ⓓ *(ore)* สินแร่; Ⓔ *(for papermaking)* เยื่อไม้สำหรับทำกระดาษ ❷ *v.t.* ทำให้เป็นเนื้อเยื่อ, เอาเนื้อออก *(เมล็ดกาแฟ)*; สับทิ้ง *(สิ่งตีพิมพ์)*

pulp: ~ cavity *n.* โพรงประสาทฟัน; **~ fiction** *n.* หนังสือนวนิยายราคาถูก

pulpit /ˈpʊlpɪt/ˈพุลพิท/ *n. (Eccl.)* ธรรมาสน์

pulp: ~ magazine *n.* นิตยสารที่พิมพ์โดยใช้กระดาษสาก/หยาบ; **~wood** *n. (Papermaking etc.)* ไม้เนื้ออ่อนใช้ทำกระดาษ

pulpy /ˈpʌlpɪ/ˈพัลพิ/ *adj.* Ⓐ *(soft and moist)* นุ่มและชื้น; Ⓑ *(consisting of a soft mass)* เป็นเนื้อ, เป็นเยื่อ

pulsar /ˈpʌlsɑ:(r)/ˈพัลซา(ร)/ *n. (Astron.)* ดาวที่หมุนเร็วมากและปล่อยพลังงานวิทยุ

pulsate /pʌlˈseɪt, US ˈpʌlseɪt/พัลˈเซท, ˈพัลเซท/ *v.i.* Ⓐ *(beat, throb)* *(หัวใจ)* เต้นเป็นจังหวะ; Ⓑ *(fig.: vibrate)* สั่นสะเทือน

pulsation /pʌlˈseɪʃn/พัลˈเซช่น/ *n.* Ⓐ *(beating, throbbing)* การเต้นเป็นจังหวะ; *(of artery; also fig.)* เลือดไหลเป็นจังหวะ; Ⓑ *(fig.: vibration)* การสั่นสะเทือน

¹pulse /pʌls/พัลซฺ/ ❶ *n.* Ⓐ *(lit. or fig.)* ชีพจร; *(single beat)* การเต้นหนึ่งจังหวะ; **have/keep one's finger on the ~ of sth.** รู้ความเป็นไป/พัฒนาการล่าสุดของ *ส.น.*; ➡ **+ feel** 1 A; Ⓑ *(rhythmical recurrence)* การเต้นเป็นจังหวะ; Ⓒ *(single vibration)* การสั่นสะเทือนแต่ละครั้ง; *(Mus.)* จังหวะ; *(Electronics)* คลื่นกระแสไฟฟ้า ❷ *v.i.* ➡ **pulsate** A, B

pulse rate *n.* ระดับความเร็วของชีพจร; **push up sb.'s ~** ทำให้ชีพจรของ *ค.น.* เต้นเร็วขึ้น

²pulse *n.* Ⓐ *no pl., constr. as sing. or pl. (seeds)* ถั่วพันธุ์ต่าง ๆ ที่ทานได้; Ⓑ *(variety of edible seed)* เมล็ดที่รับประทานได้ชนิดต่าง ๆ

pulverize (pulverise) /ˈpʌlvəraɪz/ˈพัลเวอะรายซฺ/ *v.t.* Ⓐ *(to powder or dust)* บดให้เป็นผง; Ⓑ *(into spray)* ทำให้เป็นฝอย; Ⓒ *(fig.: crush)* ทำลาย *(กองทหาร, คู่แข่ง)*; **I'll ~ you!** ฉันจะขยี้แก

puma /ˈpju:mə/ˈพิวเมอะ/ *n. (Zool.)* แมวป่าพันธุ์ *Felis concolar* พบในอเมริกา

pumice /ˈpʌmɪs/ˈพัมมิซ/ ❶ *n. (Min.)* **~ [stone]** หินภูเขาไฟ ❷ *v.t.* ขัด/ถูด้วยหินภูเขาไฟ

pummel /ˈpʌml/ˈพัม'ล/ *v.t., (Brit.)* **-ll-** ทุบ/ต่อยหลาย ๆ ครั้ง, รัว

¹pump /pʌmp/พัมพฺ/ ❶ *n. (machine; also fig.)* เครื่องสูบ *(น้ำ)* ❷ *v.i.* สูบ ❸ *v.t.* Ⓐ สูบ; **~ sb. full of lead** ยิงกระหน่ำ *ค.น.*; **~ bullets into sth.** สาดกระสุนใส่ *ส.น.* หลายนัด; **~ information into sb.** อัดข้อมูลแก่ *ค.น.*; Ⓑ **~ sth. dry** สูบ *ส.น.* จนแห้ง; **~ sb. for information** ล้วงข้อมูลจาก *ค.น.*; Ⓒ **~ up** *(inflate)* สูบลม *(ล้อรถยนต์)*

²pump *n.* Ⓐ *(shoe)* รองเท้าผ้าใบ; **[dancing] ~:** รองเท้าเต้นรำ; Ⓑ *(Amer.: court shoe)* รองเท้าผู้หญิงไม่มีสายรัด

'pump-action *adj.* **~ shotgun** ปืนที่ยิงได้หลายนัด; **~ spray** สเปรย์ที่พ่นออกมาหลังสูบของเหลวขึ้นมา

pumpernickel /ˈpʌmpənɪkl/ˈพัมเพอะนิค'ล/ *n.* ขนมปังสีน้ำตาลแก่ที่ทำจากข้าวไรน์

pumping station /ˈpʌmpɪŋsteɪʃn/ˈพัมพิงซเตช่น/ *n.* สถานีสูบน้ำ

pumpkin /ˈpʌmpkɪn/ˈพัมคิน/ *n. (Bot.)* ฟักทอง

'pump room *n.* ห้องเก็บและควบคุมเครื่องสูบเชื้อเพลิง; *(in spa)* ห้องดื่มน้ำแร่

pun /pʌn/พัน/ ❶ *n.* การเล่นคำ *(โดยใช้คำที่เป็นเสียงเดียวกัน แต่มีคนละความหมาย)*; **the sentence is a ~ on the words 'bread' and 'bred'** ประโยคนี้เป็นการเล่นคำของ 'bread' และ 'bred' ❷ *v.i.,* **-nn-** เล่นคำ

¹punch ❶ *v.t.* Ⓐ *(strike with fist)* ชก, ต่อย; **the boxer ~ed his opponent with his left fist** นักมวยต่อยคู่ต่อสู้ด้วยหมัดซ้าย; Ⓑ *(pierce, open up)* ตอก/เจาะรู; **~ a hole** เจาะรู; **~ a hole/holes in sth.** เจาะรูใน *ส.น.*; Ⓒ *(prod)* ทิ่ม, กระทุ้ง, แยง; Ⓓ *(Amer.: drive)* ต้อน *(วัว, ควาย)* ❷ *n.* Ⓐ *(blow)* การชก/ต่อย, การออกหมัด; **a ~ on the head/chin/chest** ชกเข้าที่ศีรษะ/คาง/หน้าอก; **give sb. a ~ on the jaw/in the ribs** ชก *ค.น.* ที่ขากรรไกร/ซี่โครง; **a ~ with the left fist** ชกด้วยหมัดซ้าย; Ⓑ *no pl. (ability to deliver blow)* ความสามารถในการชก/ออกหมัด; **have a good/strong ~:** ชกได้ดี/หมัดหนัก; Ⓒ *(coll.: vigour)* พลัง, ความเผ็ดร้อน, หมัดเด็ด; **have [a] ~:** มีหมัดเด็ด; **put ~ into sth.** ใส่พลังลงไปใน *ส.น.*; Ⓓ *(device for making holes) (in leather, tickets)* เครื่องตอกรู *(บนหนัง)*; เครื่องเจาะรู *(ตั๋ว)*; *(in paper)* เครื่องเจาะกระดาษ; ➡ **+ pack** 2 G; **pull** 1 H

²punch *n. (drink)* พันช์ *(ท.ศ.)* *(เครื่องดื่มที่มีส่วนผสมของเหล้าหรือไวน์และน้ำผลไม้)*

Punch /pʌntʃ/พันฉฺ/ *n.* หุ่นกระบอก หลังค่อมรูปร่างประหลาด; **~ and Judy show** การแสดงหุ่นกระบอกพันช์และจูดี้; **be as proud/pleased as ~:** ภูมิใจ/พอใจมาก

punch: ~ball *n. (Brit.) (ball)* ลูกหนังที่แขวนไว้สำหรับซ้อมมวย; **~bowl** *n.* โถพันช์; *(Geol.)* หุบเขา; **~ card** *n. (Computing)* การ์ด/บัตรที่เจาะรูเพื่อเป็นรหัสเก็บข้อมูลที่ใช้กับเครื่องคอมพิวเตอร์; **~-drunk** *adj.* Ⓐ เมาหมัด, ถูกชกจนมึน/งง; **be ~-drunk** เมาหมัด, ถูกชกจนมึน/งง; Ⓑ *(fig.)* มึน, สับสน; **the troops were ~-drunk** กองทหารเกิดอาการมึนงง

punched /pʌntʃt/พันฉฺทฺ/: **~ card/tape** ➡ **punch card/tape**

punching bag /ˈpʌntʃɪŋ bæg/ˈพันฉิง แบก/ *(Amer.)* ➡ **punchball**

punch: ~ line *n.* คำคม/สำนวนที่เป็นจุดสำคัญที่สุดของเรื่อง; **~ tape** *n. (Computing)* เทปกระดาษที่มีรอยปรุ/เจาะรูตามรหัสเพื่อเก็บข้อมูลไว้ใช้กับเครื่องคอมพิวเตอร์; **~-up** *n. (Brit. coll.) (fist fight, brawl)* การชกต่อยกัน, การทะเลาะวิวาท

punchy /ˈpʌntʃɪ/ˈพันฉิ/ *adj. (forceful)* *(คำพูด)* มีพลัง

punctilious /pʌŋkˈtɪlɪəs/เพิงคฺˈทิลเลียซ/ *adj.* เจ้ายศเจ้าอย่าง, เจ้าระเบียบ

p

punctiliously | purify 708

punctiliously /pʌŋk'tɪlɪəslɪ/เพิงคฺ'ทิลเลียซลิ/ *adv.* อย่างเจ้ายศเจ้าอย่าง, อย่างเจ้าระเบียบ

punctual /'pʌŋktʃʊəl/'พังคฺฉวล/ *adj.* ตรงต่อเวลา

punctuality /pʌŋktʃʊ'ælɪtɪ/พังคฺฉุ'แอลิทิ/ *n., no pl.* ความตรงต่อเวลา

punctually /'pʌŋktʃʊəlɪ/'พังคฺฉัวลิ/ *adv.* อย่างตรงต่อเวลา

punctuate /'pʌŋktʃʊeɪt/'พังคฺฉุเอท/ *v.t.* เว้นวรรคตอน, ใส่เครื่องหมายวรรคตอน; *(fig.: interrupt)* คั่น, สลับ, เว้นช่วง (**with** ด้วย)

punctuation /pʌŋktʃʊ'eɪʃn/เพิงคฺฉุ'เอช'น/ *n., no pl.* การใส่เครื่องหมายวรรคตอน

punctu'ation mark *n.* เครื่องหมายวรรคตอน

puncture /'pʌŋktʃə(r)/'พังคฺเฉอะ(ร)/ ❶ *n.* Ⓐ *(flat tyre)* ยางรถแบน/รั่ว; Ⓑ *(hole)* รู; *(in skin)* รูตามผิวหนัง; **~ [repair] kit** *n.* อุปกรณ์ใช้ซ่อมยางรั่ว; ➡ + **lumbar** ❷ *v.t.* เจาะ *(รู)*; *(fig.)* ทำให้เสีย *(ความมั่นใจ)*; ทำลาย *(ความหยิ่งยโส)*; **be ~d** *(ยางรถยนต์)* รั่ว, แบน; *(ผิวหนัง)* ถูกทิ่ม ❸ *v.i.* *(ยาง)* รั่ว

pundit /'pʌndɪt/'พันดิท/ *n.* Ⓐ *(expert)* ผู้เชี่ยวชาญ; Ⓑ *(learned Hindu)* ปราชญ์

punditry /'pʌndɪtrɪ/'พันดิทริ/ *n.* ความเชี่ยวชาญ

pungency /'pʌndʒənsɪ/'พันเจินซิ/ *n., no pl. (lit.) (of smell)* ความฉุน; *(of taste)* ความจัด; *(fig.)* ความเจ็บแสบ, ความแหลมคม *(คำวิพากษ์วิจารณ์)*

pungent /'pʌndʒənt/'พันเจินทฺ/ *adj.* Ⓐ *(กลิ่น)* ฉุน, *(รส)* จัด; Ⓑ *(fig.: biting)* *(คำพูด)* ที่เจ็บแสบ, ทิ่มแทง

punish /'pʌnɪʃ/'พันนิช/ *v.t.* Ⓐ ลงโทษ; **he has been ~ed enough** *(fig.)* เขาถูกลงโทษเพียงพอแล้ว; Ⓑ *(Boxing coll.: inflict severe blows on)* ต่อย, ชกอย่างหนักหน่วง; Ⓒ *(Sport coll.: take advantage of)* ฉวยโอกาสเมื่อฝ่ายตรงข้ามทำผิดพลาด; **the bowlers were ~ed by the batsmen** คนขว้างลูกถูกคนตีเอาเปรียบ; Ⓓ *(coll.: tax)* ใช้อย่างสมบุกสมบัน, ทดสอบอย่างหนัก; Ⓔ *(coll.: put under stress)* ทำให้เครียด

punishable /'pʌnɪʃəbl/'พันนิเชอะบ'ล/ *adj.* ลงโทษได้; **it is a ~ offence to ...:** เป็นความผิดที่ลงโทษได้ที่...; **be ~ by sth.** ลงโทษได้ด้วย *ส.น.*

punishing /'pʌnɪʃɪŋ/'พันนิชิง/ *adj.* Ⓐ *(Boxing coll.)* ที่หนักหน่วง; Ⓑ *(Sport coll.)* ที่รุนแรง; **he is a ~ hitter** เขาเป็นผู้ตีที่รุนแรง/หนักหน่วง; Ⓒ *(coll.: taxing)* *(การวิ่งแข่ง)* สมบุกสมบัน; *(ตารางเวลา)* ที่โหดเหี้ยม

punishment /'pʌnɪʃmənt/'พันนิชเมินทฺ/ *n.* Ⓐ *no pl. (punishing)* การลงโทษ; **inflict ~ on sb.** ลงโทษ *ค.น.*; **undergo ~:** ผ่านการลงโทษ; **deserve ~:** สมควรถูกลงโทษ; **crime and ~:** อาชญากรรมและการลงโทษ; Ⓑ *(penalty)* โทษ, บทลงโทษ; **the ~ for cheating is disqualification** โทษสำหรับการโกงคือการตัดสิทธิ *(ที่จะทำ ส.น.)*; **make the ~ fit the crime** *(lit. or fig.)* ลงโทษให้เหมาะสมกับความผิดที่กระทำ; **as a ~ for sth.** เพื่อเป็นบทลงโทษสำหรับ *ส.น.*; Ⓒ *(coll.: rough treatment)* **take a lot of ~:** ได้รับการทารุณอย่างมาก; ➡ + **take** 1 W

punitive /'pju:nɪtɪv/'พิวนิทิว/ *adj.* Ⓐ *(penal)* เป็นการลงโทษ; Ⓑ *(severe)* *(ภาษี)* หนักมาก; *(มาตรการ)* ที่โหดเหี้ยม; Ⓒ *(Law)* **~ damages** ค่าชดเชยความเสียหาย *(ที่ผู้ก่อเหตุต้องชำระ)*

Punjab /pʌn'dʒɑ:b/พัน'จาบ/ *pr. n.* **the ~:** แคว้นปัญจาบในประเทศอินเดีย

punk /pʌŋk/พังคฺ/ ❶ *n.* Ⓐ *(Amer. sl.: worthless person)* คนไร้ค่า; Ⓑ *(Amer. coll.: young ruffian)* อันธพาล/นักเลงโตวัยรุ่น; Ⓒ *(admirer of ~ rock)* ผู้ที่ชื่นชอบดนตรีพังค์ร็อค; *(performer of ~ rock)* นักดนตรีพังค์ร็อค *(ท.ศ.)*; Ⓓ *(music)* ➡ **punk rock** ❷ *adj.* Ⓐ *(coll.: worthless)* ไร้ค่า; Ⓑ *(of or playing punk rock)* ที่เป็นพังค์ร็อค

punk 'rock *n.* ดนตรีพังค์ร็อค *(ท.ศ.)*

punnet /'pʌnɪt/'พันนิท/ *n. (Brit.)* ตะกร้า/กล่องใบเล็กสำหรับใส่ผลไม้

[1]punt /pʌnt/พันทฺ/ ❶ *n.* เรือยาวท้องแบน ❷ *v.t.* Ⓐ *(propel)* ถ่อ *(เรือ)*; *(convey)* ถ่อเรือไปส่ง *(คน)* ❸ *v.i.* เดินทางโดยเรือยาวท้องแบน

[2]punt *(Footb.)* ❶ *v.t.* เตะหลังจากที่ปล่อยลูกบอลจากมือหรือขณะที่ลูกยังไม่ตกพื้น ❷ *n.* การเตะในลักษณะดังกล่าว; *(by goalkeeper)* การเตะโดยผู้รักษาประตู

[3]punt *v.i. (Brit. coll.: bet)* พนัน; *(speculate)* คาดการณ์

[4]punt /pʊnt/พุนทฺ/ *n. (Finance) (Hist.)* เงินบอน *(เดิมใช้ในประเทศไอร์แลนด์)*

[1]punter /'pʌntə(r)/'พันเทอะ(ร)/ *n. (coll.)* Ⓐ *(gambler)* นักพนัน, ผู้เล่นพนัน; Ⓑ *(client of prostitute)* ลูกค้าของหญิงโสเภณี; Ⓒ **the ~s** *(customers)* ลูกค้า

[2]punter *n.* คนถ่อเรือ, ผู้ที่ถ่อเรือ

puny /'pju:nɪ/'พิวนิ/ *adj.* Ⓐ *(undersized)* *(เด็ก)* เล็กเกินวัย; กระจ้อยร่อย; *(feeble)* *(คน)* อ่อนแอ; Ⓒ *(petty)* *(ผลการผลิต)* น้อยมาก; *(จำนวนเงิน)* ไม่สำคัญ

pup /pʌp/พัพ/ ❶ *n.* Ⓐ *(young dog or wolf)* ลูกสุนัข, ลูกหมาป่า; **be in ~** *(สุนัข)* มีท้อง; Ⓑ *(young animal)* ลูกสัตว์; Ⓒ *(objectionable young man)* หนุ่มวัยรุ่นที่อวดดี ❷ *v.i.*, **-pp-** *(สุนัข)* ออกลูก

pupa /'pju:pə/'พิวเพอะ/ *n., pl.* **~e** /'pju:pi:/'พิวพี/ *(Zool.)* ดักแด้

pupal /'pju:pl/'พิวพ'ล/ *adj. (Zool.)* เป็นดักแด้

pupate /pju:'peɪt, US 'pju:peɪt/พิว'เพท, 'พิวเพท/ *v.i. (Zool.)* กลายเป็นดักแด้

pupil /'pju:pɪl/'พิวพิล/ *n.* Ⓐ *(schoolchild, disciple)* นักเรียน; Ⓑ *(Anat.)* รูม่านตา

puppet /'pʌpɪt/'พัพพิท/ *n.* Ⓐ หุ่นกระบอก; *(marionette)* หุ่นกระบอกที่ใช้สายเชิด; ➡ + **glove puppet**; Ⓑ *(person)* ผู้ที่ให้ผู้อื่นเชิด; *attrib.* *(รัฐบาล, ประกาศ)* หุ่นเชิด

puppeteer /'pʌpɪ'tɪə(r)/'พัพพิ'เทีย(ร)/ *n.* คนเชิดหุ่น

puppetry /'pʌpɪtrɪ/'พัพพิทริ/ *n., no pl., no art. (making of puppets)* การทำหุ่นกระบอก; *(production of puppet shows)* การจัดแสดงหุ่นกระบอก

'puppet show *n.* การแสดงหุ่นกระบอก; *(with marionettes)* การแสดงหุ่นกระบอกที่ใช้สายเชิด

puppy /'pʌpɪ/'พัพพิ/ *n.* ลูกสุนัข; **the dog is still only a ~:** เจ้าสุนัขตัวนี้ยังเป็นแค่ลูกสุนัขเท่านั้น

'puppy dog *n. (child lang.)* ลูกหมา

puppy: ~ fat *n., no pl. (Brit.)* ความอ้วนในวัยเด็ก หรือ วัยรุ่น; **~ love** *n.* ความรักของวัยรุ่น

purblind /'pɜ:blaɪnd/'เพอบลายนฺดฺ/ *adj. (literary)* กึ่งบอด; *(fig.)* โง่, เซ่อ

purchasable /'pɜ:tʃəsəbl/'เพอเชอะเซอะบ'ล/ *adj.* หาซื้อได้; *(available on the market)* วางขายในท้องตลาด

purchase /'pɜ:tʃəs/'เพอเฉิซ/ ❶ *n.* Ⓐ *(buying)* การซื้อ; **make several ~s/a ~:** ซื้อหลายอย่าง/อย่างหนึ่ง; Ⓑ *(thing bought)* ของที่ซื้อมา; **carry one's ~s home** ขนของที่ซื้อกลับบ้าน; Ⓒ *no pl. (hold)* การยึดเอาไว้แน่น; *(leverage)* แรงงัด; **get a ~:** ยึดไว้แน่น ❷ *v.t.* Ⓐ ซื้อ; **purchasing power** อำนาจซื้อ; Ⓑ *(acquire)* ซื้อมา

'purchase price *n.* ราคาซื้อ

purchaser /'pɜ:tʃəsə(r)/'เพอเฉอะเซอะ(ร)/ *n.* ผู้ซื้อ

'purchase tax *n. (Brit. Hist.)* ภาษีสำหรับสินค้าฟุ่มเฟือย

'purchasing: ~ power *n.* กำลัง/อำนาจซื้อ

purdah /'pɜ:də/'เพอเดอะ/ *n. (seclusion of women)* ธรรมเนียมที่จะไม่ให้คนแปลกหน้าเห็นสตรี โดยสวมผ้าคลุมตอนออกข้างนอกในสังคมฮินดูหรือมุสลิม

pure /pjʊə(r)/พิวเออะ(ร)/ ❶ *adj.* Ⓐ *(unmixed)* บริสุทธิ์; *(not discordant)* กลมกลืน, ผสมผสาน; Ⓑ *(of unmixed descent)* มีสายเลือดบริสุทธิ์ *(ไม่มีเชื้อชาติอื่นมาผสม)*; Ⓒ *(mere)* แท้ ๆ; **it is madness ~ and simple** เป็นความบ้าแท้ ๆ; Ⓓ *(Phonet.)* *(สระ)* ที่ไม่ได้ผสมกับสระตัวอื่น, *(สระ)* เดี่ยว; Ⓔ *(not corrupt)* บริสุทธิ์; **blessed are the ~ in heart** *(Bibl.)* ผู้ที่มีจิตใจบริสุทธิ์ [ย่อม] ได้รับการอำนวยพร; Ⓕ *(chaste)* บริสุทธิ์, ไม่มีมลทิน; ➡ + **mathematics** A; **science** A ❷ *adv.* **a ~ blue sky** ท้องฟ้าสีฟ้าใส

pure: ~-blooded *adj.* พันธุ์แท้, ไม่มีเชื้อพันธุ์อื่นมาผสม; **~-bred** *adj.* พันธุ์บริสุทธิ์/แท้

purée /'pjʊəreɪ/'พิวเออเร/ ❶ *n.* ผัก หรือ ผลไม้บดหรือปั่น; **tomato ~:** มะเขือเทศบด ❷ *v.t.* ปั่น/บดให้ละเอียด

purely /'pjʊəlɪ/'พิวเออะลิ/ *adv.* Ⓐ *(solely)* เท่านั้น; Ⓑ *(merely)* แท้ ๆ, โดยแท้

pureness /'pjʊənɪs/'พิวเออะนิซ/ ➡ **purity**

purgative /'pɜ:gətɪv/'เพอเกอะทิว/ ❶ *adj.* Ⓐ *(laxative)* ที่ระบายท้อง; Ⓑ *(purifying)* ที่ชำระล้าง *(ให้บริสุทธิ์)* ❷ *(medicine)* ยาถ่าย, ยาระบายท้อง

purgatory /'pɜ:gətərɪ, US -tɔ:rɪ/'เพอเกอะเทอะริ, -ทอริ/ *n. (Relig.)* *สถานที่ที่ชาวคริสเตียนเชื่อว่าคนตายแล้วไปอยู่เพื่อชำระล้างบาปก่อนขึ้นสวรรค์ในที่สุด*; **undergo ~:** ผ่านการชำระบาป; **it was ~** *(fig.)* เป็นความทรมาน

purge /pɜ:dʒ/เพิจ/ ❶ *v.t.* Ⓐ *(Relig.) (cleanse)* ชำระล้าง, ทำให้บริสุทธิ์; **~ me from my sin** ล้างบาปของฉัน; Ⓑ *(remove)* เอาออกไป; *(Computing)* ลบ/ล้าง *(ข้อมูล)* ออกหมด; **~ away** *or* **out** เอาออกไป; Ⓒ *(rid)* กำจัด (**of** จาก); *(remove)* เอาออกไป *(บุคคล)*; Ⓓ *(Med.)* *(ทำให้)* ถ่ายท้อง; **use sth. to ~ the bowels** ใช้ *ส.น.* เพื่อให้ถ่ายท้อง; Ⓔ *(Law: atone for)* ชดเชย, ชดใช้; ❷ *n.* Ⓐ *(clearance)* การชำระ, การกำจัด; **a ~ of writers** การกำจัดเหล่านักเขียน; Ⓑ *(Med.)* ยาถ่าย, ยาระบายท้อง

purification /pjʊərɪfɪ'keɪʃn/พิวเออะริฟิ'เคช'น/ *n.* Ⓐ การทำให้สะอาด/บริสุทธิ์; Ⓑ *(spiritual cleansing)* การชำระล้างจิตใจ; Ⓒ *(ceremonial cleansing)* การชำระล้างในพิธี; **the P~ [of Our Lady** *or* **the Virgin Mary]** *(Relig.)* พิธีชำระล้างพระแม่มารีนิรมล

purifier /'pjʊərɪfaɪə(r)/'พิวเออะริไฟเออะ(ร)/ *n.* ตัวทำให้บริสุทธิ์; *(machine)* เครื่องฟอก, เครื่องกรอง

purify /'pjʊərɪfaɪ/'พิวเออะริฟาย/ *v.t.* Ⓐ *(make pure or clear)* ทำให้บริสุทธิ์ หรือ ใส

สะอาด; Ⓑ *(spiritually)* ทำให้จิตใจบริสุทธิ์สะอาด; Ⓒ *(ceremonially)* ทำให้บริสุทธิ์ด้วยพิธีกรรม

purism /ˈpjʊərɪzm/ˈพิวเออะริซฺ่ม/ *n., no pl.* *การเน้นการบริสุทธิ์ในการใช้ภาษาและศิลปะ*

purist /ˈpjʊərɪst/ˈพิวเออะริซทฺ/ *n.* ผู้ที่พิถีพิถันในการใช้ถ้อยคำหรืองานศิลปะ

puritan /ˈpjʊərɪtn/ˈพิวเออะริท'น/ ❶ *n.* Ⓐ ผู้ที่เคร่งครัดในศาสนาหรือศีลธรรม; Ⓑ **P~** *(Hist.)* *กลุ่มชาวอังกฤษที่ไม่เห็นด้วยกับวิธีปฏิรูปศาสนาในสมัยพระนางเอลิซาเบธที่ 1 และผลักดันให้เคร่งกว่านั้น* ❷ *adj.* Ⓐ เคร่งครัดในศาสนา หรือ ศีลธรรม; Ⓑ **P~** *(Hist.)* ที่เกี่ยวกับลัทธิพิวริตัน

puritanic /pjʊərɪˈtænɪk/พิวเออะริˈแทนิค/, **puritanical** /pjʊərɪˈtænɪkl/พิวเออะริˈแทนิค'ล/ *adj.* เคร่งครัดในศีลธรรมจรรยามาก

puritanism /ˈpjʊərɪtənɪzm/ˈพิวเออะริเทอะนิซฺ่ม/ *n., no pl.* Ⓐ ความเคร่งครัดในศีลธรรมจรรยา; Ⓑ **P~** *(Hist.)* ลัทธิของพวกพิวริตัน *(ซึ่งพยายามผลักดันให้วิธีการปฏิรูปศาสนาเรียบง่ายและเคร่งขึ้น)*

purity /ˈpjʊərɪtɪ/ˈพิวเออะริทิ/ *n., no pl.* Ⓐ ความสะอาดบริสุทธิ์; Ⓑ *(chastity)* ความบริสุทธิ์, ความเป็นพรหมจารี

purl /pɜːl/เพิล/ ❶ *n. (cord)* *เชือกเกลียวเล็ก ๆ สีทองหรือเงินสำหรับประดับขอบผ้า;* *(knitting)* การถักไหมพรมแบบพลิกกลับ ❷ *v.t.* **~ three stitches** ถักกลับสามครั้ง

purler /ˈpɜːlə(r)/ˈเพอเลอะ(ร)/ *n. (Brit. coll.)* **come** *or* **take a ~:** คะมำ, หกคะเมน

purlieus /ˈpɜːljuːz/ˈเพอลิวซฺ/ *n. pl.* เขตรอบนอก, เขตใกล้เคียง; **within the ~ of A** ภายในเขตรอบนอกของเอ

purlin /ˈpɜːlɪn/ˈเพอลิน/ *n. (Building)* แป

purloin /pɜːˈlɔɪn/เพอะˈลอยนฺ/ *v.t. (literary)* ขโมย

purple /ˈpɜːpl/ˈเพอพ'ล/ ❶ *adj.* สีม่วง; *(crimson)* สีแดงเข้ม; **his face went ~ with rage** หน้าเขากลายเป็นสีแดงเข้มด้วยความโกรธจัด ❷ *n.* Ⓐ สีม่วง; *(crimson)* สีแดงเข้ม; Ⓑ *(dress of cardinal)* เสื้อ/ชุดของพระราชาคณะ; **the ~** กลุ่มของพระราชาคณะ ❸ *v.i.* กลายเป็นสีม่วง

purple: ~ ˈheart *n. (Brit.)* ยาแอมเฟตามีน; **P~ ˈHeart** *n. (Amer. Mil.)* *เหรียญตราที่มอบให้แก่ทหารที่บาดเจ็บจากสงคราม;* **~ passage, ~ patch** *ns.* บทเขียนที่เต็มไปด้วยลวดลาย

purplish /ˈpɜːplɪʃ/ˈเพอพลิช/ *adj.* ค่อนข้างม่วง; **be ~:** ออกเป็นสีม่วง

purport ❶ /pəˈpɔːt/เพอะˈพอท/ *v.t.* Ⓐ **~ to do sth.** *(profess)* อ้างว่าทำ *ส.น.; (be intended to seem)* ตั้งใจให้ดูเป็นเช่นนั้น; **the ~ed intention/object** ความตั้งใจ/วัตถุประสงค์ที่อ้าง; **a letter ~ing to be written by the president** จดหมายที่อ้างว่าเขียนโดยประธานาธิบดี; **the document ~s to be official** เอกสารนี้อ้างว่าเป็นเอกสารที่เป็นทางการ; **the law ~s to protect morality** กฎหมายอ้างว่าปกป้องศีลธรรม; Ⓑ *(convey)* แถลง, แจ้งให้ทราบ; **~ that ...:** แถลง/แจ้งให้ทราบว่า... ❷ /ˈpɜːpɔːt/ˈเพอพอท/ *n.* ใจความ, ความหมาย

purportedly /pəˈpɔːtɪdlɪ/เพอะˈพอทิดลิ/ *adv.* อย่างที่อ้าง, โดยที่อ้าง

purpose /ˈpɜːpəs/ˈเพอเพิซ/ ❶ *n.* Ⓐ *(object)* วัตถุประสงค์, เป้าหมาย, จุดมุ่งหมาย; *(intention)* ความตั้งใจ, เจตนา; **what is the ~ of doing that?** อะไรคือจุดประสงค์ของการทำเช่นนั้น; **he never did anything without a ~:** เขาไม่เคยทำอะไรโดยไม่มีจุดมุ่งหมาย; **you must have had some ~ in mind** คุณต้องมีจุดประสงค์อะไรอยู่ในใจแน่ ๆ เลย; **wander around with no particular ~:** เดินเตร่ไปเรื่อย ๆ โดยไม่มีจุดมุ่งหมาย; **answer** *or* **suit sb.'s ~:** ตอบสนองวัตถุประสงค์ของ *ค.น.;* **for a ~:** เพื่อวัตถุประสงค์อย่างหนึ่ง; **I did it for a ~:** ฉันทำลงไปโดยมีจุดมุ่งหมายอย่างหนึ่ง; **for the ~ of discussing sth.** เพื่ออภิปราย *ส.น.;* **on ~:** โดยเจตนา, ด้วยความตั้งใจ; **for ~s of** เพื่อวัตถุประสงค์ของ; ➡ + **cross purposes; serve** 1 C; Ⓑ *(effect)* **to no ~:** โดยไม่ได้ผลอะไร; **to some/little/good ~:** โดยมีผลบ้าง/เล็กน้อย/ดี; Ⓒ *(determination)* ความมุ่งมั่น, ความตั้งใจจริง; **have a ~ in life** มีความมุ่งมั่นในชีวิต; **give sb. a ~ in life** ให้ความมุ่งมั่นในชีวิตแก่ *ค.น.;* Ⓓ *(intention to act)* ความตั้งใจที่จะทำ ❷ *v.t.* ตั้งใจ

ˈpurpose-built *adj.* ที่ออกแบบและทำขึ้นมาโดยเฉพาะกิจ

purposeful /ˈpɜːpəsfl/ˈเพอเพิซฟ'ล/ *adj.* Ⓐ มีวัตถุประสงค์ชัดเจน; *(with specific aim)* มีจุดมุ่งหมายโดยเฉพาะ; Ⓑ *(with intention)* มีความตั้งใจ

purposefully /ˈpɜːpəsfəlɪ/ˈเพอเพิซเฟอะลิ/ *adv.* Ⓐ อย่างมีจุดมุ่งหมาย; Ⓑ *(intentionally)* ด้วยความตั้งใจ

purposeless /ˈpɜːpəslɪs/ˈเพอเพิซลิซ/ *adj.* ที่ไร้วัตถุประสงค์/จุดมุ่งหมายที่ชัดเจน

purposely /ˈpɜːpəslɪ/ˈเพอเพิซลิ/ *adv.* ด้วยความจงใจ, โดยเจตนา

ˈpurpose-made *adj.* ที่ทำขึ้นมาเพื่อวัตถุประสงค์เฉพาะ

purposive /ˈpɜːpəsɪv/ˈเพอเพอะซิว/ *adj.* ➡ **purposeful** A

purr /pɜː(r)/เพอ(ร)/ ❶ *v.i.* (แมว) คราง; *(fig.: be in satisfied mood)* *(บุคคล)* พึงพอใจ ❷ *v.t.* ครางด้วยความพอใจ; **the cat ~ed her contentment** แมวครางด้วยความพอใจ ❸ *n.* เสียงคราง

purse /pɜːs/เพิซ/ ❶ *n.* Ⓐ *(lit. or fig.)* ถุงเงิน, กระเป๋าสตางค์ใบเล็ก ๆ, เงินสำหรับใช้จ่าย; **the public ~:** เงินแผ่นดิน; **light ~** *(fig.)* กระเป๋าแห้ง; ➡ + **silk** 2; Ⓑ *(prize)* เงินรางวัล; Ⓒ *(Amer.: handbag)* กระเป๋าถือ ❷ *v.t.* จีบ *(ปาก)*, เม้ม *(ปาก)*

purser /ˈpɜːsə(r)/ˈเพอเซอะ(ร)/ *n.* ➤ 489 หัวหน้าเจ้าหน้าที่บนเรือหรือเครื่องบินโดยสารทำหน้าที่ดูแลฝ่ายบัญชี

ˈpurse strings *n. pl.* หูรูดถุงเงิน; **hold the ~** *(fig.)* ควบคุมการใช้จ่าย; **tighten/loosen the ~** *(fig.)* ลด/เพิ่มค่าใช้จ่าย

pursuance /pəˈsjuːəns, US -ˈsuː-/เพอะˈซิวเอินซฺ, -ˈซู-/ *n., no pl.* **in ~ of [one's] duties/instructions** ในระหว่างการปฏิบัติหน้าที่/ปฏิบัติตามคำสั่ง; **in [the] ~ of his ends** ในการติดตามจุดมุ่งหมายของเขา; **in ~ of the act/decree** ตามพระราชบัญญัติ/พระราชกฤษฎีกา

pursuant /pəˈsjuːənt, US -ˈsuː-/เพอะˈซิวเอินทฺ, -ˈซู-/ *adv.* **~ to sth.** เพื่อให้เป็นไปตาม *ส.น.*

pursue /pəˈsjuː, US -ˈsuː-/เพอะˈซิว, -ˈซู-/ *v.t.* Ⓐ *(literary: chase, lit. or fig.)* ตาม, ไล่กวด; **bad luck ~d him** โชคร้ายติดตามเขา; Ⓑ *(seek after)* แสวงหา; Ⓒ *(look into)* ติดตาม; Ⓓ *(engage in)* ง่วน, วุ่นอยู่กับ; **~ a career as an accountant** ประกอบอาชีพเป็นนักบัญชี; **~ one's studies** ดำเนินการศึกษาของตน; Ⓔ *(carry out)* ปฏิบัติ, ดำเนินการ

pursuer /pəˈsjuːə(r), US -ˈsuː-/เพอะˈซิวเออะ(ร), -ˈซู-/ *n.* ผู้ที่ไล่ตาม, ผู้ที่ติดตาม

pursuit /pəˈsjuːt, US -ˈsuː-/เพอะˈซิวทฺ, -ˈซู-/ *n.* Ⓐ *(pursuing) (of person, animal, aim)* การไล่ตาม; *(of knowledge, truth, etc.)* การแสวงหา; *(of pleasure)* การหาความสนุกสนาน; **the ~ of his studies** การแสวงหาความรู้ของเขา; **in ~ of** ในการติดตาม *(สัตว์ป่า, ผู้ร้าย, ขโมย);* **with the police in [full] ~:** โดยมีกำลังตำรวจออกติดตาม [อย่างเต็มที่]; ➡ + **hot** 1 J; Ⓑ *(pastime)* งานอดิเรก

pursuit: ~ plane *(Amer.)* ➡ **fighter** B; **~ race** *n. (Cycling)* การแข่งขันจักรยานในสนามประเภทไล่ตามกัน, การแข่งแบบเพอร์ซูท *(ท.ศ.)*

purulent /ˈpjʊərʊlənt/ˈพิวเรอะเลินทฺ/ *adj. (Med.) (consisting of pus, full of pus)* เป็นหนอง; *(discharging pus)* มีหนอง; **be ~:** เป็นหนอง

purvey /pəˈveɪ/เพอะˈเว/ *v.t. (lit. or fig.)* จัดส่งอาหาร/เสบียง

purveyor /pəˈveɪə(r)/เพอะˈเวเออะ(ร)/ *n.* ผู้บริการอาหาร *หรือ* สินค้า; **a ~ of [wild] rumours** ผู้กระพือข่าวลือ [ที่ไร้ความจริง]

purview /ˈpɜːvjuː/ˈเพอวิว/ *n. (of act, document)* บทบัญญัติ, ขอบเขต; *(of scheme, book, occupation)* ขอบเขต; **fall within sb.'s ~:** อยู่ในขอบเขตของ *ค.น.*

pus /pʌs/พัซ/ *n., no indef. art. (Med.)* หนอง

push /pʊʃ/พุช/ ❶ *v.t.* Ⓐ ผลัก, ดัน; *(make fall)* ผลักให้ล้ม *หรือ* ตก; **don't ~ me like that!** อย่าผลักฉันแบบนั้นซิ; **~ a car** *(to start the engine)* เข็นรถ; **she ~ed the door instead of pulling** เธอผลักประตูแทนที่จะดึง; **did he/you** *etc.* **fall** *or* **jump or was he/were you** *etc.* **~ed?** *(fig.)* เขา/คุณทำอย่างเต็มใจหรือไม่; **~ sb. about in a wheelchair** เข็น *(ค.น.)* ในรถเข็น; **~ one's hair back** เสยผมไปด้านหลัง; **the policemen ~ed the crowd back** ตำรวจดันฝูงชนไปข้างหลัง; **~ sth. between sth.** ดัน *ส.น.* เข้าไประหว่าง *ส.น.;* **~ sth. under the bottom of the door** สอด *ส.น.* เข้าไปใต้ประตู; **~ sth. up the hill** ดัน/เข็น *ส.น.* ขึ้นเนินเขา; **~ one's way through/into/on to** *etc.* **sth.** หาทางเบียดผ่าน/เข้าไปใน/ขึ้นไปบน *ส.น.;* Ⓑ *(fig.: impel)* บังคับ; **~ sb. into doing sth.** บังคับ *ค.น.* ให้ทำ *ส.น.;* Ⓒ *(tax)* **~ sb. [hard]** กดดัน *ค.น.* [มาก]; **~ sb. too hard/too far** กดดัน *ค.น.* มากเกินไป; **he ~ed himself very hard** เขาเข็นตัวเองมากเหลือเกิน; **be ~ed for sth.** *(coll.: find it difficult to provide sth.)* มี *ส.น.* ไม่พอ/น้อยมาก; **be ~ed for money** *or* **cash** มีเงิน/เงินสดไม่พอ; **be ~ed to do sth.** *(coll.)* ทำ *ส.น.* ด้วยความยากลำบาก; **~ one's luck** *(coll.)* เสี่ยง; **~ one's luck with sth.** เสี่ยงกับ *ส.น.;* Ⓓ *(press for sale of)* ส่งเสริม, ผลักดัน; Ⓔ *(sell illegally, esp. drugs)* ขายของผิดกฎหมายโดยเฉพาะยาเสพติด; Ⓕ *(advance)* **~ sth. a step/stage further** ผลัก/ดัน *ส.น.* ไปข้างหน้าอีกก้าวหนึ่ง; **not ~ the point** ไม่ผลักดันเรื่องใดมากเกินไป; **~ sth. too far** ผลักดัน *ส.น.* เกินไป; **~ things to extremes** ผลักดันสิ่งต่าง ๆ จนสุดขั้ว; **~ one's claims** ผลักดันข้อเรียกร้องของตน ❷ *v.i.* Ⓐ ผลัก, ดัน; *(in queue)* ดัน, เบียด; *(at door)* ผลัก *(ประตู);* **'Push'** *(on door etc.)* ผลัก; **~ and shove** ผลักและดันเข้าไป; **~ at sth.** ผลัก *ส.น.;* Ⓑ *(make demands)* **~ for sth.** เรียกร้อง

push-ball | put 710

ส.น.; Ⓒ *(make one's way)* **he ~ed between us** เขาเบียดระหว่างเรา; **~ through the crowd** เบียดฝ่าฝูงชน; **~ past** *or* **by sb.** เบียด/แทรกผ่าน *ค.น.*; Ⓓ *(assert oneself for one's advancement)* ผลักดันตนเอง
❸ *n.* Ⓐ การผลัก, การดัน; **give sth. a ~:** ผลัก/ดัน *ส.น.*; **give sb. a ~:** ผลักดัน *ค.น.*; **My car won't start; can you give me a ~?** รถของฉันสตาร์ทไม่ติด คุณช่วยเข็นให้ฉันหน่อยได้ไหม; **give sth. a gentle ~:** ผลัก *ส.น.* เบา ๆ; **we gave a great ~:** เราผลักอย่างแรง; Ⓑ *(effort)* ความพยายาม; *(Mil.: attack)* การโจมตี; **a ~ forward** *(Mil.)* การรุก/โจมตีไปข้างหน้า; **make a ~:** โจมตี; Ⓒ *(determination)* ความมุ่งมั่น, ความตั้งใจจริง; Ⓓ *(crisis)* **when it comes/came to the ~,** *(Amer. coll.)* **when ~ comes/came to shove** เมื่อถึงจุดวิกฤติ; **at a ~:** ถ้าจำเป็นจริง ๆ; Ⓔ *(Brit. coll.: dismissal)* **get the ~:** ถูกไล่ออกจากงาน; **give sb. the ~:** ไล่ *ค.น.* ออกจากงาน; Ⓕ *(influence)* อิทธิพล; Ⓖ ➡ **~-button**

~ a'bout *v.t.* คอยผลัก; *(bully)* ข่มขู่, รังแก

~ a'head *v.i.* *(กองทัพ)* ผลักดันไปข้างหน้า; ยังทำต่อไป; *(with [regard to] plans etc.)* ดำเนินการต่อ; **~ ahead with sth.** ยังทำ *ส.น.* ต่อไปด้วยความมุ่งมั่น

~ a'long ❶ *v.t.* ผลัก *ส.น.* ไปหน้าตน ❷ *v.i.* *(coll.)* จากไป

~ a'round ➡ **~ about**

~ a'side *v.t. (lit. or fig.)* ดันไปข้าง ๆ

~ a'way *v.t.* ผลักออกไป

~ 'forward ❶ *v.i.* ➡ **~ ahead** ❷ *v.t.* *(กองทัพ)* ดันไปข้างหน้า; **~ oneself forward** ดันตัวไปข้างหน้า

~ 'in ❶ /-'-/ *v.t.* ดันเข้าไป, เบียดเข้าไป; *(make fall into the water)* ผลักให้ตกน้ำ ❷ /'--/ *v.i.* แทรกตัวเองเข้าไป, เบียดเข้าไป

~ 'off ❶ *v.i.* Ⓐ *(Boating)* ผลัก *(เรือ)* ออกจากฝั่ง; Ⓑ *(coll.: leave)* ออกไป, จากไป ❷ *v.t.* *(Boating)* ผลัก *(เรือ)* ออกจากฝั่ง

~ 'on ❶ ➡ **~ ahead** ❷ *v.t.* ปิด *(ฝา)* ลงไป

~ 'out ❶ *v.t.* ดันออกมา; *(ต้นไม้)* ดันขึ้นมา; ➡ **+ boat** 1 A. ❷ *v.i.* พายเรือ, ถ่อเรือ

~ 'out of *v.t. (force to leave)* บังคับให้ออกไป

~ 'over *v.t. (make fall)* ทำให้ล้ม/คว่ำ; ➡ **+ pushover**

~ 'through *v.t. (fig.)* ทำให้สำเร็จ, ทำให้เสร็จอย่างรวดเร็ว; **we ~ed it through successfully** พวกเราผลักดันมันจนสำเร็จ

~ 'up *v.t.* ดันขึ้นไป; *(fig.)* บังคับ *(ราคา)* ให้สูงขึ้น; ➡ **+ daisy; push-up**

push: ~-ball *n. (game, ball)* กีฬาชนิดหนึ่ง; **~bike** *n. (Brit. coll.)* รถจักรยาน; **~-button** ❶ *adj.* *(โทรศัพท์, วิทยุ)* ที่กดปุ่ม; **~-button warfare** สงครามที่กำกับโดยการกดปุ่ม ❷ *n.* ปุ่มกด; **~cart** *n.* ➡ **handcart**; Ⓑ *(Amer.: trolley)* รถเข็น, รถลาก; **~chair** *n. (Brit.)* รถเข็นเด็กเล็ก ๆ ที่พับได้

pusher /'pʊʃə(r)/'พุชเชอะ(ร)/ *n.* Ⓐ *(seller of drugs)* ผู้ค้ายาเสพติด; Ⓑ *(pushy person)* ผู้ที่มุ่งมั่น, ผู้ที่ผลักดันตนเอง

pushing /'pʊʃɪŋ/'พุชชิง/ *adj.* Ⓐ ทะเยอทะยานมาก; Ⓑ *(coll.)* **be ~ sixty** อายุใกล้จะหกสิบปี

push: ~over *n. (coll.)* สิ่งที่ทำได้ง่าย, ผู้ที่ทำให้เชื่อได้ง่าย; **he'll be a ~over for her** เขาจะถูกเธอเอาชนะได้ง่ายมาก; **the match should be a ~over for Manchester United** การแข่งขันครั้งนี้ควรจะชนะได้ง่าย ๆ สำหรับแมนเชสเตอร์ยูไนเต็ด; **~-start** ❶ *n.* การเข็นรถให้เครื่องยนต์ติด; **give sb. a ~-start** เข็นรถให้ *ค.น.* ❷ *v.t.* เข็นรถให้เครื่องยนต์ติด

'push-up *(Amer.)* ➡ **press-up**

pushy /'pʊʃɪ/'พุชชิ/ *adj. (coll.)* *(บุคคล)* ที่ผลักดันตัวเอง

pusillanimity /pju:sɪlə'nɪmɪtɪ/พิวชิเลอะ'นิมมิทิ/ *n., no pl.* ความขี้ขลาด

pusillanimous /pju:sɪ'lænɪməs/พิวชิ'แลนิเมิช/ *adj.*, **pusillanimously** /pju:sɪ'lænɪməslɪ/พิวชิ'แลนิเมิชลิ/ *adv.* [อย่าง] ขี้ขลาด, โดยปราศจากความกล้าหาญ

puss /pʊs/พุช/ *n. (coll.)* แมว; **~, ~, ~!** เหมียวเหมียว เหมียว!; **P~ in Boots** แมวในนิทานเด็ก

pussy /'pʊsɪ/'พุชชิ/ *n.* Ⓐ *(child lang.: cat)* แมว; Ⓑ *(coarse) (vulva)* จิ๋ม *(ภ.พ.)*; *(sexual intercourse)* เอากัน *(ภ.ย.)*

pussy: ~ cat ➡ **pussy** A; **~foot** *v.i.* เดินย่อง; *(act cautiously)* ทำด้วยความระมัดระวัง; **stop ~footing!** หยุดกลัวเสียที; **~ willow** *n.* ไม้หลิวโดยเฉพาะ *Salix discolor* ดอกกลมมีขน

pustule /'pʌstju:l, US -tʃu:l/'พัชทิวล, -ฉูล/ *n. (Med.) (pimple)* สิว

¹put /pʊt/พุท/ ❶ *v.t.*, **-tt-, put** Ⓐ *(place)* วาง; *(vertically)* วางตั้ง; *(horizontally)* นอนลง; *(through or into narrow opening)* สอด, ใส่; **~ plates on the table** วางจานบนโต๊ะ; **~ books on the shelf/on top of the pile** วางหนังสือไว้บนชั้นหนังสือ/กอง; **~ clean sheets on the bed** ปูผ้าที่นอนสะอาดบนเตียง; **don't ~ your elbows on the table** อย่าวางศอกบนโต๊ะ; **I ~ my hand on his shoulder** ฉันเอามือวางบนไหล่ของเขา; **~ a stamp on the letter** ติดแสตมป์บนจดหมาย; **~ salt on one's food** ใส่เกลือลงในอาหารของตน; **~ some more coal on the fire** เติมถ่านเข้าไปในไฟ; **~ antiseptic on one's finger** ใส่ยาฆ่าเชื้อโรคที่นิ้วของตน; **~ the letter in an envelope/the letter box** ใส่จดหมายลงในซอง/ทิ้งจดหมายลงตู้ไปรษณีย์; **~ sth. in one's pocket** ใส่ *ส.น.* ลงไปในกระเป๋าเสื้อ *หรือ* กางเกงของตน; **~ the shopping in the car** ใส่ของที่ซื้อมาในรถ; **~ one's hands in one's pockets** เอามือล้วงกระเป๋า; **~ sugar in one's tea** เติมน้ำตาลในชาของตน; **~ petrol in the tank** เติมน้ำมันลงในถัง; **~ the car in[to] the garage** นำรถไปเก็บในโรงรถ; **~ rubbish in the waste-paper basket** ทิ้งขยะลงในตะกร้าผง; **~ the cork in the bottle** อุด/ปิดขวดด้วยจุกไม้ก๊อก; **~ the plug in the socket** เสียบปลั๊ก; **~ paper in the typewriter** ใส่กระดาษในเครื่องพิมพ์ดีด; **~ tobacco in the pipe** ใส่ยาสูบในกล้องยาสูบ; **~ a new pane of glass in the window** ติดหน้าต่างกระจกบานใหม่; **~ a new engine in the car** ใส่เครื่องยนต์ใหม่ในรถยนต์; **~ the letters in the file** ใส่จดหมายในแฟ้ม; **~ documents in the safe** เก็บเอกสารไว้ในตู้นิรภัย; **~ fish into a pond** ปล่อยปลาลงสระ; **~ the cat into a basket** วางแมวลงในตะกร้า; **~ the ball into the net/over the bar** ขว้าง *หรือ* เตะลูกบอลเข้าไปในตาข่าย/ข้ามราว; **~ one's arm round sb.'s waist** กอด *หรือ* โอบเอว *ค.น.*; **~ a bandage round one's wrist** พันผ้าพันแผลรอบข้อมือของตน; **~ one's hands over one's eyes** เอามือปิดตา; **~ one's finger to one's lips** เอานิ้วแตะริมฝีปาก; **~ one's foot through the rotten floorboards/on a chair** เดินเท้าทะลุพื้นที่ผุพัง/วางเท้าบนเก้าอี้; **~ the letter at the bottom of the pile** วางจดหมายไว้ใต้กอง; **~ the boxes one on top of the other** วางกล่องซ้อนกัน; **~ the jacket on its hanger** แขวนเสื้อแจ็กเก็ตไว้ในไม้แขวนเสื้อ; **where shall I ~ it?** ฉันจะวางมันไว้ที่ไหน; **~ sb. into a taxi** ส่ง *ค.น.* ขึ้นรถแท็กซี่; **~ a child on a swing** จับเด็กนั่งชิงช้า; **we ~ our guest in Peter's room** เราจัดให้แขกของเราพักในห้องของปีเตอร์; **~ the baby in the pram** วางทารกลงในรถเข็น; **not know where to put oneself** *(fig.)* รู้สึกอาย/ขายหน้ามาก *หรือ* ไม่รู้จะเอาหน้าไปไว้ที่ไหน; **~ it there!** *(coll.)* มาจับมือกันเถอะ *(เป็นสำนวนที่ใช้เวลาที่ตกลงกันได้หรือเห็นด้วย)*; Ⓑ *(cause to enter)* ทำให้เข้าไป, ใส่เข้าไป; **~ a knife into sb.** แทง *ค.น.* ด้วยมีด; **~ a satellite into orbit** ยิงดาวเทียมเข้าไปในวงโคจร; **~ a bullet** *etc.* **through sb./sth.** *(coll.)* ยิงกระสุนทะลุ *ค.น./ส.น.*; Ⓒ *(bring into specified state)* ทำให้ผ่าน, นำไปสู่; **~ through Parliament** ผ่านสภา; **~ one's proposals through the committee** นำข้อเสนอของตนผ่านคณะกรรมการ; **~ sb. in a difficult** *etc.* **position** ทำให้ *ค.น.* ตกอยู่ในสถานการณ์ที่ลำบาก ฯลฯ; **be ~ in a difficult** *etc.* **position** ตกอยู่ในสถานการณ์ที่ลำบาก ฯลฯ; **be ~ in a position of trust** เป็นที่ไว้วางใจ; **~ sb. in[to] a job** ให้ *ค.น.* ทำงานอย่างหนึ่ง; **be ~ into power** [ถูก] ทำให้มีอำนาจ; **~ sb. on the committee** ให้ *ค.น.* เป็นคณะกรรมการ; **~ sth. above** *or* **before sth.** *(fig.)* ถือว่า *ส.น.* สำคัญกว่า *ส.น.*; **~ sth. out of order** ทำให้ *ส.น.* พังหรือใช้ไม่ได้; **be ~ out of order** ทำให้ใช้ไม่ได้; **~ sb. on to sth.** *(fig.)* แนะนำ *ส.น.* แก่ *ค.น.*; **~ sb. on to a job** *(assign)* มอบหมายงานให้ *ค.น.*; Ⓓ *(impose)* **~ a limit/an interpretation on sth.** กำหนดข้อจำกัด/การตีความของ *ส.น.*; ➡ **+ end** 1 A; **stop** 3 A; **veto** 1 B; Ⓔ *(submit)* ยื่น, เสนอเพื่อพิจารณา **(to** ต่อ**)**; **~ the situation to sb.** เสนอสถานการณ์ให้ *ค.น.* [พิจารณา]; **~ sth. to the vote** เสนอ *ส.น.* ให้ลงคะแนน/ออกเสียง; **I ~ it to you that you never saw him** ฉันยืนยันได้เลยว่าคุณไม่เคยเห็นเขามาก่อน; Ⓕ *(cause to go or do)* **~ sb. to work** ทำให้ *ค.น.* ทำงาน; **~ sb. on the job** มอบหมายงานให้ *ค.น.*; **~ sb. out of contention for sth.** ทำให้ *ค.น.* ไม่สามารถแข่งขันเพื่อ *ส.น.*; **be ~ out of the game by an injury** ต้องออกจากการแข่งขันเนื่องจากได้รับบาดเจ็บ; **~ sb. out of the championship** ทำให้ *ค.น.* พ้นจากตำแหน่งแชมป์; **they were ~ out of the cup by Liverpool** ลิเวอร์พูลทำให้พวกเขาพลาดถ้วยรางวัล; **~ the troops on full alert** ให้กองทัพเตรียมพร้อมเต็มที่; **~ sb. on antibiotics** ให้ยาปฏิชีวนะแก่ *ค.น.*; **~ sb. on the stage** ให้ *ค.น.* ขึ้น *(แสดง)* บนเวที; ➡ **'pace** 1 C; Ⓖ *(impose)* **~ taxes** *etc.* **upon sth.** ตั้งภาษี ฯลฯ กับ *ส.น.*; Ⓗ *(express)* พูด, แสดงออก; **let's ~ it like this ...:** มาพูดอย่างนี้กันเถอะ...; **that's one way of ~ting it** *(also iron.)* นั่นก็เป็นวิธีแสดงออกอย่างหนึ่ง; **I don't quite know how to ~ this, but ...:** ฉันไม่รู้จะพูดอย่างไร แต่...; Ⓘ *(render)* **~ sth. into English** แปล *ส.น.* เป็นภาษาอังกฤษ; **~ sth. into words** หาคำพูด *ส.น.*; **~ sth. into one's own words** พูด *ส.น.* โดยใช้สำนวนของตนเอง; Ⓙ *(write)* เขียน; **~ one's name on the list** ลงชื่อตนในรายชื่อ; **~ a tick in the box** เติม/ขีดเครื่องหมายลงในช่อง; **~ a cross against sth.** เติมเครื่องหมายกากบาทตรง *ส.น.*; **~ one's**

711 put | put

signature to sth. ลงนามใน *ส.น.*; ~ a black mark against a name ลงคะแนนตรงชื่อ *ค.น.*; ~ sth. on the bill เขียน *ส.น.* ลงบนใบแจ้งหนี้; ~ sth. on the list (*fig.*) ลง *ส.น.* ในรายการ; จด *ส.น.* ไว้; Ⓚ (*imagine*) ~ oneself in sb.'s place *or* situation ลองเอาใจเขามาใส่ใจเรา, ลองคิดว่าตนเองตกอยู่ในสถานการณ์ของผู้อื่น; Ⓛ (*substitute*) แทน; Ⓜ (*invest*) ~ money *etc.* into sth. ลงเงิน ฯลฯ ไปกับ *ส.น.*; ~ work/time/effort into sth. ลงทุนทำงาน/เวลา/ความพยายามไปกับ *ส.น.*; Ⓝ (*stake*) วางเดิมพัน; ~ money on a horse/on sth. happening วางเงินแทงม้าตัวหนึ่ง/วางเงินพนันว่า *ส.น.* จะเกิดขึ้น; Ⓞ (*estimate*) ~ sb./sth. at กะ/ประมาณ *ค.น./ส.น.* ที่; to ~ it no higher อย่างน้อย; ➡ + past 3 B; Ⓟ (*subject*) ~ sb. to ทำให้ *ค.น.* ต้อง (*เหนื่อย, เสียเงิน*); ➡ + shame 1 B; test 1 A; Ⓠ (*drive*) ~ sb. to sth. ผลักดัน *ค.น.* ไปสู่ *ส.น.*; ➡ + ²flight A; hard 2 D; ¹rout 1 A; Ⓡ (*harness*) ~ to sth. โยงกับ *ส.น.*; Ⓢ (*Athletics: throw*) ทุ่ม, ขว้าง; ~ the shot ทุ่มน้ำหนัก/ลูกเหล็ก

❷ *v.i.*, -tt-, ~ (*Naut.*) ~ [out] to sea แล่นเรือออกทะเล; ~ into port นำเรือเข้าเทียบท่า; ~ across/over to แล่น (*เรือ*) ข้ามไปยัง; ~ out from England แล่นเรือออกจากอังกฤษ; ~ off แล่นเรือออกไป; they had to ~ in at Valetta พวกเขาต้องเข้าเทียบท่าที่วาเลตต้า

❸ *n.* (*Sport*) การขว้างลูกเหล็ก

~ a'bout ❶ *v.t.* Ⓐ (*circulate*) แพร่ (*ข่าว, ข่าวลือ*); it was ~ about that ...: มีข่าวแพร่สะพัดว่า...; Ⓑ (*Naut.*) ~ the ship *etc.* about ทำให้เรือ ฯลฯ กลับลำ; (*cause to change tack*) ทำให้เปลี่ยนเส้นทางเดินเรือ; Ⓒ (*cause to turn about*) ทำให้หันกลับ; Ⓓ (*Scot., N. Engl.*) (*disconcert*) ทำให้รู้สึกสับสน; (*upset*) ทำให้อารมณ์เสีย; don't ~ yourself about (*inconvenience*) อย่าทำให้ตัวเองต้องลำบาก

❷ *v.i.* (*Naut.*) กลับลำ, เปลี่ยนทิศทาง

~ a'cross *v.t.* Ⓐ (*communicate*) สื่อสารเข้าใจ (to แก่); Ⓑ (*make acceptable*) ทำให้เป็นที่ยอมรับ; (*make effective*) ทำให้เกิดผล, ทำสำเร็จ; ~ sth. across to sb. ทำให้ *ค.น.* เห็นด้วยกับ *ส.น.*; Ⓒ (*Amer.*) sb. ~s across a fraud *ค.น.* กระทำการหลอกลวง/ฉ้อฉล; he ~ that tale across them เขาหลอกให้พวกเขาเชื่อเรื่องนั้น; Ⓓ ~ one across sb. (*coll.*) (*get the better of*) ได้เปรียบ *ค.น.*; (*deceive*) หลอกลวง *ค.น.*; ➡ + ~ 2

~ a'side *v.t.* Ⓐ (*disregard*) ไม่สนใจ, ไม่เอาใจใส่; ~ting aside the fact that ...: ถ้าไม่สนใจข้อเท็จจริงที่ว่า...; Ⓑ (*save*) เก็บ, สะสมไว้

~ a'sunder *v.t.* (*arch.*) ทำให้เลิกกัน (*คู่แต่งงาน*)

~ a'way *v.t.* Ⓐ เก็บเข้าที่; (*in file*) เก็บไว้ในแฟ้ม; Ⓑ (*abandon*) ละทิ้ง (*นิสัยเดิม, อคติ*); Ⓒ (*save*) สะสม; Ⓓ (*coll.*) (*eat*) รับประทาน; (*drink*) ดื่ม [มาก]; Ⓔ (*coll.: confine*) กัก, กักขัง; Ⓕ (*coll.: kill*) ฆ่า

~ 'back *v.t.* Ⓐ ~ the book back เก็บหนังสือไว้ที่เดิม; ~ the book back on the shelf เก็บหนังสือไว้อย่างเดิมบนชั้นหนังสือ; Ⓑ ~ the clock back [one hour] ตั้งนาฬิกาถอยหลังไป [หนึ่งชั่วโมง]; ➡ + clock 1 A; Ⓒ (*delay*) ทำให้ล่าช้า; Ⓓ (*postpone*) เลื่อนออกไป

~ 'by *v.t.* เก็บสะสมไว้ใช้ภายหลัง; I've got a few hundred pounds ~ by ฉันมีเงินสะสมสองสามร้อยปอนด์

~ 'down ❶ *v.t.* Ⓐ (*set down*) (*vertically*) ตั้งลง *หรือ* วางในแนวตั้ง; (*horizontally*) นอนลง *หรือ* วางในแนวนอน; ~ sth. down on sth. วาง *ส.น.* ลงบน *ส.น.*; ~ down a deposit วางเงินมัดจำ; Ⓑ (*suppress*) ระงับ, ยุติโดยใช้กำลัง (*การปฏิวัติ, การก่อการร้าย*); Ⓒ (*humiliate*) ทำให้เสียหน้า; (*snub*) ดูถูกดูแคลน; ➡ + put-down; Ⓓ (*kill painlessly*) ฆ่าโดยวิธีที่ไม่ทรมาน; Ⓔ (*write*) จด, เขียน; ~ sth. down in writing เขียน/จด *ส.น.* ไว้; เขียนเป็นลายลักษณ์อักษร; he ~ it all down on paper เขาเขียน/จดทั้งหมดไว้; ~ sb.'s name down on a list ลงชื่อ *ค.น.* ในรายชื่อ; ~ sb. down for ลงชื่อ *ค.น.* สำหรับ (*หางาน, รางวัล ฯลฯ*); I ~ him down for a £5 subscription ฉันใส่ชื่อเขาลงไปว่าจะบริจาค 5 ปอนด์; Ⓕ (*Parl.*) บรรจุไว้ในวาระการประชุม; Ⓖ (*allow to alight*) ปล่อยให้ลงจากพาหนะ; Ⓗ ~ sb. down as ...: ลงว่า *ค.น.* เป็น...; ~ sth. down as ...: ลงไว้ว่า *ส.น.* เป็น...; he ~ himself down as 'unemployed' เขาลงว่าตนเองเป็นคนว่างงาน; (*fig.: classify*) ~ sb./sth. down as ...: ถือว่า *ค.น./ส.น.* เป็น...; Ⓘ (*attribute*) ~ sth. down to sth. เห็น/ถือว่า *ส.น.* เป็นสาเหตุมาจาก *ส.น.*; Ⓙ (*store*) เก็บ; (*in cellar*) เก็บไว้ในห้องใต้ดิน; Ⓚ (*to bed*) วาง (*ทารก*) ลงนอน; Ⓛ (*cease to read*) วางหนังสือลง *หรือ* เลิก/หยุดอ่าน; Ⓜ (*land*) ลงจอดบนพื้นดิน; ➡ + ³down 1 F

❷ *v.i.* (*land*) ลงจอดบนพื้นดิน; look for a place to ~ down หาสถานที่ที่จะลงจอด

~ 'forth *v.t.* (*sprout*) แตก (*ใบ, หน่อ*)

~ 'forward *v.t.* Ⓐ (*propose*) เสนอ; the explanation ~ forward by him คำอธิบายที่เขาเสนอ; several theories have been ~ forward to account for this มีการเสนอทฤษฎีหลายทฤษฎีเพื่ออธิบายสิ่งนี้; Ⓑ (*nominate*) เสนอชื่อ; Ⓒ ~ the clock forward [one hour] เลื่อน/ตั้งนาฬิกาให้เร็วขึ้น [หนึ่งชั่วโมง]

~ 'in ❶ *v.t.* Ⓐ (*install*) ติดตั้ง; แต่งตั้ง (*ผู้นำ, หัวหน้า*); Ⓑ (*elect*) เลือกตั้ง; be ~ in ได้รับการเลือกตั้ง; Ⓒ (*enter*) เข้าเทียบท่า; Ⓓ (*submit*) ยื่น, เสนอ; ~ in a claim for damages ยื่นคำร้องเพื่อเรียกค่าเสียหาย; ~ in a plea of not guilty ยื่นคำร้อง/อุทธรณ์ว่าไม่มีความผิด; Ⓔ (*devote*) อุทิศ; (*perform*) ปฏิบัติ (*งานพิเศษ*); (*coll.: spend*) ใช้ (*เวลา*); Ⓕ (*interpose*) พูดแทรก, ขัดจังหวะ; I ~ in a word of warning ฉันได้เตือนแล้ว; ~ in a blow ต่อยเข้าไปหมัดหนึ่ง; Ⓖ (*plant*) ปลูก (*พืช*); หว่าน (*เมล็ดพืช*); ลงดิน (*ต้นอ่อน*); Ⓗ (*Cricket*) ขอให้เป็นฝ่ายตีก่อน; they ~ us in [to bat] พวกเขาให้เราตีก่อน; ➡ + ~ 2

❷ *v.i.* ~ in for เข้าสมัคร (*งาน*); เสนอตัวเองสำหรับ (*ตำแหน่ง*); ขอ (*เวลาหยุดพัก, ย้ายตำแหน่ง*)

~ in'side *v.t.* (*sl.: imprison*) จองจำ, ขังคุก

~ 'off *v.t.* Ⓐ (*postpone*) เลื่อน (until จนกว่า); (*postpone engagement with*) เลื่อนนัด (until จนกว่า); can't you ~ her off? คุณเลื่อนนัดเธอไม่ได้หรือ; Ⓑ (*switch off*) ดับ, ปิด; Ⓒ (*repel*) ขับไล่; don't be ~ off by his rudeness อย่าให้ความหยาบคายของเขาทำให้คุณรังเกียจ; ~ sb. off sth. ทำให้ *ค.น.* ไม่ชอบ/ไม่ต้องการ *ส.น.*; Ⓓ (*distract*) ทำให้เสียสมาธิ; the noise ~ him off his game เสียงดังทำให้เขาเสียสมาธิในการแข่งขัน; Ⓔ (*fob off*) หลอก; Ⓕ (*dissuade*) ~ sb. off doing sth. ทำให้ *ค.น.* เปลี่ยนใจไม่ทำ *ส.น.*; Ⓖ (*remove*) ถอดออก (*เสื้อผ้า*); ➡ + ~ 2

~ 'on *v.t.* Ⓐ สวมใส่ (*เสื้อผ้า, หมวก*); ปิด (*ฝา*); (*fig. assume*) ทำหน้า (*โกรธ, ยิ้ม*); ~ on a disguise ปลอมตัว; ~ sb.'s clothes on [for him] สวมเสื้อให้ *ค.น.*; ~ sb.'s shoes on [for him] ใส่รองเท้าให้ *ค.น.*; ~ it on (*coll.*) เสแสร้ง, แสร้งทำ; he does ~ it on, doesn't he? เขาแสร้งทำมากเกินไปหน่อยนะ; his modesty is all ~ on ความถ่อมตนของเขาเป็นการเสแสร้งทั้งหมด; the town had ~ on a holiday look เมืองแห่งนั้นตกแต่งให้ดูรื่นเริง; Ⓑ (*switch or turn on*) เปิด (*วิทยุ, ไฟฟ้า, โทรทัศน์*); (*cause to heat up*) ทำให้ร้อน; (*fig.: apply*) ใช้ความกดดัน; ➡ + screw 1 A; Ⓒ (*gain*) ~ on weight/two pounds น้ำหนักเพิ่มขึ้น/น้ำหนักเพิ่มขึ้นสองปอนด์; ~ it on (*coll.: gain weight*) อ้วนขึ้น; Ⓓ (*add*) ~ on speed เพิ่มความเร็ว; ~ 8p on [to] the price เพิ่มราคาอีก 8 พี; Ⓔ (*stage*) จัดแสดง (*ละคร*); ฉาย (*ภาพยนตร์, จัดนิทรรศการ*); ➡ + act 1 E; Ⓕ (*arrange*) จัดหา (*รถพิเศษ*); Ⓖ ➡ ~ forward C; Ⓗ (*coll.: tease*) หยอกล้อ, เย้าแหย่; ➡ + put-on; Ⓘ (*Cricket*) ลงสนาม; be ~ on [to bowl] ลงสนาม [ในตำแหน่งผู้โยนลูก]; ➡ + ~ 1 A

~ 'out *v.t.* Ⓐ ยื่นออก; วางอาหาร (*ให้สัตว์กิน*); ~ one's hand out ยื่นมือออกไป; ➡ + tongue A; Ⓑ (*extinguish*) ปิด (*ไฟ*); ดับ (*ไฟ*); Ⓒ (*issue*) ตีพิมพ์ (*หนังสือ, นิตยสาร*); (*broadcast*) กระจายเสียง, ออกอากาศ; Ⓓ (*produce*) ผลิต; Ⓔ (*annoy*) กวน; be ~ out ทำให้รำคาญ, ถูกรบกวน; Ⓕ (*inconvenience*) ทำให้ลำบาก; ~ oneself out to do sth. ทำให้ตนเองลำบากในการทำ *ส.น.*; Ⓖ (*make inaccurate*) ทำให้ผิดพลาด/ไม่ถูกต้อง (*ผล, การคำนวณ*); Ⓗ (*dislocate*) ทำให้เคลื่อน (*กระดูก*); ~ one's thumb/ankle out ทำให้นิ้วโป้ง/ข้อเท้าเคลื่อน; Ⓘ (*give to outside worker*) ให้งานกับคนนอก; ~ sth. out to sb. มอบ *ส.น.* ให้ *ค.น.* ทำ; Ⓙ (*sprout*) แตก (*ใบ, หน่อ*); Ⓚ ทิ่มตา/แทงจนตาบอด; ➡ + ~ 2

~ 'over ➡ ~ across

~ 'through *v.t.* Ⓐ (*carry out*) ทำ, ปฏิบัติ (*แผน, โครงการ*); (*complete*) ทำเสร็จ, ทำให้สมบูรณ์; Ⓑ (*Teleph.*) ต่อโทรศัพท์ (to กับ); ~ a call through to New York ต่อโทรศัพท์ไปนิวยอร์ก; ➡ + ~ 1 C

~ to'gether *v.t.* ประกอบ (*เครื่องยนต์, ส่วนประกอบ, หิน, ไม้ ฯลฯ*); รวบรวม (*ความคิด, ข้อเสนอ, รายละเอียด*); รวม (*หัว*) กัน; ➡ + head 1 A; two 2

~ 'under *v.t.* (*make unconscious*) ทำให้หมดสติ

~ 'up ❶ *v.t.* Ⓐ ยกขึ้น (*มือ*); (*erect*) ตั้งขึ้น; ก่อ (*ตึก*); สร้าง (*บ้าน*); ปิดประกาศ (*ป้ายโฆษณา*); (*fig.*) สร้าง (*กำแพง*); ➡ + put-up; Ⓑ (*display*) แสดง; Ⓒ (*offer as defence*) ตั้ง (*หมัด*); ~ up a struggle ต่อสู้, ไม่ยอมแพ้; ป้องกันโดย; ~ up a bold front แสดงหน้าที่กล้าหาญ; ~ up a defence ป้องกันตัวเอง; Ⓓ (*present for consideration*) เสนอ (*คำร้อง*) เพื่อพิจารณา; (*propose*) เสนอ; (*nominate*) เสนอชื่อ; ~ sb. up for election เสนอชื่อ *ค.น.* เข้ารับการเลือกตั้ง; ~ sb. up for secretary เสนอชื่อ *ค.น.* เป็นเลขานุการ; Ⓔ (*incite*) ~ sb. up to sth. ยุ *ค.น.* ให้ทำ *ส.น.*; Ⓕ (*accommodate*) ให้ที่พัก (*อาศัย*); Ⓖ (*increase*) เพิ่มขึ้น (*ราคา, ดอกเบี้ย, ภาษี*); Ⓗ (*provide*) จัดหา; ~ up or shut up (*coll.*) ถ้าจะไม่ทำตามคำพูดก็หุบปากเลย; Ⓘ ~ sth. up for sale เสนอขาย *ส.น.*; ~ sth. up for auction นำ *ส.น.* มาประมูล; ~ sth. up for competition

p

นำ/เสนอ *ส.น.* เข้าแข่งขัน; Ⓙ *(Hunting)* ทำให้ *(นก, สัตว์)* ออกจากที่ซ่อน; Ⓚ *(arch.: sheathe)* เก็บดาบลงในฝัก; ➡ **+ back** 1 A; **fight** 3 A ❷ *v.i.* Ⓐ *(be candidate)* เป็นผู้สมัคร; Ⓑ *(lodge)* พัก, อาศัย

~ upon *v.t.* เอาเปรียบ; **let oneself be ~ upon by sb.** ปล่อยให้ *ค.น.* เอาเปรียบตนเอง

~ 'up with *v.t.* อดทน, ทน

²put ➡ **putt**

putative /'pju:tətɪv/'พิวเทอะทิว/ *adj.* ที่สมมติว่า, เชื่อกันว่า; *(erroneously)* ไม่ถูกต้อง/ผิดพลาด

put: ~-down *n.* คำกล่าวที่ทำให้เสียหน้า; *(snub)* คำพูดที่ดูถูกดูแคลน; **~-on** *n. (coll.)* คำพูด/การกระทำที่หลอกลวง

put-put /'pʌtpʌt/'พัทเพิท/ ❶ *n.* *เสียงที่ดังเป็นระยะ ๆ ของเครื่องยนต์เบนซินขนาดเล็ก* ❷ *v.i., -tt-* *(เครื่องยนต์)* ส่งเสียงดังเป็นระยะ ๆ

putrefaction /pju:trɪ'fækʃn/พิวทริ'แฟคช'น/ *n., no pl., no indef. art.* การเน่าเปื่อย

putrefy /'pju:trɪfaɪ/'พิวทริฟาย/ *v.i.* บูดเน่า, เน่าเปื่อย

putrid /'pju:trɪd/'พิวทริด/ *adj.* Ⓐ *(rotten)* เน่า; **become ~:** เน่า; Ⓑ *(of putrefaction)* ที่เน่าเปื่อย; **~ smell** กลิ่นเน่า; Ⓒ *(fig.: corrupt)* ฉ้อโกง, ฉ้อราษฎร์บังหลวง; Ⓓ *(coll.) (dreadful)* แย่มาก; *(stupid)* โง่เขลา

putsch /pʊtʃ/พุฉ/ *n.* การกบฏ; **army ~:** กบฏทหาร

putt /pʌt/พัท/ *(Golf)* ❶ *v.i. & t.* ตี *(ลูกกอล์ฟ)* ด้วยไม้หัวเหล็กแบน, พัท *(ท.ศ.)* ❷ *n.* การตีลูกกอล์ฟด้วยไม้หัวเหล็ก, การพัท *(ท.ศ.)*

puttee /'pʌtɪ/'พัททิ/ *n.* Ⓐ ผ้าพันแข้ง; Ⓑ *(Amer.: leather legging)* สนับแข้ง

putter /'pʌtə(r)/'พัทเทอะ(ร)/ *(Golf)* ไม้พัท, ไม้ที่ใช้ตีลูกกอล์ฟเบา ๆ ตอนใกล้หลุม

putting green /'pʌtɪŋgri:n/'พัททิงกรีน/ *n. (Golf)* Ⓐ กรีน *(ท.ศ.)*; Ⓑ *(miniature golf course)* สนามกอล์ฟขนาดย่อ

putty /'pʌtɪ/'พัททิ/ ❶ *n.* Ⓐ ปูนผสมน้ำมันลินซีด; **glaziers' ~:** กาวติดกระจก; Ⓑ **[jewellers'] ~:** ผงสำหรับขัดอัญมณี ❷ *v.t.* Ⓐ *(fix with glaziers' ~)* ติดด้วยกาวติดกระจก; *(fill with ~)* อุดด้วยปูนผสมน้ำมันลินซีด; Ⓑ *(cover with plasterers' ~)* ฉาบปูน

'putty knife *n.* มีด *หรือ* เกรียงสำหรับฉาบปูน

'put-up *adj.* **a ~ thing/job** สิ่ง/แผนที่จัดขึ้นหลอกผู้อื่น

puzzle /'pʌz(ə)l/'พัซ'ล/ ❶ *n.* Ⓐ *(problem)* ปัญหา; *(brainteaser)* ปริศนา; *(toy)* ของเล่นที่ต้องจับให้เข้าที่; Ⓑ *(enigma)* ปริศนา; **be a ~ to sb.** เป็นปริศนาแก่ *ค.น.*; **be a ~:** เป็นปริศนา ❷ *v.t.* ทำให้งง, สนเท่ห์; **he would have been ~d to explain it** เขาคงจะงงงวยถ้าจะต้องอธิบายสิ่งนี้; **he was ~d what to do** เขาคิดไม่ออกว่าจะทำอะไร ❸ *v.i.* **~ over** *or* **about sth.** ครุ่นคิดเรื่อง *ส.น.*; **we ~d over what had happened** เราพยายามหาคำตอบว่าเกิดอะไรขึ้น

~ 'out *v.t.* พยายามหาคำตอบ *หรือ* ทำความเข้าใจ; **~ out an answer to a question** ครุ่นคิดหาคำตอบ

puzzled /'pʌzld/'พัซ'ลด/ *adj. (ที่)* งง, ฉงน, ไม่เข้าใจ

puzzlement /'pʌzlmənt/'พัซ'ลเมินท/ *n., no pl.* ความงง, ความฉงน, ความสนเท่ห์

puzzling /'pʌzlɪŋ/'พัซลิง/ *adj.* น่าฉงน/งงงวย, น่าเวียนหัว, น่าแปลกใจ

PVC *abbr.* **polyvinyl chloride** พี.วี.ซี.

PX *abbr. (Amer.)* **Post Exchange**

pygmy /'pɪgmɪ/'พิกมิ/ ❶ *n.* Ⓐ คนพิกมี *(คนแคระที่อาศัยอยู่แถบเส้นศูนย์สูตรของทวีปแอฟริกาหรือเอเชียตะวันออกเฉียงใต้)*; Ⓑ *(dwarf; also fig.)* คนแคระ ❷ *attrib. adj.* Ⓐ ที่เกี่ยวกับกลุ่มคนแคระ; **the ~ people** คนพิกมี; Ⓑ *(dwarf)* ที่เป็นคนแคระ

pyjama /pɪ'dʒɑ:mə/พิ'จาเมอะ/ *adj.* ที่เป็นชุดนอน *(กางเกงกับเสื้อ)*; **~ suit** ชุดนอน

pyjamas /pɪ'dʒɑ:məz/พิ'จาเมิซ/ *n. pl.* **[pair of] ~:** ชุดนอน

pylon /'paɪlən, -lɒn/'พายเลิน, -ลอน/ *n.* เสาเหล็กสูงเพื่อเคเบิลไฟฟ้า

pyramid /'pɪrəmɪd/'พิเรอะมิด/ *n. (Arch.)* ปิรามิด *(ท.ศ.)* *สุสานของกษัตริย์ในประเทศอียิปต์*; *(Geom.)* รูปกรวยที่มีฐานเป็นรูปสามเหลี่ยม สี่เหลี่ยม ฯลฯ

pyramidal /pɪ'ræmɪdl/พิ'แรมิด'ล/ *adj.* ที่เป็นรูปกรวยเหลี่ยม, ที่เป็นรูปปิรามิด

'pyramid selling *n., no pl., no indef. art.* *ระบบการขายสินค้าแบบลูกโซ่ โดยใช้ระบบเป็นตัวแทนและขายต่อให้กับผู้จัดจำหน่ายอีกหลายรายในระดับที่ต่ำลงไป*

pyre /'paɪə(r)/'พายเออะ(ร)/ *n.* กองฟืน, กองเชื้อเพลิงในการเผาศพ

Pyrenean /pɪrə'ni:ən/พิเรอะ'นีเอิน/ *adj.* แห่งเทือกเขาพิเรนีส; **~ mountain dog** สุนัขพันธุ์พิเรเนียนเมาเทิน ขนฟู มักมีสีขาว

Pyrenees /pɪrə'ni:z/พิเรอะ'นีซ/ *pr. n. pl.* **the ~:** เทือกเขาพิเรนีส *(ระหว่างประเทศฝรั่งเศสกับสเปน)*

pyrethrum /paɪ'ri:θrəm/ไพ'รีเธริ่ม/ *n.* Ⓐ *(flower)* ดอกไม้จำพวกเบญจมาศในสกุล *Tanacetum*; Ⓑ *(insecticide)* ยาฆ่าแมลงจากดอกแห้งของพืชนี้

Pyrex ® /'paɪreks/'พายเร็คซ/ *n.* แก้วทนความร้อนหรือสารเคมี; **~ dish** จานที่ทำจากแก้วทนความร้อน

pyrites /paɪ'raɪti:z, US pɪ'raɪti:z/ไพ'ไรทีซ, พิ'ไรทีซ/ *n., no pl. (Min.)* **[iron] ~:** แร่ [เหล็ก] สีเหลืองเป็นผลึกรูปสี่เหลี่ยม

pyromania /paɪrəʊ'meɪnɪə/ไพโร'เมเนีย/ *n.* โรคชอบวางเพลิง

pyromaniac /paɪrəʊ'meɪnɪæk/ไพโร'เมนิแอค/ *n.* คนที่ป่วยเป็นโรคชอบวางเพลิง

pyrotechnic /paɪrəʊ'teknɪk/ไพโร'เท็คนิค/ ❶ *adj.* ที่เกี่ยวกับพลุ, ดอกไม้เพลิง; *(fig.: brilliant)* ฉลาด, หลักแหลม ❷ *n. in pl.* พลุ; *(fig.)* ความฉลาด/หลักแหลม

pyrotechnics /paɪərəʊ'teknɪks/ไพเออะโร'เท็คนิคซ/ *n. pl.* พลุ, ดอกไม้เพลิง; *(fig.)* ความฉลาด/หลักแหลม

Pyrrhic /'pɪrɪk/'พิริค/ *adj.* **~ victory** ชัยชนะที่ไม่คุ้มกับสิ่งที่เสียไป

Pythagoras /paɪ'θægərəs/ไพ'แธเกอะเริซ/ *pr. n.* นักปราชญ์ชาวกรีก *หรือ* ปรัชญาของเขาโดยเฉพาะที่ว่าด้วยการถ่ายวิญญาณ; **~' theorem** *(Geom.)* *ทฤษฎีเรขาคณิตที่ว่า ในสามเหลี่ยมมุมฉากจตุรัสบนด้านตรงข้ามมุมฉากย่อมเท่ากับผลบวกของจตุรัสบนอีกสองด้านรวมกัน*

python /'paɪθən, US 'paɪθɒn/'ไพเธิน, 'ไพธอน/ *n.* งูเหลือม

Qq

¹Q, q /kjuː/คิว/ *n., pl.* **Qs** *or* **Q's** พยัญชนะตัวที่ 17 ของภาษาอังกฤษ; ➡ **+ mind** 2 B

²Q *abbr.* **question**

Q. *abbr.* Ⓐ **Queen;** Ⓑ **Queen's;** Ⓒ *(Chess)* **queen**

QC *abbr. (Brit.)* **Queen's Counsel**

QED *abbr.* **quod erat demonstrandum** ซ.ต.พ. *(ซึ่งต้องพิสูจน์)*

qr. *abbr.* **quarter[s]**

qt. *abbr.* **quart[s]**

qua /kweɪ, kwɑː/เคว, ควา/ *conj. (literary)* ในฐานะที่เป็น, โดยอำนาจของ

¹quack /kwæk/แควค/ ❶ *v.i. (เป็ด)* ร้อง 'แคว๊ก ๆ' ❷ *n.* เสียงแหบของเป็ด

²quack *(derog.)* ❶ *n.* หมอเถื่อน ❷ *attrib. adj.* Ⓐ **~ doctor** หมอเถื่อน; Ⓑ เป็นพวกต้มตุ๋น; **~ remedy** ยากลางบ้าน

'quack-quack *n. (child lang.)* คว๊าก ๆ

quad /kwɒd/ควอด/ *n. (coll.)* Ⓐ *(quadrangle)* ลานสี่เหลี่ยม *(มีอาคารล้อมรอบ)*; Ⓑ *(quadraphonic)* **~ [sound system]** ระบบเสียงสี่ทิศทาง; Ⓒ *(quadruplet)* ฝาแฝดสี่; Ⓓ *(Print.: quadrat)* **[em] ~/en ~:** *ชิ้นตะกั่วที่ใช้แทรกช่องไฟที่ไม่ได้เรียงตัวพิมพ์*

quad bike *n.* จักรยานยนต์สี่ล้อ

quadrangle /ˈkwɒdræŋgl/ˈควอแดรงก'ล/ *n.* Ⓐ *(enclosed court)* สนาม/ลานสี่เหลี่ยมที่ถูกปิดล้อม; *(with buildings)* ลานสี่เหลี่ยมซึ่งมีอาคารล้อมรอบ; Ⓑ *(Geom.)* รูปสี่เหลี่ยม

quadrant /ˈkwɒdrənt/ˈควอเดรินทฺ/ *n.* Ⓐ *(Geom., Astron., Naut.)* หนึ่งในสี่ของเส้นรอบวงกลม, เสี้ยวหนึ่งของวงกลม, จตุภาค *(ร.บ.)*; *(of sphere)* เสี้ยวหนึ่งในสี่ของรูปทรงกลม; Ⓑ *(object shaped like quarter-circle)* วัตถุใด ๆ ที่มีลักษณะเป็นรูปหนึ่งในสี่ของวงกลม

quadraphonic /kwɒdrəˈfɒnɪk/ควอเดรอะ ˈฟอนิค/ *adj.* ที่ใช้ระบบเสียงรอบทิศ

quadratic /kwəˈdrætɪk/เควอะˈแดรทิค/ *adj. (Math.)* เกี่ยวกับสมการสองชั้น/กำลังสอง

quadrilateral /kwɒdrɪˈlætərəl/ควอดริ'แลเทอะเริล/ *n. (Geom.)* รูปสี่เหลี่ยมแบบต่าง ๆ

quadrille /kwɒˈdrɪl/ควอ'ดริล/ *n.* ระบำควอดดริล *(ท.ศ.) (ระบำพื้นเมืองที่ประกอบด้วยผู้เต้นสี่คู่และท่าเต้นห้าท่า)*

quadriplegia /kwɒdrɪˈpliːdʒə/ควอดริ'พลีเจอะ/ *n. (Med.)* อัมพาตที่แขนขาทั้งสี่

quadriplegic /kwɒdrɪˈpliːdʒɪk/ควอดริ'พลีจิค/ *(Med.)* ❶ *n.* ผู้ที่มีอาการอัมพาตที่แขนขาทั้งสี่ ❷ *adj.* เป็นอัมพาต; **be ~:** เป็นอัมพาตที่แขนขาทั้งสี่

quadruped /ˈkwɒdruped/ˈควอดรุเพ็ด/ *n.* สัตว์สี่เท้า *(โดยเฉพาะสัตว์ที่เลี้ยงลูกด้วยนม)*

quadruple /ˈkwɒdrupl, US kwɒˈdruːpl/ˈควอดรุพ'ล, ควอ'ดรูพ'ล/ ❶ *adj.* Ⓐ ซึ่งประกอบด้วยสี่ส่วน, สี่คนหรือสี่หมู่; Ⓑ *(four times)* สี่เท่า; **be ~ today's value** เป็นสี่เท่าของค่าปัจจุบัน; **~ the amount** จำนวนสี่เท่า; Ⓒ *(Mus.)* **~ time** ซึ่งประกอบด้วยสี่จังหวะในหนึ่งบาร์ ❷ *v.t.* เพิ่มขึ้นเป็นสี่เท่า, คูณด้วยสี่; **they have ~d their profits in ten years** พวกเขาได้เพิ่มผลกำไรถึงสี่เท่าในระยะเวลา 10 ปี ❸ *v.i.* เพิ่มขึ้นเป็นสี่เท่า, คูณด้วยสี่; **their profits have ~d** ผลกำไรของพวกเขาเพิ่มขึ้นเป็นสี่เท่า

quadruplet /ˈkwɒdruplɪt, US kwɒˈdruːp-/ˈควอดรุพลิท, ควอด'ดรู-/ *n.* แฝดสี่

quadruplicate /kwɒˈdruːplɪkət/ควอ'ดรูพลิเคิท/ *n.* สี่ฉบับ *(ในลักษณะสำเนา)*; **please submit your application form in ~:** กรุณาส่งแบบฟอร์มใบสมัครสี่ฉบับ

quaff /kwɒf, US kwæf/ควอฟ, แควฟ/ *(literary)* ❶ *v.i.* ดื่มขนานใหญ่ ❷ *v.t.* ดื่มอึกใหญ่; ดื่มรวดเดียวหมด *(แก้ว)*

quag /kwæg, kwɒg/แควก, ควอก/ *n. (marshy spot)* บริเวณชื้นแฉะ, บริเวณหนองบึง; *(quaking bog)* ปลัก, ตม, หล่ม

quagmire /ˈkwægmaɪə(r), ˈkwɒg-/ˈแควกไมเออะ(ร), ˈควอก-/ *n.* บริเวณชื้นแฉะ, หนองบึง; *(quaking bog)* ปลัก, ตม, หล่ม; *(fig.: complex or difficult situation)* สถานการณ์ยุ่งยาก, ห้วงแห่งความสับสนวุ่นวาย; **be in a ~** *(lit. or fig.)* จมปลัก, ตกอยู่ในสถานการณ์ยุ่งยาก; **a ~ of details/problems** จมอยู่ในรายละเอียด/ปัญหา

¹quail /kweɪl/เควล/ *n., pl. same or* **~s** *(Ornith.)* นกกระทา, นกคุ่ม

²quail *v.i.* ตกใจ, ผงะ, อกสั่นพรั่นพรึง; **make sb.'s courage/spirit ~:** ทำให้ความกล้าหาญ/จิตใจของ *ค.น.* กระเจิดกระเจิงด้วยความกลัว; **~ at the prospect of sth.** ประหวั่นพรั่นพรึงเมื่อคิดถึง *ส.น.*

quaint /kweɪnt/เควนทฺ/ *adj.* ไม่คุ้นตา; *(หมู่บ้าน, ชุดแต่งกาย)* โบราณสะดุดตา, น่าสนใจ; *(odd, strange) (ประเพณี, วิถีชีวิต)* แปลกประหลาด

quaintly /ˈkweɪntlɪ/ˈเควนทฺลิ/ *adv.* อย่างไม่คุ้นตา, อย่างโบราณ, อย่างแปลกประหลาด

quake /kweɪk/เควค/ ❶ *n. (coll.)* แผ่นดินไหว ❷ *v.i.* สั่น, สะเทือน; **~ with fear/fright** สั่นด้วยความกลัว/ความตื่นตระหนก

Quaker /ˈkweɪkə(r)/ˈเควเคอะ(ร)/ *n.* พวกเควกเกอร์ *(ท.ศ.) (สมาชิกของ Society of Friends ลัทธิทางศาสนาที่นับถือพระเยซู แต่ไม่ประกอบพิธีกรรมที่เป็นทางการและต่อต้านความรุนแรงและสงคราม)*

quaking /ˈkweɪkɪŋ/ˈเควคิง/: **~ bog** *n.* บริเวณหนองน้ำแผ่นดินยุบตัวได้ง่าย; **~ grass** *n. (Bot.)* หญ้าในสกุล *Briza* บางครั้งเรียกว่า dodder-grass

qualification /kwɒlɪfɪˈkeɪʃn/ควอลิฟิ'เคช'น/ *n.* Ⓐ *(ability)* คุณสมบัติ; *(condition to be fulfilled)* คุณวุฒิที่ต้องมีตามเกณฑ์; **secretarial ~s** คุณวุฒิเลขานุการ; Ⓑ *(on paper)* ประกาศนียบัตร, หนังสือรับรองคุณวุฒิ; Ⓒ *(limitation)* ข้อจำกัด, ข้อกำหนด; **without ~:** โดยไม่มีข้อจำกัด; **the offer was subject to one ~:** ข้อเสนอมีข้อจำกัดประการหนึ่ง

qualified /ˈkwɒlɪfaɪd/ˈควอลิฟายดฺ/ *adj.* Ⓐ มีคุณวุฒิคุณสมบัติตรงตามเงื่อนไข, เหมาะสม; *(by training)* ได้ผ่านการฝึกอบรม; *(entitled, having right to)* มีสิทธิ; **be ~ for a job** มีคุณสมบัติเหมาะสมสำหรับตำแหน่งงานนั้น; **be ~ to vote** มีสิทธิลงคะแนนเสียง; **you are better ~ to judge that** คุณเหมาะสมกว่าที่จะตัดสินสิ่งนั้น; **I am not ~ to speak on that** ฉันไม่สามารถที่จะพูดเกี่ยวกับเรื่องนั้น; Ⓑ *(restricted)* ที่มีข้อจำกัด, ไม่เต็มที่; **a ~ success** ความสำเร็จที่มีข้อจำกัด; **~ approval/reply** ความเห็นชอบ/คำตอบที่มีข้อจำกัด; **~ acceptance** การยอมรับอย่างไม่เต็มที่

qualifier /ˈkwɒlɪfaɪə(r)/ˈควอลิไฟเออะ(ร)/ *n.* Ⓐ *(restriction)* ข้อจำกัด; Ⓑ *(person)* **be among the ~s** อยู่ในกลุ่มผู้มีคุณสมบัติครบถ้วนตามเกณฑ์; Ⓒ *(Sport: match)* การแข่งขันกีฬาเพื่อมีสิทธิเข้าแข่งขันในรอบต่อไป

qualify /ˈkwɒlɪfaɪ/ˈควอลิฟาย/ ❶ *v.t.* Ⓐ *(make competent, make officially entitled)* ทำให้มีคุณสมบัติครบถ้วน; ทำให้มีสิทธิอย่างเป็นทางการ; Ⓑ *(modify)* ขยายความ/ปรับปรุง *(ข้อวินิจฉัย, คำแถลง)*; Ⓒ *(describe)* บรรยาย, พรรณนา; Ⓓ *(moderate)* บรรเทาลง, ทำให้เบาบางลง; **~ justice with mercy** บรรเทาความยุติธรรมด้วยความกรุณา; Ⓔ *(Ling.)* แสดงคุณสมบัติ; **adjectives ~ nouns** คำคุณศัพท์แสดงคุณสมบัติของคำนาม

❷ *v.i.* Ⓐ **~ in law/medicine/education/chemistry** ได้คุณวุฒิด้านกฎหมาย/การแพทย์/การศึกษา/เคมี; **~ as a doctor/lawyer/teacher/chemist** ได้คุณวุฒิประกอบอาชีพเป็นแพทย์/นักกฎหมาย/ครู/นักเคมี; Ⓑ *(fulfil a condition)* มีคุณสมบัติครบตามเงื่อนไข (**for** เพื่อ, ที่); **~ for the vote/a pension** มีสิทธิที่จะลงคะแนนเสียง/รับบำนาญ; **~ for admission to a university/club** มีคุณสมบัติครบที่จะเข้าศึกษาในมหาวิทยาลัย/เข้าเป็นสมาชิกของสมาคม; **~ for a post** มีคุณสมบัติเหมาะสมกับตำแหน่ง; **~ for membership** มีคุณสมบัติเหมาะสมกับการเป็นสมาชิก; Ⓒ *(Sport)* ผ่านเข้ารอบต่อไป

qualifying /ˈkwɒlɪfaɪɪŋ/ˈควอลิไฟอิง/ *adj.* Ⓐ **~ statement** ถ้อยแถลงที่ปรับปรุงความหมาย; Ⓑ *(Sport)* **~ match** การแข่งขันเพื่อคัดเลือกทีมที่จะเข้ารอบต่อไป; **~ round/heat** การแข่งขันรอบคัดเลือก; Ⓒ **~ examination** การสอบเพื่อเข้าศึกษาต่อไปได้

qualitative /ˈkwɒlɪtətɪv, US -teɪt-/ˈควอลิเทอะทิว, -เททิว-/ *adj.*, **qualitatively** /ˈkwɒlɪtətɪvlɪ/ˈควอลิเทอะทิวลิ/ *adv.* โดยขึ้นอยู่กับคุณสมบัติ, เชิงคุณภาพ

quality /ˈkwɒlətɪ/ˈควอเลอะทิ/ ❶ *n.* Ⓐ คุณภาพ; **of good/poor** *etc.* **~:** คุณภาพดี/เลว ฯลฯ; **of the best ~:** คุณภาพดีที่สุด; **~ rather than quantity** คำนึงถึงคุณภาพมากกว่าปริมาณ; **clothes of ~:** เสื้อผ้าที่มีคุณภาพ; **the ~ of her writing/craftsmanship** คุณภาพของการเขียน/งานฝีมือของเธอ; Ⓑ *(characteristic)* คุณสมบัติ,

q

quality control | quartz 714

คุณลักษณะ; **the melodious ~ of her voice** คุณสมบัติไพเราะของน้ำเสียงของเธอ; **possess the qualities of a ruler/leader** มีคุณสมบัติของนักปกครอง/ผู้นำ; **have the ~ of inspiring others with confidence** มีคุณสมบัติที่จะทำให้คนอื่นมีความมั่นใจ; ➡ + **defect** 1 B; Ⓒ (*of sound, voice*) คุณภาพของเสียง; Ⓓ (*arch.: rank*) ตำแหน่ง, ยศ, บรรดาศักดิ์; **people of ~:** ประชาชนที่มีตำแหน่งทางสังคมสูง
❷ *adj.* Ⓐ (*excellent*) (*ผลิตภัณฑ์*) ชั้นเยี่ยม/ดีเลิศ; Ⓑ (*maintaining ~*) ที่รักษาคุณภาพ; (*denoting ~*) มีคุณภาพ

quality: ~ control *n.* การควบคุมคุณภาพ; **~ controller** *n.* ➤ **489** ผู้ควบคุมคุณภาพ, คิว.ซี. (*ภ.พ.*); **~time** *n.* ช่วงเวลาที่ได้ใช้ร่วมกันอย่างมีคุณภาพ

qualm /kwɑːm/ความ, ควอม/ *n.* Ⓐ (*sudden misgiving*) ความหวาดระแวง, ความเคลือบแคลงสงสัย; Ⓑ (*scruple*) ความละอายใจ, ความกระดากใจ; **he had no ~s about borrowing money** เขาไม่กระดากใจในการขอยืมเงิน; Ⓒ (*sick feeling*) ความรู้สึกวิงเวียน

quandary /ˈkwɒndərɪ/ˈควอนเดอะริ/ *n.* สถานการณ์ที่สับสน/ที่ทำให้ลังเลใจ, สถานการณ์หนีเสือปะจระเข้; **this demand put him in a ~:** ข้อเรียกร้องนี้ทำให้เขาอยู่ในลักษณะหนีเสือปะจระเข้; **he was in a ~ about what to do next** เขามีความลังเลใจว่าจะทำอะไรต่อไป

quango /ˈkwæŋgəʊ/ˈแควงโก/ *n., pl.* **~s** (*Brit.*) องค์การกึ่งสาธารณะที่ได้รับการสนับสนุนด้านการเงินและการแต่งตั้งผู้บริหารจากรัฐบาล

quanta *pl. of* **quantum**

quantifiable /ˈkwɒntɪfaɪəbl/ˈควอนทิไฟเออะบ'ล/ *adj.* ที่วัด หรือ กะปริมาณได้

quantify /ˈkwɒntɪfaɪ/ˈควอนทิฟาย/ *v.t.* บอกจำนวน; วัดเป็นปริมาณ

quantitative /ˈkwɒntɪtətɪv, US -teɪtɪv/ˈควอนทิเทอะทิว, -เททิว/ *adj.*, **quantitatively** /ˈkwɒntɪtətɪvlɪ/ˈควอนทิเทอะทิวลิ/ *adv.* เชิงปริมาณ; **~ analysis** การวิเคราะห์เชิงปริมาณ

quantity /ˈkwɒntətɪ/ˈควอนเทอะทิ/ *n.* Ⓐ ปริมาณ; Ⓑ (*amount, sum*) จำนวน, ปริมาณ; **what ~ of flour do you need for this recipe?** สูตรนี้คุณต้องใช้แป้งปริมาณเท่าไร; **~ of heat** ปริมาณความร้อน; Ⓒ (*large amount*) ปริมาณมาก; **coal/gold in quantities** ถ่านหิน/ทองปริมาณมาก; **buy in quantities** ซื้อในปริมาณมาก; ➡ + ³**bill** 1 H; Ⓓ (*Math.*) ปริมาณ, จำนวน; Ⓔ (*fig.*) **negligible ~:** จำนวนที่มองข้ามไปได้, บุคคลผู้ไม่มีความสำคัญอะไร; **he is a negligible ~:** เขาเป็นคนไม่สำคัญอะไร; **an unknown ~:** จำนวนที่ไม่รู้; Ⓕ (*Phonet., Pros.*) ความสั้นยาวของเสียงสระและพยางค์

quantity: ~ mark *n.* (*Pros.*) *เครื่องหมายกำกับเหนือสระ ฯลฯ เพื่อแสดงความยาว*; **~ surveyor** *n.* ➤ **489** บุคคลซึ่งประเมินและตีราคาผลงานก่อสร้าง

quantum /ˈkwɒntəm/ˈควอนเทิม/ *n., pl.* **quanta** /ˈkwɒntə/ˈควอนเทอะ/ Ⓐ (*literary*) (*amount*) จำนวน, ปริมาณ; (*share, portion*) ส่วน; (*required, desired, or allowed amount*) จำนวนที่เป็นที่ต้องการ; Ⓑ (*Phys.*) หน่วยของพลังรังสี

quantum: ~ jump *or* **leap** *ns.* (*Phys.*) การเปลี่ยนสภาพอย่างรวดเร็ว; (*fig.*) การก้าวหน้าอย่างมากในทันทีทันใด; **~ me'chanics** *n.* (*Phys.*) *ทฤษฎีหรือระบบที่ใช้สมมติฐานที่ว่าพลังงานเกิดขึ้นในหน่วยที่แยกกระจายจากกัน*; **~ theory** *n.* (*Phys.*) ทฤษฎีแควนตัม (*ท.ศ.*)

quarantine /ˈkwɒrəntiːn, US ˈkwɔːr-/ˈควอรินทีน, ˈควอร-/ ❶ *n.* การแยก/กักกันคน/สัตว์เพื่อป้องกันการแพร่ของโรคติดต่อ; **put under ~:** อยู่ภายใต้การกักกันเพื่อป้องกันการแพร่โรคติดต่อ; **be in ~:** ถูกแยกเพื่อไม่ให้โรคติดต่อแพร่กระจาย ❷ *v.t.* แยก/กักกันเพื่อป้องกันการแพร่กระจายของโรคติดต่อ

quark /kwɑːk/ควาค/ *n.* (*Phys.*) *อนุภาคมูลฐานสามชั้นที่เป็นรากฐานของมวลทั้งหมดในจักรวาล*

quarrel /ˈkwɒrl, US ˈkwɔːrl/ˈควอร'ล/ ❶ *n.* Ⓐ การทะเลาะ, การวิวาท; **have a ~ with sb. [about/over sth.]** ทะเลาะกับ *ค.น.* [เรื่อง/เกี่ยวกับ *ส.น.*]; **let's not have a ~ about it** เราอย่ามาทะเลาะกันด้วยเรื่องนั้นเลย; **I don't want to have a ~ with you** ฉันไม่อยากทะเลาะกับคุณ; **pick a ~ [with sb. over sth.]** หาเรื่องทะเลาะ [กับ *ค.น.* เกี่ยวกับ *ส.น.*]; Ⓑ (*cause of complaint*) ปัญหา, เรื่อง; **I have no ~ with you** ฉันไม่มีเรื่องอะไรกับคุณ
❷ *v.i.*, (*Brit.*) **-ll-** Ⓐ ทะเลาะ (**over** เกี่ยวกับ); **~ with each other** ทะเลาะกัน; (*fall out, dispute*) ทะเลาะวิวาท, ผิดใจกัน; Ⓑ (*find fault*) ตำหนิ, หาเรื่อง (**with** กับ); **I really can't ~ with that** ฉันตำหนิสิ่งนั้นไม่ได้จริง ๆ

quarrelsome /ˈkwɒrlsəm, US ˈkwɔː-/ˈควอร'ลเซิม/ *adj.* ชอบทะเลาะวิวาท; **his ~ nature** นิสัยชอบทะเลาะวิวาทของเขา

¹**quarry** /ˈkwɒrɪ, US ˈkwɔːrɪ/ˈควอริ/ ❶ *n.* แหล่งตัดหิน; **marble/slate ~:** แหล่งตัดหินอ่อน/หินชนวน; (*fig.*) แหล่ง; **~ of information** แหล่งข่าว/ข้อมูล ❷ *v.t.* ขุด, สกัด (*หิน*); (*fig.*) ค้นคว้าข้อมูล ❸ *v.i.* (*fig.*) ค้นคว้า; ขุดคุ้ยด้วยความเหนื่อยยาก

²**quarry** *n.* (*prey*) เหยื่อ, สัตว์ที่ถูกล่า

quarry: ~man /ˈkwɒrɪmən/ˈควอริเมิน/ *n., pl.* **~men** /ˈkwɒrɪmən/ˈควอริเมิน/ ➤ **489** คนงานสกัด/ระเบิดหิน; **~ tile** *n.* กระเบื้องปูพื้นที่ไม่ขัดมัน

quart /kwɔːt/ควอท/ *n.* Ⓐ ควอร์ท (*ท.ศ.*) (*หน่วยตวงของเหลวที่มีปริมาณค่อนแกลลอนหรือ 2 ไพนท์*); **try to put a ~ into a pint pot** (*fig.*) พยายามบรรจุของใหญ่ลงไปในที่เล็กเกินไป; พยายามทำสิ่งที่ยากเกินกว่าจะทำสำเร็จ; Ⓑ (*vessel*) ภาชนะที่บรรจุของเหลวในปริมาณเท่านี้

'quart bottle *n.* ขวดที่บรรจุได้ 1 ควอร์ท

quarter /ˈkwɔːtə(r)/ˈควอเทอะ(ร)/ ❶ *n.* Ⓐ ➤ **602**, ➤ **1013** เศษหนึ่งส่วนสี่, ค่อน; **a** *or* **one ~ of** เศษหนึ่งส่วนสี่ของ; **a ~ [of] the price** เศษหนึ่งส่วนสี่ของราคา, ราคาค่อนหนึ่ง; **divide/cut sth. into ~s** แบ่ง/ตัด *ส.น.* ออกเป็นสี่ชิ้น; **six and a ~:** หกเศษหนึ่งส่วนสี่; **an hour and a ~:** 1 ชั่วโมง 15 นาที; **a ~ [of a pound] of cheese** เนยแข็ง 1/4 ปอนด์; **~ of lamb/beef** เนื้อแกะ/เนื้อวัว 1/4 ปอนด์; **a ~ of a mile/an hour/a century** 1/4 ไมล์/15 นาที/25 ปี; **three ~s of an hour:** 45 นาที; Ⓑ (*of year*) ไตรมาส; Ⓒ ➤ **177** (*point of time*) **[a] ~ to/past six** อีก 15 นาที 6 โมง/6 โมง 15 นาที; **there are buses at ~ to and ~ past [the hour]** มีรถประจำทางออกในเวลา 15 นาทีก่อนและหลังชั่วโมง; Ⓓ (*direction*) ทิศทาง; **blow from all ~s** (*ลม*) พัดมาจากทุกทิศทุกทาง; **flock in from all ~s** มะรุมมะตุ้มจากทุกทิศทุกทาง; **from every ~ of the globe** จากทุกสารทิศบนพื้นโลก; Ⓔ (*source of supply or help*) แหล่ง; **from this ~:** จากแหล่งนี้; **secret information from a high ~:** ข่าวลับจากแหล่งข่าวระดับสูง; **turn for support to other ~s** หันไปหาการสนับสนุนจากแหล่งอื่น ๆ; Ⓕ (*area of town*) เขต, ย่าน; **in some ~s** (*fig.*) ในบางเขตของเมือง; Ⓖ *in pl.* (*lodgings*) ที่พักอาศัย; **take up [one's] ~s** ตั้งหลักแหล่งพักอาศัย; ➡ + **close** 1 A; Ⓗ (*Brit.: measure*) (*of volume*) หนึ่งส่วนสี่; (*of weight*) หนึ่งส่วนสี่; Ⓘ (*Amer.*) (*school term*) ภาคการศึกษา; (*university term*) ครึ่งหนึ่งของภาคการศึกษา; Ⓙ (*Astron.*) หนึ่งในสี่ของเดือนทางจันทรคติ; **the moon is in its last ~** พระจันทร์เสี้ยวข้างแรม; Ⓚ (*mercy*) ความกรุณาปรานี; **give/receive ~:** ให้/ได้รับความกรุณาปรานี; **give no ~ to sb.** ไม่ให้ความกรุณาปรานีแก *ค.น.*; Ⓛ ➤ **572** (*Amer., Can.: amount, coin*) จำนวน 25 เซนต์, เหรียญ 25 เซนต์; **the bus fare was a ~:** ค่ารถประจำทางคือ 25 เซนต์; Ⓜ (*Naut.*) กราบเรือด้านใดด้านหนึ่ง; Ⓝ (*in shoemaking*) ด้านข้างของรองเท้า (*นับตั้งแต่ส้นรองเท้าจนถึงหนังด้านบน*) ❷ *v.t.* Ⓐ (*divide*) แบ่งออกเป็น 4 ส่วน; **~ an apple** ผ่าแอปเปิ้ลเป็น 4 ชีก; Ⓑ (*lodge*) จัดหาที่พักให้ (*กองทหาร*); Ⓒ (*Hist.*) ตัด (*นักโทษ*) เป็น 4 ส่วนหลังประหารชีวิต

quarter: ~back *n.* (*Amer. Football*) ตำแหน่งควอเตอร์แบ็ค (*ท.ศ.*); **~ binding** *n.* (*Bookbinding*) *การเข้าเล่มหนังสือโดยหุ้มสันหนังสือด้วยวัสดุต่างจากปก*; **~ day** *n.* วันครบจ่ายเงินที่แบ่งเป็นสี่งวด; **~deck** *n.* (*Naut.*) Ⓐ (*of ship*) ดาดฟ้าเรือที่อยู่ใกล้ส่วนท้ายเรือ (*เป็นที่เฉพาะสำหรับนายทหาร*); Ⓑ (*officers*) นายทหารบนเรือหรือในกองทัพเรือ; **~-'final** *n.* รอบก่อนรองชนะเลิศ; **in the ~-finals** ในการแข่งขันรอบก่อนรองชนะเลิศ; **~-'finalist** *n.* ผู้เข้าแข่งขันในรอบก่อนรองชนะเลิศ; **~-'hour** *n.* Ⓒ 15 นาที; Ⓓ **on the ~-hour** (*fifteen minutes before*) เวลา 15 นาทีก่อนชั่วโมง; (*fifteen minutes after*) เวลา 15 นาทีหลังชั่วโมง

quartering /ˈkwɔːtərɪŋ/ˈควอเทอะริง/ *n.* Ⓐ (*dividing*) การแบ่งเป็นสี่ส่วนเท่า ๆ กัน; Ⓑ (*lodging*) การจัดหาที่พัก (*ให้กองทหาร*)

'quarter-light *n.* (*Brit. Motor Veh.*) หูช้างรถ, กระจกด้านข้างของรถ

quarterly /ˈkwɔːtəlɪ/ˈควอเทอะลิ/ ❶ *adj.* ซึ่งกระทำทุกไตรมาส/ทุก ๆ สามเดือน; **~ payments** การจ่ายเงินทุก ๆ สามเดือน ❷ *n.* นิตยสาร/วารสารรายสามเดือน ❸ *adv.* ทุก ๆ สามเดือน

quarter: ~master *n.* Ⓐ (*Naut.*) *ทหารเรือระดับล่างที่มีหน้าที่ควบคุมหางเสือ, สัญญาณ ฯลฯ*; Ⓑ (*Mil.*) นายทหารฝ่ายพลาธิการ; **~ 'mile** *n.* ควอเตอร์ไมล์ (*ท.ศ.*); **~ note** (*Amer. Mus.*) ➡ **crotchet**; **~-pounder** *n.* น้ำหนัก 1/4 ของ 1 ปอนด์; **~ 'sessions** *n. pl.* (*Brit. Hist.*) *ศาลที่มีอำนาจตัดสินคดีอาชญากรบางประเภทและรับอุทธรณ์มักจะตัดสินความทุก ๆ สามเดือน*

quartet, quartette /kwɔːˈtet/ควอˈเท็ท/ *n.* (*also Mus.*) (*นักดนตรี*) กลุ่มนักร้องสี่คน; **piano/string ~:** วงดนตรีที่ประกอบด้วยเปียโนและเครื่องสายสามชิ้น/วงดนตรีเครื่องสายสี่ชิ้น

quarto /ˈkwɔːtəʊ/ˈควอโท/ *n., pl.* **~s** Ⓐ (*book*) หนังสือขนาดตัดสี่; Ⓑ (*size*) ขนาดของกระดาษที่พับ 2 ครั้งแล้วจึงตัด, ขนาดของกระดาษตัดสี่; **~ paper** กระดาษที่ตัดสี่

quartz /kwɔːts/ควอทซฺ/ *n.* แร่ควอร์ทซ (*ท.ศ.*), แร่หินเขี้ยวหนุมาน

quartz: ~ **clock** *n.* นาฬิกาควอตซ์ *(ท.ศ.)*; ~ **lamp** *n.* ตะเกียงควอตซ์ *(ท.ศ.)*; ~ **watch** *n.* นาฬิกา *(ข้อมือ)* ควอตซ์ *(ท.ศ.)*

quasar /ˈkweɪzɑː(r)/ˈเควฺซา(ร), -ซา(ร)/ *n. (Astron.)* ดวงดาวชนิดหนึ่งเป็นแหล่งของรังสีแม่เหล็กไฟฟ้า อยู่ไกลจากโลก 4-10 พันปีแสง

quash /kwɒʃ/ควฺอช/ *v.t.* (A) *(annul, make void)* เพิกถอน *(การตัดสิน)*; ทำให้เป็นโมฆะ; ไม่รับฟัง *(คำโต้แย้ง)*; (B) *(suppress, crush)* ปราบปราม *(ฝ่ายตรงข้าม, กบฏ)*

quasi /ˈkweɪzaɪ, ˈkwɑːzɪ/ˈเควฺซาย, ˈควฺาซิ/ *adv.* นั่นคือ, กล่าวคือ, ดูประหนึ่งว่า

quasi- *pref.* (A) *(not real, seeming)* ไม่จริง; คล้าย, เปรียบเสมือน; (B) *(half-)* กึ่ง; ~**official** กึ่งราชการ

Quaternary /kwəˈtɜːnərɪ/ควฺอะˈเทอเนอะริ/ *(Geol.)* ❶ *adj.* เกี่ยวกับยุคสุดท้ายของซีโนโซอิก ❷ *n.* ยุคหลังของมหายุคซีโนโซอิกที่เริ่มตั้งแต่ 1 ล้านปีก่อน, ยุคควอเตอร์นารี่

quatrain /ˈkwɒtreɪn/ˈควฺอเทรฺน/ *n. (Pros.)* กวีนิพนธ์ 1 บาทประกอบด้วย 4 บรรทัด

quatrefoil /ˈkætrəfɔɪl/ˈแคเทระฟอยลฺ/ *n. (Archit.)* ลายประดับในรูปใบไม้ 4 แฉกกลม

quaver /ˈkweɪvə(r)/ˈเควฺเวอะ(ร)/ ❶ *n.* (A) *(Brit. Mus.)* เควเออร์ *(ท.ศ.)* โน้ตดนตรีที่ 8; (B) *(Mus.: trill)* เสียงรัว; (C) *(in speech)* เสียงสั่น; **admit with a ~ [in one's voice] that ..:** ยอมรับด้วยเสียงสั่นเครือว่า... ❷ *v.i. (vibrate, tremble)* สั่น

quavering /ˈkweɪvərɪŋ/ˈเควฺเวอะริง/, **quavery** /ˈkweɪvərɪ/ˈเควฺเวอะริ/ *adjs.* ซึ่งสั่นสะเทือน

quay /kiː/คี/, **ˈquayside** /ˈkiːsaɪd/ˈคีซายดฺ/ *ns.* ท่าเรือ, ท่าเทียบเรือ

queasiness /ˈkwiːzɪnɪs/ˈควีซินิซ/ *n., no pl.* ความรู้สึกวิงเวียน/อยากอาเจียน

queasy /ˈkwiːzɪ/ˈควีซิ/ *adj.* คลื่นไส้; *(uneasy)* กระอักกระอ่วน; **a ~ feeling** ความรู้สึกกระอักกระอ่วน; **just the thought of it makes me [feel] ~:** เพียงแค่คิดถึงมันก็ทำให้ฉันรู้สึกอยากจะอาเจียน; **my stomach is in such a ~ state** ท้องของฉันอยู่ในสภาพปั่นป่วน

queen /kwiːn/ควีน/ *n.* (A) พระราชินี; **Q~ of [the] May** นางงามแห่งการเฉลิมฉลองวันกรรมกร; (B) *(bee, ant, wasp)* นางพญา; (C) *(personified best example of sth.)* ราชินีแห่ง *(เทนนิส, ดอกกุหลาบ)*; (D) *(Chess, Cards)* ตัวราชินี; **~'s bishop/knight/pawn/rook** ตัวขุน/ม้า/เรือ/ที่อยู่ด้านราชินีในตารางหมากรุก; **~ of hearts** ไพ่ควีนโพธิ์แดง; (E) *(sl.: male homosexual)* กะเทย; ➡ **+ bench** D; **colour** 1 J; **counsel** 1 C; **English** 2 A; **evidence** 1 B; **guide** 1 E; **highway** A; **messenger** B; **peace** B; **save** 1 C; **scout** 1 A; **shilling**

queen: ~ **ˈbee** *n.* นางพญาผึ้ง; ~ **ˈconsort** *n.* พระราชินีที่เป็นพระมเหสีของพระราชา

queenly /ˈkwiːnlɪ/ˈควีนลิ/ *adj.* อย่างราชินี, เหมาะสมสำหรับพระราชินี; *(majestic)* โอ่อ่า, หรูหรา, ตามแบบพระราชินี

queen ˈmother *n.* พระพันปีหลวง *(ที่ครั้งหนึ่งเคยดำรงพระยศเป็นพระราชินี)*, พระบรมราชชนนี

queer /kwɪə(r)/เควีย(ร)/ ❶ *adj.* (A) *(strange)* แปลก, ประหลาด; *(eccentric)* พิสดาร; **a ~ feeling** ความรู้สึกแปลก ๆ; ➡ **+ fish** 1 C; (B) *(shady, suspect)* คลุมเครือ, ไม่กระจ่าง, ที่น่าสงสัย; **there's something ~ about this whole business** มีอะไรที่น่าสงสัยเกี่ยวกับกิจการนี้ทั้งปวง; (C) *(out of sorts, faint)* ไม่ค่อยสบาย, หงุดหงิด, อ่อนเพลีย, จะเป็นลม; **I feel ~:** ฉันรู้สึกไม่ค่อยสบาย; **you are looking a bit ~:** คุณดูท่าทางไม่ค่อยสบาย; (D) *(coll.: mad, insane)* บ้า, สติไม่ดี; ~ **in the head** ประสาทเสีย, เสียสติ; (E) *(sl. derog.: homosexual)* กะเทย ❷ *n. (sl. derog.: homosexual)* กะเทย ❸ *v.t. (spoil)* ทำให้เสีย; **~ the pitch for sb., ~ sb.'s pitch** ทำให้ ค.น. เสียโอกาส

queerly /ˈkwɪəlɪ/เควียลิ/ *adv.* อย่างแปลกประหลาด, อย่างคลุมเครือ, อย่างน่าสงสัย

ˈQueer Street *n.* **be in ~** *(in difficulties, trouble, debt)* มีความยากลำบาก; มีหนี้สิน

quell /kwel/เควลฺ/ *v.t. (literary)* ปราบ, ปราบปราม *(กบฏ, การต่อต้าน)*; ระงับ *(อารมณ์, ความกลัว)*

quench /kwentʃ/เควฺนฉฺ/ *v.t.* (A) *(extinguish)* ดับ *(ไฟ)*; (B) *(satisfy)* **~ one's thirst** บรรเทาความกระหาย; (C) *(cool)* ทำให้ *(สิ่งที่ร้อน)* เย็นลง; (D) *(stifle, suppress)* ระงับ, กดดัน *(ความกระตือรือร้น)*

quern /kwɜːn/เควิน/ *n.* โม่ที่ใช้โม่ข้าวโพด/พริกไทย

querulous /ˈkwerʊləs/ˈเควะรุเลิซ/ *adj.* จู้จี้จุกจิก, ชวนทะเลาะ; *(by nature)* ขี้บ่น

querulously /ˈkwerʊləslɪ/ˈเควะรุเลิซลิ/ *adv.* อย่างขี้บ่น, อย่างจู้จี้จุกจิก, อย่างชวนทะเลาะ; **discuss sth. ~** ถกเถียง ส.น. อย่างอารมณ์ไม่ดี

query /ˈkwɪərɪ/ˈเควียริ/ ❶ *n.* (A) *(question)* คำถาม; **put/raise a ~:** ตั้งคำถาม; **that raises the ~ whether we ...:** นั่นก่อให้เกิดคำถามว่าเรา...; (B) *(question mark)* เครื่องหมายคำถาม ❷ *v.t.* (A) *(call in question)* สงสัย *(คำสั่ง, ความน่าเชื่อถือ, รายงานเก็บเงิน)*; เคลือบแคลงใจ; **I ~ whether he can be trusted** ฉันสงสัยว่าเขาเชื่อถือได้หรือเปล่า; (B) *(ask, inquire)* ถาม; **~ whether/if ...:** ถามว่า...หรือไม่

query window *n. (Computing)* กล่องข้อความเตือนผู้ใช้คอมพิวเตอร์

quest /kwest/เคว็ซทฺ/ *n.* การสืบหา, การค้นหา; *(for happiness, riches, knowledge, etc.)* การแสวงหา; **in ~ of sth.** ในการแสวงหา ส.น.; **man's ~ for happiness** การค้นหาความสุขของมนุษย์

question /ˈkwestʃən/ˈเคว็ซเฉิน/ ❶ *n.* (A) คำถาม; **ask sb. a ~:** ถามคำถาม ค.น.; **put a ~ to sb.** ยื่นคำถามต่อ ค.น.; **don't ask so many ~s!** อย่าถามหลายคำถามนัก; **ask ~s** ถามคำถาม; **ask me no ~s and I'll tell you no lies** อย่าถามดีกว่า ฉันจะได้ไม่ต้องโกหก; **ask a silly ~ and you get a silly answer** *(prov.)* ถามบ้า ๆ ก็ตอบบ้า ๆ; **and no ~s asked** และไม่มีการไต่ถาม; **[that's a] good ~!** นั่นเป็นคำถามที่ดี; ➡ **+ leading question**; ˈ**pop** 2 E; (B) *(doubt, objection)* ข้อสงสัย, การคัดค้าน **(about** เกี่ยวกับ**)**; **there is no ~ about sth.** ไม่มีข้อสงสัยเกี่ยวกับ ส.น.; **there is no ~ [but] that ...:** ไม่มีข้อสงสัยว่า...; **accept/follow sth. without ~:** ยอมรับ/ยอมทำตาม ส.น. โดยไม่มีการคัดค้าน; **not be in ~:** ไม่เป็นที่น่าสงสัย; **your honesty is/is not in ~:** ความซื่อสัตย์ของคุณเป็นที่/ไม่เป็นที่น่าสงสัย; **beyond all** *or* **without ~:** นอกเหนือข้อสงสัยทั้งปวง *หรือ* ไม่เป็นที่สงสัยเลยแม้แต่น้อย; **be beyond all** *or* **be without ~:** อยู่นอกเหนือข้อสงสัยทั้งปวง *หรือ* ไม่เป็นที่ต้องสงสัยใด ๆ; ➡ **+ call** 1 C; (C) *(problem, concern, subject)* ปัญหา, ข้อวิตกกังวล, เรื่องราว; **sth./it is only a ~ of time** ส.น./มันเป็นเรื่องเวลาเท่านั้น; **it is [only] a ~ of doing sth.** มัน [แค่] เป็นปัญหาเกี่ยวกับการทำ ส.น. เท่านั้น; **a ~ of money** ปัญหาด้านการเงิน; **there is no/some ~ of his doing that** ไม่มี/มีทางเป็นไปได้ที่เขาจะทำสิ่งนั้น; **the ~ of sth. arises** เรื่อง ส.น. เกิดขึ้น; **the person/thing in ~:** บุคคล/สิ่งของที่ถูกกล่าวถึง; **sth./it is out of the ~:** ส.น./มันไม่มีทางเป็นไปได้; **the ~ is whether...:** ปัญหาก็คือว่า...; **that is not the ~:** นั่นไม่ใช่ปัญหา/ไม่ตรงประเด็น; **beside the ~:** นอกเรื่อง/ไม่น่าสนใจ; **put the ~:** แบ่งการประชุม, ขอให้ลงคะแนนเสียง; **come into ~:** ได้รับการพิจารณา/อภิปราย; ➡ **+ beg** 1 D; **hour** E; **open** 1 F, G ❷ *v.t.* (A) ถาม *(สำรวจ)*; ไต่สวน/สอบสวน; **he started ~ing me about where I had been** เขาเริ่มถามว่าฉันไปไหนมา; (B) *(throw doubt upon, raise objections to)* สงสัย, ขัดขวาง; **her goodwill cannot be ~ed** ความปรารถนาดีของเธอไม่เป็นที่สงสัย

questionable /ˈkwestʃənəbl/ˈเคว็ซเฉอะเนอะบ'ล/ *adj.* เป็นปัญหา, น่าสงสัย; **an object of ~ value/authenticity** สิ่งของซึ่งคุณค่า/ความแท้จริงเป็นที่สงสัย

questionably /ˈkwestʃənəblɪ/ˈเคว็ซเฉอะเนอะบลิ/ *adv.* อย่างน่าสงสัย, อย่างเป็นปัญหา

questioner /ˈkwestʃənə(r)/ˈเคว็ซเฉอะเนอะ(ร)/ *n.* ผู้ถามคำถาม

questioning /ˈkwestʃənɪŋ/ˈเคว็ซเฉอะนิง/ ❶ *adj.* เป็นคำถาม, เป็นข้อสงสัย; **~ tone of voice** น้ำเสียงที่แสดงอาการสงสัย ❷ *n. (at examination)* การถามคำถามในการสอบ; *(by police etc.)* การซักถาม, การสอบสวน; **brought in for ~:** นำมาเพื่อการสอบสวน

questioningly /ˈkwestʃənɪŋlɪ/ˈเคว็ซเฉอะนิงลิ/ *adv.* อย่างเป็นคำถาม, อย่างสงสัย

question: ~ **mark** *n. (lit.)* เครื่องหมายคำถาม; *(fig.)* ข้อสงสัย; **a ~ mark hangs over sth.** มีข้อเคลือบแคลงสงสัยใน ส.น.; ~ **master** *n.* ผู้ถามคำถามในรายการตอบปัญหา; ~ **tag** *n. (Ling.)* คำต่อท้ายประโยคคำถาม

questionnaire /kwestʃəˈneə(r)/เคว็ซเฉอะˈแน(ร)/ *n.* แบบสอบถาม

ˈquestion time *n.* ช่วงเวลาที่ถามคำถามได้; *(Parl.)* เวลาที่ ส.ส. ตั้งกระทู้ถามนายกรัฐมนตรีในรัฐสภา; **at ~ time** ณ เวลาที่ ส.ส. ตั้งกระทู้ถามในสภาผู้แทนราษฎร

queue /kjuː/คิว/ ❶ *n.* (A) *(line)* คิว *(ท.ศ.)*, แถว; **a ~ of people/cars** คนเข้าคิว/คิวรถ; **a long ~ of people** คนเข้าคิวยาว; **stand** *or* **wait in a ~:** ยืน *หรือ* รอคิว; **join the ~:** มาร่วมเข้าคิว; **take one's place in a ~:** เข้าแถว/คิว; ➡ **+ jump** 3 G; (B) *(of hair)* ผมเปีย ❷ *v.i.* **~ [up]** เข้าคิว; *(join ~)* ต่อแถว; **~ to buy admission tickets** คิวซื้อตั๋วเข้าชม; **~ for a bus** เข้าคิวเพื่อขึ้นรถประจำทาง; **~ for vegetables** เข้าคิวเพื่อซื้อผัก

queue: **~-jumper** *n. (Brit.)* ผู้ลัดคิว *(ท.ศ.)*, **~-jumping** *n. (Brit.)* การลัดคิว *(ท.ศ.)*

quibble /ˈkwɪbl/ˈควิบ'ล/ ❶ *n.* (A) *(argument)* การโต้เถียง, การโต้แย้ง; (B) *(petty objection)* การขัดขวางเล็ก ๆ น้อย ๆ ❷ *v.i.* ขัดแย้งเล็ก ๆ น้อย ๆ; **~ over** *or* **about sth.** มีการขัดกันเล็กน้อยเกี่ยวกับ ส.น.; **~ about the quality of sb.'s work** จับผิดอย่างจุกจิกเกี่ยวกับคุณภาพของงานของ ค.น.

quibbler /ˈkwɪblə(r)/ˈควิบเบลอะ(ร)/ *n.* ผู้โต้แย้ง, ผู้ขัดขวาง, ผู้จับผิดเล็ก ๆ น้อย ๆ

quibbling /ˈkwɪblɪŋ/ˈควิบลิง/ *adj.* อย่างจับผิดจุกจิก

quiche /kiːʃ/คีช/ *n.* คีช *(ท.ศ.) (ขนมพายมีหน้า ซึ่งประกอบด้วยไข่และเครื่องต่าง ๆ);* **bacon ~:** คีชหน้าเบคอน

quick /kwɪk/ควิค/ *adj.* Ⓐ เร็ว, รวดเร็ว, ว่องไว; **it's ~er by train** ไปรถไฟเร็วกว่า; **'that was/ 'you were ~!** นั่นเร็วดีนี่/คุณเร็วดีนี่; **could I have a ~ word with you?** ขอฉันพูดกับคุณสักครู่/คำได้ไหม; **he had a ~ bite to eat** เขารับประทานอย่างรวดเร็ว; **how about a ~ drink?** ดื่มสักนิดดีไหม; **write sb. a ~ note** เขียนข้อความสั้น ๆ ถึง *ค.น.;* **be ~!** เร็ว ๆ เข้า; **be ~ about it!** ทำเร็ว ๆ หน่อย; **please try to be ~ [about it]** *(in discussion, on telephone)* กรุณาอย่าช้า; Ⓑ *(ready, sensitive, prompt to act or understand)* พร้อม, อ่อนไหว, ไวต่อความรู้สึกของผู้อื่น; **he is very ~:** เขามีไหวพริบเร็วมาก; **be ~ to do sth.** พร้อมที่จะทำ *ส.น.;* **be ~ to take offence** น้อยใจง่าย; **she is ~ to criticise** เธอพร้อมที่จะวิจารณ์; **be ~ at figures/repartee** คิดเลขไว/มีการพูดโต้ตอบไว; **he's too ~ for me** เขาไวเกินไปสำหรับฉัน; **have a ~ ear/eye** มีหู/ตาไว; **he has a ~ eye/ear for ...:** เขามีตา/หูไวในการที่จะ...; **[have] a ~ temper** มีอารมณ์โกรธง่าย; **have ~ wits** ฉลาดว่องไว; Ⓒ *(arch.: living, alive)* มีชีวิต; **the ~ and the dead** ประชาชนทั้งมวลทั้งที่มีชีวิตอยู่และเสียชีวิตไปแล้ว ❷ *adv.* อย่างรวดเร็ว, อย่างว่องไว; **~!** เร็วเข้า ❸ *n.* เนื้ออ่อนโดยเฉพาะใต้เล็บ; **bite one's nails to the ~:** กัดเล็บจนกุดถึงเนื้อ; **be cut** *or* **hurt** *or* **stung** *etc.* **to the ~** *(fig.)* รู้สึกว่าถูกทำร้ายจิตใจอย่างเจ็บปวด; **she was cut to the ~ by his insults** คำดูถูกของเขาทำร้ายจิตใจของเธออย่างเจ็บปวด

quick: ~-acting *attrib. adj.* มีปฏิกิริยาไว; **~-change** *attrib. adj. (Theatre)* การเปลี่ยน *(เสื้อผ้า, บทบาท)* อย่างรวดเร็ว

quicken /'kwɪkən/'ควิคเคิน/ ❶ *v.t.* Ⓐ *(make quicker)* ทำให้เร็ว/ว่องไวขึ้น; Ⓑ *(animate)* ทำให้มีชีวิตชีวา; Ⓒ *(stimulate, rouse, inspire)* กระตุ้น *(ความสนใจ);* บันดาลใจ ❷ *v.i.* Ⓐ *(become quicker)* ไป/เดิน/ทำเร็ว/ว่องไวขึ้น; *(หัวใจ, ชีพจร)* เต้นเร็วขึ้น; **her breath/steps ~ed** เธอหายใจ/ก้าวเท้าเร็วขึ้น; Ⓑ *(be stimulated, roused) (ความสนใจ, ความหวัง)* ได้รับการกระตุ้น

quick: ~ fire *n. (Mil.)* การยิงกระสุนติดต่อกันเป็นชุด; **~-fire questions** *(fig.)* คำถามที่โต้ตอบอย่างรวดเร็ว; **~-firing** *adj. (Mil.)* ที่ยิงกระสุนติดต่อกันเป็นชุด; **~ fix** *n.* การแก้ปัญหาเฉพาะหน้า; **we did a ~ on the software** เราแก้ปัญหาซอฟท์แวร์อย่างลวก; **~-freeze** *v.t.* ทำให้อาหารแข็งโดยเร็ว

quickie /'kwɪkɪ/'ควิคคิ/ *n. (coll.)* สิ่งที่กระทำอย่างรวดเร็ว; *(drink)* เครื่องดื่มที่ดื่มอย่างรวดเร็ว; *(sexual intercourse sl.)* การร่วมเพศอย่างเร็ว; **be a ~:** เป็นสิ่งที่กระทำอย่างรวดเร็ว

'quicklime *n.* ปูนขาวชนิดหนึ่ง

quickly /'kwɪklɪ/'ควิคลิ/ *adv.* อย่างรวดเร็ว/ว่องไว

'quick march *n. (Mil.)* การเดินแถวจังหวะเร็ว; มาร์ช *(ท.ศ.)* เร็ว

quickness /'kwɪknɪs/'ควิคนิซ/ *n., no pl.* Ⓐ *(speed)* ความรวดเร็ว/ว่องไว; **the ~ of the hand deceives the eye** ความว่องไวของมือหลอกลวงตา; **~ of action** ความรวดเร็วของการกระทำ; Ⓑ *(acuteness of perception)* ความฉับพลัน; **~ of the mind** ความฉับพลันของความคิด; Ⓒ *(hastiness)* **~ of temper** ความรีบร้อนของอารมณ์

quick: ~ one *n. (coll.)* เครื่องดื่มที่ดื่มอย่างเร็ว; **have a ~ one** ดื่มอะไรอย่างรวดเร็ว; *(sexually)* มีเพศสัมพันธ์อย่างรวดเร็ว; **~-release** *n.* เครื่องมือที่ทำให้ปล่อยหรือคลายออกได้อย่างรวดเร็ว; **~-release buckle** *n.* ตะขอที่ลดเร็ว/ทันที; **~-release hub** *n.* ดุมล้อที่ปลดได้ทันที/เร็ว; **~-release front wheel** *n.* ล้อหน้าที่ปลดได้เร็ว; **~sand** *n.* ทรายดูด; **~set** *n.* รั้วต้นไม้ที่ขึ้นเร็ว; **~-setting** *adj. (ปูน)* ที่จับตัวแข็งอย่างรวดเร็ว; *(กาว)* ที่แห้งเร็ว; **~silver** *n.* Ⓐ ปรอท; Ⓑ *attrib. (fig.)* อารมณ์/ความรู้สึกที่แปรเปลี่ยนง่าย; **have a ~silver temperament** มีอารมณ์หวั่นไหว; **~ step** *n.* Ⓐ *(Mil.)* การสวนสนามโดยก้าวเท้าเร็ว; Ⓑ *(Dancing)* การเต้นรำจังหวะเร็วประเภทหนึ่ง; การเต้นรำจังหวะควิกสเต็ป *(ท.ศ.);* **~tempered** *adj.* หัวเสียง่าย, ขี้โมโห; **be ~tempered** มีนิสัยขี้โมโห; **~thorn** *n. (Bot.)* ต้นไม้เป็นพุ่มมีหนามพันธุ์ *Crataegus monogyna;* **~-witted** *adj.* หัวไว, เชาวน์ดี, มีไหวพริบดี; **~-wittedness** /kwɪk'wɪtɪdnɪs/ควิค'วิทิดนิส/ *n., no pl.* ความมีเชาวน์ดี, ความมีไหวพริบ; *(of answer)* การโต้ตอบได้คล่องแคล่ว

[1]**quid** /kwɪd/ควิด/ *n. (Brit. sl.)* Ⓐ *pl. same (one pound)* หนึ่งปอนด์ *(สเตอริง);* **a few ~:** 2–3 ปอนด์; **fifty ~:** 50 ปอนด์; Ⓑ **be ~s in** ได้กำไร

[2]**quid** *n. (tobacco)* ก้อนยาฉุน

quid pro quo /kwɪd prəʊ 'kwəʊ/ควิด โพรฺ 'โควฺ/ *n.* สิ่งตอบแทน/ชดเชย

quiescence /kwɪ'esns/ควิ'เอ็ซ'นซฺ/ *n.* ความเฉื่อยชา, ความเงียบสงบ, การไม่เคลื่อนไหว

quiescent /kwɪ'esnt/ควิ'เอ็ซ'นท/ *adj. (still)* อยู่กับที่, ไม่เคลื่อนไหว; *(ภูเขาไฟ)* เงียบสงบ

quiet /'kwaɪət/'ควายเอิท/ ❶ *adj.,* **~er** /'kwaɪətə(r)/'ควายเออะเทอะ(ร)/, **~est** /'kwaɪətɪst/'ควายเออะทิซทฺ/ Ⓐ *(silent)* เงียบ; *(not loud) (เสียงพูด/เพลง)* ค่อย; *(เสียงคลื่น, ลม)* เบา ๆ; ไม่ส่งเสียงดัง; **be ~!** *(coll.)* หยุดพูดเสียทีเถอะ; เงียบ; **keep ~:** อยู่นิ่ง ๆ *(อย่าส่งเสียง);* อยู่เงียบ ๆ; **keep sth. ~, keep ~ about sth.** *(fig.)* ไม่แพร่งพราย *ส.น.* ให้ใครรู้; **I want the matter to be kept ~:** ฉันต้องการให้เรื่องราวนี้ไม่แพร่งพรายออกไป; **keep sb./a child ~:** ทำให้ *ค.น.*/เด็กเงียบ; **go ~:** เงียบลง; Ⓑ *(peaceful, not busy)* สงบ, สบาย ๆ; **a ~ evening at home** ยามเย็นที่สุขสงบที่บ้าน; **let's go for a ~ drink** ไปหาอะไรดื่มกันสบาย ๆ เถิด; **have a ~ mind** มีจิตใจที่สงบ; **all was ~ on the border** ทุกสิ่งทุกอย่างสงบเรียบร้อยดีที่พรมแดน; Ⓒ *(gentle) (บุคคล)* สุภาพ, อ่อนโยน; Ⓓ *(not overt, disguised)* แอบ, ไม่เปิดเผย, ปิดบัง; **have a ~ word with sb.** แอบพูดกับ *ค.น.;* **have a ~ laugh about sth.** แอบหัวเราะ *ส.น.;* **on the ~:** อย่างลับ ๆ/ไม่เปิดเผย; Ⓔ *(not formal)* ไม่เป็นทางการ; Ⓕ *(not showy) (สี)* ไม่ฉูดฉาด; *(ความสง่า)* เรียบง่าย

❷ *n. (silence, stillness)* ความเงียบ, ความสงบ; **in the ~ of the night** ในความเงียบของค่ำคืน; ➡ **+ peace** C

❸ *v.t.* ➡ **quieten** 1

quieten /'kwaɪətn/'ควายเอิท'น/ *(Brit.)* ❶ *v.t.* Ⓐ ทำให้เงียบเสียงลง; **~ a screaming baby** ทำให้เด็กที่ร้องจ้าเงียบเสียงลง; Ⓑ บรรเทา *(ความกลัว, ความสงสัย)* ❷ *v.i.* สงบ *(จิตใจ)*

~ 'down ❶ *v.t.* ➡ **~** 1 A ❷ *v.i.* สงบ *(จิตใจ);* **since her marriage she has ~ed down** นับตั้งแต่แต่งงานมา เธอก็ใจเย็นลง

quietism /'kwaɪətɪzəm/'ควายเออะทิเซิม/ *n.* หลักการถือปฏิบัติทางศาสนาที่ยอมละเว้นกิเลสทั้งปวง

quietly /'kwaɪətlɪ/'ควายเอิทลิ/ *adv.* Ⓐ *(silently)* อย่างเงียบ ๆ; *(not loudly)* ค่อย ๆ อย่างเบา; **die ~:** ตายอย่างสงบ; Ⓑ *(peacefully, tranquilly)* อย่างสงบ; **be ~ drinking one's tea** กำลังดื่มชาอย่างสงบ; **I'll come ~** *(said by person being arrested)* ฉันจะไปอย่างสงบ; Ⓒ *(gently)* อย่างสุภาพ, อย่างอ่อนโยน; **a ~ spoken young man** ชายหนุ่มผู้พูดจาอ่อนโยน; Ⓓ *(not overtly)* อย่างไม่เปิดเผย, อย่างลับ ๆ; **they settled the affair ~:** พวกเขาตกลงเรื่องราวอย่างลับ ๆ; Ⓔ *(not formally)* อย่างไม่เป็นทางการ; **get married ~:** แต่งงานอย่างไม่มีพิธีรีตอง; Ⓕ *(not showily)* อย่างไม่ฉูดฉาด; อย่างเรียบง่าย

quietness /'kwaɪətnɪs/'ควายเอิทนิซ/ *n., no pl.* Ⓐ *(absence of noise or motion)* การปราศจากเสียงหรือการเคลื่อนไหว, ความเงียบ; *(of reply)* ความค่อย; *(of car, engine)* ความเงียบ; *(of footsteps)* ฝีเท้าเงียบกริบ; Ⓑ *(peacefulness, gentleness)* ความสงบ, ความสุภาพอ่อนโยน

quietude /'kwaɪɪtjuːd, US -tuːd/'ควายอิทิวดฺ, -ทูดฺ/ *n. (literary)* ความเงียบสงัด, ความสงบ

quiff /kwɪf/ควิฟ/ *n. (Brit.)* Ⓐ *(curl)* ลอนผม; Ⓑ *(tuft of hair)* ส่วนที่หวีมาปรกหน้าผากของผู้ชาย

quill /kwɪl/ควิล/ *n.* Ⓐ ➡ **quill feather;** Ⓑ ➡ **quill pen;** Ⓒ *(stem of feather)* ก้านของขนนก; Ⓓ *(of porcupine)* ขนเม่น

quill: ~ feather *n.* ขนแข็งของนก *(ที่มาจากปีกหรือหาง);* **~ pen** *n.* ปากกาขนนก; ปากไก่

quilt /kwɪlt/ควิลทฺ/ ❶ *n.* Ⓐ *(padded bed coverlet)* ผ้านวมคลุมเตียง *(ทำจากผ้าชิ้นเล็ก ๆ มาเย็บต่อเป็นลวดลาย);* **continental ~:** ผ้านวม; Ⓑ *(bedspread)* ผ้าคลุมเตียงทำในลักษณะเดียวกัน; ➡ **+ crazy** D; **patchwork** ❷ *v.t.* Ⓐ *(cover or line with padded material)* คลุม หรือ บุด้วยนวม; Ⓑ *(make or join like ~)* ปะติดปะต่อผ้าชิ้นเล็ก ๆ มาเป็นผืนใหญ่

quilting /'kwɪltɪŋ/'ควิลทิง/ *n.* Ⓐ *(process)* วิธีการเย็บผ้านวม *(โดยการนำผ้าชิ้นเล็ก ๆ มาเย็บติดต่อกันเป็นลวดลาย);* Ⓑ *(material)* วัสดุที่ใช้ในการเย็บผ้านวมในลักษณะดังกล่าว

quim /kwɪm/ควิม/ *n. (coarse)* จิ๋ม *(ภ.พ.)*

quin /kwɪn/ควิน/ *n. (coll.)* แฝดห้า

quince /kwɪns/ควินซฺ/ *n.* Ⓐ *(fruit)* ผลควินซ์ *(ท.ศ.)* จากต้นในสกุล *Cydonia;* Ⓑ *(tree)* ต้นควินซ์ *(ท.ศ.);* ➡ **+ Japanese quince**

quince 'jelly *n.* เยลลี่รสผลควินซ์ *(ท.ศ.)*

quinine /kwɪ'niːn, US 'kwaɪnaɪn/'ควินีน, 'ควายนายนฺ/ *n.* ยาควินีน *(ท.ศ.)*

quinquennial /kwɪn'kwenɪəl/ควิน'เควินเนียล/ *adj. (lasting five years)* มีอายุยืนยาวห้าปี; *(once every five years)* ที่เกิดขึ้นทุก ๆ ห้าปี

quinquennium /kwɪŋ'kwenɪəm/ควิน'เควินเนียม/ *n., pl.* **~s** *or* **quinquennia** /kwɪŋ'kwenɪə/ควิน'เควินเนีย/ ระยะเวลาห้าปี, ครบรอบห้าปี

quinsy /'kwɪnzɪ/'ควินซิ/ *n. (Med.)* การอักเสบที่คอ *(เกิดจากต่อมทอนซิลเป็นหนอง)*

quintessence /kwɪn'tesəns/ควิน'เท็ซ'นซฺ/ *n.* Ⓐ *(most perfect form)* รูปแบบที่สมบูรณ์ที่สุด; *(embodiment)* ตัวอย่างอันเลิศ; Ⓑ *(essence, extract of substance)* หัวใจสำคัญ, แก่น

quintessential /kwɪntɪ'senʃl/ควินทิ'เซ็นช'ล/ *adj.* เป็นรูปแบบอันสมบูรณ์, เป็นแก่น/หัวใจสำคัญ

quintet, quintette /kwɪnˈtet/ควิน'เท็ท/ *n.* *(also Mus.)* กลุ่ม *(นักดนตรี)* ห้าคน; **piano/clarinet ~:** วงดนตรีประกอบด้วยเปียโน/แคลริเนตกับเครื่องดนตรีอีกสี่ชิ้น

quintuple /ˈkwɪntjʊpl, US kwɪnˈtuːpl/ˈควินทิวพ'ล, ควิน'ทูพ'ล/ ❶ *adj.* ห้าเท่า, ที่ประกอบด้วยห้าส่วน, ห้าฝ่าย ❷ *n.* จำนวนห้าเท่า ❸ *v.t.* คูณด้วย 5 ❹ *v.i.* เพิ่มขึ้นห้าเท่า

quintuplet /ˈkwɪntjʊplet, US kwɪnˈtuːplɪt/ˈควินทิวเพล็ท, ควิน'ทูพลิท/ *n.* หนึ่งในแฝดห้า

quip /kwɪp/ควิพ/ ❶ *n.* Ⓐ *(clever saying)* คำพูดที่หลักแหลม; Ⓑ *(sarcastic remark)* ข้อสังเกตที่ประชดประชัน ❷ *v.i.*, **-pp-** *(make quips)* กล่าวคำพูดที่หลักแหลม (**at** เกี่ยวกับ); ตั้งข้อสังเกตอย่างประชดประชัน

quire /kwaɪə(r)/ˈควายเออะ(ร)/ *n.* *(Bookbinding: collection of sheets)* กระดาษแผ่น ๆ ที่เย็บรวมเป็นเล่ม; *(24/25 sheets)* กระดาษ 25 แผ่น *(แต่เดิม 24 แผ่น)*; *(4 sheets)* กระดาษ 4 แผ่นรวมกันแล้วพับครึ่งทำให้ได้กระดาษ 8 แผ่น; **in ~s** ไม่ได้เย็บเล่ม

quirk /kwɜːk/เควิค/ *n.* คำพูด/พฤติกรรมแปลกประหลาด; **[by a] ~ of nature/fate/history** *etc.* โดยการเล่นตลกของธรรมชาติ/โชคชะตา/ประวัติศาสตร์ *ฯลฯ*

quirky /ˈkwɜːkɪ/ˈเควอคิ/ *adj.* แปลกประหลาด

quisling /ˈkwɪzlɪŋ/ˈควิซลิง/ *n.* ผู้ทรยศ *(โดยเฉพาะผู้ที่เป็นไส้ศึก)*

quit /kwɪt/ควิท/ ❶ *pred. adj.* **be ~ of sb./sth.** ได้รับการปลดเปลื้องจาก *ค.น./ส.น.*; หลุดพ้นจาก *ค.น./ส.น.* ❷ *v.t.*, **-tt-**, *(Amer.)* **quit** Ⓐ *(give up)* เลิก; **~ doing sth.** เลิกทำ *ส.น.*; **~ work for five minutes** เลิกทำงาน 5 นาที; Ⓑ *(depart from)* ออกจาก; *(leave occupied premises)* ย้ายออก; **they were given** *or* **had notice to ~ [the flat** *etc.***]** พวกเขาได้รับใบเตือนให้ย้ายออก [จากแฟลต *ฯลฯ*]; **~ hold of sth.** ปล่อย *ส.น.*; *(Computing)* ออกจากโปรแกรมที่ใช้อยู่

quitch [grass] /ˈkwɪtʃ (grɑːs)/ควิฉ/ ➡ ²**couch**

quite /kwaɪt/ไควท/ *adv.* Ⓐ *(entirely)* โดยสิ้นเชิง, สนิท; **~ empty/perfect/unique/flawless** ว่างเปล่า/สมบูรณ์แบบ/ไม่มีสิ่งใดเหมือน/ไร้มลทินโดยสิ้นเชิง; **not ~** *(almost)* ไม่...เสียทีเดียว; *(noticeably not)* ไม่เลย; **I'm sorry. – That's ~ all right** ฉันเสียใจด้วย ไม่เป็นไร; **not ~ five o'clock** ยังไม่ 5 นาฬิกาทีเดียว; **I don't need any help; I'm ~ all right, thank you** ฉันไม่ต้องการความช่วยเหลืออะไร ฉันไม่เป็นไรหรอก ขอบคุณ; **I've had ~ enough of it** ฉันทนอีกต่อไปไม่ไหวแล้ว; **how can you be ~ so sure?** คุณแน่ใจถึงขนาดนั้นได้อย่างไร; **I've never known anyone who was ~ so stubborn** ฉันไม่เคยรู้จักใครที่ดื้อถึงขนาดนี้; **I ~ agree/understand** ฉันเห็นด้วย/เข้าใจทีเดียว; **~ [so]!** นั่นแหละ, เป็นอย่างนั้น, นั่นเอง; **be ~ a hero** เป็นวีรบุรุษทีเดียว; **that is ~ a different matter** นั่นเป็นคนละเรื่องไปเลย; **we drove at ~ a speed** เราขับรถเร็วพอใช้; **they had ~ a party** พวกเขาจัดงานปาร์ตี้ที่สนุกสนานทีเดียว; **be ~ other than sth.** *(ความจริง)* แตกต่างจาก *ส.น.* มากทีเดียว; **~ another story/case** เป็นอีกเรื่อง/อีกกรณีไปเลย; Ⓑ *(somewhat, to some extent)* ค่อนข้าง...พอสมควร, บ้าง; **it was ~ an effort** ต้องใช้ความพยายามพอสมควร; **that is ~ a shock/surprise** นั่นเป็นสิ่งที่น่าตกใจ/ประหลาดใจพอสมควร; **I'd ~ like to talk to him** ฉันอยากจะคุยกับเขาพอสมควร; **~ a few** จำนวนมากพอสมควร; **they had ~ a lot of applicants/a run of success** พวกเขามีผู้สมัครมากพอสมควร/ประสบความสำเร็จต่อเนื่องพอสมควร

quits /kwɪts/ควิทซฺ/ *pred. adj.* **be ~ [with sb.]** เสมอกัน *หรือ* หายกัน [กับ *ค.น.*]; **call it ~:** หายกัน, ตกลงว่าจะเลิกทะเลาะกัน; **let's call it ~!** เราเลิกทะเลาะกันดีกว่า; *(nothing owed)* หมดหนี้สินต่อกัน; ➡ + **double** 3 C

quitter /ˈkwɪtə(r)/ˈควิทเทอะ(ร)/ *n.* ผู้ล้มเลิกการกระทำใด ๆ อย่างง่ายดาย, ผู้เลี่ยง

¹**quiver** /ˈkwɪvə(r)/ˈควิเวอะ(ร)/ ❶ *v.i.* *(เสียง, ริมฝีปาก)* สั่นสะเทือน; *(ปีกนก ฯลฯ)* กระพือ; *(ตา ฯลฯ)* กะพริบ; **her legs ~ed** ขาของเธอสั่น ❷ *n.* *(of lips, voice)* การสั่น, การกระพือ *(ปีกนก)*; *(of eyelid)* การกะพริบ; **there was a ~ in her voice** เสียงของเธอสั่น; **be all in a ~:** สั่นเทิ้มไปทั้งตัว

²**quiver** *n.* *(for arrows)* กระบอกบรรจุลูกศร, แล่งธนู

qui vive /kiːˈviːv/คี'วีว/ *n.* **be on the ~:** อยู่ในลักษณะเตรียมพร้อม

quixotic /kwɪkˈsɒtɪk/ควิค'ซอทิค/ *adj.* มีคุณธรรมสูง; *(ความประพฤติ)* กล้าหาญและเต็มไปด้วยอุดมคติ; **a ~ act** การกระทำที่กล้าหาญเต็มไปด้วยอุดมคติ; **a ~ person** บุคคลที่เสียสละและต่อสู้เพื่ออุดมคติ

quiz /kwɪz/ควิซฺ/ ❶ *n., pl* **~zes** Ⓐ *(Radio, Telev., etc.)* ควิซโชว์ *(ท.ศ.)*, รายการถามตอบปัญหา; **contestants in/guests on the ~:** ผู้เข้าแข่งขัน/แขกรับเชิญในรายการถามตอบปัญหา; Ⓑ *(interrogation, questionnaire, test)* การทดสอบ; *(for pupils)* การสอบย่อย ❷ *v.t.*, **-zz-** ซักไซ้, ไต่ถาม (**about sth./sb.** เกี่ยวกับ *ส.น./ค.น.*); *(ตำรวจ)* สอบสวน

quiz: ~master *n.* *(Radio, Telev.)* ผู้ดำเนินรายการ, พิธีกรรายการควิซโชว์; **~ programme, ~ show** *ns.* *(Radio, Telev.)* รายการควิซโชว์

quizzical /ˈkwɪzɪkl/ˈควิซซิค'ล/ *adj.* *(สีหน้า, น้ำเสียง)* งงงวย/แปลกใจ; *(mocking)* *(หัวเราะ)* ที่เยาะเย้ยด้วยความขบขัน

quizzically /ˈkwɪzɪklɪ/ˈควิซซิเคอะลิ/ *adv.* อย่างงงงวย, อย่างประหลาด, อย่างสนเท่ห์; *(mocking)* อย่างเยาะเย้ยด้วยความขบขัน

quod vide ซึ่งดูได้ที่..., ดู...

quoin /kɔɪn/คอยนฺ/ *n.* Ⓐ *(angle)* มุมด้านนอกของอาคาร; Ⓑ *(cornerstone)* แท่งหินที่มุมอาคาร

quoit /kɔɪt, US kwɔɪt/คอยทฺ, ควอยทฺ/ *n.* *(Games)* ห่วงที่ใช้เล่นโยนห่วง

quoits /kɔɪts/คอยทซฺ/ *n., no pl.* *(Games)* การเล่นโยนห่วง *(เหล็ก)*

quorate /ˈkwɔːrət, -reɪt/ˈควอเริท, -เรท/ *adj.* *(การประชุม)* ครบองค์ประชุม

quorum /ˈkwɔːrəm/ˈควอเริม/ *n.* องค์ประชุม

quota /ˈkwəʊtə/ˈโควเทอะ/ *n.* Ⓐ *(share)* โควต้า *(ท.ศ.)*, ส่วนแบ่ง; Ⓑ *(maximum quantity)* ปริมาณสูงสุด; *(of goods to be produced/imported)* โควต้ามากที่สุดที่จะผลิต/ที่จะนำเข้า; *(of work)* ปริมาณงานสูงสุด; Ⓒ *(maximum number)* จำนวนสูงสุด; *(of immigrants/students permitted)* โควต้าผู้อพยพ/นักศึกษาที่จะรับได้

quotation /kwəʊˈteɪʃn/โคว'เทช'น/ *n.* Ⓐ ข้อความที่อ้างถึง/อ้างอิง, พจนะที่สำคัญ; *(passage)* ข้อความที่คัดมาจากหนังสือหรือแหล่งอื่น ๆ; **dictionary of ~s** พจนานุกรมถ้อยคำที่คมคายและมีชื่อเสียงจากแหล่งต่าง ๆ; Ⓑ *(amount stated as current price)* จำนวนที่กำหนดว่าเป็นราคาปัจจุบัน; **the latest ~s from the Stock Exchange** ราคาล่าสุดจากตลาดหลักทรัพย์; Ⓒ *(contractor's estimate)* การเสนอราคา

quo'tation marks *n. pl.* เครื่องหมายอัญประกาศ

quote /kwəʊt/โควท/ ❶ *v.t.* Ⓐ อ้าง, อ้างคำพูด *(ของคนอื่น)*, ยกคำพูด *(จากหนังสือ, งานวิจัย)*; **he is ~d as saying that ...:** เขาถูกอ้างว่าพูดว่า...; **don't ~ me on it** อย่าอ้างฉันเกี่ยวกับเรื่องนั้น; **~ an earlier case to sb.** อ้างกรณีก่อนหน้านี้แก่ *ค.น.*; **~ sth. as the reason/an example** อ้าง *ส.น.* เพื่อเป็นเหตุผล/เพื่อเป็นตัวอย่าง; **..., and I ~, ...:** และฉันขออ้างคำกล่าวว่า...; Ⓑ *(state price of)* กำหนดราคา, เสนอราคา; **wheat/the £ is ~d at ...:** ข้าวสาลี/เงินปอนด์ได้รับการกำหนดราคาอยู่ที่...; **~ sb. a price** แจ้งราคาให้ *ค.น.* ทราบ; Ⓒ *(St. Exch.)* แสดงรายการราคาอย่างสม่ำเสมอ; **be ~d at a lower price** แสดงราคาต่ำกว่า; Ⓓ *(enclose in quotation marks)* ใส่ไว้ในเครื่องหมายอัญประกาศ

❷ *n.* *(coll.)* Ⓐ *(passage)* ข้อความที่ตัดตอนมา/ที่อ้างอิง; Ⓑ *(commercial quotation)* รายการประเมินราคา, รายการเสนอราคา; Ⓒ *usu. in pl.* *(quotation mark)* เครื่องหมายอัญประกาศ

quoth /kwəʊθ/โควธ/ *v.t. 1st. & 3rd pers. p.t.* *(arch.)* *in sing./pl.* กล่าว, พูด

quotient /ˈkwəʊʃnt/ˈโควช'นทฺ/ *n.* *(Math.)* ผลหาร, ผลลัพธ์ที่ได้จากการหาร; ➡ + **intelligence quotient**

q.v. /kjuːˈviː/คิว'วี/ *abbr.* **quod vide** ดู/ดูข้อนั้น

q

Rr

R, r /ɑ:(r)/อาร์(ร)/ *n., pl.* **Rs** *or* **R's** Ⓐ *(letter)* พยัญชนะตัวที่ 18 ของภาษาอังกฤษ; Ⓑ **the three Rs** การอ่าน การเขียนและการคำนวณ; Ⓒ **the R months** ชื่อเดือนที่ใช้ตัวอักษร r

R. *abbr.* **River** Ⓐ **R. Thames;** Ⓑ **Regina/Rex** ในคดีพระราชินี/พระราชา; **in the case R. v. Smith** คดีพระราชินี/พระราชากับสมิธ; Ⓒ ® **registered as trademark** จดทะเบียนเป็นเครื่องหมายการค้า; Ⓓ *(Amer.)* **Republican;** Ⓔ *(Chess)* **rook**

r. *abbr.* **right**

RA *abbr.* Ⓐ **Royal Academician** สมาชิกสมาคมศิลปะแห่งประเทศอังกฤษ; Ⓑ **Royal Academy** ➡ **academy** A; Ⓒ **Royal Artillery** กรมทหารปืนใหญ่หลวงรักษาพระองค์

rabbet /ˈræbɪt/ˈแรบิท/ *n. (groove)* ช่องเดือยไม้, รอยบาก; *(to receive edge of door or window)* บาก

rabbi /ˈræbaɪ/ˈแรบาย/ *n.* บาทหลวงในศาสนายิว, อาจารย์หรือผู้มีความรู้; *(as title)* ท่านอาจารย์; **Chief R~:** ผู้นำศาสนายิว

rabbit /ˈræbɪt/ˈแรบิท/ ❶ *n.* Ⓐ กระต่าย; Ⓑ *(Brit. coll.: poor player)* คนที่เล่นไม่เก่ง, นักกีฬาปลายแถว; Ⓒ *(Amer.: hare)* กระต่ายป่า; ➡ **+ breed** 2 A; **Welsh rabbit** ❷ *v.i. (Brit. coll.: talk)* **~ [on]** พูดมาก

rabbit: ~ burrow *n.* โพรงกระต่าย; **~ food** *n.* อาหารกระต่าย; *(fig. joc.)* ผักเขียว, ผักสลัด; **~ fur** *n.* ขนกระต่าย; *(coat)* เสื้อโค้ตขนกระต่าย; **~ hole** ➡ **~ burrow; ~ hutch** *n. (lit.)* บ้านกระต่าย; *(fig.)* บ้านที่เล็กมาก; **~ punch** *n.* การตีที่ท้ายทอย *(ใช้ในกีฬามวย)*; **~ warren** *n.* โพรงกระต่ายมากมายที่ต่อกัน; **this building is a ~ warren** อาคารนี้กว้างใหญ่เวิ้งว้างจนหาทางออกยาก

rabble /ˈræbl/ˈแรบ'ล/ *n.* ฝูงชนที่วุ่นวายก่อการจลาจลไร้ระเบียบ, คนชั้นต่ำ

rabble: ~-rouser /ˈræblraʊzə(r)/ˈแรบ'ลราวเซอะ(ร)/ *n.* ผู้ยุยงหรือชักนำก่อความวุ่นวาย, ผู้ก่อกวน; **~-rousing** ❶ *adj. (คำพูด, ภาษา)* ยุยง, ก่อกวน ❷ *n.* การยุยง, การก่อกวน

Rabelaisian /ræbəˈleɪzjən/แรเบอะˈเลเซียน/ *adj.* ในรูปแบบของฟรังซัวส์ ราเบลเลส์ นักประพันธ์ชาวฝรั่งเศสผู้ใช้ภาษาเสียดสีและฟุ้งซ่าน

rabid /ˈræbɪd, US ˈreɪbɪd/ˈแรบิด, ˈเรบิด/ *adj.* Ⓐ *([Vet.] Med.) (อาการ)* เป็นโรคกลัวน้ำ; Ⓑ *(furious, violent)* โกรธ, ดุร้าย; *(unreasoning, extreme) (ความเชื่อ)* ไร้เหตุผล, สุดขีด; *(นักการเมือง)* ก้าวร้าวรุนแรง

rabies /ˈreɪbi:z/ˈเรบีซ/ *n. ([Vet.] Med.)* โรคกลัวน้ำ, โรคพิษสุนัขบ้า

RAC *abbr. (Brit.)* **Royal Automobile Club** สโมสรราชยานยนต์แห่งอังกฤษ

raccoon ➡ **racoon**

¹race /reɪs/เรซ/ ❶ *n.* Ⓐ การแข่งขัน, การวิ่งแข่ง, ว่ายน้ำแข่ง; **have a ~ [with** *or* **against sb.]** วิ่ง/ขับรถ/ว่ายน้ำแข่งกับ *ค.น.;* **100 metres ~:** วิ่ง/ว่ายน้ำ 100 เมตร; **be in the ~** *(lit. or fig.)* มีสิทธิชนะการแข่งขัน; **be out of the ~** *(นักวิ่ง, นักว่ายน้ำ)* แพ้ในการแข่ง, ออกจากการแข่ง; *(fig.)* แพ้; Ⓑ *in pl. (series) (for horses)* การแข่งม้า; *(for dogs)* การแข่งสุนัข; **go to the ~s** ไปดูการแข่ง; **a day at the ~s** ไปเที่ยวแข่งม้า; Ⓒ *(fig.)* **a ~ against time** การแข่งกับเวลา; **sb.'s** *or* **the ~ is [nearly] run** *(after pursuit)* *ค.น.* แพ้แล้ว; *(after severe illness, euphem.)* [ใกล้] ถึงเวลาตายแล้ว; **the ~ for governor/nomination** การแข่งขันชิงตำแหน่งผู้ว่าราชการจังหวัด/ลงรับเลือกตั้ง; **it will be a mad ~ to get the work finished in time** มันจะเป็นการกระหืดกระหอบอย่างบ้าเลือดเลยที่จะทำงานนี้ให้เสร็จภายในเวลา; Ⓓ *(channel of stream)* น้ำที่ไหลเชี่ยว; ➡ **+ mill race;** Ⓔ *(Mech. Engin.: of ball bearing)* วงแหวน

❷ *v.i.* Ⓐ *(in swimming, running, walking, sailing, etc.)* ลงแข่งขัน; **~ against time** *(นักกีฬา)* วิ่งแข่งกับเวลา; *(fig.)* ทำงานแข่งกับเวลา; Ⓑ *(indulge in horseracing)* มั่วสุมอยู่กับการแข่งม้า; *(Sports: in car)* แข่งรถยนต์; **~ at a meeting** *(own or train horses for it)* มีม้าลงแข่งขัน; Ⓒ *(go at full or excessive speed) (ขับรถ)* อย่างเร็ว; *(ชีพจร)* เต้นเร็วผิดปกติ; Ⓓ *(rush)* รีบร้อน, เร่ง, กระหืดกระหอบ; *(เมฆ)* ลอยไปอย่างเร็ว; *(on foot also)* วิ่ง, เร่งรีบ; **~ after sb.** วิ่งไล่ตาม *ค.น.;* **~ [a]round** *or* **about** วิ่งไปมา; **~ to finish sth.** รีบร้อนทำ *ส.น.* ให้เสร็จ; **~ ahead with sth.** *(hurry)* เร่งดำเนินการทำ *ส.น.; (make rapid progress)* มีความก้าวหน้าใน *ส.น.* อย่างรวดเร็ว

❸ *v.t.* Ⓐ *(have ~ with) (in swimming, riding, walking, running, etc.)* ลงวิ่ง/ว่าย/ขับรถ ฯลฯ แข่งกับ; **I'll ~ you** มา *(วิ่ง, ว่ายน้ำ ฯลฯ)* แข่งกันไหม; Ⓑ *(cause to ~)* ทำให้วิ่งเร็ว; Ⓒ ทำให้วิ่งเต็มที่, ทำให้แล่นเต็มฝีจักร; **~ sb. along** ผลักดันให้ *ค.น.* เจริญก้าวหน้า

²race *n.* Ⓐ *(Anthrop., Biol.)* เผ่าพันธุ์, เชื้อชาติ, ชนชาติ; **be of mixed ~:** มีเลือดผสม; Ⓑ *(class of persons)* ชนชั้น; *(esp. Relig.)* กลุ่ม; Ⓒ *(group with common descent)* ผู้ที่เกี่ยวดอง, เทือกเถาเหล่ากอ, โคตรเหง้า; *(nation)* ประชากร; *(tribe)* เผ่าพันธุ์, ต้นกำเนิด; **the human ~:** เผ่าพันธุ์มนุษย์; **be of noble ~:** เป็นเผ่าพันธุ์ตระกูลขุนนาง

race: ~card *n.* รายการแข่งขัน; **~course** *n.* สนามแข่ง; **~goer** *n.* ผู้ไปชมการแข่งขัน; **~ hatred** *n.* การเหยียดคนต่างชาติ; **~horse** *n.* ม้าแข่ง

raceme /rəˈsi:m, US reɪˈsi:m/เรอะˈซีม, เรˈซีม/ *n. (Bot.)* ช่อดอกที่มีก้านดอกเสมอกัน, ช่อกระจะ

ˈrace meeting *n. (Sport)* วันแข่งขัน; *(on successive days)* การแข่งขันสองสามวันต่อเนื่อง

racer /ˈreɪsə(r)/ˈเรเซอะ(ร)/ *n. (person)* ผู้แข่งขัน; *(horse)* ม้าแข่ง; *(yacht)* เรือยอร์ชที่ใช้แข่ง; *(bicycle)* รถจักรยานแข่ง; *(plane)* เครื่องบินที่ใช้แข่ง

race: ~ relations *n. pl.* ความสัมพันธ์ระหว่างชนเผ่าต่าง ๆ; **R~ Relations Act** *(Brit.)* กฎหมาย/พระราชบัญญัติห้ามการประพฤติเหยียดสีผิว; **~ riot** *n.* การจลาจลที่เกิดจากความขัดแย้งระหว่างเผ่าพันธุ์; **~track** *n.* ลู่แข่งขัน, ลู่แข่งม้า, สนามม้า; **~way** *n. (Amer.)* สนามม้า

rachitic /rəˈkɪtɪk/เรอะˈคิททิค/ *adj. (Med.)* เป็นโรคกระดูกอ่อน

rachitis /rəˈkaɪtɪs/เรอะˈไคทิซ/ *n. (Med.)* โรคกระดูกอ่อน

racial /ˈreɪʃl/ˈเรช'ล/ *adj. (คำพูด, การโจมตี)* ที่แสดงการเหยียดสีผิว; *(ลักษณะ, การแบ่งแยก)* ทางเผ่าพันธุ์, แห่งเชื้อชาติ, แห่งชนชั้น *(กลุ่ม, ชนกลุ่มน้อย);* **~ attack/assault** จู่โจม/ล้มล้างเผ่าพันธุ์; **~ harmony** ความสามัคคีปรองดองระหว่างเผ่าพันธุ์ที่ต่างกัน; **Commission for R~ Equality** *(Brit.)* คณะกรรมการแห่งความเสมอภาคในเผ่าพันธุ์

racialism /ˈreɪʃəlɪzəm/ˈเรเชอะลิเซิม/ *n., no pl.* ลัทธิเชื้อชาติ, ลัทธิเหยียดผิว

racialist /ˈreɪʃəlɪst/ˈเรเชอะลิซท/ ❶ *n.* ผู้เหยียดผิว, ผู้เหยียดหยามชนชาติอื่น ❷ *adj.* ที่เหยียดหยามสีผิว/เชื้อชาติอื่น

racially /ˈreɪʃəlɪ/ˈเรเชอะลิ/ *adv.* เกี่ยวกับเชื้อชาติ, วรรณะ, เผ่าพันธุ์; **be ~ prejudiced** มีอคติในเรื่องเชื้อชาติ

racily /ˈreɪsɪlɪ/ˈเรซิลิ/ *adv.* Ⓐ *(เขียน, พูด)* อย่างมีชีวิตชีวา; Ⓑ *(Amer.: in a risqué manner)* อย่างลามกอนาจาร; *(แต่งตัว)* โป๊

racing /ˈreɪsɪŋ/ˈเรซิง/ *n., no pl., no indef. art.* Ⓐ *(profession, sport)* การแข่งขัน; *(with horses)* กีฬาแข่งม้า; Ⓑ *(races)* การแข่งขัน; **go ~** *(attend horse/motor races)* ไปดูแข่งม้า/แข่งรถยนต์; **it is a ~ certainty that he will ...:** เป็นไปได้อย่างมากที่เขาจะ...

racing: ~ bicycle *n.* จักรยานที่ใช้แข่ง; **~ car** *n.* รถแข่ง; **~ colours** *n. pl.* สีที่ใช้ในการแข่ง; **~ driver** *n.* ผู้ขับรถแข่ง; **~ track** *n.* ลู่แข่ง, สนามแข่ง

racism /ˈreɪsɪzm/ˈเรซิซ'ม/ *n.* ลัทธิชนชาติ, ลัทธิเหยียดผิว, ลัทธิเหยียดหยามชนชาติ

racist /ˈreɪsɪst/ˈเรซิซท/ ❶ *n.* ผู้ที่นิยมลัทธิชนชาติ, ผู้เหยียดหยามสีผิว/เชื้อชาติอื่น ❷ *adj.* ที่ยึดลัทธิชนชาติ, ที่เหยียดผิว

¹rack /ræk/แรค/ ❶ *n.* Ⓐ *(for luggage in bus, train, etc.)* ชั้น, หิ้ง, ราว; *(for pipes, hats, spectacles, toast, plates)* ที่ตั้ง, ขาตั้ง; *(for tools)* หิ้ง, ชั้น; *(on bicycle, motorcycle)* ตะแกรงวางของ; *(on car)* ที่ใส่ของบนหลังคา; Ⓑ *(for fodder)* รางใส่อาหารสัตว์; Ⓒ *(instrument of torture)* เครื่องทรมานดึงแขนขา; **put sb. on the ~:** จับ *ค.น.* ไปทรมาน; *(fig.) (ปัญหา, ความไม่รู้เรื่อง)* ทรมานจิตใจคน; **be on the ~** *(lit. or fig.)* กำลังทนทุกข์ทรมาน; Ⓓ *(Mech. Engin.)* รางที่มีฟันเฟือง; **~ and pinion** เครื่องหมุนเฟืองลักษณะเป็นสายพาน

❷ *v.t.* Ⓐ *(lit. or fig.: torture)* ทรมาน; **be ~ed by** *or* **with pain** *etc.* ถูกทรมานจากความ

r

เจ็บปวด; Ⓑ *(shake violently) (การไอ, การสั่นสะเทือน)* สั่น, เขย่าอย่างแรง; Ⓒ **~ one's brain[s]** *(fig.)* คิดจนสมองแตก

~ 'up *v.t. (Amer.: achieve)* ทำ *(คะแนน);* บรรลุเป้าหมาย, ได้รับชัยชนะ

²rack *n. (joint of lamb etc.)* กระดูกซี่โครงหน้าของลูกแกะ

³rack ➡ **ruin** 1 A

⁴rack *v.t.* **~ [off]** กลั่น, กรอง *(ไวน์, เบียร์)* **(into** ใน**)**

¹racket /ˈrækɪt/ˈแรคิท/ *n.* Ⓐ *(Sport)* ไม้ตี; *(Tennis also)* แร็กเก็ต *(ท.ศ.);* Ⓑ *in pl., usu. constr. as sing. (ball game) กีฬาเทนนิสชนิดหนึ่งที่เล่นกัน 2 หรือ 4 คนในลานที่มีกำแพงล้อมรอบ 4 ด้าน*

²racket *n.* Ⓐ *(disturbance, uproar)* เสียงอึกทึกครึกโครม, เสียงเอะอะอลหม่าน; **make a ~:** ทำเสียงดังครึกโครม; **they kicked up no end of a ~** *(coll.)* พวกเขาส่งเสียงดังอึกทึกครึกโครม; Ⓑ *(dishonest scheme)* กิจกรรมที่ผิดกฎหมาย; **a narcotics** *or* **drug ~:** การค้ายาเสพติด; Ⓒ *(coll.: line of business)* งาน, อาชีพ; **I'm in the insurance ~ :** ฉันทำธุรกิจประกันภัย

racketeer /rækɪˈtɪə(r)/แรคิˈเทีย(ร)/ *n.* บุคคลที่ประกอบกิจกรรมที่ผิดกฎหมาย, คนฉ้อโกง; **drug ~:** นักค้ายาเสพติด

racketeering /rækɪˈtɪərɪŋ/แรคิˈเทียริง/ *n.* กิจกรรมนักเลงโต, การกรรโชกทรัพย์; *(profiteering)* การให้กู้โดยคิดดอกเบี้ยสูงลิ่ว

'racket press *n. (Sport)* ตัวล็อกไม้ตีเทนนิสให้คงรูป

racking /ˈrækɪŋ/ˈแรคิง/ *attrib. adj.* ทรมาน, ปวดใจ

rack: ~ railway *n.* ทางรถไฟขึ้นเขาที่มีฟันเฟือง; **~ rent** *n. (excessive rent)* ค่าเช่าที่ขูดเลือด

raconteur /rækɒnˈtɜː(r)/แรคอนˈเทอ(ร)/ *n.* คนช่างเล่านิทาน, คนเล่าเรื่องเกร็ดพงศาวดาร

racoon /rəˈkuːn/เรอะˈคูน/ *n.* แรคคูน *(ท.ศ.);* สัตว์กินเนื้อในสกุล *Procyon* ที่ออกหากินในเวลากลางคืน

racquet ➡ **¹racket**

racy /ˈreɪsɪ/ˈเรซิ/ *adj.* Ⓐ *(การเล่าเรื่อง, สไตล์, ภาษา)* มีชีวิตชีวา; *(การพูดตลก)* ทะลึ่ง; Ⓑ *(Amer.: risqué) (เรื่องเล่า, นิยาย)* เผ็ดร้อน, ทะลึ่ง

rad/ræd/แรด/ *n. (Phys.)* หน่วยปริมาณกัมมันตภาพรังสี

RADA /ˈrɑːdə/ˈราเดอะ/ *(coll.) abbr. (Brit.)* **Royal Academy of Dramatic Art** สมาคมนักแสดงแห่งประเทศอังกฤษ

radar /ˈreɪdɑː(r)/ˈเรดา(ร)/ *n.* เรดาร์ *(ท.ศ.)*

radar: ~ operator *n.* ➤ **489** เจ้าหน้าที่เรดาร์; **~ scanner** *n.* เครื่องกราดตรวจเรดาร์; **~ screen** *n.* จอเรดาร์; **~ trap** *n.* เครื่องเรดาร์ตรวจจับความเร็ว *(รถยนต์ที่วิ่งเร็วเกินไป)*

radial /ˈreɪdɪəl/ˈเรเดียล/ ❶ *adj.* Ⓐ *(arranged like rays or radii)* จัดในรูปแบบของแสงรังสี, เป็นรังสี, เป็นลำแสง; Ⓑ *(acting or moving from centre)* แผ่ออกจากศูนย์กลาง; Ⓒ *(having spokes or radiating lines)* มีซี่แผ่ออกจากกลางคล้ายรังสี, ลำแสง; **~ wheel** ยางรถยนต์เรเดียล *(ท.ศ.) (ส่วนประกอบเสริมในแนวตั้งกับวงล้อ);* Ⓓ *(Anat.)* เกี่ยวกับกระดูกแขนล่างท่อนนอก; **~ artery** เส้นโลหิตแดงฝอย, เส้นเลือดของชีพจร ❷ *n.* ยางที่เป็นแฉก, ยางเรเดียล

'radial engine *n.* เครื่องยนต์ที่มีลูกสูบเป็นวงรอบเพลา

radially /ˈreɪdɪəlɪ/ˈเรเดียลิ/ *adv.* อย่างเป็นรูปรังสี, อย่างเป็นรูปดาว, อย่างเป็นแฉก

radial: ~[-ply] tyre *n.* ยางเรเดียล *(ท.ศ.)*

radian /ˈreɪdɪən/ˈเรเดียน/ *n. (Geom.)* มุมตรงกลางของวงกลมที่เท่ากับ 57.2958 องศา

radiance /ˈreɪdɪəns/ˈเรเดียนซฺ/, **radiancy** /ˈreɪdɪənsɪ/ˈเรเดียนซิ/ *n.* Ⓐ *(emission of light rays etc.)* ความสว่าง; *(of sun, stars, lamp also)* การแผ่รัศมี; Ⓑ *(joyful, hopeful, etc. appearance)* ความร่าเริงแจ่มใส; **~ of joy/hope** เต็มไปด้วยความยินดีปรีดา/ความหวัง

radiant /ˈreɪdɪənt/ˈเรเดียนทฺ/ ❶ *adj.* Ⓐ สว่าง, ส่องแสง; **~ colours** สีที่สว่างสดใส; Ⓑ *(fig.) (บรรยากาศ, อารมณ์)* ที่แจ่มใส; **be ~** ซึ่งแจ่มใส **(with** ด้วย**)** ❷ *n.* Ⓐ *(on electric or gas heater)* บริเวณที่ให้ความร้อน; Ⓑ *(Astron.)* จุดที่แผ่รังสี

radiant: ~ heat *n.* ความร้อนจากรังสี; **~ heater** *n.* เครื่องทำความร้อนด้วยรังสี

radiantly /ˈreɪdɪəntlɪ/ˈเรเดียนทลิ/ *adv.* Ⓐ อย่างสว่างไสว; **shine ~** *(ดวงอาทิตย์, ดวงดาว, ดวงไฟ)* ส่องแสงสว่าง; Ⓑ *(fig.)* อย่างสุกสว่าง; **be ~ beautiful** สวยงามอย่างแจ่มใส

radiate /ˈreɪdɪeɪt/ˈเรดิเอท/ ❶ *v.i.* Ⓐ *(ดวงอาทิตย์, ดวงดาว, เทียน)* ส่องแสง; *(ความร้อน)* แผ่ออกมา; *(คลื่นวิทยุ)* กระจายออกไป; Ⓑ *(diverge or spread from central point)* แผ่ออก, กระจายออก **(from** จาก**)** ❷ *v.t.* Ⓐ ส่องแสง *(ไฟ);* แผ่ *(ความร้อน, รังสี);* กระจาย *(คลื่น, วิทยุ);* Ⓑ แผ่ *(เมตตา, ความสุข); (spread as from centre)* แผ่กว้าง, แพร่ออก *(ความรัก, ความร่าเริง)*

radiation /reɪdɪˈeɪʃn/เรดิˈเอชั่น/ *n.* Ⓐ *(emission of energy)* พลังงานรังสี; การแผ่ *(รังสี, คลื่นไฟฟ้า); (of signals)* การส่ง; Ⓑ *(energy transmitted)* รังสีที่ถูกส่งมา; **solar ~:** การแผ่รังสีของดวงอาทิตย์; **~ from a coal fire** การแผ่ความร้อนของเตาถ่าน; **contaminated by ~:** เจือปนด้วยรังสี; Ⓒ *attrib. (เครื่องวัด, การฉาย, การป่วยจาก)* รังสี; **~ leak[age]** การรั่วของรังสี

radiator /ˈreɪdɪeɪtə(r)/ˈเรดิเอเทอะ(ร)/ *n.* Ⓐ *(for heating a room)* เครื่องทำความร้อนในห้อง; Ⓑ *(for cooling engine)* หม้อน้ำรถยนต์

radiator: ~ cap *n.* ฝาหม้อน้ำรถยนต์; **~ grille** *n.* หน้าหม้อน้ำรถยนต์ชั้นนอก; **~ mascot** *n.* ตรา *หรือ* เครื่องประดับบนหน้าหม้อน้ำรถยนต์

radical /ˈrædɪkl/ˈแรดิค'ล/ ❶ *adj.* Ⓐ *(thorough, drastic; also Polit.) (นักการเมือง)* หัวรุนแรง, สุดขีด; *(มาตรการ)* เด็ดขาด; *(Brit. Hist.)* กลุ่มนักการเมืองฝ่ายซ้ายของลิเบอรล; *(Amer. Hist.)* ที่ต่อต้านกลุ่มทางใต้อย่างรุนแรงในสงครามกลางเมือง; **a ~ cure** การรักษาที่เข้มข้น; Ⓑ *(progressive, unorthodox)* ที่แหวกแนว; *(การออกแบบ, การใช้ภาษา)* สมัยใหม่; Ⓒ *(inherent, fundamental) (ความแตกต่าง, ความผิดพลาด)* มีมาแต่กำเนิด, พื้นฐาน; Ⓓ *(Med.)* **~ surgery** การผ่าตัดที่รุนแรง; Ⓔ *(Bot., Ling., Math.)* ราก, รากฐาน
❷ *n.* Ⓐ *(Polit.)* พวกหัวรุนแรง; Ⓑ *(Math.) (quantity)* จำนวนที่แสดงรายการ; *(radical sign)* เครื่องหมายราก, เครื่องหมายกรณฑ์; Ⓒ *(Chem.)* กลุ่มธาตุทางเคมี, มูลวิวัติ *(ร.บ.)*

radical 'chic *n.* กลุ่มคนร่ำรวยที่หัวเอียงซ้าย

radicalism /ˈrædɪkəlɪzm/ˈแรดิเคอะลิซ'ม/ *n., no pl. (Polit.)* ลัทธิหัวรุนแรง, ลัทธิฝ่ายซ้าย, คติมูลวิวัติ *(ร.บ.)*

radically /ˈrædɪkəlɪ/ˈแรดิเคอะลิ/ *adv.* Ⓐ *(thoroughly, drastically)* อย่างรุนแรง, อย่างสุดขีด, อย่างเข้มงวดมาก; Ⓑ *(Polit.)* อย่างรุนแรง; Ⓒ *(originally, basically)* โดยหลักการ, โดยดั้งเดิม; Ⓓ *(inherently, fundamentally)* อย่างรากฐาน

radicchio /rəˈdɪkjəʊ/เรอะˈดีคิโอ/ *n., no pl.* ผักสลัดใบสีแดง

radicle /ˈrædɪkl/ˈแรดิค'ล/ *n. (Bot.) (part of embryo)* ส่วนที่กลายเป็นราก; *(rootlet)* รากฝอย

radio /ˈreɪdɪəʊ/ˈเรดิโอ/ ❶ *n., pl.* **~s** Ⓐ *no pl., no indef.* วิทยุ; *(for private communication)* **walkie-talkie ~** วอคกี้ทอคกี้ *(ท.ศ.);* **over the/by ~:** ทางวิทยุ; Ⓑ *no pl., no indef. art. (Broadcasting)* การส่งวิทยุ; **listen to the ~:** ฟังวิทยุ; **on the ~:** ทางวิทยุ; **commercial ~:** วิทยุที่มีโฆษณา; **work in ~:** ทำงานกับสถานีวิทยุ; Ⓒ *(apparatus)* วิทยุ, เครื่องรับวิทยุ; Ⓓ *(broadcasting station)* สถานีวิทยุ, เครื่องส่งวิทยุ; **R~ Luxembourg** สถานีวิทยุลักเซมเบิร์ก; **R~ One** วิทยุช่อง 1 *(ในเครือข่ายของบีบีซี)*
❷ *attrib. adj.* Ⓐ *(Broadcasting) (เสา, สถานี, รายการ, ละคร, การสัมภาษณ์, คลื่น ฯลฯ)* วิทยุ; **~ beam** แสงไฟที่ใช้ส่องนำทาง; **~ frequency** ความถี่ของคลื่นวิทยุ; **~ drama** *or* **play** ละครวิทยุ; Ⓑ *(Astron.) แผนกดาราศาสตร์ที่เกี่ยวกับแถบคลื่นการสั่นทางไฟฟ้าแม่เหล็กที่เกิดจากการหักเหของแสงสีขาว;* ➡ **+ fix** 4 B; **ham** 1 C
❸ *v.t.* ส่งทางวิทยุ *(รายงาน, ข่าวสาร);* **~ sb. for sth.** ติดต่อขอ *ส.น.* จาก *ค.น.* ทางวิทยุ
❹ *v.i.* กระจายเสียงทางวิทยุ, ติดต่อทางวิทยุ; **the ship ~ed for help** เรือส่งวิทยุขอความช่วยเหลือ

radio: ~'active *adj.* มีกัมมันตภาพรังสี; **~ac'tivity** *n.* การปล่อยกัมมันตภาพรังสี; **~ beacon** *n. สถานีวิทยุที่ส่งสัญญาณนำทางแก่นักบินและนักเดินเรือ;* **~bi'ology** *n.* ชีววิทยาที่เกี่ยวกับผลของรังสี *หรือ* กัมมันตภาพรังสีที่มีต่อสิ่งมีชีวิต; **~'carbon** *n. ไอโซโทปกัมมันตภาพรังสีที่ใช้ในการคำนวณอายุของวัตถุอินทรีย์;* **~carbon dating** *n. การคำนวณอายุของอินทรีย์สาร/วัตถุโดยการวัดกัมมันตภาพรังสีของคาร์บอน;* **~ cassette player** *n.* เครื่องเล่นวิทยุและเทป; **~'chemistry** *n.* วิชาเคมีรังสี; **~ control** *n.* การควบคุมโดยวิทยุ; **~-controlled** *adj.* ควบคุมโดยวิทยุ; **~ frequency** *n.* ความถี่ของคลื่นวิทยุ; *attrib.* **~-frequency** ที่มีคลื่นความถี่สูง

radiogram /ˈreɪdɪəʊgræm/ˈเรดิโอแกฺรม/ *n.* Ⓐ *(Brit.)* วิทยุที่มีที่เล่นแผ่นเสียงรวมอยู่; Ⓑ ➡ **radiograph** 1

radiograph /ˈreɪdɪəgrɑːf, US -græf/ˈเรเดียกฺราฟ/ ❶ *n.* ภาพถ่ายเอกซเรย์ ❷ *v.t.* ถ่ายเอกซเรย์

radiographer /reɪdɪˈɒgrəfə(r)/เรดิˈออเกฺรอะเฟอะ(ร)/*n.* ➤ **489** ผู้ถ่ายเอกซเรย์; *(instrument operator)* ผู้ช่วยในการถ่ายเอกซเรย์

radiographic /reɪdɪəˈgræfɪk/เรเดียˈแกฺรฟิค/ *adj.* เกี่ยวกับภาพเอกซเรย์

radiography /reɪdɪˈɒgrəfɪ/เรดิˈออเกฺรอะฟิ/ *n.* การถ่ายภาพเอกซเรย์

radio: ~'isotope *n.* ไอโซโทปกัมมันตภาพรังสี; **~ lo'cation** *n.* การกำหนดตำแหน่งของวัตถุด้วยคลื่นวิทยุ

radiological /reɪdɪəˈlɒdʒɪkl/เรเดียˈลอจิค'ล/ *adj.* เกี่ยวกับรังสีเอกซเรย์, เกี่ยวกับกัมมันตภาพรังสี

radiologist /reɪdɪˈɒlədʒɪst/เรดิˈออเลอะจิซทฺ/ *n.* ➤ **489** นักรังสีวิทยา

radiology /reɪdɪˈɒlədʒɪ/เรดิˈออเลอะจิ/ *n., no pl.* รังสีวิทยา

r

radiometer /reɪdɪˈɒmɪtə(r)/เรดิˈออมิเทอะ(ร)/ *n.* เครื่องมือวัดรังสี

radio: ~ star *n. (Astron.)* ดาวขนาดเล็ก; **~ station** *n.* สถานีวิทยุ; **~-telegram** *n.* วิทยุโทรเลข; **~-teˈlegraphy** *n.* การส่งโทรเลขโดยวิทยุ; **~ ˈtelephone** *n.* โทรศัพท์วิทยุ; **~ ˈtelescope** *n.* กล้องส่องทางไกลวิทยุ; **~ˈtherapy** *n.* การรักษาโรคด้วยรังสีเอกซเรย์ *หรือ* สารกัมมันตภาพรังสี

radish /ˈrædɪʃ/ˈแรดิช/ *n.* หัวไชเท้า; *(small, red)* หัวไชเท้าแดง

radium /ˈreɪdɪəm/ˈเรเดียม/ *n. (Chem.)* ธาตุเรเดียม *(ท.ศ.) โลหะชนิดหนึ่งที่มีกัมมันตภาพรังสี*

radius /ˈreɪdɪəs/ˈเรเดียซ/ *n., pl.* **radii** /ˈreɪdɪaɪ/ˈเรดิไอ/ *or* **-es** Ⓐ *(Math.)* รัศมี; **~ of action** รัศมี, ส่วนที่มีอิทธิพล; *(of missile)* ที่ไปถึงได้; **within a ~ of 20 miles** ภายในเขตรัศมี 20 ไมล์; *(fig.)* ขอบเขต; Ⓑ *(Anat.)* กระดูกแขนล่างท่อนนอก; Ⓒ *(line from centre)* เส้นที่แผ่ออกจากจุดศูนย์กลาง; *(spoke of wheel)* ซี่ล้อ; Ⓓ *(Bot.)* ขอบนอกของดอกไม้

radome /ˈreɪdəʊm/ˈเรโดม/ *n.* ฝาครอบสายอากาศ *หรือ* เรดาร์

radon /ˈreɪdɒn/ˈเรดอน/ *n. (Chem.)* ราโดน *(ท.ศ.) (ก๊าซซึ่งมีกัมมันตภาพรังสีที่เกิดจากการแตกตัวของธาตุเรเดียม)*

RAF /ɑːreɪˈef, *(coll.)* ræf/แรฟ/ *abbr.* **Royal Air Force**

raffia /ˈræfɪə/ˈแรเฟีย/ *n.* Ⓐ *(fibre)* เยื่อใบปาล์มชนิดหนึ่ง; **~ mat** เสื่อเยื่อใบปาล์ม; Ⓑ *(tree)* ต้นปาล์ม *Raphia ruffia*

raffish /ˈræfɪʃ/ˈแรฟิช/ *adj.* Ⓐ เลอะเทะ, ไม่มีศีลธรรม; Ⓑ *(unconventional)* ไม่เป็นไปตามกฎทั่วไป, แหวกแนว

raffle /ˈræfl/ˈแรฟ'ล/ ❶ *n.* การซื้อตั๋วจับสลาก; **~ ticket** ตั๋วฉลาก ❷ *v.t.* **~ [off]** ขายโดยการจับสลาก

raft /ˈrɑːft/ˈราฟท/ ❶ *n.* Ⓐ แพ; Ⓑ *(floating trees, ice etc.)* แพ ❷ *v.t. (transport)* ใช้แพลำเลียง

rafter /ˈrɑːftə(r), US ˈræftə(r)/ˈราฟเทอะ(ร), ˈแรฟเทอะ(ร)/ *n. (Building)* คานค้ำหลังคา

[1]**rag** /ræg/แรก/ *n.* Ⓐ ผ้าขี้ริ้ว, เศษผ้า; **[all] in ~s** ขาดหลุดลุ่ย; **feel like a wet ~** *(coll.)* เหนื่อยจนหมดแรง; **sb. loses his ~** *(coll.)* ค.น. หมดความอดทน; Ⓑ *in pl. (old and torn clothes)* เสื้อเก่าฉีกขาดทรุดโทรม; **[dressed] in ~s [and tatters]** แต่งตัวอย่างหลุดลุ่ยทรุดโทรม; **go from ~s to riches** จากยาจกเป็นเศรษฐี; ➡ + **chew 1; glad rags;** Ⓒ *(derog: newspaper)* หนังสือพิมพ์ชั้นเลว; Ⓓ *(material for paper)* เศษผ้าทำกระดาษ; **~ paper/fibres** กระดาษที่ผลิตจากผ้า/ใยต่าง ๆ

[2]**rag** ❶ *v.t.* **-gg-** *(tease, play, jokes on)* หยอกล้อ, เล่นตลก ❷ *v.i.* **-gg-** Ⓐ *(Brit.: engage in rough play)* เล่นล้อเลียน; Ⓑ *(be noisy and riotous)* ส่งเสียงอึกทึก, เอะอะโวยวาย ❸ *n.* Ⓐ *(Brit. Univ.)* รายการแสดงเฮฮาของนักศึกษามหาวิทยาลัย; **the university's Rag Week** สัปดาห์งานแสดงประจำปีของนักศึกษามหาวิทยาลัย; Ⓑ *(prank)* การเล่นตลก, การหยอกเล่น

[3]**rag** *n. (Mus.)* เพลงแร็ก *(ท.ศ.)*, บทดนตรีจังหวะ 2-4

raga /ˈrɑːgə/ˈรากะ/ *n. (Mus.)* รูปแบบเพลงของอินเดียที่ผู้เล่นสามารถดัดแปลงได้ตามชอบใจ

ragamuffin /ˈrægəmʌfɪn/ˈแรเกอะเมอะฟิน/ *n.* คนที่แต่งตัวมอมแมมสกปรก, ขอทาน; **look a proper ~:** มองดูมอมแมมมอซอ

rag: ~-and-ˈbone man *n. (Brit.)* คนขายของเก่า; **~bag** *n.* Ⓐ ถุงเก็บเศษผ้าต่าง ๆ; Ⓑ *(fig.: collection)* การสะสมของต่าง ๆ; Ⓒ *(fig. coll. sloppily-dressed woman)* ผู้หญิงแต่งตัวปอน ๆ; **~ book** *n.* หนังสือเด็กที่ทำจากผ้า; **~ doll** *n.* ตุ๊กตาผ้า *(ที่มักตัดและเย็บเอง)*

rage /reɪdʒ/เรจ/ ❶ *n.* Ⓐ *(violent anger)* ความเดือดดาล, การบันดาลโทสะ; *(fit of anger)* การโกรธเป็นฟืนเป็นไฟ; **be in/fly into a ~:** โกรธเป็นฟืนเป็นไฟ; **in a fit of ~:** ด้วยความเดือดดาล; Ⓑ *(vehement desire or passion)* ความต้องการอย่างแรงกล้า, ความคลั่ง; **sth. is [all] the ~:** *ส.น.* เป็นที่นิยมอย่างเต็มที่ ❷ *v.i.* Ⓐ *(rave)* เดือดดาล; **~ at** *or* **against sth./sb.** โกรธเดือดดาล *ส.น./ค.น.*; Ⓑ *(be violent, operate unchecked)* ลุกลาม, โหมกระหน่ำ, ลุกลาม

ragga /ˈrægə/ˈแรเกอะ/ *n. (Mus.)* เพลงเรกเก้ที่เหมาะสำหรับการเต้นรำ

ragged /ˈrægɪd/ˈแรกิด/ *adj.* Ⓐ รุ่งริ่ง, ฉีกขาด; Ⓑ *(rough, shaggy)* ปุกปุย; *(ม้า, ฝูงแกะ, ผม, หนวด)* ยุ่งเหยิง; Ⓒ *(jagged) (หิน, หน้าผา, ภูมิประเทศ)* ขรุขระ; *(ต้นไม้)* มีรูปทรงไม่สมดุล; *(in tattered clothes)* ใส่เสื้อขาดรุ่งริ่ง; Ⓓ *(imperfect, lacking finish)* ไม่สมบูรณ์, ไม่เรียบร้อย; Ⓔ *(tired)* หมดแรง, หมดสมรรถภาพ; **they were run ~:** พวกเขาหมดสภาพ/เหนื่อยมาก

raggedly /ˈrægɪdlɪ/ˈแรกิดลิ/ *adv.* Ⓐ *(แต่งกาย)* อย่างปอน ๆ; Ⓑ *(shaggily)* อย่างกระเซอะกระเซิง, อย่างยุ่งเหยิง; Ⓒ *(jaggedly)* อย่างเป็นรอยแตกแยกลึก; Ⓓ *(imperfectly)* อย่างไม่สมบูรณ์, ทำพลาด

ragged ˈrobin *n. (Bot.)* วัชพืชดอกสีชมพู *Lychnis flos-cuculi*

raglan sleeve /ræglən ˈsliːv/แรกลิน ˈซลีว/ *n.* เสื้อไม่มีตะเข็บ ซึ่งวิ่งขึ้นถึงคอ

ragout /ˈræguː/แรˈกู/ *n. (Gastr.)* สตูเนื้อชนิดหนึ่ง

rag: ~ paper *n.* กระดาษที่ทำจากใยผ้า; **~stone** *n.* หินทรายที่มีปูนและก้อนกรวดปน; **~tag [and bobtail]** *n.* สามัญชน; **~time** *n.* เพลงแร็ก *(ท.ศ.)*, เพลงจังหวะ 2-4; **~ trade** *n. (coll.)* วงการขายเสื้อผ้า/แฟชั่น; **~weed** *n. (Bot.)* Ⓐ ➡ **ragwort;** Ⓑ *(Amer. Ambrosia)* วัชพืชในสกุล *Ambrosia;* **~wort** *n. (Bot.)* วัชพืชในสกุล *Senecio*

raid /reɪd/เรด/ ❶ *n.* Ⓐ การโจมตีอย่างฉับพลัน; **~ on a bank** การปล้นธนาคาร; **make a ~ on sb.'s orchard/the larder** *(joc.)* บุกขโมยผลไม้จากสวนไร่ของ *ค.น.*/หาอะไรกินในตู้เย็น/คลังอาหาร; ➡ + **air raid;** Ⓑ *(by police)* การเข้าตรวจค้น; Ⓒ *(St. Exch.)* การเทขายเพื่อทำให้ราคาหุ้นตก ❷ *v.t. (by police) (ตำรวจ)* ติดตามค้นหาผู้ร้าย, เข้าโจมตี; **~ the larder** *(joc.)* แอบเข้าไปกินอาหารในตู้จนหมด

raider /ˈreɪdə(r)/ˈเรเดอะ(ร)/ *n. (on bank, farm)* โจรปล้น; *(looter)* ผู้ปล้นสะดม; *(burglar)* ขโมย

[1]**rail** /reɪl/เรล/ ❶ *n.* Ⓐ ราว *(แขวนเสื้อ, ม่าน)*; *(as part of fence) (wooden)* ราวไม้; *(metal)* รางเหล็ก; *(on ship)* ราวจับ; *(as protection against contact)* เครื่องกีดกั้น; **the ~s** *(Horseracing)* รั้วกั้นในสนามแข่งม้า; Ⓑ *(Railw.: of track)* รางรถไฟ; **go off the ~s** *(lit.)* ตกราง; *(fig.) (depart from what is accepted)* ออกนอกลู่นอกทาง; *(go mad)* เกิดอารมณ์บ้าคลั่ง; *(get out of control or order)* ออกนอกลู่นอกทาง, ควบคุมตนไม่ได้; Ⓒ *(~way)* ทางรถไฟ, การรถไฟ; **by ~:** ด้วยรถไฟ; **~ union** สมาคม/สหภาพรถไฟ ❷ *v.t.* **~ in** กั้นรั้ว, ล้อมรั้ว; **~ off** กีดกั้นไว้

[2]**rail** *n. (Ornith.)* นกกวัก, นกในวงศ์ Rallidae มักอาศัยอยู่ตามบึง

[3]**rail** /reɪl/เรล/ *v.i.* **~ at/against sb./sth.** ต่อว่า *ค.น.*/ด่า *ส.น.;* **~ at fate** โทษโชคชะตา

rail: ~car *n.* รถเดินราง; **~ card** *n.* บัตร/ตั๋วลดราคาใช้ในการเดินทาง; *(for senior citizens)* บัตรเดินทางลดราคาของผู้อาวุโส; **~ fence** *n. (Amer.) (wooden)* รั้วไม้ระแนง; *(metal)* รั้วเหล็ก; **~head** *n.* Ⓐ *(farthest point during construction)* สุดทาง, จุดไกลสุดของทางรถไฟ; Ⓑ *(terminal)* สถานีรถไฟปลายทาง

railing /ˈreɪlɪŋ/ˈเรลิง/ *n. (round garden, park)* รั้ว; *(on sides of staircase)* ราว

raillery /ˈreɪlərɪ/ˈเรเลอะริ/ *n.* การหัวเราะเย้าแหย่, การหยอกล้อ

rail: ~ link *n.* ทางรถไฟ; **~road** ❶ *n. (Amer.)* ➡ **railway** ❷ *v.t.* Ⓐ *(send or push through in haste)* **~road sb. into doing sth.** ผลักดันให้ *ค.น.* ทำ *ส.น.* อย่างรวดเร็ว; **~road a bill through parliament** ผลักดันกฎหมายผ่านสภาอย่างเร่งรีบ; Ⓑ *(send to prison by fraud)* ส่ง *ค.น.* จำคุกอย่างไม่ยุติธรรม; **~ strike** *n.* การประท้วงหยุดงานของพนักงานรถไฟ

railway /ˈreɪlweɪ/ˈเรลเว/ *n.* Ⓐ *(track)* เส้นทางรถไฟ; Ⓑ *(system)* ระบบทางรถไฟ; **work on the ~:** ทำงานกับการรถไฟ; **what a way to run a ~!** *(fig.)* ช่างเป็นการกระทำที่ชอบกลมาก; ➡ + **cable railway**

railway: ~ carriage *n.* ตู้รถไฟ; **~ crossing** *n.* ทางข้ามทางรถไฟ; **~ engine** *n.* เครื่องจักรรถไฟ; **~ engineer** *n.* วิศวกรรถไฟ; **~ guide** *n.* ตารางรถไฟ; **~ line** *n.* ทางรถไฟ; **~man** /ˈreɪlweɪmən/ˈเรลเวเมิน/ *n., pl.,* **~men** /ˈreɪlweɪmən/ˈเรลเวเมิน/ ➤ 489 เจ้าหน้าที่รถไฟ; **~ network** *n.* เครือข่ายรถไฟ; **~ station** *n.* สถานีรถไฟ; **~ worker** *n.* ➤ 489 กรรมกรรถไฟ; **~ yard** *n.* สถานีสับเปลี่ยนขบวนรถ

raiment /ˈreɪmənt/ˈเรเมินท/ *n. (arch./literary)* เครื่องนุ่งห่ม, เสื้อผ้าอาภรณ์

rain /reɪn/เรน/ ❶ *n.* Ⓐ ฝน; **it looks like ~:** ดูเหมือนฝนจะตก; **out in the ~:** อยู่กลางฝน, ออกไปตากฝน; **come ~ or shine** ไม่ว่าฝนจะตกหรือแดดจะออก; *(fig.)* ไม่ว่าอะไรจะเกิดขึ้นก็ตาม; ➡ + **right** 1 D; Ⓑ *(fig.: of arrows, blows etc.)* การกระหน่ำยิง; Ⓒ *in pl. (falls of ~)* **the ~s** ฤดูฝน ❷ *v.i.* Ⓐ *impers.* **it ~s** *or* **it is ~ing** ฝนตก, ฝนกำลังตก; **it starts ~ing** *or* **to ~:** ฝนเริ่มตก; ➡ + **cat** A; **pour** 2 A; Ⓑ ไหลพรู, ไหลลงมา; **bombs ~ed on many cities** ลูกระเบิดถูกยิงกระหน่ำลงบนหลาย ๆ เมือง ❸ *v.t.* ปะทุ, มีการตีอย่างต่อเนื่อง; *(ข้าวหอม, เศษกระดาษ)* โปรยลงมา; **~ abuse on sb.** ดุด่าว่า *ค.น.* อย่างไม่หยุดยั้ง

~ˈdown *v.i.* กระหน่ำลงมา, โหมลงมา

~ ˈoff, *(Amer.)* **~ ˈout** *v.t.* **be ~ed off** *or* **out** *(be terminated) (การแข่งขัน)* ต้องหยุดเพราะฝน; *(be cancelled)* ถูกยกเลิกเพราะฝน

rainbow /ˈreɪnbəʊ/ˈเรนโบ/ ❶ *n.* สายรุ้ง; **secondary ~:** สายรุ้งข้างเคียง; **all the colours of the ~:** สีสายรุ้งทั้งหมด; ➡ + **gold** 1 B ❷ *adj. (สี)* สายรุ้ง

r

rainbow 'trout *n.* ปลาเทราท์ขนาดใหญ่พันธุ์ *Salmo gairdneri* มีแหล่งกำเนิดในอเมริกาเหนือ

rain: ~ check *n. (Amer.) ต้นขั้วตั๋วที่ใช้ได้อีกหากมีการเลื่อนการแข่งขันเพราะฝนตก;* **take a ~ check on sth.** เลื่อนเวลา *ส.น.* ออกไป; **~ cloud** *n.* เมฆฝน; **~coat** *n.* เสื้อฝน; **~drop** *n.* หยดฝน; **~fall** *n. (shower)* ฝนที่ตกช่วงสั้น; *(quantity)* ปริมาณฝนที่ตก; **~forest** *n.* ป่าดิบชื้น; **~ gauge** *n.* มาตรวัดน้ำฝน; **~making** *n.* การทำฝนเทียม; **~proof** ❶ *adj.* กันฝน ❷ *v.t.* ทำให้กันฝน; **~ shower** *n.* ฝนที่สาดลงมาชั่วครู่; **~storm** *n.* พายุฝน; **~water** *n.* น้ำฝน; **~wear** *n.* ชุดกันฝน

rainy /ˈreɪnɪ/ˈเรนิ/ *adj.* มีฝนตก, เปียกฝน, ฝนชุก; **~ season** ฤดูฝน; **keep sth. for a ~ day** *(fig.)* เก็บ *ส.น.* ไว้สำหรับเวลาลำบาก

raise /reɪz/เรซฺ/ ❶ *v.t.* Ⓐ *(lift up)* เพิ่มขึ้น *(ราคา, ความร้อน);* ยกขึ้น *(หน้าต่าง, บานเกล็ด);* ชัก *(ใบเรือใบ, ธง);* ยัก *(คิ้ว);* เงย *(หน้า)* ขึ้น; ทำให้ฟู *(ขนมปัง);* เลื่อนขึ้น, ทำให้สูงขึ้น; **~ one's eyes** เลื่อนสายตาขึ้น, เงยหน้า; **~ one's eyes to heaven** ทำตาเหลือกแสดงความไม่พอใจ; **~ one's glass to sb.** ยกแก้วดื่มให้กับ *ค.น.;* **~ one's hand/fist to sb.** ยกมือ/หมัดใส่ *ค.น.;* **~ one's voice** ขึ้นเสียง; **they ~d their voices** *(in anger)* พวกเขาขึ้นเสียงดังด้วยความโกรธ; **don't you ~ your voice to me** อย่ามาขึ้นเสียงดังใส่ฉันนะ; **war ~d its [ugly] head** สงครามเริ่มเลวร้ายขึ้น; **be ~d to the peerage/priesthood** ถูกยกขึ้นเป็นขุนนาง/เข้าเป็นพระ; ➡ + **finger** 1 A; **hat** A; **roof** 1 A; Ⓑ *(set upright, cause to stand up)* ตั้งตรงขึ้น, ชักขึ้น; **~ the people to revolt** ชักจูงให้ประชาชนลุกฮือขึ้น; **~ the country against an invader** นำประเทศให้ต่อสู้ผู้รุกราน; **be ~d from the dead** ถูกปลุกขึ้นมาจากความตาย; **~ the dust** *(fig.: cause turmoil)* ทำให้โกรธ; **~ sb.'s spirits** ทำให้ *ค.น.* ร่าเริงขึ้นอีกครั้ง; Ⓒ *(build up, construct)* สร้าง *(ตึก, รูปปั้น);* ทำให้เกิด *(แผลพอง); (create, start)* ทำให้เกิดขึ้น *(การโต้แย้งกัน);* สร้าง *(ปัญหา);* ยกขึ้นมา *(ข้อโต้แย้ง, ข้อคิดเห็น); (introduce)* นำขึ้น *(คำถาม);* พูดขึ้นมา; *(utter)* กล่าว, เปล่งออกมา *(การร้อง);* Ⓓ *(grow, produce, breed, rear)* เพาะปลูก *(ผัก, พืชผล);* เลี้ยงดู *(วัว, ควาย);* ดูแล *(ครอบครัว);* **[be born and] ~ed in ...** *(Amer.)* เกิดและเจริญเติบโตใน...; Ⓔ *(bring together, procure)* กู้ *(เงิน);* ระดม *(พล, เรือรบ);* Ⓕ *(end, cause to end)* ทำให้สิ้นสุด; เลิก *(การล้อมเมือง); (remove)* ยกเลิก; Ⓖ *(cause to appear)* ปลุก, สวดอัญเชิญ *(วิญญาณ, คนตาย, ผี);* **~ [merry] hell** *(coll.)* ส่งเสียงเอะอะวุ่นวาย; Ⓗ *(Math.)* **~ to the fourth power** ยกกำลังสี่; Ⓘ *(Cards)* วางเงินพนันสูงขึ้น; **~ sb.** พนันเหนือ *ค.น.;* เกทับ *(ภ.พ.);* **~ [one's] partner** *พนันสูงกว่าคู่เล่นด้วยไพ่สีเดียวกัน;* Ⓙ *(coll.: find)* **~ sb.** หา *ค.น.* เจอ; ติดต่อกับ *ค.น.* ได้

❷ *n.* Ⓐ *(Cards)* การวางเงินพนันมากขึ้น; Ⓑ *(Amer.) (in wages)* การเพิ่มค่าจ้าง; *(in salary)* การเพิ่มเงินเดือน

~ 'up Ⓐ *(cause to stand up)* ทำให้ยืนขึ้น; Ⓑ *(build up)* ก่อ *(กำแพง);* สร้าง *(อาคาร);* ก่อสร้าง *(ตึก)*

raised /reɪzd/เรซฺดฺ/ *adj.* Ⓐ *(แขน, ขา)* ซึ่งยกขึ้น; *(หน้า, ศีรษะ)* เงยขึ้น; *(เสียง)* ดังขึ้น; Ⓑ *(Amer. Cookery) (ขนมปัง)* ฟูขึ้น; Ⓒ *(ผ้า)* ที่นูนขึ้น; Ⓓ *(having pattern or design in relief) (ลาย)* นูน

raisin /ˈreɪzn/ˈเรซ่น/ *n.* ลูกเกด

raison d'être /reɪzɔ̃ ˈdetrə/เรซอ ˈเด็ทร/ *n., pl.* **raisons d'être** /reɪzɔ̃ ˈdetr/เรซอ ˈเด็ทรฺ/ เหตุผลในการมีอยู่/มีชีวิตอยู่; **his happiness was her ~:** ความสุขของเขาเป็นเหตุผลของชีวิตเธอ

raj /rɑːdʒ/ราจ/ *n. (Ind. Hist.)* การครองราชย์; **the British ~:** การปกครองของราชอาณาจักรอังกฤษ

raja[h] /ˈrɑːdʒə/ˈราเจอะ/ *n. (Hist.)* ราชา

[1]**rake** /reɪk/เรค/ ❶ *n.* Ⓐ *(Hort.)* คราด; Ⓑ *(Agric.: wheeled implement)* เครื่องคราด; Ⓒ *(croupier's)* คราดกวาดเงิน/ไพ่; ➡ + **thin** 1 B ❷ *v.t.* Ⓐ ใช้คราดกวาดโกย; **~ together** *(fig.)* รวบรวม *(ข้อมูล, สิ่งอ้างอิง);* Ⓑ **~ the fire** กวาดเก็บขี้เถ้า; Ⓒ *(sweep) (with eyes)* มองกวาดสายตา; *(with shots)* ยิงกราด ❸ *v.i.* **~ among** *or* **into** *or* **[around] in** ค้นหา, ขุดคุ้ย

~ 'in *v.t. (coll.)* กอบโกย *(เงิน);* **~ in the money, ~ it in** กอบโกยเงิน

~ over *v.t.* Ⓐ โกย; Ⓑ *(fig.)* ขุดคุ้ยขึ้นมาอีก; **~ over old ashes** *(fig.)* ขุดคุ้ยเรื่องเก่า ๆ ขึ้นมาอีก

~ 'up *v.t.* Ⓐ โกยเข้ามา; Ⓑ *(fig.)* ขุดคุ้ยขึ้นมาอีก *(เรื่องเก่า ๆ)*

[2]**rake** *n.* Ⓐ *(sloping position, [amount of] slope)* ตำแหน่งลาดเอียง, การเอียง/เท; Ⓑ *(in theatre)* การเอียง; **there is a ~ on this stage** เวทีละครนี้เอียง

[3]**rake** *n. (person)* ผู้ชายเจ้าชู้

raked /reɪkt/เรคทฺ/ *adj. (เวที, แถวนั่งคนดู)* ที่เอียง

'rake-off *n. (coll.)* เงินหรือผลประโยชน์ที่ได้มาอย่างผิดกฎหมาย

[1]**rakish** /ˈreɪkɪʃ/ˈเรคิช/ *adj.* Ⓐ *(dissolute)* เจ้าชู้; Ⓑ *(jaunty)* กะล่อน; **wear one's hat at a ~ angle** ใส่หมวกเอียง ๆ เพื่อเต๊ะท่า

[2]**rakish** *adj. (smartly designed)* งาม, เท่

rakishly /ˈreɪkɪʃlɪ/ˈเร็คิชลิ/ *adv.* Ⓐ *(dissolutely)* อย่างเสเพล; Ⓑ *(jauntily)* อย่างกะล่อน, อย่างเท่

[1]**rally** /ˈrælɪ/ˈแรลิ/ ❶ *v.i.* Ⓐ *(come together)* ชุมนุม, รวบรวม, ระดมพล; **~ to the support of** *or* **the defence of, ~ behind** *or* **to sb.** *(fig.)* สนับสนุนเบื้องหลัง *ค.น.;* **the banks rallied to the support of the pound** ธนาคารระดมกำลังทุกด้านเพื่อสนับสนุนเงินปอนด์; **~ round** มาช่วยเหลือ; Ⓑ *(regain health)* ฟื้นฟูสุขภาพกลับคืนมา; Ⓒ *(reassemble)* รวบรวมกำลังอีกครั้ง; Ⓓ *(increase in value after fall)* แข็งค่าขึ้นมาอีกครั้ง *(พันธบัตร, หุ้น, ค่าเงิน)*

❷ *v.t.* Ⓐ *(reassemble)* ชุมนุม; Ⓑ *(bring together)* มารวม *(กลุ่ม, พลัง);* Ⓒ *(rouse)* ปลุกเร้าจิตใจ; *(revive)* **~ one's strength** ฟื้นฟูพลังของตน; **~ support for sb./sth.** ระดมการสนับสนุนให้ *ค.น./ส.น.*

❸ *n.* Ⓐ *(mass meeting)* การประชุมใหญ่, การชุมนุม; **Scout ~:** การชุมนุมลูกเสือ; **peace ~:** การชุมนุมเพื่อสันติภาพ; Ⓑ *(competition)* **[motor] ~:** การแข่งรถแรลลี่ *(ท.ศ.);* **Monte Carlo R~** การแข่งรถยนต์ที่มอนติคาร์โล; Ⓒ *(Tennis)* การตีโต้ไปมา; Ⓓ **a ~ in prices/shares** การแข็งค่าของราคา/มูลค่าหุ้น

[2]**rally** *v.t. (tease)* หยอกล้อ, ล้อเลียน

'rallycross *n. (Sport)* การแข่งรถยนต์ข้ามประเทศ

ram /ræm/แรม/ ❶ *n.* Ⓐ *(Zool.)* แกะตัวผู้; Ⓑ **the Ram** *(Astrol.)* ราศี; ➡ + **archer** B; Ⓒ ➡ **battering ram;** Ⓓ *(Naut.: projecting beak)* ส่วนยื่นออกมาตรงหน้าเรือรบ; Ⓔ *(hydraulic lifting-machine)* เครื่องจักรยกของโดยระบบไฮโดรลิค; Ⓕ *(weight)* แท่งไม้กระทุ้ง; Ⓖ *(tool)* เครื่องมือที่ใช้ตำ โขลก กระทึบ; Ⓗ *(piston)* ลูกสูบ

❷ *v.t.* **-mm-** Ⓐ *(force)* กระแทก, กระทุ้ง; **~ a post into the ground** ตอก/อัดเสาลงในพื้นดิน; **~ in** อัดเข้าไปอย่างแรง; **he ~med his hat down on his head** เขาดึงหมวกลงบนศีรษะของเขาอย่างแรง; **~ sth. into sb.** *or* **sb.'s head** *(fig.)* ยัดเยียด *ส.น.* เข้าในสมอง *ค.น.;* **~ sth. home to sb.** ยัดเยียด *ส.น.* ให้ *ค.น.* เห็นกับตา; ➡ + **throat** A; Ⓑ *(collide with)* ชน, กระแทก, กระทุ้ง *(รถยนต์, เสา);* Ⓒ **~ [down]** *(beat down)* อัดให้แน่น *(ดิน, ดินเหนียว, ก้อนกรวด)*

RAM /ræm/แรม/ *abbr. (Computing)* **random access memory** แรม *(ท.ศ.);* **~ facility** การสามารถเรียกข้อมูลได้โดยวิธีสุ่มหา

Ramadan /ræməˈdæn, -ˈdɑːn/ˈแรเมอะแดน, -ˈดาน/ *n. (Muslim Relig.)* **[month of] ~:** เดือน 9 ของปฏิทินอิสลาม, เดือนรามาดอน *(ท.ศ.)*

ramble /ˈræmbl/ˈแรมบ'ล/ ❶ *n.* **[nature] ~:** การเดินเที่ยวไป [ในธรรมชาติ] ❷ *v.i.* Ⓐ *(walk)* เดินเที่ยว, เดินเตร่, เดินเล่น; Ⓑ *(wander in discourse)* พูดไม่ตรงประเด็น, คุยเรื่อยเปื่อย; **keep rambling on about sth.** พูดเรื่อยเปื่อยอยู่เกี่ยวกับ *ส.น.*

rambler /ˈræmblə(r)/ˈแรมเบลอะ(ร)/ *n.* Ⓐ คนที่ชอบเดินท่องเที่ยว, พเนจร; Ⓑ *(Bot.)* กุหลาบเลื้อย

rambling /ˈræmblɪŋ/ˈแรมบลิง/ ❶ *n.* การเดินท่องเที่ยว; **~ club** สมาคมของนักเดินท่องเที่ยว ❷ *adj.* Ⓐ *(irregularly arranged) (ถนน)* วกวน, ไม่เป็นระเบียบ; Ⓑ *(incoherent) (การเรียบเรียง, ข้อมูล)* ไม่เกี่ยวข้องกัน, ไม่สัมพันธ์กัน; *(อาจารย์, สุนทรพจน์)* ที่ออกนอกประเด็น; Ⓒ *(Bot.)* **~ rose** กุหลาบเลื้อย

rambunctious /ræmˈbʌŋkʃəs/แรมˈบังคเชิซ/ *adj. (Amer. coll.)* ควบคุมยาก, เตลิดเปิดเปิง; **be ~:** ไม่สามารถจะควบคุมได้

rambutan /ræmˈbjuːtən/แรมˈบิวเทิน/ *n.* ผลลูกเงาะ

ramekin /ˈræmɪkɪn/ˈแรเมอะคิน/ Ⓐ *(Gastr.)* อาหารอบกับเนยแข็ง; Ⓑ ➡ **~ case**

ramekin: ~ case, ~ dish *ns.* ถ้วยอบอาหารขนาดเล็ก

ramification /ræmɪfɪˈkeɪʃn/แรมิฟิˈเคช'น/ *n.* Ⓐ *(of river, railway, business; Bot., Anat.)* การแตกเป็นสาขา; Ⓑ *usu. in pl. (consequence)* ผลที่ต่อเนื่อง; **what would be the ~s of this?** อะไรจะเป็นผลที่ต่อเนื่องของเรื่องนี้

ramify /ˈræmɪfaɪ/ˈแรมิฟาย/ *v.i.* แตกเป็นสาขา; **~ing network** เครือข่ายที่แตกสาขา

'ramjet *n. (Aeronaut.)* **~ [engine]** เครื่องยนต์ไอพ่นพุ่งอัด

rammer /ˈræmə(r)/ˈแรมเมอะ(ร)/ *n.* เครื่องตำ, เครื่องโขลก, เครื่องกระทึบ

ramp /ræmp/แรมพฺ/ ❶ *n.* Ⓐ *(slope)* ทางลาด; **'beware** *or* **caution, ~!'** 'ระวังทางลาด', 'ระวังลูกระนาดบนถนน'; Ⓑ *(Aeronaut.)* บันไดขึ้น/ลงเครื่องบิน ❷ *v.t.* จัดให้มีทางลาด

rampage ❶ /ˈræmpeɪdʒ, ræmˈpeɪdʒ/ˈแรมเพจ, แรมˈเพจ/ *n.* การอาละวาด; **be/go on the ~** *(coll.)* ออกไปอาละวาด, อาละวาดไปทั่ว ❷ /ræmˈpeɪdʒ/แรมˈเพจฺ/ *v.i.* เอะอะ, โวยวาย; **~ about** อาละวาดไปทั่ว

r

rampant /ˈræmpənt/ˈแรมเพินทฺ/ *adj.* Ⓐ *(unchecked) (นักเลง, อันธพาล)* อาละวาด; *(เงินเฟ้อ)* รุนแรง; *(การขยายตัว)* ที่ยั้งไม่อยู่; **cholera was ~:** โรคอหิวาต์ระบาด; Ⓑ *postpos. (Her.) (สิงโต)* ผงาด; Ⓒ *(rank)* **make too ~, cause the ~ growth of** ปล่อยให้โตเกินไป *(ต้นไม้)*

rampart /ˈræmpɑːt/ˈแรมพาท/ *n.* Ⓐ *(walk)* ทางเดินบนกำแพง; Ⓑ *(protective barrier)* เชิงเทิน, แนวกำแพงป้องกัน, กำแพงปราการ

rampion /ˈræmpɪən/ˈแรมเพียน/ *n. (Bot.)* พืชหัวใต้ดินกินได้

ram: ~ raid ❶ *v.t.* ใช้รถยนต์ขับชนกระจกหน้าร้านเพื่อขโมยของ ❷ *n.* การขับรถชนร้านขโมยของ; **~-raider** *n.: ขโมยที่ใช้รถยนต์ขับชนกระจกหน้าร้านแตก*

ˈramrod /ˈræmrɒd/ˈแรมรอด/ *n.* ไม้กระทุ้งดินปืน; **[with one's back] as straight** *or* **stiff as a ~** *(fig. coll.)* แข็งทื่อ/กระด้างชาเย็นราวกับท่อนไม้

ˈramshackle *adj. (เรือ)* โคลงเคลง; *(กระต๊อบ)* จวนล้ม, ทรุดโทรม

ran ➡ **run** 2, 3

ranch /rɑːntʃ, US ræntʃ/รานฉฺ, แรนฉฺ/ ❶ *n.* ทุ่งเลี้ยงปศุสัตว์, ฟาร์มปศุสัตว์ขนาดกว้างใหญ่; **[mink/poultry] ~:** ฟาร์มเลี้ยงตัวมิ้งค์/สัตว์ปีก; **livestock ~:** ทุ่งเลี้ยงปศุสัตว์; **meanwhile, back at the ~** *(joc. coll.)* ในระหว่างนี้...ที่บ้าน; ➡ + **dude ranch** ❷ *v.i.* เลี้ยงปศุสัตว์

rancher /ˈrɑːntʃə(r), US ˈræntʃə(r)/ˈรานเฉอะ(ร), ˈแรนเฉอะ(ร)/ *n. (owner, operator)* เจ้าของ, ผู้ดำเนินการฟาร์มปศุสัตว์; *(employee)* ลูกจ้างฟาร์มปศุสัตว์; **be a ~:** เป็นเจ้าของฟาร์มปศุสัตว์/ทำงานในฟาร์มปศุสัตว์

ranch: ~ hand *n.* คนทำงานในฟาร์มปศุสัตว์; **~ house** *n.* บ้านในฟาร์มปศุสัตว์

rancid /ˈrænsɪd/ˈแรนซิด/ *adj.* เหม็นหืน, เหม็นตุ, เหม็นเน่า

rancor *(Amer.)* ➡ **rancour**

rancorous /ˈræŋkərəs/ˈแรงเคอะเริซ/ *adj.* เจ็บใจ, แค้นใจ; **feel ~ towards sb.** รู้สึกเจ็บใจ *ค.น.*

rancour /ˈræŋkə(r)/ˈแรงเคอะ(ร)/ *n. (Brit.)* ความเจ็บใจ, ความคับแค้นใจ; **she bore him no ~:** เธอไม่แค้นใจเขาแล้ว

rand /rænd/แรนดฺ/ *n.* ➤ **572** *(S. Afr. monetary unit)* หน่วยเงินตราหลายประเทศในแอฟริกา

R&B *n. abbr.* **rhythm and blues** อาร์แอนด์บี *(ท.ศ.)*

R&D *n. abbr.* **research and development**

randiness /ˈrændɪnɪs/ˈแรนดินิซ/ *n., no pl.* กิเลส, ความอยาก, ตัณหา

random /ˈrændəm/ˈแรนเดิม/ ❶ *n.* **at ~:** ตามอำเภอใจ, ตามใจ, โดยสุ่ม; *(aimlessly)* ไม่มีจุดมุ่งหมาย; **speak/choose at ~:** พูด/เลือกไปโดยไม่คิด/ไม่มีจุดมุ่งหมาย ❷ *adj.* Ⓐ *(unsystematic)* ไม่เป็นระบบ; **make a ~ guess** เดาส่งเดช; Ⓑ *(Statistics)* สุ่ม

random: ~ ˈaccess memory *n. (Computing)* หน่วยความจำเข้าถึงโดยสุ่ม, แรม *(ท.ศ.)*; **~ distribution** *n. (Statistics)* การสุ่มเลือกตัวอย่าง

randomize (randomise) /ˈrændəmaɪz/ˈแรนเดอะมายซฺ/ *v.t.* สุ่มข้อมูล, จัดระเบียบตามอำเภอใจ

random: ~ ˈsample *n. (Statistics)* ตัวอย่างจากการสุ่ม; **~ ˈvariable** *n. (Statistics)* ตัวแปรที่ได้จากการสุ่มตัวอย่าง

randy /ˈrændɪ/ˈแรนดิ/ *adj.* มีตัณหา, เงี่ยน *(ภ.พ.)*; **feel ~:** รู้สึกอยากทางเพศ, มีตัณหา, มั่วโลกีย์

rang ➡ **²ring** 2, 3

range /reɪndʒ/เรนจฺ/ ❶ *n.* Ⓐ *(row)* **~ of mountains/cliffs** เทือกเขา/แนวหน้าผา; Ⓑ *(of subjects, interests, topics)* ขอบเขต; *(of musical instrument)* ช่วงระยะเสียง; *(of knowledge)* ขอบเขต; *(of voice)* ระดับ; *(of income)* ระดับ; *(of department, possibility)* ขอบเขต; **~ of influence** ขอบเขตของอิทธิพล; **a ~ of options** มีทางเลือกมากมาย; **the annual ~ of temperature** ความแตกต่างของอุณหภูมิในรอบปี; **be outside the ~ of a department** อยู่นอกเหนือความรับผิดชอบของแผนกนี้; **sth. is out of** *or* **beyond sb.'s ~** *(lit. or fig.) ส.น.* อยู่นอกเหนือขอบเขตอำนาจของ *ค.น.*; Ⓒ *(Bot., Zool.: area of distribution)* อาณาเขตบริเวณ; Ⓓ *(of telescope, missile, aircraft etc.)* ช่วงรัศมี; *(distance between gun and target)* ระยะยิง; **flying ~:** รัศมีของการบิน; **at a ~ of 200 metres** ในช่วงระยะ 200 เมตร; **up to a ~ of 5 miles** ขึ้นไปถึงช่วงระยะ 5 ไมล์; **shoot at close** *or* **short/long ~:** ยิงในระยะสั้น/ใกล้; **[with]in/out of** *or* **beyond [firing] ~:** อยู่ภายใน/ภายนอกวิถีกระสุน/วิถีการยิง; **within ~ of a sound** ภายในช่วงของเสียง/การได้ยิน; **experience sth. at close ~:** ได้สัมผัส *ส.น.* อย่างใกล้ชิด/โดยตรง; Ⓔ *(series selection)* การเก็บรวบรวม; Ⓕ **[shooting] ~:** สนามเป้า; *(at funfair)* ร้านยิงปืนเล่น; Ⓖ *(testing site)* สนามทดสอบ, สนามทดลอง; Ⓗ *(grazing ground)* ทุ่งหญ้าใหญ่เลี้ยงสัตว์; **cattle ~:** ทุ่งเลี้ยงปศุสัตว์; Ⓘ **give free ~ to** *(freedom to roam)* ปล่อยให้เป็นอิสระ *(สัตว์เลี้ยง)*; ปล่อยให้ล่องลอย *(ความคิด)*; Ⓙ *(direction)* แนว; Ⓚ *(cooking stove)* เตา

❷ *v.i.* Ⓐ *(vary within limits) (ราคา, อุณหภูมิ)* ต่างกัน, เปลี่ยนแปลง, อยู่ระหว่าง; ผันแปรภายในขอบเขตหนึ่ง, เปลี่ยนแปลงในช่วงหนึ่ง; **they ~ in age from 3 to 12** พวกเขามีอายุระหว่าง 3 ถึง 12 ปี; Ⓑ *(extend) (ความสูง)* มีถึง, อยู่ระหว่าง; **her hobbies ~ from x to y** ขอบเขตของงานอดิเรกของเธอมีจากเอ็กซ์ถึงวาย; Ⓒ *(Bot., Zool.: occur over wide area)* **the plant/animal ~s from ... to ...:** บริเวณขอบเขตของสัตว์/พันธุ์ไม้มีจาก...ถึง...; Ⓓ *(roam)* ท่องเที่ยว, เตร็ดเตร่ **(around, about** ไปทั่ว); *(fig.) (ความคิด)* หมุนเวียนไป, ลอยไปโน่นนี่; **the discussion ~d over ...:** การอภิปรายครอบคลุมไปถึง...; **the speaker ~d far and wide** ผู้พูดได้ครอบคลุมหัวข้อต่าง ๆ มากมาย

❸ *v.t.* Ⓐ *(arrange)* จัดแถว *(หนังสือ)*; เรียงแถว *(ทหาร)*; **they ~d themselves in lines** พวกเขาเข้าแถวเป็นระเบียบ; **several enemy platoons were ~d against us** พวกเรายืนประจันหน้ากับแถวศัตรู; **~ oneself with sb.** *(fig.)* เข้าข้างกับ *ค.น.*; **~ oneself against sb./sth.** อยู่ฝ่ายเดียวกับ *ค.น./ส.น.*; **~ oneself behind sth.** *(fig.)* เข้าไปอยู่เบื้องหลัง *ส.น.*; Ⓑ จัดตั้งระยะ *(กล้องส่องทางไกล, ปืนใหญ่)*; Ⓒ *(roam)* ท่องเที่ยว/เดินทางไป

ˈrangefinder /ˈreɪndʒfaɪndə(r)/ˈเรนจฺฟายนฺเดอะ(ร)/ *n.* เครื่องวัดระยะ

ranger /ˈreɪndʒə(r)/ˈเรนเจอะ(ร)/ *n.* Ⓐ *(keeper)* ผู้ดูแล, หัวหน้างาน; *(of forest)* เจ้าหน้าที่พิทักษ์ของกรมป่าไม้; Ⓑ *(Amer.: law officer)* ตำรวจพิเศษที่ขี่ม้า; Ⓒ *(Brit.: Girl Guide)* ลูกเสือหญิงอายุระหว่าง 14–18 ปี; Ⓓ *(Amer. Mil.)* ทหารหน่วยรบพิเศษ

ranging /ˈreɪndʒɪŋ/ˈเรนจิง/: **~ pole, ~ rod** *ns. (Surv.)* เสาตั้งระดับแนวตรง

rangy /ˈreɪndʒɪ/ˈเรนจิ/ *adj.* มีรูปร่างสูงผอม

¹rank /ræŋk/แรงคฺ/ ❶ *n.* Ⓐ *(position in hierarchy)* ตำแหน่ง, ยศ; *(Mil. also)* ยศ; **be above/below sb. in ~:** มีตำแหน่งเหนือ/ใต้ *ค.น.*; **pull ~** *(coll.)* ใช้ตำแหน่งบังคับ/ประโยชน์; **of high ~:** มีตำแหน่งสูง; **be in the front** *or* **top ~ of performers** อยู่ในตำแหน่งชั้นนำของนักแสดง; **of the first ~:** ในแนวแรก; Ⓑ *(social position)* ชั้นวรรณะทางสังคม; **people of all ~s** บุคคลทุกชั้นของสังคม; **persons of ~:** บุคคลในตระกูลผู้ดี; **belong to a high ~ of society** เป็นคนในกลุ่มของสังคมชั้นสูง; Ⓒ *(row)* แนว, แถว; Ⓓ *(Brit.: taxi stand)* แถวรถแท็กซี่; Ⓔ *(line of soldiers)* แถวทหาร; **step forward from the ~:** ก้าวออกมาจากแถว; **the ~s** *(enlisted men)* พลทหาร, นายสิบ; **the ~ and file** พลทหารและนายสิบ; *(fig.)* คนทั่วไป, สามัญชน; **close [our/their] ~s** เข้าแถวให้ชิด; *(fig.)* ยึดมั่นกันอย่างใกล้ชิด; **other ~s** พลทหารและนายสิบอื่น ๆ; **rise from the ~s** ไต่เต้ามาจากพลทหาร; *(fig.)* ทำงานหนักไต่เต้าขึ้นมา; Ⓕ *(order)* **keep/break ~[s]** รักษา/แตกแถว

❷ *v.t.* Ⓐ *(classify)* **~ among** *or* **with** นับด้วยกันกับ, เท่าเทียมกับ; **his achievement was ~ed with hers** ความสำเร็จของเขาเท่าเทียมกับของเธอ; **be ~ed second in the world** จัดเป็นอันดับที่สองของโลก; **~ sth. highly** จัดลำดับ *ส.น.* ไว้สูง; Ⓑ *(arrange)* จัดเข้าแถว, จัดอันดับ; Ⓒ *(Amer.: take precedence of)* มีตำแหน่ง, ยศเหนือกว่า; **who ~s whom?** ใครต้องเรียงอันดับมาก่อน

❸ *v.i.* Ⓐ *(have position)* **~ among** *or* **with** อยู่ในกลุ่มนี้/มีอันดับอยู่ใน...; **~ above/next to sb.** มีตำแหน่งสูงกว่า/ติดกับ *ค.น.*; **~ high/low** มีตำแหน่งสูง/ต่ำ; **it ~s as his best book** มันถือว่าเป็นหนังสือที่ดีที่สุดของเขา; Ⓑ *(Amer.: have senior position)* **~ing executive** ระดับตำแหน่งผู้บริหาร

²rank *adj.* Ⓐ *(complete) (ความเหลวไหล, การผิดพลาด)* เต็มที่, อย่างชัด, อย่างสิ้นเชิง; Ⓑ *(foul-smelling)* มีกลิ่นเหม็น; **~ odour** กลิ่นเหม็น; **smell ~:** เหม็นมาก; Ⓒ *(vile)* สกปรก เลวทราม; Ⓓ *(rampant)* รกเป็นป่า *(สวน)*; **~ weeds** วัชพืชที่ขึ้นเต็มไปหมด

rank-and-file *adj. (สมาชิก)* ทั่วไป, ธรรมดา

ranker /ˈræŋkə(r)/ˈแรงเคอะ(ร)/ *n. (Mil.)* Ⓐ *(commissioned officer)* นายทหารที่มาจากพลทหาร; Ⓑ *(soldier)* ทหาร, พลทหาร

rankings /ˈræŋkɪŋz/ˈแรงคิงซฺ/ *n. pl. (Sport.)* รายชื่ออันดับความสามารถ; **the team has fallen in the ~:** ทีมตกอันดับ

rankle /ˈræŋkl/ˈแรงค'ล/ ❶ *v.i.* **it/sb.'s success etc. ~s [with sb.]** มัน/ความสำเร็จ ฯลฯ ของ *ค.น.* ทำให้ *ค.น.* โกรธ ❷ *v.t.* กวนใจ, สะเทือนใจ

ransack /ˈrænsæk, US rænˈsæk/ˈแรนแซค, แรนˈแซค/ *v.t.* Ⓐ *(search)* ค้นหาทุกแง่ทุกมุม; ขุดคุ้ยความทรงจำ; Ⓑ *(pillage)* ปล้นสะดม

ransom /ˈrænsəm/ˈแรนเซิม/ ❶ *n.* **~ [money]** ค่าไถ่ตัว; **hold to ~:** จับตัวเรียกค่าไถ่; *(fig.)* ขู่บังคับให้อยู่ภายใต้อาณัติ *(รัฐบาล)*; **jewels worth a king's ~:** เพชรพลอยที่มีคุณค่ามหาศาล ❷ *v.t.* Ⓐ *(redeem)* ไถ่ถอน, จ่ายค่าไถ่ตัว; Ⓑ *(hold to ransom)* จับตัวเรียกค่าไถ่

'ransom note *n.* จดหมายเรียกค่าไถ่

rant /rænt/แรนทฺ/ ❶ *v.i.* ดุว่า, พูดโผงผาง; โวยวาย; **~ at** ตวาดใส่; **~ on about** ร้องตะโกนเกี่ยวกับ...; **~ and rave about sth.** โวยวายเกี่ยวกับ *ส.น.* ❷ *n.* Ⓐ *(tirade)* การพูดประณามที่ยืดยาว, การโวยวาย; Ⓑ *no pl. (empty talk)* คำพูดโว, คำพูดโอ้อวด

ranunculus /rəˈnʌŋkjʊləs/เรอะ'นังคิวเลิซ/ *n., pl.* **~es** *or* **ranunculi** /rəˈnʌŋkjʊlaɪ/-ลาย/ *(Bot.)* พืชในสกุล *Ranunculus* มีดอกคล้ายถ้วย

¹rap /ræp/แรพ/ ❶ *n.* Ⓐ *(sharp knock)* เคาะตีอย่างแรง; **there was ~ on** *or* **at the door** มีเสียงเคาะประตูดัง ๆ; **I heard a ~ on** *or* **at the door** ฉันได้ยินเสียงเคาะที่ประตู; **give sb. a ~ on** *or* **over the knuckles** ดีดข้อนิ้วของ *ค.น.; (fig.)* วิพากษ์วิจารณ์ *ค.น.;* **get a ~ on** *or* **over the knuckles** *(fig.)* ได้รับการวิพากษ์วิจารณ์; Ⓑ *(coll. blame)* **take the ~ [for sth.]** ยอมรับผิดใน *ส.น.;* **leave sb. behind to take the ~:** ปล่อยให้ *ค.น.* ได้รับการตำหนิแทน; Ⓒ *(Amer. coll.: prison sentence)* โทษจำคุก; Ⓓ *(Amer. coll. criminal charge)* การกล่าวหาคดีอาญา; Ⓔ *(Amer. coll.) (conversation)* การสนทนา; *(discussion)* การอภิปราย; *(in pop music)* แรพ *(ท.ศ.)*, บทเพลงพูดที่มีจังหวะแรพ *(ท.ศ.)* ❷ *v.t.*, **-pp-** Ⓐ *(strike smartly)* เคาะตี; **~ sb. on the knuckles** ตีข้อนิ้ว *ค.น.;* **~ sth. on sth.** เคาะตี *ส.น.* กับ *ส.น.;* Ⓑ *(criticize)* ตอว่า, วิพากษ์วิจารณ์, จูโจม ❸ *v.i.* **-pp-** Ⓐ *(make sound)* เคาะเสียงดัง; **~ on the table** เคาะโต๊ะ; Ⓑ *(Amer. coll.: talk)* พูดคุยสนทนา

~ 'out *v.t.* พูดออกมาอย่างห้วน ๆ, ร้องออกมา *(คำสั่ง, คำสาปแช่ง);* **~ out a message** รายงาน

²rap *n.* **I don't care** *or* **give a ~:** สำหรับฉันอย่างไรก็ได้ทั้งนั้น *หรือ* ฉันไม่สนเลย *(ภ.พ.)*

rapacious /rəˈpeɪʃəs/เรอะ'เพเชิซ/ *adj. (greedy)* โลภ, ละโมบ, ตะกละ; *(predatory)* ปล้นสะดม, ช่วงชิง

rapaciously /rəˈpeɪʃəslɪ/เรอะ'เพเชิซลิ/ *adv. (greedily)* อย่างโลภ; *(in predatory manner)* ในอาการช่วงชิง, อย่างปล้นสะดม

rapacity /rəˈpæsɪtɪ/เรอะ'แพซิทิ/ *n., no pl.* ความโลภ; *(being predatory)* การปล้นสะดม

¹rape /reɪp/เรพ/ ❶ *n.* การข่มขืน, การชำเรา; **statutory ~** *(Amer.)* การร่วมประเวณีกับเด็กหญิง; **homosexual ~:** การข่มขืนชำเราเพศเดียวกัน ❷ *v.t.* ข่มขืนชำเรา; *(fig.)* ทำลาย *(ภูมิประเทศ)*

²rape *n. (Bot., Agric.)* พืชพันธุ์ *Brassica napus* ใช้เป็นอาหารแกะและสัตว์อื่น ๆ

rape: **~ alarm** *n.* สัญญาณเตือนภัยติดตัว; **~ cake** *n.* เมล็ดของพืชเรพที่นำมาอัดเป็นแผ่นหลังจากสกัดน้ำมันออกไปแล้ว ใช้เป็นอาหารสัตว์; **~ counselling** *n.* การบำบัดจิตผู้ถูกข่มขืน; **~ oil** *n.* ➡ **~seed oil; ~seed** *n.* เมล็ดของต้นเรพ; **~seed oil** *n.* น้ำมันที่ได้จากเมล็ดของต้นเรพ; **~ victim** *n. (in general)* เหยื่อที่ถูกข่มขืน

Raphael /ˈræfeɪəl/แรเฟเอิล/ *pr. n.* Ⓐ *(archangel)* ทูตสวรรค์ชั้นหัวหน้า; Ⓑ *(artist)* ศิลปินอิตาเลียนราฟาเอล *(1483–1520)*

rapid /ˈræpɪd/แรพิด/ ❶ *adj.* รวดเร็ว, ไว, ฉับพลัน; **give ~ results** ให้ผลอย่างเร็ว; **there has been a ~ decline** มีการถดถอยอย่างรวดเร็ว ❷ *n. in pl.* ส่วนของกระแสน้ำที่ไหลเชี่ยว

rapid-'fire *adj. (ปืน)* ยิงเร็ว; *(คำถาม, การพูดตลก)* ต่อเนื่องกันอย่างรวดเร็ว

rapidity /rəˈpɪdɪtɪ/เรอะ'พิดดิทิ/ *n., no pl.* ความเร็ว, ความรวดเร็ว

rapidly /ˈræpɪdlɪ/แรพิดลิ/ *adv.* อย่างเร็ว; **descend ~:** ลงมาอย่างรวดเร็ว

rapid 'transit *(Amer.) n.* การขนส่งมวลชนด่วน

rapier /ˈreɪpɪə(r)/เรเพีย(ร)/ *n.* ดาบเล็กสำหรับแทง, กระบี่

rapine /ˈræpaɪn, US ˈræpɪn/แรพายน, -พิน/ *n. (rhet.)* การปล้นสะดม, การฉกชิง

rapist /ˈreɪpɪst/เรพิซทฺ/ *n.* ผู้ข่มขืนชำเรา

rapport /rəˈpɔː(r), US -ˈpɔːrt/เรอะ'พอ(ร), -'พอรทฺ/ *n.* สายสัมพันธ์, ความเห็นอกเห็นใจ; **have a great ~ with sb.** มีสายสัมพันธ์แน่นแฟ้นกับ *ค.น.;* **establish a ~ with sb.** สร้างสายสัมพันธ์ความเห็นอกเห็นใจกับ *ค.น.;* **lack of ~:** การเข้ากันไม่ได้

rapprochement /ræˈprɒʃmɒŋ, US ræprəʊʃˈmɒŋ/แร'พรุอชมอง, แรโพรฺช'มอง/ *n. (Polit., Diplom.)* การฟื้นสัมพันธไมตรี *(โดยเฉพาะระหว่างรัฐหรือประเทศ)*

rapscallion /ræpˈskæljən/แรพ'ซแกเลียน/ *n. (joc.)* คนพาล, คนสารเลว, คนขี้โกง, เจ้าเล่ห์

rapt /ræpt/แรพทฺ/ *adj. (ความตั้งใจ, การฟัง)* ใจจดใจจ่อ; **in ~ contemplation** ตกอยู่ในความคิดคำนึง

raptly /ˈræptlɪ/แรพทลิ/ *adv.* อย่างใจจดใจจ่อ

rapture /ˈræptʃə(r)/แรพเฉอะ(ร)/ *n.* Ⓐ *(ecstatic delight)* ความปลาบปลื้มอย่างหลงใหล; **[state of] ~:** สภาพความปลาบปลื้ม, ความยินดีอย่างที่สุด; Ⓑ *in pl. (enthusiasm)* ความกระตือรือร้น, ความหลงใหล; **be in ~s** แสดงความกระตือรือร้น **(over, about** เกี่ยวกับ); **go into ~s** ตื่นเต้น, แสดงความดีอกดีใจ; **be sent into ~s by sth.** ตกอยู่ในความหลงใหลด้วย *ส.น.*

rapturous /ˈræptʃərəs/แรพเฉอะเริซ/ *adj. (การปรบมือ)* ปลาบปลื้ม, กระตือรือร้น

¹rare /reə(r)/แร(ร)/ *adj.* Ⓐ *(uncommon)* หายาก, ไม่บ่อย, ไม่ค่อยมี; **~ occurrence** เหตุการณ์ที่ไม่ค่อยเกิด; **it's ~ for him to do that** มันเป็นเรื่องยาก/ไม่ค่อยเกิดที่เขาจะทำสิ่งนั้น; Ⓑ *(thin)* เบาบาง, บาง *(อากาศ);* Ⓒ *(extreme)* **have ~ fun with sb.** มีความสนุกสนานอย่างมากกับ *ค.น.;* **have a ~ old time** มีความสนุกสนานอย่างเต็มที่

²rare *adj. (Cookery) (เนื้อย่าง)* สุกน้อย; **medium ~:** กึ่งสุกกึ่งดิบ

rarebit /ˈreəbɪt/แรบิท/ ➡ **Welsh rarebit**

rare: **~ 'book** *n.* หนังสือหายาก; **~ 'earth** *(Chem.) n.* สารประกอบออกไซด์ของธาตุ Lanthanide พบในแร่หลายชนิด

rarefaction /reərɪˈfækʃn/แรริ'แฟคช'น/ *n.* การทำให้เบาบางลง *(อากาศ);* การทำให้ละเอียดอ่อน *(นิสัย, ความคิด)*

rarefied /ˈreərɪfaɪd/แรริฟายดฺ/ *adj. (อากาศ)* ที่เบาบาง; *(fig.)* หายาก, สูงส่ง

rarefy /ˈreərɪfaɪ/แรริฟาย/ *v.t.* Ⓐ ทำให้เบาบางลง *(อากาศ);* Ⓑ *(make subtle)* ทำให้ละเอียดอ่อน

rare 'gas ➡ **noble gas**

rarely /ˈreəlɪ/แรลิ/ *adv.* Ⓐ อย่างหายาก, น้อยครั้ง; Ⓑ *(to an unusual degree)* อย่างไม่ค่อยมี, อย่างประเสริฐ

raring /ˈreərɪŋ/แรลิง/ *adj. (coll.)* **be ~ to go** กระตือรือร้นที่จะไป *หรือ* แทบจะอดทนรอไม่ได้

rarity /ˈreərɪtɪ/แรริทิ/ *n.* Ⓐ สิ่งที่หายาก, ความหายาก, สิ่งที่มีน้อย; **a collection of rarities** การสะสมสิ่งที่หายาก; **be an object of great ~:** เป็นวัตถุที่หายากมาก; **such people are a ~:** คนประเภทนี้หายาก; Ⓑ **the ~ of the atmosphere** ความเบาบางของบรรยากาศ

'rarity value *n.* คุณค่าที่มาจากความหายาก

rascal /ˈrɑːskl, US ˈræskl/ราซก'ล, 'แรซก'ล/ *n.* Ⓐ *(dishonest person)* คนทุจริต, คนโกง; Ⓑ *(joc.: mischievous person)* คนพาล, คนเจ้าเล่ห์

rascally /ˈrɑːskəlɪ/ราซเกอะลิ/ *adj.* Ⓐ *(dishonest)* โกง, ทุจริต; Ⓑ *(joc: mischievous)* มีเล่ห์เหลี่ยม, ซุกซน

rase ➡ **raze**

¹rash /ræʃ/แรช/ *n. (Med.)* ผื่น [บนผิวหนัง]; **develop a** *or* **break out** *or* **come out in a ~:** เป็นผื่นคัน; **bring sb. out in a ~:** ทำให้ *ค.น.* เป็นผื่น; **a ~ of burglaries/strikes** *(fig.)* การชุกชุมของอาชญากรรม/การนัดหยุดงาน

²rash *adj.* ไม่ระวัง, เสี่ยง; *(impetuous)* หุนหันพลันแล่น, รีบร้อน, ใจร้อน

rasher /ˈræʃə(r)/แรเชอะ(ร)/ *n.* **~ [of bacon]** แผ่นเนื้อเบคอนหั่นบาง; **bacon sliced into ~s** แผ่นเนื้อเบคอนที่หั่นบาง ๆ

rashly /ˈræʃlɪ/แรชลิ/ *adv.* อย่างใจร้อน, อย่างเสี่ยง

rashness /ˈræʃnɪs/แรชนิซ/ *n., no pl.* ความรีบร้อน, ความไม่รอบคอบ; **regret one's ~ in doing sth.** เสียใจที่ได้ทำ *ส.น.* อย่างรีบร้อน

rasp /rɑːsp, US ræsp/ราซพ, แรซพฺ/ ❶ *n.* Ⓐ *(tool)* ตะไบหยาบ; Ⓑ *(sound) (of metal on wood)* เสียงเสียดสีเมื่อใช้ตะไบหยาบกับไม้; *(of a cricket)* เสียงเสียดสี; *(of breathing)* การหายใจเสียงดัง ❷ *v.i.* เกา, ตะไบ ❸ *v.t.* Ⓐ *(scrape with ~)* ขูด, ครูดด้วย *ส.น.;* Ⓑ *(say gratingly)* พูดเสียงห้าว

raspberry /ˈrɑːzbərɪ, US ˈræzberɪ/ราซเบอะริ, 'แรซเบะริ/ *n.* Ⓐ ลูกราสเบอร์รี *(ท.ศ.)* ผลไม้ลูกเล็ก ๆ สีแดงพันธุ์ *Rubus idaeus; (plant also)* พุ่มไม้ราสเบอร์รี; *attrib. (แยม, พาย, ไอศกรีม)* ราสเบอร์รี; Ⓑ *(coll.: rude noise)* **blow a ~:** เป่าลมออกมาจากปากดัง ๆ เพื่อแสดงความไม่พอใจ

'raspberry-cane *n.* พุ่มไม้ราสเบอร์รี

rasping /ˈrɑːspɪŋ/ราซพิง/ *adj.* เสียงห้าว, เสียงไอแห้ง ๆ

Rasta /ˈræstə/แรซเทอะ/ *n.* ราสตา *(ท.ศ.)* ย่อมาจาก Rastafarian; **the ~ people** พวกคนชาวราสตา *(ท.ศ.)*

Rastafarian /ræstəˈfeərɪən/แรซเตอะ'แฟเรียน/ *(Relig.)* ❶ *n.* ลัทธิที่เชื่อว่าพระเจ้าไฮลิซิลาซซีเป็นพระผู้เป็นเจ้า ❷ *adj. เกี่ยวกับลัทธิของชาวจาไมกา ที่นับถือพระเจ้าไฮลิซิลาซซีแห่งเอธิโอเปีย,* เกี่ยวกับผู้นับถือลัทธินี้

raster /ˈræstə(r)/แรซเตอะ(ร)/ *n. (Telev.)* แถบเส้นภาพโทรทัศน์จากหลอดแบบแคโธดเรย์

rat /ræt/แรท/ ❶ *n.* Ⓐ หนูตัวใหญ่ในสกุล *Rattus;* **brown** *or* **sewer ~:** หนูตัวใหญ่ตามท่อน้ำเสีย; **look like a drowned ~** *(coll.)* ดูเหมือนกับหนูจมน้ำ; **~s!** *(coll.) (drat it!)* โอ๊ย ระยำ; *(nonsense!)* บ้าแท้ ๆ; **smell a ~** *(fig. coll.)* สงสัยว่าจะมีการทรยศ; **~s leaving** *or* **deserting the [sinking] ship** *(fig.)* คนที่คอยเอาตัวรอดไปก่อน; ➡ **+ muskrat; water rat;** Ⓑ *(coll. derog.: unpleasant person)* คนทรยศ, คนชั่ว; Ⓒ *(Polit.)* ทิ้งพรรค ❷ *v.i.*, **-tt-** ไล่จับหนู; **be out ~ting** ออกไล่จับหนู

~ on *v.t. (coll.)* Ⓐ *(inform on)* ทรยศ; Ⓑ *(go back on)* ไม่รักษาคำพูด, กลับคำ

'rat-arsed /'rætɑːst/'แรทอาซท/ *adj.* *(Brit. sl.)* เมาเละ

ratatouille /rætə'tuːɪ/แรเทอะ'ทุอิ, -'ทวี/ *n.* *(Gastr.)* สตูผักที่ประกอบด้วยหัวหอม กระเทียม มะเขือเทศ พริกหวานและมะเขือม่วง

rat: ~bag *n. (coll.)* คนวิตถาร, คนที่น่ารังเกียจ; **~-catcher** *n.* คนกำจัดหนู

ratchet /'rætʃɪt/'แรทฉิท/ *n. (Mech. Engin.)* (A) *(set of teeth)* ที่รัดฟัน, ซี่ฟันเฟืองมีสปริงสับ; (B) **~[wheel]** ซี่เฟืองกับเฟืองล้อที่มีสปริงสับให้หมุนไปทางเดียว

ratchet screwdriver /rætʃɪt 'skruːdraɪvə(r) /แรทฉิท 'ซกรูดรฺายเวอะ(ร)/ *n.* ไขควงที่ปลายมีลักษณะเป็นซี่ฟันเฟือง

¹rate /reɪt/เรท/ *n.* (A) *(proportion)* อัตรา; **increase at a ~ of 50 a week** เพิ่มในอัตราสัปดาห์ละ 50; **lose at the ~ of two minutes a day** เสียเวลาไปวันละ 2 นาที; **~ of inflation/absentee ~:** อัตราเงินเฟ้อ/อัตราคนขาดงาน; (B) *(tariff)* กฎ, อัตรา; **interest/taxation ~, ~ of interest/taxation** อัตราดอกเบี้ย/อัตราภาษี; **lending/premium ~s** อัตราการจำนอง/อัตราค่าประกันภัย; ➡ + **bank rate; exchange** 3 D; **water rate;** (C) *(amount of money)* ค่า, จำนวนเงิน; **~ [of pay]** อัตราค่าจ้าง; **the ~ for the job** ค่าจ้าง, อัตราสำหรับงานนี้; **letter/parcel ~:** อัตราค่าส่งจดหมาย/พัสดุ; **at reduced ~:** ในอัตราที่ลดลง; (D) *(speed)* อัตราความเร็ว; **at a** *or* **the ~ of 50 mph** ด้วยอัตราความเร็ว 50 ไมล์/ชม.; **at a good/fast/moderate/dangerous ~:** ด้วยอัตราความเร็วที่กำลังดี/เร็ว/ปานกลาง/อันตราย; (E) *(Brit.: local authority levy)* การจัดเก็บภาษีท้องถิ่น; **county/district ~:** ภาษีที่ดินอาคารท้องถิ่น/เขต; **[local** *or* **council] ~s** ภาษีที่ดินอาคารท้องถิ่น; (F) *(coll.)* **at any ~** *(at least)* อย่างน้อยที่สุด; *(whatever happens)* อย่างไรก็ตาม, ไม่ว่าอะไรจะเกิดขึ้น; **at this ~ we won't get any work done** ถ้าเป็นอย่างนี้เราจะไม่สามารถทำงานได้เลย; **at the ~ you're going, ...** *(fig.)* ในอัตราที่คุณทำอยู่นี่นะ...; **we can't afford to spend money at this ~:** เราไม่สามารถจะจ่ายต่อไปได้ในอัตราเช่นนี้; **you'll always be hard up at that ~:** ถ้าเป็นเช่นนี้คุณคงจะต้องขัดสนในเรื่องเงินอยู่ตลอด; ➡ + **'knot** 1 F

❷ *v.t.* (A) *(estimate worth of)* ตีราคา, ประเมินค่า *(ความฉลาด, ความสำเร็จ, ความเป็นไปได้)*; **~ sb./sth. highly** ประเมินคุณค่า *ค.น./ส.น.* ไว้อย่างสูง; (B) *(consider)* พิจารณา, คำนวณ; **be ~d the top tennis player in Europe** ได้รับจัดอันดับเป็นนักเทนนิสชั้นยอดในยุโรป; (C) *(assign value to)* ให้คะแนน *(งาน, โรงเรียน)*; ประเมิน *(ค่าประกัน)* **(at** ที่); (D) *(Brit.: subject to payment of local authority levy)* เก็บภาษี; (E) *(Brit.: value)* มีราคา; **the house is ~d at £800 a year** อัตราที่ใช้ในการคำนวนภาษีที่ดินสำหรับบ้านหลังนี้คือ 800 ปอนด์ต่อปี; (F) *(merit)* สมควรได้ *(รางวัล, เหรียญตรา, การชื่นชม)*; **does his work ~ a pass?** เขาควรจะได้คะแนนผ่านสำหรับงานชิ้นนี้หรือไม่; **he didn't ~ an invitation** *(coll.)* เขาไม่สำคัญพอที่จะได้รับเชิญ; (G) *(coll.: think much of)* ประเมินค่าสูง; **~/not ~ one's chances** ประเมิน/ไม่ประเมินโอกาสของตนสูง

❸ *v.i.* ถือ, นับ **(among** เป็น); **~ as** นับเป็น, ถือเป็น; **~ high in a team/low on a test** อยู่ในตำแหน่งสูงในทีม/ได้คะแนนต่ำในการทดสอบ

²rate *v.t. (scold)* ดุ, ด่าว่า

rateable /'reɪtəbl/'เรเทอะบ'ล/ *adj. (Brit.)* *(อาคาร, อสังหาริมทรัพย์)* สามารถคิดภาษีได้; **~ value** ค่าที่ใช้ประเมินภาษี

rate-capping /'reɪtkæpɪŋ/'เรทแคพิง/ *n.* *(Brit.)* การกำหนดภาษีสูงสุดที่เขตสามารถเรียกร้องได้

ratepayer *n. (Brit.)* ผู้เสียภาษีที่ดิน

rather /'rɑːðə(r)/'ราเทอะ(ร)/ *adv.* (A) *(by preference)* มากกว่า, แทนที่; **he wanted to appear witty ~ than brainy** เขาอยากจะดูเป็นคนมีไหวพริบมากกว่าเป็นคนมีมันสมอง; **~ than accept bribes, he decided to resign** แทนที่เขาจะรับเงินสินบน เขาตัดสินใจลาออก; **I had ~ die than ...:** ฉันยอมตายก่อนที่จะ...; **no, thanks, I'd ~ not** ไม่ ขอบคุณ ฉันไม่ดีกว่า; **I would ~ you ...:** ฉันชอบมากกว่าถ้าคุณ...; (B) *(somewhat)* บ้าง, ค่อนข้าง *(ดี, ร้อน, สำเร็จ)*; **I ~ think that ...:** ฉันค่อนข้างจะมั่นใจว่า...; **be a ~ good one** ค่อนข้างจะเป็นอันที่ดี; **be ~ better/more complicated than expected** ค่อนข้างจะดี/สับสนกว่าที่คาดไว้; **fall ~ flat** ไม่ค่อยสำเร็จ; **be ~ a nice person** เป็นคนที่ดีพอสมควร; **it is ~ too early** ฉันเกรงว่ามันค่อนข้างจะเร็วเกินไป; **it looks ~ like a banana** มันดูคล้ายกล้วยทีเดียว; **I ~ like beans/him** ฉันชอบกินถั่ว/เขาพอสมควร; (C) *(more truly)* มากกว่า; **or ~:** หรือมากกว่านั้น *หรือ* จริง ๆ แล้ว; **he was careless ~ than wicked** เขาเป็นคนประมาทมากกว่าเป็นคนที่เลวร้าย; (D) *(Brit. dated coll.: certainly)* แน่นอนทีเดียว

rathskeller /'rɑːtskelə(r)/'ราทซเกะเลอะ(ร)/ *n. (Amer.)* ร้านเหล้า/อาหารที่อยู่ห้องใต้ดิน

ratification /rætɪfɪ'keɪʃn/แรทิฟิ'เคช'น/ *n.* ➡ **ratify:** การให้สัตยาบัน, การยืนยัน, การอนุมัติ

ratify /'rætɪfaɪ/'แรทิฟาย/ *v.t.* ให้สัตยาบัน, ยืนยันอนุมัติ *(สัญญา)*

¹rating /'reɪtɪŋ/'เรทิง/ *n.* (A) *(estimated standing)* การประมาณ, การประเมิน; **security ~:** ระดับของความมั่นคง/ความลับ; **have a high/low ~:** ได้รับการประเมินสูง/ต่ำ; (B) *(Radio, Telev.)* เปอร์เซ็นต์ผู้ชม/ผู้ฟังวิทยุ; **[popularity] ~:** ค่าความนิยมของผู้ชม/ผู้ฟัง; **be high/low in the ~s** มีผู้ชม/ผู้ฟังมาก/น้อย; (C) *(Navy: rank)* ยศ; (D) *(Brit. Navy: sailor)* **[naval] ~:** กะลาสีเรือ; **deck ~s** สมาชิกของเรือ; (E) *(of racing yacht)* การแบ่งชั้นเรือยอร์ชตามน้ำหนัก

²rating *n. (scolding)* การด่าว่าอย่างรุนแรง; **get a ~:** ได้รับการประณาม; **give sb. a ~:** ด่า, ประณาม *ค.น.*

ratio /'reɪʃɪəʊ/'เรชิโอ/ *n., pl.* **~s** อัตราสัดส่วน, ความสัมพันธ์ระหว่างสองจำนวน; **in a** *or* **the ~ of 1 to 5** ในอัตราส่วน 1:5; **in direct ~ to** *or* **with** ในอัตราส่วนโดยตรงกับ; **the teacher-student ~:** อัตราส่วนระหว่างครูกับนักเรียน; **what is the ~ of men to women?** อัตราส่วนของผู้ชายต่อผู้หญิงเป็นเท่าไร

ratiocination /rætɪɒsɪ'neɪʃn, US ræʃɪ-/ แรทิออซิ'เนช'น, แรชิ-/ *n.* ขบวนการให้เหตุผล, การอนุมานอย่างมีเหตุผล

ration /'ræʃn/'แรช'น/ ❶ *n.* (A) *(daily food allowance)* การปันส่วน; **put sb. on short ~s** แบ่งส่วนให้ *ค.น.* ครึ่งหนึ่ง; (B) *(fixed allowance of food etc. for civilians)* **~[s]** อาหารปันส่วน; **sugar/petrol/meat/sweet ~:** การปันส่วนน้ำตาล/น้ำมัน/เนื้อสัตว์/ของหวาน; (C) *(single portion)* เพียงส่วนเดียว; **be given [out] with the ~s** *(fig. coll.)* ได้รับโดยไม่ขึ้นกับผลการทำงาน

❷ *v.t.* แบ่งปันส่วน *(น้ำมัน, รถยนต์)*; *(allocate systematically)* จัดสรร, แบ่งสรร; **be ~ed to one glass of spirits per day** ถูกกำหนดให้ดื่มแอลกอฮอส์/เหล้าได้หนึ่งแก้วต่อวัน; **~ oneself to ten cigarettes a day** กำหนดให้ตนเองสูบบุหรี่ได้เพียง 10 มวนต่อวัน; **~ 'out** *v.t.* แบ่งเป็นสัดส่วน

rational /'ræʃənl/'แรเชอะน'ล/ *adj.* (A) *(having reason)* มีเหตุผล, ตามเหตุผล; *(sensible)* *(บุคคล, นโยบาย)* อย่างมีเหตุผล; (B) *(based on reasons; also Math.)* ตามเหตุผล

rationale /ræʃə'nɑːl, US -'næl/แรเชอะ'นาล, -'แนล/ *n.* (A) *(statement of reasons)* ข้อความแห่งเหตุผล, เหตุผลแห่งหลักการ; (B) *(fundamental reason)* หลักการพื้นฐาน

rationalisation, rationalise ➡ **rationaliz-**

rationalism /'ræʃənəlɪzm/'แรเชอะเนอะลิซ'ม/ *n. (Theol., Philos.)* ลัทธิที่ถือว่าการใช้เหตุผลเป็นพื้นฐานของความรู้

rationalist /'ræʃənəlɪst/'แรเชอะเนอะลิซท/ *n. (Theol., Philos.)* ผู้ที่นิยมหลักการใช้เหตุผล

rationalistic /ræʃənə'lɪstɪk/แรเชอะเนอะ'ลิซติค/ *adj.* อย่างมีเหตุผล

rationality /ræʃə'nælətɪ/แรเชอะ'แนเลอะทิ/ *n., no pl.* ➡ **rational** A: ความมีเหตุผล

rationalization /ræʃnəlaɪ'zeɪʃn/แรเชอะเนอะไล'เซช'น/ *n. (Psych.)* การหาเหตุผลเข้าข้างตนเอง; *(Econ.)* การจัดให้มีระบบและประสิทธิภาพมากขึ้น

rationalize /'ræʃnəlaɪz/'แรเชอะเนอะลายซ/ ❶ *v.t. (Psych.)* หาเหตุผล; *(Econ.)* จัดให้เป็นระบบ; *(explain by rationalism)* อธิบายโดยใช้เหตุผล; **~ away** อธิบายอย่างมีหลักการเหตุผล ❷ *v.i.* (A) แสดงเหตุผล; (B) *(be a rationalist)* เป็นคนมีเหตุผล

rationally/'ræʃənəlɪ/'แรเชอะเนอะลิ/ *adv.* อย่างมีเหตุผล; *(sensibly)* อย่างสมเหตุสมผล

ration: ~ book *n.* สมุดแสดงอัตราการปันส่วน; **~ card, ~ coupon** *ns.* บัตรที่ใช้ในการขอรับปันส่วน *(ในยามสงคราม)*

rationing /'ræʃənɪŋ/'แรเชอะนิง/ *n.* การแบ่งสรรปันส่วนในปริมาณที่จำกัด

ratline (ratlin) /'rætlɪn/'แรทลิน/, **ratling** /'rætlɪŋ/'แรทลิง/ *n. (Naut.)* เชือกเรือที่ผูกขวางบริเวณเสาเรือเป็นบันไดเชือก

rat: ~ pack *n.* ผู้สื่อข่าวที่คอยติดตามคนที่มีชื่อเสียง; **~ poison** *n.* ยาเบื่อหนู; **~ race** *n.* การแข่งขันที่ดุเดือด *(เพื่ออำนาจหรือตำแหน่ง)*; **~ run** *n. (Brit. coll.)* เส้นทางลับ; **~'s-tail** *n.* สิ่งที่มีรูปร่างคล้ายหางหนู

rattan /ræ'tæn/แร'แทน/ *n.* (A) *(cane)* ลำหวาย; *attrib.* *(เครื่องเรือน, เสื่อ)* หวาย; (B) *(Bot.)* ต้นปาล์มเลื้อยในสกุล *Calamus*

rat-tat /ræt'tæt/แรท'แทท/, **rat-tat-tat** /rættæ'tæt/แรทแท'แทท/ *ns.* เสียงเคาะ

'ratted /'rætɪd/'แรทิด/ *adj.* ➡ **rat-arsed**

ratter /'rætə(r)/'แรเทอะ(ร)/*n.* สุนัข *หรือ* แมว ฯลฯ ที่จับหนูเก่ง

rattle /'rætl/'แรท'ล/ ❶ *v.i.* (A) *(clatter)* *(หน้าต่าง, ประตู)* ส่งเสียงรัว, ส่งเสียงกรอกแกรก, เสียงปะทุ, ส่งเสียงโช้งเช้ง; **~ at the door** เสียงเขย่าประตู; (B) *(move)* *(รถไฟ, รถเมล์)* วิ่งเสียงดัง ❷ *v.t.* (A) *(make ~)* ทำเสียงกรอกแกรก, ทำเสียงกระทบจากลูกโซ่; (B) *(coll.: disconcert)* **~ sb., get sb. ~d** ทำให้ *ค.น.* เสียหลัก; **don't get ~d!**

อย่าตื่นเต้น; **they tried to ~ the performer** พวกเขาพยายามที่จะทำให้นักแสดงเสียหลัก; ➡ + **sabre** ❸ *n.* Ⓐ *(of baby, musician)* สิ่งที่เขย่าเพื่อส่งเสียงรัว; *(of sports fan)* กรับเชียร์กีฬา; Ⓑ *(sound)* เสียงก๊อกแก๊ก; *(of hail)* เสียงตกเผาะแผะ; *(of drums)* เสียงรัวกลอง; *(of machine gun)* เสียงระดมยิง; *(of chains)* เสียงโซ้งเซ้ง; *(of bottles)* เสียงก๊อกแก๊ก; Ⓒ *(of rattlesnake)* เสียงดังของงูหางกระดิ่ง

~ a'way *v.i. (coll.) (talk)* พูดเร็ว; *(on typewriter)* พิมพ์ดีดรัวเป็นข้าวตอกแตก; **~ away at** *or* **on** พิมพ์รัวบนเครื่องพิมพ์ดีด

~ 'off *v.t. (coll.)* พูดเร็วและดัง; **~ sth. off like a machine gun** พูด *ส.น.* เร็วจนเหมือนการรัวปืน

~ 'on *v.i. (coll.)* พูดคุยไร้สาระไปเรื่อย

~ through *v.t. (fig.)* พูด *ส.น.* เร็วอย่างไม่ใส่ใจ

rattler /ˈrætlə(r)/ˈแรท'เลอะ(ร)/ *n. (Amer. coll.)* งูกะปะ, งูหางกระดิ่ง

rattle: ~snake *n.* งูกะปะ, งูหางกระดิ่ง; **~trap** *n. (coll.)* รถยนต์ที่เก่ามากและส่งเสียงดัง

rattling /ˈrætlɪŋ/ˈแรท'ลิง/ ❶ *adj. (จังหวะ)* เร็ว, รัว ❷ *adv. (coll.) (ดี)* อย่างสุดยอด

'rat trap *n.* เครื่องดักหนู, กับดักหนู

ratty /ˈrætɪ/ˈแรทิ/ *adj. (coll.: irritable)* หงุดหงิด; **don't get ~ with me!** อย่ามาใส่อารมณ์กับฉันนะ

raucous /ˈrɔːkəs/ˈรอเคิซ/ *adj.* Ⓐ ห้าว, หนวกหู, อึกทึก; Ⓑ *(boisterous, disorderly) (การประพฤติ)* ร่าเริงมาก; *(เพลง)* ที่หนวกหู

raucously /ˈrɔːkəslɪ/ˈรอเคิซลิ/ *adv.* Ⓐ ด้วยเสียงห้าว; Ⓑ *(boisterously)* **they sang/laughed/shouted ~:** พวกเขาร้องเพลง/หัวเราะ/ตะโกนอย่างอึกทึก

raunchy /ˈrɔːntʃɪ/ˈรอนฉิ/ *adj. (lewd)* ทะลึ่ง; *(suggestive)* หยาบคายเอะอะ, หยาบโลนในเชิงเรื่องเพศ

ravage /ˈrævɪdʒ/ˈแรวิจ/ ❶ *v.t.* ปล้นสะดม *(เมือง)*; ทำลาย *(นาข้าว, ผลผลิต)*; หน้าตาที่แสดงผลกระทบของชีวิตที่ยากลำบาก ❷ *n. in pl.* ผลที่เสียหาย; **the ~s of time/war** การสูญเสียจากกาลเวลาที่ล่วงไป/บาดแผลของสงคราม; **be marked by the ~s of famine** แสดงผลกระทบจากความอดอยาก

rave /reɪv/เรว/ ❶ *v.i.* Ⓐ *(talk wildly)* พูดเพ้อเจ้อ, พูดคลั่ง; **he's just raving** เขาพูดแต่เรื่องเพ้อเจ้อ; **~ at** ด่าว่า; ➡ + **rant** 1; Ⓑ *(speak with admiration)* พูดชมเชยอย่างมาก **(about, over** เกี่ยวกับ); Ⓒ *(howl) (พายุ, ทะเล, ลม)* ส่งเสียงดัง ❷ *adj. (coll.) (การวิพากษ์วิจารณ์)* ดุเดือด, หลงใหล ❸ *n.* Ⓐ *(Brit. coll.: fad, fashion)* **the latest ~:** แฟชั่นล่าสุด; **it's all the ~:** มันเป็นแฟชั่นล่าสุด; Ⓑ *n. (coll.: dancing party)* งานเต้นรำของวัยรุ่น

ravel /ˈrævl/ˈแรว'ล/ ❶ *v.t. (Brit.)* **-ll-** Ⓐ *(entangle)* ผูกเป็นปม *(ด้าย, ไหม, เชือก)*; **~ into knots** ผูกให้เป็นปม; Ⓑ ➡ **unravel** 1 ❷ *v.i. (Brit.)* **-ll-** Ⓐ *(become entangled)* ทำให้สับสน; Ⓑ ➡ **unravel** 2

~ 'out ➡ **unravel** 1

raven /ˈreɪvn/ˈเรว'น/ ❶ *n.* กาดำตัวใหญ่ *Corvus corax* ❷ *adj.* **~-black** ดำมัน; **~-haired** ผมดำมัน

ravening /ˈrævənɪŋ/ˈแรเวอะนิง/ *adj.* ตะกละ, แย่งชิง, ช่วงชิง

ravenous /ˈrævənəs/ˈแรเวอะเนิซ/ *adj.* Ⓐ หิวที่สุด; **I'm ~:** ฉันหิวเต็มที่; **have a ~ hunger/appetite** มีความหิวอย่างมาก; Ⓑ *(greedy)* โลภ, ช่วงชิง, ตะกละ

ravenously /ˈrævənəslɪ/ˈแรเวอะเนิซลิ/ *adv.* อย่างหิวโหย; **be ~ hungry** หิวโหยอย่างมาก

raver /ˈreɪvə(r)/ˈเรเวอะ(ร)/ *n.* Ⓐ *(uninhibited person)* คนแสวงหาความสนุกสนานอย่างไม่อั้น; Ⓑ *(person who goes to raves)* คนที่ชอบไปงานชุมนุมเต้นรำของวัยรุ่น

'rave-up *n. (Brit. coll.)* งานเลี้ยงฉลอง/ปาร์ตี้แบบบ้าคลั่ง

ravine /rəˈviːn/เรอะ'วีน/ *n.* หุบเหว; *(produced by river also)* เหวที่ตัดโดยแม่น้ำ

raving /ˈreɪvɪŋ/ˈเรวิง/ ❶ *n. in pl.* การพูดเพ้อเจ้อ, การพูดคลั่ง ❷ *adj.* Ⓐ *(talking madly)* พูดเพ้อเจ้อ; Ⓑ *(outstanding)* เป็นพิเศษ, เด่น; **be a ~ beauty** สวยงามเป็นพิเศษ ❸ *adv.* **be ~ mad** *(insane)* บ้าคลั่ง; *(stupid)* โง่, เพี้ยน

ravioli /rævɪˈəʊlɪ/แรวิ'โอลิ/ *n. (Gastr.)* ราวิโอลี *(ท.ศ.) (เกี๊ยวอิตาลี)*

ravish /ˈrævɪʃ/ˈแรวิช/ *v.t.* Ⓐ *(charm)* ใช้เสน่ห์, ทำให้หลงใหล; **be ~ed** หลงใหล **(by, with** ใน, กับ); Ⓑ *(rape)* ข่มขืน, ชำเรา

ravishing /ˈrævɪʃɪŋ/ˈแรวิชิง/ *adj.* มีเสน่ห์, ดึงดูดใจ; **~ sight** ภาพที่ดึงดูด

raw /rɔː/รอ/ ❶ *adj.* Ⓐ *(uncooked)* ดิบ; Ⓑ *(inexperienced)* ขาดประสบการณ์; ➡ + **recruit** 1 A, D; Ⓒ *(unbound) (ชายผ้า, ผ้า)* ยังไม่ได้เย็บ; Ⓓ *(stripped of skin) (เนื้อสัตว์)* ดิบ, เต็มไปด้วยเลือด; *(แผล)* สด, เปิด; *(sore)* เป็นแผล; **touch** *or* **hit a ~ nerve** ไปโดนจุดที่ปวดช้ำ; Ⓔ *(chilly) (อากาศ)* หนาวเหน็บ; Ⓕ *(untreated) (หนัง, ผ้าไหม, น้ำตาล, แร่ธาตุ)* ยังไม่ได้ฟอก, ดิบ; *(น้ำเสีย)* ที่ยังไม่ได้บำบัด; *(undiluted)* ยังไม่ได้ปรุงแต่ง; *(แอลกอฮอล์)* ยังไม่ได้ผสมให้เจือจาง; Ⓖ *(fig.: unpolished)* หยาบ; Ⓗ *(Statistics)* ยังไม่ได้รับการประเมิน; ➡ + **'deal** 3 A; **sienna; umber**

❷ *n.* **nature in the ~:** ธรรมชาติที่บริสุทธิ์ยังไม่มีมลภาวะหรือสิ่งปรุงแต่ง; **life in the ~:** ชีวิตที่เป็นจริง; **in the ~** *(fig.) (นอน)* เปลือย; **touch sb. on the ~** *(Brit. coll.)* แตะจุดอ่อน *ค.น.*

raw: ~-boned /ˈrɔːbəʊnd/ˈรอโบนด/ *adj.* ผอมเห็นกระดูก; **~hide** *n.* Ⓐ *(leather)* หนังดิบ; Ⓑ *(whip)* แส้ที่ทำจากหนังดิบ

Rawlplug ® /ˈrɔːlplʌg/ˈรอลพลึก/ *n.* พลาสติกนำหน้าสกรูเวลาไขเข้าไปในผนัง, พุก

raw ma'terial *n.* วัตถุดิบ

[1]**ray** /reɪ/เร/ *n.* Ⓐ *(lit. or fig.)* รังสี, ลำแสง; **~ of sunshine/light** ลำแสงอาทิตย์/ไฟ; **~ of sunshine** *(fig.)* เป็นความสุขเล็ก ๆ น้อย ๆ ในชีวิต; **~ of hope** แววแห่งความหวัง; **give sb. a ~ of hope** สร้างความหวังให้ *ค.น.* บ้าง; **provide a ~ of comfort** ให้การปลอบโยนบ้าง; Ⓑ *in pl. (radiation)* รังสี; ➡ + **cosmic; gamma rays; X-ray** 1; Ⓒ *(Zool.) (of fish's fin)* ครีบ; *(of starfish)* แฉกของปลาดาว

[2]**ray** *n. (fish)* ปลากระเบน

[3]**ray** *n. (Mus.)* โน้ตตัวที่สองของระดับเสียงดนตรี

ray gun *n. (Science Fiction)* ปืนที่ใช้รังสี

rayon /ˈreɪɒn/ˈเรออน/ *n. (Textiles)* ไหมสังเคราะห์ชนิดหนึ่ง; *attrib. (กระโปรง, ชุด)* ไหมสังเคราะห์

raze /reɪz/เรซ/ *v.t. (completely destroy)* ทำลายราบ, ล้มล้าง; *(pull down)* รื้อถอน; **~ to the ground** ทำให้ราบเป็นหน้ากลอง

razor /ˈreɪzə(r)/ˈเรเซอะ(ร)/ *n.* มีดโกนหนวด; **[electric] ~:** เครื่องโกนหนวด [ไฟฟ้า]; ➡ + **safety razor**

razor: ~bill *n. (Ornith.)* นกทะเลสีขาวดำพันธุ์ *Alca torda* จงอยปากคม; **~ blade** *n.* ใบมีดโกน; **~ edge** *n.* คมมีดของใบมีดโกน; **sharpen to a ~ edge** ลับมีดให้คมกริบ; **be** *or* **stand on a ~ edge** *or* **~'s edge** *(fig. coll.)* สถานการณ์ล่อแหลม; **~fish** *n. (Zool.)* หอยทะเลสองฝาในวงศ์ Solenidae; **~-sharp** *adj. (มีด)* แหลมคมมาก; *(ปัญญา, สมอง)* ฉลาดเฉียบแหลม; **~ shell** ➡ **~fish; ~ wire** *n.* ลวดหนามที่บางและคมมาก

razzamatazz /ˈræzəməˈtæz/ˈแรเซอะเมอะแทซ/ ➡ **razzmatazz**

razzle /ˈræzl/ˈแรซ'ล/ *n. (coll.)* **be/go on the ~:** ออกไปเที่ยวเต็มที่ทั่วเมือง

razzle-dazzle /ˈræzldæzl/ˈแรเซิลแดซ'ล/, **razzmatazz** /ˈræzməˈtæz/ˈแรซเมอะแทซ/ *ns. (coll.)* Ⓐ *(excitement)* ความตื่นเต้น; **add ~ to sth.** เพิ่มสีสันให้กับ *ส.น.*; Ⓑ *(extravagant show)* การแสดงที่หรูหราละลานตา

RC *abbr.* **Roman Catholic**

Rd. *abbr.* **[road]** ถ.

RDA *abbr.* **recommended daily** *or* **dietary allowance** ปริมาณที่แนะนำให้รับประทานต่อวัน *(อาหารเสริม, ยา)*

RE *abbr. (Brit.)* Ⓐ **Royal Engineers** ทหารช่างของกองทัพอังกฤษ; Ⓑ **Religious Education** การสอนศาสนา

[1]**re** ➡ [3]**ray**

[2]**re** /riː/เร, รี/ *prep.* Ⓐ *(coll.)* เกี่ยวกับ; Ⓑ *(Law)* ในกรณี, เกี่ยวกับ, อนุสนธิ; Ⓒ *(Commerc.)* อ้างถึง

're /ə(r)/เออะ(ร)/ = **are;** ➡ **be**

reach /riːtʃ/รีฉ/ ❶ *v.t.* Ⓐ *(arrive at)* มาถึง, ไปถึง; บรรลุ *(เป้าหมาย, การเห็นพ้องต้องกัน, การตกลงกัน)*; **be easily ~ed** ไปถึงได้ง่าย, เข้าถึงได้ง่าย **(by** โดย); **not a sound ~ed our ears** ไม่มีเสียงใด ๆ เข้าหูเราเลย; **your letter ~ed me today** จดหมายของคุณมาถึงฉันวันนี้; **have you ~ed page 45 yet?** คุณอ่านถึงหน้า 45 หรือยัง; **you can ~ her at this number/by radio** คุณสามารถติดต่อกับเธอได้ที่เบอร์นี้/ทางวิทยุ; Ⓑ *(extend to) (ถนน)* ไปถึง; *(ผม)* ยาวถึง; จรดถึง; Ⓒ *(pass)* **~ me that book** เอื้อมหยิบหนังสือเล่มนั้นให้ฉันที

❷ *v.i.* Ⓐ *(stretch out hand)* **~ for sth.** ยื่นมือไปหยิบ *ส.น.*; **~ across the table/through the window** เอื้อมข้าม/ออกไปนอกหน้าต่าง; **how high can you ~?** คุณเอื้อมได้สูงแค่ไหน; Ⓑ *(be long/tall enough)* **sth. will/won't ~:** *ส.น.* ยาว/ไม่ยาวพอ; **he can't ~ up to the top shelf** เขาไม่สามารถเอื้อมถึงหิ้งชั้นบนสุด; **will it ~ as far as ...?** มันยาวพอที่จะถึง...ไหม; **can you ~?** คุณเอื้อมถึงไหม; Ⓒ *(go as far as) (น้ำ)* ขึ้นถึง; *(เสียง)* ได้ยิน **(to** ถึง); *(ต้นไม้, ตึก, เด็ก)* สูงถึง, สูงเท่า; **his influence ~es beyond the limits of the town** อิทธิพลของเขาแผ่ขยายไปไกลเกินเขตของเมือง

❸ *n.* Ⓐ *(extent of ~ing)* ระยะที่ไปถึง, การเอื้อม, การยื่น; **be within easy ~ [of a place]** อยู่ในระยะที่จะไปถึง [สถานที่หนึ่ง] ได้ง่าย; **live within ~ of sb.** อาศัยอยู่ใกล้ *ค.น.*; **be out of ~ [of a place]** [สถานที่] ที่ไปไม่ถึง; **be above sb.'s ~:** อยู่สูงเกินไปสำหรับ *ค.น.*; **keep sth. out of ~ of sb.** เก็บ *ส.น.* ไว้ไม่ให้ *ค.น.* เอื้อม/หยิบถึง; **keep sth. within easy ~:** เก็บ *ส.น.* ในที่ที่จะหยิบได้ง่าย *หรือ* เก็บ *ส.น.* ไว้ใกล้ตัว; **move sth. beyond sb.'s ~:** เลื่อน *ส.น.* ไม่ให้ *ค.น.* หยิบถึง; **be within/beyond the ~ of sb.** อยู่ภายใน/ไกลเกินเอื้อมของ *ค.น.*; *(fig.)* เป็นสิ่ง

ที่ ค.น. ทำได้/ไม่ได้; *(financially)* เป็นสิ่งที่สามารถสู้ *(ซื้อ)* ได้/ไม่ได้; Ⓑ *(act of stretching out hand)* **make a ~ for sth.** ยื่นฉวย *ส.น.*; **it was a long ~ from the bed to the light switch** สวิตช์ไฟอยู่ไกลจากเตียงจนสุดเอื้อม; Ⓒ *(expanse)* การขยาย, แผ่ขยาย; **a ~ of woodland** ส่วนแผ่ขยายของป่า; **the upper/lower ~es [of the river]** ช่วงบน/ล่างของแม่น้ำ; Ⓓ *(Naut.)* ระยะทางเดินเรือโดยไม่เปลี่ยนทิศทาง; **be on a ~:** ล่องเรือไปในทะเลกว้างไกล

~ a'cross *v.i.* เอื้อม/ยื่นมือข้ามไป

~ 'back *v.i.* เอื้อมไปข้างหลัง

~ 'down ❶ *v.i.* เอื้อมมือลงไป; **~ down to sth.** *(be long enough)* เอื้อมลงถึง *ส.น.* ❷ *v.t.* เอื้อมลงไปหยิบ; *(to receiving speaker)* ก้มลงหา, ลงไปหา

~ 'out ❶ *v.t. (stretch out)* ยืดออก *(เท้า, ขา, มือ, แขน)* ❷ *v.i.* เอื้อมมือออกมา/ไป (**for** สำหรับ); **~ out for, ~ out to grasp** ยื่นมือจับ; **~ out to sb.** *(fig.)* พยายามเข้าถึง *ค.น.*

~ 'over *v.i.* ยื่นมือข้ามไป

reachable /'ri:tʃəbl/รีเฉอะบ'ล/ *adj.* เข้าถึงได้, ไปถึงได้

reach-me-down *(Brit. coll.)* ➡ **hand-me-down 1 B**

react /rɪ'ækt/ริ'แอคทฺ/ ❶ *v.i.* Ⓐ *(respond)* มีปฏิกิริยาโต้ตอบ, โต้ตอบ, ตอบสนอง; **be quick to ~ to sth.** มีปฏิกิริยาโต้ตอบต่อ *ส.น.* โดยเร็ว; Ⓑ *(act in opposition)* ต่อต้าน, คัดค้าน; Ⓒ *(produce reciprocal effect)* แสดงผลกระทบ; Ⓓ *(Chem., Phys.)* แสดงปฏิกิริยาทางเคมี ❷ *v.t. (Chem.)* ทำให้มีปฏิกิริยา

reaction /rɪ'ækʃn/ริ'แอคช'น/ *n.* Ⓐ ปฏิกิริยา, การโต้ตอบ; **~ against sth.** ปฏิกิริยาต่อ *ส.น.*; **action and ~** การกระทำและผลกระทบ; **what was his ~?** เขามีปฏิกิริยาอย่างไร; **there was a favourable ~ to the proposal** มีปฏิกิริยาโต้ตอบที่ดีต่อข้อเสนอนี้; **chemical/nuclear ~:** ปฏิกิริยาทางนิวเคลียร์/เคมี; **I had a bad ~ after the injection** ร่างกายของฉันมีปฏิกิริยาโต้ตอบไม่ดีหลังจากฉีดยาแล้ว; Ⓑ *(opposite physical action)* ปฏิกิริยาตรงกันข้าม; Ⓒ *(Polit.)* การคัดค้าน; **forces of ~:** พลังต่อต้านคัดค้าน

reactionary /rɪ'ækʃənrɪ, US -ənerɪ/ริ'แอคเชินริ, -เนะริ/ *(Polit.)* ❶ *adj.* ที่คัดค้านการเปลี่ยนแปลงทางการเมืองเพราะต้องการระบบเก่า ❷ *n.* สมาชิกฝ่ายขวา, ผู้คัดค้านความก้าวหน้า

reactivate /rɪ'æktɪveɪt/ริ'แอคทิเวทฺ/ *v.t.* กระตุ้นอีก, ทำให้มีสมรรถภาพเหมือนเดิม *(เครื่องยนต์)*; ฟื้นฟู, เปิดใช้การใหม่ *(ค่ายทหาร)*

reactive /rɪ'æktɪv/ริ'แอคทิฺว/ *adj.* Ⓐ *(showing reaction)* มีปฏิกิริยา, ซึ่งตอบโต้; **~ response** มีปฏิกิริยาตอบสนอง; Ⓑ *(Chem., Phys.)* มีปฏิกิริยา

reactivity /rɪæk'tɪvɪtɪ/ริแอค'ทิวิทิ/ *n. (Chem., Phys.)* ความรุนแรงของปฏิกิริยา

reactor /rɪ'æktə(r)/ริ'แอคเทอะ(ร)/ *n.* Ⓐ **[nuclear] ~:** เตาปฏิกรณ์ปรมาณู; **pressurized-water ~:** อุปกรณ์ที่ใช้แรงอัดของน้ำ; Ⓑ *(Chem.)* อุปกรณ์ไฟฟ้าที่ทำให้เกิดการต้านทานการนำกระแสไฟฟ้า

read /ri:d/รีด/ ❶ *v.t.* **read** /red/เร็ด/ Ⓐ อ่าน; **~ sb. sth., ~ sth. to sb.** อ่าน *ส.น.* ให้ *ค.น.* ฟัง; **~ a Bill for the first/second/third time** *(Parl.)* พิจารณาร่างกฎหมายวาระที่ 1/วาระที่ 2/วาระที่ 3; **for 'white' ~ 'black'** ต้องเปลี่ยน 'ขาว' เป็น 'ดำ' *(บอกตรงกันข้าม)*; **~ proof[s]** *(Print.)* พิสูจน์อักษร; **~ the electricity/gas meter** อ่านมิเตอร์ไฟฟ้า/ก๊าซ; **~ all about it!** อ่านเอาเองซิ; Ⓑ *(show a ~ing of)* แสดง *(มิเตอร์น้ำ, ก๊าซ)*; Ⓒ *(interpret)* ตีความ; **~ terror in sb.'s eyes** อ่านความกลัวในสายตาของ *ค.น.*; **~ sb. like a book** *(fig. coll.)* อ่าน/รู้จัก *ค.น.* ราวกับอ่านหนังสือ; **~ the cards/sb.'s hand** อ่านไพ่/ลายมือ *ค.น.*; **~ sb.'s mind** *or* **thoughts** อ่านความคิด/จิตใจของ *ค.น.* ออก; **~ sth. into sth.** ตีความ *ส.น.* ใน *ส.น.*; **~ between the lines** อ่านความหมายที่แฝงอยู่; Ⓓ *(understand)* ฟัง, เข้าใจ; **do you ~ me?** คุณเข้าใจฉันไหม; Ⓔ *(Brit. Univ.: study)* ศึกษา; Ⓕ *(Computing)* คลำดู *(บัตรที่เป็นรู)*, อ่าน *(หนังสือ, ข้อมูล)* อย่างรวดเร็ว; **~ into** อ่านเข้าไป; **~ out of** อ่านจาก; ➡ **+ take 1 U** ❷ *v.i.*, **read** Ⓐ อ่าน; **~ to sb.** อ่านให้ *ค.น.* ฟัง; **~ [a]round a subject** อ่านเกี่ยวกับหัวข้อใดหัวข้อหนึ่ง; Ⓑ *(convey meaning)* มีความหมาย, มีใจความว่า; **the contract ~s as follows** สัญญามีใจความต่อไปนี้; **Arabic ~s from right to left** อักษรอารบิคอ่านจากขวาไปซ้าย; Ⓒ *(affect ~er)* ผลต่อผู้อ่าน; **the play ~s better than it acts** ละครเรื่องนี้อ่านสนุกกว่าแสดงบนเวที ❸ *n.* Ⓐ *(time spent in reading)* **have a quiet ~:** อ่านหนังสือเล่น; **have a ~ of sth.** *(coll.)* อ่าน/ดู *ส.น.* ผ่าน ๆ; Ⓑ *(Brit. coll.: reading matter)* **be a good ~:** เรื่องอ่านที่สนุก ❹ /red/เรด/ *pron. adj.* **widely** *or* **deeply ~:** อ่านกว้าง ๆ/ลึก ๆ; **a widely ~/little-~ book/author** หนังสือ/นักประพันธ์ที่มีคนอ่านกว้างขวาง/เล็กน้อย; **the most widely ~ book/author** หนังสือ/นักประพันธ์ที่มีผู้อ่านมากที่สุด

~ 'back *v.t.* อ่านทวน

~ 'in *v.t. (Computing)* ป้อนข้อมูล; ➡ **+ read-in**

~ 'off *v.t.* อ่าน; *(from meter, board)* อ่าน *(จำนวน)*

~ 'out *v.t.* Ⓐ *(aloud)* อ่านออกมา; Ⓑ *(Computing)* จ่ายออกมา; ➡ **+ read-out**; Ⓒ *(Amer.: expel)* ไล่ออก *(จากพรรค)*

~ 'over, ~ 'through *v.t.* อ่านทบทวน, อ่านทั้งหมด

~ 'up *v.t.* หาข้อมูล, ศึกษา (**on** เกี่ยวกับ)

readability /ri:də'bɪlɪtɪ/รีเดอะ'บิลลิทิ/ *n., no pl.* ความอ่านง่าย; **improve the ~ of sth.** ทำให้ *ส.น.* อ่านง่ายขึ้น

readable /'ri:dəbl/'รีเดอะบ'ล/ *adj.* Ⓐ *(pleasant to read)* น่าอ่าน; Ⓑ *(legible)* อ่านได้, อ่านออก

readdress /ri:ə'dres/รีเออะ'เดร็ซ/ *v.t.* จ่าหน้าซองใหม่

reader /'ri:də(r)/'รีเดอะ(ร)/ *n.* Ⓐ ผู้อ่าน; **be a slow/good/great ~ [of sth.]** เป็นคนอ่านช้า/เก่ง/ยิ่งยง [เกี่ยวกับ *ส.น.*]; Ⓑ *(who reads aloud)* ผู้อ่านให้ผู้อื่นฟัง; Ⓒ *(Publishing)* **[publisher's] ~:** คนอ่านบทที่ส่งสำนักพิมพ์; Ⓓ *(textbook)* ตำรา; *(to learn to read, containing original texts)* ตำราต้นฉบับ; **Latin/poetry ~:** หนังสือลาติน/โคลงกลอน; Ⓔ *(Printing)* ผู้อ่านต้นฉบับทบทวน; ➡ **proof-reader**; Ⓕ *(Brit. Univ.)* ผู้ช่วยศาสตราจารย์; Ⓖ *(machine)* เครื่องอ่าน

readership /'ri:dəʃɪp/'รีเดอะชิพ/ *n.* Ⓐ *(number or type of readers)* ผู้อ่าน; **what is the ~ of the paper?** จำนวนผู้อ่านหนังสือพิมพ์มีเท่าไร; Ⓑ *(Brit. Univ.)* ตำแหน่งผู้ช่วยศาสตราจารย์

readies /'redɪz/'เรดิซฺ/ *n. pl. (coll.)* เงิน; **short of the ~:** เงินหมด, ถังแตก

readily /'redɪlɪ/'เร็ดดิลิ/ *adv.* Ⓐ *(willingly)* อย่างเต็มใจ; Ⓑ *(without difficulty)* โดยง่ายดาย

read-in /'ri:dɪn/'รีดอิน/ *n. (Computing)* ข้อมูลที่ป้อนเข้า

readiness /'redɪnɪs/'เร็ดดินิซ/ *n., no pl.* Ⓐ ความพร้อม, ความเต็มใจ; **show [a] ~ to do sth.** แสดงความพร้อม/เต็มใจที่จะทำ *ส.น.*; **~ to learn** พร้อมที่จะเรียน; **have/be in ~ for sth.** มีความพร้อมต่อ *ส.น.*; Ⓑ *(quickness)* ความรวดเร็ว, ความฉับพลัน; **~ of wit** ไหวพริบที่รวดเร็วฉับพลัน

reading /'ri:dɪŋ/'รีดิง/ *n.* Ⓐ การอ่าน; **help sb. with his ~:** ช่วย *ค.น.* ในการอ่าน; **do some ~:** อ่านเล็กน้อย; **on [a] second ~:** เมื่ออ่านรอบสอง; **a man of vast** *or* **wide/little ~:** คนที่อ่านหนังสือมาก/น้อย; Ⓑ *(matter to be read)* เรื่องอ่าน, สิ่งที่จะอ่าน; **plenty of ~:** มีหนังสือให้อ่านมาก; **make interesting/be good/dull ~:** น่าอ่าน/อ่านสนุก/อ่านน่าเบื่อ; **a book of ~s from the Bible** หนังสือรวบรวมบทจากคัมภีร์ไบเบิล; Ⓒ *(figure shown)* ตัวเลขที่แสดง; **the temperature ~s for last month** ตัวเลขอุณหภูมิของเดือนที่แล้ว; Ⓓ *(recital)* การอ่านต่อสาธารณชน; **give a poetry ~:** อ่านบทกวีนิพนธ์ต่อสาธารณชน; **give a ~ from** อ่านจาก; Ⓔ *(interpretation)* การตีความหมาย; **my ~ of the sentence was ...:** ฉันตีความประโยคนี้ได้ว่า...; **our ~ of the law ...:** เราตีความกฎหมายว่า...; Ⓕ *(particular form)* คำแปล, บทพากษ์; Ⓖ *(Parl.)* **[first/second/third] ~** การอ่านทบทวนกฎหมาย [วาระที่ 1/วาระที่ 2/วาระที่ 3]; **have its first ~:** ได้รับการพิจารณาครั้งแรก; **be thrown out on the second ~** *(Brit.)* ตกไปในวาระที่ 2; **give the bill its second ~** *(Amer.)* ให้กฎหมายผ่านในการทบทวนวาระที่ 2

reading: ~ age *n.* **a child with a ~ age of 10** เด็กที่มีความสามารถในการอ่านเท่ากับเด็กอายุ 10 ขวบ; **have a ~ age of 10** มีความสามารถอ่านเท่ากับเด็กอายุ 10 ขวบ; **~ desk** *n.* โต๊ะอ่านหนังสือ; **~ glasses** *n. pl.* แว่นตาอ่านหนังสือ; **~ knowledge** *n.* **have a ~ knowledge of a language** สามารถอ่านหนังสือในภาษาหนึ่งได้; **~ lamp, ~ light** *ns.* ตะเกียง/แสงไฟใช้อ่านหนังสือ; **~ list** *n.* รายชื่อหนังสือที่ควรอ่าน; **~ matter** *n., no pl. no indef. art.* หนังสืออ่าน, เรื่องอ่าน; **~ room** *n.* ห้องอ่านหนังสือ

readjust /ri:ə'dʒʌst/รีเออะ'จัซทฺ/ ❶ *v.t.* ปรับอีก, ปรับใหม่ *(เงินเดือน, อัตราดอกเบี้ย)* ❷ *v. refl. & i.* **~ [oneself] to** ปรับตัวเองให้เข้ากับ *(ชีวิต, สถานการณ์)*

readjustment /rɪ:ə'dʒʌstmənt/รีเออะ'จัซทฺเมินทฺ/ *n.* การปรับปรุง, การจัดใหม่; **period of ~:** ช่วงเวลาของการปรับปรุง

read /ri:d/เร็ด/ **~-'only memory** *n. (Computing)* หน่วยความจำอ่านอย่างเดียว, รอม; **~-out** *n. (Computing)* ข้อมูลที่ออกมา; **~-write** *n. attrib. (Computing)* แผ่นซีดีรอมที่สามารถทั้งอ่านและบันทึกข้อมูลได้

ready /'redɪ/'เร็ดดิ/ ❶ *adj.* Ⓐ *(prepared)* เสร็จ, พร้อม; **be ~ for the fight** *or* **to fight** พร้อมที่จะต่อสู้; **be ~ to do sth.** พร้อมที่จะทำ *ส.น.*; **the troops are ~ to march/for battle** กองทัพพร้อมที่จะเคลื่อนขบวน/ทำสงคราม; **be ~ for work/school** พร้อมที่จะไปทำงาน/ไปโรงเรียน; *(about to leave)* กำลังจะออกไปทำงาน/โรงเรียน; **be ~ to leave** พร้อมที่จะออกเดินทาง;

be ~ for sb. เตรียมพร้อมที่จะเผชิญหน้ากับ *ค.น.*; **be ~ for anything** พร้อมสำหรับทุกอย่าง; **make ~:** เตรียมพร้อม; **make ~ to go** เตรียมตัวที่จะไป; Ⓑ *(willing)* เต็มใจ; **I'm ~ to believe it** ฉันพร้อมที่จะเชื่อ; Ⓒ *(prompt)* มีพร้อม, เร็ว; **have ~, be ~ with** มีพร้อม... *(คำตอบ, การพูด, คำแนะนำ)*; **be too ~ to suspect others** เร็วเกินไปที่จะสงสัยคนอื่น; Ⓓ *(likely)* ใกล้จะ, น่าจะเป็นไปได้; **be ~ to burst** *(ดอกไม้ตูม)* ใกล้จะบาน; **be ~ to cry** เกือบจะร้องไห้; Ⓔ *(within reach)* พร้อมที่จะใช้ได้, เข้าถึงได้; **have your tickets ~!** เตรียมแสดงตั๋วให้พร้อม; **a ~ source of supplies** แหล่งสิ่งของที่เข้าถึงได้ทันที; Ⓕ *(not reluctant)* เต็มใจ *(รับ, ยอมรับ)*; เตรียมพร้อม *(คนทำงาน)*; Ⓖ *(easy)* *(การแก้ไข, การเข้าถึง)* ง่าย, คล่อง; **she has a ~ smile** เธอยิ้มง่าย

❷ *adv.* เสร็จ, สำเร็จ; **~ cooked** อาหารสำเร็จรูป; อาหารสุกแล้ว

❸ *n.* Ⓐ **at the ~:** เตรียมพร้อมยิง *(ใช้กับอาวุธ)*; Ⓑ ➡ **readies**

ready: ~'cash ➡ **~ money**; **~-cooked** *adj.* ที่สุกแล้ว; **~-'made** *adj.* Ⓐ สำเร็จรูป; **~-made curtains** ผ้าม่านสำเร็จรูป; Ⓑ *(fig.)* ทำไว้ล่วงหน้า; **~ meal** *n.* อาหารที่ปรุงสำเร็จรูป; **~ mix** *n. (cement)* ปูนซีเมนต์ผสมสำเร็จ; **~ 'money** *n.* Ⓐ *(cash)* เงินสด; Ⓑ *(immediate payment)* **for ~ money** สำหรับเงินสด; **~ 'reckoner** *n.* ตารางที่คิดคำนวณไว้ให้แล้ว; *(for conversion)* ตารางที่คิดคำนวณอัตราแลกเปลี่ยนเงิน; **~, set** *or* **steady, 'go!** ตั้งให้พร้อม, เตรียมพร้อม, ไปได้/ออกได้; **~-to-eat** *adj.* พร้อมรับประทาน; **~-to-serve** *adj.* พร้อมเสิร์ฟ; **~-to-'wear** *adj.* เสื้อผ้าสำเร็จรูป

reaffirm /riːəˈfɜːm/รีเออะ'เฟิม/ *v.t.* ยืนยันอีกครั้งหนึ่ง

reaffirmation /riːæfəˈmeɪʃn/รีแอเฟอะ'เมช'น/ *n.* การยืนยันอีกครั้งหนึ่ง

reafforest /riːəˈfɒrɪst/รีเออะ'ฟอริซทฺ/ *(Brit.)* ➡ **reforest**

reafforestation /riːəfɒrɪˈsteɪʃn/รีเออะฟอริ'ซเตช'น/ *n.* การปลูกป่าทดแทน

reagent /riːˈeɪdʒənt/รี'เอเจินทฺ/ *n. (Chem.)* ตัวสร้างปฏิกิริยา

real /rɪəl/เรียล/ ❶ *adj.* Ⓐ *(actually existing)* *(ชีวิต)* ในความเป็นจริง, แท้; Ⓑ *(genuine)* *(ทอง, หนัง)* แท้; *(ความสนใจ)* จริง ๆ; **very ~** *(coll.)* แท้จริง, จริง ๆ; Ⓒ *(complete)* *(ความล้มเหลว, การหลอกลวง, การเอาเปรียบ)* โดยแท้, โดยสิ้นเชิง; Ⓓ *(true)* *(เพื่อน)* แท้; *(ความสุข)* จริง; **the ~ thing** *(genuine article)* ของแท้, ของจริง; *(fig.: true love)* รักแท้; **look like the ~ thing** ดูเหมือนของแท้; **be [not] the ~ thing** [ไม่] ใช่ของแท้; **have experienced the ~ thing** ได้ประสบการณ์จากของจริง; **feel a ~ fool** รู้สึกว่าเป็นเจ้างั่งโดยแท้; Ⓔ *(Econ.)* ที่ประเมินด้วยกำลังซื้อตามความเป็นจริง; **in ~ terms** ตามความเป็นจริง; **salaries decreased in ~ terms** เงินเดือนลดลงตามความเป็นจริง; Ⓕ **be for ~** *(coll.)* เป็นของแท้; **fight for ~:** ต่อสู้จริง ๆ; Ⓖ *(Philos.)* มีอยู่จริง, ที่เป็นความจริงแท้; Ⓗ *(Math., Optics)* เกี่ยวกับตัวเลขจริง; ➡ + **tennis**

❷ *adv. (Scot. and Amer. coll. as intensifier)* *(ดี, สวย ฯลฯ)* มาก, จริง ๆ

real: ~ 'ale *n. (Brit.)* เบียร์ถังที่ผลิตตามวิธีดั้งเดิม; **~ 'coffee** *n.* กาแฟสด; **~ e'state** *n. (Law)* อสังหาริมทรัพย์; **be in ~ estate** อยู่ในธุรกิจอสังหาริมทรัพย์; **~-estate** *adj.* อสังหาริมทรัพย์ *(บริษัท, ธุรกิจ)*

realign /riːəˈlaɪn/รีเออะ'ลายนฺ/ *v.t.* จัดใหม่, เรียบเรียงใหม่ *(ข้อความ, ข้อมูล)*; การปรับอัตราใหม่

realignment /riːəˈlaɪnmənt/รีเออะ'ลายนฺเมินทฺ/ *n.* การจัดใหม่; *(of currency)* การปรับอัตราแลกเปลี่ยนใหม่

realisable, realisation, realise ➡ **realiz-**

realism /ˈrɪəlɪzm/'รีเออะลิซฺ'ม/ *n.* การมองสิ่งต่าง ๆ ตามความเป็นจริง, สัจนิยม *(ร.บ.)*; **[sense of] ~:** [สำนึกของ] ความเป็นจริง

realist /ˈrɪəlɪst/'รีเออะลิซทฺ/ *n.* ผู้ที่มองสิ่งต่าง ๆ ตามความเป็นจริง

realistic /rɪəˈlɪstɪk/ริเออะ'ลิซทิค/ *adj.* ตามความเป็นจริง; เป็นไปได้, เป็นอยู่จริง; **be ~ about sth.** มอง *ส.น.* ตามความเป็นจริง

realistically /rɪəˈlɪstɪkəlɪ/ริเออะ'ลิซทิเคอะลิ/ *adv.* อย่างเป็นจริง

reality /rɪˈælɪtɪ/ริ'แอลิทิ/ *n.* Ⓐ *no pl.* ความจริง, ความเป็นจริง; **appearance and ~:** ลักษณะภายนอกและความเป็นจริง; **bring sb. back to ~:** นำ/พา *ค.น.* กลับมาสู่ความเป็นจริง; **in ~:** ในความเป็นจริง; Ⓑ *no pl. (resemblance to original)* การมีลักษณะคล้ายของจริง; **with [startling] ~:** ความคล้ายความจริง [อย่างน่าประหลาดใจ]; Ⓒ *(real fact)* ข้อเท็จจริง; **the realities of the situation** ข้อเท็จจริงของสถานการณ์

realizable /ˈrɪəlaɪzəbl/'รีเออะไลเซอะบ'ล/ *adj.* เป็นไปได้, ขายได้

realization /rɪəlaɪˈzeɪʃn, US -lɪˈz-/ริเออะไล'เซช'น, -ลิ'ซ-/ *n.* Ⓐ *(understanding)* ความเข้าใจ; Ⓑ *(becoming real)* การทำให้เป็นจริง; Ⓒ *(Finance: act of selling)* การขาย

realize /ˈrɪəlaɪz/'รีเออะลายซฺ/ *v.t.* Ⓐ *(be aware of)* ตระหนัก; **they've ~d the importance of tact** พวกเขาตระหนักถึงความสำคัญของการมีกาลเทศะ; **I never ~d how much I depend on him** ฉันไม่เคยตระหนักเลยว่าฉันพึ่งพาเขามากเพียงใด; **~ [that] ...:** ตระหนักว่า... *หรือ* เข้าใจว่า...; **I hardly ~d what was happening** ฉันแทบจะไม่รู้เลยว่ากำลังเกิดอะไรขึ้น; **I didn't ~** ฉันไม่รู้/ทราบ/ *(had not noticed)* ไม่ได้สังเกต; Ⓑ *(make happen)* ทำให้เป็นจริง; **be ~d** เกิดขึ้นจริง, เป็นความจริง; Ⓒ *(Finance: sell for cash)* ขายได้เงินสด; Ⓓ *(fetch as price or profit)* ขายได้ราคา *หรือ* กำไร; Ⓔ *(gain)* ได้กำไร

real: ~ 'life *n.* ชีวิตจริง; **~-life** *attrib. adj.* เป็นชีวิต/เรื่องจริง

really /ˈrɪəlɪ/'เรียลิ/ *adv.* จริง ๆ; **it's a ~ good film** เป็นหนังที่ดีจริง ๆ; **I don't ~/~ don't know what to do now** ฉันไม่รู้จริง ๆ ว่าควรจะทำอะไรตอนนี้; **I ~ think you ought to apologize** ฉันคิดจริง ๆ ว่า คุณควรจะขอโทษ; **not ~:** ไม่เชิงหรอก; **that's not ~ a problem** จริง ๆ แล้ว นั่นไม่ใช่ปัญหา; **he didn't ~ mean it** เขาไม่ได้หมายความอย่างนั้นจริง ๆ หรอก; **I ~ don't know** ฉันไม่รู้จริง ๆ; **[well,] ~!** [แหม] เธอนี่จริง ๆ เลย; **~, I would never have expected that of you** จริง ๆ นะ ฉันไม่เคยคาดคิดเลยว่า คุณจะทำอย่างนั้น; **~ and truly** จริง ๆ

realm /relm/เรลม/ *n.* อาณาจักร, ดินแดน; **be in the ~[s] of fancy** อยู่ในดินแดนแห่งจินตนาการ; **be within/beyond the ~s of possibility** *or* **the possible** อยู่ใน/เหนือขอบเขตที่จะเป็นไปได้

real: ~ 'man *n.* ลูกผู้ชายอย่างเต็มตัว; **~ 'money** *n.* เงินสด; **pay in ~ money** จ่ายเป็นเงินสด; **~ 'property** *n. (Law)* อสังหาริมทรัพย์; **~ time** *n. (Computing)* ระยะเวลาที่แท้จริงในการคำนวณ, เรียลไทม์ *(ท.ศ.)*

realtor /ˈriːəltə(r)/'รีเอิลเทอะ(ร)/ *(Amer.)* ➡ **estate agent A**

real 'world *n. (beyond school)* ชีวิตทำงาน; *(as opposed to film etc.)* โลกในชีวิตจริง; **the ~ outside** โลกภายนอก

ream /riːm/รีม/ *n.* Ⓐ *(quantity)* รีม *(ท.ศ.)* *(หน่วยนับกระดาษ 1 รีมเท่ากับ 500 แผ่น)*; **three ~s** *(กระดาษ)* 3 รีม *(1,500 แผ่น)*; Ⓑ *in pl. (fig.)* กระดาษหรืองานเขียนจำนวนมาก; **write ~s [and ~s] of poetry** เขียนกวีนิพนธ์เป็นจำนวนมาก

reanimate /riˈænɪmeɪt/รี'แอนิเมท/ *v.t.* ทำให้มีชีวิตกลับคืนมา, ทำให้มีชีวิตชีวาขึ้น

reap /riːp/รีพ/ *v.t.* Ⓐ *(cut)* เกี่ยว *(ข้าว)*; Ⓑ *(gather in)* เก็บเกี่ยว *(ข้าว)*; Ⓒ *(harvest)* เก็บเกี่ยว; Ⓓ *(fig.)* ได้ผล, รับผลตอบแทน; **~ what one has sown** ได้ผลอย่างที่หว่านเอาไว้; **~ the benefits of sth.** เก็บเกี่ยวผลประโยชน์ของ *ส.น.*; ➡ + **whirlwind A**

reaper /ˈriːpə(r)/'รีเพอะ(ร)/ *n.* Ⓐ ➡ **harvester**; Ⓑ **the [grim] R~** *(fig.)* ความตาย

reaping /ˈriːpɪŋ/'รีพิง/: **~ hook** *n.* เคียว *(เกี่ยวข้าว)*; **~ machine** ➡ **harvester A**

reappear /riːəˈpɪə(r)/รีเออะ'เพีย(ร)/ *v.i.* ปรากฏตัวขึ้นใหม่; *(come back)* กลับมาใหม่

reappearance /riːəˈpɪərəns/รีเออะ'เพียเรินซฺ/ *n.* การปรากฏตัวขึ้นใหม่, การกลับมาใหม่

reapply /riːəˈplaɪ/รีเออะ'พลาย/ ❶ *v.i.* สมัครอีกครั้ง **(for** สำหรับ**)** ❷ *v.t.* เติมอีกครั้ง *(เครื่องสำอาง, สี, กาว)*

reappoint /riːəˈpɔɪnt/รีเออะ'พอยนฺทฺ/ *v.t.* แต่งตั้งใหม่อีกครั้ง

reappointment /riːəˈpɔɪntmənt/รีเออะ'พอยนฺทฺเมินทฺ/ *n.* การแต่งตั้งใหม่อีกครั้ง

reappraisal /riːəˈpreɪzl/รีเออะ'เพรฺซ'ล/ *n.* การประเมิน/ตีราคาใหม่

reappraise /riːəˈpreɪz/รีเออะ'เพรฺซฺ/ *v.t.* ประเมิน/ตีราคาใหม่

¹rear /rɪə(r)/เรีย(ร)/ ❶ *n.* Ⓐ *(back part)* ส่วนหลัง, ตอนหลัง, ท้าย; **at** *or* *(Amer.)* **in the ~ of** ที่ตอนหลัง/ท้ายของ; **please move to the ~:** ช่วยย้าย/ขยับไปด้านหลัง; Ⓑ *(back)* ด้านหลัง, ข้างหลัง; **bring up the ~, be in the ~:** อยู่ตอนท้าย, มาหลังสุด; **to the ~ of the house there is ...:** ข้างหลังบ้านมี...; **go round to the ~ of the house** ไปหลังบ้าน; **in the ~ of the procession** ตอนท้ายขบวน; **the spectators at the ~:** ผู้ชมทางด้านหลัง; Ⓒ *(Mil.)* ข้างหลัง; **attack in the ~:** โจมตีทางด้านหลัง; Ⓓ *(coll.: buttocks)* ก้น

❷ *adj.* ข้างหลัง, ตอนหลัง, ด้านหลัง; **~ axle** เพลาหลัง

²rear ❶ *v.t.* Ⓐ *(bring up)* เลี้ยง *(สัตว์)*; เลี้ยงดู *(เด็ก, ลูก)*; Ⓑ *(lift up)* ชู, เงย; ยก *(บันได)*; **~ its ugly head** *(fig.)* ปรากฏขึ้นอย่างเลวร้าย

❷ *v.i.* Ⓐ *(raise itself on hind legs)* **~ [up]** *(ม้า)* ยืนขึ้นบนขาหลัง; Ⓑ *(extend to great height)* *(ตึก, ภูเขา)* ยกขึ้นสูง **(over** เหนือ**)**

rear: ~ 'admiral *n. (Navy)* พลเรือตรี; **~ 'door** *n. (Motor Veh.)* ประตูหลัง; **~ 'end** *n. (coll.: buttocks)* ก้น, สะโพก; **~-engined** *adj. (Motor Veh.)* มีเครื่องยนต์อยู่ด้านหลัง; **be ~-engined**

มีเครื่องยนต์อยู่ด้านหลัง; **~guard** *n. (Mil.)* กองระวังหลัง; **~guard action** *n. (Mil.)* การรบของกองระวังหลังในขณะถอย *(ทัพ); (fig.)* การต่อต้าน *ส.น.* แม้ว่าโอกาสแพ้มีสูง; **~ lamp, ~ light** *ns.* ไฟท้ายรถยนต์

rearm /riːˈɑːm/รี'อาม/ ❶ *v.i.* ติดอาวุธใหม่ ❷ *v.t.* ติดอาวุธใหม่; *(give more modern arms to)* ให้อาวุธที่ทันสมัยขึ้น; **~ sb./oneself** ติดอาวุธใหม่ให้ *ค.น.*/ตนเอง

rearmament /riːˈɑːməmənt/รี'อาเมอะเมินทฺ/ *n.* การติดอาวุธใหม่; *(of country also)* การเสริมกำลังอาวุธ

rearmost /ˈrɪəməʊst/'เรียโมซทฺ/ *adj.* หลังสุด/ท้ายสุด

rearrange /riːəˈreɪndʒ/รีเออะ'เรนจฺ/ *v.t. (alter plan of)* จัดใหม่ *(เครื่องเรือน, ห้อง);* ปรับปรุงใหม่ *(แผน, การจัดการ)*

rearrangement /riːəˈreɪndʒmənt/รีเออะ'เรนจุเมินทฺ/ *n.* ➡ **rearrange**: การจัด/ปรับปรุงใหม่

rear: ~-view 'mirror *n.* กระจกส่องหลังรถยนต์; **~ward** /ˈrɪəwəd/'เรียเวิด/ ❶ *n.* **be to ~ward of the troops** อยู่ทางตอนหลัง/ท้ายของกองทหาร ❷ *adj.* ตอนหลัง, ตอนท้าย; **in a ~ward direction** ไปทางด้านหลัง ❸ *adv.* ทางหลัง; **~-wheel drive** *n.* ขับเคลื่อนล้อหลัง

reason /ˈriːzn/'รีซฺ'น/ ❶ *n.* Ⓐ *(cause)* เหตุผล; **what is your ~ for doing that?** อะไรคือเหตุผลของคุณในการทำอย่างนั้น *หรือ* คุณทำสิ่งนั้นทำไม; **there is [no/every] ~ to assume** *or* **believe that ...:** ไม่มีเหตุผลเลย/มีเหตุผลทุกประการที่จะสันนิษฐาน *หรือ* เชื่อว่า...; **have every ~ to suppose that ...:** มีเหตุผลทุกประการที่จะทึกทักเอาว่า...; **have no ~ to complain** *or* **for complaint** ไม่มีเหตุผลที่จะบ่น; **for that [very] ~:** ด้วยเหตุผลนั้น; **for no ~:** โดยไม่มีเหตุผล; **no particular ~** *(as answer)* ไม่มีเหตุผลใดโดยเฉพาะ; **see ~ to do sth.** มีเหตุผลในการทำ *ส.น.;* **all the more ~ for doing sth.** ยิ่งมีเหตุผลที่จะทำ *ส.น.;* **for ~s best known to himself** ด้วยเหตุผลที่เจ้าตัวรู้ดีที่สุด; **for some ~, for one ~ or another** ด้วยเหตุผลบางอย่าง, ด้วยเหตุผลใดเหตุผลหนึ่ง; **for ~s of health** ด้วยเรื่องทางสุขภาพ; **for obvious ~s** ด้วยเหตุผลที่ชัดเจน; **for no obvious ~:** ด้วยเหตุผลที่ไม่ชัดแจ้ง; **for the [simple] ~ that ...:** ด้วยเหตุผล [ง่าย ๆ] ที่ว่า...; **by ~ of** เนื่องจาก, เพราะว่า; **with ~:** โดยมีเหตุผล; Ⓑ *no pl., no art. (power to understand; sense: Philos.)* สำนึก; *(sanity)* สติ, จิตปกติ; **lose one's ~:** เสียสติ; **regain one's ~:** ได้สติกลับคืนมา; **contrary to ~:** เหลวไหล, ไร้สาระ; **be out of all ~:** ไม่มีเหตุผล; **be** *or* **go beyond all ~:** ไม่มีเหตุผล, ไม่เป็นที่ยอมรับ; **I can't see the ~ of it** ฉันมองไม่เห็นเหตุผลเลย; **in** *or* **within ~:** เท่าที่สมควร, อยู่ในความเหมาะสม; **you can have anything within ~:** คุณสามารถจะมีอะไรก็ได้ที่อยู่ในความเหมาะสม; **stand to ~:** มันชัดเจนว่า, มันแน่ชัดว่า; **not listen to ~:** ไม่ฟังเหตุผล; **see ~:** เข้าใจเหตุผล; **make sb. see ~, bring sb. to ~:** ทำให้ *ค.น.* เข้าใจเหตุผล; **Age of R~** *(Hist.)* ยุคของเหตุผล; **for ~s of State** ด้วยเหตุผลทางบ้านเมือง

❷ *v.i.* Ⓐ คิดอย่างมีเหตุผล; **ability to ~:** ความสามารถคิดอย่างมีเหตุผล; **he can ~ clearly** เขาสามารถคิดอย่างมีเหตุผลได้เก่ง; Ⓑ **~ with** ชี้แจงเหตุผลกับ (**about, on** เกี่ยวกับ); **you can't ~ with her** เธอไม่ยอมฟังเหตุผล

❸ *v.t.* Ⓐ *(conclude)* สรุป; Ⓑ *(persuade)* **~ sb. into doing sth.** ให้เหตุผล *ค.น.* ให้ทำ *ส.น.;* **~ sb. out of sth.** ชี้แจงเหตุผลให้ *ค.น.* เลิกทำ *ส.น.;* Ⓒ *(question)* **ours not to ~ why** ไม่ใช่เรื่องของเราที่จะถามถึงเหตุผล

~ 'out *v.t.* หาคำตอบ; **he could ~ out the result** *(knew in advance)* เขาสามารถหาคำตอบได้; **it's easy to ~ out what ...:** ง่ายที่จะหาคำตอบว่า...

reasonable /ˈriːzənəbl/'รีเซอะเนอะบ'ล/ *adj.* Ⓐ มีเหตุผล; **be ~!** มีเหตุผลหน่อยซิ; **not be ~ in one's demands** ไม่มีเหตุผลในการเรียกร้อง; **beyond ~ doubt** แน่นอน, เป็นความจริง; Ⓑ *(inexpensive) (ราคา)* ไม่แพง; **it's a ~ price** ราคาไม่แพง; Ⓒ *(fair) (ไวน์, การแสดง)* ปานกลาง, ดีพอใช้; **with a ~ amount of luck** โดยมีโชคดีพอสมควร; Ⓓ *(within limits)* ภายใน/อยู่ในขอบเขต

reasonably /ˈriːzənəblɪ/'รีเซอะเนอะบลิ/ *adv.* Ⓐ *(within reason)* อย่างมีเหตุผล; **no one could ~ believe that ...:** ไม่มีใครสามารถจะเชื่อด้วยเหตุผลว่า...; Ⓑ *(moderately)* **~ priced** มีราคาไม่แพง; Ⓒ *(fairly) (ดี)* พอใช้ได้

reasoned /ˈriːznd/'รีซฺ'นดฺ/ *adj.* มีเหตุผล

reasoner /ˈriːzənə(r)/'รีเซอะเนอะ(ร)/ *n.* **skilful** *or* **clever ~:** ผู้ชี้แจงเหตุผล/โต้แย้งที่ชำนาญ *หรือ* ชาญฉลาด

reasoning /ˈriːzənɪŋ/'รีเซอะนิง/ *n.* ความมีเหตุผล; *(argumentation)* การให้เหตุผล, การโต้เถียง; **a brilliant piece of ~:** การอ้างเหตุผลที่หลักแหลม/ฉลาด; **power of ~:** ความสามารถในการชี้แจงเหตุผล; **there's no ~ with her** ไม่มีการชี้แจงเหตุผลกับเธอ

reassemble /riːəˈsembl/รีเออะ'เซ็มบ'ล/ ❶ *v.i.* ประกอบขึ้นใหม่; *(กำลังทหาร)* รวบรวมใหม่ ❷ *v.t.* Ⓐ *(bring together again)* รวมตัวกันใหม่; Ⓑ *(put together again)* ประกอบขึ้นใหม่อีกครั้งหนึ่ง

reassert /riːəˈsɜːt/รีเออะ'เซิท/ *v.t.* ยืนยันอีกครั้งหนึ่ง

reassertion /riːəˈsɜːʃn/รีเออะ'เซิทช'น/ *n.* การยืนยันอีกครั้งหนึ่ง

reassess /riːəˈses/รีเออะ'เซ็ซ/ *v.t.* ประเมินค่าใหม่, ตีราคาใหม่

reassessment /riːəˈsesmənt/รีเออะ'เซ็ซเมินทฺ/ *n. (of evidence, argument, claim)* การประเมินใหม่; *(of proposal)* การไตร่ตรองอีกครั้ง; *(of situation)* การประเมินสถานการณ์ใหม่; *(for taxation)* การประเมินภาษีใหม่

reassign /riːəˈsaɪn/รีเออะ'ซายนฺ/ *v.t.* กำหนดใหม่, การหางานใหม่ให้, การย้ายตำแหน่ง

reassignment /riːəˈsaɪnmənt/รีเออะ'ซายนฺเมินทฺ/ *n. (of personnel)* การกำหนดหน้าที่ใหม่, การย้ายตำแหน่ง; *(of resources, money)* การย้าย

reassurance /riːəˈʃɔːrəns, US -ˈʃʊər-/รีเออะ'ชัวเรินซฺ, -'ชัว-/ *n.* Ⓐ *(calming)* การปลอบใจ, การทำให้สบายใจ; Ⓑ *(confirmation in opinion)* การยืนยัน, ความเห็นด้วย

reassure /riːəˈʃɔː(r), US -ˈʃʊər-/รีเออะ'ชอ(ร), -'ชัว-/ *v.t.* Ⓐ *(calm fears of)* ทำให้สบายใจ, ปลอบใจ; Ⓑ *(confirm in opinion)* เห็นด้วย, ให้ความยืนยัน; **he needs to be constantly ~d that ...:** เขาต้องการให้ใครยืนยันอยู่ตลอดว่า...; **~ sb. about his health** ทำให้ *ค.น.* สบายใจเรื่องสุขภาพของเขา

reassuring /riːəˈʃɔːrɪŋ, US -ˈʃʊər-/รีเออะ'ชอริง, -'ชัว-/ *adj.*, **reassuringly** /riːəˈʃɔːrɪŋlɪ, US -ˈʃʊər-/รีเออะ'ชอริงลิ, -'ชัว-/ *adv.* [อย่าง] ลองใจ, อย่างทำให้สบายใจ

reawaken /riːəˈweɪkən/รีเออะ'เวเคิน/ ❶ *v.t. (lit. or fig.)* ทำให้ตื่นอีกครั้งหนึ่ง, ปลุกอีกครั้งหนึ่ง ❷ *v.i. (lit. or fig.)* ตื่นอีกครั้งหนึ่ง, ตื่นตัวอีกครั้งหนึ่ง

reawakening /riːəˈweɪkənɪŋ/รีเออะ'เวเคอะนิง/ *n. (fig.)* การตื่นตัวอีกครั้งหนึ่ง

[1]**rebate** /ˈriːbeɪt/'รีเบท/ *n.* Ⓐ *(refund)* เงินคืน; **~ on tax** เงินภาษีที่ได้คืน; **get a ~ on the gas bill** ได้เงินคืนจากค่าก๊าซ; Ⓑ *(discount)* ส่วนลด; **rate ~** *(Brit.)* เงินภาษีที่ดินและโรงเรือนที่จะต้องได้คืนบางส่วน

[2]**rebate** /ˈræbɪt/'แรบิท/ ➡ **rabbet**

rebel ❶ /ˈrebl/'เร็บ'ล/ *n.* กบฏ, ผู้ก่อการจราจล, ผู้ขัดขืน ❷ *attrib. adj.* Ⓐ *(of rebels) (กลุ่มกำลัง)* ของกบฏ; Ⓑ *(refusing obedience to ruler)* ที่กบฏ, ที่ขัดขืน ❸ /rɪˈbel/ริ'เบ็ล/ *v.i.*, **-ll-** ก่อการกบฏ, ขัดขืน, ต่อต้าน

rebellion /rɪˈbeljən/ริ'เบ็ลเลียน/ *n.* การกบฏ, การก่อการจราจล; **rise [up] in ~:** ลุกขึ้นก่อการกบฏ/จราจล/ต่อต้าน

rebellious /rɪˈbelɪəs/ริ'เบ็ลเลียซ/ *adj.* Ⓐ *(defiant)* ที่ท้าทาย *หรือ* ต่อต้าน; Ⓑ *(in rebellion)* ที่ก่อการกบฏ/จราจล

rebind /riːˈbaɪnd/รี'บายนฺดฺ/ *v.t,* **rebound** /riːˈbaʊnd/ริ'บาวนดฺ/เข้าเล่ม *(หนังสือ)* ใหม่

rebirth /riːˈbɜːθ/รี'เบิธ/ *n.* Ⓐ การเกิดใหม่; Ⓑ *(revival)* การฟื้นฟู

reborn /riːˈbɔːn/รี'บอน/ *adj.* เกิดใหม่; **feel ~:** รู้สึกเหมือนเกิดใหม่; **be ~:** เกิดใหม่

[1]**rebound** ❶ /rɪˈbaʊnd/ริ'บาวนฺดฺ/ *v.i.* Ⓐ *(spring back)* กระเด้งกลับ; Ⓑ *(have reactive effect)* สะท้อนกลับ; **the plan ~ed on her** *or* **on her head** แผนการนี้สะท้อนย้อนกลับมาที่ตัวเธอ ❷ /ˈriːbaʊnd/'รีบาวนฺดฺ/ *n.* Ⓐ *(recoil)* การเด้งกลับ, การสะท้อนกลับ; **catch the ball on the ~:** จับลูกบอลตอนที่กระเด้งกลับ; Ⓑ *(fig.: emotional reaction)* **marry/turn to sb. on the ~:** แต่งงานกับ/หันไปหา *ค.น.* ขณะที่กำลังเจ็บใจเพราะถูกคนรักเก่าทอดทิ้ง

[2]**rebound** ➡ **rebind**

rebranding /riːˈbrændɪŋ/รี'แบรนดิง/ *n.* การเปลี่ยนโฉมผลิตภัณฑ์ออกสู่ตลาดอีกครั้ง

rebroadcast /riːˈbrɔːdkɑːst, US -kæst/รี'บรอดคาซทฺ, -แคซทฺ/ ❶ *n.* การกระจายเสียง/ถ่ายทอดซ้ำ ❷ *v.t. forms as* **broadcast** 2 การกระจายเสียง/ถ่ายทอดซ้ำ

rebuff /rɪˈbʌf/ริ'บัฟ/ *n.* การบอกปัด, การปฏิเสธ; **be met with a ~:** เจอการบอกปัด; **suffer a ~:** ถูกบอกปัด, ถูกปฏิเสธ

rebuild /riːˈbɪld/รี'บิลดฺ/ *v.t.*, **rebuilt** /riːˈbɪlt/รี'บิลทฺ/ *(lit. or fig.)* สร้างใหม่; *(make extensive changes to)* ดัดแปลงขนานใหญ่

rebuke /rɪˈbjuːk/ริ'บิวคฺ/ ❶ *v.t.* ตำหนิ, ต่อว่า, ดุ; **~ sb. for doing sth.** ตำหนิ *ค.น.* ที่ทำ *ส.น.* ❷ *n.* การตำหนิ, การต่อว่า, การดุ

rebus /ˈriːbəs/'รีเบิซ/ *n.* ปริศนาทายคำโดยใช้ภาพ

rebut /rɪˈbʌt/ริ'บัท/ *v.t.*, **-tt-** *(formal)* โต้แย้ง, ต้าน

rebuttal /rɪˈbʌtl/ริ'บัท'ล/ *n. (Law)* การโต้แย้ง *(ข้อกล่าวหา);* **call evidence in ~ of it** เรียกพยานหลักฐานในการโต้แย้งข้อกล่าวหา

recalcitrant /rɪˈkælsɪtrənt/ริ'แคลซิเทริ้นทฺ/ ❶ *adj.* ดื้อดึง, บิดพลิ้ว ❷ *n.* การดื้อดึง, การบิดพลิ้ว

recall ❶ /rɪˈkɔːl/รีคอล/ *v.t.* Ⓐ *(remember)* จำได้, ระลึกได้; **~ what/how ...:** จำได้ว่า...อะไร/อย่างไร; Ⓑ *(serve as reminder of)* ทำให้หวนคิด; **~ sth. to sb.** ทำให้ *ค.น.* หวนคิดถึง *ส.น.*; Ⓒ *(summon back)* เรียกกลับ *(ทหาร, สินค้าที่ไม่ถูกต้อง)*; **~ Parliament** เรียกประชุมสภาฉุกเฉิน; **the noise ~ed her to the present** เสียงดังจอแจทำให้เธอกลับคืนสู่ปัจจุบัน; Ⓓ *(suspend appointment of)* ยกเลิก *(การแต่งตั้ง)* ❷ /rɪˈkɔːl/รีคอล/ *n.* Ⓐ *(ability to remember)* **[powers of] ~:** [ความสามารถใน] การระลึกได้; ➡ **+ total recall**; Ⓑ *(possibility of annulling)* **beyond** *or* **past ~:** ไม่สามารถจะยกเลิก/เพิกถอนได้แล้ว; Ⓒ *(summon back)* การเรียกกลับ; *(to active duty)* การเรียกกลับมารับหน้าที่; Ⓓ *(suspension of appointment abroad)* การเลิกล้มคำสั่ง/การแต่งตั้ง

recant /rɪˈkænt/รีแคนทฺ/ ❶ *v.i.* กลับคำ, คืนคำ ❷ *v.t.* กลับคำ, คืนคำ

recantation /riːkænˈteɪʃn/รีแคนˈเทชั่น/ *n.* การกลับคำ, การคืนคำ; **make a ~ of sth.** คืนคำ/กลับคำ *ส.น.*

[1]**recap** /ˈriːkæp/รีแคพ/ *v.t.*, **-pp-** *(Amer.)* Ⓐ *(replace cap on)* ปิดฝาจุก; Ⓑ *(retread)* หล่อดอกยางรถยนต์ใหม่

[2]**recap** /riˈːkæp/รีแคพ/ *(coll.)* ❶ *v.t. & i.*, **-pp-** ทบทวน, สรุปความ ❷ *n.* การทบทวน, การสรุปความ; **let's just have a quick ~:** เรามาทบทวนประเด็นกันเร็ว ๆ อีกครั้งเถอะ

recapitulate /riːkəˈpɪtjʊleɪt/รีเคอะˈพิททิวเลท/ *v.t. & i.* กล่าวซ้ำ ๆ, สรุปความ, ทบทวนความ

recapitulation /riːkəpɪtjʊˈleɪʃn/รีเคอะพิททิวˈเลชั่น/ *n.* Ⓐ *(summing up)* การสรุปความ; Ⓑ *(Mus.)* การบรรเลงเพลง *(บางท่อน)* ซ้ำ

recapture /riːˈkæptʃə(r)/รีˈแคพเฉอะ(ร)/ ❶ *v.t.* Ⓐ *(capture again)* จับได้อีกครั้ง *(สัตว์, นักโทษ)*; ยึดกลับคืน *(เมือง)*; Ⓑ *(recreate)* สร้างใหม่ *(บรรยากาศ)*; *(experience again)* รู้สึกอีกครั้ง *(วัยเด็ก, ความสุข, ความหลัง)* ❷ *n. (retaking)* การยึดกลับคืน

recast /riːˈkɑːst, US -ˈkæst/รีˈคาซทฺ, -ˈแคซทฺ/ *v.t.*, **recast** Ⓐ *(remould)* หล่อใหม่, หลอมใหม่; Ⓑ *(refashion)* จัดใหม่, เปลี่ยนรูปใหม่; Ⓒ *(rewrite)* เขียนใหม่

recce /ˈrekɪ/ˈเร็คคิ/ *(Brit. coll.) n.* การลาดตระเวน; **make a ~:** *(ออก)* ลาดตระเวน/สำรวจ

recede /rɪˈsiːd/ริˈซีด/ *v.i.* Ⓐ *(น้ำท่วม)* ลดลง; *(แนวชายฝั่ง)* หายไป; *(ศีรษะ)* เถิก; **his hair is beginning to ~:** ศีรษะของเขาเริ่มเถิก; Ⓑ *(be left at increasing distance)* **~ [into the distance]** ถอยห่าง; Ⓒ *(decline)* *(ราคา)* ลดลง, ตกต่ำลง; **~ in importance** ความสำคัญลดลง

receding /rɪˈsiːdɪŋ/ริˈซีดิง/ *adj.* *(แนวชายฝั่ง)* หายไป; *(ระดับน้ำ)* ที่ลดลง; *(คาง)* ไม่มี; ➡ **+ hairline** A

receipt /rɪˈsiːt/ริˈซีท/ ❶ *n.* Ⓐ การได้รับ; **please acknowledge ~ of this letter/order** โปรดแจ้งว่าได้รับจดหมาย/คำสั่งนี้แล้ว; **be in ~ of** *(formal)* ได้รับ *ส.น.*; **those in ~ of a pension** พวกที่ได้รับบำนาญ; **[up]on ~ of the news/your remittance** *(formal)* เมื่อได้รับข่าว/เงิน; Ⓑ *(written acknowledgement)* ใบเสร็จรับเงิน; **~ for payment** ใบเสร็จรับเงิน; Ⓒ *in pl. (amount received)* จำนวน *(เงิน)* ที่ได้รับ ❷ *v.t.* ออกใบเสร็จรับเงิน

receivable /rɪˈsiːvəbl/ริˈซีเวอะบ'ล/ *adj.* *(Commerc.)* พึงรับได้, รับได้

receive /rɪˈsiːv/ริˈซีว/ *v.t.* Ⓐ *(get)* ได้รับ; **~ a cordial welcome** ได้รับการต้อนรับด้วยไมตรีจิต; **~ one's education at a private school** ได้รับการศึกษาที่โรงเรียนเอกชนแห่งหนึ่ง; **she ~d a lot of attention/sympathy [from him]** เธอได้รับความสนใจ/เห็นใจอย่างมาก [จากเขา]; **~ [fatal] injuries** ได้รับบาดเจ็บ [ถึงตาย]; **'payment ~d with thanks'** 'ได้รับเงินแล้วด้วยความขอบคุณ'; **your letter will ~ our immediate attention** จดหมายของคุณจะได้รับการพิจารณาจากเราในทันที; **~ insults/praise** ได้รับการสบประมาท/ชมเชย; **~ much unfavourable comment** ได้รับคำวิจารณ์ในแง่ลบอย่างมาก; **~ 30 days [imprisonment]** ได้รับโทษจำคุก 30 วัน; **~ the sacraments/holy communion** *(Relig.)* ได้รับศีลมหาสนิท; Ⓑ *(accept)* ยอมรับ; *(submit to)* ยอมตาม; **be convicted for receiving [stolen goods]** *(Law)* ถูกตัดสินว่ารับ [ของโจร]; Ⓒ *(serve as receptacle for)* รองรับ; Ⓓ *(greet)* ทักทาย; ต้อนรับ *(สินค้าใหม่, ละคร, หนังสือ)*; Ⓔ *(entertain)* รับรอง *(คำขอร้อง)*; Ⓕ *(consent to hear)* รับฟัง; **~ sb.'s confession/oath** รับฟังคำสารภาพ/คำสาบานของ *ค.น.*; Ⓖ *(Radio, Telev.)* ได้ยินสัญญาณ *(จากวิทยุ)*; รับ *(ภาพ)*; **are you receiving me?** คุณได้ยินฉันไหม; Ⓗ แบก *(น้ำหนัก)*; Ⓘ *(accept as true)* ยอมรับว่าเป็นความจริง/ถูกต้อง *(ทฤษฎี)*; Ⓙ *(Tennis)* **~ the serve** รับลูกเสิร์ฟ; **Paradon to ~:** ภราดรรับ *(ลูกเสิร์ฟ)*; ➡ **+ end** 1 D

~ into *v.t.* รับเข้ามา

received /rɪˈsiːvd/ริˈซีวดฺ/ *adj.* *(ความเชื่อ)* เป็นที่ยอมรับ; *(ฉบับ)* ปัจจุบัน

received pronunciˈation *(Amer.:* **Received ˈStandard**) *ns. (Ling.)* การออกเสียงภาษาอังกฤษตามแบบที่ใช้กันในหมู่ผู้มีการศึกษา

receiver /rɪˈsiːvə(r)/ริˈซีเวอะ(ร)/ *n.* Ⓐ ผู้รับ; Ⓑ *([Table]Tennis)* ผู้รับ; Ⓒ *(Teleph.)* หูโทรศัพท์; Ⓓ *(Radio, Telev.)* เครื่องรับวิทยุ หรือโทรทัศน์; Ⓔ **[official] ~** *(Law) (for property of bankrupt, insane person)* ผู้พิทักษ์ทรัพย์สิน; Ⓕ *(who receives stolen goods)* ผู้รับของโจร; Ⓖ *(Chem.: vessel)* ภาชนะแก้ว

receivership /rɪˈsiːvəʃɪp/ริˈซีเวอะชิพ/ *n.* *(Law: being in hands of receiver)* การถูกสั่งให้พิทักษ์ทรัพย์ผู้บริหาร; **put sth. in** *or* **into ~:** จัด *ส.น.* ให้อยู่ในการดูแลของผู้พิทักษ์ทรัพย์

recension /rɪˈsenʃn/ริˈเซ็นชั่น/ *n.* การปรับปรุง *(บทเรียน)* ใหม่; ฉบับปรับปรุงใหม่

recent /ˈriːsənt/ˈรีเซินทฺ/ *adj.* Ⓐ *(not long past)* *(เหตุการณ์, อดีต)* เมื่อเร็ว ๆ นี้, ไม่นานมานี้; **the ~ closure of the factory** การปิดโรงงานเมื่อไม่นานมานี้; **at our ~ meeting** ในการประชุมของเราเมื่อเร็ว ๆ นี้; **a ~/more ~ survey** การสำรวจเมื่อเร็ว ๆ นี้/การสำรวจครั้งหลัง; **the most ~ survey** การสำรวจล่าสุด; **at our most ~ meeting** ในการประชุมครั้งล่าสุดของเรา; Ⓑ *(not long established)* ที่เพิ่งก่อตั้ง, ใหม่; **~ additions to the library's holdings** หนังสือและเอกสารที่ได้เข้าห้องสมุด; Ⓒ **R~** *(Geol.)* ยุคปัจจุบัน

recently /riːˈsəntlɪ/รีˈเซินทฺลิ/ *adv.* *(a short time ago)* เมื่อเร็ว ๆ นี้; *(in the recent past)* เมื่อไม่นานมานี้; **until ~/until quite ~:** จนกระทั่งเมื่อเร็ว ๆ นี้; **~ we've been following a different policy** ช่วงหลังนี้เราได้มีนโยบายใหม่; **as ~ as last year** เพิ่ง...เมื่อปีที่แล้ว *หรือ* แค่ปีที่แล้วก็ยัง; **one morning ~:** เช้าวันหนึ่ง เมื่อไม่นานมานี้; **I haven't seen him ~:** ช่วงหลังนี้ฉันไม่ได้พบเขาเลย

receptacle /rɪˈseptəkl/รีˈเซ็พเทอะค'ล/ *n.* Ⓐ *(container)* ที่รองรับ, ภาชนะ; Ⓑ *(Bot.)* ฐานของดอกไม้

reception /rɪˈsepʃn/ริˈเซ็พชั่น/ *n.* Ⓐ *(welcome) (of person)* การต้อนรับ; *(of play, speech)* การต้อนรับ; **meet with a cool ~:** พบกับการต้อนรับอันเย็นชา; **give sb. a warm ~:** ให้การต้อนรับ *ค.น.* อย่างอบอุ่น; **give a favourable ~ to** ให้การต้อนรับเป็นอย่างดีแก่...; Ⓑ *(formal party, welcome)* งานเลี้ยงรับรอง; **hold** *or* **give a ~:** จัดงานเลี้ยงรับรอง; Ⓒ *no art. (Brit.: foyer)* ห้องโถงทางเข้า; Ⓓ *no art. (Radio, Telev.)* การรับวิทยุ/โทรทัศน์; **get good ~:** รับสัญญาณ/ภาพได้ดี

reception: ~ class *n. (Brit.)* ชั้นเรียนสำหรับเด็กเล็กที่เพิ่งเริ่ม; **~ committee** *n.* คณะกรรมการฝ่ายต้อนรับ

reˈception desk *n.* เคาน์เตอร์ต้อนรับแขกหรือประชาสัมพันธ์

receptionist /rɪˈsepʃənɪst/ริˈเซ็พเชอะนิซทฺ/ *n.* ➤ **489** *(in hotel)* พนักงานต้อนรับ; *(at doctor's, dentist's, firm, etc.)* พนักงานต้อนรับ

reception: ~ office *(Amer.)* ➡ **reception** C; **~ room** *n.* Ⓐ ห้องรับแขก; Ⓑ *(esp. Brit.: in private house)* ห้องนั่งเล่น, ห้องรับแขก

receptive /rɪˈseptɪv/ริˈเซ็พทิว/ *adj.* Ⓐ ที่เปิด **(to** ต่อ); ที่รับความคิดต่าง ๆ ได้ง่าย; **have a ~ mind** มีจิตใจที่รับสิ่งต่าง ๆ ได้ง่าย; Ⓑ *(Biol.)* *(ประสาทสัมผัส)* ที่รับการกระตุ้น

receptively /rɪˈseptɪvlɪ/ริˈเซ็พทิวลิ/ *adv.* โดยยอมรับความคิดต่าง ๆ

receptor /rɪˈseptə(r)/ริˈเซ็พเทอะ(ร)/ *n.* *(Biol.)* อวัยวะรับสัมผัส; **~ organ** อวัยวะรับสัมผัส

recess /rɪˈses, ˈriːses/ริˈเซ็ซ, ˈรีเซ็ซ/ ❶ *n.* Ⓐ *(alcove)* ซุ้มในผนัง; Ⓑ *(Brit. Parl.)* ช่วงปิดสมัยประชุมสภา; *(Amer.: short vacation)* ช่วงที่ศาลปิด/หยุดพัก; *(Amer. Sch.: between classes)* ช่วงพัก; **be in ~:** *(รัฐสภา)* อยู่ในช่วงปิด; **adjourn for summer ~** *(Amer.)* หยุดพักช่วงฤดูร้อน; Ⓒ *(lit. or fig.: remote place)* ที่สันโดษ, สถานที่อยู่ห่างไกล ❷ *v.t.* Ⓐ *(set back)* ทำให้ฝังลึกเข้าไป; Ⓑ *(provide with ~)* ทำซุ้ม *(กำแพง)*; Ⓒ *(Amer.: end sitting of)* สั่งให้ *(ศาล)* หยุดพักชั่วคราว ❸ *v.i. (Amer.: end a sitting)* หยุดพัก *(การพิจารณาคดี)*

recession /rɪˈseʃn/ริˈเซ็ชั่น/ *n.* Ⓐ *(Econ.: decline)* ภาวะที่เศรษฐกิจตกต่ำ; **period of ~:** ช่วงเศรษฐกิจตกต่ำ; Ⓑ *(receding)* การถอยกลับ, การลดลง

recessional /rɪˈseʃənl/ริˈเซ็ชเชอะน'ล/ *(Eccl.)* ❶ *adj.* *(เพลงสวด)* ที่ร้องขณะที่พระและนักร้องเดินออกจากโบสถ์ ❷ *n.* เพลงสวดขณะที่พระและนักร้องเดินออกจากโบสถ์

recessive /rɪˈsesɪv/ริˈเซ็ซซิว/ *adj.* *(Genetics)* *(พันธุกรรม)* มีลักษณะอ่อน; *(Phonet.)* ลงเสียงหนักใกล้พยางค์แรกของคำ

recharge ❶ /riːˈtʃɑːdʒ/รีˈฉาจ/ *v.t.* อัดกระแสไฟใหม่, ประจุ *(แบตเตอรี่)* ใหม่; เติมกระสุน *(ปืน)*; **~ one's batteries** *(fig.)* หยุดพักผ่อนเพื่อให้มีพลังทำงานต่อ ❷ /ˈriːtʃɑːdʒ/ˈรีฉาจ/ *n.* การประจุ *(แบตเตอรี่)* ใหม่, การอัดกระแสไฟใหม่; **the battery needs a ~:** แบตเตอรี่ต้องอัดกระแสไฟใหม่

r

rechargeable /riː'tʃɑːdʒəbl/รี'ฉาเจอะบ'ล/ *adj.* อัดกระแสไฟฟ้าใหม่ได้

recherché /rə'ʃeəʃeɪ/เรอะ'แชเช/ *adj.(ความคิด, มุมมอง)* ที่แปลกประหลาด; *(สำนวน, วิธีพูด)* ที่เฉพาะตนมาก

rechristen /rɪ'krɪsn/รี'คริซ'น/ *v.t.* Ⓐ *(christen again)* รับ *ค.น.* เข้าเป็นคริสต์ศาสนิกชนอีกครั้ง; Ⓑ ➡ **rename**

recidivism /rɪ'sɪdɪvɪzm/ริ'ซิดดิวิซ'ม/ *n.* การกระทำผิดซ้ำ

recidivist /rɪ'sɪdɪvɪst/ริ'ซิดดิวิซทฺ/ ❶ *n.* ผู้ที่กระทำผิดซ้ำซาก; *(habitual criminal)* อาชญากรที่ทำผิดเป็นประจำ ❷ *adj.* ที่กระทำผิดซ้ำซาก

recipe /'resəpɪ/'เร็ซเซอะพิ/ *n. (lit. or fig.)* ตำรับ, ตำรา, วิธีการ, เคล็ดลับ; **it's a ~ for success** เป็นเคล็ดลับสู่ความสำเร็จ; **it's a ~ for disaster** เป็นวิธีการสู่ความหายนะ

recipient /rɪ'sɪpɪənt/ริ'ซิพเพียนทฺ/ *n.* ผู้รับ; **she was the unwilling ~ of his attention** เธอไม่อยากให้เขามาสนใจ

reciprocal /rɪ'sɪprəkl/ริ'ซิพเพรอะค'ล/ ❶ *adj.* Ⓐ *(ข้อตกลง, ความรู้สึก)* ซึ่งกันและกัน, สัมพันธ์กัน; Ⓑ *(Ling.) (สรรพนาม)* ที่แสดงความสัมพันธ์ร่วมกัน ❷ *n. (Math.)* จำนวนเลขที่กลับกัน

reciprocally /rɪ'sɪprəklɪ/ริ'ซิพเพรอะคลิ/ *adv.* ซึ่งกันและกัน, ในทำนองเดียวกัน

reciprocate /rɪ'sɪprəkeɪt/ริ'ซิพเพรอะเคท/ ❶ *v.t.* Ⓐ แลกเปลี่ยนกัน *(ความรัก, การทักทาย, การยิ้ม)*; *(ความช่วยเหลือ)* ตอบแทน; Ⓑ *(Mech. Engin.) (ส่วนของเครื่องยนต์)* เคลื่อนไปกลับ *หรือ* ขึ้นลง ❷ *v.i.* Ⓐ *(respond)* กระทำกลับ; Ⓑ *(Mech. Engin)* เคลื่อนไปมา; **reciprocating engine/saw** เครื่องยนต์/เลื่อยที่ใช้สูบขึ้นลง *หรือ* ไปมา; **reciprocating motion** การเคลื่อนไหวไปมา *หรือ* ขึ้นลง

reciprocity /resɪ'prɒsɪtɪ/เรซิ'พรอซิทิ/ *n.* Ⓐ *(mutual action)* การกระทำซึ่งกันและกัน; **there is deep ~ of feeling** มีความรู้สึกลึกซึ้งร่วมกัน/ทั้งสองฝ่าย; **~ of influence** อิทธิพลร่วมกัน; Ⓑ *(interchange of privileges)* การแลกเปลี่ยนสิทธิประโยชน์; **~ in trade** การแลกเปลี่ยนผลประโยชน์ทางการค้า

recital /rɪ'saɪtl/ริ'ไซท'ล/ *n.* Ⓐ *(performance)* การแสดงดนตรีเดี่ยว; *(of literature also)* การท่อง *(บทกวี)*; **piano/poetry ~:** การแสดงเดี่ยวเปียโน/การท่องบทกวี/กวีนิพนธ์; **give one's first solo ~:** แสดงดนตรีเดี่ยวเป็นครั้งแรก; Ⓑ *(detailed account)* การบรรยายเรื่องราว; **give a ~ of sth.** บรรยายเรื่องราวเกี่ยวกับ *ส.น.*

recitation /resɪ'teɪʃn/เรซิ'เทช'น/ *n.* การท่อง, การเล่า/บรรยาย, บทอาขยาน; *(Buddhism)* การสวด *(ของพระ)*; **give ~s from Shakespeare** ท่องบทละครของเชคสเปียร์; **a ~ of her grievances/my faults** การบรรยายข้อข้องใจของเธอ/ความผิดของฉัน

recitative /resɪtə'tiːv/เรซิเทอะ'ทีวฺ/ *n. (Mus.)* บทบรรยายในการแสดงอุปรากร

recite /rɪ'saɪt/ริ'ไซท/ ❶ *v.t.* Ⓐ *(speak from memory)* ท่อง; Ⓑ *(give list of)* เล่า, จาระไน ❷ *v.i.* ท่อง, ท่องจำ

reckless /'reklɪs/'เร็คลิซ/ *adj.* ไม่ไตร่ตรอง, ไม่ระมัดระวัง, เสี่ยงอันตราย; **~ of the dangers/consequences** ไม่คำนึงถึงอันตราย/ผลที่ตามมา

recklessly /'reklɪslɪ/'เร็คลิซลิ/ *adv.* โดยไม่ไตร่ตรอง, โดยไม่คำนึงถึงอันตราย; *(without concern for others)* โดยไม่ห่วงใย/นึกถึงผู้อื่น

reckon /'rekn/'เร็ค'น/ ❶ *v.t.* Ⓐ *(work out)* คำนวณ *(ค่าใช้จ่าย, รายจ่าย)*; กะ *(ตำแหน่ง, ที่อยู่)*; Ⓑ *(conclude)* สรุป; **what do you ~ are his chances?** สรุปแล้วคุณ [คิด] ว่าโอกาสสำเร็จของเขามีเท่าไร; **I ~ you're lucky to be alive** ฉัน [คิด] ว่าคุณโชคดีที่ยังมีชีวิตอยู่; **I ~ to arrive** *or* **I shall arrive there by 8.30** ฉันกะจะไปถึงที่นั่นก่อน 8.30 น.; **I usually ~ to arrive there by 8.30** ปกติฉันจะไปถึงที่นั่นก่อน 8.30 น.; Ⓒ *(consider)* เห็นว่า, นับว่า, ถือว่า; **be ~ed as** *or* **to be sth.** ถือ/นับว่าเป็น *ส.น.*; **~ sb./sth. [to be] among the best** ถือ/นับว่า *ค.น./ส.น.* เป็นหนึ่งในจำนวนคน/สิ่งที่ดีที่สุด; **be ~ed among sth.** ถูกจัดอยู่ในกลุ่ม/พวก *ส.น.*; Ⓓ *(arrive at as total)* นับได้, คำนวณได้; **I ~ 53 of them** ฉันนับได้ 53 ❷ *v.i.* คำนวณ, คิด; **~ from 1 April** คิดตั้งแต่วันที่ 1 เมษายน

~ 'in *v.t.* นับ/คำนวณรวมเข้าไปด้วย

~ on ➡ **~ upon**

~ 'up ❶ *v.t.* นับรวม **~ up the bill** รวมบัญชี ❷ *v.i.* **~ up with sb.** คิดบัญชีกับ *ค.น.*

~ upon *v.t.* Ⓐ *(rely on)* วางใจ, หวัง; **I was ~ing upon doing that this morning** ฉันหวังจะทำสิ่งนั้นเมื่อเช้านี้; Ⓑ *(expect)* คาดหวัง

~ with *v.i.* Ⓐ *(take into account)* คำนึงถึง *(อุปสรรค, โอกาส)*; **he is a man to be ~ed with** เขาเป็นผู้ชายคนหนึ่งที่ต้องคอยคำนึงถึง; Ⓑ *(deal with)* จัดการ; **you'll have me/the police to ~ with** แล้วคุณจะต้องจัดการกับฉัน/ตำรวจ

~ without *v.i.* ไม่คำนึงถึง; **we had ~ed without the weather** เราไม่ได้คำนึงถึงอากาศ

reckoner /'rekənə(r)/'เร็คเคอะเนอะ(ร)/ ➡ **ready reckoner**

reckoning /'reknɪŋ/'เร็ค'นิ่ง/ *n.* Ⓐ *(calculation)* การคำนวณ; **by my ~:** โดยการคำนวณของฉัน; **day of ~** *(fig.)* วันเวลาแห่งการตัดสิน; *(moment of truth)* เวลาที่ความจริงปรากฏ; **be [wildly] out in one's ~:** คำนวณ/คิดผิดพลาด [อย่างยิ่ง]; Ⓑ *(bill)* บัญชี; ➡ + **dead**

reclaim /rɪ'kleɪm/ริ'เคลม/ ❶ *v.t.* Ⓐ ทำให้ใช้การได้ *(ที่ดิน, ทะเลทราย)*; **~ land from the sea** กู้ที่ดินคืนมาจากทะเล; ถมทะเล; Ⓑ *(recover possession of)* ได้กลับคืน *(กรรมสิทธิ์, ภาษี)*; Ⓒ *(for reuse)* นำกลับมาใช้ใหม่ *(วัตถุดิบ, ของเก่า)* ❷ *n.* **be past** *or* **beyond ~:** เกินกว่าที่จะใช้ได้แล้ว; ➡ + **baggage reclaim**

reclamation /reklə'meɪʃn/เรเคลอะ'เมช'น/ *n.* การทำประโยชน์ในที่ดิน, การกู้กลับมาใช้ได้; **land ~:** การทำประโยชน์จากที่ดิน, การกู้ที่ดินกลับมาใช้

recline /rɪ'klaɪn/ริ'คลายนฺ/ ❶ *v.i.* Ⓐ *(lean back)* เอน *(ไปข้างหลัง)*; **the chair ~s** เก้าอี้เอนได้ *(ไปข้างหลัง)*; **reclining seat** *(in car)* ที่นั่งที่เอน *(ไปข้างหลัง)* ได้; Ⓑ *(be lying down)* นอนลง ❷ *v.t.* ทำให้เอน *(ไปข้างหลัง)*; **~ the seat** เอนพนักเก้าอี้

recliner /rɪ'klaɪnə(r)/ริ'คลายเนอะ(ร)/ *n.* เก้าอี้สบายที่เอนไปข้างหลังได้; **~ seat** ที่นั่งที่เอนหลังได้

recluse /rɪ'kluːs/ริ'คลูซ/ *n.* ผู้ที่อยู่อย่างสันโดษ, ฤาษี, สมถะ

reclusive /rɪ'kluːsɪv/ริ'คลูซิว/ *adj.* ชอบอยู่อย่างสันโดษ

recognisability, recognisable, recognisably, recognisance, recognise ➡ **recogniz-**

recognition /rekəg'nɪʃn/เระเคิก'นิช'น/ *n.* Ⓐ *no pl., no art.* การจำได้; **he's changed beyond all ~:** เขาเปลี่ยนไปจนจำไม่ได้; **escape ~:** ไม่มีใครจำได้; Ⓑ *(acceptance, acknowledgement)* การยอมรับ; **achieve/receive ~:** ได้รับการยอมรับ; **in ~ of** เพื่อแสดงความขอบคุณ/ชื่นชม

recognizability /rekəgnaɪzə'bɪlɪtɪ/เระเคิกไนเซอะ'บิลลิทิ/ *n., no pl.* ความจำได้ง่าย

recognizable /'rekəgnaɪzəbl, rekəg'naɪzəbl/'เระเคิกไนเซอะบ'ล, เร็คเคิก'นายเซอะบ'ล/ *adj.* จำได้, ดูออก

recognizably /'rekəgnaɪzəblɪ/'เระเคิกไนเซอะบลิ/ *adv.* อย่างจำได้, อย่างเห็นได้ชัด, อย่างยอมรับได้; **be not ~ different from sth.** แทบจะไม่มีข้อแตกต่างกับ *ส.น.*

recognizance /rɪ'kɒgnɪzəns/ริ'คอกนิเซินซฺ/ *n.* Ⓐ *(bond)* สัญญาค้ำประกัน; **enter into ~s to do sth.** *(Law)* ทำสัญญาค้ำประกันที่จะทำ *ส.น.*; Ⓑ *(sum)* เงินค้ำประกัน

recognize /'rekəgnaɪz/'เร็คเคิกนายซฺ/ *v.t.* Ⓐ *(know again)* จำได้ **(by** โดย, **from** จาก); Ⓑ *(acknowledge)* ยอมรับ *(ความถูกต้อง, ผลงาน, ความสามารถ)*; **be ~d as** ได้รับการยอมรับ; Ⓒ *(admit)* ยอมรับ; **~ sth. as valid** ยอมรับว่า *ส.น.* ถูกต้อง; **~ sb. as heir** ยอมรับ *ค.น.* เป็นทายาท; **~ sb. to be cleverer** *or* **that sb. is cleverer** ยอมรับว่า *ค.น.* ฉลาดกว่า; Ⓓ *(identify nature of)* ดูออก, รู้ *(ลักษณะ, สันดาน)*; **~ sb. to be a fraud** รู้ว่า *ค.น.* เป็นนักต้มตุ๋น; Ⓔ *(Amer.: allow to speak)* อนุญาตให้พูด

recoil ❶ /rɪ'kɔɪl/รี'คอยลฺ/ *v.i.* Ⓐ *(shrink back)* ถอย, กระโดดกลับ *(ด้วยความกลัว/ความรังเกียจ)*; **he ~ed visibly** เขาหัวหดอย่างเห็นได้ชัด; **~ from an idea** หัวหดไม่กล้าทำตามแนวคิด; Ⓑ *(อาวุธ)* เด้งกลับ, ดีดกลับ ❷ /'riːkɔɪl, rɪ'kɔɪl/'รีคอยลฺ, ริ'คอยลฺ/ *n. (of gun)* แรงสะท้อนกลับ

~ [up]on *v.i.* มีผลกระทบต่อผู้กระทำ; **~ upon sb.'s [own] head** *or* **upon sb.** ย้อนกลับมาทำอันตราย *ค.น.*

recollect /rekə'lekt/เระเคอะ'เล็คทฺ/ ❶ *v.t.* Ⓐ จำได้, ระลึกได้; **~ meeting sb.** จำได้ว่าเคยพบกับ *ค.น.*; Ⓑ **~ oneself** ควบคุมตนเองได้ ❷ *v.i.* จำได้, ระลึกได้

recollection /rekə'lekʃn/เระเคอะ'เล็คช'น/ *n.* ความทรงจำ; **to the best of my ~...:** เท่าที่ฉันจำได้...; **have a/no ~ of sth.** จำ *ส.น.* ได้/ไม่ได้

recombinant /riː'kɒmbɪnənt/รี'คอมบิเนินทฺ/ *adj. (Genetics)* เกิดจากการรวมตัวใหม่ของยีน

recombination /riːkɒmbɪ'neɪʃn/รีคอมบิ'เนช'น/ *n. (Phys., Genetics)* การรวมตัวใหม่

recombine /riːkəm'baɪn/รีเคิม'บายนฺ/ ❶ *v.t.* รวมกันใหม่, ผนึก/เชื่อมกันใหม่ ❷ *v.i.* รวมกันใหม่, ผนึก/เชื่อมกันใหม่

recommence /riːkə'mens/รีเคอะ'เม็นซฺ/ ❶ *v.i.* เริ่มใหม่ ❷ *v.t.* เริ่มใหม่

recommencement /riːkə'mensmənt/รีเคอะ'เม็นซฺเมินทฺ/ *n.* การเริ่มต้นใหม่

recommend /rekə'mend/เระเคอะ'เม็นดฺ/ *v.t.* Ⓐ แนะนำ; **~ sb. to do sth.** แนะนำ *ค.น.* ให้ทำ *ส.น.*; Ⓑ *(make acceptable)* ทำให้เป็นที่ยอมรับ; **the plan has little/nothing to ~ it** แผนการนี้ไม่ค่อยมีข้อดี/ไม่มีข้อดีเลย

recommendable /rekə'mendəbl/เระเคอะ'เม็นดอะบ'ล/ *adj.* แนะนำได้; **it is [not] ~ to do sth.** *ส.น.* แนะนำให้ทำได้/ไม่น่าทำเลย

recommendation /rekəmen'deɪʃn/เระเคอะเม็น'เดช'น/ *n.* การแนะนำ, คำแนะนำ; **speak**

731 **recompense | recover**

in ~ of sth./sb. พูดแนะนำ *ส.น./ค.น.;* **on sb.'s ~:** โดยการแนะนำของ *ค.น.;* **letter of ~:** จดหมายแนะนำ/รับรอง; **make ~s to sb.** ให้คำแนะนำแก่ *ค.น.;* **be a ~ for sth.** เป็นคำแนะนำสำหรับ *ส.น.*

recompense /ˈrekəmpens/ˈเร็คเคิมเพ็นซฺ/ *(formal)* ❶ *v.t.* (A) *(reward)* ให้รางวัล, ตอบแทน; (B) *(make amends to)* ชดเชย ❷ *n., no art., no pl.* (A) *(reward)* รางวัล, ค่าตอบแทน; **in ~ for** ในการตอบแทนสำหรับ; **work without ~:** ทำงานโดยไม่ได้ค่าตอบแทน; (B) *(compensation)* การชดเชย, ค่าชดเชย

reconcilable /ˈrekənsaɪləbl/ˈเร็คเคินไซเลอะบ'ล/ *adj.* คืนดีกันได้, ประนีประนอมกันได้

reconcile /ˈrekənsaɪl/ˈเร็คเคินซายลฺ/ *v.t.* (A) *(restore to friendship)* ทำให้คืนดีกัน; **become ~d** กลับมาคืนดีกัน; (B) *(resign oneself)* **~ oneself** *or* **become/be ~d to sth.** ยอมรับ *ส.น.* หรือ ทำใจได้เกี่ยวกับ *ส.น.;* (C) *(make compatible)* ทำให้ปรองดองกันได้, ทำให้เข้ากันได้ *(ความคิดเห็น, ความเชื่อถือ); (show to be compatible)* แสดงการลงรอยกัน/เข้ากันได้; **one cannot ~ dictatorship and freedom of speech** ความเป็นเผด็จการและเสรีภาพในการพูดจะไปด้วยกันไม่ได้; (D) *(settle)* ไกล่เกลี่ย, ประนีประนอม *(ความคิดเห็นที่ขัดแย้งกัน)*

reconciliation /rekənsɪlɪˈeɪʃn/เระเคินซิลิˈเอช'น/ *n.* (A) *(restoring to friendship)* การคืนดีกัน; **bring about a ~ between persons** ทำให้คนคืนดีกัน; **try for a ~:** พยายามให้คืนดีกัน; (B) *(making compatible)* การปรองดองกัน

recondite /ˈrekəndaɪt/ˈเร็คเคินไดทฺ/ *adj.* *(formal)* ไม่ค่อยเป็นที่รู้จัก, คลุมเครือ

recondition /riːkənˈdɪʃn/รีเคินˈดิช'น/ *v.t.* ซ่อมแซมให้ใช้ได้ใหม่, บูรณะ; **~ed engine** เครื่องยนต์ที่ได้รับการซ่อมแซม

reconnaissance /rɪˈkɒnɪsəns/ริˈคอนิเซินซฺ/ *n., no pl., no def. art (Mil.)* การลาดตระเวน; **after ~:** หลังการลาดตระเวน; **the plane was on ~:** เครื่องบินออกลาดตระเวน; **make a ~ [of the area]** *(lit. or fig.)* ออกลาดตระเวน [พื้นที่]; *attrib.* **~ aircraft** เครื่องบินลาดตระเวน; **~ party** หน่วยลาดตระเวน

reconnoitre *(Brit.: Amer.:* **reconnoiter***)* /rekəˈnɔɪtə(r)/เระเคอะˈนอยเทอะ(ร)/ ❶ *v.t.* *(esp. Mil.)* ลาดตระเวน; *(fig.)* สำรวจ, ตรวจสอบ ❷ *v.i. (esp. Mil.)* ออกลาดตระเวน; *(fig.)* ทำการสำรวจ, ตรวจสอบ

reconquer /riːˈkɒŋkə(r)/รีˈคองเคอะ(ร)/ *v.t.* ได้กลับคืนมา

reconsider /riːkənˈsɪdə(r)/รีเคินˈซิดเดอะ(ร)/ *v.t.* พิจารณาอีกครั้งหนึ่ง, ไตร่ตรองอีกครั้งหนึ่ง; **~ a case** พิจารณาคดีอีกครั้งหนึ่ง; **there is still time to ~:** ยังมีเวลาไตร่ตรองอีกครั้งหนึ่ง

reconsideration /riːkənsɪdəˈreɪʃn/รีเคินซิดเดอะˈเรช'น/ *n.* การพิจารณาอีกครั้งหนึ่ง; **put a case before the court for ~:** นำคดีมาให้ศาลพิจารณาอีกครั้งหนึ่ง

reconstitute /riːˈkɒnstɪtjuːt, US -tuːt/รีˈคอนซฺติทิวทฺ, -ทูท/ *v.t.* (A) *(build up again)* สร้างขึ้นใหม่; (B) *(restore to natural state)* **~ [with water]** *(อาหารที่เป็นผง)* ละลาย [ด้วยการเติมน้ำ]; (C) *(piece together)* เรียบเรียงใหม่ *(ความจำ);* (D) *(reorganize)* จัดตั้งใหม่ *(คณะกรรมการ, กรม);* (E) *(bring back into existence)* นำกลับมาใหม่

reconstitution /riːkɒnstɪˈtjuːʃn, US -tuːʃn/รีคอนซฺติˈทิวช'น, -ทิวช'น/ *n.* (A) *(building up again)* การสร้างขึ้นใหม่; (B) *(restoration to natural state)* การทำให้กลับ *(คืน)* สู่สภาพเดิม; (C) *(reorganization)* การจัดตั้งใหม่; (D) *(bringing back into existence)* การนำกลับคืนมา

reconstruct /riːkənˈstrʌkt/รีเคินˈซตฺรัคทฺ/ *v.t.* (A) *(build again)* สร้างขึ้นใหม่ *(เมือง, อาคารสถานที่); (fig.)* ปะติดปะต่อขึ้นใหม่ *(เรื่องราว, เหตุการณ์ในอดีต, ขั้นตอนอาชญากรรม);* (B) *(reorganize)* จัดตั้งใหม่, เรียบเรียงใหม่

reconstruction /riːkənˈstrʌkʃn/รีเคินˈซตฺรัคช'น/ *n.* (A) *(process)* การสร้างขึ้นใหม่; *(reorganization)* การจัดตั้งใหม่; (B) *(thing reconstructed)* สิ่งที่สร้างขึ้นใหม่

record ❶ /rɪˈkɔːd, US reˈkərd/เร็ˈคอด, เร็ˈเคิรด/ *v.t.* (A) บันทึก, อัด; **~ a new CD** บันทึกแผ่นซีดีใหม่; **~ sth. in a book/painting** บันทึก *ส.น.* ลงในหนังสือ/ภาพวาด; **be ~ed for ever in sb.'s memory** บันทึกไว้ในความทรงจำของ *ค.น.* ตลอดไป; **history ~s that ...:** ประวัติศาสตร์บันทึกไว้ว่า...; (B) *(register officially)* ลงบันทึกอย่างเป็นทางการ; **~ one's vote** ลงคะแนนเสียง; **count and ~ the votes** นับและบันทึกคะแนนเสียง ❷ *v.i.* บันทึก; *(on tape)* อัด; **the tape recorder isn't ~ing properly** เครื่องบันทึกเสียงอัดเสียงไม่ทำงาน ❸ /ˈrekɔːd/ˈเร็คคอด/ *n.* (A) **be on ~:** *(คดี, คำกล่าว)* บันทึกอย่างเป็นทางการ; **there is no such case on ~:** ไม่มีคดีดังกล่าวปรากฏในบันทึก; **it is on ~ that ...:** มีบันทึกไว้ว่า...; **have sth. on ~:** มี *ส.น.* ปรากฏอยู่ในบันทึก; **there is nothing on ~ to prove that ...:** ไม่มีอะไรบันทึกเป็นลายลักษณ์อักษรที่จะพิสูจน์ว่า...; **put sth. on ~:** บันทึก *ส.น.* ไว้; **I am quite happy to go on ~ as having said that** ฉันพร้อมที่จะให้มีการบันทึกคำพูด/คำกล่าวของฉัน; **it is a matter of ~ that ...:** มีบันทึกไว้ว่า...; (B) *(report)* รายงาน; *(Law: official report)* รายงานของศาล; (C) *(document)* เอกสาร, ระเบียน; *(piece of evidence)* หลักฐานที่บันทึก/เก็บไว้; **medical ~s** เวชระเบียน; **criminal ~s** ประวัติอาชญากร; **~ of attendance** รายงานการเข้าชั้นเรียน; **keep a ~ of sth.** เก็บประวัติของ *ส.น.;* *(listing persons)* ลงรายชื่อไว้; **for the ~:** เพื่อที่จะได้บันทึกไว้, เพื่อความถูกต้อง; **just for the ~:** เพื่อที่จะได้บันทึกไว้, เพื่อความถูกต้อง; **[strictly] off the ~:** ไม่เป็นทางการ, เป็นความลับ [อย่างยิ่ง]; **get** *or* **keep** *or* **put** *or* **set the ~ straight** ให้/แก้ข้อมูล/ข้อเท็จจริงที่ถูกต้อง; **let me put the ~ straight** ขอให้ฉันอธิบายข้อมูลที่ถูกต้อง *หรือ* ขอให้ฉันแก้ข้อมูล; (D) *(disc for gramophone)* แผ่นเสียง; **make a ~:** อัดแผ่นเสียง; (E) *(facts of sb.'s/sth.'s past)* ประวัติ; **have a good ~ [of achievements]** มีประวัติ [ของความสำเร็จ] ที่ดี; **the aircraft has an excellent ~ for reliability/a good safety ~:** เครื่องบินลำนี้มีประวัติยอดเยี่ยมในเรื่องความน่าเชื่อถือ/ที่ดีในเรื่องความปลอดภัย; **have a [criminal/police] ~:** มีประวัติอาชญากรรม; **keep a clean ~:** รักษาประวัติที่ไม่ด่างพร้อยไว้; (F) *(best performance)* สถิติ; **set a ~:** ทำสถิติ; **break** *or* **beat the ~:** ทำลายสถิติ ❹ *attrib., adj. (สัญญา, บริษัท)* อัดเพลง; *(การวิ่ง, การพยายาม)* ทำลายสถิติ

record /ˈrekɔːd/ˈเร็คคอด/: **~ album** *n.* แผ่นเสียง, ชุดแผ่นเสียง; **~-breaking** *adj.* ที่ทำลายสถิติ; **~ deck** *n.* เครื่องเล่นแผ่นเสียง

recorded /rɪˈkɔːdɪd/ริˈคอดิด(ร)/ *adj.* ที่บันทึกไว้, ที่อัดไว้; **~ music** ดนตรีที่บันทึกเสียงไว้

recorded deˈlivery *n. (Brit. Post) (จดหมาย)* ที่ลงทะเบียน; **send sth. by ~ delivery** ส่ง *ส.น.* โดยการลงทะเบียน

recorder /rɪˈkɔːdə(r)/ริˈคอเดอะ(ร)/ *n.* (A) *(instrument/apparatus)* เครื่องบันทึก; **earthquake ~:** เครื่องบันทึกการเกิดแผ่นดินไหว; (B) ➡ **tape recorder;** (C) *(Mus.)* ขลุ่ยชนิดหนึ่ง; (D) *(Brit. Law)* ผู้พิพากษาประจำเมืองหรือตำบล

ˈrecord holder *n. (Sport)* ผู้เป็นเจ้าของสถิติ

recording /rɪˈkɔːdɪŋ/ริˈคอดิง/ *n.* (A) *(process)* การบันทึก/อัดเสียง/เทป; (B) *(what is recorded)* สิ่งที่บันทึกไว้; *(to be heard or seen later)* สิ่งที่อัดไว้

recording: **~ ˈangel** *n. (Theol.)* เทพยดาที่ถือว่ามีหน้าที่บันทึกพฤติกรรมของมนุษย์; **~ head** *n.* ส่วนของเครื่องบันทึกที่โอนสัญญาณไฟฟ้าไปยังสื่อจัดเก็บ; **~ session** *n.* การบันทึกเสียง/เทปแต่ละครั้ง; **~ studio** *n.* ห้องอัด; **~ van** *n.* รถตู้ที่ใช้ในการบันทึกเทปรายการ *(โทรทัศน์)*

recordist /rɪˈkɔːdɪst/ริˈคอดิซทฺ/ *n.* **[sound] ~:** เจ้าหน้าที่บันทึกเสียง

record /ˈrekɔːd/ˈเร็คคอด/: **~ library** *n.* ห้องสมุดแผ่นเสียงเทปและซีดีเพลง; **R~ Office** ➡ **Public R~ Office;** **~ player** *n.* เครื่องเล่นแผ่นเสียง; **~ shop** *n.* ร้านขายแผ่นเสียง; **~ sleeve** *n.* ปกแผ่นเสียง; **~ token** *n.* บัตรแลกแผ่นเสียง

recount /rɪˈkaʊnt/ริˈคาวนฺทฺ/ *v.t. (tell)* เล่า, บรรยาย

re-count ❶ /riːˈkaʊnt/รีˈคาวนฺทฺ/ *v.t. (count again)* นับใหม่ ❷ /ˈriːkaʊnt/ˈรีคาวนฺทฺ/ *n.* การนับใหม่ *(โดยเฉพาะคะแนนเสียง);* **have a ~:** นับ *(คะแนนเสียง)* ใหม่

recoup /rɪˈkuːp/ริˈคูพ/ *v.t.* (A) *(regain)* เอาคืน *(สิ่งที่หายไป);* ได้กลับคืนมา *(พลังที่หายไป);* (B) *(reimburse)* ชดใช้; **~ oneself** ชดใช้ตัวเอง *(เงินที่จ่ายไป)*

recourse /rɪˈkɔːs/ริˈคอซ/ *n.* (A) *(resort)* การหาทางออก; การพึ่งพา; **have ~ to sb./sth.** หันไปพึ่งพา/อาศัย *ค.น./ส.น.;* (B) *(person or thing resorted to)* คน หรือ สิ่งที่พึ่งพา, ทางออก; **your only ~ is legal action** ทางออกอย่างเดียวของคุณคือการดำเนินคดีตามกฎหมาย; (C) *(Finance)* สิทธิในการไล่เบี้ย

recover /rɪˈkʌvə(r)/ริˈคัฟเวอะ(ร)/ ❶ *v.t.* (A) *(regain)* เอากลับคืนมา; (B) *(find again)* พบอีก *(รอยสัตว์ที่ตามอยู่, ของหาย);* (C) *(retrieve)* กู้คืนมา *(ซากเรือใต้น้ำ);* (D) *(make up for)* ชดเชย *(เวลาที่เสียไป);* (E) *(acquire again)* ได้กลับคืนมา; **have ~ed one's lost appetite/normal colour** กลับมาเจริญอาหารเช่นเดิม/ไม่ซีดเซียวเหมือนเมื่อก่อน; **~ consciousness** ฟื้นคืนสติ; **~ one's senses** *(lit. or fig.)* ได้สติ *(คืนมา);* **~ the use of one's hands/feet** กลับใช้มือ/เท้าได้อย่างเดิม; **~ one's sight** มองเห็นได้เหมือนเดิมอีกครั้งหนึ่ง; **~ one's voice** เสียงกลับมาเหมือนเดิม; **~ one's breath** หายจากอาการหอบ; **~ oneself** สำรวมสติ; (F) *(reclaim)* **~ land from the sea** ถมทะเล; **~ metal from scrap** แยกโลหะออกมาจากเศษเหล็ก; (G) *(Law)* ได้กลับคืนมา *(ค่าใช้จ่ายคดี)* ❷ *v.i.* ➤ **453 ~ from sth.** หายจาก *ส.น.* เป็นปกติ; **how long will it take him to ~?** จะใช้เวลาอีกนานเท่าไรก่อนเขาจะหายเป็นปกติ; **be [completely** *or* **totally** *or* **fully** *or* **quite] ~ed** หายป่วย [โดยสิ้นเชิง]

r

re-cover /rɪˈkʌvə(r)/รี่คัฺเวอะ(ร)/ *v.t.* หุ้มใหม่ *(เก้าอี้, เบาะ)*

recoverable /rɪˈkʌvərəbl/รีคัฺเวอะเรอะบ'ล/ *adj.* Ⓐ *(capable of being regained)* เอากลับคืนมาได้; **the cost was ~ through his insurance policy** ได้ค่าใช้จ่ายคืนมาจากกรมธรรม์ประกันภัยของเขา; Ⓑ *(capable of being restored)* ฟื้นฟู/กลับสู่สภาพเดิมได้; Ⓒ *(Law)* ชนะคดี *(หนี้สิน, เงิน)* คืนมาได้; Ⓓ *(extractable)* สกัด/แยกออกมาได้ *(น้ำมัน, ก๊าซ)*

recovered memory syndrome *n.* อาการที่ความทรงจำกลับคืนมา

recovery /rɪˈkʌvərɪ/รีคัฺเวอะริ/ *n.* Ⓐ ➤ 453 *(restoration)* การหายเป็นปกติ, การคืนสู่สภาพเดิม; **be on the road to ~:** กำลัง/ใกล้จะหายเป็นปกติ; **make a quick/good ~:** หาย *(เป็นปกติ)* เร็ว/ดี; **he is past ~:** เขาไม่มีโอกาสหายได้; Ⓑ *(regaining of sth. lost)* การได้คืนมา; Ⓒ *(Law) (of debts)* การเอาหนี้สินคืนมา; **~ of damages** การได้ค่าเสียหายคืนมา; Ⓓ *(Swimming, Rowing)* การกลับคืนสู่ท่าปกติ; Ⓔ *(extraction, reclamation)* การสกัด/แยกออกมา *(น้ำมัน, โลหะ)*

re'covery: ~ position *n. (Med.)* ท่านอนตะแคงขวางอข้างหนึ่ง *(หลังจากเกิดอาการป่วยอย่างฉับพลัน)*; **~ room** *n. (Med.)* ห้องพักฟื้น; **~ vehicle** *n.* รถลากรถเสีย

recreant /ˈrekrɪənt/เร็คคริเอินทฺ/ *(literary)* ❶ *adj.* Ⓐ *(cowardly)* ขี้ขลาด, ตาขาว; Ⓑ *(treacherous)* ทรยศ, หักหลัง; *(apostate)* ละทิ้งศาสนา ❷ *n.* Ⓐ *(coward)* คนขี้ขลาด; Ⓑ *(betrayer)* คนทรยศ; *(apostate)* ผู้ที่ละทิ้งศาสนา

recreate /riːkrɪˈeɪt, ˈrekrɪet/รีคริ'เอท, 'รีคริเอท/ *v.t.* Ⓐ *(create over again)* สร้างขึ้นใหม่ *(ตึก, บรรยากาศ)*; Ⓑ *(simulate, re-enact)* ทำให้เหมือนจริง; เลียนแบบ *(งานศิลปะ, ฉากละคร)*

recreation /rekrɪˈeɪʃn/เระคริ'เอช'น/ *n.* Ⓐ *(act of relaxing)* การพักผ่อนหย่อนใจ, สันทนาการ; Ⓑ *(means of entertainment)* การหาความบันเทิง, งานอดิเรก; **for *or* as a ~:** เพื่อเป็นการพักผ่อนหย่อนใจ; **he enjoys driving as a ~:** เขาชอบขับรถเป็นงานอดิเรก

recreational /rekrɪˈeɪʃənl/เระคริ'เอเชอะน'ล/ *adj.* *(กิจกรรม, ศักยภาพ)* เป็นการพักผ่อน; **~ drug** ยาเสพติดที่วัยรุ่นกินตอนเที่ยว; **~ vehicle** *(Amer.)* รถตู้ที่นอนได้

recreation: ~ centre *n.* ศูนย์สำหรับพักผ่อนหย่อนใจ/สันทนาการ; **~ ground** *n.* สนามกีฬา; *(for children)* สนามเด็กเล่น; **~ period** *n.* ช่วงเวลาสันทนาการ; **~ room** *n.* Ⓐ *(playroom)* ห้องนั่งเล่น; *(hobbyroom)* ห้องทำงานอดิเรก; Ⓑ *(public room)* ห้องสันทนาการ; **~ time** *n.* เวลาพักผ่อน; *(in school)* เวลาพัก

recriminate /rɪˈkrɪmɪneɪt/รี'คริมมิเนท/ *v.i.* กล่าวหาโต้ตอบ, ฟ้องแย้ง

recrimination /rɪkrɪmɪˈneɪʃn/ริคริมมิ'เนช'น/ *n.* การกล่าวหาโต้ตอบ; *(counter-accusation)* **[mutual] ~s** การกล่าวโทษซึ่งกันและกัน

recrudescence /riːkruːˈdesəns/รีครู'เด็ซเซินซฺ/ *n. (of symptoms, disease)* การเกิดอาการขึ้นมาอีก; *(of epidemic, aggression, violence)* การระบาดอีกครั้งหนึ่ง, การเกิดขึ้นอีกครั้ง

recruit /rɪˈkruːt/ริ'ครูท/ ❶ *n.* Ⓐ *(Mil.)* ทหารเกณฑ์ใหม่; **a raw ~:** ทหารเกณฑ์ใหม่; Ⓑ *(Amer.) (soldier of lowest rank)* พลทหาร, ทหารยศต่ำสุด; *(sailor of lowest rank)* ทหารเรือยศต่ำสุด; Ⓒ *(new member)* สมาชิกใหม่; Ⓓ **[raw] ~** *(fig.: novice)* เณร ❷ *v.t.* Ⓐ *(Mil.: enlist)* เกณฑ์ทหาร; *(into society, party, etc.)* หาสมาชิกใหม่; Ⓑ *(select for appointment)* คัดเลือก, รับพนักงานใหม่; **staff were ~ed once a year** มีการรับพนักงานใหม่ปีละครั้ง ❸ *v.i.* Ⓐ *(Mil.: enlist)* เกณฑ์ทหาร; *(สมาคม, พรรค)* หาสมาชิกใหม่; Ⓑ *(select for appointment)* คัดเลือกเข้าทำงาน; **~ for staff** รับสมัครพนักงานเข้าทำงาน; **~ from one's own staff** คัดเลือกจากพนักงานของตนเอง

recruitment /rɪˈkruːtmənt/ริ'ครูทเมินทฺ/ *n.* Ⓐ *(Mil.)* การเกณฑ์ทหาร; *(for membership)* **~ of members** การหาสมาชิกใหม่; **~ has been good this year** การหาสมาชิกใหม่ในปีนี้เป็นไปด้วยดี; **~ for evening classes** การหาผู้เข้าเรียนภาคค่ำ; Ⓑ *(process of selecting for appointment)* การคัดเลือก *(บุคคล)* เข้าทำงาน

recta *pl. of* **rectum**

rectal /ˈrektəl/'เร็คเทิล/ *adj. (Anat.)* เกี่ยวกับปลายด้านทวารของลำไส้

rectangle /ˈrektæŋgl/'เร็คแทงก'ล/ *n.* สี่เหลี่ยมผืนผ้า

rectangular /rekˈtæŋgjʊlə(r)/เร็ค'แทงกิวเลอะ(ร)/ *adj.* Ⓐ **~[-shaped]** เป็นรูปสี่เหลี่ยมผืนผ้า; Ⓑ *(placed at right angles)* เป็นมุมฉาก

rectifiable /ˈrektɪfaɪəbl, rektɪˈfaɪəbl/'เร็คทิไฟเออะบ'ล, เร็คทิ'ฟายเออะบ'ล/ *adj.* แก้ไขได้; **do you think the situation is ~?** คุณคิดว่าสถานการณ์นี้จะแก้ไขได้ไหม

rectification /rektɪfɪˈkeɪʃn/เร็คทิฟิ'เคช'น/ *n.* Ⓐ *(correction of error)* การแก้ไข *(ข้อผิดพลาด)*; Ⓑ *(Electr.) การแปลงไฟฟ้ากระแสสลับให้เป็นกระแสตรง*

rectifier /ˈrektɪfaɪə(r)/'เร็คทิไฟเออะ(ร)/ *n.* *(Electr.) เครื่องมือที่เปลี่ยนไฟฟ้ากระแสสลับให้เป็นกระแสตรง*

rectify /ˈrektɪfaɪ/'เร็คทิฟาย/ *v.t.* Ⓐ แก้ไข *(คำพูด, ความผิดพลาด)*; **~ the situation** แก้ไขสถานการณ์; Ⓑ *(Electr.)* แปลงไฟฟ้ากระแสสลับให้เป็นกระแสตรง

rectilineal /rektɪˈlɪnɪəl/เร็คทิ'ลินเนียล/, **rectilinear** /rektɪˈlɪnɪə(r)/เร็คทิ'ลินเนีย(ร)/ *adj.* เป็นเส้นตรง

rectitude /ˈrektɪtjuːd, US -tuːd/'เร็คทิทิวด, -ทูด/ *n.* Ⓐ *(with regard to morality)* ความมีศีลธรรม; **a life of ~:** ชีวิตที่มีศีลธรรม; Ⓑ *(with regard to correctness)* ความถูกต้อง

rectoscopy /rekˈtɒskəpɪ/เร็ค'ทอซเกอะปิ/ *n.* *(Med.)* การตรวจส่องทวารหนักด้วยกล้อง

recto /ˈrektəʊ/'เร็คโท/ *n., pl.* **~s** *(Printing, Bibliog.)* Ⓐ *(right-hand page)* หน้าขวา, หน้าคี่; Ⓑ *(front of leaf)* ด้านหน้าของแผ่นกระดาษ

rector /ˈrektə(r)/'เร็คเทอะ(ร)/ *n.* Ⓐ นักบวชโปรเตสแตนต์ที่ปกครองแขวง; Ⓑ *(Univ.)* อธิการบดี

rectory /ˈrektərɪ/'เร็คเทอะริ/ *n.* ที่อยู่ของนักบวช

rectum /ˈrektəm/'เร็คเทิม/ *n., pl.* **~s** *or* **recta** /ˈrektə/'เร็คตา/ *(Anat.)* ปลายด้านทวารของลำไส้

recumbent /rɪˈkʌmbənt/ริ'คัมเบินทฺ/ *adj.* นอนลง, เอกเขนก; **be [lying] ~:** นอนลง/เอกเขนก

recuperate /rɪˈkjuːpəreɪt/ริ'คิวเพอะเรท/ ❶ *v.i.* ฟื้นไข้ ❷ *v.t.* ทำให้ *(สุขภาพกำลัง)* ฟื้นคืน; **~ one's strength/health** ทำให้มีแรง/สุขภาพดีขึ้นมา

recuperation /rɪkuːpəˈreɪʃn/ริคูเพอะ'เรช'น/ *n.* การพักฟื้น; **in rest and ~:** กำลังพักผ่อนและพักฟื้น

recuperative /rɪˈkjuːpərətɪv/ริ'คิวเพอะเรอะทิว/ *adj.* ที่ช่วยเพิ่มพลัง, ที่ช่วยด้านสุขภาพ; **~ remedies/powers** ยารักษาให้ฟื้นตัว/ความสามารถในการฟื้นสุขภาพ

recur /rɪˈkɜː(r)/ริ'เคอ(ร)/ *v.i.,* **-rr-** Ⓐ *(ปัญหา)* เกิดขึ้นอีก, เกิดซ้ำ; *(โรค)* กลับคืนมา; Ⓑ *(return to one's mind)* *(ความคิด, ความกลัว)* วนกลับมาในความคิด; Ⓒ *(Math.)* **~ring decimal** เศษทศนิยมไม่รู้จบ; **2.3 ~ring** เศษทศนิยมไม่รู้จบ 2.3

recurrence /rɪˈkʌrəns/ริ'เคอเรินซฺ/ *n.* Ⓐ การเกิดขึ้นอีก, การเกิดซ้ำ; *(of illness, complaint)* ความป่วยที่กลับคืนมา; *(of problem, symptom)* การเกิดซ้ำ; **there's to be no ~ of this type of behaviour** จะต้องไม่มีพฤติกรรมเช่นนี้เกิดขึ้นอีก; Ⓑ *(to mind)* การกลับมาคิดอีก

recurrent /rɪˈkʌrənt/ริ'เคอเรินทฺ/ *adj.* เกิดขึ้นอีก, เกิดขึ้นเรื่อย; **have ~ problems with sth.** มีปัญหาซ้ำซากกับ *ส.น.*

recyclable /riːˈsaɪkləbl/รี'ไซเคลอะบ'ล/ *adj.* ที่นำกลับมาใช้ได้อีก

recycle /riːˈsaɪkl/รี'ไซค'ล/ *v.t. (reuse)* นำมาใช้อีก *(กระดาษ, ขวด, ผ้า)*; *(convert)* รีไซเคิล *(ท.ศ.)*; ดัดแปลงใช้ประโยชน์อื่น; **~d paper** กระดาษรีไซเคิล *(ท.ศ.)*

recycling /riːˈsaɪklɪŋ/รี'ไซค'ลิง/ *n.* การนำกลับมาใช้ใหม่, การรีไซเคิล *(ท.ศ.)*; **~ plant** โรงงานรีไซเคิล

red /red/เร็ด/ ❶ *adj.* Ⓐ แดง, สีแดง; **the ~ colour of the setting sun** สีแดงของพระอาทิตย์ยามตกดิน; **go ~ with shame** *(หน้า)* แดงด้วยความละอาย; **go ~ in the face** หน้าแดง; **as ~ as a beetroot** หน้าแดงมากด้วยความเขิน; **her eyes were ~ with crying** ตาเธอแดงก่ำจากการร้องไห้; ➡ **+ paint** 2 A; **'see** 2 A; Ⓑ *(anarchistic)* เกี่ยวกับการนองเลือดและการปฏิวัติ; Ⓒ **R~** *(Hist.: Soviet Russian)* พวกแดง, คอมมิวนิสต์สหภาพโซเวียต; **the R~ Army** กองทัพแดง *(ของสหภาพโซเวียต)*; **better R~ than dead** เป็นคอมมิวนิสต์ดีกว่าตาย ❷ *n.* Ⓐ *(colour)* สีแดง; *(in roulette)* ช่องแดง; *(redness)* ความเป็น/มีสีแดง; **the ~s** สีแดง; **underline sth. in ~:** ขีดเส้นใต้เป็นสีแดง; Ⓑ *(debt)* **get out of the ~:** ไม่เป็นหนี้อีกแล้ว; **[be] in the ~:** ติดตัวแดง, เป็นหนี้; Ⓒ **Red** *(communist)* คอมมิวนิสต์; **Reds under the bed scare** ความกลัวการแทรกซึมของพวกคอมมิวนิสต์; Ⓓ *(ball)* ลูกสีแดง; Ⓔ *(~ clothes)* **dressed in ~:** สวมชุดสีแดง; Ⓕ *(traffic light)* ไฟแดง; **the traffic light is at ~:** สัญญาณไฟแดง; **we drove straight through on ~:** เราขับรถฝ่าไฟแดง

red: ~ admiral ➡ **admiral** B; **~ alert** *n.* ระดับความฉุกเฉินสูงสุด; **be on ~ alert** อยู่ในสภาพฉุกเฉินสูงสุด; **~-blooded** /ˈredblʌdɪd/'เร็ดบลัดดิด/ *adj.* แข็งแรง, มีกำลังวังชา; **~breast** *n. (Ornith.)* นกขนาดเล็ก *Erithacus rubecula* หน้าอกสีแดง; **~brick** *adj. (Brit.)* *(มหาวิทยาลัย)* ที่ก่อตั้งหลังสงครามโลกครั้งที่สอง; **~cap** *n.* Ⓐ *(Brit.: military policeman)* สารวัตรทหาร; Ⓑ *(Amer.: railway porter)* พนักงานขนกระเป๋า; **~ 'card** *n. (Footb.)* ใบแดง; **~ 'carpet** *n. (lit.)* พรมสีแดง; *(fig.)* การต้อนรับอย่างสมเกียรติ; **~-carpet** *adj.* ที่สมเกียรติ; **give sb. the**

~-carpet treatment *or* **a ~-carpet reception** ให้การรับรอง/ต้อนรับ ค.น. อย่างเต็มที่; **~ cell** *n. (Anat., Zool.)* เม็ดเลือดแดง; **~ 'cent** *n. (Amer.)* หนึ่งเซนต์, เป็นจำนวนเล็กน้อย; **~-cheeked** *adj.* ที่มีแก้มแดง; **Red 'China** *n.* จีนแดง; **~coat** *n. (Brit. Hist.)* ทหารอังกฤษ; **~ corpuscle** ➡ **red cell; Red 'Crescent** *n.* สภาชีกวงเดือนแดง; **Red 'Cross** *n.* สภากาชาด; **~'currant** *n.* ผลไม้เป็นพวงสีแดงเล็ก ๆ *Rubus rubrum*

redden /'redn/'เร็ด'น/ ❶ *v.i. (หน้า, ท้องฟ้า)* เป็นสีแดง; **his face ~ed [with shame** *etc.***]** หน้าเขาแดง [ด้วยความละอาย ฯลฯ] ❷ *v.t.* ทำให้เป็นสีแดง

reddish /'redɪʃ/'เร็ดดิช/ *adj.* ค่อนข้างแดง; **~ brown** *(สี)* น้ำตาลอมแดง

redecorate /ri:'dekəreɪt/รี'เด็คเคอะเรท/ *v.t.* ตกแต่งใหม่; *(with wallpaper)* ติดกระดาษผนังใหม่; *(with paint)* ทาสีใหม่

redecoration /ri:dekə'reɪʃn/รีเด็คเคอะ'เรช'น/ *n.* การตกแต่งใหม่; *(with wallpaper)* การใช้กระดาษปิดผนังใหม่; *(with paint)* การทาสีใหม่

redeem /rɪ'di:m/ริ'ดีม/ *v.t.* Ⓐ *(regain)* ได้กลับคืนมา *(สุขภาพ, ศักดิ์ศรี)*; Ⓑ *(buy back)* ซื้อคืนมา, ไถ่ถอน *(การจำนอง)*; Ⓒ *(convert)* แลก, เปลี่ยน *(ใบหุ้น, บัตร)*; Ⓓ *(make amends for)* ชดเชย, ชดใช้ *(การทำผิด)*; **he has one ~ing feature** เขามีลักษณะที่ชดเชยอย่างหนึ่ง; Ⓔ *(repay)* ชดใช้, จ่ายคืน *(หนี้สิน)*; **~ one's obligation to sb.** ชดใช้หนี้แก่ ค.น.; Ⓕ *(fulfil)* ทำตามสัญญา; Ⓖ *(save)* ปลดเปลื้อง, ช่วยให้พ้นจาก ส.น.; **~ sb. from his sins/from hell** ไถ่ ค.น. จากบาป/ช่วย ค.น. ให้พ้นจากนรก; Ⓗ *(make less bad)* ช่วยบรรเทา *(สถานการณ์)*; ทำให้ดีขึ้น *(งานเลี้ยง)*; **~ oneself** ทำให้ตนเองดูดีขึ้น; **he ~ed himself in their eyes by apologizing** เขาทำให้ตนเองดูดีขึ้นในสายตาของพวกเขาโดยการขอโทษ

redeemable /rɪ'di:məbl/ริ'ดีเมอะบ'ล/ *adj.* *(การจำนอง, ใบประกัน, หุ้น)* ไถ่ถอนได้; ซื้อคืนได้, ปลดเปลื้องหนี้ได้; *(สถานการณ์)* ทำให้ดีขึ้นได้

redeemer /rɪ'di:mə(r)/ริ'ดีเมอะ(ร)/ *n.* Ⓐ ผู้ไถ่ถอน, ผู้ซื้อคืน, ผู้ไถ่บาป; Ⓑ **R~** *(Relig.)* พระเยซูคริสต์

redefine /ri:dɪ'faɪn/รีดิ'ฟายนฺ/ *v.t.* ให้คำจำกัดความใหม่

redemption /rɪ'dempʃn/ริ'เด็มพฺช'น/ *n.* Ⓐ *(of pawned goods)* การไถ่ของที่จำนำ; Ⓑ *(of tokens, trading stamps, stocks, etc.)* การแลกเปลี่ยนเป็นสินค้า/เงินสด; Ⓒ *(of mortgage, debt)* การใช้/ชำระหนี้; Ⓓ *(of promise, pledge)* การปฏิบัติตามสัญญา; Ⓔ *(of person, country)* การช่วยเหลือให้รอดพ้นจาก ส.น.; **he's past** *or* **beyond ~:** เขาเลวร้าย [จน] เกินกว่าจะช่วยเหลือได้; **the situation is beyond ~:** สถานการณ์เลวร้ายเกินกว่าจะเยียวยาได้; Ⓕ *(deliverance from sin)* การไถ่บาป; Ⓖ *(thing that redeems)* สิ่งที่ไถ่ถอน/เอากลับคืนมา

redeploy /ri:dɪ'plɔɪ/รีดิ'พลอย/ *v.t.* โยกย้าย *(คนงาน, ทหาร)*; **~ from ... to ...:** โยกย้ายกำลังคนจาก...ไปยัง...

redeployment /ri:dɪ'plɔɪmənt/รีดิ'พลอยเมินทฺ/ *n. (of troops, missiles)* การโยกย้าย; *(of labour, force, workers, staff)* การสับเปลี่ยน; **~ from ... to...:** การสับเปลี่ยนกำลังคนจาก...ไปที่...

redesign /ri:dɪ'zaɪn/รีดิ'ซายนฺ/ *v.t.* ออกแบบใหม่

red: ~-eyed *adj.* **be ~-eyed** ตาแดง; **~-faced** *adj.* หน้าแดง; **be ~-faced** *(with rage/embarrassment)* หน้าแดงด้วยความโกรธ/ความเขินอาย; **go ~-faced with rage** หน้าแดงด้วยความโกรธ; **~ 'flag** ➡ **'flag 1; Red 'Guard** *n.* กองทหาร/กองทัพของเยาวชนคอมมิวนิสต์ในจีนแดง; *(member)* สมาชิกกองทัพเยาวชนคอมมิวนิสต์ในจีนแดง; **~-haired** *adj.* มีผมแดง; **~-handed** /red'hændɪd/เร็ดแฮนดิด/ *adj.* **catch sb. ~-handed** จับ ค.น. ได้คาหนังคาเขา; **~head** *n.* คนผมแดง; **~-headed** /'redhedɪd/'เร็ดเฮ็ดดิด/ *adj.* มีผมแดง; **be ~-headed** มีผมสีแดง; **~ heat** *n.* ความร้อนจัดจนเปล่งสีแดง; สภาพที่ร้อนเป็นไฟ; *(fig.)* ความตื่นเต้นสุดขีด; **bring to a ~ heat** ทำให้ร้อนเป็นไฟ, ทำให้ตื่นเต้นมาก; **~ 'herring** *n.* Ⓐ *(fish)* ปลาแฮริ่ง ชนิดรมควัน; Ⓑ *(fig.)* เรื่องหรือคำพูดที่เบี่ยงเบนความสนใจ; *(in thriller, historical research)* อุบายที่หลอกลวง; **~-hot** *adj.* Ⓐ ร้อนจนแดง; Ⓑ *(fig.)* น่าตื่นเต้นมาก; *(ข่าว, ภาพยนตร์)* ล่าสุด, ใหม่เอี่ยม; **this new film is ~-hot stuff** ภาพยนตร์เรื่องใหม่นี้น่าตื่นเต้นมาก

redial ❶ /ri:'daləl/รี'ดายเอิล/ *v.t.* หมุน *(หมายเลขโทรศัพท์)* ซ้ำอีกครั้ง; **to ~ just press the button** ต้องการต่อหมายเลขโทรศัพท์ซ้ำอีกครั้ง ให้กดปุ่ม ❷ /'ri:daɪəl/'รีดายเอิล/ *n.* การหมุนหมายเลขโทรศัพท์ซ้ำอีกครั้ง; **last number ~:** การหมุนหมายเลขโทรศัพท์สุดท้ายซ้ำอีกครั้ง; **~ button** ปุ่มกดหมายเลขโทรศัพท์ซ้ำอีกครั้ง

redid ➡ **redo**

Red 'Indian *(Brit. dated)* ❶ *n.* อินเดียนแดง ❷ *adj.* เป็น/เกี่ยวกับอินเดียนแดง

redirect /ri:daɪ'rekt, ri:dɪ'rekt/รีได'เร็คทฺ, รีดิ'เร็คทฺ/ *v.t.* จ่าหน้าซองใหม่ *(จดหมาย)*; จัดไปอีกทาง *(การจราจร)*

redirection /ri:dai'rekʃn, ri:dɪ'rekʃn/รีได'เร็คช'น, รีดิ'เร็คช'น/ *n. (of mail)* การจ่าหน้าซองจดหมายใหม่; *(of traffic)* การเปลี่ยนทิศทางใหม่; *(of question)* การถามไปที่คนอื่น

rediscover /ri:dɪ'skʌvə(r)/รีดิ'ซกัฟเวอะ(ร)/ *v.t.* ค้นพบอีกครั้ง

rediscovery /ri:dɪ'skʌvərɪ/รีดิ'ซกัฟเวอะริ/ *n.* การค้นพบอีกครั้ง

redistribute /ri:dɪ'strɪbju:t/รีดิ'ซตฺริบบิวทฺ/ *v.t.* แบ่งปันใหม่, จัดสรรใหม่ *(ทรัพย์สิน, ที่ดิน)*; *(reorganize)* จัดใหม่

redistribution /ri:dɪstrɪ'bju:ʃn/รีดิซตฺริบ'บิวช'น/ *n. (of land, wealth)* การแบ่งที่ดิน/สมบัติใหม่; *(of labour etc.)* การจัดสรรแรงงานใหม่; *(reorganization)* การจัด *(องค์กร)* ใหม่

red: ~ lead /red 'led/เร็ด 'เล็ด/ *n.* ตะกั่วแดงใช้เป็นสีย้อม; **~-'letter day** *n.* Ⓐ *(memorable day)* วันสำคัญ, วันที่จะไม่มีวันลืม; Ⓑ *(Relig.)* วันอาทิตย์และวันสำคัญทางศาสนา; **~ 'light** *n.* Ⓐ สัญญาณเตือนภัย; *(of traffic lights)* สัญญาณไฟแดง; **drive straight through the ~ light** ขับรถฝ่าไฟแดง; Ⓑ *(fig.)* อันตราย; **they saw the** *or* **a ~ light** พวกเขาเห็นอันตรายใกล้เข้ามา; **~-light district** *n.* เขตซ่องโสเภณี; **~ meat** *n.* เนื้อวัวหรือเนื้อแกะ; **~neck** *n. (Amer.)* ชนชั้นกรรมกรผิวขาวจากรัฐทางใต้ของสหรัฐอเมริกา; *(derog.)* คนผิวขาวที่เหยียดสีผิว

redness /'rednɪs/'เร็ดนิส/ *n., no pl. (of face, skin, eyes, sky)* ความแดง; *(of blood, fire, rose, dress)* ความเป็นสีแดง

redo /ri:'du:/รี'ดู/ *v.t.,* **redoes** /ri:'dʌz/รี'ดัซ/, **redoing** /ri:'du:ɪŋ/รี'ดูอิง/, **redid** /ri:'dɪd/รี'ดิด/, **redone** /ri:'dʌn/รี'ดัน/ Ⓐ *(do again)* ทำใหม่ *(การสอบ, ผม)*; เขียนใหม่ *(เรียงความ, จดหมาย)*; **~ one's face** แต่งหน้าใหม่; Ⓑ *(redecorate)* ตกแต่งใหม่; *(repaper)* ปิดกระดาษบนผนังใหม่; *(repaint)* ทาสีใหม่

redolent /'redələnt/'เร็ดเดอะเลินทฺ/ *adj.* Ⓐ มีกลิ่นแรง; **~ odours** กลิ่นแรง; **~ of** *or* **with sth.** เต็มไปด้วยกลิ่น ส.น.; Ⓑ *(fig.)* **be ~ of sth.** ชวนให้นึกถึง ส.น.

redone ➡ **redo**

redouble /ri:'dʌbl/รี'ดับ'ล/ ❶ *v.t.* Ⓐ ทำให้เพิ่มทวี, ทำให้ใหญ่ขึ้น; Ⓑ *(Bridge)* เพิ่มแต้มได้เสียขึ้นเป็นสี่เท่า ❷ *v.i.* เพิ่มทวี, ทบทวี ❸ *n. (Bridge)* การเพิ่มแต้มได้เสียขึ้นเป็นสี่เท่า

redoubt /rɪ'daʊt/ริ'เดาท/ *n. (Mil.)* ที่มั่นนอกแนวรบ

redoubtable /rɪ'daʊtəbl/ริ'เดาเทอะบ'ล/ *adj.* *(บุคคล)* น่าเกรงขาม, มีชื่อเสียง; *(งาน, หน้าที่ ฯลฯ)* อันใหญ่หลวง

redound /rɪ'daʊnd/ริ'ดาวนฺด/ *v.i.* **~ to sb.'s advantage/disadvantage/honour** *or* **credit/fame** ส่งเสริมข้อได้เปรียบ/ข้อเสียเปรียบ/เกียรติยศ/ความน่าเชื่อถือ/ชื่อเสียงของ ค.น.; **~ to sb.'s reputation/good name** ส่งเสริมชื่อเสียงของ ค.น.

red 'pepper *n.* Ⓐ ➡ **cayenne;** Ⓑ *(vegetable)* พริกแดงจำพวก *Capsicum annuum*

redraft /ri:'drɑ:ft/รี'ดรฺาฟทฺ/ *v.t.* ร่าง *(เอกสาร)* ใหม่

red 'rag *n. (fig.)* สิ่งที่ยั่วให้โกรธ; **be like a ~ to a bull [to sb.]** เป็นสิ่งที่ยั่วให้ [ค.น.] โกรธ

redraw /ri:'drɔ:/รี'ดรฺอ/ *v.t., forms as* **draw** วาดใหม่

redress /rɪ'dres/ริ'เดร็ซ/ ❶ *n. (reparation, correction)* การแก้ไข, ค่าเสียหาย; **seek ~ for sth.** หาค่าเสียหาย ส.น.; **seek [legal] ~** หาวิธีแก้ไข [ทางกฎหมาย]; **have no ~:** ไม่มีทางแก้ ไข; *(Law)* ไม่มีสิทธิได้รับการชดเชย/ชดใช้ *(ค่าเสียหาย)* ❷ *v.t.* Ⓐ *(adjust again)* ปรับใหม่; **~ the balance** ปรับดุลยภาพใหม่; Ⓑ *(set right, rectify)* แก้ไขให้ถูกต้อง *(ความไม่ยุติธรรม, ความผิดพลาด)*

Red: ~ 'Riding Hood *pr. n.* หนูน้อยหมวกแดง; **~ 'Sea** *pr. n.* ทะเลแดง *(เชื่อมกับทะเลเมดิเตอร์เรเนียนโดยผ่านคลองสุเอซ)*

red: ~shank *n. (Ornith.)* นกทะเลพันธุ์ *Tringa totanus* หรือ *T. erythropus*; **~ shift** *n. (Astron.)* การเปลี่ยนแปลงของความยาวของคลื่นแสงจากกาแลคซีที่ห่างออกไป; **~skin** ➡ **Red Indian 1; Red Square** *n.* จัตุรัสแดง *(ในกรุงมอสโก สหพันธรัฐรัสเซีย)*; **~ 'squirrel** *n.* กระรอกขนสีแดง *Sciurus vulgaris*; **Red 'Star** *n.* ดาวแดง *(สัญลักษณ์ของประเทศคอมมิวนิสต์)*; **~start** *n. (Ornith.)* นกหางแดงในสกุล *Phoenicurus* ขนาดเล็ก พบในทวีปอเมริกาเหนือ; **~ 'tape** *n. (fig.)* ระเบียบราชการที่สลับซับซ้อน; **cut through the ~ tape** หลบเลี่ยงระเบียบราชการที่สลับซับซ้อน; **Red 'Terror** ➡ **terror A**

reduce /rɪ'dju:s, US -'du:s/ริ'ดิวซ, –'ดูซ/ ❶ *v.t.* Ⓐ *(diminish)* ลด *(ราคา, ไข้, ความดัน, ความเร็ว)*; ย่อ *(ขนาด)*; ตัดทอน *(ค่าใช้จ่าย)*; **at ~d prices** ในราคาที่ถูกลง; **~ one's weight** ลดน้ำหนัก; Ⓑ **~ to order/despair/silence/**

r

reducer | reface 734

tears/submission ทำให้มีระเบียบ/สิ้นหวัง/เงียบลง/ร้องไห้/ยอมจำนน; **~ sb. to begging** ทำให้ *ค.น.* ต้องออกขอทาน; **be ~d to starvation** ตกอยู่ในสภาพอดอาหาร; **be ~d to borrowing money/pawning sth.** ตกในสภาพที่ต้องยืมเงินทอง/จำนำ *ส.น.*; **live in ~d circumstances** มีชีวิตที่ยากจนลงกว่าเดิม; **~ sb. to the ranks** ลดขั้น/ตำแหน่ง *ค.น.* ให้เป็นพลทหาร; Ⓒ *(convert to other form)* **~ wood to pulp** บดไม้เป็นเยื่อกระดาษ; **~ yards to inches** เปลี่ยนหลาให้เป็นนิ้ว; Ⓓ *(Photog.)* ทำให้ *(ฟิล์ม)* บางลง; Ⓔ *(Med.)* จับเข้าตำแหน่งที่ถูกต้อง *(กระดูกที่หัก)*; Ⓕ *(Chem.)* เปลี่ยน *(ออกไซด์)* ให้เป็นโลหะ
❷ *v.i.* ลดลง, น้อยลง

reducer /rɪ'dju:sə(r), US -'du:sə(r)/ริ'ดิวเซอะ(ร), -'ดูเซอะ(ร)/ *n.* Ⓐ *(Photog.)* น้ำยาที่ทำให้ฟิล์มบางลง; Ⓑ *(Chem.)* ตัวลด

reducible /rɪ'dju:sɪbl, US -'du:səbl/ริ'ดิวซิบ'ล, -'ดูซิบ'ล/ *adj.* Ⓐ ลดลงได้, ตัดทอนลงได้; **be ~:** ลดลงได้; Ⓑ *(Chem.)* แยกออกซิเจนออกได้

reducing /rɪ'dju:sɪŋ/ริ'ดิวซิง/: **~ agent** *n. (Chem.)* สารลดออกซิเจน; **~ diet** *n.* อาหารลดความอ้วน

reductio ad absurdum /rɪdʌktɪəʊ æd əb'sɜ:dəm/ริดัคทิโอ แอด เอิบ'เซอเดิม/ *n., no pl.* การพิสูจน์ว่าข้ออ้างเป็นไปไม่ได้เพราะขาดเหตุผล

reduction /rɪ'dʌkʃn/ริ'ดัคช'น/ *n.* Ⓐ *(amount, process) (in price, costs, wages, rates, speed, etc.)* การลด (**in** ของ); **~ in prices/wages/weight** การลดราคา/ค่าจ้าง/น้ำหนัก; **there is a ~ on all furniture** มีการลดราคาเครื่องเรือนทั้งหมด; **a ~ of £10** ลดราคา 10 ปอนด์; Ⓑ *(smaller copy)* เล่ม/ฉบับ/ขนาดย่อลง; Ⓒ *(conversion to other form)* การเปลี่ยนสภาพ; **~ of yards to metres** การเปลี่ยนจากหลาเป็นเมตร; Ⓓ *(Photog.)* การทำให้ฟิล์มบางลง; Ⓔ *(Chem.)* การเปลี่ยน *(ออกไซด์)* ให้เป็นโลหะ

reductionism /rɪ'dʌkʃənɪzm/ริ'ดัคเชอะนิซ'ม/ *n. (Philos.)* ทฤษฎีที่เชื่อว่าสามารถเข้าใจระบบโดยแยกส่วนประกอบออกเป็นชิ้นส่วน

reductive /rɪ'dʌktɪv/ริ'ดัคทิว/ *adj. (Philos.)* เกี่ยวกับทฤษฎีที่แยกส่วนประกอบออกเป็นชิ้นส่วน

redundancy /rɪ'dʌndənsɪ/ริ'ดันเดินซิ/ *n.* Ⓐ *(Brit.)* การปลดคนงาน; **redundancies** คนงานที่ถูกเลิกจ้าง; **take** *or* **accept voluntary ~:** ยอมออกจากงาน [โดยรับเงินก้อนตามข้อตกลง]; Ⓑ *(being more than needed)* การมีมากเกินไป; *(of materials, capital)* ส่วนเกิน, จำนวนที่เกิน; *(being more than suitable)* *(เงินทุน, คำพูด)* การมีมากเกินควร; *(คำพูด)* ซ้ำซาก

re'dundancy payment *n.* เงินที่จ่ายชดเชยให้คนงานที่ถูกปลด

redundant /rɪ'dʌndənt/ริ'ดันเดินทฺ/ *adj.* Ⓐ *(Brit.: now unemployed)* ตกงาน; **be made** *or* **become ~:** ถูกปลดออกจากงาน; **make ~:** ทำให้ตกงาน; Ⓑ *(more than needed)* มีมากเกินความจำเป็น; *(more than suitable)* มีมากเกินควร

reduplicate /rɪ'dju:plɪkeɪt, US -'du:-/ริ'ดิวพลิเคท, -'ดู-/ ❶ *v.t.* Ⓐ เพิ่มทวี, เพิ่มสองเท่า; *(repeat)* ทำซ้ำ; Ⓑ *(Ling.)* *(พูด, ใช้)* *(ตัวอักษร, พยางค์)* ซ้ำ ❷ *v.i. (Ling.)* *(พูด)* ซ้ำ *(ตัวอักษร, พยางค์, คำ)*

reduplication /rɪdju:plɪ'keɪʃn, US -'du:-/ริดิวพลิ'เคช'น, -'ดู-/ *n.* Ⓐ *(act of doubling)* การเพิ่มทวี, การเพิ่มสองเท่า; *(repetition)* การทำซ้ำ; Ⓑ *(Ling.)* การพูดซ้ำ

red: ~ 'wine *n.* เหล้าองุ่นแดง, ไวน์แดง *(ภ.พ.)*; **~wood** *n. (Bot.)* ต้นสนขนาดใหญ่มากในแคลิฟอร์เนีย *Sequoia sempervirens* มีไม้สีแดง

re-echo /ri:'ekəʊ/รี'เอ็คโค/ *v.i.* Ⓐ สะท้อนกลับ, ดังสะท้อน; **the cry echoed and ~ed round the cave** เสียงร้องดังก้องและสะท้อนกลับไปรอบถ้ำ; Ⓑ *(fig.)* **these words ~ through the book** คำเหล่านี้ปรากฏอยู่ตลอดหนังสือเล่มนี้

reed /ri:d/รีด/ *n.* Ⓐ *(Bot.)* ไม้ที่ขึ้นในน้ำจำพวกต้นกก, อ้อ; **the tall ~s by the river's edge** ต้นกกสูงริมแม่น้ำ; **prove to be a broken ~** *(fig.)* พิสูจน์ว่าเป็นผู้ที่ไม่น่าไว้วางใจ; Ⓑ *(Mus.) (part of instrument)* ลิ้นของปี่; *(instrument)* เครื่องดนตรีจำพวกขลุ่ย/ปี่ที่มีลิ้นไม้

reed: ~ bunting *n. (Ornith.)* นกขนาดเล็กสีน้ำตาล *Emberiza schoeniclus* ชอบหากินตามพงหญ้า; **~ instrument** *n. (Mus.)* เครื่องดนตรีจำพวกขลุ่ยที่ใช้ลิ้นไม้; **~ mace** *n. (Bot.)* พืช *Typha latifolia* มีดอกสีน้ำตาลอมแดง; **~ organ** *n. (Mus.)* หีบเพลงชนิดที่ใช้ลมเป่าหรือดูดในหลอดโลหะ

re-educate /ri:'edʒʊkeɪt/รี'เอ็จจุเคท/ *v.t.* ฝึกฝนใหม่, ให้การศึกษาอีกครั้ง, ปรับทัศนะ

re-education /ri:edʒʊ'keɪʃn/รีเอะดิว'เคช'น/ *n.* การให้การศึกษาอีกครั้งหนึ่ง, การเปลี่ยนความคิด

reed warbler, reed wren *ns. (Ornith.)* นกในสกุล *Acrocephalus* ที่หากินอยู่ตามพงหญ้า

reedy /'ri:dɪ/'รีดิ/ *adj.* Ⓐ *(เสียง)* แหลม/สูง; Ⓑ *(full of reeds)* เต็มไปด้วยไม้จำพวกต้นกกอ้อหรือหญ้า

[1]**reef** /ri:f/รีฟ/ *(Naut.)* ❶ *n. (on sail)* ส่วนของใบเรือที่ม้วน *หรือ* ชักลงได้เวลาลมแรง; **take in a ~:** ลดขนาดใบเรือลง ❷ *v.t.* ลด *(ใบเรือ)* ให้แคบ

[2]**reef** *n.* Ⓐ *(ridge)* แนวหิน *หรือ* ทรายซึ่งสูงขึ้นมาใกล้ระดับน้ำในทะเล; **~ of sand/rocks/coral** แนวทราย/หิน/ปะการัง; Ⓑ *(fig.)* อุปสรรค; Ⓒ *(lode)* สายแร่ที่แทรกอยู่ในหิน

reefer /'ri:fə(r)/'รีเฟอะ(ร)/ *n. (sl.: marijuana cigarette)* กัญชาที่มวนเป็นบุหรี่

'reef knot *n.* เงื่อนสี่เหลี่ยม

reek /ri:k/รีค/ ❶ *n.* กลิ่นเหม็นฉุน ❷ *v.i.* Ⓐ มีกลิ่น *(เหม็น)*; Ⓑ *(fig.)* ดูมีพิรุธ

reel /ri:l/รีล/ ❶ *n.* Ⓐ *(roller, cylinder)* หลอด *(ด้าย)*; ม้วน *(ภาพยนตร์, สายเบ็ด, กระดาษ)*; Ⓑ *(quantity)* ปริมาณต่อม้วน; **steel rope in ~s of 1800 feet** ม้วนเหล็กกล้ายาว 1800 ฟุต; **~ of film** ม้วนฟิล์ม; Ⓒ *(dance, music)* ดนตรี/การเต้นรำของชาวสกอต ❷ *v.t.* **~ [up]** *(wind on)* สาวเบ็ดเข้ามา ❸ *v.i.* Ⓐ *(be in a whirl)* หมุนเคว้ง, หมุนติ้ว; **his head was ~ing** ศีรษะของเขากำลังหมุนติ้ว; **her mind ~ed with all the facts** จิตใจเธอสับสนกับข้อเท็จจริงทั้งหมด; Ⓑ *(sway)* โซเซ, โคลงเคลง; *(fig.: be shaken)* สั่นไหว; **begin to ~:** เริ่มโคลงเคลง; **his mind ~ed when he heard the news** จิตใจเขาหวั่นไหวเมื่อได้ยินข่าวนี้

~ 'in *v.t.* สาวสายเบ็ดเข้ามา

~ 'off *v.t.* Ⓐ *(say rapidly)* พูดอย่างรวดเร็ว, พูดจ้อ; *(without apparent effort)* พูดน้ำไหลไฟดับ, พูดไม่หยุด, พูดเป็นต่อยหอย *(รายการชื่อ, บทกวี, บทละคร)*; Ⓑ *(take off)* ม้วนออก, คลี่ออก

re-elect /ri:ɪ'lekt/รีอิ'เล็คท/ *v.t.* เลือกตั้งอีกครั้ง

re-election /ri:ɪ'lekʃn/รีอิ'เล็คช'น/ *n.* การเลือกตั้งซ้ำ

re-eligible /ri:'elɪdʒɪbl/รี'เอ็ลลิจิบ'ล/ *adj.* มีสิทธิเข้ารับเลือกตั้งอีก; **be ~:** มีสิทธิเข้ารับเลือกตั้งอีก

re-embark /ri:ɪm'bɑ:k/รีอิม'บาค/ ❶ *v.t.* บรรจุลงเรืออีกครั้ง *(ผู้โดยสาร, สินค้า)* ❷ *v.i.* ลงเรืออีกครั้ง; **~ on sth.** *(fig.)* ลงมือทำ *ส.น.* อีก

re-emerge /ri:ɪ'mɜ:dʒ/รีอิ'เมิจ/ *v.i.* Ⓐ *(out of liquid)* โผล่ขึ้นจากน้ำใหม่; Ⓑ *(into view; crop up)* โผล่ออกมาให้เห็นอีก; *(พระอาทิตย์, พระจันทร์)* ปรากฏตัวอีกครั้ง; Ⓒ *(return)* กลับมาอีก (**in** ใน, **from** จาก)

re-emergent /ri:ɪ'mɜ:dʒənt/รีอิ'เมอเจินทฺ/ *adj.* *(คำถาม, ความคิด)* โผล่ขึ้นมาใหม่; *(ประเทศ)* ที่กำลังมีกำลังขึ้นมาอีก

re-enact /ri:ɪ'nækt/รีอิ'แนคทฺ/ *v.t.* Ⓐ ออก *(กฎหมาย)* ใหม่; Ⓑ *(perform)* แสดงใหม่ *(เหตุการณ์, บทละคร)*; **~ a role** แสดงบทบาทอีกครั้ง; **~ a crime** ทำแผนอาชญากรรมซ้ำ

re-enlist /ri:ɪn'lɪst/รีอิน'ลิซทฺ/ *(Mil.)* ❶ *v.i.* เข้าเป็นทหารอีกครั้ง ❷ *v.t.* เกณฑ์ทหารอีกครั้ง

re-enter /ri:'entə(r)/รี'เอ็นเทอะ(ร)/ ❶ *v.i.* Ⓐ เข้ามาใหม่/อีก; *(come on stage)* กลับขึ้นมาบนเวทีอีก; *(as stage direction)* **~ Hamlet from left** แฮมเล็ตเข้ามาบนเวทีอีกจากทางซ้าย; Ⓑ *(for race, exam, etc.)* สมัครแข่งขัน/สอบใหม่; Ⓒ *(penetrate)* บุก/รุกเข้ามาอีก ❷ *v.t.* เข้ามาใหม่ใน *(ห้อง, ตึก, ประเทศ)*; กลับเข้ามาสู่ *(โลก, บรรยากาศ)* อีกครั้งหนึ่ง

re-entry /ri:'entrɪ/รี'เอ็นทริ/ *n.* Ⓐ การเข้ามาใหม่; *(into country)* การกลับเข้ามาในประเทศใหม่; *(for exam)* การสมัครสอบใหม่; *(of spacecraft)* **[atmospheric] ~:** การเข้าสู่ [บรรยากาศโลก] อีกครั้งหนึ่ง; Ⓑ *(law: taking possession again)* การเข้าครอบครองอีกครั้งหนึ่ง

re-erect /ri:ɪ'rekt/รีอิ'เร็คทฺ/ *v.t.* สร้างอีกครั้ง, สร้างใหม่

re-establish /ri:ɪ'stæblɪʃ/รีอิ'ซแตบลิช/ *v.t.* ก่อตั้งอีกครั้ง; **~ sb. as ruler** ตั้ง *ค.น.* เป็นผู้ปกครอง *(ประเทศ)* ใหม่อีกครั้ง; **~ oneself as sth./in a position** ตั้งตนเองขึ้นเป็น *ส.น.*/อยู่ในตำแหน่งใดตำแหน่งหนึ่งอีกครั้ง

re-evaluate /ri:ɪ'væljʊeɪt/รีอิ'แวลิวเอท/ *v.t.* การประเมินอีกครั้ง

[1]**reeve** /ri:v/รีว/ *n.* Ⓐ *(Hist.) (magistrate)* หัวหน้าผู้พิพากษาในเมืองหรือเขต; *(manorial supervisor)* เจ้าหน้าที่ควบคุมดูแลที่ดิน/อสังหาริมทรัพย์ของเจ้าของที่ดิน; Ⓑ *(minor official)* เจ้าหน้าที่ระดับท้องถิ่น

[2]**reeve** *v.t.*, **rove** /rəʊv/โรว/ *or* **~d** *(Naut.)* สอดเชือกเข้ารู; *(fasten)* ผูกไว้ด้วยเชือก

re-examination /ri:ɪgzæmɪ'neɪʃn/รีอิกแซมิ'เนช'น/ *n.* Ⓐ *(Law)* การสอบพยานใหม่อีกครั้ง; Ⓑ *(investigation)* การสอบสวนซ้ำ; Ⓒ *(act of testing knowledge or ability)* การทดสอบซ้ำ; Ⓓ *(act of scrutinizing again)* การตรวจสอบซ้ำ

re-examine /ri:ɪg'zæmɪn/รีอิก'แซมิน/ *v.t.* Ⓐ *(Law)* สอบพยานใหม่; Ⓑ *(investigate)* สอบสวนใหม่; Ⓒ *(test knowledge or ability of)* ทดสอบใหม่; Ⓓ *(scrutinize)* ตรวจสอบใหม่

re-export /ri:ɪk'spɔ:t/รีอิค'ซปอท/ *v.t.* ส่งสินค้าออกอีก, ส่งสินค้ากลับออกไป

ref /ref/เร็ฟ/ *n. (Sport coll.)* ผู้ตัดสิน, กรรมการ; *(Boxing)* กรรมการห้ามมวย

ref. *abbr.* **reference; with ref. to** เกี่ยวกับ; **your/our ref.** อ้างอิงหนังสือของคุณ/เรา

reface /ri:'feɪs/รี'เฟซ/ *v.t.* **~ sth.** ตกแต่งหน้า *(ร้าน, อาคาร)* ใหม่

refashion /riːˈfæʃn/รีˈแฟช่น/ *v.t.* ออกแบบใหม่

refectory /rɪˈfektərɪ, ˈrefɪktrɪ/ริˈเฟ็คเทอะริ, ˈเร็ฟฟิคเทอะริ/ *n. (in college, university, monastery)* โรงอาหาร

refer /rɪˈfɜː(r)/ริˈเฟอ(ร)/ ❶ *v.i.*, **-rr-** Ⓐ **~ to** *(allude to)* กล่าวถึง, พาดพิงถึง *(หนังสือ, บุคคล)*; *(speak of)* พูดถึง *(ปัญหา, ค.น. ฯลฯ)*; Ⓑ **~ to** *(apply to, relate to)* เกี่ยวข้องกับ; **does that remark ~ to me?** ข้อสังเกตนั้นเกี่ยวข้องกับฉันหรือเปล่า; Ⓒ **~ to** *(consult, cite as proof)* อ้างอิง, หารือ; **~ to sb./a case** อ้างอิงถึง *ค.น./*กรณีหนึ่ง
❷ *v.t.*, **-rr-** Ⓐ *(send on to)* **~ sb./sth. to sb./sth.** ส่ง *ค.น./ส.น. (ต่อ)* ไปยัง *ค.น./ส.น.*; **~ a patient to a specialist** ส่งคนไข้ไปหาแพทย์ผู้เชี่ยวชาญเฉพาะทาง; **the dispute was ~red to the UN** กรณีพิพาทนี้ถูกส่งมอบให้สหประชาชาติจัดการ; **~ sb. to a paragraph/article** ขอให้ *ค.น.* อ่านย่อหน้า/บทความ; **~ to drawer** *(Banking)* โปรดติดต่อผู้สั่งจ่าย *(เพราะเงินในบัญชีผู้สั่งจ่ายมีไม่พอ)*; Ⓑ **~ to** *(assign to)* มอบหมายให้; **~ sth. to sb.** มอบหมาย *ส.น.* แก่ *ค.น.*; **~red pain** *(Med.)* *ความเจ็บปวดที่รู้สึกในส่วนของร่างกายที่ไม่ใช่จุดเริ่มของอาการดังกล่าว;* Ⓒ *(after examination)* ตัดสินให้สอบตก

~ ˈback ❶ *v.t.* **~ back to** ส่ง *(เอกสาร, จดหมาย)* กลับไปยังผู้ส่ง ❷ *v.i.* Ⓐ *(to past event)* **~ back** โยงกลับไป; Ⓑ *(to source of information)* **~ back to sb./sth.** อ้างอิงกลับไปยัง *ค.น./ส.น.*

referee /refəˈriː/เระเฟอะˈรี/ ❶ *n.* Ⓐ *(Sport: umpire)* ผู้ตัดสิน, กรรมการ; *(Boxing, Wrestling)* ผู้ตัดสิน; Ⓑ *(Brit.: person willing to testify)* ผู้รับรองความประพฤติ/ความสามารถ; Ⓒ *(arbitrator)* อนุญาโตตุลาการ, ผู้ตัดสิน/ชี้ขาดกรณีพิพาท; Ⓓ *(person who assesses)* ผู้ประเมิน ❷ *v.t.* Ⓐ *(Sport: umpire)* ผู้ตัดสิน; **~ a football game** ตัดสินการแข่งขันฟุตบอล; Ⓑ *(arbitrate)* ตัดสิน/ชี้ขาดโดยอนุญาโตตุลาการ; Ⓒ *(assess, evaluate)* ประเมิน, ประเมินผล ❸ *v.i.* Ⓐ *(Sport: umpire)* ทำหน้าที่เป็นผู้ตัดสิน; Ⓑ *(arbitrate)* ตัดสิน/ชี้ขาดโดยอนุญาโตตุลาการ; Ⓒ *(assess or evaluate work)* ประเมินผลงาน

reference /ˈrefrəns/ˈเร็ฟเฟรินซฺ/ *n.* Ⓐ *(allusion)* การพาดพิงถึง; **make [several] ~[s] to sth.** พาดพิงถึง *ส.น. (สองสามครั้ง)*; **make no ~ to sth.** ไม่ได้พาดพิงถึง *ส.น.*; **omit all ~ to sth.** เว้นที่จะพาดพิง/กล่าวถึง *ส.น.*; **put a ~ to sth. in the introduction of the book** กล่าวถึง *ส.น.* ในบทนำของหนังสือ; Ⓑ *(note directing reader)* หมายเหตุ, เชิงอรรถ; Ⓒ *(cited book, passage)* หนังสือ *หรือ* ข้อความที่อ้างอิง; Ⓓ *(testimonial)* หนังสือ/จดหมายรับรอง; **character ~:** จดหมายรับรองลักษณะนิสัย/ความประพฤติ; **give sb. a good ~:** เขียนจดหมายรับรองให้ *ค.น.* อย่างดี; Ⓔ *(person willing to testify)* ผู้รับรอง; **quote sb. as one's ~:** ใส่ชื่อ *ค.น.* เป็นผู้รับรอง; Ⓕ *(act of referring)* การอ้างอิง, การดู, การหาข้อมูล; **~ to a dictionary/a map** การดูพจนานุกรม/แผนที่เพื่ออ้างอิง; **work of ~:** ผลงานอ้างอิง; **without ~ to sb.** โดยไม่ได้หารือ *ค.น.*; **speak without ~ to one's notes** พูด/กล่าวปราศรัยโดยไม่ดูบันทึก/โพย; Ⓖ *(relation, correspondence)* **have ~ to sth.** เนื่องจาก *ส.น.*; **in** *or* **with ~ to sth.** เนื่องจาก *ส.น.*; **with ~ to your suggestion** เนื่องจากคำแนะนำของคุณ; ➡ **+ cross reference; library A; term 1 B**

reference: ~ book *n.* หนังสืออ้างอิง; **~ mark** *n.* เครื่องหมายอ้างอิง; **~ number** *n.* หมายเลขอ้างอิง; **~ point** *n.* จุดอ้างอิง, จุดแสดงที่ตั้ง

referendum /refəˈrendəm/เระเฟอะˈเร็นเดิม/ *n., pl.* **~s** *or* **referenda** /refəˈrendə/เระเฟอะˈเร็นเดอะ/ ประชามติ

referral /rɪˈfɜːrl/ริˈเฟอร'ล/ *n.* Ⓐ *(for advice)* การส่งไปหาผู้เชี่ยวชาญ; Ⓑ *(for action)* การส่งไปให้จัดการ

refill ❶ /riːˈfɪl/รีˈฟิล/ *v.t.* เติมอีก *(แก้ว, จาน, เตาผิง)*; บรรจุอีกครั้ง *(หมอน)*; **~ the glasses** เติม *(น้ำ, ไวน์, ฯลฯ)* ในแก้ว; **~ a pen with ink** เติมหมึกในปากกา ❷ /ˈriːfɪl/ˈรีฟิล/ *n.* Ⓐ *(cartridge)* ตลับกระสุน, ตลับหมึก; *(for ball pen)* ไส้ปากกา; *(pad of paper)* กระดาษปึกหนึ่ง; Ⓑ *(with drink)* เครื่องดื่มเพิ่ม; **can I have a ~?** *(coll.)* ขอฉันเติมเครื่องดื่มอีกแก้วได้ไหม

refine /rɪˈfaɪn/ริˈฟายนฺ/ ❶ *v.t.* Ⓐ *(purify)* ทำให้บริสุทธิ์ *(เงิน, ทองแดง ฯลฯ)*; กลั่น *(น้ำมัน)*; Ⓑ *(make cultured)* กลั่นกรอง, ทำให้มีวัฒนธรรม/ประณีต; Ⓒ *(improve)* ปรับปรุง, เกลา *(ภาษา)* ❷ *v.i.* Ⓐ *(become pure)* เป็นบริสุทธิ์; Ⓑ *(become more cultured)* มีวัฒนธรรม/ความเป็นผู้ดียิ่งขึ้น

~ [up]on *v.t.* กลั่นกรอง, ทำให้สละสลวยขึ้น

refined /rɪˈfaɪnd/ริˈฟายนฺดฺ/ *adj.* Ⓐ *(purified)* ที่ทำให้บริสุทธิ์ *(เงิน, ทองแดง)*; *(น้ำมัน)* ที่กลั่นแล้ว; **~ sugar** น้ำตาลฟอกแล้ว; Ⓑ *(cultured)* สละสลวย, ประณีต; Ⓒ *(precise)* *(การอภิปราย, การเสนอมุมมอง)* ละเอียดลออ, แม่นยำ

refinement /rɪˈfaɪnmənt/ริˈฟายนฺเมินทฺ/ *n.* Ⓐ *(purifying)* การทำให้บริสุทธิ์; Ⓑ *(fineness of feeling, elegance)* ความสุภาพเรียบร้อย, ความประณีต; **person of ~:** ผู้ดี; **~ of feeling** ความละเมียดละไมของความรู้สึก; Ⓒ *(subtle manifestation)* ความละเอียดลออ; Ⓓ *(improvment)* การปรับปรุง, การปรับให้ดีขึ้น; **introduce ~s into a machine** มีการปรับปรุงระบบของเครื่องจักร; Ⓔ *(piece of reasoning)* ความละเอียดลออของเหตุผล

refinery /rɪˈfaɪnərɪ/ริˈฟายเนอะริ/ *n.* โรงกลั่นน้ำมัน, โรงทำน้ำตาลทราย

refit /riːˈfɪt/รีˈฟิท/ ❶ *v.t.*, **-tt-** ปรับปรุง, ซ่อมแซม; *(equip with new things)* ประกอบใหม่ ❷ *v.i.*, **-tt-** ปรับปรุง, ซ่อมแซม; *(renew supplies or equipment)* ประกอบใหม่, ยกเครื่องใหม่ ❸ /ˈriːfɪt/ˈรีฟิท/ *n.* การปรับปรุง, การซ่อมแซม; *(with supplies or equipment)* การประกอบใหม่, การยกเครื่องใหม่

refitment /riːˈfɪtmənt/รีˈฟิทเมินทฺ/ ➡ **refit 3**

reflate /riːˈfleɪt/รีˈเฟลฺท/ *v.t. (Econ.)* เพิ่มปริมาณเงินหรือสินเชื่อ, ทำให้ภาวะเงินเฟ้อขึ้นอีก

reflation /riːˈfleɪʃn/รีˈเฟลฺช'น/ *n. (Econ.)* การเพิ่มปริมาณเงินและสินเชื่อ, ภาวะเงินเฟ้อขึ้นอีก

reflationary /riːˈfleɪʃənərɪ, US -nerɪ/รีˈเฟลเชินเนอะริ, -เนะริ/ *adj. (Econ.)* ที่เพิ่มปริมาณเงินหรือสินเชื่อขึ้นอีก

reflect /rɪˈflekt/ริˈเฟล็คทฺ/ ❶ *v.t.* Ⓐ *(throw back)* สะท้อนกลับ; **bask in sb.'s ~ed glory** ได้รับความรุ่งโรจน์ที่สะท้อนมาจาก *ค.น.*; Ⓑ *(reproduce)* ส่องแสงสะท้อน; *(fig.)* เป็นการสะท้อน *(ความรู้สึก, คุณค่า)*; **be ~ed** สะท้อน Ⓒ *(contemplate)* ครุ่นคิด; **~ what/how ...:** ครุ่นคิดว่า...อะไร/อย่างไร ❷ *v.i. (meditate)* ครุ่นคิด, ไตร่ตรอง

~ [up]on *v.t.* Ⓐ *(consider, contemplate)* พิจารณา, ครุ่นคิด, ไตร่ตรอง; Ⓑ **~ credit/discredit [up]on sb./sth.** นำเกียรติยศ/ความอัปยศอดสูมาสู่ *ค.น./ส.น.*; Ⓒ *(bring discredit on)* นำความอับอายขายหน้า/อัปยศอดสูมาสู่; **~ [up]on sb.'s sincerity** ทำให้ความจริงใจของ *ค.น.* เป็นที่สงสัย; **~ badly [up]on sb./sth.** ส่อให้เห็นว่า *ค.น./ส.น.* ไม่ดี; Ⓓ *(bring credit on)* **~ well [up]on sb./sth.** ส่อให้เห็นว่า *ค.น./ส.น.* ดี; Ⓔ *(cast doubt or reproach on)* สงสัยหรือตำหนิ

reˈflecting telescope ➡ **reflector b**

reflection /rɪˈflekʃn/ริˈเฟล็คช'น/ *n.* Ⓐ *(of light etc.)* การสะท้อน; *(by surface of water etc.)* การสะท้อนของพื้นผิวน้ำ; **angle of ~:** มุมสะท้อนกลับ; Ⓑ *(reflected light, heat, or colour)* แสง/ความร้อน/สีที่สะท้อนกลับมา; *(image; lit. or fig.)* ภาพ, เงาสะท้อน; Ⓒ *(meditation, consideration)* การครุ่นคิด, การพิจารณา; **be lost in ~:** ตกอยู่ในภวังค์; **on ~:** เมื่อได้ครุ่นคิดดูแล้ว; **on ~, I think ...:** เมื่อได้ครุ่นคิดดูแล้วฉันคิดว่า... Ⓓ *(censure)* **~ on** การตำหนิ/ถากถาง; **be a ~ [up]on sb./sth.** เป็นการกระทบถึง *ค.น./ส.น. (ในทางไม่ดี)*; **cast ~s on sth.** ตำหนิ *ส.น.*; Ⓔ *(idea)* ความคิด; Ⓕ *(remark)* ข้อสังเกต; Ⓖ *(Philos.)* การครุ่นคิด, ความคิด

reflective /rɪˈflektɪv/ริˈเฟล็คทิว/ *adj.* Ⓐ สะท้อนกลับ, ส่องกลับ; **be ~:** สะท้อนกลับ, ส่องแสงสะท้อน; **~ power** พลังในการสะท้อนกลับ/ส่องแสงสะท้อน; Ⓑ *(thoughtful)* ครุ่นคิด, ไตร่ตรอง; Ⓒ *(reflected)* ถูกสะท้อน; Ⓓ *(concerned in reflection)* *(ความสามารถ, พลัง)* ที่ใช้ความคิด/การไตร่ตรอง

reflectively /rɪˈflektɪvlɪ/ริˈเฟล็คทิวลิ/ *adv.* อย่างใช้ความคิด

reflector /rɪˈflektə(r)/ริˈเฟล็คเทอะ(ร)/ *n.* Ⓐ อุปกรณ์ส่องสะท้อน; Ⓑ *(telescope)* กล้องส่องทางไกลที่ใช้กระจกเงา

reflex /ˈriːfleks/ˈรีเฟล็คซฺ/ ❶ *n. (Physiol.)* ปฏิกิริยาโต้ตอบต่อสิ่งกระตุ้น; **conditioned ~:** ปฏิกิริยาโต้ตอบที่มีเงื่อนไข ❷ *adj. (by reflection)* โดยสะท้อนกลับ

reflex: ~ action *n. (Physiol.)* ปฏิกิริยาโต้ตอบสิ่งกระตุ้นโดยอัตโนมัติ; **~ angle** *n.* มุมที่ใหญ่กว่า 180 องศา; **~ camera** *n. (Photog.)* กล้องถ่ายรูปที่ภาพเกิดจากการสะท้อนกับกระจกหลังเลนส์

reflexion *(Brit.)* ➡ **reflection**

reflexive /rɪˈfleksɪv/ริˈเฟล็คซิว/ *(Ling.) adj.* *(สรรพนาม)* ที่ย้อนไปหาประธานของประโยค; ➡ **+ pronoun**

reflexively /rɪˈfleksɪvlɪ/ริเฟล็คˈซิวลิ/ *adv. (Ling.)* โดยย้อนถึงประธานของประโยค

reflexologist /riːflekˈsɒlədʒɪst/รีเฟล็คˈซอเลอะจิซทฺ/ *n.* นักนวดกดจุดเฉพาะในร่างกาย

reflex reˈaction *n. (Physiol.; also fig.)* ปฏิกิริยาโต้ตอบที่เกิดขึ้นโดยอัตโนมัติ

refloat /riːˈfləʊt/รีˈโฟลฺท/ *v.t.* ทำให้ลอยขึ้นมาใหม่, กู้เรือ; *(fig.)* ทำให้ *(บริษัท)* ลอยตัวได้อีกครั้ง

reflux /ˈriːflʌks/ˈรีฟลัคซฺ/ *n.* Ⓐ การไหลกลับของน้ำ; Ⓑ *(Chem.)* วิธีต้มน้ำโดยไอน้ำกลายเป็นของเหลวและไหลกลับในหม้อ

reform /rɪˈfɔːm/ริˈฟอม/ ❶ *v.t.* Ⓐ *(make better)* ทำให้ดีขึ้น *(นิสัย, พฤติกรรม)*; ปฏิรูป *(องค์กร)*; Ⓑ *(abolish)* **~ sth.** เลิกล้ม *ส.น.* ❷ *v.i.* ปรับปรุงตนเอง ❸ *n.* Ⓐ *(of person)* การกลับเนื้อกลับตัว *(เป็นคนดี)*; *(in a system)* การปฏิรูป; Ⓑ *(removal)* การยกเลิก; **R~ Bill** *(Hist.)* *พระราชบัญญัติปฏิรูปการเลือกตั้งในประเทศอังกฤษในศตวรรษที่ 19*

r

re-form /rɪ'fɔ:m/รี'ฟอม/ ❶ *v.t.* Ⓐ จัดรูปแบบใหม่ *(ธุรกิจ, บริษัท)*; Ⓑ *(Mil.)* เข้าแถวใหม่ ❷ *v.i.* Ⓐ จัดรูปแบบใหม่, เปลี่ยนรูปใหม่; Ⓑ *(Mil.)* เข้าแถวใหม่

reformation /refə'meɪʃn/เระเฟอะ'เมช'น/ *n.* *(of attitude)* การแก้ไข/ปรับปรุง; *(of society, procedure, practice)* การปฏิรูป; *(of person, character)* การดัดนิสัย; **the R~** *(Hist.)* การปฏิรูปศาสนาคริสต์ในศตวรรษที่ 16

re-formation /ri:fɔ:'meɪʃn/รีฟอ'เมช'น/ *n.* Ⓐ การเปลี่ยนรูป *(แบบ)* ใหม่; Ⓑ *(Mil.)* การเข้าแถวใหม่

reformatory /rɪ'fɔ:mətərɪ, US -tɔ:rɪ/ริ'ฟอเมอะเทอะริ, -ทอริ/ ❶ *adj.* เป็นการดัดนิสัย; **~ measures** มาตรการดัดนิสัยหรือปฏิรูป ❷ *n.* *(Hist./Amer.)* โรงเรียนดัดสันดาน

reformed /rɪ'fɔ:md/ริ'ฟอมดฺ/ *adj.* ที่กลับตัว *(เป็นคนดี)*; ปฏิรูปแล้ว; **he's a ~ character** *or* **man** เขาได้กลับเนื้อกลับตัวเป็นคนดีแล้ว; **R~ Church** *นิกายต่าง ๆ ของโปรเตสแตนต์ที่แยกตัวจากนิกายโรมันคาทอลิก*

reformer /rɪ'fɔ:mə(r)/ริ'ฟอเมอะ(ร)/ *n.* **[political] ~**: ผู้ปฏิรูป [การเมือง]

reformism /rɪ'fɔ:mɪzm/ริ'ฟอมิซ'ม/ *n.* นโยบายปฏิรูป, ปฏิรูปนิยม *(ร.บ.)*

reformist /rɪ'fɔ:mɪst/ริ'ฟอมิซทฺ/ *n.* ผู้ที่ยึดนโยบายปฏิรูป

re'form school *n.* โรงเรียนดัดสันดาน

refract /rɪ'frækt/ริ'แฟรฺคทฺ/ *v.t.* *(Phys.)* ทำให้ *(แสง)* หักเห

re'fracting telescope *n.* กล้องส่องทางไกลที่ใช้เลนส์, กล้องส่องทางไกลแบบหักเห

refraction /rɪ'frækʃn/ริ'แฟรฺคช'น/ *n.* *(Phys.)* การหักเหของแสง; **angle of ~**: มุมหักเหของแสง; **double ~**: การหักเหของแสงเป็นสองเท่า

refractive /rɪ'fræktɪv/ริ'แฟรฺคทิว/ *adj.* *(Phys.)* เกี่ยวกับการหักเหของแสง; ➡ **+ index** 1 B

refractor /rɪ'fræktə(r)/ริ'แฟรฺคเทอะ(ร)/ *n.* *(telescope)* กล้องส่องทางไกลที่ใช้เลนส์, กล้องส่องทางไกลแบบหักเห

refractory /rɪ'fræktərɪ/ริ'แฟรฺคเทอะริ/ ❶ *adj.* Ⓐ *(stubborn)* ดื้อดึง, ไม่อ่อนน้อม, เกเร; Ⓑ *(Med.)* *(แผล, โรค)* ที่รักษายาก; Ⓒ *(heat-resistant)* *(วัตถุ)* ที่ทนความร้อน ❷ *n.* วัตถุที่ทนความร้อน

[1]**refrain** /rɪ'freɪn/ริ'เฟรฺน/ *n.* บรรทัด/วลีที่ซ้ำกันในตอนท้ายของโคลง

[2]**refrain** *v.i.* **~ from doing sth.** งด/ละเว้นการกระทำ *ส.น.*; **could you kindly ~?** คุณช่วยละเว้น/งดหน่อยได้ไหม; **I think I'd better ~**: ฉันคิดว่าควรจะละเว้นดีกว่า; **'please ~ from smoking'** 'โปรดงดสูบบุหรี่'; **he ~ed from comment** เขาไม่แสดงความเห็น

refresh /rɪ'freʃ/ริ'เฟรฺช/ *v.t.* Ⓐ *(reanimate)* ทำให้สดชื่น; *(with food and/or drink)* ทำให้มีแรงขึ้นมาใหม่หลังกินข้าวกินปลา; **~ oneself** *(with rest)* พักผ่อนให้สดชื่น; *(with food and/or drink)* ทำให้ตนเองกระปรี้กระเปร่าด้วยอาหารและ/หรือเครื่องดื่ม; Ⓑ *(freshen up)* เรียนทบทวน *(ความรู้)*; **let me ~ your memory** ให้ฉันช่วยกระตุ้นความจำของคุณนะ

refresher /rɪ'freʃə(r)/ริ'เฟรฺชเชอะ(ร)/ *n.* Ⓐ *(Brit. Law)* *เงิน/ค่าธรรมเนียมเพิ่มที่จ่ายให้ทนายในกรณีที่คดียืดเยื้อ*; Ⓑ *(coll.)* เครื่องดื่ม, สิ่งที่ทำให้สดชื่น; **have a ~**: ดื่มอะไรสักหน่อย

re'fresher course *n.* หลักสูตรที่เรียนทบทวนความรู้

refreshing /rɪ'freʃɪŋ/ริ'เฟรฺชชิง/ *adj.* Ⓐ *(น้ำ, บรรยากาศ)* ที่ทำให้สดชื่น; Ⓑ *(interesting)* น่าสนใจ

refreshment /rɪ'freʃmənt/ริ'เฟรฺชเมินทฺ/ *n.* การทำให้สดชื่น; อาหารเครื่องดื่มที่ทำให้สดชื่น

refreshment: **~ room** *n.* ห้องขายเครื่องดื่ม *(ที่สถานีรถไฟ)*; **~ stall** *n.* ตู้แผงขายเครื่องดื่ม

refresh rate *n.* *(Computing)* *อัตราความเร็วในการเรียกข้อมูลใหม่ในหน้าอินเทอร์เน็ต*

refrigerant /rɪ:'frɪdʒərənt/ริ'ฟริจเจอะเรินทฺ/ *n.* สารที่ทำให้เย็นจัด, สารลดอุณหภูมิ

refrigerate /rɪ'frɪdʒəreɪt/ริ'ฟริจเจอะเรท/ *v.t.* Ⓐ แช่เย็น; Ⓑ *(chill)* ทำให้เย็นจัด; *(freeze)* ทำให้เย็นจนแข็ง; Ⓒ *(make cool)* ทำให้เย็น

refrigeration /rɪfrɪdʒə'reɪʃn/ริฟริจเจอะ'เรช'น/ *n.* การแช่เย็น; *(chilling)* การทำให้เย็นจัด; *(freezing)* การทำให้เย็นจนแข็ง

refrigerator /rɪ'frɪdʒəreɪtə(r)/ริ'ฟริจเจอะเรเทอะ(ร)/ *n.* ตู้เย็น

refuel /ri:'fju:əl/รี'ฟิวเอิล/, *(Brit.)* **-ll-** ❶ *v.t.* เติมเชื้อเพลิง ❷ *v.i.* เติมเชื้อเพลิง

refuge /'refju:dʒ/'เร็ฟฟิวจฺ/ *n.* Ⓐ ที่หลบภัย, ที่พึ่ง, ที่พักอาศัย, ร่มไม้ชายคา; **find [a] ~ from the storm** หาที่หลบพายุ; **take ~ in** หลบ *(ภัย)* ใน (**from** จาก); *(fig.)* หลบปัญหาโดยอาศัย *(แอลกอฮอล์, ยาเสพติด, การอ่านหนังสือ, ศาสนา)*; **be a ~ to sb.** เป็นที่พึ่ง/ร่มโพธิ์ร่มไทรแก่ *ค.น.*; **women's ~**: สถานสงเคราะห์สตรี; Ⓑ *(traffic island)* เกาะกลางถนน

refugee /refjʊ'dʒɪ, US 'refju:dʒi:/เระฟิว'จี, 'เร็ฟฟูจี/ *n.* ผู้ลี้ภัย, ผู้หลบภัย; **~s from the earthquake** ผู้ลี้ภัยแผ่นดินไหว

refu'gee camp *n.* ค่ายผู้ลี้ภัย

refulgent /rɪ'fʌldʒənt/ริ'ฟัลเจินทฺ/ *adj.* *(literary)* ที่ส่องสว่าง, เจิดจ้า, สุกปลั่ง

refund ❶ /ri:'fʌnd/รี'ฟันดฺ/ *v.t.* Ⓐ *(pay back)* จ่าย/ใช้ *(เงิน, ค่าใช้จ่าย, หนี้)* คืน; **your satisfaction guaranteed** *or* **your money ~ed** รับประกันความพอใจ ไม่เช่นนั้นเราจะคืนเงินให้คุณ; Ⓑ *(reimburse)* ชดใช้; **~ sb. for** ชดใช้ *ค.น.* สำหรับ *(ค่าใช้จ่าย)* ❷ /'ri:fʌnd/'รีฟันดฺ/ *n.* การคืนเงิน, การชดใช้; *(of expenses)* การจ่าย *(ค่าใช้จ่าย)* คืน; **get a ~ of five pence on a bottle** ได้เงินคืน 5 เพนซ์เป็นค่าขวด; **obtain a ~ of sth.** ได้เงินคืนจาก *ส.น.*

refundable /ri:'fʌndəbl/รี'ฟันเดอะบ'ล/ *adj.* **be ~**: ได้ *(เงิน)* คืน, จ่าย *(เงิน)* คืน, ชดใช้คืนได้

refurbish /ri:'fɜ:bɪʃ/รี'เฟอบิช/ *v.t.* ตกแต่งใหม่ *(บ้าน, เสื้อผ้า)*; ขัดเงาใหม่ *(เครื่องเรือน)*

refurnish /ri:'fɜ:nɪʃ/รี'เฟอนิช/ *v.t.* จัดหาเครื่องเรือนใหม่

refusal /rɪ'fju:zl/ริ'ฟิวซ'ล/ *n.* การปฏิเสธ; *(after a period of time)* การบอกปัด; *(of admittance, entry, permission)* การไม่ยอม/ไม่อนุญาตให้ผ่าน; **~ to do sth.** การปฏิเสธ/ไม่ยอมทำ *ส.น.*; **her ~ of food** การไม่ยอมรับประทานอาหารของเธอ; **have/get [the] first ~ on sth.** ได้สิทธิเลือกที่จะรับหรือไม่รับก่อนผู้อื่น; **give sb. [the] first ~**: ให้ *ค.น.* มีสิทธิเลือกที่จะรับหรือไม่รับก่อนผู้อื่น

[1]**refuse** ❶ /rɪ'fju:z/รี'ฟิวซฺ/ *v.t.* Ⓐ ปฏิเสธ, บอกปัด, ไม่ยอม; **~ sb. admittance/entry/permission** ไม่ยอม/ไม่อนุญาตให้ *ค.น.* ผ่าน; **~ to do sth.** ไม่ยอมทำ *ส.น.*; Ⓑ *(not oblige)* ไม่ยอม *(ช่วยเหลือ)*; Ⓒ *(ม้า)* ไม่ยอมกระโดดข้าม *(สิ่งกีดขวาง)* ❷ *v.i.* Ⓐ ปฏิเสธ; *(after request)* บอกปัด; Ⓑ *(ม้า)* ไม่ยอมกระโดด

[2]**refuse** /'refju:s/'เร็ฟฟิวซฺ/ ❶ *n.* ขยะ, ของเสีย, ของที่ไม่ใช้แล้ว; **the ~ is collected once a week** มีการเก็บขยะอาทิตย์ละครั้ง ❷ *adj.* **~ chemicals/water** สารเคมีที่ไม่ใช้แล้ว/น้ำเสีย *หรือ* น้ำทิ้ง

refuse: **~ collection** *n.* การเก็บขยะ; **~ collector** *n.* ➤ **489** คน/พนักงานเก็บขยะ; **~ disposal** *n.* การทิ้งขยะ; **~ heap** *n.* กองขยะ

refusenik /rɪ'fju:znɪk/ริ'ฟิวซฺนิค/ *n.* *(Hist.)* *ชาวยิวในสหภาพโซเวียตที่ไม่ได้รับอนุญาตให้อพยพไปอยู่ประเทศอิสราเอล*

refutation /refjʊ:'teɪʃn/เระฟิว'เทช'น/ *n.* การพิสูจน์ว่าไม่จริง, การหักล้าง, การปฏิเสธ; **the book was a ~ of the theory** หนังสือเล่มนี้เป็นการหักล้างทฤษฎีนี้

refute /rɪ'fju:t/ริ'ฟิวทฺ/ *v.t.* พิสูจน์ว่าไม่จริง, หักล้าง, ปฏิเสธ

regain /rɪ'geɪn/ริ'เกน/ *v.t.* Ⓐ *(recover possession of)* ได้คืน; **~ one's health/strength** หายป่วย/แข็งแรงขึ้นอีก; **~ control of sth.** สามารถควบคุม *ส.น.* ไว้ได้อีก; ➡ **+ consciousness** A; Ⓑ *(reach)* ถึง, กลับคืนสู่ *(ที่ปลอดภัย, ชายฝั่ง)*; **~ firm ground again** ยืนอยู่บนพื้นที่มั่นคงอีกครั้ง; Ⓒ *(recover)* **~ one's balance/footing** กลับมาทรงตัวได้อีกครั้ง; **~ one's feet** กลับมายืนได้อีก

regal /'ri:gl/'รีก'ล/ *adj.* Ⓐ *(magnificent, stately)* *(บุคคล, เสื้อผ้า, ท่าทาง)* สง่างาม; *(บ้าน, สถานที่)* โอ่อ่า; Ⓑ *(royal)* เกี่ยวกับราชวงศ์/พระมหากษัตริย์, ของเจ้า; **~ office/power** สำนักงาน/อำนาจของพระมหากษัตริย์

regale /rɪ'geɪl/ริ'เกล/ *v.t.* Ⓐ ให้ความเพลิดเพลิน/สนุกสนาน (**with** ด้วย); **~ sb. with stories** เล่าเรื่องต่าง ๆ ให้ *ค.น.* สนุกสนาน; Ⓑ *(give delight to)* *(หู, ตา)* ได้รับการเพลิดเพลิน; **be ~d** ปีติ/ยินดี (**by** ด้วย, จาก)

regalia /rɪ'geɪlɪə/ริ'เกเลีย/ *n. pl.* Ⓐ *(of royalty)* เครื่องราชกกุธภัณฑ์; Ⓑ *(of order)* เครื่องหมาย/เหรียญตราประจำตำแหน่ง

regally /'ri:gəlɪ/'รีเกอะลิ/ *adv.* อย่างสง่างาม, อย่างโอ่อ่า, อย่างขัตติยะ

regard /rɪ'gɑ:d/ริ'กาด/ ❶ *v.t.* Ⓐ *(gaze upon)* จ้องมอง; **~ sb. fixedly** จ้องมอง *ค.น.* เขม็ง; Ⓑ *(give heed to)* เอาใจใส่, เชื่อฟัง *(คำพูด, คำแนะนำ)*; Ⓒ *(fig.: look upon, contemplate)* มองว่า, เห็นว่า, ไตร่ตรอง; **~ sb. kindly/warmly** เมตตา *ค.น.*; **~ sb. unfavourably** ไม่เห็นด้วยกับ *หรือ* ไม่สนับสนุน *ค.น.*; **~ sth. with suspicion/horror** มีความสงสัย/เกลียดกลัว *ส.น.*; **~ sb. with envy/scorn** ริษยา/ดูถูก *ค.น.*; **~ sb. with respect/dislike** เคารพ/ไม่ชอบ *ค.น.*; **~ sb. as a friend/fool/genius** เห็นว่า *ค.น.* เป็นเพื่อน/คนโง่/อัจฉริยะ; **be ~ed as** ถูกมองว่าเป็น; **~ sth. as wrong** เห็นว่า *ส.น.* ผิด; Ⓓ *(concern, have relation to)* ในเรื่อง, เกี่ยวข้องกับ; **as ~s sb./sth., ~ing sb./sth.** ในเรื่อง *ค.น./ส.น.*, เกี่ยวกับ *ค.น./ส.น.* ❷ *n.* Ⓐ *(attention)* การเอาใจใส่; **pay ~ to/have ~ to** *or* **for sb./sth.** สนใจ/เอาใจใส่ *ค.น./ส.น.*; **pay due ~ to sb.** สนใจ/เอาใจใส่ *ค.น.* ตามสมควร; **having ~ to these facts ...**: ด้วยคำนึงถึงข้อเท็จจริงเหล่านี้; **without ~ to** โดยไม่คำนึงถึง; Ⓑ *(esteem, kindly feeling)* ความเคารพ, ไมตรีจิต; **hold sb./sth. in high/low ~**, **have** *or* **show a high/low ~ for sb./sth.** เคารพ/ไม่เคารพ *ค.น./ส.น.* อย่างยิ่ง; **show one's**

high ~ for sth. แสดงความเคารพ *ส.น.* อย่างสูง; Ⓒ ➤ **519** *in pl.* ความปรารถนาดี, ความระลึกถึง; **send one's ~s** ส่งความปรารถนาดี, ฝากความระลึกถึง; **give her my ~s** ฝากความระลึกถึง *(ของฉัน)* ไปให้เธอด้วย; **with kind [est] ~s** ด้วยความระลึกถึง [ที่สุด]; Ⓓ *(relation, respect)* ในเรื่องของ; **in this ~**: ในเรื่องนี้; **in** *or* **with ~ to sb./sth.** ในเรื่องของ *ค.น./ส.น.*; Ⓔ *(gaze)* การจ้องมอง

regardful /rɪ'gɑ:dfl/ริ'กาดฟ'ล/ *adj.* คำนึงถึง, เอาใจใส่; **be ~ of** คำนึงถึง *(อันตราย, ปัญหา, ความรู้สึก)*

regarding /rɪ'gɑ:dɪŋ/ริ'กาดิง/ ➡ **regard** 1 D

regardless /rɪ'gɑ:dlɪs/ริ'กาดลิซ/ ❶ *adj.* **~ of sth.** ไม่คำนึงถึง *ส.น.*; **~ of the consequences/cost** ไม่คำนึงถึงผลที่ตามมา/ค่าใช้จ่าย ❷ *adv.* โดยไม่ใส่ใจ/เอาใจใส่; **carry on ~**: ดำเนินการต่อโดยไม่สนใจ

regatta /rɪ'gætə/ริ'แกเทอะ/ *n.* การแข่งเรือ; **sailing ~**: การแข่งเรือใบ

regd. *abbr.* **registered** *(Law)* ที่จด/ขึ้นทะเบียนไว้แล้ว

regency /'ri:dʒənsɪ/'รีเจินซิ/ *n.* Ⓐ ช่วงของการปกครองของผู้สำเร็จราชการแผ่นดิน; Ⓑ *(commission)* คณะผู้สำเร็จราชการ; *(fig.)* อำนาจการบริหาร, การปกครอง; Ⓒ **the R~** *(in England)* *ช่วงระหว่าง ค.ศ. 1810–1820 ซึ่งเจ้าชายยอร์ชทำหน้าที่ผู้สำเร็จราชการแทนพระองค์*; **R~:** *attrib.* เกี่ยวกับช่วงเวลาดังกล่าว

regenerate ❶ /rɪ'dʒenəreɪt/ริ'เจ็นเนอะเรท/ *v.t.* Ⓐ *(generate again, recreate)* ทำให้เกิดใหม่, สร้างใหม่, ให้ชีวิตใหม่; Ⓑ *(improve, reform)* ปรับปรุง, ปฏิรูป *(โบสถ์, บริษัท)*; **~ sb.** ทำให้ *ค.น.* รู้สึกมีชีวิตชีวาอีกครั้งหนึ่ง; **feel ~d** รู้สึกเหมือนเป็นคนใหม่; Ⓒ *(Biol.: form afresh)* งอกใหม่ ❷ /rɪ'dʒenərət/ริ'เจ็นเนอะเริท/ *adj.* Ⓐ *(Relig.: reborn)* ที่เกิดใหม่; Ⓑ *(improved)* ปรับปรุงให้ดีขึ้น; *(reformed)* ที่ปฏิรูป *(บริษัท, องค์กร)*

regeneration /rɪdʒenə'reɪʃn/ริเจ็นเนอะ'เรช'น/ *n.* Ⓐ *(recreation, reformation)* การสร้างใหม่, การเปลี่ยนรูปใหม่; *(fig.: revival, renaissance)* การให้ชีวิตใหม่, การเกิดใหม่; *(of church, society)* การปฏิรูป *(คำพูด, คำแนะนำ)*; Ⓑ *(Relig.: spiritual rebirth)* การเกิดใหม่ทางจิตวิญญาณ; Ⓒ *(Biol.: regrowth)* การงอกใหม่

regenerative /rɪ'dʒenərətɪv/ริ'เจ็นเนอะเรอะทิว/ *adj.* ที่ช่วยสร้างใหม่, ที่งอกขึ้นมาใหม่

regent /'ri:dʒənt/'รีเจินทฺ/ ❶ *n.* Ⓐ ผู้สำเร็จราชการแทนพระองค์; Ⓑ *(Amer. Univ.)* กรรมการสภามหาวิทยาลัย; **the R~s** คณะกรรมการสภามหาวิทยาลัย ❷ *adj.* **Prince R~:** เจ้าชายผู้สำเร็จราชการแทนพระองค์

reggae /'regeɪ/'เร็กเก/ *n.* *(Mus.)* แนวดนตรีเร็กเก้ *(ท.ศ.)* ของเวสท์อินดีสที่เน้นจังหวะแรง

regicide /'redʒɪsaɪd/'เร็จจิซายดฺ/ *n.* Ⓐ *(murder)* การปลงพระชนม์กษัตริย์; Ⓑ *(murderer)* ผู้ปลงพระชนม์กษัตริย์

regime, régime /reɪ'ʒi:m, 'reʒi:m/เร'ฌีม, 'เร็ฌฌีม/ *n.* Ⓐ *(system)* ระบอบการปกครอง; *(derog.)* รัฐบาล; *(fig.)* ระเบียบของสังคม; ➡ + **ancien régime**; Ⓑ *(process)* วิธี/ระบบการบริหาร; **working ~**: วิธีการทำงาน; Ⓒ *(Med.)* ➡ **regimen**

regimen /'redʒɪmen/'เร็จจิเม็น/ *n.* *(Med.)* ข้อกำหนดในการระวังรักษาสุขภาพ; *(diet)* ข้อกำหนดในการรับประทานอาหาร

regiment ❶ /'redʒɪmənt/'เร็จจิเมินทฺ/ *n.* Ⓐ *(Mil.: organizational unit)* กรมทหาร *(มีตั้งแต่สองกองพันขึ้นไป)*; **parachute/Highland ~**: กรมทหารพลร่ม/ในบริเวณที่ราบสูง; Ⓑ *(Mil.: operational unit)* หน่วยปฏิบัติการ, กองทหาร; **artillery/tank ~**: กองทหารปืนใหญ่/รถถัง; **Royal R~ [of Artillery]** *(Brit.)* กองทหาร [ปืนใหญ่] รักษาพระองค์; Ⓒ *(fig.: large number) (of persons, animals)* กลุ่มจำนวนมาก; *(of books etc.)* จำนวนมาก ❷ /'redʒɪmənt, 'redʒɪment/'เร็จจิเมินทฺ, 'เร็จจิเม็นทฺ/ *v.t.* *(organize)* จัดตั้งขึ้นเป็นกลุ่ม/กอง

regimental /redʒɪ'mentl/เร็จจิ'เม็นท'ล/ *(Mil.)* ❶ *adj.* เกี่ยวกับกรม/กองทหาร; **the ~ officers** เจ้าหน้าที่กรมทหาร; ➡ + **colour** 1 J ❷ *n. in pl.* เครื่องแบบทหาร; *(of particular regiment)* เครื่องแบบประจำกรม/กองทหาร

regimentation /redʒɪmen'teɪʃn/เร็จจิเม็น'เทช'น/ *n.* การจัดเป็นกรม/กองทหาร, การจัดเป็นระบบ

Regina /rɪ'dʒaɪnə/ริ'จายเนอะ/ *n.* *(Law)* **~ v. Jones** คดีระหว่างอัยการของสมเด็จพระบรมราชินี โจทก์กับนายโจนส์ จำเลย

region /'ri:dʒn/'รีจ'น/ *n.* Ⓐ *(area)* บริเวณ, เขต, ภูมิภาค; **the north-western ~**: บริเวณตะวันตกเฉียงเหนือ; Ⓑ *(administrative division)* เขตปกครอง; *(Brit. Radio)* บริเวณของการส่งวิทยุเฉพาะภูมิภาค; **administrative ~**: เขตปกครอง; **Strathclyde/North-West R~**: เขตปกครองสแตรธไคลด์/นอร์ธเวสท์; Ⓒ *(fig.: sphere)* ขอบเขต; **in the ~ of two tons** อยู่ในราวสองตัน; Ⓓ *(layer)* ชั้น *(บรรยากาศ, ทะเล)*; Ⓔ *(Anat.)* ส่วน, บริเวณ; **~ of the eyes/mouth** บริเวณดวงตา/ปาก; ➡ + **lower regions**

regional /'ri:dʒənl/'รีเจิน'ล/ *adj.* ของแคว้น/ภูมิภาค, เฉพาะแคว้น/ภูมิภาค; **~ dialect** ภาษาท้องถิ่น; **~ wines of France** เหล้าองุ่นของแคว้น/ภูมิภาคต่าง ๆ ในประเทศฝรั่งเศส

regionalism /'ri:dʒənəlɪzm/'รีเจอะเนอะลิซ'ม/ *n.* *(Polit., Ling.)* ลัทธิถือแคว้นเป็นเกณฑ์, ลัทธิ/การยึดถือหลักการแบ่งเขตการปกครอง

regionalize /'ri:dʒənəlaɪz/'รีเจอะเนอะลายซฺ/ *v.t.* แบ่งเป็นเขตปกครองต่าง ๆ

register /'redʒɪstə(r)/'เร็จจิซเตอะ(ร)/ ❶ *n.* Ⓐ *(book, list)* สมุดทะเบียน, ทะเบียน; *(at school)* ทะเบียนรายชื่อนักเรียน; **parish/hotel/marriage ~**: สมุดประจำตำบล *(บันทึกการตั้งชื่อ การแต่งงานและการฝังศพในโบสถ์)*/ผู้เข้าพักในโรงแรม/ทะเบียนสมรส; **~ of births, deaths and marriages** สมุดทะเบียนบันทึกการเกิดการตายและการแต่งงาน; **medical ~**: เวชระเบียน; **electoral** *or* **parliamentary ~, ~ of voters** ทะเบียนผู้มีสิทธิลงคะแนนเสียง; **~ of members/patients** ทะเบียนสมาชิก/คนไข้; **civil service ~**: ทะเบียนราชการ; **call** *or* **mark the ~** *(at school)* ขาน/เรียกชื่อนักเรียน; Ⓑ *(Mus.) (in organ) (in harpsichord)* ลิ้นเสียง; *(set of pipes)* ท่อของออร์แกน; Ⓒ *(Mus.: range of tones)* ช่วงเสียงสูงต่ำ; *(part of voice compass)* ส่วนหนึ่งของช่วงเสียง; **middle ~**: เสียงตอนกลาง; **head/chest ~**: เสียงตอนสูง/ตอนต่ำ; Ⓓ *(Mech.)* เครื่องบังคับลม; Ⓔ *(recording device)* เครื่องบันทึก; ➡ + **cash register**; Ⓕ *(Printing)* การตรงกันของฟิล์มสีสี่ที่พิมพ์, การไม่เหลื่อม; **be in ~**: พิมพ์ได้ตรงกัน; Ⓖ *(Photog.)* การตรงกันของกระจกสำหรับดูรูป *(ในกล้องถ่ายรูป)* กับกระจกถ่ายหรือฟิล์ม; Ⓗ *(Ling.)* รูปแบบของภาษา *(ภาษาที่เป็นทางการ, ภาษาพูด)* ❷ *v.t.* Ⓐ *(set down)* บันทึก *(ชื่อ, หมายเลข, การทดสอบ, รายละเอียด)*; *(on file; fig.: make mental note of)* จดจำไว้ *(ชื่อ, ข้อมูล, ข้อเท็จจริง)*; Ⓑ *(enter)* ขึ้นทะเบียน, จดทะเบียน *(การเกิด, การสมรส, การตาย ฯลฯ)*; *(cause to be entered)* จดทะเบียน *(บริษัท, ลิขสิทธิ์)*; *(at airport)* มอบกระเป๋าเดินทางไปเช็คอิน *(ท.ศ.)*; *(at hotel)* ลงทะเบียนเข้าพัก; **~ [oneself] with the police** ขึ้นไปแจ้งความไว้กับตำรวจ; Ⓒ *(enrol)* ลงทะเบียน; *(Univ.)* ลงทะเบียนเรียนใน; *(as voter)* ขึ้นทะเบียนเป็นผู้เลือกตั้ง; *(as student)* ขึ้นทะเบียนเป็นนักศึกษา; **~ [oneself] with a doctor** ลงทะเบียน *(เป็นคนไข้)* กับนายแพทย์; Ⓓ *(record)* บันทึก, แสดง, บอก; Ⓔ *(post)* ส่งจดหมายลงทะเบียน; **have sth. ~ed** ลงทะเบียน *ส.น.*; Ⓕ *(express)* แสดงออก *(ความกังวล, ความเป็นมิตร, ความกลัว)*; **~ a protest** แสดงการต่อต้าน ❸ *v.i.* *(make impression)* สร้าง/ทำให้เกิดความประทับใจ; **it didn't ~ with him** มันไม่ได้ทำให้เขาประทับใจ

registered /'redʒɪstəd/'เรซจิซเติด/ *adj.* ที่ลงทะเบียนไว้ *(การแต่งงาน, การลงชื่อเป็นนักศึกษา, จดหมาย)*; จดทะเบียนแล้ว *(การเลือกตั้ง, เครื่องหมายการค้า)*; จดทะเบียนแล้ว *(บริษัท)*; **~ disabled** คนพิการที่ขึ้นทะเบียนไว้แล้ว; **State R~ Nurse** *(Brit.)* พยาบาลที่ผ่านการทดสอบและได้รับการขึ้นทะเบียนรับรอง; **~ trademark** เครื่องหมายการค้าที่ได้จดทะเบียนแล้ว; **by ~ post** *(ส่งจดหมาย)* โดยการลงทะเบียน

'register office *n.* *(Brit.)* สำนักทะเบียน

registrar /'redʒɪstrɑ:(r), redʒɪs'trɑ:(r)/'เรอะจิซตรา(ร), เรจิซ'ตรา(ร)/ *n.* ➤ **489** Ⓐ *(official recorder) (at university)* นายทะเบียน; *(local official)* นายทะเบียนท้องถิ่น; Ⓑ *(Brit.: in court of law)* จ่าศาล; Ⓒ *(Med.)* นายแพทย์ในโรงพยาบาลที่กำลังฝึกเป็นผู้เชี่ยวชาญเฉพาะทาง

Registrar 'General *n.* หัวหน้านายทะเบียน

registration /redʒɪ'streɪʃn/เรจิ'ซเตรช'น/ *n.* Ⓐ *(act of registering)* การจดทะเบียน; *(enrolment)* การลงทะเบียน; *(of students, of voters)* การขึ้นทะเบียน; *(Post)* การลงทะเบียนจดหมาย; **cost of ~** *(of letter, parcel)* ค่าลงทะเบียน; Ⓑ *(entry)* การขึ้นทะเบียน; **make a ~ of** ขึ้นทะเบียน; **~ fee** ค่าลงทะเบียน; *(for educational course)* ค่าเรียน

registration: ~ document *n.* *(Brit.)* เอกสารการจดทะเบียน; **~ form** *n.* ใบลงทะเบียน; **~ mark, ~ number** *ns.* *(Motor Veh.)* เลขทะเบียนรถ; **~ plate** *n.* *(Motor Veh.)* ป้ายทะเบียนรถ

registry /'redʒɪstrɪ/'เร็จจิซตริ/ *n.* Ⓐ **~ [office]** สำนักทะเบียนกลาง; **be married in a ~ [office]** แต่งงานกันที่สำนักทะเบียน; Ⓑ *(place for registers)* สำนักทะเบียน, หอทะเบียน; Ⓒ *(registration)* การลงทะเบียน, การจดทะเบียน

Regius /'ri:dʒɪəs/'รีเจียซ/ *adj.* **~ professor** *(Brit. Univ.)* ศาสตราจารย์หลวง, ราชศาสตราจารย์

regress /rɪ'gres/ริ'เกร็ซ/ *v.i.* Ⓐ *(in development)* ถอยหลัง, ถดถอย; *(in career)* ถอยกลับ, เสื่อมถอย; **a sign of society ~ing** สัญญาณของการเสื่อมถอยของสังคม; Ⓑ *(Psych.)* หวนกลับไปสู่ช่วงก่อนของชีวิต

regression /rɪˈgreʃn/ริ'เกร็ช'น/ *n.* Ⓐ *(return to previous state)* การถอยกลับ, การถดถอย, การหวนกลับไปสู่สภาพเดิม; **a ~ to less civilized standards** การถอยกลับไปสู่มาตรฐานที่ด้อยอารยธรรม; Ⓑ *(Psych.)* การหวนกลับไปที่ช่วงก่อนของชีวิต; Ⓒ *(Med.: decline)* การเสื่อมถอย; Ⓓ *(backward movement)* การถอยหลัง

re'gression curve *n. (Statistics)* เส้นโค้งที่แสดงการถดถอย

regressive /rɪˈgresɪv/ริ'เกร็ซซิ้ว/ *adj.* Ⓐ *(Psych., Med., Logic)* ที่ถอยกลับ; Ⓑ *(tending to go back in development)* ถอยหลังในด้านการพัฒนา, ถดถอย

regret /rɪˈgret/ริ'เกร็ท/ ❶ *v.t.*, **-tt-** Ⓐ *(feel sorrow for loss of)* เสียดาย; Ⓑ ➤ **64** *(be sorry for)* เสียใจ; **~ having done sth.** เสียใจที่ได้ทำ *ส.น.* ลงไป; **~ being unable to do sth.** *or* **that one cannot do sth.** เสียใจที่ทำ *ส.น.* ไม่ได้; **it is to be ~ted that ...:** น่าเสียดายที่ว่า...; **I ~ to say that ...:** ฉันเสียใจที่ต้องพูดว่า...; **we ~ to hear that ...:** เราเสียใจที่ได้ยินว่า...
❷ *n.* ความเสียใจ, ความสลดใจ, ความเสียดาย; **feel ~ at sb.'s doing sth.** รู้สึกเสียใจกับการกระทำของ *ค.น.*; **feel ~ for having done sth.** รู้สึกเสียใจที่ได้ทำ *ส.น.* ลงไป; **there's no point in having ~s** ไม่มีประโยชน์ที่จะเสียดาย; **much to my ~:** เป็นสิ่งที่ฉันเสียใจอย่างยิ่ง; **send one's ~s** *(polite refusal)* แสดงความเสียใจ *(ที่ไปร่วมงานไม่ได้)*; **please accept my ~s at having to refuse** ฉันเสียใจที่จะต้องปฏิเสธ

regretful /rɪˈgretfl/ริ'เกร็ทฟ'ล/ *adj. (หน้าตา, การมอง)* แสดงความเสียใจ; **be ~ that one has done sth.** เสียใจที่ได้ทำ *ส.น.* ลงไป

regretfully /rɪˈgretfəlɪ/ริ'เกร็ทเฟอะลิ/ *adv.* ด้วยความเสียใจ

regrettable /rɪˈgretəbl/ริ'เกร็ทเทอะบ'ล/ *adj.* น่าเสียดาย, สมควรถูกตำหนิ

regrettably /rɪˈgretəblɪ/ริ'เกร็ทเทอะบลิ/ *adv.* อย่างน่าเสียดาย, โดยสมควรถูกตำหนิ

regroup /riːˈgruːp/รี'กรูพ/ ❶ *v.t.* Ⓐ จัดหมวดหมู่ใหม่; *(into classes)* จัดกลุ่มใหม่; Ⓑ *(Mil.: reorganize)* จัดกำลัง/ทัพใหม่ ❷ *v.i.* Ⓐ *(form a new group)* จัดกลุ่มใหม่; *(meet again)* พบใหม่, มารวมกลุ่มกันอีก; Ⓑ *(Mil.)* จัดกำลัง/ทัพใหม่

regular /ˈregjʊlə(r)/'เร็กกิวเลอะ(ร)/ ❶ *adj.* Ⓐ *(recurring uniformly, habitual, orderly)* *(งาน)* ประจำ; *(การพบปะกัน)* สม่ำเสมอ, เป็นกิจวัตร; *(สถานการณ์)* ปกติ; **~ customer** ลูกค้าประจำ; **~ staff** พนักงานประจำ; **~ doctor** แพทย์ประจำ; **our ~ postman** บุรุษไปรษณีย์ประจำของเรา; **get ~ work** ได้งานประจำ; **my bowels are ~, I am ~:** ฉันถ่ายเป็นปกติ; **what's the ~ procedure for opening a deposit account?** ขั้นตอนปกติของการเปิดบัญชีเงินฝากมีอะไรบ้าง; **her periods are always ~:** ประจำเดือนของเธอมาสม่ำเสมอ/เป็นปกติ; **have** *or* **lead a ~ life** ดำเนินชีวิตปกติ; ➡ **+ hour** C; Ⓑ *(evenly arranged, symmetrical)* เป็นสัดส่วนรับกัน, เป็นระเบียบ; Ⓒ *(correct)* ถูกต้องตามกฎเกณฑ์; Ⓓ *(properly qualified)* มีคุณสมบัติเหมาะสม; **~ army** กองทัพประจำการ; **~ soldiers** ทหารประจำการ; Ⓔ *(Ling.)* *(คำกริยา)* ที่ผันตามกฎ; Ⓕ *(coll.: thorough)* ตลอด, เต็มที่, สมบูรณ์; Ⓖ *(Geom.)* *(มุม, ด้าน)* เท่ากัน; Ⓗ *(Eccl.)* *(พระ)* ที่มีตำแหน่งในโบสถ์
❷ *n.* Ⓐ *(coll.: ~ customer, visitor, etc.)* ลูกค้า/แขกประจำ; Ⓑ *(coll.: permanently employed person)* ผู้ที่ทำงานประจำ; Ⓒ *(soldier)* ทหารอาชีพ, ทหารประจำการ; Ⓓ *(Amer.: gasoline)* น้ำมันรถธรรมดา; Ⓔ *(Eccl.)* พระ, นักบวชประจำโบสถ์

regularise ➡ **regularize**

regularity /regjʊˈlærətɪ/เร็กกิว'แลริทิ/ *n.* Ⓐ ความสม่ำเสมอ, ความเป็นระเบียบ; Ⓑ *(Ling.)* การผันตามกฎ *(ของคำกริยา ฯลฯ)*

regularize /ˈregjʊləraɪz/'เร็กกิวเลอะรายซ/ *v.t.* Ⓐ *(make regular)* ทำให้เป็นปกติ/สม่ำเสมอ; *(by law)* ทำให้ถูกกฎหมาย; **~ the proceedings** ทำให้รายการขั้นตอนถูกต้อง; Ⓑ *(make steady)* ทำให้มั่นคง

regularly /ˈregjʊləlɪ/'เร็กกิวเลอะลิ/ *adv.* Ⓐ *(at fixed times)* เป็นประจำ, เป็นกิจวัตร; *(constantly)* อย่างสม่ำเสมอ; Ⓑ *(steadily)* อย่างมั่นคง; Ⓒ *(symmetrically)* โดยมีสัดส่วนรับกัน, โดยมีเหลี่ยมและด้านตรงกัน; Ⓓ *(in an orderly manner)* อย่างเป็นระเบียบ

regulate /ˈregjʊleɪt/'เร็กกิวเลท/ *v.t.* Ⓐ *(control)* ควบคุม; *(subject to restriction)* ทำให้เป็นระเบียบ; Ⓑ *(adjust)* ปรับ *(เครื่องมือ, เวลา)*; **she ~s her hours to fit in with his** เธอปรับเวลาของเธอให้ตรงกับของเขา; Ⓒ *(moderate)* บรรเทา; ลด *(ค่าใช้จ่าย)*; *(adapt)* ปรับตัว, ปรับให้เหมาะ *(วิถีชีวิต)*; **~ one's lifestyle to fit in with sth.** ปรับวิถีชีวิตให้เข้ากับ *ส.น.*

regulation /regʊˈleɪʃn/เระกิว'เลช'น/ *n.* Ⓐ *(regulating)* การควบคุม *(คุณภาพ, ความเร็ว)*; *(of machine)* การตั้ง หรือ ปรับ *(นาฬิกา, เครื่องยนต์)*; *(of lifestyle, conduct, habit, mind)* การปรับ; *(of expenses)* การคุม *(ค่าใช้จ่าย)*; Ⓑ *(rule)* กฎ, ข้อบังคับ, ระเบียบ; **be against ~s** ค้านกับกฎระเบียบ; **school/safety/fire ~s** กฎโรงเรียน/ข้อบังคับเพื่อความปลอดภัย/ข้อปฏิบัติเพื่อป้องกันเพลิงไหม้; Ⓒ *attrib.* *(according to rule)* *(ความแรง)* ตามกฎหมาย; *(การแต่งกาย)* ตามกฎระเบียบ; *(usual)* *(ขนาด, ทรงผม, เสื้อผ้า)* ปกติ, ธรรมดา, ประจำ

regulative /ˈregjʊlətɪv/'เระกิวเลอะทิว/ *adj.* บังคับ, ควบคุม; **~ mechanism** กลไกควบคุม

regulator /ˈregjʊleɪtə(r)/'เระกิวเลเทอะ(ร)/ *n.* Ⓐ *(device)* เครื่องบังคับ/ควบคุม; *(of clock, watch)* กลไกคุมการเดินเร็ว/ช้า; Ⓑ *(clock)* นาฬิกาที่ใช้เป็นเกณฑ์ในการเทียบเวลา

regulatory /ˈregjʊlətərɪ/'เระกิวเลอะเทอะริ/ *adj.* มีหน้าที่ควบคุม; **~ body/authority** องค์กร/ควบคุม

regurgitate /rɪˈgɜːdʒɪteɪt/รี'เกอจิเทท/ *v.t.* Ⓐ *(บุคคล)* สำรอก *(อาหาร)* ออกมา; *(สัตว์)* คาย *(เหยื่อ)* ออกมา; *(Med.)* *(เลือด)* ไหลย้อน *(เนื่องจากลิ้นหัวใจปิดไม่สนิท)*; Ⓑ *(fig.)* คาย *(ความรู้)* ออกมา

rehabilitate /riːhəˈbɪlɪteɪt/รีเฮอะ'บิลลิเทท/ *v.t.* ทำให้คืนสู่สภาพปกติ; กู้ *(ชื่อเสียง, ฐานะ)*; บูรณะ *(ตึกเก่า)*; **~ [back into society]** ช่วยให้กลับคืนมา [ในสังคม]

rehabilitation /riːhəbɪlɪˈteɪʃn/รีเฮอะบิลลิ'เทช'น/ *n.* การช่วยให้คืนสู่สภาพปกติ; *(of building)* การบูรณะ *(อาคาร)*; **~ [in society]** การช่วยให้มีชีวิตปกติ *(ในสังคม)* อีกครั้ง

rehash ❶ /riːˈhæʃ/รี'แฮช/ *v.t.* ปรับปรุงใหม่, ปรับใหม่; การยำ *(ข้อมูล)* ใหม่ *(ภ.พ.)*; **just ~ a text** แค่ปรับข้อความเท่านั้น ❷ /ˈriːhæʃ/'รีแฮช/ *n.* Ⓐ *(restatement)* การปรับถ้อยคำเดิมเสีย/เสนอใหม่; Ⓑ *(act or process of restating)* *(of old arguments)* การปรับ *(ข้อโต้แย้ง)* มาเสนอใหม่; **do a ~ of the text** ปรับข้อความเสียใหม่

rehearsal /rɪˈhɜːsl/ริ'เฮิซ'ล/ *n.* Ⓐ *(Theatre, Mus., etc.)* การซ้อม; **have a ~/~s** ซ้อม *(ละคร, ดนตรี)*; **the play is now in ~:** ละครกำลังซ้อมอยู่ตอนนี้; ➡ **+ dress rehearsal**; Ⓑ *(recounting)* การบรรยาย, การสาธยาย; *(recital)* การท่อง; **give a ~ of** บรรยาย *(เหตุการณ์)*

rehearse /rɪˈhɜːs/ริ'เฮิซ/ *v.t.* Ⓐ *(Theatre, Mus., etc.)* ซ้อม; Ⓑ *(recite)* ท่อง; *(repeat)* ทบทวน; **~ sth. again to sb.** เล่า *ส.น.* ซ้ำให้ *ค.น.* ฟัง; Ⓒ *(enumerate)* สาธยาย, บรรยาย; Ⓓ *(train)* ฝึกฝน *(นักแสดง, นักดนตรี)*; **be ~d in the correct use of sth.** ได้รับการฝึกในการใช้ *ส.น.* อย่างถูกต้อง

reheat /riːˈhiːt/รี'ฮีท/ *v.t.* อุ่นใหม่

reheel /riːˈhiːl/รี'ฮีล/ *v.t.* **to have one's shoes ~ed** เอารองเท้าไปเปลี่ยนส้น

rehouse /riːˈhaʊz/รี'ฮาวซ/ *v.t.* จัดหาบ้านให้อยู่ใหม่

rehousing /riːˈhaʊzɪŋ/รี'ฮาวซิง/ *n.* การจัดหาบ้านให้อยู่ใหม่

Reich /raɪk, raɪx/ไรค/ *n. (Hist.)* จักรวรรดิเยอรมัน; **the First ~** จักรวรรดิโรมันอันศักดิ์สิทธิ์ระหว่าง *ค.ศ. 962–1806*; **the Second ~** *จักรวรรดิเยอรมันระหว่าง ค.ศ. 1871–1918*; **the Third ~:** *จักรวรรดิไรช์ที่สาม ภายใต้การปกครองของนาซีระหว่าง ค.ศ. 1933–1945*

reign /reɪn/เรน/ ❶ *n.* การปกครอง *(โดยพระมหากษัตริย์)*; *(of monarch also)* รัชสมัย, รัชกาล; **in the ~ of King Charles** ในรัชสมัยของพระเจ้าชาร์ลส; ➡ **+ terror** A ❷ *v.i.* Ⓐ *(hold office)* ครองราชย์, ปกครอง; **~ing champion** แชมป์ที่ครองตำแหน่งอยู่; ➡ **+ supreme** 1 B; Ⓑ *(prevail)* ครอบงำ; **silence ~s** ความเงียบเข้าครอบงำ

reignite /riːɪgˈnaɪt/รีอิก'ไนท/ ❶ *v.t.* ทำให้ลุกไหม้/ติดไฟอีก ❷ *v.i.* ลุกไหม้/ติดไฟอีก

reiki /ˈreɪkɪ/'เรคิ/ *n. การรักษาที่เชื่อว่าเกิดจากกระแสพลังภายในจากผู้รักษา)*

Reilly ➡ **Riley**

reimburse /riːɪmˈbɜːs/รีอิม'เบิซ/ *v.t.* ใช้เงินคืน, ชำระเงินคืน; **~ sb. for** ใช้เงินคืน *ค.น.* สำหรับ

reimbursement /riːɪmˈbɜːsmənt/รีอิม'เบิซเมินทฺ/ *n.* การใช้เงินคืน; *(of expenses)* การชดใช้ *(ค่าใช้จ่าย)*, การเบิก *(เพื่อชำระ)* คืน

reimport /riːɪmˈpɔːt/รีอิม'พอท/ *v.t.* นำเข้า *(สินค้า)* อีก

reimpose /riːɪmˈpəʊz/รีอิม'โพซ/ *v.t.* เก็บภาษีอีก, กำหนดอีก; นำ *(กฎ, ภาษี)* มาบังคับใช้

rein /reɪn/เรน/ ❶ *n.* Ⓐ บังเหียน, สายรัด; **keep a child on ~s** ยึด/รั้งเด็กไว้ด้วยสายรัด; **draw ~:** ดึงบังเหียน; **give one's horse the ~[s]** ปล่อยบังเหียนให้ม้าวิ่งไป; Ⓑ *(fig.)* อำนาจควบคุม; **hold the ~s** มีอำนาจควบคุม; **give [full] ~ to sth.** ปล่อย *ส.น.* [อย่างเต็มที่]; **keep a tight ~ on** ควบคุมอย่างเคร่งครัด/เข้มงวด; **assume/drop the ~s of government/power** ยึด/ทิ้งบังเหียนการปกครอง/อำนาจ; ➡ **+ free** 1 C ❷ *v.t.* Ⓐ *(check, guide)* ใช้บังเหียนดึง หรือ นำ; **~ to a halt** ดึงบังเหียนให้ *(ม้า)* หยุด; Ⓑ *(restrain)* บังคับ *(อารมณ์)*; ควบคุม, รั้ง, หยุดยั้ง *(คำพูดเจ็บแสบ)*

~ 'back ❶ *v.t.* ยั้ง *(ม้า)* ไว้ ❷ *v.i.* ดึงบังเหียนไว้

~ 'in ❶ *v.t. (check, lit. or fig.)* หยุด *(ม้า)* โดยการดึงบังเหียน ❷ *v.i.* หยุดไว้

~ 'up ❶ *v.t.* ดึงบังเหียน *(ม้า)* ❷ *v.i.* ดึงบังเหียน

reincarnate /riːɪnˈkɑːneɪt/รีอินˈคาเนท/ *v.t. (Relig.)* กลับมาเกิดใหม่; **be ~d** กลับชาติมาเกิดใหม่
reincarnation /riːɪnkɑːˈneɪʃn/รีอินคาˈเนช'น/ *n. (Relig.)* การกลับชาติมาเกิดใหม่, อวตาร
reindeer /ˈreɪndɪə(r)/ˈเรนเดีย(ร)/ *n., pl. same* กวางเรนเดียร์ *(ท.ศ.)*, กวางพันธุ์ *Rangifer tarandus* พบในประเทศเมืองหนาว
reindeer moss *n. (Bot.)* ตะไคร่น้ำไลเค็นพันธุ์ *Cladonia rangiferina* ที่กวางเรนเดียร์ชอบกิน
reinforce /riːɪnˈfɔːs/รีอินˈฟอซ/ *v.t.* เสริม/เพิ่มกำลัง *(ทหาร, กำแพง, วัตถุ)*; เพิ่มความหนักแน่น *(ข้อโต้เถียง)*; เสริม *(เสบียง, จำนวน)*; ทำให้แข็งแรง *(สุขภาพ)*; **~ sb.'s opinion/determination** สนับสนุนความเห็น/ความตั้งใจจริงของ *ค.น.*; **~d concrete** คอนกรีตเสริมเหล็ก; **~ the message** เน้นข้อความ
reinforcement /riːɪnˈfɔːsmənt/รีอินˈฟอซเมินทฺ/ *n.* Ⓐ *(of bridge etc.)* การเสริมให้แข็งแรงขึ้น; *(of provisions)* การเพิ่ม; *(of numbers)* การเสริม; *(of argument)* การทำให้หนักแน่น; *(of determination)* การสนับสนุน; Ⓑ **~[s]** *(additional men etc.)* กองกำลังเสริม/สนับสนุน; Ⓒ *(on punch holes)* แหวนเสริมให้แข็งแรง; *(for elbow of garment)* ผ้ากุ๊น; *(for buckled girder)* เหล็กเสริม
reinsert /riːɪnˈsɜːt/รีอินˈเซิท/ *v.t.* สอด *(เข็ม)* ใหม่; แทรก *(ตัวเอง)* เข้าไปใหม่; ลง *(โฆษณา)* ใหม่อีกครั้ง
reinstate /riːɪnˈsteɪt/รีอินˈซเตท/ *v.t.* นำกลับ *(ความสงบ, เรียบร้อย)*; *(in position)* ให้รับตำแหน่งเดิม; คืนสิทธิหรือฐานะให้; **be ~d in sb.'s favour** กลับมาเป็นที่โปรดปรานของ *ค.น.* อีก; **be ~d on the throne** ถูกแต่งตั้งเป็นพระมหากษัตริย์อีกครั้ง
reinstatement /riːɪnˈsteɪtmənt/รีอินˈซเตทเมินทฺ/ *n. (of law and order)* การคืนสิทธิมา; **his ~ in the job** การที่เขาได้ตำแหน่งเดิมกลับคืน
reinsurance /riːɪnˈʃɔːrəns, US -ˈʃʊər-/รีอินˈชอเรินซฺ, -ˈชัวร-/ *n.* การประกันภัยอีก; *(extension)* การประกันภัยต่อ
reinsure /riːɪnˈʃɔː(r), US -ˈʃʊə(r)/รีอินˈชอ(ร), -ˈชัว(ร)/ *v.t.* ประกันภัยอีก; *(extend)* ประกันภัยต่อ
reintegration /riːɪntɪˈgreɪʃn/รีอินทิˈเกรช'น/ *n.* การนำกลับเข้าสู่ *(สังคม, กลุ่ม)* การรวมเข้าอีกครั้ง
reinter /riːɪnˈtɜː(r)/รีอินˈเทอ(ร)/ *v.t.*, **-rr-** ฝัง *(ศพ)* อีกครั้ง
reinterpret /riːɪnˈtɜːprɪt/รีอินˈเทอพริท/ *v.t. (interpret afresh)* แปล/ตีความใหม่; *(give different interpretation)* แปล/ตีความคนละอย่าง
reinvent /riːɪnˈvent/รีอินˈเว็นทฺ/ *v.t.* ➡ **wheel 1 A**
reinvest /riːɪnˈvest/รีอินˈเว็ซทฺ/ *v.t.* ลงทุนอีก, ลงทุนใหม่
reinvestment /riːɪnˈvestmənt/รีอินˈเว็ซทเมินทฺ/ *n. (fresh investment)* การลงทุนใหม่
reinvigorate /riːɪnˈvɪgəreɪt/รีอินˈวิกเกอะเรท/ *v.t.* ทำให้แข็งแรงอีกครั้ง; **feel ~d** รู้สึกเต็มไปด้วยพลัง
reissue /riːˈɪʃuː/รีˈอิชู/ ❶ *v.t.* จัดพิมพ์ใหม่, ทำออกมาใหม่ ❷ *n.* ฉบับที่จัดพิมพ์ใหม่; *(of film)* ภาพยนตร์ที่ทำ/ผลิตซ้ำ
reiterate /riːˈɪtəreɪt/รีˈอิทเทอะเรท/ *v.t.* พูดซ้ำ, ทำซ้ำ, ย้ำ
reiteration /riːɪtəˈreɪʃn/รีอิทเทอะˈเรช'น/ *n.* การพูดซ้ำ, การย้ำ, การทำซ้ำ

reject ❶ /rɪˈdʒekt/ริˈเจ็คทฺ/ *v.t.* Ⓐ ปฏิเสธ, ทิ้ง, บอกปัด; Ⓑ *(Med.)* ไม่รับ *(อวัยวะคนอื่น, การถ่ายเลือด)* ❷ /ˈriːdʒekt/ˈรีเจ็คทฺ/ *n. (person)* ผู้ที่ถูกปฏิเสธ; *(Mil.)* ผู้ที่ไม่ได้รับเลือกให้เป็นทหาร; *(thing)* ด้อยคุณภาพ
rejection /rɪˈdʒekʃn/ริˈเจ็คช'น/ *n.* Ⓐ ➡ **reject 1 A**: การปฏิเสธ, การทิ้ง, การบอกปัด; **parental ~**: การทอดทิ้ง *(บุตร)* ของบิดามารดา; Ⓑ *(Med.)* การไม่รับ *(อวัยวะใหม่, การถ่ายเลือด)*; **~ of food indicates that ...**: การไม่รับ/ปฏิเสธอาหารแสดงว่า...
re'jection slip *n.* ใบปฏิเสธ *(บทความ, หนังสือ)* ที่เสนอ
rejig /riːˈdʒɪg/รีˈจิก/ *v.t.*, **-gg-** จัดหา/ติดตั้งเครื่องมือใหม่; *(coll.: rearrange)* จัดใหม่
rejoice /rɪˈdʒɔɪs/ริˈจอยซฺ/ *v.i.* Ⓐ *(feel great joy)* รู้สึกยินดี/ปลื้มปีติ; **~ in the Lord!** ยินดีในพระผู้เป็นเจ้า; Ⓑ *(make merry)* สร้างความสนุกสนาน
~ in *v.i.* Ⓐ *(joc.: be called by)* **~ in a name/title** มีชื่อ/ตำแหน่งว่า; Ⓑ *(joc.: have)* มี
rejoicing /rɪˈdʒɔɪsɪŋ/ริˈจอยซิง/ *n.* Ⓐ **[sounds of] ~**: [เสียงแห่ง] ความปีติยินดี; Ⓑ *in pl. (celebrations)* การเฉลิมฉลอง
[1]rejoin /riːˈdʒɔɪn/ริˈจอยนฺ/ *v.t. (reply)* ตอบกลับ, โต้ตอบ, โต้แย้ง
[2]rejoin /riːˈdʒɔɪn/รีˈจอยนฺ/ ❶ *v.t.* Ⓐ *(join again)* กลับสู่ *(กองทัพ)*; สมัครอีก*(พรรคการเมือง, สมาคม)*; **~ each other** รวมกันอีก; **~ one's ship** ไปอยู่ประจำเรืออีกครั้ง; Ⓑ *(reunite)* กลับมาอยู่ร่วมกันอีก *(ญาติ)*; มาบรรจบกันใหม่ *(ถนน, สายน้ำ)* ❷ *v.i. (ถนน)* เชื่อมกันใหม่; *(บุคคล)* กลับมาอยู่ร่วมกันอีก
rejoinder /rɪˈdʒɔɪndə(r)/ริˈจอยนเดอะ(ร)/ *n.* คำโต้ตอบ, คำโต้แย้ง
rejuvenate /rɪˈdʒuːvəneɪt/ริˈจูเวอะเนท/ *v.t.* ทำให้กลับสู่วัยหนุ่มสาว *(สุขภาพ, บุคคล)*; ฟื้นฟู *(องค์กร)*
rejuvenation /rɪdʒuːvəˈneɪʃn/ริจูเวอะˈเนช'น/ *n.* การทำให้กลับสู่วัยหนุ่มสาว; *(of institutions, economic life, social life)* การฟื้นฟู
rekindle /riːˈkɪndl/รีˈคินด'ล/ ❶ *v.t.* Ⓐ *(relight)* จุดไฟใหม่; Ⓑ *(fig.: reawaken)* ก่อขึ้นมาใหม่; กระตุ้นใหม่ *(ความรัก, ความพยายาม)* ❷ *v.i.* ลุกไหม้ขึ้นมาใหม่; *(fig.) (ความสนใจ, ความรัก)* เกิดขึ้นมาใหม่
relapse /rɪˈlæps/ริˈแลพซฺ/ ❶ *v.i. (ผู้ป่วย)* กลับทรุด, กลับไปสู่สภาพเลวร้ายอย่างเดิม; **~ into** กลับไปสู่; **~ into drug-taking/shoplifting** กลับไปเสพยาเสพติด/ขโมยของอย่างเดิม; **~ into silence/lethargy** กลับไปสู่สภาพเงียบเฉย/ความเฉื่อยชา ❷ *n.* การกลับทรุด, การถอยกลับ, การกลับไปสู่สภาพเลวร้าย
relate /rɪˈleɪt/ริˈเลท/ ❶ *v.t.* Ⓐ *(tell)* เล่า *(นิทาน)*; Ⓑ *(bring into relation)* ทำให้มีความเกี่ยวพันกัน; **~ two things** โยงสองสิ่งเข้าด้วยกัน; Ⓒ *(establish relation or connection between)* สร้างความเกี่ยวพัน/เกี่ยวข้อง ❷ *v.i.* Ⓐ **~ to** *(have reference)* เกี่ยวข้องกับ *(คำถาม, หนังสือ)*; Ⓑ **~ to** *(feel involved or connected with)* รู้สึกผูกพันกับ
related /rɪˈleɪtɪd/ริˈเลทิด/ *adj.* Ⓐ *(by kinship or marriage)* มีความสัมพันธ์ทางครอบครัว, มีความเกี่ยวดอง, เป็นญาติ **(to** กับ**)**; **~ by marriage** เกี่ยวดองกันโดยการแต่งงาน; **they are all ~ [to one another]** พวกเขาเป็นญาติกันหมด; Ⓑ *(connected) (ความคิด, ภาษา, พันธุ์, สาขาวิชา)* เกี่ยวพันกัน, เกี่ยวข้องกัน
relation /rɪˈleɪʃn/ริˈเลช'น/ *n.* Ⓐ *(connection)* ความสัมพันธ์, ความเกี่ยวข้อง **(of ... and** ระหว่าง...กับ**)**; **be out of all ~ to** *(ราคา, งานที่ทำเสร็จ)* ไม่สัมพันธ์กับ...เลย; **have some ~ to** มีความเกี่ยวพันกันบ้างกับ; **in** *or* **with ~ to** เกี่ยวกับ; **the ~s expressed by prepositions** ความเกี่ยวข้องที่บุพบทแสดงออกมา; ➡ + **[2]bear 1 C**; Ⓑ *in pl. (dealings) (with parents, police)* ความสัมพันธ์ **(with** กับ**)**; *(with country)* ความสัมพันธ์; *(sexual intercourse)* เพศสัมพันธ์; **trading ~s** ความสัมพันธ์ทางการค้า; Ⓒ *(kin, relative)* ญาติ; **what ~ is he to you?** เขาเป็นญาติกับคุณทางไหน; **is she any ~ [to you]?** เธอเป็นญาติ [ของคุณ] หรือเปล่า; Ⓓ *(narrative, account)* การบรรยาย; *(of details)* การเล่ารายละเอียด; Ⓔ *(Law)* การยื่นสำนวนฟ้อง *(ต่ออธิบดีกรมอัยการเพื่อยื่นฟ้อง)*; **at the** *or* **by ~ of** โดยนำเรื่องมาร้องเรียน/แจ้ง
relationship /rɪˈleɪʃnʃɪp/ริˈเลช'นชิพ/ *n.* Ⓐ *(mutual tie)* ความสัมพันธ์; **have a good/bad ~ with sb.** มีความสัมพันธ์ที่ดี/ไม่ดีกับ *ค.น.*; **doctor-patient ~**: ความสัมพันธ์ฉันแพทย์กับคนไข้; Ⓑ *(kinship)* ความเกี่ยวดอง, ความเป็นญาติกัน; **what is your ~ to him?** คุณเป็นญาติกับเขาทางไหน; Ⓒ *(connection)* ความเกี่ยวพัน, ความเกี่ยวข้อง; *(between cause and effect)* ความเกี่ยวเนื่องระหว่างเหตุและผล; Ⓓ *(sexual)* ความสัมพันธ์ทางเพศ
relative /ˈrelətɪv/ˈเร็ลเลอะทิว/ ❶ *n.* Ⓐ *(family connection)* ญาติ, ญาติพี่น้อง, สัมพัทธ์ *(ร.บ.)*; **have many ~s** มีญาติพี่น้องมาก; Ⓑ *(related species)* สายพันธุ์/ชนิดที่ใกล้กัน; Ⓒ *(Ling.)* คำที่ใช้แทน/อ้างถึงคำที่มาก่อนหน้า *(เช่น คำสรรพนาม)* ❷ *adj.* Ⓐ *(corresponding)* ที่สอดคล้องกัน, ที่สัมพันธ์กัน; **the ~ value of the pound and the euro is ...**: มูลค่าที่สัมพันธ์กันของเงินปอนด์และยูโรคือ...; Ⓑ *(comparative)* ที่เทียบเคียง, ที่เปรียบเทียบ, พอสมควร; **the ~ costs of a and b** ต้นทุนที่เทียบเคียงกันของเอและบี; **with ~ calmness** ด้วยความสงบพอสมควร; Ⓒ *(defined in relation to sth. else)* เทียบเคียงกับสิ่งอื่น; **~ positions of troops** ตำแหน่งโดยเทียบเคียงของกองทหาร; **~ densities/heights** ความหนาแน่น/ความสูงโดยเทียบเคียง; **~ majority** *(Brit. Polit.)* เสียงข้างมากโดยเทียบเคียง; Ⓓ *(proportioned to sth. else)* **be ~ to sth.** เป็นสัดส่วนกับ *ส.น.*; **a large population ~ to the town's size** ประชากรจำนวนมากถ้าเทียบกับขนาดของเมือง; Ⓔ *(implying comparison with sth. else)* เปรียบเทียบกับสิ่งอื่น; Ⓕ *(conditioned by relation to sth. else)* ขึ้นอยู่กับสิ่งอื่น; **be ~ to sth./sb.** ขึ้นอยู่กับ *ส.น./ค.น.*; Ⓖ *(correlative)* ที่เกี่ยวข้องกับ, ที่เกี่ยวพันกัน; **'parents' and 'children' are ~ terms** 'บิดามารดา' และ 'บุตร' เป็นคำที่ขึ้นกับสถานภาพของการเป็นญาติ; Ⓗ *(having reference to sth.)* **~ to** เกี่ยวกับในแง่; **give me the grid references ~ to your location** ขอตารางพิกัดแผนที่ในแง่ที่ตั้งของคุณ; **the facts ~ to the problem** ข้อเท็จจริง/ความจริงเกี่ยวกับปัญหา; Ⓘ *(Mus.)* ความสัมพันธ์ระหว่างกุญแจเสียงเมเจอร์กับไมเนอร์
relative: ~ 'adjective *n. (Ling.)* คำคุณศัพท์ที่ใช้นำอนุประโยคที่เป็นส่วนหนึ่งของประโยคใหญ่;

r

relative adverb | relief 740

~ **'adverb** *n. (Ling.)* *กริยาวิเศษณ์ที่ใช้นำหน้าอนุประโยคที่เป็นส่วนหนึ่งของประโยค;* ~ **'clause** *n. (Ling.)* อนุประโยคที่มักเริ่มด้วยประพันธสรรพนาม *(relative pronoun)*

relatively /ˈrelətɪvlɪ/ˈเร็ลเลอะทิฺวลิ/ *adv.* โดยเปรียบเทียบ, ค่อนข้าง

relative 'pronoun *n.* ประพันธสรรพนาม

relativise ➡ **relativize**

relativism /ˈrelətɪvɪzm/ˈเร็ลเลอะทิวิซ่ม/ *n. (Philos.)* สัมพัทธนิยม *(ร.บ.), (ความเชื่อที่ถือว่าความรู้ขึ้นอยู่กับสถานการณ์แวดล้อมทั้งหมด)*

relativist /ˈrelətɪvɪst/ˈเร็ลเลอะทิวิซทฺ/ *n. (Philos.)* ผู้ที่เชื่อว่าความรู้ถูกจำกัดด้วยสถานการณ์แวดล้อม

relativistic /relətɪˈvɪstɪk/เระเลอะทิˈวิซติค/ *adj.* Ⓐ ที่มองโลกจากแง่มุมว่าความแน่นอนไม่มี; Ⓑ *(Phys.)* ที่อธิบายได้ด้วยทฤษฎีแห่งความสัมพันธ์ของอวกาศและเวลา

relativity /reləˈtɪvɪtɪ/เระเลอะˈทิวิทิ/ *n.* Ⓐ *(fact of being relative)* ความสัมพัทธ์, ความสัมพันธ์ (to กับ); Ⓑ *(Phys.)* ทฤษฎีที่ว่าอวกาศและเวลาสัมพันธ์กัน; ~ **theory, the theory of** ~: ทฤษฎีแห่งความสัมพันธ์ระหว่างอวกาศและเวลา; Ⓒ *(Econ.) (of posts)* หลักเศรษฐสัมพันธ์ของตำแหน่งการงาน; *(of salaries)* หลักเศรษฐสัมพันธ์ของเงินเดือน; **campaign for ~ in pay with men** การรณรงค์เพื่อความสัมพันธ์กันของค่าจ้างระหว่างชายหญิง

relativize /ˈrelətɪvaɪz/ˈเระเลอะทิวายซฺ/ *v.t.* ทำให้สัมพันธ์กัน

relax /rɪˈlæks/ริˈแลคซฺ/ ❶ *v.t.* Ⓐ *(make less tense)* คลาย *(กล้ามเนื้อ, ร่างกาย);* ทำให้หย่อน; *(fig.)* ทำให้อ่อนลง; **winter ~ed its grip on the landscape** *(fig.)* ฤดูหนาวได้คลายความรุนแรงลงแล้ว; Ⓑ *(make less strict)* ผ่อน, ลดความเข้มงวด *(กฎหมาย, ระเบียบวินัย);* Ⓒ *(slacken)* ทำให้หย่อน/หลวม *(ความตึง);* ทำให้ช้าลง *(จังหวะ);* **he began to ~ his attention** เขาเริ่มคลายความเอาใจใส่
❷ *v.i.* Ⓐ *(become less tense)* หย่อน, คลาย, ผ่อนคลาย; **his face** *or* **features ~ed into a smile** หน้าของเขาคลายเครียดจนยิ้มออกมา; Ⓑ *(slacken)* หย่อน, ปล่อย; Ⓒ *(become less stern)* คลายความเข้มงวด/น่าเกรงขาม; Ⓓ *(cease effort)* เลิกพยายาม; *(stop worrying, calm down)* ใจเย็นลง, สงบอกสงบใจ; **let's just ~!** *(stop worrying!)* เลิกกังวลเสียทีเถอะ, ใจเย็นกันดีกว่า

relaxant /rɪˈlæksənt/ริˈแลคเซินทฺ/ *n. (Med.)* ยาคลายเครียด

relaxation /riːlækˈseɪʃn/รีแลคˈเซช่น/ *n.* Ⓐ *(recreation)* สันทนาการ, การพักผ่อนหย่อนใจ; **play tennis as a ~**: เล่นเทนนิสเพื่อเป็นการหย่อนใจ; Ⓑ *(cessation of effort)* การหยุดทำงาน, การพักผ่อน; **find time for ~**: หาเวลาพักผ่อน; Ⓒ *(reduction of physical tension; also fig.)* การคลายความตึงเครียด; Ⓓ *(Phys.)* การกลับคืนสู่ความสมดุล

relaxed /rɪˈlækst/ริˈแลคซฺทฺ/ *adj.* Ⓐ *(informal, not anxious) (บรรยากาศ, บุคคล)* ตามสบาย, ง่าย ๆ; **she's a very ~ person** เธอเป็นคนสบาย ๆ; **at a ~ pace** ด้วยย่างก้าวสบาย ๆ; Ⓑ *(not strict or exact) (กฎ, ทัศนะทางศีลธรรม)* ไม่เข้มงวด, ไม่กวดขัน

relaxing /rɪˈlæksɪŋ/ริˈแลคซิง/ *adj.* ที่ช่วยหย่อนใจ, ที่คลายเครียด

relay ❶ /ˈriːleɪ/ˈรีเล/ *n.* Ⓐ *(gang)* ผลัด *(คนงาน);* **work in ~s** ทำงานเป็นผลัด; Ⓑ *(race)* การแข่งขันวิ่งผลัด; Ⓒ *(vehicles)* มาเป็นชุด; **~ [of cars]** [รถยนต์] ที่มาเป็นชุด; Ⓓ *(driving operation)* การขับรถผลัดเปลี่ยน; Ⓔ *(Electr.)* รีเลย์ *(ท.ศ.),* เครื่องกระตุ้นความเปลี่ยนแปลงในวงจรไฟฟ้า; **protective ~**: อุปกรณ์ป้องกันการกระตุกในวงจรไฟฟ้า; Ⓕ *(Radio, Telev.)* **radio ~**: เครื่องถ่ายทอดวิทยุ; **~ station** สถานีถ่ายทอดสัญญาณ; Ⓖ *(transmission)* การถ่ายทอด; **direct ~**: การถ่ายทอดโดยตรง
❷ /riːˈleɪ, ˈriːleɪ/รีˈเล/ *v.t.* Ⓐ *(pass on)* ส่งต่อ; **~ a message to sb. that ...**: ส่งต่อ/ฝากข้อความไปยัง *ค.น.* ว่า...; Ⓑ *(Radio, Telev., Teleph.)* ถ่ายทอด; Ⓒ *(transport)* ขนส่งเป็นชุด; **form a chain to ~ water to the scene of the fire** ต่อกันเป็นโซ่เพื่อขนน้ำไปยังที่เกิดเหตุเพลิงไหม้

re-lay /riːˈleɪ/รีˈเล/ *v.t.*, **re-laid** /riːˈleɪd/รีˈเลด/ ปูใหม่ *(พรม, พื้น); (with tiles)* ปู *(กระเบื้อง)* ใหม่; *(with Tarmac)* ราดใหม่; *(after damage)* วาง *(ท่อ, สายเคเบิล)* ใหม่

'relay race *n. (Running, Hurdling)* การแข่งขันวิ่งผลัด [ข้ามรั้ว]; *(Swimming)* การแข่งขันว่ายน้ำผลัด; **4 x 100 metres ~**: การแข่งขันวิ่งผลัด 4 x 100 เมตร; **hurdles ~**: การแข่งวิ่งผลัดข้ามรั้ว

release /rɪˈliːs/ริˈลีซ/ ❶ *v.t.* Ⓐ *(free)* ปล่อย *(สัตว์, ทาส); (from imprisonment, jail)* ปล่อย; *(from bondage, trap)* ปลดปล่อย; *(from pain)* ทำให้พ้นจากความเจ็บปวด; *(from promise, obligation)* ทำให้พ้นจากสัญญา/พันธะ; *(from work)* ปล่อย; Ⓑ *(let go, let fall)* ปล่อย *(ระเบิด);* ทำหล่น; **~ one's hold** *or* **grip on sth.** ปล่อยมือจาก *ส.น.;* **~ the shutter** *(Photog.)* ปล่อยชัตเตอร์; **~ the pressure** คลายความกดดัน; Ⓒ *(make known)* ทำให้เป็นที่รู้จัก; *(issue)* นำออกฉาย/จำหน่าย *(ภาพยนตร์, หนังสือ);* Ⓓ *(emit)* ปล่อยออกมา *(ควัน, พลังงาน)*
❷ *n.* Ⓐ *(act of freeing)* ➡ 1 A: การปล่อย, การปลดปล่อย; Ⓑ *(of published item)* การนำฉาย/จำหน่าย; **when does the film go out on general ~?** เมื่อไหร่ภาพยนตร์เรื่องนี้จะออกฉายทั่วไป; **the film/record is scheduled for ~ in the autumn** ภาพยนตร์เรื่องนี้/แผ่นเสียงนี้มีกำหนดจะฉาย/นำออกจำหน่ายในฤดูใบไม้ร่วง; **a new ~ by Bob Dylan** แผ่นเสียงใหม่ของบ๊อบ ดิแลน; **the film is a recent ~**: ภาพยนตร์เรื่องนี้ออกฉายเมื่อเร็ว ๆ นี้; Ⓒ *(handle, lever, button)* มือจับ/ปุ่มที่ปล่อยให้เครื่องจักรทำงาน; **carriage ~**: ปุ่มคลายล็อกแคร่; Ⓓ *(of steam, energy, radiation)* การปล่อย

relegate /ˈrelɪgeɪt/ˈเร็ลลิเกทฺ/ *v.t.* Ⓐ *(dismiss, consign)* **~ sb. to the position** *or* **status of ...**: ลด *ค.น.* ลงสู่ตำแหน่งเป็น...; **~ sth. to the rubbish bin** ทิ้ง *ส.น.* ลงถังขยะ; Ⓑ *(Sport)* ลดชั้นลงไปเล่นในระดับต่ำกว่าเดิม; **be ~d** ถูกลดชั้น; Ⓒ *(hand over)* โอน *(เรื่อง)* (to แก่); Ⓓ *(banish)* เนรเทศ, ขับไล่

relegation /relɪˈgeɪʃn/เร็ลลิˈเกช่น/ *n.* Ⓐ *(action of dismissing, consigning)* การลดตำแหน่ง, การลดชั้น; **her ~ to the position of ...**: การลดไปอยู่ในตำแหน่ง...ของเธอ; Ⓑ *(Sport)* การลดชั้นลงเล่นในระดับต่ำกว่าเดิม; Ⓒ *(action or state of banishment)* การเนรเทศ, การขับไล่

relent /rɪˈlent/ริˈเล็นทฺ/ *v.i.* ใจอ่อน, อ่อนลง *(ความเข้มงวด); (yield to compassion)* ผ่อนผัน, บรรเทา; *(อากาศ)* ดีขึ้นกว่าเดิม

relentless /rɪˈlentlɪs/ริˈเล็นทฺลิซ/ *adj. (การวิจารณ์, ความโหดเหี้ยม)* ไม่ผ่อนผัน, ไม่ผ่อนปรน, ทรหด/บึกบึน; *(การกลั่นแกล้ง)* ไม่ย่อท้อ

relentlessly /rɪˈlentlɪslɪ/ริˈเล็นทฺลิซลิ/ *adv.* โดยไม่ผ่อนผัน/ผ่อนปรน, อย่างไม่ย่อท้อ

relevance /ˈrelɪvəns/ˈเรเลอะเวินซฺ/,
relevancy /ˈrelɪvənsɪ/ˈเรลิเวินซิ/ *n.* การเข้าเรื่อง/ประเด็น, ความสัมพันธ์, ความเกี่ยวข้อง; **what ~ does it have to this?** มันเกี่ยวข้องกับเรื่องนี้ตรงไหน; **be of ~ to sth.** มีความสัมพันธ์กับ *ส.น.*

relevant /ˈrelɪvənt/ˈเร็ลลิเวินทฺ/ *adj.* ตรงประเด็น, สัมพันธ์กัน; **~ to the case** สัมพันธ์กับคดี/กรณีนี้; **is this question ~ to the argument?** คำถามนี้เกี่ยวข้องกับข้อโต้แย้งหรือเปล่า

reliability /rɪlaɪəˈbɪlɪtɪ/ริลายเออะˈบิลลิทิ/ *n., no pl.* ความน่าเชื่อถือ, ความไว้วางใจได้

reliable /rɪˈlaɪəbl/ริˈลายเออะบ'ล/ *adj.* ไว้วางใจได้, น่าเชื่อถือ

reliableness /rɪˈlaɪəblnɪs/ริˈลายเออะบ'ลนิซ/ ➡ **reliability**

reliably /rɪˈlaɪəblɪ/ริˈลายเออะบลิ/ *adv.* อย่างน่าเชื่อถือ, อย่างน่าไว้วางใจ; **I am ~ informed that ...**: มีคนที่เชื่อถือได้บอกฉันว่า...

reliance /rɪˈlaɪəns/ริˈลายเอินซฺ/ *n. (trust, confidence)* ความไว้วางใจ, ความเชื่อมั่น; *(dependence)* การพึ่งพา; **she resented her ~ on his money** เธอไม่พอใจที่เธอต้องพึ่งพาเงินทองของเขา; **have ~ on** *or* **in sb./sth.** เชื่อมั่นใน *ค.น./ส.น.;* **place much ~ [up]on sb.** ไว้ใจ *ค.น.* มาก; **there is little ~ to be placed on sth./sb.** *ส.น./ค.น.* ไม่น่าไว้ใจเลย

reliant /rɪˈlaɪənt/ริˈลายเอินทฺ/ *adj. (dependent)* **be ~ on sb./sth.** ต้องอาศัย/พึ่งพา *ค.น./ส.น.; (for help also)* ต้องพึ่งความช่วยเหลือจาก *ค.น./ส.น.*

relic /ˈrelɪk/ˈเร็ลลิค/ *n.* Ⓐ *(Relig.)* พระธาตุ, อัฐิ; Ⓑ *(surviving trace or memorial)* สิ่ง/ของตกทอดที่เป็นอนุสรณ์; Ⓒ *(remains, residue)* ซากศพ, ซากวัตถุโบราณ; Ⓓ *(derog./joc.: old or old-fashioned person or thing)* คนแก่ล้าสมัย, สิ่งที่ล้าสมัย; **he is a ~ from the Sixties** เขาเป็นวัตถุโบราณจากยุค 1960–69

relict /ˈrelɪkt/ˈเร็ลลิคทฺ/ *n.* Ⓐ *(arch.: widow)* แม่หม้าย; Ⓑ *(Biol., Geog., Geol.)* ซากสัตว์หรือพืช

¹relief /rɪˈliːf/ริˈลีฟ/ *n.* Ⓐ *(alleviation, deliverance)* การบรรเทา, ความโล่งอก; **give** *or* **bring [sb.] ~ [from pain]** บรรเทาอาการเจ็บปวดของ *ค.น.;* **it was with great ~ that I heard the news of ...**: ฉันโล่งอกอย่างยิ่งเมื่อได้ยินข่าวของ...; **breathe** *or* **heave a sigh of ~**: ถอนหายใจด้วยความโล่งอก; **it was a ~ to take off his tight shoes/to bump into somebody he knew** เขารู้สึกสบายเมื่อได้ถอดรองเท้าอันแสนจะคับ/เขาโล่งอกเมื่อได้พบกับคนที่เขารู้จัก; **what a ~!, that's a ~!** โล่งอกไปที; Ⓑ *(that which makes a change from monotony)* สิ่งที่เปลี่ยนอารมณ์ *(จากความจำเจ);* ➡ + **comic** 1 C; **²light** 1 A; Ⓒ *(assistance)* ความช่วยเหลือ; *(financial state assistance)* ความช่วยเหลือจากรัฐ; **~ party** *or* **team** หน่วยบรรเทาทุกข์/ให้การสงเคราะห์; **~ worker** เจ้าหน้าที่บรรเทาทุกข์/ให้ความอนุเคราะห์; *(in disaster)* ผู้สงเคราะห์ผู้ที่ได้รับภัยพิบัติ; **go/live on ~**: อยู่โดยได้รับเงินช่วยเหลือ; **go** *or* **come to sb.'s ~**: ไป/มาช่วย

r

เหลือ *ค.น.*; Ⓓ *(Brit. Hist.: assistace)* ความช่วยเหลือจากรัฐบาล; Ⓔ *(replacement of person)* การเปลี่ยนเวร; *attrib.* **~ watchman/driver/troops** ยาม/คนขับรถ/กองทหารที่มาเปลี่ยนเวร; **~ sentry** ทหารยามที่มาเปลี่ยนเวร; Ⓕ *(Mil.) (reinforcement)* การเสริมกำลัง; *(raising of siege)* การกู้เมืองที่ถูกล้อมรอบ; Ⓖ *(Law: redress)* การแก้ไข/ชดเชยความเสียหาย

²relief *n.* Ⓐ *(Art)* **works in ~:** ภาพแกะสลักนูน; **high/low ~:** การแกะสลักนูนสูง/ต่ำ; Ⓑ *(piece of sculpture)* ภาพแกะสลักนูน; Ⓒ *(appearance of being done in ~)* ภาพที่ดูนูนขึ้นมา; **stand out in strong ~ against sth.** มีลักษณะนูนเด่นออกมาตัดกับ *ส.น.*; *(fig.)* ความเด่นชัดเมื่อเปรียบเทียบกับ *ส.น.*; **bring out in [full] ~** *(lit. or fig.)* นำมาแสดงให้เห็นเด่นชัด *(เต็มที่)*

relief: ~ agency *n.* องค์กรสงเคราะห์; **~ bus, ~ coach** *ns. (additional)* รถประจำทาง/รถโดยสารที่วิ่งเสริม; *(as replacement)* รถประจำทาง/รถโดยสารที่วิ่งแทน; **~ map** *n.* แผนที่ที่แสดงพื้นที่สูงต่ำโดยลงโทนสีต่าง ๆ; **~ road** *n.* ถนนอ้อมบริเวณจราจรติดขัด; **~ supplies** *n.* สิ่งของบรรเทาทุกข์; **~ worker** *n.* พนักงานบรรเทาทุกข์, เจ้าหน้าที่สังคมสงเคราะห์

relieve /rɪ'li:v/ริ'ลีว/ *v.t.* Ⓐ *(lessen, mitigate)* บรรเทา *(ความกลุ้มใจ, ความน่าเบื่อ)*; แบ่งเบา, ช่วยเหลือ *(ความยากจน)*; ปล่อย *(ความกดดันของไอน้ำ)*; *(remove)* ปลดเปลื้อง *(ความเครียด, ความเจ็บปวด)*; *(remove or lessen monotony of)* ทำให้โล่งอก; **I am** *or* **feel ~d to hear that ...:** ฉันรู้สึกโล่งอกที่ได้ยินว่า...; Ⓑ *(release from duty)* เปลี่ยนเวร, ออกเวร *(ตำรวจ, ทหาร)*; Ⓒ **~ sb.** *(of task, duty)* เปลี่ยนเวร/หาคนทำงานแทนให้ *ค.น.*; *(of responsibility, load)* ปลดเปลื้องจากความรับผิดชอบ; ช่วยยก *(ของหนัก)*; *(from debt)* ปลดหนี้; *(of burden, duty, from sorrow, worry)* ปลดเปลื้อง *(ภาระ, หน้าที่)*; **~ sb.'s mind of doubt** ทำให้ *ค.น.* หายสงสัย; Ⓓ **~sb. of sth.** *(joc.: steal from)* ขโมย *ส.น.* จาก *ค.น.*; Ⓔ **~ one's feelings** ระบายอารมณ์ *(เครียด)*; Ⓕ **~ oneself** *(empty the bladder or bowels)* ถ่ายปัสสาวะ *หรือ* อุจจาระ; Ⓖ *(release from a post)* ปลดออกจากตำแหน่ง; *(dismiss)* ไล่ออก; **~ sb. from duty** *or* **of his post** *or* **office** *or* **duties** ปลด *ค.น.* ออกจากตำแหน่ง/หน้าที่การงาน; Ⓗ *(Mil.: free from siege)* กู้เมืองที่ถูกโอบล้อม

religion /rɪ'lɪdʒən/ริ'ลิจเจิน/ *n.* Ⓐ ศาสนา; **freedom of ~:** เสรีภาพในการนับถือศาสนา; **what is your ~?** คุณนับถือศาสนาอะไร; **that's against my ~:** นั่นขัดกับศาสนาของฉัน; **no thanks, I won't have a cigarette; it's against my ~** *(joc.)* ไม่ ขอบคุณ ฉันไม่สูบบุหรี่ มันขัดกับศาสนา; ➡ **+ established** C; Ⓑ *(recognition of God)* ความเชื่อว่ามีพระผู้เป็นเจ้า; **get ~** *(coll./joc.)* กลายเป็นคนธรรมะธัมโม; Ⓒ *(object of devotion or obligation)* **he makes a ~ of snooker** เขาถือว่าสนุกเกอร์เป็นศาสนา, เขาทุ่มเทกับการเล่นสนุกเกอร์มาก; **she makes a ~ of keeping her house clean** เธอยึดถือการดูแลรักษาบ้านให้สะอาดเรียบร้อยเป็นสรณะ

religious /rɪ'lɪdʒəs/ริ'ลิจเจิซ/ ❶ *adj.* Ⓐ *(pious)* เคร่งศาสนา, ธรรมะธัมโม; Ⓑ *(concerned with religion)* *(เสรีภาพ, ความรู้, ศูนย์, การบังคับ)* ทางศาสนา; Ⓒ *(of monastic order)* *(นิกาย)* ศาสนา; **~ community** ชุมชนทางศาสนา; **~ house** วัด, อาราม; Ⓓ *(scrupulous)* *(ความอุตสาหะ, การตั้งใจ)* เคร่งครัด; **with ~ care** *or* **exactitude** ด้วยความระมัดระวังอย่างเคร่งครัด; **pay ~ attention to details** เอาใจใส่ในรายละเอียดอย่างเคร่งครัด ❷ *n., pl. same* นักบวช, สมาชิกของนิกายศาสนาหนึ่ง

religiously /rɪ'lɪdʒəslɪ/ริ'ลิจเจิซลิ/ *adv.* Ⓐ *(piously, reverently)* อย่างเลื่อมใสในศาสนา, ด้วยความเคารพนับถือ; Ⓑ *(conscientiously, scrupulously)* อย่างระมัดระวัง, อย่างเคร่งครัด

reline /ri:'laɪn/รี'ลาย-น/ *v.t.* ใส่ซับในใหม่ *(กระโปรง, ม่าน)*; **~ a hat with a silk lining** บุหมวกใหม่ด้วยผ้าไหม

relinquish /rɪ'lɪŋkwɪʃ/ริ'ลิงควิช/ *v.t.* Ⓐ *(give up, abandon)* สละ *(สิทธิ, ฐานันดร)*; ทิ้ง *(งาน, บ้าน)*; ยกเลิก *(การร้องเรียน)*; **~ the right/one's claim to sth.** สละสิทธิใน *ส.น.*; **~ sth. to sb.** สละ *ส.น.* ให้ *ค.น.*; Ⓑ **~ one's hold** *or* **grip on sb./sth.** ปล่อยมือจาก *ค.น./ส.น.*; Ⓒ *(fig.)* **~ one's hold on reality** ไม่รู้แล้วว่าอะไรคือความจริง; **he has ~ed his hold over** *or* **on her** เขาปล่อยมือจากเธอ

relinquishment /rɪ'lɪŋkwɪʃmənt/ริ'ลิงควิชเมินทฺ/ *n.* การสละ, การทิ้ง; *(of belief)* การเลิก; *(of right, power, claim, territory)* การสละ

reliquary /'relɪkwərɪ, US -kwerɪ/'เร็ลลิเควอะริ, -เควะริ/ *n. ภาชนะบรรจุสิ่งศักดิ์สิทธิ์ไว้บูชา เช่น พระธาตุ*

relish /'relɪʃ/'เร็ลลิช/ ❶ *n.* Ⓐ *(liking)* ความชอบ; **show a real ~ for doing sth.** แสดงความชอบทำ *ส.น.* อย่างจริงจัง; **have a great/no ~ for sth.** มี/ไม่มีใจจดจ่อใน *ส.น.*; **do sth. with [great] ~:** ทำ *ส.น.* ด้วยความสนุก/เพลิดเพลิน *(อย่างยิ่ง)*; **he takes [great] ~ in doing sth.** เขามีความเพลิดเพลิน [อย่างยิ่ง] ในการทำ *ส.น.*; Ⓑ *(condiment)* ซอสปรุงรส, เครื่องชูรส; Ⓒ *(attractive quality)* ลักษณะความดึงดูด, รสชาติ; **have no/great ~:** ไม่มีแรงดึงดูด/มีแรงดึงดูด; **meat has no ~ when one is ill** เนื้อไม่มีรสชาติเวลาที่เราไม่สบาย ❷ *v.t.* มีความสุขกับ, ชอบใจจดใจจ่อ; **I should ~ a lobster and a bottle of wine** ตอนนี้ฉันอยากกินกุ้งตัวใหญ่สักตัวและไวน์สักขวดจังเลย

relive /ri:'lɪv/รี'ลิว/ *n.* หวนคิดถึงชีวิตที่ผ่านไป; **~ one's life** คิดถึงช่วงต่าง ๆ ของชีวิต

reload /ri:'ləʊd/รี'โลด/ *v.t.* บรรจุใหม่ *(รถบรรทุก)*; ใส่ *(กระสุน)* ใหม่; **~ the camera** ใส่ฟิล์มในกล้องถ่ายรูป

relocate /ri:ləʊ'keɪt, US ri:'ləʊkeɪt/รีโล'เคท, รี'โลเคท/ ❶ *v.t.* Ⓐ *(move to another place)* ย้ายไปอีกที่หนึ่ง *(บริษัท, โรงงาน)*; ย้ายตำแหน่ง *(หน้าต่าง, ประตู)*; Ⓑ *(find again)* หาที่ตั้งใหม่ ❷ *v.i. (settle)* ย้ายที่ใหม่

relocation /ri:ləʊ'keɪʃn/รีเลอะ'เคช'น/ *n. (of factory, office)* การย้ายที่ตั้ง; *(of employee)* การย้าย/กำหนดตำแหน่งใหม่; **~ expenses** ค่าขนย้าย

reluctance /rɪ'lʌktəns/ริ'ลัคเทินซฺ/ *n., no pl.* ความลังเล, ความไม่เต็มใจ; **have a [great] ~ to do sth.** มีความลังเล [อย่างยิ่ง] ที่จะทำ *ส.น.*; **show some ~ at doing sth.** แสดงความลังเลในการทำ *ส.น.*

reluctant /rɪ'lʌktənt/ริ'ลัคเทินทฺ/ *adj.* ไม่เต็มใจ, ลังเล; **be ~ to do sth.** ลังเล/ไม่เต็มใจที่จะทำ *ส.น.*; **give sb. ~ assistance** ช่วย *ค.น.* อย่างไม่เต็มใจ

reluctantly /rɪ'lʌktəntlɪ/ริ'ลัคเทินทฺลิ/ *adv.* อย่างลังเล, อย่างไม่เต็มใจ

rely /rɪ'laɪ/ริ'ลาย/ *v.i.* Ⓐ *(have trust)* วางใจ; **you can always ~ on him to turn up too early** *(iron.)* คุณมั่นใจได้เสมอว่าเขาจะมาก่อนเวลามาก; Ⓑ *(be dependent)* พึ่งพาอาศัย; **[have to] ~ on sb. to help** [ต้อง] พึ่งพาการช่วยเหลือของ *ค.น.*

remade ➡ remake 1

remain /rɪ'meɪn/ริ'เมน/ *v.i.* Ⓐ *(be left over)* เหลือ; **all that ~ed for me to do was to ...:** สิ่งเดียวที่เหลือให้ฉันทำคือ...; **nothing ~s but to thank you all** ไม่เหลืออะไรแล้วนอกจากขอบคุณทุกท่าน; **only one match still ~s to be played** มีการแข่งขันเหลือที่จะต้องเล่นแค่รอบเดียวเท่านั้น; **the few pleasures that ~ to an old man** ความบันเทิงน้อยนิดของชายชราที่เหลืออยู่; Ⓑ *(stay)* คงอยู่, อยู่ต่อ; **~ behind** *(คง)* อยู่ต่อ; **~ in sb.'s memory** คงอยู่ในความทรงจำของ *ค.น.*; Ⓒ *(continue to be)* ยังคงเป็น/อยู่; **~ true to sb.'s memory** ยังระลึกถึง *ค.น.* ในจิตใจ; **that** *or* **it ~s to be seen** ยังคงต้องดูกันต่อไป; **the fact ~s that ...:** ความจริงมีอยู่ว่า...; **I ~, yours faithfully, J. Smith** ด้วยความเคารพนับถือ เจ สมิธ

remainder /rɪ'meɪndə(r)/ริ'เมนเดอะ(ร)/ ❶ *n.* Ⓐ *(sb. or sth. left over; also Math.)* คน/สิ่งที่เหลืออยู่, เศษ; **the ~ of the guests** แขกที่เหลืออยู่; Ⓑ *(remaining stock)* หนังสือที่ขายไม่ออก/เหลือ; **[publisher's] ~:** หนังสือที่ขายไม่ออก [ของสำนักพิมพ์]; Ⓒ *(Law)* การกำหนดสิทธิรับช่วงในที่ดิน; Ⓓ *(right to succeed to a title or position)* สิทธิในการสืบทอด ❷ *v.t. (Publishing)* เทขาย *(หนังสือค้างสต็อก)*

remaining /rɪ'meɪnɪŋ/ริ'เมนิง/ *adj.* ที่เหลืออยู่; **spend one's ~ years ...:** ใช้ปีที่เหลืออยู่...

remains /rɪ'meɪnz/ริ'เมนซฺ/ *n. pl.* Ⓐ *(left-over part)* ส่วนที่เหลือ/ค้างอยู่; Ⓑ *(corpse)* ซากศพ; Ⓒ *(relics)* สิ่งที่ตกทอดกันมา; โบราณวัตถุ; **Roman ~:** สิ่งที่ตกทอดมาสมัยโรมัน

remake ❶ /ri:'meɪk/รี'เมค/ *v.t.*, **remade** /ri:'meɪd/รี'เมด/ ทำใหม่, ทำอีกครั้ง; **~ the booking** จองที่นั่งใหม่ ❷ /'ri:meɪk/'รีเมค/ *n. (Cinemat.)* ภาพยนตร์ *(เก่า)* ที่ถ่ายทำใหม่; **do a ~ of sth.** ถ่าย *ส.น.* ใหม่

remand /rɪ'mɑ:nd, US rɪ'mænd/ริ'มานดฺ, ริ'แมนดฺ/ ❶ *v.t.* **~ sb. [in** *or* **into custody]** ส่ง *ค.น.* กลับ [ไปคุมขังระหว่างพิจารณา]; **be ~ed in custody/on bail** ถูกส่งกลับไปคุมขัง/ได้ประกันออกมาระหว่างพิจารณาคดี ❷ *n.* **[period of] ~:** [ช่วงเวลา] การคุมขังระหว่างการพิจารณาคดี; **place sb. on ~:** ควบคุมตัว *ค.น.* ไว้ไต่สวน; **be held on ~:** ถูกควบคุมตัวเพื่อไต่สวน

remand: ~ centre *n. (Brit.)* *สถานควบคุมวัยรุ่นผู้ต้องหาระหว่างรอการพิจารณาคดี*; **~ home** *n. (Brit. Hist.)* *สถานควบคุมชั่วคราวสำหรับเยาวชนผู้กระทำผิดทางอาญา*

remark /rɪ'mɑ:k/ริ'มาค/ ❶ *v.t.* Ⓐ *(say)* พูด, กล่าว, ให้ข้อสังเกต; Ⓑ *(arch.: observe)* สังเกต ❷ *v.i.* ออกความเห็น ❸ *n.* Ⓐ *(comment)* ข้อคิดเห็น, ข้อสังเกต; **make a ~:** ออกความเห็น, ตั้งข้อสังเกต; **I have a few ~s to make about that** ฉันมีข้อสังเกตสองสามประการเกี่ยวกับเรื่องนั้น; Ⓑ *no art. (commenting)* การออกความเห็น; **without ~:** โดยไม่ออกความเห็น; **be worthy of special ~** *(formal)* น่าสังเกตเป็นพิเศษ; **nothing worthy of ~** *(formal)* ไม่มีอะไรน่าสังเกต/จับตามอง

remarkable /rɪˈmɑ:kəbl/ริ'มาเคอะบ'ล/ *adj.* Ⓐ *(notable)* น่าสังเกต, น่าสนใจ; Ⓑ *(extraordinary)* เป็นพิเศษ, ประหลาด; **a boy who is ~ for his stupidity** เด็กชายที่โง่เขลาอย่างผิดปกติ

remarkably /rɪˈmɑ:kəblɪ/ริ'มาเคอะบลิ/ *adv.* Ⓐ *(notably)* อย่างน่าสังเกต, อย่างน่าสนใจ; Ⓑ *(exceptionally)* โดยเป็นพิเศษ

remarriage /ri:ˈmærɪdʒ/รี'แมริจ/ *n.* การแต่งงานใหม่

remarry /ri:ˈmærɪ/รี'แมริ/ *v.i. & t.* แต่งงานใหม่

rematch /ˈri:mætʃ/'รีแมฉ/ *n.* การแข่งขันใหม่

remediable /rɪˈmi:dɪəbl/ริ'มีเดียบ'ล/ *adj.* แก้ไขได้, เยียวยาได้; **be ~:** แก้ไข/เยียวยาได้; **is the situation ~?** สถานการณ์ตอนนี้แก้ไขได้ไหม

remedial /rɪˈmi:dɪəl/ริ'มีเดียล/ *adj.* Ⓐ *(affording a remedy)* รักษา, เยียวยา; *(intended to remedy deficiency etc.)* เป็นการแก้ไขปัญหา *(ข้อบกพร่อง ฯลฯ)*; **take ~ action** จัดการแก้ไข; **be ~ rather than preventive** เป็นการรักษามากกว่าป้องกัน; Ⓑ *(Educ.)* สอนพิเศษ *(สำหรับเด็กที่ล้าหลัง)*; **classes in ~ reading** ชั้นสอนอ่านเสริม; **~ education** การศึกษาสำหรับนักเรียนที่เรียนอ่อน

remedy /ˈremɪdɪ/'เร็มมิดิ/ ❶ *n.* Ⓐ *(cure)* การรักษา, ยา/สิ่งที่ใช้รักษา; **cough/herbal ~:** ยาแก้ไอ/สมุนไพร; **cold/flu ~:** ยารักษาไข้หวัด/ไข้หวัดใหญ่; **be past** *or* **beyond ~:** เกินกว่าที่จะรักษาได้; Ⓑ *(means of counteracting)* สิ่งต่อต้าน *หรือ* ป้องกัน *(โรค, อาการ)*; Ⓒ *(Law: redress) (through civil proceedings)* การแก้ไขทางกฎหมาย; *(through self-help)* การแก้ไขโดยช่วยตนเอง ❷ *v.t.* แก้ไข, ทำให้ถูกต้อง; **the problem/situation cannot be remedied** ปัญหา/สถานการณ์ไม่สามารถจะแก้ไขได้

remember /rɪˈmembə(r)/ริ'เม็มเบอะ(ร)/ *v.t.* Ⓐ *(keep in memory)* จดจำ; *(bring to mind)* จำได้, นึกออก; **I've just ~ed what I wanted to tell you** ฉันเพิ่งนึกออกว่าจะบอกอะไรคุณ; **don't you ~ me?** คุณจำฉันไม่ได้หรือ; **~ who/where you are!** จำไว้ว่าคุณเป็นใคร/อยู่ที่ไหน; **I can't ~ the word I want** ฉันนึกคำที่ฉันต้องการไม่ออก; **she gave him something to ~ her by** เธอให้ *ส.น.* แก่เขาเป็นที่ระลึก; **I ~ed to bring the book** ฉันไม่ลืมเอาหนังสือมา; **I can't ~ how to put it back together** ฉันจำวิธีใส่มันกลับเข้าไปด้วยกันไม่ได้; **do you ~ when the bus leaves?** คุณจำได้ไหมว่ารถเมล์ออกเมื่อไร; **I can never ~ her name** ฉันไม่เคยจำชื่อเธอได้เลย; **I distinctly ~ posting the letter** ฉันจำได้ชัดเจนว่าได้ส่งจดหมายไปแล้ว; **if I ~ correctly** ถ้าฉันจำไม่ผิด; **an evening to ~:** คืนที่ต้องจดจำ/รำลึก; Ⓑ *(convey greetings from)* ฝากความคิดถึง; **~ me to them** ฝากความคิดถึงของฉันถึงพวกเขาด้วย; **she asked to be ~ed to you** เธอขอให้ฉันฝากความคิดถึงให้คุณด้วย; Ⓒ **~ oneself** คุมสติได้; Ⓓ **~ sb. in one's will/prayers** ยกมรดกให้ *ค.น.*/สวดมนต์ให้ *ค.น.*

remembrance /rɪˈmembrəns/ริ'เม็มเบรินซฺ/ *n.* การรำลึก, การระลึกถึง, ความทรงจำ; **in ~ of sb.** ในการรำลึกถึง *ค.น.*

Remembrance: ~ Day *n. (Brit.)* Ⓐ *(Hist.: 11 Nov.)* วันสงบศึกของสงครามโลกครั้งที่ 1; Ⓑ ➡ **~ Sunday; ~ Sunday** *n. (Brit.)* วันอาทิตย์ที่ใกล้ที่สุดกับวันที่ 11 พฤศจิกายนเป็นวันรำลึกถึงผู้ที่เสียชีวิตจากสงครามโลกครั้งที่ 1 และสงครามโลกครั้งที่ 2*

remind /rɪˈmaɪnd/ริ'มายนฺด/ *v.t.* เตือนความจำ, เตือน; **~ sb. to do sth.** เตือน *ค.น.* ให้ทำ *ส.น.*; **can you ~ me how to do it?** คุณช่วยบอกวิธีทำสิ่งนี้อีกครั้งได้ไหม; **that ~s me, ...:** สิ่งนั้นทำให้ฉันนึกออก/จำได้; **you are ~ed that ...:** โปรดระวังว่า...; ขอเตือนว่า...; **travellers are ~ed that ...:** ขอเตือนผู้โดยสารว่า...

reminder /rɪˈmaɪndə(r)/ริ'มายนุเดอะ(ร)/ *n.* เครื่องเตือนความจำ; *(mnemonic)* สิ่งที่ช่วยให้จำได้ง่ายขึ้น; *(photo etc.)* ของที่ระลึก; **give sb. a ~ that ...:** เตือนความจำ *ค.น.* ว่า...; **serve as/be a ~ of sth.** ใช้/เป็นเครื่องเตือน *ส.น.*; **~ [letter]** จดหมายเตือน; **a gentle ~:** การเตือนอย่างนุ่มนวล

reminisce /remɪˈnɪs/เระมิ'นิซ/ *v.i.* หวนระลึกถึงอดีต

reminiscence /remɪˈnɪsəns/เระมิ'นิเซินซฺ/ *n.* Ⓐ การรำลึกถึงอดีต; Ⓑ *in pl. (memoirs)* บันทึกประวัติชีวิตและประสบการณ์

reminiscent /remɪˈnɪsənt/เระมิ'นิเซินทฺ/ *adj.* Ⓐ **~ of sth.** ชวนให้รำลึกถึง *ส.น.*; **be ~ of sth.** ทำให้รำลึกถึง *ส.น.*; Ⓑ *(nostalgic)* **~ mood** อารมณ์รำลึกถึงความหลัง

remiss /rɪˈmɪs/ริ'มิซ/ *adj.* เฉื่อยชา, ละเลย, เลินเล่อ

remission /rɪˈmɪʃn/ริ'มิช'น/ *n.* Ⓐ *(of sins)* การล้างบาป *(โดยพระผู้เป็นเจ้า)*; Ⓑ *(of debt, punishment)* การยกเว้น; Ⓒ *(prison sentence)* การลดโทษจำคุก; **he gained one year's ~:** เขาได้ลดโทษหนึ่งปี; Ⓓ *(Med.)* การบรรเทา *(อาการเจ็บปวด)*; **go into ~:** อยู่ในช่วง *(อาการเจ็บปวด)* บรรเทา

remit ❶ /rɪˈmɪt/ริ'มิท/ *v.t.*, **-tt-** Ⓐ *(pardon)* ยก *(โทษ, บาป)*; Ⓑ *(cancel)* ยกเลิก, ละเว้น *(หนี้สิน, ภาษี)*; **~ sb.'s punishment** ละเว้นการลงโทษ *ค.น.*; Ⓒ *(refer)* ส่งต่อให้พิจารณา *(คำถาม)*; *(Law)* ส่ง *(คดี)* กลับไปยังศาลที่ต่ำกว่า; Ⓓ *(postpone)* เลื่อนออก **(with** จนกว่า**)**; Ⓔ *(send)* ส่งเงิน ❷ /ˈri:mɪt/'รีมิท/ *n.* ขอบเขตของหน้าที่; เรื่องที่ให้พิจารณา

remittance /rɪˈmɪtəns/ริ'มิเทินซฺ/ *n.* การส่งเงิน, เงิน *หรือ* เช็คที่ส่ง

remnant /ˈremnənt/'เร็มเนินทฺ/ *n.* Ⓐ ส่วนที่เหลือ, เศษ; **only a ~ of the family survives** มีเพียงไม่กี่คนในครอบครัวที่ยังมีชีวิตอยู่; **~s of carpet/wood** เศษพรม/ไม้; **sale of ~s** การขายเศษผ้า/พรมลดราคา; Ⓑ *(trace)* ร่องรอยที่ยังหลงเหลืออยู่; **salvage the ~s of sth.** กู้ซาก/เศษของ *ส.น.* ได้

remodel /ri:ˈmɒdl/รี'มอด'ล/ *v.t., (Brit.)* **-ll-** *(lit. or fig.)* ปั้นใหม่, สร้างใหม่, ออกแบบใหม่

remold *(Amer.)* ➡ **remould**

remonstrance /rɪˈmɒnstrəns/ริ'มอนซฺเตริ้นซฺ/ *n.* การคัดค้าน, การทัดทาน

remonstrate /ˈremənstreɪt/'เร็มเมินซเตรฺท/ *v.i.* คัดค้าน, ทัดทาน, ประท้วง; **~ with sb.** คัดค้าน/ประท้วง *ค.น.*

remonstration ➡ **remonstrance**

remonstrative /ˈremənstreɪtɪv, rɪˈmɒnstrətɪv/'เร็มเมินซเตรฺอะทิว, ริ'มอนซฺเตรฺอะทิว/ *adv. (เขียนจดหมาย)* เป็นการคัดค้าน/ทัดทาน/ประท้วง

remorse /rɪˈmɔ:s/ริ'มอซ/ *n.* ความสำนึกผิด; **without ~:** โดยไม่สำนึกผิด

remorseful /rɪˈmɔ:sfl/ริ'มอซฟ'ล/ *adj.* ที่สำนึกผิด; **feel ~:** รู้สึกสำนึกผิด

remorseless /rɪˈmɔ:slɪs/ริ'มอซลิซ/ *adj.* Ⓐ *(merciless) (ความโหดร้าย, ความทรมาน)* ไร้ความเมตตา, ไม่สงสาร; Ⓑ *(relentless) (ชะตากรรม)* ไม่ผ่อนปรน/ผ่อนผัน

remorselessly /rɪˈmɔ:slɪslɪ/ริ'มอซลิซลิ/ *adv.* ➡ **remorseless:** อย่างไร้ความเมตตา, อย่างไม่ผ่อนปรน/ผ่อนผัน

remote /rɪˈməʊt/ริ'โมท/ *adj.*, **~r** /rɪˈməʊtə(r)/ริ'โมเทอะ(ร)/, **~st** /rɪˈməʊtɪst/ริ'โมทิสท/ Ⓐ *(far apart)* ห่างไกล; **be very ~ from each other** อยู่ห่างไกลกันมาก; **nations as ~ in culture as X and Y** ประเทศที่มีวัฒนธรรมแตกต่างกันมากเช่นเอ็กซ์กับวาย; Ⓑ *(far off) (อดีต, ทหาร, สิ่งที่เกิดขึ้น)* ที่ห่างไกล; *(หมู่บ้าน, สถานที่)* ที่โดดเดี่ยว, ไกลโพ้น, ไกลออกไป; **~ from** *(lit. or fig.)* ห่างไกลจาก; **~ from the road** ไกลจากถนน; Ⓒ *(not closely related) (ญาติ)* ห่าง ๆ; Ⓓ *(aloof)* ไม่สนิทสนม, เย็นชา, ถือตัว; Ⓔ *(slight) (โอกาส, ความเป็นไปได้)* น้อยมาก; **I don't have the ~st idea what you're talking about** ฉันไม่ทราบแม้แต่น้อยว่าคุณกำลังพูดเรื่องอะไร

remote: ~ con'trol *n. (of vehicle)* การบังคับพาหนะจากระยะไกล; *(of apparatus)* อุปกรณ์บังคับ *(เครื่องจักร, เครื่องใช้ไฟฟ้า)* ระยะไกล, รีโมทคอนโทรล *(ท.ศ.)*; **~-control[led]** *adj.* ที่ควบคุมจากระยะไกล

remotely /rɪˈməʊtlɪ/ริ'โมทลิ/ *adv.* Ⓐ *(distantly)* โดยระยะไกล; **~ controlled** ➡ **remote-control[led]**; Ⓑ *(aloofly)* อย่างห่างเหิน, อย่างถือตัว; Ⓒ *(slightly)* **they are not [even] ~ alike** พวกเขาไม่เหมือนกันแม้แต่น้อย [ด้วยซ้ำ]; **it is not [even] ~ possible that ...:** เป็นไปไม่ได้แม้แต่น้อย [ด้วยซ้ำ] ว่า...; **it is ~ conceivable that ...:** มีทางเป็นไปได้นิดหน่อยว่า...

remoteness /rɪˈməʊtnɪs/ริ'โมทนิซ/ *n., no pl.* Ⓐ *(seclusion)* ความโดดเดี่ยว; *(distance)* ความห่างไกล; Ⓑ *(of relationship)* ความห่างกัน; Ⓒ *(separateness)* ความห่างไกลกัน **(of ... from** ระหว่าง...แล้ว**)**; **~ from everyday life** การแยกออกมาจากชีวิตประจำวัน

remould ❶ /ri:ˈməʊld/รี'โมลดฺ/ *v.t. (refashion)* หลอมใหม่, สร้างใหม่ **(into** เป็น**)**; *(Motor Veh.)* หล่อดอกยางใหม่ ❷ /ˈri:məʊld/'รีโมลดฺ/ *n. (Motor Veh.)* ยางที่หล่อดอกใหม่

remount /ri:ˈmaʊnt/รี'มาวนุท/ ❶ *v.t.* Ⓐ *(ascend again)* ขึ้น *(ม้า, บันได)* ใหม่; **~ one's horse/bicycle** ขึ้นม้า/จักรยานใหม่; Ⓑ *(put in fresh mount)* ใส่กรอบใหม่ *(รูป)* ❷ *v.i. (on horse)* ขึ้นม้าอีกครั้ง; *(on bicycle)* ขึ้นจักรยานใหม่

removable /rɪˈmu:vəbl/ริ'มูเวอะบ'ล/ *adj.* *(ซับในเสื้อ)* เอาออกได้; *(ฝากั้นห้อง)* ย้ายได้, ยกได้, ปลดได้; **be ~** เอา/ยกออกได้

removal /rɪˈmu:vl/ริ'มูว'ล/ *n.* Ⓐ *(taking away)* การเอาออกไป; *(of passage from book)* การตัดข้อความ; *(of traces)* การลบรอย/ร่องรอย; *(taking off)* **the ~ of the valve from the tyre proved difficult** การถอดลิ้นออกจากยางรถยนต์ยากพอสมควร; Ⓑ *(dismissal)* การปลด, การไล่ออก; **the minister's ~ from office** การปลดรัฐมนตรีออกจากตำแหน่ง; Ⓒ ➡ **remove** 1 C: การกำจัด, การทำลาย, การถอนรากถอนโคน; Ⓓ *(transfer)* การโยกย้าย; **his ~ to another school** การย้ายโรงเรียนของเขา; **the ~ of the books to the next room** การย้ายหนังสือไปไว้ห้องถัดไป; **his ~ to another department** การที่เขาโยกย้ายไปอยู่แผนกอื่น; **his ~ to hospital**

การย้ายเข้าโรงพยาบาลของเขา; Ⓔ *(transfer of furniture)* การขนย้าย; **'Smith & Co., R ~s'** 'บริษัท สมิธ จำกัด รับขนย้ายเครื่องเรือน'; **office/factory ~:** การย้ายสำนักงาน/โรงงาน

removal: ~ expenses *n. pl.* ค่าขนย้าย; **~ firm** *n.* ธุรกิจรับขนย้ายเครื่องเรือน; **~ man** *n.* พนักงานขนย้ายเครื่องเรือน; **~ van** *n.* รถขนย้ายเครื่องเรือน

remove /rɪ'mu:v/ริ'มูว/ ❶ *v.t.* Ⓐ *(take away)* เอาออกไป; ตัดออก *(ข้อความจากหนังสือ)*; ย้ายออก *(แฟ้ม, เอกสาร)*; *(take off)* ถอดออก *(เสื้อผ้า)*; **she ~d her/the child's coat** เธอถอดเสื้อโค้ตกันหนาวของเธอ/ของเด็กออก; **~ a book from the shelf/the valve from a tyre** ดึงหนังสือลงมาจากชั้น/ถอดลิ้นออกจากยางรถยนต์; **~ one's make-up** ล้าง/เครื่องสำอางออก; **~ the papers/dishes from the table** เก็บหนังสือพิมพ์/จานออกไปจากโต๊ะ; **the parents ~d the child from the school** พ่อแม่เอาลูกออกจากโรงเรียน; Ⓑ *(dismiss)* ปลด, ไล่ออก; **~ sb. from office/his post** ปลด *ค.น.* ออกจากตำแหน่ง; Ⓒ *(eradicate)* กำจัด *(อันตราย, สิ่งกีดขวาง, ปัญหา)*; ทำลาย *(ความสงสัย, ความกลัว)*; ถอนรากถอนโคน; Ⓓ *(transfer)* **~ a pupil to another school** ย้ายนักเรียนไปอยู่โรงเรียนอีกแห่งหนึ่ง; **we ~d the books to another room** เราย้ายหนังสือไปไว้อีกห้องหนึ่ง; **~ an employee to another department** ย้ายพนักงานไปอยู่อีกแผนกหนึ่ง; Ⓔ *(euphem.: kill)* ฆ่า; Ⓕ *in p.p.* ➡ **cousin**; Ⓖ *in p.p. (remote)* **be entirely ~d from politics/everyday life** ห่างไกลจากการเมือง/ชีวิตประจำวันโดยสิ้นเชิง

❷ *v.i.* ย้าย *(ที่อยู่)*; **~ to the country** ย้ายไปอยู่ชนบท; **they ~d from here** พวกเขาย้ายไปจากที่นี่

❸ *n.* Ⓐ *(degree)* ขั้น; **be only a few ~s/but one ~ from** อยู่ห่างจาก...เพียงไม่กี่ขั้น/เพียงขั้นเดียว; **at one ~:** หนึ่งขั้น; Ⓑ *(distance)* ระยะห่าง **(from** จาก); **be a far ~ from sth.** อยู่ห่างไกลจาก *ส.น.*

remover /rɪ'mu:və(r)/ริ'มูเวอะ(ร)/ *n.* Ⓐ *(of paint/varnish)* น้ำยาล้าง; *(of rust)* น้ำยากำจัดสนิม; Ⓑ *(removal man)* ผู้รับจ้างขนย้ายเครื่องเรือน; **[firm of] ~s** บริษัทรับจ้างขนย้ายเครื่องเรือน

remunerate /rɪ'mju:nəreɪt/ริ'มิวเนอะเรท/ *v.t.* จ่ายเงิน, ให้รางวัล; *(recompense)* ตอบแทน, ชดเชย

remuneration /rɪmju:nə'reɪʃn/ริมิวเนอะ'เรช'น/ *n.* ค่าตอบแทน; *(reward)* รางวัล

remunerative /rɪ'mju:nərətɪv, US -nəreɪtɪv/ริ'มิวเนอะเรอะทิว-, -เนอะเรทิว/ *adj.* คุ้มค่า, ทำเงินได้

Renaissance /rə'neɪsəns, US 'renəsɑ:ns/เระ'เนเซินซฺ, 'เร็นเนอะซอนซฺ/ *n.* Ⓐ *no pl. (Hist.)* ยุคฟื้นฟูศิลปวิทยาการในทวีปยุโรประหว่างศตวรรษที่ 14 ถึง 16; **~ man** ผู้ที่มีความรู้กว้างขวาง; Ⓑ **r~** *(rebirth)* การฟื้นฟู

renal /'ri:nl/'รีน'ล/ *adj. (Anat., Med.)* เกี่ยวกับไต

rename /ri:'neɪm/รี'เนม/ *v.t.* ตั้งชื่อใหม่

renascence ➡ **Renaissance** B

rend /rend/เร็นด/ **rent** /rent/เร็นท/ *v.t. (literary)* Ⓐ *(tear)* ฉีก; Ⓑ *(split)* แยก *(พื้นที่)*; ผ่า, ทำลาย *(ความสงบ)*

render /'rendə(r)/'เร็นเดอะ(ร)/ *v.t.* Ⓐ *(make)* ทำให้; **the tone ~ed the statement an insult** น้ำเสียงทำให้คำพูดกลายเป็นการดูถูก/สบประมาท; Ⓑ *(show, give)* แสดง *(ความนับถือ, เกรงกลัว)*; ให้ *(ความช่วยเหลือ)*; **~ a service to sb., ~ sb. a service** ให้บริการแก่ *ค.น.*; **~ thanks [un]to God** แสดงความขอบคุณแด่พระผู้เป็นเจ้า; **~ [un]to Caesar the things that are Caesar's** *(Bibl.)* จงคืนสิ่งที่เป็นของซีซาร์ให้แก่ซีซาร์; Ⓒ *(pay)* จ่าย *(ค่าธรรมเนียม, ภาษี)*; Ⓓ *(represent, reproduce)* แสดง *(บทละคร, บทบาท)*; เล่น *(ดนตรี)*; *(translate)* แปล; **~ a text into another language** แปลข้อความเป็นอีกภาษาหนึ่ง; Ⓔ *(present)* **~ a report to sb.** เสนอรายงานแก่ *ค.น.*; **~ an annual account [to sb.]** เสนอ/ส่งรายงานประจำปี [แก่ *ค.น.*]; **account ~ed** *(Commerc.)* บัญชีที่ส่งมาเก็บเงิน; Ⓕ *(Building: plaster)* ฉาบปูน *(กำแพง)*; Ⓖ **~ [down]** เคี่ยว, ทำให้ละลาย *(น้ำมันที่แข็งเป็นก้อน)*

~ 'up *v.t. (formal)* ส่งมอบ, มอบ *(เมือง, ป้อม)*

rendering /'rendərɪŋ/'เร็นเดอะริง/ *n.* Ⓐ การแสดง; *(translation)* การแปล; *(of play also)* การแสดง/เล่นละคร; *(of musical piece)* การเล่น; *(of poem)* การท่องกลอน; **give a [superb] ~ of sth.** แสดง *ส.น.* [อย่างยอดเยี่ยม]; Ⓑ *(Building: plastering)* การฉาบปูน, ปูนที่ฉาบ *(บนอิฐ, หิน)*

rendezvous /'rɒndɪvu:, 'rɒndeɪvu:/'รอนดิวู/ ❶ *n., pl. same* /'rɒndɪvu:z, 'rɒndeɪvu:z/'รอนเดวู/ Ⓐ *(meeting place)* ที่นัดพบ, สถานที่นัดพบ; Ⓑ *(meeting)* การนัดพบ; Ⓒ *(Astronaut.)* การมาบรรจบกันของยานอวกาศ ❷ *v.i., pres.* **~es** /'rɒndɪvu:z, 'rɒndeɪvu:z/'รอนดิวูซ, 'รอนเดวูซ/, *p.t. & p.p.* **~ed** /'rɒndɪvu:d, 'rɒndeɪvu:d/'รอนดิวูด, 'รอนเดวูด/, *pres. p.* **~ing** /'rɒndɪvu:ɪŋ, 'rɒndeɪvu:ɪŋ/'รอนดิวูอิง, 'รอนเดวูอิง/ นัดพบ, เจอกัน

rendition /ren'dɪʃn/เร็น'ดิช'น/ ➡ **rendering** A

renegade /'renɪgeɪd/'เร็นนิเกด/ ❶ *n.* ผู้ที่ละทิ้ง *(พรรค, หลักการ, ศาสนา)* ❷ *adj.* ที่เปลี่ยนพรรค/ศาสนา

renege, renegue /rɪ'ni:g, -'neɪg/ริ'นีก, -'เน็ก, -'เนก/ *v.i.* Ⓐ *(Amer. Cards)* เว้นลงไพ่; Ⓑ **~ [on an agreement/a promise]** ผิด [ข้อตกลง/สัญญา] *หรือ* ไม่ปฏิบัติตาม [ข้อตกลง/สัญญา]

renegotiate /ri:nɪ'gəʊʃɪeɪt/รีนิ'โกชิเอท/ *v.t.* เจรจากันใหม่, ตกลงกันใหม่

renew /rɪ'nju:, US -'nu:/ริ'นิว, -'นู *v.t.* Ⓐ *(restore, regenerate, recover)* ฟื้นฟู *(ความรู้สึก, ประเพณี)*; ซ่อมแซม, สร้างใหม่; **~ sb.'s energy** เติม/เสริมพลังของ *ค.น.*; **feel spiritually ~ed** รู้สึกว่ามีพลังจิตขึ้นมาอีก; Ⓑ *(replace)* เปลี่ยนใหม่ *(เสื้อผ้า, สต็อก)*; Ⓒ *(begin again)* เริ่มขึ้นใหม่ *(การต่อสู้, การเขียนจดหมาย)*; เริ่มขึ้นอีก *(ความเป็นเพื่อน)*; **~ed exhortations/outbreaks of rioting** เริ่มเคี่ยวเข็ญ/เริ่มการจลาจลขึ้นอีก; Ⓓ *(repeat)* ย้ำอีกครั้ง *(เหตุผล, จุดยืน)*; Ⓔ *(extend)* ต่อ *(สัญญา)*; ยืดเวลา; **~ a library book** ขอยืมหนังสือห้องสมุดต่อ

renewable /rɪ'nju:əbl, US -'nu:əbl/ริ'นิวเออะบ'ล, -'นูเออะบ'ล/ *adj.* ที่ซ่อมแซมได้, เปลี่ยนได้, ต่อ *(สัญญา)* ได้; *(พลังงาน)* ที่ฟื้นคืนมาได้

renewal /rɪ'nju:əl, US -'nu:əl/ริ'นิวเอิล, -'นูเอิล/ *n.* Ⓐ การฟื้นฟู, การซ่อมแซม; *(of contract, passport etc. also)* การต่อ *(อายุ)*; *(of attack)* การเริ่มใหม่; *(of library book)* การยืมต่อ; Ⓑ **[urban] ~:** การพัฒนา [เมือง]

rennet /'renɪt/'เร็นนิท/ *n.* เยื่อในกระเพาะลูกวัว *(ใช้ในการทำให้นมเกาะกันเป็นก้อนเพื่อทำเนยแข็ง)*

renounce /rɪ'naʊns/ริ'นาวนซ/ ❶ *v.t.* Ⓐ *(abandon)* ทิ้ง, สละ; Ⓑ *(refuse to recognize)* ไม่ยอมรับ *(สัญญา)*; ตัด *(ความเป็นมิตร)*; เลิก *(แผน, การค้นคว้า)*; ตัดขาด *(จาก ค.น.)*; **~ the world** ตัดขาดจากโลกภายนอก/วงสังคม; **~ the devil/one's faith** เลิกเกี่ยวข้องกับความชั่วร้าย/เลิกศรัทธา ❷ *v.i.* Ⓐ *(Law)* สละสิทธิ; Ⓑ *(Cards)* ทิ้งไพ่หน้าอื่นเวลาที่ไม่มีไพ่ตามหน้า

renouncement /rɪ'naʊnsmənt/ริ'นาวนซฺเมินทฺ/ ➡ **renunciation** A

renovate /'renəveɪt/'เร็นเนอะเวท/ *v.t.* ซ่อมแซม, ปฏิสังขรณ์, บูรณะ

renovation /renə'veɪʃn/เร็นเนอะ'เวช'น/ *n.* การซ่อมแซม/ปฏิสังขรณ์; *(of furniture etc.)* การซ่อมแซม

renown /rɪ'naʊn/ริ'นาวนฺ/ *n.* ชื่อเสียง, กิตติศัพท์; **of [great] ~:** มีชื่อเสียง [โด่งดัง]

renowned /rɪ'naʊnd/ริ'นาวนฺดฺ/ *adj.* มีชื่อเสียง; **he is ~ as a portrait painter** เขามีชื่อเสียงในฐานะที่เป็นจิตรกรวาดภาพเหมือน

¹rent ➡ **rend**

²rent /rent/เร็นทฺ/ *n. (tear, cleft)* รอยฉีก, รอยแยก, รอยผ่า; *(cleft also)* ร่อง, รอยแตก; **~ in the clouds** ช่องระหว่างเมฆ

³rent /rent/เร็นทฺ/ ❶ *n. (for house, flat, etc.)* ค่าเช่า; *(for land)* ค่าเช่า; **have a house free of ~:** มีบ้านที่ไม่ต้องจ่ายค่าเช่า; **for ~** *(Amer.)* *(บ้าน, แฟลต)* ให้เช่า ❷ *v.t.* Ⓐ *(use)* เช่า *(บ้าน, ห้องชุด, รถยนต์, ที่ดิน)*; Ⓑ *(let)* ให้เช่า ❸ *v.i.* *(บ้าน, ห้องชุด ฯลฯ)* ให้เช่า

~ 'out *v.t.* ➡ **³rent** 2 B

rentable /'rentəbl/'เร็นเทอะบ'ล/ *adj.* ➡ **³rent** 2: มีให้เช่า, เหมาะสำหรับการเช่า

rent: ~-a-car *attrib. adj.* **~-a-car business/company/service** ธุรกิจ/บริษัท/บริการให้เช่ารถ; **~-a-crowd** *n.* กลุ่มคนที่สามารถจ้างมาร่วมงาน; *(claque)* หน้าม้า

rental /'rentl/'เร็นท'ล/ *n.* Ⓐ *(from houses etc.)* ค่าเช่าบ้าน; *(from land)* ค่าเช่าที่ดิน; Ⓑ ➡ **³rent** 2: การเช่า; *(letting)* การให้เช่า; **car ~:** การให้เช่ารถ; **the property is on ~:** บ้านนี้ได้เช่ามา; Ⓒ *(Amer.: thing rented)* สิ่งที่ให้เช่า

'rental library *n. (Amer.)* ห้องสมุดที่คิดค่าเช่าหนังสือ

rent: ~-a-mob *n.* ฝูงชนจัดตั้ง; **~-a-van** *attrib. adj.* **~-a-van business/company/service** ธุรกิจ/บริษัท/บริการให้เช่ารถตู้ *หรือ* รถบรรทุกสินค้า; **~ boy** *n. (coll.)* หนุ่มขายตัว; **~ collector** *n.* คนเก็บค่าเช่า; **~ control** *n.* การควบคุมราคาค่าเช่า; **~-controlled** *adj.* ที่ควบคุมราคาค่าเช่า; **~-free** *adj.* ไม่เสียค่าเช่า; **~ officer** *n.* เจ้าหน้าที่รับผิดชอบเรื่องค่าเช่า; **~ rebate** *n.* *ส่วนของค่าเช่าบ้านที่ราชการคืนให้ผู้มีรายได้น้อย*; **~ tribunal** *n.* ศาลที่พิจารณา/ชำระความเรื่องค่าเช่าที่

renumber /ri:'nʌmbə(r)/รี'นัมเบอะ(ร)/ *v.t.* เปลี่ยนตัวเลขใหม่, จัดลำดับใหม่

renunciation /rɪnʌnsɪ'eɪʃn/ริเนินซิ'เอช'น/ *n.* Ⓐ ➡ **renounce 1** A, B: การสละ, การละทิ้ง, การตัดขาด; Ⓑ *(self-denial)* การปฏิเสธตนเอง

reoccupation /ri:ɒkjʊ'peɪʃn/รีออคิว'เพช'น/ *n.* การเข้ายึดครองใหม่; *(of house etc.)* การครอบครองใหม่

reoccupy /ri:'ɒkjʊpaɪ/รี'ออคิวพาย/ *v.t.* ยึดครองใหม่ *(เมือง, พื้นที่)*; ครอบครองใหม่ *(บ้าน, แฟลต)*

reoffend /riːəˈfend/รีเออะ'เฟ็นดฺ/ *v.i.* ทำผิดกฎหมายอีกครั้ง

reopen /riːˈəʊpən/ริ'โอเพิน/ ❶ *v.t.* Ⓐ *(open again)* เปิดใหม่ *(ร้าน, บริษัท, โรงงาน);* Ⓑ *(return to)* รื้อฟื้น *(ปัญหา, การอภิปราย, การโต้แย้ง)* ❷ *v.i. (ร้าน, บริษัท)* เปิดใหม่; *(การปรึกษา, การประชุม, ความสัมพันธ์)* รื้อฟื้นขึ้นมาใหม่

reorder /riːˈɔːdə(r)/รี'ออเดอะ(ร)/ ❶ *v.t.* Ⓐ *(Commerc.: order again)* สั่ง *(สินค้า)* อีก; *(after theft, loss)* สั่งใหม่; Ⓑ *(rearrange)* จัดใหม่; *(on list)* จัดลำดับใหม่ ❷ *n. (Commerc.)* การสั่งของ/สินค้าใหม่/อีก/ซ้ำ

reorganisation, reorganise ➡ **reorganiz-**

reorganization /riːɔːgənaɪˈzeɪʃn/รีออเกอะไน'เซช'น/ *n.* การจัดระบบใหม่; *(of text)* การเรียบเรียงใหม่; *(of time, work)* การจัดใหม่

reorganize /riːˈɔːgənaɪz/รี'ออเกอะนายซฺ/ *v.t.* จัดระบบใหม่, ปรับปรุงใหม่, เรียบเรียงใหม่

reorient /riːˈɔːrɪent, riːˈɒrɪent/รี'ออเรียนทฺ/, **reorientate** /riːˈɒrɪənteɪt, riːˈɔːrɪənteɪt/ รี'ออเรียนเทท/ *v.t.* หันเห/เปลี่ยนทิศทางใหม่ *(นโยบาย, จุดยืน, ความคิด);* **~ a person** เปลี่ยนทัศนะ/มุมมองของบุคคลเสียใหม่

reorientation /riːɒrɪənˈteɪʃn, riːɔːrɪənˈteɪʃn/รีออเรียน'เทช'น/ *n.* การหันเห/เปลี่ยนทิศทาง

¹**rep** /rep/เร็พ/ *n. (Textiles)* ผ้าหนาที่มีลายลูกฟูก

²**rep** *n.* ➤ 489 *(coll.: representative)* ตัวแทนจัดจำหน่าย, ผู้แทนขายสินค้า

³**rep** *n. (Theatre coll.)* กลุ่มโรงละครที่แสดงละครในระยะสั้นจากรายการประจำ; **be in ~:** อยู่ในคณะนักแสดงละครที่แสดงละครหลากหลายเป็นประจำ

Rep. *abbr. (Amer.)* Ⓐ **Representative** สส.; Ⓑ **Republican**

repaid ➡ **repay**

repaint ❶ /riːˈpeɪnt/รี'เพนทฺ/ *v.t.* ทาสีใหม่ *(ตึก, ผนัง, ประตู ฯลฯ)* ❷ /ˈriːpeɪnt/'รีเพนทฺ/ *n.* **the door needs a ~:** ประตูนี้ต้องทาสีใหม่; **give sth. a ~:** ทาสี *ส.น.* ใหม่

¹**repair** /rɪˈpeə(r)/ริ'แพ(ร)/ ❶ *v.t.* Ⓐ *(restore, mend)* ซ่อมแซม; Ⓑ *(remedy)* แก้ไข *(การผิดพลาด, ข้อบกพร่อง)* ❷ *n.* Ⓐ *(restoring, renovation)* การซ่อมแซม, การปฏิสังขรณ์, การบูรณะ; **be beyond ~:** เกินกว่าจะซ่อมแซมได้; **be in need of ~:** ต้องการการซ่อมแซม; **be under ~:** อยู่ในระหว่างซ่อมแซม; **the road is under ~:** ถนนอยู่ระหว่างการซ่อม; **closed for ~s** ปิดเพื่อซ่อมแซม; **'~s [done] while you wait'** 'ซ่อมเสร็จในขณะที่ท่านรอ/รอรับได้เลย'; Ⓑ *no pl., no art. (condition)* **be in good/bad ~ or in a good/bad state of ~:** อยู่ในสภาพดี/ไม่ดี

²**repair** *v.i. (formal: go)* ไป, ไปเป็นประจำ

repairable /rɪˈpeərəbl/ริ'แพเรอะบ'ล/ *adj.* ซ่อมแซมได้; **be ~ or in a ~ state** อยู่ในสภาพที่ซ่อมแซมได้

repairer /rɪˈpeərə(r)/ริ'แพเรอะ(ร)/ *n. (of watches/shoes)* ช่างซ่อม; **take sth. to the ~'s** นำ *ส.น.* ไปร้านซ่อม

repair: ~man *n. (of mechanism)* ช่างเครื่อง; *(in house)* ช่างซ่อมเครื่องใช้ในบ้าน; **~ shop** *n.* ร้านรับซ่อม

repaper /riːˈpeɪpə(r)/รี'เพเพอะ(ร)/ *v.t.* ปิดกระดาษบนผนังใหม่

reparation /repəˈreɪʃn/เรเพอะ'เรช'น/ *n.* Ⓐ *(making amends)* การชดใช้; Ⓑ *(compensation)* การชดเชย; **~s** *(for war damage)* ค่าปฏิกรณ์สงคราม; **make ~ [for sth.]** ชดใช้ *[ส.น.]*

repartee /repɑːˈtiː/เรพา'ที/ *n.* Ⓐ *(skill in making retorts)* ความสามารถในการโต้ตอบอย่างเฉียบแหลม; Ⓑ *(conversation)* การพูดคุยโต้ตอบ; **be good at ~:** พูดจาโต้ตอบเก่ง

repast /rɪˈpɑːst, US rɪˈpæst/ริ'พาซทฺ, ริ'แพซทฺ/ *n. (formal)* มื้ออาหาร

repatriate /riːˈpætrɪeɪt, US -ˈpeɪt-/รี'แพทริเอท, -'เพท-/ *v.t.* ส่งกลับถิ่นเดิม

repatriation /riːpætrɪˈeɪʃn, US -peɪt-/รีแพทริ'เอช'น, -เพท-/ *n.* การส่งกลับถิ่นเดิม

repay /rɪˈpeɪ/ริ'เพ/ ❶ *v.t.,* **repaid** /riːˈpeɪd/ริ'เพด/ Ⓐ *(pay back)* จ่ายคืน *(หนี้สิน);* **if you'll lend me £10, I'll ~ you next week** ถ้าคุณจะให้ฉันยืมเงิน 10 ปอนด์ ฉันจะใช้/จ่ายคืนให้อาทิตย์หน้า; Ⓑ *(return)* ตอบแทน *(การเยี่ยม, การทักทาย);* Ⓒ *(give in recompense)* **~ sb. for sth.** ชดใช้ *ค.น.* สำหรับ *ส.น.;* Ⓓ *(requite)* **~ efforts** *etc.* ตอบแทนความอุตสาหะ ฯลฯ ❷ *v.i.,* **repaid** ชดใช้, ตอบแทน

repayable /rɪˈpeɪəbl/ริ'เพเออะบ'ล/ *adj.* ที่ต้องจ่ายคืน; **be ~ at the end of the year** ต้องจ่ายคืนปลายปี

repayment /rɪˈpeɪmənt/ริ'เพเมินทฺ/ *n.* Ⓐ *(paying back)* การจ่ายคืน; **she's having trouble with the ~s** เธอกำลังมีปัญหาเรื่องการใช้เงินคืน; Ⓑ *(reward)* ค่าตอบแทน, รางวัล

re'payment mortgage *n.* เงินกู้ *(ที่ได้จากการจำนองอสังหาริมทรัพย์)* ที่ต้องชำระคืน

repeal /rɪˈpiːl/ริ'พีล/ ❶ *v.t.* ลบล้าง, เลิกล้ม *(กฎหมาย, คำสั่ง)* ❷ *n.* การลบล้าง/เลิกล้ม *(กฎหมาย, คำสั่ง)*

repeat /rɪˈpiːt/ริ'พีท/ ❶ *n.* Ⓐ การพูด/ทำซ้ำ; *(Radio, TV also)* การออกอากาศซ้ำ, การถ่ายทอดซ้ำ; **do a ~ of sth.** ทำ *ส.น.* ซ้ำ; **there will be a ~ of this programme** จะมีถ่ายทอดรายการนี้ซ้ำอีกครั้งหนึ่ง; Ⓑ *(Commerc.)* การสั่งซื้อสินค้าซ้ำ; Ⓒ *(Mus.) (passage)* ท่อนเพลงที่ *(ร้อง/เล่น)* ซ้ำ; *(sign)* เครื่องหมายระบุท่อนเพลงที่จะต้องซ้ำ; Ⓓ *(repeated pattern)* ลวดลายซ้ำ *(โดยเฉพาะในงานศิลปะ)*

❷ *v.t.* Ⓐ *(say, do, broadcast again)* พูด/ทำ/ถ่ายทอดซ้ำ; **'not, ~ 'not** 'ไม่' และขอย้ำอีกทีว่า 'ไม่'; **'nobody, [I] ~ 'nobody** ไม่มีใคร [ฉัน] ขอย้ำว่าไม่มีใคร; **please ~ after me: ...:** โปรดพูดตามฉันด้วย; Ⓑ *(recite)* ท่อง; Ⓒ *(report)* เล่า, รายงาน; **do you want me to ~ the conversation?** คุณอยากให้ฉันพูดบทสนทนาให้ฟังไหม

❸ *v.i.* Ⓐ *(Math: recur) (ทศนิยม)* ซ้ำ, ไม่รู้จบ; Ⓑ *(Amer.: vote more than once)* ลงคะแนนซ้ำ

❹ *v. refl.* **~ oneself/itself** พูดซ้ำ ๆ ซาก ๆ, ซ้ำรอย

repeated /rɪˈpiːtɪd/ริ'พีทิด/ *adj.* ซ้ำ ๆ; *(several)* หลายครั้ง; **make ~ efforts to ...:** พยายามหลายครั้งหลายคราวที่จะ...

repeater /rɪˈpiːtə(r)/ริ'พีเทอะ(ร)/ *n.* Ⓐ *(Horol.)* นาฬิกาที่ซ้ำการตีล่าสุดได้; Ⓑ *(Arms)* ปืนที่ยิงได้หลายนัดโดยบรรจุครั้งเดียว

repeating 'decimal *n. (Math.)* ทศนิยมซ้ำ, ทศนิยมไม่รู้จบ

repeat: ~ 'order *n. (Commerc.)* การสั่งสินค้าซ้ำ; **~ per'formance** *n.* การแสดง *(ละคร)* ซ้ำ; *(of music)* การแสดงดนตรีซ้ำ

repêchage /ˈrepəʃɑːʒ/'เระเพอะชาฌ/ *n. (esp. Rowing, Fencing)* การแข่งขันนอกรายการสำหรับผู้ที่ได้ตำแหน่งรองชนะเลิศ

repel /rɪˈpel/ริ'เพ็ล/ *v.t.,* **-ll-** Ⓐ *(drive back)* ขับไล่, ขับ, ผลักกลับ; Ⓑ *(be repulsive to)* ทำให้รังเกียจ

repellent /rɪˈpelənt/ริ'เพ็ลเลินทฺ/ ❶ *adj.* Ⓐ *(repugnant)* น่ารังเกียจ; Ⓑ *(repelling)* ไล่ไป; **water-~:** ที่กันไม่ให้น้ำซึมผ่าน; **mosquito ~:** ยากันยุง ❷ *n.* **[insect] ~:** ยากัน [แมลง]

repent /rɪˈpent/ริ'เพ็นทฺ/ ❶ *v.i.* สำนึกผิด, สำนึกบาป ❷ *v.t.* สำนึกผิด

repentance /rɪˈpentəns/ริ'เพ็นเทินซฺ/ *n.* การสำนึกผิด

repentant /rɪˈpentənt/ริ'เพ็นเทินทฺ/ *adj.* ที่สำนึกผิด

repercussion /riːpəˈkʌʃn/รีเพอะ'คัช'น/ *n. usu. in pl.* การสะท้อน, ผลสะท้อน

repertoire /ˈrepətwɑː(r)/'เร็พเพอะทวา(ร)/ *n.* Ⓐ *(Mus., Theatre)* รายการดนตรีหรือละครทั้งหมด; Ⓑ *(complete list)* รายการทั้งหมด *(ของคณะ)*

repertory /ˈrepətərɪ, US -tɔːrɪ/'เร็พเพอะเทอะริ, -ทอริ/ *n.* Ⓐ ➡ **repertoire;** Ⓑ *(Theatre)* โรงละครที่แสดงละครต่าง ๆ เป็นระยะสั้น; **play/be in ~:** แสดงกับคณะที่มีละครแสดงเป็นประจำ

'repertory company *n.* คณะละครที่นักแสดงแต่ละคนสวมบทบาทต่าง ๆ ในละครหลายเรื่อง

répétiteur /repetɪˈtɜː(r)/เระเพะทิ'เทอะ(ร)/ *n. (Mus., Theatre)* ผู้ฝึกสอนนักดนตรี *(โดยเฉพาะนักร้องอุปรากรและบัลเลต์)*

repetition /repɪˈtɪʃn/เรพิ'ทิช'น/ *n.* การทำซ้ำ, การพูดซ้ำ, การท่อง, การบรรเลงซ้ำ

repetitious /repɪˈtɪʃəs/เรพิ'ทิชเชิซ/ *adj.* ซ้ำ, ซ้ำ ๆ ซาก ๆ; **his style is ~:** สำนวนของเขาซ้ำซาก

repetitive /rɪˈpetɪtɪv/ริ'เพ็ททิทิว/ *adj.* ซ้ำ, หลายครั้ง; **sth. is ~:** *ส.น.* ซ้ำ/ซ้ำซาก

rephrase /riːˈfreɪz/รี'เฟรซฺ/ *v.t.* ใช้ถ้อยคำใหม่; **I'll ~ that** ฉันจะใช้ถ้อยคำใหม่

repine /rɪˈpaɪn/ริ'พายนฺ/ *v.i. (literary)* เศร้าใจ, โอดครวญ

replace /rɪˈpleɪs/ริ'เพลซฺ/ *v.t.* Ⓐ *(put back in place) (vertically)* ตั้งกลับเข้าที่; *(horizontally)* วางลงในที่เดิม; **I ~d the key in the lock** ฉันสอดกุญแจกลับเข้าไปในรูกุญแจ; **he ~d the fish in the tank** เขาใส่ปลากลับลงไปในถัง; Ⓑ *(take place of, provide substitute for)* แทน, ทำหน้าที่แทน; **~ A with** *or* **by B** แทนเอด้วยบี; Ⓒ *(renew)* เปลี่ยนใหม่ *(เครื่องยนต์, หลอดไฟ);* เพิ่ม *(สต็อก, สินค้า)*

replaceable /rɪˈpleɪsəbl/ริ'เพลเซอะบ'ล/ *adj.* แทนที่ได้, เปลี่ยน/แลกเปลี่ยนกันได้, ซื้อใหม่ได้

replacement /rɪˈpleɪsmənt/ริ'เพลซเมินทฺ/ *n.* Ⓐ *(putting back)* ➡ **replace** A: การวางกลับเข้าที่เดิม; Ⓑ *(provision of substitute for)* การแทนที่, การทำหน้าที่แทน; *attrib.* ชดเชย, ทดแทน, เทียม; **the ~ of the blood loss** การทดแทนการสูญเสียเลือด; Ⓒ *(substitute)* คน/สิ่งทดแทนใหม่; **~ [part]** [อะไหล่] ใหม่; **~s** *(staff, troops)* กลุ่มที่ทำงาน/ทำหน้าที่แทน; **my ~:** ผู้ที่รับช่วงต่อจากฉัน หรือ คนที่มาแทนฉัน

replant /riːˈplɑːnt/รี'พลานทฺ/ *v.t.* Ⓐ *(plant again)* ปลูกอีก; Ⓑ *(provide with new plants)* ปลูกใหม่, เพาะใหม่

replay ❶ /riːˈpleɪ/รี'เพล/ *v.t.* เล่นใหม่ *(การแข่งขัน);* เล่นทวนใหม่ *(เครื่องบันทึกเสียง)* ❷ /ˈriːpleɪ/'รีเพล/ *n.* การเล่นทวนใหม่; *(match)* การแข่งขันใหม่

replenish /rɪˈplenɪʃ/ริˈเพล็นนิช/ *v.t.* เติมให้เต็มอีก

replenishment /rɪˈplenɪʃmənt/ริˈเพล็นนิชเมินทฺ/ *n.* Ⓐ *(renewing) (of supplies, stocks)* การเติมให้เต็มอีก; Ⓑ *(fresh supply)* **~s** เสบียง/สินค้าที่เพิ่มเติมมา

replete /rɪˈpli:t/ริˈพลีท/ *adj.* Ⓐ *(filled)* เต็มเปี่ยม; **a story ~ with drama** เรื่องราวที่เต็มไปด้วยความตื่นเต้นเร้าใจ; Ⓑ *(gorged)* เต็มอิ่ม

repleteness /rɪˈpli:tnɪs/ริˈพลีทนิซ/ *n., no pl.* ความเต็มเปี่ยม, ความเต็มอิ่ม; **feeling of ~:** ความรู้สึกเต็มอิ่ม

repletion /rɪˈpli:ʃn/ริˈพลีช'น/ *n.* ความเต็มเปี่ยม, ความเต็มอิ่ม; **eat to ~:** รับประทานจนอิ่มเต็มที่

replica /ˈreplɪkə/ˈเร็พพลิเคอะ/ *n.* ของ/รูปจำลอง, ของเลียนแบบ; *(of work of art)* รูป/ผลงานศิลปะที่ทำจำลองขึ้นมา; *(by original artist)* ผลงานศิลปะที่ศิลปินทำของงานตนเอง; *(esp. on smaller scale)* ของขนาดจำลอง; **he is a ~ of his brother** เขาถอดแบบมาจากพี่ชายของเขา

replicate /ˈreplɪkeɪt/ˈเร็พพลิเคท/ ❶ *v.t.* จำลอง, เลียนแบบ ❷ *v.i. (Biol.)* ผลิต/สร้างขึ้นใหม่

replication /replɪˈkeɪʃn/เระพลิˈเคช'น/ *n.* Ⓐ การเลียนแบบ, การจำลอง; Ⓑ *(Biol.)* การสร้างขึ้นใหม่

reply /rɪˈplaɪ/ริˈพลาย/ ❶ *v.i.* **~ [to sb./sth.]** ตอบ [*ค.น./ส.น.*]; **~ [to the gunfire]** ยิงตอบ ❷ *v.t.* **~ that ...** ตอบว่า... ❸ *n.* Ⓐ คำตอบ, การตอบ; **my ~ to him** คำตอบของฉันที่ให้เขา; **in/by way of ~:** โดยเป็นการตอบ; **in ~ to your letter** ในการตอบจดหมายของคุณ; **what did he say in ~?** เขาตอบอะไรมา; **make [a] ~** *(formal)* ตอบ; Ⓑ *(Law)* การตอบแก้

reply: ~ coupon *n. (Post)* คูปองที่ใช้แทนแสตมป์ได้ทั่วโลก; **~-paid** *adj.* **~-paid telegram** โทรเลขที่เสีย/จ่ายค่าตอบแล้ว; **~-paid envelope** ซองจดหมายที่ผู้รับเป็นผู้จ่ายค่าไปรษณีย์

repoint /ri:ˈpɔɪnt/รีˈพอยนฺทฺ/ *v.t. (Building)* ยาแนวใหม่ *(โดยใช้ปูน)*

repopulate /ri:ˈpɒpjʊleɪt/รีˈพอพิวเลท/ *v.t.* เพิ่มประชากร, ให้ประชากรเข้าอยู่ใหม่

report /rɪˈpɔ:t/ริˈพอท/ ❶ *v.t.* Ⓐ *(relate)* รายงาน, แจ้ง; *(in writing)* รายงานเป็นลายลักษณ์อักษร; *(state formally also)* แถลงอย่างเป็นทางการ, รายงาน; **sb. is/was ~ed to be ...:** *ค.น.* ถูกรายงานว่า...; **she ~ed all the details to me** เธอรายงานรายละเอียดทั้งหมดแก่ฉัน; **it is ~ed from Buckingham Palace that ...:** มีรายงานจากพระราชวังบัคกิงแฮมว่า...; **nothing to ~:** ไม่มีอะไรจะรายงาน; **~ sb. missing** แจ้งว่า *ค.น.* ได้หายไป; **the papers ~ed him [as] dead** หนังสือพิมพ์ลงข่าว/รายงานว่าเขาเสียชีวิตแล้ว; **~ progress on** *(Brit.)* รายงานความก้าวหน้าเกี่ยวกับ; Ⓑ *(repeat)* ส่ง *(ข้อความ)* ต่อ; **he is ~ed as having said that ...:** มีรายงานว่าเขาได้พูดว่า...; Ⓒ *(name or notify to authorities)* รายงานต่อ, แจ้งต่อ; *(for prosecution)* แจ้งความ; Ⓓ *(present)* **~ oneself [to sb.]** รายงานตัว [ต่อ *ค.น.*]; **~ oneself present** *(Mil.)* รายงานตัวเข้าปฏิบัติหน้าที่/รับตำแหน่ง
❷ *v.i.* Ⓐ รายงาน; **he ~s on financial affairs for the 'Guardian'** เขารายงานสถานการณ์ทางเศรษฐกิจสำหรับ 'การ์เดียน'; Ⓑ *(present oneself)* รายงานตัว; **~ for duty** รายตัวเข้ารับหน้าที่; **~ sick** รายงานตัวว่าป่วย; Ⓒ *(be responsible)* **~ to sb.** รายงานต่อ *ค.น.*, อยู่ใต้การบังคับบัญชาของ *ค.น.*; Ⓓ *(give report)* **~ well/badly of sb./sth.** รายงานเกี่ยวกับ *ค.น./ส.น.* ในแง่บวก/ลบ; *(Radio/Telev.)* **Mark Tully ~ing [from Delhi]** มาร์ค ทัลลีรายงาน [จากกรุงเดลลี]
❸ *n.* Ⓐ *(account)* รายงาน; *(in newspaper etc. also)* รายงานข่าว; **make a ~:** ทำรายงาน; **an official ~ on price trends** รายงานอย่างเป็นทางการเรื่องแนวโน้มของราคา; Ⓑ *(Sch.)* รายงานผลการเรียน; Ⓒ *(sound)* เสียงระเบิด; Ⓓ *(rumour)* ข่าวลือ; **the ~ goes that ...:** ข่าวลือมีว่า...; **know sth. only by ~:** รู้ *ส.น.* จากข่าวลือเท่านั้น

~ 'back *v.i.* Ⓐ *(present oneself again)* กลับมารายงานตัว; Ⓑ *(give a report)* รายงานกลับ

reportage /repɔ:ˈtɑ:ʒ/เระพอˈทาฌ/ *n.* การทำข่าว, การสื่อข่าว, การรายงานข่าว

re'port card *n. (Amer.)* สมุดพกนักเรียน

reportedly /rɪˈpɔ:tɪdlɪ/ริˈพอทิดลิ/ *adv.* ตามที่รายงาน, ตามที่มีข่าว; **they have ~ made huge profits** มีข่าวว่าพวกเขาได้กำไรมาก

reported 'speech *n. (Ling.)* การรายงานคำพูดของผู้อื่น *(โดยเปลี่ยนสรรพนามและกาลด้วย)*

reporter /rɪˈpɔ:tə(r)/ริˈพอเทอะ(ร)/ *n.* ➤ **489** *(Radio, Telev., Journ.)* ผู้สื่อข่าว

re'port stage *n. (Brit. Parl.)* การอภิปรายเกี่ยวกับพระราชบัญญัติในรัฐสภาอังกฤษ

repose /rɪˈpəʊz/ริˈโพซ/ *(literary)* ❶ *n.* Ⓐ *(rest, respite)* การพักผ่อน, การนอนหลับ; **in ~:** *(กำลัง)* พักผ่อนอยู่; Ⓑ *(composure)* ความสงบ, ความไม่หวั่นไหว ❷ *v.i.* Ⓐ *(lie)* นอนพักผ่อน; *(joc.: be situated)* ตั้งอยู่; Ⓑ *(be supported)* นอนอยู่บน ❸ *v.t. (rest)* พักผ่อน

reposition /ri:pəˈzɪʃn/รีเพอะˈซิช'น/ *v.t.* ย้ายตำแหน่งวางไว้ที่ใหม่

repository /rɪˈpɒzɪtərɪ, US -tɔ:rɪ/ริˈพอซิเทอะริ, -ทอริ/ *n.* Ⓐ *(receptacle)* ภาชนะ, ที่รองรับ; Ⓑ *(store)* ที่เก็บของ, คลังสินค้า, โกดัง; *(fig.) (book etc.)* แหล่งข้อมูล; *(person)* ผู้ที่มีความรู้มาก, ผู้ที่เป็นแหล่งข้อมูล

repossess /ri:pəˈzes/รีเพอะˈเซ็ซ/ *v.t.* ได้คืนมา *(ที่ดิน, ทรัพย์สิน)*; ครอบครองใหม่

repossession /ri:pəˈzeʃn/รีเพอะˈเซ็ช'น/ *n.* *(of territories etc.)* การเข้าครอบครองใหม่; *(of goods)* การยึดคืน *(สินค้าที่ผ่อนชำระอยู่)*; *(of house)* ยึดคืนเพราะค้างจ่ายหนี้ *(บ้าน)*

repot /ri:ˈpɒt/รีˈพอท/ *v.t.*, **-tt-** ลงกระถางใหม่ *(ต้นไม้)*

repp ➡ **'rep**

reprehend /reprɪˈhend/เระพริˈเฮ็นดฺ/ *v.t.* ตำหนิ, ดุ, จับผิด

reprehensible /reprɪˈhensɪbl/เระพริˈเฮ็นซิบ'ล/ *adj.* สมควรถูกตำหนิ/ต่อว่า; **be morally ~:** สมควรถูกตำหนิทางด้านศีลธรรม

reprehensibly /reprɪˈhensɪblɪ/เระพริˈเฮ็นซิบลิ/ *adv.* โดยสมควรถูกตำหนิ/ต่อว่า, อย่างเลวทราม

represent /reprɪˈzent/เระพริˈเซ็นทฺ/ *v.t.* Ⓐ *(symbolize)* เป็นเครื่องหมาย/สัญลักษณ์; Ⓑ *(denote, depict, present)* แสดงออกมา; *(Theatre also)* แสดง, เล่น; **the symbol x ~s guttural sounds** เครื่องหมาย x ใช้แทนเสียงที่เปล่งออกมาจากลำคอ; **I am not what you ~ me as** *or* **to be** ฉันไม่ได้เป็นคนอย่างที่คุณว่าหรอก; Ⓒ *(correspond to)* ตรงกับ; Ⓓ *(be specimen of, act for)* เป็นตัวอย่าง, เป็นตัวแทน

re-present /ri:prɪˈzent/รีพริˈเซ็นทฺ/ *v.t.* เสนอใหม่

representation /reprɪzenˈteɪʃn/เระพริเซ็นˈเทช'น/ *n.* Ⓐ *(depicting, image)* การแสดงออกมา, การวาด, การนำเสนอ; Ⓑ *(acting for sb.)* การเป็นตัวแทน; Ⓒ *(protest)* คำร้อง/คัดค้าน; **make ~s to sb.** ทำคำร้องยื่นต่อ *ค.น.*

representational /reprɪzenˈteɪʃənl/เระพริเซ็นˈเทเชอะน'ล/ *adj.* Ⓐ *(ศิลปะ)* ที่แสดงลักษณะภายนอกของสิ่งของ; Ⓑ ➡ **representative 2 C**

representative /reprɪˈzentətɪv/เระพริˈเซ็นเทอะทิว/ ❶ *n.* Ⓐ ➤ **489** *(member, successor, agent, deputy)* ผู้แทน, ผู้สืบทอด, ตัวแทน; *(firm's agent, deputy also)* ตัวแทน, ผู้ดำเนินการแทน; **there were no ~s of the family at the funeral** ไม่มีตัวแทนของครอบครัวมางานศพ; Ⓑ **R~** *(Amer. Polit.)* สมาชิกสภาผู้แทนราษฎร; **House of R~s** สภาผู้แทนราษฎร
❷ *adj.* Ⓐ *(typical)* ที่เป็นแบบ, ที่เป็นตัวอย่าง; **a ~ modern building** อาคารที่เป็นตัวอย่างของสมัยใหม่; **Charles II was fully ~ of his age** พระเจ้าชาร์ลสที่ 2 ทรงเป็นแบบอย่างในสมัยของพระองค์ทีเดียว; Ⓑ *(consisting of deputies)* ประกอบด้วยผู้แทน/ตัวแทน; Ⓒ *(Polit.: based on representation)* ที่ใช้ระบบผู้แทนราษฎร; **~ government/institutions** รัฐบาล/สถาบันที่ใช้ระบบผู้แทนราษฎร; Ⓓ **be ~ of** *(portray)* แสดงออกมา; *(symbolize)* เป็นเครื่องหมาย/สัญลักษณ์; Ⓔ *(that presents sth. to the mind)* **~ faculty/power** ความสามารถ/พลังในการแสดง/นำเสนอ *(ความคิด)*

representatively /reprɪˈzentətɪvlɪ/เระพริˈเซ็นเทอะทิวลิ/ *adv.* โดยเป็นตัวแทน

representativeness /reprɪˈzentətɪvnɪs/เระพริˈเซ็นเทอะทิวนิซ/ *n., no pl.* ความสามารถในการเป็นตัวแทน

repress /rɪˈpres/ริˈเพร็ซ/ *v.t.* Ⓐ สะกดกลั้น *(การหัวเราะ, ความรู้สึก)*; กดไว้, ระงับ; Ⓑ *(Psych.)* ข่ม *(อารมณ์, ความคิด)*

repressed /rɪˈprest/ริˈเพร็ซทฺ/ *adj.* ที่สะกดกลั้น/ระงับไว้; *(Psych.)* ที่ข่มไว้, ที่เก็บกดไว้

repression /rɪˈpreʃn/ริˈเพร็ช'น/ *n.* ความอดกลั้น, การควบคุม, การปราบปราม; *(Psych.)* การข่ม *(อารมณ์)*, การเก็บกด *(ความรู้สึก)*

repressive /rɪˈpresɪv/ริˈเพร็ซิว/ *adj.* ที่ปราบปราม, ที่ควบคุม/ระงับ; **~ measures** มาตรการปราบปราม

reprieve /rɪˈpri:v/ริˈพรีว/ ❶ *v.t.* **~ sb.** *(postpone execution)* เลื่อนการประหารชีวิต; *(remit execution)* ยกโทษประหารชีวิต; *(fig.)* บรรเทา ❷ *n.* การเลื่อนการประหารชีวิต, การลดหย่อนโทษ; *(fig.)* การผ่อนผัน, การบรรเทา

reprimand /ˈreprɪmɑ:nd, US -mænd/ˈเร็พพริมานดฺ, -แมนดฺ/ ❶ *n.* การตำหนิ, การดุว่า, การประณาม ❷ *v.t.* ตำหนิ, ดุว่า, ประณาม

reprint ❶ /ˈri:prɪnt/ˈรีพรินทฺ/ *v.t.* Ⓐ *(print again)* พิมพ์ใหม่, พิมพ์ซ้ำ; Ⓑ *(make reprint of)* ทำการพิมพ์ *(หนังสือ)* ใหม่ ❷ /ri:ˈprɪnt/รีˈพรินทฺ/ *n.* Ⓐ *(book reprinted)* หนังสือที่พิมพ์ใหม่; Ⓑ **how big was the ~?** หนังสือที่พิมพ์ใหม่มีจำนวนเท่าไร; **it has had ten ~s** มีการพิมพ์ใหม่ 10 ครั้งแล้ว; Ⓒ *(article printed separately)* บทความที่พิมพ์แยกต่างหาก

reprisal /rɪˈpraɪzl/ริˈพรายซ'ล/ *n.* การโต้ตอบโดยใช้กำลัง, การแก้แค้น

reprise /rəˈpri:z/เรอะˈพรีซ/ *n. (Mus.)* ท่อน/ตอนที่บรรเลงซ้ำ

r

repro /'ri:prəʊ/'รีโพร/ ❶ *n.* *(Printing)* การแยกสี, สิ่งที่พิมพ์ใหม่; ~ **[proof]** ปรู๊ฟหนังสือที่ปรู๊ฟลงบนกระดาษมัน เช่น กระดาษอาร์ตเพื่อนำไปถ่ายลงฟิล์มเพื่อนำไปทำแม่พิมพ์ในการพิมพ์ระบบออฟเซต ❷ *adj.* **it's only ~:** มันเป็นแค่สิ่งที่เลียนแบบเท่านั้น

reproach /rɪ'prəʊtʃ/ริ'โพรฉ/ ❶ *v.t.* **~ sb.** ต่อว่า *หรือ* ตำหนิ *ค.น.*; **~ sb. with** *or* **for sth.** ตำหนิ *หรือ* ต่อว่า *ค.น.* ที่ทำ *ส.น.*; **~ sb. bitterly for having done sth.** ตำหนิ/ต่อว่า *ค.น.* อย่างรุนแรงที่ได้ทำ *ส.น.*; **have nothing to ~ oneself for** *or* **with** ไม่มีอะไรจะตำหนิตนเอง ❷ *n.* Ⓐ *(rebuke)* การตำหนิ, การดุ, การต่อว่า; **be above** *or* **beyond ~:** สมบูรณ์แบบ, ไม่มีอะไรที่จะตำหนิได้; **be used as a term of ~:** ใช้เป็นคำพูดเชิงตำหนิ/ต่อว่า; **look of ~:** การมองที่เต็มไปด้วยการตำหนิ; Ⓑ *(disgrace)* ความอัปยศ, ความอับอาย

reproachful /rɪ'prəʊtʃfl/ริ'โพรฉฟ'ล/ *adj.*, **reproachfully** /rɪ'prəʊtʃfəlɪ/ริ'โพรฉเฟอะลิ/ *adv.* [อย่าง] ตำหนิติเตียน

reprobate /'reprəbeɪt/'เร็พเพรอะเบท/ ❶ *n.* คนสารเลว, คนเลวทราม, อันธพาล ❷ *adj.* ชั่วร้าย, เลวทราม

reprocess /ri:'prəʊses/รี'โพรเซ็ซ/ *v.t.* ให้ผ่านกระบวนการผลิตใหม่; **~ing plant** โรงงานที่นำวัตถุมาผ่านกระบวนการผลิตใหม่

reproduce /ri:prə'dju:s, US -'du:s/รีเพรอะ'ดิวซฺ, -'ดูซ/ ❶ *v.t.* Ⓐ อัดสำเนา; เลียน *(เสียง)* ให้เหมือน; ลอก *(แบบ)*; พิมพ์ใหม่ *(รูปภาพ)*; Ⓑ **~ oneself** มีลูก, แพร่ขยาย; Ⓒ *(Biol.: form afresh)* สืบพันธุ์, แพร่พันธุ์ ❷ *v.i.* Ⓐ *(multiply)* ทวีคูณ, เพิ่มจำนวน, แพร่พันธุ์; Ⓑ *(give copy)* ลอกแบบ, จำลอง

reproducible /ri:prə'dju:sɪbl, US -'du:səbl/รีเพรอะ'ดิวเซอะบ'ล, -'ดูเซอะบ'ล/ *adj.* ลอกเลียนแบบ/จำลองได้; **be ~:** คัดลอก/ลอกแบบ/จำลองได้

reproduction /ri:prə'dʌkʃn/รีเพรอะ'ดัคช'น/ *n.* Ⓐ การถอดแบบ, การจำลอง; **~ of sound** การเลียนเสียง; Ⓑ *(producing offspring)* การเพิ่มจำนวน, การแพร่พันธุ์; Ⓒ *(copy)* สำเนา, สิ่งเลียนแบบ; **printed ~:** สิ่งที่ตีพิมพ์ใหม่; *attrib.* **~ furniture** เครื่องเรือนที่ทำเลียนแบบสไตล์เก่า; **a ~ Chippendale chair** เก้าอี้เลียนแบบของชิปเพนเดล; Ⓓ *(Biol.: forming afresh)* การสืบพันธุ์

reproductive /ri:prə'dʌktɪv/รีเพรอะ'ดัคทิว/ *adj.* เกี่ยวกับการสืบพันธุ์ *หรือ* แพร่พันธุ์

reprographic /ri:prə'græfɪk/รีเพรอะ'แกรฟิค/ *adj.* ที่ถ่ายเอกสาร

reproof /rɪ'pru:f/ริ'พรูฟ/ *n.* การตำหนิ, การติเตียน, การต่อว่า; **a glance/word of ~:** การชำเลืองมอง/คำพูดที่ตำหนิติเตียน; **deserving of ~:** สมควรถูกตำหนิติเตียน

reprove /rɪ'pru:v/ริ'พรูว/ *v.t.* ตำหนิ, ติเตียน, ดุด่าว่ากล่าว

reproving /rɪ'pru:vɪŋ/ริ'พรูวิง/ *adj.* ที่ตำหนิติเตียน

reprovingly /rɪ'pru:vɪŋlɪ/ริ'พรูวิงลิ/ *adv.* อย่างตำหนิ/ติเตียน

reptile /'reptaɪl, US -tl/'เร็พทายล, -ท'ล/ *n.* สัตว์เลื้อยคลาน; *(fig. derog.)* คนที่น่าขยะแขยง

reptilian /rep'tɪljən/เร็พ'ทิลเลียน/ ❶ *adj.* ที่เลื้อยคลาน; *(of the Reptilia)* ของสัตว์เลื้อยคลาน *(กระดูก, หนัง)* ❷ *n.* สัตว์เลื้อยคลาน

republic /rɪ'pʌblɪk/ริ'พับบลิค/ *n.* สาธารณรัฐ

republican /rɪ'pʌblɪkən/ริ'พับบลิเคิน/ ❶ *adj.* Ⓐ [เป็น] สาธารณรัฐ Ⓑ *(Amer. Polit.)* **R~ Party** พรรครีพับลิกัน ❷ *n.* **R~** *(Amer. Polit.)* สมาชิกพรรครีพับลิกัน

republicanism /rɪ'pʌblɪkənɪzm/ริ'พับบลิเคินนิซ'ม/ *n.* ลัทธิสนับสนุนการก่อตั้งสาธารณรัฐ, ลัทธิของพรรครีพับลิกันในสหรัฐอเมริกา

republication /ri:pʌblɪ'keɪʃn/รีพับบลิ'เคชัน/ *n.* การตีพิมพ์ใหม่

republish /ri:'pʌblɪʃ/รี'พับบลิช/ *v.t.* ตีพิมพ์ใหม่

repudiate /rɪ'pju:dɪeɪt/ริ'พิวดิเอท/ *v.t.* Ⓐ *(deny)* ปฏิเสธ, บอกปัด; *(reject)* ไม่ยอมรับ, ไม่รับรอง; Ⓑ *(disown)* ไม่ยอมเกี่ยวข้องด้วย *(บุคคล)*

repudiation /rɪpju:dɪ'eɪʃn/ริพิวดิ'เอช'น/ *n.* ➡ **repudiate:** การปฏิเสธ, การไม่ยอมรับ, การบอกปัด

repugnance /rɪ'pʌgnəns/ริ'พักเนินซฺ/ *n.* *(strong dislike)* ความชิงชัง, ความเกลียดชัง

repugnant /rɪ'pʌgnənt/ริ'พักเนินทฺ/ *adj.* *(distasteful)* น่ารังเกียจ, น่าสะอิดสะเอียน; **be ~ to sb.** เป็นที่รังเกียจแก่ *ค.น.*

repulse /rɪ'pʌls/ริ'พัลซฺ/ ❶ *v.t.* ขับไล่ *(ศัตรู)*; ผลักไสการโจมตี; *(also fig.)* ไม่ยอมรับ, ปฏิเสธ *(การพยายามเป็นมิตร)* ❷ *n.* การขับไล่, การไม่ยอมรับ; **suffer a ~:** โดนขับไล่

repulsion /rɪ'pʌlʃn/ริ'พัลช'น/ *n.* Ⓐ *(disgust)* ความรู้สึกขยะแขยง/สะอิดสะเอียน (**towards** ต่อ); Ⓑ *(Phys.)* แนวโน้มที่วัตถุจะผละห่างจากกัน

repulsive /rɪ'pʌlsɪv/ริ'พัลซิว/ *adj.* Ⓐ *(disgusting)* น่าขยะแขยง, น่าสะอิดสะเอียน; Ⓑ *(Phys.)* ที่ผละห่างจากกัน

repulsively /rɪ'pʌlsɪvlɪ/ริ'พัลซิวลิ/ *adv.* อย่างน่าขยะแขยง, อย่างสะอิดสะเอียน

repurchase /ri:'pɜ:tʃɪs/รี'เพอฉิซ/ ❶ *v.t.* ซื้อคืน, ซื้อใหม่อีกครั้ง ❷ *n.* การซื้ออีก, การซื้อคืน

reputable /'repjʊtəbl/'เร็พพิวเทอะบ'ล/ *adj.* *(บุคคล, บริษัท, ครอบครัว)* มีชื่อเสียงดี, น่าเคารพ; *(หมอ)* ไว้วางใจได้

reputably /'repjʊtəblɪ/'เร็พพิวเทอะบลิ/ *adv.* อย่างน่าเคารพ/นับถือ, อย่างไว้วางใจได้

reputation /repjʊ'teɪʃn/เระพิว'เทช'น/ *n.* Ⓐ ชื่อเสียง, กิตติศัพท์, ความโด่งดัง; **have a ~ for** *or* **of doing/being sth.** มีชื่อเสียงในการทำ/เป็น *ส.น.*; **he has a ~ for integrity/stealing** เขามีชื่อเสียงว่าเป็นคนซื่อสัตย์/เขาขึ้นชื่อว่าขี้ขโมย; **what sort of ~ do they have?** พวกเขามีชื่อเสียงอย่างไรบ้าง; Ⓑ *(good name)* ชื่อเสียงดี; **men with a ~ as scientists** ผู้ชายที่มีชื่อเสียงในฐานะนักวิทยาศาสตร์; **make one's** *or* **gain a ~:** ทำชื่อเสียง/ได้ชื่อเสียง; Ⓒ *(bad name)* ชื่อเสีย, ชื่อเสียงไม่ดี; **get oneself** *or* **acquire quite a ~:** ได้รับกิตติศัพท์ในทางไม่ดี

repute /rɪ'pju:t/ริ'พิวทฺ/ ❶ *v.t. in pass.* **be ~d [to be] sth.** มีชื่อว่า, ได้รับการขนานนามว่า...; **she is ~d to have/make ...:** เธอได้ชื่อว่ามี/ทำ...; **be very highly ~d [as a doctor]** มีชื่อเสียงดีมาก [ในฐานะแพทย์] ❷ *n.* ชื่อเสียง; **hold sb./sth. in high ~:** ยกย่อง/นับถือ *ค.น./ส.น.* อย่างมาก; **of ill ~:** มีชื่อเสียงไม่ดี/ชื่อเสีย; **know sb. by ~:** รู้จัก *ค.น.* จากคำกล่าวขวัญ; **a philosopher of ~:** นักปรัชญาที่มีชื่อเสียง

reputed /rɪ'pju:tɪd/ริ'พิวทิด/ *adj.* มีชื่อว่า, กล่าวกันว่า; **the ~ father** เป็นพ่อตามที่กล่าวกันไว้

reputedly /rɪ'pju:tɪdlɪ/ริ'พิวทิดลิ/ *adv.* ตามที่กล่าวกัน, ตามที่เลื่องลือกัน

request /rɪ'kwest/ริ'เคว็ซทฺ/ ❶ *v.t.* ขอร้อง, ขอ; **~ sth. of** *or* **from sb.** ขอ *ส.น.* จาก *ค.น.*; **~ sb.'s presence** ขอให้ *ค.น.* มา [ร่วมงาน]; **~ silence** ขอให้เงียบ; **~ a song** ขอเพลง; **~ that ...:** ขอร้องว่า...; **~ sb. to do sth.** ขอร้องให้ *ค.น.* ทำ *ส.น.*; **the essay I am ~ed to write** เรียงความที่ฉันต้องเขียน; **'You are ~ed not to smoke'** 'กรุณางดสูบบุหรี่' ❷ *n.* การขอร้อง, คำขอร้อง; **at sb.'s ~:** ตามคำขอของ *ค.น.*; **make a ~ for sth.** ขอ *ส.น.*; **I have one ~ to make of** *or* **to you** ฉันมีอะไรจะขอคุณอย่างหนึ่ง; **by** *or* **on ~:** ตาม/โดยคำขอร้อง; **have one's ~:** มีคำขอร้อง; **record ~s** *(Radio)* เพลงตามคำขอ; **we do not receive many ~s for it** เราไม่ค่อยได้รับคำขอสำหรับสิ่งนี้; Ⓒ *no art., no pl. (demand)* คำเรียกร้อง, ความต้องการ; **be in great ~, be much in ~:** เป็นที่เรียกร้อง/ต้องการอย่างมาก

request: ~ programme *n.* *(Radio.)* รายการที่เล่นเพลงตามคำขอ; **~ stop** *n.* *(Brit.)* สถานที่ที่รถประจำทางจะจอดตามที่ผู้โดยสารขอ

requiem /'rekwɪem/'เร็คควิเอ็ม/ *n.* เพลงสวดส่งวิญญาณไปสวรรค์

requiem 'mass *n.* *(Eccl.)* พิธีมิซซาส่งวิญญาณผู้เสียชีวิต; *(Mus.)* เพลงสวดประกอบพิธีดังกล่าว

require /rɪ'kwaɪə(r)/ริ'ควายเออะ(ร)/ *v.t.* Ⓐ *(need, wish to have)* ต้องการ, ประสงค์, ปรารถนา, อยากได้; **a catalogue/guide is available if ~d** มีแคตตาล็อก/คู่มือไว้ให้ถ้าต้องการ; **is there anything else you ~?** มีอะไรที่คุณอยากได้อีกหรือเปล่า; **I have all I ~:** ฉันมีทุกอย่างที่ต้องการ; **it ~d all his authority ...:** *(จำเป็น)* ต้องใช้อำนาจทั้งหมดของเขา...; Ⓑ *(order, demand)* สั่ง, เรียกร้อง; **~ sb. to do sth., ~ of sb. that he does sth.** สั่ง *ค.น.* ให้ทำ *ส.น.*; **be ~d to do sth.** ถูกสั่งให้ทำ *ส.น.*; **~d reading** หนังสือที่ต้องอ่าน

requirement /rɪ'kwaɪəmənt/ริ'ควายเออะเมินทฺ/ *n.* Ⓐ *(need)* ความต้องการ, ความประสงค์, ความปรารถนา; **meet the ~s** ได้ตามที่ต้องการ; **meet sb.'s ~s** ได้ตามที่ *ค.น.* ต้องการ; **what are your ~s?** คุณประสงค์อะไร; Ⓑ *(condition)* เงื่อนไข; *(for a job)* ข้อกำหนด; **fulfil sb.'s ~s** บรรลุเงื่อนไข/ข้อกำหนดของ *ค.น.*; **there are certain language ~s for this job** งานนี้จะต้องมีความสามารถทางภาษาบางประการ

requisite /'rekwɪzɪt/'เร็คควิซิท/ ❶ *adj.* ที่จำเป็น (**to, for** สำหรับ) ❷ *n.* สิ่งที่จำเป็น; **be a ~ for sth.** เป็นสิ่งที่จำเป็นสำหรับ *ส.น.*; **toilet/travel ~s** ของใช้จำเป็นในการแต่งตัว/เดินทาง

requisition /rekwɪ'zɪʃn/เระควิ'ซิช'น/ ❶ *n.* Ⓐ *(esp. Law: demand)* ข้อเรียกร้อง; Ⓑ *(order for sth.)* คำสั่ง, ใบสั่ง (**for** สำหรับ); *(by force if necessary)* คำสั่งเกณฑ์/ยึด/ริบ; **make a ~ on sb. for sth.** เกณฑ์ให้ *ค.น.* ส่ง *ส.น.* มาให้; **be put under ~:** ถูกสั่ง/ถูกเกณฑ์ ❷ *v.t.* สั่งให้ส่งมา; *(by force if necessary)* เกณฑ์

requital /rɪ'kwaɪtl/ริ'ไควท'ล/ *n.* การตอบแทน, การแก้แค้น, การตอบสนอง

requite /rɪ'kwaɪt/ริ'ไควทฺ/ *v.t.* ตอบแทน, ตอบสนอง; **~ sb. for sth.** ตอบแทน *ค.น.* สำหรับ *ส.น.*; *(avenge)* แก้แค้น

reran ➡ **rerun 1**

reread /ri:'ri:d/รี'รีด/ *v.t.*, **reread** /ri:'red/รี'เร็ด/ อ่านใหม่, อ่านอีก; **~ sth. several times** อ่าน *ส.น.* ซ้ำอีกหลายครั้ง

reredos /ˈrɪədɒs/ˈเรียดอซ/ *n. (Eccl.)* ฉากมีลวดลายหลังแท่นบูชาในโบสถ์

re-route /riːˈruːt/รีˈรูท/ *v.t.*, **~ing** ส่ง/บรรทุกโดยใช้เส้นทางอื่น

rerun ❶ /ˈriːrʌn/ˈรีรัน/ *v.t., forms as* **run** วิ่งแข่งใหม่, ฉาย *(ภาพยนตร์)* ใหม่; การเล่น *(เทป)* ใหม่ ❷ /riːˈrʌn/รีˈรัน/ *n.* ➡ 1; การวิ่งใหม่, การฉาย *(ภาพยนตร์)* ใหม่, การเดินเครื่องใหม่

resale /riːˈseɪl/รีˈเซล/ *n.* การขายต่อ; **'not for ~'** 'ห้ามขายต่อ'; *(on free samples)* 'ตัวอย่างห้ามขาย'; **~ price maintenance** การรักษาราคาขายต่อ

resat ➡ **resit** 1, 2

reschedule /riːˈʃedjuːl, US -ˈskedʒʊl/รีˈเช็ดดิวล, -ˈซเก็จจุล/ *v.t.* Ⓐ เปลี่ยน/กำหนดเวลาใหม่ *(เที่ยวบิน, รายการ, ฯลฯ)*; **the flight will be ~d for 5 o'clock** จะมีการเปลี่ยนเวลาเที่ยวบินใหม่เป็นเวลา 5 โมง; Ⓑ *(Fin.)* กำหนดเวลาจ่ายคืนใหม่ *(หนี้สิน)*

rescind /rɪˈsɪnd/รีˈซินด/ *v.t.* ลบล้าง, เลิกล้ม, เพิกถอน

rescue /ˈreskjuː/ˈเรซกิว/ ❶ *v.t.* ช่วย *(ให้พ้นภัย)*, กู้ภัย; *(set free)* ปล่อยให้เป็นอิสระ; **~ sb. from drowning** ช่วยชีวิต *ค.น.* จากการจมน้ำ ❷ *n.* การช่วย *(ชีวิต)*, การปล่อยให้เป็นอิสระ *(หน่วยกู้ภัย, การค้นหา)*; **go/come to the/sb.'s ~**: ช่วยเหลือ *ค.น.*; **once again it was Jane to the ~**: มันก็เป็นอีกครั้งหนึ่งที่เจนเป็นคนช่วยกู้สถานการณ์ไว้ได้

rescuer /ˈreskjuːə(r)/ˈเรซกิวเออะ(ร)/ *n.* ผู้ช่วยชีวิต, ผู้กู้ภัย

rescue worker *n.* เจ้าหน้าที่กู้ภัย

research /rɪˈsɜːtʃ, ˈriːsɜːtʃ/รีˈเซิช, ˈรีเซิช/ ❶ *n.* Ⓐ *(scientific study)* การค้นคว้าวิจัย; **do ~ in biochemistry** ทำวิจัยทางด้านชีวเคมี; **carry out/be engaged in ~ into sth.** ดำเนินการวิจัย *ส.น.*; **piece of ~**: งานวิจัย; *(investigation)* การสืบเสาะ; Ⓑ *(inquiry)* การสืบสวน, การสอบสวน ❷ *v.i.* วิจัย, ทำวิจัย; **~ into sth.** วิจัย *ส.น.* ❸ *v.t.* วิจัย, ค้นคว้า

research assistant /-ˈ- ---, ˈ-- ---/ *n.* ➤ 489 ผู้ช่วยวิจัย

researcher /rɪˈsɜːtʃə(r), ˈriːsɜːtʃə(r)/รีˈเซิฉเชอะ(ร), ˈรีเซิฉเชอะ(ร)/ *n.* ➤ 489 นักวิจัย

research: ~ fellow *n.* ผู้ที่ได้รับทุนในการวิจัยค้นคว้า; **~ fellowship** *n.* ตำแหน่งผู้วิจัยในมหาวิทยาลัย, ทุนในการทำวิจัย; **~ student** *n.* นักเรียนที่ทำวิจัย; **~ work** *n.* งานวิจัย; **~ worker** *n.* ➤ 489 เจ้าหน้าที่วิจัย

resection /riːˈsekʃn/รีˈเซ็คช'น/ *(Med.) n.* การผ่าตัดส่วนของร่างกายออก

reselect /riːsɪˈlekt/รีซิˈเล็คทฺ/ *v.t. (Parl.)* เลือก *(ผู้แทน)* ใหม่ *หรือ* เลือก *(คนเดิม)* อีกครั้ง

reselection /riːsɪˈlekʃn/รีซิˈเล็คช'น/ *n. (Parl.)* การเลือก *(ผู้แทน)* ใหม่ *หรือ* เลือก *(คนเดิม)* อีกครั้ง

resell /riːˈsel/รีˈเซ็ล/ *v.t.*, **resold** /riːˈsəʊld/รีˈโซลด/ ขายต่อ

resemblance /rɪˈzembləns/ริˈเซ็มเบลินซฺ/ *n.* ความเหมือน, ความคล้ายคลึง; **bear a faint/strong/no ~ to ...**: มีความคล้ายคลึงบ้าง/มาก/ไม่มีความเหมือนกันเลยกับ...

resemble /rɪˈzembl/ริˈเซ็มบ'ล/ *v.t.* คล้ายคลึงกับ, เหมือนกัน; **they ~ each other** พวกเขาคล้ายกัน

resent /rɪˈzent/ริˈเซ็นทฺ/ *v.t.* ขุ่นเคือง, ไม่พอใจ, แค้นเคือง; **she ~ed his familiarity/success** เธอไม่พอใจที่เขาเข้ามาตีสนิทด้วย/กับความสำเร็จของเขา; **I ~ the way you take my help for granted** ฉันไม่พอใจที่คุณมั่นใจว่าฉันจะคอยช่วยคุณตลอด; **she ~ed his having won** เธอขุ่นเคืองที่เขาชนะ

resentful /rɪˈzentfl/ริˈเซ็นทฺฟ'ล/ *adj.* รู้สึกไม่พอใจ, รู้สึกขุ่นเคือง/แค้นเคือง; **be ~ of** *or* **feel ~ about sth.** รู้สึกแค้นเกี่ยวกับ *ส.น.*; **be ~ of sb.'s criticism/success** ไม่พอใจกับการวิพากษ์วิจารณ์/ความสำเร็จของ *ค.น.*

resentfully /rɪˈzentfəlɪ/ริˈเซ็นทฺเฟอะลิ/ *adv.* อย่างไม่พอใจ, อย่างขุ่นเคือง, อย่างแค้นเคือง

resentment /rɪˈzentmənt/ริˈเซ็นทฺเมินทฺ/ *n., no pl.* ความไม่พอใจ, ความขุ่นเคือง, ความแค้นเคือง; **feel ~ towards** *or* **against sb.** รู้สึกไม่พอใจ/ขุ่นเคือง *ค.น.*

reservation /rezəˈveɪʃn/เรเซอะˈเวช'น/ *n.* Ⓐ การจอง, การสำรอง *(ที่นั่ง)*; **[seat] ~**: การจอง [ที่นั่ง]; **have a ~ [for a room]** ได้จอง [ห้องพักไว้]; Ⓑ *(doubt, objection)* ความสงสัย, การคัดค้าน, ข้อแม้; **without ~**: โดยปราศจากข้อแม้; **with ~s** โดยมีข้อจำกัด/ข้อแม้; ➡ + **mental reservation**; Ⓒ **central ~** *(Brit. Road Constr.)* เกาะกลางถนนเป็นแนวยาว; Ⓓ *(Amer.: land reserved for Indians)* เขตที่สงวนไว้สำหรับชาวอินเดียนแดง

reserve /rɪˈzɜːv/ริˈเซิว/ ❶ *v.t.* Ⓐ *(secure)* จอง *(ห้อง, โต๊ะ, ที่นั่ง)*; *(set aside)* สงวน; **~ the right to do sth.** สงวนสิทธิที่จะทำ *ส.น.*; **all seats ~d** ที่นั่งจองหมดแล้ว; **all right ~d** สงวนสิทธิทั้งหมดไว้; Ⓑ *in pass. (be kept)* **be ~d for sb.** จองไว้ให้ *ค.น.*; Ⓒ *(postpone)* เลื่อน, เก็บไว้ *(ความลับ, ข่าว)*; **~ judgement** ยังไม่ตัดสินใจ; **~ oneself for sth.** เก็บตัวไว้สำหรับ *ส.น.*; **~ one's strength** เก็บ/สงวนแรงของตนไว้ ❷ *n.* Ⓐ *(extra amount)* ปริมาณสำรอง; *(Banking also)* เงินทุนสำรอง; **~s of energy/strength** พลังงาน/แรงสำรอง; **hidden ~**: พลังงาน/ทุนสำรองที่เก็บซ่อนไว้; **have/hold** *or* **keep sth. in ~**: มี/เก็บ *ส.น.* สำรองไว้; Ⓑ *in sing. or pl. (Mil.) (troops)* ทหารกองหนุน; **the ~s** ทหารกองหนุน; Ⓒ ➡ **reservist**; Ⓓ *(Sport)* ผู้เล่นสำรอง; **the Reserves** ทีมสำรอง; Ⓔ *(place set apart)* เขตสงวน; Ⓕ *(restriction)* การจำกัด, ข้อจำกัด; **without ~**: โดยปราศจากข้อจำกัด; Ⓖ ➡ **~ price**; Ⓗ *(self-restraint, reticence)* การสงวนท่าที, การไว้ตัว, การสงบเสงี่ยม

reserve 'currency *n.* เงินตราสำรองที่นำออกมาใช้ยามจำเป็น

reserved /rɪˈzɜːvd/ริˈเซิวด/ *adj.* Ⓐ *(reticent)* ที่สงวนท่าที; Ⓑ *(booked)* ที่จองแล้ว

reserve: ~ list *n. (Mil.)* **be on the ~ list** อยู่ในรายชื่อทหารกองหนุน; **~ player** *n.* ผู้เล่นตัวสำรอง; **~ price** *n.* ราคาต่ำสุดในการประมูล

reservist /rɪˈzɜːvɪst/ริˈเซอวิซทฺ/ *n. (Mil.)* ทหารกองหนุน

reservoir /ˈrezəvwɑː(r)/ˈเร็ซเซิววา(ร)/ *n.* Ⓐ *(artificial lake)* ทะเลสาบเทียม, อ่างเก็บน้ำ; Ⓑ *(container)* ที่เก็บน้ำไว้ใช้, บ่อ; *(of fountain pen)* ส่วนที่เก็บหมึก; Ⓒ *(reserve supply)* แหล่งสำรอง (of ของ); *(fig.)* ที่รวม, ที่สะสม

reset /riːˈset/รีˈเซ็ท/ *v.t.*, **-tt-**, **reset** Ⓐ ใส่เรือนใหม่ *(อัญมณี)*; ตั้งใหม่ *(นาฬิกา, เครื่องคอมพิวเตอร์)* (for, to สำหรับ); Ⓑ *(Med.)* จัด/ปรับ *(กระดูก, ข้อ)*; Ⓒ *(Printing)* เรียงพิมพ์ใหม่

resettle /riːˈsetl/รีˈเซ็ท'ล/ *v.t.* Ⓐ ช่วย *(ผู้ลี้ภัย)* ให้ตั้งถิ่นฐานใหม่; Ⓑ *(repopulate)* ให้ย้ายเข้ามาใหม่

resettlement /riːˈsetlmənt/รีˈเซ็ท'ลเมินทฺ/ *n.* Ⓐ *(of refugees)* การย้ายถิ่นฐานใหม่; Ⓑ *(repopulating)* การตั้งถิ่นฐานใหม่

reshape /riːˈʃeɪp/รีˈเชพ/ *v.t.* Ⓐ *(give new form to)* ปฏิรูป, ปรับปรุงใหม่ *(ระบบการเมือง)*; Ⓑ *(remould)* ทำให้เป็นรูปใหม่, ขึ้นรูปใหม่

reshuffle /riːˈʃʌfl/รีˈชัฟ'ล/ ❶ *v.t.* Ⓐ *(reorganize)* ปรับ *(คณะรัฐมนตรี)* ใหม่; Ⓑ *(Cards)* สับไพ่ใหม่ ❷ *n.* การปรับใหม่; **Cabinet ~**: การปรับคณะรัฐมนตรีใหม่

reside /rɪˈzaɪd/ริˈซายด/ *v.i. (formal)* Ⓐ *(dwell)* อยู่, อาศัยอยู่; *(พระเจ้าอยู่หัว)* ประทับ; *(นายก)* อยู่ประจำเป็นทางการ; Ⓑ *(be vested, present, inherent)* มีอยู่

residence /ˈrezɪdəns/ˈเร็ซซิเดินซฺ/ *n.* Ⓐ *(abode)* ที่พักอาศัย; *(house)* บ้านพัก; *(mansion)* คฤหาสน์; *(of a head of state or church, an ambassador)* ที่อยู่/ที่พำนักประจำตำแหน่ง; **the President's official ~**: ทำเนียบประธานาธิบดี; **have one's ~ in London/in Victoria Street** มีบ้านพักอยู่ในลอนดอน/ที่ถนนวิคตอเรีย; Ⓑ *(residing)* การอยู่อาศัย; **take up [one's] ~ in Rome** อาศัยอยู่ในกรุงโรม; **be in ~**: *(กษัตริย์)* ประทับอยู่; *(นายกรัฐมนตรี)* พำนักอยู่; *(นักศึกษา)* อยู่หอ; **we have a doctor in ~**: เรามีแพทย์อยู่ประจำ; **writer** *etc.* **in ~**: นักประพันธ์ ฯลฯ *(ในมหาวิทยาลัย/ชุมชน)* ที่ได้รับเชิญมาสอนเป็นระยะสั้น

'residence permit *n.* ใบอนุญาตให้พำนักอยู่ได้

residency /ˈrezɪdənsɪ/ˈเร็ซซิเดินซิ/ *n. (Amer. Med.)* ช่วงฝึกความชำนาญเฉพาะทางของแพทย์ในโรงพยาบาล

resident /ˈrezɪdənt/ˈเร็ซซิเดินทฺ/ ❶ *adj.* Ⓐ *(residing)* ที่อยู่อาศัย, ที่อยู่ประจำ; **~ population** ประชากรที่อาศัยอยู่; **he is ~ in England** เขาอาศัยอยู่ในประเทศอังกฤษ; Ⓑ *(living in)* *(แม่บ้าน)* ที่อาศัยอยู่ประจำ, *(แพทย์)* ประจำ; **~ tutor** ครูสอนพิเศษที่อยู่ประจำ ❷ *n.* Ⓐ *(inhabitant)* ผู้อยู่อาศัย; *(in a town etc. also)* พลเมือง; *(at a hotel)* แขกพัก; **'access/parking for ~s only'** 'อนุญาตให้ผ่านเข้าออก/จอดรถเฉพาะผู้ที่พักอาศัยเท่านั้น'; **local ~**: พลเมืองท้องถิ่น; Ⓑ *(Amer. Med.)* แพทย์ฝึกหัดที่อยู่ประจำในโรงพยาบาล

residential /rezɪˈdenʃl/เระซิˈเด็นช'ล/ *adj.* Ⓐ *(แหล่ง, ถนน)* ที่มีบ้านอยู่; **for ~ purposes** เพื่อการอยู่อาศัย; **~ hotel** โรงแรมที่ใช้เป็นที่พักอาศัย *(ระยะยาว)*; Ⓑ **~ course** หลักสูตร/รายวิชาที่กำหนดให้ผู้เรียนพักอยู่ด้วย; **the ~ qualification for voters** *คุณสมบัติสำหรับการเลือกตั้งที่ผู้ลงคะแนนจะต้องอยู่ในเขตเป็นเวลาที่กำหนด*

residential 'care *n.* การดูแล/รักษาในสถานที่ที่มีคนดูแลประจำ

resident's 'parking *n.* สิทธิจอดรถสำหรับผู้อยู่อาศัย

residual /rɪˈzɪdjʊəl, US -dʒʊ-/ริˈซิดดิววล, -จุ-/ *adj.* ที่เหลือ, ที่ตกค้าง

residue /ˈrezɪdjuː, US -duː/ˈเร็ซซิดิว, -ดู/ *n.* Ⓐ *(remainder)* จำนวนที่เหลือ, ส่วนที่เหลือ; Ⓑ *(Law)* ทรัพย์สินส่วนที่เหลือหลังจากการชำระหนี้; Ⓒ *(Chem.)* สารตกค้าง

residuum /rɪˈzɪdjʊəm/ริˈซิดดิวเอิม/ *n., pl.* **residua** /rɪˈzɪdjʊə/ริˈซิดดิว/ *(Chem.)* สารตกค้างหลังการทดสอบ

resign /rɪˈzaɪn/ริˈซายนฺ/ ❶ *v.t. (hand over)* ลาออก *(จากตำแหน่ง)*; สละ *(สิทธิ)*; **~ the leadership to sb.** สละตำแหน่งผู้นำให้ *ค.น.*; **~ one's commission** *(Mil.)* ลาออกจากการเป็น

r

ทหาร; ~ **one's job/post** ลาออกจากงาน/ตำแหน่ง ❷ *v. refl.* ~ **oneself to sth./to doing sth.** ยอมรับ *ส.น.*/ทำใจว่าต้องทำ *ส.น.* ❸ *v.i.* Ⓐ *(พนักงาน, เจ้าหน้าที่)* ลาออก *(จากตำแหน่ง)*; ถอนตัว; ~ **from one's post** ลาออกจากตำแหน่ง; Ⓑ *(Chess)* ยอมแพ้

resignation /rezɪg'neɪʃn/เระซิก'เนช'น/ *n.* Ⓐ ➡ **resign** 3 A: การลาออก *(จากตำแหน่ง)*; **give** *or* **send in** *or* **tender one's** ~: ยื่นหนังสือ/ใบลาออก; Ⓑ *(being resigned)* การยอมจำนน, การทำใจ, ปลงได้แล้ว

resigned /rɪ'zaɪnd/ริ'ซายนฺดฺ/ *adj.* ที่ยอม, ที่ทำใจ, ยอมจำนวน; **become/be** ~ **to sth.** ยอมจำนนต่อ *ส.น.*

resignedly /rɪ'zaɪnɪdlɪ/ริ'ซายนิดลิ/ *adv.* อย่างยอมจำนน, อย่างทำใจ

resilience /rɪ'zɪlɪəns/ริ'ซิลเลียนซฺ/, **resiliency** /rɪ'zɪlɪənsɪ/ริ'ซิลเลียนซิ/ *n., no pl.* Ⓐ *(elasticity)* ความยืดหยุ่น, ความหดได้; Ⓑ *(fig.)* ความสามารถในการฟื้นคืน/กลับสู่สภาพปกติ, ความสามารถทนทาน

resilient /rɪ'zɪlɪənt/ริ'ซิลเลียนทฺ/ *adj.* Ⓐ *(elastic)* ยืดหยุ่น, หดได้; Ⓑ *(fig.)* ที่หายจากความตกยากได้เร็ว; **be** ~: อดทนมาก, กลับมาร่าเริง/สดชื่นได้เร็ว

resin /'rezɪn, US 'rezn/'เร็ซซิน, 'เร็ซ'น/ *n.* Ⓐ *(Bot.)* ยางสน, ยางไม้; Ⓑ **[synthetic]** ~: ของเทียมที่มีลักษณะคล้ายยางไม้, เรซิน *(ท.ศ.)*

resinous /'rezɪnəs, US 'rezənəs/'เร็ซซิเนิซ, 'เร็ซเซอะเนิซ/ *adj. (like resin)* เหมือนยางสน; *(containing resin)* ประกอบด้วยยางสน

resist /rɪ'zɪst/ริ'ซิซทฺ/ ❶ *v.t.* Ⓐ *(withstand action of)* ต่อต้าน, ต้านทาน; **be unable to ~ an infection/disease** ไม่สามารถต้านทานการติดเชื้อ/โรคได้; Ⓑ *(oppose, repel)* ต่อต้าน *(ความยั่วยวน, การโจมตี)*; ขัดขวาง *(มาตรการ, การจับตัว)*; ต่อสู้ *(ศัตรู)* ❷ *v.i.* ➡ 1 B: ต่อต้าน, ขัดขวาง, ต่อสู้

resistance /rɪ'zɪstəns/ริ'ซิซเตินซฺ/ *n.* Ⓐ *(resisting, opposing force; also Phys., Electr.)* การต้านทาน, การทนทาน; **make** *or* **offer no ~ [to sb./sth.]** ไม่ต้านทาน [*ค.น./ส.น.*]; **take the line of least ~** *(fig.)* เลือกทางที่กระทบกระเทือนตัวน้อยที่สุด; ➡ + **passive** 1 B; Ⓑ *(power of resisting)* แรงต้านทาน, ความสามารถในการทนทาน; ~ **to wear and tear** ความทนทานต่อการชำรุด/สึกหรอ; ~ **to heat/cold** ความทนทานต่อความร้อน/หนาว; Ⓒ *(Biol., Med.)* ความต้านทาน, แรงต้านทาน; Ⓓ *(against occupation)* การต่อต้าน; **the French R~**: *องค์การใต้ดินที่ต่อต้านรัฐบาลฝรั่งเศสสมัยสงครามโลกครั้งที่ 2*

resistance: ~ **fighter** *n.* ผู้ต่อสู้ใต้ดิน; ~ **movement** *n.* ขบวนการใต้ดินต่อต้านรัฐบาล

resistant /rɪ'zɪstənt/ริ'ซิซเทินทฺ/ *adj.* Ⓐ *(opposed)* **be ~ to** ค้าน, ต่อต้าน; Ⓑ *(having power to resist)* มีแรงต้านทาน, ทนทาน; **highly ~ to wear and tear** ทนทานต่อการชำรุด/สึกหรออย่างมาก; **heat-/water-/rust-~**: ทนทานต่อความร้อน/น้ำ/สนิม; Ⓒ *(Med., Biol.)* มีแรงต้านทาน

resistor /rɪ'zɪstə(r)/ริ'ซิซเตอะ(ร)/ *n.* *(Electr.)* เครื่องต้านทานแรงไฟฟ้า

resit ❶ /ri:'sɪt/รี'ซิท/ *v.t.*, **-tt-, resat** /ri:'sæt/รี'แซท/ สอบซ่อม ❷ *v.i.*, **-tt-, resat** สอบซ่อม ❸ /'ri:sɪt/'รีซิท/ *n.* การสอบซ่อม

reskill /ri:'skɪl/รี'ซกิล/ *v.t.* สร้างทักษะในการทำงานใหม่

resold ➡ **resell**

resole /ri:'səʊl/รี'โซล/ *v.t.* ใส่พื้นรองเท้าใหม่

resolute /'rezəlu:t/'เร็ซเซอะลูท/ *adj.* แน่วแน่, เด็ดเดี่ยว, มั่นคง

resolutely /'rezəlu:tlɪ/'เร็ซเซอะลูทลิ/ *adv.* อย่างแน่วแน่, อย่างเด็ดเดี่ยว, อย่างมั่นคง

resolution /rezə'lu:ʃn/เระเซอะ'ลูช'น/ Ⓐ *(decision)* การตัดสินใจ; *(Polit. also)* การลงมติ, มติ; **a ~ of sympathy/solidarity** การลงมติเห็นอกเห็นใจ/เป็นน้ำหนึ่งใจเดียวกัน; Ⓑ *(resolve)* การตกลงใจ, ความตั้งใจ; **make a** ~: มีความตั้งใจ; **make a ~ to do sth.** ตกลงที่จะทำ *ส.น.*; **break one's** ~: ล้มเลิกความตั้งใจของตน; **good ~s** ความตั้งใจดี; **New Year['s] ~s** สิ่งที่ตั้งใจจะทำในปีใหม่; Ⓒ *no pl. (firmness)* ความเด็ดเดี่ยว, ความแน่วแน่; Ⓓ *no pl. (solving)* ➡ **resolve** 1 A, B: การแก้ปัญหา; Ⓔ *(separation: also Phys., Mus.)* การแยกออก

resolve /rɪ'zɒlv/ริ'ซอลวฺ/ ❶ *v.t.* Ⓐ *(dispel)* ขจัด, ทำให้หมดไป *(ปัญหา, ความสงสัย, ความคลุมเครือ)*; Ⓑ *(explain)* แก้ไข, อธิบาย *(ปัญหา, ปริศนา)*; Ⓒ *(decide)* ตกลงใจ, ตัดสินใจ; **they ~d that they must part** พวกเขาตัดสินใจที่จะแยกทางกัน; **this discovery made me ~ to leave** การค้นพบนี้ทำให้ฉันตัดสินใจที่จะจากไป; Ⓓ *(settle)* ไกล่เกลี่ย, จัดการให้เรียบร้อย *(ความขัดแย้ง)*; Ⓔ *(separate; also Phys., Mus.)* แยกออกมา; Ⓕ *(analyse, divide; also Mech.)* วิเคราะห์, แบ่งแยก **(in** เป็น**)**

❷ *v.i.* Ⓐ *(decide)* ~ **[up]on sth./doing sth.** ตัดสินใจ/ตกลงใจทำ *ส.น.*; Ⓑ *(dissolve)* ละลาย, สลาย

❸ *n.* Ⓐ ความตั้งใจ; **make a/keep one's** ~: มีความตั้งใจ/รักษาความตั้งใจของตน; Ⓑ *(Amer.)* ➡ **resolution** A; Ⓒ *(resoluteness)* ความแน่วแน่, ความเด็ดเดี่ยว

resolved /rɪ'zɒlvd/ริ'ซอลวฺดฺ/ *pred. adj.* ~ **[to do sth.]** ตั้งใจแน่วแน่ [ที่จะทำ *ส.น.*]; **he was ~ that ...**: เขาตั้งใจแน่วแน่ว่า...

re'solving power *n. (Phys.)* อำนาจในการแยกภาพของวัตถุที่อยู่ใกล้

resonance /'rezənəns/'เร็ซเซอะเนินซฺ/ *n.* ความก้อง, ความกังวาน; *(of voice)* เสียงก้อง; *(fig.)* เสียงสะท้อน

resonant /'rezənənt/'เร็ซเซอะเนินทฺ/ *adj.* Ⓐ *(resounding) (เสียง, ระฆัง)* ก้อง, กังวาน; Ⓑ *(tending to reinforce sounds) (ห้อง, สถานที่)* ที่ทำให้เกิดเสียงก้อง

resonate /'rezəneɪt/'เร็ซเซอะเนท/ *v.i.* สะท้อนเสียง, ดังก้อง

resonator /'rezəneɪtə(r)/'เร็ซเซอะเนเทอะ(ร)/ *n.* อุปกรณ์/สิ่งที่ทำให้เสียงดังก้อง

resorption /rɪ'sɔ:pʃn/ริ'ซอพช'น/ *n. (Biol., Med.)* การดูดเข้าไปใหม่, การซึมเข้าไปใหม่ *(ในร่างกาย)*

resort /rɪ'zɔ:t/ริ'ซอท/ ❶ *n.* Ⓐ *(resource, recourse)* การอาศัย, หนทาง; **have ~ to force** อาศัยพละกำลัง; **without ~ to force** โดยไม่อาศัยพละกำลัง; **you were my last** ~: คุณเป็นหนทางสุดท้ายของฉัน; **as a** *or* **in the last** ~: เป็นหนทาง/ทางออกสุดท้าย; **in the last** ~ *(in the end)* ในที่สุด; Ⓑ *(place frequented)* สถานที่พักผ่อนหย่อนใจ, รีสอร์ท *(ท.ศ.)*; **[holiday]** ~: สถานที่พักผ่อน, สถานที่ตากอากาศ; **ski/health** ~: สถานที่เล่นสกี/พักฟื้น; **mountain/coastal** ~: สถานที่ตากอากาศบนเขา/ชายทะเล; **seaside** ~: สถานที่ตากอากาศริมทะเล; Ⓒ *(frequenting)* การไป *(เยี่ยม)* อยู่เสมอ

❷ *v.i.* ~ **to sth./sb.** อาศัย/พึ่ง *ส.น./ค.น.*; ~ **to violence** *or* **force** ใช้/อาศัยความรุนแรง หรือพละกำลัง; ~ **to stealing/shouting** ใช้วิธีการขโมย/ตะโกน; ~ **to crime** หันไปเป็นอาชญากร

resound /rɪ'zaʊnd/ริ'ซาวนฺดฺ/ *v.i.* Ⓐ *(ring)* ดังก้อง, กึกก้อง **(with** ด้วย**)**; Ⓑ *(produce echo)* ทำให้เกิดเสียงก้องกังวาน; **his fame ~ed through Greece** *(fig.)* ชื่อเสียงของเขาเลื่องลือไปทั่วประเทศกรีซ

resounding /rɪ'zaʊndɪŋ/ริ'ซาวนฺดิง/ *adj.* ดังก้อง, กังวาน, มีพลัง, ยิ่งใหญ่

resoundingly /rɪ'zaʊndɪŋlɪ/ริ'ซาวนฺดิงลิ/ *adv.* อย่างกึกก้อง, อย่างใหญ่หลวง; **be ~ successful** ประสบความสำเร็จอย่างยิ่งใหญ่

resource /rɪ'sɔ:s, -'zɔ:s, US 'ri:sɔ:rs/ริ'ซอซ, -'ซอซ, 'รีซอรซฺ/ *n.* Ⓐ *usu. in pl. (stock)* ทรัพยากร; **have no inner ~s** ไม่มีพลังภายใน หรือ ไม่มีจิตใจเข้มแข็ง; **financial/mineral ~s** ทรัพยากรทางการเงิน/แร่ธาตุ; **~s in** *or* **of men and money** ทรัพยากรบุคคลและการเงิน; Ⓑ *usu. pl. (Amer.: asset)* สินทรัพย์; Ⓒ *(expedient)* หนทาง, ทางออก; **be at the end of one's ~s** ถึงขั้นจนปัญญา, ถึงขั้นเข้าตาจน; **be left to one's own ~s** ถูกปล่อยให้หาหนทางด้วยตนเอง; **as a last** ~: เป็นหนทางสุดท้าย; Ⓓ *no art., no pl. (ingenuity)* ความเฉลียวฉลาด, ความเป็นคนเจ้าความคิด; **be full of** ~: เป็นเจ้าความคิด, หาทางออกเก่ง

resourceful /rɪ'sɔ:sfl, rɪ'zɔ:sfl, US 'ri:sɔ:rsfl/ริ'ซอซฟ'ล, ริ'ซอซฟ'ล, 'รีซอรซฟ'ล/ *adj.* มีปัญญาดี, หัวดี, เป็นเจ้าความคิด

resourcefully /rɪ'sɔ:sfəlɪ, -'zɔ:sfəlɪ, US 'ri:sɔ:rsfəlɪ/ริ'ซอซเฟอะลิ, -'ซอซเฟอะลิ, 'รีซอรซฟเฟอะลิ/ *adv.* อย่างมีสติปัญญา

resourcefulness /rɪ'sɔ:sflnɪs, rɪ'zɔ:sflnɪs, US 'ri:sɔ:rsflnɪs/ริ'ซอซฟ'ลนิซ, ริ'ซอซฟ'ลนิซ, 'รีซอรซฟ'ลนิซ/ *n., no pl. (of person)* ความเป็นเจ้าความคิด, ความมีสติปัญญาดี

respect /rɪ'spekt/ริ'ซเป็คทฺ/ ❶ *n.* Ⓐ *(esteem)* ความเคารพ, ความนับถือ **(for** สำหรับ**)**; **show ~ for sb./sth.** แสดงความเคารพ *ค.น./ส.น.*; **hold sb. in [high** *or* **great]** ~: เคารพ/นับถือ *ค.น.* [อย่างสูง]; **command** ~: ทำให้คนเคารพนับถือ; **treat sb./sth. with** ~: ปฏิบัติต่อ *ค.น./ส.น.* ด้วยความเคารพ; **with [all due] ~, ...**: แม้ว่าจะนับถือคุณ [อย่างยิ่ง]...; Ⓑ *(consideration)* ความห่วงใย, ความเอาใจใส่; **have** *or* **pay [no] ~ to sth.** เอา/ไม่เอาใจใส่ *ส.น.*; Ⓒ *(aspect)* กรณี, ส่วน, แง่มุม; **in ~ of style** ในแง่ของรูปแบบ; **in all/many/some ~s** ในทุก/หลาย/บางแง่มุม; Ⓓ *(reference)* การพาดพิง, การอ้างอิง; **with ~ to ...**: ในเรื่องเกี่ยวกับ...; **have ~ to sth.** มีความเกี่ยวข้องกับ *ส.น.*; Ⓔ *in pl.* **give him my ~s** ฝากความระลึกถึงของฉันไปให้เขาด้วย; **pay one's ~s to sb.** *(formal)* แสดงความเคารพ/นับถือต่อ *ค.น.*; **pay one's last ~s** แสดงความเคารพครั้งสุดท้าย *(ด้วยการไปเคารพศพ)*

❷ *v.t.* เคารพ, นับถือ; **he doesn't ~ his teachers much** เขาไม่เคารพครูบาอาจารย์เท่าไรนัก; **much ~ed** เป็นที่เคารพ/ยกย่องอย่างมาก; **~ sb.'s feelings** คำนึงถึงความรู้สึกของ *ค.น.*; **~ the rules of the road** เคารพกฎจราจรบนท้องถนน

respectability /rɪspektə'bɪlɪtɪ/ริซเป็คเทอะ'บิลลิทิ/ *n., no pl.* ➡ **respectable** A: ความน่าเคารพ/นับถือ, ความถูกต้อง/เหมาะสม; **I do**

not doubt the ~ of his motives ฉันไม่สงสัยในความถูกต้องของเหตุจูงใจของเขาหรอก

respectable /rɪˈspektəbl/ริ'ซเป็คเทอะบ'ล/ *adj.* Ⓐ *(of good character)* มีหน้ามีตา, น่านับถือ, น่าเคารพ; *(decent) (บุคคล)* ถูกต้อง, ดี; Ⓑ *(presentable)* เรียบร้อย; *(that one can be seen in) (เสื้อผ้า)* ไปวัดไปวาได้, ออกแขกได้; **are you ~?** *(joc.)* คุณ *(แต่งตัว)* เรียบร้อยหรือยัง; Ⓒ *(considerable) (จำนวน)* ไม่น้อย; Ⓓ *(passable)* ผ่านได้, ยอมรับได้

respectably /rɪˈspektəblɪ/ริ'ซเป็คเทอะบลิ/ *adv.* Ⓐ อย่างน่าเคารพ/นับถือ, อย่างเหมาะสม, อย่างเป็นระเบียบเรียบร้อย; **be ~ employed** มีงานมีการ; Ⓑ *(passably)* อย่างพอใช้ได้, อย่างยอมรับได้

respecter /rɪˈspektə(r)/ริ'ซเป็คเทอะ(ร)/ *n.* ผู้นับถือ, ผู้เคารพ; **be no ~ of persons** ปฏิบัติต่อทุกคนอย่างเท่าเทียมกัน หรือ อย่างเสมอภาค

respectful /rɪˈspektfl/ริ'ซเป็คทฟ'ล/ *adj.* ที่แสดงความเคารพ

respectfully /rɪˈspektfəlɪ/ริ'ซเป็คเฟอะลิ/ *adv.* อย่างเคารพนับถือ; **~ yours, X** *(formal)* ขอแสดงความนับถือ เอ็กซ์

respecting /rɪˈspektɪŋ/ริ'ซเป็คทิง/ *prep.* เกี่ยวกับ, ในกรณี

respective /rɪˈspektɪv/ริ'ซเป็คทิว/ *adj.* แต่ละ, ตามลำดับ; **you must go to your ~ places** พวกคุณต้องกลับไปยังที่ [นั่ง] ของตน; **he and I contributed ~ amounts of £10 and £1** เขาและฉันบริจาคเงิน 10 ปอนด์ และ 1 ปอนด์ตามลำดับ

respectively /rɪˈspektɪvlɪ/ริ'ซเป็คทิวลิ/ *adv.* ตามลำดับ; **the two cars were red and white ~:** รถสองคันสีแดงและสีขาวตามลำดับ; **he and I contributed £10 and £1 ~:** เขาและฉันบริจาคเงิน 10 ปอนด์ และ 1 ปอนด์ตามลำดับ

respell /riːˈspel/รี'ซเป็ล/ *v.t.*, **respelt** *(Brit.)* /riːˈspelt/รี'ซเป็ลท/ *or* **respelled** สะกดคำใหม่

respiration /respɪˈreɪʃn/เรซปิ'เรช'น/ *n.* *(one breath)* ลมหายใจ; *(breathing)* การหายใจ, การสูด *(อากาศ)* เข้าออก; **she was finding ~ difficult** เธอกำลังรู้สึกหายใจลำบาก

respirator /ˈrespəreɪtə(r)/'เร็ซปิเรเทอะ(ร)/ *n.* Ⓐ *(protecting device)* หน้ากากป้องกันการหายใจ *(ก๊าซพิษ, ฝุ่นละออง)*; Ⓑ *(Med.)* เครื่องช่วยหายใจ

respiratory /ˈrespərətərɪ, US -tɔːrɪ/'เร็ซเปอะเรอะเทอะริ, -ทอริ/ *adj.* เกี่ยวกับการหายใจ; **~ organs** อวัยวะที่ใช้ในการหายใจ; **~ infection** โรคทางระบบการหายใจ

respire /rɪˈspaɪə(r)/ริ'ซปายเออะ(ร)/ *v.t. & i.* หายใจ, สูด *(อากาศ)* เข้าออก

respite /ˈrespaɪt, ˈrespɪt/'เร็ซไปท, 'เร็ซปิท/ *n.* Ⓐ *(delay)* การผ่อนผัน, การยืดเวลาออกไป; Ⓑ *(interval of relief)* การหยุดพัก; **~ from sth.** การพักจาก *ส.น.*; **without ~:** โดยไม่มีการหยุดพัก

resplendent /rɪˈsplendənt/ริ'ซเปล็นเดินทฺ/ *adj.* สุกปลั่ง, ช่วงโชติ, รุ่งโรจน์; **~ in his uniform** งามอร่ามในชุดเครื่องแบบของเขา

resplendently /rɪˈsplendəntlɪ/ริ'ซเปล็นเดินทลิ/ *adv.* อย่างสุกปลั่ง, อย่างรุ่งโรจน์

respond /rɪˈspɒnd/ริ'ซปอนดฺ/ ❶ *v.i.* Ⓐ *(answer)* ตอบ, ตอบรับ, ขานรับ; **~ to sb.'s greeting** ขานรับคำทักทายของ *ค.น.*; Ⓑ *(react)* มีปฏิกิริยาโต้ตอบ, ตอบสนอง; **[not] ~ to kindness** [ไม่] ไวต่อความกรุณา; **they ~ed very generously to this appeal** พวกเขาตอบสนองการอุทธรณ์ครั้งนี้ด้วยความเมตตาอย่างยิ่ง; **the illness ~s to treatment** โรคนี้จะหายเร็วเมื่อมีการรักษา ❷ *v.t.* ตอบ ❸ *n. (Archit.)* เสาติดผนัง

respondent /rɪˈspɒndənt/ริ'ซปอนเดินทฺ/ *n.* *(Law)* จำเลย; *(in divorce case)* จำเลยในคดีฟ้องหย่า

response /rɪˈspɒns/ริ'ซปอนซฺ/ *n.* Ⓐ *(answer)* คำตอบ; **in ~ [to]** เป็นการตอบ; **in ~ to your letter** ในการตอบจดหมายของคุณ; **make no ~:** ไม่ตอบ; Ⓑ *(reaction)* การโต้ตอบ, การตอบสนอง; **make no ~ to sth.** ไม่ตอบสนองต่อ *ส.น.*; **his ~ was to resign** วิธีโต้ตอบของเขาคือการลาออก; **meet with no/a large ~:** ไม่ได้รับการตอบสนอง/มีการตอบสนองอย่างใหญ่โต; **the tax cuts produced a favourable ~ from the public** การลดภาษีทำให้ประชาชนมีปฏิกิริยาตอบสนองในทางบวก; **£20,000 was raised in ~ to the appeal** ได้เงินมา 20,000 ปอนด์หลังการรณรงค์ขอทุน; Ⓒ *(Eccl.)* การร้องรับคำร้องของพระในโบสถ์

responsibility /rɪspɒnsɪˈbɪlɪtɪ/ริซปอนซิ'บิลลิทิ/ *n.* Ⓐ *no pl., no indef. art. (being responsible)* ความรับผิดชอบ; **take** *or* **bear** *or* **accept** *or* **assume/claim [full] ~ [for sth.]** รับผิดชอบ [*ส.น.*] [อย่างเต็มที่]; **'the management accepts no ~ for garments left here'** 'ฝ่ายบริหารไม่รับผิดชอบสำหรับเสื้อผ้าที่ทิ้งไว้ที่นี่'; **lay** *or* **put** *or* **place the ~ for sth. on sb.['s shoulders]** มอบความรับผิดชอบใน *ส.น.* แก่ *ค.น.*; **claim ~ for a bombing** ยอมรับผิดชอบสำหรับการวางระเบิด; **do sth. on one's own ~:** ทำ *ส.น.* โดยรับผิดชอบเอง; *(at one's own risk)* ทำ *ส.น.* โดยจะต้องเป็นผู้รับผิดชอบเอง *(หากเกิดความเสียหายขึ้นมา)*; Ⓑ *(duty)* ภาระ, หน้าที่; **the responsibilities of office** ภาระ/หน้าที่ของตำแหน่ง; **that's 'your ~:** นั่นเป็นหน้าที่ของคุณ

responsible /rɪˈspɒnsɪbl/ริ'ซปอนซิบ'ล/ *adj.* Ⓐ รับผิดชอบ; **hold sb. ~ for sth.** ถือว่า *ค.น.* รับผิดชอบ *ส.น.*; **be ~ to sb. [for sth.]** รับผิดชอบต่อ *ค.น.* [เกี่ยวกับ *ส.น.*]; **be ~ for sth.** รับผิดชอบสำหรับ *ส.น.*; **what's ~ for the breakdown?** อะไรเป็นสาเหตุของการเสียในครั้งนี้; **I've made you ~ for the travel arrangements** ฉันให้คุณเป็นผู้รับผิดชอบในเรื่องการจัดการเดินทาง; Ⓑ *(ตำแหน่ง, งาน)* มีความรับผิดชอบ; Ⓒ *(trustworthy)* เชื่อถือได้, ไว้ใจได้

responsibly /rɪˈspɒnsɪblɪ/ริ'ซปอนซิบลิ/ *adv.* อย่างรับผิดชอบ *(ประพฤติ, ทำงาน)*

responsive /rɪˈspɒnsɪv/ริ'ซปอนซิว/ *adj.* *(reacting positively)* ที่ตอบรับ/ตอบสนองดี; **the audience was very ~, it was a very ~ audience** ผู้ชมตอบรับดีมาก; **be ~ to sth.** มีปฏิกิริยาตอบสนองต่อ *ส.น.*

respray ❶ /riːˈspreɪ/รี'ซเปร/ *v.t.* พ่นสีใหม่ ❷ /ˈriːspreɪ/'รีซเปร/ *n.* การพ่นสีใหม่; **give the car a ~:** พ่นสีรถใหม่

¹rest /rest/เร็ซทฺ/ ❶ *v.i.* Ⓐ *(lie, lit. or fig.)* วางอยู่, นอนอยู่; **~ on** วาง/นอนอยู่บน; **~ against sth.** วางพิง *ส.น.*; **sit with one's back ~ing against sth.** นั่ง *(เอา)* หลังพิง *ส.น.*; **her head is ~ing against his shoulder** ศีรษะของเธอพิงไหล่ของเขา; Ⓑ *(take repose)* พัก, พักผ่อน; *(pause)* หยุดพัก; **never let one's enemy ~:** ไม่ให้ศัตรูของตนได้หยุดพัก; **she never ~s** เธอไม่เคยหยุดพักเลย; **I won't ~ until ...:** ฉันจะไม่หยุดพักจนกระทั่ง...; **tell sb. to ~:** บอกให้ *ค.น.* พักผ่อน; **be ~ing** *(Brit. Theatre) (นักแสดง)* ตกงาน, ไม่มีงานแสดง; Ⓒ *(euphem.: lie in death)* ตาย, เสียชีวิต; **let her/may she ~ in peace** ขอให้เธอนอนตายตาหลับ/มีความสงบ; Ⓓ *(be left)* **let the matter ~:** ปล่อยให้เรื่องราวทิ้งค้างอยู่; **... and there the matter ~ed ...** และเรื่องก็ค้างอยู่/หยุดชะงักอยู่ตรงนั้น; **~ assured that ...:** ขอให้มั่นใจว่า...; Ⓔ **~ with sb.** *(คำตอบ, การตัดสินใจ, ความผิด)* ขึ้นอยู่กับ *ค.น.*; Ⓕ *(Agric.: lie fallow)* พัก *(ที่ดิน)* ทิ้งไว้เพื่อให้ดินฟื้นขึ้น; Ⓖ *(Amer. Law)* สรุปคดี; ➡ + laurel A; oar A

❷ *v.t.* Ⓐ *(place for support)* **~ sth. against sth.** พิง *ส.น.* ไว้กับ *ส.น.*; **~ sth. on sth.** *(lit. or fig.)* วาง/ตั้ง *ส.น.* ไว้บน *ส.น.*; **she was ~ing all her hopes on her son** เธอฝากความหวังทั้งหมดไว้กับลูกชายของเธอ; **he ~ed the load on the ground [for a moment]** เขาวางของลงพักบนพื้น [ชั่วครู่]; Ⓑ *(give relief to)* ให้พัก *(ม้า, คน)*; พัก *(สายตา, เสียงของตน)*; **~ oneself** พักผ่อน; Ⓒ *(Agric.: allow to lie fallow)* ปล่อย *(ที่ดิน)* ทิ้งไว้เพื่อให้ดินสมบูรณ์ขึ้น; Ⓓ *(Law)* **~ one's case** สรุปคดี; Ⓔ **[may] God ~ his soul!** ขอให้พระผู้เป็นเจ้าดลบันดาลให้วิญญาณของเขาสงบสุขเถิด

❸ *n.* Ⓐ *(repose)* การพักผ่อน, การนอนหลับ, ความสงบ; **need nine hours' ~:** ต้องการนอนพักผ่อนเก้าชั่วโมง; **go** *or* **retire to ~:** เข้านอน; **get a good night's ~:** ได้นอนพักผ่อนอย่างเต็มอิ่ม; **be at ~** *(euphem.: be dead)* ตาย, ถึงแก่กรรม; **go to one's ~** *(euphem.: die)* ถึงแก่กรรม, เสียชีวิต; **lay to ~** *(euphem.: bury)* ฝังศพ; Ⓑ *(freedom from exertion)* การพัก, ความสงบ; **take a ~:** พักผ่อน (from จาก); **tell sb. to take a ~:** *(แพทย์)* บอกให้ *ค.น.* พักผ่อน; **set sb.'s mind at ~:** ทำให้ *ค.น.* สบายใจ; Ⓒ *(pause)* **~ period** ช่วงหยุดพัก; **have** *or* **take a ~:** หยุดพักชั่วขณะ; **give sb./sth. a ~:** ให้ *ค.น./ส.น.* ได้หยุดพัก; *(fig.)* เลิกพูด/ยุ่งเรื่อง *ส.น.*; **give it a ~!** *(coll.)* พอเสียที; Ⓓ *(stationary position)* **at ~:** สงบ, นิ่ง; **come to ~:** หยุดนิ่ง; *(have final position)* นิ่ง; **bring to ~:** ทำให้หยุด; Ⓔ *(support) (for telephone receiver)* ที่รองรับหูโทรศัพท์; *(for billiard cue, telescope, firearm)* ที่วาง; *(for neck)* ที่รอง/พักคอ; Ⓕ *(Mus.)* จังหวะหยุด

~ 'up *v.t.* พักผ่อน, หยุดพัก

²rest *n. (remainder)* **the ~:** ส่วนที่เหลือ; **we'll do the ~:** เราจะทำส่วนที่เหลือ; **the ~ of her clothes** เสื้อผ้าที่เหลือของเธอ; **the ~ of the butter** เนยที่เหลือ; **she's no different from the ~:** เธอไม่ได้แตกต่างจากคนอื่น ๆ; **and [all] the ~ of it** และอื่น ๆ; **for the ~:** นอกเหนือจากนี้, ในส่วนที่เหลือ

restart /riːˈstɑːt/รี'ซตาท/ ❶ *v.t.* Ⓐ *(start again)* ติดเครื่องอีก *(รถยนต์)*; เดินอีก *(เครื่องจักร)*; Ⓑ *(resume)* เริ่มต้นใหม่, ดำเนินการใหม่ *(การเจรจา)*; **~ work** เริ่มทำงานใหม่ ❷ /riːˈstɑːt/รี'ซตาท/ *v.i.* Ⓐ ติดเครื่องใหม่; Ⓑ *(resume)* เริ่มต้นใหม่, ดำเนินการใหม่ ❸ /ˈriːstɑːt/'รีซตาท/ *n.* ➡ 1 B: การเริ่มต้นใหม่

restate /riːˈsteɪt/รี'ซเตท/ *v.t.* *(express again)* กล่าวอีก, แถลงใหม่; *(express differently)* กล่าวในอีกรูปแบบ; *(Mus.: repeat)* เล่น/บรรเลงซ้ำ

restatement /riːˈsteɪtmənt/รี'ซเตทเมินทฺ/ *n.* *(repetition)* การกล่าวซ้ำ/อีก; *(reformulation)* การทำในรูปแบบใหม่; *(Mus.)* การเล่น/บรรเลงซ้ำ

restaurant /ˈrestrɒnt, US -tərɑnt/ˈเร็ซตรุอนทฺ, -เทอะเริ่นทฺ/ *n.* ภัตตาคาร, ร้านอาหาร

ˈrestaurant car *n. (Brit. Railw.)* รถเสบียง, ตู้เสบียง

restaurateur /restərəˈtɜː(r)/เร็ซเตอะเรอะˈเทอ (ร)/ *n.* ➤ 489 เจ้าของภัตตาคาร

rest: ~ cure *n. (Med.)* การรักษาโดยการให้นอนพัก; **~ day** *n.* วันหยุด *(พัก)*

rested /ˈrestɪd/ˈเร็ซทิด/ *adj.* สดชื่น, ได้พักผ่อน

restful /ˈrestfl/ˈเร็ซทฺฟ'ล/ *adj.* Ⓐ *(free from disturbance)* สงบ, เงียบสงบ; Ⓑ *(conducive to rest)* ที่ทำให้ได้พักผ่อน, ที่ทำให้สบายใจ, ที่สงบ; **be a ~ person to be with** เป็นคนที่อยู่ด้วยแล้วสบายใจ

restfully /ˈrestfəlɪ/ˈเร็ซทฺเฟอะลิ/*adv. (นอนหลับ)* อย่างสบาย; *(อยู่)* อย่างสงบ; *(เวลาผ่าน)* อย่างเงียบสงบ

restfulness /ˈrestflnɪs/ˈเร็ซทฺฟ'ลนิซ/ *n., no pl.* ความสงบ, ความเงียบสงบ

rest: ~ home *n.* บ้านพักฟื้นคนชรา; **~ house** *n.* บ้านพักคนเดินทาง

ˈresting place *n.* ที่พัก, ที่พำนัก

restitution /restɪˈtjuːʃn, US -ˈtuː-/เร็ซติˈทิวช'น, -ˈทู-/ *n.* การคืนสู่สภาพเดิม; *(of sth. lost)* การชดใช้ความเสียหาย; **make ~:** ชดใช้, ชดเชย; **make ~ of sth. to sb.** ชดใช้/ชดเชย *ส.น.* ให้ *ค.น.*

restive /ˈrestɪv/ˈเร็ซติว/ *adj.* Ⓐ *(stubborn) (บุคคล)* ดื้อรั้น; *(ม้า, คน)* ควบคุมยาก, หัวแข็ง; **become ~** *(ม้า)* กระโดดไปมา; Ⓑ *(unmanageable) (ประชาชน, คนงาน)* เริ่มรวมตัว; Ⓒ *(restless)* กระวนกระวาย, อยู่ไม่สุข

restively /ˈrestɪvlɪ/ˈเร็ซติวฺลิ/ *adv.* Ⓐ *(stubbornly)* อย่างดื้อรั้น; Ⓑ *(in fidgety manner)* อย่างกระวนกระวาย, โดยอยู่ไม่สุข

restless /ˈrestlɪs/ˈเร็ซทฺลิซ/ *adj.* Ⓐ *(affording no rest) (กลางคืน, การนอน, จิตใจ)* ไม่สงบ; Ⓑ *(uneasy)* กระวนกระวาย, ไม่สบายใจ; Ⓒ *(taking no rest)* ไม่ได้พักผ่อน

restlessly /ˈrestlɪslɪ/ˈเร็ซทฺลิซลิ/ *adv.* ➡ **restless** A, B: อย่างไม่สงบ, อย่างกระวนกระวาย

restlessness /ˈrestlɪsnɪs/ˈเร็ซทฺลิซนิซ/ *n., no pl.* ➡ **restless** B, C: ความกระวนกระวาย, การไม่ได้พักผ่อน

restock /riːˈstɒk/รีˈซตอค/ ❶ *v.t.* Ⓐ **~ a shop** สะสม/ตุนของเข้าร้านใหม่; Ⓑ ลง *(ปลา)* ใหม่ในบ่อ; ปลูก *(ต้นไม้, หน่อ)* ใหม่ในป่า; **~ a farm** หาปศุสัตว์เข้าฟาร์มใหม่ ❷ *v.i. (Commerc.)* เอาสินค้าเข้าคลังให้เต็ม

restoration /restəˈreɪʃn/เร็ซเตอะˈเรช'น/ *n.* Ⓐ *(restoring) (of peace)* การทำให้คืนสู่สภาพเดิม; *(of health)* การบำรุงกำลัง/ร่างกาย; *(of a work of art, building, etc.)* การบูรณะ; **her ~ to health** การคืนสู่สุขภาพดีของเธอ; Ⓑ *(giving back)* การคืนให้; Ⓒ *(re-establishment)* การสร้างขึ้นใหม่, การสถาปนาใหม่; **the R~** *(Brit. Hist.) การกลับสู่ระบอบกษัตริย์ภายใต้การขึ้นครองราชย์ของพระเจ้าชาร์ลสที่ 2 ใน ค.ศ. 1660*

restorative /rɪˈstɒrətɪv/ริˈซตอเรอะทิว/ ❶ *adj.* เป็นการซ่อมแซม, ที่บำรุงกำลัง ❷ *n.* ยาบำรุงกำลัง, อาหารบำรุงกำลัง

restore /rɪˈstɔː(r)/ริˈซตอ(ร)/ *v.t.* Ⓐ *(give back)* ให้คืน; Ⓑ *(bring to original state)* ทำให้กลับสู่สภาพเดิม, ซ่อมแซม, ฟื้นฟู; **~ sb. to health, ~ sb.'s health** บำรุงร่างกาย *ค.น.* จนสุขภาพดี; **his strength was ~d** เรี่ยวแรงของเขากลับคืนมาแล้ว *หรือ* เขาแข็งแรงขึ้นมาแล้ว; **~ sb. to better spirits** ทำให้ *ค.น.* มีกำลังใจดีขึ้น; Ⓒ *(reinstate)* คืนสิทธิ, นำกลับมา; **~ sb. to the throne/to power** *(แต่ง)* ตั้ง *ค.น.* ให้กลับมาเป็นกษัตริย์/กลับมามีอำนาจดังเดิม; **her success ~d her to her place as leading actress** ความสำเร็จของเธอ ทำให้เธอได้ตำแหน่งนางเอกกลับคืนมา; Ⓓ *(re-establish)* สร้างขึ้นใหม่ *(ความสงบ, สันติภาพ)*; Ⓔ *(put back)* **~ the book to its place [on the shelf]** วางหนังสือคืนไว้ที่เดิม [บนชั้นหนังสือ]

restorer /rɪˈstɔːrə(r)/ริˈซตอเรอะ(ร)/ *n.* Ⓐ *(Art, Archit.: person)* ผู้ที่ทำการบูรณะ; Ⓑ *(agent)* สาร/น้ำยาที่ใช้บำรุงรักษา; ➡ **+ hair-restorer**

restrain /rɪˈstreɪn/ริˈซเตรน/ *v.t.* ดึง *(สุนัข)* ไว้; รั้ง, อดกลั้น *(ความรู้สึก, การหัวเราะ)*; ยับยั้ง, หน่วงเหนี่ยว *(ค.น., สัตว์, เด็ก)*; **~ sb./oneself from doing sth.** ห้าม *ค.น.*/ตนเองไม่ให้ทำ *ส.น.*; **~ yourself!** จงควบคุมตัวเอง

restrained /rɪˈstreɪnd/ริˈซเตรนดฺ/ *adj.* สงบเสงี่ยม, เก็บความรู้สึก, ควบคุมอารมณ์ได้

restraint /rɪˈstreɪnt/ริˈซเตรนทฺ/ *n.* Ⓐ *(restriction)* การจำกัด, การกำหนด; **without ~:** โดยไม่มีขอบเขตจำกัด; Ⓑ *(reserve)* ความสงบเสงี่ยม, ความไว้ตัว; Ⓒ *(moderation)* ความพอประมาณ, ความพอเหมาะพอควร; *(self-control)* การควบคุมตัวเอง; **with ~:** ด้วยความข่มใจ; **without ~:** โดยไม่หักห้ามใจ; **his style shows a lack of ~:** วิธีการ/ลักษณะของเขาไม่มีความพอเหมาะพอควรเลย

restrict /rɪˈstrɪkt/ริˈซตริคทฺ/ *v.t.* จำกัด; *(เสื้อผ้า)* ทำให้ขยับลำบาก; **the trees ~ed our view** ต้นไม้บดบังทัศนียภาพของเรา

restricted /rɪˈstrɪktɪd/ริˈซตริคทิด/ *adj.* Ⓐ *(limited)* จำกัด, คับแคบ; **~ diet** อาหารที่ถูกจำกัด/ควบคุม; **I feel ~ in these clothes** ฉันรู้สึกอึดอัดเวลาใส่เสื้อผ้าเหล่านี้; Ⓑ *(subject to restriction) (เขต)* หวงห้าม; *(การเข้าเรียน, การเข้าชมสถานที่)* จำกัด; **be ~ to 30 m.p.h.** ถูกจำกัดไม่ให้วิ่งด้วยความเร็วเกิน 30 ไมล์ต่อชั่วโมง; **be ~ to doing sth.** ถูกจำกัดให้ทำแค่ *ส.น.*; **be ~ within narrow limits** ถูกกำหนดให้อยู่ในขอบเขตจำกัด; Ⓒ *(not for disclosure) (ข้อมูล, เอกสาร)* ลับ

restricted ˈarea *n.* Ⓐ บริเวณ/เขตหวงห้าม; Ⓑ *(Brit.: with speed limit)* บริเวณ/เขตที่จำกัดความเร็ว

restriction /rɪˈstrɪkʃn/ริˈซตริคช'น/ *n.* การจำกัด, การกำหนด, ข้อจำกัด; **without ~:** โดยไม่มีข้อจำกัด; **put** *or* **place** *or* **impose ~s on sth.** กำหนด/จำกัด *ส.น.*; **speed/weight/price ~** การจำกัดความเร็ว/น้ำหนัก/ราคา

restrictive /rɪˈstrɪktɪv/ริˈซตริคทิว/ *adj.* จำกัด, ถูกจำกัด; *(เสื้อผ้า)* คับตัว

restrictively /rɪˈstrɪktɪvlɪ/ริˈซตริคทิวลิ/ *adv.* อย่างจำกัด, อย่างมีขอบเขต

restrictive ˈpractice *n. (Commerc.)* ข้อตกลงที่จะจำกัดปริมาณการผลิต *หรือ* การแข่งขันระหว่างบริษัท

ˈrestroom *n. (esp. Amer.)* ห้องน้ำ

restructure /riːˈstrʌktʃə(r)/รีˈซตรัคเฉอะ(ร)/ *v.t.* สร้างระบบใหม่, จัดใหม่

ˈrest stop *n. (Amer.)* ที่พักข้างทาง

restyle /riːˈstaɪl/รีˈซตายลฺ/ *v.t.* ทำ *(แบบ)* ใหม่; **~ sb.'s hair** ทำผมทรงใหม่ให้ *ค.น.*

result /rɪˈzʌlt/ริˈซัลทฺ/ ❶ *v.i.* Ⓐ *(follow)* **~ from sth.** เป็นผลจาก *ส.น.*; *(future)* จะบังเกิดผลจาก *ส.น.*; Ⓑ *(end)* **~ in sth.** จบลงด้วย *ส.น.*; **the game ~ed in a draw** เกมจบลงด้วยการเสมอกัน; **~ in sb.'s doing sth.** จบลงด้วยการที่ *ค.น.* ทำ *ส.น.*
❷ *n.* ผล, ผลลัพธ์, ผลที่ตามมา; **be the ~ of sth.** เป็นผลของ *ส.น.*; **as a ~ [of this]** เนื่องจาก [สิ่งนี้]; **he knows how to get ~s** เขารู้วิธีที่จะได้มาซึ่งผลลัพธ์; **without ~:** โดยปราศจากผล; **What was the ~? – Leeds won 3-2** ผลการแข่งขันเป็นอย่างไร ทีมลีดส์ชนะ 3 ต่อ 2; **when you add up the figures, what is the ~?** เมื่อคุณบวกเลขแล้ว ผลลัพธ์คืออะไร

resultant /rɪˈzʌltənt/ริˈซัลเทินทฺ/ ❶ *adj.* เป็นผลมาจาก, เนื่องมาจาก ❷ *n. (Phys.)* ผล

resume /rɪˈzjuːm, US -ˈzuːm/ริˈซิวม, ˈซูม/ ❶ *v.t.* Ⓐ *(begin again)* เริ่มต้นใหม่; *(เดินทาง, อ่าน ฯลฯ)* ต่อ; Ⓑ *(get back)* ได้กลับคืนมา *(ตำแหน่งผู้บังคับบัญชา)*; **~ possession of sth.** กลับมาครอบครอง/เป็นเจ้าของ *ส.น.*; ➡ **+ seat** 1 B ❷ *v.i.* ดำเนินต่อไป; *(รัฐสภา)* เริ่มนั่งประชุมใหม่; *(โรงเรียน)* เปิดเทอมใหม่

résumé /ˈrezjuːmeɪ, US rezʊˈmeɪ/ˈเร็ซซิวเม, เระซุˈเม/ *n.* Ⓐ *(summary)* เรื่องย่อ; Ⓑ *(Amer.: curriculum vitae)* ประวัติย่อการศึกษาและประสบการณ์การทำงาน, เรซูมเม่ *(ท.ศ.)*

resumption /rɪˈzʌmpʃn/ริˈซัมพฺช'น/ *n.* Ⓐ ➡ **resume** 1 A: การเริ่มต้นใหม่, การทำต่อ; Ⓑ ➡ **resume** 1 B: การคืนสู่สภาพเดิม, การเข้าครอบครองใหม่

resurface /riːˈsɜːfɪs/รีˈเซอฟิซ/ ❶ *v.t.* **~ a road** ปรับผิวถนนใหม่ ❷ *v.i. (lit. or fig.)* โผล่ขึ้นมาอีก

resurgence /rɪˈsɜːdʒəns/ริˈเซอเจินซฺ/ *n.* การเกิดขึ้นใหม่, การคืนชีพ

resurgent /rɪˈsɜːdʒənt/ริˈเซอเจินทฺ/ *adj.* ที่เกิด, คืนชีพ; **be ~:** คืนชีพ, เกิดใหม่อีกครั้ง

resurrect /rezəˈrekt/เระเซอะˈเร็คทฺ/ *v.t.* Ⓐ *(raise from the dead)* ทำให้คืนชีพ, ทำให้มีชีวิตใหม่; Ⓑ *(revive)* ฟื้นฟู *(ความคิด)*; *(coll.: dig out)* ขุดขึ้นมาใหม่, นำมาใช้อีก *(เสื้อผ้าเก่า ๆ)*

resurrection /rezəˈrekʃn/เระเซอะˈเร็คช'น/ *n.* Ⓐ *(Relig.)* การคืนชีพ; **the R~:** การคืนชีพของพระเยซูคริสต์; Ⓑ *(revival)* การฟื้นฟู

resuscitate /rɪˈsʌsɪteɪt/ริˈซัซซิเทท/ *v.t. (lit. or fig.)* ทำให้ฟื้นขึ้นมา, ทำให้ฟื้นคืนชีพ

resuscitation /rɪsʌsɪˈteɪʃn/ริซัซซิˈเทช'น/ *n. (lit. or fig.)* การฟื้นคืนชีพ, การฟื้นขึ้นมา

ret. *abbr.* **retired**

retail ❶ /ˈriːteɪl/ˈรีเทล/ *n.* การขายปลีก ❷ *adj. (ร้านค้า, ราคา)* ขายปลีก ❸ *adv.* **buy/sell ~:** ซื้อ/ขายปลีก ❹ *v.t.* Ⓐ /ˈriːteɪl, rɪˈteɪl/ˈรีเทล, ริˈเทล/ *(sell)* ขายปลีก; Ⓑ /rɪˈteɪl/ริˈเทล/ *(relate)* เล่าอย่างละเอียด; **~ a conversation to sb.** เล่าการสนทนาให้ *ค.น.* ฟังอย่างละเอียด ❺ /ˈriːteɪl, rɪˈteɪl/ˈรีเทล, ริˈเทล/ *v.i. (สินค้า)* ขายปลีก

retailer /ˈriːteɪlə(r)/ˈรีเทเลอะ(ร)/ *n.* ผู้ขายปลีก, พ่อค้าขายปลีก

retailing /ˈriːteɪlɪŋ/ˈรีเทลิง/ *n., no pl., no art.* การขายปลีก

retail ˈprice index *n. (Brit.)* ดัชนีราคาขายปลีก

retail trade *n.* การค้าปลีก

retain /rɪˈteɪn/ริˈเทน/ *v.t.* Ⓐ *(keep)* เก็บไว้ *(ข้อมูล)*; รักษาไว้ *(ความสามารถ, สติปัญญา)*; สงวนไว้ *(สิทธิ)*; **~ power** รักษาอำนาจไว้; **~ possession of sth.** เก็บ/รักษา *ส.น.* ไว้ในครอบครอง; **~ control [of sth.]** ยังคงควบคุม

[ส.น.] อยู่; Ⓑ (continue to practise) ดำรงไว้, คงอยู่ (ขนบธรรมเนียม, ประเพณี); Ⓒ (keep in place) (เขื่อน) กัก (น้ำ) ไว้; (กำแพง) กั้น (ดิน); **~ sth. in position** เก็บ/รักษา ส.น. ให้คงที่; Ⓓ (secure services of) ผูกขาด; Ⓔ (not forget) จดจำ (ข้อมูล, คำพูด)

retainer /rɪˈteɪnə(r)/ริ'เทเนอะ(ร)/ *n.* Ⓐ (*Hist.: follower*) ผู้ติดตาม, บริวาร; **old ~** (*joc.*) ข้าเก่าเต่าเลี้ยง, บริวารที่ซื่อสัตย์; Ⓑ (*fee*) เงินเดือนจำนวนน้อย (ทนาย, ที่ปรึกษา) เป็นประจำ

retaining: ~ fee *n.* เงินประจำที่ให้ (ทนาย, ที่ปรึกษา) เป็นประจำเพื่อสงวนการบริการไว้; **~ wall** *n.* กำแพง/เขื่อน (กั้นดินหรือน้ำ)

retake ❶ /riːˈteɪk/รี'เทค/ *v.t., forms as* **take** 1, 2 Ⓐ (*recapture*) ยึดคืน (เมือง, ที่มั่น); Ⓑ (*take again*) สอบซ่อม; Ⓒ (*Cinemat.*) ถ่ายซ้ำอีก (ฉาก) ❷ /ˈriːteɪk/'รีเทค/ *n.* Ⓐ (*of exam*) การสอบซ่อม; Ⓑ (*Cinemat.*) การถ่าย (ฉาก) ใหม่

retaliate /rɪˈtælieɪt/ริ'แทลิเอท/ *v.i.* ตอบโต้, ตอบกลับ (นักวิจารณ์); แก้แค้น; (กองทหาร) ตีกลับ; **~ by doing sth.** ตอบโต้ด้วยการทำ ส.น.

retaliation /rɪtælɪˈeɪʃn/ริแทลิ'เอช'น/ *n.* (*in war, fight*) การตีกลับ; (*in argument etc.*) การโต้ตอบ; **in ~ for** เป็นการตอบโต้; **she did that in ~ for his cruelty** เธอทำเช่นนั้นเพื่อแก้แค้นความโหดร้ายของเขา

retaliatory /rɪˈtæljətərɪ, US -tɔːrɪ/ริ'แทเลียเทอะริ, -ทอริ/ *adj.* เป็นการตอบโต้ *หรือ* แก้แค้น

retard /rɪˈtɑːd/ริ'ทาด/ *v.t.* ทำให้ช้า, ถ่วง, หน่วง

retardant /rɪˈtɑːdənt/ริ'ทาเดินทฺ/ ❶ *adj.* ที่ทำให้ช้า, เป็นการถ่วง (เวลา); **flame-/rust-~:** ที่กันไฟ/สนิมได้ ❷ *n.* สารที่ถ่วงเวลาปฏิกิริยาทางเคมี

retardation /riːtɑːˈdeɪʃn/รีทา'เดช'น/ *n.* การทำให้ช้า, การหน่วงเหนี่ยว; ปัญญาอ่อน; การเรียนรู้ช้า

retarded /rɪˈtɑːdɪd/ริ'ทาดิด/ *adj.* Ⓐ (*Psychol.*) **[mentally] ~:** ปัญญาอ่อน; Ⓑ (*Motor Veh.*) **~ ignition** การติดเครื่องได้ช้า

retarder /rɪˈtɑːdə(r)/ริ'ทาเดอะ(ร)/ *n.* (*Motor Veh.*) เครื่องที่ลด (อัตรา) ความเร็ว

retch /retʃ/เร็ฉ/ ❶ *v.i.* เรอ, คลื่นเหียน, ทำท่าเหมือนจะอาเจียน ❷ *n.* ความรู้สึกอยากอาเจียน

retd. *abbr.* **retired**

retell /riːˈtel/รี'เท็ล/ *v.t.*, **retold** /riːˈtəʊld/รี'โทลด/ เล่าในอีกรูปแบบ; (*tell again*) เล่าซ้ำ

retention /rɪˈtenʃn/ริ'เท็นช'น/ *n.* Ⓐ (*keeping*) (*of power*) การรักษา; (*of money*) การเก็บรักษา; Ⓑ ➡ **retain** B: การดำรงไว้; Ⓒ **~ of water** (*by soil, plant*) การเก็บ/กักกั้นน้ำไว้; Ⓓ ➡ **retain** D: การผูกขาด, การว่าจ้างประจำ; Ⓔ (*Med.*) การอั้น, การกลั้น; (*of urine*) การกลั้นปัสสาวะ; Ⓕ **powers of ~:** ความสามารถในการจดจำ

retentive /rɪˈtentɪv/ริ'เท็นทิฺว/ *adj.* Ⓐ มีความจำดี; **a memory ~ of details** การที่จำรายละเอียดต่าง ๆ ได้ดี; Ⓑ (*holding moisture*) (ดิน) ที่เก็บความชื้น; **soil ~ of moisture** ดินที่เก็บความชื้น

rethink /riːˈθɪŋk/รี'ธิงคฺ/ ❶ *v.t.*, **rethought** /riːˈθɔːt/รี'ธอท/ คิดทบทวนใหม่, คิดอีก ❷ *n.* **have a ~ about sth.** คิดทบทวน ส.น. อีกครั้ง

reticence /ˈretɪsəns/'เร็ททิเซินซฺ/ *n., no pl.* การสงวนท่าที, การพูดน้อย (**on** เกี่ยวกับ)

reticent /ˈretɪsənt/'เร็ททิเซินทฺ/ *adj.* Ⓐ (*reserved*) ที่ระมัดระวังคำพูด, สงวนท่าที; Ⓑ (*restrained*) สงบเสงี่ยม

retina /ˈretɪnə, US ˈretənə/'เร็ททิเนอะ, 'เร็ทเทอะเนอะ/ *n., pl.* **~s** *or* **~e** /ˈretɪniː/'เร็ททินี/ (*Anat.*) เรตินา (ท.ศ.) (จอในตาสำหรับรับภาพ)

retinitis /retɪˈnaɪtɪs/เระทิ'ไนทิซ/ *n.* (*Med.*) โรคเรตินาอักเสบ

retinue /ˈretɪnjuː, US ˈretənuː/'เร็ททินิว, 'เร็ทเทอะนู/ *n.* กลุ่มผู้ติดตาม

retiracy /rɪˈtaɪərəsɪ/ริ'ทายเออะเรอะซิ/ *n., no pl.* (*Amer.*) การถอนตัว, เกษียณ

retiral /rɪˈtaɪərl/ริ'ทายเออะร'ล/ *n.* (*Scot.*) การลาออก (จากงาน), การเกษียณ

retire /rɪˈtaɪə(r)/ริ'ทายเออะ(ร)/ ❶ *v.i.* Ⓐ (*give up work or position*) เกษียณ, ลาออก, หยุดทำงาน; **~ on a pension** เกษียณอายุราชการโดยได้รับบำนาญ; Ⓑ (*withdraw*) ถอน (ทัพ); (*Sport*) ถอนตัวจากการแข่งขัน; **~ [to bed]** เข้านอน; **~ from the world/into oneself** ดำเนินชีวิตอย่างสันโดษ
❷ *v.t.* (*compel to leave*) ทำให้เกษียณ/ออกจากงาน; **be ~d early** ถูกเกษียณก่อนกำหนด

retired /rɪˈtaɪəd/ริ'ทายเอิด/ *adj.* Ⓐ (*no longer working*) ที่ปลดเกษียณ, ที่ออกจากราชการ, ไม่ทำงานอีกต่อไป; **be ~:** เกษียณอายุ (ราชการ); เลิกทำงานแล้ว; Ⓑ (*withdrawn*) อยู่อย่างสันโดษ

retired list *n.* (*Mil.*) รายชื่อข้าราชการนอกประจำการ

retiree /rɪtaɪəˈriː/ริไทเออะ'รี/ *n.* (*Amer.*) ผู้ที่ปลดเกษียณ; (*ex-employee also*) ผู้ที่ออกจากงานเนื่องจากเกษียณอายุ; (*ex-civil servant/serviceman also*) ข้าราชการบำนาญ

retirement /rɪˈtaɪəmənt/ริ'ทายเออะเมินทฺ/ *n.* Ⓐ (*leaving work*) การปลดเกษียณ, การออกจากราชการ/งาน; Ⓑ *no art.* (*period*) ช่วงเวลาเกษียณ; **go into ~** ออกจากราชการ/งาน; **take early ~** เลือกเกษียณก่อนกำหนด; **how will you spend your ~?** คุณจะใช้ชีวิตหลังเกษียณอย่างไร; Ⓒ (*withdrawing*) การถอนตัว; Ⓓ (*seclusion*) การแยกตัว/ดำเนินชีวิตอยู่อย่างสันโดษ

retirement: ~ age *n.* อายุที่ปลดเกษียณ/ต้องออกจากงาน; (*of employees, civil servants*) อายุเกษียณ; **~ home** *n.* Ⓐ (*house, flat*) บ้านพักในยามเกษียณ; Ⓑ (*institution*) สถานที่ดูแลคนชรา; **~ pay, ~ pension** *ns.* (*for employees*) เงินที่จ่ายหลังเกษียณ; (*for civil servants, servicemen*) เงินบำนาญ

retiring /rɪˈtaɪərɪŋ/ริ'ทายเออะริง/ *adj.* (*shy*) ขี้อาย, ชอบสันโดษ

retiring: ~ age *n.* ➡ **retirement age**; **~ collection** *n.* (*at church service*) เงินที่เก็บรวบรวมในโบสถ์; (*at concert*) เงินบริจาคที่เก็บหลังการแสดงคอนเสิร์ต

retold ➡ **retell**

retook ➡ **retake** 1

retool /riːˈtuːl/รี'ทูล/ *v.t.* ติดตั้งเครื่องมือใหม่

[1]**retort** /rɪˈtɔːt/ริ'ทอท/ ❶ *n.* คำโต้ตอบ ❷ *v.t.* ตอบ, โต้ตอบ ❸ *v.i.* โต้ตอบ

[2]**retort** *n.* (*Chem., Industry*) หลอดแก้วที่มีกระเปาะตอนปลายใช้สำหรับต้มหรือกลั่นธาตุ

retouch /riːˈtʌtʃ/รี'ทัฉ/ *v.t.* (*Art, Photog., Printing*) แต่งภาพ, ขัดเกลา, รีทัช (ท.ศ.)

retrace /riːˈtreɪs/รี'เทรซ/ *v.t.* Ⓐ (*trace back*) ย้อนกลับไปที่จุดเริ่มต้น; Ⓑ (*trace again*) ตรวจสอบอีกครั้ง; Ⓒ (*go back over*) ย้อนกลับ (ทางเดิม); **~ one's steps/path** ย้อนกลับทางเดิม

retract /rɪˈtrækt/ริ'แทรคทฺ/ ❶ *v.t.* Ⓐ (*withdraw*) ถอน; **he refused to ~:** เขาปฏิเสธที่จะถอน (คำพูด); Ⓑ (*Aeronaut.*) หด, ร่น (ล้อเข้ามา); Ⓒ (*draw back*) หด, ร่น (หนวดแมลง) ❷ *v.i.* Ⓐ (*Aeronaut.*) หด, ร่นขึ้นมา; Ⓑ (*be drawn back*) หด (กลับ) (หนวดแมลง, เล็บแมว)

retractable /rɪˈtræktəbl/ริ'แทรคเทอะบ'ล/ *adj.* (*Aeronaut.*) หด/ร่นได้ (ล้อเครื่องบิน)

retraction /rɪˈtrækʃn/ริ'แทรคช'น/ *n.* Ⓐ (*withdrawing*) การถอน, การเพิกถอน; **make a ~ of sth.** เพิกถอน/ถอน ส.น.; Ⓑ (*drawing-back of undercarriage, claws, etc.*) การหดกลับ, การหด, การร่น

retrain /riːˈtreɪn/รี'เทรน/ ❶ *v.t.* ฝึกใหม่ ❷ *v.t.* ฝึกอบรมใหม่

retraining /riːˈtreɪnɪŋ/รี'เทรนนิง/ *n.* การฝึกอบรมใหม่

retranslate /riːtrænsˈleɪt/รีแทรนซฺ'เลท/ *v.t.* แปลใหม่, แปลอีก

retranslation /riːtrænsˈleɪʃn/รีแทรนซฺ'เลช'น/ *n.* การแปลใหม่

retransmit /riːtrænzˈmɪt/รีแทรนซฺ'มิท/ *v.t.*, **-tt-** Ⓐ (*transmit again*) ส่งใหม่, ถ่ายทอดใหม่; Ⓑ (*transmit further*) ส่งต่อ, ถ่ายทอดต่อ

retread (*Motor Veh.*) ❶ /ˈriːtred/'รีเทร็ด/ *n.* ยางที่หล่อดอกใหม่ ❷ /riːˈtred/รี'เทร็ด/ *v.t.* หล่อดอก (ยาง) ใหม่

retreat /rɪˈtriːt/ริ'ทรีท/ ❶ *n.* Ⓐ (*withdrawal; also Mil. or fig.*) การล่าถอย, การถอยกลับ; **their ~ from the territory/position** การล่าถอยจากดินแดน/ตำแหน่งที่ตั้ง; **beat a ~:** ล่าถอย; (*fig.*) (หนี) ไปอย่างรีบร้อน; **make good one's ~:** ล่าถอยไปอยู่ในที่ปลอดภัย; (*fig.*) รีบหนีไป; ➡ **+ hasty**; Ⓑ (*place of seclusion*) ที่สันโดษ; (*hiding place also*) ที่หลบซ่อน; **country ~:** สถานที่พักผ่อนหย่อนใจในชนบท; Ⓒ (*Relig.: for prayer*) ช่วงเวลาที่ใช้ชีวิตอย่างสันโดษ (เพื่อปฏิบัติธรรม, เจริญภาวนา); Ⓓ (*Mil.: bugle-call*) (*for return to barracks*) แตรสัญญาณเรียกทหารให้กลับเข้าค่าย; (*for withdrawal*) แตรถอย; **sound/give the ~:** เป่าแตรถอย/เรียกทหารให้กลับเข้าค่าย
❷ *v.i.* Ⓐ (*withdraw; also Mil. or fig.*) ถอย; (*in fear*) ล่าถอยด้วยความกลัว; **~ from a territory/position** ล่าถอยจากดินแดน/ตำแหน่งที่ตั้ง; **~ from an aggressive stance** ยกเลิกท่าทีที่ก้าวร้าว; Ⓑ (*recede*) (ธารน้ำแข็ง) หดถอย; (น้ำท่วม) ที่ลดลง

retrench /rɪˈtrenʃ/ริ'เทร็นฉ/ ❶ *v.t.* ตัดทอนรายจ่าย, ลดค่าใช้จ่าย ❷ *v.i.* ตัดทอนรายจ่าย, ประหยัด (รายจ่าย)

retrenchment /rɪˈtrenʃmənt/ริ'เทร็นฉเมินทฺ/ *n.* การตัดทอนรายจ่าย, การลดค่าใช้จ่ายลง; **policy of ~:** นโยบายประหยัด/ตัดทอนรายจ่าย

retrial /riːˈtraɪəl/รี'ทรายเอิล/ *n.* (*Law*) การพิจารณาคดีใหม่; **he asked for a ~:** เขาขอให้มีการพิจารณาคดีใหม่

retribution /retrɪˈbjuːʃn/เระทริ'บิวช'น/ *n.* การจองเวร, การตอบแทน, การแก้แค้น; **in ~ for** เพื่อเป็นการแก้แค้น

retributive /rɪˈtrɪbjʊtɪv/ริ'ทริบบิวทิฺว/ *adj.* เป็นการจองเวร/แก้แค้น

retrievable /rɪˈtriːvəbl/ริ'ทรีเวอะบ'ล/ *adj.* Ⓐ (*able to be set right*) สามารถกู้ (สถานการณ์) กลับมาได้; สามารถแก้ไขได้ (ความผิดพลาด); **be ~** (สถานการณ์) ที่กู้กลับมาได้; (การผิดพลาด) ที่แก้ได้; Ⓑ (*able to be rescued*) ช่วยเหลือไว้ได้; (*from wreckage*) กู้ได้จากการที่เรืออับปาง; **be ~:** กู้มาได้; Ⓒ (*able to be recovered*) **the ball/money is ~:** ลูกบอล/เงินที่สามารถจะเอาคืนมา; Ⓓ (*Computing*) (ข้อมูล) กู้/ดึงกลับมาได้

retrieval /rɪˈtriːvl/ริ'ทรีว'ล/ *n.* Ⓐ (*setting right*) (*of situation*) การกู้ (สถานการณ์); (*of*

retrieve | reveal 752

mistake) การแก้ไข *(ความผิด)*; **beyond** *or* **past ~**: เกินกว่าจะกู้กลับมาได้, หมดหวัง; Ⓑ *(rescue)* การช่วยเหลือ, การช่วยชีวิต; *(from wreckage)* การกู้เอาไว้ได้จากการที่เรืออับปาง; Ⓒ *(recovery)* ➡ **retrieve** 1 C: การได้กลับคืนมา; **the ~ of the money was difficult** การได้เงินกลับคืนมายากพอสมควร; **the money/chance was lost beyond ~**: เงิน/โอกาสได้สูญหายไปเกินกว่าจะได้คืนมา; Ⓓ *(Computing)* การหา/ค้น *(ข้อมูล)* มาได้

retrieve /rɪˈtriːv/ริ'ทรีว/ *v.t.* Ⓐ *(set right)* แก้ไข *(การผิดพลาด)*; กอบกู้ *(สถานการณ์)*; Ⓑ *(rescue)* ช่วยเหลือ, ช่วยชีวิต; *(from wreckage)* กู้มาจากเรือ; **timber ~d from the beach** ท่อนไม้ที่เก็บมาจากชายหาด; Ⓒ *(recover)* ได้กลับคืนมา *(เงินทอง)*; เก็บ *(ลูกบอล)* ได้; นึก *(คำ)* ออก; **~ sth. from the depths of one's subconscious** นำ *ส.น.* กลับคืนมาจากส่วนลึกของจิตใต้สำนึก; Ⓓ *(Computing)* หา/ค้นข้อมูลได้; Ⓔ *(fetch)* *(สุนัข)* สามารถนำกลับมาคืนได้

retriever /rɪˈtriːvə(r)/ริ'ทรีเวอะ(ร)/ *n.* สุนัขที่ใช้เก็บสัตว์ที่ถูกยิง; *(breed)* สุนัขชนิดรีทรีฟเวอร์ใหญ่กว่าสุนัขไทยไม่มาก ขนสีทองหรือดำ

retroactive /retrəʊˈæktɪv/เระโทรฺ'แอคทิว/ *adj.* มีผลย้อนหลัง; **~ effect** ผลย้อนหลัง

retrochoir /ˈretrəʊkwaɪə(r)/'เร็ทโทรฺโควเออะ(ร)/ *n. (Eccl. Archit.)* ส่วนหลังในโบสถ์แท่นบูชา

retrograde /ˈretrəgreɪd/'เร็ทเทรฺอะเกฺรด/ *adj.* Ⓐ *(retreating)* ที่ถอยหลัง; **~ motion** การเคลื่อนที่ไปข้างหลัง; **~ step** *(fig.)* ก้าวถอยหลัง; Ⓑ *(reverting to the past)* *(ความคิด, นโยบาย, มาตรการ)* ที่ถอยหลังเข้าคลอง, เสื่อมลง; Ⓒ *(inverse)* ที่สลับที่กัน

retrogress /retrəˈgres/เระเทอะ'เกฺร็ซ/ *v.i.* Ⓐ ถอยหลัง, ถอยกลับ; Ⓑ *(fig.: deteriorate)* เสื่อมลง, เลวลง

retrogression /retrəˈgreʃn/เระเทรฺอะ'เกฺร็ช'น/ *n.* Ⓐ การถอยหลัง, การถอยกลับ; Ⓑ *(Biol.)* การเสื่อมลง

retrogressive /retrəˈgresɪv/เระเทรฺอะ'เกฺร็ซซิว/ *adj.* ➡ **retrograde** A, B

retrogressively /retrəˈgresɪvlɪ/เระเทรฺอะ'เกฺร็ซซิวลิ/ *adv.* โดยถอยหลัง, อย่างเสื่อมสภาพ

retro-rocket /ˈretrəʊrɒkɪt/'เร็ทโทรฺรอคิท/ *n. (Astronaut.)* จรวดยิงสวนกลับหลังเพื่อชะลอแรงตกสู่แผ่นดินของยานอวกาศ

retrospect /ˈretrəspekt/'เร็ทเทรฺอะซเป็คทฺ/ *n.* **in ~**: ในการมองย้อนหลัง; **in ~, I think ...**: เมื่อมองย้อนหลังฉันคิดว่า...

retrospection /retrəˈspekʃn/เระเทรฺอะ'ซเป็คช'น/ *n.* การมองย้อนหลัง, การหวนรำลึกถึงอดีต

retrospective /retrəˈspektɪv/เระเทรฺอะ'ซเป็คทิว/ ❶ *adj.* Ⓐ ที่มองย้อนไปในอดีต, ที่มองย้อนหลัง; **~ exhibition** การแสดงผลงานทั้งหมดของ *(ศิลปิน)* คนหนึ่ง; **take a ~ look at sth.** มอง *ส.น.* ย้อนหลัง; Ⓑ *(applying to the past)* มีผลย้อนหลัง *(กฎหมาย, การเปลี่ยนสัญญา)*; **be ~**: มีผลย้อนหลัง ❷ *n. (Art)* การแสดงผลงานทั้งหมดของศิลปินคนหนึ่ง

retrospectively /retrəˈspektɪvlɪ/เระเทรฺอะ'ซเป็คทิวลิ/ *adv.* Ⓐ *(by retrospection)* โดยการมองย้อนหลัง, โดยการย้อนถึงอดีต; Ⓑ *(so as to apply to the past)* โดยมีผลย้อนหลัง; **a law operating ~**: กฎหมายที่มีผลบังคับใช้ย้อนหลัง

retroussé /rəˈtruːseɪ/เรอะ'ทรูเซ/ *adj.* **~ nose** จมูกรั้นขึ้น หรือ งุ้มขึ้น

retrovirus /ˈretrəʊvaɪrəs/'เร็ทโทรฺไวเริซ/ *n. (Biol.)* ไวรัสจำพวกอาร์เอ็นเอ *(ที่สอดสำเนาเป็นดีเอ็นเอเข้าเซลล์ของคนไข้เพื่อขยายพันธุ์ เช่น โรคเอดส์)*

retry /riːˈtraɪ/รี'ทราย/ *v.t. (Law)* พิจารณา *(คดี)* ใหม่

retsina /retˈsiːnə, US ˈretsɪnə/เรท'ซีเนอะ, 'เร็ทซิเนอะ/ *n.* ไวน์ขาวของกรีก

retune /riːˈtjuːn, US -ˈtuːn/รี'ทิวนฺ, -'ทูน/ *v.t.* Ⓐ ปรับเสียง *(เครื่องดนตรี)* ใหม่; Ⓑ ตั้ง *(คลื่นวิทยุ)* ใหม่

returf /riːˈtɜːf/รี'เทิฟ/ *v.t.* ปลูกหญ้าใหม่

return /rɪˈtɜːn/ริ'เทิน/ ❶ *v.i.* Ⓐ *(come back)* กลับมา; *(go back)* กลับไป; *(go back by vehicle)* เดินทางกลับ, นั่งรถกลับ; **~ home** กลับบ้าน; **~ to work** *(after holiday or strike)* กลับเข้าทำงาน; **she had gone never to ~**: เธอได้จากไปโดยไม่มีวันกลับมาอีก; **~ to health** สุขภาพดีขึ้น; **his good spirits quickly ~ed** อารมณ์ดีของเขากลับมาอย่างรวดเร็ว; Ⓑ *(revert)* **~ to a subject/one's old habits** วนกลับสู่หัวข้อเดิม/กลับมาสู่นิสัยเก่า ๆ; **unto dust thou shalt ~** *(Relig.)* ท่านจะกลับคืนสู่ *(สภาพ)* ธุลีดิน ❷ *v.t.* Ⓐ *(bring back)* นำมาคืน, นำกลับ *(ที่จะคืนสินค้า)*; ส่งคืน *(จดหมายที่ส่งไม่ได้)*; *(to original position)* วางในตำแหน่งเดิม; *(hand back, refuse)* ส่งคืน, ปฏิเสธ, *(เช็ค)* เด้ง; *(put back) (vertically)* ตั้งกลับที่เก่า *(หนังสือ)*; **~ed with thanks** ส่งกลับคืนด้วยความขอบคุณ; **'~ to sender'** *(on letter)* 'ส่งคืนผู้ส่ง'; **he ~ed his purse to his pocket** เขาเก็บกระเป๋าสตางค์เข้ากระเป๋ากางเกง; **he ~ed the fish to the water** เขาปล่อยปลากลับลงไปในน้ำ; Ⓑ *(restore)* **~ sth. to its original state** *or* **condition** ทำให้ *ส.น.* คืนสู่สภาพเดิม; Ⓒ *(yield)* ได้ผล, ได้ผลกำไร; Ⓓ *(give back sth. similar)* ตอบรับ *(คำทักทาย, ความรัก, ความเป็นเพื่อน)*; ตอบแทน *(ความเป็นเพื่อน)*; โต้ตอบ *(การยิง)*; Ⓔ *(elect)* เลือกตั้ง; **~ sb. to Parliament** เลือกตั้ง *ค.น.* เข้าสภา; Ⓕ *(Sport)* โต้กลับ, เตะกลับ; *(throw back)* โยนกลับ; Ⓖ *(answer)* ตอบ; Ⓗ *(declare)* **~ a verdict of guilty/not guilty** แถลง *(คำตัดสิน)* ว่าผิด/ไม่ผิด; **~ sb. guilty** แถลง/ประกาศว่า *ค.น.* มีความผิด ❸ *n.* Ⓐ ➤ **403** *(coming back)* การกลับมา; *(to home)* การกลับบ้าน; *(of illness)* การกลับมาหรือการไม่สบายอีก; **his ~ to work/school had to be delayed** การกลับมาทำงาน/เรียนของเขาต้องเลื่อนออกไปอีก; **point of no ~** ➡ **point 1 K**; **~ to health** การหายป่วย; **many happy ~s [of the day]!** สุขสันต์วันเกิด; **wish sb. many happy ~s [of the day]** อวยพร/ขอให้ *ค.น.* มีความสุขมาก ๆ ในวันเกิด; Ⓑ **by ~ [of post]** [ส่ง/ตอบจดหมาย] โดยไปรษณีย์เที่ยวหน้า; Ⓒ *(ticket)* ตั๋วเดินทางไปกลับ; *(for flight)* ตั๋วเครื่องบินไปกลับ; **single or ~?** เที่ยวเดียวหรือไปกลับ; Ⓓ *(proceeds)* **~[s]** ผลกำไร; **~ on capital** ผลกำไรจากเงินทุน; ➡ **+ diminishing**; Ⓔ *(bringing back)* การนำกลับคืน; *(of property, goods, book)* การคืน *(ทรัพย์สมบัติ, สินค้า, หนังสือ)*; *(of cheque)* การตีกลับ, การส่งกลับ; *(of loan)* การจ่ายคืน; Ⓕ *(giving back of sth. similar)* การตอบกลับ, การตอบแทน, การโต้ตอบ; **receive/get sth. in ~ [for sth.]** ได้รับ *ส.น.* เป็นการตอบแทน [สำหรับ *ส.น.*]; Ⓖ *(Sport: striking back)* การตีกลับ, การโต้กลับ; *(throw back)* การโยน/เหวี่ยงกลับ; **pick up the ~** *(Footb. etc.)* รับลูกที่เตะกลับมา; Ⓗ *(report)* รายงาน; *(set of statistics)* สถิติ; **income-tax ~**: ใบแจ้งภาษีเงินได้; **election ~s** ผลการเลือกตั้ง; Ⓘ *(Brit. Parl.: electing)* การเลือกตั้ง; Ⓙ *attrib. (Archit.)* ด้านที่ติดกับส่วนหน้า *(ส่วนใหญ่ในมุมฉาก)*; Ⓚ *(Computing)* **press ~**: กดปุ่มรีเทิร์น; **~ key** ปุ่มรีเทิร์น *(ท.ศ.)*

returnable /rɪˈtɜːnəbl/ริ'เทอเนอะบ'ล/ *adj.* ที่คืนได้, ที่นำกลับได้; **~ bottle** ขวดที่คืนได้; **~ deposit** มัดจำที่เอาคืนได้

returned /rɪˈtɜːnd/ริ'เทินดฺ/ *adj.* ที่ได้คืน, ที่ส่งคืน; **~ emigrant** ผู้อพยพที่ได้กลับมาแล้ว

return: ~ 'fare *n.* ค่าโดยสารไปกลับ; *(for flight)* ค่าตั๋วเครื่องบินไปกลับ; **what is the ~ fare?** ราคาค่าโดยสารไปกลับเท่าไหร่; **~ 'flight** *n.* เที่ยวขาบินกลับ; *(both ways)* เที่ยวบินไปกลับ; **~ 'game** *n.* การแข่งขันเพื่อแก้มือ

re'turning officer *n. (Brit. Parl.)* พนักงาน/เจ้าหน้าที่ที่ดูแลและประกาศผลการเลือกตั้ง

return: ~ 'journey *n.* การเดินทางขากลับ; *(both ways)* การเดินทางไปกลับ; **~ 'match** *n.* การแข่งขันเพื่อแก้มือ; **~ 'ticket** *n. (Brit.)* ตั๋วไปกลับ; *(for flight)* ตั๋วเครื่องบินไปกลับ; **~ trip** *n.* การเดินทางไปกลับ; **~ visit** *n.* การกลับไปเยี่ยมเยือนอีกครั้งหนึ่ง

retype /riːˈtaɪp/รี'ไทพ/ *v.t.* พิมพ์ใหม่

reunification /riːjuːnɪfɪˈkeɪʃn/รียูนิฟิ'เคช'น/ *n.* การรวมตัวกันใหม่

reunion /riːˈjuːnɪən/รี'ยูเนียน/ *n.* Ⓐ *(gathering)* การชุมนุมกัน; Ⓑ *(reuniting)* การรวมตัวกันใหม่, การพบกันใหม่; Ⓒ *(reunited state)* สภาพที่รวมตัวกันใหม่

reunite /riːjʊˈnaɪt/รียู'ไนทฺ/ ❶ *v.t.* รวมกันใหม่; **a ~d Germany** ประเทศเยอรมนีที่รวมประเทศกันใหม่ ❷ *v.i.* รวมกันใหม่

reusable /riːˈjuːzəbl/รี'ยูเซอะบ'ล/ *adj.* ใช้ได้อีก, ใช้ได้ใหม่, ใช้ซ้ำได้

reuse ❶ /riːˈjuːz/รี'ยูซ/ *v.t.* ใช้อีก, ใช้ใหม่ ❷ /riːˈjuːs/รี'ยูซ/ *n.* การใช้อีก, ใช้ซ้ำ

rev /rev/เร็ว/ *(coll.)* ❶ *n., usu. in pl.* รอบ *(ของเครื่องยนต์)*; **~ counter** *(Brit.)* หน้าปัดวัดความเร็วรอบเครื่องยนต์ ❷ *v.i.*, **-vv-** วิ่งด้วยรอบสูง ❸ *v.t.*, **-vv-** เร่ง *(เครื่องยนต์)* ให้หมุนเร็ว; *(noisily)* เร่ง *(เครื่องยนต์)* ดัง ๆ

~ 'up ❶ *v.i.* *(เครื่องยนต์)* เร่งสูง; **I heard [the sound of] a car ~ving up** ฉันได้ยินเสียงรถยนต์กำลังเร่งเครื่อง ❷ *v.t.* เร่งเครื่อง

Rev. /rev/เร็ว/ *abbr.* **Reverend**

revaluation /riːvæljuːˈeɪʃn/รีแวลิว'เอช'น/ *n.* Ⓐ *(of object)* การตีราคา *(วัตถุ)* ใหม่; Ⓑ *(Econ.: of currency)* การปรับค่าเงิน

revalue /riːˈvæljuː/รี'แวลิว/ *v.t.* Ⓐ ตีราคาใหม่; Ⓑ *(Econ.)* ขึ้นค่าเงิน

revamp /riːˈvæmp/รี'แวมพฺ/ *(coll.) v.t.* ปรับปรุง *(ห้อง, อาคาร)*; ซ่อมแซม *(รถยนต์)*; ทำให้ดีขึ้น *(ละคร, เพลง, ฉาก)*

Revd. /ˈrevərənd, *(coll.)* rev/'เร็วเวอะเรินดฺ, เรว/ *abbr.* **Reverend**

reveal /rɪˈviːl/ริ'วีล/ ❶ *v.t.* เผย *(ความจริง)*; เปิดเผย *(ความรู้สึก)*; แสดงให้เห็น *(วิธีการ)*; **be ~ed** ถูกเปิดเผย; **all will be ~ed** ทั้งหมดจะถูกเปิดเผย; **~ one's identity** แสดงตัว, เปิดเผยตัว; **~ oneself/itself to be** *or* **as being sth.** เปิดเผย/แสดงตัวว่าเป็น *ส.น.*; **~ sb. to be sth.** เปิดเผยว่า *ค.น.* เป็น *ส.น.*; **the rising curtain ~ed a street scene** ม่านที่กำลังรูดขึ้นเผยให้เห็นฉากถนน; **there was not much that the dress did**

r

not ~: กระโปรงตัวนั้นแทบจะเปิดให้เห็นหมด ❷ *n. (Archit.)* บังใบของวงกบประตู/หน้าต่าง

revealed religion /rɪviːld rɪˈlɪdʒn/รีวีลดฺ ริ'ลิจ'น/ *n.* *ศาสนาที่พระผู้เป็นเจ้าทรงดลบันดาลให้มนุษย์ประจักษ์ หมายถึงศาสนาคริสต์*

revealing /rɪˈviːlɪŋ/ริ'วีลิง/ *adj.* *(เอกสาร)* เปิดเผย *(ความจริง)*; ที่ส่อให้เห็น; *(เสื้อผ้า)* โป๊; **be ~ about sth.** เปิดเผย *ส.น.*

reveille /rɪˈvælɪ, US ˈrevəlɪ/ริ'แวลิ, 'เร็วเวอะลิ/ *n. (Mil.)* สัญญาณปลุก, แตรปลุก; **sound [the] ~:** ให้สัญญาณแตรปลุก; **~ was at 6 a.m.** สัญญาณปลุกมาตอน 6 โมงเช้า

revel /ˈrevl/'เร็ว'ล/ ❶ *v.i., (Brit.)* **-tt-** Ⓐ *(take delight)* สนุกสนาน, มีความสุข, ครื้นเครง; **~ in doing sth.** สนุกสนานในการทำ *ส.น.*; Ⓑ *(carouse)* สำมะเลเทเมา, เสเพล; **~ the night away, ~ till dawn** สำมะเลเทเมาจนโต้รุ่ง ❷ *n. usu pl.* ความสนุกสนาน/สำมะเลเทเมา

revelation /revəˈleɪʃn/เระเวอะ'เลชฺ'น/ *n.* Ⓐ การเปิดเผย, การแสดงให้เห็น, วิวรณ์ *(ร.บ.)*; **be a ~:** เป็นการเปิดตาให้เห็นความจริง; **the dessert/concert was a ~** ของหวาน/คอนเสิร์ตดีอย่างไม่คาดคิด; **what a ~!** ไม่น่าเชื่อเลย; **be a ~ to sb.** เป็นการเปิดตาของ *ค.น.*; Ⓑ *(Relig.)* การเผยความจริง; **[the *or* the Book of] R~[s]** เล่มสุดท้ายของพระคัมภีร์ไบเบิ้ลใหม่

reveller /ˈrevələ(r)/'เร็วเวอะเลอะ(ร)/ *n.* ผู้ที่สนุกสนาน/สำมะเลเทเมา

revelry /ˈrevəlrɪ/'เร็วเวิลริ/ *n.* ความสนุกสนาน, ความสำราญ, การสำมะเลเทเมา; **spend the whole night in ~:** สำมะเลเทเมาตลอดคืน; **hear sounds of ~:** ได้ยินเสียงฉลองอย่างสนุกสนาน/ครึกครื้น

revenge /rɪˈvendʒ/ริ'เว็นจฺ/ ❶ *v.t.* แก้แค้น *(บุคคล)*; ผูกพยาบาท *(เหตุการณ์)*; **~ oneself *or* be ~d [on sb.] [for sth.]** แก้แค้น *ค.น.* สำหรับ *ส.น.* ❷ *n.* Ⓐ *(action)* การแก้แค้น; **[desire for] ~:** [ความปรารถนาที่จะ] แก้แค้น; **take ~ *or* have *or (literary)* exact one's ~ [on sb.] [for sth.]** แก้แค้น *ค.น.* [เพื่อ *ส.น.*]; **~ is sweet** ความพยาบาทนั้นเป็นสิ่งหอมหวาน; **in ~ for sth.** เป็นการแก้แค้น *ส.น.*; Ⓑ *(Sport, Games)* โอกาสในการแก้มือ; **give sb. his ~:** ให้โอกาส *ค.น.* แก้มือ

revengeful /rɪˈvendʒfl/ริ'เว็นจฟ'ล/ *adj.* ที่ต้องการจะแก้แค้น, ที่ผูกพยาบาท; **~ act** การกระทำเพื่อแก้แค้น

revenue /ˈrevənjuː, US -ənuː/'เร็วเวอะนิว, -เวอะนู/ *n.* Ⓐ *(State's income)* **[national/state] ~:** รายได้ของประเทศ/รัฐจากภาษีอากร; Ⓑ **~[s]** *(income)* รายได้; **source of ~:** แหล่งรายได้; Ⓒ **R~** *(department)* กรมสรรพากร

revenue: ~ officer *n.* เจ้าพนักงานสรรพากร; **~ stamp** *n. (paper strip on cigarette packet etc.)* อากรแสตมป์

reverberate /rɪˈvɜːbəreɪt/ริ'เวอเบอะเรท/ ❶ *v.i.* ดังก้อง, สะท้อนกลับ ❷ *v.t.* สะท้อนกลับ

reverberation /rɪvɜːbəˈreɪʃn/ริเวอเบอะ'เรชฺ'น/ *n.* **~[s]** เสียงก้อง, เสียงสะท้อนกลับ, การดังก้อง; **~ of sound** การสะท้อนกลับของเสียง; **the ~s of that episode** *(fig.)* ความสะเทือนของเหตุการณ์ตอนนั้น

revere /rɪˈvɪə(r)/ริ'เวีย(ร)/ *v.t.* เคารพ, นับถือ

reverence /ˈrevərəns/'เร็วเวอะเรินซฺ/ *n.* Ⓐ *(revering)* ความเคารพ, ความนับถือ; **hold sb. in *or* regard sb. with ~:** เคารพนับถือ *ค.น.*; **hold sth. in ~:** นับถือ *ส.น.*; **pay ~ to sb.** แสดงความนับถือ *ค.น.*; **have/show ~ for sth./sb.** แสดงความนับถือ *ส.น./ค.น.*; Ⓑ **Your/His R~** *(arch./Ir./joc.)* ฯพณฯ, ใต้เท้า

reverend /ˈrevərənd/'เร็วเวอะเรินดฺ/ ❶ *adj.* น่าเคารพ, สมควรนับถือ; *(คำนำหน้าพระในศาสนาคริสต์)* ท่านสาธุคุณ; **the R~ John Wilson, the R~ Mr Wilson** ท่านสาธุคุณ [จอห์น] วิลสัน; **the Very/Right R~ Donald Todd** เจ้าคณะ/ท่านบาทหลวงโดนัลด์ ทอดด์ *(ถ้าเป็นเจ้าคณะ (dean) จะใช้คำนำหน้าว่า Very Reverend ถ้าเป็น bishop (พระ, บาทหลวง) จะใช้ว่า Right Reverend)*; **the Most R~ Archbishop of York** ท่านสังฆราชาแห่งยอร์ก; **the R~ Father [O'Higgins]** ท่านสาธุคุณ/คุณพ่อโอ ฮิกกินส์; **the ~ gentleman** พระคุณเจ้า; **R~ Mother** คุณแม่อธิการ ❷ *n. (coll.)* บาทหลวง; *(form of address)* คุณพ่อ/บาทหลวง

reverent /ˈrevərənt/'เร็วเวอะเรินทฺ/ *adj.* ที่เคารพนับถือ; **have a ~ attitude to sb., be ~ towards sb.** มีความเคารพ/นับถือ *ค.น.*; **in hushed and ~ tones** ด้วยน้ำเสียงเบา ๆ ที่แสดงความเคารพ

reverential /revəˈrenʃl/เระเวอะ'เร็นช'ล/ *adj.* แสดงความเคารพ/นับถือ

reverently /ˈrevərəntlɪ/'เระเวอะเร็นทลิ/ *adv.* ด้วยความเคารพ/นับถือ

reverie /ˈrevərɪ/'เร็วเวอะริ/ *n.* ความเพ้อฝัน, ความหลงละเมอ, ห้วงภวังค์; **be deep *or* lost *or* sunk in [a] ~:** จมอยู่ในภวังค์; **fall into a ~:** ตกอยู่ในภวังค์

reversal /rɪˈvɜːsl/ริ'เวอซ'ล/ *n.* Ⓐ การพลิกกลับ, การกลับ; **~ [colour] film** *ฟิล์มถ่ายรูปสีซึ่งกลับสีถูกต้องตามธรรมชาติในตัวเอง;* Ⓑ *(Law)* การกลับคำพิพากษา

reverse /rɪˈvɜːs/ริ'เวิซ/ ❶ *adj.* พลิกกลับ, กลับกัน, ตรงกันข้าม, กลับตาลปัตร; **the ~ side of the coin** ด้านหลังของเหรียญ ❷ *n.* Ⓐ *(contrary)* ตรงกันข้าม; **quite the ~!** ตรงกันข้ามกันทีเดียว; **in ~:** ในทางตรงกันข้าม; Ⓑ *(Motor Veh.)* การถอยหลัง; เกียร์ถอยหลัง; **in ~:** *(ในเกียร์)* ถอยหลัง; **put the car into ~, go into ~:** ใส่เกียร์ถอยหลัง; Ⓒ *(defeat)* ความปราชัย; **~s of fortune** ความเคราะห์ร้าย, ความหายนะ; Ⓓ *(back side of coin etc.)* ด้านหลัง; *(design)* แบบ/รูปที่อยู่ด้านหลัง; Ⓔ *(back of page)* ด้านหลัง ❸ *v.t.* Ⓐ *(turn around)* พลิกกลับ, กลับหัวกลับหาง; กลับ *(ทาง, คำสั่ง, การลำดับคำ)*; **~ the charge[s]** *(Brit.)* โทรศัพท์โดยให้เก็บเงินปลายทาง; **make a ~d charge call** *(Brit.)* โทรศัพท์โดยให้เก็บเงินปลายทาง; **~ arms** *(Mil.)* ถือปืนโดยเอาปากกระบอกปืนลง; Ⓑ *(cause to move backwards)* *(ทำให้)* ถอยหลัง; **~ a car into sth.** ถอยรถชน *ส.น.*; Ⓒ *(revoke)* ยกเลิก *(การจัดการ)*; ลบล้าง, เพิกถอน *(คำตัดสิน)* ❹ *v.i.* ถอยหลัง, ถอยกลับ; **~ into sth.** ถอยหลังไปชน *ส.น.*

reverse: ~-charge *adj. (Brit.)* **make a ~-charge call** โทรศัพท์โดยเก็บเงินปลายทาง; **~ engineer** *v.t.* การแยกชิ้นส่วนภายในเพื่อวิเคราะห์กลไก; **~ 'gear** *n. (Motor Veh.)* เกียร์ถอยหลัง; ➡ **+ gear 1 A**

reversible /rɪˈvɜːsɪbl/ริ'เวอซิบ'ล/ *adj.* Ⓐ กลับได้; *(เหตุการณ์)* พลิกกลับได้; *(capable of being revoked)* *(การตัดสิน, คำสั่ง)* ระงับ/ลบล้างได้; Ⓑ *(having two usable sides)* *(เสื้อผ้า)* ใช้ได้สองด้าน

re'versing light *n.* ไฟถอยหลังท้ายรถยนต์

reversion /rɪˈvɜːʃn, US -ʒn/ริ'เวอช'น, -ฌ'น/ *n.* Ⓐ *(return)* การกลับไปสู่สภาพเดิม; **~ to type** *(Biol.)* การกลับไปสู่ลักษณะของบรรพบุรุษ; *(fig.)* การกลับสู่ลักษณะเดิม; Ⓑ *(Law: return of estate)* สิทธิในการรับมรดก, มรดกตกทอด

revert /rɪˈvɜːt/ริ'เวิท/ *v.i.* Ⓐ *(recur, return)* กลับสู่สภาพเดิม; คืนสู่ *(ข้อโต้เถียง, คำถามเดิม)*; *(ความคิด)* หวนกลับสู่เรื่องเดิม; **to ~ to ...:** เพื่อกลับสู่...; **she has ~ed to using her maiden name** เธอหันกลับไปใช้นามสกุลเดิมก่อนแต่งงาน; **~ to type** *(Biol.)* กลับไปสู่ลักษณะของบรรพบุรุษ; **he has ~ed to type** *(fig.)* เขากลับไปหานิสัยเก่า ๆ; **~ to its natural state** กลับไปสู่สภาพตามธรรมชาติ; **~ to savagery** *(มนุษย์)* กลับสู่ความป่าเถื่อน; **~ to desert** *etc.* กลายสภาพไปเป็นทะเลทราย ฯลฯ อีกครั้ง; Ⓑ *(Law)* *(ทรัพย์สิน)* ตกทอด, ตกเป็นมรดก

revetment /rɪˈvetmənt/ริ'เว็ทเมินทฺ/ *n.* แนวกั้นตลิ่งทรุด

review /rɪˈvjuː/ริ'วิว/ ❶ *n.* Ⓐ *(survey)* การสำรวจ (of ของ); *(of past events)* การสำรวจ (of); **be a ~ of sth.** เป็นการสำรวจ *ส.น.*; Ⓑ *(re-examination)* การตรวจสอบทบทวนอีก; *(of salary)* การพิจารณาปรับเงินเดือน; **be under ~** อยู่ระหว่างการตรวจสอบ; Ⓒ *(account)* การรายงาน, การวิจารณ์ *(หนังสือ, การละคร ฯลฯ)*; **~ copy** *(Publishing)* หนังสือเพื่อการวิจารณ์; Ⓓ *(periodical)* *หนังสือวารสารที่มีบทวิจารณ์เหตุการณ์ปัจจุบัน, ศิลปะ ฯลฯ*; Ⓔ *(Mil.)* การตรวจพล; *(march)* การเดินสวนสนามตรวจพล; **naval ~:** การตรวจกองทัพเรือ; **pass in ~:** การเดินสวนสนาม; **pass sth. in ~** *(fig.)* ตรวจตรา *ส.น.* ❷ *v.t.* Ⓐ *(survey)* สำรวจ; Ⓑ *(re-examine)* ตรวจทบทวนอีก; Ⓒ *(Mil.)* การตรวจพลทหารอย่างเป็นทางการ; Ⓓ *(write a criticism of)* เขียนคำวิจารณ์; Ⓔ *(Law)* ทบทวนใหม่

reviewer /rɪˈvjuːə(r)/ริ'วิวเออะ(ร)/ *n.* คนเขียนบทวิจารณ์

revile /rɪˈvaɪl/ริ'วายลฺ/ *v.t.* ด่าว่า, วิจารณ์อย่างเสียหาย

revise /rɪˈvaɪz/ริ'วายซฺ/ ❶ *v.t.* Ⓐ *(amend)* แก้ไข, ปรับปรุง*(กฎหมาย, สัญญา)*; **R~d Version** *(Brit.)* พระคัมภีร์ฉบับแก้ไขในปี 1881–5; Ⓑ *(check over)* ตรวจสอบแก้ไขใหม่ *(บทความ, ข้อเขียน)*; Ⓒ *(reread)* อ่านทบทวน *(ร่างข้อความ)*; ท่องหนังสือ; **~ one's maths** อ่านทบทวนวิชาคณิตศาสตร์ของตน ❷ *n. (Printing)* แผ่นปรู๊ฟที่ตรวจแก้ไขแล้ว

reviser /rɪˈvaɪzə(r)/ริ'ไวเซอะ(ร)/ *n.* ผู้ตรวจสอบแก้ไข, ผู้ทบทวน; *(of printer's proof)* ผู้อ่านทบทวนฉบับที่พิสูจน์อักษรแล้ว

revision /rɪˈvɪʒn/ริ'วิฌ'น/ *n.* Ⓐ *(amending)* การแก้ไขปรับปรุง; **in need of ~:** ต้องการแก้ไขปรับปรุง; Ⓑ *(checking over)* การตรวจสอบแก้ไข; Ⓒ *(amended version)* บทที่ได้รับการแก้ไขปรับปรุงแล้ว; Ⓓ *(rereading)* การอ่านทบทวน; **~ exercises** แบบฝึกหัดทบทวน

revisionism /rɪˈvɪʒənɪzm/ริ'วิฌเฌอะนิซ'ม/ *n.* *นโยบายการปรับเปลี่ยนแก้ไข โดยเฉพาะลัทธิมาร์กซิสต์*

revisionist /rɪˈvɪʒənɪst/ริ'วิฌเฌอะนิซทฺ/ ❶ *n.* ผู้ที่ยึดถือหลักการเปลี่ยนแปลงแก้ไข ❷ *adj.* ที่ยึดถือการเปลี่ยนแปลงแก้ไข

revisit /riːˈvɪzɪt/รี'วิซซิท/ *v.t.* กลับไปเยี่ยมอีก

revitalize (revitalise) /riːˈvaɪtəlaɪz/รี'ไวเทอะลายซฺ/ *v.t.* ทำให้มีชีวิตใหม่

r

revival /rɪ'vaɪvl/ริ'วายว่ล/ *n.* Ⓐ *(making active again, bringing back into use)* การฟื้นฟู, การนำกลับมาใช้; **~ of learning/letters** การฟื้นฟูการเรียนรู้/อักษรศาสตร์; Ⓑ *(Theatre)* การกลับ; Ⓒ *(Relig.: awakening)* มาแสดงใหม่ *(ละครที่เคยเล่นแล้ว)*; **~ meeting** การประชุมเพื่อปลุกความศรัทธาในศาสนา; Ⓓ *(restoration)* การบูรณะ; *(to consciousness or life; also fig.)* การทำให้ฟื้นขึ้นมา

revivalism /rɪ'vaɪvəlɪzm/ริ'วายเวอะลิซฺ'ม/ *n.* การส่งเสริมการกลับคืนมาของศาสนา

revivalist /rɪ'vaɪvəlɪst/ริ'วายเวอะลิซฺทฺ/ *n.* ผู้ส่งเสริมการฟื้นฟูความศรัทธาของศาสนา; *(evangelist)* ผู้ที่สวดคำสอนและชีวประวัติของพระเยซู

revive /rɪ'vaɪv/ริ'วายวฺ/ ❶ *v.i.* Ⓐ *(come back to consciousness)* กลับฟื้นคืนสติ; Ⓑ *(be reinvigorated)* มีชีวิตชีวา, สมบูรณ์แข็งแรง; **his spirits/hopes ~d** จิตใจ/ความหวังของเขาฟื้นคืนมา

❷ *v.t.* Ⓐ *(restore to consciousness)* ทำให้ฟื้นคืนสติ; Ⓑ *(restore to healthy state)* ทำให้สุขภาพแข็งแรงเหมือนเดิม; ทำให้ *(ดอกไม้)* ฟื้นขึ้นมา; Ⓒ *(strengthen, reawaken)* ทำให้แข็งแรง, ทำให้ตื่นตัว; **~ sb.'s hopes** ฟื้นฟูความหวังของ *ค.น.*; Ⓓ *(make active again, bring back into use)* ปลุก *(ความสนใจ)*; รื้อฟื้น *(ความหวัง, การโต้เถียง)*; นำกลับมาใช้อีก; **the mini-skirt was ~d** กระโปรงสั้นกลับมานิยมใหม่; Ⓔ *(Theatre)* แสดงละครจากบทละครเก่า; Ⓕ *(renew memory of)* ฟื้นความจำ

revocable /'revəkəbl/'เร็วเวอะเคอะบ'ล/ *adj.* ยกเลิกได้, เพิกถอนได้

revocation /revə'keɪʃn/เรเวอะ'เคช'น/ *n.* ➡ **revoke** 1: การยกเลิก; การถอน; เพิกถอน

revoke /rɪ'vəʊk/ริ'โวค/ ❶ *v.t.* Ⓐ *(cancel)* ยกเลิก; Ⓑ *(withdraw)* เพิกถอน *(ใบอนุญาต, การเห็นชอบ, คำพูด)* ❷ *v.i. (Cards)* ไพ่เล่นตามในชุดเดียวกันแม้ว่าจะทำได้ ❸ *n.* การถอนไพ่ *(แม้ว่าจะสามารถเล่นต่อไปได้)*

revolt /rɪ'vəʊlt/ริ'โวลทฺ/ ❶ *v.i.* Ⓐ *(rebel)* ก่อการกบฏ **(against** ต่อ); Ⓑ *(feel revulsion)* รู้สึกรังเกียจสะอิดสะเอียน **(at, against, from** ต่อ) ❷ *v.t.* ทำให้รังเกียจสะอิดสะเอียน; **she was ~ed by their brutality** เธอรังเกียจสะอิดสะเอียนความโหดร้ายของพวกเขา ❸ *n. (rebelling)* การก่อการกบฏ; *(rising)* การลุกขึ้นก่อการกบฏ; **a spirit of ~** วิญญาณแห่งการต่อต้าน

revolting /rɪ'vəʊltɪŋ/ริ'โวลทิง/ *adj. (repulsive)* น่ารังเกียจ, น่าสะอิดสะเอียน; **be ~ to sb.'s sense of decency** น่าขยะแขยงต่อความรู้สึกดีงามของ *ค.น.*

revoltingly /rɪ'vəʊltɪŋlɪ/ริ'โวลทิงลิ/ *adv.* อย่างน่ารังเกียจ, อย่างน่าขยะแขยง

revolution /revə'lu:ʃn/เรเวอะ'ลูช'น/ *n.* Ⓐ *(lit. or fig.)* การปฏิวัติ; **the American R~** การปฏิวัติของสหรัฐอเมริกา; Ⓑ *(single turn)* การหมุนหนึ่งรอบ; **number of ~s** จำนวนรอบที่หมุน; Ⓒ *(Astron.: movement in orbits)* การหมุนรอบวงโคจร, การโคจร

revolutionary /revə'lu:ʃənərɪ, US -nerɪ/เรเวอะ'ลูเชอะเนอะริ, -เนะริ/ ❶ *adj.* Ⓐ *(Polit.)* เป็นการปฏิวัติ; Ⓑ *(involving great changes)* ที่เปลี่ยนแปลงใหญ่หลวง; *(pioneering)* ที่บุกเบิก; Ⓒ **R~** *(Amer. Hist.)* เกี่ยวกับการปฏิวัติของสหรัฐอเมริกา ❷ *n.* นักปฏิวัติ

revo'lution counter *n.* หน้าปัดวัดรอบเครื่องยนต์

revolutionize (**revolutionise**) /revə'lu:ʃənaɪz/เรเวอะ'ลูเชอะนายซฺ/ *v.t.* ทำให้เกิดการเปลี่ยนแปลงอย่างใหญ่หลวง; เปลี่ยนแปลง *(บริษัท, ระบบ)* อย่างใหญ่หลวง

revolve /rɪ'vɒlv/ริ'วอลวฺ/ ❶ *v.t.* Ⓐ *(turn around)* หมุนรอบ; Ⓑ **~ sth. in one's mind** *(ponder)* คิดใคร่ครวญ *ส.น.* ในใจ ❷ *v.i.* หมุนตัว **(round, about, on** รอบ); **everything ~s around her** ทุกสิ่งทุกอย่างมีเธอเป็นหลัก

revolver /rɪ'vɒlvə(r)/ริ'วอลเวอะ(ร)/ *n.* ปืนพกลูกโม่

revolving /rɪ'vɒlvɪŋ/ริ'วอลวิง/ *attrib. adj.* ที่หมุนรอบ, ที่หมุนเวียน; **~ credit** *(Finance)* เงินกู้หมุนเวียนในบัญชีเดินสะพัด

revue /rɪ'vju:/ริ'วิว/ *n.* การแสดงบนเวทีที่ประกอบด้วยรายการสั้น ๆ หลายรายการ

revulsion /rɪ'vʌlʃn/ริ'วัลช'น/ *n.* Ⓐ *(feeling)* ความขยะแขยงอย่างแรง; **have a sense of ~ about sth.** เกลียด *ส.น.* อย่างขยะแขยง; Ⓑ *(recoiling)* การถอยห่างเพราะความขยะแขยง

reward /rɪ'wɔ:d/ริ'วอด/ ❶ *n.* สิ่งตอบแทน, รางวัล; *(for kindness)* รางวัลตอบแทน; *(recognition of merit etc.)* สิ่งแสดงคุณงามความดี; **offer a ~ of $100** เสนอรางวัลตอบแทนเป็นจำนวน 100 ดอลลาร์ ❷ *v.t.* ตอบแทน; **is that how you ~ me for my help?** นี่หรือคือวิธีที่คุณตอบแทนฉันที่ช่วยเหลือ

rewarding /rɪ'wɔ:dɪŋ/ริ'วอดิง/ *adj. (กิจกรรม ฯลฯ)* คุ้มค่าที่จะทำ, ทำให้เกิดความพึงพอใจ; **be ~/financially ~:** คุ้มที่จะทำ/คุ้มค่าทำในด้านเงินทอง; **bringing up a child can be very ~** การดูแลเด็กสามารถทำให้เกิดความพึงพอใจได้มาก

rewind /ri:'waɪnd/รี'วายนฺดฺ/ *v.t.*, **rewound** /ri:'waʊnd/รี'วาวนฺดฺ/ Ⓐ *(wind again)* หมุน *(นาฬิกา)* อีก, ไขอีก; Ⓑ *(wind back)* หมุน *(ฟิล์ม, เทป)* กลับ

'rewind button *n.* ปุ่มกรอถอยหลัง

rewire /ri:'waɪə(r)/รี'วายเออะ(ร)/ *v.t.* เดินสายไฟใหม่; **~ a house/car** เดินสายไฟในบ้าน/รถใหม่

reword /ri:'wɜ:d/รี'เวิด/ *v.t.* เปลี่ยนสำนวนใหม่, ใช้ถ้อยคำใหม่

rework /ri:'wɜ:k/รี'เวิค/ *v.t.* ปรับปรุงใหม่ *(ละคร, ฉาก ฯลฯ)*; เขียนใหม่ *(บทความ)*

rewound ➡ **rewind**

rewrite ❶ /ri:'raɪt/รี'ไรท/ *v.t.*, **rewrote** /ri:'rəʊt/รี'โรท/, **rewritten** /ri:'rɪtn/รี'ริท'น/ *(write again)* เขียนใหม่; *(write differently)* เขียนในอีกรูปแบบหนึ่ง ❷ /'ri:raɪt/'รีไรท/ *n.* การเขียนใหม่, เรื่องราวที่เขียนใหม่; **a complete ~:** เรื่องราวที่เขียนใหม่ทั้งหมด

'rewrite man *n. (Amer.)* คนที่แก้ไขข้อความให้ใหม่

Reynard /'renəd, 'reɪnəd/'เร็นเนิด, 'เรเนิด/ **~[, the fox]** ชื่อสุนัขจิ้งจอกที่ปรากฏในนิทานหลายเรื่อง

r.h. *abbr.* **right hand**

rhapsodic /ræp'sɒdɪk/แรพ'ซอดิค/ *adj.* Ⓐ *(Mus.)* เพลงที่ประพันธ์ในแนวซาบซึ้งมาก; Ⓑ *(fig.: ecstatic)* มีความสุขมาก, มีความปลื้มปีติมาก

rhapsodize (**rhapsodise**) /'ræpsədaɪz/'แรพเซอะดายซฺ/ *v.i.* พูดหรือเขียนอย่างซาบซึ้ง **(about, on, over** เกี่ยวกับ)

rhapsody /'ræpsədɪ/'แรพเซอะดิ/ *n.* Ⓐ *(Mus.)* บทเพลงหลากลีลาที่ไม่มีรูปแบบแน่นอน; Ⓑ *(ecstatic utterance)* ถ้อยคำหรูหราและฟุ่มเฟือย; **go into rhapsodies over sth.** ปลาบปลื้ม *ส.น.* อย่างมากมาย

rhea /'rɪ:ə/'รีเออะ/ *n. (Ornith.)* นกในวงศ์ Rheidae พบในอเมริกาใต้ คล้ายนกกระจอกเทศแต่ขนาดเล็กกว่า

rheostat /'rɪ:əstæt/'รีเออะซแตท/ *n. (Electr.)* อุปกรณ์ควบคุมกระแสไฟฟ้า

rhesus /'ri:səs/'รีเซิซ/: **~ baby** *n. (Med.)* ทารกที่มีสารรีซัส *(ในขณะที่แม่ไม่มี)*; **~ factor** *n.* สารรีซัส *(ในเลือดของมนุษย์และสัตว์จำพวกลิงส่วนใหญ่)*; **~ monkey** *n.* ลิงพันธุ์ *Macaca mulatta* ตัวเล็กหางสั้น; **~ 'negative** *n. (Med)* เลือดที่ไม่มีสารรีซัส; **~ 'positive** *n. (Med.)* เลือดที่มีสารรีซัส

rhetoric /'retərɪk/'เร็ทเทอะริค/ *n.* Ⓐ *(art of discourse)* **[art of] ~:** ศิลปะในการพูด, วาทะศิลป์; Ⓑ *(derog.)* ภาษาหรือคำพูดที่ฟังเกินเลย และหลอกลวง

rhetorical /rɪ'tɒrɪkl, US -'tɔ:r-/ริ'ทอริค'ล, -'ทอร-/ *adj.* Ⓐ *(คำถาม, การพูด)* ที่เน้นศิลปะในการพูดมากกว่าการโต้ตอบ; Ⓑ *(derog.: designed to impress) (ภาษา, คำพูด)* เพื่อโอ้อวด

rheumatic /ru:'mætɪk/รู'แมทิค/ ❶ *adj.* เป็นโรคปวดตามข้อ ❷ *n.* Ⓐ *in pl. (coll.)* โรคปวดตามข้อ; Ⓑ *(person)* คนป่วยเป็นโรคปวดข้อ

rheumatism /'ru:mətɪzəm/'รูเมอะทิเซิม/ *n.* ➤ **453** *(Med.)* โรคปวดตามข้อ, โรคไขข้ออักเสบ

rheumatoid arthritis /ru:mətɔɪd ɑ:'θraɪtɪs/รูเมอะทอยดฺ ออ'ไธรฺทิซ/ *n.* ➤ **453** *(Med.)* โรคอักเสบและปวดตามข้อต่อเรื้อรัง

Rhine /raɪn/รายนฺ/ *pr. n.* แม่น้ำไรน์ *(ไหลผ่านสวิตเซอร์แลนด์ เยอรมนีและเนเธอร์แลนด์)*

rhino /'raɪnəʊ/'รายโน/ *n., pl. same or* **~s** *(coll.)*, **rhinoceros** /raɪ'nɒsərəs/ไร'นอเซอะเริซ/ *n., pl. same or* **~ceroses** แรด

rhizome /'raɪzəʊm/'รายโซม/ *n. (Bot.)* ลำต้นของพืชที่มีลักษณะเหมือนราก

Rhodes /rəʊdz/โรดซฺ/ *pr. n.* เกาะโรดส์ *(ของประเทศกรีซในทะเลเอเจียน)*

Rhodesia /rəʊ'di:ʒə/โร'ดีเฌอะ/ *pr. n. (Hist.)* โรดีเซีย *(ชื่อเดิมของประเทศซิมบับเว)*

Rhodesian /rəʊ'di:ʒən/โร'ดีเฌิน/ *(Hist.)* ❶ *adj.* แห่งโรดีเซีย ❷ *n.* ชาวโรดีเซีย

rhododendron /rəʊdə'dendrən/โรเดอะ'เด็นเดริน/ *n. (Bot.)* ไม้พุ่มที่มีช่อดอกไม้ใหญ่หลากสี

rhombic /'rɒmbɪk/'รอมบิค/ *adj. (รูปร่าง)* สี่เหลี่ยมขนมเปียกปูน

rhombus /'rɒmbəs/'รอมเบิซ/ *n., pl.* **~es** *or* **rhombi** /'rɒmbaɪ/'รอมบาย/ รูปสี่เหลี่ยมขนมเปียกปูน; *(Geom.)* รูปสี่เหลี่ยมขนมเปียกปูน

rhubarb /'ru:bɑ:b/'รูบาบ/ *n.* Ⓐ พืชในสกุล *Rheum* ใช้ลำต้นปรุงอาหาร; *(root, purgative)* หัวรากของพืชชนิดนี้, ยาถ่ายที่สกัดมาจากพืชชนิดนี้, โกฐน้ำเต้า; Ⓑ *(Theatre coll.)* **~, ~, ~ ...:** คำที่ใช้พูดซ้ำซากในฉากฝูงชน

rhyme /raɪm/รายม/ ❶ *n.* Ⓐ เสียงสัมผัสของกลอน; **find no ~ or reason in sth.** หาเหตุผลของ *ส.น.* ไม่ได้เลย; **without ~ or reason** ปราศจากความมีเหตุเป็นผล; Ⓑ *(short poem)* บทกวีสั้น ๆ; *(rhyming verse)* บทกวีที่มีเสียงสัมผัสท้ายบรรทัด; **put sth. into ~** เขียน *ส.น.* ให้เป็นบทร้อยกรอง; Ⓒ *(rhyming word)* คำที่มีเสียงสัมผัสกัน; **'honey' is a ~ for** *or* **to 'money'** คำว่า honey เป็นคำที่มีเสียงสัมผัสกับ money ❷ *v.i.* Ⓐ คล้องจอง **(with** กับ); Ⓑ *(versify)* เขียน *(คำร้อยแก้ว)* ร้อยกรอง ❸ *v.t.* สัมผัสคล้องจองกัน

'rhyme scheme *n. (Pros.)* การจัดสัมผัสในบทร้อยแก้ว

rhyming /ˈraɪmɪŋ/ˈรายมิง/: ~ **'couplet** *n. (Pros.)* คำสุดท้ายของสองบรรทัดที่สัมผัสกัน; ~ **dictionary** *n.* พจนานุกรมที่ให้คำสัมผัส; ~ **slang** *n.* ศัพท์ที่มีความหมายเมื่อหาคำสัมผัสมาแทนคำได้

rhythm /ˈrɪðm/ˈริท'ม/ *n.* จังหวะ; ~ **and blues** *(Mus.)* แนวดนตรีที่เป็นบลูส์ แต่มีจังหวะรุนแรง

rhythmic /ˈrɪðmɪk/ˈริทมิค/, **rhythmical** /ˈrɪðmɪkl/ˈริทมิค'ล/ *adj.* มีจังหวะ

rhythmic gymnastics *n.* ยิมนาสติกลีลาประกอบดนตรี, ยิมนาสติกลีลา

rhythm: ~ **method** *n.* การคุมกำเนิดโดยการเลี่ยงการร่วมเพศในวันที่คิดว่าไม่เป็นวันไข่สุก; ~ **section** *n.* ส่วนของวงดนตรีที่ให้จังหวะ (เปียโน, เบส, กลอง)

RI *abbr. (Sch.)* **religious instruction**

rib /rɪb/ริบ/ ❶ *n.* Ⓐ ➤ **118** *(Anat.)* ซี่โครง; **bruised ~s** ซี่โครงที่ช้ำ; **dig in the ~s** เอาข้อศอกกระทุ้งสีข้าง; Ⓑ **~[s]** *(joint of meat)* เนื้อซี่โครง; Ⓒ *(supporting piece) (of insect's wing)* โครงสร้าง; *(of feather)* ก้าน; *(of boat, ship)* โครงเรือ; *(of bridge, leaf, ceiling, in knitting, fabric)* โครงค้ำจุน; *(of umbrella)* โครง; Ⓓ *(Amer. coll. joke)* การตลก ❷ *v.t.*, **-bb-** *(coll.)* หยอกล้อ, ทำตลก

ribald /ˈrɪbəld/ˈริเบิลดฺ/ *adj.* *(ภาษา, ผู้ใช้)* ตลกในทางที่หยาบคาย; *(irreverent)* ตลกอย่างไม่ไว้หน้าใคร

ribaldry /ˈrɪbəldrɪ/ˈริเบิลดริ/ *n.* พฤติกรรมที่ตลกในทางหยาบคาย; *(irreverent)* ตลกแบบไม่มีความเคารพ

riband /ˈrɪbənd/ˈริบเบินดฺ/ ➡ **ribbon** A

ribbed /rɪbd/ริบดฺ/ *adj.* มีซี่โครง, มีสัน

ribbon /ˈrɪbən/ˈริบเบิน/ *n.* Ⓐ *(band for hair, dress, etc.)* สายริบบิ้น; *(on typewriter)* แถบผ้าหมึก; *(on medal)* สายเหรียญ; **campaign/service ~:** แถบแพรเครื่องอิสริยาภรณ์สำหรับทหารผ่านศึก; ➡ + **blue ribbon**; Ⓑ *(fig.: strip)* สายยาว, ทางยาวแคบ ๆ; ~ **of light** ลำแสง; Ⓒ *in pl. (ragged strips)* ทางยาวที่ขาดรุ่ย; **tear to ~s** ฉีกเป็นทางขาดรุ่ย; *(fig.: condemn)* ตำหนิ, ประณาม

ribbon: ~ **building**, ~ **development** *ns., no pl.* การสร้างอาคารตามแนวถนนสายหลัก

ribcage *n. (Anat.)* กระดูกซี่โครงหน้าอก

ribonucleic acid /raɪbənju:kli:ɪk ˈæsɪd, US -nu:-/ˈรายเบอะนิวคลีอิค ˈแอซิด, -นู-/ *n. (Biol.)* กรดที่มีบทบาทสำคัญในการสังเคราะห์ในเซลล์ โดยเฉพาะการสังเคราะห์โปรตีน

rice /raɪs/ไรซ/ *n.* ข้าว

rice: ~ **field** *n.* นาข้าว; ~ **paper** *n.* กระดาษที่รับประทานได้ ทำมาจากต้นไม้ชนิดหนึ่ง; ~ **'pudding** *n.* ขนมพุดดิ้งที่ปรุงจากข้าว นมและน้ำตาล

ricer /ˈraɪsə(r)/ˈไรเซอะ(ร)/ *n. (Amer.)* เครื่องรีดแป้งให้เป็นเส้นคล้ายขนมจีน

rice wine *n.* เหล้าที่ทำจากข้าว, เหล้าโรง

rich /rɪtʃ/ริฉ/ ❶ *adj.* Ⓐ ร่ำรวย, มั่งคั่ง; ➡ + **get-~-quick**; Ⓑ *(having great resources)* อุดมสมบูรณ์ **(in** ด้วย); *(fertile)* อุดมสมบูรณ์; **oil-~** มีน้ำมันมาก; ~ **in vitamins/lime/forests** อุดมไปด้วยแร่ธาตุ/หินปูน/ป่าไม้; **a play ~ in new ideas** ละครที่เต็มไปด้วยความคิดใหม่ ๆ; **strike it ~:** ทำเงินได้มาก; Ⓒ *(splendid)* วิเศษ, ยอดเยี่ยม; Ⓓ *(containing much fat, oil, eggs, etc.)* *(อาหาร)* เลี่ยน; *(indigestible)* ย่อยยาก; Ⓔ *(deep, full)* *(เสียง)* ลึก; *(สี, รส)* จัด; *(กลิ่น)* ฉุน; Ⓕ *(ample)* มีมากมาย; Ⓖ *(valuable)* *(ของขวัญ)* มีคุณค่า; Ⓗ *(amusing)* ขบขัน, ตลก; **that's ~!** ตลกแท้; *(iron.)* น่าขำตายละ; Ⓘ *(Motor Veh.)* *(สารในช่องระเบิด)* มีน้ำมันในปริมาณสูง ❷ *n. pl.* **the ~:** พวกคนรวย; ~ **and poor** คนรวยและคนจน

riches /ˈrɪtʃɪz/ˈริฉิซ/ *n. pl.* ความมั่งคั่ง, ความมั่งมี

richly /ˈrɪtʃlɪ/ˈริฉลิ/ *adv.* Ⓐ *(splendidly)* อย่างวิเศษ, อย่างยอดเยี่ยม; ~ **ornamented** ตกแต่งอย่างวิเศษ; ~ **coloured** เล่นสีอย่างเต็มที่; ~ **endowed** มีอย่างยอดเยี่ยม; ~ **endowed with talent** มีความสามารถมากมาย; Ⓑ *(fully)* อย่างเต็มที่; ~ **deserved** สมควรได้รับอย่างเต็มที่

richness /ˈrɪtʃnɪs/ˈริฉนิซ/ *n., no pl.* Ⓐ *(elaborateness)* ความหรูหรา, ความประณีต; **the ~ of ornamentation** ความหรูหราประณีตของการตกแต่ง; Ⓑ *(of food)* ความเลี่ยน; *(indigestibility)* ความย่อยยาก; Ⓒ *(fullness) (of voice)* ความดังก้อง; *(of colour)* ความเข้ม; Ⓓ *(great resources, of soil)* ความอุดมสมบูรณ์

Richter scale /ˈrɪktə skeɪl/ˈริคเทอะ ซเกล/ *n. (Geol.)* มาตราวัดความรุนแรงของแผ่นดินไหว, มาตราริกเตอร์ *(ท.ศ.)*

¹rick /rɪk/ริค/ *n. (stack of hay)* กองหญ้าแห้ง, กองฟางข้าว

²rick *(Brit.)* ❶ *n. (slight sprain or strain)* อาการเคล็ดเล็กน้อย; **have a ~ in one's neck** มีอาการคอเคล็ดเล็กน้อย ❷ *v.t.* ทำให้เคล็ดเล็กน้อย; **~ one's neck** ทำให้คอของตนเคล็ด

rickets /ˈrɪkɪts/ˈริคคิทซฺ/ *n. constr. as sing. or pl.* ➤ **453** *(Med.)* โรคกระดูกอ่อน หรือ ขาโก่งเพราะขาดวิตามินดี

rickety /ˈrɪkɪtɪ/ˈริคคิทิ/ *adj.* Ⓐ *(shaky)* *(โต๊ะ, เก้าอี้)* คลอนแคลน; *(รถ)* เก่าและใกล้จะพัง; Ⓑ *(feeble)* *(คนชรา)* อ่อนแอ, ท้อแท้

rickshaw /ˈrɪkʃɔː/ˈริคชอ/ *n.* รถนั่งที่ใช้คนเดียวหรือสองคนลาก

ricochet /ˈrɪkəʃeɪ, US rɪkəˈʃeɪ/ˈริคเคอะเช, ริคเคอะˈเช/ ❶ *n.* Ⓐ การสะท้อน *(ของเสียง)*; การกระดอนกลับ *(กระสุน)*; Ⓑ *(hit)* การถูกยิงจากกระสุนที่เด้งกระดอน ❷ *v.i.*, **~[t]ing** /ˈrɪkəʃeɪɪŋ/ˈริเคอะเชอิง/, **~[t]ed** /ˈrɪkəʃeɪd/ริเคอะเชด/ สะท้อน, กระดอนกลับ **(off** จาก)

rictus /ˈrɪktəs/ˈริคเทิซ/ *n.* Ⓐ *(Anat., Zool.)* การอ้าปาก; Ⓑ *(fig.)* คนยิ้มค้างโดยอ้าปากกว้าง

rid /rɪd/ริด/ *v.t.*, **-dd-**, **rid:** ~ **sth. of sth.** ~ **oneself of sb./sth.** กำจัด *ค.น./ส.น.* ออกจากชีวิตของตน; **get ~ of sb./sth.** กำจัด *ค.น./ส.น.*; **we are well ~ of him** ดีแล้วที่พวกเราหลุดพ้นจากตัวเขา

riddance /ˈrɪdəns/ˈริเดินซฺ/ *n.* **good ~ [to bad rubbish]** โล่งใจ [ที่สิ่ง/คนกวนใจได้ไปเสียแล้ว]; **he's left at last – and good ~ to him!** ในที่สุดเขาก็ไปแล้ว

ridden ➡ **ride** 2, 3

¹riddle /ˈrɪdl/ˈริด'ล/ *n.* ปริศนา; **talk or speak in ~s** พูดเป็นปริศนา; **tell sb. a ~** บอกปริศนาแก่ *ค.น.*

²riddle ❶ *n. (sieve)* ตะแกรง ❷ *v.t.* Ⓐ *(fill with holes)* ทำให้เป็นรูพรุน; **~d with bullets** ยิ่งเป็นรูพรุนด้วยลูกกระสุน; **~d with corruption/mistakes** *(fig.)* เต็มไปด้วยการฉ้อราษฎร์บังหลวง/ความผิดพลาด; Ⓑ *(sift)* ร่อนด้วยตะแกรง

ride /raɪd/รายดฺ/ ❶ *n.* Ⓐ *(journey) (on horseback)* การขี่ม้า; *(in vehicle, at fair)* การเดินทางโดยการขับขี่; **~ in a train/coach** การเดินทางโดยรถไฟ/รถโค้ช; **go for a ~** ออกไปขับรถเล่น, ออกไปขี่ม้าเล่น; **go for a [bi]cycle ~:** ออกไปขี่จักรยานเล่น; **go for a ~ [in the car]** ออกไปขับรถเล่น; **have a ~ in a train/taxi/on the merry-go-round** นั่งรถไฟ/รถแท็กซี่/ขี่ม้าหมุนเล่น; **can I have a ~ on your bike/pony?** ฉันขอขี่จักรยาน/ม้าของคุณได้ไหม; **give sb. a ~:** พา *ค.น.* นั่งรถเที่ยว *หรือ* ให้ *ค.น.* ติดรถไปด้วย; **give sb. a ~ on one's back** ให้ *ค.น.* ขี่หลัง; **be/come along for the ~** *(coll.)* ไป/มาด้วยเพื่อความเพลิดเพลิน; **take sb. for a ~:** พา *ค.น.* ไปนั่งรถเล่น; *(fig. coll.: deceive)* หลอกลวง *ค.น.*; Ⓑ *(quality of ~)* ความสบายในการขับขี่; **the car gives [you] a bumpy/smooth** *etc.* **~:** รถคันนี้วิ่งกระเทือน/นิ่มเรียบ ฯลฯ; **give sb. a rough/an easy ~** *(fig.)* ทำให้ *ค.น.* ได้รับความลำบาก/สบาย; **have a rough/an easy ~:** ทุกอย่างดำเนินไปอย่างยากลำบาก/สบาย; Ⓒ *(path)* ทางเดิน ❷ *v.i.*, **rode** /rəʊd/โรด/, **ridden** /ˈrɪdn/ˈริด'น/ Ⓐ *(travel) (on horse)* ขี่ม้า; *(on bicycle)* ขี่จักรยาน; ยานพาหนะ; *(in vehicle)* เดินทางโดย; *(Amer.: in elevator)* ขึ้นลิฟต์; **~ to town on one's bike/in one's car/on the train** เข้าไปในเมืองโดยขี่จักรยาน/โดยขับรถยนต์ของตน/โดยขึ้นรถไฟ; Ⓑ *(float)* **~ at anchor** ลอยทอดสมอเรือ; **~ high [in the sky]** *(fig.)* *(พระจันทร์)* ลอยสูงในท้องฟ้า; Ⓒ *(be carried)* ถูกแบกบนหลัง; **'X ~s again'** *(fig.)* เอ็กซ์ปรากฏขึ้นอีกอย่างเต็มพลัง; **be riding on sth.** *(fig.)* คาดหวังกับ *ส.น.*; **be riding for a fall** ขี่อย่างเร็วมากและเสี่ยง; *(fig.)* กำลังเสี่ยงอันตราย; กำลังทำอย่างผลีผลามที่เสี่ยงต่อความล้มเหลว; **be riding high** *(fig.)* กำลังประสบความสำเร็จ; **let sth. ~:** ปล่อย *ส.น.* ไว้; ➡ + **forth** C; **hound** 1 A; **roughshod** ❸ *v.t.*, **rode, ridden** Ⓐ *(ride on)* ขี่ *(ม้า ฯลฯ)*; **learn to ~ a bicycle** หัดขี่จักรยาน; **~ the waves** โต้คลื่น; Ⓑ *(oppress)* เก็บกด, ครอบงำ; **ridden by fears/guilt** ถูกครอบงำด้วย ความกลัว/ความสำนึกผิด; Ⓒ *(traverse) (on horseback)* ขี่ม้า; *(on cycle)* ขี่จักรยาน; Ⓓ *(yield to)* รับ *(หมัด)*; Ⓔ *(Amer. coll.: harass)* รบกวน, คอยจี้; **I guess I've been riding you pretty hard** ฉันรู้ตัวว่าฉันได้ทำให้คุณรำคาญมาก

~ **a'way** *v.i.* ขี่ *(รถจักรยาน, ม้า)* จากไป

~ **'down** *v.t.* ควบม้าผ่าน *หรือ* ขี่ม้าทับไปเลย

~ **'off** ➡ ~ **away**

~ **'out** *v.t.* ผ่าน *(พายุ)* มาได้อย่างปลอดภัย; พ้น *(ช่วงยากลำบาก)* มาได้

~ **'up** *v.i.* Ⓐ ~ **up [to sth.]** ขี่ไป [ถึง *ส.น.*]; Ⓑ **the skirt rode up over her knees** *(fig.)* กระโปรงของเธอถลกขึ้นเหนือหัวเข่า

rider /ˈraɪdə(r)/ˈรายเดอะ(ร)/ *n.* Ⓐ คนขี่ม้า; *(of cycle)* คนขี่จักรยาน; Ⓑ *(addition)* ส่วนแก้ไข, ส่วนเพิ่มเติมในเอกสาร; *(Brit. Law)* ข้อแนะนำเพิ่มเติมท้ายพระราชบัญญัติ

riderless /ˈraɪdəlɪs/ˈรายเดอะลิซ/ *adj.* ไม่มีคนขี่

ridge /rɪdʒ/ริจ/ ❶ *n.* Ⓐ *(of roof)* สัน; *(of nose)* สัน *หรือ* ดั้ง; Ⓑ *(long hilltop)* เทือกเขา; ~ **of hills** เทือกเนินเขา; ~ **of mountains** เทือกเขา; Ⓒ *(Agric.)* แนวคันนา; Ⓓ *(Meteorol.)* ~ **[of high pressure]** เส้นแสดง [ความกดดันอากาศสูง];

r

(connecting two highs) ส่วนกลางที่เชื่อมความกดดันที่สูงสองเขต ❷ *v.t.* ยกร่องดินให้เป็นคัน

ridge: ~ piece *n.* ไม้ขื่อตามสันของหลังคา; **~ pole** *n.* ไม้อกไก่บนหลังคาเต็นท์; **~ tent** *n.* เต็นท์ที่มีไม้อกไก่ขนาดยาว; **~ tile** *n.* กระเบื้องสำหรับครอบสันหลังคา; **~way** *n.* ทางตามสันเขา

ridicule /ˈrɪdɪkjuːl/ˈริดดิคิวล/ ❶ *n.* การหัวเราะเยาะ, การเยาะเย้ย; **object of ~:** สิ่งที่เป็นที่หัวเราะเยาะ; **hold sb./sth. up to ~:** หัวเราะเยาะ, เยาะเย้ย *ค.น./ส.น.;* **lay oneself open to ~:** ทำให้ตัวเองเป็นเป้าการเยาะเย้ย ❷ *v.t.* เยาะเย้ย *(ค.น.)*

ridiculous /rɪˈdɪkjʊləs/ริˈดิคคิวเลิซ/ *adj.* น่าหัวเราะเยาะ, น่าขัน, ไร้เหตุผล; **don't be ~!** อย่าทำอะไรบ้า ๆ บอ ๆ; **make oneself [look] ~:** ทำให้ตัวเอง [ดู] ตลกน่าขัน

ridiculously /rɪˈdɪkjʊləslɪ/ริˈดิคคิวเลิซลิ/ *adv.* อย่างน่าตลก, อย่างน่าหัวเราะเยาะ, อย่างไร้เหตุผล

riding /ˈraɪdɪŋ/ˈรายดิง/ *n.* การขี่ม้า

riding: ~ breeches *n. pl.* กางเกงขี่ม้า; **~ crop** *n.* ไม้ที่ใช้ตีม้า; **~ habit** *n.* ชุดขี่ม้าของสตรี; **~ lamp** *n. (Naut.)* โคมที่แขวนเมื่อเรือจอด; **~ lesson** *n.* การสอนขี่ม้า; **~ light** ➡ **~ lamp; ~ school** *n.* โรงเรียนสอนขี่ม้า

Riesling /ˈriːzlɪŋ, ˈriːslɪŋ/ˈรีซลิง, ˈรีซลิง/ *n.* เหล้าองุ่นขาวผลิตในเยอรมนีและออสเตรีย

rife /raɪf/ไรฟ/ *pred. adj.* Ⓐ *(widespread)* แพร่หลาย; **rumours were ~:** ข่าวลือแพร่กระจายออกไป; Ⓑ **~ with** *(full of)* เต็มไปด้วย; **the country was ~ with rumours of war** ประเทศเต็มไปด้วยข่าวลือของสงคราม

riff-raff /ˈrɪfræf/ˈริฟแรฟ/ *n.* คนไร้ค่า

rifle /ˈraɪfl/ˈไรฟ'ล/ ❶ *n. (firearm)* ปืนยาว; *(hunting ~)* ปืนยาวล่าสัตว์ ❷ *v.t.* Ⓐ *(ransack)* ค้นดูทั่ว; *(pillage)* ปล้นสะดม; **~ sth. of its contents** ขโมยของที่บรรจุอยู่ข้างใน *ส.น.;* Ⓑ *(make grooves in)* ทำร่องเกลียวในลำกล้องปืน ❸ *v.i.* **~ through sth.** ค้นดูใน *ส.น.* ให้ทั่ว

rifle: ~ barrel *n.* ลำกล้องปืน; **~ butt** *n.* พานท้ายปืนยาว; **~man** /ˈraɪflmən/ˈไรฟ'ลเมิน/ *n., pl.,* **~men** /ˈraɪflmən/ˈไรฟ'ลเมิน/ ทหารปืนยาว; **~ range** *n.* สถานที่ฝึกการยิงปืนยาว; **~ shot** *n.* การยิงปืนยาวครั้งหนึ่ง

rift /rɪft/ริฟท/ *n.* Ⓐ *(dispute)* การถกเถียง, การทะเลาะ; Ⓑ *(cleft)* รอยแตก, รอยแยก; *(in cloud)* รอยแยกในก้อนเมฆ

rift valley *n. (Geog.)* แนวหุบเขา *(ที่เกิดจากการแยกตัวของแผ่นเปลือกโลก)*

[1]**rig** /rɪg/ริก/ ❶ *n.* Ⓐ *(Naut.)* การจัดใบเรือสายระโยงและเสาเรือ; Ⓑ *(for oil well)* เครื่องมือเจาะน้ำมัน; *(off shore)* เครื่องขุดเจาะน้ำมันในทะเล; **drilling ~:** เครื่องขุดเจาะ; Ⓒ *(outfit)* เสื้อผ้า; **in full ~:** แต่งกายอย่างเต็มที่, แต่งเต็มยศ ❷ *v.t.* **-gg-** Ⓐ *(Naut.)* ขึงใบเรือ *หรือ* ระโยงสายในเรือ; Ⓑ *(Aeronaut.) (assemble)* ประกอบส่วนของเครื่องบิน; *(fit out)* จัดเตรียมอุปกรณ์ทั้งหมด *(เครื่องบิน)*

~ 'out *v.t.* จัดทุกอย่างให้ครบสมบูรณ์

~ 'up *v.t.* สร้างขึ้นอย่างลวก ๆ

[2]**rig** *v.t.,* **-gg-** *(falsify)* ปลอม *(การเลือกตั้ง);* **~ the market** โกงราคาหุ้นขึ้นลง; **the whole thing was ~ged** สิ่งทั้งหมดถูกปลอมแปลง

rigger /ˈrɪgə(r)/ˈริกเกอะ(ร)/ *n.* ➤ **489** Ⓐ *(Naut.)* ผู้ขึงใบเรือและจัดสายระโยงเรือ; Ⓑ *(Aeronaut.)* ผู้ประกอบชิ้นส่วนของเครื่องบิน

[1]**rigging** /ˈrɪgɪŋ/ˈริกกิง/ *n.* Ⓐ *(Naut.)* ใบเรือและสายระโยงระยางเรือ; *(ropes and chains also)* เชือกและโซ่เรือ; Ⓑ *(Aeronaut.)* ส่วนประกอบ

[2]**rigging** *n. (illicit manipulation)* ปลอม, จัดฉาก *(ตลาดหุ้น);* การวางแผนโกง

right /raɪt/ไรท/ ❶ *adj.* Ⓐ *(just, morally good)* ถูกต้อง, ดีงาม; **it's not ~ for sb. to do sth.** มันไม่ถูกต้องที่ *ค.น.* ที่จะทำ *ส.น.;* **it is only ~ [and proper] to do sth./that sb. should do sth.** เป็นการถูกต้อง [และเหมาะสม] ที่จะทำ *ส.น./*ที่ *ค.น.* สมควรทำ *ส.น.;* **do the ~ thing by sb.** ทำสิ่งที่ถูกต้องกับ *ค.น.;* Ⓑ *(correct, true)* ถูกต้อง, จริง; **~ enough** ถูกต้องทีเดียว; **~ enough!** จริงด้วย, ใช่แล้ว; **you're [quite] ~:** คุณถูกต้อง [ทีเดียว]; **too ~** *(coll.)* ใช่เลย; **how ~ you are!** คุณช่างถูกต้องจริง ๆ; **you are ~ to do** *or* **in doing it** คุณถูกต้องแล้วที่ทำมัน; **be ~ in sth.** ถูกต้องใน *ส.น.;* **let's get it ~ this time!** คราวนี้พวกเราต้องทำให้ถูกต้อง; **let's get this ~!** เรามาพูดกันให้ชัดเจนดีกว่า; **is that clock ~?** นาฬิกาเรือนนั้นตรงหรือเปล่า; **have you got the ~ fare?** คุณมีค่าตั๋วที่ถูกต้องพอดีไหม; **put** *or* **set ~:** วางหรือตั้งให้ถูกต้อง; **put** *or* **set sb. ~:** แก้ไขความฝังใจที่ผิด; แก้ไข *(ความเข้าใจผิด, ความผิดพลาด, สถานการณ์);* ตั้ง *(เวลา)* ให้ถูกต้อง; **put** *or* **set sb. ~:** แก้ [ความผิด, การเข้าใจผิด] ของ ค.น.; **~ [you are] !,** *(Brit.)* **~ oh.!** *(coll.)* ตกลง, ได้; **that's ~:** นั่นถูกต้องแล้ว; **that's ~, smash the place up!** *(iron.)* เออ ดีนะ ทำให้พังไปเลย; **is that ~?** จริงหรือ; *(indeed?)* อ๋อหรือ; **[am I] ~:** จริงไหม; ➡ **+ all** 3; **road** B; **track** 1 A; Ⓒ *(preferable, most suitable)* ดีที่สุด, เหมาะ [ที่สุด]; **the ~ man for the job** คนที่เหมาะที่สุดสำหรับงานนี้; **do sth. in the ~ way** ทำ *ส.น.* อย่างเหมาะสมที่สุด; **say/do the ~ thing** พูด/ทำสิ่งที่เหมาะสม; **know how to say the ~ thing** รู้จักพูดสิ่งที่เหมาะสม; **I did the ~ thing when I ...:** ฉันทำถูกต้องแล้วเมื่อฉัน...; ➡ **+ Mr; whale** A; Ⓓ *(sound, sane)* เรียบร้อย, มีสติ; **all's ~ with the world** ทุกอย่างก็เรียบร้อยดี; **not be quite ~ in head** มีสติไม่ค่อยดี; **as ~ as rain** *(coll.) (in health)* สุขภาพแข็งแรงสมบูรณ์ดีมาก; *(satisfactory)* อยู่ในสภาพน่าพอใจ; **put** *or* **set sb. ~** *(restore to health)* ทำให้ *ค.น.* กลับคืนสู่สภาพร่างกายปกติ; **she'll be ~** *(Austral. coll.)* เดี๋ยวทุกอย่างก็เรียบร้อย; **I'll see you ~:** ฉันจะชดใช้ให้เธออย่างเหมาะสม; ➡ **+ mind** 1 G; Ⓔ *(coll./arch.: real, properly so called)* จริง ๆ, แท้ ๆ; **you're a ~ one!** คุณนี่เหลือเชื่อจริง ๆ; **your room's in a ~ mess** ห้องคุณรกจริง ๆ; **he made a ~ mess of that job/of it** เขาทำให้งานนั้น/มันวุ่นและยุ่งเหยิงจริง ๆ; Ⓕ ➤ **1008** *(opposite of left)* ขวา, ข้างขวา; ➡ **+ turn** 1 C; **be sb.'s ~ arm** *(fig.)* เป็นมือขวาของ *ค.น.;* Ⓖ **R~** *(Polit.)* ฝ่ายขวา; ➡ **+ ~ side**

❷ *v.t.* Ⓐ *(avenge)* แก้แค้น *(การกระทำผิด);* Ⓑ *(correct)* แก้ไข; Ⓒ *(restore to upright position)* ตั้งให้ตรงอีกครั้ง; **~ itself** ตั้งตัวเองให้ตรง; *(fig.: come to proper state) (ปัญหา)* แก้ไขเอง; *(อุปกรณ์, บริษัท)* ปรับปรุงเองให้เรียบร้อย

❸ *n.* Ⓐ *(fair claim, authority)* สิทธิ; **have a/no ~ to sth.** มี/ไม่มีสิทธิใน *ส.น.;* **have a** *or* **the/no ~ to do sth.** มี/ไม่มีสิทธิทำ *ส.น.;* **as of ~:** โดยมีสิทธิถูกต้องตามกฎหมาย; **by ~ of** โดยเหตุที่ว่า; **belong to sb. as of** *or* **by ~:** เป็นของ *ค.น.* โดยสิทธิถูกต้องตามกฎหมาย; **what ~ has he [got] to do that?** เขามีสิทธิอะไรที่ทำเช่นนั้น; **in one's own ~:** ในสิทธิของตน; **an authoress in her own ~:** เธอเป็นนักเขียนที่มีชื่อเสียงในตัวอยู่แล้ว; **the ~ to work** สิทธิในการทำงาน; **~-to-work** *attrib. (Amer.)* สิทธิในการทำงาน; **~-to-work state** รัฐที่มีสิทธิในการทำงาน; **the ~ to life** สิทธิมีชีวิต *(ของเด็กในครรภ์);* **~-to-life** *attrib.* คัดค้านการทำแท้ง; **film ~s** ลิขสิทธิ์ภาพยนตร์; **grazing ~s** สิทธิให้สัตว์เลี้ยงกินหญ้า; **~ of way** *(~ to pass across)* สิทธิที่จะผ่านก่อน; *(path)* ทางสาธารณะ; เส้นแนวเขตทาง *(ที่เวนคืน);* **who has the ~ of way?** ใครมีสิทธิใช้ทางผ่าน; **Bill of R~s** กฎหมายสิทธิมนุษยชน; **Black R~s** สิทธิของคนผิวดำ; **be within one's ~s to do sth.** เป็นสิทธิของตนที่จะทำ *ส.น.;* ➡ **+ right-to-life;** Ⓑ *(what is just)* ความถูกต้อง; **~ is on our side** เราอยู่ข้างความถูกต้องดีงาม; **understand the ~s and wrongs of a situation** เข้าใจตื้นลึกหนาบางของสถานการณ์; **by ~[s]** ในความยุติธรรม; **do ~ by sb.** ปฏิบัติต่อ *ค.น.* อย่างยุติธรรม; **do ~:** ทำอย่างถูกต้อง; **do ~ to do sth.** ทำถูกต้องที่ได้ทำ *ส.น.;* **in the ~:** เป็นฝ่ายถูกต้อง; Ⓒ ➤ **1008** *(~-hand side)* ด้านขวามือ; **move to the ~:** เคลื่อนไปทางขวามือ; **on** *or* **to the ~ [of the door]** ทางด้านขวามือ [ของประตู]; **on** *or* **to my ~; to the ~ of me** ทางด้านขวามือของฉัน; **from ~ to left** จากขวาไปซ้าย; Ⓓ *(Polit.)* **the R~:** กลุ่มฝ่ายขวา; *(radicals)* พวกขวาจัด; **be on the R~ of the party** อยู่ฝ่ายขวาในพรรค; Ⓔ *in pl. (proper state)* **set** *or* **put sth. to ~s** จัด *ส.น.* ให้เป็นระเบียบ; **set** *or* **put the world to ~s** ทำให้โลกดีขึ้น; Ⓕ *(boxing)* หมัดขวา, การชกด้วยหมัดขวา; Ⓖ **get sb. bang to ~s** *(Brit. coll.) or (Amer. coll.)* **dead to ~s** จับได้คาหนังคาเขา; Ⓗ *(Theatre* [stage] *right:)* ด้านซ้าย; Ⓘ *in marching* ➡ [2]**left** 3 E

❹ *adv.* Ⓐ *(properly, correctly, justly)* อย่างเหมาะสม, อย่างถูกต้อง, อย่างยุติธรรม; **go ~** *(succeed)* ประสบความสำเร็จ; **nothing is going ~ for** *or* **with me today** วันนี้ทุกสิ่งทุกอย่างแย่ไปหมดสำหรับฉัน; **if I remember ~:** ถ้าฉันจำไม่ผิด; Ⓑ ➤ **1008** *(to the side opposite left)* ทางด้านขวามือ; **~ of the road** ทางด้านขวามือของถนน; **~, left, and centre/left, ~, and centre** *(fig. coll.)* ทุก ๆ ด้าน; *(repeatedly)* อย่างซ้ำซาก; Ⓒ *(all the way)* ตลอดทาง; *(completely)* อย่างสมบูรณ์; **windows coming ~ down to the floor** หน้าต่างที่ลงมาจรดกับพื้น; **~ through summer** ตลอดทั้งฤดูร้อน; **turn ~ round** หมุนรอบตัว; **~ round the house** รอบ ๆ บ้านทั้งหมด; **rotten ~ through** *adj. (person)* ที่มีนิสัยแย่ทุกด้าน; *(food)* เน่าเสีย; Ⓓ *(exactly)* อย่างพอดีเป๊ะ, อย่างแม่นยำ; **~ in the middle of sth.** ตรงกลางของ *ส.น.* อย่างพอดิบพอดี; **~ now** เดี๋ยวนี้; **~ on the chin** บนคางพอดี; **he was' ~ next to me** *(coll.)* เขาอยู่ติดกับฉันพอดีเลย; **~ at the beginning** ตอนต้นพอดี; **~ on!** *(coll.) (approving)* เออ สุดยอด, เออ เอาเลย; *(agreeing)* ใช่เลย, ดีเลย; Ⓔ *(straight)* ไปตรง ๆ; **go ~ on [the way one is going]** ตรงไปเรื่อย ๆ; Ⓕ *(coll.: immediately)* อย่างทันที; **~ [away/off]** อย่างทันที; **I'll be ~ with you** ฉันจะมาเดี๋ยวนี้แหละ; **things went wrong ~ at** *or* **from the beginning** ทุกสิ่งทุกอย่างผิดพลาดตั้งแต่แรกเลย; Ⓖ *(very)* มาก; **~ royal** *(ดี/เลว)* มาก ๆ; **a ~ royal dressing down** การดุว่าอย่างรุนแรง; ➡ **+ honorable** D; **reverend** 1

right: ~ a'bout [**'turn** *or (Amer.)* **'face**] *n. (Mil.)* หันขวา; *(as command)* ขวาหัน; *(fig.)* การกลับ/พลิกนโยบาย; **~ angle** *n.* มุม 90 องศา, มุมฉาก; **at ~ angles to ...:** ที่มุมฉากกับ...; **~-angled** *adj.* มุมฉาก, มุม 90 องศา; **~ 'back** *n. (Footb.)* ปีกหลังขวา

righteous /'raɪtʃəs/'ไรเชิซ/ ❶ *adj.* Ⓐ *(upright)* ซื่อตรง, ซื่อสัตย์; Ⓑ *(morally justifiable)* (บุคคล) เที่ยงธรรม ❷ *n. pl.* **the ~:** ผู้ที่มีคุณธรรม

right-footed *adj.* (คน, นักกีฬา) ที่ถนัดใช้เท้าขวา

rightful /'raɪtfl/'ไรทฟ'ล/ *adj.* Ⓐ *(fair)* (สิ่ง, การลงโทษ) ชอบธรรม; Ⓑ *(entitled)* (เจ้าของ, การรับมรดก, การแบ่ง) มีสิทธิถูกต้อง

rightfully /'raɪtfəlɪ/'ไรทฟลิ/ *adv.* Ⓐ *(fairly)* อย่างยุติธรรม; Ⓑ *(correctly)* อย่างถูกต้อง

right: ~ hand *n.* Ⓐ มือขวา; Ⓑ *(right side)* ข้างขวามือ, ด้านขวา; **on** *or* **at sb.'s ~ hand** ทางด้านขวามือของ *ค.น.*; Ⓒ *(fig.: chief assistant)* ผู้ช่วยหลัก; **~-hand** *adj.* ด้านขวา, ขวามือ; **~-hand bend** โค้งขวามือ; **on the/your ~-hand side you see ...:** ทางด้านขวามือคุณจะเห็น...; ➡ **+ drive** 1 I; **~-handed** /raɪt'hændɪd/ไรท'แฮนดิด/ ❶ *adj.* Ⓐ (คน) ที่ถนัดใช้มือขวา, (หมัด) ขวา; (อุปกรณ์) ที่ใช้กับมือขวา; **be ~-handed** ถนัดขวา; Ⓑ *(turning to right)* (เลี้ยว, เปิด) ทางขวา ❷ *adv.* ที่ถนัดมือขวา; **~-handedness** /raɪt'hændɪdnɪs/ไรท'แฮนดินิซ/ *n.* การถนัดมือขวา; **~ hander** /raɪt 'hændə(r)/ไรท'แฮนเดอะ(ร)/ *n.* Ⓐ *(person)* คนที่ถนัดใช้มือขวา; Ⓑ *(blow)* หมัดขวา; *(Boxing)* การชกหมัดขวา; **~-hand 'man** *n. (chief assistant)* ผู้ช่วยหลัก, มือขวา

rightism /'raɪtɪzm/'ไรทิซ'ม/ *n., no pl. (Polit.)* การอนุรักษ์นิยม/เป็นฝ่ายขวา

rightist /'raɪtɪst/'ไรทิซทฺ/ *(Polit.)* ❶ *adj.* นักอนุรักษ์นิยม, นักการเมืองฝ่ายขวา ❷ *n.* นักอนุรักษ์นิยม

rightly /'raɪtlɪ/'ไรทลิ/ *adv.* Ⓐ *(fairly, correctly)* อย่างชอบธรรม, อย่างถูกต้อง; **do ~:** ทำอย่างถูกต้อง; **and ~ so ...:** และถูกต้องแล้ว...; **~ or wrongly ...:** จะถูกหรือผิด...; Ⓑ *(fitly)* อย่างเหมาะสม

right-'minded *adj.* มีความคิด หรือ หลักการที่มีเหตุผล

rightness /'raɪtnɪs/'ไรทนิซ/ *n., no pl.* ความถูกต้อง

righto /'raɪtəʊ, raɪ'təʊ/'ไรโท, ไร'โท/ *int. (Brit.)* ตกลง, ไม่มีปัญหา

'right side *n.* Ⓐ *(of fabric)* ด้านที่ถูกต้อง; Ⓑ **be on the ~ of fifty** อายุ 50 ตอนต้น ๆ; **[the] ~ out/up** วางในแนวที่ถูก; **get on the ~ of sb.** *(fig.)* รู้จักเข้าข้าง *ค.น.*

'rights issue *n. (Finance)* การขายหุ้นเพื่อกู้เงินเข้าบริษัทใหม่

right-thinking *adj.* มีหลักการ, มีเหตุผล

right-to-die *adj. (movement)* การรณรงค์เพื่อสิทธิการตายในเวลาที่ตนต้องการ

right-to-'life *attrib. adj.* สิทธิในการมีชีวิตอยู่; **~ advocate** ผู้สนับสนุนสิทธิการมีชีวิตอยู่

rightward /'raɪtwəd/'ไรทเวิด/ ❶ *adv.* ทางด้านขวามือ; **lie ~ of sth.** อยู่ทางด้านขวามือของ *ส.น.* ❷ *adj.* ทางด้านขวามือ

rightwards /'raɪtwədz/'ไรทเวิดซฺ/ ➡ **rightward** 1

right: ~-wing *adj.* Ⓐ *(Sport)* ปีกขวาของทีม; Ⓑ *(Polit.)* (นักการเมือง) อนุรักษ์นิยม, ฝ่ายขวา; **~-winger** *n.* Ⓐ *(Sport)* ผู้เล่นปีกขวาในทีม; Ⓑ *(Polit.)* นักอนุรักษ์นิยม, นักการเมืองฝ่ายขวา; **extreme ~-winger** นักการเมืองขวาจัด

rigid /'rɪdʒɪd/'ริจจิด/ *adj.* Ⓐ *(stiff)* แข็ง; *(hard)* แข็ง; *(firm)* มั่นคงแข็งแรง; **~ airship** อากาศยานโครงสร้างแกร่ง; Ⓑ *(fig.: harsh, inflexible)* (บุคคล, ความประพฤติ, บุคลิกภาพ) เที่ยงตรง, ไม่ยอมผ่อนปรน

rigidity /rɪ'dʒɪdɪtɪ/ริ'จิดดิทิ/ *n., no pl.* ➡ **rigid:** Ⓐ (การแข็งแกร่ง) การแข็งที่อ; Ⓑ ความเที่ยงตรง, ความมั่นคง

rigidly /'rɪdʒɪdlɪ/'จิจิดลิ/ *adv.* Ⓐ อย่างแข็งแกร่ง; Ⓑ *(harshly, inflexibly)* อย่างเที่ยงตรง, อย่างไม่ยืดหยุ่น

rigmarole /'rɪgmərəʊl/'ริกเมอะโรล/ *n. (derog.)* Ⓐ *(long story)* เรื่องยืดยาวที่ไร้สาระ; Ⓑ *(complex procedure)* ระเบียบขั้นตอนที่สลับซับซ้อน

rigor /'rɪgə(r)/'ริกเกอะ(ร)/ *(Amer.)* ➡ **rigour**

rigor mortis /rɪgə 'mɔːtɪs/ริเกอะ 'มอทิซ/ *n. (Med.)* การแข็งของร่างกายหลังการตาย

rigorous /'rɪgərəs/'ริกเกอะเริซ/ *adj.* Ⓐ *(strict)* (วิธีการ, มาตรการ, ข้อจำกัด) เข้มงวด; **~ tests** การทดสอบที่เข้มงวด; Ⓑ *(marked by extremes)* (ชีวิต, หน้าหนาว) ที่โหด; (ภูมิอากาศ) ที่รุนแรง; Ⓒ *(precise)* (การวิเคราะห์) ถูกต้องที่สุด, แม่นยำ; (การทำงาน) เต็มที่; (การอภิปราย) ไม่ผ่อนปรน

rigorously /'rɪgərəslɪ/'ริกเกอะเริซลิ/ *adv.* Ⓐ *(strictly)* อย่างเข้มงวด; Ⓑ *(precisely)* อย่างถูกต้องที่สุด, อย่างแม่นยำ

rigour /'rɪgə(r)/'ริกเกอะ(ร)/ *n. (Brit.)* Ⓐ *(strictness)* ความเข้มงวด; Ⓑ *(extremeness)* ความสุดขั้ว; **the ~s of sth.** ความสุดขั้วของ *ส.น.*; Ⓒ *(precision)* ความถูกต้องที่สุด, ความแม่นยำ; *(of argument)* ความไม่ผ่อนปรน

rile /raɪl/รายล/ *v.t. (coll.)* ยั่ว, ทำให้โกรธ; **get/feel ~d** รู้สึกโกรธ; **it ~s me when ...:** มันทำให้ฉันโกรธเมื่อ...

Riley /'raɪlɪ/'รายลิ/ *n.* **live** *or* **lead the life of ~** *(coll.)* มีชีวิตอยู่อย่างไร้กังวล

rill /rɪl/ริล/ *n.* ลำธารเล็ก ๆ

rim /rɪm/ริม/ *n.* ขอบ, ริม; *(of wheel)* กรอบล้อ

rime /raɪm/รายม/ *n. (frost)* น้ำค้างแข็ง

rimless /'rɪmlɪs/'ริมลิซ/ *adj.* ไม่มีขอบ, ไม่มีกรอบ

-rimmed /rɪmd/ริมดฺ/ *adj. in comb.* มีขอบ, มีกรอบ

rind /raɪnd/รายนดฺ/ *n. (of fruit)* เปลือกผลไม้; *(of cheese)* เปลือกเนยแข็ง; *(of bacon)* ขอบเบคอน

¹ring /rɪŋ/ริง/ ❶ *n.* Ⓐ แหวน; Ⓑ *(Horse-racing, Boxing)* สังเวียนแข่งม้า; *(bull~)* สนามสู้วัวกระทิง; *(in circus)* สนามแสดงละครสัตว์; **the ~** *(bookmakers)* คณะเจ้ามือ (แข่งม้า ฯลฯ); Ⓒ *(group)* กลุ่ม; *(gang)* หมู่คณะ; *(controlling prices)* การรวมตัวกันกดราคา; Ⓓ *(circle)* วงกลม; **make** *or* **run ~s [a]round sb.** *(fig.)* ทำสิ่งต่าง ๆ ได้ดีกว่า *ค.น.*; Ⓔ *(halo round moon)* รัศมีแสงเรือง; Ⓕ *(Chem.)* กลุ่มอะตอมที่รวมตัวกันแน่น ❷ *v.t.* Ⓐ *(surround)* ล้อมรอบ; ขีดเส้นรอบ (คำ, ตัวอักษร); Ⓑ *(Brit.: put ~ on leg of)* ใส่ห่วงที่ขา (นก)

²ring ❶ *n.* Ⓐ *(act of sounding bell)* การกด/การตี (ระฆัง); **there's a ~ at the door** มีเสียงกระดิ่งดังที่หน้าประตู; **give two ~s** ตีระฆัง/กดกระดิ่งสองครั้ง; Ⓑ *(Brit. coll.: telephone call)* การโทรศัพท์; **give sb. a ~:** โทรศัพท์ถึง *ค.น.*; Ⓒ *(resonance)* เสียงสะท้อนก้องกังวาน; *(fig.: impression)* ความประทับใจ; *(fig.)* **have the ~ of plausibility/of truth** ฟังดูน่าจะเป็นไปได้/น่าจะเป็นความจริง; *(fig.)* **a ~ of insistence in her tone** น้ำเสียงของเธอส่อแววยืนยัน ❷ *v.i.* **rang** /ræŋ/แรง/, **rung** /rʌŋ/รัง/ Ⓐ *(sound clearly)* ดังชัด; **oaths rang across the yard** คำปฏิญาณดังไปทั่วสนาม; Ⓑ *(be sounded)* (ระฆัง, โทรศัพท์, กระดิ่ง) ดังขึ้น; **the doorbell rang** กระดิ่งหน้าบ้านดังขึ้น; Ⓒ *(~ bell)* กดกระดิ่ง (**for** สำหรับ); **please ~ for attention** โปรดกดกระดิ่งเพื่อเรียกพนักงาน; Ⓓ *(Brit.: make telephone call)* โทรศัพท์; Ⓔ *(resound)* (ก้อง, ป่า) ดังก้อง (**with** ด้วย); **~ in sb.'s ears** เสียงดังก้องในหูของ *ค.น.*; **~ true /false** ฟังขึ้น/ไม่ขึ้น; Ⓕ *(hum)* ทำเสียงหึ่ง ๆ; **my ears are ~ing** มีเสียงดังหึ่ง ๆ ในหูของฉัน ❸ *v.t.*, **rang, rung** Ⓐ กดกระดิ่ง, ตีระฆัง; **~ the [door] bell** กดกระดิ่ง [ที่ประตู]; **~ a peal** ตีระฆังเป็นทำนอง; **it ~s a bell** *(fig. coll.)* มันคุ้น ๆ หู; **~ the bell [with sb.]** *(fig.)* เป็นที่พอใจ [ของ *ค.น.*]; ➡ **+ change** 1 H; **knell** B; Ⓑ *(Brit.: telephone)* โทรศัพท์

~ 'back *(Brit.) v.t. & i.* Ⓐ *(again)* โทรศัพท์อีก; Ⓑ *(in return)* โทรศัพท์กลับ

~ down *v.t. (Theatre)* (ม่าน) ปิดลง; **~ the curtain down on a project/a love affair** *(fig)* เลิกโครงการ/สัมพันธ์สวาท

~ 'in ❶ *v.i. (Brit.)* รายงานทางโทรศัพท์ ❷ *v.t.* ตีระฆังให้สัญญาณ (ปีใหม่, รอบ, สุดท้าย)

~ 'off *v.i. (Brit.)* วางหูโทรศัพท์

~ 'out ❶ *v.i.* (ระฆัง) ดังก้องออกมา ❷ *v.t.* ตีระฆังให้ดัง

~ round *(Brit.)* ❶ /-'-/ *v.i.* โทรศัพท์ไปหาหลายคน ❷ /'--/ *v.t.* โทรศัพท์ไปทั่ว

~ 'up *v.t.* Ⓐ *(Brit.: telephone)* โทรศัพท์; Ⓑ *(record on cash register)* กดราคาเข้าเครื่องเก็บเงิน; Ⓒ *(Theatre)* **~ up the curtain** ม่านเปิด

ring : ~-a-~-o'-roses *n.* เพลงเด็กที่ร้องพร้อมจับมือวนไปมา; **~ binder** *n.* แฟ้มมีห่วงวงแหวน; **~ circuit** *n. (Electr.)* วงจรไฟฟ้ารวม; **~dove** *n.* นกพิราบป่า

ringed /rɪŋd/ริงดฺ/ *adj.* มีวงแหวน, เป็นวง; **the ~ planet** ดาวนพเคราะห์ที่มีวงแหวนล้อมรอบ, ดาวเสาร์

ringer /'rɪŋə(r)/'ริงเงอะ(ร)/ *n.* Ⓐ *(bell-~)* ที่กดกระดิ่ง; Ⓑ **be a [dead] ~ for sb./sth.** *(coll.: very similar)* เหมือน *ค.น./ส.น.* มาก

ring: ~ fence *n.* รั้วล้อมรอบ; **~-fence** *v.t.* ทำให้ (ทรัพย์สิน) มั่นคง; **~ finger** *n.* นิ้วนาง

ringing /'rɪŋɪŋ/'ริงงิง/ ❶ *adj.* Ⓐ *(clear and full)* ชัดและเต็มที่; *(sonorous)* ก้อง, สนั่น; *(resounding)* (หมัดชก) แรงเต็มที่; Ⓑ *(decisive)* (การยืนยัน) ที่แน่วแน่ ❷ *n.* Ⓐ *(sounding, sound)* เสียงกระดิ่ง/ระฆัง; Ⓑ *(Brit. Teleph.)* **~ tone** สัญญาณสายว่าง; Ⓒ *(sensation)* **~ in the** *or* **one's ears** เสียงดังเหมือนกระดิ่งในหู

ringleader *n.* ผู้นำก่อความวุ่นวาย

ringlet /'rɪŋlɪt/'ริงลิท/ *n.* ปอยผมที่ขดงอ

ring: ~ main *n. (Electr.)* ชุมสายไฟฟ้า; **~master** *n.* ผู้กำกับการแสดงละครสัตว์; **~ pull** *adj.* **~ pull can** กระป๋องที่มีวงแหวนเปิด; **~ road** *n.* ถนนที่ล้อมรอบเมือง, ถนนวงแหวน; **~side** ❶ *n.* **at the ~side** ที่ติดเวที ❷ *adj.* **~side seat** *(Boxing)* ที่นั่งริงไซด์ (ท.ศ.); *(in circus)* ที่นั่งแถวหน้า; **~sider** /'rɪŋsaɪdə(r)/'ริงซายเดอะ(ร)/ *n.* ผู้ที่นั่งติดเวที (มวย, ละครสัตว์); **~way** *n.* ถนนรอบเมือง, ถนนวงแหวน; **~worm** *n. (Med.)* ขี้กลาก

r

rink /rɪŋk/ริงคฺ/ *n.* *(for ice skating)* ลานสเกตน้ำแข็ง; *(for curling, for roller skating)* ลาน; *(bowling green)* สนามโบว์ลิ่ง

rinse /rɪns/รินซฺ/ ❶ *v.t.* Ⓐ *(wash out)* ล้าง *(ปาก, ภาชนะ)*; **please ~** *(said by dentist)* กรุณาบ้วนปาก; Ⓑ *(wash lightly)* ซักอย่างแผ่วเบา *(เสื้อผ้า)*; Ⓒ *(put through water)* แช่น้ำสักแป๊ป *(เสื้อผ้า)*; ล้าง *(สบู่)* ออกจากมือเร็ว ๆ ❷ *n.* Ⓐ *(rinsing)* การชำระล้าง; **give sth. a [good/quick] ~:** ชำระล้าง *ส.น.* [อย่างดี/อย่างรวดเร็ว]; **after several ~s** หลังจากการชำระล้างหลาย ๆ ครั้ง; **have a ~** *(said by dentist)* กรุณาบ้วนปาก; Ⓑ *(solution)* น้ำยาบ้วนปาก

~ **a'way** *v.t.* ล้างให้สะอาด

~ **'out** *v.t.* Ⓐ *(wash with clean water)* บ้วน *(ปาก)*; ล้าง *(แก้ว)*; Ⓑ *(remove by washing)* ล้างฟองสบู่ออก

rinse aid *n.* น้ำยากำจัดคราบ *(ในเครื่องล้างจาน)*

riot /ˈraɪət/ˈรายเอิท/ ❶ *n.* Ⓐ *(violent disturbance)* การจลาจล; **~s** การจลาจล; **there'll be a ~:** จะมีการจลาจล; Ⓑ *(noisy or uncontrolled behaviour)* ความอลหม่าน, ความโกลาหล; **run ~:** ยกเลิกการยับยั้ง; *(in protest)* มีการจลาจลคัดค้าน; **run ~ [all over sth.]** *(ต้นไม้)* โตเต็มไปหมด; **let one's imagination run ~:** ปล่อยให้จินตนาการของตนโลดแล่นเต็มที่; Ⓒ *(unrestrained indulgence)* การตามใจตัวอย่างไม่ยับยั้ง; Ⓓ *(coll.: amusing thing or person)* **be a ~:** เป็นตัวตลก

❷ *v.i.* ก่อความไม่สงบ, ก่อการจลาจล; **the mob had been ~ing all night** ฝูงชนได้ก่อการจลาจลตลอดทั้งคืน; **the ~ing** การจลาจล

'Riot Act *n. (Hist.)* พระราชบัญญัติการปราบจลาจลของอังกฤษ; **read sb. the ~** *(fig. coll.)* ตำหนิ *ค.น.* อย่างเข้มงวด

rioter /ˈraɪətə(r)/ˈรายเออะเทอะ(ร)/ *n.* ผู้ก่อการจลาจล, ผู้ก่อความไม่สงบ

riotous /ˈraɪətəs/ˈรายเออะเทิซ/ *adj.* Ⓐ *(turbulent)* วุ่นวาย, สับสนอลหม่าน, โกลาหล; Ⓑ *(dissolute)* ผิดศีลธรรม; Ⓒ *(unrestrained)* ไม่ยับยั้ง, ไม่ควบคุม; **a ~ display of colour** การใช้สีที่ฉูดฉาด

riotously /ˈraɪətəslɪ/ˈรายเออะเทิซลิ/ *adv.* Ⓐ *(dissolutely)* อย่างผิดศีลธรรม; Ⓑ **~ funny** *(coll.)* ที่ตลกขบขันสุด ๆ

riot: ~ **police** *n.* ตำรวจปราบจลาจล; ~ **shield** *n.* เกราะป้องกันขณะเกิดจลาจล; ~ **squad** *n.* หน่วยปราบจลาจล

[1]**rip** /rɪp/ริพ/ ❶ *n.* Ⓐ *(tear)* รอยฉีกขาด; Ⓑ *(act of ripping)* การฉีก ❷ *v.t.*, **-pp-** Ⓐ *(make tear in)* ฉีกให้ขาด; **~ open** ฉีกให้เปิดออก; *(with knife)* ใช้มีดกรีด; **~ one's skirt on sth.** กระโปรงเกี่ยว *ส.น.* จนขาด; **~ sth. down the middle/to pieces** ฉีก *ส.น.* ตรงกลาง/เป็นชิ้น ๆ; Ⓑ *(make by tearing)* ฉีก *(รู, รอยแหวก)* ❸ *v.i.*, **-pp-** Ⓐ *(split)* ขาด, แยกออก; Ⓑ *(coll.)* **let ~:** ทำ/พูดอย่างไม่ยับยั้ง; **he let ~ down the motorway** เขาขับเร็วมากบนทางด่วน; **let ~ at sb.** ด่าว่า *ค.น.*

~ **a'part** *v.t.* *(tear apart)* ฉีกออก; *(destroy)* ทำลาย

~ **a'way** *v.t.* ฉีกออก; **~ sth. away from sth.** ฉีก *ส.น.* ออกจาก *ส.น.*

~ **'down** *v.t.* ฉีก/ดึงลงมา

~ **into** *v.t.* **~ into sb.** *(attack)* โจมตี, ทำร้าย *ค.น.*; *(fig.: attack verbally)* ว่ากล่าว *ค.น.*

~ **'off** *v.t.* Ⓐ *(remove from)* ฉีกออก; *(remove)* ปลด *(หน้ากาก, เสื้อผ้า)*; Ⓑ *(coll. defraud)* โกง, หลอกลวง; Ⓒ *(coll.: steal)* ขโมย ➡ **+ rip-off**

~ **'out** *v.t.* ฉีกออก **(of** จาก**)**

~ **'up** *v.t.* ฉีกทิ้ง; **~ up an agreement** *(fig.)* ฉีกสัญญาทิ้ง

[2]**rip** *n.* Ⓐ *(roué)* คนเสเพล, คนที่ประพฤติผิดในกาม; Ⓑ *(rascal)* คนสารเลว, คนไร้ค่า

RIP *abbr.* **Rest In Peace**

ripcord *n.* เชือกกางร่มชูชีพ

ripe /raɪp/ไรพ/ *adj.* *(ผลไม้)* สุก, งอม; *(เนยแข็ง)* งอม; *(ไวน์)* พร้อมดื่ม; *(ความเข้าใจ, พัฒนาการ)* เต็มที่; *(อายุ, จังหวะ)* พร้อม **(for** สำหรับ**)**; **the time is ~ for doing sth.** เวลาพร้อมที่จะทำ *ส.น.*; **be ~ for development** พร้อมที่จะพัฒนา; **~ old age** อายุมาก

ripen /ˈraɪpn/ˈไรพ'น/ ❶ *v.t.* ทำให้สุก; *(fig.)* พัฒนาให้ได้เวลา ❷ *v.i. (lit. or fig.)* สุก

ripeness /ˈraɪpnɪs/ˈไรพนิซ/ *n. no pl. (lit. or fig.)* ความสุกงอม, ความพร้อมได้ที่

rip-off *n. (coll.)* การหลอกลวง, การต้มตุ๋น; **that place is a ~:** สถานที่นั้นแพงชิบหาย *(ภ.พ.)*

riposte /rɪˈpɒst/ริˈพอซทฺ/ ❶ *n.* Ⓐ *(retort)* การโต้ตอบอย่างฉับพลัน; Ⓑ *(Fencing)* การแทงกลับอย่างฉับพลัน ❷ *v.i.* Ⓐ *(retort)* ตอบกลับอย่างฉับพลัน; Ⓑ *(Fencing)* แทงกลับอย่างฉับพลัน

ripper /ˈrɪpə(r)/ˈริพเพอะ(ร)/ *n.* ฆาตกรที่ชำแหละศพเหยื่อ; **the Yorkshire R~:** ฆาตกรแห่งเมืองยอร์กเชียร์

ripping /ˈrɪpɪŋ/ˈริพพิง/ *adj. (Brit. dated coll.)* ดีจังเลย

ripple /ˈrɪpl/ˈริพ'ล/ ❶ *n.* Ⓐ *(small wave)* ลูกคลื่นเล็ก ๆ; **the breeze sent ~s along the surface** สายลมส่งลูกคลื่นเล็ก ๆ ไปบนผิวน้ำ; Ⓑ *(sound)* **a ~ of applause/laughter** เสียงปรบมือ/เสียงหัวเราะอ่อน ๆ; Ⓒ *(Electr.)* การเปลี่ยนแปลงความแรงของกระแสไฟฟ้าเล็กน้อย ❷ *v.i.* Ⓐ *(form ~s)* ทำให้เกิดระลอกคลื่นเล็ก ๆ; Ⓑ *(flow)* *(คลื่น)* ที่ไหลไป; *(ลำธาร)* ที่ไหลเป็นคลื่นเล็ก ๆ; Ⓒ *(sound)* ส่งเสียงดังพึมพำ ❸ *v.t.* ทำให้เกิดระลอกคลื่น, ส่งเสียงดังพึมพำ

'ripple mark *n.* รอยระลอกเล็ก ๆ

rip: ~**-roaring** *adj.* เสียงดัง, ร่าเริงเต็มที่; ~**saw** *n.* เลื่อยที่มีฟันเลื่อยใหญ่และหยาบ; ~**snorter** /ˈrɪpsnɔːtə(r)/ˈริพซนอเทอะ(ร)/ *n. (coll.)* *(person)* คนที่มีพลัง, คนกระฉับกระเฉง; *(thing)* สิ่งดีเด่น; **a ~snorter of a storm/match** *etc.* พายุ/การแข่งขันที่เต็มไปด้วยพลัง; ~ **tide** *n.* *(turbulence)* กระแสน้ำที่อันตราย; *(current)* กระแสอันตรายบนผิวน้ำที่พัดจากฝั่ง

rise /raɪz/รายซฺ/ ❶ *n.* Ⓐ *(going up)* *(of sun etc.)* การขึ้น; *(Theatre: of curtain)* การเปิด; *(advancement)* การเลื่อนขึ้น, การไต่เต้า; **~ and ~** *(joc.)* มีแต่ขึ้นกับขึ้น; Ⓑ *(emergence)* การปรากฏขึ้น; Ⓒ *(increase) (in value, price, cost)* การสูงขึ้น; *(St. Exch.: in shares)* การขึ้น; *(in population, temperature)* การเพิ่มขึ้น; **be on the ~:** กำลังเพิ่ม *(มาก)* ขึ้น; Ⓓ *(Brit.)* **[pay] ~** *(in wages)* [การจ่าย] ค่าจ้างเพิ่มขึ้น; *(in salary)* เงินเดือนขึ้น; Ⓔ *(hill)* เนิน; **a ~ in the road** เนินบนถนน; Ⓕ *(origin)* การกำเนิด, จุดเกิด; **give ~ to** ให้กำเนิดแก่; **what has given ~ to this bizarre idea?** อะไรเป็นจุดเกิดของความคิดพิกลนี้; Ⓖ *(Angling)* การขึ้นสู่ผิวน้ำ; Ⓗ **get** *or* **take a ~ out of sb.** *(fig.) (make fun of)* ล้อเลียน *ค.น.*; *(annoy, provoke)* ก่อความรำคาญ, ยั่วโทสะ *ค.น.*; Ⓘ *(height of step)* ความสูงของขั้นบันได

❷ *v.i.*, **rose** /rəʊz/โรซ/, **risen** /ˈrɪzn/ˈริซ'น/ Ⓐ *(go up)* ขึ้นไป, ขึ้นมา; **~ [up] into the air** *(ควัน)* ลอยขึ้นไปในอากาศ; Ⓑ *(come up)* *(พระอาทิตย์)* ขึ้น; *(หนัง)* พองผุดขึ้น; **indignation rose in him** เขาเกิดความขุ่นเคือง; Ⓒ *(reach higher level)* สูงขึ้น; **her pleading rose to heights of passionate eloquence** การขอร้องของเธอทวีขึ้นไปถึงจุดที่น่าเวทนา; Ⓓ *(extend upward)* หนุนขึ้น, สูงขึ้น; *(ทาง)* ไต่ขึ้นไป; **~ to 2,000 metres** *(ภูเขา)* สูงขึ้นไปถึง 2,000 เมตร; **~ [a storey] higher than sth.** ขึ้นสูงกว่า *ส.น.* 1 ชั้น; Ⓔ *(advance)* เลื่อนขึ้น, ไต่เต้า; **~ to a rank/to be the director** เลื่อนขึ้นไปถึงระดับ/เลื่อนไปเป็นผู้อำนวยการ; **~ in one's profession** ก้าวหน้าในอาชีพของตน; **~ in the world** ได้รับสถานภาพทางสังคมที่สูงขึ้น; ➡ **+ fame; 'rank** 1 E; Ⓕ *(increase)* *(ดอกเบี้ย)* เพิ่มขึ้น; *(เสียง)* ดังขึ้น; *(blow more strongly)* *(ลม)* พัดแรงขึ้น; **~ to a gale** ลมพัดแรงมากจนกลายเป็นพายุ; Ⓖ *(Cookery)* *(ขนมเค้ก)* ขึ้นฟู; Ⓗ *(become more cheerful)* *(อารมณ์)* ร่าเริงขึ้น; Ⓘ *(come to surface)* *(ฟองอากาศ, ปลา)* ลอยขึ้นมาสู่ผิวน้ำ; **~ to the bait** *(fig.)* ยอมต่อสิ่งล่อใจ; **~ to sb.'s taunts** โต้ตอบเมื่อถูก *ค.น.* ยั่วยุ; Ⓙ *(Theatre)* เปิดม่าน; **~ on a scene** *or* **to reveal a scene** เปิดม่านเพื่อแสดงฉาก; Ⓚ *(rebel, cease to be quiet)* ลุกขึ้นต่อต้าน, ก่อการจลาจล; **~ as one man** ร่วมมือเป็นน้ำหนึ่งใจเดียว; **~ in arms** ลุกขึ้นก่อการจลาจลโดยใช้อาวุธ; **my whole soul ~s against it** ฉันต่อต้านมันจนสุดเหวี่ยง; ➡ **+ gorge** 1 B; Ⓛ *(get up)* **~ [to one's feet]** ลุกขึ้นยืน; *(from sitting or lying also; after accolade)* ลุกขึ้น; **he fell, never to ~ again** เขาล้มลงและไม่ได้ลุกขึ้นยืนอีกเลย; **~ on its hind legs** *(ม้า)* ลุกขึ้นยืนบนขาหลัง; **~ and shine!** *(coll.)* ตื่นได้แล้ว, ถึงเวลาลุกแล้ว; ➡ **+ sun** 1; Ⓜ *(adjourn)* *(สภา)* หยุดพัก; *(end a session)* ยุติการประชุม; Ⓝ *(come to life again)* กลับฟื้นคืนชีพ; **Christ is ~n** พระเยซูกลับฟื้นคืนชีพ; **~ from the ashes** *(fig.)* *(อุตสาหกรรม)* กลับฟื้นคืนมาอีก; **look as though one had ~n from the grave** ดูเหมือนว่าเพิ่งลุกขึ้นมาจากหลุมฝังศพ; Ⓞ *(have origin)* *(แม่น้ำ)* มีจุดกำเนิด, มีจุดเริ่มต้น

~ **above** *v.t.* สูงเหนือ; *(fig.)* มี *(สติ)* ที่เหนือกว่า; *(morally)* มีคุณธรรมเหนือกว่า

~ **to** *v.t.* ➡ **challenge** 1 B; **occasion** 1 A

~ **'up** *v.i.* Ⓐ *(get up)* ตื่นขึ้น, ลุกขึ้น; Ⓑ *(advance)* เลื่อนขึ้น; *(in level)* เลื่อนระดับขึ้น; Ⓒ *(rebel)* **~ up [in revolt]** ลุกขึ้นก่อการจลาจล; Ⓒ *(extend upward)* *(ภูเขา)* สูงขึ้น; **~ up to 2,000 metres** สูงขึ้นไป 2,000 เมตร

risen ➡ **rise** 2

riser /ˈraɪzə(r)/ˈรายเซอะ(ร)/ *n.* Ⓐ *(one who gets up)* **early ~:** คนที่ตื่นแต่เช้า; **late ~:** คนที่ตื่นสาย; Ⓑ *(of stair, step)* ลูกตั้งของบันได; Ⓒ *(vertical pipe)* ท่อที่วางในแนวตั้ง

risible /ˈrɪzɪbl/ˈริซซิบ'ล/ *adj. (literary)* น่าหัวเราะ

rising /ˈraɪzɪŋ/ˈรายซิง/ ❶ *n.* Ⓐ *(appearance above the horizon)* การขึ้นเหนือขอบฟ้า; Ⓑ *(increase in height)* การเพิ่มความสูง; **he waited for the ~ of the tide** เขารอน้ำขึ้น; Ⓒ *(getting up)* การลุกขึ้น; Ⓓ *(revolt)* การก่อการจลาจล; Ⓔ *(resurrection)* การทำให้กลับฟื้นคืนชีพ ❷ *adj.* Ⓐ *(appearing above the horizon)* ที่ปรากฏอยู่เหนือขอบฟ้า; Ⓑ *(increasing)* *(ราคา,*

r

อุณหภูมิ) ที่กำลังเพิ่มขึ้น; *(น้ำขึ้น, น้ำท่วม, คลื่น)* สูงขึ้น; Ⓒ *(mounting) (ความโกรธ, ความสงสัย)* ที่ทวีความรุนแรง, ที่สูงขึ้น; Ⓓ **the ~ generation** คนรุ่นที่กำลังเจริญวัย; Ⓔ *(advancing in standing)* กำลังมีชื่อ, กำลังดัง; Ⓕ *(sloping upwards)* ลาดขึ้น; Ⓖ *(approaching the age of)* **be ~ forty** กำลังย่าง 40 ปี; **be ~ sixteen** กำลังจะ 16 ปี; **the ~ fives** เด็กที่กำลังจะ 5 ขวบ

rising: ~ butt ➡ **~ hinge**; **~ 'damp** *n.* ความชื้นที่ซึมขึ้นภายในกำแพง; **~ hinge** *n.* บานพับกระทุ้งที่ทำให้ผลัก *(ฝา, หน้าต่าง)* ขึ้นได้

risk /rɪsk/ริซคฺ/ ❶ *n.* Ⓐ *(hazard)* อันตราย; *(chance taken)* การเสี่ยง; **~ of infection/loss** การเสี่ยงต่อการติดเชื้อ/การสูญเสีย; **there is a/no ~ of sb.'s doing sth.** *or* **that sb. will do sth.** มี/ไม่มีการเสี่ยงว่า *ค.น.* จะทำ *ส.น.*; **at the ~ of one's life** ในการเสี่ยงชีวิตของตน; **be at ~:** อยู่ในความเสี่ยง; **at one's own ~:** ในการเสี่ยงของตน; **at owner's ~:** ในการเสี่ยงของเจ้าของ; **'coats/luggage** *etc.* **left at owner's ~':** 'ไม่รับผิดชอบสำหรับเสื้อ/กระเป๋าที่ฝากไว้'; **put at ~:** ทำให้เสี่ยงอันตราย; **run** *or* **take ~s/a lot of ~s** ทำอะไรที่เสี่ยง/ทำสิ่งที่เสี่ยงหลายครั้ง; **take ~s with one's life** เสี่ยงด้วยชีวิต; **run the ~ of doing sth.** มีการเสี่ยงที่จะทำ *ส.น.*; *(knowingly)* ยอมเสี่ยงที่จะทำ *ส.น.*; **take the ~ of doing sth.** เสี่ยงในการทำ *ส.น.*; Ⓑ *(Insurance)* **he is a poor/good ~:** เขามีโอกาสเสี่ยงน้อย/มาก ❷ *v.t.* เสี่ยง; **you'll ~ losing your job** คุณเสี่ยงที่จะสูญเสียงานของคุณ; **I'll ~ it!** ฉันจะลองเสี่ยง; **~ one's life/neck** เสี่ยงชีวิต; *(thoughtlessly)* เสี่ยงอย่างไร้ความคิด

riskily /ˈrɪskɪlɪ/ริซกิลิ/ *adv.* อย่างเป็นการเสี่ยง, โดยเสี่ยง

risk-money *n.* เงินลงทุนในธุรกิจที่เสี่ยง

risky /ˈrɪskɪ/ริซกิ/ *adj.* ที่เสี่ยง

risotto /rɪˈzɒtəʊ/ริ'ซอโท/ *n., pl.* **~s** *(Cookery)* อาหารอิตาเลียน ที่ทำจากข้าวปรุงกับเนื้อ หัวหอม ฯลฯ

risqué /ˈriskeɪ, US rɪˈskeɪ/ริซเก, ริ'ซเก/ *adj.* *(เรื่องราว)* ไม่ค่อยเหมาะสม, อาจทำให้ตกใจ

rissole /ˈrɪsəʊl/ริซโซล/ *n. (Cookery)* เนื้อบดและเครื่องเทศชุบขนมปังป่นและทอด

rite /raɪt/ไรทฺ/ *n.* พิธีการทางศาสนา; **~ of passage** พิธีการทางศาสนาในการก้าวเข้าช่วงชีวิตใหม่

ritual /ˈrɪtʃʊəl/ริฉวล/ ❶ *adj. (of ritual)* ที่เป็นพิธีกรรม; *(done as ritual)* ที่ปฏิบัติเป็นพิธีกรรม; **~ object** วัตถุในการประกอบพิธีกรรม ❷ *n.* Ⓐ *(act)* การประกอบพิธีกรรม; Ⓑ *no pl. (prescribed procedure)* ขั้นตอนที่กำหนด; **he likes ~:** เขาชอบทำอะไรตามขั้นตอน

ritualistic /rɪtʃʊəˈlɪstɪk/ริฉวล'ลิซติค/ *adj.* เกี่ยวกับการประกอบพิธีกรรม

ritually /ˈrɪtʃʊəlɪ/ริฉวลลิ/ *adv.* อย่างที่ต้องทำอะไรซ้ำ ๆ ตามขั้นตอนเฉพาะ, โดยเป็นพิธีกรรม

ritzy /ˈrɪtzɪ/ริทซิ/ *adj. (coll.)* Ⓐ *(high-class)* ขั้นสูง; Ⓑ *(derog.: ostentatiously smart)* หรูหราอย่างโอ้อวด; *(pretentious-looking)* ดูแสแสร้ง

rival /ˈraɪvl/รายวฺ'ล/ ❶ *n.* Ⓐ *(competitor)* คู่แข่ง [ขัน]; **they were ~s for her affection** พวกเขาเป็นคู่แข่งกันชิงความรักของเธอ; **~s in love** คู่แย่งชิงความรัก; **business ~s** คู่แข่งทางธุรกิจ; Ⓑ *(equal)* **have no ~/~s** ไม่มีคนทัดเทียม; **without ~s** ปราศจากคนทัดเทียม, ไร้เทียมทาน ❷ *v.t. (Brit.)* **-ll-** แข่ง, ทัดเทียม, สู้; **he can't ~ that** เขาสู้กับสิ่งนั้นไม่ได้; **I cannot ~ him for speed** ฉันสู้ความเร็วเขาไม่ได้ ❸ *adj.* *(บริษัท, กลุ่ม)* ที่เป็นคู่แข่ง; **~ applicant** ผู้สมัครที่เป็นคู่แข่ง

rivalry /ˈraɪvlrɪ/รายวฺ'ลริ/ *n.* การแข่งขัน; **business ~:** การแข่งขันทางธุรกิจ; **friendly ~:** การแข่งขันฉันมิตร

riven /ˈrɪvn/ริวฺ'น/ *adj. (dated literary)* ฉีกออก, แยกออกอย่างแรง; **~ by grief** แหลกลาญด้วยความโทมนัส

river /ˈrɪvə(r)/ริเวอะ(ร)/ ❶ *n.* Ⓐ แม่น้ำ; *(large)* แม่น้ำใหญ่; **the ~ Thames** *(Brit.)*, **the Thames ~** *(Amer.)* แม่น้ำเทมส์; **sell sb. down the ~** *(fig. coll.)* หักหลัง *ค.น.*; **go up the ~** *(Amer. fig. coll.)* ติดคุก; Ⓑ *(fig.)* **~ of lava** สายลาวา; **~s of tears/blood** น้ำตา/เลือดที่ไหลเป็นสาย ❷ *attrib. adj.* Ⓐ *(Biol.)* *(ปลา, ปู)* แม่น้ำ; *(พืช, นก)* ริมแม่น้ำ; Ⓑ *(of ~)* *(เทพ)* แห่งแม่น้ำ

river: ~ bank *n.* ฝั่งแม่น้ำ; **~ basin** *n.* ลุ่มแม่น้ำ; **~ bed** *n.* พื้นดินใต้แม่น้ำ; **~ bottom** *n. (Amer.)* พื้นดินใต้แม่น้ำ; **~ head** *n.* ต้นแม่น้ำ; **~ police** *n.* ตำรวจน้ำ; **~side** ❶ *n.* ริมฝั่งแม่น้ำ; **on** *or* **by the ~side** บน *หรือ* บริเวณริมฝั่งแม่น้ำ ❷ *attrib. adj.* *(บ้าน, โรงแรม)* ริมแม่น้ำ

rivet /ˈrɪvɪt/ริวิท/ ❶ *n.* หมุดย้ำ, หมุดโลหะ ❷ *v.t.* Ⓐ ตอกหมุดย้ำ, ย้ำด้วยหมุด; **~ sth. down/together** ใช้หมุดย้ำ *ส.น.* ลง/ไว้ด้วยกัน; Ⓑ *(fig.: hold firmly)* ดึงดูด *(ความสนใจ, บุคคล)*; **be ~ed to the spot** ขยับจากจุดยืนไม่ได้; **be ~ed on sth.** *(ความสนใจ)* ถูกดึงดูดไปที่ *ส.น.*; **his eyes were ~ed on** *or* **to the screen** ดวงตาของเขาเพ่งมองไปที่จอ

riveter /ˈrɪvɪtə(r)/ริววิเทอะ(ร)/ *n.* คนตอกยึด *(เรือ)*; *(machine)* เครื่องยึด

riveting /ˈrɪvɪtɪŋ/ริววิทิง/ *adj.* ดึงดูดความสนใจมาก; *(หนังสือ)* ที่วางไม่ลง

Riviera /rɪvɪˈeərə/ริววิ'แอเรอะ/ *n.* *สถานที่ตากอากาศชายฝั่งทะเลเมดิเตอร์เรเนียน อยู่ระหว่างประเทศฝรั่งเศสและประเทศอิตาลี*

rivulet /ˈrɪvjʊlɪt/ริววฺยุลิท/ *n. (lit. or fig.)* ลำธารเล็ก ๆ

rly *abbr.* **railway** ร.ฟ.

rm *abbr.* **room**

RM *abbr. (Brit.)* Ⓐ **Royal Mail**; Ⓑ **Royal Marines**

RN *abbr. (Brit.)* **Royal Navy**

RNA *abbr.* **ribonucleic acid**

RNIB *abbr. (Brit.)* **Royal National Institute for the Blind** *สถาบันรักษาคนตาบอดแห่งชาติ*

RNLI *abbr. (Brit.)* **Royal National Lifeboat Institution** *สถาบันความปลอดภัยทางน้ำแห่งชาติ*

RNR, RNVR *abbr. (Brit. Hist.)* **Royal Navy [Volunteer] Reserve** *กลุ่มทหารเรือผ่านศึกผู้อาสาสมัคร*

[1]roach /rəʊtʃ/โรฉ/ *n., pl. same (fish)* ปลาน้ำจืดตัวเล็ก ๆ โดยเฉพาะ *Rutilus rutilus*

[2]roach *(Amer.)* ➡ **cockroach**

road /rəʊd/โรด/ *n.* Ⓐ ถนน; **the Birmingham/London ~:** ถนนไปเบอร์มิงแฮม/ลอนดอน; *(name of ~/ street)* **London/Shelley R~:** ถนนลอนดอน/แชลลีย์; **'~ up'** กำลังทำถนน; **'~ narrows'** ถนนแคบลง; **across** *or* **over the ~ [from us]** ตรงข้ามถนน [กับพวกเรา]; **by ~** *(by car/bus)* โดยรถยนต์/รถประจำทาง; *(by lorry/truck)* โดยรถบรรทุก/รถกระบะ; **off the ~** *(on the verge etc.)* บนไหล่ถนน; *(across country)* ข้ามทุ่งนา; *(being repaired)* กำลังซ่อมแซม; **take a vehicle off the ~** *(no longer use it)* เลิกใช้ยานพาหนะ; **one for the ~** *(coll.)* เครื่องดื่มแก้วสุดท้ายก่อนจากไป; **be a danger on the ~:** เป็นภัย/อันตรายบนท้องถนน; **be on the ~:** *(ตัวแทนบริษัท, คนจรจัด, คณะแสดง ฯลฯ)* กำลังเดินทาง; **put a vehicle on the ~:** นำยานพาหนะกลับมาใช้; **take the ~:** ออกเดินทาง; *(become tramp)* กลายเป็นคนเร่ร่อน; **the rule of the ~:** กฎ *หรือ* ระเบียบในการเดินรถ; Ⓑ *(means of access)* เส้นทาง, ทาง; **set sb. on the ~ to ruin** ทำให้ *ค.น.* อยู่บนเส้นทางสู่ความหายนะ; **change one's mind somewhere along the ~** *(fig.)* เปลี่ยนใจกลางคัน; **end of the ~** *(destination)* จุดหมายปลายทาง; *(limit)* จุดสิ้นสุด, จุดจบ; **it's the end of the ~ for us** *(fig.)* มันคือจุดจบสำหรับพวกเรา; Ⓒ *(one's way)* หนทาง; **get in sb.'s ~** *(coll.)* มายืนเกะกะใกล้ *ค.น.*; ขัดขวาง *ค.น.*; **get out of my ~!** *(coll.)* อย่ามาขวางทางฉันซิ; Ⓓ *(Amer.)* ➡ **railway**; Ⓔ *(Mining)* ถนนใต้ดินในเหมือง; Ⓕ *usu. in pl. (Naut.)* ที่ทอดสมอเรือ; **lie in the ~s** *(เรือ)* ลอยทอดสมอเรืออยู่

road: ~ accident *n.* อุบัติเหตุบนท้องถนน; **~ accident victims** ผู้เคราะห์ร้ายจากอุบัติเหตุบนท้องถนน; **~ atlas** *n.* แผนที่ถนน; **~bed** *n.* Ⓐ *(foundation of ~, railway)* ฐาน; Ⓑ *(Amer.: part of ~ on which vehicles travel)* ทางรถวิ่ง; **~block** *n.* การกั้นถนน; **~ book** *n.* หนังสือคู่มือการใช้ถนนสายต่าง ๆ; **~ bridge** *n.* สะพานที่มีถนนวิ่งข้าม; **~ fund licence** *n. (Brit.)* ป้ายที่แสดงการชำระค่าภาษีถนนแล้ว; **~ haulage** *n.* การขนส่งสินค้าทางถนน; **~ hog** *n.* ผู้ที่ไม่ระมัดระวังในการใช้ถนน; **~holding** *n. (Brit. Motor Veh.)* สมรรถนะในการเกาะถนน; **~ house** *n.* โรงแรมหรือที่พักริมทาง; **~ hump** *n.* ลูกระนาดบนถนน

roadie /ˈrəʊdɪ/โรดิ/ *n. (coll.)* เด็กยกเครื่องของกลุ่มนักดนตรี

road: kill *n.* สัตว์ที่ตายจากรถยนต์ชน; **~ manager** *n.* ➤ **489** ผู้จัดการดูแลการแสดงคอนเสิร์ตของวงดนตรี; **~ map** *n.* แผนที่แสดงถนน; **~mender** *n.* ➤ **489** กรรมกรซ่อมถนน; **~ metal** *n.* หินที่ใช้ในการสร้างถนน *หรือ* ทำทางรถไฟ; *(smaller piece)* หินก้อนกรวด; **movie** *n.* *ภาพยนตร์เกี่ยวกับการเดินทางโดยยานพาหนะ*; **~ rage** *n.* *การทะเลาะวิวาทระหว่างผู้ขับขี่บนท้องถนน*; **~ roller** *n.* รถบดถนน; **~runner** *n. (Ornith.) (Geococcyx californianus)* *นกที่วิ่งเร็วและอาศัยในทะเลทรายของเม็กซิโกและสหรัฐอเมริกา*; **~ safety** *n.* ความปลอดภัยบนท้องถนน; **~ sense** *n.* การใช้ถนนอย่างปลอดภัย; **~show** *n. (promotional)* การออกทัวร์คอนเสิร์ต; *(political)* การออกหาเสียง; **'Radio one R~show'** การถ่ายทอดรายการเรดิโอวันเคลื่อนที่; **~side** *n.* ข้างถนน, ริมถนน; **at** *or* **by/along the ~side** ที่ *หรือ* ริม/ตามข้างถนน; **~side inn** โรงแรมริมถนน; **~ sign** *n.* ป้ายจราจร

roadster /ˈrəʊdstə(r)/โรดซเตอะ(ร)/ *n.* Ⓐ *(open car)* รถเปิดประทุน; Ⓑ *(bicycle)* จักรยานที่ท่องเที่ยว

road: ~ sweeper *n.* Ⓐ ➤ **489** *(person)* คนกวาดถนน; Ⓑ *(machine)* รถกวาดถนน; **~ tax** *n. (Brit.)* ภาษีรถ; **~ test** *n.* การตรวจสอบสมรรถนะของรถ; **~ transport** *n.* Ⓐ **form of ~ transport** รูปแบบการคมนาคมทางบก; Ⓑ *(process)* การคมนาคมขนส่งทางบก; **~ user** *n.* ผู้ใช้ถนน; **~way** *n.* Ⓐ *(road)* ถนน; Ⓑ *(central part of road)* ส่วนตรงกลางของถนน; **~works** *n. pl.* งานก่อสร้างถนน; **'~works'** กำลังซ่อมถนน; **~ worthy** *adj.* *(ยานพาหนะ)* สามารถขับขี่ได้

roam /rəʊm/โรม/ ❶ *v.i.* ท่องเที่ยวเร่ร่อนไปเรื่อย; **~ through the town** การเร่ร่อนไปทั่วเมือง; **be free to ~** *(สัตว์)* เป็นอิสระที่จะไปตรงไหนก็ได้; **tendency to ~:** ชอบท่องเที่ยวเร่ร่อนไปเรื่อย ❷ *v.t.* ท่องเที่ยวไปเรื่อย ❸ *n.* การท่องเที่ยวเร่ร่อน

~ a'bout, ~a'round ❶ *v.i.* ท่องเที่ยวเร่ร่อน, เดินเตร่; **he ~s about all over the place** เขาท่องเที่ยวเร่ร่อนไปทั่วสถานที่ ❷ *v.t.* ท่องเที่ยวเร่ร่อน, เดินเตร่

roamer /'rəʊmə(r)/'โรเมอะ(ร)/ *n. (person)* คนที่ท่องเที่ยวเร่ร่อน; *(animal)* สัตว์ที่เดินไปทั่ว

roaming /'rəʊmɪŋ/'โรมิง/ *adj. (ฝูงสัตว์)* ที่เดินหากินไปทั่ว; ที่ท่องเที่ยวเร่ร่อน; *(ความคิด)* ที่ล่องลอยไปทั่ว

¹roan /rəʊn/โรน/ ❶ *adj. (สัตว์, ขนสัตว์)* สีน้ำตาลสลับขาวหรือเทา ❷ *n. (horse, ox)* ม้า *หรือ* วัวขนสีน้ำตาลสลับขาวหรือเทา; **be a ~:** เป็นสัตว์ที่มีสีสลับขาวน้ำตาล/เทา

²roan *n. (Bookbinding)* หนังแกะที่ใช้ทำปกหนังสือ

roar /rɔː(r)/รอ(ร)/ ❶ *n. (of wild beast)* เสียงร้อง, เสียงคำราม; *(of water, of avalanche, guns)* เสียงดังสนั่น; *(of applause)* เสียงดังก้อง; *(of machine, traffic)* เสียงดังอึกทึก; **a ~ of applause** เสียงปรบมือกึกก้อง; **~s/a ~ [of laughter]** เสียงหัวเราะดังก้อง ❷ *v.i.* Ⓐ *(cry loudly)* ร้องออกมาเสียงดัง; **~ [with laughter]** ส่งเสียงหัวเราะดังกึกก้อง; Ⓑ *(make loud noise)* ส่งเสียงดัง; *(blaze up) (ไฟ)* ลุกดังคำราม; Ⓒ *(travel fast) (รถ)* ส่งเสียงดังเมื่อวิ่งเร็ว ❸ *v.t.* พูด, ร้อง, เปล่งเสียงดัง; **~ [one's] approval [of sth.]** ตะโกนความเห็นชอบ [ต่อ *ส.น.* ออกมา]

roaring /'rɔːrɪŋ/'รอริง/ ❶ *adj.* Ⓐ *(making loud noise) (รถ, ฟ้าร้อง)* ส่งเสียงดัง; *(ทะเล)* ที่ซัดมาเสียงดัง; *(สิงโต)* ที่คำรามออกมา; Ⓑ *(blazing loudly) (ไฟ)* เผาไหม้เสียงดัง; **a ~ inferno** ไฟไหม้ลุกลามเสียงดังก้อง; Ⓒ *(riotous)* **a ~ success** ความสำเร็จอันใหญ่หลวง; **the ~ twenties** ทศวรรษ 20 ที่แสนอึกทึก; Ⓓ *(brisk)* **do a ~ business** *or* **trade** ค้าขายดีมาก; ➡ + forty 2 ❷ *adv.* **~ drunk** เมาเละ *(ภ.พ.)*

roast /rəʊst/โรซทฺ/ ❶ *v.t.* Ⓐ *(cook by radiant heat)* ปิ้ง, ย่าง; *(prepare by heating)* อบ; Ⓑ *(expose to heat)* **~ oneself in front of the fire/in the sun** ผิงตัวหน้ากองไฟ/นอนผึ่งแดด; Ⓒ *(Metallurgy)* เผาวัตถุโลหะในเตา; Ⓓ *(coll.) (tell off)* ตำหนิ, ต่อว่า; *(esp. Amer.: criticize)* วิพากษ์วิจารณ์, ด่าว่า ❷ *attrib. adj. (เนื้อ)* ย่าง, ปิ้ง; *(มัน)* อบ; **eat ~ duck/pork/beef** กินเป็ด/หมู/เนื้อย่าง *หรือ* ปิ้ง; **~ [sirloin of] beef** เนื้อย่าง *หรือ* ปิ้ง ❸ *n.* Ⓐ *(~ meat, meat for ~ing)* เนื้ออบ; Ⓑ ➡ 1 A: ของปิ้ง, ของย่าง; **give sth. a ~:** ปิ้ง/ย่าง/อบ *ส.น.*; Ⓒ *(Amer.: social gathering)* การรวมกลุ่มกันทางสังคม, การพบปะสังสรรค์ ❹ *v.i.* Ⓐ *(เนื้อ)* ปิ้ง, ย่าง, อบ; Ⓑ *(bask in warmth of sun/fire)* ผึ่งแดด, ผิงไฟ

roaster /'rəʊstə(r)/'โรซเตอะ(ร)/ *n.* Ⓐ *(oven)* เตาย่าง/อบ; *(dish)* ภาชนะที่ใส่เตาอบได้; *(for coffee)* เครื่องคั่วกาแฟ; Ⓑ ไก่ที่เหมาะที่จะทำไก่ย่าง; Ⓒ *(Metallurgy)* เตาหลอมโลหะ; Ⓓ *(coll.: hot day)* วันที่มีอากาศร้อน

roasting /'rəʊstɪŋ/'โรซติง/ ❶ *n.* Ⓐ *(cooking)* การปิ้ง, การย่าง, การอบ; *(of coffee)* การคั่วกาแฟ; Ⓑ *(severe criticism)* การวิพากษ์วิจารณ์อย่างรุนแรง; *(by parent, boss, etc.)* การต่อว่า; *(by critic)* การวิพากษ์วิจารณ์อย่างรุนแรง; **get a ~:** ถูกวิพากษ์วิจารณ์อย่างรุนแรง; **give sth. a ~:** วิจารณ์ *ส.น.* อย่างรุนแรง ❷ *adj. (coll.: hot)* ร้อน; **I am ~:** ฉัน *(รู้สึก)* ร้อนจัด

rob /rɒb/รอบ/ *v.t.*, **-bb-** ปล้น *(ธนาคาร, ร้านค้า)*; ขโมยของจาก *(บุคคล)*; **~ sth. of sth.** ปล้น/ขโมย *ส.น.* จาก *ส.น.*; **~ sb. of sth.** ขโมย *ส.น.* จาก *ค.น.*; *(deprive of what is due)* กีดกันจาก *ส.น.* ที่สมควรได้; *(withhold sth. from)* ไม่ให้ *ส.น.* ที่ควรได้; **~ a bird of its eggs** ขโมยไข่นกจากแม่นก; **be ~bed** ถูกปล้น/ถูกขโมย; **we were ~bed** *(Sport coll.)* พวกเราถูกโกง; ➡ + Peter

robber /'rɒbə(r)/'รอเบอะ(ร)/ *n.* โจร, ขโมย; **band of ~s** กลุ่มโจร

robbery /'rɒbərɪ/'รอเบอะริ/ *n.* การปล้น; **it's sheer ~!** มันเป็นการเอาเปรียบชัด ๆ เลย

robe /rəʊb/โรบ/ ❶ *n.* Ⓐ *(ceremonial garment, of judge, vicar)* เสื้อคลุมยาว; *(of Buddhist monk)* จีวร; **coronation ~s:** เสื้อครุยในพิธีบรมราชาภิเษก; **~ of office** เสื้อประจำตำแหน่ง; Ⓑ *(long garment)* เสื้อคลุมยาว; Ⓒ *(dressing gown)* เสื้อคลุม; *(ชุดนอน)*; **beach ~:** เสื้อคลุมชายหาด; Ⓓ **christening ~:** ชุดใส่ในพิธีล้างบาป; Ⓔ *(Amer.: blanket)* ผ้าห่ม; Ⓕ *(Amer.: wardrobe)* ตู้เสื้อผ้า ❷ *v.t. (formal)* **~ sb. in sth.** สวมเสื้อครุยให้ *ค.น.*; **the vicar/judge ~d himself** พระ/ผู้พิพากษาใส่เสื้อคลุม ❸ *v.i. (formal)* สวมเสื้อคลุม

robin /'rɒbɪn/'รอบิน/ *n. (Ornith)* Ⓐ **~ [redbreast]** นกตัวเล็กพันธุ์ *Erithacus rubecula* มีคอและหน้าอกสีแดง; Ⓑ *(Amer.: thrush)* นก *Turdus migratorius* มีขนที่อกเป็นสีแดง

robing room /'rəʊbɪŋruːm, 'rəʊbɪŋrʊm/'โรบิงรูม/ *n.* ห้องสวมเสื้อคลุม

Robin 'Hood *n.* โรบินฮูด *(ท.ศ.) (พระเอกในตำนานที่ปล้นคนรวยเพื่อแจกให้กับคนจน)*

robinia /rə'bɪnɪə/เรอะ'บินเนีย/ *n. (Bot.)* ต้นไม้หรือไม้พุ่มในสกุล *Robinia* พบในอเมริกาเหนือ

robot /'rəʊbɒt/'โรบอท/ *n.* มนุษย์กล, หุ่นยนต์

robotics /rəʊ'bɒtɪks/โร'บอทิคซฺ/ *n., no pl.* การศึกษามนุษย์หุ่นยนต์

robust /rəʊ'bʌst/โร'บัซทฺ/ *adj.* Ⓐ *(strong) (คน, สัตว์, สุขภาพ)* แข็งแรง; *(not delicate)* ไม่อ่อนแอ; Ⓑ *(strongly built) (ร่างกาย)* ล่ำสัน; *(รถยนต์, เครื่องจักร)* ทนทาน; *(เครื่องเรือน)* แข็งแรง; Ⓒ *(fig.: straightforward) (ความคิด, จิตใจ)* ตรงไปตรงมา, เปิดเผย

robustly /rəʊ'bʌstlɪ/โร'บัซทลิ/ *adv.* อย่างแข็งแรง; *(ต่อต้าน)* อย่างมีพลัง

¹rock /rɒk/รอค/ *n.* Ⓐ *(piece of ~)* ก้อนหิน; **come to grief on the ~s** *(เรือ)* มาแตกลำบนก้อนหิน; **be as solid as a ~** *(fig.)* แข็งแกร่งดั่งภูผา; **be as steady as a ~:** มั่นคงมาก; Ⓑ *(large ~, hill)* หินก้อนใหญ่, เนินเขาหน้าผา; **the R~ [of Gibraltar]** หน้าผาบนเกาะยิบรอลต้า; Ⓒ *(substance)* หิน; **mass of ~:** โขดหิน; Ⓓ *(boulder)* หินก้อนใหญ่; *(Amer.: stone)* ก้อนหิน; **'danger, falling ~s'** 'อันตราย ระวังก้อนหินที่อาจหล่นลงมา'; **be caught between a ~ and a hard place** *(fig.)* ไม่รู้จะหันไปทางไหน Ⓔ *no pl. no indef. art. (hard sweet)* **stick of ~:** แท่งแตงเม; **sell ~:** ขายแตงเม; Ⓕ *(fig.: support)* สิ่งค้ำจุน, *(คน, สิ่ง)* ที่พึ่งพาได้; *(of society)* รากฐาน; Ⓖ *(fig.: source of danger or destruction)* **a ~ on which others have foundered** แหล่งอันตรายที่ได้ทำลายหลายคนไปแล้ว; **be heading for the ~s** *(การแต่งงาน)* มุ่งไปสู่ความล้มเหลว; **be on the ~s** *(fig. coll.) (be short of/without money)* ขาดเงิน; *(have failed) (บริษัท, การแต่งงาน)* ล้มเหลว; Ⓗ **on the ~s** *(with ice cubes) (เครื่องดื่ม)* ที่เติมแต่น้ำแข็ง; Ⓘ *in pl. (Amer. coll.: money)* เงิน; Ⓙ *(coll.: gem)* เพชรพลอย

²rock ❶ *v.t.* Ⓐ *(move to and fro)* โยกไป/มา; *(in cradle)* ไกว, แกว่ง; **~ oneself** *(in chair)* โยกตัวไปมา; Ⓑ *(shake)* เขย่า; **~ sth. to its foundations** *(fig.)* ทำให้ *ส.น.* สั่นสะเทือนไปถึงรากเง่า; **~ the boat** *(fig.)* ก่อกวนสถานการณ์ ❷ *v.i.* Ⓐ *(move to and fro)* โยก/ไปมา; Ⓑ *(sway)* กวัดแกว่ง, โอนเอียงไปมา; **~ with laughter** หัวเราะจนตัวสั่น; Ⓒ *(dance)* เต้นร็อค *(ท.ศ.)*; **~ and roll** ดนตรีร็อคแอนด์โรลล์ *(ท.ศ.)* ❸ *n.* Ⓐ *(~ing motion, spell of ~ing)* การแกว่ง, การโยก, การเขย่า; **give the cradle a ~:** ไกวเปล; Ⓑ *(beat music or dance)* จังหวะดนตรีหรือจังหวะเต้นรำ; **~ and** *or* **'n' roll [music]** ดนตรีร็อคแอนด์โรลล์ *(ท.ศ.)*; **do the ~ and roll** เต้นจังหวะร็อคแอนด์โรลล์

rock: ~-'bottom *(coll.)* ❶ *adj.* **~-bottom prices** ราคาต่ำสุด; **at a ~-bottom price/rent** ที่ราคา/ค่าเช่าที่ต่ำสุด ❷ *n.* **reach hit** *or* **touch ~-bottom** *(ราคา, ความต้องการ, การต่อราคา)* ถึงจุดต่ำสุด; **her spirits reached ~-bottom** จิตใจของเธอตกต่ำที่สุด; **~ cake** *n.* ขนมเค้กใส่ลูกเกดที่เปลือกแข็ง; **~ climber** *n.* นักปีนป่ายภูเขา; **~ climbing** *n.* การปีนภูเขา

rocker /'rɒkə(r)/'รอเคอะ(ร)/ *n.* Ⓐ *(Brit.: gang member)* คนที่คลั่งไคล้ดนตรีร็อค; Ⓑ *(curved bar of chair, cradle, etc.)* ไม้โค้งโยกเปล/เก้าอี้; **be/go off one's ~** *(fig. coll.)* เสียสติ, เป็นบ้า; Ⓒ *(rocking chair)* เก้าอี้โยก; Ⓓ *(Electr.)* **~ [switch]** คันโยก 'ปิด' หรือ 'เปิด' ของสวิตช์ไฟฟ้า; Ⓔ *(Mech. Engin.)* อุปกรณ์โยกของเครื่องจักรกล

rockery /'rɒkərɪ/'รอเคอะริ/ *n.* สวนก้อนหินใช้ปลูกพืชภูเขา

¹rocket /'rɒkɪt/'รอคิท/ ❶ *n.* Ⓐ จรวด; **~ range** *(place)* พื้นที่กว้างใช้ในการทดลองปล่อยจรวด; Ⓑ *(Brit. coll.: reprimand)* **give sb. a ~:** ตำหนิ *ค.น.*/อย่างรุนแรง; **get a ~:** โดนตำหนิอย่างแรง ❷ *v.i.* Ⓐ *(ราคา)* เพิ่มขึ้นอย่างรวดเร็ว; Ⓑ **~ into the air** *(จรวด)* พุ่งขึ้นไปในอากาศ

²rocket *n. (Bot.)* Ⓐ **[sweet] ~:** ต้นไม้โตเร็วในสกุล *Hesperis* หรือ *Sisymbrium;* Ⓑ *(used in salad)* ผัก *Eruca sativa* ใช้บริโภคเป็นสลัด

rocket: ~ base *n. (Mil.)* ฐานจรวด, ฐานยิงขีปนาวุธ; **~ bomb** *n.* Ⓐ *(air-to-ground)* ระเบิดขีปนาวุธที่ปล่อยจากอากาศยาน, จรวดยิงจากอากาศยาน; Ⓑ *(ground-to-ground)* ขีปนาวุธภาคพื้นดิน, จรวดพื้นสู่พื้น; **~ engine** *n.* เครื่องยนต์จรวด; **~-firing** *adj.* ที่ยิงจรวด *หรือ* ขีปนาวุธ; **~ flight** *n.* วิถียิงของจรวด, แนวยิงขีปนาวุธ; **~ launcher** *n.* เครื่องยิงจรวด/ขีปนาวุธ; **~ plane** *n.* เครื่องบินที่ใช้พลังจรวด; **~-powered, ~-propelled** *adjs.* ใช้พลังจรวด; **~ propulsion** *n.* การขับเคลื่อนด้วยจรวด; **~ range** *n.* สถานที่ทดลองขีปนาวุธ

rocketry /'rɒkɪtrɪ/'รอคิทริ/ *n., no pl.* ศาสตร์ว่าโดยจรวด

rock: ~ face *n.* หน้าผาหิน; **~fall** *n.* การตกลงมาของก้อนหิน; **~ formation** *n.* การก่อตัวของหิน; **~ garden** *n.* สวนหินที่ปลูกพืชภูเขา; **~-hard** *adj.* แข็งปานหิน

Rockies /ˈrɒkiːz/ˈรอคีซ/ *pr. n.* **the ~**: เทือกเขาร็อคกี้ที่อยู่ระหว่างสหรัฐอเมริกาและแคนาดา

rocking /ˈrɒkɪŋ/ˈรอคิง/: **~ chair** *n.* เก้าอี้โยก; **~ horse** *n.* ม้าโยก

rock: ~like *adj.* เหมือนหิน; *(ความเชื่อ)* ที่มั่นคงมาก; **~ plant** *n.* พืชที่ขึ้นตามซอกหิน; **~ salmon** *n.* Ⓐ *(Brit.: dogfish)* ปลาฉลามขนาดเล็ก; Ⓑ *(Amer.: Seriola)* ปลากะพงที่พบในมหาสมุทรแอตแลนติก; **~ salt** *n.* เม็ดเกลือ, เกลือหิน

rocky /ˈrɒkɪ/ˈรอคิ/ *adj.* Ⓐ *(coll.: unsteady)* โอนเอียง, โยกเยก, ไม่มั่นคง; Ⓑ *(full or consisting of rocks)* มีหินมากมาย; Ⓒ **the R~ Mountains** เทือกเขาร็อคกี้ระหว่างประเทศสหรัฐอเมริกาและแคนาดา

rococo /rəˈkəʊkəʊ/เรอะˈโคโค/ ❶ *adj.* *รูปแบบศิลปะที่มีลวดลายมากมาย พัฒนามาจากศิลปะแบบบาร็อคในศตวรรษที่ 18*, เกี่ยวกับศิลปกรรมร็อคโกโก; *(florid)* มีลวดลายฟู่ฟ่า ❷ *n., pl.* **~s** ศิลปแบบร็อคโกโก

rod /rɒd/รอด/ *n.* Ⓐ ท่อนไม้ *หรือ* โลหะเรียวยาว; **ride the ~s** *(Amer. coll.)* โดยสารบนรถไฟโดยไม่ซื้อตั๋ว; Ⓑ *(shorter)* แท่งไม้หรือโลหะสั้น; **~ of office** ก้อนไม้หรือโลหะแสดงตำแหน่งงาน; Ⓒ *(for punishing)* ไม้เรียว; **the ~** *(punishment)* การลงโทษโดยไม้เรียว; **make a ~ for one's own back** *(fig.)* หาเหาใส่หัว, แกว่งเท้าหาเสี้ยน; **a ~ to beat sb. with** *(fig.)* สิ่งที่ใช้ในการกล่าวโทษ *ค.น.*; **rule with a ~ of iron** *(fig.)* ปกครอง *(ประชาชน, ประเทศชาติ)* อย่างรุนแรง; **spare the ~ and spoil the child** ปล่อยตามใจมากเด็กมักเสียคน; Ⓓ *(for fishing)* คันเบ็ดตกปลา; Ⓔ *(measure)* ไม้วัด *(หน่วยความยาวเท่ากับ 16 1/2 ฟุต)*; Ⓕ *(Amer. coll.: gun)* ปืนพก; Ⓖ *(Anat.)* โครงสร้างในลูกตา *(มีลักษณะเป็นแท่งยาวกลม)*

rode ➡ **ride** 2, 3

rodent /ˈrəʊdənt/ˈโรเดินทฺ/ *n.* สัตว์เลี้ยงลูกด้วยนมที่มีฟันแทะ *(เช่น หนู กระต่ายและกระรอก)*

rodent officer *n. (Brit.)* เจ้าหน้าที่ปราบหนู

rodeo /ˈrəʊdɪəʊ/ˈโรดิโอ/ *n., pl.* **~s** การแสดงความสามารถและทักษะต่าง ๆ ของคาวบอย

¹roe /rəʊ/โร/ *n. (of fish)* **[hard] ~**: ไข่ในรังไข่ของปลาตัวเมีย; **[soft] ~**: น้ำเชื้อสืบพันธุ์ของปลาตัวผู้

²roe *n. (deer)* กวางตัวเล็ก *Capreolus capreolus* พบในยุโรปหรือเอเชีย

roe: ~buck *n.* กวางพันธุ์เล็กตัวผู้; **~-deer** *n.* กวางพันธุ์ *Capreolus capreolus*

roentgen /ˈrʌntjən/ˈรันเทียน/ *n. (Phys.)* *หน่วยวัดรังสีแม่เหล็กไฟฟ้าที่ฉายผ่านอากาศหนึ่งลูกบาศก์เซนติเมตรในสภาวะมาตรฐาน*

rogation /rəˈgeɪʃn/โรˈเกชฺ'น/ *n. (Eccl.)* การอธิษฐานสามวันก่อนวันที่พระเยซูเสด็จขึ้นสวรรค์; **R~ Days** *สามวันก่อนวันที่พระเยซูเสด็จขึ้นสวรรค์*; **R~ Sunday** *วันอาทิตย์ก่อนวันที่พระเยซูเสด็จขึ้นสวรรค์*; **R~ Week** *สัปดาห์ที่มีพิธีฉลองวันอธิษฐานก่อนวันพระเยซูเสด็จขึ้นสวรรค์*

roger /ˈrɒdʒə(r)/ˈรอเจอะ(ร)/ *int.* Ⓐ *(message received)* รับทราบ *(สัญญาณย่อทางวิทยุแสดงว่าได้รับข้อมูลข่าวสารที่ส่งมาแล้ว)* Ⓑ *(coll.: I agree)* ตกลง

rogue /rəʊg/โรก/ ❶ *n.* Ⓐ คนทุจริต, คนโกง; **~'s gallery** *(Police)* ทะเบียนภาพและประวัติอาชญากร; Ⓑ *(joc.: mischievous child)* เด็กซุกซน; Ⓒ *(dangerous animal)* **~ [buffalo/elephant]** ควายเปลี่ยว/ช้างโทน ❷ *attrib. adj.* มีตำหนิ, ด้อยกว่าพวก; **~ car** รถด้อยคุณภาพ; **~ result** ผลลัพธ์ที่ไม่น่าพอใจ; **~ firms** บริษัทแกะดำ

roguery /ˈrəʊgərɪ/ˈโรเกอะริ/ *n., no pl., no indef. art.* พฤติกรรมฉ้อโกง; *(mischief)* ความซุกซน

roguish /ˈrəʊgɪʃ/ˈโรกิช/ *adj.* Ⓐ ที่ฉ้อโกง; Ⓑ *(mischief) (เด็ก)* ซุกซน

roguishly /ˈrəʊgɪʃlɪ/ˈโรกิชลิ/ *adv.* ➡ **roguish**: อย่างฉ้อโกง, อย่างซุกซน

roisterer /ˈrɔɪstərə(r)/ˈรอยซุเตอะเรอะ(ร)/ *n.* คนทำเสียงเอะอะอึกทึกครึกโครม

role /rəʊl/โรล/ *n.* บทบาท, หน้าที่, ภารกิจ

role: ~ model *n.* ตัวอย่าง, แบบอย่าง; **~ playing** *n.* การสมมติตัวเป็นคนอื่น; **~ reversal** *n.* การสลับบทบาท *หรือ* หน้าที่กับผู้อื่น

¹roll /rəʊl/โรล/ *n.* Ⓐ ม้วน; *(of cloth, tobacco, etc.)* ม้วน; *(of fat on body)* ลอน; **~ of film** ม้วนฟิล์ม; Ⓑ *(of bread etc.)* **[bread] ~**: ขนมปังก้อนเล็ก; **egg/ham ~**: ขนมปังก้อนใส่ไข่; **jam ~**: แยมโรล *(ท.ศ.)*, เค้กม้วนสอดไส้แยม; Ⓒ *(document)* ม้วนเอกสาร; Ⓓ *(register, catalogue)* รายชื่อ, ทะเบียน; **~ of honour** รายชื่อของผู้ที่ได้รับเกียรติ *(โดยเฉพาะผู้ที่เสียชีวิตในการรบ)*; Ⓔ *(Brit.: list of solicitors)* ทะเบียนทนายความ; **strike sb. off the ~s** ถอนใบอนุญาตของ *ค.น.* *(ทนาย, แพทย์)*; ตัดชื่อ *ค.น.* ออกจากรายการ; Ⓕ *(Mil., Sch.: list of names)* รายชื่อ; **schools with falling ~s** โรงเรียนที่จำนวนนักเรียนลดลงโดยลำดับ; **call the ~**: ขานเรียกชื่อ; Ⓖ *(Amer.: of paper money)* ธนบัตรที่ม้วนไว้; Ⓗ **be on a ~** กำลังมีโชค

²roll ❶ *n.* Ⓐ *(of drum)* เสียงรัวกลองเป็นจังหวะติดต่อกัน; *(of thunder)* เสียงฟ้าร้องกระหึ่ม; Ⓑ *(motion)* การหมุนไปเรื่อย ๆ; Ⓒ *(single movement)* การกลิ้งไป, การหมุนหนึ่งรอบ; *(of dice)* การทอดลูกเต๋า; Ⓓ *(gait)* การเดินส่ายไปส่ายมา, การเดินโคลงตัว
❷ *v.t.* Ⓐ *(move, send)* กลิ้งไป, กลิ้ง; *(between surfaces)* กลิ้งไปบนพื้น, บดรีดด้วยลูกกลิ้ง; Ⓑ *(shape by ~ing)* มวน, พัน; **~ a cigarette** มวนบุหรี่หนึ่งม้วน; **~ one's own** มวนบุหรี่สูบเอง; **~ snow/wool into a ball** กอบหิมะ/มวนขนสัตว์ให้เป็นก้อนกลม ๆ; **[all] ~ed into one** *(fig.)* [ทุกอย่าง] ประกอบรวมเข้าด้วยกันเป็นสิ่งเดียว; **~ oneself/itself into a ball** ม้วนตัวเป็นลูกกลม/ขดตัวให้กลม; **~ed in blankets** ม้วนอยู่ในผ้าห่ม *หรือ* พันด้วยผ้าห่ม; Ⓒ *(flatten)* ทำให้แบน, รีด, บดอัด *(ด้วยลูกกลิ้ง ฯลฯ)*; Ⓓ **~ one's eyes** กลอกตา; **~ one's eyes at sb.** *(amorously)* เล่นตากับ *ค.น.*; **~ one's shoulders/head** เอี้ยวไหล่/หมุนคอส่ายหัว; Ⓔ **~ one's r's** รัวลิ้นออกเสียงตัว ร; Ⓕ *(Amer.)* **~ dice** ทอดลูกเต๋า; Ⓖ *(Amer. coll.: rob)* ปล้น, ฉ้อฉลคนที่ช่วยตัวเองไม่ได้
❸ *v.i.* Ⓐ *(move by turning over)* กลิ้ง, บด, นวด; **heads will ~** *(fig.)* จะต้องมีการลงโทษ; Ⓑ *(operate) (เครื่องจักร)* เริ่มทำงาน; *(เครื่องพิมพ์)* เริ่มวิ่ง; *(on wheels) (ล้อ)* หมุนไป; **let it ~** *(start the machine etc.)* วิ่งเครื่อง; **be ready to ~**: พร้อมที่จะทำงาน; **get sth. ~ing** *(fig.)* ผลักดันให้ *ส.น.* เริ่มดำเนินไป; **keep things ~ing** *(fig.)* ดูแลให้สิ่งต่าง ๆ ดำเนินต่อเนื่องไป; ➡ + **aisle**; **¹ball** 1 A, B; Ⓒ *(wallow, sway, walk)* เดินตัวโคลง; *(walk also)* เดินส่ายตัว; **the way he ~s along** ท่าทางที่เขาเดินส่ายไปส่ายมา; Ⓓ *(Naut.) (เรือ)* โคลง, ส่ายไปมา; Ⓔ *(revolve) (ตา)* หมุนไปโดยรอบ, วนรอบ; Ⓕ *(flow, go forward) (น้ำ)* ไหลเป็นคลื่น; *(เมฆ)* ลอยเป็นลอน; **~ off** *or* **from sb.'s tongue** *(fig.)* *(คำพูด)* *ค.น.* ไหลออกจากปาก *ค.น.*; Ⓖ *(make deep sound) (ฟ้าร้อง)* เสียงดังกระหึ่ม; *(กลอง)* รัวเสียงดัง

~ a'bout *v.i.* *(เด็ก, สุนัข, ลูกบอล)* กลิ้งไปมา; *(เรือ)* โคลงเคลงไปมา; **be ~ing about with laughter** หัวเราะตัวงอ

~ a'long ❶ *v.i.* Ⓐ เคลื่อนที่ไป; *(รถ)* วิ่งไปเรื่อย; **things are ~ing along nicely** *(fig.)* เรื่องต่าง ๆ ดำเนินไปด้วยดี; Ⓑ *(coll.: turn up)* ปรากฏ *(ตัว)* ❷ *v.t.* ผลักให้กลิ้งไป

~ a'way ❶ *v.i.* *(ลูกบอล)* กลิ้งหายไป; *(เมฆ, หมอก)* ปลิวหายไป ❷ *v.t.* ผลัก *(ลูกบอล)* ออกไป; เข็นไป *(สิ่งที่มีล้อ)*

~ 'back ❶ *v.t.* Ⓐ ม้วนเก็บพรม, กรอกลับทาง, ลด *(ราคา)* ลงให้เหลือเท่าเก่า; Ⓑ *(cause to retreat)* ทำให้ล่าถอย *(ศัตรู, ข้าศึก)*; Ⓒ **~ back the years/centuries** หวนรำลึกย้อนอดีตในช่วงหลายปี/หลายศตวรรษ ❷ *v.i.* *(รถยนต์)* ถอยหลัง, ไหลกลับ; *(คลื่น)* ไหลกลับ

~ 'by *v.i.* กลิ้งผ่านไป; *(เวลา)* ผ่านไป; **the years ~ed by** หลายปีได้ผ่านไป

~ 'in ❶ *v.i. (coll.)* *(จดหมาย, ของขวัญ, เงินทอง)* ไหลมาเทมา; *(คน, ลูกค้า)* หลั่งไหลเข้ามา; **~ in an hour late** มาถึงช้าไปหนึ่งชั่วโมง ❷ *v.t.* นำเข้ามารวมกัน; ม้วนเข้าด้วยกัน

~ 'off *v.i.* Ⓐ *(fall off)* กลิ้งตก; Ⓑ *(start)* เริ่มต้น, ออกเดินทาง

~ 'on ❶ *v.t.* ทาด้วยลูกกลิ้ง *(สี, ยากันยุง, ครีมกันแดด)* ❷ *v.i.* Ⓐ *(pass by)* *(วัน, เวลา)* ผ่านไป; Ⓑ *(Brit. coll.)* **~ on Saturday!** ขอให้วันเสาร์เสียที; ➡ + **roll-on**

~ 'out ❶ *v.t.* Ⓐ *(make flat and smooth)* ทำให้เรียบและราบ; คลี่ออกมา *(สิ่งที่ม้วนไว้)*; Ⓑ *(bring out)* นำออกมา; **~ out the barrel** *(fig. coll.)* ดื่มเหล้าสองสามขวด ❷ *v.i.* กลิ้งเสียดพื้นไป, คลี่ออกจากม้วน

~ 'over ❶ *v.i.* *(บุคคล)* กลับตัว; *(to make room)* นอนด้านขวางให้มีที่มากขึ้น; **~ over [and over]** *(รถยนต์)* กลิ้งไป [หลายรอบ]; **the dog ~ed over on to its back** สุนัขลงนอนหงายท้อง ❷ *v.t.* พลิกคว่ำพลิกหงาย; *(with effort)* ดันให้พลิกข้าง

~ 'past ➡ **~ by**

~ 'up ❶ *v.t.* Ⓐ ม้วนเก็บ *(พรม, แผนที่, เอกสาร)*; ม้วน *(บุหรี่)*; ➡ + **sleeve** A; Ⓑ *(Mil.)* *ตีโอบจากด้านข้างและด้านหลังเพื่อทำลายแนวของข้าศึก*; ❷ *v.i.* Ⓐ *(curl up)* *(ผม)* ม้วนขึ้นเป็นลอน; *(กิ้งกือ)* ม้วนตัวเป็นก้อน; Ⓑ *(arrive)* มาถึง; **~ up! ~ up!** เข้ามาเลย; **they ~ed up in their new car** พวกเขาพากันนั่งรถคันใหม่มา

roll: ~away [bed] *n.* เตียงมีล้อที่เลื่อนเก็บได้; **~ bar** *n. (Motor Veh.)* โครงเหล็กกันยุบ, โรลล์บาร์ *(ท.ศ.)*; **~-call** *n.* การขานเรียกชื่อ

'rolled /rəʊld/โรลด/: **~ 'gold** *n.* แผ่นทองคำเปลว; **~ 'oats** *n. pl.* ข้าวโอ๊ตที่กะเทาะเปลือก *ออกแล้วผ่านลูกกลิ้งให้แบน*

roller /ˈrəʊlə(r)/ˈโรเลอะ(ร)/ *n.* Ⓐ *(heavy, for pressing, smoothing road, lawn, etc.)* ลูกกลิ้ง; *(smaller, for towel)* ราวกลิ้งแขวนผ้าเช็ดมือ; *(for painting)* ลูกกลิ้งสี; *(for pastry)* ที่นวดแป้ง; Ⓑ *(Med.)* **~ [bandage]** ผ้าพันแผลชนิดม้วน; Ⓒ *(for hair)* โรลม้วนผม; **put one's hair in ~s** ม้วนผมด้วยโรล; Ⓓ *(wave)* ลูกคลื่นที่ม้วนตัวข้างใต้

roller: ~ bearing *n.* ลูกกลิ้งที่ใช้หลอดเล็ก ๆ แทนลูกบอล; **R~blade** ® *n.* รองเท้าโรลเลอร์แบลด *(ท.ศ.)* *(รองเท้าสเกตที่มีล้อเรียงเป็นแถวอยู่ข้าง*

r

ใต้); **[a pair of] R~blades** โรลเลอร์แบลดหนึ่งคู่; ~ **blind** *n.* มู่ลี่; ~ **coaster** *n.* รถรางเวียนที่เหวี่ยงอย่างเร็วในสวนสนุก; ~ **skate** *n.* สเกตมีล้อ; **~-skate** *v.i.* เล่นสเกตที่มีล้อ; ~ **skater** *n.* คนเล่นสเกต; ~ **skating rink** ลานเล่นสเกตที่มีล้อ; ~ **towel** *n.* ผ้าเช็ดมือแบบหมุน

'roll film *n.* ม้วนฟิล์ม

rollick /ˈrɒlɪk/ˈรอลิค/ *v.i.* สนุกสนาน, ร่าเริง; ~ **[about]** สนุกสนานเฮฮา

rollicking /ˈrɒlɪkɪŋ/ˈรอลิคิง/ ❶ *adj.* *(unrestrained)* ไม่ยับยั้ง, ไม่อดกลั้น ❷ *n.* ความสนุกสนานร่าเริง, ความคึกคะนอง; **give sb. a ~** *(coll.)* ต่อว่า *ค.น.* อย่างรุนแรง

rolling /ˈrəʊlɪŋ/ˈโรลิง/ *adj.* Ⓐ *(moving from side to side)* ที่กลิ้งไป, ที่โคลงเคลง; Ⓑ *(undulating)* *(น้ำ)* เป็นลูกคลื่น; ~ **hills** เนินเขาที่มีลักษณะเป็นลูกคลื่น; Ⓒ *(resounding)* *(ฟ้าร้อง)* ก้องสะท้าน; Ⓓ *(coll.: rich)* **be ~ [in it** *or* **in money]** ร่ำรวย *หรือ* มีเงินทองท่วมตัว

rolling: ~ mill *n.* โรงงานที่หลอมโลหะ; ~ **news** *n.* การบริการข่าวตลอดยี่สิบสี่ชั่วโมง; ~ **pin** *n. (Cookery)* ไม้นวดแป้ง; ~ **stock** *n.* Ⓐ *(Brit.: Railw.)* หัวรถจักรและรถทั้งหมด; Ⓑ *(Amer.: road vehicles)* ยานพาหนะที่ใช้วิ่งบนถนน; ~ **stone** *n. (fig.)* คนเร่ร่อน; **a ~ stone gathers no moss** *(prov.)* คนที่ไม่ลงหลักปักฐาน ไม่มีโอกาสจะร่ำรวย

roll: ~mop[s] *n. (Gastr.)* ปลาแฮริ่งสดแล่เป็นแผ่นและม้วนเข้ากับแว่นหอมดอง; **~-neck** ❶ *n.* เสื้อคอตลบ, เสื้อคอเต่า ❷ *adj.* มีคอเสื้อแบบม้วนตลบ; **~-on** *n.* Ⓐ *(corset)* *เครื่องเสริมทรงและรัดสะโพกสตรีชนิดใช้ยางยืด;* Ⓑ *(deodorant)* ยาทาใต้วงแขนแบบลูกกลิ้ง; **~-on ~-off** *adj.* **~-on ~-off ship/ferry** เรือ/เรือข้ามฟากที่ขับรถขึ้นลงได้อย่างรวดเร็ว; **~-over** *n. การทบเงินรางวัลในล็อตเตอรี่ เมื่อไม่มีใครได้รางวัลที่หนึ่ง;* **~-top** *n.* ฝาเลื่อนปิดเปิดได้; **~-top desk** *n.* โต๊ะที่มีฝาเลื่อนปิดเปิด; **~-up** *(Brit. coll.)* **~-your-own** *(esp. Amer. coll.) ns.* *(บุหรี่)* ที่มวนเอง

roly-poly /rəʊlɪˈpəʊlɪ/โรลิˈโพลิ/ ❶ *n.* Ⓐ ~ **[pudding]** *ขนมแป้งทาแยมและม้วนก่อนอบ;* Ⓑ *(Amer.: toy)* ตุ๊กตาล้มลุก ❷ *adj. (coll.)* อ้วนจ้ำม่ำ, อ้วนป้อม

ROM /rɒm/รอม/ *abbr. (Computing)* **read-only memory** หน่วยความจำแบบรอม *(ท.ศ.)*

Roman /ˈrəʊmən/ˈโรเมิน/ ❶ *n.* Ⓐ คนโรมันในสมัยโบราณ; Ⓑ **r~** *(Printing)* ตัวพิมพ์ปกติ ❷ *adj.* Ⓐ แห่งอาณาจักรโรมัน, ชาวโรมัน; ~ **road** ถนนโรมันโบราณ; Ⓑ ➡ + **Roman Catholic 1** ➡ + **snail**

roman à clef /rəʊmɑːn ɑː ˈkleɪ/โรมาน อาˈเคล/ *n. (Lit.)* *นวนิยายที่ประกอบด้วยบุคคลและเหตุการณ์จริงภายใต้ชื่อสมมติ*

Roman: ~ 'alphabet *n.* พยัญชนะโรมัน; ~ **'candle** *n.* ดอกไม้ไฟที่ปะทุออกมาเป็นหลายสี; ~ **'Catholic** ❶ *adj.* เป็นศาสนาคริสต์นิกายโรมันคาทอลิก ❷ *n.* ผู้นับถือศาสนาคริสต์นิกายโรมันคาทอลิก; **sb. is a ~ Catholic** *ค.น.* นับถือศาสนาคริสต์นิกายโรมันคาทอลิก; **~ Ca'tholicism** *n., no pl.* ศานาคริสต์นิกายโรมันคาทอลิก

romance /rəˈmæns/โรˈแมนซฺ/ ❶ *n.* Ⓐ *(love affair)* ความรัก; Ⓑ *(love story)* นิยายเรื่องรัก; Ⓒ *(romantic quality)* บรรยากาศแห่งความรัก; **there was an air of ~ about the place** สถานที่นี้มีบรรยากาศแห่งความรัก; Ⓓ *(Lit.) (medieval tale)* นิยายเกี่ยวกับวีรบุรุษในสมัยกลาง; *(improbable tale)* นิยายโลดโผนที่เชื่อไม่ได้; Ⓔ *(make-believe)* นวนิยายเหลือเชื่อ; Ⓕ *(Mus.)* *ดนตรีบทสั้น ๆ ที่ไม่เป็นแบบแผน;* Ⓖ **R~** *(Ling.)* กลุ่มภาษาที่สืบเนื่องมาจากภาษาลาติน *(เช่น ภาษาฝรั่งเศส ภาษาอิตาเลียน ภาษาสเปน)* ❷ *adj.* **R~** *(Ling.)* ที่สืบเนื่องมาจากภาษาลาติน; **R~ languages and literature** *(subject)* ภาษาและวรรณคดีที่สืบเนื่องมาจากภาษาลาติน ❸ *v.i.* จินตนาการเพ้อฝัน

romancer /rəʊˈmænsə(r)/โรˈแมนเซอะ(ร)/ *n.* คนที่เขียนนิยายเรื่องรัก; คนเพ้อฝัน

Roman 'Empire *n. (Hist.)* อาณาจักรโรมัน; **Holy ~**: *อาณาจักรโรมันในภาคกลางและตะวันตกของยุโรป ระหว่าง ค.ศ. 800–1806*

Romanesque /rəʊməˈnesk/โรเมอะˈเน็ซค/ *n. (Art, Archit.)* รูปแบบที่แพร่หลายในยุโรประหว่างศตวรรษที่ 900–1200

Romania /rəʊˈmeɪnɪə/โรˈเมเนีย/ *pr. n.* ประเทศโรมาเนีย

Romanian /rəʊˈmeɪnɪən/โรˈเมเนียน/ ❶ *adj.* แห่งโรมาเนีย; **sb. is ~** *ค.น.* เป็นชาวโรมาเนีย; ➡ + **English 1** ❷ *n.* Ⓐ *(person)* ชาวโรมาเนีย; Ⓑ *(language)* ภาษาโรมาเนีย; ➡ + **English 2 A**

romanize (romanise) /ˈrəʊmənaɪz/ˈโรเมอะนายซฺ/ *v.t.* Ⓐ *(Hist.)* เขียนด้วยอักษรโรมัน; Ⓑ *(Relig.)* ทำให้นับถือนิกายโรมันคาทอลิก

Roman: ~ law *n.* ประมวลกฎหมายโรมันโบราณ *(ซึ่งเป็นรากฐานของหลายประมวลกฎหมายในปัจจุบัน);* ~ **'nose** *n.* จมูกโด่งเป็นสัน; ~ **'numeral** *n.* ตัวเลขแบบโรมัน (I=1, V=5, X=10, L=50, C=100, D=500, M=1000)

romantic /rəʊˈmæntɪk/โรˈแมนทิค/ ❶ *adj.* Ⓐ *(emotional, fantastic)* มีอารมณ์อ่อนไหว, ชวนเพ้อฝัน; ~ **fiction** *(love stories)* นวนิยายรัก ๆ ใคร่ ๆ; Ⓑ **R~** *(Lit., Art.)* เน้นความรู้สึกและอารมณ์มากกว่ารูปแบบ ❷ *n.* **R~** *(Lit., Art., Mus.)* ศิลปินในช่วงศตวรรษที่ 18–19 ในกลุ่มจินตนิยม

romantically /rəʊˈmæntɪkəlɪ/โรˈแมนทิเคอะลิ/ *adv.* ด้วยอารมณ์อ่อนไหว, ในทางรัก

Romanticism /rəʊˈmæntɪsɪzm/โรˈแมนทิซิซฺ'มฺ/ *n. (Lit., Art. Mus.)* จินตนิยม *(ร.บ.)* *(งานวรรณคดี ศิลปะและดนตรี ที่เน้นจินตนาการของตนเป็นสำคัญ)*

Romanticist /rəʊˈmæntɪsɪst/โรˈแมนทิซซิซทฺ/ *n. (Lit., Art. Mus.)* นักประพันธ์หรือศิลปินในแนวโรแมนติก, นักจินตนิยม

romanticize /rəʊˈmæntɪsaɪz/โรˈแมนทิซายซฺ/ *v.t.* ทำให้ชวนฝัน, ทำให้มีลักษณะโรแมนติก

roman type *n. (Printing)* ตัวพิมพ์แบบปกติ

Romany /ˈrəʊmənɪ/ˈโรเมอะนิ/ ❶ *n.* Ⓐ *(gypsy)* ยิปซี; **the Romanies** พวกยิปซี; Ⓑ *(language)* ภาษายิปซี ❷ *adj.* Ⓐ แห่งพวกยิปซี; Ⓑ *(Ling.)* เกี่ยวกับภาษายิปซี

Rome /rəʊm/โรม/ *pr. n.* กรุงโรม เมืองหลวงของประเทศอิตาลี; **all roads lead to ~** *(prov.)* ถนนทุกสายมุ่งสู่กรุงโรม; ~ **was not built in a day** *(prov.)* กรุงโรมไม่ได้สร้างเสร็จภายในวันเดียว; **when in ~ do as the Romans [do]** เข้าเมืองตาหลิ่ว ก็ต้องหลิ่วตาตาม

Romeo /ˈrəʊmɪəʊ/ˈโรมิโอ/ *n., pl.* **~s** หนุ่มนักรัก, ชายเจ้าชู้

romp /rɒmp/รอมพฺ/ ❶ *v.i.* Ⓐ *(เด็ก ๆ)* วิ่งเล่นสนุกสนานร่าเริง; Ⓑ *(coll.: win, succeed, etc. easily)* ~ **home** *or* **in** ประสบความสำเร็จ *หรือ* ชนะโดยไม่ต้องออกแรงมาก; ~ **through sth.** ทำ *ส.น.* สำเร็จอย่างง่ายดาย; ~ **along** ชนะอย่างง่ายดาย ❷ *n.* การเล่นของเด็กที่เอะอะอึกทึก; **have a ~** ➡ **1 A**

rompers /ˈrɒmpəz/ˈรอมเพิซ/ *n. pl.* ชุดเสื้อกางเกงติดกันของเด็กเล็ก

'romper suit *n.* ชุดเสื้อกางเกงติดกันของเด็กเล็ก

rondo /ˈrɒndəʊ/ˈรอนโด/ *n., pl.* **~s** *(Mus.)* ดนตรีที่มีการบรรเลงท่อนสำคัญซ้ำหลายครั้ง

roo /ruː/รู/ *n. (Austral. coll.)* จิงโจ้

rood /ruːd/รูด/ *n. (crucifix)* *ไม้กางเขนที่มีพระเยซูตรึงอยู่ตรงกลาง*

rood: ~ loft *n. ระเบียงที่อยู่เหนือฉากกั้นระหว่างศาสนิกชนกับนักบวช;* ~ **screen** *n. ฉากกั้นศาสนิกชนออกจากส่วนเฉพาะสำหรับนักบวช*

roof /ruːf/รูฟ/ ❶ *n.* Ⓐ หลังคา; **under one ~**: ใต้หลังคาเดียว; **under the same ~ [as sb.]** อาศัยอยู่ใต้หลังคาเดียวกัน [กับ *ค.น.*]; **have a ~ over one's head** มีที่อยู่อาศัย; **go through the ~**: *(ราคา)* ขึ้นสูงทะลุเพดาน; **sb. goes through** *or* **hits the ~** *(fig. coll.)* *ค.น.* โกรธจัดจนควบคุมตัวเองไม่ได้; **raise the ~** *(fig. coll.: make much noise)* ส่งเสียงดัง/เอะอะ; Ⓑ *(Anat.)* **~ of the mouth** เพดานปาก ❷ *v.t.* ใส่/ทำหลังคา; **~ in** *or* **over** ปิดด้วยหลังคา

'roof garden *n.* สวนบนดาดฟ้าตึก

roofing /ˈruːfɪŋ/ˈรูฟิง/ *n.* Ⓐ *(action)* การมุงหลังคา; Ⓑ *(material for roof)* วัสดุมุงหลังคา

'roofing felt *n. แผ่นฉนวนกันความร้อนสำหรับกรุเพดานหรือด้านในของหลังคา*

roofless /ˈruːflɪs/ˈรูฟลิซ/ *adj.* ไม่มีหลังคา

roof: ~ rack *n.* ตะแกรงเหล็กบนหลังคารถยนต์; ~ **timbers** *n. pl.* โครงหลังคา; **~top** *n.* ส่วนนอกหลังคาบ้าน; **shout sth. from the ~tops** *(fig.)* ป่าวประกาศ *ส.น.* ให้รู้ทั่วกัน

[1]**rook** /rʊk/รุค/ ❶ *n. (Ornith.)* นก *Corvus frugilegus* สีดำในตระกูลเดียวกับนกกา ❷ *v.t* Ⓐ *(charge extortionately)* คิดราคาอย่างขูดรีด; Ⓑ *(in gambling)* ได้กินเงินในการเล่นไพ่ *(โดยการฉ้อโกง);* **~ sb. of £10** ได้กินเงิน *ค.น.* เป็นจำนวน 10 ปอนด์ *(โดยวิธีการโกง)*

[2]**rook** *n. (Chess)* เรือ *(ในเกมหมากรุก)*

rookery /ˈrʊkərɪ/ˈรุคเคอะริ/ *n.* Ⓐ กลุ่มรังของนกสีดำคล้ายกา; Ⓑ *(of penguins or seals)* ฝูง

rookie /ˈrʊkɪ/ˈรุคิ/ *n.* Ⓐ *(Mil. coll.)* ทหารใหม่ในกองทัพ; Ⓑ *(Amer.: new member etc.)* สมาชิกใหม่

room /ruːm, rʊm/รูม, รุม/ ❶ *n.* Ⓐ *(in building)* ห้อง; *(esp. without furniture)* ห้องโล่ง; *(large ~, for function)* ห้องโถง; **leave the ~** *(coll.: go to lavatory)* ไปห้องสุขา; Ⓑ *no pl., no indef. art. (space)* ที่ว่าง; **we have no ~ for idlers** พวกเราไม่มีที่ว่างสำหรับคนเกียจคร้าน; **give sb. ~**: เว้นที่ว่างให้ *ค.น.*; **give sb. ~ to do sth.** *(fig.)* ให้โอกาส *ค.น.* ทำ *ส.น.;* **~ and to spare** มีที่ถมเถ; **make ~ [for sb./sth.]** ขยับให้ที่ [*ค.น./ส.น.*]; Ⓒ *(scope)* **there is no ~ for dispute/doubt about that** ไม่มีช่องว่างที่จะโต้เถียง/แสดงความสงสัยเกี่ยวกับสิ่งนั้น; **there is still ~ for improvement in his work** ยังมีโอกาสที่เขาจะปรับปรุงงานต่อ; **this did not leave us much ~ for manoeuvre** สิ่งนี้ไม่ค่อยให้โอกาสพวกเราในการขยับเขยื้อน; Ⓓ *in pl. (apartments, lodgings)* ห้องชุด, ที่อยู่; **'~s to let'** 'ห้องชุดให้เช่า'; Ⓔ *(persons in a ~)* ห้องที่เต็มด้วยบุคคล; ➡ + **cat A**

❷ *v.i. (Amer.: lodge)* อยู่อาศัย; **~ with sb.** *(be tenant of)* เช่าห้องของ *ค.น.; (share with)* อยู่ร่วมห้องกับ *ค.น.*

room divider *n.* ลับแล, ฉากกั้นห้อง

-roomed /ru:md, rʊmd/รูมด, รุมด/ *adj. in comb.* **a three-~ flat** แฟลตที่มีสามห้องพัก; **a one-~/four-~ building** ตึกที่มีห้องเดียว/สี่ห้อง

roomette /ru:'met, rʊ-/รู'เม็ท, รุ-/ *n. (Amer. Railw.)* ห้องนอนเดี่ยวส่วนตัวในตู้นอนรถไฟ

roomful /'ru:mfʊl/'รูมฟุล/ *n.* **a ~ of people** ห้องที่เต็มไปด้วยคน

rooming house /'ru:mɪŋhaʊs/'รูมิงเฮาซ/ *n.* บ้านเช่า

room: ~-mate *n.* เพื่อนร่วมห้อง; **~ service** *n.* บริการอาหารและเครื่องดื่มในห้องพัก; **~ temperature** *n.* อุณหภูมิในห้อง

roomy /'ru:mɪ/'รูมิ/ *adj.* กว้างขวาง

roost /ru:st/รูซท/ ❶ *n.* ที่ให้นอน; *(perch)* คอนสำหรับนกเกาะ; **come home to ~** *(fig.)* *(แผน, อุบาย)* เข้าตัวเอง; ➡ **+ rule** 2 B ❷ *v.i.* *(นก, คน)* เข้านอน

rooster /'ru:stə(r)/'รูซเตอะ(ร)/ *n. (Amer.)* ไก่บ้านตัวผู้

¹root /ru:t/รูท/ ❶ *n.* Ⓐ ราก, หัว *(ของพืช)*; **pull sth. up by the ~/~s** ถอนราก *ส.น.*; *(fig.)* กำจัด *ส.น.*; **put down ~s/strike** *or* **take ~** *(lit. or fig.)* หยั่งราก, ตั้งตัวจนมั่นคง; *(fig.)* **strike at the ~[s] of sth.** ถอนรากถอนโคน *ส.น.*; **have ~s** มีราก; **without ~s** ไม่มีราก; Ⓑ *(source)* แหล่งที่มา; *(basis)* รากฐาน, พื้นฐาน; **have its ~s in sth.** มีรากฐานอยู่ใน *ส.น.*; **get at** *or* **to the ~[s] of things** ขุดคุ้ยลงไปถึงรากฐานของสิ่งต่าง ๆ; **be at the ~ of the matter** เป็นรากฐานของเรื่องราว; **the ~ cause** สาเหตุพื้นฐาน; Ⓒ *(Ling.)* รากคำ, รากศัพท์; Ⓓ *(Mus.)* โน้ตหลักของคอร์ด; Ⓔ *(Math.: square ~)* รากที่สอง ❷ *v.t.* **~ a plant firmly** ช่วยให้ต้นไม้แตกรากและยึดดินแน่น; **have ~ed itself in sth.** *(fig.)* ยึดเหนี่ยว *ส.น.* ไว้อย่างมั่นคง; **stand ~ed to the spot** ยืนนิ่งขยับไม่ได้เนื่องจากตกตะลึง ❸ *v.i.* *(ต้นไม้, พืช)* แตกรากลงไป

~ 'out *v.t.* ตัดต้นโค่นราก, ทำลายจนหมดสิ้น

~ 'up *v.t.* ขุดราก *(ต้นไม้)*; ถอนรากถอนโคน

²root *v.i.* Ⓐ *(turn up ground)* *(สัตว์)* ขุดคุ้ยดินเพื่อหาอาหาร; Ⓑ *(coll.)* **~ for** *(cheer)* ลุ้นให้, ร้องสนับสนุน; *(wish for success of)* อยากให้ประสบผลสำเร็จ

~ a'bout, ~ a'round *v.i.* เที่ยวค้นไปรอบ ๆ

~ 'out *v.t. (find by search)* ค้นหาให้พบ

root: ~ and 'branch ❶ *adj.* *(มาตรการ)* ทั่วถึง, *(การปฏิรูป)* ที่สมบูรณ์แบบ ❷ *adv.* อย่างทั่วถึง, อย่างสมบูรณ์แบบ; **~ beer** *n. (Amer.)* *เครื่องดื่มน้ำหวานซ่า ๆ สกัดจากรากไม้บางชนิด*; **~ crop[s]** *n. [pl.]* พืชเศรษฐกิจประเภทกินหัว

rooted /'ru:tɪd/'รูทิด/ *adj.* มีรากงอก, เกิดราก, ฝังราก

rootless /'ru:tlɪs/'รูทลิซ/ *adj.* ไม่มีราก, ไม่มั่นคง

root: ~ mean 'square *n. (Math.)* รากของกำลังสองเฉลี่ย; **~ sign** ➡ **radical sign** 2 B; **~stock** *n.* Ⓐ *(rhizome)* รากเหง้าที่อยู่ใต้ดิน; Ⓑ *(for grafting)* กิ่งที่ใช้ต่อกับต้นไม้; **~ vegetable** *n.* ผักกินหัว; **~ word** *n. (Ling.)* รากศัพท์

rope /rəʊp/โรพ/ ❶ *n.* Ⓐ *(cord)* เชือก; **~'s end** *(short piece)* ปลายเชือก; Ⓑ *(Amer.: lasso)* เชือกบ่วงบาศ; Ⓒ *(for hanging sb.)* **the ~:** เชือกแขวนคอ *(นักโทษ)*; *(fig.: death penalty)* การประหารชีวิต; Ⓓ *in pl. (Boxing)* **the ~s** เชือกล้อมเวทีมวย; **be on the ~s** *(lit., or fig.: near defeat)* หลังพิงเชือกเกือบจะพ่ายแพ้; Ⓔ *in pl.* **learn the ~s** เรียนรู้; *(at work)* ฝึกฝนตนเองให้รู้งาน; **show sb. the ~s** อธิบายให้ *ค.น.* เข้าใจงาน; Ⓕ **give sb. some ~** *(fig.)* ผ่อนผันให้ *ค.น.*, ให้อิสรภาพในการกระทำแก่ *ค.น.*; **give him enough ~ and he'll hang himself** *(fig.)* ปล่อยให้ *ค.น.* มีโอกาสและเดี๋ยวเขาก็ล้มเหลวไปเอง; Ⓖ *(Mount.)* **on the ~:** ผูกเชือกโยงพ่วงเข้าไว้ด้วยกัน ❷ *v.t.* Ⓐ ผูก, มัด; **~ sb. to a tree** มัด *ค.น.* ไว้กับต้นไม้; Ⓑ *(Mount.)* ใช้เชือกผูกโยงคนไว้ด้วยกัน

~ 'in *v.t.* Ⓐ วงเชือกกั้นเขต; Ⓑ *(fig.)* ชักชวนให้เข้าร่วม; *(for membership)* ชวนเข้าเป็นสมาชิก; **how did you get ~d in to that?** นี่หลงเข้าไปพัวพันอยู่ด้วยได้ยังไง *(ภ.พ.)*

~ 'off *v.t.* กั้นเขตจำเพาะไว้ด้วยเชือก

~ to'gether *v.t. (Mount.)* ผูกเอวโยงต่อกันไว้

rope: ~-dancer *n.* นักไต่ลวด; **~ 'ladder** *n.* บันไดเชือก; **~ 'sole** *n.* พื้นรองเท้าเป็นเชือก; **~-walker** *n.* นักไต่ลวด; **~way** *n.* รถเคเบิลขึ้นเขา

ropy /'rəʊpɪ/'โรพิ/ *adj. (coll.) (poor)* คุณภาพด้อย; *(in a bad state)* ทรุดโทรม/ไม่ดี; **be a bit ~:** คุณภาพไม่สู้ดี; **you look a bit ~:** คุณดูท่าทางไม่ค่อยดีเลย

Roquefort /'rɒkfɔ:(r)/'รอคฟอ(ร)/ *n.* เนยแข็งนมแกะที่มีลายราสีน้ำเงิน

ro-ro /'rəʊrəʊ/'โรโร/ *adj.* *(เรือเฟอร์รี่)* ที่ขับรถขึ้นลงได้

rorqual /'rɔ:kwəl/'รอเควิล/ *n. (Zool.)* ปลาวาฬในสกุล *Balaenopteridae* มีครีบที่หลัง

Rorschach test /'rɔ:ʃɑ:k test/'รอชาค เท็ซท/ *n. (Psych.)* วิธีทดสอบบุคลิกภาพรอร์สชาค *(โดยการมองและพรรณนาภาพหยดหมึกต่าง ๆ)*

rosary /'rəʊzərɪ/'โรเซอะริ/ *n. (Relig.)* สายลูกประคำ

¹rose /rəʊz/โรซ/ ❶ *n.* Ⓐ *(plant, flower)* ต้นกุหลาบ, ดอกกุหลาบ; **~ of Jericho/Sharon** พันธุ์ไม้เลื้อย *Anastatica hierochuntica*/ไม้พันธุ์ *Hypericum calycinum* มีดอกสีเหลือง; **no bed of ~s** *(fig.)* ไม่ได้โรยด้วยกลีบกุหลาบ; **~s [, ~s] all the way** *(fig.)* สบายและสุขสดชื่นโดยตลอด; **it's not all ~s** ทุกอย่างมิได้วิเศษหมด; **everything's [coming up] ~s** ดูท่าว่าทุกอย่างจะประสบผลสำเร็จด้วยดี; **[there's] no ~ without a thorn** *(prov.)* ไม่มีกุหลาบใดที่ไร้หนาม; **Wars of the R~s** *(Brit. Hist)* สงครามดอกกุหลาบ *(สงครามกลางเมืองในคริสต์ศตวรรษที่ 15 ระหว่างพวกยอร์กที่มีดอกกุหลาบขาวเป็นสัญลักษณ์กับพวกแลงคาสเตอร์ที่มีดอกกุหลาบแดงเป็นสัญลักษณ์)*; **~s in one's cheeks** แก้มแดงเรื่อ; Ⓑ *(colour)* สีแดงเลือดนก, สีชมพู; Ⓒ *(nozzle)* หัวบัว *(รดน้ำ)* ❷ *adj.* มีสีแดงเลือดนก, เป็นสีชมพู

²rose ➡ **rise** 2

rosé /rəʊ'zeɪ/โร'เซ/ *n.* เหล้าองุ่นสีชมพูอ่อน

roseate /'rəʊzɪət/'โรเซียท/ *adj.* เป็นสีชมพู

rose: ~ bed *n.* แปลงปลูกต้นกุหลาบ; **~bud** *n.* กุหลาบตูม; **~bud mouth** ปากอิ่มเป็นรูปกระจับ; **~ bush** *n.* พุ่มดอกกุหลาบ; **~-coloured** *adj. (lit. or fig.)* สีชมพู; **see things through ~-coloured spectacles** เห็นอะไรดีไปหมด, มองทุกสิ่งทุกอย่างในแง่ดีเกินไป; **~-fish** *n.* ปลาสีแดงสด *Sebastes marinus* แห่งมหาสมุทรแอตแลนติก ใช้เป็นอาหาร; **~ garden** *n.* สวนกุหลาบ; **~ hip** *n. (Bot.)* ผลของต้นกุหลาบ *(โดยเฉพาะต้นกุหลาบป่า)*; **~ hip tea** ชาผลกุหลาบ; **~ leaf** *n.* ใบกุหลาบ, กลีบกุหลาบ

rosemary /'rəʊzmərɪ, US -merɪ/'โรซเมอะริ, -เมะริ/ *n. (Bot.)* โรสแมรี *(ท.ศ.)*, ไม้พุ่ม *Rosmarinus officinalis* กลิ่นหอม ใบใช้ทำน้ำหอมและปรุงรสอาหาร

rose: ~ petal *n.* กลีบกุหลาบ; **~-pink** ❶ *adj.* สีชมพูเข้ม ❷ *n.* สีชมพูเข้ม; **~-red** ❶ *adj.* แดงเลือดนก ❷ *n.* สีแดงเลือดนก; **~-tinted** ➡ **rose-coloured**; **~ tree** *n.* ต้นกุหลาบ

rosette /rəʊ'zet/โร'เซ็ท/ *n.* ริบบิ้นที่จีบเข้าเป็นวงกลม *(ใช้เป็นสัญลักษณ์แสดงว่าได้รับรางวัลหรือใช้ใส่ตอนไปหาเสียงเลือกตั้ง)*

rose: ~ water *n.* น้ำหอมกุหลาบ; **~ window** *n. (Archit.)* *หน้าต่างรูปกลมที่มีลวดลายคล้ายดอกกุหลาบ*; **~wood** *n.* *พันธุ์ไม้เนื้อแข็งสีแดงใช้ทำเครื่องเรือนและตกแต่งบ้าน*

Rosicrucian /rəʊzɪ'kru:ʃn/โรซิ'ครูช'น/ ❶ *n.* *สมาชิกสมาคมที่ดำรงอยู่ในคริสต์ศตวรรษที่ 17-18 มุ่งศึกษาอภิปรัชญาและตำนานปาฏิหาริย์ของบุคคลสำคัญทางศาสนา* ❷ *adj.* แห่งสมาคมนี้

rosin /'rɒzɪn, US 'rɒzn/'รอซิน, 'รอซ'น/ *n.* ยางสน; *(for violin bow)* ยางสนสำหรับขัดสายไม้สีไวโอลิน

RoSPA /'rɒspə/'รอซเปอะ/ *abbr. (Brit.)* **Royal Society for the Prevention of Accidents**

roster /'rɒstə(r)/'รอซเตอะ(ร)/ ❶ *n.* ตารางเวร ❷ *v.t.* ใส่รายชื่อไว้ในตารางเวร; **call for flexible ~ing** เรียกร้องแผนงานที่โอนอ่อนสับเปลี่ยนได้

rostrum /'rɒstrəm/'รอซเตริม/ *n., pl.* **rostra** /'rɒstrə/'รอซเตรอะ/ *or* **~s** *(platform)* เวทีสำหรับตั้งกล้องหรือเป็นที่กล่าวคำปราศรัย, แท่นอภิปราย; *(desk)* โต๊ะอภิปราย

rosy /'rəʊzɪ/'โรซิ/ *adj.* Ⓐ สีชมพู; Ⓑ *(fig.)* ที่มองโลกในแง่ดี; **paint a ~ picture of sth.** วาดภาพ *ส.น.* ให้งดงามสดใส

rot /rɒt/รอท/ ❶ *n.* Ⓐ ➡ 2 A; การเน่าเปื่อยผุพัง; *(rust)* การขึ้นสนิม; *(fig.: deterioration)* ภาวะเสื่อมสลาย; **stop the ~** *(fig.)* หยุดการเสื่อมสภาพ; **the ~ has set in** *(fig.)* สถานการณ์ชักจะเลวลงเรื่อย ๆ; ➡ **+ dry rot**; Ⓑ *(coll.: nonsense)* เรื่องไร้สาระ; **~!** บ้า! ❷ *v.i.,* **-tt-** Ⓐ *(decay)* *(เนื้อ, ปลา, ศพ)* เน่า; *(ไม้, บ้าน)* ผุพัง; *(อาหาร)* เสีย; *(ตึก, อาคาร)* ทรุดโทรม; *(เหล็ก, รถยนต์)* ขึ้นสนิม; Ⓑ *(fig.: go to ruin)* เสื่อมสลาย; **leave sb. to ~:** ปล่อยให้ *ค.น.* ล้มเหลวลง ❸ *v.t.* **-tt-** Ⓐ *(make rotten)* ปล่อยให้เน่าเสีย *(อาหาร, เนื้อ)*; ปล่อยให้ขึ้นสนิม *(เหล็ก)*; ปล่อยให้ผุพัง *(บ้าน)*; ให้ปลวกกิน *(ไม้)*; ทำลาย *(ฟัน)*; ทำให้เสื่อมสลาย; **that stuff will ~ your guts** *(coll.)* สิ่งนั้นจะทำให้คุณหมดความกล้าหาญ; Ⓑ *(Brit. coll.: tease)* หยอกล้อ, ยั่วเล่น

~ a'way *v.i.* เน่าสลาย, เปื่อยผุพังไป, ทรุดโทรมจนสิ้นสภาพไปเอง

rota /'rəʊtə/'โรเทอะ/ *n. (Brit.)* Ⓐ *(order of rotation)* รายการการหมุนเวียนหน้าที่; **draw up the cleaning ~:** ทำตารางหมุนเวียนหน้าที่ทำความสะอาด; **she has a regular ~ of visitors** เธอมีคนผลัดเปลี่ยนมาเยี่ยมเสมอ; Ⓑ *(list of persons)* รายชื่อและภารกิจของแต่ละคน

Rotarian /rəʊ'teərɪən/โร'แทเรียน/ ❶ *n.* สมาชิกของสโมสรโรตารี ❷ *adj.* เป็นสมาชิกโรตารี

rotary /'rəʊtərɪ/'โรเทอะริ/ ❶ *adj.* Ⓐ *(acting by rotation)* ที่ทำงานโดยการหมุนเวียน; **~ engine** เครื่องยนต์แบบลูกสูบหมุน; **~ press** *(Printing)* เครื่องพิมพ์โมหมุน, เครื่องพิมพ์โรตารี; **~ pump** ปั๊มหมุน, เครื่องสูบที่ทำงาน

r

ด้วยแรงหมุนรอบแกน; ~ **mower** เครื่องตัดหญ้าที่มีใบมีดหมุนรอบข้างหน้า; Ⓑ **R~** เกี่ยวกับสโมสรโรตารี; **R~ Club** สโมสรโรตารี ❷ *n.* Ⓐ **The R~, R~ International** สโมสรโรตารีสากล; Ⓑ *(Amer.: roundabout)* วงเวียน

rotate /rəʊ'teɪt/โร'เทท/ ❶ *v.i.* Ⓐ *(revolve)* หมุนรอบ; ~ **on an axis** หมุนรอบแกน; Ⓑ *(alternate)* สลับสับเปลี่ยน, หมุนเวียน; **these posts ~ regularly** หน้าที่เหล่านี้สลับสับเปลี่ยนกันเสมอ ❷ *v.t.* Ⓐ *(cause to revolve)* ทำให้หมุนรอบ; Ⓑ *(alternate)* ทำให้สับเปลี่ยนหมุนเวียน; ~ **[the] crops** ปลูกพืชหมุนเวียน; **change the way one ~s the crops** เปลี่ยนวิธีการที่ปลูกพืชหมุนเวียน

rotation /rəʊ'teɪʃn/โร'เทช'น/ *n.* Ⓐ การหมุนเวียน; Ⓑ *(succession)* การหมุนเวียนสืบทอด, การสืบสันตติวงศ์; *(in political office)* การหมุนเวียนเปลี่ยนตำแหน่ง; ~ **of crops** การปลูกพืชหมุนเวียน; **the ~ of the seasons** การหมุนเวียนของฤดูกาล; **by ~:** โดยการหมุนเวียน, โดยลำดับ; ~ **in office** การหมุนเวียนเปลี่ยนตำแหน่ง; **take office in** *or* **by ~:** รับตำแหน่งงานที่มีการหมุนเวียน

rotatory /'rəʊtətərɪ/'โรเทอะเทอะริ/ *adj.* ที่หมุนเวียน, เกี่ยวกับการหมุนเวียน

rotavate /'rəʊtəveɪt/'โรเทอะเวท/ *v.t.* ไถคราดดิน

Rotavator ® /'rəʊtəveɪtə(r)/'โรเทอะเวเทอะ(ร)/ *n.* เครื่องไถคราดที่มีใบมีดหมุนรอบ

rote /rəʊt/โรท/ *n.* **by ~:** โดยการท่องจำ; **teach sth. by ~:** สอน *ส.น.* โดยการท่องจำ

'rote-learning *n.* การเรียนรู้โดยการท่องจำ

'rotgut *(coll.)* ❶ *n. เหล้าราคาถูกที่แรงและอันตรายต่อสุขภาพ* ❷ *adj.* ที่ทำลายกระเพาะ

rotisserie /rəʊ'tɪsərɪ/โร'ทิเซอะริ/ *n.* Ⓐ *(restaurant)* ภัตตาคารที่มีเนื้อปิ้ง หรือ ย่างจำหน่าย; Ⓑ *(appliance)* เครื่องปิ้ง หรือ ย่างเนื้อด้วยไฟฟ้า

rotor /'rəʊtə(r)/'โรเทอะ(ร)/ *n.* ใบพัดในเครื่องยนต์

rotten /'rɒtn/'รอท'น/ ❶ *adj.* **~er** /'rɒtənə(r)/'รอเทอะเนอะ(ร)/, **~est** /'rɒtənɪst/'รอเทอะนิซ'ท/ Ⓐ *(decayed)* *(ไข่, อาหาร, เนื้อ)* เน่าเปื่อย; *(บ้าน, ไม้)* ผุพัง; *(rusted)* เป็นสนิม; ~ **to the core** *(fig.)* *(ระบบ, สังคม)* เลวจนถึงแก่น; Ⓑ *(corrupt)* ไม่ซื่อสัตย์, ทุจริต; Ⓒ *(coll.: bad)* ไม่ดี, เลว, แย่; **feel ~** *(ill)* รู้สึกแย่มาก; *(have a bad conscience)* รู้สึกว่าทำไม่ถูกเลย, สำนึกผิด; **it's a ~ shame** เสียดายจริง ๆ; ~ **luck** โชคไม่ดี ❷ *adv. (coll.)* อย่างแย่มาก; **hurt/stink something ~:** เจ็บ/เหม็นชิบหายเลย; **spoilt ~:** นิสัยเสียเกินแก้

rottenly /'rɒtnlɪ/'รอท'นลิ/ *adv. (coll.)* อย่างแย่มาก ๆ

rotter /'rɒtə(r)/'รอเทอะ(ร)/ *n. (coll.)* คนไร้ค่า, คนน่ารังเกียจ

rotund /rəʊ'tʌnd/โร'ทันดฺ/ *adj.* Ⓐ *(round)* เป็นวงกลม; Ⓑ *(plump)* *(คน)* อ้วนกลม

rotunda /rəʊ'tʌndə/โร'ทันเดอะ/ *n.* อาคารทรงกลมที่มีหลังคาเป็นโดม, ห้องโถงใหญ่ทรงกลม

rotundity /rəʊ'tʌndɪtɪ/โร'ทันดิทิ/ *n., no pl.* Ⓐ *(roundness)* ความกลม; Ⓑ *(plumpness)* ความอ้วนกลม

rouble /'ru:bl/'รูบ'ล/ *n.* ➤ **572** รูเบิล *(ท.ศ.)*, เงินตรารัสเซีย

roué /'ru:eɪ/'รูเอ/ *n.* ตาแก่เจ้าชู้; คนเสเพล, เฒ่าหัวงู

rouge /ru:ʒ/รูฌ/ ❶ *n.* Ⓐ *(cosmetic powder)* แป้งทาแก้มสีแดง; Ⓑ *(polishing agent)* ผงสีแดงที่ใช้ขัดโลหะ; ➡ **+ jeweller** ❷ *v.t.* ~ **one's cheeks** *or* **face** ทาแป้งที่แก้ม หรือ หน้า

rough /rʌf/รัฟ/ ❶ *adj.* Ⓐ *(coarse, uneven)* หยาบ; *(ถนน)* ขรุขระ; *(ที่ดิน)* ไม่ราบเรียบ; *(shaggy)* *(สัตว์)* มีขนยาวรุงรัง; Ⓑ *(violent)* รุนแรง, ไร้วัฒนธรรม; หยาบคาย; **the ~ element [of the population]** ส่วนที่หยาบคายและรุนแรง [ของประชากร]; **the remedy was ~ but effective** การรักษารุนแรงแต่ได้ผล; Ⓒ *(harsh to the senses)* หยาบกระด้าง, *(รสชาติ)* แรง; Ⓓ *(trying)* ยากลำบาก; **this is ~ on him** สิ่งนี้ยากสำหรับเขา; **sth. is ~ going** *ส.น.* ไม่ใช่เรื่องง่าย; **have a ~ time** กำลังผ่านช่วงยากลำบาก; **give sb. a ~ time** ด่าว่า *ค.น.* อย่างรุนแรง; **have a ~ tongue** ปากร้าย, ชอบพูดเชือดเฉือน; ➡ **+ edge** 1 A; Ⓔ *(fig.: deficient in polish)* ไม่สละสลวย; *(ภาษา)* ไม่ได้ขัดเกลา; *(รูปแบบ)* ไม่ประณีต; Ⓕ *(rudimentary)* *(ชีวิต, โครงการ)* เป็นพื้นฐาน; *(approximate)* *(ขนาด)* โดยประมาณ; *(การวาดภาพ)* คร่าว ๆ; ~ **notes** บันทึกคร่าว ๆ; ~ **attempt** ความพยายามขั้นพื้นฐาน; ~ **draft** ร่างคร่าว ๆ; **in a somewhat ~ state** อยู่ในสภาพยังไม่เรียบร้อย, ยังไม่เสร็จสมบูรณ์; **a ~ circle** วงกลมโดยประมาณ; ~ **paper/notebook** ร่างรายงาน/สมุดร่างบันทึกข้อความ; Ⓖ *(coll.: ill)* ป่วย, ไม่สบาย; ➡ **+ 'deal** 3 A

❷ *n.* Ⓐ *(hooligan)* คนอันธพาล; Ⓑ *(Golf)* ส่วนของสนามที่ขรุขระ; Ⓒ ความยากลำบาก; **take the ~ with the smooth** ในชีวิตต้องยอมรับความยากลำบากพร้อมกับความสุขสบาย; Ⓓ *(unfinished state)* **[be] in ~:** [อยู่] ในสภาพที่ยังไม่เสร็จสมบูรณ์

❸ *adv.* อย่างหยาบ ๆ, อย่างคร่าว ๆ, อย่างรุนแรง; **sleep ~:** นอนกลางแจ้ง

❹ *v.t.* ~ **it** *(อาศัย)* อยู่อย่างไม่สะดวกสบาย; **he had to ~ it for a while** เขาจำเป็นต้องอยู่อย่างไม่สะดวกสบายอยู่พักหนึ่ง

~ **'in** *v.t.* วาดลายเส้นอย่างหยาบ ๆ

~ **'out** *v.t.* วางแผนการอย่างคร่าว ๆ

~ **'up** *v.t.* Ⓐ *(coll.: deal roughly with)* จัดการด้วยอย่างรุนแรง; Ⓑ *(ruffle)* ทำให้ *(ขนนก, ผม, ขน ฯลฯ)* ยุ่ง หรือ ตั้งขึ้น

roughage /'rʌfɪdʒ/'รัฟฟิจ/ *n.* Ⓐ *(for people) อาหารเนื้อหยาบที่ช่วยกระตุ้นการทำงานของลำไส้และการถ่าย;* Ⓑ *(for animals)* อาหารหยาบที่ให้สัตว์กิน

rough: ~-and-ready *adj.* Ⓐ *(not elaborate)* *(วิธีการ)* ง่าย ๆ; *(กระต๊อบ)* พื้นฐาน; *(รูปแบบ)* ไม่ประณีต; **a ~-and-ready method for calculating sth.** วิธีง่าย ๆ ในการคำนวณ *ส.น.*; Ⓑ *(not refined)* หยาบ *(บุคคล)*; ~ **and 'tumble** ❶ *adj.* ไม่เป็นระเบียบ, วุ่นวาย ❷ *n.* การต่อยตีกันวุ่นวาย; *(fig.: turbulent life)* ชีวิตที่วุ่นวายสับสน; **~cast** *(Building)* ❶ *adj.* ที่ฉาบด้วยปูนผสมหยาบ ❷ *n. ปูนผสมหยาบที่ฉาบด้านนอกของตึก* ❸ *v.t.* ฉาบด้วยปูนหยาบ; ~ **'copy** *n.* Ⓐ *(original draft)* ร่าง, ต้นฉบับ; Ⓑ *(simplified copy)* สำเนาที่แสดงเฉพาะส่วนสำคัญ, ฉบับสรุปย่อ; ~ **'diamond** *n. (fig.)* คนปากร้ายใจดี; **he's a ~ diamond** เขาเป็นคนปากร้ายใจดี; **~-dry** *v.t.* ตากเสื้อผ้าให้แห้งโดยไม่ต้องรีด; ~ **'edges** *n. pl. (in book)* หนังสือที่ยังไม่ได้เจียนริมออกให้ได้ขนาด; **he has a few ~ edges** *(fig.)* เขายังมีความกระด้างอยู่บ้าง

roughen /'rʌfn/'รัฟ'น/ ❶ *v.t.* ทำให้หยาบกระด้าง ❷ *v.i.* *(มือ, ผิวหนัง)* หยาบขึ้น

rough: ~ 'grazing *n. (Brit.) หญ้าหรือพืชอื่นที่สัตว์เลี้ยงหากินได้ข้างถนนหรือในที่สาธารณะ;* ~ **'house** *n. (coll.)* ความวุ่นวายโกลาหลและปั่นป่วน; ~ **'justice** *n.* การตัดสินที่ไม่ยุติธรรม; ~ **'luck** *n.* โชคไม่ดี, โชคร้าย

roughly /'rʌflɪ/'รัฟลิ/ *adv.* Ⓐ *(violently)* อย่างรุนแรง; Ⓑ *(crudely)* อย่างหยาบ ๆ; *(ร่าง)* อย่างลวก ๆ; Ⓒ *(approximately)* โดยประมาณ; ➡ **+ speaking** 2

roughneck *n. (coll.)* Ⓐ *(Amer.: rowdy)* คนอันธพาล, คนเกเร; Ⓑ *(driller on oil rig)* คนงานขุดเจาะน้ำมัน

roughness /'rʌfnɪs/'รัฟนิช/ *n.* Ⓐ *no pl.* ความหยาบ; *(unevenness)* ความไม่ราบเรียบ, ความขรุขระ; Ⓑ *no pl. (sharpness) (of wine, fruit juice)* รสเปรี้ยว; *(of voice)* ความกระด้าง; Ⓒ *no pl. (violence)* ความรุนแรง; **the ~ of the area** เหตุการณ์รุนแรงในเขตท้องที่; Ⓓ *(rough place or part)* ส่วนที่ขรุขระไม่ราบเรียบ

rough: ~ 'passage *n.* Ⓐ *(Naut.)* การข้ามทะเลที่มีคลื่นพายุ; Ⓑ *(fig.)* **get a ~ passage** *(ร่างกฎหมาย)* ผ่านด้วยความยากลำบากมาก; **the interview board gave him a ~ passage** คณะผู้สัมภาษณ์เล่นงานเขาเสียน่วมทีเดียว; ~ **'ride** *n.* ➡ **ride** 1 B; **~-rider** *n.* Ⓐ *(horsebreaker)* คนขี่ม้าพยศ; Ⓑ *(Mil.)* ทหารม้าอาสาสมัคร; **~shod** *adj.* **ride ~shod over sb./sth.** ดำเนินการกับ *ค.น./ส.น.* อย่างรุนแรง/ไม่ให้เกียรติ; ~ **stuff** *n. (coll.)* พฤติกรรมที่รุนแรงและอึกทึก; ~ **'work** *n.* Ⓐ *(needing force)* งานที่ต้องอาศัยพละกำลัง; Ⓑ *(preliminary)* งานขั้นแรก

roulette /ru:'let/รู'เล็ท/ *n.* รูเล็ต *(ท.ศ.) การพนันที่พยายามทำนายว่าลูกบอลที่โยนลงไปในล้อหมุนจะตกช่องไหน*

Roumania /ru'meɪnɪə/รู'เมเนีย/ ➡ **Romania**

Roumanian /ru'meɪnɪən/รู'เมเนียน/ ➡ **Romanian**

round /raʊnd/ราวนดฺ/ ❶ *adj.* Ⓐ *(หน้า)* กลม, เป็นทรงกลม; ~ **cheeks** แก้มยุ้ย; **in ~ figures, it will cost £1,000** จะต้องเสียค่าใช้จ่าย 1,000 ปอนด์ถ้วน; **a ~ dozen** หนึ่งโหลถ้วน; Ⓑ *(plain)* **in the ~est manner, in ~ terms** ในลักษณะที่ตรงไปตรงมา; Ⓒ *(considerable)* *(ราคา)* มากมาย; **a good ~ sum** จำนวนมากมาย; Ⓓ *(semicircular)* ~ **arch** ประตูโค้งเป็นรูปครึ่งวงกลม; Ⓔ *(Phonet.)* *(สระ)* ที่เปล่งออกมาโดยมีการห่อริมฝีปาก *(เช่น สระอู โอ ออ)*; Ⓕ *(full-toned and mellow)* *(เสียง)* ดังกังวานและน่าฟัง

❷ *n.* Ⓐ *(recurring series)* สิ่งที่เกิดขึ้นเป็นรอบ; ~ **of talks/negotiations** การพูดคุย/การเจรจาหลายรอบ; **the daily ~:** กิจวัตรประจำวัน; **the daily ~ of chores** การทำงานบ้านประจำวัน; Ⓑ *(charge of ammunition)* นัด, ชุด; **50 ~s [of ammunition]** [กระสุน] 50 นัด; **put five ~s in a magazine** ใส่ลูกปืนห้านัดในที่บรรจุลูกปืน; **fire five ~s** ยิงห้านัด; Ⓒ *(division of game or contest)* การแบ่งรอบ; Ⓓ *(burst)* ~ **of applause** เสียงปรบมือสนั่นเป็นจังหวะ; **~s of cheers** เสียงตะโกนเชียร์เป็นจังหวะ; Ⓔ ~ **[of drinks]** รอบการดื่ม; Ⓕ *(regular calls)* การเยี่ยมตามปกติ; **be on sb.'s ~:** อยู่ในเส้นทางเยี่ยมของ *ค.น.*; **the doctor is on her ~ at present** ในเวลานี้หมอกำลังออกไปตรวจเยี่ยมคนไข้ตามปกติ; **go [on]** *or* **make one's ~s**

(ไปรษณีย์, ยาม) ไปทำงาน/ตรวจการตามปกติ; **make the ~ of the wards** ไปเข้าเวรตรวจเยี่ยมคนไข้ตามตึกเช่นเคย; **do** *or* **go the ~s** *(บุคคล, ข่าวลือ)* ผ่านไปทั่ว; **do the ~s of all the second-hand shops/one's relatives** เที่ยวไปดูตามร้านขายของมือสองทุกร้าน/เที่ยวไปเยี่ยมญาติของตนให้หมด; **she is certainly doing the ~s** *(is promiscuous)* เธอกำลังเที่ยวไปกับชายมากหน้าหลายตา; Ⓖ *(Golf)* การเล่นทุกหลุมในการออกรอบตีกอล์ฟ; **a ~ of golf** การตีกอล์ฟโดยเล่นทุกหลุม; Ⓗ *(Mus.) การร้องประสานเสียงชนิดที่ผู้ร้องใช้เนื้อเดียวและระดับเสียงเดียวกัน ร้องเป็นช่วงตามกันเล็กน้อย;* Ⓘ *(slice)* **a ~ of bread/toast** ขนมปัง/ขนมปังปิ้งหนึ่งแผ่น; **a ~ of cucumber sandwiches** แซนด์วิชแตงกวาหนึ่งชุด; Ⓙ **in the ~:** *(Art)* ประติมากรรมลอยตัว; *(fig.: as a whole)* ทั้งหมด; **theatre in the ~:** โรงละครที่มีที่นั่งคนดูสามด้านของเวที; Ⓚ *(Archery)* การยิงธนูในจำนวนจำกัดจากระยะที่กำหนดตายตัว

❸ *adv.* Ⓐ **all the year ~:** ตลอดทั้งปี; **the third time ~:** เมื่อรอบที่สาม, เมื่อครั้งที่สาม; **have a wall all ~:** มีกำแพงล้อมรอบ; **have a look ~:** มองไปรอบ ๆ; Ⓑ *(in girth)* **be [all of] ten feet ~:** มีเส้นรอบวงสิบฟุต; Ⓒ *(from one point, place, person, etc. to another)* ส่ง, ต่อ; **tea was handed ~:** น้ำชาถูกส่งไปที่ทุกคน; **he asked ~ among his friends** เขาถามเพื่อนรอบตัว *หรือ* เขาถามพวกเพื่อน ๆ; **the room was hung ~ with portraits** ห้องมีรูปภาพแขวนอยู่รอบ; **for a mile ~:** ในรัศมีหนึ่งไมล์; Ⓓ *(by indirect way)* ทางอ้อม; **walk ~:** เดินอ้อม; **go a/the long way ~:** ไปทางอ้อมไกล; Ⓔ *(here)* ที่นี่; *(there)* ที่นั่น; **I'll go ~ tomorrow** ฉันจะไปที่นั่นพรุ่งนี้; **call ~ any time!** แวะมาที่นี่ได้ทุกเวลา; **ask sb. ~ [for a drink]** เชิญ *ค.น.* มา [ทานเครื่องดื่ม]; **order a car** *etc.* **~:** สั่งรถยนต์ ฯลฯ มารับ; **send a car ~:** ส่งรถไปรับ; ➡ + **clock** 1 A

❹ *prep.* Ⓐ รอบ ๆ; **a tour ~ the world** การเดินทางรอบโลก; **travel ~ England** เดินทางรอบประเทศอังกฤษ; **she had a blanket ~ her** เธอพันผ้าห่มไว้รอบตัวเธอ; **the box had a band ~ it** กล่องมีสายเหล็กพันไว้รอบ; **right ~ the lake** รอบทะเลสาบ; **be ~ the back of the house** อยู่หลังบ้าน; **run ~ the streets** วิ่งไปตามถนน; **walk** *etc.* **~ and ~ sth.** เดิน ฯลฯ วน *ส.น.* หลายรอบ; **she ran ~ and ~ the park** เธอวิ่งรอบสวนสาธารณะหลายรอบ; Ⓑ *(with successive visits to)* **he hawks them ~ the cafes** เขาเอามันไปขายตามร้านกาแฟไปทั่ว; **he sings ~ the pubs** เขาร้องเพลงประจำตามผับ; **we looked ~ the shops** พวกเราไปดูของตามร้าน; Ⓒ *(in various directions from)* รอบ ๆ *(สถานที่หนึ่ง);* รอบทิศ; **look ~ one** มองไปรอบตัว; **in Chelsea and ~ it** ในเชลซีและบริเวณโดยรอบ; **do you live ~ here?** คุณอยู่แถวนี้หรือ; **if you're ever ~ this way** ถ้าคุณมาแถวนี้อีก; Ⓓ **argue ~ and ~ a matter/problem** ถกเถียงกันวนไปวนมาไม่รู้จักจบเกี่ยวกับเรื่องนี้/ปัญหานี้

❺ *v.t.* Ⓐ *(give ~ shape to)* ทำให้กลม; Ⓑ *(state as ~ number)* บอกเป็นตัวถ้วน ๆ; Ⓒ *(go ~)* วนรอบ, เลี้ยววน, อ้อม; **~ a turn/bend** เลี้ยวโค้ง; **~ a cape** เดินทางรอบแหลม; Ⓓ *(Phonet.)* เปล่งเสียง *(สระ)* โดยห่อริมฝีปาก

~ **'down** *v.t.* *(ราคา, ตัวเลข ฯลฯ)* ลดให้ถ้วน ๆ, กะคร่าว ๆ

~ **'off** *v.t.* *(also fig.: complete)* ทำให้เสร็จสมบูรณ์

~ **'on** *v.t.* หันมาสวน *หรือ* ตอบโต้อย่างฉับพลัน

~ **'out** *v.t.* ให้คำอธิบาย *หรือ* รายละเอียดเพิ่มเติม

~ **'up** *v.t.* Ⓐ *(gather, collect together)* รวบรวม *(ผู้ต้องสงสัย);* ต้อนเข้าด้วยกัน *(วัว);* เรี่ยราย *(เงิน, ทอง);* ➡ + **round-up;** Ⓑ *(to ~ figure)* คิดเป็นราคาถ้วน ๆ

round: ~ a'bout ❶ *adv.* Ⓐ *(on all sides)* ทั่วทุกด้าน, ทุกทิศทาง; **the villages ~ about** หมู่บ้านทั่วทุกทิศ; Ⓑ *(indirectly)* โดยอ้อม; Ⓒ *(approximately)* โดยประมาณ; **~ about 2,500 people** ประมาณ 2,500 คน ❷ *prep.* ราว ๆ; **~about** ❶ *n.* Ⓐ *(Brit.: road junction)* วงเวียน; Ⓑ *(Brit.: merry-go-round)* ม้าหมุน; **what you lose on the swings you gain on the ~abouts** *(prov.)* ได้อย่างเสียอย่าง เป็นธรรมดา; **it is swings and ~abouts** มันพอ ๆ กัน, มันสูสีกัน ❷ *adj.* Ⓐ *(meandering)* **a [very] ~about way** *or* **road** *or* **route** ทางอ้อม [มาก]; **~about journey** การเดินทาง *(โดยทาง)* อ้อม; **the taxi took us/went a ~about way** รถแท็กซี่พาเราไปทางอ้อม; Ⓑ *(fig.: indirect)* อ้อมค้อม; **a more ~about method** วิธีที่อ้อมค้อมกว่า; **~ 'brackets** *n. pl.* เครื่องหมายวงเล็บ ( ); **~ dance** *n.* การเต้นรำเป็นวงกลม

rounded /'raʊndɪd/'ราวนดิด/ *adj.* Ⓐ เป็นวงกลม, *(มุม)* ที่มน ๆ; Ⓑ *(perfected)* *(บุคคล)* ที่มีคุณสมบัติพร้อม; ที่สมบูรณ์แบบ; Ⓒ *(fig.: polished)* *(ภาษา)* ที่ได้รับการขัดเกลา; Ⓓ *(sonorous)* *(เสียง)* สะท้อนกังวาน

roundel /'raʊndl/'ราวนด'ล/ *n.* Ⓐ *(disc)* แผ่นกลมเล็ก ๆ *(เช่น ตราติดอก);* Ⓑ *(mark)* เครื่องหมายรูปวงกลม *(ที่ติดไว้บนลำเครื่องบินของกองทัพ)*

roundelay /'raʊndɪleɪ/'ราวนดิเล/ *n.* *(Mus.)* เพลงง่าย ๆ สั้น ๆ ที่มีบทร้องซ้ำ

rounders /'raʊndəz/'ราวนเดิซ/ *n. sing.* *(Brit.)* เกมตีลูกและวิ่งตามจุดที่คล้ายกับเบสบอล

round: ~-eyed *adj.* ตาโต; **be ~-eyed with amazement** ตาโตด้วยความพิศวง; **~-faced** *adj.* หน้ากลม; **~ game** *n.* การเล่นที่เล่นได้หลาย ๆ คนพร้อมกัน; **R~head** *n.* *(Brit. Hist.) สมาชิกของรัฐสภาอังกฤษในช่วงสงครามกลางเมืองในคริสต์ศตวรรษที่ 17*

roundly /'raʊndlɪ/'ราวนดลิ/ *adv.* อย่างรุนแรง, อย่างเอาจริงเอาจัง

'round-neck *adj.* *(เสื้อ)* คอกลม

roundness /'raʊndnɪs/'ราวนดนิซ/ *n., no pl.* ความกลม; *(of figure)* *(รูปร่าง)* กลมอ้วน

round: ~ 'number *n.* ตัวเลขจำนวนเต็ม; **~ 'robin** *n.* Ⓐ *(petition)* หนังสือร้องทุกข์ *(ที่มีลายเซ็นเรียงเป็นวงเพื่อปกปิดลำดับการเขียน);* Ⓑ *(Amer.: tournament) การแข่งขันที่ผู้เล่นจะต้องแข่งกับผู้เล่นอื่นทุกคน;* **~-shouldered** *adj.* ไหล่ห่อ; **be ~-shouldered** เป็นคนไหล่ห่อ

roundsman /'raʊndzmən/'ราวนดซเมิน/ *n., pl.* **roundsmen** /'raʊndzmən/'ราวนดซเมิน/ Ⓐ *(Brit.) ลูกจ้างที่ออกไปส่งของและรับใบสั่งของ;* **milk ~:** พนักงานส่งนม; Ⓑ *(Amer.: police officer)* ตำรวจ

round: R~ 'Table *n.* โต๊ะกลมแห่งพระเจ้าอาเธอร์และอัศวิน; **[King Arthur and the] Knights of the R~ Table** [พระเจ้าอาเธอร์และ] อัศวินโต๊ะกลม; **~-table 'conference** *n.* การประชุมโต๊ะกลม; **~-the-'clock** *adj.* ตลอดวัน, ตลอดคืน, ตลอดยี่สิบสี่ชั่วโมง; ➡ + **clock** 1 A; **~-the-world** *attrib. adj.* **~-the-world voyage/trip** *etc.* การเดินทาง ฯลฯ รอบโลก; **~ 'trip** *n.* Ⓐ การท่องเที่ยวไปรอบแล้วมาบรรจบจุดเริ่มต้น; Ⓑ *(Amer.: return trip)* การเดินทางไป-กลับ; **the ~ trip to the island** การเดินทางไป-กลับเกาะ; **~-trip ticket** ตั๋วไป-กลับ; **~-up** *n.* Ⓐ *(gathering-in) (of persons)* การรวมกลุ่ม, การชุมนุม; *(arrest)* การล้อมจับ; *(of animals)* การต้อนมารวมกัน; Ⓑ *(summary)* บทสรุป; **~worm** *n.* *(Zool., Med.)* พยาธิตัวกลม

rouse /raʊz/'ราวซ/ ❶ *v.t.* Ⓐ *(awaken, lit. or fig.)* ปลุกให้ตื่น, ปลุกเร้า; **~ oneself** ปลุกตัวเอง; *(overcome indolence)* เอาชนะความขี้เกียจ; **~ sb./oneself to action** ปลุกเร้า *ค.น./*ตัวเองให้กระฉับกระเฉง; Ⓑ *(provoke)* ยั่วยุ, ยั่วโทสะ; **he is terrible when ~d** เขาร้ายมากเมื่อถูกยั่วให้โกรธ; **~ sb. to anger** ยั่ว *ค.น.* ให้โกรธ; Ⓒ *(cause)* ก่อให้เกิด *(ความโกรธเคืองมาก, การกล่าวหา);* Ⓓ *(startle from cover)* กระตุ้นให้ *(เหยื่อ)* ออกมาจากที่ซ่อน ❷ *v.i.* **~ [up]** กระตือรือร้นขึ้น, กระฉับกระเฉงขึ้น

rousing /'raʊzɪŋ/'ราวซิง/ *adj.* ที่ทำให้ตื่นเต้น; *(เพลง, การพูด)* ปลุกเร้า; *(การปรบมือ)* ที่มีพลัง

roustabout /'raʊstəbaʊt/'ราวเซอะเบาท/ *n.* Ⓐ *(Amer.: labourer)* กรรมกร, ผู้ใช้แรงงาน; *(dockhand)* กรรมกรท่าเรือ; Ⓑ *(labourer on oil rig)* กรรมกรขุดเจาะน้ำมัน

¹rout /raʊt/เราท/ ❶ *n.* *(disorderly retreat)* การถอยร่นกระเจิดกระเจิง; *(disastrous defeat)* การพ่ายยับ; **put to ~:** ทำให้ถอยร่นกระเจิดกระเจิง; *(arch., Law: mob)* กลุ่มฝูงชนที่รวมตัวกันก่อเหตุ/ม็อบ ❷ *v.t.* ตีแตกพ่ายยับเยิน; ชนะ *(คู่แข่ง)*

²rout *v.i.* *(root)* *(สัตว์)* ขุดคุ้ยหาอาหาร

~ **'out** *v.t.* บังคับให้ออกมา *(จากที่นอน, บ้าน, ที่หลบซ่อน)* อย่างง่ายดาย; **~ sb. out of sth.** บังคับ *ค.น.* ให้ออกจาก *ส.น.*

route /ru:t/รูท/ ❶ *n.* Ⓐ *(course)* เส้นทาง; **a [very] circuitous ~** *(lit. or fig.)* เส้นทางที่วกวน/ที่อ้อมค้อม [มาก]; **shipping ~:** เส้นทางการเดินเรือ; **bus/air ~:** เส้นทางรถประจำทาง/การบิน; Ⓑ *(Amer.: delivery round)* เส้นทางการส่งสินค้า ❷ *v.t.* **~ing** ใช้เส้นทาง, กำหนดเส้นทาง; **the train is ~d through** *or* **via Crewe** รถไฟถูกกำหนดเส้นทางให้ผ่านเมืองครีว

route: ~man /'ru:tmən/'รูทเมิน/ *n., pl.* **~men** /'ru:tmən/'รูทเมิน/ *(Amer.) (delivery-man)* พนักงานส่งสินค้า; *(salesman)* พนักงานขาย; **~ march** *n.* *(Mil.)* การฝึกเดินทางไกลของทหาร

¹router /'raʊtə(r)/'เราเทอะ(ร)/ *n.* *(tool) เครื่องมือขุดฝนที่มีด้ามถือสองด้าน*

²router /'ru:tə(r)/'รูเทอะ(ร)/ *n.* *(Computing) เครื่องกระจายสัญญาณอินเทอร์เน็ตไปยังเครื่องคอมพิวเตอร์อื่น ๆ*

routine /ru:'ti:n/รู'ทีน/ ❶ *n.* Ⓐ *(regular procedure)* สิ่งที่ต้องปฏิบัติเป็นประจำ, กิจวัตร; **strict ~s must be kept to** ต้องรักษากิจวัตรอย่างเคร่งครัด; **creature of ~:** คนที่ยึดติดกับกิจวัตรของตน; **establish a new ~ after retirement** เปลี่ยนกิจวัตรใหม่หลังจากปลดเกษียณอายุ; Ⓑ *(coll.) (set speech)* คำพูดที่พูดกันเสมอ; *(formula)* สูตร; Ⓒ *(Theatre)* การแสดงเฉพาะในชุดใดชุดหนึ่ง; *(Dancing, Skating)* ท่าเต้น, ท่าเล่น; *(Gymnastics)* ท่าบังคับ; Ⓓ *(Computing)* โปรแกรมใช้ประจำ, โปรแกรมย่อย ❷ *adj.* เป็นงานประจำ, เป็นไปตามปกติ; **the investigation was purely ~:** การสืบสวนเป็นไปตามกฎเกณฑ์ประจำเท่านั้น

routinely /ruː'tiːnlɪ/รู'ทินลิ/ *adv.* อย่างเป็นประจำวัน, อย่างปกติ

roux /ruː/รู/ *n., pl. same (Cookery)* ส่วนผสมของไขมัน เนยและแป้ง ใช้ในการทำซอส

¹rove /rəʊv/โรว/ ❶ *v.i.* พเนจร; (สายตา) ที่มองไปทั่ว; **~ [about]** เที่ยวไปเรื่อยโดยไม่มีจุดหมาย ❷ *v.t.* ท่องเที่ยวไปเรื่อย; (สายตา) กวาดไปทั่วห้อง

²rove ➡ **reeve**

¹rover /'rəʊvə(r)/'โรเวอะ(ร)/ *n. (wanderer)* คนพเนจร, คนที่เดินทางเร่ร่อนโดยไร้จุดหมาย; **R~ Scout** *(Hist.)* ลูกเสือรุ่นอาวุโส

²rover *n. (pirate)* โจรสลัด

roving: /'rəʊvɪŋ/'โรวิง/ **~ com'mission** *n.* การอนุญาตให้เดินทางตามความจำเป็นเพื่อปฏิบัติภารกิจ ฯลฯ; **have a ~ commission** มีอำนาจที่จะเดินทางไปทั่วในการปฏิบัติภารกิจ; **~ 'eye** *n.* **have a ~ eye** ทำตาเจ้าชู้

¹row /raʊ/ร๋าว/ *(coll.)* ❶ *n.* Ⓐ *(noise)* เสียงอึกทึก; **make a ~:** ทำเสียงอึกทึก; *(protest)* การต่อต้าน, การประท้วง; Ⓑ *(quarrel)* การทะเลาะวิวาท; **have/start a ~:** ทะเลาะกัน/เริ่มต้นทะเลาะกัน; **they're always having** *or* **they keep having ~s** พวกเขาทะเลาะวิวาทกันเสมอ; Ⓒ **get into a ~ over sth.** *(be reprimanded)* ถูกตำหนิเกี่ยวกับ *ส.น.* ❷ *v.i.* ทะเลาะวิวาท

²row /rəʊ/โร/ *n.* Ⓐ แถว; **in a ~:** เป็นแถว; *(coll.: in succession)* ต่อเนื่อง, เป็นลำดับ; Ⓑ *(line of numbers etc.)* แถวตัวเลข ฯลฯ; Ⓒ *(terrace)* **~ [of houses]** เป็นแถว [ห้องแถว]

³row /rəʊ/โร/ ❶ *v.i. (move boat with oars etc.)* พายเรือ, แจวเรือ; **~ out/back** พายออก/กลับ ❷ *v.t.* พายเรือ; **~ sb. across** พายเรือส่ง *ค.น.* ข้ามฟาก ❸ *n.* **go for a ~:** ออกไปพายเรือเล่น; **after a long ~:** หลังจากการพายเรือเล่นเสียนาน

rowan /'rəʊən, 'raʊ-/'โรเอิน, 'ราว-/ ➡ **rowan tree**

rowan: ~ berry *n.* ลูกสีแดงของต้นโรแวน; **~ tree** *n.* Ⓐ *(Scot., N. Engl.)* ต้นไม้ภูเขา *Sorbus aucuparia* มีใบแยกเป็นแฉก; Ⓑ *(Amer.)* ต้นไม้ภูเขา *Sorbus americana*

rowboat /'rəʊbəʊt/'โรโบท/ *n.* เรือพาย, เรือแจว, เรือกรรเชียง

rowdiness /'raʊdɪnɪs/'ราวดินิซ/ *n., no pl.* ความเอะอะโวยวาย, ความไม่เป็นระเบียบ; *(behaviour)* ความเกเรเชิงอันธพาล

rowdy /'raʊdɪ/'ราวดิ/ ❶ *adj.* เอะอะโวยวาย; **~ adolescents** วัยรุ่นที่ชอบส่งเสียงเอะอะโวยวาย; **the ~ element in the audience** ส่วนที่เอะอะโวยวายในหมู่ผู้ชม; **~ scenes** การเกิดความเอะอะโวยวาย; **the party was ~:** แขกในงานเลี้ยงส่งเสียงดังเอะอะ ❷ *n.* คนเกเร, นักเลงอันธพาล

rowdyism /'raʊdɪɪzm/ราวดิอิซ'ม/ *n., no pl.* ความประพฤติที่เกเร *หรือ* เป็นอันธพาล

rower /'rəʊə(r)/'โรเออะ(ร)/ *n.* คนแจวเรือ, คนพายเรือ; **be a ~** เป็นนักพายเรือ

row house /'rəʊ haʊs/'โร เฮาซ/ *n. (Amer.)* แบบห้องแถว, เรือนแถว, บ้านทาวน์เฮ้าส์

rowing /'rəʊɪŋ/'โรอิง/ *n., no pl.* การพายเรือ, การแจวเรือ, การตีกรรเชียง; **do a lot of/like ~:** พายเรือบ่อย/ชอบพายเรือ

rowing: ~ boat *n. (Brit.)* เรือพาย, เรือกรรเชียง; **~ club** *n.* สโมสรพายเรือ; **~ machine** *n.* กรรเชียงบก *(เครื่องออกกำลังกาย)*

rowlock /'rɒlək/'รอเลิค/ *n. (Brit.)* หูกรรเชียง

royal /'rɔɪəl/'รอยเอิล/ ❶ *adj.* เป็นของ/เกี่ยวกับพระมหากษัตริย์ *หรือ* พระราชินี; **the ~ plural** คำสรรพนาม 'เรา' ที่เจ้านายใช้แทนพระองค์; ➡ + **academy** A; **assent** 2; **blood** 1 C; **com-mission** 1 D; **duke** A; **Highness; regiment** 1 B; **right** 4 G; **tennis; we** ❷ *n. (coll.)* สมาชิกในราชวงศ์; **the ~s** พระบรมวงศานุวงศ์

royal: R~ 'Air Force *n. (Brit.)* กองทัพอากาศของสหราชอาณาจักร; **~ 'blue** *(Brit.)* สีน้ำเงินเข้ม; **~ 'burgh** *n. (ในสกอตแลนด์) เมืองที่ปกครองตนเองโดยได้รับพระบรมราชานุญาตจากพระมหากษัตริย์*; **R~ Engi'neers** *n. pl.* แผนกวิศวกรรมของกองทัพสหราชอาณาจักร; **~ 'family** *n.* พระบรมราชวงศ์; **~ 'icing** *n. (Cookery) หน้าเค้กแข็งที่ผสมน้ำตาลไอซิ่งกับไข่ขาว*

royalism /'rɔɪəlɪzm/'รอยเออะลิซ'ม/ *n.* ลัทธินิยมกษัตริย์

royalist /'rɔɪəlɪst/'รอยเออะลิซท/ *n.* ผู้สนับสนุนระบบราชาธิปไตย

royal 'jelly *n. สารใช้เป็นอาหารเสริมที่ผึ้งงานคั้นออกและป้อนให้แก่ผึ้งที่จะเป็นนางพญาผึ้งต่อไป*

royally /'rɔɪəlɪ/'รอยเออะลิ/ *adv.* อย่างคู่ควรกับพระมหากษัตริย์, อย่างดีเลิศ

royal: R~ Ma'rine *n. (Brit.)* นาวิกโยธินแห่งสหราชอาณาจักร; **R~ 'Navy** *n. (Brit.)* ราชนาวี; **~ 'oak** *n. กิ่งไม้โอ๊กที่ประดับในวันที่ 29 พฤษภาคม เพื่อรำลึกถึงการกู้ราชสมบัติของพระเจ้าชาร์ลสที่ 2 (ค.ศ. 1660)*; **~ stag** *n. (Hunting) กวางตัวผู้ที่มีง่ามเขาไม่น้อยกว่า 12 ง่าม*; **~ 'standard** *n.* ธงมหาราช, ธงกษัตริย์

royalty /'rɔɪəltɪ/'รอยเอิลทิ/ *n.* Ⓐ *(payment)* ค่าภาคหลวง, ค่าลิขสิทธิ์; Ⓑ *collect. (royal persons)* ราชนิกุล; Ⓒ *no pl., no art. (member of royal family)* สมาชิกในราชนิกุล; **she's ~:** เธอเป็นสมาชิกในราชนิกุล

royal 'warrant *n. ใบอนุญาตให้พ่อค้าจัดหาสินค้ามาถวายเจ้านายในราชสกุลพระองค์ใดพระองค์หนึ่ง*

rozzer /'rɒzə(r)/'รอเซอะ(ร)/ *n. (Brit. sl.)* ตำรวจ

RPI *abbr. (Brit.)* **Retail Price Index**

r.p.m. /ɑːpiː'em/อาพี'เอ็ม/ *abbr.* Ⓐ **resale price maintenance;** Ⓑ **revolutions per minute** จำนวนรอบต่อนาที

RSPCA *abbr. (Brit.)* **Royal Society for the Prevention of Cruelty to Animals** *สมาคมป้องกันการทารุณกรรมสัตว์ในพระบรมราชูปถัมภ์*

RSVP *abbr.* **répondez s'il vous plaît** โปรดตอบรับ

rt. *abbr.* **right**

Rt. Hon. *abbr. (Brit.)* **Right Honourable** ฯพณฯ

Rt. Rev[d]. *abbr.* **Right Reverend: the Rt. Rev'd.**

rub /rʌb/รับ/ ❶ *v.t.*, **-bb-:** Ⓐ ขัด, ถู, นวด; *(with ointment etc.)* นวดด้วยขี้ผึ้ง ฯลฯ; *(to remove dirt etc.)* ถู, ขัด; *(to dry)* เช็ดให้แห้ง; *(with sandpaper)* ถูด้วยกระดาษทราย; **~ sth. off sth.** ถู *ส.น.* ออกจาก *ส.น.*; **~ sth. dry** เช็ด *ส.น.* จนแห้ง; **~ one's hands** ถูมือของตน; **~ noses** ถูจมูกกัน; **~ shoulders** *or* **elbows with sb.** *(fig.)* พบปะ *ค.น.*; **~ a hole in sth.** เจาะไช *ส.น.* ให้เป็นรู; **~ one's feet on sth.** เช็ดเท้าของตนบน *ส.น.*; **~ two things together** นำสองสิ่งมาถูกัน; **~ sth. through a sieve** ร่อน *ส.น.* ผ่านตะแกรง; **he ~bed liniment over his chest** เขานวดน้ำมันแก้ปวดเมื่อยที่หน้าอกของเขา; ➡ + **nose** 1 A; **penny** C; Ⓑ *(reproduce by ~bing) ทำสำเนาโดยเอากระดาษไขวางทับ ส.น. และถูให้ลายปรากฏ*

❷ *v.i.* **-bb-** Ⓐ *(exercise friction)* เสียดสี, ถู (**[up]on, against** กับ); Ⓑ *(get frayed)* ขัดสีจนหลุดลุ่ย; **~ bare** ถูจนหมด *(สี, ลวดลาย)* ❸ *n.* การขัด, การถู; **give it a quick ~:** ถูมันสักหน่อย; **there's the ~** *(fig.)* นั่นแหละอุปสรรค

~ a'long *v.i.* Ⓐ **~ along [together]** ไป [ด้วย] กันด้วยดี; Ⓑ *(financially)* พอไปได้

~ a'way *v.t.* ขจัดให้สิ้น *(คราบ, สี)*; นวดให้หาย *(ปวด)*

~ 'down *v.t.* Ⓐ *(prepare)* ถูพื้นตระเตรียม; Ⓑ *(dry)* เช็ดให้แห้ง; ➡ + **rub-down**

~ 'in *v.t.* ถูให้ซึมเข้า; เน้น, ย้ำ; **there's no need to** *or* **don't ~ it in** *(fig.)* ไม่ต้องมาซ้ำเติมหรอก

~ 'off ❶ *v.t.* ถูให้ออก ❷ *v.i. (lit.)* ติดมาด้วย; *(fig.)* ติดนิสัยมาด้วย; **a lot of dirt/oil ~bed off on my hands** ถูไปถูมาฝุ่น/น้ำมันเลยเปื้อนมือมาด้วย

~ 'out ❶ *v.t.* ขัดออก, ลบออก; *(from paper)* ลบออก ❷ *v.i.* ลบออก

~ 'up *v.t.* Ⓐ *(polish)* ขัดให้ขึ้นเงา; Ⓑ *(revise)* ทบทวน; Ⓒ **~ sb. up the right/wrong way** *(fig.)* ทำให้ *ค.น.* ถูกใจ/ทำให้ *ค.น.* รำคาญ

¹rubber /'rʌbə(r)/'รับเบอะ(ร)/ *n.* Ⓐ ยางไม้; Ⓑ *(eraser)* ยางลบ; Ⓒ *(sl. condom)* ถุงยางอนามัย; Ⓓ *in pl. (Amer.: galoshes)* รองเท้ายางสวมทับรองเท้าธรรมดากันเปียก

²rubber *n. (Cards) การเล่นไพ่สามหรือห้าเกมต่อเนื่องกันในรอบหนึ่ง*

rubber: ~ 'band *n.* หนังยาง, หนังสติ๊ก *(ภ.พ.)*; **~ 'cheque** *n. (coll.)* เช็คเด้ง; **~ 'glove** *n.* ถุงมือยาง; **~ goods** *n. pl.* ผลิตภัณฑ์ยาง; *(condoms)* ถุงยางอนามัย

rubberize /'rʌbəraɪz/'รับเบอะรายซ/ *v.t.* หุ้ม *หรือ* เคลือบด้วยยาง

rubber: ~neck *(Amer.)* ❶ *n.* คนที่เพ่งเล็ง *ส.น.* ❷ *v.i.* เพ่งมอง *ส.น.* ด้วยความสงสัย; **~ plant** *n. (Bot.)* ต้นไม้ *Ficus elastica* ใช้เป็นไม้ประดับในบ้าน; **~ solution** *n.* กาวยาง; **~ 'stamp** *n.* Ⓐ ตรายาง; Ⓑ *(fig.: one who endorses uncritically)* คนที่แสดงการเห็นด้วยโดยไม่ใช้วิจารณญาณ; **the council is a ~ stamp body** สภาเป็นแค่ตรายาง; **~-'stamp** *v.t. (fig.: approve)* เห็นชอบ, อนุมัติ

rubbery /'rʌbərɪ/'รับเบอะริ/ *adj.* เหมือนยาง, ยืดหยุ่น; *(tough)* เหนียว; **be tough and ~:** เหนียวและยืดหยุ่น

rubbing /'rʌbɪŋ/'รับบิง/ *n.* การพิมพ์ลวดลายโดยการถูดินสอบนกระดาษที่ทาบรอย

rubbish /'rʌbɪʃ/'รับบิช/ ❶ *n., no pl., no indef. art.* Ⓐ *(refuse)* ขยะ; Ⓑ *(worthless material)* สิ่งไร้ค่า; **be ~:** เป็นสิ่งไร้ค่า; Ⓒ *(nonsense)* เรื่องไร้สาระ; **talk a lot of ~:** พูดเรื่องไร้สาระมากมาย; **what ~!** บ้าจริง ❷ *int.* ห่วย, ชุ่ย ❸ *v.t.* แสดงความดูถูก

rubbish: ~ bin *n.* ถังขยะ; **~ chute** *n.* ช่องเทขยะ; **~ dump** *n.* ที่เทขยะ; **~ heap** *n.* กองขยะ; *(in garden)* กองปุ๋ยหมัก; **~ tip** *n.* ศูนย์ทิ้งขยะ

rubbishy /'rʌbɪʃɪ/'รับบิชิ/ *adj.* ไม่มีค่า, ไร้สาระ; **~ newspaper** หนังสือพิมพ์ที่ไร้สาระ

rubble /'rʌbl/'รับ'ล/ *n.* Ⓐ *(from damaged building)* เศษอิฐหัก, เศษปูน; *(Geol. also)* เศษหิน; **reduce sth. to ~:** ทำให้ *ส.น.* เป็นเศษเล็กเศษน้อย; Ⓑ *(water-worn stones)* หินที่ถูกน้ำกัดเซาะจนสึกกร่อน

'rub-down *n.* การขัดถู, การเช็ดตัว; **give sb./sth. a [quick] ~:** เช็ดตัวให้ *ค.น.*/ขัดถู *หรือ* เช็ด *ส.น.* [อย่างรวดเร็ว]

rube /ru:b/รูบ/ *n. (Amer. coll.)* คนบ้านนอก
rubella /ru:ˈbelə/รู'เบ็ลเลอะ/ *n.* ➤ **453** *(Med.)* โรคหัดเยอรมัน
Rubicon /ˈru:bɪkən, US -kɒn/'รูบิเคิน, -คอน/ *n.* **cross the ~** *(fig.)* เริ่มกระบวนการที่เริ่มแล้วถอยไม่ได้
rubicund /ˈru:bɪkʌnd/'รูบิคันดฺ/ *adj. (literary)* *(คน)* หน้าแดง
Rubik cube /ru:bɪk ˈkju:b/รูบิค 'คิวบฺ/ *n.* ปริศนาลูกบาศก์ใหญ่ที่ประกอบด้วยลูกบาศก์เล็ก ๆ หลากสี *(ต้องหมุนให้ลูกบาศก์สีเดียวกันอยู่ด้านเดียวกันหมด)*
rubric /ˈru:brɪk/'รูบริค/ *n.* Ⓐ คำบอกวิธีการดำเนินพิธีในโบสถ์; Ⓑ *(commentary)* คำอธิบาย หรือ บทวิจารณ์
ruby /ˈru:bɪ/'รูบิ/ ❶ *n.* Ⓐ *(precious stone)* ทับทิม; Ⓑ *(colour)* สีแดงอมม่วง ❷ *adj.* Ⓐ *(red)* สีแดงอมม่วง; Ⓑ *(containing stone)* *(แหวน, สร้อย)* ทับทิม
ruby: ~-red *adj.* สีแดงเหมือนพลอยทับทิม; **~ 'wedding** *n.* ครบรอบ 40 ปีของการแต่งงาน
RUC *abbr. (Hist.)* **Royal Ulster Constabulary** *กองกำลังตำรวจแห่งแคว้นอัลสเตอร์ในพระบรมราชูปถัมภ์*
ruche /ru:ʃ/รูช/ *n.* ชายผ้าที่จีบและห้อยเป็นระบาย
ruched /ru:ʃt/รูชทฺ/ *adj.* ที่จีบเป็นระบาย
¹ruck /rʌk/รัค/ *n.* Ⓐ *(Sport: main body of competitors)* กลุ่มผู้ลงแข่งขันส่วนใหญ่; Ⓑ *(fig.: crowd, mass)* ฝูงชน, มวลชน; Ⓒ *(Rugby)* การรุมแย่งลูกบอลในสนาม
²ruck, *(Brit.)* **ruckle** /ˈrʌkl/'รัค'ล/ ❶ *n. (crease)* รอยพับ, รอยยับ ❷ *v.i.* **~ up** ยับ, พับ, ย่น
rucksack /ˈrʌksæk, ˈrʊksæk/'รัคแซค, 'รุคแซค/ *n.* เป้สะพาย
ruckus /ˈrʌkəs/'รัคเคิซ/ *n., (coll.)* **ructions** /ˈrʌkʃnz/'รัคช'นซฺ/ *n. pl.* การเอะอะวุ่นวาย, เสียงอึกทึก
rudder /ˈrʌdə(r)/'รัดเดอะ(ร)/ *n.* หางเสือ
rudderless /ˈrʌdəlɪs/'รัดเดอะลิซ/ *adj.* ไม่มีหางเสือ; *(fig.)* ไร้จุดมุ่งหมาย
ruddy /ˈrʌdɪ/'รัดดิ/ *adj.* Ⓐ *(reddish)* ออกแดง; Ⓑ *(rosy)* ออกชมพูเรื่อ; Ⓒ *(Brit. coll. euphem.: bloody)* ไอ้เวร *(ภ.ย.)*
rude /ru:d/รูด/ *adj.* Ⓐ *(impolite)* ไม่สุภาพ, ไม่มีมารยาท; *(stronger)* หยาบคาย, ทะลึ่ง; **say ~ things** *or* **be ~ about sb.** พูดสิ่งไม่สุภาพเกี่ยวกับ *ค.น.*; **be ~ to sb.** หยาบคายต่อ *ค.น.*; **be ~ to a teacher** ไม่สุภาพกับครู; Ⓑ *(abrupt)* ฉับพลัน; **~ awakening** การตื่นขึ้นอย่างฉับพลัน; Ⓒ *(hearty)* **in ~ health** *(dated)* มีสุขภาพแข็งแรง; Ⓓ *(simple)* เรียบง่าย, ไม่วิจิตรบรรจง; Ⓔ *(obscene)* ลามก, อนาจาร
rudely /ˈru:dlɪ/'รูดลิ/ *adv.* Ⓐ *(impolitely)* อย่างไม่สุภาพ, อย่างหยาบคาย; Ⓑ *(abruptly)* อย่างฉับพลัน; **be ~ reminded of sth.** อยู่ดี ๆ ถูกเตือนให้ระลึกถึง *ส.น.*; Ⓒ *(roughly)* อย่างหยาบ ๆ; **a ~ constructed hut** กระท่อมที่สร้างอย่างหยาบ ๆ; Ⓓ *(obscenely)* อย่างลามกอนาจาร; **gesture ~ at sb.** แสดงท่าลามกอนาจารต่อ *ค.น.*
rudeness /ˈru:dnɪs/'รูดนิซ/ *n., no pl. (bad manners)* ความไม่สุภาพ, ความหยาบคาย
rudiment /ˈru:dɪmənt/'รูดิเมินทฺ/ *n.* Ⓐ *in pl. (first principles)* หลักพื้นฐาน, หลักการขั้นต้น; **know the ~s of law** รู้หลักพื้นฐานของกฎหมาย; Ⓑ *in pl. (imperfect beginning)* การเริ่มต้นที่ยังไม่สมบูรณ์แบบ
rudimentary /ru:dɪˈmentərɪ/รูดิ'เม็นเทอะริ/ *adj.* Ⓐ *(elementary)* เป็นพื้นฐาน; *(กระต๊อบ)* ง่าย ๆ; **~ knowledge** ความรู้พื้นฐาน; Ⓑ *(Anat., Zool.)* ยังไม่พัฒนาสมบูรณ์, ยังไม่โตเต็มที่
rue /ru:/รู/ *v.t.*, **~ing** *or* **ruing** /ˈru:ɪŋ/'รูอิง/ *(literary: repent of)* เสียใจ, สำนึกผิด; **you'll live to ~ it** คุณก็ต้องสำนึกผิดเรื่องนี้; **~ the day/hour when ...:** เสียดายวัน/ชั่วโมงที่ผ่านไป
rueful /ˈru:fl/'รูฟ'ล/ *adj.*, **ruefully** /ˈru:fəlɪ/'รูเฟอะลิ/ *adv.* [ด้วยความ] เสียใจ, [โดย] สำนึกผิด
¹ruff /rʌf/รัฟ/ *n.* ผ้าพันคอที่เย็บรูดจีบหลายชั้น
²ruff *n. (sandpiper)* นก *Philomachus pugnax* ตัวเล็กปากแหลม อาศัยอยู่ตามชายหาด
³ruff *(Cards)* ❶ *n.* ชุดไพ่แต้มสูง ❷ *v.i.* ได้แต้มนำ, แสดงท่าว่ามีแต้มสูงกว่า ❸ *v.t.* ได้ที่, ได้เปรียบ
ruffian /ˈrʌfɪən/'รัฟเฟียน/ *n.* คนพาล; **gang of ~s** กลุ่มคนพาล; **the little ~** *(joc.)* เจ้าตัวร้าย
ruffianly /ˈrʌfɪənlɪ/'รัฟเฟียนลิ/ *adj. (วัยรุ่น)* พาล, เกเร
ruffle /ˈrʌfl/'รัฟ'ล/ ❶ *v.t.* Ⓐ *(disturb smoothness of)* ทำให้ยุ่ง หรือ ไม่เป็นระเบียบ; **~ sb.'s hair** ยีผม *ค.น.* ให้ยุ่ง; ➡ **+ feather** 1 A; Ⓑ *(upset)* ทำให้ปั่นป่วน, รบกวน; **her composure was not ~d** เธอยังรักษาท่าทีสงบเยือกเย็นไว้ได้; **be easily ~d** ฉุนเฉียวง่าย, อารมณ์เสียง่าย; Ⓒ *(gather)* จีบเป็นระบาย ❷ *n. (frill)* ระบายจีบ
~ 'up *v.t. (ขนนก)* ตั้งขึ้นเมื่อตื่นหรือโกรธ
rug /rʌg/รักฺ/ *n.* Ⓐ *(for floor)* พรมปูพื้น; **Persian ~:** พรมเปอร์เซีย; **pull the ~ [out] from under sb.** *(fig.)* เลิกช่วยเหลือเจือจุน *ค.น.* โดยกะทันหัน; Ⓑ *(wrap, blanket)* ผ้าห่มหนา
Rugby /ˈrʌgbɪ/'รักบิ/ *n.* รักบี้ *(ท.ศ.)* *(กีฬาคล้ายฟุตบอล แต่ใช้มือจับได้ด้วย มีผู้เล่นฝ่ายละ 15 คน ใช้ลูกบอลมีลักษณะกลมรี)*; ➡ **+ fives**
Rugby: ~ ball *n.* ลูกรักบี้; **~ 'football** *n.* Ⓐ *(game)* ➡ **Rugby**; Ⓑ *(ball)* ➡ **Rugby ball**; **~ 'footballer** *n.* นักรักบี้; **~ 'League** *n.* *(Brit.)* *กีฬารักบี้อาชีพที่มีผู้เล่นฝ่ายละ 13 คน*; **~ player** ➡ **~ footballer**; **~ tackle** *n.* การโถมเข้าจู่โจมฝ่ายตรงข้ามเพื่อชิงลูก; **the policeman brought him down with a ~ tackle** ตำรวจกระโจนเข้าปล้ำเขาลงกับพื้นได้; **~ 'Union** *n.* *(Brit.)* *กีฬารักบี้สมัครเล่นที่มีผู้เล่นฝ่ายละ 15 คน*
rugged /ˈrʌgɪd/'รักกิด/ *adj.* Ⓐ *(sturdy)* *(เครื่องจักร, เครื่องยนต์)* แข็งแรง, ทนทาน; Ⓑ *(involving hardship)* *(ชีวิต)* ยากลำบาก; Ⓒ *(unpolished)* หยาบ, กระด้าง; **with ~ good looks** หล่ออย่างบึกบึน
ruggedize /ˈrʌgɪdaɪz/'รักกิดายซฺ/ *v.t.* *(Amer.)* ทำให้ทนทาน, ทำให้แข็งแรง
ruggedly /ˈrʌgɪdlɪ/'รักกิดลิ/ *adv.* **~ constructed** สร้างอย่างแข็งแรงทนทาน; **~ handsome** หล่ออย่างล่ำ บึกบึน ล่ำสัน
rugger /ˈrʌgə(r)/'รักเกอะ(ร)/ *n. (Brit. coll.)* กีฬารักบี้
Ruhr /rʊə(r)/โรเออะ(ร)/ *pr. n.* **the ~** *เขตอุตสาหกรรมรูห์ในประเทศเยอรมนี*
ruin /ˈru:ɪn/'รูอิน/ ❶ *n.* Ⓐ *no pl., no indef. art. (decay)* ความผุพัง, ความทรุดโทรม, ความเสื่อมสลาย; **bring about one's own ~:** ทำให้ตนเองพินาศ; **be reduced to a state of ~:** ถูกกระทำให้พินาศโดยสิ้นเชิง; **the ~ of his hopes,** ความหวังของเขาพังทลาย; **go to** *or* **fall into rack and ~:** *(อาคาร)* เสื่อมโทรมใกล้พัง; *(สวน)* รกรุงรัง; *(แผน)* ล้มเหลวหมด; Ⓑ *no pl., no indef. art. (downfall)* ความพินาศ, ความหายนะ, ความฉิบหาย; **his business was facing ~:** ธุรกิจของเขากำลังจะหายนะ; **~ stared her in the face** เธอจำต้องเผชิญกับความหายนะ *(ของตน)*; Ⓒ *in sing. or pl. (remains)* ซากปรักหักพัง; **in ~s** อยู่ในสภาพปรักหักพัง; **he is a ~** *(fig.)* เขาหมดตัวแล้ว; **rise from the ~s of sth.** ฟื้นจากซากปรักหักพังของ *ส.น.*, รุ่งโรจน์ขึ้นจากความพินาศของ *ส.น.*; Ⓓ *(cause of ~)* สาเหตุแห่งความพินาศ; **you'll be the ~ of me** คุณจะเป็นเหตุแห่งความพินาศของฉัน
❷ *v.t.* ทำลาย *(ความสุข, การไปเที่ยว)*; ทำให้พินาศฉิบหาย *(ความหวัง, โอกาส)*
ruination /ru:ɪˈneɪʃn/รูอิ'เนช'น/ *n., no pl.* ➡ **ruin** 1 D
ruined /ˈru:ɪnd/'รูอินดฺ/ *adj.* Ⓐ *(reduced to ruins)* เป็นซากปรักหักพัง; **~ town** เมืองที่เหลือแต่ซากปรักหักพัง; **a ~ castle/palace/church** ปราสาท/พระราชวัง/โบสถ์ที่เหลือแต่ซากปรักหักพัง; Ⓑ *(brought to ruin)* ถูกทำให้ฉิบหาย; **his speculations left him a ~ man** การเก็งกำไรทำให้เขาหมดตัว; Ⓒ *(spoil)* เสียหาย
ruinous /ˈru:ɪnəs/'รูอิเนิซ/ *adj.* Ⓐ *(in ruins)* ที่เหลือแต่ซากปรักหักพัง; Ⓓ *(disastrous)* ล่มจม, หายนะ; **be ~ to sb./sth.** ทำให้ *ค.น./ส.น.* หายนะ
ruinously /ˈru:ɪnəslɪ/'รูอิเนิซลิ/ *adv.* อย่างพินาศ, อย่างเสี่ยงต่อหายนะ; *(แพง, สูง ฯลฯ)* ฉิบหาย
rule /ru:l/รูล/ ❶ *n.* Ⓐ *(principle)* กฎเกณฑ์, หลักเกณฑ์; **~ of conduct/cricket/life** หลักความประพฤติ/กฎของกีฬาคริกเกต/หลักชีวิต; **the ~s of the game** *(lit. or fig.)* กติกาของการทำ *ส.น.*; **stick to** *or* **play by the ~s** *(lit. or fig.)* ทำตามกติกา; **~s and regulations** กฎและระเบียบข้อบังคับ; **[always] make it a ~ to do sth.** *(fig.)* ทำ *ส.น.* [ตลอด] ราวกับเป็นกฎ; **be against the ~s** ไม่ทำตามกฎ; **bend** *or* **stretch the ~s** *(fig.)* ดัดแปลงกฎระเบียบในทางที่เป็นประโยชน์กับตน; **R~s** *(Austral. footb.)* *การเล่นฟุตบอลตามกติกาของออสเตรเลีย*; **as a ~:** เป็นปกติ, โดยทั่วไป; **~ of three** *(Math.)* บัญญัติไตรยางค์; **~ of thumb** หลักเกณฑ์โดยทั่ว ๆ ไป *(ที่มีพื้นฐานจากประสบการณ์มากกว่าทฤษฎี)*; **the usual ~ of thumb is ...:** หลักเกณฑ์โดยทั่วไปก็คือ...; **~ of thumb estimate** การประมาณคร่าว ๆ; Ⓑ *(custom)* ประเพณีปฏิบัติ; **the ~ of the house is that ...:** ประเพณีปฏิบัติของบ้าน ก็คือว่า...; **suits are the ~ on such an occasion** ชุดสูทเป็นชุดที่ต้องสวมในโอกาสดังกล่าว; Ⓒ *no pl. (government)* การปกครอง; **the ~ of law** หลักนิติธรรม, หลักบังคับแห่งกฎหมาย; Ⓓ *(Eccl.: code)* วินัยของสงฆ์, กฎระเบียบของศาสนา; Ⓔ *(graduated measure)* ไม้บรรทัด; *(tape)* สายวัด; *(folding)* โซ่วัด, ไม้บรรทัดพับได้; Ⓕ *(Printing)* *เส้นบาง ๆ ใช้แยกคำ, แถบโลหะบาง ๆ ที่ใช้แยกแถวเลขหรือตัวอักษรในการพิมพ์สมัยเก่า*; ➡ **+ road** A; **work** 2 A
❷ *v.t.* Ⓐ *(control)* ควบคุม, บังคับ; Ⓑ *(be the ruler of)* *(กษัตริย์, ผู้เผด็จการ)* เป็นผู้ปกครอง; **~ the roost [in the house]** เป็นจ้าบ้าน; ➡ **+ rod** C; Ⓒ *(give as decision)* ตัดสิน; **he ruled the ball out** เขาตัดสินว่าลูกบอลออก; **~ a motion out of order** สั่งการห้ามการพิจารณาข้อเสนอ; **~ sb. out of order** สั่งให้ *ค.น.* หยุดพูดเนื่องจากลงชื่อพูดในระเบียบสภา; Ⓓ *(draw)* ลากเส้น, ขีด *(เส้น)*; *(draw lines on)* ขีดเส้น *(บนกระดาษ)*

rule book | run 768

❸ *v.i.* **A** *(govern)* ปกครอง; ~ **by fear** ปกครองด้วยการทำให้กลัว; **X ~s** *(coll.)* เอ็กซ์ครองโลก, เอ็กซ์สุดยอด *(เขียนบนผนัง)*; **B** *(decide, declare formally)* ตัดสินใจ (**against** คัดค้าน; **in favour of** สนับสนุน); ~ **on a matter** ตัดสินใจในเรื่องหนึ่ง

~ **'off** *v.t.* ตัดออก, ฆ่าออก; ~ **off a margin** ขีดเส้นแสดงส่วนของกระดาษที่เขียนได้

~ **'out** *v.t.* **A** *(exclude, eliminate)* ตัดออก, กำจัดออก; **B** *(prevent)* ป้องกัน, ห้าม

'rule book *n. (lit. or fig.)* ประมวลกฎเกณฑ์

ruled /ru:ld/รูลดฺ/ *adj. (กระดาษ)* ที่ตีเส้น

ruler /'ru:lə(r)/'รูเลอะ(ร)/ *n.* **A** *(person)* ผู้ปกครอง, เจ้าผู้ครอง; **B** *(for drawing or measuring)* ไม้บรรทัด

ruling /'ru:lɪŋ/'รูลิง/ ❶ *n.* **A** *(decision)* คำวินิจฉัยชี้ขาด, การตัดสินใจ; **B** *(using a ruler)* การขีด/ตีเส้น ❷ *adj.* **A** *(predominating)* ที่ครอบคลุม, ครอบงำ; **sb.'s ~ ambition/passion** ความทะเยอทะยาน/กิเลสตัณหาที่ครอบงำ *(จิตใจ) ค.น.*; **B** *(current)* **[the] ~ prices** ราคาในปัจจุบัน; **C** *(governing, reigning) (ชนชั้น)* ปกครอง; *(พรรค)* มีอำนาจอยู่

[1]**rum** /rʌm/รัม/ *n.* เหล้าที่ทำจากน้ำอ้อย, เหล้ารัม *(ท.ศ.)*

[2]**rum** *adj. (Brit. coll.) (odd)* แปลก, ประหลาด

Rumania /ru:'meɪnɪə/รู'เมเนีย/ ➡ **Romania**

Rumanian /ru:'meɪnɪən/รู'เมเนียน/ ➡ **Romanian**

rumba /'rʌmbə/'รัมเบอะ/ ❶ *n.* แรมบ้า *(ท.ศ.)* การเต้นรำของชาวคิวบาผิวดำ, ดนตรีทำนองแรมบ้า; **dance the ~:** เต้นรำในจังหวะแรมบ้า ❷ *v.i.*, **~ed** *or* **~'d** /'rʌmbəd/'รัมเบิด/ เต้นรำในจังหวะแรมบ้า

[1]**rumble** /'rʌmbl/'รัมบ'ล/ ❶ *n.* **A** *(sound)* เสียงดังก้อง; *(of heavy vehicle)* เสียงครึกโครม; **B** *(Amer. coll.: street fight)* การต่อสู้กันบนท้องถนน; **C** *(Amer. coll.: rumour)* ข่าวลือ; **the ~ is that ...:** มีข่าวลือว่า... ❷ *v.i.* **A** *(make low, heavy sound)* ส่งเสียงดังสนั่น; **B** *(go with rumbling noise)* เคลื่อนที่พร้อมกับเสียงดังสนั่น

[2]**rumble** *v.t. (coll.: understand)* เข้าใจ *(อุบายของ ค.น.)*

'rumble: ~ **seat** *n. (Amer. dated)* ที่นั่งท้ายรถ; ~ **strip** *n.* แถบบนพื้นผิวถนนที่มีเสียงดังเพื่อให้คนขับช้าลง

rumbustious /rʌm'bʌstʃəs/รัม'บัชเชิซ/ *adj. (coll.)* อึกทึก

ruminant /'ru:mɪnənt/'รูมิเนินทฺ/ *(Zool.)* ❶ *n.* สัตว์เคี้ยวเอื้อง ❷ *adj.* ที่เคี้ยวเอื้อง

ruminate /'ru:mɪneɪt/'รูมิเนทฺ/ *v.i.* **A** ~ **over** *or* **about** *or* **on sth.** ครุ่นคิดเกี่ยวกับ *ส.น.*; **she sat ruminating for a moment** เธอนั่งไตร่ตรองอยู่สักพักหนึ่ง; **B** *(Zool.)* เคี้ยวเอื้อง

rumination /'ru:mɪneɪʃn/'รูมิเนช'น/ *n.* **A** *(meditation)* การครุ่นคิด, การไตร่ตรอง; **his ~s were interrupted** เขาถูกขัดจังหวะระหว่างกำลังครุ่นคิด; **B** *(Zool.)* การเคี้ยวเอื้อง

ruminative /'ru:mɪnətɪv, US -neɪtɪv/'รูมิเนอะทิว, -เนทิว/ *adj.* ที่ครุ่นคิด, ไตร่ตรอง

rummage /'rʌmɪdʒ/'รัมมิจ/ ❶ *v.i.* รื้อ/ค้นกระจุยกระจาย; ~ **among old clothes** รื้อเสื้อผ้าเก่ากระจุยกระจาย; ~ **through sth.** รื้อค้น *ส.น.*; ~ **about** *or* **around** ค้นหาไปทั่ว ❷ *n.* **have a ~ through sth.** ค้น *ส.น.* จนกระจุยกระจาย; **enjoy a good ~ around bookshops** ชอบการค้นหาหนังสือในร้าน

~ **'out** *v.t.* ขุดคุ้ยหาสิ่งที่ต้องการจนพบ

'rummage sale *(esp. Amer.)* ➡ **jumble sale**

rummy /'rʌmɪ/'รัมมิ/ *n. (Cards)* รัมมี *(ท.ศ.)*, *(การเล่นไพ่ซึ่งผู้เล่นต้องผสมไพ่ในมือเป็นชุด ๆ ชุดละ 3 ใบขึ้นไปให้หมดไพ่ก่อน แต่ละชุดจะจัดเรียบแบบตองหรือตามหมายเลข)*

rumour *(Brit.; Amer.:* **rumor***)* /'ru:mə(r)/'รูเมอะ(ร)/ ❶ *n.* **A** *(unverified)* ข่าวลือ; **there is a ~ that ...:** มีข่าวลือว่า...; **there is a persistent ~ that ...:** มีข่าวลือที่ไม่ยอมซาว่า...; **B** *no pl., no art (common talk)* ข่าวลือ; **~ puts the number of casualties at around 5,000** มีข่าวลือว่ามีผู้เสียชีวิตประมาณ 5,000 คน; **~ has it ...:** มีข่าวลือ... ❷ *v.t.* **sb. is ~ed to have done sth., it is ~ed that sb. has done sth.** มีข่าวลือว่า *ค.น.* ได้ทำ *ส.น. หรือ ค.น.* ถูกกล่าวหาว่าได้ทำ *ส.น.*; **the ~ed earthquake** ข่าวแผ่นดินไหวที่ยังไม่ได้รับการยืนยัน

rump /rʌmp/รัมพฺ/ *n.* **A** *(buttocks)* บั้นท้าย, สะโพกสัตว์; **meat from the ~:** เนื้อสะโพก; **B** *(remnant)* ส่วนที่เหลือ; **sth. is only a ~:** *ส.น.* เป็นเพียงส่วนที่เหลืออยู่เท่านั้น; **the R~** *(Brit. Hist.) ส่วนที่เหลือของรัฐสภาในระหว่างปี ค.ศ. 1648–1653 หรือหลังจากการปฏิรูปรัฐสภานี้ในปี ค.ศ. 1659*

rumple /'rʌmpl/'รัมพ'ล/ *v.t.* **A** *(crease)* ทำให้ยับ; **B** *(tousle)* ทำให้ *(ผม)* ยุ่ง

rumpus /'rʌmpəs/'รัมเพิซ/ *n., no pl. (coll.)* เสียงอึกทึกครึกโครม, การเอะอะโวยวาย; **kick up** *or* **make a ~:** เอะอะโวยวาย

'rumpus room *n. (Amer.)* ห้องเล่นเกมและสังสรรค์

run /rʌn/รัน/ *n.* **A** การวิ่ง; **let the dogs out for a ~:** ปล่อยสุนัขออกไปวิ่งเล่น; **go for a ~ before breakfast** ออกไปวิ่งก่อนอาหารเช้า; **make a late ~** *(Sport or fig.)* แสดงความสามารถตอนใกล้จะจบเวลา; **come towards sb./take a hurdle/start off at a ~;** วิ่งเข้าหา *ค.น.*/ข้ามอุปสรรคกีดขวาง/ตั้งแต่เริ่มแรก; **I've had a good ~ for my money** ฉันได้ความสนุกที่คุ้มค่าการลงแรง; **we'll give our opponents a good ~ for their money** พวกเราจะทำให้คู่แข่งต้องออกแรงมากที่จะเอาชนะ; **on the ~:** กำลังหลบหนี, กำลังวิ่งหนี; **keep the enemy on the ~:** ไม่ปล่อยให้ข้าศึกมีโอกาสตั้งตัว; **B** *(trip in vehicle)* การเดินทางด้วยยานพาหนะ; *(for pleasure)* การขับรถเล่น, การนั่งรถเล่น; **on the ~ down to Cornwall** ในระหว่างเดินทางลงไปคอร์นวอลล์; **a two-hour/a day's ~:** การเดินทางที่ใช้เวลาสองชั่วโมง/หนึ่งวัน; **go for a ~ [in the car]** ออกไปขับ/นั่งรถเล่น; **C** *(continuous stretch)* สิ่งที่ยาวต่อเนื่อง; **a 500 ft. ~ of pipe** ท่อยาว 500 ฟุต; **D** *(spell)* **have a ~ of fine weather** มีช่วงระยะเวลาอากาศดี; **she has had a long ~ of success** เธอประสบความสำเร็จอย่างต่อเนื่องยาวนาน; **have a long ~:** *(ละคร, การแสดง)* เล่นเป็นระยะเวลายาวนาน; **a successful [West End] ~:** การเล่นอย่างยาวนาน [ในย่านเวสต์เอนด์ของกรุงลอนดอน]; **E** *(succession)* การสืบทอด, เป็นชุด; *(Cards)* ที่เรียงเป็นชุด; **a ~ of victories** ชัยชนะที่มีติดต่อกัน; **F** *(tendency)* แนวโน้ม; **~ of [the] play** *(Sport)* แนวโน้มของการเล่น; **the general ~ of things/events** แนวโน้มทั่วไปของสิ่ง/เหตุการณ์ต่าง ๆ; **G** *(regular route)* สาย, เส้นทางประจำ; **do a regular ~ between London and Edinburgh** วิ่งเส้นทางระหว่างกรุงลอนดอนและกรุงเอดินบะระเป็นประจำ; **he is on** *or* **he does the Glasgow ~:** เขาจะวิ่งสายกลาสโกว์เป็นประจำ; **H** *(Cricket, baseball)* คะแนนที่ได้รับจากการวิ่งหนึ่งรอบ; **I** ➡ **ladder** 1 B; **J** *(Mus.)* ท่อนเพลงที่เล่นจังหวะเร็ว; **K** *(quantity produced) (of book)* จำนวนพิมพ์ต่อครั้ง; **production ~:** ปริมาณที่ผลิต; **L** *(demand)* ความต้องการ; **M** *(general type)* **the common** *or* **general ~ of people** ผู้คนธรรมดาทั่วไป; **he's not like the usual ~ of disc jockeys** เขาไม่เหมือนดีเจทั่วไป; **N the ~s** *(coll.: diarrhoea)* ท้องร่วง, ท้องเดิน; **O** *(unrestricted use)* **give sb. the ~ of sth.** ให้ *ค.น.* ใช้ *ส.น.* โดยไม่จำกัด; **have the ~ of sth.** สามารถใช้ *ส.น.* อย่างใจชอบ; **P** *(animal enclosure)* กรง/เขตเลี้ยงสัตว์; *(regular track of animals)* เส้นทางประจำของสัตว์ป่า; ➡ + **long** 1 C; **short** 1 A; **ski run**

❷ *v.i.* **-nn-, ran** /ræn/แรน/, **run** **A** วิ่ง; **~ for all one is worth** วิ่งสุดชีวิต; **~ for the bus** วิ่งไปขึ้นรถประจำทาง; **~ to help sb.** วิ่งไปช่วย *ค.น.*; **~ at sb.** วิ่งตรงไปที่ *ค.น.*; **the horse ran at the fence** ม้าวิ่งไปที่รั้ว; **B** *(compete)* วิ่ง; **he ran sixth/a poor third** เขาวิ่งเข้าเป็นอันดับที่หก/แค่ที่สาม; **C** *(hurry)* รีบวิ่งไป; **don't ~ to me when things go wrong** อย่ารีบวิ่งมาหาฉันเมื่อเกิดปัญหา; **~ to meet sb.** รีบไปพบ *ค.น.*; **he ran to meet her at the gate** เขาวิ่งไปพบเธอที่ประตู; **D** *(roll) (บอล)* กลิ้งไป; **the wheels ran into a rut** ล้อวิ่งตกไปในหลุม; **E** *(slide) (ประตู, บานหน้าต่าง)* เลื่อนไป; **F** *(revolve) (รถยนต์)* วิ่งไป; **G** *(Naut.)* **~ for Plymouth** แล่นตรงดิ่งไปสู่พลีมัธ; **~ into port** แล่นตรงไปเข้าท่าเรือ; **~ aground** แล่นเข้าไปเกยฝั่ง; ➡ + **foul** 1 F; **H** *(flee)* วิ่งหนี; **~ for it** *(coll.)* วิ่งหนีเอาตัวรอด; **~ for cover** หนีไปหาที่ซ่อน; ➡ + **life** A; **I** *(travel)* **~ over** *or* **across** เดินทางข้ามไป; **~ down/up [to London]** เดินทางไปยังกรุงลอนดอน; **~ into town** เดินทางเข้าไปในเมือง; **J** *(operate on a schedule)* วิ่ง; **~ between two places** *(รถไฟ, รถประจำทาง)* วิ่งไปมาระหว่างสถานที่สองแห่ง; **the train is ~ning late** รถไฟมาช้ากว่ากำหนด; **we're ~ning late** *(fig.)* พวกเราคงจะสายแน่; **~ on time** มาตรงเวลา; **the train doesn't ~ on Sundays** วันอาทิตย์รถไฟไม่วิ่ง; **K** *(pass cursorily)* **~ through** อ่านอย่างผ่าน ๆ *(บทความ)*; **~ through one's head** *or* **mind** *(ความคิด)* แวบผ่านเข้ามาในหัว *หรือ* จิตใจอย่างรวดเร็ว; **~ through the various possibilities** ตรวจสอบความเป็นไปได้ทั้งหลายอย่างรวดเร็ว; **his eyes ran over the article/photo** เขากวาดตามองบทความ/รูปถ่ายอย่างรวดเร็ว; **her fingers ran over the keys** เธอพรมนิ้วลงบนคีย์อย่างเร็ว; **the tune is ~ning in my head** ทำนองเพลงวนในหัวฉันตลอดเวลา; **L** *(flow) (แม่น้ำ, น้ำตา)* ไหล; **your bath is ~ning** กำลังเปิดน้ำในอ่างให้คุณ; **till the blood ran** จนเลือดไหล; **the child's nose was ~ning** เด็กมีน้ำมูกไหล; **the walls are ~ning with moisture** กำแพงชื้นจนมีน้ำซึมออกมา; **~ dry** *(แม่น้ำ)* หยุดไหล; หมด; **the taps had ~ dry** ก๊อกไม่มีน้ำไหลแล้ว; **~ low** *or* **short** เกือบหมด, เกือบไม่มี; **we ran short of** *or* **low on fruit** พวกเราเกือบไม่มีผลไม้เหลือแล้ว; **M** *(flow rapidly)* **a heavy sea was ~ning** ทะเลกำลังปั่นป่วน/คลื่นจัด; **the tide ran strong/out** สายน้ำกำลังไหลเชี่ยว/แห้งเหือดไป; **N** *(be current) (สัญญา)* ยังมีผลอยู่; **O** *(be present)* **~ through sth.** มีอยู่ใน *ส.น. หรือ* เป็นส่วน

r

ประกอบของ *ส.น.*; ~ **in the family** เป็นลักษณะทางพันธุกรรมที่ปรากฏเสมอในสายสกุล; Ⓟ *(function)* วิ่งทำงาน; **keep/leave the engine ~ning** ปล่อยให้เครื่องยนต์วิ่งอยู่; **the machine ~s on batteries/oil** *etc.* เครื่องยนต์ทำงานด้วยแบตเตอรี่/น้ำมัน *ฯลฯ*; **things aren't ~ning too smoothly in their marriage** *(fig.)* ชีวิตสมรสของพวกเขาไม่ค่อยราบรื่นในขณะนี้; Ⓠ *(have a course)* *(ถนน, ทางรถไฟ)* วิ่งไปสู่; Ⓡ *(have wording)* *(บทความ, เอกสาร)* มีเนื้อความ, เขียนไว้ว่า; Ⓢ *(have tendency)* **my inclination does not ~ that way** ฉันไม่โน้มเอียงไปทางนั้น; Ⓣ *(have certain level)* **inflation is ~ning at 15%** เงินเฟ้ออยู่ในระดับ 15%; **interest rates are ~ning at record levels** อัตราดอกเบี้ยอยู่ในระดับที่เป็นประวัติการณ์; Ⓤ *(seek election)* ลงสมัครรับเลือกตั้ง; ~ **for mayor** ลงสมัครรับเลือกตั้งเป็นนายกเทศมนตรี; Ⓥ *(spread quickly)* **a cheer ran down** *or* **along the lines of soldiers** เสียงโห่ร้องก้องสนั่นต่อเนื่องไปตามแถวทหาร; **a shiver ran down my spine** ฉันรู้สึกหนาวเย็นวาบขึ้นมาทั่วทั้งตัว; Ⓦ *(spread undesirably)* *(เนยแข็ง)* ละลายเลอะไปทั่ว; *(in washing)* *(สี)* ตกซึมเปื้อน; *(on painting etc.)* ซึมเข้าด้วยกัน; Ⓧ *(Cricket)* วิ่งระหว่างสองจุดเพื่อทำคะแนน; Ⓨ *(ladder)* ขาดลุ่ยเป็นแนวยาว; **stockings guaranteed not to ~**: ถุงน่องที่รับประกันว่าเส้นใยจะไม่ขาดลุ่ยเป็นแนวยาว; ➡ + **also blood** 1 A; **cut** 2 E; **feeling** 1 C; **riot** 1 B; **wild** 1 C; ¹**writ** A
❸ *v.t.*, **-nn-, ran, run** Ⓐ *(cause to move)* ทำให้เคลื่อนที่; *(drive)* ขับ; ~ **the ship aground** แล่นเรือไปเกยฝั่ง; ~ **the boat into the water** เข็นเรือลงน้ำ; ~ **the car into the garage** ขับรถเข้าไปในโรงรถ; ~ **one's hand/fingers through/along** *or* **down** *or* **over sth.** ไล้มือ/นิ้วผ่าน/ไปตาม *หรือ* ลง *หรือ* บน *ส.น.*; ~ **an** *or* **one's eye along** *or* **down** *or* **over sth.** *(fig.)* กวาดตามอง *ส.น.* อย่างรวดเร็ว; ~ **one's finger down a list** ไล่นิ้วลงไปตามรายการ; ~ **a rope through sth.** ร้อยเชือกผ่าน *ส.น.*; Ⓑ *(cause to flow)* เปิดให้น้ำไหล; ~ **a bath** เปิดน้ำในอ่างอาบน้ำ; Ⓒ *(organize, manage)* บริหาร, จัดการ *(บริษัท)*; ดำเนิน *(การทดลอง, การแข่งขัน, ชีวิต)*; **the people who ~ things [in this city]** ผู้มีอิทธิพล [ในเมืองนี้]; ~ **the show** *(fig. coll.)* มีอำนาจ, อิทธิพล; Ⓓ *(operate)* ควบคุม *(เครื่องจักร)*; บริหาร *(ระบบขนส่ง)*; ขับ *(รถยนต์)*; เล่น *(เครื่องอัดเสียง)*; ปฏิบัติการ; ~ **a train service** บริหารการขนส่งทางรถไฟ; ~ **a taxi** ขับรถแท็กซี่; ~ **forward/back** กรอไปข้างหน้า/กลับ *(ภาพยนตร์, วิดีโอ, เทปเพลง)*; Ⓔ *(own and use)* มีไว้ขับ; **a Jaguar is expensive to ~**: ค่าใช้จ่ายในการดูแลรถจากัวร์แพง; **~ning a freezer saves money** ซื้อตู้แช่แข็งช่วยประหยัดเงินได้; ~ **a car with defective brakes** ใช้รถที่เบรกไม่ดี; Ⓕ *(take for journey)* พาไปด้วย; **I'll ~ you into town** ฉันจะ [ขับรถ] พาคุณไปในเมือง; Ⓖ *(pursue)* ติดตาม, ไล่ล่า *(สัตว์ป่า)*; ~ **to earth** ไล่ล่าจนถึงรังหรือถ้ำของสัตว์; *(fig.)* ติดตามตัวจนได้; ~ **sb. hard** *or* **close** ตามหลัง *ค.น.* อย่างกระชั้นชิด; **be ~ off one's feet** ยุ่งมาก; *(in business)* มีงานยุ่งมาก; Ⓗ *(complete)* วิ่งจบ *(มาราธอน, การแข่งขัน)*; ~ **messages/errands** วิ่งติดต่อทำหน้าที่เสร็จสมบูรณ์; **the race will be ~ tomorrow** การวิ่งแข่งจะดำเนินไปพรุ่งนี้; Ⓘ *(smuggle)* ลักลอบนำเข้ามา *(อาวุธ, ยาเสพติด)*; Ⓙ *(enter for race or election)* ลงสมัคร; Ⓚ *(publish)* ลง *(โฆษณา, บทความ)*; Ⓛ ~ **a fever/a temperature** เป็นไข้/ตัวร้อน; ➡ + **course** 1 A; ²**fine** 1 G; ²**gauntlet**; **ground** 1 B; **ragged** E; **risk** 1 A

~ **a'bout** *v.i.* Ⓐ *(bustle)* วิ่งไปมา; Ⓑ *(play without restraint)* เล่นอย่างเต็มเหวี่ยง; ➡ + **runabout**

~ **a'cross** *v.t.* ~ **across sb.** พบ *ค.น.* ระหว่างทางโดยบังเอิญ; ~ **across sth.** เจอ *ส.น.* โดยบังเอิญ

~ **after** *v.t.* Ⓐ *(~ to catch, follow persistently)* ไล่ตาม; Ⓑ คอยติดตาม *(ข่าว, แฟชั่นล่าสุด)*

~ **a'long** *v.i.* *(coll.: depart)* จากไป

~ **a'round** ❶ *v.i.* Ⓐ มีความสัมพันธ์ทางเพศ; ~ **around with sb.** มีความสัมพันธ์ทางเพศกับ *ค.น.*; Ⓑ ➡ **run about** A; Ⓒ ➡ **run about** B ❷ *v.t.* วิ่งรอบ

~ **a'way** *v.i.* Ⓐ *(flee)* วิ่งหนี; Ⓑ *(abscond)* ~ **away [from home/from the children's home]** หลบหนี [จากบ้าน/จากบ้านพักเด็กกำพร้า]; Ⓒ *(elope)* ~ **away with sb./together** หนีไปกับ *ค.น.*/พาหนีกันไป; Ⓓ *(bolt)* *(ม้า)* วิ่งแตกตื่น; Ⓔ *(น้ำ)* ไหลลงท่อ; Ⓕ *(get ahead)* ~ **away from the rest of the field** วิ่งนำโด่ง; ➡ + **runaway**

~ **a'way with** *v.t.* Ⓐ *(coll.: steal)* ขโมยไป; Ⓑ *(fig.: win)* ~ **away with the top prize/all the trophies** ชนะได้รางวัลที่หนึ่ง/กวาดถ้วยรางวัลได้หมด; Ⓒ *(fig.: be misled by)* ~ **away with the idea** *or* **notion that ...**: ถูกหลอกให้คิด *หรือ* เข้าใจผิดว่า...; **don't ~ away with the idea that ...**: อย่าคิดผิดไปว่า...; **he let his imagination/enthusiasm ~ away with him** เขาปล่อยให้จินตนาการ/ความกระตือรือร้นชักนำไปในทางที่ผิด; Ⓓ *(fig.: consume)* บริโภค *(น้ำมัน)*; ใช้อย่างฟุ่มเฟือย *(เงิน)*; ➡ + **run away** C

~ **'back over** *v.t.* หวนรำลึก, ย้อนทบทวน; **her thoughts ran back over the past** เธอหวนรำลึกถึงอดีต

~ **'down** ❶ *v.t.* Ⓐ *(collide with)* ชนกับ, ปะทะกับ; Ⓑ *(find after search)* ค้นพบ, หาจนได้; Ⓒ *(criticize)* วิพากษ์วิจารณ์, ต่อว่า; **don't ~ yourself down all the time** อย่าตำหนิตัวเองตลอดเวลา; Ⓓ *(cause to diminish)* ทำให้ลดน้อยลง *(ปริมาณการผลิต)*; Ⓔ *(cause to lose power)* ทำให้ *(ถ่านหมด)* ❷ *v.i.* Ⓐ วิ่งลงไป/มา; Ⓑ *(decline)* ลดลง; *(เครือข่าย, รางรถไฟ)* เสื่อมสภาพลง; Ⓒ *(lose power)* สูญเสียพลัง, *(ถ่าน)* หมด; ➡ + **rundown**

~ **'in** ❶ *v.t.* Ⓐ *(prepare for use)* รันอิน *(ท.ศ.)* *(รถยนต์ใหม่)*; Ⓑ *(coll.: arrest)* จับกุม ❷ *v.i.* วิ่งเข้าไป/มา

~ **into** *v.t.* Ⓐ ~ **into a telegraph pole/tree** ขับชนเสาโทรเลข/ต้นไม้; ~ **into a sandbank** เกยสันดอนทราย; Ⓑ *(cause to collide with)* ปะทะ; ~ **one's car into a tree** ขับรถของตนชนต้นไม้; Ⓒ *(cause to incur)* ~ **the family into debt** ทำให้ครอบครัวต้องมีหนี้สิน; Ⓓ *(fig.: meet)* พบ; ~ **into sb.** พบ *ค.น.* โดยบังเอิญ; Ⓔ *(be faced with)* ต้องเผชิญหน้า *(กับความยากลำบาก, ปัญหา ฯลฯ)*; Ⓕ *(enter)* เข้าไป *(ในพายุ, ภาวะหนี้สิน)*; **his debts ~ into thousands** หนี้สินของเขานับเป็นพัน ๆ; Ⓖ *(merge with)* ~ **into one another** *(วัน, เวลา)* รวมเข้าด้วยกัน

~ **'off** ❶ *v.i.* ➡ ~ **away** A, C ❷ *v.t.* Ⓐ *(compose rapidly)* แต่งขึ้นอย่างรวดเร็ว *(กลอน, เพลง)*; Ⓑ *(produce on machine)* รีบถ่าย *(สำเนา)*; เร่งพิมพ์ *(ใบปลิว)*; Ⓒ *(cause to drain away)* ทำให้ไหลไปจนหมด; ทำให้เหือดแห้ง; Ⓓ *(recite fluently)* ➡ **rattle off**; Ⓔ *(decide by run-off)* ให้ผู้ได้คะแนนเท่าเทียมกันแข่งอีกที; ➡ + **run-off**

~ **'off with** *v.t.* *(coll.: steal)* ขโมย; ➡ + ~ **away** C; ~ **away with** B

~ **'on** ❶ *v.i.* Ⓐ *(continue without a break)* ทำต่อ, ดำเนินไปเรื่อย ๆ ไม่หยุด; *(การป่วย)* ไม่หาย; Ⓑ *(Printing: continue on same line)* **'~ on'** 'ห้ามขึ้นบรรทัดใหม่'; Ⓒ *(elapse)* *(เวลา)* ผ่านไป; Ⓓ *(join up)* **let the letters ~ on** เขียนตัวอักษรติดกันไปเลย; Ⓔ *(talk incessantly)* พูดไม่หยุดปาก; **her tongue ~s on** เธอพูดไม่ยอมหยุด ❷ *v.t.* Ⓐ *(Printing)* พิมพ์ต่อประโยคเดียวกัน; Ⓑ /'--/ *(be concerned with)* หมกมุ่นอยู่กับ; **his mind was ~ning on this subject** เขากำลังหมกมุ่นอยู่กับเรื่องนี้

~ **'out** ❶ *v.i.* Ⓐ วิ่งออกไป/มา; **he ran out a deserved winner** เขาได้ตำแหน่งผู้ชนะเลิศตามที่สมควรได้; ➡ + ~ 2 M; Ⓑ *(become exhausted)* *(เสบียง, สต็อก, อายุ, ความอดทน)* หมดไป; **we have ~ out** พวกเราไม่เหลือแล้ว; *(sold everything)* พวกเราขายหมดทุกสิ่งทุกอย่าง; Ⓒ *(expire)* *(สัญญา)* หมดอายุ; **time is ~ning out** เวลากำลังจะหมดแล้ว; Ⓓ *(jut out)* *(แหลม, ท่า)* ยื่นออกมา; ➡ + **sand** 1 C ❷ *v.t.* *(Cricket)* ~ **a batsman out** การทำให้ผู้ตีออกนอกสนาม *(โดยการโยนลูกกลับไปโดนไม้ตรงเส้นตีลูกก่อนที่ผู้ตีจะกลับไปถึงจุดนั้นได้)*

~ **'out of** *v.t.* Ⓐ *(exhaust stock of)* **sb. ~s out of sth.** *ค.น.* ใช้ *ส.น.* จนหมดไป; **I'm ~ning out of patience** ฉันกำลังจะหมดความอดทนอยู่แล้ว; **we're ~ning out of time** เวลาของพวกเรากำลังจะหมดอยู่แล้ว; Ⓑ *(flow out of)* ไหลออก

~ **'out on** *v.t.* *(desert)* ละทิ้ง, จากไป

~ **over** ❶ /'---/ *v.t.* Ⓐ ➡ **go over** 2 A; Ⓑ *(knock down)* ชนล้ม, ทับ; ➡ + ~ 2 K ❷ /-'--/ *v.i.* Ⓐ *(overflow)* ไหลท่วม; Ⓑ *(exceed limit)* *(เวลา)* เกินขอบเขต, เกินขีดจำกัด

~ **through** *v.t.* Ⓐ ➡ **get through** 2 H; Ⓑ ตรวจผ่าน *(ม้วนวิดีโอ)*; Ⓒ *(rehearse)* ฝึกซ้อม *(บทละคร)*; Ⓓ /-'-/ *(pierce right through)* ~ **sb. through with sth.** แทง *ค.น.* ด้วย *ส.น.*; ➡ + ~ 2 K, O; **run-through**

~ **to** *v.t.* Ⓐ *(amount to)* เท่ากับ; Ⓑ *(be sufficient for)* **sth. will ~ to sth.** *ส.น.* คงจะเพียงพอสำหรับ *ส.น.*; Ⓒ *(afford)* **sb. can ~ to sth.** *ค.น.* สามารถจ่ายค่า *ส.น.* ได้; Ⓓ *(show inclination towards)* ~ **to fat** มีแนวโน้มว่าจะอ้วน; **his style ~s too easily to sentiment** ลีลา *(การเขียน/แสดง)* ของเขาจะเน้นอารมณ์อ่อนไหวมากเกินไป; ➡ + **seed** 1 B

~ **'up** ❶ *v.i.* Ⓐ วิ่งไป; *(Sport)* วิ่งไปก่อน, กระโดด; **he ran up to where they were standing** เขาวิ่งไปถึงตรงที่พวกเขายืนอยู่; Ⓑ *(amount to)* ~ **up to** รวมแล้วเป็น ❷ *v.t.* Ⓐ *(hoist)* ชัก *(ธง)* ขึ้นเสา; Ⓑ *(make quickly)* ตัดอย่างรวดเร็ว *(เสื้อผ้า)*; สร้าง *(กระต๊อบ)* อย่างรวดเร็ว; Ⓒ *(allow to accumulate)* ~ **up debts/a [big] bill** ปล่อยหนี้สิน/หนี้ค้างชำระให้เพิ่มขึ้น ➡ + **run-up**

~ **'up against** *v.t.* ประสบ *(ความยากลำบาก)*

run: ~about *n.* *(coll.)* **[little] ~about** รถยนต์คันเล็ก; **~around** *n.* *(coll.)* **give sb. the ~around** โกหก *หรือ* หลบหน้า *ค.น.*; **~away** ❶ *n.* คนที่หลบหนี ❷ *attrib. adj.* Ⓐ *(fleeing)* ที่กำลังหนี; **she was a ~away schoolgirl** เธอเป็นเด็กนักเรียนหญิงที่หนีเรียน; **have a ~away**

rune | Russian 770

wedding หนีไปแต่งงานกัน; Ⓑ *(out of control) (ม้า, เงินเฟ้อ)* ควบคุมไม่ได้; Ⓒ *(outstanding) (ความสำเร็จ)* สูงสุด; **~down** *n.* Ⓐ *(coll.: briefing)* การรายงาน (**on** เกี่ยวกับ); Ⓑ *(reduction)* การลดจำนวน; **~-down** *adj.* Ⓐ *(tired)* เหน็ดเหนื่อย; **in a completely ~-down condition** อยู่ในสภาพทรุดโทรมมาก; Ⓑ *(neglected)* ถูกทอดทิ้ง *(เมือง, อาคาร)*

rune /ru:n/รูน/ *n.* Ⓐ *(of letters)* รูปแบบอักษรเยอรมันยุคเริ่มแรก; Ⓑ *(symbol)* สัญลักษณ์ลึกลับ

¹rung /rʌŋ/รัง/ *n.* Ⓐ *(of ladder)* ขั้นบันได; Ⓑ *(fig.)* **start on the bottom** *or* **lowest/reach the top** *or* **highest ~:** เริ่มต้นจากจุดต่ำสุด/ขึ้นถึงสถานะสูงสุด

²rung ➡ **²ring** 2, 3

runic /'ru:nɪk/'รูนิค/ *adj.* เขียนด้วยอักษรเยอรมันโบราณ; ลึกลับ

runnel /'rʌnl/'รัน'ล/ *n.* Ⓐ *(brook)* ห้วย, ลำธารเล็ก ๆ; Ⓑ *(gutter)* รางน้ำ

runner /'rʌnə(r)/'รันเนอะ(ร)/ *n.* Ⓐ คนวิ่ง, นักวิ่ง; Ⓑ *(horse in race)* **eight ~s were in the race** ม้าแข่งมีแปดตัว; Ⓒ *(messenger)* คนส่งข่าวเอกสาร, คนนำสาร; Ⓓ *(Bot.: creeping stem)* เถาของไม้เลื้อยที่ลงรากได้; Ⓔ *(twining plant)* ไม้เถา, ไม้เลื้อย; Ⓕ **curtain ~:** ราวม่าน; Ⓖ *(part on which sth. slides)* รางเลื่อน, ราวลิ้น; *(for curtains)* ห่วงติดราวม่าน; *(groove)* รางเลื่อน; Ⓗ *(cloth)* ผ้าแถบยาวที่ใช้เป็นเครื่องประดับ; *(carpet)* พรมแถบยาวแคบ ๆ ที่ใช้ปูทางเดิน; Ⓘ *(who handles illegal goods)* คนที่ลักลอบขนสินค้าเถื่อน; **[drug-]~:** คนที่ลักลอบ[ยาเสพติด]; Ⓙ *(who runs a blockade)* คนที่ผ่านการกั้นปิดเมืองได้; Ⓚ *(car)* **'good ~'** 'รถวิ่งดีมาก'; Ⓛ **do a ~** *(Brit. coll.)* รีบหนีไปโดยไม่บอกใคร

runner: ~ bean *n. (Brit.)* ถั่วฝักยาวที่มีดอกสีแดง; **~-'up** *n. (ผู้แข่งขัน, ทีม)* ที่สอง; **the ~s-up** ผู้ที่เป็นอันดับสอง; **they were joint ~s-up** พวกเขาครองอันดับสองร่วมกัน

running /'rʌnɪŋ/'รันนิง/ ❶ *n.* Ⓐ *(management)* การจัดการ, การบริหาร; Ⓑ *(action)* การวิ่ง; *(jogging)* การวิ่ง, การจ็อกกิ้ง; **make the ~** *(in competition)* วิ่งนำในการแข่งขัน; *(fig.: have the initiative)* มีความคิดริเริ่มนำหน้าคนอื่น; **take up the ~:** วิ่งนำในการแข่งขัน; **in/out of the ~:** มี/ไม่มีโอกาสที่จะชนะการแข่งขัน; **be out of the ~ for the Presidency** หมดสิทธิที่จะเป็นประธานาธิบดี; Ⓒ *(ability to run)* **have a lot of ~ left** ยังวิ่งได้อีกไกล; Ⓓ *(Horseracing: condition of surface)* **the ~ is good/soft** ลู่วิ่งมีสภาพดี/ดินซุย; Ⓔ *(of engine, machine)* การทำงาน, สภาพเครื่อง

❷ *adj.* Ⓐ *(continuous)* ต่อเนื่อง; **have** *or* **fight a ~ battle** *(fig.)* คอยฝ่าฟันต่อสู้ตลอด; ➡ **+ fire** 1 G; Ⓑ *(in succession)* ที่ต่อเนื่องกันมา, ที่ติดต่อกัน; **win for the third year ~:** ชนะเป็นปีที่สามติดต่อกัน; Ⓒ *(Motor Veh.)* **in ~ order** ยังวิ่งได้, ยังใช้การได้

running: ~-board *n.* บันไดที่จะก้าวขึ้นรถยนต์; **~ commentary** *n. (Broadcasting, also fig.)* การบรรยายสด; **~ costs** *n. pl.* ค่าใช้จ่ายประจำ *(ของรถยนต์, บ้าน ฯลฯ)*; **~ dog** *n. (Polit. derog.)* ลูกไล่, บริวารที่ไร้ความสำคัญ; **~ 'head[line]** *n. (Printing)* หัวเรื่องกำกับหน้า; **~ 'jump** *n.* **you can [go and] take a ~ jump [at yourself]** *(fig. coll.)* มึงไปทำอะไรก็ได้แต่ไปให้พ้น *(ภ.พ.)*; **~ knot** *n.* ห่วงรูด; **~ mate** *n. (Amer.)* Ⓐ คนสมัครตำแหน่งรองในการเลือกตั้ง; Ⓑ *(horse as pacesetter) ม้าที่ลงแข่งเพื่อกระตุ้นฝีเท้าม้าจากคอกเดียวกันที่คิดว่าจะชนะเลิศ*; **~ re'pairs** *n. pl.* การซ่อมแซมเครื่องจักรเล็กน้อย *(ในขณะที่กำลังใช้งานอยู่)*; **~ shoe** *n.* รองเท้าวิ่ง; **~ shorts** *n. pl.* กางเกงวิ่ง; **~ sore** *n.* แผลที่เป็นหนอง; **~ stitch** *n. (Needlework)* การเย็บเนาถี่ ๆ เพื่อรูดจีบ; **~ 'title** ➡ **~ head**; **~ 'total** *n.* ยอดรวมที่ยกไป; **~ track** *n.* ลู่วิ่ง; **~ 'water** *n.* Ⓐ *(in stream)* น้ำไหล; Ⓑ *(available through pipe)* น้ำก๊อก; **hot and cold ~ water** ก๊อกน้ำร้อนน้ำเย็น

runny /'rʌnɪ/'รันนิ/ *adj.* Ⓐ *(secreting mucus)* มีน้ำมูกไหล; Ⓑ *(excessively liquid)* ที่มีส่วนผสมของน้ำมากไป; *(สี, แยม)* ที่เหลวไป

'run-off *n. (Sport)* การแข่งขันอีกครั้งหนึ่งเพื่อตัดสินชี้ขาด *(เนื่องจากคะแนนเท่ากันในรอบที่แล้ว)*

run-of-the-'mill *adj.* ธรรมดา ๆ, ไม่โดดเด่น

runt /rʌnt/รันท/ *n.* Ⓐ *(weakling pig)* หมูตัวเล็ก *(โดยเฉพาะหมูตัวเล็กสุดในคอก)*; Ⓑ *(fig. derog.)* คนอ่อนแอ, คนตัวเล็ก

run: ~-through *n.* Ⓐ *(cursory reading)* **give a text a [quick] ~-through, have a [brief] ~-through of a text** อ่านบทความอย่างผ่าน ๆ; Ⓑ *(rapid summary)* การสรุปอย่างรวดเร็ว; Ⓒ *(rehearsal)* การฝึกซ้อม; **~-up** *n.* Ⓐ *(approach to an event)* **during** *or* **in the ~-up to an event** ในช่วงเวลาก่อนถึงเหตุการณ์สำคัญ; Ⓑ *(Sport)* การวิ่งเขย่งไกล; **take a ~-up** วิ่งก่อนจะกระโดด

runway /'rʌnweɪ/'รันเว/ *n. (for take-off, landing also)* ลู่วิ่ง

rupee /ru:'pi:/รู'พี/ *n.* ➤ **572** รูปี *(ท.ศ.), (หน่วยเงินตราของประเทศอินเดีย ปากีสถาน เนปาล มอริเชียสและหมู่เกาะเซเชลส์)*

rupture /'rʌptʃə(r)/'รัพเฉอะ(ร)/ ❶ *n.* Ⓐ *(lit. or fig.)* การแตก, รอยแตก, ความแตกร้าว, การผิดข้อตกลง; Ⓑ *(Med.)* โรคไส้เลื่อน ❷ *v.t.* Ⓐ *(burst)* ระเบิด, แตกแยก; **a ~d appendix/spleen** ไส้ติ่ง/ม้ามแตก; Ⓑ **~ oneself** มีอาการ *(ม้าม, ไส้ติ่ง)* แตก; Ⓒ *(sever)* ทำให้แตกแยก, ตัดขาด *(ความสัมพันธ์)*; บาดหมางกัน ❸ *v.i.* แตกร้าว, แยกออก; *(เส้นโลหิต)* แตก

rural /'rʊərəl/'รัวเริล/ *adj.* เกี่ยวกับชนบท; **~ life** ชีวิตชนบท

rural: ~ 'dean *n. (Eccl.)* บาทหลวงเจ้าสำนักในชนบท; **~ district** *n. (Brit. Admin. Hist)* เขตที่สภาตำบลมีอำนาจปกครอง

Ruritania /rʊərɪ'teɪnɪə/รัวริ'เทเนีย/ *n.* ชื่อประเทศในนวนิยายของแอนโทนี่ โฮป

ruse /ru:z/รูซ/ *n.* เล่ห์เหลี่ยม, เล่ห์กล

¹rush /rʌʃ/รัช/ *n. (Bot.)* ไม้จำพวกกกในวงศ์ Juncaceae

²rush ❶ *n.* Ⓐ *(rapid moving forward)* **be swept away by the ~ of the current** ถูกกระแสน้ำเชี่ยวพัดพาไป; **make a ~ for sth.** พุ่งเข้าไปช่วงชิง *ส.น.*; **the ~ to the coast** การรีบร้อนที่จะไปชายทะเล *(ช่วงวันหยุด)*; **the holiday ~:** การรีบเร่งกลับบ้านในวันหยุด; Ⓑ *(hurry)* ความรีบเร่ง; **what's all the ~?** นี่จะรีบเร่งไปทำไมกัน; **be in a [great] ~:** เร่งรีบ [มาก]; **everything happened in such a ~:** ทุกสิ่งทุกอย่างเกิดขึ้นอย่างปุบปับกะทันหันเหลือเกิน; **have a ~ to get somewhere** ต้องรีบถ้าจะถึงที่ใดที่หนึ่งให้ทัน; Ⓒ *(surging)* การพุ่งแรง, การไหลซ่า; **a ~ of blood [to the head]** *(fig. coll.)* เกิดอารมณ์โกรธจนหัวหมุน; Ⓓ *(period of great activity)* ช่วงเวลารีบเร่ง; *(~ hour)* ชั่วโมงรีบเร่ง; **there is a ~ on** เป็นช่วงที่ต้องรีบเร่ง; **a ~ of new orders** ใบสั่งซื้อใหม่ระดมเข้ามา; Ⓔ *in pl. (Cinemat. coll.)* ภาพยนตร์ที่ยังไม่ได้ตัดต่อ; Ⓕ *(heavy demand)* ความต้องการสูงมาก (**for, on** สำหรับ); Ⓖ *(Footb.)* การที่ผู้เล่นกรูกันเข้าแย่งลูกบอล; Ⓗ *(Amer. Footb.)* การโจมตีเพื่อขวางฝ่ายตรงข้าม ❷ *v.t.* Ⓐ *(convey rapidly)* **~ sb./sth. somewhere** ส่ง *ค.น./ส.น.* ไปที่ใดที่หนึ่งอย่างรวดเร็ว; **~ sb. supplies** รีบส่งเสบียงให้ *ค.น.*; **~ sb. round the sights** พา *ค.น.* ไปเที่ยวชมที่ต่าง ๆ อย่างรวดเร็ว; **~ through Parliament** ผลักดันให้ผ่านการพิจารณาของรัฐสภาอย่างรวดเร็ว; **~ a regiment to the front** ส่งกองพันไปแนวหน้าทันที; **be ~ed** *(have to hurry)* ต้องรีบเร่ง; Ⓑ *(cause to act hastily)* **~ sb. into doing sth.** เร่งให้ *ค.น.* ต้องรีบทำ *ส.น.*; **~ sb. into danger/trouble/marriage** รีบเร่งส่ง *ค.น.* ไปสู่อันตราย/ความยุ่งยาก/พิธีแต่งงาน; **she hates to be ~ed** เธอไม่ชอบให้ใครมาเร่ง; Ⓒ *(perform quickly)* รีบทำอย่างรวดเร็ว; *(perform too quickly)* เร่งเกินไป; **~ it** ทำเร็วเกินไป; Ⓓ *(Mil. or fig.: charge)* จู่โจม, โจมตีโดยกะทันหัน; **~ one's fences** *(fig.)* รีบร้อนเกินไป; Ⓔ *(coll.: swindle)* **~ sb.** ฉ้อโกง *ค.น.*; **how much did they ~ you for that sherry?** พวกเขาโก่งราคาคุณเท่าไรสำหรับเชอร์รีขวดนั้น; Ⓕ *(Amer.) (entertain)* ให้ความสำราญ; *(date)* ตามจีบเอาใจ; ➡ **+ foot** 1 A

❸ *v.i.* Ⓐ *(move quickly)* รีบ, เผ่น, พรวด; **she ~ed into the room** เธอพรวดพราดเข้าไปในห้อง; **~ through customs/the exit** ผ่านด่านตรวจศุลกากร/ทางออกอย่างรวดเร็ว; **~ to help sb.** เร่งรีบไปช่วยเหลือ *ค.น.*; Ⓑ *(hurry unduly)* รีบเร่ง, กุลีกุจอ, ผลีผลาม; **don't ~!** อย่าผลีผลาม; **don't be tempted to ~!** อย่าเผลอไปผลีผลามเข้าละ; **there is no need to ~:** ไม่เห็นจำเป็นจะต้องรีบเร่งเลย; Ⓒ *(flow rapidly)* ไหลเชี่ยว; **~ past** ไหลเชี่ยวผ่านไป; **~ down** ไหลลง, โจนลง; Ⓓ *(surge up rapidly)* **the blood ~ed to his face** เลือดฉีดขึ้นหน้าเขาทันที

~ a'bout, ~ a'round *v.i.* วิ่งไปมาอย่างรีบเร่ง

~ at *v.t.* วิ่งเข้าหา; *(Mil.: charge)* จู่โจม, เร่งเข้าโจมตีอย่างรุนแรง

~ 'in *v.i.* วิ่งเข้าไป, ทุ่มถมกันเข้ามา; *(fig.)* **~ in with new solutions** รีบเสนอทางแก้ใหม่ ๆ อีกมากมาย; **fools ~ in [where angels fear to tread]** *(prov.)* แกว่งเท้าหาเสี้ยน, รนหาที่ตาย

~ into *v.t.* **~ into sth.** รีบเข้าไปใน *ส.น.*; *(fig.)* เร่งรัดทำ *ส.น.* [มากเกินไป]; **~ into print with sth.** รีบนำ *ส.น.* ไปพิมพ์เผยแพร่; **you shouldn't ~ into it** คุณไม่น่าจะต้องรีบลงมือทำมันเลย

~ 'up *v.i.* รีบร้อนขึ้นมา; **~ up to sb.** กระโจนพรวดเข้าใส่ *ค.น.* หรือ รีบวิ่งเข้าไปหา *ค.น.*

rush: ~ hour *n.* ชั่วโมงเร่งด่วน; **~-hour traffic** การจราจรในชั่วโมงเร่งด่วน; **~ job** *n.* งานด่วนต้องเร่งทำ; **~ mat** *n.* เสื่อกก; **~ order** *n.* รายการของที่ต้องรีบส่ง

rusk /rʌsk/รัชคฺ/ *n.* ขนมปังที่อบซ้ำให้กรอบ

russet /'rʌsɪt/'รัซซิท/ ❶ *n.* Ⓐ *(reddish-brown)* สีน้ำตาลแดง; Ⓑ *(apple)* แอปเปิ้ลที่มีผิวหยาบหนาสีน้ำตาลแดง ❷ *adj.* มีสีน้ำตาลแดง

Russia /'rʌʃə/'รัชเชอะ/ *pr. n.* ประเทศรัสเซีย

Russian /'rʌʃn/'รัช'น/ ❶ *adj.* แห่งรัสเซีย; **sb. is ~:** *ค.น.* เป็นชาวรัสเซีย; ➡ **+ English** 1 ❷ *n.* Ⓐ *(person)* ชาวรัสเซีย; Ⓑ *(language)* ภาษารัสเซีย; **Little ~** ชาวยูเครน; ➡ **+ English** 2 A

r

Russian: ~ 'boot *n.* รองเท้าบูทชนิดหลวม; **~ Fede'ration** *pr. n.* สหพันธรัฐรัสเซีย; **~ 'mafia** *n.* กลุ่มมาเฟียชาวรัสเซีย; **~ rou'lette** *n.* *การพนันเสี่ยงโชคที่ผู้เล่นแต่ละคนผลัดกันใช้ปืนพกที่บรรจุกระสุนหนึ่งนัด หมุนลูกโม่จ่อที่ศีรษะแล้วลั่นไก*; **~ 'salad** *n.* สลัดที่หั่นผักสุกเป็นลูกเต๋า

Russki /'rʌskɪ/'รัชกิ/ *n., pl.* **~s** *or* **~es** *(joc./derog.)* ไอ้รัสเซีย

Russo- /rʌsəʊ/รัซโซ/ *in comb.* เกี่ยวกับรัสเซีย

rust /rʌst/รัซท/ ❶ *n., no pl., no indef. art.* Ⓐ สนิม; **protection against ~:** การป้องกันสนิม; Ⓑ *(Bot.)* เชื้อราสีสนิม ❷ *v.i.* Ⓐ ขึ้นสนิม, เป็นสนิม; Ⓑ *(fig.: become impaired) (ความจำ, ความสามารถ)* เสื่อม, บกพร่อง ❸ *v.t.* ปล่อยให้เป็นสนิม, ทำให้ขึ้นสนิม; **badly ~ed** เป็นสนิมมาก; **~ed up** ขึ้นสนิมจนทำงานไม่ได้ *(เครื่องจักร, เครื่องยนต์)*

~ 'through *v.i.* สนิมกินจนกร่อน

'Rust Belt *n.* *ที่มลรัฐแถบตะวันตกตอนกลางและตะวันออกเฉียงเหนือของสหรัฐอเมริกาที่อุตสาหกรรมเหล็กกล้าและรถยนต์ที่เคยรุ่งเรืองชบเซามาก*

'rust-coloured *adj.* สีเหมือนสนิม, สีสนิม

rustic /'rʌstɪk/'รัซติค/ ❶ *adj.* Ⓐ *(of the country)* เป็นชนบท, บ้านนอก; **~ life** ชีวิตในชนบท; Ⓑ *(unrefined)* ง่าย ๆ, หยาบ, ไม่ประณีต; Ⓒ *(roughly built) (เครื่องเรือน, อาคาร)* ที่สร้างอย่างหยาบ ๆ ❷ *n.* คนชนบท

rustically /'rʌstɪkəlɪ/'รัซติเคอะลิ/ *adv.* แบบชนบท

rusticate /'rʌstɪkeɪt/'รัซติเคท/ *v.t.* ส่งกลับบ้านจากมหาวิทยาลัย

rusticity /rʌ'stɪsɪtɪ/รัซ'ทิซซิทิ/ *n.* ความเป็นชนบท

'rustic-work *n. (Archit.)* งานฝีมือหยาบ *(ไม่มีการขัดเกลาตกแต่งผิวของวัตถุ)*

rustle /'rʌsl/'รัซ'ล/ ❶ *n.* เสียงกรอบแกรบ ❷ *v.i.* ทำเสียงกรอบแกรบ ❸ *v.t.* Ⓐ เขย่าหรือส่ายให้เกิดเสียงกรอบแกรบ; Ⓑ *(Amer.: steal)* ขโมย *(วัว, ควาย, ม้า)*; Ⓒ *(Amer. coll.)* ➡ **rustle up**

~ 'up *v.t. (coll.: produce)* เร่งผลิตในคราวจำเป็น; โยนเข้าด้วยกันอย่างง่าย ๆ *(อาหาร)*

rustler /'rʌslə(r)/'รัซเลอะ(ร)/ *n. (Amer.)* คนขโมย; **sheep ~:** คนขโมยแกะ

rustless /'rʌstlɪs/'รัซทฺลิซ/ *adj.* ปลอดสนิม, ไม่เป็นสนิม

'rustproof ❶ *adj.* ที่กันสนิม ❷ *v.t.* กันสนิม, ทำให้กันสนิม

rusty /'rʌstɪ/'รัซติ/ *adj.* Ⓐ *(rusted)* เป็นสนิม, ขึ้นสนิม; Ⓑ *(fig.: impaired by neglect)* เสื่อมสภาพ; **I am a bit ~:** ฉันรู้สึกฝืด/ไม่คล่องตัว; Ⓒ *(rust-coloured)* สีสนิม

¹rut /rʌt/รัท/ ❶ *n.* Ⓐ *(track)* รอยเกวียน; Ⓑ *(fig.: established procedure)* **get into a ~:** อยู่ในสภาพที่จำเจ; **be in a ~:** ประพฤติปฏิบัติจนเคยชินยากที่จะเปลี่ยนได้ ❷ *v.t.,* **-tt-** *(สัตว์)* ตื่นเต้นอยากผสมพันธุ์

²rut /rʌt/รัท/ ❶ *n. (sexual excitement)* การตื่นเต้นทางเพศ; *(of roe-deer, stag, etc.)* ตกมัน /กลัดมัน ❷ *v.i.,* **-tt-** กำลังตื่นเต้นทางเพศอยากจะผสมพันธุ์ *(กวาง)*

rutabaga /ru:tə'beɪgə/รูเทอะ'เบเกอะ/ ➡ **swede**

ruthless /'ru:θlɪs/'รูธลิซ/ *adj.,* **ruthlessly** /'ru:θlɪslɪ/'รูธลิซลิ/ *adv.* อย่างโหดเหี้ยม, อย่างอำมหิต

ruthlessness /'ru:θlɪsnɪs/'รูธลิซนิซ/ *n., no pl.* ความเหี้ยมโหด, ความอำมหิต

rutted /'rʌtɪd/'รัททิด/, **rutty** /'rʌtɪ/'รัททิ/ *adjs.* เป็นร่องลึก

RV *n. abbr.* **recreational vehicle**

Rwanda /rʊ'ændə/รุ'แอนเดอะ/ *pr. n.* สาธารณรัฐราวันดา *(อยู่ในทวีปแอฟริกากลาง)*

rye /raɪ/ราย/ *n.* Ⓐ *(cereal)* ข้าวไรย์; Ⓑ **~ [whisky]** วิสกี้ที่ทำจากข้าวไรย์หมัก; Ⓒ *(Amer.)* ➡ **rye bread**

rye: ~ bread *n.* ขนมปังที่ทำจากข้าวไรย์; **~grass** *n.* หญ้าที่ปลูกไว้ปูสนามหรือเลี้ยงสัตว์

Ss

[1]**S, s** /es/เอ็ซ/ *n., pl.* **Ss** *or* **S's** /'esɪs/'เอ็ซซิซ/ (A) *(letter)* พยัญชนะตัวที่ 19 ของภาษาอังกฤษ; (B) *(curve)* S bend ถนนโค้งรูปตัวเอส

[2]**S** *abbr.* (A) ➤ **191 south;** (B) ➤ **191 southern;** (C) **Saint**

's *(coll.)* = **is, has, does; let's** /lets/เล็ทซฺ/ = **let us**

s. *abbr.* (A) **second[s];** (B) **singular;** (C) **son**

SA *abbr.* (A) **South America;** (B) **South Africa**

sabbath /'sæbəθ/'แซเบิธ/ *n.* (A) *(Jewish)* วันพักงานได้แก่วันเสาร์; (B) *(Christian)* วันพักงานได้แก่วันอาทิตย์; (C) **witches' ~:** *การพบปะเวลาเที่ยงคืนระหว่างเหล่าแม่มดกับปีศาจ*

sabbatical /sə'bætɪkl/เซอะ'แบทิค'ล/ ❶ *adj.* (A) *(Jewish Relig.)* **~ year** *ปีที่ชาวยิวถือศีลทั้งปี (โดยไม่มีการเก็บเกี่ยวผลประโยชน์จากพื้นดินเกิดขึ้นทุกเจ็ดปี);* (B) **~ term/year** ภาคการศึกษา/ปีที่ลาไปเพิ่มพูนความรู้ทางวิชาการ ❷ *n.* ช่วงที่ลาไปเพิ่มพูนความรู้ทางวิชาการ

saber *(Amer.)* ➡ **sabre**

sable /'seɪbl/'เซบ'ล/ *n.* (A) *(Zool.)* สัตว์คล้ายชะมด *Martes zibellina* อาศัยอยู่ในเขตที่มีอากาศหนาว; *(fur)* ขนของสัตว์ชนิดนี้; (B) **[American] ~:** สัตว์ที่พบในทวีปอเมริกาเหนือ; เกี่ยวกับตัวโซเบิล *(ท.ศ.)*

sabotage /'sæbətɑ:ʒ/'แซเบอะทาฌ/ ❶ *n.* *(lit. or fig.)* การก่อวินาศกรรม; **act of ~:** การก่อวินาศกรรม; **industrial ~:** การบ่อนทำลายทางอุตสาหกรรม ❷ *v.t.* ก่อวินาศกรรม, บ่อนทำลาย; *(fig.)* ทำให้เสีย, ทำให้ใช้ไม่ได้; **vehicles were ~d** มีการก่อวินาศกรรมยานพาหนะ

saboteur /sæbə'tɜ:(r)/แซเบอะ'เทอ(ร)/ *n.* ผู้ก่อวินาศกรรม

sabre /'seɪbə(r)/'เซเบอะ(ร)/ *n. (Brit.)* กระบี่; **rattle the ~** *(fig.)* ข่มขู่

sabre: ~ cut *n.* (A) *(blow)* การแทงด้วยกระบี่; (B) *(wound)* แผลถูกกระบี่ฟัน; **~-rattling** ❶ *n.* การเขย่ากระบี่, การแสดงแสนยานุภาพ, การอวดอำนาจ ❷ *adj.* ที่แสดงแสนยานุภาพ/อำนาจ

sac /sæk/แซค/ *n. (Biol.)* **air ~:** ถุงลม; **foetal ~:** *(Med.)* ถุงห่อหุ้มทารกในครรภ์, ถุงน้ำคร่ำ

saccharin /'sækərɪn/'แซเคอะริน/ *n.* สารขัณฑสกร

saccharine /'sækəri:n/'แซเคอะรีน/ *adj. (lit.)* ประกอบด้วยน้ำตาล/คล้ายน้ำตาล; *(fig.)* หวานแสบไส้, อ่อนไหวเกินไป

sacerdotal /sæsə'dəʊtl/แซเซอะ'โดท'ล/ *adj.* *(priestly)* เหมือน/เกี่ยวกับพระหรือนักบวช

sachet /'sæʃeɪ, US sæ'ʃeɪ/'แซเช, แซ'เช/ *n.* (A) *(small packet) (for shampoo etc.)* ห่อ/ซองเล็ก ๆ; **a ~ of shampoo** ซองแชมพู; (B) *(bag for scenting clothes)* ถุงใส่เครื่องหอม

[1]**sack** /sæk/แซค/ ❶ *n.* (A) กระสอบ; **buy sth. by the ~:** ซื้อ *ส.น.* เป็นกระสอบ; **a ~ of potatoes** มันฝรั่งหนึ่งกระสอบ; **three ~s of mail** จดหมายสามกระสอบ; (B) *(coll.: dismissal)* การไล่ออก; **threaten sb. with the ~:** ขู่ *ค.น.* ว่าจะไล่ออก; **get the ~:** ถูกไล่ออก; **give sb. the ~:** ไล่ *ค.น.* ออก; (C) **hit the ~** *(coll.)* เข้านอน ❷ *v.t.* (A) *(coll.: dismiss)* ไล่ออก (for เนื่องจาก); (B) *(put into ~[s])* ใส่/บรรจุกระสอบ

[2]**sack** ❶ *v.t. (loot)* ปล้น, ชิงทรัพย์ ❷ *n.* การปล้น, การชิงทรัพย์

sackcloth *n.* ผ้ากระสอบ; *(mourning)* ผ้ากระสอบสำหรับไว้ทุกข์; **in ~ and ashes** ด้วยความเสียใจ/เศร้าสลด

sackful /'sækfʊl/'แซคฟุล/ *n.* ปริมาณ/จำนวนหนึ่งกระสอบ; **three ~s of potatoes/cement** มันฝรั่ง/ปูนซีเมนต์ *(จำนวน)* สามกระสอบ; **by the ~:** เป็นกระสอบ

[1]**sacking** /'sækɪŋ/'แซคิง/ *n.* (A) *(coll.: dismissal)* การไล่ออก *(จากงาน);* (B) *(coarse fabric)* ผ้าเนื้อหยาบที่ใช้ทำกระสอบ

[2]**sacking** ➡ [2]**sack** 2

'sack race *n.* การวิ่งแข่งกระสอบ

sacral /'seɪkrl/'เซคร'ล/ *adj.* (A) *(Anat.)* เกี่ยวกับกระดูกตรงกระเบนเหน็บ; **the ~ vertebra** กระดูกสันหลังบริเวณเหนือก้นกบ; (B) *(Anthrop.)* เกี่ยวกับพิธีกรรมอันศักดิ์สิทธิ์

sacrament /'sækrəmənt/'แซเครอะเมินทฺ/ *n.* พิธีกรรมศักดิ์สิทธิ์, พิธีล้างบาป; **the ~ [of the altar], the Blessed** *or* **Holy S ~:** สิ่งศักดิ์สิทธิ์ที่ใช้เป็นสัญลักษณ์ของพระผู้เป็นเจ้า *(เหล้าองุ่นและขนมปัง);* **administer/receive the ~** *(the Eucharist)* รับเหล้าองุ่นและขนมปังในพิธีมิซซา; **the Holy S~** *(the Host)* ขนมปังในพิธีอันศักดิ์สิทธิ์ของคริสต์ศาสนา

sacramental /sækrə'mentl/แซเครอะ'เม็นท'ล/ *adj.* เกี่ยวกับพิธีล้างบาป; **~ doctrine** คำสอนที่ให้ความสำคัญแก่พิธีกรรมทางศาสนา *หรือ* สัญลักษณ์ที่ถือว่าศักดิ์สิทธิ์

sacred /'seɪkrɪd/'เซคริด/ *adj. (พิธีกรรม, เพลง)* ศักดิ์สิทธิ์; อันเป็นที่สักการะในทางศาสนา, ล่วงเกินมิได้; **nothing is ~ to him, he holds nothing ~** *(lit. or fig.)* เขาไม่นับถืออะไรเลย; **is nothing ~?** *(iron.)* ไม่มีอะไรศักดิ์สิทธิ์เลยหรือ

sacred: ~ 'cow *n. (lit. or fig.)* ความคิดหรือสถาบันที่ผู้ใดจะล่วงละเมิดมิได้; **S~ 'Heart** *n.* **the S~ Heart [of Jesus]** พระหฤทัยของพระเยซูคริสต์ที่อุทิศแก่มวลมนุษย์

sacredness /'seɪkrɪdnɪs/'เซคริดนิซ/ *n., no pl.* ความศักดิ์สิทธิ์

sacrifice /'sækrɪfaɪs/'แซคริไฟซ/ ❶ *n.* (A) *(giving up valued thing)* การเสียสละ; *(of principles)* การละทิ้ง; **make ~s** เสียสละ; (B) *(offering to deity)* การสังเวย/เซ่น/บวงสรวง; **~s to the gods** การบวงสรวงเทพเจ้า *หรือ* เทพยดา; *(fig.)* **fall a ~ to sth.** ต้องเสียสละเพื่อ *ส.น.;* (C) *(Games: deliberate incurring of loss)* การยอมเล่นเสียเพื่อให้มีโอกาสทำคะแนนได้ดีขึ้น **(against** เพื่อ) ❷ *v.t.* (A) *(give up, offer as ~)* เสียสละ, บวงสรวง; **~ oneself/sth. to sth.** เสียสละตนเอง/*ส.น.* ให้กับ *ส.น.;* (B) *(sell at a loss)* ขายขาดทุน ❸ *v.i.* เสียสละ

sacrificial /sækrɪ'fɪʃl/แซคริ'ฟิช'ล/ *adj.* เป็นการเสียสละ; **~ victim** เหยื่อที่ถูกเสียสละ; **~ price** *(fig.)* ราคาที่ลดให้มากเป็นพิเศษ

sacrilege /'sækrɪlɪdʒ/'แซคริลิจ/ *n., no pl.* **[act of] ~:** การล่วงเกิน/ดูหมิ่นสิ่งศักดิ์สิทธิ์; **be little short of ~:** เกือบจะเป็นการล่วงเกินสิ่งศักดิ์สิทธิ์

sacrilegious /sækrɪ'lɪdʒəs/แซคริ'ลิเจิซ/ *adj.* ล่วงเกิน *หรือ* ดูหมิ่นสิ่งศักดิ์สิทธิ์

sacristan /'sækrɪstən/'แซคริซเทิน/ *n. (Eccl.)* เจ้าหน้าที่ดูแลห้องเก็บเครื่องสักการะที่ใช้ในโบสถ์

sacristy /'sækrɪstɪ/'แซคริซทิ/ *n. (Eccl.)* ห้องเก็บเครื่องสักการะที่ใช้ในโบสถ์

sacrosanct /'sækrəʊsæŋkt/'แซเครอะแซงคฺทฺ/ *adj. (lit. or fig.)* เป็นที่เคารพสักการะ, ศักดิ์สิทธิ์

sacrum /'seɪkrəm/'เซเคริม/ *n. (Anat.)* กระดูกตรงกระเบนเหน็บ

sad /sæd/แซด/ *adj.* (A) *(sorrowful)* เศร้า, เสียใจ, โทมนัส **(at, about** ที่, เกี่ยวกับ); **he was ~ at** *or* **about not getting the job** เขาเสียใจที่ไม่ได้งาน/ตำแหน่ง; **feel ~, be in a ~ mood** รู้สึกเศร้าโศก; **it left him a ~der and a wiser man** มันทำให้เขาเป็นคนที่เศร้าโศกแต่ฉลาดยิ่งขึ้น; (B) *(causing grief)* น่าเศร้า; **it's ~ about Jim** เรื่องของจิมน่าเศร้า; **~ to say, ...:** โชคร้าย..., โชคไม่ดี...; **I am ~ to say that ...:** ฉันเสียใจที่จะต้องกล่าวว่า...; (C) *(derog./joc.: deplorably bad)* เลว, แย่มาก

SAD /sæd/แซด/ *n. abbr.* **seasonal affective disorder**

sadden /'sædn/'แซด'น/ *v.t.* ทำให้เศร้าโศก, ทำให้เสียใจ; **be deeply ~ed** เศร้า/เสียใจอย่างสุดซึ้ง; **his old age was ~ed by ...:** วัยชราของเขาเศร้าโศกด้วย...; **I was ~ed to see that ...:** ฉันเศร้าเสียใจที่เห็นว่า

saddle /'sædl/'แซด'ล/ ❶ *n.* (A) *(seat for rider)* อาน *(ม้า, รถจักรยาน, รถจักรยานยนต์);* **be in the ~** *(fig.)* อยู่ในตำแหน่งที่มีอำนาจ; (B) *(ridge between summits)* แอ่งระหว่างยอดเขาสองลูก; (C) *(support for cable)* อานรับน้ำหนักสายลวด; (D) *(Gastr.)* เนื้อสัตว์ที่ตัดระหว่างสะโพกกับซี่โครง; **~ of lamb/mutton** เนื้อแกะช่วงระหว่างสะโพกกับซี่โครง ❷ *v.t.* (A) ใส่อานม้า; (B) *(fig.)* **~ sb. with sth.** โยนภาระ *ส.น.* ให้แก่ *ค.น.;* **~ debts/responsibility [up]on sb.** สร้างหนี้สิน/ความรับผิดชอบให้แก่ *ค.น.*

~ 'up *v.t. & i.* ใส่อาน, บรรทุก

saddle: ~back *n.* (A) *(Archit.)* หลังคาแอ่น; (B) *(hill)* เนินเขาที่โค้งเป็นแอ่ง; (C) *(pig)* หมูดำที่มีสีขาวคาดเป็นทางอยู่ที่หลัง; **~backed** *adj.* หลังแอ่น; **~bag** *n.* ถุงย่ามที่ติดกับอานม้า, ถุงพกติดหลังล้อจักรยาน *หรือ* มอเตอร์ไซด์; **~ blanket** *n.* ผ้ารองอานม้า; **~ bow** /'sædlbəʊ/'แซด'ลโบ/ *n.* หัวอานที่งอขึ้นมา; **~ cloth** ➡ **~ blanket**

saddler /'sædlə(r)/'แซดเลอะ(ร)/ *n.* ➤ **489** คนทำหรือขายเครื่องอานม้า

saddlery /'sædlərɪ/'แซดเลอะริ/ *n.* (A) *(work, place)* ร้านขายอานม้า, การทำอานม้า; (B) *(saddles etc.)* เครื่องอานม้า

S

saddle: ~ soap *n.* สบู่ฟอกเครื่องหนัง; **~ sore** *n.* แผลที่เกิดจากการเสียดสีกับอานม้า; **~-sore** *adj.* **be ~-sore** เป็นแผลจากการเสียดสีกับอานม้า; **~ stitch** *n.* Ⓐ *(Bookbinding)* การเย็บหนังสือด้วยด้ายหรือลวด; Ⓑ *(Needlework)* งานเย็บปักถักร้อย

saddo /ˈsædəʊ/ˈแซโด/ *n.* คนที่ใช้ไม่ได้, คนน่าสังเวช

sadism /ˈseɪdɪzm/ˈเซดิซฺม/ *n.* กามวิปริต/สนุกสนานจากการทรมานผู้อื่น

sadist /ˈseɪdɪst/ˈเซดิซทฺ/ *n.* ผู้ที่มีความสุขจากการทรมานผู้อื่น, พวกซาดิสต์ *(ท.ศ.)*

sadistic /səˈdɪstɪk/เซอะˈดิซทิค/ *adj.*, **sadistically** /səˈdɪstɪkəlɪ/เซอะˈดิทิเคอะลิ/ *adv.* [โดย] ที่มีความสุขจากการทรมานผู้อื่น

sadly /ˈsædlɪ/ˈแซดลิ/ *adv.* Ⓐ *(with sorrow)* ด้วยความโศกเศร้า; Ⓑ *(unfortunately)* อย่างโชคร้าย; Ⓒ *(deplorably)* อย่างน่าเป็นห่วง; **they are ~ lacking in common sense** พวกเขาขาดสามัญสำนึกอย่างน่าเป็นห่วง

sadness /ˈsædnɪs/ˈแซดนิซ/ *n., no pl.* ความเศร้าโศก, ความเสียใจ

sadomasochism /seɪdəʊˈmæsəkɪzm/เซโดˈแมเซอะคิซฺม/ *n.* ความมีอารมณ์ทางเพศเมื่อถูกทำให้เจ็บปวดและทำให้ผู้อื่นเจ็บปวด

sadomasochist /seɪdəʊˈmæsəkɪst/เซโดˈแมเซอะคิซทฺ/ *n.* ผู้ที่มีอารมณ์ทางเพศเมื่อถูกทำให้เจ็บปวดและทำให้ผู้อื่นเจ็บปวด

ˈsad sack *n. (Amer. coll.)* คนโง่เง่า

s.a.e. /eseɪˈiː/เอ็ซเอˈอี/ *abbr.* **stamped addressed envelope** ซองจดหมายที่เขียนชื่อผู้รับพร้อมติดตราไปรษณียากร

safari /səˈfɑːrɪ/เซอะˈฟาริ/ *n.* การล่าสัตว์ *หรือ* การท่องเที่ยวชมสัตว์; **be/go on ~:** ไปเที่ยวซาฟารี *(ท.ศ.)*

saˈfari park *n.* สวนสัตว์เปิด

safe /seɪf/เซฟ/ ❶ *n.* Ⓐ ตู้นิรภัย; Ⓑ *(Amer. coll.: contraceptive)* เครื่องมือ/ยาคุมกำเนิด; Ⓒ ➡ **meat safe**

❷ *adj.* Ⓐ *(out of danger)* ปลอดภัย **(from** จาก); **he's ~:** เขาปลอดภัยแล้ว; **the bullfighter was ~:** นักสู้วัวพ้นอันตราย/ปลอดภัย; **make sth. ~ from sth.** ทำให้ *ส.น.* ปลอดภัย/พ้นอันตรายจาก *ส.น.*; **~ and sound** โดยสวัสดิภาพ; Ⓑ *(free from danger)* ปราศจากอันตราย, ปลอดภัย; **she's a ~ driver** เธอเป็นคนขับรถที่รอบคอบ/ระมัดระวัง; **better ~ than sorry** ปลอดภัยไว้ก่อนดีกว่าเสียใจภายหลัง; **is the water ~ to drink?** ปลอดภัยที่จะดื่มน้ำไหม; **wish sb. a ~ journey** อวยพรให้ *ค.น.* เดินทางโดยสวัสดิภาพ; **is the car ~ to drive?** รถคันนี้ปลอดภัยที่จะขับไหม; **the maximum ~ load** อัตราบรรทุกสูงสุดที่ปลอดภัย; **a ~ margin** ส่วนที่เผื่อไว้เพื่อความปลอดภัย; **the beach is ~ for bathing** ชายหาดนี้ปลอดภัยสำหรับการเล่นน้ำ; **to be on the ~ side** เพื่อปลอดภัยไว้ก่อน *หรือ* เพื่อไม่เสี่ยง; **we had better be on the ~ side** เราไม่ควรเสี่ยง; Ⓒ *(unlikely to produce controversy)* ปลอดภัย, ไม่น่าทำให้เกิดปัญหา/การถกเถียง; **it is ~ to say [that ...]** สามารถกล่าวได้ว่า...; **it is not ~ to generalize in such a matter** ไม่เป็นการดีที่จะกล่าว/พูดคลุมในเรื่องเช่นนี้; Ⓓ *(reliable)* *(วิธีการ)* ไว้ใจได้; *(การลงทุน)* ที่เชื่อถือได้; **in ~ hands** ในมือของผู้ที่เชื่อถือได้; **a ~ Conservative seat** *(Polit.)* ที่นั่ง *(ในสภา)* ที่เป็นของพรรคอนุรักษ์นิยมอย่างแน่นอน; Ⓔ *(secure)* **be ~ in prison, be in ~ custody** อยู่ในความควบคุม/อารักขาอย่างแน่นหนา; **your secrets will be ~ with me** ฉันจะรักษาความลับของคุณไว้โดยไม่บอกใคร

safe: ~ ˈbet *n.* **it is a ~ bet he will be there** พนันได้เลยว่าเขาจะอยู่ที่นั่น; **he is a ~ bet to win/for Prime Minister** เขาจะต้องชนะ/ได้เป็นนายกรัฐมนตรีแน่นอน; **~-breaker** *n.* ผู้ที่งัดแงะตู้นิรภัย; **~ ˈconduct** *n.* Ⓐ *(privilege)* สิทธิในการผ่านบริเวณหวงห้าม *หรือ* พ้นจากการถูกจับกุม; Ⓑ *(document)* เอกสาร/บัตรอนุญาตให้ผ่านบริเวณหวงห้ามอย่างปลอดภัย; **~-cracker** *n.* ➡ **~-breaker**; **~ deˈposit** *n.* ตู้นิรภัยส่วนตัวในธนาคาร; **~-deposit box** *(at the bank)* ตู้นิรภัยส่วนบุคคลในธนาคาร; **~guard** ❶ *n.* เครื่องป้องกัน, สิ่งที่ป้องกัน; **as a ~guard against infection** เป็นเครื่องป้องกันการติดเชื้อ ❷ *v.t.* คุ้มกัน; **~guard sb.'s future/interests** ปกป้องอนาคต/ผลประโยชน์ของ *ค.น.*; **~ ˈhaven** *n.* Ⓐ *(safe place)* สถานที่ปลอดภัย; Ⓑ *(Polit.: protected zone)* พื้นที่ปลอดภัย; **~ house** *n.* สถานที่นัดพบลับ, เซฟเฮ้าส์ *(ท.ศ.)* *(ของบรรดาสายลับหรือผู้ลี้ภัย)*; **~ ˈkeeping** *n.* การรักษา/คุ้มครองไว้ในที่ปลอดภัย

safely /ˈseɪflɪ/ˈเซฟลิ/ *adv.* Ⓐ *(without harm)* อย่างปลอดภัย; **did the parcel arrive ~?** พัสดุภัณฑ์มาถึงเรียบร้อยหรือเปล่า; Ⓑ *(securely)* อย่างแน่นหนา, อย่างเรียบร้อย; **the children are ~ tucked up in bed** เด็ก ๆ เข้านอนห่มผ้ากันเรียบร้อยแล้ว; **be ~ behind bars** ถูกจองจำอย่างแน่นหนา; Ⓒ *(with certainty)* **one can ~ say [that] she will come** พูดได้อย่างแน่นอนว่าเธอจะมา

safe: ~ period *n.* ช่วงเวลาก่อนและหลังมีประจำเดือน ซึ่งปลอดภัยจากการตั้งครรภ์; **~ ˈseat** *n. (Polit.)* ที่นั่งในสภาซึ่งพรรคการเมืองได้มาด้วยคะแนนเสียงท่วมท้น; **~ ˈsex** *n.* การมีเพศสัมพันธ์อย่างปลอดภัย *(จากการติดเชื้อเพราะใส่ถุงยาง)*

safety /ˈseɪftɪ/ˈเซฟทิ/ *n.* Ⓐ *(being out of danger)* ความปลอดภัย; **cross the river in ~:** ข้ามแม่น้ำด้วยความปลอดภัย; Ⓑ *(lack of danger)* ความไม่มีอันตราย; *(of a machine)* ความปลอดภัย; **do sth. with ~:** ทำ *ส.น.* อย่างปลอดภัย; **there is ~ in numbers** ไปเป็นกลุ่มก็จะปลอดภัย; **a ~ first policy** นโยบายปลอดภัยไว้ก่อน; **one can say with ~ that ...:** เราอาจจะกล่าวอย่างปลอดภัยว่า...; Ⓒ *attrib.* *(มาตรการ, นโยบาย)* ทางความปลอดภัย

safety: ~ belt *n.* เข็มขัดนิรภัย; **~ catch** *n.* *(of door)* สลักนิรภัย; *(of gun)* สปริงล็อกไกปืน; **~ curtain** *n. (Theatre)* ม่านในโรงละครทำด้วยวัตถุไม่ไวไฟ; **~ fuse** *n. (Electr.)* ฟิวส์นิรภัย; **~ glass** *n.* กระจกนิรภัย *(แตกแล้วไม่กระจาย)*; **~ helmet** *n.* หมวกนิรภัย; **~ margin** *n.* จำนวน/ระยะที่เผื่อไว้เพื่อความปลอดภัย; **~ match** *n.* ไม้ขีดไฟนิรภัย; **~ net** *n.* Ⓐ ตาข่ายนิรภัย; Ⓑ *(fig.)* เครื่องป้องกัน; **~ pin** *n.* เข็มกลัดซ่อนปลาย; **~ razor** *n.* มีดโกนที่มีที่บังคมมีด; **~ valve** *n.* ลิ้นในหม้อน้ำมีสปริงเปิดได้เอง เมื่อความดันของไอน้ำมากเกินไป; *(fig.)* วิธีระบายความไม่พอใจอย่างปลอดภัย; **~ zone** *n. (Amer.: traffic island)* เกาะกลางถนน

ˈsafe zone *n. (Polit.)* พื้นที่ปลอดภัย

saffron /ˈsæfrən/ˈแซเฟริน/ ❶ *n.* หญ้าฝรั่น; *(colour)* สีส้ม; ➡ + **meadow saffron** ❷ *adj.* สีส้ม

sag /sæg/แซกฺ/ ❶ *v.i.* **-gg-** Ⓐ *(have downward bulge)* หย่อน; Ⓑ *(sink)* จม; *(ตึก)* ทรุด; *(หน้าอก)* ยาน; *(fig.: decline)* *(ความกล้าหาญ, อารมณ์)* ตกต่ำ, ลดลง; **the interest/storyline ~s halfway through the book** ความสนใจ/แนวเรื่องลดลงในตอนกลางของหนังสือ; **~ging breasts** หน้าอกที่หย่อนยาน; Ⓒ *(hang lopsidedly)* **the gate ~ged half off its hinges** ประตูเอียงออกมาจากบานพับ; **the bridge ~s on one side** สะพานทรุดไปข้างหนึ่ง

❷ *n.* Ⓐ *(amount that rope etc. ~s)* ระดับความหย่อนยาน; Ⓑ *(sinking)* **there was a ~ in the seat/mattress** มีรอยยุบในที่นั่ง/ฟูก

saga /ˈsɑːgə/ˈซาเกอะ/ *n.* Ⓐ *(story of adventure)* นิยายเกี่ยวกับการผจญภัย; *(medieval narrative)* เรื่องเล่าในยุคกลาง; **knightly ~:** นิยายผจญภัยของอัศวิน; **the ~ of a family** เรื่องเล่าเกี่ยวกับประวัติความเป็นมาของตระกูล; Ⓑ *(coll.: long involved story)* เรื่องราวยืดยาว; **the ~ of our holiday in Spain** เรื่องยาวเกี่ยวกับการไปเที่ยวสเปนของพวกเรา

sagacious /səˈgeɪʃəs/เซอะˈเกเชิซ/ *adj.* ฉลาด, หลักแหลม; **~ mind** สมองที่ฉลาด/หลักแหลม

sagaciously /səˈgeɪʃəslɪ/เซอะˈเกเชิซลิ/ *adv.* อย่างฉลาด, ความหลักแหลม

sagacity /səˈgæsɪtɪ/เซอะˈแกซิทิ/ *n., no pl.* ความฉลาด, ความเฉียบแหลม

[1]**sage** /seɪdʒ/เซจ/ *n. (Bot.)* สมุนไพร *Salvia officinalis* ใช้เป็นยาและปรุงอาหาร; **~-and-onion stuffing** ยัดไส้ด้วยพืชชนิดนี้และหัวหอม

[2]**sage** ❶ *n.* คนฉลาด, นักปราชญ์ ❷ *adj.* ฉลาด, สุขุม

sage: ~brush *n. (Bot.)* พันธุ์ไม้หอมในสกุล *Artemisia*; **~ ˈcheese, ~ ˈDerby** *ns.* เนยแข็งที่ผสมใบสมุนไพรเซจ; **~-ˈgreen** ❶ *adj.* สีเขียวมอ ๆ ❷ *n.* สีเขียวมอ ๆ

sagely /ˈseɪdʒlɪ/ˈเซจลิ/ *adv.* อย่างฉลาด/หลักแหลม

sage ˈtea *n.* ชาสมุนไพร *Salvia officinalis*

Sagittarian /sædʒɪˈteərɪən/แซจิˈแทเรียน/ *n. (Astrol.)* คนเกิดในราศีธนู

Sagittarius /sædʒɪˈteərɪəs/แซจิˈแทเรียซ/ *n. (Astrol., Astron.)* ราศีธนู, กลุ่มดาวธนู

sago /ˈseɪgəʊ/ˈเซโกฺ/ *n., pl.* **~s** สาคู *(ท.ศ.)*

Sahara /səˈhɑːrə/เซอะˈฮาเรอะ/ *pr. n.* **the ~ [Desert]** ทะเลทรายซาฮารา *(ทางเหนือของทวีปแอฟริกา)*

sahib /ˈsɑː(h)ɪb/ˈซาฮิบ, ˈซาอิบ/ *n.* Ⓐ *(arch.: title)* ท่าน, นาย *(ในภาษาอินเดีย)*; Ⓑ *(coll.: gentleman)* สุภาพบุรุษ

said ➡ **say** 1, 2

sail /seɪl/เซล/ ❶ *n.* Ⓐ *(voyage in sailing vessel)* การเดินทางทางเรือใบ; **go for a ~:** ไปแล่นเรือใบ; **the island is ten days' ~ from Plymouth** เกาะนี้ใช้เวลาเดินเรือเป็นเวลาสิบวันจากพลีมัธ; Ⓑ *(piece of canvas)* ใบเรือ; **in** *or* **under full ~:** กางใบเรือเต็มที่; **under ~:** *(เรือ)* กำลังแล่น/กางใบ; Ⓒ *pl. same (ship)* เรือใบ; Ⓓ *(of windmill)* ใบกังหัน; ➡ + **make** 1 S; **set** 1 L; **shorten** 2 B; **strike** 2 T; **ˈwind** 1 A

❷ *v.i.* Ⓐ *(travel on water)* เดินทางทางเรือ/น้ำ; *(in sailing boat)* แล่นไปในเรือใบ; **a lovely boat to ~ in** เรือที่น่าใช้แล่น/เดินทาง; Ⓑ *(start voyage)* เริ่มออกเดินทาง **(for** ไปยัง**)**; Ⓒ *(glide in air)* ลอย, ร่อน; Ⓓ *(fig.: be thrown)* ถูกเหวี่ยง/ขว้าง; **the bottle which ~ed past his ear** ขวดที่ถูกขว้างเฉียดหูของเขาไป; Ⓔ *(walk in*

S

stately manner) เดินอย่างองอาจ/ขึงขัง; **~ by** เดินผ่านไป *(อย่างองอาจ)*; Ⓕ *(move smoothly)* เคลื่อนที่อย่างนุ่มนวล; **~ through** เคลื่อนผ่าน; Ⓖ *(fig. coll.: pass easily)* **~ through an examination** สอบผ่านอย่างง่ายดาย; ➡ + colour 1J; 'wind 1 A
❸ *v.t.* Ⓐ แล่นเรือ; Ⓑ *(travel across)* เดินทางข้าม *(ทะเล)*

~ 'in *v.i. (coll.: enter)* เข้าไปใน

~ into *v.t. (coll.)* Ⓐ **~ into a room** เข้าไปในห้อง [อย่างเบิกบาน]; Ⓑ *(attack)* **~ into sb.** กล่าวโจมตี *ค.น.*

sail: ~board *n.* กระดานวินด์เซิร์ฟ *(ท.ศ.)*; **~boarding** ➡ windsurfing; **~boat** *n. (Amer.)* เรือใบ; **~cloth** *n.* ผ้าที่ใช้ทำใบเรือ

sailing /ˈseɪlɪŋ/ˈเซลิง/ *n.* Ⓐ *(handling a boat)* การเดินเรือ, การเล่นเรือใบ; **weather for ~:** อากาศเหมาะสำหรับเล่นเรือใบ; Ⓑ *(departure from a port)* การออกจากท่าเรือ; **there are regular ~s from here across to the island** มีเรือออกจากที่นี่ข้ามไปที่เกาะเป็นประจำ

sailing: ~ boat *n.* เรือใบ; **~ orders** *n. pl.* คำสั่งออกเรือ/เดินเรือ; **~ ship, ~ vessel** *ns.* เรือที่ใช้ใบ

'sailmaker *n.* ➤ 489 คนซ่อมหรือเย็บใบเรือ

sailor /ˈseɪlə(r)/ˈเซเลอะ(ร)/ *n.* กะลาสี; *(in navy)* ทหารเรือ; **be a good/bad ~** *(not get seasick/get seasick)* ไม่เมาเรือ/เมาเรือ

'sailor suit *n.* เครื่องแต่งกายแบบทหารเรือ

sainfoin /ˈseɪnfɔɪn, ˈsæn-/ˈเซนฟอยน, ˈแซน-/ *n. (Bot.)* พืช *Onobrychis viciifolia* มีดอกสีชมพู ใช้เป็นอาหารปศุสัตว์

saint /seɪnt, sənt/เซนทฺ, เซินทฺ/ ❶ *adj.* **S~ Michael/Helena** นักบุญไมเคิล/เฮเลนา; **~ Michael's [Church]** โบสถ์เซนต์ไมเคิล; **~ Andrew's/George's cross** ไม้กางเขนรูป X/ไม้กางเขนรูป + *(สีแดงบนพื้นสีขาว)* ❷ /seɪnt/เซนทฺ/ *n.* นักบุญ; **make** *or* **declare sb. a ~** *(RC Ch.)* ประกาศ *ค.น.* เป็นนักบุญ; **be as patient as a ~:** อดทนมาก; ➡ + aunt, patron C

Saint Bernard /sənt ˈbɜːnəd/เซินทฺ ˈเบอเนิด/ *n.* **~ [dog]** สุนัขขนาดใหญ่เดิมใช้ช่วยคนหลงทางในภูเขาแอลป์

sainthood /ˈseɪnthʊd/ˈเซนทฮูด/ *n.* ความเป็นนักบุญ

Saint: ~ James /sənt ˈdʒeɪmz/เซินทฺ ˈเจมซฺ/ *n.* **Court of ~ James** ราชสำนักของกษัตริย์อังกฤษ; **~ John's wort** /sənt ˈdʒɒnz wɜːt/เซินทฺ ˈจอนซฺ วรท/ *n. (Bot.)* พืชในสกุล *Hypericum*; **~ Lawrence** /sənt ˈlɒrəns/เซินท ˈลอเรินซ/ *n. (Geog.)* แม่น้ำเซนต์ลอเรนซ์ *(ในแคนาดา)*

saintly /ˈseɪntlɪ/ˈเซนทลิ/ *adj.* อย่างนักบุญ, เยี่ยงนักบุญ; **~ patience** อดทนเยี่ยงนักบุญ

Saint: ~ Peter's /sənt ˈpiːtəz/เซินทฺ ˈพีเทิซฺ/ *pr. n. (in Rome)* โบสถ์เซนต์ปีเตอร์; **s~'s day** *n.* วันนักบุญ; ➡ + all 1 B; **~ Swithin's day** /sənt ˈswɪðɪnz deɪ/เซินท ˈซวิทอินซฺ เด/ *n.* วันที่ 15 กรกฎาคม *(ซึ่งถือว่าอากาศเป็นอย่างไรวันนั้นก็จะเป็นเช่นนั้นอีก)*; **~ Vitus's dance** /sənt vaɪtəsɪz ˈdɑːns/เซินท ไวเทอะซิซฺ ˈดานซฺ/ ➡ dance 3 D

[1]**sake** /seɪk/เซค/ *n.* **for the ~ of** เพื่อ, โดยเห็นแก่; **for my** *etc.* **~:** เพื่อประโยชน์ของฉัน/เพื่อเห็นแก่ฉัน ฯลฯ; **for all our ~s** โดยเห็นแก่พวกเราทั้งหมด; **for your/its own ~:** เพื่อตัวคุณเอง/มันเอง; **art for art's ~:** ศิลปะเพื่อศิลปะ; **for the ~ of a few pounds** ด้วยเห็นแก่เงินไม่กี่ปอนด์; **for Christ's** *or* **God's** *or* **goodness'** *or* **Heaven's** *or (coll.)* **Pete's** *etc.* **~:** ให้ตายซิ; **for old times' ~:** เพื่อเห็นแก่อดีต/คืนวันเก่า ๆ; ➡ + appearance B; argument B; convenience B

[2]**sake** /ˈsɑːkɪ/ˈซาคิ/ *n. (drink)* เหล้าสาเก *(ท.ศ.)*

salaam /səˈlɑːm/เซอะˈลาม/ *n.* *การคำนับอย่างแขก โดยก้มศีรษะแล้วเอามือขวาแตะหน้าผาก*; *in pl. (respects)* คำทักทายที่แสดงความเคารพ

salable ➡ saleable

salacious /səˈleɪʃəs/เซอะˈเลเชิซ/ *adj.* Ⓐ *(lustful)* ตัณหาจัด, มักมากในกาม; Ⓑ *(inciting sexual desire)* กระตุ้นความต้องการทางเพศ

salaciously /səˈleɪʃəslɪ/เซอะˈเลเชิซลิ/ *adv.* โดยมีตัณหาจัด

salad /ˈsæləd/ˈแซเลิด/ *n.* สลัด *(ท.ศ.)*; **ham/tomato ~:** สลัดแฮม/มะเขือเทศ

salad: ~ cream *n.* ครีม (ปรุง) สลัด; **~ days** *n. pl.* **in my ~ days** สมัยที่ฉันเป็นหนุ่ม/สาว; **~ dressing** *n.* น้ำปรุงสลัด/น้ำสลัด; **~ oil** *n.* น้ำมันที่ใช้คลุกสลัด; **~ servers** *n. pl.* ช้อนส้อมตักแบ่งสลัด

salamander /ˈsæləmændə(r)/ˈแซเลอะแมนเดอะ(ร)/ *n.* Ⓐ *(Zool.)* กระท่างหรือจิ้งจกน้ำ *(เป็นสัตว์สะเทินน้ำสะเทินบกจำพวกหนึ่ง)*; Ⓑ *(Amer.)* ➡ gopher A

salami /səˈlɑːmɪ/เซอะˈลามิ/ *n.* ซาลามี่ *(ท.ศ.)* *(ไส้กรอกอิตาเลียนชนิดหนึ่ง มีรสจัด)*

sal ammoniac /sæl əˈməʊnɪæk/แซ เลอะˈโมนิแอค/ *n.* แอมโมเนียมคลอไรด์

salaried /ˈsælərɪd/ˈแซเลอะริด/ *adj.* Ⓐ *(receiving salary)* ที่ได้รับเงินเดือน; **~ employee** พนักงานที่ได้รับเงินเดือน; **the ~ class** ชนชั้นที่ได้รับเงินเดือน; Ⓑ *(having salary attached to it)* **~ post** ตำแหน่งที่มีเงินเดือน

salary /ˈsælərɪ/ˈแซเลอะริ/ *n.* เงินเดือน; *(Amer.: weekly)* เงินสัปดาห์; **~ increase** การขึ้นเงินเดือน; **what is your ~?** คุณได้รับเงินเดือนเท่าไหร่; **draw a ~:** ได้รับเงินเดือน

sale /seɪl/เซล/ *n.* Ⓐ *(selling)* การขาย, การจำหน่าย; **[up] for ~:** [วาง] ขาย, มีจำหน่าย; **put up** *or* **offer for ~:** ประกาศขาย หรือ เสนอขาย; **on ~:** จำหน่าย; **on ~ at your chemist's** มีจำหน่ายที่ร้านขายยาของคุณ; **go on ~:** มีขาย, วางจำหน่าย; **offer** *etc.* **sth. on a ~** *or* **return basis** เสนอ ฯลฯ ขาย *ส.น.* โดยฝากขาย; Ⓑ *(instance of selling)* การขาย; **make a ~:** ขายได้; **find a ready ~ for sth.** ขาย *ส.น.* ได้ง่าย; **sth. finds a ready ~:** *ส.น.* ขายได้ง่าย; Ⓒ *in pl., no art. (amount sold)* จำนวนหรือปริมาณที่ขายได้ (of ของ); Ⓓ **[jumble** *or* **rummage] ~:** การขายของเก่า/ใช้แล้ว *(เข้าการกุศล)*; **~ of work** การขายผลงานของตน *(รูปวาด ฯลฯ)* เพื่อหารายได้เข้าการกุศล; Ⓔ *(disposal at reduced prices)* การขายลดราคา; **clearance/end-of-season/summer ~:** การลดราคาล้างสต็อก/การลดราคาสินค้าฤดูกาล/การลดราคาฤดูร้อน; **at the ~s** ที่ขายของลดราคา; Ⓕ *(public auction)* การประมูลต่อสาธารณชน; **put sth. up for ~ [by auction]** ประกาศขาย *ส.น.* ด้วยการประมูล

saleable /ˈseɪləbl/ˈเซเลอะบ'ล/ *adj.* ที่ขายได้; **be [highly] ~:** ขายได้ [ง่ายมาก]

sale: ~ ring *n.* การที่ผู้ซื้อรวมตัวกดราคาของในการประมูล *(สินค้า)*; **~ room** *n. (Brit.)* ห้องขายของ, ห้องเลหลัง

sales: ~ assistant *(Brit.)*, **~ clerk** *(Amer.)* *ns.* ➤ 489 พนักงานขาย; **~ department** *n.* แผนกขายของ/จำหน่ายสินค้า; **~ desk** ➡ desk B; **~ force** *n.* พนักงานฝ่ายขาย; **~girl, ~lady** *ns.* ➤ 489 พนักงานขายหญิง; **~man** /ˈseɪlzmən/ˈเซลซเมิน/ *n., pl.* **~men** /ˈseɪlzmən/ˈเซลซเมิน/ ➤ 489 พนักงานขายชาย; **~ manager** *n.* ➤ 489 ผู้จัดการแผนกขายสินค้า, ผู้จัดการฝ่ายขาย

salesmanship /ˈseɪlzmənʃɪp/ˈเซลซเมินชิพ/ *n., no pl., no indef. art.* ศิลปะ/เทคนิค/ทักษะการขาย

sales: ~ patter, ~ pitch *ns.* คำพูดขายของ; **~ rep** *(coll.)*, **~ representative** *ns.* ➤ 489 ตัวแทนการขาย; **~ resistance** *n.* การที่ลูกค้าต่อต้าน หรือ ไม่ยอมซื้อสินค้า; **~ talk** ➡ ~ patter; **~ tax** *n.* ภาษีการขาย; **~woman** *n.* ➤ 489 พนักงานขายสตรี

salient /ˈseɪlɪənt/ˈเซเลียนทฺ/ ❶ *adj.* Ⓐ *(striking)* เด่น, สะดุดตา; **the ~ points of a speech** จุด/ประเด็นที่เด่นของสุนทรพจน์; Ⓑ *(pointing outwards)* ที่ยื่นออกไป ❷ *n. (Mil.)* แนวรบที่ล้ำเข้าไปในดินแดนข้าศึก

saline /ˈseɪlaɪn/ˈเซลายนฺ/ *adj.* ประกอบด้วยเกลือ, เกี่ยวกับเกลือ; **~ solution** น้ำเกลือ; **~ drip** *(Med.)* การให้น้ำเกลือ

salinity /səˈlɪnɪtɪ/เซอะˈลินิทิ/ *n.* ระดับความเค็ม; **be high in ~:** มีระดับความเค็มสูง

saliva /səˈlaɪvə/เซอะˈลายเวอะ/ *n.* น้ำลาย

salivary /sæˈlɪvərɪ, səˈlaɪvərɪ, US ˈsæləverɪ/แซˈลิเวอะริ, เซอะˈเลเวอะริ, ˈแซเลอะเวะริ/ *adj. (Anat.)* **~ gland** ต่อมน้ำลาย

salivate /ˈsælɪveɪt/ˈแซลิเวทฺ/ *v.i.* น้ำลายไหล

sa'liva test *n.* การตรวจน้ำลาย

[1]**sallow** /ˈsæləʊ/ˈแซโล/ *adj.* *(ผิว)* ซีด, เหลือง

[2]**sallow** *n. (Bot.)* ต้นหลิวพันธุ์เตี้ย

sallowness /ˈsæləʊnɪs/ˈแซโลนิซ/ *n., no pl.* การที่มีผิวซีด/เหลือง

sally ❶ *n.* Ⓐ *(Mil.: sortie)* การตีฝ่าวงล้อม; Ⓑ *(excursion)* การเดินทาง; Ⓒ *(verbal attack)* **his sallies against the authorities** การกล่าวโจมตีผู้มีอำนาจของเขา; Ⓓ *(witty remark)* คำพูด *(โต้ตอบ)* ที่คมคาย/เฉียบแหลม ❷ *v.i.* Ⓐ **~ out** *(Mil.: make sortie/sorties)* ตีฝ่าวงล้อมออกไป; Ⓑ **~ forth** โผล่/เดินทางออกไป (for เพื่อ)

Sally /ˈsælɪ/ˈแซลิ/ ➡ aunt

salmon /ˈsæmən/ˈแซเมิน/ ❶ *n., pl. same* ปลาแซลมอน ❷ *adj.* สีชมพูอมส้ม

'salmon-coloured *adj.* มีสีชมพูอมส้ม

salmonella /sælməˈnelə/แซลเมอะˈเน็ลเลอะ/ *n.* ➤ 453 แบคทีเรียในสกุล *Salmonella* ซึ่งทำให้อาหารเป็นพิษ; **~ poisoning** การที่อาหารเป็นพิษจากการติดเชื้อแบคทีเรีย

salmon: ~ ladder, ~ leap *ns.* บันไดปลาแซลมอน; **~ pink** ❶ *n.* สีชมพูอมส้ม ❷ *adj.* สีชมพูอมส้ม; **~ 'trout** *n.* ปลาเทราท์ขนาดใหญ่ ตัวสีเงิน

salon /ˈsælɔ̃n, US səˈlɒn/ˈแซลอน, เซอะˈลอน/ *n.* ห้องรับแขกในบ้านขนาดใหญ่

'salon music *n.* ดนตรีที่เล่นเบา ๆ *ภายในห้องรับแขกของบ้าน*

saloon /səˈluːn/เซอะˈลูน/ *n.* Ⓐ *(public room in ship, hotel, etc.)* ห้องโถง, ห้องขนาดใหญ่; **dining ~:** ห้องโถงสำหรับรับประทานอาหาร; **billiard ~** *(Brit.)* ห้องเล่นบิลเลียด; Ⓑ *(Brit.: motor car)* รถเก๋ง; Ⓒ *(Amer.: bar)* บาร์

saloon: ~ 'bar *n. (Brit.)* *ห้องบาร์แยกต่างหากในร้านขายเหล้าหรือโรงแรม*; **~ 'car** ➡ saloon B; **~ deck** *n.* ดาดฟ้าในเรือ

salsa /ˈsælsə/ˈแซลเซอะ/ *n.* (A) เพลงเต้นรำแบบลาตินอเมริกัน; (B) ซอสเผ็ดแบบเม็กซิกัน

salsify /ˈsælsɪfɪ/ˈแซลซิฟี/ *n. (Bot.)* พันธุ์ไม้ *Tragopogon porrifolius* ของยุโรป รากกินได้

salt /sɔ:lt/ซอลทฺ/ ❶ *n.* (A) *(for food etc.; also Chem.)* **[common] ~**: เกลือ; **above/below the ~** *(Hist.)* นั่งโต๊ะท่ามกลางผู้สูงส่ง/ท่ามกลางคนที่มีฐานะต่ำกว่า; **rub ~ in[to] the wound** *(fig.)* ตอกย้ำ; **take sth. with a grain** *or* **pinch of ~** *(fig.)* ฟังหูไว้หู; **be the ~ of the earth** *(fig.)* เป็นคนที่เป็นแบบอย่าง, เป็นของแท้; **be worth one's ~**: มีประสิทธิภาพ, มีความสามารถ; *(worth the money one is paid)* คุ้มค่าจ้าง; (B) *in pl. (medicine)* เกลือที่ใช้เป็นยาถ่าย; **like a dose of ~s** *(coll.)* รวดเร็วมาก; **he went through the department like a dose of ~s** *(fig.)* เขาจัดการกับแผนกอย่างเด็ดขาด; (C) *(fig.: zest)* ความมีรสชาติ, ความเผ็ดร้อน; (D) **[old] ~** *(sailor)* กะลาสีที่ช่ำชอง

❷ *adj.* (A) *(containing or tasting of ~)* ใส่เกลือ, มีรสเค็ม; *(preserved with ~)* หมักด้วยเกลือ; (B) *(bitter)* ขม; (C) *(biting)* *(คำพูด)* เจ็บ, แสบ

❸ *v.t.* (A) *(add ~ to)* ใส่เกลือ; *(fig.)* ทำให้ *(เรื่องเล่า)* น่าสนใจ/มีสีสัน; (B) *(preserve with ~ or brine)* หมักด้วยเกลือ *หรือ* น้ำเกลือ; **~ed beef/pork** เนื้อ/หมูเค็ม; (C) *(spread ~ on)* **~ the roads** เอาเกลือโรยถนน *(กันเป็นน้ำแข็ง)*

~ aˈway, ~ ˈdown *v.t. (coll.)* เก็บ/ซุก *(เงิน, ฯลฯ)* ไว้

SALT /sɔ:lt/ซอลทฺ/ *abbr.* **Strategic Arms Limitation Talks/Treaty** การเจรจา/สนธิสัญญาจำกัดอาวุธยุทธศาสตร์

salt: ~ cellar *n.* ขวดเกลือ, กระปุกเกลือ; **~ ˈlake** *n.* ทะเลสาบน้ำเค็ม; **~ lick** *n.* ดินโป่งที่สัตว์ลงมาเลีย; **~ marsh** *n.* ที่ลุ่มที่มีน้ำทะเลขัง; *(formed by evaporation)* บ่อเกลือ, หนองเกลือ; **~ mine** *n.* เหมืองเกลือ; **~ pan** *n.* ภาชนะหรือหาบเกลือ

saltpetre *(Amer.:* **saltpeter***)* /ˈsɔ:ltpi:tə(r), ˈsɒltpi:tə(r)/ˈซอลทฺพีเทอะ(ร)/ *n.* โปแตสเซียมไนเตรท *(ท.ศ.)* ใช้ทำดินปืน

salt: ~ shaker *n. (Amer.)* ขวดเกลือ, กระปุกเกลือ; **~ spoon** *n.* ช้อนตักเกลือ; **~ sprinkler** *n.* ขวดเกลือ, กระปุกเกลือ; **~ ˈwater** *n.* น้ำทะเล, น้ำเค็ม; **~water** *adj.* ที่อาศัยอยู่ในทะเล; **~ works** *n. sing., pl. same* โรงทำเกลือ

salty /ˈsɔ:ltɪ/ˈซอลทิ/ *adj.* เค็ม; *(fig.)* *(คำพูด)* หลักแหลม, เผ็ดร้อน

salubrious /səˈlu:brɪəs/เซอะˈลูเบรียซ/ *adj.* *(อากาศ)* สดชื่น, เป็นประโยชน์ต่อร่างกาย; **not a very ~ area** *(fig.)* ไม่ใช่ถิ่น/เขตที่น่าอยู่เท่าไรนัก

saluki /səˈlu:kɪ/เซอะˈลูคิ/ *n.* สุนัขรูปร่างสูงเพรียว มีขนยาวนุ่ม

salutary /ˈsæljʊtrɪ, US -terɪ/ˈแซลุทฺริ, -เทะริ/ *adj.* ให้ผลดี, เป็นประโยชน์

salutation /sæljʊˈteɪʃn/แซลิวˈเทช'น/ *n. (formal)* การแสดงความเคารพ, การคำนับ/คารวะ, การทักทาย; **form of ~**: รูปแบบการแสดงความเคารพ/ทักทาย; **raise one's hat [to sb.] in ~**: เปิดหมวก [แก่ *ค.น.*] เพื่อเป็นการทักทาย

salute /səˈlu:t/เซอะˈลูท/ ❶ *v.t.* (A) *(Mil., Navy)* **~ sb.** คำนับ/วันทยาหัตถ์/ทำความเคารพ *ค.น.*; (B) *(greet)* ทักทาย ❷ *v.i. (Mil., Navy)* วันทยาหัตถ์ ❸ *n.* (A) *(Mil., Navy)* การทำความเคารพ, การยิงสลุต; **fire a seven-gun ~**: ยิงสลุตเจ็ดนัด; **give a ~**: ทำความเคารพ; **take the ~** รับความเคารพ; (B) *(gesture of greeting)* การแสดงการทักทาย; (C) *(Fencing)* การจรดดาบ

Salvadorean /sælvəˈdɔ:rɪən/แซลเวอะˈดอเรียน/ ❶ *n.* ชาวซัลวาดอร์ ❷ *adj.* แห่งประเทศซัลวาดอร์

salvage /ˈsælvɪdʒ/ˈแซลวิจ/ ❶ *n.* (A) *(rescue of property)* การกู้/กอบกู้ *(ทรัพย์สมบัติ)*; (B) *(payment)* เงินชดเชยที่ให้กับผู้ที่ไปช่วยกู้เรือ; (C) *(rescued property)* ทรัพย์สินที่กู้คืนมาได้; *(for recycling)* สิ่งของที่นำกลับมาใช้ประโยชน์ได้ใหม่; **collect bottles for ~**: เก็บขวดไว้เพื่อนำกลับมาใช้ใหม่ ❷ *v.t.* (A) *(rescue)* กู้ *(เรือ)*, ช่วยขน *(ของจากไฟหรือเรือที่กำลังจม)* **(from** จาก); **~ one's valuables from the flames** ขนของมีค่าจากเพลิงไหม้; (B) *(save for recycling)* เก็บไว้เพื่อนำกลับมาใช้ใหม่

ˈsalvage operation *n.* ปฏิบัติการกู้ภัย

salvation /sælˈveɪʃn/แซลˈเวช'น/ *n.* (A) *no art. (Relig.)* การช่วยเหลือให้พ้นบาป; **doctrine of ~**: คำสอนที่จะช่วยให้พ้นบาป; **find ~**: พบทางหลุดพ้นจากบาป; **work out one's own ~** *(fig.)* ค้นหาวิธีพ้นบาปด้วยตนเอง, ช่วยตัวเอง; (B) *(means of preservation)* หนทางที่ช่วยให้พ้นภัย/รอดตาย; **those biscuits were my ~** *(joc.)* ขนมปังกรอบเหล่านั้นช่วยชีวิตฉันเอาไว้

Salvation ˈArmy *n.* องค์กรที่ตั้งขึ้นเพื่อฟื้นฟูคริสต์ศาสนาและช่วยเหลือคนยากจน

Salvationist /sælˈveɪʃənɪst/แซลˈเวเชอะนิซทฺ/ *n. (member of Salvation Army)* สมาชิกของ Salvation Army

[1]**salve** /sælv/แซลว/ ❶ *n.* ขี้ผึ้งทารักษาแผล; *(fig.)* สิ่งที่ปลอบประโลมใจ **(to)**; **his apology was merely a ~ for his conscience** คำขอโทษของเขาเป็นเพียงสิ่งปลอบจิตสำนึกของเขาเอง ❷ *v.t. (soothe)* ปลอบโยน

[2]**salve** /sælv/แซลว/ *v.t.* ➡ **salvage** 2 A

salver /ˈsælvə(r)/ˈแซลเวอะ(ร)/ *n.* ถาดที่คนรับใช้วางจดหมายหรือเครื่องดื่มไปให้นายจ้าง

salvo /ˈsælvəʊ/ˈแซลโว/ *n., pl.* **~es** *or* **~s** (A) *(of guns)* การยิงปืนหลายกระบอกพร้อมกัน; (B) **~ of applause/laughter** การปรบมือกราวใหญ่/เสียงหัวเราะกึกก้อง

sal volatile /sæl vɒˈlætɪlɪ/แซล เวอะˈแลทิลิ/ *n.* แอมโมเนียคาร์บอเนต *(ท.ศ.)*

SAM *n. abbr.* **surface-to-air missile** ขีปนาวุธที่ยิงจากพื้นสู่อากาศ, จรวดแซม *(ท.ศ.)*

Samaritan /səˈmærɪtən/เซอะˈแมริเทิน/ *n.* **good ~**: ผู้ที่ใจบุญและชอบช่วยเหลือผู้อื่น; **I decided to be a good ~**: ฉันตัดสินใจที่จะเป็นคนใจบุญสุนทาน; **the ~s** *(organization)* องค์กรที่ให้คำแนะนำทางโทรศัพท์แก่ผู้ที่เดือดร้อน

samba /ˈsæmbə/ˈแซมเบอะ/ *n.* การเต้นรำของชาวบราซิล, การเต้นแซมบ้า *(ท.ศ.)*

Sam Browne *n.* (A) เข็มขัดทหารที่มีสายรัดที่ไหล่ขวา; (B) *(cyclist's)* เข็มขัดสะท้อนแสงของนักขี่จักรยาน

same /seɪm/เซม/ ❶ *adj.* **the ~**: อย่างเดียวกัน, อันเดียวกัน; **the ~ [thing]** *(identical)* [ของ] ที่เหมือนกัน/อย่างเดียวกัน; **the ~ afternoon/evening** *(of ~ day)* บ่าย/เย็นวันเดียวกัน; **she seemed just the ~ [as ever] to me** เธอดูเหมือนเดิมสำหรับฉัน; **my parents are much the ~** *(not much changed)* พ่อแม่ฉันยังค่อนข้างเหมือนเดิมอยู่; **he was no longer the ~ man** เขาไม่ใช่คนเดิมอีกต่อไปแล้ว; **one and the ~ person/man** บุคคล/ผู้ชายคนเดียวกัน; **the very ~**: ใช่ที่เดียวเลย; **much the ~ as** เหมือนกับ...อยู่มาก; **this/that/these** *or* **those ~**: อันเดียวกันนี้/อันเดียวกันนั้น/พวกเดียวกันเหล่านี้/พวกเดียวกันเหล่านั้น; ➡ **+ token** 1 D

❷ *pron.* **the ~**, *(coll.)* **~** *(the ~ thing)* สิ่งอย่าง/อัน/คน ฯลฯ เดียวกัน; **he ran up big bills but was not strong at paying ~** *(coll.)* เขาปล่อยให้ค่าใช้จ่ายเพิ่มขึ้นเรื่อย ๆ แต่ไม่มีปัญญาพอจะจ่าย; **an actual banana or a photo of the ~**: กล้วยของจริงหรือรูปถ่าย; **things haven't been the ~ since you left** อะไร ๆ ไม่เหมือนเดิมตั้งแต่คุณจากไป; **they look [exactly] the ~**: พวกเขาดูเหมือนกัน [ทุกกระเบียดนิ้ว]; **more of the ~**: อย่างเดียวกันอีก; **and the ~ to you!** *(also iron.)* แล้วคุณด้วย, ขอให้คุณได้/ประสบ/ฯลฯ/เช่นเดียวกัน; **[the] ~ again** [ของ] อย่าง/แบบเดิมอีก; **I feel bored – S~ here** *(coll.)* ฉันรู้สึกเบื่อ ฉันก็เหมือนกัน

❸ *adv.* **[the] ~ as you do** เช่นเดียวกัน/เหมือนกันกับคุณ; **the ~ as before** เหมือนเมื่อก่อน; **be pronounced the ~**: ออกเสียงเหมือนกัน; **all** *or* **just the ~**: อย่างไรก็ตาม; **think the ~ of/feel the ~ towards** คิด/รู้สึกเช่นเดียวกันต่อ...

ˈsame-day *adj.* *(ส่ง)* ในวันเดียวกัน; *(บริการ)* วันเดียวเสร็จ

sameness /ˈseɪmnɪs/ˈเซมนิซ/ *n., no pl.* ความเหมือนกัน/เดิม

Samoa /səˈməʊə/เซอะˈโมเออะ/ *pr. n.* ประเทศซามัว *(หมู่เกาะทางตอนใต้ของมหาสมุทรแปซิฟิก)*

Samoan /səˈməʊən/เซอะˈโมเอิน/ ❶ *adj.* แห่งซามัว ❷ *n.* ชาวซามัว

samosa /səˈməʊsə/เซอะˈโมเซอะ/ *n.* กะหรี่พัฟอินเดียรูปสามเหลี่ยม

samovar /ˈsæməvɑ:(r)/ˈแซมเมอะวา(ร)/ *n.* กาน้ำร้อนที่ใช้ในรัสเซีย มีท่ออุ่นอยู่ข้างใน

sampan /ˈsæmpæn/ˈแซมแพน/ *n.* เรือสำปั้น, เรือแจวของจีน

sample /ˈsɑ:mpl, US ˈsæmpl/ˈซามพ'ล, ˈแซมพ'ล/ ❶ *n.* (A) *(representative portion)* ของตัวอย่าง; *(in opinion research, statistics)* กลุ่มตัวอย่าง; (B) *(example)* ตัวอย่าง; *(specimen)* ตัวอย่างในการทดลอง; **[commercial] ~**: สินค้าตัวอย่าง; **~ of air/blood** ตัวอย่างอากาศ/เลือด ❷ *v.t.* ลอง, ทดลอง; **~ the pleasures of country life** ลองความสุขของชีวิตในชนบท

[1]**sampler** /ˈsɑ:mplə(r), US ˈsæmplər/ˈซามเพลอะ(ร), ˈแซมเพลอะ(ร)/ *n. (piece of needlework)* ชิ้นผ้าที่เย็บปักถักร้อย

[2]**sampler** *n. (trial pack)* ผลิตภัณฑ์ตัวอย่าง

sampling /ˈsɑ:mplɪŋ, US ˈsæmplɪŋ/ˈซามพลิง, ˈแซมพลิง/ *n.* (A) *(taking of specimen)* การตรวจ; (B) *(of population group)* การสุ่มความเห็นของประชากร; (C) *(of wine, cheese)* การชิม; (D) *(Mus.)* การฟังก่อนซื้อ; **~ procedures** ขบวนการสุ่มตรวจ; **~ technique** *(Med.)* วิธีการตรวจ

Samson /ˈsæmsn/ˈแซมซ'น/ *pr. n.* แซมซัน *(บุคคลในพระคัมภีร์ไบเบิล ที่มีพละกำลังมหาศาล)*; *(fig.: strong man)* ผู้ที่เข้มแข็ง

samurai /ˈsæmʊraɪ/ˈแซมัวราย/ *n., pl. same or* **~s** *(Hist.)* ซามูไร *(ท.ศ.)* นักรบญี่ปุ่น

sanatarium /sænəˈteərɪəm/แซเนอะˈแทเรียม/ *(Amer.)* ➡ **sanatorium**

sanatorium /sænəˈtɔ:rɪəm/แซเนอะˈทอเรียม/ *n., pl.* **~s** *or* **sanatoria** /sænəˈtɔ:rɪə/แซเนอะˈทอเรีย/ (A) *(clinic)* สถานที่รักษาพยาบาล; (B) *(sickbay)* ห้องพยาบาล

sanctification /sæŋktɪfɪˈkeɪʃn/แซงคฺทิฟิˈเคช'น/ *n.* การทำให้ศักดิ์สิทธิ์, การทำให้พ้นบาป

sanctify /ˈsæŋktɪfaɪ/ˈแซงคฺทิฟาย/ *v.t.* (A) ทำให้พ้นบาป; (B) *(consecrate)* ทำให้ศักดิ์สิทธิ์, ทำพิธีโดยถูกต้อง

S

sanctimonious /sæŋktɪˈməʊnɪəs/แซงคุทิโมเนียซ/ *adj.* ที่แสดงออกถึงความเคร่งครัด/ถูกต้องของตน

sanctimoniously /sæŋktɪˈməʊnɪəslɪ/แซงคุทิโมเนียซลิ/ *adv.* โดยแสร้งทำเป็นเคร่งศาสนา/ถูกต้อง

sanction /ˈsæŋkʃn/แซงคฺช่น/ ❶ *n.* Ⓐ *(official approval)* การอนุมัติเป็นทางการ; **give one's ~ to sth.** อนุมัติ *ส.น.*; Ⓑ *(Polit.: penalty; Law: punishment)* การลงโทษ ❷ *v.t.* อนุมัติ, อนุญาต, ลงโทษ

sanctity /ˈsæŋktɪtɪ/แซงคุทิทิ/ *n., no pl.* ความศักดิ์สิทธิ์, ความสะอาดบริสุทธิ์, ความน่าเคารพบูชา

sanctuary /ˈsæŋktʃʊərɪ/แซงคฉัวริ/ *n.* Ⓐ *(holy place)* สถานที่ศักดิ์สิทธิ์; Ⓑ *(part of church)* ส่วนที่ศักดิ์สิทธิ์ที่สุดของโบสถ์; Ⓒ *(place of refuge)* ที่หนีภัย; *(Hist.: guaranteeing safety) สถานที่อันควรสักการะ เช่น โบสถ์ ซึ่งสมัยก่อนผู้ร้ายอาจหลบหนีเข้าไปอยู่ได้*; Ⓓ *(for animals or plants)* เขตคุ้มครองสัตว์ป่า; **bird/animal ~:** เขตคุ้มครองนก/สัตว์; Ⓔ *(asylum)* สถานที่ลี้ภัย *(โดยเฉพาะของนักการเมือง)*; **take ~** ลี้ภัย

sanctum /ˈsæŋktəm/แซงคุเทิม/ *n. (joc.: private retreat)* **[inner] ~:** ห้องส่วนตัว

sanctus /ˈsæŋktəs/แซงคุเทิซ/ *n.* บทสวดลงท้าย

ˈsanctus bell *n.* กระดิ่งศักดิ์สิทธิ์ใช้ในพิธีในโบสถ์

sand /sænd/แซนดฺ/ ❶ *n.* Ⓐ ทราย; **the beach has four miles of ~:** ชายหาดมีทรายยาวเป็นระยะทางสี่ไมล์; **built on ~** *(fig.)* สร้างอยู่บนทราย, ไม่ถาวร/มั่นคง; **have *or* keep *or* bury one's head in the ~** *(fig.)* ไม่ยอมรับรู้ปัญหา; Ⓑ *in pl. (expanse)* พื้นที่ที่เป็นทราย; *(beach)* หาดทราย; Ⓒ *in pl.* **the ~s [of time] are running out** *(fig.)* เวลาจวนจะหมดแล้ว; Ⓓ *(Amer. coll.: determination)* **have not got ~ enough to do sth.** ไม่มีความมุ่งมั่น/ตั้งใจพอที่จะทำ *ส.น.*; ➡ + plough 2 A
❷ *v.t.* Ⓐ *(sprinkle)* **~ the road** โรยทรายบนถนน; Ⓑ *(bury)* **be ~ed up *or* over** ถูกทรายทับถม; Ⓒ *(polish)* **~ sth. down** ขัด *ส.น.* ด้วยทราย/กระดาษทราย

sandal /ˈsændl/แซนดฺ'ล/ *n.* รองเท้าแตะ

sandal: ~-tree *n.* ต้นไม้จันทน์; **~wood** *n.* **[red] ~wood** ไม้จันทน์; **~wood oil** น้ำมันจันทน์

sand: ~bag ❶ *n.* ถุงทราย, กระสอบทราย ❷ *v.t.* Ⓐ *(barricade)* กั้นด้วยกระสอบทราย; Ⓑ *(Amer.: coerce)* **~bag sb. into sth., ~bag sb. into doing sth.** บังคับ *ค.น.* ให้ทำ *ส.น.*; **~bank** *n.* สันดอนทราย; **~ bar** *n.* สันดอนทราย; **~ bath** *n. (Chem.)* ภาชนะหรือขวดแก้วบรรจุทรายที่อุ่นให้ร้อน; **~blast** *v.t.* พ่นทราย, เป่าทราย; **~ box** *n. (Amer.)* กล่องทราย, กระบะทราย; **~boy** *n.* **be happy as a ~boy** มีความสุขมาก; **~castle** *n.* ปราสาททราย; **~ dollar** *n. (Amer.: Zool.)* สัตว์ทะเลในวงศ์ Clypeasteroida คล้ายหอยเม่น; **~ dune** *n.* เนินทราย

sander /ˈsændə(r)/แซนเดอะ(ร)/ *n.* เครื่องขัดที่ใช้กระดาษทราย

sand: ~glass *n.* นาฬิกาทราย; **~hill** *n.* เนินทราย; **~lot** *n. (Amer.)* ลานทรายสำหรับเด็กเล่น; **~man** /ˈsændmæn/แซนดฺแมน/ *n. ชายในนวนิยายที่ถือว่าสามารถทำให้เด็ก ๆ นอนหลับได้โดยใส่ทรายที่ตา*; **~ martin** *n. (Brit. Ornith.)* นก *Riparia riparia* ทำรังอยู่ในหลุมทราย; **~paper** ❶ *n.* กระดาษทราย ❷ *v.t.* ขัดด้วยกระดาษทราย; **~piper** *n. (Ornith.)* นกที่อาศัยอยู่ตามพื้นที่ชายฝั่งหรือหนองน้ำ; **~pit** *n.* หลุมทราย *(ให้เด็กเล่น)*; **~stone** *n.* หินทราย; **~storm** *n.* พายุทราย; **~ trap** *n. (Amer. Golf)* หลุมทราย

sandwich /ˈsænwɪdʒ, US -wɪtʃ/แซนวิจ, -วิฉ/ ❶ *n.* Ⓐ แซนด์วิช *(ท.ศ.)*; **cheese ~:** แซนด์วิชเนยแข็ง; **open ~:** แซนด์วิชเปิดหน้า; Ⓑ ➡ sandwich cake ❷ *v.t.* อัด/สอด/แทรกเข้าไป **(between, into** ระหว่าง); **be ~ed between other people/cars** แทรกอยู่ *หรือ* เบียดระหว่างผู้คน/รถ

sandwich: bar *n.* ร้านขายแซนด์วิช; **~ board** *n. ป้ายโฆษณาที่คล้องบนตัวคนทั้งด้านหน้าและด้านหลัง*; **~ cake** *n. ขนมเค้กที่ทำเป็นชั้น ๆ*; **~ course** *n. หลักสูตรอบรมที่มีทั้งภาคทฤษฎีและปฏิบัติ*; **~ man** *n.* คนที่รับจ้างคล้องป้ายโฆษณา; **~ tin** *n.* กล่องใส่อาหาร, ปิ่นโต

sandy /ˈsændɪ/แซนดิ/ *adj.* Ⓐ *(consisting of sand)* มีทราย, เป็นทราย; Ⓑ *(yellowish-red)* *(ผม)* สีแดงทอง

ˈsand yacht *n.* เรือที่มีล้อเพื่อแล่นบนทราย

sane /seɪn/เซน/ *adj.* Ⓐ จิตปกติ, ไม่บ้า; **they do not think him entirely ~:** พวกเขาไม่คิดว่าเขามีจิตปกติเต็มที่; **not ~:** จิตไม่ปกติ, บ้า; Ⓑ *(sensible)* มีเหตุมีผล

sanely /ˈseɪnlɪ/เซนลิ/ *adv.* Ⓐ โดยที่มีจิตปกติ/ไม่บ้า; Ⓑ *(sensibly)* อย่างมีเหตุผล

sang ➡ sing 1, 2

sang-froid /sɑ̃ˈfrwɑː/ซางˈฟรฺวา/ *n.* ความเยือกเย็น ไม่หวั่นภัยอันตราย

sangria /sænˈgriːə/แซนˈกฺรีเออะ/ *n. เครื่องดื่มสเปน ประกอบด้วยเหล้าองุ่นแดงผสมน้ำมะนาว ผลไม้ ฯลฯ*

sanguinary /ˈsæŋgwɪnərɪ, US -nerɪ/แซงกฺวิเนอะริ, -เนะริ/ *adj.* Ⓐ *(delighting in bloodshed)* กระหายเลือด, โหดเหี้ยม; Ⓑ *(bloody)* นองเลือด

sanguine /ˈsæŋgwɪn/แซงกฺวิน/ *adj.* Ⓐ *(confident)* เชื่อมั่น, มั่นใจ **(about** ใน); Ⓑ *(florid)* มีเลือดฝาด, เปล่งปลั่ง *(ใบหน้า)*

sanguinely /ˈsæŋgwɪnlɪ/แซงกฺวินลิ/ *adv.* อย่างเชื่อมั่น

sanitarium /sænɪˈteərɪəm/แซนิˈแทเรียม/ *(Amer.)* ➡ sanatorium

sanitary /ˈsænɪtərɪ, US -terɪ/แซนิเทอะริ, -เทะริ/ *adj. (ปัญหา)* เกี่ยวกับสุขภาพ/อนามัย; *(การทำอาหาร, โรงพยาบาล)* ถูกต้องตามหลักอนามัย

sanitary: ~ engiˈneer *n.* วิศวกรสุขาภิบาล; **~ engiˈneering** *n.* วิศวกรรมสุขาภิบาล; **~ inspector** *n.* เจ้าหน้าที่ตรวจสอบสุขอนามัย; **~ napkin** *(Amer.)*, **~ towel** *(Brit.)* ผ้าอนามัย; **~ ware** *n., no pl.* เครื่องสุขภัณฑ์

sanitation /sænɪˈteɪʃn/แซนิˈเทช'น/ *n., no pl.* Ⓐ *(drainage, refuse disposal)* การกำจัดของเสีย; Ⓑ *(hygiene)* สุขอนามัย

sanitize/sanitise /ˈsænɪtaɪz/แซนิทายซฺ/ *v.t.* ทำให้สะอาด/ถูกสุขลักษณะ *(อากาศ, ห้องน้ำ)*; *(fig.)* ทำให้ *(ข้อมูล, ภาพยนตร์ ฯลฯ)* อ่อนลง

sanity /ˈsænɪtɪ/แซนิทิ/ *n.* Ⓐ *(mental health)* สุขภาพจิตที่ปกติ; **lose one's ~:** เสียสุขภาพจิต; **cause sb. to lose his ~:** ทำให้สุขภาพจิต *ค.น.* เสีย; **fear for/doubt sb.'s ~:** กลัว/สงสัยว่า *ค.น.* จะมีจิตไม่ปกติ; Ⓑ *(good sense)* การมีเหตุผล, การมีจิตสำนึกที่ดี; **restore ~ to the proceedings** ทำให้กระบวนการ *(ทางกฎหมาย, การประชุม)* กลับมามีเหตุมีผลอีกครั้งหนึ่ง

sank ➡ sink 2, 3

sans /sænz/แซนซฺ/ *prep. (arch./joc.)* ปราศจาก

sanserif /sænˈserɪf/แซนˈเซะริฟ/ *(Printing)* ❶ *n.* ตัวพิมพ์อังกฤษที่ไม่มีหางที่ปลายตัวอักษร ❷ *adj.* ไม่มีเส้นขีดขวางที่ใต้ตัวอักษร

Sanskrit /ˈsænskrɪt/ˈแซนซฺˈคฺริท/ ❶ *adj.* เกี่ยวกับภาษาสันสกฤต; ➡ + English 1 ❷ *n.* ภาษาสันสกฤต; ➡ + English 2 A

Santa /ˈsæntə/ˈแซนเทอะ/ *(coll.)*, **Santa Claus** /ˈsæntəklɔːz/ˈแซนเทอะคลอซ/ *n.* ซานตาคลอส *(ท.ศ.)*

[1]**sap** /sæp/แซพ/ ❶ *n.* Ⓐ *(Bot.)* น้ำหล่อเลี้ยงต้นไม้; *(fig.: vital spirit)* กำลังวังชา; **in the spring the ~ rises** ในฤดูใบไม้ผลิ น้ำหล่อเลี้ยงต้นไม้จะเริ่มไหลเวียน; Ⓑ *(Amer. coll.: club)* ไม้พลอง, กระบอง ❷ *v.t.*, **-pp-** Ⓐ *(drain)* ดูดออก **(for** สำหรับ); *(for rubber)* กรีดน้ำยาง; Ⓑ *(fig.: exhaust vigour of)* ทำให้หมดกำลัง; **~ sb. of [all] his/her strength** ดูดเอาพละกำลังของเขา/เธอออก [จนหมด]; **her strength had been ~ped by disease/hunger** โรคภัย/ความหิวโหยทำให้เธอหมดเรี่ยวแรง; Ⓒ *(Amer. coll.: hit)* ตีด้วยไม้พลอง/กระบอง

[2]**sap** ❶ *v.t.*, **-pp-** ขุดหลุม/อุโมงค์/สนามเพลาะ *(ใต้กำแพง)* ❷ *n. (Mil.) (trench)* หลุม, สนามเพลาะ; *(under enemy's fortification)* อุโมงค์

[3]**sap** *n. (coll.: fool)* คนโง่เขลา; **find some ~ to do sth.** หาคนโง่มาทำ *ส.น.*

sapele /səˈpiːlɪ/เซอะˈพีลิ/ *n.* Ⓐ *(tree)* ต้นไม้เนื้อแข็งในสกุล *Entandrophragma* ในแอฟริกาตะวันตก; Ⓑ *(wood)* ไม้เนื้อแข็งชนิดนี้

ˈsap-green ❶ *n.* สีเขียวของลูกเบอร์รี่ชนิดหนึ่ง ❷ *adj.* มีสีเขียวดังกล่าว

sapling /ˈsæplɪŋ/แซพลิง/ *n.* ต้นอ่อน, หน่อ

sapper /ˈsæpə(r)/แซเพอะ(ร)/ *n. (Brit. Mil.)* ทหารช่าง

Sapphic /ˈsæfɪk/แซฟิค/ *(Pros.)* ❶ *adj.* เกี่ยวกับแซฟโฟ กวีสตรีแห่งกรีกโบราณหรือบทกวีของเธอ ❷ *n.* บทกวีในรูปแบบของแซฟโฟ

sapphire /ˈsæfaɪə(r)/แซไฟเออะ(ร)/ *n.* ไพลิน; *(attrib.)* **~ blue** สีน้ำเงินเข้มเหมือนไพลิน; **~ ring** แหวนไพลิน; **~ wedding** วาระครบรอบแต่งงานปีที่ 45

sappy /ˈsæpɪ/แซพิ/ *adj.* มีน้ำ *(หล่อเลี้ยงต้นไม้)* มาก; *(fig.: full of vitality)* มีพละกำลังมาก

ˈsapwood *n. (Bot.)* ไม้เนื้ออ่อน

saraband[e] /ˈsærəbænd/แซเรอะแบนดฺ/ *n. (Mus., Dancing)* การเต้นรำ *หรือ* ดนตรีชนิดหนึ่งของสเปน

Saracen /ˈsærəsn/แซเรอะซ'น/ *(Hist., Ethnol.)* ❶ *n.* ชาวอาหรับหรือมุสลิมสมัยสงครามครูเสด ❷ *adj.* เกี่ยวกับชาวอาหรับหรือมุสลิมโบราณ

sarcasm /ˈsɑːkæzəm/ซาแคเซิม/ *n.* ถ้อยคำเย้ยหยัน ถากถาง หรือเหน็บแนม; **with heavy ~:** ด้วยคำพูดเหน็บแนม/เย้ยหยันอย่างรุนแรง

sarcastic /sɑːˈkæstɪk/ซาˈแคซทิค/ *adj.*, **sarcastically** /sɑːˈkæstɪkəlɪ/ซาˈแคซทิเคอะลิ/ *adv.* อย่างเยาะเย้ย, อย่างเหน็บแนม

sarcoma /sɑːˈkəʊmə/ซาˈโคเมอะ/ *n., pl.* **~ta** /sɑːˈkəʊmətə/ซาˈโคเมอะเทอะ/ *(Med.)* เนื้องอก *(ที่เป็นเนื้อร้าย)* ที่เนื้อเยื่อเชื่อมต่อ

sarcophagus /sɑːˈkɒfəgəs/ซาˈคอเฟอะเกิซ/ *n., pl.* **sarcophagi** /sɑːˈkɒfəgaɪ/ซาˈโคเฟอะจาย/ หีบศพโบราณที่ทำด้วยหินอ่อน

sardine /sɑːˈdiːn/ซาˈดีน/ *n. (Zool.)* ปลาซาร์ดีน *(ท.ศ.)*; **like ~s** *(fig.)* เบียด/อัดกันแน่นราวกับปลากระป๋อง

Sardinia /sɑːˈdɪnɪə/ซาˈดินเนีย/ *pr. n.* เกาะซาร์ดิเนียในอิตาลี

Sardinian /sɑːˈdɪnɪən/ซาˈดินเนียน/ ❶ *n.* Ⓐ *(person)* ชาวซาร์ดิเนีย; Ⓑ *(language)* ภาษาซาร์ดิเนีย ❷ *adj.* แห่งซาร์ดิเนีย

sardonic /sɑːˈdɒnɪk/ซาˈดอนิค/ *adj.* *(คำพูด, การหัวเราะ)* เยาะเย้ย, เย้ยหยัน; **he can be very ~:** เขาเยาะเย้ยได้เจ็บแสบทีเดียว

sardonically /sɑːˈdɒnɪkəlɪ/ซาˈดอนิเคอะลิ/ *adv.* อย่างเย้ยหยัน, อย่างเหน็บแนม

sarge /sɑːdʒ/ซาจ/ *n. (coll.)* จ่า

sari /ˈsɑːrɪ/ˈซารี/ *n.* ส่าหรี *(ท.ศ.)*

sarky /ˈsɑːkɪ/ˈซาคิ/ *adj. (Brit. coll.)* ที่ถากถาง/เหน็บแนม

sarnie /ˈsɑːnɪ/ˈซานิ/ *(Brit. coll.)* ➡ **sandwich** 1 A

sarong /səˈrɒŋ/เซอะˈรอง/ *n.* โสร่ง *(ท.ศ.)*

sartorial /sɑːˈtɔːrɪəl/ซาˈทอเรียล/ *adj.* เกี่ยวกับการแต่งกาย; **he has high ~ standards** เขามีมาตรฐานในการแต่งตัวสูง; **~ fashion** แฟชั่นเสื้อผ้าผู้ชาย; **he was the height of ~ elegance** เขาคือยอดของความเก๋ในเรื่องของการแต่งกาย

SAS *abbr. (Brit. Mil.)* **Special Air Service** หน่วยรบพิเศษของกองทัพอากาศอังกฤษ

¹sash /sæʃ/แซช/ *n.* สายสะพายที่ใช้เป็นเครื่องราชอิสริยาภรณ์

²sash *n.* Ⓐ *(of window)* กรอบกระจกหน้าต่างแบบเลื่อนขึ้นเลื่อนลง; Ⓑ *(window)* หน้าต่างเลื่อนขึ้นลงชนิดนี้

sashay /ˈsæʃeɪ/ˈแซเช/ *v.i. (Amer.)* Ⓐ *(walk casually)* เดินตามสบาย; Ⓑ *(ostentatiously)* เดินอย่างโอ้อวด; Ⓒ *(diagonally)* **~ through a crowd** เดินฝ่าฝูงชนเป็นแนวทแยง

sash: ~ cord, ~ line *ns.* เชือกดึงกรอบกระจกหน้าต่างชนิดเลื่อนขึ้นลง; **~ ˈwindow** *n.* หน้าต่างชนิดเลื่อนขึ้นลงได้

sass /sæs/แซซ/ *(Amer. coll.)* ❶ *n.* การพูดขึ้นเสียง, การแซว *(ภ.พ.)* ❷ *adj.* พูดขึ้นเสียง, หยอกเล่น

Sassenach /ˈsæsənæk/ˈแซเซอะแนค/ *(Scot., Ir.; usu. derog.)* ❶ *n.* คนอังกฤษ ❷ *adj.* เกี่ยวกับคนอังกฤษ

sassy /ˈsæsɪ/ˈแซซิ/ *adj. (Amer. coll.)* Ⓐ *(cheeky)* ทะลึ่ง, ซุ่มซ่าม, ไม่มีมารยาท; Ⓑ *(stylish)* ทันสมัย, เก๋

sat ➡ **sit**

Sat. *abbr.* ➤ **233 Saturday** ส.

Satan /ˈseɪtən/ˈเซเทิน/ *pr. n.* ซาตาน *(ท.ศ.)*

satanic /səˈtænɪk/เซอะˈแทนิค/ *adj.* เหมือนซาตาน, ชั่วร้าย

Satanism /ˈseɪtənɪzm/ˈเซเทอะนิซ'ม/ *n., no pl., no art.* การบูชาซาตาน, ความชั่วร้าย

satay /ˈsæteɪ/ˈแซเท/ *n.* สะเต๊ะ *(ท.ศ.)*

satchel /ˈsætʃəl/ˈแซเฉิล/ *n.* กระเป๋าหนังสือเรียนมักมีสายสะพายหลังได้

sate /seɪt/เซท/ *v.t. (literary)* Ⓐ *(gratify)* ทำให้ความกระหายหมดไป *(อาหาร, เครื่องดื่ม)*; **feel pleasantly ~d** รู้สึกพึงพอใจเต็มที่; Ⓑ *(cloy)* เอียน; **become ~d with/be ~d by sth.** *(รู้สึก)* เอียนกับ *ส.น.*

sateen /sæˈtiːn/แซˈทีน/ *n. (Textiles)* แพรต่วน, ผ้าซาตีน *(ท.ศ.)*

satellite /ˈsætəlaɪt/ˈแซเทอะไลท/ ❶ *n.* Ⓐ *(Astronaut., Astron.)* ดาวเทียม, ดาวเล็กที่หมุนรอบดาวเคราะห์; *(country)* ประเทศบริวาร; **by ~:** โดยผ่านดาวเทียม; Ⓑ *(fig.) (object associated with another)* ของในสังกัด; *(fig.) (follower)* ผู้ติดสอยห้อยตาม ❷ *attrib. adj.* *(การถ่ายทอด, ภาพ)* ทางดาวเทียม; **~ industries** อุตสาหกรรมบริวาร

satellite: ~ ˈbroadcasting *n., no pl., no art.* การกระจายเสียงผ่านดาวเทียม; **~ dish** *n.* จานดาวเทียม; **~ receiver** *n.* จานรับสัญญาณดาวเทียม; **~ state** *n.* รัฐ/ประเทศบริวาร; **~ television** *n.* โทรทัศน์ผ่านดาวเทียม; **~ town** *n.* เมืองบริวาร

satiate /ˈseɪʃɪeɪt/ˈเซชิเอท/ ➡ **sate**

satiation /seɪʃɪˈeɪʃn/เซชิˈเอช'น/ *n.* Ⓐ *(gratification)* ความพึงพอใจเต็มที่; Ⓑ *(cloying)* ความเอียน

satiety /səˈtaɪətɪ/เซอะˈทายเออะทิ/ *n.* ความ*(เต็ม)* อิ่มจนแปล้/จนเอียน; **to [the point of] ~:** จนเอียน/เอือมระอา

satin /ˈsætɪn, US ˈsætn/ˈแซทิน, ˈแซท'น/ ❶ *n.* แพรต่วน ❷ *attrib. adj.* Ⓐ *(made of ~)* ทำจากแพรต่วน; Ⓑ *(like ~)* เหมือนแพรต่วน

ˈsatinwood *n. (tree)* ต้นไม้เมืองร้อน *Chloroxylon swietenia* เป็นไม้เนื้อแข็ง; *(wood)* ไม้ของต้นไม้ชนิดนี้

satiny /ˈsætɪnɪ, US ˈsætnɪ/ˈแซทินิ, ˈแซท'นิ/ *adj.* มีลักษณะมันเรียบเหมือนแพรต่วน

satire /ˈsætaɪə(r)/ˈแซไทเออะ(ร)/ *n.* การเสียดสี, การล้อเลียน, การถากถาง (**on** เกี่ยวกับ); **element/tone of ~:** องค์ประกอบ/น้ำเสียงของการเสียดสี; **gift** *or* **talent for ~:** พรสวรรค์ในการเสียดสี/ล้อเลียน/ถากถาง

satirical /səˈtɪrɪkl/เซอะˈทิริค'ล/ *adj.* ล้อเลียน, เสียดสี, ถากถาง; **satirically** /səˈtɪrɪkəlɪ/เซอะˈทิริเคอะลิ/ *adv.* อย่างล้อเลียน, อย่างเสียดสี, อย่างถากถาง

satirise ➡ **satirize**

satirist /ˈsætərɪst/ˈแซเทอะริซทฺ/ *n.* นักเขียนเรื่องแนวล้อเลียน/เสียดสี, ผู้ที่ชอบพูดล้อเลียน/เสียดสี; **be a ~ of sb./sth.** เป็นผู้ที่ล้อเลียน *ค.น./ส.น.*

satirize /ˈsætɪraɪz/ˈแซทิรายซฺ/ *v.t.* Ⓐ *(write satire on)* เขียนถากถาง, กระทบกระเทียบ; Ⓑ *(describe satirically)* ถากถาง, ล้อเลียน, เสียดสี; **be brutally ~d** *(บุคคล)* ถูกเสียดสีอย่างรุนแรง

satisfaction /sætɪsˈfækʃn/แซทิซˈแฟคช'น/ *n.* Ⓐ *no pl. (act)* การทำให้พึงพอใจ; **we strive for the ~ of our clients** เราพยายามที่จะทำให้ลูกค้าของเราพึงพอใจ; Ⓑ *no pl. (feeling of gratification)* ความพอใจ (**at, with** กับ, ใน); **job ~:** ความพอใจในหน้าที่การงาน; **it is with [great] ~ that I .../it gives me [great] ~ to ...:** ฉันรู้สึกยินดีอย่างยิ่งที่/พอใจ [มาก] ที่...; **get ~ out of one's work** ได้รับความพอใจจากการทำงาน; **there's a lot of ~ [to be had] in doing sth.** มีความพอใจอย่างมากในการทำ *ส.น.*; **what ~ can it give you?** มันให้ความพึงพอใจแก่คุณตรงไหน; **I can't get any ~ from him** ฉันไม่ได้รับความพึงพอใจอะไรจากเขาเลย; Ⓒ *no pl. (gratified state)* **meet with sb.'s** *or* **give sb. [complete] ~:** ให้ความพอใจแก่ *ค.น.* [อย่างเต็มที่]; **~ guaranteed** รับประกันความพอใจ; **fail to give ~** *(การงาน)* ไม่ให้ความพึงพอใจ; **to sb.'s ~, to the ~ of sb.** ซึ่งให้ความพอใจแก่ *ค.น.*; Ⓓ *(instance of gratification)* สิ่งที่ทำให้พอใจ; **it is a great ~ to me that ...:** เป็นความพึงพอใจอย่างมากสำหรับฉันที่...; **give every ~:** ทำให้พอใจในทุก ๆ ด้าน; **have the ~ of doing sth.** มีความพึงพอใจในการทำ *ส.น.*; **one of the ~s of the job** ความพึงพอใจอย่างหนึ่งของงาน; Ⓔ *(Hist.: revenge in duel)* การแก้แค้นโดยการท้าดวล

satisfactorily /sætɪsˈfæktərɪlɪ/แซทิซˈแฟคเทอะริลิ/ *adv.* อย่างน่าพอใจ; **progress ~:** พัฒนาขึ้นอย่างน่าพอใจ

satisfactory /sætɪsˈfæktərɪ/แซทิซˈแฟคเทอะริ/ *adj.* น่าพอใจ

satisfied /ˈsætɪsfaɪd/ˈแซทิซฟายดฺ/ *adj.* Ⓐ *(contented)* พอใจ; **be ~ with doing sth.** พอใจกับการทำ *ส.น.*; **be ~ to do sth.** พอใจที่จะทำ *ส.น.*; Ⓑ *(convinced)* เชื่อมั่น, แน่ใจ; **be ~ that ...:** แน่ใจว่า...

satisfy /ˈsætɪsfaɪ/ˈแซทิซฟาย/ ❶ *v.t.* Ⓐ *(content)* ทำให้พอใจ *(ผู้เข้าชม, ลูกค้า)*; ทำให้สุขใจ *(คู่รัก)*; ทำให้สมหวัง; **~/fail to ~ the examiners** สอบได้/สอบตก; Ⓑ *(rid of want)* สนองความต้องการ; *(put an end to)* ระงับ *(ความหิว)*; *(make replete)* ทำให้อิ่ม; **that meal wouldn't ~ a sparrow** อาหารมื้อนั้นแม้แต่นกกระจอกก็จะไม่อิ่ม; Ⓒ *(convince)* **~ sb. [of sth.]** ทำให้ *ค.น.* เชื่อ [*ส.น.*]; **~ sb. that ...:** ทำให้ *ค.น.* เชื่อว่า...; **~ oneself of** *or* **as to** ทำให้ตนเองเชื่อว่า; **~ oneself as to what happened** ทำให้ตนเองสบายใจว่าเกิดอะไรขึ้น; Ⓓ *(adequately deal with)* ทำให้หนำใจ/จุใจ; Ⓔ *(pay)* ชำระ *(หนี้)*; Ⓕ *(fulfil)* ปฏิบัติตาม; Ⓖ *(Math.)* ทำให้ *(สมการ)* เป็นจริง ❷ *v.i.* Ⓐ *(make replete)* ทำให้เต็ม/จุใจ; Ⓑ *(be convincing)* *(ข้อโต้แย้ง)* น่าเชื่อถือ

satisfying /ˈsætɪsfaɪɪŋ/ˈแซทิซฟายอิง/ *adj.* เป็นที่พึงพอใจ; *(คำอธิบาย)* ฟังขึ้น

satsuma /sætsuːmə/แซทซูเมอะ/ *n.* ส้มชนิดหนึ่ง เดิมปลูกในประเทศญี่ปุ่น

saturate /ˈsætʃəreɪt/ˈแซเฉอะเรท/ *v.t.* Ⓐ *(soak)* ทำให้ชุ่ม/เปียกโชก, แช่; **cake ~d in** *or* **with liqueur** เค้กแช่เหล้า; Ⓑ *(fill to capacity)* ทำให้อิ่มตัว; Ⓒ *(Mil.: bomb intensively)* ทิ้งระเบิดแบบปูพรม; Ⓓ *(Phys., Chem.)* ทำให้อิ่มตัว

saturated /ˈsætʃəreɪtɪd/ˈแซเฉอะเรทิด/ *adj.* Ⓐ *(soaked)* ที่ชุ่ม, เปียกโชก; Ⓑ *(imbued)* ซาบซึ้ง, เต็มไปด้วย, อิ่มเอิบ (**with, in** ด้วย); **be ~ with** ซาบซึ้งกับ *(กลิ่นหอม)*; **be ~ in history/tradition** *(ตึก, สถานที่)* เต็มไปด้วยประวัติศาสตร์/ประเพณี; Ⓒ *(filled to capacity)* อิ่มตัว, เต็มเปี่ยม; Ⓓ *(Phys., Chem.)* อิ่มตัว; Ⓔ *(Art)* *(สี)* จัด, เข้ม

saturation /sætʃəˈreɪʃn/แซเฉอะˈเรช'น/ *n.* Ⓐ *(soaking, being soaked)* การเปียกโชก, การทำให้เปียกโชก; Ⓑ *(filling to capacity)* การอิ่มตัว (**by, with** ด้วย); Ⓒ *(Mil.)* **~ [bombing]** การทิ้งระเบิดอย่างหนัก; Ⓓ *(Phys., Chem.)* การอิ่มตัว; Ⓔ *(colour intensity)* ความเข้มของสี

satuˈration point *n.* Ⓐ *(limit of capacity, of reponse)* จุดอิ่มตัว; *(of market)* จุดอิ่มตัว *(ของตลาด)*; Ⓑ *(Phys.)* จุดอิ่มตัว

Saturday /ˈsætədeɪ, -dɪ/ˈแซเทอะเด, -ดิ/ ➤ **233** ❶ *n.* วันเสาร์ ❷ *adv. (coll.)* **he comes ~s** เขามาทุกวันเสาร์; ➡ **+ Friday**

Saturn /ˈsætən/ˈแซเทิน/ *pr. n.* Ⓐ *(Astron.)* ดาวเสาร์; Ⓑ *(Roman Mythol.)* เทพเจ้าแห่งการเกษตร

Saturnalia /sætəˈneɪlɪə/แซเทอะˈเนเลีย/ *n. pl. (Roman Ant.)* เทศกาลเฉลิมฉลองพระเสาร์ในเดือนธันวาคม

S

saturnine /ˈsætənaɪn/ˈแซเทอะนายนฺ/ *adj.* ที่เซื่องซึม; *(sinister)* ร้าย

satyr /ˈsætə(r)/ˈแซเทอะ(ร)/ *n.* *(Mythol.)* *เทพเจ้าในนิยายกรีก มีตัวเป็นมนุษย์ ขาเป็นแพะ*

sauce /sɔːs/ซอซ/ ❶ *n.* Ⓐ ซอส *(ท.ศ.)*, น้ำปรุงรส, น้ำจิ้ม; **be served with the same ~** *(fig.)* ได้รับการปฏิบัติเหมือนกัน; ➡ + **gander** A; Ⓑ *(fig.: sth. that adds piquancy)* เครื่องชูรส, สิ่งที่เพิ่มรสชาติ; Ⓒ *(Amer.: stewed fruit)* ผลไม้ต้ม; Ⓓ *(Amer.: coll.)* **the ~**: สุรา, เหล้า; **in the ~**: เมาเหล้า; Ⓔ *(Amer.: vegetables)* ผักที่รับประทานกับเนื้อ; Ⓕ *(impudence)* ความทะลึ่ง; **he's got a lot of ~!** เขาทะลึ่งมาก; **don't give me any of your ~!** อย่ามาทะลึ่งกับฉันนะ ❷ *v.t.* *(coll.)* ทะลึ่ง

sauce: ~ **boat** *n.* ภาชนะใส่ซอส/น้ำปรุงรส; ~**box** *n.* *(coll.)* คนทะลึ่ง/ไม่มีมารยาท; ~**pan** /ˈsɔːspən/ˈซอซเพิน/ *n.* หม้อชนิดมีด้ามจับ

saucer /ˈsɔːsə(r)/ˈซอเซอะ(ร)/ *n.* จานรองถ้วย; **their eyes were like ~s** *(fig.)* ตาของพวกเขาลุกโพลง; **with eyes like ~s** *(fig.)* ด้วยตาลุกโพลง/โต; ➡ + **flying saucer**

saucerful /ˈsɔːsəfʊl/ˈซอเซอะฟุล/ *n.* **a ~ [of milk]** [นม] เต็มจานรองถ้วย

saucily /ˈsɔːsɪlɪ/ˈซอซิลิ/ *adv.* Ⓐ *(rudely)* อย่างหยาบคาย; Ⓑ *(pertly)* อย่างทะเล้น

sauciness /ˈsɔːsɪnɪs/ˈซอซินิซ/ *n., no pl.* Ⓐ *(rudeness)* ความหยาบคาย; Ⓑ *(pertness, jauntiness)* ความทะลึ่ง, ความทะเล้น

saucy /ˈsɔːsɪ/ˈซอซิ/ *adj.* Ⓐ *(rude)* หยาบคาย; Ⓑ *(pert, jaunty)* ทะลึ่ง, ทะเล้น

Saudi /ˈsaʊdɪ/ˈซาวดิ/ ❶ *adj.* Ⓐ ➡ **Saudi-Arabian** 1; Ⓑ *(of dynasty)* แห่งราชวงศ์ซาอุดีอาระเบีย ❷ *n.* Ⓐ ➡ **Saudi-Arabian** 2; Ⓑ *(member of dynasty)* สมาชิกในราชวงศ์แห่งซาอุดีอาระเบีย

Saudi Arabia /saʊdɪ əˈreɪbɪə/ซาวดิ เออะˈเรเบีย/ *pr. n.* ประเทศซาอุดีอาระเบีย

Saudi-Arabian /saʊdɪ əˈreɪbɪən/ซาวดิ เออะˈเรเบียน/ ❶ *adj.* เกี่ยวกับประเทศซาอุดีอาระเบีย; *(เพชร)* ซาอุ *(ภ.พ.)* ❷ *n.* ชาวซาอุดีอาระเบีย

sauerkraut /ˈsaʊəkraʊt/ˈซาวเออะเคราทฺ/ *n.* *(Gastr.)* กะหล่ำปลีดองหั่นเป็นฝอย

sauna /ˈsɔːnə, ˈsaʊnə/ˈซอเนอะ, ˈซาวเนอะ/ *n.* การอบไอร้อน, ห้องอบไอร้อน, เซาน่า *(ท.ศ.)*; **have** *or* **take a ~**: อบไอร้อน

saunter /ˈsɔːntə(r)/ˈซอนเทอะ(ร)/ ❶ *v.i.* เดินทอดน่อง, เดินเล่น; **I think I will ~ [down/over/up] to the village** ฉันคิดว่าจะเดินเล่น [ลง/ขึ้น] ไปที่หมู่บ้าน ❷ *n.* *(stroll)* การเดินเล่น; *(leisurely pace)* ท่าเดินทอดน่อง; **at a ~**: ขณะเดินตามสบาย; **go for a** *or* **have a ~**: ไปเดินเล่น

saurian /ˈsɔːrɪən/ˈซอเรียน/ ❶ *n.* *(Zool.)* สัตว์เลื้อยคลาน เช่น กิ้งก่า ❷ *adj.* *(Zool.: of the Sauria)* เกี่ยวกับสัตว์จำพวกเลื้อยคลาน; *(lizard-like)* คล้ายกิ้งก่า; **~ reptile** สัตว์เลื้อยคลานจำพวกกิ้งก่า

sausage /ˈsɒsɪdʒ, US ˈsɔːs-/ˈซอซิจ, ˈซอซ-/ *n.* ไส้กรอก; **not a ~** *(fig. coll.)* ไม่มีเลย

sausage: ~ **dog** *n.* *(Brit. coll.)* สุนัขดัชชุน; ~ **machine** *n.* เครื่องทำไส้กรอก; ~ **meat** *n.* เนื้อหมูสับที่ใช้ทำไส้กรอก; ~ **ˈroll** *n.* โรลไส้กรอก, ขนมปังไส้กรอก

sauté /ˈsəʊteɪ, US səʊˈteɪ/ˈโซเท, โซˈเท/ *(Cookery)* ❶ *adj.* ที่ผัด/ทอดเร็ว ๆ; **~ potatoes** มันฝรั่งทอดเนย ❷ *n.* อาหารที่ผัดหรือทอด ❸ *v.t.* **~d** *or* **~ed** /ˈsəʊteɪd/ˈโซเทด/ ผัดหรือทอด

Sauterne[s] /səʊˈtɜːn/โซˈเทิน/ เหล้าองุ่นขาวรสหวาน *(จากทางใต้ของประเทศฝรั่งเศส)*

savage /ˈsævɪdʒ/ˈแซวิจ/ ❶ *adj.* Ⓐ *(uncivilized)* ป่าเถื่อน, ไม่มีอารยธรรม; Ⓑ *(fierce)* *(สัตว์)* ดุร้าย; *(นักวิจารณ์)* ที่ดุเดือด; **have a wild, ~ look in one's eye** มีแววตาที่ป่าเถื่อนดุร้าย; **make a ~ attack on sb.** โจมตี *ค.น.* อย่างดุร้าย
❷ *n.* Ⓐ *(uncivilized person)* คนป่า, คนไร้อารยธรรม; **behave like ~s** ประพฤติตนเหมือนคนป่า; Ⓑ *(barbarous or uncultivated person)* ผู้ที่ป่าเถื่อน/ไม่ได้รับการอบรมหรือขัดเกลา
❸ *v.t.* Ⓐ *(สุนัข)* กัดอย่างดุเดือด; Ⓑ *(fig.)* *(นักวิจารณ์)* กล่าวโจมตี/วิพากษ์วิจารณ์อย่างรุนแรง

savagely /ˈsævɪdʒlɪ/ˈแซวิจลิ/ *adv.* *(fiercely)* อย่างดุร้าย, อย่างโหดร้าย, อย่างรุนแรง

savagery /ˈsævɪdʒrɪ/ˈแซวิจริ/ *n. no pl.* Ⓐ *(uncivilized condition)* ความป่าเถื่อน; Ⓑ *(ferocity)* ความดุร้าย

savannah (savanna) /səˈvænə/เซอะˈแวเนอะ/ *n.* *(Geog.)* *ทุ่งหญ้าราบมีต้นไม้บ้างในเขตร้อนของอเมริกา, แอฟริกาและเอเชีย*

save /seɪv/เซว/ ❶ *v.t.* Ⓐ *(rescue)* ช่วย, ช่วยชีวิต (**from** จาก); **please, ~ me!** โปรดช่วยฉันด้วย; **~ sb. from the clutches of the enemy/from making a mistake** ช่วย *ค.น.* จากเงื้อมมือศัตรู/จากการทำอะไรผิดพลาด; **he ~d my reputation** เขาได้ช่วยปกป้องชื่อเสียงของฉัน; **~ oneself from falling** พยุงตนเองไม่ให้ล้ม/ตกลงไป; **be ~d by the bell** *(fig. coll.)* ระฆังช่วยไว้ทัน; **~ the day** หาทางแก้ปัญหาได้; **sb. can't do sth. to ~ his/her life** *(coll.)* *ค.น.* ทำ *ส.น.* ไม่ได้เลย ➡ + **bacon; face** 1 A; **life** A; **skin** 1 A; Ⓑ *(keep undamaged)* ป้องกัน/รักษาไว้ไม่ให้เสียหาย; Ⓒ **God ~ the King/Queen** *etc.* ขอให้พระผู้เป็นเจ้าจงคุ้มครองพระราชา/พระราชินี ฯลฯ; **[God] ~ sb. from sb./sth.** [พระเจ้า] ได้โปรดคุ้มครอง *ค.น.* จาก *ค.น./ส.น.*; Ⓓ *(Theol.)* ล้างบาป, ไถ่บาป; **be past saving** เกินกว่าจะช่วยได้; **~ oneself** ช่วยตนเองให้หลุดพ้น; **Jesus ~s!** พระเยซูช่วยไถ่บาปให้มนุษย์; Ⓔ *(put aside)* เก็บสะสม *(เงินทอง)*; *(conserve)* รักษา; **~ money for a rainy day** *(fig.)* เก็บเงินไว้ใช้ในยามจำเป็น; **~ water for the drought** ประหยัดน้ำไว้สำหรับเวลาหน้าแล้ง/ขาดแคลนน้ำ; **~ oneself** ไม่ใช้แรงมากเกินไป; **~ one's breath** ไม่เสียเวลาพูดให้เหนื่อย; **you can ~ your pains** *or* **trouble/apologies** อย่าไปเสียแรงกับเรื่องนี้/อย่าเหนื่อยปากไปขอโทษเลย; **~ a seat for sb.** เก็บที่นั่งไว้ให้ *ค.น.*; Ⓕ *(make unnecessary)* ประหยัด, ทำให้ไม่จำเป็น; **~ sb./oneself sth.** ประหยัด *ส.น.* ให้ *ค.น.*/ตนเอง; **~ oneself money/half the cost** ประหยัดเงิน/ต้นทุนไปครึ่งหนึ่ง; **~ sb./oneself doing sth.** *or* **having to do sth.** ทำให้ *ค.น.*/ตนเองไม่ต้องทำ *ส.น.* ไปโดยไม่จำเป็น; **a stitch in time ~s nine** *(prov.)* กันไว้ดีกว่าแก้; Ⓖ *(avoid losing)* สอยมาได้ *(การถัก)*; ป้องกันไม่ให้แพ้; *(prevent from making a score)* ป้องกันไม่ให้ทำคะแนน/แต้ม; **his goal ~d the match for his team** ประตูที่เขายิงได้ ช่วยให้ทีมของเขาไม่แพ้; Ⓗ *(Computing)* เซฟ *(ท.ศ.)*, บันทึก/จัดเก็บ *(ข้อมูล, ไฟล์งาน ฯลฯ)*
❷ *v.i.* Ⓐ *(put money by)* เก็บเงิน; สะสม *(ทอง, เงิน)*; Ⓑ *(avoid waste)* ประหยัด (**on**); **~ on food** ประหยัดอาหาร; Ⓒ *(Sport)* ป้องกันไม่ให้คู่แข่งได้ *(ประตู, คะแนน)*
❸ *n.* *(Sport)* การ ป้องกันไม่ให้คู่แข่งได้ *(คะแนน, ประตู)*; **make a ~** ป้องกัน *(ประตู, คะแนน/แต้ม)*
❹ *prep.* *(arch./poet./rhet.)* ยกเว้น, นอกจาก
❺ *conj.* *(arch.)* ยกเว้น, นอกจาก; **~ for sth.** นอกจาก *ส.น.*

~ ˈup ❶ *v.t.* เก็บหอมรอมริบ, เก็บเงิน ❷ *v.i.* เก็บไว้ (**for** สำหรับ)

save-as-you-ˈearn *n.* *(Brit.)* *วิธีออมทรัพย์อย่างหนึ่ง โดยหักเงินจากรายได้ ณ ที่จ่ายอย่างสม่ำเสมอ*

saveloy /ˈsævəlɔɪ/ˈแซเวอะลอย/ *n.* ไส้กรอกรมควัน

saver /ˈseɪvə(r)/ˈเซเวอะ(ร)/ *n.* Ⓐ *(of money)* ผู้ที่เก็บหอมรอมริบ; Ⓑ *in comb.* *(device)* **sth. is a time-~/labour-~/money-~**: *ส.น.* เป็นเครื่องประหยัดเวลา/แรงงาน/เงิน; Ⓒ **~ of souls** ผู้ช่วย *(มนุษย์)* ให้พ้นนรก

saving /ˈseɪvɪŋ/ˈเซวิง/ ❶ *n.* Ⓐ *in pl.* *(money saved)* เงินสะสม, เงินออม; **have money put by in ~s** มีเงินเก็บสะสม; **how much have you got in your ~s?** คุณมีเงินเก็บอยู่เท่าไหร่; Ⓑ *(rescue; also Theol.)* การช่วยให้พ้นภัย; Ⓒ *(instance of economy)* การประหยัด; **~ in** *or* **of** *or* **on time/money/fuel/effort** การประหยัดเวลา/เงิน/เชื้อเพลิง/ความพยายาม; **make a ~ in** *or* **of money/on equipment/in** *or* **of time** ประหยัดเงิน/เครื่องมือ/เวลา; **there's no ~ at all** มันไม่ได้เป็นการประหยัดเลย; **there are ~s to be made on clothes** ประหยัดในเรื่องเสื้อผ้าได้
❷ *adj.* Ⓐ *in comb.* *(เชื้อเพลิง)* ประหยัด; Ⓑ *(redeeming)* **the only ~ feature of the play** สิ่งเดียวที่ช่วยให้ละครนี้ดีขึ้น
❸ *prep.* *(except)* ยกเว้น, นอกจาก

saving: ~ **clause** *n.* มาตราที่ระบุการยกเว้น; ~ **ˈgrace** *n.* สิ่งที่ชดเชย/ทดแทน; **her only ~ grace was her honesty** สิ่งเดียวที่ชดเชยข้อด้อยของเธอคือความซื่อสัตย์สุจริต

savings: ~ **account** *n.* บัญชีออมทรัพย์; **~ account and loan association** *(Amer.)* ➡ **building society**; ~ **bank** *n.* ธนาคารออมทรัพย์; ~ **certificate** *n.* *(Brit.)* เอกสาร/ใบรับรองเงินฝาก ซึ่งออกโดยธนาคาร

saviour *(Amer.:* **savior)** /ˈseɪvjə(r)/ˈเซเวีย(ร)/ *n.* Ⓐ ผู้ช่วยเหลือ, ผู้ช่วยชีวิต; *(thing)* อุปกรณ์ช่วยเหลือ; Ⓑ *(Relig.)* **our/the S~**: พระเยซูคริสต์

savoir-faire /sævwɑːˈfeə(r)/แซวฺวาˈแฟ(ร)/ *n.* ปฏิภาณ, ไหวพริบ

savor *(Amer.)* ➡ **savour**

[1]**savory** *(Amer.)* ➡ **savoury**

[2]**savory** /ˈseɪvərɪ/ˈเซเวอะริ/ *n.* *(Bot.)* สมุนไพรในสกุล *Satureia* ใช้ในการทำอาหาร

savour /ˈseɪvə(r)/ˈเซเวอะ(ร)/ *(Brit.)* ❶ *n.* Ⓐ *(flavour)* รสเฉพาะ; *(fig.)* ลักษณะ; Ⓑ *(trace)* ร่องรอย; **a ~ of sth.** ร่องรอยของ *ส.น.*; Ⓒ *(enjoyable quality)* ลักษณะที่สนุกสนาน/รื่นรมย์ ❷ *v.t.* *(lit. or fig., literary)* ชื่นชอบ; **that is a dish/perfume I particularly ~**: นั่นเป็นอาหาร/น้ำหอมที่ฉันชื่นชอบเป็นพิเศษ ❸ *v.i.* **sth. ~s of sth.** *(fig.)* *ส.น.* แสดงร่องรอยของ *ส.น.*

savoury /ˈseɪvərɪ/ˈเซเวอะริ/ *(Brit.)* ❶ *adj.* Ⓐ *(not sweet)* ไม่หวาน, คาว; *(having salt flavour)* มีรสเค็ม; Ⓑ *(appetizing)* น่ารับประทาน ❷ *n.* อาหารเรียกน้ำย่อย, อาหารสำหรับกระตุ้นให้หิว

savoy *n.* **~ [cabbage]** ผักกะหล่ำชนิดหนึ่ง

Savoy /səˈvɔɪ/เซอะˈวอย/ *pr. n.* ซาวอย *(ทางตะวันออกเฉียงเหนือของประเทศฝรั่งเศส)*

savvy /'sævɪ/'แซวิ/ *(coll.)* ❶ *v.t.* รู้, เข้าใจ; **I don't ~ French** ฉันไม่รู้ภาษาฝรั่งเศส ❷ *v.i.* **..., ~? ...**, รู้ไหม...; **no ~** *(I don't know)* ฉันไม่รู้...; *(I don't understand)* ฉันไม่เข้าใจ ❸ *n.* ความรู้, ความเข้าใจ, ความฉลาด ❹ *adj. (Amer.)* ฉลาด, ที่เข้าใจ

[1]**saw** /sɔː/ซอ/ ❶ *n.* เลื่อย; **musical ~:** ซอ ❷ *v.t., p.p.* **sawn** /sɔːn/ซอน/ *or* **sawed** เลื่อย; *(make with ~)* ใช้เลื่อย, ตัดด้วยเลื่อย; **~ across** *or* **through** เลื่อยขาด; **~ in half** เลื่อยแบ่งครึ่ง; **~ the air [with one's hands/arms]** ออกท่าทาง [โดยใช้มือ/แขน] ❸ *v.i., p.p.* **sawn** *or* **sawed** Ⓐ เลื่อย; **~ through sth.** เลื่อย *ส.น.* จนขาด; Ⓑ *(fig.)* **~ away [at the violin]** สี [ไวโอลิน] อย่างรุนแรง

~ 'down *v.t.* ใช้เลื่อยตัดลงมา

~ 'off *v.t.* เลื่อยออกมา

~ 'up *v.t.* เลื่อยเป็นท่อน ๆ

[2]**saw** *n. (saying)* คำพังเพย, สุภาษิต

[3]**saw** ➡ [1]**see**

sawder /'sɔːdə(r)/'ซอเดอะ(ร)/ *n. (coll.)* **soft ~:** คำป้อยอ, การพูดจาประจบประแจง; **give sb. a load of soft ~:** พูดประจบ *ค.น.*

saw: ~dust *n.* ขี้เลื่อย; **~-edged** *adj.* ที่มีขอบเป็นฟันเลื่อย; **a ~-edged knife** มีดที่เหมือนเลื่อย

saw: ~fish *n.* ปลาทะเลขนาดใหญ่ในวงศ์ Pristidae; **~mill** *n.* โรงเลื่อย

sawn ➡ + [1]**saw** 2, 3

'sawn-off *adj. (Brit.)* Ⓐ ที่ตัด *(ลำกล้องปืน)* ให้สั้น; Ⓑ *(coll.: undersized)* ตัวเตี้ย

saw: ~-pit *n.* หลุมที่ใช้เป็นที่เลื่อยไม้; **~tooth[ed]** /'sɔːtuːθ(t)/'ซอทูธ(ท)/ *adj.* Ⓐ ที่เป็นฟันเลื่อย; Ⓑ *(Electr.)* ที่เหมือนฟันเลื่อย

sawyer /'sɔːjə(r)/'ซอเยอะ(ร)/ *n.* คนเลื่อยไม้

sax /sæks/แซคซฺ/ *n. (Mus. coll.)* แซกโซโฟน

saxe /sæks/แซคซฺ/ *n.* **~ [blue]** สีฟ้าอมเทา

saxifrage /'sæksɪfreɪdʒ/'แซคซิเฟรฺจ/ *n. (Bot.)* พันธุ์ไม้ในสกุล *Saxifraga* ขึ้นตามซอกหินมีดอกสีขาว เหลือง หรือแดง

Saxon /'sæksn/'แซคซ'น/ ❶ *n.* Ⓐ ชาวรัฐแซกโซนีในประเทศเยอรมนี, ชาวแซกซอน *(ท.ศ.)*; Ⓑ *(Ling.)* ภาษาของชาวแซกซอน ❷ *adj.* Ⓐ แห่งรัฐแซกโซนี; Ⓑ *(Ling.)* เกี่ยวกับภาษาแซกซอน

Saxony /'sæksənɪ/'แซคเซอะนิ/ *pr. n.* รัฐแซกโซนีในประเทศเยอรมนี

saxophone /'sæksəfəʊn/'แซคเซอะโฟน/ *n. (Mus.)* แซกโซโฟน *(ท.ศ.)*

saxophonist /sæk'sɒfənɪst/แซค'ซอเฟอะนิซทฺ/ *n.* ➤ **489** คนเป่าแซกโซโฟน

say /seɪ/เซ/ ❶ *v.t., pres. t.* **he says** /sez/เซ็ซฺ/, *p.t. & p.p.* **said** /sed/เซ็ด/ Ⓐ พูด, บอก, กล่าว, เอ่ย; **~ sth. out loud** พูด *ส.น.* ออกมาดัง ๆ; **~ sth. to oneself** พูด *ส.น.* กับตัวเอง; **he said something about going out** เขาพูดในทำนองว่าจะออกไปข้างนอก; **please ~ something** โปรดพูดอะไรสักอย่าง; *(make a short speech)* พูดกล่าวสั้น ๆ; **all I can ~ is ...:** สิ่งเดียวที่ฉันพูดได้ก็คือ...; **what more can I ~?** จะให้ฉันพูดอะไรอีกล่ะ; **I don't know 'what to ~:** ฉันไม่รู้ว่าจะพูดอะไร; **I wouldn't [go so far as to] ~ that, but ...:** ฉันไม่กล้าพูด [เลยเถิดไปขนาดนั้น] หรอก แต่ทว่า...; **..., not to ~ ...:** ไม่พูดว่า...; **it ~s a lot** *or* **much** *or* **something for sb./sth. that ...:** มันแสดงให้เห็นอย่างมาก/บางสิ่งเกี่ยวกับ *ค.น./ส.น.* ว่า...; **have a lot/not much to ~ for oneself** มีเรื่องที่จะคุยมากมาย/ไม่มาก *หรือ* ช่างพูด/ไม่ค่อยพูด; **~ no 'more!** *(I understand)* เข้าใจแล้ว; **we'll** *or* **let's ~ no more about it** เราจะไม่พูดถึงมันอีก/เราอย่าไปพูดถึงมันอีกเลย; **there is no** *or* **nothing more to be said** ไม่มีอะไรจะพูดอีกแล้ว (**on** เกี่ยวกับ); **to ~ nothing of** *(quite apart from)* โดยไม่ต้องพูดถึง...; **that is to ~** นั่นก็คือ...; **as much as to ~:** เหมือนกับว่า; **as you might ~:** อย่างที่อาจกล่าวได้; **having said that, that said** *(nevertheless)* อย่างไรก็ตาม; **when all is said and done** ในที่สุด; **~ what you 'like** คุณจะคิดอย่างไรก็ตาม; **though I ~ it myself ...:** แม้ว่าฉันเป็นคนพูดเอง; **you can ~ 'that again, you 'said it** *(coll.)* จริงด้วย, ฉันเห็นด้วยกับคุณ; **you don't '~ [so]** *(coll.)* จริงหรือ *(พูดด้วยเสียงประชด)*; **~s** *or* **said he** *etc.*/**said I** *or (coll.)* **~s I** อย่างที่เขาพูด *หรือ* ได้พูด *ฯลฯ*/ฉันได้พูดหรือพูด; **~s you** *(coll.)* ฉันไม่เชื่อเรื่องที่คุณพูด; **~s who?** *(coll.)* ใครกันนะ; **I'll ~ [it is]!** *(coll.: it certainly is)* ใช่แน่นอน; **don't let** *or* **never let it be said [that] ...:** อย่าให้มีการพูดว่า...; **they** *or* **people ~** *or* **it is said [that] ...:** เขาว่า...; **..., they ~:** เขาพูดกันว่า...; **I can't ~ [that] I like cats/the idea** ฉันบอกไม่ได้ว่าฉันชอบแมว/ความคิดนี้; **what I [always] ~ is ...:** สิ่งที่ฉันพูด [อยู่เสมอ] คือ...; **[well,] I 'must ~:** [อ้อ] ฉันขอพูดว่า *(ใช้ในกรณีที่จะวิจารณ์อะไรบางอย่าง)*; **I should ~ so/not** ฉันก็ว่าอย่างนั้น/ฉันไม่เห็นด้วย; **Is it true that ...? – So she ~s** จริงหรือเปล่าที่... เธอว่าอย่างนั้น; **what have you got to ~ for yourself?** แล้วคุณจะว่าอย่างไร; **there's a lot to be said for** *or* **in favour of/against sth.** *ส.น.* มีข้อดีมาก/ข้อเสียมาก; **there's something to be said on both sides/either side** ทั้งสองฝ่ายมีข้อดีข้อเสีย; **who can say** *or* **who is to ~?** *(rhet.)* ใครจะรู้ได้; **I cannot** *or* **could not ~:** ฉันไม่รู้; **I can't ~ fairer than that** ฉันไม่สามารถพูดได้ดีไปกว่านั้นแล้ว; **he didn't ~:** เขาไม่ได้บอกไว้; **I'd rather not ~:** ฉันขอไม่พูดดีกว่า; **and so ~ all of us** และเราทุกคนก็คิดอย่างนั้น; **what do** *or* **would you ~ to sb./sth.?** *(think about)* คุณคิดอย่างไรเกี่ยวกับ *ค.น./ส.น.*; **how ~ you?** *(Law)* *(ถามคณะลูกขุนว่ามีความเห็นอย่างไรในเรื่องคำตัดสิน)* มีความเห็นอย่างไร; **[let us** *or* **shall we] ~:** อย่างนั้นเราเลือก...; **~ it were true, what then?** ถ้าเรื่องนี้เป็นความจริงแล้วจะเป็นอย่างไรอีก; ➡ + **dare** 1 A; **hearsay; no** 2 B; [1]**so** 2; **when** 1 A; **word** 1 B; **yes** 1; Ⓑ *(recite, repeat, speak words of)* ท่อง, พูดทวน/ซ้ำ, อ่าน *(กลอน, บทความ)*; Ⓒ *(have specified wording or reading)* *(หนังสือพิมพ์, พระคัมภีร์)* กล่าวไว้ว่า; *(โฆษณา)* ระบุว่า; *(นาฬิกา)* บอกว่า; **the Bible ~s** *or* **it ~s in the Bible [that] ...:** พระคัมภีร์ไบเบิลกล่าวไว้ว่า *หรือ* มีการกล่าวไว้ในพระคัมภีร์ไบเบิลว่า...; **a sign ~ing ...:** ป้ายที่บอกว่า...; **what does it ~ here?** ตรงนี้อ่านว่าอะไร; Ⓓ *(express, convey information)* พูด, สื่อ *(สาร)* ข้อมูล; **~ things well/eloquently** พูดคล่อง/ไพเราะ; **what I'm trying to ~ is this** สิ่งที่ฉันพยายามจะพูดตอนนี้ก็คือ...; **his expression said it all** สีหน้าของเขาแสดงถึงเรื่องราวทั้งหมด; **a novel that really ~s something** นวนิยายที่มีความหมายจริง ๆ; **~ nothing to sb.** *(fig.)* ไม่มีความหมายสำหรับ *ค.น.*; **which/that is not ~ing much** *or* **a lot** ก็ไม่ได้ดีอะไรมาก; ➡ + **soon** B; Ⓔ *(order)* สั่ง, บอก; **do as** *or* **what I ~:** ทำตามที่ฉันสั่ง; **he said [to us] to be ready at ten** เขาบอกให้เราพร้อมตอนสิบโมง; Ⓕ *in pass.* **she is said to be clever/have done it** ว่ากันว่าเธอเป็นคนฉลาด/คนทำ; **a horse is said to be a pony when ...:** ม้าจะถูกเรียกว่าม้าแกลบในเมื่อ...; **the said Mr Smith** *(Law/joc.)* นายสมิธที่ว่านี้; Ⓖ **215, ~ two hundred and fifteen** จำนวน 215 หรือเขียนเป็นตัวหนังสือว่าสองร้อยสิบห้า

❷ *v.i., forms as* 1 Ⓐ *(speak)* พูด, กล่าว; **I ~!** *(Brit.) (seeking attention)* นี่แน่ะ; *(admiring)* โอ้โฮ; *(dismayed)* โอ๊ย; *(reproachful)* เอ๊ะ; Ⓑ *in imper. (poet: tell)* บอก; Ⓒ *in imper. (Amer.)* โอ้โฮ, เอ่อ

❸ *n.* Ⓐ *(share in decision)* **have a** *or* **some ~:** *(มีสิทธิ)* มีเสียง (**in** ใน); **have no ~:** ไม่มีเสียง; Ⓑ *(power of decision)* **the [final] ~:** อำนาจในการตัดสินใจ [ขั้นสุดท้าย] (**in** เกี่ยวกับ); Ⓒ *(what one has to say)* **have one's ~:** กล่าวเรื่องที่ตนจะพูด; *(chance to speak)* **get one's** *or* **have a ~:** ได้/มีโอกาสพูด

SAYE *abbr. (Brit.)* **save-as-you-earn**

saying /'seɪɪŋ/'เซอิง/ *n.* Ⓐ *(maxim)* คำกล่าว, สุภาษิต; **there is a ~ that ...:** มีคำกล่าวไว้ว่า...; **as the ~ goes** อย่างคำโบราณว่า; Ⓑ *(remark)* ความคิดเห็น; **the ~s of Chairman Mao** ข้อคิดของท่านประธานเหมา; Ⓒ **there is no ~ what/why ...:** ไม่มีใครรู้ว่าอะไร/ทำไม...; **go without ~:** ชัดเจนมาก, เป็นที่ทราบกันดีอยู่แล้ว

'say-so *n.* Ⓐ *(power of decision)* **on/without sb.'s~:** โดยมี/โดยปราศจากการอนุญาตจาก *ค.น.*; **the final ~:** อำนาจในการตัดสินใจเด็ดขาด; Ⓑ *(assertion)* **I won't believe it just on your ~:** ฉันจะไม่เชื่อแค่คำพูดลอย ๆ ของคุณหรอก

sc. /'saɪlɪset/'เซลิเซ็ท/ *abbr.* **scilicet** กล่าวคือ

scab /skæb/ซแกบ/ *n.* Ⓐ *(over wound, sore)* สะเก็ดแผล; **form a ~:** ตกสะเก็ด; **be covered in ~s** เต็มไปด้วยสะเก็ดแผล; Ⓑ *no pl. (skin disease)* โรคผิวหนัง; *(plant disease)* โรคของพืช; Ⓒ *(derog.: strike-breaker)* คนงานที่ไม่ยอมเข้าร่วมในการนัดหยุดงานประท้วง; **use ~ labour** ใช้แรงงานจากคนงานที่ไม่ร่วมในการนัดหยุดงานประท้วง

scabbard /'skæbəd/'ซแกเบิด/ *n.* ฝักดาบ

scabies /'skeɪbiːz/'ซเกบีซฺ/ *n.* ➤ **453** *(Med.)* โรคหิด

scabious /'skeɪbɪəs, US 'skæb-/'ซเกเบียซ, 'ซแกบ-/ *n. (Bot.)* พืชในสกุล *Scabiosa* หรือ *Knautia* มีดอกสีชมพู ขาว ฟ้า

scabrous /'skeɪbrəs, US 'skæb-/'ซเกเบรฺซ, 'ซแกบ-/ *adj.* Ⓐ *(requiring tact)* ที่ต้องการการผ่อนสั้นผ่อนยาว/กาลเทศะ; Ⓑ *(indecent)* หยาบคาย, ลามก; Ⓒ *(Bot., Physiol., Zool.)* ขรุขระ, ไม่เรียบ

scads /skædz/ซแกดซฺ/ *n. pl. (Amer. coll.)* **~ of money** *etc.* เงินจำนวนมาก

scaffold /'skæfəld/'ซแกเฟิลดฺ/ *n.* Ⓐ *(for execution)* ตะแลงแกง; **go to the ~:** ถูกแขวนคอ; Ⓑ *(for building)* นั่งร้าน

scaffolding /'skæfəldɪŋ/'ซแกเฟิลดิง/ *n., no pl.* นั่งร้าน; *(materials)* วัสดุที่ใช้ทำนั่งร้าน; **be surrounded by ~:** ล้อมรอบไปด้วยนั่งร้าน; **erect [a] ~ around** ตั้งนั่งร้านขึ้น

'scaffolding pole *n.* ไม้หรือเสาที่ใช้ทำนั่งร้าน

scag /skæg/ซแกก/ *n. (sl.)* เฮโรอีน

scalar /ˈskeɪlə(r)/ˈซเกเลอะ(ร)/ *(Math.)* ❶ *n.* ปริมาณที่มีขนาดแต่ไม่มีทิศทาง ❷ *adj.* *(ปริมาณ)* ที่มีขนาดแต่ไม่มีทิศทาง

scald /skɔːld/ซกอลดฺ/ ❶ *n.* แผลพอง ❷ *v.t.* Ⓐ ลวก; **~ oneself** *or* **one's skin** ทำ *(น้ำเดือด)* ลวกตนเอง; **be ~ed to death** ถูกลวกจนถึงแก่ความตาย; **cry ~ing tears** ร้องไห้น้ำตาไหลอย่างแสนสาหัส; **~ing hot** ร้อนระอุ; **like a ~ed cat** เคลื่อนไหวรวดเร็วผิดปกติ; Ⓑ *(Cookery)* ลวก; Ⓒ *(clean with boiling water)* ลวกให้สะอาด; Ⓓ *(remove hair or feathers from)* ลอก/ถอนขนออก; *(remove skin from)* ลอกเปลือก

¹scale /skeɪl/ซเกล/ ❶ *n.* Ⓐ เกล็ดปลา; *(of rust)* คราบสนิม; **the ~s fall from sb.'s eyes** *(fig.)* ตาสว่าง, ไม่ถูกหลอกลวงอีกต่อไป; Ⓑ *no pl. (deposit in kettles, boilers, etc.)* คราบหินปูนที่เกาะหม้อน้ำ; *(on teeth)* หินปูน ❷ *v.t.* Ⓐ *(remove scales from)* ขูดเกล็ดออก; Ⓑ *(remove deposit from)* เอาคราบออก

²scale ❶ *n.* Ⓐ *in sing. or pl. (weighing instrument)* **~[s]** ตาชั่ง, เครื่องชั่งน้ำหนัก; **a pair** *or* **set of ~s** ตาชั่ง; **bathroom/kitchen/letter ~[s]** เครื่องชั่งน้ำหนักในห้องน้ำ/ครัว/ตาชั่งจดหมาย; **the ~s are evenly balanced** *(fig.)* โอกาสพอ ๆ กัน; Ⓑ *(dish of balance)* จานตาชั่ง; **tip** *or* **turn the ~[s]** *(fig.)* พลิกสถานการณ์; **tip** *or* **turn the ~[s] at 65 kilos** หนัก 65 กิโลกรัม; Ⓒ *(Astrol.)* **the S~s** ราศีตราชู; ➡ + **archer** B ❷ *v.t.* ชั่ง

³scale ❶ *n.* Ⓐ *(series of degrees)* ลำดับชั้น, ระดับชั้น; **the social ~:** ระดับชั้นทางสังคม; Ⓑ *(Mus.)* บันไดเสียง; Ⓒ *(dimensions)* สัดส่วน; *(standard)* ระดับมาตรฐาน; **be on a small ~:** มีระดับเล็ก; **on a grand ~:** ในระดับใหญ่โต; **on a commercial ~:** ในมาตรฐานทางธุรกิจ; **plan on a large ~:** วางแผนในระดับใหญ่โต; **on an international ~:** ในระดับนานาชาติ; **economies of ~:** การประหยัดโดยการรวมการผลิตเข้าด้วยกัน; Ⓓ *(ratio of reduction)* มาตราส่วน; **what is the ~ of the map?** แผนที่มีมาตราส่วนเท่าไร; **a map with a ~ of 1:250,000** แผนที่ที่มีมาตราส่วน 1 ต่อ 250,000; **on a large/small ~:** โดยมีมาตราส่วนใหญ่/เล็ก; **to ~:** ได้ส่วนกับของจริง; **be drawn on** *or* **to a ~ of 1:2** เขียน/วาดโดยใช้มาตราส่วน 1:2; **be in ~:** ได้ส่วน; **be in ~ with sth.** ได้ส่วนกับ *ส.น.*; **be out of ~:** ไม่ได้ส่วน (**with** กับ); Ⓔ *(indication) (on map, plan thermometer, ruler, exposure meter)* เส้นแบ่ง; **what ~ are these temperatures measured in?** อุณหภูมิเหล่านี้วัดโดยใช้มาตราส่วนอะไร; **a ruler marked off in the metric ~:** ไม้บรรทัดที่แบ่งตามมาตราเมตริก; Ⓕ *(Math.)* **~ [of notation]** มาตรฐานการนับแบบทศนิยม; **decimal ~:** ทศนิยม; **binary ~:** ระบบเพิ่ม *(ทีละ)* 2

❷ *v.t.* Ⓐ *(climb, clamber up)* ไต่, ปีน *(ภูเขา, กำแพง)*; Ⓑ *(represent in proportion)* แสดงตาม *(สัด)* ส่วน; **~ production/prices to demand** ผลิต/กำหนดราคาตามความต้องการ

~ 'down *v.t.* ย่อส่วนลง, ตัดทอน; **we ~d down our plans** เราได้ตัดทอนแผนการของเรา; **a ~d down version** แบบที่ย่อส่วนลง

~ 'up *v.t.* ขยายส่วน; **a ~d up version** แบบที่ขยายส่วนขึ้น

scalene /ˈskeɪliːn/ˈซเกลีน/ *adj. (Geom.)* *(สามเหลี่ยม)* ด้านไม่เท่า

'scalepan *n.* ถาดวางของที่จะชั่ง

scaling ladder /ˈskeɪlɪŋ lædə(r)/ˈซเกลิง แลเดอะ(ร)/ *n.* บันไดลอยฟ้า; *(of fire engine)* บันไดดับเพลิง

scallion /ˈskæljən/ˈซแกเลียน/ *n. (Bot.)* Ⓐ ➡ **shallot**; Ⓑ *(spring onion)* หอมหัวเล็ก ๆ

scallop /ˈskɒləp/ˈซกฺอเลิพ/ ❶ *n.* Ⓐ *in pl. (ornamental edging)* ครุยทำเป็นหยัก ๆ เหมือนเปลือกหอย; Ⓑ *(Zool.)* หอยเชลล์; Ⓒ *(Cookery: pan)* *ภาชนะทำเป็นรูปเปลือกหอย สำหรับบรรจุอาหารประเภทปลา* ❷ *v.t.* ทำให้เป็นลอน ๆ หรือหยัก ๆ คล้ายเปลือกหอย

scallop-'edge *n.* ขอบ/ริมผ้าที่มีลักษณะเป็นลอน ๆ/หยัก ๆ

scalloping /ˈskæləpɪŋ, ˈskɒləpɪŋ/ˈซแกเลอะพิง, ˈซกฺอเลอะพิง/ *n.* ครุย/ขอบที่ทำเป็นหยัก ๆ เหมือนเปลือกหอย; **be decorated with ~:** ตกแต่งด้วยครุย/ขอบที่ทำเป็นหยัก ๆ *(เหมือนเปลือกหอย)*

'scallop shell *n.* เปลือกหอยเชลล์

scallywag /ˈskælɪwæg/ˈซแกลิแวก/ *n.* ผู้ที่เหลวไหล/ไม่เอาถ่าน

scalp /skælp/ซแกลพฺ/ ❶ *n.* Ⓐ ➤ 118 หนังศีรษะ; Ⓑ *(war trophy)* *หนังศีรษะของศัตรูที่ชาวอินเดียนแดงในสมัยก่อนถลกเอาไป*; *(fig.)* รางวัลที่ได้จากการมีชัยชนะ; **be after sb.'s ~** *(fig.)* ตามถลกหนังหัว, ตามแก้แค้น *ค.น.*; **the newspapers call for ~s** *(fig.)* บรรดาหนังสือพิมพ์เรียกร้องให้ดำเนินการขั้นเด็ดขาด ❷ *v.t.* Ⓐ ถลกหนังศีรษะ; Ⓑ *(criticize)* วิพากษ์วิจารณ์อย่างโหดเหี้ยม; Ⓒ *(Amer.) (defeat)* ชนะ, ทำให้แพ้; Ⓓ *(Amer. coll.: sell)* ซื้อแล้วรีบขายต่อเอากำไร *(ตั๋ว, หุ้น)*; **get ~ed tickets** ซื้อตั๋วผี/ตั๋วเกินราคา

scalpel /ˈskælpl/ˈซแกลพ'ล/ *n. (Med.)* มีดผ่าตัดเล็ก ๆ

scalper /ˈskælpə(r)/ˈซแกลเพอะ(ร)/ *n.* *(Amer. coll.)* ผู้ที่ค้ากำไรเล็ก ๆ น้อย ๆ; *(ticket tout)* ผู้ที่ขายตั๋วเกินราคา/ตั๋วผี

scaly /ˈskeɪlɪ/ˈซเกลิ/ *adj.* Ⓐ *(สี, สนิม)* เป็นเกล็ด; **be ~** *(งู)* มีเกล็ด, เป็นเกล็ด; Ⓑ *(covered in deposit)* มีคราบ; *(covered in tartar)* *(ฟัน)* มีหินปูนมาก; Ⓒ *(forming deposit)* **~ substance** *or* **incrustation** สารที่ทำให้เกิดคราบ

scam /skæm/ซแกม/ *n. (Amer. coll.)* แผนการหลอกลวง/โกง; เรื่องอื้อฉาว, ข่าวลือ

scamp /skæmp/ซแกมพฺ/ ❶ *n. (derog./joc.)* คนเหลวไหล ❷ *v.t.* ➡ **skimp** 1

scamper /ˈskæmpə(r)/ˈซแกมเพอะ(ร)/ ❶ *v.i.* วิ่งเตลิดไป, กระโดดโลดเต้น; **the mice ~ed to and fro** หนูวิ่งกระโดดไปมา; **~ down the stairs** วิ่งเตลิดลงบันได; *(romp)* **~ through the woods/park** วิ่งเล่นในป่า/สวนสาธารณะ ❷ *n.* **have a ~** *(romp)* วิ่งเล่น

scampi /ˈskæmpɪ/ˈซแกมพิ/ *n. pl.* กุ้งขนาดใหญ่, กุ้งทอด

scan /skæn/ซแกน/ ❶ *v.t.*, **-nn-** Ⓐ *(examine intensely)* ตรวจอย่างละเอียด/รอบคอบ; *(search thoroughly, lit. or fig.)* ค้นจนทั่ว (**for** สำหรับ); Ⓑ *(look over cursorily)* ดู/มองผ่าน ๆ (**for** สำหรับ); Ⓒ *(Computing)* สแกน *(ท.ศ.)* *(รูปภาพ)*; Ⓓ *(examine for radioactivity)* ตรวจหากัมมันตภาพรังสี; Ⓓ *(examine with beam)* ตรวจโดยใช้ลำแสง; Ⓔ *(Med.)* ตรวจสอบโดยใช้เครื่องสแกนเนอร์; Ⓕ *(Pros.)* อ่าน *(บทกวีโดยพิจารณาจังหวะให้ถูกต้อง)*; Ⓖ *(Telev.)* กวาดภาพ

❷ *v.i.*, **-nn-** มีจังหวะถูกต้อง; **make sth. ~:** ทำ *ส.น.* ให้มีจังหวะถูกต้อง

❸ *n.* Ⓐ *(thorough search)* การตรวจค้นอย่างละเอียด; Ⓑ *(quick look)* **[cursory] ~:** มองผ่าน [อย่างคร่าว ๆ]; **do a quick ~ of** *or* **through** มอง/ดูผ่าน ๆ; Ⓒ *(examination for radioactivity)* การตรวจหากัมมันตภาพรังสี; Ⓓ *(examination by beam)* การตรวจโดยใช้ลำแสง; **check the radar ~ for sth.** ตรวจสอบเรดาร์เพื่อหา *ส.น.*; Ⓔ *(Med.)* การตรวจสอบโดยใช้เครื่องสแกนเนอร์; **body/brain ~:** การกราดตรวจร่างกาย/สมองด้วยเครื่อง; **have a ~:** ตรวจร่างกายด้วยเครื่องกราดตรวจ *(สแกนเนอร์)*

scandal /ˈskændl/ˈซแกนด'ล/ *n.* Ⓐ เรื่องอื้อฉาว (**about, of** เกี่ยวกับ); **cause** *or* **create a ~:** สร้าง/ก่อเรื่องอื้อฉาว; Ⓑ *(outrage)* ความโกรธแค้น; **arouse a feeling** *or* **sense of ~ in sb.** กระตุ้นความรู้สึกโกรธแค้นขึ้นในใจของ *ค.น.*; Ⓒ *no art. (damage to reputation)* ความเสื่อมเสียต่อชื่อเสียง, ความอัปยศอดสู; **be untouched by ~:** ไม่ถูกกระทบจากเรื่องอัปยศอดสู; **be ruined by ~:** ถูกเรื่องฉาวโฉ่ทำลายชื่อเสียง; Ⓓ *(malicious gossip)* การนินทา; *(in newspapers etc.)* การใส่ร้ายป้ายสี

scandalize (**scandalise**) /ˈskændəlaɪz/ˈซแกนเดอะลายซฺ/ *v.t.* ทำให้ตกใจ/ตกตะลึง, สร้างเรื่องอื้อฉาว

scandalmonger /ˈskændlmʌŋgə(r)/ˈซแกนด'ลมังเกอะ(ร)/ *n.* ผู้ที่ชอบนินทาว่าร้าย; *(in the press)* ผู้ที่กระจายข่าว/เรื่องอื้อฉาว

scandalmongering /ˈskændlmʌŋgərɪŋ/ˈซแกนด'ลมังเกอะริง/ *n.* การแพร่กระจายข่าว/เรื่องอื้อฉาว

scandalous /ˈskændələs/ˈซแกนเดอะเลิซ/ *adj.* น่าอาย, น่าอัปยศอดสู, อื้อฉาว; **how ~!** น่าอัปยศจริง; **this is ~:** นี่เป็นเรื่องน่าอัปยศ

'scandal sheet *n. (derog.)* หนังสือพิมพ์ที่เน้นเรื่องนินทาอื้อฉาว

Scandinavia /skændɪˈneɪvɪə/ซแกนดิˈเนเวีย/ *pr. n.* กลุ่มประเทศสแกนดิเนเวีย *(ได้แก่ เดนมาร์ก นอร์เวย์ สวีเดนและไอซ์แลนด์)*

Scandinavian /skændɪˈneɪvɪən/ซแกนดิˈเนเวียน/ ❶ *adj.* แห่งกลุ่มประเทศสแกนดิเนเวีย; **sb. is ~:** *ค.น.* เป็นชาวสแกนดิเนเวีย ❷ *n.* Ⓐ *(person)* ชาวสแกนดิเนเวีย; Ⓑ *(Ling.)* ภาษาจำพวกสแกนดิเนเวีย

scanner /ˈskænə(r)/ˈซแกเนอะ(ร)/ *n.* Ⓐ *(to detect radioactivity)* เครื่องตรวจหากัมมันตภาพรังสี; Ⓑ *(radar aerial)* เสาอากาศรับคลื่นเรดาร์; Ⓒ *(Med.)* เครื่องกราดตรวจ, สแกนเนอร์ *(ท.ศ.)*; Ⓓ *(Telev.)* เครื่องกราดภาพ; Ⓔ *(for bar codes, electronic data etc.)* เครื่องอ่านรหัสแท่ง

scansion /ˈskænʃn/ˈซแกนช'น/ *n. (Pros.)* การอ่าน *(บทกวี)* โดยพิจารณาจังหวะ; *(rhythm analysis)* การวิเคราะห์จังหวะของบทกวี

scant /skænt/ซแกนทฺ/ *adj. (arch./literary)* *(เงินเดือน)* น้อย, ขาดแคลน; *(ความตั้งใจ)* ไม่พอเพียง; **pay sb./sth. ~ attention** ให้ความสนใจ *ค.น./ส.น.* เพียงน้อยนิด; **a ~ two hours** ไม่ถึงสองชั่วโมง

scantily /ˈskæntɪlɪ/ˈซแกนทิลิ/ *adv.* *(แต่งตัว)* อย่างไม่เพียงพอ

scanty /ˈskæntɪ/ˈซแกนทิ/ *adj.* *(ความรู้)* น้อยนิด, ที่ไม่เพียงพอ; *(ชุดว่ายน้ำ)* เล็กมาก

scapegoat /ˈskeɪpgəʊt/ˈซเกพโกท/ *n.* แพะรับบาป; **make sb. a ~:** ทำให้ *ค.น.* เป็นแพะรับบาป; **act as** *or* **be a ~ for sth.** เป็นแพะรับบาปสำหรับ *ส.น.*

S

scapegrace /ˈskeɪpgreɪs/ˈชเกพเกฺรช/ *n.* คนเกเร, เด็กซน

scapula /ˈskæpjʊlə/ˈซแกพิวเลอะ/ *n., pl.* **~e** /ˈskæpjʊliː/ˈซแกพิวลี/ *(Anat.)* กระดูกสะบัก

scar /skɑː(r)/ซกฺา(ร)/ ❶ *n. (lit. or fig.)* แผลเป็น; **duelling ~:** แผลเป็นจากการดวลกัน; **battle ~:** แผลเป็นจากสงคราม; **bear the ~s of sth.** *(fig.)* มีความบอบช้ำ *(ทางใจ)* จาก *ส.น.*; **be a ~ on the landscape** *(fig.)* เป็นรอยด่างพร้อยให้กับภูมิประเทศ ❷ *v.t.,* **-rr-: ~ sb./sb.'s face** ทิ้งแผลเป็นไว้ให้ *ค.น.*/ไว้บนใบหน้าของ *ค.น.*; **~ sb. for life** *(fig.)* ทำให้ *ค.น.* มีแผล, เป็นแผล *(ในใจ)* ชั่วชีวิต; **leave sb. [badly] ~red** *(lit. or fig.)* ทิ้งให้ *ค.น.* มีรอยแผลเป็น [อย่างรุนแรง] ❸ *v.i.* **~ over** กลายเป็นแผลเป็น

scarab /ˈskærəb/ˈซแครับ/ *n. (Zool.)* ด้วงที่อยู่ในมูล *(ถือว่าเป็นสิ่งศักดิ์สิทธิ์ของชาวอียิปต์โบราณ)*; *(gem)* พลอยเจียระไนเป็นรูปด้วงชนิดนี้ใช้เป็นเครื่องรางของขลัง

scarce /skeəs/ซแกซ/ ❶ *adj.* Ⓐ *(insufficient)* ไม่เพียงพอ, ขาดแคลน; Ⓑ *(rare)* หายาก; **make oneself ~** *(coll.)* หลบ/หลีกไป, เลี่ยงออกไป ❷ *adv. (arch./literary)* แทบจะไม่

scarcely /ˈskeəslɪ/ˈซแกซลิ/ *adv.* แทบจะไม่; **there was ~ a drop of wine left** แทบจะไม่มีเหล้าองุ่นเหลือแม้แต่หยดเดียว; **~ [ever]** แทบจะไม่เคย; **it is ~ likely** แทบจะเป็นไปไม่ได้; **she will ~ be pleased** *(iron.: by no means)* เธอจะไม่พอใจเลย

scarceness /ˈskeəsnɪs/ˈซแกซนิซ/ *n., no pl.* ความขาดแคลน, ความไม่เพียงพอ (of ของ)

scarcity /ˈskeəsətɪ/ˈซแกซเซอะทิ/ *n.* Ⓐ *(short supply)* การขาดแคลน, การมีอยู่น้อย (of ของ); **there is a ~ of sugar** เกิดการขาดแคลนน้ำตาล; **~ of teachers** การขาดแคลนครู; **food ~:** การขาดแคลนอาหาร; Ⓑ *no pl. (rareness)* การหาได้ยาก; **have [a] ~ value** มีค่าหาได้ยาก

scare /skeə(r)/ซแก(ร)/ ❶ *n.* Ⓐ *(sensation of fear)* ความตกใจ, ความกลัว; **give sb. a ~:** ทำให้ *ค.น.* ตกใจกลัว; **I had/it gave me a [nasty] ~:** มันทำให้ฉันกลัว [น่าดู]; Ⓑ *(general alarm; panic)* ความตื่นตระหนก; **bomb ~:** ความตื่นตระหนกเรื่องระเบิด; **food poisoning ~:** ความตื่นตระหนกเรื่องอาหารเป็นพิษ; **~ story** เรื่องราวที่ทำให้ตื่นตระหนก/อกสั่นขวัญหาย ❷ *v.t.* Ⓐ *(frighten)* ทำให้กลัว; *(startle)* ทำให้ตื่นตระหนก/ตกใจ; **he/hard work/your threat doesn't ~ me** เขา/งานหนัก/การขู่ของคุณไม่ทำให้ฉันกลัวหรอก; **~ sb. into doing sth.** ทำให้ *ค.น.* ตกใจกลัวจนทำ *ส.น.* ลงไป; **~ sb. out of his mind** *or* **skin** *or* **wits** *(fig.),* **~ sb. rigid** *or* **silly** *or* **stiff** *(fig.),* **~ the wits** *or (coarse)* **the shit out of sb.** *(fig.)* ทำให้ *ค.น.* กลัวจนขวัญหนีดีฝ่อ; *(startle)* ทำให้ *ค.น.* ตกใจจนขวัญหนีดีฝ่อ; **horror films ~ the pants off me** *(coll.)* หนังสยองขวัญทำให้ฉันตกใจกลัวมาก; Ⓑ *(drive away)* ไล่, ขับไล่ *(นก)* ❸ *v.i.* ตกใจ, อกสั่นขวัญหาย (at จาก, ด้วย); **~ easily** ขี้ตกใจ, ตกใจง่าย

~ aˈway *v.t.* ทำให้ตกใจหนีเตลิดไป, ไล่ไป

~ ˈoff *v.t.* ทำให้ตกใจหนีเตลิดไป, ไล่ไป

~ ˈout, ~ ˈup *v.t. (Amer.: Hunting, fig.)* ทำให้ *(สัตว์)* ตกใจ/ตื่นกลัวจนออกจากที่ซ่อน

scare: ~ buying *n. (Amer.)* การแย่งซื้อ; **~crow** *n. (lit. or fig.)* หุ่นไล่กา

scared /skeəd/ซแกด/ *adj.* *(หน้าตา, น้ำเสียง)* กลัว; **be/feel [very] ~:** รู้สึกกลัว [มาก]; **be ~ of sb./sth.** กลัว *ค.น./ส.น.*; **be ~ of doing/to do sth.** กลัวที่จะทำ *ส.น.*; **be ~ [that] sth. might happen** กลัวว่า *ส.น.* จะเกิดขึ้น

scaredy cat /ˈskeədɪkæt/ˈซแกดิแคท/ *n.* คนขี้กลัว, พวกกระต่ายตื่นตูม

scaremonger /ˈskeəmʌŋgə(r)/ˈซแกมังเกอะ(ร)/ *n.* ผู้ที่ปล่อยข่าวจนทำให้ผู้คนตกใจกลัว

scaremongering /ˈskeəmʌŋgərɪŋ/ˈซแกมังเกอะริง/ *n., no pl.* การปล่อยข่าวให้ผู้คนตกใจกลัว

ˈscare tactics *n. pl.* กลวิธีที่ทำให้ตกใจกลัว

scarf /skɑːf/ซกฺาฟ/ *n., pl.* **~s** *or* **scarves** /skɑːvz/ซกฺาวฺซ/ ผ้าพันคอ; *(worn over hair)* ผ้าโพกศีรษะ; *(worn over shoulders)* ผ้าคลุมไหล่

scarf: ~ pin *n. (Brit.)* เข็มกลัดผ้าพันคอ; **~ ring** *n. (Brit.)* วงมัดผ้าพันคอ

¹scarify /ˈskærɪfaɪ, ˈskeərɪfaɪ/ˈซแกริฟาย/ *v.t.* Ⓐ *(Med.)* ขูด *(หนัง)*, กรีด; Ⓑ *(fig.: by criticism)* ทำให้ช้ำใจ/ปวดร้าว; Ⓒ *(Agric.)* พรวน *(ดิน)*

²scarify /ˈskeərɪfaɪ/ˈซแกริฟาย/ *v.t. (coll.: frighten)* ทำให้ตกใจกลัว

scarlatina /skɑːləˈtiːnə/ซกฺาเลอะˈทีเนอะ/ ➤ **453** ➡ **scarlet fever** ไข้อีดำอีแดง

scarlet /ˈskɑːlət/ˈซกฺาเลิท/ ❶ *n.* สีแดงสด ❷ *adj.* สีแดงสด; **I turned ~:** ฉันหน้าแดงด้วยความอาย; ➡ + **pimpernel**

scarlet: ~ ˈfever *n.* ➤ **453** *(Med.)* ไข้อีดำอีแดง; **~ ˈrunner** *n. (Bot.)* ถั่วชนิดหนึ่งเลื้อยพันไม้ยึด มีดอกสีแดง

scarp /skɑːp/ซกฺาพ/ *n.* ที่ชัน, หน้าผาชัน

scarper /ˈskɑːpə(r)/ˈซกฺาเพอะ(ร)/ *v.i. (Brit. coll.)* หนีไป

ˈscar tissue *n. (Med.)* เนื้อเยื่อแผลเป็น

scarves *pl. of* **scarf**

scary /ˈskeərɪ/ˈซแกริ/ *adj. (coll.)* Ⓐ *(frightening)* *(หน้าตา, ภาพยนตร์)* น่ากลัว; **a ~ moment** ช่วงเวลาที่น่าสะพรึงกลัว; **it was ~ to listen to** ฟังน่ากลัวมาก; Ⓑ *(easily frightened)* *(เด็ก, สัตว์)* ขี้ตกใจ; *(timid)* ขี้อาย

scat /skæt/ซแกท/ *n.* การร้องเพลงแจ๊สแบบหนึ่ง โดยการใช้เสียงร้องเหมือนเสียงเครื่องดนตรี

scathing /ˈskeɪðɪŋ/ˈซเกทิง/ *adj.* *(คำวิพากษ์วิจารณ์, คำเย้ยหยัน ฯลฯ)* รุนแรง, เจ็บปวด, แสบไส้; **be ~ about sth.** วิพากษ์วิจารณ์ *ส.น.* อย่างรุนแรง

scathingly /ˈskeɪðɪŋlɪ/ˈซเกทิงลิ/ *adv.* *(วิพากษ์วิจารณ์, เย้ยหยัน ฯลฯ)* อย่างรุนแรง, อย่างเจ็บปวด, อย่างแสบทรวง

scatological /skætəˈlɒdʒɪkl/ซแกเทอะˈลอจิค'ล/ *adj.* Ⓐ *(obscene)* ลามก, อนาจาร; **~ language** ภาษาลามก, ภาษาหยาบคาย; Ⓑ *(Med., Palaeont.)* เกี่ยวกับการศึกษาวิเคราะห์อุจจาระ/มูล

scatter /ˈskætə(r)/ˈซแกเทอะ(ร)/ ❶ *v.t.* Ⓐ ทำให้กระจัดกระจาย, ทำให้กลาดเกลื่อนไปทั่ว; **he slammed his fist on the table, ~ing china everywhere** เขาทุบโต๊ะจนเครื่องถ้วยชามลายครามแตกกระจายเต็มไปหมด; Ⓑ *(distribute irregularly)* โปรย, โรย, หว่านทั่วไป ๆ อย่างไม่พิถีพิถัน; **ice cream with nuts ~ed on top** ไอศกรีมที่มีถั่วโรยข้างบน; Ⓒ *(partly cover)* ปกคลุมเป็นบางส่วน; **~ a field with seeds** หว่านเมล็ดพืชในทุ่งนา ❷ *v.i.* กระเจิดกระเจิง; *(in fear)* หนีกระเจิดกระเจิงด้วยความตื่นกลัว ❸ *n.* Ⓐ ➡ **~ing** A; Ⓑ *(Arms)* การยิงกราดไปทั่ว *(เล็งกระบอกปืนไปทั่ว)*

scatter: ~brain *n.* คนขาดสมาธิในการทำงาน, คนขี้หลงขี้ลืม; **~brained** *adj.* *(บุคคล)* ที่ขาดสมาธิทำงาน, ที่ขี้หลงขี้ลืม; **~ cushion** *n.* หมอนเล็ก ๆ ที่ใช้ตกแต่ง

scattered /ˈskætəd/ˈซแกเทิด/ *adj.* ที่กระจัดกระจาย *(อยู่ทั่วไป)*; **thinly ~ population** ประชากรที่กระจายอยู่ทั่วไปอย่างบางตา

scatter diagram, ~ graph *n.* กราฟแบบกระจาย

scattering /ˈskætərɪŋ/ˈซแกเทอะริง/ *n.* Ⓐ *(small amount)* **a ~ of people/customers/letters** ผู้คน/ลูกค้า/จดหมายจำนวนเล็กน้อยที่กระจัดกระจายอยู่; **add a ~ of nuts to sth.** โปรยถั่วบน *ส.น.*; **a thin ~ of snow** หิมะตกเล็กน้อยกระจัดกระจาย; Ⓑ *(Phys.)* การสลายตัว, การกระจายตัว

scatter: ~ rug *n.* พรมผืนเล็ก; **~shot** *(Amer.)* ❶ *n.* การยิงกราดไปทั่ว ❷ *adj.* ไม่เป็นระบบ

scatty /ˈskætɪ/ˈซแกทิ/ *adj. (Brit. coll.)* *(บุคคล)* ที่ขี้หลงขี้ลืม, ที่ไม่มีสมาธิ, ขาดสติ; **drive sb. ~:** ทำให้ *ค.น.* ขาดสติ

scavenge /ˈskævɪndʒ/ˈซแกวินจฺ/ ❶ *v.t.* Ⓐ ค้นหาสิ่งที่นำมาใช้ได้; **~ sth. from a jumble sale** ค้นเจอ *ส.น.* จากการขายของเล็ก ๆ น้อย ๆ ตามตลาด; Ⓑ *(search)* *(สัตว์, นก)* คุ้ยหาอาหารจากซากศพ (for) ❷ *v.i.* **~ for sth.** *(คน, สัตว์, นก)* คุ้ยหา *ส.น.*; **live by scavenging** ดำรงชีวิตโดยการคุ้ยหาของกินของใช้จากกองขยะ; *(สัตว์, นก)* มีชีวิตโดยการหาเนื้อเน่าเป็นอาหาร; **~ through** *(คน, สัตว์, นก)* คุ้ยหา *(ในขยะ)*

scavenger /ˈskævɪndʒə(r)/ˈซแกวินเจอะ(ร)/ *n. (animal)* สัตว์หรือนกที่กินเนื้อเน่าเป็นอาหาร; *(fig. derog.: person)* คนคุ้ยขยะ

scenario /sɪˈnɑːrɪəʊ, US -ˈnær-/ซิˈนาริโอ, -ˈแนร-/ *n., pl.* **~s** *(Theatre, Cinemat.)* บทละคร, บทภาพยนตร์; *(fig.)* ผลที่คาดว่าจะเกิดขึ้นในอนาคต, แผนการ

scene /siːn/ซีน/ *n.* Ⓐ *(place of event)* ฉาก สถานที่เกิดเหตุ; *(in novel, play, etc.)* ฉาก; **the ~ of the novel is set in Venice** ฉากของนวนิยายอยู่ในเมืองเวนิส; **~ of the crime** สถานที่เกิดอาชญากรรม; Ⓑ *(portion of play, film, or book)* ฉาก; *(division of act)* ฉากในการแสดง; **love/trial ~:** ฉากบทรัก/ฉากในศาล; **steal the ~** *(นักแสดง)* เป็นจุดเด่นมากกว่าคนอื่น; *(fig.)* คอยเป็นตัวเด่นตลอด; Ⓒ *(display of passion, anger, jealousy)* การแสดงอารมณ์; **create** *or* **make a ~:** แสดงอารมณ์รุนแรงออกมา; **there were ~s of rejoicing** มีการแสดงอารมณ์ความยินดี; **end in violent ~s** ยุติด้วยความรุนแรง; Ⓓ *(view)* ฉาก, ทัศนียภาพ; *(as depicted)* ฉากทัศนียภาพที่เกิดขึ้น; **present a ~ of horror** แสดงฉากสยองขวัญ; **change of ~:** การเปลี่ยนบรรยากาศ; Ⓔ *(place of action)* สถานที่เกิดเหตุ; **arrive** *or* **come on the ~:** มาถึงที่เกิดเหตุ; **a new political party has appeared on the ~:** พรรคการเมืองใหม่ได้ปรากฏโฉมขึ้น; **he got into a bad ~** *(coll.)* เขาตกอยู่ในสถานการณ์ที่ลำบาก; **leave** *or* **quit the ~:** ออกจากเหตุการณ์; Ⓕ *(field of action)* สถานที่เกิดเหตุ; **the political/drug/artistic ~:** วงการการเมือง/แวดวงยาเสพติด/วงการศิลปิน; **the fashion/sporting ~:** วงการแฟชั่น/กีฬา; **the social ~:** วงสังคม; Ⓖ *(coll.: area of interest)* **what's your ~?** คุณสนใจอะไรเป็นพิเศษ; **that's not my ~:** ฉันไม่สนใจสิ่งนั้น; Ⓗ *(Theatre: set)* ฉากเวที; **change the ~:** เปลี่ยนฉาก; **behind the ~s**

S

(lit. or fig.) หลังฉาก, ที่เป็นความลับ; **behind-the-~s investigation** *(fig.)* การสืบที่เป็นความลับ; **give a behind-the-~s glimpse [of sth.]** การมองเบื้องหลัง [*ส.น.*]; **set the ~ [for sb.]** *(fig.)* อธิบายความเป็นมา [ให้ *ค.น.*]

'scene: ~ change *n. (Theatre)* การเปลี่ยนฉาก; **~-painter** *n.* ➤ **489** คนวาดฉาก

scenery /'si:nərɪ/'ซีเนอะริ/ *n., no pl.* Ⓐ *(Theatre)* ฉากละคร; Ⓑ *(landscape)* ทัศนียภาพ; **mountain ~:** ทัศนียภาพภูเขา; **some beautiful ~:** ทัศนียภาพที่งดงาม; **change of ~:** การเปลี่ยนแปลงของทัศนียภาพ, การเปลี่ยนบรรยากาศ

scene: ~-shifter *n.* ➤ **489** *(Theatre)* ผู้เปลี่ยนฉากเวทีละคร; **~-shifting** *n. (Theatre)* การเปลี่ยนฉากแสดงละคร

scenic /'si:nɪk/'ซีนิค/ *adj.* Ⓐ *(with fine natural scenery)* มีทัศนียภาพงดงามตามธรรมชาติ; **a ~ drive** การขับรถที่เห็นทัศนียภาพงดงาม; **~ beauty** *or* **qualities** ความงามของทัศนียภาพ; **~ railway** รถไฟจำลองที่มีทัศนียภาพประกอบ; Ⓑ *(Theatre)* เกี่ยวกับฉากละคร; **be a ~ designer** เป็นนักออกแบบฉากเวทีละคร; Ⓒ *(Art: in painting etc.)* *(ภาพ)* ที่แสดงเหตุการณ์

scent /sent/เซ็นทฺ/ ❶ *n.* Ⓐ *(smell)* กลิ่นหอม; *(fig.)* มีลางสังหรณ์; **catch the ~ of sth.** ได้กลิ่น *ส.น.*; Ⓑ *(Hunting; also fig.: trail)* กลิ่นของสัตว์ที่ทิ้งเอาไว้, ร่องรอย; **get/be on the [right] ~** *(lit. or fig.)* ได้รับ/มีร่องรอย *หรือ* เบาะแส [ที่ถูกต้อง]; **be on the ~ of sb./sth.** *(fig.)* ได้ร่องรอย *หรือ* เบาะแสของ *ค.น./ส.น.*; **[lay** *or* **set] a false ~** *(lit. or fig.)* ทิ้งร่องรอยปลอมให้หลงกล; **put the hounds on/off the ~:** ปล่อยให้สุนัขล่าเนื้อตามกลิ่น/ทำให้สุนัขเลิกติดตามรอย; **put** *or* **throw sb. off the ~** *(fig.)* หลอกลวง *ค.น.* ด้วยร่องรอยปลอม; **put sb. on the ~ of sb./sth.** *(fig.)* ให้ร่องรอย *หรือ* เบาะแสของ *ค.น./ส.น.* แก่ *ค.น.*; ➡ + cold 1 K; hot 1 I; Ⓒ *(Brit.: perfume)* น้ำหอม; Ⓓ *(sense of smell)* การดมกลิ่น; *(fig.: power to detect)* ความสามารถในการได้กลิ่น

❷ *v.t.* Ⓐ *(lit.)* *(คน)* ได้กลิ่น; *(fig.)* ได้เบาะแส, สงสัย; *(สัตว์)* ดมกลิ่น *(บนดิน)*; Ⓑ *(apply perfume to)* ใส่น้ำหอม

~ 'out *v.t. (lit. or fig.)* ค้นพบโดยการตามกลิ่น

'scent bottle *n. (Brit.)* ขวดน้ำหอม

scented /'sentɪd/'เซ็นทิด/ *adj.* Ⓐ *(having smell)* มีกลิ่นหอม; **be ~** *(ดอกไม้)* มีกลิ่นหอม; **~ air** อากาศที่เต็มไปด้วยกลิ่นหอม; Ⓑ *(perfumed)* ที่ใส่น้ำหอม

'scent gland *n. (Zool.)* ต่อมผลิตกลิ่นในสัตว์บางชนิด

scentless /'sentlɪs/'เซ็นทฺลิซ/ *adj.* *(ดอกไม้)* ไม่มีกลิ่น; **be ~:** ไม่มีกลิ่น

scepsis /'skepsɪs/'ซเก็พซิซ/ *n., no pl. (Philos.)* ความสงสัยทางปรัชญา, ปรัชญาที่มีคำถามเกี่ยวกับความคิด

scepter *(Amer.)* ➡ **sceptre**

sceptic /'skeptɪk/'ซเก็พทิค/ *n.* คนที่ข้องใจความคิดซึ่งเป็นที่ยอมรับ, นักกังขาคติ *(ร.บ.)*; *(with religious doubts)* คนที่ข้องใจด้านศาสนา

sceptical /'skeptɪkl/'ซเก็พทิค'ล/ *adj.* สงสัย, ไม่เชื่อ; **be ~ about** *or* **of sb./sth.** สงสัย *หรือ* ไม่เชื่อเกี่ยวกับ *ค.น./ส.น.*

sceptically /'skeptɪkəlɪ/'ซเก็พทิเคอะลิ/ *adv.* อย่างสงสัย, อย่างไม่เชื่อ

scepticism /'skeptɪsɪzm/'ซเก็พทิซิซ'ม/ *n.* ความสงสัย, ความไม่เชื่อสิ่งที่ยอมรับกันโดยทั่วไป, วิมตินิยม *(ร.บ.)*; *(religious doubt)* ความสงสัยหรือไม่เชื่อทางศาสนา

sceptre /'septə(r)/'เซ็พเทอะ(ร)/ *n. (Brit.; lit. or fig.)* คทาในพิธีบรมราชาภิเษก

schadenfreude /'ʃa:denfrɔɪdə/'ชาเด็นฟรอยเดอะ/ *n.* ความสะใจในความทุกข์ของผู้อื่น

schedule /'ʃedju:l, US 'skedʒʊl/'เช็ดดวล, 'ซเก็จจุล/ ❶ *n.* Ⓐ *(list)* รายการ, ตาราง; *(for event, festival)* รายการ, ตารางงาน; Ⓑ *(plan of procedure)* ตารางขั้นตอน; **filming ~:** ตารางขั้นตอนการถ่ายทำภาพยนตร์; **we are working to a tight ~:** พวกเรากำลังทำงานตามตารางขั้นตอนที่เข้มงวด; **go** *or* **happen [according] to ~:** เป็นไปตามแผน; Ⓒ *(set of tasks)* ตารางงาน; **work/study ~:** ตารางทำงาน/เรียน; **a heavy work ~:** ตารางทำงานที่หนัก; Ⓓ *(tabulated statement)* ตารางรายการ; *(appendix)* ภาคผนวก; *(blank form)* ตารางเปล่า; **[tax] ~:** ตาราง [ภาษี]; Ⓔ *(timetable)* ตารางเวลา; Ⓕ *(time stated in plan)* **on ~:** ตามตารางเวลา; **arrive on ~:** มาตามตารางเวลา; **flight ~s** ตารางเวลาเที่ยวบิน; **bus/train ~s** ตารางเวลาเดินรถประจำทาง/รถไฟ; ➡ + ahead C; behind 2 E

❷ *v.t.* Ⓐ *(make plan of)* ทำตารางรายการ; *(appoint to be done)* กำหนดการที่ต้องทำ; **be ~d for Thursday** ได้กำหนดสำหรับวันพฤหัสบดี; **we are ~d to start next week** เรามีกำหนดที่จะเริ่มอาทิตย์หน้า; **they have ~d the building for demolition** พวกเขาได้กำหนดให้ตึกนี้ถูกรื้อถอน; Ⓑ *(make timetable of)* กำหนดการ; *(include in timetable)* รวมในตารางเวลา; **trains which are ~d to run at a given time** รถไฟซึ่งได้กำหนดเวลาไว้แล้ว; Ⓒ *(make list of)* จัดทำรายการ; *(include in list)* รวมในรายการ (in); *(Brit.: to be preserved)* ขึ้นชื่อ *(อาคาร)* ในทะเบียนอนุรักษ์

scheduled /'ʃedju:ld/'เช็ดดวลด/ *adj.* Ⓐ *(according to timetable)* ตามตารางเวลา; **~ flight** เที่ยวบินที่กำหนดในตารางเวลา; **make a ~ stop** หยุดตามที่กำหนดในตารางเวลา; Ⓑ *(Brit.: in list of protected buildings)* ที่ขึ้นรายชื่อเป็นสถานที่ต้องอนุรักษ์

schematic /skɪ'mætɪk/ซกิ'แมทิค/ *adj.*, **schematically** /skɪ'mætɪkəlɪ/ซกิ'แมทิเคอะลิ/ *adv.* ในรูปแบบของแผนภาพ

schematize (**schematise**) /'ski:mətaɪz/'ซกีเมอะทายซ/ *v.t.* จัดเป็นรูปแบบของแผนภาพ

scheme /ski:m/ซกีม/ ❶ *n.* Ⓐ *(arrangement)* การจัดการ, การเตรียมการที่เป็นระบบ; **general ~ of things** โดยทั่วไป, สถานการณ์ทั่วไป; ➡ + colour scheme; Ⓑ *(table of classification, outline)* ตาราง, โครงร่าง; **~ [of study]** *(syllabus)* ตารางรายวิชาเรียน; Ⓒ *(plan)* แผนการ; *(project)* โครงการ; **pension ~:** แผนบำเหน็จบำนาญ; Ⓓ *(dishonest plan)* แผนการชั่วร้าย; **~ of revenge** แผนการแก้แค้น; **what ~ are you plotting?** คุณกำลังวางแผนอะไรอยู่ ❷ *v.i.* วางแผนการลับ; **~ for sb.'s downfall/to assassinate sb.** วางแผนโค่น/ที่จะลอบสังหาร *ค.น.* ❸ *v.t.* วางแผนการลับ ๆ

schemer /'ski:mə(r)/'ซกีเมอะ(ร)/ *n.* ผู้วางแผน, ผู้ออกอุบาย; **your sister is a real little ~:** น้อง/พี่สาวของคุณเป็นนักวางแผนตัวน้อย ๆ อย่างแท้จริง

scheming /'ski:mɪŋ/'ซกีมิง/ ❶ *n., no pl., no indef. art.* แผนการ, การวางแผน, การวางอุบาย; **be given to ~:** ให้แก่การวางแผนการ ❷ *adj.* มีเล่ห์เหลี่ยม, ฉลาดแกมโกง, ต้มตุ๋น; **be a ~ person, have a ~ nature** เป็นคนที่ฉลาดแกมโกง/มีเล่ห์เหลี่ยม

scherzo /'skeətsəʊ/'ซแกทโซ/ *n., pl.* **~s** *(Mus.)* ชิ้นของงานดนตรีที่มีชีวิตชีวา

schism /'sɪzm, 'skɪzm/'ซิซฺ'ม, 'ซกิซฺ'ม/ *n.* Ⓐ *(Eccl.)* การแตกแยกนิกายในศาสนา; Ⓑ *(in any group)* การแบ่งแยกออกเป็นกลุ่มที่ขัดแย้งกัน, การแตกแยกออกจากกัน

schismatic /sɪz'mætɪk, skɪz'mætɪk/ซิซ'แมทิค, ซกิซ'แมทิค/ *adj. (Eccl.)* ที่มีแนวโน้มที่จะแตกแยกออกเป็นนิกายในศาสนา

schist /ʃɪst/ชิซทฺ/ *n. (Geol.)* หินที่ประกอบด้วยชั้นของแร่ธาตุต่าง ๆ และแยกออกได้เป็นชั้น ๆ

schizo /'skɪtsəʊ/'ซกิทโซ/ *(coll.)* ❶ *n., pl.* **~s** คนที่ป่วยเป็นโรคจิตสคิทโซฟรีเนีย, คนที่มีอาการแบบโรคนี้ ❷ *adj.* มีอาการเหมือน *หรือ* ที่ป่วยเป็นโรคจิตชนิดนี้

schizoid /'skɪtsɔɪd/'ซกิทซอยด/ *(Psych.)* ❶ *adj.* ที่ป่วยเป็นโรคจิต, ที่มีอาการเหมือนโรคจิตสคิทโซฟรีเนีย ❷ *n.* คนที่มีอาการเหมือน, คนที่ป่วยเป็นโรคจิต

schizophrenia /skɪtsə'fri:nɪə/ซกิทโซ'ฟรีเนีย/ *n. (Psych.)* โรคจิตชนิดหนึ่งที่ทำให้ผู้ป่วยทำตัวแปลก ๆ เกิดภาพหลอนและเก็บตัวไม่ยุ่งกับคนอื่น

schizophrenic /skɪtsə'frenɪk/ซกิทโซ'เฟร็นนิค/ *(Psych.; also fig. coll.)* ❶ *adj.* ที่ป่วยเป็นโรคจิตสคิทโซฟรีเนีย ❷ *n.* คนที่ป่วยเป็นโรคจิตสคิทโซฟรีเนีย

schlep(p) /ʃlep/ชเล็พ/ ❶ *n. (coll.)* งานที่หนัก, การแบกของหนัก ❷ *v.t.* ลาก ❸ *v.i.* เคลื่อนไป *หรือ* ทำงานอย่างยากลำบาก

schlock /ʃlɒk/ชลอค/ *n. (coll.)* สินค้าด้อยคุณภาพ, ขยะ

schmaltz /ʃmɔ:lts/ชมอลทซ/ *n. (coll.)* ความอ่อนไหว, ความเคลิบเคลิ้มในอารมณ์ *(การแสดงละคร, เสียงดนตรี ฯลฯ)*

schmaltzy /'ʃmɔ:ltsɪ/'ชมอลทซิ/ *adj. (coll.)* *(การแสดงละคร, ดนตรี, วรรณคดี ฯลฯ)* ที่มีความอ่อนไหว, ความเคลิบเคลิ้มในอารมณ์

schmuck /ʃmʌk/ชมัค/ *n. (esp. Amer. coll.)* คนโง่, คนที่น่าดูถูกดูแคลน

schnapps /ʃnæps/ชแนพซ/ *n.* เหล้าแรงชนิดหนึ่ง

schnauzer /'ʃnaʊtsə(r)/'ชนาวทเซอะ(ร)/ *n.* สุนัขเยอรมันชนิดหนึ่งมีขนหยาบ

schnitzel /'ʃnɪtsl/'ชนิทซ'ล/ *n. (Gastr.)* เนื้อลูกวัวที่ทุบให้แบนชุบขนมปังบดและทอด

schnorkel /'ʃnɔ:kl/'ชนอค'ล/ ➡ **snorkel**

scholar /'skɒlə(r)/'ซกอเลอะ(ร)/ *n.* Ⓐ *(learned person)* ผู้เชี่ยวชาญ, นักวิชาการ; **literary/linguistic/musical ~:** ผู้เชี่ยวชาญทางด้านวรรณคดี/ภาษาศาสตร์/ดนตรี; **Shakespeare[an] ~:** ผู้เชี่ยวชาญศึกษาผลงานวรรณกรรมของเชคสเปียร์; **be a ~ in one's field** เป็นนักวิชาการในสาขาของตน; Ⓑ *(one who learns)* นักเรียน, นักศึกษา; **be no ~:** เรียนไม่เก่ง; Ⓒ *(holder of scholarship)* ผู้ที่ได้รับทุนการศึกษา

scholarly /'skɒləlɪ/'ซกอเลอะลิ/ *adj. (having much learning)* ที่แสดงการเรียน, คงแก่เรียน; **a ~ life** ชีวิตแบบคงแก่เรียน; **he has a ~ appearance** เขามีลักษณะของคนคงแก่เรียน

scholarship /'skɒləʃɪp/'ซกอเลอะชิพ/ *n.* Ⓐ *(payment for education)* ทุนการศึกษา; Ⓑ *no pl. (scholarly work)* ผลงานทางวิชาการ; *(methods)* วิธีการของคนที่มีความรู้; **a work full of ~:** งาน

ที่เต็มไปด้วยความเชี่ยวชาญ; Ⓒ *no pl. (body of learning)* **literary/linguistic/historical ~**: แขนงวิชาเรียนวรรณคดี/ภาษาศาสตร์/ประวัติศาสตร์; **contribute to Shakespearean/Romance ~**: มีส่วนในแขนงวิชาผลงานวรรณกรรมของเชคสเปียร์/ในยุคของโรมานซ์

scholastic /skəˈlæstɪk/ซเกอะˈแลซทิค/ *adj.* Ⓐ เกี่ยวกับมหาวิทยาลัย/โรงเรียน; *(ความสามารถ, ความสำเร็จ)* ทางการศึกษา, ทางด้านวิชาการ; Ⓑ *(Philos., Theol.)* เหมือนหรือเกี่ยวกับครูสอนปรัชญา

scholasticism /skəˈlæstɪsɪzm/ซเกอะˈแลซทิซˈม/ *n.* Ⓐ อนุรักษ์นิยม, ในด้านการเรียนรู้; Ⓑ *(P hilos., Theol.) ระบบของปรัชญาที่สอนในมหาวิทยาลัยในยุคกลางซึ่งมีรากฐานอยู่บนลัทธิเทวนิยม*

¹**school** /sku:l/ซกูล/ ❶ *n.* Ⓐ โรงเรียน; *(Amer.: university, college)* มหาวิทยาลัย, วิทยาลัย; **what do they teach them in ~s?** เขาสอนอะไรกันในโรงเรียน; **be at** *or* **in ~**: อยู่ที่โรงเรียน *หรือ* เรียนอยู่; *(attend ~)* ไปโรงเรียน; **be kept in ~ [late]** ถูกกักอยู่ในโรงเรียน [สาย]; **to/from ~**: ไป/จากโรงเรียน; **go to ~**: ไปโรงเรียน, เรียนหนังสือ; **leave ~**: สำเร็จการศึกษา; **have ~**: ต้องไปโรงเรียน; **have time off ~**: หยุดเรียน, พักเรียน; **be absent from ~**: ขาดเรียน; **one hour before/after ~**: หนึ่งชั่วโมงก่อน/หลังโรงเรียน *(เข้า/เลิก)*; **there will be no ~ today** วันนี้โรงเรียนหยุด; **the ~ of life** *(fig.)* บทเรียนของชีวิต; **~ is fun/boring** โรงเรียนสนุก/น่าเบื่อ; **my first day of ~, the day I started ~**: วันแรกที่ฉันไปโรงเรียน; Ⓑ *attrib.* *(แพทย์, รถพิเศษ, ห้องสมุด)* ประจำโรงเรียน; *(หนังสือ)* เรียน; *(ชุด)* นักเรียน; **~ holidays** เวลาโรงเรียนปิดเทอม; **~ exchange** โรงเรียนในโครงการแลกเปลี่ยนนักเรียน; **the ~ term** ภาคการศึกษา; **take ~ meals** กินอาหารที่โรงเรียนจัดทำ; **the ~ caretaker** ภารโรง, ผู้ดูแลโรงเรียน; **my rusty ~ French** ภาษาฝรั่งเศสที่จากสมัยเรียนหนังสืองู ๆ ปลา ๆ ของฉัน; Ⓒ *(disciples)* ผู้ติดตาม; **~ of thought** แนวความคิดแบบหนึ่ง; ➡ **+ old** 1 C, F; Ⓓ *(Brit.: group of gamblers)* กลุ่มนักการพนัน; Ⓔ *(Univ.: department)* แผนก, ภาควิชา; **~ of history** คณะประวัติศาสตร์; **law/medical ~**: คณะนิติศาสตร์/แพทย์ศาสตร์

❷ *v.t.* Ⓐ *(send to ~)* ส่งไปโรงเรียน; Ⓑ *(train)* ฝึก *(เด็ก, ม้า)*; อบรมสั่งสอน; **~ sb. in sth.** ฝึก *ค.น.* ใน *ส.น.*

²**school** *n. (of fish)* ฝูง

school: ~ age *n.* วัยเรียน; **children of ~ age** เด็ก ๆ ในวัยเรียน; **~bag** *n.* กระเป๋านักเรียน; **~ board** *n. (Amer./Hist)* คณะกรรมการท้องถิ่นที่มีหน้าที่ควบคุมโรงเรียน; **~ book** *n.* ตำราเรียน; **~boy** *n. (เด็ก)* นักเรียนชาย; **every ~boy knows that** *(เด็ก)* นักเรียนชายทุกคนรู้สิ่งนั้น; **~boyish** *adj.* เหมือนเด็กนักเรียนชาย; **~child** *n.* เด็กนักเรียน; **~days** *n. pl.* วันเวลา/สมัยที่ยังเป็นนักเรียน

schooled /sku:ld/ซกูลดฺ/ *adj.* ได้รับการศึกษา; *(ม้า)* ได้รับการฝึกอบรม; **be [highly] ~ in sth.** ได้รับการศึกษา [สูง] ใน *ส.น.*

school: ~ fees *n. pl.* ค่าธรรมเนียมการศึกษา; **~fellow** *n.* เพื่อนร่วมโรงเรียนเดียวกัน; **~ friend** *n.* เพื่อนนักเรียน; **~girl** *n. (เด็ก)* นักเรียนหญิง; **~girlish** *adj.* เหมือน *(เด็ก)* นักเรียนหญิง; **~house** *n.* ตึกอาคารของโรงเรียน

schooling /ˈsku:lɪŋ/ˈซกูลิง/ *n.* Ⓐ การเรียน, การศึกษา *(ในโรงเรียน)*; **he has had little ~**: เขามีการศึกษาน้อย; **have one's ~**: ได้รับการศึกษา; **I received my ~ at his hands** ฉันได้รับการศึกษาจากเขา; Ⓑ *(Horse riding)* การฝึกม้า

school: ~kid *n. (coll.)* เด็กนักเรียน; **~ leaver** *n. (Brit.)* เด็กที่เพิ่งออกจากโรงเรียน; **~-ˈleaving age** *n. (Brit.)* เกณฑ์อายุต่ำที่สุดที่เด็กนักเรียนเลิกเรียนได้; **~ma'am** *n. (coll.)* ➡ **~marm**; **~ man** /ˈsku:lmən/ˈซกูลเมิน/ *n., pl.* **~men** /ˈsku:lmən/ˈซกูลเมิน/ Ⓐ *(medieval teacher)* ครูที่สอนวิชาปรัชญาในมหาวิทยาลัยในสมัยกลาง; *(Philos., Theol.)* ครูที่สอนวิชาปรัชญาในมหาวิทยาลัย; Ⓑ *(Amer.: teacher)* ครู; **~marm** /ˈsku:lmɑ:m/ˈซกูลมาม/ *n. (coll.)* ผู้หญิงคร่ำครึขี้บ่นและเข้มงวด; **~marmish** /ˈsku:lmɑ:mɪʃ/ˈซกูลมามิช/ *adj. (coll.) (ผู้หญิง)* คร่ำครึขี้บ่น; **~master** *n.* ➤ **489** ครูผู้ชาย; **~mastering** /ˈsku:lmɑ:stərɪŋ/ˈซกูลมาซเตอะริง/ *n.* ความเป็นครูผู้ชาย; **~mate** ➡ **schoolfellow**; **~mistress** *n.* ➤ **489** ครูผู้หญิง; **~room** *n.* ห้องเรียน; **~teacher** *n.* ➤ **489** ครูในโรงเรียน; **~ time** *n.* Ⓐ *(lesson-time)* เวลาเรียน; **in** *or* **during ~ time** ใน *หรือ* ระหว่างเวลาเรียน; Ⓑ *(~days)* สมัยเรียน; **~ work** *n.* การบ้าน

schooner /ˈsku:nə(r)/ˈซกูเนอะ(ร)/ *n.* Ⓐ *(Naut.)* เรือใบที่มีเสากระโดงสองเสาขึ้นไป; Ⓑ *(Brit.: sherry glass)* แก้วทรงสูงสำหรับเหล้าองุ่นเชอร์รี่; Ⓒ *(Amer.: beer glass)* แก้วใส่เบียร์

schottische /ʃɒˈti:ʃ/ชอˈทีช/ *n. (Mus.)* ดนตรีใช้ในการเต้นรำปอลกา *(ท.ศ.)*

schuss /ʃʊs/ชุซ/ *(Skiing)* ❶ *n. (downhill run)* การดิ่งสกีตรงลงมาอย่างเร็ว; *(course)* เส้นทางดิ่งสกีตรงลงมา ❷ *v.i.* ดิ่งสกีตรงลงมาอย่างเร็ว

schwa /ʃwɑ:/ชวา/ *n. (Phonet.)* เสียงสระที่ไม่เน้นเสียงในภาษาอังกฤษ = /ə/

sciatic /saɪˈætɪk/ไซˈแอทิค/ *adj. (Med.)* เกี่ยวกับสะโพก, เกี่ยวกับเส้นประสาทในสะโพก; **have a ~ hip** มีสะโพกปวดบวมตามเส้นประสาท

sciatica /saɪˈætɪkə/ไซˈแอทิเคอะ/ *n.* ➤ **453** *(Med.)* อาการปวดอย่างแรงของเส้นประสาทไซแอติกในบริเวณสะโพก

sciatic nerve /saɪætɪk ˈnɜ:v/ไซแอทิค ˈเนิวฺ/ *n. (Anat.)* เส้นประสาทไซแอติก *(ท.ศ.)* ในสะโพก

science /ˈsaɪəns/ˈไซเอินซฺ/ *n.* Ⓐ *no pl., no art.* วิทยาศาสตร์; **applied/pure ~**: วิทยาศาสตร์ประยุกต์/บริสุทธิ์; **the ~ of medicine, medical ~**: วิทยาศาสตร์การแพทย์; Ⓑ *(branch of knowledge)* ศาสตร์ *หรือ* แขนงสาขาของความรู้; **moral ~**: จริยศาสตร์; Ⓒ **[natural] ~**: วิทยาศาสตร์ [ธรรมชาติ]; Ⓓ *(technique, expert's skill)* หลักวิชา, ทักษะความชำนาญ

science: ~ ˈfiction *n.* นิยายวิทยาศาสตร์; **~ park** *n.* สถานที่วิจัยทางวิทยาศาสตร์ *หรือ* การพัฒนาอุตสาหกรรมที่มีพื้นฐานทางวิทยาศาสตร์

scientific /saɪənˈtɪfɪk/ไซเอินˈทิฟฟิค/ *adj.* Ⓐ เป็นวิทยาศาสตร์; *(of natural science)* เป็นวิทยาศาสตร์ธรรมชาติ; Ⓑ *(using technical skill) (นักเทนนิส, นักมวย)* ใช้ทักษะความชำนาญ

scientifically /saɪənˈtɪfɪkəlɪ/ไซเอินˈทิฟฟิเคอะลิ/ *adv.* Ⓐ โดยวิทยาศาสตร์; *(with relation to natural science)* โดยวิทยาศาสตร์ธรรมชาติ; Ⓑ *(using technical skill)* โดยใช้ทักษะความชำนาญ

scientist /ˈsaɪəntɪst/ˈไซเอินทิซทฺ/ *n.* ➤ **489** นักวิทยาศาสตร์; *(in physical or natural science)* นักวิทยาศาสตร์กายภาพหรือธรรมชาติ; *(student of a science)* นักเรียนสายวิทยาศาสตร์: **biological/social/computer ~s** นักชีววิทยา/นักสังคมสาสตร์/นักวิทยาศาสตร์คอมพิวเตอร์

Scientologist /saɪənˈtɒlədʒɪst/ไซเอินˈทอเลอะจิซทฺ/ *n.* คนที่เชื่อในลัทธิไซเอ็นทอโลจี

Scientology /saɪənˈtɒlədʒɪ/ไซเอินˈทอเลอะจิ/ *n. ศาสนาที่เน้นการปรับปรุงและการพัฒนาตนเองอย่างเป็นขั้นตอน*

sci-fi /ˈsaɪfaɪ/ˈซายฟาย/ *n. (coll.)* นวนิยายแนววิทยาศาสตร์

scilla /ˈsɪlə/ˈซิลเลอะ/ *n. (Bot.)* พืชในสกุล *Scilla* มีดอกเป็นรูปดาวหรือกระดิ่ง

Scillies /ˈsɪlɪz/ˈซิลลิซ/, **Scilly Isles** /ˈsɪlɪ aɪlz/ˈซิลิ ไอลซ/ *pr. n. pl.* หมู่เกาะซิลลี่ *(อยู่ทางทิศตะวันตกของจังหวัดคอร์นวอลล์ ในประเทศอังกฤษ)*

scimitar /ˈsɪmɪtə(r)/ˈซิมมิเทอะ(ร)/ *n.* ดาบโค้งปลายกว้างแบบตะวันออก

scintillate /ˈsɪntɪleɪt, US -təleɪt/ˈซินทิเลท, -เทอะเลท/ *v.i. (fig.)* พูดจาเฉลียวฉลาด, มีไหวพริบ, มีสติปัญญา

scintillating /ˈsɪntɪleɪtɪŋ, US -təleɪtɪŋ/ˈซินทิเลทิง, -เทอะเลทิง/ *adj. (fig.)* ฉลาด, มีไหวพริบ, มีสติปัญญา

scintillation /sɪntɪˈleɪʃn/ซินทิˈเลช'น/ *n.* Ⓐ *no pl. (sparkling)* การส่องแสงประกายแวววาว; Ⓑ *(spark)* ประกายแวววาว; Ⓒ *(Astron.)* การส่องแสงเป็นประกายระยิบระยับ; *(Phys.)* การเรืองแสงของวัตถุ

scion /ˈsaɪən/ˈซายเอิน/ *n.* Ⓐ *(Hort.)* หน่อต้นไม้; *(for grafting)* หน่อที่ใช้ในการต่อกิ่ง; Ⓑ *(descendant)* ลูกหลานตระกูลผู้ดี

scissors /ˈsɪzəz/ˈซิซเซิซ/ *n. pl.* **[pair of] ~**: กรรไกร 1 เล่ม; **any/some ~**: กรรไกร; **be a ~-and-paste job** *(บทความ, หนังสือ ฯลฯ)* ที่เก็บรวบรวมกันมาจากส่วนอื่น

ˈ**scissors kick** *n. (Swimming)* การว่ายน้ำโดยใช้ขาตีกรรเชียงขึ้นลงในน้ำ

sclerosis /skləˈrəʊsɪs/ซเกลอะˈโรซิซ/ *n., pl.* **scleroses** /skləˈrəʊsi:z/ซเกลอะˈโรซีซ/ Ⓐ ➤ **453** *(Med.)* การแข็งตัวผิดปกติของเนื้อเยื่อ; **disseminated** *or* **multiple ~**: โรคระบบประสาทเรื้อรังขั้นสุดท้าย *(ที่จะมีผลต่ออาการเป็นอัมพาตและพูดไม่ได้)*; Ⓑ *(Bot.)* การแข็งตัวของเซลล์พืชเป็นเปลือกไม้

sclerotic /skləˈrɒtɪk/ซเกลอะˈรอทิค/ *adj.* Ⓐ *(Med.)* ที่เนื้อเยื่อแข็งตัวผิดปกติ; **be a ~ patient** เป็นคนไข้ที่เนื้อเยื่อแข็งตัวผิดปกติ; Ⓑ *(Bot.)* ซึ่งเซลล์พืชแข็งตัวเป็นเปลือกไม้; Ⓒ *(Anat.)* เกี่ยวกับเนื้อเยื่อสีขาวที่เคลือบลูกตา

¹**scoff** /skɒf, US skɔ:f/ซกอฟ/ *v.i. (mock)* หัวเราะเยาะ, เย้ยหยัน, ล้อเลียน; **~ing remarks** คำพูดที่เย้ยหยัน; **~ at sb./sth.** หัวเราะเยาะ *ค.น./ส.น.*; **he ~ed at danger** เขาเย้ยหยันภัยอันตราย

²**scoff** *(coll.)* ❶ *v.t. (eat greedily)* กินอย่างตะกละตะกลาม, กินมูมมาม ❷ *v.i.* กินอย่างตะกละตะกลาม, กินมูมมาม

scoffer /ˈskɒfə(r), US ˈskɔ:fə(r)/ˈซกอเฟอะ(ร)/ *n.* คนที่หัวเราะเยาะ, คนที่เย้ยหยัน

scold /skəʊld/ซโกลดฺ/ ❶ *v.t.* ดุว่า, ด่า, ตำหนิ **(for** ที่**)**; **she ~ed him for coming late** เธอดุว่าที่เขามาสาย ❷ *v.i.* บ่น, โวยวาย; **~ing wife** ภรรยาที่ขี้บ่น ❸ *n.* หญิงที่ขี้บ่น

scolding /ˈskəʊldɪŋ/ˈซโกลดิง/ *n.* การดุว่า, การด่า, การตำหนิ; **give sb. a ~**: ด่าว่า *ค.น.*; **get a ~**: ถูกตำหนิ

scollop /ˈskɒləp/ซกุอเลิพ/ ➡ scallop

sconce /skɒns/ซกอนซฺ/ *n.* Ⓐ *(flat candlestick)* เชิงเทียนชนิดแบนที่มีหูถือ; *(candlestick fixed to wall)* เชิงเทียนที่ติดกับผนังกำแพง; Ⓑ *(socket)* ที่ปักเทียน

scone /skɒn, skəʊn, US skəʊn/ซกอน, ซโกน/ *n.* ขนมเค้กชิ้นเล็ก ๆ, สโคน *(ท.ศ.)*

scoop /sku:p/ซกูพ/ ❶ *n.* Ⓐ *(shovel)* พลั่ว; **a ~ of coal** ถ่านหินหนึ่งพลั่ว; Ⓑ *(ladle; ladleful)* ทัพพี; เต็มทัพพี; Ⓒ *(for ice cream, mashed potatoes)* ช้อนตัก; *(quantity taken by ~)* ปริมาณเท่าช้อนที่ตัก; *(of ice cream)* ก้อน; Ⓓ **apple ~:** ที่คว้านส่วนเนื้อกลางลูกแอปเปิ้ล; **cheese ~:** ที่ตักเนยแข็งออกจากก้อนใหญ่; Ⓔ *(large profit)* ผลกำไรใหญ่โต; **make a [considerable] ~:** ทำกำไร [ได้มาก]; Ⓕ *(Journ.)* ข่าวที่เสนอก่อนคู่แข่ง, สกู๊ป *(ท.ศ.)*
❷ *v.t.* Ⓐ *(lift)* ตัก *(ถ่านหิน, น้ำตาล)*; *(with ladle)* ตักด้วยทัพพี; *(out of fruit, cheese)* คว้าน *(ผลไม้)*; Ⓑ *(secure)* ได้กำไรงาม; *(in a lottery, bet)* ได้เงินมาก; **~ the pool** ชนะได้เงินกองกลางทั้งหมด; Ⓒ *(Journ.)* ชิงได้ข่าวก่อน

~ **'out** *v.t.* Ⓐ *(hollow out)* ตักให้เป็นโพรง; Ⓑ *(remove)* คว้านออก *(เนื้อผลไม้)*; ควักออก; *(with a knife)* คว้านออกด้วยมีด; *(excavate)* ขุดโพรง, ขุดดิน

~ **'up** *v.t.* ขุด *(ดิน)* ขึ้นมา; ตักขึ้น *(น้ำ, ซุป, ถ่านหิน)*; **he ~ed the child up in his arms** เขาอุ้มเด็กมาไว้ในวงแขน

'scoop neck *n.* คอกลมคว้านลึก; **a ~ dress** ชุดสตรีที่มีคอกลมคว้านลึก

scoot *v.i. (coll.)* วิ่งหนีไป; *(to escape)* หลบหนี; **off you go, ~!** หนีไปเสีย

scooter /ˈsku:tə(r)/ˈซกูเทอะ(ร)/ *n.* Ⓐ *(toy)* จักรยานสองล้อสำหรับเด็กไถเล่น; Ⓑ **[motor] ~:** รถจักรยานยนต์ขนาดเล็ก

¹scope /skəʊp/ซโกพ/ *n., no indef. art.* Ⓐ ขอบเขต, ระยะ; *(of person's activities, job)* ขอบเขต; *(of law)* การครอบคลุม; *(of department, discussion, investigation, etc.)* ขอบเขต; **that is a subject within my ~:** นี่เป็นเรื่องที่ฉันพอจะมีความรู้บ้าง; **that is a subject beyond my ~:** เรื่องนั้นอยู่นอกเหนือขอบเขตของฉัน; *(beyond my grasp)* นั่นเป็นสิ่งที่ยากเกินไปสำหรับฉัน; **that is beyond the ~ of my essay** นั่นมันนอกเรื่องที่ฉันเขียนในเรียงความ; Ⓑ *(opportunity)* โอกาส; **give ample ~ for new ideas** ให้โอกาสแก่ความคิดใหม่ ๆ มาก

²scope *n. (coll.) (telescope)* กล้องโทรทรรศน์; *(microscope)* กล้องจุลทรรศน์

scorch /skɔ:tʃ/ซกอฉ/ ❶ *v.t.* ย่างจนเกรียม ❷ *v.i.* Ⓐ *(become damaged by heat)* ไหม้; Ⓑ *(coll.: run or travel quickly)* วิ่งเร็วมาก ❸ *n.* รอยไหม้เกรียม

scorched earth policy /skɔ:tʃt ˈɜ:θ pɒlɪsɪ/ซกอฉุท ˈเอิธ พอลิซิ/ *n. (Mil.)* นโยบายการทำลายล้างสิ่งที่จะเป็นประโยชน์ต่อศัตรูที่ต้องการยึดครองประเทศ

scorcher /ˈskɔ:tʃə(r)/ˈซกอเฉอะ(ร)/ *n. (Brit. coll.)* **today's a [real] ~:** วันนี้อากาศร้อนเหลือเกิน; **what a ~!** อากาศร้อนชิบหายเลย *(ภ.พ.)*

scorching /ˈskɔ:tʃɪŋ/ˈซกอฉิง/ ❶ *adj.* Ⓐ *(อากาศ)* ร้อนจัด; *(คำวิพากษ์วิจารณ์)* รุนแรง; Ⓑ *(coll.) (ความเร็ว)* จี๋ ❷ *adv.* **~ hot** *(อากาศ)* ร้อนมาก ๆ

score /skɔ:(r)/ซกอ(ร)/ ❶ *n.* Ⓐ *(points)* แต้ม, คะแนน; **What's the ~? – The ~ was 4-1 at half-time** คะแนนเป็นเท่าไร คะแนน 4-1 ในครึ่งแรก; **final ~:** คะแนนสุดท้าย; **keep [the] ~:** รักษาแต้ม, คอยนับคะแนน; *(in written form)* จดแต้ม, จดคะแนน; **know the ~** *(fig. coll.)* ตระหนักถึงความจริง *หรือ* รู้ว่าอะไรเป็นอะไร *(ภ.พ.)*; Ⓑ *(Mus.)* บทเพลงทั้งหมดของส่วนประกอบต่าง ๆ; *(Film)* ดนตรีประกอบภาพยนตร์; Ⓒ *pl.* ~ *or* **~s** *(group of 20)* กลุ่มจำนวนยี่สิบ; **a ~ of people** กลุ่มคนยี่สิบคน; **three ~ years and ten** 70 ปี; Ⓓ *in pl. (great numbers)* **~s [and ~s] of** จำนวนมาก; **~s of times** หลาย ๆ ครั้ง; Ⓔ *(notch)* รอยบาก; *(scratch)* รอยขีดข่วน; *(weal)* รอยแนวที่ถูกตี; *(crack in skin)* รอยแตกบนผิว; **make a ~ on the cardboard** กรีดรอยบนกระดาษแข็ง; Ⓕ *(dated : running account)* หนี้ขึ้นบัญชีค้างจ่าย; *(have a tab)* มีบัญชีค้างไว้; **pay off** *or* **settle an old ~** *(fig.)* ชำระหนี้แค้นจากอดีต; Ⓖ *(reason)* เหตุผล; **on one/this ~:** ด้วยเหตุผลข้อหนึ่ง/นี้; **on the ~ of** เนื่องด้วย; **on that ~:** ด้วยเหตุผลข้อนั้น
❷ *v.t.* Ⓐ *(win)* ได้ชัยชนะ *หรือ* ได้คะแนน; **~ a direct hit on sth.** โยน/ตีตรงเป้า; *(ระเบิด)* ทิ้งลงมาตรงฟ้า; **the play ~d a success** ละครประสบความสำเร็จ; **you've ~d a success there** คุณประสบความสำเร็จที่นั่น; **~ a goal** ยิงเข้าประตู, ได้ประตู 1 ประตู; **we ~d 13** เราได้ 13 คะแนน; **~ points off** *(coll.)* ➡ score off; Ⓑ *(make notch/notches in)* ทำรอยขีดข่วนบน; *(carve in)* แกะสลัก *ส.น.*; **~ grooves in sth.** กรีด/สลักร่องรอยบน *ส.น.*; **the wood was deeply ~d** *(with notches/grooves)* ไม้ถูกขีดข่วนลึกมาก; Ⓒ *(be worth)* มีค่า; **the ace ~s ten [points]** ไพ่เอซมีคะแนน 10 แต้ม; Ⓓ *(allot ~ to)* ให้คะแนน *(แก่ผู้แข่งขัน ฯลฯ)*; Ⓔ *(dated: mark up)* ชำระหนี้เก่าที่มีกับ *ค.น.* (to *or* against); **~ sth. against** *or* **to sb.** *(fig.)* คิดบัญชีกับ *ค.น.* เรื่อง *ส.น.*; Ⓕ *(Mus.)* เขียนบทเพลงทั้งหมดของดนตรี; *(orchestrate)* เขียนบทของเครื่องดนตรีส่วนต่าง ๆ; *(compose music for)* ประพันธ์เพลงสำหรับ; Ⓖ *(make record of)* จดบันทึก; Ⓗ *(Amer.: criticize severely)* วิพากษ์วิจารณ์อย่างรุนแรง
❸ *v.i.* Ⓐ *(make score)* ทำแต้ม, ทำคะแนน; *(~ goal/goals)* ได้ประตู; **~ high** *or* **well** *(in test etc.)* ทำคะแนนสูง *หรือ* ดี *(ในการทดสอบ ฯลฯ)*; **do you know how to ~?** คุณรู้ไหมว่าต้องคิดคะแนนอย่างไร; Ⓑ *(keep score)* รักษาคะแนน; Ⓒ *(secure advantage)* ได้ข้อได้เปรียบ (over เหนือ); *(be a hit) (นักแสดง)* ประสบความสำเร็จ; Ⓓ *(sl.: obtain drugs)* ได้ยาเสพติด; Ⓔ *(sl.: have sex)* เอากัน *(ภ.ย.)* (with กับ); **I'd like to ~ with her** ฉันอยากจะเอากับเธอ *(ภ.ย.)*

~ **off** *v.t. (coll.)* ได้เปรียบในการโต้แย้ง

~ **'out**, ~ **'through** *v.t.* ขีดเส้น, ขีดออก/เข้า

~ **'up** *v.t.* จดรวมหนี้ทั้งหมด; **~ up the amount I owe you for these goods** จดรวมราคาที่ฉันเป็นหนี้คุณสำหรับสินค้าเหล่านี้

score: ~board *n.* ป้ายจดคะแนน, ป้ายบอกคะแนน; **~book** *n. (Sport)* สมุดจดคะแนน; **~card** *n. (Sport.)* บัตรจดคะแนน

scorer /ˈskɔ:rə(r)/ˈซกอเรอะ(ร)/ *n.* Ⓐ *(recorder of score)* ผู้จดคะแนน; Ⓑ *(Footb.)* คนทำประตู; **he was the top** *or* **highest ~:** เขาเป็นคนที่ทำประตูได้มากที่สุด

'scoresheet *n. (Sport)* แผ่นบันทึกคะแนน

scoring /ˈskɔ:rɪŋ/ˈซกอริง/ *n.* Ⓐ *(Mus.)* การเขียนบทเพลงดนตรี; *(for orchestra)* การเขียนบทเพลงสำหรับเครื่องดนตรีต่าง ๆ; Ⓑ *(keeping score)* การจดบันทึกคะแนน

scorn /skɔ:n/ซกอน/ ❶ *n., no pl., indef. art.* การดูถูก, การดูหมิ่น, การเหยียดหยาม; **with ~:** ด้วยการดูถูก; **be the ~ of sb.** เป็นที่ถูกเหยียดหยามของ *ค.น.*; ➡ + pour 1 A ❷ *v.t.* Ⓐ *(hold in contempt)* ดูถูก, เหยียดหยาม *(คำแนะนำ)*; Ⓑ *(refuse)* ปฏิเสธ *(ข้อเสนอ)*; **~ doing** *or* **to do sth.** ปฏิเสธที่จะทำ *ส.น.*

scornful /ˈskɔ:nfl/ˈซกอนฟ'ล/ *adj.* ดูถูกเหยียดหยาม; **with ~ disdain** ด้วยการดูถูกเหยียดหยาม; **be ~ of sth** ดูถูกเหยียดหยาม *ส.น.*

scornfully /ˈskɔ:nfəlɪ/ˈซกอนเฟอะลิ/ *adv.* อย่างดูถูกเหยียดหยาม

Scorpian /ˈskɔ:pɪən/ˈซกอเพียน/ *n. (Astrol.)* ผู้ที่เกิดในราศีแมงป่อง

Scorpio /ˈskɔ:pɪəʊ/ˈซกอพิโอ/ *n. (Astrol.)* ราศีแมงป่อง; *(Astron.)* กลุ่มดาวแมงป่อง; ➡ + Aries

scorpion /ˈskɔ:pɪən/ˈซกอเพียน/ *n.* Ⓐ *(Zool.)* แมงป่อง; Ⓑ *(Astrol.)* **the S~:** ราศีแมงป่อง; ➡ + archer B

Scot /skɒt/ซกอท/ *n.* ชาวสกอต *(ท.ศ.)*

scotch *v.t.* Ⓐ *(frustrate)* ทำให้ผิดหวัง, ขัดขวาง; Ⓑ *(put on end to)* ยุติ, ทำให้สิ้นสุด

Scotch /skɒtʃ/ซกอฉ/ ❶ *adj.* Ⓐ *(of Scotland)* ➡ Scottish; Ⓑ *(Ling.)* ➡ Scots 1 B ❷ *n.* Ⓐ *(whisky)* เหล้าวิสกี้; Ⓑ *(Ling.)* ➡ Scots 2; Ⓒ *constr. as pl.* **the ~:** ชาวสกอต

Scotch: ~ 'broth *n. (Gastr.)* ซุปเนื้อวัว, แกะ ตุ๋น; **~ 'egg** *n. (Gastr.)* ไข่ต้มแข็งหุ้มด้วยเนื้อไส้กรอก; **~ 'fir** *n.* ต้นสน *Pinus sylvestris* ที่พบในยุโรปและเอเชีย; **~man** /ˈskɒtʃmən/ˈซกอฉเมิน/ ➡ Scotsman; **~ 'mist** *n.* หมอกหนาที่มีอยู่ทั่วไปในพื้นที่สูง; **~ 'pine** ➡ ~ fir; **~ tape** ® *n. (Amer.)* สกอตเทป *(ท.ศ.)*; **~ 'terrier** *n.* สุนัขเทอร์เรียขนหยาบ; **~ 'whisky** *n.* เหล้าวิสกี้ที่ปรุงในสกอตแลนด์; **~woman** ➡ Scotswoman

scot-'free *pred. adj.* ปราศจากการลงโทษ หรือ อันตราย; **get off/go/escape ~:** หลุดคดีไป/หนีไปปราศจากการลงโทษ

Scotland /ˈskɒtlənd/ˈซกอทเลินดฺ/ *pr. n.* ประเทศสกอตแลนด์

Scotland 'Yard *n. (Brit.)* สำนักงานใหญ่ของกรมตำรวจในลอนดอน, แผนกสืบสวนสอบสวนคดีอาชญากรรม

Scots /skɒts/ซกอทซฺ/ ❶ *adj.* Ⓐ *(esp. Scot.)* ➡ Scottish; Ⓑ *(Ling.)* ภาษาสกอต ❷ *n. (dialect)* ภาษาถิ่นในสกอตแลนด์

Scots: ~man /ˈskɒtsmən/ˈซกอทซฺเมิน/ *n., pl.* **~men** /ˈskɒtsmən/ˈซกอทซุเมิน/ ผู้ชายชาวสกอต; **~woman** *n.* ผู้หญิงชาวสกอต

Scottie /ˈskɒtɪ/ˈซกอทิ/ *n. (coll.)* Ⓐ ➡ Scotch terrier; Ⓑ *(man)* ผู้ชายชาวสกอต

Scottish /ˈskɒtɪʃ/ˈซกอทิช/ *adj.* แห่งสกอตแลนด์; **he/she is ~:** เขา/เธอเป็นชาวสกอต

Scottish National Party SNP *n.* พรรคการเมืองแห่งชาติสกอตแลนด์

scoundrel /ˈskaʊndrl/ˈซกาวนฺดรฺ'ล/ *n.* คนพาล, คนชั่ว; *(villain)* คนเลว

scoundrelly /ˈskaʊndrəlɪ/ˈซกาวนฺเดรอะลิ/ *adj. (คน)* พาล, ชั่ว, เลว

¹scour /ˈskaʊə(r)/ˈซกาวเออะ(ร)/ *v.t.* Ⓐ *(cleanse by friction)* ขัดให้สะอาด *(หม้อ, เหล็ก)*;

S

~ **out** ขัดออกให้สะอาด; Ⓑ *(clear out)* ~ **[out]** ล้างออก; Ⓒ *(remove by rubbing)* ขัดออก; ~ **away/off** ขัดออก

²scour *v.t. (search)* ค้นหาไปทั่ว (**for** สำหรับ)

scourer /ˈskaʊərə(r)/ˈซกาวเออะเรอะ(ร)/ *n.* เครื่องขัดถูทำความสะอาด

scourge /skɜːdʒ/ซเกิจ/ ❶ *n. (lit.)* แส้สำหรับโบย; *(fig.)* คนหรือสิ่งที่ให้โทษ; **they were the ~ of the English coast** พวกเขาโจมตีตลอดชายฝั่งอังกฤษ ❷ *v.t.* Ⓐ *(whip)* ลงแส้; Ⓑ *(afflict)* ทำให้เดือดร้อน

scouse /skaʊs/ซเกาซ/ *(Brit. coll.)* ❶ *n.* Ⓐ *(dialect)* ภาษาถิ่นในลิเวอร์พูล; Ⓑ *(person)* คนพื้นเมืองของลิเวอร์พูล ❷ *adj.* แห่งเมืองลิเวอร์พูล

¹scout /skaʊt/ซเกาท/ ❶ *n.* Ⓐ **[Boy] S ~:** ลูกเสือ; ➡ + **girl scout**; Ⓑ *(Mil. etc.: sent to get information)* ทหารที่ส่งไปสอดแนม/หาข้อมูล; *(aircraft)* เครื่องบินหาข้อมูล; Ⓒ *(Brit. Univ.: college servant)* คนรับใช้; Ⓓ *(coll.: helpful person)* **be a good ~:** เป็นคนที่คอยช่วยเหลือ; Ⓔ *(act of looking)* การค้นหา, การมองหา; **take a ~ around** มองดูไปรอบ ๆ ❷ *v.i.* ออกไปค้นหา, มองหา; ~ **for sb./sth.** ออกค้นหา *ค.น./ส.น.*; **be ~ing for talent** คอยค้นหา (*ดารา, นักกีฬา*) คนใหม่ที่จะมีความสามารถในอนาคต

~ **aˈbout,** ~ **aˈround** *v.i.* ค้นหาไปทั่ว (**for** สำหรับ)

~ **ˈout** *v.t.* ออกสำรวจเพื่อหาข้อมูล

²scout *v.t. (reject)* ปฏิเสธด้วยความเหยียดหยาม

ˈscout car *n. (Mil.)* รถทหารหุ้มเกราะติดอาวุธใช้ในการสอดแนม

scouting /ˈskaʊtɪŋ/ˈซเกาทิง/ *n.* Ⓐ *(reconnaissance)* การออกสำรวจพื้นที่; Ⓑ **S~:** *(Scout movement)* องค์กรลูกเสือ

scout: ~ **leader,** *(Hist.)* ~**master** *ns.* หัวหน้าคณะลูกเสือ; **S~ movement** *n.* องค์กรลูกเสือ

scowl /skaʊl/ซเกาล/ ❶ *v.i.* ทำหน้านิ่วคิ้วขมวด, ทำหน้าบึ้ง; ~ **at sb.** ทำหน้าบึ้งใส่ *ค.น.* ❷ *n.* การทำหน้านิ่วคิ้วขมวด, การทำหน้าบึ้ง

SCR *abbr. (Brit. Univ.)* Ⓐ **Senior Common Room;** Ⓑ **Senior Combination Room**

scrabble /ˈskræbl/ˈซแกรฺบ'ล/ ❶ *v.i. (scratch)* (*สัตว์, หนู*) ตะกุยหา; ~ **about** ตะกุย; *(for missing object)* ค้นหา (**for** สำหรับ); **the child was scrabbling in the sand** เด็กกำลังคุ้ยทรายเล่น ❷ *n.* **S~** ® *เกมสร้างคำในกระดานตาราง, สแครบเบิล (ท.ศ.)*

scrag[-end] /skræg/ซแกรฺก/ *n. (Gastr.)* ส่วนท้ายสุดด้านในของเนื้อคอแพะ

scraggy /ˈskrægɪ/ˈซแกรฺกิ/ *adj. (derog.)* ผอมแห้งมีแต่กระดูก

scram /skræm/ซแกรฺม/ *v.i.*, **-mm-** *(coll.)* ไปให้พ้น

scramble /ˈskræmbl/ˈซแกรฺมบ'ล/ ❶ *v.i.* Ⓐ *(clamber)* ตะกาย, ปีนป่าย; ~ **through a hedge** ตะกายรอดผ่านรั้ว; Ⓑ *(move hastily)* เคลื่อนที่อย่างรวดเร็ว, รีบ; ~ **for sth.** รีบตะกุยตะกายเพื่อ *ส.น.*; Ⓒ *(Air Force)* (*เครื่องบิน*) ทะยานขึ้นสู่อากาศอย่างรวดเร็ว (*ในกรณีฉุกเฉิน*) ❷ *v.t.* Ⓐ *(Cookery)* ~ **some eggs** ทำไข่คน; **would you like your eggs ~d?** คุณต้องการไข่คนไหม; ➡ + **scrambled egg**; Ⓑ *(Teleph., Radio)* เปลี่ยนความถี่คำพูดเพื่อใช้กับเครื่องรับพิเศษเท่านั้น; Ⓒ *(mix together)* ผสมเข้าด้วยกันหมด; Ⓓ *(deal with hastily)* ~ **a bill through Parliament** จัดการกับร่างพระราชบัญญัติอย่างรวดเร็ว; ~ **the ball away** *(Footb.)* เตะบอลให้พ้นจากเขตอันตราย ❸ *n.* Ⓐ *(struggle)* การต่อสู้ดิ้นรน (**for** สำหรับ); Ⓑ *(climb)* การปีนที่ยากลำบาก

scrambled egg /skræmbld ˈeg/ซแกรฺมบ'ลด ˈเอ็ก/ *n. (Gastr.)* ไข่คน

scrambler /ˈskræmblə(r)/ˈซแกรฺมเบลอะ(ร)/ *n. (Teleph., Radio)* เครื่องมือเปลี่ยนความถี่คำพูด

¹scrap /skræp/ซแกรฺพ/ ❶ *n.* Ⓐ *(fragment)* เศษ, ชิ้นเล็กชิ้นน้อย; *(of paper)* เศษกระดาษ; *(of conversation)* ส่วนของการสนทนา; *(of food)* เศษอาหาร; ~ **of paper** เศษกระดาษ; *(small, torn)* กระดาษชิ้นเล็ก ๆ; Ⓑ *(odds and ends) (of food)* เศษชิ้นเล็กชิ้นน้อยของอาหาร; **a few ~s of information/news** มีข้อมูล/ข่าวเล็ก ๆ น้อย ๆ 2–3 ชิ้น; **a few ~s of French** ภาษาฝรั่งเศสสองสามคำ; Ⓒ *(smallest amount)* **not a ~ of** ไม่มี...แม้แต่ชิ้นเล็กน้อยของ; *(of sympathy, truth)* ไม่มีเลยแม้แต่นิดเดียว; **not a ~ of evidence** ไม่มีหลักฐานสักชิ้น; Ⓓ *no pl., no indef. art. (waste metal)* เศษโลหะ, เศษเหล็ก; ~ **metal** เศษโลหะ; ~ **iron** เศษเหล็ก; Ⓔ *no pl., no indef. art. (rubbish)* เศษขยะ; **they are ~:** เป็นขยะ ❷ *v.t.*, **-pp-** ทิ้ง; *(send for scrap)* ทิ้งไปเป็นเศษขยะ; *(fig.)* ยกเลิก (*แผน, โครงการ*); **you can ~ that idea right away** คุณโยนความคิดนั้นทิ้งไปได้เลย

²scrap *(coll.)* ❶ *n. (fight)* การชกต่อย; *(verbal)* การทะเลาะวิวาท; **get into a ~ with sb.** ชกต่อยกับ *ค.น.*; **have a ~:** ชกต่อย, ทะเลาะวิวาท ❷ *v.i.*, **-pp-** ชกต่อย (**with** กับ); *(verbally)* ทะเลาะวิวาท

ˈscrapbook *n. สมุดติดข่าวข้อความหรือภาพที่ตัดมาจากหนังสือพิมพ์*

scrape /skreɪp/ซเกรฺพ/ ❶ *v.t.* Ⓐ *(make smooth)* ขูดให้เรียบ; *(damage)* เฉียด (*รถยนต์*); ~ **one's knee/the skin off one's knee** ขูดหัวเข่า/โดนหัวเข่าหนังถลอก; Ⓑ *(remove)* ขูด (**off, from** ออก, จาก); Ⓒ *(draw along)* ลากไปตาม; ~ **the bow across the fiddle** ลากคันชักสีซอ; Ⓓ *(remove dirt from)* ขูดโคลนออกจาก; Ⓔ *(draw back)* รวบ (*ผม*); Ⓕ *(excavate)* ขูดออก; Ⓖ *(accumulate by care with money)* ~ **together/up** *(raise)* หามาจนได้; *(save up)* อดออม; Ⓗ ~ **together up** *(amass by scraping)* สะสมเป็นกอบเป็นกำด้วยการอดออม; *(rake together)* กวาดรวมกัน; *(amass with difficulty)* สะสมอย่างลำบาก/รวบรวมขึ้นมา (*เงินทอง*); ~ **[an] acquaintance with sb.** วางแผนที่จะรู้จัก *ค.น.*; Ⓘ *(leave no food on or in)* กวาดเศษอาหาร (*จากจาน*) จนเรียบ; Ⓙ *(Naut.)* ขูดเพรียงใต้ท้องเรือ; ➡ + **barrel** A ❷ *v.i.* Ⓐ *(pass along with sound)* ทำเสียงขีดข่วน; **the chalk ~d along the blackboard** ชอล์คทำเสียงขีดข่วนบนกระดานดำ; Ⓑ *(emit scraping noise)* ปล่อยเสียงขีดข่วน; Ⓒ *(rub)* ขัด, ถู (**against, over** กับ); Ⓓ *(very nearly graze or be grazed)* ~ **over sth.** (*เครื่องบิน*) บินเฉี่ยว *ส.น.*; (*ม้า*) กระโดดเกือบโดน *ส.น.*; ~ **past each other** (*รถยนต์*) เฉี่ยวกัน; ~ **into second place** *(fig.)* ได้ตำแหน่งที่สองอย่างหวุดหวิด; Ⓔ **bow and ~:** อ่อนน้อม, มีพิธีรีตอง; Ⓕ *(be careful with money)* ประหยัด, มัธยัสถ์; ➡ + **scrimp** ❸ *n.* Ⓐ *(act, sound)* การขีดข่วน, เสียงขีดข่วน (**against** กับ); **give the potatoes a ~:** ขูดมันฝรั่ง; Ⓑ *(predicament)* สถานการณ์ที่ยุ่งยากลำบาก; **be in a/get into a ~:** อยู่ในสถานการณ์ที่ลำบาก; **get sb. out of a ~:** ช่วย *ค.น.* ออกจากสถานการณ์ที่ลำบาก; Ⓒ *(scraped place)* บริเวณผิวหนังที่ถลอก

~ **aˈlong** *v.i. (fig.)* พอเลี้ยงชีพไปได้

~ **aˈway** *v.t.* ขูดออกเรื่อย ๆ

~ **ˈby** ➡ ~ **along**

~ **ˈout** *v.t.* Ⓐ *(excavate)* ขูดออกจนเป็นรูโพรง; Ⓑ *(clean)* ขูดให้สะอาด

~ **through** ❶ /ˈ--/ *v.t.* Ⓐ ผ่านไปได้อย่างหวุดหวิด; Ⓑ *(fig.: just succeed in passing)* สอบผ่านโดยไม่กี่คะแนน ❷ /-ˈ-/ *v.i.* Ⓐ ผ่านมาได้อย่างหวุดหวิด; Ⓑ *(fig.: just succeed in passing examination)* สอบผ่านโดย 2–3 คะแนนเท่านั้น

scraper /ˈskreɪpə(r)/ˈซเกรฺเพอะ(ร)/ *n.* Ⓐ *(for shoes)* อุปกรณ์แซะโคลนจากรองเท้า; *(grid)* เหล็กขูดสนิม; Ⓑ *(hand tool, kitchen utensil)* เครื่องขูดผัก; *(for clearing snow)* เครื่องขูดหิมะ; *(for clearing mud or dung)* เครื่องสำหรับขูดโคลนหรือปุ๋ยมูลสัตว์; *(for removing ice from car windows)* แผ่นพลาสติกขูดน้ำแข็งจากกระจกรถยนต์

ˈscraperboard *n. (Art)* กระดานชนวน

ˈscrap heap *n.* กองขยะ; **the scheme has been thrown/is on the ~** *(fig.)* แผนการถูกยกเลิกไป; **sb. is on the ~:** *ค.น.* ไม่เป็นประโยชน์ในการทำงานแล้ว; *(because of age) ค.น.* ไม่เป็นที่ต้องการเพราะแก่เกินไป

scrapings /ˈskreɪpɪŋz/ˈซเกรฺพิงซฺ/ *n. pl.* สิ่งที่ขูดออก, เศษที่ขูดออก

scrap: ~ **merchant** *n.* ➤ 489 พ่อค้าเศษเหล็ก; ~ **ˈpaper** *n.* กระดาษใช้แล้ว

scrappily /ˈskræpɪlɪ/ˈซแกรฺพิลิ/ *adv.* อย่างไม่สมบูรณ์; *(without unity)* ไม่เป็นอันหนึ่งอันเดียวกัน; *(unsystematically)* อย่างไม่เป็นระบบ

scrappy /ˈskræpɪ/ˈซแกรฺพิ/ *adj.* Ⓐ *(not complete)* ไม่สมบูรณ์; *(not unified)* ไม่รวมเป็นอันเดียวกัน; Ⓑ *(lacking consistency)* ขาดความต่อเนื่อง; Ⓒ *(made up of bits or scraps)* เป็นชิ้นส่วนเล็ก ๆ น้อย ๆ; **a ~ meal, consisting of leftovers** มื้ออาหารที่ทำมาจากเศษอาหารเหลือ

ˈscrapyard *n.* ที่ทิ้งเศษวัสดุที่ไม่ใช้; **be sent to the ~:** ถูกส่งไปที่กองทิ้งเศษขยะ

scratch /skrætʃ/ซแกรฺฉ/ ❶ *v.t.* Ⓐ *(score surface of)* ขีดข่วนพื้นผิว; *(score skin of)* กรีดผิวหนังของ; ~ **the surface [of sth.]** ขีดเป็นร่องบน *ส.น.* (*ลูกกระสุน*); **he has only ~ed the surface [of the problem]** เขาได้จัดการ [กับปัญหา] เพียงผิวเผินเท่านั้น; ~ **an A and find a B** *(fig.)* เปิดเผยความจริงหรือนิสัยที่แท้จริง; Ⓑ *(get ~[es] on)* ~ **oneself/one's hands** *etc.* ข่วนตัวเอง/ข่วนมือตัวเอง ฯลฯ; Ⓒ *(scrape without marking)* เกา; ~ **oneself/one's arm** *etc.* เกาตัวเอง/เกาแขนของตัวเอง ฯลฯ; ~ **one's head** เกาศีรษะตัวเอง; ~ **one's head [over sth.]** *(fig.)* คิดหนัก *หรือ* งุนงง [เรื่อง *ส.น.*]; **you ~ my back and I'll ~ yours** *(fig. coll.)* คุณช่วยฉัน ฉันก็ช่วยคุณ; Ⓓ *(form)* ทำโดยการขีดข่วน; *(excavate in ground)* ขุดเป็นโพรง (**in** ใน); *(scribble)* เขียนหวัด; Ⓔ *(erase from list)* ลบออก, ตัดออก (**from** จาก); *(withdraw from competition)* ถอนตัว ❷ *v.i.* Ⓐ *(make wounds, cause itching, make grating sound)* ขีดข่วนจนเป็นแผล; เกา, ทำเสียงขีดข่วน; Ⓑ *(scrape)* ขูดขีด; (*ไก่*) คุ้ย

S

scratchboard | scribbler 786

❸ *n.* Ⓐ *(mark, wound; coll.: trifling wound)* รอยขีดข่วน, แผลขีดข่วน; แผลเล็ก ๆ น้อย ๆ; **be covered in ~es** มีรอยขีดข่วนเต็มไปหมด; **without a ~:** ปราศจากการขีดข่วน; Ⓑ *(sound)* เสียงขีดข่วน (**at** ที่); **there was a ~ at the door** มีเสียงขีดข่วนที่ประตู; Ⓒ *(spell of scratching)* **have a [good] ~:** เกาให้สะใจ; Ⓓ *(Sport)* เส้นเริ่มการวิ่งแข่งหลังสุด; **on ~:** ไม่ได้รับแต้มต่อ; Ⓔ **start from ~** *(fig.)* เริ่มทำ *ส.น.* ตั้งแต่ต้น; **be up to ~** *(งาน)* ได้มาตรฐานที่ต้องการ; *(บุคคล)* ใช้ได้ทีเดียว; **not be up to ~:** ไม่ได้มาตรฐานที่ต้องการ; **bring sth. up to ~:** ทำ *ส.น.* ให้ได้มาตรฐานที่ต้องการ; **bring sb.'s performance up to ~:** ทำ *ค.น.* ให้ได้มาตรฐานที่ต้องการ; Ⓕ *no pl., no indef. art. (sl.: money)* เงิน

❹ *adj.* Ⓐ *(Sport) (ผู้เล่น)* ที่ไม่มีแต้มต่อ; **~ player** *(Golf)* ผู้เล่นที่ไม่มีแต้มต่อ; Ⓑ *(collected haphazardly)* ที่เก็บรวบรวมโดยบังเอิญ; *(มื้ออาหาร)* ที่รวบรวมจากของเหลือ

~ a'bout, ~ a'round *v.i.* คุ้ยไปมา; *(fig.: search)* ค้นหา

~ 'off *v.t.* ขีดออก; *(delete)* ลบออก

~ 'out *v.t.* Ⓐ *(score out)* ขีดฆ่าออก *(ชื่อ, คำ)*; Ⓑ *(gouge out)* ควัก *(ลูกตา)*

~ 'through ➡ **~ out a**

~ to'gether, ~ 'up *v.t.* รวบรวมเท่าที่หาได้ *(อาหาร, เงินทอง)*

'scratch: ~board ➡ **scraperboard; ~ card** *n.* ใบขูดเสี่ยงโชค; **~ card game** การเล่นใบขูด; **~ file** *n. แฟ้มข้อมูลที่กำลังทำงานอยู่เป็นแฟ้มข้อมูลที่มีการสร้างขึ้นชั่วคราว*

scratchily /'skrætʃɪlɪ/'ชแกรฺฉิลิ/ *adv.* ที่ส่งเสียงขีดข่วน, ที่ทำให้เกิดอาการคัน

scratch: ~ mark *n.* รอยขีดข่วน; **~ pad** *n.* กระดาษทด; **~ test** *n. การตรวจสอบอาการแพ้โดยการสะกิดผิวหนังให้เป็นรอยและแต้มสารต่าง ๆ*

scratchy /'skrætʃɪ/'ชแกรฺฉิ/ *adj.* Ⓐ *(making sound of scratching) (แผ่นเสียง)* ส่งเสียงขีดข่วน; **this is a ~ nib** ปลายปากกานี้เขียนไม่ลื่นเลย; Ⓑ *(causing itching) (เสื้อผ้า ฯลฯ)* ทำให้เกิดอาการคัน; Ⓒ *(careless) (การวาดภาพ, ลายมือ)* ขาดความระวัง; Ⓓ *(irritable)* ระคายเคือง

scrawl /skrɔ:l/ชกฺรอล/ ❶ *v.t.* เขียนหวัด; **~ sth. on sth.** เขียน *ส.น.* หวัดบน *ส.น.* ❷ *v.i.* เขียนหวัด ❸ *n.* Ⓐ *(piece of writing)* การเขียนหวัด; *(handwriting)* ลายมือหวัด; Ⓑ *(note)* โน้ตที่เขียนหวัด

~ 'out *v.t.* ขีดออกอย่างหวัด ๆ

~ 'over *v.t.* เขียนเปะปะไปทั่ว *(หน้ากระดาษ)*

scrawny /'skrɔ:nɪ/'ซกรอนิ/ *adj. (derog.)* ไม่ค่อยมีเนื้อ *(วัว)*; ผอมกะหร่อง

scream /skri:m/ชกฺรีม/ ❶ *v.i.* Ⓐ *(utter cry)* ร้องกรี๊ด (**with** ด้วย); **~ at sb.** ร้องกรี๊ดใส่ *ค.น.*; Ⓑ *(give shrill cry) (นก)* ร้องเสียงแหลม; Ⓒ *(whistle or hoot shrilly) (นกหวีดโรงงาน)* ส่งเสียงแหลม; **the car ~ed past** รถยนต์วิ่งผ่านด้วยเสียงแหลม; Ⓓ *(laugh)* หัวเราะออกมาเต็มที่ (**with** กับ); Ⓔ *(speak or write excitedly)* **~ about sth.** พูดถึง *ส.น.* อย่างตื่นเต้น; **the shipyards are ~ ing for work** อู่ต่อเรือเรียกร้องหางาน; Ⓕ *(be blatantly obvious)* เห็นได้ชัดมาก

❷ *v.t.* กรีดร้องเสียงแหลม; **~ sth. at sb.** กรีดร้อง *ส.น.* ใส่ *ค.น.*

❸ *n.* Ⓐ *(cry)* เสียงร้อง; *(of siren or jet engine)* เสียงร้อง; **~s of pain/laughter** เสียงร้องของความเจ็บปวด/เสียงหัวเราะ; Ⓑ *(coll.: comical person or thing)* **be a ~:** เป็นคน/สิ่งตลกขบขันมาก

screaming /'skri:mɪŋ/'ซกฺรีมิง/ *adj.* Ⓐ ที่ส่งเสียงกรีดร้อง; Ⓑ *(funny)* ตลกขบขัน

screamingly /'skri:mɪŋlɪ/'ซกฺรีมิงลิ/ *adv.* **~ funny** อย่างตลกขบขันมาก

scree /skri:/ซกฺรี/ *n.* **~[s]** Ⓐ *(stones)* หินก้อนเล็ก ๆ ที่เปราะบาง; Ⓑ *(mountain slope)* ส่วนลาดของภูเขาที่เต็มไปด้วยหินก้อนเล็ก ๆ

screech /skri:tʃ/ซกฺรีฉ/ ❶ *v.i. (utter cry)* กรีดร้อง; *(make sound like cry)* ส่งเสียงเหมือนกรีดร้อง; **~ to a halt, come to a ~ing halt** เบรกจนดังเอี๊ยด ❷ *v.t.* กรีดร้อง ❸ *n. (cry)* เสียงกรีดร้อง; *(sound like cry)* เสียงเหมือนกรีดร้อง; **give a ~ of laughter** ส่งเสียงหัวเราะกรี๊ด

'screech owl *n.* Ⓐ *(Brit.: barn owl)* นกเค้าแมวที่ร้องเสียงแหลมดัง; Ⓑ *(Amer.: of genus Otus)* นกเค้าแมวขนาดเล็กพบในทวีปอเมริกา

screed /skri:d/ซกรีด/ *n.* Ⓐ *(lengthy writing)* การเขียนที่ยืดยาว; Ⓑ *(harangue)* คำกล่าว, คำพูดที่ยืดยาว; Ⓒ *(Building)* ชั้นของซีเมนต์ที่เทลงพื้นก่อนปูพื้นอื่น

screen /skri:n/ซกฺรีน/ ❶ *n.* Ⓐ *(partition)* ฉาก; *(piece of furniture)* ฉาก; *(fire ~)* ตะแกรงเหล็กกันหน้าไฟ; ➡ **+ rood screen;** Ⓑ *(sth. that conceals from view)* ฉากกั้น, ที่กำบัง; *(of trees, person, fog)* แนว *(ต้นไม้, หมอก)*; กลุ่ม *(คน)*; หมอก *(แนว)*; *(expression of face or measure adopted for concealment)* การใส่หน้ากาก; *(of indifference, secrecy also)* การปิดบังซ่อนเร้น; Ⓒ *(surface on which pictures are projected)* จอภาพ; *(in cathode-ray tube)* จอภาพในหลอดขั้วไฟฟ้าลบ; **[TV] ~** จอ; **the ~** *(Cinemat.)* จอภาพยนตร์; **stage and ~:** เวทีและจอภาพ; **the small ~:** โทรทัศน์; Ⓓ *(vertical display surface) (for exhibits, for notices)* ฉากแสดง, กระดานปิดประกาศ; Ⓔ *(Phys.)* ฉากกะพริบแสง; *(Electr.)* ขั้วไฟฟ้าที่ใกล้ขั้วลบมากที่สุด; Ⓕ *(Motor Veh.)* ➡ **wind-screen;** Ⓖ *(Amer.: netting to exclude insects)* มุ้งลวด; Ⓗ *(sieve)* ตะแกรงร่อน; Ⓘ *(Cricket)* ➡ **sight screen;** Ⓙ *(Photog.)* กระจกในกล้องถ่ายรูปใช้ในการเล็งภาพ; Ⓚ *(Printing)* ความละเอียดของเม็ดสีในการพิมพ์

❷ *v.t.* Ⓐ *(shelter)* กำบัง (**from** จาก); *(conceal)* ปิดบัง; **~ one's eyes from the sun** ปิดบังตาของตนจากแสงแดด; **be ~ed from view** มองไม่เห็น หรือ ถูกปิดบัง; **~ sth. from sb.** ปิดบัง *ส.น.* จาก *ค.น.*; Ⓑ *(show)* ฉาย *(ภาพยนตร์, สไลด์)*; Ⓒ *(test)* ตรวจ (**for** สำหรับ); Ⓓ *(fig.: protect)* ปกป้อง; *(from blame, from justice)* ปกป้อง (**from** จาก); Ⓔ *(sieve)* ร่อนตะแกรง; Ⓕ *(Electr. Phys., Nucl. Engin.)* ใช้ฉากกั้น

~ 'off *v.t.* กั้นออก *(ส่วนหนึ่งของ)*; แยกออก; ปิดบัง *(เตียงคนไข้)*

screen: ~ capture *n.* การถ่ายภาพหน้าอินเทอร์เน็ต; **~ dump** *n.* การทำสำเนาหน้าจอคอมพิวเตอร์

screening /'skri:nɪŋ/'ซกฺรีนิง/ *n.* Ⓐ *(Cinema)* การฉายภาพยนตร์; *(on TV)* การฉายออกอากาศ; Ⓑ *(Med.)* การตรวจ; **mass ~** การตรวจมวลชน

screen: ~play *n. (Cinemat.)* บทภาพยนตร์; **~ printing** *n. (Textiles)* การพิมพ์ภาพบนผ้า; **~ saver** *n. (Computing) ภาพเคลื่อนไหวบนจอคอมพิวเตอร์เพื่อรักษาหน้าจอ*; **~ test** *n. (Cinemat.)* การทดสอบหน้ากล้อง; **~writer** *n.* ➤ **489** *(Cinemat.)* ผู้เขียนบทภาพยนตร์

screw /skru:/ซกรู/ ❶ *n.* Ⓐ ตะปูควง; **he has a ~ loose** *(coll. joc.)* เขาบ้านิด ๆ, เขาไม่ค่อยเต็ม; **put the ~[s] on sb.** *(fig. coll.)* บังคับข่มขู่ *ค.น.* ให้ทำ *ส.น.*; Ⓑ *(Naut., Aeronaut.)* ใบพัดขับเคลื่อน; Ⓒ *(sl.: prison warder)* ผู้คุมเรือนจำ; Ⓓ *(coarse) (copulation)* การเอากัน *(ภ.ย.)*; *(partner in copulation)* คู่ขา, คู่นอน; **have a ~:** ไปเอากัน *(ภ.ย.)*; **be a good ~:** เป็นคู่ขาที่ดี, เอาเก่ง *(ภ.ย.)*; Ⓔ *(Brit. sl.: wages)* **they're/he's** *etc.* **paid a good ~:** พวกเขา/เขา ฯลฯ ได้ค่าจ้างที่ดี; Ⓕ *(turn of ~)* การขันเกลียวอีกรอบหนึ่ง; **give the bolt another ~:** ขันเหล็กสกรูเกลียวอีกรอบหนึ่ง

❷ *v.t.* Ⓐ *(fasten)* ขันให้แน่น (**to** กับ); **~ together** ขันให้ติดกันโดยใช้ตะปูควง; **~ down** ขันลงให้แน่น; **have one's head ~ed on [straight** *or* **the right way** *or* **properly]** *(coll.)* มีสามัญสำนึก; Ⓑ *(turn)* หมุน, ขันเกลียว; **~ one's head round** หันศีรษะไปรอบ; **~ a piece of paper into a ball** ขยำกระดาษเป็นลูกกลม ๆ; Ⓒ *(sl.: extort)* รีดไถ *(เงินทอง)* (**out of** จาก); **can't you ~ a bit more money out of your parents?** แกรีดไถเงินจากพ่อแม่ของแกให้มากกว่านี้หน่อยไม่ได้หรือ; **~ sb. for a loan/for repayment** รีดไถ/ขอยืมเงิน/ขอเงินคืนจาก *ค.น.*; Ⓓ *(coarse: copulate with)* เอากัน *(ภ.ย.)*; *(vulg.)* **~ you** มาเลียตูดกู *(ภ.ย.)*; **~ you and your ...!** แม่มึง *(ภ.ย.)*; Ⓔ *(sl.: burgle)* ย่องเบา

❸ *v.i.* Ⓐ *(revolve)* หมุนรอบ; **~ to the right** หมุนเวียนไปทางขวา; **~ out/together** ขันออก/ขันเข้ากัน; Ⓑ *(coarse: copulate)* เอากัน *(ภ.ย.)*

~ 'up *v.t.* Ⓐ *(make tenser)* ทำให้ตึง; **~ up one's courage** เสริมสร้างความกล้าหาญของตน; Ⓑ *(crumple up)* ขยี้, ขยำ; Ⓒ *(make grimace with)* ทำหน้าเบ้บูดเบี้ยว; *(contract the outer parts of)* หรี่ *(ตา)*; ทำปากเล็ก ๆ; Ⓓ *(sl.: bungle)* ทำพลาด, ทำไม่สำเร็จ; **~ it/things up** ทำพลาด

screw: ~ball *(Amer. coll.)* ❶ *n.* คนบ้า, คนพิกล; **be a ~:** เป็นคนบ้า ❷ *adj.* บ้า, แปลกพิกล; **~ cap** *n.* ฝาเกลียว; **~ coupling** *n. (Mech. Engin.)* หัวต่อเป็นเกลียว; **~driver** *n.* Ⓐ ไขควง; Ⓑ *(cocktail)* เครื่องดื่มผสมเหล้าวอดก้ากับน้ำส้ม

screwed /skru:d/ซกรูด/ *adj. (sl.: drunk)* เมาเหล้า

'screwed-up *adj. (fig. coll.)* มีปัญหาทางจิตที่ทำให้จัดการชีวิตไม่ได้; **get [all] ~ about sth.** โศกเศร้าเกี่ยวกับ *ส.น.*

screw top ➡ **screw cap**

screwy /'skru:ɪ/'ซกรูอิ/ *adj. (coll.: eccentric)* แปลกพิกล, แปลกประหลาด; *(crazy)* บ้าคลั่ง

scribble /'skrɪbl/'ซกฺริบ'ล/ ❶ *v.t.* Ⓐ *(write hastily)* เขียนหวัด; Ⓑ *(draw carelessly or meaninglessly)* วาดอย่างไม่สนใจ หรือ ไม่มีความหมาย; Ⓒ *(joc. derog.: write)* เขียน ❷ *v.i.* Ⓐ *(write hurriedly, draw carelessly)* เขียนหวัด, ลากส่ง; Ⓑ *(joc. derog.: be journalist etc.)* เป็นนักข่าว, นักหนังสือพิมพ์; **are you still scribbling?** คุณยังเป็นนักข่าวอยู่หรือ ❸ *n.* ลายขีดเขียนที่ไม่มีความหมาย; *(handwriting)* ลายมือหวัด

~ 'out, ~ 'over *v.t.* ขีดออก, ขีดทับ

scribbler /'skrɪblə(r)/'ซกฺริบเบลอะ(ร)/ *n.* *(joc. derog.)* นักเขียนที่ไม่มีความสามารถ; *(of poems also)* คนเขียนกลอนไม่เก่ง

scribbling /ˈskrɪblɪŋ/ˈซกฺริบลิง/: **~ pad** *n. (Brit.)* สมุดฉีก; **~ paper** *n. (Brit.)* กระดาษสมุดฉีก

scribe /skraɪb/ซกฺรายบฺ/ *n.* Ⓐ *(producer of manuscripts)* คนเขียนเอกสารต้นฉบับ; *(copyist)* คนคัดลอกสำเนาเอกสารทางประวัติศาสตร์; Ⓑ *(Bibl.: theologian)* ผู้เชี่ยวชาญทางศาสนา

scrimmage /ˈskrɪmɪdʒ/ˈซกฺริมิจ/ ❶ *n.* การกลุ้มรุมยื้อแย่ง, วุ่นวาย ❷ *v.i.* ยื้อแย่งเป็นพัลวัน

scrimp /skrɪmp/ซกฺริมพฺ/ *v.i.* ใช้อย่างตระหนี่; **~ and save** *or* **scrape** ตระหนี่และสะสมเงิน; **~ on sth.** ใช้ *ส.น.* น้อยมาก

scrip /skrɪp/ซกฺริพ/ *n. (Finance)* Ⓐ *(certificate)* ใบรับเงินชั่วคราวที่ให้สิทธิดอกเบี้ยหรือผลประโยชน์แก่ผู้ถือครอง; Ⓑ *(extra share[s]) ส่วนแบ่งพิเศษที่บริษัทเป็นผู้ออกให้แทนดอกเบี้ยหรือผลประโยชน์*

script /skrɪpt/ซกฺริพทฺ/ ❶ *n.* Ⓐ *(handwriting)* ลายมือ; **in ~:** ที่เขียนด้วยลายมือ; Ⓑ *(of play)* บทละคร; *(of film)* บทภาพยนตร์; Ⓒ *(for broadcaster)* บทความ; Ⓓ *(system of writing)* ระบบการเขียนเฉพาะ; Ⓔ *(Printing)* ต้นฉบับ; Ⓕ *(Brit. Educ.)* คำตอบของผู้เข้าสอบ ❷ *v.t.* เขียน *(บทละคร, บทภาพยนตร์)*

ˈscript girl *n.* ➤ **489** เจ้าหน้าที่ดูแลความต่อเนื่องต่าง ๆ ของฉากภาพยนตร์ในระหว่างการถ่ายทำ

scriptorium /skrɪpˈtɔːrɪəm/ซกฺริพˈทอเรียม/ *n., pl.* **scriptoria** /skrɪpˈtɔːrɪə/ซกฺริพˈทอเรีย/ *or* **~s** ห้องเขียนหนังสือในโบสถ์

scriptural /ˈskrɪptʃərəl/ˈซกฺริพเฉอะเริล/ *adj.* Ⓐ *(of the Bible)* (ประวัติ) จากคัมภีร์ไบเบิล; Ⓑ *(founded on doctrines of the Bible)* มีรากฐานในคัมภีร์ไบเบิล

scripture /ˈskrɪptʃə(r)/ˈซกฺริพเฉอะ(ร)/ *n.* Ⓐ *(Relig.: sacred book)* คัมภีร์ศักดิ์สิทธิ์; **[Holy] S~, the [Holy] S~s** *(Christian Relig.)* คัมภีร์ไบเบิล; Ⓑ *(Christian Relig.: Bible text)* ข้อความในคัมภีร์ไบเบิล; Ⓒ *no pl., no art. (Sch.)* ชั่วโมงศีลธรรม; Ⓓ *(Buddhist)* พระไตรปิฎก

ˈscriptwriter *n.* ➤ **489** *(of film)* คนเขียนบทภาพยนตร์; *(for radio)* คนเขียนบทวิทยุ

scrofula /ˈskrɒfjʊlə/ˈซกฺรอฟิวเลอะ/ *n.* ➤ **453** *(Med.)* โรควัณโรคประเภทหนึ่ง *(ที่มีอาการบวมโตที่ต่อมต่าง ๆ)*

scroll /skrəʊl/ซโกฺรล/ ❶ *n.* Ⓐ *(roll)* ม้วนกระดาษ; Ⓑ *(design) (Archit.)* ลายก้นหอย; *(Mus.: on violin)* หัวไวโอลิน; *(flourish in writing)* การเขียนเล่นหางตัวหนังสือ ❷ *v.t. (Computing) การขยับภาพหรือตัวหนังสือบนจอโดยการเลื่อนขึ้น/ลง;* **~ a few pages** เลื่อนขึ้น/ลงสองสามหน้า

ˈscroll: **~ bar** *n.* แถบเลื่อนขึ้นลง; **~work** *n., no pl. (Art)* การตกแต่งเป็นลายม้วนก้นหอย

Scrooge /skruːdʒ/ซกฺรูจ/ *n. (coll.: derog.)* คนงก, คนขี้เหนียว; **don't be such a ~:** อย่าเป็นคนงกไปหน่อยเลย

scrotum /ˈskrəʊtəm/ˈซโกฺรเทิม/ *n., pl.* **scrota** /ˈskrəʊtə/ˈซโกฺรเทอะ/ *or* **~s** *(Anat.)* ถุงลูกอัณฑะ

scrounge /skraʊndʒ/ซกฺราวนฺจฺ/ *(coll.)* ❶ *v.t.* Ⓐ *(cadge)* ไถเงิน (**off, from** จาก); **~ things** ไถสิ่งต่าง ๆ; Ⓑ *(take illicitly)* หยิบฉวย ❷ *v.i.* Ⓐ *(cadge things)* ขอสิ่งต่าง ๆ (**from** จาก); Ⓑ *(take things illicitly)* หยิบฉวย; Ⓒ **~ [around]** ค้นหาของตกหล่น, มองซ้ายมองขวา; **~ for sth.** ค้นหา *ส.น.* ❸ *n.* **be on the ~ [for sth.]** คอยหาของตกหล่น [*ส.น.*]

scrounger /ˈskraʊndʒə(r)/ˈซกฺราวนฺเจอะ(ร)/ *n. (coll.) (cadger)* นักหยิบฉวย, นักไถ

[1]scrub /skrʌb/ซกฺรับ/ ❶ *v.t.*, **-bb-:** Ⓐ *(rub)* ขัดถู; Ⓑ *(coll.: cancel, scrap)* ยกเลิก *(คำสั่ง, แผน, โครงการ)*; **the project had to be ~bed** โครงการต้องถูกยกเลิก ❷ *v.i.*, **-bb-** Ⓐ *(use brush)* ใช้แปรงขัดถู; Ⓑ ➡ **~ up** ❸ *n.* **give sth. a ~:** ขัดถู *ส.น.*

~ ˈout *v.t.* Ⓐ *(clean thoroughly)* ขัดถูให้สะอาดอย่างทั่วถึง; Ⓑ *(remove)* ขัด, ถูออก; Ⓒ ➡ ~ 1 B

~ ˈup *v.i. (Med.)* ล้างมือให้สะอาดก่อนผ่าตัดคนไข้

[2]scrub *n.* Ⓐ *(brushwood)* ป่าละเมาะ; *(area of brushwood)* บริเวณที่เป็นป่าละเมาะ; Ⓑ *(stunted person, animal, or plant)* คน, สัตว์หรือพืชที่แคระแกรน

scrubber /ˈskrʌbə(r)/ˈซกฺรับเบอะ(ร)/ *n.* Ⓐ *(sl.: immoral woman)* หญิงชั่ว, หญิงที่ไร้ศีลธรรม; *(sluttish woman)* หญิงสำส่อน, หญิงที่ดูสกปรก; Ⓑ *(Chem.)* เครื่องทำให้ *(อากาศ, ธาตุ)* สะอาดบริสุทธิ์

ˈscrub brush *(Amer.)*, **scrubbing-brush** *n.* แปรงขัดพื้น

scrubby /ˈskrʌbɪ/ˈซกฺรับบิ/ *adj.* Ⓐ *(bristly) (คาง)* เต็มไปด้วยขนสั้นแข็ง; Ⓑ *(with stunted bushes)* เต็มไปด้วยต้นไม้เตี้ยแคระ; Ⓒ *(stunted) (ต้นไม้)* เล็กกว่าปกติ, เตี้ย

[1]scruff /skrʌf/ซกฺรัฟ/ *n.* **by the ~ of the neck** *(จับหรือยก)* ที่หลังคอ

[2]scruff /skrʌf/ซกฺรัฟ/ *n. (Brit. coll.) (scruffy man)* ชายเซอร์ ๆ ที่สกปรกและไม่มีระเบียบ; *(scruffy woman, girl)* หญิงเละเทะ

scruffily /ˈskrʌfɪlɪ/ˈซกฺรัฟฟิลิ/ *adv. (coll.)* อย่างสกปรก, อย่างไม่เป็นระเบียบ, อย่างโทรม

scruffy /ˈskrʌfɪ/ˈซกฺรัฟฟิ/ *adj.* สกปรกและไม่เป็นระเบียบ

scrum /skrʌm/ซกฺรัม/ *n.* Ⓐ *(Rugby)* การสกรัม *(ท.ศ.)*; Ⓑ *(coll.: milling crowd)* ฝูงชนที่เบียดเสียดกันแน่น; **a ~ of press photographers** ช่างภาพที่เบียดเสียดยัดเยียด

scrum ˈhalf *n. (Rugby)* ผู้เล่นรักบี้ที่ต้องคอยจับแย่งลูกในการสกรัม

scrummage /ˈskrʌmɪdʒ/ˈซกฺรัมมิจ/ ➡ **scrum** A

scrump /skrʌmp/ซกฺรัมพฺ/ *v.t. & i.* ขโมยผลไม้จากไร่หรือสวน

scrumptious /ˈskrʌmpʃəs/ˈซกฺรัมพฺเชิซ/ *adj. (coll.)* อร่อย, น่ารับประทาน; **she's/ she looks ~:** เธอ/เธอดูสวยจังเลย

scrumpy /ˈskrʌmpɪ/ˈซกฺรัมพิ/ *n. (esp. dial.) น้ำแอปเปิ้ลคั้นที่มีแอลกอฮอล์ทำในภาคตะวันตกของอังกฤษ,* ไซเดอร์ *(ท.ศ.)* ชนิดหนึ่ง

scrunch /skrʌntʃ/ซกฺรันฉฺ/ ➡ **crunch**

scrunch-dry /ˈskrʌntʃdraɪ/ˈซกฺรันฉฺดราย/ *v.t.* **to ~ one's hair** ใช้มือยีผมให้แห้ง

scruple /ˈskruːpl/ˈซกฺรูพ'ล/ ❶ *n.* Ⓐ *in sing. or pl.* ความคำนึงถึงศีลธรรม *หรือ* ความเหมาะสม; **be [totally] without ~:** ขาดศีลธรรม, ไม่คำนึงถึงศีลธรรม [อย่างสิ้นเชิง]; **a person with no ~s** คนไร้ศีลธรรม; **have no ~s about doing sth.** ไม่คำนึงถึงศีลธรรมจรรยาในการทำ *ส.น.*; Ⓑ *(Brit. Hist.: unit of weight)* หน่วยมาตราชั่งเท่ากับ 20 เกรนซ์ ❷ *v.i.* ตะขิดตะขวงใจ, คำนึงถึงศีลธรรม; **[not] ~ to do sth./about doing sth.** [ไม่] ตะขิดตะขวงใจที่จะทำ *ส.น.*/เกี่ยวกับการทำ *ส.น.*

scrupulous /ˈskruːpjʊləs/ˈซกฺรูพิวเลิซ/ *adj.* Ⓐ *(conscientious)* รอบคอบ, ละเอียด, พิถีพิถัน; **pay ~ attention to sth.** ใส่ใจ *ส.น.* อย่างพิถีพิถัน; Ⓑ *(over-attentive to detail)* ละเอียดลออหรือพิถีพิถันเกินไป; **be ~ about sth./in sth.** ใส่ใจกับ *ส.น.*/ใน *ส.น.* มากเกินไป

scrupulously /ˈskruːpjʊləslɪ/ˈซกฺรูพิวเลิซลิ/ *adv.* Ⓐ *(conscientiously)* อย่างรอบคอบ, อย่างระมัดระวัง; **~ honest** ซื่อสัตย์รอบคอบเต็มที่; Ⓑ *(with undue attention to detail)* พิถีพิถันเกินไป

scrutineer /skruːtɪˈnɪə(r), US -tnˈɪər/ซกฺรูทิˈเนีย(ร), -ทˈเนียร/ *n. (Brit. Admin.)* ผู้ดูแลความเรียบร้อยถูกต้อง *(โดยเฉพาะในการเลือกตั้ง)*

scrutinize (scrutinise) /ˈskruːtɪnaɪz, US -tənaɪz/ˈซกฺรูทินายซฺ, -เทอะนายซฺ/ *v.t.* พิจารณาอย่างละเอียดถี่ถ้วน

scrutiny /ˈskruːtɪnɪ, US ˈskruːtənɪ/ˈซกฺรูทินิ, ˈซกฺรูเทอะนิ/ *n., no pl.* Ⓐ *(critical gaze)* การจ้องดูอย่างวิพากษ์วิจารณ์; *(close examination) (of recruit)* การพิจารณาคัดเลือกคนเข้าใหม่; *(of bill, passport, ticket)* การตรวจตรา; **bear ~:** ผ่านการตรวจตราอย่างถี่ถ้วนได้; Ⓑ *(Brit.: examination of votes)* การตรวจดูการนับคะแนนเสียง

scuba /ˈskuːbə/ˈซกูเบอะ/ *n. (Sport)* การดำน้ำโดยใช้เครื่องหายใจ; *attrib.* เกี่ยวกับอุปกรณ์หายใจใต้น้ำ

scud /skʌd/ซกัด/ *v.i.*, **-dd-** Ⓐ *(skim along) (เมฆ)* ลอยผ่านไปอย่างรวดเร็ว; Ⓑ *(Naut.)* **~ before the wind** แล่นเรือตามลม

scuff /skʌf/ซกัฟ/ ❶ *v.t.* Ⓐ *(graze)* ถู, ลาก, ครูด; **~ one's shoe against sth.** ครูดรองเท้ากับ *ส.น.*; Ⓑ *(mark by grazing)* ทำรอยลาก, ถู ❷ *n.* Ⓐ รอยลาก, รอยถู; Ⓑ *(slipper)* รองเท้าแตะ

scuffle /ˈskʌfl/ˈซกัฟ'ล/ ❶ *n.* การกลุ้มรุมชกต่อยกันนัว, การตะลุมบอน; **a ~ broke out** เกิดการกลุ้มรุมชกต่อย ❷ *v.i.* Ⓐ ชกต่อยกันนัว, ตะลุมบอน (**with** กับ); Ⓑ *(shuffle)* เดินลากขา; *(scurry) (หนู)* รีบวิ่ง

scull /skʌl/ซกัล/ ❶ *n.* Ⓐ *(oar)* ไม้พาย, กรรเชียง; Ⓑ *(boat)* เรือกรรเชียงแข่งเดี่ยว ❷ *v.t.* ตีกรรเชียง ❸ *v.i.* ตีกรรเชียง

scullery /ˈskʌlərɪ/ˈซกัลเลอะริ/ *n.* ห้องล้างชามเล็ก ๆ ติดกับครัว

sculpt /skʌlpt/ซกัลพฺทฺ/ ❶ *v.t.* แกะสลัก, ปั้นรูปปั้น ❷ *v.i. (coll.)* แกะสลัก, ทำรูปปั้น; **make a living from ~ing** มีอาชีพแกะสลัก/ทำรูปปั้น

sculptor /ˈskʌlptə(r)/ˈซกัลพฺเทอะ(ร)/ *n.* ➤ **489** ประติมากรชาย

sculptress /ˈskʌlptrɪs/ˈซกัลพฺทฺริซ/ *n.* ➤ **489** ประติมากรหญิง

sculptural /ˈskʌlptʃərl/ˈซกัลพฺเฉอะเริล/ *adj.* Ⓐ เป็นประติมากรรม; Ⓑ *(resembling sculpture)* เหมือนงานประติมากรรม

sculpture /ˈskʌlptʃə(r)/ˈซกัลพฺเฉอะ(ร)/ ❶ *n.* Ⓐ *(art)* การสร้างงานประติมากรรม; Ⓑ *(piece of work)* งานประติมากรรม ❷ *v.t.* Ⓐ *(represent)* แกะสลัก *(หิน)*; ปั้น *(ด้วยดิน)*; **~d in marble or stone/bronze** ที่แกะสลักด้วยหินอ่อนหรือหิน/ที่หล่อด้วยสำริด; Ⓑ *(shape)* แกะสลัก/ปั้นเป็นรูปร่าง (**into** เป็น); **a finely ~d nose** จมูกที่แกะสลัก/ปั้นอย่างสวยงาม ❸ *v.i.* แกะสลัก; *(in plastic material)* ปั้น

scum /skʌm/ซคัม/ *n.* Ⓐ *(film)* ฝ้าที่ลอยอยู่บนผิวของเหลว; *(on soup)* ฝ้าบนผิวซุป; *(greasy)* คราบมันที่ลอยอยู่; **a ring of ~ around the bath** คราบรอบอ่างน้ำ; Ⓑ *no pl. no indef. art. (fig. derog.)* เดนคน, คนชั่ว; **the ~ of the earth/of humanity** ไอ้พวกเดนมนุษย์

S

scumbag *(sl. derog.) n.* เดนคน

[1]scupper /ˈskʌpə(r)/ˈซกัพเพอะ(ร)/ *n. (Naut.)* รูด้านข้างเรือเพื่อปล่อยน้ำออกจากดาดฟ้า

[2]scupper *v.t. (Brit. coll.)* Ⓐ *(defeat)* ทำให้พ่ายแพ้; ทำลาย *(แผนการ)*; **we're ~ed if the police arrive** พวกเราล้มเหลวถ้าตำรวจมา; Ⓑ *(sink)* ทำให้จม *(เรือ)*; **be ~ed** *(เรือ)* ถูกจม

scurf /skɜ:f/ซเกิฟ/ *n.* ขี้รังแค

scurfy /ˈskɜ:fɪ/ˈซเกอฟิ/ *adj. (ผม)* เป็นรังแค; *(สุนัข)* ขี้เรื้อน

scurrilous /ˈskʌrɪləs/ˈซกัร์ริเลิซ/ *adj.* Ⓐ *(abusive) (คน, ภาษา)* หยาบคาย, เป็นการสบประมาท; Ⓑ *(gross, obscene)* น่ารังเกียจ, ลามกอนาจาร

scurrilously /ˈskʌrɪləslɪ/ˈซกัร์ริเลิซลิ/ *adv.* Ⓐ *(abusively)* อย่างหยาบคาย, อย่างเป็นการสบประมาท; Ⓑ *(grossly, obscenely)* อย่างน่ารังเกียจ, อย่างลามกอนาจาร

scurry /ˈskʌrɪ/ˈซกัร์ริ/ ❶ *v.i.* วิ่งซอยเท้าถี่ ๆ ❷ *n.* Ⓐ *(bustle)* ความกระวีกระวาด; Ⓑ *(act)* การวิ่งซอยเท้าถี่ ๆ; **a ~ for the best seats** การวิ่งแย่งที่นั่งที่ดีที่สุด; Ⓒ *(sound) (of feet)* เสียงวิ่งซอยเท้าถี่ ๆ

scurvy /ˈskɜ:vɪ/ˈซเกอวิ/ ❶ *n. (Med.)* โรคลักปิดลักเปิด ❷ *adj. (arch.)* เลวทราม

'scuse /skju:z/ซกิวฺซ/ *v.t. (coll.)* **~ me** ขอโทษ, ขอทาง; **~ fingers** ขอใช้นิ้วหยิบนะ *(อาหาร)*

scut /skʌt/ซกัท/ *n. (of deer, of rabbit, hare)* หางสั้นของสัตว์เหล่านี้

[1]scuttle /ˈskʌtl/ˈซกัท'ล/ *n.* Ⓐ *(coal box)* ถัง/กลองใส่ถ่านหิน; Ⓑ *(Brit. Motor Veh.)* *ส่วนของตัวถังรถยนต์ระหว่างกระจกหน้ากับฝาครอบเครื่อง*

[2]scuttle *(Naut.)* ❶ *v.t.* ทำให้เรือจม *(โดยปล่อยน้ำเข้า)* ❷ *n.* รูมีฝาปิดที่ดาดฟ้าหรือด้านข้างของเรือ

[3]scuttle *v.i. (scurry)* วิ่งหนีไปอย่างรวดเร็วด้วยฝีเท้าสั้น ๆ; **she ~d off** เธอรีบหนีไปอย่างรวดเร็ว

Scylla and Charybdis /sɪlə ənd kəˈrɪbdɪs/ ซิเลอะ เอ็นดฺ เคอะˈริบดิซ/ *n., no pl.* **between ~:** ระหว่างอันตรายสองอย่าง *(ซึ่งการหลบอย่างหนึ่งก็เพิ่มความเสี่ยงจากอีกอย่างหนึ่ง)*

scythe /saɪð/ซายฑฺ/ ❶ *n.* เคียวตัดหญ้า ❷ *v.t.* ตัด *(หญ้า)* ด้วยเคียว

SDI *abbr.* **strategic defence initiative**

SDLP *abbr.* **Social Democratic and Labour Party** พรรคสังคมประชาธิปไตยและแรงงาน

SDP *abbr. (Brit. Polit.)* **Social Democratic Party** พรรคสังคมประชาธิปไตย

SDR *abbr. (Econ.)* **special drawing right**

SE *abbr.* ➤ **191** Ⓐ /saʊθˈi:st/ˈเซาธ'อีซทฺ/ **south-east;** Ⓑ /saʊθˈi:stən/เซาธ'อีซเทิน/ **south-eastern**

sea /si:/ซี/ Ⓐ ทะเล; **the ~:** ทะเล; **by ~:** โดยทางทะเล, โดยเรือ; **by the ~:** ริมทะเล; **at ~:** *(เรือ)* ที่แล่นอยู่ในทะเล; **be all at ~** *(fig.)* งุนงง, สับสน; **when it comes to maths I'm at all ~:** เมื่อถึงวิชาเลขฉันงงไปหมด; **worse things happen at ~** *(joc.)* มันไม่ได้เลวร้ายขนาดนั้นหรอก; **beyond [the] ~[s]** *(literary)* ➡ **overseas A; go to ~:** ไปออกทะเล; *(become sailor)* ไปเป็นกะลาสีเรือ; **on the ~** *(in ship)* อยู่ในทะเล หรือ อยู่กลางทะเล; *(on coast)* อยู่ที่ชายฝั่ง; **put [out] to ~:** จากท่าเรือหรือออกทะเล; ➡ **+ high seas; inland sea;** Ⓑ *(specific tract of water)* น่านน้ำ; **the seven ~s** *(literary/poet.)* มหาสมุทรทั้งเจ็ดของโลก, ทั่วโลก; Ⓒ *(freshwater lake)* ทะเลสาบน้ำจืดขนาดใหญ่; **the S~ of Galilee** ทะเลสาบกาลิลี; Ⓓ *in sing. or pl. (state of ~)* สภาพภาวะของทะเล; *(wave)* ลูกคลื่น; **there was a heavy ~:** มีทะเลคลื่นลมแรง; **run into a heavy ~s** ประสบคลื่นลมแรงมาก; ➡ **+ half-seas-over; ship 2 D;** Ⓔ *(fig. vast quantity)* มหาศาล; Ⓕ *attrib. (of or on the ~) (อาหาร, สัตว์, ลม, แตงกวา)* ทะเล; *(ถนนเลียบ, หมู่บ้าน)* ชายทะเล

sea: ~ 'air *n.* อากาศชายทะเล; **~ a'nemone** *n. (Zool.)* สัตว์ทะเลในชั้น Actiniaria มีหนวดและลักษณะรูปร่างคล้ายดอกไม้; **~ bass** *n. (Zool.)* ปลากะพงขาว; **~'bed** *n.* พื้นใต้ทะเล; **~bird** *n.* นกทะเล; **~board** *n.* เขตชายฝั่งทะเล, แนวชายฝั่ง; **~boot** *n.* รองเท้าบูท; **~ breeze** *n. (Meteorol.)* ลมที่พัดจากทะเลเข้าสู่ฝั่ง; **~ captain** *n.* กัปตันเรือเดินทะเล; **~ change** *n. (esp. literary: unexpected or notable transformation)* การเปลี่ยนแปลงอย่างไม่คาดคิด; **~ chest** *n. (Naut.)* หีบเก็บของส่วนตัวของกะลาสีเรือ; **~ coast** *n.* ชายฝั่งทะเล; **~ 'cucumber** *n. (Zool.)* แตงกวาทะเล; **~ dog** *n.* Ⓐ *(Zool.)* แมวน้ำ; Ⓑ *(literary/joc.: experienced sailor)* กะลาสีเรือแก่ประสบการณ์; **~ eagle** *n.* นกอินทรีขนาดใหญ่ชอบบินเหนือทะเลในสกุล *Haliaëtus;* **~farer** /ˈsi:feərə(r)/ˈซีเฟเรอะ(ร)/ *n. (formal)* กะลาสีเรือ; **~faring** /ˈsi:feərɪŋ/ˈซีเฟริง/ ❶ *adj.* **~faring man** ผู้ชายที่ออกทะเล *(เป็นประจำ)*; **~faring nation** ประเทศที่เดินเรือออกทะเลสม่ำเสมอ; **his ~faring days** สมัยที่เขาเดินทางออกทะเล ❷ *n., no pl., no indef. art.* การเดินทางทางทะเล; **~ fish** *n.* ปลาทะเล; **~ fog** *n.* หมอกทะเล; **~food** *n.* อาหารทะเล; **~food cocktail** ค็อกเทลอาหารทะเลรวมมิตร; **~ fowl** ➡ **~bird; ~front** *n.* ส่วนของเมืองที่อยู่ติดชายฝั่ง; **a walk along the ~front** การเดินเล่นตามถนนเลียบชายฝั่ง; **the hotels on the ~front** โรงแรมเลียบชายฝั่ง; **~ god** *n.* เทพแห่งทะเล; **~going** *adj. (for crossing sea)* สำหรับเดินทางข้ามทะเล; **~going yacht** เรือใบข้ามทะเล; **~ green** ❶ /-'-/ *n.* สีเขียวน้ำทะเล ❷ /'--/ *adj.* เป็นสีเขียวน้ำทะเล; **~gull** *n.* นกนางนวล; **~ horse** *n. (Zool.)* ม้าน้ำ; **~kale** *n. (Bot.)* พืชทะเลตามชายฝั่ง

[1]seal /si:l/ซีล/ *n.* Ⓐ *(Zool.)* แมวน้ำ; Ⓑ ➡ **~skin**

[2]seal ❶ *n.* Ⓐ *(piece of wax, lead, etc., stamp, impression)* ตราประทับ; **fix a ~ on** ประทับตราบน; *(using lead)* ประทับตราตะกั่ว; **put [lead] ~s on** ประทับด้วยตราตะกั่ว; **~s of office** *(Brit.)* ตราประจำตำแหน่ง *(โดยเฉพาะของ Lord Chancellor หรือรัฐมนตรี)*; Ⓑ *(adhesive stamp)* ไปรษณียบัตรที่มีลายพิเศษ; Ⓒ **set the ~ on** *(fig.)* เป็นจุดสูงสุดในบางสิ่ง; **set one's ~ to sth.** *(fig.)* อนุญาต *ส.น.*; Ⓓ *(guarantee)* **gain the ~ of respectability** ได้รับการรับประกันความเป็นที่น่าเคารพ; **have the ~ of official approval** ได้รับการอนุมัติอย่างเป็นทางการ; Ⓔ *(to close aperture)* ปิดให้มิด; ➡ **+ privy seal** ❷ *v.t.* Ⓐ *(stamp with ~, affix ~ to)* ประทับตรา; *(fasten with ~)* ปิดผนึก; Ⓑ *(close securely)* ปิดแน่น; *(เนื้อ)* ทอดแป๊ปเดียวเพื่อไม่ให้เสียรสชาติ; **my lips are ~ed** *(fig.)* ฉันปิดปากเงียบ; **be a ~ed book to sb.** *(fig.)* เป็นเรื่องที่ *ค.น.* ไม่เข้าใจ/รู้เรื่องเลย; **~ed orders** คำสั่งลับเฉพาะ *(โดยเฉพาะในเวลาสงคราม)*; Ⓒ *(stop up)* อุด; Ⓓ *(decide)* กำหนด, ตัดสิน *(ข้อตกลง, โชคชะตาของ ค.น.)*; Ⓔ *(provide with water ~)* อุดรอยรั่ว *(ท่อ)*; Ⓕ *(Road Constr.)* ยาผิวเพื่อไม่ให้น้ำซึมผ่านได้

~ 'in *v.t.* ทอดแป๊ปเดียวไม่ให้ *(รสชาติ)* หายไป

~ 'off *v.t.* ห้ามไม่ให้เข้า, ปิดกั้น

~ 'up ➡ **~ 2 B, C**

'sea lane *n. (Naut.)* เส้นทางเดินเรือทะเล

sealant /ˈsi:lənt/ˈซีเลินทฺ/ *n.* สิ่งที่ใช้ปิดผนึก

seal: ~ cull *n.* การล่าแมวน้ำ *(เพื่อลดจำนวน)*; **~ culling** *n.* การล่าแมวน้ำ

sea: ~ legs *n. pl.* การรักษาความสมดุลบนเรือ; **get** *or* **find one's ~ legs** ชินกับการอยู่บนเรือในทะเล; **~level** *n.* ระดับน้ำทะเล; **200 feet above /below ~level** 200 ฟุตเหนือ/ต่ำกว่าระดับน้ำทะเล; **at ~level** ที่ระดับน้ำทะเล

sealing wax /ˈsi:lɪŋwæks/ˈซีลิงแวคซฺ/ *n.* ครั่งสำหรับประทับเอกสาร

'sea lion *n. (Zool.)* สิงโตทะเล

'Sea Lord *n. (Brit.)* สมาชิกนาวีของ Admiralty Board

'sealskin *n.* หนังแมวน้ำ; *(garment)* เสื้อผ้าที่ทำจากหนังแมวน้ำ

Sealyham [terrier] /ˈsi:lɪəm (terɪə[r])/ˈซีเลียม เทะเรีย(ร)/ *n.* สุนัขพันธุ์เทอร์เรียขนหยาบขาสั้น

seam /si:m/ซีม/ *n.* Ⓐ *(line of joining)* รอยต่อ; ตะเข็บ *(เสื้อผ้า)*; *(Carpentry)* รอยต่อ; **come apart at the ~s** แยกออกจากกันที่รอยต่อ; *(fig. coll.: fail)* ล้มเหลว; **burst at the ~s** *(fig.)* อิ่มมากหรือแน่นมาก; ➡ **+ fall 2 T;** Ⓑ *(fissure)* รอยแยก *(ในดิน)*; *(in ship)* รอยต่อ; Ⓒ *(Mining)* ชั้นหรือแนว *(ถ่านหิน, สายแร่อื่น)*; *(Geol.) (stratum)* ชั้นหิน; Ⓓ *(wrinkle)* รอยเหี่ยวย่น

seaman /ˈsi:mən/ˈซีเมิน/ *n., pl.* **seamen** /ˈsi:mən/ˈซีเมิน/ Ⓐ *(sailor)* กะลาสีเรือ; ➡ **+ able seaman; ordinary seaman;** Ⓑ *(expert in navigation etc.)* ผู้เชี่ยวชาญในการเดินเรือ ฯลฯ

seamanlike /ˈsi:mənlaɪk/ˈซีเมินไลคฺ/ *adj.* เหมือนกะลาสี

seamanship /ˈsi:mənʃɪp/ˈซีเมินชิพ/ *n., no pl.* ทักษะความชำนาญในการเดินเรือ

'seamark *n. (Naut.)* วัตถุที่เป็นเครื่องหมายของการเดินเรือ เช่น ทุ่นลอย, ประภาคาร

seamed /si:md/ซีมดฺ/ *adj.* Ⓐ *(having seam)* **~ stockings** ถุงน่องที่มีตะเข็บ; Ⓑ *(wrinkled)* เหี่ยวย่น; Ⓒ *(Geol.: having seams)* มีแนวหรือชั้นของแร่ธาตุอยู่ใต้ดิน

sea: ~mew *n.* นกนางนวล; **~ mile** ➡ **nautical mile; ~ mist** *n.* หมอกทะเล

seamless /ˈsi:mlɪs/ˈซีมลิซ/ *adj.* ไม่มีรอยต่อ, ไม่มีตะเข็บ

sea: ~ monster *n. (Mythol.)* พรายหรือปีศาจทะเลในเทพนิยายกรีก; **~mount** *n. (Geog.)* ภูเขาใต้ทะเล

seamstress /ˈsemstrɪs/ˈเซ็มซฺทริซ/ *n.* ➤ **489** หญิงมีอาชีพเย็บผ้า, ช่างตัดเสื้อ

seamy /ˈsi:mɪ/ˈซีมิ/ *adj.* Ⓐ *(having wrinkles)* มีรอยเหี่ยวย่น; Ⓑ *(run down)* ทรุดโทรม, สกปรก; **the ~ side [of life** *etc.***]** *(fig.)* มุมที่น่าเกลียดสกปรก [ของชีวิต]

seance /ˈseɪɑns/ˈเซเอินซฺ/, **séance** /ˈseɪɑ̃s/ˈเซอานซฺ/ *n.* การชุมนุมที่ผู้มีอำนาจไสยศาสตร์พยายามเข้าทรงติดต่อกับคนที่ตายไปแล้ว

sea: ~ pink *n. (Bot.)* พืชริมทะเล *Armeria maritima* มีดอกสีชมพู; **~plane** *n.* เครื่องบินที่บินลงได้ทั้งบนบกและบนน้ำ; **~port** *n.* ท่าเรือ,

Seasons (ฤดู)

in spring, in the spring
= ในฤดู/หน้าใบไม้ผลิ
in summer, in the summer
= ในฤดู/หน้าร้อน
in autumn, in the autumn (esp. Brit.)***, in the fall*** (Amer.)
= ในฤดู/หน้าใบไม้ร่วง
in winter, in the winter
= ในฤดู/หน้าหนาว

In Thai the word ฤดู is used in written language while หน้า is used for speech. In Thailand there are only 3 main seasons not 4:

cold season (November-February)
= ฤดู/หน้าหนาว
hot season (March -June)
= ฤดู/หน้าร้อน/แล้ง
rainy season/monsoon season (July-October)
= ฤดู/หน้าฝน/มรสุม
spring came early
= ฤดูใบไม้ผลิมาถึงเร็ว
in early/late spring
= ในช่วงต้น/ปลายฤดูใบไม้ผลิ
It's going to be a hard winter
= คงเป็นฤดูหนาวที่หนาวมาก

He is staying [for] the whole summer
= เขาจะอยู่ตลอดช่วงฤดูร้อน
It lasted all summer or ***throughout the summer***
= มันคงมีอยู่ตลอดช่วงฤดูร้อน
She was here last winter
= เธออยู่ที่นี่ในช่วงฤดูหนาวปีที่แล้ว
They are coming this/next autumn
= พวกเขาจะมาในฤดูใบไม้ร่วงนี้/ถัดไป

Seasonal adjectives

winter clothing
= เสื้อผ้าฤดูหนาว
summer clothing
= เสื้อผ้าฤดูร้อน
winter/summer temperatures
= อุณหภูมิในฤดูหนาว/ฤดูร้อน

The two Thai educational terms reflect the seasons. The first term runs from 17th May to the end of September. The second term runs from 1st of November to the end of February.

เมืองท่า; ~ **power** *n.* ประเทศที่มีกองทัพเรือที่มีแสนยานุภาพสูง; ~ **quake** *n.* แผ่นดินไหวใต้ทะเล

sear /sɪə(r)/เซีย(ร)/ *v.t.* ทำให้ไหม้เกรียม; *(Med.: cauterize)* นาบด้วยเหล็กร้อน *(แผล)*

search /sɜ:tʃ/เซิฉ/ ❶ *v.t.* ค้นหา (**for** สำหรับ); *(fig.: probe)* พิจารณาอย่างใกล้ชิด *(จิตใจตนเอง)*; พยายามรื้อฟื้น *(ความจำที่คิดไม่ออก)*; **~ me** *(coll.)* ฉันไม่รู้เลย ❷ *v.i.* ค้นหา; **~ after sth.** ค้นหา ส.น. ❸ *n.* การค้นหา (**for** สำหรับ); *(of building room, etc.)* การค้นหา; **make a ~ for** ลงมือค้นหา; **in ~ of sb./sth.** ในการค้นหา *ค.น./ส.น.*; **go off in ~ of sth.** ออกไปค้นหา *ส.น.*; **right of ~:** สิทธิในการตรวจค้นเรือ *(ที่เป็นกลางในภาวะสงคราม)*

~ **for** *v.t.* ค้นหา *(สำหรับ ส.น.)*

~ **'out** *v.t.* ค้นหาจนเจอ

~ **through** *v.t.* ค้นหาไปทั่ว

search-and-replace *n. (Computing)* ค้นและเปลี่ยน *(คำศัพท์, วิธีสะกด)*

search engine *n. (Computing)* โปรแกรมค้นหาที่อยู่ของเว็บไซต์

searcher /'sɜ:tʃə(r)/เซอเฉอะ(ร)/ *n.* ผู้ค้นหา; **the ~s returned with the missing child** ผู้ค้นหากลับมาพร้อมกับเด็กที่หายไป

searching /'sɜ:tʃɪŋ/เซอฉิง/ *adj.* ค้นหา; *(การมอง)* ที่เพ่งเล็ง; *(thorough) (การตรวจสอบ)* ที่ละเอียดถี่ถ้วน

searchingly /'sɜ:tʃɪŋlɪ/เซอฉิงลิ/ *adv. (ค้นหา, ตรวจสอบ)* อย่างถี่ถ้วน; *(ซักถาม)* อย่างลึกซึ้ง

search: ~light *n.* Ⓐ *(lamp)* โคมไฟ, ไฟฉายอย่างแรงที่หมุนไปได้รอบทิศ; Ⓑ *(beam of light)* แสงหรือลำแสงที่สว่างมาก; *(fig.)* ความสนใจ, ความเพ่งเล็ง; **the ~light is on him** *(fig.)* ความสนใจพุ่งไปที่เขา; ~ **party** *n.* กลุ่มคนที่ค้นหา *ส.น.*; ~ **warrant** *n. (Law)* หมายค้น

searing /'sɪərɪŋ/เซียริง/ *adj.* ร้อน; *(ความเจ็บปวด)* เผาไหม้; *(fig.: intense)* รุนแรง; *(การมอง)* ที่เพ่งเล็ง

sea: ~ salt *n.* เกลือทะเล; **~scape** *n.* Ⓐ *(Art: picture)* ภาพท้องทะเล; Ⓑ *(view)* ทัศนียภาพท้องทะเล; ~ **Scout** *n. (Brit.)* ลูกเสือทะเล; ~ **serpent** *n.* งูทะเล; ~ **shanty** ➡ ²shanty; **~shell** *n.* เปลือกหอยทะเล; **~shore** *n. (land near ~)* ชายฝั่ง; *(beach)* ชายหาด; **walk along the ~shore** เดินตามชายฝั่ง/ชายหาด; **~sick** *adj.* เมาคลื่น; **~sickness** *n., no pl.* การเมาคลื่น; **~side** *n., no pl.* พื้นที่เมืองหรือสถานที่ชายทะเล *(โดยเฉพาะที่เป็นเมืองท่องเที่ยว)*; **by/to/at the ~side** ชาย/ริม/ไปทะเล; **~side town** เมืองชายฝั่งทะเล; **the usual ~side attractions** ความดึงดูดใจที่พบอยู่ตามชายฝั่งทะเล

season /'si:zn/ซีซ'น/ ❶ *n.* Ⓐ ➤ 789 *(time of the year)* ฤดู, หน้า; **dry/rainy ~:** ฤดูแล้ง/ฝน; Ⓑ *(time of breeding)* ฤดูผสมพันธุ์; *(time of flourishing)* ฤดูออกดอก/ออกผล; *(time when animal is hunted)* ฤดูล่าสัตว์; **blackberry ~:** หน้าลูกแบลคเบอร์รี่; **nesting ~:** ฤดูทำรัง; ➡ + **close season; open season;** Ⓒ *(time devoted to specified, social activity)* ฤดูกาลของกิจกรรมทางสังคม; **harvest/opera ~:** ฤดูเก็บเกี่ยว/เทศกาลแสดงอุปรากร; **football ~:** ฤดูการแข่งขันฟุตบอล; **holiday** *or (Amer.)* **vacation ~:** ฤดูพักร้อน, ฤดูปิดภาค; **tourist ~:** ฤดูการท่องเที่ยว; **the ~ of goodwill** *(Christmas)* เทศกาลคริสต์มาส; **'compliments of the ~'** *(formal)*, **'the ~'s greetings'** 'ขออวยพรคริสต์มาส'; Ⓓ **raspberries are in/out of** *or* **not in ~:** อยู่ในช่วงฤดู/ไม่ใช่ฤดูผลราสเบอร์รี่; **be in ~** *(on heat)* *(สัตว์)* หน้าติดสัด; **a word in ~** *(literary)* คำแนะนำที่ถูกกาลเทศะ; **in and out of ~:** ในทุกฤดูกาล; *(again and again)* ครั้งแล้วครั้งเล่า; Ⓔ *(ticket)* ➡ **season ticket;** Ⓕ *(period of time)* ช่วง; *(Theatre, Cinemat.)* ช่วงแสดง; **for a ~** *(dated)* ช่วงเวลาหนึ่ง; **they are doing a ~ in Oxford** พวกเขาแสดงอยู่ที่ออกซฟอร์ดสักช่วงหนึ่ง; **put on a Shakespeare/Russian ~:** จัดการแสดงละครเชคสเปียร์/รัสเซียช่วงหนึ่ง; ➡ + **high season; low season; off-season; silly 1 A**
❷ *v.t.* Ⓐ *(make palatable, lit. or fig.)* ปรุงรสชาติ; Ⓑ *(mature)* เก็บ *(ไม้)* ให้แห้ง; **~ed** *(ทหาร, ผู้เดินทาง)* ที่มีประสบการณ์; Ⓒ *(temper)* ทำให้อ่อนลง *(อารมณ์ฉุนเฉียว)*
❸ *v.i.* เก็บให้ได้เวลาเหมาะ *(ไม้, วิสกี้ ฯลฯ)*

seasonable /'si:zənəbl/ซีเซอะ'เนอะบ'ล/ *adj.* Ⓐ *(suitable to the time of the year)* เหมาะสมตามฤดูกาล; Ⓑ *(opportune)* *(เวลา)* เหมาะสม; *(meeting needs of occasion)* *(คำพูด)* เหมาะเจาะ

seasonably /'si:zənəblɪ/ซีเซอะเนอะบลิ/ *adv.* Ⓐ *(in a way typical of the season)* อย่างเป็นไปตามฤดูกาล; Ⓑ *(so as to be opportune)* เพื่อให้เหมาะสมแก่เวลา

seasonal /'si:zənl/ซีเซอะน'ล/ *adj.* เกี่ยวกับ *หรือ* เปลี่ยนแปลงไปตามฤดูกาล

seasonal af'fective disorder /si:zənl ə'fektɪv dɪsɔ:də(r)/ซีเซอะน'ล เออะ'เฟ็คทิว ดิซออเดอะ(ร)/ *(Med.)* การกลุ้มใจช่วงหน้าหนาวซึ่งเกิดจากการได้รับแสงแดดไม่พอ

seasonally /'si:zənəlɪ/'ซีเซอะเนอะลิ/ *adv.* ตามฤดูกาล; ~ **adjusted** *(สถิติ)* ที่ปรับเปลี่ยนไปตามฤดูกาล

seasoning /'si:zənɪŋ/ซีเซอะนิง/ *n.* Ⓐ *(Cookery)* เครื่องปรุงรส; Ⓑ *(fig.)* สิ่งช่วยเพิ่มสีสัน, ความสนุกสนาน

'season ticket *n.* ตั๋วเดือน; *(for one year/month)* ตั๋วที่มีระยะเวลา 1 ปี/เดือน

seat /si:t/ซีท/ ❶ *n.* Ⓐ *(thing for sitting on)* ที่นั่ง; *(in vehicle, cinema, etc.)* เบาะ, ที่นั่ง; *(of toilet)* ที่นั่งโถส้วม; **use sth. for a ~:** ใช้ *ส.น.* เป็นที่นั่ง; *(be sitting)* กำลังนั่งอยู่บน *ส.น.*; Ⓑ *(place)* ที่นั่ง; *(in vehicle)* เบาะรถ; **have** *or* **take a ~:** นั่งลง; เข้าประจำที่นั่ง; **take one's ~ at the table** นั่งที่โต๊ะอาหาร; **keep one's ~:** นั่งอยู่; *(นักขี่ม้า)* รักษาที่นั่งไว้ได้; **resume one's ~:** นั่งลงอีกครั้ง; *(after the interval etc.)* กลับไปนั่ง

ที่เดิม; ➡ + **back seat**; Ⓒ *(part of chair)* เบาะเก้าอี้; Ⓓ *(buttocks)* สะโพก; *(part of clothing)* ส่วนของเสื้อผ้าที่ปิดก้น; *(of trousers)* ส่วนก้นของกางเกง; **by the ~ of one's pants** *(coll. fig.)* *(ทำ ส.น.)* ด้วยสัญชาตญาณ; Ⓔ *(site)* สถานที่, ที่ตั้ง; *(of disease also)* สถานที่เกิดโรค; *(of learning)* สถานที่เรียนรู้; *(of trouble)* จุดเกิดเหตุ; **~ of the fire** สถานที่เกิดเพลิงไหม้; Ⓕ *(right to sit in Parliament etc.)* สิทธิที่จะนั่งในรัฐสภา; **be elected to a ~ in Parliament** ได้รับการเลือกตั้งเข้าในรัฐสภา; **be appointed to a ~ on a committee** ได้รับการแต่งตั้งในคณะกรรมการ; Ⓖ **[country] ~** *(mansion)* คฤหาสน์ [ในชนบท]; Ⓗ *(on horseback)* การนั่งบนหลังม้า; Ⓘ *(Mech. Engin.)* ส่วนรับส่วนอื่น, ฐาน; **valve ~**: ที่ติดตั้งวาล์ว

❷ *v.t.* Ⓐ *(cause to sit)* ให้ที่นั่ง; *(accommodate at table etc.)* ให้นั่งที่โต๊ะ ฯลฯ; *(ask to sit)* ขอให้นั่งลง; **~ oneself** นั่งลง; Ⓑ *(have seats for)* มีที่นั่งสำหรับ; **~ 500 people** มีที่นั่งสำหรับ 500 คน; **the car ~s five comfortably** รถนั่งได้ห้าคนอย่างสบาย; Ⓒ *(fit with seats)* จุที่นั่ง; Ⓓ *(Mech. Engin.)* ติดตั้งบนแท่น/ในที่รองรับ

'seat belt *n. (Motor Veh., Aeronaut.)* เข็มขัดนิรภัย; **fasten one's ~**: รัดเข็มขัดนิรภัย; **wear a ~**: คาด *หรือ* รัดเข็มขัดนิรภัย

seated /'si:tɪd/'ซีทิด/ *adj.* *(กำลัง)* นั่งอยู่; **remain ~**: ยังคงนั่งอยู่; **take 50 ~ passengers** มีที่นั่งสำหรับ 50 คน; **be ~** *(formal)* โปรดนั่งลง

-seater /'si:tə(r)/'ซีเทอะ(ร)/ *adj. in comb.* ที่นั่ง; **two-~ [car]** [รถยนต์] สองที่นั่ง

seating /'si:tɪŋ/'ซีทิง/ *n., no pl., no indef. art.* Ⓐ *(seats)* ที่นั่ง; Ⓑ *(act)* การนั่ง, การจัดที่นั่ง; Ⓒ *attrib.* *(ผัง, ลำดับ)* ที่นั่ง; **~ accommodation** การจัดหาที่นั่ง; **the ~ arrangements** การจัดที่นั่ง

SEATO /'si:təʊ/'ซีโท/ *abbr.* **South-East-Asia Treaty Organisation** ซีโต้

sea: ~ urchin *n. (Zool.)* หอยเม่น *(สัตว์ทะเลในสกุล Echinidae)*; **~ wall** *n.* เขื่อนกั้นทะเล

seaward /'si:wəd/'ซีเวิด/ ❶ *adj.* ไปสู่ทะเล, ไปทางทะเล; **the ~ side** ด้านที่ไปทางทะเล; **the ~ view** ทัศนียภาพที่ออกไปสู่ทะเล ❷ *adv.* ไปสู่ทะเล, ไปทางทะเล ❸ *n.* **to [the] ~**: ไปสู่ทะเล

seawards /'si:wədz/'ซีเวิดซฺ/ ➡ **seaward 2**

sea: ~ water *n.* น้ำทะเล; **~weed** *n.* สาหร่ายทะเล; **~worthy** *adj.* ปลอดภัยที่จะออกทะเล

sebaceous /sɪ'beɪʃəs/ซิ'เบเชิซ/ *adj.* เกี่ยวกับไขมัน; **~ duct/gland** *(Anat.)* ต่อมที่ปล่อยไขมันออกมา

seborrhoea *(Amer.:* **seborrhea**) /sebə'rɪə/เซเบอะ'เรีย/ *n. (Med.)* การผลิตและขับไขมันออกจากต่อมไขมันมากผิดปกติ

sec /sek/เซ็ค/ *(coll.)* ➡ **second 2 B**

sec. *abbr.* **second[s]**

Sec. *abbr.* **Secretary**

secant /'si:kənt/'ซีเคินทฺ/ *n. (Math.)* เส้นตรงที่ลากตัดเส้นโค้งที่จุดหนึ่งหรือมากกว่า; *(of angle)* อัตราส่วนของด้านตรงข้ามมุมฉากกับด้านประชิดมุมแหลม

secateurs /sekə'tɜ:z, 'sekətɜ:z/เซะเคอะ'เทิซฺ, 'เซ็คเคอะเทิซฺ/ *n. pl. (Brit. Hort.)* กรรไกรตกแต่งกิ่งไม้

secede /sɪ'si:d/ซิ'ซีด/ *v.i. (Polit./Eccl./formal)* ถอนตัวออก (**from** จาก)

secession /sɪ'seʃn/ซิ'เซ็ช'น/ *n. (Polit./Eccl./formal)* การถอนตัวออก; *(of member)* การถอนตัวออกจากการเป็นสมาชิก; **the ~ of some southern states** การถอนตัวออกของบางรัฐทางตอนใต้

seclude /sɪ'klu:d/ซิ'คลูด/ *v.t.* แยกจากกลุ่มไปอยู่ตามลำพัง; **~ oneself** *(from society)* แยกตัวเองออกจากสังคม; *(into a room)* เก็บตัวไว้ **(into** ข้างใน**)**

secluded /sɪ'klu:dɪd/ซิ'คลูดิด/ *adj.* Ⓐ *(hidden from view)* หลบซ่อน; *(somewhat isolated)* ค่อนข้างแยกสันโดษ; Ⓑ *(solitary)* โดดเดี่ยว, ตามลำพัง

seclusion /sɪ'klu:ʒn/ซิ'คลูฌ'น/ *n.* Ⓐ *(keeping from company)* การแยกไปอยู่ตามลำพัง; *(being kept from company)* การถูกแยกออกจากกลุ่ม; **in ~ from** ในการแยกไปอยู่ตามลำพังจาก; Ⓑ *(privacy) (of life)* ความเป็นส่วนตัว; *(of room)* ความเงียบสงบของห้อง; **in ~**: ในความเป็นส่วนตัว; Ⓒ *no pl. (remoteness)* ความห่างไกล; วิเวก *(ร.บ.)*

second /'sekənd/'เซ็คเคินดฺ/ ❶ *adj.* ➤ **602** *(เมือง, แม่น้ำ ฯลฯ)* อันดับที่สอง; **~ largest/highest** *etc.* ใหญ่ที่สุด/สูงที่สุด ฯลฯ รองลงมา; **come in/be ~**: มาเป็นอันดับที่สอง; **every ~ week** ทุกสัปดาห์ที่สอง; สัปดาห์เว้นสัปดาห์; **~ to none** ไม่เป็นสองรองใคร

❷ *n.* Ⓐ ➤ **177** *(unit of time or angle)* วินาที; Ⓑ *(coll.: moment)* ชั่วขณะ; **wait a few ~s** รอสักประเดี๋ยว; **in a ~** *(immediately)* ชั่วประเดี๋ยว, ทันทีทันใด; *(very quickly)* อย่างรวดเร็วมาก; **just a ~!** *(coll.)* รอเดี๋ยว; Ⓒ *(additional person or thing)* **a ~**: อีกคน/สิ่ง; Ⓓ **the ~** *(in sequence, rank)* ที่สองรองลงมา; **be the ~ to arrive** เป็นคนที่สองที่มาถึง; **be a good ~**: เป็นอันดับที่สองที่ใช้ได้ทีเดียว; Ⓔ *(in duel, boxing)* พี่เลี้ยงหรือผู้ช่วยในการดวลหรือชกมวย; **~s out [of the ring]** *(Boxing)* ชกได้; Ⓕ *in pl. (helping of food)* การเติมอาหาร; *(~ course)* อาหารจานที่สอง; **are there any ~s?** ขอเติมอีกจานได้ไหม; Ⓖ ➤ **231** *(day)* **the ~ of May** วันที่สองพฤษภาคม; **the ~ [of the month]** วันที่สอง[ของเดือน]; Ⓗ *(~ form)* ชั้นที่สอง, ปีสอง, ประถมสอง; Ⓘ *in pl. (goods of second quality)* สินค้าที่มีคุณภาพเป็นรอง; **be ~s** เป็นสินค้าที่มีคุณภาพชั้นรอง; Ⓙ *(Motor Veh.)* เกียร์สอง; **in ~**: ใช้เกียร์สอง; **change into ~**: เปลี่ยนเป็นเกียร์สอง; Ⓚ *(Brit. Univ.)* เกียรตินิยมอันดับสอง; **she got a ~ in mathematics** เธอได้รับเกียรตินิยมอันดับสองในสาขาคณิตศาสตร์; Ⓛ *(Mus.)* ช่วงระหว่างโน้ตสองตัวที่ต่อเนื่องในบันไดเสียง

❸ *v.t.* Ⓐ *(support in debate)* สนับสนุน, ส่งเสริมในการโต้วาที; **I'll ~ that!** *(coll.)* ฉันจะถือหาง/เข้าข้างฝ่ายนั้นแหละ; Ⓑ /sɪ'kɒnd/ซิ'คอนดฺ/ *(transfer)* โอน, เปลี่ยน, ย้ายชั่วคราว; Ⓒ /'sekənd/'เซ็คเคินดฺ/ *(support)* สนับสนุน, ส่งเสริม; Ⓓ /sɪ'kɒnd/ซิ'คอนดฺ/ *(Brit. Mil.)* ย้ายไปช่วยราชการ

secondarily /'sekəndərɪlɪ/'เซ็คเคินเดอะริลิ/ *adv.* Ⓐ เป็นอันดับรอง; Ⓑ *(indirectly)* โดยทางอ้อม

secondary /'sekəndərɪ/'เซ็คเคินเดอะริ/ *adj.* Ⓐ *(of less importance)* สำคัญรองลงมา; *(derived from sth. primary)* ที่พัฒนามาจากสิ่งแรกหรือสิ่งปฐม, ที่เลียนแบบ; **~ literature** วรรณคดีที่ได้รับแรงบันดาลใจหรือเค้ามาจากงานดั้งเดิม; **be ~ to sth.** เป็นรองต่อ *ส.น.*; Ⓑ *(indirectly caused)* เกิดทางอ้อม; ➡ + **picketing**; Ⓒ *(supplementary)* ที่เพิ่มขึ้น *(จากสิ่งปฐม)*; Ⓓ **S~** *(Geol.)* ➡ **Mesozoic 1**

secondary: ~ coil *n. (Electr.)* คอยล์ทุติยภูมิ *(ขดลวดในเครื่องแปลงกระแสไฟที่ใช้หลักการเหนี่ยวนำทางแม่เหล็กไฟฟ้า)*; **~ colour** ➡ **colour 1 A**; **~ education** *n.* มัธยมศึกษา; *(result)* ผลการศึกษาระดับมัธยม; **~ evidence** *n.* หลักฐานขั้นทุติยภูมิ; **~ infection** *n.* การติดเชื้อซ้ำซ้อน; **~ hospital** โรงพยาบาลเรือนจำ; **~ 'modern [school]** *n. (Brit. Hist.)* [โรงเรียน] มัธยมศึกษาที่ไม่ต้องสอบเข้า; **~ school** *n.* โรงเรียนมัธยมศึกษา

second: ~ 'base ➡ **'base 1 C**; **~-best** ❶ /'---/ *adj.* ดีที่สอง, ดีเป็นอันดับรอง ❷ /--'-/ *adv.* อย่างดีที่สุดเป็นอันดับรอง; **come off ~-best** ได้เป็นรอง ❸ /--'-/ *n.,no pl.* คน/สิ่งที่เป็นรอง; **don't settle for [the] ~-best!** อย่ายอมรับอันดับสองมานะ; **~ 'chamber** *n. (Parl.)* สภาสูง; **~ 'childhood** ➡ **childhood**; **~ 'class** *n.* Ⓐ *(set ranking after others)* อันดับที่สอง; Ⓑ *(Transport, Post)* ชั้นสอง; **travel in the ~ class** เดินทางชั้นสอง; Ⓒ *(Brit Univ.)* ➡ **second 2 K**; **~-class** ❶ /'---/ *adj.* Ⓐ *(of lower class)* *(ไปรษณีย์, การเดินทาง)* ชั้นสอง; **~-class stamp** ไปรษณีย์อากรชั้นสอง *(ซึ่งใช้เวลาส่งนานกว่า)*; **get a ~-class degree** *(Brit. Univ.)* ได้รับปริญญาเกียรตินิยมอันดับสอง; Ⓑ *(of inferior class)* ชั้นสอง; **~-class citizen** ประชาชนผู้ด้อยโอกาส, พลเมืองชั้นสอง ❷ /--'-/ *adv.* อย่างเป็นรอง; *(เดินทาง)* โดยชั้นสอง; **send a letter ~-class** ส่งจดหมายโดยติดไปรษณีย์อากรชั้นสอง; **~ 'coming** *n., no pl. (Relig.)* การเสด็จมาครั้งที่สองของพระเยซูคริสต์ในวันพิพากษาโลก; **~ 'cousin** ➡ **cousin**

second degree murder *n.* การฆ่าคนโดยไม่เจตนา

seconder /'sekəndə(r)/'เซ็คเคินเดอะ(ร)/ *n.* ผู้ส่งเสริม, ผู้สนับสนุน

second: ~ 'fiddle ➡ **fiddle 1 A**; **~ 'floor** ➡ **floor 1 B**; **~ form** ➡ **form 1 D**; **~ 'gear** *n., no pl. (Motor Veh.)* เกียร์สอง; ➡ + **gear 1 A**; **~-generation** *adj.* คนรุ่นที่สอง *(ลูกหลานของผู้อพยพรุ่นแรก)*; **~-guess** *v.t. (Amer.)* Ⓐ วิจารณ์หลังจากทราบผล; Ⓑ *(anticipate)* คาดหวัง, ทำนาย; **~-guess sb.** พยายามทายว่า *ค.น.* จะทำอะไร; **~ hand** *n. (Horol.)* เข็มวินาที; **~-hand** ❶ /'---/ *adj.* Ⓐ *(used)* ที่ใช้แล้ว, มือสอง; **~-hand car** รถมือสอง; Ⓑ *(selling used goods)* ขายสินค้าที่ใช้แล้ว; Ⓒ *(taken on another's authority)* *(ข่าว)* ได้รับมาจากแหล่งอื่น ❷ /--'-/ *adv.* อย่างที่ใช้แล้ว; **get a book ~-hand** ซื้อหนังสือมือสอง; **~ 'home** *n.* บ้านหลังที่สอง; *(holiday house)* บ้านพักในวันหยุด; **~ in com'mand** *n. (Mil.)* รองผู้บัญชาการ, รองผู้บังคับการ; *(of ship)* รองผู้บังคับการเรือ; *(fig. coll.)* รองหัวหน้า; **~ lieu'tenant** *n. (Mil.)* ร้อยตรี

secondly /'sekəndlɪ/'เซ็คเคินดฺลิ/ *adv.* อย่างเป็นอันดับสอง

secondment /sɪ'kɒndmənt/ซิ'คอนดฺเมินทฺ/ *n. (Brit.)* Ⓐ *(of official)* การให้ยืมตัวบุคคล *(ไปช่วยปฏิบัติงาน)*; **be on [a] ~**: อยู่ในระหว่างถูกยืมตัว *(ไปช่วยปฏิบัติงาน)*; Ⓑ *(Mil.)* การย้ายไปช่วยราชการ

second: ~ name *n.* ชื่อรอง; **~ 'nature** *n., no pl., no art. (coll.)* นิสัยที่ฝึกขึ้นจนติดตัว;

become/be ~ nature to sb. กลายเป็น/เป็นนิสัยของ *ค.น.*; ~ **'officer** *n. (Naut.)* พนักงานระดับผู้ช่วยในพาณิชยนาวี; ~ **'person** ➡ **person** D; ~-**'rate** *adj. (คุณภาพ)* ชั้นสอง, ด้อยกว่า; **very/rather ~-rate** ด้อยกว่ามาก/ค่อนข้างด้อยกว่า; ~-**'rater** *n. (coll.)* **be a ~-rater** *(คน, สิ่ง)* ที่ด้อยกว่า, ที่มีคุณภาพต่ำ; ~ **'reading** ➡ **reading** G; ~**s hand** ➡ **second hand**; ~ **sight** ➡ **sight** 1 A; ~ **'string** ➡ **string** 1 B; ~ **'thoughts** *n. pl.* **have ~ thoughts** เปลี่ยนใจ (**about** เกี่ยวกับ); **we've had ~ thoughts about buying the house** พวกเราไม่แน่ใจแล้วเกี่ยวกับการซื้อบ้าน; **we've had ~ thoughts about the house** เรื่องบ้านนะ พวกเราได้เปลี่ยนใจแล้ว; **there's no time for ~ thoughts** ไม่มีเวลาที่จะเปลี่ยนใจแล้ว; **but on ~ thoughts I think I will** พอลองคิดดูอีกที ฉันก็คิดว่าฉันจะ; ~ **wind** ➡ **'wind** 1 F

secrecy /'si:krɪsɪ/'ซีคริซิ/ *n.* Ⓐ *(keeping of secret)* การเก็บรักษาความลับ; **with great ~**: อย่างลับมาก, โดยรักษาไว้เป็นความลับอย่างสุดยอด; Ⓑ *(secretiveness)* การชอบมีความลับ; Ⓒ *(unrevealed state)* การเป็นความลับ, ภาวะที่ไม่เปิดเผย; **be shrouded in ~**: ถูกปิดบังซ่อนเร้นเป็นความลับ; **in ~**: โดยเก็บรักษาไว้เป็นความลับ

secret /'si:krɪt/'ซีคริท/ ❶ *adj.* Ⓐ *(kept private, not to be made known) (ประตู, รหัสลับ, ที่เก็บซ่อน)* เป็นความลับ; **keep sth. ~**: เก็บรักษา *ส.น.* ไว้เป็นความลับ (**from** จาก); Ⓑ *(acting in secret) (กินเหล้า, มีชู้)* อย่างลับ ๆ ❷ *n.* Ⓐ ความลับ; **make no ~ of sth.** ไม่พยายามปิด *ส.น.*; *(not conceal feelings, opinion)* ไม่ปกปิดความรู้สึกเกี่ยวกับ *ส.น.*; **keep the ~**: รักษาความลับ; **keep ~s/a ~**: รักษาความลับ; **can you keep a ~?** คุณรักษาความลับได้ไหม; **make sth. a ~**: ทำ *ส.น.* ให้เป็นความลับ; **keep ~s from sb.** เก็บความลับไว้ไม่ให้ *ค.น.* รู้; **let sb. in on a ~**: ยอมให้ *ค.น.* ร่วมรู้ความลับ; **be in the ~**: เป็นหนึ่งในจำนวนคนที่รู้ความลับ; **open ~**: เป็นที่รู้กันทั่วไป *(แม้ว่าจะไม่เป็นที่ยอมรับทางการ)*; **the ~ of health/success** *etc.* เคล็ดลับของสุขภาพที่ดี/ความสำเร็จ ฯลฯ; Ⓑ **in ~**: อย่างลับ ๆ

secret 'agent *n.* สายลับ

secretaire /sekrɪ'teə(r)/เซะคริ'แท(ร)/ ➡ **escritoire**

secretarial /sekrə'teərɪəl/เซะเครอะ'แทเรียล/ *adj.* เกี่ยวกับ *(งาน)* เลขานุการ; ~ **skills** ทักษะในงานเลขานุการ

secretariat /sekrə'teərɪət/เซะเครอะ'แทเรียท/ *n.* สำนักงานเลขานุการ

secretary /'sekrətərɪ, US -rəterɪ/'เซ็คเครอะเทอะริ, -เรอะเทะริ/ *n.* ➤ **489** Ⓐ *(official of organization)* เลขาธิการ; *(of company)* เลขานุการ; **honorary ~**: เลขาธิการกิตติมศักดิ์; Ⓑ *(personal assistant)* เลขานุการส่วนตัว; **Parliamentary [Private] S~** *(Brit. Parl.)* รัฐมนตรีช่วยว่าการกระทรวง; **Permanent S~** *(Brit. Admin.)* ปลัดกระทรวง; ➡ + **private secretary**

secretary: ~ bird *n.* นกแอฟริกัน *Sagittarius serpentarius* ขายาวกินงู; **S~ 'General** *n., pl.* **Secretaries General** เลขาธิการ; **S~ of 'State** *n.* Ⓐ *(Brit. Polit.)* รัฐมนตรีว่าการกระทรวง; **S~ of State for Defence** รัฐมนตรีว่าการกระทรวงกลาโหม; Ⓑ *(Amer. Polit.)* รัฐมนตรีว่าการกระทรวงการต่างประเทศ; Ⓒ *(Amer. Admin.: head of records department)* ผู้อำนวยการสำนักทะเบียน

secretaryship /'sekrətərɪʃɪp/'เซ็คเครอะเทอะริชิพ/ *n.* Ⓐ *(office)* ตำแหน่งเลขานุการ; Ⓑ *(tenure)* การดำรงตำแหน่งเลขานุการ

secret 'ballot *n.* การลงคะแนนลับ

secrete /sɪ'kri:t/ซิ'ครีท/ *v.t.* Ⓐ *(Physiol.)* ขับถ่าย, ขับออก; Ⓑ *(formal/literary: hide)* หลบซ่อน, ปกปิด; ~ **oneself** ซ่อนตัวไว้

secretion /sɪ'kri:ʃn/ซิ'ครีช'น/ *n.* Ⓐ *(Physiol.)* การขับถ่าย, การขับออก; *(substance also)* สิ่งที่ถ่ายออก, สิ่งที่ขับออก; Ⓑ *(formal/literary: concealing)* การหลบซ่อน, การปกปิด, การปิดบัง

secretive /'si:krɪtɪv/'ซีคริทิว/ *adj.* ปกปิด, เป็นความลับ, ไม่ปริปากพูด; **be ~**: เก็บ/ทำเป็นความลับ (**about** เกี่ยวกับ); **she was being very ~ about something** เธอกำลังปกปิด *ส.น.* มาก

secretively /'si:krɪtɪvlɪ/'ซีคริทิวลิ/ *adv.* อย่างปกปิด, อย่างเป็นความลับ; **behave ~**: แสดงพฤติกรรมที่คอยปกปิด

secretly /'si:krɪtlɪ/'ซีคริทลิ/ *adv.* อย่างเป็นความลับ; *(คิด)* ในใจ

secretory /sɪ'kri:tərɪ/ซิ'ครีเทอะริ/ *adj. (Physiol.)* ที่ใช้ในการขับถ่าย

secret: S~ Police *n.* ตำรวจลับ; **S~ 'Service** *n.* หน่วยสืบราชการลับ; ~ **so'ciety** *n.* สมาคมลับ

sect /sekt/เซ็คท/ *n.* Ⓐ คณะพรรค, กลุ่มคนที่มีความเห็นต่างจากกระแสหลัก; Ⓑ *(religious denomination)* นิกาย; Ⓒ *(followers of school of thought)* ผู้เลื่อมใสในนิกายหรือลัทธิความเชื่อ

sectarian /sek'teərɪən/เซ็ค'แทเรียน/ ❶ *adj.* แห่ง หรือ เกี่ยวข้องกับนิกายทางศาสนา; *(สงคราม)* ศาสนา ❷ *n.* สมาชิกของนิกายในศาสนา

sectarianism /sek'teərɪənɪzm/เซ็ค'แทเรียนิซ'ม/ *n., no pl.* คตินิยมกลุ่ม, การแบ่งแยกเป็นนิกาย

section /'sekʃn/'เซ็คช'น/ *n.* Ⓐ *(part cut off)* ส่วนที่ตัดแยกออกมา; *(part of divided whole)* ส่วนย่อย; Ⓑ *(of firm, of organization)* ส่วน, แผนก, ฝ่าย; *(of orchestra or band)* กลุ่ม, แผนก; **accounts ~** *(Econ.)* แผนกบัญชี; **business ~** *(in newspaper)* หน้าธุรกิจ; Ⓒ *(component part)* ส่วนประกอบ; *(of ship, bridge, etc. also)* ส่วนประกอบ; Ⓓ *(of chapter, book)* ภาค, ตอน; *(of statute, act)* ภาค หรือ ตอน; Ⓔ *(part of community)* กลุ่ม; Ⓕ *(Amer.: area of country)* บริเวณพื้นที่; Ⓖ *(representation)* ภาพหน้าตัดแสดงลักษณะภายใน; **vertical/horizontal/longitudinal/oblique ~**: ภาพส่วนตัดในแนวตั้ง/แนวนอน/ตามแนวยาว/ทางเฉียง; Ⓗ *(Amer.: square mile)* ตารางไมล์; Ⓘ *(Geom.) (cutting of solid)* ส่วนตัด; *([area of] figure)* บริเวณหน้าตัด; *(shape or area of cross-section)* รูปลักษณะหรือบริเวณของส่วนตัด; ➡ + **conic**; Ⓙ *(Amer.: district)* เขตเมือง, ย่าน; **the business/residential ~**: ย่านธุรกิจ/ที่พักอาศัย; Ⓚ *(Med.)* การผ่าตัด; **abdominal ~**: การผ่าท้อง

sectional /'sekʃənl/'เซ็คเชอะน'ล/ *adj.* Ⓐ *(pertaining to a representation)* เป็นภาพส่วนตัด; Ⓑ *(pertaining to part of community)* เป็นส่วนหนึ่งของชุมชน; Ⓒ *(made in parts)* ประกอบเป็นส่วน ๆ

sectionalism /'sekʃənəlɪzm/'เซ็คเชอะเนอะลิซ'ม/ *n.* คตินิยมถิ่น, การคำนึงถึงผลดีประโยชน์เฉพาะส่วน

sector /'sektə(r)/'เซ็คเทอะ(ร)/ *n.* Ⓐ *(of activity)* ภาคกิจกรรม; **the leisure/industrial ~**: ภาคการท่องเที่ยว/อุตสาหกรรม; ➡ + **private sector; public sector**; Ⓑ *(Geom.)* ส่วนตัด, จักรภาค; *(of circle also) ส่วนของวงกลมหรือวงรีที่อยู่ระหว่างเส้นรัศมีสองเส้น*; Ⓒ *(Mil.) (area)* พื้นที่ที่อยู่ในการปฏิบัติการ

secular /'sekjʊlə(r)/'เซ็คคิวเลอะ(ร)/ *adj.* ไม่เกี่ยวกับทางธรรม, ไม่ขึ้นต่อกฎเกณฑ์ทางศาสนา, เป็นเรื่องทางโลก, โลกวิสัย; ~ **buildings** อาคารมฆีสถาน

secular 'clergy *n. pl. (Eccl.) (พระ)* ที่ไม่ขึ้นต่อกฎเกณฑ์ทางศาสนา

secularism /'sekjʊlərɪzm/'เซ็คคิวเลอะริซ'ม/ *n.* คติโลกวิสัย, คติความเชื่อที่ไม่ผูกพันอยู่กับศาสนา

secularize (**secularise**) /'sekjʊləraɪz/'เซ็คคิวเลอะรายซ/ *v.t.* ทำให้เป็นเรื่องทางโลก; **become ~d** กลายเป็นเรื่องทางโลก

secure /sɪ'kjʊə(r)/ซิ'คิวเออะ(ร)/ ❶ *adj.* Ⓐ *(safe)* ปลอดภัย; ~ **against burglars/fire** ปลอดภัยจากนักย่องเบา/อัคคีภัย; **make sth. ~ from attack/enemies** ทำให้ *ส.น.* ปลอดภัยจากการโจมตี/ศัตรู; Ⓑ *(firmly fastened)* ผูกมัดไว้แน่นหนา; **be ~** *(ของที่บรรทุก)* รัดไว้แน่น; **make sth. ~**: ผูกมัด *ส.น.* ให้แน่นหนา; Ⓒ *(untroubled) (ชีวิตความเป็นอยู่)* มั่นคง, ไม่ถูกรบกวน; **feel ~**: รู้สึกสบายใจ; ~ **in the knowledge that ...**: เชื่อมั่นในความรู้ที่ว่า...; **emotionally ~**: มีจิตใจมั่นคง, มีความมั่นใจในตนเอง ❷ *v.t.* Ⓐ *(obtain)* ได้รับ (**for** สำหรับ); *(for oneself)* ได้มาสำหรับตนเอง; Ⓑ *(confine)* เก็บกัก; *(in container)* เก็บไว้อย่างมิดชิด *(ของมีค่า)*; *(fasten firmly)* ผูกไว้ให้แน่น *(เรือ)* (**to** กับ); ปิดให้สนิท *(ประตู, หน้าต่าง)* (**to**); Ⓒ *(guarantee)* รับประกัน; ~ **oneself [against sth.]** ทำให้ตนเองปลอดภัย [จาก *ส.น.*]; Ⓓ *(fortify)* ทำให้มั่นคงแข็งแรง

securely /sɪ'kjʊəlɪ/ซิ'คิวเออะลิ/ *adv.* Ⓐ *(firmly)* อย่างมั่นคง, อย่างแน่นหนา; Ⓑ *(safely)* อย่างปลอดภัย; ~ **locked up** กักกันไว้อย่างปลอดภัยแล้ว

security /sɪ'kjʊərɪtɪ/ซิ'คิวเออะริทิ/ *n.* Ⓐ *(safety)* ความปลอดภัย; *(of knot)* ความแน่นหนา; Ⓑ *(safety of State or organization)* ความมั่นคง; ~ **[measures]** [มาตรการรักษา] ความปลอดภัย; ~ **reasons** เหตุผลทางด้านความปลอดภัย; **national ~**: ความมั่นคงแห่งชาติ; Ⓒ *(thing that guarantees)* สิ่งค้ำประกัน; *(object of value)* ของมีค่าที่ใช้ค้ำประกันได้; **as** *or* **in ~ for sth.** เพื่อเป็น/ใช้เป็นการค้ำประกันสำหรับ *ส.น.*; **obtain a loan on [the] ~ of sth.** ได้รับเงินกู้เนื่องจากมี *ส.น.* ค้ำประกัน; Ⓓ *usu. in pl. (Finance)* เอกสารที่เป็นเครื่องค้ำประกัน *(เช่น หุ้น, พันธบัตร)*; **securities** หุ้น, พันธบัตร; Ⓔ **emotional ~**: ความมั่นคงทางจิตใจ; **he needs the ~ of a good home** เขาต้องการจะอยู่อย่างมั่นคงในครอบครัวที่อบอุ่น; Ⓕ *(assured freedom from want)* ฐานะมั่นคง

security: ~ check การตรวจเพื่อความมั่นคง; **S~ Council** *n. (Polit.)* คณะมนตรีความมั่นคงแห่งสหประชาชาติ; ~ **forces** *n. pl.* กองกำลังรักษาความมั่นคง; ~ **guard** *n.* ➤ **489** ยามรักษาความปลอดภัย; ~ **man** *n.* ➤ **489** ยาม, ผู้รักษาความปลอดภัย; ~ **officer** *n.* ➤ **489** เจ้าหน้าที่รักษาความปลอดภัย; ~ **risk** *n.* ความเสี่ยงในด้านความปลอดภัย; ~ **van** *n.* รถที่ดัดแปลงให้มั่นคงเป็นพิเศษ; *(for transporting money)* รถขนเงิน

sedan /sɪˈdæn/ซิ'แดน/ *n.* Ⓐ *(Hist.: chair)* เกี้ยว, คานหาม, วอ, แคร่; Ⓑ *(Amer. Motor Veh.)* รถเก๋ง *(ไม่ต่ำกว่าสี่ที่นั่ง)*

se'dan chair ➡ **sedan** A

sedate /sɪˈdeɪt/ซิ'เดท/ ❶ *adj.* Ⓐ สงบเงียบและสง่างาม; **in a ~ manner** มีกิริยาท่าทางสงบเงียบ; Ⓑ *(fig.)* *(ชีวิต)* ราบเรียบ; เดินช้า *(ม้าแก่)* ❷ *v.t.* *(Med.)* ทำให้นอนหลับ, ทำให้สงบ

sedately /sɪˈdeɪtlɪ/ซิ'เดทลิ/ *adv.* อย่างสงบเงียบและสง่างาม, อย่างใจเย็น; *(เดิน)* อย่างสบาย

sedation /sɪˈdeɪʃn/ซิ'เดช'น/ *n.* *(Med.)* การทำให้นอนหลับ, การทำให้พักผ่อน, การทำให้สงบ; **be under ~**: ถูกทำให้นอนหลับ, ถูกวางยานอนหลับ

sedative /ˈsedətɪv/'เซ็ดเดอะทิว/ ❶ *n.* *(Med.)* ยานอนหลับ, ยาระงับประสาท, ยาสงบอารมณ์ ❷ *adj.* Ⓐ *(Med.)* ที่ทำให้นอนหลับ, ช่วยระงับประสาท, ช่วยให้สงบอารมณ์; **~ agent** *n.* สาร/ตัวยาที่ช่วยระงับประสาท; ➡ 1; Ⓑ *(fig.: calming)* *(ยา, การปลอบ)* ทำให้สบายใจ

sedentary /ˈsedəntrɪ, US -terɪ/'เซ็ดเดินทริ, -เทะริ/ *adj.* ในท่านั่ง; *(งาน)* ที่ทำให้ต้องนั่งนาน; *(คน)* นั่งมาก; **lead a ~ life** ใช้ชีวิตอยู่กับการนั่ง *(ทำงาน)* หรือ มีชีวิตที่นั่งอยู่ส่วนใหญ่

sedge /sedʒ/เซ็จ/ *n.* *(Bot.)* Ⓐ *(plant)* ต้นหญ้าในสกุล *Carex* ที่ขึ้นในที่เปียกชื้น; Ⓑ *no pl.* *(bed)* พงหญ้าจำพวกนี้

'sedge warbler, 'sedge wren *ns.* *(Ornith.)* นกชนิด *Acrocephalus schoenobaenus* ตัวเล็กส่งเสียงร้องไพเราะ

sediment /ˈsedɪmənt/'เซ็ดิเมินท/ *n.* Ⓐ *(matter)* ตะกอน; Ⓑ *(lees)* สิ่งนอนก้น *(ในเหล้าองุ่น)*; Ⓒ *(Geol.)* ตะกอนที่ลมหรือน้ำพัดพามา

sedimentary /sedɪˈmentərɪ, US -terɪ/เซะดิ'เม็นเทอะริ, -เทะริ/ *adj.* *(Geol.)* เป็นตะกอน, เป็นชั้น; **~ rock** หินชั้น

sedimentation /sedɪmenˈteɪʃn/เซะดิเม็น'เทช'น/ *n.* การตกตะกอน, การนอนก้น

sedition /sɪˈdɪʃn/ซิ'ดิช'น/ *n.* การขัดขืนอำนาจปกครอง; **[incitement to] ~**: การปลุกปั่นให้ขัดขืนอำนาจปกครอง

seditious /sɪˈdɪʃəs/ซิ'ดิชเชิซ/ *adj.* ที่ปลุกปั่นให้ขัดขืนอำนาจปกครอง

seduce /sɪˈdjuːs, US -ˈduːs/ซิ'ดิวซ, -'ดูซ/ *v.t.* Ⓐ *(sexually)* ชักนำหรือล่อลวงให้มีเพศสัมพันธ์ด้วย; Ⓑ *(lead astray)* ล่อลวงให้ทำผิด/ชักนำให้ออกนอกลู่นอกทาง (**away from** จาก); **~ sb. into doing sth.** ชักนำค.น. ให้ออกนอกลู่นอกทางไปทำ *ส.น.*

seducer /sɪˈdjuːsə(r), US -ˈduːs-/ซิ'ดิวเซอะ(ร), -'ดูซ-/ *n.* คนที่ชักนำ, คนที่ยั่วยวน

seduction /sɪˈdʌkʃn/ซิ'ดัคช'น/ *n.* Ⓐ *(sexual)* การล่อลวงให้มีเพศสัมพันธ์; Ⓑ *(leading astray)* การชักนำให้ออกนอกลู่นอกทาง (**into** ไปใน); Ⓒ *(thing that tempts)* สิ่งล่อใจ, สิ่งชักนำ

seductive /sɪˈdʌktɪv/ซิ'ดัคทิว/ *adj.* ล่อใจ, ชักนำ, ยวนใจ

seductively /sɪˈdʌktɪvlɪ/ซิ'ดัคทิวลิ/ *adv.* อย่างล่อใจ, อย่างชักนำ, อย่างยวนใจ

sedulous /ˈsedjʊləs, US ˈsedʒʊləs/'เซ็จดิวเลิซ, 'เซ็จจุเลิซ/ *adj.* *(formal)* วิริยะอุตสาหะ; *(นักสะสม)* ที่ช่างหา; *(painstaking)* บากบั่นพากเพียร

sedulously /ˈsedjʊləslɪ, US ˈsedʒʊləslɪ/'เซ็จดิวเลิซลิ, 'เซ็จจุเลิซลิ/ *adv.* *(formal)* อย่างวิริยะอุตสาหะ, อย่างขยัน, อย่างไม่ลดละ; *(painstakingly)* อย่างบากบั่นพากเพียร

¹see /siː/ซี/ ❶ *v.t.*, **saw** /sɔː/ซอ/, **seen** /siːn/ซีน/ Ⓐ เห็น, ดู; **let sb. ~ sth.** *(show)* ให้ *ค.น.* ดู *ส.น.*; **let me ~**: ขอฉันดูหน่อย; **I saw her fall** *or* **falling** ฉันเห็นเธอหกล้ม; **he was ~n to fall down the stairs** มีคนเห็นเขาตกบันได; **he was ~n to leave** *or* **~n leaving the building** มีคนเห็นเขาออกจากตึก; **I'll believe it when I ~ it** ฉันจะไม่เชื่อจนได้เห็นกับตา; **they saw it happen** พวกเขาเห็นมันเกิดขึ้น; **can you ~ that house over there?** คุณเห็นบ้านที่อยู่ตรงนั้นไหม; **for all [the world] to ~**: เพื่อที่ใคร ๆ *(ทั้งโลก)* จะได้เห็น; *(fig.: in public)* เปิดเผยให้ทุกคนรู้หมด, ต่อหน้าทุกคน; **be worth ~ing** น่าดู, น่าเห็น; **~ the light** *(fig.: undergo conversion)* หันมาเข้ารีต, เปลี่ยนศาสนา; **I saw the light** *(I realized my error etc.)* ฉันสำนึกผิด; **he'll ~ the light eventually** *(he'll realize the truth)* เขาจะตระหนักถึงความจริงในที่สุด; **~ the light [of day]** *(be born)* เกิดมา; *(fig.: be published or produced)* ได้ตีพิมพ์ หรือ ผลิตเผยแพร่แล้ว; **'~ things** ตาลาย, เห็นภาพหลอน; **I must be ~ing things** *(joc.)* ตาฉันคงลายไปแน่ ๆ; **~ stars** *(เจ็บจน)* เห็นดาวเนื่องจากถูกตีหัว; **~ the sights/town** เที่ยวชมสถานที่/เมือง; **~ visions** เห็นภาพนิมิต; **~ one's way [clear] to do** *or* **to doing sth.** เห็นหนทางที่จะทำ *ส.น.*; **we cannot ~ our way [clear] to do it** พวกเรารู้สึกว่าไม่สามารถทำสิ่งนั้น; ➡ + **back** 1 A; **something** C, G; **world** A; Ⓑ *(watch)* ดู; **let's ~ a film** ไปดูหนังกัน; Ⓒ *(meet [with])* พบกับ; *(meet socially)* พบปะกัน, เจอกัน; **I'll ~ you there/at 5** ฉันจะไปพบคุณที่นั่น/เวลา 5 โมง; **~ you!** *(coll.)*, **[I'll] be ~ing you!** *(coll.)* แล้วเจอกันนะ; **~ you on Saturday/soon** พบกันใหม่ในวันเสาร์/เร็ว ๆ นี้; ➡ + **'long** 1 C; Ⓓ *(speak to)* พูดกับ (**about** เกี่ยวกับ); *(pay visit to)* ไปเยี่ยม *(เพื่อนฝูง)*; ไปหา *(หมอ, ทนายความ)*; *(receive)* ต้อนรับ; **the doctor will ~ you now** หมอจะพบคุณเดี๋ยวนี้; **whom would you like to ~?** คุณอยากพบใคร; Ⓔ *(discern mentally)* เข้าใจ; **I ~ it all!** ฉันเข้าใจ *(ชัด)* ทุกอย่าง; **I can ~ it's difficult for you** ฉันเข้าใจว่ามันเป็นเรื่องยากลำบากสำหรับคุณ; **I ~ what you mean** ฉันเข้าใจว่าคุณหมายความว่าอะไร; **~ what I mean?** เข้าใจไหม; **I saw that it was a mistake** ฉันเข้าใจแล้วละว่ามันผิดพลาดไป; **I don't ~ the point of it** ฉันไม่เข้าใจว่ามันมีประโยชน์อะไร; **I can't ~ the good/advantage of doing it** ฉันไม่เห็นข้อดี/ประโยชน์ที่จะทำ; **he didn't ~ the joke** เขาไม่เห็นตลกตรงไหน; *(did not understand)* เขาไม่เข้าใจ; **I can't think what she ~s in him** ฉันไม่เข้าใจว่าเธอชอบเขาตรงไหน; **I saw myself [being] obliged to ...:** ฉันเข้าใจว่าฉันจะต้อง...; Ⓕ *(consider)* ดู, คิด, พิจารณา; **let me ~ what I can do** ขอฉันดูหน่อยว่าฉันจะทำอะไรได้บ้าง; Ⓖ *(foresee)* นึกออกแล้ว; **I can ~ I'm going to be busy** ฉันเห็นชัดว่าฉันคงจะยุ่ง; **I can ~ it won't be easy** ฉันรู้แล้วว่ามันจะไม่ง่าย; Ⓗ *(find out)* หาพบ; *(by looking)* ลองดู; **that remains to be ~n** นั่นยังต้องรอดู *(ผล)* ต่อไป; **~ if you can read this** ลองดูซิว่าคุณอ่านนี่ได้ไหม; Ⓘ *(take view of)* มอง, คิด; **~ things as sb. does** ลองมองจากแง่มุมของ *ค.น.* บ้าง; **try to ~ it my way** พยายามมองจากแง่มุมของฉันบ้าง; **as I ~ it** ตามที่ฉันคิด; ➡ + **eye** 1 A; **²fit** 1 C; Ⓙ *(learn)* เรียนรู้; **I ~ from your letter that ...:** ฉันรู้จากจดหมายของคุณว่า...; **as we have ~n** อย่างที่พวกเราได้รู้; Ⓚ *(make sure)* **~ [that] ...:** ดูให้แน่ใจ [ว่า]...; Ⓛ *use. in imper. (look at)* ดู *(หน้าในหนังสือ)*; **~ below/p. 15** ดูข้างล่าง/หน้า 15; Ⓜ *(experience)* ได้เห็น; **live to ~ sth.** มีชีวิตอยู่จนได้เห็น *ส.น.*; **1936 saw him in India/a revolution in that country** เมื่อปี ค.ศ. 1936 เขาอยู่ในอินเดีย/มีการปฏิวัติในประเทศนั้น; **I've ~n it all** ฉันได้เห็นมาแล้วทุกอย่าง, ฉันมีประสบการณ์มาหมดแล้ว; **I've ~n it all before** ฉันเคยพบเห็นมาก่อนหมดแล้ว; **now I've ~n every thing!** *(iron.)* ทีนี้ฉันก็ได้รู้ครบทุกเรื่องแล้วซิ; Ⓝ *(be witness of)* เห็นเป็นประจักษ์พยาน; *(be the scene of)* เป็นที่เกิดเหตุการณ์; **we shall ~**: พวกเราจะคอยดู *(ผลลัพธ์ที่ออกมา)*; **~/have ~n life** พบเห็น/เคยได้พบเห็นอะไรมากมายในชีวิต; **he will not** *or* **never ~ 50 again** เขามีอายุเลย 50 ไปแล้ว; ➡ + **day** C; **service** 1 A, P; Ⓞ *(imagine)* จินตนาการ, นึกภาพ; **~ sb./oneself doing sth.** จินตนาการว่า *ค.น.*/ตัวเองกำลังทำ *ส.น.*; **~ oneself as a star** จินตนาการว่าตนเป็นดารา; **I can ~ it now – ...:** ฉันนึกภาพออกได้เลย...; Ⓟ *(contemplate)* เฝ้ามอง, จ้องมอง, พิจารณา; **[stand by and] ~ sb. doing sth.** [รอคอยและ] จ้องมอง *ค.น.* ทำ *ส.น.*; **I'll ~ him damned** *or* **dead** *or* **hanged** *or* **in hell [first]** ฉันขอให้เขาตกนรก [เสียก่อน]; ไม่มีทาง; Ⓠ *(escort)* พาไป (**to** สู่); Ⓡ *(supervise)* **~ the doors locked/the book through the press** ควบคุมการใส่กุญแจประตู/การพิมพ์หนังสือให้ตลอด; **I'll stay and ~ you on the bus** ฉันจะอยู่ดูให้คุณขึ้นรถประจำทางเรียบร้อย; Ⓢ *(consent willingly to)* ยินยอม; **not ~ [oneself] doing sth.** [ตัวเอง] ไม่คิดว่าจะยอมทำ *ส.น.*; **he couldn't ~ it** เขาไม่สามารถยอมได้; Ⓣ *(Gambling)* วางเดิมพันให้เท่ากับคู่เล่น

❷ *v.i.*, **saw, seen** Ⓐ *(discern objects)* มองเห็น, ดู, มอง; **~ for yourself!** ดูเอาเองบ้างซิ; **~ red** โกรธมาก; **sth. makes sb. ~ red** *ส.น.* ทำให้ *ค.น.* โกรธมาก; Ⓑ *(make sure)* ดูให้แน่; Ⓒ *(reflect)* คิดดู; **let me ~**: ขอคิดดูหน่อย; Ⓓ **I ~**: ฉันเข้าใจละ; **you ~**: คุณเข้าใจไหม; **there you are, you ~!** เห็นไหมคุณเข้าใจแล้วซิ; **well, you ~, ...** *(in apologies)* หวังว่าคุณคงจะเข้าใจว่า...; **she used to be a nurse, you ~**: คือเธอเคยเป็นนางพยาบาลมาก่อน; **~?** *(coll.)* เข้าใจไหม; **as far as I can ~**: เท่าที่ฉันพอเข้าใจ; **~ here!** ฟังดูก่อน

~ about *v.t.* จัดการ, ดูเรื่อง; **I'll ~ about getting the car repaired** ฉันจะจัดการเอารถไปซ่อม; **I've come to ~ about the room/cooker** ฉันมาดูเรื่องห้อง/เตา; **I'll ~ about it** *(consider it)* ฉันจะคิดพิจารณาเองเรื่องนี้; **we'll ~ about that!** *(you may well be wrong)* แล้วเราจะดูเองเรื่องนั้นน่ะ

~ into *v.t.* Ⓐ *(gain view into)* มองเข้าไป; **~ into it** มองข้างใน; Ⓑ *(fig.: investigate)* พิจารณาให้ชัด, ตรวจสอบ

~ 'off *v.t.* Ⓐ *(say farewell to)* ลา; Ⓑ *(chase away)* ไล่ไปให้พ้น; **~ him off, Rover!** โรเวอร์ไล่เขาไปให้พ้น; Ⓒ *(defeat)* ชนะ, ทำให้พ่ายแพ้

~ 'out ❶ *v.i.* Ⓐ อยู่ได้จนจบ; มีชีวิตอยู่นานกว่า ❷ *v.t.* Ⓐ *(remain till end of)* อยู่จนจบ *(ในตำแหน่ง, ในสนามกีฬา)*; ดู *(ละคร)* จนจบ; *(คนไข้)* มีชีวิตอยู่เกิน *(เวลา, กำหนด)*; **enough**

S

fuel to ~ the winter out เชื้อเพลิงมีพอใช้ได้ตลอดฤดูหนาว; **~ sb. out** *(be present at sb.'s death)* อยู่ด้วยในเวลาที่ *ค.น.* ตาย; *(live or last until sb.'s death)* ยังอยู่จนกระทั่ง *ค.น.* ตาย; Ⓑ *(escort from premises)* พาออกไปข้างนอก (**of**); **~ oneself out** ออกไปเอง; Ⓒ ➡ **~ through** C

~ over, ~ round *v.t.* ไปดู *(สถานที่)* อย่างละเอียดถี่ถ้วน

~ through *v.t.* Ⓐ /'--/ *(penetrate with vision)* มองผ่าน, มองทะลุ; ➡ **+ see-through**; Ⓑ /-'-/ *(fig.: penetrate nature of)* มองทะลุเห็นธาตุแท้, ไม่ถูกหลอก; Ⓒ /-'-/ *(not abandon)* ไม่ละทิ้ง, ทำจนกว่าจะเสร็จ; **~ things through** ทำสิ่งต่าง ๆ จนเสร็จ; Ⓓ /-'-/ *(be sufficient for)* **~ sb. through** เพียงพอสำหรับ *ค.น.*; **we have enough food to ~ us through the weekend** พวกเรามีอาหารเพียงพอตลอดสุดสัปดาห์; Ⓔ **~ sb. through his difficulties** ช่วยเหลือ *ค.น.* ในยามที่เขาตกทุกข์ได้ยาก

~ to *v.t.* จัดการ, ทำให้มั่นใจ; **I'll ~ to that** ฉันจะจัดการกับสิ่งนั้นได้; **~ to it that ...:** ตรวจตราว่า...; **well, ~ to it you do!** เอา แล้วทำให้เสร็จแน่ ๆ นะ

²see *n. (Eccl.)* พื้นที่ในอำนาจปกครองของสังฆราช; **the Holy See** *or* **See of Rome** *(RC Ch.)* ปริมณฑลที่อยู่ในอำนาจปกครองของสันตะปาปาแห่งกรุงโรม

seed /si:d/ซีด/ ❶ *n.* Ⓐ *(grain)* เมล็ด; *(of grape etc.)* เมล็ดองุ่น; *(for birds)* เมล็ดพืช; Ⓑ *no pl., no indef. art. (~s collectively)* เมล็ดพืชจำนวนมาก; *(as collected for sowing)* เมล็ดพันธุ์; **grass ~:** เมล็ดหญ้า; **go** *or* **run to ~:** *(พืช)* หยุดออกดอกเมื่อเริ่มติดเมล็ด; *(fig.)* เริ่มดูอ้วนขึ้น, เริ่มเสื่อมประสิทธิภาพ; Ⓒ *(fig.: beginning)* การเริ่มต้น; **sow [the] ~s of doubt/a conflict/discord** ทำให้เริ่มมีความสงสัย/ความขัดแย้ง/ความแตกแยกไม่ลงรอยกัน; Ⓓ *(Sport coll.)* ผู้เล่นที่ถูกจัดลำดับตำแหน่งไว้แล้ว; **fourth ~/number one ~:** ผู้เล่นลำดับที่สี่/ลำดับที่หนึ่ง; Ⓔ *no pl. (arch.) (semen)* น้ำเชื้ออสุจิ; Ⓕ *no pl. (Bibl.: descendants)* ลูกหลาน, ผู้สืบสกุล

❷ *v.t.* Ⓐ *(place ~s in)* โรยเมล็ด, หว่านเมล็ด; Ⓑ *(Sport)* วางตำแหน่งผู้เล่นในลำดับ *(เพื่อว่าผู้เล่นที่แข็งแกร่งจะไม่ปะทะกันในรอบแรก ๆ)*; **be ~ed number one** ได้ตำแหน่งเป็นหมายเลขหนึ่ง; Ⓒ *(lit. or fig.: sprinkle [as] with ~)* โปรยหว่านเมล็ด; Ⓓ *(place crystal[s] in)* นำผลึกขนาดจิ๋วลงใส่ในสารละลายเพื่อเร่งให้เกิดผลึกขนาดใหญ่; โปรยสาร *(บนเมฆในการทำฝนเทียม)*

❸ *v.i.* Ⓐ *(produce ~s)* ผลิต/ออกเมล็ด; Ⓑ *(go to ~)* ออกเมล็ด, ออกผล; Ⓒ *(sow ~s)* โปรย *หรือ* หว่านเมล็ด

seed: ~bed *n.* Ⓐ *(Hort.)* แปลงหว่านเมล็ด; Ⓑ *(fig.: place of development)* บ่อเกิด; *(of evil)* สถานที่ฟูมฟักความชั่วร้าย; **prepare the ~bed of sth.** เตรียมสถานที่ไว้เพื่อพัฒนา *ส.น.*; **~ cake** *n.* ขนมเค้กที่ใส่เมล็ดพืชทั้งเมล็ด; **~ corn** *n.* เมล็ดข้าวใช้เพาะพันธุ์; *(fig.)* สิ่งที่ใช้ให้เกิดผลประโยชน์ในอนาคต; **~ crystal** *n. (Chem.)* ผลึกใสที่ใช้เป็นแกนในการตกผลึกขนาดใหญ่

seedless /'si:dlɪs/ซีดลิซ/ *adj.* ไร้เมล็ด

seedling /'si:dlɪŋ/ซีดลิง/ *n.* ต้นไม้อ่อน

seed: ~ money *n.* เงินทุน; **~ packet** *n.* ซองบรรจุเมล็ดพันธุ์; **~ pearl** *n.* ไข่มุกเม็ดเล็กจิ๋ว; **~ potato** *n. (Hort.)* มันฝรั่งที่เก็บไว้เพื่อเพาะพันธุ์; **~sman** /'si:dzmən/ซีดซฺเมิน/ *n., pl.* **~smen** /'si:dzmən/ซีดซฺเมิน/ *n.* คนขายเมล็ดพันธุ์พืช; **~time** *n.* ฤดูหว่านเมล็ด

seedy /'si:dɪ/ซีดิ/ *adj.* Ⓐ *(coll.: unwell)* ไม่สบาย; **feel ~:** รู้สึกไม่สบาย; Ⓑ *(shabby)* สกปรกมอมแมม, ซอมซ่อ; Ⓒ *(disreputable)* ชื่อเสียงไม่ดี

seeing /'si:ɪŋ/ซีอิง/ ❶ *conj.* **~ [that] ...** ด้วยเหตุที่ว่า..., เพราะเห็นว่า... ❷ *n., no pl., indef. art. (faculty or power of sight)* ความสามารถในการเห็น; **~ is believing** พอได้เห็นก็เชื่อ

seeing 'eye *n. (dog)* สุนัขนำทางคนตาบอด

seek /si:k/ซีค/ *v.t.*, **sought** /sɔ:t/ซอท/ Ⓐ ค้นหา *(คน/สิ่งที่หาย)*, แสวงหา *(ตำแหน่ง, ความสุข)*; *(try to reach)* เสาะหา; **~ shelter/help/one's fortune/sb.'s advice** เสาะหาที่พักอาศัย/ความช่วยเหลือ/แสวงหาทางที่จะร่ำรวย/ขอคำแนะนำจาก *ค.น.*; **scientists are ~ing the solution** นักวิทยาศาสตร์กำลังหาทางแก้ไข; Ⓑ *(literary/formal: attempt)* พยายาม; **~ to do sth.** พยายามทำ *ส.น.*; **I'm only ~ing to establish a fact** ฉันแค่พยายามจะยืนยันข้อเท็จจริง; ➡ **+ level** 1 A

~ after *v.t.* ค้นหา, ถามหา; **be much sought after** เป็นที่ต้องการอย่างมาก

~ for *v.t.* มองหา, ค้นหา; **~ing for information** พยายามค้นหาข้อมูล

~ 'out *v.t.* หาจนพบ, ไปตามหา

seeker /'si:kə(r)/ซีเคอะ(ร)/ *n.* ผู้ค้นหา; **~ after the Truth** ผู้ค้นหาความจริง; **bargain-~s** คนชอบหาซื้อของลดราคา

seem /si:m/ซีม/ *v.i.* Ⓐ *(appear [to be])* ดูเหมือน, ดูราวกับว่า, ทำท่า; **you ~ tired** คุณดูเหนื่อย; **she ~s nice** เธอดูเป็นคนนิสัยดี; **it's not quite what it ~s** มันไม่เป็นอย่างนั้นทีเดียวหรอก; **it ~s like only yesterday** มันรู้สึกเหมือนเพิ่งเกิดขึ้นเมื่อวานนี้เอง; **he ~s certain to win** ดูเหมือนว่าเขาจะชนะแน่นอน; **she ~s younger than 47** เธอดูอายุน้อยกว่า 47 ปี; **what ~s to be the trouble?** อะไรล่ะที่ทำท่าจะเป็นปัญหา; **it ~s a pity** มันน่าเสียดาย; **I ~ to recall having seen him before** ฉันรู้สึกว่าเคยพบเห็นเขามาก่อน; **it just ~s as if it were** มันแค่ดูเหมือนว่าเป็นเช่นนั้น; **doing such a thing just doesn't ~ right somehow** ทำอย่างนั้นดูไม่ค่อยถูกต้องอย่างไรอยู่; **it ~s [that] ...:** ดูเหมือนว่า ...; **it ~s to me that it's silly to do that** ฉันว่าถ้าทำอย่างนั้นก็โง่ไปหน่อย; **it ~s that we had better decide quickly** ดูเหมือนว่าพวกเราต้องรีบตัดสินใจเสียเลย; **it ~s you were lying** ดูเหมือนว่าคุณได้โกหก; **it ~s [as if] there will be war** ดูท่า [ราวกับว่า] จะเกิดสงคราม; **it would** *or (arch.)* **should ~ to be ...:** มันดูเหมือนว่า...; **you know everything, it would ~:** คุณทำท่าว่ารู้ไปหมดทุกเรื่อง; **it would ~ that he is ...:** ดูราวกับว่าเขาเป็น...; **so it ~s** *or* **would ~:** มันก็ดูเหมือนว่าอย่างนั้น; **Dead? – So it would ~:** ตายไหม ก็ดูท่าจะเป็นอย่างนั้น; **so it ~s!** *(iron.)* อ๋อ ก็ดูท่าเป็นอย่างนั้นละซิ; Ⓑ **sb. can't ~ to do sth.** *(coll.)* ดูเหมือน *ค.น.* ไม่สามารถจะทำ *ส.น.* ได้; **I just can't ~ to do it** *(coll.)* ฉันรู้สึกจะทำมันไม่ไหวหรอก; **she doesn't ~ to notice such things** *(coll.)* ดูเหมือนเธอไม่ค่อยสังเกตสิ่งเหล่านี้; **~ good to sb.** ดูดีสำหรับ *ค.น.*

seeming /'si:mɪŋ/ซีมิง/ *adj.* เท่าที่ปรากฏ, เท่าที่ดูเหมือนว่า, เท่าที่เห็น

seemingly /'si:mɪŋlɪ/ซีมิงลิ/ *adv.* Ⓐ *(evidently)* อย่างเท่าที่เห็น; Ⓑ *(to outward appearance)* อย่างเท่าที่ดูได้

seemly /'si:mlɪ/ซีมลิ/ *adj.* เหมาะสม, แสดงรสนิยมอันดี, มีมารยาท; **it isn't ~ to praise oneself** ดูไม่เหมาะสมที่จะเยินยอตนเอง

seen ➡ **¹see**

seep /si:p/ซีพ/ *v.i.* **~ [away]** ไหลซึม, รั่ว [ออกไป]; **~ in through** ไหลซึมผ่าน; **~ out of sth.** รั่วออกจาก *ส.น.*; **[gradually] ~ through to sb.'s consciousness** *(fig.)* แทรกซึมเข้าไปในสำนึกของ *ค.น.* [ทีละน้อย ๆ]

seepage /'si:pɪdʒ/ซีพิจ/ *n.* Ⓐ การไหลซึม, การรั่ว; Ⓑ *(quantity)* ปริมาณที่ไหลซึม, ปริมาณที่รั่วออก; *(of oil)* ปริมาณน้ำมันที่ไหลซึม; *(of gas)* ปริมาณก๊าซที่รั่วออก

seer /'si:ə(r)/ซีเออะ(ร)/ *n. (prophet)* ผู้ทำนาย, ผู้พยากรณ์, โหร

seersucker /'sɪəsʌkə(r)/เซียซัคเคอะ(ร)/ *n. (Textiles)* เนื้อผ้าที่อัดจีบย่นเป็นลายริ้ว

'see-saw ❶ *n.* Ⓐ *(plank)* ไม้กระดานหก *(สำหรับเด็กนั่งเล่น)*; Ⓑ *no art. (game)* การเล่นไม้กระดานหก; **let's have a game of ~:** ไปเล่นไม้กระดานหกกันเถอะพวกเรา; Ⓒ *(fig.: contest)* การแข่งขันซึ่งคู่แข่งผลัดกันได้เปรียบเสียเปรียบอย่างรวดเร็ว ❷ *v.i.* Ⓐ *(move up and down)* เลื่อนขึ้นเลื่อนลง; Ⓑ *(vacillate)* กวัดแกว่งไปมา, หวั่นไหว; Ⓒ *(play on ~)* เล่นไม้กระดานหก

seethe /si:ð/ซีท/ *v.i.* Ⓐ *(surge)* *(น้ำทะเล, คลื่น)* เคลื่อนไหวขึ้นลง; *(ถนน)* เต็มไปด้วย *(ฝูงชน)*; *(bubble or foam as if boiling)* เป็นฟองพล่านราวกับเดือดพลุ่งขึ้นมา; Ⓑ *(fig.: be agitated)* ปั่นป่วน; **~ [with anger/inwardly]** ปั่นป่วน [ด้วยความโกรธ/ภายใน]

'see-through *adj. (เสื้อผ้า)* โปร่งใส, แลลอด

segment ❶ /'segmənt/เซ็กเมินทฺ/ *n.* Ⓐ *(of orange, pineapple)* ซีก, เสี้ยว; *(of cake)* ชิ้นขนมเค้ก; *(of worm)* ข้อ *หรือ* ปล้อง; *(of skull, of bowel)* ส่วน; *(limb)* ท่อนหนึ่ง; *(of economy, market)* ส่วนหนึ่ง; Ⓑ *(Ling., Sociol.)* ส่วน; *(Geom.)* เสี้ยว; **~ of a circle** เสี้ยวหนึ่งของวงกลม ❷ /seg'ment, 'segmənt/เซ็ก'เม็นทฺ/ *v.t.* แบ่งออกเป็นเสี้ยว/ซีก/ส่วน ❸ *v.i. (Biol.)* แบ่งเซลล์

segmentation /segmen'teɪʃn/เซ็กเม็น'เทช'น/ *n.* การแบ่งออก; *(Biol.)* การแบ่งเซลล์

segregate /'segrɪgeɪt/เซ็กกริเกท/ *v.t.* Ⓐ แยกห่างออกไป, แยกออกจากส่วนใหญ่; Ⓑ *(racially)* แบ่งแยกตามสีผิว

segregation /segrɪ'geɪʃn/เซกริ'เกช'น/ *n., no pl.* Ⓐ การแยกออก; Ⓑ **[racial] ~:** การแบ่งแยก [สีผิว]

segregationist /segrɪ'geɪʃənɪst/เซกริ'เกเชอะนิซทฺ/ *n.* ผู้สนับสนุนการแบ่งแยกตามสีผิว

seine /seɪn/เซน/ *n. (Fishing)* **~[net]** อวน, แหจับปลา

seismic /'saɪzmɪk/ซายซฺมิค/ *adj.* เกี่ยวกับแผ่นดินไหว; **~ area** *or* **region** พื้นที่ *หรือ* ภูมิภาคที่เกิดแผ่นดินไหว; **of ~ proportions** *(fig.)* รุนแรงมาก, ขนาดพลิกฟ้าคว่ำแผ่นดิน

seismically /'saɪzmɪkəlɪ/ซายซฺมิเคอะลิ/ *adv.* โดยแผ่นดินไหว

seismograph /'saɪzməgrɑ:f/ซายซฺเมอะกราฟ/ *n.* อุปกรณ์วัดแผ่นดินไหว

S

seize /si:z/ซีซฺ/ ❶ *v.t.* Ⓐ ยึด, จับ, ฉวย; **~ power** ยึดอำนาจ; **~ sb. by the arm/collar/shoulder** จับ ค.น. ที่แขน/คอเสื้อ/หัวไหล่; **~ the opportunity** *or* **occasion/moment [to do sth.]** ฉวยโอกาส/เวลา/จังหวะ [ที่จะทำ ส.น.]; **~ any/a** *or* **the chance [to do sth.]** ฉวยโอกาสใดก็ได้/โอกาสหนึ่ง [ที่จะทำ ส.น.]; **be ~d with remorse/panic** ถูกครอบงำด้วยความสำนึกผิด/ความตกใจ; **she ~d it with both hands** *(fig.)* เธอคว้าสิ่งนั้นอย่างเต็มที่; Ⓑ *(capture)* จับกุม *(คน)*; ยึด *(เมือง)*; Ⓒ *(understand)* จับ *(ประเด็น)*; Ⓓ *(confiscate)* ริบ, ยึดทรัพย์
❷ *v.i* ➡ **~ up**

~ on *v.t.* ริบยึด *(ความคิด, นโยบาย)*; ฉวย *(โอกาส)*

~ 'up *v.i.* *(เครื่องยนต์)* ติดขัดไม่วิ่ง

~ upon ➡ **~ on**

seizure /'si:ʒə(r)/'ซีเฌอะ(ร)/ *n.* Ⓐ *(capturing)* การยึด, การจับ; *(of ship, aircraft, building, fortress, bridge)* การยึด; **~ of power** การยึดอำนาจ; Ⓑ *(confiscation)* การยึดทรัพย์; Ⓒ *(Med.: attack)* อาการเป็นลม, อาการชัก

seldom /'seldəm/'เซ็ลเดิม/ ❶ *adv.* นาน ๆ ครั้ง, ไม่ใคร่จะ; **~ or never** นาน ๆ ครั้งหรืออาจไม่เคยเลย *หรือ* แทบจะไม่เลย; **~, if ever** ถึงจะเคยก็แค่นาน ๆ ครั้ง ❷ *adj.* หายาก, ไม่ธรรมดา; **a ~ thing** สิ่งของที่หายาก

select /sɪ'lekt/ซิ'เล็คทฺ/ ❶ *adj.* Ⓐ *(carefully chosen)* ที่คัดเลือก; **only the most ~ company** ผู้ร่วมงานที่เลือกสรรอย่างพิถีพิถันเท่านั้น; Ⓑ *(exclusive)* เฉพาะ, พิเศษ, ดีเลิศ, พิถีพิถันในการเลือกสมาชิก ❷ *v.t.* คัดเลือก; **~ one's own apples** คัดเลือกลูกแอปเปิ้ลเอง

select com'mittee *n.* คณะกรรมการเฉพาะกิจ

selectee /sɪlek'ti:/ซิเล็ค'ที/ *n. (Amer.)* ผู้ถูกเกณฑ์เป็นทหาร

selection /sɪ'lekʃn/ซิ'เล็คช'น/ *n.* Ⓐ *(what is selected [from])* สิ่งที่ได้รับการคัดเลือก **(of, from** จาก); *(person)* ผู้ที่ได้รับการคัดเลือก; **a ~ from ...** *(Mus.)* เพลงที่คัดมาจาก...; **make a ~** *(one)* เลือก ส.น.; *(several)* เลือกหลายอย่าง; **~s from the best writers** ผลงานคัดสรรจากนักเขียนที่ดีที่สุด; **what is your ~ for the Derby?** คุณเลือกแทงม้าตัวไหนสำหรับการแข่งม้าเดอร์บี้; Ⓑ *(act of choosing)* การคัดเลือก; **~ committee** คณะกรรมการพิจารณาการคัดเลือก; Ⓒ *(being chosen)* การที่ได้รับคัดเลือก; **his ~ as president** การที่เขาได้รับเลือกเป็นประธานาธิบดี; Ⓓ *(Biol.: in evolution)* การคัดเลือกพันธุ์ตามธรรมชาติในกระบวนวิวัฒนาการ

selective /sɪ'lektɪv/ซิ'เล็คทิฺว/ *adj.* Ⓐ *(using selection)* ใช้วิธีการคัดเลือก; *(careful in one's choice)* *(บุคคล)* ช่างเลือก; Ⓑ *(Electr.)* *(เครื่องรับวิทยุ)* สามารถรับสัญญาณโดยไม่มีเสียงแทรกรบกวน

selectively /sɪ'lektɪvlɪ/ซิ'เล็คทิฺวลิ/ *adv.* โดยเลือกอย่างพิถีพิถัน; **not read ~ enough** ไม่เลือกอ่านอย่างพิถีพิถันเพียงพอ; **shop ~:** จับจ่ายซื้อของอย่างพิถีพิถัน

selectiveness /sɪ'lektɪvnɪs/ซิ'เล็คทิฺวนิซ/ *n., no pl.* การคัดเลือกอย่างพิถีพิถัน

selectivity /sɪlek'tɪvɪtɪ/ซิเล็ค'ทิฺวิทิ/ *n., no pl.* **have a high degree of ~:** มีแรงเฉพาะค่อนข้างสูง *(ยาฆ่าแมลง)*; **show ~:** แสดงการคัดเลือกอย่างพิถีพิถัน

selectman /sɪ'lektmən/ซิ'เล็คทฺเมิน/, *pl.* **selectmen** /sɪ'lektmən/ซิ'เล็คทฺเมิน/ *(Amer.)* เทศมนตรี

selectness /sɪ'lektnɪs/ซิ'เล็คทฺนิซ/ *n., no pl.* การได้รับคัดเลือก, ความพิเศษ

selector /sɪ'lektə(r)/ซิ'เล็คเทอะ(ร)/ *n.* Ⓐ *(person who selects) (of team)* ผู้เลือกทีม; *(of merchandise)* ผู้ที่เลือกสินค้า; Ⓑ *(device that selects) (knob)* ปุ่มหมุนสำหรับเลือก; *(lever)* คานงัด; *(switch)* ปุ่มกด; *(for selecting programmes)* อุปกรณ์เลือกรายการ; *(of computer)* ตัวเลือก, แป้นกดเลือกรายการคอมพิวเตอร์

self /self/เซ็ลฟฺ/ *n., pl.* **selves** /selvz/เซ็ลวฺซฺ/ Ⓐ *(person's essence)* ตน, ตัว/ตนเอง, อัตตา (ร.บ.); **be one's usual ~:** เป็นปกติ; **not be one's usual cheerful ~:** ไม่ร่าเริงเหมือนปกติ; **be back to one's former** *or* **old ~ [again]** กลับไปเหมือนเดิม [อีกครั้ง]; **one's better ~:** แรงกดดันจากสำนึกฝ่ายดีของตน; **my humble ~/your good selves** *(joc.)* เราผู้ต่ำต้อย/ท่านผู้ประเสริฐ; **how is your good ~?** *(arch.)* แล้วตัวของคุณเองล่ะเป็นอย่างไรบ้าง; Ⓑ *(one's own interest)* ผลประโยชน์ของตน; **she cares for nothing but ~:** เธอไม่สนใจอะไรนอกจากตนเอง; **she has no thoughts of ~:** เธอไม่เคยคิดถึงตนเองเลย; Ⓒ *(Commerc.)* **drawn to ~:** *(เช็ค)* เบิกให้ตนเอง; **pay to ~:** จ่ายให้ตนเอง

self- *in comb.* Ⓐ *expr. direct reflexive action* ด้วยตนเอง; **stand ~-accused** กล่าวหาตนเอง; Ⓑ *expr. action or condition* เอง, โดยอัตโนมัติ, ด้วยตนเอง; **~-acting** กระทำเอง, โดยอัตโนมัติ

self: ~ abasement *n.* การให้ร้ายตนเอง; **~ abuse** *n.* การทำร้ายตัวเอง; **~-ab'sorbed** *adj.* หมกมุ่นกับตนเอง; **~-ab'sorption** *n.* การหมกหมุ่นกับตนเอง; **~ acting** *adj.* อัตโนมัติ; **~-ad'dressed** *adj.* ที่จ่าหน้าถึงตนเอง; **a ~-addressed envelope** ซองจดหมายที่จ่าหน้าซองถึงตนเอง; **~-ad'hesive** *adj.* ที่ทากาวผนึกในตัว; **~-adjusting** *adj.* ซึ่งปรับโดยอัตโนมัติ; **~-ad'vertisement** *n.* การโฆษณาตนเอง; **~-ag'grandizement** *n.* การเพิ่มอำนาจให้ตัวเอง; **~-a'nalysis** *n.* การวิเคราะห์ตนเอง; **~-ap'pointed** *adj.* ที่แต่งตั้งเอง; **~-as'sertion** *n.* การยืนยันอำนาจของตน, การทำตามใจตัว (**over** เหนือ); **~-as'sertive** *adj.*, **~-as'sertively** /selfə'sɜ:tɪvlɪ/เซ็ลฟเออะ'เซอทิฺวลิ/ *adv.* [อย่าง] ดื้อรั้น, [อย่าง] อวดดี, [อย่าง] ผลักดันจุดยืนของตน; **~-as'sertiveness** *n., no pl.* การผลักดันจุดยืนของตน; **a ~-assertiveness training course** หลักสูตรการฝึกฝนให้ผลักดันจุดยืนของตน; **~-as'surance** *n., no pl.* ความมั่นใจในตนเอง; **~-as'sured** *adj.* มั่นใจในตนเอง; **~-a'wareness** *n.* การรู้จักประมาณตน; **~-'catering** ❶ *adj.* *(ที่พักให้เช่า)* มีอุปกรณ์ทำครัวให้ ❷ *n.* ที่พักซึ่งมีอุปกรณ์ทำครัวไว้ให้; **~-'centred** *adj.* คิดแต่เรื่องของตนเอง; **~-'closing** *adj.* *(ประตู)* ที่ปิดเองโดยอัตโนมัติ; **~-'coloured** *adj. (with uniform colouring)* มีสีเดียวกันตลอดทั้งหมด; **~-com'mand** *n., no pl.* การบังคับใจตนเอง, การคุมสติ; **~-con'demned** *adj.* ตำหนิตนเอง; **be** *or* **stand ~-condemned** ตำหนิตนเอง; **~-con'fessed** *adj.* สารภาพเอง; **~-'confidence** *n., no pl.* ความมั่นใจในตนเอง; **~-'confident** *adj.* มั่นใจในตนเอง; **~-'confidently** *adv.* อย่างมั่นใจในตนเอง; **~-'conscious** *adj.* Ⓐ *(ill at ease)* รู้สึกละอาย, เขิน; Ⓑ *(deliberate)* จงใจ, เจตนา; **~-'consciousness** *n.* Ⓐ ความรู้สึกละอาย, ความขวยเขิน; Ⓑ *(deliberateness)* ความตั้งใจ, การเจตนา; **~-con'tained** *adj.* Ⓐ *(not dependent)* ไม่ต้องพึ่งใคร, เป็นอิสระ; *(not communicative)* ไม่ช่างพูด; Ⓑ *(having no parts in common)* ไม่มีส่วนที่เหมือนหรือเป็นอย่างเดียวกัน; *(บ้าน)* เดี่ยว; Ⓒ *(Brit.: complete in itself)* *(ที่อยู่อาศัย)* สมบูรณ์แบบในตัวเอง; **~-contra'dictory** *adj.* ขัดแย้งกันในตัวเอง; **~-con'trol** *n., no pl.* การบังคับควบคุมตนเอง; **~-con'trolled** *adj.* บังคับควบคุมตนเองได้; **~-'critical** *adj.* วิพากษ์วิจารณ์ตนเอง; **~-de'ception** *n.* การหลอกตนเอง; **~-de'feating** *adj.* ทำให้ไม่บรรลุผล, ทำให้ล้มเหลว; **~-de'fence** *n., no pl, no indef. art.* การป้องกันตนเอง; **in ~-defence** ในการป้องกันตนเอง; **~-defence classes** ชั้นเรียนการต่อสู้ป้องกันตนเอง; **~-delusion** *n.* การหลอกตนเอง; **~-de'nial** *n.* การหักห้ามใจตน; **~deprecating** /self'deprɪkeɪtɪŋ/เซ็ลฟฺ'เด็พรเคทิง/ *adj.* ถ่อมตนมาก; **~-de'struct** *v.i.* ทำลายตนเอง; **~-de'struction** *n.* การทำลายตนเอง; **~-de'structive** *adj.* ที่ทำลายตนเอง; **~-de'structively** *adv.* อย่างทำลายตนเอง; **~-'discipline** *n., no pl.* การมีวินัยในตนเอง; **~-drive** *adj.* **~-drive hire [company]** [บริษัท] เช่ายานพาหนะที่ผู้เช่าขับเอง; **~-drive vehicle** ยานพาหนะที่ผู้เช่าขับเอง; **~-'educated** *adj.* ที่เรียนรู้ด้วยตนเอง; **be ~-educated, be a ~-educated person** เป็นคนที่เรียนรู้ด้วยตนเอง; **~-ef'facing** *adj.* ถ่อมตัว, ขี้อาย; **~-em'ployed** *adj.* ที่ทำงานเอง, ไม่เป็นลูกจ้างใคร; **~-employed man/woman** ชาย/หญิงที่ทำงานของตนเอง *(ไม่เป็นลูกจ้างใคร)*; **~-e'steem** *n.* Ⓐ *(~-respect)* การประเมินค่าตนเอง; Ⓑ *(~-conceit)* ความหยิ่งผยองในตนเอง; **~-'evident** *adj.* ที่ปรากฏเอง, ที่เด่นชัด; **~-'evidently** *adv.* อย่างเด่นชัด; **~-ex'planatory** *adj.* เข้าใจง่าย, มีคำอธิบายในตัว; **be ~-explanatory** เข้าใจง่าย, อธิบายได้ในตัว; **~-ex'pression** *n., no pl., no indef. art.* การแสดงความคิดความรู้สึกของตน; **~-fertili'zation** *n. (Biol.)* ต้นไม้ผสมพันธุ์ในตัวของมันเอง, ต้นไม้ที่ผสมพันธุ์ในดอกเดียวกัน; **~-financing** *adj.* *(โครงการ, กิจการ)* ที่หาเงินทุนได้ในโครงการเอง; **~-ful'filling** *adj.* *(คำทำนาย)* ที่จะกลายเป็นความจริง; **~-fulfilling prophecy** คำทำนายที่จะกลายเป็นความจริง; **~-'governing** *adj.* ที่ปกครองตนเอง; **~-'government** *n., no pl., no indef. art.* การปกครองตนเอง *(โดยเฉพาะดินแดนที่เคยเป็นอาณานิคม)*; **~-'help** *n., no pl.* การช่วยเหลือตนเอง; **~-'image** *n.* ภาพลักษณ์ของตนเอง; **~-im'portance** *n., no pl.* ความคิดว่าตนเองสำคัญ; *(arrogant and pompous bearing)* พฤติกรรมที่อวดดีและทะนงตน; **~-im'portant** *adj.* ที่คิดว่าตนสำคัญ; *(arrogant and pompous)* ที่อวดดีและทะนงตน; **~-im'posed** *adj.* *(งาน, เงื่อนไข)* ที่กำหนดให้แก่ตนเอง; **~-im'provement** *n.* การปรับปรุงตนเอง; **~ in'duced** *adj.* Ⓐ ที่ชักนำตนเอง; Ⓑ *(Electr.)* เกิดจากการเหนี่ยวนำในตัว; **~-in'duction** *n. (Electr.)* การเหนี่ยวนำกระแสไฟฟ้าในตัว; **~-in'dulgence** *n.* การทำตามใจตัว; **a little ~-indulgence never hurt anyone** การทำตามใจตัวสักเล็กน้อยไม่ทำให้ใครเสียหาย; **this novel is a piece of pure ~-indulgence** นวนิยายเรื่องนี้เป็นเรื่องที่เขียนขึ้นตามอำเภอใจแท้ ๆ; **~-in'dulgent** *adj.* ทำตามใจตน; **I've been very ~-indulgent lately** หมู่นี้ฉันค่อนข้างจะปล่อยตัวทำตามอารมณ์; **~-in'flicted** *adj.* *(ความบาดเจ็บ, ความทุกข์)*

795 **self-interest | semblance**

ที่ทำกับตนเอง; **~-'interest** *n.* ผลประโยชน์ของตนเอง; **~-in'vited** *adj.* **a ~-invited guest** แขกที่มาเองโดยเจ้าภาพมิได้เชิญ

selfish /'selfɪʃ/'เซ็ลฟิช/ *adj.* เห็นแก่ตัว

selfishly /'selfɪʃlɪ/'เซ็ลฟิชลิ/ *adv.* อย่างเห็นแก่ตัว; **do sth. ~:** ทำ *ส.น.* อย่างเห็นแก่ตัว

selfishness /'selfɪʃnɪs/'เซ็ลฟิชนิซ/ *n., no pl.* ความเห็นแก่ตัว

self: ~-justifi'cation *n.* การหาข้อแก้ตัวให้กับตนเอง; **attempt at ~-justification** พยายามแก้ตัวให้พ้นผิด; **~-'knowledge** *n.* การเข้าใจตนเอง

selfless /'selflɪs/'เซ็ลฟลิซ/ *adj.*, **selflessly** /'selflɪslɪ/'เซ็ลฟลิซลิ/ *adv.* [อย่าง] ไม่เห็นแก่ตัว, โดยไม่คิดถึงผลประโยชน์ของตน

self: ~-'loading *adj.* *(ปืน)* ที่บรรจุกระสุนเอง; **~-'loathing** *n.* การเกลียดตนเอง; **be consumed by deep ~-loathing** เกิดความเกลียดตนเองอย่างรุนแรง; **~-'locking** *adj.* ล็อกหรือปิดเองโดยอัตโนมัติ; **~-'love** *n., no pl.* ความรักตนเอง; **~-made** *adj.* ประสบความสำเร็จด้วยตนเอง, สร้างตนเอง; **a ~-made man** ชายที่สร้างตนเองขึ้นมา; **she is a ~-made woman** เธอเป็นผู้หญิงที่ประสบความสำเร็จด้วยความพยายามของตนเอง; **~-'mockery** *n.* การเยาะเย้ยตนเอง; **~-mocking** *adj.* เยาะเย้ยตนเอง; **~-motivated** *adj.* ความทะเยอทะยานที่เกิดขึ้นเอง; **~-motivation** *n.* ผลักดันใจตนเอง, ความทะเยอทะยานโดยไม่มีการผลักดัน; **~-obsessed** *adj.* หมกหมุ่นกับตนเอง; **~-o'pinionated** *adj.* Ⓐ *(conceited)* หยิ่งทะนงในตนมากเกินไป; Ⓑ *(obstinate)* ดื้อรั้น; **~-per'petuating** *adj.* ที่ธำรงตนให้อยู่ต่อโดยไม่มีการผลักดันภายนอก; **~-'pity** *n., no pl.* ความสงสารตนเอง; **~-'pitying** *adj.* สงสารตนเอง; **~-'portrait** *n.* รูปตนเองวาดโดยจิตรกร, การเขียนบรรยายถึงตนเองของนักเขียน; **~-pos'sessed** *adj.* ควบคุมตนเองได้อย่างเป็นปกติวิสัย, สงบอารมณ์; **remain ~-possessed** ยังคงสงบอารมณ์ได้อยู่; **be ~-possessed** ควบคุมตนเองได้; **~-pos'session** *n., no pl.* การควบคุมตนเองเป็นปกติวิสัย, การสงบสติอารมณ์; **~-preser'vation** *n., no pl., no indef art.* การรักษาตนเอง; **~-'propagating** *adj. (Bot.)* *(ต้นไม้)* ที่สามารถสืบพันธุ์ได้ด้วยตัวเอง; **be ~-propagating** สามารถสืบพันธุ์ได้ด้วยตัวเอง; *(fig.)* ขยายตัวได้โดยไม่ต้องอาศัยสิ่งอื่น; **~-pro'pelled** *adj.* *(ยานพาหนะ)* ที่ขับเคลื่อนด้วยตัวเอง; **~-'raising flour** *n. (Brit.)* แป้งที่เติมผงฟูลงไปแล้ว; **~-re'gard** *n.* การมองตนเองอย่างเหมาะสม; ความเห็นแก่ตัว, ความเย่อหยิ่ง; **~-'regulating** *adj.* ปรับหรือควบคุมในตัว; **~-re'liance** *n., no pl.* ความพึ่งตนเอง, ความเป็นอิสระ; **~-re'liant** *adj.* พึ่งตนเอง, เป็นอิสระ; **~-re'spect** *n., no pl.* การเคารพตัวเอง; **~-re'specting** *adj.* ที่เคารพตัวเอง; **no ~-respecting person ...:** ไม่มีใครที่เคารพตัวเอง...; **~-re'straint** *n. no pl.* การควบคุมบังคับตนเอง; **~-'righteous** *adj.* ที่เชื่อว่าตนเองเป็นฝ่ายถูก; **~-'righteousness** *n., no pl.* ความเชื่อว่าตนเองเป็นฝ่ายถูก; **~-'righting** *adj.* *(เรือ)* พลิกกลับได้เองเมื่อพลิกคว่ำ; **~-'rising flour** *(Amer.)* ➡ **~-raising flour**; **~-'sacrifice** *n.* การเสียสละตนเอง; **~-'sacrificing** *adj.* ที่เสียสละตนเอง; **~same** *adj.* **the ~same** อันหนึ่งอันเดียวกัน; **~-satis'faction** *n., no pl.* ความพึงพอใจในตนเอง; *(smugness)* ความพอใจในอัตภาพ; **~-'satisfied** *adj. (smug)* พึงพอใจในตนเอง, พอใจในอัตภาพ; **~-'sealing** *adj.* Ⓐ *(automatically sealing)* *(ยางรถยนต์, ถังเชื้อเพลิง ฯลฯ)* ปิดรูเล็ก ๆ ได้เองโดยอัตโนมัติ; Ⓑ *(~-adhesive)* *(ซองจดหมาย)* มีกาวเพื่อปิดผนึกไว้แล้ว; **~-seeking** ❶ *adj.* ที่แสวงหาผลประโยชน์ของตนก่อนอื่น ❷ *n., no pl.* การแสวงหาผลประโยชน์ของตนก่อนอื่น; **~-'service** ❶ *n.* Ⓐ *(operation)* การปฏิบัติงานด้วยตัวเอง *(ของเครื่องยนต์)*; Ⓑ *(shop)* ร้านค้าที่ผู้ซื้อต้องบริการตนเอง; *(petrol station)* ปั๊มน้ำมันที่ลูกค้าต้องเติมน้ำมันเอง; *(restaurant)* ภัตตาคารที่ลูกค้าต้องบริการตนเอง ❷ *pred. adj.* **the petrol station is/has become ~-service** ปั๊มน้ำมันเป็น/กลายเป็นปั๊มน้ำมันแบบบริการตนเอง; **~-sown** *adj.* งอกเองตามธรรมชาติจากเมล็ดที่ตกหล่น; **~-'starter** *n. (Motor Veh.)* อุปกรณ์ติดเครื่องยนต์ให้ทำงาน; **~-'study** *n.* การเรียนด้วยตัวเอง; **~-styled** *adj.* *(ชื่อ, ตำแหน่ง)* ที่ตั้งขึ้นเอง; **~-suf'ficiency** *n.* ความพึ่งตนเอง; *(of country)* ความสามารถพึ่งตัวเองได้; **~-suf'ficient** *adj. (independent)* เป็นอิสระไม่ต้องพึ่งใคร; *(คน, ประเทศ)* ที่พึ่งพาตัวเองได้; **be ~-sufficient in food** มีอาหารพอเลี้ยงตัวได้; *(ประเทศ)* ไม่ต้องนำอาหารเข้า; **~-sup'porting** *adj.* Ⓐ สามารถช่วยเหลือตัวเองได้, เลี้ยงตัวเองได้; **the club/firm is ~-supporting** สโมสร/บริษัทสามารถหารายได้เลี้ยงตัวเอง; Ⓑ *(not requiring support)* *(ตึก, อาคาร)* ที่ยืนด้วยตนเองได้; *(สิ่งปลูกสร้าง)* ที่ไม่ต้องการการค้ำกัน; **~-sustaining** *adj.* ที่พึ่งตนเองโดยตลอด; **~-tanning** *adj.* ทำให้ผิวเกรียมโดยทาครีม; **~-'tapping** *adj.* *(ตะปูเกลียว)* ที่หมุนแน่นโดยอัตโนมัติ; **~-'taught** *adj.* เรียนรู้/ฝึกหัดด้วยตนเอง; **~-taught person** คนที่เรียนรู้ด้วยตนเอง; **be a ~-taught painter/be ~-taught in Thai** เป็นศิลปินที่ฝึกหัดด้วยตนเอง/เป็นผู้ที่เรียนภาษาไทยด้วยตนเอง; **she is ~-taught** เธอเรียนรู้ด้วยตนเอง; **~-torture** *n.* ที่ทรมานจิตใจตนเอง; **~-treatment** *n.* การรักษาเอง; **~-'will** *n., no pl.* ความดื้อรั้น, ความเอาแต่ใจ; **~-'willed** *adj.* ดื้อรั้น, เอาแต่ใจตน; **~-winding** *adj.* ที่หมุนหรือไขลานเองโดยอัตโนมัติ; **a ~-winding watch** นาฬิกาที่ไขลานเองโดยอัตโนมัติ; **~-worth** *n.* การประเมินคุณค่าตนเอง

sell /sel/เซ็ล/ ❶ *v.t.*, **sold** /səʊld/โซลดฺ/ Ⓐ ขาย; **the shop ~s groceries** ร้านขายของชำ; **~ sth. to sb., ~ sb. sth.** ขาย *ส.น.* ให้กับ *ค.น.*; **~ one's life** *etc.* **dear** *or* **dearly** *(fig.)* ขายชีวิตให้คุ้มค่า; **it is the advertising that ~s the product** โฆษณาเป็นเหตุให้ขายสินค้าได้; **~ by ...** *(on package)* จัดจำหน่ายก่อนวันที่...; Ⓑ *(betray)* ทรยศ; Ⓒ *(offer dishonourably)* ขาย; **~ oneself/one's soul** ขายตัว/ขายวิญญาณ **(to** กับ**)**; Ⓓ *(coll.: cheat, disappoint)* โกง, ทำให้ผิดหวัง; **I've been sold!, sold again!** ฉันถูกโกง, ถูกโกงอีกแล้ว; Ⓔ *(gain acceptance for)* **~ sb. as ...:** ทำให้ *ค.น.* เป็นที่ยอมรับในฐานะ...; **~ sth. to sb.** ทำให้ *ค.น.* ยอมรับ *ส.น.*; **~ sb. the idea of doing sth.** ทำให้ *ค.น.* ยอมรับที่จะทำ *ส.น.*; Ⓕ **~ sb. on sth.** *(coll.: make enthusiastic)* ทำให้ *ค.น.* กระตือรือร้นใน *ส.น.*; **be sold on sth.** *(coll.)* กระตือรือร้นใน *ส.น.*; ➡ **+ dummy 1 E; river 1 A; short 1 I**
❷ *v.i.*, **sold** Ⓐ ขายได้; **the book sold 5,000 copies in a week** หนังสือขายได้ 5,000 เล่มในหนึ่งสัปดาห์; Ⓑ **~ at** *or* **for** ขายในราคา; ➡ **+ cake 1 B**
❸ *n.* Ⓐ **be a tough ~:** เป็นของขายยาก; **be an easy ~:** เป็นของที่ขายง่าย; Ⓑ *(coll.: deception)* การหลอกลวง; ➡ **+ hard sell; soft sell**

~ 'off *v.t.* ขายลดราคา; ปล่อย *(หุ้น)* ในราคาถูก

~ 'out ❶ *v.t.* Ⓐ ขายหมด; **the play/performance was sold out** ละคร/การแสดงขายตั๋วได้หมดเกลี้ยง; Ⓑ *(coll.: betray)* ทรยศ ❷ *v.i.* Ⓐ **we have** *or* **are sold out** เราขายหมดแล้ว; **sth. ~s out quickly** *ส.น.* ขายหมดอย่างรวดเร็ว; **~ out to another firm** ขายหุ้นทั้งหมดไปให้อีกบริษัทหนึ่ง; Ⓑ *(coll.: betray one's cause)* **~ out to sb./sth.** ทรยศต่อหลักการของตนเพื่อ *ค.น.*/*ส.น.*; ➡ **+ sell-out**

~ 'out of *v.t.* **we have** *or* **are sold out of sth.** พวกเราขาย *ส.น.* หมดไปแล้ว

~ 'up *v.t. (Brit.)* ขาย *(ธุรกิจ, บ้าน)*

'sell-by date *n.* วันสุดท้ายที่ขายสินค้าได้, วันหมดอายุ

seller /'selə(r)/'เซ็ลเลอะ(ร)/ *n.* Ⓐ คนขาย, ผู้ขาย; **be a ~ of sth.** เป็นคนขาย *ส.น.*; **a ~'s** *or* **~s' market** ตลาดเป็นของผู้ขาย, ภาวะที่สินค้าหายากและมีราคาแพง; Ⓑ *(product)* **be a slow/bad ~:** เป็นสินค้าที่ขายไม่ค่อยออก/ขายไม่ออก; **be a fast** *or* **strong** *or* **big ~:** เป็นสินค้าที่ขายเร็ว/ขายได้คราวละมาก ๆ; **be a good ~:** เป็นสินค้าขายดี

selling /'selɪŋ/'เซ็ลลิง/ ❶ *n.* Ⓐ *(act, occupation)* การขาย, อาชีพขายของ; Ⓑ *(salesmanship)* ความสามารถในการขายของ; **training in ~:** การฝึกความสามารถในการขาย ❷ *adj. in comb.* **a fast-** *or* **good-selling book** หนังสือที่ขายเร็วหรือดี

selling: ~ point *n.* **a [good] ~ point** จุดขาย [ที่ดี]; *(fig.)* จุดเด่น; **~ price** *n.* ราคาขาย

sellotape *v.t.* คาดแผ่นเทปใส, ติดสกอตเทป

Sellotape ® /'seləʊteɪp/'เซ็ลโลเทพ/ *n., no indef. art., no pl.* เทปใสสำหรับติดสิ่งของ, สกอตเทป

'sell-out *n.* Ⓐ *(event)* **be a ~:** *(งาน, ละคร, การแสดง)* ขายตั๋วหมดเกลี้ยง; Ⓑ *(coll.: betrayal)* การทรยศ

seltzer /'seltsə(r)/'เซ็ลทฺเซอะ(ร)/ *n.* น้ำแร่

selvage, selvedge /'selvɪdʒ/'เซ็ลวิจ/ *n.* ขอบหรือชายผ้ากันเนื้อผ้าลุ่ย

selves *pl. of* **self**

semantic /sɪ'mæntɪk/ซิ'แมนทิค/ *adj.* เกี่ยวกับความหมายในภาษา

semantically /sɪ'mæntɪkəlɪ/ซิ'แมนทิเคอะลิ/ *adv.* ในแง่ของความหมายในภาษา, ตามนัยแฝง

semantics /sɪ'mæntɪks/ซิ'แมนทิคซฺ/ *n., no pl.* สาขาของภาษาศาสตร์ที่ว่าด้วยความหมาย, อรรถศาสตร์ *(ร.บ.)*; **only argue about ~s** แค่โต้เถียงกันเกี่ยวกับความหมายของคำเท่านั้น

semaphore /'seməfɔ:(r)/'เซะเมอะฟอ(ร)/ ❶ *n.* Ⓐ *(apparatus)* อุปกรณ์ส่งสัญญาณ *(ประกอบด้วยเสาและธง)*; Ⓑ *(system)* ระบบการส่งสัญญาณโดยการโบก *(มือ/ธง)*; **~ alphabet** ตัวอักษรที่กำหนดตามสัญญาณธง ❷ *v.i.* **~ to sb.** ส่งสัญญาณให้ *ค.น.* โดยโบกมือ/ธง ❸ *v.t.* ส่งสัญญาณ

semblance /'sembləns/'เซ็มเบลินซฺ/ *n.* Ⓐ *(outward appearance)* ลักษณะภายนอก; **without a ~ of regret/a smile** โดยมิได้แสดงความเสียใจ/ยิ้ม; **without even the ~ of a trial** แม้แต่ลักษณะของการพิจารณาคดีก็ไม่มี; **bring some ~ of order to sth.** ทำ *ส.น.* ให้ดูมีระเบียบขึ้นบ้าง; Ⓑ *(resemblance)* ความเหมือน, ความคล้ายคลึง

S

semeiology /siːmaɪˈɒlədʒɪ/ซีไม'ออเลอะจิ/, **semeiotics** /siːmaɪˈɒtɪks/ซีไม'ออทิคซฺ/ ➡ **semiology**

semen /ˈsiːmən/ˈซีเมิน/ *n. (Physiol.)* น้ำอสุจิ

semester /sɪˈmestə(r)/ซิ'เม็ซเทอะ(ร)/ *n. (Univ.)* ภาคการเรียนครึ่งปีการศึกษาใน มหาวิทยาลัย

semi /ˈsemɪ/ˈเซ็มมิ/ *n. (coll.)* Ⓐ *(Brit.: house)* บ้านที่มีกำแพงข้างหนึ่งเชื่อมต่อกับบ้านอีกหลัง; Ⓑ *(Amer.: vehicle)* รถพ่วงที่ปลดแยกออกได้

semi- *pref.* ครึ่งหนึ่ง, กึ่ง

semi: ~auto'matic ❶ *adj.* กึ่งอัตโนมัติ ❷ *n.* ปืนกึ่งอัตโนมัติ; **~basement** *n.* ชั้นที่ต่ำกว่าระดับพื้นดินบางส่วน; **~bold** *adj. (Printing)* พิมพ์ตัวดำแต่ไม่หนา; **~breve** *n. (Brit. Mus.)* โน้ตตัวยาวที่สุดในดนตรี; **~circle** *n.* ครึ่งวงกลม; **~'circular** *adj.* เป็นครึ่งวงกลม; **~'colon** *n.* เครื่องหมาย (;); **~con'ductor** *n. (Phys.)* สารกึ่งตัวนำ; **~'conscious** *adj.* รู้สึกตัวหรือมีสติเพียงบางส่วน; **be only ~-conscious** มีสติเพียงบางส่วนเท่านั้น; **~'darkness** *n.* ความมืดสลัว; **in ~-darkness** ในความมืดสลัว; **~de'tached** ❶ *adj.* **the house is ~-detached** บ้านมีกำแพงข้างหนึ่งเชื่อมต่อกับบ้านอีกหลัง; **a ~-detached house** บ้านแฝด ❷ *n. (Brit.: house)* บ้านแฝด, บ้านที่มีฝากำแพงกั้นเชื่อมต่อกัน; **~'final** *n.* รอบก่อนรอบชิงชนะเลิศ; **in the ~-finals** ในรอบก่อนรอบชิงชนะเลิศ; **~'finalist** *n.* ผู้เข้ารอบก่อนรอบชิงชนะเลิศ; **~'finished** *adj.* ครึ่งเสร็จ; **~'invalid** *n.* คนกึ่งพิการ, คนที่ป่วยพอสมควร; **~literate** *adj.* **be ~-literate** เขียนอ่านไม่คล่อง

seminal /ˈsemɪnl, ˈsiːmɪnl/ˈเซ็มมินˈล, ˈซีมินˈล/ *adj.* Ⓐ *(having originative power)* มีพลังในการทำให้เกิด; *(embryonic)* เกี่ยวกับทารกในครรภ์ในขั้นเริ่มต้น; Ⓑ *(reproductive)* เกี่ยวกับการสืบพันธุ์, มีสมรรถนะในการสืบพันธุ์

seminar /ˈsemɪnɑː(r)/ˈเซ็มมินา(ร)/ *n.* Ⓐ *(small class)* สัมมนา *(ท.ศ.)*; Ⓑ *(Amer.: conference)* สัมมนา; Ⓒ *(study-course)* วิชาที่เรียนอย่างเร่งรัดในระยะสั้น

seminarian /semɪˈneərɪən/เซะมิ'แนเรียน/, **seminarist** /ˈsemɪnərɪst/ˈเซ็มมิเนอะริซทฺ/ *ns.* ผู้เข้าโรงเรียนสอนศาสนา

seminary /ˈsemɪnərɪ, US -nerɪ/ˈเซ็มมิเนอะริ, -เนะริ/ *n.* โรงเรียนสอนศาสนา, โรงเรียนสอนธรรมะ

semiology /semɪˈɒlədʒɪ/เซะมิ'ออเลอะจิ/, **semiotics** /siːmɪˈɒtɪks/ซีมิ'ออทิคซฺ/ *ns.* *การศึกษาเครื่องหมายและสัญลักษณ์ในหลายสาขาวิชา เช่น ภาษา*

semi: ~'permanent *adj.* กึ่งถาวร; **~'precious** *adj.* มีค่าไม่สูงนัก; **~precious stone** อัญมณีที่มีราคาไม่สูงนัก; **be ~-precious** มีค่าไม่มากเท่าใด; **~quaver** *n. (Brit. Mus.)* โน้ตดนตรีลำดับที่ 16; **~'skilled** *adj.* มีฝีมือในระดับหนึ่ง; **~skimmed** ❶ *adj.* ที่มีน้ำมันครึ่งเดียว ❷ *n.* นมที่มีไขมันครึ่งเดียวของปกติ; **~'sweet** *adj.* หวานเล็กน้อย, หวานปะแล่ม ๆ

Semite /ˈsiːmaɪt/ˈซีไมทฺ/ ❶ *n.* ชนเผ่ายิว *อาหรับ อัสซิเรียนและโฟนิเชียน* ❷ *adj.* เกี่ยวกับชนเผ่ายิวอาหรับ อัสซิเรียนและโฟนิเชียน

Semitic /sɪˈmɪtɪk/ซิ'มิททิค/ *adj.* เกี่ยวกับ *(ชนเผ่า, ภาษา)* ยิว อาหรับ อัสซิเรียนและโฟนิเชียน

'semitone *n. (Mus.)* *ระยะครึ่งเสียงในระหว่างระดับเสียงหรือระหว่างโน้ตสองตัว เป็นช่วงต่างต่ำสุดในดนตรีคลาสสิคของยุโรป*

'semi-trailer *n.* รถกึ่งพ่วง, รถพ่วงที่ปลดแยกออกได้

semolina /seməˈliːnə/เซะเมอะ'ลีเนอะ/ *n.* Ⓐ *แป้งหยาบ ๆ ที่เหลือจากการร่อนแป้ง ใช้ทำพาสต้าและขนมพุดดิ้ง*; Ⓑ *(pudding)* ขนมที่ทำจากแป้งหยาบนี้

sempstress ➡ **seamstress**

Sen. *abbr.* Ⓐ **Senator;** Ⓑ **Senior**

SEN *abbr. (Brit.)* **State Enrolled Nurse**

senate /ˈsenɪt/ˈเซ็นเนิท/ *n.* วุฒิสภา

senator /ˈsenətə(r)/ˈเซ็นเนอะเทอะ(ร)/ *n.* สมาชิกวุฒิสภา

send /send/เซ็นดฺ/ ❶ *v.t.,* **sent** /sent/เซ็นทฺ/ Ⓐ *(cause to go)* ส่งไป; **~ sb. to Africa** ส่ง *ค.น.* ไปแอฟริกา; **~ sb. to university/boarding school** ส่ง *ค.น.* ไปเรียนในมหาวิทยาลัย/โรงเรียนประจำ; **~ sb. on a course/tour** ส่ง *ค.น.* ไปเข้าหลักสูตร/เที่ยว; **~ a dog after sb.** ส่งสุนัขไล่ *ค.น.*; **she ~s her best wishes/love** เธอฝากความปรารถนาดี/ความรักมาด้วย; **~ [sb.] apologies/congratulations** ส่งคำขอโทษ/ความยินดี [ไปยัง *ค.น.*]; **she sent him congratulations on ...:** เธอส่งจดหมายแสดงความยินดีถึงเขาเนื่องใน...; **~ sb. home/to bed** ส่ง *ค.น.* กลับบ้าน/เข้านอน; **~ sb. to his death** ส่ง *ค.น.* ไปตาย; ➡ **+ word** 1 F; Ⓑ *(grant)* ให้; **~ her victorious!** *(arch.)* บันดาลให้เธอประสบชัยชนะ; **God ~s the rain on the just and the unjust** *(prov.)* พระเป็นเจ้าไม่ทรงลำเอียงเข้าข้างใคร; Ⓒ *(propel)* **~ a rocket into space** ส่งจรวดขึ้นไปในอวกาศ; **~ a ball over the wall** โยนลูกบอลข้ามกำแพง; **~ up clouds of dust** เตะ/ทำให้ฝุ่นฟุ้งเต็มไปหมด; **~ sth. to the ground/hurtling through the air** ขว้าง *ส.น.* ลงกับพื้น/เหินขึ้นไปในอวกาศ; **~ sb. sprawling/reeling** ทำให้ *ค.น.* ลงไปกลิ้ง/เซไปเซมา; **~ sb. running for cover** ทำ *ค.น.* แตกกระเจิงไปหาที่ซ่อน; **~ sth. off course** ทำให้ *ส.น.* ออกจากเส้นทางเดิม; ➡ **+ ²fly** 1 D; Ⓓ *(drive into condition)* **~ sb. mad** *or* **crazy** ทำให้ *ค.น.* โกรธ; **~ sb. into raptures/a temper/fits of laughter** ทำให้ *ค.น.* มีความสุขมาก/อารมณ์เสีย/หัวเราะก๊าก; **~ sb. to sleep** กล่อม *ค.น.* ให้หลับ; **that loud music ~s me round the bend** *(fig. coll.)* เสียงดนตรีอึกทึกเสียจนฉันเหลือทนแล้ว; Ⓔ *(dismiss)* **~ sb. about his/her** *etc.* **business** ไล่ *ค.น.* ไปให้พ้น; ➡ **+ Coventry; pack** 3; Ⓕ *(coll.: put into ecstasy)* ทำให้มีความสุขมาก; **she really ~s me** เธอทำให้ฉันมีความสุขมากจริง ๆ ❷ *v.i.,* **sent: ~ to sb. for sth.** *(by letter)* เขียนขอให้ *ค.น.* ส่ง *ส.น.* มา; **we'll ~ to Thailand for that** พวกเราจะสั่งสิ่งนั้นมาจากประเทศไทย

~ a'head *v.t.* ส่งไปก่อน, ส่งไปล่วงหน้า; **he was sent ahead of the main group** เขาถูกส่งไปล่วงหน้ากลุ่มใหญ่

~ a'way ❶ *v.t.* ส่งไป; **we like to ~ our guests away with pleasant memories** เราอยากให้แขกจากไปโดยมีความประทับใจที่ดี; ➡ **+ flea** ❷ *v.i.* **~ away [to sb.] for sth.** สั่ง *ส.น.* *(ทางไปรษณีย์, อินเทอร์เน็ต)* [จาก *ค.น.*]

~ 'back *v.t.* Ⓐ *(return)* ส่งคืน; Ⓑ *(because of dissatisfaction)* ส่งคืนเนื่องจากไม่พอใจ *(อาหาร,สินค้า)*; *(by post)* ส่งคืนทางไปรษณีย์

~ 'down ❶ *v.t.* Ⓐ ส่งลงไป; Ⓑ *(Brit. Univ.)* ไล่ออก, สั่งให้นักเรียนออกไปชั่วคราวเพื่อเป็นการลงโทษ; Ⓒ *(put in prison)* ส่งไปจำคุก; Ⓓ *(Cricket)* ตีลูกบอล; Ⓔ ทำให้ *(ราคา, ค่าใช้จ่าย)* ต่ำ ❷ *v.i.* **~ down [to the store] for sth.** สั่งซื้อ *ส.น.* [จากร้านค้า]

~ for *v.t.* Ⓐ *(tell to come)* เรียก *(แพทย์, ตำรวจ)* มา; Ⓑ *(order from elsewhere)* สั่งมาจากที่อื่น

~ 'in *v.t.* ส่งเข้า

~ 'off ❶ *v.t.* Ⓐ *(dispatch)* ส่งไป; **~ one's children off to boarding school** ส่งลูก ๆ ของตนไปเข้าโรงเรียนประจำ; Ⓑ *(bid farewell to)* บอกลา, อำลา; ➡ **+ send-off;** Ⓒ *(Sport)* *(กรรมการ)* ไล่ผู้เล่นออกจากการแข่งขัน หรือออกนอกสนาม (**for** เนื่องจาก) ❷ *v.i.* **~ off for sth. [to sb.]** สั่งซื้อ *ส.น.* [จาก *ค.น.*]

~ 'on *v.t.* Ⓐ *(forward)* ส่งต่อ *(จดหมาย)*; **they sent me on to you** พวกเขาส่งฉันต่อมาหาคุณ; Ⓑ *(cause to go ahead)* **~ on [ahead]** ส่งไปล่วงหน้า; Ⓒ *(cause to participate)* **~ a player on** ส่งผู้เล่นลงสนาม

~ 'out ❶ *v.t.* Ⓐ *(issue)* ส่งออก; Ⓑ *(emit)* ปล่อยออกมา *(ความร้อน, ข่าว, ควัน)*; เปล่ง *(รังสี, แสง)* Ⓒ *(dispatch)* ส่งไป; **~ sb. out to Africa** ส่ง *ค.น.* ไปแอฟริกา; **~ sb. out for sth.** ส่ง *ค.น.* ออกไปหา *ส.น.*; Ⓓ *(order to leave)* สั่งให้ออกไป ❷ *v.i.* **~ out for sth.** สั่งซื้อ *ส.น.* หรือ ให้ใครไปหา *ส.น.*

~ 'up *v.t.* Ⓐ *(Brit. coll.: ridicule) (in play, sketch, song)* การล้อเลียน, เย้ยหยัน; *(in cartoon)* ล้อเลียน; ➡ **+ send-up;** Ⓑ *(Amer. coll.: put in prison)* ส่งไปเข้าคุก; Ⓒ *(transmit to higher authority)* ส่งต่อ (**to** กับ); Ⓓ *(cause to rise)* ปล่อย *(ลูกโป่ง)*; ทำให้สูงขึ้น *(ราคา, อุณหภูมิ)*; **~ sb.'s temperature up** *(fig. joc.)* ทำให้ *ค.น.* โกรธจัด, ทำให้เดือดปุด ๆ; Ⓔ *(destroy)* ทำลาย

sender /ˈsendə(r)/ˈเซ็นเดอะ(ร)/ *n.* ➤ **519** *(of goods, letter)* ผู้ส่ง

send: ~off *n.* การส่ง, การเลี้ยงส่ง; **give sb. a good ~-off** เลี้ยงส่ง *ค.น.* อย่างดี; **~-up** *n. (Brit. coll.: parody)* การล้อเลียน; *(in cartoon)* การ์ตูนล้อเลียน; **do a ~-up of sb./sth.** แสดงบทล้อเลียน *ค.น./ส.น.*

Senegal /senɪˈgɔːl/เซะนิ'กอล/ *pr.n.* สาธารณรัฐเซเนกัล *(ทางตะวันตกของทวีปแอฟริกา)*

Senegalese /senɪgəˈliːz/เซะนิเกอะ'ลีซฺ/ ❶ *adj.* แห่งเซเนกัล; **sb. is ~:** *ค.น.* เป็นชาวเซเนกัล ❷ *n., pl. same* ชาวเซเนกัล

senescent /sɪˈnesənt/ซิ'เน็ซเซินทฺ/ *adj.* แก่ลง, มีอายุมาก, ล่วงเข้าวัยชรา

senile /ˈsiːnaɪl/ˈซีนายลฺ/ *adj.* ของผู้มีอายุ, ชรา, เนื่องจากมีอายุมาก; *(physically)* มีอายุมาก; *(caused by old age)* *(ชรา, เป็นโรค)* คนแก่, เนื่องจากอายุมาก, แห่งวัยชรา; **~ decay** การผุกร่อนเนื่องจากอายุมาก

senile de'mentia *n. (Med.)* อาการหลงลืมเนื่องจากความชรา

senility /sɪˈnɪlɪtɪ/ซิ'นิลลิทิ/ *n., no pl.* วัยชรา, ชราภาพ; *(physical infirmity)* ความไม่แข็งแรงทางร่างกาย

senior /ˈsiːnɪə(r)/ˈซีเนีย(ร)/ ❶ *adj.* Ⓐ ➤ **47** *(older)* อาวุโส, อายุมากกว่า, เป็นรุ่นพี่; **be ~ to sb.** มีอายุมากกว่า *ค.น.*; **~ team** ทีมที่มีอาวุโสสูงกว่า; Ⓑ ➤ **489** *(of higher rank)* มียศ หรือตำแหน่งสูงกว่า; **someone ~:** *ค.น.* มียศสูงกว่า; **~ management** ฝ่ายบริหารระดับสูง; **~ consultant/nurse** *(in hospital)* แพทย์อาวุโส/

S

797 **senior citizen | sentence**

พยาบาลระดับอาวุโส; **be ~ to sb.** มีตำแหน่งสูงกว่า *ค.น.; **she is ~/not very ~:*** เธอมี/ไม่มีตำแหน่งสูง; Ⓒ *appended to name (the elder)* **Mr Smith S~:** คุณสมิธผู้อาวุโส; Ⓓ *(Brit. Sch.)* **~ school** *or* **section** โรงเรียนมัธยม; Ⓔ *(Brit. Univ.)* **~ combination** *or* **common room** ห้องพักอาจารย์; Ⓕ *(Amer. Sch., Univ.)* **~ class** ชั้นปีสุดท้าย; **~ year** ปีสุดท้าย

❷ *n.* Ⓐ ➤ 47 *(older person)* รุ่นพี่, คนที่อายุมากกว่า, ผู้มีอาวุโสกว่า; *(person of higher rank)* ผู้ที่มีตำแหน่ง *หรือ* ยศสูงกว่า; **be sb.'s ~ [by six years]** *or* **[six years] sb's ~:** มีอายุมากกว่า *ค.น.* [หกปี]; Ⓑ *(Brit. Sch.)* เด็กนักเรียนรุ่นโต; *(in the last three years)* นักเรียนชั้นปลาย ๆ; Ⓒ *(Amer.) (Sch.)* นักเรียนชั้นปีสุดท้าย; *(Univ.)* นิสิตชั้นปีสุดท้าย

senior: ~ 'citizen *n.* คนชรา, ผู้สูงอายุ, ข้าราชการบำนาญ, เจ้าหน้าที่เกษียณ; **~ college** *n. (Amer.)* วิทยาลัยระดับ ปวส.

seniority /siːnɪˈɒrɪtɪ, US -ˈɔːr-/ซีนิ'ออริทิ, -'ออร-/ *n.* Ⓐ *(superior age)* ความมีอายุมากกว่า, ความมีอาวุโส; Ⓑ *(priority in length of service)* อาวุโสในการทำงาน; Ⓒ *(superior rank)* ยศ *หรือ* ตำแหน่งที่สูงกว่า

senior: ~ 'officer *n.* ➤ 489 เจ้าหน้าที่ชั้นอาวุโส; *(Mil.)* ผู้บังคับบัญชาตามลำดับชั้น; **sb.'s ~ officer** พนักงานอาวุโสของ *ค.น.*; **~ 'partner** *n.* ประธานบริษัท; **~ service** *n. (Brit.)* ราชนาวีอังกฤษ

senna /ˈsenə/'เซ็นเนอะ/ *n.* Ⓐ *(Bot.)* พันธุ์ไม้ในสกุล *Cassia* จำพวกต้นอบเชย; Ⓑ *(drug)* ยาถ่ายที่ทำมาจากฝักพืชจำพวกนี้

sensation /senˈseɪʃn/เซ็น'เซช่น/ *n.* Ⓐ *(feeling)* ความรู้สึก; **~ of hunger/thirst/giddiness** ความรู้สึกหิว/กระหายน้ำ/วิงเวียนศีรษะ; **have a ~ of falling** มีความรู้สึกว่ากำลังตกลงมา/หกล้ม; Ⓑ *(person, event, etc. causing intense excitement)* บุคคล/เหตุการณ์ที่ก่อความตื่นเต้น; **a great ~:** สิ่งที่ก่อให้เกิดความตื่นเต้นมาก; Ⓒ *(excitement)* ความตื่นเต้น; ความเวทนา *(ร.บ.)*

sensational /senˈseɪʃənl/เซ็น'เซเชอะน'ล/ *adj.* Ⓐ *(spectacular)* น่าดูชม, น่าตื่นตาตื่นใจ; Ⓑ *(arousing intense response)* ที่กระตุ้นให้เกิดปฏิกิริยาตอบสนองอย่างแรง; Ⓒ *(phenomenal)* วิเศษ, เยี่ยมยอด

sensationalise ➡ **sensationalize**

sensationalism /senˈseɪʃənəlɪzm/เซ็น'เซเชอะเนอะลิซ'ม/ *n.* การใช้คำปลุกเร้าความตื่นเต้น; *(Philos.) ทฤษฎีทางปรัชญาที่ว่าความคิดทั้งปวงมาจากความรู้สึกเพียงสถานเดียว;* **[desire for] ~:** [ความต้องการ] ความตื่นเต้น

sensationalist /senˈseɪʃənəlɪst/เซ็น'เซเชอะเนอะลิซท/ *adj.* ที่ก่อให้เกิดความตื่นเต้น; *(หนังสือพิมพ์, ข่าว)* ที่สร้างความตื่นเต้นโดยเขียนเกินจริง, อื้อฉาว; **~ nonsense** ความบ้าบอที่เกินความจริงมาก

sensationalize /senˈseɪʃənəlaɪz/เซ็น'เซเชอะเนอะลายซ/ *v.t.* **~ sth.** วาดภาพ *ส.น.* ที่เกินจริงมาก

sensationally /senˈseɪʃənəlɪ/เซ็น'เซเชอะเนอะลิ/ *adv.* อย่างน่าตื่นตาตื่นใจ, อย่างวิเศษยอดเยี่ยม

sense /sens/เซ็นซ/ ❶ *n.* Ⓐ *(faculty of perception)* ความสามารถในการรับรู้, ประสาทสัมผัส; **~ of smell/touch/taste** ความสามารถในการดมกลิ่น/การสัมผัส/รสชาติ; **come to one's ~s** คืนสติ, ได้สติ; Ⓑ *in pl. (normal state of mind)* สติ; **in full possession of one's ~s** มีสติสมบูรณ์; **no one in his ~s would do that** ใครที่ยังมีสติอยู่จะไม่ทำแบบนั้น; **have taken leave of** *or* **be out of one's ~s** เสียสติ; **frighten sb. out of his ~s** ทำให้ *ค.น.* ตกใจเสียสติ; **come to one's ~s** ได้สติคืนมา; **bring sb. to his ~s** ช่วยให้ *ค.น.* ฟื้นคืนสติ; Ⓒ *(consciousness)* การรับรู้, ความสำนึก; **~ of responsibility/guilt** ความสำนึกในความรับผิดชอบ/ความผิด; **out of a ~ of duty** เนื่องจากสำนึกในหน้าที่; **~ of gratitude** ความสำนึกบุญคุณ; **a keen ~ of honour** ความสำนึกในเกียรติอย่างแรงกล้า; **have a ~ of one's own importance** สำนึกในความสำคัญของตนเอง; ➡ + **direction** C; **humour** 1 A; **road sense**; Ⓓ *(ability to perceive)* ความตระหนัก; *(instinct)* สัญชาตญาณ; **~ of the absurd** ความสามารถเห็นความตลกในสถานการณ์ได้; Ⓔ *(practical wisdom)* ความเฉลียวฉลาด, ความมีเหตุผล; **there's a lot of ~ in what he's saying** ที่เขาพูดอยู่นั้นมีเหตุผลอยู่มาก; **sound** *or* **good ~:** มีเหตุผลดี; **not have the ~ to do sth.** ไม่ฉลาดพอที่จะทำ *ส.น.*; **there is no ~ in doing that** ทำอย่างนั้นไม่มีเหตุผลเลย; **what is the ~ of** *or* **in doing that?** ทำอย่างนั้นมีประโยชน์อะไร; **have more ~ than to do sth.** ฉลาดเกินกว่าจะทำ *ส.น.*; **talk ~:** พูดอย่างมีเหตุผล; **now you are talking ~:** ตอนนี้คุณพูดอย่างมีเหตุผล; **you're just not talking ~:** คุณกำลังพูดไม่มีเหตุผล; **see ~:** เข้าใจสถานการณ์; **make sb. see ~:** ทำให้ *ค.น.* มองเห็นเหตุผล; **be a man/woman of ~:** เป็นชาย/หญิงที่มีเหตุผล; **she hasn't the ~ she was born with** ตอนนี้เธอไม่มีเหตุผลอย่างที่เคยมี; ➡ + **common sense**; Ⓕ *(meaning)* ความหมาย; *(of word)* ความหมายของคำ; **in the strict** *or* **literal ~:** ในความหมาย, ตามตัวอักษร; **in every ~ [of the word]** ตามความหมายทุกนัย [ของคำ]; **there is a ~ in which ...:** สามารถมองในนัยได้ว่า...; **in some ~:** ตามความหมายบางนัย; **in a** *or* **one ~:** โดยนัยหนึ่งในความหมายหนึ่ง; **make ~:** มีความหมาย, เป็นเหตุเป็นผล, ฟังขึ้น; **her arguments do not make ~ to me** ฉันฟังข้อโต้แย้งของเธอไม่ขึ้น; **it does not make ~ to do that** มันไม่มีเหตุผลที่จะทำสิ่งนั้น; **it makes [a lot of] ~** *(is [very] reasonable)* มันมีเหตุผล [มาก]; **it makes good** *or* **sound financial ~:** มันมีเหตุผลที่ดีในด้านการเงิน; **it all makes ~ to me now** ตอนนี้ฉันเข้าใจเรื่อง/จับความได้ทั้งหมดแล้ว; **it just doesn't make ~:** ไม่เห็นได้เรื่องเลย; **now you're making ~:** ตอนนี้ฉันเข้าใจว่าคุณต้องการอะไร; **make ~ of sth.** ได้ความหมายของ *ส.น.*; Ⓖ *(prevailing sentiment)* **take the ~ of the meeting** จับกระแสความรู้สึกร่วมของการประชุม

❷ *v.t.* รับรู้ด้วยประสาททั้งห้า, รู้อย่างลางเลือน, ตระหนัก, สำนึก, ดักจับ *(เครื่อง)*

senseless /ˈsenslɪs/'เซ็นซฺลิซ/ *adj.* Ⓐ *(unconscious)* ไม่มีสติ, สิ้นสติ; Ⓑ *(foolish)* โง่เขลา; **what a ~ thing to do/say!** ทำ/พูดอะไรโง่ ๆ อย่างนั้นก็ไม่รู้; Ⓒ *(purposeless)* *(การโต้เถียง)* ไร้เหตุผล; *(ความฟุ่มเฟือย)* ไม่มีประโยชน์

'sense organ *n.* อวัยวะรับความรู้สึก

sensibility /sensɪˈbɪlɪtɪ/เซ็นซิ'บิลลิทิ/ *n.* Ⓐ *in pl. (susceptibility)* ความไวต่อความรู้สึก, ความมีอารมณ์หวั่นไหว; **her sensibilities are easily wounded** เธอเป็นคนอารมณ์หวั่นไหว/สะเทือนใจง่าย; Ⓑ *(openness to emotional impressions)* ความรู้สึกทางอารมณ์; **~ to pain/beauty** ความรู้สึกไวต่อความเจ็บปวด/ความสวยงาม; Ⓒ *(delicacy of feeling)* ความรู้สึกละเอียดอ่อน (**to** ต่อ); Ⓓ *(oversensitiveness)* ความอ่อนไหวต่อความรู้สึกมากเกินไป

sensible /ˈsensɪbl/'เซ็นซิบ'ล/ *adj.* Ⓐ *(reasonable)* มีเหตุผล; **he was ~ enough to do it** เขามีเหตุผลพอที่จะทำสิ่งนั้น; **be ~ [about it]!** มีเหตุผลบ้างซิ; Ⓑ *(practical)* *(รองเท้า)* เหมาะสม; *(แผนการ)* นำไปใช้ได้; Ⓒ *(appreciable)* *(ความผิด)* สังเกตได้; Ⓓ *(literary: aware)* **be ~ of** *or* **to sth.** ตระหนักใน *ส.น.*

sensibly /ˈsensɪblɪ/'เซ็นซิบลิ/ *adv.* Ⓐ *(reasonably)* อย่างมีเหตุผล; **~ enough, he refused** เขาฉลาดพอที่จะปฏิเสธ; Ⓑ *(practically)* อย่างเหมาะสม, อย่างที่นำไปใช้ได้, อย่างที่ปฏิบัติได้จริง; Ⓒ *(appreciably)* อย่างที่สามารถรับรู้ได้

sensitisation, sensitise ➡ **sensitiz-**

sensitive /ˈsensɪtɪv/'เซ็นซิทิว/ *adj.* Ⓐ *(recording slight changes)* ไวต่อการเปลี่ยนแปลง; **be ~ to sth.** มีปฏิกิริยาต่อ *ส.น.* โดยฉับพลัน; **~ to light** ไวต่อแสง; Ⓑ *(touchy)* อ่อนไหวง่าย (**about** เกี่ยวกับ); **be ~ to sth.** ไวต่อ *ส.น.*; Ⓒ *(ข้ออภิปราย, การประชุม)* ละเอียดอ่อน; Ⓓ *(perceptive)* มีสมรรถนะสูงในการรับสัมผัส

sensitively /ˈsensɪtɪvlɪ/'เซ็นซิทิวลิ/ *adv.* อย่างมีความรู้สึกไว, อย่างละเอียดอ่อน

'sensitive plant *n. (Bot.)* พืชที่หุบใบเมื่อได้รับการสัมผัส; *(fig.)* คนที่อารมณ์อ่อนไหว

sensitivity /sensɪˈtɪvɪtɪ/เซ็นซิ'ทิววิทิ/ *n.* Ⓐ *(capacity to respond emotionally)* ความสามารถที่จะสนองตอบทางอารมณ์ (**to** ต่อ); **offend sb.'s sensitivities** ทำให้ *ค.น.* เสียความรู้สึก; Ⓑ *(responsiveness)* การตอบสนอง *(อย่างรวดเร็ว)*; **~ to light** มีปฏิกิริยาต่อแสง, ไวแสง

sensitization /sensɪtaɪˈzeɪʃn/เซ็นซิไท'เซช่น/ *n.* การทำให้มีความรู้สึก, การทำให้เกิดปฏิกิริยา

sensitize /ˈsensɪtaɪz/'เซ็นซิทายซ/ *v.t.* ทำให้มีความรู้สึก, ทำให้เกิดปฏิกิริยา, ทำให้ไวต่อการสัมผัสต่าง ๆ

sensor /ˈsensə(r)/'เซ็นเซอะ(ร)/ *n.* เครื่องตรวจจับ, เซ็นเซอร์ *(ท.ศ.)*

sensory /ˈsensərɪ/'เซ็นเซอะริ/ *adj.* เกี่ยวกับการรับความรู้สึก; *(ประสาท)* สัมผัส

sensual /ˈsensjʊəl, ˈsenʃʊəl/'เซ็นชวล/ *adj.* ขึ้นอยู่กับผัสสะ, ยั่วยวนกามารมณ์, *(ชีวิต)* ที่มีความสุขทางกาย

sensuality /senʃʊˈælɪtɪ/เซ็นชุ'แอลิทิ/ *n.* ความสุขทางกาย, ความสุขทางผัสสะ

sensually /ˈsensjʊəlɪ, ˈsenʃʊəlɪ/'เซ็นชัวลิ/ *adv.* อย่างมีความสุขกับผัสสะ

sensuous /ˈsensjʊəs/'เซ็นชุเอิซ/ *adj.* มีผลต่อประสาทสัมผัส; ให้ความสุขทางกาย

sensuously /ˈsensjʊəslɪ/'เซ็นชุเอิซลิ/ *adv.* โดยมีผลต่อประสาทสัมผัส; **~ beautiful** ความสวยงามที่กระตุ้นความสุขทางกาย

sent ➡ **send**

sentence /ˈsentəns/'เซ็นเทินซ/ ❶ *n.* Ⓐ *(decision of lawcourt)* คำพิพากษา *(ในคดีอาญา)*; *(fig.)* โทษทัณฑ์; **give sb. a three-year ~:** พิพากษาลงโทษ *ค.น.* ติดคุกเป็นเวลาสามปี; **pass ~ [on sb.]** พิพากษา [*ค.น.*]; **be under ~ of death** ถูกตัดสินลงโทษประหารชีวิต; *(fig.)* กำลังจะตาย; Ⓑ *(Ling.)* ประโยค; ➡ + **complex** 1 C; **'compound** 1 F; **simple** E

❷ *v.t. (lit. or fig.)* พิพากษาลงโทษ, ประกาศคำตัดสิน (**to** ให้)

S

'sentence-modifier *n. (Ling.)* ตัวขยายประโยค

sententious /sen'tenʃəs/เซ็น'เท็นเชิซ/ *adj.* Ⓐ *(pithy) (ถ้อยคำ, สำนวนโวหาร)* ที่พยายามทำให้กะทัดรัด, รัดกุม; Ⓑ *(affectedly formal) (รูปแบบการพูด)* เป็นทางการ; Ⓒ *(given to pompous moralizing) (คน)* ที่ชอบสั่งสอนศีลธรรม

sententiously /sen'tenʃəslɪ/เซ็น'เท็นเชิซลิ/ *adv.* Ⓐ *(pithily)* อย่างกะทัดรัด, อย่างรัดกุม; Ⓑ *(pompously)* อย่างชอบสั่งสอนศีลธรรม

sentient /'senʃənt/'เซ็นเชินท/ *adj.* มีความสามารถที่จะรับรู้ด้วยประสาทสัมผัส

sentiment /'sentɪmənt/'เซ็นทิเมินท/ *n.* Ⓐ *(mental feeling)* อารมณ์, ความรู้สึกทางใจ; **noble ~s** ความรู้สึกนึกคิดที่สูงส่ง; **~ unchecked by reason** อารมณ์ที่ไร้เหตุผล; **those are** *or (coll.)* **them's my ~s** นี่คือทัศนะของฉัน; Ⓑ *(emotion conveyed in art)* อารมณ์ทางศิลปะ; Ⓒ *no pl. (emotional weakness)* ความอ่อนไหวของอารมณ์; Ⓓ *(expression of view)* ความคิดเห็น, ความรู้สึกส่วนตัว

sentimental /sentɪ'mentl/เซ็นทิ'เม็นท'ล/ *adj.* Ⓐ *(motivated by feeling)* เร้าอารมณ์; **sth. has ~ value [for sb.]** *ส.น.* มีคุณค่าทางจิตใจ [สำหรับ *ค.น.*]; **~ attachment to sth.** ความผูกพันทางใจกับ *ส.น.*; **for ~ reasons** ด้วยเหตุผลทางใจ; Ⓑ *(appealing to sentiment)* ที่สบอารมณ์; **a ~ song** เพลงที่สบอารมณ์

sentimentalism /sentɪ'mentəlɪzm/เซ็นทิ'เม็นเทอะลิซ'ม/ *n., no pl.* สภาวะที่ขึ้นต่ออารมณ์; ความอ่อนไหวง่าย

sentimentalist /sentɪ'mentəlɪst/เซ็นทิ'เม็นเทอะลิซท/ *n.* คนที่ปล่อยตัวไปตามอารมณ์ *(เช่น ความสงสาร ความรัก)* มากกว่าเหตุผล

sentimentality /sentɪmen'tælɪtɪ/เซ็นทิเม็น'แทลิทิ/ *n.* ความหวั่นไหวทางอารมณ์, ความสะเทือนใจง่าย

sentimentalize /sentɪ'mentəlaɪz/เซ็นทิ'เม็นเทอะลายซ/ ❶ *v.i.* มีความรู้สึกทางใจ, เกิดความสะเทือนอารมณ์ ❷ *v.t.* ทำให้มีความรู้สึกทางใจ, ทำให้สะเทือนอารมณ์

sentimentally /sentɪ'mentəlɪ/เซ็นทิ'เม็นเทอะลิ/ *adv.* อย่างสะเทือนอารมณ์, โดยทำให้อารมณ์หวั่นไหว

sentinel /'sentɪnl/'เซ็นทิน'ล/ *n. (lit. or fig.)* ทหารยาม; **stand ~ over sth.** *(fig.)* เฝ้าปกป้อง *ส.น.*

sentry /'sentrɪ/'เซ็นทริ/ *n. (lit. or fig.)* ทหารยาม; **stand ~ at the door** ยืนยามที่ประตู

sentry: ~ box *n.* ป้อมยาม; **~ duty** *n.* หน้าที่ยามรักษาการณ์; **be on ~ duty** เข้าเวรรักษาการณ์

sepal /'sepl/'เซ็พ'ล/ *n. (Bot.)* กลีบเลี้ยง

separability /sepərə'bɪlɪtɪ/เซะเพอะเรอะ'บิลลิทิ/ *n., no pl.* การแยกออกจากกันได้

separable /'sepərəbl/'เซ็พเพอะเรอะบ'ล/ *adj.* Ⓐ แยกออกจากกันได้; Ⓑ *(Ling.)* เขียนคำแยกออกจากกันได้

separate ❶ /'sepərət/'เซ็พเพอะเริท/ *adj.* คนละ *(ปัญหา, คำถาม, เรื่อง)*; *(บัญชี, ห้องน้ำ)* แยกออก; *(เตียง)* เดี่ยว; *(ทางเข้า)* ต่างหาก; *(one's own, individual) (ชีวิต, ความเป็นอยู่)* เป็นเอกเทศ; *(ห้องนอน)* ส่วนตัว; **lead ~ lives** ใช้ชีวิตที่เป็นเอกเทศจากกัน, ต่างคนต่างอยู่ *(ภ.พ.)*; **go ~ ways** แยกทางกัน; **the ~ volumes** หนังสือที่แยกเป็นตอน ๆ; **one is quite ~ from the other** สิ่งหนึ่งไม่เกี่ยวข้องกับอีกสิ่งหนึ่ง; *(different)* สิ่งหนึ่งแตกต่างกับอีกสิ่งหนึ่งอย่างสิ้นเชิง; **keep two things ~:** แยกสองสิ่งออกจากกันไว้; **keep issue A ~ from issue B** แยกประเด็นเอ ออกจากประเด็นบี; **keep one's chequebook ~ from one's bank card** เก็บสมุดเช็คแยกไว้จากบัตรเครดิตธนาคาร ❷ /'sepəreɪt/'เซ็พเพอะเรท/ *v.t.* Ⓐ แยกกัน; **they are ~d** *(no longer live together)* พวกเขาแยกกันอยู่; Ⓑ *(Amer.: discharge)* ปล่อยออก **(from** จาก**)** ❸ *v.i.* Ⓐ *(disperse)* แยกออกจากกัน; Ⓑ *(คู่สมรส)* แยกกัน; Ⓒ *(secede)* แยกตัวจาก; Ⓓ ➡ **separate out** 1 ➡ **+ separates**

~ 'out ❶ *v.i.* แยกออก; ห่างเหินไป ❷ *v.t. (distinguish)* แยกแยะ, จำแนก; *(extract)* สกัดออกมา

separately /'sepərətlɪ/'เซ็พเพอะเริทลิ/ *adv.* อย่างแยกออกจากกัน; **they had, quite ~, reached the same conclusion** พวกเขาต่างก็ได้ข้อสรุปเดียวกัน

separate 'maintenance *n. (Law)* เงินที่สามีให้แก่ภรรยาเมื่อแยกกันอยู่, ค่าเลี้ยงดู

separates /'sepərəts/'เซ็พเพอะเริทซ/ *n. pl. (Fashion)* เสื้อผ้าที่เป็นชิ้นแยกแต่เข้าชุดกันได้

separation /sepə'reɪʃn/เซ็พเพอะ'เรช'น/ *n.* Ⓐ การแยกออกจากกัน; **judicial** *or* **legal ~:** การแยกกันอยู่ตามกฎหมาย; Ⓑ *(Amer.: resignation, discharge)* การลาออก, การขับออก *หรือ* การปล่อยออก **(from** จาก**)**

sepa'ration order *n.* คำสั่งของศาลให้สามีภรรยาแยกกันอยู่

separatism /'sepərətɪzm/'เซ็พเพอะเรอะทิซ'ม/ *n.* Ⓐ *(advocacy of separation)* การสนับสนุนให้แยกออกไป; Ⓑ *(segregation)* **[racial/class] ~:** การแบ่งแยก [ตามสีผิว/ชั้น]

separatist /'sepərətɪst/'เซ็พเพอะเรอะทิซท/ *n.* ผู้นิยมการแบ่งแยก; **~ movement** ขบวนการแบ่งแยก

separator /'sepəreɪtə(r)/'เซ็พเพอะเรเทอะ(ร)/ *n.* เครื่องแบ่งแยก, เครื่องสกัด

sepia /'si:pɪə/'ซีเพีย/ *n.* Ⓐ *(pigment)* สารสีน้ำตาล *(ที่ได้จากตัวปลาหมึก)*; Ⓑ *(colour)* สีน้ำตาลแดงเข้ม; **~ photograph/drawing** ภาพถ่าย/ภาพวาดสีน้ำตาลแดงเข้ม/แบบซีเปีย *(ท.ศ.)*; Ⓒ *(drawing)* ภาพวาดที่วาดด้วยสารสีน้ำตาล

sepsis /'sepsɪs/'เซ็พซิซ/ *n., pl.* **sepses** /'sepsi:z/'เซ็พซีซ/ *(Med.)* อาการเป็นหนอง

Sept. *abbr.* **September** ก.ย.

septa *pl. of* **septum**

September /sep'tembə(r)/เซ็พ'เท็มเบอะ(ร)/ *n.* ➤ **231** เดือนกันยายน; ➡ **+ August**

septet, septette /sep'tet/เซ็พ'เท็ท/ *n. (Mus.)* กลุ่มนักดนตรีเจ็ดคน; บทเพลงที่ใช้เครื่องดนตรีเจ็ดชิ้น

septic /'septɪk/'เซ็พทิค/ *adj.* ติดเชื้อ, เป็นหนอง

septicaemia *(Amer.:* **septicemia)** /septɪ'si:mɪə/เซ็พทิ'ซีเมีย/ *n.* ➤ **453** *(Med.)* โลหิตเป็นพิษ, ภาวะที่มีเชื้อแบคทีเรียในโลหิต

septic 'tank *n. ถังย่อยสลายสิ่งปฏิกูลด้วยแบคทีเรีย, ถังปุ๋ยหมัก*

septuagenarian /septjʊədʒɪ'neərɪən, US -tʃʊdʒə-/เซ็พทิวจิ'แนเรียน, -ฉุเจอะ-/ ❶ *adj.* มีอายุระหว่าง 70 ถึง 79; *(more than 70 years old)* ที่มีอายุมากกว่า 70 ปี ❷ *n.* คนที่มีอายุระหว่าง 70-79 ปี

septum /'septəm/'เซ็พเทิม/ *n., pl.* **septa** /'septə/'เซ็พเทอะ/ *(Anat., Bot., Zool.)* ผนังกั้น *(เช่นผนังกั้นโพรงจมูก)*

sepulcher *(Amer.)* ➡ **sepulchre**

sepulchral /sɪ'pʌlkrl/ซิ'พัลครฺ'ล/ *adj.* Ⓐ *(of burial)* เกี่ยวกับพิธีฝังศพ; Ⓑ *(fig.: funereal) (บรรยากาศ)* เหมือนงานศพ, น่ากลุ้มใจ

sepulchre /'seplkə(r)/'เซ็พ'ลเคอะ(ร)/ *n. (Brit.)* สุสาน, หลุมฝังศพ; **the Holy S~:** หลุมฝังพระศพของพระเยซูคริสต์

sequel /'si:kwəl/'ซีเควิล/ *n.* Ⓐ *(consequence, result)* ผล, ผลลัพธ์ **(to** ของ**)**; Ⓑ *(continuation)* ความต่อเนื่อง, เรื่องต่อเนื่อง; **there was a tragic ~:** มีความต่อเนื่องที่โศกเศร้า; **in the ~:** ในเรื่องที่ตามมาทีหลัง

sequence /'si:kwəns/'ซีเควินซ/ *n.* Ⓐ *(succession)* การเรียงกันตามลำดับ; **rapid/logical ~:** การเรียงตามลำดับอย่างรวดเร็ว/มีเหตุผล; **a ~ of musicals** ละครเพลงหลายเรื่องที่เรียงลำดับ; Ⓑ *(part of film; set of poems, also Cards; Mus., Eccl.)* ตอน/ฉากหนึ่ง/ชุดหนึ่ง; Ⓒ *(succession without cause)* การต่อเนื่องกัน; Ⓓ **~ of tenses** *(Ling.)* การเรียงตามลำดับของกาลหรือกริยา

sequential /sɪ'kwenʃl/ซิ'เคว็นช'ล/ *adj. (forming a sequence)* เป็นไปตามลำดับ, ต่อเนื่องกัน; **be ~ to** *or* **upon sth.** เป็นผลที่ต่อเนื่องกันกับ *ส.น.*

sequester /sɪ'kwestə(r)/ซิ'เคว็ซเทอะ(ร)/ ❶ *v.t.* Ⓐ *(set apart)* แยกต่างหาก; Ⓑ *(Law.: seize)* ยึดครอง *(ทรัพย์สินของลูกหนี้เป็นการชั่วคราว)*; Ⓒ *(confiscate)* ยึด, ริบ ❷ *v. refl.* แยกตัวเอง; **~ oneself from the world** แยกตัวเองออกจากโลก/ผู้อื่น

sequestered /sɪ'kwestəd/ซิ'เคว็ซเทิด/ *adj.* สันโดษ, ตัดขาด, แยกจาก

sequestrate /'si:kwɪstreɪt/'ซีควิซเตรท/ ➡ **sequester** 1 B, C

sequestration /si:kwɪ'streɪʃn/ซีควิ'ซเตรช'น/ *n.* Ⓐ *(Law: appropriation)* การยึดทรัพย์สินชั่วคราว *(ของลูกหนี้จนกว่าจะใช้หนี้หมดหรือทำตามเงื่อนไข)*; Ⓑ *(confiscation)* การยึด, การริบ

sequestrator /'si:kwestreɪtə(r)/'ซีควิซเทรฺเทอะ(ร)/ *n.* ผู้ยึดทรัพย์สินชั่วคราว

sequin /'si:kwɪn/'ซีควิน/ *n.* แผ่นโลหะกลมแวววาวที่ใช้ประดับเสื้อผ้า, เม็ดเลื่อม

sequined, sequinned /'si:kwɪnd/'ซีควินด/ *adj. (เสื้อผ้า)* ประดับด้วยเลื่อม

sequoia /sɪ'kwɔɪə/ซิ'ควอยเออะ/ *n. (Bot.)* ต้นสนขนาดสูงใหญ่ *Sequoia sempevirens* ที่ขึ้นในมลรัฐแคลิฟอร์เนีย

sera *pl. of* **serum**

seraglio /se'rɑ:ljəʊ/เซะ'ราลิโอ/ *n., pl.* **~s** ฮาเร็ม

seraph /'serəf/'เซะเริฟ/ *n., pl.* **seraphim** /'serəfɪm/'เซเรอะฟิม/ *or* **~s** ทูตสวรรค์, เทวดาชั้นสูงสุดในสวรรค์

seraphic /sə'ræfɪk/เซอะ'แรฟิค/ *adj.* เหมือนทูตสวรรค์, สวยงามมีความสุขเหมือนทูตสวรรค์

Serb /sɜ:b/เซิบ/ ➡ **Serbian**

Serbia /'sɜ:bɪə/'เซอเบีย/ *pr.n.* ประเทศเซอร์เบีย

Serbian /'sɜ:bɪən/'เซอเบียน/ ❶ *adj.* ชาวเซอร์เบีย; **sb. is ~:** *ค.น.* เป็นชาวเซอร์เบีย; ➡ **+ English** 1 ❷ *n. (dialect)* ภาษาเซอร์เบีย; ➡ **+ English** 2 A

Serbo-Croat /sɜ:bəʊ'krəʊt/เซอโบ'โครท/, **Serbo-Croatian** /sɜ:bəʊkrəʊ'eɪʃn/เซอโบ

S

โคร'เอช'น/ ❶ *adj.* แห่งภาษาเซอร์โบโครเอท *(ซึ่งรวมภาษาเซอร์เบียและโครเอเชียเข้าด้วยกัน);* ➡ + **English** 1 ❷ *n.* ภาษาเซอร์โบโครเอท; ➡ + **English** 2 A

serenade /serəˈneɪd/เซะเรอะ'เนด/ ❶ *n. (Mus.)* Ⓐ เพลงเกี้ยวสาว; **sing** *or* **play sb. a ~:** ร้องเพลง *หรือ* เล่นดนตรีเกี้ยว *ค.น.;* Ⓑ *(cantata)* การร้องประสานเสียง ❷ *v.t. (Mus.)* ร้องเพลงเกี้ยว

serendipity /serənˈdɪpɪtɪ/เซะเริน'ดิพพิทิ/ *n.* โชคในการพบสิ่งที่ต้องการโดยบังเอิญ

serene /sɪˈriːn, səˈriːn/ซิ'รีน, เซอะ'รีน/ *adj.,* **~r** /sɪˈriːnə(r), səˈriːnə(r)/เซอะ'รีเนอะ(ร), เซอะ'รีเนอะ(ร)/, **~st** /sɪˈriːnɪst, səˈriːnɪst/ ซิ'รีนิซท, เซอะ'รีนิซท/ Ⓐ *(calm) (ท้องฟ้า, อากาศ ฯลฯ)* ราบเรียบไม่มีระลอก; Ⓑ *(unruffled) (ทะเล)* เรียบสงบ; *(ลม)* เงียบ; Ⓒ *(placid) (อารมณ์)* เงียบสงบ, จิตสงบ; **calm and ~:** สงบและราบเรียบ

serenely /sɪˈriːnlɪ/ซิ'รีนลิ/ *adv.* อย่างสงบ, อย่างราบเรียบ; **~ indifferent** ความเฉยเมยที่เยือกเย็น

serenity /sɪˈrenɪtɪ/ซิ'เร็นนิทิ/ *n., no pl.* Ⓐ *(placidity)* ความสงบ, ความเงียบสงบ; Ⓑ *(of clear weather)* ความแจ่มใส

serf /sɜːf/เซิฟ/ *n.* Ⓐ *(villein)* ทาสติดที่ดิน, ข้าแผ่นดิน; Ⓑ *(fig.: drudge)* คนที่ทำงานหนัก/จำเจ

serfdom /ˈsɜːfdəm/'เซิฟเดิม/ *n.* ระบบทางเศรษฐกิจและสังคมที่มีข้าแผ่นดินหรือมูลนาย; *(fig.)* ความเป็นทาส

serge /sɜːdʒ/เซิจ/ *n. (Textiles)* ผ้าที่ทอลายสอง

sergeant /ˈsɑːdʒənt/'ซาเจินทฺ/ *n.* Ⓐ *(Mil.)* ยศสิบเอก; Ⓑ *(police officer)* เจ้าหน้าที่ตำรวจ

sergeant: ~ 'major Ⓐ *(Amer.),* **[regimental] ~ major** *(Brit.)* จ่าสิบเอก; ➡ + **company** G

serial /ˈsɪərɪəl/'เซียเรียล/ ❶ *adj.* Ⓐ *(forming a series)* เป็นชุด; **~ production** การผลิตเป็นชุด; **publish sth. in ~ form** จัดพิมพ์ *ส.น.* เป็นชุด; Ⓑ *(issued in instalments)* ที่ออกเป็นตอน ๆ; **~ radio/TV play** รายการวิทยุ/โทรทัศน์ที่ออกเป็นตอน ๆ; Ⓒ *(periodical)* ที่ออกเป็นราย *(สัปดาห์, เดือน);* **a monthly ~ publication** การตีพิมพ์ที่ออกเป็นรายเดือน; Ⓓ *(Mus., Computing)* ชุด ❷ *n.* Ⓐ *(story)* เรื่องราวที่ออกเป็นตอน ๆ; *(on radio, television)* รายการที่เป็นตอน ๆ; Ⓑ *(periodical)* นิตยสารรายเดือน/สัปดาห์

serial bigamist *n.* คนที่มีชู้เป็นนิสัย

serialize /ˈsɪərɪəlaɪz/'เซียเรียลายซฺ/ *v.t. (on radio, television)* พิมพ์/ฉายออกมาเป็นตอน ๆ

serial 'killer *n.* ฆาตกรที่ฆ่าคนหลายคนเป็นช่วง ๆ

serially /ˈsɪərɪəlɪ/'เซียเรียลิ/ *adv.* อย่างเป็นลำดับ, อย่างเป็นตอน; **~ numbered** ที่เรียงหมายเลขเป็นลำดับ

serial: ~ mo'nogamy *n.* การเปลี่ยนคู่รักไปเรื่อยทีละคน; **~ number** *n.* ตัวเลขอนุกรม, หมายเลขลำดับ; **~ rights** *n. pl.* ลิขสิทธิ์ในการตีพิมพ์/ออกอากาศเป็นตอน ๆ

series /ˈsɪəriːz/'เซียรีซฺ/ *n., pl. same* Ⓐ *(sequence)* ลำดับ; **a ~ of events/misfortunes** ความต่อเนื่องของเหตุการณ์/ความโชคร้าย; Ⓑ *(set of successive issues)* ชุดของสิ่งที่ออกมาเป็นตอน ๆ; **radio/TV ~:** รายการทางวิทยุ/โทรทัศน์ที่ออกมาเป็นตอน; **~ of programmes** รายการที่ออกมาเป็นชุด ๆ; **first ~:** ชุดแรก; Ⓒ *(set of books)* ชุดหนังสือ; Ⓓ *(group of stamps etc.)* ชุดของแสตมป์ ฯลฯ; Ⓔ *(group of games etc.)* ชุดของเกม ฯลฯ; **a lecture ~:** ชุดการบรรยายในหัวข้อเดียวกัน; Ⓕ *(Chem.: set of elements)* กลุ่มธาตุที่มีคุณสมบัติหรือโครงสร้างคล้ายคลึงกัน; Ⓖ *(Electr.)* **in ~:** ไหลเวียนอย่างต่อเนื่อง; Ⓗ *(Mus., Math.)* ชุดของตัวโน้ตหรือจำนวน; Ⓘ *(Geol.: set of strata)* ชุดของชั้นหิน/ดิน

serif /ˈserɪf/'เซะริฟ/ *n. (Printing)* หางเล็ก ๆ ที่ปลายตัวพิมพ์

serio-comic /sɪərɪəʊˈkɒmɪk/เซียริโอ'คอมิค/ *adj.* ทีเล่นทีจริง

serious /ˈsɪərɪəs/'เซียเรียซ/ *adj.* Ⓐ *(earnest)* จริงจัง, ตั้งใจ, มีสาระ; **~ music** ดนตรีที่มีสาระ; **a ~ play** ละครที่มีสาระ; Ⓑ *(important, grave) (คำถาม, เหตุการณ์)* สำคัญ; *(ความเจ็บป่วย)* สาหัส; *(อาการ, ความผิดพลาด)* ร้ายแรง; *(ปัญหา)* หนัก; **things are/sth. is getting ~:** สิ่งต่าง ๆ/*ส.น.* กำลังร้ายแรงขึ้น; **there is a ~ danger that ...:** มีอันตรายอย่างแท้จริงที่ว่า...; **~ charge/offence** การกล่าวหา/การทำผิดที่รุนแรง; Ⓒ *(in earnest)* **are you ~:** คุณตั้งใจจริงหรือเปล่า; **but now to be ~:** แต่ตอนนี้มาพูดกันอย่างจริงจัง; **you cannot be ~:** คุณคงล้อเล่น; **be ~ about sth./doing sth.** ตั้งใจจริงเกี่ยวกับ *ส.น.*/ในการทำ *ส.น.;* **is he ~ about her?** เขาคบหากับเธอแบบจริงจังหรือเปล่า; **give sth. ~ thought** คิดหนักเกี่ยวกับ *ส.น.*

seriously /ˈsɪərɪəslɪ/'เซียเรียซลิ/ *adv.* Ⓐ *(earnestly)* อย่างจริงจัง, อย่างตั้งใจจริง; **speak ~ to sb.** พูดกับ *ค.น.* อย่างจริงจัง; **quite ~, ...:** จริง ๆนะ..; **take sth./sb. ~:** เอาจริงเอาจังกับ *ส.น./ค.น.;* Ⓑ *(severely)* อย่างรุนแรง, อย่างร้ายแรง; **go ~ wrong** ผิดพลาดอย่างร้ายแรง

seriousness /ˈsɪərɪəsnɪs/'เซียเรียซนิซ/ *n., no pl.* Ⓐ *(earnestness)* ความจริงจัง, ความตั้งใจจริง; **in all ~:** จริง ๆ, ไม่ใช่เรื่องเล่น ๆ; Ⓑ *(gravity)* ความเคร่งขรึม, ความรุนแรง; *(of situation)* ความรุนแรง, ความสาหัส

sermon /ˈsɜːmən/'เซอเมิน/ *n.* Ⓐ *(Relig.)* การเทศน์; **the S~ on the Mount** *การเทศนาของพระเยซูคริสต์ที่ให้ต่อสาวกบนภูเขาซีนาย;* **give a ~:** เทศน์; Ⓑ *(moral reflections)* ความคิดอย่างลึกซึ้งทางศีลธรรม; Ⓒ *(lecture, scolding)* การให้โอวาท, การอบรมสั่งสอน, การด่าว่าตักเตือน

sermonize /ˈsɜːmənaɪz/'เซอเมอะนายซฺ/ ❶ *v.t.* ให้โอวาท, อบรม, ด่าว่าตักเตือน ❷ *v.i.* Ⓐ *(lecture)* ให้โอวาท, อบรมสั่งสอน; Ⓑ *(preach)* เทศน์, เทศนา

serpent /ˈsɜːpənt/'เซอเพินทฺ/ *n.* Ⓐ *(snake)* งูใหญ่; Ⓑ *(fig.: treacherous person)* คนทรยศ, คนหักหลัง; Ⓒ *(Mus.) เครื่องเป่าสมัยโบราณทำจากไม้เป็นรูปตัว S*

serpentine /ˈsɜːpəntaɪn, US -tiːn/'เซอเพินทายน, -ทีน/ ❶ *adj.* Ⓐ *(tortuous)* คดเคี้ยว, วกวน, วนเวียน; Ⓑ *(of serpent)* เกี่ยวกับงู; *(resembling a snake)* เหมือนงู ❷ *n. (Min.)* หินผสมแร่ชนิดหนึ่งมีสีเหมือนหนังงู

SERPS /sɜːps/เซิพซฺ/ *abbr. (Brit.)* **State earnings-related pension scheme**

serrated /seˈreɪtɪd, ˈsereɪtɪd/เซะ'เรทิด, 'เซะเรทิด/ *adj.* เป็นฟันเลื่อย; **~ knife** มีดฟันเลื่อย

serration /seˈreɪʃn/เซะ'เรช'น/ *n.* มีลักษณะคล้ายฟันเลื่อย; *(one tooth)* ฟันที่มีขอบคล้ายซี่เลื่อย; **in ~s** ในลักษณะเป็นฟันเลื่อย

serried /ˈserɪd/'เซะริด/ *adj. (แถวของทหาร, ต้นไม้ ฯลฯ)* หนาแน่น, เบียดกัน

serum /ˈsɪərəm/'เซียเริม/ *n., pl.* **sera** /ˈsɪərə/'เซียเรอะ/ *or* **~s** *(Physiol.)* เซรุ่ม *(ท.ศ.) (ของเหลวสีเหลืองที่แยกออกจากเลือดที่จับเป็นก้อนลิ่ม)*

servant /ˈsɜːvənt/'เซอเวินทฺ/ *n.* Ⓐ *(wage-earning employee)* ลูกจ้างที่ได้ค่าแรง; **a faithful ~ of the company** ลูกจ้างที่ซื่อสัตย์ของบริษัท; Ⓑ *(domestic attendant)* คนรับใช้, คนใช้; *(female also)* หญิงรับใช้, สาวใช้; **keep** *or* **have ~s** มีคนรับใช้; Ⓒ *(in letter)* **your humble** *(arch.) or* **obedient ~** *(Brit.)* ด้วยความเคารพอย่างสูง; ➡ + **civil servant; domestic** 1 A; **public servant**

'servant girl *n.* สาวรับใช้

'servants' hall *n.* ห้องโถงสำหรับคนรับใช้ในคฤหาสน์ใหญ่

serve /sɜːv/เซิว/ ❶ *v.t.* Ⓐ *(work for)* รับใช้; **she had ~d the family well for ten years** เธอได้รับใช้ครอบครัวอย่างดีเป็นเวลา 10 ปี; **~ two masters** *(fig.)* เหยียบเรือสองแคม; Ⓑ *(be useful to)* เป็นประโยชน์ต่อ; **this car ~d us well** รถยนต์คันนี้ได้เป็นประโยชน์ต่อเรามาก; **if my memory ~s me right** ถ้าฉันจำไม่ผิด; Ⓒ *(meet needs of)* เพียงพอ, เพื่อ, สนองความต้องการ; **in order to ~ some private ends** เพื่อสนองความต้องการส่วนตัวบางอย่าง; **that excuse will not ~ you** คำแก้ตัวนั้นใช้ไม่ได้; **one packet ~s him for a week** หนึ่งซอง/ห่อเพียงพอสำหรับเขาตลอดหนึ่งอาทิตย์; **~ a/no purpose** สนอง/ไม่สนองวัตถุประสงค์; **~ sb.'s needs** *or* **purpose[s]** *or* **turn** ตอบสนองต่อความต้องการของ *ค.น.;* **~ its purpose** *or* **turn** ตอบสนองวัตถุประสงค์ของมัน *หรือ* มันใช้ประโยชน์ได้; **~ the purpose of doing sth.** สนองวัตถุประสงค์ของการทำ *ส.น.;* Ⓓ *(go through period of)* ผ่าน *(ช่วงฝึกงาน);* **~ a four-year term as Prime Minister** ดำรงตำแหน่งนายกรัฐมนตรีตามวาระ 4 ปี; **~ one's time** *(hold office)* ดำรงตำแหน่งตามวาระ; **~ [one's] time** *(undergo apprenticeship)* ผ่านการฝึกงาน; *(perform military service)* รับเกณฑ์เป็นทหาร; *(undergo imprisonment)* รับโทษจำคุก; Ⓔ *(dish up)* เสิร์ฟอาหาร; *(pour out)* ริน **(to** ให้); **dinner is ~d** อาหารเย็นเสิร์ฟแล้ว; **~ tea in china cups** รินน้ำชาในถ้วยลายคราม; Ⓕ *(render obedience to)* รับใช้ต่อ *(พระผู้เป็นเจ้า, พระมหากษัตริย์);* Ⓖ *(attend)* บริการ *(ลูกค้าในร้าน);* **are you being ~d?** คุณได้รับการบริการอยู่หรือเปล่า; Ⓗ *(supply)* จัดให้; **~s three** *(in recipe)* พอสำหรับสามคน; Ⓘ *(provide with food)* จัดบริการอาหาร; **has everyone been ~d?** ทุกคนได้รับบริการอาหารแล้วหรือยัง; Ⓙ *(make legal delivery of)* ส่งหมายศาล; **~ a summons on sb.** ส่งหมายศาลเรียก *ค.น.;* **he has been ~d notice to quit** เขาได้รับการแจ้งว่าให้ลาออก; **~ sb. with a writ, ~ a writ on sb.** ส่งหมายศาลให้ *ค.น.;* Ⓚ *(Tennis etc.)* เสิร์ฟลูก; **~ many double faults** เสิร์ฟเสียสองลูกติดกันหลายครั้ง; **~ an ace** เสิร์ฟลูกเอซ *(ท.ศ.);* Ⓛ *(arch./literary: treat)* ปฏิบัติต่อ; **~ sb. ill/well** ปฏิบัติต่อ *ค.น.* ไม่ดี/อย่างดี; Ⓜ **~ [s]** *or* **it ~s him right** *(coll.)* สมน้ำหน้าเขา; Ⓝ *(copulate with) (สัตว์)* ร่วมประเวณีกับ ❷ *v.i.* Ⓐ *(do service)* รับหน้าที่; **~ as chairman** รับหน้าที่เป็นประธาน; **~ as a Member of Parliament** รับหน้าที่เป็นสมาชิกของรัฐสภา; **~ on a jury** รับหน้าที่เป็นคณะลูกขุน; **~ on a**

S

service | set 800

board รับหน้าที่เป็นคณะกรรมการ; Ⓑ *(be employed; be soldier etc.)* ทำงาน; **he ~d against the Russians** เขาเป็นทหารในการรบกับรัสเซีย; Ⓒ *(be of use)* **~ to do sth.** เป็นประโยชน์ในการทำ *ส.น.*; **~ to show sth.** สามารถแสดงให้เห็น *ส.น.*; **if memory ~s** ถ้าจำไม่ผิด; **for him nothing would ~ but ...:** สำหรับเขาไม่มีอะไรที่เป็นประโยชน์นอกจาก...; **~ for** *or* **as** ใช้เป็น; **it will ~:** มันก็พอใช้ได้; Ⓓ *(~ food)* **be employed to ~ at table** ถูกว่าจ้างเพื่อเสิร์ฟอาหารที่โต๊ะ; **shall I ~?** ให้ฉันตักดีไหม; Ⓔ *(attend in shop etc.)* บริการ (*ลูกค้า*) ในร้านค้า; Ⓕ *(Eccl.)* เป็นคนสวด/เทศน์; Ⓖ *(Tennis etc.)* เสิร์ฟ; **it's your turn to ~:** ถึงตาคุณเสิร์ฟแล้ว ❸ *n.* ➡ **service** 1 H

~ 'out *v.t.* Ⓐ *(distribute)* แจกจ่าย; Ⓑ *(work)* ทำงานให้; Ⓒ *(punish in return)* **~ sb. out** แก้แค้น *ค.น.*

~ 'up *v.t.* Ⓐ *(put before eaters)* เสิร์ฟอาหาร; Ⓑ *(offer for consideration)* เสนอเพื่อการพิจารณา

service /'sɜːvɪs/'เซอวิซ/ ❶ *n.* Ⓐ *(doing of work for employer etc.)* การบริการ, การทำงานให้; **give good ~:** ให้การบริการที่ดี; **do ~ as sth.** ให้บริการในฐานะ *ส.น.*; **see ~** (*บุคคล*) มีประสบการณ์/ได้ทำงาน; **he has seen ~ in the tropics** เขามีประสบการณ์เป็นทหารในประเทศโซนร้อน; **sth. has seen long ~:** *ส.น.* ถูกใช้มานาน; **he died in the ~ of his country** เขาตายในการรับใช้ประเทศชาติ; **have thirty years' ~ behind one** ได้รับใช้มา 30 ปี; Ⓑ *(sth. done to help others)* การช่วยเหลือคนอื่น; **do sb. a ~:** ช่วยเหลือ *ค.น.*; **~s** การบริการ, การให้ความช่วยเหลือ; **ask for sb.'s ~:** ขอความช่วยเหลือจาก *ค.น.*; **do you need the ~s of a doctor?** คุณต้องการแพทย์หรือเปล่า; **[in recognition of her] ~s to the hospital/state** [เพื่อแสดงความขอบคุณ] งานที่เธอได้ทำเพื่อโรงพยาบาล/รัฐ; Ⓒ *(Eccl.)* พิธีการสวดมนต์; Ⓓ *(act of attending to customer)* การบริการลูกค้า; Ⓔ *(system of transport)* ระบบการบริการขนส่ง; **airline ~:** การบริการทางเครื่องบิน; **there is no bus ~ on Sundays** วันอาทิตย์ไม่มีการบริการรถประจำทาง; **the number 325 bus ~:** การบริการรถประจำทางสาย 325; **when does the Oxford ~ leave?** รถสายออกซฟอร์ดออกเมื่อไร; Ⓕ *(provision of maintenance)* **[after-sale** *or* **follow-up] ~:** การบริการซ่อมบำรุง [หลังการขาย]; **ask for a ~:** ขอรับการบริการซ่อมบำรุง; **take one's car in for a ~:** นำรถไปรับบริการซ่อมบำรุง; Ⓖ *no pl., no art. (operation)* การปฏิบัติการ, การทำการ; **bring into ~:** นำมาเริ่มให้บริการ; **out of ~:** ใช้งานไม่ได้, เสีย; **take out of ~:** ปลดออกจากการทำงาน; **go** *or* **come into ~:** เข้ามาให้บริการ; Ⓗ *(Tennis etc.)* การเสิร์ฟลูก; **whose ~ is it?** ใครเสิร์ฟ; Ⓘ *(crockery set)* ชุดเครื่องถ้วยชามจาน; **dessert/tea ~:** ชุดของหวาน/น้ำชา; Ⓙ *(legal delivery)* การส่งหมายศาล; Ⓚ *(assistance)* การช่วยเหลือ; **can I be of ~ [to you]?** ฉันช่วยเหลืออะไร [คุณ] ได้ไหม; **will it be of ~ to you?** มันจะมีประโยชน์กับคุณไหม; Ⓛ *(payment)* การจ่ายชำระเงิน; ➡ + **service charge**; Ⓜ *(person's behalf)* **in his ~:** ในบริการของเขา; **I'm at your ~:** ฉันยินดีรับใช้คุณ; **'on His/Her Majesty's ~'** *(Brit.)* ถวายงานกษัตริย์/ราชินี; Ⓝ *(department of public employ)* **the consular ~:** การบริการของสถานกงสุล; **the railway/telephone ~:** แผนกบริการรถไฟ/โทรศัพท์; **BBC World S~:** สถานีโทรทัศน์ช่องสากลของบีบีซี; **public ~:** งานสาธารณูปโภค; ➡ + **Civil Service; Secret Service**; Ⓞ *in pl. (Brit.: public supply)* การบริการสาธารณะ; **cut off all the ~s** ตัดการบริการสาธารณะทั้งหมด; Ⓟ *(Mil.)* **the [armed** *or* **fighting) ~s** กองทัพทุกเหล่า; **be on ~:** เป็นทหาร; **see ~:** เป็นทหารในช่วงสงคราม; Ⓠ *(being servant)* **be in/go into ~:** เป็นคนรับใช้; Ⓡ *(employ)* การว่าจ้าง; **enter the ~ of sb.** เข้าทำงานให้ *ค.น.*; **take sb. into one's ~:** ว่าจ้าง *ค.น.* มาเป็นคนรับใช้ ❷ *v.t.* Ⓐ *(provide maintenance for)* บริการซ่อมบำรุง (*รถยนต์, เครื่องซักผ้า*); **take one's car to be ~d** นำรถเข้ารับบริการซ่อมบำรุง; Ⓑ *(perform business function for)* ปฏิบัติกิจทางธุรกิจ; Ⓒ *(pay interest on)* จ่ายดอกเบี้ย (*สำหรับหนี้*); Ⓓ *(copulate with)* (*สัตว์*) ร่วมประเวณี ❸ *adj.* (*เครื่องบิน*) ทหาร; **a ~ family** ครอบครัวทหาร

serviceable /'sɜːvɪsəbl/'เซอวิเซอะบ'ล/ *adj.* Ⓐ *(useful)* มีประโยชน์, ใช้ได้; Ⓑ *(durable)* ทนทาน; **the shoes are ~ rather than fashionable** รองเท้ามีประโยชน์มากกว่าที่จะทันสมัย

service: ~ area *n.* Ⓐ *(for motorists' needs)* ปั้มน้ำมัน, สถานีบริการน้ำมันและอาหารริมทางหลวง; Ⓑ *(Radio, Telev.)* รัศมีรับสัญญาณ; **~ book** *n. (Eccl.)* หนังสือสวดมนต์, หนังสือประกอบพิธีทางศาสนา; **~ charge** *n. (in restaurant)* ค่าบริการ; *(of bank)* ค่าธรรมเนียม; **~ court** *n. (Tennis etc.)* ส่วนของสนามเทนนิสที่ใช้เสิร์ฟ; **~ dress** *n., no pl.* ชุดเครื่องแบบทหารที่ใช้ประจำวัน; **~ engineer** *n.* ช่าง (*ซ่อมโทรศัพท์, คอมพิวเตอร์ ฯลฯ*); **~ flat** *n. (Brit.)* ห้องเช่าที่รวมบริการทำความสะอาดและอาหาร; **~ hatch** *n.* ช่องส่งอาหารจากครัวไปยังห้องรับประทานอาหาร; **~ industry** *n.* อุตสาหกรรมการบริการ; **~ lift** *n.* ลิฟต์ขนส่งของและสินค้า; **~man** /'sɜːvɪsmən/'เซอวิซเมิน/ *n., pl.* **~men** /'sɜːvɪsmən/'เซอวิซเมิน/ ทหารในกองทัพ; **~ provider** *n.* Ⓐ *(Computing)* บริษัทบริการต่อเชื่อมอินเทอร์เน็ต; Ⓑ *(person or firm providing service)* บุคคลหรือบริษัทที่ให้บริการ; **~ road** *n.* ถนนที่วิ่งเป็นแนวขนานกับถนนสายหลัก; **~ sector** *n.* ภาคอุตสาหกรรมบริการ; **~ station** *n.* ปั้มน้ำมัน; **~woman** *n.* ทหารหญิง

serviette /sɜːvɪ'et/เซอวิ'เอ็ท/ *n. (Brit.)* ผ้าเช็ดปาก

servi'ette ring *n. (Brit.)* ห่วงสวมผ้าเช็ดปาก

servile /'sɜːvaɪl, US -vl/'เซอวายล, -ว'ล/ *adj.* ยอมรับใช้, เหมือนทาส

servilely /'sɜːvaɪllɪ/'เซอวายลลิ/ *adv.* อย่างทาส, อย่างไม่เป็นตัวของตัวเอง

servility /sɜː'vɪlɪtɪ/เซอ'วิลลิทิ/ *n., no pl.* พฤติกรรมเยี่ยงทาส

serving /'sɜːvɪŋ/'เซอวิง/ ❶ *n. (quantity)* ปริมาณอาหารที่ตักให้หนึ่งคน ❷ *adj.* (*ช้อน, จาน*) เสิร์ฟ/ตักอาหาร

serving: ~ dish *n.* จานใส่อาหาร; **~ hatch** *n.* ช่องส่งอาหาร; **~ spoon** *n.* ช้อนตักอาหาร

servitude /'sɜːvɪtjuːd, US -tuːd/'เซอวิทิวด, -ทูด/ *n., no pl. (lit. or fig.)* ความเป็นทาส, ภาวะจำยอม; ➡ + **penal servitude**

servo /'sɜːvəʊ/'เซอโว/ *n., pl.* **~s** เซอร์โว (*ท.ศ.*); ระบบกลไกช่วยผ่อนแรง (*เช่น ระบบห้ามล้อหรือพวงมาลัยของรถใหญ่ ๆ*)

servo: ~-assisted *adj.* ที่ได้พลังเสริมจากเซอร์โว; **~-assisted brakes** ระบบห้ามล้อที่ใช้เซอร์โว; **~mechanism** *n.* ระบบเซอร์โว; **~motor** *n.* ส่วนที่หมุนในเครื่องเซอร์โว

sesame /'sesəmɪ/'เซ็ซเซอะมิ/ *n.* Ⓐ *(herb)* ต้นงา; Ⓑ *(seed)* **~ [seed]** เมล็ดงา; Ⓒ **open ~!** จงเปิดออก (*คำที่มาจากหนังสือ Arabian Nights*); **an open ~:** กลไกช่วยแก้ปัญหา *หรือ* สิ่งที่ยากลำบาก

sessile /'sesaɪl/'เซ็ซซายล/ *adj. (Bot., Zool.)* (*ดอกไม้, ใบไม้, ดวงตา ฯลฯ*) ติดกับฐานโดยไม่มีก้าน

'sessile oak *n.* ต้นไม้โอ๊กยุโรป

session /'seʃn/'เซ็ชช'น/ *n.* Ⓐ *(meeting)* การประชุม; **discussion ~:** การประชุมอภิปราย; **be in ~:** กำลังประชุม; Ⓑ *(period spent)* ระยะเวลา, ช่วงเวลา; **have daily tennis ~s with sb.** มีเวลาเล่นเทนนิสกับ *ค.น.* ทุกวัน; **let's have a cleaning ~ tomorrow** พรุ่งนี้พวกเราหาเวลาทำความสะอาดกันเถอะ; **recording ~:** ระยะเวลาในการอัดบันทึกหนึ่งครั้ง; **have a card ~:** นัดเวลาเล่นไพ่; Ⓒ *(Brit.: academic year)* ปีการศึกษา; Ⓓ *(Amer.: university term)* ภาคเรียน; **the summer ~:** ภาคเรียนฤดูร้อน; Ⓔ *(time for meeting)* ระยะเวลาของการประชุม; **summer ~s** ระยะเวลาสำหรับการประชุมฤดูร้อน; Ⓕ *(Eccl.)* คณะปกครองของโบสถ์เพรสไบทีเรียน; Ⓖ *(Law)* **Court of S~** ศาลแพ่งสูงสุดของสกอตแลนด์; **petty ~s** การพิจารณาความผิดลหุโทษ; ➡ + **quarter sessions**

session musician *n.* นักดนตรีที่รับงานในห้องอัดเสียง

sestet /ses'tet/เซ็ซ'เท็ท/ *n.* Ⓐ ➡ **sextet**; Ⓑ *(Pros.)* หกบรรทัดหลังของโคลงที่มี 14 บรรทัด; *(Mus.)* บทเพลงสำหรับนักดนตรีหกคน

sestina /ses'tiːnə/เซ็ซ'ทีเนอะ/ *n. (Pros.)* คำประพันธ์รูปแบบหนึ่งที่มีหกบท บทละหกบรรทัด

set /set/เซ็ท/ ❶ *v.t.,* **-tt-, set** Ⓐ *(put) (horizontally)* วางแนวนอน, นอนลง; *(vertically)* ตั้ง; **~ sb. ashore** ปล่อย *ค.น.* ขึ้นฝั่ง; **~ food before sb.** วางอาหารลงต่อหน้า *ค.น.*; **~ one brick on another** วางอิฐซ้อนกัน; **~ the proposals before the board** *(fig.)* ยื่นข้อเสนอต่อคณะกรรมการ; **~ sth. against sth.** *(balance)* ชั่ง *ส.น.* กับอีก *ส.น.*; Ⓑ *(apply)* ใช้; **~ pen to paper** ลงมือเขียน *ส.น.*; **~ a match to sth.** ใช้ไม้ขีดจุด *ส.น.*; ➡ + **fire** 1 A; **hand** 1 A; **¹light** 1 E; **²seal** 1 C; **shoulder** 1 A; Ⓒ *(adjust)* ปรับ; ตั้ง; **~ your watch by mine** ตั้งนาฬิกา (*ข้อมือ*) ของคุณให้ตรงกับของฉัน; **~ the alarm for 5.30 a.m.** ตั้งนาฬิกาให้ปลุกตอนตีห้าครึ่ง; Ⓓ **be ~** *(have location of action)* เกิดขึ้น; **~ a book/film in Australia/a brothel** จัดฉากของหนังสือ/ภาพยนตร์ในออสเตรเลีย/ซ่อง; Ⓔ *(specify)* ระบุ, กำหนด (*ข้อตกลง, สถานที่*) (**for** สำหรับ); **~ the interest rate at 10%** กำหนดอัตราดอกเบี้ยที่ 10%; **~ limits** ระบุขอบเขต; Ⓕ *(bring into specified state)* **~ sth./things right** *or* **in order** จัดให้ *ส.น.*/บางสิ่งบางอย่างเป็นระเบียบ; **~ sb. laughing** ทำให้ *ค.น.* หัวเราะ; **~ a dog barking** ทำให้สุนัขเห่า; **~ sb. thinking that ...:** ทำให้ *ค.น.* เริ่มคิดว่า...; **the news ~ me thinking** ข่าวทำให้ฉันเริ่มคิด; ➡ + **cap** 1 A; **defiance; ease** 1 A; **edge** 1 A; **fire** 1 B; **foot** 1 A;

S

free 1 A; ˈgo 1 F; house 1 A; motion 1 A; ˈrest 3 B; right 1 D, 3 E; **G** *(put forward)* เป็น *(ตัวอย่าง)*; ตั้ง *(คำถาม)*; *(compose)* ตั้ง *(ปริศนา, ข้อสอบ)*; **~ sb. an example, ~ an example to sb.** เป็นตัวอย่างให้ *ค.น.*; **~ sb. a task/problem** ตั้งงาน/ปัญหาให้ *ค.น.*; **~ [sb./oneself] a target** ตั้งเป้าหมาย [ให้ *ค.น.*/ตนเอง]; **H** *(turn to solid)* กลายเป็นของแข็ง; **is the jelly ~ yet?** วุ้นแข็งตัวแล้วหรือยัง; **I** *(put in ground to grow)* ปลูก *(พืช)* ลงดิน; หว่าน *(เมล็ด)*; **J** *(lay for meal)* จัดโต๊ะอาหาร; **K** *(place for visitor)* ตั้งที่ *(ที่โต๊ะ, เก้าอี้)*; **L** **~ sail** *(hoist sail)* ชักใบเรือเพื่อออกเรือ; *(begin voyage)* เริ่มออกเดินทาง; **M** **~ a watch** *(guard)* จัดยามรักษาการณ์; **~ the watch** *(Naut.)* จัดเวรยามบนเรือ; **N** *(establish)* จัดตั้ง, สร้าง; ทำ *(สถิติ)*; **~ the fashion for sth.** สร้างความนิยมให้กับ *ส.น.*; **~ the pace** ปูทาง, นำฝีเท้า; **O** *(Med.: put into place)* เข้าเฝือก *(กระดูกที่หักหรือเคลื่อน)*; **P** *(fix)* ฉีดสเปรย์ให้อยู่ทรง *(ผม)*; **~ eyes on sb./sth.** เห็น *ค.น./ส.น.*; **~ one's teeth** *(lit.)* ขบเขี้ยวเคี้ยวฟัน; *(fig.)* มุ่งมั่น; ➡ + face 1 A; heart 1 B; hope 1; mind 1 C; price 1 A; scene H; store 1 F; value 1 A; **Q** *(Printing)* จัดเรียงตัวพิมพ์; **~ close/out** *or* **wide** จัดเรียงชิด/ห่าง; **R** **~ sb. to sth./doing. sth.** จัดการให้ *ค.น.* ทำ *ส.น.*; **~ sb. wood-chopping** จัดให้ *ค.น.* ผ่าฟืน; **~ oneself to sth./do sth.** จัดให้ตนเองลงมือทำ *ส.น.*; **~ sb. in charge of sth.** จัดให้ *ค.น.* รับผิดชอบ *ส.น.*; **~ a dog on sb.** ปล่อยให้สุนัขไล่กัด *ค.น.*; **~ a dog/the police after sb.** สั่งให้สุนัข/ตำรวจไล่ตาม *ค.น.*; **they ~ their thugs/detectives on him** พวกเขาจัดให้นักเลงอันธพาลจัดการกับเขา/นักสืบตามสืบเขา; **~ sb. against sb.** ทำให้ *ค.น.* เป็นศัตรูกับอีก *ค.น.*; **~ father against son** ทำให้พ่อเป็นศัตรูกับลูก; ➡ + work 1 A; **S** **~ sth. to music** *or* **a tune** แต่งท่วงทำนองดนตรีประกอบบทร้อง; **T** *(ornament)* ประดับ *(เพชร, พลอย)*; ฝัง *(อัญมณี)*; **the lid was ~ with gems** ฝาประดับด้วยอัญมณี; **a sky ~ with stars** ท้องฟ้าที่ประดับด้วยดวงดาว; **U** **be ~ on a hill** ตั้งอยู่บนเนินเขา; **V** *(make fast)* ทำให้คงสภาพ *(สีย้อม)*

❷ *v.i.*, **-tt-, set** **A** *(solidify)* แข็งตัว; **has the jelly ~ yet?** วุ้นแข็งตัวแล้วหรือยัง; **B** *(go down)* *(พระอาทิตย์, พระจันทร์)* ตก; **sb.'s star ~s** *(fig.)* ดวงของ *ค.น.* ตก; **C** *(flow along)* **the current ~s eastwards** กระแสน้ำไหลไปทางทิศตะวันออก; **~ against sth.** *(fig.)* ขวาง *ส.น.*; **D** *(Bot.) (form into or develop fruit)* กลายเป็นผลไม้; *(develop out of blossom)* ผลออกมาจากดอก; **E** *(ใบหน้า)* เคร่ง (**with** ด้วย); **F** *(take rigid attitude)* การตั้งหัวหาเหยื่อ; **~ [rigidly]** ตั้งหัวตามเหยื่อ *(สุนัขล่าสัตว์)*

❸ *n.* **A** *(group)* ชุด, กลุ่ม; **~ [of two]** ชุด [ที่เป็นคู่]; **a ~ of chairs** เก้าอี้หนึ่งชุด; **a ~ of stamps** แสตมป์ชุดหนึ่ง; **a complete ~ of Dickens' novels** นวนิยายของดิคเกนส์ที่มีครบชุด; **a ~ of lectures** ชุดของการบรรยาย; **chess ~:** ชุดหมากรุก; **B** ➡ service 1 I; **C** *(section of society)* กลุ่ม, พวก; **racing ~:** กลุ่มนิยมแข่งม้า; **the younger ~:** กลุ่มของคนหนุ่มสาว; **the fast ~:** กลุ่มเที่ยวเก่ง; ➡ + jet set; smart 1 C; **D** *(Math.)* กลุ่มของตัวเลขทางคณิตศาสตร์; **theory of ~s** ทฤษฎีว่าด้วยความสัมพันธ์ระหว่างกลุ่มตัวเลขทางคณิตศาสตร์; **E** **~ [of teeth]** ฟันชุดหนึ่ง; **F** *(radio or TV receiver)* เครื่องรับวิทยุหรือโทรทัศน์; **G** *(Tennis)* เซ็ท *(ท.ศ.)*; **H** *(of hair)* การจัดทรงผม; **have a shampoo and ~:** รับการสระและจัดแต่งทรงผม; **I** *(Theatre: built-up scenery)* ฉากละคร; **J** *(area of performance) (of film, of play)* ฉาก; *(of play)* ฉากละคร; **on the ~** *(for film)* เข้าฉากภาพยนตร์; *(for play)* เข้าฉากละคร; **K** *(granite paving block)* ก้อนหินแกรนิตใช้ปูพื้น; **L** *(burrow)* โพรงของสัตว์; **M** *(of dog)* **[dead] ~:** การเข้าโจมตี; **make a dead ~ at sb.** *(fig.) (try to win affections of)* พยายามชนะใจ *ค.น.*; *(attack)* โจมตี; **N** *(Hort.) (shoot, cutting)* หน่อต้นไม้; *(bulb)* หัวใต้ดินของพืช; **O** *(literary: sunset)* **at ~ of sun** ในยามอาทิตย์อัสดง; **P** *no pl. (posture)* ท่าทาง, ตำแหน่ง; **the ~ of his head** ตำแหน่งของศีรษะเขา; **Q** *(way dress etc. sits or flows)* กระแสหรือแนว *(กระโปรง)*

❹ *adj.* **A** *(fixed)* *(การมอง)* คงที่; *(ความคิด, ทัศนะ)* ไม่เปลี่ยนแปลง; *(การยิ้ม)* แข็งแกร็ง; *(เวลา)* ที่กำหนดไว้; **be ~ in one's ways** *or* **habits** ยึดมั่นในอุปนิสัย; **deep-~ eyes** ตาเบ้าลึก; **B** *(assigned for study or discussion)* ที่กำหนดให้ศึกษาหรือพิจารณา; **be a ~ book** เป็นหนังสือที่กำหนดให้อ่าน; **C** *(according to fixed menu)* **~ meal** *or* **menu** มื้ออาหารหรือรายการอาหารที่กำหนดมา; **D** *(ready)* **sth. is ~ to increase** *ส.น.* พร้อมที่จะเพิ่ม; **be/get ~ for sth.** พร้อม/เตรียมพร้อมสำหรับ *ส.น.*; **be/get ~ to leave** พร้อม/เตรียมที่จะออกเดินทาง; **all ~?** *(coll.)* พร้อมแล้วหรือยัง; **be all ~ for sth.** พร้อมสำหรับ *ส.น.*; **be all ~ to do sth.** พร้อมที่จะทำ *ส.น.*; **are we all ~?** พวกเราพร้อมแล้วหรือยัง; **E** *(determined)* **be ~ on sth./doing sth.** มุ่งมั่นที่จะทำ *ส.น.*; **be [dead] ~ against sth.** มุ่งมั่นต่อต้าน *ส.น.*; **of ~ purpose** มุ่งมั่น, ไม่เปลี่ยนใจ; ➡ + close-set

~ about *v.t.* **A** *(begin purposefully)* **~ about sth.** เริ่มต้น *ส.น.* อย่างมุ่งหมาย; **~ about doing sth.** เริ่มต้นทำ *ส.น.* อย่างเอาจริงเอาจัง; **B** *(spread)* แผ่กระจาย *(ข่าว, เรื่องราว)*; **C** *(coll.: attack)* โจมตี

~ aˈpart *v.t.* **A** *(reserve)* จองไว้, สงวนไว้; **B** *(make different)* ทำให้แตกต่าง (**from** จาก); **his strength ~s him apart from others** ความแข็งแรงของเขาทำให้เขาแตกต่างจากคนอื่น ๆ

~ aˈside *v.t.* **A** *(put to one side)* วางไว้ข้างหนึ่ง *(หนังสือ, งาน)*; เลิกทำ *(งาน)*; ไม่ตอบ *(คำถาม)*; *(postpone)* เลื่อนออกไป; **B** *(cancel)* ยกเลิก *(การตัดสิน)*; **C** *(pay no attention to)* ไม่สนใจหรือใส่ใจต่อ *(ความเหมาะสม, กาลเทศะ)*; ลืม *(ความเป็นศัตรู, ความโกรธแค้น)*; **D** *(reserve)* สงวนเก็บไว้ *(อาหาร, เงินทอง)*; *(save for customer)* จองไว้ให้ลูกค้า; **why don't you ~ aside a day to come and visit me?** ทำไมคุณไม่กันเวลาไว้สักวันเพื่อมาเยี่ยมฉัน

~ ˈback *v.t.* **A** *(hinder progress of)* ขัดขวาง *(ความก้าวหน้า, โครงการ)*; **B** *(coll.: be an expense to)* **~ sb. back a fair amount/sum** เป็นค่าใช้จ่ายพอสมควรกับ *ค.น.*; **C** *(place at a distance)* ตั้งห่าง; **the house is ~ back some distance from the road** บ้านตั้งอยู่ห่างจากถนนพอสมควร; **D** *(postpone)* เลื่อนออกไป (**to** ถึง); ➡ + setback

~ ˈby ➡ **~ aside** A, D

~ ˈdown *v.t.* **A** *(allow to alight)* ปล่อยให้ลง; **the bus will ~ you down** รถประจำทางจะปล่อยให้คุณลง; **B** *(record on paper)* บันทึกไว้; **C** *(place on surface)* วางไว้; **D** *(fix)* กำหนด, ติดตั้ง; **E** *(attribute)* ลงความเห็น (**to** ที่); **F** **~ down as** *or* **for** *or* **to be** *(judge)* ตัดสิน; *(record)* เขียนบันทึก

~ ˈforth ❶ *v.i. (begin journey)* เริ่มเดินทาง; **~ forth on a journey** เริ่มต้นการเดินทาง ❷ *v.t. (present)* เสนอ, นำเสนอ

~ ˈforward *v.t.* **A** *(move further in front)* เคลื่อนไปข้างหน้า; **B** *(present)* นำเสนอ, เสนอ *(โครงการ, แผน)*; **C** *(bring forward in time)* เลื่อนกำหนดให้เร็วขึ้น; **D** เลื่อนเวลาให้เร็วขึ้น

~ ˈin ❶ *v.i. (gain a hold)* *(ความมืด, ฝน)* ลงอย่างเต็มที่ ❷ *v.t. (insert)* สอด, ใส่เข้าไป

~ ˈoff ❶ *v.i. (begin journey)* ออกเดินทาง; *(start to move)* เริ่มเคลื่อนไหว; **~ off for work** ออกไปทำงาน ❷ *v.t.* **A** *(show to advantage)* ส่งเสริม, ทำให้เพิ่มพูน; **B** *(start)* เริ่ม; **~ sb. off into hysterics** ทำให้ *ค.น.* ร้องไห้สะอึกสะอื้น; **~ sb. off thinking/laughing** ทำให้ *ค.น.* เริ่มคิด/หัวเราะ; **C** *(cause to explode)* ทำให้ระเบิด; **D** *(counterbalance)* ถ่วงให้เท่ากัน; **~ sth. off against sth.** ชั่ง/ถ่วง *ส.น.* กับอีก *ส.น.*; *(use as compensatory item)* ใช้ *ส.น.* เป็นสิ่งชดเชยอีก *ส.น.*

~ on *v.t. (attack)* โจมตี

~ ˈout ❶ *v.i.* **A** *(begin journey)* ออกเดินทาง; **B** *(begin with intention)* **~ out to do sth.** เริ่มต้นอย่างตั้งใจที่จะทำ *ส.น.*; **~ out in business** เริ่มต้นทำธุรกิจส่วนตัว; **~ out on a career as ...:** เริ่มต้นอาชีพเป็น... ❷ *v.t.* **A** *(present)* เสนอ *(ข้อโต้แย้ง, สินค้า ฯลฯ)*; **B** *(state, specify)* กำหนด, ระบุ; **C** *(mark out)* วางแผน; กำหนด *(ขอบเขต)*; ➡ + set-out

~ over *v.t.* เลื่อนไปไว้ข้างหนึ่ง

~ ˈto *v.i.* **A** *(begin vigorously)* เริ่มต้นอย่างกระฉับกระเฉง; *(begin eating hungrily)* เริ่มต้นกินอย่างหิวโหย; **B** *(begin to fight)* เริ่มต่อสู้; ➡ + set-to

~ ˈup ❶ *v.t.* **A** *(erect)* ติดตั้ง *(กล้องถ่ายรูป)*; จัดตั้ง *(ด่านกั้นถนน)*; ประกอบ *(โต๊ะพับ)*; **~ up the type** เรียงตัวพิมพ์; **~ up a column in type** ตั้งแนวแถวตัวพิมพ์; **B** *(establish)* ตั้งตัว; ก่อตั้ง *(บริษัท, สำนักงาน)*; สร้าง *(ระบบควบคุม)*; **~ oneself up as a dentist/in business** ตั้งตัวเป็นทันตแพทย์/ในวงการธุรกิจ; **~ sb. up in business** สนับสนุนให้ *ค.น.* ทำธุรกิจ; **C** *(begin to utter)* เริ่มส่งเสียง; **the class ~ up such a din** ห้องเรียนเริ่มส่งเสียงเอะอะ; **D** *(cause)* ก่อให้เกิด; **E** *(coll.: make stronger)* ทำให้แข็งแรงขึ้น; **a good breakfast should ~ you up for the day** อาหารเช้าที่ดีน่าจะทำให้คุณมีแรงได้ตลอดทั้งวัน; **well ~ up** แข็งแรง; **F** *(achieve)* ประสบความสำเร็จ; ทำสถิติ; **G** *(provide adequately)* **~ sb. up with sth.** จัดเตรียม *ส.น.* ไว้ให้ *ค.น.* อย่างเพียงพอ; **H** *(place in view)* จัดตั้ง, จัดวาง; **I** *(prepare)* ตระเตรียม *(การทดลอง, เครื่องยนต์)*; **J** *(propound)* เสนอ *(ทฤษฎี)*; **K** **~ sb. up** *(coll.: frame)* วางแผนใส่ร้าย *ค.น.*; ➡ + house 1 A; set-up; shop 1 B ❷ *v.i.* **~ up in business/in the fashion trade** ตั้งตัวในวงการธุรกิจ/ในวงการแฟชั่น; **~ up as a dentist** ตั้งตัวเป็นทันตแพทย์ ❸ *v. refl.* **~ oneself up as** *or* **to be sb./sth.** *(coll.)* ทำตัวเป็น *ค.น./ส.น.*

S

setback | sever 802

set: ~back *n.* Ⓐ *(checking of progress)* การหยุดยั้งความก้าวหน้า; Ⓑ *(defeat)* ความพ่ายแพ้; **~-off** *n.* Ⓐ *(counterbalance)* สิ่งถ่วงให้สมดุล (**against** กับ); Ⓑ *(Commerc., Law)* การอ้างสิทธิแย้งสิ่งที่ใช้ทดแทน (**to, against** ต่อ); **by ~-off against other cheques** โดยหักบัญชีเช็คซึ่งกันและกัน; Ⓒ *(start)* การเริ่มต้น; Ⓓ *(adornment)* การประดับ, การตกแต่ง; **~-out** *n. (commencement)* การเริ่มต้น; **~ phrase** *n.* วลีที่ใช้ประจำ; **~ 'piece** *n.* Ⓐ *(design formed with fireworks)* ดอกไม้ไฟที่จัดเป็นชุดเฉพาะ; Ⓑ *(Footb.)* รูปแบบการเตะที่มีการฝึกซ้อมมาก่อน; **~ point** *n. (Tennis etc.)* แต้มสุดท้ายในการชนะเซ็ทนั้น; **~ 'screw** *n. (Mech. Engin.)* เดือยเกลียวใช้ยึดเครื่องจักร; **~ 'scrum** *n. (Rugby)* การเข้าตะลุมบอนสกรัมตามที่กรรมการสั่ง; **~ 'speech** *n.* การกล่าวสุนทรพจน์; **~ square** *n.* ไม้ฉาก

sett /set/เซ็ท/ ➡ **set** 3 K, L, N

settee /se'tiː/เซะ'ที/ *n.* เก้าอี้นวมยาว

setter /'setə(r)/'เซ็ทเทอะ(ร)/ *n. (dog.)* สุนัขตัวใหญ่ขนยาว

'set theory *n. (Math.) สาขาของวิชาคณิตศาสตร์ว่าด้วยความสัมพันธ์ระหว่างกลุ่มตัวเลขหรือเซ็ท*

setting /'setɪŋ/'เซ็ททิง/ *n.* Ⓐ *(Mus.)* ดนตรีประกอบคำพูดหรือโคลงกลอน; Ⓑ *(frame for jewel)* ตัวเรือน; Ⓒ *(surroundings)* สิ่ง/สภาพแวดล้อม; *(of novel etc.)* สถานที่เกิดเหตุ; **a cottage in a pleasant ~:** กระท่อมในสภาพแวดล้อมที่น่าอภิรมย์; Ⓓ *(Theatre)* ฉาก; Ⓔ *(plates and cutlery)* ชุดจานและช้อนส้อมที่ตั้งโต๊ะ

'setting lotion *n.* น้ำยาจัดแต่งทรงผม

settle /'setl/'เซ็ท'ล/ ❶ *v.t.* Ⓐ *(place) (horizontally)* วางราบ, วางนอน; *(vertically)* ตั้ง; *(at an angle)* ตั้งในแนวฉากกับมุม; **~ a patient in his bed/an armchair** จัดให้คนไข้นอนในเตียงของเขา/นั่งที่เก้าอี้; **he ~d himself comfortably on the couch** เขานั่งลงในเก้าอี้นวมอย่างสบาย; Ⓑ *(establish) (in house or business)* ตั้งตัว; *(in country or colony)* ตั้งถิ่นฐานรกราก; **we got them ~d in their new house** พวกเราช่วยให้เขาเข้าอยู่อาศัยในบ้านใหม่ของพวกเขา; Ⓒ *(determine, resolve)* ตกลง *(ราคา)*; ยุติ, ระงับ *(ข้อโต้แย้ง, การถกเถียง)*; ตัดสิน *(การแข่งขัน, ปัญหา)*; จัดการให้เรียบร้อย *(เรื่องส่วนตัว)*; ตัดสินใจแน่วแน่ *(ปัญหาในใจ)*; **nothing has been ~d as yet** ยังไม่ได้ตัดสินใจอะไรเลย; **that should ~ the match** นั่นน่าจะตัดสินการแข่งขัน; **~ the matter among yourselves!** ตัดสินปัญหาในหมู่พวกคุณเองเถอะ; **that ~s it** ตกลงตามนั้น; *expr. exasperation* โอ๊ย พอที; **~ a case out of court** ตัดสินคดีนอกศาล; **~ one's affairs** จัดการเรื่องที่จำเป็นให้เรียบร้อย *(ที่มักทำก่อนตาย/พินัยกรรม)*; **~ the day/date/place** กำหนดวัน/วันที่/สถานที่; **is the date ~d yet?** กำหนดวันที่ได้หรือยัง; Ⓓ *(deal with, dispose of)* จัดการให้เรียบร้อย; ➡ + **'hash** 1; Ⓔ *(pay money owed according to)* ชำระหนี้; จ่ายบิล; ➡ + **score** 1 F; Ⓕ *(cause to sink)* ทำให้จม *(พื้น, ทราย)*; **a shower will ~ the dust** ฝนจะทำให้ฝุ่นหายไป; Ⓖ *(calm)* ทำให้ใจเย็น, ทำให้จิตสงบ; *(aid digestion of)* ช่วยการย่อย; Ⓗ *(colonize)* ทำให้เป็นอาณานิคม; Ⓘ *(bestow)* **~ money/property on sb.** โอนเงิน/ทรัพย์สินแก่ *ค.น.*; **~ an annuity on sb.** ให้เบี้ยรายปีแก่ *ค.น.* ❷ *v.i.* Ⓐ *(become established)* ตั้งรกรากถิ่นฐาน; *(as colonist)* ตั้งรกรากถิ่นฐานเป็นชาวอาณานิคม; Ⓑ *(end dispute)* ยุติ; Ⓒ *(pay what is owed)* จ่าย/ชำระหนี้; Ⓓ *(in chair, in front of the fire, etc.)* นั่งลงอย่างสบาย; *(to work etc.)* ตั้งใจทำงาน (**to**); *(into way of life, retirement, middle age, etc.)* ชิน (**with** กับ); **it took a long time to ~ in our new house** ใช้เวลานานกว่าพวกเราจะเข้าที่เข้าทางในบ้านใหม่; **the cold ~d on her chest** ไข้หวัดลงปอดของเธอ; **the snow/dust ~d on the ground** หิมะ/ฝุ่นคลุมดิน; **darkness/silence/fog ~d over the village** ความมืดมิด/ความเงียบสงบ/หมอกจับอยู่เหนือหมู่บ้าน; ➡ + **dust** 1 A; Ⓔ *(subside) (บ้าน, พื้น)* ทรุดลง; *(sink) (เรือ)* จมลง; *(ตะกอน)* ตกลง (**at, on** บน); Ⓕ *(be digested) (อาหาร)* ถูกย่อย, *(ข้าว)* เรียงเม็ด; *(become calm) (ท้อง)* หายปั่นป่วน; *(อารมณ์, ใจ)* เย็นลง; Ⓖ *(become clear) (เหล้าองุ่น, เบียร์)* หายขุ่น

~ 'back *v.i.* Ⓐ *(relax)* อยู่อย่างสบาย (**in** ใน); Ⓑ **~ back into one's routine** กลับเข้าสู่กิจวัตรประจำวันของตน

~ 'down ❶ *v.i.* Ⓐ *(make oneself comfortable)* ทำตัวให้สบาย (**in** ใน); **~ down for the night** เข้านอนอย่างสบาย; Ⓑ *(become established in a place)* ตั้งรกรากถิ่นฐานในที่หนึ่ง; *(in town or house)* ตั้งรกรากถิ่นฐานในเมืองหรือในบ้าน; *(in school)* คุ้นเคยกับระบบ; **~ down in a job** *(find permanent work)* หางานทำถาวร; *(get used to a job)* เคยชินกับงาน; Ⓒ *(marry)* **it's about time he ~d down** ถึงเวลาที่เขาควรจะแต่งงานได้แล้ว; **~ down to married life** เริ่มต้นชีวิตแต่งงานที่มั่นคง; Ⓓ *(calm down) (บุคคล)* สงบจิต, สงบสติอารมณ์; **~ down to work** ลงมือทำงานอย่างตั้งใจ ❷ *v.t.* Ⓐ *(make comfortable)* **~ oneself down** ทำตัวให้สบาย; **~ oneself down in a chair** นั่งเก้าอี้ให้สบาย; **~ the baby down for the night/to sleep** กล่อมเด็กให้นอนหลับ; Ⓑ *(calm down)* ทำให้สงบจิตสงบใจ

~ for *v.t.* Ⓐ *(agree to)* ตกลง, ยอม; Ⓑ *(decide on)* ตัดสินใจ

~ 'in ❶ *v.i. (in new home)* เข้าอยู่อาศัยในบ้านหลังใหม่; *(in new job or school)* เริ่มเคยชิน ❷ *v.t.* **we all helped to ~ them in** เราทุกคนช่วยเขาให้เคยชินกับที่อยู่ใหม่

~ on *v.t.* Ⓐ *(decide on)* ตัดสินใจ; Ⓑ *(agree on)* ตกลง, ยินยอม

~ 'up *v.i.* ชำระหนี้, จ่ายค่าชดเชย; **~ up with the waiter** จ่ายเงินให้กับบริกร

~ with *v.t.* **~ with sb.** *(pay agreed amount to sb.)* จ่ายจำนวนที่ตกลงให้กับ *ค.น.*; *(pay all the money owed to sb.)* จ่ายเงินทั้งหมดที่เป็นหนี้ให้กับ *ค.น.*; *(fig.)* ลงโทษ *ค.น.* สำหรับสิ่งที่เขาทำ; **now to ~ with 'you!** ตอนนี้ถึงเวลาจัดการกับแก

settled /setld/เซ็ท'ลดฺ/ *adj. (การงาน)* มั่นคง; *(อากาศ)* ไม่เปลี่ยนแปลง; *(ที่อยู่)* ถาวร; *(ความรู้สึก)* สบายใจ; **I don't feel ~ in this house/job** ฉันรู้สึกไม่มั่นคงในบ้านหลังนี้/งานนี้; **we can now expect ~ weather** ตอนนี้เราคาดหวังอากาศที่ไม่เปลี่ยนแปลงได้

settlement /'setlmənt/'เซ็ท'ลเมินทฺ/ *n.* Ⓐ การตัดสิน; *(in relation to price)* การตั้งราคา; *(of argument, conflict, dispute, differences, troubles)* การยุติ; *(of problem)* การแก้; *(of question)* การตกลง; *(of affairs)* การจัดการ; *(of court case)* การตัดสิน; **reach a ~:** ได้ข้อตกลง; **reach a ~ out of court** ตกลงกันได้นอกศาล; **terms of ~** *(Law)* เงื่อนไขของข้อตกลง; Ⓑ *(of bill, account, etc.)* การจ่าย, การชำระ; **a cheque in ~ of a bill** เช็คที่เป็นการสั่งจ่ายสำหรับใบเก็บเงิน; Ⓒ *(Law: bestowal)* การมอบให้; *(in will)* การมอบทรัพย์สิน; ➡ + **marriage settlement**; Ⓓ *(colony)* การตั้งอาณานิคม; *(colonization)* การทำให้เป็นเมืองอาณานิคม; **penal ~:** ทัณฑนิคม; Ⓔ *(subsidence)* การทรุดตัว

settler /'setlə(r)/'เซ็ท'เลอะ(ร)/ *n.* Ⓐ *(colonist)* ผู้ตั้งถิ่นฐานในอาณานิคม; Ⓑ *(coll.: decisive blow or argument)* ข้อ/หมัดชี้ขาด

settling day /'setlɪŋ deɪ/'เซ็ทลิง เด/ *n. (Brit. St. Exch.)* วันชำระหนี้ *(ทุกสองสัปดาห์)*

set: ~-to /'settuː/'เซ็ททู/ *n., pl.* **~s** การทะเลาะเบาะแว้งกัน; **~-tos** การเถียงกันอย่างรุนแรง; *(with fists)* การชกต่อยกัน; **have a ~-to** ทะเลาะอย่างรุนแรง; *(with fists)* มีการชกต่อยกัน; **~-top box** *n. (TV)* เครื่องเสริมเพื่อรับช่องเคเบิลหรือดิจิตอล **~-up** *n. (coll.)* Ⓐ *(organization)* ระบบ; *(structure)* โครงสร้าง; Ⓑ *(situation)* สถานการณ์; **isn't it a rather strange ~-up?** นี่เป็นสถานการณ์ที่ค่อนข้างแปลกใช่ไหม; **what's the ~-up here?** สถานการณ์ที่นี่เป็นอย่างไรบ้าง

seven /'sevn/'เซ็ว'น/ ➤ **47**, ➤ **177**, ➤ **602** ❶ *adj.* เจ็ด; **the S~ Years War** สงครามเจ็ดปี *(ที่เริ่มเมื่อ ค.ศ. 1756)*; ➡ + **eight** 1; **sea** B; **wonder** 1 B ❷ *n. (number, symbol)* เลขเจ็ด; ➡ + **eight** 2 A, C, D

'sevenfold *adj., adv.* เจ็ดเท่า; ➡ + **eightfold**

'seven-league boots *n. pl. รองเท้าวิเศษที่เดินก้าวเท้าได้ก้าวละ 7 ไมล์ (ในนวนิยายเด็ก)*

seventeen /sevn'tiːn/เซ็ว'น'ทีน/ ➤ **47**, ➤ **177**, ➤ **602** ❶ *adj.* สิบเจ็ด; **sweet ~:** อายุสิบเจ็ดวัยหวาน; ➡ + **eight** 1 ❷ *n.* เลขสิบเจ็ด; ➡ + **eight** 2 A; **eighteen** 2

seventeenth /sevn'tiːnθ/เซ็ว'น'ทีนธฺ/ ➤ **231** ❶ *adj.* ➤ **602** ที่สิบเจ็ด; ➡ + **eighth** 1 ❷ *n. (fraction)* หนึ่งส่วนสิบเจ็ด; ➡ + **eighth** 2

seventh /'sevnθ/'เซ็ว'นธฺ/ ❶ *adj.* ➤ **602** ที่เจ็ด; ➡ + **eight** 1; **heaven** A ❷ *n.* Ⓐ *(in sequence, rank)* ที่เจ็ด; *(fraction)* หนึ่งในเจ็ด; Ⓑ *(Mus.)* ช่องเสียงระหว่างเจ็ดโน้ต; Ⓒ ➤ **231** *(day)* **the ~ of May** วันที่เจ็ดพฤษภาคม; **the ~ [of the month]** วันที่เจ็ด [ของเดือน]; **S~-day Adventists** คริสต์ศาสนิกชนที่ยึดมั่นในพระคัมภีร์และถือวันเสาร์เป็นวันสำคัญทางศาสนา

seventieth /'sevntɪɪθ/'เซ็ว'นเทียธ/ ❶ *adj.* ➤ **602** ที่เจ็ดสิบ; ➡ + **eighth** 1 ❷ *n. (fraction)* หนึ่งในเจ็ดสิบ; ➡ + **eighth** 2

seventy /'sevntɪ/'เซ็ว'นทิ/ ➤ **47**, ➤ **602** ❶ *adj.* เจ็ดสิบ; **one-and-~** *(arch.)* ➡ **seventy-one** 1 ❷ *n.* เลขเจ็ดสิบ; **one-and-~** *(arch.)* ➡ **seventy-one** 2; ➡ + **eight** 2 A; **eighty** 2

seventy: ~-eight *n.* ➤ **602** *(record)* แผ่นเสียงขนาดเจ็ดสิบแปด; **~-first** *etc. adj.* ➤ **602** ที่เจ็ดสิบเอ็ด ฯลฯ; ➡ + **eighth** 1; **~-one** ❶ *adj.* เจ็ดสิบเอ็ด; ➡ + **eight** 1 ❷ *n.* ➤ **602** เลขเจ็ดสิบเอ็ด; ➡ + **eight** 2 A

seven-year 'itch *n.* **the ~:** *แนวโน้มที่ฝ่ายหนึ่งจะนอกใจหลังจากครบรอบเจ็ดปีแห่งการสมรส*

sever /'sevə(r)/'เซ็ว'เวอะ(ร)/ ❶ *v.t.* Ⓐ *(cut)* ตัดออก; *(fig.: break off)* หักออก; **some cables were ~ed in the storm** สายเคเบิลบางสายถูกตัดขาดในพายุ; Ⓑ *(separate with force)* แยกออกด้วยพละกำลัง; *(with axe etc.)* ตัดด้วยขวาน

S

ฯลฯ; **the axe ~ed his head from his body** ขวานตัดศีรษะขาดจากร่างกายของเขา; Ⓒ *(divide)* **the sea ~s England and** *or* **from France** ทะเลแบ่งแยกอังกฤษและฝรั่งเศส ❷ *v.i. (tear)* ฉีกขาด; *(be torn off)* ถูกฉีกขาด

several /ˈsevrəl/ˈเซ็ฺวร่ะล/ ❶ *adv.* Ⓐ *(a few)* สองสาม; **~ times** สองสามครั้ง; **~ more copies** ถ่ายสำเนาอีกสองสามชุด; Ⓑ *(separate, diverse)* แบ่งแยก, หลาย ๆ แบบหรือชนิด; **joint and ~** *(Law) (สัญญา)* ที่มีการร่วมลงนามและร่วมรับผิดชอบ ❷ *pron.* สองสาม; **~ of us** พวกเราสองสามคน; **~ of the buildings** ตึกสองสามตึก

severally /ˈsevrəlɪ/ˈเซ็ฺว่เริลลิ/ *adv.* สองสาม; **jointly and ~** *(Law)* โดยสมรู้ร่วมคิด

severance /ˈsevərəns/ˈเซเฺวอะเรินซฺ/ *n. (of diplomatic relations)* การตัดความสัมพันธ์; *(of communications)* การตัด; *(of contract)* การยกเลิก; **~ pay** จำนวนเงินที่จ่ายให้กับพนักงานเมื่อเลิกสัญญาก่อนเวลา, เงินชดเชยการเลิกจ้าง

severe /sɪˈvɪə(r)/ซิˈเวีย(ร)/ *adj.*, **~r** /sɪˈvɪərə(r)/ซิˈเวียเรอะ(ร)/, **~st** /sɪˈvɪərɪst/ซิˈเวียริซทฺ/ Ⓐ *(strict)* เข้มงวด; **be ~ on** *or* **with sb.** เข้มงวดกับ *ค.น.*; Ⓑ *(violent, extreme) (หน้าหนาว, พายุ, อากาศ)* รุนแรง; *(ความเจ็บปวด, การโจมตี)* สุดขั้ว; Ⓒ *(making great demands) (การสอบไล่, การแข่งขัน)* ที่โหด; Ⓓ *(serious, not slight) (เลือดไหล, การขาดแคลน)* ร้ายแรง; Ⓔ *(unadorned) (รูปแบบ)* เรียบง่าย, ไม่มีลวดลาย

severely /sɪˈvɪəlɪ/ซิˈเวียลิ/ *adv.* อย่างรุนแรง, อย่างเคร่งครัด, อย่างโหดเหี้ยม; **leave sth. ~ alone** ไม่ยุ่งเกี่ยวกับ *ส.น.* อย่างสิ้นเชิง; **be ~ critical of sth.** วิพากษ์วิจารณ์ *ส.น.* อย่างดุเดือด

severeness /sɪˈvɪənɪs/ซิˈเวียนิซ/, **severity** /sɪˈverɪtɪ/ซิˈเวะริทิ/ *ns.* ความรุนแรง, ความสาหัส; *(of drought, shortage)* ความร้ายแรง; *(of criticism)* ความดุเดือด; **with severity** อย่างเข้มงวด; **the severities of army life** ความสาหัสหรือ ความยากลำบากของชีวิตทหาร

Seville /səˈvɪl/เซอะˈวิล/ *pr. n.* เมืองเซวิลล์ *(เมืองท่าทางตะวันตกเฉียงใต้ของประเทศสเปน)*

Seville orange /sevɪl ˈɒrɪndʒ/เซะวิล ˈออรินจฺ/ *n.* ส้มรสขม ใช้ทำแยมผิวส้ม

sew /səʊ/โซ/ ❶ *v.t., p.p.* **sewn** /səʊn/โซน/ *or* **sewed** /səʊd/โซด/ เย็บ *(เสื้อผ้า, หนังสือ, แผล)*; **~ together** เย็บเข้าด้วยกัน; **~ money into one's coat** เย็บเงินติดเข้ากับเสื้อคลุม ❷ *v.i., p.p.* **sewn** *or* **sewed** เย็บ

~ **ˈdown** *v.t.* เย็บ

~ **ˈin** *v.t.* เย็บ

~ **ˈon** *v.t.* เย็บปะ

~ **ˈup** *v.t.* Ⓐ เย็บ *(แผล)*; **they ~ed me up after the operation** *(coll.)* พวกเขาเย็บปิดปากแผลให้ฉันหลังการผ่าตัด; Ⓑ *(Brit. fig. coll.: settle, arrange)* **be ~n up** จัดการไว้เรียบร้อย; *(completely organized)* ได้รับการจัดระเบียบอย่างสมบูรณ์; **we've got the match all ~n up** พวกเราจะชนะการแข่งขันแน่

sewage /ˈsjuːɪdʒ, ˈsuː-/ˈซิวอิจ, ˈซู-/ *n.* สิ่งโสโครก, น้ำเสีย

sewage: ~ disposal *n.* การกำจัดสิ่งโสโครก, การบำบัดน้ำเสีย; **~ farm** *n.*, **~ works** *n. sing., pl. same* โรง/สถานที่บำบัดน้ำเสีย

¹sewer /ˈsjuːə(r), ˈsuːə(r)/ˈซิวเออะ(ร), ˈซูเออะ(ร)/ *n. (tunnel)* อุโมงค์ระบายสิ่งโสโครก; *(pipe)* ท่อระบายน้ำเสีย

²sewer /ˈsəʊə(r)/ˈโซเออะ(ร)/ *n. (person)* ผู้เย็บ

sewerage /ˈsjuːərɪdʒ, ˈsuː-/ˈซิวเออะริจ, ˈซู-/ *n.* Ⓐ *(system of sewers)* ระบบท่อระบายสิ่งโสโครก; Ⓑ *no pl. (removal of sewage)* การกำจัดสิ่งโสโครก; Ⓒ *(sewage)* สิ่งโสโครก, น้ำเสีย

sewing /ˈsəʊɪŋ/ˈโซอิง/ *n.* การเย็บ

sewing: ~ basket *n.* ตะกร้าใส่อุปกรณ์เย็บผ้า; **~ machine** *n.* จักรเย็บผ้า

sewn ➡ **sew**

sex /seks/เซ็คซฺ/ ❶ *n.* Ⓐ เพศ; **what ~ is the baby/puppy?** เด็กทารก/ลูกสุนัขเพศอะไร; Ⓑ *(sexuality; coll.: intercourse)* การร่วมเพศ; **have ~ with sb.** *(coll.)* ร่วมเพศกับ *ค.น.*, นอนกับ *ค.น. (ภ.พ.)* ❷ *attrib. adj. (อวัยวะ, ฮอร์โมน)* เพศ ❸ *v.t.* Ⓐ *(determine ~ of)* กำหนดเพศของ; **~ a rabbit/chicken** กำหนดเพศของกระต่าย/ไก่; Ⓑ **be highly ~ed** มีความต้องการทางเพศสูง

ˈsex act *n.* การร่วมประเวณี

sexagenarian /seksədʒɪˈneərɪən/เซ็คเซอะจิˈแนเรียน/ ❶ *adj.* มีอายุ 60-69 ปี; *(more than 60 years old)* มีอายุมากกว่า 60 ปี ❷ *n.* คนที่มีอายุ 60-69 ปี

sex: ~ aid *n.* เครื่องช่วยกระตุ้นความรู้สึกทางเพศ; **~ appeal** *n.* ความดึงดูดทางเพศ; **~ bomb** ➡ **~pot**; **~ change** *n.* การแปลงเพศ; **~ chromosome** *n. (Biol.)* โครโมโซมเพศ; **~ crime** *n.* อาชญากรรมทางเพศ; **~ discrimination** *n.* การกีดกันทางเพศ; **~ drive** *n.* ความต้องการทางเพศ; **~ education** *n.* เพศศึกษา; **~ fiend** *n.* คนบ้ากาม

sexily /ˈseksɪlɪ/ˈเซ็คซิลิ/ *adv.* อย่างทำให้เกิดอารมณ์ทางเพศ; **walk ~:** เดินอย่างยั่วยวน, เดินอย่างให้ท่า

sexism /ˈseksɪzm/ˈเซ็คซิซ'ม/ *n., no pl.* ความมีอคติทางเพศ

sexist /ˈseksɪst/ˈเซ็คซิซทฺ/ ❶ *n.* คนที่มีอคติทางเพศ ❷ *adj.* มีอคติทางเพศ

ˈsex kitten *n.* สาวเอ๊าะ ๆ

sexless /ˈsekslɪs/ˈเซ็คซฺลิซ/ *adj.* ไม่มีเพศ *(ไม่เป็นทั้งเพศชายและเพศหญิง)* ไม่มีความต้องการทางเพศ

sex: ~ life *n.* ชีวิตทางเพศ, ชีวิตทางกามารมณ์; **~-linked** *adj. (Biol.)* ซึ่งถ่ายทอดมาทางโครโมโซมเพศ, อยู่ที่โครโมโซมเพศ; **~ maniac** *n.* คนบ้ากาม; **you ~ maniac!** *(coll.)* แกไอ้บ้ากาม; **he behaves like a ~ maniac** *(coll.)* เขาทำตัวเป็นไอ้บ้ากาม; **~ offender** *n.* อาชญากรทางเพศ

sexology /sekˈsɒlədʒɪ/เซ็คˈซอเลอะจิ/ *n.* เพศศาสตร์

sexpert /ˈsekspɜːt/ˈเซ็คซุเปิท/ *n.* ผู้เชี่ยวชาญในเรื่องเพศ

sexploitation /seksplɔɪˈteɪʃn/เซ็คซุปลอยˈเทช'น/ *n.* การหาผลประโยชน์ทางการค้าจากเรื่องเพศ; **~ film** ภาพยนตร์เรื่องเพศ, หนังโป๊

sex: ~pot *n. (coll.)* หญิงที่มีแรงดึงดูดทางเพศสูง; **~ shop** *n.* ร้านค้าอุปกรณ์ทางเพศ; **~-starved** *adj.* อดอยากทางเพศ; **~ symbol** *n.* ผู้ที่เป็นสัญลักษณ์ทางเพศ

sextant /ˈsekstənt/ˈเซ็คซเทินทฺ/ *n. อุปกรณ์ที่ใช้วัดระดับความสูงของดวงอาทิตย์ เพื่อกำหนดตำแหน่งของเรือ โดยอาศัยเส้นรุ้งและเส้นแวง*

sextet, sextette /sekˈstet/เซ็คˈซเต็ท/ *n. (Mus.)* กลุ่มนักร้อง/นักดนตรีหกคน

sexton /ˈsekstən/ˈเซ็คซเติน/ *n.* คนดูแลโบสถ์

ˈsexton beetle *n. (Zool.)* แมลงปีกแข็งในสกุล *Necrophorus*

sex: ~ tourism *n.* การท่องเที่ยวเชิงเซ็กซ์; **~ tourist** *n.* นักท่องเที่ยวเชิงเซ็กซ์

sextuplet /ˈsekstjuːplɪt, -ˈtjuːplɪt/ˈเซ็คซุติวพลิท, -ˈทิวพลิท/ *n.* ฝาแฝด 6 คน; *(Mus.)* กลุ่มของตัวโน้ตหกตัว

sexual /ˈsekʃʊəl/ˈเซ็คชวล/ *adj.* Ⓐ ทางเพศ; **~ maturity/behaviour** การเจริญเติบโตเต็มที่/พฤติกรรมทางเพศ; Ⓑ *(Biol.) (การสืบพันธุ์)* ทางเพศสัมพันธ์

sexual: ~ abuse *n.* การกระทำวิปริตทางเพศ; **~ harassment** *n.* การคุกคามทางเพศ; **~ ˈintercourse** *n., no pl., no indef. art.* การร่วมเพศ

sexuality /sekʃʊˈælɪtɪ/เซ็คชุˈแอลิทิ/ *n., no pl.* ความรู้สึกทางเพศ, ลักษณะทางเพศ

sexualization /sekʃʊəlaɪˈzeɪʃn/ˈเซ็คชัวไลˈเซช'น/ *n.* การทำให้เป็นเรื่องกามารมณ์

sexualize /ˈsekʃjʊəlaɪz/ˈเซ็คชัวลายซฺ/ *v.t.* ทำให้เป็นเรื่องกามารมณ์

sexually /ˈsekʃʊəlɪ/ˈเซ็คชัวลิ/ *adv.* Ⓐ ทางเพศ; **~ mature** เจริญเติบโตเต็มที่ทางเพศ; **~ transmitted disease** โรคติดต่อทางเพศสัมพันธ์; Ⓑ *(Biol.)* ทางเพศ

sexual: ˈorgans *n. pl.* อวัยวะเพศ; **~ partner** *n.* ผู้ร่วมเพศประจำ, คู่ขา

sexy /ˈseksɪ/ˈเซ็คซิ/ *adj.* ซึ่งกระตุ้นอารมณ์ทางเพศ

Seychelles /seɪˈʃelz/เซˈเช็ลซฺ/ *pr. n.* ประเทศเซเชลส์ *(ในมหาสมุทรอินเดีย)*

sez /sez/เซ็ซ/ *v.i.* **~ ˈyou = says you** ➡ **say** 1 A

SF *abbr.* **science fiction**

Sgt. *abbr.* **Sergeant**

sh /ʃ/ช/ *int.* เงียบ

shabbily /ˈʃæbɪlɪ/ˈแชบิลิ/ *adv.* อย่างไม่ถูกต้อง

shabby /ˈʃæbɪ/ˈแชบิ/ *adj. (สิ่งของ)* โทรม, สภาพไม่ดี; *(เสื้อผ้า)* ที่เก่า, เลว, น่าดูถูก

shabby-genˈteel *adj. โกโรโกโสแต่ก็พยายามทำให้ดูเป็นผู้ดีมีเกียรติ; (ของ)* เก่าแต่มีความเป็นผู้ดี

shack /ʃæk/แชค/ ❶ *n.* กระท่อม, เพิง ❷ *v.i. (coll.)* **~ up with sb.** อยู่กินด้วยกันฉันสามีภรรยา

shackle /ˈʃækl/ˈแชค'ล/ ❶ *n.* Ⓐ *usu. in pl. (lit. or fig.) (fetter)* พันธนาการ, สิ่งผูกมัด, โซ่ตรวน, ตรวน; Ⓑ *(coupling link)* โซ่สำหรับต่อรถพ่วง ❷ *v.t. (lit. or fig.)* ผูกมัด, ใส่โซ่ตรวน **(to** กับ**)**; **the chain is ~d to the anchor** โซ่ติดอยู่กับสมอเรือ

shade /ʃeɪd/เชด/ ❶ *n.* Ⓐ ร่มเงา; **the ~s of night/evening** *(literary)* ร่มเงาของราตรี/สายัณห์; **put sb./sth. in[to] the ~** *(fig.)* เก่งกว่า *ค.น./ส.น.* มาก; **38 [°C] in the ~:** 38° ในร่มเงา; Ⓑ *(colour)* ลำดับสี, โทนสี *(อ่อน, แก่)*; *(fig.)* ความแตกต่างเพียงเล็กน้อย; **the newest ~s of lipstick** สีใหม่ล่าสุดของลิปสติก; **various ~s of purple** โทนสีม่วงต่าง ๆ นานา; **~s of meaning** เหล่าความหมายที่ไม่ต่างกันมาก; **all ~s of opinion** บรรดาความคิดเห็นหลากหลาย; Ⓒ *(small amount)* จำนวนเล็กน้อย; Ⓓ *(ghost)* ผี; **~s of the past** ผีจากอดีต; **the ~s** *(Mythol.)* นรก; **~s of ...!** แหมทำให้นึกถึง...; Ⓔ *(eye shield)* ที่บังตา; *(lamp~)* โคมไฟ; *(window blind)* มู่ลี่หน้าต่าง; Ⓕ *in pl. (coll.: sunglasses)* แว่นกันแดด ❷ *v.t.* Ⓐ *(screen)* ให้ที่กำบัง, ปกป้อง, กั้น; **be ~d from the sun** ถูกกั้นจากแสงแดด; **~ one's eyes with one's hand** ใช้มือป้องบังตาตัวเอง; Ⓑ บังให้มืด *(หน้าต่าง, โคมไฟ)*; Ⓒ *(darken with lines)* **~ [in]** แรเงาให้เป็นสีเข้ม; Ⓓ *(just defeat)* ชนะอย่างน้อยนิด

❸ v.i. (lit. or fig.) ค่อย ๆ เปลี่ยนแปลงกลายเป็น (into); ~ [off] into another or each other ค่อย ๆ เปลี่ยนเป็นอีกอย่างหนึ่ง
~ 'in v.t. ระบายสี

shading /ˈʃeɪdɪŋ/ˈเชดิง/ n. การแรเงา; (protection from light) ที่กำบังแสง

shadow /ˈʃædəʊ/ˈแชโด/ ❶ n. Ⓐ เงา; his life was lived in the ~s (fig.) ชีวิตของเขาได้ผ่านไปในความมืดมนและสับสน; cast a ~ over (lit.) ให้ร่มเงาเหนือ; (fig.) ส่งอิทธิพลไปเหนือ; cast a long ~ (fig.) ให้เงาที่ทอดยาว, เป็นคนที่มีอิทธิพลสูง; be in sb.'s ~ (fig.) อยู่ในเงาของ ค.น., ไม่เก่งเท่า ค.น.; have deep ~s under one's eyes มีรอยคล้ำใต้ดวงตา; be afraid of one's own ~ (fig.) กลัวไปหมด; be sb.'s ~ (fig.) ติดตาม ค.น. อย่างใกล้ชิดที่สุด; Ⓑ (slightest trace) without a ~ of doubt ปราศจากร่องรอยของการสงสัย; catch at or chase after ~s ตามสิ่งที่ไม่เป็นชิ้นเป็นอัน; Ⓒ (ghost, lit. or fig.) ผี; be worn to a ~ (fig.) เหนื่อยจนแทบจะไม่เหลืออะไร; he is only a ~ of his former self (fig.) เขาเปลี่ยนไปมากจนแทบจะจำไม่ได้; Ⓓ S~ attrib. (Brit. Polit.) (รัฐมนตรี, นโยบาย) ฝ่ายค้าน; S~ Cabinet คณะรัฐมนตรีเงาของฝ่ายค้าน
❷ v.t. Ⓐ (darken) ทำให้ร่มเงา; Ⓑ (follow secretly) ติดตามอย่างลับ ๆ

'shadow boxing n. การฝึกซ้อมชกมวย โดยจินตนาการว่ากำลังชกจริงกับคู่ต่อสู้

shadow cabinet n. รัฐบาลเงา

shadow: ~ **play** n. การแสดงหนังใหญ่; ~ **puppet** n. หุ่นเงา

shadowy /ˈʃædəʊɪ/ˈแชโดอิ/ adj. Ⓐ (not distinct) ไม่เด่นชัด, เลือนราง; Ⓑ (full of shade) เต็มไปด้วยร่มเงา

shady /ˈʃeɪdɪ/ˈเชดิ/ adj. Ⓐ (giving shade) ให้ร่มเงา; (situated in shade) อยู่ในร่มเงา; Ⓑ (disreputable) (คน, ความประพฤติ) ไม่น่าเชื่อถือ, เสียชื่อ

shaft /ʃɑːft, US ʃæft/ชาฟทฺ, แชฟทฺ/ n. Ⓐ (of tool, golf club, feather, spear, lance) ด้ามจับ; (feather) ก้าน; Ⓑ (Archit.) ส่วนของเสาระหว่างส่วนยอดและส่วนฐาน; Ⓒ (Mech. Engin.) เพลา; Ⓓ (of cart or carriage) คานรถสองข้างที่ผูกม้าไว้; pair of ~s คานคู่ที่ใช้เทียมม้า; Ⓔ (of mine, blast furnace, tunnel, drain, lift, etc.) ปล่องระบายอากาศ; Ⓕ (arrow) ลูกศร; (stem of arrow) ก้านลูกศร; Ⓖ (of light) ลำแสง; (lightning) สายฟ้า

¹shag /ʃæg/แชก/ n. Ⓐ (tobacco) ยาสูบชนิดเลว; Ⓑ (Ornith.) นกทะเลตัวสีดำ *Phalacrocorax aristotelis*

²shag (sl.) ❶ v.t., -gg- ปี้ (ภ.ย.) ❷ v.t. have a ~ with sb. ปี้กับ ค.น. (ภ.ย.)

shagged /ʃægd/แชกดฺ/ adj. (sl.) be ~ [out] เหนื่อยอ่อน

shaggy /ˈʃægɪ/ˈแชกิ/ adj. Ⓐ (hairy) มีขนดก, มีขนเยอะ; Ⓑ (unkempt) รุ่งริ่ง, ยุ่งเหยิง

shaggy-'dog story n. เรื่องตลกที่ยืดยาวสับสนและน่าเบื่อ

Shah /ʃɑː/ชา/ n. พระเจ้าชาร์ (ตำแหน่งอดีตกษัตริย์ประเทศอิหร่าน)

shake /ʃeɪk/เชค/ ❶ n. Ⓐ การสั่น, การเขย่า; give sb./sth. a ~: เขย่า ค.น./ส.น.; with a ~ of the head ด้วยการส่ายศีรษะ; be all of a ~: สั่นไปหมดด้วยความกังวล; be no great ~s (coll.) ไม่เอาไหนเท่าไหร่; get the ~s (coll.) (due to alcoholism) มือไม้สั่นเพราะติดเหล้า; (with fear) สั่นด้วยความกลัว; Ⓑ ➡ milk shake; Ⓒ (Amer., NZ: earthquake) แผ่นดินไหว; Ⓓ in [half] a ~, in two etc. ~s [of a lamb's tail], in a brace of ~ (coll.) ภายในไม่ช้า
❷ v.t., **shook** /ʃʊk/ชุค/, **shaken** /ʃeɪkn/เชค'น/ or (arch./coll.) **shook** Ⓐ (move violently) the dog shook itself สุนัขสะบัดตัว; be ~n to pieces ถูกเขย่า/ถูกสั่นจนแตกเป็นชิ้น ๆ; ~ one's fist/a stick at sb. ควงกำปั้น/ไม้เท้าใส่ ค.น.; ~ salt/pepper over one's food โปรยเกลือ/พริกไทยลงบนอาหารของตน; '~ [well] before using' 'เขย่าให้ดีก่อนใช้'; ~ hands จับมือ, ประสานมือ; they shook hands to conclude the deal พวกเขาจับมือเพื่อยืนยันข้อตกลง; she won't ~ hands with me เธอไม่ยอมจับมือกับฉัน; let's ~ hands พวกเรามาจับมือกัน; ~ sb. by the hand จับมือ ค.น.; Ⓑ (cause to tremble) ทำให้สั่น, เขย่า; ~ one's head [over sth.] ส่ายศีรษะ [เกี่ยวกับ ส.น.]; ➡ + leg A; Ⓒ (weaken) ทำให้เสื่อมลง; ~ sb.'s faith in sth./sb. ทำให้ ค.น. เสื่อมศรัทธาใน ส.น./ค.น.; Ⓓ (agitate) ทำให้สั่นสะเทือน, ทำให้เกิดความวิตกกังวล; she was badly ~n by the news of his death ข่าวการตายของเขาทำให้เธอสะเทือนใจมาก; she was not hurt, only badly ~n เธอไม่ได้รับบาดเจ็บ เพียงแต่สั่นกลัวมากเท่านั้น; he failed his exam – that shook him! เขาสอบตกนั่นทำให้เขาเสียขวัญ; ~ sb.'s composure ทำให้ ค.น. ตกใจ; ~ sb. rigid (coll.) จับ ค.น. เขย่าอย่างแรง, ทำให้ ค.น. ตกใจมาก
❸ v.i., **shook, shaken** or (arch./coll.) **shook** Ⓐ (tremble) (อาการ, พื้น, มือ) สั่น; ~ [all over] with cold/fear สั่น [ไปหมด] ด้วยความหนาวเย็น/ความกลัว; ~ like a leaf สั่นด้วยความกลัวดั่งใบไม้ไหว; ~ with emotion สั่นคลอนด้วยอารมณ์; ~ in one's shoes (coll.) ตกใจกลัวมาก; Ⓑ (coll.: ~ hands) จับมือกัน; let's ~ on it! มาจับมือกันไว้; ~ on sth. จับมือกันเกี่ยวกับ ส.น.
~ **'down** ❶ v.t. Ⓐ (get down by shaking) เขย่าลง; Ⓑ (Amer. sl.: extort money from) ข่มขู่เงิน; ~ sb. down for £50 ไถเงินจำนวน 50 ปอนด์จาก ค.น. ❷ v.i. Ⓐ (sleep) หาที่หลับนอนชั่วคราว; ➡ + shake-down; Ⓑ (settle) (เครื่องยนต์) เริ่มวิ่งดีแล้ว; (บุคคล) เริ่มคุ้นเคยกับสถานการณ์
~ **'off** v.t. (lit. or fig.) กำจัด, สละ; หลบหนี (คนที่ติดตาม); ➡ + dust 1 A
~ **'out** v.t. เขย่าออก (ให้ว่างเปล่า); (spread out) แผ่ออก; ➡ + shake-out
~ **'up** v.t. Ⓐ (mix) ผสม (เครื่องปรุง) โดยการสั่นเขย่า; Ⓑ ปัด (หมอน); Ⓒ (make uncomfortable by shaking) สั่น/เขย่าจนรู้สึกไม่สบาย; Ⓓ (discompose) ทำให้รู้สึกสั่นสะเทือน; she felt pretty ~n up เธอรู้สึกค่อนข้างช็อก; Ⓔ (rouse to activity) ทำให้ตื่นตัว; Ⓕ (coll.: reorganize) ปรับปรุง, จัดระเบียบใหม่ (นโยบาย, ตำแหน่ง); ➡ + shake-up

'shake-down /ˈʃeɪkdaʊn/ˈเชคดาวนฺ/ n. การข่มขู่, การขู่กรรโชก, การค้นหาอย่างละเอียด, ที่นอนชั่วคราว

shaken ➡ shake 2, 3

'shake-out n. การเปลี่ยนแปลงอย่างใหญ่หลวง; (making workers redundant) การให้คนงานลาออก

shaker /ˈʃeɪkə(r)/ˈเชเคอะ(ร)/ n. Ⓐ (vessel) ถ้วยเขย่า (ค็อกเทล); Ⓑ S~ (Relig.) สมาชิกของนิกายศาสนาในอเมริกา โดยชายหญิงอยู่กันโดยไม่ร่วมเพศ; Ⓒ (implement) กระปุกโปรย (เกลือ, น้ำตาล)

Shakespe[a]rean, Shakespe[a]rian /ʃeɪkˈspɪərɪən/เชค'ซเปียเรียน/ adj. (กลอน, ละคร, ยุค) ของเชคสเปียร์ (1564–1616)

'shake-up n. (mixing) get a [good] ~: ได้รับการผสม [อย่างดี]; Ⓑ (restoring to shape) give the pillows a good ~: ตีหมอนให้เข้ารูป; Ⓒ (coll.: reorganization) give sth. a [good] ~: ปฏิรูประเบียบ ส.น. อย่างเต็มที่; sth. needs a ~: ส.น. ต้องการการจัดระเบียบเปลี่ยนแปลงใหม่; government ~: การเปลี่ยนแปลงภายในรัฐบาล, การปรับ (คณะรัฐมนตรี); Ⓓ (rousing to activity) การกระตุ้นให้ทำงาน

shakily /ˈʃeɪkɪlɪ/ˈเชคิลิ/ adv. (เดิน, ยิ้ม) ด้วยอาการสั่น; (เขียน) อย่างสั่น ๆ

shaky /ˈʃeɪkɪ/ˈเชคิ/ adj. Ⓐ (unsteady) (โต๊ะ, บ้าน) ไม่มั่นคง; (มือ, ขา) สั่น; feel ~: รู้สึกสั่น; be ~ on one's legs เดินไม่มั่นคง, เดินอย่างขาสั่น; Ⓑ (unreliable) เชื่อถือไม่ได้; his Thai is rather ~: ภาษาไทยของเขาไม่ค่อยดี

shale /ʃeɪl/เชล/ n. หินบาง ๆ ที่เกิดจากการแข็งตัวของเลนหรือโคลน

'shale oil n. น้ำมันที่สกัดจากหินเชล

shall /ʃl, stressed ʃæl/ช'ล, แชล/ v. aux. only in pres. **shall**, neg. (coll.) **shan't** /ʃɑːnt/ชานทฺ/, past **should** /ʃəd, stressed ʃʊd/เชิด, ชุด/ neg. (coll.) **shouldn't** /ˈʃʊdnt/ˈชุด'นทฺ/ Ⓐ expr. simple future จะ; Ⓑ **should** expr. conditional ควรจะ; he should not have gone if I could have prevented it เขาจะไม่ได้ไปถ้าฉันสามารถห้ามไว้; I should have been killed if I had let go ฉันคงตายไปแล้วถ้าปล่อยมือ; Ⓒ expr. command any person found in possession of such weapons ~ be guilty of an offence (Law) บุคคลใดก็ตามที่พบว่ามีอาวุธดังกล่าวไว้ในครอบครองจะมีความผิด; the committee ~ not be disturbed คณะกรรมการจะต้องไม่ถูกรบกวน; thou shalt not steal (Bibl.) เจ้าจะต้องไม่ขโมย; Ⓓ expr. will or intention what ~ we do? พวกเราจะทำอะไร; let's go in, ~ we? พวกเราเข้าไปข้างในกันเถอะดีไหม; I'll buy six, ~ I? ฉันจะซื้อหกอันได้ไหม; you ~ pay for this! คุณจะต้องจ่ายค่าชดเชยสำหรับสิ่งนี้; we should be safe now ตอนนี้พวกเราควรจะปลอดภัยแล้ว; he shouldn't do things like that! เขาไม่น่าจะทำแบบนั้น; oh, you shouldn't have! โอ คุณไม่น่าเลย; you should be more careful คุณน่าจะระมัดระวังมากกว่านี้; ➡ + worry 2; Ⓔ in conditional clause if we should be defeated ถ้าพวกเราจะพ่ายแพ้; should I be there, I will tell her ถ้าฉันอยู่ที่นั่น ฉันจะบอกเธอ; I should hope so ฉันก็หวังเช่นนั้น; (indignant) แน่นอนล่ะ; Ⓕ in tentative assertion I should like to disagree with you on that point ฉันจะขอโต้เถียงกับคุณในประเด็นนั้น; I should say it is time we went home ฉันว่ามันได้เวลาแล้วที่พวกเราควรกลับบ้าน; Ⓖ forming question; ~ you be going to church? คุณจะไปโบสถ์ไหม; Ⓗ expr. purpose in order that he ~ or should be able to go เพื่อว่าเขาจะสามารถไปได้; I gave him £5 so that he should have enough money for the journey ฉันให้เงินเขา 5 ปอนด์ เพื่อว่าเขาจะได้มีเงินพอสำหรับการเดินทาง; ➡ + seem A

shallot /ʃə'lɒt/เชอะ'ลอท/ *n.* พืชคล้ายหัวหอม *Allium ascalonicum*

shallow /'ʃæləʊ/'แชโล/ ❶ *adj.* ➤ 426 *(น้ำ, แม่น้ำ)* ตื้น; *(fig.) (คน, การอภิปราย)* ที่ไม่ลึกซึ้ง; *(หนังสือ)* ที่ไม่มีสาระ; **~ breathing** การหายใจตื้น ๆ ❷ *n. in pl.* ที่ตื้น, น้ำตื้น

shalom /ʃə'lɒm/เชอะ'ลอม/ ❶ *int.* สวัสดี *(การทักทายและการอำลาของชาวยิว)* ❷ *n.* การทักทายดังกล่าว

sham /ʃæm/แชม/ ❶ *adj.* เสแสร้ง, ตบตา; *(หนัง, ขนสัตว์)* เก๊ ❷ *n. (pretence)* การเสแสร้ง; *(person)* คนที่เสแสร้ง; **it is all a mere ~:** ทั้งหมดมันเป็นการเสแสร้งเท่านั้น; **their marriage is only a ~:** การแต่งงานของพวกเขาเป็นการตบตาเท่านั้น; **his life is a ~:** ชีวิตของเขาเป็นสิ่งเสแสร้ง ❸ *v.t.*, **-mm-** เสแสร้ง, แกล้งทำ; **~ dead/ill/stupid** เสแสร้งเป็นตาย/ป่วย/โง่เขลา ❹ *v.i.* **-mm-** เสแสร้ง

shaman /'ʃæmən/'เชเมิน/ *n.* บุคคลที่เป็นทั้งพระและหมอ, หมอผี

shamble /'ʃæmbl/'แชมบ'ล/ ❶ *v.i.* เดินอย่างงุ่มง่าม; **a shambling gait** การย่างก้าวเดินอย่างงุ่มง่าม ❷ *n.* การวิ่งหรือเดินอย่างงุ่มง่าม; **move along at a ~:** เคลื่อนที่ไปอย่างงุ่มง่าม

shambles /'ʃæmblz/'แชมบ'ลซ/ *n. sing. (coll.: mess)* ความยุ่งเหยิง, ความสับสนปนเป; **the house/room was a ~:** บ้าน/ห้องยุ่งเหยิงไปหมด; **the economy is in a ~:** เศรษฐกิจอยู่ในสภาพยุ่งเหยิง; **she made a ~ of her job** เธอทำงานเละเทะ

shambolic /ʃæm'bɒlɪk/แชม'บอลิค/ *adj. (coll.)* วุ่นวายสับสน, อลหม่าน

shame /ʃeɪm/เชม/ ❶ *n.* Ⓐ ความละอายใจ; **feel ~/no ~ for what one did** รู้สึก/ไม่รู้สึกละอายใจสำหรับสิ่งที่ทำลงไป; **hang one's head in** *or* **for ~:** ก้มศีรษะลงด้วยความละอายใจ; **blush with ~:** หน้าแดงด้วยความละอายใจ; **be without ~:** ปราศจากความละอายใจ; **have no [sense of] ~:** ไม่มีความ [รู้สึก] ละอายใจ; **have you no ~?** คุณไม่มีความรู้สึกละอายใจเลยหรือ; **to my ~ I must confess ...:** ด้วยความละอายใจฉันต้องสารภาพว่า...; **for ~!** น่าละอายใจจังเลย; Ⓑ *(state of disgrace)* สภาพอับอาย; **~ on you!** คุณน่าจะละอาย; **put sb./sth. to ~:** ทำให้ *ค.น./ส.น.* อับอายอดสู; **bring ~ on the family name, be a ~ to one's family** นำความอับอายอดสูมาสู่วงศ์ตระกูล; Ⓒ **what a ~!** *(disgrace)* น่าละอายจริง ๆ; *(bad luck)* โชคร้ายจังเลย; *(pity)* น่าเสียดายจริง ๆ; **it is a crying** *or* **terrible** *or* **great ~:** มันเป็นความอัปยศอย่างมหันต์ ❷ *v.t.* ทำให้อับอายขายหน้า, ทำให้อัปยศอดสู; **~ sb. into doing/out of doing sth.** ทำให้ *ค.น.* อับอายจนทำ/ไม่ทำ *ส.น.*; **~ one's family** ทำให้วงศ์ตระกูลอัปยศอดสู

'shamefaced *adj.* อับอาย, ขายหน้า, ละอายใจ; **have a ~ look, look ~:** ดูอับอาย

shamefacedly /ʃeɪm'feɪsɪdlɪ/เชม'เฟซิดลิ/ *adv.* อย่างอับอาย, อย่างขายหน้า

shameful /'ʃeɪmfl/'เชมฟ'ล/ *adj.* น่าละอายใจ, น่าอับอาย

shamefully /'ʃeɪmfəlɪ/'เชมเฟอะลิ/ *adv.* อย่างน่าละอายใจ, อย่างขายหน้า; **she is ~ ignorant** เธอโง่เขลาขาดอย่างน่าอับอาย

shameless /'ʃeɪmlɪs/'เชมลิซ/ *adj.* ไม่มีความละอายใจ, ไร้ยางอาย; **are you completely ~?** คุณไม่มีความละอายใจเลยหรือ

shamelessly /'ʃeɪmlɪslɪ/'เชมลิซลิ/ *adv.* อย่างไม่มีความละอายใจ, อย่างไร้ยางอาย

shammy /'ʃæmɪ/'แชมิ/ *n.* **~ [leather]** *(coll.)* หนังชามัวร์ *(ท.ศ.)*

shampoo /ʃæm'puː/แชม'พู/ ❶ *v.t.* ใช้แชมพู *(สระผม, ล้างพรม)*; **shall I ~ your hair for you?** จะให้ฉันสระผมให้คุณไหม ❷ *n.* ยาสระผม, แชมพูสระผม/ล้างรถ *ฯลฯ*; **carpet ~:** แชมพูทำความสะอาดพรม; **medicated ~:** แชมพูใส่ยา; **car ~:** แชมพูล้างรถ; **have a ~ and set** สระผมด้วยแชมพูและจัดทรงผม; **give one's hair a ~:** สระผมตนเอง

shamrock /'ʃæmrɒk/'แชมร็อค/ *n.* พืชที่มีใบสามแฉก โดยเฉพาะ *Trifolium repens*; *(emblem of Ireland)* ใบของต้นไม้ที่เป็นสัญลักษณ์ของประเทศไอร์แลนด์

shandy /'ʃændɪ/'แชนดิ/ *n.* เบียร์ผสมกับน้ำมะนาวหรือน้ำขิง

Shangri-La /ʃæŋgrɪ'lɑː/แชงกริ'ลา/ *n.* สวรรค์บนดินที่จินตนาการขึ้นมา

shank /ʃæŋk/แชงค/ *n.* Ⓐ *(of person)* หน้าแข้ง; **[go] on S~s's mare** *or* **pony** ใช้เท้าเดินไป; Ⓑ *(of horse)* ส่วนล่างของขาหน้าม้า; *(cut of meat)* เนื้อขาสัตว์; Ⓒ *(Bot.)* ก้าน; Ⓓ *(of pillar)* ส่วนลำต้น; *(of key, anchor, nail)* ก้าน; *(of fish-hook)* คันเบ็ด; *(of spoon)* ด้ามช้อน

shan't /ʃɑːnt/ชาน'ท/ *(coll.)* = **shall not**

shantung /ʃæn'tʌŋ/แชน'ทัง/ *n.* ผ้าไหม

[1]**shanty** /'ʃæntɪ/'แชนทิ/ *n. (hut)* กระท่อม

[2]**shanty** *n. (song)* เพลงของกะลาสีเรือ

'shanty town *n.* *ย่านยากจนของเมืองที่มีกระท่อมอยู่หนาแน่น*

shape /ʃeɪp/เชพ/ ❶ *v.t.* Ⓐ *(create, form)* ก่อขึ้น, ทำเป็นรูปเป็นร่าง (into); **~ a dress at the waist** ทำชุดให้เข้ารูปที่เอว; **you can ~ plastic when it is hot** พลาสติกร้อนสามารถดัดเป็นรูปร่างได้; Ⓑ *(adapt, direct)* ปรับ *(นิสัย)*; กำหนด *(นโยบาย, แนวทางชีวิต)* (for สำหรับ) ❷ *v.i.* เป็นรูปเป็นร่าง, พัฒนา, ก่อร่าง; **the way things are shaping, we should be able to come** ตามที่สิ่งต่าง ๆ กำลังพัฒนาพวกเราคงมาได้ ❸ *n.* Ⓐ *(external form, outline)* รูปร่างภายนอก, โครงสร้าง; **spherical/rectangular in ~:** เป็นรูปวงกลม/สี่เหลี่ยมมุมฉาก; **in the ~ of a circle** ในรูปวงกลม; **she is the right ~ for a dancer** เธอมีรูปร่างสมบูรณ์แบบที่จะเป็นนักเต้นรำ; **take ~** *(รูปปั้น, สิ่งก่อสร้าง)* เป็นรูปเป็นร่าง, เริ่มก่อร่าง; (➡ + C); Ⓑ *(appearance)* รูปร่าง; **a monster in human ~:** อสุรกายในร่างของมนุษย์; **in the ~ of a woman** ในรูปร่างของผู้หญิง; **a paperweight in the ~ of a lizard** ที่ทับกระดาษที่เป็นรูปร่างกิ้งก่า; Ⓒ *(specific form)* รูปแบบเฉพาะ; **a surprise in the ~ of an invitation/a holiday** สิ่งที่ไม่ได้คาดหวังในรูปแบบของคำเชื้อเชิญ/การไปเที่ยว; **nothing in the ~ of ...:** ไม่มีอะไรในรูปแบบของ...; **take ~** เป็นรูปเป็นร่าง, ก่อร่าง (➡ + A); **get one's ideas into ~:** จัดความคิดของตนให้เป็นรูปเป็นร่าง; **knock sth. out of ~:** ทำ *ส.น.* ผิดรูปผิดร่าง; **knock sth. into ~:** ทำ *ส.น.* ให้เป็นรูปเป็นร่าง, จัดทำ *ส.น.* ให้เหมาะสม; **we have knocked the plans into ~:** พวกเราได้จัดทำแผนการให้เป็นรูปเป็นร่าง; **in all ~s and sizes, in every ~ and size** ในทุกรูปแบบและทุกขนาด; **the ~ of things to come** สิ่ง *หรือ* เครื่องหมายที่บ่งบอกถึงอนาคต; **this may be the ~ of things to come** นี้อาจจะเป็นตัวอย่างของสิ่งที่จะเกิดขึ้นในอนาคต; ➡ + **lick 1 A**; Ⓓ *(condition)* สภาพ *(ร่างกาย)*; **do yoga to keep in ~:** ฝึกโยคะเพื่อรักษาสภาพร่างกายให้สมบูรณ์แข็งแรง; **be in good/bad ~:** อยู่ในสภาพที่ดี/แย่; **be in poor ~ mentally/physically** อยู่ในสภาพจิตใจ/ร่างกายที่แย่; **what sort of ~ is the business in?** ธุรกิจอยู่ในสภาพแบบไหน; **be in no ~ to do sth.** ไม่อยู่ในสภาพที่จะทำ *ส.น.*; Ⓔ *(person seen, ghost)* ร่างที่เห็น *(ไม่ชัดเจน)*, ผี; Ⓕ *(mould)* แบบ; *(for hats)* แบบสำหรับหมวก; *(for puddings, jellies, etc.)* แม่พิมพ์

~ 'up *v.i.* พัฒนาก้าวหน้า; **how's the new editor shaping up?** บรรณาธิการคนใหม่ทำงานเป็นยังไงบ้าง

SHAPE /ʃeɪp/เชพ/ *abbr.* **Supreme Headquarters Allied Powers Europe** กองบัญชาการสูงสุดขององค์การนาโต้

shaped /ʃeɪpt/เชพท/ *adj.* มีรูปร่าง; **be ~ like a pear** มีรูปร่างเหมือนลูกแพร์; **this is an oddly ~ cake** ขนมเค้กก้อนนี้มีรูปร่างแปลกประหลาด

shapeless /'ʃeɪplɪs/'เชพลิซ/ *adj.* ไม่มีรูปร่าง, ไร้รูปแบบ

shapely /'ʃeɪplɪ/'เชพลิ/ *adj.* *(ผู้หญิง)* มีรูปร่างดี; *(รถยนต์)* ได้สัดส่วน

shard /ʃɑːd/ชาด/ ➡ **sherd**

share /ʃeə(r)/แช(ร)/ ❶ *n.* Ⓐ *(portion)* ส่วน, ส่วนแบ่ง; *(part one is entitled to)* **[fair] ~:** ส่วนแบ่ง [ที่เป็นธรรม]; **he had a large ~ in bringing it about** เขามีส่วนอย่างมากในการทำให้เกิดเรื่องขึ้น; **come in for one's full ~ of criticism** ถูกวิจารณ์เสียเต็มเหนี่ยวในส่วนที่ตนผิด; **pay one's ~ of the bill** จ่ายใบแจ้งหนี้ในส่วนของตน; **have a ~ in the profits** มีส่วนแบ่งในผลกำไร; **do more than one's [fair] ~ of the work** ทำงานเกินส่วนที่ได้รับมอบหมาย; **each had his ~ of the cake** แต่ละคนได้รับส่วนแบ่งในผลประโยชน์ตามที่ควร; **have more than one's [fair] ~ of the blame/attention** ได้รับคำตำหนิ/ความสนใจมากกว่าที่ควร; **she had her ~ of luck/bad luck** เธอโชคดี/โชคร้ายพอสมควร; **take one's ~ of the responsibility** รับผิดชอบตามส่วนของตน; **take one's ~ of the blame** ร่วมรับคำตำหนิ; **go ~s** แบ่ง *(กำไร, ค่าใช้จ่าย ฯลฯ)* กับคนอื่น; **let me go ~s with you in the taxi fare** ให้ฉันช่วยออกค่ารถแท็กซี่กับคุณด้วยนะ; **it was ~ and ~ alike** ทุกคนก็แบ่งซึ่งกันและกัน; ➡ + **lion A**; Ⓑ *(part-ownership of property)* เจ้าของร่วม; *(part of company's capital)* หุ้นส่วน; **have a ~ in a business** มีหุ้นส่วนในธุรกิจประเภทหนึ่ง; **hold ~s in a company** *(Brit.)* มีหุ้นส่วนในบริษัท; ➡ + [1]**defer A**; **ordinary B**
❷ *v.t.* แบ่ง, ร่วม; **~ the same birthday/surname** มีวันเกิด/นามสกุลเดียวกัน
❸ *v.i.* **~ in** มีส่วนร่วมใน *(กำไร, ความสุข)*; **there are no single rooms left, so I'll have to ~:** ไม่มีห้องเดี่ยวเหลือ ดังนั้นฉันจึงต้องพักร่วมห้องกับคนอื่น

~ 'out *v.t.* แบ่งและแจกจ่าย (among ระหว่าง); ➡ + **share-out**

share: ~ certificate *n.* ใบหุ้น, ใบรับรองการมีสิทธิในหุ้น; **~cropper** *n. (Amer.)* *ชาวนาที่เช่าที่ดินและแบ่งส่วนผลผลิตของตนให้เป็นค่าเช่าที่ดิน*; **~holder** *n.* ผู้ถือหุ้น; **~ index** *n. (Econ.)* ดัชนีหุ้น; **~-out** *n.* การแจกจ่าย; **~ware** *n., no pl. (Computing)* *โปรแกรมคอมพิวเตอร์ที่ทดลองใช้ได้โดยไม่ต้องซื้อ แต่มีระยะเวลาการใช้งานหรือคุณสมบัติจำกัด*

shariah /ʃə'ri:ə/เชอะ'รีเออะ/ *n. (Islamic Law)* ประมวลกฎหมายทางศาสนาอิสลาม

shark /ʃɒ:k/ชาค/ *n.* Ⓐ ปลาฉลาม; Ⓑ *(fig.: swindler)* คนโกง, คนต้มตุ๋น, คนหลอกลวง; **property ~:** คนโกงทรัพย์สมบัติ

'sharkskin *n.* Ⓐ *(skin)* หนังปลาฉลาม; Ⓑ *(fabric)* เนื้อผ้าผิวลื่นเป็นมันเรียบ

sharp /ʃɒ:p/ชาพ/ ❶ *adj.* Ⓐ *(with fine edge)* คม; *(with fine point) (ตะปู, ดินสอ ฯลฯ)* แหลม; **~ sand** ทรายที่เป็นเม็ดสากๆ ไม่เกลี้ยงกลม; Ⓑ *(clear-cut) (รูปร่าง, ความแตกต่าง)* ที่ชัดเจน; *(รูปถ่าย)* ที่คม; *(ไหวพริบ)* แหลมคม; Ⓒ *(abrupt, angular) (การเปลี่ยนแปลง)* กะทันหัน; *(โค้ง)* เป็นมุมหัก; *(เนิน)* ชัน; **a ~ rise/fall in prices** ราคาขึ้น/ลงอย่างกะทันหัน; Ⓓ *(intense) (ความหิว)* รุนแรง, เข้มข้น; *(acid, pungent) (อาหาร)* เปรี้ยว, รสชาติเผ็ดร้อน; *(shrill, piercing) (เสียง)* แหลม, กรี๊ด; *(biting) (ลม)* แรง; *(sudden, severe) (ความเจ็บปวด)* ทันทีทันใด; *(การโจมตี)* รุนแรง; *(harsh, acrimonious) (คำพูด, อารมณ์ ฯลฯ)* รุนแรง, เผ็ดร้อน, จัดจ้าน; **a short ~ struggle** การต่อสู้อย่างรุนแรงในเวลาอันสั้น; **a short ~ shock** ความตื่นตกใจอย่างรุนแรงในเวลาอันสั้น; Ⓔ *(acute, quick) (หัว, ตา, การเข้าใจ)* ไว; **be ~ at maths** หัวไวทางคณิตศาสตร์; **be as ~ as a needle** มีสติปัญหาเฉียบแหลม; **that was pretty ~!** หัวไวไม่เลวทีเดียว; **keep a ~ lookout for the police!** คอยเฝ้าดูตำรวจเอาไว้ให้ดีนะ; **keep a ~ watch** เฝ้าดูไว้อย่างระวัง; **her mind is as ~ as a needle** ความคิดของเธอเฉียบแหลม; Ⓕ *(derog.: artful, dishonest, quick to take advantage)* เจ้าเล่ห์, ฉลาดแกมโกง; **~ practice** การปฏิบัติที่ทุจริต; Ⓖ *(vigorous, brisk)* มีกำลัง, แข็งแรง, ว่องไว; **that was ~ work** งานนั้นเสร็จอย่างว่องไว; **~'s the word!, be ~ about it!** เร่งมือหน่อย, เร็วเข้า; Ⓗ *(Mus.) (เสียง)* แหลม/สูงเกินปกติ, *(โน้ตเพลง)* ชาร์ป *(ท.ศ.)*; **F/G/C** *etc.* **~:** เอฟ/จี/ซี ฯลฯ ชาร์ป *(ท.ศ.)*; Ⓘ *(coll.: stylish)* เท่, มีรูปแบบทันสมัย; **she is a ~ dresser** เธอแต่งตัวเท่

❷ *adv.* Ⓐ *(punctually)* **at six o'clock ~:** เวลาหกโมงตรง; **on the hour ~, ~ on the hour** ตรงทุกชั่วโมง; Ⓑ *(suddenly)* อย่างทันทีทันใด; **turn ~ right** เลี้ยวขวาทันที; Ⓒ **look ~!** เร็วเข้า; Ⓓ *(Mus.)* ชาร์ป, ตัวโน้ตที่มีเสียงสูงขึ้นกึ่งระดับ ❸ *n. (Mus.) (symbol)* สัญลักษณ์การขึ้นระดับเสียงสูง

'sharp-edged *adj.* มีขอบคม; *(มีด)* คม

sharpen /'ʃɑ:pən/'ชาเพิน/ *v.t.* ทำให้แหลมคม, ลับคม; *(fig.)* ฝึกให้เฉียบแหลมขึ้น

'sharp end *n. (coll.)* Ⓐ *(Naut.)* หัวเรือ; **be at the ~:** อยู่ที่หัวเรือ; Ⓑ *(fig.: place of direct action or decision)* จุดล่อแหลม, แนวหน้า; **at the ~:** อยู่ที่จุดล่อแหลม

sharpener /'ʃɑ:pnə(r)/'ชาเพอะเนอะ(ร)/ *n. (for pencil)* กบ, ที่เหลาดินสอ; *(for tools)* เครื่องลับของมีคม

sharper /'ʃɑ:pə(r)/'ชาเพอะ(ร)/ *n. (at cards)* คนโกงในการเล่นไพ่; *(swindler)* คนโกง

sharp: ~-eyed *adj.* ตาไว, สายตาดี; **be ~-eyed** ตาไว; **be as ~-eyed as a hawk/lynx** ตาไวราวกับเหยี่ยว/แมวป่า; **it was ~-eyed of you to spot the fault** คุณตาไวดีจริงที่มองเห็นจุดผิดพลาดได้; **~featured** *adj.* หน้าคม

sharpish /'ʃɑ:pɪʃ/'ชาพิช/ *adv. (coll.) (quickly)* อย่างรวดเร็ว; *(promptly)* อย่างฉับพลัน

sharply /'ʃɑ:plɪ/'ชาพลิ/ *adv.* Ⓐ *(acutely)* อย่างเฉียบแหลม; **~ angled** เป็นมุมหักแหลม; **come ~ to a point** ปลายแหลมมาก; Ⓑ *(clearly)* อย่างกระจ่างชัด; Ⓒ *(abruptly) (ห้ามล้อ, หยุด)* อย่างกะทันหัน; Ⓓ *(acidly)* เปรี้ยว; *(harshly) (ตอบคำถาม)* อย่างรุนแรง; **~ contested** แข่งกันอย่างดุเดือด; **~ worded letter** จดหมายที่ใช้ถ้อยคำรุนแรง; Ⓔ *(quickly)* อย่างรวดเร็ว

sharpness /'ʃɑ:pnɪs/'ชาพนิซ/ *n., no pl.* ความคม; *(fineness of point)* ความแหลม

sharp: ~ practice *n.* การดำเนินธุรกิจโดยไม่ตรงไปตรงมา แต่ไม่ถึงกับผิดกฎหมาย; **~shooter** *n.* นักแม่นปืน; **~-witted** *adj.* มีปัญญาเฉียบแหลม

shat ➡ [1,2]**shit**

shatter /'ʃætə(r)/'แชเทอะ(ร)/ ❶ *v.t.* Ⓐ *(smash)* ทุบให้แตกละเอียด; Ⓑ *(destroy)* ทำลาย *(ความหวัง, สุขภาพ)*; Ⓒ *(coll.: greatly upset)* ก่อกวนอย่างรุนแรง ❷ *v.i.* แตกละเอียด

shattered /'ʃætəd/'แชเทิด/ *adj.* Ⓐ *(กระจก, แก้ว)* แตกละเอียด; *(fig.) (ความหวัง)* ถูกทำลายย่อยยับ; Ⓑ *(coll.: greatly upset)* **she was ~ by the news** ข่าวทำให้เธอสะเทือนใจมาก หรือ สุขภาพหวั่นไหวมาก; **I'm ~!** ฉันรู้สึกสะเทือนใจมาก; Ⓒ *(Brit. coll.: exhausted)* **I'm ~:** ฉันเหนื่อยอ่อน; **I feel/she looks ~:** ฉันรู้สึก/เธอดูหมดแรงจริงๆ

shattering /'ʃætərɪŋ/'แชเทอะริง/ *adj.* Ⓐ *(ruinously destructive)* ที่ทำลายอย่างย่อยยับ; Ⓑ *(coll.: very upsetting)* น่าอารมณ์เสียมาก, น่าสะเทือนใจ; **it must have been ~ for you** มันคงจะทำให้คุณเสียใจมาก; Ⓒ *(coll.: exhausting)* ทำให้เหนื่อยอ่อน, ทำให้หมดแรง

'shatter-proof *adj.* ตกไม่แตก, แตกแล้วไม่กระเด็นกระจาย; **~ glass** กระจกที่ตกไม่แตก หรือ แตกแล้วไม่กระจาย

shave /ʃeɪv/เชว/ ❶ *v.t.* Ⓐ โกน *(หนวด)*; **he ~d his beard** เขาโกนเครา; Ⓑ *(pare surface of)* ไส, เกลา; Ⓒ *(fig.)* **~ a few hundredths of a second off the record** ทำลายสถิติได้แค่ไม่ถึงเสี้ยววินาที; Ⓓ *(graze)* เฉียด *(รถยนต์)* ❷ *v.i.* Ⓐ โกน *(หนวด)*; Ⓑ *(scrape)* **~ past sth.** เฉียดผ่าน *ส.น.* ❸ *n.* Ⓐ การโกน; **have** *or* **get a ~:** โกนหนวด; **have** *or* **get a ~ at the barber's** *(ไป)* โกนหนวดที่ร้านตัดผม; **this razor gives a good ~:** ใบมีดนี้ใช้โกนได้เกลี้ยงดี; **a clean** *or* **close ~:** การโกนจนสะอาดเกลี้ยงเกลา; Ⓑ **close ~** *(fig.)* ➡ **close** 1 F; Ⓒ *(tool)* อุปกรณ์ไสไม้

~ 'off *v.t.* โกนออก, ครูดออก, เกลาออก

shaven /'ʃeɪvn/'เชว่น/ *adj.* ที่ถูกโกน, โกนเกลี้ยงแล้ว

shaver /'ʃeɪvə(r)/'เชเวอะ(ร)/ *n.* Ⓐ มีดโกน, เครื่องโกนหนวด, ผู้โกน; Ⓑ *(dated coll.: lad)* **[young] ~:** เด็กหนุ่ม

'shaver point *n.* ปลั๊กเสียบเครื่องโกนหนวด

Shavian /'ʃeɪvɪən/'เชเวียน/ *adj.* เกี่ยวกับหรือมีลีลาแบบจอร์จ เบอร์นาร์ด ชอว์ นักแต่งบทละครชาวไอริช (1856–1950)

shaving /'ʃeɪvɪŋ/'เชวิง/ *n.* Ⓐ *(action)* การโกนหนวด; Ⓑ *in pl. (of wood, metal, etc.)* แผ่นบางๆ ที่ไสออกจากผิวไม้, โลหะ ฯลฯ

shaving: ~ brush *n.* แปรงทาครีมโกนหนวด; **~ cream** *n.* ครีมโกนหนวด; **~ foam** *n.* โฟมโกนหนวด; **~ mug** *n.* เหยือกใส่สบู่และน้ำเพื่อทำฟองโกนหนวด; **~ soap** *n.* สบู่โกนหนวด; **~ stick** *n.* สบู่แท่งใส่ใช้โกนหนวด

shawl /ʃɔ:l/ชอล/ *n.* ผ้าคลุมไหล่; *(light blanket)* ผ้าห่มผืนบางๆ

she /ʃi:, ʃɪ/ชี, ชิ/ ❶ *pron.* เธอ, เขา; *(dated)* นาง, หล่อน; **it was ~** *(formal)* เธอนั่นเอง; ➡ + [1,2]**her; hers; herself** ❷ *n., pl.* **~s** /ʃi:z/ชีซ/ ผู้หญิง; **is it a he or a ~?** นั่นเป็นผู้ชายหรือผู้หญิง

she- /ʃi:/ชี/ *pref. (บุคคล)* ผู้หญิง; *(สัตว์)* ตัวเมีย; **~-ass/-bear** ลา/หมีตัวเมีย; **~-cat, ~-devil** *(fig. derog.: malignant woman)* อีแม่มด, อีปีศาจ

sheaf /ʃi:f/ชีฟ/ *n., pl.* **sheaves** /ʃi:vz/ชีวซ/ *(of corn etc.)* ฟ่อนข้าว; *(of paper, arrow, etc.)* มัด

shear /ʃɪə(r)/เชีย(ร)/ ❶ *v.t., p.p.* **shorn** /ʃɔ:n/ชอน/ *or* **sheared** Ⓐ *(clip)* ตัดขน *(สัตว์)*; **be shorn of sth.** *(fig.)* ถูกแยกออก/กีดกันจาก *ส.น.*; Ⓑ *(Mech.,Geol.: break)* แตกแยก ❷ *v.i., p.p.* **shorn** *or* **sheared** *(เหล็ก)* แตกออก, แหวกออก; **the motor boat ~ed through the water** *(fig.)* เรือยนต์แล่นตัดคลื่นไป; **the cutter blades ~ed through the metal** ใบมีดเฉือนผ่านโลหะไปอย่างง่ายดาย ❸ *n. (Mech., Geol.)* การแตกแยกออก

~ 'off ❶ *v.t.* ทำให้บิดเบี้ยว, ทำให้แตกแยก ❷ *v.i.* บิดเบี้ยว, แตกแยก

shearer /'ʃɪərə(r)/'เชียเรอะ(ร)/ *n.* Ⓐ ➤ 489 *(of sheep)* คนตัดขนแกะ; Ⓑ *(metalworker)* ➤ 489 คนงานตัดแผ่นโลหะ; Ⓒ *(machine)* เครื่องตัด, แท่นตัด

shearing /'ʃɪərɪŋ/'เชียริง/ *n.* การตัด, การตัดขนแกะ

shears /ʃɪəz/เชียรซ/ *n. pl.* **[pair of] ~:** กรรไกรขนาดใหญ่; **garden ~:** กรรไกรตัดกิ่งไม้

'shearwater *n. (Ornith.)* นกทะเลปีกยาวในสกุล *Puffinus*

sheath /ʃi:θ/ชีธ/ *n., pl.* **~s** /ʃi:ðz, ʃi:θs/ชีทธ/ Ⓐ *(for knife)* ปลอกมีด; *(for dagger, sword etc.)* ฝัก; Ⓑ *(Zool.) (of insect)* เนื้อเยื่อที่ห่อหุ้มตัวแมลง; Ⓒ *(Electr.)* ปลอกหุ้มสายไฟ; Ⓓ *(condom)* ถุงยางอนามัย

sheathe /ʃi:ð/ชีท/ *v.t.* Ⓐ *(put into sheath)* ใส่ปลอก, ใส่ฝัก; Ⓑ *(protect)* หุ้ม, ปกป้อง **(in, with** ด้วย**)**

sheathing /'ʃi:ðɪŋ/'ชีทิง/ *n.* ปลอก, วัสดุห่อหุ้ม

'sheath knife *n.* มีดมีปลอกรูปร่างเหมือนกริช

[1]**sheave** /ʃi:v/ชีว/ *n.* ล้อในลูกรอก, ล้อมีร่อง

[2]**sheave** *v.t.* เก็บรวมเป็นมัด, มัดเข้าไปด้วยกัน

sheaves *pl. of* **sheaf**

shebang /ʃɪ'bæŋ/ชิ'แบง/ *n. Amer.* **the whole ~:** ทั้งหมดทุกอย่าง; **who runs the whole ~?** ใครเป็นนายใหญ่ของทั้งหมดนี้

[1]**shed** /ʃed/เช็ด/ *v.t.,* **-dd-, shed** Ⓐ *(part with)* ถอด *(เสื้อผ้า)*; ลอก *(คราบ)*; ทิ้ง *(ใบ)*; สละ *(เขากวาง)*; **a duck's back ~s water** หลังเป็ดไม่มีน้ำค้างอยู่ได้; **the snake is ~ding its skin** งูกำลังลอกคราบ; **dogs/cats ~ hairs** สุนัข/แมวขนร่วง; **you should ~ a few pounds** คุณควรลดน้ำหนักสักสองสามปอนด์; Ⓑ หลั่งไหล *(น้ำตา)*; เสีย *(เลือด)*; **~ tears over sth.** หลั่งน้ำตาให้กับ *ส.น.*; **don't ~ any tears over him** อย่าเสียน้ำตาให้กับเขาเลย; **without ~ding blood** โดยไม่ต้องเสียเลือดเนื้อ; Ⓒ *(dispense)* แจกจ่าย; เปล่ง *(แสง)*; แผ่ *(ความร้อน)*; ➡ + [1]**light** 1 H; Ⓓ *(fig.: cast off)* ปลดออก, ปล่อยออก; เลิก *(พฤติกรรม)*

[2]**shed** *n.* โรงเก็บของ, คอกสัตว์ที่มีชั้นเดียว; **wooden ~:** โรงไม้

she'd /ʃi:d/ชีด/ Ⓐ = **she had;** Ⓑ = **she would**

sheen /ʃi:n/ชีน/ *n.* ความมันวาว

S

sheep /ʃi:p/ชีพ/ *n., pl. same* Ⓐ แกะ; **separate the ~ from the goats** *(fig.)* แยกคนดีออกจากคนชั่ว; **count ~** *(fig.)* นับเลขไปเรื่อย ๆ *(เพื่อให้ง่วงหลับ)*; **follow sb. like ~**: หลงเชื่อตาม *ค.น.* อย่างง่ายดาย; ➡ + **black sheep; eye** 1 A; **lamb** 1 A; **wolf** 1 A; Ⓑ *(person)* คนขี้อาย, คนโง่

sheep: ~ dip *n.* บ่อจุ่มแกะในยาฆ่าเชื้อ; **~dog** *n.* สุนัขเลี้ยงแกะ; **Old English S~dog** สุนัขเลี้ยงแกะพันธุ์ผสมของอังกฤษ; **~ farm** *n. (Brit.)* ฟาร์มปศุสัตว์ที่เลี้ยงแกะเป็นหลัก; **~ farmer** *n. (Brit.)* ➤ 489 เจ้าของฟาร์มแกะ; **~fold** *n.* Ⓐ *(pen)* คอกแกะ; Ⓑ *(shelter)* โรงเรือนเลี้ยงแกะ

sheepish /ˈʃi:pɪʃ/ˈชีพิช/ *adj. (awkwardly self-conscious)* ขัดเขิน, กระดาก; *(embarrassed)* กระดากอาย; **he felt a bit ~** *(foolish)* เขารู้สึกเคอะเขินนิดหน่อย

sheepishly /ˈʃi:pɪʃlɪ/ˈชีพิชลิ/ *adv.* ➡ **sheepish**: อย่างเคอะเขิน, อย่างกระดากอาย

sheep: ~meat *n.* เนื้อแกะ; **~pen** *n.* คอกเลี้ยงแกะ; ➡ **sheepfold** A; **~shank** *n. (knot)* ห่วง*หรือเงื่อนที่ใช้รูดเชือกยาวให้สั้นลงชั่วคราว*; **~ shearer** /ˈʃi:p ʃɪərə(r)/ˈชีพ เชียเรอะ(ร)/ *n.* ➤ 489 คนตัดขนแกะ; **~-shearing** *n.* การตัดขนแกะ; **~skin** *n.* Ⓐ หนังแกะที่มีขนแกะติดอยู่ด้วย; **~ skin [jacket]** [เสื้อนอก] หนังแกะ; Ⓑ *(leather)* หนังแกะที่ฟอกเป็นหนัง; **~ walk** *n. (Brit.)* ทุ่งเลี้ยงแกะ

[1]**sheer** /ʃɪə(r)/เชีย(ร)/ ❶ *adj.* Ⓐ *attrib. (mere, absolute) (ความโง่เขลา)* โดยแท้, สิ้นเชิง; **by ~ chance** บังเอิญโดยแท้; **it is a ~ impossibility to do it** เป็นไปไม่ได้อย่างสิ้นเชิงที่จะทำสิ่งนั้น; **that's ~ robbery!** นั่นมันปล้นกันแท้ ๆ เลย; **the ~ insolence of it!** โอหังเสียจริงเชียว; **only by ~ hard work** ด้วยการทำงานหนักจริง ๆ เท่านั้น; Ⓑ *(perpendicular) (หน้าผา)* ตัดตรง, ชันมาก; Ⓒ *(finely woven) (ผ้า, เนื้อผ้า)* ทออย่างละเอียด ❷ *adv. (perpendicularly)* อย่างชันดิ่ง, อย่างเป็นมุมฉาก

[2]**sheer** *v.i. (Naut.)* เปลี่ยนเส้นทางเดินเรือ

~ a'way *v.i.* Ⓐ *(Naut.)* เปลี่ยนเส้นทางเดินเรือ; Ⓑ **~ away from** *(fig.: avoid)* หลีกเลี่ยงไปเสีย *(จาก)*

[1]**sheet** /ʃi:t/ชีท/ ❶ *n.* Ⓐ ผ้าปูที่นอน; **put clean ~s on the bed** เปลี่ยนผ้าปูที่นอน; **between the ~s** *(in bed)* อยู่บนเตียง; ➡ + **white** 1 B; Ⓑ *(of thin metal, plastic, glass, iron, etc.)* แผ่นบาง ๆ; **a ~ of iron/plastic** เหล็ก/พลาสติกหนึ่งแผ่น; **a ~ of paper** กระดาษหนึ่งแผ่น; **five ~s of wrapping paper** กระดาษห่อ [ของขวัญ] ห้าแผ่น; **a 250-~ roll of toilet paper** ม้วนกระดาษชำระที่มี 250 แผ่น; **~ of music** แผ่นโน้ตเพลง; **~ glass/metal/iron** กระจก/โลหะ/เหล็กแผ่น; ➡ + **clean** 1 B; Ⓒ *(wide expanse) (น้ำแข็ง, ลาวา)* ผืนใหญ่; **a ~ of water covered the lawn** น้ำท่วมสนามหญ้าเป็นผืนใหญ่; **a huge ~ of flame** เปลวไฟที่ลุกลาม; **the rain was coming down in ~s** ฝนกำลังตกหนักราวกับม่านบังตา; Ⓓ *(Printing) กระดาษขนาดมาตรฐานในการพิมพ์และพับเป็นหนังสือ*; **a book in ~s** หนังสือที่ยังไม่ได้พับเก็บเล่ม

❷ *v.i.* **the rain was ~ing down** ฝนกำลังตกกระหน่ำหนักเหมือนม่านบังตา

[2]**sheet** *n.* Ⓐ *(of sail)* เชือกหรือโซ่โยงใบเรือ; Ⓑ **be three ~s in** *or* **to the wind** *(coll.)* เมาเหล้า

'sheet anchor *n. (Naut.)* สมอสำรอง *(ใช้ในกรณีฉุกเฉิน)*; *(fig.)* *คนหรือสิ่งซึ่งเป็นที่พึ่งพิงแหล่งสุดท้าย*

sheeting /ˈʃi:tɪŋ/ˈชีทิง/ *n.* Ⓐ *(cloth for making bedsheets)* ผ้าทำผ้าปูที่นอน; Ⓑ *(of thin metal, plastic, etc.)* แผ่นบาง; *(of iron, tin)* แผ่น; *(of thicker metal, plastic)* แผ่นหนา

sheet: ~ lightning *n. (Meteorol.)* ฟ้าแลบเป็นแถบกว้าง; **~ music** *n.* เนื้อเพลงที่ตีพิมพ์ออกมาเป็นแผ่น ๆ ไม่รวมเป็นเล่ม

sheik, sheikdom ➡ **sheikh, sheikhdom**

sheikh /ʃeɪk, ʃi:k/เชค, ชีค/ *n.* ชี้ค *(ท.ศ.)* *(หัวหน้าเผ่า/ครอบครัว/หมู่บ้านของชาวอาหรับ)*

sheikhdom /ˈʃeɪkdəm, ʃi:kdəm/เชคเดิม, ชีคเดิม/ *n.* อาณาบริเวณที่ชี้คปกครอง

sheila /ˈʃi:lə/ˈชีเลอะ/ *n. (Austral. and NZ sl.: young woman)* หญิงสาว

shekel /ˈʃekl/ˈเช็ค'ล/ *n.* Ⓐ ➤ 572 หน่วยเงินตราหลักในประเทศอิสราเอล; Ⓑ *in pl. (coll.: money, riches)* เงินทอง, ความมั่งคั่ง

sheldrake /ˈʃeldreɪk/ˈเช็ลเดรค/ *n., fem. and pl.* **shelduck** *or* **sheld duck** /ˈʃeldʌk/ˈเช็ลดัค/ *(Ornith.)* เป็ดป่าที่อาศัยอยู่ตามชายฝั่งในสกุล *Tadorna*

shelf /ʃelf/เช็ลฟฺ/ *n., pl.* **shelves** /ʃelvz/เช็ลวฺซฺ/ Ⓐ *(flat board)* ชั้น, หิ้ง; *(compartment)* ช่องใส่ของ; *(set of shelves)* ชุดของชั้น หรือ หิ้ง; **~ of books** ชั้นวางหนังสือ; **be left on the ~** *(fig.) (คน)* ที่ถูกละเลยเมื่อไม่มีประโยชน์อีกต่อไป; *(ผู้หญิง)* ที่หมดโอกาสแต่งงาน *(ขึ้นคาน)*; **be put on the ~** *(fig.)* ไม่มีโอกาสทำงาน, ไม่ทำประโยชน์แก่ผู้ใด; Ⓑ *(Geol.)* ชั้นหินที่ยื่นออกมาจากหน้าผา; ➡ + **continental shelf**

shelf-ful /ˈʃelffʊl/ˈเช็ลฟฟุล/ *n.* **a ~ of books** หนังสือเต็มชั้น

shelf: ~ life *n.* ระยะเวลาที่สามารถเก็บถนอมไว้ได้ *(อาหาร, สินค้า)*; **~ mark** *n.* ป้ายติดสันหนังสือบอกตำแหน่งในห้องสมุด; **~ room, ~ space** *ns.* ที่ว่างบนชั้นหนังสือ; **give ~ room** *or* **space to sth.** หาที่บนชั้นหนังสือสำหรับ *ส.น.*

shell /ʃel/เช็ล/ ❶ *n.* Ⓐ *(casing)* เปลือกหอย; *(of turtle, tortoise)* กระดอง; *(of pupa)* ปลอก; *(of snail)* เปลือก; *(of pea)* ฝัก; *(of insect's wing)* เปลือกหุ้ม; **collect ~s on the beach** เก็บเปลือกหอยตามชายหาด; **bring sb. out of his ~** *(fig.)* ช่วยทำให้ *ค.น.* หายกระด้างกระเดื่อง; **come out of one's ~** *(fig.)* เลิกขี้อาย; **retire** *or* **go into one's ~** *(fig.)* หลบเข้าหลังฉาก, สงวนท่าทีมากขึ้น; Ⓑ *(frame)* กรอบ, โครง; *(of building)* โครงตึก; Ⓒ *(pastry case)* เปลือกแป้ง; Ⓓ *(racing boat)* เรือแข่ง; Ⓔ *(Motor Veh.)* **[body] ~**: โครงรถ, ตัวถังรถ; *(after fire, at breaker's, etc.)* ซากรถ; Ⓕ *(Mil.) (bomb.)* เปลือกลูกระเบิด; *(Amer.: cartridge)* ปลอกกระสุนปืน

❷ *v.t.* Ⓐ *(take out of ~)* เอาออกจากเปลือก *(ถั่ว, หอยนางรม)*; **as easy as ~ing peas** ง่ายราวกับปอกกล้วยเข้าปาก; **~ed nuts** เม็ดถั่วที่กะเทาะเปลือกออกแล้ว; Ⓑ *(Mil.)* ระดมยิงด้วยกระสุนปืนใหญ่

~ 'out *v.t. & i. (coll.)* จ่ายเงินให้ครบ (**on** สำหรับ)

she'll /ʃɪl, *stressed* ʃi:l/ชิล, ชีล/ = **she will**

shellac /ʃəˈlæk, ˈʃelæk/เชอะˈแล็ค, ˈเช็ลแล็ค/ ❶ *n.* เชลแล็ค *(ท.ศ.)*, น้ำมันชักเงา ❷ *v.t.,* **-ck-** Ⓐ *(varnish)* เคลือบด้วยเชลแล็ค, ทาน้ำมันชักเงา; Ⓑ *(Amer. sl.: defeat, thrash)* ทำให้พ่ายแพ้อย่างราบคาบ

shell: ~fish *n., pl. same* Ⓐ หอย; *(oyster, clam)* หอย; *(crustacean)* สัตว์ทะเลจำพวกกุ้ง, ปู; Ⓑ *in pl. (Gastr.)* อาหารทะเลประเภทกุ้ง หอย ปู; **~-pink** *adj.* สีชมพูอ่อน; **~proof** *adj.* กันกระสุนปืนใหญ่ได้; **~ shock** *n. (Psych.)* *โรคประสาทอันเนื่องมาจากการรบในสงคราม*; **~-shocked** *adj.* **be ~-shocked** เป็นโรคประสาทเนื่องจากการสู้รบ; *(fig.)* ตกตะลึงจนทำอะไรไม่ถูก; **~ suit** *n.* ชุดวอร์มที่ทำด้วยผ้ามัน

shelter /ˈʃeltə(r)/ˈเช็ลเทอะ(ร)/ ❶ *n.* Ⓐ *(shield)* ที่กำบัง (**against** จาก); **bomb** *or* **air-raid ~**: หลุมหลบภัย; **get under ~**: หลบเข้าที่กำบัง; **under the ~ of the rocks/of night** ใต้เงื้อมชะโงก/ในเงามืดยามราตรี; **wooden/mountain ~**: เพิงไม้ที่กำบัง/กระต๊อบบนภูเขา; Ⓑ *no pl. (place of safety)* ที่หลบภัย; **we needed food and ~**: พวกเราต้องการอาหารและที่พักที่ปลอดภัย; **look for ~ for the night** มองหาที่พักอาศัยที่ปลอดภัยสำหรับตอนกลางคืน; **offer** *or* **give sb. ~, provide ~ for sb.** ให้ หรือ จัดหาที่พักอาศัยที่ปลอดภัยให้ *ค.น.*; **in the ~ of one's home** ในบ้านของตน; **take ~ [from a storm]** หาที่หลบภัย [จากพายุ]; **seek/reach ~**: หา/ไปถึงที่พักที่ปลอดภัย

❷ *v.t.* ปกป้อง (**from** จาก); ให้ที่พักแก่ *(ผู้ลี้ภัย)*; **~ sb. from blame/harm** ปกป้อง *ค.น.* จากคำตำหนิติเตียน/ภัยอันตราย

❸ *v.i.* ซ่อน, หลบภัย (**from** จาก); **this is a good place to ~**: ที่นี่ใช้เป็นที่หลบซ่อน/พักชั่วคราวได้ดี

sheltered /ˈʃeltəd/ˈเช็ลเทิด/ *adj. (สถานที่)* ที่ไม่ตากแดดตากฝน, มีที่กำบัง; *(ชีวิต)* ที่เงียบสงบไม่โลดโผน; **~ workshops** โรงงานสำหรับคนที่ด้อยโอกาส; **~ employment** การจ้างงานที่ได้รับการปกป้องคุ้มกัน; **live in ~ housing** อาศัยอยู่ในบ้านสำหรับคนแก่ที่มีการดูแลอย่างใกล้ชิด

shelve /ʃelv/เช็ลวฺ/ ❶ *v.t.* Ⓐ *(put on shelves)* วางไว้บนหิ้งหรือชั้น; *(fig.) (abandon)* ละทิ้ง, ยกเลิก; *(defer)* ผลัดไป, เลื่อนไป; Ⓑ *(fit with shelves)* ติดตั้งหิ้งหรือชั้น ❷ *v.i.* **~ away/off/out into** *(พื้นที่, ที่ดิน)* ค่อย ๆ ลาดลงทีละน้อย ๆ

shelves *pl. of* **shelf**

shelving /ˈʃelvɪŋ/ˈเช็ลวิง/ *n., no pl.* ชั้น, หิ้ง

shemozzle /ʃɪˈmɒzl/ชิˈมอซ'ล/ *n. (coll.)* Ⓐ *(rumpus, brawl)* เสียงอึกทึก, การทะเลาะกันเอ็ดตะโร; Ⓑ *(muddle)* ความยุ่งเหยิงสับสน

shenanigans /ʃɪˈnænɪgənz/ชิˈแนนิเกินซฺ/ *n. pl. (coll.) (trickery)* การโกง, การหลอกลวง; *(nonsense)* ความไร้สาระ; *(high-spirited behaviour)* พฤติกรรมเจี๊ยวจ๊าว

shepherd /ˈʃepəd/ˈเช็พเพิด/ ❶ ➤ 489 *n.* คนเลี้ยงแกะ; *(Relig. fig.) สมาชิกในคณะสงฆ์ที่ดูแลและนำการชุมนุมทางศาสนา*; **the Good S~**: พระเยซูคริสต์, ชุมพาบาล ❷ *v.t.* เลี้ยง, ดูแล, ต้อน; *(fig.)* ชักนำ, ผลักดันให้ทำตาม

'shepherd dog *n.* สุนัขที่ฝึกมาให้เลี้ยงแกะ; ➡ + **German shepherd [dog]**

shepherdess /ʃepəˈdɪs, US ˈʃepərdɪs/เชะเพอะˈดิซ, ˈเช็พเพอรดิซ/ *n.* ➤ 489 หญิงเลี้ยงแกะ

shepherd: ~'s 'crook *n.* ไม้เท้าหัวงอเป็นรูปตะขอ; **~'s 'pie** *n. (Gastr.)* อาหารเนื้อบดโปะหน้ามันฝรั่ง; **~'s 'purse** *n. (Bot.)* พืชที่ดอกสีขาว *Capsella bursa-pastoris* ขึ้นตามทุ่งนา

sherbet /ˈʃɜ:bət/ˈเชอเบิท/ *n.* Ⓐ *(fruit juice; also Amer.: water ice)* น้ำผลไม้, หวานเย็น; Ⓑ *(effervescent drink)* เครื่องดื่มที่เป็นฟองฟู่; *(powder)* ผงแป้งที่ใช้ทำเครื่องดื่มให้เป็นฟองฟู่, ขนมที่เป็นฟองฟู่ ๆ

S

sherd /ʃɜ:d/เชิด/ *n.* เศษเครื่องปั้นดินเผา
sheriff /ˈʃerɪf/ˈเชะริฟ/ *n.* ➤ **489** นายอำเภอ
ˈsheriff court *n. (Scot. Law)* ศาลในเขตปกครอง
Sherpa /ˈʃɜ:pə/ˈเชอเพอะ/ *n. (Ethnol.)* ชาวเชอร์ปา *(ท.ศ.) (เชื้อสายหิมาลายันอาศัยอยู่ตามชายแดนประเทศเนปาลและทิเบต)*
sherry /ˈʃerɪ/ˈเชะริ/ *n.* เหล้าองุ่นแรงจากประเทศสเปน; **~ glass** แก้วใบเล็กสำหรับใส่เหล้าองุ่น
she's /ʃɪz, *stressed* ʃi:z/ชิซฺ, ชีซฺ/ Ⓐ = **she is**; Ⓑ = **she has**
Shetland /ˈʃetlənd/ˈเช็ทเลินดฺ/ *pr. n.* ➡ **Shetland Islands**
Shetlander /ˈʃetləndə(r)/ˈเช็ทเลินเดอะ(ร)/ *n.* คนพื้นเมืองหมู่เกาะเชตแลนด์
Shetland Islands, *pr. n. pl.* หมู่เกาะเชตแลนด์ *(ทางทิศตะวันออกเฉียงเหนือของสกอตแลนด์)*
Shetland: ~ ˈjumper *n.* เสื้อถักจากไหมพรมจากหมู่เกาะเชตแลนด์; **~ ˈpony** *n.* พันธุ์ม้าแคระมีถิ่นกำเนิดในหมู่เกาะเชตแลนด์
Shetlands /ˈʃetləndz/ˈเช็ทเลินดฺซฺ/ *pr. n. pl.* หมู่เกาะเชตแลนด์
Shetland: ~ ˈsheepdog *n.* สุนัขพันธุ์เล็กสำหรับเลี้ยงแกะ; **~ wool** *n.* ใยไหมที่ทำจากขนแกะของหมู่เกาะเชตแลนด์
shew /ʃəʊ/โช/ *(arch.)* ➡ **show** 2, 3
shh /ʃ/ช/ *int.* เสียงจุ๊ปากให้เงียบเสียง
Shiah /ˈʃi:ə/ˈชีเออะ/ *n. (Muslim Relig.)* ศาสนาอิสลามนิกายชีอะห์ *(ซึ่งแพร่หลายในประเทศอิรัก)*
shibboleth /ˈʃɪbəleθ/ˈชิเบอะเล็ธ/ *n.* ลัทธิหรือหลักการที่เชื่อมั่นตามกันมาว่าเป็นจริง; *(catchword)* คำขวัญติดปาก
shield /ʃi:ld/ชีลดฺ/ ❶ *n.* Ⓐ *(piece of armour)* โล่; Ⓑ *(in machinery etc.)* อุปกรณ์ป้องกัน; *(protective plate)* แผ่นป้องกั้น; *(protective screen)* ฉากกั้น; **radiation ~:** แผ่นป้องกันรังสี; Ⓒ *(fig.: person or thing that protects)* คนหรือสิ่งที่ช่วยปกป้อง; Ⓓ *(Zool.)* เปลือก หรือกระดองสัตว์; Ⓔ *(Geol.)* เปลือกโลก; Ⓕ *(Her.)* โล่รูปตราประจำตระกูล; Ⓖ *(Sport: trophy)* ถ้วยรางวัล; Ⓗ *(Amer.: policeman's badge)* ตราของตำรวจ ❷ *v.t.* Ⓐ *(protect)* ปกป้อง; Ⓑ *(conceal)* ซ่อนเร้นปิดบัง; **~ sb. from the truth** ปิดบังมิให้ *ค.น.* รู้ความจริง
shier, shiest ➡ ¹**shy** 1
shift /ʃɪft/ชิฟทฺ/ ❶ *v.t.* Ⓐ *(move)* เปลี่ยนที่, เคลื่อนย้ายเครื่องเรือน; *(to another floor, room, or place)* เปลี่ยน, ย้าย; *(to another town)* ย้าย; **~ one's weight to the other foot** เปลี่ยนไปพักขาอีกข้างหนึ่ง; **~ the responsibility/blame on to sb.** *(fig.)* ปัดความรับผิดชอบ/คำตำหนิให้ *ค.น.* รับแทน; ➡ + ¹**ground** 1 B; Ⓑ *(Amer. Motor Veh.)* **~ gears** เปลี่ยนเกียร์; Ⓒ *(coll.: consume)* บริโภค; Ⓓ *(coll.: sell)* ขาย ❷ *v.i.* Ⓐ *(ลม)* เปลี่ยน **(to** ไปยัง); *(สิ่งที่บรรทุก)* ย้ายที่; *(in drama, novel, etc.)* เปลี่ยนฉาก; **~ uneasily in one's chair** นั่งกระสับกระส่ายไปมาบนเก้าอี้; Ⓑ *(manage)* **~ for oneself** พึ่งพาความสามารถของตนเอง; Ⓒ *(coll.: move quickly)* เคลื่อนที่อย่างรวดเร็ว; **this new Porsche really ~s** รถปอร์เช่คันใหม่นี้วิ่งได้เร็วจริง ๆ; Ⓓ *(Amer. Motor Veh.: change gear)* เปลี่ยนเกียร์; **~ down into second gear** เปลี่ยนลงมาเป็นเกียร์สอง ❸ *n.* Ⓐ **~ in emphasis** การเปลี่ยนจุดเน้น; **a ~ in values/public opinion** การเปลี่ยนค่านิยม/ความคิดเห็นของสาธารณชน; **a ~ towards/away from liberalism** การเปลี่ยนไปสู่/จากลัทธิเสรีนิยม; Ⓑ *(for work)* กะ, ระยะเวลาทำงาน; **eight-hour/late ~:** กะแปดชั่วโมง/กะดึก; **do** *or* **work the late ~:** ทำงานกะดึก; **work in ~s** ทำงานเป็นกะ; Ⓒ *(stratagem, dodge)* เล่ห์กล, กลอุบาย, การหลบหลีกเอาตัวรอด; Ⓓ **make ~ with/without sth.** จัดการโดยใช้ *ส.น.*/จัดการโดยไม่มี *ส.น.*; Ⓔ *(of typewriter)* แป้นยกแคร่เพื่อพิมพ์อักษรแถวบน; *attrib.* **~ key** ปุ่มยกแคร่; Ⓕ *(Amer. Motor Veh.: gear-change)* ระบบเกียร์; **manual/automatic ~:** ระบบเกียร์มือ/อัตโนมัติ; Ⓖ *(dress)* กระโปรงชุดหลวมไม่เข้ารูป; Ⓗ *(Phys.)* การเลื่อนที่ของแถบสีสเปคตรัม, การเปลี่ยนคลื่นความถี่; Ⓘ *(Ling.)* **sound ~:** การเปลี่ยนเสียงอย่างเป็นระบบในภาษา
shifting ˈsands *n. pl. (lit.)* ทรายละเอียดที่ลมพัดพามา; *(fig.)* สภาพที่ไม่มั่นคง
shiftless /ˈʃɪftlɪs/ˈชิฟทฺลิซ/ *adj. (lacking resourcefulness)* ไร้ความมุ่งมั่น; *(incapable)* ไร้ความสามารถ
shifty /ˈʃɪftɪ/ˈชิฟทิ/ *adj.* ไม่ตรงไปตรงมา, หลบหลีก, มีเล่ห์เหลี่ยม
shiitake mushroom /ʃɪˈtɑ:keɪ ˈmʌʃru:m, ʃɪɪ-/ชิˈทาเคะ ˈมัชรูม/ *n.* เห็ดชิทาเกะ *(ท.ศ.)*
Shiite /ˈʃi:aɪt/ˈชีไอท/ *(Muslim Relig.)* ❶ *n.* ศาสนาอิสลามนิกายชีอะห์, ผู้นับถือศาสนาอิสลามนิกายชีอะห์ ❷ *adj.* แห่งนิกายชีอะห์
shillelagh /ʃɪˈleɪlə, -lɪ/ชิˈเลอะ, -ลิ/ *n.* ตะบองที่ใช้เป็นอาวุธในไอร์แลนด์
shilling /ˈʃɪlɪŋ/ˈชิลิง/ *n. (Hist.)* หน่วยเงินตราชิลลิง *(ท.ศ.)*; **take the King's/Queen's ~** *(arch.)* สมัครเข้าเป็นทหาร *(ในสมัยก่อนผู้สมัครได้รับเงินแจกหนึ่งชิลลิงในวันที่สมัคร)*; ➡ **cut off** F
shilly-shally /ˈʃɪlɪʃælɪ/ˈชิลิแชลิ/ *v.i.* ลังเล, โลเล; **stop ~ing!** เลิกโลเลเสียที
shimmer /ˈʃɪmə(r)/ˈชิมเมอะ(ร)/ ❶ *v.i.* ส่องแสงสลัว ๆ เลื่อมลาย, ส่องแสงลาง ๆ ❷ *n.* แสงสลัว ๆ, แสงเลื่อมลาย, แสงลาง ๆ
shimmery /ˈʃɪmərɪ/ˈชิมเมอะริ/ *adj.* สลัว ๆ, เลื่อมลาย
shin /ʃɪn/ชิน/ ❶ *n.* ➤ **118** หน้าแข้ง; **~ of beef** *(Cookery)* เนื้อวัวที่ชำแหละจากขาหน้าส่วนล่าง ❷ *v.i.,* **-nn-: ~ up/down a tree** *etc.* ปีนป่ายขึ้น/ลงต้นไม้ ฯลฯ
ˈshin bone *n.* กระดูกหน้าแข้ง
shindig /ˈʃɪndɪg/ˈชินดิก/ *n. (coll.)* Ⓐ ➡ **shindy**; Ⓑ *(party)* งานเลี้ยงที่มีเสียงอึกทึก
shindy /ˈʃɪndɪ/ˈชินดิ/ *n. (brawl)* การเอะอะอึกทึก; *(row)* การทะเลาะวิวาท; *(noise)* เสียงดังเอะอะเจี๊ยวจ๊าว; ➡ + **kick up** B
shine /ʃaɪn/ชายนฺ/ ❶ *v.i.,* **shone** /ʃɒn/ชอน/ Ⓐ *(ไฟ, พระอาทิตย์, ดาว)* ส่องแสง; *(reflect light)* สะท้อนแสง; **his face shone with happiness/excitement** *(fig.)* ใบหน้าของเขาเปล่งปลั่งด้วยความสุข/ความตื่นเต้น; **a fine morning with the sun shining** เช้าที่สดใสด้วยแสงตะวันฉาย; Ⓑ *(fig.: be brilliant)* โดดเด่น, ทำได้ยอดเยี่ยม; **a shining example/light** ตัวอย่าง/แสงที่แจ่มชัด; **~ at sport** เล่นกีฬาเก่ง; **he does not exactly ~ at maths** เขาไม่ได้เก่งเท่าไหร่ในวิชาคณิตศาสตร์ ❷ *v.t.* Ⓐ *p.t. & p.p.* **shone** ส่องแสง, ส่องสว่าง; **~ a light on sth./in sb.'s eyes** ส่องแสงสว่างให้เห็น *ส.น.*/ในตาของ *ค.น.*; **~ the torch this way** ส่องไฟฉายมาทางนี้; Ⓑ *p.t. & p.p.* **~d** *(clean and polish)* ขัดให้สะอาด; *(make shiny)* ทำให้เป็นเงา, ขัดชักเงา ❸ *n., no pl.* Ⓐ *(brightness)* ความสว่าง; ➡ + **rain** 1 A; Ⓑ *(polish)* การขัดชักเงา; **give your shoes a good ~:** ขัดรองเท้าของคุณให้ขึ้นเงาซิ; **have a ~** ขัดให้มันวับ, ขัดให้ขึ้นเงา; **put a ~ on sth.** ขัด *ส.น.* ให้เป็นเงา; **take the ~ off sth.** *(fig.: spoil sth.)* ทำ *ส.น.* ให้เสียหาย; Ⓒ **take a ~ to sb./sth.** *(coll.)* เกิดชอบ *ค.น./ส.น.* ขึ้นมา
¹**shingle** /ˈʃɪŋgl/ˈชิงกฺ'ล/ ❶ *n.* Ⓐ *(Building)* แผ่นไม้มุงหลังคาหรือกำแพง; Ⓑ *(Amer.: signboard)* ป้ายขนาดเล็ก; Ⓒ *(Hairdressing)* ทรงผมผู้หญิงที่ตัดสั้น ❷ *v.t.* Ⓐ *(Building)* มุงหลังคาด้วยแผ่นไม้; Ⓑ *(Hairdressing)* ตัดผมสั้น; **~d hair** ผมที่ตัดสั้น
²**shingle** *n., no pl., no indef. art. (pebbles)* ก้อนกรวดกลม ๆ เล็ก ๆ ตามชายทะเล; *attrib.* **~ beach** หาดกรวด
shingles /ˈʃɪŋglz/ˈชิงกฺ'ลซฺ/ *n. sing.* ➤ **453** *(Med.)* โรคงูสวัด, โรคเริม
shingly /ˈʃɪŋglɪ/ˈชิงกฺลิ/ *adj.* เป็นกรวด; **~ beach** หาดกรวด
shin: ~ guard, ~ pad *ns.* สนับแข้ง
Shinto /ˈʃɪntəʊ/ˈชินโท/, **Shintoism** /ˈʃɪntəʊɪzm/ˈชินโทอิซˈม/ *ns., no pl., no indef. art. (Relig.)* ลัทธิชินโตของญี่ปุ่น
Shintoist /ˈʃɪntəʊɪst/ˈชินโทอิซทฺ/ *n. (Relig.)* ผู้นับถือศาสนาชินโต
shiny /ˈʃaɪnɪ/ˈชายนิ/ *adj.* Ⓐ *(glistening, polished)* เป็นประกายส่องแสงระยิบระยับ, เป็นเงาวับ; Ⓑ *(worn)* สึกหรอ, เก่า, ขาดวิ่น
ship /ʃɪp/ชิพ/ ❶ *n.* Ⓐ เรือ; **take ~:** ลงเรือ **(for** ไป); **when my ~ comes home** *or* **in** *(fig.)* เมื่อฉันประสบความสำเร็จ; **~ of the desert** *(fig.)* อูฐ; **we were just ~s that pass in the night** *(fig.)* เราพบกันแค่ระยะเวลาสั้นและเพียงครั้งเดียว; **the ~ of state** รัฐนาวา, คณะผู้บริหารรัฐ; **run a tight ~** *(fig.)* จัดการอย่างมีระเบียบเคร่งครัด; ➡ + ¹**break** 1 G; **company** A, H; ¹**tar** 1; Ⓑ *(Amer.: aircraft)* เครื่องบิน; Ⓒ *(coll.: spacecraft)* ยานอวกาศ ❷ *v.t.,* **-pp-:** Ⓐ *(take on board)* บรรทุกลงเรือ; *(transport by sea)* ขนส่งทางทะเล; *(send by train, road, or air)* ส่งทางรถไฟบกหรืออากาศ; Ⓑ *(Naut.: position)* ติดตั้งไว้ในตำแหน่งที่ถูกต้อง *(เสากระโดง, หางเสือ)*; Ⓒ **~ oars** *(bring them into the boat)* นำไม้พายมาไว้ในเรือ; Ⓓ **~ water/a sea** น้ำ/น้ำทะเลเข้าตรงข้างเรือ ❸ *v.i.,* **-pp-:** Ⓐ *(embark)* ลงเรือ; Ⓑ *(take service on ~)* เป็นลูกเรือ
~ ˈoff *v.t.* รับขนส่งไป *(สินค้า)*; ส่งไป *(บุคคล)*
~ ˈout *v.t.* ส่งไปทางเรือ *(สินค้า)*
ship: ~board ❶ *adj. (ความหลงรัก ฯลฯ)* บนเรือ ❷ *n., no pl., no art.* **on ~board** บนเรือ; **~-breaker** *n.* ผู้รับเหมารื้อเรือเก่า; **~broker** *n.* ผู้แทนบริษัทเดินเรือ, ผู้ทำประกันภัยทางทะเล; **~builder** *n.* ➤ **489** ผู้ต่อเรือ; **firm of ~builders** อู่ต่อเรือ; **~building** *n., no pl., no indef. art.* การต่อเรือ, การสร้างเรือ; **~ canal** *n.* คลองที่ใหญ่พอให้เรือเดินสมุทรแล่นผ่าน; **~load** *n.* ปริมาณสินค้าที่ส่งไปทางเรือ, ปริมาณสินค้าเต็มระวางบรรจุ; **~mate** *n.* เพื่อนกะลาสี
shipment /ˈʃɪpmənt/ˈชิพเมินทฺ/ *n.* Ⓐ การขนส่งสินค้า; *(by sea)* การขนส่งสินค้าทางทะเล; Ⓑ *(amount)* ปริมาณสินค้าที่ขนส่ง; **a ~ of bananas** ปริมาณกล้วยที่ขนส่งหนึ่งครั้ง

S

'shipowner *n.* เจ้าของเรือ; *(of several ships)* เจ้าของกิจการเดินเรือ

shipper /ˈʃɪpə(r)/ˈชิพเพอะ(ร)/ *n. (merchant)* พ่อค้าจัดส่งสินค้า; *(company)* บริษัทจัดส่งสินค้าทางทะเล

shipping /ˈʃɪpɪŋ/ˈชิพพิง/ *n.* Ⓐ *no pl., no indef. art. (ships)* เรือทั้งหมดของประเทศ; *(traffic)* การเดินเรือ; **all ~:** ผู้กำลังเดินเรือทั้งปวง; **closed to ~:** ถูกปิดเพื่อการเดินเรือ; Ⓑ *(transporting)* การขนส่ง

shipping: ~ agent *n.* ผู้แทนบริษัทขนส่งสินค้าทางเรือ; **~ forecast** *n.* การพยากรณ์อากาศสำหรับการเดินเรือทะเล; **~ lane** *n.* เส้นทางเดินเรือในทะเล; **~ line** ➡ **¹line** 1 I; **~ office** *n.* Ⓐ *(of ~ agent)* สำนักงานผู้แทนบริษัทเดินเรือ; Ⓑ *(hiring seaman)* สำนักงานจ้างกะลาสี

ship: ~'s 'biscuit *n.* ขนมปังแห้งเนื้อหยาบ; **~'s chandler** *n.* ผู้จัดหารวบรวมวัสดุอุปกรณ์ประจำเรือ; **~shape** *pred. adj.* เป็นระเบียบเรียบร้อย, สะอาดหมดจด; **get sth. ~shape** ทำ *ส.น.* ให้สะอาดหมดจด; **find everything ~shape and Bristol fashion** *(coll.)* พบว่าทุกสิ่งเรียบร้อยหมดจด; **~'s 'papers** *n. pl.* ใบอนุญาตเรือ; **~way** *n.* ทางลาดสำหรับปล่อยเรือที่ต่อเสร็จแล้วลงน้ำ; **~wreck** ❶ *n. (lit.)* เรืออับปาง; *(fig.)* ความสูญสลาย *(ของความฝัน, ความหวัง)*; **suffer ~wreck** ประสบภัยเรือล่ม; **end in ~wreck** *(fig.)* จบลงด้วยความสูญสลาย ❷ *v.t.* **be ~wrecked** ประสบเรืออับปาง/ถูกทำลาย; *(fig.: be ruined)* ประสบความล้มเหลวย่อยยับ; **be ~wrecked on an island** *(เรือ)* อับปางบนเกาะ; **~wright** *n. (~builder)* คนต่อเรือ; *(~'s carpenter)* ช่างไม้ต่อเรือ; **~yard** *n.* อู่ต่อเรือ

shire /ˈʃaɪə(r)/ˈชายเออะ(ร)/ *n.* Ⓐ *(county)* เทศมณฑล; Ⓑ **the Shires** *(group of counties)* กลุ่มเทศมณฑลที่มีชื่อต่อท้ายด้วยไชร์; *(midland counties)* เทศมณฑลในภาคกลางของอังกฤษ; Ⓒ ➡ **shire horse**

'shire-horse *n.* ม้าขนาดใหญ่ใช้ลากของหนัก

shirk /ʃɜːk/เชิค/ *v.t.* หลบหลีก, หลีกเลี่ยง *(หน้าที่, งาน)*; **~ one's job/doing sth.** หลบหลีกงานของตน/การกระทำ *ส.น.*; **you're ~ing!** คุณกำลังเลี่ยงงานอีกแล้วซิ

shirker /ˈʃɜːkə(r)/ˈเชอเคอะ(ร)/ *n.* คนเลี่ยงงาน/หน้าที่

shirring /ˈʃɜːrɪŋ/ˈเชอริง/ *n.* การเย็บเส้นด้ายให้ขนานกันเพื่อรูดเข้า

shirt /ʃɜːt/เชิท/ *n.* เสื้อเชิ้ต; **[man's] ~:** เสื้อเชิ้ตผู้ชาย; **[woman's** *or* **lady's] ~:** เสื้อเชิ้ตผู้หญิง; **sports/rugby/football ~:** เสื้อกีฬา/รักบี้/ฟุตบอล; **keep your ~ on!** *(fig. coll.)* รักษาอารมณ์ไว้; **have the ~ off sb.'s back** *(fig.)* ทำให้ *ค.น.* สิ้นเนื้อประดาตัว; **lose the ~ off one's back** หมดตัว; **put one's ~ on sth.** *(fig. coll.)* พนัน *ส.น.* เท่าที่ตนมี, เชื่อมั่นใน *ส.น.*

shirt: ~ blouse *n.* เสื้อสตรี; **~ dress** *n.* กระโปรงชุดที่มีกระดุมติดด้านหน้าเหมือนเสื้อเชิ้ต; **~ front** *n.* บริเวณอกของเสื้อเชิ้ต; *(separate or detachable)* หน้าอกแข็งที่สวมทับเสื้อเชิ้ตเพื่อความโก้หรู

shirting /ˈʃɜːtɪŋ/ˈเชอทิง/ *n.* ผ้าที่ใช้ทำเสื้อเชิ้ต

shirt: ~sleeve ❶ *n.* แขนเสื้อ; **work in one's ~sleeves** ทำงานโดยสวมเสื้อกับกางเกงเท่านั้น ❷ *adj.* ที่ใส่เสื้อเชิ้ตตัวเดียว; ลงมือทำงานอย่างจริงจัง; **it is real ~sleeve weather** อากาศอุ่นสบายจริง ๆ *(ไม่ต้องสวมเสื้อนอก)*; **~ tail** ➡ **tail** 1 D; **~waist** *(Amer.)* ➡ **shirt blouse**; **~waister** /ˈʃɜːtweɪstə(r)/ˈเชิทเวซเตอะ(ร)/ *(Brit.)* ➡ **shirt dress**

shirty /ˈʃɜːtɪ/ˈเชอทิ/ *adj. (coll.)* โกรธ, รำคาญ; **get ~ with sb./about sth.** โกรธ *ค.น.*/รำคาญ *ส.น.*; **be ~ with sb.** โกรธ *ค.น.*

shish kebab /ˈʃiːʃ kɪbæb/ˈชีชคิแบบ/ *n. (Gastr.)* เนื้อหมักและผักเสียบไม้ปิ้ง

shit /ʃɪt/ชิท/ *(coarse)* ❶ *v.i.,* **-tt-, shitted** *or* **shit** *or* **shat** /ʃæt/แชท/ อึ, ขี้ *(ภ.ย.)*; **~ in one's pants** อึราดกางเกงของตน
❷ *v. refl.,* **-tt-, shitted** *or* **shit** *or* **shat** อึ *(ภ.พ.)*
❸ *int.* ไอ้เหี้ย *(ภ.ย.)*
❹ *n.* Ⓐ *(excrement)* อึ *(ภ.พ.)*; **have** *(Brit.) or (Amer.)* **take a ~:** ไปอึ, ไปขี้ *(ภ.พ.)*; **have/get the ~s** ท้องเสีย/ท้องร่วง; **when the ~ hits the fan** เมื่อถึงเวลาวิกฤติ, เมื่อเกิดเหตุร้าย; Ⓑ *(hashish)* กัญชา; Ⓒ *(person)* คนเลวทราม; *(nonsense)* เรื่องไร้สาระ, สิ่งที่ไร้สาระ; **don't give me that ~:** อย่ามาพูดบ้า ๆ อย่างนั้นกับฉัน; **I don't give a ~ [about it]** ฉันไม่สนใจ [มัน] เลย; **who gives a ~!** ใครจะไปสนใจ, ช่างแม่ง *(ภ.ย.)*; **it's not worth a ~:** มันไม่มีค่าแม้แต่น้อย; **beat** *or* **kick** *or* **knock the ~ out of sb.** *(fig.)* ทุบตีหรือเฆี่ยน *ค.น.* อย่างรุนแรง; **I'll beat the ~ out of you!** ฉันจะเฆี่ยนแกให้ขี้ราดเชียว! *(ภ.พ.)*; **be up ~ creek [without a paddle]** *(fig.)* อยู่ในสถานะที่ลำบากน่าพะอืดพะอม; **have/get the ~s** *(fig.)* กลัวจนขี้ไหล

shite /ʃaɪt/ไซท/ *(coarse)* ❶ *int.* ไอ้ห่า *(ภ.ย.)* ❷ *n.* อึ *(ภ.พ.)*; **not give a ~ for sb./sth.** ไม่สนใจ *ค.น.*/*ส.น.* แม้สักนิด

shitless /ˈʃɪtlɪs/ˈชิทลิซ/ *adj. (coarse)* **be scared ~:** กลัวจนขี้ขึ้นสมอง *(ภ.ย.)*

'shit-scared *pred. adj. (coarse)* **be ~:** กลัวมาก, กลัวจนขี้ขึ้นสมอง *(ภ.ย.)*

shit-stirrer *n.* คนที่ชอบก่อเรื่อง

shitty /ˈʃɪtɪ/ˈชิททิ/ *adj. (coarse)* น่ารังเกียจ, น่าขยะแขยง

Shiva *var. of* **Siva**

¹shiver /ˈʃɪvə(r)/ˈชิเวอะ(ร)/ ❶ *v.i (tremble)* สั่นสะท้าน, กระตุก; **~ all over** สั่นสะท้านไปทั่วร่าง; **~ like a leaf** สั่นเหมือนใบไม้ต้องลม ❷ *n. (trembling, lit. or fig.)* การสั่นสะท้าน; **~ of cold/fear** อาการสั่นสะท้านด้วยความหนาวเย็น/ความกลัว; **send ~s** *or* **a ~ up** *or* **[up and] down sb.'s back** *or* **spine** ทำให้ *ค.น.* สั่นสะท้านจนขนลุก; **give sb. the ~s** *(fig.)* ทำให้ *ค.น.* ตื่นตระหนกหวั่นกลัว; **get/have the ~s** *(fig.)* รู้สึกสะท้านด้วยความหนาวหรือความกลัว

²shiver ❶ *n. in pl. (fragments)* **break/burst into ~s** แตก/ระเบิดออกเป็นชิ้นเป็นเศษ ❷ *v.t.* ทำให้แตกละเอียด; **~ me timbers** ตายจริง *(ภาษาโจรสลัด)* ❸ *v.i.* แตกออกเป็นชิ้นเล็ก ๆ

shivery /ˈʃɪvərɪ/ˈชิเวอะริ/ *adj.* สั่นสะท้าน; **I feel all ~:** ฉันรู้สึกสั่นสะท้านไปหมด

¹shoal /ʃəʊl/โชล/ *n.* Ⓐ *(shallow place)* ที่ตื้น; *(sandbank)* เนินทราย; Ⓑ *in pl. (fig.: hidden danger)* อันตรายที่แฝงเร้น

²shoal *n. (of fish)* ฝูงปลา; *(fig.)* เป็นกอง, จำนวนมาก; **~s of letters/complaints** จดหมายเป็นกอง/คำร้องทุกข์จำนวนมาก

¹shock /ʃɒk/ชอค/ ❶ *n.* Ⓐ ความสะดุ้งตกใจ, สิ่งสะเทือนใจ, ช็อก *(ท.ศ.)*; **I got the ~ of my life** ฉันตกใจสุดชีวิตเลย; **the general feeling is one of ~:** คนทั่วไปรู้สึกตกใจกันหมด; **come as a ~ to sb.** เป็นสิ่งที่สะเทือนใจสำหรับ *ค.น.*; **give sb. a ~:** ทำให้ *ค.น.* สะดุ้งตกใจ; **he's in for a [nasty] ~!** เขากำลังจะประสบสิ่งสะเทือนใจ [ในทางไม่ดี]; **~ horror!** *(joc.)* โอ๊ย ตายจริง; ➡ + **sharp** 1 D; Ⓑ *(violent impact)* การกระทบที่รุนแรง **(of** ของ**)**; Ⓒ *(Electr.)* การถูกไฟฟ้าช็อต; Ⓓ *(Med.)* อาการช็อก, อาการตื่นตกใจ; **die of/be suffering from ~:** ตกใจตาย/มีอาการตกใจอย่างหนัก; **~ is dangerous** การตกใจสามารถเป็นอันตรายได้; **be in [a state of] ~:** ชะงักงันไปด้วยความตกใจ; **[electric] ~:** ถูกไฟฟ้าดูด
❷ *v.t.* Ⓐ **~ sb. [deeply]** ทำให้ *ค.น.* ตกใจ [เป็นอย่างมาก]; **sb. is [terribly] ~ed by/at sth.** *ค.น.* สะเทือนใจ [มาก] เนื่องจาก *ส.น.*; Ⓑ *(scandalize)* ทำให้อับอาย, อัปยศ; **I'm not easily ~ed** ฉันไม่ได้เป็นคนตื่นตระหนกง่าย ๆ หรอก; **be ~ed by sth.** รู้สึกอับอายเนื่องจาก *ส.น.*
❸ *v.i.* ตื่นตระหนก, สะดุ้งตกใจ

²shock *n. (of corn sheaves)* กองมัดข้าวในทุ่งนา

³shock *n.* **a ~ of red hair** ผมสีแดงที่ยุ่งเป็นกระเซิง; **an untidy ~ of thick grey hair** ผมสีเทาดกหนาที่ยุ่งเป็นกระเซิง

'shock absorber *n.* โช้คอัพ *(ท.ศ)*

shocker /ˈʃɒkə(r)/ˈชอเคอะ(ร)/ *n. (coll.)* Ⓐ **he is a ~ for gambling/drink/the girls** เขาเป็นคนที่น่ากลัวในเรื่องการพนัน/การดื่ม/ผู้หญิง; Ⓑ *(novel)* นวนิยายสยองขวัญ

shock-headed /ˈʃɒkhedɪd/ˈชอคเฮะดิด/ *adj.* **be ~:** ผมยุ่งเป็นกระเซิง; **a ~ little boy/girl** เด็กชาย/เด็กหญิงตัวน้อยที่ผมยุ่งเป็นกระเซิง

shocking /ˈʃɒkɪŋ/ˈชอคิง/ ❶ *adj.* Ⓐ น่าตกใจกลัว; Ⓑ *(coll.: very bad)* แย่มาก, เลวมาก; **what a ~ thing to say** พูดอะไรร้ายกาจขนาดนั้น ❷ *adv. (coll.)* **~ bad** เลวอย่างน่าตกใจกลัว

shockingly /ˈʃɒkɪŋlɪ/ˈชอคิงลิ/ *adv.* Ⓐ *(badly)* อย่างแย่มาก, อย่างเลวมาก; Ⓑ *(extremely)* อย่างสุดขั้ว

shocking 'pink *adj.* สีชมพูสด

shock: ~ jock, *n. (coll.)* ดีเจที่พูดเรื่องทะลึ่งให้ผู้ฟังตื่นเต้น; **~proof, ~ resistant** *adj.* ป้องกันการสั่นสะเทือน *(นาฬิกา)*; **~ tactics** *n. pl. (Mil.)* ยุทธวิธีการโจมตีอย่างฉับพลัน; *(fig.)* วิธีฉับพลันและรุนแรง; **~ therapy, ~ treatment** *ns. (Med.)* การรักษาคนไข้โรคจิตซึมเศร้าโดยใช้ไฟฟ้า; **~ troops** *n. pl. (Mil.)* กองทหารที่ฝึกไว้เพื่อการโจมตีโดยเฉพาะ; **~ wave** *n.* คลื่นอากาศหลังการระเบิด **(from)**; *(of earthquake)* คลื่นความสั่นสะเทือน **(from** จาก**)**

shod /ʃɒd/ชอด/ ➡ **shoe** 2

shoddily /ˈʃɒdɪlɪ/ˈชอดิลิ/ *adv.* อย่างลวก ๆ, อย่างไม่มีฝีมือ; **treat sb. ~:** ปฏิบัติต่อ *ค.น.* อย่างเลว ๆ

shoddy /ˈʃɒdɪ/ˈชอดิ/ ❶ *n.* สิ่งของด้อยคุณภาพ ❷ *adj.* ไร้ค่า, ด้อยค่า; *(poorly done, poor in quality) (งาน, สิ่งของ)* ไม่ดี, ด้อยคุณภาพ

shoe /ʃuː/ชู/ ❶ *n.* Ⓐ รองเท้า; **I shouldn't like to be in his ~s** *(fig.)* ฉันไม่อยากอยู่ในฐานะของเขาขณะนี้; **put oneself into sb.'s ~s** *(fig.)* จินตนาการว่าตนอยู่ในสถานการณ์ของ *ค.น.*; **sb. shakes in his ~s** *ค.น.* ตกใจกลัวจนตัวสั่นเทา; **if the ~ fits,** *(Amer.)* = **if the cap fits** ➡ **cap** 1 A; ➡ + **pinch** 3 A; Ⓑ *(of horse)* เกือกม้า; Ⓒ *(of brake)* ปลอกเบรก, ฝักเบรก
❷ *v.t.,* **~ing** /ˈʃuːɪŋ/ˈชูอิง/, **shod** /ʃɒd/ชอด/ ใส่เกือก *(ม้า)*; *(protect with iron tip)* หุ้มโลหะ *(เสาไม้)*; **be well shod** *(บุคคล)* ใส่รองเท้าคุณภาพดี

S

shoe: ~ bar *n.* ร้านซ่อมรองเท้าแบบรอรับได้เลย; **~black** *n.* คนขัดรองเท้า; **~box** ➡ ²**box** 1 A; **~ brush** *n.* แปรงขัดรองเท้า; **~ buckle** *n.* เข็มขัดติดรองเท้า; **~cream** *n.* ครีมขัดรองเท้า; **~horn** *n.* ช้อนคัดรองเท้า; **~lace** *n.* เชือกผูกรองเท้า; **~ leather** *n.* หนังฟอกที่ใช้ทำรองเท้า; **you can save your ~ leather** คุณไม่ต้องเสียแรงเดินมาหรอก

shoeless /ˈʃuːlɪs/ˈชูลิซ/ *adj.* เท้าเปล่า, ไม่สวมรองเท้า; *(ม้า)* ไม่มีเกือก *หรือ* เกือกหลุด

shoe: ~maker *n.* ➤ **489** ช่างทำรองเท้า; **~making** *n., no pl.* การทำรองเท้า; **~ polish** *n.* ครีมขัดรองเท้า; **~ repairer** *n.* ช่างซ่อมรองเท้า; **~shine** *n. (Amer.)* **have** *or* **get a ~shine** ให้ใครขัดรองเท้าให้; **~shine boy** *n. (Amer.)* เด็กขัดรองเท้า; **~ shop** *n.* ร้านขายรองเท้า; **~ spray** *n.* สเปรย์ฉีดรองเท้า; **~string** *n.* Ⓐ ➡ **shoelace;** Ⓑ *(coll.: small amount)* **on a ~string** ในจำนวนเล็กน้อย; **a ~string budget** งบประมาณจำนวนเล็กน้อย; **~string financing** การอุดหนุนทางการเงินจำนวนเล็กน้อย; **~string 'tie** *n. เนคไทที่ใช้เส้นหนังหรือเชือกและรัดด้วยห่วงหรือปม;* **~ tree** *n.* รองเท้าให้เข้ารูป

shogun /ˈʃəʊgʊn/ˈโชกุน/ *n.* โชกุน *(ท.ศ.) (ตำแหน่งผู้บังคับการกองทัพและปกครองประเทศญี่ปุ่นในช่วงศตวรรษที่ 12 ถึง ปี คศ. 1868)*

shone ➡ **shine** 1, 2

shoo /ʃuː/ชู/ ❶ *int.* ไป ❷ *v.t.* ไล่ด้วยเสียงชู่; **~ away** ไล่ไป

shook ➡ **shake** 2, 3

shoot /ʃuːt/ชูท/ ❶ *v.i.,* **shot** /ʃɒt/ชอท/ Ⓐ ยิง; **~ to kill** ยิงให้ตาย; **have sth. to ~ at** *(fig.)* มีเป้าหมาย *ส.น.* ที่ต้องทำให้สำเร็จ; ➡ + **'hip** A; Ⓑ *(move rapidly)* เคลื่อนที่อย่างรวดเร็ว; **~ past sb./down the stairs** พุ่งตัวผ่าน *ค.น.*/พรวดพราดลงบันได; **come ~ing in** เผ่นพรวดเข้ามา; **pain shot through/up his arm** ความเจ็บปวดวิ่งจู๊ดผ่าน/ขึ้นแขนของเขา; Ⓒ *(Bot.)* แทงช่อ, ผลิใบ; Ⓓ *(Sport)* ทำคะแนน, ยิงประตู; Ⓔ *(coll.: speak out)* **~!** พูดออกมาเลย ❷ *v.t.,* **shot** Ⓐ *(wound)* ยิงให้บาดเจ็บ; *(kill)* ฆ่าด้วยการยิง; *(hunt)* ล่า; **~ sb. dead** ยิง *ค.น.* ตาย; **~ an animal and kill it** ยิงสัตว์ตาย; **he was fatally shot in the head** เขาถูกยิงที่ศีรษะสาหัสถึงตาย; **you'll get shot for this** *(fig.)* อย่างนี้ต้องโดนแน่; **he ought to be shot** *(fig.)* เขาควรได้รับบทเรียนเสียบ้าง; **~ oneself in the foot** *(fig. coll.)* เผลอทำสิ่งไม่ดีที่เข้าตนเอง, ทำร้ายตนเองโดยบังเอิญ; **stop ~ing oneself in the foot** เลิกทำสิ่งที่ทำลายตัวเอง; Ⓑ ยิงด้วย *(ธนู, ปืน)*; เล็ง *(ธนู, ปืน)* **(at** ใส่); Ⓒ *(sl.: inject)* ฉีดยา *(ยาเสพติด)*; Ⓓ *(send out)* ส่งออกมา *(หน่อ, ใบใหม่);* พ่นออกมา; **the volcano shot lava high into the air** ภูเขาไฟพ่นลาวาออกมาสูงในอากาศ; **~ a line** *(fig. coll.)* พูดโม้ **(about** เกี่ยวกับ); **~ the moon** *(Brit. coll.)* เพ้อพล่าม, มุ่งสูงเกินไป; ➡ + **'bolt** 1 C; Ⓔ *(Sport)* ยิง *(ลูก);* ทำคะแนน; *(Basketball)* โยนลูกเข้าตะกร้า; **~ dice** โยนลูกเต๋า; **~ a hole in one** *(Golf)* ตีหนเดียวลูกลงหลุม; ➡ + **craps;** Ⓕ *(push, slide)* ผลัก *หรือ* เลื่อน *(กลอน);* Ⓖ *(Cinemat.)* ถ่ายทำภาพยนตร์; Ⓗ *(pass swiftly over)* พุ่งข้ามอย่างรวดเร็ว *(น้ำตก, สะพาน);* **~ the lights** *(coll.)* ฝ่าไฟแดง ❸ *n.* Ⓐ *(Bot.)* หน่อไม้; Ⓑ ➡ **chute** A; Ⓒ *(~ing-party, -expedition)* กลุ่มล่าสัตว์; *(-practice)* การฝึกยิง; *(-land)* พื้นที่สำหรับยิง; **a duck ~:** การยิงเป็ด; **the whole [bang] ~** *(coll.)* ทั้งหมด, ทุกสิ่งทุกอย่าง

~ a'head *v.i.* แซงหน้าคู่แข่งอย่างรวดเร็ว; **~ ahead of sb.** แซงหน้า *ค.น.* อย่างรวดเร็ว

~ a'long *v.i.* วิ่งไปอย่างรวดเร็ว

~ 'down *v.t.* ยิง *(คน)* ให้ตาย; ยิง *(เครื่องบิน)* ตก; *(fig.)* ทำลาย *(ข้อโต้แย้ง);* **be shot down in flames** *(เครื่องบิน)* ถูกยิงตกจนไฟไหม้; *(fig.) (บุคคล)* แพ้การโต้เถียง

~ 'off ❶ *v.t.* ยิง *(ปืน);* **~ one's mouth off** *(sl.)* พูดมากเกินไป ❷ *v.i.* ยิง

~ 'out ❶ *v.i.* วิ่ง/พุ่ง/เผ่น/กระโจนออกไป; **the dog shot out of the gate** สุนัขวิ่งจี๋ออกไปนอกประตูรั้ว ❷ *v.t.* ปล่อย *(ส.น.)*, กล่าว *(ส.น.)* ออกมาอย่างรวดเร็วและรุนแรง; **~ it out** *(coll.)* ยิงตัดสินกัน; ➡ + **shoot-out**

~ 'up ❶ *v.i.* Ⓐ *(คน, ต้นไม้)* โตเร็ว; *(ราคา, ตึก, อุณหภูมิ)* ขึ้นไว; Ⓑ *(coll.: inject drug)* ฉีดยา *(ยาเสพติด)* ให้ตัวเอง ❷ *v.t.* ยิง; **be badly shot up** บาดเจ็บมากเนื่องจากถูกยิง

shooter /ˈʃuːtə(r)/ˈชูเทอะ(ร)/ *n. (coll.: gun)* ปืน

shooting /ˈʃuːtɪŋ/ˈชูทิง/ *n.* Ⓐ การยิง; **new outbreaks of ~ were reported** มีรายงานว่ามีการเปิดฉากยิงระลอกใหม่ขึ้นอีก; **two more ~s were reported** มีรายงานมาว่ามีการยิงอีกสองราย; Ⓑ *(Sport)* กีฬาการยิง; **rifle ~:** การยิงปืนไรเฟิล; Ⓒ *(Hunting)* **go ~:** ไปยิงปืนล่าสัตว์; Ⓓ *(Cinemat.)* การถ่ายทำภาพยนตร์

shooting: ~ box *n. (Brit. Hunting)* ที่พักของนักล่าสัตว์; **~ brake, ~ break** *n. (Brit. Motor Veh.)* รถตู้ห้าประตู; **~ gallery** *n.* สถานที่ฝึกหัดยิงปืน; *(at funfair)* ซุ้มยิงปืนในงานเทศกาล; **~ iron** *n. (coll.)* ปืนสั้น, ปืนพก; **~ match** *n.* Ⓐ การแข่งขันยิงปืน; Ⓑ **the whole ~ match** *(coll.)* ของทั้งหมด; **~ party** *n.* กลุ่มนักล่าสัตว์; **~ range** *n.* สนามยิงเป้า; **~ 'star** *n.* ดาวตก, ผีพุ่งใต้; **~ stick** *n.* ไม้เท้าที่กางออกเป็นที่นั่งได้; **~ war** *n.* สงครามซึ่งคู่ต่อสู้ระดมยิงใส่กันและกัน

'shoot-out *n.* การยิงต่อสู้กัน

shop /ʃɒp/ชอพ/ ❶ *n.* Ⓐ *(premises)* ร้าน, ร้านค้า; **go to the ~s** ไปซื้อของ, ไปร้าน; **keep a ~:** เป็นเจ้าของร้าน; **keep [the] ~ for sb.** เฝ้าร้านให้ *ค.น.;* **all over the ~** *(fig. sl.)* ไม่เป็นระเบียบ, เละ *(ภ.พ.);* **look for sth. all over the ~** *(fig. coll.)* มองหา *ส.น.* ทั่วทุกหนทุกแห่ง; **my books are all over the ~** *(fig. coll.)* หนังสือฉันอยู่กระจัดกระจายทุกหนทุกแห่ง; Ⓑ *(business)* **set up ~:** ก่อตั้งกิจการ; *(as a lawyer, dentist, etc.)* ก่อตั้งสำนักงาน; **shut up ~:** ปิดกิจการ; **talk ~:** พูดคุยเรื่องงานกับเพื่อนร่วมงาน; **no [talking] ~, please!** โปรดอย่าคุยแต่เรื่องงาน!; Ⓒ *(coll.: institution, establishment)* สถานที่ประกอบกิจการหรือธุรกิจ; Ⓓ *(workshop)* ห้องปฏิบัติการ; **engineering ~:** ปฏิบัติการวิศวกรรม; **pattern/machine ~:** แผนกแม่พิมพ์/โรงกลึง; Ⓔ *(action)* การซื้อของ; ➡ + **closed shop** ❷ *v.i.,* **-pp-** ซื้อของ; **go ~ping** ไปซื้อของ; **~** *or* **go ~ping for shoes** ไปซื้อรองเท้า ❸ *v.t.* **-pp-** *(Brit. coll.)* ฟ้อง, กล่าวโทษ

~ a'round *v.i.* เลือกหาสินค้าคุ้มค่าอย่างพิถีพิถัน **(for)**

shop: ~ assistant *n.* ➤ **489** *(Brit.)* คนขายของในร้านค้า; **~ boy** *n.* พนักงานชายในร้านค้า; **~fitter** *n.* คนตกแต่งร้าน; **firm of ~fitters** บริษัทรับเหมาตกแต่งร้าน; **~fittings** *n. pl.* การตกแต่งร้าน; **~ floor** *n.* Ⓐ *(place)* โรงงานผลิตสินค้า; **the worker on the ~ floor** คนงานในโรงงานผลิตสินค้า; **what is the feeling on the ~ floor?** คนงานฝ่ายผลิตรู้สึกอย่างไร; Ⓑ *(workers)* **the ~ floor** คนงานในโรงงาน; *attrib.* ระดับล่าง, ระดับพื้นฐาน, คนงาน; **~ floor democracy** ประชาธิปไตยในโรงงาน; **~front** *n.* หน้าร้าน; **~ girl** *n.* พนักงานหญิงในร้านค้า; **~keeper** *n.* ➤ **489** เจ้าของร้าน; **~lifter** *n.* คนขโมยของในร้านค้า; **~lifting** *n., no pl., no indef. art.* การขโมยของในร้านค้า; **~owner** ➡ **~keeper**

shopper /ˈʃɒpə(r)/ˈชอเพอะ(ร)/ *n.* Ⓐ *(person)* คนซื้อของ; Ⓑ *(wheeled bag)* ถุงหรือตะกร้าบรรจุสินค้ามีล้อเลื่อน

shopping /ˈʃɒpɪŋ/ˈชอพิง/ *n.* Ⓐ *(buying goods)* การซื้อของ; **do the/one's ~:** ไปซื้อของ; Ⓑ *(items bought)* สินค้าที่ซื้อมา

shopping: ~ bag *n.* ถุงซื้อของ; **~ basket** *n.* ตะกร้าซื้อของ; **~ centre** *n.* ศูนย์การค้า; **~ day** *n.* วันซื้อของ; **~ list** *n.* รายการสินค้าที่ต้องซื้อ; *(fig.)* รายการสิ่งที่ต้องการ; **~ mall** *n. (Amer.)* ศูนย์การค้า, ห้างสรรพสินค้า; **~ precinct** *n.* ย่านที่มีร้านหนาแน่น; **~ street** *n.* ถนนที่มีห้างสรรพสินค้า; **~ trolley** *n.* รถเข็นในร้านซุปเปอร์

shop: ~-soiled *adj. (Brit.) (slightly damaged)* เสียหายเล็กน้อย; *(slightly dirty)* สกปรกเล็กน้อย, เก่าเก็บ; **~ steward** *n.* ➤ **489** ผู้แทนคนงาน *(ในการต่อรองกับนายจ้าง);* **~ talk** *n., no pl.* การสนทนาเรื่องงาน; **~walker** *n. (Brit.)* พนักงานในร้านค้าใหญ่ ๆ ที่ดูแลลูกค้า; **~ 'window** *n.* หน้าต่างจัดแสดงสินค้า; **~-worn** ➡ **~-soiled**

¹shore /ʃɔː(r)/ชอ(ร)/ *n.* ฝั่ง; *(coast)* ชายฝั่ง; *(beach)* ชายหาด; **on the ~:** ที่ชายฝั่ง; **on the ~[s] of Lake Garda** ที่ชายฝั่งของทะเลสาบคาร์ดา; **off ~:** ห่างฝั่ง; **a mile off [the] ~:** ห่างฝั่งหนึ่งไมล์; **be on ~** *(กะลาสี)* ที่ขึ้นฝั่ง; **these ~s** พื้นแผ่นดินนี้

²shore ❶ *n. (prop, beam)* ไม้ค้ำ, เสาค้ำ *(กำแพง, บ้าน, ต้นไม้)* ❷ *v.t. (support)* ค้ำยัน

~ 'up *v.t. (support)* ค้ำยัน, จุน, หนุน; *(fig.)* ค้ำจุน, อุดหนุน, เกื้อหนุน *(เศรษฐกิจ)*

shore: ~-based /ˈʃɔːbeɪst/ˈชอเบซฺท/ *adj.* *(จรวด)* ปฏิบัติการที่ฐานบนฝั่ง; **~ leave** *n. (Naut.)* การอนุญาตให้ *(ลูกเรือ)* ลาขึ้นฝั่ง; **~line** *n. (Geog.)* แนวชายฝั่งทะเล

shoring /ˈʃɔːrɪŋ/ˈชอริง/ *n.* การค้ำจุน

shorn ➡ **¹,²shear**

short /ʃɔːt/ชอท/ ❶ *adj.* Ⓐ สั้น; **a ~ time** *or* **while ago/later** เมื่อไม่นานมานี้แล้ว/ในเวลาต่อมาอีกไม่นาน; **for a ~ time** *or* **while** เป็นระยะเวลาไม่นาน/สั้น ๆ; **a ~ time before he left** ไม่นานก่อนที่เขาจากไป; **a ~ time** *or* **while before /after sth.** เวลาไม่นานก่อน/หลัง *ส.น. (เกิดขึ้น);* **in a ~ time** *or* **while** *(soon)* ในเร็ว ๆ นี้ *หรือ* ในระยะเวลาอันสั้น; **a few ~ years of happiness** เพียงชั่วสองสามปีแห่งความสุข; **in the ~ run** *or* **term** ในระยะสั้น; **there is only a ~ haul ahead of us** *(fig.)* เหลือเวลาอีกไม่มากนัก; **wear one's hair/skirts ~:** ไว้ผมสั้น/นุ่งกระโปรงสั้น; **be ~ in the arm/leg** ส่วนแขน/ขาสั้น; **have/get sb. by the ~ hairs** *or (sl.)* **by the ~ and curlies** ทำให้ *ค.น.* ตกอยู่ในความควบคุมอย่างเต็มที่; **~ back and sides** ทรงผมที่ด้านข้างและด้านหลังสั้น; **make ~ work of sb./sth.** จัดการกับ *ค.น./ส.น.* อย่างรวดเร็ว; **he made ~ work of the puzzle** เขาแก้ปริศนาได้อย่างรวดเร็ว; ➡ + **neck** 1 B; **notice** 1 B; **range** 1 D;

shrift; straw B; **B** *(not tall)* เตี้ย; **C** *(not far-reaching) (การโยน)* ใกล้; *(ความจำ)* สั้น; **take a ~ view of things** ดูสิ่งต่าง ๆ ในระยะสั้น; **D** *(deficient, scanty)* ขาดแคลน, มีน้อยมาก; **be in ~ supply** มีน้อยมาก; **good doctors are in ~ supply** หมอเก่ง ๆ มีน้อยมาก; **give sb. ~ weight** ชั่งน้ำหนักให้น้อยเกินไป [โดยตั้งใจ/ไม่ตั้งใจ]; **be [far/not far] ~ of a record** พลาด [มาก/ไม่มาก] ในการทำสถิติ; **his jump was 4 cm. ~ of the record** เขากระโดดสูง/ยาวน้อยกว่าสถิติแค่ 4 ซม.; **sb./sth. is so much/so many ~**: *ค.น./ส.น.* ห่างไกลมาก; **sb. is ~ of sth.** *ค.น.* ขาดแคลน *ส.น.;* **he is [rather] ~ on talent** เขา [ค่อนข้าง] บกพร่องในความสามารถ; **time is getting/is ~**: เวลาชักจะเหลือ/เหลือน้อย; **the poor harvest has left them ~ of food** การที่เก็บเกี่ยวพืชผลได้น้อยทำให้พวกเขาขาดแคลนอาหาร; **don't leave yourself ~ [of money/food]** อย่าเผลอปล่อยให้ตัวเองต้องขาดแคลน [เงิน/อาหาร]; **keep sb. ~ [of sth.]** ทำให้ *ค.น.* ขาดแคลน [*ส.น.*]; **[have to] go ~ [of sth.]** [จำต้อง] ทนขาดแคลน [*ส.น.*]; **she is ~ of milk today** วันนี้เธอมีน้ำนมไม่พอ; **the firm is ~ of staff** บริษัทมีพนักงานไม่เพียงพอ; **be ~ [of cash]** มีเงิน [สด] ไม่พอ; **be ~ of sth.** ขาดแคลน *ส.น.;* **he is just ~ of six feet/not far ~ of 60** เขาเตี้ยกว่า 6 ฟุตนิดหน่อย/เขามีอายุเกือบ 60 ปี; **a few inches ~ of the line** ห่างจากเส้นสองสามนิ้ว; **she is three months ~ of retirement** อีกสามเดือนเธอจึงจะปลดเกษียณ; **be still far ~ of one's target** ยังคงห่างไกลจากเป้าหมายของตนมาก; **his behaviour has been little** *or* **not far ~ of criminal** ความประพฤติของเขาเกือบจะถึงขั้นอาชญากรอยู่แล้ว; **if it was not fraud, it was not far ~ of it** แม้จะไม่ถึงกับฉ้อโกงแต่ก็เกือบจะเป็นอย่างนั้นอยู่แล้ว; **it is nothing ~ of miraculous** มันเกือบเรียกได้ว่าเป็นสิ่งมหัศจรรย์; ➡ + **hundredweight** C; **measure** 1 A; **ration** 1 A; **run** 2 L; **ton** A; **E** *(brief, concise)* สั้น, ย่อ, รัดกุม; **a ~ history of Wales** ประวัติศาสตร์ของเวลส์โดยย่อ; **the ~ answer is ...**: คำตอบโดยย่อคือ...; **~ and sweet** *(iron.)* สั้นและน่าพอใจ; **~ and to the point** สั้นและตรงประเด็น; **something ~** *(drink)* เครื่องดื่มแก้วเล็กแต่ดีกรีแรง; **in ~, ...**: อย่างย่อ ๆ ก็คือ...; **his name is Robert, [but he is called] Bob for ~**: เขาชื่อโรเบิร์ต [แต่เขาเรียกว่า] บ๊อบเป็นชื่อย่อ; **Dick is ~ for Richard** ดิ๊กเป็นชื่อย่อของริชาร์ด; **F** *(curt, uncivil)* สั้น, ห้วน; **G** *(Cookery) (แป้ง)* ร่วน; **H** *(Pros., Phonet.)* เสียงสั้น, ไม่ออกเสียงเน้น; **I** *(St. Exch.)* **~ sale** *การขายหุ้นมือเปล่าล่วงหน้าโดยหวังว่าจะรวบรวมหุ้นมาส่งมอบได้ทันเวลา;* **make a ~ sale** ทำการขายมือเปล่า; **sell sth. ~**: จับเสือมือเปล่า, ขายสินค้าล่วงหน้า; **sell oneself ~** *(fig.)* ทำให้ตัวเองดูด้อยกว่าความเป็นจริง; **J** *(Cricket) มองในแง่คนโยนลูก;* **~ ball** ลูกบอลที่ขว้างค่อนข้างสั้น; **K** *(cards)* **~ suit** ชุดไพ่ที่น้อยกว่าสี่ใบ

❷ *adv.* **A** *(abruptly)* อย่างกะทันหัน; **stop ~**: หยุดอย่างกะทันหัน; **stop ~ at sth.** หยุดก่อนถึง *ส.น.;* **stop sb. ~**: ทำให้ *ค.น.* หยุดอย่างกะทันหัน; **pull up ~**: หยุดกะทันหัน; **bring** *or* **pull sb. up ~**: ยับยั้ง *หรือ* ทำให้ *ค.น.* หยุดโดยฉับพลัน; ➡ + **cut** 1 C; **B** *(curtly)* อย่างสั้น, อย่างห้วน; **C** *(before the expected place or time)* **jump/land ~**: กระโดดสั้นเกินไป/ลงก่อนถึงที่หมาย; **~ of sth.** ก่อนถึง *ส.น.;* **stop ~ of the line** หยุดก่อนถึงเส้น; **the bomb dropped/landed ~ [of its target]** ลูกระเบิดตก/ลงก่อนถึงเป้าหมาย; **fall** *or* **come ~** *(fig.) (การแสดง, ข้อเสนอ)* ไม่ดีเท่าที่ควร *หรือ* น่าผิดหวัง; **fall** *or* **come [far/considerably] ~ of sth.** ห่างไกลจาก *ส.น.* [อย่างมาก]; **stop ~ of sth.** *(fig.)* หยุดก่อนที่จะถึง *ส.น.;* **stop ~ of doing sth.** หยุดก่อนที่จะทำ *ส.น.;* **be caught** *or* **taken ~** *(at a disadvantage)* ถูกทำให้เสียเปรียบ; *(coll.: need to go to toilet)* จำต้องไปห้องน้ำ; **D** **nothing ~ of a catastrophe/miracle can ...**: มีแต่ความพินาศ/ปาฏิหาริย์เท่านั้นที่...; **~ of locking him in, how can I keep him from going out?** นอกจากจับเขาขังไว้ ฉันจะห้ามไม่ให้เขาออกนอกบ้านได้ยังไง

❸ *n.* **A** *(Electr. coll.)* กระแสไฟฟ้าลัดวงจร, ไฟฟ้าช็อต *(ท.ศ.);* **B** *(coll.: drink)* เหล้าที่ไม่ผสม, เครื่องดื่มดีกรีแรง; **C** *(Cinemat.)* ภาพยนตร์สั้น *(ไม่เกิน 30 นาที);* ➡ + **'long** 2 B; **shorts**

❹ *v.t. (Electr. coll.)* ทำให้ *(กระแสไฟฟ้า)* ลัดวงจร

❺ *v.i. (Electr. coll.) (กระแสไฟฟ้า)* ลัดวงจร

shortage /'ʃɔːtɪdʒ/'ชอทิจ/ *n.* ความขาดแคลน, ความไม่เพียงพอ (of ของ); **~ of fruit/teachers** ความขาดแคลนผลไม้/ครู

short: ~bread *n.* ขนมปังกรอบที่ทำจากเนยและน้ำตาล; **~cake** *n.* **A** ➡ **~bread; B** *(cake served with fruit)* ขนมเค้กที่มีหน้าผลไม้; **a strawberry ~cake** ขนมเค้กหน้าสตรอเบอร์รี; **~-'change** *v.t.* ทอนเงินให้น้อยกว่าที่ควร; *(fig.)* โกง, หลอกลวง; **~ 'circuit** *n. (Electr.)* เกิดการลัดวงจร; **~-'circuit** ❶ *v.t.* ทำให้ลัดวงจร; *(fig.)* ลัดขั้นตอน ❷ *v.i.* ลัดวงจร; **~coming** *n., usu. in pl.* ข้อบกพร่อง; **he has only one ~coming** เขามีข้อบกพร่องเพียงข้อเดียว; **~ 'commons** *n. pl.* **be on ~ commons** มีอาหารไม่เพียงพอ; **~ 'cut** *n.* ทางลัด, หนทางลัด; **take a ~ cut** *(lit. or fig.)* ใช้ทางลัด; **be a ~ cut to sth.** *(fig.)* เป็นทางลัดไปสู่ *ส.น.;* **there is no ~ cut to success** *(fig.)* ไม่มีทางลัดที่จะไปสู่ความสำเร็จ; **~ division** ➡ **division** G; **~ 'drink** *n.* เครื่องดื่มที่มีแอลกอฮอล์แรง; **have a ~ drink** ดื่มเหล้าไม่ผสม

shorten /'ʃɔːtn/'ชอท'น/ ❶ *v.i.* **A** *(become shorter)* สั้นลง; **B** *(decrease)* ลดลง ❷ *v.t.* **A** *(make shorter)* ทำให้สั้นลง; **B** *(decrease)* ทำให้ลดลง; **~ sail** *(Naut.)* ม้วนใบเรือ, ลดใบ; **C** *(Cookery)* เติมไขมันเพื่อให้แป้งร่อนกรอบหรือฟูเป็นชั้น ๆ

shortening /'ʃɔːtnɪŋ/'ชอท'นิง/ *n.* **A** *(making shorter)* การทำให้สั้นลง; *(growing shorter)* การสั้นลง; **B** *(Cookery)* ไขมันที่เติมลงในส่วนผสมเพื่อให้แป้งกรอบร่วนหรือฟูเป็นชั้น ๆ

short: ~fall *n.* จำนวนที่ขาด, ที่ต่ำกว่าที่คาดหมายไว้; *(in budget, financial resources)* งบประมาณขาดดุล; **~-haired** *adj.* ไว้ผมสั้น; *(สุนัข, แมว)* ขนสั้น; **~hand** *n.* ชวเลข; **write ~hand** จดชวเลข; **~hand writer** คนจดชวเลข; **that's ~hand for ...** *(fig.)* นั่นแหละเป็นรหัสสื่อความเรื่อง...; ➡ + **typist; ~-handed** /ʃɔːt'hændɪd/ชอท'แฮนดิด/ *adj.* ขาดแคลนพนักงาน, ขาดคน; **we are terribly ~-handed** เราขาดคนมาก; **~ haul** *n.* การขนส่งสินค้าในระยะสั้น; **~-haul** *adj. (ขนส่งสินค้า)* ในระยะทางใกล้ ๆ; *(เที่ยวบิน)* ในระยะสั้น; **~-haul route** เส้นทางเดินระยะใกล้; **~-haul transport** การขนส่งระยะใกล้; **~ 'head** *n. (Brit. Horseracing)* ระยะการชนะสั้นมาก; **win by a ~ head** ชนะแค่เส้นยาแดงผ่าแปด; **win an election by a ~ head** ชนะการเลือกตั้งแค่เส้นยาแดงผ่าแปด; **~hold** *adj.* ชั่วระยะสั้น *(การเช่า);* **~horn** *n. (Agric.)* วัวพันธุ์เขาสั้น

shortie /'ʃɔːtɪ/'ชอทิ/ *n. (coll.)* **A** ➡ **shorty** A; **B** *(garment)* ชุดสั้น; **~ nightdress/dress** ชุดนอนสั้น/กระโปรงชุดสั้น

shortish /'ʃɔːtɪʃ/'ชอทิช/ *adj.* ค่อนข้างสั้น; ค่อนข้างเตี้ย *(บุคคล)*

short: ~-legged *adj.* ขาสั้น; **~list** *n. (Brit.)* รายชื่อผู้สมัครงานที่จะถูกเลือกขั้นสุดท้าย; **be on/put sb. on the ~list** อยู่ใน/ใส่ *ค.น.* อยู่ในรายชื่อผู้สมัครที่จะมีการเลือกขั้นสุดท้าย; **~-list** *v.t.* ใส่ในรายชื่อซึ่งจะมีการเลือกขั้นสุดท้าย; **~-lived** /'ʃɔːtlɪvd/'ชอทลิวฺด/ *adj.* ไม่จีรังยั่งยืน, อยู่ไม่นาน

shortly /'ʃɔːtlɪ/'ชอทลิ/ *adv.* **A** *(soon)* ในไม่ช้า; **~ before/after sth.** ก่อน/หลัง *ส.น.* ไม่นาน; **~ before/after arriving, he phoned us** ก่อน/หลังจากมาถึงไม่นานเขาก็โทรศัพท์มาถึงพวกเรา; *(outside cinema, theatre)* **'coming ~'** 'จะฉายเร็ว ๆ นี้', 'จะเปิดแสดงเร็ว ๆ นี้'; **B** *(briefly)* อย่างย่อ ๆ; **C** *(curtly)* อย่างสั้น ๆ, อย่างห้วน ๆ

shortness /'ʃɔːtnɪs/'ชอทนิซ/ *n., no pl.* **A** *(short extent or duration)* ความสั้น, ระยะเวลาสั้น ๆ; **despite the ~ of his life** แม้ชีวิตเขาจะสั้น; **B** *(smallness) (of person)* ความเตี้ย; **C** *(scarcity, lack)* ความขาดแคลน, ความขัดสน (of ของ); **~ of breath** การหายใจไม่ทัน; **D** *(briefness)* ความย่นย่อ; **E** *(curtness)* ความสั้น, ความห้วน; **F** *(of pastry)* ความกรอบร่วน, ความฟูเป็นชั้นของเนื้อแป้ง

short: ~'odds *n. pl. (Racing, also fig.)* **it's/I would give you ~ odds on X winning** มันก็มี/ฉันจะให้คุณมีโอกาสเท่ากันที่เอ็กซ์จะชนะ; **~ 'order** *n. (Amer.)* **A** *(for food)* ร้านอาหารที่เสิร์ฟอาหารเร็ว ๆ; **B** **in ~ order** อย่างทันทีทันใด; **~-order** *adj. (Amer.)* อาหารปรุงสำเร็จ; **~-order counter** ชั้นวางอาหารปรุงสำเร็จให้เลือกสั่ง; **~ 'pastry** *n. (Cookery)* แป้งกรอบร่วน; **~-range** *adj.* **A** *(with ~ range) (เที่ยวบิน, จรวด)* ในระยะใกล้; **B** *(relating to ~ future period)* ในอนาคตอันใกล้

shorts /ʃɔːts/ชอทซฺ/ *n. pl.* **A** *(trousers)* กางเกงขาสั้น; *(in sports)* กางเกงขาสั้นเล่นกีฬา; **football ~**: กางเกงขาสั้นใส่เล่นฟุตบอล; **B** *(Amer.: underpants)* กางเกงใน

short: ~ 'sight *n., no pl., no art.* สายตาสั้น; **have ~ sight** มีสายตาสั้น; **~-sighted** /ʃɔːt'saɪtɪd/ชอท'ไซทิด/ *adj.*, **~-sightedly** /ʃɔːt'saɪtɪdlɪ/ชอท'ไซทิดลิ/ *adv. (lit.)* อย่างสายตาสั้น; *(fig.)* อย่างขาดจินตนาการ, โดยไม่มองการณ์ไกล; **~sightedness** /ʃɔːt'saɪtɪdnɪs/ชอท'ไซทิดนิซ/ *n., no pl. (lit.)* การมีสายตาสั้น; *(fig.)* การขาดจินตนาการ, การไม่มองการณ์ไกล; **~-sleeved** /'ʃɔːtsliːvd/'ชอทซลีวฺด/ *adj. (เสื้อ)* แขนสั้น; **~ 'sleeves** *n. pl.* แขนสั้น; **~-staffed** /ʃɔːt'stɑːft/ชอท'ซตาฟทฺ/ *adj.* **be [very] ~-staffed** ขาดพนักงาน [จำนวนมาก]; **~ stop** *n. (Baseball)* **A** *no pl., no art. (position)* ตำแหน่งของนักเบสบอลใกล้ฐานที่สอง; **B** *(player)* ผู้เล่นประจำตำแหน่งใกล้ฐานที่สอง; **~ 'story** *n. (Lit.)* เรื่องสั้น; **~ 'suit** *n. (Cards)* ชุดไพ่ที่น้อยกว่าสี่ใบ; **have a ~ suit in hearts** มีไพ่โพแดงน้อยกว่าสี่ใบ; **~ 'temper** *n.* อารมณ์ร้อน, ความขี้โมโห; **have a ~ temper** มีอารมณ์ร้อน; **~-'tempered** *adj.* อารมณ์ร้อน, ขี้โมโห;

S

short-term | show 812

be ~-tempered with sb. มีอารมณ์ร้อนกับ *ค.น.*; ~-**term** *adj.* ในระยะสั้น, เฉพาะหน้า; *(provisional)* ชั่วคราว; ~ '**time** *n. (Industry)* การทำงานน้อยกว่าปกติ; **be on** *or* **work ~ time** ทำงานน้อยกว่าเวลาทำงานตามปกติ; ~-**time** *adj.* ~-**time working** การทำงานที่ทำน้อยกว่าเวลาทำงานตามปกติ; ~ '**title** *n.* ชื่อย่อของหนังสือ; ~ '**trousers** *n. pl.* กางเกงขาสั้น; ~ '**wave** *n. (Radio)* คลื่นสั้น *(คลื่นแม่เหล็กไฟฟ้าที่มีความถี่สูงตั้งแต่ 3 เมกกะเฮิรตซ์ถึง 30 เมกกะเฮิรตซ์)*; ~-**wave** *adj. (Radio)* ที่ใช้คลื่นสั้น; ~**winded** /ʃɔːtˈwɪndɪd/ชอท'วินดิด/ *adj.* เหนื่อยง่าย, เหนื่อยเร็ว

shorty /ˈʃɔːtɪ/ˈชอทิ/ *n. (coll.)* Ⓐ *(person)* คนตัวเตี้ยกว่าระดับเฉลี่ย; **he/she is a ~**: เขา/เธอเตี้ยกว่าปกติ; Ⓑ ➡ **shortie** B

shot /ʃɒt/ชอท/ ❶ *n.* Ⓐ *pl. same (single projectile for cannon or gun)* ลูกปืน, ลูกกระสุน; Ⓑ *(Athletics)* ลูกตุ้มน้ำหนัก *(ในกีฬาทุ่มน้ำหนัก)*; **put the ~**: ทุ่มลูกตุ้มน้ำหนัก; **[putting] the ~**: กีฬาทุ่มน้ำหนัก; Ⓒ *pl. same (lead pellet)* กระสุนลูกปราย; ➡ + **lead shot**; Ⓓ *(discharge of gun)* การยิงปืน; *(firing of rocket)* การยิงจรวด; **the ~ had gone home** *(fig.)* ได้ผลตามที่มุ่งหมายไว้, ยิงตรงเป้า; **fire a ~ [at sb./sth.]** ยิงไป [ที่ *ค.น./ส.น.*]; **like a ~** *(fig.)* ทันทีทันใด, ปราศจากความลังเล; **I'd do it like a ~**: ฉันจะทำโดยไม่ลังเล; **call the ~s** *(fig.)* อยู่ในฐานะที่ควบคุมสถานการณ์ได้; **let sb. call the ~s** ปล่อยให้ *ค.น.* ควบคุมสถานการณ์; **have a ~ at sth./at doing sth.** *(fig.)* พยายามจะทำ *ส.น.*; **the answer is not correct, but it is a good ~**: คำตอบไม่ถูกต้องแต่เป็นการเดาที่ใกล้เคียงมาก; ➡ + **dark** 2 C; **long shot; Parthian shot; parting** 2; **snap shot**; Ⓔ *(Sport: stroke)* การตี; *(kick)* การเตะ; *(throw)* การขว้าง; *(Archery, Shooting)* การยิง; Ⓕ *(Photog.)* รูปถ่ายหนึ่งกรอบ; *(Cinemat.)* การถ่ายติดต่อกันหนึ่งครั้ง; **do** *or* **film interior/exterior/location ~s** *(Cinemat.)* ไปถ่ายภายใน/ภายนอก/ตามสถานที่จริง; **out of/in ~** *(Photog.)* นอก/ในกรอบภาพ; Ⓖ *(person who shoots in specified way)* นักยิงปืน, นักแม่นปืน; Ⓗ *(injection)* การฉีดยา; *(of drug)* การฉีดยาเสพติด; **be a ~ in the arm for sb./sth.** *(fig.)* เป็นการให้กำลังใจ *ค.น./*สนับสนุน *ส.น*; Ⓘ *(coll.: dram of spirits)* สุราจิบหนึ่ง; **a ~ of whisky/rum** *etc.* เหล้าวิสกี้/เหล้ารัมจิบหนึ่ง ❷ *v.t. & i.* ➡ **shoot** 1, 2 ❸ *adj.* Ⓐ *(iridescent)* เปลี่ยนสีเมื่อเปลี่ยนที่; **~ [through] with sth.** มี *ส.น.* เข้าปนประสม; **hair ~ with grey** ที่มีผมหงอกประปราย; Ⓑ **get ~ of sb./sth.** *(coll.)* กำจัด *ค.น./ส.น.*; **I wish I could get ~ of him** ฉันอยากจะกำจัดเขาไปให้พ้น; Ⓒ *(coll.)* **be ~** *(exhausted, finished)* เหนื่อยอ่อน, หมดแรง, เสร็จสิ้น; **my nerves are ~ [to pieces]** ประสาทของฉันเปลี้ย [เต็มประดา]

shot: ~-**blasting** /ˈʃɒtblɑːstɪŋ/ˈชอทบลาซติง/ *n.* การทำความสะอาดโลหะด้วยการฉีดไอน้ำ; ~-**firer** /ˈʃɒtfaɪərə(r)/ˈชอทไฟเออะเรอะ(ร)/ *n.* คนฉีดน้ำในเหมือง; ~**gun** *n.* ปืนสั้น; ~**gun wedding/marriage** *(fig. coll.)* การแต่งงานโดยฝ่ายชายถูกบังคับเพราะฝ่ายหญิงตั้งครรภ์; **ride ~gun** ไปด้วยเพื่อควบคุมสถานการณ์; ~-**put** *n., no pl., no indef. art. (Athletics)* กีฬาทุ่มน้ำหนัก; ~-**putter** /ˈʃɒtpʊtə(r)/ˈชอทพุเทอะ(ร)/ *n. (Athletics)* นักทุ่มน้ำหนัก

should *see box,* ➡ **shall**

shoulder /ˈʃəʊldə(r)/ˈโชลเดอะ(ร)/ ❶ *n.* Ⓐ ➤ **118** ไหล่, บ่า; **~ to ~** *(lit. or fig.)* เคียงบ่าเคียงไหล่; **put** *or* **set one's ~ to the wheel** *(fig.)* เข้ารับภาระโดยสมัครใจ, พยายามมาก; **straight from the ~** *(fig.)* พูด, พูดอย่างตรงไปตรงมา; **cry on sb.'s ~** *(fig.)* หาคำปลอบใจจาก *ค.น.*; **give sb. the cold ~**: ทำเย็นชากับ *ค.น.*; **get the cold ~ from sb.** โดน *ค.น.* ทำเย็นชาใส่; ➡ + **chip** 1 A; **head** 1 A; **rub** 1 A; Ⓑ *in pl. (upper part of back)* ส่วนไหล่; *(of garment)* ไหล่เสื้อ; **lie** *or* **rest/fall on sb.'s ~s** *(fig.)* เป็นเรื่องที่ *ค.น.* จำต้องรับผิดชอบ; **he has broad ~s** *(fig.: is able to take responsibility)* เขาเป็นคนที่สามารถรับผิดชอบได้; **have** *or* **be an old head on young ~s** *(fig.)* แก่เกินวัย, เป็นผู้ใหญ่เกินวัย; **have a good head on one's ~s** *(fig.)* มีสามัญสำนึก; Ⓒ ➡ ~ **joint** A; Ⓓ *(Gastr.)* เนื้อส่วนไหล่; **~ of lamb/veal** เนื้อแกะ/เนื้อวัวช่วงไหล่; Ⓔ *(Road Constr.)* ไหล่ถนน; ➡ + **hard shoulder**

❷ *v.t.* Ⓐ *(push with ~)* ผลักดันด้วยไหล่; **~ one's way through the crowd** เบียดแทรกฝ่าฝูงชนไป; Ⓑ *(take on one's ~s)* แบกไปบนไหล่; *(fig.)* ยอมรับ *(ภาระ, ความผิด)* แทนผู้อื่น; **~ arms** *(Mil.)* แบกปืนบนไหล่

~ **a'side** *v.t.* เบียดออกไป; *(fig.)* ไม่สนใจ *ส.น.*

shoulder: ~ **bag** *n.* กระเป๋าสะพายไหล่; ~ **belt** *n.* สายสะพาย; ~ **blade** *n.* กระดูกหัวไหล่

-shouldered /ˈʃəʊldəd/ˈโชลเดิด/ *adj. in comb.* มีไหล่; **square-/straight-~**: มีไหล่กว้าง/ไหล่ตั้ง

shoulder: ~-**high** ❶ /ˈ---/ *adj.* สูงแค่ไหล่ ❷ /--ˈ-/ *adv.* **lift/carry sb. ~-high** ยก/แบก *ค.น.* ไว้บนไหล่; **they carried him through the streets, ~-high** พวกเขาแบกเขาขึ้นไหล่และเดินไปตลอดถนน; ~ **holster** *n.* ซองใส่ปืนพกที่เหน็บไว้บริเวณรักแร้; ~ **joint** *n.* Ⓐ *(Anat.)* ข้อต่อหัวไหล่; Ⓑ *(Gastr.)* เนื้อส่วนไหล่; ~-**length** *adj. (ผม)* ยาวประบ่า, ยาวถึงไหล่; ~ **pad** *n.* แผ่นนวมเสริมไหล่ *(ในเสื้อ)*; ~ **strap** *n.* Ⓐ *(on ~ of garment)* สายโยงบ่า; Ⓑ *(on bag)* สายสะพายไหล่; *(suspending a garment)* สายโยงบ่า

shouldn't /ˈʃʊdnt/ˈชุดˈนท/ *(coll.)* = **should not**; ➡ **shall**

shout /ʃaʊt/เชาท/ ❶ *n.* Ⓐ การตะโกน; *(inarticulate)* เสียงแผดร้อง, เสียงกู่; **warning ~, ~ of alarm** การตะโกนเตือน; **~ of joy/rage** การตะโกนด้วยความเบิกบานใจ/ความโกรธ; **~ of encouragement/approval** ตะโกนให้กำลังใจ/แสดงความเห็นด้วย; **give sb. a ~**: ตะโกนใส่ *ค.น.*; *(fig. coll.: let sb. know)* ตะโกนบอกข่าว *ค.น.*; Ⓑ *(coll.: turn to pay for drinks)* คราวที่จะต้องเป็นผู้จ่ายค่าเครื่องดื่ม; **stand sb. a ~**: เลี้ยงเครื่องดื่ม *ค.น.*

❷ *v.i.* Ⓐ ตะโกน, แผดเสียง; **~ with** *or* **for joy** ตะโกนด้วยความสนุกสนานเบิกบาน; **~ at sb.** *(be loudly abusive to sb.)* แผดเสียง/โวยวายใส่ *ค.น.*; **you don't have to ~ [at me] – I can hear you** คุณไม่ต้องตะโกน [ใส่ฉัน] ฉันได้ยินชัด; **don't ~!** อย่าโวยวายนะ; **she ~ed for him to come** เธอตะโกนเรียกให้เขามา; **he ~ed to me to be careful/help him** เขาตะโกนบอกให้ฉันระมัดระวัง/ช่วยเขา; **~ for sb./sth.** ตะโกนเรียก *ค.น./ส.น.*; **~ for help** ตะโกนขอความช่วยเหลือ; **it's nothing to ~ about** *(fig.)* ไม่ใช่เรื่องที่ตื่นเต้นอะไร; Ⓑ *(Austral. and NZ coll.: stand drinks etc.)* เลี้ยง, จ่ายเงิน *(ค่าเครื่องดื่ม ฯลฯ)* ให้

❸ *v.t.* Ⓐ ตะโกน; **~ abuse** ตะโกนด่า; **~ oneself hoarse** ตะโกนเสียจนเสียงแหบแห้ง; Ⓑ *(Austral. and NZ coll.)* **~ a drink/a beer for sb., ~ sb. to a drink/a beer** เลี้ยงเครื่องดื่ม/เบียร์แก่ *ค.น.*

~ '**down** *v.t.* Ⓐ ตะโกนให้เงียบ; Ⓑ **~ sb. down** *(prevent from being heard)* โห่ไล่ให้ *ค.น.* เลิกพูด

~ '**out** ❶ *v.i.* ตะโกนออกมา; **if you know the answer, don't ~ out – wait till ...**: ถ้าคุณรู้คำตอบอย่าเพิ่งตะโกนออกมา รอจนกว่า... ❷ *v.t.* ตะโกนออกมา, ป่าวร้อง

shouting /ˈʃaʊtɪŋ/ˈเชาทิง/ ❶ *adj.* ที่กำลังตะโกน ❷ *n. (act of shouting)* การตะโกน; *(shouts)* เสียงตะโกน; **it's all over but** *or* **bar the ~** *(fig.)* จบเรื่องแล้ว, ตัดสินเสร็จเรียบร้อยแล้ว

shove /ʃʌv/ชัว/ ❶ *n.* การผลัก, การดัน; **little ~**: การผลักเบา ๆ; **a ~ with one's foot** เขี่ยด้วยเท้า; **get the ~** *(coll.)* ถูกถีบเด้งออกไป, บอกเลิกกับ *ค.น.*; **give sb. the ~** *(coll.)* ถีบ *ค.น.* เด้งออกไป ❷ *v.t.* Ⓐ ผลัก, ดัน; Ⓑ *(use force to propel)* ผลักดัน; Ⓒ *(coll.: put)* ใส่, กรอก, อัด, ยัด; ➡ + **throat** A ❸ *v.i.* เบียดแทรก, ฝ่า; **~ past the vehicles/through the crowd** *(coll.)* ผลักหลุน ๆ ผ่านหน้ารถ/ฝ่าฝูงชน; ➡ + **push** 2 A, 3 D

~**a'bout** ➡ ~ **around**

~**a'long** *(coll.)* ❶ *v.t.* ผลักดันไปตามทาง ❷ *v.i.* ดิ่งไปตามทางของตน; *(fig. coll.: depart)* จากไป, ไป

~ **a'round** *v.t. (coll.)* ผลักไปมา; *(fig.)* สั่งโน่นสั่งนี่

~ **a'way** *v.t. (coll.)* ผลักออกไปให้พ้น

~ '**off** ❶ *v.t. (coll.)* Ⓐ *(away)* ผลักออกไปให้พ้น; Ⓑ *(down)* ผลักลง ❷ *v.i.* Ⓐ *(coll.: move boat from shore)* ผลักเรือออกจากฝั่ง; Ⓑ *(coll.: depart)* จากไป

~ '**over** *(coll.)* ❶ *v.t.* ผลักให้ขยับ ❷ *v.i.* เลิกรับภาระ, เลิกถือเป็นภาระ

~ '**past** *v.i. (coll.)* เบียดแทรกผ่านไป, ลุยไป

shove-'halfpenny *n.* การพนันที่ผู้เล่นหยอดเหรียญเงินปลีกลงไป

shovel /ˈʃʌvl/ˈชัวล/ ❶ *n.* Ⓐ *(implement, part of machine)* พลั่ว, เสียม; *(machine)* เครื่องตัก; ➡ + **spade** A; Ⓑ *(quantity)* ➡ **shovelful** ❷ *v.t., (Brit.)* -**ll**- Ⓐ ตักด้วยพลั่ว; Ⓑ *(fig.)* **~ food into one's mouth** พุ้ยอาหารเข้าปาก

shovelful /ˈʃʌvlfʊl/ˈชัวลฟุล/ *n.* **a ~ of earth** *etc.* ดินหนึ่งพลั่ว; **~s of earth** ดินหลายพลั่ว

show /ʃəʊ/โช/ ❶ *n.* Ⓐ *(act of making visible)* การแสดง; **without any ~ of anger/emotion/grief** ปราศจากการแสดงความโกรธ/อารมณ์/ความโศกเศร้าใด ๆ; **~ of generosity** การแสดงความเอื้อเฟื้อเผื่อแผ่; **~ of knowledge** การแสดงความรู้; **make a ~ of sth.** ทำ *ส.น.* ให้คนเห็น; **~ of force/strength** การแสดงว่ามีกำลัง/ความแข็งแรง; Ⓑ *(display)* การแสดง, นิทรรศการ; *(spectacle, pageant)* การแสดงมหรสพ, ขบวนแห่; **a ~ of flowers/colour** ดอกไม้/ภาพสีที่สะดุดตา; **the trees make a wonderful ~**: ต้นไม้กำลังสวยงามมาก; **be on ~**: กำลังออกแสดงอยู่; **put sth. on ~**: นำ *ส.น.* ออกแสดง; Ⓒ *(exhibition)* นิทรรศการ, การจัดประกวด; **dog ~**: การจัดประกวดสุนัข; **animal ~** นิทรรศการประกวดสัตว์; Ⓓ *(entertainment, performance)* การแสดง *(เชิงบันเทิง)*; *(Theatre)* การแสดงละคร; *(Radio, Telev.)* รายการวิทยุ, รายการโทรทัศน์; **summer ~**: การแสดงในช่วง

S

Should (คงจะ, ควรจะ)

Conditional (แสดงเงื่อนไข)

The conditional is very hard to translate into Thai owing to the lack of tenses but the sense can be conveyed through the use of words such ถ้าจะ, ก็จะ etc.:

I should be surprised if he wins
= ฉันจะประหลาดใจถ้าเขาชนะ

I should have gone if I had been invited
= ฉันคงจะไปถ้าได้รับเชิญ

I should have thought it was obvious
= ฉันคิดว่ามันน่าจะชัดเจนอยู่แล้ว

We should welcome more opportunity for contact
= เราก็จะยินดีติดต่อกันบ่อยขึ้นถ้ามีโอกาส

We should like to help you
= เราก็อยากจะช่วยคุณ

If they should be delayed or ***Should they be delayed, ...***
= ถ้าพวกเขาเกิดล่าช้า

Should he turn up after all, let me know
= หากเขามาในที่สุด ช่วยบอกฉันด้วย

Meaning ought to (ควรจะ)

In most cases expressing obligation, ควรจะ is used:

You should tell her
= คุณควรจะบอกเธอ

They shouldn't really be here
= จริง ๆ แล้วพวกเขาไม่ควรจะอยู่ที่นี่

We should have gone earlier
= พวกเราควรจะไปเร็วกว่านี้

He shouldn't have come
= เขาไม่ควรจะมา

Also expressing a surmise or estimate, ควรจะ or น่าจะ can be used:

They should be there by now
= พวกเขาควรจะถึงที่นั่นแล้วตอนนี้ *หรือ* ตอนนี้พวกเขาน่าจะถึงที่นั่นแล้ว

That should be enough
= นั่นควรจะเพียงพอ *หรือ* แค่นั้นน่าจะพอ

After that (ใช้ตามหลัง that)

In clauses beginning with ***that*** preceded by an adjective, the ***should*** is not translated:

It is strange that he should never have told you
= เป็นเรื่องแปลกที่เขาไม่เคยบอกคุณ

It is important that they should be warned
= เป็นเรื่องสำคัญที่พวกเขาจะได้รับการเตือน

Much the same applies to clauses with ***in order that*** or ***so that***:

She gave me a cushion in order that or ***so that I should sit more comfortably***
= เธอให้หมอนรองแก่ฉันเพื่อที่ฉันจะได้นั่งสบายขึ้น

In order that they should all be able to hear, I used a megaphone
= เพื่อให้พวกเขาทุกคนได้ยิน ฉันจึงใช้เครื่องกระจายเสียง

ฤดูร้อน; **the ~ must go on** การแสดงต้องดำเนินต่อไป; *(fig.)* ไม่ว่าจะเกิดอะไรขึ้น ก็ต้องดำเนินชีวิตต่อไป; ➡ + **steal** 1 A; **stop** 1 B; **E** *(coll.: effort)* **that's a very good ~:** นั่นทำได้ดีมาก; **it's a poor ~:** ทำได้แย่มาก; **put up a good/poor ~:** ทำได้ดี/ทำไม่ได้เรื่อง; **good ~!** ดีมาก; **bad** *or* **poor ~!** แย่จริง; **F** *(coll.: undertaking, business)* **it's his ~:** มันเป็นธุระของเขา; **who is running this ~?** ใครเป็นคนดำเนินการเรื่องนี้; **give the [whole] ~ away** แสดงให้เห็นความบกพร่อง, เปิดเผยความจริง; ทำให้เละหมดเลย; ➡ + **run** 3 C; **G** *(outward appearance)* ลักษณะภายนอก; **make a great ~ of friendliness** แสดงการเป็นมิตรอย่างเต็มที่; **make** *or* **put on a [great] ~ of doing sth.** ทำเป็น [เรื่องใหญ่] ว่ากำลังทำ *ส.น.; **she puts on a brave ~ of being able to cope** เธอพยายามแสดงว่าเธอควบคุมสถานการณ์ได้อยู่มือ; **be for ~:** ไว้ดูเฉย ๆ; **do sth. just for ~:** ทำ *ส.น.* เพื่อการโอ้อวดเท่านั้น; **H** *(pomp)* **the pomp and ~ of great State occasions** ความโอ่อ่าหรูหราของงานรัฐพิธีในโอกาสสำคัญ ๆ; **I** *(Med.: discharge) (at onset of labour) เลือดไหลเมื่อเริ่มคลอด; (at beginning of menstrual period) เลือดไหลเมื่อเริ่มระดู*

❷ *v.t., p.p.* **~n** /ʃəʊn/โชน/ *or* **~ed** **A** *(allow or cause to be seen)* แสดงให้ดู, ทำให้เห็น; *(produce)* แสดง *(บัตรผ่าน, ตั๋วเดินทาง ฯลฯ)*; **~ one's card** *or* **hand** *(Cards)* แบไพ่, แบมือ; *(fig.: reveal one's intentions)* แบไต๋, เปิดเผยความตั้งใจของตน; **have nothing/something to ~ for it** ไม่มี/มีผลจากการทำ *ส.น.* ให้ดู; ➡ + **cause** 1 C; **face** 1 A; **feather** 1 A; **'flag** 1; **tooth** A; **B** *(reveal, disclose)* เปิดเผยให้ดู; **~ sb. sth., ~ sth. to sb.** ให้ *ค.น.* ดู *ส.น.*; **~ me an A and I will ~ you a B** เปิดเผยให้ฉันและฉันจะเปิดบีให้คุณ; **that dress ~s your petticoat** ชุดนั้นเผยให้เห็นกระโปรงชั้นใน; **this material does not ~ the dirt** วัสดุนี้จะไม่ดูสกปรก; **~ oneself** แสดงตัว; **~ itself** *(become visible)* ปรากฏให้เห็น; *(reveal itself)* ปรากฏตัว; **~ itself at its best/in all its glory** ปรากฏโฉมในลักษณะที่ดีที่สุด/เด่นเต็มที่; **the task has been ~n to be difficult** ปรากฏว่างานนั้นยากลำบาก; **this episode ~s him to be honest/a liar** เรื่องนี้แสดงว่าเขาเป็นคนซื่อสัตย์/โกหก; **~ oneself/itself to be sth.** แสดงตน/ปรากฏว่าเป็น *ส.น.*; ➡ + **'heel** 1 A; **colour** 1 H; **sign** 1 E; **C** *(manifest, give evidence of)* บ่งบอกชัดเจน, แสดง, ให้หลักฐาน; **~ hesitation** แสดงความลังเลใจ; **he is ~ing his age** เขาเริ่มดูแก่; ➡ + **fight** 3 C; **mettle** A; **willing** 2; **D** **~ [sb.] kindness/mercy** แสดงความใจดี/ปรานีแก่ *ค.น.*; **~ mercy on** *or* **to sb.** แสดงความปรานีแก่ *ค.น.*; **E** *(indicate)* บ่ง, แสดง *(ความรู้สึก)*; *(นาฬิกา)* บอก *(เวลา)*; *(ตาราง)* แสดงให้เห็น; **as ~n in the illustration** ดังที่แสดงไว้ในภาพประกอบ; **the frontiers are ~n by a blue line/towns are ~n in red** เขตแดนแสดงด้วยเส้นสีน้ำเงิน/เมืองแสดงด้วยจุดสีแดง; **the accounts ~ a profit** บัญชีแสดงกำไร; **the firm ~s a profit/loss** บริษัทแสดงว่ามีกำไร/ขาดทุน; **F** *(offer for viewing)* เปิดให้ชม *(บ้าน)*; *(exhibit in a show)* แสดง; **G** *(demonstrate, prove)* แสดง, สาธิต, พิสูจน์; **~ sb. that ...:** พิสูจน์ให้ *ค.น.* เห็นว่า...; **it all/just goes to ~ that ...:** ทั้งหมดนี้ก็แสดงให้เห็นว่า...; **it all goes to ~, doesn't it?** ทั้งหมดนี้ก็เป็นการแสดงให้เห็นใช่ไหม; **I'll ~ you/him** *etc.* **!** คุณ/เขา *ฯลฯ* ก็คอยดูก็แล้วกัน; **~ sb. who's boss** แสดงให้ *ค.น.* เห็นว่าใครเป็นเจ้านาย; ➡ + **door**; **H** *(conduct)* นำไปดู, พาชม; **~ sb. over the house/to his place** พา *ค.น.* ชมทั่ว บ้าน/พา *ค.น.* ไป ณ ที่นั่งของเขา

❸ *v.i., p.p.* **~n** *or* **~ed** **A** *(be visible)* เห็นได้, แสดงให้เห็น; *(come into sight)* มองเห็น; **he was angry/bored, and it ~ed** เขาโกรธ/เบื่อจนเห็นได้ชัด; **his age is beginning to ~:** ความแก่ของเขาชักจะเห็นได้ชัด; **your slip is ~ing** กระโปรงชั้นในของคุณแลบออกมา; **B** *(coll.: arrive)* มาถึง; **C** *(be ~n) (ภาพยนตร์)* แสดงอยู่; **'The Lord of the Rings' – now ~ing in the West End** 'อภินิหารแหวนครองพิภพ' ตอนนี้กำลังฉายอยู่ในย่านเวสท์เอนด์ในกรุงลอนดอน; **D** *(make sth. known)* **time will ~:** อีกไม่นานก็จะได้รู้เอง; **only time will ~:** เวลาเท่านั้นที่จะพิสูจน์; **E** *(Amer. Horseracing)* เป็นหนึ่งในสามอันดับแรก

~ **'in** *v.t.* นำเข้าไป, พาเข้าไป

~ **'off** ❶ *v.t.* **A** *(display)* **~ sth./sb. off** แสดง *ส.น./ค.น.*; *(in order to impress)* อวด *ส.น./ค.น.*; **B** *(display to advantage)* แสดงให้เด่น ❷ *v.i.* โอ้อวด; ➡ + **show-off**

~ **'out** *v.t.* นำออกไป, พาออกไป

~ **'round** *v.t.* พาชมสถานที่

~ **'up** ❶ *v.t.* **A** *(conduct upstairs)* นำขึ้นชั้นบน; **B** *(make visible)* แสดงให้เห็น; **this incident has ~n him up as** *or* **for a coward** *or* **to be a coward** เหตุการณ์นี้แสดงให้เห็นว่าเขาเป็นคนขี้ขลาด; **C** *(coll.: embarrass)* ทำให้กระดากอาย ❷ *v.i.* **A** *(be easily visible)* เห็นได้ง่าย; *(fig.)* เปิดเผย; **it will not ~ up on the** photocopy มันจะไม่ปรากฏในภาพถ่ายสำเนา; Ⓑ *(coll.: arrive)* มาถึง

show: ~ **biz** *(coll.)*, ~ **business** *ns., no pl., no art.* ธุรกิจบันเทิง; **~ business personalities/connections** บุคคล/เครือข่ายความสัมพันธ์ในแวดวงบันเทิง; ~**case** *n.* ตู้กระจกใช้แสดง; *(fig.)* สถานที่ หรือ วิธีการจัดแสดง *ส.น.* ให้เป็นที่ชื่นชม; ~**down** *n. (fig.)* การเผชิญหน้ากันครั้งสุดท้าย; **have a ~down [with sb.]** มีการเผชิญหน้าครั้งสุดท้าย [กับ *ค.น.*]

shower /ˈʃaʊə(r)/ˈชาวเออะ(ร)/ ❶ *n.* Ⓐ ฝน/หิมะตกโปรยปรายชั่วระยะ; **~ of rain/sleet/hail** ฝน/ฝนปนหิมะ/ลูกเห็บที่ตกโปรยปรายชั่วครู่; **a ~ of confetti/sparks/stones/petals** ลูกปา/ประกายไฟ/ก้อนหิน/กลีบดอกไม้ที่โปรยปรายลงมา; **a ~ of letters/curses** จดหมาย/คำสาปแช่งที่มีมามากมาย; Ⓑ *(~ bath)* ฝักบัว; **have** *or* **take a [cold/quick/daily] ~:** อาบฝักบัว [น้ำเย็น/อย่างรวดเร็ว/เป็นประจำทุกวัน]; **be under the ~:** กำลังอาบน้ำฝักบัว; Ⓒ *(Amer.: party)* **~ [party]** *งานเลี้ยงเพื่อให้ของขวัญแก่ผู้ที่จะเป็นเจ้าสาว;* **baby ~:** *งานเลี้ยงเพื่อให้ของขวัญแก่เด็กทารก;* Ⓓ *(Brit. coll.: contemptible persons)* คนที่น่าดูถูกดูแคลน
❷ *v.t.* Ⓐ **~ sth. over** *or* **on sb., ~ sb. with sth.** สาด *ค.น.* ด้วย *ส.น.*; Ⓑ *(fig.: lavish)* **~ sth. [up] on sb., ~ sb. with sth.** ให้ *ส.น.* มากแก่ *ค.น.*
❸ *v.i.* Ⓐ *(fall in ~s)* **~ down [up]on sb.** *(น้ำ)* หลั่งไหลลงมาสู่ *ค.น.* เป็นจำนวนมากมาย; *(หินกรวด, ลูกปา)* ตกลงมาใส่ *ค.น.*; Ⓑ *(have a ~ bath)* อาบ *(น้ำด้วย)* ฝักบัว

shower: ~ **bath** *n.* การอาบน้ำด้วยฝักบัว; ~ **cap** *n.* หมวกอาบน้ำ; ~ **curtain** *n.* ม่านกั้นบริเวณอาบน้ำ; ~ **gel** *n.* สบู่เหลวใช้เวลาอาบฝักบัว; ~**proof** *adj. (เสื้อ)* กันฝน

showery /ˈʃaʊərɪ/ˈโชเออะริ/ *adj.* **the weather is ~:** อากาศมีฝนตกปรอย ๆ; **~ outlook:** มีท่าว่าฝนจะตกปรอย ๆ; **a cold and ~ day** วันที่มีอากาศเย็นและฝนตกปรอย ๆ

show: ~ **flat** *n. (Brit.)* ห้องชุดตัวอย่าง; ~**girl** *n.* นักแสดงหญิงที่ร้องเพลงและเต้นระบำได้; ~**ground** *n.* สถานที่จัดการแสดง, จัดนิทรรศการ; ~ **house** *n.* บ้านตัวอย่าง

showily /ˈʃəʊɪlɪ/ˈโชอิลิ/ *adv.* อย่างสะดุดตา, อย่างขี้โม้โอ้อวด; **behave ~:** ประพฤติตนอย่างขี้โม้โอ้อวด

showing /ˈʃəʊɪŋ/ˈโชอิง/ *n.* Ⓐ *(of film)* การฉาย; *(of television programme)* การออกอากาศ; **at the film's first ~:** เมื่อฉายภาพยนตร์รอบปฐมทัศน์; Ⓑ *(evidence)* **on this ~:** ตามหลักฐานนี้; **on any ~:** ตามหลักฐานใด ๆ; **on** *or* **by sb.'s own ~:** ด้วยการแสดงออกของ *ค.น.* เอง; **on present ~:** ตามที่ปรากฏขณะนี้; Ⓒ *(quality of performance)* คุณภาพของการแสดง; **make a good/poor** *etc.* **~:** แสดงได้ดี/แย่ *ฯลฯ*; **on this ~:** ในการแสดงระดับนี้

show: ~**jumper** *n. (Sport)* Ⓐ *(person)* คนขี่ม้าข้ามสิ่งกีดขวาง; Ⓑ *(horse)* ม้าที่กระโดดข้ามสิ่งกีดขวาง; ~**jumping** *n. (Sport)* การขี่ม้าข้ามสิ่งกีดขวาง; ~**man** /ˈʃəʊmən/ˈโชเมิน/ *n., pl.* ~**men** /ˈʃəʊmən/ˈโชเมิน/ Ⓐ *(proprietor of fairground booth etc.)* นายโรงละครสัตว์, เจ้าของซุ้มสนามเด็กเล่นในงานวัด; Ⓑ *(effective presenter)* นักแสดงที่เก่ง

showmanship /ˈʃəʊmənʃɪp/ˈโชเมินชิพ/ *n., no pl.* ความสามารถในการโฆษณาตัวเอง, ความสามารถในการประชาสัมพันธ์; **it's nothing but ~:** ไม่มีอะไรหรอกนอกจากความสามารถในการแสดงตบตา

shown ➡ show 2, 3

show: ~-**off** *n.* คนขี้อวด; **don't be such a ~-off** อย่าคอยคุยโม้โอ้อวดแบบนี้; ~**piece** *n.* ของตัวอย่างที่ดีที่สุด, ของชิ้นเอก; *(of exhibition, collection)* ของชิ้นเอก; **a real ~piece** เป็นงานชิ้นยอดเยี่ยม; ~**place** *n.* สถานที่น่าสนใจ *(ในการท่องเที่ยว)*; ~**room** *n.* ห้องจัดแสดงสินค้า; **~room price** ราคาที่ติดไว้ในห้องจัดแสดงสินค้า; ~-**stopper** *n. (coll.)* **be a ~-stopper** ได้รับเสียงปรบมือจนต้องหยุดการแสดงชั่วขณะ; ~ **trial** *n.* คดีที่มีขึ้นเพื่อเป็นการตบตา, คดีตัวอย่าง

showy /ˈʃəʊɪ/ˈโชอิ/ *adj.* Ⓐ *(gaudy, ostentatious)* ฉูดฉาด, คุยโม้คุยโต, โอ้อวดเกินจริง; Ⓑ *(striking)* โดดเด่น

shrank ➡ shrink 1, 2

shrapnel /ˈʃræpnl/ˈแชรพน่ล/ *n. (Mil.)* Ⓐ *(fragments)* สะเก็ดระเบิด; **piece of ~:** สะเก็ดระเบิด; Ⓑ *(projectile)* อาวุธหรือกระสุนที่บรรจุเศษระเบิดหรือเหล็ก

shred /ʃred/เชร็ด/ ❶ *n.* เศษ, ชิ้นเล็กชิ้นน้อย; **without a ~ of clothing on him/her** เขา/เธอปราศจากเศษผ้าแม้แต่ชิ้นเดียว; **not a ~ of evidence/truth** ไม่มีหลักฐาน/ความจริงแม้แต่น้อยนิด; **cut/tear** *etc.* **sth. to ~s** ตัด/ฉีก *ส.น.* เป็นชิ้นเล็กชิ้นน้อย; **tear sb.'s reputation to ~s** ทำลายชื่อเสียงของ *ค.น.* จนแหลกลาญ; **tear sb. ['s character] to ~s** ทำลาย [ชื่อเสียงของ] *ค.น.* จนย่อยยับ; **tear a theory/an argument to ~s** ทำลายทฤษฎี/ข้อโต้แย้งจนไม่เหลือ; **our clothes were in ~s** เสื้อผ้าของเราขาดเป็นชิ้นเล็กชิ้นน้อย; **sb.'s nerves are in ~s** *(fig.) ค.น.* กำลังสติแตก; **sb.'s reputation is in ~s** ชื่อเสียงของ *ค.น.* ป่นปี้หมดแล้ว
❷ *v.t.*, **-dd-** ฉีกหรือตัดให้เป็นชิ้นเล็กชิ้นน้อย

shredder /ˈʃredə(r)/ˈเชร็ดเดอะ(ร)/ *n. (for paper, clothes)* เครื่องที่ตัดเป็นเศษเล็ก ๆ; *(kitchen aid)* อุปกรณ์สับหั่นหรือไสอาหารออกเป็นฝอย; **~ [attachment]** ใบมีดที่ใช้สับหั่นและไส

shrew /ʃru:/ชรู/ *n.* Ⓐ *(Zool.)* สัตว์กินแมลงคล้ายหนูในวงศ์ Soricidae; Ⓑ *(woman)* หญิงอารมณ์ร้าย, หญิงปากจัด

shrewd /ʃru:d/ชรูด/ *adj. (บุคคล)* ฉลาดหลักแหลม, ปัญญาไว; **I had a pretty ~ idea** *or* **suspicion what his next move would be** ฉันเดาได้อย่างค่อนข้างแม่นว่าเขาจะทำอะไรต่อไป; **have a ~ mind** มีหัวคิดหลักแหลม

shrewdly /ˈʃru:dlɪ/ˈชรูดลิ/ *adv.* อย่างฉลาดหลักแหลม, อย่างปัญญาไว; **he ~ decided to take the job** เขาตัดสินใจอย่างฉลาดหลักแหลมว่าจะรับงานนั้น

shrewdness /ˈʃru:dnɪs/ˈชรูดนิซ/ *n., no pl.* ➡ shrewd: ความฉลาดหลักแหลม

shrewish /ˈʃru:ɪʃ/ˈชรูอิช/ *adj.*, **shrewishly** /ˈʃru:ɪʃlɪ/ˈชรูอิชลิ/ *adv.* อย่างอารมณ์ร้อน, อย่างปากจัด

'shrew-mouse ➡ shrew A

shriek /ʃri:k/ชรีค/ ❶ *n.* Ⓐ *(shrill cry)* เสียงร้องกรี๊ด, เสียงแหลม; **give a ~:** กรีดร้อง; **give a ~ of horror/fear** *etc.* กรีดร้องด้วยความสยองขวัญ/ความกลัว *ฯลฯ*; **there were ~s of laughter from the children** เด็ก ๆ หัวเราะกรี๊ดกร๊าดกันใหญ่; Ⓑ *(high-pitched sound)* เสียงแหลม ❷ *v.i.* Ⓐ *(give shrill cry)* ร้องกรี๊ด, ร้องเสียงแหลม; **~ with horror/fear** *etc.* กรีดร้องด้วยความสยองขวัญ/ความกลัว *ฯลฯ*; **~ [with laughter]** ร้องกรี๊ด ๆ [ด้วยเสียงหัวเราะ]; Ⓑ *(make high-pitched sound)* ส่งเสียงแหลม ❸ *v.t.* กรีดร้อง, ร้องเสียงแหลม

~ **'out** ❶ *v.i.* หวีดร้อง ❷ *v.t.* ร้องเสียงแหลมออกมา

shrift /ʃrɪft/ชริฟท/ *n.* **give sb. short ~:** จัดการกับ *ค.น.* อย่างห้วน ๆ; **get short ~ [from sb.]** [*ค.น.*] ได้รับการปฏิบัติห้วน ๆ [จาก *ค.น.*]

shrike /ʃraɪk/ชไรค/ *n. (Ornith.)* นกเหยี่ยวในวงศ์ Laniidae

shrill /ʃrɪl/ชริล/ ❶ *adj. (เสียง)* แหลมก้อง; *(fig.) (การต่อต้าน ส.น.)* เต็มที่ ❷ *v.i.* ร้องเสียงแหลม ❸ *v.t.* ร้องด้วยเสียงแหลมดัง

shrillness /ˈʃrɪlnɪs/ˈชริลนิซ/ *n., no pl.* เสียงแหลมก้อง

shrilly /ˈʃrɪlɪ/ˈชริลลิ/ *adv.* ด้วยเสียงแหลม; *(fig.) (ต่อต้าน)* อย่างเต็มที่

shrimp /ʃrɪmp/ชริมพ/ ❶ *n.* Ⓐ *pl.* **~s** *or* **~** กุ้ง; Ⓑ *(derog.: small person)* คนตัวเล็ก ❷ *v.i.* ออกไปงมกุ้ง

shrine /ʃraɪn/ชรายน/ *n.* Ⓐ *(tomb)* หลุมศพของนักบุญ; *(casket)* โลงศพ; *(casket holding sacred relics)* โกศที่บรรจุพระบรมสารีริกธาตุ; **be a sacred ~ of Christendom** เป็นอนุสรณ์สถานอันศักดิ์สิทธิ์ของคริสต์ศาสนา; Ⓑ *(fig.: place hallowed by memory)* สถานที่ศักดิ์สิทธิ์ในความทรงจำ; **~ to sb./sth.** สถานที่ศักดิ์สิทธิ์ซึ่งอุทิศให้ *ค.น./ส.น.*

shrink /ʃrɪŋk/ชริงค/ ❶ *v.i.*, **shrank** /ʃræŋk/ชแรงค/, **shrunk** /ʃrʌŋk/ชรังค/ Ⓐ *(grow smaller)* หดลง, เล็กลง; **~ to nothing** หดลงจนไม่เหลืออะไร; Ⓑ *(recoil)* ถอยร่น; **~ from sb./sth.** ถอยหนีจาก *ค.น./ส.น.*; **~ from doing sth.** ถอยหนีไม่ยอมทำ *ส.น.*; ➡ + violet 1 A ❷ *v.t.*, **shrank, shrunk** ทำให้หดลง *(เสื้อผ้า)*; ทำให้เล็กลง *(เหล็ก, ไม้)* ❸ *n.* Ⓐ *(act)* การหดลง, การเล็กลง; *(of fabric)* การหด; Ⓑ *(degree)* ➡ shrinkage B; Ⓒ *(coll.: psychiatrist)* จิตแพทย์

~ **a'way** *v.i.* Ⓐ *(recoil)* ถอยร่น, ล่าถอยไป **(from** จาก); Ⓑ *(grow smaller)* หดลง, เล็กลง

~ **'back** *v.i.* ถอยกลับ, ล่าถอย **(from** จาก); **~ back from sth./doing sth.** ล่าถอยหนีจาก *ส.น.*/จากการทำ *ส.น.*

shrinkage /ˈʃrɪŋkɪdʒ/ˈชริงคิจ/ *n.* Ⓐ *(act) (of clothing, material)* การหด; *(of income, trade, etc.)* การลด; Ⓑ *(degree)* ระดับการหดตัว

shrink: ~-**proof**, ~-**resistant** *adjs.* ถูกน้ำแล้วไม่หด, กันหดไว้แล้ว; **be ~-proof** ไม่หด; ~-**wrap** *v.t.* ห่อด้วยแผ่นพลาสติกใส

shrive /ʃraɪv/ชรายว/ *v.t.*, **shrove** /ʃrəʊv/ชโรว/, **shriven** /ʃrɪvn/ชริว่น/ *(RC Ch. arch.)* **~ sb.** ล้างบาปให้กับ *ค.น.*

shrivel /ˈʃrɪvl/ˈชริว่ล/ ❶ *v.t., (Brit.)* **-ll-: ~ [up]** ทำให้เหี่ยวย่น *(ผิวหนัง, ใบหน้า)*; ทำให้เฉาไหม้ *(ต้นไม้)*; ทำให้แห้งกรอบ *(ข้าว)* ❷ *v.i., (Brit.)* **-ll-: ~ [up]** *(ผิวหนัง)* เหี่ยวย่น; *(ต้นไม้, ข้าว)* แห้งกรอบ

~ **up** ❶ *v.t.* ➡ ~ 1 ❷ *v.i.* Ⓐ ➡ ~ 2; Ⓑ *(fig.: from fear or nervousness)* ประหม่าจนตัวงอ; **I just wanted to ~ up when ...:** พอ...ฉันอยากจะให้ตัวหดเหลือนิดเดียว

shrivelled *(Amer.:* **shriveled)** /ˈʃrɪvld/ˈชริว่ลด/ *adj.* เหี่ยวย่น, แห้งเหี่ยว; **a ~ old lady** หญิงชราที่เหี่ยวย่น

shriven ➡ shrive

shroud /ʃraʊd/ชราวดฺ/ ❶ *n.* Ⓐ ผ้าตราสัง, ผ้าห่อศพเพื่อทำพิธีฝัง; Ⓑ *(fig.) (of fog etc.)* สิ่งที่ปกคลุม *(หมอก); (of mystery)* ความปกปิดซ่อนเร้น; Ⓒ *in pl. (of ship)* เชือกโยงตรึงคงเสากระโดงเรือ; *(of parachute)* เชือก ❷ *v.t. (cover and conceal)* ปกคลุมและซ่อนเร้น; **~ sth. in sth.** ปกคลุมและซ่อนเร้น *ส.น.* ไว้ใน *ส.น.*; **mystery/uncertainty ~s their fate** ความลึกลับ/ความไม่แน่นอนซ่อนเร้นปิดบังโชคชะตาของพวกเขาไว้

shrove ➡ **shrive**

Shrove /ʃrəʊv/ชโรฺว/: **~tide** *n.* ช่วงเวลาสามวันก่อนถึงวันสารภาพบาปในเทศกาลถือบวช; **~ 'Tuesday** *n.* วันล้างบาปก่อนการเริ่มต้นเทศกาลถือบวช

shrub /ʃrʌb/ชรับ/ *n.* ต้นไม้พุ่มเตี้ย

shrubbery /ˈʃrʌbərɪ/ˈชรับเบอะริ/ *n.* Ⓐ บริเวณต้นไม้พุ่มเตี้ย; Ⓑ *(shrubs collectively)* หมู่ไม้พุ่มเตี้ย

shrubby /ˈʃrʌbɪ/ˈชรับบิ/ *adj.* Ⓐ *(like a shrub)* เหมือนต้นไม้พุ่มเตี้ย; Ⓑ *(covered with shrubs)* ปกคลุมด้วยต้นไม้พุ่มเตี้ย

shrug /ʃrʌɡ/ชรัก/ ❶ *n.* **~ [of one's *or* the shoulders]** การยักไหล่; **give a ~ [of one's *or* the shoulders]** ยักไหล่ให้; **give a ~ of resignation/indifference** ยักไหล่ยอมแพ้/ด้วยความไม่สนใจใยดี ❷ *v.t. & i.* **-gg-: ~ [one's shoulders]** ยักไหล่

~ 'off *v.t.* ไม่รู้ไม่ชี้, ปัดไป *(เพราะถือว่าไม่สำคัญ)*; **~ sth. off as unimportant** ปัด *ส.น.* ออกไปเพราะถือว่าไม่สำคัญ

shrunk ➡ **shrink** 1, 2

shrunken /ˈʃrʌŋkn/ˈชรังค'น/ *adj.* ย่น, หดเข้ามา, หดเหี่ยว; *(fig.)* หดหายไป; **~ head** ศีรษะที่แห้งและหดเล็ก

shuck /ʃʌk/ชัค/ *(Amer.)* ❶ *n.* Ⓐ เปลือกหอย *(นางรม, หอยสองฝา)*; *(pea pod)* ฝัก; Ⓑ *in pl. (slightest amount)* **I don't care ~s about it** ฉันไม่สนใจมันแม้แต่นิด; **~s!** *expr. annoyance, regret* โอ๊ย แย่จริง ❷ *v.t.* แกะเปลือก

shudder /ˈʃʌdə(r)/ˈชัดเดอะ(ร)/ ❶ *v.i.* Ⓐ *(shiver)* สั่นสะท้าน **(with** ด้วย**)**; **sb. ~s to think of sth.** *ค.น.* ตัวสั่นเมื่อคิดถึง *ส.น.*; Ⓑ *(vibrate)* ส่าย, สั่นสะเทือน; **~ to a halt** สั่นสะเทือนก่อนจะหยุดลง ❷ *n.* Ⓐ *(shivering)* อาการสั่นสะท้าน; **sb. has/gets the ~s** *(coll.)* *ค.น.* มีอาการสั่นสะท้าน; **it gives me the ~s to think of it** *(coll.)* พอคิดถึงมันเข้า ฉันก็ตัวสั่นเสียแล้ว; Ⓑ *(vibration)* การสั่นสะเทือน; **a ~ went through the building** ตึกสะเทือนไปทั้งหลัง

shuffle /ˈʃʌfl/ˈชัฟ'ล/ ❶ *n.* Ⓐ การเดินลากขา; **walk with a ~:** เดินลากขา; Ⓑ *(Cards)* การสับไพ่; **give the cards a [good] ~:** สับไพ่ [ให้ดี]; **it is his ~:** ถึงตาเขาสับไพ่; Ⓒ *(fig.: change)* การเปลี่ยนแปลงใหม่, การจัดแจงใหม่; **cabinet/ministerial ~:** การปรับเปลี่ยนคณะรัฐมนตรี/รัฐมนตรีใหม่; Ⓓ *(Dancing) (movement)* การสลับเท้าในการเต้นรำ ❷ *v.t.* Ⓐ *(rearrange)* จัดใหม่; *(mix up)* ผสม, ทำให้ปะปนสับสน; Ⓑ *(Cards)* สับไพ่; Ⓒ **~ one's feet in embarrassment** ขยับไปขยับมาด้วยความขายหน้า; **he ~s his feet when he walks** เขาลากขาเวลาเดิน ❸ *v.i.* Ⓐ *(Cards)* สับไพ่; Ⓑ *(move, walk)* เดินลากขา; Ⓒ *(shift one's position)* ขยับเท้าไปมา

~ a'long *v.i.* เดินลากขาไป, โขยกเขยกไป

~ 'off ❶ *v.t.* ถอด *(เสื้อผ้า)*; **~ the responsibility off [on to sb.]** โยนความรับผิดชอบออกจากตัว [ให้ *ค.น.* รับไป] ❷ *v.i.* เดินลากขาไป

shuffling /ˈʃʌflɪŋ/ˈชัฟ'ลิง/ *adj.* ลากขา

shufti /ˈʃʊftɪ, ˈʃʌftɪ/ˈชุฟทิ, ˈชัฟทิ/ *n. (Brit. coll.)* **have a ~ at sth.** ชำเลืองมอง *ส.น.*

shun /ʃʌn/ชัน/ *v.t.*, **-nn-** หลีกเลี่ยง

'shun /ʃʌn/ชัน/ *int. (Brit. Mil.)* ระวัง

shunt /ʃʌnt/ชันทฺ/ ❶ *v.t.* Ⓐ *(Railw.)* สับราง, เปลี่ยนราง; **~ off** *(fig.)* ย้ายไป *(ตำแหน่งที่ด้อยกว่าเดิม)*, ผลักออก; Ⓑ *(Electr.)* เปลี่ยนกระแสไฟฟ้าไปทางอื่น ❷ *v.i. (Brit. Railw.)* สับรางรถไฟ, หันรางรถไฟ ❸ *n.* Ⓐ *(Railw.)* การสับรางรถไฟ; Ⓑ *(Electr.)* อุปกรณ์ปรับเปลี่ยนกระแสไฟฟ้าไปทางอื่น; Ⓒ *(Med.)* การสับเปลี่ยนต่อใหม่ของเส้นเลือด; Ⓓ *(coll.: collision)* การชนของยานพาหนะ; **have a ~:** การเกิดการชนปะทะ

shunter /ˈʃʌntə(r)/ˈชันเทอะ(ร)/ *n. (Railw.)* คนสับรางรถไฟ

shush /ʃʊʃ/ชุช/ ❶ *int.* ➡ **hush** 3 ❷ *v.i.* Ⓐ *(call for silence)* เงียบ; Ⓑ *(be silent)* เงียบ ❸ *v.t.* พยายามทำให้เงียบ

shut /ʃʌt/ชัท/ ❶ *v.t.*, **-tt-, shut** Ⓐ ปิด, กั้น; **~ sth. to sb./sth.** ปิด/กั้น *ส.น.* ต่อ *ค.น./ส.น.*; **~ a road to traffic** ปิดถนน/กั้นการจราจร; **the strike ~ the factory for a month** การประท้วงนัดหยุดงานทำให้โรงงานปิดเป็นเวลาหนึ่งเดือน; **~ the door on sb.** ปิดประตูใส่ *ค.น.*; **~ the door on sth.** *(fig.)* ปฏิเสธ/ไม่ยอมที่จะพิจารณา *ส.น.*; **~ one's eyes to sth.** *(fig.) (turn a blind eye to sth.)* ไม่ยอมรับรู้ *ส.น.*; **~ one's ears to sth.** *(fig.)* ปฏิเสธที่จะฟัง *ส.น.*; **~ one's heart to sb./mind to sth.** *(fig.)* ปฏิเสธที่จะสงสารหรือเห็นใจ *ค.น.*/คิดถึง *ส.น.*; **~ your mouth *or* trap *or* face *or* gob *or* *(Amer.)* head!** *(sl.: stop talking)* หยุดพูด, หุบปาก; **~ it!** *(sl.: stop talking)* หยุดพูด, หุบปาก; Ⓑ *(confine)* **~ sb./an animal in[to] sth.** กักขัง *ค.น.*/สัตว์ไว้ใน *ส.น.*; **~ oneself in[to] a room** กักขังตนเองอยู่ในห้อง; **~ sth. in a safe** กักเก็บ *ส.น.* ไว้ในตู้นิรภัย; Ⓒ *(exclude)* **~ sb./an animal out of sth.** กั้น *ค.น.*/สัตว์ออกจาก *ส.น.*; Ⓓ *(catch)* หนีบ; **~ one's finger/coat in a door** หนีบนิ้ว/เสื้อคลุมในประตู; Ⓔ *(fold up)* ปิด *(หนังสือ)*; หุบ *(มือ)*; พับ *(มีดพับ)* ❷ *v.i.*, **-tt-, ~** ปิด; *(ดอกไม้)* หุบ; **the door/case won't ~:** ประตู/หีบจะไม่ปิด; **the door ~ on/after him** ประตูปิดใส่/ตามหลังเขา ❸ *adj.* ปิด; **bang/kick sth. ~:** กระแทก/เตะ *ส.น.* จนปิด; **bang/swing ~:** กระแทก/เหวี่ยงปิด; **we are ~ for lunch/on Saturdays** เราปิดตอนเที่ยง/ทุกวันเสาร์; **remain *or* stay ~:** ยังคงปิดอยู่; **keep sth. ~:** ปิด *ส.น.* เอาไว้; **be *or* get ~ of sb./sth.** *(coll.)* **= get shot of sb./sth.** ➡ **shot** 3 B

~ a'way *v.t.* เก็บไว้ *(ในที่ที่ไม่มีคนเห็น)*; **keep sth. ~ away safely** เก็บ *ส.น.* ไว้ในที่ปลอดภัย

~ 'down ❶ *v.t.* Ⓐ ปิด *(ฝา, หน้าต่าง)*; Ⓑ *(shut off)* ดับ *(เครื่องยนต์)*; Ⓒ *(terminate operation of)* ปิด *(กิจการ, โครงการ)*; ยุติการทำงาน; **the strike has ~ down the factory/newspaper** การประท้วงนัดหยุดงานทำให้โรงงาน/หนังสือพิมพ์ปิดกิจการ ❷ *v.i. (cease working)* *(โรงงาน, หนังสือพิมพ์)* หยุดทำงาน; **the winter resorts/ski lifts ~ down during the summer** สถานที่พักผ่อนในหน้าหนาว/เครื่องยกผู้เล่นสกีหยุดทำงานในช่วงฤดูร้อน; **the radio/television ~s down after midnight** วิทยุ/โทรทัศน์ยุติการออกอากาศหลังเที่ยงคืน; ➡ **+ shutdown**

~ 'in *v.t.* Ⓐ *(keep in)* กักไว้ข้างใน; กัก *(น้ำ)* ไว้; Ⓑ *(encircle)* ปิดล้อม, ล้อมรอบ; **feel ~ in** รู้สึกว่าถูกกักขัง

~ 'off ❶ *v.t.* Ⓐ *(stop)* กัน *(แม่น้ำ)*; ดับ *(เครื่อง)*; ปิด *(น้ำ)*; Ⓑ *(isolate)* แยกออก; **~ sb. off from sb./sth.** แยก *ค.น.* ออกจาก *ค.น./ส.น.*; **~ sb. off from society** แยก *ค.น.* ออกจากสังคม; **~ oneself off from sb./sth.** แยกตนเองออกจาก *ค.น./ส.น.* ❷ *v.i. (stop working)* หยุดทำงาน

~ 'out *v.t.* Ⓐ *(keep out)* กันออกไป; *(exclude from view)* บัง; *(prevent)* ปิด *(โอกาส)*; **the skyscraper/tree ~s out the light** ตึกระฟ้า/ต้นไม้บังแสงสว่าง; Ⓑ *(fig.: exclude)* **~ sb. out from sth.** กัน *ค.น.* ออกจาก *ส.น.*; **~ out all thoughts/memories of sb./sth.** กันไม่ให้คิดถึง/จดจำ *ค.น./ส.น.*; Ⓒ *(Amer. Sport)* **~ sb. out** ป้องกันไม่ให้คู่ต่อสู้ทำคะแนน; ➡ **+ shutout**

~ 'to ❶ *v.t.* ปิดให้สนิท *(ประตู)* ❷ *v.i.* *(ประตู)* ปิดสนิท

~ 'up ❶ *v.t.* Ⓐ *(close)* ปิด; **~ up [the/one's] house** ปิดบ้าน [ของตน]; ➡ **+ shop** 1 B; Ⓑ *(put away)* เก็บ *(เอกสาร, งานที่ทำอยู่)*; ขังไว้ *(สัตว์, บุคคล)*; **~ sth. up in sth.** เก็บ *ส.น.* ไว้ใน *ส.น.*; **~ sb. up in an asylum/a prison** กัก/ขัง *ค.น.* ไว้ในโรงพยาบาลโรคจิต/คุก; Ⓒ *(reduce to silence)* ทำให้เงียบ ❷ *v.i.* Ⓐ *(coll.: be quiet)* เงียบ; **~ up!** หุบปาก; Ⓑ *(lock up premises)* ปิดหรือใส่กุญแจ

shut: ~down *n.* Ⓐ *(stoppage)* การหยุด/ปิด; *(of newspaper, operations)* การปิด; Ⓑ *(Radio, Telev.)* การหยุดถ่ายทอด; *(period)* ช่วง/ระยะเวลาหยุด; **~-eye** *n. (coll.)* การงีบ; **get *or* have a bit *or* a spot of ~-eye** ได้งีบนิดหน่อย; **~out** *n.* Ⓐ *(Amer. Sport)* การป้องกันไม่ให้คู่ต่อสู้ทำคะแนน; Ⓑ *(in industrial dispute)* ➡ **lockout**

shutter /ˈʃʌtə(r)/ˈชัทเทอะ(ร)/ *n.* Ⓐ สิ่งที่ปิด/กั้น; *(of window)* บานเกล็ดหน้าต่าง; **put up the ~s** *(fig.: cease business)* เลิกกิจการ/ปิดร้าน; Ⓑ *(Photog.)* ชัตเตอร์ *(ท.ศ.)*; **~ release** ปุ่มลั่นไกชัตเตอร์; **~ setting** การตั้งความเร็วชัตเตอร์; **~ speed** ความเร็วของชัตเตอร์

shuttle /ˈʃʌtl/ˈชัท'ล/ ❶ *n.* Ⓐ *(in loom, sewing machine)* กระสวย; Ⓑ *(Transport) (service)* การบริการขนส่งสาธารณะในระยะสั้นระหว่างไม่กี่จุด; *(bus)* รถประจำทางระยะสั้น; *(aircraft)* เครื่องบินระยะสั้น; *(train)* รถไฟระยะสั้น; ➡ **+ space ~**; Ⓒ ➡ **shuttlecock** ❷ *v.t.* Ⓐ *(cause to move to and fro)* **~ sth. backwards and forwards** ส่ง *ส.น.* ไปมาเรื่อย ๆ; **~ passengers about** ขนส่งผู้โดยสารกลับไปกลับมา; Ⓑ *(transport)* ขนส่งไปมาในระยะสั้น ❸ *v.i.* วิ่ง/เคลื่อนที่ไปมา; **~ backwards and forwards *or* to and for *or* back and forth** วิ่งกลับไปกลับมาอยู่เรื่อย

shuttle: ~cock *n.* ลูกขนไก่; **be tossed backwards and forwards like a ~cock** ถูกโยนกลับไปกลับมาเหมือนกับลูกขนไก่; **~ diplomacy** *n.* การเดินทางไปมาทางการทูตระหว่างสองฝ่ายที่มีข้อพิพาทกัน; **~ service** *n.* การบริการขนส่งสาธารณะในระยะสั้น

[1]shy /ʃaɪ/ชาย/ ❶ *adj.*, **~er *or* shier** /ˈʃaɪə(r)/ˈชายเออะ(ร)/, **~est *or* shiest** /ˈʃaɪɪst/ˈชายอิซทฺ/ Ⓐ ขี้อาย; *(diffident)* ไม่มั่นใจในตนเอง;

S

don't be ~: อย่าอายไปเลย; **feel ~ about doing sth.** รู้สึกอายในการทำ *ส.น.;* **feel ~ in sb.'s presence/with sb.** รู้สึกอาย/ประหม่าเวลาอยู่ต่อหน้า *ค.น.*/กับ *ค.น.;* **be ~ of strangers** อายคนแปลกหน้า; **be ~ of doing sth.** อายในการทำ *ส.น.;* ➡ + bite 1; fight 1 A; Ⓑ *(coll.: short)* **be ~ of sth.** มี *ส.น.* ไม่เพียงพอ; **he is six months ~ of his retirement** เขายังขาดอีกหกเดือนจึงจะถึงเวลาเกษียณ

❷ *v.i. (ม้า)* ตื่นกลัว (**at** ต่อหน้า)

~ a'way *v.i.* **~ away from sth.** *(ม้า)* ถอย/กระโดดหลบด้วยความตกใจกลัว *ส.น.;* **~ away from sth./doing sth.** *(fig.)* หลีกเลี่ยง *ส.น.*/ที่จะทำ *ส.น.*

²shy ❶ *v.t. (throw)* **~ sth. at sth./sb.** ขว้าง/โยน *ส.น.* ไปที่ *ส.น./ค.น.* ❷ *v.i.* ขว้าง, โยน (**at** ใส่) ❸ *n.* การขว้าง/ปา/โยน; **have a ~ at sth.** พยายามขว้าง/ปาให้ *ส.น.;* ➡ + coconut shy

shyly /ˈʃaɪlɪ/ˈชายลิ/ *adv.* อย่างขี้อาย; *(diffidently)* อย่างไม่เชื่อมั่นในตนเอง

shyness /ˈʃaɪnɪs/ˈชายนิซ/ *n., no pl.* ความขี้อาย, ความอาย; *(diffidence)* ความไม่เชื่อมั่นในตนเอง

shyster /ˈʃaɪstə(r)/ˈชายซเตอะ(ร)/ *n. (Amer. coll.)* ผู้ที่ใช้วิธีการทุจริต; *(lawyer)* ทนายความที่ใช้วิธีการทุจริต

SI /es'aɪ/เอ็ซˈไอ/ *adj. (Phys.)* **SI units** หน่วย *(วัด)* เอส.ไอ. *(หน่วยวัดสากล)*

si /siː/ซี/ ➡ te

Siamese /saɪəˈmiːz/ไซเออะˈมีซ/ ❶ *adj.* แห่งประเทศสยาม ❷ *n., pl. same* Ⓐ *(Hist.: native of Siam)* ชาวสยาม; Ⓑ *(Ling. Hist.)* ➡ Thai 2 B; Ⓒ *(Zool.)* แมวไทย

Siamese: ~ 'cat *n.* แมวไทย; **~ 'twins** *n. pl.* ฝาแฝดอินจัน *(แฝดสยาม)*

Siberia /saɪˈbɪərɪə/ไซˈเบียเรีย/ *pr. n.* ไซบีเรีย *(ทางตอนเหนือของรัสเซีย)*

Siberian /saɪˈbɪərɪən/ไซˈเบียเรียน/ ❶ *adj.* แห่งไซบีเรีย ❷ *n.* ชาวไซบีเรีย

sibilant /ˈsɪbɪlənt/ˈซิบบิเลินทฺ/ ❶ *adj. (ตัวอักษร, กลุ่มตัวอักษร)* ที่ออกเสียง 'ซิด' เช่นเสียง s sh เป็นต้น; **~ sound** ➡ 2 ❷ *n. (Phonet.)* ตัวอักษรหรือกลุ่มตัวอักษรที่ออกเสียง 'ซิด'

sibling /ˈsɪblɪŋ/ˈซิบˈลิง/ *n. (male)* พี่/น้องชายที่มีพ่อแม่เดียวกัน; *(female)* พี่/น้องสาวที่มีพ่อแม่เดียวกัน

sibyl /ˈsɪbɪl/ˈซิบบิล/ *n.* หญิงหมอดูในสมัยโบราณ

sic /sɪk/ซิค/ *adv.* เช่นนั้น

Sicilian /sɪˈsɪlɪən/ซิˈซิลเลียน/ ❶ *adj.* แห่งเกาะซิซิลี ❷ *n.* ชาวซิซิเลียน

Sicily /ˈsɪsɪlɪ/ˈซิซซิลิ/ *pr. n.* เกาะซิซิลี *(ทางฝั่งทะเลตอนใต้ของประเทศอิตาลี)*

sick /sɪk/ซิค/ ➤ 453 ❶ *adj.* Ⓐ *(ill)* ป่วย, ไม่สบาย; **mentally ~:** ป่วยทางจิต; **be ~ with** *or (arch.)* **of sth.** ป่วยด้วย *ส.น.;* **go ~, fall** *or (coll.)* **take ~:** ป่วย; **be off ~:** หยุด *(งาน)* เพราะป่วย; ➡ + report 2 B; Ⓑ *(Brit.: vomiting or about to vomit)* **be ~:** อาเจียน, คลื่นเหียน, อ้วก *(ภ.พ.);* **be ~ over sb./sth.** อาเจียนใส่ *ค.น./ส.น.;* **I think I'm going to be ~:** ฉันคิดว่าฉันจวนจะอาเจียนแล้ว; **sb. is ~ at** *or* **to his/her stomach** *(Amer.)* *ค.น.* รู้สึกสะอิดสะเอียนหรือ รังเกียจมาก; **a ~ feeling** ความรู้สึกคลื่นเหียน; **sb. gets/feels ~:** *ค.น.* รู้สึกคลื่นไส้; **he felt ~ with fear** เขารู้สึกคลื่นเหียนด้วยความหวาดกลัว; **[as] ~ as a cat** *or* **dog** *(coll.)* ป่วยมาก, คลื่นไส้มาก; **I get ~ in cars** ฉันเมารถ; **sth. makes sb. ~:** *ส.น.* ทำให้ *ค.น.* สะอิดสะเอียน; (➡ + D); Ⓒ *(sickly) (ท่าทาง)* ไม่สบาย; *(หน้าตา)* ดูไม่ค่อยแข็งแรง; *(การยิ้ม)* แหยะ ๆ; Ⓓ *(fig.)* **~ at heart** ไม่สบายใจมาก, โศกเศร้า; **worried ~:** กังวลอย่างยิ่ง; **the team was ~ at losing** *(coll.)* ทีมรู้สึกผิดหวังมากที่แพ้; **be ~ for home** คิดถึงบ้าน; **[as] ~ as a parrot** *(coll.)* ไม่สบายมาก; **be/get ~ of sb./sth.** เบื่อ/รำคาญ *ค.น./ส.น.* มาก; **be ~ and tired** *or* **~ to death of sb./sth.** *(coll.)* เบื่อ/รำคาญ *ค.น./ส.น.* จะตายอยู่แล้ว; **be ~ of the sight/sound of sb./sth.** *(coll.)* เบื่อที่จะเห็น/ได้ยินเสียง *ค.น./ส.น.;* **be ~ of doing sth.** เบื่อการทำ *ส.น.;* **make sb. ~** *(disgust)* ทำให้ *ค.น.* รังเกียจ/ขยะแขยง; *(coll.: make envious)* ทำให้ *ค.น.* ริษยา; **look ~** *(coll.) (be discomfited, upset)* ดูสับสน, อารมณ์ไม่ดี; *(be unimpressive)* ดูไม่น่าประทับใจ; (➡ + B); ➡ + enough 2; Ⓔ *(deranged)* วิกลจริต, ป่วยทางจิต; *(morally corrupt)* ผิดศีลธรรม; *(morbid) (การตลก, ความคิด)* ผิดธรรมดา, ชอบกล

❷ *n.* Ⓐ *pl.* **the ~:** พวกคนป่วย; Ⓑ *(Brit. coll.: vomit)* อาเจียน

❸ *v.t. (coll.)* **~ [up]** อาเจียน [ออกมา]

sick: ~bay ➡ ³bay C; **~bed** *n.* เตียงคนไข้/คนป่วย; **~ benefit** *n. (Brit.) เงินสวัสดิการที่รัฐเป็นผู้จ่ายให้แก่ผู้ที่ขาดงานเนื่องจากเจ็บป่วย;* **~ building syndrome** *n. อัตราลาป่วยที่ผิดปกติอันเนื่องมาจากสิ่งแวดล้อมของที่ทำงานไม่ดี*

sicken /ˈsɪkn/ˈซิคˈน/ ➤ 453 ❶ *v.i.* Ⓐ *(become ill)* เริ่มป่วย, ไม่สบาย; **be ~ing for something** *(Brit.)* เริ่มป่วยเป็นอะไรสักอย่าง; **be ~ing for the measles** *(Brit.)* กำลังจะป่วยเป็นโรคหัด; Ⓑ *(feel nausea or disgust)* **~ at sth.** คลื่นไส้/สะอิดสะเอียน *ส.น.;* **~ of sth./of doing sth.** เบื่อที่จะทำ *ส.น.* ❷ *v.t.* Ⓐ *(cause to feel ill)* **sth. ~s sb.** *ส.น.* ทำให้ *ค.น.* รู้สึกไม่สบาย; Ⓑ *(disgust)* **you ~/your behaviour ~s me** คุณ/ความประพฤติของคุณทำให้ฉันสะอิดสะเอียน; **doesn't it ~ you?** มันไม่ทำให้คุณสะอิดสะเอียนหรือ

sickening /ˈsɪknɪŋ/ˈซิคˈนิง/ *adj.* Ⓐ น่ารังเกียจ, น่าสะอิดสะเอียน, น่าขยะแขยง; **with a ~ thud** ด้วยเสียงดังโครมที่น่ากลัว; Ⓑ *(coll.: infuriating)* น่าโกรธ, น่าโมโห; **it's really ~:** น่าโมโหจริง ๆ

sickeningly /ˈsɪknɪŋlɪ/ˈซิคนิงลิ/ *adv.* Ⓐ อย่างน่ารังเกียจ, อย่างน่าสะอิดสะเอียน, อย่างน่าขยะแขยง; **his ~ unctuous manner** อาการประจบประแจงที่น่ารังเกียจของเขา; Ⓑ *(coll.: infuriatingly)* อย่างน่าโกรธ, อย่างน่าโมโห

sick 'headache *n. การปวดศีรษะข้างเดียวพร้อมทั้งอาเจียนด้วย*

sickie /ˈsɪkɪ/ˈซิคคิ/ *n. (coll.)* การลาป่วยหนึ่งวัน

sickle /ˈsɪkl/ˈซิคˈล/ *n.* เคียว; ➡ + hammer 1 A

'sick leave *n.* การลาป่วย; **be on ~:** อยู่ระหว่างการลาป่วย

sickle: ~ cell *n.* ➤ 453 *(Med.) เซลล์เม็ดเลือดแดงที่มีลักษณะผิดปกติคล้ายเคียว มักพบในโรคโลหิตจางทางพันธุกรรม;* **~-cell anaemia** *โรคโลหิตจางชนิดที่มีเซลล์เม็ดเลือดแดงเป็นรูปคล้ายเคียว;* **~-shaped** *adj.* มีรูปร่างเหมือนเคียว

'sick list *n.* รายชื่อคนป่วย; **on the ~:** *(อยู่ในรายชื่อ)* คนป่วย

sickly /ˈsɪklɪ/ˈซิคลิ/ *adj.* Ⓐ *(ailing)* ขี้โรค; Ⓑ *(weak, faint) (ยิ้ม)* ไม่เต็มใจ; *(สี)* ซีด; *(แสงแดด)* จาง, อ่อน; **a ~ grey dawn/light** รุ่งอรุณ/แสงสลัวอันซีดจาง; Ⓒ *(nauseating)* น่าคลื่นไส้; *(mawkish)* หวานเฝื่อน ๆ ชวนให้คลื่นไส้; **~-sweet** หวานชวนให้คลื่นไส้; *(fig.: oversentimental)* มีอารมณ์อ่อนไหวมากเกินไป

'sick-making *adj. (coll.)* Ⓐ **sth. is ~:** *ส.น.* น่าสะอิดสะเอียน; Ⓑ *(fig.: annoying)* น่ารำคาญ

sickness /ˈsɪknɪs/ˈซิคนิซ/ *n.* ➤ 453 Ⓐ *no art. (being ill)* การเจ็บป่วย; **in ~ and in health** ในยามป่วยไข้และในยามสุขภาพดี; ➡ + bed 1 A; benefit 1 B; Ⓑ *(disease; also fig.)* โรคภัยไข้เจ็บ; **childhood ~:** โรคภัยในวัยเด็ก; Ⓒ *(nausea)* การคลื่นเหียน, การคลื่นไส้; *(vomiting)* การอาเจียน; **bout of ~:** การคลื่นเหียน/อาเจียนพักหนึ่ง; ➡ + morning sickness

sick: ~-nurse ➡ nurse 1; **~ pay** *n.* เงินที่จ่ายให้พนักงานขณะลาป่วย; *(paid by insurance)* เงินที่บริษัทประกันจ่ายให้เวลาเจ็บป่วย; **~room** *n.* ห้องคนป่วย

side /saɪd/ซายดฺ/ ❶ *n.* Ⓐ ข้าง, ด้านข้าง; **another car rammed the ~ of ours** รถอีกคันหนึ่งกระแทกด้านข้างของรถเรา; **this ~ up** *(ตั้ง)* ด้านนี้ขึ้น; **lie on its ~:** วางด้านข้าง, วางในแนวนอน; **put** *or* **lay sth. on its ~:** ตั้ง *หรือ* วาง *ส.น.* ทางด้านข้าง; **over the ~** *(over gunwale of ship/boat)* เหนือขอบบนของข้างเรือ; **lean over the ~** *(Naut.)* พิงราวบนดาดฟ้าเรือและก้มลงมา; Ⓑ *(Math.: boundary of plane figure)* ด้าน; Ⓒ *(of flat object)* ด้าน, ข้าง; **on both ~s** ทั้งสองด้าน; ➡ + bread 1 A; coin 1; right ~; wrong ~; Ⓓ *(of animal or person)* สีข้าง; **be hit in the ~:** ถูกตีที่สีข้าง; **sleep on one's right/left ~:** นอนพิงด้านขวา/ซ้าย; **paralysed in/on/down one ~:** เป็นอัมพาตข้าง/ด้านหนึ่ง; **~ of mutton/beef/pork** เนื้อแกะ/เนื้อวัว/เนื้อหมูซีกหนึ่ง; **~ of bacon** เบคอนซีกหนึ่ง; **split** *(fig.) or* **burst** *(fig.)***/shake one's ~s [laughing** *or* **with laughter]** หัวเราะท้องคัดท้องแข็ง; **walk/stand ~ by ~:** เดิน/ยืนเคียงข้างกัน; **work/fight** *etc.* **~ by ~ [with sb.]** ทำงาน/ต่อสู้ ฯลฯ เคียงบ่าเคียงไหล่ [กับ *ค.น.*]; **live ~ by ~ [with sb.]** อยู่เคียงข้าง [กับ *ค.น.*]; **live ~ by ~ with death/poverty** อยู่เคียงข้างกับความตาย/ความยากจน; ➡ + blind ~; thorn C; Ⓔ *(part away from the centre)* ด้านข้าง, ด้าน; **the eastern ~ of the town** ด้านตะวันออกของเมือง; **the ~s of sb.'s mouth** ด้านข้างของปาก *ค.น.;* **right[-hand]/left[-hand] ~:** ด้านขวา [มือ]/ซ้าย [มือ]; **on the right[-hand]/left[-hand] ~ of the road** ทางด้านขวา [มือ]/ซ้าย [มือ] ของถนน; **from ~ to ~** *(right across)* จากด้านหนึ่งไปอีกด้านหนึ่ง; *(alternately each way)* เปลี่ยนด้าน; **to one ~:** ไปด้านหนึ่ง; **on one ~:** ทางด้านหนึ่ง; **on one ~ of his face** ที่ข้างหนึ่งของหน้าเขา; **stand on** *or* **to one ~:** ยืนไปทางด้านหนึ่ง; **take sb. to** *or* **on one ~:** พูดคุยเป็นส่วนตัวกับ *ค.น.;* **leave a question to** *or* **on one ~:** ปล่อยคำถามทิ้งไว้ทางหนึ่ง; **put** *or* **set** *or* **place sth. on one ~ [for sb./sth.]** วาง *หรือ* เก็บ *ส.น.* ไว้ [เพื่อ *ค.น./ส.น.*]; **put sth. on one ~** *(fig.) (postpone dealings with sth.)* เลื่อนการจัดการ *ส.น.* ออกไปก่อน; **on the ~** *(fig.) (in addition to regular work or income)* งานพิเศษ; *(as a ~ bet)* เป็นเดิมพันพิเศษ/ต่างหาก; *(secretly)* อย่างลับ ๆ; *(Amer.: as a ~dish)* เป็นอาหารจานเสริม; **tell sb. sth. on the ~:** บอกความลับ *ส.น.* ให้ *ค.น.*

817 side arms | sight

รู้; **she is his/he has a bit on the ~** *(coll.)* เธอเป็นชู้เขา/เขามีชู้; **pass by on the other ~** *(fig.)* ทำเป็นไม่ใช่เรื่องของตน; ➡ + laugh 2; Ⓕ *(space beside person or thing)* ข้าง; **he never left her ~:** เขาไม่เคยห่างจากเธอ; **at** *or* **by sb.'s ~:** อยู่ข้าง *ค.น.*; **at** *or* **by the ~ of the car** ที่ *หรือ* อยู่ข้างรถ; **at** *or* **by ~ of the road/lake/grave** ข้างถนน/ทะเลสาบ/หลุมฝังศพ; **look tiny by the ~ of sb./sth.** ดูเล็กมากเมื่ออยู่ข้าง ๆ *ค.น./ส.น.*; **on all ~s** *or* **every ~:** ในทุกด้าน; **look on all ~s** มองทุกด้าน; **from all ~s** *or* **every ~:** จากทุกด้าน; Ⓖ *(in relation to dividing line)* ด้าน; **[on] either ~ of** ทางทั้งสองด้านของ; **[to** *or* **on] one ~ of** [ที่] ด้านหนึ่งของ; **this/the other ~ of** *(with regard to space)* ด้านนี้/อีกด้านหนึ่งของ; *(with regard to time)* (อายุ) ยังไม่ถึง/เลย; **he is this ~ of fifty** เขาอายุยังไม่ถึงห้าสิบ; **what he did was only just this ~ of fraud/perfection** สิ่งที่เขาทำเกือบถึงขั้นฉ้อฉล/สมบูรณ์แบบ; **this ~ [of] the grave** เมื่อยังมีชีวิตอยู่/ยังไม่ตาย; **on the other ~** *(fig.: after death)* ตายไปแล้ว; ➡ + grass 1 A; right ~; wrong ~; Ⓗ *(aspect)* ด้าน, แง่มุม; *(department)* ด้าน, แถบ; **see both ~s [of the question]** เห็น [ปัญหา] ทั้งสองด้าน/แง่มุม; **there are two ~s to every question** ทุกคำถามมีสองแง่/ด้าน; **look on the bright/gloomy ~ [of things]** มอง [สิ่งต่าง ๆ] ในแง่มุมที่สดใส/มืดมน; **see the funny ~ of sth.** เห็นแง่มุมที่ตลก/ขบขันของ *ส.น.*; **be on the high/flat/expensive** *etc.* **~:** ค่อนข้างสูง/แบน/แพง ฯลฯ; ➡ + err; safe 2 B; seamy B; Ⓘ *(opposing group or position)* ฝ่าย, ข้าง; *(Sport: team)* ทีม, ข้าง; **be on the winning ~** *(fig.)* อยู่ฝ่าย/ข้างที่ชนะ; **let the ~ down** *(fig.)* ทำให้กลุ่ม/พรรคพวกของตนผิดหวัง; **change ~s** เปลี่ยนข้าง/ฝ่าย; **time is on sb.'s ~:** เวลาเข้าข้าง *ค.น.*; **whose ~ are you/is he on?** คุณ/เขาอยู่ข้างไหน; **take ~s [with/against sb.]** เข้าข้าง/ต่อต้าน *ค.น.*; **keep one's ~ of a bargain** ยึดมั่นในสิ่งที่ตนสัญญาไว้; ➡ + no ~; Ⓙ *(of family)* ฝ่าย; **on one's/sb.'s father's/mother's ~:** ทางฝ่ายของตน/ฝ่ายพ่อ/ฝ่ายแม่; **the Welsh ~ of the family** ฝ่ายเวลส์ของครอบครัว; Ⓚ *(Brit. Billiards/Snooker)* ข้าง; **put ~ on** *or* **apply ~ to the ball** แทงลูกไซด์ (ให้ลูกหมุนข้าง ๆ); Ⓛ *(Math.: of equation)* ด้านของสมการ

❷ *v.i.* **~ with sb.** เข้าข้าง/อยู่ฝ่ายเดียวกับ *ค.น.*; **~ against sb.** ไม่เข้าข้าง/อยู่คนละฝ่ายกับ *ค.น.* ❸ *adj.* อยู่ด้านข้าง, ข้าง ๆ

side: ~ arms *n. pl. (Mil.)* อาวุธที่พกติดตัว; **~band** *n. (Radio)* แถบความถี่ของคลื่นวิทยุ; **~ bet** *n. (Gambling)* เดิมพันเพิ่มเติม/พิเศษ; **~board** *n.* โต๊ะหรือตู้เก็บถ้วยชาม/เก็บช้อนส้อม; **~boards** *(coll.)*, **~burns** *ns. pl.* Ⓐ *(hair on cheeks)* เคราที่แก้ม; Ⓑ *(hair growing down in front of the ears)* จอนหู; **~car** *n.* รถพ่วงข้างรถจักรยานยนต์

-sided /ˈsaɪdɪd/ˈซายดิด/ *adj. in comb.* มีด้านข้าง; **a high-~ enclosure/box** คอก/กล่องที่มีด้านข้างสูง; **a glass-~ showcase** ตู้แสดงที่ทำด้วยกระจก; **a steep-~ mountain** ภูเขาที่มีด้านข้างสูงชัน; **an open-~ structure** โครงสร้างที่เปิดข้าง

side: ~ dish *n.* เครื่องเคียง; **~ door** *n.* ประตูด้านข้าง; **by a ~ door** *(fig.)* โดยทางอ้อม; **~ drum** *n.(Mus.)* กลองแต๊ก *(กลองขนาดเล็กที่มีสองด้าน)*; **~ effect** *n.* ผลข้างเคียง; **~ entrance** *n.* ทางเข้าด้านข้าง; **~ exit** *n.* ทางออกด้านข้าง; **~ glance** *n. (lit. or fig.)* การชำเลืองมอง; **~ issue** *n.* ประเด็นที่เบี่ยงเบนความสนใจจากสิ่งที่สำคัญ; **~kick** *n. (coll.)* ผู้ช่วย/เพื่อนสนิท; **~light** *n.* Ⓐ *(Motor Veh.)* ไฟข้าง; **drive on ~lights** ขับโดยใช้ไฟข้างเท่านั้น; Ⓑ *(Naut.)* ไฟเขียวหรือแดงของเรือ; Ⓒ *(light from the ~)* แสงไฟจากด้านข้าง; Ⓓ *(fig.: incidental information)* ข้อมูลเสริม; **~line** ❶ *n.* Ⓐ *(goods)* สินค้าที่ขายเพิ่มเติม; Ⓑ *(occupation)* งานพิเศษ, อาชีพเสริม; Ⓒ *in pl. (Sport)* เส้นข้างสนาม; **on the ~lines** *(outside play area/track etc.)* นอกสนาม *(กีฬา)*; **be content to sit on the ~lines** *(fig.)* พอใจที่จะนั่งดู/สังเกตการณ์อยู่ห่าง ๆ; **remain on the ~lines** *(fig.)* ยังคงสังเกตการณ์อยู่ห่าง ๆ ❷ *v.t. (Amer. Sport)* **be ~-lined because of injury/with a broken arm** ถูกให้ออกจากการแข่งขันเนื่องจากได้รับบาดเจ็บ/แขนหัก; **~-line sb. for foul play** ให้ *ค.น.* ออกจากการแข่งขันเนื่องจากเล่นผิดกติกา; **~long** ❶ *adj. (directed to one ~)* **a ~long look/glance** การชำเลืองมอง ❷ *adv.* เอียง ๆ, เฉียง, ทางด้านข้าง; **look/glance ~long at sb.** มอง/ชำเลืองมอง *ค.น.* ด้วยหางตา; **~-on** ❶ *adj.* จาก/ทางด้านข้าง ❷ *adv.* จาก/ทางด้านข้าง; **look at sth. ~-on** มอง *ส.น.* จากด้านข้าง; **~ piece** *n.* ด้านข้าง; *(of ladder)* ชิ้นข้าง; *(of spectacles)* ส่วนข้าง; **~ plate** *n.* จานเล็กวางขนมปังและสลัด ฯลฯ

sidereal /saɪˈdɪərɪəl/ไซˈเดียเรียล/ *adj.* เกี่ยวข้องกับดาวฤกษ์; **~ time** เวลาที่วัดโดยดาวฤกษ์; ➡ + year A

side: ~ road *n.* ถนนสายเล็ก ๆ ที่แยกจากถนนใหญ่; **~-saddle** ❶ *n.* อานม้าสำหรับผู้หญิงขี่ไขว้ขา ❷ *adv.* **ride ~-saddle** ขี่ม้าโดยห้อยขาทั้งสองข้างไว้ที่ด้านหนึ่งของม้า; **~ salad** *n.* สลัดที่เป็นอาหารจานเสริม/เครื่องเคียง; **steak with chips and a ~ salad** สเต็กพร้อมด้วยมันฝรั่งทอดและสลัดที่เป็นอาหารจานเสริม; **~ shoot** *n. (Bot.)* หน่อข้าง; **~show** *n.* การแสดงเล็ก ๆ น้อย ๆ, กิจกรรมเสริม; **~-slip** ❶ *n.* Ⓐ *(Aeronaut.)* การเคลื่อนที่ไปด้านข้าง *(แทนที่จะเคลื่อนที่ไปข้างหน้า)*; Ⓑ *(sideways skid)* การลื่นไถลไปด้านข้าง ❷ *v.i.* Ⓐ *(Aeronaut.)* เคลื่อนที่ไปด้านข้างแทนที่จะเคลื่อนที่ไปข้างหน้า; Ⓑ *(skid sideways)* ลื่นไปด้านข้าง; **~sman** /ˈsaɪdzmən/ˈซายดซเมิน/ *n., pl.* **~smen** /ˈsaɪdzmən/ˈซายดซเมิน/ *(Eccl.)* ผู้ช่วยประจำโบสถ์; **~ spin** ➡ side1 K; **~-splitting** *adj.* ที่ทำให้หัวเราะก๊าก; **be ~-splitting** ตลกมาก; **~-splittingly** /ˈsaɪdsplɪtɪŋlɪ/ˈไซดพลิงทิงลิ/ *adv.* **be ~-splittingly funny** ตลกจนหัวเราะก๊าก; **~step** ❶ *n.* การก้าวเท้าไปด้านข้าง ❷ *v.t. (lit. or fig.)* ก้าวเท้าเลี่ยง ❸ *v.i.* ก้าวเท้าเลี่ยง; *(fig.)* หลีกเลี่ยง, หลบหลีก; **~ street** *n.* ถนนสายเล็ก ๆ; **~swipe** *n.* การเหวี่ยงชกไปทางด้านข้าง; **take a ~swipe at sb./sth.** *(fig.)* วิพากษ์วิจารณ์ *ค.น./ส.น.*; **~ table** *n.* โต๊ะเล็กที่วางไว้ด้านข้างของห้องหรือเก้าอี้; **~track** ❶ *n. (Railw.)* ➡ siding ❷ *v.t.* Ⓐ *(Railw.)* สับราง; Ⓑ *(fig.)* **get ~-tracked** ถูกเปลี่ยนประเด็น; **~ trip** *n.* การเดินทางแยกจากเส้นทางหลัก; **~ view** *n.* ภาพด้านข้าง; **~walk** *n. (Amer.)* ➡ pavement A; **~wall** *n.* ผนังด้านข้าง; **~ways** /ˈsaɪdweɪz/ˈไซดเวซ/ ❶ *adv.* ไปยัง *หรือ* จากด้านข้าง; **look at sb./sth. ~ways** มอง *ค.น./ส.น.* จากด้านข้าง; **look ~ways at sb.** *(fig.)* ปรายตา/ชำเลืองมอง *ค.น.* ด้วยความไม่ไว้ใจ, แสดงท่าไม่เห็นด้วย; **be knocked ~ways** *(fig. coll.) (be devastated)* ถูกทำลาย (**by** โดย); *(be very amazed)* ประหลาดใจมาก; **~ways on** จากด้านข้าง, หันข้างออก; **~ways on to sth.** หันข้างออกไปยัง *ส.น.* ❷ *adj.* ไปยัง *หรือ* จากด้านข้าง; **~ways view/look** *or* **glance** การมอง/การชำเลืองจากด้านข้าง; **~ whiskers** *n. pl.* เครา; **~ wind** *n.* ลมจากด้านข้าง

siding /ˈsaɪdɪŋ/ˈซายดิง/ *n. (Railw.)* รางเบี่ยงใช้ในการสับหลีกขบวนรถไฟ

sidle /ˈsaɪdl/ˈซายด'ล/ *v.i.* เดินเมียง, เดินตัวเอียงด้วยอาการประหม่าหรือเขินอาย; **~ up to sb.** เดินไปหา *ค.น.* ด้วยอาการประหม่า/เขินอาย

siege /siːdʒ/ซีจ/ *n. (Mil., by police)* การล้อม, การโอบล้อม; **be under ~** *(lit. or fig.)* ถูกโอบล้อม, ถูกโจมตี; *(by police)* การถูกตำรวจล้อม *(ไว้)*; **lay ~ to sth.** *(lit. or fig.)* เริ่มการล้อม *(เมือง, ป้อม ฯลฯ)*

sienna /sɪˈenə/ซิˈเอ็นเนอะ/ *n. (Art)* **raw/burnt ~:** สีน้ำตาลอมเหลือง/สีน้ำตาลอมแดง

sierra /sɪˈerə/ซิˈเอะเรอะ/ *n. (Geog.)* เทือกเขา

siesta /sɪˈestə/ซิˈเอ็ซเตอะ/ *n.* การนอนพักกลางวัน; **have** *or* **take a ~:** นอนพักผ่อนตอนกลางวัน

sieve /sɪv/ซิ_ว/ ❶ *n.* ตะแกรง, กระชอน; **have a head** *or* **memory like a ~** *(coll.)* ลืมทุกอย่าง ❷ *v.t.* ร่อนด้วยตะแกรง; *(fig.: select by examining)* คัดเลือกด้วยการตรวจสอบ

~ 'out *v.t.* ร่อนออกมา

sift /sɪft/ซิฟทฺ/ ❶ *v.t.* ร่อนด้วยตะแกรงหรือกระชอน; *(fig.: examine closely)* ตรวจสอบอย่างใกล้ชิด; **~ together the flour, salt, and baking powder** ร่อนแป้งเกลือและผงฟูเข้าด้วยกัน; **~ sth. from sth.** ร่อน *ส.น.* ออกจาก *ส.น.* ❷ *v.i.* **~ through** ตรวจสอบอย่างใกล้ชิด *(จดหมาย, เอกสาร)*; ค้น *(ขยะ)*; เขี่ย *(ขี้เถ้า)*

~ 'out *v.t. (lit. or fig.)* ร่อน, แยกออกมา; **~ out sth. from sth.** แยก *ส.น.* ออกจาก *ส.น.* ด้วยการร่อนตะแกรง; *(fig.)* แยกแยะ *ส.น.* ออกจาก *ส.น.*

sifter /ˈsɪftə(r)/ˈซิฟเทอะ(ร)/ *n. (Cookery)* ตะแกรงร่อนขนาดเล็ก

sigh /saɪ/ซาย/ ❶ *n.* การถอนหายใจ; **give** *or* **breathe** *or* **utter** *or* **heave a ~:** ถอนหายใจ; **~ of relief/sadness/contentment** ถอนหายใจด้วยความโล่งใจ/ความเศร้าใจ/ความพอใจ ฯลฯ ❷ *v.i.* ถอนหายใจ; **~ with relief/despair/contentment** *etc.* ถอนหายใจด้วยความโล่งใจ/ความสิ้นหวัง/ความพอใจ ฯลฯ; **~ for sth./sb.** *(fig.)* ถวิลหา/โหยหา *ส.น./ค.น.* ❸ *v.t.* ถอนหายใจ

sight /saɪt/ไซท/ ❶ *n.* Ⓐ *(faculty)* การมองเห็น, สายตา; **loss of ~:** ไม่สามารถมองเห็นแล้ว *(การตาบอด)*; **spoil** *or* **ruin one's ~:** ทำลายสายตาของตน; **second ~:** ตาทิพย์; **near ~** ➡ short sight; by sight: โดยสายตา/การมองเห็น; **know sb. by ~:** เคยเห็น *ค.น.*; ➡ + long sight; short sight; Ⓑ *(act of seeing)* การมองเห็น; **at [the] ~ of sb./of blood** เมื่อเห็น *ค.น.*/เลือด; **it was our first ~ of the sea** เป็นการเห็นทะเลครั้งแรกของพวกเรา; **catch ~ of sb./sth.** *(lit or fig.)* เห็น *ค.น./ส.น.* ชั่วขณะ/ชั่วครู่; **lose ~ of sb./sth.** *(lit. or fig.)* ไม่เห็น *ค.น./ส.น.* อีกแล้ว;

S

sighted | signal 818

be lost to ~: พ้นไปจากสายตา; **disappear from ~:** หายไปจากสายตา; **have** *or* **get a good/quick ~ of sth.** เห็น *ส.น.* อย่างดี/รวดเร็ว; **keep ~ of sth.** *(lit. or fig.)* เฝ้ามอง *ส.น.*; **read music at ~:** อ่านโน้ตดนตรีได้ทันทีที่เห็น; **play sth. at ~:** เล่น *ส.น.* ได้ทันที *(ที่เห็น)*; **translate a text at ~:** แปลบทความได้ทันที; **shoot sb. at** *or* **on ~:** ยิง *ค.น.* ทันทีที่เห็น; **the guards had orders to shoot at** *or* **on ~:** ยามได้รับคำสั่งให้ยิงทันทีที่เห็น; **buy sth. ~ unseen** ซื้อ *ส.น.* โดยที่ไม่มีโอกาสตรวจสอบก่อน; **at first ~:** เมื่อเห็น/พบเป็นครั้งแรก; **love at first ~:** รักแรกพบ; ➡ + **'line 1 c**; Ⓒ *(opinion)* **in sb.'s ~:** ในสายตา/ความคิดเห็นของ *ค.น.*; **in the ~ of God /of the law** ในสายตาของพระผู้เป็นเจ้า/กฎหมาย; Ⓓ *(spectacle)* ภาพ; **be a sorry ~:** ดูไม่ได้; **it is a ~ to see** *or* **to behold** *or* **worth seeing** เป็นสิ่งที่น่าดูมาก/คุ้มค่าแก่การมองเห็น; **a ~ for sore eyes** คน/สิ่งที่ [เรา] ยินดีเป็นอย่างยิ่งที่ได้พบ/เห็น; **be/look a [real] ~** *(coll.) (amusing)* ดูตลก/ขบขัน [จริง ๆ]; *(horrible)* ดูน่ากลัว/สยดสยอง [จริง ๆ]; Ⓔ *in pl. (noteworthy features)* สถานที่สำคัญ; **see the ~s** ดูสถานที่สำคัญ; Ⓕ *(range)* ระยะสายตา, ระยะการมองเห็น; **in ~** *(lit. or fig.)* ในสายตา; **in sb.'s ~, in ~ of sb.** ภายใต้สายตาของ *ค.น.*; **come into ~:** มาถึงระยะที่มองเห็น, เข้าสู่สายตา; **keep sb./sth. in ~** *(lit. or fig.)* เฝ้าดู *ค.น./ส.น.* ให้อยู่ในสายตา; **victory/our goal is now within** *or* **in [our] ~** *(fig.)* ขณะนี้ชัยชนะ/จุดมุ่งหมายของเราอยู่ใกล้แค่เอื้อมแล้ว; **within** *or* **in ~ of sb./sth.** *(able to see)* อยู่ในระยะที่มองเห็น *ค.น./ส.น.* ได้; **come/get within ~ of sb./sth.** เข้ามาในระยะที่มองเห็น *ค.น./ส.น.* ได้; **keep** *or* **stay within** *or* **in ~ of sth./sb.** *(คอยอยู่)* ในระยะที่มองเห็นของ *ส.น./ค.น.*; **out of sb.'s ~:** พ้นสายตาของ *ค.น.*; **be out of ~:** มองไม่เห็น, พ้นสายตา; *(coll.: be excellent)* ยอดเยี่ยม; **drop out of ~** *(fig.)* อยู่ในสถานที่ห่างไกล; **vanish out of ~:** หายไปจากสายตา; **keep out of [sb.'s] ~:** หลบสายตา [ของ *ค.น.*]; **I thought it best to keep out of his ~:** ฉันคิดว่าเป็นการดีที่สุดที่จะไปให้ห่าง/พ้นจากสายตาของเขา; **keep sth./sb. out of sb.'s ~:** กัน *ส.น./ค.น.* ให้พ้นจากสายตาของ *ค.น.*; **put sth. out of [sb.'s] ~:** ซ่อน *ส.น.* ให้พ้นจากสายตา [ของ *ค.น.*]; **not let sb./sth. out of one's ~:** ไม่ปล่อยให้ *ค.น./ส.น.* คลาดสายตา; **[get] out of my ~!** ไปให้พ้นเดี๋ยวนี้; **out of ~, out of mind** *(prov.)* ได้หน้าลืมหลัง; Ⓖ *(aim, observation)* **take a ~:** ส่อง, เล็ง; **take a ~ at sth.** สังเกต/ส่องดู *ส.น.*; *(with gun)* เล็งปืนไปที่ *ส.น.*; Ⓗ *(device for aiming)* อุปกรณ์ที่ใช้ในการเล็ง; **~s** ศูนย์ *(เล็งปืน)*; **telescopic ~:** กล้องเล็ง; **line sth./sb. up in one's ~s** เล็งไปที่ *ส.น./ค.น.*; **have sth./sb. [lined up] in one's ~s** มี *ส.น./ค.น.* เป็นเป้า *(หมาย)*; **have** *or* **set one's ~s on sth.** *(fig.)* ตั้งใจ/ตัดสินใจที่จะทำ *ส.น.* ให้สำเร็จ; **his ~s were set on doing it** เขาตัดสินใจที่จะทำสิ่งนี้ให้สำเร็จ; **set one's ~s [too] high** *(fig.)* ตั้งเป้าหมายไว้สูง [เกินไป]; **lower/raise one's ~s** *(fig.)* ตั้งเป้าหมายให้ต่ำลง/สูงขึ้น; Ⓘ *no pl., no def. art. (coll.: great deal)* **a ~ too clever/expensive** *etc.* ฉลาด/แพง ฯลฯ เกินไปมาก; **a [long** *or* **damn** *or* **damned] ~ better/more expensive** *etc.* ดีกว่า/แพงกว่ามาก ฯลฯ; **not by a long ~:** ไม่เลย

❷ *v.t.* Ⓐ เห็น *(แผ่นดิน, เครื่องบิน, เรือ ฯลฯ)*; Ⓑ *(take ~ of)* ส่อง, เล็ง

sighted /ˈsaɪtɪd/ˈไซทิด/ *adj.* มองเห็นได้; **partially ~:** มองเห็นได้บ้าง; **the blind and the partially ~** คนตาบอดและคนที่พอจะมองเห็นได้บ้าง

sighting /ˈsaɪtɪŋ/ˈไซทิง/ *n.* การมองเห็น; **there have been several ~s of the escaped prisoner** ได้มีการเห็นนักโทษที่แหกคุกสองสามครั้ง

sightless /ˈsaɪtlɪs/ˈไซทลิซ/ *adj.* ตาบอด, มองอะไรไม่เห็น

sight: ~-read *(Mus.) v.t. & i.* อ่านโน้ตและเล่นดนตรี/ร้องเพลงได้ทันที; **~-reader** *n. (Mus.)* **be a good/poor ~-reader** เป็นผู้ที่เล่นดนตรี/ร้องเพลงได้ทันทีที่เห็นโน้ตได้เก่ง/ไม่เก่งเลย; **~-reading** *n., no pl. (Mus.)* **be good/bad** *or* **poor at ~-reading** เก่ง/ไม่เก่งในการเล่นดนตรี/ร้องเพลงได้ทันทีที่เห็นโน้ต; **~ screen** *n. (Cricket)* ที่กั้นขนาดใหญ่สีขาวที่อยู่ปลายของสนามเพื่อช่วยให้ผู้ตีมองเห็นลูกคริกเกต; **~seeing** *n.* การเที่ยวชม/ทัศนาจร; **go ~seeing** ไปทัศนาจร/เที่ยวชมสถานที่ที่น่าสนใจ; **do [a lot of] ~seeing** ไปทัศนาจรหลายแห่ง; **~seeing bus** รถที่พาไปทัศนาจร, รถนำเที่ยว; **~seeing tour/trip** การเที่ยวชมสถานที่ที่น่าสนใจ; *(in town)* การทัศนาจรในเมือง; **~seer** *n.* นักท่องเที่ยว; **~-testing** *n.* การทดสอบสายตา; **~-testing is free** การทดสอบสายตาฟรี

sigma /ˈsɪɡmə/ˈซิกเมอะ/ *n.* ตัวอักษรตัวที่สิบแปดของพยัญชนะกรีก

sign /saɪn/ซายน/ ❶ *n.* Ⓐ *(symbol)* เครื่องหมาย, สัญลักษณ์; **chemical/mathematical ~:** เครื่องหมาย/สัญลักษณ์ทางเคมี/คณิตศาสตร์; Ⓑ *(Astrol.)* **~ [of the zodiac]** ราศี; **what ~ are you?** คุณอยู่ราศีอะไร; **sb.'s birth ~:** ราศีเกิดของ *ค.น.*; Ⓒ *(notice)* ป้าย; **direction ~:** ป้ายบอกทิศทาง; **[advertising] ~:** ป้าย [โฆษณา]; *(illuminated, flashing)* ป้าย/ป้ายนีออน; **danger ~** *(lit. or fig.)* ป้ายเตือนภัย, สัญญาณอันตราย; Ⓓ *(outside shop etc.)* ➡ **signboard**; Ⓔ *(indication)* การบ่งชี้, การบ่งบอก, สัญญาณ; *(of future event)* การบ่งบอก, ลาง; **his behaviour is a ~ that he is unhappy** พฤติกรรมของเขาแสดง/บ่งบอกว่าเขาไม่มีความสุข; **there is little/no/every ~ of a quick settlement of the strike** *or* **that the strike will be settled quickly** มีวี่แววน้อย/ไม่มีวี่แวว/มีวี่แววมากว่าการประท้วงนัดหยุดงานจะยุติลงอย่างรวดเร็ว; **this is a ~ of his intelligence** นี่เป็นการชี้ให้เห็นความฉลาดของเขา; **she gave** *or* **showed no ~ of having heard** *or* **that she had heard me** *(did not reveal)* เธอไม่ได้แสดงว่าเธอได้ยินฉันพูด; *(there was no indication)* ไม่มีอะไรบ่งบอกว่าเธอได้ยินฉันพูด; **if he was angry, he gave no ~ of it** ถ้าเขาโกรธ เขาก็ไม่ได้แสดงออก; **show [no] ~s of fear/fatigue/strain/improvement** *etc.* [ไม่] แสดงความกลัว/ความเหนื่อยอ่อน/ความเครียด/พัฒนาการ ฯลฯ; **the carpet showed little/some ~[s] of wear** พรมมีร่องรอยการใช้งานน้อยมาก/บ้าง; **the cave shows ~s of having been inhabited** ถ้ำมีร่องรอยของการอยู่อาศัย; **the window shows no ~[s] of having been forced** หน้าต่างไม่มีร่องรอยของการงัดแงะ; **as a ~ of** อันเป็นเครื่องแสดงถึง; **do sth. as a ~ of sth.** ทำ *ส.น.* เพื่อแสดงถึง *ส.น.*; **at the first** *or* **slightest ~ of sth.** พอแรกมี/มีการแสดง *(นิดหน่อย)* ถึง *ส.น.*; **there was no ~ of him/the car anywhere** ไม่มีร่องรอย/วี่แววของเขา/รถอยู่ตรงไหนเลย; **there was no ~ of life** ไม่มีร่องรอยของสิ่งมีชีวิต; **~ of the times** สิ่งที่แสดงถึงความเปลี่ยนแปลงของยุคสมัย; Ⓕ *(gesture, signal)* สัญญาณ, ท่าทาง; **give sb. a ~ to do sth., make a ~ to** *or* **for sb. to do sth.** ให้สัญญาณ *ค.น.* ให้ทำ *ส.น.*; ➡ + **V-sign**; Ⓖ *(mark)* เครื่องหมาย; Ⓗ *(Math.)* เครื่องหมาย

❷ *v.t.* Ⓐ *(write one's name etc. on)* ลงชื่อ, ลงนาม *(จิตรกร)*; เซ็น *(ภาพเขียน)*; **~ the guestbook** ลงนามในสมุดเยี่ยม; **a ~ed copy [of a book]** หนังสือเล่มที่มีการลงนาม; **~ed, sealed, and delivered** *(Law)* แน่นอน, แน่ชัด, ยืนยัน *(เนื่องจากผู้ที่เกี่ยวข้องได้ลงนามในเอกสารทางกฎหมายกันทุกคนแล้ว)*; *(fig.)* แน่นอน; Ⓑ **~ one's name** ลงนาม, ลงชื่อ, เซ็นชื่อ; **~ oneself R. A. Smith** เซ็นชื่อว่า อาร์ เอ สมิธ; Ⓒ ➡ **sign up 1**; Ⓓ *(indicate)* บ่งบอก, แสดง

❸ *v.i.* Ⓐ *(write one's name)* ลงนาม, เซ็นชื่อ; **~ for sth.** *(acknowledge receipt of sth.)* เซ็นรับ *ส.น.*; *(~ a contract etc. for sth.)* ลงนาม; Ⓑ *(signal)* **~ to sb. to do sth.** ให้สัญญาณแก่ *ค.น.* ให้ทำ *ส.น.*; Ⓒ ➡ **sign on 2 A**

~ a'way *v.t.* โอน *(กรรมสิทธิ์, สิทธิ)*

~ 'in ❶ *v.t.* **~ sb./sth. in [on arrival]** ลงนามรับรอง/อนุญาตให้ *ค.น./ส.น.* เข้ามา ❷ *v.i.* ลงนาม *(เข้าพักในโรงแรม, เข้าสโมสร/สำนักงาน)*

~ 'off ❶ *v.i.* Ⓐ *(cease employment)* เลิกจ้าง; Ⓑ *(at end of shift etc.)* เลิกงาน; Ⓒ *(Radio)* จบ/เลิกการกระจายเสียงทางวิทยุ; Ⓓ *(at end of letter)* ลงท้ายจดหมาย, เซ็น ❷ *v.t.* เลิกจ้าง, เลิกงาน

~ 'on ❶ *v.t.* ลงนามในข้อตกลงเพื่อว่าจ้าง *ค.น.*; ว่าจ้าง *(คนงาน)*; รับเข้ากองทัพ *(ทหาร)* ❷ *v.i.* Ⓐ *(~ an engagement)* ลงนามในข้อผูกพัน (**with** กับ); Ⓑ *(at start of shift etc.)* **~ on for the night shift** ลงชื่อในการทำงานผลัดกลางคืน; Ⓒ *(Radio)* เริ่มรายการวิทยุด้วยการประกาศชื่อของตน; Ⓓ **~ on [for the dole]** *(coll.)* ลงนามยืนยันว่าเป็นผู้ตกงาน [เพื่อรับเงินสวัสดิการ]

~ 'out ❶ *v.t.* **~ books out from the library** ลงชื่อยืมหนังสือออกจากห้องสมุด ❷ *v.i.* ลงนามเวลาจะออกจากโรงแรม/สโมสร/สำนักงาน

~ 'over *v.t.* ลงนามโอน *(ทรัพย์สมบัติ/กรรมสิทธิ์)* ให้ผู้อื่น

~ 'up ❶ *v.t. (engage)* จ้าง *(ค.น. เข้าทำงาน)* ❷ *v.i.* ลงนาม/ทำสัญญาเข้าทำงาน (**with** กับ); *(join a course etc.)* ลงทะเบียนเรียน

signal /ˈsɪɡnl/ˈซิกน'ล/ ❶ *n.* Ⓐ สัญญาณ; **a ~ for sth./to sb.** สัญญาณสำหรับ *ส.น.*/ให้แก่ *ค.น.*; **at a ~ from the headmaster** เมื่อได้สัญญาณจากครูใหญ่; **the ~ was against us/at red** *(Railw.)* สัญญาณไม่ให้ทางเรา/แสดงไฟแดง; **alarm** *or* **danger/warning ~:** สัญญาณเตือนภัยหรือ อันตราย/เตือน; **hand ~s** *(Motor Veh.)* สัญญาณมือ; **sound/light/flag ~:** สัญญาณเสียง/ไฟ/ธง; **radio** *or* **wireless ~:** สัญญาณคลื่นวิทยุ; **distress ~:** สัญญาณขอความช่วยเหลือ; **code of ~s** ➡ **signal book; the Royal Corps of S~s**, *(coll.)* **the S~s** *(Brit. Mil.)* หน่วยสื่อสาร; Ⓑ *(occasion, cause)* โอกาส, สาเหตุ; **the ~ for rioting/pandemonium** สาเหตุของการจราจล/ความโกลาหล; Ⓒ *(Electr., Radio, etc.)* คลื่นสัญญาณที่ส่งออกไป

S

819 **signal book | silliness**

❷ *v.i., (Brit.)* **-ll-** ส่งสัญญาณ, ให้สัญญาณ; *(using hand etc. signals)* ให้สัญญาณมือ ฯลฯ; **~ for assistance** ส่งสัญญาณขอความช่วยเหลือ; **~ to sb. [to do sth.]** ส่งสัญญาณให้ *ค.น.* [ทำ *ส.น.*] ❸ *v.t., (Brit.)* **-ll-** Ⓐ *(lit. or fig.)* ส่งสัญญาณ, ให้สัญญาณ; **~ sb. [to do sth.]** ให้สัญญาณ *ค.น.* [ให้ทำ *ส.น.*]; **the driver ~led a right turn/that he was turning right** คนขับให้สัญญาณเลี้ยวขวา/ว่าจะเลี้ยวขวา; Ⓑ *(Radio etc.)* ส่งสัญญาณคลื่นวิทยุ ❹ *adj.* *(ดี, เลว)* โดดเด่น

signal: ~ book *n. (Mil., Navy)* สมุดสัญญาณที่ใช้ส่งข้อมูล; **~ box** *n. (Railw.)* อาคาร/สถานที่ควบคุมสัญญาณข้างรางรถไฟ

signaler *(Amer.)* ➡ **signaller**

'signal: ~ flag *n. (Mil., Navy, Railw.)* ธงสัญญาณ; **~ lamp** *n. (Naut., Railw.)* ตะเกียงให้สัญญาณ

signaller /'sɪgnələ(r)/'ซิกเนอะเลอะ(ร)/ *n. (Mil.)* ผู้ให้สัญญาณ, ทหารสื่อสาร; *(with flags)* ผู้ให้สัญญาณด้วยการโบกธง

signally /'sɪgnəlɪ/'ซิกเนอะลิ/ *adv.* อย่างเห็นได้ชัด, อย่างเด่นชัด; **~ ineffective** ไม่มีประสิทธิผลอย่างเห็นได้ชัด; **not ~ successful** ไม่ประสบความสำเร็จอย่างเห็นได้ชัด

signal: ~man /'sɪgnlmən/'ซิกน่ลเมิน/ *n., pl.* **~men** /'sɪgnlmən/'ซิกน่ลเมิน/ ➤ **489** Ⓐ *(Brit. Railw.)* เจ้าหน้าที่ควบคุมสัญญาณรถไฟ; Ⓑ ➡ **signaller**; **~ tower** *(Amer.)* ➡ **signal box**

signatory /'sɪgnətərɪ, US -tɔ:rɪ/'ซิกเนอะเทอะริ, -ทอริ/ ❶ *adj.* ที่ได้ลงนาม *(ในข้อตกลง)* ❷ *n. (person)* ผู้ที่ได้ลงนาม; *(party)* ฝ่ายที่ได้ลงนาม; *(state)* รัฐที่ได้ลงนาม; **~ to a petition** คนลงนามในการร้องเรียน; **~ to the treaty/agreement** *(state)* รัฐ/ประเทศที่ลงนามในสนธิสัญญา/ข้อตกลง

signature /'sɪgnətʃə(r)/'ซิกเนอะเฉอะ(ร)/ *n.* Ⓐ ลายเซ็น, ลายมือชื่อ; *(on painting)* ลายเซ็น; **put one's ~ to sth.** ลงนาม/เซ็นชื่อใน *ส.น.*; Ⓑ *(Mus.)* ➡ **key signature; time signature**; Ⓒ *(Printing) (figure or letter)* เลขยกที่ปลายหน้าหนังสือมีไว้เพื่อความสะดวกในการพับและเข้าเล่ม; *(folded sheet)* กระดาษหนึ่งหน้ายก; Ⓓ *(Amer. Med.)* คำแนะนำที่ให้แก่คนไข้เป็นส่วนหนึ่งของใบสั่งยา

'signature: ~ dish *n.* อาหารจานเด่นประจำร้าน; **~ tune** *n. (Radio, Telev.)* เพลงประจำรายการ

'signboard *n.* แผ่นป้าย; *(advertising)* แผ่นป้ายโฆษณา

signet /'sɪgnɪt/'ซิกนิท/ *n.* ตราประทับลายเซ็น

'signet ring *n.* แหวนตรา

significance /sɪg'nɪfɪkəns/ซิก'นิฟฟิเคินซฺ/ *n.* Ⓐ *(meaning, importance)* ความหมาย, ความสำคัญ; Ⓑ *(meaningfulness)* การบ่งเป็นนัย, การแสดงถึง; **be of [no] ~:** มี [ไม่มี] ความสำคัญ; **a matter of great/little/no ~:** เรื่องสำคัญมาก/ไม่สำคัญนัก/ไม่มีความสำคัญ

significant /sɪg'nɪfɪkənt/ซิก'นิฟฟิเคินทฺ/ *adj.* Ⓐ *(noteworthy, important)* โดดเด่น, สำคัญ; Ⓑ *(full of meaning)* เต็มไปด้วยความหมาย; **be ~ of sth.** บ่งถึง/แสดงถึง *ส.น.*; Ⓒ *(having a meaning)* มีความหมาย; **be ~:** มีความหมาย; Ⓓ *(Statistics)* มีผล, มีนัยสำคัญ

significant 'figure *n. (Math.)* ตัวเลขที่มีค่าของตัวมันเอง

significantly /sɪg'nɪfɪkəntlɪ/ซิก'นิฟฟิเคินทฺลิ/ *adv.* Ⓐ *(meaningfully)* อย่างบ่งเป็นนัย; *as sentence modifier* **~ [enough]** อย่างมีความหมาย [ทีเดียว]; อย่างมีนัยสำคัญ; Ⓑ *(notably)* อย่างมีความสำคัญ, อย่างโดดเด่น

signification /sɪgnɪfɪ'keɪʃn/ซิกนิฟิ'เคช'น/ *n.* การแสดงความหมาย, ความหมาย

signifier /'sɪgnɪfaɪə(r)/'ซิกนิไฟเออะ(ร)/ *n. (Ling.)* ตัวบ่งชี้สัญญะ

signify /'sɪgnɪfaɪ/'ซิกนิฟาย/ ❶ *v.t.* Ⓐ *(indicate, mean)* บ่งถึง, มีความหมาย; Ⓑ *(communicate, make known)* สื่อสาร, ทำให้เป็นที่รู้กัน ❷ *v.i.* **it does not ~:** *(มัน)* ไม่สำคัญ

signing /'saɪnɪŋ/'ซายนิง/ *n.* Ⓐ การลงนาม *(ในข้อตกลง, สัญญา)*; Ⓑ *(~ up)* การลงนาม/ทำสัญญาร่วมงาน

'sign language *n.* ภาษาใบ้, ภาษาสัญญาณ

sign: ~ painter ➡ **~writer**; **~post** ❶ *n. (lit.)* เสาบอกทางตามถนน; *(fig.)* สิ่งบ่งชี้ทาง ❷ *v.t.* มีป้ายบอกระยะทาง *(ชี้ทาง)*; **~writer** *n.* ➤ **489** คนเขียนป้าย

Sikh /si:k/ซีค/ *n.* ชาวซิกข์; **she is a ~:** เธอเป็นชาวซิกข์

Sikhism /'si:kɪzm, 'sɪkɪzm/'ซีคิซ'ม, 'ซิคิซ'ม/ *n., no pl.* ศาสนาซิกข์

silage /'saɪlɪdʒ/'ซายลิจ/ *(Agric.)* ❶ *n.* อาหารสัตว์ที่เก็บไว้ในฉาง ❷ *v.t.* เก็บไว้ในฉาง

silence /'saɪləns/'ซายเลินซฺ/ ❶ *n.* ความเงียบ, การไม่มีเสียง; *(keeping a secret)* การเก็บเป็นความลับ; *(taciturnity)* ความเงียบขรึม, การพูดน้อย; *(stillness)* การนิ่งเงียบ, การอยู่เฉย; **there was ~:** มีความเงียบ; **there was a sudden/** *(iron.)* **deafening ~:** มีความเงียบอย่างฉับพลัน/อย่างอึ๊กทึกครึกโครม; **an awkward ~/awkward ~s** ความเงียบที่น่าอึดอัด; **his story was punctuated by long ~s** การเล่าของเขาถูกคั่นด้วยช่วงเงียบเป็นเวลานาน; **~!** เงียบ; **'~ recording in progress'** 'โปรดเงียบ ขณะนี้กำลังบันทึกเสียงอยู่'; **~ on sth.** การปฏิเสธที่จะพูดถึง *ส.น.*; **in ~:** ด้วยความเงียบ; **suffer in ~:** ทนทุกข์ทรมานอย่างเงียบสงบ; **call for ~:** เรียกร้องให้เงียบ/สงบ; **keep ~** *(lit. or fig.)* เงียบ/สงบไว้; **break the ~:** ทำลายความเงียบ; *(be the first to speak)* พูดขึ้นเป็นคนแรก; **break one's ~** *(lit. or fig.)* เลิกความเงียบของตน; **reduce sb. to ~** *(lit. or fig.)* ทำให้ *ค.น.* นิ่งเงียบ; **a minute's ~:** การนิ่ง/อยู่ในความสงบเป็นเวลาหนึ่งนาที; **the [two minutes'] ~** *(Brit.: on Remembrance Sunday)* การสงบนิ่ง [เป็นเวลาสองนาที] เพื่อไว้อาลัย; **~ is golden** พูดไปสองไพเบี้ย นิ่งเสียตำลึงทอง; ➡ **+ pass over 1** ❷ *v.t.* Ⓐ *(make silent)* ทำให้เงียบ; *(fig.)* ทำให้สงบ; *(coll.: kill)* ฆ่า, สังหาร; Ⓑ *(make quieter)* ทำให้เงียบลง *(เครื่องยนต์, ท่อไอเสีย ฯลฯ)*

silencer /'saɪlənsə(r)/'ซายเลินเซอะ(ร)/ *n. (for door)* เครื่องเก็บเสียงสำหรับประตู; *(Brit. Motor Veh.)* เครื่องเก็บเสียงท่อไอเสีย; *(Arms)* ปืน/อาวุธที่เก็บเสียง

silent /'saɪlənt/'ซายเลินทฺ/ *adj.* Ⓐ เงียบ; *(noiseless)* ไม่มีเสียง; *(still)* นิ่ง; **as ~ as the grave** *or* **tomb** เงียบยังกับป่าช้าหรือหลุมฝังศพ; **deaf people live in a ~ world** คนหูหนวกอาศัยอยู่ในโลกเงียบ; **be ~** *(say nothing)* ไม่พูดอะไร; *(be still)* นิ่งเงียบ, สงบเงียบ; *(not be working)* *(เครื่องยนต์)* ที่ไม่ทำงาน/เดินเครื่องอยู่; **fall ~:** ตกอยู่ในความเงียบ; **keep** *or* **remain ~** *(lit. or fig.)* เงียบเอาไว้; Ⓑ *(taciturn)* เงียบขรึม, พูดน้อย; **the strong, ~ type** ลักษณะ *(ผู้ชาย)* ที่แข็งแรงเงียบขรึม; Ⓒ *(Ling.)* *(พยัญชนะหรือตัวอักษร)* ที่ไม่ออกเสียง; Ⓓ *(Cinemat.)* **~ film** ภาพยนตร์เงียบ; **the early motion pictures were ~:** ภาพยนตร์ในรุ่นแรก ๆ เป็นภาพยนตร์เงียบ

silently /'saɪləntlɪ/'ซายเลินทฺลิ/ *adv.* อย่างเงียบสงบ; *(noiselessly)* อย่างไม่มีเสียง

silent: ~ ma'jority *n.* พลังเงียบ, คนส่วนใหญ่ที่ไม่ค่อยแสดงความต้องการ; **~ 'partner** *(Amer.)* ➡ **sleeping partner**

Silesia /saɪ'li:ʃə/ไซ'ลีเชอะ/ *pr. n.* แคว้นซิลีเซีย ในยุโรปตอนกลาง

silhouette /sɪlu:'et/ซิลู'เอ็ท/ ❶ *n.* Ⓐ *(picture)* รูปคนหรือสิ่งที่เป็นเงาทึบ *(ตัดกับพื้นขาว)*; Ⓑ *(appearance against the light)* ภาพเงาทึบ; **in ~:** เป็น *(ภาพ)* เงา, ที่เห็นแค่รูปร่าง ❷ *v.t.* **be ~d against sth.** เป็นเงาดำตัดกับ *ส.น.*

silica /'sɪlɪkə/'ซิลลิเคอะ/ *n.* ทรายซิลิกา *(ท.ศ.)* *(เป็นส่วนผสมของหินทราย)*

silicate /'sɪlɪkeɪt/'ซิลลิเคท/ *n. (Chem.)* ซิลิเกท *(ท.ศ.)* *(เป็นส่วนผสมของหินทราย)*

siliceous /sɪ'lɪʃəs/ซิ'ลิชิเอิช/ *adj.* ประกอบด้วยซิลิกา

silicon /'sɪlɪkən/'ซิลลิเคิน/ *n. (Chem.)* ธาตุซิลิคอน *(ท.ศ.)*, ธาตุที่พบในซิลิกา; **~ chip** ไมโครชิปที่ทำด้วยซิลิคอน

silicone /'sɪlɪkəʊn/'ซิลลิโคน/ *n. (Chem.)* สารประกอบซิลิโคน *(ท.ศ.)* *(ซึ่งประกอบจากออกซิเจนและซิลิโคน มีความทนทานต่อความร้อนความเย็น น้ำและการไหลผ่านของกระแสไฟฟ้า)*; **~ [breast] implant** ส่วนเสริมเต้านมที่ทำจากซิลิโคน

Silicon Valley *pr. n.* ซิลิคอนแวเลย์ *(ท.ศ.)* *(บริเวณที่เป็นแหล่งอุตสาหกรรมคอมพิวเตอร์ในรัฐแคลิฟอร์เนียของสหรัฐอเมริกา)*

silicosis /sɪlɪ'kəʊsɪs/ซิลิ'โคซิซ/ *n., pl.* **silicoses** /sɪlɪ'kəʊsi:z/ซิลิ'โคซีซ/ *(Med.)* ➤ **453** โรคปอดจากการสูดฝุ่นผสมซิลิกาเข้าไป

silk /sɪlk/ซิลคฺ/ ❶ *n.* Ⓐ ไหม, ผ้าไหม; **sewing/embroidery ~:** ไหมที่ใช้เย็บ/ปัก; **take ~** *(Brit. Law)* ได้รับเสื้อครุยเป็นทนายความชั้นสูง; Ⓑ *in pl. (kinds of ~ material)* ผ้าไหม; *(garments)* เสื้อผ้าที่ตัดด้วยผ้าไหม; *(Horseracing)* เสื้อเชิ้ตแพรของนักขี่ม้าแข่ง; Ⓒ *(of spider etc.)* ใย; Ⓓ *(Bot.)* หนวดข้าวโพด; Ⓔ *(Brit. Law coll.)* เสื้อครุยของทนายความชั้นหนึ่ง ❷ *attrib. adj.* ไหม; **you can't make a ~ purse out of a sow's ear** *(prov.)* คุณจะหวังที่จะได้ของดีจากสิ่งที่ด้อยกว่าไม่ได้

silken /'sɪlkn/'ซิลค'น/ *adj.* Ⓐ ทำด้วย *(ผ้า)* ไหม; Ⓑ *(lustrous)* เป็นมันวาว; Ⓒ ➡ **silky** B

silk: ~ 'finish *n.* ความมันวาว; **~ 'hat** *n.* หมวกกระบอกทรงสูงที่ทำจากผ้าไหม

silkily /'sɪlkɪlɪ/'ซิลคิลิ/ *adv.* Ⓐ *(lustrously)* อย่างเป็นมันวาว; Ⓑ *(suavely)* **speak ~:** พูดจาอย่างอ่อนโยน

silk: ~ mill *n.* โรงทอผ้าไหม; **~-screen printing** ➡ **screen printing**; **~worm** *n. (Zool.)* ตัวไหม

silky /'sɪlkɪ/'ซิลคิ/ *adj.* Ⓐ อ่อนนุ่มเหมือนไหม; **have a ~ feel** รู้สึกอ่อนนุ่มเหมือนไหม; Ⓑ *(suave)* *(การพูด, เสียง)* อ่อนโยน, ละมุนละไม

sill /sɪl/ซิล/ *n.* Ⓐ *(of door, window)* ธรณี; Ⓑ *(Geol.)* ฐานชั้นหินใต้ทะเล

sillabub ➡ **syllabub**

silliness /'sɪlɪnɪs/'ซิลลินิซ/ *n.* Ⓐ *no pl.* ความโง่เขลา; Ⓑ *usu. in pl. (instance)* สิ่งที่ทำอย่างโง่เขลา; *(piece of childishness)* สิ่งที่ทำเหลวไหลแบบเด็ก ๆ

S

silly /ˈsɪlɪ/ซิลลิ/ ❶ *adj.* โง่เขลา; *(imprudent, unwise)* ไม่สุขุมรอบคอบ, ไม่ฉลาด; *(childish)* เหลวไหล *(เป็นเด็ก)*; **only a ~ little cut [in the finger]** แค่รอยบาดไม่สำคัญนิดเดียว [ที่นิ้วมือ]; **with a ~ little hammer like this one** ด้วยค้อนไม่เอาไหนแบบนี้; **the ~ season** *(Journ.)* ฤดูร้อนที่หนังสือพิมพ์ตีพิมพ์เรื่องราวเบา ๆ เพราะข่าวสำคัญมีน้อย; **[you] ~ child/thing!** [แก] เจ้าเด็ก/คนโง่; **the ~ thing** *(inanimate object)* ไอ้สิ่งบ้า ๆ แบบนี้; **a ~ thing** *(a foolish action)* การกระทำที่โง่เขลา; *(a trivial matter)* เรื่องเล็กน้อย/ไม่สลักสำคัญ; *(a stupid person)* คนโง่เขลา; **it/that was a ~ thing to do** มัน/นั่นเป็นการกระทำที่โง่เขลา/งี่เง่า; **~ fool** *(คน)* โง่เง่า; **not do anything ~** *(lit. or fig.)* ไม่ทำอะไรโง่ ๆ; **knock sb. ~:** ตี/ต่อย/ชก ค.น. จนมึนไปหมด; **I was scared ~:** ฉันรู้สึกกลัวมาก; **laugh oneself ~:** หัวเราะมากเกินไป; ➡ +'me ❷ *n. (coll.)* คนโง่

'sillybilly *n. (coll.)* คนโง่; **be a ~ [about sth.]** เป็นคนโง่ [เกี่ยวกับ ส.น.]

silo /ˈsaɪləʊ/ซายโล/ *n., pl.* **~s** Ⓐ *(Agric.)* ไซโล *(ท.ศ.)*, หลุม, ฉางเก็บอาหารสัตว์; Ⓑ *(Brit.)* **[grain/cement] ~:** ไซโลเก็บเมล็ดพันธุ์พืช/ซีเมนต์; Ⓒ *(Mil.)* **[missile] ~:** ห้องใต้ดินที่ใช้เก็บขีปนาวุธ

silt /sɪlt/ซิลทฺ/ ❶ *n.* โคลนตม, ตะกอน ❷ *v.t.* **~ up** ตื้นเขินด้วยโคลนเลน/ตะกอน ❸ *v.i.* **~ up** ตื้นเขินด้วยโคลนเลน/ตะกอน

siltation /sɪlˈteɪʃn/ซิล'เทช'น/ *n.* Ⓐ *(process)* การตกตะกอนจนตื้นเขิน; Ⓑ *(state)* สภาพตื้นเขินด้วยโคลนเลน/ตะกอน

Silurian /saɪˈljʊərɪən/ไซ'ลัวเรียน/ *(Geol.)* ❶ *adj.* แห่งช่วงที่สามของมหายุคพาลีโอโซอิกที่เริ่มมีปลาและพืชที่ขึ้นบนบก ❷ *n.* ยุคไซลูเรียน

silver /ˈsɪlvə(r)/ซิลเวอะ(ร)/ ❶ *n.* Ⓐ *no pl., no indef. art.* เงิน; **the price of ~:** ราคาของเงิน; Ⓑ *(colour)* สีเงิน; Ⓒ *no pl., no indef. art. (coins)* เหรียญเงิน; **thirty pieces** *or* **a handful of ~** *(fig.)* สำหรับเงินจำนวนมาก; Ⓓ *(vessels, cutlery)* ของใช้ในบ้านที่ทำด้วยเงิน; *(cutlery of other material)* ช้อนส้อมธรรมดา; Ⓔ *(medal)* เหรียญเงิน *(ในการแข่งขันกีฬา)*; **win two ~s** *(ชนะ)* ได้สองเหรียญเงิน ❷ *attrib. adj.* เงิน; มีสีคล้ายเงิน; **have a ~ tongue** มีวาทศิลป์; ➡ +'spoon 1 A; standard 1 H ❸ *v.t.* Ⓐ *(coat with ~)* เคลือบด้วยเงิน; *(coat with amalgam)* เคลือบด้วยโลหะผสมของปรอทกับโลหะอื่น; Ⓑ ปล่อยให้ *(ผม)* หงอก ❹ *v.i. (ผม)* หงอก

silver: **~ 'band** *n. (Mus.)* วงดนตรีที่บรรเลงด้วยเครื่องดนตรีที่เคลือบด้วยเงิน; **~ 'birch** *n. (Bot.)* ต้นไม้ชนิด *Betula alba* ที่มีเปลือกไม้เป็นสีเงิน; **~ collection** *n.* การขอเหรียญเงิน *(เพื่อการกุศล)*; **~-coloured** *adj.* มีสีเงิน; **~ 'fir** *n. (Bot.)* สนในสกุล *Abies* ใต้ใบเป็นสีเงิน; **~fish** *n. (Zool.)* Ⓐ *(insect)* แมลงในชั้น Thysanura; Ⓑ *(fish)* ปลาเงิน; *(variety of goldfish)* ปลาทองจำพวกหนึ่ง; **~ 'foil** *n.* Ⓐ กระดาษเงิน; *(aluminium foil)* อะลูมิเนียมฟอยล์ *(ท.ศ.)*; Ⓑ *(tin foil)* แผ่นกระดาษดีบุก; **~ 'fox** *n. (Zool.; also fur)* สุนัขจิ้งจอกแดงที่ขนจะเปลี่ยนสีในฤดูหนาว, ขนของสุนัขจิ้งจอกชนิดนี้; **~ 'gilt** *n.* Ⓐ *(gilded ~)* เงินชุบทอง; **~ gilt dish/tray** จาน/ถาดเงินชุบทอง; Ⓑ *(imitation gilt)* การใช้แล็คเกอร์สีเหลืองทา/เคลือบแผ่นเงิน *(แทนการใช้ทองแท้)*; **~-grey** *adj.* สีเทาเงิน; **~-haired** *adj.* มีผมหงอก; **~ 'jubilee** *n.* การฉลองครบรอบ 25 ปี *(โดยเฉพาะของการขึ้นครองราชย์)*; **~ 'leaf** *n.* โรคของต้นไม้ที่ให้ผล; **~ 'medal** *n.* เหรียญเงิน; **~ 'medallist** *n.* ผู้ที่ได้รับเหรียญเงิน; **~ mine** *n.* เหมืองเงิน; **~ 'paper** *n.* กระดาษห่อเงิน; **~ 'plate** *n., no pl., no indef. art.* Ⓐ การชุบเงิน; *(coating)* การเคลือบเงิน; Ⓑ *(vessels, tableware)* ภาชนะ, ถ้วยชามที่ชุบด้วยเงิน; **~-plate** *v.t.* เคลือบ หรือ ชุบด้วยเงิน; **~-plated** *adj.* ที่เคลือบ หรือ ชุบด้วยเงิน; **~ sand** *n.* ทรายละเอียดบริสุทธิ์; **~ 'screen** *n.* **the ~ screen** ภาพยนตร์; **~ service** *n.* Ⓐ *(set of ~ware)* ชุดเครื่องเงิน; Ⓑ *no pl. (method of restaurant service)* วิธีบริการของภัตตาคาร; **~side** *n. (Brit. Gastr.)* ส่วนที่ดีที่สุดของเนื้อวัวบริเวณโคนขา; **~smith** *n.* ➤ **489** ช่างทำเครื่องเงิน; **~-tongued** *adj. (fig.)* มีวาทศิลป์; **~ware** *n., no pl.* เครื่องเงิน; **~ 'wedding** *n.* การแต่งงานครบรอบ 25 ปี

silvery /ˈsɪlvərɪ/ซิลเวอะริ/ *adj. (silver-coloured)* มีสีเงิน, เป็นสีเงิน; *(clear-sounding)* กังวาน, แจ่มใส

silviculture /ˈsɪlvɪkʌltʃə(r)/ซิลวิคัลเฉอะ(ร)/ *n.* การรักษาป่าไม้

SIM card *n.* ซิมการ์ด *(ท.ศ.) บัตรขนาดเล็กที่บรรจุข้อมูลประจำเลขหมายโทรศัพท์เคลื่อนที่*

simian /ˈsɪmɪən/ซิมเมียน/ ❶ *adj.* Ⓐ *(apelike)* เหมือนลิง; Ⓑ *(Zool.)* เกี่ยวกับมนุษย์วานร ❷ *n.* Ⓐ *(ape or monkey)* วานร หรือ ลิง; Ⓑ *(Zool.)* มนุษย์วานร

similar /ˈsɪmɪlə(r)/ซิมมิเลอะ(ร)/ *adj. (also Geom.)* คล้ายคลึง, ใกล้เคียง (to กับ); **some flour and a ~ amount of sugar** แป้ง *(จำนวนหนึ่ง)* และน้ำตาลในปริมาณพอ ๆ กัน; **our tastes are very ~:** รสนิยมของเราคล้ายกันมาก; **of ~ size/colour** *etc.* ขนาด/สี ฯลฯ คล้ายกัน; **be ~ in size/appearance** *etc.* **[to sb./sth.]** มีขนาด/ลักษณะภายนอก ฯลฯ ที่คล้ายคลึง [กับ ค.น./ส.น.]; **look/taste/smell** *etc.* **~ [to sth.]** ดู/มีรสชาติ/กลิ่น ฯลฯ คล้าย [กับ ส.น.]; **the two brothers look very ~:** พี่น้องสองคนนี้ดู *(หน้าตา)* คล้ายกันมาก

similarity /sɪmɪˈlærɪtɪ/ซิมิ'แลริทิ/ *n.* ความคล้ายคลึง, ความใกล้เคียง (to กับ); **point of ~:** จุดของความคล้ายคลึง; **there the ~ ends** ความใกล้เคียงกันสิ้นสุดลงที่นั่น

similarly /ˈsɪmɪləlɪ/ซิมมิเลอะลิ/ *adv.* อย่างคล้ายคลึงกัน; *(to the same degree)* ในลักษณะเดียวกัน; **~ effective/costly** *etc.* ได้ผล/แพง ฯลฯ พอ ๆ กัน

simile /ˈsɪmɪlɪ/ซิมมิลิ/ *n. (Lit.)* การเปรียบเทียบสองสิ่งที่แตกต่างกัน

similitude /sɪˈmɪlɪtju:d, US -tu:d/ซิ'มิลลิทิวดฺ, -ทูดฺ/ *n. (literary)* ความคล้ายคลึงกัน

simmer /ˈsɪmə(r)/ซิมเมอะ(ร)/ ❶ *v.i.* Ⓐ *(Cookery)* เดือดกรุ่น ๆ/ปุด ๆ; **put the fish in the water and allow to ~ for ten minutes** ใส่ปลาลงในน้ำและปล่อยให้เดือดกรุ่น ๆ เป็นเวลาสิบนาที; Ⓑ *(fig.)* ระอุ, กรุ่น *(ด้วยความโกรธ ฯลฯ)*; **let things ~:** ปล่อยให้สิ่งต่าง ๆ คุกรุ่น/ระอุ; **~ with rage/excitement** ระอุด้วยความโกรธ/ความตื่นเต้น ❷ *v.t. (Cookery)* เคี่ยว *(อาหาร)* ให้เดือดกรุ่น ๆ ❸ *n. (Cookery)* **keep at a** *or* **on the ~:** ปล่อยให้เดือดกรุ่น ๆ

~ 'down *v.i.* สงบลง, คลายความพลุ่งพล่านลง; **let things/the situation ~ down** ปล่อยให้สิ่งต่าง ๆ/สถานการณ์สงบลง

simnel cake /ˈsɪmnlkeɪk/ซิมน'ลเคค/ *n. (Brit.)* เค้กผลไม้ *(รับประทานกันในช่วงอีสเตอร์)*

simper /ˈsɪmpə(r)/ซิมเพอะ(ร)/ ❶ *v.i.* ยิ้มแหย ๆ/อย่างเสียไม่ได้ ❷ *v.t.* ยิ้มแหย ๆ/อย่างเสียไม่ได้ ❸ *n.* การยิ้มแหย ๆ/อย่างเสียไม่ได้

simpering /ˈsɪmpərɪŋ/ซิมเพอะริง/ *adj.* ยิ้มแหย ๆ/อย่างเสียไม่ได้

simple /ˈsɪmpl/ซิมพ'ล/ *adj.* Ⓐ *(not compound, not complicated) (เสื้อผ้า, ความสวยงาม, รูปแบบ)* เรียบง่าย, ไม่ยุ่งยาก; *(not elaborate)* ไม่ซับซ้อน; **the ~ life** ชีวิตที่เรียบง่าย; ➡ + simple interest; Ⓑ *(unqualified, absolute)* ล้วน ๆ, โดยแท้, จริง ๆ; **it was a ~ misunderstanding** เป็นความเข้าใจผิดโดยแท้; **it is a ~ fact that ...:** เป็นข้อเท็จจริงล้วน ๆ ที่ว่า...; ➡ + pure 1 C; Ⓒ *(easy)* ง่าย; **the ~st thing would be** *or* **it would be the ~st if ...:** จะเป็นเรื่อง/สิ่งที่ง่ายที่สุดถ้า...; **as ~ as ABC** ง่ายยังกับเอบีซี; **it's/it isn't as ~ as that** มันง่าย/ไม่ง่ายอย่างนั้น; **it would make things so ~ if ...:** จะทำให้อะไร ๆ ง่ายมากถ้า...; **'Electronics made ~'** 'วิชาอิเล็กทรอนิกส์ที่อธิบายให้ง่าย'; **it would make my job/task much ~r** จะทำให้งานของฉันง่ายขึ้นมาก; Ⓓ *(unsophisticated)* ซื่อ, ไม่เจนโลก; *(foolish)* โง่เขลา; *(feeble-minded)* ปัญญาอ่อน; *(humble)* ต่ำต้อย; **the ~ pleasures of life** ความเพลิดเพลินเล็ก ๆ น้อย ๆ ของชีวิต หรือ ความสุขง่าย ๆ ในชีวิต; Ⓔ *(Ling.)* **~ tense** กาล; **~ past** กาลที่แสดงถึงเหตุการณ์ที่เกิดขึ้นในอดีต; **~ sentence** เอกัตถประโยค

simple: **~-hearted** /ˈsɪmplhɑ:tɪd/ซิมพ'ลฮาทิด/ *adj.* บริสุทธิ์ใจ, ไม่มีเล่ห์เหลี่ยม; **~ 'interest** *n.* ดอกเบี้ยเชิงเดียว; **~-minded** *adj.* Ⓐ *(unsophisticated)* ซื่อ, อ่อนต่อโลก; Ⓑ *(feeble-minded)* ปัญญาอ่อน

'simple time *n. (Mus.)* เพลงที่มี 2 3 หรือ 4 จังหวะ

simpleton /ˈsɪmpltən/ซิมพ'ลเทิน/ *n.* คนโง่, คนปัญญาอ่อน

simplex /ˈsɪmpleks/ซิมเพล็คซฺ/ *n. (Ling.)* คำที่ไม่มีการประสม/ผสม

simplicity /sɪmˈplɪsɪtɪ/ซิม'พลิซซิทิ/ *n., no pl.* ความง่าย, ความเรียบง่าย; *(unpretentiousness, lack of sophistication)* การไม่เสแสร้ง, การอ่อนต่อโลก; **be ~ itself** ง่ายมาก

simplification /sɪmplɪfɪˈkeɪʃn/ซิมพลิฟิ'เคช'น/ *n.* Ⓐ *no pl.* การทำให้ง่ายขึ้น; Ⓑ *(instance)* สิ่งที่ทำให้ง่ายขึ้น

simplify /ˈsɪmplɪfaɪ/ซิมพลิฟาย/ *v.t.* ทำให้ง่ายขึ้น; **it would ~ matters if ...:** จะทำให้เรื่องราวง่ายขึ้นถ้า...

simplistic /sɪmˈplɪstɪk/ซิม'พลิซติค/ *adj.* ที่ทำให้ง่ายเกินไป

simply /ˈsɪmplɪ/ซิมพลิ/ *adv.* Ⓐ *(in an uncomplicated manner)* อย่างเรียบง่าย, อย่างไม่ซับซ้อน; *(in an unsophisticated manner)* อย่างอ่อนต่อโลก; **live/eat ~:** อยู่/กินอย่างเรียบง่าย; **speak ~:** พูดอย่างเรียบง่าย; Ⓑ *(absolutely)* อย่างสมบูรณ์, อย่างสิ้นเชิง, โดยแท้; **he's ~ wonderful** เขาวิเศษแท้ ๆ; Ⓒ *(categorically, without good reason, without asking)* โดยไม่มีเงื่อนไข, โดยไม่มีเหตุผลที่ดี, โดยไม่มีการถาม; *(merely)* เท่านั้น, แต่; **it ~ isn't true** มันไม่จริงอยู่แล้ว; **you ~ must see that film** คุณต้องดูภาพยนตร์เรื่องนั้นให้ได้; **I was ~ trying to**

help ฉันเพียงแต่พยายามจะช่วย; **quite ~:** จริง ๆ นะ; **~ because ...:** เพียงเพราะว่า...; **he ~ didn't feel like working** เขาแค่ไม่อยากทำงาน

simulate /ˈsɪmjʊleɪt/ซิมมิวเลท/ *v.t.* (A) *(feign)* แกล้ง/แสร้งทำเป็น *(ความเสียใจ, การป่วย)*; (B) *(mimic)* เลียนแบบ; *(resemble)* ทำให้เหมือน; (C) จำลอง *(สภาพใด ๆ, อากาศ, ฯลฯ)*

simulated /ˈsɪmjʊleɪtɪd/ซิมมิวเลทิด/ *adj.* (A) *(feigned)* ที่แสร้งทำเป็น; (B) *(artificial)* *(หนัง, ขนสัตว์)* เทียม, ปลอม; (C) *(สภาพ, อากาศ, ฯลฯ)* จำลอง/เลียนแบบ

simulation /sɪmjʊˈleɪʃn/ซิมมิว'เลช'น/ *n.* (A) *(feigning)* การเสแสร้ง, การปลอมแปลง; *(of illness)* การแสร้งป่วย; (B) *(imitation of conditions)* การจำลอง, การเลียนแบบ; (C) *(simulated object)* สิ่งที่จำลอง/ทำเลียนแบบ

simulator /ˈsɪmjʊleɪtə(r)/ซิมมิวเลเทอะ(ร)/ *n.* อุปกรณ์/เครื่องมือที่จำลองเพื่อฝึกสอน *(เช่น การบิน)*

simulcast /ˈsɪmʌlkɑːst, US -kæst/ˈซิมัลคาซทฺ, -แคซทฺ/ ❶ *n.* *การถ่ายทอดรายการเดียวกันทั้งทางโทรทัศน์และวิทยุพร้อม ๆ กัน* ❷ *v.t.* ถ่ายทอดรายการทั้งทางโทรทัศน์และวิทยุ

simultaneity /sɪmltəˈniːətɪ, US saɪm-/ซิม'ลเทอะ'นีเออะทิ, ซายมฺ-/ *n., no pl.* การเกิดขึ้นพร้อมกัน

simultaneous /sɪmlˈteɪnɪəs, US saɪm-/ซิม'ลเทเนียซ, ซายมฺ-/ *adj.* พร้อมกัน; **be ~:** พร้อมกัน

simultaneous: ~ display *n. (Chess)* การเล่นหมากรุกหลายเกมพร้อมกัน; **~ equations** *n. pl. (Math.)* สมการร่วมสามชั้น; **~ interpretation** การล่ามพร้อมพูด

simultaneously /sɪmlˈteɪnɪəslɪ, US saɪm-/ซิม'ล'เทเนียซลิ, ซายมฺ-/ *adv.* โดยพร้อมกัน, อย่างพร้อมกัน, ในขณะเดียวกัน

sin /sɪn/ซิน/ ❶ *n.* บาป; **a life of ~:** ชีวิตบาป; **live in ~** *(coll.)* อยู่ด้วยกันโดยไม่ได้แต่งงาน; **[as] miserable as ~:** ยากแค้นมาก, กลุ้มใจอย่างยิ่ง; **for my ~s** *(joc.)* เป็นบาปกรรมของฉันเอง; **the ~s of the fathers** การกระทำชั่ว/ที่ผิดศีลธรรมของบรรพบุรุษ; ➡ **+ beset** B; **find out** B; **multitude** A; **omission** B; **original** 1 A; **wage** 1 ❷ *v.i.*, **-nn-** ทำบาป, ทำชั่ว, ฝ่าฝืน; **~ against sb./God** ทำบาปต่อ *ค.น.*/พระผู้เป็นเจ้า; **~ against the rules** ฝ่าฝืนกฎระเบียบ; **he is more ~ned against than ~ning** เขาถูกกระทำผิดมากกว่าที่เขาทำผิดกับคนอื่น

Sinai Peninsula /saɪnaɪ prˈnɪnsjʊlə/ไซไน พิ'นินซิวเลอะ/ *pr. n.* คาบสมุทรซีนาย *(ในทะเลแดง ประเทศอียิปต์)*

'sin bin *n. (Sport coll.)* เขตโทษในกีฬาฮอคกี้น้ำแข็ง

since /sɪns/ซินซฺ/ ❶ *adv.* ตั้งแต่นั้นมา, หลังจากนั้น; **he has ~ remarried, he has remarried ~:** เขาแต่งงานใหม่หลังจากนั้น; **she had not eaten anything so delicious before or ~:** เธอไม่เคยได้กินอะไรอร่อยอย่างนี้ ไม่ว่าก่อนหน้านั้นหรือภายหลัง; **long ~:** นานมาแล้ว; **not long ~:** ไม่นานมานี้; **he is long ~ dead** เขาตายมานานแล้ว; **a long time/many years/six weeks ~:** เป็นเวลานาน/หลายปี/หกสัปดาห์หลังจากนั้น ❷ *prep.* ตั้งแต่, หลังจาก; **~ seeing you ...:** ตั้งแต่ *หรือ* หลังจากเห็นคุณ...; **~ then/that time** นับตั้งแต่นั้น/เวลานั้น; **he joined the firm 16 years ago and has been with them ~ then** เขาเข้าทำงานที่บริษัทเมื่อ 16 ปีที่แล้วและตั้งแต่นั้นทำงานที่นั่นเรื่อยมา; **~ when?** ตั้งแต่เมื่อไร; **her mother died in 1980, ~ when/~ which time she has been looking after her father** แม่ของเธอเสียชีวิตในปี พ.ศ. 2523 ซึ่งนับตั้งแต่นั้นมา เธอก็คอยดูแลพ่อของเธอ ❸ *conj.* (A) ตั้งแต่นั้นมา, มาแล้ว; **it is a long time/so long/not so long ~ ...:** เป็นเวลานาน/นานมาก/ไม่นานนักมาแล้ว; **how long is it ~ he left you?** นานเท่าไรแล้วที่เขาจากคุณไป; (B) *(seeing that, as)* เนื่องจาก, เพราะว่า

sincere /sɪnˈsɪə(r)/ซิน'เซีย(ร)/ *adj.*, **~r** /sɪnˈsɪərə(r)/ซิน'เซียเรอะ(ร)/, **~st** /sɪnˈsɪərɪst/ซิน'เซียริซทฺ/ จริงใจ, จากใจ

sincerely /sɪnˈsɪəlɪ/ซิน'เซียลิ/ *adv.* ➤ 519 อย่างจริงใจ; **I [most] ~ hope so** *(coll.)* ฉันก็หวังเช่นนั้นจริง ๆ; **yours ~** *(in letter)* ด้วยความเคารพ

sincerity /sɪnˈserɪtɪ/ซิน'เซะริทิ/ *n., no pl.* ความจริงใจ; **in all ~:** ด้วยความจริงใจอย่างยิ่ง

sine /saɪn/ซายน/ *n. (Math.)* ไซน์ *(ท.ศ.)*, *ด้านตรงข้ามมุมน้อยหารด้วยด้านตรงข้ามมุมฉาก*

sinecure /ˈsaɪnɪkjʊə(r), ˈsɪn-/ˈซายนิคิวเออะ(ร), ˈซิน-/ *n.* *ตำแหน่งที่ให้ค่าตอบแทนสูงแต่ไม่ต้องทำงานมาก;* **this job is no ~:** งานนี้ไม่ใช่งานสบาย

sine die /saɪnɪ ˈdaɪɪ, sɪneɪ ˈdiːeɪ/ไซนิ 'ดายอิ, ซิเน 'ดีเอ/ *adv.* โดยไม่มีกำหนดแน่นอน

sine qua non /sɪneɪ kwɑː ˈnəʊn/ซิเน ควา 'โนน/ *n.* เงื่อนไขหรือคุณสมบัติที่ขาดไม่ได้

sinew /ˈsɪnjuː/ˈซินนิว/ *n.* (A) *(Anat.)* เอ็นที่ยึดกล้ามเนื้อ; **strain every nerve and ~ [to do sth.]** *(fig.)* ใช้ความพยายามและกำลังทั้งหมด [ในการทำ *ส.น.*]; (B) *(strength)* ความแข็งแรง

'sine wave *n. (Math.)* คลื่นเสียงหรือคลื่นวิทยุที่มีรูปถูกต้อง ทำให้เสียงชัด

sinewy /ˈsɪnjuːɪ/ˈซินนิวอิ/ *adj.* มีเอ็นที่แข็งแรง, เหนียว; *(fig.: vigorous)* แข็งแรง, กระฉับกระเฉง

sinfonia /sɪnˈfəʊnɪə/ซิน'โฟเนีย/ *n. (Mus.)* วงซิมโฟนี *(ท.ศ.)*, เพลงดนตรีวงใหญ่; *(in name of orchestra)* วงซิมโฟนี *(ออเคสตราขนาดเล็ก)*

sinfonietta /sɪnfəʊnɪˈetə/ซินโฟนิ'เอ็ทเทอะ/ *n. (Mus.)* (A) ดนตรีประสานเสียงสั้น ๆ; (B) *(orchestra)* วงดนตรีประสานเสียงขนาดเล็ก; *(string orchestra)* วงดนตรีประสานเสียงขนาดเล็กที่ใช้เครื่องสาย

sinful /ˈsɪnfl/ˈซินฟ'ล/ *adj.* *(คน)* ที่บาปหนา, ทำบาปจนเป็นนิสัย; *(reprehensible)* น่าตำหนิ, น่าลงโทษ, ชั่วร้าย; **it is ~ to ...:** เป็นสิ่งที่ชั่วร้ายที่จะ...

sing /sɪŋ/ซิง/ ❶ *v.i.*, **sang** /sæŋ/แซง/, **sung** /sʌŋ/ซัง/ ร้องเพลง; *(fig.)* *(ลม, กาน้ำ)* ส่งเสียงโหยหวน; *(ลูกกระสุน)* ปริ๊ว; *(sl.: turn informer)* แฉ, เปิดโปง; **~ to sb.** ร้องเพลงให้ *ค.น.*; **~ to the guitar/piano** ร้องเพลงคลอเสียงกีตาร์/เปียโน; **his ears are ~ing** หูของเขาดังหึ่ง; **~ of sb./sth.** *(celebrate in verse)* สดุดี/สรรเสริญ *ค.น.*/*ส.น.* ด้วยการประพันธ์บทกวี ❷ *v.t.*, **sang, sung** ร้องเพลง; **~ [the] alto** ร้องเสียงแอลโต; **~ sb. a song** *or* **a song for sb.** ร้องเพลงให้ *ค.น.* ฟัง; **~ sb. to sleep** กล่อมให้ *ค.น.* หลับ; ➡ **+ praise** 2 A; **tune** 1 A, B ❸ *n.* *(Amer.)* **have a ~:** ร้องเพลง *(ร่วมกัน)*

~ a'long *v.i.* ร้องตาม *(ไปด้วย)*

~ 'out ❶ *v.i.* (A) *(~ loudly)* ร้องออกมาดัง ๆ; **~ out merrily** ร้องออกมาดัง ๆ อย่างมีความสุข; (B) *(call out)* เรียกหา; **~ out for sb./sth.** เรียกหา *ค.น.*/*ส.น.* ❷ *v.t.* *(shout)* ตะโกน

~ 'up *v.i.* ร้องดังขึ้น

singable /ˈsɪŋəbl/ˈซิงเงอะบ'ล/ *adj.* ร้องได้; *(easily ~)* ร้องได้ง่าย

Singapore /sɪŋəˈpɔː(r)/ซิงเงอะ'พอ(ร)/ *pr. n.* ประเทศสิงคโปร์

singe /sɪndʒ/ซินจฺ/ ❶ *v.t.*, **~ing** เผาขน, ลนไฟ *(หนังไก่, หมู)*; ทำให้ไหม้; **~ sb.'s hair** *(Hairdressing)* ลนปลายผม *ค.น.* เพื่อให้ผมงอกงาม ❷ *v.i.*, **~ing** ลนไฟ, ทำให้ไหม้ ❸ *n.* การเผาขน, การลนไฟ, การทำให้ไหม้

singer /ˈsɪŋə(r)/ˈซิงเงอะ(ร)/ *n.* นักร้อง; **this canary is a good ~:** นกคีรีบูนตัวนี้ร้องเพลงเพราะ

singing /ˈsɪŋɪŋ/ˈซิงงิง/ *n., no pl.* (A) การร้องเพลง; *(fig.)* ➡ **sing** 1: การร้อง; การโหยหวน *(ลม)*; **beautiful/loud ~:** การร้องเพลงที่ไพเราะ/เสียงดัง; **the ~ of the birds** การร้องของนก; **his ~ is terrible** เขาร้องเพลงแย่มาก; **have a ~ in one's ears** มีเสียงดังหึ่ง ๆ อยู่ในหู; (B) *no art.* *(Art)* การประพันธ์/แต่งบทกวีสดุดี/สรรเสริญ; **~ voice** เสียงร้อง

single /ˈsɪŋgl/ˈซิงก'ล/ ❶ *adj.* (A) เดี่ยว; *(for one person)* *(เตียง, ห้อง)* เดี่ยว; *(ขนาด)* เดียว; *(without the other one of a pair)* ข้างเดียว; **~ flower/stem** ดอก/ก้านเดี่ยว; **speak with a ~ voice** *(fig.)* หัวเดียวกระเทียมลีบ; **~ sheet/cover** ผ้าปูที่นอน/ผ้าคลุมเตียงเดี่ยว; **~ ticket** *(Brit.)* ตั๋วขาไป *(เที่ยวเดียว)*; **~ fare** *(Brit.)* ค่าโดยสารเที่ยวเดียว; ➡ **+ combat** 1; **entry** H; **³file** 1 A; **track** 1 B, D; (B) *(one by itself)* อันเดียว; *(isolated)* โดดเดี่ยว; **one ~ ...:** หนึ่งเดียว; **at a** *or* **one ~ blow** *or* **stroke** โดยชก/ตีทีเดียว; **two minds but a ~ thought** สองจิตแต่ความคิดเดียว; (C) *(unmarried)* โสด, ยังไม่ได้แต่งงาน; **a ~ man/woman/~ people** ชาย/หญิง/คนโสด; **~ parent** ผู้ปกครองคนเดียว *(มีบิดาหรือมารดาอยู่คนเดียว)*; **he/she is a ~ parent** เขา/เธอเป็นผู้ปกครองคนเดียว; **~ mother** มารดาที่ถูกพ่อของลูกทิ้งไป; (D) *(separate, individual)* แต่ละอัน, สักหนึ่งอัน, แม้แต่หนึ่งอัน; **can a ~ argument be advanced for it?** จะมีใครเสนอข้อดีของมันสักหนึ่งข้อได้ไหม; **every ~ one** ทุกคน/อัน; **every ~ time/day** ทุก ๆ ครั้ง/วัน; **not a ~ one** ไม่สักคน/อันเดียว; **not a ~ word/dress/soul** ไม่มีสักคำ/ชุด/คนเดียว; **she did not see a ~ thing she liked** เธอไม่เห็นสิ่งที่เธอชอบแม้แต่สิ่งเดียว; **not/never for a ~ minute** *or* **moment** ไม่/ไม่เคยสักนาทีเดียว ❷ *n.* (A) *(Brit.: ticket)* ตั๋วขาเดียว; **[a] ~/two ~s to Manchester, please** ขอตั๋วไปแมนเชสเตอร์ขาเดียวหนึ่ง/สองใบหน่อยครับ/คะ; (B) *(record)* แผ่นเสียงขนาด 45 rpm.; (C) *in pl.* *(Golf)* กอล์ฟเดี่ยว; *(Tennis)* เทนนิสเดี่ยว; **woman's** *or* **ladies'/men's ~s** *(การแข่งขัน)* หญิง/ชายเดี่ยว; (D) *(Brit. Hist.: pound note)* ธนบัตรหนึ่งปอนด์; *(Amer.: dollar note)* ธนบัตรหนึ่งดอลลาร์; (E) *(Cricket)* การตีลูกที่วิ่งได้ครั้งเดียว ❸ *v.t.* **~ out** เลือกเฟ้น; *(be distinctive of quality)* ทำให้เด่น; **~ sb./sth. out as/for sth.** เลือก *ค.น.*/*ส.น.* เป็น/สำหรับ *ส.น.*; **~ sb. out for promotion/special attention** คัดเลือกที่จะเลื่อนตำแหน่ง/ให้ความสนใจเป็นพิเศษแก่ *ค.น.*

single: ~-barrelled *(Amer.:* **~-barreled)** /ˈsɪŋglbærəld/ˈซิงก'ลแบเริลด/ *adj. (Arms)* มีลำกล้องปืนเดี่ยว; **~-bedded room** /ˈsɪŋglbedɪd ruːm/ˈซิงก'ลเบ็ดดิด รูม/ *n.* ห้องเตียงเดี่ยว; **~-breasted** /ˈsɪŋglbrestɪd/ˈซิงก'ลเบร็ซทิด/ *adj. (Tailoring)* *(เสื้อนอก, เสื้อสูท)*

S

มีกระดุมแถวเดียว; ~ **cream** *n.* ครีมไขมันต่ำ; **~-decker** ❶ *n.* **be a ~-decker** เป็นรถประจำทางที่มีชั้นเดียว ❷ *adj.* **~-decker bus/tram** รถประจำทาง/รถรางชั้นเดียว; **~-engined** /ˈsɪŋglendʒɪnd/ˈซิงก'ลเอ็นจินด/ *adj.* มีเครื่องยนต์เดียว; ~ **[European] market** *n.* ตลาดเดียว [ของยุโรป]; **~-handed** ❶ /ˈ---/ *adj.* Ⓐ *(การแล่นเรือใบ, นักเล่นเรือใบ)* เดียว; **~-handed attempt to row across the Atlantic** ความพยายามที่จะพายเรือข้ามมหาสมุทรแอตแลนติกคนเดียว; **his ~-handed efforts to get a new hospital** ความพยายามโดยลำพังที่จะได้โรงพยาบาลใหม่; Ⓑ *(for one hand)* **~-handed weapon/fishing rod** อาวุธ/คันเบ็ดตกปลาสำหรับมือเดียว
❷ /-ˈ--/ *adv.* Ⓐ คนเดียว; **sail round the world ~-handed** แล่นเรือรอบโลกโดยลำพังคนเดียว; **root out corruption ~-handed** ถอนรากถอนโคนการฉ้อราษฎร์บังหลวงเพียงคนเดียว *หรือ* โดยไม่มีผู้อื่นช่วยเหลือ; Ⓑ *(with one hand)* ด้วยมือเดียว; **~-lens 'reflex camera** *n.* *(Photog.)* กล้องถ่ายรูปที่ใช้เลนส์เดียว; **~-line** *adj.* สายเดี่ยว; **~-minded** *adj.* มีจุดมุ่งหมายเดียว; **be ~-minded in one's aim** มุ่งมั่นในวัตถุประสงค์ของตน; **~-mindedly** /sɪŋgl ˈmaɪndɪdlɪ/ซิงก'ล ˈไมนดิดลิ/ *adj.* โดยมีจุดมุ่งหมายอย่างเดียว

singleness /ˈsɪŋglnɪs/ˈซิงก'ลนิซ/ *n., no pl.* **~ of purpose** ความมุ่งหมายเด็ดเดี่ยว

'single-phase *adj. (Electr.)* วงจรที่มีกระแสสลับตอนเดียว

'singles bar *n.* บาร์สำหรับคนโสดที่หาคู่

'single: ~-seater *n.* พาหนะที่มีหนึ่งที่นั่ง; **~-seater aircraft** เครื่องบินหนึ่งที่นั่ง; **~-sex** *adj.* **~-sex school** โรงเรียนที่มีผู้ชาย/ผู้หญิงล้วน; **~-storey** *adj.* ชั้นเดียว

singlet /ˈsɪŋglɪt/ˈซิงกลิท/ *n. (Brit.: vest)* เสื้อกล้าม; *(Sport)* เสื้อนักวิ่ง/นักกรีฑา ฯลฯ

singleton /ˈsɪŋgltən/ˈซิงก'ลเทิน/ *n. (Cards)* ไพ่โทน *(ไพ่ที่มีอยู่ใบเดียวในชุดหนึ่ง);* **a ~ in hearts, a ~ heart** ไพ่โพแดงที่มีอยู่ใบเดียว; *(fig. coll.)* ผู้หญิงที่ไม่มีคู่

'single-track *adj. (ราง, รถไฟ)* ทางเดียว; *(ถนน)* แคบ *(ที่รถผ่านได้คันเดียว)*

singly /ˈsɪŋglɪ/ˈซิงกลิ/ *adv.* Ⓐ อย่างโดดเดี่ยว, โดยลำพัง; Ⓑ *(by oneself)* ด้วยตนเอง

'singsong /ˈsɪŋsɒŋ/ˈซิงซอง/ ❶ *adj.* เป็นจังหวะเรื่อย ๆ; **say/recite sth. in a ~ manner/voice** พูด/ท่อง *ส.น.* เป็นจังหวะ; **his ~ accent** สำเนียงพูดของเขาที่เป็นจังหวะเรื่อย ๆ ❷ *n.* Ⓐ *(monotonous tone or rhythm)* จังหวะที่มีระดับเสียงเดียวกัน; **recite sth./say sth. in a ~:** ท่อง *ส.น.*/พูด *ส.น.* เป็นจังหวะเสียงเดียว; **speak in a ~:** พูดเป็นจังหวะเสียงเดียว; Ⓑ *(Brit.: singing)* การร้องเพลง; **have a ~:** มีการร้องเพลง *(ร่วมกัน)*

singular /ˈsɪŋgjʊlə(r)/ˈซิงกิวเลอะ(ร)/ ❶ *adj.* Ⓐ *(Ling.)* เอกพจน์; **~ noun** นามเอกพจน์; **~ form** รูปเอกพจน์; **first person ~:** บุรุษที่หนึ่งเอกพจน์; **~ number** ➡ 2; Ⓑ *(individual)* แต่ละอัน/สิ่ง; *(unique)* ไม่มีใครเหมือน, มีอยู่อันเดียว; Ⓒ *(extraordinary)* พิเศษ, โดดเด่น; *(odd)* แปลก, พิกล; **how very ~!** ช่างประหลาดจริง ๆ ❷ *n. (Ling.)* เอกพจน์; **I said you could have an apple – in the ~** *(coll.)* ฉันบอกว่าคุณกินแอปเปิ้ลได้หนึ่งลูกเท่านั้น

singularity /sɪŋgjʊˈlærɪtɪ/ซิงกิวˈแลริทิ/ *n., no pl.* ความพิเศษ, ความแปลกประหลาด

singularly /ˈsɪŋgjʊləlɪ/ˈซิงกิวเลอะลิ/ *adv.* *(extraordinarily)* อย่างพิเศษ; *(strangely)* อย่างแปลกประหลาด

Sinhalese /sɪŋhəˈliːz/ซิงเฮอะˈลีซ/ ❶ *adj.* แห่งศรีลังกา; **sb. is ~:** *ค.น.* เป็นชาวสิงหลในประเทศศรีลังกา ❷ *n.* Ⓐ *pl. same (person)* ชาวสิงหล, ชาวศรีลังกา; Ⓑ *no pl. (language)* ภาษาสิงหล/ศรีลังกา

sinister /ˈsɪnɪstə(r)/ˈซินิซเตอะ(ร)/ *adj.* Ⓐ *(of evil omen)* เป็นลางร้าย; Ⓑ *(suggestive of malice)* เป็นนัยของความมุ่งร้าย; *(wicked)* ชั่วร้าย; Ⓒ *(Her.)* บนด้านซ้ายของโล่ ฯลฯ; ➡ + **baton** E; ²**bend** B

sink /sɪŋk/ซิงค/ ❶ *n.* Ⓐ อ่าง; **pour sth. down the ~:** เท *ส.น.* ลงไปในอ่าง; ➡ + **kitchen sink**; Ⓑ *(cesspool)* บ่อน้ำเสีย; *(fig.: place of vice etc.)* สถานที่/แหล่งความชั่วร้าย; Ⓒ *(Geog.: pool)* แอ่งน้ำ; Ⓓ *(Geol.)* ➡ **~hole**; Ⓔ *(Phys.)* สิ่งหรือกระบวนการที่ใช้ดูดและกระจายความร้อน
❷ *v.i.,* **sank** /sæŋk/แซงค/ *or* **sunk** /sʌŋk/ซังค/, **sunk** Ⓐ จม; **we shall ~** *or* **swim together** *(fig.)* ไม่ทิ้งซึ่งกันและกัน; **leave sb. to ~ or swim** *(fig.)* ปล่อยให้ *ค.น.* ดิ้นรนด้วยตัวเอง; Ⓑ **~ into** *(become immersed in)* จุ่มอยู่ใน; *(penetrate)* แทรกซึมเข้าไป; *(fig.: be absorbed into)* ฝังลึกลงไป; **~ into an armchair/the cushions** ทรุดตัวลงบนเก้าอี้ที่มีที่วางแขน/เบาะ; **~ into sb.'s/each other's arms** ตกอยู่ในอ้อมแขนของ *ค.น.*/โอบกอดซึ่งกันและกัน; **~ into a deep sleep/a coma/trance/reverie** ตกอยู่ในนิทราอันแสนสนิท/อาการโคม่า/ภวังค์/ความเพ้อฝัน; **~ into depression/despair** ตกอยู่ในความหดหู่/สิ้นหวัง; **~ into crime/poverty** *etc.* จมอยู่กับอาชญากรรม/ความยากจน ฯลฯ; **be sunk in thought/despair** จมอยู่กับความคิด/ความสิ้นหวัง; ➡ + **oblivion**; Ⓒ *(come to lower level or pitch)* ลดลง; *(suffer subsidence)* ยุบ, ทรุดลง; *(ตา)* มองลง; *(แก้ม)* หย่อน; *(slope down)* ลาดลง; *(be turned downwards)* คว่ำ; *(shrink inwards)* หดเข้าข้างใน; *(subside, abate)* *(น้ำ, แม่น้ำ)* ลดลง; *(fig.: fail)* *(ความมุ่งมั่น, ความหวัง)* ล้มเหลว; **the patient is ~ing [fast]** คนไข้อาการกำลังเพียบลง [อย่างรวดเร็ว]; **sb.'s heart ~s/spirits ~:** จิตใจของ *ค.น.* ห่อเหี่ยว; **sb.'s heart/courage ~s into his/her boots** *(coll.)* หัวใจ/กำลังใจของ *ค.น.* หล่นไปอยู่ที่ตาตุ่ม; **~ to one's knees** คุกเข่าลง; Ⓓ *(fall)* *(ราคา, อุณหภูมิ, เงินตรา, ผลผลิต)* ลดลง, ตกลง; **~ in value** มูลค่าตกลง
❸ *v.t.,* **sank** *or* **sunk, sunk** Ⓐ ทำให้จมลง; *(cause failure of)* ทำให้ล้มเหลว; **be sunk** *(fig. coll.: have failed)* ล้มเหลว; **~ one's differences** ระงับข้อพิพาท; **enough luggage/make-up to ~ a battleship** *(fig. joc.)* กระเป๋าเดินทาง/เครื่องสำอางมากจนพอที่จะทำให้เรือรบจมได้; Ⓑ *(lower)* ทำให้ต่ำลง; *(Golf)* ตีลูกกอล์ฟลงหลุม; Ⓒ *(dig)* ขุด; *(inlay, recess)* ฝัง; *(embed)* ฝัง, ตรึง; **~ a pole into the ground** ฝังเสาลงไปในพื้นดิน; ➡ + **fence** 1 A

~ **'back** *v.i.* จมอีกครั้ง; **~ back into crime/poverty** *(fig.)* กลับไปจมอยู่กับอาชญากรรม/ความยากจนอีกครั้ง

~ **'down** *v.i.* จมลง, ทรุดลง; **~ down to the floor/ground** ทรุดลงกับพื้น; **~ down into the mud** จมลงไปในโคลน/เลน; **his head sank down on to his chest** ศีรษะของเขาทรุดลงไปซบอยู่กับอก; **she sank down [on her knees] before him** เธอคุกเข่าลงตรงหน้าเขา

~ **'in** ❶ *v.i.* Ⓐ *(become immersed)* จมลงไป; *(penetrate)* แทรกซึมเข้าไป; Ⓑ *(fig.: be absorbed into the mind)* ฝังลึกลงไปในใจ ❷ *v.t.* ฝัง *(เสา, ด้าม)*

sinker /ˈsɪŋkə(r)/ˈซิงเคอะ(ร)/ *n. (Fishing)* ตะกั่วถ่วงเบ็ด *(ให้จมน้ำ); (of drift-net)* สิ่งที่ถ่วงแหให้จมน้ำ; ➡ + **hook** 1 A

'sinkhole *n. (Geol.)* โพรงในหินปูน

sinking /ˈsɪŋkɪŋ/ˈซิงคิง/ ❶ *adj.* Ⓐ ที่กำลังจม; **[the] rats desert a ~ ship** หนูทิ้งเรือที่กำลังจม; Ⓑ *(declining)* *(พระอาทิตย์)* ที่กำลังจะตก; Ⓒ *(falling in value)* มีมูลค่าตก/ลดลง; Ⓓ **with a ~ heart** *(fig.)* ด้วยจิตใจที่หดหู่/สิ้นหวัง ❷ *n.* Ⓐ *(of ship) (deliberate)* การจมเรือ; *(accidental)* การที่เรือจม; *(of well)* การขุดบ่อน้ำ; Ⓑ **~ of the heart** *(fig.)* การที่จิตใจหดหู่/สิ้นหวัง; **a ~ feeling** *(fig.)* ความรู้สึกหวิว

'sinking fund *n. (Finance)* เงินทุนที่ออมไว้ชำระหนี้

'sink unit *n.* อุปกรณ์ชุดอ่างล้างจาน

sinless /ˈsɪnlɪs/ˈซินลิซ/ *adj.* ไม่มีบาป, ไร้มลทิน, บริสุทธิ์

sinner /ˈsɪnə(r)/ˈซินเนอะ(ร)/ *n.* คนบาป, ผู้ทำบาป

Sinn Fein /ʃɪn ˈfeɪn/ชิน ˈเฟน/ *n., no pl., no indef. art.* ขบวนการชินเฟน *(ที่เคลื่อนไหวทางการเมือง เพื่อรวมไอร์แลนด์เข้าด้วยกัน ก่อตั้งเมื่อ ค.ศ. 1905)*

Sino- /ˈsaɪnəʊ/ˈซายโน/ *in comb.* แห่งประเทศจีน; **a ~-Russian war** สงครามระหว่างจีนกับรัสเซีย

sinter /ˈsɪntə(r)/ˈซินเทอะ(ร)/ ❶ *v.t.* เผา *(ดิน, แป้ง)* จนเกาะกันเป็นก้อน ❷ *v.i.* *(ดิน, แป้ง)* เกาะกันเป็นก้อนด้วยการเผาไหม้

sinuous /ˈsɪnjʊəs/ˈซินนิวเอิซ/ *adj.* *(งู)* คดเคี้ยว; *(ถนน)* วกวน; *(lithe)* งอ/โค้งได้; *(รูปร่าง)* โค้งเว้า

sinus /ˈsaɪnəs/ˈซายเนิซ/ *n. (Anat.)* โพรงจมูก; **[paranasal] ~:** โพรงในกระดูกและเนื้อเยื่อ โดยเฉพาะในบริเวณกะโหลกศีรษะที่ติดกับช่องจมูก

sinusitis /saɪnəˈsaɪtɪs/ไซเนอะˈไซทิซ/ *n.* ➤ **453** *(Med.)* อาการโพรงจมูกอักเสบ

Sioux /suː/ซู/ *n., pl. same (Ethnol.)* ชาวอินเดียนแดงเผ่าซูในทวีปอเมริกาเหนือ

sip /sɪp/ซิพ/ ❶ *v.t.,* **-pp-:** ~ **[up]** จิบ ❷ *v.i.,* **-pp-:** ~ **at/from sth.** จิบจาก *ส.น.* ❸ *n.* การจิบ; **have** *or* **take a ~ [of sth.]** จิบ *ส.น.* นิดหน่อย; **in ~s** ด้วยการจิบ

siphon /ˈsaɪfn/ˈไซฟ'น/ ❶ *n.* Ⓐ *(bottle)* ขวดที่ใช้กำลังลมภายในดันน้ำออกมา; Ⓑ *(pipe)* ท่อกาลักน้ำ ❷ *v.t.* ดูดออกโดยใช้วิธีกาลักน้ำ; **~ sth. from a tank** ดูด *ส.น.* ออกจากแท็งก์โดยวิธีกาลักน้ำ ❸ *v.i.* ไหลโดยใช้วิธีกาลักน้ำ; *(fig.: flow as if through a ~)* ไหลราวกับผ่านท่อกาลักน้ำ

~ **'off** *v.t.* ถ่ายออกโดยวิธีกาลักน้ำ; *(fig.: transfer)* ย้าย, โอน *(เงินทอง, ทรัพย์สิน)*

~ **'out** *v.t.* ถ่ายออกโดยวิธีกาลักน้ำ

sir /sɜː(r)/เซอ(ร)/ *n.* Ⓐ *(formal address)* ท่าน, ใต้เท้า; *(to teacher)* คุณครู; **no '~!** ไม่มีวัน, ไม่อย่างแน่นอน; **yes '~!** [ใช่] ขอรับ/ครับท่าน; **Sir!** *(Mil.)* *(yes)* ใช่ครับท่าน; Ⓑ ➤ **519** *(in letter)* **Dear Sir** เรียนท่านที่เคารพ; **Dear**

Sirs เรียนท่านทั้งหลายที่เคารพ; Dear Sir or Madam เรียนท่านที่เคารพ; Ⓒ Sir /sə(r)/เซอะ(ร)/ (*titular prefix*) ใช้เติมหน้าชื่อขุนนางชั้นบารอนและอัศวิน; Ⓓ /sɜ:(r)/เซอ(ร)/ (*person addressed as 'Sir'*) ท่าน; Ⓔ *no art.* (*Sch. coll.: teacher*) คุณครู; I shall tell ~: ฉันจะบอก/ฟ้องคุณครู

sire /ˈsaɪə(r)/ˈซายเออะ(ร)/ ❶ *n.* Ⓐ สัตว์ตัวผู้ที่เป็นพ่อพันธุ์; Ⓑ (*poet.*) (*father*) พ่อ, บิดา; (*ancestor*) บรรพบุรุษ; Ⓒ (*arch.*) yes, ~: ครับท่าน; (*to king*) ใต้ฝ่าละอองธุลีพระบาท ❷ *v.t.* ให้กำเนิด

siren /ˈsaɪərən/ˈซายเออะเริน/ ❶ *n.* Ⓐ หวูด, หวอ; factory/ship's ~: หวูดให้สัญญาณในโรงงาน/เรือ; air-raid ~: สัญญาณหวอเตือนการโจมตีทางอากาศ; Ⓑ (*temptress*) หญิงที่ยั่วยวน/หลอกลวงชาย; Ⓒ (*Greek Mythol.*) ปีศาจทะเลครึ่งคนครึ่งนกในเทพนิยายกรีก ❷ *adj.* เกี่ยวกับปีศาจทะเล; ~ song เพลงของปีศาจทะเล, เพลงยั่วยวน

sirloin /ˈsɜ:lɔɪn/ˈเซอลอยน/ *n.* Ⓐ (*Brit.: upper part of loin of beef*) เนื้อสัน; a ~ of beef เนื้อสันวัว; ~ steak สเต็กเนื้อสัน; Ⓑ (*Amer.*) สเต็กเนื้อสัน

sirocco /sɪˈrɒkəʊ/ซิˈรอโค/ *n., pl.* ~s *ลมร้อนที่พัดขึ้นเหนือจากทะเลทรายซาฮารา*

sirup (*Amer.*) ➡ syrup

sis /sɪs/ซิซ/ *n.* (*coll.*) พี่/น้องสาว

sisal /ˈsaɪsl/ˈไซซ'ล/ *n.* Ⓐ (*fibre*) เยื่อไม้ที่ทำมาจากต้น *Agave sisalana;* Ⓑ (*Bot.*) พันธุ์ไม้ในประเทศเม็กซิโก

siskin /ˈsɪskɪn/ˈซิซกิน/ *n.* (*Ornith.*) นกเอี้ยง *Carduelis spinus*

sissified /ˈsɪsɪfaɪd/ˈซิซซิฟายด/ *adj.* มีลักษณะเหมือนผู้หญิง; (*cowardly*) ขี้ขลาด, หน้าตัวเมีย

sissy /ˈsɪsɪ/ˈซิซซิ/ ❶ *n.* (*effeminate man*) ชายที่มีลักษณะเหมือนผู้หญิง; (*cowardly person*) คนขี้ขลาด ❷ *adj.* มีลักษณะเหมือนผู้หญิง; (*cowardly*) ขี้ขลาด

sister /ˈsɪstə(r)/ˈซิซเตอะ(ร)/ *n.* Ⓐ พี่/น้องสาว; she has been a ~ to him/her (*fig.*) เธอเปรียบเสมือนพี่/น้องสาวของเขา/เธอ; the Robinson ~s พี่น้องหญิงสกุลโรบินสัน; Ⓑ (*friend, associate fellow member*) เพื่อนหญิง, เพื่อนร่วมงานหญิง; (*in trade union*) เพื่อนในวงการค้า; ~ company บริษัทพี่, บริษัทน้อง; Ⓒ (*Relig.*) นางชี, แม่ชี; S~ of Mercy คณะนางชีที่ตั้งขึ้นเพื่อการกุศล; Ⓓ (*Brit.: senior nurse*) นางพยาบาลระดับหัวหน้า; ward ~: หัวหน้าพยาบาลประจำตึกคนไข้; Ⓔ (*Brit. coll.: nurse*) นางพยาบาล

sisterhood /ˈsɪstəhʊd/ˈซิซเตอะฮุด/ *n.* Ⓐ *no pl.* ความเป็นพี่สาวน้องสาวกัน, ความสัมพันธ์ของกลุ่มผู้หญิง; Ⓑ (*religious society*) คณะนางชี

'sister-in-law *n., pl.* sisters-in-law พี่/น้องสะใภ้

sisterly /ˈsɪstəlɪ/ˈซิซเตอะลิ/ *adj.* เสมือนพี่สาว/น้องสาว; ~ love ความรักฉันพี่สาวน้องสาว

'sister ship *n.* (*Naut.*) เรือที่สร้างขึ้นเป็นรูปเดียวกัน

Sistine Chapel /sɪsti:n ˈtʃæpl, sɪstaɪn ˈtʃæpl/ซิซตีน ˈแฉพ'ล, ซิซตายน ˈแฉพ'ล/ *n.* the ~: *โบสถ์ในกรุงวาติกัน บนเพดานและผนังมีภาพวาดของไมเคิล แองเจโลและจิตรกรคนอื่น ๆ*

sit /sɪt/ซิท/ ❶ *v.i.*, -tt-, sat /sæt/แซท/ Ⓐ (*become seated*) นั่ง, นั่งลง; ~ on *or* in a chair/in an armchair นั่งเก้าอี้/นั่งในเก้าอี้มีที่เท้าแขน; ~! (*to dog*) นั่งลง; ~ by *or* with sb. นั่งข้าง ค.น./นั่งกับ ค.น.; ~ over there! นั่งตรงนั้นแหละ; Ⓑ (*be seated*) นั่งอยู่; don't just ~ there! อย่านั่งอยู่เฉย ๆ; ~ at home (*fig.*) อยู่บ้านเฉย ๆ; ~ in judgement on *or* over sb./sth. ถือสิทธิในการตัดสิน ค.น., เป็นผู้ติชม/จับผิด ค.น./ส.น.; ~ on one's hands (*fig.*) ไม่ทำอะไรเลย; ไม่ยอมตบมือ; ~ still! นั่งอยู่เฉย ๆ อย่ากระดุกกระดิก; ~ tight (*coll.*) อยู่กับที่ไม่ขยับเขยื้อน; (*fig.: stay in hiding*) ยังหลบซ่อนตัวอยู่, ไม่ปรากฏตัวออกมา; (*fig.: persevere in a course of action*) ยังยืนกรานตามเดิม; ~ well [in the saddle/on one's horse] ขี่ม้าเก่ง; ➡ + fence 1 A; foot 1 A; pretty 2; Ⓒ ~ for one's portrait/to a painter *etc.* นั่งเพื่อให้ช่างวาดภาพเหมือน ฯลฯ; Ⓓ ➡ babysit; Ⓔ (*take a test*) ~ for sth. สมัครสอบ ส.น.; Ⓕ (*be in session*) (สภา, คณะกรรมการ) ประชุมอยู่; Ⓖ (*be on perch or nest*) (นก) เกาะกิ่ง, กกไข่; Ⓗ (*be situated*) ตั้งอยู่; the sewing machine sat in the attic จักรเย็บผ้าตั้งอยู่ที่ห้องใต้หลังคา; ~ well on sb. (*fit*) (เสื้อผ้า) ใส่ได้พอดี; (*suit*) ใส่แล้วเหมาะสมกับ ค.น.; (*fig.*) เหมาะสมกับ ค.น.; Ⓘ (*be member of elected body*) ~ at Westminster เป็นสมาชิกสภาผู้แทน (อังกฤษ); ~ for (*Brit. Parl.*) เป็นสมาชิกสภาผู้แทนของ (แต่ละเขตเลือกตั้ง)

❷ *v.t.*, -tt-, sat Ⓐ (*cause to be seated, place*) ทำให้นั่ง, จัดให้นั่ง; Ⓑ (*Brit.*) ~ an examination สมัครเข้าสอบคัดเลือก; (*have space for*) ➡ seat 2 B

~ a'bout, ~ a'round *v.i.* นั่งอยู่เฉย ๆ

~ 'back *v.i.* Ⓐ นั่งตามสบาย; Ⓑ (*fig.: do nothing*) คลายเครียดโดยการไม่ทำอะไรเลย; (*fig.*) the government is ~ting back and letting the situation worsen รัฐบาลนี้ไม่ยอมทำอะไรทั้งนั้น และปล่อยให้สถานการณ์เลวลงเรื่อย ๆ

~ 'by *v.i.* นั่งมองเฉย ๆ โดยไม่เข้าไปยุ่งเกี่ยว

~ 'down ❶ *v.i.* Ⓐ (*become seated*) นั่ง, นั่งลง (on/in บน, ใน); ~ you down (*coll.*) เชิญนั่งลง; Ⓑ (*be seated*) นั่งลง; take sth. ~ting down (*fig.*) ยอมรับ ส.น. โดยไม่โต้ตอบ ❷ *v.t.* (*cause to be seated*) ~ sb. down (*invite to ~*) เชิญ ค.น. ให้นั่งลง; (*help to ~*) ช่วยให้นั่งลง; ➡ + sit-down

~ 'in *v.i.* Ⓐ (*occupy place as protest*) ปักหลักประท้วงเป็นที่; Ⓑ (*stay in*) อยู่ข้างใน, ไม่ออกไปข้างนอก; Ⓒ (*participate*) มีส่วนร่วม, เป็นผู้สังเกตการณ์; ~ in on (*be present at*) อยู่ร่วมด้วย; Ⓓ ➡ stand in a. ➡ + sit-in

~ on *v.t.* Ⓐ (*serve as member of*) เป็นสมาชิก; ~ on the jury (*Law*) เป็นลูกขุน; Ⓑ (*coll.: delay*) ถ่วงเวลา (การตัดสินใจ); Ⓒ (*coll.: repress*) ปิดบัง, อดกลั้น (ความรู้สึก, ความคิด); people like her want ~ting on/ought to be sat on คนแบบเธอต้องคุมไว้อย่างใกล้ชิด; Ⓓ (*fig.: hold on to*) ยึดไว้

~ 'out ❶ *v.i.* นั่งอยู่นอกบ้าน, นั่งอยู่กลางแจ้ง ❷ *v.t.* Ⓐ (*take no part in*) ไม่มีส่วนร่วม, ไม่มีบทบาท; ~ out a dance ไม่ได้ร่วมเต้นรำ; Ⓑ (*endure*) ทนอยู่จนถึงที่สุด

~ 'through ➡ ~ out 2 B

~ 'up ❶ *v.i.* Ⓐ (*rise*) ลุกขึ้นนั่ง (หลังจากนอน); Ⓑ (*be sitting erect*) นั่งตัวตรง; Ⓒ (*not slouch*) นั่งตัวตรง; ~ up straight! นั่งตัวตรงหลังตรง; make sb. ~ up (*fig. coll.*) กระตุ้น ค.น. ให้เกิดความสนใจ; ~ up and take notice (*fig. coll.*) ลุกขึ้นเกิดความสนใจในทันทีทันใด; Ⓓ (*delay going to bed*) เข้านอนช้ากว่าเวลาปกติ; ~ up [waiting] for sb. นั่งรอ ค.น. จนดึก; ~ up with sb. นั่งอยู่จนดึกเป็นเพื่อน ค.น. ❷ *v.t.* ลุกขึ้นนั่ง; ➡ + sit-up

~ upon ➡ ~ on; ➡ + sit-upon

sitar /ˈsɪtɑ:(r), sɪˈtɑ:(r)/ˈซิทา(ร), ซิˈทา(ร)/ *n.* (*Mus.*) ซิตาร์ (ท.ศ.) พิณหลายสายของอินเดีย

sitcom /ˈsɪtkɒm/ˈซิทคอม/ (*coll.*) ➡ situation comedy

'sit-down ❶ *n.* have a ~: นั่งพัก; enjoy a ~: นั่งตามสบาย ❷ *adj.* ~ demonstration การนั่งประท้วงอยู่กับที่และไม่ยอมลุก; ~ meal อาหารมื้อที่รับประทานที่โต๊ะอาหาร; ~ strike *การประท้วงหยุดงานที่คนงานปฏิเสธที่จะออกจากบริเวณที่ทำงานไป*

site /saɪt/ไซท/ ❶ *n.* Ⓐ (*land*) พื้นที่, สถานที่; archaeological/prehistoric burial ~: โบราณสถาน/บริเวณหลุมฝังศพก่อนประวัติศาสตร์; exhibition ~: บริเวณที่แสดงนิทรรศการ; ~ of a battle บริเวณที่มีการสู้รบ, สนามรบ; Ⓑ (*location*) ทำเล, แหล่ง; (*of new factory etc.*) สถานที่ตั้ง; Ⓒ ➡ building site ❷ *v.t.* (*locate*) กำหนดสถานที่ตั้ง; ~ a factory in London กำหนดสถานที่ตั้งโรงงานในลอนดอน; be ~d มีที่ตั้ง

'sit-in /ˈsɪtɪn/ˈซิททิน/ *n.* การประท้วงที่ผู้ประท้วงนั่งในที่สาธารณะ

siting /ˈsaɪtɪŋ/ˈไซทิง/ *n.* การกำหนดสถานที่ตั้ง (of ของ); (*position*) ตำแหน่งที่ตั้ง; (*of missiles*) ฐานตั้ง; the ~ of the new exhibition centre in Leeds การกำหนดสถานที่ตั้งของศูนย์นิทรรศการแห่งใหม่ในเมืองลีดส์

sitter /ˈsɪtə(r)/ˈซิทเทอะ(ร)/ *n.* Ⓐ (*Sport coll.*) (*easy catch*) ลูกที่รับได้อย่างง่ายดาย; (*easy shot*) ลูกที่ยิงประตูได้อย่างง่ายดาย; Ⓑ (*artist's model*) คนที่นั่งเป็นแบบ; Ⓒ (*hen*) แม่ไก่ที่นั่งกกไข่; Ⓓ ➡ babysitter

sitting /ˈsɪtɪŋ/ˈซิททิง/ ❶ *n.* Ⓐ (*session*) ช่วงเวลาที่นั่งทำกิจกรรมร่วม (ประชุมสภา, ทานข้าว); รอบ; lunch is served in two ~s อาหารกลางวันแบ่งเสิร์ฟออกเป็นสองรอบ; when is the first ~ [for lunch]? อาหารกลางวันรอบแรกจะเสิร์ฟเมื่อไร; in one *or* at a ~ (*fig.*) รวดเดียว, ช่วงเวลาเดียว; Ⓑ (*Law*) ช่วงเวลาที่มีการพิจารณาตัดสินคดี ❷ *adj.* Ⓐ (*not flying or running*) นั่งอยู่, นิ่งอยู่; Ⓑ (*hatching*) (แม่ไก่) กำลังกกไข่; these are ~ hens เหล่านี้คือแม่ไก่ที่กำลังกกไข่

sitting: ~ 'duck *n.* (*fig.*) บุคคลหรือของที่เป็นเป้าอันง่าย; ~ 'member *n.* (*Brit. Parl.*) she is/was the ~ member เธอเป็นสมาชิกสภาอยู่/ตอนนั้น; ~ room *n.* Ⓐ (*lounge*) ห้องนั่งเล่น; (*in public buildings*) ห้องนั่งพักสาธารณะ; Ⓑ (*space*) ที่นั่งที่ว่างอยู่; ~ 'target ➡ ~ duck; ~ 'tenant *n.* he is/was the ~ tenant เขาเป็นผู้เช่าที่ได้เข้าอยู่อาศัยในตึกแล้ว; there is a ~ tenant มีผู้เช่าที่อยู่อาศัยแล้ว

situate /ˈsɪtjʊeɪt, US ˈsɪtʃʊeɪt/ˈซิททิวเอท, ˈซิทฉุเอท/ ❶ *v.t.* จัดตั้งหรือระบุที่ตั้ง, กำหนดตำแหน่ง ❷ *adj.* (*Law*) ➡ situated

situated /ˈsɪtjʊeɪtɪd/ˈซิททิวเอทิด/ *adj.* Ⓐ ที่ตั้งอยู่, ที่กำหนดไว้; be ~: ที่ตั้งไว้; a badly ~ house บ้านนี้ทำเลที่ตั้งไม่ดีเลย; the house is well ~ for the shops บ้านอยู่ในทำเลสะดวกสำหรับไปร้านค้า; Ⓑ be well/badly ~ financially อยู่ในสถานการณ์การเงินที่ดี/ที่ไม่ดี

situation /sɪtjʊ'eɪʃn, US sɪtʃʊ-/ซิทิว'เอช'น, ซิฉุ-/ *n.* **A** *(location)* ตำแหน่ง, แห่งที่, ทำเล, ที่ตั้ง, สถานที่; **B** *(circumstances)* สถานการณ์, ฐานะ, ภาวะ; **a ~ of some delicacy** เป็นสถานการณ์ที่ต้องใช้ความละเอียดอ่อน; **be in the happy ~ of being able to do sth.** กำลังโชคดีที่สามารถกระทำ *ส.น.* ได้; **his ~ is as follows: ...:** สภาวการณ์ของเขาเป็นดังต่อไปนี้...; **what's the ~?** สถานการณ์เป็นอย่างไรบ้าง; **lead to a compromise ~:** นำไปสู่สถานการณ์ที่มีการประนีประนอมกัน; **the firm is in a profit ~:** บริษัทกำลังอยู่ในสภาวะที่มีผลกำไร; **C** *(job)* ฐานะหรือตำแหน่งงาน, อาชีพ; **~s vacant/wanted** รับสมัครพนักงาน/กำลังหาตำแหน่งอยู่

situational /sɪtjʊ'eɪʃənl, US sɪtʃʊ-/ซิทิว'เอเชอะน'ล, ซิฉุ-/ *adj.* เกี่ยวกับทำเล, เกี่ยวกับสถานที่ตั้ง; **~ drama** ละครที่มีปมปริศนาให้ขบคิด

situation 'comedy *n.* *ละครที่ได้มุขตลกจากสภาวการณ์ของตัวละคร*

sit: ~-up /'sɪtʌp/'ซิทอัพ/ *n.* ท่าออกกำลังกายซิทอัพ *(ท.ศ.)*; **do twenty ~-ups** ทำซิทอัพยี่สิบครั้ง; **~-upon** *n. (coll.)* ก้น, บั้นท้าย

six /sɪks/ซิคซฺ/ ➤ **47**, ➤ **177**, ➤ **602** ❶ *adj.* หก; **be ~ feet** *or* **foot under** *(coll.)* ตาย; **it is ~ of one and half-a-dozen of the other** *(coll.)* สถานการณ์ที่มีทางเลือกเสมอกัน; ➡ **+ eight 1** ❷ *n.* **A** *(number, symbol)* เลขหก, หมายเลขหก; **be at ~es and sevens** มีความสับสนหรือไม่เห็นพ้องต้องกัน; *(on an issue or matter)* ไม่เห็นพ้องต้องกัน (**on** เกี่ยวกับ); ➡ **+ best 3 D; eight 2 A, C, D;** **B** *(Cricket) การตีลูกถึงหรือเลยขอบสนามซึ่งถือว่าวิ่งได้หกเที่ยว;* ➡ **+ hit 1 K**

Six 'Counties *n. pl.* **the ~:** จังหวัดทั้งหกในไอร์แลนด์เหนือ *(Londonderry, Antrim, Down, Armagh, Tyrone, Fermanagh)*

six: ~fold *adj., adv.* หกเท่า; **~-'footer** *n. (person)* คนที่สูงหกฟุต; **most of them are ~-footers** พวกเขาเกือบทั้งหมดสูงหกฟุต; **~-pack** *n.* สินค้าที่รวมหกชิ้น *(เบียร์, กระป๋องเครื่องดื่ม)*; **~pence** /'sɪkspəns/'ซิคซเพ็นซฺ/ *n. (Brit. Hist.: coin)* เหรียญเงินหกเพนซ์; **~penny** /'sɪkspənɪ/'ซิคซฺเพอะนิ/ *adj. (Brit.)* หกเพนนี; ➡ **+ ³bit G; ~-shooter** *n.* ปืนลูกโม่ที่บรรจุกระสุนได้หกนัด

sixteen /sɪk'sti:n/ซิค'ซตีน/ ➤ **47**, ➤ **177**, ➤ **602** ❶ *adj.* สิบหก; **sweet ~:** วัยหวานสิบหก; ➡ **+ eight 1 A** ❷ *n.* เลขสิบหก; ➡ **+ eight 2 A, D; eighteen 2**

sixteenth /sɪk'sti:nθ/ซิค'ซตีนธฺ/ ➤ **231** ❶ *adj.* ➤ **602** ลำดับที่สิบหก ❷ *n. (fraction)* หนึ่งส่วนสิบหก; ➡ **+ eighth 2**

six'teenth-note *n. (Amer. Mus.)* ตัวโน้ตที่สิบหก *(ตัวโน้ตที่มีช่วงเสียงเป็นหนึ่งในสิบหกของโน้ตทั้งหมดเรียกว่า semiquaver)*

sixth /sɪksθ/ซิคซฺธฺ/ ❶ *adj.* ➤ **602** ที่หก; ➡ **+ eighth 1** ❷ *n.* **A** *(in sequence)* ลำดับที่หก; *(in rank)* ตำแหน่งที่หก; *(fraction)* หนึ่งส่วนหก; **B** ➡ **sixth form; C** *(Mus.) ช่วงเสียงหรือคอร์ดดนตรีของหกโน้ตที่ติดกันในสเกลเสียงเดียว (เช่น C ถึง A);* **D** ➤ **231** *(day)* **the ~ of May** วันที่หกเดือนพฤษภาคม; **the ~ [of the month]** วันที่หก [ของเดือน]; ➡ **+ eighth 2**

sixth: ~ form *n. (Brti. Sch.)* ชั้นมัธยมสองปีสุดท้าย; **~-form college** *n. (Brit. Sch.)* วิทยาลัย*สำหรับนักเรียนที่อายุมากกว่า 16 ปี;* **~-former** *n. (Brit. Sch.)* นักเรียนที่อยู่ในชั้นดังกล่าว

sixties /'sɪkstɪz/'ซิคซฺติซฺ/ *n. pl.* **A** ช่วงทศวรรษที่ 1960 *(คศ. 1960 ถึง 1969)*; **the ~** ช่วงเวลาระหว่างปี คศ. 1960 ถึง 1969; **B** ช่วงอายุ 60 ถึง 69 ปี; **to be in one's ~** อยู่ในช่วงอายุ 60 ถึง 69 ปี; **a man in his ~** ชายวัย 60

sixtieth /'sɪkstɪɪθ/'ซิคซฺทิอิธ/ ❶ *adj.* ➤ **602** ที่หกสิบ; ➡ **+ eighth 1** ❷ *n. (fraction)* หนึ่งส่วนหกสิบ; ➡ **+ eighth 2**

sixty /'sɪkstɪ/'ซิคซฺติ/ ➤ **47**, ➤ **602** ❶ *adj.* หกสิบ; ➡ **+ eight 1; one-and-~** *(arch.)* ➡ **sixty-one 1** ❷ *n.* เลขหกสิบ; **one-and-~** *(arch.)* ➡ **sixty-one 2;** ➡ **+ eight 2 A; eighty 2**

sixty: ~-'first *etc. adj.* ➤ **602** หกสิบเอ็ด; ➡ **+ eighth 1; ~-'one** *etc.* ❶ *adj.* หกสิบเอ็ด; ➡ **+ eight 1** ❷ *n.* ➤ **602** เลขหกสิบเอ็ด

¹size /saɪz/ซายซฺ/ ❶ *n.* **A** ขนาด; *(fig. of problem, project)* ขนาด; **reach full ~:** มีขนาดโตเต็มที่; **be quite a ~:** มีขนาดใหญ่ทีเดียว; **what a ~ he is!** เขาตัวโตจังเลย; **be twice the ~ of sth.** มีขนาดใหญ่เป็นสองเท่าของ *ส.น.*; **who can afford a car that ~?** ใครจะซื้อรถใหญ่ขนาดนั้นได้; **what ~ [of] box do you want?** คุณต้องการกล่องขนาดไหน; **take the ~ of sth.** วัดขนาดของ *ส.น.*; **be small in ~:** มีขนาดเล็ก; **be of great/small ~:** มีขนาดใหญ่/เล็ก; **a car of some ~:** รถที่มีขนาดค่อนข้างใหญ่; **be of a ~:** มีขนาดเท่ากัน; **be the ~ of sth.** มีขนาดเท่ากับ *ส.น.*; **be the ~ of a pea** มีขนาดเท่ากับเม็ดถั่ว; **a house the ~ of a palace** บ้านขนาดใหญ่โตราวกับพระราชวัง; **that's [about] the ~ of it** *(fig. coll.)* เรื่องราวที่แท้จริงก็เป็นประมาณนั้น; **try sth. for ~:** ลองขนาดของ *ส.น.*; *(fig.)* ลองดูว่าไปกันได้ไหม; **what ~?** ขนาดแค่ไหน; ➡ **+ cut down 1 C; B** *(graded class)* ระดับ, ขนาด; *(of paper)* ขนาดของกระดาษ; **collar/waist ~:** ขนาดของปกเสื้อ/รอบเอว; **take a ~ 7 shoe/~ 7 in shoes** ใส่รองเท้าเบอร์เจ็ด; **what ~ is Madam?** คุณผู้หญิงต้องการขนาดอะไร; **A5 ~ paper** กระดาษขนาดเอห้า; **E 10 ~:** ขนาดอีสิบ *(ท.ศ.)*
❷ *v.t.* จัดกลุ่มตามขนาด

~ 'up *v.t.* กะ/ประมาณ *(สถานการณ์)*; **I can't ~ her up** ฉันดูเธอไม่ออก

²size ❶ *n. สารเหลวเหนียวใส ใช้เคลือบมันกระดาษ;* สารทาผนังก่อนทาสี; *(for textiles)* สารทาให้ผ้าทอหนาขึ้น ❷ *v.t.* เคลือบ/อาบให้เป็นเงา, แข็งขึ้น, หนาขึ้น

-size /saɪz/ซายซฺ/ *adj. in comb.* **average-~:** ขนาดโดยเฉลี่ย, ขนาดโดยทั่วไป; **full-~ portrait /bottle** ภาพเหมือนเต็มตัวเท่าขนาดจริง/ขวดขนาดใหญ่; **small-/medium-/large-~:** ขนาดเล็ก/กลาง/ใหญ่

sizeable /'saɪzəbl/'ซายเซอะบ'ล/ *adj. (ปัญหา, ฝูงชน, ห้อง)* ขนาดใหญ่, ค่อนข้างใหญ่; *(จำนวนเงิน)* สูงพอใช้

-sized /saɪzd/ซายซฺด/ *adj. in comb.* ➡ **-size; good-~** มีขนาดใหญ่พอสมควร

sizzle /'sɪzl/'ซิซ'ล/ ❶ *v.i.* **A** ทำเสียงกระแอมไอ, ทำเสียงฉี่ฉ่าเหมือนเวลาผัดอาหาร; **B** *(coll.: be hot or excited)* มีอารมณ์ร้อนหรือตื่นเต้น; **be sizzling with anger** เดือดพล่านด้วยความโกรธ ❷ *n.* เสียงฉี่ฉ่า, เสียงกระแอมไอ; สภาวะที่ตื่นเต้น

sizzling /'sɪzlɪŋ/'ซิซฺลิง/ ❶ *adj.* **A** มีเสียงฉี่ฉ่า, มีเสียงกระแอมไอ; **B** *(very hot)* ร้อนจี๋, เดือดพล่าน; **~ heat/weather** ความร้อนสูงมาก/อากาศที่ร้อนจัด; **C** *(very fast)* เร็วจี๋ ❷ *adv.* **~ hot** *(อากาศ)* ร้อนจี๋; *(อาหาร)* ส่งเสียงฉี่ฉ่าขณะผัด

skat /skɑ:t/ซกาท/ *n. (Cards) ไพ่ที่เล่นกันสามคนที่มีการพนันขันต่อกันด้วย*

¹skate /skeɪt/ซเกท/ *n. (Zool.)* ปลาทะเลน้ำลึกตัวแบนในวงศ์ Rajidae

²skate ❶ *n. (ice ~)* รองเท้าเล่นสเกตน้ำแข็ง; *(roller ~)* รองเท้าที่มีล้อเล่นสเกตบนถนน; **get one's ~s on** *(Brit. fig. coll.)* กระทำอย่างรวดเร็ว, รีบร้อน ❷ *v.i. (ice-~)* เล่นสเกตน้ำแข็ง; *(roller-~)* เล่นสเกตล้อ; **he ~d over to her/in circles** เขาวิ่งด้วยสเกตไปหาเธอ/เขาหมุนไปรอบ ๆ บนสเกต; **the insects ~ on the water** *(fig.)* แมลงวิ่งไปมาบินผิวน้ำ; **~ on thin ice** *(fig.)* เสี่ยงอันตราย; *(put oneself in danger)* เอาตัวเข้าไปพัวพันกับเรื่องอันตราย

~ over, ~ round *v.t. (fig.) (avoid)* หลีกเลี่ยง *(ปัญหา, คำถาม)*; *(touch lightly on)* สัมผัสอย่างเบา ๆ, เกี่ยวข้องอย่างผิวเผิน

³skate *n. (coll.: contemptible person)* **[cheap] ~:** คนป่าเถื่อน, คนไม่มีคุณค่า; **you dirty ~:** มึงเป็นคนสารเลว *(ภ.พ.)*

skate: ~board ❶ *n.* สเกตบอร์ด *(ท.ศ.)* ❷ *v.i.* เล่นสเกตบอร์ด; **~boarder** *n.* คนเล่นสเกตบอร์ด; **~boarding** *n., no pl.* การเล่นสเกตบอร์ด

skater /'skeɪtə(r)/'ซเกเทอะ(ร)/ *n. (ice ~)* ผู้เล่นสเกตน้ำแข็ง; *(roller ~)* ผู้เล่นสเกตล้อ

skating /'skeɪtɪŋ/'ซเกทิง/ *n., no pl. (ice ~)* การเล่นสเกตน้ำแข็ง; *(roller ~)* การเล่นสเกตล้อ

'skating rink *n.* **A** *(ice)* ลานเล่นสเกตน้ำแข็ง; **B** *(for roller skating)* ลานเล่นสเกตล้อ

skedaddle /skɪ'dædl/ซกิ'แดด'ล/ *v.i. (coll.)* วิ่งหนีไปอย่างรวดเร็ว

skeet /ski:t/ซกีท/ *n. (Sport)* **~ [shooting]** เกมกีฬายิงปืนเป้าบิน

skein /skeɪn/ซเกน/ *n.* **A** *(of wool etc.)* ไยไหมพรม ฯลฯ ที่ม้วนไว้หลวม ๆ; **B** *(fig.: tangle)* ความยุ่งเหยิง; *(of lies)* การโกหกที่สับสนวกวนไปหมด; **C** **a ~ of wild geese** ห่านป่าที่บินไปเป็นฝูง

skeletal /'skelɪtl/'ซเก็ลลิท'ล/ *adj.* **A** *(relating to the skeleton)* เกี่ยวกับโครงกระดูก; **B** *(emaciated)* ผอมจนเห็นกระดูก; **have a ~ appearance, look ~:** ดูผอมยังกับโครงกระดูก

skeleton /'skelɪtn/'ซเก็ลลิท'น/ *n.* **A** โครงกระดูก *(มนุษย์, สัตว์)*; เส้นกลาง *(ใบไม้)*; **have a ~ in the cupboard** *(Brit.)* or *(Amer.)* **closet** *(fig.)* มีความลับน่าละอายที่ปกปิดไว้; **B** *(framework)* โครงร่าง, โครงสร้าง; *(of ship)* โครง; **C** *(outline)* โครงสร้างคร่าว ๆ; **D** *(fig.: thin person or animal)* คนหรือสัตว์ที่ผอมบาง; **she was reduced to a ~:** เธอผอมบางจนเหลือแต่กระดูก

skeleton: ~ 'crew *n.* กลุ่มทำงานที่เหลือแค่คนจำเป็นจริง ๆ; **~ 'key** *n.* ลูกกุญแจที่เปิดแม่กุญแจได้หลายอัน; **~ 'service** *n.* **provide a ~ service** ให้งานบริการจำเป็นเท่านั้น; **there were buses running, but it was only a ~ service** มีรถประจำทางวิ่งอยู่แต่มันก็เป็นการให้บริการพื้นฐานเท่านั้น; **~ 'staff** *n.* พนักงานที่จำเป็นเท่านั้น

skepsis, skeptic *(Amer.)* ➡ **scep-**

sketch /sketʃ/ซเก็ฉ/ ❶ *n.* **A** *(drawing)* การวาดภาพอย่างคร่าว ๆ, การวาดภาพลายเส้น; **do** *or* **make a ~:** วาดภาพคร่าว ๆ, วาดภาพลายเส้น; **B** *(fig.: outline)* ขอบเขตของเนื้อหา, รายการหลัก ๆ โดยสรุป; **give** *or* **deliver a ~ of the situation** วาดภาพสถานการณ์อย่างคร่าว ๆ; **the plan is only a ~ at the moment** แผนการยังเป็นเพียงแค่โครงร่างคร่าว ๆ ในตอนนี้; **C**

S

(play) ละครตลกสั้นจบในหนึ่งองก์; Ⓓ *(Lit., Mus.)* ส่วนหนึ่งของบทประพันธ์ทั้งหมด ❷ *v.t. (lit. or fig.)* วาดโครงร่างคร่าว ๆ ❸ *v.i.* วาดภาพคร่าว ๆ

~ 'in *v.t.* Ⓐ *(draw)* วาดโครงร่างคร่าว ๆ; Ⓑ *(fig.: outline)* วาดภาพคร่าว ๆ

~ 'out *v.t. (lit. or fig.)* วาดภาพคร่าว ๆ

sketch: ~-block *n.* ปึกกระดาษที่ใช้วาดภาพ; **~book** *n.* สมุดวาดภาพ

sketcher /'sketʃə(r)/'เซ็กเฉอะ(ร)/ *n.* นักร่างภาพ, นักวาดภาพลายเส้น

sketchily /'sketʃɪlɪ/'เซ็กฉิลิ/ *adv.* *(ให้เค้าโครง)* อย่างคร่าว ๆ, โดยคร่าว ๆ

sketching /'sketʃɪŋ/'เซ็กฉิง/ *n.* การร่างภาพ, การทำเค้าโครงอย่างคร่าว ๆ

sketch: ~ map *n.* แผนที่ที่วาดขึ้นอย่างหยาบ ๆ; **~-pad** ➡ **sketch-block**

sketchy /'sketʃɪ/'เซ็กฉิ/ *adj.* Ⓐ ให้เค้าโครงคร่าว ๆ; Ⓑ *(incomplete) (ข้อมูล)* ไม่ครบ, ไม่สมบูรณ์; Ⓒ *(inadequate)* ไม่เพียงพอ

skew /skjuː/สกิว/ ❶ *adj.* เอียง, ลาด, เฉ, เฉียง ❷ *n.* **on the ~:** เอียงไปข้างหนึ่ง; **the picture is [hanging] on the ~:** ภาพนี้แขวนไว้เอียงไปข้างหนึ่ง ❸ *v.t.* ทำให้เอียงไปข้างหนึ่ง, ทำให้เฉียงไป; ทำ *(หน้า)* บิดเบี้ยว ❹ *v.i.* **~ round** บิด, บิดเป็นเกลียว

skewer /'skjuːə(r)/'สกิวเออะ(ร)/ ❶ *n.* เหล็กแหลมเสียบเนื้อปิ้ง ❷ *v.t.* เสียบด้วยเหล็กแหลม

skew-'whiff /skjuː'wɪf/สกิว'วิฟ/ *(Brit. coll.)* ➡ **askew**

ski /skiː/สกี/ ❶ *n.* Ⓐ สกี *(ท.ศ.)*; Ⓑ *(on vehicle)* อุปกรณ์คล้ายสกีใต้ยานพาหนะหรืออากาศยาน ❷ *v.i.* เดินทางด้วยสกี, เล่นสกี; **~ down the hill** เล่นสกีลงไปตามเนินเขา; **~ cross-country** เดินทางด้วยสกีจากจุดหนึ่งไปอีกจุดหนึ่ง

ski: ~-bob *n.* จักรยานติดสกีแทนล้อ; **~-bobbing** *n.* การขับขี่จักรยานสกี; **~ boot** *n.* รองเท้าบูทเล่นสกี; **~ cap** *n.* หมวกใส่เล่นสกี

skid /skɪd/สกิด/ ❶ *v.i.* **-dd-** Ⓐ *(รถ, ล้อ, คนขับ)* ลื่นไถล; *(from one side to the other; spinning round)* ลื่นปัดจากฝั่งหนึ่งไปยังอีกฝั่งหนึ่ง; ลื่นไถลจนหมุนคว้าง; **~ to a halt** ลื่นไถลไปแล้วหยุดนิ่ง; Ⓑ *(on foot)* เดินแล้วลื่นไถล ❷ *n.* Ⓐ การลื่นไถล; **go into a ~:** เกิดการลื่นไหลขึ้นมา; **get out of the ~, correct the ~:** ทำให้หยุดการลื่นไหลได้; **steer into the ~:** หมุนพวงมาลัยรถไปตามทิศทางที่ลื่นไถล; Ⓑ *(Aeronaut.)* อุปกรณ์คล้ายสกีใช้แทนล้อ; **tail/wing ~:** อุปกรณ์คล้ายสกีใต้หาง/ปีกหาง/ปีกที่ใช้พยุงเครื่องบินเมื่อจะลงจอด; Ⓒ *(braking device)* อุปกรณ์ห้ามล้อ; Ⓓ *(support)* แผ่นไม้ ฯลฯ ค้ำยัน; Ⓔ *(slideway)* ทางลาดเพื่อถ่ายของ; รางไม้/เหล็กคู่; *(roller)* แผ่นไม้มีล้อติดอยู่ข้างล่าง; **be on the ~s** *(fig. coll.)* ใกล้จะพ่ายแพ้, กำลังแย่ลงเรื่อย ๆ; **the plan/project is on the ~s** *(fig. coll.)* แผนการ/โครงการใกล้จะล้มเหลว; **put the ~s under sb./sth.** เร่งให้ *ค.น./ส.น.* ล้มเหลว

skid: ~ chains ➡ **snow chains**; **~ lid** *n. (coll.)* หมวกกันน็อก; **~ marks** *n. pl.* รอยลื่นไถลของล้อรถ; **~pad** *n. (Amer.)*, **~pan** *n. (Brit.)* ลานที่ทำให้ลื่นเพื่อฝึกการควบคุมรถยนต์ขณะที่ลื่นไถล; **~ row** /skɪd'rəʊ/สกิด'โร/ *n. (Amer.)* ย่านเสื่อมโทรมของเมือง; **end up on ~ row** *(coll.)* ชีวิตลงเอยด้วยการตกต่ำในย่านเสื่อมโทรม

skier /'skiːə(r)/'สกีเออะ(ร)/ *n.* นักเล่นสกี

skiff /skɪf/สกิฟ/ *n.* เรือแจวมีน้ำหนักมาก, เรือกรรเชียงเล็ก ๆ; *(racing boat also)* เรือพายแข่งขัน

skiffle /'skɪfl/'สกิฟ'ล/ *n.* ดนตรีพื้นเมืองที่เล่นเป็นกลุ่มเล็ก ๆ

'ski goggles *n. pl.* แว่นกันแดด/กันลมใส่เล่นสกี

skiing /'skiːɪŋ/'สกีอิง/ *n., no pl.* การเล่นสกี; *(Sport)* กีฬาสกี

ski: ~ jump *n.* Ⓐ *(slope)* ทางลาดชันสำหรับแข่งขันสกีกระโดด; Ⓑ *(leap)* การกระโดดของนักสกี; **~ jumper** *n.* นักสกีแบบกระโดด; **~ jumping** *n., no pl.* การแข่งขันสกีกระโดด

skilful /'skɪlfl/'สกิลฟ'ล/ *adj.* Ⓐ *(having skill) (นักพูด, ผู้กล่าวสุนทรพจน์)* เชี่ยวชาญ; *(อาจารย์)* ชำนาญ; *(งานฝีมือ)* มีทักษะ; Ⓑ *(well executed)* มีความสามารถ; *(งานศิลปะ, รูปปั้น ฯลฯ)* แสดงฝีมือ; *(expert)* มีความเชี่ยวชาญ, มีความชำนาญ

skilfully /'skɪlfəlɪ/'สกิลเฟอะลิ/ *adv.* อย่างมีทักษะ, อย่างมีความสามารถ, อย่างมีฝีมือ, อย่างมีความเชี่ยวชาญ

skilfulness /'skɪlflnɪs/'สกิลฟ'ลนิซ/ *n., no pl.* ➡ **skill** A

'ski lift *n.* อุปกรณ์ยก/ลากคนเล่นสกีขึ้นเขา

skill /skɪl/สกิล/ *n.* Ⓐ *(expertness)* ความชำนาญ, ทักษะ, ความเชี่ยวชาญ; *(of artist)* ฝีมือ, ความเชี่ยวชาญ; **have ~ at** *or* **in sth.** มีความชำนาญใน *ส.น.*; Ⓑ *(technique)* กลวิธีในการทำงาน; *(of weaving, bricklaying)* เทคนิค, ทักษะ; **the ~ of making guests feel at home** ความสามารถในการทำให้แขกที่มาเยือนรู้สึกสบายเหมือนกับอยู่บ้านตัวเอง; Ⓒ *in pl. (abilities)* ความสามารถ; **office ~s** พิมพ์ดีดใช้คอมพิวเตอร์เป็น ฯลฯ; **language ~s** ทักษะทางภาษา; Ⓓ *(dexterity)* ความสามารถ/ความคล่องแคล่วในการทำงาน, เชาวน์ไหวพริบ; *(of speech)* ทักษะในการพูด; *(of painting)* ฝีมือในการวาดภาพ

skilled /skɪld/สกิลดฺ/ *adj.* Ⓐ ➡ **skilful** A; Ⓑ *(requiring skill) (งาน)* ที่ต้องใช้ทักษะ หรือความชำนาญ; **~ trade** การทำงานที่ *(เช่นในโรงงาน)* ต้องใช้ทักษะ; Ⓒ *(trained)* ที่ได้รับการฝึกหัด; *(experienced)* มีประสบการณ์; **be ~ in diplomacy/sewing** มีความสามารถทางการทูต/ในการเย็บผ้า

skillet /'skɪlɪt/'สกิลลิท/ *n.* Ⓐ *(Brit.: cooking pot)* หม้อโลหะเล็ก ๆ มีด้ามถือยาวและมีขาตั้ง; Ⓑ *(Amer.: frying pan)* กระทะ

skillful, skillfully, skillfulness *(Amer.)* ➡ **skilful** *etc.*

skim /skɪm/สกิม/ ❶ *v.t.*, **-mm-** Ⓐ *(remove)* เอาคราบออก *(จากผิวหน้าของของเหลว)*; เอาครีมออก *(จากผิวนม)*; Ⓑ *(touch in passing)* แตะอย่างแผ่วเบา; Ⓒ *(pass closely over)* **~ sth.** เฉียดผ่าน *ส.น.*; Ⓓ *(throw)* โยน *(หิน)* ให้เฉียด ๆ ผิวน้ำ; Ⓔ *(scan briefly)* ➡ **skim through** ❷ *v.i.*, **-mm-** เฉียด, ถาก; **a bullet ~med past** *or* **by my arm** ลูกปืนถากแขนฉันไป

~ 'off *v.t.* Ⓐ เอาคราบออก; Ⓑ *(fig.)* ➡ **cream off**

~ through *v.t.* อ่านอย่างผ่าน ๆ *(หนังสือ, นิตยสาร)*

skim 'milk, skimmed 'milk *n.* นมพร่องมันเนย

skimp /skɪmp/สกิมพฺ/ ❶ *v.t.* จัดหา *(อาหาร, เงินทอง)* ไม่พอเพียง; **he did the work badly, ~ing it** เขาทำงานได้แย่มาก โดยไม่ใส่ใจ ❷ *v.i.* ตระหนี่, ขี้เหนียว, จำกัดจำเขี่ย (**with** กับ); **he had to ~ on food/clothes** เขาเคยต้องตระหนี่อาหารการกิน/เสื้อผ้า

skimpily /'skɪmpɪlɪ/'สกิมพิลิ/ *adv.* *(แต่งตัว)* อย่างไม่เพียงพอ; *(ตัดเสื้อ)* อย่างกระเหม็ดกระแหม่

skimpy /'skɪmpɪ/'สกิมพิ/ *adj.* ตระหนี่, ขี้เหนียว; *(ชีวิต)* จำกัดจำเขี่ย, ประหยัด; *(อาหารมื้อ)* กระเหม็ดกระแหม่

skin /skɪn/สกิน/ ❶ *n.* Ⓐ ➤ **118** ผิวหนัง; **be all** *or* **just ~ and bone** *(fig.)* มีแต่หนังหุ้มกระดูก; **be soaked** *or* **wet to the ~:** เปียกโชกไปทั้งตัว; **change one's ~** *(fig.)* เปลี่ยนแปลงบุคลิกอย่างไม่น่าเชื่อ; **by** *or* **with the ~ of one's teeth** เพียงนิดเดียว, เกือบไม่ได้; **get under sb.'s ~** *(fig. coll.) (irritate sb.)* รบกวน *ค.น.* อย่างมาก; *(fascinate or enchant sb.)* ทำให้ *ค.น.* พิศวง หรือ ลุ่มหลงอย่างมาก; **have a thick/thin ~** *(fig.)* ไม่สะทกสะท้านกับเสียงวิพากษ์วิจารณ์; **jump out of one's ~** *(fig.)* ตระหนกตกใจ หรือ หวาดกลัวมาก; **save one's ~** *(fig.)* เอาตัวรอด; **it's no ~ off my/his** *etc.* **nose** *(coll.)* ไม่ได้ทำให้ฉัน/เขาเดือดร้อน; **wear sth. next to one's ~:** ใส่ *ส.น.* ติดกับผิวหนัง; **we are all brothers under the ~:** ลึก ๆ คนเราเหมือนกันหมด; Ⓑ *(hide)* หนังสัตว์; Ⓒ *(fur)* ขนสัตว์; Ⓓ *(peel)* เปลือก *(ต้นไม้, ผลไม้, หัวหอม)*; Ⓔ *(sausage casing)* ผิวชั้นนอก; Ⓕ *(leather)* หนังสัตว์; Ⓖ *(Brit. coll.)* ➡ **skinhead** A; Ⓗ *(vessel)* ภาชนะบรรจุของเหลวทำจากหนังสัตว์; Ⓘ *(Naut., Aeronaut.)* ตัวถังชั้นนอก; Ⓙ *(stencil)* แผ่นบางฉลุลาย ❷ *v.t.*, **-nn-** *(remove ~ from)* เอาหนังออก; ปอกเปลือก; **~ one's knee** *etc.* ประคบหัวเข่า ฯลฯ (**on, against** กับ); **~ sb. alive** *(fig. coll.)* ต่อว่า *ค.น.* อย่างดุเดือด; ➡ + **eye** 1 A

skin: ~ cancer *n.* ➤ **453** มะเร็งผิวหนัง; **~ cream** *n.* ครีมทาผิวหนัง; **~-'deep** *adj. (fig.)* ตื้นเขิน; ➡ + **beauty** A; **~ disease** *n.* โรคผิวหนัง; **~-dive** *v.i.* ดำน้ำโดยไม่ใช้ชุดประดาน้ำ ใช้แต่เพียงเครื่องช่วยหายใจและตีนกบ; **~ diver** *n.* นักดำน้ำที่ไม่ใช้ออกซิเจน; **~ diving** *n., no pl.* การดำน้ำโดยไม่ใช้ออกซิเจน; **~ flick** *n. (coll.)* หนังเปลือย; **~flint** *n.* คนขี้เหนียว; **~ food** *n.* เครื่องสำอางบำรุงผิว

skinful /'skɪnfʊl/'สกินฟุล/ *n. (coll.)* **have [had] a ~:** เมา [แล้ว]

skin: ~ game *n. (Amer. coll.)* Ⓐ การแข่งขันที่มีการโกงกัน; Ⓑ **~ graft** *n.* ศัลยกรรมปลูกผิวหนัง; **~head** *n.* Ⓐ *(Brit.)* แก๊งผมเกรียนในยุคปลาย 1960's และ 1970's; Ⓑ *(Amer. coll.: naval recruit)* กะลาสีเรือ

-skinned /'skɪnd/'สกินดฺ/ *adj. in comb.* เกี่ยวกับผิวหนัง

skinny /'skɪnɪ/'สกินนิ/ *adj.* ผอมแห้ง

'skinny-dipping *n. (Amer. coll.)* แก้ผ้าว่ายน้ำ

skint /skɪnt/สกินทฺ/ *adj. (Brit. coll.)* ถังแตก; **be ~:** ถังแตก

skin: ~ test *n.* การทดสอบภูมิแพ้โดยแตะสารต่าง ๆ ที่ผิวหนัง; **~tight** *adj. (เสื้อผ้า)* คับติ้ว, รัดรูป

[1]skip /skɪp/สกิพ/ ❶ *v.i.*, **-pp-** Ⓐ กระโดดสลับขา; Ⓑ *(use skipping rope)* เล่นกระโดดเชือก; Ⓒ *(change quickly)* กระโดดไปกระโดดมา; Ⓓ *(make omissions)* ข้ามไป; Ⓔ *(coll.: flee)* หนีไปอย่างรวดเร็ว ❷ *v.t.*, **-pp-** Ⓐ *(omit)* ละทิ้ง, ข้าม; *(in mentioning names)* ข้ามชื่อไป; **~ it!** *(coll.)* พอแล้ว, ลืมเสีย; **my heart ~ped a beat** *(fig.)* หัวใจฉันหยุดเต้นไปชั่วขณะ; Ⓑ *(coll.:*

S

skip | slackness 826

miss) ขาด *(โรงเรียน);* ละเว้น *(งานบ้าน);* **~ breakfast/lunch** *etc.* ไม่กินข้าวเช้า/ข้าวเที่ยง ฯลฯ; Ⓒ *(coll.: flee from)* หนีไปอย่างรวดเร็ว; ➡ + **'bail** 1 A; Ⓓ **~ rope** *(Amer.)* กระโดดเชือก ❸ *n.* การกระโดดเล็ก ๆ; **give a ~ of delight** กระโดดด้วยความดีใจ

~ a'bout *v.i.* Ⓐ กระโดดไปมา; Ⓑ **he did not stay with his subject but ~ped about** เขาเปลี่ยนจากเรื่องหนึ่งเป็นอีกเรื่องหนึ่งอยู่ตลอดเวลา

~ 'across *v.i.* กระโดดข้ามไป, ท่องเที่ยวไปยัง; **~ across to France** *(fig.)* ข้ามไปยังประเทศฝรั่งเศสแป๊บหนึ่ง

~ a'round ➡ **~ about**

~ 'off *v.i.* Ⓐ ➡ **pop off** B; Ⓑ *(flee)* หนี/หายไปอย่างรวดเร็ว

~ over ❶ /'--/ *v.i.* ➡ **~ across** ❷ /'---/ *v.t.* ➡ **~** 2 A

~ through *v.t.* Ⓐ ➡ **skim through**; Ⓑ *(make short work of)* ทำอย่างรวดเร็ว, ข้าม

²skip *n.* Ⓐ *(Building)* ถังใหญ่ใส่ขยะก่อสร้าง; Ⓑ *(Mining)* กรงยกคนและสิ่งของขึ้นลงในเหมือง

³skip *(Sport coll.)* ➡ **skipper** 1 C

ski: ~-pass *n.* บัตรผ่านสำหรับขึ้นอุปกรณ์ขนส่งคนขึ้นเขา; **~-plane** *n.* เครื่องบินที่มีสกีติดอยู่ข้างล่าง; **~ pole** *n.* ไม้พยุงตัวในการเล่นสกี

skipper /'skɪpə(r)/'ซกิพเพอะ(ร)/ ❶ *n.* Ⓐ *(Naut.)* กัปตัน; *(of yacht)* กัปตัน; Ⓑ *(Aeronaut.)* กัปตัน; Ⓒ *(Sport)* กัปตันทีมกีฬา ❷ *v.t.* **~ a yacht** เป็นกัปตันเรือยอร์ช; **~ the team to victory** นำทีมสู่ชัยชนะ

skipping rope /'skɪpɪŋrəʊp/'ซกิพิงโรพ/ *(Brit.),* **'skiprope** *(Amer.) ns.* เชือกเล่นกระโดดเชือก

'ski resort *n.* สถานที่สำหรับเล่นสกี

skirl /skɜ:l/ซเกิล/ *n.* เสียงแหลมสูงของปี่สกอต

skirmish /'skɜ:mɪʃ/'ซเกอมิช/ ❶ *n.* Ⓐ *(fight)* การปะทะกัน, การตีกัน; *(of troops, armies)* การสู้รบย่อย ๆ; Ⓑ *(fig.: argument)* การถกเถียงกัน ❷ *v.i.* Ⓐ *(fight)* กระทบกระทั่ง; *(ทหาร, กองกำลัง)* สู้รบย่อย ๆ; Ⓑ *(fig.: argue)* โต้เถียงกัน

skirt /skɜ:t/ซเกิท/ ❶ *n.* Ⓐ กระโปรง; Ⓑ *(of coat)* ส่วนจากเอวลงมาของเสื้อคลุมกันหนาว; Ⓒ *(border)* ขอบ, ชายแดน; Ⓓ *(on hovercraft)* กระโปรง; Ⓔ *(Riding)* ส่วนข้าง ๆ ของอานม้า; Ⓕ *(Brit.: cut of meat)* **~ of beef** เนื้อที่ตัดจากบริเวณที่ถัดจากซี่โครงและสะโพก; Ⓖ *(sl.: woman)* **[a bit of] ~:** นางบำเรอ ❷ *v.t.* Ⓐ *(go past edge of)* อ้อมไปทางขอบ; Ⓑ *(border on)* *(ถนน)* ตั้งอยู่ที่ขอบ/ริม ❸ *v.i.* **~ along sth.** เลาะไปตามขอบ/ชาย

~ round *v.t.* เลาะไปรอบ ๆ, เลาะไปตามขอบ; *(fig.)* อ้อมรอบ *(ปัญหา)*

skirting /'skɜ:tɪŋ/'ซเกิททิง/ *n.* **~[board]** *(Brit.)* บัวพื้นห้อง

ski: ~ run *n.* ทางสำหรับการเล่นสกี; *(prepared)* ทางลาดที่เตรียมไว้ให้เล่นสกี; **~stick** *n.* ไม้ช่วยพยุงตัวเวลาเล่นสกี; **~ suit** *n.* ชุดเล่นสกี

skit /skɪt/ซกิท/ *n.* ละครล้อเลียนชีวิตจริงสั้น ๆ **(on** เกี่ยวกับ**)**

'ski tow *n.* อุปกรณ์ลากคนเล่นสกีขึ้นเขาโดยเท้าอยู่กับพื้น

skittish /'skɪtɪʃ/'ซกิททิช/ *adj.* Ⓐ *(nervous)* *(ม้า)* ขี้ตื่น; *(inclined to shy)* *(ม้า)* ที่ค่อนข้างขี้ตื่น; Ⓑ *(lively)* มีชีวิตชีวา, ขี้เล่น

skittishly /'skɪtɪʃlɪ/'ซกิททิชลิ/ *adv.* ➡ **skittish:** อย่างขี้ตื่น, อย่างมีชีวิตชีวา/ขี้เล่น

skittle /'skɪtl/'ซกิท'ล/ *n.* Ⓐ ขวดไม้/พลาสติกที่ใช้ในเกมปาลูกให้ล้ม; Ⓑ *in pl., constr. as sing. (game)* เกมปาลูกคล้ายโบว์ลิ่ง; **play [at] ~s** เล่นเกมปาลูกใส่ขวดไม้; ➡ + **beer**

~ 'out *v.t. (Cricket)* เอาคนตีลูกออกหลายคนอย่างรวดเร็ว

skive /skaɪv/ซกายฺว/ ❶ *v.t.* Ⓐ *(pare)* แยก/แบะ/ผ่าออกหรือถลกหนัง; Ⓑ *(Brit. coll.: evade)* หลบเลี่ยง *(การทำงาน, โรงเรียน ฯลฯ)* ❷ *v.i. (Brit. coll.)* หลีกเลี่ยงการทำงาน

~ 'off *(Brit. sl.)* ❶ *v.i.* หลบเลี่ยง *(การทำงาน)* ❷ *v.t.* หนี *(งาน/โรงเรียน)*

skiver /'skaɪvə(r)/'ซกายเวอะ(ร)/ *n. (Brit. coll.)* คนหนีงาน, นักเรียนที่ไม่เข้าห้องเรียน

skivvy /'skɪvɪ/'ซคิวิ/ *n. (Brit. coll. derog.)* หญิงรับใช้ในบ้าน

skua /'skju:ə/'ซคูเออะ/ *n. (Ornith.)* นกทะเลขนาดใหญ่ในวงศ์ Stercorariidae ที่ไล่ตามนกอื่น

skulduggery /skʌl'dʌgərɪ/ซกัล'ดักเกอะริ/ *n. (joc.)* การขี้โกง, การมีเล่ห์เหลี่ยม; *(Polit.)* การชั้นเชิงทางเมือง; **a piece/an act of ~:** กลโกง/การมีเล่ห์เหลี่ยมอย่างหนึ่ง; **what ~ got you the job?** คุณไปใช้เล่ห์เหลี่ยมแบบไหนถึงได้งานล่ะ

skulk /skʌlk/ซกัลคฺ/ *v.i.* Ⓐ *(lurk)* อ้อมแอ้ม, ทำท่าลับ ๆ ล่อ ๆ; Ⓑ *(move stealthily)* แอบลักลอบ, ไปอย่างไม่เปิดเผยตัว; Ⓒ *(be cowardly)* ขี้ขลาด, ขี้กลัว; Ⓓ *(shirk duty)* หนีงาน

~ 'off *v.i.* หลบหนีออกไป

skull /skʌl/ซกัล/ *n.* Ⓐ *(Anat.)* กะโหลกศีรษะ; Ⓑ *(as object)* หัวกะโหลก; Ⓒ *(fig.: seat of intelligence)* มันสมอง; **can't you/when will you get it into** *or* **through your thick ~?** *(coll.)* เมื่อไหร่คุณจะจำใส่กะบาลได้สักที

skull: ~ and crossbones /skʌlən'krɒsbəʊnz/ซกัลเอ็น'ครอซโบนซฺ/ *n.* หัวกะโหลกและกระดูกไขว้ *(สัญลักษณ์ของโจรสลัดและความตาย)*; *(flag)* ธงกะโหลกและกระดูกไขว้; **~cap** *n.* Ⓐ *(hat)* หมวกเล็ก ๆ เข้ารูปทรงพอดีศีรษะ; Ⓑ *(Anat.)* ส่วนบนสุดของกะโหลกศีรษะ

skullduggery ➡ **skulduggery**

-skulled /skʌld/ซกัลดฺ/ *adj. in comb.* เกี่ยวกับกะโหลกศีรษะ

skunk /skʌŋk/ซคังคฺ/ *n.* Ⓐ *(Zool.)* ตัวสกั๊งค์ *(ท.ศ.) Mephitis mephitis* ขนสีดำขาว มีกลิ่นเหม็น; Ⓑ *(coll.: contemptible person)* คนหยาบช้า, คนน่าสาปแช่ง; Ⓒ *(fur)* ขนของตัวสกั๊งค์; Ⓓ *(marijuana)* กัญชา

'skunk-bear *(Amer.)* ➡ **wolverine**

sky /skaɪ/ซกาย/ ❶ *n.* ท้องฟ้า; **in the ~:** ในท้องฟ้า; **out of a clear [blue] ~** *(fig.)* โดยไม่ทันให้ตั้งตัว; **praise sb./sth. to the skies** ยกย่องสรรเสริญ *ค.น./ส.น.* อย่างมาก; **there is not a cloud in the ~** *(lit.)* ท้องฟ้าโปร่งใส; *(fig.)* ไม่มีวี่แววของสิ่งไม่ดี; **the ~'s the limit** *(fig.)* ไม่มีขอบเขตจำกัดในการกระทำ; **for a man with his qualifications the ~'s the limit** *(fig.)* ผู้ชายที่มีคุณสมบัติเช่นเขา สามารถทำได้ทุกอย่างโดยไม่มีข้อจำกัด; **under the open ~:** กลางแจ้ง, นอกบ้าน ❷ *v.t. (Sport)* ตี/เตะลูกสูงขึ้นไปในท้องฟ้า

sky: ~-blue ❶ *adj.* สีฟ้า ❷ *n.* สีฟ้า; **~diver** *n.* นักกระโดดร่มที่ไม่กางร่มในช่วงแรก; **~diving** *n.* กีฬากระโดดร่มโดยไม่กางร่มในช่วงแรก; **~-high** ❶ *adj.* สูงราวท้องฟ้า, สูงมาก ❷ *adv.* *(โยน)* สูงขึ้นไปบนท้องฟ้า; **go ~-high** *(ราคา ฯลฯ)* ขึ้นสูงมาก; **blow a building/a theory ~-high** ระเบิดตึกให้ถล่ม/ทำลายทฤษฎีอย่างสิ้นเชิง; **~jack** *(Journ. coll.)* ❶ *v.t.* จี้เครื่องบิน ❷ *n.* การจี้เครื่องบิน; **~jacker** /'skaɪdʒækə(r)/'ซกายแจเคอะ(ร)/ *n. (Journ. coll.)* สลัดอากาศ, ผู้ร้ายจี้เครื่องบิน; **~lark** ❶ *n. (Ornith.)* นก *Alauda arvensis* ซึ่งร้องเพลงขณะบินอยู่ ❷ *v.i.* **~lark [about** *or* **around]** เล่นตลกขบขันอย่างร่าเริง; **~light** *n.* หน้าต่างในหลังคา; **~line** *n.* เส้นขอบของเนินเขา, ตึก ฯลฯ ที่เห็นทาบอยู่บนท้องฟ้า; *(characteristic of a certain town)* ทิวทัศน์ตึกเฉพาะของแต่ละเมือง; **~rocket** ❶ *n.* จรวด ❷ *v.i. (fig. coll.)* *(ราคา)* พุ่งสูงอย่างรวดเร็ว; **~sail** /'skaɪseɪl, 'skaɪsl/'ซไคเซล, 'ซไคซ'ล/ *n. (Naut.)* ใบขนาดเล็กที่อยู่เหนือใบหลักของเรือที่มีใบสี่เหลี่ยม; **~scraper** *n.* ตึกระฟ้า

skyward /'skaɪwəd/'ซกายเวิด/ ❶ *adj.* ที่มุ่งขึ้นฟ้า; **in a ~ direction/on a ~ path** ในทิศทางที่มุ่งขึ้นฟ้า ❷ *adv.* อย่างมุ่งขึ้นท้องฟ้า

skywards ➡ **skyward** 2

sky: ~way *n. (Aeronaut.)* เส้นทางบินของเครื่องบิน; **~writing** *n.* ตัวหนังสือที่เขียนด้วยควันที่ปล่อยจากเครื่องบิน

slab /slæb/ซแลบ/ *n.* Ⓐ *(flat stone etc.)* แผ่นหินสี่เหลี่ยม; **mortuary ~:** โต๊ะตรวจสอบศพ; Ⓑ *(thick slice)* ชิ้นแบ่งหนา ๆ; *(of cake)* เค้กชิ้นหนา ๆ; *(of chocolate, toffee)* ชิ้น, แผ่นหนา

'slab cake *n.* เค้กก้อนแบนใหญ่

¹slack /slæk/ซแลค/ ❶ *adj.* Ⓐ *(lax)* หย่อน, หย่อนยาน, เพิกเฉย, ไม่เข้มงวด; **his ~ attendance** การที่เขาเข้ามาไม่สม่ำเสมอ; **be ~ about** *or* **in** *or* **with sth.** เพิกเฉยใน *ส.น.;* **not be ~ about** *or* **in** *or* **at doing sth.** ไม่เพิกเฉยในการทำ *ส.น.;* Ⓑ *(loose)* *(ผ้าพันแผล)* หลวม; *(เชือก)* หย่อน; Ⓒ *(sluggish)* เฉื่อยชา, เชื่องช้า, ขี้เกียจ; Ⓓ *(Commerc.: not busy)* ซบเซา, ไม่ดี; **a ~ three weeks** สามอาทิตย์ที่ธุรกิจซบเซา ❷ *n.* Ⓐ **there's too much ~ in the rope** เชือกหย่อนมากเกินไป; **take in** *or* **up the ~ on sth.** ดึงเชือกให้ตึง; Ⓑ *(lull)* ความเงียบลง, ความซบเซา ❸ *v.i. (coll.)* ทำตามสบาย, อยู่เฉย ๆ

~ 'off ➡ **slacken off**

~ 'up ➡ **slacken up**

²slack *n. (coal dust)* ฝุ่นหรือเถ้าถ่านหิน

slacken /'slækn/'ซแลค'น/ ❶ *v.i.* Ⓐ *(loosen)* หละหลวมขึ้น/หย่อนลง; Ⓑ *(diminish)* ลดลง, ถดถอยไป, น้อยลง ❷ *v.t.* Ⓐ *(loosen)* ทำให้หละหลวม, ทำให้หลุด, ทำให้หย่อน; Ⓑ *(diminish)* ลดลง, ทำน้อยลง; *(เดิน)* ช้าลง; **~ one's efforts/attempts** ลดความพยายามของตน

~ 'off ❶ *v.i.* Ⓐ *(loosen)* ➡ **~** 1 A; Ⓑ *(diminish)* ➡ **~** 1 B; Ⓒ *(relax)* ผ่อนคลาย, สบาย ๆ ❷ *v.t.* Ⓐ *(loosen)* ➡ **~** 2 A; Ⓑ *(diminish)* ➡ **~** 2 B

~ 'up *v.i.* Ⓐ *(reduce speed)* *(รถไฟ, รถยนต์)* ลดความเร็ว; *(ก้าวเท้า)* ช้าลง; Ⓑ ➡ **~ off** 1 C

slacker /'slækə(r)/'ซแลเคอะ(ร)/ *n. (derog.)* Ⓐ คนหนีงาน/โรงเรียน; Ⓑ *(Amer.: young adult)* ผู้ชายหนุ่มที่ยังไม่เอาไหน

slackly /'slæklɪ/'ซแลคลิ/ *adv.* Ⓐ *(negligently)* อย่างปล่อยปละละเลย, อย่างไม่เอาใจใส่; Ⓑ *(loosely)* อย่างหละหลวม; *(ห้อย)* อย่างหย่อนยาน

slackness /'slæknɪs/'ซแลคนิซ/ *n., no pl.* Ⓐ *(negligence)* การปล่อยปละละเลย, ความไม่เอาใจใส่; Ⓑ *(idleness)* ความว่างเปล่า, ความเฉื่อยชา; Ⓒ *(looseness)* ความหละหลวม, ความหย่อนยาน; Ⓓ *(of market, trade)* ความซบเซา

slacks /slæks/ซแลคซฺ/ *n. pl.* **[pair of] ~:** กางเกงขายาวสำหรับใส่สบาย ๆ

slack 'water *n.* เวลาใกล้น้ำลง

slag /slæg/ซแลก/ ❶ *n.* Ⓐ *(Metallurgy, Geol.)* ผลึกของแร่ธาตุที่เหลือ; ➡ + **basic slag;** Ⓑ *(sl.: slattern)* กะหรี่ ❷ *v.t.* **~ [off]** วิพากษ์วิจารณ์, ดูถูก

'slag heap *n. (Mining)* กอง/เนินเศษแร่จากการถลุง

slain ➡ **slay**

slake /sleɪk/ซเลค/ *v.t.* Ⓐ ทำให้หมดไป *(ความหิวโหย, ความแค้น, ฯลฯ);* Ⓑ *(Chem.)* เติมน้ำลงไปในหินปูน

slaked lime /sleɪkt 'laɪm/ซเลคทฺ 'ลายมฺ/ ➡ **'lime A**

slalom /'slɑːləm/'ซลาเลิม/ *n. (Skiing; Motor-/Canoe-racing)* *การแข่งขันโดยวิ่งผ่านเสาที่ปักเป็นระยะ ๆ อย่างคดเคี้ยวไปมา;* ➡ + **giant slalom**

¹slam /slæm/ซแลม/ ❶ *v.t.*, **-mm-** Ⓐ *(shut)* ปิด *(ประตู)* อย่างแรง; **~ the door in sb.'s face** ปิดประตูใส่หน้า *ค.น.* อย่างแรง; Ⓑ *(put violently)* วางลง, อย่างแรง, กระแทกลง, ทุบอย่างรุนแรง; **~ sb. in[to] prison** *(coll.)* จับเข้าคุก, จับยัดใส่ตะราง; **~ one's foot on the brake** *(coll.)* เหยียบเบรกอย่างกะทันหัน; Ⓒ *(coll.: criticize)* ➡ **slate 3 A;** Ⓓ *(coll.: hit with force)* ตีอย่างแรง *(ลูกบอล)* ❷ *v.i.*, **-mm-** Ⓐ ปิดอย่างแรง, กระแทกปิดเสียงดัง; Ⓑ *(move violently)* ขยับอย่างผลุนผลัน, ชน; **the car ~med against** *or* **into the wall** รถชนกำแพงอย่างเต็มแรง ❸ *n. (sound)* เสียงกระแทก, เสียงดังโครม; **hear the ~ of the door** ได้ยินเสียงประตูกระแทกปิดดังโครม

~ 'down *v.t.* กระแทกลงไป; **~ sth. down on sth.** กระแทก *ส.น.* ลงบน *ส.น.;* **~ down a window** ปิดหน้าต่างอย่างกระแทก

~ 'on *v.t. (coll.)* **~ on the brakes** เหยียบเบรกอย่างกะทันหัน

~ 'to ❶ *v.i. (ประตู, หน้าต่าง)* ปิดอย่างกระแทก ❷ *v.t.* ปิด *(ประตู, หน้าต่าง)* อย่างกระแทกกระทั้น

²slam *n.* Ⓐ *(Cards)* ไพ่ที่ชนะทุก ๆ ชุดของไพ่ในเกมหนึ่ง ๆ, ไพ่สแลม *(ท.ศ.);* **grand/little** *or* **small ~:** ไพ่สแลมใหญ่/เล็ก; Ⓑ *(Sport)* **achieve the grand ~:** ชนะการแข่งขันหลายครั้งในกีฬาประเภทหนึ่ง; *(Tennis)* การชนะการแข่งขันรายการใหญ่หลายครั้งติดกัน

slam'bang /slæm'bæŋ/ซแลม'แบง/ *adv.* เสียงดังโครม

slammer /'slæmə(r)/'ซแลเมอะ(ร)/ *n. (sl.)* คุก

slander /'slɑːndə(r), US 'slæn-/'ซลานเดอะ(ร), 'ซแลน-/ ❶ *n.* Ⓐ *(false report, defamation)* รายงานเท็จ, ข้อมูลที่บิดเบือนความจริง **(on);** Ⓑ *(Law)* การกล่าวข้อมูลเท็จโดยวาจา ซึ่งทำลายชื่อเสียงผู้อื่น ❷ *v.t.* กล่าวเท็จ, ป้ายสี *(ชื่อเสียง)*

slanderer /'slɑːndərə(r), US 'slæn-/'ซลานเดอะเรอะ(ร), 'ซแลน-/ *n.* ผู้ที่ป้ายสีบุคคลอื่นอย่างเท็จ

slanderous /'slɑːndərəs, US 'slæn-/'ซลานเดอะเริซ, 'ซแลน-/ *adj.* ที่ป้ายสีผู้อื่นโดยวาจา

slang /slæŋ/ซแลง/ ❶ *n.* คำพูด, เป็นภาษาพูดมาก, ศัพท์เฉพาะกลุ่ม, สแลง *(ท.ศ.)* ❷ *v.t.* **~ sb.** ด่า *ค.น.;* **~ sth.** ด่า *ส.น.*

'slanging match *n.* การด่าทอทะเลาะวิวาทกัน, การด่าเสียดสีกัน; **I had a ~ with her** ฉันด่าทอทะเลาะกับเธอ

slangy /'slæŋɪ/'ซแลงิ/ *adj.* เป็นศัพท์สแลง, ชอบใช้คำสแลง

slant /slɑːnt, US slænt/ซลานทฺ, ซแลนทฺ/ ❶ *v.i. (พื้นที่)* เอน, ลาดเท; *(เส้น)* เบี่ยงเบนไปจากแนวตรงดิ่ง; **the roof ~s at an angle of 45°** หลังคานี้ลาดเททำมุม 45 องศา; **green hills ~ing down to the sea** เนินเขาสีเขียวที่ลาดลงไปยังทะเล; **his writing ~s from left to right** ลายมือเขาเอนจากซ้ายไปขวา; **the desktop ~s** พื้นของโต๊ะเขียนหนังสือนี้ลาดเอียงลงมา ❷ *v.t.* Ⓐ ทำให้เอียง, ทำให้เอน; Ⓑ *(fig.: bias)* ลำเอียง, มีอคติ ❸ *n.* Ⓐ ที่ลาดเอียง, ที่ลาดเท, ที่เอนลง; **have a ~ to the right** เอนไปทางขวา; **cut sth. with** *or* **on a** *or* **the ~:** ตัด *ส.น.* ด้วยการทำมุมเอียง; **write on the ~:** เขียนหนังสือตัวเอียง; Ⓑ *(fig.: bias)* ลำเอียง; **have a left-wing ~:** ลำเอียงไปทางฝ่ายซ้าย; **put a right-wing ~ on sth.** มอง *ส.น.* อย่างลำเอียงไปทางฝ่ายขวา; **give an unfair ~ to events** มองเหตุการณ์อย่างลำเอียง

slanted /'slɑːntɪd, US 'slæn-/'ซลานทิด, 'ซแลน-/ *adj. (fig.)* ลำเอียง, ไม่เป็นธรรม; **a ~ question** คำถามที่เข้าข้างฝ่ายใดฝ่ายหนึ่ง

'slant-eyed /'slɑːntaɪd, US slæn-/'ซลานทฺอายดฺ, ซแลน-/ *adj. (also derog.)* มีตาหยี

slanting /'slɑːntɪŋ/'ซลานทิง/ *adj.* เอียง, เอน, ลาด

'slantways /'slɑːntweɪz/'ซลานทฺเวซฺ/, **slantwise** /'slɑːntwaɪz/'ซลานทฺวายซฺ/ *adv.* อย่างลาดเอียง, อย่างเอนเอียง

slap /slæp/ซแลพ/ ❶ *v.t.*, **-pp-:** Ⓐ ตบ *(ด้วยฝ่ามือ);* **~ sb. on the face/arm/hand** ตบหน้า/แขน/มือของ *ค.น.;* **~ sb.'s face** *or* **sb. in** *or* **on the face** ตบหน้า *ค.น.;* **I'll ~ your face!** ฉันจะตบหน้าเธอ; **~ sb. on the back** ตบหลัง *ค.น.;* **she deserves to be ~ped on the back** *(fig.)* เธอสมควรที่จะได้รับการชมเชย; Ⓑ *(put forcefully)* สวมใส่/วางไว้อย่างรุนแรง; **he ~ped the handcuffs on the prisoner** เขาสวมกุญแจมือฉับเข้าให้กับนักโทษ; **~ sb. in jail** *(coll.)* จับนักโทษยัดเข้าห้องขัง; Ⓒ *(put hastily or carelessly)* รีบทำ, โปะ ๆ เข้าไปอย่างลวก ๆ; **~ a fine on sb.** *(fig.)* ปรับ *ค.น.* ทันที ❷ *v.i.*, **-pp-:** ตี, ทำเสียงดังเพี๊ยะ ❸ *n.* การตบ, การตีด้วยฝ่ามือดังเพี๊ยะ; **give sb. a ~:** ตบ *ค.น.;* **give sth. a ~:** ตบ *ส.น.;* **a ~ in the face** *(lit.)* การตบหน้า; *(fig.)* การปฏิเสธอย่างไม่ยินดียินร้าย; **give sb. a ~ on the back** *(lit. or fig.)* การตบหลัง *ค.น.;* **a ~ on the back for sb./sth.** *(fig.)* การแสดงความยินดีสำหรับ *ค.น./ส.น.;* **the judge gave him more than just a ~ on the wrist** *(fig.)* ผู้พิพากษาตัดสินลงโทษเขาหนักพอใช้ทีเดียว ❹ *adv.* อย่างทันทีทันใด, อย่างตรงเผง, อย่างเต็มที่; **run ~ into sb.** *(lit. or fig.)* ชน *ค.น.* อย่างเต็มที่; **hit sb. ~ in the eye/face** *etc.* ตีโดนลูกตา/ใบหน้า ฯลฯ ของ *ค.น.* เข้าอย่างจัง; **~ in the middle** ตรงกลางเผง; **he arrived ~ on time** เขามาถึงทันเวลาพอดี

~ 'down *v.t.* Ⓐ *(lay forcefully)* วางลงอย่างกระแทกกระทั้น; **~ sth. down on sth.** กระแทก *ส.น.* ลงบน *ส.น.;* Ⓑ *(coll.: check, suppress, reprimand)* **~ sb. down** ยับยั้ง *ค.น.*, จับผิด *ค.น.;* **be ~ped down** ถูกยับยั้งไว้

~ 'on *v.t.* Ⓐ *(coll.: apply hastily)* ทา *(เครื่องสำอาง, สี)* อย่างรวดเร็วไม่ระวัง; Ⓑ *(coll.: impose)* ให้ *(ใบสั่ง);* ใส่ *(กุญแจมือ);* ➡ + **~ 1 A**

slap: ~ and 'tickle *n. (Brit. coll.)* การจูบกอดคู่รัก; **~ bang** *adv.* อย่างพอดี; **the table was ~ bang in the middle of the room** โต๊ะตั้งอยู่ตรงกลางห้องพอดี; **~dash** ❶ *adv.* อย่างลวก ๆ, อย่างรีบร้อนและไม่พิถีพิถัน ❷ *adj.* **in a ~dash way/fashion/manner** ด้วยวิธีการ/ท่าทาง/กิริยาที่รีบร้อนและไม่ระมัดระวัง; *(carelessly)* อย่างไม่ระมัดระวัง; **her essay is ~dash** เรียงความของเธอเขียนอย่างไม่พิถีพิถันเลย; **he is a ~dash sort** เขาเป็นคนประเภทไม่พิถีพิถัน; **be ~dash in one's work** ทำงานอย่างลวก ๆ ไม่พิถีพิถัน; **~-happy** *adj. (coll.)* Ⓐ *(punchdrunk, lit. or fig.)* รู้สึกงงเหมือนถูกชก; Ⓑ *(cheerfully casual)* หัวเราะอย่างร่าเริง

slapper /'slæpə(r)/'ซแลเพอะ(ร)/ *n.* หญิงใจง่าย

slap: ~stick *n. (Theatre: comedy style)* การแสดงตลกชวนหัวแบบหยาบ ๆ; **~stick comedy/humour** ตลกชวนหัว/อารมณ์ขันแบบหยาบ ๆ; **~-up** *attrib. adj. (coll.) (อาหาร, งานเลี้ยง)* ยอดเยี่ยม, ทำอย่างหรูหราฟุ่มเฟือย

slash /slæʃ/ซแลช/ ❶ *v.i.* **~ with one's sword** ฟัน/เฉือนด้วยดาบ; **~ at sb./sth. with a knife/stick** ฟันไปที่ *ค.น./ส.น.* ด้วยมีด/แท่งไม้ ❷ *v.t.* Ⓐ *(make gashes in)* กรีดเป็นรอยยาว; **~ one's wrists** กรีดข้อมือตัวเอง; **~ sth. to ribbons** *or* **shreds** กรีด *ส.น.* จนเป็นริบบิ้น/ฝอย; Ⓑ *(Dressm., Tailoring)* กรีดผ้าให้เห็นซับในอีกสี, เปิด *(คอ/กระโปรง)* กว้าง; Ⓒ *(fig.: reduce sharply)* ตัดอย่างมาก, ลดสะบั้นหั่นแหลก; **~ costs by one million** ตัดค่าใช้จ่ายออกไปหนึ่งล้าน; **~ a book to half its original length** ตัดหนังสือให้เหลือครึ่งหนึ่งของความยาวเดิม; **he ~ed five seconds off the world record** เขาสามารถตัดเวลาจากสถิติโลกได้ห้าวินาที; Ⓓ *(clear by ~ing)* **he ~ed his way through the undergrowth** เขาตัดต้นไม้ทำทางไปป่า ❸ *n.* Ⓐ *(~ing stroke)* การตัด, การเฉือน, การฟาดฟัน, การลงดาบ; Ⓑ *(wound)* บาดแผลจากการฟัน/เฉือน; **give sb. a ~ on the arm** ฝากแผลเป็นยาวไว้ที่แขน *ค.น.;* Ⓒ *(slit; Dressm., Tailoring)* การตัดผ้าให้เห็นผ้าข้างใต้; Ⓓ *(Amer.: tree debris)* เศษชิ้นส่วนของต้นไม้ที่ถูกโค่น; Ⓔ **go for a** *or* **have a ~** *(sl.: urinate)* ไปเยี่ยว *(ภ.ย.)*

slash-and-'burn *attrib. adj. (Agric.)* **~ method** *(การเกษตร)* เลื่อนลอย

slashed /slæʃt/ซแลชทฺ/ *adj. (Dressm.; Tailoring)* เสื้อผ้าที่มีรอยผ่าแยกให้เห็นผ้าชั้นใน; **~ sleeves** เสื้อที่มีแขนผ่าแฉกให้เห็นผ้าข้างใน

slashing /slæʃɪŋ/ซแลชิง/ *adj. (การโจมตี, ต่อว่า)* อย่างดุเดือด, อย่างเจ็บปวด

slat /slæt/ซแลท/ *n.* แผ่นไม้บางยาวแคบ; *(of wood in bedstead, fence)* ไม้แผ่นแคบ ๆ; *(in Venetian blind)* แผ่นไม้มู่ลี่

slate /sleɪt/ซเลท/ ❶ *n.* Ⓐ *(Geol.)* หินชนวน; Ⓑ *(Building) (หลังคา, พื้น)* แผ่นหินกาบ; Ⓒ *(writing surface)* กระดานชนวน; **put sth. on the ~** *(Brit. coll.)* จดบันทึกไว้ว่าเป็นหนี้; **wipe the ~ clean** *(fig.)* ยกโทษ *หรือ* ยกเลิกประวัติการทำผิดในอดีต; Ⓓ *(Amer. Polit.: list of candidates)* รายชื่อของผู้สมัครเข้าเลือกตั้ง ❷ *attrib. adj.* ทำจากหินชนวน; **~ roof** หลังคาหินชนวน ❸ *v.t.* Ⓐ *(Brit. coll.: criticize)* วิจารณ์อย่างหนัก **(for** สำหรับ**);** Ⓑ *(Amer.: schedule)* ตารางเวลาการทำงาน ฯลฯ

S

slate: ~ colour *n.* สีเทาอมน้ำเงินเหมือนหินชนวน; **~-coloured** *adj.* มีสีเทาอมน้ำเงิน; **~ grey** ❶ *n.* สีเทาเข้ม ❷ *adj.* มีสีเทาเข้ม; **~ pencil** *n.* ดินสอทำจากหินชนวน

slating /ˈsleɪtɪŋ/ˈซเลทิง/ *n. (Brit. coll.)* **get** *or* **take a ~:** ได้รับคำวิพากษ์วิจารณ์อย่างหนัก (**for** สำหรับ); **give sb./sth. a ~:** วิพากษ์วิจารณ์ *ค.น./ส.น.* อย่างหนัก (**for** สำหรับ)

slattern /ˈslætən/ˈซแลเทิน/ *n.* ผู้หญิงนิสัยไม่เรียบร้อย, ผู้หญิงหัวหกก้นขวิด

slatternly /ˈslætənlɪ/ˈซแลเทินลิ/ *adj.* อย่างกระโดกกระเดก, อย่างไม่เรียบร้อย

slaughter /ˈslɔːtə(r)/ˈซลอเทอะ(ร)/ ❶ *n.* Ⓐ *(killing for food)* การฆ่าสัตว์เพื่อใช้เป็นอาหาร; ➡ **+ lamb** 1 A; Ⓑ *(massacre)* การสังหารหมู่; *(in battle, war)* การฆ่าเป็นจำนวนมาก; **the wholesale ~ of birds** การฆ่านกจำนวนมาก ❷ *v.t.* Ⓐ *(kill for food)* ฆ่าสัตว์เพื่อใช้เป็นอาหาร; Ⓑ *(massacre)* สังหารหมู่; Ⓒ *(coll.: defeat utterly)* ได้ชัยชนะอย่างเด็ดขาด

ˈslaughterhouse ➡ **abattoir**

Slav /slɑːv, US slæv/ซลาว, ซแลว/ ❶ *n.* ชาวสลาฟ ❷ *adj.* แห่งชาวสลาฟ

slave /sleɪv/ซเลว/ ❶ *n.* Ⓐ ทาส; ➡ **+ white slave**; Ⓑ *(fig.)* **be a ~ of** *or* **to sth.** ตกเป็นทาสของ *ส.น.*; **~ of fashion** ตกเป็นทาสของแฟชั่น; **be a ~ to sb.** ตกเป็นทาสของ *ค.น.*; Ⓒ *(drudge)* คนที่ทำงานหนักเยี่ยงทาส; **work like a ~:** ทำงานหนักเยี่ยงทาส ❷ *v.i.* ทำงานหนักมาก; **~ at sth.** ทำงาน *ส.น.* อย่างหนักมาก; **~ over a hot stove all day** ทำงานหนักอยู่ในครัวทั้งวัน

~ aˈway *v.i.* ทำงานอย่างหนัก, ทำงานเยี่ยงทาส; **~ away at sth.** ทำงาน *ส.น.* อย่างหนักเยี่ยงทาส

slave: ~-drive *v.t.* ใช้คนทำงานหนักเยี่ยงทาส; **~ driver** *n.* Ⓐ คนที่ใช้ให้คนอื่นทำงานหนักเยี่ยงทาส; Ⓑ *(fig.: task-master)* คนคุมลูกน้องให้ทำงานหนัก; **~ ˈlabour** *n.* การใช้แรงงานที่ถูกบังคับข่มเหง; *(fig.)* การใช้แรงงานเยี่ยงทาส

¹slaver /ˈslævə(r)/ˈซแลเวอะ(ร)/ ❶ *v.i.* น้ำลายไหล; **he was ~ing at the mouth** เขากำลังน้ำลายไหลอยู่ทีเดียว; **~ over sb./sth.** *(fig. derog.)* น้ำลายหยดติ๋ง ๆ เมื่อเห็น *ค.น./ส.น.* ❷ *n., no indef. art.* การที่น้ำลายไหล

²slaver /ˈsleɪvə(r)/ซเลเวอะ(ร)/ *n.* คนที่ค้าทาสในสมัยก่อน

slavery /ˈsleɪvərɪ/ˈซเลเวอะริ/ *n., no pl.* Ⓐ สถานภาพของการเป็นทาส; Ⓑ *(drudgery)* การทำงานใช้แรงงานหนักเยี่ยงทาส

slave: ~ trade *n.* การค้าทาส; **~ trader** *n.* คนค้าทาส

Slavic /ˈslɑːvɪk, US ˈslæv-/ˈซลาวิค, ˈซแลว-/ ❶ *adj.* แห่งชาวสลาฟ *(ในยุโรปกลางและตะวันออก)* ❷ *n.* ภาษาสลาฟ

slavish /ˈsleɪvɪʃ/ˈซเลวิช/ *adj.* ราวกับทาส

slavishly /ˈsleɪvɪʃlɪ/ˈซเลวิชลิ/ *adv.* เยี่ยงทาส

Slavonia /sləˈvəʊnɪə/ซเลอะโวเนีย/ *pr. n.* สลาโวเนีย *(ในภาคระหว่างแม่น้ำดราวาและซาวา)*

Slavonic /sləˈvɒnɪk/ซเลอะˈวอนิค/ ❶ *adj.* แห่งชาวเผ่าสลาฟ ❷ *n.* ภาษาของชาวสลาฟ; **Church** *or* **Old [Church] ~:** ภาษาสลาฟที่เก่าแก่และยังใช้ในโบสถ์

slay /sleɪ/ซเล/ *v.t.*, **slew** /sluː/ซลู/, **slain** /sleɪn/ซเลน/ (➡ **+ C**); Ⓐ *(literary)* ฆ่า; Ⓑ *(coll.: defeat utterly)* ได้ชัยชนะอย่างงดงาม; Ⓒ *p.t., p.p.* **~ed, ~ed** *(coll.: amuse greatly)* **he/his jokes ~ed me** เขา/มุขตลกของเขาทำให้ฉันขบขันเป็นอย่างมาก

SLD *abbr. (Brit. Polit.)* **Social and Liberal Democrats** *(ที่เปลี่ยนชื่อเป็น Liberal Democrats ใน ค.ศ. 1989)*

sleaze /sliːz/ซลีซ/ *n.* การฉ้อราษฎร์บังหลวงต่าง ๆ ของนักการเมืองและเจ้าหน้าที่

sleazebag, sleazeball *n.* คนหยาบช้า, คนต่ำทราม

sleazily /ˈsliːzɪlɪ/ˈซลีซิลิ/ *adv.* อย่างต่ำทราม; **dress ~:** แต่งตัวอย่างดูไม่ได้

sleazy /ˈsliːzɪ/ˈซลีซิ/ *adj. (squalid)* ต่ำ, ไม่มีคุณภาพ, สกปรก; *(disreputable)* ไม่น่าเชื่อถือ

sled /sled/ซเล็ด/ ❶ *v.i.*, **-dd-** ➡ **¹sledge** 2. ❷ *n.* เลื่อน, ยานพาหนะที่เคลื่อนบนหิมะหรือน้ำแข็ง

¹sledge /sledʒ/ซเล็จ/ ❶ *n.* เลื่อน, เลื่อนน้ำแข็งและหิมะ ❷ *v.i.* นั่งหรือขับขี่ไปบนเลื่อน ❸ *v.t.* ขับขี่หรือนั่งบนเลื่อน

²sledge ➡ **sledgehammer**

ˈsledgehammer /ˈsledʒhæmə(r)/ˈซเล็จแฮเมอะ(ร)/ ❶ *n.* ค้อนขนาดใหญ่ด้ามยาว ใช้ตอกเสา; **take a ~ to crack a nut** ใช้มาตรการที่รุนแรงเกินความจำเป็น ❷ *adj. (ข้อโต้เถียง, การโจมตี)* มีกำลังมหาศาล; **~ style** วิธีการที่ใช้มาตรการหนักมาก

sleek /sliːk/ซลีค/ ❶ *adj.* Ⓐ *(glossy) (พรม, ขนสัตว์)* เป็นมัน, เงา; Ⓑ *(well-fed)* ดูเหมือนกินดีอยู่ดี; Ⓒ *(polished)* เรียบและขัดเงาไว้; *(glossy)* เป็นมันเงางาม; **the ~ lines of the car** รถที่มีรูปร่างสวยงาม ❷ *v.t.* ทำให้เป็นมันเงา

~ ˈback ➡ **slick back**

~ ˈdown ➡ **slick down**

sleep /sliːp/ซลีพ/ ❶ *n.* การนอนหลับ; **get some ~:** นอนหลับ; **it's time we got some ~:** ถึงเวลาที่เราควรจะนอนได้แล้ว; **get three hours' ~:** นอนหลับ 3 ชั่วโมง; **get/go to ~:** นอนหลับ; **go to ~!** หลับเสียที, นอนหลับได้แล้ว; **not lose [any] ~ over sth.** ไม่กังวลละไรมากเกี่ยวกับ *ส.น.*; **some cocoa should put him to ~:** ดื่มโกโก้สักถ้วยก็ควรจะช่วยให้เขานอนหลับได้; **put an animal to ~** *(euphem.)* ฆ่าสัตว์ที่ป่วยโดยฉีดยา; **he put** *or* **sent me to ~ with his stories** *(coll.)* ฉันฟังเขาเล่านิทานจนหลับไปเลย; **talk in one's ~:** ละเมอ; **one's last ~** *(fig.)* ความตาย; **walk in one's ~:** เดินละเมอในขณะที่ยังหลับอยู่; **I can/could do it in my ~** *(fig.)* ฉันสามารถทำได้อย่างง่ายดาย; **be in a deep ~:** หลับสนิท; **get** *or* **have a good night's ~:** นอนหลับสบาย; **have a ~:** ไปนอน; **have a short ~:** หลับพักประเดี๋ยวเดียว, หลับงีบหนึ่ง ❷ *v.i.*, **slept** /slept/ซเล็พท/ Ⓐ นอนหลับ, ค้างคืน; **~ late** ตื่นสาย; **~ tight!** *(coll.)* หลับสบายนะ, หลับให้สนิทนะ; **~ at sb.'s** ไปนอนค้างคืนที่บ้าน *ค.น.*; ➡ **+ rough** 3; Ⓑ *(fig.: be dormant) (fig.)* จำศีล; Ⓒ *(fig.: lie in grave)* ถูกฝังในหลุมฝังศพ ❸ *v.t.*, **slept** Ⓐ **~ the sleep of the just** *or* **dead** ไม่ถูกรบกวนโดยความรู้สึกผิดใด ๆ; Ⓑ *(accommodate)* มีที่พัก; **the hotel ~s 80** โรงแรมรับแขกได้ 80 คน; ➡ **+ wink** 3 B

~ aˈround *v.i. (coll.)* นอนกับคนโน้นคนนี้ไปทั่ว

~ aˈway *v.t.* หลับต่อไปเรื่อย ๆ

~ ˈin *v.i.* Ⓐ *(sleep late)* นอนตื่นสาย; Ⓑ *(live in)* อาศัยอยู่

~ ˈoff *v.t.* หลับให้หาย *(เมา, เหนื่อย, ฯลฯ)*; **~ it off** นอนให้หายเมา; **~ off one's lunch** งีบกลางวัน [หลังทานข้าว]

~ on ❶ *v.i.* /-ˈ-/ นอนต่อ ❷ /ˈ--/ *v.t.* ครุ่นคิดตัดสินใจบางสิ่ง

~ ˈout *v.i.* Ⓐ *(sleep in the open)* นอนค้างคืนกลางแจ้ง; Ⓑ *(live out)* ไม่ได้นอนค้างที่บ้านตัวเอง

~ through *v.t.* **~ through the noise/alarm** ปลุกไม่ตื่นแม้จะมีเสียงดัง/เสียงนาฬิกาปลุก

~ together *v.i. (coll. euphem.)* นอนกัน

~ with *v.t.* **~ with sb.** *(coll. euphem.)* นอนกับ *ค.น.*

sleeper /ˈsliːpə(r)/ˈซลีเพอะ(ร)/ *n.* Ⓐ คนนอนหลับ; **be a heavy/light ~:** เป็นคนนอนหลับตื่นยาก/ตื่นง่าย; Ⓑ *(Brit. Railw.: support)* หมอนรถไฟ; Ⓒ *(Railw.) (coach)* รถไฟตู้นอน; *(berth)* ที่นอน *(ในตู้รถไฟ, เรือ, เครื่องบิน)*; *(overnight train)* **[night] ~:** รถไฟที่แล่นข้ามคืนโดยมีตู้นอน; Ⓓ *(earring)* ตุ้มหูที่ใส่ไว้ไม่ให้รูตัน; Ⓔ *(slow starter)* **the novel/film was a ~:** นิยาย/ภาพยนตร์ที่ไม่ดังตอนแรก แต่ในที่สุดก็ทำเงินได้มาก; Ⓕ *(Amer.)* ➡ **sleepsuit**

sleepily /ˈsliːpɪlɪ/ˈซลีพิลิ/ *adv.* Ⓐ *(drowsily)* อย่างง่วงเหงาหาวนอน; Ⓑ *(sluggishly)* อย่างเชื่องช้า, อย่างซึมเซา; *(unobservantly)* อย่างเฉื่อยชา, อย่างไม่ช่างสังเกต

sleepiness /ˈsliːpɪnɪs/ˈซลีพินิซ/ *n., no pl. (drowsiness)* ความง่วงเหงาหาวนอน

sleeping /ˈsliːpɪŋ/ˈซลีพิง/ *adj. (lit or fig.)* ที่หลับ, นิทรา, ยังไม่ตื่น; **let ~ dogs lie** *(fig.)* อย่าไปยุ่งกับอะไรที่ดีอยู่แล้ว

sleeping: ~ accommodation *n.* การบริการพักค้างคืน; **the price includes ~ accommodation** ราคานี้รวมค่าที่พักค้างคืนด้วย; **~ bag** *n.* ถุงนอน; **S~ ˈBeauty** *pr. n.* เจ้าหญิงนิทรา; **~ car[riage]** *n. (Railw.)* รถไฟตู้นอน; **~ draught** *n.* เครื่องดื่มที่ช่วยให้นอนหลับ; **~ drug** *n.* ยานอนหลับ; **~ ˈpartner** *n. (Commerc.)* หุ้นส่วนที่ไม่ได้มีส่วนร่วมในการบริหารบริษัท; **~ pill** *n.* ยานอนหลับเป็นเม็ด; **~ poˈliceman** *n. (Brit.)* ลูกระนาดบนถนนเพื่อให้รถขับช้าลง; **~ sickness** *n. (Med.)* โรคเหงาหลับ *(เกิดจากเชื้อของแมลงวัน tsetse)*; **~ suit** ➡ **sleepsuit**; **~ tablet** ➡ **~ pill**

sleepless /ˈsliːplɪs/ˈซลีพลิซ/ *adj.* อดนอน, ไม่ได้นอน

sleeplessness /ˈsliːplɪsnɪs/ˈซลีพลิซนิซ/ *n., no pl.* การอดนอน, การนอนไม่หลับ, การไม่ได้นอน

sleep: ~over *n.* การไปนอนบ้านเพื่อน *หรือ* การชวนเพื่อน ๆ มานอนค้างที่บ้านของตน; **~suit** *n.* ชุดนอนของเด็กที่เป็นชุดติดกัน; **~walk** *v.i.* ละเมอเดินในขณะนอนหลับ; **~walker** *n.* คนละเมอเดินขณะหลับอยู่; **~walking** *n.* การละเมอเดินทั้ง ๆ ที่ยังหลับอยู่

sleepy /ˈsliːpɪ/ˈซลีพิ/ *adj.* Ⓐ *(drowsy)* ที่ง่วงนอน, ง่วงเหงาหาวนอน; Ⓑ *(sluggish)* เชื่องช้า, เฉื่อยชา; *(unobservant)* ไม่ช่างสังเกต, ซึมเซา; Ⓒ *(peaceful)* สงบราบคาบ

sleepy: ~head *n.* คนง่วงนอน, คนไม่กระตือรือร้น; **~ sickness** *n. (Med.)* โรคที่เกิดจากสมองติดเชื้อ ทำให้เกิดการง่วงเหงาหาวนอน

sleet /sliːt/ซลีท/ ❶ *n., no indef. art.* หิมะผสมฝน ❷ *v.i. impers.* **it was ~ing** หิมะปนฝนกำลังตกลงมา

sleeve /sliːv/ซลีว/ *n.* Ⓐ แขนเสื้อ; **have sth. up one's ~** *(fig.)* เตรียม *ส.น.* ไว้พร้อมใช้ ถ้าจำเป็น; **roll up one's ~s** *(lit.)* พับแขนเสื้อ; *(fig.)* เตรียมที่จะต่อสู้หรือทำงาน; ➡ **+ heart** 1 B; **laugh**; Ⓑ *(record cover)* ซอง; Ⓒ *(Mech.)* ปลอกครอบ; Ⓓ *(Aeronaut.) (windsock)* เครื่องวัดทิศทางลม

-sleeved /sli:vd/'ซลีวฺดฺ/ *adj. in comb.* มีแขน *(สั้น, ยาว, ฯลฯ)*

sleeveless /'sli:vlɪs/'ซลีวฺลิซ/ *adj.* ไม่มีแขนเสื้อ

'sleeve note *n.* ข้อความบนซองแผ่นเสียง

sleigh /sleɪ/ซเล/ ❶ *n.* เลื่อนหิมะที่ลากโดยม้าหรือสุนัข ❷ *v.i. & t.* นั่งขับขี่บนเลื่อน

sleigh: ~ bell *n.* กระดิ่งที่เครื่องเทียมม้าลากเลื่อน; **~ ride** *n.* การขับขี่เลื่อน

sleight of hand /slaɪt əv 'hænd/ซไลท เอิว 'แฮนดฺ/ *n.* ความถนัดในการใช้มือ *(โดยเฉพาะในการเล่นกลหรือการฟันดาบ)*; **verbal ~:** ความสามารถในการเจรจาพาทีได้

slender /'slendə(r)/'ซเล็นเดอะ(ร)/ *adj.* Ⓐ *(slim) (หนังสือ)* บาง; *(รูปร่าง)* เอวบางร่างน้อย; Ⓑ *(meagre) (รายได้, อาหาร)* ขาดแคลน; *(ความรู้)* ไม่เพียงพอ; *(โอกาส)* น้อยนิด; **be a person of ~ means** *or* **resources** เป็นคนที่มีทรัพย์สมบัติน้อยนิด *หรือ* แทบจะไม่มีอะไรติดตัวเลย

slenderize /'slendəraɪz/'ซเล็นเดอะรายซฺ/ ❶ *v.t.* **~ [the figure]** ทำ *(ร่างกาย, รูปร่าง)* ให้ผอมลง ❷ *v.i.* ลดน้ำหนักให้ผอม

slenderly /'slendəlɪ/'ซเล็นเดอะลิ/ *adv.* **~ built/made** รูปร่างผอมบาง; **be ~ provided for** จัดหาให้อย่างน้อยนิดแทบไม่เพียงพอ

slept ➡ **sleep** 2, 3

sleuth /slu:θ/ซลูธ/ ❶ *n.* ผู้สืบสวน, ผู้ติดตาม ❷ *v.i.* **go ~ing** ออกไปสืบสวนหาข้อเท็จจริง

[1]**slew** /slu:/ซลู/ ❶ *v.i.* **~ to the left/right** หัน *หรือ* แกว่งไปโดยแรงทางซ้าย/ขวา; *(ปั้นจั่น)* แกว่งไปทางซ้าย/ขวาอย่างแรง ❷ *v.t.* หันหรือสะบัดไปโดยแรง

~ [a]'round ❶ *v.i.* หมุนไปรอบ ๆ; **~ around to the left** หมุนไปทางซ้าย ❷ *v.t.* หมุนไปจากที่เดิม

[2]**slew** ➡ **slay** A, B

[3]**slew** *n. (Amer. coll.)* จำนวนมาก ๆ; **a ~ of people/things** ผู้คน/สิ่งของจำนวนมาก; **~s of spectators/snow** ผู้ดู/หิมะจำนวนมาก; **~s of work** งานกองใหญ่มาก

slice /slaɪs/ซไลซ/ ❶ *n.* Ⓐ *(cut portion)* ชิ้นที่ตัดไว้; *(of fruit)* ชิ้นหนึ่ง, ซีกหนึ่ง; *(pie, cake)* ชิ้นที่ตัดออกมา; **a ~ of life** มุมมองประสบการณ์ชีวิตอย่างใดอย่างหนึ่ง; ➡ **+ cake** 1 A, B; Ⓑ *(share)* ส่วนแบ่ง; *(allotted part of profits, money)* ส่วนแบ่ง; **a ~ of land** พื้นที่ดินแปลงหนึ่ง; **have a ~ of luck** เกิดมีโชคบ้าง; Ⓒ *(utensil)* อุปกรณ์บางแบนเสิร์ฟอาหาร; Ⓓ *(Golf, Tennis: stroke)* การตีแบบเฉือนลูก

❷ *v.t.* Ⓐ *(cut into portions)* ตัดแบ่งเป็นชิ้น ๆ; **~ sth. thick/thin/into pieces** หั่น *หรือ* ตัด *ส.น.* เป็นชิ้นหนา/ชิ้นบาง/เป็นชิ้น ๆ; Ⓑ *(Golf, Tennis)* ตีแบบเฉือนลูก

❸ *v.i.* ตัด, หั่น, เฉือน, แล่ออกเป็นชิ้น; **~ through** เฉือนเป็นชิ้นอย่างง่ายดาย

~ 'off *v.t.* ตัดออกมาจากชิ้นใหญ่

~ 'up *v.t.* ตัด/หั่นเป็นชิ้น; *(fig.: divide)* แบ่งออกเป็นส่วน ๆ

sliced /slaɪst/ซไลซทฺ/ *adj. (cut into slices)* ที่ตัดเป็นชิ้น ๆ; ที่เป็นชิ้น, เป็นแผ่น; **~ bread** ขนมปังที่หั่นเป็นแผ่นสำเร็จรูป; **the greatest thing since ~ bread** *(coll. joc.)* เป็นสิ่งที่วิเศษที่สุดตั้งแต่เกิดมา

-slicer /slaɪsə(r)/ซไลเซอะ(ร)/ *n. in comb.* เครื่องตัดหรือเครื่องแล่; **egg-~:** เครื่องตัดไข่ต้มเป็นแว่น ๆ

slick /slɪk/ซลิค/ ❶ *adj. (coll.)* Ⓐ *(dextrous)* เชี่ยวชาญ, มีความชำนาญ, คล่องแคล่ว; Ⓑ *(pretentiously dextrous)* เชาวน์ปัญญาไวแต่โอ้อวด; Ⓒ *(slippery)* ลื่นไหล, กะล่อน; Ⓓ *(glossy)* เป็นมันเงา, อาบมัน; Ⓔ *(glib)* พูดจาคล่องแคล่ว; **have a ~ tongue** พูดจาคล่องแคล่ว ❷ *n.* **[oil] ~:** คราบน้ำมันที่ลอยปกคลุมผิวน้ำ ❸ *v.t.* ➡ **sleek** 2

~ 'back *v.t.* **~ back one's hair** ใส่น้ำมันแต่งผมแล้วหวีผมเสยไปข้างหลัง

~ 'down *v.t.* **~ down one's hair** ใส่น้ำมันแต่งผมแล้วหวีผมเรียบแป้

slicker /'slɪkə(r)/'ซลิคเคอะ(ร)/ *n. (Amer.)* Ⓐ *(swindler)* คนคดโกง; Ⓑ ➡ **city slicker;** Ⓒ *(raincoat)* เสื้อคลุมกันฝน; *(oilskin)* เสื้อกันฝนของชาวประมง/ทหารเรือ

slid ➡ **slide** 1, 2

slide /slaɪd/ซลายดฺ/ ❶ *v.i.,* **slid** /slɪd/ซลิด/ Ⓐ ไถล, ลื่นไหลไป; **the bolt slid home** หมุดลื่นปิดอย่างง่ายดาย; **~ down sth.** ลื่นลง *ส.น.*; Ⓑ *(glide over ice)* วิ่งไถลไปบนน้ำแข็ง; Ⓒ *(move smoothly)* เคลื่อนที่อย่างราบรื่น; **everything slid into place** *(fig.)* ทุกอย่างดำเนินไปอย่างราบรื่น; Ⓓ *(fig.: take its own course)* **let sth./things ~:** ปล่อยให้ *ส.น.*/สิ่งต่าง ๆ เป็นไปตามวิถีทางของมันเอง; Ⓔ *(fig.: go imperceptibly)* **~ into** เปลี่ยนเป็นอีกสิ่งโดยไม่มีใครรู้เห็น; **~ from one note to another** *(นักร้อง, เพลง)* เปลี่ยนจากโน้ตตัวหนึ่งไปยังโน้ตอีกตัวหนึ่งอย่างนิ่มนวล

❷ *v.t.,* **slid** Ⓐ ทำให้ลื่นไถลไป; **~ the bolt across on a door** เลื่อนให้หมุดยึดประตูไว้; **~ the envelope under the door** สอดซองจดหมายเข้าไปใต้ประตู; Ⓑ *(place unobtrusively)* ค่อย ๆ วางไว้

❸ *n.* Ⓐ *(Photog.)* สไลด์ *(ท.ศ.)*, ภาพถ่ายบนแผ่นฟิล์มใส; Ⓑ *(track on ice)* ทางสำหรับลื่นไถลไปบนน้ำแข็ง; Ⓒ *(toboggan slope)* **[toboggan] ~:** ลู่ทางให้เลื่อนวิ่งลง; Ⓓ *(chute) (in children's playground)* กระดานลื่น; *(for goods etc.)* รางท่อสำหรับส่งสินค้าลงมา ฯลฯ; Ⓔ *(Mech. Eng.)* *ชิ้นส่วนของเครื่องจักรหรือเครื่องมือที่เลื่อนไปมาได้ โดยเฉพาะลิ้นที่เลื่อนไปมา; (moving part)* ส่วนที่เลื่อนไปมา; Ⓕ ➡ **hairslide;** Ⓖ *(act of sliding)* การเลื่อนไปมา, การลื่นไถล; **go for** *or* **have a ~** *(on chute)* ไปเล่นกระดานลื่น; *(on ice)* ลื่นไถลไปบนน้ำแข็ง; Ⓗ *(fig.: decline)* **be on the ~:** กำลังลดลงไป; **the ~ in the value of the pound** การลดค่าของเงินปอนด์; Ⓘ *(Mus.)* ส่วนเลื่อนเข้าออกของเครื่องดนตรีแซกโซโฟน; Ⓙ *(for microscope)* แผ่นกระจก

slide: ~ control *n.* ปุ่มควบคุมที่เลื่อนขึ้นลง; **~ fastener** *(Amer.)* ➡ **zip** 1 A; **~ film** *n. (Photog.)* ฟิล์มสไลด์; **~ lecture** *n.* การบรรยายด้วยการฉายสไลด์; **~ projector** *n.* เครื่องฉายสไลด์; **~ rule** *n. (Math.)* ไม้บรรทัดสไลด์รูล *(ท.ศ.) (ใช้สำหรับการคำนวณอย่างรวดเร็ว)*; **~ show** *n.* การฉายสไลด์; **~ valve** *n. (Mech. Engin.)* ลิ้นเลื่อนเปิดปิดช่องว่าง

sliding /'slaɪdɪŋ/'ซลายดิง/: **~ 'door** *n.* ประตูเลื่อน; **~ 'keel** *n. (Naut.)* แผ่นที่ยกขึ้นลงในกระดูกงูเรือ; **~ 'roof** *n.* หลังคาเลื่อนในรถยนต์; **~ 'scale** *n.* **~ scale [of fees]** อัตราของ [ค่าจ้าง] ที่เปลี่ยนไปตามมาตรฐานที่กำหนด; **~ seat** *n. (Rowing)* ที่นั่งที่เลื่อนไปมาได้ในเรือแข่ง

slight /slaɪt/ซไลท/ ❶ *adj.* Ⓐ *(การรู้จัก, ความหวัง)* น้อยนิด; *(แผล)* ไม่มีความสำคัญ, แทบจะมองไม่เห็น; **have only a ~ acquaintance with sth.** มีความคุ้นเคยกับ *ส.น.* น้อยมาก; **on the ~est pretext** ด้วยข้ออ้างที่อ่อนมาก; **the ~est thing makes her nervous** แม้สิ่งที่เล็กน้อยที่สุดก็ทำให้เธอวิตกกังวลได้; Ⓑ *(scanty)* ขาดแคลน, แทบจะไม่มี; **with ~ inconvenience** ด้วยความลำบากน้อยมาก; **pay sb. ~ attention** แทบจะไม่ให้ความสนใจ *ค.น.* เลย; Ⓒ *(slender)* อ่อนแอ; *(flimsy)* ขาดความเข้มแข็ง; Ⓓ **not in the ~est ...:** ไม่เลยแม้แต่น้อย...; **I haven't the ~est idea** ฉันไม่รู้เรื่องนี้แม้แต่นิดเดียว

❷ *v.t. (disparage)* พูดถึงอย่างไม่ให้เกียรติ; *(fail in courtesy or respect to)* ไม่สุภาพ, ไม่ให้ความเคารพ; *(ignore)* ละเลย, เพิกเฉย, ไม่เอาใจใส่

❸ *n. (on sb.'s character, reputation, good name)* การไม่ไว้หน้า **(on)**; *(on sb.'s abilities)* การไม่นับถือ **(on)**; *(lack of courtesy)* การขาดความสุภาพให้เกียรติ **(on)**; *(neglect)* การละเลย

slightly /'slaɪtlɪ/'ซไลทลิ/ *adv.* Ⓐ อย่างน้อยนิด, อย่างไม่พอเพียง, อย่างไม่สำคัญ; Ⓑ **~ built** *(slender)* อย่างบอบบาง; *(weedy)* อ่อนแอ

slily ➡ **slyly**

slim /slɪm/ซลิม/ ❶ *adj.* Ⓐ *(คน)* ผอม; *(หนังสือ)* บาง; Ⓑ *(meagre) (โอกาส, ความหวัง)* น้อยมาก, ไม่พอเพียง; **the profit/the supper was ~ pickings** ผลกำไร/อาหารเย็นแทบจะไม่พอเพียง; **there were only ~ pickings left** มีผลเหลืออยู่แค่นิดเดียว ❷ *v.i.,* **-mm-** ทำให้รูปร่างผอมลง ❸ *v.t.,* **-mm-** ทำให้บางหรือผอมลง; *(fig.: decrease)* ทำให้ลดลง *(รายได้)*; ตัดทอน *(งบประมาณ)*

~ 'down ❶ *v.i.* ลดน้ำหนัก, ผอมลง ❷ *v.t.* ➡ ~ 3

slime /slaɪm/ซลายมฺ/ ❶ *n.* ของเหลว ๆ ลื่น; *(mucus, viscous matter)* สารเหนียว ๆ หยุ่น ๆ ❷ *v.t.* ปกคลุมด้วยสารเหนียว ๆ หยุ่น ๆ

'slime mould *n. (Bot.)* สิ่งมีชีวิตเล็ก ๆ ที่มีสปอร์อาศัยอยู่ในโคลนตม

'slimline /'slɪmlaɪn/'ซลิมลายนฺ/ *adj.* มีรูปแบบผอมบาง; *(เสื้อผ้า)* ตัดเข้ารูป; *(อาหาร, เครื่องดื่ม)* ที่มีแคลอรีน้อย

slimmer /'slɪmə(r)/'ซลิมเมอะ(ร)/ *n. (Brit.)* คนที่กำลังลดน้ำหนัก; **advice/a diet for ~s** คำแนะนำ/อาหารสำหรับคนลดน้ำหนัก

slimming /'slɪmɪŋ/'ซลิมมิง/ ❶ *n.* Ⓐ การลดน้ำหนัก; *attrib.* ที่ลดน้ำหนัก; **be in need of ~:** มีความจำเป็นต้องลดน้ำหนัก; Ⓑ *(fig.: reduction) (of budget)* การตัดทอน; *(of number)* การลดจำนวนลง ❷ *adj.* ที่ช่วยลดน้ำหนัก; **be ~:** ช่วยลดน้ำหนัก

slimness /'slɪmnɪs/'ซลิมนิซ/ *n., no pl. (slenderness)* ความผอมบาง; *(of book)* ความบาง

slimy /'slaɪmɪ/'ซลายมิ/ *adj.* Ⓐ ที่เหมือนโคลน, สารเหนียวหยุ่นใด ๆ; Ⓑ *(slippery)* ลื่น, จับได้ยาก; Ⓒ *(fig.: obsequious)* ประจบ

[1]**sling** /slɪŋ/ซลิง/ ❶ *n.* Ⓐ *(weapon)* แถบหรือเชือกใช้ยิงลูกหิน ฯลฯ, หนังสติ๊ก; Ⓑ *(Med.)* ผ้าคล้องคอใช้พยุงแขนหัก; Ⓒ *(carrying belt)* สายสะพายหรือเข็มขัด ฯลฯ ที่ใช้ห้อยของหนัก; *(for carrying babies)* สายสะพายอุ้มเด็กทารก; Ⓓ *(hoist)* สายลวดสลิงยกของ; *(belt)* เข็มขัดใช้ยกของ; *(chain)* โซ่ที่ใช้ชักรอกของหนัก

❷ *v.t.,* **slung** /slʌŋ/ซลัง/ Ⓐ *(hurl from ~)* ขว้างออกไป; Ⓑ *(coll.: throw)* โยน; **she slung him his coat** เธอโยนเสื้อโค้ตให้เขา; ➡ **+ mud** C; Ⓒ *(suspend)* แขวน, สะพาย; *(put in ~ ready for hoisting)* ใส่ไว้ในสลิง; **she slung the bag over her arm** เธอเอากระเป๋าคล้องแขน

S

sling | slog 830

~ **a'way** *v.t. (coll.)* โยนทิ้ง
~ **'out** *v.t. (coll.)* (A) *(throw out)* ~ **sb. out** โยน *ค.น.* ออกไป; (B) ➡ ~ **away**
²sling *n. (drink)* เครื่องดื่มผสมน้ำหวานและบรั่นดีหรือรัม; ➡ + **gin sling**
sling: ~**back** *n.* ~**back [shoe]** รองเท้ามีสายรัดส้น; ~**shot** *(Amer.)* ➡ **catapult** 1
slink /slɪŋk/ชลิงคฺ/ *v.i.*, **slunk** /slʌŋk/ชลังคฺ/ ~ **a'way,** ~ **off** *v.i.* จากไปอย่างเงียบ ๆ, หลบหนีจากไปด้วยความละอาย
slinkily /'slɪŋkɪlɪ/'ชลิงคิลิ/ *adv.* อย่างยั่วยวน
slinky /'slɪŋkɪ/'ชลิงคิ/ *adj.* (A) ยั่วยวน; (B) *(เสื้อผ้า)* ที่พอดีตัวและเบาพลิ้ว
slip /slɪp/ชลิพ/ ❶ *v.i.*, **-pp-:** (A) *(slide)* ลื่น, ไถล; *(and fall)* ลื่นหกล้ม; **he ~ped and broke his leg** เขาลื่นไถลล้มลงและขาหัก; (B) *(escape)* หลบหนี, หลุดรอดไปได้, ปลิวออกไป; **money ~s through my fingers like water** เงินรั่วไหลออกจากมือฉันอย่างรวดเร็ว; **let the reins ~ out of one's hands** *(lit.)* ปล่อยให้บังเหียนม้าหลุดมือ; *(fig.)* ปล่อยให้อำนาจหลุดมือไป; **let a chance/opportunity ~:** ปล่อยให้โอกาสหลุดลอยไป; **let [it] ~ that ...:** เผลอหลุดออกมาว่า ...; **let ~ the dogs of war** *(rhet.)* เริ่มสงคราม; (C) *(go)* ~ **to the butcher's** แวบออกไปที่ร้านขายเนื้อ; ~ **from the room/~ behind a curtain** ไปอย่างเงียบ ๆ จากห้อง/ผลุบเข้าไปหลังม่าน; (D) *(move smoothly)* เคลื่อนไปอย่างราบเรียบ; **everything ~ped into place** *(fig.)* ทุกอย่างเข้าที่เข้าทางอย่างราบรื่น; (E) *(make mistake)* ทำการผิดพลาด; (F) *(deteriorate) (สถานการณ์, ความมุ่งมั่น)* เสื่อมถอยไป
❷ *v.t.*, **-pp-** (A) ส่ง, ผ่านอย่างเงียบ ๆ; ~ **the dress over one's head** สวม/ถอดชุดกระโปรงทางศีรษะ; ~ **sb. sth.** แอบส่ง *ส.น.* ให้ *ค.น.*; ~ **sb. a glance** ชายตามองดู *ค.น.*; (B) *(escape from)* หลบหนี, หลุดออกมาได้, เล็ดลอด; **the dog ~ped its collar** สุนัขหลุดออกจากปลอกคอของมัน; **the boat ~ped its mooring** เรือเล็กหลุดออกจากสายโยง; ~ **sb.'s attention** เล็ดลอดความสังเกตของ *ค.น.* ไปได้; ~ **sb.'s memory** *or* **mind** ถูกลืมโดย *ค.น.*; (C) *(release)* ปลดปล่อยจากพันธนาการ; ~ **a dog from its chain** ปล่อยหมาออกจากโซ่ที่ล่ามไว้; (D) *(Naut.)* ออกจากท่า; ~ **anchor** ทอดสมอเรือ; (E) *(Motor Veh.)* ปล่อยคลัตช์รถยนต์ชั่วครู่; (F) *(Knitting)* ~ **a stitch** *เลื่อนห่วงที่ถักจากไม้หนึ่งไปยังอีกไม้หนึ่งโดยไม่ถักเพิ่ม;* (G) *(Med.)* ~ **a disc** ข้อต่อกระดูกสันหลังเลื่อนไปจากตำแหน่งปกติ; ➡ + **slipped disc**
❸ *n.* (A) *(fall)* **after his ~:** หลังจากการลื่นหกล้มของเขา; **a ~ on these steps could be nasty** การลื่นหกล้มบนขั้นบันไดเหล่านี้ คงจะเจ็บน่าดูเลย; **have a [bad] ~:** มีการหกล้มบาดเจ็บอย่างมาก; (B) *(mistake)* ความผิดพลาดอย่างไม่ตั้งใจ, ความพลั้งเผลอ; **there's been a ~ in the accounts** มีความผิดพลาดในรายการบัญชี; **a ~ of the tongue/pen** การพูด/เขียนผิดเล็ก ๆ น้อย ๆ; **I'm sorry, it was a ~ of the tongue/pen** ฉันเสียใจมันเป็นความพลั้งเผลอของปาก/การเขียน; **make a ~:** ทำผิดพลาดโดยไม่ได้ตั้งใจ; ➡ + **cup** 1 A; (C) *(underwear)* ชุดชั้นใน; (D) *(pillowcase)* ปลอกหมอน; (E) *(strip)* ~ **of metal/plastic** แผ่นโลหะ/พลาสติกบาง ๆ; ~ **of wood** แผ่นไม้เล็ก ๆ บาง ๆ; ~ **of glass** เศษแก้ว/กระจก; (F) *(piece of paper)* ~ **[of paper]** เศษแผ่นกระดาษ; (G) **give sb. the ~** *(escape)* หลบหนี *ค.น.* ไปได้; *(avoid)* หลีกเลี่ยง *ค.น.*; (H) *(Naut.: landing stage)* ทางลาดไว้ยกเรือขึ้นลง; (I) *in pl. (Shipb.)* คานเรือ, บริเวณที่ยกสูงขึ้นสำหรับต่อเรือหรือซ่อมเรือ; (J) **a ~ of a boy/girl** เด็กชาย/เด็กหญิงที่ยังเล็กอยู่; (K) *(Cricket)* ตำแหน่งคนรับลูกที่คอยคว้าลูกที่ถูกตีไปข้างหลังด้านข้าง; **he was caught at ~** *or* **in the ~s** ลูกของเขาถูกคว้าได้ข้างหลังที่ข้าง ๆ สนาม; (L) *(Ceramics)* สารเคลือบดินเผา; ➡ + **gymslip**
~ **a'cross** *v.i.* ข้ามไป
~ **a'way** *v.i.* (A) *(leave quietly) (คน)* จากไปอย่างเงียบ ๆ; (B) *(pass quickly) (เวลา, วัน)* ผ่านไปอย่างรวดเร็ว
~ **'back** *v.i.* กลับคืน; ~ **back into unconsciousness** กลับคืนสู่สภาพไม่รู้สึกตัวอีก
~ **be'hind** *v.i.* ล้าหลัง; *(with one's work) (งาน)* ล่าช้า
~ **'by** *v.i.* (A) *(pass unnoticed)* ผ่านไปโดยไม่สังเกตเห็น; (B) ➡ ~ **away** B
~ **'down** *v.i.* ลื่นลง; *(เครื่องดื่ม)* ไหลลงคอ
~ **'in** ❶ *v.i.* เข้าไปอย่างง่ายดาย; *(enter briefly)* เข้ามาเป็นเวลาช่วงสั้น ๆ; *(enter unnoticed)* เข้ามาโดยไม่ทันมีใครสังเกตเห็น ❷ *v.t.* พูดสองสามคำ *(ในการสนทนา)*
~ **into** *v.t.* (A) *(put on)* สวมใส่ *(เสื้อผ้า)*; (B) *(lapse into)* ตกเข้าไป *(ในสถานการณ์อันใดอันหนึ่ง)*
~ **'off** ❶ *v.i.* (A) *(slide down)* ไถลลงมา; (B) ➡ ~ **away** A ❷ *v.t.* ถอดออก *(เสื้อผ้า, รองเท้า)*
~ **'on** *v.t.* สวมใส่ *(เสื้อผ้า, รองเท้า, แหวน)*; ➡ + **slip-on**
~ **'out** *v.i.* (A) *(leave)* จากไป, ออกไปจาก; ~ **out to the butcher's** แวบออกไปยังร้านขายเนื้อ; ~ **out to have a cigarette** ออกไปสูบบุหรี่เดี๋ยวเดียว; (B) *(be revealed)* **it ~ped out** มันเผลอหลุดออกมา
~ **'over** *v.i.* (A) *(fall)* ลื่นหกล้ม; (B) ➡ ~ **across**
~ **'past** ➡ ~ **by**
~ **'round** *v.i.* ไปรอบ; *(towards speaker)* อ้อมมายังผู้พูด
~ **'through** *v.i.* ลื่นผ่านเข้าไป, ผ่านเข้าไป; *(ความผิดพลาด)* ลอดผ่านจนได้
~ **'up** *v.i. (coll.)* ทำความผิด, ทำสิ่งที่ผิดพลาด **(on, over** เกี่ยวกับ**)**; ➡ + **slip-up**
slip: ~ **case** *n.* กล่องใส่หนังสือ; ~ **cover** *n.* (A) *(for unused furniture)* ผ้าคลุมเครื่องเรือน; (B) *(Amer.: loose cover)* ผ้าคลุมหลวม ๆ; (C) *(protective book jacket)* ปกหนังสือ; (D) ➡ ~ **case;** ~ **knot** *n.* (A) *(easily undone knot)* ปมเชือกที่แกะง่าย; (B) ➡ **running knot;** ~**-on** ❶ *adj.* ~**-on shoes** รองเท้าที่สวมใส่ ❷ *n. (shoe)* รองเท้าสวมใส่; ~**over** *n.* เสื้อที่สวมใส่ทางศีรษะ
slippage /'slɪpɪdʒ/'ชลิพพิจ/ *n.* (A) *(Mech.)* การหลวมของเครื่องจักร; (B) *(Commerc.)* ไม่สามารถปฏิบัติทันตามกำหนดในข้อตกลง
slipped 'disc *n. (Med.)* หมอนรองกระดูกสันหลังเคลื่อน
slipper /'slɪpə(r)/'ชลิเพอะ(ร)/ *n.* รองเท้าแตะสำหรับใส่ในบ้าน; ➡ + **hunt** 2 B
'slipper bath *n. (Brit.)* อ่างอาบน้ำมีรูปร่างคล้ายรองเท้า
slippered /'slɪpəd/'ชลิพเพิด/ *adj.* ที่ใส่รองเท้าแตะในบ้าน
slippery /'slɪpərɪ/'ชลิพเพอะริ/ *adj.* (A) *(causing slipping)* ลื่น; **the shoes are ~:** รองเท้าคู่นี้ลื่น; **be on a ~ path** *or* **slope** *(fig.)* อยู่ในภาวะที่ยากลำบาก; (B) *(elusive) (บุคคล, ความคิด)* ที่จับต้องยาก, กะล่อน; *(shifty)* ไม่น่าเชื่อถือ; *(unreliable)* ไม่น่าไว้วางใจ; **he is a ~ customer** เขาเป็นคนที่ไม่น่าเชื่อถือ; **as ~ as an eel** ลื่นเหมือนปลาไหล; (C) *(fig.: delicate) (เรื่อง)* ละเอียดอ่อน
slippy /'slɪpɪ/'ชลิพพิ/ *adj.* (A) *(coll.)* ➡ **slippery;** (B) *(Brit. coll.)* **be** *or* **look ~:** เร็ว ๆ เข้า, เร่งรีบ
slip: ~ **ring** *n. (Electr.)* วงแหวนที่สวมให้สัมผัสกับไดนาโมหรือมอเตอร์ไฟฟ้า; ~ **road** *n. (Brit.) (for approach)* ถนนเข้า/ออกจากถนนสายหลัก; *(to motorway)* ถนนสายรอง; *(to estate)* ทางเข้า; *(for leaving)* ทางแยกออก; ~**shod** *adj.* ไม่เรียบร้อย; *(fig.: careless, unsystematic)* ไม่เป็นระบบ, ไม่ระมัดระวัง; ~**stream** *n.* (A) *(of car, motorcycle)* กระแสลมที่เกิดจากการวิ่งผ่านของยานพาหนะ; *(Racing)* แรงลมหลังรถแข่ง; (B) *(of propeller)* กระแสลม; *(of ship; also Brit. fig.)* กระแสคลื่นหลังเรือเดินสมุทร; ~**-up** *n. (coll.)* ความผิดพลาด; **there's been a ~-up somewhere** มีความผิดพลาดที่ไหนสักแห่ง; ~**way** ➡ **slip** 3 H, I
slit /slɪt/ชลิท/ ❶ *n.* รอยผ่า, รอยฉีกขาดเป็นทางยาว; *(หน้าต่าง)* ช่องแคบ ๆ; **the sleeves have ~s in them** แขนเสื้อเหล่านี้ผ่าช่องเป็นทางยาว; **make ~s in the fat of the pork** กรีดมันหมูให้เป็นร่อง ❷ *v.t.*, **-tt-, slit** (A) ตัด/กรีดเป็นทางยาว; ~ **sb.'s throat** ตัดคอ *ค.น.*; (B) *(Dressmaking) (กระโปรง)* ผ่า
'slit-eyed *adj.* มีรูปตาแคบยาว
slither /'slɪðə(r)/'ชลิทเทอะ(ร)/ *v.i.* ลื่นไถลไป; *(งู)* เลื้อย; *(on ice, polished floor also)* เดินลื่นไปมา
slit: ~ **'pocket** *n.* กระเป๋าเสื้อผ้าแบบผ่า; ~ **trench** *n. (Mil.)* หลุมเพลาะของทหารแคบและยาว
sliver /'slɪvə(r)/'ชลิเวอะ(ร)/ *n.* (A) *(slip) (of wood)* ปีกไม้; *(of paper)* เศษกระดาษ; *(of food)* อาหารชิ้นบาง ๆ; (B) *(splinter)* เศษแหลมคม; ~ **of wood/glass/bone** เศษไม้/เศษแก้ว/เศษกระดูกแหลมคม; (C) *(Textiles)* ชิ้นส่วนบาง ๆ ของเส้นใยนิ่ม ๆ ที่ได้หลังจากการขัดแปรง
slivovitz /'slɪvəvɪts/'ชลิวเวอะวิทซฺ/ *n.* บรั่นดีทำจากพลัม
Sloane *(also* ~ **Ranger)** *n. (Brit.) พวกหนุ่มสาวชั้นสูงในลอนดอนที่มีบ้านต่างจังหวัดและใส่เสื้อผ้ามียี่ห้อ*
slob /slɒb/ชลอบ/ *n. (coll.)* คนขี้เกียจที่ไม่เป็นระเบียบ; **lazy ~:** คนขี้เกียจสันหลังยาว; **fat ~:** คนไม่เอาไหนที่อ้วนเพละ
slobber /'slɒbə(r)/'ชลอเบอะ(ร)/ ❶ *v.i.* ถ่มออกจากปาก, น้ำลายไหล; ~ **over sb./sth.** ถ่มน้ำลายรด *ค.น./ส.น.* ❷ *v.t.* น้ำลายไหล ❸ *n.* ➡ **¹slaver** 2
slobbery /'slɒbərɪ/'ชลอเบอะริ/ *adj.* **the bib is all ~:** ผ้ากันเปื้อนของเด็กเต็มไปด้วยน้ำลาย; **a ~ kiss** การจูบจนน้ำลายไหลเลอะเทอะ
sloe /sləʊ/ชโล/ *n. (Bot.)* ไม้พุ่ม *Prunus spinosa* ผลมีสีน้ำเงิน ใช้ผสมเหล้า
sloe: ~**-eyed** *adj.* (A) *(with ~-coloured eyes)* มีดวงตาสีน้ำเงิน; (B) *(slant-eyed)* มีขอบตาเฉียงชี้ขึ้น; ~ **gin** *n.* เหล้ายินผสมลูกโซล
slog /slɒg/ชลอก/ ❶ *v.t.*, **-gg-** ชกอย่างแรง; ฟาด *(ลูก)* แรงมาก; *(in boxing, fight)* ชกอย่างรุนแรงหนักหน่วง; *(with several blows)* ชกหลาย ๆ หมัด ❷ *v.i.*, **-gg-** *(hit)* ตี, ต่อยอย่าง

S

แรง; Ⓑ *(fig.: work doggedly)* ทำงานอย่างทรหดอดทน; *(for school, exams)* ท่องหนังสือหนัก; Ⓒ *(walk doggedly)* เดินดุ่ม ๆ ไป; **~ along** เดินดุ่มไปเรื่อย ๆ ❸ *n.* Ⓐ *(hit)* การตีอย่างแรง; **give sb./sth. a ~:** ตี *ค.น./ส.น.* อย่างแรงมาก; Ⓑ *(hard work)* ทำงานอย่างขยันขันแข็ง; **it took me a good two hours' ~:** ฉันใช้เวลาทำงานอย่างไม่หยุดเป็นเวลาสองชั่วโมง; Ⓒ *(tiring walk, hike)* การเดินไกลที่เหน็ดเหนื่อย

~ at *v.t.* Ⓐ *(hit)* **~ at sb./sth.** ทุบตี *ค.น./ส.น.*; Ⓑ *(work hard at)* ทำงานอย่างขยันขันแข็ง

~ a'way *v.i.* ทำงานหนักอย่างสม่ำเสมอ; **~ away at sth.** ทำ *ส.น.* อย่างหนักและสม่ำเสมอ; **keep ~ging away!** ทำงานหนักต่อไปเรื่อย ๆ เถิด

~ 'out *v.t. (coll.)* **~ it out** ต่อสู้ *หรือ* ดิ้นรนจนกระทั่งได้ข้อสรุป; **~ one's guts out** ทำงานหนักมากจนเหนื่อยอ่อนไปหมด

slogan /ˈsləʊgən/ˈซโลเกิน/ *n.* Ⓐ *(striking phrase)* สโลแกน *(ท.ศ.)*, คำคม, คำขวัญ; *(advertising ~)* คำคมโฆษณา; Ⓑ *(motto)* คำขวัญ; *(in political campaign)* คำโฆษณาชวนเชื่อทางการเมือง

slogger /ˈslɒgə(r)/ˈซโลเกอะ(ร)/ *n.* Ⓐ *(hitter)* **be a [real] ~:** เป็นคนชอบชกต่อย; Ⓑ *(hard worker)* คนทำงานอย่างขยันขันแข็ง

sloop /sluːp/ซลูพ/ *n. (Naut.)* *เรือใบขนาดเล็กที่มีเสากระโดงหนึ่งเสาและมีใบพุ่งไปข้างหน้าและหลัง*

'sloop-rigged /ˈsluːprɪgd/ˈซลูพริกด/ *adj. (Naut.)* เรือที่มีใบหน้าและหลังแบบสลูบ

slop /slɒp/ซลอพ/ ❶ *v.i.*, **-pp-** หกกระจายออกมา **(out of, from** จาก**)** ❷ *v.t.*, **-pp-** Ⓐ *(spill) (unintentionally)* ทำให้หกกระจายไปโดยไม่ตั้งใจ; *(intentionally)* เท/ทาอย่างไม่ระวัง; Ⓑ *(make mess on)* ทำให้สกปรกเลอะเทอะ ❸ *n.* Ⓐ *(liquid food)* อาหารเหลว; Ⓑ *(spilt liquid)* ของเหลวที่หก *(น้ำ, นม)*; Ⓒ *(fig. derog.: gush)* การพูดชมจนมากเกินไป; ➡ + **slops** A

~ a'bout, ~ a'round *v.i.* Ⓐ *(splash about)* ของเหลวไหลไปมาในภาชนะ; Ⓑ *(move in slovenly manner)* เดินเหินไปมาอย่างเละเทะ

~ 'out *v.i.* เททิ้งถังส้วม *(เช่นในคุก)*

~ 'over *v.i. (splash over)* หกออกมา

'slop basin *n. (Brit.)* *ภาชนะใส่ใบชาที่เททิ้งจากถ้วยต่าง ๆ ที่โต๊ะอาหาร*

slope /sləʊp/ซโลพ/ ❶ *n.* Ⓐ *(slant)* เนินลาด, ที่ลาดชัน; *(of river)* การลดระดับของแม่น้ำ; **there is a downward/upward ~ to the garden** สวนลาดลง/ขึ้น; **the house is built on a steep/gentle ~:** บ้านหลังนั้นสร้างบนเนินเขาที่ลาดชันมาก/เล็กน้อย; **the roof was at a ~ of 45°** หลังคานี้ลาดชันทำมุม 45°; **be on a** *or* **the ~:** *(ส.น.)* ลาดลง/ขึ้น; Ⓑ *(slanting ground)* พื้นที่ลาดเอียง; Ⓒ *(Skiing)* บริเวณลาดชันสำหรับเล่นสกี ❷ *v.i. (slant)* ลาดเอียง, เฉียง; **~ upwards/downwards** *(ถนน)* ลาดขึ้น/ลง ❸ *v.t.* ทำให้ลาดเอียง; ทำให้เฉียง, เอียง; **~ arms** *(Mil.)* วางปืนไรเฟิลในตำแหน่งเอียงพาดบ่า; **~ arms!** *(Mil.)* คำสั่งให้วางปืนไรเฟิลลงในตำแหน่งพาดเอียงกับบ่า, เรียบอาวุธ

~ a'way *v.i.* Ⓐ *(slant)* ลาดเท, ชัน; Ⓑ ➡ **~ off**

~ down *v.i.* ลาดลงไป, ชันลงไป, เทลงไป, เอียงลงไป

~ 'off *v.i. (coll.)* แอบหนีไปโดยไม่บอกใคร

~ 'up *v.i.* Ⓐ *(rise)* ลาดขึ้น, ชันขึ้น, เอียงขึ้น; Ⓑ *(approach casually)* เข้าหาอย่างไม่เป็นทางการ; **~ up to sb.** เข้ามาหา *ค.น.*

'slop pail *n.* ถังสำหรับส้วม; *(for kitchen slops)* ถังใส่เศษอาหาร

sloppily /ˈslɒpɪlɪ/ˈซลอพิลิ/ *adv.* Ⓐ *(carelessly)* อย่างสะเพร่า, อย่างไม่พิถีพิถัน, อย่างไม่ระมัดระวัง; **she speaks English rather ~:** เธอพูดภาษาอังกฤษอย่างไม่ระมัดระวัง; Ⓑ *(untidily)* อย่างไม่เรียบร้อย, อย่างยุ่งเหยิง; Ⓒ *(sentimentally)* อย่างซาบซึ้งเกินไป

sloppy /ˈslɒpɪ/ˈซลอพิ/ *adj.* Ⓐ *(careless)* สะเพร่า, ไม่พิถีพิถัน, ไม่ระมัดระวัง; Ⓑ *(untidy)* ไม่เรียบร้อย, ยุ่งเหยิง; Ⓒ *(splashed)* เปียกกระจัดกระจาย; Ⓓ *(sentimental)* ที่ซาบซึ้งใจเกินไป; **it's ~ to kiss Grandma at my age** ฉันโตเกินไปแล้วที่จะมาจูบคุณยาย

sloppy Joe /slɒpɪ ˈdʒəʊ/ซลอพิ ˈโจ/ *n.* เสื้อสเวตเตอร์สวมหัว ทรงหลวม ๆ สำหรับผู้หญิง

slops /slɒps/ซลอพซ/ *n. pl.* Ⓐ น้ำสกปรก; *(contents of bedroom or prison vessels)* อุจจาระและปัสสาวะจากถังส้วมในเรือนจำ; **empty the ~:** เทถังส้วมออกตอนเช้า; Ⓑ ➡ **slop** 3 A

slosh /slɒʃ/ซลอช/ ❶ *v.i. (ของเหลว)* เคลื่อนที่ไปมา *(ในถังน้ำ)* ❷ *v.t.* Ⓐ *(coll.: pour liquid clumsily)* เทอย่างหกเลอะเทอะ; Ⓑ *(coll.: pour liquid on)* ราดของเหลวลง; Ⓒ *(Brit. coll.: hit)* ตี, ต่อย, ชก ❸ *n.* Ⓐ ➡ **slush**; Ⓑ *(Brit. coll.: heavy blow)* การชกอย่างแรง

~ a'bout, ~ a'round ❶ *v.i.* Ⓐ *(splash about playfully)* สาดน้ำเล่นอย่างสนุกสนาน; Ⓑ *(slop about) (ของเหลว)* เคลื่อนที่ไปมา ❷ *v.t.* ทำให้น้ำสาดกระเซ็น

sloshed /slɒʃt/ซลอชท/ *adj. (Brit. coll.)* เมามาย

slot /slɒt/ซลอท/ ❶ *n.* Ⓐ *(hole)* รู, ช่องเล็ก ๆ; Ⓑ *(groove)* ช่องยาวกลวง *(บนผิวหน้าวัสดุแข็ง)*; **the ~ for a tenon** ช่องสำหรับตอกสลักลงไป; Ⓒ *(coll.: position)* ตำแหน่ง, ที่ตั้ง; Ⓓ *(coll.: in schedule)* ช่วงเวลา, จังหวะ; *(Radio, Telev.)* รายการวิทยุ, โทรทัศน์; **the news will go out in its usual ~ at 10 o'clock** ข่าวจะออกอากาศตามตารางเวลาปกติตอน 10 นาฬิกา ❷ *v.t.*, **-tt-** Ⓐ *(provide with holes)* เจาะรู, เจาะช่องเล็ก ๆ; *(provide with grooves)* เจาะเป็นช่องยาว ๆ; Ⓑ *(insert)* **~ sth. into place/sth.** สอด *ส.น.* เข้าที่ใน *ส.น.* ❸ *v.i.*, **-tt-:** **~ into place** *(lit. or fig.)* เข้าที่ถูกต้อง; **everything ~ted into place** *(fig.)* ทุกอย่างได้เข้าที่เข้าทาง

~ 'in ❶ *v.t.* สอดเข้าที่; **can you ~ me in at 10 o'clock?** *(fig.)* คุณสามารถจัดช่วง 10 นาฬิกาให้ฉันได้ไหม ❷ *v.i. (lit. or fig.)* เข้าที่ใน *ส.น.*

~ to'gether ❶ *v.t.* ประกอบเข้าด้วยกัน ❷ *v.i. (lit. or fig.)* ทำงานเข้าขากัน, เข้าที่เข้าทางกัน

sloth /sləʊθ/ซโลธ/ *n.* Ⓐ *no pl. (lethargy)* ความเกียจคร้าน, ความเฉื่อยชา; Ⓑ *(Zool.)* สัตว์เลี้ยงคล้ายลิง เลี้ยงลูกด้วยนมในสกุล *Bradypodidae* หรือ *Megalonychidae* ออกหากินกลางคืน

'sloth bear *n. (Zool.)* หมีสีดำขนาดใหญ่ *Melursus ursinus*

slothful /ˈsləʊθfl/ˈซโลธฟ'ล/ *adj.* ขี้เกียจ, เฉื่อยชา; **a life of ~ ease** ชีวิตง่าย ๆ แบบเรื่อย ๆ เฉื่อยชา; **develop ~ habits** พัฒนานิสัยเกียจคร้าน, รับเอานิสัยเกียจคร้านมา

slot: ~ machine *n.* Ⓐ *(vending machine)* ตู้ขายของอัตโนมัติ; Ⓑ *(Amer.)* ➡ **fruit machine**; **~ meter** *n.* มิเตอร์ชนิดหยอดเหรียญ

slouch /slaʊtʃ/ซลาวฉ/ ❶ *n.* Ⓐ *(posture)* ยืนเดินหรือนั่งในท่าไม่มีเรี่ยวแรงหรือในท่าคอตก; **walk with a ~:** เดินหลังงุ้มคอตก; Ⓑ *(coll.: lazy person)* คนขี้เกียจ; **be no ~ at sth.** ทำ *ส.น.* เก่ง; **he's no ~ at billiards/at geography** เขาเล่นบิลเลียด/รู้เรื่องภูมิศาสตร์เก่งทีเดียว ❷ *v.i.* Ⓐ ยืนเดินหรือนั่งในท่าไม่มีเรี่ยวแรง; **don't ~!** อย่าทำท่าหมดแรงอย่างนั้นสิ!; Ⓑ *(ungainly)* ดูเฉื่อยแฉะ, ดูงุ่มง่าม; **sit ~ed over one's desk** นั่งอย่างเฉื่อยแฉะอยู่ที่โต๊ะทำงาน

~ a'bout, ~ a'round *v.i.* นั่ง ๆ ยืน ๆ เกะกะโดยไม่ได้ทำอะไรจริงจัง

'slouch hat *n.* หมวกที่มีปีกกว้างใหญ่และบู้บี้

¹slough /slaʊ, US sluː/ซลาว, ซลู/ *n. (literary)* หนองน้ำที่มีโคลนตมเต็มไปหมด; ➡ + **despond** 2

²slough /slʌf/ซลัฟ/ ❶ *n.* Ⓐ *(Zool.)* คราบของสัตว์ที่ลอกออกมา *(งู)*; Ⓑ *(Med.)* สะเก็ดแผล ❷ *v.t. (Zool.; fig. abandon)* ลอกคราบ, ละทิ้ง *ส.น.*

~ 'off ➡ **²slough** 2

Slovak /sləˈvæk/ซเลอะˈแวค/ ❶ *adj.* แห่งเผ่าสโลวักหรือสาธารณรัฐสโลวัก; **sb. is ~:** *ค.น.* เป็นชาวสโลวัก; ➡ + **English** 1 ❷ *n.* Ⓐ *(person)* ชาวสโลวัก; Ⓑ *(language)* ภาษาสโลวัก; ➡ + **English** 2 A

Slovakia /sləˈvaːkɪə/ซเลอะˈวาเคีย/ *pr. n.* สาธารณรัฐสโลวัก

sloven /ˈslʌvn/ˈซลัว'น/ *n.* บุคคลสะเพร่า

Slovene /ˈsləʊviːn/ˈซโลวีน/ ❶ *adj.* แห่งสาธารณรัฐสโลวัก ❷ *n.* Ⓐ *(person)* ชาวสโลวีน; Ⓑ *(language)* ภาษาของชาวสโลวีน

Slovenia /sləˈviːnɪə/ซเลอะˈวีเนีย/ *pr. n.* ประเทศสโลเวเนีย

Slovenian /sləˈviːnɪən/ซเลอะˈวีเนียน/ ➡ **Slovene**

slovenliness /ˈslʌvnlɪnɪs/ˈซลัว'นลินิซ/ *n., no pl.* ความสะเพร่า, ความไม่เรียบร้อย

slovenly /ˈslʌvnlɪ/ˈซลัว'นลิ/ ❶ *adj.* ไม่เรียบร้อย, สะเพร่า; **be a ~ dresser** เป็นคนที่แต่งตัวไม่เรียบร้อย ❷ *adv.* อย่างไม่เรียบร้อย, อย่างสะเพร่า

slow /sləʊ/ซโล/ ❶ *adj.* Ⓐ ช้า; **~ and steady wins the race, ~ and sure does it** ทำช้า ๆ แต่เรื่อย ๆ ก็จะประสบความสำเร็จในที่สุด; **~ but sure** ช้าแต่แน่นอน; Ⓑ *(gradual)* ช้า ๆ, ค่อย ๆ เป็นค่อย ๆ ไป; **make a ~ recovery from one's illness** ค่อย ๆ ฟื้นตัวจากความเจ็บป่วย; **be ~ in doing sth.** ทำ *ส.น.* ช้า ๆ; **get off to a ~ start** เริ่มต้นทำช้า ๆ; **make ~ progress [in** *or* **at** *or* **with sth.]** ก้าวหน้าไปอย่างช้า ๆ ใน *ส.น.*; ➡ + **going** 1 B; Ⓒ ➤ **177 be ~ [by ten minutes], be [ten minutes] ~** *(นาฬิกา)* ช้าไปสิบนาที; Ⓓ *(preventing quick motion) (ถนน)* ต้องขับช้า ๆ; Ⓔ *(tardy)* **[not] be ~ to do sth.** [ไม่] ช้าในการทำ *ส.น.*; Ⓕ *(not easily roused)* **be ~ to anger/to take offence** ไม่ขี้โมโห/ขี้ใจน้อย; Ⓖ *(dull-witted)* หัวช้า; **be ~ at mathematics** หัวช้าในเรื่องคณิตศาสตร์; **be ~ [to understand]** เข้าใจได้ช้า; **be ~ of speech** เป็นคนพูดช้า; ➡ + **uptake**; Ⓗ *(burning feebly) (ไฟ)* อ่อน ๆ; Ⓙ *(Commerc.) (ธุรกิจ)* ซบเซา; Ⓚ *(not hot)* **bake in a ~ oven** อบในเตาอบที่ไฟอ่อน; Ⓛ *(Photog.) (ฟิล์ม)* ที่ต้องการแสงมากกว่าปกติ; เลนส์ที่มีรูรับแสงเล็ก; Ⓜ **~ court** *(Tennis)*/**~ wicket** *(Cricket)* ลานเทนนิส/คริกเกตที่นุ่มและทำให้ลูกกระเด้งช้า ❷ *adv.* ในอัตราที่ช้า, อย่างช้า, ช้า ๆ; **go ~:** ไปอย่างช้า ๆ; *(Brit. Industry)* ทำงานตามระเบียบโดยไม่มี โอ.ที. เพื่อประท้วง

S

❸ *v.i.* ลดความเร็วลง; **we ~ed to a gentle walk** เราลดความเร็วลงจนกลายเป็นเดินช้า ๆ; **~ to a halt** ช้าลงและหยุด
❹ *v.t.* **~ a train/car** ลดความเร็วของรถไฟ/รถยนต์ลง; **the accident ~ed traffic to a crawl** อุบัติเหตุทำให้การจราจรช้าลงจนต้องคืบคลานไป
~ 'down ❶ *v.i.* Ⓐ ช้าลง, ชะลอ; *(in working/speaking)* พูด/ทำงานช้าลง; *(ผลิต)* น้อยลง; Ⓑ *(reduce pace of living)* ดำเนินชีวิตอย่างช้าลง; **have to ~ down after a heart attack** ต้องลดหย่อนการทำงานลงหลังเป็นโรคหัวใจ ❷ *v.t.* ทำให้ช้าลง, เพลาความเร็วลงไป, ชะลอ; **the driver ~ed the car/train down** คนขับชะลอความเร็วรถ/รถไฟลง; **~ down one's pace of living** ลดความเร่งรีบในการดำเนินชีวิตลง; **[You can't help me.] You'd only ~ me down** [คุณช่วยฉันไม่ได้หรอก] คุณแค่จะทำให้ฉันทำงานช้าลง; **his illness has ~ed him down a lot** ความเจ็บป่วยของเขาทำให้เขาช้าลงไปมาก; ➡ **+ slow-down**
~ 'up ➡ **~ down**
slow: ~ 'bowler *n. (Cricket)* คนโยนลูกช้า; **~coach** *n.* คนเชื่องช้า; **~down** *n.* Ⓐ *(deceleration)* การลดความเร็วลง, ชะลอ **(in** ใน); *(in birth, death, inflation rate, output, production, number)* การลดอัตรา **(in** ของ); **there's been a ~down in the number of ...:** ได้มีการลดลงในจำนวนของ...; Ⓑ *(go-slow)* ทำงานช้า ๆ เป็นการประท้วง; **~ 'handclap** *n. (Brit.)* การตบมือช้า ๆ *(แสดงความไม่พอใจ)*
slowly /'sləʊlɪ/'ซโลลิ/ *adv.* อย่างช้า; **~ but surely** ทำอย่างช้า ๆ แต่แน่นอน
slow: ~ 'march *n. (Mil.)* การเดินสวนสนามในจังหวะช้า ๆ; **~ match** *n.* ไม้ขีดไฟที่ลุกไหม้ช้า *(ใช้ในการจุดวัตถุระเบิด)*; **~ 'motion** *n. (Cinemat.)* ภาพช้า; **in ~ motion** เป็นภาพช้า; **~ motion replay** *(Sport)* การฉายเทปซ้ำให้ดูภาพช้า; **~-moving** *adj.* Ⓐ ที่เคลื่อนตัวไปช้า ๆ; Ⓑ *(Commerc.)* ซบเซา; **be ~-moving** อยู่ในภาวะซบเซา
slowness /'sləʊnɪs/'ซโลนิซ/ *n., no pl.* Ⓐ ความช้า, ความเชื่องช้า; Ⓑ *(gradualness)* ความค่อยเป็นค่อยไป; *(of search, work)* ความช้า; Ⓒ *(slackness)* ความเชื่องช้า; **his ~ to react** *or* **in reacting** เขามีปฏิกิริยาตอบสนองที่เชื่องช้า; Ⓓ *(stupidity)* การคิดช้า, หัวช้า; **~ [of comprehension/mind/wit]** ความเข้าใจ/ความรู้สึกนึกคิด/ความมีไหวพริบไม่ว่องไว; Ⓔ *(dullness)* ความเฉื่อยชา, ความน่าเบื่อ
slow: ~ 'poison ➡ **poison 1**; **~poke** *(Amer.)* ➡ **slowcoach**; **~ 'puncture** *n. รูรั่วซึมในยางรถยนต์ที่ทำให้ยางค่อย ๆ แบน*; **~-witted** /sləʊ'wɪtɪd/ซโลวิทิด/ *adj.* รับรู้ได้ช้า; **~worm** *n. (Zool.)* กิ้งก่าง *(สัตว์เลื้อยคลานไม่มีขา ประเทศไทยมี 1 ชนิด ได้แก่* Burmese Slowworm*)*
SLR *abbr. (Photog.)* **single-lens reflex**
slub /slʌb/ซลับ/ *n. (Textiles)* ม้วนเส้นใยหรือด้าย
sludge /slʌdʒ/ซลัจ/ *n.* Ⓐ *(mud)* ขี้โคลน, โคลนตม; Ⓑ *(sediment)* ตะกอนทับถม; Ⓒ *(Motor Veh.) ตะกอนน้ำมันอุดตันในท่อเผาไหม้ภายในของเครื่องยนต์*; Ⓓ *(sewage)* น้ำเสีย, น้ำทิ้ง
¹slug /slʌg/ซลัก/ *n.* Ⓐ *(Zool.)* ทาก; Ⓑ *(bullet)* ลูกปืน, ลูกกระสุนที่มีรูปร่างผิดปกติ; Ⓒ *(for airgun)* ลูกปืนอัดลม; Ⓓ *(lump of metal)* ก้อนโลหะที่มีรูปกลม ๆ; **a ~ of gold/platinum/silver** *etc.* ก้อนทอง/แพลตินั่ม/เงิน ฯลฯ; Ⓔ *(Amer.: tot of liquor)* **a ~ of whisky/rum** วิสกี้/รัมหนึ่งเป๊ก Ⓕ *(Printing) (bar)* แผ่นเหล็กใช้ในการเว้นวรรค; *(line)* แถวพิมพ์ในการพิมพ์แบบไลโนไทป์
²slug *(Amer.: hit)* ❶ *v.t.* **-gg-** ตีอย่างแรง ❷ *n.* การตีอย่างแรง; **give sb. a ~:** ตี *ค.น.* อย่างแรง
~ 'out *v.t.* **~ it out** ต่อสู้ *หรือ* ดิ้นรนจนกว่าจะได้ข้อสรุป; **the boys were ~ging it out to decide who ...:** พวกเด็กชายกำลังต่อสู้กันเพื่อตัดสินว่าใคร...
sluggard /'slʌgəd/'ซลักเกิด/ *n.* คนเกียจคร้าน เชื่องช้า; *(lacking in speed)* คนเชื่องช้า
sluggish /'slʌgɪʃ/'ซลักกิช/ *adj.* เฉื่อย, ไม่กระฉับกระเฉง, เคลื่อนไหวช้า; *(Commerc.)* อืด, ซบเซา
sluggishly /'slʌgɪʃlɪ/'ซลักกิชลิ/ *adv.* อย่างเฉื่อย, อย่างไม่กระฉับกระเฉง, อย่างไม่เคลื่อนไหว; *(Commerc.)* อย่างอืด, อย่างซบเซา
sluice /slu:s/ซลูซ/ ❶ *n.* Ⓐ *(Hydraulic Engin.)* ประตูน้ำ; Ⓑ *(water)* น้ำที่ [ไหลผ่านประตูน้ำ]; Ⓒ ➡ **sluiceway**; Ⓓ *(rinsing)* **give sb./sth. a ~ [down]** *(with hose)* อาบน้ำ *ค.น.*/ล้าง *ส.น.*; *(with bucket)* สาดน้ำ *ค.น./ส.น.* ❷ *v.t.* Ⓐ *(Hydraulic Engin.)* ปล่อยน้ำออกไปจากประตูกั้นน้ำ; Ⓑ *(provide with sluices)* สร้างประตูกั้นน้ำ; Ⓒ *(Mining)* ฉีดน้ำล้างแร่; Ⓓ **~ [down]** *(douse) (with hose)* ฉีดน้ำด้วยท่อสายยาง
~ a'way *v.t.* ใช้กระแสน้ำล้างหรือขับไล่ออกไป; *(with hose)* ใช้สายยางฉีดน้ำไล่
~ 'out *v.t.* ล้างออกด้วยน้ำ; *(with hose)* ฉีดออกด้วยสายยาง
sluice: ~ gate *n. (Hydraulic Engin.)* ประตูน้ำ; **~ valve** *n. (Hydraulic Engin.)* ลิ้นปิดเปิดประตูน้ำ; **~way** *n.* Ⓐ *(Hydraulic Engin.: channel for sluice)* รางน้ำไหลที่ใช้กับประตูน้ำ; Ⓑ *(Mining)* การฉีดล้างแร่
slum /slʌm/ซลัม/ ❶ *n.* ชุมชนแออัด, สลัม *(ท.ศ.)*; *(single house or apartment)* บ้านหรืออพาร์ทเมนท์ที่อยู่ในสภาพโทรมมาก ❷ *v.i.,* **-mm-: go ~ming** เข้าไปในชุมชนแออัด; *(fig.)* ไปอยู่อย่างเละเทะโทรม ๆ ❸ *v.t.,* **-mm-: ~ it** อยู่ในสภาพที่ไม่สะดวกสบายเหมือนปกติ
slumber /'slʌmbə(r)/'ซลัมเบอะ(ร)/ *(poet./rhet.)* ❶ *n. (lit or fig.)* **~[s]** การหลับ; **fall into a light/long ~:** หลับไปอย่างไม่ค่อยสนิท/หลับไปเป็นเวลายาวนาน; **be in a ~** *(fig.)* จำศีล, กบดาน, หลับไม่ตื่น ❷ *v.i. (lit. or fig.)* หลับ
~ a'way *v.t.* นอนสบายไปเรื่อย
slumberous /'slʌmbərəs/'ซลัมเบอะเริซ/ *adj. (poet./rhet.)* Ⓐ *(sleepy)* ที่ง่วงนอน, หาวนอน; Ⓑ *(sleep-inducing)* กล่อมให้ง่วงนอน, ที่ทำให้หลับ
'slumberwear *n. (Commerc.)* สินค้าจำพวกชุดนอน
slumbrous /'slʌmbrəs/'ซลัมเบริซ/ ➡ **slumberous**
'slum clearance *n.* การรื้อชุมชนแออัด
slumlord /'slʌmlɔ:d/'ซลัมลอด/ *n. Amer.* เจ้าของที่ดินที่เป็นชุมชนแออัด
slummy /'slʌmɪ/'ซลัมมิ/ *adj.* อย่างแออัด, อย่างโทรม ๆ
slump /slʌmp/ซลัมพฺ/ ❶ *n. ภาวะราคาต่ำอย่างต่อเนื่องของราคา หรือ คุณค่า*; *(in demand, investment, sales, production)* การลดลงอย่างฮวบฮาบ **(in** ของ); *(economic depression)* ความฝืดเคืองทางเศรษฐกิจ; *(in morale, interest, popularity)* การเสื่อมลง **(in)**; **~ in prices** ราคาตกต่ำลงอย่างมาก ❷ *v.i.* Ⓐ *(Commerc.) (ราคา)* ตกต่ำมาก; *(มูลค่า)* ลดลงอย่างมาก; **the economy ~ed** เศรษฐกิจตกต่ำลงมาก; Ⓑ *(be diminished) (ความนิยม, ความมุ่งมั่น, ฯลฯ)* เสื่อมสลายไป, หายไป; Ⓒ *(collapse)* ทรุดลงไป, ล้มลงไป; **they found him ~ed over the table/in his chair/on the floor** พวกเขาพบเขาทรุดตัวอยู่กับโต๊ะ/ในเก้าอี้ของเขา/กองอยู่บนพื้น
~ 'down *v.i.* ทรุดลง, ตกต่ำลง
slung ➡ **¹sling 2**
slunk ➡ **slink**
slur /slɜ:(r)/ซเลอ(ร)/ ❶ *v.t,* **-rr-: ~ one's words/speech** พูดรัวเร็วจนลิ้นพันกัน, พูดไม่ชัด; **~red speech** การพูดรัว, การพูดไม่ชัด ❷ *v.i.,* **-rr-: his speech began to ~:** เขาเริ่มพูดไม่ชัด ❸ *n.* Ⓐ *(stigma)* ความอัปยศ, ความเสื่อมเสียชื่อเสียง, ความฉาวโฉ่ **(on** ต่อ); *(imputation)* การกล่าวหา; *(insult)* การหมิ่นหยาม **(on** ต่อ); **cast a ~ on sb./sth.** ดูหมิ่น *ค.น./ส.น.*; **it's a/no ~ on his reputation** มันเป็นการเสื่อมเสีย/ไม่เสื่อมเสียต่อชื่อเสียงของเขา; Ⓑ *(Mus.)* การเล่นโน้ตดนตรีควบ
slurp /slɜ:p/ซเลิพ/ *(coll.)* ❶ *v.t.* **~ [up]** ดื่ม/กินเสียงดัง ❷ *n.* เสียงการซด/กินที่ดัง; **drink one's juice in three big ~s** ซดน้ำผลไม้หมดถ้วยสามอึกใหญ่ ๆ; **drink [one's beer] with a ~:** ซดเบียร์เข้าไปอึกใหญ่
slurry /'slʌrɪ/'ซเลอริ/ *n.* Ⓐ *(liquid cement)* ปูนซีเมนต์เหลว; Ⓑ *(suspension)* สารแขวนลอย; Ⓒ *(thin mud)* โคลนเหลว; Ⓓ *(Mining)* ส่วนที่เหลือจากการทำความสะอาดเหมือง *(เป็นส่วนผสมของน้ำกับอนุภาคของถ่านหิน)*; Ⓔ *(Agric.)* อินทรีย์เหลว
slush /slʌʃ/ซลัช/ *n.* Ⓐ *(thawing snow)* หิมะที่เริ่มละลาย; Ⓑ *(fig. derog.: sentiment)* ความรู้สึกซาบซึ้งมากเกินไป
'slush fund *n.* เงินทุนไว้ใช้ในการติดสินบน
slushy /'slʌʃɪ/'ซลัชชิ/ *adj.* Ⓐ *(wet)* เปียก, แฉะ, เป็นน้ำ; Ⓑ *(derog.: sloppy)* อ่อนไหว, ขี้แย, เจ้าน้ำตา
slut /slʌt/ซลัท/ *n.* ผู้หญิงสกปรกเกียจคร้าน, ผู้หญิงส่ำส่อน
sluttish /'slʌtɪʃ/'ซลัททิช/ *adj.* สกปรกเกียจคร้าน, ส่ำส่อน
sly /slaɪ/ซลาย/ ❶ *adj.* Ⓐ *(crafty)* เจ้าเล่ห์, เจ้ามายา, แสนกล; **he is a ~ one** *or* **type** *or* **customer** เขาเป็นคนเจ้าเล่ห์; Ⓑ *(secretive)* ทำอะไรลับ ๆ, ทำอะไรหลบ ๆ ซ่อน ๆ; **what a ~ one he is!** เขาช่างเป็นคนลึกลับ; **a ~ dog** *(fig. coll.)* คนลึกลับ; Ⓒ *(knowing) (การมอง, การยิ้ม)* รู้มากกว่าที่บอก ❷ *n.* **on the ~:** อย่างลึกลับ, อย่างเงียบ ๆ; **he is a womanizer on the ~:** เขาเป็นพรานล่าผู้หญิงอย่างเงียบ ๆ
'slyboots /'slaɪbu:ts/'ซลายบูทซฺ/ *n. sing (coll.)* คนมีลับลมคมใน, คนชอบทำอะไรเงียบ ๆ; *(secretive person)* คนที่ชอบทำอะไรลับ ๆ
slyly /'slaɪlɪ/'ซลายลิ/ *adv.* Ⓐ *(craftily)* อย่างมีเล่ห์กล; Ⓑ *(secretively)* อย่างลับ ๆ; Ⓒ *(knowingly)* อย่างรู้มาก
S & M *n. abbr.* **sadomasochism**
¹smack /smæk/ซแมค/ ❶ *n.* Ⓐ *(flavour)* รสชาติ; *(smell)* กลิ่น; Ⓑ *(trace)* ร่องรอย ❷ *v.i.* **~ of** *(taste of)* มีรสชาติของ; *(smell of)* มีกลิ่นของ; *(fig.)* มีลักษณะของ

S

²smack ❶ *n.* Ⓐ *(sound)* เสียงตี, เสียงตบ; *(of lips)* จูบเสียงดัง; *(of hand, stick)* การตี, การตบ; Ⓑ *(blow)* การฟาดอย่างแรง; *(on child's bottom)* การตี; **a ~ in the face** การตบหน้า; **a ~ in the eye** *or* **face** *(fig.)* การปฏิเสธ; Ⓒ *(coll.: attempt)* **have a ~ at sth.** มีความพยายามใน *ส.น.*; **he had a ~ at the world record** เขาพยายามที่จะทำสถิติโลก; **have a ~ at doing sth.** พยายามทำ *ส.น.*; Ⓓ *(loud kiss)* การจูบเสียงดัง
❷ *v.t.* Ⓐ *(slap)* ตบ, ตี; *(lightly)* ตีเบา ๆ; **~ sb.'s face/bottom/hand** ตบหน้า/ก้น/มือ *ค.น.*; **I'll ~ your bottom!** ฉันจะตีก้นแก; Ⓑ **~ one's lips** ทำปากซี้ดซ๊าดแสดงถึงความกระตือรือร้น; Ⓒ *(propel)* ตีพุ่งไป
❸ *v.i.* **~ into the net/wall** ตีพุ่งเข้าข่าย/ชนกำแพง; **I ~ed into him** ฉันวิ่งไปชนเขา
❹ *adv.* Ⓐ *(coll.: with a smack)* **go ~ into a lamp post** ชนเสาไฟดังเปรี้ยง; Ⓑ *(exactly)* ตรงเผง, ตรงเป้า

³smack *n. (sl. heroin)* เฮโรอีน

⁴smack *n. (Naut.)* เรือใบที่มีเสากระโดงเดียว *(ใช้แล่นเลียบชายฝั่งหรือหาปลา)*

smacker /'smækə(r)/'ชแมเคอะ(ร)/ *n. (coll.)* Ⓐ *(loud kiss)* จูบเสียงดัง; Ⓑ *(blow)* การตี/ชกเสียงดัง; **give** *or* **deal sb. a ~ on the nose** ตี *หรือ* ชกจมูก *ค.น.*; Ⓒ *(Brit.: £1)* หนึ่งปอนด์; Ⓓ *(Amer.: $1)* หนึ่งดอลลาร์

small /smɔːl/ชมอล/ ❶ *adj.* Ⓐ ➤ **426** *(in size)* เล็ก; *(พื้นที่)* คับแคบ; *(เสียง)* ค่อย; **I'm afraid I've nothing ~er** ฉันขอโทษแต่ไม่มีเศษที่เล็กกว่านี้; **it's a ~ world** โลกแคบ; **they came in ~ numbers** เขาทยอยกันมาเป็นกลุ่มย่อย ๆ; **the ~est room** *(fig. coll. euphem.)* ห้องสุขา; ➡ **+ hour** B; **still** 1 E; Ⓑ *attrib. (~-scale)* *(ธุรกิจ)* ขนาดเล็ก; *(การเพิ่มขึ้น)* ในอัตราต่ำ; *(ผู้ถือหุ้น, ลูกค้า)* รายย่อย; ➡ **+ way** 1 K; Ⓒ *(young, not fully grown)* เยาว์, อ่อนวัย, ยังเด็ก, ยังไม่โต; ➡ **+ ²fry**; Ⓓ *(of the ~er kind)* ขนาดเล็ก; **~ letter** อักษรตัวเล็ก; **spell with a ~ letter** เขียนด้วยอักษรตัวเล็ก; **feel ~** *(fig.)* รู้สึกว่าถูกเหยียดหยาม, รู้สึกด้อยกว่า; **look ~** *(fig.)* ดูไม่มีความหมาย; **make sb. feel/look ~** *(fig.)* ทำให้ *ค.น.* รู้สึกว่าตัวต่ำต้อย/ไม่มีความหมาย; ➡ **+ ²arm** 1 A; **beer; circle** 1 A; **intestine; mercy** 1 B; **²slam** A; Ⓔ *(not much)* น้อย, ไม่มาก, นิดหน่อย, เล็กน้อย, จิ๊บจ๊อย; **it's ~ comfort** มันช่วยได้น้อยมาก; **demand for/interest in the product was ~:** ไม่ค่อยมีใครต้องการ/สนใจผลิตภัณฑ์เท่าไรนัก; **have ~ cause for sth./to do sth.** มีสาเหตุน้อยมากสำหรับ *ส.น.*/ที่จะทำ *ส.น.*; **[it's] ~ wonder** ไม่น่าแปลกใจ; **no ~ excitement/feat** น่าตื่นเต้น/ความกล้าสามารถไม่น้อยเลย; Ⓕ *(trifling)* มีค่าน้อย, จุกจิก; **we have a few ~ matters/points/problems to clear up before ...:** เรามีเรื่อง/จุด/ปัญหาจุกจิกอีกสองสามเรื่องที่จะต้องสะสางก่อน...; Ⓖ *(minor)* รอง, เป็นอันดับสอง, เล็ก; **great and ~:** ทั้งใหญ่และเล็ก; Ⓗ *(petty)* แคบ, ไม่กว้าง; **have a ~ mind** ใจแคบ; Ⓘ *(fine)* ละเอียด
❷ *n. (Anat.)* **~ of the back** ส่วนล่างของหลัง; ➡ **+ smalls**
❸ *adv.* นิดหน่อย, ไม่มาก, เล็ก ๆ น้อย ๆ

small: **~ 'ad** *n. (coll.)* โฆษณาย่อย; **the ~ ads section/pages/column** ส่วน/หน้า/คอลัมน์โฆษณาย่อย; **~-bore** *adj. (Arms)* *(ปืน)* กระบอกเล็ก, ลำกล้องเล็ก; **~ 'capital** *n. (Printing)* *ตัวหนังสือใหญ่พิมพ์ขนาดเท่าตัวพิมพ์เล็ก*; **~ 'change** *n., no pl. no indef. art.* Ⓐ *(coins)* เศษเหรียญ; Ⓑ *(remarks)* ข้อสังเกตไร้สาระ; *(business)* ธุรกิจขนาดเล็ก; **~ 'claim** *n. (Law)* *การฟ้องแพ่งในกรณีที่เรียกค่าเสียหายจำนวนไม่มาก*; **~ 'claims court** *n. (Law)* *ศาลแพ่งท้องถิ่นที่พิจารณาคดีที่เรียกร้องค่าปรับไหมจำนวนไม่มาก*; **~ craft** *n. pl. (Naut.)* เรือขนาดเล็กทั้งหลาย; **~ goods** *n. pl. (Austral.)* *อาหารประเภทเนื้อหั่นแล้ว หมูแฮม ซาลามี่ ไส้กรอก*; **~holder** *n.* ➤ **489** *(Brit. Agric.)* เกษตรกรรายย่อย; **~holding** *n. (Brit. Agric.)* เกษตรกรรมขนาดย่อม; **~ hours** *n. pl.* ช่วงตีหนึ่งตีสอง; **in the (wee) ~** ในช่วงตีหนึ่งตีสอง

smallish /'smɔːlɪʃ/'ชมอลิช/ *adj.* ค่อนข้างเล็ก/น้อย, ค่อนข้างแคบ, ไม่มากนัก

small: **~-'minded** *adj.* ใจแคบ; **~-mindedness** /smɔːl'maɪndɪdnɪs/ชมอล'มายนฺดิดนิซ/ *n.* การมีจิตใจคับแคบ

smallness /'smɔːlnɪs/'ชมอลนิซ/ *n., no pl.* Ⓐ ความเล็ก; *(of waist)* ความคอด; *(of income, amount, stock)* ความน้อยนิด; Ⓑ *(pettiness)* ความคับแคบ, ความใจแคบ; **~ of mind** การมีจิตใจคับแคบ; ➡ **small-mindedness**

small: **~pox** *n.* ➤ **453** *(Med.)* ฝีดาษ, ไข้ทรพิษ; **~ 'print** *n. (lit.)* สิ่งตีพิมพ์ด้วยตัวอักษรขนาดเล็ก; *(fig.)* ข้อความ *(ในสัญญา/โฆษณา)* ซึ่งพิมพ์ตัวเล็ก เพื่อไม่ให้ลูกค้าอ่านได้สะดวก

smalls /smɔːlz/ชมอลซฺ/ *n. pl. (Brit. coll.)* เสื้อชั้นใน

small: **~-scale** *attrib. adj.* *(บริษัท, ปัญหา, กิจกรรม)* ขนาดเล็ก; *(การสู้รบ)* ในวงแคบ; *(ผู้รับเหมา, เกษตรกร)* รายย่อย; **~ 'screen** *n. (Telev.)* โทรทัศน์; **~-size** ➡ **-size**; **~ talk** *n.* การสนทนาเรื่องสัพเพเหระ; *(at parties)* การสนทนาเล่น ๆ ไร้สาระ; **engage in** *or* **make ~ talk [with sb.]** คุยเรื่องสัพเพเหระ [กับ *ค.น.*]; **sb. has no ~ talk** *ค.น.* พูดคุยเรื่องไร้สาระไม่เป็น; **~-time** *attrib. adj. (coll.)* ไม่สำคัญ, จิ๊บจ๊อย; **~-time crook** คนฉ้อโกงจิ๊บจ๊อย; **~-town** *attrib. adj.* *(มุมมอง, ทัศนคติ)* ชาวบ้านมาก, เชย

smarm /smaːm/ชมาม/ *v.i. (coll.)* เยินยอ, ยกย่องอย่างไม่จริงใจ; **~ to sb.** ยกย่อง *ค.น.* จนเกินไป; **~ over sb.** สรรเสริญเยินยอ *ค.น.* อย่างไม่จริงใจ
~ 'down *v.t.* **~ down one's hair** ใส่ครีมหรือน้ำมันให้ผมเรียบแปล้

smarmy /'smɑːmɪ/'ชมามิ/ *adj.* ประจบประแจงเพื่อหวังผลตอบแทน, สรรเสริญเยินยออย่างไม่จริงใจ; **her ~ approaches** การประจบประแจงของเธอ; **he's so ~:** เขาช่างประจบประแจง

smart /smɑːt/ชมาท/ ❶ *adj.* Ⓐ *(clever)* มีเชาวน์, ฉลาด, ปัญญาไว; *(ingenious)* ไหวพริบดี; *(accomplished)* มีความสามารถ, มีคุณสมบัติสมบูรณ์พร้อม; **get ~** *(Amer. coll.)* เริ่มตื่นตัวรับรู้; **act** *or* **get ~ with sb.** *(Amer. coll.)* เริ่มทำเป็นรู้มากกับ *ค.น.*; **~ money** *(Finance)* เงินลงทุนโดยผู้เชี่ยวชาญจริง ๆ; Ⓑ *(neat)* สมาร์ท *(ท.ศ.)*, เนี้ยบ, เท่; **keep sth. ~:** รักษา *ส.น.* ให้อยู่ในสภาพดี; **he made a ~ job of it** เขาทำงานได้เนี้ยบเรียบร้อย; Ⓒ *attrib. (fashionable)* ทันสมัย, เท่, สง่างาม; **the ~ set** กลุ่มคนที่ทันสมัย; พวกไฮโซ *(ภ.พ.)*; Ⓓ *(vigorous)* *(การตี)* แรง; *(ความเจ็บปวด)* ที่ทิ่มแทง; Ⓔ *(prompt)* พร้อมสรรพ, เร็ว ๆ; **look ~:** ดูพร้อมสรรพ; Ⓕ *attrib. (dishonest)* *(พฤติกรรม, วิธีการ)* แกมโกง, ไม่ซื่อสัตย์; Ⓖ *attrib. (unscrupulous)* เหลี่ยมจัด, มีเล่ห์เหลี่ยม, มีเลศนัยแอบแฝง
❷ *adv.* ➡ **smartly**
❸ *v.i.* รู้สึกเจ็บปวด, ระบม; **I/my leg ~ed with pain** ฉัน/ขาฉันรู้สึกเจ็บปวดมาก; **his vanity/pride ~ed** *(fig.)* ความรู้สึกหยิ่งผยอง/ความภาคภูมิใจในตนเองของเขาถูกทำลายพอสมควร; **she ~ed from his remarks** ข้อสังเกตของเขาทำให้เธอรู้สึกปวดร้าว; **~ under sth.** *(fig.)* รู้สึกเจ็บปวดเพราะ *ส.น.*
❹ *n. (lit. or fig.)* ความเจ็บปวดอย่างลึกซึ้ง; *(from wound, ointment)* *(แผล)* ระบม, ปวด; *(แผล)* แสบ *(จากยาทา)*; *(from pain)* เจ็บปวด

smart: **~ alec[k], ~ alick** /smɑːt 'ælɪk/ชมาท 'แอลิค/ *(coll. derog.)* ❶ *ns.* คนรู้มาก ❷ *attrib. adjs.* อวดรู้, รู้มาก; **~arse** *(Amer.)* **~ass** *(sl.)* ❶ *ns.* คนอวดฉลาด, คนรู้หมด ❷ *attrib. adjs.* ทำเป็นรู้หมด; **~ bomb** *n.* ระเบิดที่บังคับด้วยคลื่นวิทยุหรือลำแสงเลเซอร์; **~ card** *n.* บัตรที่มีไมโครชิปเก็บข้อมูลได้, บัตรสมาร์ทการ์ด *(ท.ศ.)*; **~ drug** *n.* ยาที่อ้างว่าเพิ่มความฉลาดของผู้บริโภค

smarten /'smɑːtn/'ชมาท'น/ ❶ *v.t.* Ⓐ *(make spruce)* ทำให้ดูเรียบร้อยสวยงาม, ทำให้ดูเท่; **she ~ed her appearance** เธอปรับบุคลิกให้ดูโก้เก๋; **he ~ed his hair/clothes** เขาทำผม/แต่งตัวอย่างประณีตเรียบร้อย; **~ oneself** *(tidy up)* แต่งตัวปรับบุคลิกของตนให้ดูประณีตเรียบร้อย; *(dress up)* แต่งตัวให้ดูโก้เก๋; *(improve appearance in general)* ปรับปรุงบุคลิกภาพโดยทั่วไป; Ⓑ *(accelerate)* **~ one's pace** เร่งฝีเท้า
❷ *v.i.* **the pace ~ed** ฝีเท้าเร่งเร็วขึ้น, จังหวะเร่งเร็วขึ้น
~ 'up ❶ *v.t.* Ⓐ ➡ **~** 1 A; Ⓑ *(fig.)* **~ up one's ideas** ปรับความคิดความอ่านของตนให้ฉลาดกว้างไกลขึ้น ❷ *v.i. (tidy up)* ทำให้ประณีตเรียบร้อย, ทำให้เนี้ยบ, ทำให้ดูดีมีรสนิยม; *(dress up)* แต่งตัวให้ดูสวยงาม; *(improve appearance in general)* ปรับปรุงบุคลิกภาพโดยทั่วไป; **the hotel/town has ~ed up a great deal** โรงแรม/เมืองนี้ได้รับการปรับปรุงให้ดูดีขึ้นมากทีเดียว

smartish /'smɑːtɪʃ/'ชมาทิช/ ❶ *adj. (fairly neat)* เรียบร้อยพอใช้; *(fairly prompt)* เร็ว ๆ หน่อย ❷ *adv.* **[pretty] ~:** [ค่อนข้าง] เร็ว

smartly /'smɑːtlɪ/'ชมาทลิ/ *adv.* Ⓐ *(cleverly)* อย่างฉลาด; *(in a know-all way)* อย่างรอบรู้ไปหมด; **that was ~ put** นั่นเป็นวิธีพูดที่ฉลาด, เป็นการพูดเข้าท่าทีเดียว; Ⓑ *(neatly)* อย่างประณีตเรียบร้อย; Ⓒ *(fashionably)* อย่างทันสมัย, อย่างโก้เก๋, อย่างนำแฟชั่น, อย่างเท่; Ⓓ *(vigorously)* อย่างแรง; *(sharply)* อย่างคมเข้ม, อย่างแหลมคม; **set off ~ down the road** ออกเดินไปตามถนนอย่างเร่งรีบ; Ⓔ *(promptly)* อย่างพร้อมสรรพ, อย่างทันทีทันใด

smart money *n.* **the ~ is on ...** ผู้เชี่ยวชาญเชื่อว่า...

smartness /'smɑːtnɪs/'ชมาทนิซ/ *n., no pl.* Ⓐ *(cleverness)* ความเฉลียวฉลาด, ความมีเชาวน์, ความมีปัญญา; *(attitude of know-all)* ความเป็นพหูสูต; Ⓑ *(neatness)* ความประณีต; **~ [of appearance]** บุคลิกดี, บุคลิกเท่; Ⓒ *(vigour)* ความแรง; *(sharpness)* ความคมสัน; **~ of pace** ความเดินหน้าอย่างเร็ว; Ⓓ *(promptness)* ความพร้อมสรรพ, ความเพียบพร้อม

S

smarty /ˈsmɑːtɪ/ˈซมาทิ/: ~**-boots**, ~**-pants** *ns. sing.* ➡ **smart aleck** 1

smash /smæʃ/ซแมช/ ❶ *v.t.* Ⓐ *(break)* ทุบแตกเป็นชิ้น ๆ, ป่นให้เป็นจุณ; ~ **sth. against the wall/down on the floor** ฟาด *ส.น.* เข้ากับกำแพง/ลงบนพื้นจนแตกกระจาย; ~ **one's hand /arm/leg** ทำให้มือ/แขน/ขาของตนหัก; ~ **sth. to pieces** ทุบ *ส.น.* แตกกระจาย; Ⓑ *(defeat)* เอาชนะ *(ศัตรู, ฝ่ายค้าน)*; ทำลาย *(ศัตรู, กลุ่มต่อต้าน)*; *(in games)* ชนะการแข่งขัน; ทำลาย *(สถิติ)*; Ⓒ *(hit hard)* ~ **sb. in the face/mouth** ต่อย/ชก/ตี/ตบหน้า/ปากของ *ค.น.* อย่างแรง; **I'll ~ your face** *(sl.)* เดี๋ยวฉันจะกระแทกหน้าแกให้ดู; Ⓓ *(Tennis)* ตบลูกลงไปอย่างแรง; Ⓔ *(propel forcefully)* ชน, พุ่งพรวดไปข้างหน้า; **he ~ed the car into a wall/his fist down on the table** เขาขับรถพุ่งชนกำแพงอย่างแรง/เขาทุบกำปั้นลงบนโต๊ะอย่างแรง; **he ~ed his way into the house with an iron bar** เขาใช้ท่อนเหล็กทุบเข้าไปในบ้าน

❷ *v.i.* Ⓐ *(shatter)* แตกกระจาย; Ⓑ *(crash)* ชน, ตก, มีอุบัติเหตุ; ~ **into a wall/lamp post** ชนกำแพง/เสาไฟฟ้า; **the cars ~ed into each other** รถพุ่งเข้าชนกัน; Ⓒ *(Commerc.)* ➡ **crash** 3 D

❸ *n.* Ⓐ *(sound)* เสียงแตกดังเพล้ง, เสียงชน, เสียงอึกทึกครึกโครม; *(of glass)* เสียงเพล้ง; Ⓑ ➡ ~**-up**; Ⓒ ➡ ~ **hit**; Ⓓ *(Tennis)* การตบลูกลงไปอย่างแรง; Ⓔ *(Commerc.)* ➡ **crash** 1 C

❹ *adv.* โดยการตกแตก, ด้วยการทุบ

~ **'down** *v.t.* ทุบ *(ประตู)* ให้พัง

~ **'in** *v.t.* ชนจนเละ; พังเข้าไป *(ในบ้าน, หน้ารถ)*; ทุบ *(หน้าต่าง)* เข้าไป; ~ **sb.'s face in** *(coll.)* ทุบหน้า *ค.น.* ให้เละ

~ **'up** ❶ *v.t.* ทุบให้พัง, ทำลาย, พังทลาย ❷ *v.i.* *(รถ)* ชนอย่างแรง; *(บ้าน)* ถูกทำลายหมดเลย; ➡ + ~**-up**

smash-and-'grab [raid] *n. (coll.)* การทุบกระจกหน้าต่างห้างร้านและลักขโมยสินค้า

smashed /smæʃt/ซแมชทฺ/ *adj. (sl.)* Ⓐ *(drunk)* **get ~ on sth.** เมา *ส.น.*; *(deliberately)* กินเหล้าให้เมา; **be ~ out of one's head** *or* **mind** *or* **brains** เมาเละ, เมาแหลก; Ⓑ *(on drugs)* เสพยาจนไม่รู้ตัว

smasher /ˈsmæʃə(r)/ˈซแมเชอะ(ร)/ *n. (coll.)* **be a ~**: เป็นคนสะสวยสะดุดตา, เป็นคนวิเศษแท้; **what a ~ he/she/it is!** เขา/เธอวิเศษจริง ๆ; **a ~ of a girlfriend** แฟนสาวคนสวย

smash 'hit *n. coll. (film, play)* สิ่งที่ประสบความสำเร็จอย่างยิ่ง; *(song, record)* *(เพลง)* ที่โด่งดัง, แผ่นเสียงทองคำ

smashing /ˈsmæʃɪŋ/ˈซแมชิง/ *adj. (coll.: excellent)* ยอดเยี่ยม, วิเศษ, มหัศจรรย์; **[how] ~!** ช่างยอดเยี่ยม [อะไรเช่นนี้]; **he/she is ~** *(physically attractive)* เขา/เธอมีเสน่ห์อะไรเช่นนี้

'smash-up *n.* การชนกันอย่างยับเยิน; **there has been a ~ between two cars/trains** รถสองคัน/รถไฟสองขบวนชนกันพังยับเยิน; **multiple ~**: การชนกันอย่างรุนแรงหลายต่อหลายทอด

smatter /ˈsmætə(r)/ˈซแมเทอะ(ร)/, **smattering** /ˈsmætərɪŋ/ˈซแมเทอะริง/ *ns.* ความรู้เพียงผิวเผิน; **have a ~ of Thai** รู้ภาษาไทยอย่างงู ๆ ปลา ๆ

smear /smɪə(r)/ซเมีย(ร)/ ❶ *v.t.* Ⓐ *(daub)* ฉาบ, ลูบไล้, ชโลม, ป้าย *(สารเหนียวที่เคลือบวัตถุ)*; *(put on or over)* ทา, ใส่; ~ **oneself/one's body/face with a cream/lotion/ointment** ทาตัว/ใบหน้าของตนด้วยครีม/โลชั่น/น้ำมันนวด; ~**ed with blood** เปื้อน *หรือ* ป้ายด้วยเลือด; **he had paint ~ed on his face** หน้าเขาเปื้อนสีเปรอะเชียว; **ink was ~ed all over the letter** จดหมายเลอะหมึกหมดเลย; Ⓑ *(smudge)* เปื้อน, เลอะ; Ⓒ *(fig.: defame)* ทำให้เสียชื่อเสียง, ป้ายสี

❷ *n.* Ⓐ *(blotch)* ป้าย/แต้ม *(สี)*, รอยเปื้อน; **a ~ of ink/paint/fat** รอยเปื้อนหมึก/สี/ไขมัน; Ⓑ *(fig.: defamation)* **a ~ on him/his [good] name/his [good] reputation** การใส่ร้ายป้ายสีเขา/ชื่อเสียงของเขา/ความน่านับถือของเขา; Ⓒ *(Med.)* การป้าย *(เลือด, เซลล์จากมดลูก)* ไว้บนกระจกสไลด์เพื่อนำไปตรวจ; **blood ~**: ตัวอย่างเลือด *(ที่ป้ายไว้บนกระจกสไลด์)*

smear: ~ **campaign** *n.* โครงการหาเสียงโดยการใส่ร้ายฝ่ายตรงข้าม; ~ **tactics** *n. pl.* ยุทธวิธีใส่ร้าย; ~ **test** *n. (Med.)* การทดสอบเซลล์จากปากมดลูก; ~ **word** *n.* คำกล่าวหาว่าร้าย

smeary /ˈsmɪərɪ/ˈซเมียริ/ *adj.* Ⓐ *(กระจก, จาน)* เปื้อนรอย; **make sth. ~**: ทำให้ *ส.น.* ดูเลอะ; Ⓑ *(likely to smear)* ดูราวว่าจะเลอะง่าย; **be very ~**: เต็มไปด้วยรอยเลอะเทอะ

smegma /ˈsmegmə/ˈซเม็กเมอะ/ *(Physiol.)* สิ่งหมักหมมที่พบที่ปลายอวัยวะเพศของชาย, ขี้เปียก

smell /smel/ซเม็ล/ ❶ *n.* Ⓐ *no pl., no art.* กลิ่น; **have a good/bad sense of ~**: รับรู้กลิ่นได้ดี/ไม่ดี *หรือ* จมูกไว/ไม่ไว; Ⓑ *(good odour)* กลิ่นหอม (**of** ของ); *(bad odour)* กลิ่นเหม็น (**of** ของ); **a ~ of burning/gas** กลิ่นเหม็นไหม้/กลิ่นก๊าซ; **there was a ~ of coffee** มีกลิ่นกาแฟ; **sth. has a nice/strong ~ [to it]** *ส.น.* มีกลิ่นหอม/ฉุน; Ⓒ *(stink)* กลิ่นเหม็น, สาบ, สาบสาง; Ⓓ *(act of inhaling)* การสูดดม, การดมกลิ่น; **one ~ was enough** สูดดมเพียงครั้งเดียวก็พอ; **have** *or* **take a ~ at** *or* **of sth.** ดมกลิ่น *ส.น.*

❷ *v.t.*, **smelt** /smelt/ซเม็ลทฺ/ *or* ~**ed** Ⓐ *(perceive)* ได้กลิ่น, รับกลิ่น; *(fig.)* สังหรณ์; **I can ~ burning/gas** ฉันได้กลิ่นเหม็นไหม้/ก๊าซ; **I could ~ trouble** *(fig.)* ฉันสังหรณ์ว่าจะเกิดความยุ่งยาก; ➡ + **rat** 1 A; Ⓑ *(inhale ~ of)* สูดดมกลิ่น; **just ~ the sea air!** ลองสูดอากาศทะเลดูบ้างปะไร

❸ *v.i.*, **smelt** *or* ~**ed** Ⓐ *(emit ~)* ปล่อยกลิ่น, มีกลิ่น; *(pleasantly also)* ส่งกลิ่นหอม; Ⓑ *(recall ~; fig.: suggest)* ~ **of sth.** มีกลิ่นคล้าย *ส.น.*; Ⓒ *(stink)* มีกลิ่นเหม็น, เหม็นสาบ; **his breath ~s** เขาปากเหม็น; Ⓓ *(perceive ~)* ได้กลิ่น; **she can't ~ because of her cold** เธอไม่ได้กลิ่นเพราะว่าเป็นหวัด; ~ **at sth.** ดมกลิ่น *ส.น.*

~ **'out** *v.t. (lit.)* ตรวจสอบโดยการดมกลิ่น; *(fig.)* หาความจริงโดยการสืบสวน

smelling salts /ˈsmelɪŋ sɔːlts, ˈsmelɪŋ sɒlts/ˈซเม็ลลิง ซอลทซฺ/ *n. pl.* ยาดม

smelly /ˈsmelɪ/ˈซเม็ลลิ/ *adj.* เหม็น, มีกลิ่นแรง; **be ~**: มีกลิ่นเหม็น

[1]**smelt** /smelt/ซเม็ลทฺ/ *v.t. (Metallurgy)* Ⓐ *(melt)* หลอมละลายโลหะ; Ⓑ *(refine)* ถลุงโลหะ, ทำโลหะให้บริสุทธิ์

[2]**smelt** *n., pl.* ~**s** *or same (Zool.)* ปลาขนาดเล็กในสกุล *Osmerus*

[3]**smelt** ➡ **smell** 2, 3

smelter /ˈsmeltə(r)/ˈซเม็ลเทอะ(ร)/ *n. (Metallurgy)* Ⓐ *(person)* คนหลอมถลุงโลหะ; Ⓑ *(smelting works)* งานถลุงโลหะ

smidgen, smidgin /ˈsmɪdʒən/ˈซมิจเจิน/ *n. (coll.)* **a ~** จำนวนน้อยนิด

smile /smaɪl/ซมายลฺ/ ❶ *n.* ยิ้ม; **a ~ of joy/satisfaction** ยิ้มด้วยความสุข/ความพอใจ; **be all ~s** ยิ้มแป้น; **break into a ~**: ยิ้มออก; **give a [little] ~**: โปรยยิ้ม [น้อย ๆ]; **give sb. a ~**: ยิ้มกับ *ค.น.*; **give me a big ~ now!** ยิ้มหวาน ๆ กับฉันหน่อยซิ; **raise a ~**: ทำให้ยิ้มออก; *(make oneself ~)* บังคับตัวเองให้ยิ้มแย้ม; **raise a few ~s** ทำให้หลายคนยิ้มออก; **take that ~ off your face!** หุบยิ้มเสียทีสิ; **this'll put a ~ on your face** นี่คงทำให้ยิ้มออก; **with a ~**: ด้วยรอยยิ้ม, พลางยิ้ม

❷ *v.i.* ยิ้ม, ยิ้มแย้ม; **make sb. ~**: ทำให้ *ค.น.* ยิ้ม; **keep smiling** *(fig.: not despair)* ยิ้มสู้เอาไว้; **keep smiling!** ยิ้มไว้ก่อน; **come up smiling** *(fig. coll.)* ฟื้นตัวจากความทุกข์ยากลำบากมาได้และยังคงไม่ย่อท้อ; ~ **at sb.** ยิ้มให้ *ค.น.*; ~ **at sth.** *(lit. or fig.)* ยิ้มหยัน *ส.น.*; ~**, please!** ยิ้มหน่อย!; ~ **with delight/pleasure** ยิ้มด้วยความดีใจ/ยินดี; **Fortune ~d on us/our efforts** โชคชะตาเป็นใจกับเรา/ความพยายามของเรา

❸ *v.t.* Ⓐ ~ **encouragement/one's thanks** ยิ้มให้กำลังใจ/ยิ้มขอบคุณ; ~ **a welcome** ยิ้มต้อนรับ; Ⓑ ~ **a friendly/sad smile** ยิ้มแย้มมีไมตรีจิต/ยิ้มเศร้า ๆ

smiley *n. (happy symbol)* สัญลักษณ์หน้ายิ้ม *(ที่คนชอบเขียนในจดหมาย)*

smirch /smɜːtʃ/ซเมิช/ *(literary)* ❶ *v.t.* Ⓐ ทำให้เกิดรอยด่างดำ, ทำให้สกปรก; Ⓑ *(fig.: disgrace)* ➡ **besmirch** ❷ *n.* Ⓐ จุดด่างดำ, คราบสกปรก; Ⓑ *(fig.: disgrace)* ความเสื่อมเสียต่อชื่อเสียง; **cast a ~ on sb./sth.** สร้างมลทินให้กับชื่อเสียง *ค.น./ส.น.*

smirk /smɜːk/ซเมิค/ ❶ *v.i.* แสร้งยิ้ม, ยิ้มอย่างไม่จริงใจ, ยิ้มแหย ๆ ❷ *n.* รอยยิ้มอย่างไม่จริงใจ, อาการยิ้มอย่างแหย ๆ

smite /smaɪt/ซไมทฺ/ *v.t.*, **smote** /sməʊt/ซโมทฺ/, **smitten** /ˈsmɪtn/ˈซมิทฺ'น/ *(arch./literary)* Ⓐ *(strike)* ตี, หวดโดยแรง; ~ **one's breast/forehead** ตบอก/หน้าผากของตน; Ⓑ *(affect suddenly)* **an idea/his conscience smote him** เขาเกิดความคิด/ความสำนึกผิดขึ้นมาในทันใด; **the light smote our eyes** แสงส่องวาบเข้าตาเรา; Ⓒ *(afflict)* **be smitten by** *or* **with desire/terror/the plague** เกิดตัณหาจัดขึ้นมา/ความกลัว/โดนโรคระบาด; **be smitten by** *or* **with a** *or* **the desire to do sth.** เกิดร้อนใจขึ้นมาที่จะทำ *ส.น.*; **be smitten by** *or* **with sb./sb.'s charms** เร่าร้อนหลงใหล *ค.น.*/เสน่ห์ของ *ค.น.*; Ⓓ *(defeat)* ได้รับชัยชนะ *(ศัตรู)*; เอาชนะ *(บุคคล)* ได้

smith /smɪθ/ซมิธ/ *n.* ➤ 489 ช่างเหล็ก

-smith *n. suf.* Ⓐ *(metalworker)* ช่างทำเหล็ก, ช่างโลหะ; Ⓑ *(fig.: creator)* **song~**: นักแต่งเพลง; **word~** *(creator of words)* นักบัญญัติศัพท์, นักเขียน; **the word~ John Updike** นักเขียนจอห์น อัพไดค์

smithereens /smɪðəˈriːnz/ซมิเทอะˈรีนซฺ/ *n. pl.* **blow/smash sth. to ~**: ระเบิด/ทุบ *ส.น.* จนแตกสลาย; **in ~**: เป็นชิ้นเล็กชิ้นน้อย, แตกสลาย

smithy /ˈsmɪðɪ/ˈซมิดิ/ *n.* ➤ 489 ร้านตีเหล็ก

smitten ➡ **smite**

smock /smɒk/ซมอค/ ❶ *n.* Ⓐ เสื้อคลุมกันเปื้อนใส่ทำงาน; **painter's ~**: เสื้อคลุมหลวม ๆ ของจิตรกร; Ⓑ ➡ **smock-frock** ❷ *v.t.* *(Sewing)* เย็บจับจีบย่นแบบรวงผึ้งบนผืนผ้า

'smock-frock *n.* เสื้อคลุมหลวม ๆ *(โดยเฉพาะเสื้อคลุมชั้นนอกของชาวไร่ชาวนาในสมัยก่อน)*
smocking /'smɒkɪŋ/'ชมอคิง/ *n. (Sewing)* *การจับจีบผ้าให้ย่นเข้าหากันเป็นรูปแบบรวงผึ้ง*
smog /smɒg/ชมอก/ *n.* หมอกควัน
smoke /sməʊk/ชโมค/ ❶ *n.* Ⓐ ควัน; **go up in ~:** ถูกเผาไหม้กลายเป็นควันไปหมด; *(fig.)* *(แผนการ ฯลฯ)* ที่ล้มเหลว; **like ~** *(sl.) (without hindrance)* อย่างราบรื่น; **[there is] no ~ without fire** *(prov.)* มีควันย่อมมีไฟ; Ⓑ *(act of smoking tobacco)* **a ~ would be nice just now** ตอนนี้ได้สูบบุหรี่สักมวนก็คงจะดี; **have a [quick] ~:** สูบบุหรี่ [อย่างรีบ ๆ]; **I'm dying for a ~:** ฉันอยากสูบบุหรี่จะแย่อยู่แล้ว; Ⓒ *(coll.: cigarette)* **a packet of ~s** บุหรี่หนึ่งซอง; **have you got a ~?** คุณมีบุหรี่สักมวนไหม
❷ *v.i.* Ⓐ *(~ tobacco)* สูบ *(ยาสูบ, บุหรี่);* **do you mind if I ~?** คุณจะรังเกียจไหมถ้าฉันสูบบุหรี่; **~ like a chimney** สูบบุหรี่ควันโขมงยังกับโรงสี; Ⓑ *(emit ~)* ปล่อยควันออกมา; *(burn imperfectly)* เผาไหม้ไม่สมบูรณ์; *(emit vapour)* ปล่อยไอน้ำออกมา
❸ *v.t.* Ⓐ สูบ; ➡ **+ pipe** 1 D; Ⓑ *(darken)* รมควันให้ *(กระจก)* ดำ; Ⓒ รมควัน *(เนื้อ, ปลา)*
~ 'out *v.t.* Ⓐ *(exterminate, expel)* กำจัดด้วยควัน, ขับไล่ด้วยควัน; Ⓑ *(fill with ~)* มีควันคลุ้ง; Ⓒ *(fig.: discover)* เปิดเผย *(ความลับ);* เปิดโปง, แฉโพย
smoke: ~ a'batement *n.* การลดควัน; **~ bomb** *n.* ระเบิดควัน
smoked /sməʊkt/ชโมคทฺ/ *adj. (Cookery)* *(อาหาร)* ที่รมควัน; **~ glass** แก้วรมดำ
'smoke detector *n.* *เครื่องตรวจจับควันไฟเพื่อป้องกันอัคคีภัย*
'smoke-dried *adj. (อาหาร)* รมควัน
smokeless /'sməʊklɪs/'ชโมคลิช/ *adj. (ถ่าน)* ไร้ควัน; **~ zone** บริเวณที่ใช้เชื้อเพลิงแบบไร้ควัน
smoker /'sməʊkə(r)/'ชโมเคอะ(ร)/ *n.* Ⓐ คนสูบบุหรี่หรือยา; **be a heavy ~:** เป็นคนสูบบุหรี่จัด; **~'s companion** เครื่องใช้ในการสูบกล้อง; **~'s cough/heart/throat** *(Med.)* อาการไอ/โรคหัวใจ/อาการเจ็บคอที่เนื่องมาจากสูบบุหรี่มากเกินไป; Ⓑ *(Railw.)* ➡ **smoking compartment**
smoke: ~ ring *n.* ควันที่ผู้สูบบุหรี่พ่นออกมาเป็นวง ๆ; **~ room** *n. (Brit.)* ห้องสูบบุหรี่; **~screen** *n.* ม่านควันพราง; *(fig.)* เล่ห์อุบายปิดบัง **(for** สำหรับ**); throw up a thick ~screen round a scandal** หาทางกลบเกลื่อนปิดบังข่าวอื้อฉาวไว้; **~ signal** *n.* สัญญาณควัน; **~stack** ➡ **stack** 1 F
smoking /'sməʊkɪŋ/'ชโมคิง/ *n.* Ⓐ *(act)* การสูบบุหรี่; **'no ~'** 'ห้ามสูบบุหรี่'; **no-~ compartment** *(Railw.)* ตู้รถไฟที่ห้ามสูบบุหรี่; Ⓑ *no art. (seating area)* **[do you want to sit in] ~ or non-~?** [คุณต้องการนั่งใน] บริเวณสูบบุหรี่หรือไม่สูบบุหรี่; **the next carriage is ~:** ตู้รถไฟถัดไปเป็นตู้สูบบุหรี่
smoking: ~ compartment *n. (Railw.)* ตู้รถไฟที่อนุญาตให้สูบบุหรี่ได้; **~ jacket** *n.* *เสื้อแจ็กเก็ตกำมะหยี่ผู้ชาย ซึ่งสมัยก่อนจะใส่อยู่กับบ้าน;* **~ room** *n. (Brit.)* ➡ **smoke room**
smoky /'sməʊkɪ/'ชโมคิ/ *adj. (emitting smoke)* ที่ปล่อยควันออกมา; *(smoke-filled, smoke-stained)* มีควันคลุ้ง, มีควันจับติดอยู่; *(coloured or tasting like smoke)* มีสีเทา, มีรสคล้ายรมควัน; **be too ~** มีควันมากเกินไป; **~ quartz/topaz/glass** เขี้ยวหนุมาน/บุษราคัม/แก้วมีสีอมควัน; **~ grey** สีเทาเหมือนควัน
smolder *(Amer.)* ➡ **smoulder**
smooch /smu:tʃ/ชมูฉ/ *(coll.)* ❶ *v.i.* อยู่ในภาวะดื่มด่ำหรือดูดดื่ม *(เช่น ช่วงที่กำลังเต้นรำช้า ๆ อยู่ด้วยกันอย่างใกล้ชิดหรือขณะจูบกอดกันด้วยความเสน่หา)* ❷ *n.* กอดจูบกัน; **have a ~:** กอดจูบกัน
smoochy /'smu:tʃɪ/'ชมูฉิ/ *adj.* อ้อยสร้อย, เชื่องช้า; **a ~ record** แผ่นเสียงที่เหมาะสำหรับการเต้นสโลว์และกอดกัน
smooth /smu:ð/ชมูท/ ❶ *adj.* Ⓐ *(even)* *(ถนน)* เรียบ, ราบเรียบ; *(ลาน)* ลื่น; *(ผิว)* เนียน; **as ~ as glass/silk/a baby's bottom** ลื่นเรียบราวกับแก้ว/ไหม/ก้นเด็กทารก; **beat the mixture until ~:** ตีส่วนผสมเข้าด้วยกันจนเนียนเป็นเนื้อเดียว; **be ~ to the touch** เนียนมือเมื่อสัมผัส; **make sth. ~:** ทำ *ส.น.* ให้ราบเรียบ; **be worn ~** กร่อน/ถูกเกลาจนเกลี้ยงเรียบ; **this razor gives a ~ shave** มีดโกนใบนี้โกนได้เกลี้ยงดี; Ⓑ *(mild)* นุ่มนวล, นุ่มเนียน; **as ~ as velvet** *(fig.)* ผิวนุ่มเนียนราวกำมะหยี่; Ⓒ *(fluent)* *(พูดคุย)* คล่อง, ราบรื่น, ลื่นไหล; Ⓓ *(not jerky)* *(เครื่องบินลง, การจอด)* นุ่มนวล; *(ขับรถ)* ราบเรียบ; **come to a ~ stop** จอดรถได้อย่างนุ่มนวล; Ⓔ *(without problems)* ราบรื่น, ไม่มีปัญหา; **the changeover was fairly ~:** การเปลี่ยนแปลงเป็นไปอย่างราบรื่นพอใช้; Ⓕ *(equable)* *(นิสัย)* สม่ำเสมอ, ไม่หวือหวา, ราบรื่น; Ⓖ *(derog.: suave)* เอี่ยมเฟี้ยม, หรูเลิศ; *(~-tongued)* ที่พูดจารื่นหู, ปากหวาน; **he is a ~ operator** เขามีเล่ห์เหลี่ยมมาก; Ⓗ *(coll.: elegant)* เรียบหรู, สง่างาม; Ⓘ *(skilful)* คล่องแคล่ว, ชำนาญ, ทำงานได้โดยไม่ติดขัด
❷ *adv.* ➡ **smoothly**
❸ *v.t.* Ⓐ ทำให้เรียบ; ปรับให้ราบเรียบ *(ผม);* ขัดให้เรียบ *(หิน); (with plane)* ฝนให้เรียบ; *(with sandpaper)* ขัดให้เรียบ; *(fig.: soothe)* ปลอบโยนให้สงบลง, บรรเทา; **he ~ed the creases/wrinkles from the paper/cloth** เขารีดรอยพับ/รอยยับของกระดาษ/ผ้าให้เรียบ; Ⓑ *(Statistics)* ปรับปรุงดัดแปลง; Ⓒ *(fig.: free from impediments)* ทำให้ปราศจากอุปสรรค; **~ sb.'s/sth.'s path** ทำหนทางให้ราบรื่นสำหรับ *ค.น./ส.น.;* **~ the way for sb./sth.** แผ้วถางทางให้เรียบสำหรับ *ค.น./ส.น.*
❹ *v.i. (lit. or fig.)* *(ความยุ่งยาก)* ลดลง
~ a'way *v.t.* ทำให้เรียบ, ทำให้ *(รอยย่น)* หายไป; *(fig.)* ขจัด *(ปัญหาความขัดแย้ง)*
~ 'back *v.t.* ทำให้ *(ผม)* เรียบแปล้; *(with comb)* หวีผมเสยเรียบไปข้างหลัง
~ 'down ❶ *v.t.* ลูบให้เรียบ; *(fig.)* บรรเทา *(ความขัดแย้ง);* ปลอบโยน *(ค.น.);* **~ things down a bit** ลดความขัดแย้งของเรื่องราวลงบ้าง ❷ *v.i.* ➡ **smooth** 4
~ out *v.t.* ทำให้เรียบ; ลูบ *(ผ้า)* ให้เรียบ; ทา *(สี)* ให้เรียบ; *(fig.)* คลี่คลาย *(ปัญหา, ความยากลำบาก)*
~ 'over *v.t. (fig.)* บรรเทา *(ความขัดแย้ง);* ลด *(อุปสรรค);* **we ~ed things over** เราจัดการเรื่องความขัดแย้ง
'smooth-bore *n. (Arms)* ปืนที่ลำกล้องไม่มีร่องข้างใน
smoothie /'smu:ðɪ/'ชมูทิ/ *n.* Ⓐ *(coll. derog.)* คนปากหวาน; Ⓑ *(fruit drink)* น้ำผลไม้ปั่นละเอียด
smoothly /'smu:ðlɪ/'ชมูทลิ/ *adv.* Ⓐ *(evenly)* อย่างเรียบ, อย่างราบเรียบ; Ⓑ *(fluently)* อย่างลื่นไหล, อย่างคล่องตัว, ไปด้วยดี; **~ flowing** *(เพลง, กลอน, การเขียน)* ลื่นไหลสละสลวย; Ⓒ *(not jerkily)* โดยไม่กระตุก; *(การหายใจ)* อย่างสม่ำเสมอ; *(การเดินของเครื่องยนต์)* อย่างนุ่มนวล; **a ~ running engine** *(Motor Veh.)* เครื่องยนต์ที่วิ่งดีไม่มีสะดุด; **this pen writes ~:** ปากกาด้ามนี้เขียนลื่นดี; Ⓓ *(without problems)* โดยไม่มี *(ปัญหา, อุปสรรค)* ติดขัด; อย่างราบรื่น; Ⓔ *(derog.: suavely)* *(ทำท่าทำทาง)* อย่างหรูเลิศ; Ⓕ *(coll.: elegantly)* อย่างสง่าภูมิฐาน, อย่างเรียบหรู; Ⓖ *(skilfully)* อย่างคล่องแคล่ว, อย่างเชี่ยวชาญ
smoothness /'smu:ðnɪs/'ชมูทนิช/ *n., no pl.* Ⓐ *(evenness)* ความเรียบ, ความลื่น, ความเนียน; **have the ~ of silk** มีความเรียบลื่นเหมือนไหม; Ⓑ *(mildness)* ความนุ่มนวล, ความนิ่มนวล; Ⓒ *(fluency)* ความคล่องตัว, ความลื่นไหล; Ⓓ *(lack of jerkiness) (of movement)* ความนิ่มนวล; *(of machine operation)* ความวิ่งดี; *(breathing)* ความสม่ำเสมอ; **the ~ of his driving** ความขับรถอย่างนิ่มนวลของเขา; Ⓔ *(lack of problems)* ความราบรื่น; Ⓕ *(equability)* ความสม่ำเสมอ; Ⓖ *(derog.: suavity)* ความหรูเลิศ; Ⓗ *(coll.: elegance)* ความสง่าภูมิฐาน; Ⓘ *(skill)* ความเชี่ยวชาญสามารถ, ความคล่องแคล่วในการทำงาน
smooth: ~ 'tongue *n. (fig.: suavity)* วาจาไพเราะเสนาะหู, ปากหวาน; **have a ~:** เป็นคนปากหวาน; **~-tongued** *adj.* ปากหวาน
smorgasbord /'smɔ:gəsbɔ:d/'ชมอเกิชบอด/ *n.* อาหารแบบบุฟเฟ่ต์
smote ➡ **smite**
smother /'smʌðə(r)/'ชมัทเทอะ(ร)/ ❶ *v.t.* Ⓐ *(stifle)* ทำให้หายใจไม่ออก; **he was ~ed by the avalanche** เขาหายใจไม่ออกเพราะหิมะถล่มลงมาทับ; Ⓑ *(overwhelm)* ถล่ม, ปกคลุมทั่วไปหมด, ทุ่มเทให้ **(with, in** กับ**); ~ sb. with kisses** ระดมจูบ *ค.น.;* Ⓒ *(extinguish)* เป่า *(ไฟ);* Ⓓ *(fig.: suppress)* อั้น *(การร้องไห้, การหัวเราะ);* กำจัด *(การวิจารณ์, ความเห็นไม่ตรงกัน);* กดขี่; Ⓔ *(Amer.: defeat quickly)* ได้รับชัยชนะอย่างรวดเร็ว; Ⓕ *(cover entirely)* **~ sth. in sth.** ชโลม *ส.น.* ด้วย *ส.น.;* **~ed in dust/dirt** มอมไปด้วยฝุ่น หรือ ฝุ่น/ความสกปรกจับตัวเต็มไปหมด; **strawberries ~ed in *or* with cream** สตรอเบอร์รีราดด้วยครีมจนทั่ว ❷ *v.i.* หายใจไม่ออก
~ 'up *v.t.* ปกปิด *(ข่าว, คำนินทา)*
smothery /'smʌðərɪ/'ชมัทเทอะริ/ *adj.* ทำให้หายใจไม่ออก; *(overwhelming)* ระดมทำอย่างหนักหน่วง
smoulder /'sməʊldə(r)/'ชโมลเดอะ(ร)/ *v.i.* Ⓐ ลามไหม้โดยมีแค่ควันกรุ่น ๆ แต่ไม่มีเปลวไฟ, คุไหม้ระอุอยู่ข้างใน; Ⓑ *(fig.)* *(ความรังเกียจ, การประท้วง)* กำลังเดือดอยู่; *(ความรัก)* ลุกโชนอยู่ในใจ; **she was ~ing with rage** เธอโมโหโกรธาคุกรุ่นอยู่ในอก; **she/her eyes ~ed with desire/rage** เธอ/ตาของเธอส่อแววตัณหา/ความโกรธ; **a ~ing beauty** ความงามที่เต็มไปด้วยเสน่ห์
'smudge /smʌdʒ/ชมัจ/ ❶ *v.t.* Ⓐ *(blur)* ทำให้ไม่ชัด, ทำให้พร่าเลือน; Ⓑ *(smear)* ป้ายให้เลอะ; **~ sth. on sth.** ป้าย *ส.น.* ไว้บน *ส.น.;* Ⓒ *(make smear on)* ทำรอยเปรอะ, ทำเลอะเป็นคราบ; Ⓓ *(fig.: disgrace)* ทำให้เกิดความอัปยศอดสู,

S

smudge | snarl-up 836

ทำให้เสียชื่อ ❷ *v.i. (สี, หมึก)* เลอะ, เปรอะ; **my hand slipped and the drawing/ink/paint ~d** มือฉันสั่นและทำภาพวาด/หมึก/ภาพระบายสีเลอะ ❸ *n.* Ⓐ *(smear)* รอยเลอะสกปรก, สีป้ายเป็นที่ ๆ; *(fig.)* มลทิน; Ⓑ *(blur)* ลักษณะพร่าเลือน, ความไม่ชัด; **be a mass of ~s** เต็มไปด้วยรอยพร่ามัว

²smudge *n. (Amer.: fire) การสุมไฟควันคลุ้งไล่แมลงหรือป้องกันพืชจากน้ำค้างแข็งจับ*

'smudge pot *n. (Amer.)* ภาชนะสำหรับจุดไฟสุมควัน

smudgy /'smʌdʒɪ/'ซมัจจิ/ *adj.* Ⓐ *(dirty)* เลอะ, เปรอะเปื้อน, เป็นคราบ, ด่าง; Ⓑ *(blurred)* พร่า, เลือน, ไม่ชัด, มัว; Ⓒ *(smudging easily)* *(หมึก, สี)* เลอะเทอะเปรอะเปื้อนง่าย; **be ~** เปื้อนง่าย

smug /smʌg/ซมัก/ *adj.* แสดงความพอใจในตัวเอง, ภูมิใจในตัวเอง; **she is very ~ about it/her job/her new house** เธอแสดงความพอใจตัวเองมากในเรื่องนี้/งาน/บ้านใหม่ของเธอ

smuggle /'smʌgl/'ซมัก'ล/ *v.t.* ขนของเถื่อน, ลักลอบ

~ a'way *v.t.* ปกปิดไม่ให้ใครรู้, แอบพาไป; **~ sb. away through a back door** ลอบนำ *ค.น.* หนีไปทางประตูข้างหลัง

~ 'in *v.t.* ลักลอบนำเข้าอย่างผิดกฎหมาย; พาเข้ามาอย่างปิดบัง *(บุคคล)*

~ 'out *v.t.* ลักลอบนำออกอย่างผิดกฎหมาย

smuggler /'smʌglə(r)/'ซมักเลอะ(ร)/ *n.* ผู้ลักลอบ

smuggling /'smʌglɪŋ/'ซมักลิง/ *n.* การลักลอบ; **the ~ of dogs into Britain** การลักลอบนำสุนัขเข้าประเทศอังกฤษ

smugly /'smʌglɪ/'ซมักลิ/ *adv.* อย่างภูมิใจในตนเอง, อย่างพอใจในตัวเอง

smugness /'smʌgnɪs/'ซมักนิซ/ *n., no pl.* ความภาคภูมิใจในตนเอง, ความพอใจในตัวเอง

smut /smʌt/ซมัท/ *n.* Ⓐ เศษขี้เถ้า, เถ้าถ่าน; *(smudge)* รอยเลอะขี้เถ้า; **be covered in ~s** เต็มไปด้วยขี้เถ้า; Ⓑ *no art. (lewd matter)* เรื่องลามกอนาจาร; **talk ~:** พูดจาทะลึ่งลามก; Ⓒ *(Bot.) (disease) โรคเชื้อราของธัญพืช (ซึ่งทำให้จมูกเมล็ดป่นเป็นแป้งสีดำ); (fungus)* เชื้อราในธัญพืช

smutty /'smʌtɪ/'ซมุทติ/ *adj.* Ⓐ *(dirty)* สกปรก, เลอะเทอะ; Ⓑ *(lewd)* ทะลึ่ง, ลามกอนาจาร; **he is ~:** เขาเป็นคนทะลึ่ง

snack /snæk/ซแนค/ *n.* อาหารว่าง, ของขบเคี้ยว, ของกินเล่น; **eat many ~s between meals** กินของขบเคี้ยวอยู่เรื่อยระหว่างอาหารมื้อหลัก; **have a [quick] ~:** กินอาหารมื้อรีบเร่ง

'snackbar *n.* ที่ขายของกินเล่น, ที่ขายอาหารว่าง

snaffle /'snæfl/'ซแนฟ'ล/ ❶ *n. (Riding)* บังเหียนชนิดหนึ่งที่ปกติมีสายเดี่ยวเท่านั้น ❷ *v.t.* Ⓐ *(coll.)* ขโมย; Ⓑ *(Riding)* ใส่บังเหียนชนิดสายเดี่ยว

~ 'up *v.t.* หยิบฉวย

'snaffle bit *n. (Riding)* เหล็กในปากม้าชนิดง่าย ๆ

snafu /snæ'fu:/ซแน'ฟู/ *(Amer. sl.)* ❶ *pred. adj.* ยุ่งเหยิง, อลหม่าน ❷ *n.* ความยุ่งเหยิง, ความสับสนอลหม่าน; **they left us in ~:** เขาพากันทิ้งพวกเราไปตอนที่กำลังยุ่งเหยิงทีเดียว

snag /snæg/ซแนก/ ❶ *n.* Ⓐ *(jagged point)* ปลายแหลม *(ของท่อน ส.น. ที่หักไป)*; Ⓑ *(problem)* ปัญหา; **what's the ~?** มีปัญหาอะไรหรือ; **hit a ~, run up against a ~:** เจอปัญหาที่ไม่คาดคิด; **there's a ~ in it** มีปัญหาแฝงเร้นอยู่; Ⓒ *(tear)* รอยขาด; *(pulled thread)* ด้ายที่ขาดลุ่ย ❷ *v.t.,* **-gg-** Ⓐ *(catch)* **I've ~ged my coat** เสื้อโค้ตของฉันไปเกี่ยวอะไรเข้า; Ⓑ *(tear)* ขาด; Ⓒ *(Amer.: catch quickly)* **~ sth.** รีบคว้า *ส.น.* ไว้ได้

snail /sneɪl/ซเนล/ *n.* หอยทาก; **Roman ~:** หอยทากชนิดที่รับประทานได้; **at [a] ~'s pace** ช้ามาก

'snail-like *adj.* ช้ามาก, มีลักษณะคล้ายหอยทาก

'snail mail *n. (coll. joc.)* ไปรษณีย์ธรรมดา *(ไม่ใช่จดหมายอิเล็กทรอนิกส์)*; **send sth. by ~:** ส่ง *ส.น.* ทางไปรษณีย์

snake /sneɪk/ซเนค/ ❶ *n.* Ⓐ งู; **~s and ladders** เกมขึ้นบันไดตกงู; Ⓑ *(derog.)* **~ [in the grass]** คนทรยศ, ศัตรูลับ ๆ; Ⓒ *(Econ.)* **the ~:** *ระบบอัตราการแลกเปลี่ยนของประชาคมยุโรปในอดีตที่เชื่อมโยงกัน* ❷ *v.i.* เลื้อย

snake: ~bite *n.* Ⓐ แผลงูกัด; Ⓑ *(drink)* เครื่องดื่มไซเดอร์ผสมเบียร์; **~ charmer** *n.* หมองู, คนเล่นดนตรีให้งูเต้น; **~skin** *n.* หนังงู

snaky /'sneɪkɪ/'ซเนคิ/ *adj.* Ⓐ *(winding)* คดเคี้ยว, เลี้ยวลด, ขด ๆ งอ ๆ; Ⓑ *(sly)* มีเลศนัยแอบแฝง, หลบ ๆ ซ่อน ๆ

snap /snæp/ซแนพ/ ❶ *v.t.,* **-pp-:** Ⓐ *(break)* หัก; **~ sth. in two** *or* **in half** หัก *ส.น.* ออกเป็นสองส่วน; Ⓑ **~ one's fingers** ดีดนิ้ว; **~ one's fingers at sth./sb.** *(fig.)* แสดงความเหยียดหยาม *ส.น./ค.น.*; Ⓒ *(move with ~ping sound)* **~ sth. home** *or* **into place** ปิด *ส.น. (กลอนประตู)* เข้าที่อย่างรวดเร็ว; **~ shut** ปิด *(กระเป๋าสตางค์, หนังสือ ฯลฯ)* ดังฉับ; **~ sth. open** เปิดปุ๊บ; Ⓓ *(take photograph of)* ถ่ายรูปเล่น ๆ; Ⓔ *(say in sharp manner)* พูดกระทบกระแทก; *(speak crisply or curtly)* พูดเสียงกระด้าง, พูดเสียงแข็ง

❷ *v.i.,* **-pp-:** Ⓐ *(break)* หัก; Ⓑ *(fig.: give way under strain)* สิ้นสุด, เหลืออด; **my patience has finally ~ped** ในที่สุดความอดทนของฉันก็สิ้นสุดลง; **something ~ed in me** *(fig.)* ปุบปับฉันก็เหลืออดขึ้นมา; Ⓒ *(make as if to bite)* งับฉับ, ทำท่าเหมือนจะกัด; Ⓓ *(move smartly)* **~ into action** ลุกขึ้นทำ, ตื่นตัวอย่างรวดเร็ว; **~ into life** ตื่นขึ้นมา, สะดุ้งตื่น; **~ to attention** ยืนตรง; **~ to it!** *(coll.)* ทำเร็ว ๆ เข้า; Ⓔ *(move with ~ping sound)* **~ home** *or* **into place** ติดดังแป๊ะ, ปิดเข้าที่; **~ shut** ปิดฉับ; **~ together** งับเข้าหากัน; **~ open** เปิดอ้าออกทันที; Ⓕ *(speak in sharp manner)* พูดจาแข็งกร้าว, ว้าก; Ⓖ *(take photograph)* ถ่ายรูปเล่น

❸ *n.* Ⓐ *(sound)* เสียงดังก๊อกแก๊ก, เสียงสิ่งของแตกหัก; Ⓑ *(biscuit)* ขนมปังกรอบ; ➡ + **brandy-snap**; Ⓒ *(Photog.)* ภาพถ่ายเล่น; Ⓓ *(Brit. Cards) การเล่นไพ่ที่ต้องร้อง 'สแน็ป' เมื่อใครสองคนเปิดไพ่รหัสเดียวกันออกมา;* Ⓔ **cold ~:** ช่วงสั้นที่อากาศหนาวเย็น; Ⓕ *(zest)* ความกระตือรือร้น

❹ *attrib. adj. (spontaneous)* ในทันทีทันใด; **call a ~ election/vote** ประกาศการเลือกตั้ง/การลงมติกะทันหัน

❺ *int.* Ⓐ *(Brit. Cards)* เสียง 'สแน็ป' *(ที่ผู้เล่นไพ่ร้องเมื่อเปิดไพ่ได้ไพ่เหมือนกันสองใบ)*; Ⓑ *(when two things are seen to match coincidentally)* เหมือนกันเป๊ะ!

~ at *v.t.* Ⓐ *(bite)* **~ at sb./sth.** กัด *ค.น./ส.น.*; **~ at sb.'s heels** งับข้อเท้า *ค.น.*; **he ran with a pack of dogs ~ping at his heels** เขาวิ่งหนีโดยมีหมาโขยงหนึ่งไล่งับข้อเท้าเขาอยู่; Ⓑ *(speak sharply to)* พูดเสียงแข็ง, แว้ดเข้าใส่; Ⓒ *(Amer.: accept eagerly)* **~ at a chance** คว้าโอกาสอย่างกระตือรือร้น; **~ at an invitation/a job** รีบตอบรับคำเชิญ/งานอย่างกระตือรือร้น

~ 'back ❶ *v.i.* Ⓐ *(return)* กระเด้งกลับ, ดีดกลับ; Ⓑ *(reply)* **~ back [at sb.]** สวนตอบ *[ค.น.]*; Ⓒ *(Amer. fig.: make quick recovery)* ฟื้นตัวอย่างรวดเร็ว ❷ *v.t. (say as a retort)* สวนกลับทันควัน

~ 'off ❶ *v.i.* หักออกไป ❷ *v.t.* Ⓐ *(break)* บิออก, หักออก; **~ sth. off sth.** หัก *ส.น.* ออกจาก *ส.น.*; Ⓑ *(bite)* กัด, งับ, ขบกัด; **~ sb.'s head off** *(fig.)* ด่าว่า *ค.น.* อย่างโกรธเกรี้ยว; Ⓒ *(Amer.: switch off)* ปิดสวิตช์; Ⓓ เปิด *(ฝาขวด)*

~ 'on ❶ *v.i.* ปิดเข้าไป, ติดเข้าไป; **~ on to sth.** เกาะติดกับ *ส.น.* ❷ *v.t.* Ⓐ *(fasten)* ปิดเข้าไป, ติดเข้าไป; **~ sth. on sth.** ปิด, ติด *ส.น.* ไว้กับอีก *ส.น.*; Ⓑ *(Amer.: switch on)* เปิดสวิตช์; ➡ + **snap-on**

~ 'out *v.t.* พูดอย่างขุ่นเคือง, ตะคอก *(คำสั่ง)*

~ 'out of *v.t.* ทำให้ *(อารมณ์เสีย)* หมดไป; **~ out of it!** *(coll.)* เลิกเสียทีซิ; *(wake up)* ตื่นเดี๋ยวนี้นะ

~ 'up *v.t.* Ⓐ *(pick up)* คว้า, ฉวย, หยิบขึ้นมา; Ⓑ *(fig. coll.: seize)* คว้า; **~ up a bargain/an offer** รีบคว้าของลดราคา/ข้อเสนอ; **~ sth. up in the sales** ได้ของมาจากการลดราคา; **the tickets were ~ped up immediately** ตั๋วขายพรึบเดียวหมด

snap: ~ bean *n. (Amer.)* ถั่วชนิดหนึ่ง; **~dragon** *n. (Bot.)* ต้นลิ้นมังกร; **~ fastener** *n.* แป๊ะ; **~-on** *attrib. adj.* ที่ติดเข้าไปอย่างกดปุ๊บติดปั๊บ

snappy /'snæpɪ/'ซแนพิ/ *adj.* Ⓐ *(lively)* มีชีวิตชีวา, น่าตื่นตาตื่นใจ; *(ดนตรี)* ที่เร้าใจ; Ⓑ *(smart)* เท่, สง่า; **be a ~ dresser** เป็นคนที่แต่งกายเท่; Ⓒ *(coll.)* **look ~!, make it ~!** เร็ว ๆ หน่อย

snap: ~ 'shot *(gunshot)* ยิงปืน *(ไรเฟิล)* อย่างเร็วโดยไม่ตั้งใจเล็ง; **~shot** *(Photog.) n.* ภาพถ่ายเล่น

snare /sneə(r)/ซแน(ร)/ ❶ *n.* Ⓐ *(trap)* กับดัก *(นก, สัตว์)*, กลลวง; **set a ~ [for sb.]** สร้างกับดักไว้ *[สำหรับ ค.น.]*; Ⓑ *(temptation)* สิ่งล่อลวง; Ⓒ *(Mus.) เชือกลวดหรือสายหนังที่พันกันเป็นเกลียวและขึงใต้กลองสะพายเพื่อเกิดเสียงโกร่งกร่าง;* Ⓓ *(Mus.)* ด้านข้างของสายเชือกเกลียวที่ตรึงกลอง; ➡ **snare drum** ❷ *v.t.* จับตัว *(นกหรือสัตว์ต่าง ๆ)*; **~ sb.** ล่อหลอก *ค.น.* ให้ติดกับ

'snare drum *n. กลองที่ด้านข้างขึงด้วยเชือกเกลียวหรือสายลวด*

¹snarl /snɑ:l/ซนาล/ ❶ *v.i.* Ⓐ *(growl)* *(หมา, เสือ)* ขู่คำราม; Ⓑ *(speak)* พูดอย่างโกรธเคือง, ขู่ตะคอก ❷ *v.t.* คำราม ❸ *n.* การคำราม, เสียงคำราม; **..., he said to him with a ~:** ..., เขาพูดกับผู้ชายอีกคนด้วยเสียงขู่คำราม

~ at *v.t.* ทำเสียงคำรามขู่; *(เสือ)* ขู่คำราม

²snarl ❶ *n. (tangle)* ปม *(ด้าย, เชือก)* ❷ *v.t.* ทำให้เป็นปม, ทำให้ยุ่งยากเกี่ยวพันกัน ❸ *v.i.* *(เชือก)* พันเป็นปม

~ 'up ❶ *v.t. (confuse)* ทำให้สับสน, ทำให้ยุ่งเหยิง; *(bring to a halt)* ทำให้หยุดชะงัก; **get ~ed up** *(ด้าย, เชือก, ฯลฯ)* พันจนแกะไม่ออก; **get ~ed up in the traffic** ติดแหง็กอยู่ในการจราจรหนาแน่น ❷ *v.i. (การจราจร)* เกิดการติดขัด; *(เชือก)* พันเป็นปม

'snarl-up *n.* การจราจรติดขัด, ความสับสนวุ่นวาย, ความผิดพลาด

S

snatch /snætʃ/ชแนฉ/ ❶ *v.t.* Ⓐ *(grab)* คว้า, ฉก, หยิบฉวย; **~ a bite to eat** คว้าอะไรกินอย่างรวดเร็ว; **~ a kiss** แอบขโมยจูบ; **~ an opportunity** ฉวยโอกาส; **~ a rest** ฉวยโอกาสไปงีบพัก; **~ hold of sb./sth.** คว้า *ค.น.*/ฉวย *ส.น.* ไว้ได้; **~ hold of sb. by the collar/ear** คว้าคอเสื้อ/ดึงหูของ *ค.น.* ไว้ได้; **~ some sleep** ถือโอกาสหลับไปงีบหนึ่ง; **~ a nap** *(coll.)* ฉวยโอกาสงีบหลับ; **~ the lead** ฉวยโอกาสแซงขึ้นหน้า; **~ sth. from sth.** รีบคว้า *ส.น.* จากอีก *ส.น.*; *(very abruptly)* ฉก *ส.น.* จากอีก *ส.น.*; **~ sth. from sb.** คว้า *ส.น.* มาจาก *ค.น.*; **~ sth. out of sb.'s hand/pocket** ฉก *ส.น.* จากมือ/กระเป๋าเสื้อของ *ค.น.*; Ⓑ *(steal)* ฉกชิงวิ่งราว; *(kidnap)* ลักพาตัวเรียกค่าไถ่
❷ *v.i.* ฉกฉวย, คว้าโดยเร็ว
❸ *n.* Ⓐ **make a ~ at sb./sth.** พยายามคว้า *ค.น./ส.น.*; Ⓑ *(Brit. sl.: robbery)* การฉกชิงวิ่งราว; Ⓒ *(sl.: kidnap)* การลักพาตัวเรียกค่าไถ่; Ⓓ *(fragment)* **a ~ of a song** บางส่วนของเพลง, ท่อนเพลง; **~es of talk/conversation** เสี้ยวหนึ่งของการพูดคุย/สนทนา; Ⓔ *in pl. (spells)* **do sth. in** *or* **by ~es** ทำ *ส.น.* เป็นคราว ๆ/ช่วง ๆ ไป; Ⓕ *(weightlifting)* การยกน้ำหนักจากพื้นขึ้นเหนือศีรษะอย่างรวดเร็ว

~ at *v.t.* Ⓐ **~ at sb./sth.** คว้า *ค.น.*/ฉวย *ส.น.* ไว้; Ⓑ *(fig.)* ➡ **jump at b**

~ a'way *v.t.* คว้ามาได้, ฉกฉวยเอามา (**from** จาก); **~ sth. away from sb.** ฉกฉวย *ส.น.* มาจาก *ค.น.*

~ 'up *v.t.* คว้ามา, ฉกฉวยมา

snazzy /ˈsnæzɪ/ˈซแนซิ/ *adj. (coll.)* เก๋ไก๋, เปรี้ยว, เท่

sneak /sniːk/ชนีค/ ❶ *v.t.* Ⓐ *(take)* หยิบอย่างลับ ๆ ล่อ ๆ; Ⓑ *(fig.)* **~ a look at sb./sth.** แอบชำเลืองมอง *ค.น./ส.น.*; Ⓒ *(bring)* **~ sth./sb. into a place** แอบนำ *ส.น./ค.น.* เข้าไปในที่ ๆ หนึ่ง; **~ sth. into one's bag** แอบใส่ *ส.น.* ลงไปในกระเป๋าตน; Ⓓ *(coll.: steal)* แอบขโมย, วิ่งราว ❷ *v.i.* Ⓐ *(Brit. Sch. coll.: tell tales)* แอบฟ้อง, ให้ข่าวสาร; **~ on sb.** ฟ้อง, เปิดโปง *ค.น.*; Ⓑ *(move furtively)* ไปอย่างลับ ๆ, ย่องไปมา ❸ *attrib. adj.* Ⓐ *(without warning)* **~ attack/raid** การจู่โจมโดยไม่ให้รู้ตัวล่วงหน้า/การลอบโจมตี; Ⓑ **a ~ preview of the film/play/programme** การนำภาพยนตร์/ละคร/รายการต่าง ๆ ออกฉาย/แสดงล่วงหน้าอย่างไม่เป็นทางการ ❹ *n.* Ⓐ *(shifty person)* คนมีลับลมคมใน; Ⓑ *(Brit. Sch. coll.: telltale)* คนขี้ฟ้อง

~ a'way *v.i.* ไปอย่างลับ ๆ, แอบหนีไป

~ 'in ❶ *v.i.* Ⓐ *(enter stealthily)* แอบเข้ามา, เข้ามาอย่างลับ ๆ; *(fig.)* แอบแฝงเข้ามาในใจ; Ⓑ *(win narrowly)* ชนะอย่างหวุดหวิด ❷ *v.t.* Ⓐ *(bring in)* แอบนำเข้ามา; Ⓑ *(Amer.: include)* **~ in a mention of sth./a word about sth.** แอบอ้างถึง *ส.น.*/สอดคำพูดเกี่ยวกับ *ส.น.*

~ 'out *v.i.* ลอบออกไป, แอบออกไป

~ 'out of *(Amer.: avoid)* **~ out of sth./doing sth.** หลีกหลบ *ส.น.*/เลี่ยงการทำ *ส.น.*

sneaker /ˈsniːkə(r)/ˈชนีเคอะ(ร)/ *n. (Amer.)* รองเท้าผ้าใบพื้นยาง

sneaking /ˈsniːkɪŋ/ˈชนีคิง/ *attrib. adj.* ที่ทำอย่างลับ ๆ; *(ความสงสัย)* ที่เก็บไว้ในใจ, ทำอย่างลับ ๆ

'sneak thief *n.* ขโมยวิ่งราว, ขโมยล้วงกระเป๋า

sneaky /ˈsniːkɪ/ˈชนีคิ/ *adj.* Ⓐ *(underhand)* ที่แสดงความเจ้าเล่ห์, ที่ลับ ๆ; Ⓑ **have a ~ feeling that ...:** มีความรู้สึกไม่ชอบมาพากลที่...

sneer /snɪə(r)/ชเนีย(ร)/ ❶ *v.i.* Ⓐ *(smile scornfully)* ยิ้มอย่างดูถูกเหยียดหยาม, ยิ้มเยาะเย้ย; Ⓑ *(speak scornfully)* พูดจาดูถูก, พูดเย้ยหยัน ❷ *v.t. (say)* พูดจาเสียดสี ❸ *n.* Ⓐ *(look)* การมองอย่างดูถูก, การมองเหยียด ๆ; Ⓑ *(remark)* คำพูดอย่างเหยียดหยาม, เยาะเย้ย; **a cynical/sarcastic ~:** คำพูดในแง่ร้าย/ความดูถูกเหยียดหยาม

~ at *v.t.* Ⓐ *(smile scornfully at)* ยิ้มเย้ยหยัน, ยิ้มอย่างดูถูก; Ⓑ *(express scorn for)* แสดงอาการดูถูกเหยียดหยาม

sneeze /sniːz/ชนีซฺ/ ❶ *v.i.* จาม; **not to be ~d at** *(fig. coll.)* น่าสนใจมาก, ไม่น่ารังเกียจ ❷ *n.* การจาม, เสียงจาม

snicker /ˈsnɪkə(r)/ˈชนิคเคอะ(ร)/ ➡ **snigger**

snide /snaɪd/ชนายดฺ/ *adj.* Ⓐ *(sneering)* ที่ดูถูกเหยียดหยาม, เย้ยหยัน; Ⓑ *attrib. (Amer.: mean, underhand)* ก้าวร้าว, มีเลศนัย

sniff /snɪf/ชนิฟ/ ❶ *n.* Ⓐ การสูดจมูก; *(with running nose, while crying)* การสูดจมูกขณะร้องไห้; *(contemptuous)* การทำจมูกย่นแสดงความดูถูก; **give a disdainful ~:** ทำจมูกย่นแสดงความเหยียดหยาม; **have a ~ at sth.** ดม *ส.น.*; **have a ~ at this!** *(คุณ)* ลองดมนี่ซิ; **I didn't get a ~ of the food** *(coll.)* ฉันไม่ได้กลิ่นอาหารสักนิดเดียว; **not a ~!** แม้แต่กลิ่นยังไม่ได้; Ⓑ *(quantity ~ed)* **have a [good] ~ of sea air/of perfume** สูดอากาศทะเล/น้ำหอม [ให้เต็มปอด]
❷ *v.i.* สูดจมูก; *(to detect a smell)* ดมกลิ่น; *(to express contempt)* ย่นจมูกด้วยท่าดูถูกเหยียดหยาม
❸ *v.t.* Ⓐ *(smell)* ดมกลิ่น *(อาหาร, ไวน์, น้ำหอม ฯลฯ)*; **the dog ~ed the air/the lamp post** สุนัขดมอากาศ/เสาไฟฟ้า; **~ glue/cocaine** ดมกาว/ผงโคเคน; Ⓑ *(utter with contempt)* เอ่ยด้วยความดูถูกเหยียดหยาม

~ at *v.t.* Ⓐ ดม *(เครื่องดื่ม, อาหาร, ดอกไม้)*; Ⓑ *(show contempt for)* แสดงความดูถูก; **not to be ~ed at = not to be sneezed at** ➡ **sneeze** 1

~ 'out *v.t.* ดมกลิ่นเหยื่อ; *(fig.)* สืบหาเรื่องราวหลักฐาน

sniffer dog /ˈsnɪfə dɒg/ˈชนิฟเฟอะ ดอกฺ/ *n.* สุนัขดมกลิ่น *(ยาเสพติด, วัตถุระเบิด)*

sniffle /ˈsnɪfl/ˈชนิฟ'ล/ ❶ *v.i.* สูดจมูกเบา ๆ ❷ *n. (coll.)* Ⓐ การสูดจมูกเบา ๆ; Ⓑ *in pl.* **have the ~s** เป็นหวัด

sniffy /ˈsnɪfɪ/ˈชนิฟฟิ/ *adj. (coll.)* Ⓐ *(contemptuous)* ดูถูก, เหยียดหยาม; Ⓑ *(sniffing)* **sb. is ~:** *ค.น.* คอยสูดจมูก; *(has a cold)* *ค.น.* เป็นหวัด

snifter /ˈsnɪftə(r)/ˈชนิฟเทอะ(ร)/ *n.* Ⓐ *(coll.: drink)* แอลกอฮอล์แก้วเล็ก; Ⓑ *(Amer.: glass)* แก้วทรงป้อมเตี้ยมีเชิงสำหรับใส่บรั่นดี

snigger /ˈsnɪgə(r)/ˈชนิกเกอะ(ร)/ ❶ *v.i.* หัวเราะอย่างกลั้น ๆ ❷ *n.* การหัวเราะแบบกลั้น ๆ

snip /snɪp/ชนิพ/ ❶ *v.t.*, **-pp-** ขริบ, เล็ม *(ผม)*; ตัด *(เล็บ, รู)*; *(cut off)* ตัด/เล็มออก ❷ *v.i.*, **-pp-** ตัดเล็มตกแต่ง, ขริบเล็ม ❸ *n.* Ⓐ *(Brit. coll.: certainty)* **be a ~:** เป็นของแน่นอนอยู่แล้ว; Ⓑ *(Brit. coll.: good bargain)* ของคุ้มราคา; Ⓒ *(cut)* เศษผ้าที่ตัดไว้; Ⓓ *(piece)* ชิ้นส่วนของวัสดุที่เหลือจากการตัด; Ⓔ *in pl. (shears)* กรรไกรตัดเหล็ก

snipe /snaɪp/ชไนพ/ ❶ *n., pl. same or* **~s** *(Ornith.)* นกน้ำหลายชนิดโดยเฉพาะในสกุล *Gallinago* ❷ *v.i. (Mil.)* ลอบยิง

~ at *v.t.* Ⓐ *(Mil.)* ซุ่มยิง; Ⓑ *(fig.: make snide comments about)* นินทาว่าร้ายลับหลัง

sniper /ˈsnaɪpə(r)/ˈชไนเพอะ(ร)/ *n.* ผู้ลอบยิงจากที่ไกล, ผู้แอบซุ่มยิง, *attrib.* **~ fire** การยิงจากทหารแอบซุ่ม

snippet /ˈsnɪpɪt/ˈชนิพพิท/ *n.* Ⓐ *(piece)* เศษชิ้นส่วน; Ⓑ *(of information in newspaper)* ข่าวสั้น ๆ; *(of knowledge)* ความรู้เล็ก ๆ น้อย ๆ; *(from a book)* ประโยคจากหนังสือ; *(of conversation)* การสนทนาไม่กี่คำ; **useful ~s of information** ข่าวสารที่มีประโยชน์เล็ก ๆ น้อย ๆ

snipping /ˈsnɪpɪŋ/ˈชนิพพิง/ *n.* เศษส่วนชิ้นเล็กชิ้นน้อยที่เหลือ ๆ

snit /snɪt/ชนิท/ *n. (Amer. coll.)* **be in a ~** *(agitated)* กำลังไม่สบายใจ; *(annoyed)* อยู่ในอารมณ์หงุดหงิด, วุ่นวายใจ

snitch /snɪtʃ/ชนิฉ/ *(coll.)* ❶ *v.t.* ขโมย, ลักขโมย ❷ *v.i.* ฟ้อง; **~ on sb.** ฟ้องเกี่ยวกับ *ค.น.*

snivel /ˈsnɪvl/ˈชนิฺว'ล/ *v.i.*, *(Brit.)* **-ll-** Ⓐ *(have runny nose)* **stop ~ling, use a handkerchief** อย่าปล่อยให้น้ำมูกไหล ใช้ผ้าเช็ดหน้าซิ; Ⓑ *(sniff, sob)* สูดจมูก, สะอึกสะอื้น

snivelling *(Amer.:* **sniveling)** /ˈsnɪvəlɪŋ/ˈชนิเวอะลิง/ *(fig.)* ❶ *attrib. adj.* สะอึกสะอื้น, คอยบ่นงอแง ❷ *n.* น้ำมูกที่ไหลออกมา, อาการบ่นงอแง

snob /snɒb/ชนฺอบ/ *n.* คนที่หลงใหลผู้มีฐานะทางสังคม, คนเห่อคนดัง, คนหัวสูง; *attrib.* **~ appeal** *or* **value** ดึงดูดคนนิยมยี่ห้อ/คนดัง; ➡ **inverted snob**

snobbery /ˈsnɒbərɪ/ˈชนฺอเบอะริ/ *n.* การหลงใหลผู้มีฐานะทางสังคม

snobbish /ˈsnɒbɪʃ/ˈชนฺอบิช/ *adj.*, **snobbishly** /ˈsnɒbɪʃlɪ/ˈชนฺอบิชลิ/ *adv.* อย่างเจ้ายศเจ้าอย่าง, อย่างดูถูกคนจน, หัวสูง

snog /snɒg/ชนฺอกฺ/ *(Brit. sl.)* ❶ *v.i.*, **-gg-** กอดจูบอย่างรักใคร่ ❷ *n.* การกอดจูบอย่างรักใคร่; **have a ~ [with sb.]** กอดจูบ [*ค.น.*] อย่างรักใคร่

snood /snuːd/ชนูด/ *n.* คลุมผม, ตาข่ายเก็บผม *(สวมทางด้านหลัง)*

snook /snuːk/ชนูค/ *n. (coll.)* **cock a ~ at sb.** ทำท่าล้อเลียนให้ *ค.น.* *(โดยการชี้หัวแม่มือไปที่จมูกและกางนิ้วทั้งสี่ออกจากกัน)*; *(fig. also)* แสดงอาการล้อเลียนเย้ยหยันอย่างเปิดเผย

snooker /ˈsnuːkə(r)/ˈชนูเคอะ(ร)/ ❶ *n.* Ⓐ *no pl., no indef. art.* สนุกเกอร์ *(ท.ศ.)*; Ⓑ *(tactical position)* การวางสนุก *(การวางตำแหน่งลูกให้คู่แข่งแทงได้ยาก)* ❷ *v.t.* Ⓐ วางสนุก *(วางลูกไว้ในตำแหน่งที่ทำให้คู่แข่งเล่นลูกไม่ได้หรือเล่นได้ก็ยาก)*; **be ~ed** ถูกวางสนุก; Ⓑ *(fig. coll.: thwart)* ขัดขวาง; **he was ~ed** เขาถูกกลั่นแกล้งขัดขวาง

snoop /snuːp/ชนูพ/ *(coll.)* ❶ *v.i.* สอดรู้สอดเห็น, แส่; **~ into sth.** เข้าไปสอดรู้สอดเห็นใน *ส.น.*; **~ about** *or* **around** เข้าไปสืบสวนในเรื่องคนอื่น; **~ around the village** สืบสวนไปทั่วหมู่บ้าน ❷ *n.* **have a ~ around** ทำการสืบสวนในเรื่องของคนอื่น

snooper /ˈsnuːpə(r)/ˈชนูเพอะ(ร)/ *n. (coll.)* คนชอบสอดรู้สอดเห็น, คนชอบแส่เรื่องชาวบ้าน

snootily /ˈsnuːtɪlɪ/ˈชนูทิลิ/ *adv.*, **snooty** /ˈsnuːtɪ/ˈชนูทิ/ *adj. (coll.)* เย่อหยิ่ง, จองหอง, ถือตัว

snooze /snuːz/ชนูซฺ/ *(coll.)* ❶ *v.i.* หลับช่วงสั้น ๆ ❷ *n.* การงีบหลับ; **have a ~:** งีบหลับตอนกลางวัน

snooze button *n.* ปุ่มบนนาฬิกาปลุก สำหรับปลุกซ้ำเป็นช่วง ๆ

snore /snɔː(r)/ชนฺอ(ร)/ ❶ *v.i.* กรน ❷ *n.* การกรน; **~s** เสียงกรน

snorkel /ˈsnɔːkl/ˈชนฺอคˈล/ ❶ *n.* ท่อหายใจเมื่อว่ายใต้ผิวน้ำ ❷ *v.i., (Brit.)* **-ll-** ใส่ท่อหายใจเมื่อว่ายใต้ผิวน้ำ

snort /snɔːt/ชนฺอท/ ❶ *v.i.* เค้นเสียงออกมาทางจมูก (**with, in** ด้วย); **~ with laughter** ระเบิดหัวเราะออกมาอย่างดูถูก; **~ in disbelief** ทำเสียงขึ้นจมูกเพราะความไม่เชื่อ ❷ *v.t.* Ⓐ เค้นเสียงออกมาทางจมูก; **~ one's disgust/disbelief/anger** ทำเสียงขึ้นจมูกด้วยความดูถูกเกลียดชัง/ความไม่เชื่อ/ความโกรธ; Ⓑ *(sl.: take)* สูด; **~ [coke]** สูด [โคเคน] ขึ้นจมูก ❸ *n.* Ⓐ เสียงสั่งจมูก *หรือ* เสียงขึ้นจมูกเป็นเชิงดูถูก; **give a ~ of indignation/rage** แสดงออกถึงความดูถูกเกียรติยศศักดิ์ศรี/โทสะ; **with a ~ of rage** โดยแสดงความโมโหโทโส; **~s of laughter** เสียงหัวเราะอย่างดูถูก; Ⓑ *(coll.: drink)* เครื่องดื่มแอลกอฮอล์สั้น ๆ; Ⓒ *(sl.: of drug)* จำนวนยาเสพติดที่สูดเข้าทางจมูก

snorter /ˈsnɔːtə(r)/ˈชนฺอเทอะ(ร)/ *n. (coll.)* Ⓐ *(gale)* พายุ; Ⓑ *(difficult task)* **a ~ [of a job]** งานยากมาก; **the exam was a ~:** เป็นการสอบที่ยาก

snot /snɒt/ชนฺอท/ *n. (sl.)* น้ำมูก, ขี้มูก, คนน่าดูถูก

ˈsnot rag *n. (sl.)* ผ้าเช็ดหน้า

snotty /ˈsnɒtɪ/ˈชนฺอทิ/ *adj. (sl.)* Ⓐ ➡ **snooty;** Ⓑ *(running with nasal mucus)* มีน้ำมูกไหล, มีขี้มูก; **~ child** เด็กขี้มูกโป่ง; **~ handkerchief** ผ้าเช็ดหน้าเปื้อนน้ำมูก; **~ nose** จมูกที่มีน้ำมูกไหล

ˈsnotty-nosed *adj.* Ⓐ มีน้ำมูกไหล; Ⓑ ➡ **snooty**

snout /snaʊt/ชเนาท/ *n.* Ⓐ *(nose)* จมูก; *(of pig, anteater, wild boar)* จมูก; Ⓑ *(nosepiece)* ปลาย *ส.น.,* งวง; Ⓒ *(derog.: nose)* จมูก *(คน);* Ⓓ *(Brit. coll.) (tobacco)* ยาสูบ; *(cigarette)* บุหรี่; Ⓔ *(Brit. sl.: informer)* คนให้ข่าว, คนช่างฟ้อง

snow /snəʊ/ชโน/ ❶ *n., no indef. art.* Ⓐ หิมะ; **be [as] pure as the driven ~** บริสุทธิ์ผุดผ่องเหมือนกับหยวกกล้วย; Ⓑ *in pl. (areas)* พื้นที่ที่มีหิมะปกคลุม; *(falls)* หิมะที่ตกเป็นช่วง; Ⓒ *(sl.: cocaine)* ผงขาว; Ⓓ *(on TV screen etc.)* เม็ดขาว ๆ บนจอโทรทัศน์ที่รับสัญญาณไม่ดี ❷ *v.i. impers.* **it ~s** *or* **is ~ing** หิมะตก *หรือ* หิมะกำลังตก; **it starts ~ing** *or* **to ~:** หิมะเริ่มตกแล้ว ❸ *v.t. (Amer. coll.)* **~ sb.** ยกยอล่อลวง *ค.น.*

~ ˈin *v.t.* **they are ~ed in** พวกเขาออกจากบ้านไม่ได้เพราะหิมะตกหนัก

~ ˈunder *v.t.* **be ~ed under** ถูกทับถมปกคลุมด้วยหิมะ; *(fig.) (with work)* งานสุมท่วมหัว; *(with presents, letters)* มีกองท่วมท้น

~ ˈup ➡ **~ in**

snow: ~ball ❶ *n.* ลูกบอลหิมะ; **~ball fight** การเล่นโยนลูกบอลหิมะใส่กัน; **have a ~ball effect** เกิดปรากฏการณ์พูนเพิ่มขนาด *หรือ* ปริมาณอย่างรวดเร็ว; **not have** *or* **stand a ~ball's chance in hell** *(coll.)* ไม่มีโอกาสเลยสักนิด ❷ *v.t.* ขว้างปาลูกบอลหิมะ ❸ *v.i.* Ⓐ ขว้างปาลูกบอลหิมะ; Ⓑ *(fig.: increase greatly)* เพิ่มขึ้นอย่างรวดเร็ว; **~ blindness** *n.* อาการตาบอดหิมะ; **~blower** *n.* เครื่องเป่าหิมะออกจากทางสัญจร; **~board** ❶ *n.* กระดานเล่นไถลบนหิมะ, สโนว์บอร์ด *(ท.ศ.)* ❷ *v.i.* เล่นกระดานหิมะ; **~boarder** *n.* นักเล่นกระดานหิมะ; **~boarding** *n.* การเล่นกระดานหิมะ; **~ boot** *n.* รองเท้าบูทสวมใส่เดินบนหิมะ; **~-bound** *adj.* ติดหิมะ, ออกไปไหนไม่ได้เพราะหิมะตก; **~-capped** *adj. (ยอดภูเขา)* ที่ถูกหิมะปกคลุม; **~ chains** *n. pl.* โซ่พันล้อรถไม่ให้รถลื่นไถลบนหิมะ; **~-covered** *adj.* ที่ปกคลุมด้วยหิมะ; **~drift** *n.* หิมะที่ลมพัดเป็นกองลึก; **~drop** *n.* ไม้ดอกสีขาว *Galanthus nivalis* เป็นรูประฆัง; **~fall** *n.* การตกของหิมะ **~flake** *n.* เกล็ดหิมะ; **~ goose** *n.* ห่านสีขาว *Anser caerulescens* ในแถบอาร์กติก; **~ job** *n. (Amer. coll.)* **do a ~ job on sb.** พูดอ้อนวอนให้ *ค.น.* ทำ *ส.น.;* **~ leopard** *n.* เสือดาวหิมะ *Panthera uncia;* **~line** *n.* เส้นหมายเขตระดับต่ำสุดที่มีหิมะตลอดปี; **~man** *n.* มนุษย์หิมะ, ตุ๊กตาหิมะ; ➡ **+ abominable; ~mobile** /ˈsnəʊməbiːl/ˈชโนเมอะบีล/ *n.* พาหนะสำหรับวิ่งบนหิมะ; **~plough** *n.* รถติดอุปกรณ์ไถหิมะออกจากถนน; **~scape** *n.* ทิวทัศน์ที่ปกคลุมด้วยหิมะ; **~shoe** *n.* แผ่นอุปกรณ์แบนกลมกว้างติดที่พื้นรองเท้าบูท ซึ่งช่วยให้เดินบนหิมะได้; **~ shovel** *n.* พลั่วตักหิมะ; **~ shower** *n.* หิมะที่ตกโปรยปราย; **~storm** *n.* พายุหิมะ; **~-white** *adj.* ขาวบริสุทธิ์; **S~ ˈWhite** *pr. n.* สโนว์ไวท์ *(ท.ศ.)*

snowy /ˈsnəʊɪ/ˈชโนอิ/ *adj.* Ⓐ *(having much snow)* มีหิมะเต็มไปหมด; **~ weather** อากาศหนาวที่มีหิมะตก; Ⓑ *(white)* ขาวบริสุทธิ์ราวหิมะ

snowy ˈowl *n.* นกเค้าแมวสีขาว *Nyctea scandiaca* พบในแถบอาร์กติก

SNP *abbr.* **Scottish National Party** พรรคแห่งชาติสกอต

snub /snʌb/ชนับ/ ❶ *v.t.,* **-bb-** Ⓐ *(rebuff)* พูดจาก้าวร้าว, ทำท่าเหยียดหยาม, ไม่ไว้หน้า; Ⓑ *(reprove)* จับผิด, ว่ากล่าว; *(insult)* ว่าเจ็บ ๆ, ว่าให้อาย; Ⓒ *(reject)* ปฏิเสธ, ไม่ยอมรับ; Ⓓ *(Amer.)* **~ out** ดับ ❷ *n.* การพูดจาก้าวร้าว, การจับผิด, การว่ากล่าว, การปฏิเสธ; **get** *or* **receive a ~:** ได้รับการปฏิบัติที่ก้าวร้าว, ถูกว่ากล่าว; **give sb. a [proper] ~:** ว่ากล่าวตักเตือน *ค.น.* [แต่พอเหมาะพอควร]

snub: ~ ˈnose *n.* จมูกสั้นปลายเชิด; *(of car, aeroplane)* ที่ปลายทู่; **~-nosed** *adj.* มีจมูกสั้นปลายเชิด; *(รถ, เครื่องบิน)* มีปลายทู่

¹snuff /snʌf/ชนัฟ/ *n.* Ⓐ *(tobacco)* ยานัตถุ์; **take a pinch of ~:** สูดยานัตถุ์สักหน่อย; Ⓑ **be up to ~** *(Brit. coll.: not easily deceived)* รู้ดี, ไม่มีทางที่ใครจะหลอกได้ง่าย ๆ; *(in good health or condition)* มีสุขภาพดีแข็งแรง

²snuff *v.t.* ขริบ *(ไส้เทียน);* **~ it** *(sl.: die)* ตาย

~ ˈout ❶ *v.t.* Ⓐ *(extinguish)* ดับ *(เทียน);* Ⓑ *(fig.: put an end to)* ทำให้สิ้นสุดลง *(การก่อการร้าย);* ทำให้หมดไป *(ความหวัง); (kill)* ฆ่า ❷ *v.i. (sl.)* ตาย

ˈsnuff-box *n.* กล่องยานัตถุ์

snuffer /ˈsnʌfə(r)/ˈชนัฟเฟอะ(ร)/ *n.* กรวยดับเทียน; **pair of ~s** กรรไกรตัดไส้เทียน

snuffle /ˈsnʌfl/ˈชนัฟˈล/ ❶ *v.i.* Ⓐ *(sniff)* สูดจมูกดังฟุดฟิด **(at)**; *(with cold, after crying)* ทำจมูกฟุดฟิด, สูดจมูกหลังจากร้องไห้; Ⓑ *(make sniffing sound)* ทำเสียงดังฟุดฟิด **(at)**; Ⓒ *(breathe noisily)* หายใจเข้าออกเสียงดังเพราะคัดจมูก ❷ *n.* Ⓐ *(sniff)* **~[s]** เสียงสูดจมูกดังฟุดฟิด; *(of horses)* เสียงหายใจดังแรง ๆ; Ⓑ *in pl.* **have the ~s** เป็นหวัด

snug /snʌg/ชนัก/ ❶ *adj.* Ⓐ *(cosy)* อบอุ่นและสบาย; *(warm)* อบอุ่น; **in bed sb. is as ~ as a bug in a rug** นอนอยู่บนเตียงอย่างอบอุ่นสบายเต็มที่; Ⓑ *(sheltered)* มีที่พักพิง, อยู่ในที่พักอาศัยที่ปลอดภัย; Ⓒ *(close-fitting)* พอดี; **be a ~ fit** เข้ารูปพอดี ❷ *n. (Brit.: bar parlour)* ห้องเล็ก ๆ ในร้านเหล้าหรือที่พักแรม

snuggle /ˈsnʌgl/ˈชนักˈล/ ❶ *v.i.* **~ together** นั่ง/นอนเบียดกันอย่างอบอุ่น; **~ down in bed** นอนสบายอบอุ่นอยู่ในเตียง; **~ up with a book** นอนอุ่นสบายพลางอ่านหนังสือ ❷ *v.t.* **she ~d the crying child to her body** เธอโอบกอดเด็กที่กำลังร้องไห้ไว้แนบกาย

snugly /ˈsnʌglɪ/ˈชนักลิ/ *adv.* Ⓐ *(cosily)* อย่างอบอุ่นและสบาย; **be/lie ~ tucked up** เข้านอนห่มผ้าอุ่นสบาย; Ⓑ *(close-fitting)* **fit ~:** เข้ารูปอย่างพอเหมาะพอดี

¹so /səʊ/โซ/ ❶ *adv.* Ⓐ *(by that amount)* ยิ่ง...ยิ่ง, เท่า...เท่า ๆ; **as winter draws near, so it gets darker** ยิ่งฤดูหนาวใกล้เข้ามาก็ยิ่งมืดค่ำเร็วขึ้น; **as fast as the water poured in, so we bailed it out** น้ำไหลเข้ามาเร็วเท่าไร พวกเราก็ช่วยกันวิดออกไปให้เร็วเท่านั้น; **so ... as** ช่าง...เท่ากับ; **there is nothing so fine as ...:** ไม่มีอะไรจะสวยงาม/ดีเท่ากับ...; **not so [very] difficult/easy** *etc.* ไม่ค่อยจะยาก/ง่าย ฯลฯ เท่าไร [มากนัก]; **it's not so easy/big after all** ในที่สุดมันก็ไม่ค่อยจะง่าย/ใหญ่นัก; **so beautiful a present** ของขวัญนี้ช่างสวยงามจริง ๆ; **so great a general as X** นายพลที่เก่งเท่าเอ็กซ์; **[it's] not so bad as ...:** มันไม่ได้เลวร้ายเท่า...; **so far** เท่าที่ผ่านมา; *(until now)* จนถึงขณะนี้, จนถึงบัดนี้; *(to such a distance)* จนถึงจุดนี้; **I trust him only so far** ฉันไว้ใจเขาถึงระดับหนึ่งเท่านั้น; **and so on [and so forth]** และในทำนองเดียวกัน; **so long!** โชคดี แล้วเจอกัน; **so many** จำนวนมากเหลือเกิน; *(unspecified number)* ในจำนวนที่ไม่แน่นอน; **they looked like so many chimney sweeps** พวกเขาทั้งหลายดูราวว่าจะมากวาดปล่องไฟ; **so much** มากมาย, แค่นั้น; *(unspecified amount)* ในจำนวนไม่แน่นอน; **[just] so much/many** *(nothing but)* มีแต่, ไม่มีอะไรนอกจาก; **his books are just so much rubbish** หนังสือของเขามีแต่เรื่องเละเทะ; **the villages are all so much alike** หมู่บ้านต่าง ๆ ก็ดูเหมือน ๆ กันไปหมด; **so much for the agenda** แค่นี้ก็พอแล้วสำหรับระเบียบวาระ; **so much for him/his plans** ไม่ต้องหวังอะไรจากเขา/แผนการต่าง ๆ ของเขา; **so much for my hopes** ความหวังของฉันก็จบแค่นั้น; **so much for that** *(after having dealt with a tricky problem)* เรื่องนั้นก็จบไปแล้ว; **so much the better** ก็ยิ่งดี; **if he doesn't want to stay, so much the worse for him** ถ้าเขาไม่อยากจะอยู่ก็เป็นปัญหาของเขา; **not so much ... as** ไม่เชิง...แต่มากกว่า; แม้แต่...ก็ไม่; **be not so much angry as disappointed** ออกจะผิดหวังมากกว่าโกรธ; **not so much as** *(not even)* แม้แต่น้อย; **not so much as glance at sth.** แม้แต่ชำเลืองก็ไม่มอง; ➡ **+ ever F; every C; far 1 D; ¹long 3 A, B; more 3 H; never A;** Ⓑ *(in that manner)* อย่างนั้น, เช่นนั้น, ดังนั้น; **so be it** ก็ให้เป็นไปตามนั้น; **this being so** เมื่อเป็นเช่นนั้น; **it so happened that he was not there** ปรากฏว่าเขาไม่ได้อยู่ที่นั่น; Ⓒ *(to such a degree)* จนกระทั่ง, ถึงขนาด, เหลือเกิน; **this answer so provoked him that ...:** คำตอบนี้ทำ

ให้เขาโกรธเสียจนกระทั่ง...; **I went straight to bed, I was so tired** ฉันตรงไปเข้านอนเพราะฉันเหนื่อยเหลือเกิน; **put it so as not to offend him** หาวิธีพูดที่ไม่ทำให้เขาน้อยใจ; **I am not so big a fool as to believe that** ฉันไม่ได้โง่ถึงขนาดที่จะยอมเชื่อเรื่องนั้น; **I got so I could ...:** *(Amer.)* ฉันโกรธจนแทบจะ...; **so much so that ...:** มากถึงขั้นที่...; Ⓓ *(with the intent)* **so as to** เพื่อที่จะ, ดังนั้น; **run so as not to get wet** วิ่งไปเพื่อที่จะได้ไม่เปียก; **so [that]** ดังนั้น; Ⓔ *(emphatically)* อย่างมาก, เหลือเกิน; **I'm so glad/tired!** ฉันดีใจ/เหนื่อยเหลือเกิน; **so kind of you!** คุณใจดีเหลือเกิน; **so sorry!** *(coll.)* เสียใจจริง ๆ; Ⓕ *(indeed)* **It's a rainbow! – So it is!** แน่ะ รุ้งกินน้ำ จริง ๆ ด้วย; **'You suggested this trip. – So I did** คุณเป็นผู้เสนอแนะการเดินทางครั้งนี้ เออจริงด้วย; **you said it was good, and so it was** คุณเคยพูดว่ามันดี แล้วมันก็ดีจริง ๆ ด้วย; **is that so?** มันเป็นดังนั้นจริง ๆ หรือ, งั้นหรือ; **and so he did** แล้วเขาก็ทำอย่างนั้นจริง ๆ; **it 'is so** *expr. certainty* มันเป็นอย่างนั้นจริง ๆ, จริง ๆ นะ; **it may be so, possibly so** มันอาจจะเป็นดังนั้นก็ได้; Ⓖ *(like-wise)* **so am/have/would/could/will/do I** ฉันก็เหมือนกัน; **as a is to b, so is c to d** เอต่อบีเป็นเท่าไร ซีต่อดีก็เท่านั้น; **as in the arts, so in politics, it's true that ...:** ในวงศิลปะและเช่นเดียวกันในเรื่องการเมืองมันเป็นเรื่องจริงที่ว่า...; Ⓗ *(thus)* ดังนั้น, เพราะฉะนั้น; **and so it was that ...:** และดังนั้นมันจึงเป็นว่า...; **not so!** ไม่เป็นดังนั้น, ไม่ใช่อย่างนั้น; ➡ **+ how 1; if 1 A; just 2 A; quite A; so so;** Ⓘ *(replacing clause, phrase, word)* **he suggested that I should take the train, and if I had done so, ...:** เขาแนะนำว่าฉันควรไปรถไฟและถ้าฉันได้ทำเช่นนั้น ...; **we must consider what would be the result of so doing** เราจะต้องพิจารณาถึงผลที่จะเกิดจากการกระทำเช่นนั้น; **I'm afraid so** ฉันกลัวว่าจะเป็นอย่างนั้น; **the teacher said so** คุณครูว่าอย่างนั้น; **it was self-defence – or so the defendant said** มันเป็นการป้องกันตัวเอง หรืออย่างน้อยจำเลยได้ให้การเช่นนั้น; **so saying, he departed** ว่าดังนั้นแล้ว เขาก็จากไป; **so say all of us** พวกเราทุกคนว่าอย่างนั้น; **Why do I have to go to bed? – Because I say so** ทำไมฉันต้องไปนอนด้วยล่ะ เพราะฉันบอก [ว่าเช่นนั้น]; **I suppose so** ฉันก็คิดอย่างนั้น; *expr. reluctant agreement* ก็อาจจะใช่; *granting grudging permission* ก็อาจจะได้; **I told you so** ฉันบอกคุณแล้วว่าอย่างนั้น; **so I gathered** ฉันเข้าใจว่าอย่างนั้น; **so I gathered from the newspaper** ฉันเก็บความจากหนังสือพิมพ์ได้อย่างนั้น; **he is a man of the world, so to say** *or* **speak** อาจกล่าวได้ว่าเขาเป็นผู้ชายชาญโลก; **it will take a week or so** คงเป็นเวลาสักอาทิตย์หรือราว ๆ นั้น; **there were twenty or so people** มีคนสักยี่สิบคนหรือราว ๆ นั้น; **very much so** แน่นอน; ➡ **+ say 1 A**

❷ *conj. (therefore)* ดังนั้น, เพราะฉะนั้น, แล้ว; **so 'that's what he meant** อ้อเขาหมายความว่าอย่างนั้นนั่นเอง; **cigarettes are dangerous, so don't smoke** บุหรี่เป็นอันตราย เพราะฉะนั้นอย่าสูบ; **so what is the answer?** แล้วคำตอบคืออะไรล่ะ; **so you are from Oxford then?** แล้วคุณล่ะมาจากออกซฟอร์ดใช่มั้ย; **so 'there you are!** อ้อคุณอยู่นี่เองแหละ; **so there you 'are** แล้วฉันก็ถูกเห็นไหม!; **so what are you going to do now?** แล้วตอนนี้คุณจะทำอะไร; **so what's the joke/problem?** แล้วอะไรที่น่าขำ/เป็นปัญหาเล่า; **so where have you been?** แล้วคุณล่ะไปไหนมา; **so that's 'that** *(coll.) (it's done)* เป็นอันว่าเสร็จ; *(it's over)* เป็นอันว่าจบเรื่อง; *(everything has been taken care of)* ทุกอย่างจัดการเรียบร้อยแล้ว; **so there!** อ้อ นั่นแน่ะ!; **so you see ...:** เพราะฉะนั้น คุณก็เห็นว่า...; **so?** แล้วอะไรล่ะ, แล้วไง

²so ➡ **soh**

So. *abbr. (Amer.)* **South**

soak /səʊk/โซค/ ❶ *v.t.* Ⓐ *(steep)* อาบชุ่ม *(กระดาษติดฝาผนัง)*; แช่ *(ถั่วแห้ง, ผลไม้แห้ง, เสื้อผ้าสกปรก)* ไว้ในน้ำ; **~ oneself in the sun** อาบแดด; Ⓑ *(wet)* ทำให้เปียกชุ่ม *(ดิน)*; **~ sb. from head to foot** ทำให้ *ค.น.* เปียกตั้งแต่หัวจรดเท้า; **~ed in sth.** เปียก *ส.น.* จนชุ่มโชก; ที่ได้แช่ *ส.น.* ไว้; **a rag ~ed in petrol** ผ้าขี้ริ้วชุ่มน้ำมันรถ; **~ed in sweat** เหงื่ออาบทั่วร่าง; **~ed with sweat** ชุ่มโชกด้วยเหงื่อ; **this town is ~ed in history** *(fig.)* เมืองนี้เต็มไปด้วยประวัติศาสตร์; Ⓒ *(absorb)* ➡ **~ up**; Ⓓ *(coll.: obtain money from)* ไถเงินจาก, ดูดเงิน

❷ *v.i.* Ⓐ *(steep)* **put sth. in sth. to ~:** แช่ *ส.น.* ลงในอีก *ส.น.*; **lie ~ing in the bath** นอนแช่น้ำอยู่ในอ่าง; **the liver was put to ~ in milk** ตับถูกแช่ไว้ในน้ำนม; Ⓑ *(drain) (น้ำ)* ไหลหายไป; **~ away** ระบายน้ำออกไป

❸ *n.* Ⓐ **give sth. a [good] ~:** แช่ *ส.น.* ให้ชุ่ม; **give the garden a [good] ~:** รดน้ำสวนให้ชุ่ม; **put in ~:** แช่เอาไว้; **he leaves his dentures in ~ overnight** เขาแช่ฟันปลอมไว้ค้างคืน; Ⓑ *(coll.: drinker)* นักดื่มเหล้า, คอเหล้า

~ 'in ❶ *v.i.* Ⓐ *(seep in)* ซึมเข้าไป; Ⓑ *(fig.)* **let the atmosphere ~ in** ปล่อยให้บรรยากาศซึมซับเข้าไปในจิตใจ ❷ *v.t.* ➡ **~ up**

~ into *v.t.* ซึมเข้าไป

~ through ❶ *v.t.* Ⓐ *(penetrate)* ซึมทะลุเข้าไป; Ⓑ *(drench)* เปียกจนทั่ว, ชุ่มไปหมด ❷ *v.i. (ของเหลว)* ซึมทะลุผ่านเข้าไป

~ 'up *v.t.* Ⓐ *(absorb)* ซึมซับเอาไว้; **~ up the sunshine** ซึมซับแสงแดดเข้าไว้; Ⓑ *(fig.)* ซึมซับ *(ความรู้, ความเข้าใจ)* ไว้

'soakaway *n. (Brit.)* จุดให้น้ำเสียซึมลงในดิน

soaking /ˈsəʊkɪŋ/โซคิง/ ❶ *n. (drenching)* **need a [good] ~:** ต้องการการรดน้ำให้ชุ่ม [อย่างทั่วถึง]; **get a ~:** ได้รับการรดน้ำอย่างทั่วถึง; **give sb./sth. a ~:** ทำให้ *ค.น./ส.น.* เปียกทั่วไปหมด ❷ *adv.* **~ wet** เปียกชุ่มไปหมด ❸ *adj.* Ⓐ *(drenched)* เปียกไปหมดทั้งตัว; **be ~:** *(เสื้อผ้า)* อย่างเปียกชุ่ม; Ⓑ *(saturating)* เปียกจนท่วม, ชุ่มไปหมด

'so-and-so *n., pl.* **~'s** Ⓐ *(person not named)* คนโน้นคนนี้; ตา/ยายนั่น; *(thing not named)* สิ่งต่าง ๆ; ไอ้นั่น; Ⓑ *(coll.: contemptible person)* ไอ้ใช้ไม่ได้; **poor ~:** คนที่น่าสงสาร

soap /səʊp/โซพ/ ❶ *n., no indef. art.* Ⓐ สบู่; **a bar** *or* **tablet of ~:** สบู่ก้อน; **with ~ and water** ด้วยสบู่และน้ำ; Ⓑ *(coll.)* ➡ **soap opera** ❷ *v.t.* **~ [down]** ฟอกสบู่, ถูสบู่

soap: ~box *n.* Ⓐ ➡ **~ dish A**; Ⓑ *(packing-box)* กล่องใส่สบู่; Ⓒ *(stand) ลังที่ใช้เป็นแท่นยืนพูดอภิปรายในที่สาธารณะ*; **get on one's ~box** *(fig.)* ลุกขึ้นแสดงความเห็นของตน; Ⓓ *(cart)* รถเข็นเด็กเล่นทำจากกระไม้เก่า ๆ; **~box derby** การแข่งขันเด็กที่ใช้รถทำจากกล่องไม้เก่า ๆ; **~ bubble** *n.* ฟองสบู่; **~ dish** *n.* Ⓐ *(container)* จานสบู่; Ⓑ *(open dish)* จานสบู่; **~ flakes** *n. pl.* สบู่เกล็ด; **~ opera** *n. (Telev., Radio)* ละคร, ละครน้ำเน่า; **~ powder** *n.* สบู่ผง; **~stone** *n. (Min.)* หินสบู่; **~suds** *n. pl.* ฟองสบู่, น้ำสบู่ที่เป็นฟอง

soapy /ˈsəʊpɪ/โซพิ/ *adj.* มีสบู่เป็นส่วนผสม; **~ water** น้ำผสมสบู่

soar /sɔː(r)/ซอ(ร)/ *v.i.* Ⓐ *(fly up)* โผบินขึ้นสูง, พุ่งขึ้นสูง; *(hover in the air)* ลอยลม, ล่องลม; Ⓑ *(extend)* **~ into the sky** ชูขึ้นไปในท้องฟ้า; Ⓒ *(fig.: rise rapidly) (ราคา, ค่าใช้จ่าย)* เพิ่มสูงขึ้นอย่างรวดเร็ว, หลุดลอยไป; **my hopes have ~ed again** ความหวังของฉันเริ่มสูงขึ้นอีกแล้ว; **~ above sb./sth.** ล่อนอยู่สูงเหนือ *ค.น./ส.น.*, พุ่งสูงกว่า *ค.น./ส.น.*

soaring /ˈsɔːrɪŋ/ซอริง/ *attrib. adj.* Ⓐ *(flying)* ที่โผบินอยู่ในอากาศ; Ⓑ *(fig.: rising rapidly) (ราคา, เงินเฟ้อ, ค่าใช้จ่าย)* ขึ้นสูงอย่างรวดเร็ว; Ⓒ *(lofty)* สูงส่ง, อยู่ในหอคอยงาช้าง, เย่อหยิ่ง

sob /sɒb/ซอบ/ ❶ *v.i.*, **-bb-** สะอึกสะอื้น (with ด้วย) ❷ *v.t.*, **-bb-** สะอึกสะอื้น, ร้องไห้ ❸ *n.* การร้องไห้สะอึกสะอื้น; **~s [of anguish/pain]** ร้องไห้สะอึกสะอื้น [ด้วยความเจ็บปวด/ปวด]

~ 'out *v.t.* พูดพลางร่ำไห้สะอึกสะอื้น; **she ~bed out her story** เธอร่ำไห้สะอึกสะอื้นเล่าเรื่องตัวเองออกมา; **~ one's heart out** สะอึกสะอื้นร่ำไห้อย่างสุดหัวใจ

SOB /esəʊˈbiː/เอ็ซโอ'บี/ *abbr. (Amer.)* **son of a bitch**

sobbing /ˈsɒbɪŋ/ซอบิง/ ❶ *n.* อาการสะอึกสะอื้น ❷ *adj. (ร้องไห้)* สะอึกสะอื้น

sober /ˈsəʊbə(r)/โซเบอะ(ร)/ *adj.* Ⓐ *(not drunk)* ไม่เมา; **as ~ as a judge** มีสติดีครบถ้วน, ไม่ได้เมาอย่างเด็ดขาด; Ⓑ *(moderate)* ถือทางสายกลาง, สมดุล, สงบเรียบร้อย; Ⓒ *(solemn)* ลึกซึ้งจริงจัง, ขรึม; Ⓓ *(subdued)* สงบราบคาบ, ควบคุมไว้ได้หมด, สงบเสงี่ยม; **be a ~ dresser** เป็นคนที่แต่งตัวเรียบร้อยพองามไม่หรูหรา; Ⓔ *(rational, realistic)* ไม่หวือหวา, ไม่เพ้อฝัน, มีเหตุผล; **the ~ truth/fact** ความจริง/ข้อมูลที่ไม่หวือหวา

~ 'down *v.i.* สงบลง, เชื่องลง; *(after being excited)* หายตื่นเต้น; **he has ~ed down a lot** เขาสงบลงมากแล้ว

~ 'up ❶ *v.i.* หายเมา ❷ *v.t.* ทำให้หายเมา

sobering /ˈsəʊbərɪŋ/โซเบอะริง/ *adj.* ที่ทำให้สงบราบคาบ, ที่เป็นจริงไม่เพ้อฝัน; **he found it a ~ experience** เขาพบว่ามันเป็นประสบการณ์ที่ทำให้ตระหนักถึงความเป็นจริง; **it is a ~ thought that ...:** เป็นความคิดที่ทำให้ได้สติว่า...

soberly /ˈsəʊbəlɪ/โซเบอะลิ/ *adv.* อย่างไม่เมา, อย่างสงบราบคาบ, อย่างที่เป็นจริง; **dress ~:** แต่งตัวเรียบขรึม

sober: ~-minded *adj.* จิตใจสงบ, ไม่ลำเอียง; **~sides** *n., pl. same* คนที่กลุ้มใจอยู่เรื่อย

sobriety /səˈbraɪətɪ/เซอะ'บรายเออะทิ/ *n., no pl., no indef. art.* Ⓐ *(not being drunk)* ความไม่เมา; Ⓑ *(moderation)* ความพอประมาณ; Ⓒ *(seriousness)* ความเอาจริงเอาจัง; **~ of mind/judgment** จิตใจที่แน่วแน่จริงจัง/การตัดสินที่สมบูรณ์ด้วยเหตุผล

sobriquet /ˈsəʊbrɪkeɪ/โซบริเค/ *n. (nickname)* ชื่อเล่น, ฉายา

sob: ~ sister *n. (Amer. Journ.)* ผู้หญิงที่เขียนบทความเร้าความรู้สึกอ่อนไหว; *(giving advice*

S

sob story | soffit 840

to readers) ผู้ให้คำแนะนำตอบคำถามผู้อ่าน; **~ story** *n.* เรื่องเศร้าชวนสงสาร; **~ stuff** *n., no indef. art., no pl. (coll.)* เรื่องเศร้า; *(book, film, etc.)* เรื่องเศร้าสะเทือนอารมณ์

'so-called *adj.* เป็นที่รู้กัน, ตามที่เรียกกัน

soccer /'sɒkə(r)/'ซอเคอะ(ร)/ *n. (coll.)* ฟุตบอล; **~ ball** ลูกฟุตบอล

sociability /səʊʃə'bɪlɪtɪ/โซเชอะ'บิลลิทิ/ *n., no pl.* ความสามารถในการเข้าสังคม

sociable /'səʊʃəbl/'โซเชอะบ'ล/ *adj.* เป็นมิตร, สังคมเก่ง, มีอัธยาศัยดี, ไม่ถือพิธีรีตอง; **she's not feeling ~ today** วันนี้เธอไม่รู้สึกอยากพบปะกับใคร; **he did it just to be ~:** เขาทำไปเพื่อแสดงมารยาททางสังคมเท่านั้น

sociably /'səʊʃəblɪ/'โซเชอะบลิ/ *adv.* อย่างเป็นมิตร, อย่างมีอัธยาศัย, โดยชอบพบปะสังสรรค์; **they spent the evening ~ together** พวกเขาพบปะสังสรรค์กันในตอนเย็น

social /'səʊʃl/'โซช'ล/ ❶ *adj.* Ⓐ ของสังคม, เกี่ยวข้องกับสถาบันสังคม; **~ welfare** สวัสดิการสังคม, การสังคมสงเคราะห์; Ⓑ *(of ~ life)* ทำร่วมกันในสังคม; *(การพบปะ, งานเลี้ยง)* ในหมู่สังคม, ในหมู่เพื่อนฝูง; **~ behaviour** พฤติกรรมทางสังคม; **~ engagement** นัดทางสังคม; Ⓒ *(Zool.)* ที่อาศัยอยู่ด้วยกันเป็นกลุ่ม ❷ *n. (gathering)* การสังสรรค์ทางสังคม

social: ~ anthro'pology *n.* สังคมมนุษยวิทยา; **~ 'chapter** *n.* *ส่วนของอนุสัญญามาสตริกท์ที่ว่าโดยสังคมสงเคราะห์สิทธิคนงาน ฯลฯ;* **~ 'class** *n.* ชนชั้นในสังคม; **~ 'climber** *n.* บุคคลที่มีความทะเยอทะยานจะยกระดับทางสังคม; **~ club** *n.* สมาคม/ชมรมเพื่อการพบปะสังสรรค์ทางสังคม; **~ compact, ~ contract** *ns. (Polit.)* สัญญาประชาคม, *ข้อตกลงที่จะร่วมมือกันเพื่อประโยชน์ต่าง ๆ ของส่วนรวม;* **~ conscience** *n.* ความรู้สึกมีความรับผิดชอบต่อสังคม; **S~ 'Democrat** *n. (Polit.)* สมาชิกพรรคสังคมนิยมประชาธิปไตย; **S~ Demo'cratic Party** *n. (Brit. Polit.)* พรรคสังคมนิยมประชาธิปไตย; **~ duty** *n.* หน้าที่พลเมือง; **~engagament** *n.* การนัดหมายทางสังคม; **~ engi'neering** *n.* วิศวกรรมสังคม; **~ gathering** *n.* การรวมตัวของเพื่อนฝูง; **~ 'history** *n.* ประวัติศาสตร์สังคม; **~ insurance** *n.* การประกันสังคม

socialisation, socialise ➡ **socializ-**

socialism /'səʊʃəlɪzm/'โซเชอะลิซ'ม/ *n.* สังคมนิยม

socialist /'səʊʃəlɪst/'โซเชอะลิซทฺ/ ❶ *n.* นักสังคมนิยม ❷ *adj.* เป็นสังคมนิยม

socialite /'səʊʃəlaɪt/'โซเชอะไลท/ *n.* บุคคลผู้โดดเด่นในสังคม, ดาวสังคม

socialization /səʊʃəlaɪ'zeɪʃn, US -lɪ'z-/โซเชอะไล'เซช'น, -ลิ'ซฺ-/ *n.* การกล่อมเกลาทางสังคม; การก่อตั้งสังคมตามหลักการสังคมนิยม

socialize /'səʊʃəlaɪz/'โซเชอะลายซฺ/ ❶ *v.t.* พบปะสังสรรค์, เข้าสังคม; **become ~d** กลายเป็นส่วนหนึ่งในสังคม, พบปะสังสรรค์กันได้; **~d medicine** *(Amer.)* การแพทย์ที่จัดเพื่อสังคม ❷ *v.i.* เข้าสังคม; **~ with sb.** *(chat)* พูดคุยทักทายกับ *ค.น.;* **he is out socializing** เขากำลังออกไปเที่ยว

social life *n.* ชีวิตสังคม, ชีวิตหลังเวลาเลิกงาน; **a place with plenty of ~:** ที่ซึ่งมีโอกาสพบปะสังสรรค์มาก; **not have much ~:** ไม่ค่อยได้พบปะสังสรรค์กับใคร *หรือ* ไม่ค่อยได้ไปเที่ยวไหน

socially /'səʊʃəlɪ/'โซเชอะลิ/ *adv.* **meet ~:** พบกันในสังคม; **have a good time ~:** สนุกสนานในการพบปะสังสรรค์ผู้คน; **~ acceptable** เป็นที่ยอมรับในสังคม; **~ deprived** ไม่ได้รับผลประโยชน์สังคม; **~ excluded** *n.* **the ~** ผู้ที่ถูกสังคมกีดกัน

social: ~ 'order *n.* ระเบียบสังคม; **~ 'outcast** *n.* บุคคลที่สังคมไม่ยอมรับ; **~ 'policy** *n. (Polit.)* นโยบายทางสังคม; **~ realism** *n.* *งานศิลปะที่สะท้อนสภาพที่เป็นจริงในสังคม;* **~ re'form** *n.* การปฏิรูปสังคม; **fight for ~ reform** ต่อสู้เพื่อปฏิรูปสังคม; **~ 'science** *n.* สังคมศาสตร์; **~ 'scientist** *n.* นักสังคมศาสตร์; **~ se'curity** *n.* Ⓐ *(Brit.: benefit)* การประกันความมั่นคงทางสังคม, ความช่วยเหลือจากรัฐแก่ประชาชนที่ขาดแคลน; Ⓑ *(welfare system)* ระบบสวัสดิการสังคม; Ⓒ *(Amer.: insurance)* การประกันสังคม; **~ 'service** *n.* Ⓐ *(service to society)* การบริการสังคม; Ⓑ *(a service provided by the government)* การบริการของรัฐต่อสังคม; **~ 'services** *n.* การบริการทางสังคมของรัฐ; **~ 'status** *n.* สถานภาพทางสังคม; **~ structure** *n.* โครงสร้างของสังคม; **~ studies** *n. sing. (Educ.)* สังคมศึกษา; **~ system** *n.* ระบบสังคม; **~ work** *n.* งานสังคมสงเคราะห์; **~ worker** *n.* ➤ **489** นักสังคมสงเคราะห์

societal /sə'saɪətl/เซอะ'ซายเออะท'ล/ *adj. (formal)* เป็นของสังคม, ที่เกี่ยวกับสังคม

society /sə'saɪətɪ/เซอะ'ซายเออะทิ/ ❶ *n.* Ⓐ สังคม; **be embarrassed in ~:** รู้สึกอับอายเมื่อเข้าสังคม; **avoid ~:** หลีกเลี่ยงสังคม; **high ~:** สังคมชั้นสูง; Ⓑ *(club association)* สมาคม; *(Commerc.)* ชุมชนโรงงาน; *(group of persons with common beliefs, aims, interests, etc.)* กลุ่มบุคคลที่มีรสนิยมคล้ายคลึงกัน; ➡ **+ friend** C; **Jesus** ❷ *attrib. adj.* Ⓐ *(of high ~)* อยู่ในสังคมชั้นสูง, ไฮโซ *(ภ.พ.);* **she is a ~ hostess** เธอชอบจัดงานเลี้ยงสำหรับสังคมชั้นสูง; **~ people** บุคคลในสังคมชั้นสูง; Ⓑ *(of club or association) (สมาชิก, เลขา)* สมาคมหรือชมรม

socio- /səʊsɪəʊ/โซซิโอ/ *in comb.* เกี่ยวกับสังคม

sociobi'ology /səʊsɪəʊbaɪ'ɒlədʒɪ/โซซิโอไบ'ออเลอะจิ/ *n.* สังคมชีววิทยา

socio'cultural *adj.* เป็นวัฒนธรรมในสังคม, เป็นองค์ประกอบทางสังคมและวัฒนธรรม

socio-eco'nomic /səʊsɪəʊi:kə'nɒmɪk/โซซิโอ'อีเคอะนอมิค/ *adj.* *เกี่ยวกับผลกระทบขององค์ประกอบทางสังคมและเศรษฐกิจ*

sociolingu'istic /səʊsɪəʊlɪŋ'gwɪstɪk/โซซิโอลิง'กฺวิซติค/ *adj.* เกี่ยวกับภาษาในแง่ที่สัมพันธ์กับสังคม, ที่เกี่ยวกับภาษาศาสตร์สังคม

sociolingu'istics /səʊsɪəʊlɪŋ'gwɪstɪks/โซซิโอลิง'กฺวิซติคซฺ/ *n. sing.* ภาษาศาสตร์สังคม, การศึกษาภาษาในแง่ขององค์ประกอบสังคม

sociological /səʊsɪə'lɒdʒɪkl/โซซิเออะ'ลอจิค'ล/ *adj.* เกี่ยวกับสังคมวิทยา

sociologist /səʊsɪ'ɒlədʒɪst/โซซิ'ออเลอะจิซทฺ/ *n.* ➤ **491** นักสังคมวิทยา

sociology /səʊsɪ'ɒlədʒɪ/โซซิ'ออเลอะจิ/ *n.* สังคมวิทยา

¹sock /sɒk/ซอค/ *n.* Ⓐ *pl.* **~s** *or (Commerc./coll.)* **sox** /sɒks/ซอคซฺ/ ถุงเท้า; *(ankle ~, esp. for children also)* ถุงเท้ายาวแค่ตาตุ่ม; **knee-length ~s** ถุงเท้ายาวถึงหัวเข่า; **pull one's ~s up** *(Brit. fig. coll.)* พยายามมากขึ้น; **put a ~ in it!** *(Brit. sl.)* เงียบ ๆ, อย่าส่งเสียง; *(stop doing sth.)* หยุดทำนะ; Ⓑ ➡ **insole** D; Ⓒ *(of horse)* ➡ **'stocking** B

²sock *(coll.)* ❶ *v.t. (hit)* ฟาด, ตีอย่างแรง, ชกอย่างแรง; **~ sb. in the mouth/on the chin/jaw** ชกปาก/คาง/ขากรรไกร *ค.น.* อย่างแรง; **~ it to sb.** *(Amer. coll.)* ชก *ค.น.* อย่างรุนแรง; *(fig.: impress sb.)* ทำให้ *ค.น.* ประทับใจมาก ❷ *n.* **give sb. a ~ on the chin/jaw/in the mouth** การต่อยตี *ค.น.* เข้าที่คาง/ขากรรไกร/ปาก

socket /'sɒkɪt/'ซอคิท/ *n.* Ⓐ *(Anat.) (of eye)* เบ้าตา; *(of joint)* ข้อต่อต่าง ๆ; **~ of a tooth** เบ้ารับฟัน; Ⓑ *(Electr.)* เต้าเสียบ, ปลั๊กเสียบ; *(receiving a bulb)* ขั้วหลอดไฟ; Ⓒ *(for attachment)* ส่วนยึดต่อ; *(of pipe)* ข้อต่อของท่อ; *(of candle holder)* เบ้ารับเทียนในเชิงเทียน

socket: ~ spanner, *(Amer.)* **~ wrench** *ns.* ไขควง

sockeye /'sɒkaɪ/'ซอคาย/ *n. (Zool.)* **~ [salmon]** ปลาแซลมอน *Oncorhynchus nerka* หลังสีน้ำเงินพบในรัฐอลาสกา

Socrates /'sɒkrəti:z/'ซอเครอะทีซ/ *pr. n.* โซเครตีส นักปราชญ์ชาวกรีก *(มีชีวิตประมาณ 470–399 ก่อนคริสตศักราช)*

Socratic /sə'krætɪk/เซอะ'แครฺทิค/ *adj.* เป็นของ *หรือ* เกี่ยวกับโซเครตีส

¹sod /sɒd/ซอด/ *n. (turf)* หญ้าชิ้นหนึ่ง, พื้นผิวดิน; **be/lie under the ~:** ตายไปแล้ว

²sod *(sl.)* ❶ *n. (bastard, swine)* คนเลว, คนนิสัยไม่ดี, คนเหี้ย *(ภ.ย.); (fool)* คนโง่, คนไม่เต็มบาท; **that's ~'s law, ~'s law was proved right** *(coll.)* อะไรที่ผิดพลาดได้ก็มักจะเกิดขึ้น; **the poor old ~:** ตาแก่น่าสงสารเอ๊ย; **not give a ~, not give a damn** ➡ **damn** 2 B. ❷ *v.t.,* **-dd-: ~ that/you!** กูไม่สน/ไปให้พ้น *(ภ.พ.)*

~ 'off *v.i. imper. (sl.)* ไปให้พ้นไอ้สารเลว *(ภ.พ.)*

soda /'səʊdə/'โซเดอะ/ *n.* Ⓐ *(sodium compound)* โซดา *(ท.ศ.);* ➡ **+ caustic** 1 B; Ⓑ *(drink)* น้ำโซดา; **whisky and ~:** วิสกี้กับโซดา

soda: ~ bread *n.* ขนมปังหมักด้วยโซดา; **~ fountain** *n. (Amer.)* Ⓐ *(container)* อุปกรณ์ที่บริการน้ำโซดา; Ⓑ *(shop)* *ร้านขายเครื่องดื่มน้ำอัดลมและไอศกรีม;* **~ siphon** *n.* เครื่องฉีดน้ำอัดลมออกมา; **~ water** *n.* น้ำโซดา

sodden /'sɒdn/'ซอด'น/ *adj.* อิ่มน้ำ, เปียกชุ่มไปหมด **(with** ด้วย**)**

sodding /'sɒdɪŋ/'ซอดิง/ *attrib. adj. (sl.)* ไอ้... *(ภ.ย.)*

sodium /'səʊdɪəm/'โซเดียม/ *n. (Chem.)* ธาตุโซเดียม *(ท.ศ.)*

sodium: ~ bi'carbonate *n. (Chem.)* โซเดียมไบคาร์บอเนต *(ท.ศ.);* **~ 'carbonate** *n. (Chem.)* โซเดียมคาร์บอเนต *(ท.ศ.);* **~ 'chloride** *n. (Chem.)* โซเดียมคลอไรด์ *(ท.ศ.);* **~ hy'droxide** *n. (Chem.)* โซเดียมไฮดรอกไซด์ *(ท.ศ.),* โซดาไฟ; **~ lamp** *n.* หลอดไฟโซเดียม; **~ 'nitrate** *n. (Chem.)* โซเดียมไนเตรต *(ท.ศ.)*

sodomite /'sɒdəmaɪt/'ซอเดอะไมท/ *n.* คนที่ร่วมเพศทางทวารหนัก

sodomize /'sɒdəmaɪz/'ซอเดอะมายซฺ/ *v.t.* ร่วมเพศทางทวารหนัก

sodomy /'sɒdəmɪ/'ซอเดอะมิ/ *n.* การร่วมเพศทางทวาร; *(with animal)* การร่วมเพศกับสัตว์

soever ➡ **howsoever, whatsoever,** *etc.*

sofa /'səʊfə/'โซเฟอะ/ *n.* โซฟา *(ท.ศ.),* เก้าอี้นวมที่นั่งได้เกินหนึ่งคน; **~ bed** เก้าอี้นวมที่เปลี่ยนเป็นเตียงได้

soffit /'sɒfɪt/'ซอฟิท/ *n. (Archit.)* *ส่วนด้านใต้ของโค้งวงกบ, เฉลียง ฯลฯ*

S

soft /sɒft, US sɔ:ft/ซอฟทฺ/ ❶ *adj.* Ⓐ นุ่ม, นิ่ม, อ่อน, อ่อนนุ่ม; **the ground is ~:** พื้นอ่อนนุ่ม; **as ~ as butter** นุ่มพอ ๆ กับเนย; **~ ice cream** ไอศกรีมนุ่ม; **~ toys** ของเล่นนิ่ม ๆ *(ยัดนุ่น)*; **~ water area** เขตน้ำอ่อน; Ⓑ *(mild)* *(อากาศ)* อบอุ่นกำลังสบาย; *(กลิ่น)* อ่อน; Ⓒ *(compassionate)* **have a ~ heart** เป็นคนใจอ่อน; **have a ~ spot for sb./sth.** ติดใจ *ค.น./ส.น.*; **you are too ~!** คุณใจอ่อนเกินไป; Ⓓ *(delicate)* อ่อนแอ; *(สี)* อ่อน, ละเอียดบอบบาง; Ⓔ *(quiet)* *(เสียง)* เงียบ, ค่อย; Ⓕ *(gentle)* สุภาพนุ่มนวล; *(amorous)* *(การมอง)* อ่อนหวาน, รักใคร่; **be ~ on sb.** *(coll.: be in love with)* หลงรัก *ค.น.*; **be ~ on** *or* **with sb.** *(coll.: be unusually lenient with)* ผ่อนปรนกับ *ค.น.* อย่างผิดปกติ; ➡ **+ nothing** 1 C; Ⓖ *(coll.: easy)* ง่ายดาย, สบาย; **have a ~ job** มีงานที่สบาย; Ⓗ *(compliant)* อ่อนโยน, อ่อนตาม, โน้มน้าวง่าย; ➡ **+ touch** 3 I; Ⓘ *(too indulgent)* ปล่อยเกินไป, ตามใจเกินไป; **be ~ with sb.** ตามใจ *ค.น.* เกินไป; Ⓙ *(gently curved)* โค้งมน; Ⓚ *(weak)* *(กล้ามเนื้อ, ผู้ชาย)* อ่อนแอ, ไม่แข็งแรง; Ⓛ **be/go ~ in the head** *(coll.)* โง่เขลา/กลายเป็นคนเชื่อง่าย; Ⓜ *(Scot., Ir.: moist)* *(อากาศ)* ชื้น; Ⓝ *(Phonet.)* *(พยัญชนะ)* ที่มีเสียงเสียดแทรกอุสุมหรือเสียงตาลุชะ ❷ *adv. (quietly)* อย่างเงียบเชียบ

soft: ~ball *n.* ลูกบอลที่ใหญ่กว่าลูกเบสบอลและอ่อนนุ่ม, เกมซอฟต์บอล *(ท.ศ.)*; **~-boiled** *adj.* *(ไข่)* ต้มยางมะตูม; **~-centred** *adj.* *(ขนม)* ไส้นิ่ม; **~ coal** *n.* ถ่านที่ไม่แข็งมากและเผาไหม้เป็นเปลวเหลือง; **~ copy** *n. (Computing)* สำเนาชั่วคราว; **~ cover** *n.* **book with a ~ cover** หนังสือปกอ่อน; **~ currency** *n. (Econ.)* สกุลเงินที่ไม่สามารถเปลี่ยนเป็นทองคำหรือสกุลเงินอื่น ๆ; **~ detergent** *n.* ผงซักฟอกที่ย่อยสลายได้ทางชีววิทยา; **~ drink** *n.* เครื่องดื่มที่ไม่มีแอลกอฮอล์; **~ drug** *n.* ยาเสพติดชนิดอ่อน เช่น กัญชา

soften /ˈsɒfn, US ˈsɔ:fn/ซอฟ'น, ซอฟ'น/ ❶ *v.i.* อ่อนนุ่มลง; **~ing of the brain** *(Med.)* โรคมันสมองเหลว ซึ่งมีผลทำให้สติเสื่อม; *(coll.: stupidity)* ความโง่เขลา ❷ *v.t.* ทำให้อ่อนนุ่ม; **~ the blow** *(fig.)* ตบหัวแล้วลูบหลัง

~ 'up *v.t.* ลดแรงต้านทานของฝ่ายข้าศึก; *(verbally)* พูดให้ *ค.น.* อ่อนลง

softener /ˈsɒfənə(r), US ˈsɔ:f-/ซอเฟอะเนอะ(ร)/ *n.* Ⓐ *(for water)* สารปรับสภาพน้ำ *(กระด้างให้เป็นน้ำอ่อน)*; Ⓑ *(for fabrics)* น้ำยาปรับผ้านุ่ม

soft: ~ 'focus *n. (Photog.)* การปรับให้ภาพมัวลงเล็กน้อย; **~ fruit** *n.* ผลไม้ที่เปลือกนิ่มและไม่มีเมล็ด เช่น สตรอเบอร์รี่; **~ 'furnishings** *n. sl. (Brit.)* เครื่องผ้า *(เช่น ม่าน พรมปูพื้น ฯลฯ)*; **~ goods** *n. pl. (Brit.)* สิ่งทอ, ผ้า; **~'headed** *adj.* ปัญญาอ่อน; **~-'hearted** /sɒftˈhɑ:tɪd/ซอฟทฺ'ฮาทิด/ *adj.* ใจอ่อน, มีใจเมตตากรุณา

softie ➡ **softy**

soft 'landing *n. (Astronaut.)* การที่ยานอวกาศลงจอดอย่างนิ่มนวล

softly /ˈsɒftlɪ, US ˈsɔ:ft-/ซอฟทฺลิ/ *adv.* Ⓐ *(quietly)* อย่างเงียบเชียบ, อย่างแผ่วเบา, อย่างค่อย; Ⓑ *(gently)* อย่างอ่อนโยน, อย่างนิ่มนวล; **speak ~:** พูดอย่างอ่อนโยน; Ⓒ *(not dazzlingly)* *(แสง, สี)* อ่อน, จาง; Ⓓ *(affectionately)* อย่างรักใคร่

softly-softly *adj.* ค่อย ๆ, ระมัดระวัง; **to take a ~ approach** ใช้แนวทางที่ค่อย ๆ เป็นค่อย ๆ ไป

softness /ˈsɒftnɪs, US ˈsɔ:ft-/ซอฟทฺนิซ/ *n., no pl.* ➡ **soft** 1: Ⓐ ความอ่อนนุ่ม, ความนิ่มนวล; **the silky ~ of her hair** ความอ่อนนุ่มเป็นประกายของผมเธอ; Ⓑ ความอบอุ่น, ความชื้น; **there is a ~ in the air** อากาศชักอุ่นสบายขึ้น; Ⓒ **~ of heart** ความใจอ่อน; Ⓓ *(delicacy)* ความละเอียดอ่อนบอบบาง; Ⓔ *(of voice, music, etc.)* ความนุ่มนวล, ความอ่อนหวาน; Ⓕ *(gentleness)* ความอ่อนโยน; Ⓖ *(compliance)* การยินยอม; Ⓗ *(leniency)* การผ่อนผัน, การผ่อนปรน; Ⓘ *(of lines, features, outline)* ความไม่คมชัด, ความมัวนิด ๆ; Ⓙ *(weakness)* ความอ่อนแอ, ความไม่แข็งแรง; Ⓚ *(coll.: silliness)* **~ in the head** ความโง่เขลาขาดสติปัญญา

soft: ~ option *n.* ตัวเลือกที่ง่ายกว่า; **~ 'palate** *n. (Anat.)* เพดานอ่อน *(ในปาก)*; **~ pedal** ➡ **pedal** 1 A; **~-'pedal** ❶ *v.i.* Ⓐ *(Mus.)* เหยียบคันเปียโนเพื่อแล้วเสียงเบา; Ⓑ *(fig.: go easy)* ไม่ทำเป็นเรื่องใหญ่, ไม่ยัดเยียด; **~-pedal on sth.** เพลามือ, ไม่กวดขัน หรือ เอาเป็นเอาตายกับ *ส.น.* ❷ *v.t.* Ⓐ *(Mus.)* เล่นเปียโนโดยกดคันเบา; Ⓑ *(fig.: tone down)* ใช้ไม้อ่อน; **~ 'porn** *(coll.)*, **~ por'nography** *ns.* ภาพลามกอนาจารที่ไม่โจ่งแจ้งมากนัก; **~ roe** *n.* ไข่อ่อนของปลา; **~ 'sell** *n.* **give sb. the ~ sell** ขายสินค้าแก่ *ค.น.* ด้วยวิธีการจูงใจอย่างแยบยล; *attrib.* **~ sell salesmanship** วิธีขายสินค้าด้วยการจูงใจอย่างแยบยล; **give sb. the ~ sell treatment** เข้าไปประจบเอาใจ *ค.น.* อย่างแนบเนียน; **~-shell, ~-shelled** *adjs.* Ⓐ *(Zool.)* *(ปู)* นิ่ม ๆ, มีเปลือกหรือกระดองอ่อน; Ⓑ *(fig.)* อ่อนไหวง่าย; **~ 'soap** *n.* Ⓐ *(cleanser)* สบู่เหลว; Ⓑ *(fig.: flattery)* การประจบประแจง; **use ~ soap** ใช้วิธีประจบสอพลอ; *attrib.* **~-soap tactics/policy/treatment** ยุทธวิธี/นโยบาย/ปฏิบัติการประจบสอพลอ; **~-'soap** *v.t.* **~-soap sb.** ชักจูงใจ *ค.น.* ด้วยการประจบสอพลอ; **~-spoken** *adj.* พูดด้วยเสียงนุ่มนวล; **be ~-spoken** เป็นคนที่พูดด้วยเสียงนุ่มนวลอ่อนหวาน; **~ 'tissue** *n. (Anat.)* เนื้อเยื่ออ่อน; **~ top** *n.* Ⓐ *(roof)* หลังคาผ้าใบ; Ⓑ *(car)* รถเปิดประทุน; **~ 'touch** ➡ **+ touch** 3 J; **~ 'toy** *n.* ของเล่นนุ่ม; ตุ๊กตาสัตว์นุ่ม; **~ verge** *n. (Brit.)* ขอบนิ่ม, ริมอ่อน; **~ware** *n., no pl., no indef. art. (Computing)* ซอฟต์แวร์ *(ท.ศ.)*; **~wood** *n.* ไม้เนื้ออ่อน

softy /ˈsɒftɪ, US ˈsɔ:ftɪ/ซอฟทิ, ซอฟทิ/ *n.* Ⓐ *(coll.: weakling)* คน หรือ สัตว์ที่อ่อนแอ; *(boy/girl who easily cries)* เด็กขี้แย; Ⓑ *(sentimental person)* คนที่มีจิตใจอ่อนไหว; **be a ~:** เป็นคนที่มีจิตใจอ่อนไหว; **you old ~!** คุณช่างใจอ่อนจริง ๆ

soggy /ˈsɒgɪ/ซอกิ/ *adj.* *(พื้น)* เปียกแฉะ, ชุ่มไปด้วยน้ำ; *(ผัก)* ชื้นแฉะ

soh /səʊ/โซ/ *n. (Mus.)* โน้ตตัวที่ห้าในบันไดเสียงดนตรี

soi-disant /swɑ:ˈdi:zɑ̃/ซวาดีซอน/ *adj.* *(calling oneself)* ที่ขนานนามตัวเอง; *(claimed as such)* ที่กล่าวอ้างว่าเป็นเช่นนั้น

soigné *(fem.:* **soignée***)* /ˈswɑnjeɪ/ซวานเย/ *adj.* *(บุคคล)* ประณีต, พิถีพิถัน; *(เครื่องแต่งกาย)* เรียบร้อยงดงาม

[1]**soil** /sɔɪl/ซอยลฺ/ *n.* Ⓐ *(earth)* ดิน, ผิวดิน; Ⓑ *(ground)* ผืนดิน, ดินแดน; **on British/foreign ~:** ในดินแดนของสหราชอาณาจักร/ต่างประเทศ

[2]**soil** ❶ *v.t. (lit. or fig.)* ทำให้สกปรก, ทำให้ด่างพร้อย; **~ one's/sb.'s reputation** *(by scandal, criminal activities)* ทำให้ชื่อเสียงของตน/*ค.น.* ด่างพร้อย; *(by failure)* ทำให้เสียชื่อของตน/*ค.น.*; ➡ **+ hand** 1 A ❷ *n.* รอยเปื้อน

'soil conservation *n.* การอนุรักษ์ดิน

soiled /sɔɪld/ซอยลฺดฺ/ *adj.* เปรอะเปื้อน, มีมลทิน, สกปรกโสโครก

soilless culture /ˈsɔɪllɪs kʌltʃə(r)/ซอยลฺลิซ คัลเฉอะ(ร)/ *n. (Agric.)* การปลูกพืชที่ไม่ต้องการดิน

soil: ~ pipe *n.* ท่อระบายน้ำเสียของห้องสุขา; **~ science** *n.* ปฐพีวิทยา

soirée /ˈswɑ:reɪ, US swɑ:ˈreɪ/ซวาเร, ซวาเร/ *n.* งานเลี้ยงรื่นเริงในตอนเย็น

sojourn /ˈsɒdʒɜ:n, ˈsɒdʒən/โซเจิน, ซอเจิน/ *(literary)* ❶ *v.i.* พักแรม, พักอยู่ชั่วคราว ❷ *n.* การพักแรม, การพักอยู่ชั่วคราว

[1]**sol** /sɒl/ซอล/ ❶ *n. (Chem.)* สารละลายคอลลอยด์ในของเหลว

[2]**sol** ➡ **soh**

solace /ˈsɒləs/ซอเลิซ/ ❶ *n.* การปลุกปลอบใจ; **take** *or* **find ~ in sth.** พบการปลอบใจใน *ส.น.*; **turn to sb./sth. for ~:** หันไปหา *ค.น./ส.น.* เพื่อที่จะได้รับการปลอบใจ ❷ *v.t.* ปลอบใจ

solar /ˈsəʊlə(r)/โซเลอะ(ร)/ *adj. (Astron.)* แห่งดวงอาทิตย์

solar: ~ battery *n.* แบตเตอรี่พลังแสงอาทิตย์; **~ cell** *n.* เซลล์พลังแสงอาทิตย์; **~ 'day** *n. (Astron.)* วันทางสุริยคติ; **~ e'clipse** *n. (Astron.)* สุริยคราส; **~ 'energy** *n.* พลังงานแสงอาทิตย์

solarium /səˈleərɪəm/เซอะแลเรียม/ *n., pl.* **solaria** /səˈleərɪə/เซอะเลเรีย/ ห้องอาบแดดที่มีตะเกียงแสงอาทิตย์หรือหน้าต่างให้แสงอาทิตย์ผ่านเข้า

solar: ~ 'panel *n.* แผ่นโซล่าร์ *(ท.ศ.)* *(แผงแปลงพลังงานแสงอาทิตย์เป็นพลังงานไฟฟ้า)*; *(on satellite)* แผงรับแสงอาทิตย์บนดาวเทียม; **~ 'plexus** *n. (Anat.)* กลุ่มใยเส้นประสาทที่ช่องท้อง; **~ 'power** *n.* พลังงานแสงอาทิตย์; **~-powered** *adj.* ใช้พลังงานแสงอาทิตย์; **~ radiation** *n.* การกระจายรังสีของดวงอาทิตย์; **~ system** *n. (Astron.)* ระบบสุริยจักรวาล

sold ➡ **sell** 1, 2

solder /ˈsɒldə(r), ˈsəʊldə(r), US ˈsɒdər/ซอลเดอะ(ร), โซลเดอะ(ร), ซอเดอะ(ร)/ ❶ *n.* โลหะตะกั่วบัดกรี ❷ *v.t.* เชื่อมด้วยโลหะตะกั่วบัดกรี

soldering iron /ˈsɒldərɪŋaɪən, ˈsəʊldərɪŋ aɪən/ซอลเดอะริงไอเอิน, โซลเดอะริงไอเอิน/ *n.* หัวแร้งสำหรับบัดกรี

soldier /ˈsəʊldʒə(r)/โซลเจอะ(ร)/ ❶ ➤ 489 *n.* ทหาร; **[common] ~:** พลทหาร; **officers and ~s** ทั้งนายทหารและพลทหาร; **~ of fortune** นักผจญภัยที่พร้อมที่จะเป็นทหารรับจ้าง; *(mercenary)* ทหารรับจ้าง; ➡ **+ old soldier; private** 2 A; **tin soldier; toy soldier; unknown** 1 ❷ *v.i.* เป็นทหาร

~ 'on *v.i. (coll.)* มุมานะ, พากเพียรอย่างอดทน

soldierly /ˈsəʊldʒəlɪ/โซลเจอลิ/ ❶ *adj.* เหมือนทหาร, ด้วยคุณสมบัติของทหาร ❷ *adv.* อย่างทหาร

soldiery /ˈsəʊldʒərɪ/โซลเจอะริ/ *n.* Ⓐ *constr. as pl. (soldiers)* เหล่าทหาร, บรรดาทหาร; Ⓑ *(troop)* กองทหาร

[1]**sole** /səʊl/โซล/ ❶ *n.* Ⓐ *(Anat.: of shoe)* ส้น; **inner ~** ➡ **insole** B; Ⓑ *(of plough)* ส่วนฐาน

sole | solubility 842

หรือ โคนของคันไถ; *(of plane)* ฐานระนาบ ❷ *v.t.* ติดส้นรองเท้า

²sole *n. (fish)* พันธุ์ปลาทะเลตาเดียว *Solea solea*; ➡ **lemon sole**

³sole *adj.* หนึ่งเดียว, เท่านั้น; **the operation is the surgeon's ~ responsibility** การผ่าตัดเป็นความรับผิดชอบของศัลยแพทย์เท่านั้น; **he is the ~ judge of whether ...:** เขาเป็นคนเดียวเท่านั้นที่จะตัดสินว่า... หรือไม่

solecism /ˈsɒlɪsɪzm/ˈซอลิซิซ่ม/ *n.* Ⓐ *(blunder)* การพูด/เขียน/ใช้ไวยากรณ์ผิด; Ⓑ *(social gaffe)* มารยาทที่ไม่สมควร, การไม่รู้จักกาลเทศะ

soled /səʊld/โซลดฺ/ *adj.* มีพื้น, มีบานรองรับ; **leather-/thick-~** พื้นหนัง/พื้นหนา *หรือ* ส้นตัน

solely /ˈsəʊllɪ/ˈโซลิ/ *adv.* เพียงอย่างเดียว, เท่านั้น; **~ because ...:** เพราะว่า...เท่านั้น

solemn /ˈsɒləm/ˈซอเลิม/ *adj.* แช่มช้า, เนิบนาบ, เคร่งขรึม; **the ~ truth** ความจริงที่ไม่มีสิ่งเคลือบแฝง

solemnity /səˈlemnɪtɪ/เซอะˈเล็มนิทิ/ *n.* Ⓐ *no pl.* ความเคร่งขรึม; Ⓑ *(rite)* พิธีกรรม

solemnization /sɒləmnaɪˈzeɪʃn, US -nɪˈz-/ซอเลิมไนˈเซช่น, -นิˈซ-/ *n.* การประกอบพิธีกรรม *(โดยเฉพาะพิธีแต่งงาน)*; *(of mass)* การประกอบพิธีกรรมทางศาสนา

solemnize /ˈsɒləmnaɪz/ˈซอเลิมนายซฺ/ *v.t.* ประกอบพิธีแต่งงาน/ทางศาสนา

solemnly /ˈsɒləmlɪ/ˈซอเลิมลิ/ *adv.* อย่างเคร่งขรึม, อย่างเป็นพิธีตรีตอง

solemn ˈmass *n.* พิธีมิซซาที่มีการร้องเพลงและดนตรีประกอบและธูปเทียน

solenoid /ˈsəʊlənɔɪd/ˈโซเลอะนอยดฺ/ *n.* ขดลวดแม่เหล็กไฟฟ้ารูปทรงกรวย; *(converting energy) สวิตช์แม่เหล็กควบคุมการไหลของกระแสไฟฟ้า*

sol-fa /sɒlˈfɑː, US səʊl-/ซอลˈฟา, โซล-/ *(Mus.)* ❶ *v.t. & i.* ร้องเพลงตามโน้ตเพลงในระบบซอล ฟา ฯลฯ ❷ *n.* ระบบการให้ชื่อ โด เร มี ฯลฯ แก่โน้ตเพลง; ➡ **+ tonic sol-fa**

solicit /səˈlɪsɪt/เซอะˈลิซิท/ ❶ *v.t.* Ⓐ *(appeal to)* เว้าวอน, ร้องขอ, วิงวอน; **~ sb. for sth.** ร้องขอ *ส.น.* ต่อ *ค.น.*; Ⓑ *(Commerc.)* **~ sb. for sth.** เชิญชวน *ค.น.* ให้ทำ *ส.น.*; **he ~ed [interested people for] investment in his enterprise** เขาเชิญชวน [บุคคลที่สนใจ] ให้มาลงทุนในกิจการของเขา; Ⓒ *(make sexual offer to)* **~ sb.** เสนอขายบริการทางเพศแก่ *ค.น.* ❷ *v.i.* Ⓐ *(make request)* **~ for sth.** วอนขอ *ส.น.*; *(in a petition)* ขอ *ส.น.* โดยส่งคำร้อง; Ⓑ *(Commerc.)* **~ for sth.** จูงใจเพื่อให้ได้รับ *ส.น.*; Ⓒ *(offer illicit sex)* **~ [for custom]** เข้าชี้เสนอขายบริการทางเพศ, เชียร์แขก; **be arrested for ~ing** *(โสเภณี)* ถูกจับในข้อหาเสนอขายบริการทางเพศ

solicitation /səlɪsɪˈteɪʃn/เซอะลิซิˈเทช่น/ *n.* *(formal: request)* การร้องขอ, การวิงวอน, คำร้อง

solicitor /səˈlɪsɪtə(r)/เซอะˈลิซิเทอะ(ร)/ *n.* ➤ 489 Ⓐ *(Brit.: lawyer)* ทนายความ; Ⓑ *(Amer.: canvasser)* ผู้ตรวจนับคะแนนเสียงเลือกตั้ง, ตระเวนหาเสียง

Solicitor-ˈGeneral *n., pl.* **Solicitors-General** Ⓐ *(Brit. Law)* รองอธิบดีกรมอัยการ; Ⓑ *(Amer. Law)* รองอธิบดีกรมอัยการ

solicitous /səˈlɪsɪtəs/เซอะˈลิซิเทิซ/ *adj.* Ⓐ *(eager)* **be ~ of sth.** อยากได้ *ส.น.*; **be ~ to do sth.** กระตือรือร้นที่จะทำ *ส.น.*; Ⓑ *(anxious)* วิตกกังวล, ห่วงใย; **~ of** *or* **about** *or* **for sb./sth.** ห่วงใย *ค.น./ส.น.*

solicitously /səˈlɪsɪtəslɪ/เซอะˈลิซิเทิซลิ/ *adv.* Ⓐ *(eagerly)* อย่างกระตือรือร้น; Ⓑ *(anxiously)* อย่างวิตกกังวล

solicitude /səˈlɪsɪtjuːd, US -tuːd/เซอะˈลิซิทิวดฺ, -ทูดฺ/ *n.* *(anxiety, concern)* ความวิตกกังวล, ความห่วงใย

solid /ˈsɒlɪd/ˈซอลิด/ ❶ *adj.* Ⓐ *(rigid)* แข็ง; **freeze/be frozen ~:** จับเป็นน้ำแข็ง; **set ~:** กลายเป็นของแข็ง; Ⓑ *(of the same substance all through)* เป็นเนื้อเดียวกันโดยตลอด; **~ silver** เป็นเนื้อเงินแท้; **a ~-silver tea service/watch** ชุดน้ำชาที่ใช้/นาฬิกาข้อมือที่ทำจากโลหะเงินแท้; **~ gold** ทองแท้; **a ~-gold watch/crown/bar** นาฬิกาข้อมือ/มงกุฎ/แท่งที่ทำด้วยทองแท้; **~ tyre** ยางตัน; **be packed ~** *(coll.)* อัดแน่นเอี้ยด; Ⓒ *(well-built)* สร้างมาอย่างดี, แน่นหนา; *(บ้าน, กำแพง)* แข็งแรง; **have a ~ majority** *(Polit.)* มีคะแนนเสียง/ที่นั่งในสภามากกว่าฝ่ายค้านอย่างท่วมท้น, ชนะอย่างสบาย; Ⓓ *(reliable)* *(เพื่อน, ผู้ช่วย)* ที่ไว้ใจได้; *(สิ่งค้ำยัน)* ที่มั่นคง; Ⓔ *(complete)* สมบูรณ์, เต็ม; **a good ~ meal** มื้ออาหารที่มีคุณค่าทางอาหารสมบูรณ์; **a ~ day/hour/week** เต็มวัน/ชั่วโมง/สัปดาห์; Ⓕ *(sound)* *(ข้อเสนอ)* มีเหตุผล; *(บริษัท, คนงาน)* น่าเชื่อถือ; Ⓖ *(Geom.: having three dimensions)* มีสามมิติ; Ⓗ *(Geom.: concerned with ~)* เป็นสามมิติ; **~ geometry** เรขาคณิตสามมิติ; Ⓘ *(Printing)* ที่เรียงชิด; Ⓙ *(united)* รวมกัน, เข้ากันสนิท; **a ~ vote for ...:** การออกเสียงเป็นเอกฉันท์สำหรับ...; **be ~ with sb.** สามัคคีอย่างเหนียวแน่นกับ *ค.น.*; *(Amer. coll.: friendly)* เป็นมิตรกับ *ค.น.*; **go** *or* **be ~ for sb./sth.** เป็นฝ่ายของ *ค.น./ส.น.* อย่างเต็มที่; Ⓚ *(การตี, การชก)* รุนแรง ❷ *n.* Ⓐ *(substance)* ของแข็ง; Ⓑ *in pl. (food)* อาหารแข็ง; Ⓒ *(Geom.)* ทรงสามมิติ

solid ˈangle *n. (Geom.)* มุมตัน

solidarity /sɒlɪˈdærɪtɪ/ซอลิˈแดริทิ/ *n., no pl.* ความสามัคคีเป็นน้ำหนึ่งใจเดียวกัน; **show ~ with sb.** แสดงความสามัคคีเป็นน้ำหนึ่งใจเดียวกันกับ *ค.น.*

solid: ~ ˈfuel *n.* เชื้อเพลิงแข็ง; **~-ˈfuel** *attrib. adj.* ใช้เชื้อเพลิงแข็ง; **~-fuel rocket** จรวดที่ใช้เชื้อเพลิงแข็ง

solidification /səlɪdɪfɪˈkeɪʃn/เซอะลิดิฟิˈเคช่น/ *n.* การทำให้เป็นของแข็ง, การแข็งตัว

solidify /səˈlɪdɪfaɪ/เซอะˈลิดดิฟาย/ ❶ *v.t.* ทำให้เป็นของแข็ง ❷ *v.i. (become solid)* กลายเป็นของแข็ง, แข็งตัว

solidity /səˈlɪdɪtɪ/เซอะˈลิดดิทิ/ *n., no pl.* ➡ **solid 1**: Ⓐ ความแน่น, ความหนาแน่น; Ⓑ ความแข็ง, ความแข็งแกร่ง; Ⓒ เนื้อแท้; Ⓓ *(of reasons, argument)* ความมั่นคง, ความน่าเชื่อถือ

solidly /ˈsɒlɪdlɪ/ˈซอลิดลิ/ *adv.* Ⓐ *(firmly)* อย่างมั่นคง; Ⓑ *(compactly)* **a ~ built person** คนร่างหนาบึกบึน *(แบบมะขามข้อเดียว)*; Ⓒ *(ceaselessly)* อย่างไม่หยุดยั้ง; **he wrote ~ for four hours** เขาตั้งหน้าตั้งตาเขียนอย่างไม่หยุดยั้งเป็นเวลาสี่ชั่วโมง; Ⓓ *(wholeheartedly)* **be ~ behind sb./sth.** สนับสนุน *ค.น./ส.น.* อย่างหมดหัวใจ; Ⓔ *(with sound reasons)* อย่างน่าเชื่อถือ; **argue ~ for sth.** โต้แย้งอย่างสมเหตุสมผลสำหรับ *ส.น.*

solid: ~ soˈlution *n. (Chem.)* สารละลายของแข็ง *(เช่น บรอนซ์เป็นสารละลายของทองแดงในทองคำ)*; **~ ˈstate** *n. (Phys.)* สภาพที่เป็นของแข็ง; **~-state** *adj. (Phys.)* ที่ใช้คุณสมบัติอิเล็กทรอนิกส์ของวัสดุที่เป็นของแข็ง

soliloquize /səˈlɪləkwaɪz/เซอะˈลิเลอะควายซฺ/ *v.i.* พูดป้อง, รำพึง *(โดยเฉพาะในการแสดงละคร)*; *(to oneself)* รำพันกับตัวเอง

soliloquy /səˈlɪləkwɪ/เซอะˈลิเลอะควิ/ *n.* การพูดป้อง, การรำพึงรำพัน *(โดยเฉพาะในการแสดงละคร)*; *(talking to oneself)* การรำพันกับตัวเอง

solipsism /ˈsɒlɪpsɪzm/ˈซอลิพซิซ่ม/ *n. (Philos.) แนวคิดที่ว่าตัวตนนั้นเป็นสิ่งเดียวที่สามารถรับรู้ได้อย่างแท้จริง*

solitaire /sɒlɪˈteə(r), US ˈsɒlɪteər/ซอลิˈแท(ร), ˈซอลิแทร/ *n.* Ⓐ *(gem)* เพชรพลอยเม็ดเดียว; **a ~ diamond/ring** เพชร/แหวน *(เพชร)* เดี่ยว; Ⓑ *(ring)* แหวนฝังเพชร/พลอยเม็ดเดียว; Ⓒ *(game)* เกมลูกแก้วที่เล่นคนเดียว; Ⓓ *(Amer. Cards)* การถอดไพ่; Ⓔ *(Ornith.)* นกที่คล้ายนกโดโด้ ซึ่งสูญพันธุ์ไปแล้ว

solitary /ˈsɒlɪtərɪ, US -terɪ/ˈซอลิเทอะริ, -เทริ/ ❶ *adj.* Ⓐ โดดเดี่ยว, คนเดียว; **a ~ existence/life** การดำรงอยู่โดยลำพัง/ชีวิตโดดเดี่ยว; **~ confinement** การขังเดี่ยว; Ⓑ *(sole)* อย่าง/สิ่งเดียวเท่านั้น; Ⓒ *(Zool.)* *(สัตว์)* ที่ไม่อยู่รวมกันเป็นฝูง; ที่อยู่เดี่ยว; Ⓓ *(Bot.)* ➡ **single 1 A** ❷ *n. (coll.)* การขังเดี่ยว

solitude /ˈsɒlɪtjuːd, US -tuːd/ˈซอลิทิวดฺ, -ทูดฺ/ *n.* Ⓐ *(loneliness, remoteness)* ความโดดเดี่ยว, ความอยู่ห่างไกล; Ⓑ *(lonely place)* วิเวก

solmization /sɒlmɪˈzeɪʃn/ซอลมิˈเซช่น/ *n. (Mus.) ระบบการโยงโน้ตดนตรีเข้ากับชุดพยางค์ที่ออกเสียงได้ง่าย (โด เร มี ฟา ซอล ลา ที)*

solo /ˈsəʊləʊ/ˈโซโล/ ❶ *n., pl.* **~s** Ⓐ *(Mus.)* การแสดงเดี่ยว; Ⓑ *(Cards)* **~ [whist]** *การเล่นไพ่ที่ผู้เล่นหนึ่งคนจะแข่งกับผู้อื่นทั้งหมด*; **go ~:** เล่นเดี่ยว; Ⓒ *(Aeronaut.)* การบินเดี่ยว ❷ *adj.* Ⓐ *(Mus.)* *(ดนตรี)* ที่บรรเลงเดี่ยว; Ⓑ *(unaccompanied)* **~ flight** การบินเดี่ยว; **~ performance** การแสดงเดี่ยว; **~ achievement/effort** ความสำเร็จ/ความพยายามโดยลำพังตน; **a ~ act on the trapeze** การแสดงเดี่ยวบนชิงช้าแสดงกายกรรม; **~ motorcycle** จักรยานยนต์ที่นั่งได้คนเดียว ❸ *adv. (unaccompanied) (เล่น, แสดง ฯลฯ)* เดี่ยว; **go/fly ~** *(Aeronaut.)* บินเดี่ยว

soloist /ˈsəʊləʊɪst/ˈโซโลอิซทฺ/ *n. (Mus.)* นักดนตรีที่แสดงเดี่ยว

Solomon /ˈsɒləmən/ˈซอเลอะเมิน/ *pr. n.* พระเจ้าโซโลมอน *(กษัตริย์แห่งประเทศอิสราเอลในศตวรรษที่ 10 ก่อนคริสต์ศักราช)*; **be as wise as ~:** มีสติปัญญาเฉลียวฉลาดเหมือนกับพระเจ้าโซโลมอน; **judgment of ~:** คำพิพากษาที่ยุติธรรมสมเหตุสมผล; ➡ **+ song**

Solomon ˈIslands *pr. n. pl.* **the ~:** หมู่เกาะโซโลมอน *(ในมหาสมุทรแปซิฟิก)*

Solomon's ˈseal *n. (figure)* สัญลักษณ์รูปดาวหกแฉก; *(Bot.)* ไม้ดอกวงศ์พลับพลึง

solstice /ˈsɒlstɪs/ˈซอลซฺทิซ/ *n.* Ⓐ *(time of year) ช่วงเวลาของปีที่ดวงอาทิตย์อยู่ไกลจากเส้นศูนย์สูตรมากที่สุด*; **summer/winter ~:** *ช่วงที่ดวงอาทิตย์อยู่ไกลจากเส้นศูนย์สูตรทางทิศเหนือมากที่สุด/ทางทิศใต้มากที่สุด*; Ⓑ *(point)* จุดดวงอาทิตย์ไกลสุด

solubility /sɒljʊˈbɪlɪtɪ/ซอลิวˈบิลลิทิ/ *n.* Ⓐ *(capacity to be dissolved)* สภาวะที่ถูกละลายได้; Ⓑ *(of problem etc.)* ความสามารถแก้ได้

soluble /ˈsɒljʊbl/ˈซอลิวบ'ล/ *adj.* Ⓐ *(that can be dissolved)* สามารถละลายได้; **~ in water, water-~:** สามารถละลายในน้ำได้; **fat-~:** ที่ละลายไขมันได้; Ⓑ *(solvable) (ปัญหา)* ที่แก้ไขได้

solute /ˈsɒljuːt/ˈซอลิวทฺ/ *n. (Chem.)* ตัวถูกละลาย, สารที่ละลายในตัวทำละลาย

solution /səˈljuːʃn/เซอะˈลิวช'น/ *n.* Ⓐ *(Phys., Chem.)* การละลาย, สารละลาย; Ⓑ *([result of] solving)* [ผลของ] การแก้ปัญหา; **there is/is no ~ to sth.** มี/ไม่มีทางแก้ปัญหา *ส.น.*; **find a ~ to sth.** พบวิธีการแก้ปัญหา *ส.น.*

solvable /ˈsɒlvəbl/ˈซอลเวอะบ'ล/ *adj.* แก้ไขได้, แก้ปัญหาได้

solve /sɒlv/ซอลวฺ/ *v.t.* แก้ไข, แก้ปัญหา

solvency /ˈsɒlvənsɪ/ˈซอลเวินซิ/ *n. (Finance)* ความมีเงินพอที่จะชำระหนี้ให้หมดได้

solvent /ˈsɒlvənt/ˈซอลเวินทฺ/ ❶ *adj.* Ⓐ *(Chem.: dissolving)* ที่เป็นตัวทำละลาย; **~ liquid** *or* **fluid** ของเหลวที่เป็นตัวทำละลาย; Ⓑ *(Finance)* สามารถชำระหนี้ให้หมดได้ ❷ *n. (Chem.)* ตัวทำละลาย, สารเจือจาง **(of, for** สำหรับ); **~ abuse** การเสพสารต่าง ๆ *(กาว, ทินเนอร์)*

Somali /səˈmɑːlɪ/เซอะˈมาลิ/ ❶ *adj.* แห่งประเทศโซมาเลีย ❷ *n.* Ⓐ *(person)* ชาวโซมาเลีย; Ⓑ *(language)* ภาษาโซมาเลีย

Somalia /səˈmɑːlɪə/เซอะˈมาเลีย/ *pr. n.* ประเทศโซมาเลีย *(ทางตะวันออกเฉียงเหนือของทวีปแอฟริกา)*

Somalian /səˈmɑːlɪən/เซอะˈมาเลียน/ ❶ *adj.* แห่งประเทศโซมาเลีย ❷ *n.* ชาวโซมาเลีย

somatic /səˈmætɪk/เซอะˈแมทิค/ *adj.* ทางกาย, เกี่ยวกับร่างกาย

sombre *(Amer.:* **somber)** /ˈsɒmbə(r)/ˈซอมเบอะ(ร)/ *adj.* มืดมัว, สลัว; *(บรรยากาศ, อารมณ์)* หม่นหมอง

sombre: ~-coloured *adj.* สีหม่น, สีมัว ๆ; **~looking** *adj.* มืดมัว, สลัว

sombrely /ˈsɒmbəlɪ/ˈซอมเบอะลิ/ *adv. (แต่งตัว)* อย่างมืดมัว; *(การเปิดไฟ)* อย่างสลัว ๆ; *(พูด)* อย่างหม่นหมองใจ

sombrero /sɒmˈbreərəʊ/ซอมˈแบรฺโร/ *n., pl.* **~s** หมวกปีกกว้างของชาวเม็กซิโก

some /sʌm/ซัม/ ❶ *adj.* Ⓐ *(one or other) (บุคคล)* คนใดคนหนึ่ง; *(สิ่งของ)* อันใดอันหนึ่ง; **~ fool** ไอ้โง่ *ค.น.*; **~ day** สักวัน, วันใดวันหนึ่ง; **~ [experienced] person** บุคคล *ค.น.* [ที่มีประสบการณ์]; **~ shop/book** *or* **other** ร้านค้าอันใดอันหนึ่ง/หนังสือเล่มใดเล่มหนึ่ง; **~ person** *or* **other** คนใดคนหนึ่ง; Ⓑ *(a considerable quantity of)* พอสมควร; **speak at ~ length/wait for ~ time** พูดยืดยาว/รอนานพอสมควร; **~ time/weeks/days/years ago** ชั่วเวลาหนึ่ง/หลายสัปดาห์/หลายวัน/หลายปีที่ผ่านมา; **~ time soon** ในเร็ว ๆ นี้; **as ~ small token of** เพื่อเป็นเครื่องหมายที่ระลึกเล็ก ๆ น้อย ๆ ของ; **thirty ~ years** *(coll.)* กว่าสามสิบปี; ➡ + **few** 1 B; Ⓒ *(a small quantity of)* บ้าง, นิดหน่อย; **would you like ~ wine?** คุณต้องการเหล้าองุ่นบ้างไหม; **do ~ shopping/reading** ซื้อของ/อ่านหนังสือสักนิดหน่อย; **have ~ sense of decency** พอจะรู้จักการควรไม่ควรอยู่บ้าง; **do have ~ sense!** รู้จักมีเหตุผลเสียบ้างซิ; Ⓓ *(to a certain extent)* ในระดับหนึ่ง, บ้าง; **~ guide** เป็นการแนะนำในระดับหนึ่ง; **that is ~ proof** นั่นพอนับเป็นข้อพิสูจน์ได้บ้าง; **it was ~ help having my sister here** การที่มีพี่/น้องสาวของฉันอยู่ที่นี่ก็พอช่วยได้บ้าง; **you are ~ help!** *(iron.)* นี่คือการช่วยเหลือของคุณหรือ; Ⓔ *(coll.: true)* **this is ~ war/poem/car!** นี่มันสงคราม/โคลงกลอน/รถอย่างแท้จริงทีเดียว; **he's ~ fool!** เขาโง่จริง ๆ; Ⓕ *(approximately)* โดยประมาณ ❷ *pron.* บ้าง, สักหน่อย, บาง *(คน, สิ่ง)*; **Do you want any potatoes? – I have ~ already** คุณต้องการมันฝรั่งบ้างไหม ฉันมีอยู่บ้างแล้วละ; **This chocolate is delicious. – Do have ~ more** ช็อกโกแลตนี้อร่อยมาก กินอีกหน่อยซิ; **she only ate ~ of it** เธอกินมันไปหน่อยเดียวเท่านั้น; **I collect stamps – If I find ~, I'll send them** ฉันสะสมแสตมป์ ถ้าฉันได้มาบ้างละก็จะส่งมาให้; **~ of her ideas are good** ความคิดบางอย่างของเธอก็ดี; **~ of the greatest music** เพลงยอดเยี่ยมที่สุดบางเพลง; **this country has ~ of the highest mountains in the world** ประเทศนี้มีภูเขาหลายลูกที่นับว่าสูงที่สุดในโลก; **~ say ...:** มีบางคนกล่าวว่า...; **~ ..., others ...:** บางคน..., ส่วนคนอื่น...; **... and then ~:** แล้วก็อีกหน่อยหนึ่ง ❸ *adv. (coll.: in ~ degree)* ในระดับหนึ่ง; **~ more** อีกสักหน่อย

somebody /ˈsʌmbədɪ/ˈซัมเบอะดิ/ *n. & pron.* คนใดคนหนึ่ง; **~ or other** คนใดคนหนึ่ง; *(important person)* **be [a] ~:** เป็นบุคคลสำคัญ

'someday *adv. (Amer.)* สักวันหนึ่ง

'somehow *adv.* **~ [or other]** ด้วยวิธีทางใดทางหนึ่ง; **we must find money ~ [or other]** เราต้องหาเงินให้ได้ด้วยวิธีทางใดทางหนึ่ง

someone /ˈsʌmwʌn/ˈซัมวัน/ *pron.* ➡ **somebody**

'someplace *(Amer. coll.)* ➡ **somewhere**

somersault /ˈsʌməsɒlt/ˈซัมเมอะซอลทฺ/ ❶ *n.* การตีลังกา; **turn a ~:** ตีลังการอบหนึ่ง ❷ *v.i.* ตีลังกา

'something /ˈsʌmθɪŋ/ˈซัมธิง/ *n. & pron.* Ⓐ *(some thing)* สิ่งใดสิ่งหนึ่ง; **~ new/old/good/bad** สิ่งใดสิ่งหนึ่งที่ใหม่/เก่า/ดี/เลว; **~ told me that ... to do sth.** *(coll.)* สิ่งใดสิ่งหนึ่งทำให้ฉันรู้ว่า.../ทำให้ฉันต้องทำ *ส.น.*; Ⓑ *(some unspecified thing)* สิ่งใดสิ่งหนึ่ง, สักสิ่ง; **~ or other** สักสิ่งสักอย่าง; **she is a lecturer in ~ or other** เธอเป็นอาจารย์ในวิชาใดวิชาหนึ่ง; Ⓒ *(some quantity of a thing)* สักหน่อย; **have ~ before you go** กินอะไรสักหน่อยก่อนที่จะไป; **will you have a drop of ~?** คุณจะทานเหล้าสักหน่อยไหม; **I have seen ~ of his work** ฉันเคยเห็นผลงานของเขาบ้างแล้วละ; **see ~ of a place/festival** พอได้เห็นสถานที่/ชมงานเทศกาลบ้างแล้ว; **there is ~ in what you say** ที่คุณพูดก็พอมีความจริงอยู่บ้างหรอก; **he has ~ about him** เขามีอะไรพิเศษอยู่ไม่น้อยเลย; **it is ~ to have got so far** มาได้ถึงเพียงนี้ก็นับว่าไม่เลวทีเดียว; **you may have ~ there** *(you have had a good idea)* เท่าที่ว่ามาก็นับว่าใช้ได้, คุณคิดได้ดีนี่; Ⓓ *(impressive or important thing, person, etc.)* **the party was quite ~:** งานเลี้ยงคราวนี้น่าประทับใจทีเดียว; **make ~ of oneself** ทำตัวเองให้น่าประทับใจ; **to be world champion at that age is quite ~:** การที่ได้เป็นแชมเปี้ยนโลกตั้งแต่อายุแค่นั้นน่าประทับใจมากทีเดียว; Ⓔ **or ~** ➡ **'or** C; Ⓕ **~ like** ราว ๆ, ดูคล้าย ๆ; **he left ~ like a million** เขาทิ้งมรดกไว้ราว ๆ ล้านหนึ่ง; **it looks ~ like a cross** มันดูคล้ายไม้กางเขน; **that's ~ 'like** *(coll.)* นั่นก็พอคล้าย ๆ; **that's ~ like it** มันก็อย่างนั้นแหละ; Ⓖ **~ of an expert/a specialist** ค่อนข้างจะเชี่ยวชาญ/เป็นผู้ชำนาญเฉพาะทาง; **see ~ of sb.** ได้พบ *ค.น.* บ้าง; ➡ + **else** A, B

'sometime /ˈsʌmtaɪm/ˈซัมทายมฺ/ ❶ *adj.* ก่อนหน้านี้; **he was ~ captain of the team** เขาเคยเป็นหัวหน้าทีมก่อนหน้านี้ ❷ *adv.* ในอดีต, ก่อนหน้านี้..., ...เมื่อระยะหนึ่ง

'sometimes /ˈsʌmtaɪmz/ˈซัมทายมซฺ/ *adv.* บางครั้ง, บางคราว, บางที; **~ ..., at other times ...:** บางที..., ในเวลาอื่นก็...

'somewhat /ˈsʌmwɒt/ˈซัมวอท/ ❶ *adv. (rather)* ค่อนข้าง; **more than ~ surprised/disappointed** *(coll.)* ประหลาดใจ/ผิดหวังอย่างยิ่ง ❷ *pron.* **~ of an expert** คนที่ออกจะมีความชำนาญพิเศษ

'somewhere /ˈsʌmweə(r)/ˈซัมแว(ร)/ ❶ *adv.* Ⓐ *(in a place)* ประมาณ, ราว ๆ, อยู่ระหว่าง; **~ about** *or* **around thirty [years old]** อายุประมาณสามสิบปี; **~ between five and ten** อยู่ระหว่างห้าถึงสิบ; Ⓑ *(to a place)* ถึงจุดหนึ่ง; **get ~** *(coll.) (in life)* ประสบความสำเร็จพอสมควรในชีวิต; *(in a task)* เดินหน้าพอสมควรในภาระหน้าที่ ❷ *n.* **look for ~ to stay** หาสถานที่พัก; **find ~ suitable to do sth.** ได้พบสถานที่เหมาะสมที่จะทำ *ส.น.*; **she prefers ~ hot for her holidays** เธอชอบไปพักผ่อนในสถานที่ที่มีอากาศร้อน

somnambulism /sɒmˈnæmbjʊlɪzm/ซอมˈแนมบิวลิซฺ'ม/ *n.* การละเมอลุกขึ้นเดินทั้ง ๆ ที่หลับอยู่

somnambulist /sɒmˈnæmbjʊlɪst/ซอมˈแนมบิวลิซทฺ/ *n.* คนที่ละเมอลุกขึ้นเดินทั้ง ๆ ที่หลับอยู่

somnolence /ˈsɒmnələns/ˈซอมเนอะเลินซ/ *n.* อาการง่วงนอน

somnolent /ˈsɒmnələnt/ˈซอมเนอะเลินทฺ/ *adj.* Ⓐ *(sleepy)* ง่วงนอน; Ⓑ *(sleep-inducing)* ทำให้ง่วงนอน; Ⓒ *(Med.)* ในภาวะครึ่งหลับครึ่งตื่น

son /sʌn/ซัน/ *n.* ลูกชาย, บุตรชาย; *(as address)* **[my] ~:** ลูก [ของฉัน]; **adopted ~:** บุตรบุญธรรม; **~ and heir** บุตรชายผู้เป็นทายาท; **be a ~ of the soil** เป็นชาวนาแท้ ๆ; **the Son of Man** *(Relig.)* พระเยซูคริสต์; **the ~s of men** *(Relig.)* มนุษย์; **the Son [of God]** *(Relig.)* พระเยซูคริสต์, พระบุตร; **~ of a bitch** *(derog.)* ไอ้เหี้ย *(ภ.ย.)*, ไอ้หน้าตัวเมีย *(ภ.ย.)*, ไอ้สัตว์ *(ภ.ย.)*; *(thing)* สิ่งเลว, สิ่งไม่ดี; ➡ + **father** 1 A, E; **gun** 1 A; **mother** 1 A

sonar /ˈsəʊnɑː(r)/ˈโซนา(ร)/ *n.* ระบบการตรวจจับวัตถุใต้น้ำโดยใช้เสียงสะท้อน, อุปกรณ์ส่งคลื่นเสียงสะท้อนในน้ำ; ระบบโซนาร์ *(ท.ศ.)*

sonata /səˈnɑːtə/เซอะˈนาเทอะ/ *n. (Mus.)* *บทเพลงสำหรับเดี่ยวเครื่องดนตรีมีหลายท่อนในอัตราความเร็วและลีลาต่างกัน*; **~ form** สังคีตลักษณ์โซนาตา

sonde /sɒnd/ซอนดฺ/ *n. (Meteorol.)* อุปกรณ์ที่ส่งขึ้นท้องฟ้าไปเพื่อรับข้อมูลของบรรยากาศ

song /sɒŋ/ซอง/ *n.* Ⓐ เพลง; *(esp. political ballad)* เพลงเพื่อชีวิต; *(pop ~)* เพลงป๊อป; **S~ of S~s, S~ of Solomon** *(Bibl.)* *เพลงสวดเพลงหนึ่งในศาสนายิวซึ่งกล่าวกันว่าพระเจ้าโซโลมอนทรงนิพนธ์*; Ⓑ *no pl. (singing)* การร้องเพลง, การขับร้อง; **on ~** *(fig. coll.)* แสดง/วิ่ง/ทำได้ดีเป็นพิเศษ; **break** *or* **burst forth into ~:** ลุกขึ้นร้องเพลง; **for a ~:** ในราคาถูกมาก; **it is nothing to make a ~ about** *(coll.)* ไม่ใช่เรื่องที่ต้องตีโพยตีพาย; **~ and dance** *(Brit. coll.: fuss; Amer. coll.: rigmarole)* ความวุ่นวาย, การเรื่อง

มาก; (C) *(bird cry)* เสียงนกร้อง; *(of cuckoo)* เสียงร้องของนกกาเหว่า

song: ~bird *n.* นกที่ร้องเสียงเพราะ; **~book** *n.* หนังสือเพลง; **~ cycle** *n. (Mus.)* เพลงชุดประกอบ

songster /'sɒŋstə(r)/'ซองซฺเตอะ(ร)/ *n.* (A) *(singer, poet)* นักร้อง, กวี *(โดยเฉพาะผู้มีความชำนาญพิเศษ)*; (B) *(Amer.: songbook)* หนังสือเพลง

songstress /'sɒŋstrɪs/'ซองซฺตฺริซ/ *n. fem.* นักร้องหญิง, กวีหญิง

'songwriter *n.* ➤ 489 คีตกวี, คนเขียนเพลง, คนแต่งเพลง

sonic /'sɒnɪk/'ซอนิค/ *attrib. adj.* เกี่ยวกับคลื่นเสียง *หรือ* เสียง, ใช้คลื่นเสียงหรือเสียง; **~ depth finder** อุปกรณ์หยั่งวัดความลึกด้วยเสียง *หรือ* คลื่นเสียง

sonic: ~ 'bang ➡ **~ boom; ~ barrier** ➡ **sound barrier; ~ boom** *n. เสียงดังสนั่นจากเครื่องบินที่บินเร็วกว่าเสียง*; **~ mine** *n.* ระเบิดที่มีปฏิกิริยาเมื่อรับคลื่นเสียงเรือ

'son-in-law /'sʌnɪnlɔ:/'ซันอินลอ/ *n., pl.* **sons-in-law** ลูกเขย

sonnet /'sɒnɪt/'ซอนิท/ *n.* โคลง 14 บรรทัด; **~ sequence** โคลง 14 บรรทัดที่มีหลายบทเป็นชุด *หรือ* เป็นเรื่อง

sonny /'sʌnɪ/'ซันนิ/ *n. (coll.)* ไอ้ตัวจิ๋ว, หนุ่มน้อย

sonority /sə'nɒrɪtɪ, US -'nɔ:r-/เซอะ'นอริทิ, -'นอร-/ *n. (of voice)* ความก้อง, ความดังกังวาน; *(of ship's horn, bell, etc.)* ความดังกังวาน

sonorous /'sɒnərəs, sə'nɔ:rəs/'ซอเนอะเริซ, เซอะ'นอเริซ/ *adj.* ก้องกังวาน, ดังสนั่น

soon /su:n/ซูน/ *adv.* (A) ในไม่ช้า; *(quickly)* อย่างรวดเร็ว; (B) *(early)* เร็ว, เนิ่น; **how ~ will it be ready?** จะเสร็จได้เร็วสักแค่ไหน; **none too ~:** ไม่เร็วเท่าไรหรอก; **no ~er said than done** พอตกปากก็ทำให้สำเร็จทันที; **~er said than done** พูดง่ายกว่าทำ; **no ~er had I arrived than ...:** พอฉันมาถึงก็...ทันที; **~ enough** เร็วทันใจ; **~er or later** ไม่ช้าก็เร็ว; **Which train shall I take? – Whichever arrives the ~er** ฉันจะขึ้นรถไฟขบวนไหนดี ขบวนไหนก็ได้ที่มาถึงก่อน; **the car must be serviced every 12 months or every six thousand miles, whichever is the ~er** ต้องเอารถยนต์ไปตรวจเช็คทุก ๆ 12 เดือนหรือทุก ๆ 6,000 ไมล์ แล้วแต่จะถึงกำหนดไหนก่อน; **the ~er [...] the better** *(coll.)*, **better ~er than later** ยิ่งเร็วได้เท่าไรยิ่งดี; (C) **as ~ as his death was known/he heard of it** ทันทีที่การตายของเขาเป็นที่ทราบกัน/เขารู้; **we'll set off just a ~ as he arrives** เราจะออกเดินทางในทันทีที่เขามาถึง; **as ~ as possible** เร็วที่สุดเท่าที่จะเร็วได้; (D) *(willingly)* อย่างเต็มใจ; **just as ~ [as ...]** ทันทีที่ทำได้, โดยเร็วที่สุด; **she would ~er die than ...:** เธอยอมตายก่อนที่จะ...; **which would you ~er/~est do?** คุณอยากจะทำสิ่งใดมากกว่า/มากที่สุด; **they would kill you as ~ as look at you** *(coll.)* พวกเขาเห็นหน้าคุณเมื่อไรก็คงฆ่าคุณเสียเมื่อนั้นแหละ, เขาเอาคุณตายแน่ ถ้าได้เจอ; **~er you than me** คุณอยากทำก็เชิญ ฉันไม่เอาด้วยหรอก

soonish /'su:nɪʃ/'ซูนิช/ *adv. (coll.)* ค่อนข้างจะเร็ว, ในไม่ช้า

soot /sʊt/ซุท/ ❶ *n.* ขี้เขม่า ❷ *v.t.* มีขี้เขม่าจับเกาะ

soothe /su:ð/ซูธ/ *v.t.* (A) *(calm)* ทำให้สงบ; ปลอบ *(ใจ)*; (B) *(make less severe)* บรรเทา *(ความเจ็บปวด)*; ทำให้ทุเลาลง; **~ sb.'s cares away** ช่วยให้ความกังวลของ *ค.น.* คลายหายไป

soothing /'su:ðɪŋ/'ซูธิง/ *adj.* ที่ทำให้สงบลง, ช่วยบรรเทาเบาบาง; *(การนวด, การอาบน้ำ)* ช่วยคลาย

soothsayer /'su:θseɪə(r)/'ซูธเซเออะ(ร)/ *n. (arch.)* ผู้คาดการณ์ล่วงหน้า, นักพยากรณ์

sooty /'sʊtɪ/'ซุทิ/ *adj.* (A) *(soot-covered)* มีขี้เขม่าจับ; (B) *(black) (นก, สัตว์)* สีดำ

sop /sɒp/ซอพ/ ❶ *n.* (A) *(piece of bread)* ชิ้นขนมปังจุ่มของเหลว; (B) *(fig.)* สิ่งปลอบใจ; **sth. is intended as a ~ to sb., sth. is a ~ given to sb.** *ส.น.* เป็นการปลอบใจ *ค.น.* ❷ *v.i.*, **-pp-: be ~ping [wet] [with rain]** [เปียก] [ฝน] โชกชุ่ม **~ 'up** *v.t.* ดูดซับ *(ของเหลว, ความรู้, ข้อมูล)*

sophism /'sɒfɪzm/'ซอฟิซฺ'ม/ *n. การอ้างหรือการโต้แย้งอย่างผิด ๆ (เพื่อที่จะหลอกลวง)*

sophist /'sɒfɪst/'ซอฟิซฺทฺ/ *n. คนที่ใช้วิธีการอ้างหรือโต้แย้งโดยใช้เหตุผลผิด ๆ แต่ฟังผิวเผินดี*

sophistical /sə'fɪstɪkl/เซอะ'ฟิซทิค'ล/ *adj. ชอบอ้างเหตุผลที่ไม่ถูกต้องมาบังหน้า*

sophisticate ❶ /sə'fɪstɪkət/เซอะ'ฟิซทิเคิท/ *v.t.* (A) ฝึกสอนให้มีวัฒนธรรมสูง ❷ /sə'fɪstɪkət/เซอะ'ฟิซทิเคิท/ *adj.* ➡ **sophisticated A** ❸ *n.* คนที่มีวัฒนธรรมสูง

sophisticated /sə'fɪstɪkeɪtɪd/เซอะ'ฟิซทิเคทิด/ *adj.* (A) *(cultured) (คน)* ที่มีวัฒนธรรม; *(ร้านอาหาร)* พิถีพิถัน; *(รูปแบบ)* ที่ขัดเกลาให้งดงาม; (B) *(elaborate) (สิ่งของ, ความคิด)* ละเอียดอ่อน, วิจิตรพิสดาร; *(derog.: over-complex)* ยุ่งยากซับซ้อนมากเกินไป; **~ in style** มีลีลารูปลักษณ์ประณีตสวยงาม

sophistication /səfɪstɪ'keɪʃn/เซอะฟิซทิ'เคช'น/ *n.* (A) *(refinement)* การขัดเกลาให้ดีงาม; *(of argument)* การแก้ไขปรับปรุงข้ออ้างให้น่าเชื่อถือยิ่งขึ้น; *(derog.)* การคิดเล็กคิดน้อยมากเกินไป; *(of style, manner)* การละเอียดอ่อน, ความขัดเกลาใหม่; **the ~ of French cooking** ความประณีตบรรจงในการทำอาหารแบบฝรั่งเศส; (B) *(advanced methods)* วิธีการที่ก้าวหน้า; **era of technical ~:** ยุควิทยาการก้าวหน้า

sophistry /'sɒfɪstrɪ/'ซอฟิซทฺริ/ *n. การโต้แย้งที่เก่ง แต่ใช้เหตุผลที่ผิด ๆ*

sophomore /'sɒfəmɔ:(r)/'ซอเฟอะมอ(ร)/ *n. (Amer. Sch./Univ.)* นักเรียน/นักศึกษาชั้นปีที่สอง

soporific /sɒpə'rɪfɪk/ซอเพอะ'ริฟิค/ ❶ *adj.* ที่ทำให้หลับลึก; **~ drug/medicine** ยานอนหลับ ❷ *n.* ยานอนหลับ, สิ่งทำให้นอนหลับ

sopping ➡ **sop 2**

soppy /'sɒpɪ/'ซอพิ/ *adj. (Brit. coll.: sentimental)* อ่อนไหวตามอารมณ์ความรู้สึก; **be ~ on sb.** หลงรัก *ค.น.*

soprano /sə'prɑ:nəʊ, US -'præn-/เซอะ'พรา โน, -'แพร-/ *n., pl.* **~s** *or* **soprani** /sə'prɑ:ni:/เซอะ'พรานี/ *(Mus.) (voice, singer, part)* ระดับเสียงสูงที่สุด, นักร้องในระดับเสียงนี้, ท่อนของดนตรีที่เขียนเพื่อนักร้องในระดับเสียงนี้; **~ flute/clarinet** ขลุ่ย/ปี่ชวาเสียงสูง; **~ clef** กุญแจโซปราโน; *ระบบเขียนโน้ตที่ใช้ในอดีต ซึ่ง C กลางจะอยู่บนเส้นล่างสุดของกุญแจเทรเบิลแทนที่จะอยู่ต่ำกว่า*

sorbet /'sɔ:beɪ, 'sɔ:bɪt/'ซอเบ, 'ซอบิท/ *n. (ไอศกรีม)* หวานเย็น

sorcerer /'sɔ:sərə(r)/'ซอเซอะเรอะ(ร)/ *n.* นักมายากล, พ่อมด

sorceress /'sɔ:sərɪs/'ซอเซอะริซ/ *n.* นักมายากลหญิง, แม่มด

sorcery /'sɔ:sərɪ/'ซอเซอะริ/ *n.* วิชาพ่อมดหมอผี, เวทมนตร์คาถา, เล่ห์กล

sordid /'sɔ:dɪd/'ซอดิด/ *adj.* (A) *(base)* สกปรก, *(วัตถุประสงค์)* ต่ำต้อย, ต่ำช้า; *(รายละเอียด)* น่าทุเรศ; (B) *(greedy) (บุคคล)* โลภมาก; *(ธุรกิจ)* สกปรก; (C) *(squalid) (ย่านของเมือง, ที่อยู่)* เสื่อมทราม

sore /sɔ:(r)/ซอ(ร)/ ❶ *adj.* (A) *(painful)* เจ็บปวด; *(inflamed or injured)* อักเสบ, ระบม; **sb. has a ~ back/foot/arm** *ค.น.* เจ็บหลัง/เท้า/แขน; **~ point** *or* **spot** *(fig.)* เรื่องที่ทำให้ปวดร้าวใจ; **touch on a ~ point, touch a ~ spot** *(fig.)* กระทบกระเทือนเข้าที่จุดอ่อน/จุดตาย; **a ~ subject** เรื่องราวที่ทำให้เจ็บใจ; **have ~ feelings about sth.** รู้สึกเจ็บใจเกี่ยวกับ *ส.น.*; (B) *(irritated)* โกรธ, ไม่พอใจ; **feel ~:** รู้สึกไม่พอใจ; (C) *(Amer.: vexed)* รำคาญใจ; **be ~ at sb./about** *or* **over sth.** รำคาญ *ค.น.*/เกี่ยวกับ *ส.น*; (D) *(severe) (ความอดอยาก, ปัญหา)* รุนแรง ❷ *n.* (A) *(abrasion)* รอยถลอก; (B) *(fig.: painful thought)* ความทรงจำที่ปวดร้าวใจ

sorely /'sɔ:lɪ/'ซอลิ/ *adv.* อย่างมาก, อย่างจริงจัง; **be ~ in need of sth.** ต้องการ *ส.น.* อย่างมาก; **~ tempted** ถูกยั่วยุอย่างมาก

soreness /'sɔ:nɪs/'ซอนิซ/ *n.* ความเจ็บปวด; *(inflammation)* อาการอักเสบ

sorghum /'sɔ:gəm/'ซอเกิม/ *n.* ข้าวฟ่างชนิดหนึ่ง

sorority /sə'rɒrɪtɪ, US -'rɔ:r-/เซอะ'รอริทิ, -'รอร-/ *n.* (A) *(sisterhood)* ความเป็นพี่สาวน้องสาวกัน; *(Amer.: female section of church congregation) สมาชิกหญิงที่มาโบสถ์ประจำ*; (B) *(Amer.: society)* สมาคมนักศึกษาหญิง *(ในมหาวิทยาลัยหรือวิทยาลัย)*

¹sorrel /'sɒrl, US 'sɔ:rəl/'ซอร'ล, 'ซอเริล/ *n. (Bot.)* สมุนไพรในสกุล *Rumex* ใบรับประทานได้ในสลัด

²sorrel ❶ *adj.* สีน้ำตาลอมแดงสว่าง ❷ *n. (horse)* ม้าสีน้ำตาลอมแดง

sorrow /'sɒrəʊ/'ซอโร/ ❶ *n.* (A) *(distress)* ความโศกเศร้า, ความเสียใจ; **feel [great] ~ that ...:** รู้สึกเศร้าโศก [อย่างมาก] ที่ว่า...; **he felt great ~ at the news** เขารู้สึกโศกเศร้าอย่างใหญ่หลวงเมื่อได้ข่าว; **cause sb. [great] ~:** สร้างความโศกเศร้า [อย่างใหญ่หลวง] แก่ *ค.น.*; **act more in ~ than in anger** ทำไปด้วยความโศกเศร้ามากกว่าเพราะโกรธเคือง; (B) *(misfortune)* โชคร้าย; **he has had many ~s** เขาได้ประสบโชคร้ายหลายครั้ง; **all the ~s of the world** โชคร้ายนานัปการในโลก; **the Man of Sorrows** *(Relig.)* พระเยซูคริสต์ผู้มาไถ่บาปมนุษย์; ➡ **+ drowned 2 B**
❷ *v.i.* (A) *(feel ~)* รู้สึกโศกเศร้าเสียใจ **(at, over, for** เกี่ยวกับ**)**; (B) *(mourn)* โศกเศร้า, เป็นทุกข์ **(for, after** สำหรับ**)**

sorrowful /'sɒrəʊfl/'ซอโรฟ'ล/ *adj.* (A) *(sad)* โศกเศร้า, เสียใจ; **with a ~ heart** ด้วยความเศร้าใจสุดซึ้ง; **feel ~ at sth.** รู้สึกโศกเศร้าเสียใจเกี่ยวกับ *ส.น.*; (B) *(distressing)* น่าโศกเศร้า

sorrowing /'sɒrəʊɪŋ/'ซอโรอิง/ *attrib. adj.* ที่โศกเศร้า, ที่เสียใจ, ที่กำลังทุกข์

sorry /'sɒrɪ/'ซอริ/ *adj.* (A) ➤ 64 *(regretful)* **sb. is ~ to do sth.** *ค.น.* เสียใจที่ได้ทำ *ส.น.*; **I am ~ to disappoint you** ฉันเสียใจที่ทำให้คุณผิดหวัง; **sb. is ~ that ...:** *ค.น.* เสียใจที่ว่า...; **sb. is ~ about sth.** *ค.น.* เสียใจเกี่ยวกับ *ส.น.*; **~ about your accident** เสียใจที่คุณประสบอุบัติเหตุ; **~, but ...** *(coll.)* ขอโทษแต่...; **I'm ~** *(won't change my mind)* ฉันเสียใจนะ *(ฉันจะไม่*

เปลี่ยนใจ); **~ I'm late** *(coll.)* ขอโทษที่ฉันมาสาย; **My mother died two months ago. – Oh, I 'am ~!** แม่ฉันเสียเมื่อสองเดือนที่แล้ว โอ้ ฉันเสียใจด้วย; **I'm ~ to say** ฉันเสียใจที่จำเป็นต้องพูด; **I can't say [that] I'm ~!** ฉันพูดไม่ได้หรอกว่าเสียใจ; **sb. is** *or* **feels ~ for sb./sth.** *ค.น.* สงสาร *ค.น./*เกี่ยวกับ *ส.น.;* **you'll be ~:** แล้วคุณจะเสียใจ; **feel ~ for oneself** *(coll.)* รู้สึกสงสารตัวเอง; **~!** ขอโทษ; **~?** อะไรนะ; **~ about that!** *(coll.)* ขอโทษด้วยนะเรื่องนั้น; **~ to bother you** ขอโทษที่ต้องรบกวนคุณ; ➡ **+ safe** 2 B; Ⓑ *attrib. (wretched)* ล้มเหลว, น่าสังเวช

sort /sɔ:t/ซอท/ ❶ *n.* Ⓐ ชนิด; *(type)* แบบ, ประเภท; **cakes of several ~s** ขนมเค้กหลายชนิด; **a new ~ of bicycle** จักรยานแบบใหม่; **people of every/that ~:** คนทุกประเภท/คนแบบนั้น; **people of every ~ and kind** คนทุกประเภทและทุกแบบ; **it takes all ~s [to make a world]** *(coll.)* คนในโลกนี้ก็มีทั้งดีและชั่วปนกันนั่นแหละ; *(when referring to eccentric behaviour)* แต่คนแปลกประหลาดก็ต้องมีบ้าง; **all ~s of ...:** ทุกรูปแบบ, ทุกชนิด...; **support sb. in all ~s of ways** สนับสนุน *ค.น.* ในทุกวิถีทาง; **there are all ~s of things to do** มีอะไรสารพัดอย่างที่จะ [ต้อง] ทำ; **she is just/not my ~:** เธอเป็น/ไม่ใช่แบบที่ฉันชอบ; **she is not the ~ to do that** เธอไม่ใช่คนที่จะทำอะไรเช่นนั้น; **what ~ of [a] person do you think I am?** คุณคิดว่าฉันเป็นคนแบบไหน; **you'll do nothing of the ~:** คุณอย่าคิดจะทำอะไรแบบนั้นหรอกนะ; **he's a ~ of stockbroker, I believe** *(coll.)* ฉันคิดว่าเขาเป็นประเภทนายหน้าขายหุ้น; **~ of** *(coll.)* แบบว่า *(ภ.พ.)*, ทำนองนั้น; *(more or less)* ประมาณนั้น, เกือบ; *(to some extent)* ในระดับหนึ่ง; **it's ~ of difficult for me to explain** *(coll.)* มันค่อนข้างยากที่ฉันจะอธิบาย; **Have you finished? – Well, ~ of** *(coll.)* คุณเสร็จแล้วหรือยัง เออ, ในระดับหนึ่ง; **I ~ of expected it** *(coll.)* ฉันก็ออกจะคาดหวังอย่างนั้นแหละ; **nothing of the ~:** คนละเรื่อง, ไม่เหมือนกันเลย; **or something of the ~:** หรืออะไรประมาณนั้นแหละ; **a funny ~ of person/day/car** คน/วัน/รถที่ค่อนข้างประหลาด; **it is music of a ~** *(derog.)* มันก็มีส่วนเป็นดนตรีอยู่บ้าง; **he is a doctor/footballer of a ~** *or* **of ~s** *(derog.)* เขาก็เรียกตัวเองว่าเป็นแพทย์/นักฟุตบอล; **we don't mix with people of that ~:** พวกเราไม่สุงสิงกับคนแบบนั้น; **he/she is a good ~** *(coll.)* เขา/เธอเป็นคนที่ใช้ได้ทีเดียว; **he is not a bad ~ at all** *(coll.)* เขาไม่เลวหรอกนะ; Ⓑ **be out of ~s** รู้สึกป่วย, รู้สึกไม่สบาย; *(be irritable)* รู้สึกหงุดหงิด; Ⓒ *(Printing)* ตัวอักษร
❷ *v.t.* จัดตามประเภท, คัดเลือก

~ 'out *v.t.* Ⓐ *(arrange)* จัดประเภท; **~ out material for an essay** แยกหัวข้อเรื่อง *หรือ* จำแนกประเด็นสำหรับเรียงความ; Ⓑ *(settle)* แก้ไข; **it will ~ itself out** มันคงคลี่คลายไปได้เอง; Ⓒ *(organize)* จัดแจง; **~ oneself out** จัดแจงธุระของตนเองให้เรียบร้อย; **things have ~ed themselves out** สิ่งต่าง ๆ ได้คลี่คลายไปเองแล้ว; Ⓓ *(coll.: punish)* **~ sb. out** ลงโทษ *ค.น.;* Ⓔ *(select)* เลือกสรร, กลั่นกรอง; **~ out the truth from the lies** เลือกสรรความจริงจากคำโกหกนานา; **~ out the good apples/singers from the bad [ones]** คัดเลือกแอปเปิ้ล/นักร้องที่ดีออกจากที่ไม่ดี

'sort code *n.* รหัสประจำธนาคาร

sorted /'sɔ:tɪd/'ซอทิด/ Ⓐ *adj. (supplied with drugs)* มียาเสพติดไว้ในครอบครอง; Ⓑ *(well-adjusted) (บุคคล)* มีความสมดุลในชีวิต; Ⓒ *(in order)* จัดเป็นระเบียบ; Ⓓ *(agreed)* ตกลง, เรียบร้อย

sorter /'sɔ:tə(r)/'ซอเทอะ(ร)/ *n.* Ⓐ *(arranger)* คนจัดประเภท, ผู้คัดสรร; Ⓑ *(for punched cards)* เครื่องคัดแยก, เครื่องตอกบัตร

sortie /'sɔ:tɪ/'ซอทิ/ *n. (Mil.; also fig.)* Ⓐ การตีฝ่าวงล้อมออกไป; Ⓑ *(flight)* การบินปฏิบัติการของเครื่องบินทหารลำเดียว

sorting /'sɔ:tɪŋ/'ซอทิง/ *n.* การจัดหมวดหมู่

sorting: ~-machine *n.* เครื่องคัดแยก, เครื่องตอกบัตร; **~ office** *n.* สำนักงานไปรษณีย์

SOS /esəʊ'es/เอ็ซโอ'เอ็ซ/ *n.* Ⓐ รหัสสำหรับเรียกขอความช่วยเหลือ; **~ appeal** การเรียกขอความช่วยเหลือ; Ⓑ *(Brit.: broadcast)* **~ message** *การประกาศฉุกเฉินทางวิทยุสำหรับคนที่หาตัวไม่เจอ; (to motorists)* สัญญาณแจ้งภัย

'so so, 'so-so /'səʊsəʊ/'โซโซ/ *adj., adv.* ก็อย่างนั้น ๆ *(ภ.พ.)*

sot /sɒt/ซอท/ *n.* คนขี้เมา

sottish /'sɒtɪʃ/'ซอทิช/ *adj.* เมามาย

sotto voce /sɒtəʊ 'vəʊtʃɪ/ซอโท 'โวฉิ/ *adv.* ด้วยเสียงกระซิบเบา ๆ

sou /su:/ซู/ *n. (Hist.)* *เงินเหรียญค่าต่ำของฝรั่งเศสในสมัยก่อน; (coll.)* เงินจำนวนน้อยมาก; **not have a ~:** ไม่มีเงินแม้สักแดงเดียว

soubrette /su:'bret/ซู'เบร็ท/ *n. (Theatre)* บทสาวใช้ *หรือ* บทหญิงทะเล้นในละครตลก

soufflé /'su:fleɪ/'ซูเฟล/ *n. (Gastr.)* อาหารที่มีไข่ขาวเป็นหลักอบแล้วฟู, ซูเฟล *(ท.ศ.);* **~ dish** ภาชนะที่เข้าเตาอบได้ใช้ใส่ซูเฟล

sough /saʊ/ซาว/ *(literary)* ❶ *n.* เสียงลมพัดพลิ้ว ❷ *v.i.* ลมพัดพลิ้ว ๆ

sought ➡ **seek**

soul /səʊl/โซล/ *n.* Ⓐ วิญญาณ, จิตใจ; **sell one's ~ for sth.** *(fig.)* ทุ่มเทชีวิตจิตใจทั้งหมดเพื่อที่จะได้ *ส.น.;* **upon my ~!** *(dated)* จริงหรือ, ไม่น่าเชื่อเลย; **bare one's ~ to sb.** เปิดอกให้ *ค.น.* ฟัง; ➡ **+ heart** 1 B; **life** B; Ⓑ *(intellect)* สติปัญญา; **not be able to call one's ~ one's own** ไม่เป็นตัวของตัวเอง; **his whole ~ revolted from it** เขาเกลียดชังสิ่งนั้น; Ⓒ *(person)* คน; **not a ~:** ไม่มีใคร, ไม่มีสักคน; **be the ~ of discretion** เป็นคนที่เก็บความลับได้ดี; **be a good ~ and fetch me a cup of tea** คุณจะเป็นคนน่ารักมาก ถ้าไปรินน้ำชามาให้สักถ้วย; **the poor little ~:** เจ้าตัวน้อย ๆ ที่น่าสงสาร; Ⓓ *(Negro Culture) วัฒนธรรมของคนอเมริกันผิวดำเชื้อสายนิโกร; (music)* ดนตรีโซล *(ท.ศ.)*

soul: ~ brother *n.* คนดำ *(ในประเทศสหรัฐอเมริกา);* **~-destroying** /'səʊldɪstrɔɪɪŋ/'โซลดิซตรอยอิง/ *adj.* Ⓐ *(boring)* น่าเบื่อ; Ⓑ *(depressing)* น่าหดหู่, น่าท้อแท้

'soul food *n. อาหารตามประเพณีของคนดำในอเมริกา*

soulful /'səʊlfl/'โซลฟ'ล/ *adj.* ที่เต็มไปด้วยความรู้สึก; *(sad)* โศกเศร้า

soulfully /'səʊlfəlɪ/'โซลเฟอะลิ/ *adv.* อย่างแสดงความรู้สึกลึก ๆ; *(sadly)* อย่างโศกเศร้า

soulless /'səʊllɪs/'โซลลิซ/ *adj.* Ⓐ *(ignoble)* ไร้วิญญาณ, ไร้เกียรติ; Ⓑ *(dull)* น่าเบื่อ, ไม่น่าสนใจ

soul: ~mate *n.* เพื่อนใจ, คู่ชีวิต; **~ music** *n.* ดนตรีโซล *(ท.ศ.);* **~-searching** *n.* การพิจารณาอารมณ์ของตนอย่างลึกซึ้ง; **~ sister** *n.* ผู้หญิงผิวดำในอเมริกา; **~-stirring** *adj.* กระตุ้นจิตใจ; *(inspiring)* ที่ดลจิตดลใจ

[1]**sound** /saʊnd/ซาวนุด/ ❶ *adj.* Ⓐ *(healthy)* สุขภาพดี; *(ตึก, กำแพง)* แข็งแรงมั่นคง; **of ~ mind** มีสุขภาพจิตปกติ; **~ in mind and body** สุขภาพดีทั้งร่างกายและจิตใจ; **~ in wind and limb** สุขภาพดีโดยรวม, ร่างกายแข็งแรงทั้งระบบ; **the building was structurally ~:** ตึกมีโครงสร้างที่แข็งแรงมั่นคงดี; ➡ **+ bell** 1 A; Ⓑ *(well-founded) (เหตุผล, การตัดสินใจ)* ที่มีหลักฐานแน่นหนา; **it makes ~ sense** มันมีเหตุผลดี; **make ~ progress** ก้าวหน้าเป็นอย่างดี; Ⓒ *(Finance: secure)* มั่นคงปลอดภัย; Ⓓ *(competent, reliable)* เป็นที่ไว้วางใจ; **have a ~ character** เป็นคนที่ไว้วางใจได้; Ⓔ *(undisturbed)* ไม่ถูกรบกวน; *(หลับ)* สนิท; **be a ~ sleeper** เป็นคนนอนหลับสนิท; Ⓕ *(thorough) (แพ้, ถูกชกต่อย)* อย่างเต็มที่; *(การแสดง)* ที่ใช้ได้ทีเดียว
❷ *adv. (หลับ)* อย่างสนิท; **fall/be ~ asleep** นอนหลับสนิท, หลับลึก

[2]**sound** ❶ *n.* Ⓐ *(Phys.)* คลื่นเสียง; **the speed of ~:** ความเร็วของคลื่นเสียง; Ⓑ *(noise)* เสียง; *(of wind, sea, car, footsteps, breaking glass or twigs)* เสียง; *(of voices, laughter, bell)* เสียง; **do sth. without a ~:** ทำ *ส.น.* โดยปราศจากเสียง; Ⓒ *(Radio, Telev., Cinemat.)* เสียง; **loss of ~:** เสียงหาย; Ⓓ *(music)* เสียง; **the king entered to the ~ of trumpets** พระราชาเสด็จออกพร้อมกับเสียงแตรประโคม; **the ~ of drums** เสียงกลอง; **dance to the ~ of a band** เต้นรำตามเสียงเพลงของวงดนตรี; Ⓔ *(Phonet.: articulation)* การออกเสียง; Ⓕ *(fig.: impression)* **I like the ~ of your plan** ฉันคิดว่าแผนของคุณฟังเข้าท่าดี; **I like the ~ of him** เท่าที่ได้ฟังมาฉันว่าเขาน่าจะดี; **I don't like the ~ of this** ฟังดูแล้วฉันว่ามันไม่ค่อยจะดี; Ⓖ *in pl. (~ waves)* คลื่นเสียง; Ⓗ *(meaningless noise)* เสียงที่ไม่มีความหมาย; Ⓘ *(earshot)* **within ~ of sb./sth.** ภายในระยะที่ได้ยิน *ค.น./ส.น.*
❷ *v.i.* Ⓐ *(seem)* รู้สึกราวกับ; **it ~s as if .../like ...:** มันราวกับว่า.../เหมือนว่า...; **it ~s to me as if .../like ...:** ฉันรู้สึกราวกับว่า.../เหมือนว่า...; **from his lack of enthusiasm it ~s as if he wanted to give up** จากท่าทางไม่กระตือรือร้นของเขาดูเหมือนว่าเขาอยากจะยกเลิก; **it ~s to me from what you have said that ...:** เท่าที่ฉันฟังคุณพูดแล้วดูเหมือนว่า...; **that ~s a good idea to me** ฉันรู้สึกว่าความคิดนั้นดีทีเดียว; **~s good to me!** ดีนี่; **that ~s odd to me** นั่นฟังไม่ขึ้น; Ⓑ *(emit ~)* เปล่งเสียงออกมา
❸ *v.t.* Ⓐ *(cause to emit ~)* ทำให้เปล่งเสียงออกมา; **~ the trumpet** เป่าแตร; Ⓑ *(utter)* **~ a note of caution** พูดเตือน; **his words ~ed a note of alarm in my mind** คำพูดของเขาทำให้ฉันเกิดความระแวงในใจ; Ⓒ *(pronounce)* ประกาศ; Ⓓ *(cause to be heard)* **~ sb.'s praises** กล่าวชม *ค.น.* ให้ได้ยินกันทั่ว; **~ a fanfare** ประโคมแตรอย่างสนั่นหวั่นไหว

~ 'off *v.i. (coll.: talk pompously)* คุยโอ่, พูดโอ้อวด

[3]**sound** *n.* Ⓐ *(strait)* ช่องแคบ; Ⓑ *(inlet)* ปากแม่น้ำ; **Plymouth S~** อ่าวพลีมัธ

[4]**sound** *v.t.* Ⓐ *(Naut.: fathom)* หยั่งวัดความลึก; Ⓑ *(fig.: test)* ➡ **~ out;** Ⓒ *(Meteorol.)* เก็บข้อมูลจากชั้นบรรยากาศที่อยู่สูง; Ⓔ *(Med.)* ตรวจด้วยเครื่องแยงตรวจ

sound barrier | south-western 846

~ **'out** *v.t.* หยั่งใจ, หยั่งความรู้สึก; **~ sb. out on sth.** หยั่งใจ ค.น. เกี่ยวกับ ส.น.

sound: ~ barrier *n.* กำแพงเสียง; **go through** *or* **break the ~ barrier** ผ่านทะลุกำแพงเสียง; **~ bite** *n.* คำขวัญ *หรือ* ประโยคสั้น *(จากข้อความยาวกว่า)* ใช้ออกอากาศ; **~box** *n. (in violin, guitar, etc.)* โพรงกล่องในเครื่องดนตรีประเภทเครื่องสาย; **~ broadcasting** *n.* การกระจายเสียง; **~ card** *n. (Computing)* บัตรที่ช่วยให้คอมพิวเตอร์เล่นและปรับเพลงได้; **~ check** *n.* การทดสอบเสียง; **~ effect** *n.* เสียงพิเศษที่ประดิษฐ์เพื่อเพิ่มบรรยากาศ *(ในภาพยนตร์, ละคร)*; **~ engineer** *n.* ➤ **489** *(Radio, Telev., Cinemat.)* โสตทัศนวิศวกร; **~hole** *n. (Mus.)* ช่องเปิดในเครื่องดนตรีประเภทเครื่องสายบางชนิด

¹sounding /'saʊndɪŋ/'ซาวนดิ้ง/ *adj. in comb.* **strange-/clear-/loud-~:** ที่มีเสียงแปลกประหลาด/ชัด/ดัง

²sounding *n.* Ⓐ *(Naut.: measurement)* การหยั่งความลึก; **take ~s** หยั่งความลึก; Ⓑ *(fig.)* การหยั่งใจ; **make ~s in a locality** หยั่งเสียงคนในท้องถิ่น; **carry out ~s of public opinion/of interested parties** หยั่งเสียงประชามติ/หยั่งเสียงฝ่ายที่เกี่ยวข้อง

sounding: ~ board *n.* Ⓐ *(canopy)* เพดานหรือแผ่นกรุสะท้อนเสียงเพื่อเพิ่มความก้อง; Ⓑ *(Mus.)* แผ่นไม้บาง ๆ ที่ปูไว้ใต้สายเปียโนเพื่อเพิ่มความดังกังวาน; Ⓒ *(fig.: means of spreading opinions)* กลวิธีเผยแพร่ความคิดเห็น; Ⓓ *(fig.: trial audience)* ผู้ที่ทำหน้าที่ฟังและวิจารณ์คำพูด, หนูตะเภา; **~ line** *n. (Naut.)* สายดิ่ง; **~ rod** *n. (Naut.)* ไม้วัดระดับความลึกของน้ำในท้องเรือ

soundless /'saʊndlɪs/'ซาวนดฺลิซ/ *adj.* ไม่มีเสียง

soundly /'saʊndlɪ/'ซาวนดฺลิ/ *adv.* Ⓐ *(solidly)* อย่างแน่นหนา, อย่างแข็งแกร่ง; Ⓑ *(well)* อย่างดี; Ⓒ *(deeply)* อย่างลึกซึ้ง; *(หลับ)* อย่างสนิท; Ⓓ *(thoroughly)* อย่างตลอดทั่วถึง; **perform ~:** แสดงได้ดี

soundness /'saʊndnɪs/'ซาวนดฺนิซ/ *n., no pl.* Ⓐ *(of mind, body)* ความเข้มแข็ง; *(of construction, structure)* ความมั่นคงแข็งแรง; Ⓑ *(of argument)* ความถูกต้อง, ความมีเหตุผล; *(of policy, views)* ความถูกต้อง; Ⓒ *(of sleep)* ความสนิท; Ⓓ *(competence, reliability)* ความสามารถ, ความเชื่อใจได้; Ⓔ *(solvency)* ความมั่นคงทางการเงิน

sound: ~post *n. (Mus.)* เสาเสียง, ไม้ค้ำเล็กระหว่างด้านหลังและส่วนท้องของเครื่องสายบางประเภท; **~proof** ❶ *adj.* ป้องกันเสียง ❷ *v.t.* ทำการป้องกันเสียง; **~proofing** *n.* การป้องกันเสียง; **~ recorder** *n.* เครื่องอัดเสียง; **~ shift** ➡ **shift** 3 I; **~ system** *n.* ระบบกระจายเสียง *หรือ* ระบบเสียงสเตริโอ; **~ technician** ➡ **sound engineer**; **~track** *n. (Cinemat.)* เสียงในฟิล์ม; **~ truck** *n. (Amer.)* รถติดเครื่องกระจายเสียง; **~ wave** *n. (Phys.)* คลื่นเสียง

soup /suːp/ซูพ/ *n.* ซุป, น้ำแกงจืด; **be/land in the ~** *(fig. coll.)* อยู่/ตกในปัญหา

~ 'up *v.t. (Motor Veh. coll.)* เพิ่มพลังและประสิทธิภาพ *(ของเครื่องยนต์)*

soupçon /'suːpsɔ̃, US suːp'sɒn/'ซูพซอน, ซูพ'ซอน/ *n.* จำนวนนิดหน่อย; **a ~ of garlic/grey** กระเทียม/สีเทาสักนิดหน่อย

souped-up /'suːptʌp/'ซูพทัพ/ *attrib. adj. (Motor Veh. coll.) (เครื่องยนต์)* ที่เพิ่มพลัง

soup: ~ kitchen *n.* โรงทานสำหรับแจกอาหารให้คนจน; **~ plate** *n.* ชามซุป; **~ spoon** *n.* ช้อนกลมสำหรับตักซุป

soupy /'suːpɪ/'ซูพิ/ *adj.* Ⓐ *(thick)* หนา, ข้น; Ⓑ *(coll.: sentimental)* อ่อนไหวไปตามอารมณ์ความรู้สึก

sour /'saʊə(r)/'ซาวเออะ(ร)/ ❶ *adj.* Ⓐ *(having acid taste)* เปรี้ยว; Ⓑ *(morose)* ใจคอหดหู่, อารมณ์ไม่ดี; Ⓒ *(unpleasant)* ไม่ดี, ไม่น่าปรารถนา; **when things go ~:** เมื่อสิ่งต่าง ๆ เป็นไปในทางไม่ดี; **the place has gone ~ on him** เขาชักจะไม่ชอบที่แห่งนั้นเสียแล้ว; Ⓓ *(rank) (กลิ่น)* เหม็นน่ารังเกียจ; Ⓔ *(deficient in lime) (ดิน)* เปรี้ยว; ➡ **+ grape** ❷ *v.t.* Ⓐ ทำให้มีรสเปรี้ยว; Ⓑ *(fig.: spoil)* ทำลาย; Ⓒ *(fig.: make gloomy)* ทำให้หดหู่ ❸ *v.i.* Ⓐ มีรสเปรี้ยว, บูด; Ⓑ *(deteriorate)* ทรามลง ❹ *n. (Amer.: cocktail)* เครื่องดื่มค็อกเทลผสมน้ำมะนาว

source /sɔːs/ซอซ/ *n.* แหล่งกำเนิด, บ่อเกิด, ต้นตอ, ที่มา; **~ of income/infection** ที่มาของรายได้/แหล่งต้นเค้าการติดเชื้อ; **the ~ of all woes** บ่อเกิดของความทุกข์ร้อนทั้งมวล; **locate the ~ of a leak** *(lit.)* หารอยรั่ว; *(fig.)* ค้นหาการรั่วของข้อมูล; **the whole thing is a ~ of some embarrassment to us** ทั้งหมดนั้นได้ก่อความอับอายขายหน้าให้พวกเรา; **at ~:** ณ จุดกำเนิด; **tax deducted at ~:** ภาษีหัก ณ ที่จ่าย; **my wages are taxed at ~:** ค่าแรงของฉันถูกหักภาษี ณ ที่จ่าย

source: ~ book *n.* ประมวลหลักฐานและเอกสารเพื่อการศึกษา; **~ language** *n.* ภาษาเดิมที่นำมาแปล

sour 'cream *n.* ครีมเปรี้ยว

sourly /'saʊəlɪ/'ซาวเออะลิ/ *adv.* อย่างหงุดหงิด, อย่างอารมณ์ไม่ดี

sour: ~puss *n. (coll.)* คนอารมณ์เสีย

sousaphone /'suːzəfəʊn/'ซูเซอะโฟน/ *n. (Mus.)* แตรทองเหลืองขนาดใหญ่

souse /saʊs/เซาซ/ *v.t.* Ⓐ *(plunge into liquid)* จุ่มลงไปในของเหลว; Ⓑ *(soak)* **get/be ~d** ถูกแช่ในน้ำ, เปียกโชก; Ⓒ *(pickle)* ดองเกลือ

soutane /suː'tɑːn/ซู'ทาน/ *n. (RC Ch.)* เสื้อดำยาวที่บาทหลวงในศาสนาคริสต์สวมใส่

south /saʊθ/เซาธ/ ➤ **191** ❶ *n.* Ⓐ ทิศใต้; **the ~:** ทิศใต้; **in/to[wards]/from the ~:** ใน/ไป [สู่]/จากทิศใต้; **to the ~ of** ไปทางทิศใต้ของ; Ⓑ *usu.* **S~** *(part lying to the ~)* ส่วนที่อยู่ทางทิศใต้; **from the S~:** จากทางใต้; Ⓒ *(Cards)* ผู้เล่นที่อยู่ในตำแหน่ง 'ทิศใต้' ❷ *adj.* อยู่ทางทิศใต้; *(ฝั่งทะเล, ชายแดน, ลม)* ทางใต้ ❸ *adv.* ไป/จากทางใต้ *หรือ* ทิศใต้; **a ~-facing wall** กำแพงที่หันไปทางทิศใต้; **~ of** อยู่ทาง/ไปทางทิศใต้ของ; ➡ **+ 'by** 1 D

South: ~ 'Africa *pr. n.* ประเทศแอฟริกาใต้; **~ 'African** ❶ *adj.* แห่งประเทศแอฟริกาใต้ ❷ *n.* ชาวแอฟริกาใต้; **~ A'merica** *pr. n.* ทวีปอเมริกาใต้; **~ A'merican** ❶ *adj.* แห่งทวีปอเมริกาใต้ ❷ *n.* ชาวอเมริกาใต้

south: ~bound *adj.* ➤ **191** *(รถไฟ ฯลฯ)* ที่ไปทางใต้; **~-'east** ➤ **191** ❶ *n.* ทิศตะวันออกเฉียงใต้, ทิศอาคเนย์; **in /to[wards]/from the ~-east** ใน/ไป [สู่]/จากทิศตะวันออกเฉียงใต้; **to the ~-east of** ทางทิศตะวันออกเฉียงใต้ของ; ❷ *adj.* ทางทิศตะวันออกเฉียงใต้ ❸ *adv.* ไป *หรือ* มาจากทางทิศตะวันออกเฉียงใต้; **~-east of** ไปทางทิศตะวันออกเฉียงใต้ของ; **~-'easter** *n.* ลมที่พัดมาจากทางทิศตะวันออกเฉียงใต้; **~-'easterly** ➤ **191** ❶ *adj.* ที่มาจาก/ไปยังทางทิศตะวันออกเฉียงใต้ ❷ *adv. (position)* อยู่ทางทิศตะวันออกเฉียงใต้; *(direction)* ไปทางทิศตะวันออกเฉียงใต้; **~-'eastern** *adj.* ➤ **191** ทางตะวันออกเฉียงใต้

southerly /'sʌðəlɪ/'ซัธเธอะลิ/ ➤ **191** ❶ *adj.* Ⓐ *(in position or direction)* ทางทิศใต้; **in a ~ direction** ไปทางทิศใต้; Ⓑ *(from the south) (ลม)* จากทิศใต้; **the wind was ~:** ลมพัดมาจากทางทิศใต้ ❷ *adv.* Ⓐ *(in position)* ในตำแหน่งทางใต้; *(in direction)* ทางทิศใต้; Ⓑ *(from the south)* จากทิศใต้ ❸ *n.* ลมจากทิศใต้

southern /'sʌðən/'ซัธเธิน/ *adj.* ➤ **191** *(ชายแดน, รัฐ, ชายฝั่ง)* ทางใต้; *(หน้าต่าง)* ที่หันไปทางทิศใต้; **~ Spain** สเปนตอนใต้; **~ Africa** ทวีปแอฟริกาตอนใต้; ➡ **+ cross** 1 F; **hemisphere** A

southerner /'sʌðənə(r)/'ซัธเธอะเนอะ(ร)/ *n.* ชาวใต้, คนภาคใต้; **he's a ~:** เขาเป็นชาวใต้

Southern: ~ 'Europe *pr. n.* ยุโรปตอนใต้; **~ European** ❶ *adj.* แห่งยุโรปตอนใต้ ❷ *n.* ชาวยุโรปตอนใต้; **~ hemisphere** *n.* ขั้วโลกใต้; **~ 'Ireland** *pr. n.* ไอร์แลนด์ตอนใต้; **s~ 'lights** *n. pl.* แสงขั้วโลกใต้

southernmost /'sʌðənməʊst/'ซัธเธินโมซทฺ/ *adj.* ➤ **191** อยู่ใต้สุด

South: ~ Ko'rea *pr. n.* ประเทศเกาหลีใต้; **~ Ko'rean** ❶ *adj.* แห่งประเทศเกาหลีใต้ ❷ *n.* ชาวเกาหลีใต้

South of 'England *pr. n.* ภาคใต้ของประเทศสหราชอาณาจักร

south: ~paw *(Boxing coll.)* ❶ *n.* นักมวยที่ถนัดมือซ้าย ❷ *adj.* ถนัดมือซ้าย; **S~ 'Pole** *pr. n.* ขั้วโลกใต้; **S~ Sea** *adj.* มหาสมุทรแปซิฟิกตอนใต้; **S~ Sea Islander** ชาวเกาะทางตอนใต้ของมหาสมุทรแปซิฟิก; **S~ 'Seas** *pr. n. pl.* ทะเลที่อยู่ทางตอนใต้ของเส้นศูนย์สูตร; **~-~-'east** ➤ **191** ❶ *n.* ทิศระหว่างทิศใต้กับทิศตะวันออกเฉียงใต้, ทิศทักษิณหรดี ❷ *adj.* ใน/ไปยังทิศระหว่างทิศใต้และทิศตะวันออกเฉียงใต้ ❸ *adv.* ไปยัง/มาจากทิศใต้และทิศตะวันออกเฉียงใต้; **~-~-'west** ➤ **191** ❶ *n.* ระหว่างทิศใต้กับทิศตะวันตกเฉียงใต้ ❷ *adj.* ใน/ไปยังทิศระหว่างทิศใต้กับทิศตะวันตกเฉียงใต้ ❸ *adv.* ไปยัง/มาจากระหว่างทิศใต้กับทิศตะวันตกเฉียงใต้

southward /'saʊθwəd/'เซาธเวิด/ ➤ **191** ❶ *adj.* Ⓐ ไปยังทิศใต้; *(situated towards the south)* ตั้งอยู่ด้านทิศใต้; **in a ~ direction** ไปทางทิศใต้ ❷ *adv.* ไปทางทิศใต้; **they are ~ bound** พวกเขามุ่งไปทางทิศใต้ ❸ *n.* ทิศทางใต้

southwards /'saʊθwədz/'เซาธเวิดซ/ ➤ **191** ➡ **southward** 2

south: ~-'west ➤ **191** ❶ *n.* ทิศตะวันตกเฉียงใต้; **in/to [wards]/from the ~-west** ใน/ไป [สู่]/จากทิศตะวันตกเฉียงใต้; **to the ~-west of** อยู่/ไปทางทิศตะวันตกเฉียงใต้ของ ❷ *adj. (ชายฝั่ง)* อยู่/*(ลม)* จากทิศตะวันตกเฉียงใต้ ❸ *adv.* ไป/มาจากทิศตะวันตกเฉียงใต้; **~-west of** ทางทิศตะวันตกเฉียงใต้ของ; **S~-West 'Africa** *pr. n.* ทวีปแอฟริกาตะวันตกเฉียงใต้; **~wester** /saʊθ'westə(r)/เซาธ'เว็ซเทอะ(ร)/ *n.* ลมที่พัดมาจากทางทิศตะวันตกเฉียงใต้; **~-'westerly** ➤ **191** ❶ *adj.* ทิศตะวันตกเฉียงใต้ ❷ *adv. (position)* อยู่ทางทิศตะวันตกเฉียงใต้; *(direction)* ไปทางทิศตะวันตกเฉียงใต้; **~-'western** *adj.* ➤ **191** แห่ง/อยู่ทางทิศตะวันตกเฉียงใต้

S

souvenir /su:vəˈnɪə(r), US ˈsu:vənɪər/ซูเวอะˈเนีย(ร), ˈซูเวอะเนียร/ *n. (of holiday, of wedding day, etc.)* ของที่ระลึก (**of** จาก)

sou'wester /saʊˈwestə(r)/เซาˈเว็ซเทอะ(ร)/ *n.* Ⓐ *(hat)* หมวกกันน้ำมีปีกกว้างคลุมลงมาถึงคอ; Ⓑ *(coat)* เสื้อคลุมกันน้ำ

sovereign /ˈsɒvrɪn/ˈซอวฺริน/ ❶ *n.* Ⓐ *(ruler)* กษัตริย์; Ⓑ *(Brit. Hist.: coin)* เหรียญทองมูลค่าหนึ่งปอนด์ ❷ *adj.* Ⓐ *(independent)* อิสระ, เอกราช; Ⓑ *(supreme)* สูงสุด; Ⓒ *(arch.: royal)* เกี่ยวกับกษัตริย์; Ⓓ *(very good)* เลิศ, ยอดเยี่ยม

sovereignty /ˈsɒvrɪntɪ/ˈซอวฺรินทิ/ *n.* Ⓐ *(supreme power)* อำนาจอธิปไตย, อำนาจสูงสุด; Ⓑ *(royal position)* สถานภาพของกษัตริย์; Ⓒ *(autonomous state)* รัฐอธิปัตย์, รัฐเอกราช, ประเทศเอกราช

Soviet /ˈsəʊvɪət, ˈsɒ-/ˈโซเวียท, ˈซอ-/ *(Hist.)* ❶ *adj. (ลัทธิ, พลเมือง, วัฒนธรรม)* แห่งอดีตสหภาพโซเวียต ❷ *n.* สภาโซเวียตในระดับต่าง ๆ; **Supreme S~:** รัฐสภาโซเวียต

Soviet: ~ ˈRussia *pr. n. (Hist.)* อดีตสหภาพโซเวียตรัสเซีย; **~ ˈUnion** *pr. n. (Hist.)* อดีตสหภาพโซเวียต

¹sow /səʊ/โซ/ *v.t., p.p.* **sown** /səʊn/โซน/ *or* **~ed** /səʊd/โซด/ Ⓐ *(plant)* หว่าน; *(fig.)* ปู *(กับระเบิด)*; Ⓑ *(plant with seed)* หว่านเมล็ด; Ⓒ *(cover thickly)* ปกคลุมหนาทึบ; **meadows ~n with daisies** ทุ่งหญ้าที่มีดอกเดซี่ปกคลุมหนาทึบ; Ⓓ *(fig.: initiate)* ริเริ่ม, แนะให้เริ่มคิด; ➡ + oat B; seed 1 C; whirlwind A

²sow /saʊ/ซาว/ *n.* Ⓐ *(female pig)* แม่พันธุ์หมู; Ⓑ *(Metallurgy) (trough)* รางไหลของน้ำเหล็กหลอม; *(block of iron)* ท่อนเหล็กขนาดใหญ่; ➡ + silk 2

sower /ˈsəʊə(r)/ˈโซเออะ(ร)/ *n.* คนหว่านเมล็ด; **be a ~ of discord** เป็นคนส่อเสียดทำให้เกิดความแตกแยก

sowing /ˈsəʊɪŋ/ˈโซอิง/ *n.* การหว่านเมล็ด

sown ➡ ¹sow

sox /sɒks/ซอคซฺ/ *n. pl. (Commerc./coll.)* ➡ ¹sock A

soya [bean] /ˈsɔɪə/ˈซอยเออะ/, **soy bean** /ˈsɔɪbi:n/ˈซอยบีน/ *ns.* Ⓐ *(plant)* ต้นถั่วเหลือง; Ⓑ *(seed)* เมล็ดถั่วเหลือง

soy sauce /ˈsɔɪ sɔ:s/ˈซอย ซอซ/ *n.* ซีอิ๊ว

sozzled /ˈsɒzld/ˈซอซลฺดฺ/ *adj. (coll.)* เมามาก; **get ~:** เมามาก, เมาแอ๋

spa /spɑ:/ซปา/ *n.* Ⓐ *(place)* สถานที่มีบ่อน้ำแร่; สถานสปา *(ท.ศ.)*; Ⓑ *(spring)* น้ำพุแร่

space /speɪs/ซเปซ/ ❶ *n.* Ⓐ ที่ว่าง; **stare into ~:** มองเหม่อ, ตาลอย; Ⓑ *(interval between points)* ช่องว่าง, ระยะห่าง; **the houses are separated by a ~ of ten feet** ระหว่างบ้านมีช่องว่างสิบฟุต; **clear a ~:** จัดให้มีที่ว่าง; **he needs ~** *(fig.)* เขาต้องการอิสระ; Ⓒ *(area on page)* ที่ว่างบนหน้ากระดาษ; Ⓓ **the wide open ~s** ที่โล่งกว้างใหญ่; **the vast ~s of the prairie/desert** พื้นที่โล่งกว้างใหญ่ของทุ่งหญ้าแพรรี่/ทะเลทราย; Ⓔ *(Astron.)* อวกาศ; ➡ + outer space; Ⓕ *(blank between words)* ช่องว่าง; **five ~s from the left margin** ห้าช่วงพิมพ์จากขอบซ้าย; Ⓖ *(interval of time)* ชั่วเวลา; **in the ~ of a minute/an hour** ชั่วเวลาหนึ่งนาที/หนึ่งชั่วโมง; **in a short ~ of time he was back** ชั่วเวลาเดี๋ยวเดียวเขาก็กลับมา ❷ *v.t.* **the line is/the letters are badly ~d** เว้นบรรทัด/จัดช่องไฟระหว่างตัวอักษรไม่ดี; **the posts are ~d at intervals of one metre** เสาปักไว้ห่างกันช่วงละหนึ่งเมตร

~ ˈout *v.t.* ขยายช่องไฟ, ทำให้อยู่ห่างขึ้น; **~ the figures out clearly** เขียนตัวเลขห่าง ๆ กันให้อ่านง่าย

space: ~ age *n.* ยุคอวกาศ; **~ bar** *n.* คานเคาะวรรค; **~craft** *n.* ยานอวกาศ

spaced [out] /speɪst (ˈaʊt)/ซเปซทฺ (ˈเอาทฺ)/ *adj. (coll.: under influence of drug)* เคลิบเคลิ้มด้วยยาเสพติด

space: ~ flight *n.* Ⓐ *(a journey through ~)* การเดินทางในอวกาศ; Ⓑ ➡ ~ travel; **~ heater** *n.* เตาเล็ก ๆ เพื่ออุ่นอากาศในห้อง; **~man** ➡ ~ traveller; **~ medicine** *n.* แพทยศาสตร์สาขาที่รักษาโรคจากการปฏิบัติการในอวกาศ; **~ opera** *n. (esp. Amer.)* ปฏิบัติการในอวกาศ; **~ probe** *n.* ยานไร้มนุษย์ที่ส่งไปสำรวจอวกาศ; **~-saving** *adj.* ใช้เนื้อที่น้อย, ไม่กินที่; **~ship** *n.* ยานอวกาศ; **~ shuttle** *n.* กระสวยอวกาศ; **~ station** *n.* สถานีอวกาศ; **~suit** *n.* ชุด *(นักบิน)* อวกาศ; **~-ˈtime** *n. (Phys.)* สัมพันธภาพเชิงมิติระหว่างเวลากับอวกาศ; **~ travel** *n.* การเดินทางในอวกาศ, การท่องอวกาศ; **~ traveller** *n.* ผู้เดินทางในอวกาศ; **~ vehicle** *n.* ยานอวกาศ; **~ walk** *n.* การเดินนอกตัวยานอวกาศ

spacey /ˈspeɪsɪ/ˈซเปซิ/ *adj.* Ⓐ มึน ๆ งง ๆ, สะลึมสะลือ; **he's ~:** เขามีอาการมึนงง; Ⓑ แปลก

spacial, spacially ➡ spatial, spatially

spacing /ˈspeɪsɪŋ/ˈซเปซิง/ *n.* ที่ว่าง, ระยะห่าง; *(Printing)* การเคาะวรรค, ช่องไฟ, ช่วงบรรทัด; **single/double ~** *(on typewriter)* ระยะบรรทัดเดี่ยว/คู่

spacious /ˈspeɪʃəs/ˈซเปเชิซ/ *adj.* Ⓐ *(vast in area)* มีพื้นที่กว้างขวาง; Ⓑ *(roomy)* กว้างขวาง, โล่ง

spaciously /ˈspeɪʃəslɪ/ˈซเปเชิซลิ/ *adv.* อย่างกว้างขวาง

spade /speɪd/ซเปด/ *n.* Ⓐ *(for digging)* จอบ, เสียม; **call a ~ a ~** *or (joc.)* **a bloody shovel** พูดตรงไปตรงมา, เว้ากันซื่อ ๆ; **she was never afraid to call a ~ a ~:** เธอพูดอะไร ๆ ตรงไปตรงมาเสมอไม่เคยกลัวใคร; Ⓑ *(Cards)* ชุดไพ่รูปโพดำ; ➡ + club 1 D; Ⓒ *(Amer. sl. derog.)* ไอ้มืด *(ภ.พ.)*

spadeful /ˈspeɪdfʊl/ˈซเปดฟุล/ *n.* เต็มจอบ, เต็มเสียม; **a ~/two ~s of soil** ดินหนึ่ง/สองจอบเต็ม ๆ

ˈspadework /ˈspeɪdwɜ:k/ˈซเปดเวิค/ *n. (fig.)* งานประจำ; *(preliminary work)* งานเตรียมการ

spadix /ˈspeɪdɪks/ˈซเปดิคซฺ/ *n., pl.* **spadices** /ˈspeɪdɪsi:z/ˈซเปดิซีซ/ *(Bot.)* ดอกไม้ที่มีดอกเล็กเป็นช่อรอบก้านและหุ้มด้วยปลอกคล้ายใบ

spaghetti /spəˈgetɪ/ซเปอะˈเก็ททิ/ *n.* Ⓐ สปาเกตตี *(ท.ศ.)*; Ⓑ *(joc.: cables)* สายเคเบิลที่พันวุ่น

spaghetti: ~ junction *n.* ที่ซึ่งมีถนนมากมายหลายสายตัดกัน; **~ˈWestern** *n. (Cinemat.)* ภาพยนตร์คาวบอยที่ถ่ายทำอย่างถูก ๆ ในประเทศอิตาลี

Spain /speɪn/ซเปน/ *pr. n.* ประเทศสเปน

spall /spɔ:l/ซปอล/ ❶ *v.t.* Ⓐ *(chip)* ทำให้แตกเป็นชิ้นเล็กชิ้นน้อย, บด, ย่อย; Ⓑ *(Mining)* ทำ *(สินแร่)* ให้แตกเพื่อแยกคัดเลือก ❷ *v.i.* แตกเป็นชิ้นเล็กชิ้นน้อย ❸ *n.* เศษที่แตกออกมา

Spam ® /spæm/ซแปม/ *n.* เนื้อบดกระป๋องที่ผลิตจากแฮม

spam /spæm/ซแปม/ *n. (coll.)* จดหมายอิเล็กทรอนิกส์ขยะในอินเทอร์เน็ต

spammer /ˈspæmə(r)/ˈซแปเมอะ(ร)/ *n. (coll.)* คนที่ส่งจดหมายอิเล็กทรอนิกส์ขยะ

¹span /spæn/ซแปน/ ❶ *n.* Ⓐ *(full extent)* ตลอดช่วง *(เวลา, ระยะทาง)*; **~ of life/time** ช่วงชีวิต/ระยะเวลาช่วงหนึ่ง; **throughout the whole ~ of Roman history** ตลอดช่วงประวัติศาสตร์โรมัน; Ⓑ *(of bridge)* ช่วงสะพาน; **the bridge crosses the river in a single ~:** สะพานทอดข้ามแม่น้ำโดยช่วงเดียว; Ⓒ *(Aeronaut.)* ระยะระหว่างปลายปีกเครื่องบินทั้งสองด้าน; Ⓓ *(of hand)* คืบ ❷ *v.t.,* **-nn-** Ⓐ *(extend across)* ทอดข้าม, เชื่อม; Ⓑ *(measure)* วัด *(เป็นคืบ)*, คืบนิ้ว

²span ➡ spick

spandrel /ˈspændrl/ˈซแปนดรฺ'ล/ *n. (Archit.)* ช่องสามเหลี่ยมระหว่างช่วงโค้งและผนัง

spang /spæŋ/ซแปง/ *adv. (Amer. coll.)* อย่างแน่นอน, อย่างสมบูรณ์; **~ in the middle of the night/the road** ตอนเที่ยงคืน/ตรงกลางถนนพอดิบพอดี

spangle /ˈspæŋgl/ˈซแปงกฺ'ล/ ❶ *n.* ➡ sequin ❷ *v.t.* **~d with stars/buttercups** มีดาวแพรวระยับ/โปรยด้วยดอกบัตเทอร์คัพ; ➡ + star-spangled

Spaniard /ˈspænjəd/ˈซแปเนียด/ *n.* ชาวสเปน

spaniel /ˈspænjəl/ˈซแปเนียล/ *n.* สุนัขสเปนเนียล ขนนุ่ม และหูยาวห้อยลงมา

Spanish /ˈspænɪʃ/ˈซแปนิช/ ❶ *adj.* แห่งสเปน; **sb. is ~:** ค.น. เป็นชาวสเปน; ➡ + English 1 ❷ *n.* Ⓐ *(language)* ภาษาสเปน; ➡ + English 2 A; Ⓑ *constr. as pl. (people)* ประชาชนชาวสเปน

Spanish: ~ Aˈmerica *pr. n.* ประเทศในทวีปอเมริกาใต้ที่ใช้ภาษาสเปน; **~ ˈfly** *n.* ด้วง *Lytta vesicatoria* สีเขียวสด *(ใช้เป็นยาปลุกอารมณ์ทางเพศ)*, แมลงวันสเปน; **~ ˈMain** *pr. n. (Hist.)* **the ~ Main** *ชายฝั่งตะวันออกเฉียงเหนือของทวีปอเมริกาใต้*; **~ ˈomelette** *n.* ไข่เจียวสเปนที่มีผักและมันฝรั่ง; **~ ˈonion** *n.* หัวหอมขนาดใหญ่รสไม่จัด

spank /spæŋk/ซแปงคฺ/ ❶ *n.* การตีก้น ❷ *v.t.* **~ sb.** ตีก้น ค.น.; **get ~ed** ถูกตีก้น ❸ *v.i.* *(ม้า)* วิ่งเหยาะ *(เร็วกว่าเหยาะย่างแต่ไม่ถึงควบ)*

spanking /ˈspæŋkɪŋ/ˈซแปงคิง/ ❶ *n.* การตีก้นเด็กเพื่อเป็นการลงโทษ; *(for sexual gratification)* การตีก้นเพื่อสนองตอบความต้องการทางเพศ ❷ *adj. (coll.)* *(จังหวะ, การวิ่ง)* เร็ว ❸ *adv. (coll.)* **~ new** ใหม่เอี่ยม

spanner /ˈspænə(r)/ˈซแปเนอะ(ร)/ *n. (Brit.)* กุญแจเลื่อน *หรือ* กุญแจปากตาย; **put** *or* **throw a ~ in the works** *(fig.)* ทำให้มีอุปสรรคขัดขวาง, ทำให้เกิดปัญหา

ˈspan roof *n.* หลังคาลาดลงทั้งสองข้าง

¹spar /spɑ:(r)/ซปา(ร)/ *v.i.,* **-rr-** Ⓐ *(Boxing)* ฝึกชก; Ⓑ *(fig.: argue)* โต้เถียง, ทะเลาะ

²spar *n.* Ⓐ *(pole)* เสากระโดงเรือ; Ⓑ *(Aeronaut.)* โครงใหญ่ตามยาวของปีกเครื่องบิน

³spar *n. (Min.)* หินแร่ผลึกซึ่งตัดง่ายและไม่เป็นเงามัน เช่น แร่แคลไซต์

spare /speə(r)/ซแป(ร)/ ❶ *adj.* Ⓐ *(not in use)* ไม่ใช้, สำรอง; **~ time/moment** เวลา/ช่องว่าง; **not have ~ cash** ไม่มีเงินสดสำรอง; **have sth. going ~** *(coll.)* มี ส.น. เหลืออยู่; **there is one ~ seat** มีที่นั่งว่างอยู่หนึ่งที่; **are there any ~ tickets for Friday?** มีบัตรที่เหลือสำหรับวันศุกร์อีกไหม; Ⓑ *(for use when needed)* ไว้ใช้

S

sparely | speaking 848

เมื่อจำเป็น; **~ room** ห้องให้แขกพัก; **go ~** *(Brit. coll.: be very angry)* โกรธมาก; Ⓒ *(frugal)* ประหยัด, มัธยัสถ์; Ⓓ *(lean) (รูปร่าง)* ผอมแห้ง; Ⓔ *(การออกแบบ, ลักษณะ)* เรียบง่าย ❷ *n.* สิ่งสำรอง; **I haven't got a pen; have you a ~?** ฉันไม่มีปากกา คุณมีสำรองสักด้ามหนึ่งไหม ❸ *v.t.* Ⓐ *(do without)* สละเวลาให้; **can you ~ me a moment?** คุณจะสละเวลาสักสองสามนาทีได้ไหม; **we arrived with ten minutes to ~:** เรามาถึงก่อนเวลาสิบนาที; Ⓑ *(not inflict on)* **~ sb. sth.** ไม่ก่อเรื่องให้กับ *ค.น. หรือ* ไม่ให้ *ค.น.* ต้องผจญกับ *ส.น.*; Ⓒ *(not hurt)* อยู่รอด; **if I am ~d** ถ้าฉันอยู่รอด; Ⓓ *(not cause)* **~ sb.'s blushes** ไม่ทำให้ *ค.น.* เขิน; Ⓔ *(fail to use)* **not ~ any expense/pains** *or* **efforts** ไม่ประหยัดค่าใช้จ่าย/ความพยายาม; **no expense ~d** ยอมจ่ายอย่างไม่อั้น; **not ~ oneself in one's efforts to ...:** ไม่ได้ออมแรงในการที่จะ...; ➡ + **enough** 2; **rod** C

sparely /ˈspeəlɪ/ˈซแปลิ/ *adv.* **~ built** รูปร่างผอมบาง, ไม่มีเนื้อมีหนัง

spare: ~ ˈpart *n.* อะไหล่; **~ rib** *n.* Ⓐ *(cut of meat)* เนื้อซี่โครงหมู; Ⓑ *(dish)* ซี่โครงอ่อนหมูเค็มย่าง; **~ ˈtyre** *n.* Ⓐ ยางอะไหล่; Ⓑ *(Brit. fig. coll.)* แถบไขมันรอบเอว; **~ ˈwheel** *n.* ล้ออะไหล่

sparing /ˈspeərɪŋ/ˈซแปริง/ *adj.* ประหยัด, มัธยัสถ์; **be ~ of sth./in the use of sth.** ประหยัด *ส.น.*/ในการใช้ *ส.น.*

sparingly /ˈspeərɪŋlɪ/ˈซแปริงลิ/ *adv.* อย่างประหยัด, อย่างมัธยัสถ์

spark /spɑːk/ซปาค/ ❶ *n.* Ⓐ ประกายไฟ, ลูกไฟ; **shower of ~s** การกระจายปรายโปรยของประกายไฟ; **the ~s [begin to] fly** *(fig.)* [เริ่ม] เกิดการทะเลาะเบาะแว้งกัน; **a ~ of generosity/decency** *(fig.)* ร่องรอยของความเอื้อเฟื้อ/ความดีงาม; **not a ~ of life remained** *(fig.)* ไม่มีท่าว่ายังคงมีชีวิตอยู่; Ⓑ *(electrical discharge)* การปล่อยกระแสไฟฟ้าออกมา; Ⓒ *(in ~ing plug)* เขี้ยวหัวเทียน; Ⓓ **a bright ~** *(clever person; also iron.)* คนฉลาดปฏิภาณไว ❷ *v.t.* ➡ **spark off** ❸ *v.i.* Ⓐ ปล่อยประกายไฟ *หรือ* กระแสไฟฟ้าออกมา; Ⓑ *(Electr.)* ทำให้เกิดประกายไฟเมื่อวงจรไฟฟ้าขัดข้อง

~ ˈoff *v.t.* Ⓐ *(cause to explode)* ทำให้ระเบิดออก; Ⓑ *(fig.: start)* ก่อให้เกิด

ˈspark gap *n. (Electr.)* ระยะห่างของเขี้ยวหัวเทียน

sparking plug /ˈspɑːkɪŋplʌg/ˈซปาคิงพลัก/ *n. (Brit. Motor Veh.)* หัวเทียน

sparkle /ˈspɑːkl/ˈซปาค'ล/ ❶ *v.i.* Ⓐ *(flash)* ส่องแสงเป็นประกาย; Ⓑ *(perform brilliantly)* แสดงได้ยอดเยี่ยม; Ⓒ *(be lively)* มีชีวิตชีวา ❷ *n.* แสงเป็นประกาย, ความมีชีวิตชีวา; **he lost all his ~** *(fig.)* เขาหงอยลงไปเลย

sparkler /ˈspɑːklə(r)/ˈซปาเคลอะ(ร)/ *n.* Ⓐ *(firework)* ดอกไม้ไฟที่ใช้มือถือ; Ⓑ *(coll.: diamond)* เพชร

sparkling /ˈspɑːklɪŋ/ˈซปาคลิง/ *adj.* Ⓐ *(flashing)* ที่ส่องแสงเป็นประกาย; Ⓑ *(bright)* สว่าง; **~ vivacity** ความมีชีวิตชีวาแจ่มใสร่าเริง; Ⓒ *(brilliant) (การแสดง, การกล่าว)* อย่างวิเศษสุด

sparkling ˈwine *n.* ไวน์ที่ผลิตคล้ายแชมเปญ

ˈspark plug ➡ **sparking plug**

ˈsparring partner *n. (Boxing)* คู่ซ้อม; **this is my old ~** *(fig.)* นี่ไงสหายเก่าของฉัน ซึ่งเราจะคอยทะเลาะกันเล่นๆ

sparrow /ˈspærəʊ/ˈซแปโร/ *n.* นกกระจอก; **house ~:** นกกระจอกบ้าน; ➡ + **hedge sparrow**

ˈsparrowhawk /ˈspærəʊhɔːk/ˈซแปโรฮอค/ *n.* เหยี่ยวขนาดเล็กชนิด *Accipiter nisus*

sparse /spɑːs/ซปาซ/ *adj.* กระจายเบาบาง, ไม่หนาแน่น

sparsely /ˈspɑːslɪ/ˈซปาซลิ/ *adv.* อย่างเบาบาง, อย่างไม่หนาแน่น

sparseness /ˈspɑːsnɪs/ˈซปาซนิซ/, **sparsity** /ˈspɑːsɪtɪ/ˈซปาซิทิ/ *ns., no pl.* ความเบาบาง, ความไม่หนาแน่น

Spartan /ˈspɑːtən/ˈซปาเทิน/ ❶ *adj.* แห่งแคว้นสปาร์ตา *(ในประเทศกรีกโบราณ)* ❷ *n.* ชาวสปาร์ตา

spasm /ˈspæzm/ˈซแปซ'ม/ *n.* Ⓐ *(Med.)* การชักกระตุก, การหดเกร็ง; Ⓑ *(convulsive movement)* อาการชัก; **~ of coughing** อาการไออย่างรุนแรงจนตัวงอ; Ⓒ *(coll.)* **a ~ of activity** การตื่นตัวทำงานอย่างกระฉับกระเฉงชั่วระยะหนึ่ง

spasmodic /spæzˈmɒdɪk/ซแปซ'มอดิค/ *adj.* Ⓐ *(marked by spasms) (Med.)* มีลักษณะหดเกร็ง, มีลักษณะชักกระตุก; Ⓑ *(intermittent)* เป็นพักๆ, เป็นระยะๆ

spasmodically /spæzˈmɒdɪkəlɪ/ซแปซ'มอดิเคอะลิ/ *adv.* Ⓐ *(Med.)* โดยมีลักษณะหดเกร็ง, อย่างมีลักษณะชักกระตุก; Ⓑ *(intermittently)* เป็นพักๆ, เป็นระยะๆ

spastic /ˈspæstɪk/ˈซแปซทิค/ *(Med.)* ❶ *n.* *ผู้ป่วยที่เป็นอัมพาตในสมองพร้อมกับอาการหดเกร็งของกล้ามเนื้ออย่างรุนแรง* ❷ *adj.* ที่เจ็บป่วยจากอาการดังกล่าว

[1]spat ➡ **[1]spit** 1, 2

[2]spat /spæt/ซแปท/ *n. (gaiter)* ผ้าครอบรองเท้ากันเปื้อนโคลน

[3]spat *n. (coll.: quarrel)* การทะเลาะเล็กๆ น้อยๆ

spatchcock /ˈspætʃkɒk/ˈซแปฉคอค/ ❶ *n.* ไก่ที่ปรุงรสและหั่นเป็นส่วนๆ เตรียมสำหรับย่าง ❷ *v.t.* Ⓐ ย่างไก่; Ⓑ เสริมคำ

spate /speɪt/ซเปท/ *n.* Ⓐ *(flood)* **the river/waterfall is in [full] ~:** แม่น้ำ/น้ำตกมีน้ำท่วม [เต็มที่]; Ⓑ *(fig.: large amount)* **a ~ of sth.** *ส.น.* จำนวนมาก; **a ~ of burglaries** การย่องเบานับครั้งไม่ถ้วน

spatial /ˈspeɪʃl/ˈซเปช'ล/ *adj.*, **spatially** /ˈspeɪʃəlɪ/ˈซเปเชอะลิ/ *adv.* เกี่ยวกับอากาศ, เกี่ยวกับปริมาณของสิ่งของ, เกี่ยวกับมิติ

spatter /ˈspætə(r)/ˈซแปเทอะ(ร)/ ❶ *v.t.* สาด, โปรย *(น้ำ, โคลน)*; **~ sb./sth. with sth.** สาด *ค.น./ส.น.* ด้วย *ส.น.* ❷ *n.* การสาด, การโปรย

spatula /ˈspætjʊlə/ˈซแปทิวเลอะ/ *n.* Ⓐ มีดไม่คม *หรือ* พายชนิดหนึ่งใช้ทาผสมหรือคน; Ⓑ *(Surg.)* เครื่องมือแพทย์ที่ใช้กดลิ้นคนไข้

spatulate /ˈspætjʊlət/ˈซแปทิวเลิท/ *adj.* แบนแบบใบพาย; *(ใบไม้)* มีรูปใบกว้าง ค่อนข้างกลม

spawn /spɔːn/ซปอน/ ❶ *v.t.* Ⓐ *(produce)* ออกไข่; *(fig.)* ก่อให้เกิดผลผลิตจำนวนมาก; Ⓑ *(derog.: breed) (คน)* สืบพันธุ์, แพร่พันธุ์ ❷ *n., constr. as sing. or pl.* Ⓐ *(Zool.)* แพไข่ *(ของปลา, กบ ฯลฯ)*; Ⓑ *(derog.: offspring)* ลูกหลานยั้วเยี้ย

spay /speɪ/ซเป/ *v.t.* ตัดรังไข่, ตอน *(ตัวเมีย)*

speak /spiːk/ซปีค/ ❶ *v.i.*, **spoke** /spəʊk/ซโปค/, **spoken** /ˈspəʊkn/ˈซโปค'น/ Ⓐ พูด; **we spoke this morning** เราพูดกันแล้วเช้านี้; **~ with sb.** พูดกับ *ค.น.*; **~ [with sb.] on** *or* **about sth.** พูด [กับ *ค.น.*] ใน *หรือ* เกี่ยวกับ *ส.น.*; **~ for/against sth.** พูดเข้าข้าง/คัดค้าน *ส.น.*; **sth. ~s well for sb.** *ส.น.* เป็นหลักฐานเข้าข้าง *ค.น.*; **~ing as a trade unionist/a European** พูดในฐานะสมาชิกสหภาพแรงงาน/ชาวยุโรป; **the minister rose to ~:** รัฐมนตรีลุกขึ้นพูด; Ⓑ *(on telephone)* **Is Mr Grant there? – S~ing!** คุณแกรนต์อยู่ที่นั่นไหม กำลังพูดอยู่; **Mr Grant ~ing** *(when connected to caller)* คุณแกรนต์กำลังพูดอยู่; **who is ~ing, please?** ใครกำลังพูดอยู่คะ; ➡ + **manner** A; **ˈso** 2 ❷ *v.t.*, **spoke, spoken** Ⓐ *(utter)* พูด, กล่าว; Ⓑ *(make known)* พูด, กล่าว *(ความจริง)*; **~ one's opinion/mind** กล่าวความคิดเห็น/ความในใจของตน; Ⓒ *(convey without words)* **sth. ~s volumes** *ส.น.* สื่อความสำคัญได้มาก; **sth. ~s volumes for sth.** *ส.น.* แสดงถึงลักษณะแท้จริง ของ *ส.น.*

~ for *v.t.* พูดแทน, พูดให้, พูดในนาม; **~ for oneself** แสดงความคิดเห็นของตน; **~ing for myself, I prefer tea to coffee** สำหรับตัวฉันเองฉันชอบน้ำชามากกว่ากาแฟ; **~ for yourself!** นั่นมันแค่ความคิดเห็นของคุณ; **~ for itself/themselves** แสดงลักษณะให้ปรากฏชัดในตัว; **We're all depressed – S~ for yourself!** เราทั้งหมดหดหู่ อย่าพูดแทนคนอื่นซิ; **sth. is spoken for** *(reserved) ส.น.* มีผู้จองไว้แล้ว

~ of *v.t.* เอ่ยถึง, กล่าวถึง, พูดถึง; **~ing of Mary** ถ้าพูดถึงแมรี่; **nothing to ~ of** ไม่ควรค่าแก่การพูดถึง, ไม่สำคัญอะไร; **no trees to ~ of** แทบจะไม่มีต้นไม้เลย; **these tyres have no tread to ~ of** ยางพวกนี้แทบจะไม่เหลือดอกยางเลย; ➡ + **devil** 1 C

~ ˈout *v.i.* พูดออกมา; **~ out against sth.** พูดคัดค้าน *ส.น.* อย่างกล้าหาญ

~ to *v.t.* Ⓐ *(address)* พูดกับ; **I know him to ~ to** ฉันพอจะเคยพูดคุยกับเขานิดหน่อย; **~ when** *or* **don't ~ until you are spoken to** อย่าพูดจนกว่าจะมีคนพูดด้วย; Ⓑ *(request action from)* **~ to sb. about sth.** ขอให้ *ค.น.* ทำ *ส.น.*; Ⓒ *(coll.: reprove)* **~ to sb.** ตำหนิ *ค.น.*; Ⓓ **~ to a subject** พูดออกมาในเรื่องใดเรื่องหนึ่ง; Ⓔ *(~ in confirmation of)* **I can ~ to his having been there** ฉันยืนยันได้ว่าเขาเคยอยู่ที่นั่น

~ up *v.t.* Ⓐ *(~ more loudly)* พูดให้ดังขึ้น; Ⓑ ➡ **~ out**

ˈspeakeasy /ˈspiːkiːzɪ/ˈซปีคีซิ/ *n. (Amer. Hist. coll.)* ร้านขายเหล้าเถื่อน

speaker /ˈspiːkə(r)/ˈซปีเคอะ(ร)/ *n.* Ⓐ *(in public)* ปาฐก, ผู้บรรยาย, นักปราศรัยในที่สาธารณะ; **be a/the ~ for** *or* **at an event** เป็นปาฐกในงาน; Ⓑ *(of a language)* คนพูดภาษาใดภาษาหนึ่ง; **be a French ~, be a ~ of French** เป็นคนพูดภาษาฝรั่งเศส; Ⓒ **S~** *(Polit.)* ประธานสภาผู้แทนราษฎร; **Mr S~:** ท่านประธานที่เคารพ; ➡ + **catch** 1 F; Ⓓ ➡ **loudspeaker**

Speaker's corner *n. (Brit.) สถานที่ปราศรัยต่อสาธารณชนในเรื่องการเมืองที่สวนสาธารณะไฮด์ปาร์คในกรุงลอนดอน*

speaking /ˈspiːkɪŋ/ˈซปีคิง/ ❶ *n.* Ⓐ *(talking)* การพูด, การคุย; **a good ~ voice** น้ำเสียงดีน่าฟัง; **not be on ~ terms with sb.** เลิกพูดกับ *ค.น.*; Ⓑ *(speech-making)* การกล่าวสุนทรพจน์, การปราศรัย; ➡ + **public speaking** ❷ *adv.* **strictly/roughly/generally/legally ~:** พูดกันอย่างเคร่งเครียด/คร่าวๆ/ทั่วไป/ทางนิตินัย; **figuratively ~:** พูดในเชิงอุปมา

S

speaking: ~ acquaintance *n.* คนที่รู้จักเพียงผิวเผิน; ~ **'clock** *n. (Brit.)* บริการบอกเวลาที่ถูกต้องทางโทรศัพท์; ~ **tube** *n.* *ท่อส่งเสียงจากที่หนึ่งไปยังอีกที่หนึ่ง*

spear /ˈspɪə(r)/ˈซเปีย(ร)/ ❶ *n.* Ⓐ หอก, หลาว, ทวน, ฉมวก; Ⓑ *(of plant)* หน่อไม้ ❷ *v.t.* แทงด้วยหอก หลาวหรือทวน

spear: ~head ❶ *n. (fig.)* คนหรือกองนำหน้า; *(Mil.)* กองนำการโจมตี ❷ *v.t. (fig.)* **~head sth.** เป็นคนนำ *ส.น.; (Mil.)* เป็นกองนำในการโจมตี; **~mint** *n.* มินท์ *(ท.ศ.)*, พืชจำพวกสะระแหน่; **~mint sweet/chewing gum** ลูกกวาด/หมากฝรั่งกลิ่นมินท์

[1]**spec** /spek/ซเป็ค/ *n. (coll.: speculation)* การลองเชิง; **on ~:** ลองทำดู

[2]**spec** /spek/ซเป็ค/ *(coll.)* ➡ **specification** A

special /ˈspeʃl/ˈซเปช'ล/ ❶ *adj. (นักข่าว, รถไฟ, ฉบับ, รายการ, ฯลฯ)* พิเศษ, เฉพาะ; **nobody ~:** ไม่ใช่ใครพิเศษ; **her own ~ way** แบบเฉพาะตัวของเธอ; **a ~ occasion** โอกาสพิเศษวาระหนึ่ง; **a very ~ relationship** ความสัมพันธ์พิเศษ; **~ friend** เพื่อนคนพิเศษ, เพื่อนคู่ใจ ❷ *n. (newspaper)* หนังสือพิมพ์ฉบับพิเศษ; *(train)* รถไฟขบวนพิเศษ

special: S~ Branch *n. (Brit. Police)* แผนก *หรือ* กองตำรวจเฉพาะกิจ; ~ **'case** *n.* กรณีพิเศษ; ~ **'constable** *n. (Brit. Police)* ตำรวจเฉพาะกิจ; ~ **correspondent** *n. นักข่าวที่เขียนเหตุการณ์สำคัญหรือเรื่องราวที่ตนสนใจ;* ~ **de'livery** *n. (Post)* การส่งไปรษณีย์แบบด่วนพิเศษ; ~ **'drawing rights** *n. pl. (Finance) กองทุนสำรองของกองทุนการเงินระหว่างประเทศซึ่งสมาชิกสามารถเรียกใช้ได้;* ~ **e'dition** *n.* ฉบับพิเศษ; ~ **effects** *n. pl. (Cinemat.)* การใช้เทคนิคพิเศษ; **~-'interest** *attrib. adj.* เฉพาะกลุ่ม; **~interest group** กลุ่มเฉพาะกิจ

specialisation, specialise ➡ **specializ-**

specialism /ˈspeʃəlɪzm/ˈซเป็ชเชอะลิซ'ม/ *n.* Ⓐ ➡ **specialization;** Ⓑ *(field of study)* การมุ่งเฉพาะวิชา

specialist /ˈspeʃəlɪst/ˈซเป็ชเชอะลิซทฺ/ *n.* Ⓐ ผู้ชำนาญพิเศษ; **an eighteenth-century ~:** ผู้ชำนาญพิเศษในเรื่องราวของศตวรรษที่ 18; **~ knowledge** วิชาการเฉพาะทาง, วิชาเฉพาะ; Ⓑ *(Med.)* แพทย์เฉพาะทาง; **eye/heart/cancer ~:** แพทย์ผู้เชี่ยวชาญโรคตา/โรคหัวใจ/โรคมะเร็ง

speciality /speʃɪˈælɪtɪ/ซเปะชิ'แอลิทิ/ *n.* Ⓐ *(activity, skill, product)* กิจกรรมพิเศษ, ความชำนาญพิเศษ, ผลิตภัณฑ์พิเศษ; *(interest)* ความสนใจพิเศษ; **she makes a ~ of her pies** ขนมพายเป็นจานเก่งของเธอ; Ⓑ *(special feature)* ลักษณะพิเศษ

specialization /speʃəlaɪˈzeɪʃn, US -lɪˈz-/ซเปะเชอะไล'เซช'น, -ลิ'ซฺ-/ *n.* ความชำนาญพิเศษ

specialize /ˈspeʃəlaɪz/ˈซเป็ชเชอะลายซฺ/ ❶ *v.i.* เป็นผู้ชำนาญพิเศษ ❷ *v.t. (Biol.: modify)* **become ~d** *(อวัยวะ, ร่างกาย)* ค่อย ๆ ดัดแปลง

specialized /ˈspeʃəlaɪzd/ˈซเป็ชเชอะลายซดฺ/ *adj.* Ⓐ *(requiring detailed knowledge)* ที่ต้องใช้ความชำนาญพิเศษ; Ⓑ *(concentrating on small area)* ที่ศึกษาเฉพาะขอบเขตแคบ ๆ

special 'licence *n. (Brit.)* ใบอนุญาตสมรสพิเศษ *(ซึ่งแต่งได้ทันทีในเวลาหรือสถานที่ที่ปกติจะไม่อนุญาต)*

specially /ˈspeʃəlɪ/ˈซเป็ชเชอะลิ/ *adv.* Ⓐ อย่างพิเศษ; **make sth. ~:** ทำ *ส.น.* พิเศษ; **~ made/chosen for me** ทำ/เลือกมาเป็นพิเศษสำหรับฉัน; **a ~ made wheelchair/lift** เก้าอี้เลื่อน/ลิฟต์ที่ทำขึ้นเป็นพิเศษ; **a ~ adapted bus** รถประจำทางที่ปรับเปลี่ยนทางขึ้นลงพิเศษ; Ⓑ *(especially)* โดยเฉพาะ, อย่างเฉพาะ

special: ~ 'needs *n. pl.* **children with ~ needs, ~ needs children** เด็กที่มีความต้องการพิเศษ; ~ **'offer** *n.* ขายในราคาพิเศษ; **have a ~ offer on sth.** ขาย *ส.น.* ในราคาพิเศษ; **on ~ offer** กำลังลดราคาพิเศษ; ~ **'pleading** *n.* Ⓐ *(biased argument)* การโต้เถียงที่มีอคติ; Ⓑ *(Law) คำร้องในกรณีพิเศษโดยอ้างถึงหลักฐานที่พบใหม่*

specialty /ˈspeʃltɪ/ˈซเป็ช'ลทิ/ *(esp. Amer.)* ➡ **speciality** A

speciation /spiːsɪˈeɪʃn, spiːʃɪˈeɪʃn/ซปีซิ'เอช'น, ซปีชิ'เอช'น/ *n. (Biol.)* *การเกิดหรือการกลายพันธุ์ใหม่ระหว่างช่วงวิวัฒนาการ*

specie /ˈspiːʃiː/ˈซปีชี/ *n.* เงินเหรียญ

species /ˈspiːʃiːz/ˈซปีชีซฺ/ *n., pl. same* Ⓐ *(Biol.)* ชนิด, สปีชีส์ *(ท.ศ.)*; Ⓑ *(sort)* ประเภท, ชนิด; **a dangerous ~ of criminal** อาชญากรประเภทอันตราย

specific /spɪˈsɪfɪk/ซปิ'ซิฟิค/ ❶ *adj.* Ⓐ *(definite)* เฉพาะเจาะจง; **make a ~ request** ร้องขอโดยเจาะจงประเด็น; **make no ~ preparations** ไม่ตระเตรียมอะไรเป็นพิเศษ; **could you be more ~?** คุณเจาะจงมากกว่านี้หน่อยได้ไหม; Ⓑ *(of a species)* **the ~ name of a plant** ชื่อชนิดของต้นไม้; Ⓒ *(individual)* เฉพาะ (**to** สำหรับ); ➡ **+ gravity** D; **heat** 1 B ❷ *n.* Ⓐ *(arch. Med.: remedy)* การรักษาหรือยาเฉพาะโรค; Ⓑ *in pl. (details)* รายละเอียด

specifically /spɪˈsɪfɪkəlɪ/ซปิ'ซิฟิเคอะลิ/ *adv.* อย่างเฉพาะเจาะจง, อย่างแน่นอน

specification /spesɪfɪˈkeɪʃn/ซเปะซิฟิ'เคช'น/ *n.* Ⓐ *often pl. (details)* รายละเอียดทางเทคนิค, คุณลักษณะ; *(instructions)* การบอก, การอธิบาย; *(for building)* รายละเอียด, คำสั่งและบัญชีเกี่ยวกับการก่อสร้าง; Ⓑ *(specifying)* การระบุรายละเอียดอย่างเจาะจง; Ⓒ **[patent] ~:** ข้อความอธิบายทะเบียนลิขสิทธิ์

specificity /spesɪˈfɪsɪtɪ/ซเปะซิ'ฟิซซิทิ/ *n.* ข้อกำหนดเฉพาะในกรณีพิเศษ, ความจำเพาะ, ฤทธิ์จำเพาะ *(ยา)*

specify /ˈspesɪfaɪ/ˈซเป็ซซิฟาย/ *v.t. (name expressly)* ระบุ, กำหนดเฉพาะ; **as specified above** เป็นอย่างที่ระบุไว้ข้างต้น; **unless otherwise specified** ถ้าไม่ได้ระบุไว้เป็นอย่างอื่น; **'other (please ~)'** 'อื่น ๆ (โปรดระบุด้วย)'

specimen /ˈspesɪmən/ˈซเป็ซซิเมิน/ *n.* Ⓐ *(example)* ตัวอย่าง; **a ~ of his handwriting** ตัวอย่างลายมือของเขา; **some ~s of her work** ตัวอย่างงานบางชิ้นของเธอ; **~ signature** ตัวอย่างลายเซ็น; Ⓑ *(sample)* ตัวอย่าง; **a ~ of his urine was required** ที่ต้องการได้แก่ตัวอย่างปัสสาวะของเขา; Ⓒ *(coll./derog.: type)* ชนิด, ประเภท

'specimen page *n.* หน้าพิมพ์ตัวอย่าง

specious /ˈspiːʃəs/ˈซปีเชิซ/ *adj.* **a ~ argument** ข้อโต้แย้งที่ฟังดูดีแต่ที่จริงผิด; **a ~ pretence/appearance of honesty** การเสแสร้ง/ซื่อสัตย์

speck /spek/ซเป็ค/ *n.* Ⓐ *(spot)* จุดเล็ก ๆ; *(of paint also)* แต้มเล็ก ๆ; Ⓑ *(particle)* ส่วนที่เล็กที่สุด; **~ of soot/dust** ผงเขม่า/ธุลี; **a ~ on the horizon** จุดเล็ก ๆ ที่ขอบฟ้า; **the ore sparkled with ~s of gold** สินแร่มีจุดทองแวววะยับ; Ⓒ *(blemish)* จุดเปื้อน; **have ~s** มีจุดเปื้อนประปราย

specked /spekt/ซเป็คทฺ/ *adj.* เปื้อนเป็นจุดเล็ก ๆ; **his coat is ~ with paint/mud** เสื้อคลุมของเขาเปื้อนสี/โคลนเป็นจุดเล็ก ๆ ประปราย

speckle /ˈspekl/ˈซเป็ค'ล/ *n.* จุดหรือรอยประ; กระ *(บนผิว, เปลือกไข่นก)*

speckled /ˈspekld/ˈซเป็ค'ลดฺ/ *adj.* มีจุด *หรือ* รอยประแต้มประปราย

specs /speks/ซเป็คซฺ/ *n. pl. (coll.: spectacles)* แว่นตา

spectacle /ˈspektəkl/ˈซเป็คเทอะค'ล/ *n.* Ⓐ *in pl.* **[pair of] ~s** แว่นตา [หนึ่งคู่]; Ⓑ *(public show)* การแสดงต่อสาธารณชน; Ⓒ *(object of attention)* จุดสนใจ; **make a ~ of oneself** ทำตัวเหลวไหล

spectacle case *n.* ซองใส่แว่นตา

spectacled /ˈspektəkld/ˈซเป็คเทอะค'ลดฺ/ *adj.* ที่ใส่แว่นตา; *(สัตว์) มีรอยหรือสีขนเป็นวงเหมือนแว่นรอบดวงตา*

spectacular /spekˈtækjʊlə(r)/ซเป็ค'แทคิวเลอะ(ร)/ ❶ *adj.* น่าตื่นตาตื่นใจ, น่าประทับใจ ❷ *n.* การแสดงที่น่าตื่นตาตื่นใจ

spectacularly /spekˈtækjʊləlɪ/ซเป็ค'แทคิวเลอะลิ/ *adv.* อย่างน่าตื่นตาตื่นใจ, อย่างน่าประทับใจ; **be ~ successful** ประสบความสำเร็จอย่างน่าตื่นตาตื่นใจ

spectator /spekˈteɪtə(r)/ซเป็ค'เทเทอะ(ร)/ *n.* คนดู, ผู้ชม

spec'tator sport *n.* กีฬาที่ดึงดูดความสนใจจากคนดูมากกว่าคนร่วมเล่น

specter *(Amer.)* ➡ **spectre**

spectra *pl. of* **spectrum**

spectral /ˈspektrl/ˈซเป็คทรฺ'ล/ *adj.* Ⓐ *(ghostly)* เหมือนผี; Ⓑ *(Phys.)* เกี่ยวกับแสงสีสเปกตรัม

spectre /ˈspektə(r)/ˈซเป็คเทอะ(ร)/ *n. (Brit.)* Ⓐ *(apparition)* ผี, ปีศาจ; Ⓑ *(disturbing image)* ลางสังหรณ์

spectrogram /ˈspektrəgræm/ˈซเป็คเทรอะแกรม/ *n. (Phys.)* ภาพที่ถ่ายด้วยเครื่องถ่ายแยกสี

spectrograph /ˈspektrəgrɑːf, US -græf/ˈซเป็คเทรอะกราฟ, -แกรฟ/ *n. (Phys.)* อุปกรณ์ถ่ายภาพ *หรือ* บันทึกภาพแยกแสงสีสเปกตรัม

spectrometer /spekˈtrɒmɪtə(r)/ซเป็ค'ทรอมิเทอะ(ร)/ *n. (Phys.)* เครื่องมือแยกแสงเป็นสีต่าง ๆ

spectroscope /ˈspektrəskəʊp/ˈซเป็คเทรอะซโคพ/ *n. (Phys.)* เครื่องมือวิเคราะห์สเปกตรัม, สเปกโตรสโคป *(ท.ศ.)*

spectroscopy /spekˈtrɒskəpɪ/ซเป็ค'ทรอซเคอะพิ/ *n. (Phys.)* การศึกษาสเปกตรัมด้วยการใช้สเปกโตรสโคป

spectrum /ˈspektrəm/ˈซเป็คเทริ่ม/ *n., pl.* **spectra** /ˈspektrə/ˈซเป็คเทรอะ/ *(Phys.: also fig.)* สเปกตรัม *(ท.ศ.)*, แถบสีในรุ้งกินน้ำที่เรียงกันตามลำดับความยาวของคลื่น; **~ of opinion** ความคิดเห็นทั้งระดับ

specula *pl. of* **speculum**

speculate /ˈspekjʊleɪt/ˈซเป็คคิวเลท/ *v.i.* คาดเดา (**about, on** เกี่ยวกับ); เก็ง; **~ as to what .../as to the wisdom of doing sth.** ประเมินว่าอะไร.../ควรหรือไม่ควรทำ *ส.น.*; **~ on the Stock Exchange/in the gold market/in rubber** ลงทุนหวังเก็งกำไรในตลาดหุ้น/ตลาดทองคำ/ยาง

speculation /spekjʊˈleɪʃn/ซเป็คคิว'เลช'น/ *n.* การคาดเดา (**over** เกี่ยวกับ); การลงทุนเก็งกำไร; **~ on the Stock Exchange/in the gold market/in rubber** การลงทุนเก็งกำไรในตลาด

S

Speed (ความเร็ว)

In Thailand, the speed of road, rail and air traffic is measured in kilometres per hour, for which kph is the usual British abbreviation, and km/h the abbreviation used in Europe and now also found in some English-language publications:

100 kph (กิโลเมตรต่อชั่วโมง) = 62.14 mph (ไมล์ต่อชั่วโมง)
100 mph (ไมล์ต่อชั่วโมง) = 160 kph (กิโลเมตรต่อชั่วโมง)
50 mph (ไมล์ต่อชั่วโมง) = 80 kph (กิโลเมตรต่อชั่วโมง)

... miles per hour
= ... ไมล์ต่อชั่วโมง (ม./ช.ม.)
... kilometres per hour
= ... กิโลเมตรต่อชั่วโมง (ก.ม./ช.ม.)
100 miles per hour (mph)
= 100 ไมล์ต่อชั่วโมง (ม./ช.ม.) = 160 (ก.ม./ช.ม.)
How fast was the car going? What speed was the car doing?
= ตอนนั้นรถยนต์วิ่งเร็วเท่าไร
He was driving flat out/at full speed/at 50 miles per hour
= เขาเหยียบ/ขับด้วยความเร็วเต็มที่/50 ไมล์ต่อชั่วโมง
It was going at or ***doing 75 [miles per hour]***
= มันวิ่งได้ 75 (ไมล์ต่อชั่วโมง) = 120 (ก.ม./ช.ม.)
The car's top speed is 125 [mph]
= ความเร็วสูงสุดของรถคือ 125 (mph) = 200 (ก.ม./ช.ม.)
You were exceeding the speed limit
= คุณได้ขับเกินความเร็วที่กำหนด
They were tearing along/going at a crazy speed
= พวกเขาได้ห้อตะบึงอย่างเต็มที่/พวกเขาขับเร็วเป็นบ้าเลย
We had to go at a crawl/ were reduced to a crawl
= พวกเราต้องคลานไปเลย/จำเป็นต้องขับช้าเหมือนเต่าคลาน

Speed of light and sound (ความเร็วของแสงและเสียง)

The speed of sound is 330 metres per second
= ความเร็วของเสียงคือ 330 เมตรต่อวินาที
to break the sound barrier
= ทีจะทะลุกำแพงเสียง
The speed of light is 186,300 miles per second
= ความเร็วแสงคือ 186,300 ไมล์ต่อวินาที = (300,000 กม./วินาที)
at or ***with the speed of light***
= ที่ความเร็วแสง

หุ้น/ตลาดทองคำ/ยาง; **there has been much ~ that ...:** มีคนคาดเดากันมากว่า...

speculative /ˈspekjʊlətɪv, US ˈspekjəleɪtɪv/ˈซเป็คคิวเลอะทิฺว, ˈซเป็คเคียเลทิฺว/ *adj.* เป็นการลงทุนเก็งกำไร, เป็นการคาดเดา; **~ transactions** กิจการที่เสี่ยงต่อการขาดทุน

speculatively /ˈspekjʊlətɪvlɪ, US ˈspekjəleɪtɪvlɪ/ˈซเป็คคิวเลอะทิฺวลิ, ˈซเป็คเคียเลทิฺวลิ/ *adv. (ลงทุน)* โดยเก็งกำไร, อย่างคาดเดา

speculator /ˈspekjʊleɪtə(r)/ˈซเป็คคิวเลเทอะ(ร)/ *n.* ผู้คาดเดา, นักลงทุนเก็งกำไร

speculum /ˈspekjʊləm/ˈซเป็คคิวเลิม/ *n., pl.* **specula** /ˈspekjʊlə/ˈซเป็คคิวเลอะ/ *(Med.)* เครื่องถ่างเผย, เครื่องถ่างตรวจ

sped ➡ **speed** 2, 3

speech /spiːtʃ/ซปีฉ/ *n.* Ⓐ *(public address)* สุนทรพจน์, การปราศรัย, การพูดในที่สาธารณะ; **make** *or* **deliver** *or* **give a ~:** กล่าวคำปราศรัย; **~ for the defence** *(Law)* การแถลงแก้คดีให้แก่ฝ่ายจำเลย; **King's/Queen's S~** *(Parl.)* พระราชดำรัสในการเปิดสภา; Ⓑ *(faculty of speaking)* การสามารถพูดได้; **lose/recover** *or* **find one's [power of] ~:** สูญเสีย/กลับมีความสามารถในการพูด; Ⓒ *(act of speaking)* การพูด; Ⓓ *(manner of speaking)* วิธีพูด; **his ~ was slurred** เขาพูดไม่ชัด; Ⓔ *(Ling.: utterances)* การพูด; **children's ~:** วิธีพูดของเด็ก ๆ; ➡ **+ figure 1 H; part 1 J; set speech**

speech: ~ act *n. (Ling.)* การพูด; **~ day** *n. (Brit. Sch.)* วันพิธีมอบรางวัลประจำปี; **~ defect** *n.* ข้อบกพร่องทางการพูด

speechify /ˈspiːtʃɪfaɪ/ˈซปีฉิฟาย/ *v.i. (coll.)* กล่าวสุนทรพจน์ *(ยาวนานและน่าเบื่อหน่าย)*

speechless /ˈspiːtʃlɪs/ˈซปีฉลิซ/ *adj.* Ⓐ พูดไม่ออก; **~ with rage** พูดไม่ออกเพราะความโกรธจัด; Ⓑ *(dumb)* เป็นใบ้

speech: ~making *n., no pl.* **be good at ~making** เก่งในการกล่าวสุนทรพจน์; **all the ~making was over** การกล่าวสุนทรพจน์ทั้งหมดจบลงแล้ว; **~ therapy** *n.* การบำบัดข้อบกพร่องในการพูด; **have ~ therapy** เข้ารับการบำบัดข้อบกพร่องในการพูด; **~writer** *n.* ➤ 489 ผู้ร่างคำปราศรัย, ผู้เขียนสุนทรพจน์

speed /spiːd/ซปีด/ ❶ *n.* Ⓐ ➤ 850 ความเร็ว; **at full** *or* **top ~:** เร็วเต็มที่; **pick up ~:** เร่งความเร็ว; **top ~:** ความเร็วสุด; **with the ~ of light** ด้วยความเร็วแสง; *(fig.)* เร็วปานสายฟ้าแลบ; **drive at a reckless ~:** ขับเร็วโดยไม่ระมัดระวัง; **at a ~ of eighty miles an hour** ด้วยความเร็วแปดสิบไมล์ต่อชั่วโมง; **at ~:** ด้วยความเร็วสูง, อย่างรวดเร็ว; Ⓑ *(gear)* เกียร์เฟือง; **a five-~ gearbox** กระปุกเกียร์ห้าจังหวะ; Ⓒ *(Photog.) (of film etc.)* ความไวแสงของฟิล์ม; *(of lens)* **[shutter] ~:** ความเร็วชัตเตอร์; Ⓓ *(sl.: drug)* ยาแอมเฟตามีน, ยาบ้า *(ภ.พ.)*; ➡ **+ air speed; ¹full 1 D; ground speed**
❷ *v.i.* Ⓐ *p.t., p.p.* **sped** /sped/ซเป็ด/ *or* **speeded** *(go fast)* ไปอย่างรวดเร็ว; **the hours/days sped by** ชั่วโมง/วันผ่านไปอย่างรวดเร็ว; Ⓑ *p.t. & p.p.* **speeded** *(go too fast)* ไปเร็วเกินไป
❸ *v.t.,* **sped** *or* **speeded: ~ sb. on his/her way** ไปส่ง *ค.น.* ที่กำลังออกเดินทาง; **God ~ you** ขอให้พระเจ้าคุ้มครองคุณ, ขอให้เดินทางโดยสวัสดิภาพ
~ 'off *v.i.* ไปอย่างเร็ว, เผ่นโผนออกไป
~ 'up ❶ *v.t.,* **~ed up** เร่งให้เร็วขึ้น; **~ up the work** เร่งทำงานให้เร็วขึ้น; *(one's own work)* เร่งทำให้เสร็จ ❷ *v.i.,* **speeded up** เร่งให้เร็วขึ้น; ➡ **+ speed-up**

speed: ~boat *n.* เรือเร็ว; **~ bump** *ns.* ลูกระนาดบนถนนเพื่อลดความเร็วของรถ; **~ camera** *n.* กล้องอัตโนมัติเพื่อถ่ายรูปรถขณะที่ขับเร็วเกินกำหนด; **be caught by a ~ camera** ถูกจับขับเร็วเกินกำหนดโดยกล้องอัตโนมัติ; **~ hump** ➡ **speed bump**

speedily /ˈspiːdɪlɪ/ˈซปีดิลิ/ *adv.* Ⓐ *(at speed)* ด้วยความเร็วสูง, อย่างรวดเร็ว; Ⓑ *(soon)* ในไม่ช้า

speeding /ˈspiːdɪŋ/ˈซปีดิง/ *n. (going too fast)* การไปเร็วเกินไป; การฝ่าฝืนความเร็วที่กำหนด; **his third ~ offence** การฝ่าฝืนกฎจราจรขับรถเร็วเกินไปเป็นครั้งที่สาม

speed: ~ limit *n.* ➤ 850 การจำกัดความเร็ว; **~ merchant** *n. (coll.)* คนที่ชอบขับรถเร็ว

speedo /ˈspiːdəʊ/ˈซปีโด/ *n., pl.* **~s** *(Brit. coll.)* มาตรอัตราความเร็ว

speedometer /spɪˈdɒmɪtə(r)/ซปิˈดอมิเทอะ(ร)/ *n.* มาตรอัตราความเร็ว

speed: ~ ramp *n.* ระนาดบนถนนเพื่อลดความเร็ว; **~ trap** *n.* จุดดักจับความเร็วเกินกำหนด; *(with radar)* ระบบดักจับความเร็วด้วยเรดาร์; **~-up** *n.* Ⓐ *(acceleration)* การเร่งความเร็ว; Ⓑ *(increase in work rate)* การเพิ่มอัตราการทำงาน; **~way** *n.* Ⓐ *(motorcycle racing)* การแข่งจักรยานยนต์; **the ~way world champion** แชมป์โลกในการแข่งจักรยานยนต์; Ⓑ *(racetrack)* ลู่แข่งจักรยานยนต์; Ⓒ *(Amer.: public road)* ถนนสาธารณะ

speedwell /ˈspiːdwel/ˈซปีดเวิล/ *n. (Bot.)* สมุนไพรในสกุล *Veronica* มีดอกสีฟ้าหรือชมพู

speedy /ˈspiːdɪ/ˈซปีดิ/ *adj.* รวดเร็ว, *(การตอบ)* ทันทีทันใด; **the medication is ~ and effective** ยานี้ได้ผลเร็วทันที

speleology /spelɪˈɒlədʒɪ, spiːlɪˈɒlədʒɪ/ซเปะลิˈออเลอะจิ, ซปีลิˈออเลอะจิ/ *n.* การศึกษาถ้ำ, การสำรวจถ้ำ

¹spell /spel/ซเป็ล/ ❶ *v.t.,* **spelled** *or (Brit.)* **spelt** Ⓐ สะกดคำ; *(aloud)* สะกดคำออกมาดัง ๆ; Ⓑ *(form)* **what do these letters/what does b-a-t ~?** ตัวอักษรพวกนี้/บี-เอ-ที สะกดว่าอะไร; Ⓒ *(fig.: have as result)* ก่อผลลัพธ์, ก่อเกิด; **that ~s trouble** นั่นจะก่อให้เกิดปัญหา
❷ *v.i.,* **spelled** *or (Brit.)* **spelt** *(say)* ออกเสียง, พูดสะกด; *(write)* เขียนตัวสะกด; **he can't ~:** เขาสะกดไม่เก่งเลย
~ 'out, ~ 'over *v.t.* Ⓐ *(read letter by letter)* อ่านตัวอักษรทีละตัว; Ⓑ *(fig.: explain precisely)* อธิบายอย่างละเอียดชัดแจ้ง

²spell *n.* Ⓐ *(period)* ช่วง ๆ; **do a ~ of joinery/in prison** ทำงานช่างไม้/ติดคุกช่วงหนึ่ง; **a ~ of overseas service** การทำงานต่างประเทศช่วงหนึ่ง; **on Sunday it will be cloudy with some sunny ~s** ในวันอาทิตย์ท้องฟ้าจะมีเมฆปกคลุมแต่จะมีแดดเป็นบางช่วง; **a cold ~:** ความหนาวเย็นช่วงระยะเวลาสั้น ๆ; **return from a ~ in America** กลับจากการอยู่อเมริกาช่วงหนึ่ง; **a long ~ when ...:** ช่วงระยะเวลานานเมื่อ...; Ⓑ *(Austral.: period of rest)* ช่วงพักงาน, ช่วง

S

เวลาพักผ่อน; **have a ten minutes' ~:** มีช่วงหยุดพักสิบนาที

³spell *n.* Ⓐ *(words used as a charm)* เวทมนตร์, คาถา; **cast a ~ over** *or* **on sb./sth., put a ~ on sb./sth.** ร่ายเวทมนตร์คาถาสาป *ค.น./ส.น.;* Ⓑ *(fascination)* เสน่ห์, ความหลงใหล; **break the ~:** ทำลายอำนาจเสน่ห์; **be under a ~:** อยู่ในอำนาจเสน่ห์

spell: ~bind *v.t.* ทำให้หลงเสน่ห์, ทำให้หลงใหล; **~bound** *adj.* หลงเสน่ห์, หลงใหลได้ปลื้ม; **he can hold his readers ~bound** เขาสามารถทำให้ผู้อ่านหลงใหลได้ปลื้ม; **~ checker** ➡ **spelling checker**

spelling /ˈspelɪŋ/ˈซเปิ้ลลิง/ *n.* Ⓐ การสะกด; **the original Shakespearian ~:** การสะกดแบบเดิมของเชคสเปียร์; Ⓑ *(sequence of letters)* วิธีสะกด

spelling: ~ bee *n.* การแข่งขันสะกดคำ; **~ checker** *n.* โปรแกรมคอมพิวเตอร์ตรวจสอบตัวสะกด; **~ mistake** *n.* การสะกดคำผิด

¹spelt ➡ **¹spell**

²spelt /spelt/ซเปิ้ลทฺ/ *n. (Agric.)* ข้าวสาลีชนิด *Triticum aestivum*

spend /spend/ซเป็นดฺ/ *v.t.*, **spent** /spent/ซเป็นทฺ/ Ⓐ *(pay out)* จ่ายไป, ใช้; **~ money like water** *or (coll.)* **as if it's going out of fashion** จ่ายเงินอย่างคล่องมือ, ใช้เป็นเบี้ย; **money well spent** เงินที่ใช้จ่ายอย่างคุ้มค่า; **~ a penny** *(fig. coll.)* ไปฉี่; Ⓑ *(use)* ใช้ *(พลังงาน, เวลา)* **(on** กับ); **~ one's time/a day** ใช้เวลาของตน/เวลาหนึ่งวัน; **time well spent** เวลาที่ใช้อย่างคุ้มค่า; **it was effort/time well spent** มันเป็นการใช้แรง/เวลาอย่างคุ้มค่า; Ⓒ **~ itself** *(fig.) (พายุ, อารมณ์ร้าย)* หมดไป, สงบลง

spendable /ˈspendəbl/ˈซเป็นเดอะบ'ล/ *adj.* ใช้จ่ายได้

spender /ˈspendə(r)/ˈซเป็นเดอะ(ร)/ *n.* คนใช้จ่ายเงิน; **he's a [big] ~:** เขาเป็นคนใช้เงิน [สุรุ่ยสุร่าย]

ˈspending money *n.* Ⓐ *(Amer.)* ➡ **pocket money;** Ⓑ *(Brit.: sum intended for spending)* เงินค่าใช้จ่าย

ˈspendthrift /ˈspendθrɪft/ˈซเป็นดฺธริฟทฺ/ *n.* คนใช้เงินฟุ่มเฟือย/สุรุ่ยสุร่าย

spent /spent/ซเป็นทฺ/ ❶ ➡ **spend** ❷ *adj.* Ⓐ *(used up)* ที่ใช้หมดไป; **~ cartridge** กระสุนปืนที่ใช้แล้ว; Ⓑ *(drained of energy)* เหนื่อย, หมดเรี่ยวแรง; **a ~ force** *(fig.)* พลังที่หมดแรงไปแล้ว

sperm /spɜːm/ซเปิม/ *n., pl.* **~s** *or same (Biol.)* Ⓐ *(semen)* น้ำอสุจิ, น้ำเชื้อเพศชาย; Ⓑ *(spermatozoon)* ตัวอสุจิ

spermatic /spɜːˈmætɪk/ซเปอ'แมทิค/ *adj.* เกี่ยวกับน้ำอสุจิหรือลูกอัณฑะ, เกี่ยวกับตัวอสุจิ

spermatic ˈcord *n.* กลุ่มเส้นประสาทและเส้นโลหิตที่ผ่านไปสู่ลูกอัณฑะ

spermatozoon /spɜːmətəˈzəʊɒn/ซเปอเมอะเทอะ'โซออน/ *n., pl.* **spermatozoa** /spɜːmətəˈzəʊə/ซเปอเมอะเทอะ'โซเออะ/ น้ำเชื้อในสัตว์เพศผู้

ˈsperm: ~ bank *n.* ธนาคารอสุจิ; **~ count** *n.* อัตราตัวอสุจิในน้ำอสุจิจำนวนหนึ่ง

spermicidal /spɜːmɪˈsaɪdl/ซเปอมิ'ซายด'ล/ *adj.* ที่ฆ่าตัวอสุจิ

spermicide /ˈspɜːmɪsaɪd/ˈซเปอมิซายดฺ/ *n.* ยาฆ่าตัวอสุจิ

ˈsperm whale *n.* ปลาวาฬขนาดใหญ่ *Physeter macrocephalus*

spew /spjuː/ซปิว/ ❶ *v.t.* พ่น, ถ่ม, ถุย, อาเจียนออกมา ❷ *v.i.* อาเจียน, ขาก, อ้วก

~ out ❶ *v.t.* พ่น, อาเจียน *(อาหาร)* ออกมา; **~ out waste products into the rivers** ระบายของเสียลงสู่แม่น้ำอย่างรวดเร็วเป็นปริมาณมาก; **propaganda was ~ed out by the stations** *(fig.)* หลายสถานีช่วยกันประกาศโฆษณาชวนเชื่ออย่างรีบร้อน ❷ *v.i.* พ่น, หลั่งไหล, เทออกอย่างรวดเร็ว

SPF *abbr.* **sun protection factor**

sphagnum /ˈsfægnəm/ˈซแฟกเนิม/ *n., pl.* **sphagna** /ˈsfægnə/ˈซแฟกเนอะ/ *n.* **~ moss** ต้นมอสในสกุล *Sphagnum*

sphere /sfɪə(r)/ซเฟีย(ร)/ *n.* Ⓐ *(field of action)* แวดวง, วงการ; ขอบเขตการปฏิบัติ; **be distinguished in many ~s** โดดเด่นในหลายแวดวง; **that's outside my ~:** เรื่องนั้นอยู่นอกขอบเขตปฏิบัติการของฉัน; **~ of life** ขอบเขตของชีวิต, ปริมณฑลแห่งชีวิต; **~ of influence** เขตอิทธิพล; Ⓑ *(Geom.)* รูปทรงกลม, ลูกโลก, ลูกกลม; Ⓒ *(heavenly body)* เทหวัตถุในท้องฟ้า; **music/harmony of the ~s** สรรพสำเนียงอันกลมกลืนดุจดนตรีในธรรมชาติ

spherical /ˈsferɪkl/ˈซเฟะริค'ล/ *adj.* Ⓐ *(globular)* เป็นรูปทรงกลม, เป็นลูกโลก; Ⓑ *(Math.)* เป็น/เกี่ยวกับทรงกลม

sphincter /ˈsfɪŋktə(r)/ˈซฟิงคฺเทอะ(ร)/ *n. (Anat.)* กล้ามเนื้อหูรูดรอบทวารหนัก

sphinx /sfɪŋks/ซฟิงคฺซฺ/ *n.* สฟิงซ์ *(ท.ศ.)*

sphinxlike /ˈsfɪŋkslaɪk/ˈซฟิงคฺซฺไลคฺ/ *adj.* เหมือนสฟิงซ์, ลึกลับ, เข้าใจยาก; **she gave a ~ smile** เธอยิ้มเป็นปริศนา

spica /ˈspaɪkə/ˈซไปเคอะ/ *n.* Ⓐ *(Bot.)* ดอกไม้ที่ขึ้นมาเป็นแท่ง; Ⓑ *(Med.)* ผ้าพันแผลไขว้กันไปมาเป็นรูปเลขแปด

spice /spaɪs/ซไปซฺ/ ❶ *n.* Ⓐ เครื่องเทศ; *(collectively)* เครื่องเทศทุกชนิด; *attrib.:* **dealer in ~s** คนขายเครื่องเทศ; Ⓑ *(fig.: excitement)* ความตื่นเต้น; **the ~ of life** ความตื่นเต้นในชีวิต ❷ *v.t.* ตื่นเต้น, มีรสชาติ; **a ~d account** *(fig.)* เรื่องเล่าที่มีการเพิ่มรสชาติ; **a book ~d with humour** *(fig.)* หนังสือที่มีมุขตลกปรุงลงไป

ˈspice rack *n.* พวง *หรือ* ชั้นบรรจุเครื่องเทศ

spicily /ˈspaɪsɪlɪ/ˈซไปซิลิ/ *adv.* อย่างมีรสชาติจัด; อย่างน่าตื่นเต้นสนใจ

spiciness /ˈspaɪsɪnɪs/ˈซไปซินิซ/ *n., no pl.* ความมีรสชาติ, ความเผ็ดร้อน, ความน่าตื่นเต้น

spick /spɪk/ซปิค/ *adj.* ใหม่; **~ and span** ใหม่เอี่ยม, สะอาดเรียบร้อย

spicy /ˈspaɪsɪ/ˈซไปซิ/ *adj.* Ⓐ ที่มีรสชาติเผ็ด; Ⓑ *(racy)* รสจัด; **~ things** สิ่งที่มีรสจัด

spider /ˈspaɪdə(r)/ˈซไปเดอะ(ร)/ *n.* แมงมุม; *(~-like creature)* สัตว์ที่คล้ายแมงมุม; **~ and fly** *(fig.)* เรื่องจุกจิกหยุมหยิมที่ก่อความรำคาญให้

spider: ~ crab *n.* ปูที่มีรูปร่างกลมรีและขาเล็กยาว; **~man** *n.* คนที่ก่อโครงสร้างเหล็กของตึกสูง; **~ monkey** *n.* ลิงมีแขนขายาวในสกุล *Atelus* พบในทวีปอเมริกาใต้; **~ plant** *n.* พืชที่ปลูกไว้ตามบ้านและมีใบสองสี; **~'s web** *(Amer.:* **~ web)** ใยแมงมุม; *(fig.)* ความยุ่งยากพัวพัน

spidery /ˈspaɪdərɪ/ˈซไปเดอะริ/ *adj. (ลายมือ)* ยาวและบาง; **~ legs** ขาเรียวยาว

spiel /ʃpiːl, US spiːl/ชปีล, ซปีล/ *(coll.)* ❶ *n.* คำพูดที่ตระเตรียมมาพูดอย่างคล่องปาก; *(excuse)* ข้อแก้ตัว; **don't give me all that ~:** อย่ามาพูดพล่อย ๆ กับฉันหน่อยเลย ❷ *v.i. (Amer.)* พูดพล่อย, พล่าม, แก้ตัว

~ ˈoff *v.t. (Amer. coll.)* **he can ~ off answers to 250 questions** เขาจ้อตอบคำถามได้หมด ต่อให้ 250 ข้อก็ไม่ยั่น

spiffing /ˈspɪfɪŋ/ˈซพิฟฟิง/ *adj. (arch. coll.)* วิเศษ, ยอดเยี่ยม

spigot /ˈspɪgət/ˈซปิกเกิท/ *n.* หัวจุกเล็ก ๆ *หรือ* ก๊อกอุดถัง

¹spike /spaɪk/ซไปคฺ/ ❶ *n.* Ⓐ ปลายแหลม; *(of running shoe)* ปุ่มแหลมใต้พื้นรองเท้าวิ่ง; Ⓑ *in pl. (shoes)* รองเท้าวิ่ง; Ⓒ *(large nail)* ตะปูขนาดใหญ่; หมุด *(ในรางรถไฟ);* Ⓓ *(for holding papers) (เหล็ก)* ที่เสียบกระดาษ ❷ *v.t.* Ⓐ เสียบ; ตรึงไว้ด้วยหมุด; ใส่ปุ่ม *(ใต้รองเท้าวิ่ง);* **~ sb.'s guns** *(fig.)* ทำลายแผนการของคู่ต่อสู้; Ⓑ *(coll.: add spirits or drugs to)* **sb. ~d his drink** *ค.น.* เจือแอลกอฮอล์ลงไปในเครื่องดื่มของเขา; **~ coffee with cognac/spirits with LSD** เติมคอนยักลงไปในกาแฟ/เติมยาเสพติดแอลเอสดีลงในเหล้า

²spike *n. (Bot.)* ก้านดอกยาวที่ประกอบด้วยดอกไม้หลายดอกรอบ ๆ

spike ˈheel ➡ **stiletto** B

spikelet /ˈspaɪklɪt/ˈซไปคลิท/ *n. (Bot.)* ช่อดอกขนาดย่อม *(โดยมากหมายถึงดอกหญ้าที่ออกเป็นช่อเล็ก ๆ)*

spiky /ˈspaɪkɪ/ˈซไปคิ/ *adj.* Ⓐ *(like a spike)* มีปลายแหลม; *(ผม)* ตั้งขึ้น; Ⓑ *(having spikes)* มีปลายแหลม ๆ ยื่นออกมา; Ⓒ *(coll.: easily offended)* ➡ **prickly** B

¹spill /spɪl/ซปิล/ ❶ *v.t.*, **spilt** /spɪlt/ซปิลทฺ/ *or* **~ed** Ⓐ ทำ *(ของเหลว)* หก; **~ sth. on sth.** ทำ *ส.น.* หกใส่ *ส.น.;* **~ [sb.'s] blood** ฆ่า *หรือ* ทำร้าย [*ค.น.*]; Ⓑ *(coll.: divulge)* เปิดเผย *(ข้อมูลข่าวสาร);* **~ the beans [to sb.]** เปิดเผยความลับ [แก่ *ค.น.*]; ➡ **+ milk 1** ❷ *v.i.*, **spilt** *or* **~ed** หก ❸ *n. (fall)* การล้ม, การตกม้า; **have/take a ~:** ตกม้า

~ ˈover *v.i.* ไหลล้น; *(fig.)* หลามไหล, ถูกเบียดให้เคลื่อนที่ตามกันไป; *(develop into something else)* พัฒนาไปเป็นสิ่งอื่น

²spill *n. (for lighting)* เชื้อไฟ *(ไม้แผ่นบาง, กระดาษพับ)*

spillage /ˈspɪlɪdʒ/ˈซปิลลิจ/ *n.* Ⓐ *(act)* การไหลล้น, การหก, การรั่ว; **~ of oil** *(from tanker)* น้ำมันรั่ว; Ⓑ *(quantity)* ปริมาณที่หก/รั่ว; **there was little ~:** ปริมาณที่รั่วมีเพียงเล็กน้อย; *(from tanker)* น้ำมันรั่วไม่มาก

spillikins /ˈspɪlɪkɪnz/ˈซปิลลิคินซฺ/ *n. sing.* เกมโยนแท่งไม้บาง ๆ ลงเป็นกองและผู้เล่นพยายามหยิบออกมาทีละชิ้นโดยไม่อื่นไม่ขยับ

ˈspillway *n.* รางน้ำล้นจากเขื่อน

spilt ➡ **¹spill 1, 2**

spin /spɪn/ซปิน/ ❶ *v.t.*, **-nn-, spun** Ⓐ หมุน, ปั่น, ทอ; **~ yarn** ปั่นด้าย; **~ a yarn** *(fig.)* เล่าเรื่องราวอย่างเป็นนิยาย; Ⓑ *(in washing machine etc.)* ปั่นแห้ง; Ⓒ *(cause to whirl round)* ปั่นให้หมุนเร็ว ๆ; **~ a top** ปั่นลูกข่าง; **~ a coin** โยนเหรียญ; *(toss)* โยนเหรียญขึ้นสูง; Ⓓ *(Sport: impart ~ to)* แทง/ตี *(ลูก)* ให้หมุน ❷ *v.i.*, **-nn-, spun** ปั่น, หมุน; **my head is ~ning** *(fig.) (from noise)* หัวฉันปั่นไปหมดแล้ว; *(from too much work)* ฉันปวดเศียรเวียนเกล้า, หัวปั่น; *(from many impressions)* ฉันสับสนวนเวียน

❸ *n.* Ⓐ *(whirl)* การหมุน, การปั่น; **give sth. a ~:** ปั่น *ส.น.;* **give the washing a [short] ~:** เอาผ้าที่ซักแล้วไปปั่นแห้ง [สักเดี๋ยว]; **the decision**

S

spina bifida | spit 852

rested on the ~ of a coin การตัดสินใจขึ้นอยู่กับการโยนเหรียญ; B (Aeronaut.) การบินดำดิ่งแบบควงสว่านลงมา; ➡ + flat spin; C (Sport: revolving motion) การเล่นลูกหมุน; D (outing) go for a ~: ออกไปขับรถ/เรือ/เครื่องบินเล่น; a ~ in the car การออกไปขับรถเล่น; E (Phys.) โมเมนตัมเชิงมุมของอนุภาคมูลฐาน

~ 'out v.t. A (prolong) ยืดออกไป; B (use sparingly) ~ one's money out until pay day ใช้เงินของตนอย่างประหยัดจนกว่าถึงวันเงินเดือนออก; he spun out his glass of whisky เขาค่อย ๆ จิบเหล้าวิสกี้ของเขา

spina bifida /spaɪnə 'bɪfɪdə/ซไปเนอะ 'บิฟฟิเดอะ/ *n.* ➤ 453 (Med.) ข้อบกพร่องในกระดูกสันหลังที่มีมาแต่กำเนิด

spinach /'spɪnɪdʒ, US -nɪtʃ/'ซปินนิจ, -นิช/ *n.* A ผักโขม; B (Amer. coll.: inessential decoration) ของประดับตกแต่งที่ไม่จำเป็น

spinal /'spaɪnl/'ซปายน'ล/ *adj.* (Anat.) เกี่ยวกับกระดูกสันหลัง; ➡ + marrow B

spinal: ~ **'column** *n.* กระดูกสันหลัง; ~ **cord** *n.* ระบบเส้นประสาทส่วนกลางในกระดูกสันหลัง, ไขสันหลัง

'spin bowler *n.* (Cricket) คนที่ชำนาญในการปาลูกข่าง

spindle /'spɪndl/'ซปินด'ล/ *n.* A แกนหมุน, แกนปั่น, กระสวย; B (pin bearing bobbin) แกนหมุนปั่นด้าย

spindle: ~**-shanks** *n. sing.* be a ~shanks เป็นคนที่มีขาเรียวยาว; ~**-shaped** *adj.* มีรูปคล้ายกระสวย

spindly /'spɪndlɪ/'ซปินดฺลิ/ *adj.* (แขน, ขา) ยาวผอม; (บุคคล) ผอมและอ่อนแอ

spin: ~ **doctor** *n.* ผู้ที่ปั่นข้อมูลให้ดูดีขึ้น; ~ **'drier** *n.* เครื่องปั่นผ้าแห้ง

'spindrift *n.* ฟองคลื่น

spin-'dry *v.t.* ปั่นผ้าเปียกให้แห้ง

spine /spaɪn/ซปายน/ *n.* A ➤ 118 (backbone) กระดูกสันหลัง; B (Bot., Zool.) หนาม; C (fig.: source of strength) ที่มา/ศูนย์รวมของความแข็งแกร่ง; D (of book) สันหนังสือ; E (ridge) สันเขา

spine: ~**-chiller** *n.* เรื่องราว หรือ ภาพยนตร์สยองขวัญ; this film is a ~chiller ภาพยนตร์เรื่องนี้เป็นเรื่องสยองขวัญ; ~**-chilling** *adj.* น่ากลัว, สยองขวัญ

spineless /'spaɪnlɪs/'ซปายนฺลิซ/ *adj.* A (fig.) อ่อนแอ, ขาดพลัง, ใจปลาซิว; B (Zool.: without spines) (ปลา) ไม่มีก้าง

spinelessly /'spaɪnlɪslɪ/'ซปายนฺลิซลิ/ *adv.* give in/surrender ~: ยอมแพ้อย่างหมดรูป/ไร้เกียรติภูมิ

spinet /spɪ'net, US 'spɪnɪt/ซปิ'เน็ท, 'ซปินนิท/ *n.* (Mus. Hist.) เครื่องดนตรีมีสายคล้ายฮาร์ปซิคอร์ดขนาดเล็ก

spinnaker /'spɪnəkə(r)/'ซปินเนอะเคอะ(ร)/ *n.* (Naut.) ใบเรือใหญ่รูปสามเหลี่ยม ชักขึ้นข้างหน้าเสากระโดงในเรือใบแข่งเวลาต้านลม

spinner /'spɪnə(r)/'ซปินเนอะ(ร)/ *n.* A (Cricket) คนที่ชำนาญในการปาลูกปั่นหมุน; B (spin-drier) เครื่องปั่นผ้าแห้ง; C (manufacturer engaged in spinning) คนปั่นด้าย, คนขายด้ายปั่น

spinneret /'spɪnəret/'ซปินเนอะเร็ท/ *n.* A (Zool.) อวัยวะปั่นไหมของแมงมุมหรือดักแด้; B (Textiles) เครื่องปั่นสาวใยสังเคราะห์

spinney /'spɪnɪ/'ซปินนิ/ *n.* (Brit.) ป่าละเมาะ

spinning /'spɪnɪŋ/'ซปินนิง/ *n.* การปั่น, การหมุน

spinning: ~ **jenny** *n.* เครื่องจักรที่ใช้ปั่นแกนปั่นด้ายหลายแกนในเวลาเดียวกัน; ~ **top** *n.* ลูกข่าง; ~ **wheel** *n.* เครื่องปั่นด้ายด้วยมือ

'spin-off *n.* ผลพลอยได้

spinster /'spɪnstə(r)/'ซปินซเตอะ(ร)/ *n.* A สาวโสด, หญิงที่ยังไม่ได้แต่งงาน; remain a ~: ยังโสด, ยังไม่ได้แต่งงาน; B (derog.: old maid) สาวแก่

spinsterhood /'spɪnstəhʊd/'ซปินซเตอะฮุด/ *n., no pl.* ความเป็นหญิงโสด

spiny /'spaɪnɪ/'ซปายนิ/ *adj.* มีหนาม, เต็มไปด้วยหนามแข็ง

spiny 'lobster *n.* กุ้งขนาดใหญ่ในวงศ์ Palinuridae เปลือกมีหนามแข็ง

spiraea /spaɪə'riːə/ซไปเออะ'รีเออะ/ *n.* (Bot.) ต้นไม้พุ่มเตี้ยที่มีดอกสีขาว/ชมพูคล้ายกุหลาบ

spiral /'spaɪərl/'ซปายเออะร'ล/ ❶ *adj.* ขดเป็นวง, เป็นเกลียวรอบศูนย์กลาง; ~ spring แหนบขดเป็นวง ❷ *n.* สิ่งที่หมุนเหมือนเกลียว; the ~ of rising prices and wages การขึ้นอยู่เรื่อย ๆ ของราคาและค่าจ้าง ❸ *v.i.* (Brit.) -ll- (ทาง) หมุนขึ้นหรือลงในลักษณะคล้ายเกลียว; (ทาง) ที่ขดไป; (ควัน) ที่คอยหมุนขึ้น

spirally /'spaɪrəlɪ/'ซปายเรอลิ/ *adv.* อย่างเป็นขด, อย่างเป็นวง/เกลียว, โดยหมุนขึ้น/ลง

spiral: ~ **'nebula** *n.* (Astron.) กาแล็คซีที่มีลักษณะเป็นวงเรียวและมีแขนหมอกหมุนออกมา; ~ **'staircase** *n.* บันไดเวียน

spirant /'spaɪrənt/'ซปายเรินทฺ/ (Phonet.) ❶ *adj.* (พยัญชนะ) มีเสียงเสียดแทรกอุสุม ❷ *n.* พยัญชนะเสียงเสียดแทรกอุสุม

spire /'spaɪə(r)/'ซปายเออะ(ร)/ *n.* ยอดแหลมของอาคาร (โดยเฉพาะหอคอยโบสถ์)

spirit /'spɪrɪt/'ซปิริท/ ❶ *n.* A in pl. (distilled liquor) เหล้าที่กลั่นแล้ว; tax on ~s: ภาษีเหล้า; B (mental attitude) ทัศนคติ, ชีวิตจิตใจ; in the right/wrong ~: ตามทัศนคติที่ถูก/ผิด; take sth. in the wrong ~: เข้าใจ ส.น. ผิด; take sth. in the ~ in which it is meant เข้าใจถูกถึงความหมายของ ส.น.; as the ~ takes/moves one ตามที่ใจประสงค์/อยากทำ; do sth. in a ~ of mischief ทำ ส.น. ด้วยเจตนาที่จะกลั่นแกล้ง; enter into the ~ of sth. เข้าถึงแก่นแท้ของ ส.น.; 'that's the ~! ผีมาแล้ว; C (courage) ความกล้าหาญ, ความมีใจสู้; D (vital principle, soul, inner qualities) จิตวิญญาณ, คุณสมบัติภายใน; the ~ is willing but the flesh is weak จิตใจเข้มแข็งแต่ร่างกายอ่อนแอ; give up one's ~: ยอมพ่ายแพ้/ยอมสละหลักการที่สำคัญของตน; in [the] ~: ในทางความคิด, ในความคิดคำนึง; be with sb. in ~: ใกล้ชิด ค.น. ในด้านจิตใจ; the poor in ~ (arch.) คนที่อับจนสติปัญญา; E (person supplying energy) คนที่คอยให้กำลังใจ; F (real meaning) ความหมายที่แท้จริง, แก่นสาร, เจตจำนง; follow the ~ of the instructions ทำตามเจตจำนงของคำสั่ง; obey the letter but not the ~ of the law ทำตามลายลักษณ์อักษรแต่ไม่ใช่เจตจำนงของกฎหมาย; G (mental tendency) ความโน้มเอียงทางใจ; (mood) อารมณ์; the ~ of the age or times ทัศนคติของยุคสมัย; H high ~s ความร่าเริงเบิกบาน; in high or great or good ~s ร่าเริง, มีความสุข; in poor or low ~s เศร้าใจ, หดหู่; I (liquid got by distillation) เหล้ากลั่น; J (purified alcohol) แอลกอฮอล์ที่ทำให้บริสุทธิ์แล้ว; K (solution in alcohol) สารละลายในแอลกอฮอล์; ~[s] of wine (arch.) เหล้าบรั่นดี ❷ *v.t.* ~ away, ~ off ฉกฉวยไปอย่างเร็วและลับ ๆ, ลักพา; be ~ed away or off ถูกลักพาตัวไป

spirited /'spɪrɪtɪd/'ซปิริทิด/ *adj.* A (lively) มีชีวิตชีวา, กระฉับกระเฉง; B low/proud-~: มีจิตใจหม่นหมอง/ภูมิใจ; high-~: มีอารมณ์ร่าเริง; mean-~: มีจิตใจเลวทรามต่ำช้า, ใจแคบ

spiritedly /'spɪrɪtɪdlɪ/'ซปิริทิดลิ/ *adv.* อย่างมีชีวิตชีวา, อย่างกระฉับกระเฉง

'spirit lamp *n.* ตะเกียงแอลกอฮอล์

spiritless /'spɪrɪtlɪs/'ซปิริทลิซ/ *adj.* ไม่กล้าหาญ, ขาดพละกำลัง, อย่างเฉื่อยชา

'spirit level *n.* ระดับน้ำ (อุปกรณ์ของช่างก่อสร้างใช้วัดหาระดับของแนวตั้งหรือแนวนอน)

spiritual /'spɪrɪtʃʊəl/'ซปิริฉวล/ ❶ *adj.* A เกี่ยวกับจิตวิญญาณ; a ~ relationship ความสัมพันธ์ทางจิตใจ; his ~ home สถานที่ที่เขามีความสุขมากที่สุด; B (concerned with religion) เกี่ยวกับศาสนา; lords ~ (Brit. Parl.) บาทหลวงผู้ทรงศักดิ์ และเป็นสมาชิกของสภาสูง ❷ *n.* [Negro] ~: เพลงพื้นบ้านของทาสผิวดำในอเมริกาที่เกี่ยวกับความเชื่อทางศาสนา

spiritualism /'spɪrɪtʃʊəlɪzm/'ซปิริฉัวลิซ'ม/ *n.* A (belief in contact with spirits) การทรงเจ้าเข้าผี; B (system of doctrines) จิตนิยม (ลัทธิที่เชื่อว่าจิตวิญญาณดำรงอยู่แยกต่างหากจากสสารหรือว่าสิ่งที่มีอยู่จริงคือจิตวิญญาณเท่านั้น)

spiritualist /'spɪrɪtʃʊəlɪst/'ซปิริฉัวลิซท/ *n.* คนที่เชื่อหรือปฏิบัติตามแนวทางจิตนิยม

spirituality /spɪrɪtʃʊ'ælɪtɪ/ซปิริฉุ'แอลิทิ/ *n., no pl.* ภาวะหรือความเกี่ยวข้องกับจิตวิญญาณหรือศาสนา; การมีจิตใจสูงส่ง

spiritually /'spɪrɪtʃʊəlɪ/'ซปิริฉวลลิ/ *adv.* โดยเกี่ยวกับจิตวิญญาณ ศาสนาหรือสิ่งศักดิ์สิทธิ์; ~ minded ที่สนใจจิตวิญญาณ หรือ ศาสนา

spirt ➡ [2]spurt

[1]**spit** /spɪt/ซปิท/ ❶ *v.t.*, -tt-, spat /spæt/ซแปท/ or spit A ถ่มน้ำลาย, ถ่มถุย; he spat in his enemy's face เขาถ่มน้ำลายใส่หน้าศัตรู; it makes you [want to] ~: มันทำให้คุณ [อยากจะ] ถ่มน้ำลาย; B (make angry noise) ทำเสียงถ่มถุย; ~ at sb. ทำเสียงถ่มถุยใส่ ค.น.; C (rain lightly) ~ [down] ฝนตกปรอย ๆ; D (throw out sparks) พ่น (ประกายไฟ, ไขมัน) กระจายออกมา ❷ *v.t.*, -tt-, spat or spit A ถ่ม, ถุย (น้ำลาย); ~ sth. at sb. ถ่ม ส.น. ใส่ ค.น.; B (fig.: utter angrily) ~ defiance at sb. แผดเสียงท้าทายอย่างโกรธเกรี้ยวใส่ ค.น.
❸ *n.* A [dead or very] ~ [and image] (coll.) ➡ spitting image; B (spittle) เสมหะ, เสลด, น้ำลายที่ถ่มออกมา; ~ and polish (cleaning work) งานทำความสะอาด; all that ~ and polish in the army การทำความสะอาดอยู่ตลอดเวลาในกองทัพ

~ **'out** *v.t.* ~ sth. out ขาก ส.น. ออกจากปาก; ~ out curses at sb. แผดเสียงสบถอย่างรุนแรงใส่ ค.น.; she spat out the words เธอตะคอก; ~ it out! (fig. coll.) พูดออกมาซิ

[2]**spit** ❶ *n.* A (point of land) แหลมที่ยื่นออกไปในทะเล; B (reef) หินโสโครก; (shoal) ที่น้ำตื้น; (sandbank) สันทรายใต้น้ำ; C (for roasting meat) เหล็กเสียบเนื้อย่าง ❷ *v.t.*, -tt- (pierce) ทิ่ม, แทง, ปักตรึง

[3]**spit** *n.* (spade-depth) ความลึกแค่ใบเสียมหรือจอบ

S

'spitball *n. (Amer.: pellet)* กระดาษที่เคี้ยวในปากให้เป็นก้อนกลมใช้ปา

spite /spaɪt/ซไปท/ ❶ *n.* Ⓐ *(malice)* การมุ่งร้าย; **do sth. from** *or* **out of ~:** ทำ *ส.น.* ด้วย/เนื่องจากมุ่งร้าย; Ⓑ **in ~ of** แม้กระนั้นก็ดี, ทั้ง ๆ ที่; **in ~ of oneself** แม้ว่าตนเองไม่อยากทำ ❷ *v.t.* ขัดขวาง *(ความประสงค์)*, ทำให้อับอาย; **cut off one's nose to ~ one's face** ลูบหน้าปะจมูก

spiteful /'spaɪtfl/'ซไปทฟ'ล/ *adj.* มีความมุ่งร้าย

spitefully /'spaɪtfəlɪ/'ซไปทเฟอะลิ/ *adv.* ด้วยความมุ่งร้าย

'spitfire *n.* คนอารมณ์ร้ายฉุนเฉียว

spitting 'image *n.* **be the ~ of sb.** เป็นคู่เหมือนของ *ค.น.*

spittle /'spɪtl/'ซปิท'ล/ *n.* เสมหะ, เสลด, น้ำลายที่ถ่มออกมา

spittoon /spɪ'tu:n/ซปิ'ทูน/ *n.* กระโถนบ้วนน้ำลาย

spiv /spɪv/ซปิ๊ว/ *n. (Brit. coll.)* Ⓐ *(person living by his wits)* คนที่มีชีวิตรอดอยู่ได้ด้วยเชาว์ปัญญาของตน; Ⓑ *(black-market dealer)* คนที่ทำกิจการในตลาดมืด

splash /splæʃ/ซแปลช/ ❶ *v.t.* Ⓐ ชโลม, สาด, ทำให้กระเซ็นเป็นหยดน้ำ; **~ sb./sth. with sth.** ชโลม *ค.น./ส.น.* ด้วย *ส.น.*; **~ sth. on [to]** *or* **over sb./sth.** สาด *ส.น.* ใส่ *ค.น./ส.น.*; **~ sth. about** สะบัด *ส.น.* ให้กระเซ็นไปทั่ว; **sth. gets ~ed on sth.** *ส.น.* เปื้อนเปรอะ *ส.น.*; Ⓑ *(Journ.: display prominently)* พาดหัว, ลงข่าวอย่างโดดเด่น; **be ~ed all over the front page** ลงข่าวอย่างโดดเด่นเต็มหน้าแรก; Ⓒ *(with scattered colour)* แต้มด้วยสีประปรายไปทั่ว ❷ *v.i.* Ⓐ *(fly about in drops)* กระเซ็นสาด, กระจายฟอง, โปรยปราย; Ⓑ *(cause liquid to fly about)* สาดไปทั่ว, กระเซ็นซ่าน; Ⓒ *(move with ~ing)* เคลื่อนที่ไปพลางทำให้น้ำกระเซ็นซ่าน ❸ *n.* Ⓐ การกระเด็น, การแตกกระจาย, การสาด; **hit the water with a ~:** ตกลงไปและน้ำกระเซ็น; **make a [big] ~** *(fig.)* ทำดัง, ดึงดูดความสนใจ [อย่างมาก]; Ⓑ *(liquid)* ปริมาณของเหลวที่กระเด็น; Ⓒ *(noise)* เสียงน้ำกระเซ็น, เสียงสาดน้ำ; Ⓓ *(prominent display of news etc.)* **get a front-page ~:** เป็นข่าวเด่นหน้าหนึ่ง; Ⓔ *(coll.: dash)* ของเหลวปริมาณน้อย; **whisky and a ~ of ginger ale** วิสกี้ผสมน้ำขิงแดงเล็กน้อย; Ⓕ *(spot of dirt etc.)* รอยเปื้อน, รอยด่าง; Ⓖ *(patch of colour)* แต้มสี

~ a'bout *v.i.* เล่นน้ำจนกระเด็นไปทั่ว, ทำให้น้ำกระจาย

~ 'down *v.i. (ยานอวกาศ)* ลงบนผิวน้ำ; ➡ + **splashdown**

~ out *v.i. (coll.)* **~ out on sth.** ใช้เงินฟุ่มเฟือยใน *ส.น.*

splash: ~back *n.* แผ่นกันน้ำสาดหลังอ่าง; **~down** *n.* การลงจอดของยานอวกาศในทะเล

splatter /'splætə(r)/'ซแปลุเทอะ(ร)/ ❶ *v.i. (ลำธาร)* สาด; *(เลือด)* กระเซ็น; เสียงน้ำกระจาย ❷ *v.t.* ตีน้ำ, ทำให้กระเซ็น ❸ *n.* เสียงสาดน้ำ, เสียงน้ำกระเซ็น

splay /spleɪ/ซเปล/ ❶ *v.t.* Ⓐ *(spread)* **~ [out]** *(เท้า, ข้อศอก ฯลฯ)* แยกออก; Ⓑ *(construct with divergent sides)* สร้าง *(หน้าต่าง, ประตูช่อง ฯลฯ)* ให้ผายหรือกางออก ❷ *v.i. (เส้น)* เบนออก; *(ขาของโต๊ะ, เก้าอี้)* ผายออก; นิ้ว *(กางออก)* ❸ *n.* พื้นผิวที่เป็นมุมลาดเอียงกับพื้นอื่น ❹ *adj.* แบนและกว้าง, แบะหรือกางออก

splay: ~-foot ❶ *n.* เท้ากว้างแบน, เท้าที่นิ้วเท้ากางออก ❷ *adj.* ➡ **~-footed; ~-footed** *adj. (คน)* ที่มีเท้าใหญ่แบน, คนมีนิ้วเท้ากางออก

spleen /spli:n/ซปลีน/ *n.* Ⓐ ➤ 118 *(Anat.)* ม้าม; Ⓑ *(bad mood)* อารมณ์ไม่ดี, อารมณ์บูด; *(anger, rage)* ความโกรธ, ความเดือดดาล; **vent one's ~ [on sb.]** ระบายความโกรธของตน [ใส่ *ค.น.*]

splendid /'splendɪd/'ซเปล็นดิด/ *adj. (excellent, outstanding)* ยอดเยี่ยม, โดดเด่น; *(beautiful)* สวยงาม; *(sumptuous, magnificent)* หรูหรา, โอ่อ่า, เลอเลิศ; **live in ~ isolation** อาศัยอยู่ตามลำพังอย่างสะดวกสบายที่สุด; **cut a ~ figure** มีรูปร่างท่าทางงามสง่า

splendidly /'splendɪdlɪ/'ซเปล็นดิดลิ/ *adv. (excellent, outstanding)* อย่างวิเศษยอดเยี่ยม, อย่างโดดเด่น; *(sumptuously, magnificently)* อย่างหรูหรา, อย่างโอ่อ่า, อย่างเลอเลิศ; **live ~:** มีชีวิตอยู่อย่างหรูหรา; **get along ~ with sb.** เข้ากับ *ค.น.* ได้อย่างดีเยี่ยม; **this flat will suit you ~:** ห้องชุดนี้คงจะเหมาะสมกับคุณเป็นพิเศษ

splendiferous /splen'dɪfərəs/ซเปล็น'ดิเฟอะเริซ/ *adj. (coll.)* วิเศษยอดเยี่ยม, โดดเด่น

splendour *(Brit.; Amer.:* **splendor***)* /'splendə(r)/'ซเปล็นเดอะ(ร)/ *n.* Ⓐ *(magnificence)* ความโอ่อ่าเลิศเลอ, ความวิเศษยอดเยี่ยม; Ⓑ *(brightness)* ความใสสว่าง, แสงรัศมี

splenetic /splɪ'netɪk/ซปลิ'เน็ททิค/ *adj.* อารมณ์ไม่ดี, อารมณ์เสีย

splice /splaɪs/ซไพลซ/ ❶ *v.t.* Ⓐ *(join ends of by interweaving)* สานปลาย *(เชือก)* เข้าด้วยกัน; Ⓑ *(join in overlapping position)* เชื่อม *(แผ่นไม้, ฟิล์ม ฯลฯ)* โดยส่วนปลายทับกันหรือเหลื่อมกัน; **~ a scene into a film** ต่อเติมฉากหนึ่งเข้าไปในภาพยนตร์เรื่องนั้น; Ⓒ **get ~d** *(coll.: get married)* แต่งงาน; ➡ + **main brace** ❷ *n.* รอยต่อ, รอยเชื่อม, สาน

spliff /splɪf/ซปลิฟ/ *n.* กัญชามวนหนึ่ง

splint /splɪnt/ซปลินทฺ/ ❶ *n.* เฝือก; **put sb.'s arm in a ~:** เข้าเฝือกแขน *ค.น.* ❷ *v.t.* ใส่เฝือก

splinter /'splɪntə(r)/'ซปลินเทอะ(ร)/ ❶ *n.* เสี้ยน *(ไม้)*; เศษ *(หิน)* ❷ *v.i.* Ⓐ *(become split into long pieces)* แตกแยกออกเป็นชิ้นยาว ๆ; **~ away from sth.** แตกแยกออกจาก *ส.น.*; Ⓑ *(fig.: split into factions)* แตกแยกเป็นกลุ่ม ๆ ❸ *v.t. (also fig.: split into factions)* ทำให้แตกแยกออก

splinter: ~ group *n.* กลุ่มย่อยที่แยกออกจากกลุ่มใหญ่; **~ party** *n.* พรรคเล็กที่แยกออกมาจากพรรคใหญ่; **~-proof** *adj. (รับรองได้ว่า)* ไม่แตกร้าว

splintery /'splɪntərɪ/'ซปลินเทอะริ/ *adj.* มีรอยแตก, มีเสี้ยน

split /splɪt/ซปลิท/ ❶ *n.* Ⓐ *(tear)* การฉีกแยก, รอยฉีก; Ⓑ *(division into parts)* การแบ่งออกเป็นส่วน ๆ; Ⓒ *(fig.: rift)* การแตกแยก; **a ~ between Moscow and her allies** ความแตกแยกระหว่างมอสโกและพันธมิตร; Ⓓ *(Gymnastics, Skating)* **the ~s** *or (Amer.)* **~:** *การแยกขาเวลานั่งหรือกระโดดไปในอากาศ;* **do the ~s** *ทำท่าแยกขาเวลานั่งหรือกระโดดไปในอากาศ;* ➡ + **banana split** ❷ *adj.* แบะออก, แยกออก; **~ lip** ริมฝีปากแบะ; **~ decision** การตัดสินมวยที่ไม่เป็นเอกฉันท์; **be ~ on a question** มีความเห็นไม่ตรงกัน; **be ~ down the middle** แบ่งแยกกันตรงกลางพอดี; ➡ + **pin** 1 B ❸ *v.t.*, **-tt-, split** Ⓐ *(tear)* ฉีกออก, แยกออก, แบ่ง; Ⓑ *(divide)* **let's ~ the money between us** มาแบ่งเงินกันระหว่างพวกเราเถอะ; **~ persons /things into groups** แบ่งคน/สิ่งของออกเป็นกลุ่ม ๆ; **they ~ a bottle of wine** พวกเขาแบ่งกันทานเหล้าองุ่นหนึ่งขวด; **~ the difference** เอาจำนวนที่เสนอสองจำนวนมาหารหาค่าเฉลี่ย; **~ hairs** *(fig.)* พยายามหาข้อแตกต่างระหว่างเรื่องเล็ก ๆ น้อย ๆ, เก็บเล็กผสมน้อย; Ⓒ *(divide into disagreeing parties)* แบ่งแยกเป็นพรรคที่ขัดแย้งกัน; **~ the ticket or one's vote** *(Amer. Polit.)* ลงคะแนนเสียงให้มากกว่าหนึ่งพรรคการเมือง; Ⓓ *(remove by breaking)* **~ [off** *or* **away]** แตกออกไป; Ⓔ *(Phys.)* ทำให้ *(อณู)* แตกตัว; ➡ + **side** 1 D ❹ *v.i.*, **-tt-, split** Ⓐ *(break into parts) (ท่อนไม้)* แตกออกเป็นเสี่ยง ๆ; *(ผ้าใบ)* ขาดเป็นรอยลึก; Ⓑ *(divide into parts) (กลุ่ม)* แบ่งแยกออก; Ⓒ *(be removed by breaking)* **~ from** แยกออกจาก; **~ apart** แยกจากกัน; Ⓓ *(coll.: betray secrets)* บอกความลับ, บอกแจ้ง; Ⓔ *(coll.: depart)* จากไป *(ในทันทีทันใด)*

~ a'way *v.i.* แยก, แตกแยกกัน; **~ away from** แยกจาก

~ 'off ❶ *v.t.* ดึงแยกออก, ฉีกขาดออกจากกันด้วยกำลัง, ตัดขาด ❷ *v.i.* ➡ **~ away**

~ on *v.t. (coll.)* **~ on sb.** ฟ้อง/ส่อเสียด [*ค.น.*]

~ 'open ❶ *v.i.* แบะออก *(ฝัก)* ❷ *v.t.* ผ่าออก *(ลูกนัท)*; **he ~ his head open** เขาบาดเจ็บที่หัว

~ 'up ❶ *v.t.* ตัดขาด ❷ *v.i. (coll.)* เลิกร้าง, แตกแยกกัน; **~ up with sb.** แยกจาก *ค.น.* อย่างเด็ดขาด

~ with *v.i. (coll.)* ทะเลาะ, เลิกคบหา *(กับ)*

split: ~ in'finitive *n. (Ling.) วลีตามหลังกริยาหลักที่มีคำวิเศษณ์แทรกระหว่าง* to *และ* infinitive *นั้น เช่น* seems to really like it; **~-level** *adj. (ตึก)* ที่มีระดับพื้นห้องลดหลั่นกันไป; **a ~-level lounge** ห้องรับแขกที่เล่นระดับพื้นห้อง; **~-level cooker** *เตาอบอาหารซึ่งตู้อบและแผ่นบนตั้งหม้ออยู่แยกกัน;* **~ pea** *n. ถั่วตากแห้งกะเทาะเมล็ดแยกออกเป็นซีกใช้ในการปรุงอาหาร;* **~ personality** *n. โรคจิตที่มีลักษณะคล้ายมีสองบุคลิกในคนเดียวกัน;* **~ pin** *n.* หมุดหรือสลักแยกปลาย; **~ ring** *n.* วงแหวนเล็กที่ทำจากโลหะขดกันสองรอบ; **~ screen** ❶ *n.* จอที่แบ่งเป็นหลายจอเล็กเพื่อฉายภาพต่างกันในเวลาเดียวกัน ❷ *adj.* ที่ใช้วิธีฉายหลายจอพร้อมกัน; **~ second** *n.* **in a ~ second** ในระยะเวลาชั่วเสี้ยววินาที; **a ~ second from now** อีกแป๊บเดียว, ในระยะเวลาชั่วเสี้ยววินาทีจากตอนนี้; **~ shift** *n.* กะทำงาน; **~ ticket** *n. (Amer. Polit.)* บัตรเลือกตั้งแยกพรรค, การออกเสียงให้มากกว่าหนึ่งพรรคการเมือง

splitting /'splɪtɪŋ/'ซปลิททิง/ *adj.* **a ~ headache** อาการปวดศีรษะอย่างรุนแรง; **sb.'s head is ~:** *ค.น.* กำลังปวดหัวมากทีเดียว

splodge /splɒdʒ/ซปลฺอจ/ *(Brit.)* ➡ **splotch**

splosh /splɒʃ/ซปลฺอช/ *(coll.)* ❶ *n.* เสียงสาดน้ำหรือน้ำกระเซ็น; **there was a great ~:** มีเสียงน้ำสาดดังซ่า ❷ *v.i.* ทำเสียงน้ำกระเซ็น ❸ *v.t.* ➡ **splash** 1 A

splotch /splɒtʃ/ซปลฺอฉ/ ❶ *n.* รอยเปื้อน, รอยด่าง, จุดแต้ม ❷ *v.t.* Ⓐ *(daub)* แต้ม, ทำเปรอะเปื้อน; Ⓑ *(make ~ on)* ทำรอยด่าง

splurge /splɜ:dʒ/ซเปลิจ/ ❶ *n.* การโอ้อวด, ความฟุ่มเฟือย; **go on a ~:** ใช้เงินอย่างฟุ่มเฟือย; **~ of activity** ลุกขึ้นแสดงอาการกระตือรือร้น, ลุกขึ้นทำโน่นทำนี่อย่างรีบร้อน ❷ *v.i.* ➡ **splash out**

S

splutter /ˈsplʌtə(r)/ˈซปลัทเทอะ(ร)/ ❶ *v.i.* *(บุคคล)* รีบพูดเสียงดังอย่างตะกุกตะกัก; *(ไฟ)* ทำเสียงและมีประกายออกมา; *(เครื่องยนต์)* วิ่งไม่สม่ำเสมอ; **~ with rage/indignation** โกรธจนพูดไม่ออก ❷ *v.t.* พูด *(คำ)* ออกมาอย่างรวดเร็วจนแทบจะฟังไม่ออก

spoil /spɔɪl/ซปอยลฺ/ ❶ *v.t.*, **spoilt** /spɔɪlt/ซพอยลฺ'ท/ *or* **spoiled** Ⓐ *(impair)* ทำให้เสื่อมเสียหรือเสียหาย; **he always ~s a joke in the telling** เขามักจะทำให้เรื่องตลกหมดสนุกด้วยการเผยมุขก่อนระหว่างเล่า; **the news ~t his dinner/evening** ข่าวทำให้เขากินอาหารเย็นไม่ลง/เซ็งไปตลอดเย็น; **~t ballot papers** กระดาษลงคะแนนเสียงลับที่เสีย; Ⓑ *(injure character of)* ทำให้เสียนิสัย; **~ sb. for sth.** ทำให้ *ค.น.* นิสัยเสีย *ส.น.*; ➡ + **rod** C; Ⓒ *(pamper)* โอ๋หรือตามใจจนเกินควร; **be ~t for choice** มีตัวเลือกมากจนเลือกยาก
❷ *v.i.*, **spoilt** *or* **spoiled** Ⓐ *(go bad)* เสีย, บูดเน่า; Ⓑ **be ~ing for a fight/for trouble** หาเรื่องชกต่อย/อยากจะมีเรื่อง
❸ *n.* Ⓐ *(plunder)* **~[s]** ทรัพย์ที่ปล้นมา; **~s of war** ทรัพย์ที่ยึดมาในยามสงคราม; Ⓑ *(Mining etc.: waste material)* ดินขี้แร่, ตะกรัน

spoiler /ˈspɔɪlə(r)/ˈซปอยเลอะ(ร)/ *n.* *(of car)* สปอยเลอร์ *(ท.ศ.)*; *(of aircraft)* ส่วนของปีกที่ใช้ลดความเร็ว; *(fig.)* บทความที่มุ่งทำลายชื่อเสียงของคู่แข่ง

spoil: ~sport *n.* คนที่ทำลายความสุขของคนอื่น; **~s system** *n.* *(Amer.)* ระบบเล่นพวกเมื่อชนะการเลือกตั้ง

spoilt ❶ ➡ **spoil** 1, 2 ❷ *adj.* *(เด็ก)* ที่เสียนิสัย

[1]**spoke** /spəʊk/ซโปค/ *n.* Ⓐ *(of wheel)* ซี่ล้อรถยนต์; **put a ~ in sb.'s wheel** *(fig.)* ขัดขวาง *ค.น.*; Ⓑ ➡ [1]**rung** A

[2]**spoke, spoken** ➡ **speak**

'spokeshave *n.* กบที่ใช้ไสงานกลมหรือโค้ง

spokesman /ˈspəʊksmən/ˈซโปคซฺเมิน/ *n.*, *pl.* **spokesmen** /ˈspəʊksmən/ˈซโปคซฺเมิน/ โฆษกชาย

spokesperson /ˈspəʊkspɜːsn/ˈซโปคซฺเพ่อ'ซ'น/ *n.* โฆษก

spokeswoman /ˈspəʊkswʊmən/ˈซโปคซฺวุเมิน/ *n.* โฆษกหญิง

spoliation /spəʊlɪˈeɪʃn/ซโปลิ'เอช'น/ *n.* *(plunder)* การปล้นสะดม; *(of vessel)* *การปล้นเรือของชาติเป็นกลางในยามสงคราม*

spondee /ˈspɒndiː/ˈซปอนดี/ *n.* *(Pros.)* วรรค*หรือคณะฉันท์ที่ประกอบด้วยพยางค์หนักหรือพยางค์เสียงยาวสองพยางค์ต่อกัน*

sponge /spʌndʒ/ซปันจ/ ❶ *n.* Ⓐ ฟองน้ำ; **throw in the ~** *(Boxing)* ยอมแพ้; *(fig.)* ขอเลิกราต่อกัน; Ⓑ ➡ **sponge cake; sponge pudding**; Ⓒ *(Surg.)* ฟองน้ำเล็ก ๆ ใช้ซับเลือดในการผ่าตัด; Ⓓ *(porous metal)* โลหะที่มีรูพรุนเล็ก ๆ; Ⓔ **have a ~ down** เช็ดตัวให้สะอาดโดยใช้ฟองน้ำ; **give the chair a ~ down** ใช้ฟองน้ำชุบน้ำเช็ดเก้าอี้ให้สะอาด ❷ *v.t.* Ⓐ ➡ **cadge** 1; Ⓑ *(wipe)* เช็ดด้วยฟองน้ำ

~ 'down *v.t.* ใช้ฟองน้ำเช็ด

~ off *v.t.* Ⓐ /'-'-/ *(wipe off)* เช็ดออกด้วยฟองน้ำ; *(wash off)* ล้างออกด้วยฟองน้ำ; Ⓑ /'--/ ➡ **on**

~ on *v.t.* *(coll.)* **~ on sb.** เกาะคนอื่นกิน, ขอเงินจาก *ค.น.*

sponge: ~ bag *n.* *(Brit.)* กระเป๋ากันน้ำสำหรับเก็บสบู่ ยาสีฟัน ฯลฯ; **~ biscuit** *n.* ขนมปังกรอบเนื้อโปร่งพรุน; **~ cake** *n.* ขนมเค้กเนื้อฟูเบา; **~ pudding** *n.* ขนมพุดดิ้งที่ใช้อบหรืออบไอน้ำ

sponger /ˈspʌndʒə(r)/ˈซปันเจอะ(ร)/ *n.* คนที่เกาะคนอื่นกิน

sponge 'rubber *n.* ยางที่มีรูพรุนเหมือนฟองน้ำ

spongy /ˈspʌndʒɪ/ˈซปันจิ/ *adj.* เหมือนฟองน้ำ

sponsor /ˈspɒnsə(r)/ˈซปอนเซอะ(ร)/ ❶ *n.* Ⓐ *(firm paying for event, one donating to charitable event)* ผู้สนับสนุน, ผู้อุปถัมภ์; Ⓑ *(of legislative proposal)* **the ~s of this Bill are Labour MPs** คนที่เสนอร่างพระราชบัญญัตินี้คือสมาชิกพรรคแรงงาน; Ⓒ *(group supporting candidate)* **his ~ is a trade union** กลุ่มที่สนับสนุนให้เขาลงสมัครคือสหภาพแรงงาน; Ⓓ *(godparent)* *พ่อหรือแม่ทูนหัวของเด็กในพิธีล้างบาป* ❷ *v.t.* Ⓐ *(pay for)* อุปถัมภ์ *(รายการโทรทัศน์, ผู้เข้าร่วม)*; Ⓑ *(subscribe to)* สมัครเป็นสมาชิก; Ⓒ *(introduce for legislation)* เสนอร่างกฎหมาย; Ⓓ *(support)* สนับสนุน, อุปถัมภ์

sponsored /ˈspɒnsəd/ˈซปอนเซิด/ *adj.* ได้รับการสนับสนุนหรืออุปถัมภ์ทางการเงิน; **~ run** การวิ่งที่มีผู้สนับสนุนอุปถัมภ์

sponsorship /ˈspɒnsəʃɪp/ˈซปอนเซอะชิพ/ *n.* Ⓐ *(financial support)* การอุปถัมภ์ทางการเงิน; **take over the ~ of sth.** รับช่วงเป็นผู้อุปถัมภ์ทางการเงินของ *ส.น.*; **withdraw from the ~ of sth.** ถอนตัวจากการอุปถัมภ์ *ส.น.* ทางการเงิน; Ⓑ *(introduction of legislation)* การเสนอแนะการตรากฎหมาย; Ⓒ *(support of candidate)* การสนับสนุนผู้ลงสมัคร *(รับเลือกตั้ง)*

spontaneity /spɒntəˈniːɪtɪ/ซปอนเทอะ'นีอิทิ/ *n.*, *no pl.* การเกิดขึ้นเองอย่างทันทีทันใด; ที่ทำด้วยความสมัครใจ

spontaneous /spɒnˈteɪnɪəs/ซปอน'เทเนียซ/ *adj.* ที่เกิดขึ้น หรือ เสนอขึ้นเอง; **make a ~ offer of sth.** เสนอให้ *ส.น.* ขึ้นมาเอง

spontaneous: ~ com'bustion *n.* *การเผาไหม้ที่เกิดจากการเปลี่ยนแปลงทางเคมีภายในของวัตถุ*; **~ gene'ration** *n.* *การที่สิ่งมีชีวิตได้เกิดจากสิ่งที่ไม่มีชีวิตได้เองตามธรรมชาติ*

spontaneously /spɒnˈteɪnɪəslɪ/ซปอน'เทเนียซลิ/ *adv.* อย่างสมัครใจ, อย่างฉับพลัน, โดยอัตโนมัติ

spoof /spuːf/ซพูฟ/ *(coll.)* ❶ *n.* การล้อเลียน *(of, on เกี่ยวกับ)* ❷ *v.t.* ล้อเลียนในมุขตลก, หลอกลวง

spook /spuːk/ซพูค/ *n.* *(joc.)* ผี; *(coll.: spy)* สายลับ; **it gives me the ~s** มันทำให้ฉันขวัญหนีดีฝ่อเชียวละ

spooky /ˈspuːkɪ/ˈซปูคิ/ *adj.* เหมือนผี, น่ากลัว

spool /spuːl/ซปูล/ ❶ *n.* Ⓐ *(reel)* หลอดม้วน *(เทป, ฟิล์ม, ด้าย)*; Ⓑ *(Angling)* แกนม้วนสายเบ็ด ❷ *v.t.* ม้วนเข้ากับแกน

[1]**spoon** /spuːn/ซปูน/ ❶ *n.* Ⓐ ช้อน; **fruit ~:** ช้อนตักผลไม้; **be born with a silver ~ in one's mouth** คาบช้อนเงินช้อนทองออกมาจากท้องแม่; **wooden ~** *(fig.)* รางวัลที่โหล่, รางวัลปลอบใจ; Ⓑ *(amount)* ➡ **spoonful**; Ⓒ *(Angling)* เหยื่อเทียมรูปร่างคล้ายปลา ❷ *v.t.* Ⓐ ป้อน *(อาหาร)* เข้าปาก; Ⓑ ตี *(ลูกบอล)* ช้อนขึ้นเบา ๆ

~ 'up *v.t.* กินด้วยช้อน

[2]**spoon** *v.i.* *(arch.: be amorous)* เกี้ยวพาราสีอย่างน่าขัน

spoonbill *n.* *(Ornith.)* นกกระยางปากแบนในวงศ์ Plataleidae

spoonerism /ˈspuːnərɪzm/ˈซปูเนอะริซ'ม/ *n.* *การกลับหรือการย้ายเสียงในคำ โดยมากเกิดจากลิ้นพันกัน*

'spoon-feed *v.t.* ป้อนด้วยช้อน; **~ sb.** *(fig.)* ป้อนทุกอย่างเข้าปาก *ค.น.*

spoonful /ˈspuːnfʊl/ˈซปูนฟุล/ *n.* **a ~ of sugar** น้ำตาลปริมาณหนึ่งช้อนพูน

spoor /spɔː(r), US spʊər/ซปอ(ร), ซเปอะ/ *n.* รอยตีนหรือกลิ่นของสัตว์

sporadic /spəˈrædɪk/ซเปอะ'แรดิค/ *adj.* *(การเกิดเหตุการณ์, ฝนตก)* เป็นครั้งเป็นคราว; *(ตึก)* กระจัดกระจายเป็นระยะ

sporadically /spəˈrædɪkəlɪ/ซเปอะ'แรดิเคอะลิ/ *adv.* อย่างเป็นครั้งเป็นคราว, อย่างเรี่ยราด, อย่างกระจัดกระจาย

spore /spɔː(r)/ซปอ(ร)/ *n.* Ⓐ *(Bot.: cell)* *เซลล์สืบพันธุ์ของพืชและสิ่งมีชีวิตขนาดเล็ก*; Ⓑ *(Biol.: bacterium)* เชื้อแบคทีเรีย

sporran /ˈspɒrən/ˈซปอเริน/ *n.* *(Scot.)* กระเป๋า*เงินที่ทำด้วยหนังสัตว์และห้อยหน้าคิลท์ชาวสกอต*

sport /spɔːt/ซปอท/ ❶ *n.* Ⓐ *(pastime)* กีฬา; **~s** การกีฬา; **team/winter/water/indoor ~:** กีฬาเป็นทีม/ฤดูหนาว/ทางน้ำ/ในร่ม; Ⓑ *no pl., no art. (collectively)* กีฬา; **go in for ~, do ~:** เล่นกีฬา; **he likes doing ~ at school** เขาชอบเล่นกีฬาที่โรงเรียน; **have good ~** *(Hunting)* ล่าสัตว์ได้มากเป็นที่น่าพอใจ; Ⓒ *in pl. (Brit.)* **[athletic] ~s** การแข่งขันกีฬา; **S~s Day** *(Sch.)* วันแข่งขันกีฬาประจำปี; **the ~s** การแข่งขันกีฬา; Ⓓ *no pl., no art. (fun)* ความสนุกสนาน; **do/say sth. in ~:** ทำ/พูด *ส.น.* เพื่อความสนุกสนาน; **make ~ of sb./sth.** ล้อเลียน *ค.น./ส.น.*; Ⓔ *(coll.: good fellow)* คนใจถึง; *(Austral. as voc.: mate)* เพื่อน; **Aunt Joan is a real ~:** คุณป้าโจนส์ใจถึงมาก; **be a [good] ~ and help me** มาทำตัวเป็นเพื่อน [ที่ดี] และช่วยเหลือฉันหน่อย; **be a good/bad ~** *(in games)* มีใจเป็น/ไม่เป็นนักกีฬา; Ⓕ *(Amer.: playboy)* หนุ่มเสเพล; Ⓖ *(Zool., Bot.)* สัตว์หรือพืชที่เบี่ยงเบนจากลักษณะปกติ
❷ *v.t.* สวมใส่ *(เสื้อผ้าใหม่)*; ไว้ *(หนวด)*
❸ *v.i.* Ⓐ *(amuse oneself)* หาความสนุกสนานเพลิดเพลินด้วยตนเอง; Ⓑ *(Biol.: mutate)* เปลี่ยนแปลงจากลักษณะปกติ, ผ่าเหล่า

sporting /ˈspɔːtɪŋ/ˈซปอทิง/ *adj.* Ⓐ *(interested in sport)* สนใจในการกีฬา; Ⓑ *(generous)* เอื้อเฟื้อเผื่อแผ่; *(fair)* ยุติธรรม, เป็นธรรม; **do the ~ thing and do sth.** เป็นคนยุติธรรมและทำ *ส.น.*; **give sb. a ~ chance** ให้โอกาสที่เป็นธรรมกับ *ค.น.*; Ⓒ *(relating to sport)* เกี่ยวกับการกีฬา; **~ dog/rifle** สุนัข/ปืนไรเฟิลที่ใช้ในการกีฬา; **~ giant** *or* **hero** นักกีฬาที่เก่งกาจเป็นที่ยกย่อง

'sporting house *n.* *(Amer.)* ซ่องโสเภณี

sportingly /ˈspɔːtɪŋlɪ/ˈซปอทิงลิ/ *adv.* Ⓐ *(generously)* **~ do sth.** ทำ *ส.น.* อย่างเอื้อเฟื้อ; Ⓑ *(sportively)* อย่างขี้เล่น, โดยหยอกเล่น

sportive /ˈspɔːtɪv/ˈซปอทิว/ *adj.* ขี้เล่น, ชอบหยอกเล่น; **be in a ~ mood** อยู่ในอารมณ์ขี้เล่น, กำลังนึกสนุก

sports: ~ bra *n.* ยกทรงที่ใส่เล่นกีฬา; **~ car** *n.* รถเร็วเปิดประทุนขับเพื่อความสนุก, รถสปอร์ต *(ท.ศ.)*; **~ centre** *n.* ศูนย์กีฬา; **~ channel** *n.* ช่องดาวเทียมที่ถ่ายทอดแข่งขันกีฬาต่าง ๆ; **~ commentator** *n.* *(Radio, Telev.)* ผู้วิจารณ์กีฬา, ผู้รายงานข่าวกีฬา; **~ complex** *n.* ศูนย์กีฬานานาประเภท; **~ editor** *n.* *(Journ.)* บรรณาธิการข่าวกีฬา; **~ field** *n.* สนามกีฬา; **~ hall** *n.* อาคารกีฬา; **~ jacket** *n.* เสื้อแจ็กเก็ตผู้ชาย; **~man** /ˈspɔːtsmən/ˈซปอทซฺเมิน/ *n.*, *pl.* **~men** /ˈspɔːtsmən/ˈซพอทซฺเมน/ Ⓐ

S

นักกีฬามืออาชีพ; Ⓑ *(generous person)* คนใจกว้าง, คนเอื้อเฟื้อเผื่อแผ่; *(fair-minded person)* คนยุติธรรม; Ⓒ *(Hunting)* นักล่าสัตว์

sportsmanlike /ˈspɔːtsmənlaɪk/ˈซปอทซฺเมินไลค/ ➡ **sporting** B

sportsmanship /ˈspɔːtsmənʃɪp/ˈซปอทซฺเมินชิพ/ *n.* Ⓐ *(fairness)* ความยุติธรรม; Ⓑ *(skill)* ทักษะในการกีฬา

sports: ~ news *n. (Radio, Telev.)* ข่าวกีฬา; **~ page** *n. (Journ.)* หน้ากีฬา; **~ programme** *n. (Radio, Telev.)* รายการกีฬา; **~ section** *n. (Journ.)* หน้ากีฬา; ฉบับแทรกที่ลงเรื่องเกี่ยวกับกีฬาโดยเฉพาะ; **~wear** *n., no pl.* ชุดกีฬา; **~woman** *n.* นักกีฬาหญิงมืออาชีพ

sporty /ˈspɔːtɪ/ˈซปอทิ/ *adj.* Ⓐ *(coll.: sport-loving)* ชอบเล่นกีฬา; **the whole family is ~:** ทั้งครอบครัวชอบเล่นกีฬา; Ⓑ *(jaunty)* ดูเท่, ขี้โอ่; **wear one's hat at a ~ angle** สวมหมวกเอียงเพลเพื่อความเท่; **be a ~ dresser** แต่งตัวเก๋อย่างโฉบเฉี่ยว; Ⓒ *(designed for sport)* ที่ออกแบบเพื่อการกีฬา

spot /spɒt/ซปอท/ ❶ *n.* Ⓐ *(precise place)* จุด, สถานที่หรือตำแหน่งเฉพาะ; **this is the precise/exact/very ~ where he landed** นี่คือจุดที่เขาลงจอด; **on this ~:** ณ สถานที่นี้; **the very same ~:** ตำแหน่งเดียวกัน; **in ~s** เป็นบางจุด; *(fig.: partly)* เป็นบางส่วน; **run on the ~:** วิ่งอยู่กับที่; **on the ~** *(fig.) (instantly)* ทันทีทันใด; **be on the ~** *(be present)* อยู่ในที่เกิดเหตุ; **and now over to our man on the ~** *(Radio, Telev.)* และตอนนี้ไปฟังรายงานข่าวจากนักข่าวของเราในที่เกิดเหตุ; **be in/get into/get out of a [tight] ~** *(fig. coll.)* อยู่ใน/พลัดเข้าไปอยู่ใน/พาตัวออกจากปัญหา [ที่ยากลำบาก]; **put sb. on the ~** *(fig. coll.: cause difficulties for sb.)* ก่อความยากลำบากให้กับ ค.น.; *(Amer. sl.: decide to kill sb.)* ตัดสินใจที่จะฆ่า ค.น.; Ⓑ *(inhabited place)* สถานที่; **a nice ~ on the river** สถานที่น่าอยู่ริมแม่น้ำ; Ⓒ *(suitable area)* พื้นที่ที่เหมาะสม; **holiday/sun ~:** สถานที่ท่องเที่ยว/อาบแดด; **picnic ~:** สถานที่ปิกนิก; **a sheltered ~:** พื้นที่มีร่มไม้ชายคา; **a nice ~ to live** ที่ที่น่าอยู่; Ⓓ *(dot)* จุด; *(larger)* แต้ม; **change one's ~s** *(fig.)* [พยายามที่จะ] เปลี่ยนนิสัยของตน; **knock ~s off sb.** *(fig. coll.)* ดีกว่า ค.น. มาก; **see ~s before one's eyes** มึนจนเห็นดาว; Ⓔ *(stain)* **~ [of blood/grease/ink]** รอยเปื้อน [เลือด/มัน/หมึก]; Ⓕ *(Brit. coll.: small amount)* **do a ~ of work/sewing** ทำงาน/เย็บผ้าเล็กน้อย; **how about a ~ of lunch** กินอาหารกลางวันสักนิดหน่อยเป็นไง; **a ~ of whisky** เหล้าวิสกี้สักนิด; **a ~ of culture** เปิดหูเปิดตาทางวัฒนธรรมสักหน่อย; **have** *or* **be in a ~ of bother** *or* **trouble** ประสบปัญหาเล็กน้อย; **be in a ~ of trouble with the law** มีปัญหาเล็กน้อยกับตำรวจ; Ⓖ *(drop)* **a ~** *or* **a few ~s of rain** ฝนสองสามหยด; Ⓗ *(establishment)* **eating/drinking/entertainment ~:** สถานที่กิน/ดื่ม/บันเทิง; Ⓘ *(area on body)* จุด, บริเวณ; **a tender/sore ~** *(lit.)* จุดหรือบริเวณที่ระบม/เจ็บปวด; **a sore ~ with sb.** *(fig.)* จุดอ่อน/เรื่องที่ ค.น. ไม่อยากให้คุ้ยเขี่ย; **have a weak ~** *(fig.)* มีจุดอ่อน; ➡ + **sore** 1 A; Ⓙ *(fig. coll.: job)* งาน; Ⓚ *(Telev. coll.: position in programme)* รายการโทรทัศน์; **the 7 o'clock ~:** รายการช่วงเวลา 7 นาฬิกา; Ⓛ *(Med.)* ตุ่มพอง, ผื่น, สิว; **heat ~:** ผื่นที่เกิดจากอากาศร้อนจัด; **break out in ~s** มีผื่นหรือตุ่มขึ้นทั่วตัว; Ⓜ *(on dice, dominoes)* จุด; Ⓝ *(spotlight)* ไฟสปอตไลท์ (ท.ศ.), ไฟส่องเฉพาะที่; Ⓞ *(fig.: blemish)* มลทิน; **remain without a ~ on one's reputation** ชื่อเสียงยังไม่มีมลทินด่างพร้อยเลย; Ⓟ *(Sport: dot)* จุด, แต้ม; **the ~[ball]** *(Billiards)* ลูกบิลเลียดขาวที่มีจุดสีดำสองจุด; **the [penalty] ~:** จุดโทษ; Ⓠ *(Commerc.)* **~s, ~ goods** สินค้าที่ส่งมอบทันทีที่ตกลงซื้อ; **pay ~ cash** จ่ายเงินสดทันทีที่ตกลงซื้อสินค้า; ➡ + **blind spot; leopard; soft** 1 C; **¹tender** B

❷ *v.t.*, **-tt-** Ⓐ *(detect)* เห็น, สังเกต, หาตัว; **it is easy to ~ an American among a group of tourists** เป็นการง่ายที่จะสังเกตคนอเมริกันในกลุ่มนักท่องเที่ยว; Ⓑ *(take note of)* จดบันทึก; **go train-spotting/plane-spotting** บันทึกรถไฟ/อากาศยานต่าง ๆ; Ⓒ *(coll.: pick out)* เลือก (ผู้ชนะ); Ⓓ *(stain)* ทำให้เปื้อน; *(with ink or paint)* ทำ (หมึก/สี) หยดเปื้อน; Ⓔ *(Billiards etc.)* วางลูกบนจุดที่หมายไว้; Ⓕ *(Mil.: locate)* หาตำแหน่งเจอ

❸ *v.i.*, **-tt-: it is ~ting with rain** ฝนกำลังตกปรอย ๆ

spot: ~ 'check *n. (test made immediately)* การทดสอบอย่างทันทีทันใด; *(test made on randomly selected subject)* การสุ่มตรวจ, สุ่มทดลอง; **make** *or* **carry out a ~ check on sth.** ปฏิบัติการทดสอบ ส.น. แบบสุ่มตัวอย่างเฉพาะที่; **~-check** *v.t.* สุ่มตรวจ; **~ fine** *n.* ค่าปรับ ณ สถานที่เกิดเหตุ; **~ height** *n. (Geog.)* ความสูงของจุด (บนแผนที่); **~ lamp** *n.* ไฟฉายชนิดแรงสูง, ไฟสปอต (ท.ศ.); *(Motor Veh.)* ไฟหน้า (รถ)

spotless /ˈspɒtlɪs/ˈซปอทลิซ/ *adj.* Ⓐ *(unstained)* ไม่มีรอยเปื้อน, ไม่มีจุดด่างพร้อย; **her house is absolutely ~** *(fig.)* บ้านของเธอสะอาดเอี่ยมไร้ตำหนิ; **clean sth. until it is ~:** ทำความสะอาด ส.น. จนไม่มีรอยตำหนิหรือรอยด่างเหลืออยู่; Ⓑ *(fig.: blameless)* (บุคคล) ไม่มีที่ติ

spotlessly /ˈspɒtlɪslɪ/ˈซพอทลิซลิ/ *adv.* อย่างไม่มีรอยตำหนิ; **~ clean/white** สะอาด/ขาวไร้รอยตำหนิ

spot: ~light ❶ *n.* Ⓐ *(Theatre)* สปอตไลท์ (ท.ศ.); Ⓑ *(Motor Veh.)* ไฟหน้า (รถ); Ⓒ *(fig.: attention)* **the ~light is on sb.** ค.น. กำลังเป็นจุดสนใจ; **be in the ~light** โดดเด่นเป็นที่สนใจ; **keep out of the ~light** หลีกเลี่ยงความสนใจของสาธารณชน ❷ *v.t.*, **~lighted** *or* **~lit** Ⓐ *(Theatre)* ฉายไฟจับให้เห็นเด่นกว่าสิ่งอื่น; Ⓑ *(fig.: highlight)* ทำให้เป็นจุดสนใจ; **~ market** *n. (Commerc.)* ตลาดที่ขายของจ่ายเงินสด; **~ 'on** *(coll.)* ❶ *adj.* ถูกต้อง, ตรงเผง; **I was ~ on** ฉันแม่นยำ; **your estimate was ~ on** การคาดคะเนของคุณถูกต้องตรงเผง ❷ *adv.* อย่างถูกต้องแม่นยำ, อย่างตรงจุด; **~ remover** *n.* สารกำจัดจุดเปื้อน; **~ 'survey** *n.* การสำรวจแบบสุ่มตัวอย่าง

spotted /ˈspɒtɪd/ˈซปอทิด/ *adj.* Ⓐ เป็นจุด, เป็นแต้ม; **a blue dress/tie ~ with white** ชุดสีน้ำเงิน/เนคไทจุดขาว; Ⓑ *(Zool.)* **~ woodpecker/hyena** นกหัวขวาน/หมาไนลายจุด

spotted: ~ 'Dick *n. (Brit.: pudding)* ขนมพุดดิ้งใส่ลูกเกด; **~ 'dog** *n.* Ⓐ *(coll.: Dalmatian)* สุนัขดัลเมเชียน (ขนเกรียนขาวมีจุดสีดำ); Ⓑ ➡ **~ Dick**

spotter /ˈspɒtə(r)/ˈซปอเทอะ(ร)/ *n.* **~ [plane]** เครื่องบินลาดตระเวนหาที่ตั้งศัตรู

spotty /ˈspɒtɪ/ˈซปอทิ/ *adj.* Ⓐ *(spotted)* เป็นจุด, เป็นแต้ม; *(stained)* มีรอยเปื้อน; Ⓑ *(pimply)* เป็นสิว; **be ~:** เป็นสิว; *(have a rash)* มีผื่น, เป็นผื่น

spot: ~-weld ❶ *v.t.* เชื่อมโลหะสองแผ่นเข้าด้วยกันเป็นจุด ๆ ❷ *n.* จุดเชื่อมของโลหะสองแผ่น; **~-welding** *n.* การเชื่อมเป็นจุด ๆ

spouse /spaʊz, spaʊs/ซเพาซฺ/ *n.* คู่ครอง, คู่สมรส

spout /spaʊt/ซเปาทฺ/ ❶ *n.* Ⓐ *(tube)* ท่อ, หลอด, พวยกา; *(of water pump, overflow tap)* ท่อ; *(of gargoyle)* ท่อปลายรางน้ำฝน (ที่สร้างเป็นรูปหัวสัตว์); *(of fountain)* ท่อ/หลอดน้ำพุ; **be up the ~** *(coll.: pawned)* ถูกจำนำ; *(coll.: ruined)* พังทลาย, ล้มเหลว; *(Brit. coll.: pregnant)* ท้อง; Ⓑ *(chute)* ร่อง, ราง

❷ *v.t.* Ⓐ *(discharge)* พ่นออก (น้ำ, ลาวา, น้ำมัน); **the wound ~s blood** บาดแผลมีเลือดไหลพลั่ก ๆ ออกมา; Ⓑ *(declaim)* พูดโดยใช้สำนวนโวหาร; *(rattle off)* พูดเร็วรัว, พูดฉอด ๆ; **~ compliments/remarks** พูดชม/ตำหนิฉอด ๆ; **~ nonsense** พูดจาไร้สาระอย่างพล่อย ๆ

❸ *v.i.* Ⓐ *(gush)* ไหลพุ่ง (**from** จาก); Ⓑ *(declaim)* พูดโดยใช้สำนวนโวหาร; **~ at sb.** เล่นโวหารกับ ค.น.

~ 'out *v.i.* พวยพุ่งออกมา; **~ out of sth.** พวยพุ่งออกมาจาก ส.น.

sprain /spreɪn/ซเปรฺดิน/ ➤ **453** ❶ *v.t.* บิด, ทำให้เคล็ด; **~ one's ankle/wrist** ทำให้หัวเข่า/ข้อมือของตนเคล็ด ❷ *n.* การบิด, การเคล็ด

sprang ➡ **spring** 2, 3

sprat /spræt/ซแปรฺท/ *n.* ปลาขนาดเล็ก *Sprattus sprattus* คล้ายปลาทู; **set a ~ to catch a mackerel** *or* **herring** *or* **whale** *(fig.)* เอากุ้งฝอยไปตกปลากะพง

sprawl /sprɔːl/ซปรฺอล/ ❶ *n.* Ⓐ *(slump)* **lie in a ~:** นอนแผ่หลา; Ⓑ *(straggle)* แผ่ออกอย่างกระจัดกระจาย, ความไม่เป็นกลุ่มเป็นก้อน; **the city was one huge ~ over the map** บริเวณเมืองแผ่กระจายไปทั่วในแผนที่; **the ~ of the handwriting across the page** ลายมือที่เขียนหวัด ๆ เต็มหน้ากระดาษ; ➡ + **urban**

❷ *v.i.* Ⓐ *(spread oneself)* นอนแผ่; Ⓑ *(fall)* ล้มลงไปนอนแผ่; **send sb. ~ing** ทำให้/ผลัก ค.น. ลงไปนอนแผ่; Ⓒ *(straggle)* แผ่กระจัดกระจาย, ไม่เป็นกลุ่มเป็นก้อน, ไม่เป็นระเบียบ ❸ *v.t.* Ⓐ *(splay out)* ทำให้แบะกาง *หรือ* เผยออก; **be** *or* **lie ~ed in/on/over sth.** นอนแผ่ใน/บน/เหนือ ส.น.; Ⓑ *(spread)* แผ่กระจาย; **~ words/letters across the page** เขียนคำ/ตัวอักษรกระจายไปทั้งหน้ากระดาษ

~ a'bout *v.i.* แผ่กระจายไปทั่ว

~ 'out *v.i.* Ⓐ *(stretch out)* ยืดออก, แบะออก; Ⓑ *(straggle)* แผ่กระจัดกระจาย, ไม่เป็นกลุ่มเป็นก้อน, ไม่เป็นระเบียบ

sprawled out /sprɔːld ˈaʊt/ซปรฺอล'ด ˈเอาทฺ/ *adj.* แผ่หลา, อ้าซ่า, แบะแฉะ

sprawling /ˈsprɔːlɪŋ/ˈซปรฺอลิง/ *attrib. adj.* Ⓐ *(extended)* แผ่กระจาย; Ⓑ *(falling)* ล้มลง; Ⓒ *(straggling)* กระจัดกระจาย, ไม่เป็นกลุ่มเป็นก้อน, ไม่เป็นระเบียบ; Ⓓ *(spidery)* รุงรังเหมือนใยแมงมุม

¹spray /spreɪ/ซเปรฺ/ *n.* Ⓐ *(bouquet)* ช่อดอกไม้; **a ~ of roses** กุหลาบช่อหนึ่ง; Ⓑ *(branch)* กิ่งไม้ติดใบ *หรือ* ดอก; *(of palm or fern)* ก้านติดใบ; Ⓒ *(brooch)* เข็มกลัดในรูปกิ่งดอกไม้

S

²spray ❶ *v.t.* Ⓐ *(in a stream)* ฉีดเป็นฝอย, สาดเป็นสาย; *(in a mist)* พ่นเป็นละออง, โปรยปราย; **they ~ed the general's car with bullets** พวกเขาระดมยิง/สาดกระสุนใส่รถของท่านนายพล; Ⓑ *(treat)* ฉีด *(ผม, กันปลวก, ดอกไม้ ฯลฯ)*; **the vandals ~ed the car with paint** แก๊งกวนเมืองเอาสีมาฉีดรถยนต์จนเลอะ ❷ *v.i.* *(แมวตัวผู้, สิงโต)* ปัสสาวะเพื่อแสดงอาณาเขต ❸ *n.* Ⓐ *(drops)* หยดที่ฉีดออกมาเป็นละออง; Ⓑ *(liquid)* ของเหลวที่ฉีดหรือพ่นออก; Ⓒ *(container)* กระบอกฉีด; *(in gardening)* บัวรดน้ำ, หัวฉีดรดน้ำต้นไม้; **hair/throat ~:** น้ำยาฉีดผม/ยาพ่นคอ; **perfume ~:** ขวดน้ำหอมแบบมีหัวฉีด

~ **on [to]** *v.t.* **~ sth. on [to] sth.** พ่น *ส.น.* เคลือบ *ส.น.*, ฉีด *ส.น.* ใส่ *ส.น.*

~ **'out** *v.i.* ฉีด/พ่น/โปรยเป็นละออง

'spray can ➡ **aerosol A**

sprayer /'spreɪə(r)/'ซเปรเออะ(ร)/ *n.* Ⓐ *(person)* **[paint] ~:** คนพ่น [สี]; Ⓑ *(tool)* อุปกรณ์ฉีดพ่น; *(in pest control, gardening)* อุปกรณ์ฉีดพ่น

'spray gun *n.* หัวฉีดพ่นสี ลักษณะคล้ายปืน

spread /spred/ซเปร็ด/ ❶ *v.t.*, **spread** Ⓐ แผ่ *(แผนที่)* ออก **(on** บน); ทา *(เนย, แยม)*; ปู *(พรม, ผ้าปูโต๊ะ)*; **the peacock ~ its tail** นกยูงรำแพนหาง; **the yacht ~ its sails** เรือกางใบออก; Ⓑ *(cover)* **~ a roll with marmalade/butter** ทาขนมปังด้วยแยมผิวส้ม/เนย; **the sofa was ~ with a blanket** เก้าอี้ยาวมีผ้าคลุม; Ⓒ *(fig.: display)* **a magnificent view/meal was ~ before us** ทิวทัศน์ที่สวยงาม/สำรับอาหารที่โอ่อ่าปรากฏต่อหน้าพวกเรา; Ⓓ *(extend range of)* ขยายขอบเขต; **drought has ~ famine to many areas** ความแห้งแล้งได้ทำให้ทุพภิกขภัยขยายขอบเขตออกไปหลายพื้นที่; Ⓔ *(distribute)* แจกจ่าย; *(untidily)* กระจัดกระจายออกไป; Ⓕ *(make known)* ทำให้เป็นที่รู้จัก; **~ the word** *(tell news)* กระจายข่าว, บอกข่าว; *(coll.: pass on a message)* บอกต่อข้อความ; *(Relig.)* เผยแพร่ศาสนา; Ⓖ *(separate)* แยกจากกัน; ➡ **+ wing 1 A**

❷ *v.i.*, **spread** Ⓐ แผ่, กระจาย, กาง, ขยาย; **a smile/a blush ~ across** *or* **over his face** รอยยิ้มปรากฏทั่วหน้าของเขา/หน้าเขาแดงก่ำไปทั่วด้วยความอาย; **margarine ~s easily** เนยเทียมทาได้ง่าย; **~ing branches/trees** กิ่งก้าน/ต้นไม้ที่แผ่กางออก; **~ like wildfire** แพร่กระจายออกไปเร็วเหมือนไฟลาม; Ⓑ *(scatter, disperse)* ขจรขจาย, กระจาย; **the odour ~s through the room** กลิ่นกระจายไปทั่วห้อง; Ⓒ *(circulate)* *(ข่าว, กลิ่น, ความรู้ ฯลฯ)* หมุนเวียน, แพร่หลายไปทั่ว

❸ *n.* Ⓐ *(expanse)* ขอบเขต; **we could see the whole ~ of the town** พวกเราสามารถเห็นขอบเขตของตัวเมืองทั้งหมด; Ⓑ *(span) (of tree)* ขอบเขตของทรงต้นไม้; *(of wings)* ช่วงปีกที่กางออก; **an oak with a magnificent ~ of branches** ต้นโอ๊กที่มีทรงพุ่มแผ่กว้างงามเลิศ; Ⓒ *(breadth)* **have a wide ~:** มี *(ความสนใจ, มุมมอง)* กว้างขวาง; **a wide ~ of responsibility** ความรับผิดชอบอย่างกว้างขวาง; Ⓓ *(extension)* การขยาย; *(of city, urbanization, poverty)* การขยายตัว; Ⓔ *(diffusion)* การแพร่กระจาย; *(of learning, knowledge)* การกระจาย, การเผย; Ⓕ *(distribution)* การจำแนกแจกจ่าย; Ⓖ *(coll.: meal)* อาหารที่ปรุงอย่างประณีต; Ⓗ *(paste)* อาหารบด *(ปลา, เนื้อ, เนยแข็ง)* ที่ใช้ทาขนมปัง; Ⓘ *(girth)* ➡ **middle-aged;** Ⓙ ➡ **bedspread;** Ⓚ *(Printing)* **the advertisement was a full-page/double-page ~:** โฆษณาเต็มหน้า/เต็มสองหน้าคู่; Ⓛ *(Amer. coll.: ranch)* ไร่ปศุสัตว์ ❹ *v. refl.* Ⓐ *(stretch out)* ยืดตัวออก, นอนแผ่; Ⓑ *(talk or write at length)* พูดหรือเขียนอย่างยืดยาว

~ **a'bout, ~ a'round** *v.t.* Ⓐ *(convey)* กระจาย *(สินค้า, ข่าว)* ไปทั่ว; Ⓑ *(strew)* โปรย, หว่าน

~ **'out** ❶ *v.t.* Ⓐ *(extend)* กาง *(ขา, แขน)*; แผ่ *(ตัว)*; Ⓑ *(space out)* จัดระยะให้ห่าง *(ทหาร, นักเต้นรำ)*; วางห่าง *(ไพ่)*; คลี่ *(กระดาษ, แผนที่)* ❷ *v.i.* *(ทหาร)* กระจายออกห่างจากกัน

~ **'over** ❶ *v.t.* **~ sth. over a certain time** กำหนดให้ *ส.น.* ใช้เวลาช่วงหนึ่ง; **the mortgage/repayment is ~ over twenty years** ระยะเวลาในการจำนองที่ดิน/การจ่ายเงินรวมแล้วยี่สิบปี ❷ *v.i.* ขยายขอบเขต, ยืดเวลา; **~ over into** ยืดเวลาหลายตลบ, เข้ามาพัวพันใน

spread'eagle *v.t.* Ⓐ *(tie)* ผูกมัดแขนขาให้กางออก; Ⓑ *(flatten)* **the police ~d the suspect against the car** ตำรวจให้ผู้ต้องสงสัยยืนกางแขนกางขาพิงกับรถ; **lie** *or* **be ~d** นอนราบกางแขนกางขาออก

spreader /'spredə(r)/'ซเปร็ดเดอะ(ร)/ *n.* เครื่องหว่าน *ส.น.* ออก; **grit~:** กระดังร้อนกรวดลงบนถนน; **manure/fertilizer~:** เครื่องหว่านหรือโปรยปุ๋ย

'spreadsheet *n. (Computing)* สเปรดชีต *(ท.ศ.)*, *โปรแกรมคอมพิวเตอร์ที่ใช้ในการคำนวณในตาราง*

spree /spriː/ซปรี/ *n.* Ⓐ *(spell of spending)* การใช้จ่ายอย่างฟุ่มเฟือย; **go on a shopping ~:** ออกไปจับจ่ายซื้อของอย่างฟุ่มเฟือย; **have a ~:** ใช้จ่ายอย่างฟุ่มเฟือย; Ⓑ **be/go out on the ~** *(coll.)* ออกไปใช้จ่ายอย่างฟุ่มเฟือย

sprig /sprɪg/ซปริก/ *n.* Ⓐ *(twig)* กิ่งเล็ก ๆ, หน่อเล็ก ๆ; Ⓑ *(ornament)* *เครื่องประดับหรือลายผ้าในรูปกิ่ง*; Ⓒ *(young person)* คนหนุ่ม, ไก่อ่อน; Ⓓ *(tack)* หมุด, ที่ยึด

sprightly /'spraɪtlɪ/'ซไปรทลิ/ *adj.* มีชีวิตชีวา, ร่าเริง, รวดเร็วว่องไว

spring /sprɪŋ/ซปริง/ ❶ *n.* Ⓐ ➤ **789** *(season)* ฤดูใบไม้ผลิ; **in ~ 1969, in the ~ of 1969** ในฤดูใบไม้ผลิของปี 1969; **in early/late ~:** ในต้น/ปลายฤดูใบไม้ผลิ; **last/next ~:** ฤดูใบไม้ผลิที่ผ่านมา/หน้า; **full of the joys of ~** *(iron.)* ดูมีชีวิตชีวา, ดูจิตใจเบิกบานมาก; **~ weather/fashions/flowers** ลมฟ้าอากาศ/เครื่องแต่งกาย/ดอกไม้ในฤดูใบไม้ผลิ; **in [the] ~:** ในฤดูใบไม้ผลิ; **in the ~ of his/her life** *(literary)* ชีวิตในวัยรุ่นของเขา/เธอ; Ⓑ *(source, lit.)* บ่อน้ำบาดาล, บ่อน้ำพุ; *(fig.)* แหล่งกำเนิด, แรงบันดาลใจ; Ⓒ *(Mech.)* สปริง *(ท.ศ.)*, แหนบ, ลาน, ขดลวด; **~s** *(vehicle suspension)* แหนบรถยนต์; Ⓓ *(jump)* การกระโดด; **make a ~ at sb./at an animal** กระโดดเข้าใส่ *ค.น.*/สัตว์ตัวหนึ่ง; **make a ~ at sth.** กระโดดเข้าหา *ส.น.*; Ⓔ *(elasticity)* ความยืดหยุ่น; **the mattresses have no ~ in them** ฟูกไม่มีสปริง; **walk with a ~ in one's step** เดินอย่างกระฉับกระเฉงคล่องแคล่ว; **put a ~ in[to] sb.'s step** ทำให้ *ค.น.* กระชุ่มกระชวยขึ้น; Ⓕ *(recoil)* การเด้งกลับ, การขด, การม้วน; **snap back with a ~:** เด้งดึ๋งกลับเข้าที่เดิม

❷ *v.i.*, **sprang** /spræŋ/ซแปรง/ *or (Amer.)* **sprung** /sprʌŋ/ซปรัง/, **sprung** Ⓐ *(jump)* กระโดด, กระเด้ง; **~ [up] from sth.** กระเด้ง[ขึ้น] จาก *ส.น.*; **~ at sb.'s throat** โดดเข้าคว้าคอ *ค.น.*; **the blood ~s to sb.'s cheeks** เลือดฉีดขึ้นหน้า *ค.น.* หรือ *ค.น.* หน้าแดงขึ้นมา; **~ to one's feet** กระโดดลุกขึ้นยืน; **~ to sb.'s assistance/defence** โดดเข้าช่วย/ป้องกัน *ค.น.*; **~ to life** *(fig.)* มีท่าทางกระฉับกระเฉงคล่องแคล่วขึ้นมาในทันที; Ⓑ *(arise)* *(ต้นไม้เล็ก)* โผล่ขึ้นมา; *(ความหวัง)* เกิดขึ้น; **~ to fame** มีชื่อเสียงรุ่งโรจน์ขึ้นอย่างรวดเร็ว; **his actions ~ from a false conviction** การกระทำของเขาเกิดจากความฝังใจของความเชื่อผิด ๆ; **~ to mind** แวบขึ้นมาในความคิด; Ⓒ *(recoil)* **~ back into position** เด้งกลับสู่ตำแหน่งเดิม; **~ to** *or* **shut** *(ประตู, กับดัก)* เด้งปิด; Ⓓ *(split)* ผ่า, แตกแยก; *(become warped)* งอ, บิด; **~ from sth.** แตกแยกจาก *ส.น.*

❸ *v.t.*, **sprang** *or (Amer.)* **sprung, sprung** Ⓐ *(make known suddenly)* **~ a new idea/a proposal/a question on sb.** เสนอความคิดใหม่/ข้อเสนอ/คำถามให้ *ค.น.* อย่างกะทันหัน; **~ a surprise on sb.** ทำให้ *ค.น.* ตกใจโดยกะทันหัน; Ⓑ *(cause to operate)* ทำให้กลับเข้าที่ *(ประตู)*; ทำให้ระเบิด *(กับระเบิด)*; ทำให้เด้งปิด *(กับดัก)*; Ⓒ *(coll.: set free)* ปล่อยให้เป็นอิสระ **(from** จาก); Ⓓ *(Hunting: rouse)* ล่อ *(เหยื่อ)* ออกจากรูหรือที่ซ่อนกำบัง; Ⓔ *(split)* ทำให้แยก, ทำแตก; **I've sprung my racket** ฉันทำไม้แร็กเก็ตของฉันแตกเสียแล้ว; Ⓕ *(provide with ~s)* ใส่ลาน, ติดสปริง; **be well sprung** ไขลาน/ติดสปริงไว้อย่างดี

~ **'back** *v.i.* กระเด้งกลับ, ดีดกลับเข้าที่

~ **from** *v.t.* Ⓐ *(appear from)* โผล่ขึ้นมา; **where did you ~ from?** คุณโผล่มาจากไหน; Ⓑ *(originate from)* ถือกำเนิด, เติบโตมาจาก; **he ~s from a country family** เขาถือกำเนิดในครอบครัวชาวชนบท

~ **'up** *v.i.* ปรากฏหรือเกิดขึ้นในฉับพลัน; *(ลม)* พัดอย่างกะทันหัน; *(ตึก)* สูงขึ้นอย่างรวดเร็ว; *(ต้นไม้)* โผล่ออกมาจากดิน; *(ความสัมพันธ์)* เกิดขึ้นอย่างเร็ว

spring: ~ balance *n.* ตาชั่งสปริง; **~ bed** ➡ **bed 1 A; ~ 'binder** *n.* สปริงหนีบกระดาษ; **~board** *n. (Sport)* กระดานสปริงสำหรับกระโดดน้ำ; *(fig.)* แหล่งแรงกระตุ้นในการทำ *ส.น.*; *(in circus)* กระดานกระโดด

springbok /'sprɪŋbɒk/'ซปริงบอค/ *n.* Ⓐ *(Zool.)* ละมั่ง *Antidorcas marsupialis* ที่พบในแอฟริกาตอนใต้; Ⓑ *in pl.* **the S~s** *(Rugby)* นักกีฬารักบี้ทีมชาติแอฟริกาใต้

spring: ~ 'cabbage *n.* แขนงกะหล่ำ, ใบกะหล่ำอ่อน; **~ 'chicken** *n.* Ⓐ *(fowl)* ไก่อ่อน; Ⓑ *(fig.: person)* **be no ~ chicken** ไม่ได้เป็นคนหนุ่มสาวเสียแล้ว; **~-'clean** ❶ *n.* การทำความสะอาดบ้านหรือห้องอย่างทั่วถึง; *(in spring)* การทำความสะอาดบ้านรับฤดูใบไม้ผลิ ❷ *v.t.* **~-clean [the whole house]** ทำความสะอาด [บ้านทั้งหลัง] ในฤดูใบไม้ผลิ; **~ clip** *n.* ตัวหนีบที่ติดสปริง

springer /'sprɪŋə(r)/'ซปริงเงอะ(ร)/ *n.* **~ [spaniel]** สุนัขขนาดเล็กที่เลี้ยงไว้ช่วยไล่สัตว์ออกจากโพรง

spring: ~ gun *n. (Hunting)* ปืนที่ไกติดสปริง; *(Mil.)* ปืนที่มีไกอัตโนมัติ; **~-loaded** *adj.* *(ไกปืน)* ที่ใช้สปริงเด้งกลับ; **~ 'mattress** *n.* ฟูกสปริง; **~ 'onion** *n.* หัวหอมอ่อนที่ยังเล็ก; **~ sus'pension** *n. (Motor Veh.)* แหนบในรถแบบสปริง; **~ 'tide** *n.* กระแสน้ำขึ้นลงในหน้าใบไม้ผลิ *(ซึ่งจะมีระดับต่างกันมากกว่าธรรมดา)*;

~tide *n. (literary)* ช่วงเวลาฤดูใบไม้ผลิ; **~time** *n.* ฤดูใบไม้ผลิ; **~ water** *n.* น้ำที่พุจากใต้ดิน

springy /ˈsprɪŋɪ/ˈซปริ้งงิ/ *adj.* ยืดหยุ่น; *(การเดิน)* อย่างกระปรี้กระเปร่า

sprinkle /ˈsprɪŋkl/ˈซปริ้งค่ล/ *v.t.* Ⓐ *(scatter)* โปรย, หว่าน, พรม; **~ sth. over/on sth.** โปรย *ส.น.* บน/ลงบน *ส.น.*; **~ sth. with sth.** พรม *ส.น.* ด้วย *ส.น.*; Ⓑ *(fig.: distribute)* แจกจ่าย; Ⓒ *(fall on)* หยดลง, หยาดลง

sprinkler /ˈsprɪŋklə(r)/ˈซปริ้งเคลอะ(ร)/ *n.* Ⓐ *(Hort.: for watering)* เครื่องฉีดน้ำ; *(Agric.)* อุปกรณ์โปรยน้ำ; Ⓑ *(fire extinguisher)* **~s, ~ system** ระบบน้ำฉีดดับเพลิงอัตโนมัติ

sprinkling /ˈsprɪŋklɪŋ/ˈซปริ้งคลิง/ *n.* **a ~ of snow/sugar/dust** การโปรยหิมะ/น้ำตาล/ฝุ่นจำนวนเล็กน้อย; **a ~ of gold dust/rain** ผงทองคำ/ฝนจำนวนเล็กน้อย; **there was only a ~ of holidaymakers on the beach** ที่ชายหาดมีนักท่องเที่ยวไม่กี่คน

sprint /sprɪnt/ซปรินทฺ/ ❶ *v.t. & i.* วิ่งด้วยความเร็วสูง, วิ่งเต็มฝีเท้า *(โดยเฉพาะกีฬา)*; **~ for the line** *or* **tape** วิ่งเต็มฝีเท้าไปยังเส้นชัย ❷ *n.* Ⓐ *(race)* การ *(วิ่ง)* แข่งขันความเร็วระยะสั้น; **the hundred-metres ~** *(competition)* การแข่งขันวิ่งเร็วระยะทางร้อยเมตร; Ⓑ *(fig.: short burst of speed)* การเร่งความเร็วเพียงระยะเดียว; **final ~:** การรวบรวมเรียวแรงฮึดสู้ในช่วงสุดท้าย

sprinter /ˈsprɪntə(r)/ˈซปรินเทอะ(ร)/ *n.* นักวิ่งระยะสั้น

sprit /sprɪt/ซปริท/ *n. (Naut.)* ไม้ขวางเสากระโดงเรือสำหรับขึงใบ

sprite /spraɪt/ซไปรท/ *n.* เทวดา, นางฟ้า, ภูต; **a ~ of the air** เทวดาล่องหน, ภูตที่ร่างโปร่งใสอย่างอากาศ

spritsail /ˈsprɪtseɪl, ˈsprɪtsl/ˈซปริทเซล, ˈซปริทซ่ล/ *n. (Naut.)* ใบเรือที่ขึงจากไม้ขวางเสากระโดงเรือ

spritzer /ˈsprɪtsə(r)/ˈซปริทเซอะ(ร)/ *n. (Amer.)* เหล้าองุ่นขาวผสมน้ำโซดา

sprocket /ˈsprɒkɪt/ˈซปรอคิท/ *n. (Mech. Engin.)* ล้อฟันเฟือง, โซ่ฟันเฟือง

ˈsprocket wheel *n. (Mech. Engin.)* ล้อฟันเฟือง

sprog /sprɒg/ซปรอก/ *n. (coll.)* Ⓐ *(child)* เด็ก, ทารก; Ⓑ *(trainee)* ผู้ฝึกหัด, มือใหม่

sprout /spraʊt/ซปราท/ ❶ *n.* Ⓐ *in pl. (coll.)* ➡ **Brussels sprouts**; Ⓑ *(Bot.)* ➡ **shoot** 3 A ❷ *v.i.* Ⓐ *(lit. or fig.)* งอก, แตกหน่อ; **~ into life** *(ต้นไม้)* ฟื้นตัวขึ้น; *(บุคคล)* มีชีวิตชีวา; Ⓑ *(grow)* เจริญเติบโต; *(เครา)* ขึ้น; Ⓒ *(fig.)* *(ตึก)* ผุดขึ้นไปทั่ว; **the garden is ~ing all over with flowers** สวนมีดอกไม้ผลิสะพรั่งไปทั่ว ❸ *v.t.* *(ดอกไม้)* งอกออกมา; ปล่อยให้ *(เครา)* ขึ้น; มี *(ความคิด)* ใหม่อยู่เรื่อย; **the young deer was ~ing antlers** กวางหนุ่มกำลังงอกเขา; **my chin is ~ing hairs** คางของฉันกำลังมีเคราขึ้นงอก

spruce /spru:s/ซปรูซ/ ❶ *adj. (การแต่งกาย, ท่าทาง)* สะอาดเรียบร้อย, โก้เก๋; **look ~:** ดูสะอาดเรียบร้อย ❷ *n. (Bot.)* ต้นไม้จำพวกสน ❸ *v.t.* **~ up** ทำให้ดูสะอาดเรียบร้อยขึ้น, ทำให้ดูโก้เก๋; **~ the house up** ทำบ้านเรือนให้สะอาดเรียบร้อย/สวยงาม; **~ sb./oneself up [for sth.]** แต่งกาย *ค.น.*/แต่งตัวให้สะอาดเรียบร้อย [เพื่อ *ส.น.*]; **get ~d up** แต่งตัวให้ดูดี

sprucely /ˈspru:slɪ/ˈซพรูซลิ/ *adv.* อย่างสะอาดเรียบร้อย, อย่างสวยงาม; **be ~ kept** เก็บรักษาไว้อย่างเรียบร้อยสวยงาม

sprung /sprʌŋ/ซปรัง/ ❶ ➡ **spring** 2, 3 ❷ *attrib. adj.* ที่มีสปริง, ที่มีลาน

spry /spraɪ/ซไปร/ *adj.* กระฉับกระเฉง, คล่องแคล่ว

spryly /ˈspraɪlɪ/ˈซปรายลิ/ *adv.* อย่างกระฉับกระเฉง, อย่างคล่องแคล่ว; **walk** *or* **move ~:** เดินอย่างกระฉับกระเฉง

spud /spʌd/ซปัด/ *n.* Ⓐ *(Brit. coll.: potato)* มันฝรั่ง; Ⓑ *(spade)* จอบ, เสียมขนาดเล็ก

spud-bashing /ˈspʌdbæʃɪŋ/ˈซปัดแบชิง/ *n. (Brit. Mil. coll.)* การปอกมันฝรั่งเป็นการใหญ่

spue ➡ **spew**

spume /spju:m/ซปูม/ ❶ *n.* ฟอง ❷ *v.i.* เป็นฟอง

spun ➡ **spin** 1, 2

spunk /spʌŋk/ซปังคฺ/ *n.* Ⓐ *(coll.: courage)* ความกล้าหาญ; Ⓑ *(Brit. coarse.: semen)* น้ำว่าว *(ภ.ย.)*

spunky /ˈspʌŋkɪ/ˈซปังคิ/ *adj.* กล้าหาญ, มีชีวิตชีวา; **he is very ~:** เขากล้าหาญมาก

spur /spɜ:(r)/ซเปอ(ร)/ ❶ *n.* Ⓐ เดือยรองเท้า, เดือยติดส้นรองเท้า; **put** *or* **set ~s to one's horse** ใช้เดือยกระตุ้นม้าของตน; **win one's ~s** *(Hist./fig.)* ได้รับเกียรติ *หรือ* การยกย่องเป็นครั้งแรก; Ⓑ *(fig.: stimulus)* แรงกระตุ้น (to สำหรับ); **act** *or* **serve as a ~ to sb. in sth.** เป็นแรงกระตุ้นสำหรับ *ค.น.* ใน *ส.น.*; **on the ~ of the moment** ทันทีทันใดโดยไม่ได้วางแผนล่วงหน้า; Ⓒ *(branch road)* ถนนสายย่อย; Ⓓ *(Railw.: branch line)* ทางรถไฟย่อย; Ⓔ *(climbing iron)* ทอย, ลิ่มเหล็กใช้เป็นที่เหยียบปีนขึ้น; Ⓕ *(Bot.: short branch)* กิ่งก้านเล็ก ๆ ที่ติดผล, กิ่งไม้สั้น ๆ ❷ *v.t.*, **-rr-** Ⓐ *(prick)* กระตุ้น *(ม้า)* ด้วยเดือยรองเท้า; Ⓑ *(fig.: incite)* กระตุ้น, ยุยง; **~ sb. [on] to sth./to do sth.** กระตุ้น *ค.น.* ให้ทำ *ส.น.*; Ⓒ *(fig.: stimulate)* กระตุ้น ❸ *v.i.*, **-rr-** ควบม้าอย่างบ้าดีเดือด

~ ˈon *v.t.* ยั่วยุ, เร้า; ➡ + ~ 2 B

spurge /spɜ:dʒ/ซเปิจ/ *n. (Bot.)* พืชในสกุล *Euphorbia* ที่มีน้ำยางขุ่นขาว

ˈspur gear *n. (Mech.)* เฟืองเกียร์

spurious /ˈspjʊərɪəs/ˈซปิวเออะเรียซ/ *adj.* *(ข้ออ้าง, หลักฐาน)* ไม่จริง; *(ความสนใจ, ความรู้สึก)* เสแสร้ง; *(ชื่อ)* ปลอม; *(เหรียญ)* เทียม; **~ coins** เหรียญปลอม; **be of ~ character/descent** เป็นคนไม่ซื่อ/เป็นเชื้อสายที่ไม่มีผู้รับรองสิทธิ

spuriously /ˈspjʊərɪəslɪ/ˈซปิวเออะเรียซลิ/ *adv.* อย่างปลอม, อย่างไม่เป็นความจริง

spurn /spɜ:n/ซเปิน/ *v.t. (reject)* ปฏิเสธ, บอกปัดด้วยความดูหมิ่น

[1]**spurt** /spɜ:t/ซเปิท/ ❶ *n.* การโหมกำลังอย่างเต็มที่ *หรือ* การเพิ่มความพยายามขึ้นทันทีทันใด *(โดยเฉพาะกีฬา)*; **final ~:** การทุ่มกำลังครั้งสุดท้าย; **there was a ~ of activity** มีการทุ่มเทความพยายามทำกิจกรรม; **in a sudden ~ of energy** ด้วยการทุ่มเทพลังโดยฉับพลันทันที; **put on a ~:** ฮึดสู้ขึ้นมา ❷ *v.i.* โหมแรงทำโดยฉับพลัน

[2]**spurt** ❶ *v.i.* **~ out [from** *or* **of]** ไหลพุ่ง; **~ from** *(ควัน)* พ่นออกมา; *(ของเหลว)* ไหลพุ่งออกมาจาก ❷ *v.t.* **the wound ~ed blood** บาดแผลเลือดพุ่งออกมา ❸ *n.* การไหลพุ่ง

sputnik /ˈspʊtnɪk/ˈซปุทนิค/ *n.* สปุตนิก *(ท.ศ.)* *(ดาวเทียมของรัสเซีย)*

sputter /ˈspʌtə(r)/ˈซปัทเทอะ(ร)/ ❶ *v.t. (utter)* ออกเสียง, เปล่งเสียง; *(incoherently)* พูดอย่างไม่ปะติดปะต่อกัน ❷ *v.i.* Ⓐ *(speak) (vehemently)* ตะโกน, ตะคอก; *(in hurried fashion)* รีบพูด; Ⓑ *(crackle)* *(ไฟ, น้ำมัน)* ส่งเสียงเมื่อลุกไหม้, ปะทุ; Ⓒ ➡ **splutter** 1

sputum /ˈspju:təm/ˈซพูเทิม/ *n., pl.* **sputa** /ˈspju:tə/ˈซปิวเทอะ/ *(Med.)* Ⓐ *(saliva)* น้ำลาย; Ⓑ *(phlegm)* เสลด, เสมหะ

spy /spaɪ/ซปาย/ ❶ *n.* Ⓐ *(secret agent)* สายลับ; Ⓑ *(watcher)* ผู้เฝ้ามอง, ผู้สังเกตการณ์; **be a ~ for sb./sth.** เป็นสายลับให้ *ค.น./ส.น.*; **~ in the sky/cab** ดาวเทียมจารกรรม/เครื่องตรวจระยะเวลาขับรถบรรทุก ❷ *v.t. (literary)* มองเห็น; **~ a way out of the situation** มองเห็นทางออกจากสถานการณ์ที่เป็นอยู่ ❸ *v.i.* *(watch closely)* เฝ้ามองอย่างใกล้ชิด; *(practise espionage)* จารกรรม; **~ on sb./a country** เฝ้าติดตาม *ค.น.* อย่างใกล้ชิด/ติดตามประมวลข่าวสารเกี่ยวกับประเทศ *(อื่น)*; **~ on sb.'s movements** เฝ้าติดตามความเคลื่อนไหวของ *ค.น.* อย่างใกล้ชิดและลับ ๆ; **~ on each other** เฝ้าติดตามกันและกันอย่างใกล้ชิดและลับ ๆ

~ ˈout *v.t.* สำรวจ *(ที่ตั้งของฝ่ายตรงข้าม)*; **~ out the land** *(lit. or fig.)* ประเมินสถานการณ์

spy: ~glass *n.* กล่องส่องทางไกลขนาดเล็ก; **~hole** *n.* ช่องแอบดู; **~master** *n. (coll.)* หัวหน้าองค์การสายลับ; **~ ring** *n.* กลุ่มสายลับที่ทำงานร่วมกัน; **~ satellite** *n.* ดาวเทียมจารกรรม

sq., Sq. ➤ 69 *abbr.* **square, Square**

squab /skwɒb/ซกฺวอบ/ *n.* Ⓐ *(Ornith.: fledgeling)* ลูกนกที่ยังไม่มีปีกบิน; *(pigeon)* นกพิราบอ่อน ๆ ที่ใช้เป็นอาหาร; Ⓑ *(cushion)* เบาะนั่ง; *(Brit.: of car seat)* เบาะหลัง, เบาะข้าง

squabble /ˈskwɒbl/ˈซกฺวอบ'ล/ ❶ *n.* การทะเลาะโต้เถียงกันเล็ก ๆ น้อย ๆ; **petty ~s** การโต้เถียงทะเลาะกันเล็ก ๆ น้อย ๆ; **have a ~ [with sb. about sth.]** โต้เถียงทะเลาะ [กับ *ค.น.* เกี่ยวกับ *ส.น.*] ❷ *v.i.* ทะเลาะ, โต้เถียง (**over, about** เกี่ยวกับ)

squad /skwɒd/ซกฺวอด/ *n.* Ⓐ *(Mil.)* ทหารหมู่หนึ่ง; Ⓑ *(group)* คนกลุ่มเล็กที่มีภารกิจร่วมกัน; ➡ + **firing squad**; Ⓒ *(Police)* **special ~:** หน่วยพิเศษ; **Drug/Fraud S~:** หน่วยพิเศษปราบปรามยาเสพติด/การปลอมแปลง; **~ car** *(Amer.)* รถตำรวจ; ➡ + **flying squad; vice squad**

squaddie, squaddy /ˈskwɒdɪ/ˈซควอดิ/ *n. (Brit. mil. coll.)* ทหารเกณฑ์

squadron /ˈskwɒdrən/ˈซกฺวอเดริน/ *n.* Ⓐ *(Mil.)* *(of tanks)* กองรถถัง; *(of cavalry)* กองทหารม้า; Ⓑ *(Navy)* กองเรือรบในปฏิบัติการพิเศษ; Ⓒ *(Air Force)* หมู่เครื่องบินรบจำนวน 10-18 ลำ; **~ leader** *(Air Force)* นาวาอากาศตรี

squalid /ˈskwɒlɪd/ˈซกฺวอลิด/ *adj.* Ⓐ *(dirty)* สกปรก, โสโครก; **living conditions were ~:** สภาพความเป็นอยู่สกปรกโสโครก; Ⓑ *(poor)* ยากจน; Ⓒ *(fig.: sordid)* เลวทราม, ต่ำช้า

squall /skwɔ:l/ซกฺวอล/ ❶ *n. (gust)* ลมกรรโชกที่เกิดขึ้นรุนแรงในทันทีทันใด; **look out** *or* **be on the look out for ~s** *(fig.)* คอยระวังไว้เผื่อว่าจะเกิดอุปสรรคเหตุฉุกเฉินขึ้น ❷ *v.i.* กรีดร้องสุดเสียง; **~ in pain** กรีดร้องสุดเสียงด้วยความเจ็บปวด

squally /ˈskwɔ:lɪ/ˈซกฺวอลิ/ *adj.* *(ลม)* ที่พัดกรรโชกแรงเป็นช่วง ๆ

squalor /ˈskwɒlə(r)/ˈซกฺวอเลอะ(ร)/ *n., no pl.* Ⓐ *(dirtiness)* ความสกปรก; **live in ~:** อาศัยอยู่ท่ามกลางความสกปรก; **a life of ~:** ชีวิตที่เลวทรามต่ำช้า; Ⓑ *(fig.)* ความเสื่อมทราม, ความต่ำช้า

squander /ˈskwɒndə(r)/ˈซกฺวอนเดอะ(ร)/ *v.t.* ใช้ *(เงิน, เวลา ฯลฯ)* ไปอย่างไร้ประโยชน์; ปล่อย *(โอกาส)* ให้หลุดมือไป; **~ one's life** ใช้ชีวิตของตนอย่างไร้ประโยชน์

square /skweə(r)/ซแกฺว(ร)/ ❶ *n.* Ⓐ *(Geom.)* รูปสี่เหลี่ยมจัตุรัส; Ⓑ *(object, arrangement)* รูปสี่เหลี่ยมจัตุรัส; **carpet ~:** พรมรูปสี่เหลี่ยมจัตุรัส; **cheese ~:** เนยแข็งแผ่นสี่เหลี่ยมเล็ก ๆ; **tile ~:** กระเบื้องสี่เหลี่ยมจัตุรัส; Ⓒ *(on board in game)* ตาบนกระดาน; **go back to ~ one** *(fig. coll.)* เริ่มต้นใหม่; Ⓓ *(open area)* ลานโล่งมีตึกล้อม; Ⓔ *(scarf)* ผ้าพันคอสี่เหลี่ยม; **silk ~:** ผ้าพันคอไหมพรมสี่เหลี่ยม; Ⓕ *(Mil.: drill area)* **[barrack-] ~:** สนาม/ลานฝึกทหาร; Ⓖ *(Math.: product)* ผลคูณด้วยเลขยกกำลังสอง; **a perfect ~:** กำลังสองสมบูรณ์; Ⓗ *(coll.: old-fashioned person)* คนหัวเก่า, คนล้าสมัย; Ⓘ **on the ~, on the level** ➡ **level** 1 A; Ⓙ *(instrument)* ไม้ฉาก; **L-/T-~:** ไม้ฉากรูปตัวแอล/ที; ➡ **+ set square; try-square;** Ⓚ *(Amer.: block of buildings)* ตึกแถวหรืออาคารที่ติดกับถนนทั้งสี่ด้าน; Ⓛ *(Cricket: pitch area)* บริเวณตรงกลางสนามเล่น, สนามใน; ➡ **+ inverse square law; magic square; word square**

❷ *adj.* ➤ **602** Ⓐ เป็นสี่เหลี่ยมจัตุรัส; ➡ **+ hole** 1 A; Ⓑ ➤ **69 a ~ foot/mile/metre** หนึ่งตารางฟุต/ไมล์/เมตร; **the S~ Mile** ศูนย์กลางในตัวเมืองลอนดอน; Ⓒ *(right-angled)* เป็นมุมฉาก, ได้ฉาก; **~ with** *or* **to** เป็นมุมฉากกับ; **the wall is not ~ with the ceiling** กำแพงไม่ได้ฉากกับเพดาน; **~ on to sth.** เป็นมุมฉากกับ *ส.น.*; Ⓓ *(stocky)* ล่ำสัน; **be ~ in build** เป็นคนรูปร่างล่ำสัน; Ⓔ *(in outline)* มีโครงร่างสี่เหลี่ยม *(คาง, ไหล่)* รูปสี่เหลี่ยม, ได้มุมได้ฉาก; **~-shouldered** ไหล่ตั้ง, ไหล่ผึ่งผาย; Ⓕ *(quits)* เสมอกัน; **be [all] ~:** ไม่มีหนี้สิน, เสมอตัว; **the match finished all ~:** ผลการแข่งขันเสมอกัน; **get ~ with sb.** ตกลง/พูดกับ *ค.น.* อย่างตรงไปตรงมา; *(get revenge)* แก้แค้น; Ⓖ *(coll.: old-fashioned)* หัวเก่า, หัวโบราณ, ไม่ทันสมัย

❸ *adv.* Ⓐ อย่างเที่ยงตรง, อย่างพอดี; **put sth. ~ in the middle of sth.** ใส่/วาง *ส.น.* ลงตรงกลางของ *ส.น.* พอดี; **hit sb. ~ on the jaw** ชก *ค.น.* เข้าตรงกรามพอดี; **the ball hit him ~ on the head** ลูกบอลกระแทกเข้าเต็มศีรษะของเขา; **look sb. ~ in the face** *or* **between the eyes** มอง *ค.น.* ตรงหน้า *หรือ* สบตากันพอดี; Ⓑ *(fairly)* อย่างยุติธรรม; ➡ **+ ²fair** 2 C

❹ *v.t.* Ⓐ *(make right-angled)* ทำให้เป็นมุมฉาก; Ⓑ *(place squarely)* **~ one's shoulders** ยืดอก, ทำท่าวางสง่า; Ⓒ *(divide into ~s)* แบ่งเป็นสี่เหลี่ยมจัตุรัส; **~d paper** กระดาษกราฟ; Ⓓ ➤ **602** *(Math.: multiply)* คูณยกกำลังสอง; **3 ~d is 9** 3 ยกกำลัง 2 ได้ 9; Ⓔ *(reconcile)* **~ sth. with sth.** ปรับ *ส.น.* ให้เข้ากับ *ส.น.*; Ⓕ **~ it with sb.** *(coll.: get sb.'s approval)* ได้รับอนุมัติจาก *ค.น.*; Ⓖ *(coll.: bribe)* ติดสินบน; Ⓗ *(settle)* จัดการ *หรือ* จ่ายชำระ *(ใบเก็บเงิน ฯลฯ)* ให้เรียบร้อย; **~ one's debt[s]** ชำระหนี้สินของตน; **I have a debt to ~ with him** *(fig.)* ฉันมีเรื่องจะต้องสะสางกับเขาเสียหน่อย; ➡ **+ account** 2 A; Ⓘ *(draw level in)* **~ [the/one's match** *or* **score]** เสมอกัน [ในการแข่งขันโดยได้คะแนนเท่ากัน]; Ⓙ **~ the circle** *(Geom.)* สร้างรูปสี่เหลี่ยมจัตุรัสให้มีพื้นที่เท่าวงกลมที่กำหนดให้ *(ซึ่งเป็นสิ่งที่ไม่อาจทำได้ในทางเรขาคณิต)*; *(fig.)* ทำสิ่งที่ไม่มีใครทำได้

❺ *v.i.* *(be consistent)* คงเส้นคงวา; **sth. does not ~ with sth.** *ส.น.* ไม่คงเส้นคงวากับ *ส.น.*; **it just does not ~:** มันไม่คงเส้นคงวาเอาเสียเลย

~ 'off ❶ *v.t.* *(make ~)* ➡ **~** 4 A ❷ *v.i.* *(raise fists)* ตั้งท่าเตรียมชก

~ 'up *v.i.* *(settle up)* สะสางบัญชี

~ 'up to *v.t.* Ⓐ *(raise fists against)* ชูกำปั้นหรือหมัดใส่หน้ากัน; **they ~d up to each other** พวกเขาชูกำปั้นใส่หน้ากัน; Ⓑ *(confront)* **~ up to sb./sth.** เผชิญหน้ากับ *ค.น./ส.น.*

square: ~-bashing /ˈskweəbæʃɪŋ/ˈซแควฺเบชิง/ *n.* *(Brit. Mil. coll.)* การหัดทหารในสนามฝึก; **~ 'brackets** *n. pl.* วงเล็บสี่เหลี่ยมในรูป [ ]; **~-built** *adj.* *(ตึก)* รูปร่างสี่เหลี่ยม; *(บุคคล)* รูปร่างล่ำสัน; **~ dance** *n.* การเต้นรำซึ่งมี 4 คู่; **~ 'deal** *n.* การต่อรองตกลงที่เป็นธรรม; **get a ~ deal** *(not be swindled)* ไม่ถูกฉ้อโกง; *(receive adequate compensation)* ได้รับค่าชดเชยที่เพียงพอ; **~ 'leg** *n.* *(Cricket)* ตำแหน่งบนสนามที่ห่างจากด้านข้างของขาคนตี และเกือบจะอยู่ตรงข้ามกับหลักที่ปักไว้

squarely /ˈskweəlɪ/ˈซแควเออะลิ/ *adv.* Ⓐ *(directly)* โดยตรง, อย่างชัดแจ้ง; **his works place him ~ in the Romantic tradition** ผลงานของเขาทำให้เขาถูกจัดอยู่ในกลุ่มที่ถือแบบโรแมนติกอย่างชัดแจ้ง; Ⓑ ➡ **fairly** E

square: ~ 'meal *n.* อาหารมื้อหลักที่ทำให้อิ่มท้อง; **~ number** *n.* *(Math.)* ตัวเลขยกกำลัง; **~-rigged** /ˈskweərɪgd/ˈซแควฺริกดฺ/ *adj.* *(Naut.)* มีใบเรือรูปสี่เหลี่ยมเป็นใบเรือหลัก; **a ~-rigged sailing ship** เรือที่มีใบเรือรูปสี่เหลี่ยมเป็นใบเรือหลัก; **~ 'root** *n.* ➤ **602** *(Math.)* รากที่สองของตัวเลข; **~-root sign** เครื่องหมายรากที่สอง; **~ sail** *n.* *(Naut.)* ใบเรือสี่เหลี่ยมที่วางขวาง; **~-toed** /ˈskweətəʊd/ˈซแควฺโทด/ *adj.* **~-toed shoes/boots** รองเท้า/รองเท้าบูทที่มีหัวสี่เหลี่ยม; **~ wave** *n.* *(Phys.)* คลื่นที่มีการสับเปลี่ยนความถี่เป็นระยะ ๆ

¹squash /skwɒʃ/ซกฺวอช/ ❶ *v.t.* Ⓐ *(crush)* บดขยี้; **~ sth. flat** บดขยี้ *ส.น.* ให้แบนราบ; Ⓑ *(compress)* อัด, บิด; **~ in/up** อัดเข้า/ให้แน่น *(สิ่งของ)*; **~ sb./sth. into sth.** อัด *ค.น./ส.น.* เข้าไปใน *ส.น.*; Ⓒ *(put down)* ปราบปราม *(กบฏ)*; ทำลาย *(ความหวัง, ความฝัน)*; Ⓓ *(coll.: dismiss)* ยกเลิก *(แผน, คำเสนอ)*; Ⓔ *(coll.: silence)* ทำให้เงียบ

❷ *v.i.* อัดแน่น, ยัดเยียด; **~ in** อัดแน่น/ยัดเยียดอยู่ใน; **we ~ed up** พวกเราเบียดกันแน่น; **~ into the back seat of a car** นั่งเบียดอยู่แน่นข้างหลังรถยนต์คันหนึ่ง

❸ *n.* Ⓐ *(drink)* เครื่องดื่มผลไม้; **orange ~:** น้ำส้ม; *(concentrated)* เครื่องดื่มผลไม้คั้นที่ต้องผสมน้ำ; Ⓑ *(Sport)* **~ [rackets]** กีฬาสควอช [แร็กเก็ต] *(ท.ศ.)*; ➡ **crush** 2 A

²squash *n.* *(gourd)* น้ำเต้า

squash: ~ ball *n.* ลูกบอลเล่นสควอช; **~ court** *n.* สนามเล่นสควอช; **~ racket** *n.* ไม้แร็กเก็ตตีสควอช; **~ rackets** *n.* กีฬาสควอช

squashy /ˈskwɒʃɪ/ˈซกฺวอชิ/ *adj.* เปื่อยยุ่ย, เละง่าย, งอม *(ผลไม้)*

squat /skwɒt/ซกฺวอท/ ❶ *v.i.*, **-tt-** Ⓐ *(crouch)* นั่งยอง ๆ; Ⓑ *(coll.: sit)* นั่งยอง ๆ; *(sit down)* นั่งลง; Ⓒ *(coll.: occupy property)* *(house)* เข้าไปครอบครองทรัพย์สิน/บ้าน; *(land)* ครอบครองที่ดิน; **~ in a house/on land** ครอบครองบ้าน/ที่ดิน ❷ *adj.* อยู่ในท่านั่งยอง ๆ ❸ *n.* *(coll.)* Ⓐ *(occupation)* *(of house)* การครอบครองบ้าน; *(of land)* การครอบครองที่ดิน; Ⓑ *(house)* บ้านที่มีคนอาศัยอยู่โดยไม่มีสิทธิทางกฎหมาย; *(land)* ที่ดินที่ถูกบุกรุก

~ 'down *v.i.* นั่งลงยอง ๆ; *(on seat)* นั่งเก้าอี้

squatter /ˈskwɒtə(r)/ˈซกฺวอเทอะ(ร)/ *n.* *(illegal occupier)* ผู้ครอบครองโดยผิดกฎหมาย, ผู้บุกรุกที่ดิน; *(of house also)* ผู้ครอบครองบ้านโดยผิดกฎหมาย

squaw /skwɔː/ซกฺวอ/ *n.* หญิง *หรือ* ภรรยาชาวอินเดียนแดง

squawk /skwɔːk/ซกฺวอค/ ❶ *v.i.* *(นก)* ส่งเสียงร้องดังแคว้ก; *(complain)* บ่น, ร้องทุกข์ ❷ *n.* Ⓐ *(bird cry)* เสียงนกร้องดังแคว้ก; **~[s]** *(of crow, cockerel, raven)* เสียงร้อง; *(of hen)* เสียงแม่ไก่กระต๊าก; Ⓑ *(complaint)* คำบ่น, คำร้องทุกข์; **utter ~s of complaint** ออกปากร้องทุกข์; **~ of anger/indignation** เสียงบ่นด้วยความโกรธ/เนื่องจากรู้สึกว่าเสียศักดิ์ศรี

squeak /skwiːk/ซกฺวี้ค/ ❶ *n.* Ⓐ *(animal)* เสียงร้องแหลม ๆ สั้น ๆ, เสียงจี๊ด; Ⓑ *(of hinge, door, brake, shoe, etc.)* เสียงเอี๊ยดอ๊าด; Ⓒ *(coll.: escape)* **have a narrow ~:** หนีรอดได้อย่างหวุดหวิด; **that was a narrow ~!** นั่นนับว่าหนีรอดมาได้อย่างหวุดหวิดเต็มที่; ➡ **+ bubble and squeak**

❷ *v.i.* Ⓐ *(สัตว์พวกหนู ฯลฯ)* ทำเสียงร้องแหลม ๆ สั้น ๆ, ร้องวี้ด; Ⓑ *(บานประตู, เบรก, รองเท้า ฯลฯ)* ออกเสียงเอี๊ยดอ๊าด; Ⓒ *(coll.: pass)* **~ through/past [sth.]** เฉียดผ่าน [*ส.น.*]; Ⓓ *(coll.)* ➡ **squeal** 1 D

squeaky /ˈskwiːkɪ/ˈซกฺวีคิ/ *adj.* ที่ร้องเสียงแหลม ๆ สั้น ๆ เหมือนหนู; *(เสียงพูด)* แหลมสูง; **be ~ clean** สะอาดหมดจด; *(fig.)* ไม่มีที่ติหรือตำหนิใด ๆ

squeal /skwiːl/ซกฺวีล/ ❶ *v.i.* Ⓐ **~ with pain/in fear** กรีดร้องเสียงแหลมยาวด้วยความเจ็บปวด/ความหวาดกลัว; **~ with laughter/for joy/in excitement** หัวเราะเสียงแหลม/ส่งเสียงกรี๊ดกร๊าดด้วยความสนุกสนาน/ด้วยความตื่นเต้น; Ⓑ *(เบรก)* ดังกรี๊ด; *(ล้อรถ)* บดถนน; Ⓒ *(coll.: protest)* **~ [in protest]** ร้องขึ้น [เป็นการประท้วง]; Ⓓ *(sl.: inform)* ฟ้อง, แจ้ง; **~ on sb.** แจ้ง/ฟ้องเรื่องของ *ค.น.* ❷ *v.t.* ร้องเสียงแหลม ❸ *n.* เสียงร้องแหลม; *(of tyres)* เสียงล้อบดถนน; *(of animal)* เสียงสัตว์ร้อง; **give a ~ of fear** ร้องเสียงแหลมด้วยความกลัว; **give a ~ of anger** ร้องเสียงแหลมด้วยความโกรธ; **give a ~ of delight/excitement/joy** ส่งเสียงกรี๊ดกร๊าดด้วยความยินดี/ความตื่นเต้น/ความสนุกสนาน; **with a ~ of delight** ร้องกรี๊ดด้วยความยินดี

squeamish /ˈskwiːmɪʃ/ˈซกฺวีมิช/ *adj.* Ⓐ *(easily nauseated)* **be ~:** เป็นคนอาเจียนง่าย; **this film is not for the ~:** ภาพยนตร์เรื่องนี้ไม่ใช่สำหรับคนที่ขี้กลัว; Ⓑ *(fastidious)* จู้จี้, พิถีพิถัน

squeegee /skwiːˈdʒiː/ˈซกฺวีจี/ ❶ *n.* Ⓐ *(for floor)* ฟองน้ำมีด้ามใช้ถู; *(for window)* ฟองน้ำล้างกระจก; Ⓑ *(Photog.)* *(roller)* ลูกกลิ้งใช้ในการล้างภาพ; *(stripper)* พายยางใช้ปาดน้ำยา ❷ *v.t.* Ⓐ *(wipe)* ล้างขัดถูด้วยไม้กวาดหุ้มยาง; ล้างกระจกด้วยอุปกรณ์หุ้มฟองน้ำ; Ⓑ *(Photog.: roll)* กลิ้งด้วยลูกกลิ้งล้างภาพ

squeeze /skwiːz/ซกฺวีซ/ ❶ *n.* Ⓐ *(pressing)* การบีบ, การกด, การคั้น; **it only takes a gentle ~:** แค่บีบ/กดมันเบา ๆ เท่านั้นก็พอ; **give sth. a [small] ~:** บีบ/กด *ส.น.* [เบา ๆ]; **put the ~ on sb.** *(fig. coll.)* บังคับ *หรือ* สร้างความกดดันให้กับ *ค.น.*; Ⓑ *(small quantity)* **a ~ of juice/**

washing-up liquid น้ำผลไม้/น้ำยาล้างจานเพียงเล็กน้อย; **a ~ of toothpaste/icing** การบีบยาสีฟัน/น้ำตาลไอซิ่งออกนิดหน่อย; Ⓒ *(crush)* การบดขยี้; **be in a tight ~** *(fig.)* = **be in a fix** ➡ **fix** 4 A; Ⓓ *(Econ.: restriction)* การควบคุมการกู้ยืมและการลงทุนอย่างเข้มงวด; Ⓔ *(Brit.: embrace)* **give sb. a [big/final] ~:** กอด *ค.น.* [แน่น ๆ/เป็นครั้งสุดท้าย] ❷ *v.t.* Ⓐ *(press)* บีบ *(หลอด, ขวดพลาสติก, มือ); (นวด)* แป้ง; บิด *(เสื้อผ้าเปียก); (to get juice)* คั้น *(ผลไม้)*; **~ sb.'s hand** บีบมือ *ค.น.*; **~ the trigger** เหนี่ยวไกปืน; Ⓑ *(extract)* สกัด; **~ out sth.** สกัดออก *ส.น.*; **~ sth. on to sth.** สกัด *ส.น.* ใส่ *ส.น.*; Ⓒ *(force)* เบียดเสียด; **~ one's way past/into/out of sth.** เบียดเสียดผ่าน/เข้าไป/ออกจาก *ส.น.*; Ⓓ *(fig. coll.)* **~ sth. from sb.** บีบคั้น/บังคับเอา *ส.น.* จาก *ค.น.*; Ⓔ *(emit)* **~ [out]** บีบ, เค้น *(น้ำตา)* ออกมา; ฝืนยิ้มออกมา; Ⓕ *(fig.: constrain)* บังคับ; **~ sb. into doing sth.** บังคับ *ค.น.* ให้ทำ *ส.น.*; **~ sb. out of sth./out** *(fig. coll.)* บังคับ *ค.น.* ให้ปล่อยมือจาก *ส.น.*/บังคับให้ถอนตัวจาก *ส.น.*; Ⓖ *(Bridge)* บีบให้ฝ่ายตรงข้ามทิ้งไพ่สำคัญมาให้; Ⓗ *(coll.: extort)* **~ money out of sb.** รีด *หรือ* ขู่เอาเงินจาก *ค.น.* ❸ *v.i.* **~ past sb./sth.** เบียดเสียดผ่าน *ค.น./ส.น.* ไปได้; **~ between two persons** เบียดแทรกเข้าไประหว่างคนสองคน; **~ under** *or* **underneath sth.** สอดตัวลอดเข้าไปใต้ *ส.น.*; **~ under a bed** เข้าไปขดตัวอยู่ใต้เตียง; **~ together** เบียดกัน; **~ down a hole** เบียดตัวลงไปในช่อง

~ 'in ❶ *v.t.* Ⓐ อัดเข้าไปให้แน่น; Ⓑ *(fig.: fit in)* เบียดเข้าไป ❷ *v.i.* เบียดเข้าไปข้างใน; ยัด *หรือ* บีบตัวเองเข้าไป *(ในกางเกงคับเกินไป)*

~ 'up *v.i.* เบียดอัดกันแน่น; **~ up against sb./sth.** เบียดเข้าใกล้ *ค.น./ส.น.* อย่างแนบสนิท

squeeze: ~ bottle ➡ **squeezy bottle**; **~ box** *n. (coll.)* หีบเพลง

squeezer /ˈskwiːzə(r)/ˈซกฺวีเซอะ(ร)/ *n. (device)* เครื่องบีบ, เครื่องคั้น

squeezy bottle /ˈskwiːzɪ bɒtl/ˈซกฺวีซิ บอท'ล/ *n.* ขวดบีบได้, ขวดบุบบิบ

squelch /skweltʃ/ซเกฺวลฉฺ/ ❶ *v.t.* Ⓐ *(stamp on)* เหยียบลงไป, กระทืบ; Ⓑ *(silence)* ทำให้เงียบสงบ, ปราบปรามให้ราบคาบ ❷ *v.i.* Ⓐ *(make sucking sound)* ทำเสียงดูด; Ⓑ *(go over wet ground)* ย่ำไปบนพื้นที่เปียกแฉะ, ลุยโคลน

squib /skwɪb/ซกฺวิบ/ *n.* Ⓐ *(firework)* ดอกไม้เพลิงเล็ก ๆ; **damp ~** *(fig.)* สิ่งที่ไม่ประทับใจเท่าที่คาดหวังไว้; Ⓑ *(lampoon)* เรื่องตลกแกมเสียดสีขนาดสั้น

squid /skwɪd/ซกฺวิด/ *n. (Zool., Gastr.)* ปลาหมึก

squidgy /ˈskwɪdʒɪ/ˈซกฺวิจิ/ *adj. (Brit. coll.)* นุ่มเละ

squiffy /ˈskwɪfɪ/ˈซกฺวิฟฟิ/ *adj.* เมาเหล้า

[1]**squiggle** /ˈskwɪgl/ˈซกฺวิก'ล/ *n.* ลายเส้นหยัก ๆ, เส้นขยุกขยิก

squiggly /ˈskwɪglɪ/ˈซกฺวิก'ลิ/ *adj.* เป็นเส้นขยุกขยิก; **put a ~ line under sth.** ขีดเส้นหยักใต้ *ส.น.*

squint /skwɪnt/ซกฺวินทฺ/ ❶ *n.* Ⓐ *(Med.)* ตาเหล่, ตาเข; **have a ~:** มีตาเหล่; Ⓑ *(stealthy look)* การแอบเหลือบมอง; Ⓒ *(coll.: glance)* การชำเลืองมอง; **have** *or* **take a ~ at** ชำเลืองมองไปที่; Ⓓ *(Eccl.: opening)* ช่องเปิดเฉียง ๆ *ในผนังโบสถ์ เพื่อมองเห็นแท่นบูชาได้* ❷ *v.i.* Ⓐ *(Med.)* ทำตาเหล่; Ⓑ *(with half-closed eyes)* หรี่ตา, ทำตาหรี่; **~ at sth.** หรี่ตามอง *ส.น.*; Ⓒ *(obliquely)* เหลือบชำเลือง; **~ through a gap** หรี่ตาเล็งลอดช่องรู; Ⓓ *(coll.: glance)* **~ at** ชำเลืองมองไปที่; **I ~ed through his window as I passed** ฉันแอบชำเลืองมองเข้าหน้าต่างของเขาในขณะที่เดินผ่านไป ❸ *v.t.* **~ one's eyes** หรี่ตา, ทำตาเหล่

squire /ˈskwaɪə(r)/ˈซกฺวายเออะ(ร)/ ❶ *n.* Ⓐ *(country gentleman)* คหบดีชาวชนบท; Ⓑ *(Brit. coll.: sir)* **want to buy any watches, ~?** ต้องการซื้อนาฬิกาข้อมือไหมครับท่าน; Ⓒ *(Hist.: attendant)* คนรับใช้ขุนนาง ❷ *v.t. (ชาย)* คอยรับใช้หรือคุ้มกัน *(หญิง)*

squirm /skwɜːm/ซเกวิ่ม/ *v.i.* Ⓐ ➡ **wriggle** 1; Ⓑ *(fig.: show unease)* แสดงความรู้สึกอึกอัดใจ **(with** ด้วย**)**

squirrel /ˈskwɪrl, US ˈskwɜːrəl/ˈซกฺวิร'ล, ˈซเกวอร'ล/ *n.* Ⓐ *(Zool.)* กระรอก; ➡ **+ grey squirrel; ground squirrel; red squirrel**; Ⓑ *(fur)* ขนกระรอก

squirt /skwɜːt/ซเกวิท/ ❶ *v.t.* พ่น *(น้ำ)*; ฉีด *(สเปรย์)*; **~ sth. at sb.** ฉีด *ส.น.* ใส่ *ค.น.*; **~ sb. in the eye/face [with sth.]** ฉีด *ส.น.* ใส่ตา/หน้า *ค.น.*; **~ oneself with water/deodorant** ฉีดน้ำ/ยาดับกลิ่นใส่ตัวเอง ❷ *v.i.* พ่น, ฉีด ❸ *n.* การพ่น, การฉีด, กระบอกพ่น, กระบอกฉีด; **a ~ of juice** การฉีดน้ำผลไม้นิดหน่อย

squishy /ˈskwɪʃɪ/ˈซกฺวิชชิ/ *adj.* มีเสียงเอี๊ยดอ๊าดเบา ๆ, บู้บี้, นุ่ม, เละ

Sr. *abbr.* Ⓐ **Senior**; Ⓑ **Senor**; Ⓒ *(Relig.)* **Sister**

Sri Lanka /sriː ˈlæŋkə/ซรี ˈแลงเคอะ/ *pr. n.* ประเทศศรีลังกา

Sri Lankan /sriː ˈlæŋkən/ซรี ˈแลงเคิน/ ❶ *adj.* แห่งประเทศศรีลังกา ❷ *n.* ชาวศรีลังกา; **sb. is a ~:** *ค.น.* เป็นชาวศรีลังกา

SRN *abbr.* **State Registered Nurse** นางพยาบาลที่ขึ้นทะเบียนแห่งรัฐ

SS *abbr.* Ⓐ /seɪnts/เซนทฺซฺ/ **Saints**; Ⓑ **steamship**; Ⓒ *(Nazi élite force)* หน่วยทหารพิเศษแห่งพรรคนาซี, ทหารเอสเอส

SSE /saʊθsaʊθˈiːst/เซาธเซาธˈอีซทฺ/ *abbr.* ➤ **191 south-south-east**

SSW /saʊθsaʊθˈwest/เซาธเซาธˈเว็ซทฺ/ *abbr.* ➤ **191 south-south-west**

St *abbr.* **Saint** น.

St. *abbr.* **Street** ถ.

st. *abbr.* ➤ **1013** *(Brit.: unit of weight)* **stone**

stab /stæb/ซแตบ/ ❶ *v.t.*, **-bb-** Ⓐ *(pierce)* ทิ่ม, แทง; **~ the air** เหวี่ยง *(อาวุธ)* ไปมาในอากาศ; **~ sb. in the chest** แทง *ค.น.* เข้าที่อก; **~ a piece of meat** จิ้มเนื้อ *(ขึ้นมา)* หนึ่งชิ้น; **he had been severely ~bed** เขาถูกแทงอาการสาหัส; Ⓑ *(fig.) (hurt)* **~ sb.'s heart** ทำร้ายจิตใจของ *ค.น.*; **~ sb.'s conscience** แทงใจดำ *ค.น.*, ทำให้ *ค.น.* สำนึกผิด; *(attack)* **~ sb. in the back** *(fig.)* ทรยศ/หักหลัง/แทงข้างหลัง *ค.น.* ❷ *v.i.*, **-bb-** Ⓐ *(pierce)* ทิ่ม, แทง; Ⓑ *(thrust)* แทง; **~ at sb.** แทง *ค.น.* ❸ *n.* Ⓐ *(act)* การทิ่ม, การแทง; *(fig.)* **that was a real ~ in the back** นี่นับว่าทรยศหักหลังกันชัด ๆ; Ⓑ *(coll.: attempt)* **make** *or* **have a ~ [at it]** พยายามทำ [มัน]; Ⓒ *(blow)* การทิ่มแทง; *(with beak)* การจิกตี, การเจาะ *(ด้วยจะงอยปาก)*; Ⓓ *(wound)* บาดแผลจากการถูกทิ่มแทง; Ⓔ *(fig.) (pang)* **~ of conscience/guilt** ความสำนึก/ความรู้สึกผิดที่เกิดขึ้นโดยฉับพลัน

stabbing /ˈstæbɪŋ/ˈซแตบิง/ ❶ *n.* การทิ่ม, การแทง ❷ *attrib. adj. (ความเจ็บปวด)* ที่เหมือนถูกทิ่มแทง

stabilisation *etc.* ➡ **stabiliz-**

stability /stəˈbɪlɪtɪ/ซเตอะˈบิลลิทิ/ *n., no pl.* ความมั่นคง, เสถียรภาพ; **his character lacks ~:** บุคลิกภาพของเขาขาดความมั่นคง

stabilization /steɪbɪlaɪˈzeɪʃn, US -lɪˈz-/ซเตบิไลˈเซช'น, -ลิˈซ-/ ❶ *v.t.* ทำให้มั่นคง, ทำให้คงที่ ❷ *v.i.* ทำให้ตนเองมั่นคง, คงที่

stabilize /ˈsteɪbɪlaɪz/ˈซเตบิลายซฺ/ ❶ *v.t.* ทำให้มั่นคง, ทำให้คงที่ ❷ *v.i.* เกิดความมั่นคง, คงที่

stabilizer /ˈsteɪbɪlaɪzə(r)/ˈซเตบิไลเซอะ(ร)/ *n.* Ⓐ *(Naut.)* อุปกรณ์ป้องกันเรือโคลง; Ⓑ *(Aeronaut.)* **vertical ~** ➡ **tail fin**; **horizontal ~** ➡ **tailplane**; Ⓒ *(Cycling)* ล้อเสริมของจักรยานเด็กเล็ก

[1]**stable** /ˈsteɪbl/ˈซเตบ'ล/ *adj.* Ⓐ *(steady)* มั่นคง, คงที่, ทรงตัว; **the patient was in a ~ condition** *or* **was ~:** คนไข้อาการยังทรงอยู่; **a ~ family background** พื้นฐานทางครอบครัวแน่นหนามั่นคง; ➡ **+ equilibrium**; Ⓑ *(resolute) (บุคลิก)* มุ่งมั่น, เด็ดเดี่ยว

[2]**stable** ❶ *n.* Ⓐ *(for horses)* คอกม้า; Ⓑ *(Horseracing: establishment)* สถานที่ฝึกม้าแข่ง; **the horses are trained at his ~:** ม้าฝึกอยู่ที่โรงฝึกม้าแข่งของเขา; Ⓒ *(fig.: origin)* ต้นกำเนิด, ค่าย; **the latest model from the X ~:** แบบล่าสุดจากค่ายเอ็กซ์; **from the same ~** *(สิ่งของ)* จากแหล่งเดียวกัน; *(นักแสดง)* จากค่ายเดียวกัน ❷ *v.t. (put in ~)* พาไปเข้าคอก; *(keep in ~)* **the pony was ~d at a nearby farm** ม้าอยู่ในคอกในฟาร์มใกล้ ๆ

stable: ~ boy ➡ **~ lad**; **~ door** *n. (made in two parts)* ประตูคอก; ➡ **+** [2]**lock** 2 A; **~ lad, ~man** *ns.* ➤ **489** ลูกจ้างประจำคอกม้า, คนเลี้ยงม้า

stabling /ˈsteɪblɪŋ/ˈซเตบลิง/ *n., no indef. art.* คอกม้า, โรงม้า

staccato /stəˈkɑːtəʊ/ซเตอะˈคาโท/ *(Mus.)* ❶ *adj.* ขาดเป็นห้วง ๆ, ไม่มีช่วงเชื่อมเสียง; *(fig.)* ไม่ปะติดปะต่อ, ออกมาเป็นคำ ๆ; **speak with a ~ delivery** พูดขาดเป็นห้วง ๆ; **~ bursts of gunfire** การระดมยิงปืนเป็นชุด ❷ *adv.* อย่างเป็นห้วง ๆ ❸ *n. (also fig.)* การเล่นให้เสียงสั้นหรือเสียงขาด

stac'cato mark *n. (Mus.)* เครื่องหมายบ่งบอกให้บรรเลงดนตรีเป็นห้อง ๆ

stack /stæk/ซแตค/ ❶ *n.* Ⓐ *(of hay etc.)* กอง; Ⓑ *(pile)* กอง, กองพะเนิน, ตั้ง; **place sth. in ~s** จัด *ส.น.* เป็นกอง; Ⓒ *(coll.: large amount)* จำนวนมากมาย; **a ~ of work/money** งาน/เงินจำนวนมาก; **have a ~ of things to do** มีอะไรต่ออะไรที่ต้องทำมากมาย; **have ~s of money** มีเงินเป็นตั้ง ๆ; Ⓓ **[chimney-] ~:** ปล่องไฟบนหลังคา; Ⓔ *(factory chimney)* ปล่องไฟโรงงาน; **blow one's ~** *(Amer. fig. coll.)* = **blow one's top** ➡ [1]**blow** 2 H; Ⓕ *(funnel)* **[smoke-]~:** ปล่องระบายควัน; Ⓖ *(Aeronaut.)* เครื่องบินที่ต้องบินในรอบต่างระดับก่อนลงจอด; Ⓗ *(Brit.: rock pillar)* เสาหิน; Ⓘ *(in library)* กลุ่มชั้น, หมู่ชั้น ❷ *v.t.* Ⓐ *(pile)* **~[up]** กองสุม, กองเป็นพะเนิน; **~ logs in a pile** กองซุง; **be well ~ed** *(fig. coll.: have large bust)* มีหน้าอกใหญ่; **~ing** การเก็บซ้อนกัน *(ม้านั่ง, จาน, ชาม)*; Ⓑ *(arrange fraudulently)* **~ the cards** โกงไพ่, จัดเตรียมไพ่ปลอม; **the odds** *or* **cards** *or* **chips are ~ed**

stadium | stake 860

against sb. *(fig.)* *ค.น.* กำลังเสียเปรียบ *หรือ* อยู่ในสถานการณ์ที่ลำบาก; (C) *(Aeronaut.)* บินได้ระดับ, บินวนรอลงจอด; **we are ~ed right up to 30,000 feet** เราบินวนเวียนขึ้นไปถึงระดับสูง 30,000 ฟุต

~ 'up ➡ ~ 2 A

stadium /ˈsteɪdɪəm/ˈซเตเดียม/ *n.* สนามกีฬาที่มีอัฒจันทร์โดยรอบ, สเตเดียม *(ท.ศ.)*

staff /stɑːf, US stæf/ซตาฟ, ซแตฟ/ ❶ *n.* (A) *(stick)* ไม้เท้า; (B) *constr. as pl. (personnel)* เจ้าหน้าที่, บุคลากร; **editorial ~:** คณะบรรณาธิการ; **diplomatic ~:** บุคลากรทางการทูต, คณะทูต; **the ~ of the firm** บุคลากรของบริษัท; **~ meeting** การประชุมเจ้าหน้าที่; (C) *constr. as pl. (of school)* คณะครูและเจ้าหน้าที่ธุรการ; *(of university or college)* คณะอาจารย์และเจ้าหน้าที่ฝ่ายธุรการ; **~-student ratio** อัตราส่วนระหว่างจำนวนอาจารย์กับจำนวนนักศึกษา; **~ meeting** *(at school)* การประชุมคณะครู; *(at university or college)* การประชุมภายในของอาจารย์; (D) *pl.* **staves** /steɪvz/ซเตวฺซ/ *(Mus.)* เส้นห้าเส้นซึ่งใช้เขียนโน้ตเพลง; **~ notation** การเขียนโน้ตเพลงลงบนเส้นขีดขวางห้าเส้น; (E) *(Mil.: officers)* ฝ่ายเสนาธิการ; ➡ + **chief** 1 B; (F) *(ceremonial rod)* คทาที่ถือในพิธี; **pastoral ~** *(Eccl.)* คทาประจำตำแหน่งบิชอป; (G) *(fig.: support)* ความช่วยเหลือ, สิ่งสนับสนุน; **rice/Christ is the ~ of life** ข้าว/พระคริสต์เป็นเครื่องค้ำจุนชีวิต; (H) *(Surv.: rod)* ไม้วัด, เสา, หลักเล็ง; ➡ + **flagstaff, general staff**
❷ *v.t.* จัดเจ้าหน้าที่; **a hospital ~ed by women** โรงพยาบาลที่มีเจ้าหน้าที่ผู้หญิงล้วน

'staff college *n. (Brit. Mil.)* โรงเรียนเสนาธิการทหาร

staffed /stɑːft/ซตาฟทฺ/ *adj.* มีเจ้าหน้าที่ประจำ

staffer /ˈstɑːfə(r)/ˈซตาเฟอะ(ร)/ *n. (Amer. Journ.)* บุคลากรของหนังสือพิมพ์

staff: ~ meeting *n.* การประชุมฝ่ายครูอาจารย์; **~ nurse** *n. (Brit.)* นางพยาบาลที่มีตำแหน่งต่ำกว่าหัวหน้าตึก; **~ officer** *n. (Mil.)* นายทหารเสนาธิการ; **~room** *n.* ห้อง *(ทำงานหรือห้องประชุม)* ของเจ้าหน้าที่; **~ sergeant** *n.* (A) *(Brit. Mil.)* นายทหารประทวนยศจ่าอาวุโส; (B) *(Amer. Mil.)* นายทหารประทวนยศพันจ่า

stag /stæg/ซแทก/ *n.* (A) กวางตัวผู้ที่มีเขา; (B) *(Amer.: lone man)* ชายโสด, ชายรักสันโดษ; (C) *(Brit. St. Exch. coll.)* *คนที่ซื้อหุ้นเพื่อกินกำไรทันที*

'stag beetle *n. (Zool.)* ตัวด้วงที่มีเขาในวงศ์ Lucanidae

stage /steɪdʒ/ซเตจ/ ❶ *n.* (A) *(Theatre)* เวทีละคร; **down/up ~** *(position)* เวทีตอนล่าง/ตอนบน; *(direction) (เดินไป)* ทางด้านคนดู/ไปหน้าม่าน; **[be/appear] on ~:** กำลังแสดง, เล่นละครอยู่; **be appearing on ~ at the Royal** กำลังแสดงอยู่ที่ *(โรงละคร)* รอแยล; (B) *(fig.)* **the ~:** อาชีพนักแสดง, ชีวิตและงานบนเวทีละคร; **write for the ~:** เขียนบทละคร; **go on the ~:** เป็นนักแสดง; (C) *(part of process)* ขั้นตอน, ช่วง *(ของกระบวนการ)*; **be at a difficult/late/critical ~:** อยู่ในขั้นลำบาก/ใกล้จบ/วิกฤติ; **negotiations are at an early ~:** การเจรจาอยู่ในขั้นเบื้องต้น; **at such a late ~:** ที่ช่วงสุดท้าย; **at this ~:** ในขั้นนี้; **do sth. in** *or* **by ~s** ทำ *ส.น.* เป็นขั้น ๆ ไป; **I am past the ~ of caring** ฉันเลยขีดที่จะสนใจแล้ว; **in the final ~s** ในขั้นสุดท้าย; (D) *(raised platform)* ยกพื้น, แท่น, ฐานรอง; ➡ + **landing stage;** (E) *(of microscope)* ยกพื้นวางสไลด์เพื่อตรวจสอบ; (F) *(fig.: scene)* สถานที่, วงการ; **quit the political ~** *or* **the ~ of politics** เลิกเล่นการเมือง; **hold the ~:** เป็นผู้ควบคุมกำกับกิจการ; **set the ~ for sb./sth.** ตระเตรียมการไว้พร้อมสำหรับ *ค.น./ส.น.*; **the ~ was set for a bitter argument** ทุกอย่างเตรียมพร้อมที่จะมีการโต้เถียงอย่างดุเดือด; (G) *(stopping place)* ที่หยุดพักประจำ; (H) *(distance)* ช่วงห่างระหว่างสองแห่ง; **the ~ from Paris to Marseilles** ระยะทางระหว่างปารีสกับมาร์แซยล์; **travel by [easy] ~s** เดินทางเป็นระยะ ๆ [สั้น/ง่าย]; ➡ + **fare stage;** (I) *(Geol.)* ชั้นหินบางหลายชั้นเป็นชุด; *(Astronaut.)* ส่วนประกอบของจรวด; *(Electr.)* วาล์วหรือทรานซิสเตอร์ขยายเสียงที่มีอุปกรณ์ประกอบ
❷ *v.t.* (A) *(present)* จัดแสดงบนเวที; (B) *(arrange)* จัดเตรียม *(การแข่งขัน, การประท้วง ฯลฯ)*; **~ a comeback** กลับมาแสดงบทสำคัญอีกครั้ง

stage: ~coach *n.* รถม้าโดยสารขนาดใหญ่; **~craft** *n., no pl., no indef. art. (Theatre)* ทักษะในการเขียนหรือแสดงบทละครเวที; **~ direction** *n. (Theatre)* การกำกับการแสดง; **~ door** *n. (Theatre)* ประตูหลังของโรงละคร; **~ effect** *n. (Theatre)* สิ่งสมมติที่ใช้ในการแสดงละครเวที; **~ fright** *n. (Theatre)* ความประหม่าก่อนออกเวที; **~hand** *n. (Theatre)* คนย้ายฉากในระหว่างการแสดง; **~ left** ➡ ²**left** 3 C; **~-manage** *v.t.* (A) *(Theatre)* จัดการแสดง; (B) *(fig.)* จัดเตรียมการและควบคุมกิจกรรมใด ๆ; **~ manager** *n.* ➤ 489 *(Theatre)* ผู้จัดการการแสดงละครเวที; **~ name** *n. (Theatre)* ชื่อที่ใช้ในการแสดง; **~ play** *n. (Theatre)* ละครเวที

stager /ˈsteɪdʒə(r)/ˈซเตเจอะ(ร)/ ➡ **old** 1 B

stage: ~ right ➡ **right** 3 H; **~ rights** *n. pl.* ลิขสิทธิ์ในการแสดงละครเรื่องใด ๆ; **~-struck** *adj.* อยากจะเป็นนักแสดงละครเวที; **~ whisper** *n.* การพูดป้อง, การกระซิบให้คนดูได้ยิน; **in a ~ whisper** ด้วยการพูดป้อง

stagflation /stægˈfleɪʃn/ซแตก̱ˈเฟลช'น/ *n. (Econ.)* ภาวะเงินเฟ้อแต่เศรษฐกิจไม่ขยายตัว

stagger /ˈstægə(r)/ˈซแตเก̱อะ(ร)/ ❶ *v.i.* เดินโซเซ ❷ *v.t.* (A) *(cause to totter)* ทำให้เดินโซเซ; (B) *(astonish)* ทำให้ตกตะลึง, ทำให้งง; **I was ~ed** ฉันงงไปเลย; (C) *(position out of line, arrange alternately)* วางตำแหน่ง *(วัตถุ)* ไว้นอกเส้น, จัดสลับกัน; **~ed junction** สี่แยกที่ถนนย่อยไม่ได้อยู่ตรงข้ามกัน; **~ed** *(fig.)* ตกตะลึง, งง

~ a'bout, ~ a'round *v.i.* เดินโซซัดโซเซไปมา

staggering /ˈstægərɪŋ/ˈซแตเก̱อะริง/ *adj.* *(ข้อความ, ข่าว)* น่าประหลาดใจอย่างยิ่ง; *(สูง, ใหญ่)* ไม่น่าเชื่อ; **the ~ fact is that no one really knew who he was** ข้อเท็จจริงที่น่าประหลาดใจอย่างยิ่งก็คือว่าไม่มีใครทราบจริง ๆ เลยว่าเขาเป็นใคร

staggeringly /ˈstægərɪŋlɪ/ˈซแตเก̱อะริงลิ/ *adv.* อย่างน่าประหลาดใจ

stagily /ˈsteɪdʒɪlɪ/ˈซเตจิลิ/ *adv.* อย่างเกินจริง, อย่างเหมือนละคร; *(ทำตัว)* เต๊ะท่า

staging /ˈsteɪdʒɪŋ/ˈซเตจิง/ *n., no indef. art.* (A) การแสดงละครเวที; *(used as stage)* ชั้นหรือนั่งร้านที่ใช้ชั่วคราว; (B) *(Hort.: shelves)* ชั้นวางต้นไม้กระถางในเรือนต้นไม้; (C) *(Theatre: production)* การสร้างละครเวที

staging: ~ area *n. (Mil.)* พื้นที่รวมพลชั่วคราว *(ระหว่างเดินทัพ)*; **~ post** *n.* จุดที่ *(อากาศยาน)* แวะ *(จอดพัก)* เป็นประจำ

stagnant /ˈstægnənt/ˈซแตกเนินทฺ/ *adj.* (A) *(motionless)* ไม่เคลื่อนไหว, อยู่กับที่; **the water is ~:** น้ำนิ่ง *(ไม่มีกระแส)*, น้ำเน่า; (B) *(fig.: lifeless)* ไร้ชีวิต, ไม่มีชีวิตชีวา; **the economy is ~:** เศรษฐกิจสะดุด/ไม่พัฒนา

stagnate /stægˈneɪt, US ˈstægneɪt/ซแตก̱ˈเนท, ˈซแตก̱เนท/ *v.i.* (A) หยุดนิ่ง, ไม่เคลื่อนไหว; (B) *(fig.)* ไม่กระตือรือร้น, เฉื่อยชา

stagnation /stægˈneɪʃn/ซแทกˈเนช'น/ *n., no pl.* (A) *(of water etc.)* การหยุดนิ่ง, การไม่ไหลของน้ำ; (B) *(fig.)* การไม่กระตือรือร้น, ความเฉื่อยชา

stag: ~ night *n.* *การออกไปเที่ยวของเจ้าบ่าวและเพื่อนชายก่อนแต่งงาน;* **~ party** *n.* *งานเลี้ยงระหว่างเจ้าบ่าวและเพื่อนชายก่อนแต่งงาน*

stagy /ˈsteɪdʒɪ/ˈซเตจิ/ *adj.* เหมือนละคร, เป็นของปลอม, เกินความเป็นจริง; **be a ~ dresser** ชอบแต่งตัวฉูดฉาดหรูหรา; **they have a ~ manner** พวกเขาชอบทำท่าทางเหมือนกำลังเล่นละคร

staid /steɪd/ซเตด/ *adj.* (A) *(steady, sedate)* มีบุคลิกมั่นคง, สุขุมเยือกเย็น; **lead a ~ existence** ดำเนินชีวิตอย่างสุขุมเรียบง่าย; (B) *(serious)* เคร่งขรึม, จริงจัง

staidly /ˈsteɪdlɪ/ˈซเตดลิ/ *adv.* (A) *(soberly)* อย่างมีสติ, อย่างใจสุขุม, อย่างไม่ตื่นเต้น; (B) *(sedately)* อย่างสุขุมเยือกเย็น

stain /steɪn/ซเตน/ ❶ *v.t.* (A) *(discolour)* เปลี่ยนสี, ทำให้สีเพี้ยน; *(make ~s on)* ทำให้มีรอยเปื้อนหรือรอยด่าง; (B) *(fig.: besmirch)* ทำให้เป็นมลทิน; (C) *(colour)* ทำให้เปลี่ยนสี; ย้อมสี *(ไม้)*; (D) *(Biol.: impregnate)* ย้อมสีตัวอย่างก่อนตรวจ ❷ *v.i.* เปลี่ยนสี ❸ *n.* (A) *(discoloration)* รอยด่าง, การเปลี่ยนสี; (B) *(fig.: blemish)* รอยมลทิน; **without a ~ on his character** โดยปราศจากรอยมลทินในบุคลิกภาพของเขา; (C) *(colouring material)* วัสดุที่ใช้ย้อมสี; (D) *(Biol.)* สารย้อมสี *(เพื่อตรวจด้วยกล้องจุลทรรศน์)*

stained 'glass *n.* กระจกสี; **the ~ at the church** กระจกสีที่ประดับโบสถ์; **stained-glass window** หน้าต่างประดับกระจกสี

stainless /ˈsteɪnlɪs/ˈซเตนลิซ/ *adj.* (A) *(spotless)* ไม่มีจุด, ไม่มีรอย; (B) *(non-rusting)* ไม่เป็นสนิม, ปลอดสนิม

stainless 'steel *n.* เหล็กปลอดสนิม

'stain remover *n.* สารกำจัดรอยเปื้อน

stair /steə(r)/ซเตเออะ(ร)/ *n.* (A) *(set of steps)* **~s,** *(arch./Scot.)* **~:** บันได; **below ~s** ใต้บันได; (B) *(step)* ขั้นบันได; (C) *in pl. (landing stage)* ที่ลงพัก, จุดจอด; ➡ + **downstairs;** ¹**flight** 1 D; **upstairs**

stair: ~ carpet ➡ **carpet** 1 A; **~carpeting** ➡ **carpeting** A; **~case** *n.* บันได; *(one flight)* บันไดหนึ่งชั้น; **on the ~case** บนบันได; ➡ + **spiral staircase; winding staircase; ~head** ➡ **landing** D; **~ rod** *n.* ก้านทับพรมปูขั้นบันได; **it's raining ~ rods** *(coll.)* ฝนตกหนักมาก; **~way** *n.* (A) *(access via ~s)* ทางเข้าผ่านบันได; (B) *(~case)* บันได; **~well** *n.* ปล่องบันได, ช่องบันได

stake /steɪk/ซเตค/ ❶ *n.* (A) *(pointed stick)* เสาเข็ม, ไม้แหลมใช้ปักเป็นหลัก; **pull up ~s** *(Amer. fig. coll.)* อพยพย้ายที่อยู่; (B) *(wager)* สิ่งพนัน, เดิมพัน; **be at ~:** สิ่งที่เสี่ยงแกนแท้; **at ~ is the Gold Medal** สิ่งที่ทุกคนอยากได้คือเหรียญทอง; **have a lot of money at ~ on a project** เสี่ยงลงทุนจำนวนมากกับโครงการใดโครงการหนึ่ง; **have a ~ in sth.** ได้ลงทุนใน *ส.น.*; **have a 50%**

~ **in a firm** มีส่วนได้เสียในบริษัท 50%; Ⓒ *in pl. (Horseracing) (prize money)* เงินรางวัล; *(race)* การแข่งม้า; Ⓓ *(for execution)* **be burnt at the ~:** ถูกมัดเข้ากับเสาเผาทั้งเป็น;**go to the ~ for sth.** *(fig.)* ต้องรับโทษ *ส.น.*
❷ *v.t.* Ⓐ *(secure)* ทำให้แน่นโดยตอกเสา; **~ sth. down** ตอก *ส.น.* ให้แน่นหนา; **~ a claim [to sb./sth.]** ➡ **claim** 3 E; Ⓑ *(wager)* เดิมพัน, พนัน (**on** ใน); Ⓒ *(risk)* เสี่ยง; **I'll ~ my reputation on his innocence** ฉันยอมเอาชื่อเสียงของฉันประกันความบริสุทธิ์ของเขา; **~ one's life on sth.** เสี่ยงชีวิตของตนกับ *ส.น.*; **you can ~ your life on that** คุณสามารถเสี่ยงชีวิตของคุณกับสิ่งนั้นได้; Ⓓ *(Amer. coll.: finance)* **~ sb.** สนับสนุน *ค.น.* ทางการเงิน; **~ a business/venture** สนับสนุนธุรกิจ/ธุรกิจเสี่ยง

~ **'off** *v.t.* ปัก *(ไม้)* เป็นหมายแยกไว้

~ **'out** *v.t.* Ⓐ *(mark out)* หมายไว้; Ⓑ *(fig.: claim)* อ้าง, ยึด; **have ~d out a field of study as one's own** ได้ยึดสาขาวิชาใด ๆ เป็นของตน; Ⓒ *(Amer. coll.: observe)* เฝ้าสังเกต; ➡ + **stake-out**

stake: ~ boat *n. (Rowing) เรือที่ทอดสมอไว้เพื่อเป็นเครื่องหมายบอกเส้นทางการแข่งเรือ;* **~ net** *n.* แห/อวนจับปลาที่วางพาดไว้บนเสา; **~-out** *n. (Amer. coll.)* สถานที่ที่กำลังเฝ้ามอง; การเฝ้าสังเกต

stalactite /ˈstæləktaɪt, US stəˈlæk-/ˈซแตเลิกไทท, ซเตอะˈแลค-/ *n. (Geol.)* หินย้อย

stalagmite /ˈstæləgmaɪt, US stəˈlæg-/ˈซแตเลิกไมท, ซเตอะˈแลก-/ *n. (Geol.)* หินงอก

stale /steɪl/ซเตล/ ❶ *adj.* Ⓐ *(อาหาร)* ค้างมื้อ, ไม่สด, มีกลิ่นหรือรสชาติไม่ดี; *(อากาศ)* อับ; *(เหล้าองุ่น)* ชืด; *(fig.) (ข่าว)* เก่า; *(คำตลก)* จำเจ, น่าเบื่อ; Ⓑ *(jaded) (นักกีฬา, นักดนตรี, นักแสดง)* เหนื่อยล้า ❷ *v.t.* ทิ้งไว้จนเสีย *(อาหาร)*; ทำให้ล้า *(นักแสดง, นักกีฬา)*

'stalemate ❶ *n. (Chess; also fig.)* ตาจน, ตาอับ, สถานการณ์ที่ทำอะไรไม่ได้; **end in** *or* **reach ~:** อับจน ❷ *v.t.* Ⓐ *(Chess)* **~ sb.** ทำให้คู่เล่นอับจนไม่มีตาเดิน, รุกจนมุม; Ⓑ *(fig.: halt)* ทำให้ต้องหยุด, ทำให้จนตรอก

staleness /ˈsteɪlnɪs/ˈซเตลนิซ/ *n., no pl.* Ⓐ *(lack of freshness)* ความไม่สดใหม่; *(of air)* ความอับ; *(of beer etc.)* ความชืด; *(fig.: lack of novelty)* ความเก่า, ความไม่แปลกใหม่; *(of news)* ความเก่า; Ⓑ *(jadedness)* ความเหนื่อยอ่อน, ความล้า

Stalinism /ˈstɑːlɪnɪzm/ˈซตาลินิซˈม/ *n. (Polit.)* ลัทธิสตาลิน, รูปแบบการปกครองระบอบสังคมนิยม

Stalinist /ˈstɑːlɪnɪst/ˈซตาลินิซทฺ/ *n. (Polit.)* ผู้นิยมลัทธิสตาลิน, ผู้นิยมระบอบสังคมนิยม

¹stalk /stɔːk/ซตอค/ ❶ *v.i.* Ⓐ เดินวางท่า; **~ along** เดินวางท่า; Ⓑ *(Hunting)* ติดตามล่าสัตว์อย่างลับ ๆ; **be ~ing** กำลังแอบติดตามล่าสัตว์ ❷ *v.t.* Ⓐ ติดตามล่า *(สัตว์)* อย่างลับ ๆ; Ⓑ *(follow obsessively)* **~ sb.** จู่โจมเข้าประชิด

²stalk /stɔːk/ซตอค/ *n.* Ⓐ *(Bot.) (main stem)* ลำต้น, กิ่งใหญ่; *(of leaf, flower, fruit)* ก้าน *(ใบ)*; ขั้ว *(ดอก, ผล)*; *(of cabbage)* แกนในของกะหล่ำปลี; Ⓑ *(Zool.)* อวัยวะที่มีลักษณะเป็นลำ; *(of crab etc.)* ท่อก้านตา *(ของปู)*; **his eyes stood** *or* **were out on ~s** *(fig.)* เขาจ้องตาแป๋วทีเดียว

stalker /ˈstɔːkə(r)/ˈซตอเคอะ(ร)/ *n.* Ⓐ คนที่ติดตามรอยสัตว์เพื่อไล่ล่า; Ⓑ *(obsessive pursuer)* คนที่หมกมุ่น *ค.น.* และติดตามในวิธีต่าง ๆ

¹stall /stɔːl/ซตอล/ ❶ *n.* Ⓐ แผงขายสินค้า; Ⓑ *(for horse, cow)* คอกม้า; Ⓒ *(Eccl.: seat)* ที่นั่งในโบสถ์; **the choir ~s** ที่นั่งประจำสำหรับนักร้องเพลงสวดในโบสถ์; Ⓓ *in pl. (Brit. Theatre: seats)* ที่นั่งชั้นล่าง; **[front]~s** ที่นั่ง [ด้านหน้า]; **in the rear/cheap ~s** ในที่นั่งด้านหลัง/ราคาถูก; Ⓔ *(Brit. Horseracing)* **the [starting] ~s** ช่องปล่อยม้า; Ⓕ *(of engine)* อาการที่เครื่องยนต์ดับ; Ⓖ *(Aeronaut.)* การที่อัตราความเร็วลดลงต่ำกว่าขีดที่สามารถควบคุมได้ของเครื่องบิน; **go into a ~:** เครื่องดับโดยกะทันหัน ❷ *v.t.* ทำให้ *(เครื่องยนต์)* ดับ ❸ *v.i.* Ⓐ *(Motor) (เครื่องยนต์, เครื่องจักร)* ดับ; Ⓑ *(Aeronaut.) (เครื่องบิน)* ควบคุมไม่ได้เนื่องจากสูญเสียความเร็วบิน

²stall ❶ *v.i.* ถ่วงเวลา, หน่วงเหนี่ยว; **~ on a promise** *(delay)* ผลัดเลื่อนคำสัญญา; **quit ~ing!** *(Amer. coll.)* เลิกถ่วงเวลาเสียที! ❷ *v.t.* หน่วงเหนี่ยว, ขัดขวาง *(ความก้าวหน้า, กฎหมาย)*; ปิดกั้น *(ศัตรู)*

'stallholder *n.* พ่อ/แม่ค้าแผงลอย

stallion /ˈstæljən/ˈซแตเลียน/ *n.* ม้าพ่อพันธุ์

stalwart /ˈstɔːlwət/ˈซทอลเวิท/ ❶ *adj.* Ⓐ *(sturdy)* แข็งแรง, แกร่ง; Ⓑ *attrib. (fig. determined)* มุ่งมั่น, แน่วแน่, แข็งแกร่ง; *(loyal)* ซื่อสัตย์, ภักดี ❷ *n. (loyal supporter)* ผู้สนับสนุนที่จงรักภักดี; **Party ~:** ผู้สนับสนุนพรรคอย่างซื่อสัตย์

stamen /ˈsteɪmən/ˈซเตเมิน/ *n. (Bot.)* เกสรตัวผู้

stamina /ˈstæmɪnə/ˈซแทมิเนอะ/ *n.* Ⓐ *(physical staying power)* ความสามารถที่จะอดทน, ความอึด; Ⓑ *(endurance)* ความอดทน

stammer /ˈstæmə(r)/ˈซแตเมอะ(ร)/ ❶ *v.i.* พูดตะกุกตะกัก, พูดติดอ่าง ❷ *v.t.* กล่าวด้วยเสียงตะกุกตะกัก, พูดติดอ่าง; **~ [out] one's thanks/apologies** กล่าวคำขอบคุณ/คำขอโทษ [ออกมา] อย่างตะกุกตะกัก ❸ *n.* การพูดตะกุกตะกัก, การพูดติดอ่าง; **have a ~, speak with a ~:** พูดติดอ่าง

stammerer /ˈstæmərə(r)/ˈซแตเมอะเรอะ(ร)/ *n.* คนพูดติดอ่าง

stamp /stæmp/ซแตมพฺ/ ❶ *v.t.* Ⓐ *(impress, imprint sth. on)* ตีตรา, ประทับ, กดรอย; **~ sth. on sth.** ประทับรอย *ส.น.* บน *ส.น.*; **~ envelopes with sth.** ประทับตรา *ส.น.* ลงบนซองจดหมาย; Ⓑ **~ one's foot/feet** กระทืบเท้า, ย่ำเท้า, กระแทกเท้า; **~ the snow from one's boots** เคาะเท้าให้หิมะที่ติดรองเท้าร่วงลง; **~ the floor** *or* **ground [in anger/with rage]** กระทืบพื้น [ด้วยความโกรธเกรี้ยว]; Ⓒ *(put postage ~ on)* ติดแสตมป์ *หรือ* ตราไปรษณียากร; **~ed envelope** ซองจดหมายที่ติดแสตมป์; Ⓓ *(mentally)* ประทับอยู่ในความทรงจำ, จารึกไว้ในใจ; **~ oneself/itself** *or* **become** *or* **be ~ed on sb.'s memory** *or* **mind]** ประทับรอยของตน/ของมันในความทรงจำ *หรือ* ในใจของ *ค.น.*; Ⓔ *(crush)* บดขยี้, เหยียบย่ำ; Ⓕ *(flatten)* **~ flat** ย่ำให้แบนราบ; **~ down** เหยียบให้แบนลง; Ⓖ *(characterize)* บอก *หรือ* ถือว่าเป็น; **~ sb. [as] a genius** ถือว่า *ค.น.* เป็นอัจฉริยะ
❷ *v.i.* กระทืบเท้า, เดินกระทืบเท้า; **~ up and down** เดินกระทืบเท้าไป ๆ มา ๆ
❸ *n.* Ⓐ ตรา; *(postage ~)* ไปรษณียากร, แสตมป์; ➡ + **first-class** 1 A; **insurance stamp; second-class** 1 B; **trading stamp**; Ⓑ *(instrument for ~ing, mark)* ตรา, เครื่องหมาย, รอยพิมพ์; Ⓒ *(fig.: characteristic)* **bear the ~ of genius/greatness** มีลักษณะอุปนิสัยของอัจฉริยะ/มีลักษณะที่แสดงถึงความยิ่งใหญ่; **leave one's ~ on sth.** ทิ้งร่องรอยของตนไว้กับ *ส.น.*; Ⓓ *(fig.: kind)* แบบ, ชนิด, ประเภท; **men of his ~:** ผู้ชายแบบเขา

~ **on** *v.t.* Ⓐ *(crush)* บดขยี้ *(กระดาษ)*; เดินทับ *(ดอกไม้, มด)*; **~ on sb.'s foot** เหยียบเท้า *ค.น.*; Ⓑ *(suppress)* ยับยั้ง, สกัดกั้น; ➡ + ~ 1 A, D

~ **'out** *v.t.* Ⓐ *(eliminate)* ดับ *(ไฟ)*, ทำลาย *(ฝ่ายตรงข้าม)*; กำจัด *(ศัตรู)*; Ⓑ *(cut out)* ตัดเป็นรูปใด ๆ *(โดยใช้เครื่องมือ)*

stamp: ~ album *n.* สมุดแสตมป์, สมุดรวบรวมดวงตราไปรษณียากร; **~ book** *n.* หนังสือประมวลดวงตราไปรษณียากร; **~ collecting** *n.* การสะสมดวงตราไปรษณียากร; **~ collection** *n.* ชุดดวงตราไปรษณียากรที่สะสมไว้; **~ collector** *n.* นักสะสมดวงตราไปรษณียากร; **~ duty** *n.* อากรเกี่ยวกับเอกสารทางกฎหมายบางประเภท

stampede /stæmˈpiːd/ซแตมˈพีด/ ❶ *n.* Ⓐ การวิ่งแตกตื่น *(ของม้าวัวควายจำนวนมาก)*; Ⓑ *(rush of people) (due to interest)* ความวิ่งอย่างตื่นเต้นอลหม่าน; *(due to panic)* การวิ่งแตกตื่น; Ⓒ *(Amer. Polit.)* การยกพวกแปรพักตร์ ❷ *v.i.* Ⓐ วิ่งแตกตื่น; Ⓑ *(rush)* รีบเร่ง ❸ *v.t.* Ⓐ **~ a herd** ทำให้ฝูงสัตว์แตกตื่นอลหม่าน; Ⓑ **~ sb. into doing sth.** บีบบังคับให้ *ค.น.* ทำ *ส.น.* อย่างรีบเร่ง

'stamp hinge ➡ **hinge** 1 C

stamping-ground /ˈstæmpɪŋgraʊnd/ˈซแตมพิงเกรานดฺ/ *n.* สถานที่โปรดปราน, สถานที่ไปเป็นประจำ; **one's old ~:** ที่ที่เคยไปเป็นประจำ

'stamp machine *n.* เครื่องหยอดเหรียญขายแสตมป์

stance /stɑːns, stæns/ซตานซฺ, ซแตนซฺ/ *n.* Ⓐ *(Golf, Cricket: position)* ท่าตีลูกบอล; Ⓑ *(posture; fig.: attitude)* ท่าที, ทัศนคติ; **take up a ~ over** *or* **on sth.** *(fig.)* ตั้งท่าเกี่ยวกับ *ส.น.*

stanch /stɑːnʃ, stɔːnʃ/ซตานชฺ, ซแตนชฺ/ *v.t.* Ⓐ *(stop flow of)* ห้าม *(เลือด)*; Ⓑ *(stop flow from)* ทำให้ *(เลือด)* หยุดไหลจาก *(บาดแผล)*

stanchion /ˈstɑːnʃn, US ˈstæntʃən/ˈซตานช่น, ˈซแตนเฉิน/ *n.* เสาค้ำในแนวตั้ง; *(of awning)* เสาค้ำกระโจม, เสาคอก

stand /stænd/ซแตนดฺ/ ❶ *v.i.*, **stood** /stʊd/ซทุด/ Ⓐ ยืน; **all ~!** ยืนขึ้น; **don't just ~ there[, do something]!** อย่ายืนอยู่เฉย ๆ [ทำอะไรบ้างซิ]; **~ for the National Anthem/for a minute's silence** ยืนเคารพเพลงชาติ/สงบนิ่งเป็นเวลาหนึ่งนาที; **~ in a line** *or* **row** ยืนเข้าแถว; *(be ~ing)* กำลังยืนเข้าแถว; **we stood talking** พวกเรายืนคุยกัน; **~ or fall by sth.** *(fig.)* ยึดมั่นอยู่กับ *ส.น.* เสมอ; **~ empty** ไม่มี *(คน)* อยู่; ➡ + **standstill**; Ⓑ *(have height)* **he ~s six feet tall/the tree ~s 30 feet high** เขาสูง 6 ฟุต/ต้นไม้สูง 30 ฟุต; **~ high above sb./sth.** *(fig.)* มีคุณสมบัติเหนือกว่า *ค.น./ส.น.*; Ⓒ *(be at level)* คงระดับ *(หุ้น, เงิน, ปรอท)* (**at** ที่); Ⓓ *(hold good)* คงเดิม, ไม่เปลี่ยนแปลง; **my decision still ~s** การตัดสินใจของฉันยังไม่เปลี่ยนแปลง; **my offer/promise still ~s** ข้อเสนอ/คำสัญญาของฉันยังคงเดิม; Ⓔ *(find oneself, be)* **~ first in line for the throne** เป็นพระองค์แรกที่มีสิทธิจะได้ขึ้นครองราชย์; **~ convicted of treachery** ถูกตัดสินว่าเป็นกบฏจริง; **as it ~s, as things ~:** อย่างที่เป็นอยู่, ตามความเป็นจริง; **the law as it ~s** กฎหมายตามที่มีกำหนดไว้; **the matter ~s thus** เรื่องราวเป็นเช่น

S

นี้; **~ prepared to dispute sth.** เตรียมพร้อมที่จะโต้เถียง *ส.น.*; **as a statesman he ~s alone in contemporary politics** *(fig.)* ในฐานะรัฐบุรุษไม่มีใครเทียบเขาได้; **I'd like to know where I ~** *(fig.)* ฉันอยากรู้ว่าตอนนี้ฉันมีสถานะอย่างไร; **~ in need** กำลังต้องการ; **~ in need of sth.** กำลังต้องการ *ส.น.*; (F) *(be candidate)* เป็นผู้สมัครรับเลือกตั้ง (**for** สำหรับ); **~ in an election** สมัครเข้ารับเลือกตั้ง; **~ as a candidate/nominee** เป็นผู้สมัคร/ผู้ถูกเสนอชื่อ; **~ as a Liberal/Conservative** เป็นผู้สมัครจากพรรคเสรีนิยม/พรรคอนุรักษ์นิยม; **~ for Parliament** *(Brit.)* สมัครเข้ารับเลือกตั้ง; **~ for office** *(Brit.)* เสนอตนเข้ารับเลือก; (G) **~ proxy for sb.** เป็นตัวแทนให้ *ค.น.*; (H) *(place oneself)* อยู่ในตำแหน่งใด; **~ from under sb.** *or* **sb.'s feet** *(Amer.)* ไม่ค่อยไปยุ่งจุกจิกอยู่ใกล้ *ค.น.*; **~ in the way of sth.** *(fig.)* กีดกัน/ขวางทาง *ส.น.*; **[not] ~ in sb.'s way** *(fig.)* [ไม่ได้] กีดหน้าขวางตา *ค.น.*; (I) *(be likely)* **~ to win** *or* **gain/lose sth.** มีสิทธิได้รับ/สูญเสีย *ส.น.*; **what do I ~ to gain from/by it?** ฉันจะได้รับอะไรจากมัน; (J) *(Cricket: be umpire)* เป็นกรรมการตัดสิน; (K) *(Naut.: hold course)* **~ in for** *or* **towards sth.** คงแนวทางไปสู่ *ส.น.*; **~ into danger** มุ่งสู่อันตราย ➡ + **correct** 1 A; **deliver** D; **ease** 1 F; **easy** 2; **²fast** 2 A; **²firm** 2; **foot** 1 A; **leg** 1 A; **¹light** 1 A; **²pat** A

❷ *v.t.*, **stood** (A) *(set in position)* วางในตำแหน่ง; **~ sth. on end/upside down** วาง *ส.น.* ตั้งขึ้น/กลับหัวกลับหาง; (B) *(endure)* อดทน, ทนทาน; **I can't ~ the heat/noise** ฉันทนความร้อน/เสียงดังไม่ได้; **I cannot ~ [the sight of] him/her** ฉันทน [มอง] เขา/เธอไม่ได้; **he can't ~ the pressure/strain/stress** เขารับความกดดัน/ความเครียดไม่ได้; **I can't ~ it any longer!** ฉันทนไม่ได้อีกต่อไปแล้ว; **~ closer examination** สามารถทนการตรวจสอบที่ถี่ถ้วนขึ้นได้; **~ the test of time** ทนทาน/ไม่เสื่อมโทรมไปตามกาลเวลา; **he can't ~ being told what to do** เขาทนไม่ได้ที่ใครจะบอกว่าควรจะทำอะไรบ้าง; (C) *(undergo)* ต้องทน; **the play/player has stood much criticism** ละคร/ผู้แสดงต้องทนการวิพากษ์วิจารณ์มาก; **~ trial [for sth.]** เข้าสู้คดี [เรื่อง *ส.น.*]; (D) *(buy)* **~ sb. sth.** ซื้อ *ส.น.* ให้ *ค.น.*; **can I ~ you a lunch?** ฉันเลี้ยงอาหารกลางวันคุณได้ไหม; ➡ + **chance** 1 C; **¹ground** 1 B; **¹pace** 1 B; **treat** 1 C

❸ *n.* (A) *(support)* ฐาน, ชั้นวางของ; (B) *(stall; at exhibition)* แผง, ซุ้มในงานนิทรรศการ; (C) *(raised structure)* ยกพื้น; (D) *(resistance)* การต่อต้าน, การต้านทาน; **put up a brave ~ against sb./sth.** ต่อต้าน *ค.น./ส.น.* อย่างกล้าหาญ; **take** *or* **make a ~** *(fig.)* มีจุดยืนที่มั่นคง (**for/against/on** เกี่ยวกับ); (E) *(Cricket)* **a ~ of 90 runs** ช่วงเข้าตีลูกและวิ่งไปมาได้ 90 ครั้ง; (F) *(~ing-place for taxi, bus, etc.)* ที่จอดรอผู้โดยสาร, ป้ายจอดรถ; (G) *(performance on tour)* รอบการแสดง; (H) *(of trees, corn, clover, etc.)* กลุ่ม *(ต้นไม้)*; กระจุก *(ข้าว)*; (I) *(position)* **take one's ~:** เข้าประจำตำแหน่ง; **take one's ~ on the podium** ขึ้นยืนบนแท่นสำหรับปาฐกถา; **take a [firm] ~ [on sth.]** มีทัศนะ [ที่มั่นคงแน่วแน่] [เกี่ยวกับ *ส.น.*]; **what's your ~ [on this matter]?** [ในเรื่องนี้] คุณมีจุดยืนอย่างไร; (J) *(Amer.: witness box)* ที่นั่งพยานในศาล; **take the ~:** เข้าไปให้การ; ➡ + **grandstand; one-night stand**

~ a'bout, ~ 'around *v.i.* ยืนรอ, ยืนอยู่

~ a'side *v.i.* (A) *(step aside)* ก้าวหลบขยับไปข้าง ๆ; (B) *(fig.: withdraw)* ถอนตัว, ไม่ยุ่ง; **~ aside from sth.** หลีกจาก *ส.น.*, ถอนตัวจาก *ส.น.*

~ 'back *v.i.* (A) ถอยห่าง, ผละห่าง; **~ [well] back [from sth.]** ผละออกห่าง [จาก *ส.น.*]; (B) ➡ **~ aside** A; (C) *(fig.: distance oneself)* ถอยออกห่าง; **sometimes one must ~ back from daily affairs** บางทีเราก็ต้องผละห่างจากเรื่องราวประจำวัน; (D) *(fig.: withdraw)* **~ back from sth.** ถอยห่างจาก *ส.น.*

~ behind *v.t.* **~ behind sb./sth.** *(lit. or fig.)* อยู่เบื้องหลัง *ค.น./ส.น.*

~ between *v.t.* แทรกกลาง, คั่นกลาง, ขวางกั้น; **sth. ~s between sb. and sth.** *(fig.)* *ส.น.* ขวางกั้นระหว่าง *ค.น.* กับ *ส.น.*

~ by ❶ /'-'-/ *v.i.* (A) *(remain apart)* อยู่ห่าง, แยกออกห่าง; **~ [idly] by and watch sth. happen** *or* **while sth. happens** คอยเฝ้าดู *ส.น.* เกิดขึ้น [อย่างเฉย ๆ]; **~ by and do nothing to prevent sth.** อยู่ห่าง ๆ และไม่ช่วยทำอะไรเพื่อป้องกันมิให้ *ส.น.* เกิดขึ้น; (B) *(be near)* อยู่ใกล้; (C) *(be ready)* เตรียมพร้อม; **~ by ready to do sth.** เตรียมพร้อมที่จะทำ *ส.น.* ❷ /'--/ *v.t.* (A) *(support)* **~ by sb./one another** ช่วยเหลือ *ค.น.*/ซึ่งกันและกัน; (B) *(adhere to)* **~ by sth.** ยึดมั่นตาม *ส.น.*; **~ by the terms of a contract** ยึดมั่นตามข้อกำหนดในสัญญา; **~ by a promise** รักษาคำสัญญา; **~ by a resolution** ยึดมั่นตามมติ; (C) *(Naut.: prepare to use)* เตรียมที่จะใช้; ➡ + **standby**

~ 'down ❶ *v.i.* (A) *(withdraw, retire)* ถอนตัว, ออกจาก; **~ down in favour of a person** ถอนตัวเพื่อเปิดโอกาสให้แก่บุคคลหนึ่ง; (B) *(leave witness box)* ลุกจากที่นั่งพยานในศาล; (C) *(Brit. Mil.: go off duty)* ออกเวร; **~ down from guard duty** เฝ้ายาม, ออกเวร; (D) *(Mil.: disband)* (กองกำลัง) สลาย ❷ *v.t.* (A) *(Brit. Mil.: relieve from duty)* ปลดจากหน้าที่; (B) *(Mil.: disband)* สั่งเลิกปฏิบัติการ, ยุบหน่วย

~ for *v.t.* (A) *(signify)* เป็นเครื่องหมาย, เป็นสัญลักษณ์; **she hates him and all that he ~s for** เธอเกลียดตัวเขาและทุกอย่างซึ่งเขาเป็นตัวแทน; (B) *(represent)* **~ for sb./sth.** เป็นตัวแทนสำหรับ *ค.น./ส.น.*; (C) ➡ **stand** 1 F; (D) *(coll.: tolerate)* ยอมทน, อดทน; **that's one thing I won't ~ for** นั่นแหละเป็นสิ่งหนึ่งที่ฉันจะไม่มีวันยอมทน

~ 'in *v.i.* (A) *(deputize)* ทำหน้าที่เป็นผู้แทน; **~ in for sb.** ทำหน้าที่แทน *ค.น.*; (B) *(share)* **~ in with sb. [for sth.]** ร่วมจ่ายกับ *ค.น.* [เพื่อ *ส.น.*]; (C) *(Naut.)* ➡ **stand** 1 K; ➡ + **stand-in**

~ 'off ❶ *v.i.* *(move away)* เคลื่อนย้ายไปจาก; *(keep away)* อยู่ห่างจาก ❷ *v.t.* ➡ **²lay off** 1 A

~ 'out *v.i.* (A) *(persist)* **~ out for/against sth.** ยืนกรานสนับสนุน/คัดค้าน *ส.น.*; (B) *(be prominent)* เห็นได้ชัด, เด่น; **the reason for the crisis ~s out** เหตุผลที่ทำให้เกิดวิกฤติการณ์เป็นที่เห็นได้ชัด; **~ out against** *or* **in contrast to sth.** โดดเด่นเมื่อเทียบกับ *ส.น.*; **~ out a mile** เด่นชัดมาก; (C) *(be outstanding)* โดดเด่น, เป็นที่สะดุดตา (**from** จาก); (D) *(Naut.)* **~ out to sea** เดินเรือออกทะเล

~ over ❶ *v.t.* (A) /'-'--/ ➡ **hold over**; (B) /'---/ *(watch)* เฝ้ามอง, คอยควบคุมอย่างใกล้ชิด ❷ *v.i.* **sth. can ~ over** *ส.น.* สามารถผลัดเลื่อนออกไปได้; **any unfinished business ~s over to the next meeting** เรื่องราวใด ๆ ที่ยังไม่เสร็จก็เลื่อนไปในการประชุมคราวหน้าได้

~ to ➡ **~ by** 1 D; ➡ + **reason** 1 B

~ to'gether *v.i.* ยืนด้วยกัน, ยืนรวมกัน; *(for a photograph)* ยืนรวมกันเพื่อถ่ายรูป; *(fig.)* ร่วมมือ, สามัคคีกัน

~ 'up ❶ *v.i.* (A) *(rise)* ยืนขึ้น; **~ up and be counted** *(fig.)* พร้อมที่จะแสดงจุดยืนของตน; (B) *(be upright)* ยืนอยู่; **I have only the clothes I ~ up in** ทั้งเนื้อทั้งตัวฉันมีแต่เสื้อชุดที่สวมอยู่นี่เท่านั้น; **~ up straight** ยืนตรง; (C) *(be valid)* ➡ **²hold** 2 D; (D) **~ up well [in comparison with sb./sth.]** สู้ได้ทีเดียว [เมื่อเปรียบเทียบกับ *ค.น./ส.น.*]; *(maintain worth or position) (รางวัล, ค่า)* คงคุณค่า/ตำแหน่งไว้ได้ดี [เมื่อเปรียบเทียบกับสิ่งอื่น] ❷ *v.t.* *(coll.: fail to keep date with)* **~ sb. up** เลิกนัด *ค.น.*; ➡ + **stand-up**

~ 'up for *v.t.* **~ up for sb./sth.** เข้าข้าง *ค.น./ส.น.*; **why didn't you ~ up for me?** ทำไมคุณจึงไม่เข้าข้างฉัน

~ 'up to *v.t.* (A) *(face steadfastly)* **~ up to sb./sth.** เผชิญหน้ากับ *ค.น./ส.น.* อย่างไม่หวั่นไหว; **~ up to an ordeal well/badly** เผชิญความยากลำบากได้อย่างดี/ไม่ดี; **~ up to criticism** เผชิญกับคำวิพากษ์วิจารณ์โดยไม่หวั่นไหว; (B) *(survive intact under)* **~ up to sth.** ทนทานต่อ *ส.น.*; **~ up to wear and tear** ทนทาน, ไม่สึกกร่อนหรือ ฉีกขาดง่าย

stand-alone /stændə'ləʊn/ซแตนเดอะ'โลน/ *adj. (Computing)* เป็นเอกเทศ, ที่ทำงานได้สมบูรณ์ด้วยตัวเอง

standard /'stændəd/'ซแตนเดิด/ ❶ *n.* (A) *(norm)* มาตรฐาน; **safety ~s** มาตรฐานการรักษาความปลอดภัย; **above/below/up to ~:** เหนือ/ต่ำกว่า/ได้มาตรฐาน; **by anybody's ~s** โดยมาตรฐานของใครก็ตาม; (B) *(degree)* ระดับ, ขั้น; **of [a] high/low ~:** ระดับสูง/ต่ำ; **a high ~ of competence** ความสามารถระดับสูง; **set a high/low ~ in** *or* **of sth.** ตั้งระดับสูง/ต่ำใน *ส.น.*; **the first competitor set a high ~:** ผู้เข้าแข่งขันคนแรกตั้งมาตรฐานสูง; **this pupil sets himself too low a ~ in his work** นักเรียนคนนี้ตั้งมาตรฐานตัวเองที่ต่ำเกินไป; **~ of living** มาตรฐานการครองชีพ; (C) *in pl. (moral principles)* หลักการทางศีลธรรม; **~s of sexual behaviour** หลักการทางศีลธรรมว่าด้วยความประพฤติทางเพศ; (D) *(flag)* ธง; *(fig.: cause)* การรณรงค์; **many flocked to the ~** *(fig.)* คนจำนวนมากรุมกันเข้ามาสนับสนุนโครงการ; (E) *(Hort.)* *ไม้พุ่มเตี้ยที่อยู่ได้โดยไม่มีสิ่งค้ำจุน*; **~ rose** ต้นกุหลาบต่อกิ่งเป็นพุ่มใหญ่; (F) *(Bot.)* **~ [shrub]** ไม้พุ่มกิ่งก้านแข็งยืนต้นอยู่ได้โดยไม่ต้องใช้ไม้ค้ำ; **~ [tree]** ต้นไม้ที่ขึ้นเป็นพุ่มใหญ่ข้างบนโดยธรรมชาติ; (G) **lamp ~** ➡ **lamp post**; (H) *(in currency)* *ระบบการกำหนดค่าเงินตราตามมาตรฐานทองคำหรือเงินหรือทั้งสอง*; **the silver/monetary ~:** มาตราเงิน/เงินตรา; ➡ + **double standard; gold standard; royal standard**

❷ *adj.* (A) *(conforming to ~, authoritative)* ตามมาตรฐาน, เชื่อถือได้; *(used as reference)* เป็นมาตรฐานอ้างอิง; (B) *(widely used)* ตามปกติ, โดยทั่วไป; **what is the ~ thing to do in such cases?** ปกติในกรณีเช่นนี้จะทำอย่างไร; **be ~ procedure** เป็นวิธีดำเนินการที่ใช้กันทั่วไป; **have sth.** *or* **include sth.** *or* **fitted with sth. as ~:** มา/มี *ส.น.* พร้อมตามมาตรฐาน; **sth. is a ~ feature** *ส.น.* จะรวมอยู่ตามมาตรฐาน; **a ~**

letter จดหมายแบบมาตรฐาน; **a ~ model** รูปแบบธรรมดา; **be ~ practice** เป็นวิธีการปฏิบัติมาตรฐาน; **it is ~ practice for sb. to do sth.** เป็นวิธีปฏิบัติมาตรฐานที่ *ค.น.* จะทำ *ส.น.*; **follow the ~ pattern** ทำตามรูปแบบมาตรฐาน

standard: ~-bearer *n.* (A) *(Mil.: flag-bearer)* นายธง, ทหารผู้ถือธงประจำหน่วย; (B) *(fig.: leader)* ผู้นำ; **~-bearer for** *or* **in sth.** ผู้นำใน *ส.น.*; **S~-bred** *n. (Amer.)* ม้าพันธุ์ดี ใช้เป็นม้าแข่ง; **S~ 'English** *n.* ภาษาอังกฤษแบบมาตรฐาน

standardisation, standardise ➡ **standardiz-**

standardization /stændədaɪˈzeɪʃn, US -dɪˈz-/ซแตนเดอะได'เซช'น, -ดิ'ซ-/ *n.* การทำ *หรือ* จัดให้เป็นมาตรฐาน, การกำหนดมาตรฐาน

standardize /ˈstændədaɪz/'ซแตนเดอะดายซ/ *v.t.* ทำ *หรือ* จัดให้เป็นมาตรฐาน, กำหนดให้เป็นมาตรฐาน

standard: ~ 'lamp *n. (Brit.)* ตะเกียงที่ยืนบนพื้นมีเสาสูง; **~ time** *n.* เวลามาตรฐาน

'standby ❶ *n., pl.* **~s** (A) *(reserve)* **[act] as a ~:** [เตรียม] เป็นตัวสำรอง; **be on ~** *(ตำรวจ, ทหาร)* เตรียมตัวพร้อม, อยู่ในสภาพพร้อมปฏิบัติ; **the army was put on ~:** กองทัพอยู่ในสภาพพร้อมปฏิบัติการ; (B) *(resource)* สิ่งที่เตรียมไว้พร้อม; **sth. is a good ~:** *ส.น.* เป็นสิ่งที่พึ่งพาได้ดี; **drink was his only ~:** เหล้าเป็นสิ่งเดียวที่ทำให้เขามีความสุข; **have some food/an emergency pack as a ~:** มีอาหารกระป๋อง/เครื่องมือปฐมพยาบาลจัดเตรียมพร้อมไว้เสมอ; **the generator is a ~:** เครื่องปั่นไฟมีสำรองไว้
❷ *attrib. adj.* พร้อมใช้ได้ทันที, สำรอง; **~ safety equipment** อุปกรณ์รักษาความปลอดภัยที่สำรองไว้; **~ ticket/passenger** ตั๋ว/ผู้โดยสารสำรอง

standee /stænˈdiː/ซแตน'ดี/ *n. (Amer. coll.)* คนที่ตั๋วยืน, คนที่ยืนดูการแสดง

'stand-in ❶ *n.* ผู้ที่ทำหน้าที่แทน; *(in theatre, film)* ผู้แสดงแทน; *(Sport)* นักกีฬาที่ลงเล่นแทน ❷ *attrib. adj.* ที่แสดงหรือทำหน้าที่แทน

standing /ˈstændɪŋ/'ซแตนดิง/ ❶ *n.* (A) *(repute)* ชื่อเสียง, ตำแหน่งฐานะ; **have some ~:** พอมีชื่อเสียงอยู่บ้าง; **be of** *or* **have [a] high ~:** มีชื่อเสียงมาก; **have no ~:** ไม่มีชื่อเสียง; **what is his ~?** เขามีตำแหน่งฐานะระดับไหน; **be in good ~ with sb.** เป็นที่โปรดปรานของ *ค.น.*; ➡ + **equal** 1 A; (B) *(service)* **be an MP of twenty years' ~:** เป็นสมาชิกสภามายี่สิบปีต่อเนื่องจนบัดนี้; **be a member/judge of long/short ~:** เป็นสมาชิก/ผู้พิพากษาอยู่ในตำแหน่งมานาน/ไม่นาน; **a girlfriend of long ~:** แฟนสาวที่คบกันมานาน; ➡ + **long-standing**; (C) *(duration)* **of long/short ~:** เป็นระยะเวลานาน/สั้น ๆ; **a feud of long ~:** การอาฆาตกันเป็นเวลานาน (D) **~ place** ที่ยืน
❷ *adj.* (A) *(erect)* ที่ตั้งตรง; **after the storm there was scarcely a tree still ~:** หลังพายุแทบจะไม่มีต้นไม้สักต้นเดียวที่ยังยืนต้นอยู่ได้; **~ corn** ข้าวที่ยังไม่ได้เก็บเกี่ยว; **~ stone** หินตั้งสมัยโบราณ; **leave sb. ~** *(lit. or fig.: progress much faster)* ไปเร็วกว่า *ค.น.* อย่างมากมาย; (B) *attrib. (established)* ประจำ *(ประเพณี, กฎ)*; **he has a ~ excuse** เขามีข้อแก้ตัวที่อ้างเป็นประจำ; ➡ + **joke** 1 B; (C) *attrib. (permanent)* ถาวร; **I have a ~ invitation to visit them whenever I want to** ฉันได้รับคำเชิญให้มาเยี่ยมเยียนพวกเขาได้ทุกเมื่อตามที่ฉันต้องการ; (D) *attrib. (stationary)* **~ jump** การกระโดดอยู่กับที่; **~ start** การออกวิ่งจากท่ายืน

standing: ~ com'mittee *n.* คณะกรรมาธิการสามัญประจำสภา; **~ 'order** *n.* (A) *(payment instruction)* การสั่งจ่ายธนาคารประจำ; *(for regular supply)* คำสั่ง *(สินค้า)* ประจำ; (B) *in pl. (rules)* คำสั่งของสภา, กฎระเบียบถาวร; **~ o'vation** *n.* การที่ผู้ชมยืนขึ้นและตบมืออย่างกระตือรือร้น; **~ room** *n., no pl., no indef. art.* พื้นที่ว่างที่พอจะยืนได้; **~ 'water** *n.* น้ำขังนิ่ง, น้ำเน่าขัง; **~ wave** *n. (Phys.)* คลื่นที่มีการสั่นสะเทือนในระดับเท่ากันทุกจุดบนแกนกลาง

'stand-off *n.* (A) *(Amer.: deadlock)* สถานการณ์ที่ไม่สามารถยุติได้; **finish/result in a ~:** จบลงโดยไม่มีข้อยุติใด ๆ; (B) **~ [half]** *(Rugby)* ➡ **fly-half**

stand-offish /stændˈɒfɪʃ/ซแตน'ออฟิช/ *adj.* ชอบสันโดษ, สงบเสงี่ยมไว้ตัว

stand: ~ 'patter *n. (Amer. Polit.)* นักอนุรักษ์นิยมขวาจัด; **~pipe** *n. (for water-supply)* ท่อจ่ายน้ำ; **~point** *n.* (A) *(observation point)* จุดสังเกตการณ์; (B) *(fig.: viewpoint)* ความคิดเห็น, ทัศนะ; **~still** *n.* การหยุดนิ่ง, อาการหยุดกึก, ตาอับ; **be at a ~still** *(รถไฟ, ยานพาหนะ)* หยุดนิ่ง; *(การผลิต, การจราจร)* หยุดชะงักไม่ขยับ; **come to a ~still** ชะลอลงจนหยุดนิ่ง; **the traffic/production came to a ~still** การจราจร/การผลิตหยุดชะงักลง; **bring to a ~still** ทำให้ต้องหยุดชะงัก; **~-up** *adj.* **~-up fight** การต่อสู้อย่างเอาเป็นเอาตาย

stank ➡ **stink** 1

stanza /ˈstænzə/'ซแตนเซอะ/ *n. (Pros.)* หนึ่งบทของ *(โคลง ฉันท์ กาพย์ กลอน)*

[1]**staple** /ˈsteɪpl/'ซเตพ'ล/ ❶ *n. (for fastening paper)* ตัวเย็บกระดาษ; *(for fastening netting)* ขอโยงยึดโครงข่ายให้เข้าที่และอยู่กับที่ ❷ *v.t. (with a stapler)* เย็บเข้าปึกด้วยตัวเย็บกระดาษ **(on to** กับ**)**; *(with a hammer)* ตอกขอด้วยค้อน **(to** บน**)**

[2]**staple** ❶ *attrib. adj.* (A) *(principal)* หลัก; **a ~ diet** *or* **food** อาหารหลัก; (B) *(Commerc.: important)* พื้นฐาน; **~ goods** สินค้าหลัก; **the ~ export of a country** สินค้าส่งออกหลักของประเทศหนึ่ง ❷ *n.* (A) *(Commerc.: major item)* สินค้าหลัก; (B) *(raw material)* วัตถุดิบ; (C) *(fig.: fundamental part)* **the ~ of conversation** ประเด็นหลักของการสนทนา; (D) *(Textiles : fibre)* ใย *(ฝ้าย, ขนสัตว์)* ที่กำหนดตามคุณภาพ

stapler /ˈsteɪplə(r)/'ซเตเพลอะ(ร)/ *n.* เครื่องเย็บกระดาษ, เครื่องตรึงลวดผนึก

star /stɑː(r)/ซตา(ร)/ ❶ *n.* (A) ดาว, ดวงดาว; **reach for the ~s** *(fig.)* ใฝ่สูง; **three-~ general** *(Amer. Mil.)* พลตรี, พลเรือตรี, พลอากาศตรี; **three/four ~ hotel** โรงแรมสาม/สี่ดาว; **two/four ~ [petrol]** [น้ำมัน] สอง/สี่ดาว; **the S~s and Stripes** *(Amer.)* ธงชาติของประเทศสหรัฐอเมริกา; **the pupil got a ~ for his work** นักเรียนได้รับดาวสำหรับการบ้านของเขา; (B) *(prominent person)* บุคคลที่โดดเด่น, ดารา; **be a rising ~ [of the tennis world]** เป็นดาวรุ่ง [ของวงการเทนนิส]; (C) *(asterisk)* เครื่องหมายดอกจัน; (D) *(Astrol.)* ดวง; **read one's/the ~s** ดูดวงตามราศีของตน; **be born under an unlucky ~:** ดวงไม่ดี; ➡ + **double star**; **evening star**; **morning star**; [1]**see** 1 A; **shooting star**
❷ *attrib. adj.* ดีเด่น, เป็นดารา; **~ pupil** นักเรียนดีเด่น; **~ turn** *or* **attraction** รายการพิเศษ/ดีเด่นในการแสดง; **receive ~ billing** ได้รับความนิยมในฐานะดารา
❸ *v.t.*, **-rr-:** (A) *(decorate)* ตกแต่งด้วยรูปดาว; **~red pattern** ลวดลายรูปดาว; (B) *(mark with asterisk)* ทำเครื่องหมายดอกจัน; (C) *(feature as star)* **~ring Julia Roberts** จูเลีย โรเบิร์ตส แสดงนำ; **the film ~red George Clooney and Brad Pitt** ภาพยนตร์แสดงนำโดยยอร์ช คลูนี่ และแบรด พิทท์
❹ *v.i.*, **-rr-:** **~ in a film/play/TV series** แสดงเป็นตัวเอกในภาพยนตร์/ละคร/ละครชุดทางโทรทัศน์

starboard /ˈstɑːbəd/'ซตาเบิด/ *(Naut., Aeronaut.)* ❶ *n.* กราบขวา; **land to ~!** เห็นแผ่นดินทางกราบขวา; **turn** *or* **put the helm to ~** หันเรือ/วางหางเสือไปทางกราบขวา ❷ *adj.* กราบขวา; **on the ~ bow/quarter** หัวเรือ/ท้ายเรือทางกราบขวา; ➡ + **'tack** 1 C; **watch** 1 C

starch /stɑːtʃ/ซตาฉ/ ❶ *n.* (A) แป้ง; (B) *(fig.)* ความเป็นพิธีการ ❷ *v.t.* ลงแป้งผ้าให้แข็ง

Star 'Chamber *n.* (A) *(Brit. Hist.)* ศาลเดิมของอังกฤษที่ยกเลิกในปี ค.ศ. 1640 ขึ้นชื่อว่าตัดสินไม่ยุติธรรม; (B) *(fig.: tribunal)* ศาลประชาชน

starched /stɑːtʃt/ซตาฉท/ *adj. (ผ้า)* ที่ลงแป้งแข็ง; *(fig.)* เป็นพิธีการมาก

'starch-reduced *adj. (อาหาร)* ที่มีอัตราส่วนของแป้งน้อยกว่าปกติ

starchy /ˈstɑːtʃɪ/'ซตาฉิ/ *adj.* (A) *(containing much starch)* มีแป้งมาก; (B) *(fig.: prim)* เจ้าระเบียบ, เป็นพิธีการ

'star-crossed *adj.* **they were ~ lovers** พวกเขาเป็นคู่รักที่ดวงไม่ดี

stardom /ˈstɑːdəm/'ซตาเดิม/ *n.* ความเป็นดารา

stare /steə(r)/ซแต(ร)/ ❶ *v.i.* (A) *(gaze)* จ้องดู, จ้องมอง; **~ in surprise/amazement** จ้องมองด้วยความประหลาดใจ/ความฉงนงงงวย; **~ in horror** จ้องดูด้วยความสยองขวัญ; **~ at sb./sth.** จ้องมอง *ค.น./ส.น.*; **it is rude to ~ at people** การจ้องมองผู้คนนั้นเป็นกิริยาหยาบ; (B) *(have fixed gaze)* จ้องเขม็ง, จ้องตาค้าง ❷ *v.t.* **~ sb. into silence** จ้องตา *ค.น.* เพื่อบังคับให้เงียบ; **~ sb. in the face** จ้องสบตา *ค.น.*; *(fig.)* เด่นชัด, กำลังใกล้เข้ามา; **ruin was staring him in the face** ความหายนะของเขาใกล้เข้ามาทุกที; **I looked for my purse for ages and it was staring me in the face all the time** ฉันเที่ยวหากระเป๋าสตางค์เป็นเวลานานแล้วที่แท้มันก็ตั้งปืออยู่ตรงหน้านี่เอง
❸ *n.* การจ้องดู, การจ้องมอง; **fix sb. with a [curious/malevolent] ~:** จ้องมอง ค.น. ตาเป๋ง [ด้วยความอยากรู้อยากเห็น/ความประสงค์ร้าย]
~ 'down, ~ 'out *v.t.* จ้องตอบ, สู้สายตา; **~ sb. down** *or* **out** สู้สายตา *ค.น.*

star: ~fish *n.* ปลาดาว; **~gazer** /ˈstɑːgeɪzə(r)/'ซตาเกเซอะ(ร)/ *n. (coll.)* นักดาราศาสตร์

staring /ˈsteərɪŋ/'ซแตริง/ *attrib. adj.* ด้วยการจ้องมอง; **with ~ eyes** ด้วยตาเหลือกโพลง; **be stark ~ mad** *(fig. coll.)* บ้าจริง ๆ, วิกลจริตอย่างแน่ชัด

stark /stɑːk/ซตาค/ ❶ *adj.* (A) *(bleak) (ทิวทัศน์)* แห้งแล้ง, ว่างเปล่า; *(ความสวย)* แบบเรียบง่าย; (B) *(obvious) (ความจริง, ความแตกต่าง)* เด่นชัด, เห็นได้ชัด; **be in ~ contrast [to sb./sth.]** ต่างกันมาก [กับ *ค.น./ส.น.*]; (C) *(extreme)* สุดขั้ว, เต็มที่ ❷ *adv.* ทั้งหมด, โดยสมบูรณ์; **~ naked** ที่เปลือยกายล่อนจ้อน; ➡ + **staring**

S

starkers /ˈstɑːkəz/ˈชตาเคิซ/ *pred. adj. (Brit. coll.)* ที่เปลือยกายล่อนจ้อน

starkly /ˈstɑːklɪ/ˈชตาคลิ/ *adv.* Ⓐ *(clearly)* อย่างเห็นได้ชัด; Ⓑ *(harshly)* อย่างรุนแรง; **state a problem in ~ realistic terms** ระบุประเด็นปัญหาอย่างกระชับตรงไปตรงมา

starless /ˈstɑːlɪs/ˈชตาลิซ/ *adj.* ไม่มีดวงดาว, มองไม่เห็นดาว, มืด

starlet /ˈstɑːlɪt/ˈชตาลิท/ *n. (Cinemat.)* ดาราที่มีแววว่าจะเป็นดาวเด่นในอนาคต

ˈstarlight *n., no pl.* แสงดาว

starling /ˈstɑːlɪŋ/ˈชตาลิง/ *n. (Ornith.)* Ⓐ นกเล็ก *Sturnus vulgaris* อยู่เป็นกลุ่ม; Ⓑ *(of family Sturnidae)* นกในวงศ์ Sturnidae จำพวกนกเอี้ยง นกขุนทอง นกกิ้งโครง นกสาลิกา; *(of family Icteridae)* นกในวงศ์ Icteridae

ˈstarlit *adj.* มีแสงดาวส่อง, สว่างด้วยแสงดาว

Star: ~ of Bethlehem /stɑːr əv ˈbeθlɪhem/ชตาร เอิว ˈเบ็ธลิเฮ็ม/ *n. (Bot.)* ต้นไม้ในสกุลพลับพลึง; **~ of David** /stɑːr əv ˈdeɪvɪd/ชตาร เอิว ˈเดวิด/ *n.* ดาวหกแฉก *(สัญลักษณ์ของชาวยิวหรือประเทศอิสราเอล)*

starry /ˈstɑːrɪ/ˈชตาริ/ *adj.* Ⓐ *(ท้องฟ้า)* เต็มไปด้วยดวงดาว; Ⓑ *(shining) (ตา)* ส่องแสงพราว

ˈstarry-eyed *adj.* ตาเป็นประกายพราว*(ด้วยความฝัน ฯลฯ)* กระตือรือร้นโดย

star: ~ shell *n. (Mil.)* กระสุนพลุ, ลูกปืนใหญ่ที่ระเบิดกลางอากาศ; **~ sign** *n.* ราศี; **~-spangled** *adj.* ซึ่งมีรูปดาวประดับอยู่เต็ม; **the S~-Spangled Banner** ธงชาติสหรัฐอเมริกา; **~-studded** *adj.* Ⓐ ประดับด้วยดวงดาว; Ⓑ *(หนัง, ละคร)* ที่มีดาราเด่นร่วมแสดงเป็นจำนวนมาก

start /stɑːt/ชตาท/ ❶ *v.i.* Ⓐ *(begin)* เริ่มต้น; **when we first ~ed** ตอนที่เราเริ่มต้นครั้งแรก; **don't ˈyou ~!** *(coll.)* อย่าบ่นซิ, คุณอย่าเริ่มอีกคนนะ; **~ on [at] sb.** *(coll.)* เริ่มบ่น/ทะเลาะกับ *ค.น.*; **don't ~ on at me about that again!** อย่ามาบ่นกับฉันเรื่องนั้นอีกละ; **~ on sth.** เริ่มทำ *ส.น.*; **~ on Latin** เริ่มเรียนภาษาลาติน; **~ with sth./sb.** เริ่มต้นด้วย *ส.น./ค.น.*; **prices ~ at ten dollars** ราคาเริ่มต้นที่ 10 ดอลลาร์; **~ at the beginning** เริ่มที่จุดเริ่มต้น; **to ~ with** เริ่มต้นด้วย; **~ing from next month** เริ่มต้นจากเดือนหน้า; ➡ **+ get** 2 B; **scratch** 3 A; Ⓑ *(set out)* เริ่มเดินทาง; Ⓒ *(make sudden movement)* สะดุ้ง; **~ with pain/surprise** สะดุ้งด้วยความเจ็บปวด/ความประหลาดใจ; **~ from one's chair** สะดุ้งลุกจากเก้าอี้ของตน; **~ back** สะดุ้งถอยหลัง; **~ with fright** สะดุ้งตกใจ; Ⓓ *(begin to function) (เครื่องยนต์)* เริ่มต้นทำงาน, ติดเครื่อง; Ⓔ *(burst)* **his eyes ~ed from their sockets/his skull** *or* **head** ตาเขาแทบจะหลุดจากเบ้า/เขาตาเหลือกโพลง

❷ *v.t.* Ⓐ *(begin)* เริ่มต้น; **we ~ed the holiday on Sunday** พวกเราเริ่มหยุดตั้งแต่วันอาทิตย์; **~ life in Australia** *(be born)* เกิดที่ออสเตรเลีย; **have ~ed life as sth.** *(fig.)* เริ่มต้นเป็น *ส.น.*; **~ school** เริ่มโรงเรียน; **~ work** *(after leaving school)* เริ่มทำงาน; **~ doing** *or* **to do sth.** เริ่มทำ *ส.น.*; Ⓑ *(cause)* ก่อให้เกิด; *(accidentally)* เกิดโดยบังเอิญ *(ไฟ)*; **you've really ~ed something now!** ทีนี้ละ คุณได้ก่อเรื่องจริง ๆ; **you trying to ~ something?** *(coll.)* คุณพยายามจะหาเรื่องหรือ; Ⓒ *(set up)* ก่อตั้ง *(องค์กร, บริษัท)*; เริ่มทำ *(โครงการ, หนังสือพิมพ์)*; Ⓓ *(switch on)* ติด *(เครื่องรถ)*; Ⓔ **~ sb. doing sth.** ทำให้ *ค.น.* เริ่มทำ *ส.น.*; **~ sb. working on a project** ทำให้ *ค.น.* เริ่มทำโครงการ; **they ~ the children writing at an early age** พวกเขาจะให้เด็ก ๆ เริ่มเขียนหนังสือตั้งแต่อายุยังน้อย; **~ sb. drinking/coughing/laughing** ทำให้ *ค.น.* เริ่มดื่ม/ไอ/หัวเราะ; **~ sb. on a diet** ทำให้ *ค.น.* ควบคุมอาหาร; **she ~ed the baby on solid foods** เธอเริ่มให้อาหารหยาบกับเด็กทารก; **~ sb. in business/a trade** ช่วยให้ *ค.น.* เริ่มต้นประกอบธุรกิจ/การค้าขาย; Ⓕ *(Sport)* **~ a race** ให้สัญญาณเริ่มแข่งขันความเร็ว; **~ a football match** เป่านกหวีดเริ่มการแข่งขันฟุตบอล; Ⓖ **~ a family** เริ่มต้นมีครอบครัว; **they have ~ed a baby** พวกเขากำลังจะมีลูกคนแรก; Ⓗ *(Hunting: rouse)* ทำให้ *(สัตว์ที่จะล่า)* ออกจากที่หลบซ่อน

❸ *n.* Ⓐ การเริ่มต้น; *(of race)* จุดเริ่มต้น; **from the ~:** จากจุดเริ่มต้น, แต่เริ่มแรก; **from ~ to finish** จากจุดเริ่มต้นถึงเส้นชัย *หรือ* จากแรกเริ่มจนจบ; **at the ~:** ที่จุดเริ่มต้น, ตอนแรก; **at the ~ of the war/day** เมื่อเริ่มสงคราม/เมื่อแรกรุ่ง; **be in at** *or* **in on the ~ of sth.** อยู่ตอนที่ *ส.น.* เริ่มต้น; **it could be the ~ of something big** *(coll.)* มันอาจเป็นจุดเริ่มของ *ส.น.* ที่สำคัญ; **make a ~:** เริ่มทำ (on, with กับ); *(on journey)* เริ่มออกเดินทาง; **make an early/late ~ [for town/to one's holiday]** เริ่มออกเดินทาง [เข้าเมือง/ไปเที่ยว] แต่เช้า/สาย; **get off to** *or* **make a good/slow/poor ~:** เริ่มต้นได้ดี/ช้า/ไม่ดี; **for a ~** *(coll.)* ก่อนอื่น; Ⓑ *(Sport: ~ing-place)* จุดเริ่มแข่ง; Ⓒ *(Sport: advantage)* ความให้/ได้เปรียบ, การต่อ; **give sb. 60 metres ~:** ต่อให้ *ค.น.* 60 เมตร; **have a ~ over** *or* **on sb./sth.** *(fig.)* ได้เปรียบ *ค.น./ส.น.*; ➡ **+ head start**; Ⓓ *(good beginning)* **[good] ~:** การเริ่มต้นที่ดี; **get a good ~ in life** มีจุดเริ่มต้นชีวิตที่ดี; Ⓔ *(jump)* **she remembered** *or* **realized with a ~ that** เธอสะดุ้งเมื่อนึกขึ้นได้; **give sb. [a] ~:** ทำให้ *ค.น.* สะดุ้ง; **give a ~:** สะดุ้งเฮือก; Ⓕ *in pl. (jerks)* **give several ~s** มีอาการกระตุกสองสามครั้ง; ➡ **+ ˈfit** B

~ for *v.t.* ออกเดินทางไป

~ ˈin *v.i.* Ⓐ *(coll.: begin to do)* **~ in to do sth.** เริ่มทำ *ส.น.*; **~ in on sth./on doing sth.** *(Amer. coll.)* เริ่มต้น *ส.น./*ทำ *ส.น.*; Ⓑ **~ in on sb. [for sth.]** *(criticize)* วิพากษ์วิจารณ์ *ค.น.* [ใน *ส.น.*]

~ ˈoff ❶ *v.t.* Ⓐ ➡ **set off** 1; Ⓑ *(coll.: begin action)* **~ off by showing sth.** เริ่มต้นด้วยการแสดง *ส.น.*; Ⓒ **~ off with** *or* **on sth.** *(begin on)* เริ่มต้นด้วยการทำ *ส.น.*; **today we ~ed off with Latin** วันนี้พวกเราเริ่มต้นด้วยการเรียนวิชาภาษาลาติน ❷ *v.t.* Ⓐ **~ sb. off working** จัดการให้ *ค.น.* เริ่มทำงาน; **~ sb. off on a task/job** จัดการให้ *ค.น.* รับภาระ/ทำงาน; **~ sb. off on a craze** ทำให้ *ค.น.* เริ่มคลั่งไคล้ *ส.น.*; Ⓑ ➡ **set off** 2 B

~ ˈout *v.i.* Ⓐ ➡ **set out** 1; Ⓑ ➡ **set off** 1

~ ˈup ❶ *v.i.* Ⓐ ➡ **jump up**; Ⓑ *(be set going)* เริ่ม; *(รถยนต์)* ติดเครื่อง; Ⓒ *(begin to work)* **~ up in engineering/insurance** เริ่มต้นทำงานในด้านวิศวกรรม/การประกัน; **~ up in a trade/as a plumber** เริ่มต้นทำงานในด้านการค้าขาย/เป็นช่างประปา ❷ *v.t.* Ⓐ *(form)* เริ่ม *(การสนทนา)*; ก่อตั้ง *(บริษัท)*; Ⓑ *(~[engine of])* ติด [เครื่องยนต์]

starter /ˈstɑːtə(r)/ˈชตาเทอะ(ร)/ *n.* Ⓐ *(Sport: signaller)* ผู้ปล่อยสัญญาณ; **be under ~'s orders** *(Horseracing)* เตรียมพร้อมที่จะออกวิ่งแข่ง; Ⓑ *(Sport: entrant)* ผู้เข้าแข่งขัน; *(horse)* ม้าที่เข้าแข่งขัน; **be a ~ in a race** เป็นคน/ตัวที่เข้าแข่งขัน; Ⓒ *(Motor Veh.)* **~ [motor]** มอเตอร์หมุนเครื่อง; **press the ~:** กดมอเตอร์หมุนเครื่อง; Ⓓ *(initial action)* การเริ่มต้น, การกระทำเริ่มแรก; **an easy question for a ~:** ข้อแรกก็เป็นคำถามง่าย ๆ; **as a ~:** เพื่อเป็นการเริ่มแรก; **for ~s** *(coll.)* เริ่มต้นด้วย; Ⓔ *(hors d'oeuvre etc.)* อาหารแกล้ม, อาหารจานแรก; **for a ~:** *(อาหาร)* จานแรก

starting /ˈstɑːtɪŋ/ˈชตาทิง/: **~ block** *n. (Athletics)* ที่ยันเท้าของนักวิ่งในจุดเริ่มต้นการแข่งขัน; **~ gate** *n. (Horseracing)* ประตูกีดขวางตรงจุดเริ่มต้นแข่งม้า; **~ grid** *n. (Motor racing)* ตำแหน่งเริ่มแข่ง; **on the second row of the ~ grid** อยู่ในแถวที่สองของเส้นเริ่มแข่ง; **~ handle** *n. (Brit.)* ที่หมุนสำหรับติดเครื่องยนต์ให้ทำงาน; **~ line** *n.* เส้นเริ่มต้น; **~ pistol** *n. (Sport)* ปืนให้สัญญาณเริ่มแข่งขัน; **~ point** *n. (lit. or fig.)* จุดเริ่มต้น; **~ post** *n. (Sport)* จุดเริ่มต้นในการแข่งขันความเร็ว; **~ price** *n. (Horseracing)* เงินเดิมพันสุดท้ายก่อนการปล่อยม้าแข่ง; **~ salary** *n.* เงินเดือนเริ่มต้น; **~ stall** ➡ **ˈstall** 1 E; **~ time** *n.* เวลาเริ่มต้น

startle /ˈstɑːtl/ˈชตาท'ล/ *v.t.* ทำให้สะดุ้งตกใจ; **be ~d by sth.** ถูก *ส.น.* ทำให้สะดุ้งตกใจ

startling /ˈstɑːtlɪŋ/ˈชตาทลิง/ *adj. (ข่าว, เรื่องราว)* น่าประหลาดใจ; *(alarming)* น่าตื่นตกใจ

startlingly /ˈstɑːtlɪŋlɪ/ˈชตาทลิงลิ/ *adv.* อย่างน่าประหลาดใจ; *(alarmingly)* อย่างน่าตื่นตกใจ

starvation /stɑːˈveɪʃn/ชตาˈเวช'น/ *n.* ความอดอยาก, ความหิวโหย, การอดอาหารตาย; **die of** *or* **from/suffer from ~:** ตาย/ทนทรมานด้วยความอดอยากหิวโหย; **be** *or* **live on a ~ diet** อาหารแทบไม่พอกิน; **~ wages** เงินเดือน/ค่าจ้างจำนวนน้อยนิด

starve /stɑːv/ชตาว/ ❶ *v.i.* Ⓐ *(die of hunger)* **~ [to death]** อดอาหาร [จนตาย]; Ⓑ *(suffer hunger)* รู้สึกโหยหิว; Ⓒ **be starving** *(coll.: feel hungry)* รู้สึกหิว; **you must be starving!** *(coll.)* คุณคงจะหิวจัดละซิ; Ⓓ *(fig.: suffer want)* ทนทรมานด้วยความอดอยาก (for); **be spiritually ~d** ขาดแคลนทางด้านจิตใจ *หรือ* ทางศาสนา

❷ *v.t.* Ⓐ *(kill by starving)* **be ~d [to death]** ถูกทำให้อดอาหาร [จนตาย]; Ⓑ *(deprive of food)* ทำให้อดอาหาร; **feed a cold, ~ a fever** คนเป็นหวัดควรกิน คนเป็นไข้ควรงด *(อาหาร)*; Ⓒ *(deprive)* **we were ~d of knowledge** พวกเราถูกกีดกันไม่ให้ได้ความรู้; **feel ~d of affection** รู้สึกขาดความรัก; ➡ **+ sex-starved**; Ⓓ *(force)* **~ sb. into submission/surrender** บังคับ *ค.น.* ให้อยู่ใต้อำนาจ/ให้ยอมแพ้ด้วยการอดอาหาร

~ ˈout *v.t.* บังคับให้ยอมแพ้ด้วยการทำให้อดอาหาร

ˈstar wars *n. pl.* สงครามอวกาศ

stash /stæʃ/ชแตช/ *(coll.)* ❶ *v.t.* **~ [away]** ซุก, ซ่อนไว้; **he ~ed the sweets in his pocket** เขาซ่อนขนมหวานไว้ในกระเป๋าเสื้อ; **~ money away** เก็บซ่อนเงินไว้มิดชิด ❷ *n.* สิ่งที่ซ่อนเร้น

stasis /ˈstæsɪs, ˈsteɪsɪs/ˈชแตซิซ, ˈชเตซิซ/ *n., pl.* **stases** /ˈstæsiːz, ˈsteɪsiːz/ˈชแตซีซ, ˈชเตซีซ/ Ⓐ *(stagnation)* การหยุดนิ่ง, ความชะงักงัน; *(of economy)* ความชะงักงัน; Ⓑ *(Biol.: stoppage)* การอุดตัน *(ของการหมุนเวียนของ ๆ เหลวในร่างกาย)*

S

state /steɪt/ซเตท/ ❶ *n.* Ⓐ *(condition)* สภาพ, สภาวะ, สภาวการณ์, สถานการณ์; **~ of the economy** สภาวะของเศรษฐกิจ; **the ~ of play** *(Sport)* สภาพของการเล่น; **the ~ of play [at the moment] is that X leads** สภาวการณ์ของการเล่น [ในขณะนี้] ก็คือ เอ็กซ์นำอยู่; **the ~ of play in the negotiations/debate** *(fig.)* สภาวะของการเจรจาต่อรอง/การโต้แย้ง; **the ~ of things** สถานการณ์ของสิ่งต่าง ๆ; **the ~ of things in general** สถานการณ์โดยทั่วไปของสิ่งต่าง ๆ; **the ~ of the art** *(สิ่งของ)* ที่ทันสมัย/ก้าวหน้าที่สุดในขณะนี้; ➡ + **state-of-the-art**; **the ~ of the nation** สภาวการณ์ของประเทศ; **be in a ~ of war** อยู่ในสภาวะสงคราม; **a ~ of war exists** กำลังมีสงครามอยู่; **be in a ~ of excitement/sadness/anxiety** กำลังอยู่ในสภาพตื่นเต้น/โศกเศร้า/วิตกกังวลอยู่; Ⓑ *(mess)* **what a ~ you're in!** คุณนี่เละจังเลย; **things are in a ~, I can tell you** สิ่งต่าง ๆ กำลังยุ่งเหยิง ฉันบอกคุณได้เลย; Ⓒ *(anxiety)* **be in a ~** *(be in a panic)* กำลังตกใจ; *(be anxious)* กำลังวิตกกังวล; *(be excited)* กำลังตื่นเต้น; **get into a ~** *(coll.)* เริ่มวิตกกังวล; **don't get into a ~!** อย่าด่วนวิตกกังวลไปเลย; Ⓓ *(nation)* ชาติ, ประเทศ; **[affairs] of S~:** [เรื่องราว] ของประเทศ; Ⓔ *(federal ~)* สหพันธรัฐ; **the [United] S~s** *sing.* สหรัฐ; **the Northern/Southern S~s** *(Amer.)* มลรัฐทางเหนือ/ทางใต้; **S~s' Rights** *(Amer.)* สิทธิของมลรัฐ; Ⓕ **S~** *(civil government)* รัฐบาล, องค์กรฝ่ายรัฐ; Ⓖ *(pomp)* ความโอ่อ่า, ความสง่าผ่าเผย; **in ~:** อย่างโอ่อ่า; **keep ~:** รักษาศักดิ์ศรี; **lie in ~:** *(ศพ)* ตั้งวางไว้ให้ประชาชนเคารพบูชา; Ⓗ *(social rank)* ลำดับตำแหน่งทางสังคม; Ⓘ *(Bibliog.: variant)* ฉบับพิมพ์ต่าง ๆ *(ของหนังสือ)*; Ⓙ *(Bot.: stage)* ช่วง *(ของการพัฒนา)*; **the larval ~** *(Zool.)* ช่วงที่ยังเป็นตัวอ่อน; ➡ + **affair** B; **evidence** 1 B; **grace** 1 E; **mind** 1 E

❷ *attrib. adj.* Ⓐ *(of nation or federal ~)* *(ความมั่นคง)* ของรัฐ; *(ธนาคาร, โรงพิมพ์)* หลวง; **~ control** การควบคุมโดยรัฐ; **~ education** การศึกษาที่รัฐจัดให้; **S~ university** *(Amer.)* มหาวิทยาลัยของรัฐ; Ⓑ *(ceremonial)* รัฐพิธี, พระราชพิธี; **the ~ opening of Parliament** *(Brit.)* พระราชพิธีเปิดประชุมรัฐสภา

❸ *v.t.* Ⓐ *(express)* กล่าว, แจ้ง, แถลง; *(fully or clearly)* แถลง, ระบุ *(ข้อมูล)*; **'please ~ full particulars'** 'กรุณาแจ้งข้อมูลรายละเอียดอย่างครบถ้วนด้วย'; **this condition is ~d in the insurance policy** เงื่อนไขนี้ระบุไว้อย่างชัดเจนในกรมธรรม์การประกัน; **~ one's opinion that ...:** แสดงความคิดเห็นของตนว่า...; Ⓑ *(specify)* ระบุ, กำหนด; **can you ~ the year when ...?** คุณสามารถระบุปีที่...ได้ไหม; **at ~d intervals** ตามช่วงเวลาที่กำหนดไว้; **at** *or* **by the ~d time** ตามเวลาที่กำหนดไว้; Ⓒ *(Law: set out)* **~ a case** ส่งฟ้องคดีอย่างเป็นทางการ; Ⓓ *(Mus.: introduce)* เล่นทำนองหลักของเพลง

state: ~-aided *adj.* ที่รัฐช่วยเหลือ; **~-controlled** *adj.* Ⓐ *(owned)* ที่รัฐเป็นเจ้าของ; Ⓑ *(restricted)* ที่รัฐกำหนดควบคุม; **~craft** *n.* *(statesmanship)* ทักษะในการบริหารประเทศ; **S~ Department** *n. (Amer. Polit.)* กระทรวงการต่างประเทศ

statehood /'steɪthʊd/'ซเตทฮุด/ *n.* Ⓐ *(sovereignty)* อำนาจอธิปไตย; Ⓑ *(Amer.: federation)* **be admitted to ~:** รับเข้าร่วมสหพันธรัฐ

'state house *n. (Amer.: legislature building)* สภานิติบัญญัติ

stateless /'steɪtlɪs/'ซเตทลิซ/ *adj.* ไร้สัญชาติ; **~ person** คนที่ไม่มีสัญชาติ

stately /'steɪtlɪ/'ซเตทลิ/ *adj.* มีศักดิ์ศรี, สง่าผ่าเผย; **at a ~ pace** เดินอย่างแช่มช้า, กอปรด้วยความสง่างาม

stately 'home *n. (Brit.)* คฤหาสน์เก่าแก่ *(ที่เปิดให้ประชาชนเข้าชม)*; *(grander)* ปราสาท

statement /'steɪtmənt/'ซเตทเมินท/ *n.* Ⓐ *(stating, account)* การกล่าว, การแจ้ง; *(thing stated)* สิ่งที่กล่าว, สิ่งที่แจ้ง; *(declaration)* คำประกาศ; *(allegation)* การกล่าวหา; **make a ~** *(พยายาม)* กล่าวแถลง **(on** เกี่ยวกับ**)**; Ⓑ *(Finance: report)* **~ [of account], [bank] ~:** รายงานทางการเงิน

state: ~-of-the-'art *adj.* ซึ่งใช้เทคนิคหรืออุปกรณ์ล่าสุด; **~-owned** *adj.* ที่รัฐเป็นเจ้าของ; **~room** *n.* Ⓐ ห้องโถงใหญ่ในพระราชวัง; Ⓑ *(Naut.)* ห้องชุดสวีทในเรือโดยสาร; Ⓒ *(Amer. Railw.)* ห้องส่วนตัวบนรถไฟ; **S~ school** *n. (Brit.)* โรงเรียนรัฐบาล; **S~side** *(Amer.: coll.)* ❶ *adv.* **be/work/travel/head S~side** อยู่ใน/ทำงานใน/ท่องเที่ยวไปใน/เดินทางไปยังสหรัฐอเมริกา ❷ *adj.* ใน/เป็นของ/ไปสู่สหรัฐอเมริกา

State of the Union Address *n. (Amer.)* คำปราศรัยประจำปีของประธานาธิบดีสหรัฐอเมริกา

statesman /'steɪtsmən/'ซเตทซฺเมิน/ *n., pl.* **statesmen** /'steɪtsmən/'ซเตทซฺเมิน/ รัฐบุรุษ; ➡ + **elder statesman**

statesmanlike /'steɪtsmənlaɪk/'ซเตทซฺเมินไลค/ *adj.* เหมือนรัฐบุรุษ, แสดงคุณสมบัติของรัฐบุรุษ

statesmanship /'steɪtsmənʃɪp/'ซเตทซฺเมินชิพ/ *n., no pl.* Ⓐ *(Polit.: management)* การบริหารประเทศ; Ⓑ *(wise leadership)* การเป็นรัฐบุรุษ

'State system *n., no pl. (Brit. Educ.)* ระบบบริหารโรงเรียนของรัฐ

'statewide *adj. (in USA)* ทั่วทั้งมลรัฐ

static /'stætɪk/'ซแตทิค/ ❶ *adj.* Ⓐ *(Phys.)* ไม่เคลื่อนที่; Ⓑ *(not moving)* ไม่เคลื่อนที่; *(not changing)* ไม่เปลี่ยนแปลง; **be ~:** คงที่, ไม่เปลี่ยนแปลง; **remain ~:** ยังคงอยู่กับที่, ยังไม่เปลี่ยนแปลง; Ⓒ *(Electr.)* เกี่ยวกับไฟฟ้าสถิต ❷ *n.* Ⓐ *(atmospherics)* การแพร่กระจายคลื่นไฟฟ้าในบรรยากาศ; Ⓑ ➡ **static electricity**

static elec'tricity *n. (Phys.)* ไฟฟ้าสถิต

statics /'stætɪks/'ซแตทิคซฺ/ *n., no pl. (Mech.)* สถิตศาสตร์

station /'steɪʃn/'ซเตช'น/ ❶ *n.* Ⓐ *(position)* ตำแหน่งหน้าที่; **be assigned a ~:** ได้รับมอบหมายตำแหน่งหน้าที่; **take up one's ~:** เข้ารับตำแหน่งหน้าที่; Ⓑ *(establishment)* สถานี, สถานที่ทำการ; *(Broadcasting)* สถานีกระจายเสียงหรือแพร่ภาพ; **radar [tracking] ~** *(Mil.)* สถานี [ตามรอยด้วย] เรดาร์; Ⓒ ➡ **railway station**; Ⓓ *(status)* สถานภาพ; **occupy a humble/an exalted ~:** มีสถานภาพต่ำต้อย/สูงส่ง; **have ideas above one's ~:** ใฝ่สูงเกินตัว; **marry above/below** *or* **beneath one's ~:** แต่งงานกับผู้มีสถานภาพสูงกว่า/ด้อยกว่าตน; Ⓔ *(Amer.: post office)* ที่ทำการไปรษณีย์; Ⓕ *(post) (Mil.)* ฐานปฏิบัติการ, กองประจำการ; *(Navy, Air Force)* ฐานปฏิบัติการกองทัพเรือ; *(Police)* สถานีตำรวจ; Ⓖ *(Austral.: farm)* ฟาร์ม; **[sheep-]~:** ฟาร์ม [เลี้ยงแกะ]; Ⓗ **~ of the Cross** *(Relig.)* หนึ่งใน 14 ภาพ ที่แสดงเรื่องราวความทุกข์ทรมานและความตายของพระเยซูคริสต์

❷ *v.t.* Ⓐ *(assign position to)* มอบหมายตำแหน่งหน้าที่, จอดไว้ *(รถยนต์)*; จัดตำแหน่ง *(ป้อมยาม, ผู้เฝ้ามอง)*; Ⓑ *(place)* วางตำแหน่ง; *(Sport)* วางตัวผู้เล่น; **~ oneself** เข้าประจำตำแหน่ง

stationary /'steɪʃənərɪ, US -nerɪ/'ซเตเชอะเนอะริ, -เนะริ/ *adj.* Ⓐ *(not moving)* หยุดนิ่ง, ไม่เคลื่อนไหว; **be ~:** ไม่เคลื่อนไหว; **the traffic was ~:** การจราจรหยุดชะงัก; Ⓑ *(fixed)* คงที่

'station break *n. (Amer. Radio and Telev.)* ช่วงหยุดพักระหว่างรายการที่ออกอากาศ

stationer /'steɪʃənə(r)/'ซเตเชอะเนอะ(ร)/ *n.* ➤ 489 คนขายเครื่องเขียน; **~'s [shop]** ร้านขายเครื่องเขียน

stationery /'steɪʃənərɪ, US -nerɪ/'ซเตเชอะเนอะริ, -เนะริ/ *n.* Ⓐ *(writing materials)* เครื่องเขียน; Ⓑ *(writing paper)* กระดาษเขียนจดหมาย; **a ~ set** ชุดเขียนจดหมาย; **office ~:** หัวจดหมายในสำนักงาน; ➡ + **continuous stationery**

'Stationery Office *n. (Brit.)* **[Her/His] Majesty's ~:** *โรงพิมพ์หลวงซึ่งจัดหาเครื่องเขียนให้หน่วยราชการด้วย*

station: ~ house *n. (Amer.: police station)* สถานีตำรวจ; **~master** *n.* ➤ 489 *(Railw.)* นายสถานีรถไฟ; **~ sergeant** *n. (Brit. Police)* จ่าตำรวจ; **~ wagon** *n. (Amer.)* รถตรวจการ

statistic /stə'tɪstɪk/ซเตอะ'ทิซติค/ *n.* ข้อมูลทางสถิติ; **I disliked being treated as just a ~:** ฉันไม่ชอบเป็นเพียงข้อมูลทางสถิติ

statistical /stə'tɪstɪkl/ซเตอะ'ทิซติค'ล/ *attrib. adj.*, **statistically** /stə'tɪstɪkəlɪ/ซเตอะ'ทิซทิเคอะลิ/ *adv.* โดยใช้สถิติ, ทางสถิติ

statistician /stætɪ'stɪʃn/ซแตทิ'ซติช'น/ *n.* ➤ 489 นักสถิติ

statistics /stə'tɪstɪks/ซเตอะ'ทิซติคซฺ/ *n.* Ⓐ *as pl. (facts)* สถิติ; **~ of population/crime, population/crime ~:** สถิติของประชากร/อาชญากรรม; **according to ~:** ตามสถิติ; **~ show that one in three marriages ends in divorce** สถิติแสดงว่าหนึ่งในสามของคู่สมรสจบลงด้วยการหย่าร้าง; Ⓑ *no pl. (science)* สถิติศาสตร์, วิชาสถิติ

statue /'stætʃu:/'ซแตฉู/ *n.* รูปปั้น, รูปสลัก, รูปหล่อ; **as still as a ~:** นิ่งเฉยเหมือนรูปปั้น; ➡ + **liberty**

statuesque /stætʃʊ'esk/ซแตชุ'เอ็ซค/ *adj.* เหมือนรูปปั้น, งดงามราวกับรูปปั้น; *(imposing)* โดดเด่น, สง่างาม

statuette /stætʃʊ'et/ซแตฉุ'เอ็ท/ *n.* รูปปั้นขนาดเล็ก

stature /'stætʃə(r)/'ซแตเฉอะ(ร)/ *n.* Ⓐ *(body height)* ส่วนสูง *(มนุษย์)*; **be of short ~, be short in ~:** เตี้ย; Ⓑ *(fig.: standing)* ความสำคัญ, ความมีชื่อเสียง; **be of international ~ in one's field** มีชื่อเสียงระดับนานาชาติในสาขาของตน; **a person of [some] ~:** บุคคลที่มีความสำคัญ [พอสมควร]; **he was not of the same ~ as Picasso** เขาไม่มีความสำคัญในระดับเดียวกับปิคัสโซ่หรอก

status /'steɪtəs/'ซเตเทิซ/ *n.* Ⓐ *(position)* สถานภาพ, ฐานะ; **have no ~ in society** ไม่มีสถานภาพในสังคม, ไม่ใช่คนสำคัญ; **rise in ~:** มีฐานะสูงขึ้น; **social ~:** สถานภาพทางสังคม; **the ~ of this information is 'secret'** ข้อมูลนี้มีสถานะ 'ลับ'; **be a person of high/low ~ in a**

status quo | steady 866

firm เป็นบุคคลที่มีฐานะสูง/ต่ำในบริษัท; **her ~ among scientists** สถานภาพของเธอในหมู่นักวิทยาศาสตร์; **equality of ~ [with sb.]** ความเท่าเทียมกัน [กับ *ค.น.*] ในเชิงสถานภาพ; **financial ~:** ฐานะทางการเงิน; Ⓑ *(superior position)* ตำแหน่งที่สูงกว่า; **have [some] ~ in the firm** มีตำแหน่ง [ค่อนข้าง] สูงในบริษัท; Ⓒ *(Law)* สถานภาพทางกฎหมาย; **have [no] legal ~** [ไม่] มีสถานภาพโดยถูกต้องตามกฎหมาย

status: ~ quo /steɪtəs 'kwəʊ/ซเตเทิซ 'โคว/ *n.* สถานภาพปัจจุบัน; **~ symbol** *n. สิ่งของซึ่งแสดงถึงสถานภาพทางสังคมของเจ้าของ*

statute /'stætju:t/'ซแตทิวทฺ/ *n.* Ⓐ *(Law)* บทกฎหมาย, พระราชบัญญัติ *(ที่สภานิติบัญญัติเป็นผู้ออก)*; **by ~:** โดยบทกฎหมาย; Ⓑ *on pl. (rules)* กฎ, ข้อบังคับ

statute: ~-barred *adj. (Law)* บังคับคดีได้หมดอายุความ; **~ book** *n. (Law)* หนังสือประมวลบัญญัติ/พระราชบัญญัติ; **put an Act** *or* **a law on the ~ book** พระราชบัญญัติผ่านเป็นกฎหมาย; **put a measure/provision on the ~ book** ประมวลมาตราข้อกำหนดในประมวลกฎหมาย; **~ law** *n. (Law)* Ⓐ *(statute)* บทกฎหมาย, พระราชบัญญัติ; Ⓑ *no pl., no indef. art. ประมวลกฎหมายที่ใช้บังคับโดยหลักการแยกต่างจากกฎเกณฑ์เฉพาะกรณี*; **~ mile** *n. ระยะทางไมล์ตามกฎหมาย ซึ่งเท่ากับ 5,280 ฟุต*

statutory /'statjʊtərɪ, US -tɔ:rɪ/'ซแตฉิวเทอะริ, -ทอริ/ *adj.* Ⓐ *(Law)* เป็นพระราชบัญญัติ, กำหนดไว้โดยพระราชบัญญัติ *(วันหยุด, มรดก)*; **~ law** กฎหมายพระราชบัญญัติ; **~ rights** สิทธิตามพระราชบัญญัติ; ➡ + 'rape 1; Ⓑ *(relating to the statutes of an institution)* เป็นบทบัญญัติของสถาบัน; **in accordance with the ~ requirements** *or* **conditions** ตามเงื่อนไขของบทบัญญัติตามกฎหมาย

¹staunch /stɔ:nʃ/ซตอนฉ/ *adj. (เพื่อน)* ไว้ใจได้; *(ผู้ติดตาม)* ซื่อสัตย์; *(จิตใจ, ความตั้งใจ, ความเชื่อถือ)* มั่นคง; **be ~ in one's belief** มั่นคงแน่วแน่ในความเชื่อของตน; **be ~ in one's support for sb./sth.** สนับสนุน *ค.น./ส.น.* อย่างจริงจังแน่วแน่

²staunch ➡ **stanch**

staunchly /'stɔ:nʃlɪ/'ซตอนฉลิ/ *adv. (ติดตาม, เชื่อถือ, ต่อสู้)* อย่างแน่วแน่มั่นคง

stave /steɪv/ซเตวฺ/ ❶ *n.* Ⓐ *(Mus.)* ➡ **staff** 1 D; Ⓑ *(of barrel)* แผ่นไม้; Ⓒ *(rung)* ขั้นบันได; Ⓓ *(lit.: stanza)* โคลงบทหนึ่ง ❷ *v.t.*, **~d** *or* **stove** /stəʊv/ซโตวฺ/ เจาะ *หรือ* ทุบให้เป็นรู

~ **'in** *v.t. (crush)* บดขยี้; ทำหัก *(ซี่โครง)*; *(break hole in)* เจาะให้เป็นรู; **the boat was ~d in** เรือถูกเจาะรู

~ **'off** *v.t.*, **~d off** ผลักดันออกไปชั่วระยะหนึ่ง *(การโจมตี)*; หลีกเลี่ยง *(อันตราย, เคราะห์กรรม)*; ผลักออกไป *(ความหิวโหย)*

¹stay /steɪ/ซเต/ ❶ *n.* Ⓐ การอยู่, การพักอยู่; *(visit)* การเยี่ยมเยียน; **during her ~ with us** ระหว่างที่เธอพักอยู่กับเรา; **come/go for a short ~ with sb.** มา/ไปเยี่ยม *ค.น.* ไม่นาน; **have a week's ~ in London** พักอยู่ที่กรุงลอนดอนเป็นเวลาหนึ่งสัปดาห์; Ⓑ *(Law)* **~ [of execution]** การเลื่อน *หรือ* การระงับการตัดสิน [ประหารชีวิต]; *(fig.)* ให้โอกาสอีกครั้ง; Ⓒ *(support)* สายโยงยึด; Ⓓ *in pl. (Hist.)* ➡ **corset** 1 A ❷ *v.i.* Ⓐ *(remain)* อยู่; **he ~ed in the club/army for five years** เขาเป็นสมาชิกของสมาคม/ทำงานในกองทัพเป็นเวลาห้าปี; **~ open till 10 o'clock** เปิดถึง 10 นาฬิกา; **be here to ~, have come to ~:** คงอยู่อย่างถาวร; *(เงินเฟ้อ)* จะอยู่เป็นเวลานาน; *(แฟชั่น)* จะคงทน; **~ with the leaders** อยู่ข้างเคียงกับผู้นำ; **~!** อยู่เฉย ๆ; *(to dog)* อยู่นิ่ง ๆ; **~ for** *or* **to dinner/for the party** อยู่รับประทานอาหารเย็น/ร่วมงานรื่นเริง; **~ put** *(coll.)* อยู่กับที่, อยู่เฉย ๆ; **I am ~ing put in this armchair** ฉันจะนั่งนิ่งอยู่ในเก้าอี้ตัวนี้แหละ; **~ sitting** นั่งต่อไป; **~ 'with it!** *(coll.)* ทำต่อ, อย่าปล่อย; **~ with me!** อยู่กับฉัน; **~ around!** อย่าไปไหน; Ⓑ *(dwell temporarily)* พักอยู่ชั่วคราว; **~ abroad** อยู่ต่างประเทศ; **he ~ed [for] two weeks in London before flying to Brussels** เขาอยู่ลอนดอน [เป็นเวลา] สองสัปดาห์ก่อนบินไปบรัสเซลส์; **~ the night in a hotel** พักโรงแรมหนึ่งคืน; **~ at sb.'s** *or* **with sb. for the weekend** พักอยู่กับ *ค.น.* ในช่วงสุดสัปดาห์; Ⓒ *(Sport)* ทันคู่แข่งได้; **~ well at a fast pace/over any distance** สามารถวิ่งเร็วทันคู่แข่ง/ไปไกลเท่าไรก็ได้

❸ *v.t.* Ⓐ *(arch./literary: stop)* หยุด; **~ one's hand** *(fig.)* ยั้งมือไว้; **~ sb.'s hand** *(fig.)* เหนี่ยวมือ *ค.น.* ไว้; Ⓑ *(endure)* **~ the course** *or* **distance** อดทนอยู่ได้ตลอดเส้นทาง; *(fig.)* ดำเนินไปจนถึงที่สิ้นสุด; ➡ + **'pace** 1 B; Ⓒ *(satisfy)* ทำให้หมดกระหาย *(อาหาร, น้ำ)*; Ⓓ *(Law)* เลื่อน *(การพิจารณาคดี)*; Ⓔ *(literary: support)* สนับสนุน

~ **a'head** *v.i.* ยังนำอยู่, อยู่ข้างหน้าเสมอ

~ **'away** *v.i.* Ⓐ *(not attend)* **~ away [from sth.]** ไม่เข้าร่วม/ถอยห่าง [จาก *ส.น.*]; **~ away from school/a meeting** ไม่ไปโรงเรียน/ไม่เข้าร่วมการประชุม; **if the visitors/customers ~ away** ถ้าผู้มาเยี่ยมชม/ลูกค้าไม่มา; Ⓑ *(~ distant)* อยู่ห่าง; **~ away from the dog!** อยู่ห่าง ๆ สุนัข; **he ~ed well away from the wall** เขาคอยอยู่ห่างจากกำแพง; **~ away from him!** อยู่ห่างเขา, อย่าเกี่ยวข้องกับเขา; **~ away from drugs** ไม่ยุ่งเกี่ยวกับยาเสพติด

~ **'back** *v.i.* Ⓐ *(not approach)* ถอยห่าง, ไม่เข้าใกล้; Ⓑ ➡ **~ behind**; Ⓒ *(remain in place)* **the door won't ~ back** ประตูเปิดค้างไว้ไม่ได้

~ **be'hind** *v.i.* อยู่ต่อ; **have to ~ behind [after school]** ต้องอยู่ต่อ [หลังโรงเรียนเลิก]; **we ~ed behind after the lecture** เมื่อการบรรยายจบแล้วเราก็ยังคงอยู่ต่อ; **can you ~ behind for a moment?** คุณอยู่ต่ออีกสักประเดี๋ยวได้ไหม

~ **'down** *v.i.* Ⓐ *(remain lowered)* อยู่ในที่ต่ำ, หมอบอยู่; **they ~ed down out of sight** พวกเขาหมอบอยู่ไม่ให้ใครเห็น; Ⓑ *(not increase)* ไม่เพิ่มขึ้น; Ⓒ *(Educ.: not go to higher form)* ไม่เลื่อนชั้น

~ **'in** *v.i.* Ⓐ *(remain in position)* ยังอยู่, คงที่; **will these creases ~ in?** รอยยับย่นพวกนี้จะหายไปไหม; **this passage [of the book] should ~ in** ส่วนนี้ [ของหนังสือ] สมควรคงไว้; Ⓑ *(remain indoors)* อยู่ข้างใน; *(remain at home)* อยู่บ้าน

~ **'off** ❶ *v.i.* Ⓐ อยู่ห่าง, ไม่เข้ามา; Ⓑ *(away from work, school)* **[have to] ~ off** [ต้อง] ไม่ไปโรงเรียน, ทำงาน ❷ *v.t.* Ⓐ *(not go on to)* ไม่เดินบน *(สนาม, พรม, แปลงผัก)*; **~ off the bottle/off drugs** เลิกดื่มเหล้า/ใช้ยาเสพติด; Ⓑ *(be absent from)* **~ off school/work** ขาดโรงเรียน/ขาดงาน

~ **'on** *v.i.* Ⓐ *(remain in place) (หมวก, วิก)* อยู่คงที่; *(หลังคา)* ยึดแน่นอยู่; Ⓑ *(remain in operation)* ยังปฏิบัติการอยู่; Ⓒ *(remain present)* ยังอยู่, ยังอยู่ต่อ; **~ on at school** อยู่ต่อที่โรงเรียน; **~ on as chairman** อยู่ต่อในฐานะประธาน

~ **'out** *v.i.* Ⓐ *(not go home)* ไม่กลับบ้าน; **don't ~ out late!** อย่ากลับบ้านดึก; Ⓑ *(remain outside)* ยังอยู่ข้างนอก; Ⓒ *(fig.)* **~ out of sb.'s way** ไม่ไปยุ่งกับ *ค.น.*; Ⓓ *(remain on strike)* **~ out [on strike]** ยังคงผละงาน [เพื่อประท้วง] ต่อไป

~ **'over** *v.i. (coll.)* ค้างคืน

~ **'up** *v.i.* Ⓐ *(not go to bed)* อยู่ดึกไม่ไปนอน; Ⓑ *(remain in position)* ยังตั้งอยู่; *(เสา, ตึก)* คงที่; *(ป้าย)* ยังติดอยู่; *(เครื่องบิน)* ยังบินอยู่; **my socks won't ~ up** ถุงเท้าของฉันตกลงมาเรื่อย

²stay ❶ *n.* Ⓐ *(Naut.)* เชือกโยงเสากระโดงเรือ; Ⓑ *(guy-rope)* เชือกโยง; *(guy-wire)* ลวดโยง; Ⓒ *(Aeronaut., Archit.)* เครื่องค้ำจุน ❷ *v.t. (Naut.)* ยึด *(เสากระโดงเรือ)* ด้วยเชือกหรือลวด

'stay-at-home ❶ *n.* คนที่ชอบอยู่บ้าน; **be a real ~:** เป็นคนที่ชอบหมกตัวอยู่กับบ้าน ❷ *attrib. adj.* ชอบอยู่บ้าน

stayer /'steɪə(r)/'ซเตเออะ(ร)/ *n. (lit. or fig.)* คนที่อดทน; *(ม้า)* ที่อึด

staying power /'steɪɪŋpaʊə(r)/'ซเตอิงเพาเออะ(ร)/ *n.* ความอึด

staysail /'steɪseɪl, 'steɪsl/'ซเตเซล, 'ซเตซ'ล/ *n. (Naut.)* ใบเรือรูปสามเหลี่ยมที่ติดหน้าและหลังเสากระโดงเรือ

STD *abbr.* Ⓐ *(Brit. Teleph.)* **subscriber trunk dialling** การต่อทางไกลโดยไม่ต้องผ่านโอเปอเรเตอร์; **~ code** รหัสชุมสายเลขหมายโทรศัพท์ของผู้ใช้; Ⓑ *(Med.)* **sexually transmitted disease** ➡ **sexually** A

stead /sted/ซเต็ด/ *n., no pl., no art.* Ⓐ **in sb.'s ~:** แทน *ค.น.*; **the bishop's deputy went in his ~:** ผู้ช่วยสังฆนายกไปแทนตัวท่าน; Ⓑ **stand sb. in good ~:** มีประโยชน์ต่อ *ค.น.*; **that car has stood her in good ~:** รถคันนั้นเป็นประโยชน์แก่เธอมากทีเดียว

steadfast /'stedfɑ:st, US -fæst/'ซเต็ดฟาซทฺ, -แฟซทฺ/ *adj. (จิตใจ)* มั่นคง, ยึดมั่น; *(ความเชื่อ)* แน่วแน่; **be ~ in one's belief that ...:** เชื่อถือมั่นคงว่า...

steadfastly /'stedfɑ:stlɪ, US -fæstlɪ/'ซเต็ดฟาซทลิ, -แฟซทลิ/ *adv.* อย่างมั่นคง, อย่างแน่วแน่; **adhere ~ to one's principles/faith** ยึดมั่นในหลักการ/ศรัทธาของตนอย่างแน่วแน่

steadily /'stedɪlɪ/'ซเต็ดดิลิ/ *adv.* Ⓐ *(stably) (เดินไป)* อย่างมั่นคง; *(ทำไป)* อย่างสม่ำเสมอ; Ⓑ *(without faltering) (จ้องมอง)* อย่างไม่กะพริบ; Ⓒ *(continuously) (ทำงาน)* อย่างต่อเนื่อง; **it was raining ~:** ฝนตกไม่ยอมหยุด; **progress ~:** พัฒนาไปอย่างสม่ำเสมอ; **news flowed in ~ all day** ข่าวหลั่งไหลเข้ามาอย่างต่อเนื่องตลอดทั้งวัน; Ⓓ *(firmly) (ปฏิเสธ)* อย่างเข้มแข็ง; Ⓔ *(reliably)* อย่างเชื่อถือได้, โดยวางใจได้

steady /'stedɪ/'ซเต็ดดิ/ ❶ *adj.* Ⓐ *(stable)* มั่นคง, แน่วแน่; *(not wobbling)* ไม่แกว่ง, ไม่โยกเยก, มั่นคง; **as ~ as a rock** มั่นคงดั่งหินผา; **in an emergency he is as ~ as a rock** *(lit. or fig.)* ในกรณีฉุกเฉินเขาตั้งสติได้มั่นคงแน่วแน่; **be ~ on one's feet** *or* **legs/bicycle** ตั้งหลักได้มั่น/ขี่รถจักรยานเป็นและคล่องดี; **hold** *or* **keep one's hand ~:** จับให้มั่น/แน่น; **hold** *or* **keep the ladder ~:** จับบันไดไว้ให้แน่น; **~ as she goes!** *(coll.)* มั่นคงตลอด; Ⓑ *(still)* คงที่, นิ่ง;

S

turn a ~ eye *or* **gaze** *or* **look on sb.** มองไปที่ *ค.น.* โดยไม่ละสายตา; Ⓒ *(regular, constant) (การทำงาน, จังหวะ)* สม่ำเสมอ, ไม่เปลี่ยนแปลง; *(ราคา, อุณหภูมิ)* คงที่; **we had ~ rain/drizzle** ที่นี่มีฝนตก/ฝนตกปรอย ๆ อย่างสม่ำเสมอ; **at a ~ pace** ด้วยความเร็วสม่ำเสมอ; **[keep her] ~!** *(Naut.)* รักษาเข็มมุ่งไว้ให้ดี; **prices have remained ~:** ราคายังคงที่ไม่เปลี่ยนแปลง; **~!** นิ่ง ๆ; *(to dog, horse)* อยู่นิ่ง ๆ; **~ on!** ระวัง, อย่าพลาด, ช้า ๆ; **~ on, or you'll knock the vase over/hurt me** ระวังเดี๋ยวจะทำแจกันตก/ทำให้ฉันต้องเจ็บตัว; Ⓓ *(invariable) (ทัศนะ)* ไม่เปลี่ยนแปลง; *(จุดยืน, นิสัย)* มั่นคง; **have a ~ character** มีบุคลิกมั่นคงไม่หวือหวา; **~ purpose** จุดประสงค์ที่แน่วแน่ไม่เปลี่ยนแปลง; Ⓔ *(enduring)* **a ~ job** งานที่มั่นคง; **a ~ boyfriend/girlfriend** ชาย/หญิงที่เป็นคนรักกันมานาน; Ⓕ *(reliable)* เชื่อถือได้
❷ *v.t.* จับให้มั่นคง *(บันได)*; ทำให้สงบลง *(ม้า, ความกังวล)*; ทำให้คงที่ *(เครื่องบิน, เรือ)*; **~ the table/vase** ขยับโต๊ะ/แจกันไม่ให้โยกเยก; **she steadied herself against the table/with a stick** เธอจับโต๊ะไว้ไม่ให้ล้ม/ใช้ไม้เท้าพยุงให้มั่นคง
❸ *v.i. (ราคา, ความเร็ว)* มั่นคงสม่ำเสมอ; *(เรือ, เครื่องบิน)* สมดุล; **the boat steadied** เรือเลิกโคลง
❹ *n. (coll.)* หนุ่ม/สาวที่ผูกพันกันอย่างมั่นคง
❺ *adv.* **go ~ with sth.** อยู่กับ/ยึดมั่นกับ *ส.น.* อย่างมั่นคงสม่ำเสมอ; **go ~ with sb.** *(coll.)* รักกับ *ค.น.* อย่างมั่นคง; **are you going ~ with anyone?** คุณมีคู่รักถาวรหรือเปล่า

steak /steɪk/ซเตค/ *n.* เนื้อสเต็ก *(ท.ศ.)*; *(of ham, bacon, gammon, salmon, etc.)* ชิ้นใหญ่และไม่หนามาก; **a chicken/turkey/veal ~:** สเต็กไก่/ไก่งวง/เนื้อลูกวัว; **~ and kidney pie/pudding** พาย/พุดดิ้งสเต็กและเซ่งจี๊; **~ au poivre** /steɪk əʊ'pwɑːvr/ซเตค โอ 'พวาวร'/ สเต็กหมักพริกไทยราดซอส; **~ tartare** เนื้อดิบบดหมักเครื่อง; **a [fish] ~:** สเต็ก [ปลา]; ➡ + fillet 1 A; sirloin A

steak: ~house *n.* ภัตตาคารที่ขายสเต็กเป็นหลัก; **~ knife** *n.* มีดฟันเลื่อยที่ใช้รับประทานสเต็ก

steal /stiːl/ซตีล/ ❶ *v.t.*, **stole** /stəʊl/ซโตล/, **stolen** /'stəʊln/'ซโตล'น/ Ⓐ ขโมย, ฉก, ลัก **(from** จาก**)**; **~ a ride** แอบขึ้นรถขับไป; **~ sb.'s boyfriend/girlfriend** แย่งคนรักหนุ่ม/สาวของ *ค.น.*; **she was the star of the play, but the little dog stole the show** *(fig.)* เธอเป็นดาวเด่นในการแสดงละคร แต่เจ้าหมาน้อยมาแย่งความสนใจของผู้ชมไปหมด; ➡ + scene B; thunder 1 C; Ⓑ *(get slyly)* แอบขโมย *(จูบ)*; ฉวยโอกาส *(สัมภาษณ์)*; **~ a glance [at sb./sth.]** แอบมอง [*ค.น./ส.น.*]; Ⓒ *(fig.: win)* **she stole my heart** เธอชนะใจฉัน; **~ a march on sb.** ได้เปรียบ *ค.น.*
❷ *v.i.*, **stole, stolen** Ⓐ ขโมย; **~ from sb.** ขโมยมาจาก *ค.น.*; **~ from the till/supermarket** ขโมยจากลิ้นชักใส่เงิน/ซุปเปอร์มาร์เก็ต; Ⓑ *(move furtively)* ย่อง, ลักลอบ; **~ in/out/up** ลักลอบเข้าไป/ออกมา/ขึ้นบน; **mist stole over the valley** หมอกแผ่คลุมหุบเขาโดยไม่ทันสังเกต; **~ up [on sb./sth.]** แอบเข้าไป [จนถึงตัว *ค.น.*/ชิด *ส.น.*]; **old age is ~ing up on me** วัยชราค่อย ๆ ตามฉันมาทันเสียแล้ว
❸ *n. (Amer. coll.)* Ⓐ *(theft)* การลักขโมย; Ⓑ *(bargain)* **that dress is a ~:** ชุดนั้นลดราคาได้ถูกจริง ๆ

~ a'bout, ~ a'round *v.i.* เที่ยวย่องไปรอบ ๆ
~ a'way *v.i.* แอบหลบหนีไป

stealth /stelθ/ซเต็ลธ/ *n.* ความลับ, การดำเนินการลับ; **use ~:** ดำเนินการลับ ๆ; **by ~:** โดยการปฏิบัติการลับ

stealthily /'stelθɪlɪ/'ซเต็ลธิลิ/ *adv.* อย่างหลบ ๆ ซ่อน ๆ, อย่างลับ ๆ

stealthy /'stelθɪ/'ซเต็ลธิ/ *adj. (การกระทำ)* ลับ ๆ, ที่หลบซ่อน

steam /stiːm/ซตีม/ ❶ *n., no pl., no indef. art.* ไอน้ำ; **the window was covered with ~:** หน้าต่างมีไอน้ำจับ; **all the ~ has gone out of him/the idea** *(coll.)* เขาหมดความกระตือรือร้นเสียแล้ว/ความคิดนั้นหมดพลังเสียแล้ว; **get up ~:** ทำให้เกิดพลังงานเพียงพอที่จะเดินเครื่องยนต์ไอน้ำ; *(fig.)* ทำให้ตัวเองมีความตื่นตัว; **get up ~ to do sth.** *(fig.)* กระตือรือร้นที่จะทำ *ส.น.*; **let off ~** *(fig.)* ระบายอารมณ์โกรธให้หมดไป; **run out of ~:** หมดพลังงานผลิตไอน้ำ; *(fig.)* หมดความกระตือรือร้น, หมดเรี่ยวแรง; **under its own ~:** *(ทำได้)* โดยอาศัยพลังในตัว; **under one's own ~** *(fig.)* ปราศจากความช่วยเหลือของคนอื่น; ➡ + 'full 1 D
❷ *v.t.* Ⓐ *(Cookery)* นึ่ง, ตุ๋น; **~ed pudding** ขนมพุดดิ้งนึ่ง; Ⓑ **~ open an envelope** แอบเปิดซองจดหมายด้วยวิธีรมไอน้ำร้อน
❸ *v.i.* Ⓐ *(emit steam)* ปล่อยไอน้ำออกมา; **~ing hot** ร้อนจัดจนเป็นไอกรุ่นขึ้นมา; **heat the water till ~ing hot** ต้มน้ำให้ร้อนจนกระทั่งเดือดเป็นไอพลุ่ง; Ⓑ *(move)* วิ่งไปอย่างรวดเร็ว; **he went ~ing after the thief** *(fig. coll.)* เขาเผ่นพรวดตามขโมยไป

~ a'head *v.i. (fig. coll.)* เดินหน้าอย่างเต็มที่
~ 'over *v.i. (กระจก)* มีไอน้ำจับทั่ว
~ 'up ❶ *v.t.* Ⓐ ทำให้มีไอน้ำจับทั่ว; **be ~ed up** มีไอน้ำจับ; Ⓑ *(fig. coll.)* **be/get [all] ~ed up** โกรธ [สุดขีด]; **don't get ~ed up about it!** อย่าโกรธเกี่ยวกับมันเลย ❷ *v.i.* มีไอพลุ่ง, มีไอน้ำกลั่นตัวจับอยู่

steam: ~ bath *n.* ห้องอบไอน้ำ; **~boat** *n.* เรือกลไฟ; **~ boiler** *n.* ถังต้มน้ำให้เกิดพลังไอน้ำ; **~ coal** *n.* ถ่านหินผลิตพลังไอน้ำ; **~driven** *adj.* ใช้พลังไอน้ำ; **a ~-driven boat/train/tractor** เรือ/รถไฟ/รถลากพลังไอน้ำ; **~ engine** *n.* Ⓐ *(Railw.)* เครื่องกลไฟ, หัวรถจักรที่ใช้พลังไอน้ำ; Ⓑ *(stationary engine)* เครื่องยนต์ที่ใช้พลังไอน้ำ

steamer /'stiːmə(r)/'ซตีเมอะ(ร)/ *n.* Ⓐ *(Naut.)* เรือกลไฟ; Ⓑ *(Cookery)* หม้อตุ๋นสองชั้น

steam: ~ gauge *n.* เครื่องวัดแรงดันของไอน้ำ; **~ hammer** *n. (Metallurgy)* เครื่องถลุงโลหะพลังไอน้ำ; **~ iron** *n.* เตารีดไอน้ำ; **~ 'radio** *n. (coll. joc.)* วิทยุพลังไอน้ำ; **~roller** ❶ *n. (lit.)* รถบดถนนที่ใช้พลังงานไอน้ำ; *(fig.)* พลังอำนาจที่บีบคั้น ❷ *v.t.* บดอัด; *(fig.)* ใช้อำนาจกดดันบีบคั้น; **~roller a bill through Parliament** ใช้อิทธิพลผลักดันให้รัฐสภาผ่านกฎหมาย; **~ship** *n.* เรือกลไฟ; **~ train** *n. (Railw.)* รถไฟที่ใช้เครื่องกลไฟขับเคลื่อน; **~ 'turbine** *n.* กังหันไอน้ำ; **~ whistle** *n.* นกหวีดที่ดังเมื่อน้ำเดือดเป็นไอพลุ่งออกมา

steamy /'stiːmɪ/'ซตีมิ/ *adj.* Ⓐ *(กระจก)* เต็มไปด้วยไอน้ำ; *(ความร้อน)* มีไอน้ำระเหย; Ⓑ *(coll.: erotic)* ยั่วกามราคะ

steed /stiːd/ซตีด/ *n. (literary/joc.)* ม้าอาชาไนย

steel /stiːl/ซตีล/ ❶ *n.* Ⓐ เหล็กกล้า; **have a heart of ~** *(fig.)* ใจแข็ง, ใจเด็ด, จิตใจมั่นคงแน่วแน่น; **a man of ~:** บุรุษเหล็ก, ชายที่แข็งแรงและแข็งแกร่งมาก; **as hard/true as ~:** แกร่ง/ตรงแน่วราวกับเหล็กกล้า; **cold ~:** อาวุธทิ่มแทง; **pressed ~:** เหล็กที่ใช้ความกดดันเป็นรูปร่างต่าง ๆ; Ⓑ *(knife sharpener)* ที่ลับมีด; Ⓒ *(literary: sword)* ดาบ ❷ *attrib. adj.* ที่ทำจากเหล็กกล้า, *(หมวก, แผ่น)* เหล็กกล้า ❸ *v.t.* **~ oneself for/against sth.** ทำตัวเองให้มั่นคงสำหรับ/เพื่อต่อต้าน *ส.น.*; **she ~ed her heart/herself against his pleas** เธอทำใจ/ตนให้แข็งแกร่งไม่อ่อนตามคำอ้อนวอนของเขา; **~ oneself to do sth.** ทำตัวให้แน่วแน่ที่จะทำ *ส.น.*

steel: ~ 'band *n. (Mus.)* วงดนตรีของชาวเกาะเวสท์อินดีสที่อาศัยกลองทำจากถังน้ำมันเป็นหลัก; **~ 'drum** *n. (Mus.)* กลองเหล็ก; **~ grey** ❶ *n.* สีเทาแก่ ❷ *adj.* **~-grey** เป็นสีเทาแก่; **~ gui'tar** *n. (Mus.)* กีตาร์ไฟฟ้า; **~ industry** *n.* อุตสาหกรรมหลอมเหล็กกล้า; **~maker** *n.* คนผลิตเหล็กกล้า; **~ mill** *n.* โรงงานผลิตเหล็กกล้า; **~ 'plate** *n.* แผ่นเหล็กกล้า; **~-plated** /'stiːl pleɪtɪd/'ซตีลเพลฺทิด/ *adj. (for protection, durability)* ที่หุ้มแผ่นเหล็ก, ที่ใช้แผ่นเหล็กหุ้มกันสึกกร่อน; **~ wool** *n.* เหล็กฝอยหรือเศษเหล็กสำหรับขัดถู; **~worker** *n.* ➤ 489 คนงานผลิตเหล็กกล้า; **~works** *n. sing., pl. same* โรงงานผลิตเหล็กกล้า

steely /'stiːlɪ/'ซตีลิ/ *adj.* Ⓐ *(strong)* แข็งแรง, แกร่งเหมือนเหล็กกล้า; Ⓑ *(resolute)* แน่วแน่, มุ่งมั่น; Ⓒ *(severe)* รุนแรง, เฉียบขาด

'steelyard *n.* ตาชั่งมีลูกตุ้มแบบจีน

[1]**steep** /stiːp/ซตีพ/ *adj.* Ⓐ ชัน, สูง; Ⓑ *(rapid) (การขึ้นราคา)* รวดเร็ว; Ⓒ *(coll.: excessive)* แพง, มากเกินไป; **the bill is [a bit] ~:** ใบเก็บเงินแพงเกินไป [นิดหน่อย]; **be a bit ~ = be a bit much** ➡ much 1 B; **that's pretty ~[, coming from you/him]** [ที่คุณ/เขาทำนั้น] ออกจะเกินไปหน่อย

[2]**steep** *v.t.* Ⓐ *(soak)* แช่ *(ในของเหลว)*; Ⓑ *(bathe)* อาบน้ำ

steeped /stiːpt/ซตีพทฺ/ *adj.* เปี่ยม, ปริ่ม, อาบอิ่ม **(in** ไปด้วย**)**; **a place ~ in history/tradition** สถานที่ซึ่งเปี่ยมด้วยประวัติศาสตร์/ประเพณี

steepen /'stiːpn/'ซตีพ'น/ ❶ *v.i.* สูงชันยิ่งขึ้น ❷ *v.t.* ทำให้สูงชันยิ่งขึ้น

steeple /'stiːpl/'ซตีพ'ล/ *n.* หอคอยสูงยอดแหลมบนหลังคาโบสถ์

steeple: ~chase *n. (Sport)* Ⓐ *(horse race)* การแข่งม้าข้ามเครื่องกีดขวาง; Ⓑ *(Athletics)* การวิ่งแข่งข้ามเครื่องกีดขวาง; **~chaser** *n. (Sport)* Ⓐ *(rider)* คนขี่ม้าแข่งข้ามเครื่องกีดขวาง; Ⓑ *(runner)* นักวิ่งแข่งข้ามเครื่องกีดขวาง; Ⓒ *(horse)* ม้าแข่งข้ามเครื่องกีดขวาง; **~chasing** /'stiːpltʃeɪsɪŋ/'ซตีพ'ลเฉซิง/ *n. (Sport)* การแข่งม้าหรือการวิ่งแข่งข้ามเครื่องกีดขวาง; **~jack** *n.* ➤ 489 ช่างซ่อมสิ่งปลูกสร้างสูง

steeply /'stiːplɪ/'ซตีพลิ/ *adv. (ลาดขึ้น, สูงขึ้น)* อย่างชันลิ่ว, อย่างรวดเร็ว

'steep-sided ➡ -sided

[1]**steer** /stɪə(r)/ซเตีย(ร)/ ❶ *v.t.* Ⓐ เลี้ยว, คัดท้ายเรือ, หมุนพวงมาลัย; **this car is easy to ~:** รถคันนี้พวงมาลัยหมุนคล่อง; Ⓑ *(direct)* **~ a** *or* **one's way through ...:** นำผ่านไป...; **~ a** *or* **one's course for a place** มุ่งไปสู่สถานที่แห่งหนึ่ง; *(in ship, plane, etc.)* หันหน้าไปสู่ที่หมาย; **~ a** *or* **one's course for home** หันทางกลับบ้าน; **~ a middle course** *(fig.)* ดำเนินไปตามทางสายกลาง; Ⓒ *(guide movement of)* บังคับ

S

ควบคุม, นำทาง; ~ **a bill through Parliament** ควบคุมพระราชบัญญัติผ่านรัฐสภา; ~ **sb./the conversation towards/away from a subject** ชักนำ *ค.น.*/การสนทนาเข้าสู่/ไปจากเรื่องใดเรื่องหนึ่ง
❷ *v.i.* หันเห, เลี้ยว*(รถ, เรือ)*; ~ **in and out of/~ between the obstacles** เลี้ยวเข้า ๆ ออก ๆ ระหว่างเครื่องกีดขวาง; ~ **clear of sb./sth.** *(fig. coll.)* หลีกเลี่ยง *ค.น./ส.น.*; ~ **clear of opium/politics** หลีกเลี่ยงฝิ่น/การเมือง; ~ **for sth.** หันเข้า/มุ่งไปสู่ *ส.น.*; ~ **left/right** เลี้ยวไปทางซ้าย/ขวา; ~ **due north** *(Naut.)* ถือท้ายมุ่งตรงไปทางทิศเหนือ

[2]**steer** *n. (Zool.)* วัวตัวผู้ที่ตอนแล้ว

steering /ˈstɪərɪŋ/ˈซเตียริง/ *n.* (A) *(Motor Veh.)* วงเลี้ยวของรถยนต์; (B) *(Naut.)* การถือท้ายหรือคัดท้ายเรือ

steering: ~ **column** *n. (Motor Veh.)* แกนพวงมาลัย; ~ **committee** *n.* คณะกรรมการบริหาร, คณะกรรมการที่ตัดสินลำดับของการจัดการทางธุรกิจ; ~ **gear** *n. (Naut.)* เฟืองบังคับเลี้ยว; ~ **lock** *n. (Motor Veh.)* กุญแจล็อกคอพวงมาลัย; ~ **wheel** *n.* (A) *(Motor Veh.)* พวงมาลัยรถ; (B) *(Naut.)* พวงมาลัย

steersman /ˈstɪəzmən/ˈซเตียซเมิน/ *n., pl.* **steersmen** /ˈstɪəzmən/ˈซเตียซเมิน/ *(Naut.)* คนถือท้ายเรือ, นายท้าย

stein /staɪn/ซตายนฺ/ *n.* *เหยือกหรือคนโทดินเผาสำหรับบรรจุเบียร์*

stellar /ˈstelə(r)/ˈซเต็ลเลอะ(ร)/ *adj.* เป็นรูปดาว, เกี่ยวข้องกับดวงดาว; *(fig.)* เด่น, เป็นเอก

[1]**stem** /stem/ซเต็ม/ ❶ *n.* (A) *(Bot.) (of tree, shrub)* ลำต้น; *(of flower, leaf, fruit)* (B) *(of glass)* ก้านของแก้ว; (C) *(Mus.)* ขีดตั้งของตัวโน้ต; (D) *(of tobacco pipe)* ก้าน; (E) *(Ling.)* เค้าคำ, *ส่วนที่ประกอบด้วยรากคำนามและคำกริยา (อาจจะมีอุปสรรคและปัจจัยด้วยก็ได้)* ใช้*เป็นฐานสำหรับเติมพยางค์ช่วงท้ายคำให้มีความหมายเฉพาะ*; (F) *(Naut.)* **from ~ to stern** จากหัวเรือถึงท้ายเรือ ❷ *v.i.*, **-mm-**: ~ **from sth.** เกิดมาจาก *ส.น.* ❸ *v.t.*, **-mm-** *(make headway against)* มุ่งหน้าฝ่า *(กระแสน้ำ ฯลฯ)* ไป

[2]**stem** *v.t.*, **-mm-** *(check, dam up)* ห้าม *(น้ำไหล, เลือด)*; กั้น *(ลำธาร, แม่น้ำ)*; *(fig.)* หยุด, กีดกัน, ขวางกั้น; ~ **the tide of criticism** หยุดกระแสการวิพากษ์วิจารณ์

-stemmed /stemd/ซเต็มดฺ/ *adj. in comb.* *(ดอกไม้, แก้ว)* มีก้าน; *(พืช)* มีลำต้น

ˈstem turn *n. (Skiing)* การเลี้ยวโดยแยกปลายสกีออก

stench /stentʃ/ซเต็นฉฺ/ *n.* กลิ่นเหม็น, กลิ่นน่ารังเกียจ

stencil /ˈstensl/ˈซเต็นซ่ล/ ❶ *n.* (A) ~**[-plate]** แผ่นที่ฉลุเป็นแบบ; (B) *(for duplicating)* แผ่นกระดาษพิเศษที่ทำสำเนาโดยการพิมพ์; (C) *(~led pattern/lettering)* แบบ/ตัวอักษรที่ได้จากการทาบแบบและพ่นสี ❷ *v.t. (Brit.)* **-ll-** (A) *(produce with ~)* ผลิตด้วยการทาบแบบที่ฉลุแล้วพ่นสี; (B) *(ornament)* ลายประดับตกแต่งจากการทาบแบบ

Sten gun /ˈsten gʌn/ˈซเต็น กั̱น/ *n. (Arms)* ปืนกลน้ำหนักเบา

stenographer /steˈnɒgrəfə(r)/ซเต็นˈนอเกฺรอะเฟอะ(ร)/ *n.* ➤ 489 นักจดชวเลข

stentorian /stenˈtɔːrɪən/ซเต็นˈทอเรียน/ *adj.* ดังสนั่นกึกก้อง; **a ~ voice** เสียงดังก้องกังวาน

step /step/ซเต็พ/ ❶ *n.* (A) *(movement, distance)* ก้าว; **at every ~**: ในทุกก้าวย่าง; **watch sb.'s every ~** *(fig.)* คอยจับจ้อง *ค.น.* ทุกอิริยาบถ; **take a ~ towards/away from sb.** ก้าวเข้าไปหา/ออกห่างจาก *ค.น.*; **take a ~ back/sideways/forward** ก้าวถอยไปข้างหลัง/ข้าง ๆ/ไปข้างหน้า; **a ~ forward/back** *(fig.)* ความก้าวหน้า/ความล้าหลัง *หรือ* ถอยหลัง; **a ~ in the right/wrong direction** *(fig.)* การก้าวไปในทางที่ถูก/ที่ผิด; **mind** *or* **watch your ~!** *(lit.) (เดิน)* ระวังหน่อย; *(fig.)* ระวังตัวให้ดี; **I can't walk another ~**: ฉันเดินต่อไปไม่ได้แม้แต่ก้าวเดียว; **don't move another ~!** อย่าขยับนะ; (B) *(stair)* ขั้นบันได; *(on vehicle)* ขั้นบันได; **a flight of ~s** บันไดทอดหนึ่ง; **mind the ~!** เดินดี ๆ *หรือ* ระวังบันได; **[pair of] ~s** *(ladder)* บันไดทอดหนึ่ง, บันไดพับได้; (C) **follow** *or* **walk in sb.'s ~s** *(fig.)* เดินตามรอย *ค.น.*; (D) *(short distance)* **it's only a ~ to my house** ไปบ้านฉันใกล้นิดเดียว; (E) **be in ~**: ก้าวไปตามจังหวะได้, เข้าจังหวะ; *(with music, in dancing)* เต้นรำตามจังหวะ; **be in/out of ~ with sth.** *(fig.)* เข้ากันได้/เข้ากันไม่ได้กับ *ส.น.*; **he is rarely in ~ with others** เขาเข้ากับคนอื่น ๆ ไม่ค่อยได้; **be out of ~**: เดินผิดจังหวะ, ทำตัวไม่เหมาะสม; *(with music, in dancing)* เต้นรำผิดจังหวะ; **he is out of ~ with his colleagues/the official party line** เขาเข้ากับเพื่อนร่วมงาน/ทำตามแนวทางที่พรรคกำหนดไม่ได้; **break ~**: ก้าวผิดจังหวะ, เสียจังหวะ; **change ~**: เปลี่ยนจังหวะ *(ตามเพลง, ตามสถานการณ์)*; **fall into** *or* **get in ~**: พลอยเต้นตามจังหวะ, เดินในจังหวะเดียวกัน; **fall into** *or* **get in ~ with sb./sth.** เต้นร่วมจังหวะเดียวกับ *ค.น./ส.น.*; *(fig.)* เห็นพ้อง *หรือ* ปฏิบัติตัวให้สอดคล้องกับ *ค.น./ส.น.*; **prices are out of ~ with wage increases** ราคาไม่สอดคล้องกับ *(อัตรา)* การขึ้นเงินเดือนเลย; **keep in ~**: สอดคล้องกับ; *(with music, in dancing)* เต้นรำให้เข้าจังหวะดนตรี; **keep in ~ with sth./sb.** *(fig.)* ทำตัวให้เหมาะสมกับ *ส.น.*/สอดคล้องกับ *ค.น.*; (F) *(action)* จัดการทำ; **take ~s to do sth.** จัดการทำ *ส.น.*; ➡ + **false step**; (G) *(stage in process)* ขั้นตอน, ลำดับ; **S~ one ...**: ขั้นที่หนึ่ง ...; **keep one ~ ahead [of sb./sth.]** พยายาม *(ก้าว)* นำหน้า *[ค.น./ส.น.]* ไปหนึ่งก้าวเสมอ; **~ by ~**: ทีละขั้น, ตามลำดับ; **the first ~ in sb.'s career** ขั้นแรกในการดำเนินอาชีพของ *ค.น.*; **what is the next ~?** ขั้นตอนต่อไปคืออะไร; (H) *(grade)* ขั้น, ระดับ; (I) *(sound of foot, manner of walking)* เสียงฝีเท้า, จังหวะในการเดิน; **know sb. from his ~, know sb.'s ~**: รู้จัก *ค.น.* จากเสียงฝีเท้า, จังหวะท่าเดินของ *ค.น.* ได้; **walk with a skip in one's ~**: เดินพลางกระโดดพลางหรือเดินอย่างกระปรี้กระเปร่า; (J) *(Amer. Mus.)* ช่วงห่างหนึ่งโทนในบันไดเพลง
❷ *v.i.*, **-pp-** ก้าว, เดิน; ~ **lightly** *or* **softly** ก้าวอย่างแผ่วเบา, ย่อง; ~ **hesitantly/heavily/clumsily** ก้าวเดินอย่างลังเล/ด้วยฝีเท้าหนัก/อย่างงุ่มง่าม; ~ **from the pavement on to the road** ก้าวลงจากทางเท้าไปสู่ถนน; ~ **across** *or* **over a puddle/gap** ก้าวข้ามแอ่งน้ำขัง/ช่องว่าง; **don't ~ across the line!** อย่าก้าวข้ามเส้น; ~ **inside** เข้าไปข้างใน; **please ~ inside for a moment** กรุณาเข้ามาข้างในสักครู่หนึ่ง; ~ **into** ก้าวเข้าไปใน; ~ **into sb.'s shoes** *(fig.)* รับ *(งาน, ช่วง)* ต่อจาก *ค.น.*; ~ **into one's dress/trousers** สวมเสื้อผ้า/นุ่งกางเกง; ~ **on sth.** *(on the ground)* เหยียบ *ส.น.* *(บนพื้นดิน)*; ~ **on sb.'s foot/on the dog's tail** เหยียบเท้า *ค.น.*/หางหมา; ~ **on a patch of oil/water** เหยียบแอ่งน้ำมัน/น้ำ; ~ **on [to]** ก้าวขึ้นไปเหยียบ; ~ **on it** *(coll.)* ไปเร็วขึ้น, รีบเร่ง; ~ **on sb.'s toes = tread on sb.'s toes** ➡ **tread** 2; ~ **out of** ก้าวออกจาก; ลงจาก *(รถไฟ, รถยนต์)*; ~ **out of the room for a few minutes** เดินออกจากห้องไปสักสองสามนาที; ~ **out of one's dress/trousers** ถอดกระโปรงชุด/กางเกง; ~ **out of line** *(fig.)* ไม่อยู่ในร่องในรอย; **I ~ped outside** ฉันออกไปข้างนอก; **Have you been calling my girl friend names? I think you'd better ~ outside!** เมื่อกี้แกบังอาจด่าว่าแฟนฉันเรอะ ฉันว่าเราสองคนออกไปจัดการกันข้างนอกดีกว่า; ~ **over sb./sth.** ก้าวข้าม *ค.น./ส.น.*; ~ **over the starting line** ก้าวข้ามจุดเริ่มต้น; ~ **this way, please** กรุณาเดินมาทางนี้; ~ **through a door/window** ก้าวผ่านประตู/หน้าต่าง; ➡ + **breach** 1 C; **gas** 1 B

~ **aˈside** *v.i.* (A) ก้าวไปด้านข้าง; (B) *(fig.: resign)* ลาออก, เลี่ยงหายไป

~ **ˈback** *v.i.* (A) ก้าวถอยหลัง; ~ **back in fright/surprise** ถอยหลังด้วยความตกใจ/ความประหลาดใจ

~ **ˈdown** ❶ *v.i.* (A) ~ **down into the auditorium** ก้าวลงสู่ที่นั่งของผู้ชม; ~ **down from the train/into the boat** ก้าวลงจากรถไฟ/ลงไปในเรือ; (B) *(fig.)* ➡ **stand down** 1 A ❷ *v.t. (Electr.)* ปรับลด *(ปริมาณโวลต์)* ด้วยการใช้หม้อแปลงไฟฟ้า; ➡ + **~-down**

~ **ˈforward** *v.i.* (A) ก้าวไปข้างหน้า; (B) *(fig.: present oneself)* เสนอตน, อาสา; **would somebody like to ~ forward and help me with the trick?** มีผู้ใดบ้างที่อยากจะอาสาช่วยฉันเล่นกล; **he has ~ped forward as the new candidate** เขาได้เสนอตนเป็นผู้ลงสมัครคนใหม่; **several ~ped forward** หลายคนได้เสนอตัวเข้ามา

~ **ˈin** *v.i.* (A) ก้าวเข้าไปข้างใน; *(into vehicle)* ก้าวขึ้นรถ; *(into pool)* ก้าวลง; **would you mind ~ping in for a moment?** คุณกรุณาเข้ามาข้างในสักครู่หนึ่งได้ไหม; (B) *(fig.) (take sb.'s place)* เข้ารับช่วงต่อ; *(intervene)* เข้ามาเกี่ยวข้อง, เข้าแทรกแซง

~ **ˈoff** ❶ *v.i.* (A) *(get off) (from vehicle)* ลงจากรถ; *(from a height)* กระโดดลงจากที่สูง; (B) *(Mil.: begin to march)* เริ่มต้นเดินสวนสนาม ❷ *v.t.* (A) *(get off)* ก้าวลงจาก *(รถโดยสาร)*; กระโดดลงจาก *(ภูเขา)*; (B) *(measure by pacing)* เดินนับก้าว

~ **ˈout** ❶ *v.i.* (A) *(leave a place)* ก้าวออกไป, ลงมา; **the car/boat stopped and she ~ped out** รถยนต์/เรือจอดและเธอก็ก้าวลง; (B) *(lengthen stride)* สาวเท้าเดิน, ก้าวเท้าให้ยาวขึ้น; (C) *(dated fig.: be active socially)* แก่สังคม, ออกไปเที่ยว; **he has been ~ping out with this girl for a few months now** เขาออกไปสังคมเที่ยวกับแม่สาวคนนี้มาสองสามเดือนแล้ว ❷ *v.t.* ลงจาก *(ยานพาหนะ)*

~ **ˈup** ❶ *v.i.* (A) *(ascend)* ก้าวขึ้นไป; ~ **up into** ก้าวขึ้นไปใน *(รถโดยสาร)*; ~ **up on to** ก้าวขึ้นไปบน *(เวที)*; (B) *(approach)* ~ **up and ask sb.'s name** เดินเข้ามาใกล้และถามชื่อของ *ค.น.*; ~ **right up!** เข้ามาใกล้ ๆ นี่ซิ; ~ **up to sb.** ตรงเข้ามาใกล้ *ค.น.*; (C) *(increase)* เพิ่มขึ้น ❷ *v.t.* (A) *(increase)* เพิ่มขึ้น *(มาตรการความปลอดภัย, ความกดดัน)*; (B) *(Electr.)* เพิ่ม *(กำลังไฟ)* ด้วยการใช้หม้อแปลงไฟฟ้า; ➡ + **~-up** 2

step: ~ **aerobics** *n.* การออกกำลังกายโดยการเหยียบบันไดขึ้นลง; **~brother** *n.* พี่/น้องชายต่างบิดาหรือมารดา; **~child** *n.* ลูกเลี้ยง; **~daughter** *n.* ลูกเลี้ยงผู้หญิง; **~-down** *attrib. adj. (Electr.)* **~-down converter** *or* **transformer** หม้อแปลงไฟฟ้าที่ใช้ปรับลดปริมาณโวลต์; **~father** *n.* พ่อเลี้ยง; **~ladder** *n.* บันไดตั้งพับได้; **~mother** *n.* แม่เลี้ยง; **~parent** *n.* พ่อเลี้ยงหรือแม่เลี้ยง; **~parents** พ่อเลี้ยงและแม่เลี้ยง, พ่อแม่อุปภัมภ์

steppe /step/ซเต็พ/ *n. (Geog.)* ที่ราบกว้างใหญ่ไม่มีต้นไม้ในไซบีเรียและยุโรปตะวันออกเฉียงใต้

stepped /stept/ซเต็พทฺ/ *adj.* ที่มีบันได, ที่จัดเป็นขั้นบันได

'steppeland *n. (Geog.)* ทุ่งหญ้าโล่งกว้าง

stepping stone /'stepɪŋstəʊn/'ซเต็พพิงซโตน/ *n.* หินที่ปูไว้เป็นช่วง ๆ เพื่อใช้เป็นทางข้ามพื้นที่ชื้นแฉะ; *(fig.)* ขั้นตอนในการบรรลุเป้าหมาย (to)

step: **~sister** *n.* พี่/น้องสาวต่างบิดาหรือมารดา; **~son** *n.* ลูกชายเลี้ยง; **~-up** ❶ *n.* การเพิ่มขึ้น; **a ~-up in output/production/security measures** การเพิ่มผลลัพธ์/การผลิต/มาตรการความปลอดภัย ❷ *attrib. adj. (Electr.)* **~-up converter** *or* **transformer** หม้อแปลงไฟฟ้าที่เพิ่มปริมาณโวลต์

stereo /'sterɪəʊ/'ซเตริโอ/ ❶ *n., pl.* **~s** Ⓐ *(equipment)* สเตริโอ (ท.ศ.); ➡ + **personal** D; Ⓑ *(sound reproduction)* สเตริโอ ❷ *adj.* Ⓐ *(sound)* ที่เป็นสเตริโอ; Ⓑ *(Optics)* เกี่ยวกับเครื่องดูภาพสเตริโอ

stereophonic /sterɪə'fɒnɪk/ซเตริเออะ'ฟอนิค/ *adj.*, **stereophonically** /sterɪə'fɒnɪkəlɪ, stɪərɪə'fɒnɪkəlɪ/ซเตริเออะ'ฟอนิเคอะลิ/ *adv.* โดยใช้ลำโพงหลายอัน

stereoscope /'sterɪəskəʊp/'ซเตะริเออะซโกพ/ *n.* แว่นหรือกล้องมองภาพสามมิติ

stereoscopic /sterɪə'skɒpɪk/ซเตะริเออะ'ซกอพิค/ *adj.* เกี่ยวกับเครื่องดูภาพสเตริโอ

stereotype /'sterɪətaɪp/'ซเตะริเออะไทพ/ ❶ *n.* Ⓐ บุคคลหรือสิ่งที่เป็นต้นแบบ; Ⓑ *(Printing: plate)* แผ่นโลหะแม่พิมพ์; Ⓒ *no pl. (Printing: process) (making of ~s)* กระบวนการทำแบบพิมพ์จากแม่พิมพ์; ~ **[printing]** [การพิมพ์] จากแบบของแม่พิมพ์ ❷ *v.t.* มองคนอย่างเป็นต้นแบบ, จำแนกเป็นประเภท ๆ; **~ sb. as a villain** จัดแจง ค.น. ว่าเป็นต้นแบบของคนชั่ว; **~d** ที่ถูกกำหนดเป็นแบบอย่าง; *(คำถาม)* ที่ไม่มีอะไรใหม่; *(วิธีคิด)* ตามมาตรฐานทั่วไป; **the ~d business man** นักธุรกิจที่ถือว่าเป็นนักธุรกิจตัวอย่าง

sterile /'steraɪl, US 'sterəl/'ซเตะรายลฺ, 'ซเตะเริล/ *adj.* Ⓐ *(germ-free)* ไม่มีเชื้อโรค; Ⓑ *(barren, lit. or fig.)* ไม่ออกผล, เป็นหมัน; *(fig.) (การกระทำ, การอภิปราย)* ที่ไร้ประโยชน์; *(งานศิลปะ)* ที่ไร้ความรู้สึกจิตใจ

sterilisation, sterilise, steriliser ➡ **steriliz-**

sterility /ste'rɪlɪtɪ/ซเตะ'ริลลิทิ/ *n., no pl.* Ⓐ *(absence of germs)* สภาพปลอดเชื้อโรค; Ⓑ *(barrenness, lit. or fig.)* ความไม่ออกผล, ความเป็นหมัน; *(fig.: of discussion)* ความไร้ผล, ความไร้ประโยชน์

sterilization /sterɪlaɪ'zeɪʃn, US -lɪ'z-/ซเตะริไล'เซช'น, -ลิ'ซ-/ *n. (act of making germ-free)* การฆ่าเชื้อ, การทำให้ปราศจากเชื้อโรค; *(act of making barren)* การทำให้ไม่ออกผล, การทำให้เป็นหมัน

sterilize /'sterɪlaɪz/'ซเตะริลายซฺ/ *v.t.* Ⓐ *(make germ-free)* ฆ่าเชื้อ, ทำให้ปราศจากเชื้อโรค; Ⓑ *(make barren)* ทำให้ไม่ออกผล, ทำให้เป็นหมัน

sterilizer /'sterɪlaɪzə(r)/'ซเตะริไลเซอะ(ร)/ *n.* เครื่องมือกำจัดเชื้อโรค

sterling /'stɜ:lɪŋ/'ซเตอลิง/ ❶ ➤ **572** *n., no pl., no indef. art.* สเตอร์ลิง (ท.ศ.); เงินตราของสหราชอาณาจักร, เงินปอนด์ (ภ.พ.); **do they accept** *or* **take ~?** พวกเขารับเงินปอนด์หรือเปล่า; **five pounds ~:** ห้าปอนด์สเตอร์ลิง; **in ~:** เป็นเงินปอนด์สเตอร์ลิง, เป็นเงินตราของอังกฤษ; **~ area** *(Hist.)* กลุ่มประเทศที่ค่าเงินตราผูกอยู่กับเงินสกุลสเตอร์ลิง ❷ *attrib. adj.* Ⓐ **~ silver** เงินแท้; Ⓑ *(fig.)* คนดีแท้; **he is a ~ chap!** เขาเป็นคนดีจริง; **do ~ work** ทำงานได้ดีเยี่ยม; **[this is] ~ stuff!** *(coll.)* [นี่เป็น] ของดีจริง ๆ

¹stern /stɜ:n/ซเติน/ *adj.* เข้มงวด, รุนแรง, เคร่งครัด, ไม่ผ่อนผัน; **made of ~er stuff** *(fig.)* เป็นคนเอาจริงเอาจัง; **be ~ with sb.** เข้มงวดกับ ค.น.

²stern *n. (Naut.)* ท้ายเรือ; **~ foremost** หันท้ายเรือไปข้างหน้า; ➡ + **¹stem** 1 F

sternly /'stɜ:nlɪ/'ซเตินลิ/ *adv.* อย่างเข้มงวด, อย่างรุนแรง, อย่างเคร่งครัด, อย่างไม่ผ่อนผัน

'sternpost *n. (Naut.)* เสาหางเสือตรงท้ายเรือ

sternum /'stɜ:nəm/'ซเตินเนิม/ *n., pl.* **~s** *or* **sterna** /'stɜ:nə/'ซเทินเนอะ/ *(Anat.)* กระดูกหน้าอก

steroid /'stərɔɪd, 'ste-/'ซเตอะรอยดฺ, 'ซเตะ-/ *n. (Chem.)* สเตรอยด์ (ท.ศ.), อินทรีย์สารที่มีลักษณะโครงสร้างเป็นรูปของอะตอมคาร์บอนสี่วง

stet /stet/ซเต็ท/ *(Printing) v.i. impers.* *(เขียนบนใบพิสูจน์ตัวอักษร)* คงไว้, งดการแก้ไข

stethoscope /'steθəskəʊp/'ซเต็ธเธอะซโกพ/ *n. (Med.)* เครื่องตรวจฟังเสียงหัวใจ ปอด ฯลฯ

Stetson ® /'stetsn/'ซเต็ทซ'น/ *n.* หมวกปีกกว้าง

stevedore /'sti:vədɔ:(r)/'ซตีเวอะดอ(ร)/ *n. (Naut.)* คนขนของขึ้นลงจากเรือ

stew /stju:, US stu:/ซติว, ซตู/ ❶ *n.* Ⓐ *(Gastr.)* สตู (ท.ศ.); **Irish ~:** สตูแบบไอริช; Ⓑ *(coll.: state)* **be in/get into a ~:** อยู่ในสภาพปั่นป่วนหรือสภาพฉุนเฉียว; **be in** *or* **get into a ~ about** *or* **over sth.** อยู่ในสภาพปั่นป่วนเกี่ยวกับ ส.น.; **don't get into a ~ about nothing!** อย่าฉุนเฉียวไปกับเรื่องไม่เป็นเรื่อง ❷ *v.t. (Cookery)* เคี่ยว; **~ apples/plums** เคี่ยวแอปเปิ้ล/ลูกพลับ ❸ *v.i.* Ⓐ *(Cookery)* เคี่ยว; **~ [in one's own juice]** *(fig.)* สร้างเวรสร้างกรรมเอง; Ⓑ *(fig.: fret)* **~ over a problem** กลัดกลุ้มกับปัญหา; Ⓒ *(fig.: swelter)* ร้อนอบอ้าว

steward /stjuəd, US 'stu:ərd/ซติวเอ็ด, 'ซตูเอิรดฺ/ ❶ *n.* ➤ **489** Ⓐ *(on ship, plane)* พนักงานชายที่คอยต้อนรับผู้โดยสาร, สจ๊วต (ภ.พ.); Ⓑ *(supervising official) (at public meeting, ball, etc.)* เจ้าหน้าที่ดูแลจัดการ; **~s** *(of race)* เจ้าหน้าที่ที่จัดการแข่งขัน; **~s' enquiry** *(Horseracing)* การตรวจสอบของฝ่ายจัดการ; ➡ + **shop steward**; Ⓒ *(estate manager)* ผู้จัดการที่ดินของคนอื่น ❷ *v.t.* ดูแลควบคุม *(งานประชุม, การแข่งม้า)*; **~ a meeting** ดูแลควบคุมการประชุม

stewardess /'stju:ədɪs, US 'stu:ərdəs/'ซติวเออะดิซ, 'ซตูเออะเดิซ/ *n.* ➤ **489** พนักงานหญิงที่คอยต้อนรับผู้โดยสาร

stewardship /'stju:ədʃɪp, US 'stu:ərdʃɪp/'ซติวเอิดชิพ, 'ซตูเอิรดฺชิพ/ *n.* การดูแลที่ดิน, การควบคุมดูแล *(การแข่งม้า/การประชุม)*; **hold the ~ of an estate** มีตำแหน่งเป็นผู้จัดการที่ดิน

stewed /stju:d/ซติวดฺ/ *adj.* Ⓐ *(Cookery)* ที่เคี่ยว, ที่ตุ๋น; **~ apples/plums** แอปเปิ้ล/ลูกพลับเคี่ยว; Ⓑ *(over-brewed)* **the tea is ~:** น้ำชาต้มนานเกินไป; Ⓒ *(sl.: drunk)* เมา

stewing steak /'stju:ɪŋ steɪk/'ซติวอิง ซเตค/ *n., no pl., no indef. art.* เนื้อที่เหมาะสำหรับทำสตู

stew: **~ pan** *n. (Cookery)* กระทะทำสตู; **~ pot** *n. (Cookery)* หม้อตุ๋นสตู

stick /stɪk/ซติค/ ❶ *v.t.,* **stuck** /stʌk/ซตัค/ Ⓐ *(thrust point of)* แทง, ทิ่ม; **~ sth. in[to] sth.** ใช้ ส.น. แทง ส.น.; **she stuck a needle in[to] her finger** เธอทำเข็มแทงนิ้วตัวเอง; **get stuck into sb./sth./a meal** *(coll.: begin action)* เริ่มทุบตี ค.น./ลงมือทำ ส.น./กินข้าวอย่างหิวโหย; **I stuck a knife in[to] him** ฉันใช้มีดแทงเขา; Ⓑ *(impale)* ทิ่มแทง; **~ sth. [up]on sth.** ทิ่ม ส.น. ไว้บน ส.น.; **like a stuck pig** *(เลือดไหล, ร้องกรี๊ดออกมา)* เหมือนหมูป่าที่ถูกแทง; Ⓒ *(coll.: put)* เสียบ; **he stuck a feather in his hat/a rose in his buttonhole** เขาเสียบขนนกเข้าไปในหมวกของเขา/ดอกกุหลาบลงในรังดุมเสื้อ; **~ a picture on the wall/a vase on the shelf** แขวนภาพไว้บนผนัง/วางแจกันไว้บนหิ้ง; **~ 10% on the bill** เติม 10% ลงไปในใบเรียกเก็บเงิน; **~ one's hat on one's head** สวมหมวกของตนไว้บนหัว; **~ one's head out of the window** ยื่นศีรษะออกไปนอกหน้าต่าง; **~ sth. in the kitchen** วาง ส.น. ไว้ในครัว; **~ one on sb.** *(sl.: hit)* ตี, ชก, ต่อย ค.น.; **~ one's hands in one's pockets** เอามือซุกกระเป๋า; **you know where you can ~ that!, [you can] ~ it!** *(sl.)* มึงรู้ดีว่าควรบากบั่นอุตสาหะอย่างไร; Ⓓ *(with glue etc.)* ติดกาว; Ⓔ *(make immobile)* **the car is stuck in the mud** รถยนต์ติดหล่มโคลนขยับไม่ได้; **the door is stuck** ประตูติดขัดเปิดไม่ออก; **she's been stuck indoors all day** *(fig. coll.)* เธอติดอยู่ในบ้านทั้งวัน; Ⓕ *(puzzle)* **be stuck for an answer/for ideas** คิดคำตอบไม่ออก/คิดอะไรๆ ไม่ออก; **Can you help me with this problem? I'm stuck** คุณช่วยฉันแก้ปัญหานี้หน่อยได้ไหม ฉันงง; **be stuck for money** *(coll.)* กำลังมีปัญหาการเงินติดขัด; Ⓖ *(cover)* **~ sth. with pins/needles** ปักหมุด/เข็มบน ส.น.; Ⓗ *(stab)* แทง; **~ sb. with a knife** เสียบ หรือ แทง ค.น. ด้วยมีด; Ⓘ *(Brit.: paste on wall)* ติดบนกำแพง; **'~ no bills'** 'ห้ามติดประกาศ'; Ⓙ *(Brit. coll.: tolerate)* **~ it** อดทนกับสิ่งนั้น; **she can't ~ him** เธอทนเขาต่อไปไม่ได้; **he can't ~ the book/film** เขาทนอ่านหนังสือ/ดูภาพยนตร์ไม่ได้; **she can't ~ the heat/such conditions** เธอทนความร้อน/สภาพเช่นนั้นไม่ได้; **I can't ~ it/my job any longer** ฉันทนมัน/งานของฉันไม่ไหวอีกแล้ว; Ⓚ *(coll.)* **be stuck with sth.** *(have to accept)* ต้องยอมรับ ส.น.; **be stuck with sb.** ต้องทน ค.น.; **if we don't sell our car soon we'll be stuck with it** ถ้าเราไม่รีบขายรถของเราเสียตอนนี้ เราจะขายมันไม่ได้เลย; Ⓛ *(coll.)* **be stuck on sb./sth.** *(captivated by)* ติดใจ ค.น./ส.น.; **be stuck on an idea** ประทับใจกับความคิดอันใดอันหนึ่ง ❷ *v.i.,* **stuck** Ⓐ *(be fixed by point)* ปัก, ทิ่ม, ตำ; **there's a splinter ~ing in my finger** มี

เสี้ยนตำนิ้วมือฉัน; Ⓑ *(adhere)* ติด; **mud ~s** *(fig.)* ถูกป้ายสีก็ย่อมเลอะบ้าง; **~ to sth.** ติดกับ *ส.น.*; **my wet clothes stuck to my body** เสื้อผ้าเปียกแนบติดเนื้อตัวฉัน; **~ in the/sb.'s mind** *(fig.) (ความคิด, ภาพ ฯลฯ)* ฝังอยู่ในความทรงจำ/ในใจของ *ค.น.*; **she was called the 'iron lady' and the nickname stuck** เธอได้รับขนานนามว่า 'หญิงเหล็ก' และชื่อนี้ก็เรียกกันจนติดปาก; Ⓒ *(become immobile) (รถยนต์)* ติดขัดไม่ขยับเขยื้อน; *(ประตู)* ติดแน่น; *(กุญแจ)* ไขไม่ออก; **~ fast** ติดแน่น; **the words stuck in his throat** คำติดอยู่ในลำคอของเขา; **the record is stuck** แผ่นเสียงติดขัด; ➡ + **stick-in-the-mud**; Ⓓ *(protrude)* **a letter stuck from his pocket** จดหมายยื่นออกมาจากกระเป๋าของเขา; Ⓔ *(coll.: remain)* ติดอยู่กับที่, หมกอยู่; **are you going to ~ indoors all day?** คุณจะหมกอยู่ข้างในตลอดทั้งวันหรือ; Ⓕ *(coll.: be considered valid)* **the accusations will not ~:** การกล่าวหาจะไม่ได้รับการยอมรับ; **make a charge ~:** ทำให้ข้อหาถูกยอมรับ; **be made to ~:** ทำให้ถูกยอมรับ; Ⓖ *(Cards)* **Do you want another card? – No, I'll ~:** คุณต้องการไพ่อีกใบหนึ่งไหม ไม่ ฉันจะจับละ

❸ *n.* Ⓐ *([cut] shoot of tree, piece of wood)* กิ่งไม้สั้น ๆ; *(staff)* ไม้ค้ำ; *(walking ~)* ไม้เท้า; **pick up a large ~ from the ground** หยิบกิ่งไม้ใหญ่ขึ้นจากพื้น; **gather dry ~s** เก็บรวบรวมกิ่งไม้แห้ง ๆ; ➡ + **big** 1 A; Ⓑ ➡ **rod** C; Ⓒ *(Hockey etc.)* ไม้ตี; **~s!** ยกไม้สูงเกินไหล่ *(คำเตือนของกรรมการในการเล่นฮอกกี้)*; Ⓓ *(long piece)* **a ~ of chalk/shaving soap** ชอล์ก/สบู่โกนหนวด 1 แท่ง; **a ~ of dynamite/sealing wax** แท่งประทัด/ขี้ผึ้งประทับตรา; **a ~ of rock/celery/rhubarb** ขนมหวานยาวหนึ่งแท่ง/ผักขึ้นฉ่าย/ผักรูบาบยาวหนึ่งต้น; **a cinnamon ~:** อบเชยยาวหนึ่งก้าน; Ⓔ *no pl., no art. (coll.: criticism)* **get** *or* **take [some] ~:** ได้รับการกระทบกระทั่ง [บ้าง]; **give sb. [some] ~:** กระทบกระทั่ง *ค.น.* [บ้าง]; Ⓕ **give sb. the ~, take the ~ to sb.** *(cane sb.)* เฆี่ยนตี *ค.น.*; Ⓖ **~ of furniture** *(coll.)* เฟอร์นิเจอร์หนึ่งชิ้น; **up ~s** *(coll.)* ย้ายไปอยู่ที่อื่น; Ⓗ *(Motor Veh.: gear lever)* ➡ **gearstick**; Ⓘ *(Mus.)* ➡ **baton** C; Ⓙ *(Printing)* ไม้เรียงตัวตะกั่ว; Ⓚ **the ~s** *(Horseracing coll.)* สิ่งกีดขวางที่ม้าต้องกระโดดข้าม; **the race is over the ~s** ม้าจะแข่งข้ามเครื่องกีดขวาง; Ⓛ *in pl. (coll.: rural area)* **in the ~s** ในชนบทที่อยู่ห่างไกล; Ⓜ *(coll.: person)* **a queer ~:** บุคคลที่แปลกประหลาด; **a funny old ~:** คนแก่ตลก ๆ; Ⓝ *(Mil.: of bombs)* ลูกระเบิดหลายลูกที่ยิงจากเครื่องบินอย่างรวดเร็ว; ➡ + **²cleft** 2; **cross** 4 B; **dirty** 1 H; **wrong** 1 C

~ a'bout, ~ a'round *v.i. (coll.)* อยู่ใกล้ ๆ; *(wait)* รอคอยอยู่ใกล้ ๆ

~ at *v.t.* Ⓐ *(hesitate at)* **~ at sth./nothing** ลังเลใจใน *ส.น.*/ไม่ลังเลในสิ่งใดเลย; Ⓑ *(keep on with)* **~ at one's books/studying** อ่านหนังสืออย่างตั้งหน้าตั้งตา/เอาแต่เรียน; **~ 'at it** *(coll.)* ทำต่ออย่างอดทน

~ by *v.t. (fig.)* ยังซื่อสัตย์

~ 'down *v.t.* Ⓐ *(glue down)* ติดด้วยกาว; Ⓑ *(coll.: put down)* วางลง; Ⓒ *(coll.: write down)* เขียน/บันทึกไว้

~ 'in *v.t.* Ⓐ *(jab in)* ทิ่ม, แทง, เสียบ; **get stuck in** *(coll.) (working)* ลงมือทำงานอย่างกระตือรือร้น; *(eating)* เริ่มกินอย่างหิวโหย; Ⓑ *(glue in)* ติดลงไปด้วยกาว; Ⓒ *(coll.: put in)* ใส่ข้างใน; ➡ + **nose** 1 A

~ 'on ❶ *v.t.* Ⓐ *(glue on)* ติดด้วยกาวบน; Ⓑ *(attach by pin etc.)* ติดด้วยหมุด; Ⓒ *(coll.: put on)* ใส่ *(หมวก)*; เปิด *(แผ่นเสียง, กาต้มน้ำ)*; **~ an extra amount on the bill** *(fig.)* เติมทิปลงไปในใบเก็บเงิน ❷ *v.i.* ติด, ใส่, เพิ่ม; ➡ + **stick-on**

~ 'out ❶ *v.t.* Ⓐ ยื่น *(หน้าอก, แขน, ขา)*; **~ one's tongue out at sb.** แลบลิ้นใส่ *ค.น.*; **would you like to ~ your neck out and predict the winner of the race?** *(fig. coll.)* คุณจะกล้าเสี่ยงทำนายว่าใครจะชนะการแข่งหรือเปล่า; **he is not one to ~ his chin out** *(fig. coll.)* เขาไม่เป็นคนที่ชอบเสี่ยง; Ⓑ **~ it out** *(coll.)* = **sweat it out** ➡ **sweat** 3 D

❷ *v.i.* Ⓐ *(project) (หน้าอก, คาง)* ยื่นออกมา; *(จมูก)* โด่ง; **his ears ~ out** หูเขากางออกมา; **her hair stuck out from under the hat** ผมของเธอโผล่ออกมาจากใต้หมวก; **she lay in bed with her legs/toes ~ing out** เธอนอนบนเตียงโดยขา/เท้ายื่นออกมานอกผ้าห่ม; Ⓑ *(fig.: be obvious)* เด่นชัด, ชัดเจน; **~ out a mile** *(coll.)* เด่นชัดที่สุด; **it ~s out a mile that he is only after her money** *(coll.)* มันชัดเจนเหลือเกินว่าเขาหวังเงินของเธอเท่านั้น; **~ out like a sore thumb** *(coll.)* เป็นที่เด่นชัดที่สุด; **if you don't wear the correct clothes you'll ~ out like a sore thumb** *(coll.)* ถ้าคุณใส่ชุดไม่เหมาะสมคุณจะตกเป็นเป้าสายตาผู้อื่น; Ⓒ **~ out for sth.**; ➡ **hold out** 2 C

~ to *v.t.* Ⓐ *(be faithful to)* ซื่อสัตย์ *(กับบุคคล)*; รักษา *(คำพูด)*; ยึดมั่นกับ *(หลักการ)*; Ⓑ *(not deviate from)* ไม่เบี่ยงเบนจาก *(แผน, บทความ, ต้นฉบับ)*; ยึดมั่นใน *(ความศรัทธา)*; **~ to business** ไม่เบี่ยงเบนออกนอกเรื่องธุรกิจ; **~ to the point** ไม่ออกนอกประเด็น; **~ to what you are good at** ปักหลัก/มุ่งมั่นอยู่กับสิ่งที่คุณชำนาญ; **thanks, but I'll ~ to beer** ขอบคุณ แต่ฉันจะดื่มเบียร์ต่อไป; ➡ + **gun** 1 A; **¹last**; **stick-to-it-ive**; **¹story** A

~ to'gether ❶ *v.t.* ติดเข้าด้วยกัน ❷ *v.i.* Ⓐ *(adhere together)* ติดกัน; Ⓑ *(fig.: remain united)* ยังอยู่รวมกัน, ยึดมั่นซึ่งกันและกัน

~ 'up ❶ *v.t.* Ⓐ *(seal)* ปิด; Ⓑ **be stuck up with sth.** *(coll.: sticky)* เหนอะหนะด้วย *ส.น.*; Ⓒ *(coll.: put up, raise)* ชู *(ศีรษะ, คอ)* ขึ้น; ปิดประกาศ *(ป้ายโฆษณา)*; สร้าง *(บ้าน)*; ขึ้น *(ราคา)*; ติดตั้ง *(ชั้น)*; **he stuck his nose up [in the air]** เขาเชิดจมูกขึ้นสูง [ในอากาศ]; **~ up one's hand** ยกมือขึ้น; **~ sth. up on a shelf** วาง/ตั้ง *ส.น.* ไว้บนหิ้ง; **~ 'em up!** *(coll.)* ยกมือขึ้นเหนือศีรษะ; Ⓓ *(coll.: rob)* ปล้น; ➡ + **stick-up**; Ⓔ **stuck up** *(conceited)* หยิ่งยโส; **be stuck up about sth.** หยิ่งยโสเกี่ยวกับ *ส.น.*

❷ *v.i.* Ⓐ *(ผม, คอเสื้อ)* ตั้งขึ้น; *(ตะปู, หินปูทางเดิน)* นูนขึ้น; Ⓑ **~ up for sb./sth.** สนับสนุนหรือ ปกป้อง *ค.น./ส.น.*; **~ up for yourself!** อย่ายอมคนอื่นซิ

~ with *v.t. (coll.)* Ⓐ *(keep contact with)* **~ with the leaders** วิ่งทันผู้นำ; **~ 'with it!** ทำต่อไป; Ⓑ *(remain faithful to)* ยังคงซื่อสัตย์กับ *(พรรค, กลุ่ม, เพื่อน)*; ยึดมั่นกับ *(หลักการ)*

stick de'odorant *n.* ยาระงับกลิ่นตัวแบบแท่ง

sticker /'stɪkə(r)/'ซติ๊คเคอะ(ร)/ *n.* ฉลาก หรือป้ายที่ติด, สติ๊กเกอร์ *(ท.ศ.)*; ➡ + **billsticker**

'stick figure *n.* รูปร่างเหมือนก้านไม้ขีดไฟ, รูปร่างผอมตรง

sticking /'stɪkɪŋ/'ซติคคิง/: **~ place** ➡ **~ point**; **~ plaster** *n. (Med.)* พลาสเตอร์ปิดแผล; **~ point** *n. (fig.)* อุปสรรค, จุดติดขัด

stick: ~ insect *n.* ตั๊กแตนกิ่งไม้ *(แมลงที่มีสายพันธุ์ใกล้เคียงกับตั๊กแตนและมีลักษณะคล้ายกิ่งไม้)*; **~-in-the-mud** ❶ *n. (person lacking in initiative)* บุคคลที่ขาดความคิดริเริ่ม; *(unprogressive person)* คนที่เชยไม่ก้าวหน้า ❷ *adj. (lacking in initiative)* เฉื่อยชา; *(unprogressive)* เชย, โบราณ

stickleback /'stɪklbæk/'ซติ๊ค'ลแบค/ *n. (Zool.)* ปลาตัวเล็กในวงศ์ Gasterosteidae ที่มีหนามแหลมสั้น

stickler /'stɪklə(r)/'ซติคเคลอะ(ร)/ *n.* **be a ~ for tidiness/authority** เป็นคนที่เจ้าระเบียบ/ยึดติดกับอำนาจ

stick: ~-on *adj.* ติด, ติดแน่น; **~pin** *n. (Amer.)* เข็มกลัดที่ติดกับเนคไท; **~-to-it-ive** /stɪk'tu:ɪtɪv/ซติ๊ค'ทูอิทิว/ *adj. (Amer.)* ทรหด, อดทน; **~-up** *n. (coll.)* การปล้นติดอาวุธ

sticky /'stɪkɪ/'ซติคคิ/ *adj.* ❶ Ⓐ เป็นกาวเหนียว, เหนอะหนะ; **~ label** ฉลากติดกาว; **~ tape** เทปกาว, สกอตเทป; Ⓑ *(humid) (อากาศ)* ชื้นอบอ้าว; **be all hot and ~:** *(ตัว)* ร้อนและเหนียวเหนอะหนะ; Ⓒ *(coll.: uncooperative)* ไม่ร่วมมือ; **be ~ about doing sth.** ไม่ร่วมมือในการทำ *ส.น.*; Ⓓ *(coll.: unpleasant)* ไม่เป็นที่พอใจ; **a ~ situation** สถานการณ์ไม่น่าพอใจ; ➡ + **end** 1 H ❷ *n. (coll.)* กระดาษติดกาวแปะเอกสาร

sticky 'wicket *n. (Cricket)* สนามตีที่แฉะและเล่นลำบาก; **bat** *or* **be on a ~** *(fig.)* อยู่ในสภาพการณ์ที่ยากลำบาก

stiff /stɪf/ซติฟ/ ❶ *adj.* Ⓐ *(rigid)* แข็งทื่อ; **be frozen ~:** เย็นจนแข็ง; **this brush is ~ with paint** แปรงด้ามนี้สีแห้งเกรอะกรัง; ➡ + **lip** A; Ⓑ *(intense, severe)* รุนแรง, ดุเดือด; **~ competition** การแข่งขันที่รุนแรง; Ⓒ *(formal) (บุคคล, กิริยามารยาท)* เป็นทางการมาก; Ⓓ *(difficult) (คำถาม, การสอบ)* ยากลำบาก; *(การปีนเขา)* ที่ท้าทายมาก; **be ~ going** *(fig. coll.)* เป็นไปอย่างยากลำบาก; Ⓔ ลม *(แรง)*; Ⓕ *(not bending, not working freely, aching) (คอ)* แข็ง; *(เครื่องยนต์)* ติดขัด, วิ่งไม่ได้; *(กล้ามเนื้อ, แขน ขา)* ปวดเมื่อย; Ⓖ *(coll.: excessive) (ราคา)* สูงเกินไป; *(การลงโทษ)* โหดเกินไป; Ⓗ *(strong) (แอลกอฮอล์, เครื่องดื่ม)* แรง; **a ~ shot of rum** เหล้ารัมอย่างแรงหนึ่งแก้ว; Ⓘ *(thick) (กระดาษ)* หนา; Ⓙ *(coll.)* **be bored/scared/worried ~:** เบื่อหน่าย/กลัวจนขยับไม่ออก/วิตกกังวลสุดขีด; **bore/scare/worry sb. ~:** ทำให้ *ค.น.* เบื่อหน่าย/กลัวมาก/เป็นกังวลอย่างที่สุด; Ⓚ *pred.* **the road was ~ with police** ถนนเต็มไปด้วยตำรวจ ❷ *n. (sl.)* ศพ

stiffen /'stɪfn/'ซติฟ'น/ ❶ *v.t.* Ⓐ ทำให้แข็ง; ทำให้ *(สิ่งที่ผสมข้นขึ้น)*; Ⓑ *(fig.: bolster)* ทำให้ *(การต่อต้าน, จิตใจ)* เข้มแข็งขึ้น ❷ *v.i.* Ⓐ *(คน)* แกร่ง; Ⓑ *(ลม)* แรงขึ้น; Ⓒ *(become thicker) (การผสมเค้ก)* ข้นขึ้น; Ⓓ *(fig.: become more resolute)* จิตแน่วแน่มากขึ้น; **his resolve ~ed** จิตใจของเขาแน่วแน่ขึ้น

stiffener /'stɪfnə(r)/'ซติฟเนอะ(ร)/ *n.* Ⓐ *(for collar, corset)* สิ่งที่ตั้งคอปกให้แข็ง, วัสดุเสริมทรง; Ⓑ *(starch)* แป้งที่ลงให้ *(ผ้า)* แข็ง; Ⓒ *(Building)* เหล็กเสริม, แผ่นเสริมกำลัง; Ⓓ *(coll.: drink)* เครื่องดื่มมีแอลกอฮอล์

S

stiffening /'stɪfnɪŋ/'ซติฟนิง/ *n.* วัสดุเสริมทรง

stiffly /'stɪflɪ/'ซติฟลิ/ *adv.* Ⓐ *(rigidly, formally)* อย่างแข็งแกร่ง; *(กิริยามารยาท)* อย่างเป็นทางการ; *(fig.)* อย่างเข้มงวด; Ⓑ *(strongly)* *(ลมพัด)* อย่างแรง; Ⓒ *(erectly, with restricted movement)* *(เคลื่อนไหว)* อย่างแข็งแกร่ง, อย่างไม่ถนัด *(เพราะปวดเมื่อย)*

stiff-'necked *adj. (fig.)* ดื้อดึง, ดื้อรั้น

stiffness /'stɪfnɪs/'ซติฟนิซ/ *n., no pl.* Ⓐ *(rigidity, formality)* ความแข็ง, ความเป็นทางการ; *(of letter, language)* ความเป็นทางการ; Ⓑ *(intensity)* ความเข้ม, ความรุนแรง; Ⓒ *(difficulty)* ความยากลำบาก; Ⓓ *(of wind)* ความแรง; Ⓔ *(lack of suppleness)* ความไม่ยืดหยุ่น; ความเกร็ง *(ของกล้ามเนื้อ)*; *(of hinge, piston)* ความติดขัด; **have a ~ in one's limbs** รู้สึกเมื่อยแขนขา; Ⓕ *(coll.: excessiveness) (of punishment)* *(การลงโทษ)* ที่รุนแรงเกินไป; *(of demand, price)* *(ราคา, ความสูง)* เกินไป; Ⓖ *(thick consistency)* ความหนาข้น

stifle /'staɪfl/'ซไตฟ'ล/ ❶ *v.t.* ทำให้หายใจไม่ออก; *(fig.: suppress)* กลบ *(การร้องออกมา)*; ปราบปราม *(การก่อการร้าย, การต่อต้าน)*; **we were ~d by the heat** อากาศร้อนจนเราอึดอัดหายใจไม่ออก ❷ *v.i.* หายใจไม่ออก; **~ in the bad air/smoke** หายใจไม่ออกในอากาศไม่ดี/ควัน

stifling /'staɪflɪŋ/'ซไตฟลิง/ *adj.* อึดอัด, หายใจไม่ออก; **the heat was ~:** อบอ้าวจนหายใจไม่ออก

stigma /'stɪgmə/'ซติกเมอะ/ *n., pl.* **~s** *or* **~ta** /'stɪgmətə, stɪg'mɑːtə/'ซติกเมอะเทอะ, ซติก'มาเทอะ/ Ⓐ *(mark of shame)* ความอัปยศอดสู, มลทิน; **the ~ of having been in prison** ความอัปยศจากการเคยติดคุก; Ⓑ *(Bot.)* ปลายรังไข่ที่รับละอองเกสรดอกไม้; Ⓒ *in pl.* **~ta** *(Relig.)* *เครื่องหมายคล้ายบาดแผลที่พระเยซูได้รับจากตะปูตรึงบนไม้กางเขน ถือว่าเป็นสัญลักษณ์แห่งความศักดิ์สิทธิ์*

stigmatize (stigmatise) /'stɪgmətaɪz/'ซติกเมอะทายซ/ *v.t.* ตราหน้า, ประณามให้เสื่อมเสีย, ทำให้อัปยศอดสู

stile /staɪl/ซตายล/ *n.* รั้วที่มีขั้นบันไดปีนข้าม; ➡ + dog 1 A

stiletto /stɪ'letəʊ/ซติ'เล็ทโท/ *n., pl.* **~s** *or* **~es** Ⓐ *(dagger)* มีด หรือ ดาบสั้น; Ⓑ **~ [heel]** ส้นสูง; **~[-heeled shoe]** รองเท้าส้นสูง

¹still /stɪl/ซติล/ ❶ *adj.* Ⓐ *pred.* นิ่ง, เฉย; **be ~:** อยู่นิ่ง *(ธง, มือ)*; อยู่เฉยไม่โยกไปมา; **hold** *or* **keep sth. ~:** จับ *ส.น.* ให้อยู่นิ่ง ๆ; **hold** *or* **keep a ladder/horse ~:** จับ หรือ ยึดบันได/ม้าให้อยู่นิ่ง ๆ; **hold ~!** อยู่นิ่ง ๆ; **keep** *or* **stay ~:** อยู่นิ่ง ๆ; *(not change posture)* อยู่นิ่ง ๆ ไม่เปลี่ยนท่า; **sit ~:** นั่งนิ่ง ๆ; **stand ~:** ยืนนิ่ง ๆ; *(เวลา)* หยุดนิ่ง; *(stop)* หยุดนิ่ง; **my heart stood ~** *(fig.)* หัวใจฉันหยุดนิ่ง; **the country has just stood ~ for the last 20 years** *(fig.)* ประเทศไม่มีการพัฒนาเปลี่ยนแปลงในระยะ 20 ปีที่ผ่านมา; **time stood ~:** เวลาหยุดนิ่ง; ➡ + statue; Ⓑ *(calm)* สงบ; ➡ + deep 2; Ⓒ *(without sound)* เงียบสงบ; Ⓓ *(not sparkling)* ธรรมดา; **is this water sparkling or ~?** น้ำนี้มีความซ่าหรือเป็นน้ำธรรมดา; Ⓔ *(hushed)* *(เสียง)* เงียบ; **a** *or* **the ~ small voice [of conscience]** สามัญสำนึกความผิดอันน้อยนิด ❷ *adv.* Ⓐ *(without change)* ยัง, ไม่เปลี่ยนแปลง; *expr. surprise or annoyance* ยังอยู่, ยังไม่ทำ; **drink your tea while it is ~ hot** คุณควรดื่มน้ำชาตอนที่ยังร้อน ๆ; Ⓑ *(nevertheless)* แม้กระนั้น, อย่างไรก็ตาม; **~, we must not forget the opposite standpoint** อย่างไรก็ตาม เราต้องไม่ลืมมุมมองตรงข้าม; **~, what can you do about it?** อย่างไรก็ตาม คุณจะทำอะไรได้; Ⓒ *with comparative (even)* ยิ่งขึ้น; **become fatter ~** *or* **~ fatter** อ้วนยิ่งขึ้น; **better/worse ~** *as sentence modifier* ➡ + less 2 ❸ *n.* Ⓐ *(Photog.)* รูปถ่าย; **~s from the film** ภาพนิ่งจากภาพยนตร์; Ⓑ *(silence)* ความเงียบสงบ; **in the ~ of the night** ในความเงียบสงบของยามราตรี ❹ *v.t. (literary)* ทำให้นิ่ง, ทำให้เงียบสงบ

²still *n.* เครื่องมือกลั่นเหล้า

still: ~ birth *n.* การคลอดทารกที่ตายตั้งแต่อยู่ในครรภ์; **~born** *adj.* Ⓐ *(ทารก)* ที่คลอดออกมาตายแล้ว; **the child was ~born** เด็กที่คลอดออกมาตายแล้ว; Ⓑ *(fig.)* ➡ abortive; **~ life** *n., pl.* **~ lifes** *or* **lives** *(Art)* ภาพวาดของสิ่งที่ใช้ในชีวิตประจำวัน *(ผลไม้, เครื่องเขียน ฯลฯ)*

stillness /'stɪlnɪs/'ซติลนิซ/ *n., no pl.* Ⓐ *(motionlessness)* ความนิ่ง, ความอยู่เฉยไม่กระดุกกระดิก; Ⓑ *(quietness)* ความเงียบ

still ~ picture ➡ ¹still 3 A; **~ room** *n. (Brit.)* ห้องกลั่นเหล้า

stilt /stɪlt/ซติลทฺ/ *n.* Ⓐ ไม้ต่อขา *(สำหรับคนขึ้นไปเดิน)*; Ⓑ *(support of building)* เสาค้ำยัน; Ⓒ *(Ornith.)* นกขายาวชายฝั่งในสกุล *Himantopus*

stilted /'stɪltɪd/'ซติลทิด/ *adj.* *(รูปแบบทางวรรณกรรม)* ไม่เป็นธรรมชาติและโอ้อวด; *(บ้าน)* ที่ตั้งบนเสา

Stilton /'stɪltən/'ซติลเทิน/ *n.* เนยแข็งเข้มข้นที่มีเชื้อราสีฟ้าเป็นเส้น ๆ

stimulant /'stɪmjʊlənt/'ซติมมิวเลินทฺ/ ❶ *attrib. adj. (Med.)* ที่กระตุ้น *(หัวใจ)*; บำรุงกำลัง ❷ *n. (lit. or fig.)* สิ่งกระตุ้น *(โดยเฉพาะเครื่องดื่มแอลกอฮอล์, ยาเสพติด)*

stimulate /'stɪmjʊleɪt/'ซติมมิวเลท/ *v.t.* Ⓐ กระตุ้น; *(sexually)* เร้าอารมณ์; Ⓑ *(fig.)* ทำให้มีชีวิตชีวา *(การประชุม, อารมณ์)*; กระตุ้น; **~ sb. to sth./to do sth.** กระตุ้น *ค.น.* ให้ทำ *ส.น.*

stimulating /'stɪmjʊleɪtɪŋ/'ซติมมิวเลทิง/ *adj.* Ⓐ ที่กระตุ้น; *(sexually)* ที่เร้าอารมณ์; Ⓑ *(fig.)* เร้าอารมณ์

stimulation /stɪmjʊ'leɪʃn/ซติมมิว'เลช'น/ *n.* Ⓐ การกระตุ้น; *(sexual)* การเร้าอารมณ์ทางเพศ; Ⓑ *(fig.)* การกระตุ้น; *(of reaction)* การให้เกิดปฏิกิริยา; *(of interest, curiosity)* การปลุก, การทำให้ตื่นตัว; *(of economy, market, growth, sales)* การทำให้เจริญเติบโต

stimulative /'stɪmjʊlətɪv/'ซติมมิวเลอะทิว/ *adj.* ช่วยกระตุ้น; **the ~ effect of a cold shower** ผลกระตุ้นร่างกายจากการอาบน้ำเย็นจากฝักบัว

stimulus /'stɪmjʊləs/'ซติมมิวเลิซ/ *n., pl.* **stimuli** /'stɪmjʊlaɪ/'ซติมมิวลาย/ Ⓐ *(spur)* ตัวกระตุ้น (**to** ให้); **act as a ~ to sb.'s ambition** เป็นตัวกระตุ้นความทะเยอทะยานของ *ค.น.*; Ⓑ *(rousing effect)* ผลกระตุ้น; **give a ~ to sales** ก่อให้เกิดความตื่นตัวในการขาย; Ⓒ *(Physiol.)* สิ่งกระตุ้นปฏิกิริยาของร่างกาย

sting /stɪŋ/ซติง/ ❶ *n.* Ⓐ *(wounding)* บาดแผลจากการต่อย หรือ ตำ; *(by jellyfish, nettles)* ผื่น; Ⓑ *(pain)* ความเจ็บปวด; *(from cane, whip)* ความระบม; *(from wind)* ความแสบ; *(from rash)* ผื่น; **the ~ of his criticism/remark/reproach** ความเจ็บแสบของการวิพากษ์วิจารณ์/คำติหนิ/การติเตียนของเขา; **a ~ in the tail** *(fig.)* ความเจ็บปวดตอนสุดท้ายที่คาดไม่ถึง; **the story/film/letter had a ~ in the tail** เรื่อง/ภาพยนตร์/จดหมายมีการหักมุมตอนจบด้วยความปวดร้าวอย่างคาดไม่ถึง; **take the ~ out of sth.** *(fig.)* ถอนพิษออกจาก *ส.น.*; Ⓒ *(Zool.)* เหล็กในของแมลง; *(of jellyfish)* พิษของแมงกะพรุน; *(of snake)* เขี้ยวมีพิษของงู; Ⓓ *(Bot.)* ขนของพืช; Ⓔ *(vigour)* ➡ bite 3 E; Ⓕ *(fraud)* การหลอกลวง, การปลอมแปลง; *(police operation)* การปฏิบัติการหลอกผู้ร้าย ❷ *v.t.,* **stung** /stʌŋ/ซตัง/ Ⓐ *(wound)* ทิ่ม, ตำ, ต่อย; **a bee stung [him on] his arm** ผึ้งต่อยแขนเขา; **a jellyfish stung me/my leg** ฉันโดนแมงกะพรุนต่อย/ที่ขา; Ⓑ *(cause pain to)* **the cane stung the boy's fingers** ไม้ตีทำให้นิ้วของเด็กผู้ชายเจ็บระบม; **the smoke/the wind stung my eyes** ควัน/ลมทำให้ตาของฉันแสบ; Ⓒ *(hurt mentally)* ทำร้ายจิตใจ, ที่เจ็บปวด; **his conscience stung him** มโนธรรมของเขาทำให้เขาไม่สบายใจ; **~ing** ที่ทำร้ายจิตใจ; **stung by remorse** รู้สึกทรมานใจเมื่อสำนึกผิด; Ⓓ *(incite)* **~ sb. into sth./doing sth.** ยุ *ค.น.* ให้ทำ *ส.น.*; **he was stung to anger by their insults** เขารู้สึกโกรธขึ้นมาจากคำดูถูกของพวกเขา; Ⓔ *(coll.: swindle)* หลอกลวงฉ้อโกง; **~ sb. for sth.** ฉ้อโกง *ค.น.* เพื่อ *ส.น.*; **how much did they ~ you for [it]?** พวกเขาหลอกคุณไปเท่าไหร่แล้ว [เพื่อสิ่งนี้] ❸ *v.i.,* **stung** Ⓐ *(feel pain)* แสบ, เจ็บปวด; **smoke makes my eyes ~:** ควันทำให้ฉันแสบตา; **the antiseptic made the wound/my skin ~:** ยาฆ่าเชื้อทำให้แสบแผล/แสบผิว; Ⓑ *(have ~s)* มีเหล็กใน, หนาม, เขี้ยวมีพิษ; **not all nettles/sorts of jellyfish ~:** ไม่ใช่พืช/แมงกะพรุนทุกชนิดที่จะมีพิษ

stingily /'stɪndʒɪlɪ/'ซตินจิลิ/ *adv.* อย่างถี่เหนียว, อย่างตระหนี่; **behave ~:** ทำตัวตระหนี่ถี่เหนียว

stinging nettle /'stɪŋɪŋnetl/'ซติงงิงเน็ท'ล/ *n. (Bot.)* พืช *Urtica dioica* ที่มีขนซึ่งโดนแล้วเป็นผื่นคัน

'stingray *n. (Zool.)* ปลากระเบนชายธง

stingy /'stɪndʒɪ/'ซตินจิ/ *adj.* ถี่เหนียว, ตระหนี่; **be ~ with sth.** ตระหนี่ถี่เหนียวกับ *ส.น.*

stink /stɪŋk/ซติงคฺ/ ❶ *v.i.,* **stank** /stæŋk/ซแตงคฺ/ *or* **stunk** /stʌŋk/ซตังคฺ/ **stunk** Ⓐ ส่งกลิ่นเหม็นน่ารังเกียจ (**of** ของ); **~ to high heaven** เหม็นชิบหายเลย; *(fig.)* *(เรื่องอื้อฉาว, การโกง)* เหม็นฉาวโฉ่; **he ~s of money** *(coll.)* เขามีเงินมากมาย; **something ~s here** *(coll.: is suspicious)* ที่นี่มีอะไรที่น่าสงสัย; Ⓑ *(fig.: be repulsive)* **sth. ~s** *ส.น.* น่าขยะแขยง; **the book/film ~s** หนังสือ/ภาพยนตร์ใช้ไม่ได้เลย ❷ *n.* Ⓐ *(bad smell)* กลิ่นเหม็น; Ⓑ *(coll.: fuss)* ความวุ่นวาย, ปัญหา; **the scandal created an almighty ~:** เรื่องอื้อฉาวก่อให้เกิดปัญหาวุ่นวาย; **kick up** *or* **raise a ~ about sth.** ทำเรื่องวุ่นวายเกี่ยวกับ *ส.น.* ขึ้น; Ⓒ *(coll.)* **like ~:** อย่างรุนแรง, อย่างหนัก *(หน่วง)*, อย่างเร็วจี๋; **run like ~:** วิ่งเร็วจี๋

'stink bomb *n.* ระเบิดก๊าซไข่เน่า

'stinker /'stɪŋkə(r)/'ซติงเคอะ(ร)/ *n. (coll.)* Ⓐ *(offensive person)* คนที่น่ารังเกียจ; Ⓑ *(offensive thing)* สิ่งที่น่ารังเกียจ; **a ~ [of a letter/reply]** [จดหมาย/การตอบ] จดหมายที่น่ารังเกียจ; **a ~ [of a cold]** [หวัด] ที่รุนแรงมาก; Ⓒ *(difficult task)* งานหรือภาระที่ยุ่งยาก

stinking /ˈstɪŋkɪŋ/ˈซติงคิง/ ❶ *adj.* Ⓐ ที่ส่งกลิ่นเหม็น; Ⓑ *(coll.: objectionable)* น่ารังเกียจ, ไม่ไหว; **a ~ cold** โรคหวัดที่รุนแรงมาก ❷ *adv. (coll.)* **~ rich/drunk** รวย/เมามาก

stint /stɪnt/ซตินทฺ/ ❶ *v.t.* Ⓐ *(restrict share of)* จำกัดส่วนแบ่ง; **~ oneself [of sth.]** จำกัดตนเอง [กับ *ส.น.*]; **~ sb. of sth.** จำกัด *ค.น.* กับ *ส.น.*; Ⓑ *(supply stingily)* จัดหาให้อย่างตระหนี่ ❷ *v.i.* **~ on sth.** จำกัด *ส.น.* ❸ *n.* Ⓐ *(allotted amount)* จำนวนที่จัดให้; **do** *or* **work** *or* **have a long ~:** ทำ *หรือ* ทำงานเป็นเวลายาวนาน; **each of us did our ~:** พวกเราแต่ละคนทำงานที่ได้รับมอบหมาย; Ⓑ *(limitation)* การกำหนด; **without ~:** อย่างไม่มีการกำหนด, อย่างไม่อั้น

stipend /ˈstaɪpend/ˈซไตเพ็นดฺ/ *n.* เงินประจำ *หรือ* เงินเดือน *(โดยเฉพาะของนักบวช)*

stipendiary /staɪˈpendɪərɪ, US -dɪerɪ/ซไตˈเพ็นเดียริ/ ❶ *attrib. adj.* ที่รับเงินเดือน; **~ magistrate** ➡ 2 ❷ *n. (Brit.)* ผู้พิพากษาในคดีย่อย ๆ ที่รับเงินเดือน

stipple /ˈstɪpl/ˈซติพ'ล/ *v.t.* Ⓐ *(Art)* ใช้จุดวาดภาพแทนเส้น; Ⓑ *(roughen)* ทำให้ผิวขรุขระ *(ของภาพ, ซีเมนต์ ฯลฯ)*

stipulate /ˈstɪpjʊleɪt/ˈซติพพิวเลท/ *v.i.* *(demand)* กำหนดข้อต่อรอง; *(lay down)* กำหนดเงื่อนไข; *(insist on)* ยืนยันความสำคัญของเงื่อนไข

stipulation /stɪpjʊˈleɪʃn/ซติพิวˈเลช'น/ *n.* Ⓐ *(condition)* เงื่อนไข; **on** *or* **with the ~ that ...:** ด้วยเงื่อนไขที่ว่า...; Ⓑ *(act)* ➡ **stipulate:** การกำหนด; การยืนยัน

stipule /ˈstɪpjuːl/ˈซติพพิวล/ *n. (Bot.)* ใบเลี้ยงที่ก้านใบ

[1]**stir** /stɜː(r)/ซเตอ(ร)/ ❶ *v.t.,* **-rr-** Ⓐ *(mix)* คน, กวน, ผสม; **keep ~ring the soup** คนซุปไปเรื่อย ๆ; **~ sth. into sth.** ผสม *ส.น.* ลงไปใน *ส.น.*; Ⓑ *(move)* เคลื่อนย้าย, ลุกขึ้น; **~ oneself out of bed** ลุกจากที่นอน; **~ one's stumps** *(coll.)* ทำตัวให้กระฉับกระเฉงขึ้น; Ⓒ *(fig.: arouse)* ปลุกเร้า, กระตุ้น *(ความสนใจ, ความอยากรู้อยากเห็น)*; **a story to ~ the heart/blood** เรื่องราวที่ปลุกใจ/ที่น่าตื่นเต้น; **~ sb. to action** ปลุกใจ/โน้มน้าวใจ *ค.น.* ให้กระตือรือร้น; **~ sb. to greater efforts** ปลุกกระตุ้น *ค.น.* ให้พยายามยิ่งขึ้น ❷ *v.i.,* **-rr-** Ⓐ *(move)* เคลื่อนที่, ขยับ; *(in sleep)* ขยับ; *(ลม, ต้นไม้)* เริ่มเคลื่อนไหว; **without ~ring** ปราศจากการเคลื่อนที่; **[not] ~ from the spot** หยุดนิ่งอยู่กับที่; Ⓑ *(fig.: be aroused)* ปลุกใจ, เร้าใจ; Ⓒ *(rise from bed)* ตื่น, ลุกจากเตียง; **nobody was ~ring in the house/village** ในบ้าน/หมู่บ้านยังไม่มีใครตื่น ❸ *n., no pl.* Ⓐ *(commotion)* ความอึกทึกครึกโครม; *(bustle, activity)* ความยุ่งเหยิง, ความวุ่นวาย; **cause** *or* **create** *or* **make a [big** *or* **great] ~:** ก่อให้เกิดความอึกทึกครึกโครม; Ⓑ *(act of ~ring sth.)* **give the coffee/paint a ~:** คนกาแฟ/สีให้เข้ากัน

~ ˈin *v.t.* คน/ผสมลงไป

~ ˈup *v.t* Ⓐ *(disturb)* รบกวน; Ⓑ *(fig.: arouse, provoke)* ปลุกเร้า, กระตุ้น *(ความสนใจ, ความรัก, ผู้ติดตาม ฯลฯ)*; **~ up the past/ill feelings** รื้อฟื้นอดีต/ความรู้สึกที่ไม่ดี; **~ up public opinion** ปลุกระดมความคิดมวลชน; **~ it up** *(coll.)* สร้างความขัดแย้ง

[2]**stir** *n. (sl.: prison)* คุก; **be in ~:** อยู่ในคุก

stir: ~-crazy *adj. (sl.)* **be ~-crazy** เป็นบ้า *หรือ* วิกลจริตจากการถูกจำคุกนาน; **~-fry** *v.t. (Cookery)* ผัด

stirrer /ˈstɜːrə(r)/ˈซเตอเรอะ(ร)/ *n.* Ⓐ *(utensil)* อุปกรณ์สำหรับคน/กวน; Ⓑ *(one who provokes)* คนยุแหย่, คนหาเรื่อง

stirring /ˈstɜːrɪŋ/ˈซเตอริง/ *adj.* *(ละคร, เพลง, สุนทรพจน์)* ที่เร้าอารมณ์

stirringly /ˈstɜːrɪŋlɪ/ˈซเตอริงลิ/ *adv.* *(เล่นดนตรี)* อย่างเร้าอารมณ์

stirrup /ˈstɪrəp/ˈซติเริพ/ *n.* Ⓐ *(Riding)* โกลน; Ⓑ *(of garment)* สาย; Ⓒ *(Anat.)* **~[bone]** กระดูกในหู

stirrup: ~ cup *n.* *เครื่องดื่มผสมเหล้าที่ให้คนขี่ม้าดื่มก่อนออกเดินทาง (ในสมัยก่อน)*; **~ iron** *n. (Riding)* ส่วนโลหะของโกลนม้า; **~ pump** *n.* เครื่องสูบน้ำขนาดเล็กที่ใช้มือ *(และมีที่เหยียบเท้า)*

stitch /stɪtʃ/ซติฉ/ ❶ *n.* Ⓐ *(Sewing: pass of needle)* การใช้เข็มเย็บหนึ่งครั้ง; ➡ + **save** 1 F; Ⓑ *(result of needle movement) (Knitting, Crocheting)* รอยถักไหมพรม/รอยควักลูกไม้; *(Sewing, Embroidery)* รอยเย็บ, รอยเย็บปักถักร้อย; **drop a ~** *(Knitting)* ทำรอยถักตกจากเข็ม; **undo the ~es** ปลดรอยเย็บ *หรือ* รอยถัก; *(in seam, hem)* รอยสอย; Ⓒ *(kind of ~) (Knitting)* ชนิดของรอยถัก; *(Sewing, Embroidery)* รอยเย็บ, รอยเย็บปัก; Ⓓ *(coll.: piece of clothing)* **not have a ~ on** แก้ผ้า, เปลือย; **the burglars stole every ~ of clothing I had** นักย่องเบาขโมยเสื้อผ้าทุกชิ้นที่ฉันมี; Ⓔ *(pain)* **[have] a ~ [in the side]** การเจ็บเสียดสีข้าง; Ⓕ *(coll.)* **be in ~es** หัวเราะอย่างเต็มที่; **he/his jokes had me in ~es** เรื่องตลกของเขาทำให้ฉันขำไม่หาย; Ⓖ *(Med.: to sew up wound)* การเย็บแผล; **~es** รอยเย็บแผล; **he had his ~es taken out** เขาไปตัดไหมแผล; **need [five] ~es** จำเป็นต้องเย็บแผล [5 เข็ม]; Ⓗ *(Bookbinding)* การเย็บเข้าเล่มหนังสือ ❷ *v.t. (Embroidery)* เย็บ, ถัก; *(Bookbinding)* เย็บเข้าเล่ม ❸ *v.i. (Embroidery)* เย็บ, ถัก; *(Bookbinding)* เย็บเข้าเล่ม

~ ˈdown *v.t.* เย็บให้ติด

~ ˈon *v.t.* เย็บ *(กระดุม, ผ้าปะ)*

~ ˈup *v.t.* เย็บ *(แผล, รอยขาด)*; *(fig. coll.)* ทำให้ *(บุคคล) เกี่ยวพันกับอาชญากรรม โดยเฉพาะการมอบหลักฐาน*

stitching /ˈstɪtʃɪŋ/ˈซติฉจิง/ *n.* Ⓐ *(series of stitches)* รอยเย็บต่อกัน; Ⓑ *(ornamental stitches)* การเย็บให้มีลวดลาย; Ⓒ *(Bookbinding: fastening)* การเย็บเข้าเล่ม

stoat /stəʊt/ซโทท/ *n.* สัตว์ในกลุ่มเดียวกับพังพอน *Mustela erminea* จะผลัดขนเป็นสีขาวในฤดูหนาว

stochastic /stəˈkæstɪk/ซเตอะˈแคซทิค/ *adj.* *(ตัวแปร)* ที่ [ถูก] กำหนดโดยการแจกจ่ายความน่าจะเป็นแบบสุ่มตัวอย่าง; *(กระบวนการ)* โดยชุดของตัวแปรแบบสุ่มตัวอย่าง, ที่ใช้กฎของความน่าจะเป็น

stock /stɒk/ซตอค/ ❶ *n.* Ⓐ *(origin, family, breed)* ต้นกำเนิด, ตระกูล, พันธุ์; **a horse of good racing/breeding ~:** ม้าแข่ง/พ่อพันธุ์ดี; **be** *or* **come of farming/French/good ~:** มี *หรือ* มาจากตระกูลชาวไร่/ต้นกำเนิดเป็นชาวฝรั่งเศส/ที่ดี; Ⓑ *(supply, store)* เสบียง, สินค้า; *(in shop etc.)* ของขาย, สต็อก *(ท.ศ.)*; **our ~ is high/low** สินค้าของพวกเรามีมาก/มีน้อย; **our ~s of food/sherry** เสบียงอาหาร/เหล้าเชอร์รีของพวกเรา; **have a good ~ of information/knowledge** มีข้อมูลข่าวสาร/ความรู้ที่ดีและเพียงพอ; **be in ~/out of ~** *(สินค้า)* มี/ไม่มีในสต็อก; **sb. is out of ~ of sth.** *ค.น.* ไม่มี *ส.น.*; **get** *or* **lay in a ~ of coal** ตุนถ่านหินไว้ให้เพียงพอ; **have sth. in ~** มี *ส.น.* ในสต็อก; **keep sth. in ~** *(have available as a general policy)* เก็บตุน/กักตุน *ส.น.* ไว้เป็นประจำ; **renew** *or* **replenish one's ~ of sth.** คอยเสริมหรือคอยเติม *ส.น.* ให้เต็ม; **take ~:** ตรวจสต็อก; *(fig.)* ตรวจสอบและประเมินสถานการณ์ของตน; **take ~ of sb.** *(fig.)* ประเมินบุคลิก *ค.น.*; **take ~ of sth.** *(fig.)* ตรวจสอบสภาพ *ส.น.*; **take ~ of oneself** *(fig.)* ตรวจสอบและประเมินสถานการณ์ของตนเอง; **take ~ of one's position/situation/prospects** ตรวจสอบและประเมินฐานะ/สภาพการณ์/โอกาสของตน; ➡ + **rolling stock;** Ⓒ *(Cookery)* น้ำซุป, น้ำสต็อก; Ⓓ *(Finance) (shares)* หุ้น; **sb.'s ~ is high/low** *(fig.)* ความสำคัญของ *ค.น.* อยู่ในระดับสูง/ต่ำ; **take** *or (Amer.)* **put ~ in sth.** *(fig.)* ให้ความสำคัญกับ *ส.น.*; ➡ + [1]**defer** A; **ordinary** B; Ⓔ *(Hort.)* ต้นไม้; *(for grafting)* ต้นที่ใช้ต่อกิ่ง; Ⓕ *(handle)* ด้าม; *(of gun, of plough)* ด้าม; ➡ + [2]**lock** 1 E; Ⓖ *(Agric.)* สัตว์เลี้ยงในการเกษตร; ➡ + **fatstock; livestock;** Ⓗ *(raw material)* วัตถุดิบ; **[film] ~:** ม้วนฟิล์ม; **[paper] ~:** วัตถุดิบ [กระดาษ]; *(for printing on)* กระดาษ; Ⓘ *(Bot.)* ดอกไม้หอมจากสกุล *Matthiola* หรือ *Malcolmia*; ➡ + **night-scented stock; Virginia stock;** Ⓙ *in pl. (Hist.: punishment-frame)* ขื่อ *(แผ่นไม้ใช้รัดขานักโทษขณะนั่งในที่สาธารณะ)*; Ⓚ *(Naut.: anchor crossbar)* แก่นสมอเรือ; Ⓛ *in pl. (Naut.: construction support)* คานหนุนเรือระหว่างการต่อเรือ; **be on the ~s** *(เรือ)* ที่กำลังต่อและอยู่บนคานเรือ; *(fig.)* อยู่ในขั้นเตรียมการ; **have sth. on the ~s** *(fig.)* กำลังตระเตรียม *ส.น.*; Ⓜ *(tree stump)* ตอไม้; ➡ + **laughing stock** ❷ *v.t.* Ⓐ *(supply with ~)* จัดให้มี, จัดหา; **~ a pond/river/lake with fish** ปล่อยปลาลงบ่อ/แม่น้ำ/ทะเลสาบ; **her larder is ~ed with tins** ในตู้เก็บอาหารเธอตุนอาหารกระป๋องไว้มากมาย; **a cellar ~ed with wine/sherry** ห้องใต้ดินที่มีเหล้าองุ่น/เหล้าเชอร์รีเก็บตุนอยู่; **he has a memory ~ed with useless information** สมองเขามีแต่เรื่องไร้สาระ; Ⓑ *(Commerc.: keep in ~)* เก็บไว้ในคลังสินค้า ❸ *attrib. adj.* Ⓐ *(Commerc.)* มีเก็บไว้ในคลังเสบียงสินค้า; **a ~ size/model** ขนาด/แบบมาตรฐาน; Ⓑ *(fig.: trite, unoriginal)* ซ้ำซากน่าเบื่อ; **~ character** ตัวละครที่มีประจำ

~ ˈup ❶ *v.t.* **~ up [with sth.]** ตุน [*ส.น.*] เป็นเสบียง; **~ up with coal for the winter** ตุนถ่านหินเป็นเสบียงสำหรับฤดูหนาว; **~ up on sth.** ตุน *ส.น.* ให้เพียงพอ ❷ *v.t.* ตุนเสบียง; ปล่อยปลาลง *(ทะเลสาบ, แม่น้ำ)*; **the library needs ~ing up with new books** ห้องสมุดต้องจัดหาหนังสือใหม่ให้เพียงพอ

stockade /stɒˈkeɪd/ซตอคˈเคด/ ❶ *n.* รั้วไม้ ❷ *v.t.* ล้อมรั้ว

stock: ~breeder *n.* คนผสมพันธุ์ปศุสัตว์; **~breeding** *n.* การผสมพันธุ์ปศุสัตว์; **~broker** *n.* ➤ 489 *(Finance)* นายหน้าค้าหุ้น *หรือ* หลักทรัพย์; **~broker belt** *ย่านอยู่อาศัยของคนรวยโดยเฉพาะในบริเวณศูนย์กลางธุรกิจ เช่น กรุงลอนดอน*; **~broking** /ˈstɒkbrəʊkɪŋ/ˈซตอคโบรคิง/ *n., no pl. (Finance)* การซื้อขายหุ้นหรือหลักทรัพย์; **~broking is a lucrative profession** การซื้อขายหุ้นเป็นอาชีพที่มีกำไร; **~ car** *n.* Ⓐ *(Amer. Railw.)* รถไฟขนส่งปศุสัตว์;

S

873 **stock-car racing | stool pigeon**

B *(racing car)* รถแข่งสต็อกคาร์ *(ท.ศ.)*; **~-car racing** *n.* การแข่งรถที่อนุญาตให้มีการชนกัน; **~ cube** *n. (Cookery)* ก้อนซุป; **~ exchange** *n. (Finance)* ตลาดหลักทรัพย์; **the S~ Exchange** *(Brit.)* ตลาดหลักทรัพย์ในลอนดอน; **~fish** *n. (Cookery)* ปลาแล่เนื้อตากแห้งไม่โรยเกลือ; **~holder** *n. (Finance)* ผู้ถือหุ้นหรือพันธบัตร; *(of shares)* หุ้นส่วน; **be a ~holder in the company** เป็นหุ้นส่วนของบริษัท

stockily /ˈstɒkɪlɪ/ˈซตฺอคิลิ/ *adv.* **~ built** รูปร่างล่ำ

stockinet[te] /stɒkɪˈnet/ซตฺอคิˈเน็ท/ *n. (Textiles)* ผ้าถักด้วยเครื่องมีลักษณะยืดหยุ่น

¹**stocking** /ˈstɒkɪŋ/ˈซตฺอคิง/ *n.* **A** ถุงน่อง; **in one's ~[ed] feet** เท้าเปล่าแต่สวมถุงน่อง; **hang up one's ~** แขวนถุงเท้ารอรับของขวัญเล็ก ๆ ในวันคริสต์มาส; **B** *(of horse) ส่วนล่างของขาม้าที่มีขนสีต่างออกไป (มักเป็นสีขาว)*

²**stocking** *n.* ➡ **stock** 2

stockinged /ˈstɒkɪŋd/ˈซตฺอคิงดฺ/ *adj.* ➡ ¹**stocking** A

stocking: ~ filler *n. (Brit.)* *ของขวัญชิ้นเล็กที่ใส่ในถุงเท้ารับของขวัญในวันคริสต์มาส*; **~ mask** *n.* หน้ากากถุงน่อง *(ใส่โดยพวกโจร)*; **~ stitch** *n. (Knitting)* รอยถักลายคู่; **knit in ~ stitch** ถักแบบลายคู่; **~ stuffer** *(Amer.)* ➡ **~ filler**

stock-in-ˈtrade *n.* สินค้าที่มีอยู่; *(workman's tools)* เครื่องมือของช่าง; *(fig.: resource)* รายการแสดงประจำ; **be the ~ of sb.** เป็นคำพูด *หรือ* การกระทำประจำของ *ค.น.*

stockist /ˈstɒkɪst/ˈซตฺอคิซทฺ/ *n. (Brit. Commerc.)* พ่อค้าที่กักตุนสินค้าเฉพาะ

stock: ~jobber *n. (Finance)* **A** *(Brit.: dealer)* นายหน้าซื้อขายหุ้น *หรือ* หลักทรัพย์; **B** *(Amer. derog.: broker)* นายหน้าซื้อขายหุ้น; **~jobbing** *n. (Brit. Finance)* การซื้อขายหุ้นหรือหลักทรัพย์; **~list** *n.* **A** *(Finance)* ตารางราคาซื้อขายหุ้น *หรือ* หลักทรัพย์; **B** *(Commerc.)* รายการสินค้าพร้อมราคา; **~ market** *n. (Finance)* **A** ➡ **stock exchange**; **B** *(trading)* การซื้อขายหุ้นหรือหลักทรัพย์; **lose money on the ~ market** สูญเสียเงินในการเล่นตลาดหลักทรัพย์; **~pile** **1** *n.* คลัง *(สินค้า, พัสดุ, อาวุธ)*; *(of weapons)* คลังสรรพาวุธ **2** *v.t.* สะสม *(สินค้า, อาวุธ ฯลฯ)* ไว้ในคลัง; **~pot** *n. (Cookery)* หม้อสำหรับต้มน้ำซุป; **~room** *n.* ห้องเก็บสินค้า; **~-ˈstill** *pred. adj.* นิ่งไม่ขยับเขยื้อน; **stand ~-still** ยืนนิ่งไม่ขยับเขยื้อน; **~taking** *n. (Commerc.)* การเช็คสต็อก; **closed for ~taking** ปิดเพื่อเช็คสต็อก

stocky /ˈstɒkɪ/ˈซตฺอคิ/ *adj.* เตี้ยและล่ำ

ˈ**stockyard** *n.* คอกล้อมวัวควายที่ทำไว้ชั่วคราว

stodge /stɒdʒ/ซตฺอจ/ *n. (coll.: food)* อาหารหนักและมีแป้งมาก

stodgy /ˈstɒdʒɪ/ˈซตฺอจิ/ *adj.* **A** *(อาหาร)* หนักและไม่ย่อย; **B** *(heavy, uninteresting)* *(หนังสือ)* หนัก, ไม่น่าสนใจ; *(รูปแบบวรรณกรรม ฯลฯ)* ที่ไม่สละสลวย; **C** *(dull, drab)* *(คน)* น่าเบื่อ, ไม่น่าสนใจ

stoic /ˈstəʊɪk/ˈซโตอิค/ **1** *n.* **A** **S~** *(Philos.)* *สมาชิกหรือผู้ยึดถือปรัชญาลัทธิหนึ่งของกรีกโบราณที่สอนให้ควบคุมบังคับความรู้สึกและกิเลสของตน*; **B** *(impassive person)* คนที่ไม่แสดงอารมณ์ **2** *adj.* **A** **S~** *(Philos.)* เกี่ยวกับสำนักปรัชญาสโตอิก *(ท.ศ.)*; **the S~ philosophers/school** นักปรัชญาที่ยึดถือปรัชญาลัทธิสโตอิก; **B** *(บุคคล, คำตอบ)* ไม่แสดงอารมณ์

stoical /ˈstəʊɪkl/ˈซโตอิค'ล/ *adj.*, **stoically** /ˈstəʊɪkəlɪ/ˈซโตอิเคอะลิ/ *adv.* โดยไม่แสดงอารมณ์ในยามยาก

stoicisim /ˈstəʊɪsɪzm/ˈซโตอิซิซ'ม/ *n., no pl.* **A** **S~** *(Philos.)* *ปรัชญาสโตอิซึมของกรีกโบราณ (ที่สอนให้ควบคุมบังคับความรู้สึกและกิเลสของตน)*; **B** *(impassiveness)* ความไม่แสดงอารมณ์; **do sth. with ~**: ทำ *ส.น.* อย่างอดทนและไม่แสดงอารมณ์

stoke /stəʊk/ซโตค/ **1** *v.t.* เติม *(เชื้อเพลิง, ถ่านหิน ฯลฯ)* ในเตา, ในเครื่องจักรกล ฯลฯ; **~ a fire with coal** เติมถ่านหินให้ไฟ **2** *v.i.* ➡ **~ up** 2

~ ˈup **1** *v.t.* เติมเชื้อเพลิง *(ในเตา, เครื่องจักรกล ฯลฯ)*; **~ a fire up** เติมเชื้อเพลิงบนไฟ **2** *v.i. (coll.: feed oneself)* กินอาหารอย่างเต็มที่

stoke: ~hold *n. (Naut.)* ห้องที่มีเตาหม้อน้ำในเรือ; **~hole** *n.* ช่องเขี่ยไฟหน้าเตา

stoker /ˈstəʊkə(r)/ˈซโตเคอะ(ร)/ *n.* ➤ **489** ผู้ดูแลเติมเชื้อไฟ

STOL /stɒl/ซตฺอล/ *abbr. (Aeronaut.)* **short take off and landing** การบินขึ้นและลงในช่วงระยะสั้น

¹**stole** /stəʊl/ซโตล/ *n.* ผ้าคลุมไหล่

²**stole** ➡ **steal** 1, 2

stolen /ˈstəʊln/ˈซโตล'น/ **1** ➡ **steal** 1, 2 **2** *attrib. adj.* *(สิ่งของ)* ที่ถูกขโมย; *(การมอง, การจูบ)* อย่างลับ ๆ แอบ ๆ; **~ goods** ของที่ถูกขโมยมา; **receiving ~ goods** การรับของที่ขโมยมา/การรับของโจร; **receiver of ~ goods** ผู้รับของที่ขโมยมา/ผู้รับของโจร

stolid /ˈstɒlɪd/ˈซตฺอลิด/ *adj.* เย็นชา, ปกปิดอารมณ์; *(คนงาน)* ที่อืด; *(ความตั้งใจ)* ที่ไม่ลังเล; *(คน)* เฉื่อยชา

stolidity /stəˈlɪdɪtɪ/ซเตอะˈลิดดิทิ/ *n., no pl.* ความเฉื่อยชา; *(of refusal, opposition)* ความดื้อ

stolidly /ˈstɒlɪdlɪ/ˈซตฺอลิดลิ/ *adv.* อย่างเย็นชาหรือปกปิดอารมณ์; *(ปฏิเสธ)* อย่างดื้อรั้น; *(การทำงาน)* อย่างอดทน

stoma /ˈstəʊmə/ˈซโตเมอะ/ *n., pl.* **~s** *or* **~ta** /ˈstəʊmətə/ˈซโตเมอะเทอะ/ **A** *(Zool.)* *ช่องเล็ก ๆ เหมือนปากในสัตว์ชั้นต่ำบางชนิด*; **B** *(Bot.)* รูเล็ก ๆ ของใบไม้

stomach /ˈstʌmək/ˈซตัมเมิค/ **1** *n.* **A** ➤ **118** *(Anat., Zool.)* กระเพาะอาหาร, ท้อง; **lie heavy on sb.'s ~**: หมักหมมอยู่ในกระเพาะอาหารของ *ค.น.*; **on an empty ~**: ในขณะท้องว่าง; **on a full ~**: ในขณะอิ่มท้อง; **turn sb.'s ~**: ทำ *ค.น.* ให้รู้สึกคลื่นไส้; **the smell/sight of food turned her ~**: กลิ่น/การเห็นอาหารทำให้เธอรู้สึกคลื่นไส้; **B** *(abdomen)* ท้อง, พุง; **have a pain in one's ~**: ปวดท้อง; **lie on one's ~**: นอนคว่ำ; **develop a ~**: เริ่มอ้วนลงพุง; **pull your ~ in!** แขม่วท้องซิ; ➡ + ¹**pit** 1 B; **C** **have the/no ~ [for sth.]** *(wish/not wish to eat)* อยาก/ไม่อยากรับประทาน [*ส.น.*]; *(fig.: interest)* อยาก/ไม่อยากทำ *ส.น.*; *(fig.: courage)* กล้า/ไม่กล้าทำ *ส.น.* **2** *v.t.* **A** *(eat, drink)* รับประทาน, กิน, ดื่ม; *(keep down)* รับประทานได้; **B** *(fig.: tolerate)* อดทน *(ความยากลำบาก)*; ยอมรับ *(ข้อเสนอ, คำสั่ง)*

stomach: ~ ache *n.* ➤ **453** อาการปวดท้อง; **have a ~ ache** ปวดท้อง; **~ pump** *n. (Med.)* การดูดของออกจากกระเพาะ; **~ upset** *n.* ➤ **453** ท้องเสีย

stomp /stɒmp/ซตฺอมพฺ/ **1** *n. (dance)* การเต้นรำแบบแจ๊สที่กระฉับกระเฉง **2** *v.i.* **A** *(tread heavily)* **~ [about** *or* **around]** เดินกระทืบเท้าหนัก ๆ; **B** *(Amer.: stamp feet)* กระทืบเท้า

stone /stəʊn/ซโตน/ **1** *n.* **A** หิน, ก้อนหิน; **[as] hard as [a] ~**: แข็งเหมือนก้อนหิน; **his heart is** *or* **he has a heart of** *or* **[as] hard as [a] ~** *(fig.)* เขาเป็นคนใจแข็ง; **throw ~s/a ~ at sb.** ขว้าง/ปาก้อนหินใส่ *ค.น.*; *(fig.)* ใส่ร้าย *ค.น.*; **cast** *or* **throw the first ~** *(fig.)* ใส่ร้ายป้ายสีเป็นคนแรก; **only a ~'s throw [away]** *(fig.)* ใกล้แค่เอื้อม; **leave no ~ unturned** *(fig.)* พยายามทุกวิถีทางที่เป็นไปได้; **leave no ~ unturned to achieve sth.** *(fig.)* พยายามทุกวิถีทางที่จะประสบความสำเร็จใน *ส.น.*; **sink like a ~**: หายต๋อมไปเลย; **the lift dropped like a ~**: ลิฟต์ไหลลงเร็วราวก้อนหิน; **be written** *or* **carved in ~** ที่เปลี่ยนแปลงไม่ได้เหมือนสลักบนหลักศิลาจารึก; ➡ + **bird** A; **blood** 1 A; **glass** 2; **philosopher's stone**; **Portland stone**; **rolling stone**; **B** *(gem)* อัญมณี, เพชรพลอย; **C** *(Med., Bot.)* นิ่วในไต/ในถุงน้ำดี; **D** ➡ **hailstone**; **E** ➤ **1013** *pl. same (Brit.: weight unit)* หน่วยชั่งน้ำหนักสโตน *(เท่ากับ 6.35 กิโลกรัม)* *(ท.ศ.)* **2** *adj.* *(สะพาน, กำแพง, รูปปั้น)* หิน; **~ jar/urn** เหยือก/โกศหิน **3** *v.t.* **A** ปาด้วยก้อนหิน; **~ sb. [to death]** ปาก้อนหินใส่ *ค.น.* [จนตาย]; **~ me!, ~ the crows!** *(coll.)* จริงหรือ พูดเป็นเล่น; **B** กว่าน *(ผลไม้)*

stone: S~ Age *n. (Archaeol.)* ยุคหิน; **~-cold** **1** *adj.* เย็นยะเยือก **2** *adv.* **~-cold sober** ไม่เมาเลยแม้แต่นิด

stoned /stəʊnd/ซโตนดฺ/ *adj. (sl.)* พี้กัญชา *(ภ.พ.)*; *(drunk)* เมาเหล้า; **get ~ [on drugs]** เมายาเสพติด; **be ~ out of one's head** *or* **mind** เมาไม่ได้สติ

stone: ~-ˈdead *pred adj.* ตายสนิท; **kill sth. ~-dead** *(fig.)* ฆ่า *ส.น.* ตายสนิท; **~-ˈdeaf** *adj.* หูหนวกสนิท; **~-ground** *adj.* *(แป้ง)* บดด้วยหิน; **~mason** *n.* ➤ **489** ช่างหิน; **~ pine** *n. (Bot.)* ต้นสน *Pinus pinea* ที่ขึ้นทางตอนใต้ของยุโรป; **~ˈwall** *(Brit.)* **1** *v.i.* กีดกัน, ขัดขวาง *(การอภิปราย, การสืบสวน ฯลฯ)*; **~wall on an issue** ขัดขวางเรื่องใดเรื่องหนึ่ง **2** *v.t.* **~wall sth.** ขัดขวาง *ส.น.*; **~walling** /ˈstəʊnwɔːlɪŋ/ˈซโตนวอลิง/ *n. (Brit.)* **~walling [tactics]** [เทคนิค] การขัดขวางการพิจารณา; **~ware** *n., no pl.* เครื่องดินเผาเคลือบ; **~washed** *adj.* *(กางเกงยีน)* ที่ซักด้วยหินก้อนเล็กให้ดูเก่า; **~work** *n.* งานหิน, ที่สร้างด้วยหิน

stony /ˈstəʊnɪ/ˈซโตนิ/ *adj.* **A** *(full of stones)* มีหินมาก, เต็มไปด้วยหิน; **fall on ~ ground** *(fig.)* *(คำพูด)* ที่ไม่ได้ผล; **B** *(like stone)* เหมือนหิน; **C** *(hostile)* *(คำพูด, ที่ทาง)* ที่ต่อต้าน; เป็นศัตรู; *(ทัศนะ, อาการ)* เย็นชา; **D** *pred. (coll.)* ➡ **stony-broke**

stony-ˈbroke *pred. adj. (coll.)* ไม่มีสักเก๊

stood ➡ **stand** 1, 2

stooge /stuːdʒ/ซตูจ/ *(coll.)* **1** *n.* **A** *(Theatre: comedian)* ลูกคู่ตัวตลก; **B** *(compliant person)* คนที่ยินยอมเชื่อฟัง, หุ่นเชิด **2** *v.i.* **~ for sb.** *(for comedian)* เป็นลูกคู่ตัวตลกให้กับ *ค.น.*; *(as deputy etc.)* เป็นผู้ช่วย

stool /stuːl/ซตูล/ *n.* **A** ม้านั่ง, ที่วางขา; **fall between two ~s** *(fig.)* ตกระหว่างทางเลือกสองทาง; **B** ➡ **footstool**; **C** *in sing. or pl. (Physiol.: faeces)* อุจจาระ; **D** *(Bot.)* *(of tree)* รากหรือตอของต้นไม้ที่มีหน่อขึ้นใหม่

ˈ**stool pigeon** *n.* **A** *(Hunting)* นกต่อในการล่าสัตว์; **B** *(fig.: decoy)* คนที่เป็นนกต่อ; **C** *(police informer)* ผู้แจ้งเบาะแสแก่ตำรวจ

S

[1]**stoop** /stu:p/ชตูพ/ ❶ *v.i.* ~ **[down]** ก้ม, โค้ง/โน้ม [ลง]; ~ **over sth.** ก้มมอง *ส.น.*; **he'd ~ to anything to get his way** *(fig.)* เขาจะยอมทำทุกอย่างเพื่อให้ได้สิ่งที่ต้องการ; **I wouldn't ~ so low!** *(fig.)* ฉันจะไม่ลดตัวต่ำถึงขนาดนั้นหรอก; **~ to do sth.** *(fig.)* ลดตัวต่ำเพื่อ *ส.น.*; **~ to deceit/a lie** ยอมหลอกลวง/โกหก; Ⓑ *(have ~)* เดินตัวโก่ง; Ⓒ ➡ **swoop** 2 ❷ *v.t.* ก้มศีรษะ/ค้อมตัวลง; **~ed with old age** หลังโก่งด้วยวัยชรา ❸ *n.* ท่าหลังค้อม; **have a/walk with a ~:** มีหลังค้อม/เดินตัวโก่ง

[2]**stoop** *n. (Amer.)* ระเบียงหรือบันไดหน้าบ้าน

stop /stɒp/ชตอพ/ ❶ *v.t.*, **-pp-:** Ⓐ *(not let move further)* ทำให้หยุด *(บุคคล, รถยนต์)*; หยุด *(ลูกบอล)*; ห้าม *(การเดิน, ทำ)*; ห้ามให้ผ่าน *(ศัตรู)*; **she ~ped her car** เธอจอดรถ; **~ thief!** หยุดเดี๋ยวนี้ *(ขโมย)*; **there's no ~ping sb.** ไม่มีการห้าม *ค.น.*; **~ a bullet** *or* **one** *(coll.) (get killed)* ถูกยิงตาย; *(get wounded)* ถูกยิงบาดเจ็บ; ➡ + **track** 1 B; Ⓑ *(not let continue)* เลิก *(พูด, ทำ, การผลิต, สงคราม)*; ปิด *(น้ำ, แก๊ส)*; ยกเลิก *(สัญญา, การเป็นสมาชิก)*; ยุติ *(สงคราม, การประชุม)*; ห้าม *(เลือด)*; ทำให้หายไป *(ความเจ็บปวด)*; **~ that/that nonsense/that noise/your threats!** เลิกการกระทำนั่นเสีย/เรื่องบ้า ๆ เหล่านั้น/เสียงเอะอะ/การขู่ของคุณ; **he had his grant/holidays ~ped** เขาถูกระงับเงิน/วันหยุด; **bad light ~ stopped play** แสงสว่างไม่พอทำให้ยกเลิกการเล่นต่อ; **~ the show** *(fig.)* ได้รับการปรบมือมากจนไม่สามารถเล่นต่อไปได้; **just you try and ~ me!** ลองพยายามห้ามฉันดูซิ; **~ working** หยุดทำงาน; **~ smoking/crying** เลิกสูบบุหรี่/ร้องไห้; **never ~ doing sth.** ไม่เคยหยุดทำ *ส.น.*; **~ 'saying that!** เลิกพูดสิ่งนั้นเสียที; **~ being silly!** เลิกทำตัวโง่ ๆ เสียที; **~ it!** หยุดเดี๋ยวนี้; *(in more peremptory tone)* หยุดซิวะ; **~ oneself** ห้ามตัวเอง; **I couldn't ~ myself** ฉันไม่สามารถห้ามตัวเองได้; ➡ + **rot** 1 A; Ⓒ *(not let happen)* ไม่ให้เกิดขึ้น; **I managed to ~ myself [from] punching him** ฉันสามารถห้ามใจไม่ให้ชกเขา; **He was determined to do/say it. We couldn't ~ him** เขาตั้งใจแน่วแน่ที่จะทำ/พูดมันจนพวกเราไม่สามารถหยุดยั้งเขาได้; **she couldn't ~ herself [from] coughing** เธอฝืนไอไม่ได้; **you won't ~ me [from] seeing her** คุณจะห้ามไม่ให้ฉันพบเธอไม่ได้; **he tried to ~ us parking** เขาพยายามห้ามพวกเราไม่ให้จอดรถ; **he phoned his mother to ~ her [from] worrying** เขาโทรศัพท์ถึงแม่เพื่อให้เธอเลิกวิตกกังวล; **~ sth. [from] happening** ห้ามไม่ให้ *ส.น.* เกิดขึ้น; **there's nothing to ~ me/you** *etc.* **[doing sth.]** ไม่มีอะไรที่จะมาห้ามฉัน/คุณ ฯลฯ [ทำ *ส.น.* ได้]; Ⓓ *(cause to cease working)* ทำให้หยุดทำงาน; **his/her face is enough to ~ a clock** *(fig. coll.)* สีหน้าของเขา/เธอดุเดือดมาก; Ⓔ *(block up)* ปิด *(หู, ตา)*; อุด *(รู, ช่องโหว่, จมูก)*; **~ holes in a wall with concrete/filler** อุดช่องโหว่ในกำแพงด้วยคอนกรีต; **~ sb.'s mouth** *(fig.)* เอาเงินปิดปาก *ค.น.*; Ⓕ *(withhold)* ยับยั้ง; **the cost will be ~ped out of** *or* **from his salary** ค่าใช้จ่ายจะถูกหักจากเงินเดือนของเขา; **~ payment** *(Finance)* ประกาศตนเองล้มละลาย; **~ [payment of] a cheque** ระงับ/ยกเลิกการสั่งจ่ายเช็ค; Ⓖ *(Boxing) (parry)* ปัดป้อง, หลบหลีก *(หมัด)*; *(knock out)* ชกล้มลงให้กรรมการนับ; Ⓗ *(Mus.)* **~ a string** ใช้นิ้วกดสาย; **a ~ped pipe [of an organ]** ท่อ [ออร์แกน] ที่กำกับโดยปุ่มให้เสียง ❷ *v.i.*, **-pp-:** Ⓐ *(not extend further)* หยุด; *(ทาง, ถนน)* หมด; *(เสียง)* เงียบไป; *(ความเจ็บปวด)* หายไป; *(รถ, เครื่องยนต์)* หยุด; **at this point his knowledge ~s** ถึงจุดนี้ความรู้ของเขาถึงที่สิ้นสุด; Ⓑ *(not move or operate further) (รถ)* หยุดนิ่ง; *(หัวใจ)* เลิกเต้น; *(นาฬิกา)* หยุดเดิน; **he ~ped in the middle of the sentence** เขาหยุดตรงกลางประโยค; **he never ~s to think [before he acts]** เขาไม่เคยหยุดเพื่อที่จะคิด [ก่อนการกระทำ]; **~!** หยุด; **~ at nothing** เหี้ยมโหด; **~ dead** หยุดอย่างกะทันหัน; **you never know when to ~:** คุณไม่เคยรู้จักหยุด; ➡ + **short** 2 A; **track** 1 B; Ⓒ *(coll.: stay)* อยู่, พักอยู่; **~ at a hotel/at a friend's house/with sb.** พักอยู่ที่โรงแรมแห่งหนึ่ง/บ้านเพื่อนคนหนึ่ง/กับ *ค.น.*; **~ for** *or* **to dinner** อยู่รับประทานอาหารเย็น; **~ for coffee afterwards** อยู่ดื่มกาแฟในตอนหลัง; **I'm not ~ping** ฉันจะไม่อยู่หรอก ❸ *n.* Ⓐ *(halt)* การหยุด; **there will be two ~s for coffee on the way** ระหว่างทางจะมีการหยุดพักดื่มกาแฟสองแห่ง; **this train goes to London with only two ~s** รถไฟขบวนนี้ไปกรุงลอนดอนโดยจอดเพียงสองสถานีเท่านั้น; **bring to a ~:** ทำให้หยุด; **the fire brought the show/performance to a [sudden] ~:** การเกิดเพลิงไหม้ทำให้ต้องหยุดการแสดงกะทันหัน; **come to a ~:** *(รถยนต์)* จอด; *(งาน)* ได้เลิกแล้ว; *(การบรรยาย)* จบลง; **make a ~ at** *or* **in a place** หยุดพักที่/ในสถานที่หนึ่ง; **put a ~ to** ระงับ *(การปล่อยข่าวลือฉาว)*; ยุติ *(ความขัดแย้ง)*; เลิก *(ความพยายาม)*; **put a ~ on a cheque** ระงับเช็ค; **without a ~:** *(ทำงาน)* อย่างต่อเนื่องโดยไม่หยุดพัก; Ⓑ *(place)* สถานที่หยุด; **the ship's first ~ is Cairo** เรือจะแวะจอดแห่งแรกที่กรุงไคโร; **the plane's first ~ is Paris** เครื่องบินจะแวะจอดแห่งแรกที่กรุงปารีส; Ⓒ *(Brit.: punctuation mark)* เครื่องหมายวรรคตอน; ➡ + **full stop** A; Ⓓ *(in telegram)* มหัพภาค; Ⓔ *(Mus.) (row of organ pipes)* แถวปล่องประเภทหนึ่ง; *(organ knob)* ปุ่มออร์แกน; **pull out all the ~s** *(fig.)* ใช้พลังงาน/ความสามารถเต็มที่; Ⓕ *(to limit movement)* อุปกรณ์หยุด *ส.น.*; Ⓖ *(Photog.)* ขนาดของรูรับแสงในเลนส์; Ⓗ *(Phonet.)* เสียงพยัญชนะกล้ำ

~ a'way *(coll.)* ➡ **stay away** A

~ be'hind ➡ **stay behind**

~ 'by *(Amer.)* ❶ *v.i.* หยุดแวะ; **~ by at the store** หยุดแวะที่ร้านค้า ❷ *v.t.* **~ by sb.'s house** *or* **place [and have a drink]** แวะที่บ้านของ *ค.น.* [และดื่มอะไรสักแก้ว]; **we'll ~ by the shop and get some apples** พวกเราจะหยุดแวะที่ร้านค้าและซื้อแอปเปิ้ล

~ 'down *v.t. (Photog.)* **~ down to f/16** ลดความไวแสงเป็นเอฟ/16

~ 'in *(coll.)* ➡ **stay in** B

~ 'off *v.i.* หยุดระหว่างทาง, แวะ; **~ off at the pub for a packet of cigarettes** แวะที่ผับแห่งหนึ่งเพื่อซื้อบุหรี่หนึ่งซอง; ➡ + **stopoff**

~ 'on *(coll.)* ➡ **stay on** C

~ 'out *v.i. (coll.)* Ⓐ อยู่ต่อข้างนอก; Ⓑ *(remain on strike)* ยังคงหยุดงานประท้วง

~ 'over *v.i.* แวะระหว่างทาง; *(remain for the night)* ค้างคืน (at ที่); ➡ + **stopover**

~ 'up ❶ *v.t.* ➡ ~ 1 E ❷ *v.i. (coll.)* ➡ **stay up** A

stop: ~ button *n.* ปุ่มหยุด *(การทำงาน)*; **press the ~ button** กดปุ่มหยุด *(การทำงาน)*; **~cock** *n.* วาล์วเปิดปิดที่ควบคุมการไหลของของเหลวหรือก๊าซ; **~gap** *n.* ตัว/สิ่งแทนชั่วคราว; *(scheme, measure, plan, person)* สิ่งของชั่วคราว; **a ~gap measure** มาตรการชั่วคราว; **~-'go** *n. (Brit.) (นโยบายเศรษฐกิจ)* การยับยั้งสลับกับการกระตุ้นอุปสงค์ทางเศรษฐกิจ; *(boom and recession)* การเจริญเติบโตอย่างรวดเร็วที่สลับกับการถดถอยทางเศรษฐกิจ; **~-go strategy/policies** กลยุทธ์/นโยบายการยับยั้งและการกระตุ้นอุปสงค์ทางเศรษฐกิจสลับกันไป; **~ light** *n.* Ⓐ *(red traffic light)* ไฟหยุดจราจร; **if the ~ light shows** ถ้าไฟหยุดแดงขึ้น; Ⓑ *(Motor Veh.)* ไฟเบรก; **~ line** *n. (on road)* เส้นหยุดรถ; **~off** ➡ **~over**; **~ order** *n.* Ⓐ *(Finance)* การให้นายหน้าขายหุ้นเสีย; Ⓑ *(Law)* คำสั่งให้จ่ายเงิน; **~over** *n.* การหยุดพักหรือหยุดแวะ; *(of aircraft)* การลงจอดระหว่างทาง

stoppage /ˈstɒpɪdʒ/ˈชตอพิจ/ *n.* Ⓐ *(halt)* การหยุด; *(strike)* การหยุดงานประท้วง; *(in traffic)* การติดขัด; *(Sport)* การหยุดการเล่น; Ⓑ *(cancellation)* การยกเลิก; *(of delivery)* การระงับ; Ⓒ *(deduction)* การหักออกหรือการลด

stopper /ˈstɒpə(r)/ˈชตอเพอะ(ร)/ ❶ *n.* จุก; **put a ~** *or* **the ~s on sth./sb.** *(fig.)* ระงับ *ส.น.*/การดำเนินการของ *ค.น.* ❷ *v.t.* ใส่จุก, ปิดจุก

stopping /ˈstɒpɪŋ/ˈชตอพิง/ ➡ **filling** 1 A

stopping: ~ distance *n.* ระยะทางที่ยานพาหนะใช้ในการหยุดจอด; **~ place, ~ point** *ns.* สถานที่, ที่หยุดจอด; *(where train must stop)* จุดจอด; *(where one might rest)* ที่หยุดพัก; **~ train** *n. (Brit. Railw.)* รถไฟที่หยุดรับ/ถ่ายผู้โดยสารระหว่างทาง

stop: ~ press *n. (Brit. Journ.)* ข่าวล่าในหนังสือพิมพ์ *(ที่เพิ่มเมื่อเริ่มวิ่งแท่นพิมพ์แล้ว)*; *attrib.* **~press news** ข่าวล่าสุด; **~ sign** *n.* ป้ายหยุด, เครื่องหมายหยุด; **~ signal** *n.* สัญญาณหยุด; **~watch** *n.* นาฬิกาจับเวลา

storage /ˈstɔ:rɪdʒ/ˈชตอริจ/ *n.* Ⓐ *no pl., no indef. art. (storing)* การเก็บ *(ของ, ข้อมูล)*, คลังเก็บของ; **my furniture is in ~:** เครื่องเรือนของฉันอยู่ในคลังเก็บของ; **put in[to] ~:** ใส่ในคลังเก็บของ; ➡ + **cold storage**; Ⓑ ➡ **storage space**; Ⓒ *(cost of warehousing)* ค่าใช้จ่ายของการเก็บรักษาของในคลัง/โกดัง

storage: ~ battery *n. (Electr.)* หม้อเก็บไฟฟ้า; **~ capacity** *n. (Computing)* ความจุในการเก็บข้อมูล; **~ cell** *n. (Electr.)* หม้อเก็บไฟฟ้า; **~ heater** *n.* เครื่องทำความร้อนไฟฟ้าที่เก็บสะสมความร้อนได้; **~ space** *n.* คลังเก็บของ; *(in house)* ที่เก็บของในบ้าน; **I need ~ space for all my books** ฉันต้องการที่เก็บหนังสือทั้งหมดของฉัน; **~ tank** *n.* ถังเก็บ *(ของเหลว)*

store /stɔ:(r)/ชตอ(ร)/ ❶ *n.* Ⓐ *(Amer.: shop)* ร้านค้า, ร้านขายของ *(ปลีกย่อย)*; Ⓑ *in sing. or pl. (Brit.: large general shop)* ร้านค้าใหญ่; ➡ + **department store**; Ⓒ *(warehouse)* คลังสินค้า; *(for grain, hay)* โรงเก็บ; *(for valuables, for arms)* คลัง; *(for books, films, documents)* ห้องเก็บ, หอ; **put sth. in ~:** เก็บ *ส.น.* ในคลังเก็บของ; Ⓓ *(stock)* ของที่สะสมไว้, ที่เก็บไว้ (of ของ); **a great ~ of knowledge** การสะสมความรู้ที่ยิ่งใหญ่; **I don't have an unlimited ~ of patience** ความอดทนของฉันมีขีดจำกัด; **get in** *or* **lay in a ~ of sth.** กักตุน *ส.น.* ไว้; **have** *or* **keep coal/food in ~** เก็บตุนถ่านหิน/อาหารไว้; **have enough arms/ammunition in ~:** มีอาวุธ/วัตถุระเบิดในคลังเก็บอาวุธเพียงพอ; **be** *or* **lie in ~ for sb.** รอคอย *ค.น.* อยู่; **have a surprise**

in ~ for sb. *ค.น.* มีสิ่งที่ไม่ได้คาดหวังรออยู่; **there was another surprise in ~ for him** มีสิ่งที่เขาไม่ได้คาดหวังรออยู่อีก; **that's a treat in ~:** นั่นคือสิ่งที่น่าพอใจในอนาคต; **there'll be trouble in ~:** เดี๋ยวจะเกิดปัญหาแน่นอน; **who knows what the future has in ~?** ใครบ้างจะรู้ว่าอนาคตจะเกิดอะไรขึ้น; (E) *in pl. (supplies)* เสบียง; **the ~s** *(place)* คลังเสบียง, ร้านขายของ; (F) **lay** *or* **put [great] ~ by** *or* **on sth.** เห็นว่า *ส.น.* มีความสำคัญ/คุณค่า [มาก]; (G) *(Brit.: Computing)* หน่วยบันทึก *หรือ* เก็บความจำ ❷ *v.t.* (A) *(put in ~)* ใส่ในที่เก็บของ, ฝากไว้ในคลัง; สะสม *(พลังงาน, ความรู้)*; เก็บ *(เอกสาร)*; **~ food/nuts/coal/wine** *(collect as reserve)* ตุนอาหาร/ถั่ว/ถ่านหิน/เหล้าองุ่นไว้; (B) *(leave for storage)* จัดให้, จัดทำให้; (C) *(hold)* เก็บรักษา, สะสม *(พลังงาน)* ❸ *attrib. adj.* (A) *(Breeding)* *(วัว, แกะ)* ที่ขุนให้อ้วน; (B) *(Amer.: shop-bought)* ที่ซื้อจากร้านค้า

~ 'away *v.t.* เก็บสะสม *(พลังงาน, กระแสไฟฟ้า, เสบียง ฯลฯ)* ไว้; **~ food away** ตุนอาหาร; **~ things away in a trunk/at a friend's house** เก็บตุนสิ่งต่าง ๆ ไว้ในหีบ/ที่บ้านเพื่อน; **~ away information** เก็บรวบรวมข้อมูล

~ 'up *v.t.* เก็บสะสมไว้; **~ up provisions/food/wine/coal/nuts** เก็บสะสมเสบียง/อาหาร/เหล้าองุ่น/ถ่านหิน/ถั่ว; **you're only storing up trouble for yourself** คุณกำลังสะสมปัญหายุ่งยากให้กับตัวคุณเองเท่านั้น

store: ~ detective *n.* ➤ 489 ยาม/ตำรวจในร้านค้า; **~house** *n.* คลังสินค้า, โกดังเก็บของ; **sb. is a ~house of knowledge/information [about angling]** *ค.น.* เปรียบเสมือนคลังความรู้/คลังข้อมูล [เกี่ยวกับการตกปลา]; **the book is a real ~house of facts [about Thailand]** หนังสือเล่มนี้เต็มไปด้วยข้อมูล [เกี่ยวกับประเทศไทย]; **~keeper** *n.* ➤ 489 (A) *(one in charge of ~s)* ผู้ดูแลคลังสินค้า; *(Mil.)* นายทหารดูแลคลังอาวุธ; (B) *(Amer.: shopkeeper)* เจ้าของร้าน; **~man** /'stɔːmən/'ซตอเมิน/ *n., pl.* **~men** /'stɔːmən/'ซตอเมิน/ (A) *(man in charge of ~s)* ผู้ดูแลคลังเก็บสินค้า; *(Mil.)* นายทหารดูแลคลังอาวุธ; (B) *(handler of ~d goods)* คนจัดการสินค้า; **~room** *n.* ห้องเก็บของ, ห้องพัสดุ; *(for food on ship, in restaurant)* ห้องเก็บอาหาร

storey /'stɔːrɪ/'ซตอริ/ *n.* ชั้น *(ตึก, อาคาร)*; **a five-~ house** บ้านห้าชั้น; **third-~ window** หน้าต่างชั้นสาม

-storeyed /'stɔːrɪd/'ซตอริด/ *adj. in comb.* ที่มีชั้น; **three-~ house** บ้านสามชั้น

storied /'stɔːrɪd/'ซตอริด/ *adj. (literary: legendary)* ที่เล่าลือ

-storied *(Amer.)* ➡ **-storeyed**

stork /stɔːk/ซตอค/ *n.* นกกระสา

storm /stɔːm/ซตอม/ ❶ *n.* (A) พายุ; *(thunder ~)* พายุที่มีฟ้าร้องฟ้าแลบ; **the night of the ~:** คืนที่มีพายุ; **cross the Channel in a ~:** ข้ามช่องแคบในพายุ; **a ~ in a teacup** *(fig.)* ตื่นเต้นมากกับเรื่องเล็กน้อย; (B) *(fig.: dispute)* การขัดแย้งอย่างรุนแรง; **~ and stress** ความวุ่นวาย, ความสับสน; (C) *(fig.: outburst) (of applause, protest, indignation, criticism, abuse)* การระเบิดออกมา; *(of missiles, shots, arrows, blows)* การระดมยิงอย่างรุนแรง; **a ~ of blows rained down on his head** มีการระดมหมัดกำปั้นที่ศีรษะของเขา; (D) *(Mil.: attack)* การโจมตีสถานที่; **take sb./sth. by ~:** จับ *ค.น.*/ยึด *ส.น.* ด้วยการโจมตีทางทหาร; (E) *(Meteorol.: wind)* ลมแรงมาก *(มีความเร็ว 55-72 ไมล์ต่อชั่วโมงตามมาตราโบฟอร์ด)* ❷ *v.i.* (A) เคลื่อนที่อย่างรุนแรงหรือโกรธจัด; **he ~ed in** เขาเข้ามาอย่างรุนแรงและโกรธจัด; **~ about** *or* **around in a violent temper** เดินไปรอบ ๆ ด้วยอารมณ์รุนแรง; (B) *(talk violently)* พูดอย่างดุเดือด; **~ at sb.** พูดกับ *ค.น.* อย่างรุนแรง; **~ against sth./sb.** พูดอย่างรุนแรงเพื่อคัดค้าน *ส.น./ค.น.* ❸ *v.t. (Mil.)* โจมตีทางทหาร

storm: ~ centre *n. (Meteorol.)* จุดศูนย์กลางของพายุ; **~ cloud** *n.* (A) *(Meteorol.)* เมฆพายุ, เมฆฝน; (B) *(fig.)* **the ~ clouds [of war] are gathering** ลางร้าย [ถึงสงคราม] กำลังก่อตัวขึ้น; **~ damage** *n.* ความเสียหายจากพายุ; **~ door** *n.* ประตูชั้นนอกเพื่อป้องกันลมพายุ; **~trooper** *n. (Hist.)* สมาชิกของกองกำลังพิเศษนาซี; **~ troops** *n. pl.* (A) *(Mil.)* กองทหารที่ฝึกให้โจมตีอย่างรุนแรง; (B) *(Hist.)* กองกำลังพิเศษของนาซี

stormy /'stɔːmɪ/'ซตอมิ/ *adj.* (A) เป็นพายุ; *(ลมพายุ)* รุนแรง; *(เมฆ)* มืดครึ้ม; *(อารมณ์, การขัดแย้ง)* รุนแรง; (B) *(indicating storms)* ที่ดูเหมือนจะมีพายุ; **be** *or* **look ~:** ดูเหมือนจะมีพายุ

[1]story /'stɔːrɪ/'ซตอริ/ *n.* (A) *(account of events)* เรื่องราว; **give the ~ of sth.** เล่าเรื่องราวของ *ส.น.*; **the suspects' stories did not coincide** เรื่องราวของผู้ต้องสงสัยไม่ตรงกัน; **[that's] a likely ~** *(iron.)* เออ เป็นเรื่องที่ฟังขึ้นแท้ ๆ; **it is quite another ~ now** *(fig.)* ตอนนี้มันเป็นอีกเรื่องหนึ่งไปเลย; **the [old,] old ~, the same old ~** *(fig.)* เรื่องราวซ้ำ ๆ ซาก ๆ; **tall ~:** เรื่องไม่น่าเชื่อ, เรื่องเหลือเชื่อ; **that's [a bit of] a tall ~!** นั่น [นอกจะเป็นเรื่องเหลือเชื่อ]; **that's a different ~** *(fig.)* เป็นคนละเรื่องกัน; **that's his ~ [and he's sticking to it]** เขาว่ามันเป็นอย่างนั้น [และจะยืนยันอย่างนั้นต่อไป]; **that's only 'half the ~:** นั่นเป็นเพียงครึ่งเรื่องเท่านั้น; **the bruise told its 'own ~:** รอยฟกช้ำเป็นหลักฐานอย่างดีในตัว; **the ~ goes that ...:** เรื่องเป็นอย่างนี้คือ...; **so the ~ goes** เป็นเรื่องที่เล่ากันอย่างนั้น; **the whole ~ came out** เรื่องราวทั้งหมดปรากฏ; **that's not the whole ~:** นั่นไม่ใช่เรื่องราวทั้งหมด; **to cut** *or* **make a long ~ short, ...:** เพื่อตัดให้เรื่องสั้นลง...; (B) *(narrative)* เรื่องเล่า, เรื่องบรรยาย, นิทาน, นิยาย; **but that is another ~:** แต่นั่นเป็นอีกเรื่องไปเลย; **that's the ~ of my life!** *(fig.)* นั่นก็คือปัญหาชีวิตของฉัน; ➡ **+ short story**; (C) *(news item)* หน่วยข่าว; (D) *(past)* ➡ **history** A; (E) *(plot)* โครงเรื่อง; (F) *(set of [interesting] facts)* **the objects in the room have a ~:** สิ่งของในห้องมีประวัติที่น่าสนใจ; **there is an interesting ~ behind that sword** ดาบเล่มนี้มีประวัติที่น่าสนใจ; (G) *(coll./child lang.: lie)* เรื่องโกหก; **tell stories** เล่าเรื่องโกหก

[2]story *(Amer.)* ➡ **storey**

story: ~ book ❶ *n.* หนังสือนิทาน; *(with fairy tales)* เทพนิยาย ❷ *attrib. adj.* ที่เหมือนนิยาย; **~ book world** โลกของนิยาย; **~line** ➡ **'story** E; **~teller** *n.* (A) *(narrator)* คนเล่าเรื่อง; (B) *(writer)* นักเขียนนิยาย; (C) *(raconteur)* คนเล่าเรื่อง; **she's a wonderful ~teller** เธอเป็นคนเล่าเรื่องที่ยอดเยี่ยม; (D) *(coll./child lang.: liar)* คนโกหก; **~telling** *n.* การเล่าเรื่องราว; *(fig.: lying)* การโกหก

stout /staʊt/ซเตาท/ ❶ *adj.* (A) *(strong)* *(ประตู, กำแพง, วัตถุ)* แข็งแรง; (B) *(fat)* *(คน)* อ้วน; **of ~ build** รูปร่างอ้วน; (C) *(brave, staunch)* กล้าหาญ, จงรักภักดี; **a ~ heart** ความกล้าหาญแน่วแน่; **be ~ of heart** มีความกล้าหาญ; **~ fellow** *(arch./coll.)* คนที่เชื่อถือได้ ❷ *n. (drink)* เบียร์แรงสีเข้ม

stout-hearted /'staʊthɑːtɪd/'ซเตาทฮาทิด/ *adj.* กล้าหาญ, จิตใจเข้มแข็ง

stoutly /'staʊtlɪ/'ซเตาทลิ/ *adv.* (A) *(strongly)* อย่างแข็งแรง; **~ made** ทำอย่างแข็งแรง; **~ built** สร้างอย่างแข็งแรง; *(สัตว์)* รูปร่างล่ำสัน; (B) *(staunchly)* อย่างไว้ใจได้, อย่างจงรักภักดี

stoutness /'staʊtnɪs/'ซเตาทนิซ/ *n., no pl. (fatness)* ความอ้วน

[1]stove /stəʊv/ซโตว/ *n. (for cooking)* เตา; **electric ~:** เตาไฟฟ้า

[2]stove ➡ **stave** 2

'stovepipe *n.* ท่อระบายควันจากเตา; *(hat)* หมวกทรงกระบอกทำจากผ้าไหม

stow /stəʊ/ซโต/ *v.t.* (A) *(put into place)* บรรจุ, ใส่, เก็บรักษา (**into** เข้าข้างใน); *(Naut.)* บรรจุ *(สินค้าหรือเสบียง)*; **she ~ed the letter out of sight/behind some books** เธอซุกจดหมายให้พ้นสายตา/ข้างหลังหนังสือ; (B) *(fill)* บรรจุให้เต็ม; *(Naut.)* บรรทุกสินค้า; (C) *(coll.: stop)* หยุด; **~ it!** หยุดมัน; *(stop talking)* หยุดคุย

~ a'way ❶ *v.t.* เก็บไว้ให้มิดชิด; **he keeps his savings ~ed away in a sock** เขาซุกเงินสะสมของเขาไว้ในถุงเท้าข้างหนึ่ง ❷ *v.i.* ลักลอบหลบขึ้นเรือ *หรือ* เครื่องบิน; ➡ **+ stowaway**

stowage /'stəʊɪdʒ/'ซโตอิจ/ *n.* (A) *(space for stowing)* ที่ว่างสำหรับเก็บของ; *(Naut.)* ที่เก็บสินค้า; (B) *(action of stowing)* การเก็บเข้าที่; *(Naut.)* การบรรทุกสินค้า; (C) *(Naut.: stowed goods)* สินค้าที่บรรทุก *(ในเรือ)*

'stowaway *n.* คนที่ลักลอบหลบลงเรือ *หรือ* ขึ้นเครื่องบิน

straddle /'strædl/'ซแตรดฺ'ล/ *v.t.* (A) *(be positioned across)* **~** *or* **sit straddling a fence/chair** คร่อม *หรือ* นั่งคร่อมรั้ว/เก้าอี้; **~** *or* **stand straddling a ditch** ยืนคร่อมคู; **his legs ~d the chair/brook** ขาเขาคร่อมเก้าอี้/ลำธาร; **their farm ~s the border** ฟาร์มของพวกเขาคร่อมเขตแดน; **the bridge ~s the river/road** สะพานคร่อมแม่น้ำ/ถนน; (B) *(part widely)* **sit/stand with legs ~d** *or* **~d legs** นั่ง/ยืนกางขา; **~ one's legs** กาง/ถ่างขาของตน; (C) *(Mil.)* ทิ้งระเบิดก่อนและหลัง *(เป้าหมาย)*; **the bombs ~d the target** ลูกระเบิดทิ้งลงสองข้างของเป้าหมาย

Stradivarius /strædɪ'veərɪəs/ซแตรดิ'แวเรียซ/ *n. (Mus.)* *ไวโอลินหรือเครื่องสายอื่น ๆ ที่สร้างโดยอันโตนิโอ สตราดิวารี่ นักผลิตไวโอลินของอิตาลี (1644-1737) หรือผู้ติดตาม*

strafe /strɑːf, streɪf/ซตราฟ, ซเตรฟ/ *v.t. (Mil.)* ทิ้งระเบิด, ยิงกราดข่มขู่

straggle /'strægl/'ซแตรกฺ'ล/ *v.i.* (A) *(trail)* **~ [along] behind the others** เดินล้าหลังคนอื่น; **the last few walkers ~ed in** คนที่เดินล้าหลังสองสามคนสุดท้ายทยอยเข้ามา; **the procession ~d [out] along the road** ขบวนแห่ทยอยเดินมาตลอดแนวถนน; (B) *(spread in irregular way)* *(ผังเมือง)* กระจัดกระจาย; *(บ้านเรือน)* ตั้งเป็นหย่อม ๆ; **the brook/fence goes straggling through/over the meadow** ลำธาร/รั้วคดเคี้ยวอย่างไม่เป็นระเบียบในทุ่งหญ้า; (C) *(grow untidily)* *(ต้นไม้, พืช, หนวดเครา ฯลฯ)* ขึ้นอย่างไม่เรียบร้อย

S

straggler /'stræglə(r)/'ชแตรฺเกลฺอะ(ร)/ *n.* คนที่ล้าหลัง

straggling /'stræglɪŋ/'ชแตรฺกฺลิ่ง/ *adj.* Ⓐ *(trailing)* ที่ล้าช้าอยู่ข้างหลัง; Ⓑ *(irregular)* *(แถว)* ที่ไม่เป็นระเบียบเรียบราด; *(บ้าน)* กระจัดกระจาย; *(ลำธาร, ถนน)* ที่คดเคี้ยวไปมา; **a ~ village** หมู่บ้านที่มีบ้านอยู่กระจัดกระจาย; Ⓒ *(long and untidy)* *(ผม, เครา ฯลฯ)* ขึ้นยาวรุงรัง

straggly /'stræglɪ/'ชแตรฺกฺลิ/ ➡ straggling C

straight /streɪt/ชเตรฺท/ ❶ *adj.* Ⓐ *(หลัง, ถนน, ผม)* ตรง; **in a ~ line** เป็นเส้น/แนวตรง; **the ~ and narrow** อยู่ในความประพฤติที่ถูกต้อง; **keep sb. on/keep to the ~ and narrow** ให้ ค.น. คงความประพฤติที่ดีงามต่อไป; ➡ + arrow 1; Ⓑ *(not having been bent)* *(ขา, แขน)* ยืดตรง; Ⓒ *(not misshapen)* *(ขา)* ตรง; Ⓓ *(Fashion)* *(เสื้อผ้า)* ทรงตรง; Ⓔ *(undiluted, unmodified)* *(เครื่องดื่ม)* ไม่ผสมให้เจือจาง; **have or drink whisky/gin ~:** ดื่มเหล้าวิสกี้/เหล้ายินที่ไม่ผสมให้เจือจาง; **a ~ choice** ตัวเลือกที่ชัดเจน; **make a ~ bet on a horse** ลงพนันว่าม้าจะชนะอย่างเดียว; Ⓕ *(successive)* ต่อเนื่อง, ต่อกันไป; **win in ~ sets** *(Tennis)* ชนะรวดทุกเซ็ท; **the team had ten ~ wins** ทีมได้ชนะ 10 ครั้งติดต่อกัน; **~ As** *(Amer.)* ผลการเรียนดีเลิศ; Ⓖ *(undeviating)* *(การมอง)* ไม่เบี่ยงเบน; *(การยิง, โยน, ปา)* แม่น; **sb. has a ~ aim, sb.'s aim is ~:** ค.น. ยิงแม่น; **a ~ hit or blow** *(Boxing)* หมัดตรง; **a ~ left/right** *(Boxing)* หมัดตรงซ้าย/ขวา; **give sb. a ~ look** มอง ค.น. อย่างเพ่งเล็ง; Ⓗ *(candid)* *(คน, นิสัย)* ตรงไปตรงมา; **~ dealings/speaking** ธุรกิจ/การพูดที่ตรงไปตรงมา; **a ~ answer to a ~ question** ถามตอบอย่างตรงไปตรงมา; **he did some ~ talking with her** เขาคุยกับเธออย่างตรงไปตรงมา; **be ~ with sb.** เปิดเผยและซื่อตรงกับ ค.น.; Ⓘ *(logical)* เป็นเหตุเป็นผล; **her thinking is clear and ~:** ความคิดของเธอกระจ่างชัดและเป็นเหตุเป็นผล; Ⓙ *(Theatre)* *(ละคร)* ที่ไม่มีมุขตลก; *(not avantgarde)* ไม่สมัยใหม่; Ⓚ *(in good order, not askew)* **we/the rooms are ~ now after the move** ตอนนี้พวกเรา/ห้องเป็นระเบียบหลังจากการย้ายเข้ามา; **the accounts are ~:** บัญชีเป็นระเบียบเรียบร้อย; **the picture is ~:** ภาพแขวนตรง; **is my hair/tie ~?** ผม/เนคไทของฉันเรียบร้อยไหม; **is my hat [on] ~?** ฉันใส่หมวกเรียบร้อยดีหรือยัง; **pull sth. ~:** กระตุกให้ตรง; **put ~:** จัด *(ห้อง)* ให้เป็นระเบียบ; จัด *(ของ)* เข้าที่เข้าทาง; แขวน *(รูป)* ให้ตรง; แก้ไข *(การเข้าใจผิด)*; **put things ~:** จัดของให้เป็นระเบียบ; **put things ~ with sb.** พูดกับ ค.น. ให้เข้าใจกัน; **get sth. ~** *(fig.)* เข้าใจ ส.น. ให้กระจ่างชัด; **let's get it or the facts or things ~:** เรามาเข้าใจสิ่งต่าง ๆ ให้กระจ่างชัด; **get this ~!** เข้าใจให้ดีนะ; **put sb. ~:** ทำให้ ค.น. เข้าใจเรื่องราว; **put or set the record ~:** แก้ไขข้อมูลให้ถูกต้อง; ➡ + straight face; Ⓛ *(coll.: heterosexual)* คนรักต่างเพศ; Ⓜ *(coll.: conventional)* *(คน)* ที่เป็นตามประเพณีนิยม

❷ *adv.* Ⓐ *(in a ~ line)* ตรง, เป็นเส้นตรง; **she came ~ at me** เธอตรงรี่เข้ามาหาฉัน; **~ opposite** ตรงข้ามกันพอดี; **head ~ for the wall** มุ่งหน้าตรงไปที่กำแพง; **go ~** *(fig.: give up crime)* เลิกก่ออาชญากรรม; Ⓑ ➤ 998 *(directly)* ตรงไป, ทันที; **~ after** ทันทีหลังจาก; **the knife went ~ through his hand** มีดแทงมือเขาจนทะลุ; **the pianist went ~ into the next piece** นักเปียโนขึ้นเพลงต่อไปทันที; **come ~ to the point** มาตรงที่ประเด็น; **look sb. ~ in the eye** มองตา ค.น. อย่างเพ่งเล็ง; **~ ahead or on** ตรงไปข้างหน้า; **they went ~ ahead and did it** พวกเขามุ่งหน้าทำมันทันทีทันใด; ➡ + horse 1 A; shoulder 1 A; Ⓒ *(honestly, frankly)* อย่างตรงไปตรงมา, อย่างเปิดเผย; **give it to me ~:** บอกฉันตรง ๆ; **he came ~ out with it** เขาพูดออกมาเลย; **I told him ~ [out] [that] ...:** ฉันบอกเขาอย่างเปิดเผย [ว่า]...; **play ~ with sb.** ทำอย่างตรงไปตรงมากับ ค.น.; Ⓓ *(upright)* *(ยืน, นั่ง, ตั้ง)* ตรง; Ⓔ *(accurately)* อย่างแม่นยำ; **he can't shoot [very] ~:** เขายิงได้ไม่แม่นนัก; Ⓕ *(clearly)* *(เห็น)* อย่างชัดเจน; *(คิด)* อย่างกระจ่าง

❸ *n.* Ⓐ *(~ condition)* **out of the ~ = out of true** ➡ true 2; Ⓑ *(~ stretch)* ลานวิ่งแข่งที่ตรง; **final or home or last ~** การวิ่งช่วงสุดท้าย; Ⓒ *(Cards)* ลำดับของไพ่ห้าใบในการเล่นโป๊กเกอร์

straight: ~ a'way *adv. (coll.)* ทันทีทันใด; **~away** *(Amer.) adj.* Ⓐ *attrib. (~)* ตรง, ตรงไป; Ⓑ *(~forward)* เรียบง่าย, ตรงไปตรงมา; **~ 'bat** *n. (Cricket)* การตีลูกตรง; **keep a ~ bat** *(Brit. fig.)* รักษาความเป็นคนซื่อสัตย์; **~ edge** *n. (for paperhanging, Metalw.)* ไม้วัดตรง

straighten /'streɪtn/'ชเตรฺท'น/ ❶ *v.t.* Ⓐ ตัด *(ถนน)* ให้ตรง; ดึง *(เชือก, พรม, ม่าน)* ให้ตรง; มัด *(เนคไท, หมวก)* เรียบร้อย; ยืด *(ผม, หลัง, ขา, แขน)* ให้ตรง; ขุด *(ล่องน้ำ)* ให้ตรง; *(แขวนรูป)* ให้ตรง; Ⓑ *(put in order)* จัด *(ห้อง, เงินทอง)* ให้เป็นระเบียบ ❷ *v.i.* ถูกทำให้ตรง; *(ผม)* ถูกยืดให้ตรง

~ 'out ❶ *v.t.* Ⓐ ดัดให้ตรง *(ลวด)*; จัด *(ผ้าม่าน, พรม, ใบเรือ)* ให้ตรง; ตัดให้ตรง *(ถนน, แม่น้ำ)*; Ⓑ *(put in order, clear up)* จัดให้เป็นระเบียบ; แก้ไข *(ความเข้าใจผิด, ความผิดพลาด)*; **~ sb. out** ทำให้ ค.น. เห็นสภาพความเป็นจริง; **~ sb. out on sth.** ทำให้ ค.น. หมดความสงสัยเกี่ยวกับ ส.น.; **things will ~ themselves out** สิ่งต่าง ๆ จะคลี่คลายไปเอง; Ⓒ *(sl.: beat up)* ชกตี; **do you want ~ing out?** มึงอยากถูกชกหรือ ❷ *v.i.* เรียบร้อยขึ้น; **things will ~ out** สิ่งต่าง ๆ จะเรียบร้อยขึ้น

~ 'up ❶ *v.t.* ➡ tidy up 2 ❷ *v.i.* ดีขึ้น

straight: ~ 'eye *n.* ตาที่มองอะไรแม่นยำ; **~ 'face** *n.* หน้าตาย, หน้าตาเฉย; **with a ~ face** ด้วยหน้าตาที่เฉยเมย; **keep a ~ face** ตีหน้าตาย; **~-faced** *adj.* มีหน้าตาย; **be ~-faced** มีหน้าตาที่ไม่แสดงความรู้สึก; **~ 'fight** *n. (Brit. Polit.)* *การแข่งขันกันระหว่างผู้ที่ลงสมัครรับเลือกตั้งสองคน*; **~ 'flush;** ➡ [4]flush; **~'forward** *adj.* Ⓐ *(frank)* เปิดเผย, ตรงไปตรงมา; **have a ~forward approach to a problem** มีวิธีการแก้ปัญหาที่ตรงไปตรงมา; **be ~forward in one's dealings** ตรงไปตรงมาในการดำเนินการของตน; Ⓑ *(simple)* เรียบง่าย; **~'forwardly** *adv.* Ⓐ *(frankly)* อย่างเปิดเผย, อย่างตรงไปตรงมา; Ⓑ *(simply)* อย่างเรียบง่าย; **~ man** *n. (Theatre)* ลูกคู่ตัวตลก

straightness /'streɪtnɪs/'ชเตรฺทนิซ/ *n., no pl.* Ⓐ ความตรง; *(of hair)* ความเหยียดตรง; *(Fashion)* การตัดทรงตรง; Ⓑ *(fig.) (candour)* *(of answer)* ความตรงไปตรงมา; *(of purpose)* ความมุ่งตรง; *(of dealings)* ความซื่อตรง

straight: ~ 'off *adv. (coll.)* ทันทีทันใด; **~ 'ticket** *n. (Amer. Polit.)* **vote the ~ [Republican/Democratic] ticket** ลงคะแนนให้กับพรรค [รีพลับลิกัน/เดโมแครต] เท่านั้น; **~ tip** *n. การแนะนำหุ้นจากความรู้ภายใน*; **~ 'up** *adv. (coll. honestly)* ด้วยความสัตย์จริง; **Do you mean what you say? – S~ up!** คุณหมายความอย่างนี้จริง ๆ หรือ ด้วยความสัตย์จริง; **he offered me a lot of money, ~ up!** เขาเสนอเงินให้ฉันมากจริง ๆ เลย

[1]**strain** /streɪn/ชเตรฺน/ ❶ *n.* Ⓐ *(pull)* การขึงตึงเกินไป; *(on rope)* การถ่วงตึง; **put a ~ on sb./sth.** ทำให้ ค.น./ทำ ส.น. ตึงเครียด; Ⓑ *(extreme physical tension)* ความใช้แรงมากเกินไป; *(extreme mental tension)* ความตึงเครียด, ความกดดันจิตใจ; **feel the ~:** รู้สึกเครียด; **stand or take the ~:** ทน/รับความตึงเครียด; **he has a lot of ~ at work** เขามีความตึงเครียดในที่ทำงานมาก; **place sb. under [a] great ~:** ทำให้ ค.น. อยู่ในความตึงเครียดมาก; **be under [a great deal of] ~:** อยู่ในความตึงเครียด [อย่างมาก]; Ⓒ *(person, thing)* **be a ~ on sb./sth.** ทำให้ ค.น. เครียด/ทำให้ ส.น. ถูกบีบบังคับ *หรือ* กดดัน; **be a ~ on sb.'s nerves** เป็นสิ่งที่ทำให้ ค.น. ตึงเครียด; **find sth. a ~:** พบว่า ส.น. เป็นเรื่องตึงเครียด; Ⓓ ➤ 453 *(injury) (muscular)* กล้ามเนื้อเคล็ด/ตึง; *(overstrain on heart, back, etc.)* ความกดดัน *(ของหัวใจ)*; ความปวดร้าว *(ของหลัง)*; Ⓔ *in sing. or pl. (burst of music)* เสียงเพลง, เสียงดนตรี; *(burst of poetry)* บทกลอนหรือบทกวี; **take up the ~** *(lit. or fig.)* ร้องตามเพลง; Ⓕ *(tone)* น้ำเสียงในการพูด *หรือ* การเขียน; Ⓖ *(Phys.)* ความเครียดของวัตถุ, การทำให้โมเลกุลเคลื่อนที่

❷ *v.t.* Ⓐ ➤ 453 *(over-exert)* ออกแรงมากเกินไป; **~ one's back carrying heavy boxes** แบกของหนักมากเกินไปจนหลังล้า; **~ oneself** *(lit. or fig.) (iron.)* ออกแรงมากเกินไป; Ⓑ *(stretch tightly)* ดึงให้แน่น, ขึงให้ตึง; **~ed relations** *(fig.)* ความสัมพันธ์ที่ตึงเครียด; Ⓒ *(exert to maximum)* **~ oneself/sb./sth.** ผลักดันตนเอง/ค.น./ส.น. ถึงที่สุด; **~ one's ears/eyes/voice** พยายามฟังเสียงอย่างเต็มที่/ใช้ตาพยายามมอง/ตะโกนสุดเสียง; **~ oneself to do sth.** ดันตนเองให้สุดแรงเพื่อทำ ส.น.; Ⓓ *(use beyond proper limits)* ใช้ *(ความหวังดี, เงินทอง)* มากเกินไป; Ⓔ *in p.p. (forced)* *(หัวเราะ, ยิ้ม)* อย่างฝืนทำ; Ⓕ *(hug)* **~ sb./sth. to oneself/to sth.** กอด ค.น./ส.น. ไว้แน่นกับตัวเอง/ส.น.; Ⓖ *(filter)* กรอง (through ผ่าน); **~ [the water from] the vegetables** กรอง [น้ำออกจาก] ผัก; **~ sth. from a liquid** กรอง ส.น. จากของเหลว

❸ *v.i.* Ⓐ *(strive intensely)* พยายามอย่างสุดแรง; **he ~ed to lift the box** เขาพยายามยกกล่องให้ได้; **~ at sth.** พยายามทำ ส.น. อย่างสุดสามารถ; **~ at the leash** *(สุนัข)* ดึงสายที่ผูกไว้; *(fig.) (บุคคล)* ต้องการมีอิสระอย่างเต็มที่; **~ after sth.** พยายามทำ ส.น. อย่างสุดแรง; **~ after an effect** พยายามทำให้หรูหรา; Ⓑ *(be filtered)* ที่ถูกกรอง; *(percolate through sand etc.)* ซึมผ่านทีละน้อย

~ a'way, ~ 'off *v.t.* กรองออกไป

~ 'out *v.t.* กรองออก

[2]**strain** *n.* Ⓐ *(breed)* พันธุ์; *(of plants)* พันธุ์พืช; *(of virus)* พันธุ์ของเชื้อไวรัส; *(human stock)* เชื้อชาติพันธุ์ของมนุษย์; Ⓑ *no pl. (tendency)* แนวโน้ม, ความโอนเอียง (of ไปยัง); **a cruel ~:** ความโอนเอียงที่เหี้ยมโหด

strainer /'streɪnə(r)/'ชเตรฺเนอะ(ร)/ *n.* เครื่องกรอง

strait /streɪt/ซเตรฺท/ ❶ *n.* Ⓐ *in sing. or pl. (Geog.)* ช่องแคบ; **the S~s [of Gibraltor/ Malacca]** ช่องแคบ [ยิบรอลต้า/มะละกา]; Ⓑ *usu. in pl. (distressing situation)* สถานการณ์ที่เดือดร้อน; ➡ + **dire** C ❷ *adj. (arch.) (narrow)* แคบ

straitened /ˈstreɪtnd/ˈซเตรฺท'นดฺ/ *adj. (สถานการณ์)* ที่ยากจน

strait: ~jacket ❶ *n. (lit. or fig.)* เสื้อควบคุมนักโทษ *หรือ* คนโรคจิต *(มีแขนยาวผิดปกติเพื่อผูกไว้ข้างหลัง)* ❷ *v.t. (lit.)* จับใส่เสื้อดังกล่าว; กำหนดบังคับอย่างเข้มงวด; **~-laced** /streɪt ˈleɪst/ซเตรท'เลซทฺ/ *adj. (fig.)* เคร่งครัดในศีลธรรม

Straits of Magellan /streɪts əv məˈgelən/ ซเตรฺทซฺ เอิวฺ เมอะ'เก็ลเลิน/ *pr. n.* ช่องแคบแมกเจลเลน

strake /streɪk/ซเตรฺค/ *n. (Naut.)* แผ่นไม้จากหัวถึงท้ายเรือ

[1]**strand** /strænd/ซแตรฺนดฺ/ *n. (thread)* เกลียวไหม/สายเกลียว; *(of wire)* เกลียวลวด; *(of beads, pearls, flowers, etc.)* สาย; *(of hair)* เกลียวผม; *(Biol., Phys.)* เกลียวสายพันธุ์; *(fig.)* **a ~ of beads** ลูกปัดสายหนึ่ง

[2]**strand** ❶ *v.t.* Ⓐ *(leave behind)* ทิ้ง *หรือ* ปล่อยไว้; **be [left] ~ed** *(fig.)* ถูกทิ้งในสถานการณ์ยากลำบาก; *(be stuck)* ติดขัด; **leave sb. ~ed** *(fig.)* ปล่อยให้ *ค.น.* ตกอยู่ในความลำบาก; **the strike left them ~ed in England** การหยุดงานประท้วงทำให้พวกเขาต้องอยู่ต่อในประเทศอังกฤษ; Ⓑ *(wash ashore) (เรือ)* เกยตื้น; *(เศษไม้, ศพ)* ถูกคลื่นซัดขึ้นฝั่ง ❷ *v.i.* เกยตื้น ❸ *n. (rhet./ poet.: foreshore)* ชายหาด

strange /streɪndʒ/ซเตรฺนจฺ/ *adj.* Ⓐ *(peculiar)* แปลกประหลาด; **feel very ~, come over[very] ~** *(coll.)* รู้สึกมึน ๆ; **it feels ~ to do sth.** รู้สึกแปลกประหลาดที่จะทำ *ส.น.*; **~ to say** น่าประหลาดมาก; Ⓑ *(alien, unfamiliar)* ผิดปกติ, ไม่เป็นที่คุ้นเคย; **~ to sb.** ผิดปกติสำหรับ *ค.น.*; Ⓒ *(unaccustomed)* **~ to sth.** ไม่เคยชินกับ *ส.น.*; **feel ~:** รู้สึกไม่เคยชิน; **I feel ~, suddenly having so much power** ฉันรู้สึกไม่เคยชินที่อยู่ ๆ ก็มีอำนาจขึ้นมามากมาย; **I am [quite] ~ here** ฉันไม่คุ้นกับที่นี่

strangely /ˈstreɪndʒlɪ/ˈซเตรฺนจลิ/ *adv.* อย่างแปลกประหลาด; **~ enough, ...:** ที่น่าแปลกประหลาด

strangeness /ˈstreɪndʒnɪs/ˈซเตรฺนจนิซ/ *n., no pl. (oddness)* ความแปลกประหลาด

stranger /ˈstreɪndʒə(r)/ˈซเตรฺนเจอะ(ร)/ *n.* Ⓐ *(foreigner, unknown person)* คนแปลกหน้า, คนที่ไม่รู้จัก; **he is a ~ here/to** *or* **in the town** เขาเป็นคนแปลกหน้าที่นี่/ในเมืองนี้; **he is no ~ to this sort of work** เขาเคยชินกับงานแบบนี้; **she is a/no ~ to the British stage** เธอเป็น/ไม่ใช่คนแปลกหน้าในวงการละครของอังกฤษ; **he is a/no ~ to me** เขาเป็น/ไม่ใช่คนแปลกหน้าสำหรับฉัน; **you are quite a ~:** ไม่ค่อยมีใครรู้จักคุณ; **hello, ~:** สวัสดี ไม่ได้เจอกันนานมาก; Ⓑ *(one lacking certain experience)* **be a ~ in sth.** เป็นคนที่ขาดประสบการณ์ใน *ส.น.*; **be a/no ~ to sth.** เคยชิน/ไม่คุ้นเคยกับ *ส.น.*; Ⓒ *(Brit. Parl.)* ผู้มาเยี่ยม/สังเกตการณ์; **S~s' Gallery** เฉลียงสังเกตการณ์

strangle /ˈstræŋgl/ˈซแตรฺงก'ล/ *v.t.* Ⓐ *(throttle)* บีบคอ; Ⓑ *(fig.: suppress)* ปราบปราม, ยับยั้ง; **~ at birth** ยับยั้งการเกิด *(ของบางสิ่ง)*

ˈ**stranglehold** *n. (lit.)* ท่ารัดคอ *(ในมวยปล้ำ)*; **have a ~ on sb./sth.** ควบคุม *ค.น./ส.น.* ทุกด้านจนขยับไม่ได้

strangulated /ˈstræŋgjʊleɪtɪd/ˈซแตรฺงกิวเลทิด/ *adj. (Med.)* **~ hernia** เนื้อเยื่อที่ [โผลยื่นออกมา] ขัดขวางการหมุนเวียนของกระแสโลหิต

strangulation /stræŋgjʊˈleɪʃn/ซแตรฺงกิว'เลช'น/ *n.* การบีบคอ; *(fig.)* การจำกัด, การยับยั้ง

strap /stræp/ซแตรฺพ/ ❶ *n.* Ⓐ *(leather, textile strip)* สาย *(หนัง, ผ้า)* รัด; *(shoulder ~)* สายคาด/รัดไหล่; *(for watch)* สายนาฬิกา; **the ~** *(punishment)* การโบยด้วยสายหนัง; **be given [a lick of] the ~:** ถูกเฆี่ยนด้วยสายหนัง; Ⓑ *(to grasp in vehicle)* ห่วงโหน *หรือ* ยึด ❷ *v.t.*, **-pp-** Ⓐ *(secure with ~)* **~ [into position/down]** ยึด [ตำแหน่ง/ลง] ให้มั่น, รัด [เข้าที่/ลง] ให้แน่น; **~ oneself in** รัดตัวเองให้มั่น; Ⓑ ➡ **~ up** B; Ⓒ **be ~ped for cash** *(coll.)* มีเงินไม่พอ; Ⓓ *(punish with ~)* เฆี่ยนตีด้วยสายหนัง

~ ˈ**up** *v.t.* Ⓐ *(fasten ~s of)* รัด *หรือ* คาดด้วยสาย; Ⓑ *(bind with adhesive plaster)* ปิดแผลด้วยพลาสเตอร์

strap: ~hanger *n.* ผู้โดยสาร *(บนรถประจำทาง, รถไฟ ฯลฯ)* ที่ยืนโหนราวหรือห่วง; **~ hinge** *n.* บานพับแบบสวมเดือย

strapless /ˈstræplɪs/ˈซแตรฺพลิซ/ *adj. (เสื้อผ้า ชุด)* ไร้สายรัดไหล่

strapping /ˈstræpɪŋ/ˈซแตรฺพิง/ *adj.* สูงและแข็งแรง

Strasbourg /ˈstræzbɜːg/ˈซแตรฺซเบิก/ *pr. n.* เมืองสตราสเบอร์ก *(ทางทิศตะวันออกเฉียงเหนือของประเทศฝรั่งเศส)*

strata *pl. of* **stratum**

stratagem /ˈstrætədʒəm/ˈซแตรฺเทอะเจิม/ *n. (trick)* เล่ห์เลี่ยม, เล่ห์กล

strategic /strəˈtiːdʒɪk/ซเตรฺอะ'ทีจิค/, **strategical** /strəˈtiːdʒɪkl)/ซเตรฺอะ'ทีจิค'ล/ *adj.* Ⓐ เกี่ยวกับยุทธศาสตร์; **a ~ moment** ช่วงเวลาที่มีความสำคัญมาก; Ⓑ *(of great military importance)* มีความสำคัญทางทหารมาก; *(necessary to plan)* ที่จำเป็นต่อแผนการ

strategically /strəˈtiːdʒɪkəlɪ/ซเตรฺอะ'ทีจิเคอะลิ/ *adv.* โดยยุทธศาสตร์

strategic ˈ**studies** *n., no pl.* การศึกษายุทธศาสตร์, การศึกษากลยุทธ์

strategist /ˈstrætɪdʒɪst/ˈซแตรฺทิจิซทฺ/ *n.* นักยุทธศาสตร์

strategy /ˈstrætɪdʒɪ/ˈซแตรฺทิจิ/ *n.* ยุทธศาสตร์, กลยุทธ์; *(fig. also)* กลยุทธ์; **use ~** *(fig.)* ใช้ยุทธศาสตร์; **it was bad ~** *(fig.)* มันเป็นกลยุทธ์ที่ไม่ดี

stratification /strætɪfɪˈkeɪʃn/ซแตรฺทิฟิ'เคช'น/ *n.* Ⓐ *(Geol., Archaeol.)* การจัดเป็นชั้น; Ⓑ *(Sociol.)* การจัดชั้นทางสังคมวิทยา

stratify /ˈstrætɪfaɪ/ˈซแตรฺทิฟาย/ *v.t.* Ⓐ *(Geol., Archaeol.)* จัดลำดับชั้น; **stratified rock** หินที่เป็นชั้น; Ⓑ *(Sociol.)* จัดลำดับชั้น; **a stratified society** สังคมที่มีลำดับชั้น

stratosphere /ˈstrætəsfɪə(r)/ˈซแตรฺเทิซเฟีย(ร)/ *n. (Geog.)* ชั้นบรรยากาศสตราโตสเฟียร์ *(ท.ศ.)*

stratospheric /strætəˈsferɪk/ซแตรฺเทอะ'ซเฟะริค/ *adj. (Geog.)* เกี่ยวกับบรรยากาศชั้นนี้

stratum /ˈstrɑːtəm, ˈstreɪtəm/ˈซตฺรฺาเทิม, ˈซเตรฺเทิม/ *n., pl.* **strata** /ˈstrɑːtə, ˈstreɪtə/ˈซตฺรฺาเทอะ, ˈซเตรฺเทอะ/ ชั้น *(สสาร, บรรยากาศ, เนื้อเยื่อ, สังคม)*

stratus /ˈstreɪtəs, ˈstrɑːtəs/ˈซเตรฺเทิซ, ˈซตฺรฺาเทิซ/ *n., pl.* **strati** /ˈstreɪtaɪ, ˈstrɑːtaɪ/ ˈซเตรฺไท, ˈซตฺรฺาไท/ *(Meteorol.)* เมฆที่เป็นแผ่นยาวบนเส้นขอบฟ้า; *attrib.* **~ clouds** เมฆที่เป็นแผ่นยาวบนเส้นขอบฟ้า

straw /strɔː/ซตฺรฺอ/ *n.* Ⓐ *no pl. (stalks of grain)* มัดกองฟาง; Ⓑ *(single straw)* ฟางหนึ่งเส้น; **catch** *or* **clutch** *or* **grasp at ~s** *or* **a ~** *(fig. coll.)* พยายามยึดความหวังอันน้อยนิดแม้ว่าช่วยอะไรไม่ได้; **be the last ~, be the ~ that broke the camel's back** *(coll.)* เป็นฟางเส้นสุดท้าย; **that's the last** *or* **final ~:** นั่นเป็นฟางเส้นสุดท้าย; **draw ~s [for sth.]** จับไม้สั้นไม้ยาว; **draw** *or* **pick the short ~:** จับได้ไม้สั้น; *(fig.)* โชคไม่ดี; **~ in the wind** ลาง, เครื่องบ่งบอกถึงอนาคต; Ⓒ **[drinking] ~:** หลอด [ดูดน้ำ]; Ⓓ *(trifle)* สิ่งเล็กน้อยที่ไม่สำคัญอะไร; **it doesn't matter a ~ to me** มันไม่มีความสำคัญอะไรกับฉันเลย; **I don't give a ~:** ฉันไม่ให้ความสำคัญอะไรกับมันหรอก; Ⓔ *(hat)* หมวกฟาง; ➡ + **cheese straw**

strawberry /ˈstrɔːbrɪ, US -berɪ/ˈซตฺรฺอบริ, -เบะริ/ *n.* Ⓐ ลูกสตรอเบอร์รี *(ท.ศ.)*; Ⓑ *(colour)* สีแดงสด; ➡ + **crush** 1 A

strawberry: ~ ˈ**blonde** ❶ *adj.* สีบลอนด์ออกแดง ❷ *n.* ผู้หญิงผมสีบลอนด์ออกแดง; **~ mark** *n.* ปานแดง *(ที่มีมาแต่กำเนิด)*

straw: ~board *n.* กระดาษแข็งหยาบ ๆ ที่ทำจากเนื้อเยื่อฟาง; **~ boss** *n. (Amer.)* โฟร์แมน; **~ colour** *n.* สีเหลืองอ่อน; **~-coloured** *adj.* สีเหลืองอ่อน; **~** ˈ**hat** *n.* หมวกฟาง; **~ poll, ~ vote** *ns.* การลงคะแนนเสียงลับอย่างไม่เป็นทางการ *(เพื่อสำรวจความคิดเห็นของประชาชน)*

stray /streɪ/ซเตรฺ/ ❶ *v.i.* Ⓐ *(wander)* เร่ร่อน, เที่ยวไปโดยไร้จุดหมาย; *(fig.: in thought etc.) (ความคิด)* หันเห **(into** ไปในทาง); **~ [away] from** เดินจากไป, ออกนอกเส้นทาง; **the child had ~ed from his parents** เด็กเดินพลัดจากผู้ปกครองของเขา; **~ into enemy territory** เข้าไปในเขตแดนของศัตรู; Ⓑ *(move in meandering course)* เดินทางไปทางโน้นทางนั้นเรื่อย ๆ; *(move without deliberate control)* **my gaze kept ~ing to the wart on his nose** สายตาของฉันชอบเผลอไปจ้องมองหูดบนจมูกของเขา; **he could not control his ~ing hands** เขาไม่สามารถควบคุมมือที่คอยจับอะไรต่ออะไรอยู่เรื่อย; Ⓒ *(deviate)* เบี่ยงเบน *(ทางศีลธรรมจรรยา)*, หันเห **(from** จาก); **have ~ed** ได้เบี่ยงเบน; **~ from the path of virtue** เบี่ยงเบนจากเส้นทางของความดีงาม; **he had ~ed once** เขาได้ออกนอกลู่นอกทางมาครั้งหนึ่งแล้ว; **~ from the point/from** *or* **off the road** หันเหออกจากประเด็น/ออกจากถนน; **somehow I ~ed into acting/the theatre** ฉันหันเหไปเป็นนักแสดงโดยไม่ได้ตั้งใจ
❷ *n. (animal)* สัตว์ที่หลงออกมาจากที่กักเก็บ; *(without owner)* สัตว์ที่ไม่มีเจ้าของ; *(person)* คนที่เร่ร่อนหลงทาง; ➡ + **waif**
❸ *adj.* Ⓐ *(สัตว์)* ที่เร่ร่อนหลงทาง; *(without owner)* ปราศจากเจ้าของ; *(out of proper place)* อยู่ผิดที่; Ⓑ *(occasional, isolated)* เป็นบางครั้งบางคราว; Ⓒ *(Phys.)* เหลือ *หรือ* ไม่ต้องการ

streak /striːk/ซตฺรีค/ ❶ *n.* Ⓐ *(narrow line)* ริ้วลาย, เส้นหรือแนวแคบ ๆ; *(in hair)* เส้นผมต่างสี; **~ of lightning** สายฟ้าแลบ; **like a ~ [of lightning]** รวดเร็วปานสายฟ้า; Ⓑ *(fig.: element)* **have a jealous/cruel ~:** มีความอิจฉา

ริษยา/ความโหดร้ายเป็นส่วนหนึ่งของอุปนิสัยใจคอ; **have a ~ of meanness/jealousy** มีความขี้เหนียว/อิจฉาริษยาในอุปนิสัย; (C) *(fig.: spell)* **~ of good/bad luck, lucky/unlucky ~:** ช่วงของความโชคดี/โชคร้าย; **be on a** *or* **have a winning/losing ~:** กำลังมีดวงชัยชนะ/พ่ายแพ้ ❷ *v.t.* ทำให้เป็นเส้น *หรือ* เป็นริ้ว *(ทาง)*; **~ sth. with green** ทำให้ *ส.น.* มีเส้น/มีทางสีเขียว; **hair ~ed with grey** ผมที่มีริ้วหงอก; **~ed with paint/mud/tears** เปื้อนสี/โคลน/น้ำตาเป็นทาง ❸ *v.i.* (A) *(move rapidly)* เคลื่อนที่อย่างรวดเร็ว; (B) *(coll.: run naked)* วิ่งเปลือยในที่สาธารณะ

streaker /ˈstri:kə(r)/ˈซตรีเคอะ(ร)/ *n. (coll.)* ผู้ที่วิ่งเปลือยในที่สาธารณะ

streaking /ˈstri:kɪŋ/ˈซตรีคิง/ *n. (coll.: running naked)* การวิ่งเปลือยในที่สาธารณะ

streaky /ˈstri:kɪ/ˈซตรีคิ/ *adj.* เป็นทางต่างสี; เต็มไปด้วยริ้วลาย; *(ลาย)* ที่เป็นทาง ๆ

streaky ˈbacon *n.* เบคอนที่มีชั้นของไขมันสลับกับเนื้อ

stream /stri:m/ซตรีม/ ❶ *n.* (A) *(of flowing water)* ลำธาร; *(brook)* ห้วยละหาร; (B) *(flow, large quantity)* การหลั่งไหล *(ของของเหลว, ผู้คนจำนวนมาก)*; *(of abuse, excuses, words)* การพรั่งพรู; **~s** *or* **a ~ of applications** จำนวนการสมัครที่ล้นหัว; **in ~s** เป็นจำนวนมาก; **the children rushed in ~s/in a ~ through the school gates** เด็ก ๆ รีบผ่านประตูโรงเรียนเข้ามาเป็นจำนวนมาก; (C) *(current)* กระแส; *(fig.)* ทิศทางที่เด่นชัด; **against/with the ~ of sth.** *(fig.)* ไม่ทำตาม/ทำตามกระแสของส่วนรวม; ➡ + **Gulf Stream**; (D) *(Brit. Educ.)* การแบ่งห้องเรียนตามความสามารถ; (E) **be/go on ~** *(Industry)* อยู่ในขบวนการผลิต ❷ *v.i.* (A) *(flow)* ไหล; *(แสงแดด)* ส่องเป็นทาง; **tears ~ed down her face** น้ำตาไหลเป็นทางที่ใบหน้าของเธอ; (B) *(run with liquid)* **my eyes ~ed** ตาของฉันมีน้ำตาไหลเป็นทาง; **the windows /walls were ~ing with condensation** หน้าต่าง/กำแพงเต็มไปด้วยไอน้ำที่ไหลลงมา; **his back was ~ing with sweat** หลังของเขามีเหงื่อไหลโชก; (C) *(wave)* *(ธง, เส้นผม ฯลฯ)* ปลิวตรงออกไปในสายลม ❸ *v.t.* (A) *(emit)* **his nose was ~ing blood** เลือดไหลจากจมูกของเขาเป็นทาง; (B) *(Brit. Educ.)* จัดห้องเรียนตามความสามารถ

~ ˈdown *v.i.* ไหลลงมาเป็นทาง; *(แสงอาทิตย์)* ส่องลงมาเป็นทาง; **the rain is ~ing down** ฝนกำลังไหลลงมาเต็มที่

~ ˈin *v.i.* *(แสงอาทิตย์)* ส่องแสงทะลุผ่านเข้าไป; *(ฝูงชน)* หลั่งไหลเข้ามา

~ ˈout *v.i.* (A) *(move out like ~)* หลั่งไหลออกไป; (B) *(float)* ลอย

~ ˈpast *v.i.* ไหลผ่านไป

~ ˈthrough *v.i.* ไหลผ่านเข้าไป

streamer /ˈstri:mə(r)/ˈซตรีเมอะ(ร)/ *n.* (A) *(ribbon)* สายริบบิ้นเรียวยาว; *(of paper)* กระดาษที่ตัดเป็นสายยาว; (B) *(Journ.: headline)* ข่าวพาดหัวหนังสือพิมพ์; (C) *(pennon)* ธงยาวเรียว

streaming /ˈstri:mɪŋ/ˈซตรีมิง/ ❶ *n. (Brit. Educ.)* *(นโยบาย)* ที่จัดเด็กนักเรียนในห้องเรียนตามความสามารถ ❷ *adj. (flowing)* *(ขี้มูก, น้ำตา)* ที่กำลังไหล; **have a ~ cold** เป็นหวัดที่ระบาดอยู่

streamlet /ˈstri:mlɪt/ˈซตรีมลิท/ *n.* ลำธารเล็ก ๆ

stream: ~line ❶ *n.* (A) *(shape)* รูปร่าง *(ของเครื่องบิน, รถยนต์ ฯลฯ)* ที่ลดแรงเสียดทาน; (B) *(line of flow)* เส้นทางการไหล *(ของสายน้ำหรืออากาศ)* ❷ *v.t.* (A) *(give shape to)* ออกแบบ *(รถยนต์, เครื่องบิน ฯลฯ)* ให้มีแรงเสียดทานน้อยที่สุด; **be ~lined** ออกแบบให้มีแรงเสียดทานน้อยที่สุด; (B) *(simplify)* ทำ *(กระบวนการ, การจัดองค์การ ฯลฯ)* ให้ง่ายขึ้น; **~ of ˈconsciousness** *n. (Lit.)* *(flow of thoughts)* การหลั่งไหลของความคิดโดยไม่พยายามยับยั้ง; *(literary style)* วิธีเขียนตรงตามที่คิดขึ้นมาอย่างต่อเนื่อง

street /stri:t/ซตรีท/ *n.* (A) ถนน; **in** *(Brit.)* *or* **on ... S~** ที่ *หรือ* บนถนน...; **in the ~:** ที่ถนน; *(St. Exch.)* ที่ตลาดหลักทรัพย์; **I wouldn't cross the ~ to do that** *(fig.)* ฉันไม่ยอมลำบากที่จะทำสิ่งนั้นหรอก; **be on the ~[s]** *(be published)* *(หนังสือพิมพ์)* ถูกตีพิมพ์; *(have no place to live)* ไม่มีบ้านอยู่; *(be available to be bought)* ที่สามารถหาซื้อได้; **be/go on the ~s** *(be/become a prostitute)* เป็นหญิงโสเภณี; **take to the ~s** เริ่มเป็นโสเภณี; **keep the youngsters off the ~s** กันไม่ให้พวกวัยรุ่นมั่วสุมตามข้างถนน; **it isn't a very interesting job, but at least it keeps me off the ~s** *(iron.)* มันไม่ใช่เป็นงานที่น่าสนใจ แต่อย่างน้อยมันก็ทำให้ฉันไม่ต้องเป็นพวกเร่ร่อนอยู่ตามถนน; **not in the same ~ [as sb./sth.]** *(fig. coll.)* ความสามารถเทียบ [*ค.น./ส.น.*] ไม่ติด; **~s ahead [of sb./sth.]** *(coll.)* ดี/เก่งกว่า [*ค.น./ส.น.*] มาก; **be [right** *or* **just] up sb.'s ~** *(coll.)* อยู่ในขอบข่ายความสนใจของ *ค.น.*; **the ~s of San Francisco are paved with gold** *(fig.)* ถนนในซานฟรานซิสโกปูลาดด้วยทอง; (B) *(people in ~)* คนบนถนน

street: ~car *n. (Amer.)* รถราง; **~ cred** /ˈstri:t kred/ˈซตรีทเคร็ด/ *(coll.)*, **~ credibility** *ns.* ความทันสมัยของเด็กกรุงวัยรุ่น; **~ cries** *n. pl. (Brit.)* เสียงร้องของคนขายของหาบเร่ตามถนน; **~ crime** *n., no pl., no indef. art.* อาชญากรรมบนท้องถนน; **~ door** *n.* ประตูหน้าบ้าน; **~ enterˈtainer** *n.* ผู้ให้ความบันเทิงตามท้องถนน; **~ fight** *n.* การชกต่อยกันตามท้องถนน; *(heavy fighting)* การต่อสู้กันหนัก; **~ fighting** *n.* การต่อสู้กันกลางกรุง; **sporadic ~ fighting broke out** มีการต่อสู้กันบนท้องถนนเกิดขึ้นเป็นระยะ ๆ; **~ furniture** *n.* สิ่งอำนวยความสะดวกตามถนน เช่น ไฟ, ตู้โทรศัพท์, ตู้ไปรษณีย์ ฯลฯ; **~ lamp, ~ light** *ns.* ดวงไฟตามถนน; **~ lighting** *n.* แสงไฟตามถนน; **~ map** *n.* แผนที่ถนน; **~ market** *n.* ตลาดข้างถนน; **~ party** *n.* งานรื่นเริงกลางถนน; **~ plan** ➡ **~ map**; **~ sweeper** *n.* (A) ➤ **489** *(person)* คนกวาดถนน; (B) *(machine)* เครื่องทำความสะอาดถนน; *(vehicle)* รถทำความสะอาดถนน; **~ theatre** *n.* โรงละครข้างถนน; **~ urchin** *n.* เด็กเกเรข้างถนน; **~ value** *n.* ราคาที่ขายได้ในท้องถนน *(มักใช้กับยาเสพติด)*; **~ vendor** *n.* คนขายของข้างถนน; **~walker** *n.* โสเภณี; **~wise** *adj. (coll.)* **be ~wise** คุ้นเคยกับวิถีชีวิตในกรุง

strength /streŋθ/ซเตร็งธฺ/ *n.* (A) *(power)* พลัง, กำลัง, ความแข็งแรง, ความเข้มข้น; *(strong point)* จุดแข็ง; *(force, intensity)* ความรุนแรง; *(amount of ingredient)* ความเข้มข้น *(ของเครื่องปรุงอาหาร)*; *(of argument)* ความรุนแรง; *(of poison, medicine)* ความแรง; *(of legal evidence)* ความแข็ง; *(resistance of material, building, etc.)* ความต้านทาน; *(artistic forcefulness)* ความมีพลัง; **recover/exhaust one's ~:** ได้พลังกลับคืนมา/หมดแรง; **not know one's own ~:** ไม่รู้พลังของตน; **give sb. ~:** ให้พละกำลังแก่ *ค.น.*; ➡ + **give** 1 E; **~ of conviction/feeling** ความยึดมั่นของความเชื่อ/ความรุนแรงของความรู้สึก; **~ of character/will/purpose** ความเข้มแข็งของอุปนิสัย/ความมั่นคงของเจตจำนง/ความแข็งแกร่งของจุดประสงค์; **from ~:** จากความแข็งแกร่ง; **go from ~ to ~:** ความสำเร็จที่มากขึ้นเรื่อย ๆ; **on the ~ of sth./that** บนพื้นฐานของ *ส.น.*/ที่ว่า...; **we can have a drink on the ~ of that** พวกเราสามารถดื่มฉลองกันได้เมื่อเป็นเช่นนั้น; (B) *(proportion present)* อัตราส่วน; *(full complement)* จำนวนเต็ม, เต็มกำลัง; **be below ~/up to ~:** ต่ำกว่า/เท่าจำนวนเต็ม; **in [full] ~:** ในจำนวนเต็ม; **the police were there in ~:** ตำรวจอยู่ที่นั่นเต็มกองกำลัง

strengthen /ˈstreŋθən, ˈstreŋkθən/ˈซเตร็งเธิน/ ❶ *v.t. (give power to)* ให้พละกำลังแก่; *(reinforce, intensify, increase in number)* เพิ่ม; *(make more effective)* ทำให้มีประสิทธิภาพมากขึ้น; *(increase main ingredient of)* เพิ่มส่วนผสมหลัก *(ของเครื่องดื่ม)*; **~ sb.'s resolve** ทำให้ *ค.น.* มีความแน่วแน่มากขึ้น; **~ sb.'s hand** *(fig.)* ทำให้ *ค.น.* มีความแข็งแกร่งมากขึ้น ❷ *v.i.* มีความแข็งแกร่งมากขึ้น

strenuous /ˈstrenjʊəs/ˈซเตร็นนิวเอิซ/ *adj.* (A) *(energetic)* มีพลัง, กระปรี้กระเปร่า; (B) *(requiring exertion)* ที่ต้องใช้ความบากบั่นพยายามมาก

strenuously /ˈstrenjʊəslɪ/ˈซเตร็นนิวเอิซลิ/ *adv.* อย่างกระปรี้กระเปร่า, อย่างต้องออกแรงมาก

strenuousness /ˈstrenjʊəsnɪs/ˈซเตร็นนิวเอิซนิซ/ *n., no pl.* ความยากลำบาก

streptococcus /streptəˈkɒkəs/ซเตร็พเทอะˈคอเคิซ/ *n., pl.*, **streptococci** /streptəˈkɒkaɪ/ซเตร็พเทอะˈคอคาย/ *(Bacteriol.)* เชื้อแบคทีเรีย *(ที่กันเป็นโซ่และบางตัวเกิดโรคติดต่อได้)*

stress /stres/ซเตร็ซ/ ❶ *n.* (A) *(strain)* ความตึงเครียด; **be [placed] under ~:** อยู่ภายใต้ความตึงเครียด; (B) *(emphasis)* การเน้น; **lay** *or* **place** *or* **put [a] ~ on sth.** เน้น *ส.น.*; (C) *(accentuation)* การออกเสียงเน้น, การลงเสียงหนัก; *(in verse)* การเน้น; **put the/a ~ on sth.** ลงเสียงหนักที่ *ส.น.*; **which syllable carries the ~?** สระตัวไหนที่ลงเสียงหนัก; (D) *(Mech.)* แรง *หรือ* *กำลังต่อหนึ่งหน่วยพื้นที่ที่ใช้ระหว่างส่วนที่ติดกันหรือบางส่วนของเครื่องจักร*; ➡ + **storm** 1 B ❷ *v.t.* (A) *(emphasize)* เน้น; **~ [the point] that ...:** เน้น [ประเด็น] ที่ว่า...; (B) *(Ling.)* ลงเสียงหนัก; (C) *(subject to strain)* ทำให้มีความตึงเครียด *(ทางร่างกายและจิตใจ)*; *(Mech.)* ใช้อย่างเต็มกำลัง

ˈstress disease *n.* โรคที่เกิดจากความเครียด; **~ factor** *n. (Med.)* ปัจจัยที่ก่อให้เกิดความเครียด; **~ fracture** *n. (Med.)* การร้าวของกระดูก; การร้าวเพราะหมดอายุ; **~-free** *adj.* ไร้ความเครียด

ˈstressed out *adj. (coll.)* รู้สึกตึงเครียดเต็มที่; **be ~ by sb./sth.** ตึงเครียดจาก *ค.น./ส.น.*; **get ~:** เกิดอาการตึงเครียด

stressful /ˈstresfl/ˈซเตร็ซฟ'ล/ *adj.* ก่อให้เกิดความเครียด

ˈstress mark *n.* เครื่องหมายลงเสียงหนัก

stretch /stretʃ/ซเตร็จ/ ❶ *v.t.* (A) *(lengthen, extend)* ยืดออก *(แขน, ขา, คอ)*; ยืด *(สายยาง)*; *(spread)* ปู *(ผ้าปูโต๊ะ)*; *(tighten)* ขึงให้ตึง; **he lay ~ed out on the ground** เขานอนเหยียดยาว

879 **stretcher | strike**

บนพื้น; ~ **one's legs** *(by walking)* เหยียดแข้งเหยียดขา; Ⓑ *(widen)* ทำให้กว้าง; ~ **[out of shape]** ยืด/ดึง [จนเสียรูปทรง]; Ⓒ *(fig.: make the most of)* ใช้ *(ความสามารถ, พละกำลัง ฯลฯ)* เต็มที่; Ⓓ *(fig.: extend beyond proper limit)* ขยายมากเกินไป *(ขอบเขต)*; ท้าทาย *(ความอดทน)* เต็มที่; พยายามเลี่ยง *(กฎหมาย)*; ~ **a point** ตกลงในสิ่งที่ปกติไม่อนุญาต; ~ **credibility** ที่แทบจะไม่น่าเชื่อ; ~ **the truth** ขยายความจนเกินความจริง; **he's certainly ~ing the truth there** เขากำลังขยายความจนเกินความจริงแน่นอน; **we're a bit ~ed at the moment** พวกเรารู้สึกงานล้นมือในขณะนี้; ~ **it/things** ผลักดันสิ่งต่าง ๆ มากเกินไป; ➡ + **wing** 1 A

❷ *v.i.* Ⓐ *(extend in length)* ยืด *(แขน, ขา)* ออก; *(บุคคล, สัตว์)* ยืดตัว; Ⓑ *(have specified length)* มีความยาว; ~ **from A to B** มีความยาวจากเอถึงบี; **the traffic jam ~ed all the way back to Junction 9** การจราจรติดขัดไปจนถึงทางออกหมายเลข 9; Ⓒ ~ **to sth.** *(be sufficient for)* เพียงพอสำหรับ *ส.น.*; **could you ~ to £10?** คุณสามารถจ่าย 10 ปอนด์ได้ไหม

❸ *v. refl.* ยืดแขนยืดขา

❹ *n.* Ⓐ *(lengthening, drawing out)* **have a ~, give oneself a ~**: ยืดตัว; **with a ~, I can reach ...**: ถ้าเขย่ง ฉันสามารถเอื้อมถึง...; **give sth. a ~**: ทำให้ *ส.น.* ยืดขยายออกไป; Ⓑ *(exertion)* **by no ~ of the imagination** จะใช้จินตนาการแค่ไหนก็ตาม; **at a ~** *(fig.)* ถ้าจะต้องเป็นเช่นนั้นจริง ๆ; (➡ + C); **at full ~**: อย่างเต็มที่; Ⓒ *(expanse, length)* ช่วง, ความยาว; **a ~ of road/open country** ช่วงหนึ่งของถนน/พื้นที่กว้างใหญ่แห่งหนึ่ง; (➡ + B); Ⓓ *(period)* **for a ~** ในระยะเวลาหนึ่ง; **a four-hour ~** ระยะเวลาสี่ชั่วโมง; **at a ~**: อย่างต่อเนื่อง; Ⓔ *(Amer. Racing)* ทางตรงด้านข้างของสนามการแข่งขัน; Ⓕ *(sl.: length of imprisonment)* **do a [five-year] ~**: ติดคุก [5 ปี]; **go down for another ~**: ติดคุกอีกรอบหนึ่ง; Ⓖ *(in fabric)* ความยืดหยุ่น; **there is a lot of ~ in this material** ผ้าผืนนี้มีความยืดหยุ่นมาก

❺ *adj.* ยืดได้ *(ถุงน่อง, ชุดว่ายน้ำ)*

~ **'out** ❶ *v.t.* Ⓐ *(extend by straightening)* ยืด *(แขน, ขา)* ออกไป; ~ **oneself out** ยืดตัว, แผ่ตัว; Ⓑ *(eke out)* ~ **sth. out** ใช้ *ส.น.* ทีละนิด ❷ *v.i.* Ⓐ *(~ one's hands out) (lit. or fig.)* ยื่นมือ (**to** แก่); Ⓑ *(extend)* ยืดออก; Ⓒ *(last for sufficient time)* อยู่ได้นานเพียงพอ

stretcher /ˈstretʃə(r)/ˈซเตรึ้ฉเฉอะ(ร)/ ❶ *n.* Ⓐ *(for carrying a person)* เปลหามคนเจ็บ; Ⓑ *(between chair legs)* ที่เชื่อมระหว่างขาเก้าอี้; Ⓒ *(for canvas)* กรอบไม้สำหรับขึงผ้าใบวาดภาพ; Ⓓ *(in boat)* ไม้ยันเท้าคนตีกรรเชียงในเรือ; Ⓔ *(Building)* อิฐที่ก่อเรียงตามยาว ❷ *v.t.* หาม *(คนป่วย, ผู้ได้รับบาดเจ็บ)*

'stretcher-bearer *n.* ➤ 489 คนแบกเปลหามคนเจ็บ

stretch: ~ **marks** *n. pl. (after pregnancy)* รอยแตกบนผิว; ~ **pants** *n. pl.* กางเกงยืด

stretchy /ˈstretʃɪ/ˈซเตรึ้ฉฉิ/ *adj. (coll.) (ผ้า, ยาง)* ยืด [ได้]

strew /stru:/ซตรู/ *v.t., p.p.* **strewed** /stru:d/ซตรูด/ *or* **strewn** /stru:n/ซตรูน/ Ⓐ *(scatter)* โปรย *(ทราย, ดอกไม้)*; **clothes were ~n about the room** มีเสื้อผ้ากระจัดกระจายไปทั่วห้อง; Ⓑ *(cover, lit. or fig.)* ปกคลุม, เต็มไปด้วย; **the grass was ~n with litter** หญ้าเต็มไปด้วยเศษขยะ

stricken /ˈstrɪkn/ˈซตริค'น/ *adj.* Ⓐ *(afflicted)* ไม่สบาย, ตกเป็นโรค; *(showing affliction)* แสดงความเดือดร้อน, เจ็บปวด; **be ~ with fever/a disease** ตกเป็นไข้/เป็นโรค; ~ **with fear/grief/misfortune** เกิดความกลัว/ความโศกเศร้า/ประสบความโชคร้าย; ~ **in years** *(arch.)* แก่แล้ว; Ⓑ *(Amer.: deleted)* ~ **from sth.** ถูกลบออกจาก *ส.น.*

strict /strɪkt/ซตริคทฺ/ *adj.* Ⓐ *(firm) (มาตรการ)* เข้มงวด; *(การนับถือศาสนา)* เคร่งครัด; **in ~ confidence** ในความลับที่เข้มงวด; **he is ~ about what his children wear** เขาเข้มงวดกับสิ่งที่ลูก ๆ ของเขาสวมใส่; Ⓑ *(precise)* เคร่งครัด; **keep a ~ watch** เฝ้ามองอย่างเคร่งครัด; **in the ~ sense [of the word]** ในความหมายที่ถูกต้อง [ของคำ]

strictly /ˈstrɪktlɪ/ˈซตริคทฺลิ/ *adv.* อย่างเข้มงวด, อย่างเด็ดขาด; **there is ~ no smoking here** ไม่มีการสูบบุหรี่ที่นี่อย่างเด็ดขาด; **this is ~ between ourselves** นี่เป็นความลับระหว่างพวกเราเท่านั้น; ~ **[speaking]** ถ้าจะพูดอย่างถูกต้องจริง ๆ; ➡ + **bird** A

strictness /ˈstrɪktnɪs/ˈซตริคทฺนิซ/ *n., no pl.* Ⓐ *(firmness)* ความเข้มงวด; Ⓑ *(precision)* ความถูกต้อง

stricture /ˈstrɪktʃə(r)/ˈซตริคเฉอะ(ร)/ *n.* Ⓐ *usu. in pl. (critical remark)* **~[s]** คำตำหนิติเตียน; **~[s] [up]on sth.** คำตำหนิติเตียนต่อ *ส.น.*; **pass ~s [up]on sb.** ออกปากตำหนิ *ค.น.*; Ⓑ *(Med.)* การตีบตัน หรือ การหดตัวของเส้นเลือด

stridden ➡ **stride** 2, 3

stride /straɪd/ซตรายดฺ/ ❶ *n.* Ⓐ ก้าวยาว *(หนึ่งก้าว)*; *(of galloping horse)* ก้าวยาวของม้าที่กำลังควบ; **make ~s [towards sth.]** *(fig.)* ก้าวหน้า [ไปสู่ *ส.น.*]; **make great ~s** *(fig.)* ก้าวหน้าอย่างรวดเร็ว; **get into one's ~**: อยู่ในจังหวะคล่อง *(ในการทำ ส.น.)*; **put sb. off his ~, throw sb. out of his ~** *(fig.)* ทำให้ *ค.น.* เสียจังหวะ; **be thrown out of** *or* **lose one's ~** *(lit. or fig.)* ถูกทำให้เสียจังหวะในสิ่งที่กำลังทำอยู่; **take sth. in one's ~** *(fig.)* ยอมรับ หรือ ทำ *ส.น.* อย่างง่ายดาย; Ⓑ *in pl. (Brit. and Austral. coll.: trousers)* กางเกงขายาว

❷ *v.i.,* **strode** /strəʊd/ซโตรด/, **stridden** /ˈstrɪdn/ˈซตริด'น/ เดินก้าวยาว; *(solemnly)* เดินอย่างสง่างาม; *(take single step)* เดินหนึ่งก้าว; ~ **across sth.** ก้าวข้าม *ส.น.*

❸ *v.t.,* **strode, stridden:** ~ **the streets/moors** เดินตามถนน/ข้ามเนินหญ้า

~ **out** *v.i.* เดินอย่างมั่นคง

stridency /ˈstraɪdənsɪ/ˈซไตรฺเดินซิ/ *n., no pl.* ➡ **strident:** ความดัง; ความฉูดฉาด

strident /ˈstraɪdənt/ˈซไตรฺเดินทฺ/ *adj.* เสียงดัง; *(fig.) (สี)* ฉูดฉาด; *(การประท้วง, คัดค้าน)* ที่ดุเดือด

stridently /ˈstraɪdəntlɪ/ˈซไตรฺเดินทฺ'ลิ/ *adv.* อย่างเสียงดัง; *(fig.) (แต่งตัว)* อย่างฉูดฉาด

strife /straɪf/ซไตรฟ/ *n., no pl., no indef. art.* ความขัดแย้ง, การวิวาท; **we live in a world of ~**: พวกเราอาศัยอยู่ในโลกของความขัดแย้ง

strike /straɪk/ซไตรฺค/ ❶ *n.* Ⓐ *(Industry)* การหยุดงาน/ผละงานประท้วง; **be on/go [out]** *or* **come out on ~**: อยู่ใน/ออกมาหยุดงานประท้วง; ➡ + **hunger strike; sit down** 2; Ⓑ *(Finance, Mining, Oil Industry)* การค้นพบอย่างกะทันหัน; **make a ~**: โชคดีขึ้นมา; *(Mining)* **make a gold/an oil ~**: ค้นพบทอง/น้ำมัน; Ⓒ *(sudden success)* **[lucky] ~**: การประสบความสำเร็จในทันทีทันใด; **make a lucky ~, get one's lucky ~**: ประสบความสำเร็จในทันทีทันใด; Ⓓ *(act of hitting)* การทุบ, การตี, การต่อย, การชก; *(of snake)* การฉก *(ของงู)*; Ⓔ *(Mil.)* การโจมตีทางอากาศ (**at** ใส่); **pre-emptive ~**: การโจมตีก่อนศัตรูเป็นการปกป้อง; Ⓕ *(Bowling)* การโยนลูกที่ล้มพินทุกตัว, สไตรค์ *(ท.ศ.)*; **get a ~**: ได้สไตรค์; Ⓖ *(Baseball)* การออกจากเกมหลังการตีสามครั้ง; Ⓗ *(Geol.)* ทิศทางราบในโครงสร้างทางธรณีวิทยา; **angle of ~**: มุมของทิศในแนวนอน

❷ *v.t.* **struck** /strʌk/ซตรัค/, **struck** *or (arch.)* **stricken** /ˈstrɪkn/ˈซตริค'น/ Ⓐ *(hit, send by hitting)* ทุบ, ตี, ต่อย, ชก; *(การยิง, การตี)* โดนเป้าหมาย; *(afflict) (เชื้อโรค, ความทุกข์)* ทำให้เจ็บปวด; ~ **one's head on** *or* **against the wall** โขกศีรษะของตนกับกำแพง; **his head struck the pavement** ศีรษะของเขาฟาดลงกับทางเดิน; **the car struck a pedestrian** รถชนคนเดินเท้า; **the ship struck the rocks** เรือชนโขดหิน; ~ **sth. in two** ผ่า *ส.น.* ให้แตกออกเป็นสองท่อน; ~ **sth. from sb.'s hand** ตี *ส.น.* กระเด็นออกจากมือ *ค.น.*; ~ **sb./sth. aside** ตบ *ค.น./ส.น.* ให้ออกนอกทาง; Ⓑ *(delete)* ลบออก, ขีดออก (**from, off** จาก); Ⓒ *(deliver)* ~ **two punches** ชกออกไปสองหมัด; ~ **sb. a blow** ชก *ค.น.* หนึ่งหมัด; **who struck [the] first blow?** ใครชก หรือ ออกหมัดเป็นคนแรก; ~ **a blow against sb./against** *or* **to sth.** *(fig.)* คัดค้าน *ค.น./ส.น.* สำเร็จ; ~ **a blow for sth.** *(fig.)* ทำบางสิ่งเพื่อสนับสนุน หรือ ในนามของ *ส.น.*; Ⓓ *(produce by hitting flint)* ผลิตไฟโดยการใช้เหล็กทุบหรือตี; *(ignite)* ทำให้ติดไฟด้วยการขีด; ~ **a light!** *(dated sl., expr. disgust)* ไม่น่าจะเป็นไปได้; Ⓔ *(Chime)* ส่งเสียง, ระฆัง; Ⓕ *(Mus.)* เล่นดนตรีโดยการดีด *(เปียโน)*, ตี *(ระนาด)*; ➡ + ˈ**chord** A; Ⓖ *(impress)* ทำให้เกิดความประทับใจ, สร้างความสนใจ; ~ **sb.'s notice** ทำให้ *ค.น.* เกิดความสนใจ; ~ **sb. as [being] silly** ทำให้ *ค.น.* รู้สึกว่าโง่; **it ~s sb. that ...**: *ค.น.* เกิดความรู้สึกว่า...; **how does it ~ you?** มันทำให้คุณมีความรู้สึกอย่างไร; Ⓗ *(occur to)* เกิดขึ้น, ปรากฏแก่; Ⓘ **struck on sb./sth.** *(coll.: infatuated with)* หลงใหล *ค.น./ส.น.*; Ⓙ *(cause to become)* **a heart attack struck him dead** อาการหัวใจวายทำให้เขาเสียชีวิต; **be struck blind/dumb** เกิดตาบอด/เป็นใบ้ขึ้นมา; **I was struck speechless by the news** ข่าวทำให้ฉันพูดไม่ออก; ~ **me dead!** *(sl.)* ไม่น่าเชื่อเลย; Ⓚ *(attack)* โจมตี; *(wound with fangs) (งู)* กัด; Ⓛ *(encounter)* เผชิญหน้า, ประสบ, เจอ; ~ **a patch of bad luck** ประสบโชคร้าย; Ⓜ *(Mining)* พบ; ~ **gold** พบทอง; *(fig.)* ประสบโชคดีมาก (**in** ใน); ➡ + **oil** 1 A; Ⓝ *(reach)* ไปถึง *(ถนน, ชายฝั่ง)*; Ⓞ *(achieve)* ~ **success** ประสบความสำเร็จ; ~ **a compromise** ทำการประนีประนอม; ➡ + **balance** 1 D; **bargain** 1 A; Ⓟ *([cause to] penetrate)* **the cold struck his very marrow** ความหนาวเย็นทิ่มแทงเข้าไปในโพรงกระดูกของเขา; ~ **sb.'s heart/sb. to the quick** ทิ่มแทงใจ *ค.น.*; ~ **fear into sb.** ทำให้ *ค.น.* เกิดความหวาดกลัว; ~ **root** ทิ่มแทงราก; Ⓠ *(fill)* ~ **sb. with fear/foreboding** ทำให้ *ค.น.* เต็มไปด้วยความกลัว/ลางสังหรณ์; Ⓡ *(Hort.)* ปัก/เสียบ *(ส่วนที่ตัดของพืช)* ลงไปในดินเพื่อให้รากงอก; Ⓢ *(adopt)* เต๊ะท่า; Ⓣ *(take down)* เอา *(ธง, ใบเรือใบ)* ลง; ~ **one's flag**

S

(fig.) ชักธงลง, ยอมแพ้; (U) *(mint)* ผลิตเหรียญเงินตรา; ➡ + happy A; note 1 A; rich 1 B; stricken

❸ *v.i.*, **struck, struck** *or (arch.)* **stricken** (A) *(deliver a blow)* ปล่อยหมัด; *(โรคภัย, วิกฤติการณ์, ความทุกข์)* เกิดขึ้นอย่างกะทันหัน; *(collide)* ชน, ปะทะ; *(hit)* ตี, ฟาด (**against** กับ, **[up]on** บน); *(เรือ)* ชน (**on** กับ); (B) *(ignite)* จุดไฟ, ติดไฟ; (C) *(chime) (ระฆัง)* ตีบอกเวลา; **eight o'clock has struck** สัญญาณของเวลาแปดนาฬิกาได้ดังแล้ว; **hear the hour ~:** ได้ยินเสียงตีบอกเวลา; (D) *(Industry)* หยุดงานประท้วง; (E) *(attack; also Mil.)* โจมตี; *(wound with fang) (งู)* กัด; (F) *(make a find) (Mining)* พบ; *(Hunting) เปิดที่คลุมหน้าเหยี่ยวเพื่อให้บินออกไปล่าสัตว์;* **~ lucky** โชคดีอย่างไม่คาดคิด; (G) *(penetrate)* **~ through sth.** ทิ่มทะลุ *ส.น.;* **the wind ~s cold** ลมปลิวหนาวเย็น; **his words struck into my heart** คำพูดของเขาทิ่มแทงเข้าไปในหัวใจของฉัน; (H) *(direct course)* **~ south** เดินทางไปทางทิศใต้; *(เรือ)* บ่ายหน้าไปทางใต้; **~ across the fields/down the hill/through the forest** เดินทางข้ามทุ่ง หญ้า/ลงเนินเขา/ผ่านป่า; (I) *(launch)* **~ into sth.** เริ่มทำ *ส.น.;* (J) *(Hort.) (ต้นไม้, พืช)* งอก *หรือ* แตกราก; (K) *(Angling) (hook fish)* เกี่ยวขอปลา; *(seize bait)* จับเหยื่อ; ➡ + iron 1 A

~ at *v.t.* โจมตี; ➡ + ¹root 1 A

~ back *v.i. (lit. or fig.)* โจมตีตอบโต้; **~ back at sb./sth.** โจมตีตอบโต้ *ค.น./ส.น.*

~ down *v.t.* ชนล้มลง *(โดยรถยนต์); (fig.)* ทำให้ป่วยหนัก *หรือ* เสียชีวิต; *(Amer.: Law: reverse)* เลือกลูกขุนจากกลุ่มคนที่กำหนดไว้

~ off ❶ *v.t.* (A) *(remove)* ตัดออก, ปลดออก; *(from professional body)* ปลดจากอาชีพ; (B) *(produce by copying)* ผลิตโดยการลอกเลียนแบบ ❷ *v.i.* ออกเดินทาง

~ on ➡ ~ upon

~ out ❶ *v.t.* (A) *(devise)* คิดประดิษฐ์, คิดแผนการ; (B) *(delete)* ลบออก; (C) *(Baseball)* ให้ *(คนตี)* ออก *(ด้วยการตีสามครั้ง)* ❷ *v.i.* (A) *(hit out)* ตีออก; **~ out at sb./sth.** ตบตี *ค.น./ส.น.; (fig.)* โจมตี *ค.น./ส.น.;* **~ out on all sides** ตีออกไปทุก ๆ ด้าน; (B) *(swim vigorously)* ว่ายน้ำอย่างแข็งขัน; *(fig.)* พยายามมาก; **~ out for sth.** *(fig.)* มุ่งมั่นเอาจริงเอาจังเพื่อจะได้ *ส.น.;* (C) *(set out) (lit. or fig.)* เริ่มเดินทางไปสู่; **~ out in a new direction** ลองหนทางใหม่; (D) *(Baseball) (คนตี)* ถูกให้ออกไปด้วยการตีสามครั้ง

~ through *v.t.* ขีดฆ่าด้วยปากกา; *(on list also)* ขีดออก

~ up ❶ /'--/ *v.t.* (A) *(start)* เริ่มต้น; **~ up a friendship with sb.** เริ่มเป็นเพื่อนกับ *ค.น.;* (B) *(begin to play)* เริ่มเล่น ❷ /-'-/ *v.i.* เริ่มต้น

~ upon *v.t.* เผอิญเกิดมี *(ความคิด ฯลฯ)* ขึ้น; **I have just struck upon an idea** ฉันเผอิญเกิดมีความคิดขึ้นมา

strike: ~ action *n.* การนัดหยุดงานประท้วง; **take ~ action** นัดหยุดงานประท้วง; **~ ballot** *n. การลงคะแนนว่าจะนัดหยุดงานประท้วงหรือไม่;* **~ benefit** ➡ ~ pay; **~bound** *adj. (โรงงาน ฯลฯ)* เกิดภาวะหยุดงานประท้วง; **~breaker** *n. กรรมกรที่ยอมเข้าทำงานแทนพวกกรรมกรที่ผละงานประท้วง;* **~ force** ➡ striking force; **~ pay** *n.* เงินที่กรรมกรประท้วงได้จากสหภาพของเขา

striker /'straɪkə(r)/'ซไตรฺเคอะ(ร)/ *n.* (A) *(worker on strike)* ผู้หยุดงานประท้วง; (B) *(Cricket)* คนตี; *(Footb.)* ผู้เล่นตำแหน่งกองหน้า; *(Billiards)* ผู้แทงลูกบอล; (C) *(Arms)* ที่จุดชนวนปืน; (D) *(Horol.) (clock)* นาฬิกาที่ตีบอกเวลา; *(mechanism)* กลไกที่ตีบอกเวลา

striking /'straɪkɪŋ/'ซไตรฺคิง/ *adj.* (A) *(arresting) (ลักษณะภายนอก)* ดึงดูดความสนใจ, สะดุดตา; *(ความคิด)* น่าประทับใจ; (B) *(Horol.) (นาฬิกา)* ตีบอกเวลา

striking: ~ distance *n.* ระยะทางถึงเป้าหมาย; *(of [bullet from] gun etc.)* ระยะทางการยิงของ [ลูกกระสุนจาก] ปืน; **the troops had advanced to within ~ distance of the capital** กองทัพได้เคลื่อนพลเข้ามาจนใกล้พอที่จะยิงเมืองหลวง; **within easy ~ distance of a town** *(fig.)* อยู่ใกล้เมืองมาก; **I'm now [with]in ~ distance of my own car** *(can almost afford it)* ฉันเกือบจะซื้อรถเป็นของตัวเองได้แล้ว; **~ force** *n. (Mil., Police)* หน่วยเลือกตั้งกองกำลังจู่โจม *(แบบสายฟ้าแลบ)*

strikingly /'straɪkɪŋlɪ/'ซไตรฺคิงลิ/ *adv.* อย่างสะดุดตา, อย่างเด่นชัด; **be ~ obvious** เด่นชัดมาก

Strine /straɪn/ซตฺรายนฺ/ *n., no pl., no art. การแปลงภาษาอังกฤษให้เป็นแบบออสเตรเลียให้ตลกขบขัน*

string /strɪŋ/ซตฺริง/ ❶ *n.* (A) *(thin cord)* เชือกเส้นเล็ก; *(to tie up parcels etc, also)* เชือก; *(ribbon)* เชือกริบบิ้น; **a puppet on ~s/on a ~:** หุ่นกระบอกมีเชือกชัก; **how long is a piece of ~?** ใครจะบอกได้; **[have/keep sb.] on a ~:** [มี/เก็บ *ค.น.*] ภายใต้การควบคุม *หรือ* อิทธิพลของตน; **pull the ~s** *(fig.)* คอยกระตุกเชือก; **pull [a few** *or* **some] ~s** *(fig.)* ใช้เส้นใช้สาย; **there are ~s attached** *(fig.)* มีเงื่อนไข *หรือ* ข้อกำหนดเป็นพิเศษ; **..., but there are ~s attached ...** แต่มีเงื่อนไขหรือข้อกำหนดเป็นพิเศษ; **without ~s/with no ~s attached** ปราศจากเงื่อนไขหรือข้อจำกัดเป็นพิเศษ; (B) *(of bow)* สายธนู; *(of racket, musical instrument)* สาย, สายเอ็น; **have another ~ to one's bow** *(fig.)* มีทางเลือกทางอื่นอยู่ด้วย; **first/second ~:** ทางเลือกอันแรก/ที่สอง; **as a second ~:** ในทางเลือกที่สอง; **a racket with nylon ~s** ไม้แร็กเก็ตที่ขึงสายไนลอน; **a six-~ guitar** กีตาร์หกสาย; (C) *in pl. (Mus.) (instruments)* ดนตรีเครื่องสาย; *(players)* ผู้เล่นเครื่องสาย; **~ quartet/orchestra** คณะเครื่องสายสี่คน/วงออเคสตราเครื่องสาย; **he plays in the ~s** เขาเล่นอยู่ในหมู่นักดนตรีเครื่องสาย; (D) *(series, sequence)* ชุด, ลำดับ; *(procession)* ขบวน *(คน, สิ่งของ); (of onions)* พวงหัวหอม; *(Computing)* อนุกรม; **he owns a ~ of racehorses** เขาเป็นเจ้าของม้าแข่งหลายตัว; **he has had a ~ of girlfriends** เขาได้มีแฟนสาวจำนวนมากเรียงเป็นลำดับ; (E) *(in bean)* เส้น; ➡ + apron A; bowstring; shoestring

❷ *v.t.*, **strung** /strʌŋ/ซตฺรัง/ (A) ใส่สาย *(กีตาร์, ไม้เทนนิส);* **be strung to breaking point** *(fig.)* เกือบจะถึงจุดที่ทนไม่ได้อีกต่อไป; (B) *(thread)* ร้อยเชือก, ร้อยด้าย; (C) *(arrange in line)* จัดเป็นเส้น; *(stretch out)* ยืดออก; **~ sth. round one's neck** เอา *ส.น.* ห้อยคอ; (D) *(tie with ~)* ผูกด้วยเชือก; (E) ดึงเส้นใยออก *(จากฝักถั่ว);* ➡ + highly strung

~ a'long *(coll.)* ❶ *v.i.* ตามไปเป็นเพื่อน; **~ along with sb.** ตามไปเป็นเพื่อนกับ *ค.น.; (have relationship)* มีความสัมพันธ์กับ *ค.น.*

❷ *v.t.* (A) *(deceive)* หลอกลวง; (B) *(keep dangling)* ทำให้รอคอย

~ 'out ❶ *v.t.* ยืดระยะเวลา; **~ one's meals out at longer intervals** ยืดระยะเวลาระหว่างการทานอาหารออกไป ❷ *v.i. (in space)* แผ่กระจายออกไป

~ to'gether *v.t. (join on a thread)* ร้อยเข้าด้วยกัน; *(join by tying)* ผูกเข้าด้วยกัน; *(join coherently)* รวมกันอย่างถูกต้องมีเหตุมีผล; **he can't ~ two sentences together** เขาพูดไม่รู้เรื่อง แค่สองประโยคเขาก็แทบจะพูดไม่ได้

~ 'up *v.t.* (A) *(tie with ~)* ผูกด้วยเชือก; *(hang up)* แขวน; (B) *(coll.: kill by hanging)* ฆ่าด้วยการแขวนคอ; (C) *(make tense)* ทำให้ตึง; **strung up** ตึงเครียด

string: ~ bag *n.* ถุงที่ถักจากเส้นเชือก; **~ band** *n. (Mus.)* วงดนตรีที่เล่นเครื่องสาย; **~ bass** /strɪŋ 'beɪs/ซตฺริง 'เบซ/ *n. (Mus.)* เครื่องดนตรีในตระกูลไวโอลินที่ใหญ่ที่สุด; **~ bean** *n. (Amer.)* ถั่วประเภทถั่วแขก, ถั่วลันเตา; *(fig. Joc.: tall thin person)* คนผอมสูง

stringed /'strɪŋd/'ซตฺริงด/ *attrib. adj. (Mus.) (เครื่องดนตรี)* มีสาย

-stringed *adj. in comb. (Mus.) (เครื่องดนตรี)* มีสาย

stringency /'strɪndʒənsɪ/'ซตฺรินเจินซิ/ *n., no pl.* (A) ความเข้มงวด *(กฎระเบียบ, ข้อบังคับ);* (B) **financial ~:** ความฝืดเคืองทางการเงิน

stringent /'strɪndʒənt/'ซตฺรินเจินทฺ/ *adj.* (A) *(strict) (กฎระเบียบ, ข้อบังคับ, การตรวจสอบ)* เข้มงวด; (B) *(tight) (การเงิน)* ฝืด, ตึง

stringently /'strɪndʒəntlɪ/'ซตฺรินเจินทลิ/ *adv.* (A) *(strictly)* อย่างเข้มงวด; (B) *(การเงิน)* อย่างฝืด, อย่างตึง

stringer /'strɪŋə(r)/'ซตฺริงเงอะ(ร)/ *n.* (A) *(in construction)* ส่วนโครงสร้างตามแนวนอนในโครงร่างของเรือหรือเครื่องบิน; (B) *(Journ.) ผู้สื่อข่าวที่ไม่ได้อยู่ในกลุ่มนักข่าวประจำ*

string vest *n.* เสื้อยืดที่เป็นตาข่าย

stringy /'strɪŋɪ/'ซตฺริงงิ/ *adj.* (A) *(fibrous) (อาหาร ฯลฯ)* มีกาก, มีใย; (B) *(resembling string)* เหมือนเชือก; (C) *(forming threads)* เป็นเส้น, เป็นสาย; **be ~:** เป็นเส้น, เป็นสาย

¹strip /strɪp/ซตฺริพ/ ❶ *v.t.*, **-pp-** (A) *(denude)* แก้ *(ผ้า);* เปลือย *(บุคคล);* ปลดเปลื้องออก, รื้อ *(บ้าน, ห้อง);* ถอดผ้าออก *(เตียง);* ล้างสีออก *(เครื่องไม้); (dismantle)* ปลดออก, รื้อออก *(เครื่องยนต์, รถยนต์);* **~ped to the waist** ถอดเสื้อออก; **~ sb. of sth.** ปลด *ส.น.* ออกจาก *ค.น.;* **~ sb. of his rank/title/office medals/decorations** ปลด *ค.น.* ออกจากตำแหน่ง/ยศ/ปลดเหรียญ/เครื่องประดับยศจาก *ค.น.;* **~ sb. of his power** ปลดอำนาจจาก *ค.น.;* **~ A of B** ปลดเอออกจากบี; **~ the garden of [all its] flowers** เด็ดดอกไม้ [ทั้งหมด] จากสวน; **~ a tree [of fruit]** เก็บผลไม้จากต้นไม้ให้หมด; **~ the trees [of leaves]** ปลิดใบไม้จากต้นไม้; **~ the walls** ลอกสี *หรือ* กระดาษออกจากผนัง; (B) *(remove)* เอาออก (**from, off** จาก); **~ the clothes/shirt off sb.'s back** *or* **off sb.** ถอดเสื้อผ้าออก/เสื้อ *ค.น.* ออก; **~ the medals off** *or* **from sb.'s chest** ดึงเหรียญออกจากอกของ *ค.น.;* **~ sb.'s property/title from him** *(fig.)* ยึดทรัพย์สิน/ตำแหน่งของ *ค.น.*

❷ *v.i.*, **-pp-** ปลดออก, ถอดออก, เปลือย; **~ to the waist/[down] to one's underwear** เปลือย

S

ถึงเอว/[ลง] ไปถึงกางเกงในของตน *หรือ* ถอดเสื้อ/ถอดผ้าจนเหลือแต่เสื้อชั้นในกางเกงใน ❸ *n.* **do a ~** ทำการปลดเปลื้องเสื้อผ้า, แก้ผ้า (*ภ.พ.*); *(erotically)* เปลื้องเสื้อผ้าอย่างยั่วกามารมณ์; *attrib.* **~ act** การปลดเปลื้องเสื้อผ้า

~ 'down ❶ *v.t.* (A) *(dismantle)* แกะออก, ปลดออก, รื้อออก; (B) *(undress)* ถอดเสื้อผ้า, แก้ผ้า; (C) *(reduce)* ทำให้ลดลง ❷ *v.i.* ลดลง

~ 'off ❶ *v.t.* (A) แก้ *(ผ้า)*; ลอกออก *(หนัง)*; เอาออก *(กระดาษบนผนัง)*; ถอดออก *(ผ้าปูที่นอน)*; **~ sth. off sth.** เอา *ส.น.* ออกจาก *ส.น.*; **he ~ped off the soldier's medals** เขาปลดเหรียญตราของทหารออก; (B) ถอดเสื้อผ้า ❷ *v.i.* ถอดเสื้อ

[2]**strip** *n.* (A) *(narrow piece)* แถบ, ชิ้นยาวแคบ; **the curtains hung in ragged ~s** ผ้าม่านห้อยลงมาเป็นแถบขาดกระรุ่งกระริ่ง; **a ~ of land** ที่ดินผืนยาวแคบผืนหนึ่ง; **tear sb. off a ~, tear a ~ off sb.** *(Brit. coll.)* ดุด่า *ค.น.* อย่างรุนแรง; (B) *(Metallurgy)* แผ่นเหล็ก *หรือ* เหล็กกล้าบางและยาว; (C) ➡ **strip cartoon**; (D) *(Brit. Sport coll.: clothes)* ชุดกีฬา

strip: ~cartoon *n.* การ์ตูนเรื่องยาวแบ่งเป็นช่อง ๆ; **~ club** *n.* คลับที่มีการแสดงระบำเปลื้องผ้า

stripe /straɪp/ซไตรพฺ/ *n.* (A) ริ้ว, ลายเป็นทางยาว, แถบ; (B) *(Mil.)* บั้งแสดงยศ; **get/lose a ~:** เลื่อน/ลดยศหนึ่งขั้น; (C) *(Amer.: nature)* อุปนิสัย, บุคลิก; ➡ + **star** 1 A

striped /straɪpt/ซไตรพฺทฺ/ *adj.* เป็นริ้ว, เป็นทาง, เป็นแถบ

strip: ~ farming *n., no pl., no indef art.* การปลูกพืชสลับแถวเพื่อป้องกันการกัดเซาะของหน้าดิน; **~ light** *n.* หลอดเรืองแสง; *(Theatre)* ไฟราง; **~ lighting** *n.* การใช้หลอดเรืองแสง

stripling /'strɪplɪŋ/'ซตฺริพลิ้ง/ *n.* เด็กหนุ่มสาวที่ยังเจริญเติบโตไม่เต็มที่

'strip mine *n. (Amer. Mining) การทำเหมืองกลางแจ้งหลังจากสกัดเอาดินและหินชั้นบนออกไป*

stripped-down /strɪpt'daʊn/ซตฺริพทฺ'ดาวนฺ/ *adj. (การตกแต่ง)* เรียบง่าย

stripped pine /strɪpt 'paɪn/ซตฺริพทฺ 'พายนฺ/ *n.* ไม้สนที่ลอกเปลือกออก

stripper /'strɪpə(r)/'ซตฺริพเพอะ(ร)/ *n.* (A) *(solvent)* สารล้างสีออก; *(for wallpaper)* สารละลายกาวกระดาษติดผนัง; *(tool)* เครื่องมือขูด *(สี ฯลฯ)* ออก; (B) ➤ **489** *(striptease performer)* นักแสดงระบำเปลื้องผ้า

strip: ~ 'poker *n. (Cards) การเล่นไพ่โป๊กเกอร์ที่คนแพ้ต้องแก้ผ้าของตนทีละชิ้น;* **~-search** ❶ *n.* การถอดเสื้อผ้าตรวจค้น; **do a ~-search on a suspect** ทำการถอดเสื้อผ้าตรวจค้นผู้ต้องสงสัย ❷ *v.t.* **we were ~-searched** พวกเราถูกแก้ผ้าตรวจค้น; **~ show** *n.* การแสดงระบำเปลื้องผ้า; **~'tease** ❶ *n.* การแสดงระบำเปลื้องผ้า ❷ *v.i.* แสดงระบำเปลื้องผ้า

stripy /'straɪpɪ/'ซไตรพิ/ *adj.* มีริ้ว, มีลายเป็นทางยาว, เป็นแถบยาว

strive /straɪv/ซตฺรายวฺ/ *v.i.*, **strove** /strəʊv/ซโตฺรวฺ/, **striven** /'strɪvn/'ซตฺริวฺ'น/ (A) *(endeavour)* มานะ, พยายาม; **~ to do sth.** พยายามทำ *ส.น.*; **~ after** *or* **for sth.** พยายามอย่างมากที่จะได้ *ส.น.*; **~ after** *or* **for the right answer** พยายามอย่างอุตสาหะที่จะได้คำตอบที่ถูกต้อง; (B) *(contend)* ต่อสู้, ดิ้นรน (for เพื่อ); **~ together** *or* **with each other [for sth.]** ต่อสู้กัน [เพื่อ *ส.น.*]

striven ➡ **strive**

strobe /strəʊb/ซโตฺรบฺ/ *(coll.)*, **stroboscope** /'strəʊbəskəʊp/'ซโตฺรเบอะซโคพ/ *ns.* (A) *(instrument)* เครื่องส่องไฟกะพริบ (B) *(lamp)* ดวงไฟที่ส่องแสงจ้าเป็นระยะ

stroboscopic /strəʊbə'skɒpɪk/ซโตฺรเบอะ'ซกอพิค/ *adj.* มีแสงไฟจ้าเป็นระยะ; **~ lamp/light** ดวงไฟที่ส่องแสงจ้าเป็นระยะ

strode ➡ **stride** 2, 3

[1]**stroke** /strəʊk/ซโตฺรค/ ❶ *n.* (A) *(act of striking)* การตบ, การตี, การฟาด; *(of sword, axe)* การฟัน; **finishing ~** *(lit. or fig.)* การตีครั้งสุดท้ายที่รุนแรงถึงตาย; (B) *(Med.)* อาการจากการไหลผิดจังหวะของเลือดที่เลี้ยงสมอง; **paralytic/apoplectic ~** อาการเส้นโลหิตแตกในสมองที่ทำให้เป็นอัมพาต; (C) *(sudden impact)* **~ of lightning** ฟ้าแลบครั้งหนึ่ง; **by a ~ of fate/fortune** ด้วยผลทันทีทันใดของโชคชะตา/โชคลาภ; **~ of [good] luck** โชค [ดี] อย่างกะทันหัน; **by a ~ of bad/good luck, the door was locked/open** ด้วยโชคร้าย/ดีประตูบ้านถูกล็อก/เปิดไว้; (D) *(single effort)* โดยทำครั้งเดียว; *(skilful effort)* ความพยายามที่มีทักษะ; **at a** *or* **one ~:** แค่ทำครั้งเดียว; **not do a ~ [of work]** ไม่ทำงานอะไรเลย; **~ of genius** การกระทำเชิงอัจฉริยะ; (E) *(of pendulum)* การแกว่ง; *(heart)* การเต้น; *(wings)* การกระพือ; *(oar)* การตี; *(in swimming)* การตีน้ำ; *(of piston)* การเหวี่ยงของลูกสูบ; (F) *(Billiards etc.)* การแทงลูกหนึ่งครั้ง; *(Tennis, Cricket, Golf)* การตีหนึ่งครั้ง; *(Rowing)* การจ้วงพายหนึ่งครั้ง; *(Swimming, Rowing: style)* **off one's ~** *(lit. or fig.)* ทำไม่ดีเหมือนปกติ; **put sb. off his/her ~** *(lit. or fig.)* ทำให้ *ค.น.* เสียความตั้งใจในสิ่งที่เขา/เธอกำลังทำอยู่; (G) *(mark, line)* รอย, เส้น; *(of handwriting)* เส้นลายมือ; *(fig.: detail)* รายละเอียด; *(symbol /)* เครื่องหมาย /; **with a ~ of the** *or* **one's pen** ด้วยขีดเดียวของปากกา; **finishing ~s** *(lit. or fig.)* รอบสุดท้ายของผู้กัน; *(fig.)* การตีสุดท้ายที่ถึงตาย; (H) *(sound of clock)* เสียงตีของนาฬิกา; **on the ~ of nine** เมื่อนาฬิกาตีบอกเวลา 9 นาฬิกา; **it was on the ~ of nine when ...:** นาฬิกากำลังตีบอกเวลา 9 นาฬิกาเมื่อ ...; **on the ~:** อย่างตรงเวลา; (I) *(oarsman)* คนคุมจังหวะตีกรรเชียง ❷ *v.t. (Rowing)* ตีกรรเชียง, พายเรือ

[2]**stroke** ❶ *v.t.* ลูบ; **~ one's chin/beard** ลูบคาง/เคราของตน; **~ sth. over/across sth.** ลูบ *ส.น.* ข้าม *ส.น.*; **~ one's hand across one's brow** เอามือลูบหน้าผาก; **~ sth. back** ลูบ *ส.น.* ไปข้างหลัง ❷ *n.* **give sb./sth. a ~** ลูบ *ค.น./ส.น.*; **give the dog's ears a ~:** ลูบหูสุนัข

~ 'down *v.t.* ลูบให้เรียบ; *(fig.)* ทำให้สงบลง

stroke: ~ oar *n. (Rowing) (oar)* พาย, กรรเชียง; *(oarsman)* คนคุมจังหวะของการตีกรรเชียง; **~ play** *n. (Cricket)* ตีอย่างเสี่ยงและมีลวดลาย

stroll /strəʊl/ซโตฺรล/ ❶ *v.i.* (A) *(saunter)* เดินทอดน่อง, เดินเล่น; **~ into sth.** เดินทอดน่องเข้าไปใน *ส.น.*; (B) *(go from place to place)* เดินจากที่หนึ่งไปยังอีกที่หนึ่ง; **~ from town to town** เดินจากเมืองนี้ไปเมืองโน้น ❷ *n.* การเดินเล่น; **at a ~:** เดินอย่างสบาย ๆ; **go for a ~:** ออกไปเดินเล่น

~ along ❶ *v.i.* เดินเอื่อย ๆ ❷ *v.t.* **~ along sth.** เดินไปตาม *ส.น.*

~ 'on *v.i.* เดินต่อไป

stroller /'strəʊlə(r)/'ซโตฺรเลอะ(ร)/ *n.* (A) ผู้เดินเล่น; (B) *(pushchair)* เก้าอี้นั่งเข็นเด็กเล็ก

strong /strɒŋ/ซตฺรอง/ ❶ *adj.*, **~er** /'strɒŋgə(r)/'ซตฺรองเกอะ(ร)/, **~est** /'strɒŋgɪst/'ซตฺรองกิซทฺ/ (A) *(resistant)* แข็งแรง, มีพลังต้านทาน; *(เครื่องเรือน, รองเท้า)* ทนทาน; *(การแต่งงาน)* ที่มั่นคง; *(คำด่า)* ที่ดุเดือด; *(ร่างกาย, สุขภาพ)* แข็งแกร่ง; *(Econ.) (เงินตรา)* ที่แข็งค่า; **a man of ~ will/resolve** คนที่มีจิตใจ/การตัดสินใจที่เข้มแข็ง; **you have to have a ~ stomach** *(fig.)* คุณต้องมีความอดทน; **have a ~ head [for alcohol]** กินเหล้าคอแข็ง; **be ~ [again]** *(คนไข้)* แข็งแรง [อีกครั้งหนึ่ง]; **the market [in oil] is ~** *(Commerc.)* ตลาด [น้ำมัน] มีราคาสูงขึ้น; (B) *(powerful) (แขน, ขา)* มีพละกำลัง; *(คน)* มีอำนาจ; *(แม่เหล็ก)* ที่แรง; **as ~ as a horse** *or* **an ox** *(fig.)* ร่างกายแข็งแรงมาก; **the ~ silent man/type** ชาย/คนประเภทที่เงียบขรึมและเข้มแข็ง; **a man of ~ character** ชายที่มีบุคลิกเข้มแข็ง; (C) *(effective) (การปกครอง)* มีประสิทธิผล; *(นักศึกษา)* เก่ง; *(formidable)* เข้มแข็ง *(คู่ต่อสู้)*; *(ผู้สมัคร)* ที่มีคุณสมบัติสูง; *(powerful in resources) (ประเทศ)* สมบูรณ์, รวย; *(เศรษฐกิจ)* เข้มแข็ง; *(numerous, of specified number) (คณะ)* แขวง, ครบถ้วน; *(Cards)* ดี; *(Games, Sport)* ที่เหนือกว่า; **she is ~ in Latin** เธอเก่ง *(วิชา)* ภาษาลาติน; **Latin is her ~est subject** ภาษาลาตินเป็นวิชาที่เธอเก่งที่สุด; **sb.'s ~ point** จุดเด่นของ *ค.น.*; **the article is not ~ on facts** บทความอ่อนข้อมูล; **the company is a dozen ~:** บริษัทมีพนักงานสิบสองคน; **a 10,000-~ army** กองทัพที่มีจำนวน 10,000 คน; **fate dealt him a ~ hand** *(fig.)* โชคชะตาเข้าข้างเขา; (D) *(convincing) (เหตุผล, ข้อเสนอ)* ที่น่าเชื่อถือ, ที่ฟังขึ้น; **there is a ~ possibility that ...:** มีความเป็นไปได้สูงว่า...; (E) *(vigorous, moving forcefully)* แข็งแรง; *(โครงเรื่อง)* ที่จับใจ; *(แบบวาด/เขียน)* ที่มีพละกำลัง; *(fervent) (ผู้ติดตาม, สมาชิกศาสนา)* กระตือรือร้นอย่างมาก; **take ~ measures/action** ใช้มาตรการ/การกระทำที่แข็งกล้า; **be a ~ believer in sth.** เป็นคนที่เชื่อถือใน *ส.น.* อย่างแรงกล้า; (F) *(affecting the senses) (รสชาติ, กลิ่น)* แรง, เข้มข้น; *(เสียง)* มีพลัง; *(pungent)* มี *(กลิ่น)* แรงหรือฉุน; **the fish is rather ~:** ปลามีกลิ่นค่อนข้างแรง; (G) *(concentrated) (เครื่องดื่ม, สี)* เข้มข้น; สี *(สด)*; **I need a ~ drink** ฉันต้องดื่มอะไรที่เข้มข้นสักแก้ว; (H) *(emphatic) (การต่อต้าน)* รุนแรง; *(คำพูด)* ที่เข้มแข็ง, หนักแน่น; *(Phonet., Pros.)* ที่ลงเสียงหนัก; (I) *(Ling.) (กริยา)* ที่ผันช่องกริยาด้วยการเปลี่ยนพยางค์ แทนเติมคำข้างหน้า เช่น sing sang sung ❷ *adv.* อย่างรุนแรง; **the wind was blowing ~:** ลมกำลังพัดอย่างรุนแรง; **come on ~** *(coll.)* ที่พยายามจะเร้าอย่างหนัก; **sb. is going ~:** *ค.น.* สบายดี; **they are still going ~** *(after years of marriage)* เขายังรักกันดีอยู่; *(after hours of work)* พวกเขายังคงทำงานอย่างแข็งขันต่อไป; **the restaurant is still going ~:** ภัตตาคารยังคงขายดี; ➡ + **come** O

strong: ~ 'arm *n., no pl.* การใช้กำลัง; **~-arm methods** วิธีการใช้กำลัง; **~ box** *n.* หีบหรือกล่องแข็งแรงเพื่อของมีค่า; **~hold** *n.* ที่มั่น, ป้อม; *(fig.)* สถานที่สนับสนุนเรื่องใดเรื่องหนึ่งอย่างมาก; **~ 'language** *n., no pl., no indef art.* ภาษาหยาบคาย, คำหยาบ; **use ~ language** ใช้ภาษาหยาบคาย

strongly /'strɒŋlɪ, US 'strɔːŋlɪ/'ซตฺรองลิ/ *adv.* (A) อย่างแข็งแรง; *(ตั้งตัว)* อย่างมั่นคง; **~ built** ที่สร้างอย่างแข็งแรง; *(in body)* ที่แข็งแรง,

ล่ำสัน; [B] *(powerfully)* อย่างมีพละกำลัง; [C] *(convincingly) (อธิบาย)* อย่างน่าเชื่อถือ; [D] *(vigorously) (ต่อต้าน)* อย่างเข้มแข็ง; *(สนับสนุน)* อย่างเต็มที่; *(แนะนำ)* อย่างหนักแน่น; **I feel ~ about it** ฉันมีความรู้สึกรุนแรงเกี่ยวกับเรื่องนี้; **I ~ suspect that ...:** ฉันสงสัยอย่างแรงว่า...

strong: ~man *n.* คนแข็งแรง, คนเล่นกล้าม; *(fig.) (capable man)* คนที่มีความสามารถพิเศษ; *(dictator)* นักเผด็จการ; **~ 'meat** *n., no pl., no art. (fig.)* สิ่งที่รับยาก; **~-'minded** *(adj.) (คน)* ที่มีจิตใจแน่วแน่; *(determined)* แน่วแน่, มุ่งมั่น; **~ point** *n. (fortified position)* ฐานที่มั่นคง; ➡ + ~ 1 C; **~room** *n.* ห้องนิรภัย; **~ 'suit** *n. (Cards)* ไพ่แข็ง; *(fig.)* เรื่องที่เชี่ยวชาญ, เรื่องถนัด; **~-willed** *adj.* แน่วแน่

strontium /'strɒntɪəm/'ซตฺรอนเทียม/ *n. (Chem.)* สตรอนเทียม *(ท.ศ.) (ธาตุโลหะนุ่มสีขาวเงินพบในแร่ธรรมชาติบางชนิด)*

strop /strɒp/ซตฺรอพ/ ❶ *n.* สายหนังสำหรับลับใบมีดโกน ❷ *v.t.*, **-pp-** ลับใบมีดโกน

stroppy /'strɒpɪ/'ซตฺรอพิ/ *adj. (Brit. coll.)* อารมณ์ไม่ดี, มีอารมณ์ร้าย

strove ➡ **strive**

struck ➡ **strike** 2, 3

structural /'strʌktʃərl/'ซตฺรัคเชอะร'ล/ *adj.* [A] เกี่ยวกับโครงสร้าง; *(กำแพง)* ที่เป็นส่วนของโครงสร้าง; *(ปัญหา)* ทางโครงสร้าง; *(Biol.)* เกี่ยวกับโครงสร้างทางชีววิทยา; [B] *(Geol.)* เกี่ยวกับโครงสร้างของเปลือกโลก; [C] *(Sociol.)* เกี่ยวกับโครงสร้างทางสังคมวิทยา

structural: ~ engineering *n.* วิศวกรรมโครงสร้าง; **~ formula** *n. (Chem.)* *สูตรที่แสดงการจัดเรียงตัวของอะตอมในโมเลกุล*

structuralism /'strʌktʃərəlɪzm/'ซตฺรัคเฉอะเรอะลิซฺ'ม/ *n.* การศึกษาสังคมศาสตร์และวรรณกรรมในแง่โครงสร้าง, ทฤษฎีโครงสร้าง

structurally /'strʌktʃərəlɪ/'ซตฺรัคเฉอะเรอะลิ/ *adv.* ทางโครงสร้าง; *(Geol.)* ทางโครงสร้าง; **the building is ~ sound** โครงสร้างของตึกมั่นคงแข็งแรง; **~, the building is ...** ในด้านโครงสร้างตึก...

structural 'steel *n. (Building)* เหล็กเส้น

structure /'strʌktʃə(r)/'ซตฺรัคเฉอะ(ร)/ ❶ *n.* [A] *(manner of construction)* วิธีก่อสร้าง; *(interrelation of parts : also Anat, Biol., Geol., Ling., Lit., Phys.,)* โครงสร้าง; *(Mus.)* การเรียบเรียงส่วนต่าง ๆ เข้าด้วยกัน; **bone/skeletal ~:** โครงสร้างกระดูก/โครงกระดูก; **sentence ~:** โครงสร้างของประโยค; **price ~:** วิธีกำหนดราคา; [B] *no pl., no indef. art. (formal arrangement of parts)* การจัดโครงสร้าง; **people must have ~ in their daily lives** ชีวิตของคนเราต้องมีโครงสร้าง; [C] *(something constructed)* สิ่งก่อสร้าง; *(building)* ตึกอาคาร; *(complex whole; also Biol.)* โครงสร้าง
❷ *v.t.* จัดโครงสร้าง; จัดระเบียบ; *(construct)* สร้าง

structured /'strʌktʃəd/'ซตฺรัคเฉิด/ *adj.* มีโครงสร้าง

strudel /'stru:dl/'ซตฺรูด'ล/ *n. (Gastr.)* สตรูเดิล *(ท.ศ.) ขนมหวานที่ทำจากแป้งบาง ๆ ม้วนรอบไส้ผลไม้*

struggle /'strʌgl/'ซตฺรัก'ล/ ❶ *v.i.* [A] *(try with difficulty)* ต่อสู้, ดิ้นรน; **~ to do sth.** ดิ้นรนที่จะทำ *ส.น.;* **~ for a place/a better world** ต่อสู้ที่จะติดอันดับ/โลกที่ดีกว่า; **~ for breath** พยายามหายใจอย่างยากลำบาก; **~ against** *or* **with sb./sth.** ต่อสู้กับ *ค.น./ส.น.;* **~ with sth.** *(try to cope)* พยายามจะทำ/รับ *ส.น.;* [B] *(proceed with difficulty)* มุมานะ *(กับปัญหา, อุปสรรค); (into tight dress, through narrow opening)* เบียด *(ผ่าน, เข้าไป)* ด้วยความยากลำบาก; **I ~d past** ฉันผ่านไปด้วยความยากลำบาก; **~ to one's feet** ลุกขึ้นยืนด้วยความยากลำบาก; [C] *(physically)* กระเสือกกระสนดิ้นรน; **~ free** ดิ้นรนจนหลุดได้; [D] *(be in difficulties, have difficulty in life)* มีปัญหา, มีความยากลำบากในชีวิต; **after three laps I was struggling** หลังจาก *(วิ่ง, ว่ายน้ำ ฯลฯ)* สามรอบฉันก็ต้องกัดฟันแล้ว
❷ *n.* [A] *(exertion)* **with a ~:** ด้วยการต่อสู้ดิ้นรน; **it was a long ~:** มันเป็นการต่อสู้ดิ้นรนที่ยาวนาน; **after all our valiant ~s** หลังจากพวกเราได้ดิ้นรนอย่างกล้าหาญ; **have a [hard] ~ to do sth.** ต้องต่อสู้ [อย่างหนัก] เพื่อที่จะทำ *ส.น.;* **a life of hardship and ~:** ชีวิตที่มีความยากลำบากและการต่อสู้ดิ้นรน; **the ~ for freedom** การต่อสู้เพื่ออิสรภาพ; [B] *(physical fight)* การต่อสู้, การชกต่อยกัน; *(confused wrestle)* การปล้ำกัน; **legal ~** การต่อสู้ดิ้นรนทางกฎหมาย; **the ~ against** *or* **with sb./sth.** การต่อสู้กับ *ค.น./ส.น.;* **the ~ for influence/power** การต่อสู้เพื่ออิทธิพล/อำนาจ; **the ~ for existence** *or* **life** *or* **survival** การต่อสู้เพื่อความอยู่รอด; **surrender without a ~:** ยอมแพ้โดยปราศจากการต่อสู้ดิ้นรน

struggling /'strʌglɪŋ/'ซตฺรักกลิง/ *adj. (in life)* ที่ดิ้นรน

strum /strʌm/ซตฺรัม/ ❶ *v.i.*, **-mm-** ดีดสายดนตรีเล่น ๆ **(on)** ❷ *v.t.*, **-mm-** ดีดเล่น ๆ ❸ *n.* เพลงที่ดีดเล่น ๆ; **have a ~:** ดีดเพลงเล่น ๆ

strumpet /'strʌmpɪt/'ซตฺรัมพิท/ *n. (arch./rhet.)* หญิงโสเภณี

strung ➡ **string** 2

¹strut /strʌt/ซตฺรัท/ ❶ *v.t.*, **-tt-** *(walk)* เดินวางมาด ❷ *n.* การเดินวางมาด

²strut ❶ *n. (support)* เสาค้ำ ❷ *v.t.*, **-tt-** ค้ำ

'struth /stru:θ/ซตฺรูธ/ *int.* ตายจริง

strychnine /'strɪkni:n/'ซตริคนีน/ *n.* อินทรีย์สารที่พบในพืช มีรสชาติขมและมีพิษร้ายแรง

Stuart /'stju:ət/'ซตูเอิท/ *(Brit. Hist.)* ❶ *n. สมาชิกของราชวงศ์สจ๊วตที่ปกครองสกอตแลนด์ระหว่างปี ค.ศ. 1371-1714 และอังกฤษระหว่างปี ค.ศ. 1603-1649 และ 1660-1714* ❷ *attrib adj.* เกี่ยวกับราชวงศ์สจ๊วต; **the ~ dynasty** ราชวงศ์สจ๊วต

stub /stʌb/ซตับ/ ❶ *n.* [A] *(short remaining portion)* ส่วนสั้น ๆ ที่ยังเหลืออยู่; *(of cigarette)* ก้นบุหรี่; **~ of pencil** ก้นดินสอ; [B] *(counter-foil)* ต้นขั้ว *(ใบเสร็จ, เช็ค ฯลฯ); (of ticket)* ต้นขั้ว; [C] *(of tree, branch, tooth)* โคน; [D] *(limb, tail, etc.)* ส่วนด้วน ❷ *v.t.*, **-bb-** [A] **~ one's toe [against** *or* **on sth.]** สะดุดหัวแม่เท้า [กับ *ส.น.*]; [B] ขยี้ *(ก้นบุหรี่ ฯลฯ); (with one's foot)* ใช้เท้าบดขยี้

~ 'out *v.t.* ขยี้ *(บุหรี่)*

'stub axle *n. (Mech.)* แกนหมุนล้อ, ปีกนกของล้อหน้า *(ที่ใช้บังคับการเลี้ยว)*

stubble /'stʌbl/'ซตับ'ล/ *n., no pl. (corn)* ซัง *(ข้าว); (beard, hair)* ผมเกรียนสั้น; เคราที่ขึ้นสั้น

stubbly /'stʌblɪ/'ซตับลิ/ *adj.* เหมือนขนสั้นแข็ง, เหมือนซังข้าว; **~ field/beard** ทุ่งนาที่เหลือแต่โคนต้นพืช/หนวดที่เป็นขนสั้นแข็ง

stubborn /'stʌbən/'ซตับเบิน/ *adj.* [A] *(obstinate)* หัวดื้อ, ดื้อดึง; **be ~ in insisting on sth.** ดื้อดึงในการยืนกรานใน *ส.น.;* **[as] ~ as a mule** ดื้อดึง, ดื้อรั้นมาก *(เหมือนล่อ);* [B] *(resolute)* มุ่งมั่น, แน่วแน่; [C] *(intractable) (ปัญหา)* จัดการได้ยาก; *(โรค)* ที่หายยาก

stubbornly /'stʌbənlɪ/'ซตับเบินลิ/ *adv.* [A] *(obstinately)* อย่างดื้อดึง, อย่างดื้อรั้น; [B] *(resolutely, intractably)* อย่างมุ่งมั่นแน่วแน่, อย่างจัดการได้ยาก

stubbornness /'stʌbənnɪs/'ซตับเบินนิซ/ *n., no pl.* [A] *(obstinacy)* ความดื้อรั้น, ความดื้อดึง; [B] *(resolution, intractability)* ความแน่วแน่, ความมุ่งมั่น, ความยากลำบากในการจัดการ

stubby /'stʌbɪ/'ซตับบิ/ *adj.* สั้นและหนา; **~ tail** หางสั้นและหนา

stucco /'stʌkəʊ/'ซตัคโค/ ❶ *n., no pl.* **~es** *(fine plaster)* งานปูนปั้น; *(coarse plaster)* ปูนหรือซีเมนต์ชนิดหยาบ; *(work)* งานปูนปั้น ❷ *v.t. (coat with coarse plaster)* ฉาบด้วยปูนหรือ ซีเมนต์ชนิดหยาบ; *(decorate with fine plaster)* ตกแต่งด้วยปูนปั้น

stuck ➡ **stick** 1, 2

'stuck up ➡ **stick up** 1 E

¹stud /stʌd/ซตัด/ ❶ *n.* [A] *(boss)* ปุ่ม, ลายนูน; *(on clothes)* ปุ่ม; *(on boot)* ปุ่มบูท; *(marker in road)* ปุ่มจราจร; [B] *(for shirt)* กระดุมสองหัวสำหรับติดเสื้อเชิ้ต; *(cufflink)* กระดุมข้อมือ; *(for ear)* ต่างหู ❷ *v.t.*, **-dd-** *(set with ~s)* ติด/ตอกปุ่ม; *(be scattered over)* มีปุ่มติดกระจัดกระจาย; **~ded** *(ประตู)* ที่ตอกตะปูเหล็ก; *(เสื้อผ้า)* ประดับด้วยปุ่ม; **~ded with flowers/stars** *etc.* มีดอกไม้/ดวงดาว ฯลฯ กระจัดกระจายอยู่ทั่ว; **a jewel-~ded crown** มงกุฎประดับเพชร

²stud *n.* [A] *(Breeding)* คอกผสมพันธุ์ม้า; **put a horse out to ~:** เอาม้าไปไว้ในคอกผสมพันธุ์; [B] *(stallion)* ม้าพ่อพันธุ์; [C] *(sl.: man)* เจ้าชู้, ชายหนุ่ม *(นักรัก)*

'stud book *n. (Breeding)* สมุดบันทึกสายพันธุ์ของม้า

student /'stju:dənt, US 'stu:-/'ซติวเดินทฺ, 'ซตู-/ *n.* นักศึกษา, นิสิต; *(in school or training establishment)* นักเรียน, นักศึกษา; **a good ~:** นักเรียนที่ดีคนหนึ่ง; **be a ~ of sth.** เป็นนักศึกษา *ส.น.;* **~ of medicine** นักเรียนแพทย์; **eternal ~:** คนที่เรียนหนังสือไม่ยอมจบ; *attrib.* **~ days** ช่วงที่เป็นนักศึกษา; **~ demonstration** การเดินขบวนประท้วงของนิสิตนักศึกษา; **~ driver** *(Amer.)* นักเรียนขับรถ; **~ nurse** นักเรียนพยาบาล; **be a ~ doctor/teacher** เป็นนักเรียนแพทย์/ครู

stud: ~ farm *n. (Breeding)* คอกผสมพันธุ์ม้า; **~ horse** ➡ **²stud**

studied /'stʌdɪd/'ซตัดดิด/ *adj.* [A] *(thoughtful)* รอบคอบ; [B] *(intentional) (รูปแบบ)* ตั้งใจ, จงใจ; [C] *(well-read)* อ่านหนังสือมามาก

studiedly /'stʌdɪdlɪ/'ซตัดดิดลิ/ *adv.* [A] *(thoughtfully)* อย่างรอบคอบ; [B] *(intentionally)* **be ~ casual** ตั้งใจให้ดูเรียบง่าย

studio /'stju:dɪəʊ, US 'stu:-/'ซติวดิโอ, 'ซตู-/ *n., pl* **~s** [A] *(photographer's or painter's workroom)* ห้องทำงาน, สตูดิโอ *(ท.ศ.); (workshop for the performing arts)* ห้องแสดงละครขนาดเล็ก; [B] *(Cinemat.) (room)* ห้องผลิตภาพยนตร์; *(organization)* บริษัทภาพยนตร์; **~s** สตูดิโอ *(ท.ศ.); (premises)* บริเวณโรงถ่ายภาพยนตร์; [C] *(Radio, Telev.)* ห้องผลิตรายการ

S

studio: ~ apartment *(Amer.)* ➡ **~ flat; ~ 'audience** *n. (Radio, Telev.)* ผู้เข้าชมในห้องส่ง; **~ couch** *n.* เก้าอี้นวมยาวที่ใช้เป็นเตียงนอนได้; **~ flat** *n. (Brit.)* Ⓐ แฟลตที่มีห้องใหญ่สำหรับทำงานพร้อมครัวกับห้องน้ำเล็ก ๆ; Ⓑ *(one-room flat)* แฟลตที่มีทุกอย่างรวมอยู่ในห้องเดียว

studious /ˈstjuːdɪəs, US ˈstuː-/ˈซติวเดียซ, ˈซตู-/ *adj.* Ⓐ *(assiduous in study)* ขยันเรียน, มุมานะเรียน; **~ life** ชีวิตที่มุมานะเรียน; Ⓑ *(earnest)* อย่างตั้งใจจริง *(ที่จะทำบางสิ่ง); (intentional)* อย่างเจตนา, จงใจ; **~ to do** *or* **in doing sth.** พยายามอย่างจริงจังที่จะทำ *ส.น.*

studiously /ˈstjuːdɪəslɪ, US ˈstuː-/ˈซติวเดียซลิ, ˈซตู-/ *adv.* Ⓐ *(with attention to learning)* ด้วยความตั้งใจที่จะเรียนรู้; **be ~ inclined** เป็นคนที่ชอบการเรียนรู้; Ⓑ *(diligently)* อย่างขยันเรียน; *(intentionally)* อย่างจงใจ

studiousness /ˈstjuːdɪəsnɪs, US ˈstuː-/ˈซติวเดียซนิซ, ˈซตู-/ *n., no pl.* Ⓐ *(application to study)* ความขยันเรียน, ความเอาใจใส่ในการเรียน; Ⓑ *(careful attention)* ความรอบคอบ

study /ˈstʌdɪ/ˈซตัดดิ/ ❶ *n.* Ⓐ การเรียน, การศึกษา; **I enjoy my studies** ฉันชอบการเรียนรู้; **~ does not come naturally to him** การเรียนไม่ได้เป็นนิสัยของเขา; **what branch of ~ is he engaged in?** เขาเรียนสาขาอะไร; **the ~ of mathematics/law** การเรียนคณิตศาสตร์/กฎหมาย; **be still under ~:** ยังอยู่ภายใต้การศึกษา; **[books on] African/Social Studies** [หนังสือเรื่อง] การศึกษาทวีปแอฟริกา/สังคมศึกษา; **graduate studies** *(Educ./Univ.)* การศึกษาระดับปริญญาโท; Ⓑ *(piece of work)* **studies are being carried out** กำลังมีการศึกษาอยู่; **make a ~ of sth.** ทำการศึกษา *ส.น.*; Ⓒ *(object of examination)* สิ่งที่กำลังได้รับการศึกษา; **make sth. one's ~:** ศึกษา *ส.น. หรือ* นำ *ส.น.* มาเป็นข้อศึกษาของตน; **a ~ in sth.** เป็นแม่แบบของ *ส.น.*; *(fig.)* **his face was a ~!** ใบหน้าของเขาน่าดูจริง ๆ; Ⓓ *(Art)* งานฝึกหัด, งานเตรียมการ; *(Mus.)* ดนตรีพัฒนาทักษะ; *(Lit., Theatre)* การศึกษาแง่มุมใดแง่มุมหนึ่ง (**in, of** ของ); **as a ~ in perspective/composition** เป็นการศึกษาการวาดให้ได้ความลึก เพื่อเป็นสามมิติ/จัดโครงสร้างรูปภาพ; Ⓔ *(contemplation)* การไตร่ตรอง, การใคร่ครวญ; ➡ **+ brown study;** Ⓕ *(room)* ห้องทำงาน

❷ *v.t.* Ⓐ *(seek knowledge of)* ศึกษา; *(at school)* เรียนหนังสือ; **~ politics all one's life/~ Goethe** ศึกษาเรื่องการเมืองตลอดชีวิตของตน/บทกวีของเกอเธ่; Ⓑ *(scrutinize)* พิจารณาอย่างละเอียดถี่ถ้วน; Ⓒ *(read attentively)* อ่านอย่างตั้งใจ; Ⓓ *(learn by heart)* ท่องจำ

❸ *v.i.* ศึกษา; **~ under sb.** ศึกษาภายใต้ *ค.น.*; **~ to be a doctor/teach French** เรียนแพทย์/สอนภาษาฝรั่งเศส; **~ for the medical profession** เรียนแพทย์

'study group *n.* กลุ่มการศึกษา

stuff /stʌf/ซตัฟ/ ❶ *n.* Ⓐ *no pl., no indef. art. (material[s])* วัสดุ, สิ่งของ; *(artistic productions)* ผลงานทางศิลปะ; *(coll.: drugs)* ยาเสพติด; *(coll.: money)* เงิน; **garden ~:** วัสดุที่ใช้ทำสวน; **have the ~ of a champion** มีคุณสมบัติของผู้ชนะ; **be made of sterner ~:** เป็นคนที่มีอุปนิสัยเข้มแข็ง; **the ~ of fairy stories** เหมือนกับเทพนิยาย; **the ~ that dreams/heroes are made of** เป็นสิ่งที่เหมือนฝัน/มีคุณสมบัติของวีรบุรุษ; **plastic is useful ~:** พลาสติกเป็นวัตถุที่มีประโยชน์; **push [the] ~** *(coll.: deal in drugs)* ขายยาเสพติด; **there has been some interesting ~ in the papers/on the radio** ได้มีข่าวเรื่องราวที่น่าสนใจในหนังสือพิมพ์/ใน [รายการ] วิทยุ; **that actor has been in some good ~ lately** หมู่นี้นักแสดงคนนั้นได้เล่นบทดี ๆ หลายเรื่อง; Ⓑ *no pl., no indef. art. (activity, knowledge)* **do painting or drawing, ~ like that** วาดหรือเขียนภาพอะไรแบบนั้น; **do one's ~** *(coll.)* ทำในสิ่งที่ตนต้องทำ; **get on and do your ~!** *(coll.)* ไปทำในสิ่งที่คุณต้องทำ; **know one's ~** *(coll.: be knowledgeable)* มีความรู้ดี; *(know one's job)* รู้งานของตนดี; **that's the ~!** *(coll.)* นั่นคือสิ่งที่ต้องการ; **that's the ~ to give the troops** *(fig. coll.)* นั่นเป็นสิ่งที่กำลังต้องการทีเดียว; Ⓒ *no pl. (valueless matter)* เรื่องไร้สาระ; **~ [and nonsense]!** *(coll.)* อะไรก็ไม่รู้; Ⓓ *(Textiles)* ผ้าขนสัตว์; *attrib* ที่ทำด้วยขนสัตว์; ➡ **+ ²bit A; hot stuff; kid 1 C; rough stuff**

❷ *v.t.* Ⓐ ยัดไส้, อุด *(รู)*; *(in taxidermy)* ยัดไส้สัตว์ที่ตายให้คงรูปเดิม, สตั๊ฟ *(ท.ศ.)*; *(Cookery)* ยัดไส้ *(ไก่ ฯลฯ)*; *(make eat to repletion)* กินจนอิ่มแปล้; *(coarse: copulate with)* เอากับ *(ภ.พ.)*; **~ envelopes [with letters]** สอด [จดหมายลงไปใน] ซอง; **~ sth. with** *or* **full of sth.** ยัด *ส.น.* ให้เต็มด้วย *ส.น.*; **[go and] get ~ed!** *(sl.)* ไปให้พ้น กูไม่สน *(ภ.ย.)*; **~ oneself** *(sl.)* อัดอาหารเต็มที่; **~ one's face** *(sl.)* อัดอาหารเข้าปากอย่างเต็มที่; **~ ballot boxes** *(Amer.: insert bogus votes)* ใส่บัตรออกเสียงปลอม; **he ~ed a banknote into my hand** เขายัดธนบัตรใส่มือของฉัน; Ⓑ *(sl.)* **~him/~ the family reputation!** เขาจะยังไงก็ช่าง/ไม่สนใจชื่อเสียงทางครอบครัว; **~ it!** ไม่สนว่ะ, ช่างแม่ง *(ภ.ย.)*; **he can ~ it!** เขาจะยังไงก็ช่าง

❸ *v.i.* กินอย่างสวาปาม/ตะกละตะกลาม

~ 'up *v.t.* ยัดไส้, อุด, ทำให้ตัน

stuffed 'shirt *n. (coll. derog.)* คนที่ยโสอวดดี

stuffiness /ˈstʌfɪnɪs/ˈซตัฟฟินิซ/ *n., no pl.* Ⓐ *(airlessness)* ความอุดอู้, การไม่มีอากาศถ่ายเท; **the ~ of the room** ความอุดอู้ของห้อง; Ⓑ *(congestion)* **the ~ in his nose/head** การติดขัดในจมูก/ศีรษะของเขา; Ⓒ *(coll.: ill humour)* อารมณ์ไม่ดี; Ⓓ *(coll.: primness)* ความเป็นทางการ, ความเป็นพิธีรีตอง

stuffing /ˈstʌfɪŋ/ˈซตัฟฟิง/ *n.* Ⓐ *(material)* วัสดุยัดไส้; **a ~ of horsehair** การยัดไส้ด้วยขนม้า; **knock** *or* **take the ~ out of sb./a theory** *(coll. fig.)* ทำให้ *ค.น.* เสียขวัญกำลังใจ/ทำให้ทฤษฎีหมดความน่าเชื่อถือ; Ⓑ *(Cookery)* เครื่องปรุงที่ใช้ยัดไส้

stuffy /ˈstʌfɪ/ˈซตัฟฟิ/ *adj.* Ⓐ *(stifling)* *(ห้อง)* อบอ้าว, อุดอู้; Ⓑ *(congested)* ที่ติดขัด; **my head feels very ~:** ศีรษะของฉันรู้สึกทึบตื้อมาก; Ⓒ *(coll.: ill-humoured)* อารมณ์ไม่ดี; **he got very ~ about it** เขาอารมณ์เสียกับมันมาก; Ⓓ *(coll.: prim)* *(บุคคล, กิริยามารยาท)* เป็นทางการ, เจ้ากี้เจ้าการ (**about** เกี่ยวกับ)

stultify /ˈstʌltɪfaɪ/ˈซตัลทิฟาย/ *v.t.* Ⓐ *(reduce to absurdity)* ทำให้เป็นที่น่าหัวเราะเยาะ; Ⓑ *(neutralize)* ทำให้ไม่มีผล *(เพราะน่าเบื่อ)*; Ⓒ *(impair)* ทำให้เสื่อมสภาพ; **have a ~ing effect on sth.** ทำให้ *ส.น.* เสื่อมสภาพ; **~ing boredom/monotony** ความน่าเบื่อ/ความซ้ำซากจำเจที่ทำให้หมดแรง

stumble /ˈstʌmbl/ˈซตัมบ'ล/ ❶ *v.i.* สะดุด (**over** บน); Ⓐ *(falter)* ติดขัด, ไปอย่างตะกุกตะกัก; **~ over sth./through life** สะดุด *ส.น.*/ไปอย่างตะกุกตะกักตลอดชีวิต; Ⓑ **~ across** *or* **[up]on sb./sth.** *(find by chance)* พบ *ค.น./ส.น.* โดยบังเอิญ ❷ *n.* Ⓐ *(trip)* การสะดุด; Ⓑ *(error)* ความผิดพลาด

stumbling block /ˈstʌmblɪŋblɒk/ˈซตัมบลิงบลอค/ *n.* อุปสรรค, สิ่งกีดขวาง

stump /stʌmp/ซตัมพฺ/ ❶ *n.* Ⓐ *(of tree, branch)* ตอ; *(tooth)* รากฟันที่เหลือ; *(of cigar, pencil)* ก้น; **up a ~** *(Amer. coll.)* ในภาวะหรือความยากลำบาก; Ⓑ *(of limb, tail, etc.)* ส่วนด้วน; *(artificial leg)* ขาเทียม; **~s** *(joc.: legs)* ขา; ➡ **+ 'stir 1 B**; Ⓒ *(Cricket)* *ไม้สามอันที่เป็นเป้าในการโยนลูกบอลให้คนตีออก;* **draw ~s** ประกาศการสิ้นสุดการแข่งขันสำหรับวันนั้น; Ⓓ *(improvised platform)* เวทีปราศรัยชั่วคราว; **on the ~** *(coll.)* ออกหาเสียง; **go on** *or* **take the ~** *(lit. or fig.)* ออกแสดง

❷ *v.t.* Ⓐ *(confound)* ทำให้งุนงงสับสน; **be ~ed** งุนงงสับสน; **be ~ed for an answer** หาคำตอบไม่ได้; **this problem has got me ~ed** ปัญหานี้ฉันไม่ทราบจะแก้อย่างไร; Ⓑ *(Cricket)* การทำให้ผู้ตีออก *(โดยการที่เขาตีลูกไม่ได้และคนที่ยืนหลังไม้สามอันโยนลูกใส่ตรงนั้นไว้)*; Ⓒ *(Amer. Polit.)* เดินทางหาเสียง

❸ *v.i.* Ⓐ *(walk stiffly)* เดินตัวแข็งเกร็ง; *(walk noisily)* เดินเสียงดัง; Ⓑ *(Amer. Polit.: make speeches)* ปราศรัยหาเสียง; **~ing tour** การเดินทางหาเสียง

~ 'out ➡ ~ 2 B

~ 'up *(Brit. coll.) v.t. & i.* จ่ายหรือให้เงิน

stumpy /ˈstʌmpɪ/ˈซตัมพิ/ *adj.* สั้นและหนา, ด้วน; **~ tail** หางด้วน; **~ pencil** ดินสอที่สั้นกุด

stun /stʌn/ซตัน/ *v.t.*, **-nn-** Ⓐ *(knock senseless)* ทำให้สิ้นสติ; **be ~ned** *(unconscious)* สิ้นสติ; *(dazed)* ถูกทำให้งุนงง; Ⓑ *(fig.)* **be ~ned at** *or* **by sth.** ตกตะลึงกับ *ส.น.*; **a ~ned silence** ความเงียบสงบที่เกิดจากความตกใจ; **a superb performance which ~ned the critics and audience alike** การแสดงชั้นยอดที่ทำให้ทั้งนักวิจารณ์และผู้ชมตื่นตะลึง; Ⓒ *(deafen temporarily)* *(เสียง)* ทำให้หูอื้อไปชั่วขณะ; **be ~ned by sth.** โดน *ส.น.* ทำให้หูอื้อไปชั่วขณะ

stung ➡ sting 2, 3

stunk ➡ stink 1

stunner /ˈstʌnə(r)/ˈซตันเนอะ(ร)/ *n. (coll.)* **be a ~:** เป็นผู้หญิงที่งดงามมีเสน่ห์

stunning /ˈstʌnɪŋ/ˈซตันนิง/ *adj. (coll.)* Ⓐ *(splendid)* วิเศษ, เยี่ยมยอด, เลิศเลอ; Ⓑ *(causing insensibility)* ทำให้หมดความรู้สึก; Ⓒ *(shocking)* น่าตกใจ; Ⓓ *(deafening)* *(เสียง)* ดังลั่นจนหูอื้อ

stunningly /ˈstʌnɪŋlɪ/ˈซตันนิงลิ/ *adv. (coll.)* *(ทำ)* อย่างวิเศษ; อย่างสุดขีด *(น่าเบื่อ, แย่, น่าเกลียดที่สุด)*

¹stunt /stʌnt/ซตันทฺ/ *v.t.* ทำให้แคระแกร็น; **~ed trees** ต้นไม้แคระ; **emotionally ~ed** ไม่เจริญเติบโตทางอารมณ์ความรู้สึก

²stunt ❶ *n.* การแสดงโลดโผน, การแสดงสิ่งผิดปกติเพื่อดึงดูดความสนใจ; *(Cinemat.)* การแสดงโลดโผน; *(Advertising)* การโฆษณาแปลก ๆ เพื่อดึงดูดความสนใจ ❷ *v.i.* แสดงโลดโผน, แสดงผาดโผน

'stunt man *n.* นักแสดงผาดโผน

stupa /ˈstuːpə/ˈซตูเพอะ/ *n.* สถูปเจดีย์

stupefaction /stju:pɪˈfækʃn/ชตุ๊พิ'แฟคช'น/ *n., no pl.* Ⓐ การทำให้โง่เขลา *หรือ* ทำให้ไร้สติ; Ⓑ *(astonishment)* การตกตะลึง

stupefy /ˈstju:pɪfaɪ, US ˈstu:-/ˈชตุ๊วพิฟาย, ˈชตู-/ *v.t.* Ⓐ *(benumb)* ทำให้ชา, ทำให้หมดความรู้สึก; **be stupefied with** *or* **by** ชา *หรือ* หมดความรู้สึกโดย; Ⓑ *(astound)* ทำให้ประหลาดใจอย่างยิ่ง; **be stupefied** ตกตะลึง, ประหลาดใจ

stupefying /ˈstju:pɪfaɪɪŋ/ˈชตุ๊วพิไฟอิง/ *adj.* *(ความร้อน)* ทำให้มึนงง; *(งาน)* ที่ทำให้ชาหมดความรู้สึก; *(fig.: astonishing)* ไม่น่าเชื่อ

stupendous /stju:ˈpendəs, US stu:-/ชตุ๊ว'เพ็นเดิซ, ชตู-/ *adj.* *(ความใหญ่โต)* อย่างน่าพิศวง; *(ความฉลาด, ความสุข)* อย่างสุดยอด

stupendously /stju:ˈpendəslɪ, US stu:-/ชตุ๊ว'เพ็นเดิซลิ, ชตู-/ *adv.* อย่างน่าพิศวง

stupid /ˈstju:pɪd/ˈชตุ๊วพิด/ ❶ *adj.*, **~er** /ˈstju:pɪdə(r)/ˈชตุ๊วพิเดอะ(ร)/, **~est** /ˈstju:pɪdɪst/ˈชตุ๊วพิดิซทฺ/ Ⓐ *(slow-witted, unintelligent)* โง่เขลา; *(ridiculous)* น่าขัน, น่าหัวเราะเยาะ; *(pointless)* *(เรื่องราว, ความคิด)* ไร้ประโยชน์; *expr. rejection or irritation* ไอ้โง่, ไอ้บ้า; **where is that ~ key?** ไอ้กุญแจบ้า ๆ นั่นหายไปไหน; **it would be ~ to do sth.** มันเป็นการโง่เขลาที่จะทำ *ส.น.*; **that was a ~ place to leave the car** นั่นเป็นสถานที่ที่เง่ามากที่จะจอดรถทิ้งไว้; Ⓑ *(in state of stupor)* ในสภาพมึนงง (with ด้วย); **be bored ~:** เบื่อจนแทบจะหมดสติ ❷ *n. (coll.)* คนโง่เขลา

stupidity /stju:ˈpɪdɪtɪ, US stu:-/ชตุ๊ว'พิดดิทิ, ชตู-/ *n.* ความโง่เขลา; *(of action also)* การกระทำโง่ ๆ; *(of facial expression)* สีหน้าซื่อบื้อ

stupidly /ˈstju:pɪdlɪ, US ˈstu:-/ˈชตุ๊วพิดลิ, ˈชตู-/ *adv.* อย่างโง่เขลา; **~ [enough], I have ...:** อย่าง โง่ ๆ ฉันได้...; **he ~ admitted that ...:** เขายอมรับอย่างโง่ ๆ ว่า...

stupor /ˈstju:pə(r), US ˈstu:-/ˈชตุ๊วเพอะ(ร), ˈชตู-/ *n.* Ⓐ *(torpidity)* ความมึนงง; *(Med.)* อาการมึนงง *หรือ* เกือบหมดสติ; **drink oneself into a ~:** ดื่มเหล้าจนแทบจะไม่รู้ตัว; Ⓑ *(apathy)* ความเพิกเฉยไม่สนใจ; Ⓒ *(amazement)* **stand in a ~:** ยืนอยู่ในความพิศวงงงงวย

sturdily /ˈstɜ:dɪlɪ/ˈซเตอดิลิ/ *adv. (robustly)* อย่างแข็งแรง; *(resolutely)* อย่างแน่วแน่; **~ built** *(บุคคล)* ล่ำสัน; *(ม้า)* ที่แข็งแรง; สร้างอย่างมั่นคง

sturdiness /ˈstɜ:dɪnɪs/ˈซเตอดินิซ/ *n., no pl.* *(robustness)* ความแข็งแรง; *(of person)* ความล่ำสัน; *(resoluteness)* ความมุ่งมั่น, ความแน่วแน่ตั้งใจจริง

sturdy /ˈstɜ:dɪ/ˈซเตอดิ/ *adj. (robust)* แข็งแรง; *(resistant to disease or rough weather)* ทนทาน; *(thickset)* ล่ำสัน; *(strong)* แข็งแรง; *(sound)* มั่นคง; *(resolute)* มุ่งมั่น, แน่วแน่ตั้งใจจริง

sturgeon /ˈstɜ:dʒən/ˈซเตอเจิน/ *n. (Zool.)* ปลาในสกุล *Acipenseridae* พบประเทศรัสเซีย ใช้เป็นอาหารและไข่เป็นคาเวียร์

stutter /ˈstʌtə(r)/ˈซตัทเทอะ(ร)/ ❶ *v.i.* พูดติดอ่าง ❷ *v.t.* พูดติดอ่าง ❸ *n.* การพูดติดอ่าง; *(of gun)* กระสุนปืนขัดลำกล้อง; *(of flame)* เปลวไฟที่แรงขึ้นอ่อนลง; **speak with a ~:** พูดติดอ่าง; **have a bad ~** พูดติดอ่างอย่างหนัก

~ ˈout *v.t.* พูดออกมาอย่างติดอ่าง

stutterer /ˈstʌtərə(r)/ˈซตัทเทอะเรอะ(ร)/ *n.* คนพูดติดอ่าง

[1]**sty** /staɪ/ซตฺาย/ ➡ **pigsty**

[2]**sty, stye** /staɪ/ซตฺาย/ *n.* ➤ **453** *(Med.)* โรคตากุ้งยิง

Stygian /ˈstɪdʒɪən/ˈซติจเจียน/ *adj. (Mythol.)* *(ในเทพนิยายกรีก)* ที่เกี่ยวกับแม่น้ำสติกซ์ในนรก; *(fig.)* มืดมน, มัว

style /staɪl/ซตฺายลฺ/ ❶ *n.* Ⓐ *(manner)* รูปแบบ, ลักษณะ, ท่าทาง; *(in conversation)* วิธีพูด; *(in performance)* รูปแบบ; **~ of swimming/running** ลักษณะในการว่ายน้ำ/การวิ่ง; **that's the ~!** ต้องอย่างนั้นแหละ; **be bad** *or* **not good ~:** เป็นรูปแบบที่ไม่ดี; Ⓑ *(collective features) (in artistic presentation; also Printing, Publishing)* ลักษณะ, รูปแบบ; *(of habitual behaviour)* ลักษณะนิสัย; **it's not my ~ [to do that]** มันไม่ใช่เป็นลักษณะของฉัน [ที่จะทำเช่นนั้น]; **dress in the latest/modern ~:** แต่งกายในรูปแบบล่าสุด/สมัยใหม่; **the costumes were in** *or* **of the ~ of the 1940s** ชุดเป็นรูปแบบของทศวรรษที่ 40; **cook in the French ~:** ปรุงอาหารในรูปแบบของฝรั่งเศส; ➡ + **cramp** 2 A; **house style;** Ⓒ *(superior way of living, behaving, etc.)* อย่างหรูหรา; **in ~:** ในลักษณะหรูหรา; **in the grand ~:** ในลักษณะหรูหรามาก; **she is a woman of ~:** เธอเป็นผู้หญิงเท่; **live a life of ~:** มีชีวิตที่หรูหรา; **have no ~:** ไร้ความเท่; Ⓓ *(sort)* แบบ, ประเภท; **~ of music** ประเภทของเพลง; **she is not his ~:** เธอไม่ใช่รสนิยมของเขา; **this house is not my ~:** บ้านนี้ไม่ใช่รสนิยมของฉัน; Ⓔ *(pattern)* แบบ, รูปแบบ; *(of clothes)* แบบ; *(hair~)* ทรงผม; **she has had her hair cut in a pageboy ~:** เธอได้ตัดผมสั้นทรงบ๊อบ; **have one's hair done in a different ~:** เปลี่ยนทรงผม; Ⓕ *(descriptive formula)* ยศ, ตำแหน่ง; *(of firm)* ชื่อของบริษัท; **~ [of address]** การเรียกชื่อ; Ⓖ *(Bot.)* ส่วนแคบ ๆ ของรังไข่ที่ยื่นออกมา

❷ *v.t.* Ⓐ *(design)* ออกแบบ; **~ one's own hair** แต่งทรงผมเอง; **elegantly ~d clothes** เสื้อผ้าที่ออกแบบอย่างโก้หรู; **clothes ~d for comfort** เสื้อผ้าที่ออกแบบเพื่อความสะดวกสบาย; Ⓑ *(designate)* ระบุชัดแจ้ง, เจาะจง; *(address)* ใช้ชื่อ, เรียกว่า; **~ oneself sth.** เรียกตนเอง *ส.น.*

-style *in comb.* **a Tudor-~ house** บ้านทรงทิวดอร์; **a Queen-Anne-~ chair** เก้าอี้ทรงพระราชินีแอนน์; **Indian-~ curry** แกงเผ็ดแบบอินเดีย; **French-~ cooking** การปรุงอาหารตามแบบฝรั่งเศส; **peasant-~ skirt** กระโปรงแบบของชาวนา; **dressed cowboy-~** แต่งตัวตามรูปแบบคาวบอย

ˈstyle book *n.* หนังสือแบบ; *(of hairdresser)* หนังสือทรงผม; *(Printing, Publishing)* หนังสือแบบพิมพ์ *หรือ* การเรียงพิมพ์; *(lifestyle book)* หนังสือตกแต่งบ้าน

styling /ˈstaɪlɪŋ/ˈซตฺายลิง/ *n.* Ⓐ *(imparting of style)* การออกแบบ, การให้รสนิยม; **that hairdresser is good at ~:** ช่างทำผมคนนั้นเก่งในการออกแบบทรงผม; Ⓑ *(Lit., Publishing)* การกำหนดรูปแบบ; Ⓒ *(ornamentation)* **intricate ~:** การประดับตกแต่งที่มีลวดลายซับซ้อน

stylise ➡ **stylize**

stylish /ˈstaɪlɪʃ/ˈซตฺายลิช/ *adj.* ตามสมัยนิยม, โก้หรู, เก๋

stylishly /ˈstaɪlɪʃlɪ/ˈซตฺายลิชลิ/ *adv.* อย่างตามสมัยนิยม, อย่างโก้หรู, อย่างเท่; **~ elegant** สง่างามอย่างตามสมัยนิยม

stylishness /ˈstaɪlɪʃnɪs/ˈซตฺายลิชนิซ/ *n., no pl.* ความตามสมัยนิยม, ความโก้หรู, ความเท่; *(of clothes)* ความเท่

stylist /ˈstaɪlɪst/ˈซตฺายลิซทฺ/ *n.* ➤ **489** Ⓐ *(Lit., Sport)* คนที่มีรูปแบบที่ดีและโดดเด่น; Ⓑ *(designer)* ช่าง *หรือ* นักออกแบบ; *(hair~)* ช่างทำผม

stylistic /staɪˈlɪstɪk/ซตฺาย'ลิซติค/ *adj.* เกี่ยวกับรูปแบบ *(โดยเฉพาะการประพันธ์วรรณกรรม)*

stylistically /staɪˈlɪstɪkəlɪ/ซไต'ลิซทิเคอะลิ/ *adv.* โดยมีรูปแบบ, ในแง่ของรูปแบบ

stylistics /staɪˈlɪstɪks/ซไต'ลิซติคซฺ/ *n., no pl.* การศึกษารูปแบบการประพันธ์วรรณกรรม

stylize /ˈstaɪlaɪz/ˈซตฺายลายซฺ/ *v.t.* วาดภาพ *หรือ* ระบายสีในรูปแบบที่ไม่สมจริง

stylus /ˈstaɪləs/ˈซตฺายเลิซ/ *n., pl.* **styli** /ˈstaɪlaɪ/ˈซตฺายลาย/ *or* **~es** Ⓐ *(gramophone needle)* เข็มเล่นจานเสียง; **sapphire/diamond ~:** เข็มเล่นจานเสียงที่หัวทำจากไพลิน/เพชร; Ⓑ *(writing tool)* อุปกรณ์ปลายแหลมสำหรับจาร; *(engraving tool)* เครื่องมือแกะสลัก

stymie /ˈstaɪmɪ/ˈซตฺายมิ/ ❶ *n. (difficult situation)* สถานการณ์ที่ยากลำบาก ❷ *v.t.* *(thwart)* ขัดขวาง, กีดกัน; **be ~d** ถูกขัดขวาง; **~ oneself** ทำให้ตนอยู่ในสถานการณ์ยากลำบาก

styptic /ˈstɪptɪk/ˈซติพทิค/ ❶ *adj.* *(ยา ฯลฯ)* ที่ห้ามเลือด ❷ *n.* ยา *หรือ* วัสดุห้ามเลือด

Styx /stɪks/ซติคซฺ/ *pr. n. (Greek Mythol.)* *แม่น้ำที่วิญญาณต้องนั่งเรือข้ามไปเพื่อเข้าสู่ดินแดนแห่งความตาย;* **cross the ~** *(fig.)* ตาย

suave /swɑ:v/ซวาว/ *adj.* Ⓐ *(affable)* *(ชาย)* คล่อง, ปากหวาน; Ⓑ *(agreeable)* *(เหล้าองุ่น, เพลง ฯลฯ)* รสชาติดี, กลมกล่อม

suavely /ˈswɑ:vlɪ/ˈซวาวลิ/ *adv.* Ⓐ *(affably)* *(ชาย)* ที่คุยเก่ง, ที่ปากหวาน; **he was always ~ polite** เขาสุภาพอ่อนโยนเสมอ; Ⓑ *(agreeably)* *(เหล้าองุ่น ฯลฯ)* อย่างกลมกล่อม

suavity /ˈswɑ:vɪtɪ/ˈซวาวิทิ/ *n.* Ⓐ *(affability)* ความคล่องอย่างสุภาพ, ความอ่อนโยน; Ⓑ *(agreeableness)* *(เหล้าองุ่น ฯลฯ)* นิ่มนวล; **suavities** ความสุภาพอ่อนโยน

sub /sʌb/ซับ/ *(coll.)* ❶ *n.* Ⓐ *(subscription)* การเป็นสมาชิกประจำ *(นิตยสาร, โรงละคร)*; Ⓑ *(esp. Sport.: substitute)* นักกีฬาสำรอง; Ⓒ *(submarine)* เรือดำน้ำ; Ⓓ ➡ **sub-editor** ❷ *v.i.*, **-bb-** ➡ **sub-edit**

sub- *pref.* รอง, อยู่ใต้, ใกล้

subˈalpine /sʌbˈælpaɪn/ซับ'แอลพายนฺ/ *adj.* *(Geog.) (of higher mountain slopes)* แห่งภูเขาสูง

subaltern /ˈsʌbltən, US səˈbɔ:ltərn/ˈซับ'ลเทิน, เซอะ'บอลเทิรนฺ/ *n. (Brit. Mil.)* นายร้อยโท, นายร้อยตรี

subaqua /sʌbˈækwə/ซับ'แอเควอะ/ *adj.* ใต้น้ำ; *(กีฬา, สมาคม)* ดำน้ำ

subaˈtomic /sʌbəˈtɒmɪk/ซับเออะ'ทอมิค/ *adj. (Phys.)* ภายในปรมาณู, เล็กกว่าปรมาณู

ˈsubcategory *n.* กลุ่มย่อย, ประเภทย่อย

ˈsubclass /ˈsʌbklɑ:s/ˈซับคลาซ/ *n. (esp. Biol.)* กลุ่มย่อยที่อยู่ระหว่างชั้นและกลุ่ม

ˈsubcommittee *n.* คณะอนุกรรมการ

subˈconscious *(Psych.)* ❶ *adj.* ใต้สำนึก; **~ mind** จิตใต้สำนึก ❷ *n.* จิตใต้สำนึก

subˈconsciously *adv. (Psych.)* โดยจิตใต้สำนึก

subˈcontinent *n. (Geog.)* อนุทวีป

subcontract ❶ /sʌbkənˈtrækt/ซับเคิน'แทรคทฺ/ *v.t. (accept under secondary contract)* รับช่วงต่อ; *(offer under secondary contract)* เหมาช่วงให้คนอื่น; **~ a job to sb.** เหมาช่วงงานให้ *ค.น.* ❷ *v.i. (accept secondary contract)* รับช่วงงาน; *(offer secondary contract)* เหมาช่วงงานให้คน

อื่น ❸ /sʌb'kɒntrækt/ซับ'คอนแทรคทฺ/ *n.* สัญญารับเหมาช่วงต่อ

subcon'tractor *n.* ➤ 489 ผู้รับเหมาช่วงงานต่อ

'subculture *n. (Sociol.)* กลุ่มวัฒนธรรมเฉพาะสายในสังคม

subcu'taneous *adj. (Anat.)* ใต้ผิวหนัง

'subdirectory *n. (Computing)* กลุ่มรายย่อย

subdivide /sʌbdɪ'vaɪd/ซับดิ'วายดฺ, ซับดิ'วายดฺ/ ❶ *v.t. (further divide)* แบ่งย่อยลงไป; *(divide into parts)* แบ่งเป็นชิ้นส่วน ❷ *v.i.* **~ into sth.** แบ่งย่อยเป็น *ส.น.*

subdivision /sʌbdɪ'vɪʒn/ซับดิ'วิฌ'น/ *n. (subdividing)* การแบ่งย่อยลงไป; *(subordinate division)* ส่วนย่อย, ส่วนที่ถูกแบ่งออกมา; **~ [of sth.] into sth.** การแบ่ง [*ส.น.*] ย่อยลงเป็น *ส.น.*

sub'dominant *n. (Mus.)* โน้ตตัวที่สี่ของบันไดเสียง

subdue /səb'dju:, US -'du:/เซิบ'ดิว, -'ดู/ *v.t. (conquer)* พิชิต, เอาชนะ; *(bring under control)* ทำให้ *(เด็ก)* อยู่ในโอวาท *หรือ* ว่านอนสอนง่าย; ทำ *(คนไข้)* ให้สลบ; คุม *(การประท้วง)* ให้สงบลง; นำ *(ที่ป่า)* มาเพาะปลูก; *(reduce in intensity)* บรรเทา *(ความเจ็บปวด, ความเศร้าโศก)*; ลด *(เสียง)* ลง; หรี่ *(ไฟ)*; ทำ *(สี)* ให้จางลง

subdued /səb'dju:d, US -'du:d/เซิบ'ดิวดฺ, -'ดูดฺ/ *adj.* ถูกพิชิต, เงียบหงอย; **he seemed rather ~:** เขาดูเงียบจ๋อย

sub-'edit *v.t. (Journ., Publishing)* Ⓐ *(be assistant editor of)* เป็นผู้ช่วยบรรณาธิการ; Ⓑ *(Brit.: prepare copy for)* เตรียมต้นฉบับส่งพิมพ์

sub'editor *n.* ➤ 489 *(Journ., Publishing)* Ⓐ *(assistant editor)* ผู้ช่วยบรรณาธิการ; Ⓑ *(Brit.: one who prepares material)* เจ้าหน้าที่ตรวจต้นฉบับ

'subgroup *n.* กลุ่มย่อย

'subhead, 'subheading *ns.* Ⓐ *(subordinate division)* ส่วนแบ่งย่อย; Ⓑ *(subordinate title)* ชื่อเรื่องรอง

sub'human *adj.* อยู่ในระดับต่ำกว่ามนุษย์, ไม่ใช่มนุษย์; *(Zool.)* สัตว์ที่ใกล้มนุษย์; **treat sb. as ~:** ปฏิบัติต่อ ค.น. เหมือนไม่ใช่มนุษย์

subject /'sʌbdʒɪkt/'ซับจิคทฺ/ ❶ *n.* Ⓐ *(citizen)* พลเมือง; *(in relation to monarch)* ไพร่ฟ้า, ราษฎร; *(under domination)* ทาส; Ⓑ *(topic)* หัวข้อ, ประเด็น; *(department of study)* วิชาที่ศึกษา; *(area of knowledge)* สาขาความรู้; *(Art)* สิ่งบันดาลใจ; สิ่งที่เป็นต้นแบบ; *(Mus.)* จุดเด่นของเพลง; **sb. is the ~ of a book** ค.น. เป็นตัวละครหลักของหนังสือ; **be the ~ of an investigation** เป็นเป้าของการสืบสวน; **on the ~ of money** ในเรื่อง/ประเด็นเกี่ยวกับเงิน; **change the ~:** เปลี่ยนหัวข้อ; Ⓒ **be a ~ for sth.** *(cause sth.)* เป็นมูลเหตุสำหรับ *ส.น.*; **she was a ~ for ridicule** เธอเป็นเป้าของการหัวเราะเยาะ; Ⓓ *(Ling., Logic, Philos.)* ประธาน, ตัวเอง; Ⓔ *(Med.)* คนป่วย, คนไข้; *(of scientific research)* หนูตะเภาในการวิจัย; ➡ **+ liberty** ❷ *adj.* Ⓐ *(conditional)* **be ~ to sth.** อยู่ภายใต้เงื่อนไขของ *ส.น.*; **sth. is ~ to alteration** *ส.น.* อาจเปลี่ยนแปลงได้; **prices/dates/programme details [are] ~ to alteration without further notice** ราคา/วันที่/รายละเอียดของรายการอาจเปลี่ยนแปลงได้โดยไม่จำเป็นต้องแจ้งให้ทราบล่วงหน้า; Ⓑ *(prone)* **be ~ to** มีแนวโน้ม; Ⓒ *(dependent)* พึ่งพา; **~ to** *(dependent on)* อาสาพึ่งพา ❸ *adv.* **~ to sth.** ภายใต้เงื่อนไขของ *ส.น.* หรือโดยขึ้นอยู่กับ *ส.น.*; **~ to the weather['s] being fine** ภายใต้เงื่อนไขว่าอากาศจะดี ❹ /səb'dʒekt/เซิบ'เจ็คทฺ/ *v.t.* Ⓐ *(subjugate make submissive)* ทำให้ยอม, ทำให้เชื่อฟัง; **~ sb./sth. to sb./sth.** ทำให้ *ค.น./ส.น.* ยอมรับ *ค.น./ส.น.*; Ⓑ *(expose)* **~ sb./sth. to sth.** ทำให้ *ค.น./ส.น.* ต้องสัมผัส *ส.น.*; **~ sb. to torture** ทำให้ ค.น. ถูกทรมาน; **~ sth. to chemical analysis** เอา *ส.น.* ไปวิเคราะห์ทางเคมี

'subject: ~ catalogue *n.* แคตตาล็อกตามสาขาวิชา; **~ heading** *n.* หัวข้อในดัชนี; **~ index** *n.* ดัชนีหัวข้อ

subjection /səb'dʒekʃn/เซิบ'เจ็คช'น/ *n. (subjugation)* การครอบงำ, จิตวิสัย, อัตวิสัย (ร.บ.), การให้เชื่อฟัง **(to)**; *(conditon of being subject)* การพึ่งพา **(to)**

subjective /səb'dʒektɪv/เซิบ'เจ็คทิว/ *adj.* Ⓐ ที่เป็นความรู้สึกส่วนตัว; Ⓑ *(Ling.)* อย่างเป็นประธาน

subjectively /səb'dʒektɪvlɪ/เซิบ'เจ็คทิวลิ/ *adv.* Ⓐ ด้วยความรู้สึกส่วนตัว; **~ speaking, I like him** ถ้าพูดโดยความรู้สึกส่วนตัวฉันก็ชอบเขา; Ⓑ *(Ling.)* ในแง่ของการเป็นประธาน

subjectiveness /səb'dʒəktɪvnɪs/เซิบ'เจิคทิวนิซ/, **subjectivity** /sʌbdʒɪk'tɪvɪtɪ/ซับจิค'ทิววิทิ/ *ns., no pl.* การได้รับอิทธิพลจากความรู้สึกส่วนตัว

'subject matter *n., no pl., no indef. art.* สาระสำคัญ, หัวข้อ; **make good ~ for sth.** เป็นหัวข้อที่ดีสำหรับ *ส.น.*

sub judice /sʌb 'dʒu:dɪsɪ, sʊb 'ju:dɪkeɪ/ซับ 'จูดิซิ, ซุบ 'จูดิเค/ *adj. (Law)* อยู่ภายใต้การพิจารณาของศาล; *(not decided)* ยังไม่ได้ตัดสินใจ

subjugate /'sʌbdʒʊgeɪt/'ซับจุเกทฺ/ *v.t.* Ⓐ *(conquer)* พิชิต, เอาชนะ **(to)**; Ⓑ *(subdue)* ทำให้ *(เด็ก)* เชื่อฟัง; ทำให้ *(ม้า)* ยอม

subjugation /sʌbdʒʊ'geɪʃn/ซับจุ'เกช'น/ *n.* Ⓐ *(conquest)* การพิชิต, การเอาชนะ **(to** ของ); Ⓑ *(moral subjection) (action)* การข่มจิตใจ; *(result)* การถูกกดขี่; *(of passions etc.)* การระงับอารมณ์ **(to)**; *(condition)* การอยู่ภายใต้อิทธิพล **(to** ของ)

subjunctive /səb'dʒʌŋktɪv/เซิบ'จังคฺทิว/ *(Ling.)* ❶ *adj. เกี่ยวกับปริกัลมาลาที่ใช้แสดงความสงสัยหรือสถานการณ์ที่ไม่ได้เกิดขึ้นจริง* ❷ *n.* ปริกัลมาลา; **past/present ~:** รูปแบบปริกัลมาลาในอดีต/ปัจจุบัน

subjunctive 'mood *n. (Ling.)* ปริกัลมาลา

sub'lease ➡ **sublet**

sub'let *v.t.*, **-tt-, sub'let** แบ่งให้เช่า, ให้เช่าช่วง

sub lieu'tenant *n. (Brit. Navy)* นายเรือโท

sublimate /'sʌblɪmeɪt/'ซับลิเมท/ ❶ *v.t. (Chem.)* การเปลี่ยนสารเป็นก๊าซ; *(Psych.)* การเบนอารมณ์รุนแรงให้มีทางออกในทางที่ดีกว่า ❷ /'sʌblɪmət/'ซับลิเมิท/ *n. (sublimated substance)* สิ่งที่กลั่นกรองออกมา

sublimation /sʌblɪ'meɪʃn/ซับลิ'เมช'น/ *n.* Ⓐ *(Chem.)* การทำให้บริสุทธิ์, การกลั่นกรอง; *(process)* กระบวนการทำให้บริสุทธิ์; *(substance)* สารที่ใช้กรอง; Ⓑ *(elevation; Psych.: diversion)* การหันเหความรู้สึก **(to, into** ไปยัง)

sublime /sə'blaɪm/เซอะ'บลายม/ ❶ *adj.* **~r** /sə'blaɪmə(r)/เซอะ'บลายเมอะ(ร)/, **~st** /sə'blaɪmɪst/เซอะ'บลายมิซทฺ/ *(exalted)* สูงส่ง, ล้ำค่า; *(iron.)* สุดขีด, อย่างยิ่ง, สุดขั้ว; **sth. goes from the ~ to the ridiculous** *(iron.) ส.น.* ไปตั้งแต่สูงส่งจนต่ำสุด ❷ *v.t. (Chem.)* Ⓐ *(convert)* ทำให้ระเหิด; Ⓑ *(release)* ปล่อยออกมา ❸ *v.i. (Chem.)* ระเหิด

sublimely /sə'blaɪmlɪ/เซอะ'บลายมลิ/ *adv.* อย่างสูงส่ง, อย่างล้ำค่า; *(iron.)* อย่างสุดขีด, อย่างสุดขั้ว; **~ beautiful** สวยสุดขีด

subliminal /sʌb'lɪmɪnl/เซิบ'ลิมมิน'ล/ *adj. (Physiol., Psych.)* อยู่ใต้จิตสำนึก, ไม่ทันรู้ตัว; **~ advertising** การโฆษณาที่รับรู้โดยไม่ทันรู้ตัว

sublimity /səb'lɪmɪtɪ/เซิบ'ลิมมิทิ/ *n. (literary)* ความสง่างาม; *(high degree)* ระดับยอดเยี่ยม, อัจฉริยะ **(of** ของ)

Sub-Lt. *abbr. (Brit. Navy)* **Sub Lieutenant** รท. รน.

sub-ma'chine gun *n.* ปืนอัตโนมัติขนาดเบา

submarine /sʌbmə'ri:n, US 'sʌb-/ซับเมอะ'รีน/ ❶ *n.* เรือดำน้ำ ❷ *adj.* ใต้น้ำ, ใต้ทะเล; **~ warfare** สงครามใต้ทะเล

submerge /səb'mɜ:dʒ/เซิบ'เมิจ/ ❶ *v.t.* Ⓐ *(place under water)* **~ sth. [in the water]** จม *ส.น.* ไว้ใต้น้ำ; **be ~d [at high tide]** จมอยู่ใต้น้ำ [ในเวลาน้ำขึ้น]; Ⓑ *(inundate) (น้ำ)* ท่วม; **be ~d in water** ถูกน้ำท่วม *หรือ* อยู่ใต้น้ำ; Ⓒ *(fig.: obscure, bury)* **be ~d by** *or* **in sth.** ถูกฝัง/จมใน *ส.น.* ❷ *v.i.* ดำน้ำลงไป

submerged /səb'mɜ:dʒd/เซิบ'เมิจดฺ/ *adj. (เรือ, หิน, เมือง)* ที่จมอยู่ใต้น้ำ; *(ทุ่งนา)* ถูกน้ำท่วม; **~ in work** *(fig.)* มีงานล้นหัว; **~ by debts** *(fig.)* มีหนี้สินล้นพ้นตัว

submersible /səb'mɜ:sɪbl/เซิบ'เมอซิบ'ล/ ❶ *adj.* ดำน้ำได้ ❷ *n.* เรือดำน้ำช่วงสั้น

submersion /səb'mɜ:ʃn/เซิบ'เมอช'น/ *n.* การท่วม, การจม; *(in baptism)* พิธีศีลจุ่ม; **the watch will not withstand ~:** นาฬิกาไม่กันน้ำ

sub'miniature *adj.* ขนาดจิ๋ว; *(Photog.) (กล้อง)* ขนาดจิ๋ว

submission /səb'mɪʃn/เซิบ'มิช'น/ *n.* Ⓐ *(surrender)* การยอม, การยอมจำนน **(to** ต่อ); **force/frighten sb. into ~:** บังคับ/ข่มขู่ ค.น. ให้ยอมจำนน; Ⓑ *no pl., no art. (meekness)* ความถ่อมตน; **attitude of ~:** ท่าทีถ่อมตน; Ⓒ *(presentation)* การนำเสนอ **(to** ต่อ); *(thing put forward)* สิ่งที่นำเสนอ; *(by witness)* การให้การ; **in my ~:** ในการนำเสนอของฉัน

submissive /səb'mɪsɪv/เซิบ'มิซซิว/ *adj.* ยอม, คล้อยตาม; **be ~ to sb./sth.** ยอม *ค.น./ส.น.*

submissively /səb'mɪsɪvlɪ/เซิบ'มิซซิวลิ/ *adv.* อย่างยอมตาม, อย่างคล้อยตาม

submissiveness /səb'mɪsɪvnɪs/เซิบ'มิซซิวนิซ/ *n., no pl.* การยอม, การคล้อยตาม

submit /səb'mɪt/เซิบ'มิท/ ❶ *v.t.*, **-tt-** Ⓐ *(present)* เสนอ, นำเสนอ *(ข้อคิดเห็น)*; **~ sth. for sb.'s approval/perusal** เสนอ *ส.น.* ให้ *ค.น.* อนุมัติ/พิจารณา; **~ sth. to sb.** เสนอ *ส.น.* ให้ *ค.น.*; **~ sth. to scrutiny/investigation** เสนอ *ส.น.* ให้พิจารณา/สืบสวน; **~ sth. to sb.'s examination** เสนอ *ส.น.* ให้ *ค.น.* ตรวจสอบ; **~ one's entry to a competition** ส่งข้อเสนอของตนเข้าร่วมการแข่งขัน; **entries must be ~ted by 1 May** ต้องส่งข้อเสนอแข่งขันภายในวันที่ 1 พฤษภาคม; **~ that ...:** เสนอว่า...; Ⓑ *(surrender)* **~ oneself to sb./sth.** ยอมตาม *ค.น. /ส.น.*; **~ oneself to Fate** ยอมตามโชคชะตา; **~ oneself to ridicule** ยอมถูกหัวเราะเยาะ; Ⓒ *(subject)* **~ sth. to heat** ทำให้ *ส.น.* ได้รับความร้อน; **~ sb. to a treatment** ทำให้ *ค.น.* ได้รับการรักษา; **~ oneself to sth.** ยอมให้ตนเองรับ *ส.น.*

S

subnormal | substratum 886

❷ *v.i.*, **-tt-** (A) *(surrender)* ยอม (to ต่อ); **~ to sb.'s charms** ยอมหลงเสน่ห์ *ค.น.*; **~ to sb.'s request** ยอมตามคำขอของ *ค.น.*; (B) *(defer)* **~ to sb./sth.** คล้อยตาม *ค.น./ส.น.*; (C) *(agree to undergo)* **~ to sth.** ยอมรับ *ส.น.*

sub'normal *adj.* ด้อยกว่าปกติ; *(in intelligence)* มีสติปัญญาด้อยกว่าปกติ

subordinate /sə'bɔ:dɪnət/เซอะ'บอดิเนิท/ ❶ *adj.* *(inferior)* ด้อยกว่า, ต่ำกว่า; *(lower-ranking)* มียศต่ำกว่า; *(secondary)* เป็นผู้ช่วย, มีตำแหน่งต่ำกว่า, เป็นรอง; **be ~ to sb./sth.** ด้อยกว่า *ค.น./ส.น.*, อยู่ใต้ *ค.น./ส.น.*; **be of ~ importance** มีความสำคัญน้อยกว่า; ➡ **+ clause** B ❷ *n.* ลูกน้อง ❸ /sə'bɔ:dɪneɪt/เซอะ'บอดิเนท/ *v.t.* *(place in lower class)* จัดให้อยู่ในระดับต่ำ (to กว่า); *(render subject; also Ling.)* ทำให้อยู่ภายใต้, ให้เป็นอนุประโยค (to)

suborn /sə'bɔ:n/เซอะ'บอน/ *v.t.* ยุยงส่งเสริม; *(by bribery)* ติดสินบน

'subplot *n.* เรื่องย่อยในนวนิยาย *หรือ* ละคร

sub'poena /səb'pi:nə, sə'pi:nə/เซิบ'พีเนอะ, เซอะ'พีเนอะ/ *(Law)* ❶ *n.* หมายศาล; **serve a ~ [up]on sb.** ออกหมายศาลเรียก *ค.น.* ❷ *v.t.*, **~ed** *or* **~'d** /səb'pi:nəd, sə'pi:nəd/เซิบ'พีเนิด, เซอะ'พีเนิด/ ใช้หมายศาลเรียกตัว

sub rosa /sʌb 'rəʊzə/ซับ 'โรเซอะ/ *(literary)* ❶ *adj.* เป็นความลับ ❷ *adv.* อย่างเป็นความลับ

'subroutine *n.* *(Computing)* รูทีนย่อย, ซับรูทีน *(ท.ศ.)*

subscribe /səb'skraɪb/เซิบ'ซกฺรายบฺ/ ❶ *v.t.* (A) *(sign one's name to)* ลงนาม; (B) *([promise to] contribute)* **~ sth.** บริจาค *ส.น.*; **be ~d** ตกลงบริจาค; **have ~d half the costs** ตกลงที่จะรับผิดชอบค่าใช้จ่ายครึ่งหนึ่ง ❷ *v.i.* (A) *(express adhesion)* **~ to sth.** บอกรับเป็นสมาชิก *ส.น.*; (B) *(sign one's name)* ลงนาม (to ใน); (C) *([promise to] make contribution)* **~ to** *or* **for sth.** บริจาคเพื่อ *ส.น.*

subscriber /səb'skraɪbə(r)/เซิบ'ซกฺรายเบอะ(ร)/ *n.* (A) *(one who signs)* ผู้ลงนาม (of, to ใน); (B) *(one who assents)* ผู้ยินยอม (to ต่อ); (C) *(contributor)* ผู้บริจาค, ผู้สั่งจอง (of, to ต่อ); *(to a newspaper etc.)* ผู้บอกรับเป็นสมาชิก (to); *(of a society etc.)* สมาชิก; (D) *(Teleph.)* คนที่มีโทรศัพท์ใช้

subscriber trunk 'dialling (STD) *n.* *(Brit. Teleph.)* การต่อโทรศัพท์ทางไกลโดยอัตโนมัติ

S

'subscript *(Math. etc.)* ❶ *adj.* ที่เขียนใต้บรรทัด ❷ *n.* อักษร/สัญลักษณ์ที่เขียนใต้บรรทัด

subscription /səb'skrɪpʃn/เซิบ'ซกฺริพช'น/ *n.* (A) *(thing subscribed)* สิ่งที่บอกรับเป็นสมาชิก (to); *(membership fee)* ค่าสมาชิก (to); *(prepayment for newspaper etc.)* เงินล่วงค่าหนังสือพิมพ์ ฯลฯ (to); **[buy] by ~:** [ซื้อ] โดยการบอกรับเป็นสมาชิก; **a year's ~:** ค่าสมาชิกรายปี; (B) *(act of subscribing) (signing)* การลงนาม; *(subscribing money)* การบริจาคเงินค่าสมัคร; **[be built] by ~:** [สร้างโดย] ใช้เงินบริจาค; (C) *(Publishing: offer of lower price)* การเสนอราคาต่ำกว่า ถ้าสั่งซื้อล่วงหน้า

subscription: ~ concert *n.* คอนเสิร์ตที่มีการขายตั๋วล่วงหน้า; **~ library** *n.* ห้องสมุดที่ให้บริการเฉพาะสมาชิก

'subsection *n.* ส่วนประกอบเล็ก ๆ, ข้อย่อย, ส่วนแบ่ง *หรือ* มาตราย่อย

subsequent /'sʌbsɪkwənt/'ซับซิเควินทฺ/ *adj.* ภายหลัง, ต่อมา; **~ events** เหตุการณ์ที่เกิดขึ้นภายหลัง

subservient /səb'sɜ:vɪənt/เซิบ'เซอเวียนทฺ/ *adj.* (A) *(merely instrumental)* เป็นเครื่องมือ; **be ~ to sb./sth.** เป็นเครื่องมือของ *ค.น./ส.น.*; (B) *(subordinate)* อยู่ใต้บังคับบัญชา (to ของ); (C) *(obsequious)* นอบน้อม, ทำท่าเป็นรอง

'subset *n.* *(Math.)* กลุ่มย่อย, การรวมเศษ

subside /səb'saɪd/เซิบ'ซายดฺ/ *v.i.* (A) *(sink to lower level)* *(น้ำ, แม่น้ำ)* ลดลง; *(บ้าน, ดิน)* ทรุด; *(การบวม)* คลายลง; *(สิ่งที่ลอยอยู่)* ลงสู่พื้นดิน; **~ in exhaustion** ทรุดลงด้วยความเหนื่อย; **~ [on] to one's knees/the ground** ทรุดลงบนเข่า/กับพื้น; (B) *(abate)* *(น้ำ, ลม, น้ำตา, ความเจ็บปวด)* ลดน้อยลง; *(cease activity)* เงียบสงบลง; **~ into** ตกอยู่ใน *(ความสงบ, ความนิ่งเฉย)*

subsidence /səb'saɪdəns, 'sʌbsɪdəns/เซิบ'ซายเดินซฺ 'ซับซิเดินซฺ/ *n.* (A) *(sinking) (of ground, structure)* การทรุดลง; *(of liquid)* การลดลง; *(of suspended matter)* การตกตะกอน; (B) *(abatement)* ➡ **subside** B: การเงียบสงบ, การลดลง; **~ into sth.** การตกเป็น *ส.น.*

subsidiary /səb'sɪdɪərɪ, US -dɪerɪ/เซิบ'ซิดเดียริ/ ❶ *adj.* (A) *(auxiliary)* เสริม; *(ความสำคัญ, หน้าที่)* รอง; **~ fund** กองทุนเสริม; **~ to sth.** ที่เสริม *ส.น.*; *(secondary)* เป็นรองต่อ *ส.น.*; (B) *(Commerc.)* **~ company** ➡ 2 ❷ *n.* *(Commerc.)* บริษัทลูก, บริษัทสาขา

subsidisation, subsidise ➡ **subsidiz-**

subsidization /sʌbsɪdaɪ'zeɪʃn/ซับซิได'เซช'น/ *n.* *(act of subsidizing)* การให้เงินช่วยเหลือ, การสงเคราะห์; *(money given as subsidy)* เงินช่วยเหลือ; *(of individual person)* เงินสงเคราะห์

subsidize /'sʌbsɪdaɪz/'ซับซิดายซฺ/ *v.t.* ให้เงินอุดหนุน, สงเคราะห์

subsidy /'sʌbsɪdɪ/'ซับซิดิ/ *n.* เงินช่วยเหลือ; **receive a ~:** ได้รับเงินช่วยเหลือ; **grant/pay a ~ to sb./sth.** ให้/จ่ายเงินช่วยเหลือแก่ *ค.น./ส.น.*

subsist /səb'sɪst/เซิบ'ซิซทฺ/ *v.i.* (A) *([continue to] exist)* มีอยู่ต่อไป, ดำรงอยู่; *(remain in force)* มีผลอยู่; (B) *(keep oneself alive)* ดำรงชีวิต, มีชีวิตอยู่รอด; **~ on sth.** ดำรงชีวิตอยู่ด้วย *ส.น.*

subsistence /səb'sɪstəns/เซิว'ซิซเตินซฺ/ *n.* (A) *(subsisting)* การดำรงชีวิตอยู่; **be enough for a bare ~:** แค่เพียงพอสำหรับการดำรงชีวิตอยู่เท่านั้น; *(รายได้)* อยู่ที่ขั้นต่ำสุด; **~ is not possible under these conditions** ไม่สามารถดำรงชีวิตอยู่ในสถานการณ์เช่นนี้ได้; (B) **[means of] ~:** สิ่งที่ใช้ยังชีพ; **millet is their chief means of ~:** ธัญพืชเป็นสิ่งยังชีพหลักของพวกเขา

subsistence: ~ allowance *n.* ค่าเบี้ยเลี้ยง; **~ farming** *n.* การทำนาเพื่อเลี้ยงครอบครัวตนเองเท่านั้น; **~ level** *n.* ระดับต่ำสุดที่สามารถดำรงชีวิตอยู่ได้; **live at ~ level** ดำรงชีวิตในระดับที่มีเฉพาะสิ่งจำเป็นเท่านั้น; **~ wage** *n.* ค่าจ้างขั้นต่ำสุด

'subsoil *n.* ชั้นดินใต้หน้าดิน

sub'sonic *adj.* ช้ากว่าความเร็วเสียง

'subspecies *n.*, *pl. same (Biol.)* พันธุ์ที่แยกจากสกุล

substance /'sʌbstəns/'ซับซเตินซฺ/ *n.* (A) สาร, สสาร, ธาตุแท้; (B) *no pl. (solidity)* ความแข็ง/แน่นหนาของวัตถุ; **this is an argument of little ~:** นี่เป็นข้อโต้แย้งที่มีสาระสำคัญน้อย; **the food lacks ~:** อาหารที่กินไม่อิ่มท้อง; **a man of ~:** ผู้ชายที่มีทรัพย์สิน; (C) *no pl. (content of book etc.)* สาระสำคัญ, เนื้อหา; **there is not enough ~ in the plot** โครงเรื่องยังขาดเนื้อหาอยู่; **there is no ~ in his claim/the rumour** คำอ้างของเขา/ข่าวลือไม่มีหลักฐาน; (D) *no pl. (essence)* แก่นแท้, จุดสำคัญ; **in ~:** โดยรวม

substance abuse *n.* การติดยาเสพติด *หรือ* แอลกอฮอล์

sub'standard *adj.* (A) ต่ำกว่ามาตรฐาน; **the printing/recording was ~:** การพิมพ์/การบันทึกอยู่ในเกณฑ์ต่ำกว่ามาตรฐาน; (B) *(Ling.)* ไม่ใช่ภาษามาตรฐาน *(เช่น ภาษาสแลง)*

substantial /səb'stænʃl/เซิบ'ซแตนช'ล/ *adj.* (A) *(considerable)* มาก, จำนวนมาก; *(การพัฒนา)* ที่เห็นได้ชัด; *(การยืมเงิน)* จำนวนสูง; **'~ price required'** ต้องการราคาสูงทีเดียว *(ในโฆษณาขายบ้าน, ของมีค่า)*; (B) *(กินข้าว)* อิ่มท้อง; **you need something more ~ [to eat]** คุณต้องกินอาหารให้อิ่มท้องกว่านี้; (C) *(solid in structure)* มั่นคง; *(เฟอร์นิเจอร์)* แข็งแรง; *(บ้าน)* หนาแน่น; *(รูปร่าง)* ใหญ่โต; *(การโต้เถียง)* ที่มีเหตุผล; (D) *(having substance)* จับต้องได้, มีตัวมีตน; (E) *(well-to-do) (คน)* มั่งคั่ง; *(บริษัท)* มั่นคง; (F) *(ข้อตกลง)* กว้างขวาง, สำคัญ; **be in ~ agreement** เป็นข้อตกลงที่เกือบจะเห็นพ้องกันทุกประการ

substantially /səb'stænʃəlɪ/เซิบ'ซแตนเชอะลิ/ *adv.* (A) *(considerably)* อย่างมาก, ในจำนวนมาก; (B) *(solidly)* **~ built** สร้างอย่างมั่นคง; (C) *(essentially)* อย่างแท้จริง; **~ free from sth.** เกือบจะไม่มี *ส.น.* เลย

substantiate /səb'stænʃɪeɪt/เซิบ'ซแตนชิเอท/ *v.t.* ยืนยัน, ทำให้เป็นรูปธรรม

substantiation /səbstænʃɪ'eɪʃn/เซิบซแตนชิ'เอช'น/ *n.* การยืนยัน, การทำเป็นรูปธรรม; **in ~ of his claim** เพื่อยืนยันคำกล่าวอ้างของเขา

substantive /səb'stæntɪv/เซิบ'ซแตนทิวฺ/ ❶ *adj.* (A) *(not amended)* เป็นจริง, อย่างมีหลักมีฐาน; (B) *(Mil.)* **a ~ rank** ยศถาวร ❷ /'sʌbstəntɪv/'ซับซเตินทิวฺ/ *n.* *(Ling.)* คำนาม, คำศัพท์ที่ใช้เป็นคำนาม

'substation *n.* *(Electr.)* สถานีไฟฟ้าย่อย

substitutable /'sʌbstɪtju:təbl/'ซับซติทิวเทอะบ'ล/ *adj.* ใช้แทนได้

substitute /'sʌbstɪtju:t, US -tu:t/'ซับซติทิวทฺ, -ทูทฺ/ ❶ *n.* (A) **~[s]** ตัวแทน, สิ่งทดแทน; **~s for rubber** สิ่งที่ใช้แทนยาง; **coffee ~:** สิ่งที่ทดแทนกาแฟ; **there is no ~ for real ale/hard work** ไม่มีอะไรที่จะทดแทนเบียร์สด/การทำงานหนักได้; (B) *(Sport)* ผู้เล่นสำรอง ❷ *adj.* เป็นตัวสำรอง; **a ~ teacher/secretary** *etc.* ครู/เลขา ฯลฯ ❸ *v.t.* (A) **~ A for B** ใช้เอแทนบี; **~ oil for butter** ใช้น้ำมันแทนเนย; **~ a striker for a midfield player** ให้ตัวกองหน้าเข้าแทนคนเล่นกองกลาง; **he doesn't like potatoes, so we ~d rice** เขาไม่ชอบมันฝรั่ง เราจึงเปลี่ยนเป็นข้าวให้; (B) *(coll.)* **~ A by** *or* **with B** ใช้บีแทนเอ ❹ *v.i.* **~ for sb.** ทดแทน *ค.น.*; *(Sport)* ลงเล่นแทน; **Thompson ~d for Clark just after half-time** ทอมสันลงเล่นแทนคลากส์ ไม่นานหลังเริ่มครึ่งหลัง

substitution /sʌbstɪ'tju:ʃn, US -'tu:-/ซับซติ'ทิวช'น, -'ทู-/ *n.* การใช้แทน; *(Sport)* การเปลี่ยนตัวสำรอง; **~ of A for B** การใช้เอแทนบี; **make a ~** *(Sport)* เปลี่ยนตัว

sub'stratum *n.*, *pl.* **substrata** (A) *(Geol.)* **a ~ of rock** ชั้นหินใต้ชั้นดิน; (B) *(Ling., Biol., Chem., fig.)* พื้นฐาน, รากฐาน, ชั้นฐาน

'substructure *n.* โครงสร้างพื้นฐาน/ภายใน; *(of oil rig also)* โครงสร้างส่วนล่าง

subsume /səb'sjuːm/เซิบ'ซิวม/ *v.t.* จัดเป็นหมวดหมู่, รวบรวม (**in, into** เข้าใน); **~ an item under a category** จัดหัวข้อหนึ่งเข้าภายใต้ประเภทใด ๆ

'subsystem *n.* ระบบย่อย

'subtenancy *n. (of land, farm, shop)* การให้เช่าช่วง; *(relationship)* การเป็นผู้เช่าช่วง

'subtenant *n. (of land, farm, shop)* ผู้เช่าช่วง

subtend /sʌb'tend/เซิบ'เท็นดฺ/ *v.t. (Geom.)* ตรงข้ามกับ; **~ a left angle** ตรงข้ามกับมุมซ้าย

subterfuge /'sʌbtəfjuːdʒ/'ซับเทอะฟิวจฺ/ *n.* Ⓐ *no pl., no art.* วิธีพยายามหลีกเลี่ยงการถูกกล่าวหา; Ⓑ *(trick)* เล่ห์เหลี่ยม

subterranean /sʌbtə'reɪnɪən/ซับเทอะ'เรเนียน/ *adj.* อยู่ใต้ดิน; *(fig.)* (แผน) ลึกลับ

'subtitle ❶ *n. (for film)* คำแปลบรรยาย, ซับไทเทิล (*ท.ศ.*); *(of book)* ชื่อรองหนังสือ ❷ *v.t.* ใส่คำบรรยาย; ใส่ชื่อรองหนังสือ; **the book is ~d ...:** หนังสือมีชื่อรองว่า...

subtle /'sʌtl/'ซัท'ล/ *adj.*, **~r** /'sʌtlə(r)/'ซัทเลอะ(ร)/, **~st** /'sʌtlɪst/'ซัทลิซทฺ/ Ⓐ *(delicate)* นุ่มนวล, อ่อนนุ่ม; Ⓑ *(elusive)* *(ความแตกต่าง)* ยากที่จะจับจุดได้; Ⓒ *(refined)* *(การสังเกต)* แนบเนียน, ละเอียด; Ⓓ *(perceptive)* *(นักวิจารณ์)* เฉียบไว; **~ perception** การสังเกตอย่างเฉียบไว; Ⓔ *(ingenious)* *(แผนการ)* สร้างสรรค์; **~ art** ศิลปะในการ...

subtlety /'sʌtltɪ/'ซัท'ลทิ/ *n. no pl.* ➡ **subtle**

subtly /'sʌtlɪ/'ซัทลิ/ *adv.* อย่างนุ่มนวล, อย่างละเอียดอ่อน; **~ flavoured/perfumed** มีรสชาตินุ่มละมุ่น/กลิ่นหอมละเอียดอ่อน

'subtotal *n.* ยอดรวมย่อย

subtract /səb'trækt/เซิบ'แทรคทฺ/ *v.t.* ลบออก (**from** จาก); เอาออก (**from** จาก)

subtraction /səb'trækʃn/เซิบ'แทรคช'น/ *n.* การลบออก

sub'tropical *adj.* อยู่ติดกับเขตร้อน

suburb /'sʌbɜːb/'ซับเบิบ/ *n.* ชานเมือง; **live in the ~s** อาศัยอยู่ชานเมือง

suburban /sə'bɜːbən/เซอะ'เบอเบิน/ *adj.* Ⓐ *(of suburbs)* เกี่ยวกับชานเมือง; **~ spread** *or* **sprawl** การขยายตัวของแถบชานเมือง; Ⓑ *(derog.: limited in outlook)* *(มุมมอง)* คับแคบ

suburbanite /sə'bɜːbənaɪt/เซอะ'เบอเบอะไนทฺ/ *n.* คนที่อยู่ชานเมือง

suburbia /sə'bɜːbɪə/เซอะ'เบอเบีย/ *n.(derog.)* เขตชานเมือง

subvention /səb'venʃn/เซิบ'เว็นช'น/ *n.* เงินสงเคราะห์, เงินช่วยเหลือ

subversion /sə'bvɜːʃn, US -'vɜːrʒn/เซิบ'เวอช'น, -'เวอรฌ'น/ *n.* การโค่นล้ม, การทำลาย; *(of government, monarchy, etc.)* โค่นล้ม

subversive /səb'vɜːsɪv/เซิบ'เวอซิว/ ❶ *adj.* โค่นล้ม, คว่ำอำนาจ; **be ~ of sth.** ทำลาย *ส.น.* ❷ *n.* คนที่หวังจะโค่นล้ม *(รัฐบาล, ระบบใด ๆ)*

subversively /səb'vɜːsɪvlɪ/เซิบ'เวอซิวลิ/ *adv.* โดยการโค่นล้ม, โดยคว่ำอำนาจ

subvert /səb'vɜːt/เซิบ'เวิท/ *v.t.* โค่น, บ่อนทำลาย *(ศีลธรรม, ความซื่อสัตย์)*

'subway *n.* Ⓐ *(passage)* ทางใต้ดิน; Ⓑ *(Amer.: railway)* รถไฟฟ้าใต้ดิน

sub-'zero *adj.* ➤ **914 ~ temperatures/conditions** อุณหภูมิ/สภาพที่ต่ำกว่าศูนย์องศา

succeed /sək'siːd/เซิค'ซีด/ ❶ *v.i.* Ⓐ *(achieve aim)* ประสบความสำเร็จ, บรรลุเป้าหมาย; **sb. ~s in doing sth.** *ค.น.* ประสบความสำเร็จในการทำ *ส.น.*; **~ in business/college** ประสบความสำเร็จในธุรกิจ/การเรียน; **I did not ~ in doing it** ฉันไม่สำเร็จในการทำสิ่งนั้น; **I ~ed in passing the test** ฉันผ่านการทดสอบได้; **he usually ~s in anything he puts his mind to** เขามักประสบความสำเร็จในสิ่งใดที่เขาตั้งใจทำ; **~ in one's aims** บรรลุเป้าหมายของตน; **the plan did not ~:** แผนการไม่สำเร็จ; Ⓑ *(come next)* ขึ้นต่อ, รับช่วงต่อ; **~ to an office/the throne** เข้ารับตำแหน่ง/ขึ้นเสวยราชย์; **~ to a title/an estate** สืบทอดตำแหน่ง/รับมรดก ❷ *v.t.* Ⓐ *(take place of)* เข้าสวมรอยต่อ, รับช่วงต่อ; **~ sb. [in a post]** รับตำแหน่งต่อจาก *ค.น.*; Ⓑ *(follow)* **day ~ed day** วันแล้ววันเล่า

succeeding /sək'siːdɪŋ/เซิค'ซีดิง/ *adj.* รับช่วงต่อ; *(one after another)* *(ลูกหลาน)* ตามหลังมา

success /sək'ses/เซิค'เซ็ซ/ *n.* ➤ **403** ความสำเร็จ; **meet with ~:** ประสบความสำเร็จ; **make a ~ of sth.** ทำ *ส.น.* สำเร็จ; **'wishing you every ~'** 'ขอให้คุณประสบความสำเร็จทุกประการ'; **have little/considerable ~ in doing sth.** ประสบความสำเร็จน้อย/มากในการทำ *ส.น.*; **I didn't have much ~ with her** ฉันไม่ค่อยประสบความสำเร็จกับเธอ; **~ at last!** สำเร็จได้ในที่สุด; **he was a great ~ as headmaster/singer** เขาประสบความสำเร็จอย่างมากในฐานะอาจารย์ใหญ่/นักร้อง

successful /sək'sesfl/เซิค'เซ็ซฟ'ล/ *adj.* สำเร็จ; **be ~ in sth./doing sth.** สำเร็จใน *ส.น.*/การทำ *ส.น.*; **he was ~ in his attempts to ...:** เขาประสบความสำเร็จในความพยายามที่จะ...; **she made a ~ attempt on the record** เธอประสบความสำเร็จในการทำสถิติ

successfully /sək'sesfəlɪ/เซ็ค'เซ็ซเฟอะลิ/ *adv.* โดย/อย่างสำเร็จ; **he ~ avoided the question** เขาหลีกเลี่ยงคำถามได้สำเร็จ

succession /sək'seʃn/เซิค'เซ็ช'น/ *n.* Ⓐ ความต่อเนื่อง, การติดต่อกัน; **four games/years** *etc.* **in ~:** สี่เกม/ปี *ฯลฯ* ต่อเนื่องกัน; **in quick/rapid ~:** ตามกันในเวลาอันสั้น; **in close ~** *(in space)* ในระยะใกล้กัน; *(in time)* ในเวลาใกล้เคียง, ต่อเนื่องกัน; **the ~ of the seasons** ความต่อเนื่องของฤดูกาล; Ⓑ *(series)* ที่เป็นชุด, ที่ตามกันมา; **a ~ of losses/visitors** ความสูญเสีย/ผู้มาเยือนที่ตามกันมาติด ๆ; Ⓒ *(right of succeeding to the throne etc.)* การขึ้นเสวยราชย์; **he is second in ~:** พระองค์ทรงเป็นผู้สืบราชสมบัติลำดับที่สอง; **in ~ to his uncle** การดำรงตำแหน่งต่อจากลุงของเขา; **the apostolic ~** *(RC Ch.)* การสืบตำแหน่งสันตะปาปา

successive /sək'sesɪv/เซิค'เซ็ซซิว/ *adj.* ต่อเนื่อง, ติดต่อกัน; **five ~ games/jobs** ห้าเกม/งานติดต่อกัน

successively /sək'sesɪvlɪ/เซิค'เซ็ซซิวลิ/ *adv.* อย่างต่อเนื่อง, โดยติดต่อกัน

successor /sək'sesə(r)/เซิค'เซ็ซเซอะ(ร)/ *n.* ผู้ดำรงตำแหน่งต่อ, ผู้รับช่วงต่อ, ทายาท; **sb.'s ~, the ~ to sb.** ผู้รับช่วงของ *ค.น.*; **the ~ to the throne** ผู้สืบราชสมบัติ, รัชทายาท

suc'cess story *n.* ความสำเร็จในชีวิต; **he is a typical American ~:** เขาเป็นแบบฉบับของชาวอเมริกันที่ต่อสู้ชีวิตจนประสบความสำเร็จ

succinct /sək'sɪŋkt/เซิค'ซิงคุทฺ/ *adj. (terse)* กระชับ; *(clear, to the point)* ชัดเจน, ตรงประเด็น

succinctly /sək'sɪŋktlɪ/เซิค'ซิงคุทลิ/ *adv. (tersely)* อย่างกระชับ; *(clearly)* อย่างตรงประเด็น

succinctness /sək'sɪŋktnɪs/เซิค'ซิงคุทนิซ/ *n., no pl. (terseness)* ความกระชับ; *(clarity)* การตรงประเด็น, ความชัดเจน

succour (*Amer.:* **succor**) /'sʌkə(r)/'ซัคเคอะ(ร)/ *(literary)* ❶ *v.t.* ช่วยชีวิต, ช่วยเหลือ ❷ *n.* ความช่วยเหลือ; **bring ~ to the wounded** ช่วยเหลือผู้บาดเจ็บ

succulence /'sʌkjʊləns/'ซัคคิวเลินซฺ/ *n., no pl.* ความฉ่ำ, การเต็มไปด้วยน้ำ, ความน่าทาน

succulent /'sʌkjʊlənt/'ซัคคิวเลินทฺ/ ❶ *adj.* Ⓐ *(ผลไม้)* ฉ่ำ, มีน้ำมาก; *(เนื้อ)* น่าทาน; Ⓑ *(Bot.)* มีใบหนาและเก็บน้ำ; **~ plants** พืชใบหนาเก็บน้ำ ❷ *n. (Bot.)* พืชที่มีใบหนาและเก็บน้ำ

succulently /'sʌkjʊləntlɪ/'ซัคคิวเลินทลิ/ *adv.* อย่างฉ่ำ

succumb /sə'kʌm/เซอะ'คัม/ *v.i.* Ⓐ *(be forced to give way)* ยอม, พ่ายแพ้; **~ to sth.** ยอมต่อ *ส.น.*; **~ to grief/despair** ยับยั้งความโศกเศร้า/สิ้นหวังไม่ไหว; **~ to temptation** พ่ายแพ้ต่อความยั่วยวน; **~ to pressure** จำเป็นต้องยอมต่อความกดดัน; Ⓑ *(die)* **~ [to one's illness/wounds** *etc.***]** ตาย [เพราะโรคภัย/บาดแผล ฯลฯ]

such /sʌtʃ/ซัฉ/ ❶ *adj., no compar. or superl.* Ⓐ *(of that kind)* ประเภทนั้น, แบบนั้น, เช่นนั้น, อย่างนั้น; **~ a person** คนประเภทนั้น; **~ a book** หนังสือประเภทนั้น; **~ people** คนแบบนั้น; **~ things** ของแบบนั้น; **symphonies and other ~ compositions** เพลงสำหรับวงออเคสตราและเพลงอื่น ๆ ประเภทนั้น; **shoplifting and ~ crimes** การขโมยของในร้านและอาชญากรรมเช่นนั้น; **there are many ~ cases** มีกรณีแบบนั้นหลายกรณี; **some ~ plan** แผนการประเภทนั้นอย่างหนึ่ง; **I said no ~ thing** ฉันไม่เคยพูดอะไรเช่นนั้นเลย; **you'll do no ~ thing** คุณจะไม่ทำอะไรเช่นนั้นเป็นอันขาด; **there is no ~ bird** ไม่มีนกประเภทนั้นเลย; **experiences ~ as these** ประสบการณ์แบบนี้; **there is no ~ thing as a unicorn** ไม่มียูนิคอร์นในความเป็นจริง; **there is no ~ thing as honour among thieves** ไม่มีสัจจะในหมู่โจร; **~ writers as Eliot and Fry** นักเขียนเช่นอีเลียตและไฟรย์; **~ grapes as you never saw** องุ่นอย่างที่คุณไม่เคยเห็นมาก่อน; **I will take ~ steps as I think necessary** ฉันจะทำตามขั้นตอนที่ฉันเห็นว่าสมควร; **~ money as I have** เงินเท่าที่ฉันมีอยู่; **at ~ a time** ในเวลาเช่นนั้น; **at ~ a moment as this** ในจังหวะเช่นนี้; *(disapproving)* ในเวลาเช่นนี้; **in ~ a case** ในกรณีเช่นนั้น; **for** *or* **on ~ an occasion** ในโอกาสแบบนั้น; **by all means stay for lunch, ~ as it is** เชิญรับประทานอาหารกลางวันเท่าที่มี; **~ a one as he/she is impossible to replace** คนแบบเขา/เธอหาใครมาแทนไม่ได้; ➡ **+ another 1 B; luck B;** Ⓑ *(so great)* จน, ถึงขนาด; **I got ~ a fright that ...:** ฉันกลัวมากจน...; **your stupidity is ~ as to fill me with despair** คุณโง่บรมจนทำให้ฉันหมดหวัง; **~ was the force of the explosion that ...:** ระเบิดรุนแรงจนทำให้...; **to ~ an extent** ถึงขนาดที่; Ⓒ *(with adj.)* เหลือเกิน; **~ a big house** บ้านหลังใหญ่เหลือเกิน; **she has ~ lovely green eyes** เธอมีดวงตาสีเขียวที่สวยเหลือเกิน; **~ a wonderfully bright blue** ฟ้าสดอย่างน่าอัศจรรย์; **~ a long time** ช่างนานเหลือเกิน ❷ *pron.* Ⓐ **as ~:** เช่นนั้น, แบบนั้น; *(strictly speaking)* ว่าตามจริง; **this is not a promotion as ~:** ว่าตามจริงนี่ไม่ใช่การเลื่อนตำแหน่ง; **~ is**

S

such-and-such | suggestible 888

not the case จริง ๆ แล้วไม่ใช่; ~ is life ชีวิตก็เป็นอย่างนี้แหละ; ~ as เช่น; ~ 'as? แบบนี้เหรอ, เช่นอะไร; Ⓑ *(people or things of stated kind)* **all ~:** คน/สิ่งแบบนั้นทั้งหมด; **we do not have any ~:** เราไม่มีของแบบนั้น; **or some ~:** หรืออะไรแบบนั้น; **I can give you ~ as I have** เท่าที่ฉันมี ฉันสามารถให้คุณได้

such-and-such /ˈsʌtʃənsʌtʃ/ˈซัดเอินซัด/ ❶ *adv.* **in ~ a place at ~ a time** ในสถานที่นั้น ๆ ในเวลานั้น ๆ; **Mr ~:** คนคนนั้น ❷ *pron.* คน ๆ นั้น

suchlike /ˈsʌtʃlaɪk/ˈซัดไลค/ *(coll.)* ❶ *pron.* ของประเภทนี้/นั้น ❷ *attrib.adj.* ประเภทนี้/นั้น

suck /sʌk/ซัค/ ❶ *v.t.* อม, ดูด, สูดออก (**out of** จาก); **~ one's thumb** ดูดนิ้วตัวเอง; **~ an orange dry** ดูดส้มจนน้ำหมด; **~ sb. dry** *(extort all sb.'s money)* ดูดเงิน ค.น. จนหมด; *(exhaust sb.)* ใช้ ค.น. จนหมดแรง ❷ *v.i.* *(ทารก)* อม, ดูด; **~ at sth.** อม/ดูด *ส.น.;* **~ at a lollipop** อมยิ้ม ❸ *n.* **have a ~ at an ice lolly/at a straw** ดูดไอศกรีมแท่งสักหน่อย/ดูดหลอด

~ 'down *v.t.* *(กระแสน้ำ)* ดูดลงไปใต้น้ำ

~ 'in *v.t.* หายใจเข้าไป, สูด *(อากาศ)* เข้า, ดูดเข้าไป

~ 'off *v.t. (coarse)* **~ sb. off** โอษฐ์กาม, อม *(ภ.ย.)*

~ 'under *v.t.* ดึงดูดไปใต้น้ำ

~ 'up ❶ *v.t.* ดูด *(ฝุ่น);* ดูดขึ้น *(ของเหลว); (with a straw)* ดูด; *(into a pipette)* ดูดขึ้น; *(by dredger, tubes, etc.)* สูบขึ้น ❷ *v.i.* **~ up to sb.** *(coll.)* ประจบ ค.น.

sucker /ˈsʌkə(r)/ˈซัคเคอะ(ร)/ *n.* Ⓐ *(suction pad)* สิ่งที่ดูด; *(Zool.)* อวัยวะที่ใช้ดูด; Ⓑ *(one attracted)* **be a ~ for sb/sth.** ติดใจ *ค.น./ส.น.;* Ⓒ *(coll.: dupe)* คนโง่, คนที่หลอกง่าย; **poor ~:** ไอ้โง่ผู้น่าสงสาร; **he's always being had for a ~:** เขาเป็นคนที่ถูกหลอกง่ายเสมอ; Ⓓ *(Bot.)* หน่อต้นไม้; Ⓔ *(fish)* ปลาที่ใช้ปากเกาะ; Ⓕ *(Amer.)* ➡ **lollipop**

'sucking pig *n.* ลูกหมูที่ยังไม่หย่านม

suckle /ˈsʌkl/ˈซัค'ล/ ❶ *v.t.* ให้ลูกกินนม ❷ *v.i.* ดูดนมแม่

suckling /ˈsʌklɪŋ/ˈซัคลิง/ *n. (unweaned child)* ทารกที่ยังไม่หย่านม; **these piglets are still ~s** ลูกหมูเหล่านี้ยังไม่หย่านม; ➡ **+ mouth** 1 A

sucrose /ˈsuːkrəʊz, -rəʊs/ˈซูโครซฺ, -โครซ/ *n. (Chem.)* น้ำตาลซูโครส *(ท.ศ.)*

suction /ˈsʌkʃn/ˈซัคช'น/ *n.* Ⓐ *(sucking)* การดูด; *(force)* พลังในการดูด; Ⓑ *(of air, currents, etc.)* การดูด; **work by ~:** ทำงานโดยการดูด

suction: ~ pad *n.* แผ่น/อวัยวะดูด; **~ pump** *n.* ปั๊มดูด

Sudan /suːˈdɑːn/ซูˈดาน/ *pr. n.* **[the] ~:** ประเทศซูดาน *(ในทวีปแอฟริกาตะวันออกเฉียงเหนือ)*

Sudanese /suːdəˈniːz/ซูเดอะˈนีซฺ/ ❶ *adj.* แห่งประเทศซูดาน; **sb. is ~:** ค.น. เป็นชาวซูดาน ❷ *n., pl. same* ชาวซูดาน

sudden /ˈsʌdn/ˈซัด'น/ ❶ *adj.* Ⓐ *(unexpected)* กะทันหัน, ไม่คาดคิด, ฉับพลัน; **I had a ~ thought** ฉันคิดได้อย่างกะทันหัน; Ⓑ *(abrupt, without warning)* ทันที, กะทันหัน; **there was a ~ bend in the road** มีทางโค้งในถนนอย่างกะทันหัน ❷ *n.* **all of a ~:** อย่างกะทันหัน

sudden 'death *attrib. adj. (Sport coll.)* **a ~ play off** การแข่งขันชี้ขาด; *(Footb.: using penalties)* การยิงจุดโทษชี้ขาด

suddenly /ˈsʌdnlɪ/ˈซัด'นลิ/ *adv.* อย่างกะทันหัน, อย่างทันที, อย่างฉับพลัน

suddenness /ˈsʌdnnɪs/ˈซัด'นนิซ/ *n., no pl.* ความฉับพลัน, ความกะทันหัน

suds /sʌdz/ซัดซฺ/ *n. pl.* Ⓐ **[soap]~:** ฟองสบู่; *(froth)* ฟองในของเหลว; Ⓑ *(Amer. coll.: beer)* เบียร์

sudsy /ˈsʌdzɪ/ˈซัดซิ/ *adj. (coll.)* เป็นฟอง; *(frothy)* เต็มไปด้วยฟอง

sue /suː, sjuː/ซู, ซิว/ ❶ *v.t. (Law)* ฟ้องร้อง, ดำเนินคดี (**for** สำหรับ) ❷ *v.i.* Ⓐ *(Law)* ยื่นฟ้อง, ดำเนินคดี (**for** สำหรับ); Ⓑ *(fig.)* **~ for peace/mercy** ขอให้มีสันติภาพ/ความสงสาร

suede /sweɪd/ซเวด/ *n.* หนังกลับ

suet /ˈsuːɪt, ˈsjuːɪt/ˈซูอิท, ˈซิวอิท/ *n.* มันแข็งในสัตว์เลี้ยงบางชนิด ใช้ทำอาหาร

suet 'pudding *n.* พุดดิ้งที่ทำจากมันแข็งของสัตว์

Suez /ˈsuːɪz/ˈซุอิซฺ/ *pr. n.* เมืองท่าสุเอซในอียิปต์; **~ Canal** คลองสุเอซ

suffer /ˈsʌfə(r)/ˈซัฟเฟอะ(ร)/ ❶ *v.t.* Ⓐ *(undergo)* ประสบ *(ความเสียหาย, ทุกข์, บาดเจ็บ);* โดน *(การด่าว่า, วิจารณ์);* **~ disablement** เกิดอาการพิการ; **the yen ~ed further losses against the dollar** เงินเยนได้ลดอัตราลงอีกเมื่อเทียบกับเงินดอลลาร์; **~ neglect** ไม่ได้รับการดูแลเลย; Ⓑ *(tolerate)* อดทน, อดกลั้น; **not ~ fools gladly** ไม่สามารถทนคนโง่อย่างหน้าชื่นตาบานได้; Ⓒ *(arch.: allow)* ยอม, ปล่อย; **~ sth. to be done** *(Bibl.)* ยินยอมให้ทำ *ส.น.;* **~ the little children to come unto me** *(Bibl.)* จงปล่อยให้เด็กเล็ก ๆ มาหาฉัน; **he ~s no one to contradict him** เขาไม่ยอมให้ใครค้านเขา ❷ *v.i.* เสียหาย, ทนทุกข์; **~ for sth.** *(for a cause)* ทนทุกข์เพื่อ *ส.น.; (in expiation)* ยอมเจ็บเพื่อล้างบาป; **the engine ~ed severely** เครื่องจักรเสียหายมาก; **if you publish this article, your reputation will ~:** ถ้าคุณพิมพ์บทความนี้ ชื่อเสียงของคุณจะเสียหาย

~ from *v.t.* ➤ **453** มีอาการ; เสียหาย/เจ็บปวดเนื่องจาก; **~ from shock** แสดงอาการตกใจ; **~ from faulty planning/bad execution** เสียหายเนื่องจากการวางแผนที่ผิดพลาด/การดำเนินการที่ไม่ดี; **the trees have ~ed from the frost** ต้นไม้ได้รับความเสียหายจากการที่อากาศเย็นจัด

sufferance /ˈsʌfərəns/ˈซัฟเฟอะเริ่นซ/ *n.* ความอดทน, ความอดกลั้น; **his behaviour is beyond ~:** พฤติกรรมของเขาเกินกว่าที่จะทนได้; **he remains here on ~ only** เขาอยู่ที่นี่ต่อได้เพราะความอดทนของคนอื่นเท่านั้น

sufferer /ˈsʌfərə(r)/ˈซัฟเฟอะเรอะ(ร)/ *n.* ➤ **453** ผู้ทนทุกข์; *(from disease)* ผู้เป็นโรค; **~s from rheumatism/arthritis, rheumatism/arthritis ~s** ผู้เป็นโรคไขข้อ/โรคไขข้ออักเสบ

suffering /ˈsʌfərɪŋ/ˈซัฟเฟอะริง/ *n.* ความทรมาน; **he had experienced untold ~ from cancer** เขาได้ประสบความทรมานมากจากโรคมะเร็ง; **her ~s are now at an end** ตอนนี้ความทุกข์ทรมานของเธอได้สิ้นสุดแล้ว

suffice /səˈfaɪs/เซอะˈไฟซ/ ❶ *v.i.* เพียงพอ; **~ it to say: ...:** ขอพูดแค่นี้ว่า...; **this ~d to infuriate her** นี่เพียงพอที่จะทำให้เธอโกรธ ❷ *v.t.* เพียงพอ

sufficiency /səˈfɪʃənsɪ/เซอะˈฟิชเนซิ/ *n., no pl.* ความเพียงพอ; *(sufficient amount)* จำนวนเพียงพอ

sufficient /səˈfɪʃənt/เซอะˈฟิชเชินทฺ/ *adj.* เพียงพอ; **~ money/food** เงิน/อาหารเพียงพอ; **be ~:** เพียงพอ; **~ reason** เหตุผลเพียงพอ; **I'm not ~ of an expert** ฉันไม่มีความเชี่ยวชาญพอ; **have you had ~?** *(food, drink)* คุณได้รับอาหารและเครื่องดื่มพอไหม; **I think you have drunk quite ~:** ฉันคิดว่าคุณดื่มมากพอแล้ว

sufficiently /səˈfɪʃəntlɪ/เซอะˈฟิชเชินทฺลิ/ *adv.* อย่างเพียงพอ; *(adequately)* อย่างเหมาะสม; **~ large** ใหญ่พอ; **a ~ large number** มีจำนวนมากพอ

suffix /ˈsʌfɪks/ˈซัฟฟิคซฺ/ ❶ *n.* Ⓐ *(Ling.)* ปัจจัย, คำเสริมท้าย; Ⓑ *(Math.)* ➡ **subscript** 2 ❷ *v.t.* ต่อท้ายคำ, ใส่ปัจจัย

suffocate /ˈsʌfəkeɪt/ˈซัฟเฟอะเคท/ ❶ *v.t.* ทำให้หายใจไม่ออก; **he was ~d by the smoke** เขาหายใจไม่ออกเพราะควัน; **suffocating heat** ความร้อนที่ทำให้หายใจไม่ออก; **this dreary existence is suffocating me** *(fig.)* ชีวิตซึมเศร้าอันนี้ทำให้ฉันอึดอัดใจมาก ❷ *v.i.* หายใจไม่ออก; **she was suffocating in the hot little kitchen** เธออึดอัดจะตายในห้องครัวแออัดและร้อน

suffocation /sʌfəˈkeɪʃn/ซัฟเฟอะˈเคช'น/ *n.* การหายใจไม่ออก; **a feeling of ~:** ความรู้สึกหายใจไม่ออก

suffragan /ˈsʌfrəgən/ˈซัฟเฟรอะเกิน/ *(Eccl.)* ❶ *adj.* **~ bishop** เป็นผู้ช่วยพระราชาคณะ ❷ *n.* **[bishop] ~:** ผู้ช่วยพระราชาคณะ

suffrage /ˈsʌfrɪdʒ/ˈซัฟฟริจ/ *n. (right of voting)* สิทธิในการลงคะแนน, สิทธิเลือกตั้ง; **female** *or* **women's ~:** สิทธิในการลงคะแนนของผู้หญิง

suffragette /sʌfrəˈdʒet/ซัฟเฟรอะˈเจ็ท/ *n. (Hist.)* หญิงที่รณรงค์ให้ผู้หญิงมีสิทธิเลือกตั้ง

suffuse /səˈfjuːz/เซอะˈฟิวซฺ/ *v.t.* **a blush ~d her cheeks** แก้มของเธอแดงเรื่อ; **the evening sky was ~d with crimson** ท้องฟ้ายามค่ำที่แดงฉานด้วยสีเลือดนก

Sufi /ˈsuːfɪ/ˈซูฟิ/ *n. (Muslim Relig.)* ชาวมุสลิมที่ปฏิบัติตามลัทธิลึกลับซูฟี

sugar /ˈʃʊgə(r)/ˈชุเกอะ(ร)/ ❶ *n.* Ⓐ น้ำตาล; **two ~s, please** *(spoonfuls)* ขอน้ำตาลสองช้อน; *(lumps)* ขอน้ำตาลสองก้อน; Ⓑ *(fig.: flattery)* การพูดปากหวาน; Ⓒ *(Amer. coll.: money)* เงิน; Ⓓ *(Amer. coll.: darling)* ที่รัก, ยอดรัก ❷ *v.t.* ใส่น้ำตาล, ทำให้หวาน; *(fig.)* พูดคำหวาน

sugar: ~ basin ➡ **~ bowl; ~ beet** *n.* หัวบีทที่ใช้ทำน้ำตาล; **~ bowl** *n.* โถใส่น้ำตาล; **~ cane** *n.* อ้อย; **~-coated** *adj.* เคลือบน้ำตาล; **~ daddy** *n. (coll.)* ชายแก่ที่เลี้ยงสาวน้อย; **~loaf** *n.* ก้อนน้ำตาลรูปทรงกรวย; *(mountain)* เนินรูปทรงกรวย; **~ lump** *n.* น้ำตาลก้อน; **~ pea** *n.* ถั่วที่กินได้ทั้งฝัก; **~ refinery** *n.* โรงกลั่นน้ำตาล; **~ shaker, ~ sifter** *ns.* ตะแกรงสำหรับโปรยน้ำตาล; **~ tongs** *n. pl.* คีมคีบน้ำตาลก้อน

sugary /ˈʃʊgərɪ/ˈชุเกอะริ/ *adj.* หวาน; *(fig.)* *(คำพูด, การยิ้ม)* หวานแสบไส้

suggest /səˈdʒest, US səgˈdʒ-/เซอะˈเจ็ซท, เซิกˈเจ็ซ-/ ❶ *v.t.* Ⓐ *(propose)* เสนอ, แนะนำ; **~ sth. to sb.** เสนอ *ส.น.* ให้ *ค.น.;* **he ~ed going to the cinema** เขาเสนอให้ไปดูหนัง; Ⓑ *(assert)* **are you trying to ~ that he is lying?** คุณพยายามจะหาว่าเขาโกหกหรือ; **he ~ed that the calculation was incorrect** เขาหาว่าการคำนวณไม่ถูกต้อง; **I ~ that ...** *(Law)* ข้าพเจ้าขอเสนอว่า ...; Ⓒ *(make one think of)* ทำให้นึกถึง; **what does this music ~ to you?** เพลงนี้ทำให้คุณนึกถึงอะไร ❷ *v. refl.* **~ itself [to sb.]** ปรากฏอยู่ในใจ [ของ ค.น.]

suggestible /səˈdʒestɪbl, US səgˈdʒ-/เซอะˈเจ็ซทิบ'ล, เซิกˈเจ็ซ-/ *adj.* เปิดต่อการเสนอแนะ, โน้มน้าวได้ง่าย

suggestion /sə'dʒestʃn, US səg'dʒ-/เซอะ'เจ็ชฉ่น, เซิก'เจ็ช-/ *n.* Ⓐ ข้อเสนอ, ข้อคิดเห็น; **at** *or* **on sb.'s ~**: ตามข้อเสนอของ *ค.น.*; **I am open to ~s** ฉันเปิดรับฟังข้อคิดเห็นต่าง ๆ; Ⓑ *(insinuation)* การบอกเป็นนัย; **there is no ~ that he cooperated with the kidnappers** ไม่มีอะไรบอกเป็นนัยว่าเขาร่วมมือกับโจรเรียกค่าไถ่; **what a ~!** นี่คุณหมายความว่าอะไร; Ⓒ *(fig.: trace)* เค้า; **not a ~ of condescension** ไม่มีเค้าของความโอ้อวด; **she speaks Thai with a ~ of an English accent** เธอพูดภาษาไทยโดยมีสำเนียงอังกฤษเล็กน้อย; **there is a ~ of blue in the grey** สีเทามีสีฟ้าผสมอยู่เล็กน้อย

sug'gestion[s] box *n.* กล่องรับความคิดเห็น

suggestive /sə'dʒestɪv, US səg'dʒ-/เซอะ'เจ็ชทิว, เซิก'เจ็ช-/ *adj.* Ⓐ แสดงให้รู้, บอกเป็นนัย, แย้ม; **be ~ of sth.** บอกเป็นนัยถึง *ส.น. หรือ* ทำให้คิดถึง *ส.น.*; **~ power** อำนาจของการเสนอต่อจิตใต้สำนึก; Ⓑ *(risqué) (คำตลก, เพลง)* สัปดน

suggestively /sə'dʒestɪvlɪ, US səg-/เซอะ'เจ็ชทิวลิ, เซิก-/ *adv.* Ⓐ อย่างบอกเป็นนัย; Ⓑ *(in a risqué manner)* อย่างสัปดน

suggestiveness /sə'dʒestɪvnɪs, US səg'dʒ-/เซอะ'เจ็ชทิวนิช, เซิก'เจ็ช-/ *n., no pl.* Ⓐ การแสดงให้รู้, การบอกเป็นนัย; Ⓑ *(sexual undertones)* ความสัปดน

suicidal /su:ɪ'saɪdl, sju:-/ซูอิ'ซายด'ล, ซิว-/ *adj.* Ⓐ *(leading or tending to suicide)* มีแนวโน้มจะฆ่าตัวตาย; **~ tendencies** แนวโน้มการฆ่าตัวตาย; **I felt** *or* **was quite ~**: ฉันรู้สึกอยากจะฆ่าตัวตาย; Ⓑ *(dangerous) (การขับรถ, พฤติกรรม ฯลฯ)* อันตราย

suicide /'su:ɪsaɪd, 'sju:-/'ซูอิซายด, 'ซิว-/ *n.* Ⓐ การฆ่าตัวตาย; **commit ~**: ฆ่าตัวตาย; **attempt ~**: พยายามฆ่าตัวตาย; Ⓑ *(person)* คนที่ฆ่าตัวตาย

suicide: ~ attempt *n.* การพยายามฆ่าตัวตาย; **~ bomb** *n.* ระเบิดพลีชีพ **~ pact** *n.* ข้อตกลงที่จะฆ่าตัวตายพร้อมกัน *(ของบุคคลตั้งแต่สองคนขึ้นไป)*; **~ squad** *n.* กลุ่มทหารที่ยอมเข้าโจมตีทั้ง ๆ ที่การเสี่ยงตายสูงมาก

sui generis /sju:aɪ 'dʒenərɪs, su:ɪ 'genərɪs/ซิวอาย 'เจ็นเนอะริช, ซูอิ 'เก็นเนอะริช/ *adj.* มีลักษณะพิเศษจำเพาะ, เป็นอันหนึ่งอันใด; **be ~**: มีลักษณะพิเศษจำเพาะ

suit /su:t, sju:t/ซูท, ซิวทฺ/ ❶ *n.* Ⓐ *(for men and women)* ชุดสูท *(ท.ศ.)*, เสื้อนอกและกางเกง; **a three-piece ~**: ชุดสูทสามชิ้น; **~ of armour** ชุดเสื้อเกราะ; **buy [oneself] a new ~ of clothes** ซื้อเสื้อผ้าใหม่ [ให้ตัวเอง] หนึ่งชุด; Ⓑ *(Law)* **~ [at law]** คดี, คำร้อง; Ⓒ *(Cards)* ไพ่ดอกสีเดียวกัน; **follow ~**: เรียงตามดอกสีเดียวกัน; *(fig.)* ทำตาม; ➡ + **'long 1 M**; Ⓓ *(courtship)* การจีบ *(ผู้หญิง)*
❷ *v.t.* Ⓐ ทำให้สอดคล้อง, เหมาะสม (to กับ); **~ the action to the word** ทำให้การกระทำเข้ากับที่พูด; Ⓑ **be ~ed [to sth./one another]** เหมาะ [กับ *ส.น.*/กัน]; **he is not at all ~ed to marriage** เขาไม่เหมาะที่จะแต่งงาน; **they are ill/well ~ed** เขาไม่เหมาะ/เหมาะกัน; Ⓒ *(satisfy needs of)* สะดวก, เหมาะ; **will Monday ~ you?** วันจันทร์จะสะดวกไหม; **he comes when it ~s him** เขาจะมาตามใจเขา; **does the climate ~ you/your health?** อากาศเหมาะกับคุณ/สุขภาพคุณไหม; **dried fruit/asparagus does not ~ me** ฉันไม่ถูกกับผลไม้แห้ง/หน่อไม้ฝรั่ง; Ⓓ *(go well with)* เข้ากันได้ดี; **does this hat ~ me?** หมวกใบนี้ดูดีสำหรับฉันไหม; **black ~s her** เสื้อผ้าสีดำเข้ากับเธอได้ดี
❸ *v.i.* Ⓐ *(be convenient)* สะดวก; Ⓑ *(go well)* **she'll ~**: เธอเหมาะสม; **the job ~s with his abilities** งานเหมาะสมกับความสามารถของเขา
❹ *v. refl.* **~ oneself** ทำตามใจตัวเอง; **~ yourself!** ตามใจคุณก็แล้วกัน; **~ yourself whether you come or not** จะมาหรือไม่มาตามใจคุณ

suitability /su:tə'bɪlɪtɪ, sju:-/ซูเทอะ'บิลลิทิ, ซิว-/ *n., no pl.* ความเหมาะสม (for สำหรับ); *(of clothing, remark; for an occasion)* ความเหมาะสม (for สำหรับ); **his ~ as a teacher** ความเหมาะสมของเขาที่จะเป็นครู; **we must check the ~ of the date** เราต้องดูว่าวันนั้นสะดวกหรือไม่

suitable /'su:təbl, 'sju:-/'ซูเทอะบ'ล, 'ซิว-/ *adj.* เหมาะสม; *(for an occasion) (ชุด, ข้อสังเกต)* เหมาะสม; *(matching)* เข้ากัน; *(convenient)* สะดวก; **I did not find anything ~ to go with this dress** ฉันไม่เห็นอะไรที่จะเข้ากับเสื้อชุดนี้ได้; **this girlfriend is not ~ for him** เพื่อนสาวคนนี้ไม่เหมาะกับเขา; **Monday is the most ~ day [for me]** วันจันทร์เป็นวันที่สะดวกที่สุด [สำหรับฉัน]

suitableness /'su:təblnɪs, 'sju:-/'ซูเทอะบ'ลนิช, 'ซิว-/ ➡ **suitability**

suitably /'su:təblɪ, 'sju:-/'ซูเทอะบลิ, 'ซิว-/ *adv.* อย่างเหมาะสม; *(โกรธ)* อย่างน่าเห็นใจ, *(แต่งตัว)* เหมาะ; **a ~ treated metal** โลหะที่มีการจัดการอย่างเหมาะสม

'suitcase *n.* กระเป๋าเดินทาง; **live out of a ~**: อาศัยอยู่ชั่วคราว, เดินทางอยู่เรื่อย

suite /swi:t/ซวีท/ *n.* Ⓐ *(of furniture)* ชุดเฟอร์นิเจอร์; **three-piece ~**: ชุดเก้าอี้นั่งเล่นสามชิ้น; **bedroom ~**: ชุดเฟอร์นิเจอร์ห้องนอน; Ⓑ *(of rooms)* ห้องชุด, ห้องสวีท *(ท.ศ.)*; **executive/bridal ~**: ห้องชุดสำหรับผู้บริหาร/ห้องสวีทสำหรับเจ้าบ่าวเจ้าสาว; Ⓒ *(Mus.)* เพลงชุด

suitor /'su:tə(r), 'sju:-/'ซูเทอะ(ร), 'ซิว-/ *n.* ผู้ชายที่อยากแต่งงานกับผู้หญิง *ค.น.*

Sulawesi /su:la'weisi/ซูลา'เวซี/ หมู่เกาะสุลาเวสีในประเทศอินโดนีเซีย (เซลิงก็ก็เรียก)

sulfate, sulfide, sulfite, sulfonamide, sulfur, sulfuric *(Amer.)* ➡ **sulph-**

sulk /sʌlk/ซัลคฺ/ ❶ *n., usu. in pl.* **have a ~** *or* **the ~s, be in** *or* **have a fit of the ~s** งอน ❷ *v.i.* งอน; **he always ~s if he doesn't get his own way** เขาจะงอนเสมอถ้าทำอะไรไม่ได้ดั่งใจ

sulkily /'sʌlkɪlɪ/'ซัลคิลิ/ *adv.* อย่างงอน ๆ

sulkiness /'sʌlkɪnɪs/'ซัลคินิช/ *n., no pl.* ความงอน; **the ~ of her expression/look** ความงอนในสีหน้า/การมองของเธอ

sulky /'sʌlkɪ/'ซัลคิ/ ❶ *adj.* งอน ❷ *n.* *(Horseracing)* รถม้าแข่งที่นั่งเดียว

sullen /'sʌlən/'ซัลเลิน/ *adj.* หน้าบึ้ง; *(fig.) (ท้องฟ้า)* มืดครึ้ม

sullenly /'sʌlənlɪ/'ซัลเลินลิ/ *adv.* อย่างหน้าบึ้ง

sullenness /'sʌlənnɪs/'ซัลเลินนิช/ *n., no pl.* ความหน้าบึ้ง

sully /'sʌlɪ/'ซัลลิ/ *v.t. (formal)* ทำให้เปื้อน, ทำให้มีมลทิน

sulphate /'sʌlfeɪt/'ซัลเฟท/ *n.* ซัลเฟต *(ท.ศ.)*, เกลือกรดกำมะถัน

sulphide /'sʌlfaɪd/'ซัลฟายดฺ/ *n.* สารประกอบซัลไฟด์ *(ท.ศ.)*

sulphite /'sʌlfaɪt/'ซัลไฟท/ *n.* ซัลไฟต์ *(ท.ศ.)*

sulphonamide /sʌl'fɒnəmaɪd/ซัล'ฟอเนอะไมด/ *n.* ซัลฟอนาไมด์ *(ท.ศ.)*

sulphur /'sʌlfə(r)/'ซัลเฟอะ(ร)/ *n.* กำมะถัน

sulphuric /sʌl'fjʊərɪk/ซัล'ฟิวริค/ *adj.* **~ acid** กรดกำมะถัน, กรดซัลฟุริค

sultan /'sʌltən/'ซัลเทิน/ *n.* สุลต่าน *(ท.ศ.)*

sultana /sʌl'tɑ:nə, US -'tænə/ซัล'ทาเนอะ, -'แทเนอะ/ *n.* Ⓐ *(raisin)* ลูกเกด, องุ่นพันธุ์เล็ก; Ⓑ *(wife of sultan)* ภรรยาของสุลต่าน

sultriness /'sʌltrɪnɪs/'ซัลทริุนิช/ *n., no pl.* ความร้อน, อารมณ์ร้อน; *(fig.: sensuality)* ความมีเสน่ห์

sultry /'sʌltrɪ/'ซัลทริ/ *adj.* ร้อน, มีอารมณ์ร้อน; *(fig.: sensual)* มีเสน่ห์

sum /sʌm/ซัม/ ❶ *n.* Ⓐ *(total amount, lit. or fig.)* จำนวนรวม, ผลรวม (of ของ); **~ [total]** ยอดรวม; **that was the ~ total of our achievements** *or* **of what we achieved** นั่นเป็นความสำเร็จโดยรวมของพวกเรา; **in ~**: กล่าวโดยรวม, พูดโดยสรุป; Ⓑ *(amount of money)* จำนวนเงิน; **a cheque for this ~**: เช็คสำหรับจำนวนเงินนี้; ➡ + **lump sum**; Ⓒ *(Arithmetic)* ผลบวก, การคำนวณเลข; **do ~s** หาผลบวก; **she is good at ~s** เธอคิดเลขเก่ง ❷ *v.t.*, **-mm-** หาจำนวนรวม, บวกรวม

~ 'up ❶ *v.t.* Ⓐ สรุป; Ⓑ *(Brit.: assess)* ประเมิน; **this ~med him up perfectly** คำพูดนี้แสดงถึงนิสัยเขาได้เป็นอย่างดี ❷ *v.i.* **in ~ming up, I should like to ...**: ในการสรุป ฉันอยากจะ...

sumac[h] /'ʃu:mæk, su:-, sju:-/'ชูแมค, ซู-, ซิว-/ *n.* ไม้พุ่มในสกุล *Rhus* ผลใช้ปรุงอาหาร

Sumatra /sʊ'matrə/ซุ'มาเตฺรอะ/ *pr. n.* เกาะสุมาตรา *(ในอินโดนีเซียตะวันตก)*

summarily /'sʌmərɪlɪ, US sə'merəlɪ/'ซัมเมอะริลิ, เซอะ'เมะเรอะลิ/ *adv.* Ⓐ *(shortly)* อย่างย่อ, อย่างสรุป; Ⓑ *(without formalities or delay)* อย่างรวบรัด, โดยสรุป; **~ dismissed** ไล่ออกทันที; **~ convicted** *(Law)* ตัดสินว่าความผิดโดยสรุป

summarize /'sʌməraɪz/'ซัมเมอะรายซฺ/ *v.t.* สรุปความ, ย่อ, กล่าวสั้น ๆ

summary /'sʌmərɪ/'ซัมเมอะริ/ ❶ *adj.* Ⓐ *(short)* โดยสรุป, ย่อ, สั้น; Ⓑ *(without formalities or delay)* รวบรัด, สังเขป, สรุป; *(Law)* **~ justice/jurisdiction** การตัดสินทันที; **~ conviction** การลงโทษทันที ❷ *n.* สาระสำคัญ, ข้อสรุป

summer /'sʌmə(r)/'ซัมเมอะ(ร)/ ❶ *n.* Ⓐ ➤ 789 ฤดูร้อน; **in [the] ~**: ในฤดูร้อน; **in early/late ~**: ในช่วงต้น/ปลายฤดูร้อน; **last/next ~**: ฤดูร้อนที่แล้ว/ฤดูร้อนหน้า; **a ~'s day/night** วัน/คืนในฤดูร้อน; **in the ~ of 1995, in ~ 1995** ในฤดูร้อนปี 1995; **two ~s ago we went to France** เมื่อฤดูร้อนสองปีที่แล้วพวกเราไปฝรั่งเศส; ➡ + **Indian summer; solstice A**; Ⓑ *in pl. (literary: years)* อายุ ❷ *attrib. adj.* ฤดูร้อน

summer: ~ house *n.* เรือน/ศาลานั่งเล่นในสวน; **~ 'lightning** *n.* ฟ้าแลบโดยไม่มีฟ้าผ่า; **~ 'pudding** *n. (Brit.)* ขนมพุดดิ้งที่ทำด้วยขนมปังและผลไม้; **~ school** *n.* โรงเรียนพิเศษในช่วงฤดูร้อน; **~ term** *n.* ภาคการศึกษาฤดูร้อน; **S~ Time** *n. (Brit.: for daylight saving)* เวลาในฤดูร้อน *(เร็วขึ้นหนึ่งชั่วโมง)*; **~time** *n. (season)* ฤดูร้อน; **~ visitor** *n.* นักท่องเที่ยวในช่วงฤดูร้อน; **~ weight** *adj. (Textiles)* บาง *(เหมาะสำหรับหน้าร้อน)*

S

summery /ˈsʌmərɪ/ˈซัมเมอะริ/ *adj.* เหมือนฤดูร้อน

summing-up /sʌmɪŋˈʌp/ซัมมิงˈอัพ/ *n.* การสรุป

summit /ˈsʌmɪt/ˈซัมมิท/ *n.* **A** *(peak, lit or fig.)* จุดสูงสุด, ยอดเขา; **he was at the ~ of his power** ในขณะนั้นเขาอยู่ที่จุดสุดยอดของอำนาจเขา; **B** *(discussion)* การประชุมสุดยอด; **~ conference/meeting** การประชุมสุดยอด; **at ~ level** ในระดับสูง, ระดับผู้นำ

summon /ˈsʌmən/ˈซัมเมิน/ *v.t.* **A** *(call upon)* ขอ, เรียก (**to** มา); **B** *(call by authority)* เรียกตัว, สั่ง; **she was ~ed to the presence of the Queen** เธอถูกเรียกตัวให้เข้าเฝ้าพระราชินี; **C** *(Law: to court)* ส่งหมายเรียก; **D ~ sb. to do sth.** เรียก ค.น. ให้ทำ ส.น.

~ 'up *v.t.* รวบรวม *(พลัง, กำลังใจ)*

summons /ˈsʌmənz/ˈซัมเมินซฺ/ **❶** *n.* **A** การเรียกตัว, คำสั่ง, หมายศาล; **receive a ~ from sb. to do sth.** ได้รับคำสั่งจาก ค.น. ให้ทำ ส.น.; **B** *(Law)* หมายเรียก; **serve a ~ on sb.** ออกหมายเรียก ค.น. **❷** *v.t. (Law)* **~ sb. to appear in court** ส่งหมายเรียก ค.น. มาขึ้นศาล

sumo /ˈsuːməʊ/ˈซูโม/ *n., pl.* **~s: ~ [wrestling]** กีฬาซูโม *(ท.ศ.)*; **~[wrestler]** นักปล้ำซูโม *(ท.ศ.)*

sump /sʌmp/ซัมพฺ/ *n.* **A** *(Brit. Motor Veh.)* ที่เก็บน้ำมันของเครื่องยนต์; **B** *(Mining)* พื้นที่ต่ำ, ก้นเหมือง

sumptuous /ˈsʌmptʃʊəs/ˈซัมพฺฉุเอิซ/ *adj.* ฟุ่มเฟือย, หรูหรา, โอ่โถง

sumptuously /ˈsʌmptʃʊəslɪ/ˈซัมพฺฉุเอิซลิ/ *adv.* อย่างหรูหรา, อย่างโอ่โถง

sumptuousness /ˈsʌmptjʊəsnɪs/ˈซัมพฺฉุเอิซนิซ/ *n., no pl.* ความหรูหรา, ความโอ่โถง; **the ~ of the binding/furnishings** ความหรูหราของการเข้าเล่ม/การตกแต่ง

sun /sʌn/ซัน/ **❶** *n.* พระอาทิตย์, ดวงอาทิตย์; **rise with the ~:** ตื่นแต่เช้า; **a place in the ~** *(fig.)* ฐานะสำคัญ, สภาพแวดล้อมดี; **catch the ~** *(be in a sunny position)* อยู่ในตำแหน่งที่รับแดดมาก; *(get ~burnt)* โดนแดดมากเกินไป; **a touch of the ~:** โดนแดดนิดหน่อย; **under the ~** *(fig.)* ในโลกนี้, ใต้แสงอาทิตย์; **chat about everything under the ~:** พูดคุยในทุกเรื่องที่นึกออกได้; **there is nothing new under the ~:** ไม่มีอะไรใหม่อย่างแท้จริง; ➡ **+ hay; midnight sun** **❷** *v. refl.*, **-nn-** *(lit. or fig.)* ตากแดด, ผึ่งแดด

Sun. *abbr.* ➤ **233 Sunday** อา.

sun: ~baked *adj. (พื้นที่, ดิน)* โดนแดดเผาแห้ง; **~bathe** *v.t.* อาบแดด; **~bather** *n.* คนอาบแดด; **~bathing** *n.* การอาบแดด; **~beam** *n.* แสงอาทิตย์; **~bed** *n. (with UV lamp, in garden etc.)* เตียงนอนอาบแดด; **~belt** *n. (Amer.)* ภูมิภาคที่มีแสงแดดแรง *(โดยเฉพาะรัฐทางภาคใต้ของสหรัฐอเมริกา)*; **~blind** *n.* มู่ลี่บังแดด; **~block** *n.* ครีมทากันแดด *(แรงสูง)*; **~ bonnet** *n.* หมวกปีกกว้าง; **~burn** **❶** *n.* อาการผิวหนังถูกแดดเผา **❷** *v.i.* **my skin ~burns/I ~burn very easily** ผิวของฉันโดนแดดนิดเดียวก็ไหม้; **~burnt** *adj.* **A** *(suffering from ~burn)* **be ~burnt** โดนแดดเผา; **have a ~burnt back/face** หลัง/หน้าโดนแดดมากเกินไป; **get badly ~burnt** โดนแดดเผาอย่างรุนแรง; **B** *(tanned)* อาบแดดจนผิวคล้ำ

sundae /ˈsʌndeɪ, US -diː/ˈซันเด, -ดี/ *n.* **[ice-cream] ~:** ไอศกรีมซันเดย์ *(ท.ศ.)*

Sunday /ˈsʌndeɪ, -dɪ/ˈซันเด, -ดิ/ ➤ **233** **❶** *n.* **A** วันอาทิตย์; **~ opening** การขายสินค้าวันอาทิตย์; **~ trading** การค้าขายวันอาทิตย์; **never in a month of ~s** ชาติหน้าบ่ายแก่ ๆ; **B** *in pl. (newspapers)* หนังสือพิมพ์ของวันอาทิตย์ **❷** *adv. (coll.)* **she comes ~s** เธอมาทุกวันอาทิตย์; ➡ **+ best** 3 B; **Friday**

Sunday: ~ 'driver *n. (derog.)* คนขับรถไม่คล่อง; **~ painter** *n.* จิตรกรสมัครเล่น; **~ school** *n.* โรงเรียนสอนศาสนาในวันอาทิตย์

'sun deck *n.* ระเบียงรับแดด

sunder /ˈsʌndə(r)/ˈซันเดอะ(ร)/ *(arch./literary) v.t.* แบ่งแยก, ตัดขาด

sun: ~dew *n. (Bot.)* พืชกินแมลงในวงศ์ Droseraceae; **~dial** *n.* นาฬิกาแดด; **~down** ➡ **sunset**; **~downer** /ˈsʌndaʊnə(r)/ˈซันเดาเนอะ(ร)/ *n. (Austral.)* คนเร่ร่อนที่มาขออาหารตามฟาร์มในเวลาเย็น; *(Brit.)* เหล้าทานตอนเย็น; **~-drenched** *adj. (ทิวทัศน์)* สวยในแสงแดด; **~dress** *n.* กระโปรงแขนกุดคอลึก; **~-dried** *adj.* ตากแห้งในแดด

sundry /ˈsʌndrɪ/ˈซันดริ/ **❶** *adj.* หลากหลาย, เบ็ดเตล็ด; **~ articles** ของหลากหลายอย่าง **❷** *n. in pl.* สิ่งต่าง ๆ; ➡ **+ all** 2 A

sun: ~fast *adj. (Amer.) (สี)* ถูกแดดแล้วไม่ซีด; **~fish** *n.* ปลาทะเลขนาดใหญ่และเกือบกลม โดยเฉพาะ *Mola mola*; **~flower** *n.* ดอกทานตะวัน; **~flower seeds** *n.* เมล็ดทานตะวัน

sung ➡ **sing** 1, 2

sun: ~glasses *n. pl.* แว่นกันแดด; **~ god** *n.* สุริยเทพ; **~hat** *n.* หมวกกันแดด; **~ helmet** *n.* หมวกกันแดด *(แบบฝรั่งสมัยโบราณใส่)*

sunk *n.* ➡ **sink** 2, 3

sunken /ˈsʌŋkn/ˈซังค์น/ *adj. (เรือ)* ที่จมอยู่ใต้น้ำ; *(สวน, ห้อง)* ต่ำกว่าระดับพื้นดิน; *(อ่างน้ำ)* ฝังลงไป

sunlamp *n.* ไฟอัลตราไวโอเลตที่ใช้รักษาโรคหรืออาบแดดเทียม

sunless /ˈsʌnlɪs/ˈซันลิซ/ *adj.* ไม่มีแสงอาทิตย์

sun: ~light *n.* แสงอาทิตย์; **come into the ~light!** ออกมารับแดดซิ; **~lit** *adj.* มีแดดส่อง; **~ lounge** *n.* ห้องที่มีหน้าต่างขนาดใหญ่เพื่อรับแสงแดด

Sunni /ˈsʌnɪ/ˈซันนิ/ *n. (Muslim Relig.)* นิกายสุหนี่ *(ท.ศ.)* ของศาสนาอิสลาม

sunnily /ˈsʌnɪlɪ/ˈซันนิลิ/ *adv.* อย่างร่าเริงสดใส

Sunnite /ˈsʌnaɪt/ˈซันไนท/ *n. (Muslim Relig.)* ผู้นับถือนิกายสุหนี่ของอิสลาม

sunny /ˈsʌnɪ/ˈซันนิ/ *adj.* **A** มีแดด, แดดกล้า; **~ intervals** ช่วงที่มีแดด; **the ~ side of the house/street** ด้านของบ้าน/ถนนที่มีแดด; **~ side up** *(ไข่)* ทอดซึ่งหงายไข่แดงขึ้น; **B** *(cheery)* ร่าเริง, สบายใจ; **have a ~ disposition** อารมณ์ร่าเริง

sun: ~ protection factor *n.* อัตราความต้านทานของครีมกันแดด; **~ray** *n.* ลำแสงพระอาทิตย์; **~ray treatment** *n.* การใช้รังสีอัลตราไวโอเลตรักษาโรค; **~rise** *n.* อรุณรุ่ง, พระอาทิตย์ขึ้น; **at ~rise** เวลาอรุณรุ่ง, ยามฟ้าสาง; **~rise industry** อุตสาหกรรมใหม่ล่าสุด *(เช่น โทรคมนาคม)*; **~roof** *n.* หลังคารถยนต์ที่เปิดได้; **~seeker** *n.* นักท่องเที่ยวหาแดด; **~set** *n.* เวลาพระอาทิตย์ตก; **at ~set** ยามค่ำ, ยามเย็น; **~shade** *n.* มู่ลี่, เพิงบังแดด, ม่านบังแดด; **~shine** *n.* **A** แสงแดด; **sit in the ~shine** นั่งในที่ที่มีแสงแดด; **B** *(joc.: as form of address) (to child)* หนู; *(between men)* เพื่อน; **~shine roof** ➡ **sunroof**; **~spot** *n.* **A** *(Astron.)* จุดบนพื้นผิวของดวงอาทิตย์; **B** *(place)* สถานที่ที่มีแดดมาก; **~stroke** *n.* อาการจากการตากแดดนานเกินไป; **suffer from/get ~stroke** เป็นอาการจากการตากแดดนานเกินไป; **~tan** *n.* ผิวคล้ำ; **get a ~tan** ตากแดดจนผิวคล้ำ; **~tan lotion** *n.* โลชั่นป้องกันผิวไหม้และทำให้ผิวเป็นสีน้ำตาล; **~tanned** *adj.* มีผิวสีน้ำตาล; **~tan oil** *n.* น้ำมันป้องกันผิวไหม้และทำให้ผิวเป็นสีน้ำตาล; **~top** *n.* เสื้อแขนกุดคอลึก; **~trap** *n.* สถานที่รับแดดมาก; **~up** *(Amer.)* ➡ **~rise**; **~ visor** *n.* แผ่นบังแดดที่กระจกรถ; **~ worshipper** *n. (lit./joc.)* คนที่บูชาสุริยเทพ, คนที่ชอบอาบแดดมาก

sup /sʌp/ซัพ/ *v.t.*, **-pp-** **A** *(arch.: have supper)* รับประทานมื้อเย็น; **B** *(Scot., N. Engl.: drink)* ดื่มเหล้า

super /ˈsuːpə(r), ˈsjuː-/ˈซูเพอะ(ร), ซิว-/ *(coll.)* **❶** *n.* **A** *(actor)* ตัวแสดงพิเศษ; **B** *(Police)* ➡ **superintendent** A **A** *adj. (Brit.)* เยี่ยมยอด; **you've all been really ~ to me** พวกคุณน่ารักกับฉันอย่างที่สุด

superabundance /suːpərəˈbʌndəns, sjuː-/ซูเพอะเรอะˈบันเดินซฺ, ซิว-/ *n.* การมีเหลือล้น; **a ~ of wealth** ความมั่งคั่งเหลือล้น

superabundant /suːpərəˈbʌndənt, sjuː-/ซูเพอะเรอะˈบันเดินทฺ, ซิว-/ *adj.* มีมากเหลือล้น

superannuate /suːpəˈrænjʊeɪt, sjuː-/ซูเพอะˈแรนิวเอท, ซิว-/ *v.t.* เกษียณพร้อมบำนาญ; ทิ้งเพราะล้าสมัย

superannuated /suːpəˈrænjʊeɪtɪd, sjuː-/ซูเพอะˈแรนิวเอทิด, ซิว-/ *adj.* เกษียณเพราะชรา, เก่า, ล้าสมัย

superannuation /suːpərænjʊˈeɪʃn, sjuː-/ซูเพอะแรนิวˈเอช'น, ซิว-/ *n.* **A ~ [contribution/payment]** การจ่ายเพื่อเงินบำนาญ; **B** *(pension)* เงินบำนาญ

superb /sʊˈpɜːb, sjuː-/ซูˈเพิบ, ซิว-/ *adj.* เยี่ยมยอด, ดีที่สุด, หรูหรา; **look ~:** ดูเยี่ยมยอด

superbly /suˈpɜːblɪ, sjuː-/ซูˈเพิบลิ, ซิว-/ *adv.* อย่างเยี่ยมยอด

superbug /ˈsuːpəbʌg/ˈซูเพอะบัค/ *n.* เชื้อแบคทีเรียที่แรงมากและหายาฆ่าได้ยาก

Super Bowl *n. (Amer.)* การแข่งขันอเมริกันฟุตบอลแห่งชาติ, ซุปเปอร์โบวล์ *(ท.ศ.)*

supercargo /ˈsuːpəkɑːgəʊ, ˈsjuː-/ˈซูเพอะคาโก, ˈซิว-/ *n., pl.* **~es** เจ้าหน้าที่ดูแลสินค้าในเรือ

supercharge /ˈsuːpətʃɑːdʒ, ˈsjuː-/ˈซูเพอะฉาจ, ˈซิว-/ *v.t.* เพิ่มพลัง *(เครื่องยนต์)*; **~d car/engine** รถยนต์/เครื่องยนต์ที่เพิ่มพลัง *(โดยใช้คอมเพรสเซอร์)*

supercharger /ˈsuːpətʃɑːdʒə(r), ˈsjuː-/ˈซูเพอะฉาเจอะ(ร), ˈซิว-/ *n. (Motor Veh.)* อุปกรณ์เพิ่มกำลังเครื่อง *(โดยเพิ่มแรงดันอากาศเข้าไปในเครื่องยนต์)*

supercilious /suːpəˈsɪlɪəs/ซูเพอะˈซิลเลียซ/ *adj.*, **superciliously** /suːpəˈsɪlɪəslɪ/ซูเพอะˈซิลเลียซ/ โอหัง, อวดดี

superciliousness /suːpəˈsɪlɪəsnɪs, sjuː-/ซูเพอะˈซิลเลียซนิซ, ซิว-/ *n. no pl.* ความโอหัง, ความอวดดี

supercomputer /ˈsuːpəkəmpjuːtə(r)/ˈซูเพอะเคิมพิวเทอะ(ร)/ *n.* ซุปเปอร์คอมพิวเตอร์ *(ท.ศ.)*

superconductivity /suːpəkɒndəkˈtɪvɪtɪ, sjuː-/ซูเพอะคอนดัคˈทิเวอะทิ, ซิว-/ *n. (Phys.)* ลักษณะสื่อนำชั้นพิเศษ, ลักษณะเหนือสื่อนำ

superconductor /suːpəkənˈdʌktə(r)/ซูเพอะเคินˈดัคเทอะ(ร)/ *n. (Phys.)* ซุปเปอร์คอนดักเตอร์ *(ท.ศ.)*, ตัวเหนือสื่อนำ

supercool /ˈsuːpəkuːl/ˈซูเพอะคูล/ *v.t. (Phys.)* ทำให้เย็นจัด

super-duper /ˈsuːpəduːpə(r)/ˈซูเพอะดูเพอะ(ร)/ *adj. (Brit. coll.)* ยอดเยี่ยม, มหาศาล, ยิ่งใหญ่; **be ~:** ยอดเยี่ยม

superego /suːpərˈiːgəʊ, suːpərˈegəʊ/ซูเพอรˈอีโก, ซูเพอรˈเอ็กโก/ *n., pl.* **~s** *(Psych.)* ส่วนของจิตที่อยู่เหนืออัตตา

superficial /suːpəˈfɪʃl, sjuː-/ซูเพอะˈฟิช'ล, ซิว-/ *adj. (also fig.)* ผิวเผิน, ไม่ลึกซึ้ง

superficiality /suːpəfɪʃɪˈælɪtɪ, sjuː-/ซูเพอะฟิชิˈแอลิทิ, ซิว-/ *n.* ความผิวเผิน, ความไม่สำคัญ

superficially /suːpəˈfɪʃəlɪ, sjuː-/ซูเพอะˈฟิชเชอะลิ, ซิว-/ *adv.* อย่างผิวเผิน, อย่างเลา ๆ

superfine /ˈsuːpəfaɪn, ˈsjuː-/ˈซูเพอะฟายนฺ, ˈซิว-/ *adj.* Ⓐ *(of extra quality)* คุณภาพพิเศษ; Ⓑ *(excessively fine)* ประณีต, ละเอียดอ่อนเป็นพิเศษ

superfluity /suːpəˈfluːɪtɪ, sjuː-/ซูเพอะˈฟลูอิทิ, ซิว-/ *n.* Ⓐ การมีมากเกิน, ความฟุ่มเฟือย; Ⓑ *(amount)* จำนวนเกิน (of ของ)

superfluous /sʊːˈpɜːflʊəs, sjuː-/ซูˈเพอฟลุเอิซ, ซิว-/ *adj.* มีมากเกิน, ล้นเหลือ, ไม่จำเป็น

superfluously /sʊːˈpɜːflʊəslɪ, sjuː-/ซูˈเพอฟลุเอิซลิ, ซิว-/ *adv.* อย่างมากเกิน, อย่างล้นเหลือ

superfluousness /sʊːˈpɜːflʊəsnɪs, sjuː-/ซูˈเพอฟลุเอิซนิซ, ซิว-/ *n., no pl.* การมีมากเกิน

superglue /ˈsuːpəgluː, ˈsjuː-/ˈซูเพอะกฺลู, ˈซิว-/ *n.* กาวที่ติดแน่นเป็นพิเศษ

supergrass /ˈsuːpəgrɑːs, ˈsjuː-/ˈซูเพอะกฺราซ, ˈซิว-/ *n. (Journ.)* เบาะแสสำคัญให้ตำรวจ

superheat /suːpəˈhiːt/ซูเพอะˈฮีท/ *v.t.* ทำให้ร้อนจัดเกินจุดเดือด

superhighway /ˈsuːpəhaɪweɪ, ˈsjuː-/ˈซูเพอะไฮเว, ˈซิว-/ *n. (Amer.)* ถนนไฮเวย์, ทางหลวง

superhuman /suːpəˈhjuːmən, sjuː-/ซูเพอะˈฮิวเมิน, ซิว-/ *adj.* เหนือมนุษย์, เหนือคนธรรมดา

superimpose /suːpərɪmˈpəʊz, sjuː-/ซูเพอริมˈโพซ, ซิว-/ *v.t.* วางซ้อน, วางทับ; **~ a on b** วางเอซ้อนบี; *(fig.)* บีถูกวางซ้อนด้วยเอ; **be ~d on sth.** *(state, lit. or fig.)* ถูกวางซ้อน/ทับ *ส.น.*

superintend /suːpərɪnˈtend, sjuː-/ซูเพอะรินˈเท็นดฺ, ซิว-/ *v.t.* ควบคุมดูแล, อำนวยการ

superintendent /suːpərɪnˈtendənt, sjuː-/ซูเพอะรินˈเท็นเดินทฺ, ซิว-/ *n.* Ⓐ *(Police)* หัวหน้าฝ่ายตำรวจ; Ⓑ *(of hostel)* ผู้ดูแลหอพัก; **~ of schools** ผู้อำนวยการ; Ⓒ *(Amer.: caretaker)* ผู้ดูแล, คนเฝ้าบ้าน

superior /suːˈpɪərɪər, sjuː-, sʊ-/ซูˈเพียเรียร, ซิว-, ซุ-/ ❶ *adj.* Ⓐ *(of higher quality)* *(ร้านอาหาร, ผ้า, คุณภาพ)* ดีเป็นพิเศษ; *(ความรู้, ความสามารถ)* เหนือกว่า, ดีกว่า; **he thinks he is ~ to us** เขาคิดว่าเขาเหนือกว่าพวกเรา; **this car is ~ in speed to mine** รถคันนี้วิ่งได้เร็วกว่ารถของฉัน; Ⓑ *(having higher rank)* *(ตำแหน่ง, ยศ)* สูงกว่า; **be ~ to sb.** มีตำแหน่งสูงกว่า *ค.น.*; Ⓒ *(greater in number)* มีจำนวนมากกว่า; **the enemy's ~ numbers** จำนวนที่มากกว่าของศัตรู; Ⓓ *(supercilious)* อวดดี, วางมาด; Ⓔ *(not influenced)* **be ~ to sth.** อยู่เหนือ *ส.น.*; Ⓕ *(Printing)* ตัวยก
❷ *n.* Ⓐ *(sb. higher in rank)* ผู้บังคับบัญชา, คนที่มีตำแหน่งสูงกว่า; Ⓑ *(sb. better)* คนที่เหนือกว่า, คนที่เก่งกว่า; **he has no ~ in courage** ในเรื่องความกล้าหาญ ไม่มีใครเหนือเขา

superiority /suːpɪərɪˈɒrɪtɪ, sjuː-, US -ˈɔːr-/ซูเพียริˈออริทิ, ซิว-/ *n.* ความเหนือกว่า, ความดีกว่า (to); *(of goods)* การมีคุณภาพพิเศษ; *(haughtiness)* ความอวดดี, ความยโส; **his ~ in talent** ความเหนือกว่าในด้านพรสวรรค์ของเขา

superlative /suːˈpɜːlətɪv/ซูˈเพอเลอะทิว/ ❶ *adj.* Ⓐ สูงสุด; Ⓑ *(Ling.)* ชั้นสูงสุด; **the ~ degree** ระดับสูงสุด, ชั้นสูงสุด; **a ~ adjective/adverb** คำคุณศัพท์/คำวิเศษณ์ชั้นสูงสุด ❷ *n. (Ling.)* ชั้นสูงสุด

superlatively /suːˈpɜːlətɪvlɪ/ซูˈเพอเลอะทิวลิ/ *adv.* อย่างวิเศษ, อย่างยอดเยี่ยม

superman /ˈsuːpəmæn/ˈซูเพอะแมน/ *n., pl.* **supermen** /ˈsuːpəmen/ˈซูเพอะเม็น/ ยอดมนุษย์, ซุปเปอร์แมน *(ท.ศ.)*; *(Philos., Lit.)* บุคคลเหนือมนุษย์

supermarket /ˈsuːpəmɑːkɪt/ˈซูเพอะมาคิท/ *n.* ซุปเปอร์มาร์เก็ต *(ท.ศ.)*, ร้านซุปเปอร์ *(ภ.พ.)*

supermodel /suːpəmodl/ˈซูเพอะมอด'ล/ *n.* นางแบบที่เป็นดาราที่รู้จักทั่วโลก

supernatural /suːpəˈnætʃrəl, sjuː-/ซูเพอะˈแนเฉริล, ซิว-/ *adj.* เหนือธรรมชาติ, มหัศจรรย์; **the ~:** ปรากฏการณ์เหนือธรรมชาติ

supernaturally /suːpəˈnætʃərəlɪ/ซูเพอะˈแนเฉอะเรอะลิ/ *adv.* อย่างเหนือธรรมชาติ, อย่างมหัศจรรย์

supernova /suːpəˈnəʊvə/ซูเพอะˈโนเวอะ/ *n., pl.* **~e** *or* **~s** *(Astron.)* ดาวซึ่งสว่างขึ้นมากเนื่องจากการระเบิด

supernumerary /suːpəˈnjuːmərərɪ/ซูเพอะˈนิวเมอะเรอะริ/ ❶ *adj.* ส่วนเกิน, เป็นจำนวนพิเศษ; ❷ *n.* คนงานเพิ่มเติม; คนที่เกิน; *(actor)* นักแสดงสมทบ

superpose /suːpəˈpəʊz/ซูเพอะˈโพซ/ ➡ **superimpose**

superpower /ˈsuːpəpaʊə(r)/ˈซูเพอะเพาเออะ(ร)/ *n. (Polit.)* ประเทศมหาอำนาจ

superscript /ˈsuːpəskrɪpt/ˈซูเพอะซกฺริพทฺ/ ❶ *n.* ตัวยก ❷ *adj.* ที่ยกเหนือตัวหนังสืออื่น

supersede /suːpəˈsiːd/ซูเพอะˈซีด/ *v.t.* เข้ามาแทนที่ (by โดย); **old ~d ideas** แนวคิดเก่าที่ล้าสมัย

supersonic /suːpəˈsɒnɪk/ซูเพอะˈซอนิค/ *adj.* เร็วกว่าเสียง; **go ~:** ไปเร็วกว่าเสียง

superstar /ˈsuːpəstɑː(r)/ˈซูเพอะซตา(ร)/ *n.* ซุปเปอร์สตาร์ *(ท.ศ.)*, ดาราผู้ยิ่งใหญ่, ดาวเด่น

superstition /suːpəˈstɪʃn/ซูเพอะˈซติช'น/ *n. (lit. or fig.)* ความเชื่องมงาย; *(religious practices)* ความเชื่อไสยศาสตร์

superstitious /suːpəˈstɪʃəs/ซูเพอะˈซติเชิซ/ *adj.*, **superstitiously** /suːpəˈstɪʃəslɪ/ซูเพอะˈซติเชิซลิ/ *adv.* เชื่อไสยศาสตร์

superstore /ˈsuːpəstɔː(r)/ˈซูเพอะซตอ(ร)/ *n.* ซุปเปอร์สโตร์ *(ท.ศ.)*, ห้างสรรพสินค้าขนาดยักษ์

superstructure /ˈsuːpəstrʌktʃə(r)/ˈซูเพอะซตรัคเฉอะ(ร)/ *n.* Ⓐ โครงสร้างส่วนบน *(อาคาร, เรือ)*; Ⓑ *(Sociol.)* โครงสร้างส่วนบนของสังคม

supertanker /ˈsuːpətæŋkə(r)/ˈซูเพอะแทงเคอะ(ร)/ *n.* เรือบรรทุกน้ำมัน *(มีระวางขับน้ำมากกว่า 275,000 ตัน)*

supertax /ˈsuːpətæks/ˈซูเพอะแทคซฺ/ *n.* ภาษีระบบก้าวหน้า *(จัดเก็บจากรายได้ที่เกินขีดจำกัดที่กำหนด)*

supertonic /suːpəˈtɒnɪk/ซูเพอะˈทอนิค/ *n. (Mus.)* โน้ตตัวที่สองของบันไดเสียง

superunleaded /suːpəʌnˈledɪd/ซูเพอะอันˈเล็ดดิด/ ❶ *adj.* **~ petrol** น้ำมันไร้สารตะกั่วที่เผาไหม้สูง ❷ *n.* น้ำมันไร้สารตะกั่วกำลังสูง

supervene /suːpəˈviːn/ซูเพอะˈวีน/ *v.i.* เกิดโดยบังเอิญ, เกิดตามมา

supervise /ˈsuːpəvaɪz/ˈซูเพอะวายซฺ/ *v.t.* ควบคุม, ดูแล

supervision /suːpəˈvɪʒn/ซูเพอะˈวิฌ'น/ *n.* การควบคุม, การดูแล

supervisor /ˈsuːpəvaɪzə(r)/ˈซูเพอะไวเซอะ(ร)/ *n.* ➤ 489 ผู้ควบคุม, ผู้ตรวจการ; *(for Ph. D. thesis)* อาจารย์ที่ปรึกษาในการทำวิทยานิพนธ์; *(Amer.: school officer)* ศึกษานิเทศน์; **works ~:** โฟร์แมน, ผู้ควบคุมงาน; **office ~:** ผู้ดูแลสำนักงาน

supervisory /ˈsuːpəvaɪzərɪ/ˈซูเพอะไวเซอะริ/ *adj.* ที่ควบคุม/ตรวจตรา

supine /ˈsuːpaɪn/ˈซูพายนฺ/ *adj.* **he was** *or* **lay ~:** เขานอนหงาย; **assume a ~ position** นอนหงาย; **~ acceptance** *(fig.)* การยอมรับอย่างเฉยเมย

supper /ˈsʌpə(r)/ˈซัพเพอะ(ร)/ *n.* อาหารมื้อค่ำ; *(simpler meal)* อาหารค่ำแบบง่าย ๆ; **have** *or* **eat [one's] ~:** กินอาหารมื้อค่ำ; **be at** *or* **eating** *or* **having [one's] ~:** กำลังกินอาหารมื้อค่ำ; **sing for one's ~** *(fig.)* ให้บริการเพื่อหวังผลประโยชน์; **The Last S~:** อาหารมื้อสุดท้ายของพระเยซูและสาวก; ➡ + **Lord** 1 B

'suppertime *n.* เวลาอาหารค่ำ; **it's ~:** ถึงเวลาทานอาหารค่ำแล้ว

supplant /səˈplɑːnt/เซอะˈพลานทฺ/ *v.t.* แทนที่, เข้าแทนที่ *(คู่แข่ง, คู่อาฆาต)* (by โดย)

supple /ˈsʌpl/ˈซัพ'ล/ *adj.* โค้งงอง่าย, กระดูกอ่อน

supplement /ˈsʌplɪmənt/ˈซัพพลิเมินทฺ/ ❶ *n.* Ⓐ ส่วนเสริม (to); *(addition)* ส่วนเพิ่มเติม; **vitamin ~:** วิตามินเสริม; Ⓑ *(of book)* ภาคผนวก; *(separate volume)* เล่มแทรก; *(of newspaper)* หน้าเพิ่มเติม, หน้าพิเศษ; Ⓒ *(to fare etc.)* ค่าโดยสารเพิ่มเติม ❷ /ˈsʌplɪmənt, sʌplɪˈment/ˈซัพพลิเมินทฺ, ซัพพลิˈเม็นทฺ/ *v.t.* *(เสริม)* หามาเติม

supplementary /sʌplɪˈmentərɪ, US :-terɪ/ซัพพลิˈเม็นเทอะริ, -เทะริ/ *adj.* เป็นส่วนเสริม, เพิ่มเติม; **~ fare/charge** ค่าโดยสาร/ค่าธรรมเนียมเพิ่มเติม; ➡ + **benefit** 1 B

suppleness /ˈsʌplnɪs/ˈซัพ'ลนิซ/ *n., no pl.* การยอมตาม, การมีกระดูกอ่อน

supplicant /ˈsʌplɪkənt/ˈซัพพลิเคินทฺ/ *n.* ผู้วิงวอน, ผู้ขอร้อง

supplicate /ˈsʌplɪkeɪt/ˈซัพพลิเคท/ ❶ *v.t.* วิงวอน, อุทธรณ์ ❷ *v.i.* วิงวอน, ขอร้อง, อุทธรณ์ (for สำหรับ)

supplication /sʌplɪˈkeɪʃn/ซัพลิˈเคช'น/ *n.* การวิงวอน, การขอร้อง; **in ~:** ด้วยการวิงวอน

supplier /səˈplaɪə(r)/เซอะˈพลายเออะ(ร)/ *n. (Commerc.)* ซัพพลายเออร์ *(ท.ศ.)*, ผู้จัดหาให้, ผู้ส่งสินค้า

supply /səˈplaɪ/เซอะˈพลาย/ ❶ *v.t.* Ⓐ จัดหา, จัดส่ง *(สินค้า)*; ส่ง *(ของ)* ให้ลูกค้า; **~ sth. to sb., ~ sb. with sth.** จัดส่ง *ส.น.* ให้ *ค.น.*; **could you ~ me with the tools?** คุณสามารถจัดหาเครื่องมือให้ฉันได้ไหม; Ⓑ *(make good)* จัดส่งให้ครบ *(ตามคำสั่ง)*; ส่งเพิ่ม *(ในส่วนที่ขาด)* ❷ *n.* Ⓐ *(stock)* สิ่งของสะสมไว้, สต็อก *(ท.ศ.)*; **a large ~ of food** ปริมาณอาหารจำนวนมาก; **a good ~ of reading matter** จำนวนหนังสือน่าอ่านที่พอเพียง; **new supplies of shoes** รองเท้าที่จัดส่งให้จำนวนใหม่; **military/medical supplies** วัสดุด้านการทหาร/การแพทย์ที่จัดส่งให้, ยุทธปัจจัย; **~ and demand** *(Econ.)* อุปทาน

และอุปสงค์; ➡ + short 1 D; (B) *(provision)* การจัดส่ง, การจัดให้ (of ของ); **the wholesaler has cut off our ~:** พ่อค้าได้งดการส่งของให้เรา; **their gas ~ was cut off** การจ่ายก๊าซให้พวกเขาถูกปิด; **the blood ~ to the brain** การส่งเลือดไปเลี้ยงสมอง; (C) *(Brit. Parl.)* การจัดสรรงบประมาณให้รัฐบาลโดยรัฐสภา; **S~ Day** วันพิจารณางบประมาณ; (D) **~ [teacher]** ครูสำรอง; **be/go on ~:** ทำหน้าที่เป็นครูสำรอง
❸ *attrib.* *(เรือ, รถบรรทุก)* จัดส่ง, จัดหา; **~ lines** เส้นทางการจัดส่ง *(เสบียง, กำลังพล)*

sup'ply-side *adj. (Econ.)* ด้านอุปสงค์, ด้านความต้องการขาย

support /sə'pɔ:t/เซอะ'พอท/ ❶ *v.t.* (A) *(hold up)* ยึด *(กำแพง)*; พยุง *(คนไข้)*; *(bear weight of)* ค้ำ *(หลังคา)*; (B) *(give strength to)* หนุน, ให้กำลังใจ; **~ sb. in his struggle** ให้กำลังใจ *ค.น.* ในการต่อสู้ดิ้นรน; (C) อุดหนุน *(การเมือง, องค์กร)*; *(Footb.)* **~ Manchester United** เป็นแฟนทีมแมนเชสเตอร์ยูไนเต็ด; (D) *(give money to)* อุดหนุน, ให้เงินช่วยเหลือ; (E) *(provide for)* เลี้ยงดู *(ครอบครัว)*; (F) *(Cinemat., Theatre: take secondary part to)* **~ed by ...:** แสดงประกอบโดย...; (G) *(bring facts to confirm)* ยืนยัน *(ทฤษฎี, ความขอร้อง)*; *(speak in favour of)* พูดสนับสนุน *(การประท้วง)*; (H) *(represent adequately)* เล่นเป็นตัวเสริม; (I) *(usu. neg.: tolerate)* อดทน, อดกลั้น *(ความหน้าด้าน)*
❷ *n.* (A) การสนับสนุน, การช่วยเหลือ; **give ~ to sb./sth.** ให้ความช่วยเหลือแก่ *ค.น./ส.น.*; **in ~:** ในการสนับสนุน; **speak in ~ of sb./sth.** พูดสนับสนุน *ค.น./ส.น.*; (B) *(money)* เงินช่วยเหลือ; (C) *(sb./sth. that ~s)* สิ่ง/คนที่สนับสนุน; **hold on to sb./sth. for ~:** เกาะพยุง *ค.น./ส.น.* ไว้

supportable /sə'pɔ:təbl/เซอะ'พอเทอะบ'ล/ *adj.* อดกลั้นได้, ทนได้

supporter /sə'pɔ:tə(r)/เซอะ'พอเทอะ(ร)/ *n.* (A) ผู้สนับสนุน, ผู้ช่วยเหลือ; **a football ~:** ผู้สนับสนุน *หรือ* แฟนกีฬาฟุตบอล; **~s of a strike** ผู้สนับสนุนการประท้วง; (B) *(Her.)* สัตว์ที่ยกโล่บนธง

sup'porters' club *n. (Sport)* กลุ่มแฟนกีฬา, กลุ่มผู้ให้การสนับสนุนทีม

supporting /sə'pɔ:tɪŋ/เซอะ'พอทิง/ *adj.* *(Cinemat., Theatre)* **~ role** บทรอง, บทประกอบ; **the ~ cast** กลุ่มนักแสดงประกอบ; **~ actor/actress** นักแสดงประกอบชาย/หญิง; **~ film** *ภาพยนตร์สั้นเล่นก่อนหนังใหญ่*

supportive /sə'pɔ:tɪv/เซอะ'พอทิ_ว/ *adj.* ให้การสนับสนุน, คอยช่วยเหลือ; **be very ~ [to sb.]** ให้การสนับสนุน [แก่ *ค.น.*] อย่างมาก

sup'port price *n. (Finance)* ราคาประกัน *สำหรับผลผลิตด้านการเกษตร*

suppose /sə'pəʊz/เซอะ'โพซ_/ *v.t.* (A) *(assume)* สมมติ; **~** *or* **supposing [that] he ...:** สมมติว่าเขา...; **always supposing that ...:** สมมติเสมอว่า...; **~ we wait until tomorrow/went for a walk** สมมติว่าเรารอจนถึงพรุ่งนี้/ไปเดินเล่น; **~ we change the subject** เราลองเปลี่ยนเรื่องดีกว่า; (B) *(presume)* สันนิษฐาน, คิดว่า, เข้าใจว่า; **I ~d she was in Glasgow** ฉันเข้าใจว่าเธออยู่ในกลาสโกว์; **I ~ she will be here by ten** ฉันสันนิษฐานว่าเธอคงจะมาถึงที่นี่ตอนสิบโมง; **whom do you ~ he meant by that remark?** คุณเข้าใจว่าเขาพูดถึงใครกัน; **I don't ~ you have an onion to spare?** คุณพอจะมีหัวหอมเกินสักหัวหนึ่งไหม; **We're not going to manage it, are we? – I ~ not** เราคงจะไม่สำเร็จนะ ฉันก็ว่าอย่างนั้น; **I ~ so** ฉันก็คิดเช่นนั้น; (C) **be ~d to do/be sth.** *(be generally believed to do/be sth.)* ควรจะทำ/เป็น *ส.น.*; **cats are ~d to have nine lives** เชื่อกันว่าแมวมีเก้าชีวิต; **that restaurant is ~d to be quite cheap** เขาว่าภัตตาคารแห่งนั้นค่อนข้างถูก; (D) *(allow)* **you are not ~d to do that/to kick people** คุณไม่ควรทำเช่นนั้น/เตะคนอื่น; **I'm not ~d to be here** ฉันไม่ควรจะอยู่ที่นี่; (E) *(presuppose)* สมมติก่อน, ถือเป็นเงื่อนไข

supposed /sə'pəʊzd/เซอะ'โพซฺด/ *attrib. adj.* ที่กทัก, สมมติ, ควร

supposedly /sə'pəʊzɪdlɪ/เซอะ'โพซิดลิ/ *adv.* โดยที่กทัก, โดยสมมติ, โดยคิดเอาเอง

supposition /sʌpə'zɪʃn/ซัพเพอะ'ซิช'น/ *n.* การที่กทัก, สมมติฐาน, การคิดเอง; **be based on ~:** มาจากสมมติฐาน

suppository /sə'pɒzɪtərɪ, US -tɔ:rɪ/เซอะ'พอซิทริ, -ทอริ/ *n. (Med.)* ยาเหน็บ *(ทวาร, ช่องคลอด)*

suppress /sə'pres/เซอะ'เพร็ซ/ *v.t.* (A) ระงับ, ปราบปราม; *(stop)* ห้าม *(เลือด)*; ปิด *(ข่าว)*; (B) *(Electr.)* หยุดการแทรกหรือรบกวน

suppression /sə'preʃn/เซอะ'เพร็ช'น/ *n.* (A) การระงับ, การหยุดยั้ง; (B) *(Electr.)* การป้องกันการรบกวน

suppressor /sə'presə(r)/เซอะ'เพร็ซเซอะ(ร)/ *n. (Electr.)* เครื่องป้องกันการรบกวน

suppurate /'sʌpjʊreɪt/'ซัพพิวเรท/ *v.i.* *(Med.)* เป็นหนอง, กลัดหนอง

suppuration /sʌpjʊ'reɪʃn/ซัพพิว'เรช'น/ *n.* *(Med.) (formation of pus)* การเป็นหนอง; *(discharge of pus)* การมีหนองไหล

supremacy /su:'preməsɪ/ซู'เพร็มเมอะซิ/ *n., no pl.* (A) *(supreme authority)* อำนาจสูงสุด; (B) *(superiority)* ความเหนือชั้น; **air/naval ~:** อำนาจเหนือทางอากาศ/ทางทะเล; **gain ~ over others** มีความเหนือชั้นกว่าคนอื่น; ➡ + **white supremacy**

supreme /su:'pri:m/ซู'พรีม/ ❶ *adj.* (A) *(highest)* สูงสุด, ใหญ่สุด, สำคัญสุด; **the S~ Being** พระผู้เป็นเจ้า; **S~ Court** *(Law)* ศาลฎีกา; **~ end** *or* **good** ความดีที่สูงสุด; ➡ + **Soviet** 2; (B) *(ultimate)* **the ~ test** การทดลองขั้นสูงสุด; **make the ~ sacrifice** ยอมสละชีพ; (C) *(greatest)* ยิ่งใหญ่ที่สุด; **a ~ moment** ช่วงเวลาหัวเลี้ยวหัวต่อ; **he is ~ among musicians** เขาเป็นเลิศนักดนตรีสุดยอด; **a ~ artist** ศิลปินสุดยอด ❷ *n. (Gastr.)* **chicken ~:** อกไก่ที่ปรุงด้วยซอสครีมข้น; **~ of sole** ปลาลิ้นหมาราดซอสครีม

suprême /su:'prem/ซู'เพร็ม/ ➡ **supreme** 2

supremely /su:'pri:mlɪ/ซู'พรีมลิ/ *adv.* อย่างสูงสุด, อย่างยิ่งใหญ่ที่สุด

supremo /su:'pri:məʊ/ซู'พรีโม/ *n., pl.* **~s** *(Brit.)* ผู้บัญชาการสูงสุด, ผู้ปกครองสูงสุด

Supt. *abbr.* **Superintendent**

sura[h] /'sʊərə/'ซัวเรอะ/ *n. (Muslim Relig.)* *บทใดบทหนึ่งใน 114 บทในพระคัมภีร์กุรอ่านในศาสนาอิสลาม*

surcharge /'sɜ:tʃɑ:dʒ/'เซอฉาจ/ ❶ *n.* (A) *(extra cost)* ค่าใช้จ่ายพิเศษ; (B) *(on postage stamp)* ค่าปรับเมื่อติดแสตมป์ไม่พอ; (C) *(fine for false tax return)* ค่าปรับ ❷ *v.t.* (A) **~ sb. [10%]** เก็บเงิน ค.น. เพิ่ม [10%]; (B) *(overprint)* ประทับตราเปลี่ยนแปลงมูลค่าแสตมป์

surcoat /'sɜ:kəʊt/'เซอโคท/ *n. (arch.)* เสื้อสวมทับเสื้อเกราะ, เสื้อคลุมตัวหลวม

surd /sɜ:d/เซิด/ *n. (Math.)* รากไม่รู้จบ

sure /ʃʊə(r)/ชัว(ร)/ ❶ *adj.* (A) *(confident)* มั่นใจ, แน่ใจ; **be ~ of sth.** มั่นใจใน *ส.น.*; **you may be ~ of his honesty** คุณมั่นใจได้ในความซื่อสัตย์ของเขา; **~ of oneself** มั่นใจตัวเอง; **he looks very ~ of himself** เขาดูมั่นใจตัวเองมาก; **I'm not quite ~ why** ฉันไม่ค่อยแน่ใจว่าทำไม; **I can't be ~ about him** ฉันไว้ใจเขาไม่ได้; **I'm ~ I didn't mean to insult you** ฉันแน่ใจว่าไม่ได้มีเจตนาที่จะดูถูกคุณ; **I'm ~ I don't know** ฉันล่ะไม่รู้แน่; **don't be too ~:** อย่ามั่นใจจนเกินไป; (B) *(safe)* ปลอดภัย; **make sth. ~:** ทำ *ส.น.* ให้ปลอดภัย; **be on ~r ground** *(lit or fig.)* อยู่ในตำแหน่งที่ปลอดภัยกว่า; ➡ + **slow** 1 A; (C) *(certain)* แน่นอน; **you're ~ to be welcome** คุณจะได้รับการต้อนรับที่ดีแน่นอน; **it's ~ to rain** ฝนจะตกแน่; **there is ~ to be a garage** ต้องมีโรงรถแน่; **don't worry, it's ~ to turn out well** ไม่ต้องกังวล มันจะออกมาดีแน่; **he is ~ to ask questions about the incident** เขาจะต้องถามเกี่ยวกับเหตุการณ์แน่ ๆ เลย; (D) *(undoubtedly true)* จริงอย่างไม่มีข้อสงสัย, แน่นอน; **to be ~** *expr. concession* แน่นอน; *expr. surprise* จริงหรือ; **for ~** *(coll.: without doubt)* แน่นอนเลย; (E) *(check)* **make ~ [of sth.]** ตรวจสอบ [*ส.น.*] ให้แน่ใจ; **you'd better make ~ of a seat** *or* **that you have a seat** คุณควรตรวจสอบให้แน่ว่ามีที่นั่ง; **make** *or* **be ~ you do it, be ~ to do it** *(do not fail to do it)* คุณต้องทำมันให้ได้ *หรือ* คุณต้องไม่พลาดในการ ทำมัน; *(do not forget)* อย่าลืมทำมัน; **be ~ to write** อย่าลืมเขียนจดหมาย; **make ~ you've got everything you need** ตรวจให้แน่ใจว่าคุณมีทุกสิ่งที่คุณต้องการ; **make ~ you don't forget to do it** อย่าลืมทำมันเป็นอันขาด; **be ~ you finish the work by tomorrow** คุณต้องทำงานให้เสร็จภายในวันพรุ่งนี้ให้ได้; **be ~ not to be late** อย่ามาสายเป็นอันขาด; (F) *(reliable)* *(ลาง)* เชื่อมั่นได้; *(เพื่อน, ข่าว)* มั่นใจได้; **a ~ winner** *(คน, ม้า)* ที่จะชนะแน่
❷ *adv.* (A) **as ~ as ~ can be** *(coll.)* แน่เสียยิ่งกว่าแน่, จริงเสียยิ่งกว่าจริง; **as ~ as I'm standing here** มันแน่นอนเหมือนที่ฉันยืนอยู่ตรงนี้; **~ as hell** นรกชัด ๆ; **~ enough** จริง ๆ; **it's brandy ~ enough!** มันเป็นบรั่นดีจริง ๆ; **it's brandy ~ enough, but ...:** มันเป็นบรั่นดีก็จริง แต่...; ➡ + **'egg**; (B) *(Amer. coll.: certainly)* อย่างแน่นอน; **Can you dance? – I ~ can** คุณเต้นรำได้ไหม แน่นอนซิ
❸ *int.* **~!, ~ thing!** *(Amer.)* แน่นอน

sure: ~-fire *attrib. adj. (Amer. coll.)* เชื่อถือได้, แน่นอน; **~-footed** *adj. (lit. or fig.)* ก้าวไปอย่างมั่นคง, ไม่ผิดพลาด, คล่อง

surely /ʃʊəlɪ/ชัวลิ/ ❶ *adv.* (A) *as sentence-modifier* จริงไหม, แน่; **there is no truth in it, ~!** เรื่องนั้นไม่เป็นความจริงแน่; **~ we've met before?** เราเคยพบกันมาก่อนแน่นอนใช่ไหม; **~ you are not going out in this snowstorm?** คุณคงจะไม่คิดออกไปข้างนอกในขณะที่มีพายุหิมะเช่นนี้; (B) *(steadily)* อย่างมั่นคง; **slowly but ~:** อย่างช้าแต่มั่นคง; (C) *(certainly)* อย่างแน่นอน; **the plan will ~ fail** แผนการจะล้มเหลวแน่นอน ❷ *int. (Amer.)* อย่างแน่นอน

sureness /'ʃʊənɪs/'ชัวนิซ/ *n., no pl.* ความแน่วแน่, ความมั่นคง; **~ of purpose** ความแน่วแน่ของวัตถุประสงค์

surety /ˈʃʊəːrətɪ, ˈʃʊərtɪ/ˈชัวเรอะทิ, ˈชัวรทิ/ *n.* การรับรอง, การค้ำประกัน; **stand ~ for sb.** การรับรอง *ค.น.*

surf /sɜːf/เซิฟ/ ❶ *n.* คลื่น *(ที่กระแทกชายฝั่ง)*; เสียงคลื่นซัด ❷ *v.i.* แล่นแผ่นกระดานฝ่าคลื่น, เล่นเซิร์ฟ *(ท.ศ.)*

surface /ˈsɜːfɪs/ˈเซอฟิซ/ ❶ *n.* Ⓐ *no pl.* พื้นผิว, ผิว, หน้า; **outer ~:** ผิวด้านนอก; **the earth's ~:** พื้นผิวโลก; **on the ~ of the table** บนหน้าโต๊ะ; **the ~ of the road** ผิวถนน; **the ~ of the lake** ผิวน้ำทะเลสาบ; **on the ~:** บนพื้นผิว; *(Mining)* บนผิวดิน; Ⓑ *(outward appearance)* รูปภายนอก; **one never gets below the ~ with him** ไม่มีใครรู้จักตัวตนที่แท้จริงของเขา; **on the ~:** รูปลักษณ์ภายนอก; **she remained calm on the ~:** จากภายนอกเธอยังคงลักษณะที่สงบเงียบ; **come to the ~:** *(เรือดำน้ำ, นักดำน้ำ)* ขึ้นมาเหนือน้ำ; *(fig.) (สิ่งที่ปิดไว้, ความรู้สึก)* เปิดเผย; Ⓒ *(Geom.)* หน้าที่มีสองมิติ ❷ *attrib. adj. (lacking depth)* พื้นผิว, ผิวเผิน ❸ *v.i.* Ⓐ โผล่พ้นผิวน้ำ; *(fig.)* เปิดเผย, ปรากฏ; *(รถไฟใต้ดิน)* โผล่วิ่งบนพื้นดิน; Ⓑ *(coll.: wake up, get up)* โผล่ออกมา *(จากเตียง)*, ตื่นนอน ❹ *v.t.* เกลี่ยให้เรียบ; ปู *(ถนน)*

surface: ~ area *n.* พื้นผิว **~ mail** *n.* การส่งจดหมายแบบธรรมดา *(ไม่ใช่ทางอากาศ)*; **~ noise** *n. (on record)* เสียงเสียดสีของเข็มบนแผ่นเสียง; **~ soil** *n.* หน้าดิน; **~ 'tension** *n. (Phys.)* แรงตึงผิวของของเหลว; **~-to-air** *adj.* **~-to-air missile** ขีปนาวุธต่อสู้อากาศยาน; **~ vessel** *n.* ยานพาหนะที่แล่นบนผิวน้ำ; **~ water** *n.* น้ำที่ขังอยู่; **~ worker** *n. (Min.)* คนขุดหน้าดินของเหมืองแร่

'surfboard *n.* กระดานโต้คลื่น, กระดานเซิร์ฟ *(ท.ศ.)*

surfeit /ˈsɜːfɪt/ˈเซอฟิท/ ❶ *n.* จำนวนมากเกินไป; **a ~ of rich food** การกินอาหารหนักมากเกินไป ❷ *v.t.* ทำให้ดื่ม/กินเกินไป

surfer /ˈsɜːfə(r)/ˈเซอเฟอะ(ร)/ *n.* นักเล่นกระดานโต้คลื่น; *(Computing)* นักท่องอินเทอร์เน็ต

surf 'n' turf *n.* อาหารที่มีทั้งเนื้อและของทะเล

'surf-riding *n.* การขี่กระดานโต้คลื่น

surge /sɜːdʒ/เซิจ/ ❶ *v.i. (คลื่น)* ซัด; *(น้ำ)* ขึ้นอย่างรวดเร็ว; กระเพื่อม, พลุ่งพล่าน; *(ฝูงคน)* ทะลัก; **anger ~d within him** เขาพลุ่งพล่านด้วยความโกรธ; **the crowd ~d forward** ฝูงชนทะลักไปข้างหน้า ❷ *n.* Ⓐ *(of the sea)* การซัดไปมาของทะเล; Ⓑ *(of crowd)* คลื่นฝูงชน; *(of electric current)* การเพิ่มขึ้นอย่างกะทันหัน; Ⓒ *(fig.: of interest, enthusiasm, anger, pity)* ความเพิ่มขึ้นอย่างฉับพลัน

~ 'up *v.i.* พลุ่งพล่านขึ้น

surgeon /ˈsɜːdʒən/ˈเซอเจิน/ *n.* ➤ 489 Ⓐ ศัลยแพทย์; Ⓑ *(Mil., Navy: medical officer)* เสนารักษ์

surgeon 'general *n.* Ⓐ *(Amer. Mil.)* เจ้ากรมการแพทย์ทหาร; Ⓑ *(Amer. Admin.)* หัวหน้าสาธารณสุข

surgery /ˈsɜːdʒərɪ/ˈเซอเจอะริ/ *n.* Ⓐ *no pl., no indef. art.* ศัลยกรรม, การผ่าตัด; **need ~:** จำเป็นต้องศัลยกรรม; **undergo ~:** เข้ารับการผ่าตัด; **be saved by ~:** มีชีวิตรอดได้โดยการศัลยกรรม; Ⓑ *(Brit.: place)* ห้องตรวจคนไข้; **doctor's/dental ~:** ห้องตรวจคนไข้ของแพทย์/ของทันตกรรม; Ⓒ *(Brit.: time; session)* ช่วงให้คำปรึกษา *(สมาชิกสภาผู้แทนราษฎร, ทนายความ)*; **the times of ~:** เวลาให้ปรึกษา; **when is his ~?** เขานัดตรวจ/ปรึกษาตอนกี่โมง; **hold a ~** *(Brit. coll.)* มีนัดตรวจ/ปรึกษา

surgical /ˈsɜːdʒɪkl/ˈเซอจิคˈล/ *adj.* เกี่ยวกับศัลยกรรม; **~ treatment** การรักษาด้วยการผ่าตัด; **~ gauze** ผ้าก๊อซที่ใช้ในการผ่าตัด; **~ boot /stocking** รองเท้าบูท/ถุงน่องใช้บรรเทาอาการบางอย่าง

surgically /ˈsɜːdʒɪkəlɪ/ˈเซอจิเคอะลิ/ *adv.* โดยใช้การผ่าตัด, โดยศัลยกรรม

surliness /ˈsɜːlɪnɪs/ˈเซอลินิซ/ *n., no pl.* ความบึ้งตึง, ความไม่เป็นมิตร, การไม่มีมารยาท; **the ~ of his look** ลักษณะบึ้งตึงของเขา

surly /ˈsɜːlɪ/ˈเซอลิ/ *adj.* บึ้งตึง, ไม่เป็นมิตร, ไม่มีมารยาท

surmise /səˈmaɪz/เซอะˈมายซฺ/ ❶ *n.* การคาดการณ์, การเดา, การทาย ❷ *v.t.* คาดการณ์, เดา, ทาย; **she had ~d as much** เธอได้คาดว่าอย่างนั้น ❸ *v.i.* คาดการณ์, เดา, ทาย

surmount /səˈmaʊnt/เซอะˈมาวนฺทฺ/ *v.t.* Ⓐ อยู่เหนือ; **a shield ~ed by a crown** โล่ที่มีมงกุฎอยู่ข้างบน; Ⓑ *(overcome)* เอาชนะ, พิชิต *(อุปสรรค)*

surmountable /səˈmaʊntəbl/เซอะˈมาวนฺเทอะบˈล/ *adj.* เอาชนะได้

surname /ˈsɜːneɪm/ˈเซอเนม/ ❶ *n.* นามสกุล ❷ *v.t.* **be ~d ...** มีนามสกุลว่า...

surpass /səˈpɑːs, US -pæs/เซอะˈพาซ, -แพซ/ *v.t.* เลย, ล้ำ, เกิน **(in** ใน**)**; **~ oneself** ทำได้ดีกว่าที่เคยทำได้; **sth. ~es [sb.'s] comprehension** *ส.น.* ยากเกินกว่าที่ *ค.น.* จะเข้าใจได้

surpassing /səˈpɑːsɪŋ, US -ˈpæs-/เซอะˈพาซิง -ˈแพซ/ *adj. (ความสวยงาม)* เลิศล้ำ

surplice /ˈsɜːplɪs/ˈเซอพลิซ/ *n. (Eccl.)* เสื้อคลุมสีขาวของพระ

surplus /ˈsɜːpləs/ˈเซอเพลิซ/ ❶ *n.* ส่วนเกิน, จำนวนที่เหลือ **(of** ของ**)**; **a ~ of coffee** กาแฟมากเกินไป; **army ~:** ส่วนเหลือของๆ ใช้ทหาร; **army ~ store/boots** ร้านขายของเหลือจากทหาร/รองเท้าบูทที่เหลือของทหาร; ➡ **+ goverment surplus** ❷ *adj.* เหลือ, เกิน; **be ~ to sb.'s requirements** ไม่เป็นที่ต้องการของ *ค.น.*; **~ stocks** สินค้าที่เหลือเกินความต้องการ

surprise /səˈpraɪz/เซอะˈพรายซฺ/ ❶ *n.* Ⓐ ความประหลาดใจ; **take sb. by ~:** ทำให้ *ค.น.* ตั้งตัวไม่ทัน; **the fort was taken by ~:** ป้อมปราการถูกโจมตีอย่างฉับพลัน; **to my great ~, much to my ~:** ที่ทำให้ฉันประหลาดใจมาก; **look up in ~:** มองขึ้นด้วยความประหลาดใจ; **it came as a ~ to us** เป็นเรื่องที่พวกเราไม่ได้คาดคิด; **~, ~!** *(iron.)* น่าประหลาดแท้; Ⓑ *attrib.* ฉับพลัน, คาดไม่ถึง; **a ~ attack/defeat** การโจมตี/ชัยชนะอย่างฉับพลัน; **it's to be a ~ party** จะเป็นงานปาร์ตี้ที่จัดไม่ให้ใครรู้ล่วงหน้า; **~ packet** *(Brit. fig.)* สิ่งที่คาดไม่ถึง ❷ *v.t.* ทำให้ประหลาดใจ; โจมตีอย่างฉับพลัน *(ศัตรู)*; **I shouldn't be ~d if ...:** ฉันจะไม่ประหลาดใจถ้า...; **be ~d at sb./sth.** ประหลาดใจใน *ค.น./ส.น.*; **~ sb. into doing sth.** หลอกให้ *ค.น.* ทำ *ส.น.*

surprising /səˈpraɪzɪŋ/เซอะˈพรายซิง/ *adj.* น่าประหลาดใจ, คาดไม่ถึง, น่าตกตะลึง; **there's nothing ~ about that** ไม่มีอะไรน่าประหลาดใจเกี่ยวกับเรื่องนั้น; **it's hardly ~ that ...:** ไม่น่าประหลาดใจเลยว่า...; **though it may seem ~** แม้ว่ามันอาจจะดูน่าประหลาดใจ

surprisingly /səˈpraɪzɪŋlɪ/เซอะˈพรายซิงลิ/ *adv.* อย่างน่าประหลาดใจ, อย่างคาดไม่ถึง; **~ [enough], he was ...:** ที่น่าแปลกใจคือเขา

surreal /səˈrɪːəl/เซอะˈเรียล/ *adj.* เหนือความเป็นจริง

surrealism /səˈrɪːəlɪzm/เซอะˈเรียลิซˈม/ *n., no pl.* ลัทธิเหนือจริง, ศิลปะและวรรณคดีที่เน้นในสิ่งเหนือจริง

surrealist /səˈrɪːəlɪst/เซอะˈเรียลิซทฺ/ ❶ *n.* นักลัทธิเหนือจริง ❷ *adj.* เกี่ยวกับลัทธิเหนือจริง

surrealistic /səriːəˈlɪstɪk/เซอะเรียˈลิซทิค/ *adj.* เกี่ยวกับลัทธิเหนือจริง

surrender /səˈrendə(r)/เซอะˈเร็นเดอะ(ร)/ ❶ *n.* Ⓐ *(submitting to enemy)* การยอมแพ้, ยอมจำนน; Ⓑ *(giving up possession)* การเลิกครอบครอง; *(of insurance policy)* การสละประกัน; *(of firearms)* การยอมวางอาวุธ ❷ *v.i.* ยอมแพ้, ยอมจำนน, ยอมตาม; **~ to sb.** ยอมตาม *ค.น.*; **~ to despair/pressure/panic** ยอมตกอยู่ในความสิ้นหวัง/ยอมต่อแรงกดดัน/อยู่ในความตื่นตระหนก ❸ *v.t.* Ⓐ *(give up possession of)* ละทิ้ง *(สมบัติ)*; สละ *(สิทธิ, ตำแหน่ง)*; Ⓑ การซื้อคืน *(ประกัน)* ❹ *v. refl.* ปล่อยตนให้ตกอยู่ *(ในอารมณ์)* **(to)**

sur'render value *n.* มูลค่าการถอนประกันในกรมธรรม์ *(กรณีที่ผู้ประกันสละสิทธิการประกันก่อนครบกำหนด)*

surreptitious /sʌrəpˈtɪʃəs/เซอเริพˈทิเชิซ/ *adj.* ลับๆ ล่อๆ, มีเลศนัย

surreptitiously /sʌrəpˈtɪʃəslɪ/เซอเริพˈทิเชิซลิ/ *adv.* อย่างลับๆ ล่อๆ, อย่างมีเลศนัย

surrogate /ˈsʌrəget/ˈเซอเรอะเก็ท/ *n.* Ⓐ *(deputy)* ตัวแทน; Ⓑ *(substitute)* ผู้รักษาการแทน

surrogate 'mother *n.* ผู้หญิงที่รับจ้างตั้งท้อง

surround /səˈraʊnd/เซอะˈราวนฺดฺ/ ❶ *v.t.* Ⓐ *(come or be all round)* อยู่โดยรอบ; Ⓑ *(enclose, encircle)* ล้อมรอบ, โอบล้อม; **be ~ed by** *or* **with sth.** ล้อมรอบด้วย *ส.น.* ❷ *n. (Brit.)* สิ่งที่โอบล้อม, บริเวณแวดล้อม

surrounding /səˈraʊndɪŋ/เซอะˈราวนฺดิง/ *adj. (หมู่บ้าน)* ล้อมรอบ, แวดล้อม; **~ area** พื้นที่แวดล้อม; **the ~ countryside** ชนบทที่ล้อมรอบ

surroundings /səˈraʊndɪŋz/เซอะˈราวนฺดิงซฺ/ *n. pl.* สิ่งแวดล้อม, สภาพแวดล้อม

surround sound *n.* ระบบเสียงรอบทิศ

surtax /ˈsɜːtæks/ˈเซอแทคซฺ/ *n.* ภาษีส่วนเพิ่ม, อัตราภาษีที่เพิ่มขึ้นของรายได้ส่วนที่เกินกว่าจำนวนที่กำหนด

surveillance /səˈveɪləns/เซอะˈเวเลินซฺ/ *n.* การเฝ้ามอง, การตรวจตรา; **keep sb. under ~:** ให้ *ค.น.* อยู่ภายใต้การตรวจตรา; **be under ~:** อยู่ภายใต้การตรวจตรา

survey /səˈveɪ/เซอะˈเว/ ❶ *v.t.* Ⓐ *(take general view of)* ตรวจสอบ; *(from high point)* มองกวาด *(ทิวทัศน์)*; Ⓑ *(examine)* สำรวจ, ตรวจสอบ *(ตึก)*; Ⓒ *(assess)* ประเมิน *(สถานการณ์, ปัญหา)*; Ⓓ *(Surv.)* รังวัด, วัด *(พื้นที่, ที่ดิน ฯลฯ)* ❷ /ˈsɜːveɪ/ˈเซิวเว/ *n.* Ⓐ *(general view, critical inspection)* การสำรวจ, การตรวจสอบ **(of** ของ**)**; *(of landscape)* การกวาดตามอง; Ⓑ *(by opinion poll)* การศึกษาวิจัยมติมหาชน; *(by research)* การวิจัยค้นคว้า; **conduct a ~ into sth.** วิจัยเกี่ยวกับ *ส.น.*; **a telephone ~:** การวิจัยโดยใช้โทรศัพท์; Ⓒ *(Surv.)* การรังวัด; Ⓓ *(building inspection)* การสำรวจ

surveying /səˈveɪɪŋ/เซอะˈเวอิง/ *n.* Ⓐ การสำรวจ, การตรวจสอบ; Ⓑ *(Constr.)* การรังวัดที่ดิน, การตรวจสภาพตึก; Ⓒ *(profession)* **go into ~:** ประกอบอาชีพเป็นผู้รังวัด

surveyor /sə'veɪə(r)/เซอะ'เวเออะ(ร)/ *n.* ➤ 489 Ⓐ *(of building)* ผู้ตรวจสอบคุณภาพทางการก่อสร้าง; ➡ **+ quantity surveyor;** Ⓑ *(of land)* ผู้รังวัดที่ดิน; Ⓒ *(official inspector)* เจ้าหน้าที่ตรวจสอบของรัฐ; Ⓓ *(Amer.: customs officer)* นายตรวจ

survival /sə'vaɪvl/เซอะ'วายว'ล/ *n.* Ⓐ *no pl.* การอยู่รอด, การเหลืออยู่; *(of tradition)* การตกทอด; *(of building)* การอยู่รอด; **fight for ~:** ต่อสู้เพื่ออยู่รอด; **his ~ as Foreign Minister** *(fig.)* การอยู่รอดของเขาในตำแหน่งรัฐมนตรีว่าการกระทรวงการต่างประเทศ; **the ~ of the fittest** *(Biol.)* การอยู่รอดของผู้ที่แข็งแรงที่สุด; Ⓑ *(relic)* โบราณวัตถุ, มรดกตกทอด

sur'vival kit *n.* ถุงยังชีพ

survive /sə'vaɪv/เซอะ'วายว/ ❶ *v.t.* อยู่รอด, อายุยืนกว่า; **she ~d her son by 20 years** เธอมีอายุยืนกว่าลูกชายของเธอ 20 ปี ❷ *v.i.* *(ประเพณี, ธรรมเนียม)* อยู่รอด; *(บุคคล)* มีชีวิตต่อไป; **he'll/you'll** *etc.* **~** *(iron.)* เขา/คุณไม่ตายแน่

survivor /sə'vaɪvə(r)/เซอะ'วายเวอะ(ร)/ *n.* ผู้อยู่รอด, ผู้หนีรอด; **he's a ~:** เขาเป็นผู้อยู่รอด

sus /sʌs/ซัซ/ *(Brit. coll.)* ❶ *n.* Ⓐ *(suspect)* ผู้ต้องสงสัย; Ⓑ *(suspicion)* ความสงสัย, ความหวาดระแวง; **the ~ laws** กฎหมายว่าด้วยวิธีปฏิบัติต่อผู้ต้องสงสัย ❷ *v.t.*, **-ss-** สงสัย, ตรวจสอบ; **get sb. ~sed** มองทะลุ *ค.น.*

~ 'out *v.t. (coll.)* ตรวจสอบ, ทำความเข้าใจจนกระจ่างแจ้ง

susceptibility /səseptɪ'bɪlɪtɪ/เซอะเซ็พทิ'บิลลิทิ/ *n.* Ⓐ *(being susceptible) (to flattery, persuasion, etc.)* หูเบา, บ้ายอ, อ่อนไหวง่าย (to ต่อ); *(to illness injury, etc.)* ขี้โรค, ภูมิไวรับ (to ต่อ); **~ to pain** ความรู้สึกไวต่อความเจ็บปวด; Ⓑ *in pl. (feelings)* อารมณ์อ่อนไหว, ลักษณะสะเทือนใจง่าย

susceptible /sə'septɪbl/เซอะ'เซ็พทิบ'ล/ *adj.* Ⓐ *(sensitive) (to flattery, persuasion, etc.)* มีความรู้สึกไว, อ่อนไหว, ชักจูงง่าย (to); *(to illness, injury, etc.)* ขี้โรค, ผิวบาง, อ่อนแอ (to); Ⓑ *(easily influenced)* ที่ตกอยู่ใต้อิทธิพลโดยง่าย, ถูกครอบงำได้ง่าย; Ⓒ **be ~ of sth.** สามารถทำ *ส.น.* ได้; **your work is ~ of improvement** งานของคุณน่าจะปรับปรุงได้อีก; **~ of proof** สามารถนำไปพิสูจน์ได้

suspect /sə'spekt/เซอะ'ซเป็คท/ ❶ *v.t.* Ⓐ *(imagine to be likely)* สงสัย, ระแวง; **~ the worst** ระแวงว่าจะเกิดสิ่งเลวร้ายที่สุด; **~ sb. to be sth., ~ that sb. is sth.** สงสัยว่า *ค.น.* เป็น *ส.น.;* **I ~ that he doesn't really want to come** ฉันสงสัยว่าเขาไม่ได้อยากจะมาจริง ๆ หรอก; **you, I ~, don't care** ฉันสงสัยว่าคุณไม่สนใจ; Ⓑ *(mentally accuse)* สงสัย, นึกกล่าวหาไว้ในใจ; **~ sb. of sth./of doing sth.** สงสัยว่า *ค.น.* ทำ *ส.น.;* **he is ~ed of telling lies** เขาถูกสงสัยว่าพูดโกหก; **~ed of drug-trafficking** ถูกระแวงว่าค้ายาเสพติด; Ⓒ *(mistrust)* ไม่ไว้วางใจ, ไม่เชื่อใจ; **~ sb.'s motives** ไม่ไว้ใจในเจตนาของ *ค.น.* ❷ /'sʌspekt/'ซัซเป็คท/ *adj.* ที่น่าสงสัย ❸ /'sʌspekt/'ซัซเป็คท/ *n.* ผู้ต้องสงสัย; **political ~s** ผู้ต้องสงสัยทางการเมือง; **a murder ~:** ผู้ต้องสงสัยว่าเป็นฆาตกร

suspected /sə'spektɪd/เซอะ'ซเป็คทิด/ *adj.* น่าสงสัย; **there is a ~ connection between x and y** มีการสงสัยว่าเอ็กซ์กับวายเกี่ยวข้องกัน; **~ smallpox cases, ~ cases of smallpox** อาการป่วยที่สงสัยว่าเป็นโรคไข้ทรพิษ

suspend /sə'spend/เซอะ'ซเป็นด/ *v.t.* Ⓐ *(hang up)* แขวน, ห้อย; **be ~ed [from sth.]** ห้อยลงมา [จาก *ส.น.*]; **be ~ed in mid-air** ลอยค้างอยู่กลางอากาศ; Ⓑ *(stop, defer)* หยุด, ระงับ, เลื่อนออกไป; **~ hostilities/the publication of the magazine** ระงับการปองร้าย/การพิมพ์นิตยสาร; **~ judgement** ยังไม่ตัดสิน; **~ the proceedings** เลื่อนการดำเนินการ; Ⓒ *(remove from post)* ย้าย (**from** จาก); ไม่ให้มาเรียน *(นักเรียน);* **~ sb. from duty [pending an inquiry]** พัก *ค.น.* จากตำแหน่งหน้าที่ [ในระหว่างรอการสอบสวน]

suspended: ~ ani'mation *n.* สภาพสิ้นสติชั่วขณะ แต่ยังไม่ตาย; **wait in a state of ~ animation** *(fig.)* รอคอยโดยทำอะไรไม่ได้เลย; **~ particle** *n. (Phys.)* อนุภาคแขวนลอย; **~ sentence** *n. (Law)* คำพิพากษาที่ไม่ลงทัณฑ์; **he was given a two-year ~ sentence** เขาได้รับคำพิพากษารอลงอาญาเป็นเวลาสองปี

suspender belt /sə'spendə belt/เซอะ'ซเป็นเดอะ เบ็ลท/ *n. (Brit.)* สายรั้งถุงน่องผู้หญิง

suspenders /sə'spendəz/เซอะ'ซเป็นเดิซ/ *n. pl.* Ⓐ *(Brit.) (for stockings)* สายรั้งถุงน่อง; *(for socks)* สายดึงถุงเท้า

suspense /sə'spens/เซอะ'ซเป็นซ/ *n.* ภาวะความไม่แน่นอน, การรอคอยอย่างวิตกกังวล; **the ~ is killing me** *(joc.)* ฉันรอจนจะทนไม่ไหวอยู่แล้ว; **keep sb. in ~:** ให้ *ค.น.* รอคอยอย่างวิตกกังวล

suspension /sə'spenʃn/เซอะ'ซเป็นช'น/ *n.* Ⓐ *(action of debarring)* การยับยั้ง, การสั่งห้าม; *(from office)* การสั่งห้ามปฏิบัติงาน, การย้ายจากตำแหน่ง; *(Sport)* การสั่งห้ามเล่น; **be under ~** *(นักเรียน)* ถูกทำโทษห้ามมาเรียนชั่วคราว; *(นักกีฬา)* อยู่ระหว่างถูกห้ามเล่น; Ⓑ *(temporary cessation)* การระงับชั่วคราว; *(of publication, train service, hostilities)* การระงับ; Ⓒ *(hanging)* การแขวนลอย; Ⓓ *(Chem.)* สารที่มีอนุภาคแขวนลอยอยู่ในตัวกลาง; Ⓔ *(Motor Veh.)* ระบบรองรับ, ระบบกันสะเทือน; *(mounting of wheels)* การติดตั้งลูกล้อ; Ⓕ *(Mus.)* การลากเสียงโน้ตของคอร์ดหนึ่งให้ยาวออกไป

su'spension bridge *n.* สะพานแขวน

suspicion /sə'spɪʃn/เซอะ'ซปิช'น/ *n.* Ⓐ *(uneasy feeling)* ความรู้สึกกระวนกระวายใจ (of); *(more specific)* ความสงสัย; *(unconfirmed belief)* ความเชื่อที่ยืนยันไม่ได้; **have a ~ that ...:** ฉันสงสัยว่า...; **I have my ~s about him** ฉันมีความสงสัยบางประการเกี่ยวกับตัวเขา; **view** *or* **regard sb./sth. with ~:** มอง *ค.น./ส.น.* ด้วยความรู้สึกระแวงสงสัย; Ⓑ *(suspecting)* ความระแวงสงสัย (of); **~ is not enough** แค่ระแวงสงสัยนั้นยังไม่พอ; **protected from ~:** ปกป้องจากความระแวงสงสัย; **on ~ of theft/murder** *etc.* ถูกระแวงสงสัยว่าเป็นขโมย/ฆาตกร; **lay oneself open to ~:** ทำตัวให้เป็นที่น่าสงสัย; **be under ~:** ต้องสงสัย, ถูกระแวง; Ⓒ *(trace)* **a ~ of salt** ร่องรอยของเกลือ

suspicious /sə'spɪʃəs/เซอะ'ซปิเชิซ/ *adj.* Ⓐ *(tending to suspect)* ขี้สงสัย (**of** เกี่ยวกับ); **be ~ of sb./sth.** สงสัย *ค.น./ส.น.;* Ⓑ *(arousing suspicion)* น่าสงสัย

suspiciously /sə'spɪʃəslɪ/เซอะ'ซปิเชิซลิ/ *adv.* Ⓐ *(as to arouse suspicion)* อย่างน่าสงสัย; **look ~ like sth.** มองดูคล้าย *ส.น.* อย่างน่าสงสัย; Ⓑ *(warily)* อย่างระมัดระวัง

suspiciousness /sə'spɪʃəsnɪs/เซอะ'ซปิเชิซนิซ/ *n., no pl.* การส่อพิรุธ, ความน่าสงสัย; *(disposition to suspect)* ความขี้สงสัย, ความคอยระแวง

sustain /sə'steɪn/เซอะ'ซเตน/ *v.t.* Ⓐ *(withstand)* ต้านทาน *(ความกดดัน);* ทนต่อ *(การเปรียบเทียบ);* ต่อต้าน *(การโจมตี);* Ⓑ *(support, uphold)* สนับสนุน, รองรับ, เสริม; **too little to ~ life** น้อยเกินไปที่จะยังชีพได้; **not enough to ~ a family** ไม่เพียงพอที่จะเลี้ยงครอบครัว; **~ an objection** สนับสนุนการคัดค้าน; Ⓒ *(suffer)* ประสบ *(ปัญหา, ความเดือดร้อน);* **~ damage** เกิดความเสียหาย; Ⓓ *(maintain)* รักษาไว้; **~ a note** *(Mus.)* เล่น *หรือ* ร้องไปตามโน้ตเดิมอย่างต่อเนื่อง; **~ a task** ทำกิจกรรมอย่างต่อเนื่อง

sustainable /sʌ'steɪnəbl/เซอะ'ซเตเนอะบ'ล/ *adj. (Ecology)* ที่ยั่งยืน

sustained /sə'steɪnd/เซอะ'ซเตนด/ *adj.* Ⓐ *(prolonged)* ที่ยืดยาวออกไป; **~ speed** อัตราความเร็วคงที่สม่ำเสมอ; Ⓑ *(Mus.) (โน้ต)* ที่เล่น *หรือ* ร้องนาน

sustained-released *adj. (ยา, วิตามิน)* ที่ออกฤทธิ์ต่อเนื่อง

sustaining /sə'steɪnɪŋ/เซอะ'ซเตนิง/ *adj. (มื้ออาหาร)* ที่มีคุณค่า, ให้พลัง

sustaining: ~ 'pedal *n. (Mus.)* แป้นเหยียบเพื่อทอดเสียงให้ยาวออกไป; **~ 'program** *n. (Amer. Radio and Telev.)* *รายการวิทยุหรือโทรทัศน์ที่สถานีจัดทำเองโดยไม่พึ่งโฆษณา*

sustenance /'sʌstɪnəns/'ซัซติเนินซ/ *n.* Ⓐ *(nourishment, food)* อาหาร; **draw** *or* **get one's ~ from sth.** ดึงสิ่งหล่อเลี้ยง *(ร่างกาย, จิตใจ)* จาก *ส.น.;* Ⓑ *(nourishing quality)* **there is no ~ in it** มันไม่มีคุณภาพช่วยเสริมบำรุงร่างกายเลย

suture /'su:tʃə(r)/'ซูเฉอะ(ร)/ *(Med.)* ❶ *n.* *(stitch)* การเย็บบาดแผล; *(thread)* เส้นไหมที่ใช้เย็บแผล ❷ *v.t.* เย็บบาดแผล

svelte /svelt/ซเว็ลท/ *adj. (ร่าง)* บอบบาง, เพรียว, อ้อนช้อย

SW *abbr.* Ⓐ /saʊθ'west/เซาธ'เว็ซท/ ➤ 191 **south-west;** Ⓑ /saʊθ'westən/เซาธ'เว็ซเทิน/ ➤ 191 **south-western;** Ⓒ *(Radio)* **short wave**

swab /swɒb/ซวอบ/ ❶ *n.* Ⓐ *(Med.: absorbent pad)* แผ่นดูดซับ; Ⓑ *(Med.: specimen)* ตัวอย่างสารที่ร่างกายขับออกบนแผ่นดูดซับ; Ⓒ *(pad or mop for cleaning decks)* ผ้าหรือไม้ถูพื้น ❷ *v.t.*, **-bb-** Ⓐ **~ [down]** ล้างและเช็ดพื้น; Ⓑ *(Med.)* ซับด้วยสำลี

swaddle /'swɒdl/'ซวอด'ล/ *v.t.* ห่อหุ้ม *(ทารก);* **swaddling clothes** *(Bibl.)* ผ้าแถบแคบ ๆ ยาว ๆ *(เดิมใช้พันห่อทารกแรกเกิด)*

swag /swæg/ซแวก/ *n.* Ⓐ *(coll.: stolen goods)* ลาภมิควรได้; Ⓑ *(Austral., N.Z: bundle)* ห่อของส่วนตัวของนักเดินทาง ฯลฯ; Ⓒ *(garland of flowers)* เฟื่องระย้า

swagger /'swægə(r)/'ซแวเกอะ(ร)/ ❶ *v.i.* Ⓐ *(walk with a ~)* เดินส่ายไหล่, เดินวางท่า; Ⓑ *(behave in domineering way)* วางโต, วางเขื่อง; Ⓒ *(boast)* คุยโม้โอ้อวด, ข่มทับคนอื่น ❷ *n.* ➡ 1; Ⓐ การเดินวางท่า; Ⓑ อาการวางโต; **walk with a ~:** เดินวางท่า; Ⓒ การคุยโม้โอ้อวด

'swagger cane *(Brit.)* ➡ **swagger stick**

swaggering /'swægərɪŋ/'ซแวเกอะริง/ ❶ *n.* Ⓐ *(boasting)* การคุยโม้โอ้อวด; Ⓑ *(manner)* อากาศวางโตข่มคนอื่น ❷ *adj. (ท่าทาง)* วางท่า; *(การคุย)* โอ้อวด

'swagger stick *n.* ไม้เท้าเล็ก ๆ ที่พลทหารฝรั่งถือ

swagman /'swægmən/'ซแวกเมิน/ *n., pl.* **swagmen** /'swægmən/'ซแวกเมิน/ *(Austral., NZ)* คนจรจัด, คนพเนจร

Swahili /swa:'hi:lɪ/ซวา'ฮีลิ/ ❶ *adj.* แห่งชาวบันตูในบริเวณชายฝั่งแอฟริกา; ➡ + English 1 ❷ *n.* Ⓐ *no pl. (language)* ภาษาสวาฮีลี *(ที่ใช้กันกว้างขวางในแอฟริกาตะวันออก);* ➡ + English 2 A; Ⓑ *pl. same (person)* ชาวเผ่าบันตู

swain /sweɪn/ซเวน/ *n. (arch./joc.)* Ⓐ *(peasant)* หนุ่มลูกทุ่ง; Ⓑ *(lover)* หนุ่มคนรัก

[1]**swallow** /'swɒləʊ/'ซวอโล/ ❶ *v.t.* Ⓐ กลืน; *(งู)* ขยอก; *(by mistake)* เผลอกลืน; ~ **the bait** *(fig.)* ติดเบ็ด; Ⓑ *(repress)* เก็บกด, ยับยั้ง; ~ **one's words** คืนคำ; Ⓒ *(believe)* เชื่อ; **I find this hard to ~:** ฉันพบว่านี่ยากที่จะเชื่อ; Ⓓ *(put up with)* ยอมทน, ฝืนยอมรับ ❷ *v.i.* กลืน, รับ ❸ *n.* การกลืน, คำหนึ่ง *หรือ* ปริมาณที่กลืนลงไป

~ **'up** *v.t.* Ⓐ *(make disappear)* ทำให้หายไป, อมเข้าไป; **I wished the earth would ~ me up** ฉันอยากจะให้ธรณีสูบฉันไปเสียเลย; Ⓑ *(exhaust, consume)* ทำให้เหนื่อยอ่อน, บริโภค, กลืนกิน, กัดกร่อนให้สิ้นไป

[2]**swallow** *n. (Ornith.)* นกนางแอ่น; **one ~ does not make a summer** *(prov.)* เหตุการณ์เดียวที่เกิดขึ้น ไม่ควรใช้เป็นสิ่งแสดงแนวโน้มที่แน่นอน

swallow: ~ dive *n. (Brit.)* การกระโดดพุ่งหลาว *โดยกางแขนออก และหุบเข้าเมื่อร่างกายใกล้ผิวน้ำ;* **~tail** *n.* หางนกนางแอ่นเป็นแฉก; สิ่งที่มีรูปร่างเหมือนหางนกนางแอ่น; *(butterfly)* ผีเสื้อที่มีปีกคล้ายหางนกนางแอ่น

swam ➡ swim 1, 2

swamp /swɒmp/ซวอมพฺ/ ❶ *n.* หนอง, บึง, ปลัก, ตม ❷ *v.t.* Ⓐ *(flood)* ท่วม; Ⓑ *(overwhelm)* **be ~ed with letters/applications/orders/work** มีจดหมาย/ใบสมัคร/ใบสั่ง/งานหลั่งไหลเข้ามาจนท่วมท้น

'swampland *n.* บริเวณที่เป็นบึง *หรือ* หนองน้ำ, พรุ

swampy /'swɒmpɪ/'ซวอมพิ/ *adj.* เป็นบึง *หรือ* หนองน้ำ, เต็มไปด้วยบึง *หรือ* หนองน้ำ

swan /swɒn/ซวอน/ ❶ *n.* หงส์; **black ~** หงส์ดำ ❷ *v.i.,* **-nn-** *(coll.)* เดินท่าโอ่; **~ about** *or* **around** เดินไปๆ มาๆ อย่างท่าโอ่, เดินลอยชาย; *(in small area)* เดินวางท่า; **~ off** เดินทอดน่องจากไป

'swan dive *(Amer.)* ➡ swallow dive

swank /swæŋk/ซแวงคฺ/ *(coll.)* ❶ *n.* Ⓐ การคุยโม้โอ้อวด, การวางท่าข่มคนอื่น; Ⓑ *(person)* คนคุยโม้โอ้อวด, คนวางท่าข่มคนอื่น ❷ *v.i.* คุยโม้โอ้อวด, วางท่าข่มคนอื่น (**about**); **~ around** เที่ยวได้คุยโม้โอ้อวด, วางท่าข่มคนอื่นไปทั่ว

swanky /'swæŋkɪ/'ซแวงคิ/ *adj. (coll.)* ขี้อวด, ขี้โม้; **~ car** รถหรูไว้อวดคน

swan: ~ neck *n.* สิ่งที่โค้งเหมือนคอหงส์; **~sdown** *n.* ขนอุยของหงส์; **~song** *n. (fig.)* *การแสดงผลสำเร็จหรืองานประพันธ์ชิ้นสุดท้ายของบุคคลหนึ่งก่อนสิ้นชีวิตหรือวางมือ*

swap /swɒp/ซวอพ/ ❶ *v.t.,* **-pp-** แลกเปลี่ยน (**for** สำหรับ); **~ jokes** แลกเปลี่ยนมุขตลก; **~ places [with sb.]** เปลี่ยนที่ [กับ *ค.น.*]; *(fig.)* เปลี่ยนตำแหน่ง, สลับหน้าที่; ➡ + horse 1 A ❷ *v.i.,* **-pp-** แลกเปลี่ยนกัน; **will you ~?** คุณจะแลกเปลี่ยนไหม ❸ *n.* การแลกเปลี่ยน, ของที่แลกเปลี่ยนกัน; **do a ~ [with sb.]** แลกเปลี่ยน [กับ *ค.น.*]

sward /swɔ:d/ซวอด/ *n. (literary)* สนามหญ้า

swarf /swɔ:f/ซวอฟ/ *n.* Ⓐ เศษไม้หรือโลหะ

swarm /swɔ:m/ซวอม/ ❶ *n.* Ⓐ ฝูง; **~ [of bees]** ฝูงผึ้ง; *(settled in a hive)* ฝูงผึ้งที่อยู่ในรังผึ้ง; Ⓑ *in pl. (great numbers)* จำนวนมากเป็นโขยง; **~s of tourists/children** นักท่องเที่ยว/เด็กจำนวนมาก ❷ *v.i.* Ⓐ *(move in a ~)* มาเป็นฝูง, แห่ล้อมกันเข้ามา; Ⓑ *(teem)* มีมาก, เต็ม, แน่น (**with**); **the shops were ~ing with tourists** ร้านค้าเต็มไปด้วยนักท่องเที่ยว

~ up *v.t.* ไต่ *(เชือก, ต้นไม้)*

swarthiness /'swɔ:ðɪnɪs/'ซวอทินิซ/ *n., no pl. (complexion)* ผิวสีคล้ำ; *(of person)* คนผิวสีคล้ำ

swarthy /'swɔ:ðɪ/'ซวอทิ/ *adj.* สีคล้ำ

swashbuckler /'swɒʃbʌklə(r)/'ซวอชบัคเคลอะ(ร)/ *n.* คนอันธพาล, คนวางท่า, คนวางก้ามใหญ่โต

swashbuckling /'swɒʃbʌklɪŋ/'ซวอชบัคลิง/ *adj.* เป็นคนอันธพาล, เป็นคนวางท่า, เป็นคนวางก้ามใหญ่โต

swastika /'swɒstɪkə/'ซวอซติเคอะ/ *n. (of Nazis)* ตราสวัสดิกะ *(สัญลักษณ์ของพวกนาซีเยอรมัน); (ancient symbol)* ลายกากบาทปลายหักมุมขวา *(ใช้เป็นเครื่องหมายมาแต่โบราณ)*

swat /swɒt/ซวอท/ ❶ *v.t.,* **-tt-** Ⓐ *(hit hard)* ตี *หรือ* ตบแรงๆ; Ⓑ *(crush)* บดขยี้ ❷ *n.* Ⓐ *(slap)* การตบ; **give a fly a ~, take a ~ at a fly** ตบแมลงวัน; Ⓑ *(fly swatter)* ที่ตบแมลงวัน

swatch /swɒtʃ/ซวอฉ/ *n.* Ⓐ *(sample)* ตัวอย่าง *(โดยเฉพาะผ้า);* Ⓑ *(collection of samples)* เล่มตัวอย่าง, กลุ่มตัวอย่าง

swath /swɔ:θ, sweɪð/ซวอธ, ซเวท/ ➡ swathe 2

swathe /sweɪð/ซเวท/ ❶ *v.t.* พันโดยรอบ; **~d in bandages** พันด้วยผ้าพันแผล; **~d in mist** ปกคลุมด้วยหมอกโดยรอบ ❷ *n. (cut by mower)* แถบยาวที่ตัดด้วยเครื่องตัดหญ้า; *(broad strip)* แถบยาวๆ ที่ตัดแล้ว; *(in forest)* บริเวณโล่งในป่า; **cut a ~ through the corn/the undergrowth/the forest** ตัดทางยาวผ่านไร่ข้าวโพด/ดงไม้พุ่มเตี้ย/ป่า

swatter /'swɒtə(r)/'ซวอเทอะ(ร)/ *n.* ที่ตีแมลงวัน

sway /sweɪ/ซเว/ ❶ *v.i.* โอนเอนไปมา, ส่ายไปมา; *(gently)* ไหวไปมา; **~ towards sth.** *(on one's feet)* เอนตัวไปทาง *ส.น.; (lean down to)* เอนลงไป ❷ *v.t.* Ⓐ ทำให้เอนไปมา *(เสาวิทยุ);* ทำให้ส่ายไปมา *(กิ่งไม้);* ส่าย *(สะโพก);* Ⓑ *(have influence over)* มีอิทธิพลต่อ; *(persuade)* จูงใจ; **be ~ed by sth.** ถูก *ส.น.* จูงใจ; **she will not be ~ed over sanctions** เธอจะไม่มีวันเปลี่ยนใจในเรื่องการใช้มาตรการบังคับ ❸ *n.* อิทธิพล, อำนาจ; **have sb. under one's ~, hold ~ over sb.** ควบคุม *ค.น.* ให้อยู่ในอำนาจได้

swear /sweə(r)/ซแว(ร)/ ❶ *v.t.,* **swore** /swɔ:(r)/ซวอ(ร)/, **sworn** /swɔ:n/ซวอน/ Ⓐ สาบาน, กระทำสัตย์สัญญา, ปฏิญาณ; **they swore eternal fidelity** พวกเขาสาบานว่าจะซื่อตรงชั่วนิรันดร; **I could have sworn [that] it was him** ฉันแทบจะสาบานได้ว่าเป็นเขาแน่ๆ; ➡ + blind 2 B; Ⓑ *(administer oath to)* สบถ, ให้สัตย์สาบาน; **~ sb. to secrecy** ให้ *ค.น.* สาบานว่าจะเก็บเป็นความลับ; ➡ + sworn ❷ *v.i.,* **swore, sworn** Ⓐ *(use ~ words)* ด่า, ใช้คำหยาบ, ใช้คำสบถ; Ⓑ **~ to sth.** *(be certain of)* แน่ใจ, มั่นใจ, ยืนยัน; **I wouldn't like to ~ to it** *(coll.)* ฉันไม่อยากจะยืนยัน; Ⓒ *(take oath)* สบถ, สาบาน ❸ *n.* การใช้คำหยาบ; **have a ~:** ใช้คำหยาบ

~ at *v.t.* ด่า, ใช้คำหยาบ

~ by *v.t. (coll.: have confidence in)* มีความมั่นใจ *(ใน)*

~ 'in *v.t.* ปฏิญาณหรือสาบาน *(พยาน, คณะลูกขุน)*

~ 'out *v.t. (Amer.)* **~ a warrant out against sb.** ออกหมายจับ *ค.น.*

swear word *n.* คำหยาบ, คำสบถ, ผรุสวาท; **use ~s** ใช้คำหยาบ

sweat /swet/ซเว็ท/ ❶ *n.* Ⓐ เหงื่อ, อาการเหงื่อออก; **in** *or* **by the ~ of one's brow** งานที่ลงไม้ลงมือเอง; **be in a ~ [with fear]** เหงื่อแตก [ด้วยความกลัว]; **be in a ~ to do sth.** *(fig.: be anxious)* ตื่นเต้นที่จะทำ *ส.น.*; **I came** *or* **broke out in a ~:** ฉันเหงื่อแตก; **don't get in such a ~!** อย่าตื่นเต้นใจร้อนถึงขนาดนั้น; **be all of a ~ at the prospect of the exam** พอคิดถึงการสอบก็เหงื่อแตกพลั่ก; Ⓑ *(spell of ~ing)* **have a good ~:** เหงื่อออกเต็มตัว, เหงื่อโทรม; Ⓒ *(drudgery)* งานหนัก, งานที่น่าเบื่อหน่าย; **no ~!** *(coll.)* เรื่องเล็ก, สบายมาก; Ⓓ *(drops on surface)* หยดน้ำที่เกิดจากความชื้นบนพื้นผิว; *(on cheese)* เหงื่อบนเนยแข็ง; ➡ + cold sweat ❷ *v.i.,* **~ed** *or (Amer.)* **~** Ⓐ เหงื่อออก, เหงื่อไหล; **~ like a pig** *(coll.)* เหงื่อไหลโทรมกาย; **~ with fear** เหงื่อแตกด้วยความกลัว; Ⓑ *(fig.: suffer)* **he made me sit outside ~ing** เขาให้ฉันนั่งทนทุกข์ทรมานอยู่ข้างนอก; Ⓒ *(drudge)* ทำงานหนัก, ทำงานที่น่าเบื่อ; **we had to ~ to get the job finished** พวกเราต้องอาบเหงื่อต่างน้ำเพื่อจะทำงานให้เสร็จ; **make sb. ~** *(make work in bad conditions)* ให้ *ค.น.* ทำงานในสภาวะแวดล้อมที่เลวร้าย; Ⓓ *(produce surface moisture)* เกิดหยดน้ำบนพื้นผิว ❸ *v.t.* Ⓐ *(employ in bad conditions)* จ้างให้ทำงานในสภาวะแวดล้อมที่เลวร้าย; Ⓑ **~ blood** *(fig.)* อาบเหงื่อต่างน้ำ, วิตกกังวลเป็นอย่างมาก; Ⓒ *(emit like ~)* กลั่นออกมาเป็นหยดเหมือนเหงื่อ; Ⓓ **~ it out** *(coll.)* ทนทำงาน/ทนรับความยากลำบากจนถึงที่สุด

sweatband *n.* แถบซับเหงื่อรอบศีรษะหรือข้อมือ

sweated labour /swetɪd 'leɪbə(r)/ซเวะทิด 'เลเบอะ(ร)/ *n.* *งานที่ทำในสภาวะแวดล้อมที่เลวร้ายและค่าแรงต่ำ; (workers)* คนงานที่ทำงานในสภาพเช่นนี้

sweater /'swetə(r)/'ซเว็ทเทอะ(ร)/ *n.* เสื้อยืด, เสื้อสเวตเตอร์ *(ท.ศ.)*

sweat: ~gland *n.* ต่อมเหงื่อ; **~shirt** *n.* เสื้อวอร์ม, เสื้อที่นักกีฬาสวมใส่ก่อนและหลังการแข่งขัน; **~shop** *n.* *โรงงานที่ให้พนักงานทำงานในสภาวะแวดล้อมที่เลวร้ายและให้ค่าแรงต่ำ*

sweaty /'swetɪ/'ซเว็ททิ/ *adj. (moist with sweat)* ชุ่มเหงื่อ, เปียกเหงื่อ

swede *n.* หัวผักกาดใหญ่เนื้อเหลือง มีกำเนิดในสวีเดน

Swede /swi:d/ซวีด/ *n.* คนสวีเดน, คนที่มีเชื้อสายสวีเดน

Sweden /'swi:dn/'ซวีด'น/ *pr. n.* ประเทศสวีเดน

Swedish /'swi:dɪʃ/'ซวีดิช/ ❶ *adj.* แห่งสวีเดน; **sb. is ~** *ค.น.* เป็นชาวสวีเดน ❷ *n.* ชาวสวีเดน

sweep /swi:p/ซวีพ/ ❶ *v.t.,* **swept** /swept/ซเว็พทฺ/ Ⓐ กวาด; **~ the board, ~ all before one** *(fig.: win all awards)* ชนะรวด, กวาดไปทุกรางวัล; Ⓑ *(move with force)* เคลื่อนไปด้วยกำลัง, พัดพา; **the current swept the logs along** กระแสน้ำพาไม้ซุงไปอย่างเร็ว; **the wave of protest swept the opposition into office** คลื่นการคัดค้านผลักดันให้ฝ่ายค้านสามารถตั้ง

S

รัฐบาลได้; Ⓒ *(traverse swiftly)* ~ **the hillside/plain** *(ลม)* พัดผ่านเนินเขา/ที่ราบไปอย่างรวดเร็ว; ~ **the country** *(โรค)* ระบาดไปทั่วประเทศ; *(ไฟ)* ไหม้ไปอย่างรวดเร็ว; **searchlights swept the sky** ไฟส่องกราดข้ามท้องฟ้าไปอย่างรวดเร็ว; ~ **an area with fire** *(Mil.)* ยิงปูพรม *หรือ* ยิงกราดไปทั่วบริเวณ; Ⓓ *(search)* ค้นหา (for สำหรับ); ~ **a channel for mines** ค้นหากับระเบิดในช่องแคบ; ➡ + carpet 1 A

❷ *v.i.*, **swept** Ⓐ *(clean)* กวาดทำความสะอาด; Ⓑ *(go fast, in stately manner)* *(นก)* บินลอยอย่างรวดเร็ว; *(ลม)* พัดไปโดยเร็ว; Ⓒ *(extend)* ยืดออกไป; **the road ~s to the left** ถนนโค้งไปทางซ้ายมือ; **his glance swept from left to right** เขามองกราดจากซ้ายไปขวา

❸ *n.* Ⓐ *(cleaning)* **give sth. a ~:** ปัดกวาด *ส.น.*; **make a clean ~** *(fig.) (get rid of everything)* กำจัดทุกสิ่ง; *(win all prizes)* กวาดรางวัลไปหมด, ชนะทุกรางวัล; **make a clean ~ of the prizes** กวาดรางวัลไปหมด; Ⓑ ➡ chimney sweep; Ⓒ *(coll.)* ➡ sweepstake; Ⓓ *(motion) (of arm)* แจว, วาดแขนจากหน้าไปหลัง; **with an impatient ~ of his hand** ด้วยท่าโบกมืออย่างใจร้อน; Ⓔ *(stretch)* **a wide/an open ~ of country** บริเวณกว้างในชนบทที่แผ่ออกไป; Ⓕ *(curve of road, river)* โค้ง *(ถนน, อ่าว)*; **the wide ~ of the bay** แนวโค้งกว้างของอ่าว; Ⓖ *(sortie by aircraft)* การโจมตีทางอากาศ

~ **a'side** *v.t.* Ⓐ *(dismiss)* ปฏิเสธ *(คำคัดค้าน)* ไป; ปัดห่าง *(ปัญหา)*; Ⓑ *(put aside)* ผลักไปข้าง ๆ

~ **a'way** *v.t.* *(น้ำท่วม)* พัดพาไป; *(fig.)* ยกเลิก *(ขนบธรรมเนียม)*; *(abolish)* เลิก *(ประเพณี)*; กำจัด *(การให้สินบน)*

~ **'by** *v.i.* ผ่านไปโดยไม่มีสิ่งใดห้ามได้

~ **'down** *v.i.* Ⓐ ~ **down on sb./sth.** ลงโจมตี; มาสู่ *ค.น./ส.น.* อย่างฉับพลัน; Ⓑ **the hills ~ down to the sea** เนินเขาแผ่ลาดลงจรดทะเล

~ **'in** *v.i.* Ⓐ *(enter majestically)* เดินวางท่าเข้ามา *หรือ* เข้ามาอย่างมีศักดิ์ศรี; Ⓑ *(Polit.)* ได้รับเลือกตั้งด้วยคะแนนเสียงมากมาย

~ **'off** ❶ *v.i.* จากไปอย่างเร็ว ❷ *v.t.* พัดพาไปอย่างเร็ว; ➡ + foot 1 A

~ **'out** ❶ *v.t.* กวาดให้เกลี้ยงสะอาด ❷ *v.i.* จากไปอย่างรีบร้อน

~ **'up** ❶ *v.t.* กวาดให้หมด ❷ *v.i.* มาถึงอย่างเร็ว

sweeper /'swi:pə(r)/'ซวีเพอะ(ร)/ *n.* Ⓐ **[road] ~** *(person)* คนกวาด [ถนน]; *(machine)* เครื่องดูดฝุ่น *(บนถนน)*; ➡ + carpet sweeper; minesweeper; Ⓑ *(Footb.)* ผู้เล่นตั้งรับที่มีตำแหน่งประจำอยู่ใกล้ประตู, กองหลังตำแหน่งสุดท้าย

sweeping /'swi:pɪŋ/'ซวีพิง/ ❶ *adj.* Ⓐ *(without limitations)* ปราศจากขอบเขต, ไม่มีขีดจำกัด; Ⓑ *(far-reaching)* *(การปฏิรูป, การเปลี่ยนแปลง)* กว้างขวาง; *(การชนะ)* อย่างใหญ่โต; Ⓒ *(moving in a wide curve)* *(ท่าทาง, การโบกไม้โบกมือ)* เป็นวงกว้าง; *(การมอง)* อย่างกวาดกว้าง ❷ *n. in pl.* สิ่งที่กวาดกองไว้

sweepingly /'swi:pɪŋlɪ/'ซวีพิงลิ/ *adv.* อย่างปราศจากขอบเขต, อย่างกว้างไกล

sweep: ~ **'second hand** *n. (Horol.)* เข็มบอกวินาที; **~stake** *n.* Ⓐ *(race, contest)* รูปแบบการแข่งม้า/การแข่งขันที่เงินเดิมพันทั้งหมดจะตกเป็นของผู้ชนะ; Ⓑ *(lottery)* รางวัลใหญ่ในการออกสลากกินแบ่งม้า

sweet /swi:t/ซวีท/ ❶ *adj.* Ⓐ *(to taste)* หวาน; ~ **tea** น้ำชา *(รส)* หวาน; **have a ~ tooth** ชอบรสหวาน; **with a ~ tooth like yours ...:** เนื่องจากคนชอบของหวาน ๆ; Ⓑ *(lovely)* น่ารัก; **~ dreams!** ฝันดีนะ; **how ~ of you!** คุณน่ารักจังเลย; **keep sb. ~:** ทำให้ *ค.น.* อารมณ์ดี; **he's ~ on her** *(dated coll.)* เขาตกหลุมรักเธอ; **at one's own ~ will, in one's own ~ way** ตามที่ตนพึงพอใจ; **go one's own ~ way** ไปตามทางที่ตนพึงพอใจ; Ⓒ *(fragrant)* หอม; **be ~ with sth.** หอมด้วย *ส.น.*; **the ~ smell of success** *(fig.)* ความชื่นใจจากความสำเร็จ; Ⓓ *(musical)* *(เสียงร้อง, เพลง)* อ่อนหวานไพเราะ; ➡ + basil; chestnut 1 A; pepper 1 B; sweet potato; seventeen 1; sixteen 1; violet 1 A

❷ *n.* Ⓐ *(Brit.: piece of confectionery)* ขนมหวาน, ลูกกวาด; *(with chocolate, fudge, etc.)* ขนมหวานไส้ช็อกโกแลต ไส้ถั่ว ฯลฯ; Ⓑ *(Brit.: dessert)* ของหวาน; **for ~:** สำหรับของหวาน; Ⓒ *in pl. (delights)* ความยินดี, ความพึงพอใจ; Ⓓ *(darling)* ที่รัก; **[my] ~** ที่รัก [ของฉัน]

sweet: ~-and-'sour *attrib. adj.* เปรี้ยวหวาน; **~bread** *n. (Gastr.)* ตับอ่อนของสัตว์ ใช้ปรุงเป็นอาหาร; **~ brier** *n.* ต้นกุหลาบป่า; **~corn** *n.* พันธุ์ข้าวโพดหวาน

sweeten /'swi:tn/'ซวีท'น/ *v.t.* Ⓐ *(add sugar etc. to)* เติมน้ำตาล, ทำให้หวานขึ้น; Ⓑ *(add fragrance to)* เพิ่มกลิ่นหอม; *(remove bad smell of)* ขจัดกลิ่นเหม็น; Ⓒ *(make agreeable)* ทำให้ *(ชีวิต)* สดชื่น; ➡ + pill B

sweetener /'swi:tnə(r)/'ซวีทเนอะ(ร)/ *n.* Ⓐ เครื่องปรุงรสหวาน; **use honey as a ~:** ใช้น้ำผึ้งเสริมรสหวาน; Ⓑ *(bribe)* สินบน

sweetheart *n.* คนรัก; **an old ~:** คนรักเก่าคนหนึ่ง; **how long have they been ~s?** พวกเขารักกันมานานแค่ไหน

sweetie /'swi:tɪ/'ซวีทิ/ *n.* Ⓐ *(Brit. child lang.)* ➡ sweet 2 A; Ⓑ *(coll.: darling)* ที่รัก; **~ [pie]** *(term of endearment)* ยอดรักจ๋า

sweetish /'swi:tɪʃ/'ซวีทิช/ *adj.* ค่อนข้างหวาน, ออกหวาน

sweetly /'swi:tlɪ/'ซวีทลิ/ *adv.* *(พูดเยิ้ม)* อย่างอ่อนหวาน; **run ~** *(เครื่องยนต์)* วิ่งอย่างราบรื่น

sweet: ~meal *adj.* **~meal biscuits** ขนมปังกรอบหวาน; **~meat** *n.* ขนมหวาน, ขนมเค้กเล็ก ๆ

sweetness /'swi:tnɪs/'ซวีทนิซ/ *n., no pl.* Ⓐ *(in taste)* ความหวาน; Ⓑ *(fragrance)* ความหอม; Ⓒ *(melodiousness)* ความไพเราะ; Ⓓ **all is ~ and light** ทุกอย่างดูเหมือนอยู่ในสุภาพดี

sweet: ~ 'pea *n. (Bot.)* พันธุ์ไม้เลื้อยในสกุล *Lathyrus* มีดอกหลายสีและกลิ่นหอม; **~ potato** *n.* มันเทศ; **~-scented** *adj.* หอมชื่นใจ; **~shop** *n. (Brit.)* ร้านขายขนมหวาน; **~-smelling** *adj.* มีกลิ่นหอม; **~ talk** *(Amer.)* ❶ *n.* การประจบประแจง ❷ *v.t.* **~-talk sb. [into doing sth.]** ประจบสอพลอ *ค.น.* [ให้ทำ *ส.น.*]; **~-tempered** /'swi:ttempəd/'ซวีทเท็มเพิด/ *adj.* อารมณ์เย็น, อัธยาศัยดี; **~ 'william** *n. (Bot.)* พันธุ์ไม้ *Dianthus barbatus* ดอกมีกลิ่นหอม

swell /swel/ซเว็ล/ ❶ *v.t.*, **~ed, swollen** /'swəʊlən/'ซโวเลิน/ *or* **~ed** Ⓐ *(increase in size, height)* เบ่งบวม, พอง, นูนขึ้น; Ⓑ *(increase amount of)* เพิ่มปริมาณ; **~ the ranks [of participants]** เพิ่มจำนวน [ของผู้เข้าร่วม]; Ⓒ *(ใบเรือใบ)* เต็มไปด้วยลม, เบิกบาน ❷ *v.i.*, **~ed, swollen** *or* **~ed** Ⓐ *(expand)* *(ร่างกาย)* ใหญ่ขึ้น; *(แผล)* บวมขึ้น; *(ใบ)* บานออก; *(ขนมปัง)* พองขึ้น; Ⓑ *(increase in amount)* เพิ่มปริมาณ; Ⓒ *(become louder)* *(เสียง)* ดังขึ้น; Ⓓ *(fig.)* *(ความรู้สึก)* ยากที่จะยับยั้ง; *(จิตใจ)* เบิกบาน ❸ *n.* Ⓐ *(of sea)* การม้วนตัวเป็นลูกคลื่น; Ⓑ *(Mus.)* การดังขึ้น; Ⓒ *(dated coll.)* คนที่แต่งกายหรูหรา; **the ~s** กลุ่มคนที่โดดเด่นร่าเริงหรือแต่งกายหรูหรา; *(smart set)* กลุ่มคนดัง; Ⓓ *(act, condition)* การบวมขึ้น, การขยาย ❹ *adj. (coll.)* Ⓐ *(dated: stylish, socially prominent)* เท่, โดดเด่นในสังคม; Ⓑ *(Amer.: excellent)* เยี่ยมยอด, วิเศษ

'swell box *n. (Mus.)* กล่องรอบท่อลมของออร์แกน มีที่ปิดเพื่อควบคุมระดับเสียง

swelling /'swelɪŋ/'ซเว็ลลิง/ ❶ *n.* ส่วนที่บวม, ส่วนที่นูน ❷ *adj.* Ⓐ *(growing larger, louder)* ใหญ่ขึ้น, ดังขึ้น; Ⓑ *(increasing)* เพิ่มขึ้น; Ⓒ *(bulging)* นูนออกมา, บวมพองขึ้น

'swell organ *n. (Mus.)* ส่วนของออร์แกนที่มีปล่องอยู่ในกล่องเพื่อควบคุมระดับเสียง

swelter /'sweltə(r)/'ซเว็ลเทอะ(ร)/ *v.i.* ร้อนอบอ้าว, ร้อนระอุ; **~ in the heat** รู้สึกร้อนอบอ้าว; **~ing** ร้อนระอุ; **~ing heat** ความร้อนระอุ, ความร้อนอบอ้าว

swept ➡ sweep 1, 2

swept: ~-back *adj.* **~-back wing** ปีกเครื่องบินที่ปัดข้างหลัง; **~-back hair** ผมที่เสยไปข้างหลัง; **~-wing** *adj.* *(เครื่องบิน)* ที่มีปีกด้านท้ายเพรียวลม

swerve /swɜ:v/ซเวิ/ ❶ *v.i. (deviate)* หักเห, เปลี่ยนทิศทาง; **~ to the right/left** หักเหไปทางขวา/ซ้าย; **~ from its path** หักเหไปจากเส้นทางเดิม; **~ in the air** *(นก)* โฉบเฉี่ยวฉวัดเฉวียนในอากาศ; **she never ~d from her duty** เธอไม่เคยวางมือจากหน้าที่ของเธอ

❷ *n.* Ⓐ *(divergence from course)* การหักเหเปลี่ยนเส้นทาง; Ⓑ *(swerving motion)* **put a ~ on a ball** ตบลูกบอลให้กระดอนเปลี่ยนทิศทางไป

swift /swɪft/ซวิฟทฺ/ ❶ *adj.* รวดเร็ว; **~ action** การกระทำที่รวดเร็ว; **~ retribution** การแก้คืนอย่างรวดเร็ว; **have a ~ temper, be ~ to anger** มีอารมณ์ร้อน, โกรธง่าย ❷ *n. (Ornith.)* นกในวงศ์ Apodidae ที่มีลักษณะคล้ายนกนางแอ่น

swiftly /'swɪftlɪ/'ซวิฟทฺลิ/ *adv.* อย่างรวดเร็ว; *(soon)* ในไม่ช้า

swiftness /'swɪftnɪs/'ซวิฟทฺนิซ/ *n.* ความรวดเร็ว; **~ of action** ความรวดเร็วของการกระทำ

swig /swɪg/ซวิก/ *(coll.)* ❶ *v.t.*, **-gg-** ดื่มอึกใหญ่ ❷ *v.i.*, **-gg-** ดื่มอึกใหญ่ ❸ *n.* การดื่มอึกใหญ่, อึกใหญ่อีกหนึ่ง; **have/take a ~ [of beer]** ดื่ม [เบียร์] เข้าไปอึกใหญ่

swill /swɪl/ซวิล/ ❶ *v.t.* Ⓐ *(rinse)* **~ [out]** ชำระล้าง; **~ down the floor** ล้างพื้นให้สะอาด; Ⓑ *(derog.: drink greedily)* ดื่มอย่างตะกละตะกลาม ❷ *n.* Ⓐ *(rinsing)* การชำระล้างให้เกลี้ยงเกลา; **give sth. a ~ [out]/down** ล้าง *ส.น.* จนเกลี้ยง; Ⓑ *(derog.: drink)* เครื่องดื่มคุณภาพเลว; Ⓒ *(for pigs)* สิ่งเหลือใช้เป็นอาหารหมู

swim /swɪm/ซวิม/ ❶ *v.i.*, **-mm-, swam** /swæm/ซแวม/, **swum** /swʌm/ซวัม/ Ⓐ ว่ายน้ำ; **~ with/against the tide/stream** *(fig.)* ทำตาม/ต่อต้านกระแส *(สังคม, ความคิดของส่วนรวม)*; Ⓑ *(fig.: be flooded, overflow)* **~ with** *or* **in sth.** ท่วมท้นด้วย *ส.น.*; **her eyes swam with tears** ตาของเธอน้ำตาคลอ; **the deck was ~ming with water** น้ำนองบนดาดฟ้าเรือ; Ⓒ *(appear to whirl)* **~ [before sb.'s eyes]** เห็นภาพที่มีลักษณะลาง ๆ; Ⓓ *(have dizzy sensation)* **my head was ~ming** หัวฉันหมุนไปหมดเลย; ➡ + sink 2 A

❷ *v.t.*, **-mm-, swam, swum** ว่ายน้ำ; **~ [the] breaststroke/crawl** ว่ายน้ำท่ากบ/ท่าตีกรรเชียง ❸ *n.* Ⓐ **have a/go for a ~** ว่ายน้ำ/ไปว่ายน้ำ; **do you fancy a ~?** คุณอยากไปว่ายน้ำไหม; **a refreshing ~:** การว่ายน้ำที่ทำให้สดชื่น; **I like an early morning ~:** ฉันชอบว่ายน้ำตอนเช้าตรู่; Ⓑ **be in the ~ [of things]** อยู่ท่ามกลางกระแส [ของสิ่งต่าง ๆ]

swimmer /ˈswɪmə(r)/ˈซวิมเมอะ(ร)/ *n.* นักว่ายน้ำ; **[not] be a ~:** ว่ายน้ำ [ไม่] เป็น; **be a good/poor ~:** ว่ายน้ำเก่ง/ไม่เก่ง

swimming /ˈswɪmɪŋ/ˈซวิมมิง/ ❶ *n.* การว่ายน้ำ; **like ~:** ชอบว่ายน้ำ ❷ *attrib. adj.* ว่ายน้ำ

swimming: ~ baths *n. pl.* สระว่ายน้ำ; **~ costume** *n.* ชุดว่ายน้ำ; **~ lesson** *n.* การเรียน/สอนว่ายน้ำ

swimmingly /ˈswɪmɪŋlɪ/ˈซวิมมิงลิ/ *adv.* *(coll.)* อย่างราบรื่น; **go ~:** ไปอย่างเป็นที่น่าพอใจและราบรื่น

swimming: ~ pool *n.* สระว่ายน้ำ; **~ trunks** *n. pl.* กางเกงว่ายน้ำ

swimsuit *n.* ชุดว่ายน้ำ

swindle /ˈswɪndl/ˈซวินด'ล/ ❶ *v.t.* โกง, ต้มตุ๋น; **~ sb. out of sth.** ฉ้อโกง *ส.น.* จาก *ค.น.*; *(take by persuasion)* ชักจูงหลอกล่อ *ส.น.* จาก *ค.น.* ❷ *n.* การโกง, การต้มตุ๋น

swindler /ˈswɪndlə(r)/ˈซวินดเลอะ(ร)/ *n.* คนโกง, คนฉ้อโกง, คนต้มตุ๋น

swine /swaɪn/ซวายน/ *n., pl. same* Ⓐ *(Amer./formal/Zool.)* สุกร; Ⓑ *(derog.: contemptible person)* คนเลวทราม; Ⓒ *(coll.: nasty thing)* สิ่งที่เลวร้าย, สิ่งที่ทำได้ยากอย่างยิ่ง; **be a ~ to operate** เป็น *(เครื่องยนต์)* ที่ใช้ยาก; **a ~ of a job** งานที่ยากลำบาก; ➡ + **pearl** B

swine: ~ fever *n.* โรคไวรัสในลำไส้สุกร; **~herd** *n.* คนดูแลสุกร

swing /swɪŋ/ซวิง/ ❶ *n.* Ⓐ *(apparatus)* ชิงช้า; Ⓑ *(spell of ~ing)* การนั่งชิงช้า; **want/have a ~:** อยากนั่งชิงช้า/นั่งชิงช้า; Ⓒ *(Sport: strike, blow)* การตี, การปะทะ; *(Boxing)* การเหวี่ยงกำปั้น; *(Golf)* การเหวี่ยงไม้กอล์ฟ; **take a ~ at sb./sth.** เหวี่ยงหมัดใส่ *ค.น.*/ตบ *ส.น.*; Ⓓ *(of suspended object)* การไกว, การแกว่ง; **in full ~** *(fig.)* ทำอย่างเต็มที่; Ⓔ *(steady movement)* การแกว่งเป็นจังหวะ; **the party went with a ~** งานเลี้ยงดำเนินไปอย่างร่าเริงสนุกสนาน; **get into/be in the ~ of things** *or* **it** อยู่ท่ามกลางเหตุการณ์; Ⓕ *(Mus.)* จังหวะดนตรีแจ๊สหรือการเต้นรำ; Ⓖ *(shift)* ความเปลี่ยนแปลง; *(of public opinion)* ความเปลี่ยนแปลงในมติมหาชน; *(amount of change in votes)* ปริมาณเปลี่ยนแปลงของผู้ที่มาออกเสียง; **a ~ to the Left/Right** การเปลี่ยนไปทางซ้าย/ขวา; ➡ + **pendulum; roundabout** 1 B

❷ *v.i.*, **swung** /swʌŋ/ซวัง/ Ⓐ *(turn on axis, sway)* หมุนรอบแกน, กวัดแกว่ง; *(in wind)* แกว่งไกวไปมา; **~ open** *(ประตู)* เปิดออก; **be ~ing at anchor** เรือแกว่งไปมา; Ⓑ *(go in sweeping curve)* ตีโค้งกว้าง; **the plane swung low over the field** เครื่องบินโฉบต่ำเป็นวงโค้งเหนือสนาม; **~ from sb.'s arm/a tree** แกว่งไปมาบนแขน *ค.น.*/โหนต้นไม้; Ⓒ *(go with ~ing gait)* เดินส่าย; **~ into action** *(fig.)* ลงมือกระทำอย่างรวดเร็ว; Ⓓ *(move oneself by ~ing)* โหน *(เชือก, ต้นไม้)*; **~ up** โหนขึ้น; **the car swung out of the drive** รถรีบเลี้ยวออกจากทางเข้าบ้าน; Ⓔ *(sl.: be executed by hanging)* ประหารชีวิตโดยแขวนคอ; **he'll ~ for it** เรื่องนี้เขาตายแน่; Ⓕ **be ~ ing** *(lively)* มีชีวิตชีวา; Ⓖ *(sl.: be promiscuous)* สำส่อน, ไม่เลือกหน้า; **~ both ways** *(sl.)* ชอบทั้งเพศหญิงเพศชาย

❸ *v.t.*, **swung** Ⓐ กวัดแกว่ง; *(rock)* โยก; **~ one's legs** แกว่งขาของตน; **~ a key on a chain** แกว่งกุญแจไปมาบนโซ่; **~ sth. round and round** เหวี่ยง *ส.น.* ไปรอบ ๆ; **cranes ~ cargo on to the ship** ปั้นจั่นยกย้ายสินค้าลงเรือ; Ⓑ *(cause to face in another direction)* หันไปอีกทาง; **~ sb. round** ทำ ให้ *ค.น.* หันหน้าไปอีกด้าน; **he swung the car off the road/into the road** เขาเหวี่ยงรถออกจากถนน/เข้าไปในถนน; Ⓒ *(have influence on)* มีอิทธิพลต่อ *(มติมหาชน)*; **~ the elections** มีอิทธิพลต่อการเลือกตั้ง; **what swung it for me ...:** สิ่งที่ทำให้ฉันตัดสินใจ...; Ⓓ *(suspend by its ends)* แขวนไว้ที่ปลาย; Ⓔ *(coll.: arrange)* จัดแจง; ➡ + **cat** A

~ at *v.t.* **~ at sb./sth.** พยายามที่จะตี *หรือ* ชก *ค.น./ส.น.*

~ 'round *v.i.* หมุนกลับ, หันกลับ (on); *(in surprise)* หันกลับอย่างประหลาดใจ

swing: ~bin *n.* ถังขยะแบบฝาแกว่ง

swing: ~ bridge *n.* สะพานหัน; **~ door** *n.* ประตูบานสวิง

swingeing /ˈswɪndʒɪŋ/ˈซวินจิง/ *adj.* *(Brit.)* *(หมัด, การชก)* หนัก, รุนแรง; *(fig.)* *(มาตรการ)* เด็ดขาด; *(การโจมตี)* ดุเดือด

swinging /ˈswɪŋɪŋ/ˈซวิงงิง/ *adj.* Ⓐ ที่แกว่งไปมา; Ⓑ *(with strong rhythm)* ด้วยจังหวะชัดเจน; Ⓒ *(sl.: lively)* มีชีวิตชีวา

swing-wing *n.* ปีก *(เครื่องบิน)* ที่สามารถปรับให้ลู่ลมได้

swipe /swaɪp/ซวายพ/ *(coll.)* ❶ *v.i.*, **~ at** ตี *หรือ* ตบอย่างแรงที่ ❷ *v.t.* Ⓐ *(hit hard)* ตีอย่างแรง, ตบอย่างหนักหน่วง; Ⓑ *(coll.: steal)* ขโมย ❸ *n.* การตี/ตบอย่างแรง; **take a wild ~ at sth.** ตี *ส.น.* อย่างแรง

'swipe card *n.* บัตรที่ใช้รูด *หรือ* ผ่านประตูได้

swirl /swɜːl/ซเวิล/ ❶ *v.i.* หมุน, วน ❷ *v.t.* หมุน, วน ❸ *n.* Ⓐ *(eddying motion)* **with a ~ of the paddle** ด้วยแรงพายุที่หมุนวน; Ⓑ *(spiralling shape)* รูปร่างขด, รูปร่างเป็นก้นหอย

swish /swɪʃ/ซวิช/ ❶ *v.t.* กวัดแกว่งจนมีเสียงในอากาศ ❷ *v.i.* เคลื่อนที่พร้อมเสียงดังในอากาศ, เหวี่ยงหวือไป; **~ past** *(รถยนต์)* โฉบผ่านไป ❸ *n.* เสียงดังเฟี้ยว ❹ *adj.* *(coll.)* ตามสมัยนิยม, หรูหรา

Swiss /swɪs/ซวิซ/ ❶ *adj.* แห่งประเทศสวิส; **sb. is ~** *ค.น.* เป็นชาวสวิส ❷ *n.* ชาวสวิส; **the ~** *pl.* ชาวสวิส

Swiss: ~ chard ➡ **chard**; **~ cheese** *n.* เนยแข็งของสวิส; **~ cheese plant** พันธุ์ไม้เลื้อย *Monstera deliciosa* ที่ใช้ปลูกไว้ในบ้าน; **~ 'French** *adj.* *ภาษาฝรั่งเศสที่พูดในประเทศสวิตเซอร์แลนด์ตอนใต้*; **~ 'German** ❶ *adj.* *ภาษาเยอรมันที่พูดในประเทศสวิตเซอร์แลนด์เหนือและกลาง* ❷ *n.* ชาวสวิสเยอรมัน; **~ guards** *n. pl.* *(in Vatican)* *ทหารจ้างชาวสวิสที่พิทักษ์ดินแดนของสันตะปาปา*; **~ roll** *n.* ขนมเค้กม้วนสอดไส้แยม

switch /swɪtʃ/ซวิฉ/ ❶ *n.* Ⓐ *(esp. Electr.)* สวิตซ์ *(ท.ศ.)*; Ⓑ *(Amer. Railw.)* อุปกรณ์สับรางรถไฟ; Ⓒ *(change with another)* การสลับสับเปลี่ยน; *(change of procedure)* การเปลี่ยนระเบียบวาระ; **~ of roles** การสลับเปลี่ยนบทบาท; Ⓓ *(flexible shoot, whip)* กิ่งก้านอ่อน ๆ *(ที่ตัดจากต้นไม้)*, แส้; Ⓔ *(tress of hair)* ผมปลอมที่ใช้เสริมผมจริง ❷ *v.t.* Ⓐ *(change)* เปลี่ยน, ย้าย, สลับขั้ว; **~ sth. [over] to sth.** เปลี่ยน *ส.น.* เป็นอีกสิ่งหนึ่ง; **~ a player to another position** ย้ายผู้เล่นคนหนึ่งไปอีกตำแหน่งหนึ่ง; **~ sb. to night duty** ย้าย *ค.น.* ไปทำงานกะกลางคืน; **~ one's vote to another party** เปลี่ยนไปลงคะแนนให้อีกพรรคหนึ่ง; **~ the conversation to another topic** เปลี่ยนหัวข้อการสนทนาไปเป็นอย่างอื่น; Ⓑ *(exchange)* แลกเปลี่ยน; Ⓒ *(Railw.: transfer with ~)* สับเปลี่ยนรางรถไฟ; Ⓓ *(swish)* กวัดแกว่งทำเสียงในอากาศ ❸ *v.i.* สับเปลี่ยน; **~ [over] to sth.** เปลี่ยนไปเป็น *ส.น.*

~ a'round ❶ *v.t.* ปรับย้าย, สลับตำแหน่ง *(เครื่องเรือน)* ❷ *v.i.* ย้ายหน้าที่, เปลี่ยนตำแหน่ง, สับเปลี่ยน

~ 'off *v.t. & i.* ปิด *(ไฟฟ้า)*; *(also fig. coll.)* เลิกสนใจ

~ 'on ❶ *v.t.* เปิด *(ไฟฟ้า)*; *(fig.)* **be ~ed on** *(coll.)* *(high on drugs)* เคลิ้มยา, เมายาเสพติด; *(up-to-date)* ทันสมัย, รู้ทันความเป็นไป; **be ~ed on to jazz/rock** *etc.* สนใจดนตรีแจ๊ส/ร็อค ฯลฯ ❷ *v.i.* ตื่นเต้น, สนใจ

~ 'over ❶ *v.t.* ➡ ~ 2 A ❷ *v.i.* ➡ **switch** 3

~ 'round ➡ ~ **around**

~ 'through *v.t.* ส่งต่อ *(การพูดโทรศัพท์)*

switch: ~back *n.* *(Brit.)* *(road)* ถนนที่ขึ้นลงตลอด; *(roller coaster)* รถไฟเหาะ; **that road is a real ~back** ถนนสายนั้นขึ้น ๆ ลง ๆ ตลอด; **~blade** *n.* มีดพับสปริง; **~board** *n.* Ⓐ *(Teleph.)* แผงชุมสายโทรศัพท์; **~board operator** ➤ 489 พนักงานรับโทรศัพท์ประจำที่แผงชุมสายโทรศัพท์; Ⓑ *(Electr.)* แผงไฟฟ้า; **~ engine** *n.* *(Amer. Railw.)* หัวรถจักรสำหรับสับเปลี่ยนตู้รถไฟ; **~gear** *n.* *(Electr.)* เกียร์หรือฟันเฟืองที่ใช้บังคับการเปิดปิด; **~-over** ➡ **changeover**; **~yard** *n.* *(Amer.)* *ลานจัดขบวนรถไฟที่ชุมทางรถไฟ*

Switzerland /ˈswɪtsələnd/ˈซวิทเซอะเลินด/ *pr. n.* ประเทศสวิตเซอร์แลนด์

swivel /ˈswɪvl/ˈซวิฺว'ล/ ❶ *n.* หัวหมุน, ขอสับ *หรือ* เดือยที่เกี่ยวสองสิ่งไว้ด้วยกัน *(โดยให้ข้างหนึ่งหมุนได้สะดวก แต่อีกข้างหนึ่งไม่ขยับ)* ❷ *v.i.* *(Brit.)* **-ll-** หมุน, หัน ❸ *v.t.* *(Brit.)* **-ll-** หมุน, หัน

'swivel chair *n.* เก้าอี้หมุน

swiz, swizz /swɪz/ซวิซฺ/ *n., pl.* **swizzes** *(Brit. coll.)* สิ่งที่ไม่ยุติธรรม, การโกง, การต้มตุ๋น

swizzle stick /ˈswɪzlstɪk/ˈซวิซฺ'ลซติค/ *n.* *ไม้เล็ก ๆ สำหรับคนเครื่องดื่มไม่ให้ฟู*

swollen /ˈswəʊlən/ˈซโวเลิน/ ❶ ➡ **swell** 1, 2 ❷ *adj.* บวม; *(แม่น้ำ)* ท่วมเพราะน้ำหลาก; **eyes ~ with weeping** ตาบวมเพราะร้องไห้; **have a ~ head** *(fig.)* หัวโต

swollen-headed /ˈswəʊlənhedɪd/ˈซโวเลินเฮะดิด/ *adj.* หัวโต, หยิ่งผยอง

swoon /swuːn/ซวูน/ *(literary)* ❶ *v.i.* Ⓐ *(faint)* เป็นลม; Ⓑ *(go into ecstasies)* มีความสุขเต็มที่, เคลิบเคลิ้ม; **~ over sb./sth.** หลงรัก *ค.น./ส.น.* ❷ *n.* *(literary)* อาการเป็นลม

swoop /swuːp/ซวูพ/ ❶ *n.* Ⓐ *(downward plunge)* การดิ่งลง, การถลาลง; **at a** *or* **one [fell] ~:** อย่างทันทีทันใด; Ⓑ *(coll.: raid)* การโจมตี; **make a ~ on a house/an area** เข้าจับทุกคนในบ้าน/โจมตีบริเวณพื้นที่ ❷ *v.i.* *(plunge suddenly)* ดิ่ง/ถลาลงอย่างกะทันหัน; *(pounce)* **~ on sb.** กระโดดใส่ *ค.น.*; *(to attack)* โจมตี,

swoosh | synchronous 898

จู่โจม; **the police ~ed on several addresses** ตำรวจเข้าโจมตีหลายบ้านเลขที่; **we'll ~ tomorrow** พรุ่งนี้เราจะเข้าโจมตี

swoosh /swʊʃ/ซวุช/ ❶ *v.i.* ไหลพลั่ก, พ่นพรวด; **~ by** ไหลพลั่ก ๆ ผ่านไป ❷ *n. (sound)* เสียงน้ำไหลทะลัก, เสียงลมดัน; **go past with a ~:** ไหลครึกโครมผ่านไปอย่างรวดเร็วและเสียงดัง

swop ➡ **swap**

sword /sɔːd/ซอด/ *n.* ดาบ, กระบี่; **put sb. to the ~** *(literary)* ฆ่า ค.น. ด้วยดาบ; ➡ + **cross** 2 A; **Damocles**

sword: ~ dance *n.* การรำดาบ; **~fish** *n.* ปลาทะเล *Xiphias gladius* ปากแหลมคล้ายปลาฉนากขากรรไกรยื่นออกมาเหมือนดาบ; **~play** *n. (Fencing)* การฟันดาบ; **~sman** /ˈsɔːdzmən/ˈซอดซฺเมิน/ *n., pl.,* **~smen** /ˈsɔːdzmən/ˈซอดซฺเมิน/ นักฟันดาบ; **~smanship** /ˈsɔːdzmənʃɪp/ˈซอดซฺเมินชิพ/ *n., no pl.* ฝีมือหรือทักษะในการฟันดาบ; **~stick** *n. ไม้เท้ากลวงที่มีใบมีดใช้เป็นดาบได้;* **~-swallower** /ˈsɔːdswɒləʊə(r)/ˈซอดซวอโลเออะ(ร)/ *n.* นักเล่นกลกลืนดาบ

swore ➡ **swear** 1, 2

sworn /swɔːn/ซวอน/ ❶ ➡ **swear** 1, 2 ❷ *attrib. adj.* Ⓐ *(bound by an oath)* ที่ผูกพันด้วยการสาบาน; **~ enemy** ผู้ที่สาบานไว้ว่าจะถือเป็นศัตรู; Ⓑ *(certified by oath)* ที่รับรองด้วยการสาบาน; **~ evidence** หลักฐานภายใต้คำสาบาน; **~ affidavit/statement** การให้การว่าเป็นจริง/คำกล่าวที่รับรองด้วยการสาบาน

swot /swɒt/ซวอท/ *(Brit. coll.)* ❶ *n.* คนที่เรียนอย่างพากเพียร ❷ *v.i.,* **-tt-** เรียนอย่างพากเพียร **~ up** *v.t.* เรียนอย่างหนักและรีบเร่ง

swotting /ˈswɒtɪŋ/ˈซวอทิง/ *n. (Brit. coll.)* การเรียนอย่างพากเพียร

swum ➡ **swim** 1, 2

swung ➡ **swing** 2, 3

'swung dash *n.* สัญลักษณ์ ~ เหนือตัวพยัญชนะ

sybarite /ˈsɪbəraɪt/ˈซิบเบอะไรท/ *n.* คนที่ใช้ชีวิตอย่างหรูหราและฟุ่มเฟือย, คนที่รักสนุก

sycamore /ˈsɪkəmɔː(r)/ˈซิคเคอะมอ(ร)/ *n.* ต้นเมเปิลขนาดใหญ่ *Acer pseudoplatanus; (Amer.: plane tree)* ต้นเพลนในสกุล *Platanus*

sycophancy /ˈsɪkəfənsɪ/ˈซิคเคอะเฟินซิ/ *n.* การประจบสอพลอ

sycophant /ˈsɪkəfænt/ˈซิคเคอะแฟนทฺ/ *n.* คนประจบสอพลอ

sycophantic /sɪkəˈfæntɪk/ซิเคอะˈแฟนทิค/ *adj.* ที่ประจบสอพลอ

syllabic /sɪˈlæbɪk/ซิˈแลบิค/ *adj.* Ⓐ เกี่ยวกับพยางค์; Ⓑ *(Pros.)* ที่ใช้จำนวนพยางค์เป็นฐาน

syllable /ˈsɪləbl/ˈซิลเลอะบ'ล/ *n. (lit.)* พยางค์; *(fig.)* คำ; **she did not utter a ~ of reproach** เธอไม่ได้กล่าวตำหนิติเตียนแม้แต่คำเดียว; **in words of one ~** *(fig.)* ใช้ภาษาที่ตรงไปตรงมา

syllabub /ˈsɪləbʌb/ˈซิลเลอะบับ/ *n. (Gastr.)* ขนมหวานที่ทำจากครีมและตีให้ฟู; *(with wine)* ขนมดังกล่าวที่มีเหล้าองุ่นผสม

syllabus /ˈsɪləbəs/ˈซิลเลอะเบิซ/ *n., pl.* **~es** *or* **syllabi** /ˈsɪləbaɪ/ˈซิลเลอะบาย/ หลักสูตรการเรียนการสอน; *(for exam)* ขอบเขตในการสอบ

syllogism /ˈsɪlədʒɪzm/ˈซิลเลอะจิซ'ม/ *n. (Logic)* การอ้างเหตุผลในตรรกวิทยา, พจน์ร่วมหรือมัชฌิมพจน์, การอ้างเหตุผลโดยอนุโลม, ปรัตถานุมาน *(ร.บ.)*

sylph /sɪlf/ซิลฟ/ *n. (Mythol.) (male)* ภูตประเภทหนึ่ง; *(female; also fig.)* หญิงรูปร่างอรชรอ้อนแอ้น

'sylphlike *adj.* อรชรอ้อนแอ้น, บอบบางราวนางไม้

symbiosis /sɪmbɪˈəʊsɪs/ซิมบิˈโอซิซ/ *pl.* **symbioses** /sɪmbɪˈəʊsiːz/ซิมบิˈโอซีซฺ/ *n. (Biol.)* ปฏิกิริยาเชิงเกื้อกูลระหว่างสิ่งมีชีวิตสองชนิดที่แตกต่างกัน; *(fig.) ความสัมพันธ์ระหว่างบุคคลสองฝ่ายที่มีผลประโยชน์ร่วมกัน*

symbiotic /sɪmbaɪˈɒtɪk, sɪmbɪ-/ซิมไบˈออทิค, ซิมบิ-/ *adj.* ที่มีผลประโยชน์ร่วมกัน

symbol /ˈsɪmbl/ˈซิบ'ล/ *n.* สัญลักษณ์, เครื่องหมาย, เครื่องแสดง **(of** แห่ง**)**

symbolic /sɪmˈbɒlɪk/ซิมˈบอลิค/, **symbolical** /sɪmˈbɒlɪkl/ซิมˈบอลิค'ล/ *adj.,* **symbolically** /sɪmˈbɒlɪkəlɪ/ซิมˈบอลิเคอะลิ/ *adv.* [อย่าง] เป็นสัญลักษณ์

symbolise ➡ **symbolize**

symbolism /ˈsɪmbəlɪzm/ˈซิมเบอะลิซ'ม/ *n.* Ⓐ การใช้สัญลักษณ์เป็นสิ่งแทนความคิด; Ⓑ *(Art, Literature)* รูปแบบหรือการเคลื่อนไหวทางศิลปะหรือโคลงกลอนที่ใช้สัญลักษณ์สื่อนัย

Symbolist /ˈsɪmbəlɪst/ˈซิมเบอะลิซทฺ/ *n.* คนที่นิยมใช้สัญลักษณ์สื่อแสดงความคิด

symbolize /ˈsɪmbəlaɪz/ˈซิมเบอะลายซฺ/ *v.t.* เป็นสัญลักษณ์แห่ง

symmetric /sɪˈmetrɪk/ซิˈเม็ททริค/, **symmetrical** /sɪˈmetrɪkl/ซิˈเม็ททริค'ล/ *adj.,* **symmetrically** /sɪˈmetrɪkəlɪ/ซิˈเม็ททริเคอะลิ/ *adv.* [โดย] มีสัดส่วนรับกัน, [อย่าง] ได้สัดส่วน, [อย่าง] สมมาตร

symmetry /ˈsɪmətrɪ/ˈซิมเมอะทริ/ *n.* ความมีสัดส่วนรับกัน, ลักษณะสมมาตร

sympathetic /sɪmpəˈθetɪk/ซิมเพอะˈเธ็ททิค/ *adj.* Ⓐ *(showing pity)* แสดงความสงสาร; *(understanding)* เห็นใจ, เข้าใจ; Ⓑ *(favourably inclined)* โน้มเอียง, เข้าข้าง; **be ~ to a cause/to new ideas** เห็นชอบด้วยกับการรณรงค์/ความคิดใหม่ ๆ; **give sb. a ~ hearing** รับฟัง ค.น. ด้วยความเห็นใจ; **he is not at all ~ to this idea** เขาไม่อ่อนตามความคิดนี้เลย; Ⓒ *(to one's taste, likeable)* ชอบตามรสนิยมของตน, น่าชื่นชม; *(คน)* ที่เข้ากันได้ดี; **I find sb./sth. ~:** ฉันพบว่า ค.น./ส.น. เป็นที่ชื่นชอบ; Ⓓ *(Med.)* พลอยมีอาการ *(เจ็บปวด, กลุ้มใจ)* ตาม; *(Anat.)* เกี่ยวกับระบบประสาทรู้สึกร่วม, ระบบประสาทสัมผัสร่วม; Ⓔ *(Mus.)* ที่เกิดเสียงร่วมไปด้วยขณะที่สายอื่นถูกดีด; Ⓕ *(Phys.)* **~ vibration** การสั่นสะเทือนร่วม หรือ ต่อเนื่อง

sympathetically /sɪmpəˈθetɪkəlɪ/ซิมเพอะˈเธ็ททิเคอะลิ/ *adv. (with pity)* ด้วยความสงสาร, อย่างเวทนา; *(understandingly)* อย่างเห็นอกเห็นใจ; **treat a subject ~:** กระทำต่อเรื่องใดเรื่องหนึ่งอย่างเห็นใจ

sympathetic: ~ 'nerve *n. (Anat.)* ใยประสาทและปมประสาทที่เชื่อมจากโพรงกระดูกสันหลังไปยังอวัยวะภายในของร่างกาย; **~ 'nervous system** *n. (Anat.)* ระบบประสาทที่โยงใยจากโพรงกระดูกสันหลังไปยังอวัยวะภายใน, ระบบประสาทภายใน

sympathise, sympathiser ➡ **sympathiz-**

sympathize /ˈsɪmpəθaɪz/ˈซิมเพอะธายซฺ/ *v.i.* Ⓐ *(feel or express sympathy)* รู้สึก/แสดงความเห็นอกเห็นใจ; **~ with sb.** เห็นอกเห็นใจ ค.น.; *(by speaking)* พูดปลอบประโลม; **~ with sb. over the death of a friend** พูดแสดงความเห็นอกเห็นใจกับ ค.น. ที่เพื่อนตายจาก; **I do ~:** ฉันเห็นใจจริง ๆ; Ⓑ **~ with** *(have understanding for)* เข้าใจใน, เห็นอกเห็นใจกับ *(ปัญหา ค.น., ความคิดเห็น ฯลฯ); (Polit.: share ideas of)* มีความคิดเห็นตรงกัน

sympathizer /ˈsɪmpəθaɪzə(r)/ˈซิมเพอะไธเซอะ(ร)/ *n.* คนที่เห็นอกเห็นใจ, คนพวกเดียวกัน

sympathy /ˈsɪmpəθɪ/ˈซิมเพอะธิ/ *n.* Ⓐ *(sharing feelings of another)* ความเห็นอกเห็นใจ; **in deepest ~:** ด้วยความเห็นอกเห็นใจอย่างสุดซึ้ง; **my sympathies are with you in your sorrow** ฉันเห็นใจในความโศกเศร้าของคุณ; Ⓑ *(agreement in opinion or emotion)* ความเห็นด้วย; **my sympathies are with Schmidt** ฉันเห็นด้วยกับชมิดท์; **he has radical sympathies/no ~ with the radicals** เขาสนับสนุนพวกหัวรุนแรง/ไม่เห็นด้วยกับพวกหัวรุนแรง; **be in/out of ~ with sth.** เห็นด้วย/ไม่เห็นด้วยกับ *ส.น.*; **are you in ~ with what we are trying to do?** คุณเห็นด้วยกับสิ่งที่พวกเรากำลังพยายามทำหรือไม่; **come out** *or* **strike in ~ with sb.** หยุดงานเพื่อสนับสนุน ค.น.; **vibrate in ~:** พลอยสั่นสะเทือนตามไปด้วย *(เมื่อสิ่งที่อยู่ใกล้สะเทือน)*

'sympathy strike *n. การผละงานของคนงานกลุ่มหนึ่งเพื่อสนับสนุนการหยุดงานของอีกกลุ่ม*

symphonic /sɪmˈfɒnɪk/ซิมˈฟอนิค/ *adj.* เกี่ยวข้อง หรือ มีรูปแบบการบรรเลงแบบดนตรีวงใหญ่

symphony /ˈsɪmfənɪ/ˈซิมเฟอะนิ/ *n. (Mus.)* Ⓐ การบรรเลงวงดนตรีวงใหญ่; Ⓑ *(esp. Amer.)* ➡ **symphony orchestra**

symphony orchestra *n. วงดนตรีวงใหญ่ที่ประกอบด้วยเครื่องดนตรีหลายประเภท*

symposium /sɪmˈpəʊzɪəm/ซิมˈโพเซียม/ *n., pl.* **symposia** /sɪmˈpəʊzɪə/ซิมˈโพเซีย/ การสัมมนาเกี่ยวกับเรื่องใดเรื่องหนึ่งโดยเฉพาะ

symptom /ˈsɪmptəm/ˈซิมพเทิม/ *n. (Med.)* ลักษณะอาการ; *(fig.)* เครื่องแสดง

symptomatic /sɪmptəˈmætɪk/ซิมพฺเทอะˈแมทิค/ *adj. (Med.; also fig.)* ที่แสดงอาการ

synagogue *(Amer.:* **synagog***)* /ˈsɪnəgɒg/ˈซิเนอะกอก/ *n.* สถานที่นมัสการของชาวยิว

sync, synch /sɪŋk/ซิงคฺ/ *(coll.) n.* Ⓐ **in/out of ~:** สอดคล้อง/ไม่สอดคล้องกับ; Ⓑ *(fig. coll.: in tune)* **be in ~/out of ~:** เข้าจังหวะ/ผิดจังหวะ; **he is out of ~ with the rest** เขาเข้ากับคนอื่นไม่ได้เลย

synchromesh /sɪŋkrəˈmeʃ/ซิงเครอะˈเม็ช/ *(Motor Veh.) n.* **~ [gearbox]** *ระบบการเปลี่ยนเกียร์ที่ช่วยให้เฟืองหมุนไปพร้อมกัน,* ระบบเกียร์แบบซินโครเมช *(ท.ศ.)*; **there is ~ on all gears** มีระบบการเปลี่ยนเกียร์แบบซินโครเมชในทุกเกียร์

synchronic /sɪŋˈkrɒnɪk, sɪnˈkrɒnɪk/ซิงˈครอนิค, ซินˈครอนิค/ *adj. (Ling.)* เกี่ยวกับลักษณะเฉพาะของสิ่งใด *(โดยเฉพาะภาษา)* ในเวลาเฉพาะ

synchronisation, synchronise ➡ **synchroniz-**

synchronization /sɪŋkrənaɪˈzeɪʃn/ซิงเครอะไนˈเซช'น/ *n.* การเกิดขึ้นในเวลาเดียวกัน

synchronize /ˈsɪŋkrənaɪz/ˈซิงเครอะนายซฺ/ ❶ *v.t.* Ⓐ ทำให้เกิดขึ้นในเวลาเดียวกัน; Ⓑ *(set to same time)* ตั้งเวลาให้ตรงกัน; **we'd better ~ [our] watches** พวกเราน่าจะตั้งนาฬิกาข้อมือให้ตรงกัน ❷ *v.i.* เกิดขึ้นพร้อมกัน

synchronized 'swimming *n. (Sport) การว่ายน้ำเป็นกลุ่มและทำท่าเข้าจังหวะดนตรี*

synchronous /ˈsɪŋkrənəs/ˈซิงเครอะเนิซ/ *adj.* ที่มีอยู่ในเวลาเดียวกัน; **~ motor** *(Electr.) มอเตอร์ที่มีอัตราเร็วเป็นสัดส่วนกับความถี่กระแสไฟฟ้า*

S

syncopate /ˈsɪŋkəpeɪt/ˈซิงเคอะเพท/ *v.t. (Mus.) เปลี่ยนจังหวะให้เสียงเบาเป็นเสียงหนักและกลับกัน; (Ling.)* ย่อคำให้สั้นลงด้วยการละตัวอักษร, พูดคำย่อ, ละพยางค์

syncopation /sɪŋkəˈpeɪʃn/ซิงเคอะˈเพช่น/ *n. (Mus.)* การเปลี่ยนจังหวะในดนตรีให้เสียงเบาเป็นเสียงหนักและกลับกัน; *(Ling.)* การย่อคำให้สั้นลงโดยละตัวอักษร; การละคำละพยางค์

syncope /ˈsɪŋkəpɪ/ˈซิงเคอะพิ/ *n. (Ling.)* การละเสียง *หรือ* ตัวอักษรในคำ; *(Med.)* การสิ้นสติไปชั่วขณะ เนื่องจากความดันลดลง

syndicalism /ˈsɪndɪkəlɪzm/ˈซินดิเคอะลิซึ่ม/ *n. ลัทธิการควบคุมอุตสาหกรรมในประเทศโดยสหภาพแรงงาน,* สหการนิยม *(ร.บ.)*

syndicate ❶ /ˈsɪndɪkət/ˈซินดิเคิท/ *n.* Ⓐ *(for business)* การรวมตัว; *(in organized crime)* กลุ่ม *หรือ* แก๊งอาชญากร; Ⓑ *(in newspaper) สมาคมหรือตัวแทนที่ส่งข่าวสารให้กับหนังสือพิมพ์และวารสาร;* Ⓒ **pools/lottery ~** กลุ่มที่ร่วมซื้อสลากกินแบ่ง ❷ /ˈsɪndɪkeɪt/ˈซินดิเคท/ *v.t.* เผยแพร่ข่าวในหนังสือพิมพ์หลายฉบับในเวลาเดียวกัน

syndrome /ˈsɪndrəʊm/ˈซินโดรุม/ *n. (Med.)* กลุ่มอาการโรคที่เกิดขึ้นพร้อมกัน; *(fig.) ลักษณะเด่นของความคิดเห็น อารมณ์ พฤติกรรม ฯลฯ ที่ปรากฏร่วมกันเป็นชุด*

synod /ˈsɪnəd/ˈซินเนิด/ *n.* สภาสงฆ์ *หรือ* สภาศาสนา

synonym /ˈsɪnənɪm/ˈซินเนอะนิม/ *n. คำหรือวลีที่มีความหมายเหมือนกันหรือใกล้เคียงกัน*

synonymous /sɪˈnɒnɪməs/ซิˈนอนิเมิซ/ *adj.* Ⓐ *(Ling.)* มีความหมายเหมือนหรือใกล้เคียงกัน; Ⓑ **~ with** *(fig.: suggestive of, linked with)* มีวินัยเดียว, เกี่ยวข้องกับ

synonymy /sɪˈnɒnəmɪ/ซิˈนอเนอะมิ/ *n.(Ling.)* การมีความหมายเหมือนหรือใกล้เคียงกัน

synopsis /sɪˈnɒpsɪs/ซิˈนอพซิซ/ *n., pl.* **synopses** /sɪˈnɒpsiːz/ซิˈนอพซีซ/ บทสรุป, สรุปความ, โครงร่าง; *(overview)* ภาพรวม

synoptic /sɪˈnɒptɪk/ซิˈนอพทิค/ *adj.* ที่เป็นข้อสรุป, ที่ให้ภาพรวม

syntactic /sɪnˈtæktɪk/ซินˈแทคทิค/ *adj.*, **syntactically** /sɪnˈtæktɪkəlɪ/ซินˈแทคทิเคอะลิ/ *adv. (Ling.)* [โดย] เกี่ยวกับหรือเป็นไปตามวากยสัมพันธ์

syntax /ˈsɪntæks/ˈซินแทคซ/ *n. (Ling.)* วากยสัมพันธ์ *(ร.บ.)*, ความถูกต้องตามไวยกรณ์

synthesis /ˈsɪnθɪsɪs/ˈซินธิซิซ/ *n., pl.* **syntheses** /ˈsɪnθɪsiːz/ˈซินธิซีซ/ *การรวมองค์ประกอบ (ของความคิด) เข้าเป็นระบบสมบูรณ์; การสังเคราะห์ (สาร); ข้อสังเคราะห์*

synthesise, synthesiser ➡ **synthesiz-**

synthesize /ˈsɪnθəsaɪz/ˈซินเธอะซายซ/ *v.t.* Ⓐ *(form into a whole)* ก่อรวมเข้าด้วยกัน; Ⓑ *(Chem.)* สังเคราะห์; Ⓒ *(Electronics)* **~ speech** สร้างภาษาพูดด้วยอิเล็กทรอนิกส์

synthesizer /ˈsɪnθɪsaɪzə(r)/ˈซินธิไซเซอะ(ร)/ *n. (Mus.)* เครื่องซินธิไซเซอร์ *(ท.ศ.) เครื่องดนตรีอิเล็กทรอนิกส์ที่มีคีย์บอร์ด สามารถปรับแต่งเสียงได้หลายแบบ; ภาวะสังเคราะห์ (ร.บ.)*

synthetic /sɪnˈθetɪk/ซินˈเธ็ททิค/ ❶ *adj.* Ⓐ *(man-made)* ที่มนุษย์ประดิษฐ์, สังเคราะห์; **~ fibre** ใยสังเคราะห์; ➡ **+ resin** B; Ⓑ *(sham)* ปลอมแปลง, เทียม ❷ *n.* การสังเคราะห์, สารสังเคราะห์; **~s** *(Textiles)* ใยผ้าสังเคราะห์

synthetically /sɪnˈθetɪkəlɪ/ซินˈเธ็ททิเคอะลิ/ *adv.* อย่าง/โดยสังเคราะห์ขึ้น, อย่างปลอมแปลง

syphilis /ˈsɪfɪlɪs/ˈซิฟฟิลิซ/ *n.* ➤ **453** *(Med.)* โรคซิฟิลิส *(ท.ศ.)*

syphilitic /sɪfɪˈlɪtɪk/ซิฟิˈลิททิค/ *(Med.)* ❶ *n.* คนที่เป็นโรคซิฟิลิส ❷ *adj.* ที่เป็นโรคซิฟิลิส

Syracuse /ˈsaɪrəkjuːz/ˈซายเรอะคิวซ/ *pr. n.* Ⓐ เมืองซีราคิวส์ *(เมืองท่าชายฝั่งเกาะซิซิลีของกรีกยุคโบราณ);* Ⓑ ชื่อเมืองในมลรัฐนิวยอร์ก

Syria /ˈsɪrɪə/ˈซิเรีย/ *pr. n.* ประเทศซีเรีย *(ในตะวันออกกลาง)*

Syrian /ˈsɪrɪən/ˈซิเรียน/ ❶ *adj.* แห่งประเทศซีเรีย; **sb. is ~** ค.น. เป็นชาวซีเรีย ❷ *n.* ชาวซีเรีย

syringa /sɪˈrɪŋgə/ซิˈริงเกอะ/ *n. (Bot.)* Ⓐ *(mock orange)* ต้นไม้พุ่ม *Philadelphus coronarius* ดอกสีขาว มีกลิ่นหอม; Ⓑ *(lilac)* พืชในสกุล *Syringa* ดอกมีกลิ่นหอม

syringe /sɪˈrɪndʒ/ซิˈรินจ/ ❶ *n.* กระบอกฉีด, เข็มฉีดยา; ➡ **+ hypodermic** 1 ❷ *v.t.* ฉีดด้วยกระบอกฉีด, ฉีดล้าง

syrup /ˈsɪrəp/ˈซิเริพ/ *n.* Ⓐ น้ำเชื่อม; **cough ~** ยาน้ำแก้ไอ; Ⓑ *(fig.: sickly sentiment)* ความหวานแสบไส้

syrupy /ˈsɪrəpɪ/ˈซิเรอะพิ/ *adj.* Ⓐ *(like syrup)* เหมือนน้ำเชื่อม; Ⓑ *(fig.: cloyingly sweet)* หวานแสบไส้, หวานจนเอียน

system /ˈsɪstəm/ˈซิซเติม/ *n.* Ⓐ *(lit. or fig.)* ระบบ, โครงข่าย; *(of road, railways also)* เครือข่าย; **root ~** *(Bot.)* ระบบราก; ➡ **+ 'go** 4; Ⓑ *(Anat., Zool.: body)* ร่างกายทั้งหมดทุกส่วน; *(part)* **digestive/muscular/nervous/reproductive ~:** ระบบการย่อย/กล้ามเนื้อ/ประสาท/การสืบพันธุ์; **get sth. out of one's ~** *(fig.)* ขจัด *(ความรู้สึก, ความต้องการ)* ออกไปจากจิตใจ; *(by talking)* พูดระบายความในใจ; Ⓒ *no art. (methodical procedure)* มีระบบ; Ⓓ *(Geol.)* กลุ่มชั้นในดินที่แบ่งตามยุค

systematic /sɪstəˈmætɪk/ซิซเตอะˈแมทิค/ *adj.* เป็นระบบ

systematically /sɪstəˈmætɪkəlɪ/ซิซเตอะˈแมทิเคอะลิ/ *adv.* อย่างเป็นระบบ

systematisation, systematise ➡ **systematiz-**

systematization /sɪstəmətaɪˈzeɪʃn/ซิซเตอะเมอะไทˈเซช่น/ *n.* การทำให้เป็นระบบ

systematize /ˈsɪstəmətaɪz/ˈซิซเตอะเมอะทายซ/ *v.t.* ทำให้เป็นระบบ, ปรับเข้าระบบ

'system disc *n. (Computing)* แผ่นดิสก์ที่กำหนดระบบการใช้

systemic /sɪˈstemɪk/ซิˈซเต็มมิค/ *adj. (Biol.)* เกี่ยวกับทั่วร่างกาย, จำกัดที่อวัยวะทั้งระบบ

systems: ~ analysis *n.* การวิเคราะห์ระบบ; **~ analyst** *n.* ➤ **489** นักวิเคราะห์ระบบ

'system software *n. (Computing)* กำหนดซอฟต์แวร์ที่ระบบการใช้

systolic /sɪsˈtɒlɪk/ซิซˈตอลิค/ *adj. (Physiol.) ความดันโลหิตสูงสุดที่เกิดขึ้นจากการบีบตัวของกล้ามเนื้อหัวใจ*

T t

T, t /tiː/ที/ *n., pl.* **Ts** *or* **T's** Ⓐ *(letter)* พยัญชนะตัวที่ 20 ของภาษาอังกฤษ; **to a T** ถูกต้องสมบูรณ์, ตรงเผง; **that's her to a T** เป็นลักษณะเฉพาะของเธอจริง ๆ; **cross the t's** *(fig.)* พิถีพิถัน; Ⓑ *(T-shaped object)* สิ่งของที่มีรูปร่างเหมือนตัวอักษรที; **T-junction** ทางแยกที่มีถนนตัดขวาง; **T-bone steak** สเต็กที่โบน *(ท.ศ.)*; **T-shirt** เสื้อยืดคอกลม, ทีเชิ้ต *(ท.ศ.)*; **T-square** ➡ **square** 1 J

t. *abbr.* ➤ **1013** Ⓐ **ton[s]**; Ⓑ **tonne[s]**

TA *n.* Ⓐ *abbr.* **Territorial Army**

ta /tɑː/ทา/ *int. (Brit. coll.)* ขอบใจ

¹tab /tæb/แทบ/ ❶ *n.* Ⓐ *(projecting flap)* แถบที่ยื่นออกมา; *(label)* ป้าย; *(on clothing)* ห่วง; *(with name)* ป้ายชื่อ; *(on file [card])* แถบยื่นเขียนหัวข้อ; Ⓑ *(Amer. coll.: bill)* ใบเสร็จรับเงิน; **pick up the ~:** จ่ายเงินค่าอาหารและเครื่องดื่ม; Ⓒ *(Amer. coll.: price)* ราคา; Ⓓ **keep ~s** *or* **a ~ on sb./sth.** *(watch)* จับตามอง *ค.น./ส.น.*; Ⓔ *(Brit. Mil.: on collar)* เครื่องหมายบอกยศบนปกคอเสื้อ; Ⓕ *(Theatre)* ม่านบนเวทีการแสดง; Ⓖ *(Aeronaut.)* สันปีกเครื่องบิน ❷ *v.t.*, **-bb-** ➡ ~ 1 A: ติดป้าย/แถบ/ป้ายชื่อ

²tab ➡ **tabulator**

Tabasco ® /təˈbæskəʊ/เทอะ'แบซโก/ *n.* ซอสทาบาสโก *(ท.ศ.) (ซอสรสเผ็ดของเม็กซิโก)*

tabbouleh /təˈbuːleɪ, ˈtæbuːleɪ/เทอะ'บูเล, 'แทบูเล/ *n.* สลัดผักสดผสมข้าวสาลีบด

tabby /ˈtæbɪ/'แทบิ/ *n.* Ⓐ ~ **[cat]** แมวสีน้ำตาลลายแถบสีเข้ม; Ⓑ *(female cat)* แมวตัวเมีย

tabernacle /ˈtæbənækl/'แทเบอะแนค'ล/ *n.* Ⓐ *(Bibl.)* *กระโจมที่ชาวอิสราเอลใช้พักชั่วคราวระหว่างเดินทางไปปาเลสไตน์*; Ⓑ *(Relig.: meeting house)* สถานที่นมัสการ, ประรำพิธีทางศาสนา; Ⓒ *(Eccl.: receptacle)* หีบบรรจุสิ่งศักดิ์สิทธิ์ที่ใช้ประกอบพิธีศีลมหาสนิทในศาสนาคริสต์นิกายโรมันคาทอลิก

table /ˈteɪbl/'เทบ'ล/ ❶ *n.* Ⓐ โต๊ะ, แท่น; **at ~:** ที่โต๊ะอาหาร; **sit down at ~:** นั่งรับประทานที่โต๊ะอาหาร; **after two whiskies he was under the ~** *(coll.)* ได้วิสกี้ไปสองแก้วเขาก็เมาแอ๋เลย; **drink sb. under the ~:** *(coll.)* คอแข็งกว่า *ค.น.* ซึ่งดื่มเหล้าด้วย; **get sb./get round the ~:** เรียก *ค.น.*/มาร่วมเพื่อเจรจา; **turn the ~s [on sb.]** *(fig.)* พลิกสถานการณ์ [กับ *ค.น.*] ให้ตนได้เปรียบ; ➡ + **²lay** 1 E; Ⓑ *(list)* ตาราง, รายการ; **~ of contents** สารบัญ; **~ of logarithms** ตารางลอการิทึม; **learn one's ~s** ท่องสูตรคูณ; **say one's nine times ~:** ท่องสูตรคูณหลักเก้าออกมาดัง ๆ; Ⓒ *(company at ~)* การร่วมโต๊ะอาหาร; Ⓓ *(food provided)* **keep a good/wretched ~:** เสิร์ฟอาหารอร่อยและเพียงพอ/เสิร์ฟอาหารเลวและน้อย

❷ *v.t.* Ⓐ *(bring forward)* นำเสนอ *(คำร้อง, มติ)*; Ⓑ *(Amer.: shelve)* เลื่อนออกไป, วางไว้บนหิ้ง *(แผนการ)*

tableau /ˈtæbləʊ/'แทโบลฺ/ *n., pl.* **~x** /ˈtæbləʊz/'แทโบลฺซฺ/ *(lit. or fig.)* ฉาก, ภาพวาดหรือ กลุ่มรูปปั้น

ˈtablecloth *n.* ผ้าปูโต๊ะ

table d'hôte /tɑːbl ˈdəʊt/ทาบ'ล 'โดท/ *n.* อาหารครบชุดตามเมนูประจำวัน, เซทเมนู *(ท.ศ.)*; **~ menu** รายการอาหารชุดประจำวัน

table: **~ football** *n.* ฟุตบอลโต๊ะโกล; **~ knife** *n.* มีดรับประทานอาหาร; **~ lamp** *n.* โคมไฟตั้งโต๊ะ; **~land** *n. (Geog.)* ที่ราบสูง; **~ leg** *n.* ขาโต๊ะ; **~ linen** *n.* ชุดผ้าปูโต๊ะและผ้าเช็ดปาก; **~ manners** *n. pl.* มารยาทในการรับประทาน; **~ mat** *n.* แผ่นรองจาน; **T~ ˈMountain** *pr. n.* *ภูเขายอดตัดในภาคตะวันออกเฉียงใต้ของเคปทาวน์ในแอฟริกาใต้*; **~ napkin** *n.* ผ้าเช็ดปาก; **~ salt** *n.* เกลือที่ตั้งบนโต๊ะอาหาร; **~spoon** *n.* ช้อนโต๊ะ; **~spoonful** *n.* หนึ่งช้อนโต๊ะเต็ม

tablet /ˈtæblɪt/'แทบลิท/ *n.* Ⓐ *(pill)* เม็ดยา; Ⓑ *(piece)* ชิ้นเล็กแบน; Ⓒ *(stone slab)* แผ่นจารึก; Ⓓ *(for writing on)* แผ่นสำหรับใช้เขียน; *(Amer.: pad)* สมุดฉีก

tablet /ˈtæblɪt/'แทบลิท/ *n. (Computing)* แป้นเขียนอิเล็กทรอนิกส์

table: **~ talk** *n., no pl.* การพูดคุยระหว่างทานข้าว; **sb.'s ~ talk** การพูดคุยระหว่างรับประทานอาหารของ *ค.น.*; **~ tennis** *n. (Sport)* ปิงปอง; **~ tennis bat** ไม้ปิงปอง; **~ top** ❶ *n.* พื้นโต๊ะ ❷ *adj. (เครื่องล้างจาน, ชุดรถไฟจำลอง)* ที่วาง/ใช้บนโต๊ะได้; **~ware** *n., no pl.* ภาชนะจานชาม; **~ wine** *n.* ไวน์คุณภาพธรรมดา

tabloid /ˈtæblɔɪd/'แทบลอยดฺ/ *n.* *หนังสือพิมพ์รายวันขนาดเล็ก นิยมเสนอข่าวอื้อฉาว*; **the ~s** *(derog.)* หนังสือพิมพ์ประเภทอื้อฉาว; **~ journalism** การเขียนข่าวระทึกใจอื้อฉาว

taboo, tabu /təˈbuː/เทอะ'บู/ ❶ *n.* สิ่งต้องห้าม; **be under a ~:** อยู่ใต้กฎข้อห้าม ❷ *adj.* ต้องห้าม; **be ~:** เป็นข้อห้าม ❸ *v.t.* ห้าม

tabular /ˈtæbjʊlə(r)/'แทบิวเลอะ(ร)/ *adj.* ที่จัดเป็นตาราง, เป็นแผ่น

tabulate /ˈtæbjʊleɪt/'แทบิวเลท/ *v.t.* จัดเป็นตาราง

tabulation /tæbjʊˈleɪʃn/แทบิว'เลช'น/ *n.* การจัดเป็นตาราง

tabulator /ˈtæbjʊleɪtə(r)/'แทบิวเลเทอะ(ร)/ *n.* คนหรือเครื่องทำตาราง; *(on typewriter, computer)* แป้นที่ใช้เลื่อนไปยังตำแหน่งที่ตั้งไว้

tachograph /ˈtækəɡrɑːf/'แทเคอะกราฟ/ *n.* *(Motor Veh.)* เครื่องบันทึกความเร็วและเวลาการเดินทางอัตโนมัติ *(ในรถบรรทุกบางชนิด)*

tachometer /təˈkɒmɪtə(r)/เทอะ'คอมิเทอะ(ร)/ *n.* เครื่องวัดอัตราการหมุนของเพลา *(โดยเฉพาะความเร็วของยานพาหนะ)*

tachycardia /tækɪˈkɑːdɪə/แทคิ'คาเดีย/ *n.* *ภาวะที่หัวใจเต้นเร็วผิดปกติ*

tacit /ˈtæsɪt/'แทซิท/ *adj.*, **tacitly** /ˈtæsɪtlɪ/'แทซิทลิ/ *adv.* โดยปริยาย, โดยนัย

taciturn /ˈtæsɪtɜːn/'แทซิเทิน/ *adj.* พูดน้อย, สงบเสงี่ยม

taciturnity /ˈtæsɪtɜːnɪtɪ/'แทซิเทินนิทิ/ *n., no pl.* ความเงียบขรึม

¹tack /tæk/แทค/ ❶ *n.* Ⓐ *(small nail)* ตะปูเข็ม, หมุด; **carpet ~:** หมุดตรึงพรม; **shoe ~:** หมุดตอกรองเท้า; ➡ + **brass tacks**; Ⓑ *(temporary stitch)* สอยหยาบ ๆ; Ⓒ *(Naut.) (direction of vessel; also fig.)* ทิศทาง; *(in zigzag)* การแล่นเรือแบบเปลี่ยนทิศไปมา; **be on the port/starboard ~:** มีลมด้านกราบซ้าย/ขวาของเรือ; **on the right/wrong ~** *(fig.)* ในแนวทาง/วิถีทางที่ถูกต้อง/ผิด; **change one's ~, try another ~** *(fig.)* เปลี่ยนวิถีทาง/นโยบาย ❷ *v.t.* Ⓐ *(stitch loosely)* สอยไว้หลวม ๆ; Ⓑ *(nail)* ตอกตะปู ❸ *v.i. (Naut.)* เปลี่ยนทิศทางเรือ

~ ˈdown *v.t.* ตอกตะปูติด

~ ˈon *v.t.* แขวนติด, พ่วง (to กับ)

²tack *n. (Horse riding)* **[riding] ~:** อุปกรณ์สำหรับการขี่ม้า *(อาน, บังเหียน)*

¹tackiness /ˈtækɪnɪs/'แทคินิซ/ *n., no pl.* ความเหนียวเหนอะหนะ

²tackiness *n., no pl. (coll. derog.)* Ⓐ *(tastelessness)* ความไม่มีรสนิยม; Ⓑ *(tattiness)* ความมอซอ

tackle /ˈtækl/'แทค'ล/ ❶ *v.t.* Ⓐ *(come to grips with)* เข้ามาจับ, จัดการกับ *(ปัญหา ฯลฯ)*; **~ sb. about/on/over sth.** พูดคุยกับ *ค.น.* ในเรื่อง *ส.น.*; *(ask for sth.)* ขอ *ส.น.* จาก *ค.น.*; Ⓑ *(Sport)* แท็คเกิล *(ท.ศ.) (พยายามแย่งลูกจากผู้เล่นฝ่ายตรงข้ามในกีฬารักบี้หรือฟุตบอล)* ❷ *n.* Ⓐ *(equipment)* รอก; **shaving ~:** ที่โกนหนวดแบบใช้ใบมีด; ➡ + **fishing tackle**; Ⓑ *(Sport)* การต่อสู้กัน; *(sliding ~)* การขวางคู่ต่อสู้, การแท็คเกิล *(ท.ศ.)*; Ⓒ ➡ **block** 1 N

tackling /ˈtæklɪŋ/'แทคลิง/ *n. (Sport)* การพยายามแย่งลูกบอลจากฝ่ายตรงข้าม

ˈtack room *n.* ห้องเก็บอุปกรณ์การขี่ม้า

¹tacky /ˈtækɪ/'แทคิ/ *adj.* เหนียว, ยังไม่แห้ง

²tacky *adj. (coll. derog.)* Ⓐ *(tasteless)* ไม่มีรสนิยม; Ⓑ *(tatty)* ดูสกปรก, โกโรโกโส, ปอน

tact /tækt/แทคทฺ/ *n.* การรู้จักกาลเทศะ; **he has no ~:** เขาไม่รู้จักกาลเทศะ

tactful /ˈtæktfl/'แทคทฟ'ล/ *adj.*, **tactfully** /ˈtæktfəlɪ/'แทคทุเฟอะลิ/ *adv.* รู้จักกาลเทศะ

tactfulness /ˈtæktflnɪs/'แทคทฟ'ลนิซ/ *n., no pl.* ความรู้จักกาลเทศะ, ความรู้จักผ่อนหนักผ่อนเบา

tactic /ˈtæktɪk/'แทคทิค/ *n.* เล่ห์, กลยุทธ์, กลวิธี; **delaying ~:** กลวิธีการถ่วงเวลา; ➡ + **tactics**

tactical /ˈtæktɪkl/'แทคทิค'ล/ *adj.* Ⓐ มีกลวิธี; **~ voting** การใช้กลวิธีในการลงคะแนนเสียง; Ⓑ *(skilled in tactics)* ชำนาญด้านกลยุทธ์; **have a good ~ sense** ฉลาด, แคล่วคล่องเรื่องการวางแผน

tactically /ˈtæktɪkəlɪ/'แทคทิเคอะลิ/ *adv.* ตามกลวิธี

tactician /tækˈtɪʃn/แทค'ทิช'น/ *n.* ผู้ชำนาญด้านกลวิธี

tactics /ˈtæktɪks/'แทคทิคซฺ/ *n. pl.* Ⓐ *(methods)* กลวิธี; **dubious ~:** กลวิธีที่คลุมเครือ; Ⓑ *constr. as sing. (Mil.)* วิธีการจัดกระบวนยุทธ์

tactile /ˈtæktaɪl/'แทคทายลฺ/ *adj.* Ⓐ *(using touch)* เกี่ยวกับประสาทสัมผัส; Ⓑ *(tangible)* สัมผัสได้, แตะได้

tactless /ˈtæktlɪs/ˈแทคทฺลิซ/ *adj.* ขาดกาลเทศะ

tactlessly /ˈtæktlɪslɪ/ˈแทคทฺลิซลิ/ *adv.* อย่างขาดกาลเทศะ

tactlessness /ˈtæktlɪsnɪs/ˈแทคทฺลิซนิซ/ *n., no pl.* ความขาดกาลเทศะ

tadpole /ˈtædpəʊl/ˈแทดโพล/ *n.* ลูกอ๊อด, ลูกกบ, ลูกเขียด

taffeta /ˈtæfɪtə/ˈแทฟิเทอะ/ *n. (Textiles)* แพรมันเรียบเนื้อบาง

taffrail /ˈtæfreɪl/ˈแทฟเรล/ *n. (Naut.)* รางรอบท้ายเรือ

taffy /ˈtæfɪ/ˈแทฟี/ *n. (Amer.)* ขนมหวานประเภททอฟฟี่

Taffy /ˈtæfɪ/ˈแทฟี/ *n. (coll.: Welshman)* ชาวเวลส์

[1]**tag** /tæg/แทก/ ❶ *n.* Ⓐ *(label)* สลาก; *(on clothes)* ห่วงเสื้อผ้า; *(on animal's ear)* ป้ายแยกประเภท/จำนวน; Ⓑ *(electronic device) (on person)* ห่วงข้อมือควบคุมนักโทษที่ไม่อยู่ในคุก; *(on goods)* ป้าย, ใบราคา; Ⓒ *(loop)* หูที่หลังรองเท้า; Ⓓ *(metal etc. point at end of lace)* โลหะที่หุ้มปลายเชือกผูกรองเท้า; Ⓔ *(stock phrase)* คำลงท้าย, คำพูดที่ใช้กันจนน่าเบื่อ; Ⓕ *(Amer.: licence plate)* ป้ายทะเบียน; ➡ + **price tag**

❷ *v.t.*, **-gg-** Ⓐ *(attach)* ติด *(ป้าย)* **(to** กับ**)**; **~ together** ติดเข้าด้วยกัน, เย็บ *(กระดาษ)* ติดด้วยกัน; *(fig.)* จัดเข้าด้วยกัน; Ⓑ *(with electronic device)* **~ sth.** ติดป้ายอิเล็กทรอนิกส์กับ *(สินค้า, หนังสือ)* เพื่อป้องกันขโมย; **~ sb.** ติดข้อมืออิเล็กทรอนิกส์ให้กับนักโทษ; Ⓒ *(Computing)* กำหนดชื่อเพื่อเรียกข้อมูลในอนาคต

❸ *v.i.*, **-gg-: ~ behind** ตามหลัง; **~ after sb.** ติดตามหลัง *ค.น.*

~ aˈlong *v.i.* ติดตามไปด้วย; **do you mind if I ~ along?** ฉันขอติดตามไปด้วยได้ไหม

~ ˈon *v.t.* เพิ่มเข้าไป **(to** กับ**)**

[2]**tag** *n. (game)* เล่นไล่จับ

tag: ~ day *(Amer.)* ➡ **flag day** B; **~ ˈquestion** *n. (Ling.)* คำถามพ่วงท้าย; **~ wrestling** *n. (Sport)* *การแข่งขันมวยปล้ำระหว่าง 2 ทีม ทีมละ 2 คน ซึ่งผู้แข่งขันจะอยู่บนเวทีได้ทีมละ 1 คน และมีกติกาการผลัดเปลี่ยนผู้เล่นโดยการแตะมือ*

Tagalog /təˈgɑːlɒg/เทอะˈกาลอก/ *n.* คนเชื้อชาติตากาล็อกแห่งประเทศฟิลิปปินส์; *(Lang.)* ภาษาตากาล็อก

tagine /təˈʒiːn, təˈdʒiːn/เทอะˈฌีน, เทอะˈจีน/ *n.* อาหารโมร็อกโกประเภทสตู

tagliatelle /tæljəˈtelɪ/แทกเลีย'เทลลิ/ *n.* เส้นพาสต้าแบนยาวของอิตาเลียน

tail /teɪl/เทล/ ❶ *n.* Ⓐ หาง, ปลาย; **tops and ~s** *(of carrots, turnips)* ส่วนหัวและส่วนท้าย; Ⓑ *(fig.)* **have sb./sth. on one's ~:** *(coll.)* มี *ค.น./ส.น.* ติดตามอย่างใกล้ชิด; **be/keep on sb.'s ~:** *(coll.)* ติดตาม *ค.น.* เป็นเงา; **with one's ~ between one's legs** กลัวจนหางจุกตูด, เสียหน้า; **sb. has his ~ up** *ค.น.* มีความกล้าบ้าบิ่น; **turn ~ [and run]** กลับหลังหัน [แล้วเผ่นหนี]; Ⓒ *(of comet)* หาง; Ⓓ **[shirt] ~:** ชายเสื้อเชิ้ต; Ⓔ *(of man's coat)* ชายเสื้อโค้ตแบบมีหางยาว; Ⓕ *in pl. (man's evening dress)* สูทแบบมีหาง; Ⓖ *in pl. (on coin)* **~s [it is]** [มันออก] ก้อย; ➡ **head** 1 E; Ⓗ *(Mus.: stem of note)* หางตัวโน้ต; Ⓘ *(part of letter below line)* ส่วนของตัวอักษรที่ห้อยลง; Ⓙ *(coll.: person keeping watch)* คนที่คอยติดตามเป็นเงา; **have/put a ~ on sb.** ให้ใครคอยติดตามสืบ *ค.น.*

❷ *v.t.* Ⓐ *(remove stalks of)* **top and ~ gooseberries** ตัดหัวท้ายลูกกูสเบอร์รี; Ⓑ *(coll.: follow)* ตามติดเป็นเงา

~ ˈaway ➡ **~ off**

~ ˈback *v.i.* กระจุกรวมกัน; *(รถยนต์)* ต่อคิวยาวเป็นหาง; ➡ + **tailback**

~ ˈoff *v.i.* Ⓐ *(decrease)* ลดลง; Ⓑ *(fade into silence)* ค่อย ๆ เงียบเสียง

tail: ~back *n. (Brit.)* รถติดยาวเป็นหาง; **~board** *n.* กระบะท้ายรถกระบะ; **~ coat** *n.* เสื้อโค้ตผู้ชายแบบมีหาง; **~ end** *n. (hindmost end)* ส่วนปลายสุด; *(fig.)* ตอนท้าย; **come in at the ~-end** มาถึงตอนท้ายสุด; **~ fin** *n. (Aeronaut.)* ปีกหางของเครื่องบิน; **~gate** ❶ *n. (Motor Veh.)* ประตูหลังของรถบรรทุก *หรือ* รถแวน ❷ *v.i. (Amer.)* ขับประชิดรถคันหน้า

ˈtail lamp *(esp. Amer.)* ➡ **tail light**

tailless /ˈteɪllɪs/ˈเทลลิซ/ *adj.* ไม่มีหาง; **the animal was ~:** สัตว์นี้ไม่มีหาง

ˈtail light *n.* ไฟท้ายรถ

tailor /ˈteɪlə(r)/ˈเทเลอะ(ร)/ ❶ *n.* ➤ **489** ช่างตัดเสื้อ; ➡ + **baker** ❷ *v.t.* Ⓐ ตัดเสื้อ; Ⓑ *(fig.)* **~ed to** *or* **for sb./sth.** ตัด/ทำให้ *ค.น./ส.น.* โดยเฉพาะ; **~ed to sb.'s needs** ทำให้ตรงกับความต้องการของ *ค.น.* โดยเฉพาะ

tailored /ˈteɪləd/ˈเทเลิด/ *adj.* ตัดโดยช่าง, สั่งตัด; **~ suit** *(for woman also)* สูทสั่งตัด

tailoring /ˈteɪlərɪŋ/ˈเทเลอะริง/ *n., no pl.* งานตัดเสื้อ, การตัดต่อ

ˈtailor-made *adj. (lit. or fig.)* ตัดตามสั่ง, เหมาะเจาะ

tailor's: ~ chalk *n.* ชอล์กสำหรับงานตัดเสื้อผ้า; **~ ˈdummy** *n.* หุ่นลองเสื้อ; *(fig.)* *หญิงหรือชายที่นิยมแต่งตัวตามสมัยมากเกินไป*

tail: ~piece *n.* Ⓐ *(appendage)* ภาคผนวก, ชิ้นส่วนตอนท้าย; Ⓑ *(Mus.: for string-ends)* แผ่นผูกสาย; Ⓒ *(decoration)* ภาพ/ลวดลายประดับท้ายบท; **~pipe** *n.* ท่อไอเสียรถยนต์; **~plane** *n. (Aeronaut.)* ส่วนหางของเครื่องบิน; **~ skid** *n. (Aeronaut.)* แคร่หางปีกเครื่องบิน; **~spin** *n.* Ⓐ *(of aircraft)* หมุนควงสว่าน; Ⓑ *(fig.: state of panic)* **send sb./go into a ~spin** ทำให้ *ค.น.*/เกิดอาการตื่นตระหนก; **~wheel** *n. (Aeronaut.)* ล้อเฟือง; **~ wind** *n.* ลมส่งท้าย

taint /teɪnt/เทนทฺ/ ❶ *n.* รอยมลทิน, รอยด่าง; **hereditary ~:** ปมด้อยที่ถ่ายทอดกันมาทางกรรมพันธุ์ ❷ *v.t.* ทำให้มีมลทิน *(ชื่อเสียง)*; **be ~ed with sth.** มีมลทินจาก *ส.น.*, เสื่อมเสียชื่อเสียงด้วย *ส.น.*

Taiwan /taɪˈwɒːn/ไทˈวอน/ *pr. n.* ประเทศจีนไต้หวัน

Taiwanese /taɪwəˈniːz/ไทเวอะˈนีซ/ ❶ *adj.* แห่งจีนไต้หวัน ❷ *n.* คนจีนไต้หวัน

take /teɪk/เทค/ ❶ *v.t.*, **took** /tʊk/ทุค/, **taken** /ˈteɪkn/ˈเทค'น/ Ⓐ *(get hold of, grasp, seize)* หยิบ, จับ, คว้า; **~ sb.'s arm** จับแขน *ค.น.*; **~ sb. by the hand/arm** จูงแขน *ค.น.*/จับมือ *ค.น.*; **he took me by the arm/elbow and steered me in the direction of the exit** เขาจับแขน/ข้อศอกของฉันแล้วจูงไปสู่ทางออก; **~ matters into one's own hands** *(fig.)* ถือเป็นธุระเอง; ➡ + [1]**bit** A; [1]**bull** 1 A; **devil** 1 C; [2]**hold** 3 A; **law** D; **life** A; Ⓑ *(capture)* จับ *(ตัว)*; ตี *(เมือง)*; *(Cards, chess)* กิน; ➡ + [2]**hold** 3 A; **hostage**; **possession** D; **short** 2 C; **storm** 1 D; **surprise** 1; Ⓒ *(gain, earn)* มี *(รายได้)*; *(ภาพยนตร์, ละคร)* หา/มีรายได้; *(win)* ชนะ *(รางวัล)*, ได้ *(ตำแหน่ง)*; *(Cards)* ได้แต้ม, ได้กิน; **~ a wicket** *(Cricket)* ปาลูกเอาคนตีออกได้หนึ่งคน; **~ first/second** *etc.* **place** ได้อันดับที่หนึ่ง/สอง ฯลฯ; *(fig.)* เป็นหนึ่ง/รอง ฯลฯ; **~ the biscuit** *(Brit. coll.) or (coll.)* **cake** *(fig.)* น่าประหลาดใจที่สุด; Ⓓ *(assume possession of)* ได้มา, ได้เป็นเจ้าของ; *(~ away with one)* นำติดมือไปด้วย; *(steal)* ขโมย; *(obtain by purchase)* หาซื้อมา; *(by rent)* เช่า *(รถยนต์, ห้องชุด)*; เรียน *(ภาษา, เต้นรำ)*; *(buy regularly)* ซื้อเป็นประจำ *(หนังสือพิมพ์)*; *(subscribe to)* เป็นสมาชิก; *(obtain)* ได้รับ *(ปริญญา)*; *(form a relationship with)* ได้มาเป็น *(แฟน, คู่รัก)*; รับเข้าบ้าน *(เป็นคนเช่าห้อง)*; **that woman took my purse** ผู้หญิงคนนั้นฉกกระเป๋าสตางค์ฉันไป; **he took his degree at Sussex University** เขาได้ปริญญาจากมหาวิทยาลัยซัสเซ็กซ์; **~ place** เกิดขึ้น; *(การเปลี่ยนแปลง)* ปรากฏ; **I'll ~ this handbag/the curry, please** ฉันจะรับกระเป๋าใบนี้/แกงกะหรี่; **who has ~n my pencil?** ใครเอาดินสอของฉันไป; **~ [private] pupils** รับสอนพิเศษ; **he took her as** *or* **for his wife** เขาเอาเธอมาเป็นภรรยา; ➡ + **order** 1 C, H; **possession** D; **silk** 1 A; Ⓔ *(avail oneself of, use)* ไป *(หยุดพัก, นอนงีบ)*; ใช้เป็น *(ตัวอย่าง, ข้ออ้างอิง)* **(from** จาก**)**; **~ the opportunity to do/of doing sth.** ใช้โอกาสทำ *ส.น.*; **~ the car/bus into town** นั่งรถยนต์/รถโดยสารเข้าเมือง; **~ two eggs** *etc. (in recipe)* ใช้ไข่ 2 ฟอง; **~ all the time you want** ใช้เวลาเท่าที่คุณต้องการ; **a story ~n from life** เรื่องที่เขียนขึ้นจากชีวิตจริง; **a quotation ~n from Pope** คำกล่าวของนักกวีโป๊ป; **[let's] ~ a more recent example/my sister [for example]** [เรามา] ยกตัวอย่างที่ล่าสุดกว่านี้/เช่นน้องสาวของฉัน; **do I hear someone taking my name in vain?** *(coll. joc.)* กำลังมีใครนินทาฉันอยู่หรือ; ➡ + **advantage** A; **advice** A; **cure** 1 C; [1]**leave** C; **liberty**; **time** 1 B; Ⓕ *(carry, guide, convey)* พา, เอา, ขนย้ายไป; **~ sb.'s shoes to the mender['s]/sb.'s coat to the cleaner's** เอารองเท้าของ *ค.น.* ไปให้ช่างซ่อม/เอาเสื้อโค้ตของ *ค.น.* ไปร้านซักรีด; **~ a message to sb.** นำข่าวสารไปให้ *ค.น.*; **the pipe ~s the water to the tank** ท่อจ่ายน้ำเข้าสู่ถัง; **~ sb. to school/hospital** พา *ค.น.* ไปโรงเรียน/โรงพยาบาล; **~ sb. to visit sb.** พา *ค.น.* ไปเยี่ยม *ค.น.*; **~ sb. to the zoo/cinema/to dinner** พา *ค.น.* ไปสวนสัตว์/ดูหนัง/รับประทานอาหารค่ำ; **~ sb. into one's home/house** พา *ค.น.* เข้าไปในบ้านของตน; **the road ~s you/story ~s us to London** ถนนจะพาคุณไปสู่/เรื่องพาพวกเราไปยังกรุงลอนดอน; **my job has ~n me all over the world** งานของฉันทำให้ฉันได้เดินทางไปทั่วโลก; **his ability will ~ him far/to the top** ความสามารถของเขาจะพาไปได้ไกล/ไปถึงจุดสูงสุด; **~ sb./sth with one** พา *ค.น.*/เอา *ส.น.* ไปด้วย; **~ home** เอากลับบ้าน; *(earn)* หารายได้; *(accompany)* พากลับบ้าน *(ของคนอื่น)*; *(to meet one's parents etc.)* พาไปบ้าน; ➡ + **~-home**; **~ sb. before sb.** แนะนำ *ค.น.* ให้รู้จักกับ *ค.น.*; **~ sb. through/over sth.** *(fig.)* ตรวจอ่าน *ส.น.* พร้อม *ค.น.*; **~ in hand** *(begin)* เริ่มต้น; *(assume responsibility for)* รับดำเนินการ; **~ sb. into partnership [with one]/into the business** รับ *ค.น.* เข้ามาเป็นหุ้นส่วน/ร่วมธุรกิจ; **~ an axe to sth.** ใช้ค้อนตี *ส.น.*; *(fig.)* ลงดาบ *ส.น.*; **~ a stick** *etc.* **to sb.** ลงโทษ *ค.น.* ด้วยไม้

t

take | take 902

ตี ฯลฯ; ~ **sth. to pieces** *or* **bits** แกะ/แยก *ส.น.* ออกเป็นชิ้น ๆ; **you can/can't ~ sb./sth. anywhere** *(fig. coll.)* คุณสามารถ/ไม่สามารถพา *ค.น./ส.น.* ไปวัดไปวาได้; **you can't ~ it 'with you** *(coll.)* ตายแล้วเอาอะไรไปไม่ได้; ➡ + confidence E; court 1 D; head 1 B; **G** *(remove)* แยกออกมา; *(deduct)* เอาออกมา; ~ **sth./sb. from sb.** เอา *ส.น./ค.น.* จาก *ค.น.;* **I took the parcel from her** ฉันรับเอากล่องมาจากเธอ; **death has ~n him from us** *(fig.)* ความตายได้พรากเขาไปจากเรา; **the children were ~n from their parents by the authorities** เจ้าหน้าที่ได้เอาตัวเด็กไปจากพ่อแม่; **be ~n from sb.** *(fig.)* ถูกพรากจาก *ค.น.;* ~ **all the fun/hard work out of sth.** ทำให้ *ส.น.* หมดสนุก/ความยากลำบาก; ➡ + life A; ¹wind 1 A; **H** *(conceive, experience)* **sb. ~s courage from sth.** *ค.น.* ได้รับกำลังใจจาก *ส.น.;* ~ **courage!** กล้าหน่อยสิ; **I** **be ~n ill** *or (coll.)* **sick** ป่วยไข้; **be ~n ill with food poisoning** ป่วยเพราะอาหารเป็นพิษ; **J** *(make)* ถ่าย *(รูป, สำเนา);* ทำ *(สำเนา); (photograph)* ถ่ายภาพ; **hate having one's photograph/picture ~n** ไม่ชอบให้ใครถ่ายรูป; **the camera ~s good photographs** กล้องตัวนี้ถ่ายภาพได้ดี; ~ **sb.'s fingerprints** พิมพ์รอยนิ้วมือของ *ค.น.;* **K** *(perform, execute)* จดตามคำบอก *(dictation)* จดชวเลข; ได้รับ *(รางวัล);* ทำ *(การสอบไล่, การเดินทาง);* รับ *(คำถาม, บทละคร);* สาบาน; ตัดสินใจ; ~ **a fall/tumble** ล้ม; ~ **a step forward/backward** เดินก้าวหน้า/ถอยหลัง; ~ **a turn for the better/worse** เปลี่ยนไปในทางที่ดีขึ้น/เลวลง; ~ **a scene/movement more slowly** ถ่าย/เล่นฉาก/ตอนให้ช้าลง; ➡ + action A; ²bow 3; effect 1 D; vote 1 A; **L** *(negotiate)* ผ่าน, ข้ามไป *(รั้ว, กำแพง, หัวโค้ง, อุปสรรค);* **the bus took the corner too fast** รถโดยสารเลี้ยวโค้งเร็วเกินไป; **M** *(conduct)* ดำเนิน *(พิธี, การสวด, คดี);* **he ~s the older pupils in Latin** เขาสอนวิชาภาษาลาตินให้แก่นักเรียนชั้นสูง; **he ~s us for maths** เขาสอนวิชาคณิตศาสตร์พวกเรา; **N** *(be taught, be examined in)* ~ **Latin at school** เรียนภาษาลาตินที่โรงเรียน; ~ **Latin in an exam** สอบภาษาลาติน; ~ **an examination/a test** ทำการสอบ/ทดสอบ; **O** *(consume)* กิน *(อาหาร, ยา ฯลฯ);* รับประทาน, ดื่ม; รับ *(กาแฟ, นม, น้ำตาล);* ~ **some food** กินอาหาร; ~ **sugar in one's tea** ดื่มชาใส่น้ำตาล; **what can I ~ for a cold?** ฉันจะกินยาอะไรแก้หวัดได้บ้าง; **to be ~n three times a day** ให้รับประทานวันละ 3 เวลา; **not to be ~n [internally]** ห้ามรับประทาน; ➡ + bite 3 A; drug 1 B; medicine; sip 3; **P** *(occupy)* เข้ารับ *(เป็นผู้แทนในสภา, ตำแหน่ง);* ~ **sb.'s seat** แย่งที่นั่งของ *ค.น.;* **is that/this seat ~n?** ที่ตรงนั้น/นี้มีใครนั่งหรือยัง; ➡ + back seat; chair 1 A, B; place 1 F, J; seat 1 B; **Q** *(need, require)* ใช้ *(เวลา, ที่);* ต้องการ *(เสื้อ, รองเท้า, ขนาด ฯลฯ); (Ling.)* **this verb ~s 'sein'** คำกริยานี้ต้องใช้กับ 'sein'; **the wound will ~ some time to heal** แผลจะใช้เวลารักษาพอสมควร; **the ticket machine ~s 20p and 50p coins** เครื่องขายตั๋วนี้ใช้เหรียญ 20 และ 50 เพนซ์; **the work is taking too much of my time** งานนี้ใช้เวลาของฉันมากเกินไป; **as long as it ~s** นานเท่าที่จำเป็น; **sth. ~s an hour/a year/all day** *ส.น.* ใช้เวลา 1 ชั่วโมง/1 ปี/ทั้งวัน; **it ~s an hour** *etc.* **to do sth.** ต้องใช้เวลา 1 ชั่วโมง ฯลฯ ในการทำ *ส.น.;* **the meat ~s three hours to cook** เนื้อชิ้นนี้ต้องใช้เวลา 3 ชั่วโมงจึงจะสุก; **sb. ~s** *or* **it ~s sb. a long time/an hour** *etc.* **to do sth.** *ค.น.* ใช้เวลานาน/1 ชั่วโมง ฯลฯ ในการทำ *ส.น.;* **what took you so long?** ทำไมคุณช้านักล่ะ; ~ **a lot of money/£3,000 pounds** ใช้เงินมาก/3,000 ปอนด์; ~ **a lot of work/effort/courage** ใช้แรงงาน/ความพยายาม/ความกล้าหาญมาก; **it took all my strength/determination** มันใช้แรง/ความมุ่งมั่นของฉันทั้งหมด; **it doesn't ~ much to make him happy** ไม่ต้องใช้อะไรมากมายในการทำให้เขามีความสุข; **have [got] what it ~s** มีคุณสมบัติพร้อม; **he took a lot of/some convincing** เป็นเรื่องยากมาก/พอสมควรที่จะทำให้เขาเชื่อ; **these windows ~ a lot of cleaning** หน้าต่างพวกนี้ต้องทำความสะอาดอยู่เรื่อย; **it will ~ [quite] lot of explaining** จะต้องอธิบายกัน [ค่อนข้าง] มาก; **that story of his ~s some believing** เรื่องนั้นที่เขาเล่าไม่ค่อยน่าเชื่อ; **it ~s an expert to notice the difference** ต้องใช้ผู้เชี่ยวชาญจึงจะแยกแยะความแตกต่างออก; **it would ~ a saint to get along with him** คงต้องเป็นเทวดาน่ะถึงจะเข้ากับเขาได้; **it ~s a thief to know a thief** ต้องเป็นขโมย จึงจะรู้จักขโมยด้วยกัน; **it ~s all sorts to make a world** โลกนี้ประกอบขึ้นด้วยคนหลายประเภท; ➡ + beating B; time 1 B; **R** *(accommodate, hold)* รองรับได้; *(support)* รับได้; **the car will ~ six adults** รถคันนี้ใหญ่นั่งได้ 6 คน; **that room can't ~ a grand piano** ห้องนั้นรับเปียโนหลังใหญ่ไม่ได้; **S** *(ascertain and record)* จด *(บันทึก, ที่อยู่, เลขโทรศัพท์);* จับ *(ชีพจร);* วัด *(ปรอท, ขนาด ฯลฯ);* ~ **sb.'s measurements for a new suit** วัดตัว *ค.น.* สำหรับตัดชุดสูทใหม่; ~ **the minutes of a meeting** จดทำบันทึกการประชุม; ~ **a reading from the barometer** อ่านค่าจากบารอมิเตอร์; **T** *(apprehend, grasp)* ~ **sb.'s meaning/drift,** *(arch.)* ~ **sb.** ได้ความหมาย/แนวความคิดของ *ค.น.;* **... if you ~ my meaning ...** ถ้าคุณเข้าใจความหมายของฉัน; ~ **sb.'s point** เข้าใจข้อสังเกตของ *ค.น.;* ~ **it [that] ...:** ถือว่า ...; **can I ~ it that ...?** ฉันสามารถถือว่า...ได้ไหม; **am I to ~ it that ...?** ฉันควรจะเข้าใจว่า ...ใช่ไหม; ~ **sth. to mean sth.** เข้าใจว่า *ส.น.* หมายถึง *ส.น.;* **what do you ~ that to mean/signify?** คุณเข้าใจว่าสิ่งนั้นมีความหมาย/หมายความว่าอย่างไร; ~ **sth. as settled/as a compliment/refusal** ถือว่า *ส.น.* ถูกตัดสินแล้ว/เป็นคำชม/เป็นการปฏิเสธ; ~ **sb./sth. for/to be sth.** เข้าใจว่า *ค.น./ส.น.* เป็น *ส.น.;* **what do you ~ me for?** คุณเห็นฉันเป็นอะไร; **I ~ him to be in his fifties** ฉันเข้าใจว่าเขาอายุราวห้าสิบถึงหกสิบ; **not know how to ~ sb.'s reply** ไม่รู้ว่าจะเข้าใจคำตอบของ *ค.น.* อย่างไร; ~ **what sb. says the wrong way** เข้าใจการพูดของ *ค.น.* ผิดไป; ➡ + gospel B; grant 1 C; literally A; word 1 B; **U** *(treat or react to in a specified manner)* รับ, ยอมรับ; ~ **sth. like a man** ยอมรับ *ส.น.* อย่างเป็นลูกผู้ชาย; ~ **sth. well/badly/hard** รับ *ส.น.* ได้ดี/ไม่ดี/อย่างไม่สบายใจ; **sb. ~s sth. very badly/hard** *ค.น.* ทำใจยอมรับ *ส.น.* ได้ยากมาก; ~ **sth. calmly** *or* **coolly** ยอมรับ *ส.น.* อย่างสงบ/อย่างเยือกเย็น; ~ **sth. as read** ถือว่า *ส.น.* เป็นที่รู้จักกันดีแล้ว; **you can/may ~ it as read that ...:** คุณสามารถเชื่อมั่นได้ว่า...; **taking it all in all, taking one thing with another** มองดูจากภาพรวม; ➡ + amiss 2; easy 2; heart 1 B, C; kindly 1 C; stride 1 A; **V** *(accept)* รับ; ~ **money** *etc.* **[from sb./for sth.]** รับเงิน ฯลฯ [จาก *ค.น.* สำหรับ *ส.น.*]; **will you ~ £500 for the car?** คุณจะรับ 500 ปอนด์สำหรับรถคันนี้ไหม; **[you can] ~ it or leave it** [คุณ] จะเอาหรือไม่เอาก็ตามใจ; **I can ~ it or leave it** *(an indifferent)* ฉันเฉย ๆ *หรือ* อย่างไรก็ได้; ~ **the hint** เข้าใจคำพูดเป็นนัย; **he can never ~ a hint** เขาไม่เคยเข้าใจคำพูดเป็นนัย ๆ หรอก; **I know how to take a hint** ฉันเข้าใจแล้วล่ะ; ~ **sb.'s word for it** เชื่อคำพูดของ *ค.น.;* **you can ~ his word for it that ...:** คำพูดของเขา คุณเชื่อได้เลยว่า...; **you don't have to ~ my word for it** คุณไม่จำเป็นต้องเชื่อฉันหรอกนะ; ~ **things as they come,** ~ **it as it comes** ยอมรับกับสิ่งที่เกิดขึ้น; ➡ + advice A; chance 1 E; consequence A; risk 1 A; **W** *(receive, submit to)* รับ, ยอมให้; *(Boxing)* อึด, ทน *(การต่อย); (endure, tolerate)* ทน *(อากาศร้อน, หนาว ฯลฯ);* ทานได้ *(เหล้า, อาหารทะเล ฯลฯ); (put up with)* ยอมรับ *(คำวิพากษ์วิจารณ์);* ~ **one's punishment bravely** ยอมรับการลงโทษอย่างกล้าหาญ; **the boxer/the car took a lot of punishment** นักมวย/รถคันนั้นแข็งแกร่งทนทานมาก; ~ **no nonsense** เอาจริง, ไม่รับเรื่องบ้า ๆ บอ ๆ; ~ **'that!** ต้องเอายังงี้, ต้องเจอแบบนี้; ~ **it** *(coll.)* ยอมรับ, รับ; *(referring to criticism, abuse)* รับได้; **There's a lot of pressure on you. – I can ~ it** คุณต้องรับแรงกดดันมากนะ ฉันรับได้; **X** *(adopt, choose)* ดำเนิน *(มาตรการ);* เลือก *(ทาง);* ~ **the wrong road** เลือกผิดทาง; ~ **a firm** *etc.* **stand [with sb./on** *or* **over sth.]** ยืนกราน ฯลฯ [กับ *ค.น.* ใน *ส.น.*]; ~ **the easy way out** เลือกทางออกที่ง่าย; ➡ + resistance A; side 1 I; view 1 D; **Y** *(receive, accommodate)* รับ *(ผู้สมัคร, นักเรียน, ผู้มาพัก);* **the city ~s its name from its founder** เมืองนี้ได้ชื่อมาจากผู้ก่อตั้ง; **the rock ~s its colour from the minerals** หินก้อนนี้ได้สีสันจากแร่ธาตุต่าง ๆ; **Z** *(swindle)* **he was taken for £500 by the conman** *(coll.)* เขาถูกคนฉ้อฉลโกงเงิน 500 ปอนด์; **AA** **be ~n with sb./sth.** ติดใจ *ค.น.;* **BB** *(copulate with)* สังวาสกับ

❷ *v.i.,* **took, ~n** **A** *(be successful, effective)* *(การเปลี่ยนอวัยวะ, การปลูกเมล็ด, การปลูกฝี)* ได้ผล; *(กองไฟ)* ลุกดี; *(สีย้อม)* เข้าเนื้อผ้าได้ดี; **B** *(detract)* ~ **from sth.** เอาออกจาก *ส.น.;* ลดค่า *ส.น.;* **C** ~ **ill** *or (coll.)* **sick** เจ็บป่วย; **D** ~ **well/badly** *(Photog.)* ถ่ายรูปขึ้น/ไม่ขึ้น

❸ *n.* **A** *(Telev., Cinemat.)* การถ่ายภาพ *(โทรทัศน์, ภาพยนตร์)* หนึ่งครั้ง; **B** *(takings)* รายรับ, เงินที่ได้มา; **our ~ was over £200 for the day** รายรับของเราสำหรับวันนี้มากกว่า 200 ปอนด์; ~ **[of the loot]** ส่วนแบ่ง [จากการปล้น]; **C** *(catch of fish)* ปลาที่จับได้; *(catch of game)* สัตว์ที่ล่าได้

~ **a'back** ➡ aback

~ **after** *v.t.* **A** ~ **after sb.** *(resemble)* เหมือน *ค.น.; (take as one's example)* เลียนแบบ *ค.น.;* **B** *(Amer.: chase after)* ไล่ตามหลัง

~ **a'long** *v.t.* นำไปด้วย

~ **a'part** ➡ apart B

~ **a'round** *v.t.* **A** *(~ with one)* นำไปด้วยทุก ๆ ที่; **B** *(show around)* พาชมให้ทั่ว

~ **a'side** ➡ aside 1

t

~ **a'way** *v.t.* Ⓐ *(remove)* เอาไป, หยิบไป; *(to a distance)* พา/นำไปห่าง; **~ sth. away from sb.** ยึด *ส.น.* ไปจาก *ค.น.*; **~ sb.'s licence/passport away** ยึดใบอนุญาต/หนังสือเดินทางของ *ค.น.*; **what the taxman gives with one hand, he ~s away with the other** สิ่งที่เจ้าหน้าที่สรรพากรให้ โดยมือข้างหนึ่งก็จะยึดคืนโดยมืออีกข้างหนึ่ง; **to ~ away** *(อาหาร)* ซื้อไปรับประทานที่บ้าน; **tablets that will ~ away the pain** ยาที่จะทำให้หายเจ็บปวด; **~ away sb.'s rights/privileges/freedom/job** ทำให้ *ค.น.* หมดสิทธิ/สิทธิพิเศษ/เสรีภาพ/ตกงาน; **~ away all the flavour of the food** ทำให้อาหารหมดรสชาติ; **alcohol ~s away all your worries** เหล้าทำให้คนเราหมดห่วง; **it has ~n away all the pleasure in my win** มันทำให้ความปีติในชัยชนะของฉันหมดไป; **no one can ~ that away from you** ไม่มีใครเอาสิ่งนั้นไปจากคุณได้หรอก; **~ sb. away** เอา *ค.น.* ออกไป; *(ตำรวจ)* จับกุม *ค.น.* ไป; **~ him away!** จับตัวเขาไป; **~ a child away from its parents/home/from school** ลักพาเด็กไปจากพ่อแม่/บ้าน/โรงเรียน; **~ sb. away from his/her work** ดึงตัว *ค.น.*/ออกมาจากงานของเขา/เธอ; **my job ~s me away from my family/from home a lot** งานทำให้ฉันต้องห่างเหินจากครอบครัว/จากบ้านไปมาก; **death/a cruel fate has ~n our father away from us** ความตาย/โชคชะตาอันโหดร้ายพรากตัวพ่อไปจากพวกเรา; **~ sb. away to the cells** นำ *ค.น.* ไปเข้าคุก; **~ sb. away for a holiday** พา *ค.น.* ไปพักร้อน; ➡ + breath A; Ⓑ *(Math.: deduct)* หักออก, ลบ; ➡ + ~ away

~ **a'way from** *v.t.* ลบออกไปจาก

~ **'back** *v.t.* Ⓐ *(retract, have back)* ถอนคืน, เอาคืน; รับ *(คนงาน)* กลับเข้าทำงานอีกครั้ง; รับกลับคืน *(คู่สมรสที่แยกกันชั่วคราว)*; *(reclaim)* เรียกคืน; Ⓑ *(return)* กลับคืน; *(~ somewhere again)* พากลับสู่ที่เดิม; *(carry or convey back)* พากลับมา; **that ~s me back [to my childhood]** มันทำให้ฉันหวนนึกถึงวัยเด็ก; Ⓒ *(Printing)* ยกกลับไปที่บรรทัดเดิม

~ **'down** *v.t.* Ⓐ *(carry or lead down)* นำ/พาลงไป; **this path ~s you down to the harbour** เส้นทางนี้จะพาคุณลงไปสู่ท่าเรือ; Ⓑ *(lower or lift down)* ยกออก *(รูปจากผนัง, เครื่องประดับเฉพาะงาน)*; ชักลง *(ธง)*; ถอดออก *(เสากระโดง)*; ดึงลง *(ถุงน่อง, กางเกง)*; ทำให้ต่ำลง *(เป้ายิง)*; **~ a box down from a shelf** หยิบกล่องลงมาจากชั้น; Ⓒ *(dismantle)* ถอดออก; รื้อออก *(กระโจม)*; Ⓓ *(write down)* เขียนลงไป, จดบันทึก *(คำพูด, เลขโทรศัพท์)*; Ⓔ *(humiliate)* ลดเกียรติ, ดูถูก; ➡ + peg 1

~ **'in** *v.t.* Ⓐ *(convey to a place)* นำเข้ามา; *(conduct)* นำ *(แขก)* เข้าไป; **~ sb. in a cup of tea** ยกน้ำชามาให้ *ค.น.*; **~ the car in for a service** นำรถไปเข้าอู่เพื่อรับบริการ; **~ sb. in [the car]** รับ *ค.น.* ขึ้นรถไป; **I took the car in** ฉันขับรถเข้าไป; **the police took him in for questioning** เจ้าหน้าที่ตำรวจพา/นำตัวเขาไปสอบสวน; Ⓑ *(bring indoors)* นำเข้าไปข้างใน; **~ in parcels for sb.** รับพัสดุแทน *ค.น.*; **~ in the washing from the line** เก็บเสื้อผ้าจากราวตากผ้า; Ⓒ *(accept for payment)* **~ in washing** รับซักผ้า; Ⓓ *(receive, admit)* รับ; *(for payment)* ให้เช่า *(ห้อง)*; **~ in lodgers** ให้คนเช่าห้องในบ้าน; Ⓔ *(make narrower)* แก้ *(เสื้อผ้า)* ให้เล็กลง; Ⓕ *(include, comprise)* ครอบคลุม, รวม; Ⓖ *(coll.: visit)* ไปเยี่ยมชม; **our tour took in most of the main sights** การท่องเที่ยวของเรารวมสถานที่สำคัญๆ เกือบทั้งหมด; Ⓗ *(understand, grasp)* เข้าใจ *(สถานการณ์)*; **I cannot ~ in any more of this lecture** ฉันไม่สามารถรับข้อมูลจากการสอนครั้งนี้ได้อีกแล้ว; **I have won – I can't ~ it in yet** ฉันชนะแล้วแต่ยังไม่เชื่อว่านี่เป็นเรื่องจริง; Ⓘ *(observe)* คอยสังเกต; *(watch, listen to)* เฝ้าดู, ฟัง; Ⓙ *(deceive)* หลอกลวง; **be ~n in [by sb./sth.]** ถูกหลอก [โดย *ค.น./ส.น.*]; ➡ + ~-in

~ **'off** ❶ *v.t.* Ⓐ ถอดออก *(เสื้อผ้า, รองเท้า, เครื่องเพชร ฯลฯ)*; ล้างออก *(เครื่องสำอาง)*; **~ off sb.'s/one's clothes** ถอดเสื้อผ้าของ *ค.น.*/ของตัวเอง; **~ sth. off the fire** เอา *ส.น.* ออกจากไฟ; **~ a door off the hinges** ถอดประตูออกจากบานพับ; **~ the cover off a pillow/bed** ถอดปลอกหมอน/ผ้าคลุมเตียง; **~ a parcel off sb.** รับห่อของมาจาก *ค.น.*; **~ your hands off me!** ปล่อยฉันนะ; **~ your feet off the settee!** เอาเท้าของคุณลงจากเก้าอี้ยาว; **~ off one's make-up** ล้างเครื่องสำอางออก; **the heat has ~n the paint off the door** ความร้อนทำให้สีประตูลอกออก; Ⓑ *(transfer from)* ย้ายจาก; *(withdraw from a programme)* ถอนออกจาก; **~ sb. off sth.** ย้าย *ค.น.* ออกจาก *ส.น.*; *(withdraw from job, assignment, etc.)* ปลดออก; **he was ~n off the case** เขาถูกปลดออกจากความรับผิดชอบต่อคดีนี้; **~ sth. off a list/the menu** ตัด *ส.น.* ออกจากรายชื่อ/รายการอาหาร; **~ a train/bus off a route** ยกเลิกรถไฟ/รถโดยสารสำหรับเส้นทางใด ๆ; **~ the weight off one's feet** พักขา; **~ years/ten years off sb.** ทำให้ *ค.น.* ดูอ่อนลงหลายปี/สิบปี; ➡ + edge 1 A; eye 1 A; gilt 1 A; hat A; mind 1 C; smile 1; Ⓒ *(cut off)* ตัดออก; *(with saw)* เลื่อยออก; *(with knife, scissors, etc.)* ตัด/เฉือนออก; *(amputate)* ตัดออก; **she had an inch ~n off her hair** เธอตัดผมออกไป 1 นิ้ว; Ⓓ *(lead, conduct)* **~ sb. off to hospital/prison** พา *ค.น.* ไปโรงพยาบาล/จับกุมเข้าคุก; **~ sb. off on a stretcher/by ambulance** หาม *ค.น.* ไปโดยใช้เปลพยาบาล/รถพยาบาล; **~ sb. off to Paris** พา *ค.น.* ไปปารีส; **I shall ~ my family off on** *or* **for a holiday** ฉันจะพาครอบครัวของฉันไปเที่ยวพักผ่อน; **~ oneself off home/to bed** กลับบ้าน/เข้าไปนอน; Ⓔ *(deduct)* หักออก; **~ sth. off sth.** หัก *ส.น.* ออกจาก *ส.น.*; **~ £10 off the price** ลดราคาลง 10 ปอนด์; Ⓕ **~ off weight/a few pounds** *(lose weight)* ลดน้ำหนัก/2-3 ปอนด์; **the diet has ~n pounds off my weight** การคุมอาหารนี้ทำให้น้ำหนักฉันลดไปหลายปอนด์; Ⓖ *(have free)* **~ a day** *etc.* **off** ลาหยุด 1 วัน ฯลฯ; **~ time off [work** *or* **from work]** ลาหยุดงาน; Ⓗ *(mimic)* ล้อเลียน

❷ *v.i.* Ⓐ *(Aeronaut.)* บินขึ้น; Ⓑ *(Sport)* *(ม้า, สุนัข)* ออกวิ่ง; Ⓒ *(coll.: leave quickly)* ผลุนผลันจากไป; **~ off after sb./sth.** ผลุนผลันตามหลัง *ค.น./ส.น.*; Ⓓ *(become successful)* *(กิจกรรม, การขายลดราคา, ผลิตภัณฑ์)* ประสบความสำเร็จ; **his career is taking off** อาชีพการงานของเขากำลังจะประสบความสำเร็จดี; ➡ + ~-off

~ **'on** ❶ *v.t.* Ⓐ *(undertake)* รับดำเนินการ; รับ *(การพนัน, การท้าทาย)*; *(accept responsibility for)* รับผิดชอบ; Ⓑ *(enrol, employ)* รับเข้ามา *(นักเรียน, นักศึกษา)*; ว่าจ้าง *(คนงาน)*; Ⓒ *(acquire, assume)* ก่อ *(เป็นรูปเป็นร่าง)*; ได้ *(สี)* มาจาก; รับ *(ความหมาย)* มาจาก; Ⓓ *(accept as opponent)* ยอมรับเป็นคู่แข่ง; ยอมต่อสู้กับ *(กฎหมาย, ระบบ)*; **I'll ~ you on** *(in a contest)* ฉันพร้อมจะประชันขันแข่งกับคุณ; *(in a bet)* ฉันจะรับพนันของคุณ; Ⓔ *(take on board)* รับไปด้วย; Ⓕ *(transport farther)* นำส่งไปต่อ

❷ *v.i.* Ⓐ *(coll.: get upset)* หงุดหงิด, ฉุนเฉียว; **don't ~ on so!** อย่าฉุนเฉียวอย่างนั้นสิ; Ⓑ *(be successful)* เป็นที่แพร่หลาย, นิยม

~ **'out** *v.i.* Ⓐ *(remove)* เอาออก, ขจัดทิ้ง; ถอน *(ฟัน)*; **~ sth. out of sth., ~ out sth. from sth.** เอา *ส.น.* ออกจาก *ส.น.*; **~ out a pizza** *etc.* ซื้อพิซซา ฯลฯ ออกไปรับประทานข้างนอก; **'... to ~ out'** '... ซื้อไปกินข้างนอกได้'; **~ out a nail from a piece of wood/a splinter from sb.'s finger** ถอนตะปูออกจากไม้/เสี้ยนออกจากนิ้วของ *ค.น.*; **~ a stain/mark out of a dress** ขจัดคราบสกปรก/รอยเปื้อนจากกระโปรงชุด; **the strong sun ~s all the natural moisture out of your skin** แสงแดดแผดเผาความชุ่มชื้นออกจากผิวหนัง; **~ the colour/vitamins out of sth.** ขจัดสี/วิตามินออกจาก *ส.น.*; **~ sb. out of the courtroom** นำ *ค.น.* ออกจากห้องพิพากษา; **the train took us out of the city** รถไฟพาพวกเราออกนอกเมือง; **~ it/a lot out of sb.** *(fig.)* ทำให้ *ค.น.* อ่อนแอและหมดเรี่ยวแรง; Ⓑ *(destroy)* ทำลาย; *(Footb. etc.)* สกัดให้ล้ม *(คู่ต่อสู้)*; *(kill)* ฆ่า; Ⓒ *(withdraw)* ถอน *(เงิน)*; Ⓓ *(deduct)* หัก (of จาก); Ⓔ *(go out with)* **~ sb. out** ออกไปข้างนอกกับ *ค.น.*; **~ sb. out for a walk/drive** พา *ค.น.* ไปเดินเล่น/ขับรถเล่น; **~ sb. out to** *or* **for lunch/dinner** พา *ค.น.* ไปรับประทานอาหารกลางวัน/อาหารเย็น; **~ sb. out to the cinema/the theatre/a restaurant** พา *ค.น.* ไปดูภาพยนตร์/ดูละคร/ร้านอาหาร; **~ the dog out [for a walk]** พาสุนัขไป [เดินเล่น]; **~ sb. out of himself/herself** *(fig.)* ช่วย *ค.น.* ให้ลืมความกังวลและเลิกหมกมุ่นอยู่กับความคิด; Ⓕ *(get issued)* ทำ *(ประกันภัย)*; ยืม *(หนังสือจากห้องสมุด)*; ลง *(โฆษณา)*; **~ out a subscription to sth.** เริ่มเป็นสมาชิกของ *ส.น.*; Ⓖ **~ it/sth. out on sb./sth.** ระบายอารมณ์ใส่ *ค.น./ส.น.*; ➡ + ~out

~ **'over** ❶ *v.t.* Ⓐ *(assume control of)* เข้าครอบครอง; **~ sth. over from sb.** เข้ารับผิดชอบ *ส.น.* แทน *ค.น.*; **~ over the lead** *(Sport)* ขยับขึ้นเป็นที่ 1; **let sth. ~ over one's life** *(fig.)* ปล่อยให้ *ส.น.* ครอบงำชีวิต; **~ sb./sth. over** *(fig.)* เข้าครอบครอง/เป็นเจ้าของ *ค.น./ส.น.*; **~ over the world** เข้าครอบครองโลก; Ⓑ *(carry or transport over)* **~ sb./sth. over to sb./sb.'s flat** นำ *ค.น./ส.น.* ไปหา/ให้ *ค.น.*/ไปยังที่พักของ *ค.น.*; **I'll ~ you/it over next time** ฉันจะพาคุณ/มันไปครั้งหน้า; Ⓒ *(Printing)* เลื่อนไปบรรทัดต่อไป

❷ *v.i.* รับช่วง; รับหน้าที่ *(ประธานาธิบดี)*; เข้ารับ *(ตำแหน่ง)*; *(กลุ่มเผด็จการ)* เข้ายึดอำนาจ; *(คนนั่งรถไปด้วย)* เปลี่ยนขับแทน; **~ over from sb.** เข้าทำแทน *ค.น.*; *(temporarily)* ทำแทน *ค.น.* ชั่วคราว; **other organizations will ~ over [from it] and carry out its functions** องค์กรอื่น ๆ จะเข้ามารับช่วงและทำหน้าที่ทั้งหลายนั้น; **the night nurse ~s over at 10 p.m.** พยาบาลผลัดดึกจะเข้ามารับช่วงตอนสี่ทุ่ม; ➡ + ~over

~ **'round** *v.t.* Ⓐ *(carry, deliver)* เอาไปให้, ส่งไปให้; **I'll ~ you round one day** ฉันจะพาคุณไปสักวันหนึ่ง; Ⓑ *(show around)* พาชมให้ทั่ว ๆ;

~ sb. round the factory พา ค.น. ชมโรงงานให้ทั่ว

~ **to** v.i. Ⓐ (get into habit of) ~ to doing sth. เริ่มติดนิสัยทำ ส.น.; ~ to drugs/gambling/crime เริ่มติดยาเสพติด/การพนัน/อาชญากรรม; Ⓑ (escape to) หนีไป; ~ to the [life]boats หนีลงเรือชูชีพ; ➡ + bed 1 A; ¹heel 1 A; Ⓒ (develop a liking for) เริ่มชอบ; (adapt oneself to) ปรับตัวให้เข้ากับ; ➡ + ¹duck 1 A

~ **'up** ❶ v.t. Ⓐ (lift up) ยกขึ้น; (pick up) หยิบ (เศษขยะ); ขุดขึ้นมา (ต้นไม้); ยกขึ้น (รางรถไฟ); ขุด (ถนน); สอย (รอยเย็บที่หลุด); he took up his book again (started to read again) เขาหยิบหนังสือของเขาขึ้นมาอ่านอีกครั้ง; ➡ + ²arm 1 A; cudgel 1; ¹gauntlet D; glove A; Ⓑ (move up) ขยับ/เคลื่อนให้สูงขึ้น; (shorten) ทำให้สั้นลง; Ⓒ (carry or lead up) ~ sb./sth. up พา ค.น./ยก ส.น. ขึ้นไป; I'll ~ you up one day ฉันจะพาคุณขึ้นไปสักวันหนึ่ง; ~ sth. up to sb. นำ ส.น. ขึ้นไปให้ ค.น.; he took the suitcase up to the top floor with him เขายกกระเป๋าเดินทางขึ้นไปชั้นบนสุด; Ⓓ (absorb) ดูดซึม; Ⓔ (wind up) พัน, ม้วน, ขด; ➡ + ¹slack 2 A; Ⓕ (occupy, engage) กินที่ว่าง; (undesirably) ใช้/รบกวนเวลา; I'm sorry to have ~n up so much of your time ฉันเสียใจที่รบกวนเวลาของคุณไปมากมาย; most of my time is ~n up with ...: เวลาส่วนใหญ่ของฉันหมดไปกับเรื่อง...; be ~n up with sth./sb. อุทิศเวลาส่วนใหญ่ไปโดย ส.น. /ค.น.; Ⓖ เข้าสู่ (อาชีพใด ๆ); เริ่ม (เล่นหมากรุก, เทนนิส, กีตาร์, วิ่งออกกำลังกาย); ~ up a musical instrument เริ่มเล่นเครื่องดนตรี; ~ sth. up as a hobby/profession เริ่ม ส.น. เป็นงานอดิเรก/อาชีพ; ~ up Thai/a hobby เริ่มเรียนภาษาไทย/งานอดิเรก; Ⓗ (start, adopt) เริ่ม (ทำงาน, การดิ้นรน); เข้ารับ (หน้าที่); ยึดมั่นใน (จุดยืน); ~ up a/one's position เข้ารับตำแหน่ง; Ⓘ (accept) ยอมรับ (ข้อเสนอ); ซื้อ (หุ้น); ~ up an option ตกลงในข้อเสนอ (ที่จะซื้อหุ้นเพิ่ม); Ⓙ (raise, pursue further) หยิบยกปัญหาขึ้นมา, ติดตามเรื่อง; ~ sth. up with sb. หยิบ ส.น. มาถกกับ ค.น.; Ⓚ ~ sb. up [on sth.] (accept) ตอบรับใน ส.น. ที่ ค.น. เสนอ; (challenge) คัดค้าน ค.น. ในเรื่อง ส.น.; I might ~ you up on that offer/challenge ฉันอาจจะรับคำเสนอ/คำท้าของคุณ; he took me up on the remark I had made เขาคัดค้านข้อคิดเห็นที่ฉันเสนอ; Ⓛ (join in) เข้าร่วม (ในงานรื่นเริง, ในการต่อสู้); Ⓜ (continue, resume) ดำเนินต่อ; ~ up sth. where one/sb. has left off ดำเนิน ส.น. ต่อจากจุดที่ ค.น. ทิ้งเอาไว้; Ⓝ be [very] ~n up with sb./sth. วุ่นอยู่กับ ค.น./ส.น. [มาก]

❷ v.i. Ⓐ (coll.: become friendly) ~ up with sb. เริ่มเป็นเพื่อนกับ ค.น.; Ⓑ (continue) ทำต่อไป; ~ up where sb./sth. has left off ทำต่อจากจุดที่ ค.น./ส.น. ทำค้างไว้; Ⓒ (wind up) พัน, ม้วน, ขด; ➡ + ~-up

~ **upon** v.t. ~ upon oneself รับภาระ; ~ upon oneself the right to do sth. สงวนสิทธิในการทำ ส.น.; ~ it upon oneself to do sth. ตัดสินใจที่จะทำ ส.น. เอง; (unwarrantably) ถือออภิสิทธิ์ที่จะทำ ส.น.

take: ~away n. (restaurant) ร้านที่ขายอาหารซื้อกลับบ้าน; (meal) อาหารที่ซื้อกลับบ้าน; let's get a Chinese ~away for our supper เราซื้ออาหารจีนกลับบ้านดีกว่าสำหรับมื้อเย็น; **~-home** attrib. adj. ~-home pay/wages เงินเดือน/ค่าจ้างที่ได้รับจริง **~-in** n. (coll.) การหลอกลวง

taken ➡ take 1, 2

take: ~-off n. Ⓐ (Sport) การเริ่ม; (board) กระดานกระโดด; Ⓑ (Aeronaut.) การบินขึ้น; be cleared/ready for ~-off พร้อมสำหรับการบินขึ้น; ~-off speed ความเร็วที่ใช้ในการบินขึ้น; Ⓒ (coll.: caricature) การล้อเลียน; do a ~-off of sb. ล้อเลียน ค.น.; Ⓓ (Econ.) การขยายอย่างรวดเร็ว; **~out** (Amer.) ➡ takeaway; **~over** n. (Commerc.) การซื้อกิจการ, การรับช่วงธุรกิจ; **~over bid** ราคาเสนอ

taker /ˈteɪkə(r)/ˈเทเคอะ(ร)/ n. (of a bet) คนรับพนัน; (of shares etc.) ผู้ซื้อ; there were no ~s [for the offer] ไม่มีใครรับ [ข้อเสนอ] ไป; (at betting) ไม่มีใครรับการพนัน; any ~s? (at auction) มีใครจะให้ราคามากกว่านี้

'take-up n. Ⓐ (response) a ~ of over 2,000 ผู้ตอบรับ/ผู้สนใจมากกว่า 2,000 คน; ~ has been very poor/low การตอบรับต่ำ/น้อยมาก; Ⓑ (winding up) การม้วนเก็บ; (อุปกรณ์) ม้วนเก็บ

taking /ˈteɪkɪŋ/ˈเทคิง/ n. Ⓐ in pl. (amount taken) จำนวนที่ได้; Ⓑ (seizure) การยึด; Ⓒ they are yours /his etc. for the ~: คุณ/เขา ฯลฯ เอาไปได้เลย; victory was his for the ~: ชัยชนะเป็นของเขาแล้ว

talc /tælk/แทลคฺ/ n. Ⓐ แป้ง (ทาตัว, ขัดเงา); Ⓑ (Min.) ผลึกแร่จำพวกแมกนีเซียมซิลิเคทใช้เป็นสารทำให้ลื่น

talcum /ˈtælkəm/ˈแทลเคิม/ n. ~ [powder] (ผง) ของแร่แมกนีเซียมซิลิเคท; (as cosmetic) แป้งทาตัว

tale /teɪl/เทล/ n. Ⓐ (story) นิทาน (of, about เกี่ยวกับ); fisherman's ~[s] เรื่องเล่า/โม้ของชาวประมง; Ⓑ (piece of gossip) เรื่องนินทา; ➡ + tell 1 B; thereby; wife; woe A

talent /ˈtælənt/ˈแทเลินทฺ/ n. Ⓐ (ability) พรสวรรค์, ความสามารถ; have [great/no etc.] ~ [for sth.] [ไม่] มีพรสวรรค์ [มาก] [ใน ส.น.]; have a ~ for music มีพรสวรรค์ด้านดนตรี; have a [great] ~ for doing sth. มีความสามารถ [มาก] ในการทำ ส.น.; Ⓑ (people with ability) ผู้ที่มีพรสวรรค์; the [local] ~ (coll.: girls/men) ผู้ที่มีเสน่ห์ดึงดูดทางเพศ [ในท้องถิ่นนั้น ๆ]; Ⓒ (arch.: measure, money) หน่วยวัดน้ำหนักและหน่วยเงินตราของกรีกโบราณ

talented /ˈtæləntɪd/ˈแทเลินทิด/ adj. มีความสามารถ, มีพรสวรรค์; this is a ~ essay นี่เป็นข้อเขียนที่แสดงความสามารถมาก

talent: ~ scout, ~-spotter ns. แมวมอง (ภ.พ.), ผู้ที่เสาะหาดารา/นักกีฬา; **~-spotting** n. การเสาะหาดารา/นักกีฬา

tale-teller n. Ⓐ ➡ storyteller; Ⓑ (sneak/gossip) ผู้ที่ชอบนินทา/แฉความลับของผู้อื่น

talisman /ˈtælɪzmən/ˈแทลิซเมิน/ n. เครื่องรางของขลัง

talk /tɔːk/ทอค/ ❶ n. Ⓐ (discussion) การสนทนา, การพูดคุย; have a ~ [with sb.] [about sth.] พูดคุย [กับ ค.น.] [เกี่ยวกับ ส.น.]; have a long ~ on the phone พูดคุยทางโทรศัพท์เป็นเวลานาน; I've enjoyed our ~: ฉันสนุกกับการคุยของเรา; could I have a ~ with you? ขอคุยกับคุณหน่อยได้ไหม; have or hold ~s [with sb.] มีการเจรจากับ ค.น.; Ⓑ (speech, lecture) การพูด, การบรรยาย, การแสดงปาฐกถา; give a ~/a series of ~s [on sth./sb.] บรรยายหนึ่งครั้ง/เป็นชุดต่อเนื่อง [เกี่ยวกับ ส.น./ค.น.]; Ⓒ no pl. (form of communication) วิธีการพูดคุย, ภาษา; sailors'/men's ~: ภาษาของพวกทหารเรือ/ของพวกผู้ชาย; Ⓓ no pl. (talking) การพูดคุย, การโจษจัน, การเล่าลือ; there's too much ~ [of ...] มีการโจษจัน [ถึง...] มากเกินไป; he is all ~ [and no action] เขาเก่งแต่ปาก; there is [much/some] ~ of ...: มีการพูดเล่าลือ [มาก/อยู่บ้าง] เกี่ยวกับ ...; be the ~ of the town /neighbourhood etc. เป็นการโจษจันกันทั้งเมือง/ในหมู่เพื่อนบ้าน ฯลฯ; ➡ + big 1 G; small talk

❷ v.i. Ⓐ (speak) พูด (with, to กับ); (lecture) บรรยาย; (converse) สนทนา, พูดคุย; (have ~s) มีการเจรจา; be ~ing in Thai กำลังพูดภาษาไทย; love to hear oneself ~: ชอบฟังเสียงตัวเองพูดมาก; can't or doesn't she ~! (coll.) เธอช่างพูดไม่หยุด; we must ~: เราต้องคุยกันนะ; ~ on the phone พูดคุยกันทางโทรศัพท์; we ~ on the phone every day เราพูดคุยกันทางโทรศัพท์ทุกวัน; ~ to sb. on the phone พูดคุยกับ ค.น. ทางโทรศัพท์; he sat through the entire meal without ~ing เขานั่งตลอดมื้ออาหารโดยไม่ปริปากซักคำ; keep sb. ~ing รั้ง ค.น. ให้คุยไปเรื่อย ๆ; she kept me ~ing for an hour เธอรั้งฉันไว้คุยเป็นเวลา 1 ชั่วโมงเต็ม; now you're ~ing! (coll.) ต้องพูดอย่างนี้สิถูกใจ; that's no way to ~/~ to your uncle เธอพูดแบบนี้ไม่ได้/เธอพูดแบบนี้กับลุงของเธอไม่ได้นะ; don't ~ to me like that! อย่าพูดกับฉันอย่างนั้นนะ; who do you think you're ~ing to? คุณคิดว่าคุณกำลังพูดกับใครอยู่หรือ; it's easy for you/him etc. to ~: มันพูดง่ายออกนะสำหรับคุณ/เขา ฯลฯ; look who's ~ing (iron.) ส่องกระจกดูตัวเองก่อนที่จะมาสอนคนอื่น; you/he etc. can (iron.) or can't ~: คุณ/เขา ฯลฯ ไม่มีสิทธิพูด; don't ~ daft (coll.) อย่าพูดบ้า ๆ; I'll ~ to that boy when he gets in (coll.: scold) ฉันจะว่าเด็กชายคนนั้นเองตอนที่เขาเข้ามา; could I ~ to you for a moment? ฉันขอคุยกับคุณสักครู่ได้ไหม; ~ to sb. seriously พูดกับ ค.น. อย่างเคร่งเครียด; may I ~ with Mr. Smith, please? ขอคุยกับคุณสมิธหน่อย; get ~ing [to sb.] เริ่มพูดคุย (กับ ค.น.); ~ to oneself พูดกับตัวเอง; ships ~ to each other by radio เรือต่าง ๆ สื่อสารกันด้วยวิทยุ; ~ of or about sb./sth พูดคุยเรื่อง ค.น./ส.น.; everyone's ~ing about him/his divorce ใคร ๆ กำลังพูดถึงเขา/การหย่าร้างของเขา; everyone is ~ing about his new film ทุกคนพากันพูดถึงภาพยนตร์เรื่องใหม่ของเขา; ~ of or about doing sth. พูดคุยว่าจะทำ ส.น.; get oneself ~ed about ตกเป็นขี้ปากคนอื่น; [not] know what sb. is ~ing about [ไม่] รู้ว่า ค.น. กำลังพูดเรื่องอะไร; ~ about trouble etc.! (coll.) มีแต่เรื่องวุ่นวาย ฯลฯ; What are you ~ing about? Of course he's not going to resign คุณพูดอย่างนี้ได้อย่างไร เขาไม่ลาออกแน่นอน; ~ing of holidays etc. พูดถึงเรื่องวันพักผ่อน ฯลฯ; Ⓑ (have power of speech) พูดได้; animals don't ~: สัตว์พูดไม่ได้; Ⓒ (betray secrets) พูด, แฉ; the prisoner refused to ~: นักโทษปฏิเสธที่จะแฉอะไรออกมา; make sb. ~: บังคับให้ ค.น. พูด; we have ways of making you ~: เรามีวิธีทำให้คุณพูด; ➡ + big 2; hat B; head 1 B

❸ v.t. Ⓐ (utter, express) ~ [a load of] nonsense พูดเรื่องบ้า ๆ บอ ๆ; Ⓑ (discuss) ~ politics/music etc. ถกเถียงเรื่องการเมือง/ดนตรี ฯลฯ; ~ business พูดคุยเรื่องธุรกิจ; (get down to *business)* พูดเข้าประเด็น; ➡ + **shop** 1 B; **C** *(use)* ใช้คำพูด, ภาษา; **D** *(bring into certain condition)* **~ oneself hoarse** พูดจนเสียงแหบแห้ง; **~ oneself** *or* **one's way out of trouble** พูดให้ตัวเองหรือ *ค.น.* รอด; **he ~ed himself into/out of the job** เขาพูดจนตัวเองได้/ไม่ได้งาน; **~ sb. into/out of sth.** เกลี้ยกล่อมจน *ค.น.* ยอมทำ *ส.น.*/ยกเลิกแผนทำ *ส.น.*; **~ oneself into believing sth.** โกหกตัวเองให้เชื่อ *ส.น.*

~ at *v.t.* พูดใส่ *ค.น. (โดยเขาไม่มีโอกาสตอบโต้)*

~ away ❶ *v.i.* คุยไม่หยุด **(to** กับ**)** ❷ *v.t.* **A** คุยฆ่าเวลา; **B** **~ sb.'s fears away** พูดให้ *ค.น.* หยุดกลัว

~ 'back *v.t.* **A** *(reply)* ตอบกลับ; **B** *(reply defiantly)* พูดโต้แย้ง **(to)**

~ 'down ❶ *v.t.* **A** *(silence)* พูดตะเบ็งเสียงจนอีกฝ่ายเงียบ; **B** *(guide)* บอกให้นักบินนำเครื่องบินลงจอดโดยบอกแนะทางวิทยุจากภาคพื้นดิน ❷ *v.i.* **~ down to sb.** พูดดูถูก *ค.น.*

~ 'out *v.t.* **A** *(discuss)* พูดถึงทุกแง่มุม; **B** *(Parl.)* **~ out a bill** *อภิปรายเกี่ยวกับร่างพระราชบัญญัติอย่างยืดยาวเพื่อหน่วงเหนี่ยวไม่ให้ร่างพระราชบัญญัตินั้นผ่าน*

~ 'over *v.t.* **A** **~ sth. over [with sb.]** ปรึกษาหารือ [กับ *ค.น.*]; **B** *(persuade)* **~ sb. over** พูดกล่อม *ค.น.* จนเขาเห็นด้วย

~ 'round *v.t.* **A** *(persuade)* **~ sb. round** พูดหว่านล้อม *ค.น.*; **B** *(skirt)* **~ round sth.** พูดอ้อมค้อม *ส.น.*

~ 'through *v.t.* **~ sb. through sth.** ชี้แจง *ค.น.* เกี่ยวกับ *ส.น.* อย่างละเอียด; **~ sth. through** คุยเกี่ยวกับ *ส.น.* อย่างละเอียด

~ 'up ❶ *v.t.* พูดชมเชย, พูดเยินยอ ❷ *v.t.* ➡ **speak up** A

talkative /ˈtɔːkətɪv/ˈทอเคอะทิฺว/ *adj.* ช่างพูด, ช่างเจรจา, คุยเก่ง

talkativeness /ˈtɔːkətɪvnɪs/ˈทอเคอะทิฺวนิซ/ *n., no pl.* ความช่างพูดช่างคุย

talk: ~ back *n.* การสื่อสารโต้ตอบกัน; **~ box** *n.* กล่องเสียง

talked-about /ˈtɔːktəbaʊt/ˈทอคเทอะบาวทฺ/ *attrib. adj.* ➡ **talked-of**

talked-of /ˈtɔːktɒv/ˈทอคทฺออว/ *attrib. adj.* **a much ~ book/play/project** หนังสือ/ละคร/โครงการที่คนพูดถึงกันมาก; **a much ~ actor/artist** ดาราภาพยนตร์/ศิลปินที่มีคนกล่าวขวัญถึงมาก

talker /ˈtɔːkə(r)/ˈทอเคอะ(ร)/ *n.* **A** นักพูด, คนที่พูดเก่ง; **the parrot is an excellent ~:** นกแก้วเป็นสัตว์ที่พูดเก่ง; **she is a great ~** *(talks a lot)* เธอเป็นคนที่ช่างพูด; **be a fast ~:** เป็นคนพูดเร็ว; *(fig. coll.)* เขาเป็นคนพูดจาฉลาดเอาตัวรอด; **B** *(one who talks but does not act)* คนที่ดีแต่พูด แต่ทำไม่เป็น; **he's just a ~:** เขาก็เป็นแค่คนดีแต่พูด

talkie /ˈtɔːkɪ/ˈทอคิ/ *n. (coll.)* ภาพยนตร์ที่มีเสียง

talking /ˈtɔːkɪŋ/ˈทอคิง/ ❶ *n.* การพูด; **there's been so much ~:** มีการพูดคุยกันมากเหลือเกิน; **'no ~'** 'ห้ามพูด'; **do [all] the ~:** ผูกขาดการพูด; **let me do the ~:** ปล่อยให้ฉันเป็นคนพูดเถอะ ❷ *adj.* พูดได้; **~ book** แผ่นเสียง/ซีดี ฯลฯ ที่บันทึกเรื่องจากหนังสือ; **~ doll** ตุ๊กตาพูดได้; **~ film** *or* **picture** ภาพยนตร์ที่มีเสียง

talking: ~ 'heads *n. pl. (Telev. coll. derog.)* *รายการโทรทัศน์ที่มีแต่การสนทนา*; **~ point** *n.* ประเด็น *หรือ* หัวข้ออภิปราย; **~ shop** *n.* *(derog.)* การคุยแต่เรื่องงานในระหว่างผู้ร่วมงานนั้น; **~-to** /ˈtɔːkɪŋtuː/ˈทอคิงทู/ *n. (coll.)* การตำหนิ, การประณาม; **give sb. a good ~-to** กล่าวหา/ตำหนิ *ค.น.* อย่างรุนแรง

talk: ~ radio *n.* รายการวิทยุซึ่งผู้ฟังสามารถโทรศัพท์ไปร่วมรายการได้; **~ show** *n.* ทอล์คโชว์ *(ท.ศ.)* รายการสนทนาในทีวี

tall /tɔːl/ทอล/ ❶ *adj.* **A** ➤ **426** สูง; **grow ~:** สูงขึ้น; **feel ten feet ~** *(fig.)* รู้สึกภาคภูมิใจมาก; **B** *(coll.: excessive)* **a ~ tale** เรื่องเหลือเชื่อ, เรื่องที่พูดเกินเลย; **that is a ~ order** นั่นมันเป็นการเรียกร้องที่ค่อนข้างยาก; ➡ + **¹story** A ❷ *adv.* ➤ **426 stand six feet** *etc.* **~:** สูง 6 ฟุต ฯลฯ; **stand ~:** ยืนเชิดหน้า; *(be proud)* แสดงท่าภูมิใจ; ➡ + **walk** 1 A

tall: ~boy *n.* ตู้สูงเก็บเสื้อผ้ามีลิ้นชัก; **~ drink** *n.* เครื่องดื่มแก้วสูง; **~ 'hat** ➡ **top hat**

tallish /ˈtɔːlɪʃ/ˈทอลิช/ *adj.* ค่อนข้างสูง

tallness /ˈtɔːlnɪs/ˈทอลนิซ/ *n., no pl.* ความสูง

tallow /ˈtæləʊ/ˈแทโล/ *n.* ไขสัตว์ *(ใช้ทำเทียนหรือสบู่)*

'tallow candle *n.* เทียนไขสัตว์

tall ship *n.* เรือใบที่มีเสากระโดงสูง

tally /ˈtælɪ/ˈแทลิ/ ❶ *n.* **A** *(record)* **sb.'s ~ is 18 goals** จำนวนรวมที่ *ค.น.* ทำได้สูงสุดคือ 18 ประตู; **a player with a ~ of 18 goals** ผู้เล่นซึ่งทำประตูได้ 18 ประตู; **keep a [daily] ~ of sth.** คอยลงบัญชี [ประจำวัน] ของ *ส.น.*; **B** *(label, ticket)* ป้าย, ตั๋ว ❷ *v.i.* สอดคล้อง, ตรงกัน

tally-'ho ❶ *int.* *คำอุทานของนักล่าสัตว์เมื่อเห็นสุนัขจิ้งจอก* ❷ *n., pl.* **~s** *เสียงร้องของนักล่าสัตว์เมื่อเห็นสุนัขจิ้งจอก*

Talmud /ˈtælmʊd/ˈแทลมุด/ *n.* ชุดคัมภีร์โบราณของชาวยิว

talon /ˈtælən/ˈแทเลิน/ *n.* เล็บสัตว์; **~s** *(fig.: long fingernails)* เล็บยาวเหมือนกรงเล็บสัตว์

tamarind /ˈtæmərɪnd/ˈแทเมอะรินดฺ/ *n.* มะขาม

tamarisk /ˈtæmərɪsk/ˈแทเมอะริซคฺ/ *n. (Bot.)* ต้นไม้พุ่มในสกุลนี้พบตามชายหาด มีดอกเล็กสีชมพู

tambourine /tæmbəˈriːn/แทมเบอะˈรีน/ *n.* *(Mus.)* เครื่องดนตรีชนิดเขย่าหรือตี *(ซึ่งทำจากโลหะวงกลมที่มีกระพรวนโลหะเจาะรูติด)*

tame /teɪm/เทม/ ❶ *adj.* **A** เชื่อง, เชื่อฟังดี, ว่าง่าย; **grow/become ~:** เลี้ยงจนเชื่อง; **B** *(spiritless)* เชื่อง, ไร้ชีวิตชีวา; **C** *(dull)* น่าเบื่อ, ไม่มีอะไรน่าสนใจ ❷ *v.t. (lit. or fig.)* ทำให้เชื่อง, สยบ

tameable /ˈteɪməbl/ˈเทเมอะบ'ล/ *adj. (lit. or fig.)* ทำให้เชื่องได้; **be [not] ~:** *(ไม่อาจ)* ทำให้เชื่องได้

tamely /ˈteɪmlɪ/ˈเทมลิ/ *adv.* **A** *(docilely)* อย่างเชื่อง ๆ, อย่างว่าง่าย; **B** *(fig.: unexcitingly)* ไม่ชวนตื่นเต้น

tameness /ˈteɪmnɪs/ˈเทมนิซ/ *n., no pl.* **A** *(docility)* ความเชื่อง; **B** ➡ **tame** 1 B: ความเชื่อง, ความไร้ชีวิตชีวา; **C** *(dullness)* ความน่าเบื่อ; *(of style)* มีลักษณะไม่มีอะไรหวือหวา

tamer /ˈteɪmə(r)/ˈเทเมอะ(ร)/ *n.* คนฝึกสัตว์; **a ~ of wild animals** คนฝึกสัตว์ป่า

Tamil /ˈtæmɪl/ˈแทมิล/ ❶ *adj.* เกี่ยวกับคนทมิฬ ❷ *n.* **A** *(person)* พวกทมิฬ; **B** *(language)* ภาษาทมิฬ

tam-o'-shanter /tæməˈʃæntə(r)/แทเมอะˈแชนเทอะ(ร)/ *n.* หมวกของชาวสกอต

tamp /tæmp/แทมพฺ/ *v.t.* อัดให้แน่น; **~ [sth.] down** กระทุ้ง *ส.น.* ลงไปให้แน่น

tamper /ˈtæmpə(r)/แทมเพอะ(ร)/ *v.i.* **~ with** เข้าไปยุ่งทั้งที่ไม่ใช่ธุระ, แอบก่อกวน; *(make unauthorized changes in)* ทำการเปลี่ยนแปลงทั้งที่ไม่มีอำนาจ, พยายามให้สินบน *(พยาน, ศาล)*; *(fig.)* ต้องการแก้ไข *(กฎ, ธรรมเนียมประเพณี)*; **the brakes had been ~ed with** มีคนแอบตัดสายเบรก

'tamper-proof /ˈtæmpəpruːf/ˈแทมเพอะพรูฟ/ *adj.* *(ตู้โทรศัพท์แบบหยอดเหรียญ, แม่กุญแจ)* แบบนิรภัย, ป้องกันการงัดแงะ

tampon /ˈtæmpɒn/ˈแทมพอน/ *n.* ผ้าอนามัยแบบแท่ง

¹tan /tæn/แทน/ ❶ *v.t.,* **-nn-** **A** ฟอกหนัง; **B** *(bronze)* *(แสงแดด)* ทำให้ผิวเป็นสีน้ำตาล; **the sun had ~ned them dark brown** แสงแดดทำให้ผิวพวกเขาเป็นสีน้ำตาลเข้ม; **C** *(coll.: beat)* เฆี่ยน; ➡ + **²hide** ❷ *v.i.,* **-nn-** *(สีผิว)* คล้ำขึ้นเป็นสีน้ำตาล ❸ *n.* **A** *(colour)* สีแทน *(ท.ศ.)*, น้ำตาลทอง; **B** *(sun~)* ผิวสีน้ำตาลจากการตากแดด; **have/get a ~:** มีผิวสีแทน; **C** *(~ning agent)* สารเคมีสำหรับฟอกหนัง ❹ *adj.* สีน้ำตาลทอง

²tan *abbr. (Math.)* **tangent** เส้นตรงที่สัมผัสวงกลมแต่ไม่ตัด

tandem /ˈtændəm/ˈแทนเดิม/ ❶ *adv.* *(ขี่จักรยาน)* ตามติดกันไป, เรียงตามกันไป; **be driven ~** ขับเรียงตามหลังกันไป; **drive/ride ~** ขับ/ขี่ติด กันไป ❷ *n. (lit. or fig.)* การเรียงตามหลังกันไป; **~ bicycle** จักรยานที่ขี่พร้อมกันได้ 2 คน; **coupled/harnessed in ~:** ที่ผูกเรียงกันไปตามยาว *(รถเทียมม้า)*; **work in ~** *(fig.)* ทำงานเป็นคณะ

tandoori /tænˈdʊərɪ/แทนˈดัวริ/ *n. (Gastr.)* อาหารอินเดีย ซึ่งย่างบนเตาดิน; **~ cooking** การปรุงอาหารดังกล่าว

tang /tæŋ/แทง/ *n.* **A** *(taste/smell)* **[sharp] ~:** รสจัด, กลิ่นฉุน; **[spicy/salty] ~:** รสจัด/รสเค็ม; **there is a ~ of autumn in the air** มีกลิ่นของฤดูใบไม้ผลิล่องลอยในอากาศ; **B** *(of chisel, knife, sword)* แกนตัวสิ่ว, มีด, ดาบที่ฝังอยู่ในด้าม

tangent /ˈtændʒənt/ˈแทนเจินทฺ/ *(Math.)* ❶ *n.* การสัมผัสวง, เส้นสัมผัส; *(in triangle)* *อัตราส่วนของด้านตรงข้ามมุมแหลมกับด้านประชิด*; **run/be drawn at a ~ to a curve/circle** ลากเส้นที่จุดสัมผัสไปยังเส้นโค้ง/วงกลม; **go** *or* **fly off at a ~** *(fig.)* ออกนอกประเด็น, หันเหออกจากวิธีปฏิบัติ ❷ *adj.* สัมผัสวงกลม; **~ plane** หน้าตัด; **be ~ to** สัมผัสกันที่จุดหนึ่ง *(ของเส้นโค้ง, วงกลม)*

tangential /tænˈdʒenʃl/แทนˈเจ็นช'ล/ *adj.* *(Math.)* สัมผัสวงกลม, เป็นเส้นสัมผัสวงกลม; *(fig.: peripheral)* ไม่ใช่แก่นสำคัญ; **be merely ~ to sth.** *(fig.)* แค่สัมผัสกับ *ส.น.* เท่านั้น หรือไม่เกี่ยวข้องกับ *ส.น.* เท่าไร

tangerine /ˈtændʒəriːn/ˈแทนเจอะรีน/ ❶ *n.* **A** *(fruit)* **~ [orange]** ส้ม; **B** *(colour)* สีส้มอมแดง ❷ *adj.* เป็นสีส้มอมแดง

tangible /ˈtændʒɪbl/ˈแทนจิบ'ล/ *adj.* **A** *(perceptible by touch)* สัมผัสได้, จับต้องได้; **B** *(fig.: real, definite)* มีตัวตน, แท้จริง, มีรูปร่าง, แน่นอน; **~ assets** *(Econ.)* ทรัพย์สินที่มีตัวตน

tangibly /ˈtændʒɪblɪ/ˈแทนจิบลิ/ *adv.* อย่างเห็นได้ชัด, อย่างแน่ชัด; **be ~ different** แตกต่างอย่างเห็นได้ชัด **(from** จาก**)**; **sth. can be ~ proved** *ส.น.* สามารถพิสูจน์ให้เห็นได้กระจ่างชัด; **you should have been more ~ rewarded** คุณควรจะได้รับรางวัลที่เป็นกอบเป็นกำมากกว่านี้

t

Tangier[s] /tæn'dʒɪə(z)/แทน'เจีย(ซฺ)/ *pr. n.* เมืองแทนเจียร์ในประเทศโมร็อกโก

tangle /'tæŋgl/'แทงกฺ'ล/ ❶ *n.* ปม; *(in hair)* สังกะตัง; *(fig.: dispute)* การโต้เถียง, พิพาท; **be in a ~:** พัวพันในข้อพิพาท; *(ผม)* ยุ่งเหยิงเป็นสังกะตัง; *(fig.) (เรื่องราว)* พัวพันกันอย่างยุ่งเหยิง; *(บุคคล)* งงสับสน; **get oneself into a ~** *(fig.)* ทำให้ตนเองตกอยู่ในสถานการณ์ที่ยุ่งยาก ❷ *v.t.* ทำให้ยุ่ง; ทำให้ *(ผม)* ยุ่งเหยิงเป็นสังกะตัง ❸ *v.i.* พัวพันในเรื่องยุ่งเหยิง;*(ผม)* เป็นสังกะตัง

~ **'up** ❶ *v.t.* ทำให้เป็นปม, ทำให้พันกัน; **become** *or* **get ~d up** พัวพัน; *(เรื่องราว)* ยุ่งเหยิง; **he's got ~d up in a rather unpleasant affair** *(coll.)* เขาเข้าไปพัวพันกับเรื่องที่ไม่สู้จะดีเลย; **get ~d up with sb.** *(fig.)* เข้าไปพัวพันกับ *ค.น.* ❷ *v.i.* ➡ ~ 3

~ **with** *v.t. (coll.)* ~ **with sb.** เกิดการทะเลาะวิวาทกับ *ค.น.*

tangled /'tæŋgld/'แทงกฺ'ลด/ *adj.* วุ่นวาย, พันกันจนยุ่ง; *(ผม)* ยุ่ง, เป็นสังกะตัง; *(confused, complicated)* สับสน, ซับซ้อน

tango /'tæŋgəʊ/'แทงโกฺ/ ❶ *n., pl.* ~ **s** ระบำแทงโก้ *(ท.ศ.)*, เพลงระบำแทงโก้ ❷ *v.i.* เต้นระบำแทงโก้; **it takes two to ~** *(fig. coll.)* ตบมือข้างเดียวไม่ดัง

tangy /'tæŋɪ/'แทงิ/ *adj.* รสจัด; *(spicy)* เผ็ดร้อน; *(acid)* เปรี้ยวจนชมลิ้น; *(salty)* เค็มจัด

tank /tæŋk/แทงคฺ/ *n.* Ⓐ แท็งก์ *(ท.ศ.)*, ถัง; *(Railw.: in tender)* ตู้บรรจุน้ำของรถไฟ; *(for fish etc.)* ตู้ปลา; *(for catching rainwater)* ถังเก็บน้ำฝน; **fill the ~** *(with petrol)* เติมน้ำมันให้เต็มถัง; Ⓑ *(Mil.)* รถถัง

~ **'up** ❶ *v.i. (get fuel)* เติมใส่ถัง ❷ *v.t.* เติม, เก็บ; **get ~ed up** *(sl.: drunk)* ดื่มจนเมา

tankard /'tæŋkəd/'แทงเคิด/ *n.* เหยือกเบียร์มีที่จับด้านเดียว; **a ~ of beer** เบียร์หนึ่งเหยือก

'tank car *n. (Railw.)* รถถังยาวทรงกระบอกขนาดใหญ่

tanked-up /tæŋk'tʌp/แทงคฺ'ทัพ/ *adj. (sl.)* เมาเหล้า

'tank engine *n. (Railw.)* รถจักรที่มีถังน้ำและเชื้อเพลิงในคันเดียว

tanker /'tæŋkə(r)/'แทงเคอะ(ร)/ *n. (ship)* เรือบรรทุกน้ำมัน; *(aircraft)* เครื่องบินที่บรรทุกน้ำมัน; *(vehicle)* รถบรรทุกของเหลว

tank: ~ **top** *n.* เสื้อแขนกุด *(มักใช้สวมทับเสื้อเชิ้ต)*; ~ **trap** *n. (Mil.)* กับดักรถถัง; *(ditch)* หลุมพรางดักรถถัง; ~ **waggon** *n. (Brit. Railw.)* รถขนของเหลวในขบวนรถไฟ

tanned /tænd/แทนดฺ/ *adj.* Ⓐ *(treated by tanning)* ฟอก; Ⓑ *(bronzed)* ผิวคล้ำจากแดด

tanner /'tænə(r)/'แทเนอะ(ร)/ *n. (person)* คนฟอกหนัง

tannery /'tænərɪ/'แทเนอะริ/ *n.* โรงงานฟอกหนัง

tannic /'tænɪk/'แทนิค/ *adj.* ~ **acid** *(Chem.)* กรดแทนนิค *(ท.ศ.)*

tannin /'tænɪn/'แทนิน/ *n. (Chem.)* แทนนิน *(ท.ศ.) (กรดที่ทำให้นิ่ม)*

tanning /'tænɪŋ/'แทนิง/ *n.* Ⓐ *(of hides)* การฟอกหนัง; Ⓑ *(bronzing)* การตากแดด/ไฟให้ผิวคล้ำ; Ⓒ *(coll.: beating)* การเฆี่ยน/โบย; **give sb. a ~:** เฆี่ยน *ค.น.*

Tannoy ® /'tænɔɪ/'แทนอย/ *n.* เครื่องขยายเสียง; **over** *or* **on the ~:** ผ่านเครื่องขยายเสียง

tansy /'tænzɪ/'แทนซิ/ *n. (Bot.)* ดอกไม้ในสกุล *Tanacetum* มีดอกเล็กสีเหลือง

tantalise, tantalising, tantalisingly ➡ **tantaliz-**

tantalize /'tæntəlaɪz/'แทนเทอะลายซฺ/ *v.t.* ยั่วเย้า; *(tease also)* ยั่วยุ, ทำให้หัวปั่นเล่น; *(with promises)* หลอกล่อโดยสร้างความหวัง

tantalizing /'tæntəlaɪzɪŋ/'แทนเทอะไลซิง/ *adj.* ยั่วยวน, ชวนให้หัวปั่น; **a ~ puzzle** เกมปริศนาที่วางไม่ลง

tantalizingly /'tæntəlaɪzɪŋlɪ/'แทนเทอะไลซิงลิ/ *adv.* อย่างยั่วเย้า

tantamount /'tæntəmaʊnt/'แทนเทอะเมานทฺ/ *pred. adj.* **be ~ to sth.** เท่า ๆ กับ *ส.น.*, ประหนึ่ง ...พอ ๆ กับ *ส.น.*

tantrum /'tæntrəm/'แทนเทริม/ *n.* อารมณ์เสีย, ความเกรี้ยวกราด; *(of child)* การกรีดกร้าด; **be in a ~:** อารมณ์เสียมาก; **get into/throw a ~:** เกิดโมโหจัด

Tanzania /tænzə'nɪ:ə/แทนเซอะ'เนีย/ *pr. n.* ประเทศแทนซาเนียในแอฟริกาตะวันออก

Tanzanian /tænzə'nɪən/แทนเซอะ'เนียน/ ❶ *adj.* แห่งแทนซาเนีย; **sb. is ~:** *ค.น.* เป็นชาวแทนซาเนีย; ❷ *n.* ชาวแทนซาเนีย

Taoiseach /'ti:ʃæx/'ทีแชคซฺ/ *n. (Ir. Parl.)* นายกรัฐมนตรีของสาธารณรัฐไอร์แลนด์

Taoism /'taʊɪzm/'ทาวอิซ'ม/ *n. (Relig.)* ลัทธิเต๋า

Taoist /'taʊɪst/'ทาวอิซทฺ/ *(Relig.)* ❶ *adj.* เกี่ยวกับลัทธิเต๋า ❷ *n.* ผู้ที่ศรัทธาในลัทธิเต๋า

¹tap /tæp/แทพ/ ❶ *n.* Ⓐ หัวก๊อก; *(on barrel, cask)* จุกถัง, ฝาจุก; **hot/cold [-water] ~:** ก๊อกน้ำร้อน/เย็น; **leave the ~ running** ปล่อยน้ำไหลจากก๊อก; **on ~:** เปิดก๊อกได้ทันที; **be on ~** *(fig.)* พร้อมที่จะใช้ได้ทันที; **have on ~** *(fig.)* มีติดมือ *(เงิน, เครื่องมือ)*; Ⓑ *(plug)* จุกก๊อก; Ⓒ **[telephone] ~:** การดักฟังโทรศัพท์ ❷ *v.t.,* **-pp-** Ⓐ *(make use of)* ทำ/ใช้ประโยชน์ *(ทรัพยากร, ตลาด, ที่ดิน, สิ่งที่เก็บสำรองไว้)*; **~ sb. for money/information** ขอเงิน/ข้อมูลจาก *ค.น.*; **~ sb. for a few pounds** ขอเงินสัก 2-3 ปอนด์จาก *ค.น.*; Ⓑ *(Teleph.: intercept)* ต่อสายดักฟังโทรศัพท์; Ⓒ *(pierce)* กรีด *(ต้นไม้, ถัง)*; *(draw off)* ทำให้ไหลออก *(เบียร์จากถัง)*; **~ a tree for resin** กรีดต้นไม้ให้ยางไหลออกมา; Ⓓ *(Metalw.)* ตอกสลักเกลียวตัวเมีย

~ **'off** *v.t.* ปล่อยให้ของเหลวไหลออกมา (into เข้าไป)

²tap ❶ *v.t.,* **-pp-** *(strike lightly)* เคาะเบา ๆ; *(on upper surface)* เคาะ; **~ one's fingers on the table** *(repeatedly)* เอานิ้วเคาะโต๊ะหลาย ๆ ครั้ง; **~ one's finger against one's forehead** เคาะนิ้วบนหน้าผาก; **~ one's foot** ใช้เท้าเคาะพื้น; **~ one's foot to the music** ใช้เท้าเคาะพื้นตามจังหวะดนตรี; **~ sb. on the shoulder** แตะไหล่ *ค.น.* เบา ๆ ❷ *v.i.,* **-pp-: ~ at/on sth.** เคาะที่/บน *ส.น.* ❸ *n. (light blow, rap)* การเคาะ; *(given to naughty child)* ตีเพี๊ยะเบา ๆ; **give a nail a little ~:** ตอกตะปูเบา ๆ; **there was a ~ at/on the door** มีเสียงเคาะประตู; **I felt a ~ on my shoulder** ฉันรู้สึกว่ามีใครมาแตะไหล่; *(more lightly)* สะกิดไหล่; **~s** *(Amer. Mil.: signal)* สัญญาณแตรให้ดับไฟ

~ **a'way** *v.i.* เคาะ *(เครื่องพิมพ์ดีด, โทรเลข)*; **~ away on the table with one's fingers/a ruler** เคาะโต๊ะด้วยนิ้ว/ไม้บรรทัด

~ **'in** *v.t.* ตอกเข้าไป *(ตะปู ฯลฯ)*

~ **'out** *v.t.* Ⓐ *(knock out)* เคาะออกมา; Ⓑ เคาะ *(จังหวะ, รหัส)*; *(write) (in Morse)* ส่งสัญญาณโทรเลขด้วยการเคาะ; *(on typewriter)* พิมพ์ออกมา

tap: ~ **dance** ❶ *n.* เต้นรำจังหวะแท็พ *(ท.ศ.)*; **do a ~ dance** เต้นแท็พ ❷ *v.i.* เต้นรำ; ~ **dancer** *n.* นักเต้นแท็พ; ~ **dancing** *n.* การเต้นรำจังหวะแท็พ

tape /teɪp/เทพ/ ❶ *n.* Ⓐ เทป *(ท.ศ.)*, สายวัด, แถบ; **adhesive/***(coll.)* **sticky ~:** สกอตเทป; ➡ + **red tape**; Ⓑ *(Sport)* สายเส้นชัย; **breast the ~:** พุ่งเข้าแตะเส้นชัย; Ⓒ *(for recording)* เทป *(ท.ศ.)*, แถบบันทึกเสียง **(of** ของ**)**; **[have sth.] on ~:** มีการบันทึก *ส.น.* ไว้ในเทป; **put/record sth. on ~, make a ~ of sth.** บันทึก *ส.น.* ลงบนเทป; **blank ~:** เทปเปล่า; Ⓓ **[paper] ~:** แถบกระดาษสำหรับบันทึกโทรเลข; *(punched with holes)* กระดาษบันทึกที่มีรู; **come in on the ~:** *(ข่าวสาร)* มาโดยผ่านเครื่องโทรพิมพ์ ❷ *v.t.* Ⓐ *(record on ~)* บันทึกลงบนเทป, อัด *(ภ.พ.)*; **~d music** เพลงที่บันทึกลงเทป; Ⓑ *(bind with ~)* มัดด้วยเทป; Ⓒ **have got sb./sth. ~d** *(coll.)* เข้าใจ *ค.น./ส.น.* โดยตลอด/สามารถควบคุม *ค.น./ส.น.* ได้

~ **'down** *v.t.* ติดให้แน่นด้วยเทป

~ **'on** *v.t.* ติดลงไปด้วยเทป

~ **'over** *v.t.* ปิดให้สนิทโดยใช้เทป

~ **to'gether** *v.t.* ติด/ผูก/ยึดเข้าด้วยกันด้วยเทป

~ **'up** *v.t.* ปิดด้วยเทป

tape: ~ **cassette** *n.* เทปคาสเซ็ทท์ *(ท.ศ.)*; *n.* อุปกรณ์เครื่องเล่นเทป; ~ **machine** *n.* เครื่องเล่นเทป; ~ **measure** *n.* สายวัด; ~ **player** *n.* เครื่องเล่นเทป

tapenade /'tæpənɑ:d/'แทเพอะนาด/ *n.* มะกอกบดใช้ทาขนมปัง

taper /'teɪpə(r)/'เทเพอะ(ร)/ ❶ *v.t.* ทำให้เรียวเล็กลง; **~ [to a point]** ทำให้เรียวลงจนเป็นจุดแหลม; **be ~ed** เรียวเล็กลง; *(to a point)* เรียวจนแหลม ❷ *v.i.* เรียวเล็กลง; **~ [to a point]** เรียวลง[เป็นปลายแหลม] ❸ *n.* Ⓐ **[wax] ~:** ไส้เทียนไข *(ใช้จุดเทียน)*; Ⓑ *(narrowing)* การเรียวลง

~ **away** ➡ ~ **off** 2

~ **'off** ❶ *v.t.* Ⓐ ➡ ~ 1; Ⓑ *(fig.: decrease gradually)* ทำให้ลดลงทีละน้อย ❷ *v.i.* Ⓐ ➡ **taper** 2; Ⓑ *(fig.: decrease gradually)* ค่อย ๆ ลดลง

tape: ~-record /'teɪprɪkɔ:d/'เทพริคอด/ *v.t.* อัดเสียงในเทป; **~ recorder** *n.* เครื่องอัดเทป, เครื่องเล่นเทป; **~ recording** *n.* การบันทึกเสียงลงเทป

tapered /'teɪpəd/'เทเพิด/ *adj.* เรียว; *(to a point)* ทรงกรวย; **~ trousers** กางเกงทรงแคบ

tapering /'teɪpərɪŋ/'เทเพอะริง/ *adj.* เรียวลง; *(to a point)* เรียวลงเป็นกรวย; **be ~:** เรียว; *(to a point)* เรียวลงเป็นกรวย

'tape-slide show *n.* การฉายภาพนิ่งพร้อมเสียงประกอบ

tapestry /'tæpɪstrɪ/'แทพิซตริ/ *n.* พรมถักเป็นลวดลาย; *(wall hanging)* พรมประดับผนัง; *(fig.)* เหตุการณ์ที่สลับซับซ้อน; **Gobelin ~:** พรมจากโรงงานก็อบเบลินในฝรั่งเศส; **the Bayeux ~:** *พรมบรรยายภาพการพิชิตอังกฤษของชาวนอร์มันที่ทอในคริสต์ศตวรรษที่ 11 ที่เมืองบาโยในฝรั่งเศส*

'tapeworm *n.* พยาธิตัวตืด

tapioca /tæpɪ'əʊkə/แทพิ'โอเคอะ/ *n.* สาคู, มันสำปะหลัง

tapir /ˈteɪpə(r)/ˈเทเพอะ(ร)/ *n. (Zool.)* สมเสร็จ

tappet /ˈtæpɪt/ˈแทพิท/ *n. (Mech. Engin.)* ก้านเลื่อนใช้ปิดเปิดลิ้นลูกสูบเครื่องยนต์

tap: ~room *n.* ร้านขายสุรา; **~root** *n. (Bot.)* รากแก้ว; **~ water** *n.* น้ำประปา

¹tar /tɑː(r)/ˈทา(ร)/ ❶ *n.* น้ำมันดิน, ยางมะตอย; **high-~/low-~ cigarette** บุหรี่ที่มีปริมาณสารทาร์มาก/น้อย; *(fig.)* **beat** *or* **knock the ~ out of sb.** *(Amer. coll.)* ตบตี *ค.น.* จนเละ; **spoil the ship for a ha'p'orth of ~:** เสียน้อยเสียยาก เสียมากเสียง่าย ❷ *v.t.*, **-rr-** ราดยาง; **~red road** ถนนที่ราดยางมะตอย; **~ and feather sb.** ลงโทษ *ค.น. (การทาน้ำมันดินจนทั่วแล้วเอาขนนกติด)*; **they are ~red with the same brush** *or* **stick** *(fig.)* ตะเภาเดียวกัน

²tar *n.* **[Jack] ~** *(coll.)* กะลาสีเรือ

taramasalata /tærəməsəˈlɑːtə/แทเรอะเมอะเซอะˈลาเทอะ/ *n.* *อาหารกรีกที่ทำจากไข่ปลาบดผสมด้วยน้ำมันมะกอก*

tarantella /tærənˈtelə/แทเรินˈเท็ลเลอะ/, **tarantelle** /tærənˈtel/แทเรินˈเท็ล/ *n. (Mus.)* เพลงเต้นรำพื้นเมืองทาแรนเทลลา *(ท.ศ.)* ในอิตาลีตอนใต้

tarantula /təˈræntjʊlə/เทอะˈแรนทิวเลอะ(ร)/ *n. (Zool.)* แมงมุมตัวใหญ่ในวงศ์ Theraphosidae มีพิษร้าย

tardily /ˈtɑːdɪlɪ/ˈทาดิลิ/ *adv.* Ⓐ *(slowly)* อย่างชักช้า, รีรอ; Ⓑ *(late)* สาย; *(too late)* อย่างสายเกินไป

tardy /ˈtɑːdɪ/ˈทาดิ/ *adj.* Ⓐ *(slow)* เชื่องช้า; Ⓑ *(late)* สาย; *(too late)* สายจนเกินไป; **be ~** *(Amer.)* มา/ไปสาย **(for, to** สำหรับ); **be ~ in doing sth.** ทำ *ส.น.* ช้า

tare /teə(r)/แท(ร)/ *n. (Commerc.)* น้ำหนักที่เผื่อไว้สำหรับหีบห่อ, วิธีคำนวณหักเปลือกนอก *(ของภาชนะบรรจุออก)*; *(of lorry, car)* น้ำหนักไร้น้ำมันหรือสิ่งบรรทุก

target /ˈtɑːgɪt/ˈทาก̲ิท/ ❶ *n.* Ⓐ *(lit. or fig.)* เป้า, เป้าหมาย; **be the ~ of** *or* **a ~ for his mockery/fury** *(fig.)* ตกเป็นเป้าของการเยาะเย้ย/โกรธเกรี้ยวของเขา; **production/export/savings ~:** เป้าหมายการผลิต/ส่งออก/การเก็บเงินออม; **fixed/moving/towed ~:** เป้านิ่ง/เคลื่อนที่/ถูกลาก; **hit/miss the/one's/its ~:** โดน/พลาดเป้า; **set oneself a ~** *(fig.)* ตั้งเป้าหมายให้กับตัวเอง; **set oneself a ~ of £5,000** ตั้งเป้าไว้ที่ 5,000 ปอนด์; **set sb. a ~ of six months** กำหนดเวลา 6 เดือนให้ *ค.น.*; **reach one's ~** *(fig.)* บรรลุเป้าหมายของตน; **be on/off** *or* **not on ~** *(ยิง)* ถูก/พลาดเป้า; **be on ~** *(fig.) (ผู้เก็บ, ผู้สะสม)* กำลังจะบรรลุเป้าหมาย; **be on ~ for sth.** *(lit. or fig.)* กำลังจะพัฒนาไปสู่ *ส.น.*; **be above/below ~** *(fig.)* ทำได้เกิน/ต่ำกว่าเป้าหมาย; Ⓑ *(Sport)* กีฬาปาเป้า; Ⓒ *(Phys.)* เป้า; ➡ **+ sitting target** ❷ *v.t.* Ⓐ *(Mil.)* ตั้งเป้า, เล็ง; Ⓑ *(fig.)* วางเป้าหมายที่; **~ benefits at those most in need** เล็งเงินช่วยเหลือแก่ผู้ที่มีความจำเป็นมากที่สุด; **independently ~ed warheads** *(Mil.)* หัวจรวดที่สามารถเล็งแยกเป้ากันได้; **be ~ed on sth.** เล็งไปที่ *ส.น.*; **be ~ed on** *or* **at sth.** *(fig.)* เล็งไปที่ *ส.น.*

target: ~ date *n.* วันที่กำหนด; **~ figure** *n.* ตัวเลขที่เป็นเป้าหมาย; **~ group** *n.* กลุ่มเป้าหมาย; **~ language** *n.* ภาษาเป้าหมาย; **~ practice** *n., no art.* การฝึกยิงเป้า

tariff /ˈtærɪf/ˈแทริฟ/ *n.* Ⓐ *(tax)* ภาษีศุลกากร; *(table of customs duties)* พิกัดอัตราภาษีศุลกากร; **[import] ~:** ภาษีสินค้านำเข้า; Ⓑ *(list of charges)* ค่าธรรมเนียม; **railway/postal ~:** ค่าตั๋วรถไฟ/ไปรษณียากร; **hotel ~:** ค่าที่พักในโรงแรม

Tarmac, tarmac /ˈtɑːmæk/ˈทาแมค/ ❶ *n.* ® Ⓐ ยี่ห้อของยางมะตอยปูพื้นถนน; Ⓑ *(at airport)* ลานวิ่งขึ้น ❷ *v.t.*, **-ck-** ราดพื้นถนนด้วยยางมะตอยชนิดนี้

tar macadam /tɑː məˈkædəm/ทา เมอะˈแคเดิม/ *n.* ส่วนผสมของหินกับยางมะตอย *(ที่ใช้ราดพื้นถนน)*

tarn /tɑːn/ทาน/ *n.* บึงเล็กในเขา

tarnish /ˈtɑːnɪʃ/ˈทานิช/ ❶ *v.t.* ทำให้ขาดความวาว *(เหล็ก)*; ทำให้ดำคล้ำ *(เงิน)*; *(fig.)* ทำให้มีมลทิน *(ชื่อเสียง)* ❷ *v.i. (เหล็ก)* หมอง ❸ *n.* Ⓐ *(action)* การทำให้มัวหมอง; Ⓑ *(discolouring film)* คราบสี *(บนเหล็ก)*

tarnished /ˈtɑːnɪʃt/ˈทานิชทฺ/ *adj.* หมองคล้ำ; *(fig.)* เป็นมลทิน

tarot /ˈtærəʊ/ˈแทโร/ *n.* เกมที่ใช้ไพ่ห้าดอก *(มักใช้ในการทำนาย)*; **[~ card]** ใบทาโร่หนึ่งใบ

tarpaulin /tɑːˈpɔːlɪn/ทาˈพอลิน/ *n.* ผ้าใบกันน้ำ

tarpon /ˈtɑːpən/ˈทาเพิน/ *n. (Zool.)* ปลาขนาดใหญ่สีเงิน *Tarpon atlanticus*

tarragon /ˈtærəgən/ˈแทเรอะเกิน/ *n. (Bot.)* สมุนไพรใบหอม *Artemesia dracanculus* ใช้เป็นเครื่องเทศ

¹tarry /ˈtɑːrɪ/ˈทาริ/ *adj.* เป็น/เปื้อนน้ำมันดิน/น้ำมันยางมะตอย

²tarry /ˈtærɪ/ˈแทริ/ *v.i. (literary)* รอคอย; *(be slow)* อ้อยอิ่ง; **~ awhile** พักชั่วขณะ

tarsal /tɑːsl/ทาซ'ล/ *n.* กระดูกที่ตาตุ่มและขอบตา

¹tart /tɑːt/ทาท/ *adj.* เปรี้ยว, รสกรด, รสจัด; *(fig.)* ปากจัด; *(วาจา)* เชือดเฉือน

²tart *n.* Ⓐ *(Brit.) (filled pie)* ขนมพายยัดไส้ผลไม้; *(small pastry)* ขนมอบชิ้นเล็ก ๆ รูปถ้วยกลม; **jam ~:** ขนมอบไส้แยม *หรือ* ราดแยม; Ⓑ *(sl.: prostitute)* กะหรี่

~ 'up *v.t. (Brit. coll.)* **~ oneself up, get ~ed up** *(dress gaudily)* แต่งตัวฉูดฉาด; **~ a pub/restaurant up** *(fig.)* ตกแต่งร้านอาหาร/ร้านเหล้าให้ดูหรูหรา

tartan /ˈtɑːtən/ˈทาเทิน/ ❶ *n.* ผ้า *หรือ* เสื้อผ้าลายสกอต; *(pattern)* **the Stewart ~:** ผ้าลายสกอตประจำตระกูลสจ๊วต ❷ *adj.* เป็นลายตาหมากรุก, เป็นลายสกอต; **~ plaid/rug** ผ้า/ผ้าห่มตาสกอต

tartar *n.* Ⓐ *(Chem.)* ตะกอนสีแดงของเหล้าองุ่นที่หมักได้ที่; ➡ **+ cream of tartar**; Ⓑ *(scale on teeth)* หินปูน

Tartar /ˈtɑːtə(r)/ˈทาเทอะ(ร)/ ❶ *adj.* แห่งตาร์ตาร์ ❷ *n.* Ⓐ *(person)* ชาวตาร์ตาร์ *(ชนที่อาศัยอยู่ในเอเชียกลางรวมถึงชาวมองโกลและเติร์ก)*; Ⓑ *(language)* ภาษาตาร์ตาร์; Ⓒ *(violent-tempered person)* คนมุทะลุ, คนอารมณ์ร้าย

tartare /ˈtɑːtɑː(r)/ˈทาทา(ร)/ *adj.* **~ sauce, sauce ~** ➡ **tartar sauce; steak tartare** ➡ **steak**

tartaric acid /tɑːtærɪk ˈæsɪd/ทาแทริค ˈแอซิด/ *n. (Chem.)* กรดคาร์บอคซิลิกธรรมชาติ *(พบในองุ่นดิบ ใช้ทำผงฟู ฯลฯ)*

tartar sauce *n. (Gastr.)* ซอสมายองเนสผสมไข่ต้มแข็ง หญ้าฝรั่ง ฯลฯ

tartly /ˈtɑːtlɪ/ˈทาทลิ/ *adv. (พูดตอบ)* เสียงแหลม, อย่างเชือดเฉือน

tartness /ˈtɑːtnɪs/ˈทาทนิซ/ *n., no pl.* ➡ **¹tart:** ความเปรี้ยว; *(fig.)* ความเชือดเฉือน *(วาจา)*

tarty /ˈtɑːtɪ/ˈทาทิ/ *adj. (sl.) (หญิง)* แพศยา, เหมือนกะหรี่

Tarzan /ˈtɑːzən/ˈทาเซิน/ *n.* ทาร์ซาน *(ท.ศ.) (วีรบุรุษเด็กกำพร้าที่ลิงเลี้ยงในป่าแอฟริกา)*; *(fig.)* ชายที่แข็งแรงปราดเปรียวเหมือนทาร์ซาน

task /tɑːsk/ทาซค/ *n.* หน้าที่, ภาระ; **set sb. the ~ of doing sth.** มอบหมายภาระให้ *ค.น.* ทำ *ส.น.*; **set oneself the ~ of doing sth.** ถือการทำ *ส.น.* เป็นหน้าที่ของตน; **undertake the ~ of doing sth.** ดำเนินการทำ *ส.น.*; **carry out/perform a ~:** ทำตามหน้าที่/ปฏิบัติภารกิจ; **take sb. to ~:** ประณาม *ค.น.*

task: ~ force, ~ group *ns. (sent out)* กลุ่มเฉพาะกิจ; *(set up)* หน่วยเฉพาะกิจ; **~master** *n.* **a hard ~master** หัวหน้าคนงานที่ใช้งานหนัก; *(teacher)* ครูที่เข้มงวด

Tasmania /tæzˈmeɪnɪə/แทซˈเมเนีย/ *pr. n.* เกาะทัสมาเนีย *(ทางใต้ของออสเตรเลีย)*

Tasmanian /tæzˈmeɪnɪən/แทซˈเมเนียน/ ❶ *adj.* Ⓐ แห่งทัสมาเนีย; Ⓑ *(Zool.)* **~ devil/wolf** *สัตว์กินเนื้อชนิดหนึ่งมีกระเป๋าหน้าท้องเหมือนจิงโจ้ ดุร้ายมาก* ❷ *n.* ชาวทัสมาเนีย

tassel /ˈtæsl/ˈแทซ'ล/ *n.* พู่, รวง

taste /teɪst/เทซทฺ/ ❶ *v.t.* Ⓐ ชิม; **she barely ~d her food** เธอแทบจะไม่ได้แตะอาหารเลย; **she hadn't ~d food for two days** เธอไม่ได้กินอาหารมาสองวันแล้ว; Ⓑ *(recognize flavour of)* ได้รับรส, รู้รส; Ⓒ *(fig.: experience)* ประสบ, รู้สึก ❷ *v.i.* Ⓐ *(have sense of flavour)* มีรสชาติ; Ⓑ *(have certain flavour)* มีรสชาติเฉพาะ **(of** ของ); **not ~ of anything** ไม่มีรสชาติอะไรเลย ❸ *n.* Ⓐ *(flavour)* รสชาติ; **to ~:** *(เจือจาง, ผสม)* ให้ถูกปาก; **this dish has no ~:** อาหารจานนี้ไม่มีรสชาติ; **there's a ~ of garlic in sth.** *ส.น.* มีรสกระเทียม; **leave a nasty/bad** *etc.* **~ in the mouth** *(lit.)* ทิ้งรสชาติไม่ดีไว้; *(fig.)* มีความรู้สึกชิงชังค้างอยู่ในใจ; Ⓑ *(sense)* **[sense of] ~:** ความสามารถในการรู้รสชาติ; Ⓒ *(discernment)* รสนิยม; **person of ~:** คนมีรสนิยม; **he is a person of ~:** เขาเป็นคนมีรสนิยม; **~ in art/music** มีรสนิยมด้านศิลปะ/ดนตรี; **have good ~ in clothes** มีรสนิยมด้านการแต่งตัว; **it would be bad ~ to do that** ทำอย่างนั้นออกจะไม่มีรสนิยมนะ; **in good/bad ~:** รสนิยมดี/ไม่ดี; **in the best/worst of ~:** รสนิยมดียิ่ง/แย่มาก; Ⓓ *(sample) (lit. or fig.)* สิ่งเพื่อชิม, การลิ้มรส; **have a ~ of** ได้ลองชิม *(อาหาร, เครื่องดื่ม)*; **do you want a ~?** คุณอยากจะชิมบ้างไหม; **first ~ of success/of life in a big city** การลิ้มรสความสำเร็จ/ชีวิตในเมืองใหญ่เป็นครั้งแรก; **give sb. a ~ of sth.** *(lit. or fig.)* ให้ *ค.น.* ลิ้มรส *ส.น.*; **give sb. a ~ of the whip** ทำให้ *ค.น.* ได้รู้รสชาติของแส้; **a ~ of things to come** การได้ลองสัมผัสกับสิ่งที่กำลังจะเกิด; ➡ **+ medicine**; Ⓔ *(liking)* ชอบ **(in** สำหรับ); **have a/no ~ for sth.** ชอบ/ไม่ชอบ *ส.น.*; **have expensive ~s in clothes** *etc.* ชอบเสื้อผ้า ฯลฯ ราคาแพง; **be/not be to sb.'s ~:** ใช่/ไม่ใช่อย่างที่ *ค.น.* ชอบ; **it's a question** *or* **matter of ~:** เป็นเรื่องของความชอบ; **each** *or* **everyone to his ~:** ลางเนื้อชอบลางยา; **~s differ** ความชอบของแต่ละคนไม่เหมือนกัน; **there's no accounting for ~:** เรื่องความชอบอธิบายได้ยาก; ➡ **+ acquire B**

'taste bud *n. (Anat., Zool.)* ปุ่มประสาทรับรสที่ลิ้น

tasteful /ˈteɪstfl/ˈเทซทฟ'ล/ *adj.* มีรสนิยม

tastefully /ˈteɪstfəlɪ/ˈเทซทฟุเฟอะลิ/ *adv.* อย่างมีรสนิยม

tasteless /ˈteɪstlɪs/ˈเทซทฺลิซ/ *adj.* ไม่อร่อย, ไม่มีรสชาติ, ไม่มีรสนิยม

tastelessly /ˈteɪstlɪslɪ/ˈเทซทฺลิซลิ/ *adv.* อย่างไร้รสนิยม, อย่างไร้รสชาติ

taster /ˈteɪstə(r)/ˈเทซเตอะ(ร)/ *n.* **A** ผู้ทดลองชิม; **B** *(sample)* **a ~ for** *or* **of sth.** สิ่งทดลอง

tastily /ˈteɪstɪlɪ/ˈเทซติลิ/ *adv.* อย่างน่ากิน, อย่างเอร็ดอร่อย

tastiness /ˈteɪstɪnɪs/ˈเทซตินิซ/ *n., no pl.* ความมีรสชาติ, ความอร่อย

tasty /ˈteɪstɪ/ˈเทซติ/ *adj.* อร่อย, น่ากิน, มีรสชาติ; **be a ~ morsel** *(lit.)* เป็นอาหารรสเลิศ; *(fig.)* เป็นที่ต้องการ

¹tat /tæt/แทท/ *n., no pl. (coll.)* ของโกโรโกโส

²tat ➡ **²tit**

ta-ta /təˈtɑː/เทอะ'ทา/ *int. (child lang.)* พบกันใหม่

tattered /ˈtætəd/ˈแทเทิด/ *adj.* รุ่งริ่ง, ขาดวิ่น

tatters /ˈtætəz/ˈแทเทิซ/ *n. pl.* เศษ *(กระดาษ, ผ้า)* ที่ฉีกขาดรุ่งริ่ง; **be in ~:** ขาดรุ่งริ่ง; *(fig.) (ชีวิต, อาชีพ, การทำงาน)* ถูกทำลาย, เสียหายย่อยยับ

tattily /ˈtætɪlɪ/ˈแททิลิ/ *adv.* อย่างรุ่งริ่ง, โกโรโกโส

tattiness /ˈtætɪnɪs/ˈแททินิซ/ *n., no pl.* ความรุ่งริ่ง, ความโกโรโกโส

tatting /ˈtætɪŋ/ˈแททิง/ *n.* การถักด้วยกระสวย; *(lace)* ผ้าลูกไม้ที่ถักด้วยกระสวย

tattle /ˈtætl/ˈแทท'ล/ *v.i.* คุยเล่น, ซุบซิบ

¹tattoo /təˈtuː/เทอะ'ทู/ **❶** *v.t.* สัก; **~ sth. on sb.'s arm** สัก *ส.น.* บนแขน *ค.น.* **❷** *n.* รอยสัก

²tattoo /təˈtuː, US tæˈtuː/เทอะ'ทู, แท'ทู/ *n.* **A** *(Mil.: signal) สัญญาณเรียกทหารกลับเข้าที่พัก;* **beat** *or* **sound the ~:** เคาะหรือส่งสัญญาณเรียกทหารกลับเข้าที่พัก; **B** *(drumming noise)* เสียงตีกลอง; **there was a ~ on the door** มีเสียงเคาะประตูดัง; **he/his fingers beat a ~ on the table** *(coll.)* เขา/นิ้วของเขาเคาะโต๊ะ; **C** *(military show)* **~:** *การแสดงเดินแถวประกอบดนตรีของทหารตอนกลางคืน*

tattooed /təˈtuːd/เทอะ'ทูด/ *adj.* เป็นรอยสัก

tattooer /təˈtuːə(r)/เทอะ'ทูเออะ(ร)/,

tattooist /təˈtuːɪst/เทอะ'ทูอิซท/ *ns.* ➤ **489** ช่างสัก, คนสักลาย

tatty /ˈtætɪ/ˈแททิ/ *adj. (coll.)* โทรม; *(หนังสือพิมพ์)* ที่ฉีกขาด; *(inferior)* เลว, คุณภาพไม่ดี; *(threadbare)* ขาดวิ่น, เก่าโทรม

taught ➡ **teach**

taunt /tɔːnt/ทอนท/ **❶** *v.t.* หัวเราะเยาะ, พูดสบประมาท **(about** เกี่ยวกับ); **~ sb. with being a weakling** สบประมาท *ค.น.* ว่าเป็นคนอ่อนแอขี้ขลาด **❷** *n.* คำสบประมาท, คำเยาะเย้ย, เสียดสี; **the ~ of cowardice** *or* **of being a coward hurt him deeply** คำสบประมาทว่าเป็นคนขี้ขลาดทำร้ายจิตใจเขามาก

taunting /ˈtɔːntɪŋ/ˈทอนทิง/ **❶** *adj.* ที่ดูถูกเยาะเย้ย, เหยียดหยาม **❷** *n.* การเยาะหยัน, การเหยียดหยาม

Taurean /ˈtɔːrɪən/ˈทอเรียน/ *n. (Astrol.)* ชาวราศีพฤษภ

Taurus /ˈtɔːrəs/ˈทอเริซ/ *n. (Astrol.)* ราศีพฤษภ; *(Astron.)* กลุ่มดาวทอรัส; ➡ **+ Aries**

taut /tɔːt/ทอท/ *adj.* **A** *(tight) (สาย, กล้ามเนื้อ)* ตึง; **B** *(fig.: tense) (ประสาท, หน้าตา)* ตึงเครียด, เกร็ง; **C** *(fig.: concise) (เรื่องเล่า)* สั้น, กระชับ

tauten /ˈtɔːtn/ˈทอท'น/ **❶** *v.t.* ดึงให้ตึง **❷** *v.i. (กล้ามเนื้อ)* เกร็ง

tautly /ˈtɔːtlɪ/ˈทอทลิ/ *adv.* **A** *(tightly)* ตึง; **B** *(fig.: tensely)* อย่างตึงเครียด; **C** *(fig.: tersely)* อย่างกระชับรัดกุม

tautological /tɔːtəˈlɒdʒɪkl/ทอเทอะ'ลอจิค'ล/, **tautologous** /tɔːˈtɒləgəs/ทอ'ทอเลอะเกิซ/ *adjs.* ซ้ำ ๆ, ซ้ำซาก, เยิ่นเย้อ; **~ expression/statement** แสดงความคิดเห็น/พูดบรรยายซ้ำซาก; **it is ~ to talk about ...:** มันจะซ้ำซากถ้าพูดเรื่อง...

tautology /tɔːˈtɒlədʒɪ/ทอ'ทอเลอะจิ/ *n.* การพูดซ้ำโดยใช้คำพูดต่างกัน

tavern /ˈtævən/ˈแทเวิน/ *n. (literary)* ร้านผับ, โรงแรมเล็ก ๆ

tawdriness /ˈtɔːdrɪnɪs/ˈทอดริ นิซ/ *n., no pl.* ความฉูดฉาดและไร้รสนิยม; **the ~ of sb.'s finery** ความฉูดฉาดของเครื่องแต่งกายของ *ค.น.*

tawdry /ˈtɔːdrɪ/ˈทอดริ/ *adj.* ฉูดฉาดและราคาถูก

tawny /ˈtɔːnɪ/ˈทอนิ/ *adj.* สีเหลืองอมน้ำตาล

tawny 'owl *n. (Ornith.)* นกเค้าแมวพันธุ์ยุโรป *Strix aluco* สีน้ำตาลอมแดง

tax /tæks/แทคซฺ/ **❶** *n.* **A** ภาษี; **pay 20% in ~ [on sth.]** จ่ายภาษี 20% [เมื่อซื้อ *ส.น.*]; **a third of my income will go in ~:** หนึ่งในสามของรายได้ของฉันจะถูกหักเป็นภาษี; **before/after ~:** ก่อน/หลังจากหักภาษี; **free of ~:** ปลอดภาษี; *(after ~, ~ paid)* หักภาษีแล้ว; **~ paid, net of ~:** ภาษีสุทธิ; **for ~ reasons** ด้วยเหตุผลทางด้านภาษี; **for ~ purposes** ด้วยจุดประสงค์ทางด้านภาษี; ➡ **+ capital gains tax; corporation** B; **direct tax; income tax; poll tax; purchase tax; value-added tax; B** *(fig: burden)* ภาระที่หนักอึ้ง **(on** สำหรับ) **❷** *v.t.* **A** *(impose ~ on)* หักภาษี; *(pay ~ on)* จ่ายภาษี; **~ sb. on his/her income** หักภาษีจากรายได้ของ *ค.น.;* **I am** *or* **my income is ~ed at 30%** ฉันถูกหักภาษี 30%; **B** *(make demands on)* ใช้อย่างหนัก *(พลัง, เงินทอง, ทรัพย์สิน);* **C** *(accuse)* กล่าวหา **(with)**; **~ sb. with doing sth.** กล่าวหา *ค.น.* ว่าทำ *ส.น.*

taxable /ˈtæksəbl/ˈแทคเซอะบ'ล/ *adj.* ที่ต้องเสียภาษี

tax: ~ allowance *n.* ค่าลดหย่อนภาษี; **~ assessment** *n.* การประเมินภาษี

taxation /tækˈseɪʃn/แทค'เซช'น/ *n. (imposition of taxes)* การจัดเก็บภาษี; *(taxes payable)* ภาษีที่ต้องชำระ; **subject to ~:** ต้องเสียภาษี

tax: ~ avoidance *n.* การเลี่ยงภาษี; **~ bill** *n.* ใบเรียกเก็บภาษี; *(amount)* จำนวนภาษีที่เรียกเก็บ; **~ bracket** *n.* ระดับอัตราการชำระภาษี; **move into a higher ~ bracket** เลื่อนระดับของการชำระภาษีสูงขึ้น; **~ break** *n.* การลดภาษีตามนโยบายของรัฐบาล; **~ collector** *n.* เจ้าหน้าที่สรรพากร; **~-deductible** *adj. (ค่าใช้จ่าย)* ที่ยอมให้หักภาษีได้จากรายได้พึงประเมิน; **~ demand** *n.* ใบแจ้งยอดเสียภาษี; **~ disc** *n.* ป้ายวงกลมภาษีรถยนต์; **~ dodge** *n.* กลวิธีหลบเลี่ยงชำระภาษี; **~ dodger** *n.* ผู้หลบเลี่ยงการชำระภาษี; **~ evasion** *n.* การหลีกเลี่ยงการชำระภาษี; **~-exempt** *adj. (Amer.)* ที่ได้รับการยกเว้นภาษี; **~ exile** *n.* **A** *(person)* บุคคลที่ย้ายประเทศเพื่อหลีกเลี่ยงการเสียภาษี; **B** *(place)* สถานที่ ๆ มีระบบภาษีย่อมเยา; **~ form** *n.* แบบฟอร์มเสียภาษี; **~-free ❶** *adj.* ปลอดภาษี; *(after payment of tax)* ที่หักภาษีแล้ว; **~-free allowance** รายได้ที่ไม่ต้องเสียภาษี **❷** *adv.* อย่างปลอดภาษี; *(after payment of tax)* อย่างหักภาษีแล้ว; **~ haven** *n. (coll.)* ประเทศที่จัดเก็บภาษีในอัตราต่ำ

taxi /ˈtæksɪ/ˈแทคซิ/ **❶** *n.* รถแท็กซี่ *(ท.ศ.)*; **go by ~:** ไปโดยรถแท็กซี่ **❷** *v.i.,* **~ing** *or* **taxying** /ˈtæksɪɪŋ/ˈแทคซิอิง/ *(Aeronaut.) (เครื่องบิน)* แล่นไปตามพื้น; **~ to a stop** แล่นไปยังที่จอด **❸** *v.t.,* **~ing** *or* **taxying** *(Aeronaut.)* แล่นไปตามพื้น

'taxicab ➡ **taxi 1**

taxidermist /ˈtæksɪdɜːmɪst/ˈแทคซิเดอมิซท/ *n.* ➤ **489** คนสตาฟสัตว์

taxidermy /ˈtæksɪdɜːmɪ/ˈแทคซิเดอมิ/ *n.* การสตาฟสัตว์

'taxi driver *n.* ➤ **489** คนขับรถแท็กซี่

taximeter /ˈtæksɪmiːtə(r)/ˈแทคซิมีเทอะ(ร)/ *n.* เครื่องมิเตอร์ในรถแท็กซี่

tax incentive *n.* สิ่งกระตุ้นในด้านการลด/ผ่อนภาษี

taxing /ˈtæksɪŋ/ˈแทคซิง/ *adj. (งาน)* หนักอึ้ง; *(ปัญหา)* ต้องใช้ความอุตสาหะอย่างมาก

'tax inspector *n.* ➤ **489** เจ้าหน้าที่ตรวจสอบการเสียภาษี

taxi: ~ rank *(Brit.), (Amer.)* **~ stand** *ns.* คิวรถแท็กซี่; **~way** *n.* ลานบิน

tax: ~man *n. (coll.)* เจ้าหน้าที่สรรพากร; **a letter from the ~man** จดหมายจากเจ้าหน้าที่สรรพากร; **work for the ~man** ทำงานเท่าไรก็ถูกหักภาษีหมด; **~ office** *n.* สำนักงานสรรพากร

taxonomy /tækˈsɒnəmɪ/แทค'ซอเนอะมิ/ *n. (Biol.)* วิชาที่ว่าด้วยการแบ่งประเภทสิ่งมีชีวิต

tax: ~payer *n.* ผู้ชำระภาษี; **~paying** *attrib. adj.* ที่ชำระภาษี; **~ rebate** *n.* เงินคืนภาษี; **~ relief** *n.* การผ่อนผันการชำระภาษี; **get ~ relief on insurance premiums** ได้รับการลดหย่อนจากการชำระภาษีสำหรับเบี้ยประกันภัย; **~ year** *n.* ปีภาษี

TB *abbr.* ➤ **453** *(Med.)* **tuberculosis** วัณโรค; **TB sufferer** ผู้ป่วยวัณโรค

T-bone ➡ **T** B

tbsp. *abbr., pl. same or* **~s table spoon**

te /tiː/ที/ *n. (Mus.)* โน้ตตัวที่เจ็ด

tea /tiː/ที/ *n.* **A** ชา; **mint/fennel ~:** ชารสสะระแหน่/ยี่หร่า; **early morning ~:** ชาที่ดื่มเวลาเช้าตรู่; **[not] be sb.'s cup of ~** *(fig. coll.)* [ไม่] เป็นสิ่งที่ *ค.น.* ชอบ; **be just** *or* **exactly** *or* **very much sb.'s cup of ~** *(fig. coll.)* เป็นสิ่งที่ *ค.น.* ชอบพอดี *หรือ* ชอบมาก; **not for all the ~ in China** *(coll.)* ปฏิเสธแม้ว่าจะชักชวนด้วยวิธีการใดก็ตาม; **[come to sb. for] ~ and sympathy** *(fig. coll.)* [ไปหา *ค.น.* เพื่อได้รับ] การปลอบใจ; **B** *(meal)* **[high] ~:** อาหารมื้อเย็นที่รับประทานระหว่างห้าและหกโมงเย็น; **afternoon ~:** อาหารว่างยามบ่าย

tea: ~ bag *n.* ถุงชา; **~ boy** *n.* เด็กผู้ชายบริการน้ำชา *(ในบริษัท)*; **~ break** *n. (Brit.)* เวลาพักดื่มน้ำชา; **~ caddy** *n.* ตลับใส่ใบชา; **~cake** *n.* **A** *(Brit.: sweet bread bun)* ขนมปังก้อนกลมมีลูกเกด; **B** *(Amer.: biscuit)* ขนมกรอบหวาน; **~cakes** ขนมเค้กทานกับชา

teach /tiːtʃ/ทีฉ/ **❶** *v.t.,* **taught** /tɔːt/ทอท/ สอน; *(at university)* บรรยาย; **You can't dance? I'll ~ you** คุณเต้นไม่เป็นหรือ ฉันจะสอนคุณ;

t

~ music *etc.* **to sb., ~ sb. music** *etc.* สอนดนตรี ฯลฯ ให้ *ค.น.*; **~ oneself** สอนตัวเอง; **~ sb./oneself/an animal sth.** สอน *ส.น.* ให้ *ค.น.*/ตัวเอง/สัตว์; **~ sb./oneself/an animal to do sth.** สอน *ค.น.*/ตัวเอง/สัตว์ให้ทำ *ส.น.*; **~ sb. to ride/to play the piano** สอน *ค.น.* ขี่ม้า/เล่นเปียโน; **T~ yourself French/car maintenance** *(book title)* คู่มือสอนภาษาฝรั่งเศส/วิธีบำรุงรักษารถยนต์ด้วยตัวเอง; **this experience has taught me one thing ...:** ประสบการณ์นี้ได้สอนฉันอย่างหนึ่ง...; **I'll/that'll ~ you** *etc.* **to do that!** *(coll. iron.)* ฉัน/นั่นจะสอน/คุณ ฯลฯ เอง; **that'll ~ him/you** *etc.* **!** *(coll. iron.)* นั่นจะเป็นบทเรียนให้เขา/คุณ ฯลฯ; **~ sb. how/that ...:** สอน *ค.น.* ว่า...; **~ sb. tolerance** *or* **to be tolerant** สอน *ค.น.* ให้มีทิฐิมานะ; **~ school** *(Amer.)* เป็นครูสอนในโรงเรียน; ➡ **+ dog** 1 A; **lesson** C
❷ *v.i.*, **taught** สอน, สอนหนังสือ; **he wants to/is going to ~:** เขาต้องการจะเป็นครู

teachable /ˈtiːtʃəbl/ˈทีเฉอะบ'ล/ *adj.* *(เด็ก)* ที่สอนง่าย; *(คุณลักษณะ)* ที่สอนได้; **a ~ subject** วิชาที่สอนได้

teacher /ˈtiːtʃə(r)/ˈทีเฉอะ(ร)/ *n.* ➤ **489** ครู, อาจารย์; **she's a university/evening class ~:** เธอเป็นอาจารย์สอนมหาวิทยาลัย/ภาคค่ำ; **kindergarten ~:** ครูสอนชั้นอนุบาล; **geography /music ~:** ครูสอนวิชาภูมิศาสตร์/ดนตรี

teacher: ~ training *n.* การฝึกสอนให้เป็นครู; **~-training college** *n.* วิทยาลัยครู

ˈtea chest *n.* ลังใส่ใบชา *(โดยมากมักทำจากไม้และมีขอบเป็นโลหะ)*

ˈteach-in *n.* การประชุมในมหาวิทยาลัยในหัวข้อเฉพาะอย่างไม่เป็นทางการนัก

teaching /ˈtiːtʃɪŋ/ˈทีฉิง/ *n.* Ⓐ *(act)* การสอน (of); **the ~ of languages, language ~:** การสอนภาษา; **I enjoy ~ very much** ฉันชอบสอนมาก; **all the ~ at this school is in French** โรงเรียนนี้สอนเป็นภาษาฝรั่งเศสทั้งหมด; Ⓑ *no pl., no art. (profession)* อาชีพครู; **want to go into** *or* **take up** *or* **do ~:** ต้องการจะยึดอาชีพครู; Ⓒ *(doctrine)* หลักคำสอน

teaching: ~ aid *n.* อุปกรณ์ประกอบการสอน; **~ hospital** *n.* โรงพยาบาลที่มีการสอนนักศึกษาแพทย์; **~ machine** *n.* เครื่องช่วยสอน; **~ method** *n.* วิธีการสอน; **~ profession** *n.* อาชีพครู; **~ staff** *n.* คณะผู้สอน, คณะครูอาจารย์

tea: ~ cloth *n.* Ⓐ *(for table)* ผ้าปูโต๊ะชา; Ⓑ *(for drying)* ผ้าเช็ดจาน; **~ cosy** *n.* นวมกาน้ำชา; **~cup** *n.* ถ้วยชา; ➡ **+ storm** 1 A; **~cupful** *n.* ปริมาณเต็มถ้วยชา; **a ~cupful of sugar** ปริมาณน้ำตาลหนึ่งถ้วยชา; **~ dance** *n.* การรับประทานน้ำชาที่มีการเต้นรำด้วย; **~garden** *n.* Ⓐ *(public place)* สวนรับประทานน้ำชา; Ⓑ *(plantation)* ไร่ชา; **~ house** *n.* ร้านน้ำชา

teak /tiːk/ทีค/ *n.* Ⓐ *(wood)* ไม้สัก; *attrib.* เป็นไม้สัก; Ⓑ *(tree)* ต้นสัก

ˈtea kettle *n.* กาน้ำชา

teal /tiːl/ทีล/ *n., pl. same (Ornith.)* นกเป็ดน้ำในสกุล *Anas* มีสีน้ำเงินอมเขียว

tea: ~ lady *n.* ➤ **489** หญิงที่ชงชาตามสำนักงาน; **~ leaf** *n.* ใบชา; **read the ~ leaves** ทำนายโชคชะตาจากการดูใบชาในก้นถ้วย

team /tiːm/ทีม/ ❶ *n.* Ⓐ *(group)* กลุ่ม, คณะ, ทีม *(ท.ศ.)*; *(Sports also)* ทีม; **a football/cricket ~:** ทีมฟุตบอล/คริกเกต; **a ~ of scientists** คณะนักวิทยาศาสตร์; **a research ~:** คณะวิจัย; **make a good ~:** ทำงานร่วมกันดี; **work as a ~:** ทำงานเป็นทีม; Ⓑ *(draught animals)* สัตว์หลายตัวที่นำมาเทียมแอก; **a ~ of oxen/horses** วัว/ม้าที่นำมาเทียมแอก; **a ~ of four horses** ม้าสี่ตัวที่นำมาเทียมแอก
❷ *v.t.* ➡ **~ up** 1
❸ *v.i.* ➡ **~ up** 2
~ ˈup ❶ *v.t.* มาทำงานร่วมกัน ❷ *v.i.* ร่วมงานกัน

ˈtea maker *n.* เครื่องชงชา

team: ~ effort *n.* ความพยายามร่วมกัน, งานที่ทำเป็นกลุ่ม; **a great ~ effort** ความพยายามร่วมกันที่ยิ่งใหญ่; **thanks to good ~ effort** เนื่องจากการทำงานร่วมกันที่ดี; **~ game** *n.* กีฬาที่เล่นเป็นทีม; **~ leader** *n.* หัวหน้าทีม, หัวหน้าคณะ; **~mate** *n.* เพื่อนร่วมทีม, เพื่อนร่วมกลุ่ม; **~ member** *n.* สมาชิกทีม, สมาชิกกลุ่ม; **~ ˈspirit** *n.* ความเป็นน้ำหนึ่งใจเดียวกัน; *(Sports also)* ความสมัครสมานสามัคคีในทีม

teamster /ˈtiːmstə(r)/ˈทีมซเตอะ(ร)/ *n.* *(Amer.)* คนขับรถบรรทุก

ˈteamwork *n.* การทำงานเป็นทีม, การทำงานร่วมกัน; **by ~:** โดยทำร่วมกันเป็นทีม

tea: ~ party *n.* งานเลี้ยงน้ำชา; **~ plantation** *n.* ไร่ชา; **~ planter** *n. (proprietor)* เจ้าของไร่ชา; *(cultivator)* ผู้ปลูกต้นชา; **~pot** *n.* หม้อชา

¹tear /teə(r)/แท(ร)/ ❶ *n.* การฉีกขาด, รอยขาด; ➡ **+ wear** 1 A ❷ *v.t.*, **tore** /tɔː(r)/ทอ(ร)/, **torn** /tɔːn/ทอน/ Ⓐ *(rip; lit. or fig.)* ฉีกขาด; *(pull apart)* ดึงให้ขาดจากกัน; *(damage)* ทำให้เสียหาย; **~ open** ฉีก *(จดหมาย, ห่อ)*; **~ one's dress [on a nail]** ทำกระโปรงขาด [ติดตะปู]; **~ one's fingernail** ทำเล็บฉีก; **~ a muscle** ทำกล้ามเนื้อฉีก; **a torn muscle** กล้ามเนื้อที่ฉีก; **~ sb.'s heart** *(fig.)* บาดหัวใจ *ค.น.*; **~ a hole/gash in sth.** ฉีก *ส.น.* ขาดเป็นรู/แผลยาวลึก; **~ sth. in half** *or* **in two** ฉีก *ส.น.* ออกเป็นครึ่ง/ออกเป็นสองชิ้น; **~ to shreds** *or* **pieces** *(lit.)* ฉีกเป็นชิ้นเล็ก ๆ; **~ to shreds** *(fig.) (destroy)* ทำลายให้เป็นจุณ; *(criticize)* วิพากษ์วิจารณ์อย่างรุนแรง; **a country torn by war** ประเทศที่พังพินาศเนื่องจากสงคราม; **I was torn by** *or* **with grief** ฉันเจ็บปวดเพราะความเศร้าโศก; **be torn between two things/people/between x and y** ลังเลที่จะเลือกระหว่างสิ่งของสองสิ่ง/คนสองคน/ระหว่างเอ็กซ์กับวาย; **be torn as to what to do** ลังเลว่าจะทำอะไรดี; **that's torn it** *(Brit. fig. coll.)* นั่นเป็นตัวปัญหา; Ⓑ *(remove with force)* กระชาก; **~ sth. out of** *or* **from sb.'s hands/a book** กระชาก *ส.น.* ออกจากมือ *ค.น.*/จากหนังสือ; **the wind tore the cap from his head** ลมพัดหมวกแก๊ปปลิวหลุดจากศีรษะเขา; **~ a child from its parents/home** *(fig.)* พรากเด็กจากพ่อแม่/จากบ้าน; **~ oneself from sb./a place** *(fig.)* ดึงตัวเองออกห่างจาก *ค.น.*/จากสถานที่หนึ่ง; **~ one's hair** *(fig.)* โกรธหัวฟัดหัวเหวี่ยง
❸ *v.i.*, **tore, torn** Ⓐ *(rip)* ฉีก, ทำให้ขาด; **it ~s along the perforation** ฉีกตามรอยปรุ; **~ in half** *or* **in two** ฉีกแบ่งครึ่ง/แบ่งเป็นสองชิ้น; Ⓑ *(move hurriedly)* ผลุนผลัน, วิ่ง; **~ past** ผลุนผลันผ่านไป; **~ along the street** วิ่งไปตามถนนอย่างเร่งรีบ; **~ off** ผลุนผลันออกไป; **come ~ing out/past** วิ่งผลุนผลันออกไป/ผ่านไป
~ apart *v.t. (lit. or fig.)* ฉีกขาด; *(coll.: criticize)* วิพากษ์วิจารณ์อย่างรุนแรง; **they tore the place apart** พวกเขาค้นสถานที่นั้นทุกซอกทุกมุม
~ at *v.t.* ดึงให้หลุดเป็นชิ้น ๆ; **~ at sb.'s heartstrings** *(fig.)* ทำให้หัวใจ *ค.น.* แตกสลาย
~ aˈway *v.t.* ดึงออก, กระชากออก, พราก; **~ away sb.'s mask** *(fig.)* กระชากหน้ากาก *ค.น.*; **~ sb./oneself away [from sb./sth.]** *(fig.)* ดึง *ค.น.*/ตัวเองออกมา [จาก *ค.น.*/*ส.น.*]; **~ oneself away [from a sight/book/game]** *(fig.)* ดึงตัวเองออกมา [จากสิ่งที่กำลังจ้องมอง/หนังสือ/การละเล่น]; ➡ **+ tearaway**
~ ˈdown *v.t.* ดึงลงมา; รื้อ *(ตึก)*; *(fig.)* รื้อออก *(อุปสรรค)*
~ into *v.t.* *(ลูกกระสุน)* ฉีกเข้าไปใน *ส.น.* อย่างแรง; *(เลื่อย)* ตัดเข้าไปในไม้อย่างรุนแรง; *(fig.: tell off, criticize)* วิพากษ์วิจารณ์อย่างรุนแรง
~ ˈoff *v.t.* ฉีกออก; ➡ **+ tear-off**
~ ˈout *v.t.* ดึงออก, กระชากออก, พราก; ➡ **+ ~** 2 B
~ ˈup *v.t.* Ⓐ *(remove)* ดึงขึ้น *(ถนน, ทางเดิน)*; ถอน *(ต้นไม้)*; Ⓑ *(destroy)* ฉีกเป็นชิ้น ๆ; ทำลาย *(จดหมาย)*

²tear /tɪə(r)/เทีย(ร)/ *n.* น้ำตา; **there were ~s in her eyes** เธอน้ำตาคลอ; **with ~s in one's eyes** โดยมีน้ำตาคลอ; **cry ~s of joy/rage/frustration** ร้องไห้ด้วยความปีติ/โมโห/ขุ่นเคือง; **cry ~s of laughter** หัวเราะจนร้องไห้; **burst into ~s** น้ำตาไหลพรั่งพรู; **move sb. to ~s** ทำให้ *ค.น.* สะเทือนใจจนร้องไห้; **bore sb. to ~s** ทำให้ *ค.น.* เบื่อมาก; **be in ~s** ร้องไห้; **end in ~s** จบไม่ดี; **French/Cooking without ~s** *(book title)* คู่มือเรียนภาษาฝรั่งเศส/การปรุงอาหารอย่างง่าย ๆ; **be wet with ~s** เปียกชุ่มไปด้วยน้ำตา; ➡ **+ crocodile tears; dissolve** 2 A; **reduce** 1 B; **¹shed** B; **vale**

tearaway /ˈteərəweɪ/ˈแทเรอะเว/ ❶ *adj.* บุ่มบ่าม, หุนหันพลันแล่น, มุทะลุ ❷ *n.* คนที่บุ่มบ่ามหุนหันพลันแล่น

tear /tɪə(r)/เทีย(ร)/: **~drop** *n.* หยดน้ำตา; **~ duct** *n. (Anat.)* ท่อน้ำตา

tearful /ˈtɪəfl/ˈเทียฟ'ล/ *adj. (crying)* ร้องไห้ฟูมฟาย; *(wet with tears)* น้ำตานองหน้า; *(accompanied by tears)* มีน้ำตาเคล้าอยู่; **say a ~ goodbye** กล่าวอำลาทั้งน้ำตา; **she was looking very ~:** เธอดูเศร้าโศกมาก; *(about to cry)* เธอดูกำลังจะร้องไห้

tearfully /ˈtɪəfəlɪ/ˈเทียเฟอะลิ/ *adv.* อย่างเศร้าโศก, อย่างน้ำตานองหน้า

tear gas /ˈtɪəgæs/ˈเทียแกซ/ *n.* ก๊าซน้ำตา

tearing /ˈteərɪŋ/ˈแทริง/ *adj.* Ⓐ *(เสียง)* ฉีกออก; Ⓑ *(coll.: violent)* รุนแรง; **be in a ~ hurry** กำลังรีบร้อนอย่างมาก

tear jerker /ˈtɪə dʒɜːkə(r)/ˈเทีย เจอเคอะ(ร)/ *n. (coll.)* สิ่งที่เรียกน้ำตา, สิ่งที่สะเทือนใจ; **this film is a real ~:** ภาพยนตร์เรื่องนี้เรียกน้ำตาจริง ๆ

tear-off /ˈteərɒf/ˈแทรอฟ/ *attrib. adj.* **~ calendar** ปฏิทินแบบฉีก; **~ slip** ส่วนของเอกสารที่ฉีกออกได้

tea: ~room *n.* ร้านน้ำชา; **~ rose** *n.* กุหลาบหอม

tear sheet /ˈteə ʃiːt/ˈแท ชีท/ *n.* หน้าที่ฉีกออกได้จากหนังสือพิมพ์หรือวารสาร

tear-stained /ˈtɪəsteɪnd/ˈเทียซเตนดฺ/ *adj.* ที่เปื้อนคราบน้ำตา

tease /tiːz/ทีซฺ/ ❶ *v.t.* Ⓐ ยั่ว, ล้อเล่น, แหย่; **~ sb. [about sth.]** ยั่ว *ค.น.* [เกี่ยวกับ *ส.น.*]; **he's only teasing you** เขาแค่ล้อคุณเล่นเท่านั้น; **stop teasing the dog** หยุดแหย่สุนัขตัวนั้น; **~ sb. that he has done sth.** ล้อ *ค.น.* ว่าเขาได้ทำ *ส.น.* ลงไป; **the children ~d their father**

t

for sweets *or* to give them sweets *(Amer.)* พวกเด็ก ๆ ยั่วให้พ่อของเขาแจกขนมหวาน; Ⓑ *(Textiles) (separate fibres of)* ล้างเส้นใย, ทำให้ขนผ้าปุย; *(dress with teasels)* นวดผ้าด้วยหัวของต้นทีเซิล; Ⓒ *(Amer. Hairdressing)* หวีทวนให้ผมฟู

❷ *v.i.* ล้อเล่น; **I'm only teasing** ฉันแค่ล้อเล่นเท่านั้น

❸ *n. (coll.)* **he/she is a great ~:** เขา/เธอเป็นคนชอบกระเซ้าเย้าแหย่มาก

~ 'out *v.i.* Ⓐ *(disentangle)* สาง, แก้, คลี่, ทำให้หายยุ่ง; Ⓑ *(get out, lit. or fig.)* เค้นออกมา; **~ out the facts** เค้นเอาข้อเท็จจริงออกมา

teasel /'ti:zl/'ทีซ่ล/ *n.* Ⓐ *(Bot.)* **common/fuller's ~:** พันธุ์ไม้ในสกุล *Dipsacus* ต้นและใบมีหนาม; Ⓑ *(Textiles)* หัวของดอกไม้ดังกล่าวใช้นวดผ้า

teaser /'ti:zə(r)/'ทีเซอะ(ร)/ *n.* Ⓐ *(coll.: puzzle)* **brain-~:** ปัญหาลับสมอง; **be a [real] ~** *(fig.)* เป็นปริศนา [จริง ๆ]; Ⓑ *(one who teases)* **he/she is a great ~:** เขา/เธอเป็นคนชอบล้อเล่นมาก

tea: ~ service, ~set *ns.* ชุดน้ำชา; **~ shop** *(Brit.)* ➡ **tearoom**

teasing /'ti:zɪŋ/'ทีซิง/ *adj.* ล้อเล่น, เย้าแหย่; **he was in a ~ mood** เขาอยู่ในอารมณ์อยากแหย่คนเล่น

teasingly /'ti:zɪŋlɪ/'ทีซิงลิ/ *adv.* อย่างล้อเล่น, อย่างเย้าแหย่; **speak ~:** พูดอย่างล้อเล่น; **ask sb. sth. ~:** ถามแหย่ ค.น. เกี่ยวกับ ส.น.

tea: ~spoon *n.* ช้อนชา; **~spoonful** *n.* ปริมาณเต็มช้อนชา; **a ~spoonful** ปริมาณหนึ่งช้อนชา; **~ strainer** *n.* ที่กรองชา

teat /ti:t/ทีท/ *n.* Ⓐ *(nipple)* หัวนม; Ⓑ *(of rubber or plastic)* หัวนมยางหรือพลาสติก

tea: ~ table *n.* โต๊ะน้ำชา; **be at the ~ table** นั่งที่โต๊ะน้ำชา; **~ things** *n. pl. (coll.)* ชุดน้ำชา; **~time** *n.* เวลารับประทานน้ำชา; **~ towel** *n.* ผ้าเช็ดถ้วยชาม; **~ tray** *n.* ถาดน้ำชา; **~ trolley** *n.* รถเข็นตั้งชุดน้ำชา; **~ urn** *n.* หม้อน้ำร้อนสำหรับเติมหม้อชา; **~ wagon** *(Amer.)* ➡ **~ trolley**

teazel, teazle /'ti:zl/'ทีซ่ล/ ➡ **teasel**

Tech (Tec) /tek/เท็ค/ *n. (coll.)* วิทยาลัยเทคนิค

technical /'teknɪkl/'เท็คนิค'ล/ *adj.* Ⓐ *(ปัญหา, ข้อมูล, ภาษา)* ทางเทคนิค; *(of particular science, art, etc.)* *(ศัพท์, ความรู้)* เฉพาะวิชา; *(of the execution of a work of art)* **~ expertise/expert** ความรู้ความชำนาญ/ผู้เชี่ยวชาญทางเทคนิค; **~ college/school** วิทยาลัย/โรงเรียนเทคนิค; **[highly] ~ book** หนังสือที่เกี่ยวกับวิชาเฉพาะ [ชั้นสูง]; **the text is very/highly ~:** ตำราเล่มนั้นเกี่ยวกับวิชาเฉพาะอย่างมาก; **the text is too ~ for me** ตำราเล่มนั้นเป็นวิชาเฉพาะมากเกินไปสำหรับฉัน; **explain sth. without being** *or* **getting too ~:** อธิบาย *ส.น.* โดยไม่ใช้วิชาเฉพาะมากจนเกินไป; **~ hitch** ปัญหาทางเทคนิค; **~ term** ศัพท์เทคนิค, ศัพท์วิชาเฉพาะสาขา; **for ~ reasons** เนื่องด้วยเหตุผลทางเทคนิค; Ⓑ *(strictly interpreted) (Law)* ตามหลักวิชาการ, โดยพิจารณาตามกฎหมาย; **~ knockout** *(Boxing)* ที.เค.โอ *(ให้นักมวยแพ้ เนื่องจากเห็นว่าสู้ต่อไม่ไหว)*

technical 'drawing *n. (Brit.)* การเขียนแบบ

technicality /teknɪ'kælɪtɪ/เท็คนิ'แคลิทิ/ *n.* Ⓐ *no pl. (technical quality)* ลักษณะเฉพาะ, ลักษณะทางเทคนิค; *(of book, text, style)* ลักษณะของวิชาเฉพาะสาขา; Ⓑ *(technical expression)* ศัพท์วิชาการ, ศัพท์เฉพาะ; Ⓒ *(technical distinction)* รายละเอียดทางด้านเฉพาะ; *(technical point)* ประเด็นทางเทคนิค; **legal/financial/military technicalities** รายละเอียดของวิชาเฉพาะทางกฎหมาย/การเงิน/การทหาร; **be acquitted on a ~:** ตัดสินให้พ้นผิด โดยพิจารณาจากรายละเอียดทางกฎหมาย

technically /'teknɪkəlɪ/'เท็คนิเคอะลิ/ *adv.* Ⓐ ในทางเทคนิค; *(in a particular science, art, etc.)* ในทางวิชาเฉพาะสาขา; Ⓑ *(strictly speaking)* โดยหลักการ; *(Law)* เมื่อพิจารณาตามกฎหมาย

technician /tek'nɪʃn/เท็ค'นิช'น/ *n.* ➤ **489** ช่างเทคนิค, ผู้ชำนาญในวิชาเฉพาะสาขาหนึ่ง

Technicolor *(Amer.* ®*)* /'teknɪkʌlə(r)/'เท็คนิคัลเลอะ(ร)/ *n. (Cinemat.)* กระบวนการสร้างภาพยนตร์สี โดยใช้ฟิล์มหลายชั้น

technique /tek'ni:k/เท็ค'นีค/ *n.* เทคนิค *(ท.ศ.)*, หลักวิชา, ศิลปะ, ความสามารถ, ทักษะ, ฝีมือ; *(procedure)* วิธีการ, กระบวนการ

techno /'teknəʊ/'เท็คโน/ ❶ *n.* เพลงสมัยใหม่ประเภทหนึ่ง ❷ *adj.* เกี่ยวกับเทคโนโลยี

technobabble /'teknəʊbæbl/'เท็คโนแบบ'ล/ *n.* ศัพท์เฉพาะทางเทคโนโลยี

technocracy /tek'nɒkrəsɪ/เท็ค'นอเครอะซิ/ *n.* การปกครองโดยนักวิชาการและผู้เชี่ยวชาญ

technocrat /'teknəʊkræt/'เท็คโนแครท/ *n.* ผู้ยึดมั่นในการปกครอง โดยนักวิชาการและผู้เชี่ยวชาญ

technocratic /teknə'krætɪk/เท็คโน'แครทิค/ *adj.* เกี่ยวกับการปกครองโดยนักวิชาการและผู้เชี่ยวชาญ

technological /teknə'lɒdʒɪkl/เท็คเนอะ'ลอจิค'ล/ *adj.*, **technologically** /teknə'lɒdʒɪkəlɪ/เท็คเนอะ'ลอจิเคอะลิ/ *adv.* ➡ **technology:** ทางวิทยาการสมัยใหม่, ทางเทคโนโลยี

technologist /tek'nɒlədʒɪst/เท็ค'นอเลอะจิซทฺ/ *n.* ➤ **489** ผู้เชี่ยวชาญทางวิทยาการสมัยใหม่, ผู้เชี่ยวชาญทางเทคโนโลยี

technology /tek'nɒlədʒɪ/เท็ค'นอเลอะจิ/ *n.* เทคโนโลยี *(ท.ศ.)*, ประยุกตวิทยา *(ร.บ.)*, วิชาที่ว่าด้วยเครื่องจักรกลและวิทยาศาสตร์ประยุกต์; *(application of science)* การนำวิชาวิทยาศาสตร์มาประยุกต์ใช้; **science and ~:** วิทยาศาสตร์และเทคโนโลยี; **college of ~:** วิทยาลัยเทคโนโลยี

technophobe /'teknəʊfəʊb/'เท็คโนโฟบ/ *n.* คนที่กลัวการใช้เทคโนโลยีใหม่ ๆ

technophobia /teknəʊ'fəʊbɪə/เท็คโน'โฟเบีย/ *n.* การกลัวเทคโนโลยีใหม่

techy ➡ **tetchy**

tectonic /tek'tɒnɪk/เท็ค'ทอนิค/ *(Geol.)* ❶ *adj.* เกี่ยวกับการเปลี่ยนแปลงของโครงสร้างของชั้นผิวโลก ❷ *n. in pl.* ศิลปศาสตร์ในการก่อสร้างอาคาร; **plate ~s** การศึกษาองค์ประกอบของเปลือกโลก

Ted /ted/เท็ด/ *n. (Brit. coll.)* = **Teddy Boy**

teddy /'tedɪ/'เท็ดดิ/ *n.* **~ [bear]** ตุ๊กตาหมี

Teddy: ~ boy *n. (Brit.)* *เด็กวัยรุ่นในยุค 1950s ที่แต่งตัวเลียนแบบยุคกษัตริย์เอ็ดเวิร์ดที่ 7*; **~ girl** *n. (Brit.)* *เด็กสาวที่ชอบแต่งตัวย้อนยุคกษัตริย์เอ็ดเวิร์ดที่ 7*

Te Deum /ti: 'di:əm, teɪ 'deɪəm/ที 'ดีเอิม, เท 'เดเอิม/ *n. (hymn)* เพลงสวดสรรเสริญพระเจ้าในภาษาลาติน

tedious /'ti:dɪəs/'ทีเดียซ/ *adj.* น่าเบื่อ; *(uninteresting)* ไม่น่าสนใจ

tediously /'ti:dɪəslɪ/'ทีเดียซลิ/ *adv.* อย่างน่าเบื่อ; *(uninterestingly)* อย่างไม่น่าสนใจ; **~ familiar** คุ้นเคยจนไม่น่าสนใจ; **~ repeat sth.** พูด/ทำ *ส.น.* ซ้ำอย่างน่าเบื่อ; **a ~ long meeting** การประชุมที่ยาวนานจนน่าเบื่อ

tediousness /'ti:dɪəsnɪs/'ทีเดียซนิซ/ *n., no pl. (of work, journey)* ความเหนื่อยหน่าย; *(of book, lecture, wait)* ความน่าเบื่อและยาวนาน

tedium /'ti:dɪəm/'ทีเดียม/ *n. (of journey)* ความน่าเบื่อหน่าย; *(of waiting)* ความไม่น่าสนใจ; **an hour of unrelieved ~:** หนึ่งชั่วโมงแห่งความเบื่อหน่าย

tee /ti:/ที/ ❶ *n.* Ⓐ *(Golf)* ที *(ท.ศ.)*, ที่วางลูกกอล์ฟ; Ⓑ **to a ~** *(coll.)* = **to a T** ➡ **T A**

❷ *v.t.* ➡ **~ up 1**

~ 'off *v.i. (Golf)* ตีลูกกอล์ฟออกจากจุดเริ่ม

~ 'up *(Golf)* ❶ *v.t.* วางบนจุดเริ่มต้นเพื่อเตรียมตี ❷ *v.i.* วางลูกกอล์ฟบนจุดเริ่มต้น

tee-hee /ti:'hi:/ที'ฮี/ *int.* เสียงหัวเราะฮิฮิ

teem /ti:m/ทีม/ *v.i.* Ⓐ *(abound)* มีมากมาย, เต็มไป **(with** ด้วย**)**; Ⓑ *(rain heavily)* **~ [with rain]** [ฝน] เทลงมา

~ 'down *v.i.* **it/the rain was ~ing down** ฝนเทลงมาตลอด

teeming /'ti:mɪŋ/'ทีมิง/ *adj.* Ⓐ *(pouring)* เทลงมา, ไหลมาเทมา; Ⓑ *(abundant)* ดกดื่น, อุดมสมบูรณ์; *(crowded)* หนาแน่น, คับคั่ง

teen /ti:n/ทีน/ *adj.* วัยรุ่น

teenage /'ti:neɪdʒ/'ทีนเอจ/, **teenaged** /'ti:neɪdʒd/'ทีนเอจดฺ/ *attrib. adj.* วัยรุ่น

teenager /'ti:neɪdʒə(r)/'ทีนเอเจอะ(ร)/ *n.* ➤ **47** เด็กวัยรุ่น; *(loosely)* เด็กหนุ่มสาว

teens /ti:nz/ทีนซฺ/ *n. pl.* ➤ **47** ช่วงอายุ 13-19 ปี, ช่วงวัยรุ่น; **be out of/in one's ~:** พ้น/อยู่ในช่วงวัยรุ่น; **fashions from tots to ~:** เครื่องแต่งกายตั้งแต่เด็กไปจนถึงวัยรุ่น

teensy-weensy /ti:nzɪ wi:nzɪ/'ทีนซิ วีนซิ/, **teeny** /'ti:nɪ/'ทีนิ/ *adjs. (child lang./coll.)* เล็กมาก, กระจิริด, จิ๋ว

teeny: ~-bopper *n. (coll.)* *เด็กวัยรุ่นสาวที่ติดตามกระแสนิยมอย่างใกล้ชิด*; **~-weeny** ➡ **teeny**

teepee ➡ **tepee**

'tee shirt *n.* เสื้อทีเชิ้ต *(ท.ศ.)*

teeter /'ti:tə(r)/'ทีเทอะ(ร)/ *v.i.* Ⓐ *(waver)* โยกคลอน, โยกเยก, ซวนเซ; **~ on the edge** *or* **brink of sth.** โอนเอนอยู่บนขอบของ *ส.น.*; *(fig.)* กำลังจะมีอะไรเกิดขึ้น หรือ กำลังจะทำ *ส.น.*; Ⓑ *(Amer.: see-saw)* ลังเล, แกว่งไปแกว่งมา

teeth *pl. of* **tooth**

teethe /ti:ð/ทีธ/ *v.i.* ฟันน้ำนมขึ้น

teething /'ti:ðɪŋ/'ทีธิง/ *n.* การที่ฟันน้ำนมขึ้น

teething: ~ ring *n.* ห่วงเล็ก ๆ ที่ให้ทารกกัดขณะที่ฟันน้ำนมขึ้น; **~ troubles** *n. pl.* ความเจ็บปวดขณะฟันกำลังขึ้น; **have ~ troubles** *(fig.)* มีปัญหาในระยะเริ่มแรก

teetotal /ti:'təʊtl/ที'โทท'ล/ *adj.* ไม่ดื่มสุรา; **sb. is ~:** *ค.น.* เป็นคนไม่ดื่มสุรา

teetotaler *(Amer.)* ➡ **teetotaller**

teetotalism /ti:'təʊtəlɪzm/ที'โทเทอะลิซฺ'ม/ *n.* การงดเว้นการดื่มสุรา

teetotaller /ti:'təʊtələ(r)/ที'โทเทอะเลอะ(ร)/ *n.* คนที่ไม่ดื่มสุราและคัดค้านการดื่มสุรา

TEFL /'tefl/'เท็ฟ'ล/ *n. abbr.* **teaching of English as a foreign language**

Teflon ® /'teflɒn/'เท็ฟลอน/ *n.* สารโพลีเตตระฟลูโอโรอีทีลีน *(ใช้เคลือบกระทะหม้อกันติด)*

tektite /ˈtektaɪt/เท็คไทท/ *n. (Min.)* วัตถุทรงกลมขนาดเล็กใสเหมือนแก้ว ไม่ทราบแหล่งกำเนิดแต่พบทั่วไป

Tel., tel. *abbr.* **telephone** โทร.

telebanking /ˈtelɪbæŋkɪŋ, ˈtelɪbaŋkɪŋ/เท็ลเละแบงคิง, 'เท็ลลิแบงคิง/ *n.* โทรธนาคาร, ระบบธนาคารที่ทำธุรกรรมผ่านทางโทรศัพท์

telecast /ˈtelɪkɑːst/'เท็ลลิคาซทฺ/ ❶ *v.t.*, **telecast** ส่งทางโทรทัศน์, ถ่ายทอดทางโทรทัศน์ ❷ *n.* การถ่ายทอดทางโทรทัศน์

telecommunication /telɪkəmjuːnɪˈkeɪʃn/เท็ลลิเคอะมิวนิ'เคช'น/ *n.* Ⓐ *(long-distance communication)* การสื่อสารโทรคมนาคม; *attrib.* สื่อสารโทรคมนาคม; Ⓑ *in pl. (science)* วิชาว่าด้วยการสื่อสารโทรคมนาคม; *attrib. (ดาวเทียม)* โทรคมนาคม

telecommute /ˈtelɪkəmjuːt/'เท็ลลิเคอะมิวทฺ/ *v.i.* ทำงานอยู่ที่บ้านโดยใช้คอมพิวเตอร์และโทรทัศน์ติดต่อกับที่ทำงาน

telecommuter /ˈtelɪkəmjuːtə(r)/'เท็ลลิเคอะมิวเทอะ(ร)/ *n.* ผู้ที่ทำงานอยู่ที่บ้านโดยใช้คอมพิวเตอร์ติดต่อกับที่ทำงาน

telecommuting /ˈtelɪkəmjuːtɪŋ/'เท็ลลิเคอะมิวทิง/ *n.* การทำงานอยู่บ้านโดยใช้คอมพิวเตอร์เชื่อมต่อกับที่ทำงาน

teleconference /ˈtelɪkɒnfərəns/'เท็ลลิคอนเฟอะเรินซฺ/ *n.* การประชุมทางโทรคมนาคม

telecottage /ˈtelɪkɒtɪdʒ/'เท็ลลิคอทิจ/ *n.* ศูนย์ที่มีเครื่องคอมพิวเตอร์และอินเทอร์เน็ตสำหรับผู้ที่ทำงานอิสระ

telefax /ˈtelɪfæks/'เท็ลลิแฟคซฺ/ *n.* โทรสาร

telefilm /ˈtelɪfɪlm/'เท็ลลิฟิลม/ *n.* ภาพยนตร์โทรทัศน์

telegenic /telɪˈdʒenɪk/เท็ลลิ'เจ็นนิค/ *adj.* ที่ดูสวยงาม/ดีเมื่อปรากฏบนจอโทรทัศน์

telegram /ˈtelɪɡræm/'เท็ลลิแกฺรม/ *n.* โทรเลข; **by ~:** โดยโทรเลข

telegraph /ˈtelɪɡrɑːf/'เท็ลลิกฺราฟ/ ❶ *n.* Ⓐ *(for sending telegrams)* เครื่องส่ง หรือ รับโทรเลข; *attrib. (สาย, เสา)* ส่งรับโทรเลข; **ship's ~:** การส่งรับโทรเลขของเรือ; ➡ + **bush telegraph;** Ⓑ *(semaphore apparatus)* อุปกรณ์การส่งหรือรับสัญญาณโทรเลข; Ⓒ *(Sports, Racing: board)* กระดานแสดงแต้มการแข่งขันกีฬา ❷ *v.t.* ส่งโทรเลข; ส่งโดยโทรเลข *(เงิน)* ❸ *v.i.* ส่งอาณัติสัญญาณ; **~ for sb.** ส่งอาณัติสัญญาณให้ *ค.น.*

telegraphese /telɪɡrəˈfiːz/เท็ลลิกฺรา'ฟีซฺ/ *n.* ภาษาย่อ *(ที่ใช้ในการส่งโทรเลข)*

telegraphic /telɪˈɡræfɪk/เท็ลลิ'แกฺรฟิค/ *adj.* เป็น/ทางโทรเลข; กระชับ

telegraphist /tɪˈleɡrəfɪst/ทิ'เล็กฺเกฺรอะฟิซทฺ/ *n.* ➤ **489** พนักงานส่งรับโทรเลข

telegraph: ~ line *n.* สายโทรเลข; **~ pole, ~ post** *ns.* เสาโทรเลข, เสาโทรศัพท์; **~ wire** *n.* สายส่งโทรเลข

telegraphy /tɪˈleɡrəfɪ/ทิ'เล็กฺเกฺรอะฟิ/ *n.* วิชาโทรเลข, เทคนิคการส่งรับโทรเลข

telekinesis /telɪkaɪˈniːsɪs/เท็ลลิไค'นีซิซ/ *n.* การทำให้วัตถุเคลื่อนไหวโดยใช้พลังจิต

telemarketing /ˈtelɪmɑːkɪtɪŋ/'เท็ลลิมาคิทิง/ *n.* การหาลูกค้าทางโทรศัพท์

telemessage /ˈtelɪmesɪdʒ/'เท็ลลิเมะซิจ/ *n. (Brit.)* ข้อความที่ส่งทางโทรเลข

telemeter /ˈtelɪmiːtə(r)/'เท็ลลิมีเทอะ(ร)/ ❶ *n.* เครื่องมือบันทึกและส่งข้อมูลทางวิทยุ ❷ *v.i.* บันทึกและส่งข้อมูลโดยใช้คลื่นวิทยุ; **~ing device** เครื่องมือบันทึกและส่งข้อมูลโดยคลื่นวิทยุ ❸ *v.t.* ส่งไปยังเครื่องรับที่อยู่ไกล

telemetry /tɪˈlemɪtrɪ/ทิ'เล็มมิทฺริ/ *n.* การส่งข้อมูลโดยคลื่นวิทยุ

teleological /telɪəˈlɒdʒɪkl/เท็ลเลีย'ลอจิค'ล/ *adj. (Philos.)* เกี่ยวกับแนวความคิดทางปรัชญาที่อธิบายปรากฏการณ์จากจุดประสงค์หรือเป้าหมายมากกว่าจากสาเหตุ

teleology /telɪˈɒlədʒɪ/เท็ลลิ'ออเลอะจิ/ *n. (Philos.)* ปรัชญาที่อธิบายปรากฏการณ์จากจุดประสงค์หรือเป้าหมายสุดท้ายมากกว่าจากสาเหตุ, อันตวิทยา *(ร.บ.)*

telepathic /telɪˈpæθɪk/เทะลิ'แพธิค/ *adj.* **be ~:** สามารถติดต่อสื่อสารกันทางจิตได้

telepathically /telɪˈpæθɪkəlɪ/เท็ลลิ'แพธิเคอะลิ/ *adv.* โดยสื่อสารทางจิต

telepathy /tɪˈlepəθɪ/ทิ'เล็พเพอะธิ/ *n.* การติดต่อสื่อสารทางจิต; **by ~:** โดยการสื่อสารทางจิต

telephone /ˈtelɪfəʊn/'เท็ลลิโฟน/ ❶ *n.* โทรศัพท์; *attrib.* โทรศัพท์; **~ answering machine** เครื่องตอบรับโทรศัพท์อัตโนมัติ; **[public] ~:** โทรศัพท์ [สาธารณะ]; **answer the ~:** รับโทรศัพท์; *(speak)* พูดโทรศัพท์; **by ~:** โดยโทรศัพท์; **over** *or* **on the ~:** โดยใช้โทรศัพท์; **speak** *or* **talk to sb. on the** *or* **by ~:** พูด/คุยโทรศัพท์กับ *ค.น.;* **be on the ~** *(be connected to the system)* อยู่ในสาย *(โทรศัพท์); (be speaking)* กำลังพูดโทรศัพท์ **(to** กับ); **it's your sister on the ~:** พี่สาวคุณโทรศัพท์มา; **get on the ~ to sb.** โทรศัพท์ไปหา *ค.น.;* **get sb. on the ~:** เรียก *ค.น.* มาพูดโทรศัพท์; **be wanted on the ~:** มีคนต้องการพูดสายด้วย ❷ *v.t.* โทรศัพท์ **(to** ไปหา); **~ the office/~ home** โทรศัพท์ไปที่สำนักงาน/บ้าน ❸ *v.i.* โทรศัพท์; **~ for a taxi/the doctor** โทรศัพท์เรียกรถแท็กซี่/หมอ; **~ to ask how ...:** โทรศัพท์ไปถามว่า...อย่างไร; **can we ~ from here?** พวกเราโทรศัพท์จากที่นี่ได้ไหม

telephone: ~ 'answering machine *n.* เครื่องตอบรับโทรศัพท์; **~ 'banking** *n.* ระบบธนาคารที่ทำธุรกรรมผ่านโทรศัพท์; **~ book** *n.* สมุดโทรศัพท์; **~ booth,** *(Brit.)* **~ box** *ns.* ตู้โทรศัพท์; **~ call** *n.* โทรศัพท์, เสียงโทรศัพท์; **make a ~ call** โทรศัพท์, ติดต่อโทรศัพท์; **have** *or* **receive a ~ call** รับโทรศัพท์; **there was a ~ call for you** มีคนโทรศัพท์มาหาคุณ; **there was a ~ call for you from your brother** พี่ชาย/น้องชายคุณโทรศัพท์มาหา; **inland ~ call** โทรศัพท์ภายในประเทศ; **international ~ call** โทรศัพท์ระหว่างประเทศ; **~ directory** *n.* สมุดรายนามผู้ใช้โทรศัพท์; **~ exchange** *n.* ชุมสายโทรศัพท์; **~ kiosk** *n.* ตู้โทรศัพท์; **~ line** *n.* สายโทรศัพท์; **~ message** *n.* ข้อความทางโทรศัพท์; **~ number** *n.* หมายเลขโทรศัพท์; **~ operator** *n.* ➤ **489** พนักงานรับโทรศัพท์; **~ receiver** *n.* หูฟังโทรศัพท์; **~ subscriber** *n.* ผู้ใช้โทรศัพท์

telephonic /telɪˈfɒnɪk/เท็ลลิ'ฟอนิค/ *adj.* ทางโทรศัพท์

telephonist /tɪˈlefənɪst/ทิ'เล็ฟเฟอะนิซทฺ/ *n.* ➤ **489** พนักงานต่อสายโทรศัพท์, เจ้าหน้าที่ชุมสายโทรศัพท์

telephony /tɪˈlefənɪ/ทิ'เล็ฟเฟอะนิ/ *n.* ระบบโทรศัพท์; *(use of)* การใช้โทรศัพท์

telephoto /telɪˈfəʊtəʊ/เท็ลลิ'โฟโท/ *adj. (Photog.) (เลนส์)* ที่ดึงภาพไกลเข้ามาใกล้ขึ้น; **~ lens** เลนส์ที่ดึงภาพไกลเข้ามาใกล้ขึ้น

teleprinter /ˈtelɪprɪntə(r)/'เท็ลลิพริ้นเทอะ(ร)/ *n.* โทรพิมพ์; **~ network** เครือข่ายโทรพิมพ์

teleprompter *(Amer.* ®) /ˈtelɪprɒmptə(r)/'เท็ลลิพรอมพฺเทอะ(ร)/ *n.* จอข้าง ๆ โทรทัศน์หรือกล้องภาพยนตร์ที่แสดงบทพูดให้โฆษกอ่าน

'telesales *n. pl.* การเสนอขายสินค้าทางโทรศัพท์

telescope /ˈtelɪskəʊp/'เท็ลลิซโกพ/ ❶ *n.* กล้องส่องทางไกล, กล้องโทรทรรศน์ ❷ *v.t.* ย่นระยะเข้า *(เสาอากาศ, วิทยุ)*; ทำให้หดเข้ามาเนื่องจากแต่ละส่วนเกยทับกัน; ชนกันจนย่นยับ ❸ *v.i.* ย่นระยะ; *(รถยนต์)* ชนกันจนย่นยับ

telescopic /telɪˈskɒpɪk/เท็ลลิ'ซกอพิค/ *adj.* Ⓐ ย่นระยะเข้า; **~ lens** เลนส์ย่นระยะ, เลนส์กล้องส่องทางไกล; Ⓑ *(collapsible)* ที่พับและย่นเข้ามาได้; **~ umbrella** ร่มที่พับและย่นเก็บได้

teleshopping /ˈtelɪʃɒpɪŋ/'เท็ลลิชอพิง/ *n., no pl.* การสั่งซื้อสินค้าทางโทรศัพท์ หรือ คอมพิวเตอร์

Teletex ® /ˈtelɪteks/'เท็ลลิเท็คซฺ/ *n.* ระบบการส่งข้อมูลอิเล็กทรอนิกส์

teletext /ˈtelɪtekst/'เท็ลลิเท็คซทฺ/ *n.* การบริการข่าวสารข้อมูลทางโทรทัศน์

telethon /ˈtelɪθɒn/'เท็ลลิธอน/ *n.* รายการโทรทัศน์ที่ยาวเป็นพิเศษ *(ใช้หาเงินเพื่อการกุศล)*

Teletype ® /ˈtelɪtaɪp/'เท็ลลิไทพ/, *(Amer.)* **teletypewriter** /telɪˈtaɪpraɪtə(r)/เท็ลลิ'ไทพไรเทอะ(ร)/ *n.* เครื่องโทรพิมพ์

televise /ˈtelɪvaɪz/'เท็ลลิวฺายซฺ/ *v.t.* ถ่ายทอดทางโทรทัศน์; **~d football** ถ่ายทอดฟุตบอลทางโทรทัศน์

television /ˈtelɪvɪʒn, -ˈvɪʒn/'เท็ลลิวิฌ'น, -วิฌ'น/ *n.* Ⓐ *no pl., no art.* โทรทัศน์; **colour/black and white ~:** โทรทัศน์สี/ขาวดำ; **the best-paid jobs are in ~:** งานที่มีรายได้ดีที่สุดคืองานโทรทัศน์; **go into ~:** เข้าวงการโทรทัศน์; **we have ten hours of ~ a day** โทรทัศน์ออกอากาศวันละ 10 ชั่วโมง; **make/not make good ~:** เหมาะ/ไม่เหมาะเป็นรายการโทรทัศน์; **live ~:** รายการโทรทัศน์ถ่ายทอดสด; **on ~:** ออกโทรทัศน์; **what's on ~?** โทรทัศน์มีอะไรดูบ้าง; **watch ~:** ดูโทรทัศน์; Ⓑ *(~ set)* โทรทัศน์; **portable ~:** โทรทัศน์กระเป๋าหิ้ว; ➡ + **closed-circuit; commercial television**

television: ~ 'advertising *n.* การโฆษณาทางโทรทัศน์; **~ aerial** *n.* เสาอากาศโทรทัศน์; **~ camera** *n.* กล้องถ่ายทอดโทรทัศน์; **~ channel** *n.* ช่องรายการโทรทัศน์; **~ coverage** *n.* รายงานข่าวทางโทรทัศน์; **there will be full ~ coverage of sth.** จะมีรายงานทางโทรทัศน์อย่างกว้างขวางเกี่ยวกับ *ส.น.;* **~ dinner** *n.* การรับประทานอาหารเย็นหน้าโทรทัศน์; **~ engineer** *n.* วิศวกรโทรทัศน์; **~ licence** *n. (Brit.)* ใบอนุญาตมีโทรทัศน์; *attrib.* **~ licence fee** ค่าธรรมเนียมใบอนุญาตใช้โทรทัศน์; **~ listings** *n. pl.* คู่มือรายการโทรทัศน์; **~ lounge** *n.* ห้องส่วนกลางสำหรับดูโทรทัศน์ในโรงแรม; **~ personality** *n.* ดาราโทรทัศน์; **~ picture** *n.* ภาพโทรทัศน์; **~ programme** *n.* รายการโทรทัศน์; **my favourite ~ programme** รายการโทรทัศน์ที่ฉันชอบที่สุด; **~ screen** *n.* จอโทรทัศน์; **~ serial** *n.* รายการโทรทัศน์ที่เป็นตอนต่อเนื่องกัน; **~ set** *n.* เครื่องรับโทรทัศน์; **~ studio** *n.* โรงถ่ายทำรายการโทรทัศน์; **~ transmitter** *n.* เครื่องส่งสัญญาณโทรทัศน์; **~ viewer** *n.* ผู้ชมโทรทัศน์

teleworker /ˈtelɪwɜːkə(r)/'เท็ลลิเวอเคอะ(ร)/ *n.* ผู้ที่ทำงานที่บ้านโดยใช้คอมพิวเตอร์เชื่อมต่อกับที่ทำงาน

telework /ˈtelɪwɜːk/เท็ลลิเวิค/ *v.i.* ทำงานที่บ้านโดยใช้คอมพิวเตอร์เชื่อมต่อกับที่ทำงาน

televisual /telɪˈvɪʒʊəl/เทะลิ'วิฌวล/ *adj.* เหมาะที่จะออกโทรทัศน์

Telex, telex /ˈteleks/เท็ลเล็คซฺ/ ❶ *n.* โทรพิมพ์; **by ~:** โดยใช้โทรพิมพ์ ❷ *v.t.* ส่งทางโทรพิมพ์

tell /tel/เท็ล/ ❶ *v.t.*, **told** /təʊld/โทลดฺ/ Ⓐ *(make known)* บอก, แจ้ง; *(give account of)* เล่า *(นิยาย, ความลับ)*; **~ sb. sth.** *or* **sth. to sb.** บอก *ค.น. ส.น.*; **if he asks, ~ him** ถ้าเขาถามบอกเขาด้วย; **~ sb. the way to the station** บอกทางไปสถานีรถไฟกับ *ค.น.*; **~ sb. the time** บอกเวลา *ค.น.*; **~ sb. goodbye/good night** *(Amer.)* บอกลา/ราตรีสวัสดิ์ *ค.น.*; **~ all** เล่าให้หมด; **~ me another!** *(coll.)* เล่าให้ฉันฟังอีกเรื่องหนึ่ง; **~ sb. [something] about sb./sth.** เล่า [*ส.น.*] ให้ *ค.น.* ฟังเกี่ยวกับ *ค.น./ส.น.*; **~ sb. nothing/all about what happened** ไม่เล่าเลย/เล่าทั้งหมดให้ *ค.น.* ฟังว่าอะไรได้เกิดขึ้น; **will you ~ him [that] I will come?** คุณบอกเขาได้ไหมว่าฉันจะมา; **they ~ me/us [that] ...** *(according to them)* พวกเขาบอกฉัน/พวกเราว่า...; **I['ll] ~ you what ...:** ฉันจะบอกคุณด้วยว่า...; **I'll ~ you what I'll do** ฉันจะบอกคุณว่าฉันจะทำอะไร; **~ everyone/***(coll.)* **the world [that/how** *etc.***]** บอกให้ทุกคน/ทั้งโลกรู้ว่า...; **more than I/words can ~:** มากกว่าที่ฉัน/คำพูดจะบอกได้; **I cannot ~ you how ...:** *(cannot express how ...)* ฉันไม่สามารถจะบรรยายได้...; **I couldn't ~ you** *(I don't know)* ฉันบอกคุณไม่ได้; **I can ~ you, ...** *(I can assure you)* ฉันบอกคุณได้ว่า..., ฉันรับรองคุณได้ว่า...; **..., I can ~ you** ...ฉันยืนยันได้เลย; **you can't ~ me [that] ...** *(it can't be true that ...)* คุณอย่าบอกว่า...; **you can't ~ him anything** *(he won't accept advice)* ใครบอกอะไรเขาก็ไม่ฟัง; *(he is well informed)* เขารู้เรื่องดีอยู่แล้ว; **words cannot ~ how ..., no words can ~ how ...:** ไม่มีคำพูดไหนบอกได้หรอกว่า...; **..., let me ~ you** *(let me assure you)* ..., ฉันขอยืนยันกับคุณ; **let me ~ you that ...:** ฉันขอบอกคุณหน่อยว่า...; **..., I ~ you** *or* **I'm ~ing you ...:** สำหรับ...ฉันบอกคุณได้; **you're ~ing me** *or* **are you ~ing me [that] ...?** นี่คุณกำลังบอกฉันหรือว่า...; **you're ~ing 'me!** *(coll.)* แน่นอนอยู่แล้ว; **he keeps ~ing me [that] ...:** เขาคอยบอกฉันว่า...; **..., or so they keep ~ing us ...,** หรืออย่างที่พวกเขาคอยบอกพวกเรา; **I don't need to ~ you [that] ...:** ฉันไม่จำเป็นจะต้องบอกคุณว่า...; **be told sth. by sb.** มี *ค.น.* เล่า *ส.น.* ให้ฟัง; **I was told that ...:** มีคนเล่าให้ฉันฟังว่า...; **so I've been told** *(I know that)* มีคนบอกฉันอย่างนั้นแล้ว; **... or so I've been/I'm told** ....หรือเท่าที่ฉันได้ยินมา; **... or so we are told** ...หรือเท่าที่มีคนบอกพวกเรา; **but he won't be told** *(won't accept advice)* แต่เขาจะไม่ฟังใคร; **didn't I ~ you?** *(I told you so)* บอกแล้วเชียว; **no, don't ~ me, let me guess** อย่าบอก ขอฉันเดา; **don't ~ me [that] ...** *(expressing incredulity, dismay, etc.)* อย่าบอกฉันนะว่า...; **you aren't trying** *or* **don't mean to ~ me [that] ...?** นี่คุณกำลังพยายามจะบอกฉันนะว่า...; Ⓑ *(relate, lit. or fig.)* เล่า; **has he ever told you the story of how ...:** เขาเคยเล่าเรื่องที่ว่า...ให้คุณฟังหรือเปล่า; **~ one's own story** *or* **tale** *(give one's own account)* เล่าเรื่องตัวเอง; **sth. ~s its own story** *or* **tale** *(needs no comment)* เรื่องมันชัดจนเล่าเองอยู่แล้ว; **~ a different story** *or* **tale** *(reveal the truth)* เล่าความจริง; **every picture ~s a story** รูปภาพทุกรูปย่อมเล่าเรื่องราว; **live** *or* **survive to ~ the tale** รอดมาเล่าเรื่องราวจนได้; **~ tales [about sb.]** *(gossip; reveal secret)* นินทาว่าร้าย [*ค.น.*]; **~ tales [to sb.]** *(report)* รายงาน [ให้ *ค.น.* ฟัง]; **~ tales** *(lie)* โกหก; **~ tales out of school** *(fig.)* นินทาลับหลัง, เปิดเผยข้อมูลลับ; **dead men ~ no tales** คนตายย่อมเล่าอะไรไม่ได้; **the blood stains told their own tale** รอยเลือดเหล่านั้นบอกเรื่องราวได้อย่างดี; **now it can be told** ตอนนี้เล่าได้แล้ว; Ⓒ *(instruct)* บอก, สอน; **~ sb. [not] to do sth.** บอก *ค.น.* [ไม่] ให้ทำ *ส.น.*; **I thought I told you to go to bed** ก็บอกแล้วไม่ใช่เหรอให้ไปนอน; **~ sb. what to do** บอก *ค.น.* ว่าจะต้องทำอะไรบ้าง; **no one ~s 'me what to do** ไม่มีใครมาบอกฉันได้ว่าจะต้องทำอะไรบ้าง; **do as** *or* **what I ~ you** ทำตามที่ฉันบอกคุณ; **I shan't** *or* **won't ~ you again, don't let me have to ~ you again** ฉันจะไม่บอกคุณอีก, อย่าให้ฉันต้องบอกคุณอีก; **do as you are told** ทำตามที่คุณถูกสั่ง; Ⓓ *(determine)* บอกได้, ตัดสิน; *(see, recognize)* เห็น, จำได้ (**by** จาก); *(with reference to the future)* บอกได้, ทาย; **~ the time [from the sun]** บอกเวลาได้ [โดยดูจากดวงอาทิตย์]; **the child can't ~ the time yet** เด็กคนนั้นยังดูนาฬิกาไม่เป็น; **~ the difference [between ...]** จำแนกความแตกต่าง [ระหว่าง...]; **I can't ~ which of the twins ...:** ฉันแยกแยะไม่ออกว่าแฝดคนไหน...; **it's impossible/difficult to ~ [if/what** *etc.***]** บอกไม่ได้/ยาก [ว่าถ้า/ว่าสิ่งที่ ฯลฯ]; **it's easy to ~ whether ...:** เป็นเรื่องง่ายที่จะบอกว่า...หรือไม่; **you never can ~ how/what** *etc.* คุณไม่มีวันบอกได้เลยว่า...ได้อย่างไร/อะไรที่ ฯลฯ; **how could you ~ he was a policeman?** คุณรู้ได้อย่างไรว่าเขาเป็นตำรวจ; Ⓔ *(distinguish)* แยกแยะ; **[not] be able to ~ right from wrong** [ไม่] สามารถแยกแยะผิดชอบชั่วดีได้; Ⓕ *(utter)* บอก, กล่าวออกมา; **~ the truth and shame the devil** กล่าวความจริงเย้ยหยันความชั่ว; ➡ + fib 1; ¹lie 1 A; truth B; Ⓖ *(count)* นับ *(ผู้ลงคะแนนเลือกตั้ง)*; **all told** นับทั้งหมดแล้ว

❷ *v.i.*, **told** Ⓐ *(determine)* **how can you ~?** คุณรู้ได้อย่างไร; **it's difficult to ~:** เป็นเรื่องยากที่จะบอก; **[it's] hard to ~:** [เป็นเรื่อง] ลำบากที่จะบอก; **I can ~ he's lying** ฉันดูออกว่าเขากำลังโกหก; **the difference is so slight, even the experts can hardly ~:** ความแตกต่างมีน้อยมาก จนแม้แต่ผู้เชี่ยวชาญเองก็แทบจะดูไม่ออก; **how can one ~? how can** *or* **do you ~?** ใครจะทราบได้อย่างไร; **as far as one/I can ~, ...:** เท่าที่ฉันจะทราบได้ ...; **you never can ~:** คนเราไม่มีวันทราบได้; **who can ~?** ใครจะทราบได้; Ⓑ *(give information)* บอก, ให้รายละเอียด (**of, about** เกี่ยวกับ); *(give evidence)* **~ of sth.** ให้รายละเอียดเกี่ยวกับ *ส.น.*; Ⓒ *(reveal secret)* เฉลย, เปิดเผยความลับ; **time [alone] will ~:** เวลา [เท่านั้น] จะเฉลยความจริง; Ⓓ *(produce an effect)* ส่งผล, ปรากฏ; **quality ~s** *or* **will ~** *(be important)* คุณภาพเป็นข้อสำคัญ; **he made every blow ~:** เขาทำให้หมัดทุกหมัดมีผล; **make every shot ~:** ทำให้ทุกนัด/ลูกมีผล *(ตีเทนนิส, ยิงประตูฟุตบอล, แทงสนุกเกอร์)*; **~ in favour of sb.** *or* **in sb.'s favour** มีผลเข้าข้าง *ค.น.*; **~ against sb./sth.** มีผลร้ายต่อ *ค.น./ส.น.*; ➡ + fortune C; marine 2 A; ¹so 2; what 5 A

~ a'part *v.t.* แยกแยะ

~ 'off *v.t.* Ⓐ *(coll: scold)* **~ sb. off [for sth.]** ตำหนิ *หรือ* ดุ *ค.น.* [เพราะ *ส.น.*]; ➡ + telling-off; Ⓑ *(assign)* **~ sb. off [for sth.]** มอบหมายให้ *ค.น.* [ไปทำ *ส.น.*]

~ on *v.t.* Ⓐ *(affect)* **~ on sb./sth.** ส่งผลต่อ *ค.น./ส.น.*; Ⓑ *(coll: inform against)* **~ on sb.** ฟ้องเกี่ยวกับ *ค.น.*

~ upon ➡ ~ on A

teller /ˈtelə(r)/เท็ลเลอะ(ร)/ *n.* ➤ 489 Ⓐ *(in bank)* ➡ 'cashier; Ⓑ *(counter of votes)* ผู้นับคะแนนเสียง

telling /ˈtelɪŋ/เท็ลลิง/ ❶ *adj.* *(effective, striking)* *(คำพูด)* ที่มีผล, มีประสิทธิภาพ; *(การเสนอ, คำตอบ)* น่าประทับใจ; *(revealing)* *(การยิ้ม, ปฏิกิริยา)* แสดงให้ประจักษ์; **~ blow** *(Boxing)* หมัดที่มีผล; *(fig.)* การโจมตีที่ตรงเป้า; **with ~ effect** ด้วยผลที่น่าประทับใจ ❷ *n.* การบอก, การเล่า; **he did not need any ~, he needed no ~:** เขาไม่จำเป็นต้องบอก; **that would be ~:** นั่นจะเป็นการบอกความลับ; **there's no ~ what/how ...:** ไม่มีใครบอกได้ว่าอะไรจะ.../...อย่างไร; **there's no** *or* **never any ~ with her** ไม่มีใครบอกได้เกี่ยวกับตัวเธอ; ➡ + lose 2 A

tellingly /ˈtelɪŋlɪ/เท็ลลิงลิ/ *adv.* อย่างมีผล, อย่างมีประสิทธิภาพ, อย่างน่าประทับใจ; **be ~ effective** มีประสิทธิภาพเป็นที่ประทับใจ

telling-'off *n.* *(coll.)* การตำหนิ, การดุ; **give sb. a ~:** ดุด่า *ค.น.* (**for** สำหรับ); **get a ~:** โดนดุ

'telltale *n.* Ⓐ ผู้เปิดเผยความลับ, คนปากมาก; *attrib.* ที่เปิดเผยความลับ, ที่ชอบนินทาว่าร้าย, ปากมาก; *attrib.* *(การมอง, การยิ้ม)* ที่แสดงให้เห็น; Ⓑ *(indicator)* เครื่องแสดง; *(for recording attendance)* เครื่องบันทึกเวลาเข้าและออก

tellurium /teˈljʊərɪəm/เทะ'ลิวเออะเรียม/ *n.* *(Chem.)* เทลลูเรียม *(ท.ศ.)* *(ธาตุสีขาวแววาวเปราะง่าย มักพบในแหล่งแร่ทองและเงิน)*

telly /ˈtelɪ/เท็ลลิ/ *n.* *(Brit. coll.)* โทรทัศน์; **watch ~:** ดูทีวี; **what's on [the] ~?** มีรายการทีวีอะไรบ้าง

temerity /tɪˈmerɪtɪ/ทิ'เมะริทิ/ *n.* ความกล้าบ้าบิ่น, ความหุนหันพลันแล่น; **have the ~ to do sth.** กล้าบ้าบิ่นที่จะทำ *ส.น.*

temp /temp/เท็มพฺ/ *(Brit. coll.)* ❶ *n.* พนักงานรับจ้างชั่วคราว; **~ agency** สำนักงานจัดหางานชั่วคราว ❷ *v.i.* ทำงานรับจ้างชั่วคราว

temper /ˈtempə(r)/เท็มเพอะ(ร)/ ❶ *n.* Ⓐ *(disposition)* อารมณ์, จิตใจ; **be in a good/bad ~:** กำลังอารมณ์ดี/เสีย; **be in a foul** *or* **filthy ~:** มีอารมณ์ดุเดือดมาก; **keep/lose one's ~:** ควบคุมอารมณ์ได้/อารมณ์เสีย; **lose one's ~ with sb.** อารมณ์เสียกับ *ค.น.*; **control one's ~:** ควบคุมอารมณ์; Ⓑ *(anger)* **fit/outburst of ~:** อาการชักด้วยความโกรธ/การโกรธพลุ่งพล่าน; **have a ~:** เป็นคนอารมณ์ร้าย; **be in/get into a ~:** เริ่มโมโห (**over** เกี่ยวกับ); **be in a terrible ~:** กำลังโมโหร้าย; Ⓒ *(degree of hardness of metal)* ความแข็งของโลหะ

❷ *v.t.* Ⓐ *(moderate)* ลดความรุนแรง, ทำให้อ่อนลง *(ความดุเดือด, การวิพากษ์วิจารณ์)*; **~ sb.'s enthusiasm/radical views** ทำให้ความกระตือรือร้น/แนวความคิดที่รุนแรงของ *ค.น.* อ่อนลง; **~ justice with mercy** ใช้หลักเมตตาธรรมประกอบกับหลักความยุติธรรม; Ⓑ

(Metallurgy) ทำให้ *(โลหะ, ดิน)* แกร่งขึ้น; Ⓒ *(Mus.)* ปรับเสียงให้ถูกต้อง *(เครื่องดนตรี)*

tempera /'tempərə/'เท็มเพอะเรอะ/ *n. (Art)* วิธีการวาดภาพที่ใช้สีผสม เช่น ไข่แดงผสมน้ำ

temperament /'temprəmənt/'เท็มเพรอะเมินทฺ/ *n.* Ⓐ *(nature)* ธรรมชาติ, นิสัย; *(disposition)* อารมณ์, จิตใจ; **have an artistic ~:** มีอารมณ์สุนทรีย์; Ⓑ *(passionate disposition)* อารมณ์ที่รุนแรง

temperamental /temprə'mentl/เท็มเพรอะ'เม็นท'ล/ *adj.* Ⓐ *(having changeable moods)* เจ้าอารมณ์; **be a bit ~** *(fig. coll.)* ค่อนข้างเจ้าอารมณ์; *(รถยนต์)* ไว้ใจไม่ค่อยได้; Ⓑ *(caused by, relating to temperament)* ที่เกิดจากนิสัย *หรือ* จิตใจ; **suffer from a ~ inability to cope with stress** เป็นคนที่ไม่สามารถเผชิญกับความเครียดได้

temperamentally /temprə'mentəlɪ/เท็มเพรอะ'เม็นเทอะลิ/ *adv.* Ⓐ *(in a temperamental manner)* อย่างเจ้าอารมณ์; **the car tends to behave ~** *(fig. coll.)* รถคันนั้นมักมีอาการเดี๋ยวดีเดี๋ยวร้าย; Ⓑ *(by reason of temperament)* ทางอารมณ์หรือจิตใจ

temperance /'tempərəns/'เท็มเพอะเรินซฺ/ *n.* Ⓐ *(moderation)* การใช้ทางสายกลาง, การลดความรุนแรง; *(in one's eating, drinking)* การควบคุมตนเอง; Ⓑ *(total abstinence)* การงดเว้น, การขจัดกิเลส

temperate /'tempərət/'เท็มเพอะเริท/ *adj.* พอประมาณ, ปานกลาง, ที่ควบคุมตนเอง; **be ~ in one's eating/drinking** กิน/ดื่มพอประมาณ; **~ climate** *(Geog.)* ภูมิอากาศที่ปานกลาง; ➡ + zone 1

temperature /'temprɪtʃə(r)/'เท็มพริเชอะ(ร)/ *n.* ➤ 914 Ⓐ อุณหภูมิ; **what is the ~?** อุณหภูมิเท่าไร; **the ~ is below/above ...:** อุณหภูมิต่ำกว่า/สูงกว่า...; **there are no extremes of ~:** ไม่มีขีดสุดของอุณหภูมิ; **the ~ rose during the debate** *(fig.)* ความเผ็ดร้อนขณะโต้วาทีเพิ่มมากขึ้น; **at a ~ of 100°** ที่อุณหภูมิ 100 องศา; **keep the room at a ~ of 25°** รักษาระดับอุณหภูมิห้องให้อยู่ที่ 25 องศา; **at high/low ~s** ที่อุณหภูมิสูง/ต่ำ; Ⓑ *(Med.)* การมีไข้; **have *or* run a ~** *(coll.)* มีไข้; **have a slight/high ~:** มีไข้นิดหน่อย/สูง; **take sb.'s ~:** วัดไข้ *ค.น.*; **a cold accompanied by a ~:** อาการหวัดพร้อมไข้; ➡ + run 3 L

tempered /'tempəd/'เท็มเพิด/ *adj.* Ⓐ *(Metallurgy)* มีความแกร่งตามต้องการ; Ⓑ *(Mus.)* ปรับเสียงแล้ว

tempest /'tempɪst/'เท็มพิซทฺ/ *n. (lit. or fig.)* พายุแรงกล้า, ความปั่นป่วน, ความวุ่นวาย; **~ in a teapot** *(Amer.)* โมโหในเรื่องเล็ก ๆ น้อย ๆ

tempestuous /tem'pestjʊəs/เท็ม'เพ็ซทฺิวเอิซ/ *adj. (lit. or fig.)* ไหมกระหน่ำ, ปั่นป่วน, รุนแรง; **be in a ~ rage** กำลังเดือดดาลอย่างรุนแรง

Templar /'templə(r)/'เท็มเพลอะ(ร)/ *n. (Hist.)* **[Knight] ~:** *อัศวินผู้ปกป้องนักจาริกแสวงบุญที่เดินทางไปยังดินแดนศักดิ์สิทธิ์;* **the [Knights] ~s** กลุ่มอัศวิน *หรือ* ลัทธิศาสนาหนึ่งที่ดำเนินการอย่างลับ ๆ

template /'templeɪt/'เท็มเพลฺท/ *n.* แผ่นที่ใช้เป็นแบบตัด/เจาะสิ่งอื่น

[1]**temple** /'templ/'เท็มพ'ล/ *n.* โบสถ์, วิหาร, วัด, อาราม; *(Amer.: synagogue)* โบสถ์ชาวยิว

[2]**temple** *n.* ➤ 118 *(Anat.)* ขมับ

templet ➡ template

tempo /'tempəʊ/'เท็มโพ/ *n., pl.* **~s** *or* **tempi** /'tempi:/'เท็มพี/ Ⓐ *(fig.: pace)* **the ~ of life in the town** กระแสชีวิตในเมือง; **the campaign ~ stepped up** กระแสการรณรงค์เพิ่มขึ้น; Ⓑ *(Mus.: speed)* อัตราความเร็ว, จังหวะ

temporal /'tempərl/'เท็มเพอะร'ล/ *adj.* Ⓐ *(of this life)* เกี่ยวกับชีวิตปัจจุบัน, ของโลกปัจจุบัน; *(secular)* ทางโลก, ทางโลกียวิสัย; **~ power** *(Eccl.)* อำนาจของศาสนาในเรื่องทางโลก; **lords ~** *(Brit. Parl.)* ขุนนางฝ่ายบ้านเมืองในสภาสูงของประเทศอังกฤษ; Ⓑ *(of time)* เกี่ยวกับเวลา; Ⓒ *(Anat.)* เกี่ยวกับขมับ; Ⓓ *(Ling.)* ที่แสดงถึงเวลาหรือกาล

temporally /'tempərəlɪ/'เท็มเพอะเรอะลิ/ *adv.* โดยเกี่ยวข้องกับเวลา

temporarily /'tempərərɪlɪ/'เท็มเพอะเรอะริลิ/ *adv.* โดยชั่วคราว

temporary /'tempərərɪ/'เท็มเพอะเรอะริ/ ❶ *adj. (มาตรการ)* ชั่วคราว; *(อาคาร)* ไม่ถาวร; เฉพาะกาล; **~ worker** คนงานชั่วคราว ❷ *n.* พนักงานชั่วคราว

temporise, temporiser ➡ temporiz-

temporize /'tempəraɪz/'เท็มเพอะรายซฺ/ *v.i.* Ⓐ *(adopt indecisive policy)* ดำเนินนโยบายที่ไม่ผูกมัดเพื่อมีเวลา; Ⓑ *(act so as to gain time)* ประวิงเวลา, หน่วงเหนี่ยว; **~ with sb.** พยายามประวิงเวลากับ *ค.น.*; Ⓒ *(comply temporarily)* ยินยอมทำตามชั่วคราว

temporizer /'tempəraɪzə(r)/'เท็มเพอะไรเซอะ(ร)/ *n.* Ⓐ *(one who compromises)* ผู้ที่ยินยอมทำตาม, ผู้ที่ประนีประนอม; Ⓑ *(one who acts to gain time)* ผู้ที่ประวิงเวลา

tempt /tempt/เท็มพฺทฺ/ *v.t.* Ⓐ *(attract)* **~ sb. out/into the town** ดึงดูด *ค.น.* ให้ออกข้างนอก/เข้าไปในเมือง; **~ sb. to do sth.** ดึงดูด *ค.น.* ให้ทำ *ส.น.*; Ⓑ *(cause to have strong urge)* **~ sb. to do sth.** ยั่วยวน *ค.น.* ให้ทำ *ส.น.*; **be ~ed to do sth.** อยากทำ *ส.น.* มาก; **I'm ~ed to question this** ฉันอยากถามเรื่องนี้; **be ~ed to resign** รู้สึกอยากลาออก; **be strongly ~ed to dismiss sb.** รู้สึกอยากไล่ *ค.น.* ออก; Ⓒ *(entice)* ล่อ, ยั่วยุ; **be ~ed into doing sth.** ถูกยั่วยุให้ทำ *ส.น.*; **~ sb. away from sth.** ล่อ *ค.น.* ให้ออกห่างจาก *ส.น.*; **don't ~ me!** อย่ามาล่อฉัน; **are you sure I can't ~ you to have a whisky?** คุณมั่นใจหรือว่าฉันชวนให้ดื่มวิสกี้สักแก้วไม่ได้; Ⓓ *(provoke)* ล้อเล่น, ยั่ว; **~ fate *or* providence** ล้อเล่นกับโชคชะตา, กระทำการเสี่ยงโดยไม่จำเป็น

temptation /temp'teɪʃn/เท็มพฺ'เทช'น/ *n.* Ⓐ *no pl. (attracting)* การดึงดูดใจ; *(being attracted)* การถูกดึงดูด; *(enticing)* การล่อใจ, การยั่วยุ (**into** ไปใน); *(being enticed)* การถูกยั่วยุ; **feel a ~ to do sth.** รู้สึกถูกยั่วยุให้ทำ *ส.น.*; **please resist the ~ to make any funny remarks** โปรดระงับอารมณ์ในการพูดตลกขบขัน; **give in to [the] ~:** พ่ายแพ้ต่อแรงยั่วยุ; **the T~** *(Relig.)* การที่ปีศาจยั่วยุพระเยซูคริสต์ให้ทำชั่ว; Ⓑ *(thing)* สิ่งยั่วยุ, สิ่งล่อใจ, อบายมุข (**to** ที่จะ); **special offers are just a ~ to spend money** ราคาพิเศษเป็นเพียงสิ่งยั่วยุให้ใช้เงิน; Ⓒ **lead us not into ~** *(Bibl.)* อย่านำเราไปสู่อบายมุข

tempter /'temptə(r)/'เท็มพฺเทอะ(ร)/ *n.* ผู้ยั่วยุ; **the T~** *(Relig.)* มาร *หรือ* ปีศาจที่เข้ามายั่วยุพระเจ้า

tempting /'temptɪŋ/'เท็มพฺทิง/ *adj.* Ⓐ *(inviting)* ที่ดึงดูดใจ, เชื้อเชิญ; Ⓑ *(enticing)* ยั่วยุ, ล่อใจ

temptingly /'temptɪŋlɪ/'เท็มพฺทิงลิ/ *adv.* Ⓐ *(attractively)* อย่างดึงดูดใจ, อย่างเชื้อเชิญ; Ⓑ **leave money lying about ~:** ทิ้งเงินไว้เรี่ยราดเป็นที่ล่อใจ

temptress /'temptrɪs/'เท็มพฺทริซ/ *n.* ผู้หญิงผู้ยั่วยุ

tempura /'tempʊrə/'เท็มพุเรอะ/ *n.* เทมปุระ *(ท.ศ.)* อาหารญี่ปุ่นประเภทชุบแป้งทอด

ten /ten/เท็น/ ➤ 47, ➤ 177, ➤ 602 ❶ *adj.* สิบ; **feel ~ feet tall** *(fig.)* รู้สึกดีใจและภูมิใจมาก; ➡ + eight 1 ❷ *n.* Ⓐ *(number, symbol)* หมายเลขสิบ; Ⓑ *(set of ~)* ชุดที่มีสิบจำนวน; *(of cards)* ไพ่แต้มสิบ; Ⓒ **bet sb. ~ to one that ...** *(fig.)* พนันกับ *ค.น.* สิบต่อหนึ่งว่า...; ➡ + eight 2 A, C, D

tenable /'tenəbl/'เท็นเนอะบ'ล/ *adj.* Ⓐ *(fig.)* *(จุดยืน, ทฤษฎี)* ยึดถือได้, ยึดมั่นได้, รักษาไว้ได้; Ⓑ **~ for five years** *(ตำแหน่งที่ดำรงอยู่)* ได้ 5 ปี, ถือไว้ได้ 5 ปี; **~ at the university of ...:** ดำรงในมหาวิทยาลัย...

tenacious /tɪ'neɪʃəs/ทิ'เนเชิซ/ *adj.* Ⓐ *(holding fast)* ที่ยึดติดแน่น, เหนียวแน่น; **hold sth. in a ~ grip** กำ *ส.น.* ไว้แน่น; Ⓑ *(resolute)* ตั้งใจมั่น, ปักใจ, ที่ดื้อดึง; **be ~:** ตั้งใจมั่น, ดื้อดึง; **be ~ of sth.** ดื้อดึงใน *ส.น.*; Ⓒ *(retentive)* **~ memory** ความจำดี; Ⓓ *(strongly cohesive)* ที่แน่นแฟ้น; **a very ~ link** ความสัมพันธ์ที่แน่นแฟ้นมาก

tenaciously /tɪ'neɪʃəslɪ/ทิ'เนเชิซลิ/ *adv.* อย่างเหนียวแน่น, อย่างแน่นแฟ้น; *(resolutely)* อย่างดื้อดึง, อย่างปักใจ

tenacity /tɪ'næsɪtɪ/ทิ'แนซิทิ/ *n., no pl.* ความเหนียวแน่น, ความแน่นแฟ้น; *(resoluteness)* ความตั้งใจมั่น, การยืนหยัด, ความดื้อดึง; **~ of life** การยืนหยัดของชีวิต

tenancy /'tenənsɪ/'เท็นเนินซิ/ *n.* Ⓐ *(of flat, building, farm, shop)* การเช่า; **have ~ of a flat** การเช่าห้องในอาคารชุด; **~ agreement** สัญญาเช่า; Ⓑ *(period)* ระยะเวลาการเช่า; Ⓒ *(occupation of post)* การดำรงตำแหน่ง; **~ of the post will be for 10 years** การดำรงตำแหน่งนี้จะมีระยะเวลา 10 ปี

tenant /'tenənt/'เท็นเนินทฺ/ ❶ *n.* Ⓐ *(of flat, farm, shop, residential building)* ผู้เช่า; Ⓑ *(occupant)* ผู้ครอบครอง; Ⓒ *(Law) (possessor)* บุคคลที่มีกรรมสิทธิ์; *(owner)* เจ้าของ ❷ *v.t.* การเช่า, เช่าที่, อาศัย

'tenant farmer *n.* ➤ 489 ชาวนาที่เช่าที่ดินทำนา

tenantry /'tenəntrɪ/'เท็นเนินทริ/ *n.* Ⓐ *(people, farm, shop)* บรรดาผู้เช่า; Ⓑ *(condition)* สภาพการเป็นผู้เช่า

tench /tentʃ/เท็นฉฺ/ *n., pl. same (Zool.)* ปลาน้ำจืด *Tinca tinca* จำพวกปลาคาร์พอยู่ในทวีปยุโรป

[1]**tend** /tend/เท็นดฺ/ *v.i.* Ⓐ *(be moving or directed)* มุ่ง, มีแนวโน้มเคลื่อน (**towards** ไปยัง); **this ~s to suggest that ...:** เรื่องนี้มุ่งแนะว่า...; **all opinions ~ to the same conclusion** ความคิดเห็นทั้งหมดมุ่งไปที่ข้อสรุปเดียวกัน; Ⓑ *(be apt or inclined)* **~ to do sth.** มักชอบทำ *ส.น.*; **~ to sth.** โน้มเอียงไปทาง *ส.น.*; **it ~s to get quite cold there at nights** ที่นั่นอากาศมักจะค่อนข้างหนาวช่วงกลางคืน; **he ~s to get upset if ...:** เขามักจะว้าวุ่นใจถ้า...

Temperature (อุณหภูมิ)

Temperatures in Thailand are quoted using the centigrade scale only. To convert from Fahrenheit to centigrade (or Celsius which is the term used in Thailand), deduct 32 from the number of degrees, divide by 9 and multiply by 5. The table below shows the main equivalents.

	Fahrenheit (˚F)	Celsius (˚C)	
Boiling point	212	100	จุดเดือด
	194	90	
	176	80	
	158	70	
	140	60	
	122	50	
	104	40	
Body temperature	98.4	37	อุณหภูมิร่างกาย
	86	30	
	68	20	
	50	10	
Freezing point	32	0	จุดเยือกแข็ง
	14	-10	
	0	-17.8	
Absolute zero	-459.67	-273.15	ศูนย์สัมพัทธ์

Weather (สภาพอากาศ)

What's the temperature?
= อุณหภูมิเท่าไร

The outside temperature is 20 degrees [centigrade] or ***68 degrees Fahrenheit***
= อุณหภูมิภายนอกคือ 20 องศา [เซลเซียส] *หรือ* 68 องศาฟาเรนไฮต์

Maximum temperature 27 degrees or (esp. Amer.) ***Highs around 80 degrees***
= อุณหภูมิสูงสุดประมาณ 27 องศา *หรือ* อุณหภูมิสูงสุดราว ๆ 80 องศา

Temperatures falling to 10 degrees or (esp. Amer.) ***Lows around 50 degrees***
= อุณหภูมิจะลดลงเหลือ 10 องศา *หรือ* อุณหภูมิต่ำสุดราว ๆ 50 องศา

temperatures around freezing
= อุณหภูมิระดับจุดเยือกแข็ง

ten degrees below freezing
= ต่ำกว่าจุดเยือกแข็งสิบองศา

– 15˚C (minus fifteen degrees centigrade)
= -15˚C (ติดลบสิบห้าองศาเซลเซียส)

The temperature is above/below freezing
= อุณหภูมิสูงกว่า/ต่ำกว่าจุดเยือกแข็ง

It's the same temperature in Khon Kaen
= อุณหภูมิเท่ากับที่จังหวัดขอนแก่น

People (อุณหภูมิร่างกาย)

She has a [slight] temperature, Her temperature is above normal
= เธอมีไข้สูงกว่าปกติเล็กน้อย, เธอมีไข้เล็กน้อย

He has a high temperature/a temperature of 40 [centigrade] or ***104 [Fahrenheit]***
= เขามีไข้สูง/เขามีไข้สูงถึง 40 (องศาเซลเซียส) *หรือ* 104 (องศาฟาเรนไฮต์)

What is your temperature?
= คุณมีไข้หรือเปล่า

My temperature is normal
= ฉันไม่มีไข้

She took his temperature
= เธอวัดไข้ของเขา

Things (สิ่งของ)

What temperature does water boil at?
= น้ำเดือดที่อุณหภูมิเท่าไร

Water boils at 100˚c
= น้ำเดือดที่ 100˚องศาเซลเซียส

What is the temperature of the wine?
= เหล้าไวน์มีอุณหภูมิเท่าไร

The wine must be the right temperature
= เหล้าไวน์ต้องอยู่ที่อุณหภูมิที่ถูกต้อง

A is the same temperature as B
= เอมีอุณหภูมิเท่ากับบี

²**tend** *v.t.* ดูแลรักษา; เลี้ยงดู *(คนเจ็บ, สัตว์);* เฝ้าดู *(เครื่องจักร);* **the rice has to be ~ed carefully** จำเป็นต้องดูแลนาข้าวอย่างระมัดระวัง

tendency /'tendənsɪ/'เท็นเดินซิ/ *n. (inclination)* แนวโน้ม, ความโอนเอียง, นิสัย; **artistic tendencies** นิสัยชอบศิลปะ; **have a ~ to do sth.** มีแนวโน้มที่จะทำ *ส.น.;* **there is a ~ for everyone to get complacent** ทุกคนล้วนมีนิสัยที่จะเกิดความวางใจ

tendentious /ten'dənʃəs/เท็น'เด็นเชิซ/ *adj.*, **tendentiously** /ten'dənʃəslɪ/เท็น'เด็นเชิซลิ/ *adv. (derog.)* มีจุดประสงค์แอบแฝง, ที่มีความโน้มเอียง

tendentiousness /ten'denʃəsnɪs/เท็น'เด็นเชิซนิซ/ *n., no pl. (derog.)* การมีจุดประสงค์แอบแฝง, ความโน้มเอียง

¹**tender** /'tendə(r)/'เท็นเดอะ(ร)/ *adj.* **A** *(not tough)* อ่อนนุ่ม, นิ่มนวล; **B** *(sensitive)* อ่อนไหว, ไวต่อความรู้สึก; **~ spot** *(fig.)* เรื่องที่แทงใจดำ, เรื่องสะเทือนใจ; **C** *(loving)* รักใคร่, ห่วงใย; **~ loving care** ความรักเป็นห่วงเป็นใย; **D** *(requiring careful handling)* ต้องระมัดระวัง; **E** *(delicate) (สุขภาพ, ร่างกาย)* อ่อนแอ; **be of ~ age** *or* **years** อยู่ในวัยเยาว์; **at a ~ age** ในวัยเยาว์; **at the ~ age of twelve** ในวัยเยาว์ช่วง 12 ขวบ; ➡ + mercy 1 B

²**tender** /'tendə(r)/'เท็นเดอะ(ร)/ *n.* **A** *(Naut.) เรือที่รับส่งสินค้า/ผู้โดยสารจากเรือใหญ่;* **B** *(Railw.) รถที่ติดกับหัวรถจักรบรรทุกเชื้อเพลิงและน้ำ*

³**tender** ❶ *v.t.* **A** *(present)* เสนอ *(ข้อเสนอ, คำแนะนำ);* ยื่น *(คำขอโทษ, ใบลาออก);* **B** *(offer as payment)* จ่าย; **~ a £20 note** จ่ายธนบัตรยี่สิบปอนด์; **please ~ exact fare** โปรดจ่ายค่าโดยสารที่พอดี; **the cash register records the amount ~ed** เครื่องคิดเงินบันทึกจำนวนเงินที่จ่าย ❷ *v.i.* **~ for sth.** ยื่นประมูลสำหรับ *ส.น.*, ยื่นประกวดราคาสำหรับ *ส.น.* ❸ *n.* **A** การประมูล, การประกวดราคา; **put in a ~:** เสนอราคา; **put sth. out to ~:** หาผู้ประกวดราคา *ส.น.;* **B** **legal ~:** เงินตราที่ใช้ชำระหนี้ได้ตามกฎหมาย

tender: ~foot *n., pl.* **~foots** *or* **~feet** คนอ่อนหัด, คนไร้ประสบการณ์; *(in Scouts)* คนที่เข้ามาใหม่; **~-hearted** /'tendəhɑːtɪd/'เท็นเดอะฮาทิด/ *adj.* ใจอ่อน

tenderize /'tendəraɪz/'เท็นเดอะรายซฺ/ *v.t. (Cookery)* ทำให้นุ่ม; *(be beating)* ทุบ *(เนื้อ)* ให้นุ่ม

tenderizer /'tendəraɪzə(r)/'เท็นเดอะไรเซฺอะ(ร)/ *n. (Cookery)* สารที่ทำให้นุ่ม

'**tenderloin** *n. (Gastr.)* **A** *(Brit.)* สันในหมูส่วนกลาง; **B** *(Amer.)* เนื้อสัน

tenderly /'tendəlɪ/'เท็นเดอะลิ/ *adv.* **A** *(gently)* อย่างอ่อนนุ่ม, อย่างอ่อนโยน, อย่างนิ่มนวล; **B** *(lovingly)* อย่างรักใคร่, อย่างห่วงใย

tenderness /'tendənɪs/'เท็นเดอะนิซ/ *n., no pl.* **A** *(of meat etc.)* ความนุ่ม; **B** *(loving quality)* ความรักใคร่, ความห่วงใย, ความอ่อนโยน; **C** *(delicacy)* ความประณีตละเอียดอ่อน

tendon /'tendən/'เท็นเดิน/ *n. (Anat.)* เอ็น, เส้นเอ็น; **Achilles ~:** เอ็นร้อยหวาย

tendril /'tendrɪl/'เท็นดริล/ *n.* ส่วนที่เกาะ *(ของต้นไม้);* เส้น *(ผม)*

tenement /'tenɪmənt/'เท็นนิเมินทฺ/ *n.* **A** *(Scot.: house containing several dwellings)* บ้านที่แบ่งให้เช่า, บ้านเช่า; **B** *(dwelling place)* ที่อยู่อาศัย; **C** *(Amer.: house containing* *several apartments)* ~[house] บ้านที่มีห้องชุดให้เช่า; (D) *(Law)* อสังหาริมทรัพย์

Tenerife /tenəˈriːf/เทะเนอะ'รีฟ/ *pr. n.* เกาะเท็นเนอรีฟของประเทศสเปน *(อยู่ทางตะวันออกเฉียงเหนือของทวีปแอฟริกา)*

tenet /ˈtenɪt, ˈtiːnet/ˈเท็นนิท, ˈทีนเน็ท/ *n.* ลัทธิ, ความเชื่อ

ten: ~fold /ˈtenfəʊld/ˈเท็นโฟลดฺ/ *adj., adv.* เป็นสิบเท่า, เป็นสิบทบ; ➡ + **eightfold**; **~gallon 'hat** *n.* หมวกปีกกว้างที่โคบาลนิยมใช้

tenner /ˈtenə(r)/ˈเท็นเนอะ(ร)/ *n. (coll.) (Brit.)* ธนบัตรสิบปอนด์; *(Amer.)* ธนบัตรสิบดอลลาร์

tennis /ˈtenɪs/ˈเท็นนิซ/ *n., no pl.* กีฬาเทนนิส; **real** *or* **royal** *or (Amer.)* **court ~:** กีฬาเทนนิสแบบโบราณที่เล่นในอาคาร; ➡ + **lawn tennis; table tennis**

tennis: ~ 'arm *n. (Med.)* อาการแขนเคล็ดเนื่องจากเล่นเทนนิส; **~ ball** *n.* ลูกเทนนิส; **~ club** *n.* สโมสรเทนนิส; **~ court** *n.* (A) *(for lawn ~)* สนามเทนนิสที่เป็นหญ้า; *(for indoor ~)* สนามเทนนิสในร่ม; (B) *(for real ~)* สนามเทนนิสภายในอาคาร; **~ 'elbow** *n., no pl., no art. (Med.)* อาการข้อศอกเคล็ดที่น่าเกิดจากการเล่นเทนนิสหรืออื่น ๆ; **~ match** *n.* การแข่งขันเทนนิส; **~ player** *n.* นักตี/เล่นเทนนิส; **~ racket** *n.* ไม้ตีเทนนิส, แร็กเก็ตเทนนิส *(ท.ศ.)*

tenon /ˈtenən/ˈเท็นเนิน/ *n. (Woodw.)* เดือย, ปากฉลาม

'tenon saw *n. (Woodw.)* เลื่อยติดปากไม้, เลื่อยรอ

tenor /ˈtenə(r)/ˈเท็นเนอะ(ร)/ *n.* (A) *(Mus.: voice, singer, part)* ระดับสูงสุดของ/สำหรับนักร้องชาย; [~ **voice**] เสียงร้องระดับสูงสุดของนักร้องชาย; (B) *(prevailing course)* แนวทาง; **the general ~ of his life** แนวทางการดำเนินชีวิตของเขาอย่างกว้าง ๆ; (C) *(of argument, speech)* แนวทางในการอภิปราย; (D) *(Law) (actual wording)* การใช้ถ้อยคำตามที่ปรากฏในเอกสาร; *(exact copy)* สำเนาเอกสาร; (E) *(Mus.: instrument with range like ~) เครื่องดนตรีที่มีช่วงเสียงประมาณเสียงร้องระดับสูงสุดของนักร้องชาย;* **~ saxophone/recorder** แซกโซโฟน/เครื่องเป่าคล้ายขลุ่ยในระดับต่ำ

tenpenny /ˈtenpənɪ/ˈเท็นเพอะนิ/ *adj.* มีค่าเท่ากับสิบเพนซ์

tenpenny 'piece *n. (Brit.)* เหรียญสิบเพนซ์

tenpin 'bowling /tenpɪn ˈbəʊlɪŋ/เท็นพิน ˈโบลิง/ *n.* กีฬาโบว์ลิ่งที่ใช้พินสิบตัว

¹tense /tens/เท็นซฺ/ *n. (Ling.)* กาล; **in the present/future** *etc.* **~:** ในกาลปัจจุบัน/อนาคต ฯลฯ

²tense /tens/เท็นซฺ/ ❶ *adj.* (A) *(taut, showing nervous tension)* ตึงเครียด, เครียด; **her face was ~ with anxiety** ใบหน้าเธอตึงเครียดด้วยความกังวล; **his voice was ~ with emotion** น้ำเสียงเขาแสดงอารมณ์เครียด; **a ~ silence** ความเงียบที่เต็มไปด้วยความเครียด; (B) *(causing nervous tension)* ที่ทำให้เครียด ❷ *v.i.* **sb. ~s** *ค.น.* เกร็งขึ้นมา; **he ~d with fear** เขาเกร็งเนื่องจากความกลัว ❸ *v.t.* เกร็ง *(กล้ามเนื้อ)*

~ 'up *v.i. (กล้ามเนื้อ)* เริ่มตึง; *(บุคคล)* เริ่มเครียด, เกร็ง

tensely /ˈtenslɪ/ˈเท็นซฺลิ/ *adv.* (A) *(tightly)* อย่างตึงแน่น; (B) *(with nervous tension)* ด้วยความเครียด, อย่างตึงเครียด; **~ gripping** *(ภาพยนตร์)* เครียดจับใจ

tenseness /ˈtensnɪs/ˈเท็นซนิซ/ *n., no pl. (of person)* ความเครียด; *(of situation etc.)* ความตึงเครียด

tensile /ˈtensaɪl/ˈเท็นซายลฺ/ *adj.* (A) เกี่ยวกับความตึงเครียด; (B) *(capable of being stretched)* สามารถดึง/ยืดออกได้

tension /ˈtenʃn/ˈเท็นช'น/ ❶ *n.* (A) *(latent hostility)* ความตึงเครียด; **~ between the police and the people is on the increase** ความตึงเครียดระหว่างตำรวจกับผู้คนรุนแรงขึ้น; **there is a lot of ~ between them** มีความตึงเครียดมากมายระหว่างพวกเขา; **there is a high level of ~ in that area** มีความตึงเครียดระดับสูงในเขตนั้น; **racial ~:** ความตึงเครียดระหว่างเชื้อชาติต่างกัน; (B) *(mental strain)* ความเครียด; (C) *no pl. (of violin string, tennis racquet)* ความตึง; (D) *(stretching; Mech. Engin.)* การยืด, การดึง; (E) *(Knitting)* ความยืดหยุ่น; **check the ~:** ตรวจดูความยืดหยุ่น; ➡ + **surface tension** ❷ *v.t.* (A) ดึงให้แน่น, ทำให้ตึง; (B) ทำให้ตึงเครียด

tent /ˈtent/ˈเท็นทฺ/ *n.* เต็นท์ *(ท.ศ.)*, กระโจม

tentacle /ˈtentəkl/ˈเท็นเทอะค'ล/ *n.* (A) *(Zool., Bot.)* หนวด, หนวดคลำเคลื่อน, หนวดสัมผัส; (B) *(fig.)* สิ่งที่ใช้เป็นตัวรับความรู้สึก; *(with sinister connotations)* อิทธิพลอันเลวร้ายที่สามารถพัวพัน

tentative /ˈtentətɪv/ˈเท็นเทอะทิว/ *adj.* (A) *(not definite)* ทดลองดูก่อน, คร่าว ๆ; **make a ~ suggestion** ให้คำแนะนำคร่าว ๆ; **say a ~ 'yes'** ตอบว่า 'ใช่' ไปก่อน; (B) *(hesitant)* ลังเล

tentatively /ˈtentətɪvlɪ/ˈเท็นเทอะทิวลิ/ *adv.* (A) *(not definitely)* อย่างไม่แน่นอน, อย่างคร่าว ๆ; (B) *(hesitantly)* อย่างลังเล

tenterhooks /ˈtentəhʊks/ˈเท็นเทอะฮุคซฺ/ *n. pl.* **be on ~:** รู้สึกว้าวุ่นใจเพราะความไม่แน่นอน; **keep sb. on ~:** ทำให้ *ค.น.* ว้าวุ่นใจเพราะความไม่แน่นอน

tenth /tenθ/เท็นธฺ/ ❶ *adj.* ➤ **602** ที่สิบ; ➡ + **eighth** 1; ❷ *n.* (A) *(in sequence, rank)* ที่สิบ; *(fraction)* หนึ่งส่วนสิบ; (B) ➤ **231** *(day)* **the ~ of May** วันที่สิบเดือนพฤษภาคม; **the ~ [of the month]** วันที่สิบ [ของเดือน]; ➡ + **eighth** 2

'tent peg *n.* หมุดสำหรับปักยึดเต็นท์

tent pole *n.* เสาโครงเต็นท์

tenuity /teˈnjuːɪtɪ/เทะˈนิวอิทิ/ ➡ **tenuousness**

tenuous /ˈtenjʊəs/ˈเท็นนิวเอิซ/ *adj. (เส้นใยแมงมุม)* ที่เบาบาง; *(fig.) (การโต้เถียง)* ที่ฟังไม่ขึ้น; *(ความเกี่ยวข้อง)* เพียงเล็กน้อย; **there are only ~ connections** มีความสัมพันธ์กันเล็กน้อยเท่านั้น; **he had but a ~ hold on life** เขาอยู่เพียงเพื่อรอวันตาย

tenuously /ˈtenjʊəslɪ/ˈเท็นนิวเอิซลิ/ *adv.* อย่างเบาบาง; *(fig.)* อย่างไม่สลักสำคัญ, อย่างเล็กน้อย; **cling only ~ to life** อยู่ไปวัน ๆ รอวันตาย

tenuousness /ˈtenjʊəsnɪs/ˈเท็นนิวเอิซนิซ/ *n., no pl.* ความเบาบาง; *(fig.)* ความแผ่วเบา, ความน้อยนิด

tenure /ˈtenjə(r)/ˈเท็นเนีย(ร)/ *n.* (A) *(right, title)* สิทธิการครอบครอง; (B) *(possession)* การครอบครอง; **his ~ of the house is only for a limited period** เขามีสิทธิครอบครองบ้านหลังนั้นในช่วงเวลาจำกัดเท่านั้น; (C) *(period)* **~ [of office]** ระยะเวลาการครอบครอง [ตำแหน่ง]; (D) *(permanent appointment)* การแต่งตั้งอย่างเป็นการถาวร; **have [security of] ~:** มี [ฐานะอันมั่นคงจาก] การแต่งตั้งอย่างเป็นการถาวร

tenuto /təˈnuːtəʊ/เทอะˈนูโท/ *adj., adv. (Mus.) (ตัวโน้ต) เล่นเต็มความยาวโน้ตหรือยาวกว่านั้นเล็กน้อย*

tepee /ˈtiːpiː/ˈทีพี/ *n.* กระโจมของอินเดียนแดงมีปลายแหลมทำด้วยหนังสัตว์ ผ้าหรือผ้าใบ

tepid /ˈtepɪd/ˈเท็พพิด/ *adj.* (A) อุ่นนิด ๆ; (B) *(fig.) (ความสนใจ)* ไม่กระตือรือร้น, เฉยชา, จืดชืด

tequila /təˈkiːlə/เทะˈคีเลอะ/ *n. (drink)* สุราเม็กซิกันชนิดหนึ่งสกัดมาจากต้นอะกาเว่

tercentenary /tɜːsenˈtiːnərɪ, tɜːsenˈtenərɪ/เทอเซ็นˈทีเนอะริ, เทอเซ็นˈเทะเนอะริ/ ❶ *adj.* ครบรอบ 300 ปี ❷ *n.* การครบรอบ 300 ปี

term /tɜːm/เทิม/ ❶ *n.* (A) *(word expressing definite concept)* คำศัพท์, ถ้อยคำ, แง่; **scientific/legal/medical ~:** ศัพท์วิทยาศาสตร์/ทางกฎหมาย/ทางการแพทย์; **~ of reproach** คำตำหนิติเตียน; **in ~s of money/politics** ในแง่ของเงิน/การเมือง; **in ~s of financial success** ในแง่ของความสำเร็จด้านการเงิน; **in set ~s** ตามข้อตกลงที่ตั้งไว้; ➡ + **contradiction**; (B) *in pl. (conditions)* เงื่อนไข; **he does everything on his own ~s** เขาทำทุกอย่างตามเงื่อนไขของตัวเขาเอง; **~s of surrender** เงื่อนไขการยินยอม; **~s of contract** เงื่อนไขของสัญญา; **accept sb. on his own ~s** ยอมรับ *ค.น.* ตามที่เขาเป็นอยู่; **come to** *or* **make ~s [with sb.]** ตกลงกันได้ [กับ *ค.น.*]; **come to ~s [with each other]** ตกลง [ซึ่งกันและกัน] ได้; **come to ~s with sth.** *(be able to accept sth.)* ยอมรับ *ส.น.* ได้; *(resign oneself to sth.)* ทำใจยอมรับ *ส.น.*; **come to ~s with oneself** ทำใจยอมรับสภาพตัวเองได้; **~s of reference** *(Brit.)* ข้อปฏิบัติตามสัญญา, ข้อกำหนดหน้าที่; **~s of trade** ข้อตกลงในการค้าขาย; (C) *in pl. (charges)* ราคา, ค่าธรรมเนียม, ค่าใช้จ่าย; **their ~s are ...:** ข้อตกลงในการค้าของเขาคือ...; **hire purchase on easy ~s** การซื้อผ่อนในอัตราที่ต่ำ; ➡ + **inclusive** B; (D) **in the short/long/medium ~:** ในช่วง *หรือ* ระยะสั้น/ยาว/กลาง; (E) *(Sch.)* ภาคการศึกษา; *(Univ.: one of two/three/four divisions per year)* ภาคการศึกษา; **during ~:** ระหว่างภาคการศึกษา; **out of ~:** นอกภาคการศึกษา; **end of ~:** สิ้นสุดภาคการศึกษา; (F) *(limited period)* ช่วงเวลา, ระยะเวลา; *(of insurance policy etc.)* ระยะเวลาที่กำหนด; *(period of tenure)* **~ [of office]** วาระ [ของตำแหน่ง]; (G) *(completion of pregnancy)* **[full] ~:** [เต็ม] ระยะเวลาการตั้งครรภ์; (H) *(period of imprisonment)* ระยะเวลาการถูกจองจำ; **be put in prison for a long ~:** ถูกจำคุกเป็นระยะเวลานาน; (I) *in pl. (mode of expression)* ถ้อยคำ, ในรูปแบบที่; **praise in the highest ~s** ชมเชยในแง่ที่สูงสุด; **talk in vague ~s of sth.** คุยถึง *ส.น.* ด้วยถ้อยคำที่คลุมเครือ; **in flattering ~s** ในแง่ที่เป็นการยกยอปอปั้น; ➡ + **uncertain** E; (J) *in pl. (relations)* **be on good/poor/friendly ~s with sb.** มีความสัมพันธ์ที่ดี/ที่เลวร้าย/ที่เป็นมิตรกับ *ค.น.*; ➡ + **equal** 1 A; **speaking** 1 A; (K) *(Logic, Math.)* พจน์ ❷ *v.t.* ตั้งชื่อ, เรียก

termagant /ˈtɜːməgənt/ˈเทอเมอะเกินทฺ/ *n.* ผู้หญิงที่มีอารมณ์/ปากร้าย

terminal /ˈtɜːmɪnl/ˈเทอมิน'ล/ ❶ *n.* (A) *(Electr.)* ขั้วปลายของสายไฟ; *(of battery)* ขั้วปลายของแบตเตอรี่; (B) *(for train or bus)* สถานีปลายทาง; *(for airline passengers)* อาคารผู้โดยสาร; **helicopter ~:** สถานที่จอดรับส่งของเฮลิคอปเตอร์; (C) *(Teleph., Computing)*

t

อุปกรณ์เชื่อมต่อกับคอมพิวเตอร์ ❷ *adj.* Ⓐ ปลายสุด, ท้ายสุด; Ⓑ *(concluding)* (คำ) ลงท้าย; สุดท้าย; **the ~ problem** ปัญหาสุดท้าย; Ⓒ ➤ **453** *(Med.)* ที่ทำให้ถึงแก่ชีวิต, ใกล้จะเสียชีวิต; **have a ~ illness** เป็นโรคที่ต้องแก่ชีวิต; **a ~ case** กรณีคนไข้ที่ใกล้จะเสียชีวิต; Ⓓ *(Bot.)* **~ bud** ตาที่ปลายยอดของลำต้นหรือกิ่ง; Ⓔ *(Zool., Anat.)* (ข้อ) ปลายสุด

terminally /ˈtɜːmɪnəlɪ/ˈเทอมิเนอะลิ/ *adv.* *(Med.)* **~ ill** ป่วยจนใกล้จะเสียชีวิต

terminal veˈlocity *n. (Phys.)* ความเร็วสูงสุด *(ของวัตถุที่ตกลงมา, ที่ยิงออกไป)*

terminate /ˈtɜːmɪneɪt/ˈเทอมิเนท/ ❶ *v.t.* Ⓐ *(bring to an end)* ทำให้จบสิ้น, ทำให้ยุติ; **the contract was ~d** สัญญาถูกยุติ; Ⓑ *(Med.)* ทำให้แท้งลูก ❷ *v.i. (come to an end)* จบ, สิ้นสุด, ยุติ

termination /tɜːmɪˈneɪʃn/เทอมิˈเนช่น/ *n.* Ⓐ *no pl. (coming to an end)* การจบสิ้น, การสิ้นสุด; *(of lease)* การยุติ; Ⓑ *no pl. (bringing to an end)* การมาถึงจุดจบ; *(of a marriage)* การหย่าร้าง; Ⓒ *(Med.)* การแท้งลูก

terminological /tɜːmɪnəˈlɒdʒɪkl/เทอมิเนอะˈลอจิค่ล/ *adj.* เกี่ยวข้องกับคำศัพท์; *(of science of terminology)* เกี่ยวกับวิชาว่าด้วยคำศัพท์

terminologically /tɜːmɪnəˈlɒdʒɪkəlɪ/เทอมิเนอะˈลอจิเคอะลิ *adv.* ในแง่ของคำศัพท์

terminologist /tɜːmɪˈnɒlədʒɪst/เทอมิˈนอเลอะจิซทฺ/ *n.* ผู้ที่ศึกษาวิชาว่าด้วยคำศัพท์, ผู้ที่ศึกษาระบบคำศัพท์

terminology /tɜːmɪˈnɒlədʒɪ/เทอมิˈนอเลอะจิ/ *n.* วิชาว่าด้วยคำศัพท์, ระบบคำศัพท์

terminus /ˈtɜːmɪnəs/ˈเทอมิเนิซ/ *n., pl.* **~es** *or* **termini** /ˈtɜːmɪnaɪ/ˈเทอมินาย/ *(end of route or line)* จุดสิ้นสุด; *(of bus, train, etc.)* สถานีปลายทาง

termite /ˈtɜːmaɪt/ˈเทอไมทฺ/ *n. (Zool.)* ปลวก

tern /tɜːn/เทิน/ *n. (Ornith.)* นกทะเลในวงศ์ Sterninae คล้ายนกนางนวลแต่มีลำตัวเล็กกว่า

ternary /ˈtɜːnərɪ/ˈเทอเนอะริ/ *adj.* ที่ประกอบด้วยสามส่วน, ใช้สามเป็นฐาน

terrace /ˈterəs, ˈterɪs/ˈเทะเริซ, ˈเทะริซ/ ❶ *n.* Ⓐ *(row of houses)* บ้านแบบห้องแถว; Ⓑ *(adjacent to house)* พื้นนอกชาน; Ⓒ *in pl. (Agric.: on hillside)* ที่นาที่ทำเป็นขั้น; Ⓓ *(Geol.)* ชายหาดที่ยกระดับสูงริมแม่น้ำ; Ⓔ *(Footb.)* อัฒจันทร์ ❷ *v.t.* ทำนอกชาน, ทำที่ดินเป็นขั้นบันได

ˈterraced house, ˈterrace house *ns.* บ้านแบบห้องแถว

terracotta /terəˈkɒtə/เทะเรอะˈคอเทอะ/ *n., no pl., no indef. art.* Ⓐ *(earthenware)* เครื่องปั้นดินเผา; Ⓑ *(colour)* สีน้ำตาลแดง

terra firma /terə ˈfɜːmə/เทะเรอะ ˈเฟอเมอะ/ *n., no pl., no art.* พื้นดินที่มั่นคง; **be back on ~:** กลับมายังฐานที่มั่นคง, กลับมาบนบก

terrain /teˈreɪn/เทะˈเรน/ *n.* ภูมิประเทศ *(ในทางทหาร, ทางภูมิศาสตร์)*

terrapin /ˈterəpɪn/ˈเทะเรอะพิน/ *n. (Zool.)* เต่าน้ำจืดในวงศ์ Emydidae พบในแถบอเมริกาเหนือ

terrestrial /təˈrestrɪəl, tɪˈrestrɪəl/เทอะˈเร็ซเตรียล, ทิˈเร็ซเตรียล/ ❶ *adj.* Ⓐ เกี่ยวข้องกับโลก, เป็นของโลก; **the ~ globe** โลก; **a ~ globe** ลูกโลก; ➡ + **magnetism** A; Ⓑ *(of the land)* เกี่ยวข้องกับพื้นดิน, อยู่บนบก; Ⓒ *(Biol.)* เติบโตบนบก ❷ *n.* สิ่งมีชีวิตที่อาศัยอยู่บนโลก

terrible /ˈterɪbl/ˈเทะริบ'ล/ *adj.* Ⓐ *(coll.: very great or bad)* มหันต์, ร้ายกาจ, ดีมากหรือแย่มาก; **I feel ~ about doing it** ฉันรู้สึกแย่มากที่ทำมัน; Ⓑ *(coll.: incompetent)* ไม่เก่ง, เลวร้าย, แย่; **be ~ at maths/tennis/carpentry** เรียนคณิตศาสตร์/เล่นเทนนิส/ทำงานไม้แย่มาก; Ⓒ *(causing terror)* น่ากลัว, น่าสยดสยอง, ที่ทำให้ตกใจ; ➡ + **enfant terrible**

terribly /ˈterɪblɪ/ˈเทะริบลิ/ *adv.* Ⓐ *(coll.: very)* อย่างมาก, อย่างมหันต์; Ⓑ *(coll.: appallingly)* อย่างน่ากลัว, อย่างน่าสยดสยอง; Ⓒ *(coll.: incompetently)* อย่างเลวร้าย, อย่างแย่; Ⓓ *(fearfully)* อย่างน่ากลัวมาก

terrier /ˈterɪə(r)/ˈเทะเรีย(ร)/ *n.* สุนัขตัวเล็กที่มีหลายชนิด ใช้ล่อสุนัขจิ้งจอกออกจากรัง

terrific /təˈrɪfɪk/เทอะˈริฟฟิค/ *adj. (coll.)* Ⓐ *(great, intense)* ยิ่งใหญ่, รุนแรง, เยี่ยมมาก; Ⓑ *(magnificent)* สง่างาม; Ⓒ *(highly expert)* ชำนาญอย่างมาก; **be ~ at sth.** ชำนาญ *ส.น.* อย่างมาก; **a ~ singer** นักร้องที่ร้องเก่งมาก

terrifically /təˈrɪfɪkəlɪ/เทอะˈริฟฟิเคอะลิ/ *adv. (coll.: extremely)* อย่างมาก, อย่างยิ่ง, อย่างเยี่ยมยอด

terrify /ˈterɪfaɪ/ˈเทะริฟาย/ *v.t.* Ⓐ *(fill with terror)* ทำให้กลัว, ทำให้สยดสยอง; **terrified** ที่กลัว, ที่หวาดหวั่น; Ⓑ *(coll.: make very anxious)* ทำให้วิตกกังวลมาก; **be terrified that ...:** วิตกกังวลอย่างมากว่า...; Ⓒ *(scare)* ทำให้ตื่นตระหนก, ทำให้กลัว; **~ sb. into doing sth.** ข่มขู่ให้ *ค.น.* ทำ *ส.น.*

terrifying /ˈterɪfaɪɪŋ/ˈเทะริฟายอิ้ง/ *adj.* Ⓐ *(causing terror)* น่ากลัว, น่าสยดสยอง, น่าหวาดหวั่น; Ⓑ *(formidable)* น่าเกรงขาม, น่าครั่นคร้าม

terrifyingly /ˈterɪfaɪɪŋlɪ/ˈเทะริฟายอิ้งลิ/ *adv.* อย่างน่ากลัว, อย่างน่าสยดสยอง, อย่างน่าครั่นคร้าม

terrine /təˈriːn/เทอะˈรีน/ *n.* Ⓐ *(dish)* ภาชนะดินเผาใช้อบอาหารประเภทพาเต้; Ⓑ *(Gastr.)* อาหารเนื้อ/ผักบดละเอียดแล้วอบให้เป็นก้อน

territorial /terɪˈtɔːrɪəl/เทะริˈทอเรียล/ ❶ *adj.* Ⓐ *(การอ้างสิทธิ ฯลฯ)* ของเขตแดนหนึ่ง; **~ possessions** ทรัพย์สมบัติของเขตแดน; Ⓑ *(limited to a district)* ที่เฉพาะเขตใดเขตหนึ่ง; *(สัตว์)* ที่รักษาเขตแดนของตัว ❷ **T~** *n. (Brit. Mil.)* สมาชิกกองทหารอาสาสมัคร

Territorial ˈArmy *n. (Brit. Mil.)* กองอาสาสมัครรักษาดินแดน

territorially /terɪˈtɔːrɪəlɪ/เทะริˈทอเรียลิ/ *adv.* โดยเป็นของเขตแดนหนึ่ง

territorial ˈwaters *n. pl.* น่านน้ำที่อยู่ในอาณาเขต

territory /ˈterɪtərɪ/ˈเทะริเทอะริ/ *n.* Ⓐ *(Polit.)* อาณาเขต, เขตแดน, อาณาจักร; Ⓑ *(fig.: area of knowledge or action)* ขอบข่าย, ขอบเขต; Ⓒ *(of commercial traveller etc.)* บริเวณที่ทำการค้า; Ⓓ *(large tract of land)* ผืนดินที่กว้างใหญ่; Ⓔ *(Amer.: land not yet a full State)* ดินแดนที่ยังไม่ได้เป็นรัฐโดยสมบูรณ์; Ⓕ *(Zool.)* เขตแดนของสัตว์; Ⓖ *(Sport)* เขตแดนที่นักกีฬาต้องป้องกัน

terror /ˈterə(r)/ˈเทะเรอะ(ร)/ *n.* Ⓐ *(extreme fear)* ความกลัว, ความหวาดหวั่น, ความตื่นตระหนก; **in ~:** ด้วยความกลัวเต็มที่; **reign of ~:** ยุคที่เต็มไปด้วยการฆ่าฟัน; **the [Red] T~, the Reign of T~** *(Hist.)* ช่วงการปฏิวัติของฝรั่งเศสซึ่งมีการนองเลือด; Ⓑ *(person or thing causing ~)* คน หรือ สิ่งที่น่าหวาดกลัว; Ⓒ **[holy] ~** *(troublesome person)* เจ้าปัญหา; *(formidable person)* คนที่น่าเกรงขาม

terrorisation, terrorise ➡ **terroriz-**

terrorism /ˈterərɪzm/ˈเทะเรอะริซ'ม/ *n.* คติการก่อการร้าย, คติคุกคาม; *(terrorist acts)* การก่อการร้าย; **acts of ~:** การก่อการร้าย

terrorist /ˈterərɪst/ˈเทะเรอะริซทฺ/ *n.* ผู้ก่อการร้าย; *attrib.* ที่ก่อการร้าย *(คณะ, องค์กร)*

terroristic /terəˈrɪstɪk/เทะเรอะˈริซติค/ *adj.* ที่เป็นการก่อการร้าย

terrorization /terəraɪˈzeɪʃn/เทะเรอะไรˈเซช'น/ *n., no pl.* การก่อการร้าย, การข่มขู่

terrorize /ˈterəraɪz/ˈเทะเรอะรายซฺ/ *v.t.* Ⓐ *(frighten)* ทำให้เกรงกลัว; Ⓑ *(coerce by terrorism)* บังคับโดยใช้วิธีการก่อการร้าย; *(intimidate)* ข่มขู่; **~ sb. into submission** ข่มขู่ *ค.น.* ให้ยอมจำนน

terror: ~-stricken, ~-struck *adjs.* กลัวเต็มที่, หวาดหวั่น

terry /ˈterɪ/ˈเทะริ/ *adj. (Textiles)* **~ towel** ผ้าเช็ดตัวแบบผ้าขนหนู; **~ towelling** ผ้าขนหนู

terse /tɜːs/เทิซ/ *adj.* Ⓐ *(concise)* สั้น, กระชับ; Ⓑ *(curt)* ห้วน

tersely /ˈtɜːslɪ/ˈเทิซลิ/ *adv.* Ⓐ *(concisely)* อย่างสั้น, อย่างกระชับ; Ⓑ *(curtly)* อย่างห้วน

terseness /ˈtɜːsnɪs/ˈเทิซนิซ/ *n., no pl.* Ⓐ *(conciseness)* ความสั้น, ความกระชับ; Ⓑ *(curtness)* ความห้วน

tertiary /ˈtɜːʃərɪ/ˈเทอเชอะริ/ *adj.* Ⓐ *(of third order or rank)* เป็นลำดับที่สาม, อยู่ในขั้นตติยภูมิ; Ⓑ *(next after secondary)* **~ education** การศึกษาระดับอุดมศึกษา; Ⓒ **T~** *(Geol.)* *เกี่ยวกับยุคประมาณ 1,000–70 ล้านปีมาแล้ว*

Terylene ® /ˈterɪliːn/ˈเทะริลีน/ *n.* ใยผ้าสังเคราะห์ชนิดหนึ่ง

terza rima /teətsə ˈriːmə/แททเซอะ ˈรีเมอะ/ *n. (Pros.)* ฉันทลักษณ์ที่มีสามบรรทัดชนิดหนึ่ง

tessellated /ˈtesəleɪtɪd/ˈเท็ซเซอะเลทิด/ *adj.* ที่มีลักษณะเหมือนโมเสก

tessellation /tesəˈleɪʃn/เทะเซอะˈเลช'น/ *n.* การประกอบแผ่นหินเล็ก ๆ เป็นโมเสก

test /test/เท็ซทฺ/ ❶ *n.* Ⓐ *(examination) (Sch., Univ.)* การสอบ; **~ of character** การทดสอบลักษณะนิสัย; **put sb./sth. to the ~:** ทดสอบ *ค.น./ส.น.*; Ⓑ *(critical inspection, analysis)* การวิเคราะห์, การตรวจสอบ; Ⓒ *(basis for evaluation)* หลักการประเมินค่า; Ⓓ *(Cricket)* การแข่งขันที่เป็นชุดระหว่างประเทศ; Ⓔ *(ground of admission or rejection)* เกณฑ์การยอมรับหรือปฏิเสธ; Ⓕ *(Chem.)* สารพิสูจน์หาสารเคมี; **serve as a ~ for starch** ทำหน้าที่เป็นสารพิสูจน์หาแป้ง ❷ *v.t.* Ⓐ *(examine, analyse)* วิเคราะห์ *(คุณภาพน้ำ)*; ตรวจ *(สายตา, หู)*; พิสูจน์ *(ทฤษฎี)*; ทดสอบ *(นักเรียน)*; **~ a pupil on his/her vocabulary** ทดสอบความรู้คำศัพท์ของนักเรียน; **~ the accuracy of a statement** พิสูจน์ความถูกต้องของถ้อยแถลง; **~ sb. for AIDS** พิสูจน์หาเชื้อโรคเอดส์ในตัว *ค.น.*; **~ the reaction of the workforce** ทดสอบปฏิกิริยาของกลุ่มแรงงาน; Ⓑ *(try severely)* ทำให้ต้องใช้ความพยายามอย่างมาก; Ⓒ *(Chem.)* พิสูจน์, ทดสอบ; **~ a substance for sth.** พิสูจน์หาสารใน *ส.น.*; **send sth. for ~ing** ส่ง *ส.น.* ไปพิสูจน์

~ out *v.t.* ทดสอบ *(ผลิตภัณฑ์ใหม่)* **(on** กับ**)**; ลองใช้ *(ทฤษฎี, ข้อเสนอ)*

testament /ˈtestəmənt/ˈเท็ซเตอะเมินทฺ/ *n.* Ⓐ **Old/New T~** *(Bibl.)* พันธะสัญญาเก่า/ใหม่, พระคัมภีร์เก่า/ใหม่; Ⓑ ➡ **²will** 1 B

t

testamentary /testəˈmentərɪ/เท็ซเตอะˈเม็นเทอะริ/ *adj.* เกี่ยวกับพินัยกรรม

testator /teˈsteɪtə(r)/เทะˈซเตเทอะ(ร)/ *n.* ชายที่ทำพินัยกรรม

testatrix /teˈsteɪtrɪks/เทะˈซเตทริคซฺ/ *n.* หญิงที่ทำพินัยกรรม

test: ~ ban *n.* การห้ามการทดลองอาวุธปรมาณู; **~ ban treaty** *n.* สนธิสัญญาห้ามการทดลองอาวุธปรมาณู; **~ bed** *n. (Aeronaut.)* อุปกรณ์ตรวจสอบเครื่องยนต์; **~ card** *n. (Telev.)* ภาพนิ่งบนจอเพื่อทดสอบภาพ; **~ ˈcase** *n. (Law)* คดีตัวอย่าง; **~ drive** *n.* การขับเพื่อทดลองรถยนต์ที่จะซื้อ; **~-drive** *v.t.* ขับเพื่อทดลองเครื่องยนต์พาหนะ

tester /ˈtestə(r)/ˈเท็ซเตอะ(ร)/ *n.* ผู้ [ทำการ] ตรวจสอบ; *(device)* เครื่องทดลอง; *(sample)* ตัวอย่างสินค้า *(ให้ลูกค้าทดลอง)*

ˈtest: ~ flight *n.* เที่ยวบินทดลอง; **first ~ flight:** เที่ยวบินทดลองครั้งแรก; **~-fly** *v.t.* บินทดสอบสมรรถนะของเครื่องยนต์ของเครื่องบิน

testicle /ˈtestɪkl/ˈเท็ซติค'ล/ *n.* ➤ **118** *(Anat., Zool.)* ลูกอัณฑะ

testify /ˈtestɪfaɪ/ˈเท็ซติฟาย/ ❶ *v.i.* Ⓐ **~ to sth.** ยืนยันถึง *ส.น.*; **~ to sb.'s high intelligence** ยืนยันถึงความฉลาดเลิศของ *ค.น.*; **this testifies to his skills** นี้ยืนยันให้เห็นถึงทักษะของเขา; Ⓑ *(Law)* **~ against sb./before sth.** ให้การค้าน *ค.น.*/ต่อหน้า *ส.น.* ❷ *v.t.* Ⓐ *(declare)* แถลง, ประกาศ; Ⓑ *(be evidence of)* เป็นหลักฐานของ, บ่งชี้

testily /ˈtestɪlɪ/ˈเท็ซติลิ/ *adv.* อย่างขี้รำคาญ, อย่างขี้ใจน้อย, อย่างขี้หงุดหงิด

testimonial /testɪˈməʊnɪəl/เท็ซติˈโมเนียล/ *n.* Ⓐ *(certificate of character)* หนังสือรับรอง; *(recommendation)* หนังสือแนะนำ; Ⓑ *(gift)* ของรางวัล

testimony /ˈtestɪmənɪ/ˈเท็ซติเมอะนิ/ *n.* Ⓐ *(witness)* การเห็น, การเป็นพยาน; **bear ~ to sth., be ~ to** *or* **of sth.** เป็นพยานถึง *ส.น.*; **have sb.'s ~ for sth.** มีคำให้การเป็นพยานของ *ค.น.* ถึง *ส.น.*; **~ of his respectability** หลักฐานถึงความน่าเคารพของเขา; Ⓑ *(Law)* คำให้การ; Ⓒ *no pl. (statements)* ถ้อยแถลง, แถลงการณ์

testiness /ˈtestɪnɪs/ˈเท็ซตินิซ/ *n., no pl.* นิสัยขี้หงุดหงิด, ความใจน้อย

testis /ˈtestɪs/ˈเท็ซติซ/ *n., pl.* **testes** /ˈtesti:z/ˈเท็ซตีซ/ ➡ **testicle**

ˈtest match *n. (Sport)* การแข่งขัน *(รักบี้, คริกเกต)* ประจำปีระหว่างทีมชาติ

testosterone /teˈstɒstərəʊn/เทะˈซตอซเตอะโรน/ *n. (Physiol.)* ฮอร์โมนลักษณะเพศชายที่เกิดจากลูกอัณฑะ

test: ~ paper *n.* Ⓐ *(Educ.)* ข้อสอบย่อย; Ⓑ *(Chem.)* กระดาษทดลอง *(ซึ่งเปลี่ยนสีไปตามสภาวะต่าง ๆ)*; **~ piece** *n.* ชิ้นส่วนที่ใช้เพื่อทำการทดสอบ; **~ pilot** *n. (Aeronaut.)* นักบินขับทดลองเครื่องบิน; **~ run** *n.* การขับทดสอบ; *(of engine)* การทดลองเครื่อง; **~ tube** *n. (Chem., Biol.)* หลอดแก้วทดลอง; **~-tube baby** *(coll.)* เด็กที่เกิดจากการผสมเทียมในหลอดแก้ว

testy /ˈtestɪ/ˈเท็ซติ/ *adj.* หงุดหงิดง่าย, ขี้รำคาญ, ขี้ใจน้อย

tetanus /ˈtetənəs/ˈเท็ทเทอะเนิซ/ *n.* ➤ **453** *(Med.)* บาดทะยัก

tetchy /ˈtetʃɪ/ˈเท็ฉฉิ/ *adj.* หงุดหงิดง่าย; *(on single occasion)* มีอารมณ์เสีย

tête-à-tête /teɪtɑ:ˈteɪt/เททาˈเทท/ ❶ *n.* การพูดคุยสองต่อสอง ❷ *adj.* แบบส่วนตัว, แบบสองต่อสอง; **~ interview/discussion** การสัมภาษณ์/การถกเถียงกันสองต่อสอง; **~ conversation** การคุยกันสองต่อสอง ❸ *adv.* โดยสองต่อสอง, โดยส่วนตัว

tether /ˈteðə(r)/ˈเท็ฑเทอะ(ร)/ ❶ *n.* Ⓐ *(chain)* โซ่ล่ามสัตว์; *(rope)* เชือกล่ามสัตว์; Ⓑ *(fig.: limit)* ขอบเขต, ขีดจำกัด; **give sb. a short ~:** เก็บ *ค.น.* ไว้ใต้อำนาจ; **be at the end of one's ~:** ถึงขีดสุดของความอดทนอุตสาหะ ❷ *v.t.* ผูก, ล่าม (to กับ)

tetrahedron /tetrəˈhi:drən/เทะเทรอะˈฮีเดริน/ *n., pl.* **~s** *or* **tetrahedra** /tetrəˈhi:drə/เทะเทรอะˈฮีดรา/ *(Geom.)* จตุรมุข, รูปทรงปิรามิดสามเหลี่ยม

Teuton /ˈtju:tən/ˈทิวเทิน/ *n. (Hist.)* ชนเผ่าทิวตัน *(โดยเฉพาะคนเชื้อชาติเยอรมัน)*

Teutonic /tju:ˈtɒnɪk/ทิวˈทอนิค/ *adj.* Ⓐ *(Germanic)* เกี่ยวกับเยอรมัน; Ⓑ *(with Germanic characteristics)* มีลักษณะแบบเยอรมัน; Ⓒ *(Hist.: of the Teutons)* แห่งเผ่าทิวตัน

Texan /ˈteksn/ˈเท็คซ'น/ ❶ *adj.* แห่งมลรัฐเท็กซัสในสหรัฐอเมริกา ❷ *n.* คนในรัฐเท็กซัส

text /tekst/เท็คซทฺ/ *n.* Ⓐ ต้นฉบับ, บทความ; **they couldn't agree on the ~ of the agreement** พวกเขาไม่สามารถตกลงกันได้ในเรื่องเนื้อความของสัญญา; Ⓑ *(passage of Scripture)* ข้อความในพระคริสต์คัมภีร์; **take as one's ~:** ยึดถือเป็นคัมภีร์หลักของตน; Ⓒ *(Amer.: book)* ➡ **textbook**; Ⓓ *in pl. (books to be studied)* บรรดาหนังสือเรียน

ˈtextbook *n. (Educ.)* หนังสือเรียน, ตำรา; *attrib.* **~ case** คดีตัวอย่าง; **~ landing** การลงจอดลานบินอย่างถูกต้องไม่มีที่ติ

textile /ˈtekstaɪl/ˈเท็คซทายล/ ❶ *n.* สิ่งทอ; **~s** ผ้าทอชนิดต่าง ๆ ❷ *adj. (woven)* ที่ทอขึ้นมา; **~ fabrics** ผ้าทอชนิดต่าง ๆ

text message *n.* ข้อความสั้นที่ส่งเป็นตัวอักษร *(ทางโทรศัพท์มือถือ)*

ˈtext processing *n.* การจัดเรียงข้อความ

textual /ˈtekstʃʊəl/ˈเท็คซฉวล/ *adj.* เกี่ยวกับต้นฉบับ/ข้อความ

textual ˈcriticism *n.* การพยายามเข้าใจต้นฉบับอย่างลึกซึ้ง

textural /ˈtekstʃərl/ˈเท็คซเฉอะร'ล/ *adj.* เกี่ยวกับพื้นผิว, เกี่ยวกับเนื้อผ้า

texture /ˈtekstʃə(r)/ˈเท็คซเฉอะ(ร)/ *n.* Ⓐ พื้นผิว; *(of fabric, material)* เนื้อผ้า; *(of food)* เนื้อ, ความข้น; **have a smooth ~:** มีพื้นผิวเรียบ; Ⓑ *(of prose, music, etc.)* อารมณ์เพลง; Ⓒ *(Art)* การนำเสนอโครงสร้างและรายละเอียดของวัตถุ

textured /ˈtekstʃəd/ˈเท็คซเฉิด/ *adj.* ที่มีพื้นผิวหรือลวดลาย; **~ vegetable protein** อาหารมังสวิรัติที่ทำให้คล้ายเนื้อ

textureless /ˈtekstʃəlɪs/ˈเท็คซเฉอะลิซ/ *adj.* ไม่มีลวดลาย, ไม่มีพื้นผิวเฉพาะ

Th. *abbr.* **Thursday** พฤ.

Thai /taɪ/ทาย/ ❶ *adj.* Ⓐ *(of Thailand)* แห่งประเทศไทย; Ⓑ *(Ethnol./Ling.)* *(ภาษา, คน)* ไทย ❷ *n.* Ⓐ *pl.* **~s** *or same* คนไทย; Ⓑ *(language)* ภาษาไทย

Thailand /ˈtaɪlænd/ˈทายแลนดฺ/ *pr. n.* ประเทศไทย

thalamus /ˈθæləməs/ˈแธเลอะเมิซ/ *n. (Anat.)* เนื้อสมองส่วนหน้าและรับเส้นประสาทสัมผัส

thalidomide /θəˈlɪdəmaɪd/เธอะˈลิดเดอะมายดฺ/ *n. (Med.)* ยากล่อมประสาทชนิดหนึ่ง ถ้ากินตอนตั้งครรภ์ อาจทำให้ทารกพิการ

thalidomide: ~ baby, ~ child *ns.* เด็กที่เกิดมาพิการเนื่องจากฤทธิ์ยาทาลิโดไมด์

Thames /temz/เท็มซฺ/ *pr. n.* แม่น้ำเทมส์ *(ไหลผ่านกรุงลอนดอน)*

than /ðən/เดิน/ *stressed* ðæn/แฑน/ *conj.* Ⓐ *(in comparison)* กว่า; **I know you better ~ [I do] him** ฉันรู้จักคุณดีกว่า [ที่ฉันรู้จัก] เขา; **I know you better ~ he [does]** ฉันรู้จักคุณดีกว่าที่เขารู้จักคุณ; **you are taller ~ he [is]** *or (coll.)* **him** คุณสูงกว่าเขา; Ⓑ *(introducing statement of difference)* นอกจาก; **anywhere else ~ at home** ที่ไหนก็ได้นอกจากที่บ้าน

thank /θæŋk/แธงคฺ/ *v.t.* **~ sb. [for sth.]** ขอบคุณ/ขอบใจ *ค.น.* [สำหรับ *ส.น.*]; **I don't know how to ~ you** ฉันไม่รู้จะขอบคุณคุณอย่างไรดี; **I can't ~ you enough** ฉันไม่สามารถขอบคุณคุณได้เพียงพอ; **have sb./sth. to ~ for sth.** ต้องขอบคุณ *ค.น./ส.น.* สำหรับ *ส.น.*; **have [only] oneself to ~ for sth.** มี [เพียง] ตนเอง [เท่านั้น] ที่จะต้องรับผิดชอบ *ส.น.*; **he won't ~ you for that/for doing that** *(iron.)* เขาคงจะไม่ยินดีที่คุณทำสิ่งนั้น; **~ God** *or* **goodness** *or* **heaven[s]** ขอบคุณที่โชคช่วย; **[I] ~ you** ขอบใจ; *(slightly formal)* ขอบคุณ; **no, ~ you** ไม่ครับ/ค่ะ ขอบคุณ; **yes, ~ you** ครับ/ค่ะ ขอบคุณ; **doing very nicely, ~ you** ไปได้ดีมาก ขอบคุณ; **I can do without language like that, ~ you!** *(iron.)* ฉันไม่ต้องการได้ยินภาษาอย่างนั้นหรอก ขอบคุณจ้ะ *(เชิงประชด)*; **~ you very much [indeed]** ขอบคุณมาก [จริง ๆ]; **I'll stay in London, ~ you** *(iron.)* ฉันจะอยู่ในลอนดอนนี่แหละ ขอบคุณ; **~ing 'you** *(coll.)* ขอบใจ; **~ you for nothing!** *(iron.)* ขอบคุณที่ไม่ได้ช่วยทำอะไรเลย; **I will ~ you to do as you are told** *(iron.)* ฉันจะยินดีถ้าคุณจะทำตามที่บอก; **~ one's [lucky] stars that ...:** ขอบคุณที่ดวงดี...

thankful /ˈθæŋkfl/ˈแธงคฟ'ล/ *adj.* รู้สึกขอบคุณ, รู้สึกดีใจ; **I am just ~ that it's all over** ฉันรู้สึกดีใจที่มันจบลงได้เสียที

thankfully /ˈθæŋkfəlɪ/ˈแธงคเฟอะลิ/ *adv.* Ⓐ *(gratefully)* อย่างรู้สึกขอบคุณ, อย่างรู้สำนึกบุญคุณ; Ⓑ *(as sentence-modifier: fortunately)* โชคดี, เคราะห์ดี

thankfulness /ˈθæŋkflnɪs/ˈแธงคฟ'ลนิซ/ *n., no pl.* ความรู้สึกขอบคุณ, ความสำนึกบุญคุณ

thankless /ˈθæŋklɪs/ˈแธงคลิซ/ *adj.* *(งาน)* ที่ไม่ได้รับการขอบคุณ; *(คน)* ที่ไม่รู้จักบุญคุณ

thanks /θæŋks/แธงคซฺ/ *n. pl.* Ⓐ *(gratitude)* ความขอบคุณ, ความกตัญญู; **accept sth. with ~:** รับ *ส.น.* ไว้ด้วยความขอบคุณ; **smile one's ~:** ยิ้มขอบคุณ; **they gave me little ~** *or (iron.)* **much ~ they gave me for my troubles** พวกเขาไม่ขอบใจเลยที่ฉันลำบากลำบนเพื่อพวกเขา; **that's all the ~ one gets** คนเราจะได้รับคำขอบใจแค่นั้นแหละ; **give ~ [to God]** ขอบคุณพระเจ้าทรงโปรด; **~ to** *(with the help of)* โดยความช่วยเหลือจาก; *(on account of the bad influence of)* เนื่องจาก, เพราะความผิดของ; **~ to you** โดยความช่วยเหลือจากคุณ; *(reproachfully)* เพราะความผิดของคุณ; **no ~ to you** *(iron.)* ฉันคงไม่ต้องขอบคุณคุณหรอก; **it is small** *or* **no ~ to him that we won** เขาไม่มีส่วนช่วยเลยในการที่พวกเราชนะ; **~ to his arriving in time** โชคดีที่เขามาทันเวลา; ➡ + **return** 2 A; Ⓑ *(as formula expressing gratitude)* ขอบคุณ; **no, ~:** ไม่ละ ขอบคุณ; **yes, ~:** ได้เลย ขอบคุณ; **~ awfully** *or* **a lot** *or* **very much, many ~** *(coll.)* ขอบใจมาก, ขอบคุณมาก

thanksgiving /ˈθæŋksgɪvɪŋ/ˈแธงคฺซกิวิ่ง/ *n.* (A) *(expression of gratitude)* การแสดงความขอบคุณ; **T~ [Day]** *(Amer.)* [วัน] ขอบคุณพระเจ้าของสหรัฐอเมริกา *(ตรงกับวันพฤหัสบดีที่ 4 ของเดือนพฤศจิกายน)*; (B) *(Relig.)* การแสดงความขอบคุณพระเจ้า

ˈthank-you *n. (coll.)* การขอบคุณ, การขอบใจ; **a warm** *or* **hearty ~:** คำขอบคุณที่จริงใจ; **~ letter** จดหมายแสดงความขอบคุณ; **give sb. a ~ present** ให้ของขวัญแสดงความขอบคุณแก่ *ค.น.*

that ❶ /ðæt/แฑท/ *adj., pl.* **those** /ðəʊz/โฑซ/ (A) นั้น/เหล่านั้น; **~ son of yours** ลูกชายของคุณคนนั้น; (B) *expr. strong feeling* นั้น/พวกนั้น; **never will I forget ~ day** ฉันจะไม่ลืมวันนั้นตลอดไป; (C) *(coupled or contrasted with 'this')* นั้น/เหล่านั้น
❷ *pron. pl.* **those** (A) นั้น/พวกนั้น; **who is ~ in the garden?** คนนั้นในสวนเป็นใคร; **what bird is ~?** นั่นคือนกอะไร; **I know all ~:** ฉันรู้เรื่องนั้นหมดแล้ว; **I ˈam ~!** แน่นอน; **those below the standard will be rejected** พวกที่ต่ำกว่ามาตรฐานจะถูกปฏิเสธ; **and [all] ~:** และพวกนั้น [ทั้งหมด]; **like ~** *(of the kind or in the way mentioned of ~ character)* อย่างนั้น, แบบนั้น; **[just] like ~** *(without effort, thought)* [แค่] อย่างนั้น; **don't be like ~!** อย่าเป็นอย่างนั้น; **if she ˈwants to be like ~:** ถ้าเธออยากจะเล่นแบบนั้น; **don't talk like ~:** อย่าพูดแบบนั้น; **he is ˈlike ~:** เขาเป็นอย่างนั้นแหละ; **~ is [to say]** *introducing explanation* นั่นก็คือ; *introducing reservation* ถ้าเป็นเช่นนั้นจริง; **if they'd have me, ~ is** ถ้าเขาจะรับฉันจริง ๆ; **ˈ~'s more like it** *(of suggestion, news)* อย่างนั้น ค่อยยังชั่วหน่อย; *(of action, work)* อย่างนั้นค่อยเข้าท่าหน่อย; **~'s right!** *expr. approval* ถูกต้องแล้ว; *(iron.)* ดีแล้ว; *(coll.: expr. assent)* ใช่แล้ว; **~'s a good boy/girl** *(เออ)* เป็นเด็กดีจังเลย; *(with request)* ถ้าหนูจะเป็นเด็กดี; **~ will do** นั่นก็ใช้ได้แล้ว; **sb./sth. is not as ... as all ˈ~** *(coll.)* *ค.น./ส.น.* ไม่ได้...ถึงขนาดนั้น; **[so] ~'s ˈ~** *(it's finished)* [ดังนั้น] มันก็จบลงแล้ว; *(it's settled)* [ดังนั้น] ตกลงกันได้แล้ว; **you are not going to the party, and ~'s ~!** คุณจะไม่ได้ไปงานเลี้ยงอันนั้นและเป็นอันว่าหมดเรื่อง; ➡ + at D; how 1; it G, J; take 1 W; this 2 E; with G; (B) *(Brit.: person spoken to)* **who is ~?** นั่นเป็นใครกัน; *(behind wall etc.)* เมื่อกี้ใครอยู่ที่นั่น; *(on telephone)* ใครพูด; **who was ~?** คนนั้นเป็นใคร
❸ /ðət/เทิท/ *rel. pron., pl. same* ที่, ซึ่ง, อัน; **the people ~ you got it from** ผู้คนที่คุณได้จากมันมา; **the box ~ you put the apples in** กล่องที่คุณได้ใช้เก็บแอปเปิ้ล; **is he the man ~ you saw last night?** เขาเป็นผู้ชายที่คุณเห็นเมื่อคืนหรือเปล่า; **everyone ~ I know** ทุก ๆ คนที่ฉันรู้จัก; **this is all [the money] ~ I have** นี่คือ [เงิน] ทั้งหมดที่ฉันมี; **they ~ ...:** พวกเขาที่...; **what is it ~ is making you sad?** อะไรที่ทำให้คุณเศร้าเสียใจ
❹ /ðæt/แฑท/ *adv. (coll.)* อย่างนั้น, ถึงขนาดนั้น; **he may be daft, but he's not [all] ˈ~ daft** เขาอาจจะโง่ แต่เขาก็ไม่ได้โง่ถึงขนาดนั้น; **a nail about ~ long** ตะปูยาวประมาณแค่นั้น
❺ /ðət/เทิท/ *rel. adv.* ที่, ซึ่ง, ว่า; **at the speed ~ he was going** ณ ความเร็วที่เขากำลังขับ; **tell the way ~ the accident happened** เล่าว่าอุบัติเหตุเกิดขึ้นได้อย่างไร; **the day ~ I first met her** วันที่ฉันพบเธอครั้งแรก
❻ /ðət, *stressed* ðæt/เทิท, แฑท/ *conj.* (A) *introducing statement; expr. result, reason or cause* ว่า; (B) *expr. purpose* **[in order] ~:** เพื่อที่ว่า; **he died ~ others might live** เขาตายเพื่อที่คนอื่น ๆ จะอยู่รอด; (C) *expr. wish* **oh ~ I could forget her!** โอ้ย ถ้าฉันเพียงจะลืมเธอได้; ➡ + not B; now 2

thatch /θætʃ/แธฉ/ ❶ *n.* (A) *(of straw)* ฟางแห้งมุงหลังคา; *(of reeds)* ต้นแฝกแห้งมุงหลังคา; *(of palm leaves)* ใบจากสำหรับมุงหลังคา; *(material)* ฟางแห้ง, ต้นแฝกแห้ง, ใบจาก; *(roofing)* พืชใด ๆ ที่ใช้มุงหลังคา; (B) *(coll.: hair)* ผม ❷ *v.t.* มุงด้วยฟางแห้ง/แฝกแห้ง/ใบจาก

thatched /θætʃt/แธฉทฺ/ *adj.* ที่มุงด้วยฟางแห้ง/แฝกแห้ง/ใบจาก

thatcher /ˈθætʃə(r)/ˈแธเฉอะ(ร)/ *n.* คนที่มีอาชีพมุงหลังคา

Thatcherism /ˈθætʃərɪzm/ˈแธเฉอะริซฺ'ม/ *n. (Polit.)* ลัทธินิยมนางมาร์กาเร็ต แธ็ตเชอร์ *อดีตนายกรัฐมนตรีของอังกฤษ*

thaw /θɔː/ธอ/ ❶ *n.* (A) *(warmth)* อากาศอุ่นที่ทำให้หิมะ/น้ำแข็งละลาย; (B) *(act of ~ing)* **after the ~:** หลังจากที่หิมะ/น้ำแข็งละลาย; (C) *(fig.)* การผ่อนคลาย, การผ่อนผัน *(ของความสัมพันธ์ตึงเครียด)* ❷ *v.i.* (A) *(melt)* ละลาย; (B) *(become warm enough to melt ice etc.)* *(อากาศ)* อุ่นขึ้น; **it looks like ~ing** ดูเหมือนว่าหิมะ/น้ำแข็งจะละลาย; (C) *(fig.: become less aloof or hostile)* เริ่มโอนอ่อน, เริ่มผ่อนคลาย; (D) *(lose numbness)* หายชา ❸ *v.t.* (A) *(cause to melt)* ทำให้ละลาย; (B) *(fig.: cause to be less aloof or hostile)* ทำให้โอนอ่อน, ทำให้ผ่อนคลาย; (C) *(cause to lose numbness)* ทำให้หายชา

~ ˈout ➡ ~ 2, 3

the [*before vowel* ðɪ/ทิ/, *before consonant* ðə, /เทอะ/ *when stressed* ðiː/ที/ ❶ *def. art.* (A) นี้, นั้น, หนึ่ง, พวก *(ที่เฉพาะเจาะจง)*; **all ~ doors** ประตูเหล่านั้นทั้งหมด; **play ~ piano** เล่นเปียโน; **if you want a quick survey, this is ~ book** ถ้าคุณต้องการบทสรุปสั้น ๆ นี่คือหนังสือที่เหมาะที่สุด; **it's** *or* **there's only ~ one** มันมีเพียงแค่อันนั้นอันเดียวเท่านั้น; **he lives in ~ district** เขาอยู่ในอำเภอนี้; **he was quite ~ philosopher about his misfortune** เขาค่อนข้างจะทำใจยอมรับความโชคร้ายของเขา; **£5 ~ square metre/~ gallon/~ kilogram** ห้าปอนด์ต่อหนึ่งตารางเมตร/หนึ่งแกลลอน/หนึ่งกิโลกรัม; **14 miles to ~ gallon** สิบสี่ไมล์ต่อหนึ่งแกลลอน; **a scale of one mile to ~ inch** หน่วยวัดหนึ่งไมล์ต่อหนึ่งนิ้ว; **none but ~ brave deserves ~ fair** คนกล้าหาญเท่านั้นที่สมควรได้หญิงงาม; (B) *(denoting one best known)* **it is ˈ~ restaurant in this town** เป็นภัตตาคารที่รู้จักกันดีที่สุดในเมืองนี้; **red is ˈ~ colour this year** สีแดงเป็นสีที่นิยมที่สุดปีนี้; **she is no relation to ˈ~ Kipling** เธอไม่ได้เป็นญาติกับนักเขียนคิปลิ้ง; (C) *(with names of diseases)* **have got ~ toothache/measles** *(coll.)* ปวดฟัน/ออกหัด; (D) *(Brit. coll.: my, our, etc.)* ของฉัน, ของเรา ฯลฯ; **leave ~ wife and ~ dog at home** ปล่อยให้ภรรยาและสุนัขอยู่บ้าน; (E) *(Scot., Ir.: with name of clan)* **~ Macnab** พวกตระกูลแม็คแน็บ ❷ *adv.* **~ more I practise ~ better I play** ฉันยิ่งฝึกซ้อมมากเท่าไร ฉันก็ยิ่งเล่นได้ดีขึ้นเท่านั้น; **I am not ~ more inclined to help him because he is poor** ฉันไม่ได้อยากจะช่วยเขาเพราะเขายากจน; **his car runs ~ faster for having been tuned properly** รถของเขาแล่นเร็วยิ่งขึ้นเพราะได้รับการปรับเครื่องอย่างถูกต้อง; **so much ~ worse for sb./sth.** อย่างนี้ก็ยิ่งแย่สำหรับ *ค.น./ส.น.*; ➡ + all 3; more 1 B, 3 H

theatre *(Amer.:* **theater***)* /ˈθɪətə(r)/ˈเธียเทอะ(ร)/ *n.* (A) โรงละคร; **at the ~:** ที่โรงละคร; **go to the ~:** ไปดูละคร; (B) *(lecture ~)* ห้องฟังบรรยาย; (C) *(Brit. Med.)* ➡ operating theatre; (D) *(dramatic art)* **the ~:** การละคร; **go into the ~:** เข้าวงการละคร; (E) *no pl., no art.* **make good ~:** เป็นเรื่องที่ใช้ทำเป็นละครได้อย่างดี; (F) *(scene of action)* ที่เกิดเหตุ; *(of war)* ที่เกิดสงคราม

theatre: ~ goer *n.* ผู้ไปดูละคร; **~-going** ❶ *n., no pl., no indef. art.* การไปดูละคร; **~-going is on the increase** การไปชมละครกำลังเพิ่มขึ้นเรื่อย ๆ ❷ *adj.* **the ~-going public/type** กลุ่มคน/ประเภทคนที่ไปชมละคร; **~ group** *n.* คณะละคร; **~ in-the-round** *n.* โรงละครที่มีเวทีกลมและมีที่นั่งรอบ ๆ; **~ sister** *n. (Brit. Med.)* หัวหน้าพยาบาลในห้องผ่าตัด; **~ weapon** *n. (Mil.)* อาวุธที่ใช้ในสนามรบ

theatrical /θɪˈætrɪkl/ธิ'แอทริค'ล/ *adj.* (A) เกี่ยวกับโรงละครหรือการแสดง; **a ~ company** กลุ่มนักแสดงละคร; (B) *(showy)* โอ้อวด, เสแสร้ง, ดัดจริต

theatrically /θɪˈætrɪkəlɪ/ธิ'แอทริเคอะลิ/ *adv.* (A) **~, the play was a disaster** ในทางการละครแล้วละครเรื่องนี้ล้มเหลว; (B) *(showily)* อย่างโอ้อวด, อย่างเสแสร้ง, อย่างดัดจริต

theatricals /θɪˈætrɪklz/ธิ'แอทริค'ลซฺ/ *n. pl.* (A) *(dramatic performances)* การแสดงละคร; **private** *or* **amateur ~:** การแสดงละครโดยมือสมัครเล่น; (B) *(showy actions)* การเสแสร้ง, การดัดจริต

Thebes /θiːbz/ธีบซฺ/ *pr. n. (Greek/Egyptian Ant.)* เมืองธีบส์ของอียิปต์และกรีกสมัยโบราณ

thee /ðiː/ที/ *pron. (arch./poet./dial.)* ท่าน, คุณ; *(Relig.: God)* ท่าน; ➡ + ˈher

theft /θeft/เธ็ฟทฺ/ *n.* การลักขโมย; **~ of cars** การลักขโมยรถยนต์

their /ðeə(r)/แฑ(ร)/ *poss. pron. attrib.* (A) ของพวกเขา, ของพวกมัน *(ภ.พ.)*; (B) *(coll.: his or her)* **who has forgotten ~ ticket?** ใครลืมตั๋วบ้าง

theirs /ðeəz/แฑซฺ/ *poss. pron. pred.* ของพวกเขา, ของพวกมัน *(ภ.พ.)*; ➡ + hers; ours

theism /ˈθiːɪzm/ˈธีอิซฺ'ม/ *n. (Philos.)* เทวนิยม *(ร.บ.)*

theist /ˈθiːɪst/ˈธีอิซทฺ/ *n. (Philos.)* ผู้ที่เชื่อในลัทธิเทวนิยม

them /ðəm,/เทิม/ *stressed* ðem/เท็ม/ *pron.* (A) พวกเขา, พวกมัน; (B) *(coll.: him/her)* เขา/เธอ

thematic /θɪˈmætɪk/ธิ'แมทิค/ *adj.* เกี่ยวกับประเด็น *หรือ* หัวข้อเฉพาะ; *(Mus.)* เป็นเพลงสั้นที่เล่นซ้ำ

thematically /θɪˈmætɪkəlɪ/ธิ'แมทิเคอะลิ/ *adv.* *(with regard to topic[s])* โดยจัดเป็นหัวข้อ; *(Mus.)* โดยจัดเป็นเพลงสั้นที่เล่นซ้ำ; **arrange ~:** จัดเรียงตามหัวข้อ

theme /θiːm/ธีม/ *n.* (A) *(of speaker, writer, or thinker)* หัวข้อ, สาระ; (B) *(Mus.)* เพลงสั้นที่เล่นซ้ำ ๆ, เพลงหลักในละคร; **a ~ from 'My Fair Lady'** เพลงจากละครเพลงเรื่อง My Fair Lady; (C) *(Amer.: Educ.)* เขียนเรียงความ

theme: ~ music *n.* เพลงสั้นที่เล่นซ้ำในภาพยนตร์; **~ park** *n.* สวนสนุกที่จัดขึ้นรอบหัวข้อหลักใด ๆ;

~ **song** *n.* เพลงร้องประจำ *(ของละคร, รายการโทรทัศน์); ~* **tune** *n. (Radio, Telev.)* เพลงประจำรายการ

themselves /ðəm'selvz/เทิม'เซ็ลวฺซ/ *pron.* Ⓐ *emphat.* ตัวพวกเขาเอง, ตัวพวกมันเอง; **they ~ were astonished** ตัวพวกเขาเองตกใจ; **the results ~ were ...:** ผลลัพธ์เองคือ...: Ⓑ *refl.* ตนเอง, ตัวเอง; ➡ + **herself; ourselves**

then /ðen/เท็น/ ❶ *adv.* Ⓐ *(at that time)* ในตอนนั้น, ในขณะนั้น; **the ~ existing laws** กฎหมายที่มีอยู่ในตอนนั้น; **~ and there, there and ~:** ในตอนนั้น ณ ที่นั้น; ➡ + **now** 1 A; Ⓑ *(after that)* หลังจากนั้น; **~ [again]** *(and also)* และ...[อีก] ด้วย; **the journey will take a long time, and ~ don't forget that it gets dark early** การเดินทางจะใช้เวลานานและอย่าลืมว่ามันมืดเร็วด้วย; **but ~** *(after all)* อย่างไรก็ดี; Ⓒ *(in that case)* ถ้าอย่างนั้น; **~ why didn't you say so?** ถ้าเป็นอย่างนั้น ทำไมคุณไม่บอกล่ะ; **hurry up, ~:** อย่างนั้นก็เร็ว ๆ ซิ; **but ~ again** แต่ถ้ามองอีกนัย; Ⓓ *expr. grudging or impatient concession* ถ้าอย่างนั้น ก็...เสียสิ; **well, take it, ~:** ถ้าอย่างนั้นก็เอามันไปเสียสิ; Ⓔ *(accordingly)* ถ้าเป็นเช่นนั้น, ดังนั้น; **the cause of the accident, ~, seems to be established** ดังนั้นสาเหตุของอุบัติเหตุก็ดูเหมือนว่าจะหาได้; ➡ + **²well** 1 D, G; **what** 5 A ❷ *n.* **before ~:** ก่อนนั้น; **by ~:** ถึงตอนนั้น; **from ~ on** จากนั้นไป; **till ~:** จนกระทั่งถึงตอนนั้น; **oh, we should get there long before ~:** อ๋อ เราน่าจะไปถึงที่นั่นก่อนหน้านั้นพอสมควร; **since ~:** ตั้งแต่นั้นมา ❸ *adj.* ในขณะนั้น

thence /ðens/เท็นซฺ/ *adv. (arch./literary)* **[from] ~:** ตั้งแต่นั้น; *(for that reason)* ด้วยเหตุนั้น

thence: ~'forth, ~'forward *advs. (arch./literary)* **[from] ~forth** *or* **~forward** จากนั้นเป็นต้นมา

theocracy /θɪ'ɒkrəsɪ/ธิ'ออเครอะซิ/ *n.* ระบบการปกครองโดยพระเจ้าผ่านคณะพระสงฆ์

theodolite /θɪ'ɒdəlaɪt/ธิ'ออเดอะไลท/ *n. (Surv.)* เครื่องมือวัดมุมในการสำรวจ

theologian /θɪ:ə'ləʊdʒɪən/ธีเออะ'โลเจียน/ *n.* ผู้ที่ศึกษาเทววิทยา

theological /θɪ:ə'lɒdʒɪkl/ธีเออะ'ลอจิค'ล/ *adj.* เกี่ยวกับเทวนิยม

theology /θɪ'ɒlədʒɪ/ธิ'ออเลอะจิ/ *n.* Ⓐ *no pl., no indef. art.* เทววิทยา; Ⓑ *(religious system)* ระบบศาสนาที่เชื่อในการมีอยู่ของพระเจ้า

theorem /'θɪərəm/'เธียเริม/ *n.(Math.)* ทฤษฎีบท

theoretic /θɪə'retɪk/เธีย'เร็ทิค/, **theoretical** /θɪə'retɪkl/เธีย'เร็ทิค'ล/ *adj.* ทางทฤษฎี; **your arguments are only ~al** ข้อโต้แย้งของคุณเป็นไปในทางทฤษฎีเท่านั้น

theoretically /θɪ:ə'retɪkəlɪ/ธีเออะ'เร็ททิเคอะลิ/ *adv.* ในทางทฤษฎี

theoretician /θɪərɪ'tɪʃn/เธียริ'ทิช'น/ *n.* นักทฤษฎี

theorise ➡ **theorize**

theorist /'θɪərɪst/'เธียริซทฺ/ *n.* นักทฤษฎี

theorize /'θɪəraɪz/'เธียรายซฺ/ *v.i.* ตั้งทฤษฎี

theory /'θɪərɪ/'เธียริ/ *n. (also Math.)* ทฤษฎี; **~ of evolution/music** ทฤษฎีวิวัฒนาการ/ดนตรี; **in ~:** ในทางทฤษฎี; **it's a ~!** มันเป็นทฤษฎี; **I always go on the ~ that ...:** ฉันจะยึดทฤษฎีที่ว่า...ตลอด; **have a ~ that ...:** มีทฤษฎีว่า...

theosophic /θi:ə'sɒfɪk/ธีเออะ'ซอฟิค/, **theosophical** /θi:ə'sɒfɪkl/ธีเออะ'ซอฟิค'ล/ *adj. เกี่ยวกับลัทธิที่เชื่อว่าประสบการณ์ทางจิตส่วนบุคคลจะทำให้เข้าถึงพระเจ้า*

theosophy /θi:'ɒsəfɪ/ธิ'ออเซอะฟิ/ *n., no pl., no indef. art.* ลัทธิที่เชื่อว่าประสบการณ์ทางจิต *ส่วนบุคคลจะทำให้เข้าถึงพระเจ้า*

therapeutic /θerə'pju:tɪk/เธะเรอะ'พิวทิค/ *adj.* ทางอายุรเวช; *(curative)* มีผลในการบำบัดโรค, มีส่วนช่วยให้สุขภาพดี

therapeutically /θerə'pju:tɪkəlɪ/เธะเรอะ'พิวทิเคอะลิ/ *adv.* โดยทางอายุรเวช, โดยมีผลในการบำบัดโรค

therapeutics /θerə'pju:tɪks/เธะเรอะ'พิวทิคซฺ/ *n., no pl. (Med.)* อายุรเวช

therapist /'θerəpɪst/'เธะเรอะพิซทฺ/ *n. (Med.)* อายุรแพทย์

therapy /'θerəpɪ/'เธะเรอะพิ/ *n. (Med., Psych.)* การบำบัดรักษาโรค, การบำบัดรักษาโรคทางกายหรือทางจิต; **undergo ~:** เข้ารับการบำบัดรักษา

Theravada /θerə'vadə/เธะเรอะ'วาเดอะ/ *n.* พุทธศาสนาลัทธิเถรวาท

there /ðeə(r)/แท(ร)/ ❶ *adv.* Ⓐ *(in/at that place)* ที่โน่น; *(fairly close)* ที่นั่น; **sb. has been ~ before** *(fig. coll.)* มี ค.น. รู้เรื่องนี้ดี; **~ or ~a'bouts** แถว ๆ นั้น, ประมาณนั้น; **be down/in/up ~:** อยู่ลงไป/ข้างใน/ขึ้นไปตรงนั้น; **~ goes ...:** ...ไปเสียแล้ว; **are you ~?** *(on telephone)* คุณยังคุยอยู่หรือเปล่า; **~ and then, then and ~** ➡ **then** 1 A; ➡ + **all** 3; **here** 1 A; Ⓑ *(calling attention)* **hello** *or* **hi ~!** สวัสดี, ฮัลโหล; **you ~!** คุณตรงนั้น; **move along ~!** คุณหลีกไป; **~'s a good** *etc.* **boy/girl = that's a good** *etc.* **boy/girl** ➡ **that** 2 A; ➡ + **for** 1 H; Ⓒ *(in that respect)* ในแง่นั้น, ในด้านนั้น; **so ~:** เห็นไหมบอกแล้วไม่เชื่อ; **~ you are wrong** ในแง่นั้นคุณผิด; **~, it is a loose wire** เห็นไหม มันเป็นสายไฟที่หลวม; **~ it is** *(nothing can be done about it)* ทำอะไรไม่ได้; **~ you are** *(giving sth.)* นี่ไงล่ะ; **~ you have it** *(fig.)* นั่นไงล่ะ; ➡ + 2 B; **rub** 3; Ⓓ *(to that place)* ถึงที่นั่น, ยังที่นั่น; **we got ~ and back in two hours** พวกเราไปถึงที่นั่นและกลับมาภายในสองชั่วโมง; **down/in/up ~:** อยู่ลงไป/ข้างใน/ข้างบนตรงนั้น; **get ~ first** ไปยังที่นั่นก่อน *หรือ* ไปถึงก่อน; **get ~** *(fig.)* *(achieve)* ทำสำเร็จ; *(understand)* เข้าใจ; Ⓔ /ðə(r), *stressed* ðeə(r)/ *(as introductory function word)* มี; **was ~ anything in it?** มีอะไรในสิ่งนั้นรึเปล่า; **~ is enough food** มีอาหารเพียงพอ; **~ are many kinds of ...:** มีหลายชนิดของ...; **~ were four of them** พวกเขามีสี่คน; **~ was once an old woman who ...:** ครั้งหนึ่งมีผู้หญิงชราคนหนึ่งซึ่ง...; **~ was no beer left** ไม่มีเบียร์เหลือ; **~ appears to be some error** ดูเหมือนจะมีข้อผิดพลาดบ้าง; **~'s no time for that now** ไม่มีเวลาสำหรับสิ่งนั้นแล้วในตอนนี้; **~ being no further point in waiting, I left** เนื่องจากไม่มีประโยชน์ที่จะคอยอีกต่อไป ฉันจึงจากมา; **... if ever ~ was one ...** โดยแท้ *หรือ* อย่างสมบูรณ์แบบ; **what is ~ for supper?** อาหารเย็นมีอะไรบ้าง; **not a sound was ~ to indicate their presence** ไม่มีเสียงใดที่จะแสดงว่าพวกเขาอยู่; **seldom has ~ been more fuss** นาน ๆ ครั้งที่จะวุ่นวายมากกว่านี้; **a fine mess ~ is!** ช่างวุ่นวายอะไรขนาดนี้ ❷ /ðeə(r)/แท(ร)/ *int.* Ⓐ *(to soothe child etc.)* **~, ~:** โอ๋ ไม่เป็นไร; Ⓑ *expr. triumph or dismay* **~ [you are]!** นั่นไงล่ะ; **~, you've dropped it!** นั่นไง คุณทำหล่น; ➡ + 1 C ❸ *n.* ที่นั่น, ที่โน่น; **near ~:** ใกล้ที่นั่น; **the tide comes up to ~:** น้ำขึ้นมาถึงที่นั่น

there: ~abouts /'ðeərəbaʊts/'แท(ร)เออะเบาทซฺ/ *adv.* Ⓐ *(near that place)* แถว ๆ นั้น; **the locals ~abouts** คนท้องถิ่นแถว ๆ นั้น; Ⓑ *(near that number)* **two litres or ~abouts** สองลิตรหรือประมาณนั้น; ➡ + **there** 1 A; **~'after** *adv.* หลังจากนั้น; **~by** /ðeə'baɪ, 'ðeəbaɪ/แท'ไบ/ *adv.* ด้วยเหตุนั้น; **~by hangs a tale** มีเรื่องเล่ามากมายเกี่ยวกับเรื่องนั้น; **~fore** *adv.* ดังนั้น, เพราะฉะนั้น; **~'from** *adv. (arch.)* จากนั้น; **~'in** *adv. (formal)* ในที่นั้น, ในแง่นั้น; **~'of** *adv. (formal)* ของสิ่งนั้น; **the island and all the ports ~of** เกาะนั้นและท่าเรือทั้งหมดของมัน; **~'to** *adv. (formal)* ยังที่นั่นหรือสิ่งนั้น, ยิ่งกว่านั้น, เกี่ยวกับสิ่งนั้น; **the matters pertaining thereto** เรื่องที่เกี่ยวกับสิ่งนั้น; **~u'pon** *adv.* Ⓐ *(soon after that)* ไม่นานหลังจากนั้น; Ⓑ *(in consequence of that)* ดังนั้น, เนื่องจากเหตุนั้น; **~'with** *adv. (formal)* พร้อมกันนั้น, พร้อมกับสิ่งนั้น

therm /θɜ:m/เธิม/ *n. (Brit.) หน่วยวัดความร้อนของประเทศอังกฤษ 1.055 x 10^8 จูล*

thermal /'θɜ:ml/'เธอม'ล/ ❶ *adj.* ที่ให้ความร้อน, เก็บกักความร้อน; **~ underwear** เสื้อผ้าชั้นในแบบเก็บกักความร้อน ❷ *n. (Aeronaut.)* กระแสลมร้อนที่ลอยสูงขึ้น

thermal imaging /θɜ:ml'ɪmɪdʒɪŋ/เธอม'ล'อิมมิจิง/ *n.* เทคนิคการสร้างภาพจากความร้อน

thermally /'θɜ:məlɪ/'เธอเมอะลิ/ *adv.* โดยให้เก็บกักความร้อน

thermal: ~ 'springs *n. pl.* น้ำพุร้อนธรรมชาติ; **~ 'unit** *n. (Phys.)* หน่วยวัดความร้อน

thermionic /θɜ:mɪ'ɒnɪk/เธอมิ'ออนิค/: **~ 'tube** *(Amer.)*, **~ valve** *(Brit.) ns. (Electronics) ท่อส่งอิเล็กตรอนจากสารที่อยู่ ณ อุณหภูมิสูงมาก*

thermocouple /'θɜ:məkʌpl/'เธอเมอะคัพ'ล/ *n. (Phys.)* โลหะตัวนำต่างกันสองชนิด ซึ่งปล่อยความร้อนออกมา ณ จุดเชื่อม

thermodynamic /θɜ:mədaɪ'næmɪk/เธอเมอะได'แนมิคซฺ/ *adj. เกี่ยวกับความสัมพันธ์ระหว่างความร้อนกับพลังงานกล*

thermodynamics /θɜ:mədaɪ'næmɪks/เธอเมอะได'แนมิคซฺ/ *n., no pl. (Phys.)* วิชาว่าด้วย *ความสัมพันธ์ระหว่างความร้อนกับพลังงานกล*

thermometer /θə'mɒmɪtə(r)/เธอะ'มอมิเทอะ(ร)/ *n.* ปรอทวัดอุณหภูมิ; ➡ + **clinical** A

thermonuclear /θɜ:məʊ'nju:klɪə(r)/เธอโม'นิวเคลีย(ร)/ *adj. (Phys.) (อาวุธ) ที่ใช้ปฏิกิริยานิวเคลียร์ที่เกิดขึ้น ณ อุณหภูมิสูงมาก*

thermoplastic /θɜ:məʊ'plæstɪk/เธอโม'แพลซติค/ ❶ *adj.* ที่ดัดได้เมื่อถูกความร้อนและแข็งตัวใหม่เมื่อเย็นลง ❷ *n.* วัตถุที่ดัดได้เมื่อถูกความร้อน

Thermos, thermos ® /'θɜ:məs/'เธอเมิซ/ *n.* **~ [flask/jug/bottle]** กระติก/เหยือก/ขวดสุญญากาศ *(สำหรับรักษาอุณหภูมิ)*

thermostat /'θɜ:məstæt/'เธอเมอะซแตท/ *n.* เครื่องมือควบคุมอุณหภูมิอัตโนมัติ

thermostatic /θɜ:mə'stætɪk/เธอเมอะ'ซแตทิค/ *adj.* ที่ปรับ/ควบคุมอุณหภูมิอัตโนมัติ

thermostatically /θɜ:mə'stætɪklɪ/เธอเมอะ'ซแตททิคลิ/ *adv.* โดยควบคุม/ปรับอุณหภูมิอัตโนมัติ

thesaurus /θɪˈsɔːrəs/ธิ'ซอเริซ/ *n., pl.* **thesauri** /θɪˈsɔːraɪ/ธิ'ซอราย/ *or* **~es** หนังสือรวบรวมคำและความคิด, พจนานุกรมหรือสารานุกรมคำพ้อง, อรรถาภิธาน *(ร.บ.)*

these *pl. of* this 1, 2

thesis /ˈθiːsɪs/ˈธีซิซ/ *n., pl.* **theses** /ˈθiːsiːz/ˈธีซีซ/ (A) *(proposition)* ข้อสมมติ, ภาวะพื้นฐาน *(ร.บ.)*; (B) *(dissertation)* วิทยานิพนธ์

thespian /ˈθespɪən/ˈเธ็ซเปียน/ ❶ *adj.* เกี่ยวกับละครหรือโศกนาฏกรรม ❷ *n.* นักแสดง

they /ðeɪ/เท/ *pron.* (A) พวกเขา, พวกมัน; (B) *(people in general)* คน, เขา, คนทั่วไป; (C) *(coll.: he or she)* **everyone thinks ~ know best** ทุกคนคิดว่าตนรู้ดีที่สุด; **anyone can come if ~ want to** ใคร ๆ ก็มาได้ ถ้าเขาต้องการ; (D) *(those in authority)* ผู้มีอิทธิพล, ฝ่ายปกครอง; ➡ + their; theirs; them; themselves

they'd /ðeɪd/เทด/ (A) = they would; (B) = they had

they'll /ðeɪl/เทล/ ... they will

they're /ðea(r)/แท(ร)/ = they are

they've /ðeɪv/เทฺว/ ... they have

thick /θɪk/ธิค/ ❶ *adj.* (A) *(เส้น, แผ่น)* หนา; **that's laying it on [a bit] ~** *(fig. coll.)* นั่นมันดูเกินจริงไปหน่อย; **isn't she laying it on a bit ~?** *(fig. coll.)* นี่เธอกำลังวาดภาพเกินจริงไปหน่อยไม่ใช่หรือ; **that's** *or* **it's a bit ~!** *(Brit. fig. coll.)* นั่นมันมากไปหน่อย; **get the ~ end of the stick** *(fig.)* ได้รับส่วนที่แย่กว่า, เสียเปรียบ; **have a ~ skin** *(fig.)* หน้าด้าน; **a rope two inches ~, a two-inch ~ rope** เชือกหนาสองนิ้วหนึ่งเส้น; (B) *(dense)* *(ผม)* ดก; *(ต้นไม้)* หนาแน่น; *(ป่า, ผม, หมอก, เมฆ)* ทึบ; *(กลุ่มคน, ฝูงชน)* แออัด; (C) *(filled)* **~ with** เต็มไปด้วย; **air ~ with fog and smoke** อากาศที่เต็มไปด้วยหมอกและควัน; **the air was ~ with rumours** ทุกหนทุกแห่งเต็มไปด้วยข่าวลือ; **the furniture was ~ with dust** เครื่องเรือนปกคลุมหนาไปด้วยฝุ่น; (D) *(of firm consistency)* *(เยลลี่/วุ้น)* เนื้อแน่น/แข็ง; *(ครีม, โจ๊ก/ข้าวต้ม)* ข้น; (E) *(stupid)* โง่, ทึ่ม; **you're just plain ~:** คุณนี่โง่จริง ๆ; **[as] ~ as two short planks** *(coll.)* โง่มาก; (F) *(coll.: intimate)* **be very ~ with sb.** สนิทสนมกับ *ค.น.* มาก; **be [as] ~ as thieves** ใกล้ชิดสนิทสนมกันมาก; (G) *(ความมืด)* ทึบ; (H) *(not clear)* *(อากาศ)* ไม่แจ่มใส, มัว; *(แม่น้ำ)* ขุ่น; **have a ~ head** หัวสมองไม่ปลอดโปร่ง; (I) *(Printing)* มีเส้นตัวอักษรหนา; (J) *(numerous)* มากมาย; **they are ~/not exactly ~ on the ground** มันมี [ไม่มี]; เกลื่อนไปหมด; (K) *(indistinct)* ไม่ชัด; **his speech was ~** *(with drink)* คำพูดของเขาฟังดูอ้อแอ้; (L) *(marked)* **he has a ~ German accent** เขาพูดมีสำเนียงเยอรมันมาก

❷ *n., no pl., no indef. art.* **in the ~ of** ท่ามกลาง; **in the ~ of it** *or* **things** กำลังยุ่งอยู่ท่ามกลางเหตุการณ์; **in the ~ of the battle** ในช่วงที่สับสนวุ่นวายที่สุดของการสู้รบ; **she is always in the ~ of things** เธอจะอยู่ท่ามกลางเหตุการณ์ต่าง ๆ อยู่เสมอ; **stay with sb./stick together through ~ and thin** อยู่กับ *ค.น.*/อยู่ด้วยกันไม่ว่าจะต้องยากลำบากแค่ไหนก็ตาม

❸ *adv.* **snow was falling ~:** หิมะกำลังตกลงมาหนา *(เป็นเกล็ดใหญ่ ๆ)*; **blows rained on him ~ and fast** กำปั้นระดมลงบนตัวเขาอย่างรวดเร็วและมากมาย; **job offers/complaints came in ~ and fast** การเสนอให้งาน/คำต่อว่าเข้ามาอย่างรวดเร็วและมากมาย

thick 'ear *n. (Brit. coll.)* **give sb. a ~:** ชก/ตบ *ค.น.* ที่หลังหู

thicken /ˈθɪkn/ˈธิค'น/ ❶ *v.t.* ทำให้หนาขึ้น; ทำให้ข้น *(ซอส)* ❷ *v.i.* (A) หนาขึ้น; **sb.'s waist[line] ~s** เอว *ค.น.* หนาขึ้น; (B) *(become dense)* *(หมอก)* หนาแน่น/หนาทึบขึ้น; (C) *(become blurred)* **his speech ~ed** เสียงพูดของเขาไม่ชัดเสียแล้ว; (D) *(become complex)* **the plot ~s!** เรื่องช่างสลับซับซ้อนยิ่งขึ้น

thickening /ˈθɪknɪŋ/ˈธิค'นิง/ *n. (in food)* แป้งเติมให้อาหารข้นขึ้น

thicket /ˈθɪkɪt/ˈธิคคิท/ *n.* พุ่มไม้หนา, พงไม้หนา

thick: ~ 'head *n.* หัวสมองตื้อ; **~head** *n.* คนโง่/ทึ่ม; **~'headed** *adj.* โง่, ทึ่ม

thickly /ˈθɪklɪ/ˈธิค'ลิ/ *adv.* (A) *(in a thick layer)* เป็นชั้นหนา ๆ; (B) *(densely, abundantly)* อย่างหนาแน่น, อย่างหนาทึบ, อย่างมากมาย; (C) *(in great numbers)* **hailstones fell ~:** ลูกเห็บตกลงมาอย่างหนาแน่น; (D) *(indistinctly)* ด้วยเสียงที่ไม่ชัด/อ้อแอ้; *(from emotion)* เสียงเครือ

thickness /ˈθɪknɪs/ˈธิคนิซ/ *n.* (A) ความหนา; **be two metres in ~:** มีความหนาสองเมตร; **a plank whose ~ is two centimetres** แผ่นไม้ที่มีความหนาสองเซนติเมตร; **~ of paper/card** ความหนาของกระดาษ/แผ่นกระดาษแข็ง; (B) *no pl. (denseness)* ความหนาแน่น, ความหนาทึบ; *(of hair)* ความดก; (C) *no pl. (firm consistency)* *(of jelly)* อยู่ตัว; *(mud, glue, cream)* ความข้น; (D) *(layer)* ชั้นหนึ่งของวัสดุใด ๆ; (E) *no pl. (stupidity)* ความโง่เง่า

thicko /ˈθɪkəʊ/ˈธิคโค/ *n., pl.* **~s** *(coll.)* ไอ้งี่เง่า

thick: ~set *adj.* (A) *(stocky)* *(รูปร่าง)* ล่ำสัน; (B) *(set close together)* *(ต้นไม้, บ้าน)* ที่อยู่ติดกัน; **~-skinned** *adj.* หน้าด้าน

thief /θiːf/ธีฟ/ *n., pl.* **thieves** /θiːvz/ธีวซ/ ขโมย; **like** *or* **as a ~ in the night** อย่างลับ ๆ ล่อ ๆ; ➡ + Latin 2; take 1 Q; thick 1 F

thieve /θiːv/ธีว/ ❶ *v.i.* ขโมย; **he makes a living out of petty thieving** เขาดำรงชีพอยู่ด้วยการขโมยของเล็ก ๆ น้อย ๆ ❷ *v.t.* ขโมย

thieves /θiːvz/ธีวซ/ *pl. of* thief

thievish /ˈθiːvɪʃ/ˈธีวิช/ *adj.* ขี้ขโมย

thigh /θaɪ/ธาย/ *n.* (A) ➤ 118 *(Anat.)* ต้นขา, ขาอ่อน; (B) *(Zool.)* ช่วงต้นขา

thigh: ~ bone *n. (Anat.)* กระดูกต้นขา/โคนขา; **~ boot** *n.* รองเท้าบูทที่ขึ้นมาถึงบริเวณต้นขา

-thighed /θaɪd/ธายด/ *adj. in comb.* มีต้นขา

thimble /ˈθɪmbl/ˈธิมบ'ล/ *n.* ที่ครอบปลายนิ้วขณะเย็บเสื้อผ้า

thimbleful /ˈθɪmblfʊl/ˈธิมบ'ลฟุล/ *n.* จำนวนหนึ่งจิบ; **in ~s** ในปริมาณน้อยนิด

thin /θɪn/ธิน/ ❶ *adj.* (A) *(of small thickness or diameter)* ผอม, บาง; ➡ + ice 1 A; wedge 1 A; (B) *(not fat)* ผอม; **a tall, ~ man** ชายผอมสูงคนหนึ่ง; **as ~ as a rake** *or* **lath** ผอมแห้ง, ผอมมาก; (C) *(narrow)* *(แนวต้นไม้)* แคบ; *(เส้น)* บาง; (D) *(sparse)* *(ฝน)* เบาบาง; *(ผม)* บาง/น้อย; *(อากาศ)* เบาบาง; *(คนดู, แขกเหรื่อ)* น้อย; **the country's population is ~:** ประชากรของประเทศไม่หนาแน่น; **he is already ~ on top** *or* **going ~ on top** เขาเริ่มผมบางตรงกลางศีรษะ; **the attendance at the meeting was ~:** มีคนเข้าประชุมน้อย; **be ~ on the ground** *(fig.)* มีจำนวนไม่มาก, หายาก; **vanish** *or* **disappear into ~ air** *(fig.)* หายไปอย่างไร้ร่องรอย; **it won't appear out of ~ air!** *(fig.)* มันไม่ใช่ว่าจู่ ๆ ก็โผล่มา; **produce a delicious meal out of ~ air** *(fig.)* ทำอาหารมื้ออร่อยราวกับเนรมิตร; (E) *(lacking substance or strength)* อ่อน; *(เลือด, เบียร์)* ใส, จาง; *(เสียง)* ค่อย/เบา; (F) *(fig.: inadequate)* น้อย, ไม่พอ; *(ข้อแก้ตัว, คำอธิบาย)* ไม่น่าเชื่อถือ; **sb.'s patience is wearing ~:** *ค.น.* เริ่มจะหมดความอดทน; **sb.'s credibility begins to wear ~:** *ค.น.* เริ่มสูญเสียความน่าเชื่อถือ; (G) *(coll.: wretched)* ช่วง *(เวลา)* เลวร้าย; **he had a pretty ~ time [of it]** เขาได้เผชิญกับช่วงเวลาที่เลวร้าย; (H) *(consisting of ~ lines)* *(ลายมือ, ตัวหนังสือ)* บาง ๆ; *(Printing)* ตัวบาง; ➡ + thick 2

❷ *adv.* อย่างเบาบาง

❸ *v.t.*, **-nn-** (A) *(make less deep or broad)* ทำให้บางลง, ทำให้แคบลง; (B) *(make less dense, dilute)* ทำให้บางลง, ทำให้เจือจาง; (C) *(reduce in number)* ลดจำนวนลง; (D) *(remove young fruit from)* เด็ดผลไม้อ่อนออกบ้าง *(เพื่อให้ที่เหลือเจริญเติบโตได้อย่างเต็มที่)*

❹ *v.i.*, **-nn-** *(ผม, หมอก)* บางลง; *(ฝูงคน)* แยกย้ายออกไป; **~ down to a mere trickle** เหือดแห้งลงเหลือแค่ร่องน้ำเล็ก ๆ

~ 'out ❶ *v.i.* *(ฝูงคน)* กระจัดกระจาย/แยกย้ายกันไป; *(การจราจร)* เบาบางลง; *(จำนวนคนดู/ผู้ชม)* ลดน้อยลง; *(บ้านเรือน)* อยู่ห่างออกไป ❷ *v.t. (Hort., Forestry)* ตัดให้โปร่งขึ้น *(พืช, ต้นไม้, ป่า)*

thine /ðaɪn/ฑายนฺ/ *poss. pron. (arch./poet./dial.)* (A) *pred.* ของท่าน; ➡ + hers; (B) *attrib.* ของท่าน, ของคุณ

thing /θɪŋ/ธิง/ *n.* (A) *(inanimate object)* สิ่ง, ของ, อะไร, สิ่งของที่; **what's that ~ in your hand?** คุณมีอะไรอยู่ในมือ; **be a rare ~:** เป็นของที่หายาก; **books are strange** *or (coll.)* **funny ~s, aren't they?** หนังสือเป็นสิ่งที่แปลกประหลาดนะ; **neither one ~ nor the other** สิ่งนั้นก็ไม่ใช่ สิ่งนี้ก็ไม่ใช่; **I haven't a ~ to wear** ฉันไม่มีอะไรจะใส่เลย; **you haven't a ~ to worry about** คุณไม่มีอะไรที่ต้องกังวลสักอย่าง; **not a ~:** ไม่มีอะไรเลย; (B) *(action)* **that was a foolish/friendly ~ to do** นั่นเป็นการกระทำสิ่งที่โง่เขลา/ที่เป็นมิตร; **that was a mean ~ to do to your brother** นั่นเป็นการกระทำที่โหดร้ายต่อน้อง/พี่ชายของคุณ; **it was the right ~ to do** นั่นเป็นการกระทำที่ถูกต้อง; **she is expecting to do great ~s** เธอคาดหวังว่าจะได้ทำอะไร ๆ ที่มีความสำคัญ; **the only ~ now is to shout for help** สิ่งเดียวที่ทำได้ในตอนนี้คือ ตะโกนร้องขอความช่วยเหลือ; **we can't do a ~ about it** เราไม่สามารถทำอะไรได้เลยเกี่ยวกับเรื่องนี้; **do ~s to sb./sth.** *(fig. coll.)* มีอิทธิพลกับ *ค.น./ส.น.* อย่างมากมาย; **she does ~s to me** *(fig. coll.)* เธอทำให้ฉันมีอารมณ์; (C) *(fact)* สิ่ง, อย่าง, เรื่อง; **a ~ which is well known to everybody** สิ่งหนึ่งที่ทุก ๆ คนทราบดี; **it's a strange ~ that ...:** มันเป็นเรื่องแปลกที่ว่า...; **for one ~, you don't have enough money[, for another ~ ...]** สิ่งแรกก็คือคุณมีเงินไม่พอ [นอกจากนี้...]; **and another ~, why were you late this morning?** และอีกอย่างหนึ่ง ทำไมเมื่อเช้านี้คุณถึงมาสายล่ะ; **the best/worst ~ about the situation/her** สิ่งที่ดีที่สุด/แย่ที่สุดเกี่ยวกับสถานการณ์ดังกล่าว/เกี่ยวกับเธอ; **know/learn a ~ or two about sth./sb.** รู้/เรียนรู้บางสิ่งบางอย่างเกี่ยวกับ *ส.น./ค.น.*; **I'll teach him a ~ or two!** ฉันจะสั่งสอนให้เขารู้อะไรบางอย่าง; **the [only] ~ is that ...:** เรื่องของเรื่องก็คือว่า [มีเพียงว่า]...; ➡ + another

1 A, D, 2 C; Ⓓ *(idea)* **say the first ~ that comes into one's head** พูดสิ่งแรกที่นึกขึ้นได้; **what a ~ to say!** พูดเช่นนั้นออกมาได้ยังไง; **have a ~ about sb./sth.** *(coll.)* *(be obsessed about)* จิตใจหมกมุ่นเกี่ยวกับ *ค.น./ส.น.*; *(be prejudiced about)* มีอคติเกี่ยวกับ *ค.น./ส.น.*; *(be afraid of or repulsed by)* ขยะแขยง *ค.น./ส.น.*; Ⓔ *(task)* **she has a reputation for getting ~s done** เธอขึ้นชื่อในการทำอะไรต่ออะไรสำเร็จ; **a big ~ to undertake** งานชิ้นใหญ่ที่จะลงมือทำ/รับผิดชอบ; Ⓕ *(affair)* เรื่อง; **make a mess of ~s** ทำให้เรื่องราวเละเทะ; **make a [big] ~ of sth.** *(regard as essential)* ทำ *ส.น.* ให้ดูเป็นเรื่องใหญ่โต; *(get excited about)* รู้สึกตื่นเต้นเกี่ยวกับ *ส.น.*; **you don't have to make such a big ~ of it!** คุณไม่ต้องทำมันให้เป็นเรื่องราวใหญ่โตเช่นนั้นหรอก; **it's one ~ after another** เรื่องแล้วเรื่องเล่า; Ⓖ *(circumstance)* **take ~s too seriously** เอาจริงเอาจังกับสิ่งต่าง ๆ มากเกินไป; **how are ~s?** เป็นอย่างไรบ้าง; **it was a terrible ~:** มันเป็นสิ่งที่เลวร้ายมาก; **a strange ~ struck me** ฉันนึกจะประหลาดขึ้นมา; **it was a lucky ~ he didn't do that** โชคดีนะที่เขาไม่ได้กระทำสิ่งนั้น; **as ~s stand [with me]** ในสถานการณ์ปัจจุบัน [ของฉัน]; **one has to accept these ~s** คนเราต้องยอมรับสิ่งเหล่านี้; **~s don't work out like that** ชีวิตความเป็นจริงไม่ได้เป็นเช่นนั้น; **it's just one of those ~s** *(coll.)* มันก็เป็นสิ่งที่ย่อมเกิดขึ้นได้; ➡ + close 1 G; good 1 B; Ⓗ *(individual, creature)* คน, ตัว; **she is in hospital, poor ~:** ตอนนี้เธออยู่ในโรงพยาบาล ช่างน่าสงสารเสียจริง; **you spiteful ~!** คุณนี่ช่างใจดำ; **she's a kind old ~:** เธอช่างเป็นคนใจดีเสียจริง; ➡ + old 1 C, D; Ⓘ *in pl.* *(personal belongings, outer clothing)* สิ่งของ; **put one's ~s on** ใส่เสื้อผ้า; **wash up the dinner ~s** ล้างถ้วยชามที่ใช้ทานอาหารค่ำ; Ⓙ *in pl.* *(matters)* **an expert/authority on ~s historical** ผู้เชี่ยวชาญในเรื่องทางประวัติศาสตร์; **as regards ~s financial I haven't a clue** สำหรับเรื่องเกี่ยวกับการเงินนั้นฉันไม่รู้เรื่องเลย; **~s feminine** เรื่องผู้หญิง ๆ; **and ~s** *(coll.)* และอื่น ๆ; Ⓚ *(product of work)* ผลงาน; **the latest ~ in hats** หมวกทรงใหม่ล่าสุด; **a little ~ of mine** ผลงานเล็ก ๆ น้อย ๆ ของฉัน; Ⓛ *(special interest)* **what's your ~?** คุณสนใจอะไรเป็นพิเศษ; **do one's own ~** *(coll.)* ทำอะไรที่ตัวเองอยากจะทำ; **we each do our own ~ on holiday** ในช่วงหยุดพักร้อน เราต่างคนต่างทำในสิ่งที่เราสนใจ; Ⓜ *(coll.: sth. remarkable)* **now 'there's a ~!** ใครจะไปเชื่อ; Ⓝ *in pl.* *(Law)* ทรัพย์สิน; **~s real** อสังหาริมทรัพย์; **~s personal** สังหาริมทรัพย์; Ⓞ **the ~** *(what is proper or needed or important)* สิ่งสำคัญที่ต้องการ; **blue jeans are the ~ among teenagers** กางเกงยีนเป็นสิ่งที่ต้องมีในหมู่วัยรุ่น; **telling jokes is not the ~ for an occasion such as this one** การเล่าเรื่องตลกไม่ใช่สิ่งที่เหมาะสมในโอกาสเช่นนี้; **the ~ is to get orders** สิ่งที่สำคัญตอนนี้คือการหาคนสั่งซื้อสินค้า; **the ~ about him is his complete integrity** ข้อดีของเขาคือความซื่อตรงอย่างเต็มที่; **but the ~ is, will she come in fact?** แต่สิ่งที่สำคัญก็คือ เธอจะมาจริงหรือเปล่า; Ⓟ *(sl.: penis)* **his ~:** ไอ้นั่นของเขา *(ภ.พ.)*; ➡ + first 1, 2 A; good 1 D; [1]last 1; 1see 1 A; sure 3

thingamy /ˈθɪŋəmɪ/ธิงเงอะมิ/, **thingumabob** /ˈθɪŋəməbɒb/ธิงเงอะเมอะบอบ/, **thingumajig** /ˈθɪŋəmədʒɪg/ธิงเงอะเมอะจิง/, **thingumbob** /ˈθɪŋəmbɒb/ธิงเงิมบอบ/, **thingummy** /ˈθɪŋəmɪ/ธิงเงอะมิ/, **thingy** /ˈθɪŋɪ/ธิงงิ/ *ns.* *(coll.)* ไอ้นั่น; **you know, ~, ...** *(person)* คุณก็รู้นี่ ตานั่นน่ะ...; *(object)* คุณก็รู้นี่ ไอ้นั่นน่ะ...

think /θɪŋk/ธิงคฺ/ ❶ *v.t.,* **thought** /θɔːt/ ธอท/ Ⓐ *(consider)* คิด, นึก; **we ~ [that] he will come** เราคิดว่าเขาจะมา; **we do not ~ it probable** พวกเราไม่คิดว่ามันเป็นไปได้; **I ~ it a shame that ...:** ฉันคิดว่ามันน่าเสียดายที่ว่า...; **he ~s himself very fine** เขาคิดว่าตัวเองพิเศษมาก; **it is not thought proper** มันไม่ได้เป็นสิ่งที่เห็นว่าสมควร; **he is thought to be a fraud** เขาถูกมองว่าเป็นคนโกง; **what do you ~?** คุณคิดอย่างไร; **what do you ~ of *or* about him/it?** คุณคิดว่าเขา/มันเป็นอย่างไร; **I thought to myself ...:** ฉันคิดกับตัวเองเงียบ ๆ...; **that's what 'they ~!** นั่นคือสิ่งที่พวกเขาคิด; **..., don't you ~?** ...จริงไหม; **where do you ~ you are?** คุณคิดว่าคุณอยู่ที่ไหน; **who does he/she ~ he/she is?** เขา/เธอคิดว่าเขา/เธอเป็นใคร; **you *or* one *or* anyone would ~ that ...:** ใคร ๆ ก็จะคิดว่า...; **I ~ not** ฉันคิดว่าไม่; **I should '~ so/~ 'not!** *(indignant)* ฉันก็ว่าอย่างนั้นแหละ/ฉันว่าไม่เป็นอันขาด; **I thought as much *or* so** ฉันนึกอยู่แล้วเชียว; **I ~ so** ฉันคิดว่าเช่นนั้น; **do you really ~ so?** คุณคิดเช่นนั้นจริง ๆ หรือ; **I wouldn't ~ so** ฉันคงจะไม่คิดเช่นนั้นหรอก; **yes, I ~ so too** ใช่ ฉันก็คิดเช่นนั้นเหมือนกัน; **I should ~ not!** ไม่มีทาง; **you are a model of tact, I 'don't ~!** *(coll. iron.)* คุณน่ะหรือรู้จักกาลเทศะดี; **that'll be great fun, I don't ~** *(coll. iron.)* มันคงจะสนุกมากเลยนะ; **I'll have made my fortune by then, I 'don't ~** *(coll. iron.)* เออ พอถึงเวลานั้น ฉันคงรวยไปแล้ว; **to ~ [that] he should treat me like this!** ไม่น่าเชื่อเลยว่าเขาจะทำกับฉันอย่างนี้; **this animal was thought to be extinct** ใคร ๆ ก็คิดว่าสัตว์ชนิดนี้สูญพันธุ์ไปแล้ว; **I wouldn't have thought it possible** ฉันจะไม่มีวันคิดว่ามันเป็นไปได้; Ⓑ *(coll.: remember)* **~ to do sth.** จำได้ว่าจะต้องทำ *ส.น.*; Ⓒ *(intend)* **he ~s to deceive us** เขาตั้งใจที่จะหลอกพวกเรา; **we thought to return early** เราตั้งใจว่าจะกลับเร็ว; **that's what 'they ~!** ให้เขาคิดอย่างนั้นก็แล้วกัน; Ⓓ *(imagine)* จินตนาการ

❷ *v.i.,* **thought** Ⓐ คิด; **I ~, therefore I am** การที่ฉันคิดได้แสดงถึงความเป็นมนุษย์; **we want to make the students ~:** พวกเราต้องการทำให้นักเรียนใช้สมอง; **animals cannot ~:** สัตว์ไม่สามารถคิดได้; **I need time to ~:** ฉันต้องการเวลาคิด; **ability to ~:** ความคิดได้; **I've been ~ing** ฉันได้คิดเอาไว้ว่า; **~ in Thai** *etc.* คิดเป็นภาษาไทย *ฯลฯ*; **it makes you ~:** มันทำให้ครุ่นคิด; **just ~!** คิดดูสิ; **~ for oneself** คิดด้วยตัวเอง; **~ [to oneself] ...:** คิด [ไว้ในใจ]; **let me ~:** ขอฉันคิดหน่อย; **I would ~ again** ถ้าเป็นฉัน ฉันจะคิดดูอีกที; **there's still time to ~ again** ยังคงมีเวลาที่จะคิดดูอีกที; **you'd better ~ again!** คุณควรคิดดูอีกทีหนึ่ง; **~ twice** ทบทวนดูให้ดี; **this made her ~ twice** สิ่งนี้ทำให้เธอต้องคิดอีกรอบหนึ่ง; **~ twice about doing sth.** คิดหนักว่าควรทำ *ส.น.* หรือเปล่า; **~ on one's feet** *(coll.)* คิดแก้ปัญหาขณะที่เกิดขึ้น; ➡ + big 2; Ⓑ *(have intention)* **I ~ I'll try** ฉันคิดว่าจะพยายาม; **we ~ we'll enter for the regatta** พวกเราคิดไว้ว่าจะเข้าร่วมแข่งเรือ; ➡ + aloud; [2]fit 1 C

❸ *n.* *(coll.)* **have a [good] ~:** คิด [ดี ๆ/อย่างรอบคอบ]; **have a ~ about that!** ลองคิดเรื่องนั้นดูละกัน; **you have [got] another ~ coming!** คุณกำลังเข้าใจผิดอย่างแรง

~ about *v.t.* Ⓐ *(consider)* คิดถึง/พิจารณา; **what are you ~ing about?** คุณกำลังคิดถึงอะไร; **give sb. something to ~ about** ฝากข้อคิดไว้กับ *ค.น.*; *(to worry about)* ทำให้ *ค.น.* ต้องคิดหนัก; **it doesn't bear ~ing about** มันเป็นสิ่งที่ไม่น่าคิดถึงเลย; Ⓑ *(consider practicability of)* ตรึกตรอง; **it's worth ~ing about** มันเป็นสิ่งที่ควรนำมาตรึกตรอง

~ a'head *v.i.* คิดล่วงหน้า

~ 'back to *v.t.* หวนนึกถึง; **I thought back to when it had first begun** ฉันหวนนึกถึงตอนที่มันเริ่มขึ้นครั้งแรก

~ of *v.t.* Ⓐ *(consider)* คิดถึง, คำนึงถึง; **I have many things to ~ of** ฉันมีหลายสิ่งหลายอย่างที่ต้องคิด; **... but I can't ~ of everything at once!** ... แต่ฉันไม่สามารถคิดถึงทุกสิ่งในเวลาเดียวกัน; **he ~s of everything** เขาคำนึงถึงทุกสิ่งทุกอย่าง; **he never ~s of anyone but himself** เขาไม่เคยคิดถึงใครนอกจากตัวเขาเอง; **[just] ~ *or* to ~ of it!** คิดดูสิ; **[now I] come to ~ of it, ...:** [พอฉันมา] คิดดูแล้ว...; Ⓑ *(be aware of in the mind)* คิดถึง; **we ~ of you a lot** พวกเราคิดถึงคุณมาก; Ⓒ *(consider the possibility of)* คิด; **we must be ~ing of going home soon** ในไม่ช้าเราต้องกลับบ้านเป็นแน่; **be ~ing of getting a new car** กำลังคิดที่จะซื้อรถคันใหม่; **be ~ing of resigning** กำลังคิดที่จะลาออก; **not for a minute would she ~ of helping anybody else** เธอไม่มีวันที่จะคิดช่วยเหลือคนอื่น; **I couldn't ~ of such a thing *or* of doing that** ฉันไม่มีวันที่จะคิดทำสิ่งแบบนั้นหรอก; **I don't know what she was ~ing of** ฉันไม่รู้ว่าเธอกำลังคิดอะไรอยู่; Ⓓ *(choose from what one knows)* **I want you to ~ of a word beginning with B** ฉันอยากให้คุณนึกถึงคำ ๆ หนึ่งที่ขึ้นต้นด้วยอักษรบี; **~ of a number, double it and ...:** นึกถึงตัวเลขจำนวนหนึ่ง คูณด้วยสองแล้วก็...; Ⓔ *(have as idea)* **we'll ~ of something** เดี๋ยวเราคงจะคิดอะไรออกแน่; **can you ~ of anyone who ...?** คุณรู้จักใครไหมที่...; **we're still trying to ~ of a suitable title for the book** เรายังพยายามคิดชื่อที่เหมาะสมสำหรับหนังสือเล่มนั้น; **he's never yet thought of showing gratitude** เขายังไม่เคยคิดที่จะแสดงความขอบใจเลย; **I would have telephoned if I had thought of it** ฉันคงจะโทรศัพท์ไปแล้ว ถ้าฉันนึกขึ้นได้; **what 'will they ~ of next?** พวกเขาจะคิดอะไรกันต่อ; Ⓕ *(remember)* นึกออก; **I just can't ~ of her name** ฉันนึกชื่อเธอไม่ออกจริง ๆ; Ⓖ **~ little/nothing of sb./sth.** *(consider contemptible)* เห็นว่า *ค.น./ส.น.* ไม่ค่อยสำคัญ/ไม่มีความสำคัญเลย; **~ little/nothing of doing sth.** *(consider insignificant)* เห็นว่าการทำ *ส.น.* ไม่ค่อยสำคัญ/ไม่สำคัญเลย; **~ much *or* a lot *or* well *or* highly of sb./sth.** เห็นว่า *ค.น./ส.น.* ดี/ประเสริฐ; **not ~ much of sb./sth.** ไม่เห็นว่า *ค.น./ส.น.* ดี/ประเสริฐ; ➡ + better 3 A

~ 'out *v.t.* Ⓐ *(consider carefully)* คิด, พิจารณา *(แผนการ, ความคิด)*; **~ out what the long-term solution may be** พิจารณาว่าจะแก้ไขปัญหาในระยะยาวอย่างไร; Ⓑ *(devise)* คิดขึ้น

t

(แผนการ, วิธี/ขั้นตอนในการปฏิบัติ); **the plan had been thought out in a hurry** แผนการนี้ได้คิดขึ้นอย่างเร่งรีบ

~ 'over *v.t.* คิดทบทวน, ไตร่ตรอง; **~ things over** คิดทบทวนสิ่งต่าง ๆ; **I will ~ it over** ฉันจะคิดทบทวนเรื่องนั้น

~ 'through *v.t.* คิดให้ทะลุปรุโปร่ง *(ปัญหา, เรื่องราว)*

~ 'up *v.t. (coll.)* คิดขึ้น *(แผน);* **they thought up ideas of their own** พวกเขามีความคิดของตัวเขาเอง

thinkable /ˈθɪŋkəbl/ธิงเคอะบ'ล/ *adj.* Ⓐ *(capable of being thought about)* สามารถคิดถึงได้; Ⓑ *(conceivably possible)* มีทางเป็นไปได้

thinker /ˈθɪŋkə(r)/ธิงเคอะ(ร)/ *n.* นักคิด

thinking /ˈθɪŋkɪŋ/ธิงคิง/ ❶ *n.* **in modern ~ ...:** ในความคิดสมัยใหม่; **what is your ~ on this question?** คุณมีความคิดเห็นอย่างไรเกี่ยวกับคำถามนี้; **to my [way of] ~:** ตามความคิดเห็นของฉัน ❷ *attrib. adj.* ที่ใช้ความคิด

'thinking cap *n.* **put on one's ~:** ครุ่นคิด/ตรึกตรอง

think: ~ piece *n.* บทความที่กระตุ้นความคิด **~ tank** *n.* Ⓐ *(organization)* สถาบันที่เสนอวิธีแก้ปัญหาต่าง ๆ; Ⓑ *(Amer. sl.: brain)* สมอง

'thin-lipped *adj.* มีริมฝีปากบาง *(ปาก, คน)*

thinly /ˈθɪnlɪ/ธินลิ/ *adv.* Ⓐ อย่างบาง, ไม่หนา; Ⓑ *(sparsely) (อาศัยอยู่, สร้างอยู่)* อย่างเบาบาง, ไม่หนาแน่น; Ⓒ *(inadequately) (การแต่งกาย, การปกปิดความลับ)* ไม่เพียงพอ

thinner /ˈθɪnə(r)/ธินเนอะ(ร)/ ❶ *adj., adv. compar. of* **thin** 1, 2 ❷ *n.* **~[s]** สารละลายหรือเจือจางสี ฯลฯ, ทินเนอร์ *(ท.ศ.)*

thinness /ˈθɪnnɪs/ธินนิซ/ *n., no pl.* Ⓐ *(lack of depth etc.)* ความบาง; Ⓑ *(slimness)* ความบอบบาง; Ⓒ *(sparseness)* ความเบาบาง; Ⓓ *(slightness of consistency)* ความเจือจาง; Ⓔ *(lack of substance or strength)* ความอ่อนแอ; **the ~ of her voice** เสียงอ่อนของเธอ; Ⓕ *(fig.: inadequacy)* ความไม่เพียงพอ

'thin-skinned *adj. (fig.)* หวั่นไหวง่าย, ผิวบาง

third /θɜːd/เธิด/ ❶ *adj.* ➤ **602** ที่สาม; **the ~ finger** นิ้วกลาง; **~ largest/highest** ใหญ่/สูงเป็นอันดับ 3; **come in/be ~:** มาเป็นอันดับที่สาม; **every ~ week** ทุก ๆ สามสัปดาห์; **a ~ part** *or* **share** ส่วนแบ่งหนึ่งในสาม ❷ *n.* Ⓐ *(in sequence, in rank)* ที่สาม; *(fraction)* หนึ่งส่วนสาม; **be the ~ to arrive** มาเป็นคนที่สาม; Ⓑ *(~ form)* การศึกษาชั้นมัธยมที่ 1 หรือเกรด 7; Ⓒ *(Motor Veh.)* เกียร์สาม; **in ~:** ใช้เกียร์สามอยู่; **change into ~:** เปลี่ยนเป็นเกียร์สาม; Ⓓ *(Brit. Univ.)* เกียรตินิยมอันดับ 3; **he has a ~ [in History]** เขาสอบวิชาประวัติศาสตร์ได้เกียรตินิยมอันดับ 3; **get** *or* **take** *or* **be awarded a ~ in one's finals** ได้รับผลสอบไล่คะแนนเกียรตินิยมอันดับ 3 *(คะแนนพอผ่าน);* Ⓔ *(Mus.)* ระดับเสียงที่สาม; Ⓕ ➤ **231** *(day)* **the ~ of May** วันที่ 3 พฤษภาคม; **the ~ [of the month]** วันที่สาม [ของเดือน] ➡ **+ eighth** 2

third: ~-best ❶ /ˈ--/ *adj.* ดีอันดับสาม ❷ /-ˈ-/ *n., no pl.* สิ่งที่ดีอันดับสาม; **~ 'class** *n.* Ⓐ *(set ranking after second class)* ประเภท/กลุ่ม/อันดับที่สาม; Ⓑ *(Transport)* ชั้นที่ถูกที่สุด, ชั้นธรรมดา *(รถไฟ, เครื่องบิน, ฯลฯ);* Ⓒ *(Brit Univ.)* ➡ **third** 2 D; **~-class** ❶ /ˈ--/ *adj.* Ⓐ เกียรตินิยมอันดับ 3; **he got a ~-class degree** เขาสอบได้เกียรตินิยมอันดับ 3; Ⓑ *(ตู้รถไฟ, ตั๋วโดยสาร)* ถูกที่สุด ❷ /-ˈ-/ *adv. (เดินทาง)* โดยชั้นที่ถูกที่สุด; **~ de'gree** ➡ **degree** I; **~ 'force** *n.* พรรค/กลุ่มทางการเมืองที่เข้ามาเป็นตัวถ่วงระหว่างพรรคหลักสองพรรค; **~ form** ➡ **form** 1 D; **~ 'gear** *n., no pl. (Motor Veh.)* เกียร์สาม; ➡ **+ gear** 1 A

thirdly /ˈθɜːdlɪ/เธิดลิ/ *adv.* ในอันดับสาม

third: ~ 'man *n. (Cricket)* ผู้รับลูกที่ยืนอยู่ทางด้านหลังทางขวาของผู้ตีที่บริเวณขอบสนาม; **~ 'party** *n.* ฝ่าย/บุคคลที่สาม; *attrib.* **~-party insurance** การประกันบุคคลที่สาม; **be covered by ~-party insurance** ประกันแบบครอบคลุมถึงบุคคลที่สาม; **take out ~-party insurance** ทำประกันแบบครอบคลุมถึงบุคคลที่สาม; **~ 'person** *n.* Ⓐ ➡ **~ party;** Ⓑ ➡ **person** D; **~ 'rail** *n. (Railw.)* รางส่งกระแสไฟฟ้าของรถไฟ; **~-rate** *adj.* มีคุณภาพต่ำ; **~ 'reading** ➡ **reading** G; **T~ Way** *n. (การเมือง)* ทางเลือกใหม่; **T~ 'World** *n.* โลกที่สาม; **countries of the T~ World, T~ World countries** ประเทศในโลกที่สาม

thirst /θɜːst/เธิซทฺ/ ❶ *n.* ความกระหายน้ำ; **die of ~:** ตายเนื่องจากไม่ได้ดื่มน้ำ; *(fig.: be very thirsty)* กระหายน้ำมาก; **~ for knowledge** ความกระหายความรู้; **~ for revenge/after fame** ความกระหายที่จะแก้แค้น/ที่จะมีชื่อเสียง; **~ for news** การเฝ้ารอฟังข่าวอย่างกระตือรือร้น ❷ *v.i.* กระหาย; **~ for revenge/knowledge** กระหายที่จะแก้แค้น/มีความรู้

thirstily /ˈθɜːstɪlɪ/เธิซติลิ/ *adv.* อย่างกระหาย

'thirst-quencher *n.* สิ่งที่ดับความกระหาย

thirsty /ˈθɜːstɪ/เธิซติ/ *adj.* Ⓐ หิวน้ำ, กระหาย; **be ~:** หิว/กระหายน้ำ; **sb. is ~ for sth.** *(fig.)* ค.น. กระหาย/ต้องการ *ส.น.* มาก; **~ after gain/for knowledge/revenge** *(fig.)* ต้องการผลกำไรมาก/ต้องการมีความรู้/แก้แค้นมาก; Ⓑ *(coll.: causing thirst)* ที่ทำให้กระหาย *(น้ำ);* **this is ~ work** นี่เป็นงานที่ทำให้กระหายน้ำ

thirteen /θɜːˈtiːn/เธอ'ทีน/ ➤ **47,** ➤ **177,** ➤ **602** ❶ *adj.* สิบสาม; ➡ **+ eight** 1 ❷ *n.* จำนวนสิบสาม; ➡ **+ eight** 2 A, D; **eighteen** 2

thirteenth /θɜːˈtiːnθ/เธอ'ทีนธฺ/ ➤ **231** ❶ *adj.* ➤ **602** ที่สิบสาม...; ➡ **+ eighth** 1 ❷ *n.* Ⓐ *(fraction)* หนึ่งส่วนสิบสาม; Ⓑ **Friday the ~** วันศุกร์ที่ 13; ➡ **+ eighth** 2

thirtieth /ˈθɜːtɪɪθ/เธอทิอิธ/ ➤ **231** ❶ *adj.* ➤ **602** ที่สามสิบ...; ➡ **+ eighth** 1 ❷ *n. (fraction)* หนึ่งส่วนสามสิบ; ➡ **+ eighth** 2

thirty /ˈθɜːtɪ/เธอทิ/ ➤ **47,** ➤ **177,** ➤ **602** ❶ *adj.* สามสิบ; **one-and-~** *(arch.)* ➡ **thirty-one** 1; ➡ **+ eight** 1 ❷ *n.* จำนวนสามสิบ; **one-and-~** *(arch.)* ➡ **thirty-one** 2; ➡ **+ eight** 2 A; **eighty** 2

thirty: ~-first *etc. adj.* ➤ **231,** ➤ **602** ที่สามสิบเอ็ด... ฯลฯ; **~-'one** *etc.* ❶ *adj.* สามสิบเอ็ด ฯลฯ; ➡ **+ eight** 1 ❷ *n.* ➤ **602** จำนวนสามสิบเอ็ด; ➡ **+ eight** 2 A; **~-'second-note** *n. (Amer. Mus.)* โน้ตเพลงที่ความยาวเสียงครึ่งหนึ่งของโน้ตเพลงตัวที่สิบหก; **~-something** ❶ *adj.* **a ~-something woman/man** ผู้หญิง/ผู้ชายในวัยสามสิบ ❷ *n.* คนในวัยสามสิบถึงสี่สิบ; **~-somethings** พวกที่อยู่ในวัยสามสิบถึงสี่สิบ

this /ðɪs/ทิซ/ ❶ *adj., pl.* **these** /ðiːz/ทีซ/ Ⓐ นี่, นี้; *(with less emphasis)* ประมาณนี้; **at ~ time** ในตอนนี้, ในเวลานี้; **before ~ time** ก่อนหน้านี้; **these days** ทุกวันนี้, เดี๋ยวนี้; **I'll say ~ much/I can tell you ~ much ...:** ฉันจะพูดเพียงเท่านี้/ฉันบอกคุณได้เพียงเท่านี้...; Ⓑ *(that is the present)* นี่, นี้; **all ~ week** ตลอดทั้งสัปดาห์นี้; **by ~ time** พอถึงเวลานี้; Ⓒ *(of today)* **~ morning/evening** *etc.* เช้า/เย็น ฯลฯ วันนี้; **where are you going to eat ~ lunchtime?** คุณจะไปรับประทานที่ไหนกลางวันนี้; Ⓓ *(just past)* **these last three weeks** สามอาทิตย์ที่ผ่านมานี้; **~ day has been a really hard one** วันนี้ช่างเป็นวันที่ยุ่งยากลำบากจริง ๆ; Ⓔ *(to come)* **~ Monday** วันจันทร์ที่จะมาถึงนี้; **it will not be wanted these eight months** มันจะไม่ต้องใช้ในช่วงแปดเดือนข้างหน้า; Ⓕ *(coll.: previously unspecified)* **they dug ~ great big trench** พวกเขาขุดร่องขนาดใหญ่ขึ้นมาร่องหนึ่ง; **I was in the pub when ~ fellow came up to me** ฉันอยู่ในผับเมื่อตาคนนี้เดินเข้ามาหาฉัน; Ⓖ **he's tried ~ drink and that [drink]** *or* **~ and that drink** เขาได้ลองดื่มไอ้โน่นไอ้นี่แล้ว; **I went to ~ doctor and that** ฉันไปพบแพทย์คนนี้ก็แล้วคนนั้นก็แล้ว; ➡ **+ that** 1 C; **world** B ❷ *pron. pl.* **these** Ⓐ **what's ~?** นี่คืออะไร; **what is all ~?** ทั้งหมดนี้คืออะไร; **what flower is ~?** นี่คือดอกอะไร; **fold it like ~!** พับมันแบบนี้นะ; **I knew all ~ before** ฉันรู้ [เรื่อง] ทั้งหมดนี้มาก่อนแล้ว; **~ is not fair!** นี่มันไม่ยุติธรรมเลย; **what's all ~ about Jan and Angela separating?** ที่เจนกับแองเจลล่าแยกกันอยู่ มันเป็นเรื่องอะไรกัน; **what's ~ about holidays?** นี่มีเรื่องอะไรเกี่ยวกับเรื่องพักร้อนหรือ; **John, ~ is Mary** จอห์น นี่คือแมรี่; ➡ **+ 'it** J; Ⓑ *(the present)* **before ~:** ก่อนนี้; Ⓒ *(Brit. Teleph.: person speaking)* **~ is Andy [speaking]** นี่แอนดี้กำลังพูด; Ⓓ *(Amer. Teleph.: person spoken to)* **who did you say ~ was?** ฉันกำลังพูดอยู่กับใคร; Ⓔ **~ and that** สิ่งนี้ แล้วก็สิ่งนั้น; **~, that, and the other** ทุกสิ่งทุกอย่าง ❸ *adv. (coll.)* แค่นี้; **~ much** มากแค่นี้

thistle /ˈθɪsl/ทิซ'ล/ *n.* พันธุ์ไม้หนามมีดอกสีม่วง *(เป็นสัญลักษณ์ของสกอตแลนด์)*

'thistledown *n.* ปุยของดอกทิซเซิล; **[as] light as ~:** เบาราวกับขนนก

thither /ˈðɪðə(r)/ทิทเทอะ(ร)/ *adv. (arch.)* ไปยังที่นั่น; ➡ **+ hither**

tho' ➡ **though**

thong /θɒŋ/ธอง/ *n.* แส้ *(หนัง),* สายหนัง; *(flip flop) (Amer.)* รองเท้าแตะ; *(knickers)* กางเกงในสายบางมาก

thoracic /θɔːˈræsɪk/ธอ'แรซิค/ *adj. (Anat.)* เกี่ยวกับลำตัวหรือหน้าอก

thorax /ˈθɔːræks/ธอแรคซฺ/ *n., pl.* **thoraces** /ˈθɔːrəsiːz/ธอเรอะซีซ/ *or* **~es** *(Anat., Zool.)* ลำตัวระหว่างคอกับท้อง

thorn /θɔːn/ธอน/ *n.* Ⓐ *(part of plant)* หนาม; **be on ~s** *(fig.)* รู้สึกวิตกกังวลอยู่ตลอดเวลา; Ⓑ *(plant)* พืชที่มีหนาม; Ⓒ **a ~ in the flesh** *or* **side/in sb.'s flesh** *or* **side** *ค.น.*/สิ่งที่คอยรบกวน *ค.น.* ตลอด

thorn bush *n.* ไม้พุ่มมีหนาม

thornless /ˈθɔːnlɪs/ธอนลิซ/ *adj.* ไร้หนาม

thorny /ˈθɔːnɪ/ธอนิ/ *adj.* Ⓐ *(พืช)* ที่มีหนามมาก; Ⓑ *(fig.: difficult) (ปัญหา)* ยากลำบาก, เต็มไปด้วยขวากหนาม

thorough /ˈθʌrə, US ˈθʌrəʊ/ธะเรอะ, ธะโร/ *adj.* Ⓐ *(ปฏิรูป)* โดยตลอด, ทั่วถึง, ขนานใหญ่; *(คำบรรยาย, คำสั่ง/วิธีทำ)* ละเอียด; Ⓑ *(downright) (วายร้าย, ตัวยุ่ง)* อย่างมาก; *(คำดูหมิ่น)* รุนแรง; ➡ **+ ³bass** 2 C

thorough: ~bred ❶ *adj.* (A) *(สัตว์)* พันธุ์แท้; (B) *(fig.) (รถสปอร์ต)* ชั้นเยี่ยมและราคาแพง ❷ *n.* (A) สัตว์พันธุ์แท้; *(horse)* ม้าพันธุ์แท้; *(Horse Racing)* ม้าแข่งพันธุ์ผสมระหว่างม้าตัวเมียสายพันธุ์อังกฤษกับม้าตัวผู้สายพันธุ์อาหรับ; (B) *(fig.: car)* รถชั้นเยี่ยมและราคาแพง; **~fare** *n.* ถนนเส้นหลักในเมือง; **'no ~fare'** *(ป้ายประกาศ)* 'ห้ามขับผ่าน'; *(on foot)* ห้ามผ่าน; **~going** *adj.* (A) ➡ **thorough** A; (B) *(extreme) (พวกอนุรักษ์นิยม, พวกสังคมนิยม)* แบบสุดขั้ว; *(วายร้าย)* โดยแท้

thoroughly /'θʌrəlɪ, US 'θʌrəʊlɪ/'ธะเรอะลิ, 'ธะโรลิ/ *adv.* *(ตรวจ, ตรวจสอบ, ทดสอบ)* โดยทั่ว, อย่างละเอียด; *(completely) (เปียก)* ทั้งตัว; *(ถูกทำลาย)* ทั้งหมด; *(ถูกทำให้นิสัยเสีย)* อย่างเต็มที่; **be ~ fed up with sth.** *(coll.)* รู้สึกเบื่อหน่าย *ส.น.* อย่างเต็มที่; **be ~ delighted with sth.** รู้สึกสนุกสนานกับ *ส.น.* อย่างเต็มที่

thoroughness /'θʌrənɪs, US 'θʌrəʊnɪs/'ธะเรอะนิซ, 'ธะโรนิซ/ *n., no pl.* ความละเอียดถี่ถ้วน, ความครบถ้วน

those ➡ **that** 1, 2

[1]**thou** /ðaʊ/ทาว/ *pron. (arch./poet/dial.)* ท่าน, คุณ, เธอ; *(Relig.: God)* ท่าน, พระองค์

[2]**thou** /θaʊ/ทาว/ *n., pl. same (coll.)* (A) ➡ **thousand** 2 A; (B) *(Mech. Engin.) (abbr.)* หนึ่งส่วนพัน

though /ðəʊ/โท/ ❶ *(conj.)* (A) *(despite the fact that)* ถึงแม้ว่า, ทั้งที่; **late ~ it was** แม้ว่ามันจะสายแล้ว; **the car, ~ powerful, is also economical** รถคันนั้นแม้ว่าเครื่องยนต์จะแรงแต่ก็ประหยัดน้ำมัน; (B) *(but, nevertheless)* แต่, อย่างไรก็ตาม; **a slow ~ certain method** วิธีที่ช้าแต่ [ได้ผล] แน่นอน; (C) *(even if)* **[even] ~:** แม้ว่า; **as ~ = as if** ➡ **if** 1 A; (D) *(and yet)* **~ you never know** แต่ถึงกระนั้นคุณก็ไม่มีทาง/วันทราบ; **she read on, ~ not to the very end** เธออ่านต่อ แต่ไม่ถึงตอนจบ ❷ *adv. (coll.)* แต่; **I like him ~:** แต่ฉันก็ชอบเขา; **you don't know him, ~:** แต่คุณก็ไม่ได้รู้จักเขา

thought /θɔːt/ธอท/ ❶ ➡ **think** 1, 2 ❷ *n.* (A) *no pl.* การคิด, ความคิด; **[lost] in ~:** กำลังครุ่นคิด; **quick as ~:** รวดเร็วราวสายฟ้า; **Greek /Western ~:** การคิดแบบกรีก/ตะวันตก; (B) *no pl., no art. (reflection)* การครุ่นคิด/ไตร่ตรอง, การพิจารณา; **act without ~:** กระทำโดยปราศจากการไตร่ตรอง; **after serious ~:** หลังจากที่ได้ไตร่ตรองอย่างจริงจังแล้ว; (C) *(consideration)* การนึกถึง, คำนึงถึง (**for** สำหรับ); **he has no ~/is full of ~ for others** เขาไม่เคยนึกถึงผู้อื่น/เขานึกถึงผู้อื่นอยู่เสมอ; **give [plenty of] ~ to sth., give sth. [plenty of] ~:** คิดเกี่ยวกับ *ส.น.* [อย่างรอบคอบ]; **give no ~ to sth.** ไม่นึกถึง *ส.น.* เลย; **he never gave the matter a moment's ~:** เขาไม่เคยคิดถึงเรื่องนั้นเลยสักนาทีเดียว; **take ~:** ไตร่ตรอง, พิจารณา; **she criticized his lack of ~ for his [parents]** เธอตำหนิเขาที่ไม่ใคร่คำนึงถึงพ่อแม่ของเขา; **built with some ~ for the crew** สร้างขึ้นโดยคำนึงถึงลูกเรือ; **with no ~ for her own safety** โดยไม่คำนึงถึงความปลอดภัยของตัวเธอเอง; (D) *(idea, conception)* ความคิด, แนวคิด; **I've just had a ~!** ฉันเพิ่งมีความคิดอย่างหนึ่ง; **it's the ~ that counts** อย่างน้อยเขาก็ได้คิดถึง; **his one ~ is how to get rich** เขามีความคิดอยู่อย่างเดียวเท่านั้นคือ ทำอย่างไรจึงจะรวย; **he hasn't a ~ in his head** เขาเป็นพวกหัวขี้เลื่อย; **at the [very] ~ of sth./of doing sth./that ...:** แค่คิดถึง *ส.น.*/การทำ *ส.น.*/ว่า...; **that's** *or* **there's a ~!** นั่นเป็นความคิดที่ดี; **don't give it another ~:** ไม่ต้องคิดถึงมันอีกแล้ว; **she is [constantly] in his ~s** เธออยู่ในความคิดของเขาตลอดเวลา; ➡ + **penny** C; (E) *in pl. (opinion)* ความคิดเห็น; **I'll tell you my ~s on the matter** ฉันจะบอกคุณเกี่ยวกับความคิดเห็นของฉันต่อเรื่องนั้น; (F) *(intention)* **have no ~ of doing sth.** ไม่มีความคิดที่จะทำ *ส.น.*; **give up all ~[s] of sth./doing sth.** เลิกความคิดที่จะทำ *ส.น.*; **have some ~s of doing sth.** มีความคิดที่จะทำ *ส.น.* อยู่บ้าง; **nothing was further from my ~s** ฉันไม่มีความคิดที่จะทำอย่างนั้นเลยสักนิดเดียว; (G) *(somewhat)* **a ~ arrogant/more considerate** หยิ่งยโสนิดหน่อย/คำนึงถึงมากขึ้นหน่อย

thoughtful /'θɔːtfl/'ธอทฟ'ล/ *adj.* (A) *(meditative)* กำลังครุ่นคิด, ไตร่ตรอง; (B) *(considerate)* นึกถึง, มีน้ำใจ, คำนึงถึง; (C) *(showing original thought)* มีความคิดริเริ่ม; *(well thought out)* ไตร่ตรองมาอย่างดี

thoughtfully /'θɔːtfəlɪ/'ธอทเฟอะลิ/ *adv.* (A) *(meditatively)* อย่างครุ่นคิด, อย่างไตร่ตรอง; (B) *(considerately)* อย่างมีน้ำใจ; **she ~ provided blankets** เธอจัดหาผ้าห่มให้อย่างมีน้ำใจ; (C) *(in a well thought out manner)* **a ~ written article** บทความที่เขียนโดยไตร่ตรองมาเป็นอย่างดี

thoughtfulness /'θɔːtflnɪs/'ธอทฟ'ลนิซ/ *n., no pl.* ➡ **thoughtful:** (A) การครุ่นคิด, ไตร่ตรอง; (B) การมีน้ำใจ (**for** สำหรับ); (C) การมีความคิดริเริ่ม

thoughtless /'θɔːtlɪs/'ธอทลิซ/ *adj.* (A) ปราศจากความคิดคำนึง; **~ of the danger, ...:** โดยไม่ได้คำนึงถึงอันตรายใด ๆ ...; (B) *(inconsiderate)* โดยไม่ได้คำนึงถึงผู้อื่น; (C) *(due to lack of thought)* ปราศจากความคิด

thoughtlessly /'θɔːtlɪslɪ/'ธอทลิซลิ/ *adv.* (A) โดยปราศจากความคำนึง; **he ~ gave his son a box of matches** เขาให้ไม้ขีดกล่องหนึ่งกับลูกชายโดยไม่ได้คิดคำนึง; (B) อย่างขาดความคิด

thoughtlessness /'θɔːtlɪsnɪs/'ธอทลิซนิซ/ *n., no pl.* (A) ความไม่ได้คำนึงถึง; (B) *(lack of consideration)* การขาดความเห็นใจคนอื่น

thought: ~ process *n.* กระบวนการทางความคิด; **~-provoking** *adj.* ที่กระตุ้นความคิด; **be ~-provoking** กระตุ้นความคิด; **~-reader** *n.* บุคคลที่อ่านใจของผู้อื่นออก; **you must be/I'm not a ~-reader** คุณอ่านใจคนอื่นได้เก่งจริง ๆ/ฉันอ่านใจของคนอื่นได้; **~-reading** *n.* การอ่านใจคนอื่น; **~ transference** *n.* โทรจิต

thousand /'θaʊznd/'ธาวซ'นด/ ➤ 602 ❶ *adj.* (A) พัน; **a** *or* **one ~:** หนึ่งพัน; **two/several ~:** สอง/หลายพัน; **one and a half ~:** หนึ่งพันห้าร้อย; **a** *or* **one ~ and one** หนึ่งพันหนึ่ง; **a** *or* **one ~ and one people** ประชาชนหนึ่งพันหนึ่งคน; **a T~ and one Nights** นิทานพันหนึ่งทิวาราตรี; (B) **a ~ [and one]** *(fig.: innumerable)* มากเหลือคณานับ; **a ~ thanks** ขอบคุณมาก ๆ; **a ~ apologies** ขอโทษเป็นอย่างยิ่ง; ➡ + **pity** 1 B; **time** 1 F ❷ *n.* (A) *(number)* จำนวนพัน; **a** *or* **one/two ~:** หนึ่ง/สองพัน; **a ~ and one** จำนวนหนึ่งพันหนึ่ง; **a ~-to-one chance** โอกาสหนึ่งในพัน; **she/this chance is one in a ~** *(fig.)* คนแบบเธอ/โอกาสอย่างนี้หาไม่ได้ง่าย ๆ; (B) *(symbol)* สัญลักษณ์ของจำนวนพัน *(1000, m, M)*; *(in adding numbers by columns)* เลขหลักพัน; *(set or group)* กลุ่มหรือชุดจำนวนพันชิ้น; (C) *(indefinite amount)* **~s** จำนวนเป็นพัน ๆ; **they came by the ~** *or* **in their ~s** พวกเขา/พวกมันมาเป็นพัน ๆ; **~s and ~s of people** คนเป็นพัน ๆ คน

thousandfold ❶ *adv.* เป็นพันเท่า ❷ *adj.* เป็นพันเท่า ❸ *n.* จำนวนพันเท่า; ➡ + **hundredfold** 3

thousandth /'θaʊzndθ/'ธาวซ'นดธ/ ❶ *adj.* ที่หนึ่งพัน...; **a ~ part** เศษหนึ่งส่วนพัน; ➡ + **eighth** 1 ➤ 602 ❷ *n.* (A) *(fraction)* หนึ่งส่วนพัน; (B) *(in sequence, rank)* ที่พัน

thraldom /'θrɔːldəm/'ธรอลเดิม/ *n., no pl. (literary)* การเป็นทาส

thrall /θrɔːl/ธรอล/ *n. (literary)* (A) *(slave, lit. or fig.)* ทาส (**to, of** ของ); *(serf)* ข้า, บ่าว, คนที่ถูกกดขี่; (B) **have** *or* **hold sb. in ~** *(fig.)* มีอำนาจเหนือ *ค.น.*

thralldom *(Amer.)* ➡ **thraldom**

thrash /θræʃ/แธรช/ ❶ *v.t.* (A) *(beat)* ตีอย่างแรงด้วยไม้/แส้, เฆี่ยน, หวด, โบย; **~ the life out of sb.** เฆี่ยน/หวด/โบย *ค.น.* อย่างไร้ความปรานี; (B) *(defeat)* ชนะ/เอาชนะไปอย่างขาดลอย; (C) ➡ **thresh** ❷ *v.i.* (A) **~ at sth.** ตี *ส.น.*; (B) *(Naut.)* **~ to windward** เดินเรือทวนลม ❸ *n. (coll.: party)* งานเลี้ยงใหญ่โต

~ a'bout, ~ a'round *v.i.* เหวี่ยงแขนหรือขาไปมาอย่างแรง; *(ปลา)* ฟาดไปมา

~ 'out *v.t.* อภิปราย/ถก *(ปัญหา)*; จัดเตรียม/วางรายละเอียดต่าง ๆ *(แผนการ, แผนงาน)*; **~ out the whole business** ถกกันให้เรื่องทั้งหมดกระจ่างแจ้ง

thrashing /'θræʃɪŋ/'แธรชิง/ *n.* (A) *(beating)* การเฆี่ยน/หวด/โบยอย่างแรงด้วยไม้/แส้; **give sb. a ~** ตี/เฆี่ยน *ค.น.*; **get a ~:** ถูกเฆี่ยน/ตี; (B) *(defeat)* การชัยชนะ; **give sb. a ~:** เอาชนะ *ค.น.* ไปอย่างขาดลอย

thread /θred/เธร็ด/ ❶ *n.* (A) เส้นด้าย; **sb. has not a dry ~ on him** *ค.น.* เปียกโชกไปทั้งตัว; (B) *(fig.)* **hang by a ~** *(be in a precarious state)* อยู่ในสภาวะที่ล่อแหลมเป็นอันตราย; *(depend on sth. still in doubt)* ขึ้นอยู่กับ *ส.น.* ที่ยังไม่แน่นอนอย่างยิ่ง; **lose the ~:** ตามไม่ทัน *(การโต้แย้ง, เรื่องราว)*; **take** *or* **pick up the ~ of the conversation** จับประเด็นการสนทนาได้ทัน; **gather up the ~s of sth.** รวบรวมส่วนต่าง ๆ ของ *ส.น.*; (C) *(sth. very thin)* **a ~ of light/water** ลำแสง/สายน้ำเส้นบาง ๆ; (D) *(Mech. Engin: of screw)* เกลียวบนตะปูควง ❷ *v.t.* (A) *(pass ~ through)* สนเข็ม, ร้อยเข็ม/ร้อย *(ลูกปัด)*; *(make chain of)* ร้อยต่อกันเป็นเส้น; (B) *(place in position)* กรองร้อย *(แถบฟิล์มภาพยนตร์, แถบเทปเพลง)* (**through** เข้าไป); (C) **~ one's way through sth.** *(lit. or fig.)* ลัดเลาะผ่าน *ส.น.*; (D) *(Mech. Engin.)* ขันเกลียวบนบางสิ่ง *(ตะปู)*

thread: ~bare *adj.* (A) *(worn)* เก่าจนเห็นเส้นด้าย *(เสื้อผ้า)*; (B) *(fig.) (ข้อแก้ตัว, ข้อโต้แย้ง)* ฟังไม่ขึ้น; **~worm** *n. (Zool., Med)* พยาธิเส้นด้าย

threat /θret/เธร็ท/ *n.* (A) การข่มขู่, คำขู่; **make a ~ against sb.** ขู่ *ค.น.*; **under ~ of** ภายใต้การขู่/คำขู่ของ; **sb./sth. is under ~ of sth.** *ค.น./ส.น.* อยู่ภายใต้การข่มขู่ของ *ส.น.*; **issue ~s to sb.'s life** ขู่ฆ่า *ค.น.*; (B) *(indication of sth. unpleasant)* **at the slightest ~ of sth.** เมื่อมีความเสี่ยงจาก *ส.น.* ในเกณฑ์ต่ำที่สุด; **there is a ~ of rain** ฝนทำท่าจะตก; (C) *(danger)* ภัยอันตราย (**to** ต่อ); **a ~ to our liberty** ภัยอันตรายต่อเสรีภาพของพวกเรา

threaten /ˈθretn/ˈเธร็ท'น/ *v.t.* Ⓐ *(use threats towards)* ข่มขู่; ~ **sb. with prosecution/a beating** ขู่ *ค.น.* ว่าจะดำเนินคดีตามกฎหมาย/ว่าจะเฆี่ยนตี; **I am ~ed with a visit from my mother** *(joc.)* ฉันรู้สึกหวาดที่แม่กำลังจะมาเยี่ยม; Ⓑ *(announce one's intention)* ~ **to do sth.** ขู่ว่าจะทำ *ส.น.*; **the fire ~ed to engulf the whole village** *(fig.)* ไฟทำท่าจะล้อมหมู่บ้านทั้งหมดอยู่แล้ว; ~ **to commit suicide/to resign** ขู่ว่าจะฆ่าตัวตาย/จะลาออก; Ⓒ ขู่ *(โดยใช้กำลัง, การแก้แค้น, การตอบโต้ ฯลฯ)*; **the sky ~s rain** ท้องฟ้าดูเหมือนฝนจะตกแน่; Ⓓ **when danger ~s** เมื่อมีภัยอันตรายมาคุกคาม

threatening /ˈθretnɪŋ/ˈเธร็ท'นิง/ *adj.* คุกคาม, ข่มขู่; ~ **letter** จดหมายขู่

threateningly /ˈθretnɪŋlɪ/ˈเธร็ท'นิงลิ/ *adv.* อย่างเป็นการคุกคาม, อย่างเป็นการข่มขู่; ~ **close** ใกล้อย่างเป็นการคุกคาม

three /θriː/ธรี/ ➤ 47, ➤ 177, ➤ 602 ❶ *adj.* สาม; ~ **parts wine and one part ...:** เหล้าองุ่นสามส่วนกับ...หนึ่งส่วน; **be ~ parts finished** เสร็จเรียบร้อยแล้วสามส่วน; ➡ + **cheer** 1 A; **eight** 1; R B. ❷ *n.* Ⓐ *(number, symbol)* เลขสาม; Ⓑ *(set of ~ people)* กลุ่ม 3 คน; **the ~ [of them]** พวกเขาทั้งสาม; ➡ + **eight** 2 A, C, D

three: ~-cornered /ˈθriːkɔːnəd/ˈธรีคอเนิด/ *adj.* มีสามมุม, เป็นสามเหลี่ยม; **~-cornered hat** หมวกทรงสามเหลี่ยม; **~-cornered contest** การแข่งขันระหว่างสามฝ่าย; **~-di'mensional** *adj.* เป็นสามมิติ; **~fold** *adj., adv.* เป็นสามเท่า; ➡ + **eightfold**; **~-'four time** *n. (Mus.)* ดนตรีที่มีจังหวะ 3/4; **~-handed** *adj. (Cards)* *(ไพ่บริดจ์ ฯลฯ)* ที่เล่นสามมือ; **~-lane** *adj.* ที่มีสามช่องทาง *(ถนน)*; **~-legged** /ˈθriːlegd, ˈθriːlegɪd/ˈธรีเล็กดฺ, ˈธรีเล็กกิด/ *adj.* มี/ใช้สามขา; **~-legged race** *n.* การวิ่งแข่งสามขา *(ซึ่งแข่งเป็นคู่ ๆ โดยขาขวาของคนหนึ่งจะถูกมัดไว้กับขาซ้ายของอีกคน)*; **~-line 'whip** ➡ **whip** 1 C; **~pence** /ˈθrepəns, ˈθrɪpəns/ˈเธร็พเพินซฺ, ˈธริเพินซฺ/ *n. (Brit. Hist.)* จำนวนเงินสามเพนซ์; **~penny** /ˈθrepənɪ, ˈθrɪpənɪ/ˈเธร็พเพอะนิ, ธริเพอะนิ/ *adj. (Brit. Hist.)* สามเพนนี; ➡ + ²**bit** G; **~-phase** *adj.* ที่เป็น/ที่ใช้ไฟฟ้าสลับสามสาย, เป็นการรวมวงจรไฟฟ้าสามวงจร; **~-phase current** กระแสไฟฟ้าสลับสามสาย; **~-piece** ➡ **piece** 1 B; **~-pin** ➡ **pin** 1 C; **~-ply** ❶ *adj.* *(ผ้าไหม)* หนาสามเส้น ❷ *n.* Ⓐ *(wool)* สามเส้น; Ⓑ *(wood)* ไม้อัดสามชั้น; **~-point** *attrib. adj.* **~point landing** *(Aeronaut.)* การบินลงของเครื่องบินโดยให้ล้อหลักและล้อหางแตะพื้นดินพร้อม ๆ กัน; **~-point turn** *(Brit. Motor Veh.)* วิธีการกลับรถในพื้นที่แคบ โดยการเดินหน้าถอยหลังและเดินหน้าอีกครั้ง; **~-quarter** ❶ *adj.* สามส่วนสี่; **~-quarter portrait** *(down to hips)* ภาพเหมือนที่แสดงให้เห็นลงไปถึงแค่สะโพก; *(of face)* ภาพที่แสดงให้เห็นสามในสี่ของใบหน้า; **~-quarter length** ความยาวสามในสี่ส่วน; **~-quarter back** ➡ ~ 2 ❷ *n. (Rugby)* ผู้เล่นจำนวน 3-4 คนที่อยู่ในแดนหลัง; **~-quarters** ❶ *n.* Ⓐ เศษสามส่วนสี่; **~quarters of an hour** เวลา 45 นาที; Ⓑ *attrib.* เป็นสามในสี่ส่วน, เศษสามส่วนสี่ ❷ *adv.* สามในสี่ส่วน; **~score** *adj. (arch.)* หกสิบ; **~score and ten** เจ็ดสิบ

threesome /ˈθriːsəm/ˈธรีเซิม/ *n.* กลุ่มที่มีสามคน, เกมสำหรับสามผู้เล่น; **go as a ~:** ไปเป็นกลุ่มสามคน

three: ~-storey *n.* อาคาร 3 ชั้น; **~-way** *adj.* สามทาง; **~-way adapter** *(Electr.)* เต้าเสียบที่มีหัวปลั๊ก 3 ด้าน; **~-way intersection** สามแยก; **~-way tie** เกมจบลงด้วยผู้เล่นสามคนมีคะแนนเท่ากัน; **~-way profit split** การแบ่งผลกำไรออกเป็นสามส่วน; **~-way playoff** *(Sport)* การแข่งนัดตัดสินระหว่างผู้เล่นสามคน/ทีมที่ได้คะแนนเท่ากัน; **~-'wheeler** *n.* รถสามล้อ

thresh /θreʃ/เธร็ช/ *v.t. (Agric.)* ฟาด/หวดข้าว

thresher /ˈθreʃə(r)/ˈเธร็ชเชอะ(ร)/ *n.* Ⓐ *(Agric.) (person)* คนหวดข้าว; *(machine)* เครื่องจักรแยกเมล็ดธัญพืช; Ⓑ *(Zool.: shark)* ปลาฉลาม *Alopias vulpinus* ที่มีครีบยาวถึงหาง

threshing /ˈθreʃɪŋ/ˈเธร็ชชิง/: ~ **floor** *n. (Agric.)* ลานหวด/ตีธัญพืช; ~ **machine** *n. (Agric.)* เครื่องจักรแยกเมล็ดธัญพืช

threshold /ˈθreʃəʊld, -həʊld/ˈเธร็ชโฮลดฺ, -โฮลดฺ/ *n.* Ⓐ *(lit.)* ธรณีประตู; *(fig.)* จุดเริ่มต้น; **be on the ~ of sth.** *(fig.)* อยู่ ณ จุดเริ่มต้นของ *ส.น.*; **pain ~** *(Physiol., Psych.)* ระดับความทนต่อความเจ็บปวด; Ⓑ *(Phys.)* ปริมาณรังสีขั้นต่ำที่จะสามารถก่อให้เกิดปฏิกิริยาที่ต้องการ

threw ➡ **throw** 1

thrice /θraɪs/ไธรซฺ/ *adv. (arch./literary)* สามครั้ง

thrift /θrɪft/ธริฟทฺ/ *n.* Ⓐ *no pl.* ความมัธยัสถ์; Ⓑ *(Bot.)* ดอกไม้ทะเลในสกุล *Armeria* ดอกมีสีชมพูสด

'thrift account *n. (Amer.)* บัญชีออมทรัพย์

thriftily /ˈθrɪftɪlɪ/ˈธริฟทิลิ/ *adv.* อย่างมัธยัสถ์

thriftiness /ˈθrɪftɪnɪs/ˈธริฟทินิซ/ *n., no pl.* ความประหยัด, ความมัธยัสถ์

thrifty /ˈθrɪftɪ/ˈธริฟทิ/ *adj.* มัธยัสถ์

thrill /θrɪl/ธริล/ ❶ *v.t. (excite)* ทำให้ตื่นเต้น, ทำให้หวาดเสียว; *(delight)* ทำให้ปีติ, ทำให้ปลาบปลื้ม; **be ~ed by/with sth.** ตื่นเต้น/ปลาบปลื้ม/ปีติกับ *ส.น.*; **we were ~ed to have your letter** พวกเราปีติที่ได้รับจดหมายจากคุณ; ➡ + ²**bit** A

❷ *v.i.* ~ **with** ตื่นเต้น, หวาดเสียว, ปลาบปลื้ม, ปีติกับ; ~ **to** รู้สึกตื่นเต้น, ปลาบปลื้มใน; ~ **with horror** ตื่นเต้น/หวาดเสียวกับความสยองขวัญ; ~ **with excitement** ใจเต้นไปด้วยความตื่นเต้น; ~ **at the sight of sth./at sb.'s touch** ใจเต้นเมื่อได้เห็น *ส.น.*/เมื่อ *ค.น.* มาสัมผัส

❸ *n.* Ⓐ *(wave of emotion)* ความรู้สึกที่เกิดขึ้นชั่ววูบและรุนแรง; **a ~ of joy/pleasure** ความรู้สึกปีติ/ยินดีชั่ววูบ; **a ~ of excitement/hate/horror** ความรู้สึกตื่นเต้น/เกลียด/กลัวอย่างยิ่ง; **a ~ of anticipation** ความรู้สึกตื่นเต้นกับสิ่งที่จะเกิดขึ้น; Ⓑ *(exciting experience)* ประสบการณ์ที่น่าตื่นเต้น; *(titillation)* การกระตุ้นให้เกิดความรู้สึกตื่นเต้น; **sb. gets a ~ out of sth.** *ส.น.* ทำให้ *ค.น.* ตื่นเต้น; **cheap ~s** สื่อเร้าอารมณ์ชั่ววูบและเหลวไหล *(เช่น ภาพหรือหนังโป๊)*; **this film will give you the ~ of a lifetime** ภาพยนตร์เรื่องนี้จะทำให้คุณตื่นเต้นมากที่สุดในชีวิตนี้; **~s and spills** สิ่งหลากหลายที่น่าตื่นเต้น

thriller /ˈθrɪlə(r)/ˈธริลเลอะ(ร)/ *n.* ภาพยนตร์/ละคร/นิยายที่สยองขวัญและลึกลับ

thrilling /ˈθrɪlɪŋ/ˈธริลลิง/ *adj.* *(ละคร, ภาพยนตร์, หนังสือ)* น่าตื่นเต้นและลึกลับ; *(ความรู้สึก)* เร้าใจ, ตื่นเต้นเร้าใจ

thrive /θraɪv/ธรายว/ *v.i.* **thrived** *or* **throve** /θrəʊv/โธรว/, **~d** *or* **thriven** /ˈθrɪvn/ˈธริว'น/ Ⓐ *(grow vigorously)* เจริญเติบโต, โตวันโตคืน; ~ **on good food/sunlight** เจริญเติบโตอย่างรวดเร็วจากอาหารที่ดี/แสงแดด; Ⓑ *(prosper)* เจริญรุ่งเรือง, เฟื่องฟู (**on** จาก); **business is thriving** ธุรกิจกำลังเจริญรุ่งเรือง; **a thriving businessman** นักธุรกิจที่กำลังประสบความสำเร็จ; Ⓒ *(grow rich)* ร่ำรวยขึ้น; ~ **on other people's misfortune** มั่งคั่งขึ้นมาบนความทุกข์ของผู้อื่น

thro' ➡ **through**

throat /θrəʊt/โธรท/ *n.* Ⓐ ➤ 118 *(outside and inside of neck)* คอ; *(esp. inside)* ลำคอภายใน; **look down sb.'s ~:** มองลงไปในช่องคอของ *ค.น.*; **pour sth. down one's ~:** กรอก *ส.น.* ลงไปในคอ; **cancer of the ~:** มะเร็งลำคอ; **a [sore] ~:** อาการเจ็บคอ; **cut sb.'s ~:** เชือดคอ *ค.น.*; **cut one's own ~** *(fig.)* ทำให้ตนเองหายนะ; **cut one another's ~s** *(fig.)* ฆ่าฟันกันและกัน; **ram** *or* **cram** *or* **shove** *or* **thrust sth. down sb.'s ~** *(fig.)* ยัดเยียด *ส.น.* ให้ *ค.น.*; **be at each other's ~s** *(fig.)* แก้แค้นกันไปมาตลอด; Ⓑ *(of bottle, vase)* คอ; *(of blast furnace)* ปากทางเข้าออก

-throated /ˈθrəʊtɪd/ˈโธรทิด/ *adj. in comb.* มีคอ; **full-~:** *(เสียง)* ดังเต็มที่

throat: ~ lozenge *n.* ลูกอมเพื่อให้ชุ่มคอ; ~ **microphone** *n.* ไมโครโฟนที่ติดไว้ตรงคอ *(ซึ่งจะทำงานเมื่อมีการสั่นสะเทือนของกล่องเสียง)*

throaty /ˈθrəʊtɪ/ˈโธรทิ/ *adj.* Ⓐ *(produced in throat)* *(เสียง)* ที่เปล่งมาจากลำคอ; Ⓑ *(hoarse)* เสียงห้าวและต่ำ

throb /θrɒb/ธรอบ/ ❶ *v.i.* **-bb-** Ⓐ *(palpitate, pulsate)* *(หัวใจ)* เต้นแรง; *(แผล)* ระบม; **his fingers were ~bing [with pain]** นิ้วของเขาปวดระบม; Ⓑ *(vibrate)* *(เครื่องยนต์)* สั่นสะเทือน ❷ *n.* Ⓐ *(palpitation)* การสั่นสะเทือน; **be ~bing with life** เต็มไปด้วยพลังของชีวิต; **he felt a sudden ~ of pain** เขารู้สึกปวดระบมขึ้นมาอย่างกะทันหัน; Ⓑ *(vibration)* การสั่นสะเทือน, การสั่นรัว

throes /θrəʊz/โธรซ/ *n. pl.* ช่วงแห่งความเจ็บปวด *หรือ* ทุกข์หนัก; ~ **of childbirth** ความเจ็บปวดของการคลอดบุตร; **death ~:** ความเจ็บปวดขณะใกล้ตาย; **be in the ~ of sth.** *(fig.)* ดิ้นรนอยู่กับ *ส.น.*

thrombosis /θrɒmˈbəʊsɪs/ธรอมˈโบซิซ/ *n., pl.* **thromboses** /θrɒmˈbəʊsiːz/ธรอมˈโบซีซ/ ➤ 453 *(Med.)* อาการเส้นเลือดอุดตัน

throne /θrəʊn/โธรน/ *n.* บัลลังก์, ราชบัลลังก์; **succeed to the ~:** สืบราชบัลลังก์; **on the ~** *(coll. joc.)* นั่งส้วมอยู่

'throne room *n.* ท้องพระโรง

throng /θrɒŋ, US θrɔːŋ/ธรอง/ ❶ *n.* ฝูงชน, กลุ่มคน; **stand in a ~ around sb.** ยืนออกันเป็นกลุ่มรอบ ๆ *ค.น.*; **~s of people** ฝูงคนมากมาย; **join the ~** *(joc.)* มาร่วมอยู่ในฝูงชน ❷ *v.i.* มา/เดินมาเป็นฝูง; *(press)* มุง, ห้อมล้อม; ~ **round the noticeboard** *(ผู้คน)* ห้อมล้อม/มุงอยู่รอบกระดานปิดประกาศ ❸ *v.t.* เข้าไปเป็นฝูง, ห้อมล้อม

throttle /ˈθrɒtl/ˈธรอท'ล/ ❶ *n. (Mech. Engin.)* ~ **[valve]** ลิ้นที่ควบคุมน้ำมันในเครื่องยนต์; ~ **[pedal]** *(Motor Veh.)* คันเร่ง; ~ **[lever]** คันบังคับคันเร่ง; **at full ~** *(Motor Veh.)* ด้วยการเหยียบคันเร่งเต็มที่ ❷ *v.t.* บีบคอ, รัดคอ; ปราบปราม *(กบฏ)*

~ **back**, ~ **down** ❶ *v.t.* ลดความเร็ว *(ของเครื่องยนต์, ยานพาหนะ)* ❷ *v.i.* เบาเครื่องลง

through /θruː/ธรู/ ❶ *prep.* Ⓐ ผ่าน, ทะลุ, ตลอด, ฝ่า; *(fig.)* **search/read ~ sth.** ค้นหาใน *ส.น.* อย่างทั่วถึง/อ่าน *ส.น.* ตั้งแต่ต้นจนจบ; **wait ~ ten long years** รอคอยมาตลอด 10 ปี; **live ~ sth.** *(survive)* รอด *ส.น.* มาได้; *(experience)* ประสบ *ส.น.* มา *(ในชีวิต)*; **sit ~ a long sermon** นั่งฟังเทศน์จนจบ; Ⓑ *(Amer.: up to and including)* ถึงและรวมทั้ง; Ⓒ *(by reason of)* เนื่องจาก, เพราะ; **it was all ~ you that we were late** ที่เรามาสายทั้งหมดมันเป็นเพราะคุณ; **it all came about ~ his not knowing the way** ทั้งหมดมันเกิดขึ้นเพราะว่าเขาไม่รู้จักทาง; **it happened ~ no fault of yours** ที่เกิดขึ้นนี่ไม่ใช่เพราะความผิดของคุณ; **conceal sth. ~ shame** ปิดบัง *ส.น.* เนื่องจากละอายใจ ❷ *adv.* Ⓐ **let sb. ~:** ปล่อยให้ *ค.น.* ผ่าน *(ไป)*; **book your tickets ~ to Vienna** จองตั๋วโดยสารตลอดจนถึงเมืองเวียนนา; **be a Communist/be wet ~ and ~:** เป็นคอมมิวนิสต์เต็มตัว/เปียกไปทั้งตัว; **be ~ with a piece of work/with sb.** ทำงานชิ้นหนึ่งเสร็จ/เลิกคบกับ *ค.น.*; **we are ~!** *(have succeeded/finished)* พวกเราทำสำเร็จ/ทำเสร็จแล้ว; *(with each other)* เราสองคนจบกันแล้ว; Ⓑ *(Teleph.)* **be ~:** โทรศัพท์ติด; **be ~ to sb.** ต่อสาย/โทรถึง *ค.น.* ติด ❸ *adj.* *(เครื่องบิน, รถโดยสาร, รถไฟ ฯลฯ)* ที่บิน/วิ่งตรงถึงจุดหมาย; **~ coach** *or* **carriage** รถทัวร์/รถไฟปลายทาง; **~ traffic** เส้นทางจราจรผ่านตลอด; **'no ~ road'** 'ถนนห้ามผ่าน' *(ป้าย)*

through: ~-composed *adj. (Mus.)* เขียนโน้ตดนตรีสำหรับเครื่องดนตรีแต่ละชิ้นอย่างละเอียด; **~'out** ❶ *prep.* **~out the war/period** ตลอดเวลาสงคราม/ระยะเวลานั้น; **spread ~out the country** แพร่กระจายทั่วประเทศ ❷ *adv.* *(entirely)* ทั้งหมด, ทั้งสิ้น; *(always)* ตลอดเวลา, เสมอ; **lined with fur ~out** บุ/ซับด้วยขนสัตว์ทั้งหมด/ทั้งตัว; **repainted ~out** ทาสีใหม่ทั้งหมด; **~put** *n.* จำนวน/ปริมาณวัตถุดิบที่ผ่านเข้าขบวนการผลิต/คำนวณ; **~way** *n.* *(Amer.: expressway)* ทางด่วน

throve ➡ **thrive**

throw /θrəʊ/โธรฺ/ ❶ *v.t.,* **threw** /θruː/ธรู/, **~n** /θrəʊn/โธรุน/ Ⓐ โยน, ขว้าง, ปา; **~ sth. to sb.** โยน/ขว้าง/ปา *ส.น.* ไปให้ *ค.น.*; **~ sth. at sb.** โยน/ขว้าง/ปา *ส.น.* ใส่ *ค.น.*; **~ me that towel, please** ช่วยโยนผ้าเช็ดมือผืนนั้นให้ฉันที; **the hose ~s a jet of water 50 feet** สายยางนี้ฉีดน้ำได้ไกล 50 ฟุต; **this cannon ~s 50-mm. shells** ปืนใหญ่นี้ยิงลูกปืนขนาด 50 มิลลิเมตร; **~ a punch/punches** ชก, ต่อย, ปล่อยหมัด; **~ a left/right** ปล่อยหมัดซ้าย/ขวา; **~ oneself on one's knees/to the floor/into a chair** ทิ้งตัวลงคุกเข่า/ลงบนพื้น/ลง *(นั่ง)* บนเก้าอี้; **~ oneself down** ทิ้งตัวลง; **~ oneself at sb.** พุ่ง/ถลาตัวไปยัง *ค.น.* *(เพื่อปกป้อง)*; *(fig.)* เสนอตัวให้ *ค.น.*; **~ good money after bad** *(fig.)* ลงทุนเพิ่มเพื่อถอนทุนคืนโดยไร้ผล; ➡ + **glass** 2; Ⓑ *(fig.)* **~ sb. out of work/into prison** ไล่ *ค.น.* ออกจากงาน/จับ *ค.น.* ยัดเข้าห้องขัง; **be ~n upon one's own resources** จะต้องเอาตัวรอด/ส่งเสียตัวเอง; **~ sb. into confusion** ทำให้ *ค.น.* สับสน; **~ oneself into a task** ทำงานอย่างกระตือรือร้น; **~ sth. into disarray** *or* **disorder** ทำให้ *ส.น.* สับสนวุ่นวาย; ➡ + **scent** 1 B; Ⓒ *(project, direct)* เล็ง, พุ่ง; **~ an icy look at sb.** ส่งสายตาเย็นชาไปที่ *ค.น.*; ➡ + **¹light** 1 H; Ⓓ *(bring to the ground)* เหวี่ยง/ทุ่ม *(คู่ต่อสู้ในมวยปล้ำ, ศัตรู)* ลงบนพื้น; *(unseat)* *(ม้า)* ดีด/เหวี่ยงตกจากอาน; Ⓔ *(coll.: disconcert)* *(คำถาม)* ทำให้ *(ค.น.)* หวั่นใจ, กังวล; Ⓕ *(cause to change position)* **~ troops into action** ส่งกองทัพเข้าปฏิบัติการ; **~ a switch/lever** สับสวิตช์/คันโยกควบคุมไฟฟ้าเปิด; **~ the car into reverse** เข้าเกียร์ถอยหลัง; ➡ + **open** 1 A; Ⓖ *(construct)* **~ a bridge across a river** สร้างสะพานข้ามแม่น้ำ; Ⓗ *(Textiles)* **~ silk** นำไหมมาบิดเข้าด้วยกันให้เป็นเส้น; Ⓘ *(Pottery)* ปั้น *(ดินเหนียว)* บนล้อปั้น; Ⓙ **~ a fit/tantrum** อาละวาด; Ⓚ **~ a party** จัดงานเลี้ยง; Ⓛ *(Amer.: lose intentionally)* จงใจแพ้ *(ในการแข่งขัน)*; Ⓜ *(Cards)* เล่นไพ่; *(discard)* ทิ้งไพ่; Ⓝ *also abs. (Games)* โยน; **~ [the/a dice]** ทอย/ทอดลูกเต๋า ❷ *n.* Ⓐ *(act)* การโยน/ขว้าง/ปา/เหวี่ยง; **the first ~ went to the champion** *(Wrestling)* แชมป์เหวี่ยง *(คู่ต่อสู้)* ลงพื้นได้ก่อน; **$5 a ~** *(coll.: each)* อันละ/ชิ้นละ 5 ดอลลาร์; ➡ + **stone** 1 A; Ⓑ *(Geol.) (fault)* รอยแยก/แตกยาวในชั้นหิน/ดิน

~ a'bout *v.t.* เหวี่ยงไปรอบ ๆ; **~ one's arms about** เหวี่ยงแขนไปรอบ ๆ; **~ one's money about** *(fig.)* ผลาญเงินไปทั่ว; ➡ + **weight** 1 A

~ a'round *v.t.* Ⓐ ➡ **~ about**; Ⓑ *(surround with)* **~ a cordon around an area** กั้นเชือกรอบบริเวณหนึ่ง

~ a'way *v.t.* Ⓐ *(get rid of, waste)* โยนทิ้ง; *(discard)* ทิ้ง *(ไพ่)*; **~ away money on sth.** ฟาดเงินกับ *ส.น.*; **~ oneself away on sb.** ยอมสละทุกอย่างเพื่อไปอยู่กับ *ค.น.* *(ที่ไม่ดีพอ)*; Ⓑ *(lose by neglect)* สูญเสีย *(ผลประโยชน์, โอกาส, เกม, การเป็นฝ่ายนำในกีฬา)*; Ⓒ *(Theatr.)* การพูดบทอย่างตั้งใจไม่เน้น; ➡ + **~away**

~ 'back *v.t.* Ⓐ *(return, repulse)* ส่งกลับ, ไล่กลับ, ตีกลับ; **be ~n back on sth.** *(fig.)* จำเป็นต้องหันกลับไปพึ่งพา *ส.น.*; Ⓑ *(move back rapidly)* ตลบ, เลิก *(ผ้าปูที่นอน, ผ้าม่าน, พรม)*; สลัด *(ศีรษะ)* ไปข้างหลัง; ➡ + **~back**

~ 'down *v.t.* **~ down [on the ground]** โยน *ส.น.* ลงกับพื้น; **it's ~ing it down** *(coll.)* ฝนกำลังตกหนักราวกับฟ้ารั่ว; ➡ + **'gauntlet** D

~ 'in *v.t.* Ⓐ *(include as free extra)* แถม; **with ... ~n in** รวม...เป็นของแถม; Ⓑ *(interpose)* แทรก *(คำ, ข้อสังเกต)*; Ⓒ *(Footb. Rugby)* โยน/ทุ่ม *(ลูกบอล)* เข้าสนาม; ➡ + **~-in**; Ⓓ *(Cricket)* โยนลูกบอลกลับจากสนามภายนอก; Ⓔ **~ one's hand in** *(Cards)* วางมือ; *(fig.: withdraw)* เลิก, ถอนตัว; ➡ + **lot** G; **towel** 1 A

~ 'off *v.t.* Ⓐ *(discard)* ถอดออก *(หน้ากาก, ชุดใส่อำพราง/ปลอมตัว, เสื้อผ้า)*; กำจัด *(สิ่งที่ไม่ดี, ไข้หวัด, คนน่ารำคาญ, ตัวก่อปัญหา)*; Ⓑ *(perform or write casually)* พูด/แสดงอย่างไม่ใส่ใจ *(สุนทรพจน์, โคลงกลอน ฯลฯ)*

~ 'on ❶ *v.t.* สวม, ใส่ *(เสื้อผ้า)* ❷ *v. refl.* **~ oneself [up]on sb.** พึ่งพา *ค.น.* ไปทั้งหมด; **~ oneself [up]on sb.'s mercy** พึ่งพาความเมตตากรุณาของ *ค.น.* ทั้งหมด

~ 'out *v.t.* Ⓐ *(discard)* โยนทิ้ง; Ⓑ *(expel)* **~ sb. out [of sth.]** ขับไล่ *ค.น.* ออก [จาก *ส.น.*]; **~ sb. out of work** ไล่ *ค.น.* ออกจากงาน; Ⓒ *(refuse)* ปฏิเสธไม่ยอมรับ *(ข้อเสนอ, แผนการ, ร่างพระราชบัญญัติในรัฐสภา)*; Ⓓ *(put forward tentatively)* ลองเสนอ *(ข้อเสนอ, คำแนะนำ)*; Ⓔ **~ out one's chest** ยืดอก; Ⓕ *(confuse)* ทำให้สับสน; **the mistake threw us out in our calculation/results** ข้อผิดพลาดนี้ทำให้เราสับสนในการคำนวณ/ในผลลัพธ์นี้ได้; Ⓖ *(radiate)* แผ่รังสี *(ความร้อน)*; ➡ + **~-out**

~ 'over *v.t.* ละทิ้ง, ทอดทิ้ง *(พรรคการเมือง, เพื่อน, ครอบครัว)*

~ to'gether *v.t.* Ⓐ *(assemble hastily)* ประกอบเข้าด้วยกันอย่างเร่งรีบ; รีบทำ *(กับข้าว)* อย่างลวก ๆ; เขียน *(บทความ)* อย่างไม่ใส่ใจ; Ⓑ *(bring together)* รวมกลุ่มคนมาพบปะกัน

~ 'up ❶ *v.t.* Ⓐ *(lift quickly)* ยกขึ้น *(บานหน้าต่าง, แขน)*; Ⓑ *(erect quickly)* ผุดขึ้นอย่างรวดเร็ว *(ตึก, อาคาร)*; Ⓒ *(give up)* เลิก, ล้มเลิก *(งาน, ความพยายาม, การศึกษา)*; Ⓓ *(produce)* ผลิต, สร้างสรรค์ *(ผู้นำ, ความคิด ฯลฯ)*; Ⓔ *(coll.: vomit)* อ้วก ❷ *v.i. (coll.: vomit)* อ้วก; **he makes me want to ~ up** เขาทำให้ฉันอยากจะอ้วก

throw: ~away ❶ *adj.* Ⓐ *(disposable)* ใช้แล้วทิ้งได้; Ⓑ *(underemphasized)* ที่พูดออกมาโพล่ง ๆ; *(คำพูด)* ที่ไม่เน้น ❷ *n.* Ⓐ *(disposable thing)* ของที่ใช้แล้วโยนทิ้งได้; Ⓑ *(remark)* คำพูดที่ไม่เน้น; **~back** *n.* การขว้างกลับ, การย้อนกลับ *(to* ยัง*)*; **he/this horse is a ~back** เขา/ม้าตัวนี้ได้ลักษณะ *(นิสัย)* เหมือนบรรพบุรุษของเขา/มัน

thrower /ˈθrəʊə(r)/ˈโธรเออะ(ร)/ *n.* ผู้ขว้าง/ปา/โยน; *(Pottery)* คนปั้นหม้อ

'throw-in *n.* *(Footb., Rugby)* การทุ่มลูกบอลเข้าสนาม *(จากจุดที่ลูกบอลออกนอกสนาม)*

thrown ➡ **throw** 1

throw: ~-out *n.* Ⓐ **have a ~-out** โละของ; Ⓑ **sb.'s ~-outs** สิ่งที่ *ค.น.* จะโละทิ้ง; **these are ~outs** ทั้งหมดนี่คือของที่จะโละทิ้ง; **~-rug** *(Amer.)* พรมขนาดเล็กที่ปูตรงไหนก็ได้

thru *(Amer.)* ➡ **through**

thrum /θrʌm/ธรัม/ ❶ *v.t.,* **-mm-** เล่นอยู่เสียง/จังหวะเดียว, ดีดเล่น ๆ; เคาะ *(โต๊ะ ฯลฯ)* เป็นจังหวะเอื่อย ๆ; **~ a tune** เล่นทำนองหนึ่งอย่างไม่ชำนาญ ❷ *v.i.* **-mm-** *(on guitar)* ดีดเป็นจังหวะเอื่อย ๆ; *(on flat surface)* ตี/เคาะ/ทุบเป็นจังหวะเอื่อย ๆ

¹thrush /θrʌʃ/ธรัช/ *n.* *(Ornith.)* นกในวงศ์ Turdidae ร้องเสียงไพเราะ

²thrush *n., no pl., no art.* ➤ **453** *(Med.)* โรคเชื้อราในปาก ลำคอ หรืออวัยวะเพศหญิง; โรคตกขาว *(ภ.พ.)*

thrust /θrʌst/ธรัซทฺ/ ❶ *v.t.* **thrust** Ⓐ *(push suddenly)* ผลัก/ดัน/ยัดอย่างแรง; **he ~ his fist into my face** เขาอัดกำปั้นเข้าที่หน้าของฉัน; **~ a letter into sth.** ยัดจดหมายเข้าไปใน *ส.น.*; **~ out one's hand** ยื่นมือพรวดออกมา; **~ a ten-pound note into sb.'s hand** ยัดธนบัตรสิบปอนด์ใส่มือ *ค.น.*; *(fig.)* **~ aside** ผลักออกไป; ปฏิเสธ *(คำเตือน)*; **~ extra work [up]on sb.** เพิ่มงานพิเศษให้ *ค.น.* ทำ; **~ oneself/one's company upon sb.** เข้ามาตีสนิท *ค.น.*; **fame was ~ upon her** จู่ ๆ เธอกลายเป็นคนมีชื่อเสียง; Ⓑ **~ one's way through/into/out of sth.** ฝ่าผ่าน/เข้าไปใน/ออกจาก *ส.น.*; Ⓒ *(pierce)* **~ sb./sth. through** แทง *ค.น./ส.น.* ทะลุ ❷ *v.i.,* **thrust** Ⓐ *(push)* **~ at sb.** ผลัก, ดัน *ค.น.*; Ⓑ *(force one's way)* **~ through the crowd/to the front** เดินฝ่าฝูงชน/ฝ่าไปข้างหน้า ❸ *n.* Ⓐ *(sudden push)* การผลัก/ดัน/ทิ่ม/แทงอย่างเร็วและแรง; Ⓑ *(fig.: verbal attack)* การโจมตีด้วยวาจา; Ⓒ *(gist)* ใจความสำคัญ/ประเด็นหลัก; Ⓓ *(Mil.: advance)* การบุกเข้าไป *(ในเขตแดนของศัตรู)*; Ⓔ *(force) (of jet engine)*

แรงพุ่งออกมา; *(of arch)* แรงผลักดันของแต่ละส่วนของบานโค้ง

'thrust: ~ bearing *n. (Mech. Engin.)* ตุ๊กตาตั้งรับแรงกดดันของปลายเพลา; **~ counter** *n.* อุปกรณ์นับจำนวนของการอัด

thruster /'θrʌstə(r)/'ธรัชเตอะ(ร)/ *n. (Astronaut.) เครื่องยนต์ขนาดเล็กบนยานอวกาศ ที่ใช้เพื่อเพิ่มแรงส่ง*

thrustful /'θrʌstfl/'ธรัชทฟ่'ล/ *adj.* แรง, เต็มไปด้วยพลัง

thrusting /'θrʌstɪŋ/'ธรัชติง/ *adj.* ที่ *(มีใจ)* มุ่งมั่นและเต็มไปด้วยพลัง

thruway *(Amer.)* ➡ **throughway**

thud /θʌd/ธัด/ ❶ *v.i.*, **-dd-** *(กระแทก/ล้ม/ตก/ชน)* เสียงดังตุ้บ; **~ to the floor/ground** ตก/ล้มลงบนพื้นเสียงดังตุ้บ ❷ *n.* เสียงตุ้บ; **fall with a ~ [to the ground]** ตกลงบนพื้นเสียงดังตุ้บ; **the ~ of hoofbeats** เสียงม้าย่ำ/วิ่งดังตุ้บ ๆ/กับ ๆ

thug /θʌg/ธัก/ *n.* อันธพาล, วายร้าย; **football ~s** แฟนฟุตบอลที่ชอบก่อกวน

thuggery /'θʌgərɪ/'ธักเกอะริ/ *n., no pl.* ความวุ่นวายของพวกอันธพาล

thuggish /'θʌgɪʃ/'ธักกิช/ *adj. (พฤติกรรม, แฟนฟุตบอล)* ก้าวร้าว; **~ lout** อันธพาล, วายร้าย; **~ youth** วัยรุ่นก้าวร้าว

thumb /θʌm/ธัม/ ❶ *n.* ➤ **118** นิ้วโป้ง, หัวแม่มือ; **give sb. the ~s down on a proposal/idea** ปฏิเสธข้อเสนอ/ความคิดของ *ค.น.*; **get the ~s down** *(ความคิด, ผู้เข้าสมัคร)* ได้รับการปฏิเสธ; **give a project the ~s up** *(คน, โครงการ)* ได้รับการยอมรับ; **get the ~s up** ได้รับการสนับสนุน; **have ten ~s, be all ~s** หยิบจับอะไรงุ่มง่าม; **have sb. under one's ~:** บงการ *ค.น.*; **be under sb.'s ~:** ถูก *ค.น.* ครอบงำ; ➡ **+ rule 1 A; stick out 2 B**
❷ *v.t.* **A** **~ a lift** โบกรถขอโดยสารไปด้วย; **B** *(turn over)* เปิดพลิกหนังสือด้วยนิ้วโป้ง; **well ~-ed** *(หนังสือ)* ที่ถูกใช้งานมาก; **C** **~ one's nose [at sb.]** แสดงท่าทางดูถูก *[ค.น.]*
~ through *v.t.* พลิก ๆ *(หนังสือ)*

thumb: ~ index ❶ *n.* ดัชนีตัวอักษรที่เว้าเข้าที่ขอบหนังสือ ❷ *v.t.* จัดทำดัชนีตัวอักษรตามขอบหนังสือ; **~-indexed edition** *(หนังสือ)* ฉบับที่มีดัชนีตัวอักษรดังกล่าว; **~nail** *n.* เล็บนิ้วหัวแม่มือ; **~nail sketch** *(Art)* ภาพเหมือนขนาดเล็ก; *(fig.: brief description)* คำอธิบายที่กระชับสั้น; **~print** *n.* การพิมพ์ลายนิ้วหัวแม่มือ; **~screw** *n. (Hist.)* เครื่องทรมานที่กดลงที่นิ้วหัวแม่มือ; **~stall** *n.* ปลอกหรือที่ใส่เพื่อป้องกันหัวแม่มือ; **~-sucking** /'θʌmsʌkɪŋ/'ธัมซัคคิง/ *n., no pl., no indef. art.* การดูดนิ้วหัวแม่มือ; **~tack** *(Amer.) n.* หมุดหัวแบน *(ใช้ติดกระดาษบนกระดาน)*

thump /θʌmp/ธัมพ/ ❶ *v.t.* **A** *(strike heavily)* ทุบ, ต่อย, ชก *(ด้วยกำปั้น)*; **I'll ~ you if ...:** ฉันจะชกมึงให้คว่ำ ถ้า...; **they ~ed each other** พวกเขาชกต่อยกันใหญ่; **~ the door with one's fist** ทุบประตูด้วยกำปั้น; **B** *(play on piano etc.)* **~ [out] a tune** เล่นดนตรีอย่างไม่ใส่ใจ
❷ *v.i.* **A** ทุบ, ตบ, เคาะแรง ๆ **(at, on** บน); *(หัวใจ)* เต้นแรง, เต้นรัว; **B** *(move noisily)* **~ around** เดินไปมาอย่างเสียงดังตุ้บ; **~ down the stairs** ลงบันไดเสียงดัง ❸ *n.* **A** *(blow)* การชก, การต่อย, การทุบ; **B** *(dull sound)* เสียงดังตุ้บ

thumping /'θʌmpɪŋ/'ธัมพิง/ *(coll.)* ❶ *adj. (huge)* ใหญ่โต; *(เสียงส่วนมาก)* มหึมา; *(การโกหก)* ใหญ่หลวง ❷ *adv.* **~ great** ยิ่งใหญ่มาก/ใหญ่โตมาก; **a ~ big majority** เสียงส่วนใหญ่ที่ท่วมท้น

thunder /'θʌndə(r)/'ธันเดอะ(ร)/ ❶ *n.* **A** *no pl., no indef. art.* เสียงฟ้าร้อง, ฟ้าร้อง; **roll/crash of ~:** เสียงฟ้าร้องครืน ๆ/เปรี้ยง; **B** *(fig.: censure)* การตำหนิติเตียน; **C** **steal sb.'s ~** *(fig.)* ตัดหน้า *ค.น.* ❷ *v.i.* **A** ฟ้าร้อง; **B** *(speak)* **~ against sth.** ตำหนิติเตียน *ส.น.* อย่างแรง; **~ at sb.** ตะคอกใส่ *ค.น.* ❸ *v.t.* ตะคอก *ค.น.*; **~ [out] orders at sb.** ออกคำสั่งกับ *ค.น.* ด้วยเสียงดังตะคอก

thunder: ~bolt *n.* **A** สายฟ้าฟาด; **B** *(fig.: unexpected event)* **come as something of a ~bolt** เกิดขึ้นราวกับสายฟ้าฟาด; **~box** *n. (coll.)* ห้องน้ำสมัยโบราณ; **~clap** *n.* **A** เสียงฟ้าร้องเปรี้ยง; **B** *(fig.)* **come** *or* **be like a ~clap** เกิดขึ้นโดยไม่ได้คาดหวังมาก่อน; **~cloud** *n.* กลุ่มเมฆที่สามารถเกิดฟ้าแลบฟ้าร้อง

thundering /'θʌndərɪŋ/'ธันเดอะริง/ *(coll.)* ❶ *adj. (huge) (ความสำเร็จ)* ใหญ่โต, ยิ่งใหญ่; *(การโกหก)* ขนานใหญ่; **be in a ~ rage** โกรธเป็นฟืนเป็นไฟ ❷ *adv.* **~ great** ยิ่งใหญ่มาก; **we had a ~ good time** พวกเราสนุกกันมาก

thunderous /'θʌndərəs/'ธันเดอะเริซ/ *adj.* ราวกับเสียงฟ้าร้อง; **in a ~ voice** ด้วยเสียงที่ดังลั่น

thunder: ~ shower *n.* ฝนตกเป็นช่วงสั้น ๆ พร้อมกับมีฟ้าร้อง; **~storm** *n.* พายุฝนรวมทั้งฟ้าแลบฟ้าร้อง; **~struck** *adj. (fig.: amazed)* **be ~struck** ตกตะลึง

thundery /'θʌndərɪ/'ธันเดอะริ/ *adj.* ที่มีฟ้าร้อง; **it looks ~:** ดูเหมือนจะมีฟ้าร้องฟ้าแลบ

Thurs. *abbr.* ➤ **233 Thursday** พฤ.

Thursday /'θɜːzdeɪ, -dɪ/'เธิซเด, -ดิ/ ➤ **233** ❶ *n.* วันพฤหัสบดี ❷ *adv. (coll.)* **she comes ~s** เธอมาทุกวันพฤหัสบดี; ➡ **+ Friday**

thus /ðʌs/ทัซ/ *adv.* **A** *(in the way indicated)* ดังต่อไปนี้, เช่นนั้น; *(thereby)* เนื่องด้วยเหตุนี้; **I picture the process as happening ~ ...:** ฉันนึกภาพไว้ว่ากระบวนการจะดำเนินไปดังต่อไปนี้ ...; **B** *(accordingly)* ดังนั้น, ดังนี้; **C** *(to this extent)* **~ much/far** มากถึงขนาด/ไกลเพียงนี้

thwack /θwæk/แธวค/ ➡ **whack 1, 2 A**

thwart /θwɔːt/ธวอท/ ❶ *v.t.* ขัดขวาง *(แผนการ, ความพยายาม)*; **~ sb.** ขัดขวาง *ค.น.*; **she was ~ed in her plans** แผนการต่าง ๆ ของเธอถูกขัดขวาง ❷ *n. (Naut.)* ตำแหน่งพายเรือ *(ขวางลำเรือ)*

thy /ðaɪ/ฑาย/ *poss. pron. attrib. (arch./poet./dial.)* ของคุณ; ➡ **+ ²her**

thyme /taɪm/ทายม/ *n. (Bot.)* ไทม *(ท.ศ.)*, สมุนไพรพุ่มเตี้ยในสกุล *Thymus* มีกลิ่นหอม ใช้เป็นเครื่องเทศ; **wild ~:** ต้นไทมป่าที่พบในยุโรป

thymus /'θaɪməs/'ธายเมิซ/ *n., pl.* **~es** *or* **thymi** /'θaɪmaɪ/'ธายมาย/ **~ [gland]** *(Anat.)* ต่อมไร้ท่อที่อยู่ในลำคอ

thyroid /'θaɪrɔɪd/'ธายรอยด/ *n.* **~ [gland]** *(Anat. Zool.)* ไทรอยด์ *(ท.ศ.) (ต่อมไร้ท่อขนาดใหญ่ในคอ ซึ่งหลั่งฮอร์โมนที่ควบคุมการเจริญเติบโตและการพัฒนาของร่างกาย)*

thyself /ðaɪ'self/ไฑ'เซ็ลฟ/ *pron. (arch./poet./dial.)* **A** *emphat.* ตัวเอง; **B** *refl.* ตัวคุณเอง; **know ~!** มองดูตัวเองบ้างสิ; ➡ **+ herself**

ti ➡ **te**

tiara /tɪ'ɑːrə/ทิ'อาเรอะ/ *n.* **A** *(pope's crown)* มงกุฎขององค์สันตะปาปา; **B** *(jewelled band)* แถบคาดผมสตรีฝังเพชรพลอย

Tibet /tɪ'bet/ทิ'เบ็ท/ *pr. n.* ประเทศทิเบต *(ซึ่งถูกปกครองโดยประเทศจีน)*

Tibetan /tɪ'betn/ทิ'เบ็ท'น/ ❶ *adj.* แห่งประเทศทิเบต; **sb. is ~:** *ค.น.* เป็นชาวทิเบต ❷ *n.* **A** *(person)* ชาวทิเบต; **B** *(language)* ภาษาทิเบต

tibia /'tɪbɪə/'ทิบเบีย/ *n., pl.* **~e** /'tɪbiː/'ทิบบิอาย/ *or* **~s** *(Anat.)* กระดูกหน้าแข้งด้านใน

tic /tɪk/ทิค/ *n. (Med.)* อาการกล้ามเนื้อกระตุก *(โดยเฉพาะที่ใบหน้า)*

tich /tɪtʃ/ทิฉ/ ➡ **titch**

tichy ➡ **titchy**

Ticino /tɪ'tʃiːnəʊ/ทิ'ฉีโน/ *pr. n.* มณฑลหนึ่งในประเทศสวิตเซอร์แลนด์ตอนใต้

¹tick /tɪk/ทิค/ ❶ *v.i. (นาฬิกา)* ส่งเสียงติ๊กต๊อก; **what makes sb. ~** *(fig.)* สิ่งที่เป็นแรงจูงใจ *ค.น.* ❷ *v.t.* **A** กาด้วยเครื่องหมายถูก ( ); **B** ➡ **~ off a** ❸ *n.* **A** *(of clock, etc.)* เสียงดังติ๊กต๊อก; **B** *(Brit. coll.: moment)* ครู่/ชั่วขณะหนึ่ง, ประเดี๋ยวหนึ่ง; **half a ~!, just a ~!** สักครู่นึงนะ/สักประเดี๋ยวนึงนะ; **I'll be with you in a ~!** รอประเดี๋ยว; **I'll be with you in a ~** *or* **two ~s** แป๊ปเดียวฉันจะมา; **C** *(mark)* เครื่องหมายถูก *( )*; **put a ~ against your preference** กาเครื่องหมาย ตรงข้อที่คุณต้องการ
~ a'way *v.i. (เวลา)* ผ่านไป; **the minutes ~ed away** หลายนาทีผ่านพ้นไป
~ 'off *v.t.* **A** *(cross off)* ขีดฆ่าออก; **B** *(coll.: reprimand)* ดุว่า, ตำหนิ
~ 'over *v.i.* **A** *(เครื่องยนต์ ฯลฯ)* ติดเครื่องอยู่เฉย ๆ; **~ over noisily/too slowly/too fast** *(เครื่องยนต์)* เดินดัง/ช้า/เร็วเกินไป; **B** *(fig.)* **~ over [nicely]** *(progress satisfactorily)* ดำเนินไปได้อย่างดี; **keep things ~ing over while I'm away** คอยดูให้ทุกอย่างดำเนินไปเรื่อย ๆ นะ ในระหว่างที่ฉันไม่อยู่; ➡ **+ tick-over**

²tick *n. (Zool.) (arachnid) สัตว์แปดขาจำพวกเห็บหมัดที่เกาะบนผิวสัตว์; (insect) ตัวไรคอยเกาะกินเลือดบนตัวนก แกะ ฯลฯ*

³tick *n. (coll.: credit)* **buy on ~:** ซื้อเงินเชื่อ; **can I have it on ~?** ขอฉันซื้อเงินเชื่อได้ไหม

ticker /'tɪkə(r)/'ทิคเคอะ(ร)/ *n.* **A** *(coll.: watch)* นาฬิกา; **B** *(coll.: tape machine)* เครื่องบันทึกข้อความโทรพิมพ์; **C** *(joc.: heart)* หัวใจ

'ticker tape *n. (Amer.)* แถบกระดาษที่ออกมาจากเครื่องโทรพิมพ์; **~ welcome** การโยนกระดาษนอกหน้าต่างเพื่อต้อนรับบุคคลมีชื่อเสียง

ticket /'tɪkɪt/'ทิคคิท/ ❶ *n.* **A** บัตร, ตั๋ว; *(for concert, theatre, cinema, exhibition)* ตั๋ว; *(for public transport, aeroplane)* ตั๋วโดยสาร; *(of lottery, raffle)* ตั๋วสลากกินแบ่ง; *(of library, car park)* บัตร; **cloakroom/pawn ~:** บัตรรับเสื้อ/ตั๋วจำนำ; **entrance by ~ only** ไม่มีบัตรห้ามเข้า; **price ~:** ป้ายราคา; **[parking] ~:** ใบสั่ง; **B** *(certificate) (Naut.)* ประกาศนียบัตรแสดงว่ามีคุณสมบัติเป็นกัปตันเรือ; *(Aeronaut.)* ประกาศนียบัตรว่าเป็นนักบินที่ถูกต้อง; **C** *(Amer. Polit.) (list of candidates)* รายชื่อผู้ลงสมัครรับเลือกตั้ง; **run on the Democratic/Republican ~:** ลงแข่งขันเลือกตั้งในนามพรรคเดโมแครต/พรรครีพับลิกัน; **run on a youth ~** *(fig.)* หาเสียงกับเยาวชน; ➡ **+ split 3 C**; **D** **be [just] the ~** *(coll.)* เป็นสิ่งที่กำลังต้องการอยู่พอดี ❷ *v.t.* แขวน/ติดป้าย

ticket: ~ agency *n.* บริษัทขายตั๋ว; **~ agent** *n.* ➤ **489** ตัวแทนจำหน่ายบัตร/ตั๋ว; **~ collector** *n.* ➤ **489** *(on train)* คนเก็บตั๋ว; *(on station)* คน

t

ตรวจตั๋ว; ~ **holder** *n.* ผู้ถือบัตร; ~ **inspector** *n.* ➤ **489** พนักงานตรวจตั๋ว; ~ **office** *n.* ห้อง/ช่องจำหน่ายตั๋ว

ticking /ˈtɪkɪŋ/ˈทิคคิง/ *n. (Textiles)* ผ้าหนาและมักมีลายทางใช้หุ้มเตียงนอน ฯลฯ

ticking-off *n. (coll.)* การดุว่า/ตำหนิ

tickle /ˈtɪkl/ˈทิค'ล/ ❶ *v.t.* Ⓐ *(touch lightly)* จั๊กจี้; ~ **sb.'s ribs** *(fig.)* ทำให้ *ค.น.* หัวเราะ; **don't ~!** อย่าจั๊กจี้ฉันนะ; **you're tickling!** มันจั๊กจี้นะ!; Ⓑ *(amuse)* **be ~d by sth.** *ส.น.* ทำให้ขำขัน; **be ~d pink about sth.** *(coll.)* ขำขัน *หรือ* พออกพอใจเกี่ยวกับ *ส.น.* เหลือเกิน; ~ **sb.'s fancy** ทำให้ *ค.น.* พอใจ ❷ *v.i.* รู้สึกจั๊กจี้ ❸ *n.* การจั๊กจี้; **give sb. a ~:** จั๊กจี้ *ค.น.*

ticklish /ˈtɪklɪʃ/ˈทิคลิช/ *adj. (lit.)* บ้าจี้; *(fig.)* ต้องดำเนินการอย่างระมัดระวัง

tickly /ˈtɪklɪ/ˈทิคลิ/ *adj. (coll.)* ทำให้จั๊กจี้

tick: **~-over** *n. (Motor Veh.)* ยานพาหนะที่ติดเครื่องไว้เฉยๆ; **~-tack-'toe** *(Amer.)* = **noughts and crosses** ➡ **nought** A; **~-tock** /ˈtɪktɒk/ˈทิคทอค/ *n.* Ⓐ *no pl. (sound)* เสียงติ๊กต๊อก; Ⓑ *(child lang.: clock)* นาฬิกา

tidal /ˈtaɪdl/ˈทายด'ล/ *adj.* มีน้ำขึ้นน้ำลง; **~river** แม่น้ำที่มีน้ำขึ้นน้ำลง; ~ **basin/harbour** แอ่งที่ปากแม่น้ำ/ท่าเรือที่น้ำขึ้นน้ำลง; ~ **power station** โรงงานผลิตกระแสไฟฟ้าตามกระแสน้ำขึ้นน้ำลง

tidal: ~ **flow** *n. (Transport)* การปรับทิศทางการจราจรในถนนเส้นเดียวกันในบางเวลา; ~ **wave** *n.* คลื่นมหึมาในมหาสมุทร *(โดยเฉพาะหลังแผ่นดินไหว)*; **a ~ wave of enthusiasm/protest** *(fig.)* การแสดงความกระตือรือร้น/การต่อต้านไปทั่ว

tidbit /ˈtɪdbɪt/ˈทิดบิท/ *(Amer.)* ➡ **titbit**

tiddledy-wink /ˈtɪdldɪwɪŋk/ˈทิด'ลดิวิงคฺ/ *(Amer.)* ➡ **tiddly-wink**

tiddler /ˈtɪdlə(r)/ˈทิดเลอะ(ร)/ *n. (Brit. coll./child lang.)* Ⓐ *(fish)* ปลาตัวจิ๋ว; Ⓑ *(child)* เด็กตัวกะเปี๊ยก; **~s** *(things)* ของชิ้นเล็กๆ

tiddl[e]y /ˈtɪdlɪ/ˈทิด'ลิ/ *adj. (Brit.)* Ⓐ *(coll.: slightly drunk)* มึนเมาเล็กน้อย; Ⓑ ~ **[little]** *(coll.: very small)* เล็กจิ๋ว

tiddlywink *n.* Ⓐ *(counter)* เบี้ย; Ⓑ **~s** *sing. (game)* การละเล่น โดยดีดเบี้ยแข่งกัน

tide /taɪd/ทายดฺ/ ❶ *n.* Ⓐ *(rise or fall of sea)* น้ำขึ้นน้ำลง; **high ~:** น้ำขึ้น; **low ~:** น้ำลง; **the ~s** น้ำขึ้นน้ำลง; **sail on the next ~:** รอออกเรือตอนน้ำขึ้นอีกรอบหนึ่ง; **cut off/washed up by the ~:** ถูกตัดขาด/พัดขึ้นฝั่งโดยกระแสน้ำขึ้น; **the ~ is in/out** น้ำกำลังขึ้น/น้ำลง; **when the ~ is in/out** เมื่อน้ำขึ้น/น้ำลง; **the rise and fall of the ~s** การขึ้นและการลงของกระแสน้ำ; ➡ **+ turn** 1 G; Ⓑ *(fig.: trend)* แนวโน้ม, กระแส *(ความนิยม, โชคชะตา, เหตุการณ์)*; **go with/against the ~:** ไปตาม/ขัดกับกระแส; **the ~ of war was turning** แนวโน้มของสงครามกำลังเปลี่ยนแปลง; **rising ~ of opposition** มีแนวโน้มของการคัดค้านเพิ่มขึ้นเรื่อยๆ; ➡ **+ turn** 3 C ❷ *v.t.* ~ **sb. over** ช่วยให้ *ค.น.* ผ่านพ้นช่วงหนึ่ง; **I have enough to ~ me over/over the winter** ฉันพอจะผ่านพ้นฤดูหนาวนี้ไปได้; ~ **sb. over a difficult period** ช่วยให้ *ค.น.* สามารถผ่านพ้นช่วงเวลาที่ทุกข์ยาก

'tide gate *n. (Naut.)* ประตูน้ำ

tideless /ˈtaɪdlɪs/ˈทายดฺลิซ/ *adj.* ปราศจากการขึ้นลงของน้ำ

tide: **~mark** *n.* Ⓐ ขีดที่บ่งบอกระดับน้ำขึ้นสูงสุด; Ⓑ *(Brit. coll.: line on body, bath, etc.)* คราบสกปรก; ~ **table** *n. (Naut.)* ตารางเวลาน้ำขึ้นน้ำลง; **~way** *n. (of river)* บริเวณน้ำขึ้นน้ำลงของแม่น้ำ; *(channel)* ช่องทางที่กระแสน้ำขึ้นน้ำลงไหลผ่าน; *(current)* กระแสน้ำขึ้นน้ำลง

tidily /ˈtaɪdɪlɪ/ˈทายดิลิ/ *adv.* อย่างเป็นระเบียบเรียบร้อย; *(clearly) (รายงาน, บรรยาย)* อย่างชัดเจน

tidiness /ˈtaɪdɪnɪs/ˈทายดินิซ/ *n., no pl.* ความเป็นระเบียบเรียบร้อย

tidings /ˈtaɪdɪŋz/ˈไทดิงซฺ/ *n. pl. (literary)* ข่าว, ข้อมูลข่าวสาร

tidy /ˈtaɪdɪ/ˈทายดิ/ ❶ *adj.* Ⓐ *(neat) (ห้อง, โต๊ะทำงาน)* เป็นระเบียบเรียบร้อย; **make oneself/a room ~:** แต่งเนื้อแต่งตัวให้เรียบร้อย/จัดห้องให้เป็นระเบียบเรียบร้อย; **have ~ habits** มีอุปนิสัยชอบความเป็นระเบียบ; Ⓑ *(coll.: considerable)* มากมาย; **a ~ sum** *or* **penny** จำนวนเงินมากมาย ❷ *n. (receptacle)* **kitchen/bathroom/desk ~:** ภาชนะจัดของในครัว/ห้องน้ำ/บนโต๊ะ; **sink ~:** ที่ใส่ของใช้ตรงที่ล้างจาน ❸ *v.t.* จัด/เก็บห้องให้เป็นระเบียบ; ~ **oneself** แต่งตัวให้เรียบร้อย; ~ **one's hair** หวีผมให้เรียบร้อย; **be busy ~ing** กำลังยุ่งอยู่กับการจัดห้องให้เรียบร้อย

~ **a'way** *v.t.* เก็บเข้าที่

~ **'up** *v.t.* เก็บ, จัดเก็บให้เป็นระเบียบ

tie /taɪ/ทาย/ ❶ *v.t.,* **tying** /ˈtaɪɪŋ/ˈทายอิง/ Ⓐ ผูก, มัด (**to** กับ); ~ **the prisoner's legs together** มัดขาของนักโทษไว้ด้วยกัน; ~ **an apron round you[r waist]** ผูกผ้ากันเปื้อนรอบเอวคุณ; **can he ~ his own shoes/tie?** เขาผูกเชือกรองเท้า/เนคไทเองได้หรือเปล่า; ~ **a knot** ผูกเป็นปมหรือเงื่อน; ➡ **+ hand** 1 A; Ⓑ *(Sport) (gain equal score in)* ได้คะแนนเท่ากัน; ~ **the match** ได้คะแนนเท่ากันในการแข่งขันนี้; **they ~d the match at 3 all** พวกเขาได้ 3 คะแนนเท่ากันในการแข่งขัน; Ⓒ *(restrict)* จำกัด *(ข้อห้าม, เงื่อนไข, อาชีพ ฯลฯ)*; Ⓓ *(Building)* ยึดด้วยคาน

❷ *v.i.,* **tying** Ⓐ *(be fastened)* **it won't ~:** มันผูกไม่ติด/มัดไม่อยู่; **it ~s at the back** มันมีที่ผูกไว้ข้างหลัง; **where does the sash ~?** ผ้าคาดนี้ต้องผูกตรงไหน; Ⓑ *(have equal scores, votes, etc.)* ~ **for second place in the competition/election** ได้คะแนน/คะแนนเสียงเท่ากันเป็นอันดับที่สองในการแข่งขัน/การเลือกตั้ง; ~ **6:6** ได้คะแนน 6 เท่า

❸ *n.* Ⓐ *(worn round collar)* เนคไท *(ท.ศ.)*; ➡ **+ old** 1 F; Ⓑ *(cord etc. for fastening)* เชือกผูก/มัด; ~ **fastening** เชือกผูก *(เครื่องแต่งกาย)*; Ⓒ *(fig.) (bond)* ข้อผูกพัน; **~s of friendship/family ~s** พันธะของความเป็นเพื่อน/ครอบครัว; **have ~s with a firm** มีความผูกพันกับบริษัทแห่งหนึ่ง; **find that sth. is a ~:** พบว่ามี *ส.น.* เป็นข้อจำกัด; **be a ~ for sb.** เป็นพันธะ/เครื่องผูกมัดสำหรับ *ค.น.*; Ⓓ *(Building)* ท่อนโลหะหรือไม้ที่ใช้เป็นเครื่องยึด; Ⓔ *(Amer. Railw.)* หมอนรถไฟ; Ⓕ *(Mus.)* *เส้นโค้งเหนือโน้ตตัวเดียวกันสองตัว เพื่อให้เล่นสองโน้ตนั้นให้ยาวนานเท่ากับค่าเวลาของทั้งสองตัวรวมกัน;* Ⓖ *(equality) (of scores)* การได้คะแนนเท่ากัน; *(of votes)* การได้คะแนนเสียงเท่ากัน; **there was a ~ for third place** มีผู้ได้คะแนนเท่ากันสำหรับอันดับที่สาม; **end in** *or* **be a ~** ยุติลงด้วยคะแนนเท่ากัน; Ⓗ *(Sport: match)* นัดการแข่งขัน; **draw an easy ~:** จับสลากได้นัดการแข่งขันที่ง่าย; Ⓘ *(Amer.: shoe)* รองเท้าที่มีเชือกผูก

~ **'back** *v.t.* ผูก/มัดไว้ข้างหลัง; ~ **one's hair back in a ponytail** รวบผมไว้เป็นหางม้า

~ **'down** *v.t.* Ⓐ *(fasten)* ผูก/มัดไว้ให้แน่น; Ⓑ *(fig.: restrict)* จำกัด, ผูกมัด; **there are too many things tying me down here** มีหลายสิ่งหลายอย่างเหลือเกินที่ผูกมัดฉันไว้ที่นี่; **be ~d down by sth.** ถูกจำกัด/ผูกมัดโดย *ส.น.*; ~ **sb. down to conditions/a time/a schedule** ผูกมัด *ค.น.* ไว้กับเงื่อนไข/เวลา/ตารางเวลา

~ **'in** ❶ *v.i.* ~ **in with sth.** สอดคล้องกับ *ส.น.* ❷ *v.t.* ~ **sth. in with sth.** ทำให้ *ส.น.* สอดคล้องกับอีก *ส.น.*; ➡ **+ ~-in**

~ **'up** *v.t.* Ⓐ *(bind)* ผูก/มัดให้แน่น; ~ **up a parcel with string** ใช้เชือกผูกห่อพัสดุให้แน่น; ~ **sth. up in[to] bundles** ผูก/มัด *ส.น.* ให้เป็นมัด; Ⓑ *(complete arrangements for)* จัดการให้เสร็จสมบูรณ์; ~ **up a few loose ends** *(fig.)* จัดการเรื่องหยุมหยิมๆ ให้เสร็จสมบูรณ์; Ⓒ *(make unavailable)* ฝากไว้โดยถอนไม่ได้ *(เงินทุน, ทรัพย์สิน)*; ~ **up property** จำนองบ้าน/ที่ดินโดยไม่สามารถนำไปขายได้; Ⓓ ➡ ~ **in** 2; Ⓔ *(keep busy)* ยุ่ง, ไม่ว่าง; **I am ~d up this evening** เย็นวันนี้ฉันไม่ว่าง; ➡ **+ ~-up**

tie: ~ **bar** *n. (Building)* ชิ้น *(ไม้, โลหะ)* ที่ใช้ยึดส่วนใดส่วนหนึ่ง, ชิ้นตอกตรึง; ~ **beam** *n. (Building)* หลังคา, ขื่อ; **~break, ~breaker** *ns.* วิธีตัดสินระหว่างผู้แข่งขันที่ได้คะแนนเท่ากัน; ~ **clip** *n.* ที่หนีบเนคไท

tied /taɪd/ทายดฺ/ *adj. (Brit.)* Ⓐ ~ **cottage** *or* **house** *(of farmworker)* บ้านพักสำหรับเกษตรกรที่ทำงานให้เจ้าของที่นา; *(of caretaker etc.)* บ้านพักสำหรับผู้ดูแลบ้าน ฯลฯ; Ⓑ ~ **house** *(public house supplying one brewer's beers)* สถานที่ที่ขายเบียร์ชนิดใดชนิดหนึ่งเท่านั้น

tie: **~-in** *n.* การขายสินค้าพ่วง *(เช่น ภาพยนตร์กับหนังสือ)*; **~-on** *adj.* *(ฉลาก, ป้าย ฯลฯ)* ที่ผูกติด; **~-on label** ป้ายที่ผูกติด; **~pin** *n.* ที่กลัดเนคไท

tier /tɪə(r)/เทีย(ร)/ *n.* Ⓐ *(row)* แถว, ชั้น; Ⓑ *(unit)* ชั้น, ระดับ, ชิ้น

tiered /tɪəd/เทียดฺ/ *adj.* เป็นชั้นๆ; **a three-~ wedding cake** ขนมเค้กแต่งงานสามชั้น; **a three-~ shelf [unit]** หิ้งที่มีสามชั้น

tie rod *n.* Ⓐ *(Motor Veh.)* คันส่งคันชักเพื่อให้สองล้อเลี้ยวเท่ากัน; Ⓑ *(Building)* เหล็กดาม

Tierra del Fuego /tɪerə del ˈfweɪgəʊ/เทียเรอะ เด็ล ˈฟเวโก/ *pr. n.* หมู่เกาะทางปลายทวีปอเมริกาใต้ *(ชิลีและอาร์เจนตินาเป็นเจ้าของ)*

tie-up *n.* ความเกี่ยวพันกัน

tiff /tɪf/ทิฟ/ *n.* การมีปากมีเสียงกันเล็กน้อย; **have a ~ with sb. over sth.** มีปากมีเสียงกันเล็กน้อยกับ *ค.น.* เกี่ยวกับ *ส.น.*

tiger /ˈtaɪgə(r)/ˈทายเกอะ(ร)/ *n.* Ⓐ *(Zool.)* เสือ; **American ~** ➡ **jaguar**; **paper ~** *(fig.)* เสือกระดาษ; **ride a ~** *(fig.)* เล่นกับไฟ, ขี่หลังเสือ; Ⓑ *(fierce or energetic person)* คนที่เต็มไปด้วยกำลัง

tiger: ~ **cat** *n. (Zool.)* สัตว์จำพวกแมวต่างๆ ที่มีขนาดกลางและมีลวดลายคล้ายเสือ; ~ **lily** *n. (Bot.)* ต้นลิลลี่ *Lilium tigrinum* ดอกสีส้มจุดดำ; ~ **moth** *n. (Zool.)* ผีเสื้อกลางคืนในวงศ์ Arctiidae ที่ปีกมีลวดลายคล้ายหนังเสือ; **~'s eye** *n. (Min.)* พลอยสีเหลืองน้ำตาลมีประกายแววาว; ~ **shark** *n. (Zool.)* ปลาฉลามชนิดต่างๆ ที่มีลายคล้ายเสือ

tight /taɪt/ไทท/ ❶ *adj.* Ⓐ *(firm)* แน่น, คับ; **be very ~:** แน่นมาก; **the drawer/window is**

t

~: ลิ้นชัก/หน้าต่างนี้แน่น; B *(close-fitting)* คับ (เสื้อผ้า ฯลฯ); this shoe is rather [too] ~ *or* a rather ~ fit รองเท้าข้างนี้ค่อนข้างคับ; C *(impermeable)* ~ seal/joint การผนึก/การเชื่อมต่อที่แน่นหนา; D *(taut)* ตึง, แน่น; a ~ feeling in one's chest อาการแน่นหน้าอก; E *(with little space)* แคบ; it is a ~ space มันเป็นที่แคบ; it is a ~ squeeze with seven people in the car นั่งเจ็ดคนในรถจะต้องเบียดกันแน่น; F *(strict)* (การควบคุม, ระเบียบวินัย ฯลฯ) เข้มงวด; G *(Econ.)* (ภาวะเงิน, ตลาด) ตึงตัว, ฝืด, ขาดสภาพคล่อง; H *(coll.: stingy)* ตระหนี่, ขี้เหนียว; I *(difficult to negotiate)* a ~ corner การเลี้ยวที่ต้องหักมุมแหลม; be in/get oneself into a ~ corner *or (coll.)* spot [over sth.] *(fig.)* อยู่ใน/ทำให้ตัวเองตกอยู่ในสถานการณ์ที่ยากลำบาก [เกี่ยวกับ *ส.น.*]; J *(coll.: drunk)* เมาเหล้า; get ~: เมาเหล้า; she got ~ on a couple of drinks ดื่มไปสองสามแก้ว เธอก็เมาเสียแล้ว; K *(Sport: evenly contested)* (การแข่งขัน) ที่สูสีกันมาก

❷ *adv.* A *(firmly)* แน่น ๆ, อย่างแน่นหนา; hold ~! จับให้แน่น ๆ; ➡ + sit 1 B; sleep 2 A; B *(so as to leave no space)* อัดแน่น; a train packed ~ with commuters รถไฟที่แน่นขนัดไปด้วยผู้โดยสาร

❸ *n. in pl.* A *(Brit.)* [pair of] ~s กางเกงถุงน่อง; B *(of dancer etc.)* กางเกงถุงน่องหนาของนักเต้น/นักกายกรรม

tighten /ˈtaɪtn/ˈไททฺ'น/ ❶ *v.t.* A ดึง (ผ้า, เชือก); ขัน (ตะปู, น็อต) ให้แน่นขึ้น; เกร็ง (กล้ามเนื้อ); ยึด (การเกาะ) ให้แน่นขึ้น; ~ one's belt *(fig.)* ควบคุมการใช้จ่าย; B *(make stricter)* ควบคุมให้เข้มงวดมากขึ้น (กฎหมาย, กฎระเบียบ) ❷ *v.i.* A แน่น, แน่นขึ้น; her hands ~ed on the steering wheel มือของเธอกำพวงมาลัยแน่นขึ้น; B *(become stricter)* (กฎหมาย, ระเบียบ) เข้มงวดมากขึ้น

~ ˈup ❶ *v.t.* A ทำให้แน่น/แน่นหนา; *(retighten)* ทำให้แน่นอีกครั้งหนึ่ง; B *(make stricter)* ควบคุม (กฎหมาย, ระเบียบ) ให้เข้มงวดมากขึ้น; ~ up security เพิ่มมาตรการการรักษาความปลอดภัย ❷ *v.i.* แน่นขึ้น; ~ up on security/drunken driving เข้มงวดยิ่งขึ้นในเรื่องการรักษาความปลอดภัย/การขับรถขณะเมาเหล้า

tight: ~-ˈfisted *adj.* ตระหนี่, ขี้เหนียว; a ~-fisted old fellow ตาแก่ขี้เหนียว; ~-fitting *adj.* ที่แนบเนื้อ, รัดรูป (เสื้อผ้า); ~-lipped *adj.* A *(without emotion)* ข่มอารมณ์; B *(silent)* ไม่พูดไม่จา

tightly /ˈtaɪtlɪ/ˈไททลิ/ *adv.* A *(firmly)* อย่างแน่น/แน่นหนา; fit ~ (ชิ้นส่วนของเครื่องจักร ฯลฯ) แน่นหนาดี; (เสื้อผ้า) รัดรูป, แนบเนื้อ, คับ; fasten sth. ~: ผูก/มัด *ส.น.* ให้แน่น; put the cork in ~: กดจุกไม้ก๊อกลงไปให้แน่น; B *(strictly)* อย่างเข้มงวด; C *(tautly)* (กล้ามเนื้อ, ประสาท) ตึง, เกร็ง; (เชือก) ตึง; D *(closely)* แน่นขนัด, อัดแน่น; ~ packed (รถไฟ) ที่มีคนแน่นขนัด, (กระเป๋าเอกสาร) ที่มีของอัดอยู่แน่น; a ~ organized schedule กำหนดการแน่นเอี้ยด; E ~ fought *(evenly contested)* แข่ง/ต่อสู้กันอย่างสูสี

tightness /ˈtaɪtnɪs/ˈไททนิซ/ *n., no pl.* A *(lack of leakage)* ความแน่นสนิท; B *(firmness)* ความแน่นหนา; *(closeness of fit)* ความคับ; C *(strictness) (of control, discipline)* ความเข้มงวด; D *(tautness)* ความแน่น/ตึง; feel [a] ~ across the chest รู้สึกแน่นหน้าอก; E *(of schedule)* ความแน่นเอี้ยด; F *(Econ.: scarcity)* ความฝืดเคือง; *(of market)* การขาดสภาพคล่อง; G *(of bend in road)* ความแคบ; H ~ with money ความตระหนี่ถี่เหนียว; I *(Sport: of match)* ความสูสี/ใกล้เคียงกัน

ˈtightrope *n.* เชือกที่ขึงสูงเหนือพื้นดินของนักเล่นกายกรรม; walk a ~ *(fig.)* พูด/กระทำสิ่งต่าง ๆ ด้วยความระมัดระวังเป็นอย่างมาก (เนื่องจากอยู่ในสถานการณ์ที่คับขัน); ~ walker นักกายกรรมเดินเชือก

tigress /ˈtaɪgrɪs/ˈไทกฺริซ/ *n. (Zool.)* เสือตัวเมีย

tilde /ˈtɪldə/ˈทิลเดอะ/ *n. (Ling.)* เครื่องหมาย (~) ในภาษาสเปนหรือโปรตุเกส

tile /taɪl/ทายลฺ/ ❶ *n.* A *(on roof, floor, wall etc.)* แผ่นกระเบื้อง; spend the night on the ~s *(fig. coll.)* ออกไปเที่ยวจนดึกจนดื่น; B *(Games)* เบี้ยหรือแผ่นบาง ๆ ใช้สำหรับเล่นเกม ❷ *v.t.* มุง (หลังคา)/ปู (พื้น) ด้วยกระเบื้อง; ~d roof หลังคามุงกระเบื้อง; ~d floor พื้นกระเบื้อง

tiler /ˈtaɪlə(r)/ˈทายเลอะ(ร)/ *n. (of roofs)* คนมุงกระเบื้องหลังคา; *(of floors, walls)* คนปูกระเบื้อง (พื้น, ผนัง ฯลฯ)

tiling /ˈtaɪlɪŋ/ˈทายลิง/ *n., no pl., no indef. art.* ➡ tile 1 A: A *(fixing tiles) (on roof, floor, wall)* การปูกระเบื้อง; B *(set of tiles)* แผ่นกระเบื้องชุดหนึ่ง

¹till /tɪl/ทิล/ *v.t. (Agric.)* เตรียมดิน/ไถพรวนดิน

²till ❶ *prep.* จนกว่า, จนกระทั่ง; *(followed by article + noun)* not [...] ~: ไม่...จนกระทั่ง; from morning ~ evening ตั้งแต่เช้าจนเย็น; ➡ + until 1 ❷ *conj.* จน; ➡ + until 2

³till *n.* เครื่องบันทึกและเก็บเงินสด; at the ~: ที่แคชเชียร์, ที่เครื่องคิดเงิน; have/put one's hand *or* fingers in the ~ *(fig.)* ขโมยเงินจากที่ทำงานของตน

tillage /ˈtɪlɪdʒ/ˈทิลลิจ/ *n., no pl. (Agric.) (tilling)* การเตรียมดิน/ไถพรวนดิน; *(land tilled)* พื้นที่ดินที่ไถพรวนไว้แล้ว

tiller /ˈtɪlə(r)/ˈทิลเลอะ(ร)/ *n. (Naut.)* หางเสือ

ˈtill receipt *n.* ใบเสร็จ

tilt /tɪlt/ทิลทฺ/ ❶ *v.i.* A เอียง, เอน; the chair ~s back เก้าอี้เอนไปข้างหลัง; the board ~ed [up] when he stepped on it แผ่น/กระดานไม้กระดกขึ้นเมื่อเขาเหยียบมัน; B *(Hist.: joust)* เสียบแทงด้วยอาวุธในการต่อสู้ของอัศวินบนหลังม้า; ~ at เสียบแทงไปที่; *(fig.)* ประจาน; ➡ + windmill A ❷ *v.t.* เอียง, เอน; ตะแคง (ศีรษะ) ❸ *n.* A *(sloping position)* ท่าเอียง, ตะแคง; give sth. a ~: ทำให้ *ส.น.* เอียง; a 45° ~: ความลาดเอียง 45 องศา; B *(fig.: attack)* การโจมตี; have *or* make a ~ at sb./sth. โจมตี *ค.น./ส.น.*; C [at] full ~: ด้วยพลังเต็มที่

tilth /tɪlθ/ทิลธฺ/ *n.* การไถพรวนดิน, สภาพของดินที่ไถพรวนแล้ว; rake a seedbed to a good ~: พรวนดินที่จะใช้เพาะเมล็ดให้ดี

timber /ˈtɪmbə(r)/ˈทิมเบอะ(ร)/ *n.* A *no pl. (wood for building)* ไม้แปรรูป; sawn ~: ไม้ที่ตัดหรือเลื่อยแล้ว; B *(type of wood)* ชนิดของไม้, ไม้; C *no pl., no indef. art. (trees)* ต้นไม้ต้นใหญ่ ๆ (ที่เหมาะสำหรับนำไปแปรรูป); cut down *or* fell ~: โค่น/ตัดต้นไม้; put land under ~: ทำสวนป่า; standing ~: ไม้ยืนต้น; D *(beam, piece of wood)* คาน; กระดูกงูเรือ; floor ~s ท่อน/แผ่นไม้สำหรับปูพื้น; ➡ + ²shiver 2; E ~! ระวัง ต้นไม้กำลังจะล้ม

timbered /ˈtɪmbəd/ˈทิมเบิด/ *adj.* A *(wooded)* เป็นป่าไม้; B *(built of wood)* ปลูก/สร้างด้วยไม้; *(covered with planks)* (พื้น ฯลฯ) ที่ปูด้วยไม้

timber: ~-framed *adj.* มีโครงไม้; ~-framing *n., no pl., no indef. art.* การทำโครงไม้

timbering /ˈtɪmbərɪŋ/ˈทิมเบอะริง/ *n., no pl., no indef. art.* งานไม้ (ใช้ไม้ในการก่อสร้าง); *(of timber-framed house)* การสร้างโครงไม้

timber: ~line *n. (Geog.)* (บนภูเขา) ระดับเหนือพื้นทะเลที่ต้นไม้ยังขึ้นได้; ~yard *n.* ลานเก็บท่อนไม้

timbre /ˈtæmbə(r)/ˈแทมเบอะ(ร)/ *n. (Mus.)* ลักษณะเฉพาะของเสียง (คน, เครื่องดนตรี)

Timbuctoo /tɪmbʌkˈtuː/ทิมบัคˈทู/ *pr. n.* เมืองในประเทศมาลี ในทวีปแอฟริกา

time /taɪm/ทายมฺ/ ❶ *n.* A *no pl., no art.* เวลา, ช่วงเวลา; the greatest composer of all ~: นักแต่งเพลงผู้ยิ่งใหญ่ที่สุดตลอดกาล; for all ~: เป็นอมตะ, ชั่วนิรันดร์; past/present/future ~: เวลาในอดีต/ปัจจุบัน/อนาคต; stand the test of ~: อยู่ยงคงกระพันตลอดทุกยุคทุกสมัย; in [the course of] ~, as ~ goes on/went on เมื่อเวลาผ่านไป, วันวานที่ผันผ่าน/วันวานที่ได้ผันผ่าน; as old as ~: เก่าสมัยพระเจ้าเหา; ~ will tell *or* show เวลาจะเป็นเครื่องพิสูจน์; ~ and tide wait for no man เวลาและวารีไม่เคยคอยใคร; at this point *or* moment in ~: ขณะนี้; ~ flies เวลาดูจะผ่านไปรวดเร็ว; how ~ flies! เวลาช่างผ่านไปรวดเร็วเหลือเกิน; work against ~: ทำงานแข่งกับเวลา; in ~, with ~ *(sooner or later)* ไม่ช้าก็เร็ว; ➡ + healer; B *(interval, available or alloted period)* ช่วงเวลา; in a week's/month's/year's ~: ภายใน [ช่วงเวลา] หนึ่งอาทิตย์/เดือน/ปี; there is ~ for that มีเวลาสำหรับสิ่งนั้น; it takes me all my ~ to do it ฉันต้องใช้เวลาทั้งหมดที่มีอยู่เพื่อทำมัน; it took me all my ~ to persuade him ฉันต้องลำบากยากเข็ญเหลือเกินกว่าจะทำให้เขาเชื่อ; give one's ~ to sth. ทุ่มเวลากับ *ส.น.*; waste of ~: การสูญเสียเวลา; spend [most of one's/a lot of] ~ on sth./[in] doing sth. ใช้เวลา [ส่วนใหญ่/มาก] ในการทำ *ส.น.*; I have been waiting for some/a long ~: ฉันได้รอเป็นเวลานานพอสมควร/นานมาก; she will be there for [quite] some ~: เธอจะอยู่ที่นั่นเป็นเวลานาน [พอใช้]; spend some ~ in a place อยู่ที่ใดที่หนึ่งระยะหนึ่ง; be pressed for ~: รีบร้อน, จวนแจ; *(have to finish quickly)* ต้องทำให้เสร็จอย่างรวดเร็ว; pass the ~: ใช้เวลาในการทำ *ส.น.*; length of ~: ระยะเวลา; make ~ for sb./sth. ให้เวลากับ *ค.น./ส.น.*; a short ~ ago เมื่อสักครู่ที่ผ่านมานี้; that's a long ~ ago นั่นเป็นเวลานานมาแล้ว; in one's own ~: ยามว่าง; *(whenever one wishes)* one's ~ is one's own มีอิสระในการใช้เวลาอย่างไรก็ได้; take one's ~ [over sth.] [ทำ *ส.น.*] โดยไม่ต้องรีบร้อนอะไร; *(be slow)* [ทำ *ส.น.*] เอ้อระเหยลอยชาย; ~ is money *(prov.)* เวลาเป็นเงินเป็นทอง; we're out of ~, our ~'s up พวกเราหมดเวลาแล้ว; on ~ *(Amer.: on hire-purchase)* โดยวิธีผ่อนชำระเป็นงวด ๆ; in [good] ~ *(not late)* แต่เนิ่น ๆ; all the *or* this ~: *(without ceasing)* ตลอดเวลา; all the ~ you're standing there arguing things are only getting worse ตลอดเวลาที่คุณยืนโต้เถียงอยู่ที่นั่น สิ่งต่าง ๆ ก็เลวร้ายลงไปเรื่อย ๆ; since ~ immemorial *or* out of mind นานเนกาเลมาก

เสียจนไม่มีใครจำได้; **in [less than** *or* **next to] 'no ~:** ภายในชั่วพริบตา; **it was 'no ~ [at all] before she was back** เธอหายไปชั่วประเดี๋ยวเดียวก็กลับมา; **in 'half the ~:** ในเวลาที่สั้นกว่า; **'half the ~** *(coll.: as often as not)* บ่อยครั้งทีเดียว; **it will take [some] ~:** มันต้องใช้เวลา; **have ~ on one's hands** มีเวลาเหลือเฟือ; *(have nothing to do)* ไม่มีอะไรจะทำ; **have the/no ~:** มี/ไม่มีเวลา; **have no ~ for sb./sth.** ไม่ใยดีกับ *ค.น./ส.น.;* **we have no ~ to lose** พวกเราเสียเวลาไม่ได้; **there is no ~ to lose** *or* **be lost** จะมัวชักช้าอยู่ไม่ได้; **lose no ~ in doing sth.** *(not delay)* ไม่ล่าช้าในการทำ *ส.น.;* **lose no ~ doing sth.** *(not waste ~)* ไม่ยอมเสียเวลาไปทำ *ส.น.;* **do ~** *(coll.)* ถูกลงโทษจำคุก; **he lived out his ~ in peace** เขาใช้ชีวิตช่วงที่ยังเหลืออยู่อย่างสงบ; **in my '~** *(heyday)* ในระยะแห่งความรุ่งโรจน์; *(in the course of my life)* ตลอดชีวิตของฉัน; **in my ~** *(period at a place)* ในสมัยที่ฉันอยู่ที่นั่น; **in my father's ~:** ในสมัยพ่อ; **~ off** *or* **out** เวลานอก; **get/take ~ off** ได้รับ/ขอเวลานอก; **take ~ out to look at this properly** ใช้เวลานอกที่จะศึกษาเรื่องนี้อย่างจริงจัง; **T~!** *(Boxing)* ชกกันได้; *(Brit.: in pub)* ได้เวลาแล้ว; **~, [ladies and] gentlemen, please!** ได้เวลาผับปิดแล้ว กรุณาเตรียมออกจากร้านได้; **have a lot of ~ for sb.** มีเวลามากมายสำหรับ *ค.น.;* ➡ + **gain** 2 A; **hand** 1 C; **serve** 1 D; Ⓒ *no pl. (moment or period destined for purpose)* ช่วงเวลาเฉพาะกิจ, ฤดูกาล; **harvest/Christmas ~:** ฤดูเก็บเกี่ยว/ช่วงคริสต์มาส; **there is a ~ and place for everything** มีเวลาและสถานที่สำหรับทุกสิ่งทุกอย่าง; **now is the ~ to do it!** ต้องทำตอนนี้เลยแหละ; **~ for lunch** เวลาอาหารกลางวัน; **it is ~ to go** ถึงเวลาที่จะไปแล้ว; **it's [about] ~ they were going** ได้เวลาที่พวกเขาจะไปเสียที; **his ~ was drawing near** *(~ of death)* เวลาของเขาใกล้เข้ามาเต็มที; **look/get old before one's ~:** ดูแก่เกินวัย; **and not before ~:** สมควรแก่เวลา; **when the ~ comes/came** เมื่อเวลามาถึง/ได้มาถึง; **on ~** *(punctually)* ตรงเวลา; **ahead of ~:** เร็วกว่ากำหนด; **all in good ~:** เดี๋ยวก็ได้เวลา; **you'll find out in good ~:** ถึงเวลาก็รู้เอง; ➡ + **be** 2 A; **behind** 2 E; Ⓓ *in sing. or pl. (circumstances)* สถานการณ์หรือสภาพ; **~s are good/bad/have changed** สภาพการณ์ดี/เลวร้าย/ได้เปลี่ยนไป; **have a good ~:** สนุกสนาน; **have quite a ~ [of it]** ได้ผ่านอะไรมาพอสมควร; **have a hard ~ [of it]** ประสบความลำบากยากเย็น; ➡ + **life** E; Ⓔ *(associated with events or person[s])* ยุคเฉพาะ, สมัย; **in ~ of peace/war** ในยุคของสันติภาพ/สงคราม; **in Tudor/Napoleon's/ancient ~s** ในยุคทิวดอร์/ยุคนโปเลียน/ยุคโบราณ; **in prehistoric ~s** ในยุคสมัยก่อนประวัติศาสตร์; **in former/modern ~s** ในสมัยก่อน/ปัจจุบัน; **the good old ~s** วันชื่นคืนสุข; **Queen Victoria and her ~[s]** พระราชินีวิคตอเรียและยุคสมัยของพระนาง; **~'was when ...:** ครั้งหนึ่งในอดีตเคย...; **ahead of** *or* **before one's/its ~** ล้ำสมัย/เร็วเกินสมควร; **at 'one ~** *(previously)* ก่อนหน้านี้; ➡ + **behind** 2 C; Ⓕ *(occasion)* ครั้ง/โอกาส; **this ~:** ครั้งนี้; **for the first ~:** เป็นครั้งแรก; **[the] second ~ [a]round** โอกาสต่อไป; **next ~ you come** โอกาสหน้าที่คุณมา; **ten/a hundred/a thousand ~s** สิบ/ร้อย/พันครั้ง; **~s without number** นับครั้งไม่ถ้วน; **I've told you a hundred ~s ...:** ฉันได้บอกคุณเป็นร้อยครั้ง...; **many ~s** หลายครั้ง; **many's the ~ [that] ..., many a ~ ...:** หลายครั้ง [ที่]...; **there are/were ~s when ...:** มีหลายครั้งที่.../เคยมีหลายครั้งที่...; **at all ~s** เสมอ, ตลอดเวลา; **at ~s** เป็นครั้งเป็นคราว; **from ~ to ~:** เป็นครั้งเป็นคราว; **at other ~s** เวลาอื่น; **at all other ~s** ถ้าเป็นเวลาอื่น; **at one ~ or another** เป็นบางครั้งบางคราว; **this is no ~ to do that** นี่ไม่ใช่เวลาที่จะทำสิ่งนั้น; **at a ~ like this/that** ในเวลาเช่นนี้/นั้น; **at the** *or* **that ~** *(in the past)* ในตอนนั้น; **it depends on which doctor is on duty at the ~:** มันขึ้นอยู่กับว่าตอนนั้นหมอคนไหนเข้าเวรอยู่; **at one ~, at [one and] the same ~** *(simultaneously)* ในเวลาเดียวกัน; **at the same ~** *(nevertheless)* แม้กระนั้นก็ตาม; **at the best of ~s** แม้ในสภาวะการณ์ที่เอื้อที่สุด; **a 'fine ~** *(iron.)* เวลาที่ไม่อำนวย; **between ~s** ระหว่างช่วงนั้น; **~ and [~] again, ~ after ~:** ซ้ำแล้วซ้ำเล่า; **pay sb. £6 a ~:** จ่าย *ค.น.* หกปอนด์ต่อหนึ่งครั้ง; **oranges cost 16p a ~:** ส้มมีราคาลูกละ 16 เพนซ์; **one at a ~:** ทีละคน, ทีละอย่าง; **one stone at a ~:** ค่อย ๆ สร้างขึ้นทีละเล็กละน้อย; **two at a ~:** ครั้งละสองคนครั้งละสองอย่าง; **hand me the cups two at a ~:** ส่งถ้วยให้ฉันทีละสองใบ; **for hours/weeks at a ~:** เป็นเวลาหลายชั่วโมง/สัปดาห์ในแต่ละครั้ง; **at this ~** *(Amer.)* ปัจจุบันนี้; *(at this moment)* ในขณะนี้; ➡ + **be** 2 A; **every** A; Ⓖ ➤ 177 *(point in day etc.)* ในเวลาหนึ่ง; **at the same ~ every morning** ณ เวลาเดียวกันทุกเช้า; **what ~ is it?, what is the ~?** กี่โมงแล้ว, เวลาเท่าไร; **have you [got] the ~?** เวลากี่โมงแล้ว; **tell the ~** *(read a clock)* ดูเวลา; **~ of day** เวลาตามนาฬิกา; **[at this] ~ of [the] year** ในช่วงเวลานี้ของปี; **this ~ of the month** ช่วงนี้ของเดือน; **at this ~ of [the] night** ในช่วงนี้ของคืน; **know the ~ of day** *(fig.)* รู้เรื่องรู้ราว; **not give sb. the ~ of day** ไม่ทักทาย *ค.น.;* **pass the ~ of day** *(coll.)* ทักทาย *ค.น.* และพูดคุยสั้น ๆ กับเขา; **by this/that ~:** พอถึงเวลานี้/เวลานั้น; **by the ~ [that] we arrived** พอถึงเวลาที่พวกเรามาถึง; **[by] this ~ tomorrow** ในเวลานี้ของวันพรุ่งนี้; **keep good ~** *(นาฬิกา ฯลฯ)* เดินตรงเวลา; Ⓗ *(amount)* เวลา; **make good ~:** ทำเวลาได้ดี; **get paid ~ and a half** ได้รับการจ่ายอีก 50%; **[your] ~'s up!** คุณหมดเวลาแล้ว; Ⓘ *(multiplication)* การคูณ, เท่า; **three ~s four** สามคูณสี่; **four ~s the size of/higher than sth.** ขนาดสี่เท่าของ *ส.น.*/สูงกว่า *ส.น.* สี่เท่า; **~s sign** เครื่องหมายคูณ; **magnified six ~s** ถูกขยายหกเท่า; Ⓙ *(Mus.) (duration of note)* ความสั้นยาวของโน้ตเพลง; *(measure)* จังหวะ; **in three-four ~:** ในจังหวะสาม-สี่; **keep in ~ with the music** *(เต้นรำ)* เข้าจังหวะกับดนตรี; **out of ~/in ~:** ไม่เข้าจังหวะ/ตามจังหวะ; **keep ~ with sth.** เข้าจังหวะกับ *ส.น.;* Ⓚ *(dated: date of childbirth)* **she is near** *or* **nearing her ~:** เธอจวนถึงวันกำหนดคลอดบุตรแล้ว

❷ *v.t.* Ⓐ *(do at correct ~)* กะเวลาให้เหมาะ; **be well/ill ~d** เป็นจังหวะดี/จังหวะไม่ดี; Ⓑ *(set to operate at correct ~)* ตั้งเวลา; **~ the bomb to explode at 4 p.m.** ตั้งเวลาให้ลูกระเบิดทำงานตอน 4 โมงเย็น; Ⓒ *(arrange time of arrival/departure of)* **the bus is ~d to connect with the train** รถประจำทางถูกกำหนดเวลาให้มาถึงทัน เพื่อให้ผู้โดยสารต่อรถไฟได้; **be ~d to take 90 minutes** ถูกกำหนดให้ใช้เวลา 90 นาที; Ⓓ *(measure time taken by)* จับเวลา; **~ an egg** จับเวลาต้มไข่ให้พอดี

time: ~-and-'motion *adj.* ที่ศึกษาเวลาและวิธีการปฏิบัติงาน; **~-and-motion study** การศึกษาและจับเวลาและวิธีการทำงาน; **~ bomb** *n. (lit.)* ระเบิดเวลา; *(fig.)* คน/สิ่งที่ก่อปัญหาได้ตลอดเวลา; **~ capsule** *n. กล่องบรรจุเอกสารและวัตถุของสมัยปัจจุบันที่ฝังเพื่อให้ถูกขุดในอนาคต;* **~ check** *n.* การจับเวลา; *(to verify)* การตรวจเวลา; **~-consuming** *adj.* Ⓐ *(taking ~)* ต้องใช้เวลามาก; Ⓑ *(wasteful of ~)* เสียเวลามาก; **~ exposure** *n. (Photog.)* การเปิดหน้ากล้องนานกว่าปกติ; **~ factor** *n., no pl.* ปัจจัยด้านเวลา; **~-fault** *n. (Show Jumping)* การ*เสียคะแนนเพราะขี่ม้าข้ามเครื่องกีดขวางช้ากว่ากำหนด;* **~ fuse** *n.* ชนวนที่ไหม้ตามเวลาที่กำหนด; **~-honoured** *adj. (ประเพณี, ธรรมเนียมปฏิบัติ ฯลฯ)* ที่เป็นที่ยอมรับมาช้านาน; **~keeper** *n.* Ⓐ *(person)* คนจดเวลา, คนจับเวลา; Ⓑ **the watch is a good/bad ~keeper** นาฬิกาเรือนนี้เที่ยงตรง/ไม่เที่ยงตรง; **~keeping** *n.* Ⓐ *(Sport)* การจับเวลา; Ⓑ *(at work)* การจดเวลากรรมกรทำงาน; **~ lag** *n.* ช่วงเวลาระหว่างสองเหตุการณ์, ช่วงรอ; **~-lapse** *attrib. adj. (Photog., Cinemat., Telev.) ร่นเวลากล้องถ่ายภาพยนตร์ที่เว้นระยะนาน ๆ แล้วถ่ายครั้งหนึ่ง (ใช้ในการถ่ายแสดงการเติบโตของต้นไม้ ฯลฯ)*

timeless /'taɪmlɪs/'ทายมฺลิซ/ *adj. (rhet./poet.)* ตลอดนิรันดร, อมตะ

'time limit *n.* เวลาจำกัด; **put a ~ on sth.** กำหนดเวลาที่ *ส.น.* จะต้องแล้วเสร็จ

timeliness /'taɪmlɪnɪs/'ทายมฺลินิซ/ *n., no pl.* ความเหมาะกับเวลา

'time lock *n.* กุญแจที่ไขได้เฉพาะในช่วงที่กำหนดเท่านั้น

timely /'taɪmlɪ/'ทายมฺลิ/ *adj.* เหมาะกับเวลา, ทันเวลา; **be ~:** เหมาะกับเวลา; **a ~ piece of advice** คำแนะนำที่ได้จังหวะพอดี

time: ~ machine *n. เครื่องที่จินตนาการว่าจะสามารถพาคนเดินทางย้อนสู่อดีตหรืออนาคตได้;* **~ 'out** *n. (Sport)* เวลานอก *(ในการแข่งขันกีฬา); (called by one team)* เวลาที่ฝ่ายหนึ่งขอพักการเล่นไว้ชั่วคราว; **~piece** *n.* นาฬิกา, เครื่องมือจับเวลา

timer /'taɪmə(r)/'ทายเมอะ(ร)/ *n.* Ⓐ ➡ **timekeeper** A; Ⓑ *(device)* อุปกรณ์จับเวลา; *(with switch)* เครื่องตั้งเวลาที่มีสวิตช์ปิดเปิด

time: ~-saver *n.* **be a ~-saver** เป็นสิ่งประหยัดเวลา; **a dishwasher is a real ~-saver** เครื่องล้างจานประหยัดเวลาได้มาก; **~scale** *n.* ระยะเวลา; **~-share** ❶ *attrib. adj.* **~share apartment** *แฟลตพักร้อนที่หลายคนเป็นหุ้นส่วนและเข้าอยู่ได้ช่วงหนึ่งของปีตามข้อตกลง* ❷ *n.* ➡ **~-sharing** B; **~-sharing** *n., no pl., no art.* Ⓐ *(Computing)* การใช้หน่วยประมวลผลกลางของเครื่องคอมพิวเตอร์ร่วมกัน; Ⓑ *(joint ownership) การเป็นหุ้นส่วนในบ้านตากอากาศ ซึ่งใช้ได้ตามอัตราการลงทุน;* **~ sheet** *n.* ตารางเวลา ฯลฯ; **~ signal** *n.* สัญญาณบอกเวลา; **~ signature** *n. (Mus.)* เครื่องหมายกำหนดจังหวะ; **~ switch** *n.* ปุ่มเปิดปิดอัตโนมัติตามเวลาที่ตั้ง; **~table** *n.* Ⓐ *(scheme of work)* ตารางเวลาการทำงาน; *(Educ.)* ตารางการเรียน/การสอน; Ⓑ *(Transport)* ตารางเวลา *(เครื่องบิน, รถไฟ)*; **~ travel** *n. การย้อนเวลาสู่อดีตหรือล่วงหน้าไปในอนาคต;*

time warp | tired 930

~ **warp** *n.* การใช้จินตนาการย้อนยุคกลับไปสู่อดีตชาติแบบเดียวกับทวิภพ; ~-**worn** *adj.* (*คำพูด, มุขตลก*) ที่ซ้ำซาก, จำเจ; (*ตึก*) ทรุดโทรมตามกาลเวลา; ~ **zone** *n.* เขตเวลาของโลก (*ที่มีทั้งหมด 24 เขต*)

timid /ˈtɪmɪd/ˈทิมมิด/ *adj.* Ⓐ ขี้อาย, ขี้กลัว; Ⓑ (*fearful*) (*บุคคล*) ขี้ตกใจ; (*สัตว์*) ขี้กลัว; Ⓒ (*lacking boldness*) ขี้ขลาด; (*shy*) ตกประหม่า

timidity /tɪˈmɪdɪtɪ/ทิˈมิดดิทิ/ *n., no pl.* ➡ **timid**: ความอาย, ความตกใจง่าย, การขลาดกลัว

timidly /ˈtɪmɪdlɪ/ˈทิมมิดลิ/ *adv.* ➡ **timid**: อย่างตกใจง่าย, อย่างขี้ขลาด, อย่างขี้อาย

timing /ˈtaɪmɪŋ/ˈทายมิง/ *n., no pl.* Ⓐ จังหวะเวลา; **that was perfect ~!** (*as sb. arrives*) มาได้จังหวะเหมาะเจาะ; **the ~ of the statement was excellent** จังหวะเวลาของคำแถลงนั้นยอดเยี่ยม; Ⓑ (*Theatre*) ความต่อเนื่องของละครที่เหมาะเจาะ; Ⓒ (*Motor Veh.*) **ignition/value ~**: จังหวะการจุดระเบิด/จังหวะการปิด-เปิดลิ้นไอดีและไอเสียเครื่องยนต์; **adjust the [ignition] ~**: ปรับเปลี่ยนจังหวะการจุดระเบิด

timorous /ˈtɪmərəs/ˈทิมเมอะเริซ/ *adj.* ตกใจกลัวง่าย; (*lacking boldness*) ขี้ขลาด, ขี้อาย

timpani /ˈtɪmpənɪ/ˈทิมเพอะนี/ *n. pl.* (*Mus.*) กลองชุด (*ที่ใช้เล่นในวงดนตรี*)

timpanist /ˈtɪmpənɪst/ˈทิมเพอะนิซทฺ/ *n.* ➤ 489 (*Mus.*) มือกลอง

tin /tɪn/ทิน/ ❶ *n.* Ⓐ (*metal*) ดีบุก; ~[-**plate**] แผ่นเหล็กเคลือบดีบุก; Ⓑ (*Cookery*) **cooking ~s** ภาชนะดีบุกใช้เวลาไปตั้งแคมป์; Ⓒ (*Brit.: for preserving*) กระป๋อง; **a ~ of peas** ถั่วกระป๋องหนึ่ง; Ⓓ (*with separate or hinged lid*) กล่องหรือกระป๋องมีฝาปิด; **bread ~**: กล่องใส่ขนมปัง ❷ *v.t.*, **-nn-** (*Brit.*) บรรจุ (*อาหาร*) ในกระป๋อง ❸ *attrib. adj.* ที่ทำด้วยดีบุก; ➡ + **lid** A

tincture /ˈtɪŋktʃə(r)/ˈทิงคฺเฉอะ(ร)/ *n.* Ⓐ (*solution*) ยาทิงเจอร์ (*ท.ศ.*); Ⓑ (*slight flavour*) รสชาติจาง ๆ; (*unpleasant*) สิ่งที่เจือหรือย้อมที่น่าเกลียด; (*fig.*) ร่องรอยที่ไม่เป็นที่พึงปรารถนา; **a ~ of green/red** สีเขียว/สีแดงในโล่ประจำตระกูล

tinder /ˈtɪndə(r)/ˈทินเดอะ(ร)/ *n.* วัตถุแห้งที่ติดไฟได้ง่าย; **as dry as ~**: แห้งสนิท

ˈ**tinder: ~box** *n.* กล่องใส่วัตถุแห้งติดไฟง่ายกับเหล็กไฟ (*ใช้ในสมัยก่อน*); (*fig.: person*) คนเลือดร้อนพลุ่งพล่าน; (*fig.: thing*) สิ่งที่ลุกเป็นไฟได้; **the old houses are like ~boxes** บ้านเก่าเหล่านั้นเสี่ยงต่อการเกิดไฟไหม้ได้ทุกเมื่อ; ~-**dry** *adj.* แห้งสนิท

tine /taɪn/ทายนฺ/ *n.* Ⓐ (*of deer*) ปลายแหลมของเขา; Ⓑ (*of rake, fork*) ปลายแหลม

tin ˈfoil *n., no pl.* แผ่นดีบุก; (*aluminium foil*) แผ่นอะลูมิเนียมใช้ในครัว

ting-a-ling /tɪŋəˈlɪŋ/ทิงเงอะˈลิง/ ❶ *n.* เสียงดังติ้ง ๆ ❷ *adv.* โดยส่งเสียงดังติ้ง ๆ

tinge /tɪndʒ/ทินจฺ/ ❶ *v.t.*, ~**ing** /ˈtɪndʒɪŋ/ˈทินจิง/ ระบายสีอ่อน ๆ, เจือสีจาง ๆ; **a white curtain ~d with pink** ม่านสีขาวออกชมพู; **her black hair was ~d with grey** ผมสีดำของเธอมีผมหงอกประปราย; (*fig.*) **her admiration was ~d with envy** ความรู้สึกชื่นชมของเธอเจือด้วยความริษยา ❷ *n.* สีเรื่อ ๆ; (*fig.*) ส่วนผสมเจือจาง; **a ~ of red in the sky** สีแดงเรื่อ ๆ ในท้องฟ้า; **white with a ~ of blue** สีขาวที่มีสีฟ้าเรื่อ ๆ ผสมอยู่

tingle /ˈtɪŋgl/ˈทิงก'ล/ ❶ *vi.* Ⓐ (*feel sensation*) เสียวซ่าน; Ⓑ (*cause sensation*) ~ **in sb.'s ears** ทำให้หูของ *ค.น.* ชา ❷ *n.* อาการระบม, อาการชา; **feel a ~ of excitement** รู้สึกความเสียวซ่านของความตื่นเต้น

tin: ~ ˈgod *n.* บุคคลที่เป็นที่เคารพอย่างไม่สมเหตุสมผล; ~ ˈ**hat** *n.* (*coll.*) หมวกเหล็กของทหาร; ~**horn** (*Amer.*) ❶ *n.* คนคุยโม้โอ้อวด, คนขี้โวยวาย ❷ *adj.* ที่คุยโม้

tinker /ˈtɪŋkə(r)/ˈทิงเคอะ(ร)/ ❶ *n.* ช่างปะกระทะ กาน้ำเร่ร่อน; **I don't give a ~'s cuss** (*coll.*) ฉันไม่ยี่หระสักนิดเดียว ❷ *v.i.* ~ **with sth.** ง่วนกับการแก้ *ส.น.* แบบก๊อก ๆ แก๊ก ๆ; (*incompetently; also fig.*) ทำ *ส.น.* อย่างไม่สู้สันทัด

tinkle /ˈtɪŋkl/ˈทิงค'ล/ ❶ *n.* เสียงกรุ๋งกริ๋ง; (*of coins*) เสียงกระทบกันดังกรุ๋งกริ๋ง; **give sb. a ~** (*Brit. coll.: telephone call*) โทรศัพท์ไปหา *ค.น.* ❷ *v.t.* ทำให้เกิดเสียงกรุ๋งกริ๋ง ❸ *v.i.* (*กระดิ่ง*) ส่งเสียงกรุ๋งกริ๋ง; ~ **on a piano** ดีดเปียโนเล่น ๆ

ˈ**tin mine** *n.* เหมืองดีบุก

tinned /tɪnd/ทินดฺ/ *adj.* (*Brit.*) (*อาหาร*) กระป๋อง; **be ~**: ถูกบรรจุกระป๋อง

tinny /ˈtɪnɪ/ˈทินนิ/ *adj.* Ⓐ (*metallic*) เสียงเหมือนตีกระป๋อง; เกี่ยวกับดีบุก, เหมือนดีบุก; **taste ~**: มีรสชาติอาหารกระป๋อง; Ⓑ (*of inferior quality*) (*โลหะ*) คุณภาพไม่ดี; **be ~**: คุณภาพไม่ดี

tin: ~-opener *n.* (*Brit.*) ที่เปิดกระป๋อง; ~-**pan ˈalley** *n.* วงการของผู้ประพันธ์หรือผู้เผยแพร่เพลงที่เป็นที่นิยม; ~ ˈ**plate** *n.* แผ่นเหล็กเคลือบดีบุก; ~-**plate** *v.t.* เคลือบด้วยดีบุก; ~-**plating** *n.* การเคลือบด้วยดีบุก; ~**pot** *adj.* (*derog.*) ราคาถูก, ไร้ค่า, กระจอก; ~**pot town** เมืองที่ไม่มีความสำคัญ; ~**pot little firm** บริษัทกระจอก; ~**pot dictator** เผด็จการชั้นสวะ

tinsel /ˈtɪnsl/ˈทินซ'ล/ *n.* Ⓐ (*thread*) เส้นใยโลหะที่ให้แสงระยิบระยับ; (*for decoration*) อุบะตกแต่งโลหะหลากสี; (*strip*) เลื่อมระยิบระยับที่ใช้ตกแต่ง; (*sheet*) แผ่นฟอยล์หลากสี; Ⓑ *also attrib.* ~ [**glamour**] สะดุดตาอย่างฉูดฉาดไร้รสนิยม

tin: ~smith *n.* ช่างบัดกรี, ช่างเชื่อม; ~ ˈ**soldier** *n.* ตุ๊กตาทหารดีบุก

tint /tɪnt/ทินทฺ/ ❶ *n.* สีอ่อน ๆ; **flesh ~s** สีคล้ายสีผิว; **autumn ~s** สีของใบไม้ในฤดูใบไม้ร่วง; **red with a blue ~**: สีแดงผสมสีฟ้า ❷ *v.t.* ระบายสีอ่อน ๆ, ลงสีจาง ๆ; ~ **with blue** ระบายสีฟ้าจาง ๆ

tin: ~ tack *n.* ตะปูเล็กหัวแบน; ~ ˈ**whistle** *n.* ขลุ่ยดีบุก

tiny /ˈtaɪnɪ/ˈทายนิ/ *adj.* เล็กมาก; **a ~ bit better** (*coll.*) ดีขึ้นกว่าเดิมเล็กน้อย; **sb.'s ~ mind** (*derog.*) สติปัญญาแค่หางอึ่งของ *ค.น.*

¹**tip** /tɪp/ทิพ/ ❶ *n.* (*end, point*) ยอด, ปลาย; **the ~ of his nose/finger/toe** ปลายจมูก/นิ้วมือ/นิ้วเท้าของเขา; **on the ~s of one's toes** ยืนเขย่งปลายเท้า; **from ~ to toe** จากศีรษะจรดปลายเท้า; **it is on the ~ of my tongue** มันติดอยู่ที่ลิ้นเดี๋ยวคงนึกออก; **a cigarette with a [filter] ~**: บุหรี่ที่มีปลายก้นกรอง ❷ *v.t.*, **-pp-** ~ **sth. [with stone/brass]** ต่อปลาย *ส.น.* [ด้วยหิน/ทองแดง]; ~**ped cigarette** บุหรี่ก้นกรอง

²**tip** ❶ *v.i.*, **-pp-** (*lean, fall*) เอียง, ตะแคง, ตกหล่น; ~ **over** ล้มลงไป, คว่ำ; ~ [**up**] เอียงขึ้น, กระดกขึ้น ❷ *v.t.*, **-pp-** Ⓐ (*make tilt*) ทำให้เอียง, ทำให้ตะแคง; ~ **one's hat [to sb.]** (*Amer.*) ขยับหมวกของตนเอียงขึ้น [ให้ *ค.น.*] (*เป็นการทักทาย*); ~ **the balance** (*fig.*) เป็นปัจจัยตัดสินชี้ขาด; ➡ + ²**scale** 1 B; Ⓑ (*make overturn*) ทำให้คว่ำ; (*Brit.: discharge*) เท *หรือ* ทิ้ง; **'no ~ping', 'no rubbish to be ~ped'** 'ห้ามทิ้งขยะ'; **he was ~ped into the ditch** เขาถูกผลักตกลงไปในคู; Ⓒ (*mention as likely winner etc.*) เก็ง; ~ **sb. to win** เก็งว่า *ค.น.* น่าจะชนะ; **be ~ped for the Presidency /a post** ถูกเก็งว่าจะได้รับเลือกให้ดำรงตำแหน่งประธานาธิบดี/ตำแหน่งใดตำแหน่งหนึ่ง; Ⓓ (*coll.: give*) ให้; ~ **sb. the wink** (*fig.*) แอบกระซิบบอก *ค.น.*; (~ *sb. off*) ให้ข้อมูลลับ *หรือ* งุบงิบเตือน *ค.น.*; Ⓔ (*give money to*) ~ **sb. [50p]** ให้เงิน [50 เพนซ์] แก่ *ค.น.*

❸ *n.* Ⓐ (*money*) เงินทิป (*ท.ศ.*); **as a ~**: เป็นเงินทิป; Ⓑ (*special information*) ข้อมูล/ข่าวสารพิเศษ (*ที่เกี่ยวกับการเล่นการพนันหรือการลงทุน*); (*advice*) คำแนะนำเล็ก ๆ น้อย ๆ; **hot ~**: ข่าวด่วน; **give sb. a ~ about doing sth.** ให้คำแนะนำ *ค.น.* เกี่ยวกับการทำ *ส.น.*; Ⓒ (*Brit.: place for refuse*) สถานที่ทิ้งขยะ; Ⓓ (*derog.: untidy place*) สถานที่สกปรกไม่เรียบร้อย; Ⓔ (*Mining*) กองกากจากเหมือง

~ ˈ**off** *v.t.* ~ **sb. off** ให้ข้อมูลแก่ *ค.น.* *หรือ* เตือน *ค.น.* (*อย่างลับ ๆ*); **be ~ped off by sb.** ถูกบอกใบ้ *หรือ* เตือนโดย *ค.น.* อย่างลับ ๆ; ➡ + **tip-off**

~ ˈ**over** *v.t.* จับคว่ำ; *v.i.* คว่ำ

~ ˈ**up** *v.t.* จับกระดกขึ้น (*ที่นั่ง*)

tip: ~-and-ˈrun raid *n.* การจู่โจมอย่างรวดเร็วโดยรีบถอนกำลัง; ~-**off** *n.* ข้อมูล/คำเตือน (*อย่างลับ ๆ*)

tipper /ˈtɪpə(r)/ˈทิพเพอะ(ร)/ *n.* (*Brit. Motor Veh.*) รถบรรทุกเทท้าย

tipple /ˈtɪpl/ˈทิพ'ล/ ❶ *v.i.* ติดเหล้า, ดื่มเหล้าเป็นนิสัย ❷ *n.* (*coll.: drink*) เหล้า; **have a ~**: ดื่มเหล้า; **what's your ~?** คุณชอบดื่มอะไรเป็นประจำ

tippler /ˈtɪplə(r)/ˈทิพเพลอะ/ *n.* คนติดเหล้า, คนขี้เหล้า; **be a ~**: เป็นคนขี้เหล้า

tipsily /ˈtɪpsɪlɪ/ˈทิพซิลิ/ *adv.* (*coll.*) อย่างเมามึนเล็กน้อย

tipster /ˈtɪpstə(r)/ˈทิพซเตอะ(ร)/ *n.* เซียนพนันม้า

tipsy /ˈtɪpsɪ/ˈทิพซิ/ *adj.* (*coll.*) เมาเล็กน้อย

tip: ~toe ❶ *v.i.* เดินเขย่งเท้า; (*walk quietly*) เดินย่อง ❷ *adv.* โดยเขย่งเท้า ❸ *n.* **on ~toe[s]** เขย่งเท้า; **stand on ~toe** ยืนเขย่งเท้า; **be standing on ~toe** กำลังยืนเขย่งเท้า; ~**top** /ˈtɪptɒp/ˈทิพทอพ/ (*coll.*) ❶ *adj.* สุดยอด, ยอดเยี่ยม; **it was a ~top hotel** มันเป็นโรงแรมชั้นยอด; **be in ~top condition** อยู่ในสภาพดีเยี่ยม ❷ *adv.* อย่างดีที่สุด, อย่างยอดเยี่ยม; ~-**up seat** *n.* เก้าอี้ที่นั่งกระดก

tirade /taɪˈreɪd, US ˈtaɪreɪd/ไทˈเรด, ˈทายเรด/ *n.* การพูดจาประณามอย่างรุนแรงและยืดยาว; **a ~ of abuse** การด่าว่าอย่างรุนแรงและยืดยาว

¹**tire** /ˈtaɪə(r)/ˈทายเออะ(ร)/ (*Amer.*) ➡ **tyre**

²**tire** ❶ *v.t.* ทำให้เหนื่อย, ทำให้เบื่อ ❷ *v.i.* เหนื่อย, หมดความอดทน, เบื่อหน่าย; ~ **of sth./doing sth.** เบื่อหน่าย *ส.น.*/การทำ *ส.น.*

~ ˈ**out** *v.t.* ทำให้เหนื่อยหมดเรี่ยวแรง; ~ **oneself out doing sth.** โหมทำ *ส.น.* จนสิ้นเรี่ยวแรง

tired /ˈtaɪəd/ˈทายเอิด/ *adj.* Ⓐ (*weary*) เหนื่อย, อ่อนเพลีย; Ⓑ (*fed up*) **be ~ of sth./doing sth.** เบื่อหน่าย *ส.น.*/การทำ *ส.น.*; **get** *or* **grow ~ of sb./sth.** เกิดความเบื่อหน่าย *ค.น.*/*ส.น.*; Ⓒ (*fig.: hackneyed*) ใช้พร่ำเพรื่อจนไร้ความหมาย

t

tiredness /'taɪədnɪs/'ทายเอิดนิซ/ *n., no pl.* ความเหนื่อย, ความอ่อนเพลีย

tireless /'taɪəlɪs/'ทายเออะลิซ/ *adj.*, **tirelessly** /'taɪəlɪslɪ/'ทายเออะลิซลิ/ *adv.* [อย่าง] ไม่รู้จักเหน็ดเหนื่อย, มีพลังงานเหลือเฟือ

tiresome /'taɪəsəm/'ทายเออะเซิม/ *adj.* Ⓐ *(wearisome)* ที่ทำให้เหน็ดเหนื่อย, ทำให้อ่อนเพลีย, น่าเบื่อหน่าย; Ⓑ *(annoying)* น่ารำคาญ, กวนใจ; **how ~!** น่ารำคาญจริง ๆ

tiresomely /'taɪəsəmlɪ/'ทายเออะเซิมลิ/ *adv.* Ⓐ *(wearisomely)* อย่างน่าเหนื่อยใจ, โดยทำให้อ่อนเพลีย, อย่างน่าเบื่อ; **~ lengthy** ยาวอย่างน่าเบื่อหน่าย; Ⓑ *(annoyingly)* อย่างน่ารำคาญ; **~ facetious** พูดแซวอย่างน่ารำคาญ

tiring /'taɪərɪŋ/'ทายเออะริง/ *adj.* ที่ทำให้เหน็ดเหนื่อย, ทำให้อ่อนเพลีย

tiro /'taɪərəʊ/'ทายเออะโร/ *n., pl.* **~s** ผู้เริ่มต้น

'tis /tɪz/ทิซ/ *(arch./poet.)* ... **it is**

tissue /'tɪʃuː/'ทิชชู/ *n.* Ⓐ *(woven fabric)* ผ้าละเอียดบาง; *(Biol.)* เนื้อเยื่อ; Ⓑ *(absorbent paper)* **[paper] ~:** กระดาษชำระ; *(handkerchief)* กระดาษเช็ดหน้า; Ⓒ *(for wrapping)* **~ [paper]** กระดาษหุ้มของละเอียดบาง, กระดาษทิชชู *(ท.ศ.)*; Ⓓ *(fig.: web)* โยงใย; **~ of lies** การโกหกที่โยงใยอย่างสลับซับซ้อน

¹tit /tɪt/ทิท/ *n. (Ornith.)* นกตัวเล็กในวงศ์ Paridae; ➡ **+ blue tit; great tit**

²tit *n.* **it's ~ for tat** มันเป็นการแก้แค้นตอบแทน; **give sb. ~ for tat** แก้เผ็ด *ค.น.*

³tit *n. (coarse)* Ⓐ *(nipple)* หัวนม; Ⓑ *usu. pl. (breast)* นม

⁴tit *n. (coll.: fool)* คนโง่, ไอ้ทึ่ม, ไอ้เบื๊อก

Titan /'taɪtən/'ไทเทิน/ *n. (fig.)* บุคคลที่ยิ่งใหญ่ในทุกด้าน

titanic /taɪ'tænɪk/ไท'แทนิค/ *adj.* ใหญ่โตมโหฬาร

titanium /taɪ'teɪnɪəm/ไท'เทเนียม/ *n. (Chem.)* ธาตุโลหะไททาเนียม *(ท.ศ.)* *(มีสีเทาและความทนทานต่อการกัดกร่อน)*

titbit /'tɪtbɪt/'ทิทบิท/ *n.* Ⓐ *(food)* อาหารที่จัดเป็นคำ; Ⓑ *(piece of news)* ข่าวซุบซิบนินทา

titch /'tɪtʃ/'ทิฉ/ *n. (coll.)* คนตัวเล็ก, คุณจิ๋ว

titchy /'tɪtʃɪ/'ทิฉิ/ *adj. (coll.)* เล็กมาก, จิ๋ว

tithe /taɪð/ทายฑ/ *n. (Hist.)* *การหักภาษีหนึ่งในสิบของผลผลิตเพื่อสนับสนุนนักบวชและกิจกรรมของคริสต์ศาสนา*; **pay ~s** จ่ายหนึ่งในสิบของผลผลิต; **~ barn** ยุ้งฉางเก็บหนึ่งในสิบของผลผลิตที่จ่ายแทนเงิน

Titian /'tɪʃn/'ทิช'น/ ❶ *pr. n.* จิตรกรชาวอิตาเลียนที่มีชื่อเสียงในคริสต์ศตวรรษที่ 16 ❷ *n.* **~ [red]** สีทองอมน้ำตาล ❸ *adj.* **~ [red]** *(ผม)* สีทองอมน้ำตาล

titillate /'tɪtɪleɪt/'ทิททิเลท/ *v.t.* กระตุ้น, เร้า; **~ sb.'s palate** ทำให้ *ค.น.* น้ำลายสอ

titillation /tɪtɪ'leɪʃn/ทิทิ'เลช'น/ *n.* การกระตุ้นให้เกิดความพึงพอใจ, การทำให้เกิดอารมณ์กระสันทางเพศ

titivate /'tɪtɪveɪt/'ทิททิเวท/ *v.t. (coll.)* ประดับประดา, ตกแต่ง, ทำให้ดูดี; **~ [oneself]** ทำให้[ตนเอง] ดูดี

title /'taɪtl/'ทายท'ล/ *n.* Ⓐ *(of book, article, chapter, etc.)* ชื่อ; **the flyweight ~** *(Sport)* ตำแหน่งชนะเลิศรุ่นฟลายเวท; **the ~s** *(Cinemat., Telev.)* รายชื่อผู้เกี่ยวข้อง; Ⓑ *(of person)* คำนำหน้าชื่อ; *(of nobility)* ฐานะ; *(of organization)* ตำแหน่ง; **people with ~s** คนที่มีฐานันดรศักดิ์; Ⓒ *(Law) (recognized claim)* กรรมสิทธิ์ (to ใน); **~ [of ownership]** กรรมสิทธิ์ในอสังหาริมทรัพย์

titled /'taɪtld/'ทายท'ลด/ *adj.* มีฐานันดรศักดิ์

title: **~ deed** *n. (Law)* เอกสารสิทธิครอบครอง, โฉนดที่ดิน; **~-holder** *n. (Sport)* ผู้ครองตำแหน่งชนะเลิศ, แชมเปี้ยน *(ท.ศ.)*; **~ page** *n.* หน้าแรกของหนังสือ; **~ role** *n.* บทของ*ตัวเอกที่ตั้งตามชื่อละครหรือภาพยนตร์*

'titmouse *n. (Ornith.)* นกขนาดเล็กในสกุล *Parus*, นกกระจิบ

titter /'tɪtə(r)/'ทิทเทอะ(ร)/ ❶ *v.i.* หัวเราะคิก ๆ, หัวเราะไม่เต็มเสียง ❷ *n.* **~[s]** เสียงหัวเราะคิก ๆ

tittle-tattle /'tɪtltætl/'ทิท'ลแทท'ล/ ❶ *n.* คำพูดซุบซิบนินทา ❷ *v.i.* ซุบซิบนินทา

titular /'tɪtjʊlə(r), US -tʃʊ-/'ทิททิวเลอะ(ร), -ฉุ-/ *adj.* Ⓐ *(only in name)* ในนามเท่านั้น; Ⓑ *(going with title)* โดยตำแหน่ง, โดยสิทธิ; Ⓒ **~ hero** *ตัวเอกของวรรณกรรมที่มีชื่อเดียวกับหนังสือ*

tizzy /'tɪzɪ/'ทิซซิ/ *n. (coll.)* **be in a/get into a ~:** ตื่นเต้นตกประหม่าด้วยเรื่องไม่เป็นเรื่อง; **be all of a ~:** ตกใจลนลานทำอะไรไม่ถูก

'T-junction ➡ T B

TNT *abbr.* **trinitrotoluene** วัตถุที่เอ็นที

to ❶ */before vowel* tʊ/ทุ/, *before consonant* tə/เทอะ/, *stressed* tuː/ทู/ *prep.* Ⓐ *(in the direction of and reaching)* ไป, ไปยัง, ไปถึง, ถึง; **go to work/to the theatre** ไปทำงาน/ไปโรงละคร; **to Paris/France** ไปปารีส/ฝรั่งเศส; **go from town to town** เดินทางจากเมืองหนึ่งสู่อีกเมืองหนึ่ง; **throw the ball to me** ขว้างลูกบอลมาหาฉัน; **to bed with you!** ไปนอนเสียไป!; Ⓑ *(towards a condition or quality)* สู่, เป็น; **appoint sb. to a post** แต่งตั้ง *ค.น.* สู่ตำแหน่ง; **be born to a fortune** เกิดมาในตระกูลที่มั่งมี; Ⓒ *(as far as)* ถึง; **from London to Edinburgh** จากลอนดอนไปถึงเอดินบะระ; **increase from 10% to 20%** เพิ่มจาก 10% เป็น 20%; **from green to violet** จากสีเขียวเป็นสีม่วง; Ⓓ *(next to, facing)* **with one's back to the wall** หลังชนฝา; Ⓔ *(implying comparison, ratio etc.)* **[compared] to** เปรียบเทียบกับ; **3 is to 4 as 6 is to 8** สามต่อสี่มีค่าเท่ากับหกต่อแปด; **it's ten to one he does sth.** พนันกันสิบต่อหนึ่งก็ได้ว่า เขาจะทำ *ส.น.*; **sing to a guitar** ร้องเพลงคลอกีตาร์; Ⓕ *introducing relationship or indirect object* **to sb./sth.** แก่/กับ/สู่ *ค.น./ส.น.*; **lend/give/write/explain** *etc.* **sth. to sb.** ให้ยืม/ให้/เขียน/อธิบาย *ฯลฯ ส.น.* แก่ *ค.น.*; **speak to sb.** พูดกับ *ค.น.*; **relate to sth.** เกี่ยวข้องกับ *ส.น.*; **to me** *(in my opinion)* ในความคิดเห็นของฉัน; **be pleasant to the taste** รสชาติดี; **secretary to the Minister** เลขานุการรัฐมนตรี; **be a good father to one's children** เป็นพ่อที่ดีของลูก ๆ; **a room to oneself** ห้องของตนเอง; **get four apples to the pound** ได้แอปเปิ้ล 4 ลูกต่อ 1 ปอนด์; **there is a moral to this tale** นิทานเรื่องนี้มีคติสอนใจ; **is there a point to all this?** เรื่องนี้มีประเด็นหรือเปล่า; **that's all there is to it** เรื่องทั้งเรื่องก็มีอยู่แค่นั้นแหละ; **what's that to you?** มันเกี่ยวข้องอะไรกับคุณ; **to repair of rear door** *(in bill or account)* เป็นค่าซ่อมประตูหลัง; Ⓖ ➤ **177** *(until)* จน; **to the end** จนจบ; **to this day** จนทุกวันนี้; **five [minutes] to eight** อีกห้านาทีแปดนาฬิกา; **one minute/two minutes to eight** อีกหนึ่ง/สองนาทีแปดนาฬิกา; Ⓗ *(expressing purpose, or after* **too***)* เพื่อ, ที่จะ; **want to know** ต้องการทราบ; **do sth. to annoy sb.** ทำ *ส.น.* เพื่อกวน *ค.น.*; **too young to marry** เด็กเกินไปที่จะแต่งงาน; **too hot to drink** ร้อนเกินไปที่จะดื่ม; **to rebel is pointless** การต่อต้านขัดขืนนั้นไม่มีประโยชน์; **he woke to find himself in a strange room** เขาตื่นขึ้นมาและพบว่าตนอยู่ในห้องที่ไม่เคยอยู่มาก่อน; **those days are gone, never to return** วันเหล่านั้นได้ผ่านพ้นไปแล้วและไม่มีวันหวนคืนกลับมาอีก; **to be honest/precise, ...:** จริง ๆ แล้ว/เพื่อความแม่นยำ...; **to use a technical term** ขอใช้ศัพท์เฉพาะทาง; **to hear him talk ...:** ถ้าคุณได้ยินเขาพูดแล้วก็...; Ⓘ *as substitute for infinitive* **he would have phoned but forgot to** เขาจะโทรศัพท์แต่ลืมไป; **she didn't want to go there, but she had to** เธอไม่อยากไปที่นั่นแต่จำเป็นต้องไป; **he said he would ring her, but he had no time to** เขาบอกว่าเขาจะโทรศัพท์ไปหาเธอ แต่ก็ไม่มีเวลา; **you should buy it; you'd be silly not to** คุณควรซื้อมัน ไม่ซื้อก็โง่ ❷ *adv.* /tuː/ทู/ Ⓐ *(just not shut)* **be to** *(ประตู, หน้าต่าง)* แง้มไว้; **push door to** ผลักประตูแง้มไว้; Ⓑ **to and fro** *(เดิน, วิ่ง)* ไปมา

toad /təʊd/โทด/ *n. (Zool.)* คางคก; *(fig. derog.)* บุคคลที่น่ารังเกียจ *หรือ* น่าขยะแขยง

toad: **~flax** *n. (Bot.)* ต้นไม้ในสกุล *Linaria หรือ Chaenorrhinum* มีดอกสีเหลืองหรือสีม่วง; **~-in-the-hole** *n. (Gastr.)* ไส้กรอกที่อบอยู่ในแป้ง; **~stool** *n. (Bot.)* เห็ดมีพิษหลากชนิด

toady /'təʊdɪ/'โทดิ/ ❶ *n.* คนประจบสอพลอ ❷ *v.i.* **~ [to sb.]** ประจบสอพลอ [*ค.น.*]

toast /təʊst/โทซทฺ/ ❶ *n.* Ⓐ *no pl., no indef. art.* ขนมปังปิ้ง; **a piece of ~:** ขนมปังปิ้งแผ่นหนึ่ง; **cheese/egg on ~:** ขนมปังปิ้งโปะเนยแข็ง/โปะไข่; **as warm as ~** *(fig.)* อุ่นสบาย; Ⓑ *(call to drink)* การดื่มอวยพร; **drink/propose a ~ to sb./sth.** ดื่ม/เชิญชวนดื่มอวยพรให้กับ *ค.น./ส.น.*; **be the ~ of the town** เป็นที่นิยมของคนทั้งเมือง ❷ *v.t.* Ⓐ ปิ้ง; Ⓑ *(fig.: warm)* ทำให้อบอุ่น; **~ one's feet** เอาเท้าของตนไปอังไฟ; **~ oneself in the sun** อาบแดดจนเกรียม; Ⓒ *(drink in honour of)* ดื่มเป็นเกียรติแก่

toaster /'təʊstə(r)/'โทซเตอะ(ร)/ *n.* เครื่องปิ้งขนมปัง

'toasting fork *n.* ส้อมด้ามยาวปิ้งขนมปังบนไฟ

toast: **~master** *n.* ผู้เชิญชวนการดื่มอวยพร; **~ rack** *n.* พวงสำหรับวางขนมปังปิ้ง

tobacco /tə'bækəʊ/เทอะ'แบโค/ *n. pl.* **~s** ต้นยาสูบ, ใบยาสูบ

tobacco: **~ jar** *n.* กระปุกยาเส้น; **~ leaf** *n.* ใบยาสูบ

tobacconist /tə'bækənɪst/เทอะ'แบเคอะนิซทฺ/ *n.* ➤ **489** คนขายยาสูบหรือบุหรี่; ➡ **+ baker**

to'bacco-pouch *n.* กระเป๋ายาเส้น

toboggan /tə'bɒgən/เทอะ'บอเกิน/ ❶ *n.* เลื่อนหิมะ ❷ *v.i.* ขี่เลื่อน

toby /'təʊbɪ/'โทบิ/ *n.* **~ [jug]** เหยือกใส่เบียร์รูปคน

toccata /tə'kɑːtə/เทอะ'คาเทอะ/ *n. (Mus.)* *บทเพลงเดี่ยวเปียโน เพื่อแสดงความสามารถและชั้นเชิงของผู้เล่น*

Toc H /tɒk'eɪtʃ/ทอค'เอฉ/ *n. (Brit.)* องค์กร*ของศาสนาคริสต์ที่ตั้งขึ้นหลังสงครามโลกครั้งที่ 1 เพื่อสังคมสงเคราะห์*

tocsin /ˈtɒksɪn/ˈทอคซิน/ *n.* เสียงกริ่งเตือนภัย

tod /tɒd/ˈทอด/ *n. (Brit. coll.)* **on one's ~:** อยู่คนเดียว

today /təˈdeɪ/เทอะˈเด/ ➤ 233 ❶ *n.* วันนี้; **~'s newspaper** หนังสือพิมพ์ของวันนี้; **~'s film industry** อุตสาหกรรมภาพยนตร์ของทุกวันนี้; **live for ~:** มีชีวิตอยู่สำหรับวันนี้ ❷ *adv.* วันนี้; **a week/fortnight [from] ~:** หนึ่งอาทิตย์/สองอาทิตย์จากวันนี้; **a year [ago] ~:** วันนี้เมื่อหนึ่งปีที่แล้ว; **early ~:** แต่เช้าของวันนี้; **later [on] ~:** ตอนสาย ๆ ของวันนี้; **earlier ~:** ก่อนหน้านี้ตอนเช้าของวันนี้

toddle /ˈtɒdl/ˈทอดˈล/ *v.i.* Ⓐ *(with tottering steps)* เดินเตาะแตะ; Ⓑ *(coll.: leave)* **~ [off]** จากไป, ออกไป; **I must ~ [along** *or* **off] now** ตอนนี้ฉันต้องไปแล้ว; Ⓒ *(coll.: go)* **~ along** *or* **down to the post** เดินไปทิ้งจดหมาย

toddler /ˈtɒdlə(r)/ˈทอดเลอะ(ร)/ *n.* เด็กหัดเดิน; **he is only a ~:** เขาเป็นเด็กหัดเดินเท่านั้นเอง

toddy /ˈtɒdɪ/ˈทอดิ/ *n.* เหล้าผสมน้ำร้อนและน้ำตาล; **rum ~:** เหล้ารัมผสมน้ำตาลและน้ำร้อน

to-do /təˈduː/เทอะˈดู/ *n.* เรื่องใหญ่; **make a great ~ about sth.** ทำ *ส.น.* เป็นเรื่องใหญ่; **there was a great ~ when ...** มีความเอะอะวุ่นวายมากเมื่อ...

toe /təʊ/โท/ ❶ *n.* Ⓐ ➤ 118 *(Anat.)* นิ้วเท้า; **be on one's ~s** *(fig.)* เตรียมรับสถานการณ์; **keep sb. on his/her ~s** *(fig.)* ทำให้ *ค.น.* ตื่นตัวอยู่เสมอ; **turn up one's ~s** *(coll. euphem.: die)* ตาย; Ⓑ *(of footwear)* ปลายเท้า; **at the ~:** ตรงปลาย; **the ~s of the boots are reinforced** ปลายรองเท้าบูทได้รับการเสริม; Ⓒ *(Zool.)* นิ้วตีนสัตว์ ❷ *v.t.*, **~ing** *(fig.)* **~ the line** *or (Amer.)* **mark** ปฏิบัติตามนโยบาย *(แม้อาจไม่เห็นด้วย)*; **refuse to ~ the line** ขัดขืนไม่ยอมเข้าพวก; **~ the party line** ปฏิบัติตามนโยบายกลุ่ม

'toe: ~cap *n.* ส่วนหุ้มภายนอกหัวรองเท้า; **steel ~:** เหล็กหุ้มภายนอกหัวรองเท้า

-toed /təʊd/โทด/ *adj. in comb.* มีปลายเท้า, มีหัวแม่เท้า, มีหัวรองเท้า

TOEFL *n. abbr.* **Test Of English as a Foreign Language** การสอบภาษาอังกฤษสำหรับนักเรียนต่างชาติ

toe: ~hold *n.* ที่เหยียบ *หรือ* ซอกในการปีนเขา; *(fig.)* **gain a ~hold** เริ่มมีช่องทางในการทำ..., เป็นต่อเล็กน้อย; **have only a ~hold in Europe** เพิ่งเริ่มมีปรากฏการณ์เล็กน้อยในยุโรป; *(for sales)* เริ่มขายของในตลาดยุโรปได้เพียงเล็กน้อย; **~nail** *n.* เล็บนิ้วเท้า; **~rag** *n.* คนที่ไม่มีความสำคัญ

toff /tɒf/ทอฟ/ *n. (Brit. coll. dated)* คนหัวสูง

toffee /ˈtɒfɪ, US ˈtɔːfɪ/ˈทอฟิ/ *n.* Ⓐ ทอฟฟี่ *(ท.ศ.)*; Ⓑ *(Brit.: piece)* ทอฟฟี่ชิ้นหนึ่ง; Ⓒ **sb. can't do sth. for ~** *(fig. coll.)* *ค.น.* ไร้น้ำยากับสิ่งใดสิ่งหนึ่ง

toffee: ~ apple *n.* ผลแอปเปิ้ลเสียบไม้เคลือบทอฟฟี่; **~-nosed** *adj. (Brit. coll.)* หัวสูง, เต๊ะจุ๊ย

tofu /ˈtəʊfuː/ˈโทฟู/ *n., no pl. no indef. art.* เต้าหู้

tog /tɒg/ทอก/ ❶ *n.* Ⓐ *in pl. (coll.: garments)* เสื้อผ้าเครื่องแต่งกาย; Ⓑ *(Textiles)* หน่วยวัดคุณสมบัติกันความหนาวของเครื่องนุ่งห่มและผ้านวม ❷ *v.t.* **-gg-: ~ [oneself] out** *or* **up** แต่งตัวให้สวยงาม, แต่งตัวเช้งกระเด๊ะ; **they were ~ged out in their Sunday best** พวกเขาแต่งกายสวยงามด้วยเสื้อผ้าชุดเก่งของเขา

toga /ˈtəʊgə/ˈโทเกอะ/ *n. (Roman Ant.)* เครื่องแต่งกายภายนอกหลวม ๆ ของชายโรมันโบราณ

together /təˈgeðə(r)/เทอะˈเก็ทเทอะ(ร)/ *adv.* Ⓐ *(in or into company)* ด้วยกัน, พร้อมกัน; **sit down ~:** นั่งลงด้วยกัน; **gather ~:** รวมเข้าด้วยกัน; **soloist and orchestra were not ~:** นักดนตรีและวงบรรเลงไม่เล่นพร้อมกัน; **taken all ~:** เมื่อรวมกันทั้งหมดแล้ว; **~ with** รวมทั้ง, พร้อมทั้ง; Ⓑ *(simultaneously)* พร้อมกัน, ในเวลาเดียวกัน; **all ~ now!** พร้อมกันเลย; Ⓒ *(one with another)* เคียงกัน; **put them ~ to compare them** วางของเหล่านั้นเคียงกันเพื่อทำการเปรียบเทียบ; Ⓓ *(without interruption)* **for weeks/days/hours ~:** เป็นอาทิตย์ ๆ/วัน ๆ/หลายชั่วโมงโดยไม่หยุด; Ⓔ *(coll.: organized)* **not ~:** *(บุคคล)* ไม่มีระเบียบเลย, เละเทะ

togetherness /təˈgeðənɪs/เทอะˈเก็ทเทอะนิซ/ *n., no pl.* การอยู่ด้วยกัน, ความรู้สึกถึงมิตรภาพ, ความสนิทสนมกลมเกลียว

toggle /ˈtɒgl/ˈทอกˈล/ *n.* Ⓐ *(button)* กระดุมชนิดหนึ่งที่อีกข้างหนึ่งใช้ห่วง; Ⓑ *(crosspiece)* สลัก, โครงขวาง; Ⓒ *(Computing)* สวิตช์คันโยก

'toggle switch *n. (Electr.)* สวิตช์คันโยก

Togo /ˈtəʊgəʊ/ˈโทโก/, **Togoland** /ˈtəʊgəʊlænd/ˈโทโกแลนด/ *pr. ns.* ประเทศโตโก *(ในทวีปแอฟริกาตะวันตก)*

Togolese /təʊgəʊˈliːz/โทโกˈลีซ/ ❶ *adj.* แห่งประเทศโตโก ❷ *n., pl. same* ชาวโตโก

toil /tɔɪl/ทอยลฺ/ ❶ *v.i.* Ⓐ *(work laboriously)* ทำงานหนัก, ตรากตรำงาน; **~ at/over sth.** ตรากตรำคร่ำเคร่งกับ *ส.น.*; **~ through a book** ตรากตรำอ่านหนังสือจนจบเล่ม; **~ [away] on sth.** ทำ *ส.น.* อย่างอดทนไม่หยุดพัก; Ⓑ *(move laboriously)* กระดึบไปด้วยความยากลำบาก; **the train ~ed up the incline** รถไฟเคลื่อนขบวนขึ้นทางลาดด้วยความยากลำบาก; **~ on** กัดฟันค่อย ๆ กระดึบต่อไป ❷ *n.* งานที่ยากเข็ญ; **with much ~:** ด้วยความเหนื่อยยากอย่างสาหัส; **the ~s of the day** งานอันเหนื่อยยากประจำวัน

toiler /ˈtɔɪlə(r)/ˈทอยเลอะ(ร)/ *n. (for peace, justice, etc.)* นักรณรงค์

toilet /ˈtɔɪlɪt/ˈทอยลิท/ *n.* Ⓐ ห้องน้ำ, ห้องส้วม; **down the ~:** ลงชักโครกไป; **go to the ~:** ไปห้องน้ำ; **be in the ~:** อยู่ในห้องน้ำ; **on the ~:** *(coll.)* กำลังถ่ายทุกข์อยู่; Ⓑ *(washing and dressing)* การอาบน้ำแต่งกาย; **be at one's ~** *(dated)* กำลังแต่งองค์ทรงเครื่องอยู่

toilet: ~ bag *n.* กระเป๋าใส่เครื่องใช้ส่วนตัว *(เช่น แปรงสีฟัน สบู่ หวี ฯลฯ)*; **~ bowl** *n.* โถส้วม; **~ brush** *n.* แปรงขัดส้วม; **~ paper** *n.* กระดาษชำระ

toiletries /ˈtɔɪlɪtrɪz/ˈทอยลิทริซ/ *n. pl.* เครื่องสำอางหรือสิ่งที่เกี่ยวข้อง

toilet: ~ roll *n.* ม้วนกระดาษชำระ; **~-roll holder** *n.* ที่ใส่ม้วนกระดาษชำระ; **~ seat** *n.* ที่นั่งชักโครก; **~ soap** *n.* สบู่ถูตัว; **~ tissue** ➡ **toilet paper**; **~-train** *v.t.* หัดให้รู้จักนั่งส้วม; **~-training** *n.* การสอนเด็กให้รู้จักนั่งส้วม; **~ water** *n.* น้ำหอมชนิดกลิ่นเบา ๆ

toils /tɔɪlz/ทอยลฺซ/ *n. pl. (literary)* ตาข่าย, แร้ว, บ่วงดัก

'toil-worn *adj. (บุคคล)* อ่อนล้าจากงานหนัก

toing and froing /tuːɪŋ ən ˈfrəʊɪŋ/ทูอิง เอิน ˈโฟรฺอิง/ *n.* การไป ๆ มา ๆ

Tokay /ˈtəkeɪ/ˈโทเค/ *n.* เหล้าองุ่นหวานจากประเทศฮังการี

token /ˈtəʊkn/ˈโทค'น/ ❶ *n.* Ⓐ *(voucher)* ใบสำคัญคู่จ่าย, บัตรแลกของ; ➡ + **book token; gift token; record token;** Ⓑ *(counter, disc)* เหรียญโลหะ *(ใช้แทนเงินในเครื่องจักรที่ต้องหยอดเหรียญ)*; Ⓒ *(sign)* เครื่องหมาย, สัญลักษณ์; *(evidence)* หลักฐานสัญลักษณ์; **as a** *or* **in ~ of sth.** เป็นสัญลักษณ์ของ *ส.น.*; **he received a present as a** *or* **in ~ of his 30 years' service with the firm** เขาได้รับของขวัญเพื่อเป็นสัญลักษณ์การทำงานให้บริษัทเป็นเวลา 30 ปี; Ⓓ **by the same** *or* **this ~:** เช่นเดียวกัน, โดยนัยเดียวกัน; **if you don't believe me, then by the same ~ you can't believe him** ถ้าคุณไม่เชื่อฉันคุณก็ไม่สามารถเชื่อเขาได้เช่นเดียวกัน; **his wages are low and, by the same ~, not nearly enough to make him stay in this job** ค่าจ้างของเขาต่ำและในเวลาเดียวกันต่ำเกินกว่าที่เขาจะทนทำงานนี้ต่อไป; Ⓔ *(keepsake)* ของที่ระลึก ❷ *attrib. adj. (รางวัล)* ที่เป็นสัญลักษณ์; *(ค่าเช่า, การขึ้นเงินเดือน)* เป็นพิธี; *(minimal) (ค่าเสียหาย)* อย่างเป็นพิธี; **a ~ woman/black person on the staff** ลูกจ้างผู้หญิง/คนดำเพื่อเป็นพิธีเท่านั้น; **his offer of help is only a ~ offer** ที่เขาปวารณาจะช่วยเหลือนั้นแค่ทำพอเป็นพิธีเท่านั้น; **offer** *or* **put up ~ resistance** ต้านทานพอเป็นพิธี; **~ strike** การนัดหยุดงานพอเป็นพิธี

tokenism /ˈtəʊkənɪzm/ˈโทเคอะนิซ'ม/ *n.* **sth. is just ~:** การทำ *ส.น.* เป็นการทำเพื่อพิธีเท่านั้น

Tokyo /ˈtəʊkjəʊ/ˈโทคิโอ/ *pr. n.* กรุงโตเกียว เมืองหลวงของประเทศญี่ปุ่น

told ➡ **tell**

tolerable /ˈtɒlərəbl/ˈทอเลอะเรอะบ'ล/ *adj.* Ⓐ *(endurable)* พอทนได้ **(to, for** สำหรับ**)**; Ⓑ *(fairly good)* ดีพอสมควร; **a very ~ lunch** มื้ออาหารกลางวันที่เอร็ดอร่อยพอใช้; **How are things? – Oh, ~:** เป็นอย่างไร อือ ก็ดีพอใช้

tolerably /ˈtɒlərəblɪ/ˈทอเลอะเรอะบลิ/ *adv.* อย่างพอทนได้, อย่างพอกล้อมแกล้มได้, อย่างพอสมควร

tolerance /ˈtɒlərəns/ˈทอเลอะเรินซ/ *n.* Ⓐ ความอดทน **(for, towards** ต่อ, สำหรับ**)**; **have no ~ for sth.** ไม่มีความอดทนสำหรับ *ส.น.*; **a mother with three children needs a lot of ~:** แม่ที่มีลูกสามคนจำเป็นต้องมีความอดทนสูง; Ⓑ *(Med.)* ความทนได้ *(ยา)*; *(Mech. Engin.)* ความคลาดเคลื่อนที่อยู่ในเกณฑ์

tolerant /ˈtɒlərənt/ˈทอเลอะเรินท/ *adj.* Ⓐ อดทน; ใจกว้าง **(of, towards** ต่อ**)**; **be ~ of criticism** ทนคำวิพากษ์วิจารณ์ได้; Ⓑ *(Med.)* ทนยาได้

tolerate /ˈtɒləreɪt/ˈทอเลอะเรท/ *v.t.* Ⓐ ทนทาน, รับได้; **this material will ~ high temperatures/hard wear** วัตถุนี้จะทนทานต่ออุณหภูมิสูง/การใช้อย่างสมบุกสมบัน; Ⓑ *(put up with)* **~ sb./sth.** อดทนกับ *ค.น./ส.น.*; **she ~d his moods** เธออดทนกับอารมณ์ต่าง ๆ ของเขา; **~ one another** อดทนซึ่งกันและกัน; **how can you ~ this awful man?** คุณสามารถทนนายทุเรศ ๆ คนนี้ได้อย่างไร; **I can't ~ football/fanaticism** ฉันรับกีฬาฟุตบอล/ความบ้าคลั่งไม่ได้; Ⓒ *(sustain)* อดทน *(ความเจ็บปวด, ความร้อน)*; Ⓓ *(Med.)* รับ *(ยา, การฉายรังสี)* ได้

toleration /tɒləˈreɪʃn/ทอเลอะˈเรช'น/ *n.* ความอดทน, ความใจกว้าง; **religious/mutual ~:** ความยอมรับศาสนาต่าง ๆ/การยอมรับข้อแตกต่างซึ่งกันและกัน

¹toll /təʊl/โทล/ *n.* Ⓐ *(tax, duty)* ภาษีอากร; *(for road)* ค่าธรรมเนียม; Ⓑ *(damage etc. incurred)* ปริมาณความเสียหาย; **take** *or* **exact a/its ~ of sth.** ก่อให้เกิดความเสียหายต่อ *ส.น.*; **the hurricane took a ~ of 5,000 lives** พายุเฮอริเคนทำให้มีผู้เสียชีวิตจำนวน 5,000 คน; **the revolution took a heavy ~ of human life** การปฏิวัติทำให้มีผู้เสียชีวิตเป็นจำนวนมาก; **time took its ~ of him** เวลาทำให้เขาแก่ลงและสังขารทรุดโทรมไปตามวัย; Ⓒ *(Amer.: Teleph.)* ค่าเรียกเก็บบริการโทรศัพท์ทางไกล

²toll ❶ *v.t.* ตี/เคาะระฆัง; *(หอนาฬิกา)* ตีประกาศ *(เวลา)* ❷ *v.i.* *(ระฆัง)* ส่งเสียงดังช้า ๆ ซ้ำ ๆ

toll: ~ **bar** *n.* ด่านเก็บภาษีหรือค่าธรรมเนียม; ~ **bridge** *n.* สะพานผ่านที่มีการจัดเก็บค่าธรรมเนียม; ~ **call** *n. (Amer. Teleph.)* โทรศัพท์ทางไกลเรียกเก็บค่าบริการสูงกว่าปกติ; **~-free** *adj., adv. (Amer. Teleph.)* โทรศัพท์ทางไกลที่ไม่ต้องเสียค่าบริการ; ~ **gate** *n.* ประตูกั้นถนนเก็บเงินรถค่าผ่าน; **~road** *n.* ถนนที่เก็บค่าธรรมเนียมผ่านทาง

tom /tɒm/ทอม/ *n.* Ⓐ **any** *or* **every T~, Dick, and Harry** ใคร ๆ, ใครก็ได้; **it's me you're talking to, not any Tom, Dick, and Harry** นี่คุณกำลังพูดอยู่กับฉันนะ ไม่ใช่พูดกับไอ้เบื้อกที่ไหน; **every Tom, Dick, and Harry is talking about it** ใคร ๆ เค้าก็พูดคุยถึงมัน; **any Tom, Dick, or Harry can open a shop** ใคร ๆ ก็เปิดร้านค้าได้; Ⓑ *(cat)* แมวตัวผู้; ➡ + **peeping Tom**

tomahawk /ˈtɒməhɔːk/ˈทอเมอะฮอค/ *n.* ขวาน *(ของชนเผ่าอินเดียนแดงในทวีปอเมริกาเหนือ)*; ➡ + **bury** B

tomato /təˈmɑːtəʊ, US təˈmeɪtəʊ/เทอะˈมาโท, เทอะˈเมโท/ *n., pl.* **~es** มะเขือเทศ

tomato: ~ **juice** *n.* น้ำมะเขือเทศ; ~ **'ketchup** *n.* ซอสมะเขือเทศ; ~ **'purée** *n.* ซอสมะเขือเทศเข้มข้น; ~ **'sauce** *n.* Ⓐ น้ำราดสปาเกตตีทำจากมะเขือเทศ; Ⓑ ➡ ~ **ketchup**; ~ **'soup** *n.* ซุปมะเขือเทศ

tomb /tuːm/ทูม/ *n.* Ⓐ *(grave)* สุสาน, หลุมฝังศพ; Ⓑ *(monument)* อนุสาวรีย์ระลึกถึงผู้ที่ล่วงลับไปแล้ว; Ⓒ **the ~** *(state of death)* ความตาย; **his ghost came back from the ~** วิญญาณของเขากลับคืนมาจากปรโลก; **[as] silent as the ~:** เงียบสงัดเหมือนกับสุสาน; **the village/the house is/seems [as] silent as the ~:** หมู่บ้าน/บ้านเงียบสงัด/ดูเงียบสงัดเหมือนป่าช้า; Ⓓ *(vault)* ที่ฝังศพ, ฮวงจุ้ย

tombola /tɒmˈbəʊlə/ทอมˈโบเลอะ/ *n.* การจับรางวัลโดยหยิบฉลากขึ้นมาจากกล่องหมุน

'tomboy *n.* เด็กหญิงที่มีลักษณะกระเดียดไปทางผู้ชาย, ทอมบอย *(ท.ศ.)*

'tombstone /ˈtuːmstəʊn/ˈทูมซโตน/ *n.* แผ่นหินจารึกหน้าหลุมฝังศพ

'tomcat *n.* แมวตัวผู้

tome /təʊm/โทม/ *n.* หนังสือเล่มหนาใหญ่

tom: **~fool** *attrib. adj.* โง่เขลา; **~'foolery** *n.* ความประพฤติโง่เขลา, ความไร้สาระ

Tommy /ˈtɒmɪ/ˈทอมิ/ *n. (coll.: British soldier)* พลทหารบกอังกฤษ

tommy: ~ **gun** *n.* ปืนกลเบา; **~-rot** *n., no pl., no indef. art.* เรื่องไร้สาระ

tomography /təˈmɒgrəfɪ/เทอะˈมอเกฺรอะฟิ/ *n. (Med.)* การฉายรังสีเอ็กซ์ 15 ในแนวราบของเนื้อเยื่อ

tomorrow /təˈmɒrəʊ/เทอะˈมอโร/ ➤ 233 ❶ *n.* Ⓐ วันพรุ่งนี้; ~ **morning/afternoon/evening/night** วันพรุ่งนี้ตอนเช้า/กลางวัน/เย็น/กลางคืน; ~ **is another day** *(prov.)* พรุ่งนี้จะต้องดีกว่าวันนี้แน่; ~ **never comes** *(prov.)* สัญญาไว้เปล่า ๆ ปลี้ ๆ แต่ไม่เป็นไปตามที่พูด; **You always say you'll do it some time. But with you, ~ never comes!** คุณมักจะพูดเสมอว่าคุณจะทำ แต่คุณก็ได้แต่ผลัดวันผลัดคืนไปเรื่อย; **~'s edition/newspaper** ฉบับ/หนังสือพิมพ์ของพรุ่งนี้; **~'s events will bear me out** เหตุการณ์ในวันพรุ่งนี้จะพิสูจน์ว่าฉันเป็นฝ่ายถูกต้อง; ~ **evening's concert** การแสดงดนตรีในตอนเย็นของวันพรุ่งนี้; Ⓑ *(the future)* อนาคต; **who knows what ~ will bring?** ใครจะทราบว่าจะมีอะไรเกิดขึ้นในอนาคต; **like there's no ~** *(coll.)* ทำอะไรอย่างเป็นบ้าเป็นหลัง โดยไม่คิดถึงผลที่จะตามมา; **the men and women of ~:** ผู้ใหญ่ในวันหน้า; **~'s world** โลกอนาคต
❷ *adv.* Ⓐ พรุ่งนี้; **a week/month [from] ~:** หนึ่งอาทิตย์/เดือนจากวันพรุ่งนี้; **a year [ago] ~:** ครบหนึ่งปีพอดีพรุ่งนี้; **[I'll] see you ~!** *(coll.)* แล้วพบกันพรุ่งนี้; **never put off till ~ what you can do today** *(prov.)* จงอย่าผลัดวันประกันพรุ่ง; **the day after ~:** วันมะรืนนี้; **this time ~:** เวลานี้ในวันพรุ่งนี้; ~ **afternoon/morning** ตอนบ่าย/ตอนเช้าของวันพรุ่งนี้; ~ **evening** *or* **night** ตอนเย็น หรือ ตอนกลางคืนของวันพรุ่งนี้; Ⓑ *(in the future)* ในอนาคต; **what will the world be like ~?** โลกของเราจะเป็นอย่างไรในอนาคต

tom: **T~ 'Thumb** *n.* Ⓐ *(Lit.)* ชื่อมนุษย์แคระในนิทานเด็ก; Ⓑ *(diminutive person)* คนแคระ, คนตัวเล็ก; **~tit** *n. (Ornith.)* นกเล็กโดยเฉพาะที่มีขนสีฟ้า; **~-tom** *n. (Mus.)* กลองพื้นเมืองใช้มือตี, กลองทรงสูงใช้มือตี

tomyum koong *n. (Gastr.)* ต้มยำกุ้ง

ton /tʌn/ทัน/ *n.* Ⓐ ➤ **1013** ตัน *(ท.ศ.)* *(หน่วยวัดน้ำหนักเท่ากับ 1016.05 กิโลกรัม)*; **a five-~ lorry** รถบรรทุกน้ำหนักห้าตัน; **[long] ~:** *หน่วยน้ำหนักที่เท่ากับ 1016.05 กิโลกรัม*; **metric ~:** *หน่วยของน้ำหนักเท่ากับ 1,000 กิโลกรัม*; **[short] ~:** *หน่วยน้ำหนักเท่ากับ 907.18 กิโลกรัม*; **two ~[s] of coal** ถ่านหินสองตัน; ➡ + **brick** 1 A; Ⓑ *(Naut.)* หน่วยวัดระวางของเรือ; **gross ~:** *หน่วยวัดระวางมวลรวมของเรือสินค้าที่จดทะเบียนของเรือเท่ากับ 100 ลูกบาศก์ฟุต*; **net** *or* **register ~:** หน่วยพื้นที่ความจุ; Ⓒ *(fig. coll.: a lot)* **it weighs [half] a ~:** มันมีน้ำหนักมาก; **I've asked him ~s of times** ฉันได้ถามเขาเป็นร้อยครั้ง; **~s [of food/people/reason** *etc.***]** [อาหาร/คน/เหตุผล *ฯลฯ*] เยอะแยะตาแป๊ะไก่ *(ภ.พ.)*; Ⓓ *(Brit. coll.: 100 m.p.h.)* **do a** *or* **the ~:** ขับรถเร็ว 100 ไมล์ต่อชั่วโมง; Ⓔ *(Cricket coll.)* ➡ **century** B

tonal /ˈtəʊnl/ˈโทน'ล/ *adj.* Ⓐ *(Ling.)* เกี่ยวกับระดับเสียง; ~ **language** ภาษาที่มีเสียงสูงเสียงต่ำ; ~ **changes** *or* **variations** การเปลี่ยนแปลงของระดับเสียง; Ⓑ เกี่ยวกับระดับเสียงดนตรี; Ⓒ *(Art)* ~ **differences between colours** ความแตกต่างของระดับสี

tonality /təˈnælətɪ/เทอะˈแนเลอะทิ/ *n.* Ⓐ *(Mus.)* ระดับเสียงดนตรี; Ⓑ *(Art)* วิธีให้สีภาพ

tonally /ˈtəʊnəlɪ/ˈโทเนอะลิ/ *adv. (Mus.)* เกี่ยวกับระดับเสียงดนตรี

tone /təʊn/โทน/ ❶ *n.* Ⓐ *(sound)* ทำนองเสียง; *(Teleph.)* เสียงในโทรศัพท์; **the clear ~s of the speaker** เสียงที่ชัดเจนของผู้พูด; **the [shrill] ~s of her voice** ทำนองเสียง [แหลมสูง] ของเธอ; **a high-/low-pitched ~:** เสียงสูง/ต่ำ; Ⓑ *(style of speaking)* น้ำเสียง; **don't speak to me in that ~ [of voice]** อย่าพูดกับฉันในน้ำเสียงแบบนั้น; **in angry** *etc.* **~s** ในน้ำเสียงโกรธ *ฯลฯ*; **in a ~ of reproach/anger** *etc.* ในลีลาการพูดเชิงตำหนิติเตียน/ในน้ำเสียงโกรธ *ฯลฯ*; Ⓒ *(tint, shade)* สี, ลำดับสี; **~s of blue** สีฟ้าต่าง ๆ; **grey with a blue ~:** สีเทาอมฟ้า; Ⓓ *(style of writing)* ลีลาการเขียน; *(of letter)* ท่วงทำนอง; Ⓔ *(Mus.) (note)* โน้ตดนตรี; *(quality of sound)* ระดับเสียง หรือ คุณภาพของเสียง; **whole-~ scale** บันไดเสียงเต็ม; ➡ + **fundamental** 1 B; Ⓕ *(fig.: character)* ลักษณะ; **a ~ of quiet elegance** ลักษณะความสง่างามแบบเรียบง่าย; **the peaceful ~ of the discussions** ที่ทำสงบเรียบร้อยของการอภิปราย; **give a serious/flippant ~ to sth.** ให้ลักษณะความเอาจริงเอาจัง/การทำเป็นเล่นแก่ *ส.น.*; **lower/raise the ~ of sth.** ทำให้ขวัญของ *ส.น.* ต่ำลงไป/สูงขึ้น; **set the ~:** กำหนดท่วงทำนอง, กำหนดลีลา; **set the ~ of** *or* **for sth.** กำหนดลีลาให้ *ส.น.* ดำเนินไป; Ⓖ *(Art: general effect of colour)* ลักษณะโดยทั่วไปของสี; Ⓗ *(degree of brightness)* ระดับความสว่าง; **bright ~:** สีสว่างสดใส; Ⓘ *(Photog.)* สีรูปถ่าย; Ⓙ *(accent on syllable)* การออกเสียงหนักตรงพยางค์ใดพยางค์หนึ่ง; *(way of pronouncing)* วิธีของการออกเสียง *(คำ)*; Ⓚ *(Physiol.: firmness of muscles)* ความสมบูรณ์แข็งแรง; *(of athlete etc.)* ความแข็งแกร่งสมบูรณ์; **keep oneself** *or* **one's body in ~:** ดูแลตนเอง หรือ ร่างกายของตนเองอยู่ในสภาพสมบูรณ์แข็งแรง
❷ *v.t.* Ⓐ *(modify colouring of)* เปลี่ยนสี; ~ **paint [with] a darker/lighter shade** แปลงสีด้วยสีที่แก่/อ่อนกว่า; Ⓑ *(Photog.)* ให้สี หรือ ปรับสีด้วยสารละลายเคมี; ~ **sth. a reddish-brown** ให้สีน้ำตาลแดงแก่ *ส.น.*
❸ *v.i.* ➡ ~ **in**

~ **'down** *v.t.* Ⓐ *(Art)* ทำให้แสง/สีอ่อนลง; ~ **a painting down** ทำให้แสง/สีของภาพอ่อนลง; Ⓑ *(fig.: soften)* ทำให้ *(คำกล่าว ฯลฯ)* อ่อนลง

~ **'in** *v.i.* มีสีสันกลมกลืนเข้ากัน *(กับ ส.น.)*

~ **'up** ❶ *v.t.* Ⓐ *(Art)* ~ **up a picture/colour** ทำให้ภาพ/สีสว่าง หรือ สดใสขึ้น; Ⓑ *(Physiol.)* ทำให้กล้ามเนื้อแข็งแรงขึ้น ❷ *v.i.* *(ร่างกาย)* แข็งแรงขึ้น

tone: ~ **arm** *n.* ก้านขีดหัวเข็ม, แขนแยกของเครื่องเล่นจานเสียง; ~ **control** *n. (process)* กระบวนการควบคุมความถี่สูงต่ำของเสียง; *(device)* อุปกรณ์ควบคุมความถี่สูงต่ำของเสียง; **~-'deaf** *adj.* ไม่สามารถจำแนกเสียงดนตรีได้; **be ~-deaf** เป็นคนที่ไม่สามารถจำแนกเสียงดนตรีได้; **~-deaf people** คนที่ไม่สามารถจำแนกเสียงดนตรีได้; ~ **dialling** *n.* ระบบการหมุน*โทรศัพท์ที่ส่งผ่านตัวเลขเป็นสัญญาณเสียงผสม*; ~ **language** *n. (Ling.)* ภาษาที่มีการออกเสียงสูงต่ำของเสียง *(เช่น ภาษาไทย)*

toneless /ˈtəʊnlɪs/ˈโทนลิซ/ *adj.* Ⓐ *(เสียงพูด, คำตอบ)* ขาดสีสัน, ขาดชีวิตชีวา; Ⓑ *(Mus.)* ไม่เข้าระดับเสียงกัน; Ⓒ *(dull)* *(สี)* น่าเบื่อ, เนือย ๆ

tone: ~ **painting** *n. (Mus.)* การประพันธ์เพลงสำหรับวงบรรเลงใหญ่; ~ **poem** *n.* Ⓐ *(Mus.)* *ดนตรีที่ผู้เขียนได้แรงบันดาลใจจากวรรณกรรม*; Ⓑ *(Art)* *งานศิลปะที่มีการให้สีเหมือนกับกลอน*

t

toner /ˈtəʊnə(r)/โทเนอะ(ร)/ *n.* Ⓐ *(Photog.)* น้ำยาปรับสี; Ⓑ *(cosmetic)* โลชั่นเช็ดหน้าหลังการล้างหน้าแล้ว

tongs /tɒŋz/ทองซฺ/ *n. pl.* **[pair of] ~:** คีม

tongue /tʌŋ/ทัง/ *n.* Ⓐ ➤ **118** ลิ้น; **bite one's ~** *(lit.)* กัดลิ้นตัวเอง; *(fig.)* กัดฟันไม่พูด; **put your ~ out, please** โปรดแลบลิ้นให้หมอดู; **put** *or* **stick one's ~ out [at sb.]** แลบลิ้นหลอก [*ค.น.*]; **with one's ~ hanging out** ด้วยความกระหายน้ำมาก; *(fig.)* คาดหวังบางสิ่งอย่างใจจดใจจ่อ; **he came into the pub with his ~ hanging out** *(fig.)* เขาเข้ามาในผับอย่างหิวกระหาย; **he made the remark ~ in cheek** *(fig.)* เขากล่าวถ้อยคำนั้นโดยไม่หมายความตามที่พูด; **hold one's ~** *(fig.)* นิ่งเงียบเอาไว้; **keep a civil ~ in one's head** พูดจาให้สุภาพไว้; ➡ + **edge** 1 A; Ⓑ *(meat)* ลิ้น *(วัว)* ที่ปรุงเป็นอาหาร; Ⓒ *(manner or power of speech)* คารม หรือความสามารถในการพูด; **one's ~:** คารม; **have you lost your ~?** เป็นใบ้ไปแล้วรึ; **get one's ~ round sth.** พยายามพูด *ส.น. (ชื่อ, คำที่ยาก)* ให้ถูกต้อง; **the name is difficult to get one's ~ round** ชื่อนี้พูดยาก; **have a ready/sharp/wicked** *etc.* **~:** ปากไว/ปากจัด/ปากปลาร้า *ฯลฯ*; **the hounds gave ~:** สุนัขล่าสัตว์ส่งเสียงเห่ากันขรมอย่างตื่นเต้นเต็มที่; **give ~:** พูดออกมา; Ⓓ *(language)* ภาษา; **gift of ~s** *(Bibl.)* *ความสามารถในการพูดภาษาที่ไม่เคยรู้มาก่อนที่ถือว่าเป็นพรประการหนึ่งจากพระผู้เป็นเจ้า*; ➡ + **confusion** A; **mother tongue**; Ⓔ *(of shoe)* ลิ้นรองเท้า; Ⓕ *(promontory)* **~ [of land]** แหลม; Ⓖ *(of bell)* ลิ้น/ตุ้มของกระดิ่ง; Ⓗ *(of buckle)* เข็มแทงบนหัวเข็มขัด; Ⓘ *(Woodw.)* ลิ้นของไม้ที่ประกบกัน; Ⓙ *(pointer of scale etc.)* เข็มชี้; Ⓚ *(Mus.)* แผ่นลิ้นของเครื่องดนตรีประเภทเป่า; Ⓛ **there were ~s of flame rising from the fire** มีเปลวไฟพุ่งสูงขึ้นมาจากกองไฟ; ➡ + **cat** A; ¹**tip** 1; ¹**wag** 2

tongue: ~-in-'cheek *adj.* พูดเล่นลิ้น, ไม่ได้หมายความตามที่พูด; *(ironical)* เสียดสี, ประชดประชัน; ➡ + **tongue** A; **~-lashing** *n.* การด่าว่าที่รุนแรง; **give sb. a ~-lashing** เอ่ยปากด่าว่า *ค.น.* อย่างไม่ไว้หน้า; **get a ~-lashing [from sb.]** ถูกดุด่าอย่างรุนแรง [จาก *ค.น.*]; **~-tied** *adj.* อายจนพูดไม่ออก; **the boy sat ~-tied the whole evening** เด็กชายนั่งเงียบด้วยความขวยเขินตลอดคืน; **be ~-tied [with** *or* **by fear/embarrassment** *etc.***]** นิ่งเงียบ [ด้วยความหวาดกลัว/ความขวยเขิน *ฯลฯ*]; **~ stud** *n.* ตุ้มประดับลิ้น; **~-twister** *n.* วลีที่ออกเสียงให้ถูกต้องและรวดเร็วได้ยาก *(เช่น ใครขายไข่ไก่)*

tonic /ˈtɒnɪk/ˈทอนิค/ ❶ *n.* Ⓐ *(Med.)* ยาบำรุง; **it was as good as a ~:** มันดีเหมือนกับยาบำรุงกำลัง; Ⓑ *(fig.: invigorating influence)* สิ่งที่ทำให้มีกำลังวังชา; **the good news/his visit was a welcome ~:** ข่าวดี/การมาเยือนของเขาเป็นสิ่งบำรุงขวัญที่พึงประสงค์; Ⓒ *(~ water)* น้ำควินินโซดา *(ดื่มผสมกับเหล้า)*; **gin** *etc.* **and ~:** เหล้ายิน *ฯลฯ* ผสมกับน้ำโทนิค; Ⓓ *(Mus.)* เสียงหลักในดนตรี ❷ *adj.* Ⓐ *(Med.)* ที่ใช้เป็นยาบำรุงกำลัง; *(fig.)* เป็นสิ่งที่ทำให้คนมีความสุข/บำรุงขวัญมากขึ้น; Ⓑ *(Mus.)* เป็นเสียงหลัก

tonic: ~ 'accent *n. (Phonet.: of word)* การเน้นพยางค์ที่ต้องออกเสียงสูง; **~ sol-'fa** *n. (Mus.)* ระบบการร้องแบบไล่เสียง; **~ water** *n.* น้ำโทนิค

tonight /təˈnaɪt/เทอะˈไนท/ ❶ *n.* Ⓐ *(this evening)* คืนนี้, เย็นนี้; **~ has been such fun** เย็นนี้สนุกมาก; **after ~:** หลังจากเย็นนี้; **I enjoyed ~:** คืนนี้ฉันสนุกมาก; **~'s [news]paper** หนังสือพิมพ์ฉบับเย็นนี้; **~'s performance** การแสดงรอบเย็นนี้; **~'s the night!** มันจะเกิดขึ้นคืนนี้ล่ะ; **~'s weather will be cold** อากาศคืนนี้จะหนาวเย็น; Ⓑ *(this or the coming night)* คืนนี้; **~ will be colder** คืนนี้จะยิ่งหนาวเย็นขึ้นไปอีก ❷ *adv.* Ⓐ *(this evening)* เย็น/คืนนี้; Ⓑ *(during this or the coming night)* ระหว่างคืนนี้; **[I'll] see you ~!** พบกันคืนนี้

tonnage /ˈtʌnɪdʒ/ˈทันนิจ/ *n. (Naut.)* Ⓐ ระวางความจุของเรือคิดเป็นตัน; Ⓑ *(charge on cargo)* ค่าธรรมเนียมบรรทุกต่อตัน

tonne /tʌn/ทัน/ *n.* ➤ **1013** เมตริกตันที่เท่ากับ 1,000 กิโลกรัม

tonsil /ˈtɒnsl/ˈทอนซฺล/ *n. (Anat.)* ต่อมทอนซิล *(ท.ศ.)*; **have one's ~s out** ถูกผ่าตัดต่อมทอนซิล

tonsillectomy /tɒnsəˈlektəmɪ/ทอนเซอะˈเล็คเทอะมิ/ *n. (Med.)* การผ่าตัดต่อมทอนซิล

tonsillitis /tɒnsəˈlaɪtɪs/ทอนเซอะˈไลทิซ/ *n.* ➤ **453** *(Med.)* ต่อมทอนซิลอักเสบ

tonsure /ˈtɒnʃə(r)/ˈทอนเชอะ(ร)/ *(Relig.)* ❶ *n.* การโกนหรือการปลงผมของคนที่บวชเป็นพระ ❷ *v.t.* โกนหรือตัดจุกเด็ก

ton-'up *adj. (sl.)* **~ boys** *หนุ่มวัยรุ่นที่ขี่จักรยานยนต์ได้เร็ว 100 ไมล์ต่อชั่วโมง*; **~ machine** *จักรยานยนต์ที่วิ่งได้เร็ว 100 ไมล์ต่อชั่วโมง*

too /tuː/ทู/ *adv.* Ⓐ *(excessively)* อย่างมากเกินไป; **far** *or* **much ~ much** อย่างมากเกินไปมาก; **~ much** อย่างมากเกินไป; **I've had ~ much to eat/drink** ฉันกิน/ดื่มมากเกินไป; **but not ~ much, please** แต่อย่า [ให้] มากเกินไป; **the problem/he was ~ much for her** ปัญหา/ตัวเขามากเกินไปสำหรับเธอ; **things are getting ~ much for me** ทุกสิ่งทุกอย่างเริ่มจะมากเกินกว่าที่ฉันจะรับได้; **this is '~ much!** *(indignantly)* ชักจะลามปามไปหน่อยแล้ว; **she's/that's just '~ much** *(intolerable)* เธอ/นั่นมันเหลือรับจริง ๆ; *(coll.: wonderful)* เธอ/นั่นวิเศษแท้; **~ difficult a task** งานที่ยากลำบากเกินไป; **none ~** *or* **not any ~ easy** ไม่ง่ายเลย; *(less than one had expected)* ไม่ง่ายเหมือนที่คิด; **he is none ~** *or* **not any ~ clever/quick** *etc.* เขาไม่ฉลาด/เร็ว *ฯลฯ* สักเท่าไหร่หรอก; **none ~ soon** ไม่เร็วอย่างใจ; **the holidays can come none ~ soon as far as I am concerned** ฉันนับวันนับคืนให้เวลาพักร้อนมาถึงเร็ว ๆ; ➡ + **all** 3; **good** 1 B, E; **many** 1 A; **much** 1 A, 3 D; **only** 2 D; Ⓑ *(also)* ด้วย, เช่นกัน; **she can sing, and play the piano, ~:** เธอร้องเพลงเก่งและเล่นเปียโนได้ด้วย; **I have been [to Bangkok, and] to Chiang Mai, ~:** ฉันได้ไป [กรุงเทพฯ และ] เชียงใหม่ด้วย; **I, ~, have been to Chiang Mai, 'I have been to Chiang Mai, ~:** ฉันได้ไปเชียงใหม่ด้วยเช่นกัน; Ⓒ *(coll.: very)* มาก, เท่าไร, เหลือเกิน; **I'm not feeling ~ good** ฉันรู้สึกไม่สบายเท่าไหร่; **I'm not ~ sure** ฉันไม่มั่นใจสักเท่าไหร่; **not ~ pleased** ไม่พอใจเท่าไหร่; **you're '~ kind!** คุณใจดีมากเหลือเกิน; **the dessert was '~ delicious** ขนมหวานอร่อยเหลือเกิน; Ⓓ *(moreover)* **he lost in twenty moves, and to an amateur ~:** เขาแพ้ภายในการเดินหมากไปได้ยี่สิบแต้มและที่ยิ่งกว่านั้นเป็นมือสมัครเล่นเสียด้วย; **there was frost last night, and in May/Spain ~!** เมื่อคืนนี้มีน้ำค้างแข็ง ทั้ง ๆ ที่อยู่ในช่วงเดือนพฤษภาคม/ในประเทศสเปน

toodle-oo /tuːdlˈuː/ทูด'ล'อู/ *int. (Brit. coll.)* ไปละนะ

took ➡ **take** 1, 2

tool /tuːl/ทูล/ ❶ *n.* Ⓐ เครื่องมือ, อุปกรณ์; *(garden ~)* เครื่องมือทำสวน; **set of ~s** ชุดของอุปกรณ์; ➡ + ³**down** 4 D; Ⓑ *(machine)* เครื่องกล, เครื่องจักร; **electrical ~:** อุปกรณ์ไฟฟ้า; ➡ + **machine tool**; Ⓒ *(Mech. Engin.: lathe ~)* อุปกรณ์เครื่องกลึง; Ⓓ *(fig.: means)* วิถีทาง; **knowledge is a great ~ in the hands of men** ความรู้เป็นวิถีทางที่วิเศษในมือของมนุษย์; **pen and paper are the writer's basic ~s** ปากกาและกระดาษเป็นเครื่องมือพื้นฐานของนักเขียน; **the ~s of the trade** เครื่องมือในการประกอบอาชีพ; Ⓔ *(fig.: person)* คนที่ถูกใช้เป็นเครื่องมือ; **a mere ~ [in the hands] of the dictator** เป็นแค่เครื่องมือ [ภายใต้อำนาจ] ของผู้เผด็จการ; Ⓕ *(sl.: penis)* เจ้าโลก ❷ *v.t.* Ⓐ จัดแต่ง *(หิน)* ด้วยสิ่ว; Ⓑ *(Bookbinding)* พิมพ์หรือประทับลวดลายลงบนปก

~ 'up *v.t.* เตรียมอุปกรณ์ในการผลิต; **the expense of ~ing-up** ค่าใช้จ่ายของการเตรียมอุปกรณ์

tool: ~ bag *n.* กระเป๋าเครื่องมือ; **~bar** *n. (Computing)* แถบเครื่องมือในโปรแกรมคอมพิวเตอร์; **~box, ~ case** *ns.* กล่องเครื่องมือ; **~ chest** *n.* หีบเก็บเครื่องมือ; **~ holder** *n.* Ⓐ *(in lathe)* ที่สอดใส่ใบมีดในเครื่องกลึง; Ⓑ *(handle)* ที่จับเครื่องมือ

tooling /ˈtuːlɪŋ/ˈทูลิง/ *n.* Ⓐ *(Building)* กระบวนการตกแต่งหินด้วยสิ่ว; Ⓑ *(Bookbinding)* การประทับลวดลายบนปก; *(thing tooled)* ปกที่ได้รับการฉลุลวดลายด้วย

tool: ~ kit *n. (Brit.)* กล่องกระเป๋าบรรจุเครื่องมือ; *(more general)* เครื่องมืออุปกรณ์; *(for vehicle)* **is there a ~ kit?** มีชุดเครื่องมือไหม; **~ maker** *n.* ช่างประดิษฐ์เครื่องมือ; **~ pusher** *n.* คนงานผู้ควบคุมการขุดเจาะน้ำมันกลางทะเลลึก; **~ set** *n.* ชุดเครื่องมือ/อุปกรณ์; **~ shed** *n.* กระต๊อบเก็บเครื่องมือ *(ทำสวน)*

toot /tuːt/ทูท/ ❶ *v.t.* ทำเสียงตู๊ด *(เป่าแตร/ทรัมเปต/นกหวีด)*; **the boy ~ed his toy trumpet** เด็กชายเป่าแตรของเล่นของเขา; **the driver ~ed his horn** คนขับบีบแตรดังตู๊ด ❷ *v.i.* Ⓐ *(on wind instrument, whistle, pipe)* ส่งเสียงตู๊ด; *(on car etc. horn)* บีบแตร; Ⓑ *(เรือ)* ส่งเสียงหวูด ❸ *n.* เสียงดังตู๊ด; *(of pipe, whistle)* เสียงขลุ่ย, เสียงนกหวีด; **give a ~ on one's/its horn** บีบแตรดังตู๊ด

tooth /tuːθ/ทูธ/ *n., pl.* **teeth** /tiːθ/ทีธ/ Ⓐ ➤ **118** ฟัน; **say sth. between one's teeth** พูด *ส.น.* พลางขบเขี้ยวเคี้ยวฟัน *(ด้วยความโกรธ)*; **draw sb.'s teeth** *(lit.)* ถอนฟัน *ค.น.*; *(fig.)* ทำให้ *ค.น.* หมดอิทธิพล; **sth.'s teeth have been drawn** *(fig.)* *ส.น.* ไม่มีพิษภัยอีกต่อไปแล้ว; **have a ~ out/filled** ถอนฟัน/อุดฟัน; **armed to the teeth** พกอาวุธมากมาย; **cast** *or* **fling sth. in sb.'s teeth** *(fig.)* เอาความผิด *ส.น.* มาตำหนิติเตียน *ค.น.*; **~ and nail** สู้สุดฤทธิ์; **I'm going to fight ~ and nail to keep this house** ฉันจะต่อสู้อย่างไม่ลดละเพื่อที่จะรักษาบ้านหลังนี้เอาไว้; **get one's teeth into sth.** *(fig.)* อุทิศตัวให้ *ส.น.*; **sb. would give his back/eye teeth for sth./to do sth.** *(fig.)* *ค.น.* จะทุ่มสุดตัวเพื่อ *ส.น.*/เพื่อทำ *ส.น.*; **in the teeth of criticism** โดยไม่นำพาต่อเสียงวิพากษ์วิจารณ์; **sail in the teeth of the wind** แล่นเรือต้านกระแสลม; **put teeth into a**

t

law, give a law some teeth ทำให้กฎหมายศักดิ์สิทธิ์จริง; **show one's teeth** (*สุนัข*) ยิงฟัน; (*fig.*) แสดงพละกำลังเพื่อข่มขู่ให้คนอื่นเกรงกลัว; ➡ + **edge** 1 A; **false teeth**; **kick** 1 A, 3 A; ¹**lie** 2; ¹**long** 1 A; **set** 1 P; **skin** 1 A; Ⓑ (*of rake, fork, comb*) ซี่ฟัน; (*of cogwheel, saw, comb*) ซี่ฟัน; Ⓒ (*liking*) **have a ~ for salad** ชอบสลัด; ➡ + **sweet** 1 A; Ⓓ (*Bot.*) หนามที่ยื่นออกมาจากริมใบของพืช; **have teeth** (*ใบ*) มีหนาม

tooth: ~ache *n.* ➤ 453 อาการปวดฟัน; **~brush** *n.* แปรงสีฟัน; **~brush moustache** หนวดทรงแปรงสีฟัน (*เช่น ของฮิตเลอร์*); **~ decay** *n.* อาการฟันผุ

toothed /tu:θt/ทูธฑ/ *adj.* Ⓐ (*Mech. Engin.*) ที่มีซี่ฟัน; **~ wheel** ล้อที่มีซี่ฟัน; Ⓑ (*Bot.*) ที่ใบมีหนามแหลม; Ⓒ *in comb.* (*having teeth*) **sharp-~** มีฟันแหลมคม

'toothglass *n.* แก้วแปรงฟัน, แก้วใส่ฟันปลอม

toothless /'tu:θlɪs/'ทูธลิซ/ *adj.* ไม่มีฟัน

tooth: ~ mug *n.* ถ้วยแปรงฟัน, ถ้วยใส่ฟันปลอม; **~paste** *n.* ยาสีฟัน; **~pick** *n.* ไม้จิ้มฟัน; **~ powder** *n.* ยาสีฟันชนิดผง

toothsome /'tu:θsəm/'ทูธเซิม/ *adj.* (*อาหาร*) เอร็ดอร่อย, น่ารับประทาน

toothy /'tu:θɪ/'ทูธิ/ *adj.* **give sb. a ~ smile** ยิ้มยิงฟันให้กับ *ค.น.*; **he is a bit ~:** เขามีฟันเต็มปากเลย

toothypeg /'tu:θɪpeg/'ทูธิเพ็ก/ *n.* (*child lang.*) ฟัน (*โดยเฉพาะฟันน้ำนมของเด็ก*)

tootle /'tu:tl/'ทูท'ล/ *v.i.* Ⓐ ส่งเสียงตู๊ด (*อย่างแผ่วเบาหรืออย่างถี่ซ้ำ*); (*on whistle*) เป่านกหวีดตู๊ด ๆ; (*on flute*) เป่าขลุ่ยตู๊ด ๆ; **~ on sth.** เป่า *ส.น.* เสียงตู๊ด ๆ; Ⓑ (*coll.: move casually*) เดิน/ขับตามสบาย; **I'm just tootling off to the shops/pub** ฉันกำลังจะโต๋เต๋ไปที่ร้านค้า/ผับ

too-too (*coll.*) /'tu:tu:/'ทูทู/ ❶ *pred. adj.* (*marvellous*) วิเศษ, มหัศจรรย์; (*la-di-da*) ทำเต๊ะจุ๊ย ❷ /tu:'tu:/ทู'ทู/ *adv.* อย่างเกินพอดี; (*too*) มากเกินไป, เว่อร์ไป (*ภ.พ.*)

tootsy [-wootsy] /'tʊtsɪ (wʊtsɪ)/'ทุทซิ (วุทซิ)/ *n.* (*joc/child lang.*) เท้า

¹**top** /tɒp/ทอพ/ ❶ *n.* Ⓐ (*highest part*) ส่วนที่อยู่สูงที่สุด, ส่วนบนสุด, ยอด; (*of table*) ส่วนบน; (*of bench seat*) ส่วนที่นั่ง; (*top floor*) ชั้นบน; (*flat roof, roof garden*) หลังคาราบแบน, สวนบนหลังคา; (*rim of glass, bottle etc.*) ขอบ (*แก้ว*); ปาก (*ขวด*); (*top end*) ปลายยอด, ส่วนบน; (*crest of wave*) สีขาวของลูกคลื่น; (*of tree*) ยอด; **the ~ of his head is smooth and shiny** ด้านบนศีรษะของเขาโล้นและเป็นมัน; **a cake with a cherry on ~:** ขนมเค้กที่มีผลเชอร์รีอยู่ข้างบน; **at the ~:** บนยอด, บนสุด; **at the ~ of the building/hill/pile/stairs** บนยอดของอาคาร/เนินเขา/กอง/ที่หัวบันได; **bake at the ~ of the oven** อบที่ชั้นบนสุดของเตาอบ; **be at/get to** *or* **reach the ~ [of the ladder** *or* **tree]** (*fig.*) อยู่ที่/ไปถึงจุด *หรือ* ตำแหน่งที่สูงสุดในอาชีพการงาน ฯลฯ; **be/get on ~ of a situation/subject** ควบคุม/แก้สถานการณ์ได้/เข้าใจเรื่องราวอย่างดี; **don't let it get on ~ of you** (*fig.*) อย่าไปยอมแพ้มัน; **the driver didn't notice me until he was right on ~ of me** (*fig.*) คนขับรถไม่ได้สังเกตเห็นฉันจนเกือบจะชนอยู่แล้ว; **he put it on [the] ~ of the pile** เขาวางมันตรงส่วนบนสุดของกอง; **on ~ of one another** *or* **each other** วางซ้อนกัน; **live on ~ of each other** อยู่ใกล้ชิดกันมาก; (*too close*) อยู่ใกล้จนแทบจะชิดกัน; **on ~ of sth.** (*fig.: in addition*) นอกเหนือจาก *ส.น.*; **on ~ of everything else** นอกเหนือจากทุกสิ่งทุกอย่าง; **come/be on ~ of sth.** (*be additional*) มีเพิ่มเข้ามาต่างหากจาก *ส.น.*; **on ~ of that, this happens!** (*fig.*) ผีซ้ำด้ามพลอยสุดจะทนได้; **on ~ of the world** (*fig.*) มีความสุขหรือความภาคภูมิใจมาก; **be/go thin on ~:** ผมบาง/ศีรษะเริ่มล้านตรงกลางกระหม่อม; **be on ~:** อยู่บนสุด; **the English team is on ~:** ทีมอังกฤษกำลังนำ; **come out on ~** (*be successful*) ประสบความสำเร็จ; (*win*) เป็นผู้ชนะ; **get to the ~** (*fig.*) รุ่งโรจน์, มีชื่อเสียง; **from ~ to toe** จากหัวจรดเท้า; **a Tory from ~ to toe** เป็นพวกทอรี (*พรรคอนุรักษ์นิยมของอังกฤษ*) ทุกกระเบียดนิ้ว; **be over the ~:** อยู่/ทำในระดับที่มากเกินไป; **go over the ~** (*Mil.*) ไต่สนามเพลาะรุกเข้าไป; (*be excessive*) ทำมากเกินไป; **he searched the house from ~ to bottom** เขาค้นทั้งบ้านอย่างถ้วนถี่ทุกซอกทุกมุม; **take it from the ~** (*coll.*) เริ่มต้นใหม่; ➡ + **head** 1 A; Ⓑ (*highest rank*) ตำแหน่ง/ยศที่สูงสุด; **the man at the ~** ชายที่มีตำแหน่งสูงสุด; **~ of the table** (*Sport*) ครองอันดับแรก; **[at the] ~ of the list of things to do/agenda is ...:** สิ่งที่สำคัญที่สุดของรายการที่ต้องทำ/ของระเบียบวาระคือ...; **be [at the] ~ of the class** เรียนเก่งที่สุดในชั้น; **go to the ~ of the class!** (*fig. coll.*) เก่งจริง ๆ ขอแสดงความยินดีด้วย; **~ of the bill** (*Theatre*) ประกาศชื่อเป็นดารานำที่จะเรียกคนดู; **be ~ of the charts** *or* **pops** คว้าอันดับหนึ่งในการจัดอันดับแผ่นเสียงเพลงยอดนิยม; (*fig.*) เป็นเอกเป็นเลิศ; Ⓒ (*of vegetable*) ใบของผักที่นำรากมาปรุงอาหาร; **~s of turnips, turnip-~s** ยอดหัวผักกาด; Ⓓ (*upper surface*) ส่วนบน; (*of cupboard, wardrobe, chest*) ด้านบน; **on [the] ~ of sth.** อยู่ข้างบน *ส.น.*; **don't forget to paint along the ~ of the door** อย่าลืมทาสีพื้นส่วนบนของประตู; **cut off the ~ [of the apple]** ตัดส่วนบน [ของผลแอปเปิ้ล]; **cut the ~ off an egg** ตัดส่วนบนของไข่ออก; **they climbed to the ~ of the hill/slope** พวกเขาปีนถึงยอดเนินเขา/เนิน; **he laid his hand on the ~ of her head** เขาวางมือบนกระหม่อมของเธอ; Ⓔ (*folding roof*) ประทุนหรือหลังคาพับได้; Ⓕ (*upper deck of bus, boat*) ชั้นบน; Ⓖ (*cap of pen*) ปลอกปากกา; Ⓗ (*cream on milk*) ส่วนที่เป็นครีมข้นชั้นบนสุดของนม; Ⓘ (*upper part of page*) ส่วนบน; **at the ~ [of the page]** ที่หัว [ของหน้ากระดาษ]; **be ten lines from the ~:** 10 บรรทัดจากส่วนบนของหน้ากระดาษ; Ⓙ (*upper garment*) เสื้อ; (*blouse*) เสื้อผู้หญิง; (*T-shirt*) เสื้อยืด; Ⓚ (*turn down of sock*) ขอบถุงเท้าที่พับทบลงมา; Ⓛ (*head end*) ส่วนบน, ส่วนหัว; (*of bed*) หัวเตียงนอน; (*of street, of beach*) หัว; Ⓜ (*utmost*) ขีดสุด; **shout/talk at the ~ of one's voice** ตะโกน/คุยดังลั่นอย่างสุดเสียง; Ⓝ **be the ~s** (*coll.*) (*the best*) ดีที่สุด; (*marvellous*) วิเศษ, เจ๋ง, มหัศจรรย์; **he's ~s at squash** เขาเล่นสควอชเก่งที่สุด; **the ~ of the morning [to you]!** (*Ir.*) อรุณสวัสดิ์; Ⓞ (*surface*) พื้นผิวด้านบน; Ⓟ (*upper of shoe*) ส่วนบน; Ⓠ (*lid*) ฝา; (*of bottle, glass, jar, etc.*) ฝา; (*stopper*) จุกปิดขวด; (*silver foil, crown cork*) กระดาษตะกั่วปิดด้านบนของซองบุหรี่; จุกขวดเหล้าแชมเปญ; ➡ + ¹**blow** 2 H; Ⓡ (*Bookbinding*) มุมบนของปกเล่มหนังสือ; Ⓢ (*upper part of boot*) ส่วนบน; Ⓣ (*Naut.: platform*) เชิงเนินบนเสากระโดงเรือ; Ⓤ (*Brit. Motor Veh.*) เกียร์สูงสุด; **in ~:** อยู่เกียร์สูง

❷ *adj.* ➤ 850 บน, ยอด, ระดับสูงสุด, สำคัญที่สุด; **~ end** ปลายสุด; **the/a ~ award** รางวัลสูงสุด; **the/a ~ chess player** นักเล่นหมากรุกชั้นยอด; **~ scientists/actors** *etc.* นักวิทยาศาสตร์/นักแสดง ฯลฯ ชั้นยอด; **~ sportsman/school/marks** นักกีฬา/โรงเรียน/คะแนนดีเด่น; **~ score/nation/popstar** คะแนน/ประเทศ/ดารายอดนิยมอันดับหนึ่ง; **a ~ Conservative** นักอนุรักษ์นิยมระดับแนวหน้า, ผู้นำในพรรค; **~ names in industry** นักอุตสาหกรรมชั้นผู้นำ; **~ manager/management** ผู้จัดการ/คณะผู้บริหารระดับสูงสุด; **a ~ speed of 100 m.p.h.** ความเร็วสูงสุด 100 ไมล์ต่อชั่วโมง; **go at ~ speed** ขับเคลื่อนด้วยความเร็วสูงสุด; **the machine was working at ~ speed** เครื่องจักรกำลังทำงานด้วยความเร็วสูงสุด; **I was working at ~ speed** ฉันทำงานอย่างรวดเร็วเต็มที่; **read sth. at ~ speed** อ่าน *ส.น.* อย่างรวดเร็วที่สุด; **be/come ~ [in a subject]** เก่งที่สุด [ในวิชาใด ๆ]; **give sth. ~ priority** ให้ความสำคัญสูงสุดกับ *ส.น.*; **have a record in the ~ ten** มีแผ่นเสียงในสิบอันดับแรกสุด; **in the ~ left/right corner** ในมุมบนซ้าย/ขวา; **on the ~ floor** อยู่ชั้นบนสุด; **the ~ man in the firm** บุคคลที่สำคัญที่สุดในบริษัท; **they are the ~ men in the firm** พวกเขาเป็นบุคคลระดับชั้นนำในบริษัท; **the ~ people** (*in society*) บุคคลชั้นนำในสังคมชั้นสูง; (*in a particular field*) บุคคลชั้นนำในสาขาเฉพาะ; ➡ + **form** 1 F; **gear** 1 A

❸ *v.t.*, **-pp-:** Ⓐ (*cover*) **the hills were ~ped with** *or* **by snow** เนินเขาถูกปกคลุมด้วยหิมะ; **a church ~ped with** *or* **by a dome** โบสถ์ที่มียอดเป็นหลังคาทรงกลม; **~ a pudding with cream** เอาครีมราดขนมพุดดิ้ง; **a pudding ~ped with cream** ขนมพุดดิ้งที่มีครีมราดอยู่ข้างบน; Ⓑ (*Hort.: cut ~ off*) ตัดยอดของต้นไม้; Ⓒ (*be taller than*) สูงกว่า; **he ~s six feet** เขาสูงกว่าหกฟุต; Ⓓ (*surpass, excel*) เกินกว่า, ทำได้ดีกว่า; **exports have ~ped [the] £40 million [mark/level]** สินค้าส่งออกทำเงินได้เกิน 40 ล้านปอนด์; **the fish ~ped 2 lb.** ปลาหนักมากกว่า 2 ปอนด์; **~ an offer** ยื่นข้อเสนอที่เย้ายวนกว่า; **~ that for a score/story!** ลองทำคะแนน/เล่าเรื่องให้ได้ยังงี้ซิ; **to ~ it all** แล้วก็มาถึงฟางเส้นสุดท้าย, แล้วยิ่งกว่านั้นอีก; Ⓔ (*head*) นำ; **~ the bill** (*Theatre*) เป็นตัวชูโรง; Ⓕ (*reach ~ of*) **~ the hill/wave** ถึงยอดเขา/คลื่น

~ 'off ❶ *v.t.* (*coll.*) ลงเอยหรือส่งท้าย (*ส.น.*) ❷ *v.i.* (*coll.*) ปิดฉากลง

~ 'out *v.t.* (*Building*) สร้างตึกเสร็จสมบูรณ์; **~ping-out ceremony** พิธีเฉลิมฉลองที่ตึกสร้างเสร็จ

~ 'up (*Brit. coll.*) ❶ *v.t.* เติม; **~ up the petrol/oil/water** เติมน้ำมันรถ/น้ำมันเครื่อง/น้ำ; **can I ~ you up?** ฉันรินเหล้าเติมให้คุณได้ไหม; **~ up sb.'s drink** เติมเหล้าให้ *ค.น.* ❷ *v.i.* (*fill one's tank up*) เติมน้ำมันรถให้เต็มถัง; (*fill one's glass up*) เติมเหล้าให้เต็มแก้ว; **~ up with petrol/oil/water** เติมน้ำมันรถ/น้ำมันเครื่อง/น้ำ; ➡ + **top-up**

²**top** *n.* (*toy*) ลูกข่าง; ➡ + **sleep** 2 A

top and 'tail *v.t.* Ⓐ (*coll.*) ล้างหน้าและก้นของเด็ก; Ⓑ **~ gooseberries** *etc.* เด็ดหัวกับปลายของลูกกูสเบอร์รี ฯลฯ

topaz /ˈtəʊpæz/ˈโทแพซ/ *n.* (*Min.*) บุษราคัม, พลอยสีเหลือง; **false ~:** บุษราคัมปลอม

top: ~ **ˈbilling** *n.* (*Theatre*) *ตำแหน่งสำคัญที่สุดของรายชื่อนักแสดง;* **he vied with her for the ~ billing** เขาชิงดีกับเธอว่าใครจะได้ตำแหน่งตัวชูโรง; **give sb. ~ billing** ให้ *ค.น.* เป็นตัวชูโรง; **in this film, Jude Law shares ~ billing with Nicole Kidman** ในภาพยนตร์เรื่องนี้จูด ลอว์ แสดงนำร่วมกับนิโคล คิดแมน; ~ **boot** *n.* รองเท้าบูทที่หุ้มสูงเกือบถึงหัวเข่า; ~ **ˈbrass** ➡ **brass** 1 G; ~ **coat** *n.* Ⓐ (*overcoat*) เสื้อคลุมชั้นนอกขนาดใหญ่; Ⓑ (*of paint*) สีที่เคลือบไว้ชั้นบนสุด; ~ **copy** *n.* เอกสารตัวจริง; ~ **ˈdog** *n.* (*fig. coll.*) ผู้ชนะ *หรือ* ผู้ที่มีอิทธิพล; **he/the company came out ~ dog [amongst his/its rivals]** เขา/บริษัทเป็นฝ่ายชนะ [ในบรรดาคู่แข่งของเขา/ของบริษัท]; ~ **ˈdrawer** *n.* Ⓐ ลิ้นชักชั้นบนสุด; Ⓑ (*fig.: high social status*) **sb. is not out of the ~ drawer** *ค.น.* ไม่มีคุณสมบัติของชนชั้นสูง; ~**-dress** *v.t.* (*Agric.*) *โรยปุ๋ยลงไปบนผิวดินแทนการพรวนหรือไถกลบ;* ~ **dressing** *n.* Ⓐ (*Agric.*) *การโรยปุ๋ยลงไปบนผิวดินแทนการพรวนหรือไถ;* (*substance*) ปุ๋ยหรือสิ่งที่โรยลงไปบนผิวดิน; Ⓑ (*fig.: superficial show*) การจัดฉาก, ผักชีโรยหน้า; **the whole ceremony is just ~-dressing** พิธีการทั้งหมดเป็นเพียงผักชีโรยหน้าเท่านั้น

topee ➡ **topi**

toper /ˈtəʊpə(r)/ˈโทเพอะ(ร)/ *n.* (*arch./literary*) ผู้ที่ดื่มสุราอยู่เป็นนิจ, คนขี้เมา

top: ~**-flight** *attrib adj.* (*นักการเมือง, สัตว์แข่ง*) อันดับแรก, ชั้นสุดยอด; ~ **fruit** *n.* (*Brit. Hort.*) ผลไม้ที่ขึ้นบนต้นไม้ ไม่ใช่ไม้พุ่ม; ~ **ˈhat** *n.* หมวกผ้าไหมทรงสูงสำหรับผู้ชาย; ~**-ˈheavy** *adj.* ยอดหนักเกินไป; (*องค์การ, ธุรกิจ ฯลฯ*) มีคนในตำแหน่งบริหารอาวุโสมากเกินไป; (*ผู้หญิง*) หน้าอกใหญ่เกินไป; **don't make your load ~-heavy** อย่าให้ของที่คุณบรรทุกหนักมากในส่วนข้างบน; **she is a bit ~-heavy** เธอมีทรวงอกใหญ่ไม่ได้สัดส่วนไปหน่อย; ~**-ˈhole** *adj.* (*Brit. dated coll.*) ชั้นหนึ่ง

topi /ˈtəʊpɪ/ˈโทพิ/ *n.* (*Anglo-Ind.*) หมวก, หมวกกะโล่ (*ที่ฝรั่งใส่ในอินเดีย*)

topiary /ˈtəʊpɪərɪ, US -ɪerɪ/ˈโทเพียริ, -พิเอะริ/ *n.* (*Hort.*) ศิลปะการตัดต้นไม้ให้มีรูปร่างต่าง ๆ

topic /ˈtɒpɪk/ˈทอพิค/ *n.* หัวข้อ, เรื่อง; ~ **of debate/conversation** ญัตติในการโต้วาที/หัวข้อของการสนทนา

topical /ˈtɒpɪkl/ˈทอพิค'ล/ *adj.* Ⓐ เกี่ยวกับสถานการณ์ปัจจุบัน; Ⓑ (*with regard to topics*) อัดตามหัวข้อเฉพาะ; Ⓒ (*Med.*) (*โรค/ยา*) เกิดขึ้น/มีผล

topicality /tɒpɪˈkælɪtɪ/ทอพิˈแคลิทิ/ *n., no pl.* ความเหมาะสมด้านเวลา

topically /ˈtɒpɪkəlɪ/ˈทอพิเคอะลิ/ *adv.* Ⓐ อย่างเป็นข่าวปัจจุบัน; Ⓑ (*with regard to topics*) อย่างเป็นหัวข้อ

ˈtopknot /ˈtɒpnɒt/ˈทอพนอท/ *n.* Ⓐ (*ribbon*) ริบบิ้นหรือโบว์ผูกผม; Ⓑ (*tuft of hair*) หัวจุกเด็ก

topless /ˈtɒplɪs/ˈทอพลิซ/ *adj.* Ⓐ **a ~ statue/column** รูปปั้น/เสาไม่มีท่อนบน; Ⓑ **a ~ dress/swimsuit** ชุด/ชุดว่ายน้ำที่ไม่มีท่อนบน; Ⓒ (*bare-breasted*) เปลือยอก; ~ **girl/waitress** เด็กสาว/พนักงานบริการหญิงที่เปลือยอก; **go/bathe ~:** ถอดเสื้อ/ว่ายน้ำเปลือยอก

top: ~**-level** *attrib. adj.* ในระดับสูง; ~**-level discussions/negotiations/talks/deals** การถกเถียงอภิปราย/การเจรจาตกลง/การพูดคุย/ข้อตกลงในระดับสูง; ~**-line** *adj.* (*Commerc.*) ~**-line profit** กำไรเบื้องต้น (*ที่ยังไม่ได้หักค่าใช้จ่าย*); ~**mast** *n.* (*Naut.*) เสากระโดงส่วนบน

topmost /ˈtɒpməʊst, ˈtɒpməst/ˈทอพโมซท, ˈทอพเมิซท/ *adj.* (*ชั้น, ขั้น*) สูง [ที่] สุด

top-ˈnotch *adj.* (*coll.*) ชั้นหนึ่ง, ยอดเยี่ยม

topographer /təˈpɒgrəfə(r)/เทอะˈพอเกรอะเฟอะ(ร)/ *n.* นักเขียนแผนที่

topographic /tɒpəˈgræfɪk/ทอเพอะˈแกรฟิค/, **topographical** /tɒpəˈgræfɪkl/ทอเพอะˈแกรฟิค'ล/ *adj.* แสดงลักษณะภูมิประเทศเป็นแผนที่

topography /təˈpɒgrəfɪ/เทอะˈพอเกรอะฟิ/ *n.* Ⓐ การแสดงลักษณะภูมิประเทศบนแผนที่; Ⓑ (*features*) ลักษณะภูมิประเทศ; **I'm not acquainted with the ~ of the area/town** *etc.* ฉันไม่คุ้นเคยกับภูมิประเทศของพื้นที่/เมืองนี้

topology /təˈpɒlədʒɪ/เทอะˈพอเลอะจิ/ *n.* (*Math.*) วิชารูปแบบเรขาคณิตคงที่

topper /ˈtɒpə(r)/ˈทอเพอะ(ร)/ *n.* (*coll.: hat*) หมวกทรงกระบอกของผู้ชาย

topping /ˈtɒpɪŋ/ˈทอพิง/ ❶ *n.* (*Cookery*) ของที่โรย/ราดหน้า; **ice cream with a ~ of whipped cream/of raspberry syrup** ไอศกรีมราดด้วยครีม/น้ำเชื่อมราสเบอร์รี่; **put on a ~ of cream/chopped nuts** โรยหน้าด้วยครีม/ลูกนัทบด; **cover sth. with a ~ of mashed potato/sliced potatoes** ปกคลุม *ส.น.* ด้วยมันฝรั่งบด/มันฝรั่งหั่นเป็นชิ้น ❷ *adj.* (*Brit. dated coll.: excellent*) ยอดเยี่ยม

topple /ˈtɒpl/ˈทอพ'ล/ ❶ *v.i.* ล้มลง, คว่ำลงมา; **the tower/pile ~d to the ground** หอคอย/กองสูงล้มครืนลงมาที่พื้น; **the tower ~d and fell** หอคอยล้มลงมาเค้เก้กับพื้น; ~ **[from power]** (*fig.*) หลุดจากอำนาจ ❷ *v.t.* โค่น, ทำให้ล้มลง; ~ **a pile/wall [to the ground]** ทำให้กองสูง/กำแพงล้มลง [ไปกองกับพื้น]; ~ **sb./a government [from power]** โค่นล้ม *ค.น.*/รัฐบาล [ให้สูญเสียอำนาจ]

~ **ˈdown** *v.i.* ล้มลง, โค่นลง

~ **ˈover** ❶ *v.i.* ล้มลง, โค่นลง; (*รถยนต์*) คว่ำ; **he lost his balance on the edge of the cliff and ~d over** เขาสูญเสียการทรงตัวบนขอบหน้าผาและตกลงไป ❷ *v.t.* โค่นลง, ทำให้ล้มลง

top: ~**-quality** *adj.* คุณภาพดีที่สุด; ~**-ranking** *attrib. adj.* (*นักกีฬา*) มีตำแหน่งสูงสุด; (*นักเขียน, นักร้อง*) อันดับหนึ่ง; (*นักการเมือง, นักปรัชญา*) ระดับชั้นนำ; ~**-ranking party member** สมาชิกพรรคในตำแหน่งสูง; ~**sail** /ˈtɒpseɪl, ˈtɒpsl/ˈทอพเซล, ˈทอพซ'ล/ *n.* (*Naut.*) (*on squarerigger, on schooner*) ใบยอดเสา; ~ **ˈsecret** *adj.* (*เอกสาร*) ลับที่สุด; ~**side** *n.* Ⓐ (*joint of beef*) เนื้อวัวส่วนสะโพก; Ⓑ (*Naut.*) กราบเรือตอนบนที่อยู่พ้นน้ำ; ~**soil** *n.* (*Agric.*) ดินชั้นบน; ~ **spin** *n.* (*Sport*) การตีปั่นให้ลูกบอลหมุนเร็ว; (*tennis, table tennis*) การตีลูกท็อปสปิน (*ท.ศ.*)

topsy-turvy /tɒpsɪˈtɜːvɪ/ทอพซิˈเทอวิ/ ❶ *adv.* อย่างชุลมุนชุลเก, กลับหัวกลับหาง; **turn sth. ~** (*lit. or fig.*) ทำให้ *ส.น.* กลับหัวกลับหาง; **this development turned my plans ~:** เหตุการณ์นี้ทำให้แผนการของฉันวุ่นวายสับสน ❷ *adj.* ในสภาพวุ่นวายสับสน, กลับหัวกลับหาง; **the room/house was ~:** ห้อง/บ้านอยู่ในสภาพรกไปหมด; (*fig.*) **a world where things are all ~:** โลก *หรือ* สังคมที่สิ่งต่าง ๆ อยู่ในความวุ่นวายสับสน; **a ~ way of reasoning** วิธีคิดกลับหัวกลับหาง; **it's a ~ world** มันเป็นโลกที่ยุ่งพิลึกล่ะ; **the whole world has turned ~:** โลกทั้งโลกอยู่ในความวุ่นวายสับสน

top: ~ **ˈtable** *n.* โต๊ะที่ประธาน *หรือ* ผู้หลักผู้ใหญ่นั่ง; ~**-up** *n.* (*coll.*) การเติม, การเพิ่ม; **sth. needs a ~-up** *ส.น.* ต้องการเติมให้เต็ม; **the oil needs a ~-up** ต้องเติมน้ำมัน; **give the tank/oil a ~-up** เติมถังน้ำมัน/น้ำมันเครื่องให้เต็ม; **would you like/can I give you a ~-up?** คุณจะเติมเหล้าไหม/ให้ฉันเติมเหล้าให้คุณได้ไหม; **I need a ~-up** ฉันต้องการเติมเหล้าอีกหน่อย

toque /təʊk/โทค/ *n.* หมวกผู้หญิงใบเล็กไม่มีขอบ

tor /tɔː(r)/ทอ(ร)/ *n.* เขา, ยอดเขา; (*hill*) เนินเขาเล็ก (*ในภาคตะวันตกเฉียงใต้ของอังกฤษ*)

torch /tɔːtʃ/ทอฉ/ *n.* Ⓐ **[electric] ~** (*Brit.*) ไฟฉาย; Ⓑ (*blowlamp*) (*for welding, soldering etc.*) ตะเกียงเตาฟู่; Ⓒ (*flaming stick etc.*) คบไฟ, คบเพลิง; **carry a ~ for sb.** (*fig.*) หลงรัก *ค.น.* ฝ่ายเดียว; **hand on the ~** (*fig.*) มอบหมาย (*หน้าที่, ความรับผิดชอบ*) ให้; Ⓓ (*lamp on pole*) ตะเกียงที่ติดไว้บนเสา

torch: ~ **battery** *n.* (*Brit.*) ถ่านไฟฉาย; ~**light** *n., no pl., no indef. art.* แสงไฟฉาย; (*of flaming stick*) แสงคบเพลิง; **by ~light** ด้วยแสงคบเพลิง/แสงไฟฉาย; ~**light procession** ขบวนแห่คบเพลิง; **a ~light ceremony/parade/tattoo** พิธีการ/ขบวนแห่/พิธีสวนสนามของทหารที่ใช้คบเพลิงเป็นหลัก; ~ **song** *n.* เพลงเกี่ยวกับการหลงรักคนอื่นฝ่ายเดียว

tore ➡ **ˈtear** 2, 3

toreador /ˈtɒrɪədɔː(r), US ˈtɔːr-/ˈทอเรียดอ(ร)/ *n.* นักสู้วัวกระทิง (*โดยเฉพาะบนหลังม้า*)

torment ❶ /ˈtɔːment/ˈทอเม็นท/ *n.* ความทุกข์, ความทรมาน, ความเจ็บปวด; **be in ~:** อยู่ในความทุกข์ทรมาน; **suffer ~s** ทนทุกข์ทรมาน; **be a ~ to sb., be sb.'s ~:** สร้างความทุกข์ทรมานให้ *ค.น.*; **the suspense/uncertainty was a ~:** การที่ต้องเฝ้ารอ/ความไม่แน่นอนเป็นความทุกข์ทรมาน ❷ /tɔːˈment/ทอˈเม็นท/ *v.t.* Ⓐ ทำให้ทนทุกข์ทรมาน; **be ~ed by** *or* **with sth.** ถูกทรมานด้วย *ส.น.*; Ⓑ (*tease, worry*) หยอกล้อ, ยั่วเย้า, ทำให้วิตกกังวล; **Don't ~ me so! Tell me ...:** อย่ายั่วเย้าฉันเลย บอกฉันซิ...

tormentor /tɔːˈmentə(r)/ทอˈเม็นเทอะ(ร)/ *n.* ผู้ทรมาน, สิ่งที่ทำให้ทรมาน; (*fig.*) คน *หรือ* สิ่งที่กวนใจ

torn ➡ **ˈtear** 2, 3

tornado /tɔːˈneɪdəʊ/ทอˈเนโด/ *n., pl.* **~es** ลมสลาตัน, พายุทอร์นาโด (*ท.ศ.*), พายุหมุน; (*fig.: outburst, volley*) การระเบิดออก, การระงมกึกก้อง; (*Mil. Aviat.*) เครื่องบินรบเทอร์นาโด

torpedo /tɔːˈpiːdəʊ/ทอˈพีโด/ ❶ *n., pl.* **~es** ลูกระเบิดตอร์ปิโด (*ท.ศ.*); **aerial ~:** ลูกระเบิดตอร์ปิโดที่ยิงจากอากาศ ❷ *v.t.* (*fig.*) ทำลาย, ทำให้ (*นโยบาย, แผนการ*) ล้มเหลว

torpedo: ~ **boat** *n.* (*Navy*) เรือเร็วขนาดเล็กติดระเบิดตอร์ปิโด; ~ **tube** *n.* ท่อยิงตอร์ปิโด

torpid /ˈtɔːpɪd/ˈทอพิด/ *adj.* Ⓐ เฉื่อยชา, ไม่กระฉับกระเฉง, เชื่องช้า; Ⓑ (*Zool.*) จำศีลในฤดูหนาว

torpidity /tɔːˈpɪdɪtɪ/ ทอˈพิดดิทิ/, **torpor** /ˈtɔːpə(r)/ˈทอเพอะ(ร)/ *ns., no pl.* Ⓐ การเฉื่อยชา, ความเชื่องช้า; (*of water*) การนิ่ง; Ⓑ (*Zool.*) การนอนจำศีลในฤดูหนาว

torque /tɔ:k/ทอค/ *n. (Mech.)* แรงที่ทำให้เกิดการหมุนรอบ; *(Hist.)* สร้อยคอขดทรงโบราณ

torque: ~ **converter** *n. (Motor Veh.) เครื่องแปลงกำลังหมุนสำหรับเปลี่ยนเกียร์อัตโนมัติของรถยนต์;* ~ **wrench** *n. ประแจกระบอกที่มีเครื่องจัดกำลังที่ใช้ขันเกลียว*

torr /tɔ:(r)/ทอ(ร)/ *n., pl. same (Phys.)* หน่วยวัดความกดดัน *(มีค่าเท่ากับ 133-32 ปาสกาล)*

torrent /ˈtɒrənt, US ˈtɔ:r-/ˈทอเรินทฺ/ *n.* Ⓐ กระแสน้ำที่ไหลเชี่ยวกราก; *(stream having steep course)* ลำธารที่มีทางไหลชัน; **mountain ~:** กระแสน้ำเชี่ยวกรากที่ไหลลงมาจากภูเขา; **a brook, sometimes swollen into a ~:** ลำธารที่บางทีกลายเป็นกระแสน้ำเชี่ยวกราก; **a ~ of rain** ฝนตกหนัก; **the rain came down in ~s** ฝนตกหนักมาก; Ⓑ *(fig.: violent flow) (คำพรุสวาท, คำถาม ฯลฯ)* การรุมประดังเข้ามา

torrential /təˈrenʃl/เทอะˈเร็นช'ล/ *adj.* Ⓐ เป็นกระแสเชี่ยวกราก; **the rain was ~:** ฝนตกหนักมาก; **a ~ cloudburst** พายุฝนหนักมาก; Ⓑ *(fig.) (คำพรุสวาท, คำถาม ฯลฯ)* รุมประดังเข้ามามาก; **a ~ flow of words/insults/questions** วาจา/คำดูถูกเหยียดหยาม/คำถามที่รุมประดังเข้ามา

torrid /ˈtɒrɪd, US ˈtɔ:r-/ˈทอริด/ *adj.* Ⓐ *(intensely hot) (สภาพอากาศ)* ร้อนมาก; **a ~ land** ผืนดินที่ร้อนมาก; **the ~ heat of the desert** ความร้อนระอุของทะเลทราย; Ⓑ *(fig.: intense, ardent) (ภาษา, การกระทำ)* รุนแรง, เร่าร้อน

torsion /ˈtɔ:ʃn/ˈทอช'น/ *n.* การบิด, การบิดเป็นเกลียว; ~ **bar** แกนเพลาที่หมุน

torso /ˈtɔ:səʊ/ˈทอโซ/ *n., pl.* **~s** Ⓐ *(Art)* งานศิลปะรูปปั้นลำตัวของมนุษย์; Ⓑ *(human trunk)* ลำตัว; **bare ~:** ลำตัวล้วน ๆ; Ⓒ *(fig.: incomplete work)* งาน *(ศิลปะ, วรรณกรรม ฯลฯ)* ที่ยังไม่เสร็จสมบูรณ์

tort /tɔ:t/ทอท/ *n. (Law)* การล่วงละเมิด

tortilla /tɔ:ˈti:ljə/ทอˈทีลเยอะ/ *n. (อาหารเม็กซิกัน)* แผ่นแป้งกลมแบนทำจากข้าวโพด

tortoise /ˈtɔ:təs/ˈทอเทิซ/ *n.* เต่าบกหรือเต่าน้ำจืดในวงศ์ Testudinidae

tortoiseshell /ˈtɔ:təsʃel/ˈทอเทิซเช็ล/ *n.* กระดองเต่า

tortoiseshell: ~ **ˈbutterfly** *n.* ผีเสื้อที่มีลายปีกเหมือนกระดองเต่า โดยเฉพาะในสกุล *Aglais* หรือ *Nymphalis;* ~ **ˈcat** *n.* แมวที่มีลวดลายเหลืองน้ำตาลเหมือนกระดองเต่า

tortuous /ˈtɔ:tjʊəs/ˈทอทิวเอิซ/ *adj.* Ⓐ *(full of twists and turns) (ทาง, ลำธาร)* คดเคี้ยว, บิดงอไปมา; Ⓑ *(fig.: circuitous) (นโยบาย ฯลฯ)* วนเวียน, วกวน; **a ~ speaker/writer** นักพูด/นักเขียนที่วกวน

tortuously /ˈtɔ:tjʊəslɪ/ˈทอทิวเอิซลิ/ *adv.* Ⓐ *(with twists and turns)* อย่างคดเคี้ยว, อย่างบิดงอไปมา; **the road/path/river runs ~ through the fields** ถนน/ทาง/แม่น้ำคดเคี้ยวไปมาผ่านท้องทุ่งนา; Ⓑ *(fig.: circuitously) (กำหนดนโยบาย ฯลฯ)* อย่างวนเวียน, อย่างวกวน; **a ~ reasoned argument** ข้อโต้แย้งที่ให้เหตุผลอย่างวกวน; **a ~ argued case** กรณีที่มีการถกเถียงสลับซับซ้อน; **a ~ complex legal document** เอกสารทางกฎหมายที่ซับซ้อน

tortuousness /ˈtɔ:tjʊəsnɪs/ˈทอทิวเอิซนิซ/ *n., no pl.* Ⓐ ความคดเคี้ยว, ความบิดงอไปมา; **the ~ of the road/river** ความคดเคี้ยวของถนน/แม่น้ำ; Ⓑ *(fig.: circuitousness)* ความสลับซับซ้อน, การวกวน

torture /ˈtɔ:tʃə(r)/ˈทอเฉอะ(ร)/ ❶ *n.* Ⓐ การทรมาน; **the ~ of sb.** การทรมาน *ค.น.;* **practise ~:** ทำการทรมาน; **instrument of ~:** เครื่องมือในการทรมาน; Ⓑ *(fig.: agony)* ความเจ็บปวดทรมานอย่างรุนแรง; **it was ~:** มันเป็นการทรมาน; **the exam was sheer ~:** การสอบเป็นการทรมานโดยแท้; **suffer the ~s of the damned** ทุกข์ทนหม่นไหม้เหมือนต้องคำสาป ❷ *v.t.* ทรมาน *ค.น.; (fig.)* ทรมานทางจิตใจ

ˈtorture chamber *n.* ห้องทรมาน

torturer /ˈtɔ:tʃərə(r)/ˈทอเฉอะเรอะ(ร)/ *n.* ผู้ทรมาน

Tory /ˈtɔ:rɪ/ˈทอริ/ *(Brit. Polit coll.)* ❶ *n.* นักการเมืองฝ่ายอนุรักษ์นิยม ❷ *adj.* เป็นพรรคหรือฝ่ายอนุรักษ์นิยม; **he is/they are ~:** เขา/พวกเขาเป็นฝ่ายอนุรักษ์นิยม

Toryism /ˈtɔ:rɪɪzm/ˈทอริอิซ'ม/ *n., no pl. (Brit. Polit. coll.)* หลักการของพรรคการเมืองฝ่ายอนุรักษ์นิยม

tosh /tɒʃ/ทอช/ *n. (coll.)* คำพูดเหลวไหล, เรื่องไร้สาระ

toss /tɒs/ทอซ/ ❶ *v.t.* Ⓐ *(throw upwards)* โยนขึ้นไป; **~ a ball in one's hand** โยนลูกบอลในมือของตนขึ้น ๆ ลง ๆ; **~ a pancake** โยนแพนเค้กขึ้นให้พลิกตก; **~ sb. in a blanket** จับ *ค.น.* โยนขึ้นลงโดยเอาผ้าห่มรองรับ; ➡ **+ caber;** Ⓑ *(throw casually)* โยนอย่างไม่ระมัดระวัง; **~ it over!** *(coll.)* โยนมาเลย; **~ sth. to sb.** โยน *ส.น.* ไปที่ *ค.น.;* Ⓒ **~ a coin** โยนเหรียญหัวก้อย; **~ sb. for sth.** โยนเหรียญเพื่อตัดสิน *ส.น.* กับ *ค.น.;* Ⓓ **be ~ed by a bull/horse** ถูกวัวขวิด/ถูกม้าดีดกระเด็งจากหลัง; Ⓔ *(move about)* เคลื่อนที่ไปมา; สะบัด *(ศีรษะ); (ต้นไม้)* โบก *(กิ่ง)* ไปมา; Ⓕ *(Cookery: mix gently)* คอย ๆ คลุก; **~ a salad in oil** คลุกสลัดในน้ำมัน; Ⓖ **~ one's head** สะบัดศีรษะ
❷ *v.i.* Ⓐ *(be restless in bed)* นอนกระสับกระส่าย; **~ and turn** นอนกระสับกระส่าย; Ⓑ *(เรือ)* โคลงเคลงไปมา; *(ต้นไม้, ข้าว)* ส่ายไปส่ายมา; Ⓒ *(toss coin)* โยนเหรียญหัวก้อย; **~ for sth.** โยนเหรียญหัวก้อยเพื่อตัดสิน *ส.น.*
❸ *n.* Ⓐ *(of coin)* **~ of a coin** การโยนเหรียญตัดสิน; **the decision depends on the ~ of a coin** การตัดสินใจขึ้นอยู่กับการโยนเหรียญ; **the game was decided by the ~ of a coin** เกมถูกตัดสินโดยการโยนเหรียญหัวก้อย; **argue the ~** *(fig.)* ไม่ยอมรับการตัดสินใจ; **lose/win the ~:** พ่ายแพ้/ชนะในการโยนเหรียญ; Ⓑ **give a contemptuous/proud ~ of the head** สะบัดหน้าอย่างดูแคลน/หยิ่งผยอง; Ⓒ *(throw)* การโยนขึ้นไป; **give a pancake a ~:** โยนแพนเค้กขึ้นไปในอากาศ เพื่อให้พลิกลงกระทะ; Ⓓ *(Brit.: throw from horse) (คนขี่)* การถูกดีดลงจากหลังม้า; **a bad ~:** การเจ็บตัวเพราะถูกดีดกระเด็นจากหลังม้า; **take a ~:** ถูกดีดลงจากหลังม้า; Ⓔ **I couldn't give a ~** *(fig. Brit. sl.)* กูไม่สนเลยแม้แต่นิด *(ภ.พ.)*

~ **about,** ~ **around** ❶ *v.i.* Ⓐ *(be restless in bed)* นอนกระสับกระส่ายไปมาในเตียง; Ⓑ ➡ ~ 2 B ❷ *v.t.* **~ sth. around** *or* **about** ซัดกระแทก *ส.น.* ไปมา; *(fig.)* พิจารณาปัญหาจากทุกมุมมอง

~ **aˈside** *v.t.* Ⓐ *(throw to one side)* โยนไปข้าง ๆ; **the mouldy apples were ~ed aside** ผลแอปเปิ้ลที่ราขึ้นถูกโยนทิ้งไป; Ⓑ *(fig.: reject, abandon)* ปฏิเสธไม่รับ, ละทิ้ง; **~ aside all caution** ละทิ้งข้อควรระวังทั้งหมด

~ **aˈway** *v.t.* โยนทิ้งไป; *(fig.)* ปล่อยให้โอกาสหลุดลอย

~ **ˈback** *v.t.* สะบัดกลับ *(ผม, ศีรษะ);* ดื่มรวดเดียว

~ **ˈdown** ➡ ~ of 1 A

~ **ˈoff** ❶ *v.t.* Ⓐ *(drink off)* ดื่มลงไปรวดเดียวหมด; Ⓑ *(produce casually)* ผลิตอย่างรวดเร็ว; พูดโดยไม่คิด; **I just ~ed off the first names that came into my head** ฉันเพียงเอ่ยชื่อแรก ๆ ที่ฉันนึกขึ้นได้; Ⓒ *(sl.: masturbate)* **~ sb. off** สำเร็จความใคร่ให้กับ *ค.น.;* ชักว่าว *ค.น. (ภ.ย.)* ❷ *v.i. & refl. (sl.)* สำเร็จความใคร่ให้ตนเอง *(ด้วยมือ);* ชักว่าว *(ภ.ย.)*

~ **ˈout** *v.t.* Ⓐ *(throw out)* **~ sb. out** โยน *ค.น.* ออกไป; **~ sth. out** โยน *ส.น.* ออกไป; Ⓑ *(fig.: reject)* ปฏิเสธไม่รับ

~ **ˈup** ❶ *v.i.* โยนเหรียญเพื่อตัดสินใจ; **~ up for sth.** โยนเหรียญเพื่อตัดสิน *ส.น.* ❷ *v.t. (throw)* โยนขึ้น

ˈtoss-up *n.* Ⓐ *(tossing of coin)* การโยนเหรียญหัวก้อย; **a ~ decides who ...:** การโยนเหรียญหัวก้อยจะตัดสินว่าใคร...; **have a ~:** โยนเหรียญหัวก้อยตัดสิน; **have a ~ for sth.** มีการโยนเหรียญหัวก้อยตัดสินชี้ขาด *ส.น.;* Ⓑ *(even chance)* **it is a ~ [whether ...]** เดาไม่ถูกหรอก, ทำนายไม่ได้หรอก [ว่า...หรือไม่]; **They are both very good. It is a ~ between the two** พวกเขาทั้งสองฝีมือสูสีกัน เดาไม่ถูกหรอกว่าใครจะชนะ

[1]**tot** /tɒt/ทอท/ *n. (coll.)* Ⓐ *(small child)* เด็กเล็ก; **tiny ~:** เด็กเล็ก ๆ; Ⓑ *(dram of liquor)* เหล้าปริมาณเล็กน้อย; **will you have a ~ of rum?** คุณจะดื่มรัมสักนิดหน่อยไหม

[2]**tot** *v.t. & i.,* **-tt-** *(coll.)* **~ up** ❶ *v.t.* รวมเลข ❷ *v.i. (จำนวน, หน่วย)* เพิ่มขึ้น, รวมเป็น; **that ~s up to £5** นับรวมแล้วได้ 5 ปอนด์

total /ˈtəʊtl/ˈโทท'ล/ ❶ *adj.* Ⓐ *(comprising the whole)* ทั้งหมด; **what are your ~ debts?** หนี้สินทั้งหมดของคุณมีจำนวนเท่าไหร่; **a ~ increase of £100** การเพิ่มขึ้นทั้งหมด 100 ปอนด์; Ⓑ *(absolute)* โดยสิ้นเชิง, สมบูรณ์, แท้จริง; **~ idiot** *(coll.)* คนโง่บรม; **be in ~ ignorance of sth.** ไม่มีความรู้เกี่ยวกับ *ส.น.* โดยสิ้นเชิง; **a ~ beginner** ผู้เริ่มต้นจากศูนย์; **~ nonsense** เรื่องไร้สาระโดยสิ้นเชิง; **have ~ contempt/scorn for sth.** รู้สึกเต็มไปด้วยความดูหมิ่น/ดูถูก *ส.น.;* **have a ~ lack of interest in sth.** ไม่มีความสนใจใน *ส.น.* อย่างสิ้นเชิง; **a ~ success/shock** ความสำเร็จ/ความประหลาดใจเต็มที่; **his surrender/refusal was ~:** การยอมแพ้/การปฏิเสธของเขานั้นสมบูรณ์; **the silence was ~:** ความเงียบกริบ, เงียบสงัด; ➡ **+ abstinence** A
❷ *n. (number)* ตัวเลขทั้งหมด; *(amount)* จำนวนทั้งหมด; *(result of addition)* ผลลัพธ์ของการรวม; **a ~ of 200/£200** *etc.* จำนวนทั้งหมด 200/200 ปอนด์ ฯลฯ; **in ~:** เบ็ดเสร็จทั้งหมด; ➡ **+ grand** 1 C; **subtotal**
❸ *v.t., (Brit.)* **-ll-:** Ⓐ *(add up)* รวม, บวกเข้าด้วยกัน; Ⓑ *(amount to)* รวมแล้วได้; **the visitors ~led 131** ผู้เข้าชมรวมกันทั้งหมดได้ 131 คน; Ⓒ *(Amer. coll.: wreck)* ทำให้พินาศอย่างย่อยยับ *(รถยนต์)*

~ **ˈup** ❶ *v.t.* บวกเข้าด้วยกัน, รวม ❷ *v.i.* **~ up to sth.** รวมแล้วทั้งหมดเท่ากับ *ส.น.*

total allergy syndrome *n. (Med.)* โรคภูมิแพ้อย่างรุนแรง

total eˈclipse *n. (Astron.) (Moon)* จันทรุปราคาเต็มดวง

totalitarian /təʊtælɪˈteərɪən/โทแทลิˈแทเรียน/ *adj. (Polit.)* เป็นการปกครองแบบเผด็จการเบ็ดเสร็จ

totalitarianism /təʊtælɪˈteərɪənɪzm/โทแทลิ'แทเรียนนิซ'ม/ *n. (Polit.)* การปกครองแบบเผด็จการเบ็ดเสร็จ

totality /təʊˈtælɪtɪ/โท'แทลิทิ/ *n.* Ⓐ *(completeness)* ความสมบูรณ์; *(of person)* บูรณภาพ; Ⓑ *(aggregate)* ผลรวม, จำนวนรวม; **the ~ of the debt** จำนวนหนี้สินรวม; Ⓒ *(Astron.)* *ช่วงของการเกิดจันทรคราสหรือสุริยคราสที่เต็มดวงอย่างสมบูรณ์*

totalizator /ˈtəʊtəlaɪzeɪtə(r), US -lɪz-/โทเทอะไลเซเทอะ(ร), -ลิซ-/ *n. (Horseracing)* Ⓐ *(device)* เครื่องแสดงตัวเลขและจำนวนของการพนันม้า; Ⓑ *(system)* ระบบอำนวยความสะดวกในการเล่นการพนันม้า

totally /ˈtəʊtəlɪ/โทเทอะลิ/ *adv.* อย่างเต็มที่, อย่างสมบูรณ์, อย่างสิ้นเชิง

total: ~ **re'call** *n.* **have [the power of] ~ recall** [สามารถ] จำรายละเอียดทุกอย่างของประสบการณ์ของตน; ~ **'war** *n.* สงครามเต็มรูปแบบ

¹tote /təʊt/โทท/ *v.t. (coll.)* ถือหรือแบก *(ของหนัก)*; **~ a gun** แบกปืน

²tote *n. (Horseracing sl.)* Ⓐ *(device)* เครื่องแสดงตัวเลขและจำนวนของการพนันม้า; Ⓑ *(system)* ระบบอำนวยความสะดวกในการเล่นพนันม้า

tote: ~ **bag** *n.* กระเป๋าผู้หญิงขนาดใหญ่; ~ **box** *n. (Amer.)* ภาชนะใบเล็ก ๆ สำหรับบรรจุสินค้า

totem /ˈtəʊtəm/โทเทิม/ *n.* สิ่งในธรรมชาติ *โดยเฉพาะสัตว์ที่ชาวอินเดียนแดงถือเป็นสัญลักษณ์; รูปเคารพของสิ่งเหล่านี้*

totemism /ˈtəʊtəmɪzm/โทเทอะมิซ'ม/ *n.* *ลัทธิบูชารูปเคารพบนเสาที่มีความหมายถึงบรรพบุรุษในวัฒนธรรมของชาวอินเดียนแดง*

'totem pole *n.* ต้นเสาที่ชาวอินเดียนแดงแกะสลักเป็นรูปสัญลักษณ์ของเผ่า

t'other, tother /ˈtʌðə(r)/ทัทเทอะ(ร)/ *adj., pron.* = **the other**

totter /ˈtɒtə(r)/ทอเทอะ(ร)/ *v.i.* Ⓐ *(move unsteadily)* เดินโซเซ, เดินโงนเงน; *(esp. owing to drunkenness)* เดินโงนเงนเพราะความเมา; **the child/blind man went ~ing across the room** เด็ก/ชายตาบอดเดินโซเซข้ามห้องไป; Ⓑ *(be on point of falling)* *(ตึกอาคาร ฯลฯ)* โยกเยกเหมือนจะถล่ม; **make sth. ~:** ทำให้ *ส.น.* ง่อนแง่น; **~ on the brink of collapse/chaos/bankruptcy/ruin** *(fig.)* กำลังง่อนแง่นจวนเจียนจะล่มสลาย/เข้าสู่กลียุค/ล้มละลาย/ถึงซึ่งความฉิบหาย

tottery /ˈtɒtərɪ/ทอเทอะริ/ *adj.* ที่เดินโซเซ, เดินโงนเงน; **a ~ old man** ชายชราที่กะปลกกะเปลี้ยคนหนึ่ง; **have ~ legs** มีขาที่ไม่มีแรงอ่อนปวกเปียก; **feel ~:** รู้สึกแข้งขาอ่อนเปลี้ยไม่มีแรง

totting-'up /tɒtɪŋˈʌp/ทอทิง'อัพ/ *n.* Ⓐ การรวมจำนวนต่าง ๆ เข้าด้วยกัน; **the ~ of the votes** การรวมคะแนนเสียง; Ⓑ *(Brit. law)* การรวมแต้มทำผิดกฎจราจร *ซึ่งถ้าสะสมเกินไปจะถูกยึดใบขับขี่*

toucan /ˈtuːkæn, -kən, US *also* tuˈkɑːn/'ทูแคน, -เคิน, ทู'คาน/ *n. (Ornith.)* นกปากใหญ่ในวงศ์ Ramphastidae มีสีสดใสกินผลไม้เป็นอาหาร

touch /tʌtʃ/ทัจ/ ❶ *v.t.* Ⓐ *(lit. or fig.)* สัมผัส, แตะ; *(inspect by ~ing)* ตรวจสอบโดยการสัมผัส; **~ one's hat [to sb.]** ขยับหมวกของตน [เป็นการทักทาย *ค.น.*]; **~ sb. on the shoulder** แตะที่ไหล่ *ค.น.*; ➡ + **bargepole; bottom** 1 D; **wood** B; Ⓑ *(cause contact between, apply)* **~ A to B** สัมผัสเอกับบี; **~ one's hand to one's hat** เอามือแตะหมวก; **~ a match to sth.** เอาไม้ขีดจุด *ส.น.*; **he ~ed the wires together** เขาแตะสายไฟเข้าด้วยกัน; **~ glasses** ชนแก้ว; Ⓒ *(harm, interfere with)* แตะต้อง; **the police can't ~ you [for it]** ตำรวจไม่สามารถแตะต้องคุณได้ [ในเรื่องนั้น]; **He can't ~ you here. You are safe** เขาจะแตะต้องคุณที่นี่ไม่ได้ คุณปลอดภัยแล้ว; Ⓓ *(Mus.)* **~ the keys of a piano/harpsichord** *etc.* ดีดเปียโน/พิณ ฯลฯ; **~ the strings [of a guitar/lute/harp** *etc.***]** ดีด [กีตาร์/พิณ/พิณใหญ่ ฯลฯ]; Ⓔ *(fig.: rival)* **~ sth.** เทียบกับ *ส.น.*; **nobody can ~ her for speed/at tennis/as an actress** ไม่มีใครเทียบเธอได้ในเรื่องความเร็ว/ในกีฬาเทนนิส/ในฐานะนักแสดงหญิง; **That horse is the fastest. There is none to ~ it** ม้าตัวนั้นวิ่งเร็วที่สุด ไม่มีตัวไหนเทียบได้; **there is nothing to ~ a glass of whisky before bed** ไม่มีอะไรจะเทียบได้กับการดื่มวิสกี้ก่อนนอนสักแก้ว; Ⓕ *(affect emotionally)* กระทบกระเทือน *(อารมณ์, ความรู้สึก)*; **it ~ed him to the heart/it ~ed his heart** สิ่งนั้น/เรื่องนั้นกระทบจิตใจของเขา; **be ~ed with pity/remorse/sadness** เขารู้สึกสะเทือนอารมณ์ด้วยความสงสารเวทนา/ความสำนึกผิด/ความโศกเศร้า; Ⓖ *(concern oneself with)* เข้าไปเกี่ยวข้อง, แตะ; **whatever I ~ – I'm a failure at it** ไม่ว่าฉันเข้าไปเกี่ยวข้องกับอะไร ฉันมักจะล้มเหลวเสมอ; **I would not ~ it** ฉันจะไม่เข้าไปเกี่ยวข้องกับมัน; **everything he ~es turns to gold** *(fig.)* ทุกอย่างที่เขาสัมผัสจะได้ผลดีเสมอ; **I haven't even ~ed the washing up yet** ฉันยังไม่ได้เริ่มล้างจานเลย; Ⓗ *(tinge)* ทาสี, แต้มสีเรื่อ ๆ; **her hair was chestnut ~ed with blonde streaks** ผมของเธอเป็นสีน้ำตาลแก่แต้มด้วยแถบสีบลอนด์; Ⓘ **~ sb. for a loan/£5** *(coll.)* ขอยืมเงิน/5 ปอนด์ จาก *ค.น.*; Ⓙ *(Geom.)* สัมผัสกับ *(เส้นโค้ง)*; Ⓚ *(reach)* มาถึงจุดหมาย, ไปถึง; Ⓛ *(anger, wound)* ทำให้บาดเจ็บ; **~ sb.'s pride/self-esteem** *etc.* ทำให้ *ค.น.* สูญเสียความภูมิใจ/การเคารพตนเอง; Ⓜ *(concern)* เข้าถึง; **this does not ~ the point at issue** สิ่งนี้ไม่เข้าถึงประเด็น; Ⓝ *(injure or damage slightly)* ทำให้บาดเจ็บ/เสียหายเล็กน้อย; **~ sb.** ทำให้ *ค.น.* ได้รับบาดเจ็บเล็กน้อย; **he was hardly ~ed by the fall** เขาแทบจะไม่เป็นอะไรเลยที่ตกลงมา; Ⓞ *(have effect on)* มีผลกระทบต่อ

❷ *v.i.* สัมผัส, แตะต้อง; *(ที่ดิน)* ติดกัน; **don't ~!** ห้ามแตะ; **'please do not ~'** 'กรุณาอย่าจับ'

❸ *n.* Ⓐ การสัมผัส, การแตะต้อง; **the rider gave his horse a ~ of the spurs/the whip** คนขี่ม้าเอาขาควบม้า/ลงแส้ม้าให้วิ่งเร็วขึ้น; **I like the warm ~ of her body** ฉันชอบสัมผัสร่างกายอันอบอุ่นของเธอ; **the surface has a soft/rough/cold/warm** *etc.* **~:** พื้นผิวมีสัมผัสอ่อนนุ่ม/หยาบกร้าน/เย็น/อุ่น ฯลฯ; **a ~ of the** *or* **one's hand** การสัมผัสด้วยมือ; **at a ~:** แตะเพียงเล็กน้อย; **the machine can be stopped at a ~:** เพียงแตะเครื่องก็หยุด; **be soft/warm** *etc.* **to the ~:** แตะแล้วรู้สึกนุ่ม/อุ่น ฯลฯ; Ⓑ *no pl., no art. (faculty)* **[sense of] ~:** การสัมผัสโดยการแตะ, จับ; **find out sth. by ~:** รู้ *ส.น.* จากการสัมผัส; Ⓒ *(small amount)* **a ~ of salt/pepper** *etc.* การเหยาะเกลือ/พริกไทย ฯลฯ เล็กน้อย; **a ~ of irony/sadness** *etc.* รสชาติการกระทบกระเทียบ/ความเศร้า ฯลฯ เล็ก ๆ น้อย ๆ; **have a ~ of rheumatism** เป็นโรคปวดตามข้อเล็กน้อย; **have a ~ of genius** มีแววเป็นอัจฉริยะ; **she has a ~ of style/class [about her]** เธอเป็นคนมีลักษณะเท่/มีระดับของตัวเอง; **the palms give a ~ of class/elegance to the restaurant** ต้นปาล์มทำให้ภัตตาคารดูโอ่อ่าหรูหราขึ้นมาบ้าง; **he has a ~ of grey in his hair** เขามีผมหงอกแซมอยู่ประปราย; **a ~** *(slightly)* อย่างเล็กน้อย; **a ~ higher/too high** สูงขึ้น/สูงไปสักหน่อย; **a ~ unrealistic** ออกจะเกินความจริงไปสักหน่อย; ➡ + **sun** 1; Ⓓ *(game of tag)* เกมไล่จับ; Ⓔ *(Art: stroke)* การแต้มสี *(บนภาพ)*; *(fig.)* กลวิธีเล็ก ๆ น้อย ๆ; การเสริมเล็ก ๆ น้อย ๆ; **to mention it in such a way was a clever/subtle ~:** การกล่าวถึงมันเช่นนั้นเป็นวิธีเล็ก ๆ น้อย ๆ ที่ฉลาด/แยบยล; **the book needs a few more humorous ~es** หนังสือจำเป็นต้องมีการปรับปรุงด้านอารมณ์ขันอีกเล็กน้อย; **the realistic ~es in the production of the play** จุดต่าง ๆ ที่เหมือนจริงในละคร; **add** *or* **put the final ~es to sth.** ปรับปรุง *ส.น.* เป็นขั้นสุดท้าย; **it was now completed except for a few final ~es** ตอนนี้ทุกอย่างเสร็จสมบูรณ์แล้ว ยกเว้นการปรับปรุงขั้นสุดท้ายอีกเล็ก ๆ น้อย ๆ; ➡ + **finishing touch;** Ⓕ *(manner, style) (on keyboard computer)* ลักษณะของการดีด; *(of writer, sculptor, painter)* ลักษณะทางศิลป์; **have the ~ of genius/the professional ~:** มีลักษณะของความเป็นอัจฉริยะ/การเป็นมืออาชีพ; **show the ~ of a genius/professional** แสดงวี่แววความเป็นอัจฉริยะ/การเป็นมืออาชีพ; **the play bore/revealed his ~:** ละครแสดง/เปิดเผยลักษณะเฉพาะของเขา; **you need to have the right ~:** คุณจำเป็นต้องรู้จักปรับให้พอดี; **he just didn't have the ~:** เขาเพียงแต่ไม่มีความสามารถพอ; **this flat needs a woman's ~:** ห้องชุดเหล่านี้ต้องให้ผู้หญิงมาช่วยจัด; **a personal ~:** ลักษณะเฉพาะของ *ค.น.*; **lose one's ~** สูญเสียความสามารถ; **I see you haven't lost your ~!** ฉันเห็นได้เลยว่าคุณยังไม่ได้สูญเสียความสามารถ; **he's lost his ~:** เขาได้สูญเสียความสามารถเสียแล้ว; **I must be losing my ~:** สงสัยความสามารถของฉันกำลังแย่ลง; ➡ + **common** 1 B; Ⓖ *(communication)* **be in/out of ~ [with sb.]** ติดต่อ/ไม่ติดต่อ [กับ *ค.น.*]; **I shall be in ~ with them** ฉันจะติดต่อกับพวกเขา; **they said they would be in ~ with me today** พวกเขาบอกว่าจะติดต่อมาหาฉันวันนี้; **Goodbye! I'll be in ~:** ลาก่อน แล้วฉันจะติดต่อมา; **they have not been in ~ for a whole week** พวกเขาไม่ได้ติดต่อมาตลอดทั้งสัปดาห์; **be in/out of ~ with sth.** คอยติดตาม/ไม่ติดต่อ *ส.น.*; **he is out of** *or* **not in ~ with reality/the real world** เขาไม่รู้ว่าอะไรเป็นจริง/เขาไม่ได้อยู่ในโลกของความเป็นจริง; **get in ~ [with sb.]** ติดต่อ [กับ *ค.น.*]; **get in ~ with us by letter/at this number** ติดต่อกับพวกเราทางจดหมาย/ที่หมายเลขนี้; **she immediately got in ~ with the doctor/police/her lawyer** เธอติดต่อกับแพทย์/ตำรวจ/ทนายความของเธอทันใด; **keep in ~ [with sb.]** ยังคงติดต่อ [กับ *ค.น.* อยู่]; **keep in ~!** คอยติดต่อมาหานะ; **I've kept in ~ with him since we were children** ฉันยังคงติดต่อกับเขาเรื่อยมาตั้งแต่พวกเราเป็นเด็ก; **keep in ~ with sth.** ติดตาม *ส.น.*; **lose ~ with sb.** ขาดการติดต่อกับ *ค.น.*; **we have lost ~:**

พวกเราขาดการติดต่อ; lose ~ with sth. เลิกติดตาม *ส.น.* ไปเลย; have lost ~ with sth. ได้ขาดการติดตามกับ *ส.น.*; put sb. in ~ with sb. ช่วยทำให้ *ค.น.* ติดต่อกับ *ค.น.* *หรือ* ทำให้พวกเขาได้ติดต่อกัน; her doctor put her in ~ with a specialist แพทย์ของเธอช่วยให้เธอได้พบกับแพทย์เฉพาะทาง; Ⓗ *(Footb., Rugby: part of field)* ส่วนนอกขอบสนาม; he ran/the ball went into ~: เขาวิ่งออกไปนอกขอบสนาม/ลูกบอลออกนอกขอบสนาม; Ⓘ *(coll.)* be an easy *or* a soft ~ *(be a person who gives money readily)* เป็นคนที่จ่ายเงินง่าย, จ่ายเงินเป็นกระเชอก้นรั่ว

~ **at** *v.t. (Naut.) (เรือ)* จอดเทียบท่าในช่วงระยะเวลาหนึ่ง

~ **'down** *v.i.* Ⓐ *(Rugby)* ทัชดาวน์ *(ท.ศ.) (ทำคะแนนโดยการนำลูกรักบี้ไปวางไว้หลังเส้นประตูของฝ่ายคู่แข่ง); (Amer. Footb.)* ทำคะแนนในลักษณะดังกล่าว; Ⓑ *(เครื่องบิน)* ลงจอดบนพื้นดิน; ➡ + touchdown

~ **'in** *v.t. (Art)* การเติมรายละเอียดในภาพเขียน ฯลฯ; *(fig.)* เพิ่มรายละเอียด

~ **'off** *v.t.* Ⓐ *(explode)* ระเบิดออก; Ⓑ *(fig.: trigger off)* ริเริ่ม *(บางสิ่ง)* อย่างฉับพลัน

~ **on** *v.t.* Ⓐ *(treat briefly)* กล่าวถึงย่อ ๆ; the book ~es on the subject often หนังสือกล่าวถึงเรื่องนี้บ่อยครั้ง; Ⓑ *(verge on)* เกือบจะ

~ **'up** *v.t.* Ⓐ *(improve)* ปรับปรุงเล็ก ๆ น้อย ๆ; Ⓑ *(sl.: fondle)* เล้าโลม

~ **upon** ➡ touch on A

touch: ~**-and-'go** *adj. (สถานการณ์)* ล่อแหลม, เสี่ยง; it is ~-and-go [whether ...] ไม่แน่นอน [ว่า...หรือไม่]; ~**down** *n.* Ⓐ *(Amer. Footb.) การทำคะแนนโดยการวางลูกบอลหลังเส้นประตูของฝ่ายคู่แข่งขัน;* Ⓑ *(Aeronaut.)* การลงสู่พื้นดิน

touché /tu:'ʃeɪ, 'tu:ʃeɪ, US tu:'ʃeɪ/ทู'เช, 'ทูเช/ *int. (Fencing)* โดนแล้ว; *(fig.)* คุณตรงเป้าทีเดียวแหละ

touched /tʌtʃt/ทัฉทฺ/ *pred. adj.* Ⓐ *(moved)* ประทับใจ, ซาบซึ้งใจ; Ⓑ *(coll.: mad)* ค่อนข้างบ้า, ออกจะบ้านิด ๆ

touchiness /'tʌtʃɪnɪs/'ทัฉฉินิซ/ *n., no pl. (irritability, oversensitiveness)* ความหงุดหงิด; ความอ่อนไหวต่อความรู้สึกมากเกินไป; *(precariousness)* อันตราย, ความไม่ปลอดภัย

touching /'tʌtʃɪŋ/'ทัฉฉิง/ ❶ *adj.* ที่สะเทือนใจ; *(moving)* ทำให้ซาบซึ้งใจ ❷ *prep. (arch./literary)* ~ sth. เกี่ยวกับ *ส.น.*

touchingly /'tʌtʃɪŋlɪ/'ทัฉฉิงลิ/ *adv.* อย่างที่สะเทือนใจ; *(movingly)* tell/depict sth. ~: เล่า/บรรยาย *ส.น.* อย่างซาบซึ้ง

touch: ~ **judge** *n. (Rugby)* กรรมการกำกับเส้น; ~**line** *n. (Footb., Rugby)* เส้นขอบสนาม; ~**-me-not** *n. (Bot.)* พืชมีดอกสีขาวในสกุล *Impatiens* มีเมล็ดที่จะกระจายออกเมื่อถูกแตะ; ~ **pad** *n.* จอสัมผัสขนาดเล็ก; ~**paper** *n.* กระดาษกำมะถันใช้เป็นชนวนต่อไฟ; ~ **screen** *n. (Computing)* จอสัมผัส; ~**-sensitive** *adj. (จอภาพ)* ไวต่อการสัมผัส; ~**stone** *n. (fig.)* มาตรฐาน *หรือ* กฎเกณฑ์; ~**-type** *v.i.* พิมพ์โดยไม่ต้องมองที่แป้นพิมพ์อักษร; ~**-typing** *n.* ทักษะในการพิมพ์; ~**-up paint** *n.* สีใช้แต้มรอยขูดเล็ก ๆ น้อย ๆ *(บนรถยนต์ ฯลฯ)*

touchy /'tʌtʃɪ/'ทัฉฉิ/ *adj. (คน)* ขี้โมโห, โกรธง่าย; *(เรื่องราว, สถานการณ์ ฯลฯ)* ละเอียดอ่อน, ต้องใช้ความระมัดระวัง

tough /tʌf/ทัฟ/ ❶ *adj.* Ⓐ *(กระจก, วัตถุ, หนัง, ผ้า)* แข็งแรง; *(วัตถุปูพื้น, รองเท้า)* ทนทาน; *(เนื้อ)* เหนียว; *(ผิวหนัง)* หนา; be [as] ~ as leather/old boots เหนียวเหมือนกับหนังสัตว์/รองเท้าบูทเก่า; *(fig.) (บุคคล)* แข็งแรงอดทน; Ⓑ *(hardy, unyielding) (คน)* เข้มแข็ง, มั่นคง; his parents want him to be ~ when he grows up พ่อแม่ต้องการให้เขาเข้มแข็งเมื่อเขาโตขึ้น; ~ guy *(coll.)* นักเลงหัวไม้; a ~ customer *(coll.)* ลูกค้าที่เอาใจยาก; *(stubborn person)* คนที่หัวดื้อ; Ⓒ *(difficult, trying) (สถานการณ์ ฯลฯ)* ยากลำบาก; we had a ~ time พวกเราได้ผ่านช่วงเวลาที่ยากลำบาก; we had a ~ time convincing her พวกเราลำบากที่จะโน้มน้าวใจเธอ; it's a ~ life being a housewife การเป็นแม่บ้านเป็นชีวิตที่ยากลำบาก; things/life can get ~ if you run out of money สิ่งต่าง ๆ/ชีวิตย่อมลำบากถ้าคุณขาดเงิน; it was ~ going, the going was ~: การดำเนินการเป็นไปอย่างยากลำบาก; Ⓓ *(severe, harsh)* รุนแรง, โหดร้าย, ทารุณ; get ~ *(coll.)* รุนแรง; a get-~ policy นโยบายที่เข้มงวด; get ~ with sb. *(coll.)* ใช้มาตรการเด็ดขาดกับ *ค.น.*; Ⓔ *(coll.: unfortunate, hard)* ~ luck โชคร้าย; that's ~ [luck] นับเป็นเคราะห์ร้าย; be ~ on sb. *ค.น.* เคราะห์ร้าย/โชคไม่ดี; Ⓕ *(stiff)* แข็ง, แข็งทื่อ; Ⓖ *(Amer.: violent, criminal)* รุนแรง, เป็นอาชญากร; a ~ town/neighbourhood เมือง/ย่านที่มีความรุนแรง

❷ *n.* คนรุนแรงก้าวร้าว, นักเลง, อันธพาล

❸ *v.t. (coll.)* ~ it out ไม่ยอม; I've just got to ~ it out ฉันก็ต้องอดทนต่อไป

toughen /'tʌfn/'ทัฟ'น/ ❶ *v.t.* ทำให้แข็งแรงขึ้น *(วัตถุ, ผ้า, เหล็ก)*; ทำให้เข้มแข็งขึ้น *(บุคคล)*; ทำให้เข้มงวดขึ้น *(กฎหมาย, มาตรการ)*; his hard life has ~ed him *(fig.)* ชีวิตที่ยากลำบากของเขาทำให้เขาเข้มแข็ง; he has ~ed his attitude towards lawbreakers ทัศนคติของเขาที่มีต่อคนทำผิดกฎหมายเข้มงวดขึ้น; ~ one's policy/stand ทำให้นโยบาย/จุดยืนของตนเข้มงวดขึ้น; this setback will only ~ my resolve การก้าวถอยหลังนี้จะยิ่งทำให้ฉันมีจิตมุ่งมั่นขึ้น

❷ *v.i. (เนื้อ)* เริ่มเหนียว; *(การต่อต้าน)* แข็งขึ้น; *(จุดยืน, การตัดสินใจ)* แน่วแน่ขึ้น

~ **'up** ❶ *v.t.* ทำให้แข็งแรง/ทนทานขึ้น; ~ up one's attitude/policy ทำให้ทัศนคติ/นโยบายของตนเข้มงวดขึ้น ❷ *v.i.* เหนียว; แข็งแรงขึ้น; ทนทานขึ้น

toughie /'tʌfɪ/'ทัฟฟิ/ *n. (coll.)* Ⓐ *(problem)* ปัญหาที่ยากลำบาก; Ⓑ *(person)* คนที่เข้มงวด, คนที่โหดร้ายทารุณ

tough-'minded *adj.* ใจแข็ง

toughness /'tʌfnɪs/'ทัฟนิซ/ *n., no pl.* Ⓐ ➡ tough 1 A: ความแข็งแรง; ความทนทาน; ความเข้มงวด; Ⓑ ➡ tough 1 B: ความเข้มแข็ง; ความมั่นคง; Ⓒ *(fig.) (of problem, job)* ความยากลำบาก; *(of fight, contest)* ความรุนแรง; *(law, attitude, penalty, measure)* ความเข้มงวด; the ~ of the exercise ความยากของแบบฝึกหัด; the ~ of life as an unmarried mother ความยากลำบากของชีวิตเป็นแม่ที่ไม่ได้แต่งงาน; Ⓓ *(stiffness)* ความแข็ง; Ⓔ *(Amer.: violence)* the ~ of the mining town ความรุนแรงของเมืองทำเหมือง

toupée, toupet /'tu:peɪ/'ทูเพ/ *n.* วิก, ผมปลอมที่คลุมบริเวณหัวล้าน

tour /tʊə(r), tɔ:(r)/ทัว(ร), ทอ(ร)/ ❶ *n.* Ⓐ การเดินทางท่องเที่ยว; a ~ of *or* through Europe การเดินทาง [ท่องเที่ยว] รอบ/ทั่วยุโรป; a world ~/round-the-world ~: การเดินทางรอบโลก; they made a ~ of France พวกเขาเดินทางท่องเที่ยวในฝรั่งเศส; a ~ of the capital cities of Europe/of the overseas branches of the firm การเดินทางท่องเที่ยวไปเยือนเมืองหลวงของยุโรป/สาขาต่างประเทศของบริษัท; a walking/cycling ~: การท่องเที่ยวทางเท้า/การท่องเที่ยวโดยขี่จักรยาน; a motoring/bus ~: การทัศนาจรโดยรถยนต์/โดยรถประจำทาง; Ⓑ *(Theatre, Sport)* การเดินสายแสดง/แข่งขันตามที่ต่าง ๆ; a ~ of the provinces, a provincial ~: การเดินสายแสดง/แข่งขันตามจังหวัดต่าง ๆ; be/go on ~: ตระเวนแสดงหรือแข่งขันตามสถานที่ต่าง ๆ; he has gone on ~ to Europe เขาตระเวนไปแสดง *หรือ* แข่งขันตามสถานที่ต่าง ๆ ในยุโรป; take a play on ~: นำละครออกไปตระเวนแสดง; Ⓒ *(excursion, inspection) (of museum palace, house)* การไปเยี่ยมชม; go on/make/do a ~ of การไปเยี่ยมชม *(พิพิธภัณฑ์, บ้านโบราณ ฯลฯ)*; a ~ of the countryside/the city/the factory การเดินทางตรวจตราชนบท/เมือง/โรงงาน; Ⓓ ~ [of duty] เข้าเวรตรวจ; between [sb.'s] ~s [of duty] ระหว่างเข้าเวรตรวจ [ของ *ค.น.*]; ➡ + conduct 2 E; grand tour; guided tour; inspection

❷ *v.i.* Ⓐ ~/go ~ing in *or* through a country เดินทางท่องเที่ยวในประเทศใดประเทศหนึ่ง; be ~ing in a country กำลังเดินทางท่องเที่ยวไปในประเทศใด ๆ; Ⓑ *(Theatre, Sport, exhibition) (กีฬา, ละคร ฯลฯ)* ตระเวนแสดง/แข่งขันตามที่ต่าง ๆ; *(be on ~)* อยู่ระหว่างตระเวนแสดง; *(go on ~)* ไปตระเวนแสดง

❸ *v.t.* Ⓐ เดินทางท่องเที่ยว *(เมือง, พิพิธภัณฑ์, ประเทศ)*; ~ a country/region เดินทางท่องเที่ยวในประเทศ/ภูมิภาค; ~ an area on foot/by bicycle เดิน/ถีบจักรยานเที่ยวรอบ ๆ บริเวณ; Ⓑ *(Theatre, Sport)* ~ a country/the provinces *(ละคร, การแข่งขัน)* ตระเวนแสดง/แข่งขันในประเทศ/ต่างจังหวัด; ~ India/Europe เดินทางไปเที่ยวอินเดีย/ยุโรป

tour de force /tʊə də 'fɔ:s/ทัว เดอะ 'ฟอซ/ *n., pl.* **tours de force** / tʊə də 'fɔ:s/ทัว เดอะ 'ฟอซ/ การแสดง *หรือ* ความสำเร็จที่ใช้ทักษะชั้นยอด

tourer /'tʊərə(r), 'tɔ:rə(r)/'ทัวเรอะ(ร), 'ทอเรอะ(ร)/ *n. (Motor Veh.)* รถยนต์สำหรับเดินทางระยะไกล

'tour guide *n.* Ⓐ *(person.)* มัคคุเทศก์, ผู้นำทัวร์ *(ท.ศ.)*; Ⓑ *(book)* คู่มือนำเที่ยว

touring /'tʊərɪŋ, 'tɔ:r-/'ทัวริง, 'ทอ-/: ~ **car** ➡ tourer; ~ **company** *n. (Theatre)* คณะละครที่ตระเวนแสดงในที่ต่าง ๆ; ~ **exhibition** *n.* นิทรรศการที่ตระเวนจัดแสดงตามที่ต่าง ๆ; ~ **holiday** *n.* have a ~ holiday in a country หยุดพักร้อนไปเที่ยวในประเทศใด ๆ; *(on foot)* เดินท่องเที่ยวไปทั่วประเทศใดประเทศหนึ่ง; have a ~ holiday ไปทัศนาจรในเวลาพักร้อน; *(on foot)* เดินท่องเที่ยวในเวลาพักร้อน

tourism /'tʊərɪzm, 'tɔ:r-/'ทัวริซ'ม, 'ทอ-/ *n., no pl. no indef. art.* Ⓐ การท่องเที่ยว; ~ has increased การท่องเที่ยวได้เพิ่มขึ้น; Ⓑ *(operation of tours)* กิจการท่องเที่ยว; work/be involved in ~: ทำงาน/เกี่ยวข้องในธุรกิจท่องเที่ยว

tourist /ˈtʊərɪst, ˈtɔːr-/ˈทัวริซทฺ, ˈทอ-/ ❶ *n.* นักท่องเที่ยว ❷ *attrib. adj.* เกี่ยวกับนักท่องเที่ยว; **special ~ rates** อัตราพิเศษของนักท่องเที่ยว

tourist: ~ agency *n.* บริษัทท่องเที่ยว; **~ attraction** *n.* สถานที่ท่องเที่ยว; **~ board** *n. (Brit.)* คณะกรรมการการท่องเที่ยว; **~ class** *n.* ชั้นทัศนาจร, ชั้นธรรมดา; **~ guide** *n.* Ⓐ *(person)* มัคคุเทศก์; Ⓑ *(book)* หนังสือนำชม **(to, of)**; **~ hotel** *n.* โรงแรมสำหรับนักท่องเที่ยว; **~ industry** *n.* Ⓐ *(business)* อุตสาหกรรมการท่องเที่ยว; Ⓑ *(firms)* บริษัทท่องเที่ยว; **~ inforˈmation centre, ~ office** *ns.* ศูนย์ข้อมูลข่าวสารสำหรับนักท่องเที่ยว; **~ season** *n.* ฤดูท่องเที่ยว; **~ trade** ➡ **~ industry**; **~ trap** *n. (bar, restaurant, etc.)* ที่เน้นนักท่องเที่ยวเป็นหลัก; *(town, place)* สถานที่เต็มไปด้วยนักท่องเที่ยว

touristy /ˈtʊərɪstɪ, ˈtɔːr-/ˈทัวริซติ, ˈทอ-/ *adj. (derog.)* ที่เต็มไปด้วยนักท่องเที่ยว

tourmaline /ˈtʊəməlɪn, ˈtʊəməliːn/ˈทัวเมอะลิน, ˈทัวเมอะลีน/ *n. (Min.)* *พลอยสี ใช้เป็นอัญมณีหรืออุปกรณ์ไฟฟ้า*

tournament /ˈtʊənəmənt, US ˈtɜːrn-/ˈทัวเนอะเมินทฺ, ˈเทอรเนอะ-/ *n. (Hist.)* การประลองยุทธ์บนหลังม้าในสมัยโบราณ; *(Sport)* รายการแข่งขัน

tournedos /ˈtʊənədəʊ/ˈทัวเนอะโด/ *n., pl. same (Gastr.)* ชิ้นเนื้อวัวก้อนกลม ๆ เล็ก ๆ

tourney /ˈtʊənɪ/ˈทัวนิ/ *(Hist.; Sport coll.)* ➡ **tournament**

tourniquet /ˈtʊənɪkeɪ, US ˈtɜːrnɪkeɪ/ˈทัวนิเค, ˈเทอรนิเค/ *n. (Med.)* สายรัดห้ามเลือด

ˈtour operator *n.* ➤ **489** คนที่ดำเนินกิจการการท่องเที่ยว

tousle /ˈtaʊzl/ˈทาวซฺ'ล/ *v.t.* ทำให้ *(ผม)* เป็นกระเซิง, ขยี้ผม

tout /taʊt/เทาท/ ❶ *v.t.* **~ [for business/custom/orders]** ชักชวน/คะยั้นคะยอ [ให้ซื้อสินค้า/ใช้บริการ]; **~ for customers/buyers** ชักชวน/คะยั้นคะยอลูกค้า/ผู้ซื้อ; **~ for a hotel** ชักชวนให้เข้าพักในโรงแรม ❷ *n.* คนที่ขายสิ่งของ *(เช่น บัตรละคร)* ในราคาที่สูงกว่าราคาปกติ; **ticket ~:** คนขายตั๋วผี

¹tow /təʊ/โท/ ❶ *v.t.* ดึง *(รถลาก)*; ลาก *(เรือ, ยานพาหนะอีกคันหนึ่ง ฯลฯ)*, ลากจูง; **he ~ed my car to get it started** เขาลากรถยนต์ของฉันเพื่อให้เครื่องยนต์ติด; **he ~ed his sister [behind him]** *(fig.)* เขาฉุดลากน้องสาว [ตามตัวเขาไปด้วย]; **~ed load** *(Motor Veh.)* ของที่ลาก, น้ำหนักที่ลาก ❷ *n.* การดึง, การลาก; **My car's broken down. – Do you want a ~?** รถของฉันเสีย คุณต้องการให้ลากรถไหม; **give a boat/car a ~:** ลากเรือ/รถ; **give a car a ~ [to get it started]** ลากรถยนต์ [เพื่อติดเครื่อง]; **have sth. in** *or* **on ~:** กำลังลาก *ส.น.* อยู่; **have sb. in ~** *(fig.)* มี *ค.น.* ติดตามมาด้วย; **take sb. in ~** *(fig.)* นำ *ค.น.* มาอยู่ด้วย; **ˈon ~ˈ** ˈกำลังถูกลากˈ; **take a boat/car in ~:** ลากเรือ/รถ

~ aˈway *v.t.* ลากไป *(เรือ, รถ ฯลฯ)*

²tow *n. (Textiles)* เศษป่าน, เศษเชือก ฯลฯ

toward /təˈwɔːd/เทอะˈวอด/, **towards** /təˈwɔːdz/เทอะˈวอดซฺ/ *prep.* Ⓐ *(in direction of)* ไปยัง, ไปทาง, ไปสู่; **~ sb./sth.** ไปยัง *ค.น./ส.น.*; **the ship sailed ~ France/the open sea** เรือแล่นไปสู่ประเทศฝรั่งเศส/มหาสมุทร; **~ [the] town** มุ่งไปยังเมือง; **point ~ the north** ชี้ไปทางทิศเหนือ; **march ~ the north** ก้าวเดินไปทางทิศเหนือ; **look ~ the sea** มองไปยังทะเล; **turn ~ sb.** หันไปทาง *ค.น.*; **the village is farther [to the] south, ~ Dover** หมู่บ้านอยู่ไกลออกไปทางทิศใต้ ไปทางโดเวอร์; **point ~ the horizon** ชี้ไปยังขอบฟ้า; **sit/stand with one's back [turned] ~ sth.** นั่ง/ยืนหันหลังให้ *ส.น.*; **turn one's face/back ~ sb./sth.** หันหน้า/หลังไปทาง *ค.น./ส.น.*; **my back was ~ the door** ฉันหันหลังไปทางประตู; **hold out one's hands ~ sb.** เอื้อมมือไปยัง *ค.น.*; **my house faces ~ the park/sea** บ้านของฉันหันหน้าไปทางสวนสาธารณะ/ทะเล; **the country was drifting ~ war/economic chaos** ประเทศกำลังเข้าสู่สภาพสงคราม/ปั่นป่วนทางเศรษฐกิจ; **he was sliding ~ disaster/financial ruin** เขากำลังเผชิญความวิบัติ/ความหายนะทางการเงิน; Ⓑ *(in relation to)* เกี่ยวข้อง, เกี่ยวกับ, ต่อ; **feel sth. ~ sb.** รู้สึก *ส.น.* ต่อ *ค.น.*; **his attitude ~ death** ทัศนะของเขาเกี่ยวกับความตาย; **be fair/unfair** *etc.* **~ sb.** ยุติธรรม/ไม่ยุติธรรม ฯลฯ ต่อ *ค.น.*; **his conduct ~ us** พฤติกรรมของเขาต่อพวกเรา; **feel angry/sympathetic ~ sb.** รู้สึกโกรธ/เห็นอกเห็นใจ *ค.น.*; Ⓒ *(for)* **a contribution ~ sth.** การบริจาคสมทบ *ส.น.*; **save up ~ a car/one's holidays** เก็บเงินสำหรับซื้อรถยนต์/ไปเที่ยววันหยุด; **proposals ~ solving a problem** ข้อเสนอเพื่อการแก้ปัญหา; **work together ~ a solution** ทำงานร่วมกันเพื่อแก้ปัญหา; **contribute ~ sth.** บริจาคให้ *ส.น.*; **it is/it brings us a step ~ achieving our aim** มันช่วยให้พวกเราก้าวเข้าสู่ผลสำเร็จตามเป้าหมาย; **efforts are being made ~ reconciliation** ความพยายามที่จะหันกลับมาคืนดีกันเริ่มเกิดขึ้น; Ⓓ *(near)* ใกล้; **~ the end of May/of the year** *etc.* ใกล้สิ้นเดือนพฤษภาคม/ปลายปี ฯลฯ; **it is getting ~ midnight/your bedtime** เวลาใกล้ถึงเที่ยงคืน/เวลานอนของคุณ; **~ the end of his life/of the book** เมื่อใกล้บั้นปลายของชีวิตเขา/ตอนจบของหนังสือ; **sit ~ the front/back of the bus** นั่งไปทางด้านหน้า/ด้านหลังของรถประจำทาง; **~ the bottom of the list** อยู่ตอนท้าย ๆ ของรายการ

ˈtow bar *n. (Motor Veh.)* แกนลากจูง ฯลฯ; *(bar fitted between broken-down vehicle and towing vehicle)* แกนเชื่อมรถพ่วง

towel /ˈtaʊəl/ˈทาวเอิล/ ❶ *n.* ผ้าเช็ดตัว; **throw in the ~** *(Boxing)* โยนผ้ายอมแพ้; *(fig.)* ยอมแพ้ ❷ *v.t., (Brit.)* **-ll-** เช็ดด้วยผ้าเช็ดตัว; **~ one's/sb.'s face/arms** *etc.* **[dry]** เช็ดหน้า/มือ ฯลฯ ของตน/*ค.น.* [ให้แห้ง] ด้วยผ้าเช็ดตัว; **~ oneself** เช็ดตัว

towelling *(Amer.:* **toweling***)* /ˈtaʊəlɪŋ/ˈเทาเออะลิง/ *n., no pl., no indef. art.* ผ้าขนหนู

ˈtowel rail *n.* ราวผ้าเช็ดตัว

tower /ˈtaʊə(r)/ˈทาวเออะ(ร)/ ❶ *n.* Ⓐ หอคอย; *(Aeronaut.)* หอคอยการบิน; ➡ **+ control tower; cooling tower; water tower;** Ⓑ *(fortress)* ป้อมที่เป็นหอคอย; **the T~ [of London]** หอคอยแห่งลอนดอน; Ⓒ **be a ~ of strength [to sb.]** *(fig.)* เป็นที่พึ่งในทุกด้าน [สำหรับ *ค.น.*]; Ⓓ ➡ **tower block** ➡ **+ ivory tower** ❷ *v.i.* สูงถึง, อยู่สูง; **~ to [a height of] 200 feet** สูงถึง 200 ฟุต

~ above, ~ over *v.t.* **~ above** *or* **over sb./sth.** *(lit. or fig.)* อยู่สูง หรือ เหนือกว่า *ค.น./ส.น.* มาก; **she saw the giant ~ing above her** เธอเห็นยักษ์อยู่สูงตระหง่านกว่าตัวเธอมาก; **the building/mountain ~s above** *or* **over the town/landscape** ตึกอาคาร/ภูเขาตั้งตระหง่านสูงกว่าเมือง/ทัศนียภาพมาก

tower: ~ block *n.* อาคารสูงหลายชั้น; **~ crane** *n.* รถยกสูงเทียมฟ้า

towering /ˈtaʊərɪŋ/ˈทาวเออะริง/ *attrib. adj.* ยิ่งใหญ่, สูงมาก; Ⓐ **~ height** ความสูงมาก; Ⓑ *(fig.)* โดดเด่น; Ⓒ *(fig.: violent, intense)* *(ความโกรธ)* รุนแรง; *(ความทะเยอทะยาน)* เข้มข้น; **be in/fly into a ~ passion** *or* **rage** อยู่ใน/เกิดความโมโห หรือ เดือดดาลอย่างรุนแรง

ˈtowline *n.* สายลาก, สายโยง

town /taʊn/ทาวนฺ/ *n.* Ⓐ เมือง; **the ~ of Cambridge** เมืองเคมบริดจ์; **in [the] ~:** ในเมือง; **the ~** *(people)* ผู้คนในเมือง; **be the talk of the ~:** เป็นเรื่องที่ชาวบ้านพูดกันไปทั่ว; **on the outskirts/in the centre of ~:** ในบริเวณชานเมือง/ในใจกลางเมือง; **go [up] to ~:** เข้าไปในเมือง; **we went [up] to ~ from York** *(to London)* พวกเราเข้ากรุงลอนดอนจากเมืองยอร์ก; **be in/out of ~:** อยู่ใน/อยู่นอกเมือง; **head out of ~:** มุ่งหน้าออกนอกเมือง; **he is well known about ~:** เขาเป็นที่รู้จักดีทั่วเมือง; **it's all over ~ [that ...]** เป็นเรื่องที่ทราบกันทั้งเมือง [ว่า...]; **the best coffee/tea/cake** *etc.* **in ~:** กาแฟ/น้ำชา/ขนมเค้ก ฯลฯ ที่อร่อยที่สุดในเมือง; **go out/have a night on the ~** *(coll.)* ออกไปเที่ยวยามค่ำคืน; **go to ~** *(fig. coll.)* ทำด้วยความกระตือรือร้น **(on)**; **man about ~:** ชายไฮโซ; ➡ **+ gown** B; **paint** 2 A; **talk** 1 D; Ⓑ *(business or shopping centre)* เมือง; **in ~:** ในเมือง; **go into ~:** เข้าไปในเมือง

town: ~ ˈcentre *n.* ศูนย์กลางของเมือง; **the ~ centres** ใจกลางเมืองต่าง ๆ นา ๆ; **Brighton still has an old ~ centre** ศูนย์กลางของไบรตันยังเป็นเมืองเก่า; **~ ˈclerk** *n.* ➤ **489** เจ้าหน้าที่ฝ่ายทะเบียนของเมือง; **~ ˈcouncil** *n. (Brit.)* สภาประจำเมือง, สภาจังหวัด; **~ ˈcouncillor** *n.* ➤ **489** *(Brit.)* สมาชิกของสภาประจำเมือง; **~ ˈcrier** *n. (Hist.)* *คนที่ร้องตะโกนป่าวประกาศตามท้องถนนหรือตามที่สาธารณะในสมัยก่อน;* **~ ˈhall** *n.* ศาลากลางจังหวัด; **~ house** *n.* Ⓐ *(residence in town)* บ้านในเมือง; Ⓑ *(terrace house)* บ้านตึกแถว, ทาวน์เฮ้าส์ *(ท.ศ.)*

townie /ˈtaʊniː/ˈทาวนี/ *n.* ชาวเมือง, คนที่อาศัยอยู่ในเมือง

town: ~ ˈmayor *n.* ➤ **489** *(Brit.)* นายกเทศมนตรีของเมือง; **~ ˈplanner** *n.* ➤ **489** นักผังเมือง; **~ ˈplanning** *n.* การวางผังเมือง

townscape /ˈtaʊnskeɪp/ˈทาวนฺซฺเกพ/ *n.* Ⓐ *(Art, Photog.)* ทิวทัศน์ของเมือง; Ⓑ *(town's appearance)* ลักษณะของเมือง

townsfolk /ˈtaʊnzfəʊk/ˈทาวนฺซฺโฟค/ *n. pl.* ชาวเมือง, ผู้อยู่อาศัยในเมือง; **the ~:** *(inhabitants)* ผู้อยู่อาศัยในเมือง; *(citizen)* ประชากร

township /ˈtaʊnʃɪp/ˈทาวนฺชิพ/ *n.* Ⓐ *(Amer.: division of county)* การแบ่งเขตเพื่อการปกครอง; Ⓑ *(Amer. Surv.)* บริเวณประมาณ 6 ตารางไมล์; Ⓒ *(Austral., NZ) (small town)* เมืองเล็ก ๆ; *(site)* เขตเมือง; Ⓓ *(S. Afr.: non-white urban area)* ย่านคนผิวดำ

town: ~sman /ˈtaʊnzmən/ˈทาวนฺซฺเมิน/ *n., pl.* **~smen** /ˈtaʊnzmən/ˈทาวนฺซฺเมิน/ ผู้ชายที่อยู่ในเมือง; *(citizen)* ประชากรที่อาศัยอยู่ในเมือง; **[fellow] ~sman** *(fellow citizen)* ประชากรในเมืองเดียวกัน; **~speople** /ˈtaʊnzpiːpl/

'ทาวนฺซฺฟ็พ'ล/ ➡ **townsfolk**; **~swoman** /'taʊnzwʊmən/'ทาวนฺซฺวุเมิน/ *n.* หญิงที่อาศัยอยู่ในเมือง

tow: ~path *n.* ทางเลียบคลอง *(เดิมมีม้าลากเรือ)*; **~ rope** *n.* เชือก/สายโยงลาก; **~-start** *n. (Motor Veh.)* การลาก *(รถยนต์)* เพื่อให้เครื่องยนต์ติด; **give sb. a ~-start** ลากรถยนต์ของ *ค.น.* เพื่อให้เครื่องยนต์ติด; **~truck** *n. (Amer.)* รถลาก, รถจูง

toxaemia *(Amer.:* **toxemia**) /tɒk'si:mɪə/ทอค'ซีเมีย/ *n.* ➤ **453** *(Med.)* Ⓐ *(blood poisoning)* โรคโลหิตเป็นพิษ; Ⓑ *(in pregnancy)* อาการมีความดันเลือดสูงขึ้น

toxic /'tɒksɪk/'ทอคซิค/ *adj.* Ⓐ เป็นพิษ; Ⓑ *(caused by poison)* เกิดขึ้นด้วยยาพิษ

toxicity /tɒk'sɪsətɪ/ทอค'ซิเซอะทิ/ *n., no pl.* ความเป็นพิษ

toxicology /tɒksɪ'kɒlədʒɪ/ทอคซิ'คอเลอะจิ/ *n.* พิษวิทยา

toxic: ~ 'shock syndrome *n. (Med.)* อาการช็อคจากการได้รับสารพิษ *(ซึ่งมักเกิดในช่องคลอดผู้หญิง)*; **~ 'waste** *n.* กากสารพิษ

toxin /'tɒksɪn/'ทอคซิน/ *n.* พิษที่เกิดจากสิ่งที่มีชีวิต

toy /tɔɪ/ทอย/ ❶ *n. (lit. or fig.)* ของเล่น; **~s** ของเล่นหลายชิ้น ❷ *adj.* Ⓐ ที่ทำขึ้นเป็นของเล่น; Ⓑ *(Breeding) (สุนัข)* พันธุ์เล็ก ❸ *v.i.* **~ with the idea of doing sth.** คิดไปคิดมาว่าจะทำ *ส.น.* หรือเปล่า; **~ with one's food** เล่นกับอาหารของตน; **~ with sb.** *(flirt)* เกี้ยวพาราสี *ค.น.* เล่น ๆ; *(not be serious)* ไม่จริงจังอะไรกับ *ค.น.*

toy: ~boy *n. (coll.)* คู่รักหนุ่มของหญิงที่แก่กว่ามาก; **~shop** *n.* ร้านขายของเล่น; **~ 'soldier** *n.* ตุ๊กตาทหาร

¹trace /treɪs/เทรฺซ/ ❶ *v.t.* Ⓐ *(copy)* คัดลอก *(ภาพ ฯลฯ)* โดยใช้กระดาษใส; **~ sth. on to sth.** คัดลอก *ส.น.* ลงไปบน *ส.น.*; Ⓑ *(delineate)* แสดงให้เห็น *(ลายเส้น, รูปร่าง)*; *(fig.)* วาดภาพ; **she ~d our route on the map with her finger /with a pen** เธอชี้ทางบนแผนที่โดยใช้นิ้ว/ปากกา; Ⓒ *(follow track of)* สืบสาว *(บางสิ่ง)*; **the leak was ~d to an old cast-iron main** รอยรั่วถูกตรวจพบที่ท่อเหล็กสายหลัก; **~ a river to its source** เดินไปตามแม่น้ำจนพบต้นน้ำ; **the doctors ~d the infection to some dirty instruments** แพทย์สืบสาวได้ว่าการติดเชื้อเกิดจากเครื่องมือสกปรกบางชิ้น; **he had to resign when the leak was ~d to his office** เขาต้องลาออกเมื่อการรั่วไหลของข้อมูลลับถูกสาวไปถึงสำนักงานของเขา; **the police ~d him to Spain** ตำรวจสะกดรอยเขาไปถึงสเปน; Ⓓ *(observe, find)* สังเกตเห็น, ค้นพบ; **~ a connection** ค้นพบความผูกพัน; Ⓔ *(Archaeol.)* ค้นคว้า, ย้อนรอย; **~ Roman roads** ย้อนรอยถนนโรมัน ❷ *n.* Ⓐ *(visible sign)* ร่องรอย; *(of buildings, road)* ซาก; **there is no ~ of your letter in our records** ไม่มีหลักฐานของจดหมายคุณในบันทึกของเขา; **I can't find any ~ of him/it** *(cannot locate)* ฉันไม่พบร่องรอยของเขา/ของมันเลย; **lose [all] ~ of sb.** สูญเสียร่องรอย [ทั้งหมด] ของ *ค.น.*; **all ~ of the climbers has been lost** ร่องรอยของนักปีนเขาหายไปหมด; **sink without ~:** จมหายไร้ร่องรอย; *(fig.)* หายไปอย่างไร้ร่องรอย; Ⓑ *(track left behind)* ร่องรอยที่ทิ้งเอาไว้; *(of animal also)* รอย; *(of recording instrument)* เส้นของเครื่องบันทึก; Ⓒ *(Electronics)* รอยแสงบนจอ; Ⓓ *(small amount)* จำนวนเล็กน้อย; **a ~ of a smile/of sarcasm** รอยยิ้ม/การเสียดสีประชดประชันเล็กน้อย; **the product contains a ~ of impurity** ผลิตภัณฑ์มีร่องรอยสกปรกเจือปนอยู่เล็กน้อย

~ 'back *v.t.* สาวกลับที่, หาต้นกำเนิด; **the rumour was ~d back to a journalist** ข่าวลือได้ถูกสาวกลับไปที่ผู้สื่อข่าวคนหนึ่ง

~ 'out ➡ ~ 1 B

~ 'over ➡ ~ 1 A

²trace *n. (strap of harness)* สายโยงข้างตัวม้าติดกับรถ; *(of horse's headstall)* สายบังเหียนม้า; **kick over the ~s** *(fig.) (คน)* ไม่ยอมรับระเบียบวินัย

traceable /'treɪsəbl/'เทรฺเซอะบ'ล/ *adj.* Ⓐ **sth. is ~ to sth./through sth.** *ส.น.* สามารถโยงไปยัง *ส.น.* ได้/ผ่าน *ส.น.* ได้; **this effect is ~ to the following cause** ผลกระทบนี้สืบเสาะไปถึงสาเหตุดังต่อไปนี้; Ⓑ *(discoverable)* ค้นพบได้; **this is a feature ~ in all his novels/paintings** นี่คือรูปแบบลักษณะที่สืบค้นได้ในทุกนวนิยาย/ภาพวาดของเขา

'trace element *n. (Chem.)* ร่องรอยน้อยนิดของธาตุเคมี

tracer /'treɪsə(r)/'เทรฺเซอะ(ร)/ *n.* Ⓐ *(Mil.)* ร่องรอยเป็นเปลวหรือควันของลูกกระสุน; Ⓑ *(radioactive isotope)* กัมมันตภาพรังสีอ่อนที่ใช้ในการตรวจระบบต่าง ๆ ของร่างกาย

tracery /'treɪsərɪ/'เทรฺเซอะริ/ *n.* Ⓐ *(Archit.)* หินแกะฉลุบนหน้าต่างโบสถ์ ฯลฯ; Ⓑ *(pattern, network)* ลวดลาย

trachea /trə'ki:ə/เทรอะ'คีเออะ/ *n., pl.* **~e** /trə'ki:i:/เทรอะ'คีอี/ Ⓐ *(Anat.)* ท่อลม, หลอดลม; Ⓑ *(Zool.)* ท่อลมของสัตว์มีกระดูกสันหลัง

tracheotomy /treɪkɪ'ɒtəmɪ/แทรฺคิ'ออเทอะมิ/ *n. (Med.)* การผ่าตัดหลอดลมเพื่อช่วยการหายใจ

trachoma /trə'kəʊmə/เทรอะ'โคเมอะ/ *n.* ➤ **453** *(Med.)* การศัลยกรรมผ่าหลอดลม

tracing /'treɪsɪŋ/'เทรฺซิง/ *n.* Ⓐ *(action)* การวาดตามร่องรอย; **do some ~:** วาดทับรอย; Ⓑ *(copy)* สำเนา *(แผนที่, ภาพ ฯลฯ)* ที่ลากตามเส้นบนกระดาษแผ่นใส

'tracing paper *n.* กระดาษแผ่นใสลอกลาย

track /træk/แทรฺค/ ❶ *n.* Ⓐ รอย, ร่องรอย; *(of wild animal)* รอยตีน; **~s** *(footprints)* รอยเท้าคน; *(of animal also)* รอยตีนสัตว์; **cover one's ~s** *(fig.)* ไม่ทิ้งร่องรอยหรือหลักฐาน; **be on sb.'s ~:** กำลังสะกดรอย *ค.น.*; *(fig.: in possession of clue to sb.'s plans)* มีข้อมูลว่า *ค.น.* มีแผนอะไร; **they will be on our ~:** พวกเขาจะติดตามพวกเรา; *(fig.)* พวกเขาทราบถึงแผนการของพวกเรา; **be on the right/wrong ~** *(fig.)* กำลังเข้าใจถูก/ผิด; **keep ~ of sb./sth.** ติดตามเรื่องราวของ *ค.น./ส.น.*; **he couldn't keep ~ of her in the crowd** เขาไม่สามารถสะกดรอยเธอในฝูงชนได้; **the police [successfully] kept ~ of him** ตำรวจติดตามเขาได้ [เป็นผลสำเร็จ]; **they kept ~ of his movements/intentions/plans** พวกเขาติดตามการเคลื่อนไหว/ความตั้งใจ/แผนการของเขา; **The situation is very complicated. I can't keep ~ of it** สถานการณ์สับสนมาก ฉันไม่สามารถติดตามเรื่องราวเกี่ยวกับมันได้; **without keeping accounts I can't keep ~ of what I spend** ฉันไม่สามารถจำได้ว่าใช้จ่ายอะไรไปบ้างถ้าไม่ทำบัญชี; **lose ~ of sb./sth.** ขาดการติดตาม หรือไม่ทราบเรื่องราวเกี่ยวกับ *ค.น./ส.น.*; **the police lost ~ of the gang's movements** ตำรวจขาดการติดตามการเคลื่อนไหวของแก๊งนั้น; **he has lost ~ of the situation** เขาไม่สามารถติดตามสถานการณ์ได้; **she lost ~ of the story** เธอตามเรื่องไม่ทัน; **without keeping accounts you can easily lose ~ of what you spend** ถ้าไม่จดรายการใช้จ่ายไว้ คุณจะลืมได้ง่ายว่าใช้จ่ายอะไรไปบ้าง; **make ~s** *(coll.) (depart)* จากไป; *(run off)* วิ่งหนีออกไป; **we'd better make ~s for home/the station** *(coll.)* พวกเราควรจะเริ่มกลับบ้าน/ไปสถานีรถไฟ; **stop [dead] in one's ~s** *(coll.)* หยุดชะงักอยู่กับที่; **stop sb. [dead] in his ~s** *(coll.)* ทำให้ *ค.น.* หยุดชะงักอยู่กับที่; Ⓑ *(path)* ทางที่ไม่ได้ราดยาง; *(footpath)* ทางเท้า; *(fig.)* แนวความคิด; **the road has only a single ~:** ถนนมีทางวิ่งทางเดียว; **they followed in the same ~** *(fig.)* พวกเขามีแนวความคิดเหมือนกัน; ➡ **+ beaten** 2 A; Ⓒ *(Sport)* ลู่วิ่งแข่ง; **cycling/greyhound ~:** ลู่แข่งจักรยาน/สุนัขเกรย์ฮาวนด์; **circuit of the ~:** หนึ่งรอบของการแข่ง; Ⓓ *(Railw.)* ทางรถไฟ; **thousands of miles of ~:** ทางรถไฟเป็นพัน ๆ ไมล์; **be born/live across the ~s** *or* **on the wrong side of the ~s** *(Amer. fig. coll.)* เกิด/อาศัยอยู่ในย่านที่ถือว่าต่ำต้อยทางสังคม *(fig.)*; **'keep off the ~'** 'อย่าเข้าใกล้ทางรถไฟ'; **single/double ~:** ทางรถไฟสายเดี่ยว/คู่; **the train left the ~:** รถไฟตกราง; Ⓔ *(course taken)* เส้นทาง; *(of rocket, satellite, comet, missile, hurricane, etc.)* เส้นทาง; Ⓕ *(of tank, tractor, etc.)* สายรอบลูกล้อ; Ⓖ *(section of record)* เพลง/ตอนหนึ่ง; Ⓗ ➡ **soundtrack**; Ⓘ *(groove on record)* ร่องแบ่งเสียง; Ⓙ *(section of tape)* แถบเสียงเพลงหนึ่ง; **two/four-~ tape recorder** เครื่องบันทึกเทปที่มีแถบเสียงสอง/สี่แถบ; Ⓚ *(Motor Veh.: distance between wheels)* ความห่างระหว่างลูกล้อ; Ⓛ *(Amer. Educ.)* รุ่น/กลุ่มของนักเรียนที่จัดแบ่งตามความสามารถ ❷ *v.t.* Ⓐ **~ an animal** เดินตามรอยตีนของสัตว์; **the police ~ed him [to Paris]** ตำรวจติดตามร่องรอยของเขา [ไปถึงปารีส]; **~ a rocket/satellite** ติดตามเส้นทางของจรวด/ดาวเทียม; Ⓑ *(Archaeol.)* แกะรอย; Ⓒ *(Amer.: leave trail of)* **~ dirt over the floor/~ [up] the floor with dirt** ย่ำโคลนบนพื้น

~ 'down *v.t.* ค้นหา *(ค.น./ส.น.)*; **~ a criminal down to his hideout** ค้นหาอาชญากรไปจนถึงที่หลบซ่อน

'trackball /'trækbɔ:l/'แทรฺคบอล/ *n.* ลูกบอลในเมาส์ *(ใช้เลื่อนเคอร์เซอร์บนจอภาพ)*

tracker /'trækə(r)/'แทรฺเคอะ(ร)/ *n.* Ⓐ ผู้ติดตาม, ผู้สะกดรอย; **he is an experienced ~ of animals** เขาเป็นผู้ติดตามรอยสัตว์ที่เชี่ยวชาญ; Ⓑ **~ [dog]** สุนัขตำรวจที่ใช้ดมกลิ่น

tracker ball *n.* ➡ **trackball**

'track events *n. pl. (Athletics)* การวิ่งแข่ง

tracking /'trækɪŋ/'แทรฺคิง/: **~ shot** *n. (Cinemat., Telev.)* ภาพที่ถ่ายในขณะที่กล้องเคลื่อนตามเหตุการณ์ที่ถ่ายอยู่; **~ station** *n. (Astronaut.)* สถานีติดตามสัญญาณดาวเทียม ขีปนาวุธ ฯลฯ

track-laying *adj. (ยานพาหนะ)* ที่มีสายยาง/เหล็กรอบลูกล้อ

trackless /'træklɪs/'แทรฺคลิซ/ *adj.* Ⓐ *(without path)* ไม่ทิ้งรอย; Ⓑ *(without footprints etc.)* ไม่ทิ้งรอย

track: ~ record *n. (fig.)* **his ~ record is good, he has a good ~ record** เขามีผลงานที่ดีในอดีต; **what's his ~ record?** ผลงานในอดีตของเขาเป็นอย่างไรบ้าง; **this product has a very good**

t

~ **record** ผลิตภัณฑ์นี้มีผลงานในอดีตที่ดีมาก; ~ **shoe** *n.* รองเท้าวิ่งแข่ง; ~ **suit** *n.* ชุดวอร์ม/วิ่งหลวม ๆ; ~ **system** *n. (Amer. Educ.)* ระบบการแบ่งกลุ่มนักเรียนตามความสามารถ; ~**way** *n.* Ⓐ *(beaten path)* ทางที่แคบ ๆ; Ⓑ *(ancient roadway)* ถนนโบราณ

[1]**tract** /trækt/แทรคฑ/ *n.* Ⓐ *(area)* บริเวณ, พื้นที่; **a narrow/vast ~ [of land]** พื้นที่แคบ ๆ/กว้างใหญ่; Ⓑ *(Anat.)* ส่วนหนึ่งของอวัยวะ

[2]**tract** *n. (pamphlet)* *หนังสือเล่มบาง ๆ ที่รณรงค์เกี่ยวกับศาสนาหรือการเมือง*

tractable /'træktəbl/'แทรคเทอะบ'ล/ *adj.* *(คน)* เชื่อฟัง, ว่านอนสอนง่าย; *(วัสดุ ฯลฯ)* อ่อน, ดัดแปลงเป็นรูปร่างต่าง ๆ ได้ง่าย

traction /'trækʃn/'แทรคช'น/ *n., no pl., no indef. art.* Ⓐ *(drawing along)* การลากไปตามพื้น; **steam/electric ~:** กำลังไอน้ำ/ไฟฟ้าที่ใช้ลาก; Ⓑ *(grip of tyre etc.)* การเกาะถนน; Ⓒ *(Med.)* การยึด *(ขาหัก)* โดยแขวนไว้; **in ~:** กำลังยึด *(ขา)* อยู่; Ⓓ *(Amer. Transport)* การบริการขนส่งมวลชน; ~ **company** บริษัทให้บริการขนส่งมวลชน

'**traction engine** *n.* เครื่องยนต์ที่ใช้ไอน้ำฉุดลากของหนัก; *(for agricultural use)* *เครื่องยนต์ไอน้ำที่ใช้ในงานเกษตรกรรม*

tractor /'træktə(r)/'แทรคเทอะ(ร)/ *n.* Ⓐ เครื่องยนต์ฉุดลาก, รถแทรกเตอร์ *(ท.ศ.)*; Ⓑ *(Motor Veh.) (lorry unit)* รถฉุดลาก *(ของรถบรรทุกพ่วง)*

trad /træd/แทรด/ *(Mus. coll.)* ❶ *adj.* เป็นตามประเพณีหรือแบบฉบับ; ~ **jazz** ดนตรีแจ๊สตามแบบฉบับ ❷ *n., no pl., no indef. art.* ดนตรีแจ๊สตามแบบฉบับ

trade /treid/เทรฺด/ ❶ *n.* Ⓐ *(line of business)* ธุรกิจ; **the wool/furniture/hotel ~:** ธุรกิจค้าขายขนสัตว์/เครื่องเรือน/โรงแรม; **the retail/wholesale ~:** ธุรกิจค้าของปลีก/ส่ง; **he's a butcher/lawyer/banker** *etc.* **by ~:** อาชีพของเขาคือขายเนื้อ/ทนายความ/นายธนาคาร ฯลฯ; **trick of the ~:** กลยุทธ์ทางการค้า/เล่ห์เหลี่ยม; **know the tricks of the ~:** รู้เล่ห์เหลี่ยมของธุรกิจของตน; **do sth. using every trick of the ~:** ทำ *ส.น.* โดยใช้ทุกวิถีทาง; ➡ + **jack of all trades**; Ⓑ *no pl., no indef. art. (commerce)* การพาณิชย์, การค้าขาย; **be bad/good for ~:** ไม่ดี/ดีสำหรับการค้าขาย; **do ~ with sb.** ทำการค้าขายกับ *ค.น.*; **do ~ with a country** ทำการค้าขายกับประเทศหนึ่ง; **domestic** *or* **home ~:** การค้าขายภายในประเทศ; **foreign ~:** การค้าขายกับต่างประเทศ; ➡ + **balance** 1 I; **board** 1 I; **free trade; term** 1 B; Ⓒ *no pl. (business done)* การประกอบธุรกิจ; *(between countries)* การค้าระหว่างประเทศ; **a large share of the ~ in wool/leather goods/rice** ส่วนใหญ่ของการค้าขนสัตว์/ผลิตภัณฑ์หนัง/ข้าว; **an increase in ~:** การเพิ่มขึ้นของการค้าขาย; **do a good/roaring ~ [in sth.]** ขาย *ส.น.* ได้ดีมาก; **how's ~?** ธุรกิจ/การค้าขายเป็นอย่างไรบ้าง; Ⓓ *(craft)* อาชีพ; **learn/study for a ~:** เรียนรู้/เรียนทักษะเกี่ยวกับอาชีพใดอาชีพหนึ่ง; Ⓔ *no pl., no indef. art. (persons)* **the ~:** บุคคลที่ทำการค้าขาย; **sell to the ~:** ขายให้กับบุคคลที่อยู่ในวงการค้าขาย; **special discounts for [the] ~:** ส่วนลดพิเศษสำหรับบุคคลที่ทำการค้าขาย; Ⓕ *in pl. (Meteorol.: winds)* ลมกรรโชก *(จากทิศตะวันออกเฉียงเหนือและทิศใต้ที่พัดเข้าสู่เส้นศูนย์สูตรตลอดเวลา)*; Ⓖ *(Amer.: a transaction)* การดำเนินธุรกิจ; *(exchange)* การแลกเปลี่ยน

❷ *v.i.* Ⓐ *(buy and sell)* ค้าขาย; ~ **as a wholesale/retail dealer** ค้าขายในฐานะผู้ขายส่ง/ปลีก; **they ~ as Henry Brooks & Co.** พวกเขาค้าขายในนามของบริษัทเฮนรี่ บรุ๊คส์; ~ **at the Emporium Department Store** *(Amer.)* ซื้อสินค้าที่ห้างสรรพสินค้าเอ็มโพเรียม; ~ **in sth.** ซื้อขาย *ส.น.*; **we don't ~ with that firm** พวกเราไม่ค้าขายกับบริษัทนั้น; Ⓑ *(have an exchange)* มีการแลกเปลี่ยน; ~ **with sb. for sth.** มีการแลกเปลี่ยน *ส.น.* กับ *ค.น.*; Ⓒ *(carry merchandise)* ส่งสินค้า; ~ **to a place** บรรทุกสินค้าไปยังอีกสถานที่หนึ่ง

❸ *v.t.* แลกเปลี่ยน *(สิ่งของ, ข้อมูล)*; ~ **sth. for sth.** แลกเปลี่ยน *ส.น.* กับ *ส.น.*; ~ **an old car** *etc.* **for a new one** แลกเปลี่ยนรถเก่า ฯลฯ กับรถใหม่

~ '**in** *v.t.* แลกเปลี่ยน *(รถเก่า ฯลฯ)*; เป็นส่วนหนึ่งของการซื้อสิ่งใหม่; ➡ + **trade-in**

~ '**off** *v.t. (coll.)* ~ **sth. off for sth.** แลกเปลี่ยน *ส.น.* เป็นอีก *ส.น.* *(เพื่อเป็นการประนีประนอม)*; ➡ + **trade-off**

~ **on** *v.t. (fig.)* ~ **on sth.** ใช้ประโยชน์จาก *ส.น.*

~ '**up** *v.i.* ขายของเก่าเพื่อซื้อสิ่งที่ดีกว่า *(บ้าน, รถยนต์)*

~ **upon** ➡ ~ **on**

trade: ~ **balance** *n. (Econ.)* ดุลการค้า; ~ **cycle** *n. (Brit. Econ.)* วัฏจักรการค้า; ~ **deficit** *n. (Econ.)* การขาดดุลการค้า; ~ **description** *n.* ข้อมูลสินค้าที่ต้องแสดงให้ผู้บริโภคทราบ; ~ **directory** *n.* หนังสือรายนามผู้ทำการค้า; ~ **discount** *n.* ส่วนลดที่ผู้ขายให้กับลูกค้าขายปลีก; *(in book ~)* ส่วนลดให้ผู้พิมพ์ด้วยกัน; ~ **fair** *n.* งานแสดงสินค้า; ~ **gap** ➡ ~ **deficit**; ~-**in** ❶ *n.* Ⓐ *(part exchange)* การแลกของเก่าเพื่อซื้อของใหม่และเพิ่มเงิน **(on)**; **we offer a ~-in on your old car** เราเสนอการแลกซื้อโดยการนำรถคันเก่าของคุณมาแลกและจ่ายเงินเพิ่ม; **can you give me a ~-in on my old car?** คุณจะให้รับรถเก่ามาแลกและเพิ่มเงินซื้อรถใหม่ได้ไหม; Ⓑ *(item)* **we'll accept your old car as a ~-in** เราจะยอมรับรถคันเก่าของคุณเป็นการแลกเปลี่ยนซื้อคันใหม่ ❷ *attrib. adj.* **the ~-in value of your car is low** อัตราการแลกเปลี่ยนรถของคุณต่ำ; ~ **journal** *n.* วารสารเฉพาะธุรกิจใด ๆ; ~-**last** *n. (Amer. coll.)* **swap ~-lasts** ต่างก็กล่าวค่ายกยอกันไปมา; ~**mark** *n.* Ⓐ เครื่องหมายการค้า; Ⓑ *(fig.)* **leave one's ~mark on sth.** ทิ้งลักษณะของตนไว้ให้เห็นกับ *ส.น.*; **it bore all the ~marks of this director's style** มันมีลักษณะเฉพาะของผู้กำกับ *(ภาพยนตร์)* คนนี้; **honesty/straightforwardness/stubbornness is her ~mark** ความซื่อสัตย์/ความซื่อตรง/ความดื้อดึงเป็นลักษณะเด่นของเธอ; ➡ + **registered**; ~ **name** *n.* Ⓐ *(name used in the trade)* ชื่อการค้า; Ⓑ *(proprietary name)* ชื่อของผู้ผลิต; Ⓒ *(name of business)* ชื่อของธุรกิจ; ~-**off** *n.* การแลกเปลี่ยนที่เป็นการประนีประนอม; *(fig.)* การได้อย่างเสียอย่าง; ~ **paper** ➡ ~ **journal**; ~ **plates** *n. pl. (Motor Veh.)* ป้ายแดง; ป้ายที่ผู้จำหน่ายรถใช้ในขณะส่งรถ; ~ **price** *n.* ราคาขายส่ง

trader /'treidə(r)/'เทรฺดเดอะ(ร)/ *n.* Ⓐ ผู้ค้า, พ่อ/แม่ค้า; Ⓑ *(Naut.)* เรือพาณิชย์

'**trade route** *n.* เส้นทางการค้า, เส้นทางพาณิชย์

tradescantia /trædi'skæntiə/แทรฺดิ'ซแกนเทีย/ *n. (Bot.)* พืชในสกุลนี้ มีดอกใหญ่สีฟ้าชมพูหรือขาว

trade: ~ '**secret** *n.* ความลับในการดำเนินธุรกิจการค้า; ~**sman** /'treidzmən/'เทรฺดซฺเมิน/ *n., pl.* ~**smen** /'treidzmən/'เทรฺดซฺเมิน/ Ⓐ *(shopkeeper)* เจ้าของร้านค้ากิจการ; ~**smen's entrance** *ทางเข้าซึ่งพ่อค้าจะใช้ส่งของตามบ้านในสมัยก่อน*; Ⓑ *(craftsman)* นายช่างผู้ชำนาญ; ~**speople** /'treidzpi:pl/'เทรฺดซฺพีพ'ล/ *n. pl.* Ⓐ *(shopkeepers)* เจ้าของร้านค้ากิจการ; Ⓑ *(craft workers)* คนงานที่มีความชำนาญ; ~**s' union** ➡ ~ **union**; **T~s Union 'Congress** *pr. n. (Brit.)* สหภาพการค้าของอังกฤษ; ~ **surplus** *n. (Econ.)* การได้ดุลการค้า; ~ '**union** *n.* สหภาพการค้า, สหชีพ; ~ '**unionism** *n., no pl.* การตั้งสหภาพแรงงาน, ลัทธิการสนับสนุนการรวมตัวของแรงงาน; ~ '**unionist** *n.* กรรมกรที่เป็นสมาชิกภาพของสหภาพ; ~ **wind** *n. (Meteorol.)* ลมกรรโชก *(ที่พัดจากทิศตะวันออกเฉียงเหนือและทิศใต้เข้าสู่เส้นศูนย์สูตรตลอดเวลา)*

trading /'treidiŋ/'เทรฺดิง/ *n.* การทำธุรกิจ, การค้าขาย, การแลกเปลี่ยนซื้อขาย; ~ **on the Stock Exchange** การซื้อขายในตลาดหุ้น; **the ~ of pounds for dollars** การขายเงินปอนด์เพื่อซื้อเงินดอลลาร์

trading: ~ **estate** *n. (Brit.)* นิคมอุตสาหกรรมและพาณิชยกรรม; ~ **hours** *n. pl.* ช่วงเปิดค้าขาย; **during/outside ~ hours** ระหว่าง/นอกเวลาประกอบธุรกิจ; **'Trading hours:...'** 'เวลาการประกอบธุรกิจคือ...'; ~ **partner** *n.* หุ้นส่วนการทำธุรกิจ; ~ **post** ➡ [3]**post** 1 E; ~ **stamp** *n.* *แสตมป์สะสมแลกของกำนัลที่ร้านค้าแจกให้กับลูกค้า*

tradition /trə'diʃn/เทรอะ'ดิช'น/ *n.* ประเพณี, ขนบธรรมเนียม; *(story)* เรื่องราวที่สืบทอดกันมา; **family ~:** ประเพณีของครอบครัว; **he is no respecter of ~:** เขาไม่ใช่คนนับถือประเพณี; **old universities rich in ~:** มหาวิทยาลัยเก่าแก่ที่มีประเพณีมากมาย; **he has no sense of ~** *or* **no feeling for ~:** เขาไม่มีความสนใจเกี่ยวกับประเพณี; **in the best ~[s]** ในประเพณีที่ดีที่สุด; **break with ~:** ไม่ทำตามประเพณี; **by ~:** ตามประเพณี; ~ **has it that ...:** ประเพณีมีอยู่ว่า...

traditional /trə'diʃənl/เทรอะ'ดิชเชอะน'ล/ *adj.* Ⓐ เป็นประเพณี, ตามประเพณี; **it is ~ to do sth.** ตามประเพณีจะทำ *ส.น.*; Ⓑ *(Art, Lit.)* ตามหลักการ, ตามรูปแบบ; Ⓒ *(Mus.)* *(ดนตรีแจ๊ส)* ตามรูปแบบของศตวรรษที่ 20

traditionalisim /trə'diʃənəlizm/เทรอะ'ดิชเชอะเนอะลิซ'ม/ *n., no pl.* การเคารพนับถือประเพณี *(โดยเฉพาะในเรื่องของศาสนา)*

traditionalist /trə'diʃənəlist/เทรอะ'ดิชเชอะเนอะลิซทฺ/ *n.* คนยึดถือประเพณี/นักประเพณีนิยม

traditionally /trə'diʃənəli/เทรอะ'ดิชเชอะเนอะลิ/ *adv. (in a traditional manner)* ตามรูปแบบดั้งเดิม; *(by tradition)* ตามประเพณี; ~, **gifts are exchanged at Christmas** ตามประเพณีจะมีการแลกเปลี่ยนของขวัญตอนคริสต์มาส; **the Oxford Union is ~ a good training ground for politicians** ที่ผ่านมาสหภาพออกซฟอร์ดเป็นสถานที่ฝึกฝนที่ดีสำหรับนักการเมือง; **a ~ designed exterior** การออกแบบภายนอกตามประเพณีนิยม

traduce /trə'dju:s/เทรอะ'ดิวซฺ/ *v.t. (literary: defame)* ทำให้เสื่อมเสียชื่อเสียง, ใส่ร้ายป้ายสี

traducer /trə'dju:sə(r)/เทรอะ'ดิวเซอะ(ร)/ *n. (literary)* ผู้ทำให้เสื่อมเสียชื่อเสียง, ผู้ใส่ร้ายป้ายสี

traffic /ˈtræfɪk/ˈแทรฟิค/ ❶ *n., no pl.* (A) *no indef. art.* การจราจร; **~ is heavy/light** การจราจรคับคั่ง/คล่องตัว; **~ will increase** การจราจรจะเพิ่มขึ้น; (B) *(trade)* การค้าขาย; **the ~ in goods/wool/steel between the two countries** การค้าขายสินค้า/ขนสัตว์/เหล็กระหว่างสองประเทศ; **there is a brisk ~ in stolen goods/pornography** มีการค้าขายของโจร/ภาพหรือสิ่งพิมพ์ลามกอนาจารกันมาก; **~ in drugs/arms** การค้ายาเสพติด/อาวุธ; (C) *(amount of business)* ปริมาณของธุรกิจ; **~ in these goods/in furs/in grain has increased** การค้าสิ่งเหล่านี้/ขนสัตว์/เมล็ดพืชได้เพิ่มขึ้น; (D) *(Teleph., Radio)* **telephone/radio ~:** การบริการส่งสัญญาณทางโทรศัพท์/วิทยุ
❷ *v.i.*, **-ck-** ค้าขาย, ทำธุรกิจ, ค้า; **~ in sth.** ค้า *ส.น.*; **~ in drugs** ค้ายาเสพติด
❸ *v.t.*, **-ck-** ทำธุรกิจ, ค้า; *(barter, exchange)* ค้าขายแลกเปลี่ยน

traffic: ~ calming *n.* มาตรการเพื่อให้รถวิ่งช้าลง; **~ circle** *n. (Amer.)* วงเวียน; **~ cone** *n.* กรวยกำหนดเส้นทางบนถนน; **~ cop** *n.* ➤ 489 *(Amer. coll.)* ตำรวจจราจร; **~ hold-up** ➡ **~ jam**; **~ island** *n.* เกาะกลางถนน; **~ jam** *n.* การจราจรติดขัด

trafficker /ˈtræfɪkə(r)/ˈแทรฟิคเคอะ(ร)/ *n.* ผู้ค้าของเถื่อน; **~ in drugs, drug ~:** ผู้ค้ายาเสพติด

traffic: ~ lights *n. pl.* ไฟสัญญาณการจราจร; **~ police** *n.* ตำรวจจราจร; **~ policeman** *n.* ➤ 489 ตำรวจจราจร; **~ sign** *n.* สัญญาณจราจร; **~ signals** ➡ **~ lights**; **~ warden** *n.* ➤ 489 *(Brit.)* *เจ้าหน้าที่ควบคุมการจราจรและเปรียบเทียบปรับสำหรับผู้จอดรถผิดที่*

tragedian /trəˈdʒiːdɪən/เทรอะˈจีเดียน/ *n.* (A) *(Lit.)* นักเขียนนวนิยายโศกนาฏกรรม; (B) *(Theatre)* นักแสดงโศกนาฏกรรมชาย

tragedienne /trədʒiːdɪˈen/เทรอะจีดิˈเอ็น/ *n. fem. (Theatre)* นักแสดงโศกนาฏกรรมหญิง

tragedy /ˈtrædʒɪdɪ/ˈแทรจิดิ/ *n.* (A) *(sad event or fact)* เหตุการณ์เศร้าสลด; *(sad story)* เรื่องเศร้า; **the ~ [of it] is that ...:** เรื่องเศร้า[ของมัน] ก็คือว่า...; (B) *(accident)* อุบัติเหตุ; **earthquake ~/bomb ~:** แผ่นดินไหว/การทิ้งระเบิดที่ร้ายแรง; (C) *(Theatre)* ละครโศกนาฏกรรม

tragic /ˈtrædʒɪk/ˈแทรจิค/ *adj.* (A) โศกเศร้า, โศกสลด; **a ~ waste of talent/money** การสูญเสียความสามารถ/เงินที่น่าโศกเศร้า; (B) *attrib. (Theatre)* เกี่ยวกับโศกนาฏกรรม; **~ actor/actress** นักแสดงชาย/หญิงในบทโศกนาฏกรรม; **~ irony** การประชดประชันในแนวโศกนาฏกรรม

tragically /ˈtrædʒɪkəlɪ/ˈแทรจิเคอะลิ/ *adv.* อย่างโศกเศร้า; **their predictions have been ~ fulfilled** คำทำนายของเขาได้กลายเป็นจริงอย่างน่าโศกเศร้า; **~, she had a fatal accident** เธอประสบอุบัติเหตุถึงตายอย่างน่าโศกเศร้า

tragicomedy /trædʒɪˈkɒmɪdɪ/แทรจิˈคอมิดิ/ *n. (Lit.)* เรื่องโศกเศร้าผสมกับเรื่องตลกขบขันหัว

trail /treɪl/เทรล/ ❶ *n.* (A) ร่องรอย, รอยทาง *(ที่หลงเหลือไว้)*; *(of meteor)* หาง; **a ~ of blood** รอยเลือด; **~ of smoke/dust** ร่องรอยหมอกควัน/ฝุ่น; **he left a ~ of broken marriages/misery behind him** เขาสร้างความล้มเหลวในการแต่งงาน/ความทุกข์ขมขื่นไว้ทั่ว; ➡ + **condensation trail; vapour trail**; (B) *(Hunting)* รอยสัตว์; **be on the ~ of an animal** ติดตามรอยสัตว์; **be off the ~** *(lit. or fig.)* หาร่องรอยไม่เจอ, ออกนอกลู่นอกทาง; **be/get on sb.'s ~** *(lit. or fig.)* แกะรอย/ติดตาม *ค.น.*; **be hard or hot on the ~ of sb.** *(lit. or fig.)* ไล่ติดตาม *ค.น.* อย่างกระชั้นชิด; **he was hot or hard on the ~ of the stolen goods** เขาใกล้จะค้นหาสินค้าที่ถูกขโมยอย่างเต็มที่; (C) *(path)* ทางแคบที่ไม่ราดยาง; *(wagon ~)* ทางเกวียน; **there was no path or ~ of any kind** ไม่มีทางใด ๆ ทั้งสิ้น; ➡ + ²**blaze** 2; **nature trail**
❷ *v.t.* (A) *(pursue)* ไล่ตาม, ติดตาม; *(shadow)* แอบสะกดรอยตาม; **~ sb./an animal to a place** ไล่ตาม *ค.น.*/สัตว์ไปถึงสถานที่หนึ่ง; (B) *(drag)* **~ sth. [after or behind one]** ลาก *ส.น.* [ไปข้างหลัง]; **~ sth. on the ground** ลาก *ส.น.* ไปกับพื้น; **he ~ed his hand/fingers in the water as the boat went along** เขาจุ่มมือ/นิ้วในน้ำขณะที่เรือแล่นไป; **a train/car went by, ~ing clouds of smoke/dust** รถไฟ/รถยนต์วิ่งผ่านพร้อมปล่อยละอองควัน/ฝุ่นตามหลัง; **~ sb. by 20 points** ตามหลัง *ค.น.* อยู่ 20 คะแนน
❸ *v.i.* (A) *(be dragged)* ลากไปกับพื้น; **the bird's wing/dog's leg was ~ing** ปีกของนก/ขาของสุนัขลากไปกับพื้น; **a cloud of dust ~ed behind the car** ละอองฝุ่นปลิวตามหลังรถยนต์; (B) *(hang loosely)* ห้อย; **~ to the ground** ห้อยลงมาถึงพื้น; (C) *(walk wearily etc.)* เดินอย่างเหนื่อยอ่อนหมดแรง; *(lag)* ล้าหลัง; (D) *(Sport: be losing)* กำลังแพ้; **the runner was ~ing badly** นักวิ่งกำลังพ่ายแพ้อย่างย่อยยับ; **be ~ing by two goals to three** กำลังแพ้สองต่อสามประตู; (E) *(creep)* *(พืช)* เลื้อย *(ตามกำแพง)*

~ 'away ➡ **~ off**

~ be'hind *v.i.* เดินอย่างเหนื่อยอยู่ข้างหลัง; *(Sport)* ตามหลัง

~ 'off *v.i.* (A) *(fade into silence)* **his voice/shout ~ed off into a whisper/into silence** เสียง/เสียงตะโกนของเขาแผ่วเบาเป็นเสียงกระซิบ/เงียบหายไป; **her words/speech ~ed off [into silence]** คำพูด/การพูดของเธอแผ่วเบาเงียบหายไป; (B) *(move slowly)* ออกไปอย่างเชื่องช้า

trail: ~ bike *n.* รถจักรยานยนต์สำหรับขี่บนทางขรุขระที่ไม่ราดยาง; **~blazer** *n. (fig.: pioneer)* ผู้บุกเบิก, ผู้ริเริ่ม

trailer /ˈtreɪlə(r)/ˈเทรเลอะ(ร)/ *n.* (A) *(Motor. Veh.)* รถพ่วง; *(boat ~)* รถลากเรือ; *(Amer.: caravan)* คาราวาน *(ท.ศ.)* *(รถตู้ที่เป็นที่อยู่อาศัย)*; (B) *(Cinemat., Telev.)* โฆษณาตัวอย่างสั้น ๆ ของภาพยนตร์/รายการที่กำลังจะฉาย; (C) *(Bot.)* พืชประเภทเถาวัลย์, ไม้เลื้อย

trailer: ~ park *n.* สถานที่จอดรถเทรเลอร์; **~ trash** *n.* คนจนที่อาศัยอยู่ในรถเทรเลอร์

'trailing edge *n.* แกนใบพัดหรือปีกของเครื่องบิน; *(of sail)* แกนใบพัดของเรือ

train /treɪn/เทรน/ ❶ *v.t.* (A) ฝึกสอน, ฝึกหัด **(in** ให้เป็น**)**; **~ sb. as a teacher/soldier/engineer** ฝึกหัด *ค.น.* ให้เป็นครู/ทหาร/วิศวกร; **~ sb. for a profession** ฝึกหัดอาชีพให้กับ *ค.น.*; **~ sb. for a career as an officer** ฝึกหัด *ค.น.* ให้เป็นนายทหาร; **he/she has been well/badly/fully ~ed** เขา/เธอได้รับการฝึกหัดมาอย่างดี/อย่างไม่ดี/อย่างเต็มที่; (B) *(Sport)* ฝึก; **~ oneself** ฝึกฝนตัวเอง; (C) *(teach and accustom)* ฝึกสอน, หัด; **~ an animal to do sth./to sth.** ฝึกสัตว์ให้ทำ *ส.น.*/คุ้นเคยกับ *ส.น.*; **the police dog was ~ed to kill** สุนัขตำรวจได้รับการฝึกให้ฆ่า *(ผู้ร้าย)*; **~ oneself to do sth.** ฝึกตนเองให้ทำ *ส.น.*; **~ a child to do sth./to sth.** สอนให้เด็กทำ *ส.น.*/คุ้นเคยกับ *ส.น.*; **~ sb. to use a machine** ฝึก *ค.น.* ให้ใช้เครื่องกล; **you've got him well ~ed** *(joc.)* คุณได้สั่งสอนอบรมเขาอย่างดี; (D) *(Hort.)* ดัดแต่ง *(ต้นไม้)* ให้ขึ้นตามรูปร่างที่ต้องการ; **the vines are ~ed and supported by poles** เถาองุ่นถูกดัดและมีเสาค้ำเอาไว้; **~ a plant up/against a wall/trellis** ปลูกต้นไม้ให้ขึ้นตามกำแพง/ระแนงไม้เลื้อย; (E) *(aim)* จ่อหรือเล็ง *(ปืน, กล้องถ่ายรูป ฯลฯ)* **(on** ไปที่**)**
❷ *v.i.* (A) ฝึกฝน, ฝึกหัด; **he is ~ing as or to be a teacher/doctor/engineer** เขากำลังฝึกหัดเป็นครู/แพทย์/วิศวกร; **he is ~ing as a soldier** เขากำลังฝึกหัดเป็นทหาร; **he is ~ing for a responsible position** เขากำลังเตรียมตัวสำหรับตำแหน่งที่รับผิดชอบ; **he is ~ing for a career as an officer/for the ministry/for the law** เขากำลังฝึกหัดเป็นนายทหาร/ทำงานในกระทรวง/ทำงานด้านกฎหมาย; (B) *(Sport)* ฝึกฝน, ฝึกหัด
❸ *n.* (A) *(Railw.)* รถไฟ; **go or travel by ~:** ไป/เดินทางโดยรถไฟ; **the 2 o'clock ~:** รถไฟเที่ยวสองนาฬิกา; **on the ~:** บนรถไฟ; **which is the ~ for London?** รถไฟขบวนไหนไปลอนดอน; (B) *(of skirt etc.)* *ชายกระโปรงยาวเป็นหางลากไปกับพื้น*; (C) *(Ornith.)* แถวยาวของนกที่อพยพ; (D) *(retinue)* กลุ่มผู้ฝ้าติดตาม; **the king/minister had brought a ~ of advisers/attendants with him** กษัตริย์/รัฐมนตรีได้นำกลุ่มผู้ปรึกษา/ผู้ฝ้าติดตามมากับเขา; **the long ~ of mourners** แถวยาวเหยียดของผู้ร่วมงานศพ; **the tornado brought havoc in its ~:** พายุทอร์นาโดนำความหายนะติดตามมา; (E) *(line, series)* แถวยาว, ลำดับชุดสิ่งที่เป็นชุด; **a long ~ of causes** ลำดับสาเหตุที่ยืดยาว; **an unlucky ~ of events** ลำดับเหตุการณ์โชคร้ายที่เกี่ยวข้องกัน; **be in ~** *(formal)* จัดเตรียมไว้อย่างเหมาะสม; **everything is now in ~ for the party/ceremony/election** ทุกสิ่งทุกอย่างเตรียมพร้อมไว้สำหรับงานเลี้ยง/พิธีกรรม/การเลือกตั้ง

~ 'up *v.t.* ฝึกฝน; **our workers have been ~ed up to a very high standard** คนงานของเราได้ฝึกฝนมาจนพร้อมในระดับมาตรฐานสูง

trainable /ˈtreɪnəbl/ˈเทรเนอะบ'ล/ *adj.* ฝึกฝน/ฝึกหัดได้

train: ~-bearer *n.* คนยกชายกระโปรงที่ยาวลากพื้น; **~ driver** *n.* คนขับรถไฟ

trained /treɪnd/เทรนด/ *adj.* ที่ได้รับการฝึกฝน/ฝึกหัด

trainee /treɪˈniː/เทรˈนี/ *n.* ผู้กำลังรับการฝึกหัด; *(business management ~)* ผู้ฝึกงาน; **a ~ manager/nurse/teacher/doctor/cook** *etc.* ผู้จัดการ/นางพยาบาล/ครู/แพทย์/พ่อครัว ฯลฯ ฝึกหัด

trainer /ˈtreɪnə(r)/ˈเทรเนอะ(ร)/ *n.* (A) *(Sport)* ผู้ฝึกอบรมกีฬามืออาชีพ; (B) *(Aeronaut.)* *(aircraft)* เครื่องบินฝึกหัดนักบิน; *(simulator)* อุปกรณ์จำลองที่ใช้ฝึกนักบิน; (C) *in pl.* ➡ **training shoes**

trainer pants *n. pl.* กางเกงเด็กเล็กที่ใช้ฝึกการถ่ายลงกระโถน

train: ~ fare *n.* ค่าโดยสารรถไฟ; **how much is the ~ fare to Ayutthaya?** ค่าโดยสารรถไฟไปอยุธยาราคาเท่าไร; **we shall reimburse your ~ fare** พวกเราจะคืนเงินค่าโดยสารรถไฟของคุณ; **~ ferry** *n.* เรือบรรทุกขบวนรถไฟข้ามแม่น้ำ/ช่องแคบ

training /ˈtreɪnɪŋ/ˈเทรนิง/ *n., no pl.* (A) การฝึกฝน, การฝึกซ้อม; (B) *(Sport)* การฝึกฝน/ฝึกซ้อม; **be in ~** *(train)* อยู่ในช่วงฝึกหัด; *(be fit)*

สุขภาพแข็งแรงสมบูรณ์; **be out of ~:** สุขภาพไม่แข็งแรงสมบูรณ์; **go into ~:** เริ่มฝึกฝนร่างกาย; **keep in ~:** คอยฝึกซ้อมอยู่เรื่อย ๆ

training: ~ camp *n. (Mil.)* ค่ายฝึกทหาร; *(Boxing)* ค่ายฝึกมวย; **~ college** *n. (Brit. Hist.)* วิทยาลัยฝึกหัดครู; **~ course** *n.* หลักสูตรการฝึกหัด; **~ film** *n.* ภาพยนตร์ฝึกหัด; **~ ground** *n. (Mil.)* สนามฝึกทหาร; *(fig.)* สนามฝึกซ้อม; **~ scheme** *n.* แผนการฝึกหัด; **be on a ~ scheme** อยู่ในระหว่างแผนการฝึกหัด; **~ ship** *n. (Naut.)* เรือฝึกหัดนักเรียนนายเรือหรือกะลาสี; **~ shoes** *n. pl.* รองเท้ากีฬา, รองเท้าวิ่ง

train: ~ journey *n.* การเดินทางโดยรถไฟ; **~load** *n.* จำนวนผู้โดยสาร/สินค้าเต็มหนึ่งขบวนรถไฟ; **~loads of coal/livestock/tourists** *etc.* ถ่านหิน/ปศุสัตว์/นักท่องเที่ยว; *etc.* รถไฟหลายขบวน; **football fans arrived in** *or* **by ~loads** แฟนฟุตบอลมากันเต็มขบวนรถไฟ; **~ service** *n.* การให้บริการรถไฟ; *(whole system)* ระบบรถไฟ; **a better ~ service** การให้บริการรถไฟที่ดีกว่า; **~ set** *n.* ชุดขบวนรถไฟจำลอง; **~sick** *adj.* เมารถไฟ; **a ~sick child/man** เด็ก/ผู้ชายที่เมารถไฟ; **he gets ~sick** เขาเมารถไฟ; **~spotter** *n.* คนที่ชอบจดหมายเลขรถไฟเป็นงานอดิเรก; **~spotting** *n., no pl., no indef. art.* การจดหมายเลขรถไฟเป็นงานอดิเรก; **~ station** *n. (Amer.)* สถานีรถไฟ

traipse /treɪps/เทรฺพซฺ/ *v.i. (coll.)* เดินอย่างเหนื่อยอ่อนหมดแรง; **~ about, ~ around** *v.i.* เดินไปมาอย่างเหนื่อยอ่อน

trait /treɪ, treɪt/เทฺร, เทฺรท/ *n.* ลักษณะ; **~ of character** ลักษณะของอุปนิสัย; **a marked ~ in her character** ลักษณะเด่นในอุปนิสัยของเธอ; **it is a national ~ [of the British]** เป็นบุคลิกลักษณะประจำชาติ [ของชาวอังกฤษ]

traitor /ˈtreɪtə(r)/ˈเทฺรเทอะ(ร)/ *n.* ผู้ทรยศ, ผู้หักหลัง; **be a ~ to one's country/the king/one's faith** เป็นผู้ทรยศต่อประเทศ/กษัตริย์/ความเชื่อศรัทธาของตน; **you are a ~ to yourself!** คุณทรยศต่อตัวคุณเอง; **turn ~:** กลายเป็นผู้ทรยศ

traitorous /ˈtreɪtərəs/ˈเทฺรเทอะเริซ/ *adj.* ทรยศ, หักหลัง; **a ~ man/woman** ชาย/หญิงผู้ทรยศ; **such conduct is ~!** พฤติกรรมเช่นนั้นเป็นการทรยศ

trajectory /trəˈdʒektərɪ/เทรอะˈเจ็คเทอะริ/ *n. (Phys.)* แนวโค้ง *(ของวิถีกระสุนปืนใหญ่, วัตถุที่เคลื่อนที่ไปภายใต้มวล)*

tra-la /trəˈlɑː/เทรอะˈลา/ *int.* *สำนวนแสดงความรื่นเริง, สนุกสนาน*

tram /træm/แทรฺม/ *n.* (A) *(Brit.)* รถราง; **go by ~:** นั่งรถรางไป; **on the ~:** บนรถราง; (B) *(Mining)* รถสี่ล้อที่ใช้ในเหมืองถ่านหิน

tram: ~car *n.* (A) ➡ **tram A**; (B) *(one car)* รถรางตู้เดียว; **~lines** *n. pl. (Brit.)* (A) รางของรถราง; (B) *(fig.: rigid principles)* หลักการที่เข้มงวด; (C) *(Tennis coll.)* เส้นขนานสองข้างสนามเทนนิส

trammel /ˈtræml/ˈแทรฺม'ล/ ❶ *v.t., (Brit.)* **-ll-** กีดขวาง, ขัดขวาง ❷ *n. in pl.* อุปสรรค, สิ่งกีดขวาง; **the ~s of convention** อุปสรรคของประเพณี

tramp /træmp/แทรฺมพฺ/ ❶ *n.* (A) *(vagrant)* คนเร่ร่อนจรจัด; *(in city)* คนเร่ร่อนในเมือง; (B) *(sound of steps)* เสียงของฝีเท้าดัง ๆ; *(of horses)* เสียงเกือก; *(of elephants)* เสียงย่ำ; **the ~ of marching feet** เสียงฝีเท้าของการเดินสวนสนาม; (C) *(walk)* การเดินอย่างหนัก; (D) *(sl.: dissolute woman)* หญิงส่ำส่อน, หญิงเพศยา; (E) *(Naut.)* เรือขนสินค้า *(ที่ไม่มีกำหนดการเดินทางเรือที่แน่นอน)* ❷ *v.i.* (A) *(tread heavily)* เดินลงเท้าหนัก; (B) *(walk)* เดินเท้า ❸ *v.t.* (A) **~ one's way** เดินทาง; (B) *(traverse)* เร่ร่อนจรจัด; *(with no particular destination)* เดินอย่างไม่มีจุดหมายปลายทาง; (C) *(tread on)* เดินย่ำเท้าหนัก *(บนบางสิ่ง)*; **~ the earth** ย่ำเท้าลงบนพื้นดินอย่างหนัก ๆ

~ 'down *v.t.* เดินย่ำเท้าหนัก; **~ sth. down [until it is flat]** ย่ำ *ส.น.* [จนราบเรียบ]

trample /ˈtræmpl/ˈแทรมพ'ล/ ❶ *v.t.* กระทืบ, เหยียบย่ำ; **~ sth. to the ground** กระทืบ *ส.น.* ลงไปกับพื้น; **~ sth. into the ground** กระทืบ/เหยียบ *ส.น.* จมดิน; **he was ~d to death by elephants** เขาถูกช้างเหยียบ/กระทืบจนตาย ❷ *v.i.* เหยียบย่ำ, ย่ำยี

~ 'down *v.t.* กระทืบ/เหยียบย่ำให้แบน

~ on *v.t.* บดขยี้ด้วยการกระทืบ, เหยียบย่ำ; **~ on sb./sth./sb.'s feelings** *(fig.)* เหยียบย่ำ *ค.น./ส.น./*ความรู้สึกของ *ค.น.*

trampoline /ˈtræmpəliːn/ˈแทรมเพอะลีน/ ❶ *n.* กระโดดบนผ้าขึงตึงด้วยสปริง ❷ *v.i.* ใช้ผืนผ้าชนิดเหนียวดังกล่าว

'tramp steamer *n.* *เรือบรรทุกสินค้าที่เดินไปหลายประเทศอย่างไม่มีกำหนดที่แน่นอน*

tram: ~ ride *n. (Brit.)* การขึ้นรถราง; **~road** *n. (Amer.)* ➡ **tramlines A**; **~ route** *n. (Brit.)* เส้นทางเดินรถราง; **~ stop** *n.* ป้ายหยุดรถราง; **~ ticket** *n. (Brit.)* ตั๋วรถราง; **~way** *n. (Brit.)* ➡ **tramlines A**

trance /trɑːns, US træns/ทรานซฺ, แทรนซฺ/ *n.* (A) สภาพเหมือนถูกสะกดจิต; *(half-conscious state)* สภาพครึ่งหลับครึ่งตื่น; *(ecstasy)* ความปลาบปลื้มยินดีจนแทบไม่รู้ตัว; **be** *or* **lie in a ~:** อยู่/นอนอยู่ในสภาพครึ่งหลับครึ่งตื่น; **fall** *or* **go into a ~:** ตกอยู่ในสภาพเหมือนถูกสะกดจิต; **put** *or* **send sb. into a ~:** ทำให้ *ค.น.* ตกอยู่ในภวังค์; **she's been walking about in a ~ all day** เธอเดินงัวเงียตลอดทั้งวัน; (B) *(Med.: catalepsy)* *โรคที่ทำให้ผู้ป่วยหมดสติไปชั่วขณะและกล้ามเนื้อเกร็งแข็ง*

tranche /trɑːnʃ/ทรานชฺ/ *n. (Finance)* เงินส่วนหนึ่ง *(ของรายได้, หุ้นทั้งหมด)*

tranny /ˈtrænɪ/ˈแทรนิ/ *n. (Brit. sl.)* วิทยุทรานซิสเตอร์

tranquil /ˈtræŋkwɪl/ˈแทรงควิล/ *adj. (อารมณ์, ภาพ)* เงียบสงบ, ราบรื่น, ไม่ถูกรบกวน

tranquilize, tranquilizer *(Amer.)* ➡ **tranquillize, tranquillizer**

tranquillise, tranquilliser ➡ **tranquillize, tranquillizer**

tranquillity /træŋˈkwɪlɪtɪ/แทรงˈควิลลิทิ/ *n.* ความเงียบสงบ; *(of a scene)* ความราบรื่น; **live in peace and ~:** อยู่ในความสันติและความเงียบสงบ

tranquillize /ˈtræŋkwɪlaɪz/ˈแทรงควิลายซฺ/ *v.t.* วางยาสลบ; **the unruly prisoner was quickly ~d** นักโทษหัวแข็งถูกวางยาสลบ

tranquillizer /ˈtræŋkwɪlaɪzə(r)/ˈแทรงควิไลเซอะ(ร)/ *n. (Med.)* ยากล่อมประสาท, ยาระงับประสาท; **~ gun** ปืนยิงยาสลบ

tranquilly /ˈtræŋkwɪlɪ/ˈแทรงควิลิ/ *adv.* อย่างราบรื่น, อย่างเงียบสงบ, อย่างไม่ถูกรบกวน

transact /trænˈsækt/แทรนˈแซคทฺ/ *v.t.* **~ business [with sb.]** ทำธุรกิจ [กับ *ค.น.*]; **the two countries have ~ed business for a long time** สองประเทศได้ทำธุรกิจกันเป็นเวลานาน; **our company ~s business with many foreign firms** บริษัทของเราทำธุรกิจกับบริษัทต่างประเทศหลายแห่ง

transaction /trænˈsækʃn/แทรนˈแซคช'น/ *n.* (A) *(doing of business)* การดำเนินธุรกิจ; **after the ~ of their business** หลังจากการดำเนินธุรกิจของพวกเขา; **most banks close for the ~ of business at 3 p.m.** ธนาคารส่วนใหญ่ปิดดำเนินการในเวลา 15 นาฬิกา; (B) *(piece of business)* ธุรกิจที่ดำเนินการ, ธุรกิจกรรม; *(financial)* ธุรกิจด้านการเงิน; (C) *in pl. (reports of a society)* รายงานการดำเนินการของสมาคมวิชาการ

transalpine /trænsˈælpaɪn/แทรนซฺˈแอลพายนฺ/ เหนือ/อีกด้านหนึ่งของเทือกเขาแอลป์ *(จากมุมมองของประเทศอิตาลี)*; *(ถนน)* ที่ข้ามเทือกเขาแอลป์

transatlantic /trænsətˈlæntɪk/แทรนเซิทˈแลนทิค/ *adj.* (A) *(Brit.: American)* เกี่ยวกับสหรัฐอเมริกา; (B) *(Amer.: European)* เกี่ยวกับทวีปยุโรป; (C) *(crossing the Atlantic)* ข้ามมหาสมุทรแอตแลนติก; **a ~ voyage** การเดินทางข้ามมหาสมุทรแอตแลนติก; **he is a regular ~ traveller** เขาเดินทางข้ามมหาสมุทรแอตแลนติกเป็นประจำ; **~ communications** การติดต่อสื่อสารข้ามมหาสมุทรแอตแลนติก

transceiver /trænˈsiːvə(r)/แทรนˈซีเวอะ(ร)/ *n. (Radio)* เครื่องรับและเครื่องส่งวิทยุในตัวเดียวกัน

transcend /trænˈsend/แทรนˈเซ็นดฺ/ *v.t.* (A) *(be beyond range of)* อยู่เหนือขอบเขตของ *(ประสบการณ์มนุษย์, เหตุผล, ความเชื่อ ฯลฯ)*; *(Philos.)* อยู่เหนือ *(โลกแห่งวัตถุ, จักรวาล)*; (B) *(surpass)* ดีกว่า, เก่งกว่า, เกินกว่า; **~ sb. in beauty** เด่นกว่า *ค.น.* ในด้านความงาม

transcendence /trænˈsendəns/แทรนˈเซ็นเดินซฺ/, **transcendency** /trænˈsendənsɪ/แทรนˈเซ็นเดินซิ/ *n., no pl. (Philos., Theol.)* การอยู่เหนือ, ความยอดเยี่ยม

transcendent /trænˈsendənt/แทรนˈเซ็นเดินทฺ/ *adj. (Philos., Theol.)* อยู่เหนือ, ยอดเยี่ยม

transcendental /trænsenˈdentl/แทรนเซ็นˈเด็นท'ล/ *adj.* (A) *(Philos)* *(ประสบการณ์, ธรรมชาติ)* อยู่เหนือ; (B) *(Math.)* เกิน, ล้ำ

trancendentalism /trænsenˈdentəlɪzm/แทรนเซ็นˈเด็นเทอะลิซฺ'ม/ *n. (Philos.)* ปรัชญาที่มุ่งเน้นความเชื่อในสิ่งต่าง ๆ ที่อยู่นอกเหนือความรู้ของมนุษย์และความสำคัญของจิตวิญญาณ

Transcendental Medi'tation, *(Amer.: ®) n.* วิธีการนั่งสมาธิ โดยสวดภาวนาคำเฉพาะซ้ำ ๆ ตลอด *(มีต้นกำเนิดมาจากศาสนาฮินดู)*

transcontinental /trænskɒntɪˈnentl/แทรนซฺคอนทิˈเน็นท'ล/ *adj.* ข้ามทวีป

transcribe /trænˈskraɪb/แทรนˈซกรายบฺ/ *v.t.* (A) *(copy in writing)* เขียนคัดลอก; จดบันทึก *(การอภิปราย, การตกลง)*; **~ a tape/a taped interview** ถอดเทป/ถอดเทปสัมภาษณ์; **~ one's rough notes** เขียนการจดบันทึกคร่าว ๆ ให้เรียบร้อย; (B) *(record)* อัดบันทึกเพื่อการผลิตในเวลาต่อมา; **~ a record on to tape/a tape on to a CD** อัดบันทึกแผ่นเสียงลงเทป/เทปลงแผ่นซีดี; (C) *(Mus.)* เรียบเรียงโน้ตสำหรับดนตรีอีกประเภท; (D) *(transliterate)* เขียนเป็นอักษรปกติ; **~ some shorthand/sth. from a shorthand version** ถอดชวเลขเป็นภาษาธรรมดา/ถอด *ส.น.* จากชวเลข

transcript /'trænskrɪpt/'แทรนซฺกริพทฺ/ *n.* สำเนาคัดลอก; *(of trial, interview, speech, conference)* ฉบับบันทึก; *(of tape, taped material)* เทปที่บันทึกไว้

transcription /træn'skrɪpʃn/แทรน'ซฺกริพชั่น/ *n.* Ⓐ *(transcribing)* การคัดลอก; *(of proceedings, speeches)* การบันทึก; *(of rough notes)* การเรียง, การจดให้เรียบร้อย; *(of spoken text, tapes, etc.)* การเขียนบทความ; *(of record on to tape)* การอัดเทป; *(of tape on to a CD)* การอัดบนแผ่นซีดี; *(Mus.)* การเรียบเรียงทำนองดนตรีใหม่; *(from shorthand)* การเขียนชวเลขเป็นภาษาเขียน [ทั่วไป]; *(transliteration)* การเขียนภาษาหนึ่งเป็นอีกภาษาหนึ่ง; Ⓑ *(transcribed material)* สำเนาคัดลอก, ฉบับบันทึก

transducer /træns'dju:sə(r), US -'du:-/แทรนซฺ'ดิวเซอะ(ร), –'ดู–/ *n. (Electr.)* เครื่องแปลงสัญญาณไฟฟ้า, เครื่องสับเปลี่ยน

transept /'trænsept/'แทรนเซ็พทฺ/ *n. (Eccl. Archit.)* ปีกด้านข้างของโบสถ์ในรูปไม้กางเขน

transfer /træns'fɜ:(r)/แทรนซฺ'เฟอ(ร)/ *v.t.*, **-rr-** Ⓐ *(move)* ย้าย; โอน*(เงิน)* (**to** ไปยัง); มอบ *(อำนาจ)*; **~ a prisoner to a different gaol** โยกย้ายนักโทษไปที่เรือนจำอีกแห่งหนึ่ง; **~ one's affections to someone new** หันไปสนใจคนใหม่; **~ one's allegiance [from sb.] to sb.** [จาก ค.น.] หันไปจงรักภักดีอีกคนหนึ่ง; Ⓑ โอน/มอบ *(ทรัพย์สิน, สิทธิ, ตั๋ว ฯลฯ)* (**to** ไปยัง); **~ sth. into new ownership** โอนมอบ *ส.น.* ให้เจ้าของคนใหม่; Ⓒ ย้าย *(คนงาน, โรงเรียน)*; *(Footb.)* โอน *(นักฟุตบอล)*; Ⓓ เปลี่ยน *(ความหมาย)*; Ⓔ *(copy)* คัดลอก *(สัญลักษณ์)*
❷ *v.i.*, **-rr-** Ⓐ *(change to continue journey)* เปลี่ยน *(สถานี, เส้นทาง ฯลฯ)*; **~ from Heathrow to Gatwick** เปลี่ยนจากสนามบินฮีทโธรว์ไปที่แกตวิค; **we had to ~ to a special bus** พวกเราต้องเปลี่ยนไปขึ้นรถประจำทางพิเศษ; Ⓑ *(move to another place or group)* ย้ายที่
❸ /'trænsfɜ:(r)/'แทรนซฺเฟอ(ร)/ *n.* Ⓐ *(moving)* การโยกย้าย (**to** ให้); *(of money)* การโอน; Ⓑ *(of employee, pupil)* การย้าย; *(of football player)* การโอนผู้เล่นฟุตบอล; Ⓒ *(Amer.: ticket)* ตั๋ว; Ⓓ *(picture)* รูปภาพที่ย้ายจากกระดาษลงบนวัตถุอื่นได้; Ⓔ *(conveyance of property)* การโอน

transferability /trænsfɜrə'bɪlɪtɪ/แทรนซฺเฟอะเรอะ'บิลลิทิ/ *n., no pl.* ความสามารถโอนได้

transferable /træns'fɜ:rəbl/แทรนซฺ'เฟอเรอะบ'ล/ *adj.* สามารถโอนได้

transferable 'vote *n.* คะแนนเสียงที่ถ่ายโอนไปให้ผู้สมัครอื่นได้

'transfer: ~ company *n. (Amer.)* บริษัทที่ขนถ่ายผู้โดยสาร/สัมภาระระหว่างสถานี; **~ desk** *n.* เคาน์เตอร์เจ้าหน้าที่ติดต่อเปลี่ยนเที่ยวบิน/รถไฟ/ ฯลฯ

transference /'trænsfərəns, US træns'fɜ:rəns/'แทรนซฺเฟอเรินซฺ, แทรนซฺ'เฟอเรินซฺ/ *n.* การโยกย้าย, การโอน

'transfer: ~ fee *n. (Footb.)* ค่าธรรมเนียมที่จ่ายเมื่อโยกย้ายนักฟุตบอล; **~ list** *n. (Footb.)* *รายชื่อของนักฟุตบอลที่สามารถโยกย้ายได้*; **~ lounge** *n.* ห้องพักผู้โดยสารที่ต้องรอเปลี่ยนเครื่องบิน; **~ season** *n.* ช่วงของปีที่ผู้เล่นกีฬาจะย้ายไปอยู่สโมสรใหม่ได้; **~ time** *n.* *ช่วงเวลาที่ใช้เดินทางจากสนามบินไปยังโรงแรมที่พัก*

transfiguration /trænsfɪgə'reɪʃn, US -gjə'r-/แทรนซฺฟิเกอะ'เรช'น, –เกีย'เร–/ *n.* การเปลี่ยนรูปร่าง *(โดยเฉพาะในทางที่สูงส่ง)*; **the T~** *(Relig.)* ศาสนพิธีที่ระลึกถึงการเสด็จขึ้นสวรรค์ของพระเยซู

transfigure /træns'fɪgə(r), US -gjər/แทรนซฺ'ฟิกเกอะ(ร), –เกียร/ *v.t.* เปลี่ยนรูปร่าง *(ไปในทางที่ดีขึ้น)*

transfix /træns'fɪks/แทรนซฺ'ฟิคซฺ/ *v.t.* Ⓐ *(pierce through)* แทงทะลุ; Ⓑ *(root to the spot)* ทำให้ตรึงอยู่กับที่; **be/stand ~ed** ตรึง/ยืนตรึงอยู่กับที่

transform ❶ /træns'fɔ:m/แทรนซฺ'ฟอม/ *v.t.* Ⓐ เปลี่ยนรูป, แปรรูป; **~ heat into energy** แปรรูปความร้อนเป็นพลังงาน; **the caterpillar is ~ed into a butterfly** หนอนเปลี่ยนรูปเป็นผีเสื้อ; **I felt ~ed** ฉันรู้สึกถูกเปลี่ยนไป; **a new coat of paint would ~ the room** ทาสีใหม่จะเปลี่ยนโฉมห้องทีเดียว; Ⓑ *(Electr.) (in potential)* เปลี่ยนจำนวนโวลต์ ฯลฯ; *(in type)* เปลี่ยนสภาพ *(จากกระแสสลับเป็นตรง ฯลฯ)*
❷ /'trænsfɔ:m/'แทรนซฺฟอม/ *n. (Math., Ling.)* ผลของการเปลี่ยนหรือแปรรูป

transformation /trænsfə'meɪʃn/แทรนซฺเฟอะ'เมช'น/ *n.* Ⓐ การเปลี่ยนรูป, การแปรรูป; Ⓑ *(Math., Ling.)* การเปลี่ยนแปลงรูปทรง; Ⓒ *(Phys.)* การเปลี่ยนแปลง; *(of heat into energy)* การแปรรูป

transformational /trænsfə'meɪʃənl/แทรนซฺเฟอะ'เมเชอะน'ล/ *adj. (esp. Ling.)* เกี่ยวกับการเปลี่ยนรูปหรือการแปรรูป

transformational 'grammar *n. (Ling.)* ไวยากรณ์ปริวรรต, ไวยากรณ์ที่บรรยายภาษาด้วยวิธีการเปลี่ยนแปลงโครงสร้างประโยค

transfor'mation scene *n. (Theatre)* ฉากพลิกล็อก

transformer /træns'fɔ:mə(r)/แทรนซฺ'ฟอเมอะ(ร)/ *n. (Electr.)* หม้อแปลงไฟฟ้า

transfuse /træns'fju:z/แทรนซฺ'ฟิวซฺ/ *v.t.* Ⓐ *(Med.)* ถ่ายเลือด; Ⓑ *(permeate lit. or fig.)* ซาบซึม

transfusion /træns'fju:ʒn/แทรนซฺ'ฟิวฌ'น/ *n. (Med.)* การถ่าย *(เลือด, น้ำเกลือ)*; ➡ + **blood transfusion**

transgenic /træns'dʒenɪk/ทรานซฺ'เจ็นนิค/ *adj.* มีสายพันธุ์ดัดแปลงจากอีกสายพันธุ์หนึ่ง

transgress /træns'gres/แทรนซฺ'เกร็ซ/ *v.t.* ฝ่าฝืน, ละเมิด *(กฎหมาย ฯลฯ)*; **he was ~ing** เขากำลังฝ่าฝืน

transgression /træns'greʃn/แทรนซฺ'เกร็ช'น/ *n.* การฝ่าฝืน, การละเมิด

transgressor /træns'gresə(r)/แทรนซฺ'เกร็ซเซอะ(ร)/ *n.* ผู้ฝ่าฝืน, ผู้ละเมิด (**of**); *(sinner)* คนบาป (**of**)

transience /'trænsɪəns/'แทรนเซียนซฺ/, **transiency** /'trænsɪənsɪ/'แทรนเซียนซิ/ *n.* ความไม่ยั่งยืน, ความไม่ถาวร

transient /'trænsɪənt, US 'trænʃnt/'แทรนเซียนทฺ, 'แทรนช'นทฺ/ ❶ *adj.* Ⓐ ชั่วคราว, ไม่ยั่งยืน, ไม่ถาวร; Ⓑ *(Mus.)* ช่วงดนตรีที่สานต่อ
❷ *n.* Ⓐ *(temporary guest)* แขกพักชั่วคราว; Ⓑ *(Electr.)* กระแสไฟฟ้าที่มีอยู่เพียงชั่วครู่

transistor /træn'zɪstə(r), -'sɪstə(r)/แทรน'ซิซเตอะ(ร), –'ซิซเตอะ(ร)/ *n.* Ⓐ **~ [radio]** วิทยุทรานซิสเตอร์ *(ท.ศ.)*; Ⓑ *(Electronics)* ทรานซิสเตอร์ *(ท.ศ.)*

transistorize /træn'zɪstəraɪz,-'sɪst-/แทรน'ซิซเตอะรายซฺ, –'ซิซต–/ *v.t. (Electronics)* ติดตั้งทรานซิสเตอร์, แปลงเป็นวงจรที่ใช้ทรานซิสเตอร์

transit /'trænzɪt, -sɪt/'แทรนซิท, –ซิท/ *n.* Ⓐ การเดินทางผ่าน; **passengers in ~:** ผู้โดยสารเปลี่ยนเครื่อง; **be in ~:** อยู่ในระหว่างเปลี่ยนเครื่อง/รถไฟ; Ⓑ *(conveyance)* การขนส่งข้ามผ่าน; **goods in ~ from London to Hull** สินค้าในระหว่างการขนส่งจากลอนดอนไปฮัลล์; Ⓒ *(Astron.)* วงโคจรของวัตถุในอวกาศ *(เช่น ดาวเคราะห์)*

'transit camp *n.* ค่ายพักชั่วคราว

transition /træn'zɪʃn, -'sɪʃn/แทรน'ซิช'น, –'ซิช'น/ *n.* Ⓐ การผ่านไปจากสภาพหนึ่งไปอีกสภาพหนึ่ง; *(sudden change)* การเปลี่ยนแปลงอย่างกระทันหัน; **age/period of ~:** อายุ/ระยะเวลาของการเปลี่ยนแปลง; Ⓑ *(Mus.)* การเปลี่ยนบันไดเสียงของเพลงชั่วคราว; Ⓒ *(Art)* การเปลี่ยนรูปแบบ

transitional /træn'zɪʃənl, -'sɪʃənl/แทรน'ซิชเชอะน'ล, –'ซิชเชอะน'ล/ *adj.* เปลี่ยนแปลง; **be ~ between a and b** เป็นการเปลี่ยนแปลงระหว่างเอและบี

tran'sition: ~ element *n. (Chem.)* *ธาตุที่อยู่ในสามกลุ่มในอนุกรมธาตุ มีเบอร์อนุกรมระหว่าง 21 และ 30, 39 และ 48 และ 57 กับ 80*; **~ point** *n. (Phys.)* *ระดับที่สมดุลกันของสสารชนิดเดียว กันแต่มีพัฒนาการต่างกัน*

transitive /'trænsɪtɪv/'แทรนซิทิว/ *adj.*, **transitively** /'trænsɪtɪvlɪ/'แทรนซิทิวลิ/ *adv. (Ling.)* *(กริยา)* ที่เป็นสกรรมกริยา

'transit lounge *n.* ห้องพักผู้โดยสารผ่าน

transitoriness /'trænsɪtərɪnɪs, US -tɔ:rɪnɪs/'แทรนซิเทอะรินิซ, –ทอรินิซ/ *n., no pl.* ความไม่ยั่งยืน, ความชั่วคราว; *(fleetingness)* การผ่านไปอย่างรวดเร็ว

transitory /'trænsɪtərɪ, US -tɔ:rɪ/'แทรนซิเทอะริ, –ทอริ/ *adj.* ไม่ยั่งยืน, ไม่ถาวร, ชั่วคราว; *(fleeting)* ผ่านไปอย่างรวดเร็ว

transit: ~ passenger *n.* ผู้โดยสารผ่าน; **~ visa** *n.* วีซ่าที่อนุญาตให้เดินทางผ่านเท่านั้น

translatable /træns'leɪtəbl/แทรนซฺ'เลเทอะบ'ล/ *adj.* ที่แปลได้; **some words are not ~ into other languages** คำบางคำไม่สามารถแปลเป็นภาษาอื่นได้

translate /træns'leɪt/แทรนซฺ'เลท/ ❶ *v.t.* Ⓐ แปล; **~ a novel from English into Thai** แปลนวนิยายจากภาษาอังกฤษเป็นภาษาไทย; **~ 'prime minister' as** แปล 'นายกรัฐมนตรี' เป็น; Ⓑ *(convert)* แปลง; **~ a vision into reality/words into action[s]** แปลงวิสัยทัศน์เป็นความจริง/คำพูดเป็นการกระทำ; Ⓒ *(Relig.)* ย้าย [อังคาร]; Ⓓ *(Eccl.)* โยกย้าย *(พระสงฆ์)*
❷ *v.i.* ที่แปลเป็น *(ภาษา, สิ่งอื่นได้)*

translation /træns'leɪʃn/แทรนซฺ'เลช'น/ *n.* Ⓐ การแปล; **error in ~:** ข้อผิดพลาดในการแปล; **his works are available in ~:** ผลงานของเขาหาอ่านฉบับแปลได้; **read sth. in ~:** อ่าน *ส.น.* ในฉบับที่แปลแล้ว; Ⓑ *(conversion)* การแปลง; Ⓒ *(Eccl.)* การโยกย้าย *(พระสงฆ์)*

translator /træns'leɪtə(r)/แทรนซฺ'เลเทอะ(ร)/ *n.* ➤ 489 ผู้แปล, นักแปล

transliterate /træns'lɪtəreɪt/แทรนซฺ'ลิทเทอะเรท/ *v.t.* *เขียนคำในภาษาหนึ่งด้วยตัวอักษรอีกภาษาหนึ่งให้ใกล้เคียงการออกเสียงในภาษาเดิม*

transliteration /trænslɪtə'reɪʃn/แทรนซฺลิเทอะ'เรช'น/ *n.* *การเขียนคำในภาษาหนึ่งโดยใช้ตัวอักษรของอีกภาษาหนึ่งให้ใกล้เคียงการออกเสียงของคำนั้น*

translucency /træns'lu:sənsɪ/แทรนซฺ'ลูเซินซิ/ *n., no pl.* ➡ **translucent:** ความโปร่งแสง, ความโปร่งใส

translucent /træns'lu:sənt/แทรนซฺ'ลูเซินทฺ/ *adj.* Ⓐ *(partly transparent)* โปร่งแสง; Ⓑ *(transparent)* โปร่งใส

transmigrate /trænsmaɪ'greɪt/แทรนซฺไม'เกรฺท/ *v.i.* Ⓐ *(pass into different body) (วิญญาณ, จิต)* เข้าสิง; Ⓑ *(migrate)* อพยพ

transmigration /trænsmaɪ'greɪʃn/แทรนซฺไม'เกรฺช'น/ *n.* ~ **[of souls]** การเข้าสิงของวิญญาณ; **the ~ of the soul into another body** การผ่านเข้าไปสู่อีกร่างหนึ่งของวิญญาณ

transmission /træns'mɪʃn/แทรนซฺ'มิช'น/ *n.* Ⓐ *(passing on)* ➡ **transmit** A: การส่งผ่าน; Ⓑ *(Radio, Telev.)* การถ่ายทอด, การออกอากาศ; *(via satellite also; by wire)* การถ่ายทอด; Ⓒ *(Motor Veh.) (drive)* กลไกส่งแรงขับเคลื่อน; *(gear box)* เกียร์; **manual/automatic ~:** เกียร์มือ/เกียร์อัตโนมัติ *(เกียร์ออโต้) (ภ.พ.)*

transmission: ~ **belt** *n.* สายพาน; ~ **cable** *n.* สายส่ง; ~ **chain** *n.* การแพร่กระจายของโรค; ~ **line** *n.* สายส่ง; ~ **shaft** *n.* เพลา; ~ **tunnel** *n.* อุโมงค์ส่ง

transmit /træns'mɪt/แทรนซฺ'มิท/ *v.t.*, **-tt-** Ⓐ *(pass on)* ส่งผ่าน, ถ่ายทอด; *(genetically)* ถ่ายทอดทางพันธุกรรม; Ⓑ ปล่อยให้ *(ความร้อน, แสง, เสียง, ไฟฟ้า ฯลฯ)* ผ่านไปได้, เป็นสื่อสำหรับ; Ⓒ *(Radio, Telev.)* ถ่ายทอด; *(via satellite also; by wire)* ถ่ายทอดผ่านดาวเทียม, ผ่านเคเบิล

transmittal /træns'mɪtl/แทรนซฺ'มิท'ล/ ➡ **transmission** A

transmitter /træns'mɪtə(r)/แทรนซฺ'มิทเทอะ(ร)/ *n.* *(person)* ผู้ส่งต่อ, ผู้ถ่ายทอด; *(thing)* เครื่องถ่ายทอดหรือส่งสัญญาณ

transmogrification /trænsmɒgrɪfɪ'keɪʃn/แทรนซฺมอกฺริฟิ'เคช'น/ *n. (joc.)* การเปลี่ยนรูป, การแปรรูป *(ในลักษณะของมายากลหรือการทำให้ประหลาดใจ)*

transmogrify /træns'mɒgrɪfaɪ/แทรนซฺ'มอกฺริฟาย/ *v.t. (joc.)* เปลี่ยนรูป, แปรรูป **(into** เป็น**)**

transmutation /trænsmju:'teɪʃn/แทรนซฺมิว'เทช'น/ *n.* Ⓐ การเปลี่ยนสภาพ **(into** เป็น**)**; Ⓑ *(Phys.)* การเปลี่ยนสภาพของธาตุโดยพลังนิวเคลียร์ ฯลฯ; Ⓒ *(Biol.)* ทฤษฎีว่าโดยการเปลี่ยนสภาพจากสายพันธุ์หนึ่งเป็นอีกสายพันธุ์หนึ่ง

transmute /træns'mju:t/แทรนซฺ'มิวทฺ/ *v.t.* เปลี่ยนรูปแบบ

transnational /træns'næʃənl/แทรนซฺ'แนเชอะน'ล/ *adj.* ข้ามประเทศ

transoceanic /trænsəʊʃɪ'ænɪk, trænsəʊsɪ'ænɪk/แทรนซฺโอชิ'แอนิค, แทรนซฺโอซิ'แอนิค/ *adj.* อีกด้านของมหาสมุทร, เกี่ยวกับการข้ามมหาสมุทร

transom /'trænsəm/'แทรนเซิม/ *n. (Archit.)* ไม้/หินขวาง *(ประตู, หน้าต่าง)*

transom 'window *n.* หน้าต่างเล็กเหนือประตู; หน้าต่างที่มีไม้กั้นเป็นช่อง

transparency /træns'pærənsɪ/แทรนซฺ'แพเรินซิ/ *n.* Ⓐ *(fig. also)* ความโปร่งใส; Ⓑ *(Photog.)* แผ่นใส; *(slide)* แผ่นสไลด์

transparent /træns'pærənt/แทรนซฺ'แพเรินทฺ/ *adj.* โปร่งใส; *(fig.) (obvious)* กระจ่างชัด, เด่นชัด; *(easily understood)* เข้าใจได้ง่าย

transparently /træns'pærəntlɪ/แทรนซฺ'แพเรินทฺลิ/ *adv.* อย่างโปร่งใส, อย่างเด่นชัด; ~ **lucid** ฉลาดชัดเจน; ~ **obvious** ชัดเจนมาก

transpiration /trænspɪ'reɪʃn/แทรนซฺปิ'เรช'น/ *n.* Ⓐ *(perspiration)* การมีเหงื่อ; Ⓑ *(Bot.)* การคายน้ำ *(ของต้นไม้, ใบไม้)*

transpire /træn'spaɪə(r), trɑ:n-/แทรน'ซฺปายเออะ(ร), ทรานฺ-/ ❶ *v.i.* Ⓐ *(coll.: happen)* เกิดขึ้น; Ⓑ *(come to be known) (ความลับ, สิ่งที่ไม่เป็นที่ล่วงรู้)* เป็นที่รู้, ปรากฏ; **she had not, it ~d, seen the letter** มันปรากฏว่าเธอยังไม่ได้เห็นจดหมาย; Ⓒ *(Bot.) (ต้นไม้, ใบไม้)* คายน้ำ; Ⓓ *(be given off as perspiration)* ถูกขับออกมาเป็นเหงื่อ ❷ *v.t.* ขับ *(เหงื่อ, ไอน้ำ ฯลฯ)* ออกทางผิวหนัง

transplant ❶ /træns'plɑ:nt, US -'plænt/แทรนซฺ'พลานทฺ, -'แพลนทฺ/ *v.t.* Ⓐ *(Med.)* ปลูกถ่าย *(เนื้อเยื่อ, อวัยวะ)*; Ⓑ *(plant in another place)* ย้ายต้นไม้ไปอีกที่หนึ่ง; Ⓒ *(fig.: move to another place)* โยกย้ายไปอีกสถานที่หนึ่ง ❷ /'trænsplɑ:nt/'แทรนซฺพลานทฺ/ *n.* Ⓐ *(Med.) (operation)* การปลูกถ่าย *(เนื้อเยื่อ, อวัยวะ)*; *(thing transplanted)* สิ่งที่ถูกปลูกถ่าย; Ⓑ *(Hort.)* การย้ายต้นไม้

transplantation /trænsplɑ:n'teɪʃn/แทรนซฺพลาน'เทช'น/ *n. (Med.)* การปลูกถ่าย; การย้ายต้นไม้

transponder /træns'pɒndə(r)/แทรนซฺ'ปอนเดอะ(ร)/ *n.* เครื่องรับส่งเรดาร์แบบอัตโนมัติ

transport ❶ /træn'spɔ:t/แทรน'ซฺปอท/ *v.t.* Ⓐ *(convey)* ขนส่ง; Ⓑ *(literary: affect with emotion)* ทำให้เกิดอารมณ์และความรู้สึก; **~ed with joy** รู้สึกปลื้มปีติ; Ⓒ *(Hist.)* เนรเทศนักโทษไปที่ห่างไกล
❷ /'trænspɔ:t/'แทรนซฺปอท/ *n.* Ⓐ *(conveyance)* การขนส่ง; Ⓑ *(means of conveyance)* วิธีการขนส่ง, ยานพาหนะ; *(for person also)* ยานพาหนะ; **~ was provided** มีการเตรียมยานพาหนะ; **be without ~:** ปราศจากยานพาหนะ; **his only ~ is a battered car** ยานพาหนะอย่างเดียวของเขาคือรถที่ชนยับเยิน; **Ministry of T~:** กระทรวงคมนาคม; **the ~ has arrived** ยานพาหนะได้มาถึง; Ⓒ *(vehement emotion)* อารมณ์รุนแรง; **be in/send sb. into ~s of joy** อยู่ใน/ทำให้ *ค.น.* รู้สึกปลื้มปีติอย่างเต็มที่; Ⓓ *(Mil.)* การลำเลียง

transportable /træn'spɔ:təbl/แทรน'ซฺปอเทอะบ'ล/ *adj.* สามารถขนส่งได้

transportation /trænspɔ'teɪʃn/แทรนซฺเปอะ'เทช'น/ *n.* Ⓐ *(conveying)* การขนส่ง; **~ by air/sea/road/rail** การขนส่งทางอากาศ/ทะเล/ถนน/รถไฟ; Ⓑ *(Amer.)* ➡ **transport** 2 B; Ⓒ *(Hist.: of convict)* การเนรเทศนักโทษไปในที่ห่างไกล

'transport cafe *n. (Brit.)* ร้านอาหารตามถนนสำหรับคนขับรถบรรทุก

transporter /træn'spɔ:tə(r)/แทรน'ซฺปอเทอะ(ร)/ *n. (vehicle)* ยานพาหนะที่ใช้ในการขนส่ง

transpose /træns'pəʊz/แทรน'ซโปซฺ/ *v.t.* Ⓐ *(cause to change places)* ทำให้ *(สองสิ่งหรือมากกว่า)* เปลี่ยนสถานที่; Ⓑ *(change order of)* เปลี่ยนลำดับ; Ⓒ *(Mus.)* เขียนหรือเล่นดนตรีในอีกระดับเสียง

transposition /trænspə'zɪʃn/แทรนซฺเปอะ'ซิช'น/ *n.* ➡ **transpose:** การเปลี่ยนที่; การเปลี่ยนลำดับ; *(Mus.)* การเขียนหรือเล่นดนตรีในอีกระดับเสียง

transsexual /træns'seksʃʊəl/แทรนซฺ'เซ็คชุเอิล/ ❶ *adj.* มีพฤติกรรมและจิตใจของเพศตรงข้ามกับตน ❷ *n.* ชาย/หญิงที่มีลักษณะของเพศตรงข้ามกับตน; ชาย/หญิงที่ผ่าตัดแปลงเพศ

trans-ship /træns'ʃɪp/แทรนซฺ'ชิพ/ *v.t.*, **-pp-** ถ่าย *(สินค้า, คน)* จากยานพาหนะหนึ่งไปยังอีกยานพาหนะหนึ่ง

trans-shipment /træns'ʃɪpmənt/แทรนซฺ'ชิพเมินทฺ/ *n.* การถ่าย *(สินค้า, คน)* จากยานพาหนะหนึ่งไปยังอีกยานพาหนะหนึ่ง

Trans-Siberian /trænsaɪ'bɪərɪən/แทรนไซ'เบียเรียน/ *adj. (รถไฟ, ถนน)* ข้ามเขตไซบีเรีย

transubstantiate /trænsəb'stænʃɪeɪt/แทรนเซิบ'ซแตนชิเอท/ *v.t. (Theol.)* *เปลี่ยนจากขนมปังและเหล้าองุ่นเป็นกายและพระโลหิตของพระเยซูคริสต์*

transubstantiation /trænsəbstænʃɪ'eɪʃn/แทรนเซิบซแตนชิ'เอช'น/ *n. (Theol.)* การเปลี่ยนขนมปังและเหล้าองุ่นในพิธีมิซซาเป็นกายและพระโลหิตของพระเยซูคริสต์

transuranic /trænsjʊ'rænɪk/แทรนซิว'แรนิค/ *adj. (Chem.) (ธาตุ)* ที่มีจำนวนอะตอมมากกว่ายูเรเนียม

transverse /'trænsvɜ:s/'แทรนซฺเวิซ/ *adj.* ตามขวาง; ~ **wave** *(Phys.)* คลื่นตามขวาง; ~ **section** ส่วนที่ผ่าตามขวาง

transversely /'trænsvɜ:slɪ/'แทรนซฺเวิซลิ/ *adv.* ตามขวาง

transvestism /træns'vestɪzm/แทรนซฺ'เว็ซติซ'ม/ *n. (Psych.)* การใส่เสื้อผ้าของเพศตรงข้ามกับตน เพื่อกระตุ้นความต้องการทางเพศ

transvestist /træns'vestɪst/แทรนซฺ'เว็ซติซทฺ/, **transvestite** /træns'vestaɪt/แทรนซฺ'เว็ซไทท/ *n. (Psych.)* *ผู้ที่ใส่เสื้อผ้าของเพศตรงข้ามเพื่อกระตุ้นความต้องการทางเพศ; (male)* กะเทย

Transylvania /trænsɪl'veɪnɪə/แทรนซิล'เวเนีย/ *pr. n.* ดินแดนทรานซิลเวเนีย *(ในโรมาเนียตะวันตก)*

trap /træp/แทรพ/ ❶ *n.* Ⓐ *(lit. or fig.)* หลุมพราง, เครื่องกับดัก; **set a ~ for an animal** ติดกับดักจับสัตว์; **set a ~ for sb.** *(fig.)* วางแผนดักจับ *ค.น.*; **fall into a/sb.'s ~** *(fig.)* ตกหลุมพรางของ *ค.น.*; Ⓑ *(sl.: mouth)* ปาก; **shut your ~!, keep your ~ shut!** หุบปากซิวะ; Ⓒ ➡ **speed trap**; Ⓓ *(for releasing bird)* เครื่องปล่อยนกขึ้นไปในอากาศเพื่อยิง; *(for throwing ball etc. into the air)* เครื่องพ่นลูกบอลขึ้นไปในอากาศเพื่อยิง; Ⓔ *(section of pipe)* ท่อดัก *(ใช้เก็บน้ำและป้องกันกลิ่นเหม็นของก๊าซจากท่อ)*; Ⓕ *(carriage)* รถม้าสองล้อ *(ลากโดยม้าหรือม้าแกลบ)*; Ⓖ *(Golf)* หลุมทราย; Ⓗ *(Greyhound Racing)* คอกปล่อยสุนัข; Ⓘ ➡ **trapdoor**; Ⓙ *in pl. (coll.: percussion instruments)* เครื่องดนตรีประเภทตี
❷ *v.t.*, **-pp-:** Ⓐ *(catch)* กับดัก; *(fig.)* ทำให้ตกหลุมพราง; **be ~ped** *(fig.)* ตกหลุมพราง; **be ~ped in a cave/by the tide/in the snow** ติดอยู่ในถ้ำ/จากกระแสน้ำขึ้นหรือลง/ไปไหนไม่ได้เนื่องจากหิมะ; **she ~ped him into contradicting himself** เธอดักจนเขาพูดกลับไปกลับมา; Ⓑ *(confine)* กักเก็บไว้กับที่; *(immobilize)* ทำให้เคลื่อนไหวไม่ได้; **~ one's finger/foot** ถูกงับนิ้ว/เท้า; Ⓒ *(entangle)* ทำให้พัวพัน; Ⓓ จับเอาไว้, ยับยั้ง

'trapdoor *n.* ช่องประตูที่พื้นหลังคาหรือเพดาน

trapeze /trə'pi:z, US træ-/เทรฺอะ'พีซฺ, แทรฺ-/ *n.* ชิงช้านักกายกรรม

trap'eze artist *n.* นักแสดงกายกรรมบนชิงช้าสูง

trapezium /trə'pi:zɪəm/เทรฺอะ'พีเซียม/ *n., pl.* **trapezia** /trə'pi:zɪə/เทรฺอะ'พีเซีย/ *or* ~s *(Geom.)* Ⓐ *(Brit.)* รูปสี่เหลี่ยมคางหมู; Ⓑ *(Amer.)* สี่เหลี่ยมด้านไม่เท่า

trapezoid /'træpɪzɔɪd/'แทรฺพิซอยดฺ/ *n.* *(Geom.)* Ⓐ *(Brit.)* สี่เหลี่ยมด้านไม่เท่า; Ⓑ *(Amer.)* สี่เหลี่ยมคางหมู

trapper /'træpə(r)/'แทรฺเพอะ(รฺ)/ *n.* ผู้ดักสัตว์

trappings /'træpɪŋz/'แทรฺพิงซฺ/ *n. pl.* Ⓐ เครื่องประดับ, สิ่งประดับ; *(of power, high office)* สิ่งแสดงอำนาจ/ตำแหน่ง; Ⓑ *(ornamental harness)* เครื่องประดับตกแต่งม้าเทียม

Trappist /'træpɪst/'แทรฺพิซทฺ/ *n.* นิกายพระคาทอลิก ก่อตั้งในปี 1664 มีกฎระเบียบเคร่งครัดและสาบานว่าจะไม่ปริปากพูด

trash /træʃ/แทรฺช/ ❶ *n., no pl., no indef. art.* Ⓐ *(rubbish)* ขยะ; Ⓑ *(badly made thing)* สิ่งที่ไร้คุณภาพ; *(bad literature)* วรรณกรรมที่ไร้คุณค่า; **be [just] ~:** เป็นแค่ขยะ; Ⓒ *(nonsensical talk)* คำพูดไร้สาระ; **what ~ he talks!** เขาช่างพูดจาไร้สาระจริง ๆ; Ⓓ *(worthless person)* คนไร้ค่า; **white ~** *(Amer. derog.)* คนผิวขาวที่ยากจนและด้อยโอกาสทางสังคม ❷ *v.t.* โยนทิ้ง; ทุบทำลาย

'trashcan /'træʃkæn/'แทรฺชแคน/ *n. (Amer.)* ถังขยะ

trashed /træʃt/แทรฺชทฺ/ *adj.* เมา; **to get ~** เมาเหล้า

trashy /'træʃɪ/'แทรฺชิ/ *adj.* ไม่มีคุณค่า, ทำมาอย่างไม่ดี

trattoria /trætə'ri:ə/แทรฺเทอะ'รีเออะ/ *n.* ภัตตาคารอาหารอิตาเลียน

trauma /'trɔ:mə/'ทรฺอเมอะ/ *n., pl.* ~ta /'trɔ:mətə/'ทรฺอเมอะเทอะ/ *or* ~s ความตกใจอย่างแรง *(ที่อาจมีผลยั่งยืน)*; *(injury also)* การบาดเจ็บ; *(shock also)* การตกใจที่มีผลกระทบทางจิต

trauma centre *n.* ศูนย์ช่วยผู้ที่ได้รับความบอบช้ำทางจิต

traumatic /trɔ:'mætɪk, US traʊ-/ทรฺอ'แมทิค, เทรฺา-/ *adj.* Ⓐ *(Med.)* ที่ทำให้เกิดบาดแผล; Ⓑ *(coll.: devastating)* (ประสบการณ์) ที่เลวร้าย, น่าโศกเศร้า

traumatize /'trɔ:mətaɪz/'ทรฺอเมอะทายซฺ/ *v.t.* ทำให้บาดเจ็บ, ทำให้ตกใจจนมีปัญหาทางจิต

travail /'træveɪl/'แทรฺเวล/ *n.* Ⓐ งานที่ลำบากตรากตรำ; Ⓑ การเจ็บปวดในการคลอดบุตร

travel /'trævl/'แทรฺว'ล/ ❶ *n.* Ⓐ การเดินทาง; *attrib.* เกี่ยวกับการเดินทาง; **be off on one's ~s** ออกเดินทาง; **if you see him on your ~s, ...** *(joc.)* ถ้าคุณพบเขาในระหว่างการเดินทาง; Ⓑ *(range of motion)* ระยะเคลื่อนของเครื่องจักร; **there's a lot of ~ on the handbrake** มีการเลื่อนมากในเบรกมือ

❷ *v.i., (Brit.)* **-ll-;** Ⓐ *(make a journey)* เดินทาง; **~ a lot** เดินทางมาก; Ⓑ *(coll.: withstand long journey)* **~ [well]** *(สินค้า)* ทนต่อการเดินทาง; **~ badly** *(สินค้า)* ไม่เหมาะสำหรับการเดินทาง; Ⓒ *(work as ~ling sales representative)* มีอาชีพเป็นเซลส์แมน *(ท.ศ.)*/ผู้แทนจำหน่าย; **~ in stationery** เป็นผู้แทนขายเครื่องเขียน; Ⓓ *(move)* *(สายตา)* ผ่านไป; *(แสง, เสียง)* เดินทาง; Ⓔ *(coll.: move briskly)* ไปเร็ว; **that car can really ~:** รถคันนั้นแล่นเร็วจริง ๆ; **we were really ~ling** พวกเราเล่นเร็วจริง ๆ

❸ *v.t., (Brit.)* **-ll-** ทัศนาจร, เดินทาง; **we had ~led 10 miles** เราได้เดินทางไป 10 ไมล์

~ 'about, ~ a'round ❶ *v.i.* เดินทางไปทั่ว ❷ *v.t.* **~ around the country** เดินทางไปทั่วประเทศ

travel: ~ agency *n.* สำนักงาน *หรือ* บริษัทท่องเที่ยว; **~ agent** *n.* ➤ 489 ตัวแทนสำนักงานท่องเที่ยว; **the ~ agent made a mistake** สำนักงานท่องเที่ยวได้ทำข้อผิดพลาด

travelator /'trævəleɪtə(r)/'แทรฺเวอะเลเทอะ(รฺ)/ *n.* ทางเดินที่เลื่อนได้

travel: ~ brochure *n.* เอกสารแนะนำสถานที่ท่องเที่ยว; **~ bureau** *n.* สำนักงานท่องเที่ยว; **~ card** *n.* ตั๋วเดินทาง; **weekly/monthly/one-day** ตั๋วเดินทางได้ในหนึ่งสัปดาห์/หนึ่งเดือน/หนึ่งวัน

traveled, traveler, traveling *(Amer.)* ➡ **travell-**

travel insurance *n.* ประกันภัยการเดินทาง

travelled /'trævld/'แทรฺว'ลดฺ/ *adj. (Brit.)* **be much ~** มีประสบการณ์ในการเดินทางมาก; **be well ~** ได้เดินทางมามากมาย

traveller /'trævlə(r)/'แทรฺวเลอะ(รฺ)/ *n.* *(Brit.)* Ⓐ ผู้เดินทาง; **be a poor ~:** เป็นคนเดินทางไม่เก่ง; Ⓑ *(sales representative)* เซลส์แมน, ผู้แทนจำหน่าย; Ⓒ *in pl. (gypsies etc.)* พวกยิปซี, พวกที่เดินทางเร่ร่อน

traveller: ~'s cheque *n.* ➤ 572 เช็คเดินทาง; **~'s tale** *n.* เรื่องราวมหัศจรรย์; **they're just ~'s tales** มันเป็นเพียงเรื่องเล่ามหัศจรรย์

travelling /'trævlɪŋ/'แทรฺวลิง/ *adj. (Brit.)* *(ละครสัตว์, นิทรรศการ)* ที่เดินทาง

travelling: ~ bag *n.* กระเป๋าเดินทาง; **~ clock** *n.* นาฬิกาเล็ก ๆ ใช้เดินทาง; **~ 'crane** *n.* ปั้นจั่นที่สามารถเลื่อนบนรางได้; **~ expenses** *n. pl.* เบี้ยเลี้ยงในการเดินทาง; **~ 'fellowship** *n.* *(Univ.)* ทุนทัศนศึกษา; **~ rug** *n.* ผ้าห่มที่ใช้เวลาเดินทาง; **~ 'salesman** *n.* ➤ 489 เซลส์แมน/ผู้แทนจำหน่ายต่างจังหวัด; **~ 'wave** *n.* *(Phys.)* คลื่นเดินทาง

travelogue *(Amer.:* **travelog***)* /'trævəlɒg/'แทรฺเวอะลอกฺ/ *n.* *ภาพยนตร์หรือการบรรยายประกอบภาพเกี่ยวกับการเดินทางท่องเที่ยว*

travel: ~-sick *adj.* เมาเวลาเดินทาง; **~ sickness** *n., no pl.* อาการเมาเมื่อเดินทาง; **~-sickness pill** *n.* ยาแก้เมาในเวลาเดินทาง

traverse /trə'vɜ:s/แทรฺ'เวิซ/ ❶ *v.t.* Ⓐ เดินทางข้าม *(ภูเขา)*; เดินข้าม *(ลานกว้าง)*; Ⓑ *(คลอง)* ไหลผ่าน *(ที่)*; Ⓒ *(Mountaineering)* ปีนเขาในแนวขวาง ❷ *n.* *(Mountaineering)* การปีนเขาในแนวขวาง

travesty /'trævɪstɪ/'แทรฺวิซติ/ ❶ *n.* Ⓐ *(parody)* การล้อเลียน, การเสแสร้งที่น่าอับอาย; **be a ~ [of justice]** เป็นการเสแสร้ง [ความยุติธรรม] ที่ทุเรศ; Ⓑ *(Lit.: burlesque)* ภาพล้อเลียน ❷ *v.t.* เลียนแบบเพื่อสร้างความครื้นเครง

Travolator ® /'trævəleɪtə(r)/แทรฺเวอะเลเทอะ(รฺ)/ ➡ **travelator**

trawl /trɔ:l/ทรฺอล/ ❶ *v.i.* ใช้อวนจับปลา ❷ *n.* Ⓐ การใช้อวนจับปลา; Ⓑ **~[-net]** อวนลากจับปลา; **~[-line]** *(Amer.)* เชือกตกปลาในทะเลชนิดยาวมีสายสั้น ๆ อยู่ด้วย

trawler /'trɔ:lə(r)/'ทรฺอเลอะ(รฺ)/ *n. (vessel)* เรืออวนลาก

trawlerman /'trɔ:ləmən/'ทรฺอเลอะเมิน/ *n.* ➤ 489 คนลากอวนจับปลา

tray /treɪ/เทรฺ/ *n.* Ⓐ ถาด; **baking ~:** ถาดปิ้งขนมเค้ก; Ⓑ *(for correspondence)* ถาดเอกสาร

'tray cloth *n.* ผ้ารองถาด

trayful /'treɪfʊl/'เทรฺฟุล/ *n.* ปริมาณเต็มถาด

treacherous /'tretʃərəs/'เทร็ฉเฉอะเริซ/ *adj.* Ⓐ *(คน)* ทรยศ, หักหลัง; Ⓑ *(deceptive)* หลอกลวง; **the ice looks pretty ~:** น้ำแข็งดูค่อนข้างลวงตา

treacherously /'tretʃərəslɪ/'เทร็ฉเฉอะเริซลิ/ *adv.* อย่างทรยศ, อย่างหักหลัง

treachery /'tretʃərɪ/'เทร็ฉเฉอะริ/ *n.* การทรยศ, การหักหลัง; **act of ~:** การกระทำที่ทรยศ/หักหลัง

treacle /'tri:kl/'ทรีค'ล/ *n. (Brit.)* Ⓐ *(golden syrup)* น้ำเชื่อมเข้มข้น; Ⓑ ➡ **molasses**

treacle 'pudding *n.* พุดดิ้งน้ำเชื่อม

treacly /'tri:klɪ/'ทรีคลิ/ *adj.* เหมือนน้ำเชื่อม; *(fig.)* หวานแสบไส้

tread /tred/เทร็ด/ ❶ *n.* Ⓐ *(of tyre)* ดอกยางรถ; *(of shoe, boot etc.)* พื้นรองเท้า; **2 millimetres of tread on a tyre** ดอกยางรถหนา 2 มิลลิเมตร; Ⓑ *(manner of walking)* ลักษณะการเดิน; *(sound of walking)* เสียงเดิน; **walk with a springy/catlike ~:** เดินมีลักษณะกระโดด/คล้ายแมว; **the ~ of feet** เสียงเดิน; Ⓒ *(of staircase)* พื้นผิวขั้นบันได

❷ *v.i.,* **trod** /trɒd/ทรอด/, **trodden** /'trɒdn/'ทรอด'น/ *or* **trod** ก้าวเดิน, เหยียบย่ำ, ย่างเท้า **(in/on** เข้าไป/ใน/บน); *(walk)* เดิน; **~ carefully** *or* **lightly** *(fig.)* ดำเนินไปอย่างระมัดระวัง; **~ on sb.'s toes** *(lit.)* เดินเหยียบเท้า *ค.น.*; กวน *ค.น.*; **~ on the heels of sb./sth.** *(fig.)* ติดตาม *ค.น./ส.น.* อย่างใกล้ชิด; **~ dirt into the carpet /all over the house** ย่ำฝุ่นเข้าไปในพรม/เลอะไปทั่วบ้าน; ➡ + **foot** 1 A

❸ *v.t.,* **trod, trodden** *or* **trod** Ⓐ *(walk on)* เดินไปบน; เหยียบย่ำ *(องุ่นเพื่อทำเหล้า)*; *(fig.)* ดำเนินการไป; **~ the stage** *or* **boards** *(Theatre)* เป็นนักแสดง, ปรากฏตัวบนเวที; **be trodden underfoot** ถูกเหยียบย่ำ; **~ water** *(Swimming)* พยุงตัวอยู่กับที่; Ⓑ *(make by walking or ~ing)* ย่ำ, ขยี้

~ 'down *v.t. (crush, destroy)* บดขยี้, ทำลาย

~ 'in *v.t.* เหยียบย่ำเข้าไป

~ 'out *v.t.* ใช้เท้าขยี้ *(ไฟให้ดับ)*; ย่ำ *(องุ่น)*

treadle /'tredl/'เทร็ด'ล/ *n.* ที่เหยียบให้เครื่องยนต์ทำงาน (จักรเย็บผ้า)

'treadmill /'tredmɪl/'เทร็ดมิล/ *n. (lit.)* เครื่องสีหรือโม่ที่หมุนด้วยการเหยียบ; *(fig.)* งานประจำที่น่าเบื่อหน่าย

treason /'tri:zn/'ทรีซ'น/ *n.* Ⓐ **[high] ~:** การกบฏ, การทรราช, การทรยศต่อชาติ; Ⓑ *(disloyalty)* ความไม่จงรักภักดี

treasonable /'tri:zənəbl/'ทรีเซอะเนอะบ'ล/, **treasonous** /'tri:zənəs/'ทรีเซอะเนิซ/ *adjs.* ที่เป็นการกบฏ, ที่ทรยศต่อชาติ; **a ~ offence** การกระทำความผิดที่เป็นการกบฏ

treasure /'treʒə(r)/'เทร็ฌเฌอะ(รฺ)/ ❶ *n.* Ⓐ ทรัพย์สมบัติ, ของล้ำค่า *(ในด้านความหายาก, ฝีมือ ฯลฯ)*; **art ~s** สมบัติล้ำค่าทางศิลปะ; Ⓑ *no pl., no indef. art. (riches)* ทรัพย์สมบัติ; **buried ~:** ทรัพย์สมบัติที่ถูกฝังเอาไว้; Ⓒ *(coll.: valued person)* คนที่มีคุณค่า ❷ *v.t.* รักษาไว้เป็นสิ่งมีค่า; **I'll always ~ this moment/the memory of that day** ฉันจะเก็บความทรงจำของเวลานี้ไว้/ความทรงจำของวันนั้นตลอดไป

~ 'up *v.t.* เก็บไว้เป็นสิ่งที่ทรงคุณค่า

treasure: ~ house *n.* กระทรวงการคลัง; *(fig.)* ขุมทรัพย์, คลังมหาสมบัติ; **~ hunt** *n.* การออกหาสมบัติ; การเล่นหาของที่ซ่อนไว้

treasurer /ˈtreʒərə(r)/ˈเทร็ฌเฌอะเรอะ(ร)/ *n.* Ⓐ *(of club, society, party)* เหรัญญิก; *(of company)* สมุหบัญชี; Ⓑ *(local government official)* เจ้าหน้าที่คลังจังหวัด

treasure trove /ˈtreʒə trəʊv/ˈเทร็ฌเฌอะ โทรฺว/ *n.* ทรัพย์สมบัติที่ถูกค้นพบและไม่มีเจ้าของ; *(fig.: valuable source)* แหล่งที่มีคุณค่า

treasury /treʒərɪ/เทร็ฌเฌอะริ/ *n.* Ⓐ *(place where treasure is stored)* สถานที่เก็บรักษาทรัพย์สมบัติ; Ⓑ *(fig.) (as book title)* หนังสือรวมเล่ม *(กลอน, สิ่งดีเด่นในสาขาใด ๆ)*; Ⓒ *(place where public revenues are kept)* คลัง; Ⓓ *(government department)* **the T~:** กระทรวงการคลัง; **the First Lord of the T~** *(Brit.)* รัฐมนตรีว่าการกระทรวงการคลังคนที่ 1

treasury: T~ bench *n. (Brit. Part.)* ที่นั่งของคณะรัฐมนตรีสภาสามัญของอังกฤษ; **~ bill** *n. (Finance)* พันธบัตรรัฐบาล; **~ tag** *n.* ลวดมัดเอกสารสำคัญ

treat /tri:t/ทรีท/ ❶ *n.* Ⓐ สิ่งพิเศษที่ให้ความสุขมาก; *(sth. to eat)* อาหารโปรดที่ไม่ได้รับประทานบ่อย; **what a ~ [it is] to do/not to have to do that** ที่ได้ทำ/ไม่ต้องทำสิ่งนั้นทำให้มีความสุขมาก; **it was a real ~ to have an entire afternoon at home on my own** ช่างดีจริงที่ได้อยู่บ้านคนเดียวตลอดบ่าย; **give sb. a ~:** ทำอะไรพิเศษให้ *ค.น.*; **have a ~ in store for sb.** เตรียมสิ่งพิเศษไว้ให้ *ค.น.* ซึ่งจะทำให้พอใจมาก; **there was a ~ in store for them** มีสิ่งพิเศษและดีไว้ให้พวกเขา; **go down a ~** *(coll.) (อาหาร, เครื่องดื่ม)* รสอร่อยมาก; **work a ~** *(coll.) (เครื่องยนต์)* ทำงานดีมาก; *(แผน)* ประสบความสำเร็จมาก; Ⓑ *(entertainment)* ความบันเทิงบนเส้นที่สอง; **lay on a special ~ for sb.** จัดความบันเทิงพิเศษสำหรับ *ค.น.*; **as a Christmas ~ I shall take my sister to the theatre** ฉันจะพาพี่/น้องสาวของฉันไปดูละครเพื่อเป็นสิ่งพิเศษสำหรับเทศกาลคริสต์มาส; Ⓒ *(act of ~ing)* การเลี้ยง *(อาหาร, การไปเที่ยว)*; **it's my ~:** ฉันเลี้ยงเอง; **stand ~ for sb.** ออกค่าอาหารเลี้ยง *ค.น.*

❷ *v.t.* Ⓐ *(act towards)* กระทำ, ปฏิบัติต่อ; **~ sth. as a joke** ถือ *ส.น.* เป็นเรื่องตลก; **~ sth. with contempt** ปฏิบัติต่อ *ส.น.* ด้วยความดูถูกเหยียดหยาม; Ⓑ ➤ 453 *(Med.)* รักษาโรค; **~ sb. for sth.** รักษา *ค.น.* สำหรับ *ส.น.*; Ⓒ *(apply process to)* ใช้กระบวนการกับ *(หนัง, กระดาษ)*; Ⓓ *(handle in literature etc.)* กล่าวถึง *(เรื่องใดเรื่องหนึ่งเฉพาะ)*; **~ sth. fully** กล่าวถึง *ส.น.* อย่างครอบคลุม; Ⓔ *(provide with at own expense)* เลี้ยง *(อาหาร, เครื่องดื่ม ฯลฯ)*; **~ sb. to sth.** เลี้ยง *ส.น.* แก่ *ค.น.*; **~ oneself to a holiday/a new hat** ซื้อทัวร์ไปเที่ยว/หมวกใบใหม่ให้กับตนเอง

❸ *v.i.* **~ with sb. [for sth.]** เจรจาตกลงกับ *ค.น.* [เพื่อ *ส.น.*]

treatise /ˈtri:tɪs, ˈtri:tɪz/ˈทรีทิซ, ˈทรีทิซฺ/ *n.* งานเขียนเกี่ยวกับเรื่องใดเรื่องหนึ่งอย่างเป็นทางการ, ตำราเรียบเรียง

treatment /ˈtri:tmənt/ˈทรีทเมินทฺ/ *n.* Ⓐ การกระทำ, การปฏิบัติ; **receive rough ~ from sb.** ได้รับการปฏิบัติอย่างรุนแรงจาก *ค.น.*; **his ~ of the staff/you** การปฏิบัติของเขาต่อบุคลากร/คุณ; **her ~ at the hands of her uncle** การปฏิบัติที่ลุงกระทำต่อเธอ; **give sb. the [full] ~** *(coll.) (treat cruelly/harshly)* ปฏิบัติต่อ *ค.น.* อย่างโหดร้าย/หยาบคาย; *(entertain on a lavish scale)* เลี้ยงรับรอง *ค.น.* อย่างไม่อั้น; Ⓑ ➤ 453 *(Med.)* การรักษา; **be having ~ for sth.** กำลังได้รับการรักษาสำหรับ *ส.น.*; **need immediate medical ~:** ต้องการการรักษาพยาบาลโดยด่วน; Ⓒ *(processing)* การดำเนินกระบวนการ; *(of sewage)* การบำบัดน้ำเสีย

treaty /ˈtri:tɪ/ˈทรีทิ/ *n.* Ⓐ สนธิสัญญา; **make** *or* **sign a ~:** ลงนามสนธิสัญญา; **the T~ of Rome** สนธิสัญญาโรม; **the T~ of Versailles** สนธิสัญญาแวร์ซายส์; Ⓑ ➡ **private treaty**

treble /ˈtrebl/ˈเทร็บ'ล/ ❶ *adj.* Ⓐ สามเท่า, สามชั้น, สามครั้ง; **~ row** สามแถว; **~ the amount compared to ...:** จำนวนสามเท่าเมื่อเปรียบเทียบกับ...; **sell sth. for ~ the price** ขาย *ส.น.* ในราคาสามเท่า; Ⓑ *(Brit. Mus.)* **~ voice** เสียงสูง

❷ *n.* Ⓐ *(Brit. Mus.)* **he is a ~/is singing the ~:** เขาเป็นนักร้องเสียงสูง/กำลังร้องเสียงโซปราโน; Ⓑ *(~ quantity etc.)* ปริมาณ ฯลฯ สามเท่า; Ⓒ *(Darts)* การปาลูกดอกเข้าตรงช่องที่ได้คะแนน 3 เท่า; Ⓓ *(Racing)* การพนันแข่งม้าที่รางวัลจากครั้งแรกโอนไปที่ครั้งสองและสามถ้าชนะ

❸ *v.t.* เพิ่มเป็นสามเท่า; **be ~d** *(ค่าของหุ้น)* เพิ่มขึ้นเป็นสามเท่า

❹ *v.i.* กลายเป็นสามเท่า

treble: ~ ˈchance *n. การเล่นพนันผลการแข่งขันฟุตบอล ซึ่งต้องทายจำนวนเสมอหรือชนะที่สนามตนเองและที่สนามคู่แข่ง*; **~ clef** *n. (Mus.)* กุญแจสูง, กุญแจทรีเบิล; **~ reˈcorder** *n. (Mus.)* ขลุ่ยเรคคอร์ดเดอร์ขนาดใหญ่มีเสียงต่ำ

trebly /ˈtreblɪ/ˈเทร็บบลิ/ *adv.* เป็นสามเท่า; **be ~ fortunate** โชคดีเป็นสามเท่า

tree /tri:/ทรี/ *n.* ต้นไม้; **not grow on ~s** *(fig.)* ไม่มีมากมาย; ➡ + **Christmas tree; family tree; shoe tree; ˈtop 1 A**

tree: ~creeper *n. (Ornith.)* นกตัวเล็กในวงศ์ Certhiidae กินแมลงบนเปลือกไม้; **~ fern** *n. (Bot.)* เฟิร์นสูงมีลำต้นใหญ่โดยเฉพาะในวงศ์ Cyatheaceae; **~ frog** *n.* กบชนิดต่าง ๆ ที่อาศัยอยู่บนต้นไม้; **~ house** *n.* บ้านเด็กเล่นบนต้นไม้

treeless /ˈtri:lɪs/ˈทรีลิซ/ *adj.* ไม่มีต้นไม้

tree: ~line ➡ **timberline**; **~-lined** *adj.* มีต้นไม้เป็นแถว; **~ ring** *n. (Bot.)* วงบนต้นไม้; **~shaded** *adj.* ที่ได้รับร่มเงาไม้; **~ surgeon** *n.* นักศัลยกรรมต้นไม้; **~ surgery** *n.* ศัลยกรรมต้นไม้; **~top** *n.* ยอดต้นไม้; **~ trunk** *n.* ลำต้นของต้นไม้

trefoil /ˈtrefɔɪl, ˈtri:fɔɪl/ˈเทร็ฟฟอยล, ˈทรีฟอยล/ *n.* Ⓐ *(clover)* ดอกไม้ในสกุล *Trifolium* มีใบสามแฉกและดอกหลายสี; *(plant with similar leaves)* ต้นไม้ที่มีใบสามแฉก; Ⓑ *(Archit.)* สิ่งตกแต่งลักษณะสามแฉก *(เป็นขอบหน้าต่าง)*

trek /trek/เทร็ค/ ❶ *v.i.*, **-kk-** Ⓐ เดินทางอย่างยากลำบาก (**across** ข้าม); Ⓑ *(travel by ox-wagon)* เดินทางโดยเกวียน ❷ *n.* Ⓐ การเดินทางด้วยความยากลำบาก; Ⓑ *(journey by ox-wagon, organized migration)* การอพยพหมู่โดยเกวียนวัวลาก

trellis /ˈtrelɪs/ˈเทร็ลลิซ/ *n.* ไม้ระแนง, เหล็กดัด; *(for plant)* ไม้ระแนง; **~-work** ระแนงไม้หรือ เหล็กดัด

tremble /ˈtrembl/ˈเทร็มบ'ล/ ❶ *v.i.* สั่นสะท้าน *(จากความกลัว, ความตื่นเต้น, ความอ่อนแอ ฯลฯ)* (**with** จาก/ด้วย); **~ for sb./sth.** *(fig.)* กลัวแทน *ค.น.*/กลัวด้วย *ส.น.*; **I ~ to think what .../at the thought** *(fig.)* ฉันกลัวมากเมื่อคิดว่า.../เมื่อคิดถึง ❷ *n.* ความสั่นสะท้าน; **be all of a ~** *(coll.)* สั่นสะท้านไปหมด; **there was a ~ in her voice** เสียงของเธอสั่นเครือ

trembling /ˈtremblɪŋ/ˈเทร็มบลิง/ ❶ *adj.* ที่สั่นสะท้าน ❷ *n.* การสั่นสะท้าน

tremendous /trɪˈmendəs/ทริˈเม็นเดิซ/ *adj.* Ⓐ *(immense)* ใหญ่มาก, มหึมา; Ⓑ *(coll.: wonderful)* ดีเยี่ยม, วิเศษ

tremendously /trɪˈmendəslɪ/ทริˈเม็นเดิซลิ/ *adv.* อย่างใหญ่มาก, อย่างมหึมา, อย่างดีเยี่ยม, อย่างวิเศษ

tremolo /ˈtreməlәʊ/ˈเทร็มเมอะโล/ *n. pl.* **~s** *(Mus.)* Ⓐ เสียงสั่น *(ของเครื่องสาย, เสียงร้อง)*; Ⓑ *(in organ)* **~ [stop]** ปุ่มในออร์แกนที่ทำให้เกิดเสียงสั่น

tremor /ˈtremə(r)/ˈเทร็มเมอะ(ร)/ *n.* Ⓐ อาการสั่น; **feel a ~ of delight/fear** รู้สึกสั่นด้วยความปีติ/ความกลัว; **there was a ~ of anger in her voice** เสียงเธอสั่นด้วยความโกรธ; **without a ~:** ปราศจากอาการสั่นสะเทือนใด ๆ; Ⓑ **[earth] ~** *(Geol.)* แผ่นดินไหวเล็กน้อย

tremulous /ˈtremjʊləs/ˈเทร็มมิวเลิซ/ *adj.* Ⓐ *(trembling)* สั่นสะเทือน; **be ~:** สั่นสะเทือน; Ⓑ *(timid)* ตกใจกลัวง่าย, ขี้อาย

tremulously /ˈtremjʊləslɪ/ˈเทร็มมิวเลิซลิ/ *adv.* Ⓐ อย่างสั่นสะเทือน; Ⓑ *(timidly)* อย่างที่ตกใจง่าย, อย่างขี้อาย

trench /trentʃ/เทร็นฉฺ/ ❶ *n.* ร่องลึก; *(Geog.)* ร่องลึกในทะเล; *(Mil.)* สนามเพลาะ ❷ *v.t. (dig ditch in)* ขุดร่องลึก, คูหรือสนามเพลาะ

trenchant /ˈtrentʃənt/ˈเทร็นเฉินทฺ/ *adj.* *(คำวิจารณ์, ข้อโต้แย้ง ฯลฯ)* รุนแรงและตรงประเด็น; *(รูปแบบ)* ที่กระชับและเรียบง่าย

trenchantly /ˈtrentʃəntlɪ/ˈเทร็นเฉินทฺลิ/ *adv.* *(คำวิจารณ์, ข้อโต้แย้ง ฯลฯ)* ที่รุนแรงและตรงประเด็น

ˈtrench coat *n. (Mil.)* เสื้อโค้ตทหาร; *(coat in this style)* เสื้อโค้ตทรงทหาร

trencherman /ˈtrentʃəmən/ˈเทร็นเฉอะเมิน/ *n.* คนที่รับประทานมาก, คนกินจุ

trench: ~ mortar *n. (Mil.)* ปืนครกน้ำหนักเบาแบบหนึ่ง; **~ ˈwarfare** *n.* สงครามสนามเพลาะ

trend /trend/เทร็นดฺ/ ❶ *n.* Ⓐ แนวโน้ม; **population ~s** แนวโน้มของประชากร; **upward ~:** แนวโน้มสูงขึ้น; Ⓑ *(fashion)* สมัยนิยม; **set the ~:** เป็นผู้นำแฟชั่นสมัยนิยม; Ⓒ *(line of direction)* แนวโน้ม ❷ *v.i.* Ⓐ *(take a course)* มีแนวโน้ม; Ⓑ *(fig.: move)* โน้มไปทาง; **~ upward** มีแนวโน้มสูงขึ้น

trendily /ˈtrendɪlɪ/ˈเทร็นดิลิ/ *adv. (Brit coll.)* อย่างทันสมัยมาก

trendiness /ˈtrendɪnɪs/ˈเทร็นดินิซ/ *n., no pl. (Brit. coll.)* ความเป็นสมัยนิยมล่าสุด

ˈtrendsetter *n.* ผู้นำแฟชั่น

trendy /ˈtrendɪ/ˈเทร็นดิ/ *(Brit. coll.)* ❶ *adj.* ทันสมัยมาก ❷ *n.* คนที่ทันสมัยมาก

trepan /trɪˈpæn/ทริˈแพน/ ❶ *n.* เครื่องเจาะกะโหลกศีรษะ ❷ *v.t.* เจาะกะโหลกศีรษะ

trepidation /trepɪˈdeɪʃn/เทรพิˈเดช'น/ *n.* ความรู้สึกหวาดกลัว, ความกังวล; **with some ~, not without ~:** ด้วยความหวาดกลัวพอสมควร; **wait in ~:** รอด้วยความหวาดกลัว; **a look of ~:** ท่าทางตกใจ

trespass /ˈtrespəs/ˈเทร็ซเพิซ/ ❶ *v.i.* Ⓐ **~ on** บุกรุก, ล่วงล้ำ; **'no ~ing'** 'ห้ามบุกรุก'; **~ on sb.'s preserve** *(fig.)* เข้าไปยุ่งกับเรื่องราวของคนอื่น; **~ on sb.'s time/privacy** *(fig.)*

รบกวนเวลา/ความเป็นส่วนตัวของ *ค.น.;* Ⓑ *(literary/arch.: offend)* กระทำผิด (against ต่อ); as we forgive those who ~ against us *(Relig.)* ตามที่พวกเราให้อภัยแก่คนที่กระทำบาปต่อพวกเรา ❷ *n.* Ⓐ forgive us our ~es *(Relig.)* โปรดให้อภัยบาปของพวกเรา; Ⓑ *(Law) (on land)* การบุกรุก, การล่วงล้ำเข้าไปใน *(ที่ดิน)*; *(on a person)* การละเมิด, การล่วงเกินส่วนบุคคล; *(on goods)* การละเมิดทรัพย์สิน

trespasser /ˈtrespəsə(r)/ˈเทร็ชเพอะเซอะ(ร)/ *n.* ผู้บุกรุก, ผู้ล่วงล้ำ; '~s will be prosecuted' 'ผู้บุกรุกจะถูกดำเนินคดี'; ~ on sb.'s land ผู้บุกรุกที่ดิน *ค.น.*

tress /tres/เทร็ซ/ *n. (literary/arch.)* ปอยผม; *(curly)* ผมเป็นลอนยาว; she combed her ~es เธอหวีผมเป็นลอนยาวของเธอ

trestle /ˈtresl/ˈเทร็ซ'ล/ *n.* Ⓐ ขาหยั่งสำหรับหนุนบางสิ่ง; Ⓑ ~[table] โต๊ะที่ประกอบด้วยขาหยั่งและแผ่นบน

trews /tru:z/ทรูซ/ *n. pl. (Brit.)* กางเกงขาแคบจากผ้าลายสกอต

triad /ˈtraɪæd/ˈทรายแอด/ *n.* Ⓐ องค์การอาชญากรรมลับของคนจีน; Ⓑ *(Mus.)* กลุ่มโน้ตสามตัว

trial /ˈtraɪəl/ˈทรายเอิล/ *n.* Ⓐ *(Law)* การตัดสินคดีความ; be on ~ [for murder] อยู่ในการตัดสินพิจารณาคดีความของศาล [ในข้อกล่าวหาฆาตกรรม]; go on ~ [for one's life] ไปรับการตัดสินพิจารณาคดีความ [โดยมีโทษประหารชีวิต]; bring sb. to ~, put sb. on ~: นำ *ค.น.* ขึ้นศาล (for); the case was brought to ~: คดีความถูกนำไปขึ้นศาล; Ⓑ *(testing)* การทดสอบ; subject sth. to further ~: นำ *ส.น.* ไปทดสอบในขั้นต่อไป; be given ~s ได้รับการทดสอบ; sea ~ *(Naut.)* การทดลองเดินเรือ; employ sb. on ~: จ้างงาน *ค.น.* เป็นการทดสอบ; be on ~: อยู่ในระหว่างการทดสอบ; give sb. a ~: ให้ *ค.น.* ทดสอบงาน; give sth. a ~: ทำการทดสอบ *ส.น.;* [by] ~ and error [โดย] ความพยายามซ้ำแล้วซ้ำเล่าจนประสบผลสำเร็จ; ~ of strength การทดสอบความแข็งแรง; Ⓒ *(trouble)* ปัญหา, ความยุ่งยาก; find sth. a ~: พบว่า *ส.น.* เป็นปัญหา; be a ~ to sb. เป็นปัญหาสำหรับ *ค.น.;* that child is a real ~: เด็กคนนั้นเป็นปัญหาจริง ๆ; Ⓓ *(Sport) (competition)* การแข่งขันกีฬา; *(for selection)* แข่งขันเพื่อคัดเลือกเข้าทีม; ➡ + jury A; tribulation A

trial: ~ **'balance** *n. (Bookk.) (บัญชี)* งบดุลทดลอง; ~ **match** ➡ trial D; ~ **pack** *n.* ชุดทดลอง; ~ **'run** *n.* Ⓐ *(of car)* การขับทดสอบ; *(of machine)* การทดสอบเครื่องยนต์; Ⓑ *(fig.)* ทดลองใช้/ปฏิบัติ; have a ~ run of sth., give sth. a ~ run ทดลองใช้/ปฏิบัติ *ส.น.*

triangle /ˈtraɪæŋgl/ˈทรายแองก'ล/ *n.* Ⓐ รูปสามเหลี่ยม; ➡ + eternal A; Ⓑ *(Mus.)* เครื่องดนตรีเหล็กดัดรูปสามเหลี่ยม *(ใช้เคาะ/ตี)*

triangular /traɪˈæŋgjʊlə(r)/ไทรˈแองกิวเลอะ(ร)/ *adj.* Ⓐ เป็นรูปสามเหลี่ยม; Ⓑ *(between three persons etc.) (การแข่งขัน, สนธิสัญญา ฯลฯ)* ระหว่างสามคน/ไตรภาคี

triangulate /traɪˈæŋgjʊleɪt/ไทรˈแองกิวเลท/ *v.t. (Surv.)* แบ่ง *(พื้นที่)* ออกเป็นรูปสามเหลี่ยมเพื่อการสำรวจ

triangulation /traɪæŋgjʊˈleɪʃn/ไทรแองกิวˈเลช'น/ *n. (Surv.)* การแบ่ง *(พื้นที่)* ออกเป็นรูปสามเหลี่ยมเพื่อการสำรวจ

Triassic /traɪˈæsɪk/ไทรˈแอซิค/ *(Geol.) adj.* ยุคไทรแอสซิก, *เกี่ยวกับสมัยแรกสุดของมหายุคมีโซโซอิก มีหลักฐานของสัตว์เลื้อยคลานมากมาย (รวมทั้งไดโนเสาร์ในยุคแรกสุด) และการกำเนิดของสัตว์เลี้ยงลูกด้วยนม*

triathlon /traɪˈæθlɒn/ไทรˈแอธลอน/ *n.* การแข่งขันไตรกีฬา *(วิ่งระยะไกล, ว่ายน้ำ, ขี่จักรยาน)*

tribal /ˈtraɪbl/ˈทรายบ'ล/ *adj.* เกี่ยวกับเผ่า

tribalism /ˈtraɪbəlɪzm/ˈไทรเบอะลิซ'ม/ *n.* การจัดเป็นเผ่า

tribalistic /traɪbəˈlɪstɪk/ไทรเบอะˈลิซติค/ *adj.* เกี่ยวกับการจัดเป็นเผ่า

tribe /traɪb/ทรายบ/ *n.* Ⓐ เผ่าชน; Ⓑ *(derog.)* เผ่ากลุ่มคน *(อาชีพ, ครอบครัวหนึ่ง);* Ⓒ *(Biol.)* จำพวก *(ของสิ่งมีชีวิต);* Ⓓ *in pl. (joc.: large numbers)* เป็นโขยง; whole ~s of children เด็กเป็นโขยง

tribesman /ˈtraɪbzmən/ˈทรายบซฺเมิน/ *n., pl.* **tribesmen** /ˈtraɪbzmən/ˈทรายบซฺเมิน/ สมาชิกของเผ่า, คนในเผ่า

tribulation /trɪbjʊˈleɪʃn/ทริบิวˈเลช'น/ *n.* Ⓐ *(great affliction)* ความทุกข์ยากอย่างยิ่ง; bring sb. ~: นำความทุกข์ยากอย่างยิ่งมาสู่ *ค.น.;* trials and ~s ความลำบากและปัญหาความยุ่งยาก; Ⓑ *(cause of trouble etc.)* be a ~ to sb. สร้างปัญหาความยุ่งยากให้ *ค.น.*

tribunal /traɪˈbju:nl/ไทรˈบิวน'ล/ *n.* Ⓐ คณะกรรมการพิจารณาคดีในบางเรื่อง; *(court of justice)* ศาลยุติธรรม; ➡ + rent tribunal; Ⓑ *(fig.)* อำนาจในการพิจารณา

[1]**tribune** /ˈtrɪbju:n/ˈทริบฺบิวน/ *n. (platform)* เวทีกล่าวแสดงสุนทรพจน์

[2]**tribune** *n. (Hist.)* ~ [of the people] *เจ้าหน้าที่ในโรมันโบราณที่ประชาชนเลือกเพื่อปกป้องผลประโยชน์ของพวกเขา*

tributary /ˈtrɪbjʊtərɪ/ˈทริบบิวเทอะริ/ ❶ *adj.* Ⓐ *(paying tribute) (รัฐ)* ที่จ่ายบรรณาการ; Ⓑ ~ river *(of larger river)* แคว, แม่น้ำที่เป็นสาขา; *(of lake, stream, etc.)* ที่เป็นลำธาร ❷ *n.* Ⓐ *(river) (flowing into larger river)* แม่น้ำที่ไหลลงสู่แม่น้ำใหญ่; *(flowing into lake, stream etc.)* แม่น้ำที่ไหลลงสู่ทะเลสาบ, ลำธาร ฯลฯ; Ⓑ *(State)* รัฐที่จ่ายบรรณาการ

tribute /ˈtrɪbju:t/ˈทริบบิวท/ *n.* Ⓐ *(regard)* การแสดงความเคารพ (to แก่/ต่อ); pay ~ to sb./sth. แสดงความเคารพแก่ *ค.น./ส.น.;* in silent ~: ในการเคารพสงบนิ่ง; floral ~s ดอกไม้แสดงความเคารพ; *(to deceased person)* พวงหรีด; as a ~ to his work เป็นการยกย่องการงานของเขา; she is a ~ to her teacher/trainer *(ความสามารถของ)* เธอเป็นประดุจสิ่งเชิดชูครู/ผู้ฝึกของเธอ; Ⓑ *(payment)* การส่งเครื่องบรรณาการ *(ของรัฐเมืองขึ้น)*

trice /traɪs/ไทรซ/ *n.* in a ~: ในทันทีทันใด, ชั่วพริบตา

tricentenary /traɪsenˈti:nərɪ/ไทรเซ็นˈทีเนอะริ/ ➡ tercentenary

triceps /ˈtraɪseps/ˈไทรเซ็พซฺ/ *n. pl.* กล้ามเนื้อไตรเซปส์ *(ท.ศ.)*

trichinosis /trɪkɪˈnəʊsɪs/ทริคิˈโนซิซ/ *n. (Med.)* โรคที่เกิดจากพยาธิตัวจี๊ดในเนื้อ

trichloride /traɪˈklɔ:raɪd/ไทรˈคลอรายดฺ/ *n. (Chem.)* โมเลกุลที่ประกอบด้วยคลอไรด์สามอณู

trick /trɪk/ทริค/ ❶ *n.* Ⓐ เล่ห์เหลี่ยม, เล่ห์กล, กลอุบาย, กลเม็ด; I suspect some ~: ฉันสงสัยเล่ห์กลบางอย่าง; it was all a ~: ทั้งหมดเป็นเล่ห์กล; it was such a shabby ~ [to play on her] มันเป็นเล่ห์เหลี่ยมที่ต่ำทราม [ที่จะทำกับเธอ]; Ⓑ *(feat of skill etc.)* ความสามารถของทักษะ; try every ~ in the book พยายามทุกอย่างที่มีในตำราแล้ว; he never misses a ~ *(fig.)* เขาไม่เคยเสียเปรียบ; that should do the ~ *(coll.)* นั่นคงจะใช้การได้; know a ~ worth two of that รู้วิธีที่ดีกว่านั้นอีก; Ⓒ *(knack)* get *or* find the ~ [of doing sth.] พบวิธีการ [ที่จะทำ *ส.น.*]; Ⓓ how's ~s? *(coll.)* เป็นไง; Ⓔ *(mannerism)* กิริยาท่าทางแปลก ๆ; have a ~ of doing sth. มีกิริยาแปลก ๆ ของการทำ *ส.น.;* Ⓕ *(prank)* กลเม็ด, การเล่นตลก; play a ~ on sb. เล่นแกล้ง *ค.น.;* my hearing aid is playing ~s on me again เครื่องช่วยหูฟังของฉันกำลังเล่นตลกกับฉันอีกแล้ว; be up to one's [old] ~s again กำลังคืนสู่นิสัยไม่ดีอีกแล้ว; be up to sb.'s ~s รู้ทันเล่ห์กลของ *ค.น.;* ~ or treat *คำของเด็กในการออกเคาะประตูบ้านขอขนมในคืนวันฮาโลวีน ถ้าไม่ได้รับขนมก็จะกลั่นแกล้งเจ้าของบ้านนั้น;* Ⓖ *(illusion)* ~ of vision/lighting/the light ภาพแสงลวงตา; Ⓗ *(Cards)* รอบหนึ่งของการเล่นไพ่; take a ~: เล่นไพ่ชนะรอบหนึ่ง; Ⓘ *(prostitute's customer)* ลูกค้าของโสเภณี; ➡ + bag 1 A; trade 1 A
❷ *v.t.* หลอกลวงโดยใช้เล่ห์กล; ~ sb. into doing sth. หลอก *ค.น.* ให้ทำ *ส.น.;* ~ sb. out of/into sth. ใช้เล่ห์กลหลอก *ค.น.* ให้สูญเสีย *ส.น.*/ทำ *ส.น.*
❸ *adj.* ~ photograph ภาพที่ถ่ายโดยใช้เทคนิคพิเศษ; ~ photography การถ่ายภาพโดยใช้เทคนิคพิเศษ; ~ question คำถามลวง
~ **'out**, ~ **'up** *v.t.* ตกแต่งประดับประดา; ~ oneself out *or* up แต่งตัวเต็มที่เพื่อโอ้อวด (in ด้วย)

trick 'cyclist *n.* Ⓐ นักขี่จักรยานแสดงกล; Ⓑ *(joc.: psychiatrist)* จิตแพทย์

trickery /ˈtrɪkərɪ/ˈทริคเคอะริ/ *n.* การใช้เล่ห์เหลี่ยม/เล่ห์กล; piece of ~: การใช้เล่ห์กล

trickiness /ˈtrɪkɪnɪs/ˈทริคคินิซ/ *n., no pl.* ความมีเล่ห์เหลี่ยม

trickle /ˈtrɪkl/ˈทริค'ล/ ❶ *n.* การไหลเป็นหยด (of ของ); in a ~: ไหลเป็นหยด; a ~ of rain ran down the window หยดฝนไหลเป็นทางเล็ก ๆ ลงหน้าต่าง; there was a ~ of people leaving the room *(fig.)* มีผู้คนค่อย ๆ เดินออกจากห้องบ้าง; the ~ of people leaving the hall swelled to a flood *(fig.)* ผู้คนที่ทยอยออกจากห้องโถงค่อย ๆ เพิ่มจำนวนเป็นฝูงใหญ่; supplies of food have shrunk to a ~ *(fig.)* ปริมาณการส่งอาหารได้ลดน้อยลงมาก
❷ *v.i.* ไหลเป็นทางเล็ก ๆ; *(in drops)* ไหลเป็นหยด; *(fig.)* มา/ไปทีละเล็กทีละน้อย; ~ out ค่อย ๆ ไหลออกมา; ~ through *or* out *(ข่าวสาร)* ทยอยออกมาทีละเล็กละน้อย
❸ *v.t.* ปล่อยออกมาทีละเล็กละน้อย

'trickle charger *n. (Electr.)* ตัวประจุกระแสไฟฟ้าในถ่าน *(ซึ่งทำงานในอัตราที่ช้า)*

trickle: ~ **down theory** *n.* *ทฤษฎีทางเศรษฐศาสตร์ที่เชื่อว่า เงินในมือของผู้ที่ร่ำรวยจำนวนไม่กี่คนจะค่อย ๆ ทยอยลงไปถึงคนในระดับล่าง*

trick or treat *n.* การที่เด็ก ๆ ไปตามบ้านในวันฮาโลวีนเพื่อขอขนม

trickster /ˈtrɪkstə(r)/ˈทริคซฺเตอะ(ร)/ *n.* คนโกง, คนหลอกลวง

tricky /ˈtrɪkɪ/ˈทริคคิ/ *adj.* Ⓐ *(full of difficulties) (งาน ฯลฯ)* ที่ยากลำบาก; it is ~ doing sth. *ส.น.* ไม่ใช่เรื่องง่าย; Ⓑ *(crafty)* มีกลเม็ด

t

tricolour (*Brit.: Amer.:* **tricolor**) /ˈtrɪkələ(r), ˈtraɪkʌlə(r)/ˈทริคเคอะเลอะ(ร), ˈไทรฺ-/ *n.* ไตรรงค์

tricorne /ˈtraɪkɔːn/ˈไทรฺคอน/ *n., adj.* **~ [hat]** หมวกที่ปีกพับขึ้นสามด้าน

tricot /ˈtrɪkəʊ, ˈtriːkəʊ/ˈทริคโค, ˈทรีโค/ *n.* Ⓐ *(hand-knitted woollen fabric)* ผ้าขนสัตว์ถักด้วยมือ; Ⓑ *(plain-knitted cloth)* ผ้าเรียบถักด้วยมือ; Ⓒ *(ribbed woollen cloth)* ผ้าขนสัตว์มีลาย

tricycle /ˈtraɪsɪkl/ˈไทรฺซิค'ล/ ❶ *n.* จักรยานสามล้อ ❷ *v.i.* ขี่จักรยานสามล้อ

trident /ˈtraɪdənt/ˈไทรฺเดินทฺ/ *n.* อาวุธสามง่าม, ตรีศูรย์; *(held by Britannia etc.)* หอกสามง่าม

tried ➡ **try** 2, 3

triennial /traɪˈenɪəl/ไทรฺˈเอ็นเนียล/ *adj.* Ⓐ *(lasting three years)* อยู่นานสามปี; Ⓑ *(once every three years)* สามปีครั้ง

triennially /traɪˈenɪəlɪ/ไทรฺˈเอ็นเนียลิ/ *adv.* ทุก ๆ สามปี, อย่างสามปีครั้ง

trier /ˈtraɪə(r)/ˈทรายเออะ(ร)/ *n.* **he's a real ~:** เขาเป็นคนที่พยายามมุมานะอย่างแท้จริง; **but at least he's a ~:** แต่อย่างน้อยเขาก็อุตสาหะ

Trieste /trɪːˈest/ทรีˈเอ็ซทฺ/ *pr. n.* เมืองตรีเอสท์ *(ทางตะวันออกเฉียงเหนือของประเทศอิตาลี)*

trifle /ˈtraɪfl/ˈไทรฺฟ'ล/ ❶ *n.* Ⓐ *(Brit. Gastron.)* ขนมที่ทำด้วยผลไม้ ไวน์ เยลลี่ ครีมหรือคัสตาร์ด; Ⓑ *(thing of slight value)* สิ่งที่มีคุณค่าเล็กน้อย, ของเล็ก ๆ น้อย ๆ; **the merest ~:** เรื่องเล็กน้อยแท้ ๆ; **it's only a ~:** มันเป็นแค่เรื่องเล็กน้อยเท่านั้น; Ⓒ *(small amount of money)* เงินจำนวนขี้ปะติ๋ว; **it only costs a ~:** มันมีราคาเล็กน้อยเท่านั้น; Ⓓ **a ~ tired/angry** *etc.* เหนื่อย/โกรธ ฯลฯ นิดหน่อย ❷ *v.i.* ทำเล่น ๆ

~ aˈway *v.t.* สูญเสีย *(เงิน, เวลา, พลังงาน ฯลฯ)* อย่างไม่เสียดาย

~ with *v.i.* ทำเล่นกับ *(ความรู้สึกของ ค.น.)*; ปฏิบัติกับ *(ค.น.)* อย่างไม่เอาจริงเอาจัง; **he is not a person you can ~ with** เขาไม่ใช่คนที่คุณจะทำเล่นด้วยได้

trifling /ˈtraɪflɪŋ/ˈไทรฺฟลิ้ง/ *adj.* เล็กน้อย, ไม่สลักสำคัญ; **~ object/gifts** สิ่ง/ของขวัญเล็กน้อย

trifocal /traɪˈfəʊkl/ไทรฺˈโฟค'ล/ *(Optics)* ❶ *adj.* ที่มีสามโฟกัส ❷ *n. in pl.* แว่นตาที่มองเห็นได้สามระยะ

triforium /traɪˈfɔːrɪəm/ไทรฺˈฟอเรียม/ *n., pl.* **triforia** /traɪˈfɔːrɪə/ไทรฺˈฟอเรีย/ *(Archit.)* ระเบียงในระดับสูงในโบสถ์

trigger /ˈtrɪgə(r)/ˈทริกเกอะ(ร)/ ❶ *n.* Ⓐ *(of gun)* ไกปืน; *(of machine)* กลไกที่ทำให้เครื่องทำงาน; **pull the ~:** ลั่นไกปืน; *(fig.)* ริเริ่ม *ส.น.* ที่มีผลตามมาเป็นชุด; **be quick on the ~** *(fig.)* ตอบสนองได้อย่างรวดเร็ว; Ⓑ *(that sets off reaction)* สิ่งที่ก่อให้เกิดปฏิกิริยา ❷ *v.t.* **~ [off]** ทำให้เกิดปฏิกิริยารุนแรง, ทำให้กระบวนการดำเนินการไป

ˈtrigger-happy *adj.* มันมือที่จะลั่นไก; *(fig.)* ตัดสินใจเร็วเกินไป

trigonometric /trɪgənəˈmetrɪk/ทริเกอะเนอะˈเม็ททริค/, **trigonometrical** /trɪgənəˈmetrɪkl/ทริเกอะเนอะˈเม็ททริค'ล/ *adj.* *(Math.)* เกี่ยวกับวิชาตรีโกณมิติ

trigonometry /trɪgəˈnɒmɪtrɪ/ทริเกอะˈนอมิทริ/ *n.* *(Math.)* วิชาตรีโกณมิติ

trike /traɪk/ไทรฺค/ *n.* *(coll.)* จักรยานสามล้อ

trilateral /traɪˈlætərl/ไทรฺˈแลเทอะร'ล/ ❶ *adj.* *(having three sides)* มีสามด้าน; *(involving three parties also)* ระหว่างไตรภาคี ❷ *n.* ลักษณะที่มีสามด้าน

trilby /ˈtrɪlbɪ/ˈทริลบิ/ *n.* *(Brit.)* **~ [hat]** หมวกขอบแคบ ๆ และมียอดยุบบุ๋มลงไป

trilingual /traɪˈlɪŋgwəl/ไทรฺˈลิงเกวิล/ *adj.* สามารถพูดและเขียนสามภาษาได้คล่อง

trill /trɪl/ทริล/ ❶ *n.* Ⓐ เสียงสั่นรัว; Ⓑ *(Mus.)* *เสียงสั่นระรัวโดยเฉพาะตอนเปลี่ยนระดับเสียงอย่างรวดเร็ว* ❷ *v.i.* ทำเสียงสั่นรัว ❸ *v.t.* ร้องเพลงด้วยการทำเสียงสั่นรัว; *(Ling.)* ออกเสียงตัว R สั่นรัว

trillion /ˈtrɪljən/ˈทริลเลียน/ *n.* ➤ **602** Ⓐ *(Brit.)* ล้านของล้านล้าน (10^{18}); Ⓑ *(Amer.: million million)* ล้านล้าน (10^{12})

trilobite /ˈtraɪləbaɪt/ˈไทรฺเลอะไบท/ *n.* ซากไทรโลไบท์ *สัตว์ประเภทแมลงทะเลที่สูญพันธุ์แล้ว*

trilogy /ˈtrɪlədʒɪ/ˈทริลเลอะจิ/ *n.* *(นวนิยาย, วรรณกรรม, ละคร, ฯลฯ)* ไตรภาค

trim /trɪm/ทริม/ ❶ *v.t.,* **-mm-:** Ⓐ ขริบ *(เล็บ)*; เล็ม, เจียน *(ผม, ต้นไม้)*; ตัด *(งบประมาณ, กระดาษ)*; **~ £100 off** *or* **from a budget** ตัดงบออก 100 ปอนด์; Ⓑ *(ornament)* ประดับตกแต่ง (**with** ด้วย); Ⓒ *(adjust balance of)* ปรับความสมดุล *(เรือ, เครื่องบิน)* โดยการจัดเรียงสินค้า; Ⓓ **~ one's sails before the wind** *(fig.)* ปรับทัศนะของตนให้เข้ากับส่วนรวม ❷ *adj.* เรียบร้อยสวยงาม, เป็นระเบียบ; **keep sth. ~:** รักษา *ส.น.* ให้เป็นระเบียบเรียบร้อย ❸ *n.* Ⓐ *(state of adjustment)* สภาพของความเรียบร้อย; **find sth. in [perfect] ~:** พบ *ส.น.* อยู่ในสภาพความพร้อม [สมบูรณ์แบบ]; **everything was in good** *or* **proper ~:** ทุกสิ่งทุกอย่างอยู่ในสภาพดี; **be in fine physical ~:** มีสภาพร่างกายที่สมบูรณ์ดี; **get/be in ~** *(suitably dressed)* แต่งกายอย่างเหมาะสม; *(healthy)* มีสุขภาพดี; Ⓑ *(proper balance) (of ship, of aircraft)* ความสมดุลที่ถูกต้อง; **be in/out of ~:** *(เรือ)* อยู่/ไม่อยู่ในสภาพที่สมดุล; Ⓒ *(cut)* การตัดเล็ม; **my hair needs a ~:** ฉันต้องเล็มผม; **give a hedge a ~:** ตัดเล็มพุ่มไม้; **just a ~, please** *(said to hairdresser)* แค่เล็มเท่านั้นก็พอ; Ⓓ *(adornment)* ➡ **trimming** A; Ⓔ *(of car)* การประดับรถยนต์

~ aˈway *v.t.* ➡ **~ off**

~ ˈdown *v.t. (fig.)* ลดน้ำหนัก; **her figure needs ~ming down** เธอต้องลดน้ำหนักลงบ้าง

~ ˈoff *v.t.* เล็มออก; *(fig.)* กำจัดทิ้ง

trimaran /ˈtraɪmərən/ˈไทรฺเมอะแรน/ *n.* *(Naut.)* เรือที่มีสามลำเรือแฝด

trimmer /ˈtrɪmə(r)/ˈทริมเมอะ(ร)/ *n.* ผู้ตกแต่งเสื้อผ้า; เครื่องตัดเล็ม; **hedge ~:** เครื่องตัดเล็มพุ่มไม้รั้ว

trimming /ˈtrɪmɪŋ/ˈทริมมิง/ *n.* Ⓐ *(decorative addition)* สิ่งประดับตกแต่ง *(เสื้อผ้า)*; **lace ~s** ลูกไม้ตกแต่ง; Ⓑ *in pl. (coll.: accompaniments) (for main dish)* อาหารประกอบสำหรับอาหารจานหลัก; *(extra fittings on car)* เครื่องตกแต่งรถเพิ่มพิเศษ; **with all the ~s** อาหารครบชุด; Ⓒ *in pl. (pieces cut off)* ชิ้นส่วนที่ถูกตัดออกไป; *(of meat)* ชิ้นเนื้อที่ถูกตัดออกไป

trimness /ˈtrɪmnɪs/ˈทริมนิซ/ *n., no pl.* ความเพรียว; **the ~ of her figure** ความเพรียวของรูปร่างของเขา

Trinidad /ˈtrɪnɪdæd/ˈทรินนิแดด/ *pr. n.* เกาะตรินิแดดในหมู่เกาะอินดีสตะวันตก

Trinidadian /trɪnɪˈdædɪən/ทรินิˈแดเดียน/ ❶ *adj.* แห่งเกาะตรินิแดด; **sb. is ~:** *ค.น.* เป็นชาวตรินิแดด ❷ *n.* ชาวตรินิแดด

Trinity /ˈtrɪnɪtɪ/ˈทรินนิทิ/ *n.* Ⓐ *(Theol.)* **the [Holy] ~:** *(ในศาสนาคริสต์)* ตรีเอกานุภาพ *(พระบิดา, พระบุตรและพระจิต)*; Ⓑ *(Eccl.)* **~ [Sunday]** วันอาทิตย์ที่ถัดจาก Whit Sunday

Trinity ˈterm *n.* *(Brit. Univ.)* ภาคเรียนในมหาวิทยาลัยหลังจากวันหยุดอีสเตอร์

trinket /ˈtrɪŋkɪt/ˈทริงคิท/ *n.* Ⓐ *(piece of jewellery)* เครื่องประดับเพชรพลอยเล็ก ๆ น้อย ๆ; *(on bracelet)* เครื่องห้อยเล็ก ๆ บนสร้อยข้อมือ; Ⓑ *(ornament)* เครื่องประดับเล็ก ๆ น้อย ๆ

trio /ˈtriːəʊ/ˈทรีโอ/ *n., pl.* **~s** กลุ่ม/ชุดที่มีสาม; **string/piano ~** *(Mus.)* การเล่นเครื่องสาย/เปียโนที่มีนักดนตรีสามคน

trioxide /traɪˈɒksaɪd/ไทรฺˈออคซายดฺ/ *n.* *(Chem.)* ออกไซด์ที่ประกอบด้วยอะตอมของออกซิเจนสามตัว

trip /trɪp/ทริพ/ ❶ *n.* Ⓐ *(journey)* การเดินทาง; *(shorter)* การเดินทางระยะสั้น; **two ~s were necessary to transport everything** จำเป็นต้องเดินทางสองครั้งเพื่อขนส่งทุกสิ่งทุกอย่าง; **make a ~ to London** เดินทางไปกรุงลอนดอน; Ⓑ *(coll.: visit for stated purpose)* ไปโดยวัตถุประสงค์เฉพาะ; **I must make a ~ to the loo** ฉันต้องเข้าห้องน้ำ; **make a ~ to the hairdresser's** ไปร้านทำผม; Ⓒ *(coll.: drug-induced hallucinations)* การหลอนประสาทด้วยฤทธิ์ยา; **[good/bad] ~ on LSD** การหลอนประสาท [ที่ดี/ไม่ดี] ด้วยฤทธิ์ยาแอลเอสดี; ➡ + **round trip**
❷ *v.i.,* **-pp-:** Ⓐ *(stumble)* สะดุดล้ม (**on** ข้าม); Ⓑ *(coll.: hallucinate while on drugs)* **~ [on LSD]** ประสาทหลอน [ด้วยฤทธิ์ยาแอลเอสดี]; Ⓒ *(walk etc. with light steps)* เดิน ฯลฯ เบา ๆ ไม่ลงเต็มเท้า; Ⓓ *(fig.: make a mistake)* ทำผิด, ทำความผิดพลาด
❸ *v.t.,* **-pp-:** Ⓐ *(cause to stumble)* ➡ **~ up** 2 A; Ⓑ *(release)* ยก *(สมอเรือ)*; ทำให้ *(สวิตช์)* เปิด; ทำให้ *(สัญญาณ)* ดังขึ้น

~ over *v.t.* สะดุด

~ ˈup ❶ *v.i.* Ⓐ *(stumble)* สะดุด; Ⓑ *(fig.: make a mistake)* ทำผิด, ทำความผิดพลาด ❷ *v.t.* Ⓐ *(cause to stumble)* ทำให้สะดุดล้ม, ขัดขาให้ล้ม; Ⓑ *(fig.) (cause to make a mistake)* ทำให้ทำผิดพลาด

tripartite /traɪˈpɑːtaɪt/ไทรฺˈพาไททฺ/ *adj.* Ⓐ *(in three parts)* **~ division** การแบ่งเป็นสามส่วน; Ⓑ *(involving three parties)* มีสามฝ่าย

tripe /traɪp/ไทรพฺ/ *n.* Ⓐ กระเพาะวัว, เครื่องใน, พังผืด ฯลฯ ที่ใช้เป็นอาหาร; Ⓑ *(coll.: rubbish)* เรื่องไร้สาระ

triplane /ˈtraɪpleɪn/ˈไทรฺเพลฺน/ *n.* เครื่องบินที่มีปีกสามชั้น

triple /ˈtrɪpl/ˈทริพ'ล/ ❶ *adj.* Ⓐ *(threefold)* สามเท่า; Ⓑ *(three times greater than)* **~ the ...:** สามเท่า...; **at ~ the speed** ด้วยความเร็วสามเท่า; **~ the number of machines** จำนวนเครื่องจักรมากกว่าสามเท่า ❷ *n.* จำนวนสามเท่า, กลุ่มของสาม ❸ *v.i.* เพิ่มขึ้นเป็นสามเท่า ❹ *v.t.* ทำให้เพิ่มขึ้นเป็นสามเท่า

triple: T~ Alˈliance *n.* *(Hist.)* สนธิสัญญาสามฝ่าย *(โดยเฉพาะระหว่างเยอรมนี อิตาลี และออสเตรียก่อนสงครามโลกครั้งที่หนึ่ง)*; **~ ˈcrown** *n.* Ⓐ *(Sport)* การชนะการแข่งขันกีฬารายการสำคัญ ๆ สามรายการ *(เช่น แข่งม้า, รักบี้ ฯลฯ)*; Ⓑ *(Pope's tiara)* มงกุฎของพระสันตะปาปา; **~ drug therapy** *n.* *การให้ยาสามประเภทในการรักษาโรคภูมิคุ้มกันบกพร่อง*; **~ jump** *n.* *(Sport)* กีฬาเขย่งก้าวกระโดด

t

triplet /ˈtrɪplɪt/ˈทริพพลิท/ *n.* Ⓐ หนึ่งในแฝดสามคน; Ⓑ *(Pros.)* ร้อยกรองสามบรรทัด; Ⓒ *(Mus.)* ชุดของโน้ตสามพยางค์

ˈtriple time *n. (Mus.)* สามจังหวะ, จังหวะวอลทซ์

Triplex ® /ˈtrɪpleks/ˈทริพเพล็คซฺ/ *n.* ~ **[glass]** กระจกนิรภัย

triplicate /ˈtrɪplɪkət/ˈทริพพลิเคิท/ ❶ *adj.* มีสำเนาสามแผ่น, มีตัวอย่างสามชิ้น ❷ *n.* หนึ่งในชุดสามสิ่ง; **in ~:** มีสำเนาสามชิ้น, มีตัวอย่างสามชิ้น

triply /ˈtrɪplɪ/ˈทริพลิ/ *adv.* เป็นสามเท่า

trip ˈmileage recorder *n. (Motor Veh.)* ที่บันทึกระยะทางของการเดินทาง

tripod /ˈtraɪpɒd/ˈไทรพอด/ *n.* ที่ตั้งสามขา

tripos /ˈtraɪpɒs/ˈไทรพอซ/ *n. (Brit.)* การ*สอบไล่เกียรตินิยมของมหาวิทยาลัยเคมบริดจ์*

tripper /ˈtrɪpə(r)/ˈทริพเพอะ(ร)/ *n. (Brit.)* นักท่องเที่ยว

trip switch *n.* ตัวตัดกระแสไฟ

triptych /ˈtrɪptɪk/ˈทริพทิค/ *n. (Art)* รูปภาพสามแผ่น *(สองบานข้าง ๆ พับเข้ามาได้)*

ˈtripwire *n.* ลวดขึงตึงระดับข้อเท้า *(เป็นกับดักหรือสัญญาณเตือน ฯลฯ)*

trireme /ˈtraɪriːm/ˈทรายรีม/ *n. (Hist.)* เรือรบชาวกรีกโบราณ *(มีพายสามชั้น)*

trisect /traɪˈsekt/ไทรˈเซ็คทฺ/ *v.t.* แบ่งเป็นสามส่วนเท่า ๆ กัน

trisyllabic /traɪsɪˈlæbɪk/ไทรซิˈแลบิค/ *adj. (Ling.)* มีสามพยางค์

trisyllable /traɪˈsɪləbl/ไทรˈซิลเลอะบ'ล/ *n. (Ling. Pros.)* คำที่มีสามพยางค์; **be a ~:** เป็นคำที่มีสามพยางค์

trite /traɪt/ไทรฺท/ *adj.*, **tritely** /ˈtraɪtlɪ/ˈไทรฺทลิ/ *adj. (วลี, ความคิดเห็น ฯลฯ)* ที่ซ้ำซาก, น่าเบื่อ, จืดชืด

triteness /ˈtraɪtnɪs/ˈไทรฺทนิซ/ *n., no pl.* ความซ้ำซากน่าเบื่อ

tritium /ˈtrɪtɪəm/ˈทริทเทียม/ *n. (Chem.)* *ไอโซโทปของไฮโดรเจนซึ่งมีความหนาแน่นเป็นสามเท่าของไฮโดรเจนธรรมดา*

triumph /ˈtraɪəmf, ˈtraɪʌmf/ˈทรายเอิมฟฺ, ˈทรายอัมฟฺ/ ❶ *n.* ชัยชนะ (**over** เหนือ); *(Rom. Ant.: procession also)* ขบวนแห่แม่ทัพผู้รับชัยชนะเข้ากรุงโรมโบราณ; **in ~:** ในชัยชนะ; **an expression of ~:** การแสดงออกของชัยชนะ ❷ *v.i.* มีชัยชนะ (**over** เหนือ)

triumphal /traɪˈʌmfl/ไทรˈอัมฟ'ล/ *adj.* *(ความสำเร็จ)* อันใหญ่หลวง; *(อนุสาวรีย์)* เฉลิมฉลองชัยชนะ

triumphant /traɪˈʌmfənt/ไทรˈอัมเฟินทฺ/ *adj.* Ⓐ *(victorious)* มีชัยชนะ; ➡ **+ church** B; Ⓑ *(exulting)* แสดงความยินดีมาก; **~ shouts** การตะโกนแสดงชัยชนะ; **the look in her eyes was ~:** แววตาของเธอแสดงความยินดีมาก

triumphantly /traɪˈʌmfəntlɪ/ไทรˈอัมเฟินทลิ/ *adv.* อย่างมีชัย; **be ~ successful** ประสบความสำเร็จอย่างงดงาม

triumvirate /traɪˈʌmvərət/ไทรˈอัมเวอะเริท/ *n.* กลุ่มผู้คุมอำนาจสามคน *(โดยเฉพาะในอาณาจักรโรมันโบราณ)*

trivalent /traɪˈveɪlənt/ไทรˈเวเลินทฺ/ *adj. (Chem.)* มีความจุเป็นสาม

trivet /ˈtrɪvɪt/ˈทริววิท/ *n.* Ⓐ *(in pressure cooker)* ขาตั้งสามขาในหม้อบรรจุอาหาร; Ⓑ *(Amer.: used under hot dishes)* สามขาสำหรับตั้งจานร้อน

trivia /ˈtrɪvɪə/ˈทริวเวีย/ *n. pl.* เรื่องเล็กน้อย, เรื่องไม่สลักสำคัญ

trivial /ˈtrɪvɪəl/ˈทริวเวียล/ *adj.* Ⓐ เป็นเรื่องเล็กน้อย, ไม่สลักสำคัญ; Ⓑ *(concerned only with ~ things)* (คน) ที่สนใจแต่เรื่องไร้สาระ

triviality /trɪvɪˈælɪtɪ/ทริวิˈแอลิทิ/ *n.* ความไม่สลักสำคัญ, เรื่องเล็กน้อย

trivialize /ˈtrɪvɪəlaɪz/ˈทริวเวียลายซฺ/ *v.t.* ทำให้ไม่สำคัญ, ทำให้กลายเป็นเรื่องเล็กน้อย

trivially /ˈtrɪvɪəlɪ/ˈทริวเวียลิ/ *adv.* อย่างเป็นเรื่องเล็กน้อย, อย่างไม่สลักสำคัญ

Trivial Pursuit *n.* เกมตอบคำถามเกี่ยวกับความรู้รอบตัว

trochaic /trəˈkeɪɪk/เทรอะˈเคอิค/ *(Pros.) adj.* *(ฉันทลักษณ์)* ที่แต่ละหน่วยมีสองพยางค์โดยจะเน้นพยางค์แรก

trochee /ˈtrəʊkiː/ˈโทรคี/ *n. (Pros.)* ฉันทลักษณ์ *ที่แต่ละหน่วยประกอบด้วยสองพยางค์ พยางค์แรกเสียงเน้น*

trod, trodden ➡ **tread** 2, 3

troglodyte /ˈtrɒglədaɪt/ˈทรอกเลอะไดทฺ/ *n.* Ⓐ *(cave dweller)* มนุษย์ถ้ำก่อนยุคประวัติศาสตร์; Ⓑ *(fig.)* ผู้ที่ล้าหลังไม่ทันสมัย

troika /ˈtrɔɪkə/ˈทรอยเคอะ/ *n.* รถเทียมม้าสามตัวแบบรัสเซีย

Trojan /ˈtrəʊdʒən/ˈโทรเจิน/ ❶ *n.* Ⓐ *(fig.)* **work like a ~:** ทำงานหนักมาก; Ⓑ *(inhabitant of Troy)* ผู้ที่อยู่อาศัยในเมืองทรอยโบราณ ❷ *adj.* เกี่ยวกับเมืองทรอย; **the T~ War** สงครามเมืองทรอย

Trojan ˈHorse *n.* *ม้าไม้กลวงที่ซ่อนทหารกรีกลอบเข้าไปในเมืองทรอย (ในมหากาพย์ของโฮเมอร์)*; *(fig. also)* สิ่งที่บ่อนทำลายฝ่ายศัตรูให้พินาศไป

¹troll /trəʊl/โทรล/ *v.t. and v.i. (fish)* ตกปลาโดยการลากสายเบ็ดไปในน้ำ

²troll *n. (Mythol.)* *สิ่งมีชีวิตในนิยายเช่นยักษ์หรือคนแคระที่อาศัยอยู่ในถ้ำ*

trolley /ˈtrɒlɪ/ˈทรอลิ/ *n.* Ⓐ *(Brit.: on rails)* รถโยก; Ⓑ *(Brit.: for serving food)* รถเข็น; Ⓒ *(Brit.)* **[supermarket] ~:** รถเข็น; Ⓓ ➡ **luggage trolley**; Ⓔ *(Amer.)* **~[car]** รถรางไฟฟ้า; Ⓕ **he's off his ~** *(coll.: insane)* เขาเป็นบ้าไปแล้ว

ˈtrolley bus *n. (Brit.)* รถประจำทางไฟฟ้าที่วิ่งบนท้องถนน

trollop /ˈtrɒləp/ˈทรอเลิพ/ *n.* Ⓐ *(slut)* ผู้หญิงสำส่อน; Ⓑ *(prostitute)* โสเภณี

trolly ➡ **trolley**

trombone /trɒmˈbəʊn/ทรอมˈโบน/ *n.* ทรอมโบน *(ท.ศ.)* แตรยาวขนาดใหญ่

trombonist /trɒmˈbəʊnɪst/ทรอมˈโบนิซทฺ/ *n.* ➤ **489** คนเป่าทรอมโบน

trompe-l'œil /trɒmpˈlɔɪ/ทรอมพฺˈลออี/ *(Art)* ❶ *n.* ภาพวาดบนผนังที่ลวงตาว่าเป็นของจริง ❷ *adj.* ลวงตาว่าเป็นจริง

troop /truːp/ทรูพ/ ❶ *n.* Ⓐ *in pl.* กองกำลังทหาร; **our best ~s** กองกำลังทหารที่ดีที่สุดของพวกเรา; Ⓑ *(of cavalry)* กองทหารม้า; *(artillery and armour)* หน่วยทหารปืนใหญ่และรถถังหุ้มเกราะ; Ⓒ *(assembled company)* กลุ่มที่มาอยู่รวมกัน; Ⓓ *(of Scouts)* กลุ่ม; ➡ **+ household troops** ❷ *v.i.* มารวม/เดินทางเป็นจำนวนมาก; *(in an orderly fashion)* เดินเป็นระเบียบ; **~ in/out** เดินเข้า/ออกไปเป็นจำนวนมาก ❸ *v.t.* **~ing the colour[s]** *(Brit.)* การสวนสนามของทหารรักษาพระองค์ในงานพระราชพิธี *(โดยเฉพาะงานเฉลิมพระชนม์พรรษา)*

ˈtroop carrier *n.* เครื่องบิน/เรือลำเลียงกองกำลังทหาร

ˈtrooper /ˈtruːpə(r)/ˈทรูเพอะ(ร)/ *n.* Ⓐ *(soldier)* ทหาร; **swear like a ~** *(coll.)* สบถอย่างหยาบคาย; Ⓑ *(Amer.: policeman)* ตำรวจ

ˈtroopship *n. (Mil.)* เรือบรรทุกขนส่งกองกำลังทหาร

trope /trəʊp/โทรพ/ *n. (Rhet.)* ถ้อยคำอุปมาอุปไมย, ถ้อยคำเปรียบเทียบ

trophy /ˈtrəʊfɪ/ˈโทรฟิ/ *n.* Ⓐ ของที่ระลึก, สิ่งที่เป็นอนุสรณ์; Ⓑ *(competition)* **T~:** ถ้วยรางวัล

trophy wife *n.* ภรรยาสาวสวยของเศรษฐีชรา

tropic /ˈtrɒpɪk/ˈทรอพิค/ *n.* **the T~s** *(Geog.)* เส้นรุ้งเขตร้อนของโลก; **the ~ of Cancer/Capricorn** *(Astron., Geog.)* เส้นรุ้งเขตเหนือ/เขตใต้ของโซนร้อนจัด

tropical /ˈtrɒpɪkl/ˈทรอพิค'ล/ *adj.* แห่งเขตร้อน; *(โรค, เครื่องแต่งกาย, พืช)* เขตร้อน

tropical: ~ ˈmedicine *n.* เวชศาสตร์เขตร้อน; **~ ˈrainforest** *n.* ป่าเขตร้อน, ป่าดิบชื้นที่มีฝนตกชุก

troposphere /ˈtrɒpəsfɪə(r), ˈtrəʊpəsfɪə(r)/ˈทรอเพิซเฟีย(ร), ˈโทรเพิซเฟีย(ร)/ *n.* ชั้นบรรยากาศโทรโพสเฟียร์ *(ท.ศ.)*

trot /trɒt/ทรอท/ ❶ *n.* Ⓐ *(action of trotting)* การวิ่งเหยาะ ๆ; **at a ~:** ในการวิ่งเหยาะ ๆ; Ⓑ *(journey on horseback)* การเดินทางโดยการขี่ม้า; Ⓒ *(coll.)* **on the ~** *(in succession)* ต่อเนื่องกัน; **every weekend for five weeks on the ~:** ทุก ๆ สุดสัปดาห์เป็นเวลาห้าสัปดาห์ต่อเนื่องกันไป; **be on the ~:** ยุ่งตลอด; **keep sb. on the ~** *(continually busy)* ทำให้ ค.น. มีภาระอยู่ตลอด; Ⓓ **have the ~s** *(sl.: diarrhoea)* เป็นโรคท้องร่วง ❷ *v.i.* **-tt-:** Ⓐ *(ม้า, คน)* วิ่งเหยาะ ๆ; Ⓑ *(coll.: go)* ไป; **~ along now** ไปได้แล้ว ❸ *v.t.*, **-tt-** ทำให้วิ่งเหยาะ

~ ˈout *v.t. (fig. coll.)* Ⓐ *(produce for approval)* นำเสนอรับคำชม; Ⓑ *(produce unthinkingly)* ทำอย่างไม่คิด

Trot /trɒt/ทรอท/ *n. (coll.: Trotskyist)* ผู้*สนับสนุนความคิดของลีออน ทรอตสกีนักสังคมนิยมรัสเซีย (1879–1940)*

troth /trəʊθ/โทรธ/ *n. (arch.)* Ⓐ **in ~, by my ~:** ขอสาบาน; Ⓑ *(faith)* ความศรัทธา; **plight one's ~:** ให้คำมั่นสัญญาว่าจะแต่งงาน

Trotskyism /ˈtrɒtskɪɪzm/ˈทรอทซฺกิอิซ'ม/ *n.* *หลักการทางเศรษฐกิจและสังคมของลีออน ทรอตสกี นักสังคมนิยมชาวรัสเซีย*

Trotskyist /ˈtrɒtskɪɪst/ˈทรอทซฺกิอิซทฺ/, **Trotskyite** /ˈtrɒtskɪaɪt/ˈทรอทซฺกิไอทฺ/ *n.* *ผู้ที่สนับสนุนความคิดหรือหลักการของลีออน ทรอตสกี*

trotter /ˈtrɒtə(r)/ˈทรอทเทอะ(ร)/ *n.* Ⓐ ตีนสัตว์; **pigs'~s** *(Cookery)* ตีนหมูที่ปรุงเป็นอาหาร; Ⓑ *(horse)* ม้าที่ฝึกให้วิ่งลากรถในอเมริกา

trotting /ˈtrɒtɪŋ/ˈทรอทิง/ *n.* การวิ่งแข่งม้าลากรถสองล้อ

ˈtrotting race *n.* การวิ่งแข่งม้าลากรถสองล้อ

troubadour /ˈtruːbədʊə(r)/ˈทรูเบอะดัว(ร)/ *n.* กวีในสมัยกลางที่ประพันธ์หรือร้องเพลงรัก

trouble /ˈtrʌbl/ˈทรับ'ล/ ❶ *n.* Ⓐ ความยุ่งยาก, ปัญหา, ความเดือดร้อน; **have ~ with sb./sth.** มีปัญหากับ *ค.น./ส.น.*; **all his ~s** ความยากลำบากทั้งหมดของเขา; **put one's ~s behind one** ตัดความกังวลทิ้งไป; **be out of ~:** หมดความยากลำบาก; **keep out of ~:** หลีกเลี่ยงความเดือดร้อน; **in ~:** มีปัญหา, จะถูกทำโทษ;

troubled | true 952

be in ~ with the police มีปัญหาความยุ่งยากกับตำรวจ; are you looking for ~? คุณกำลังหาเรื่องเดือดร้อนรึไง; be in serious *or* real *or* a lot of ~ [over sth.] มีปัญหาใหญ่หลวง/เดือดร้อนมาก [เกี่ยวกับ *ส.น.*]; get sb. into ~: ทำให้ *ค.น.* เดือดร้อน; get a girl into ~ *(coll.)* ทำให้เด็กสาวมีท้องขณะที่ยังไม่ได้แต่งงาน; get into ~ [over sth.] มีความยุ่งยากลำบากใจ [กับ *ส.น.*]; get into ~ with the bank/law มีปัญหากับธนาคาร/กฎหมาย; there'll be ~ [if ...] จะมีความเดือดร้อน [ถ้า...]; what's *or* what seems to be the ~? คุณเป็นอะไรหรือ; *(doctor's question to patient)* คุณรู้สึกเจ็บตรงไหน; you are asking for ~ *(coll.)* คุณกำลังหาเรื่องเดือดร้อน; that's asking for ~ *(coll.)* นั่นเป็นการหาเรื่องเดือดร้อนแท้ ๆ เลย; make *or* cause ~ *(cause disturbance)* สร้างความเดือดร้อน (about เกี่ยวกับ); *(cause disagreement)* ก่อให้เกิดความขัดแย้ง; make ~ for sb. สร้างความเดือดร้อนให้ *ค.น.*; give sb. no ~: ไม่ก่อปัญหาให้ *ค.น.*; Ⓑ *(faulty operation)* เสีย, ขัดข้อง, มีปัญหา; engine/clutch/brake ~: เครื่องยนต์/คลัตช์/เบรกเสีย; the engine is giving ~: เครื่องยนต์กำลังมีปัญหา; Ⓒ ➤ 453 *(disease)* โรค; suffer from heart/liver ~: เป็นโรคหัวใจ/ตับ; she's got some ~ with her back หลังของเธอมีปัญหา; Ⓓ *(cause of vexation etc.)* ปัญหา; half the ~ *(fig.)* สาเหตุใหญ่ของปัญหา; your ~ is that ...: ปัญหาของคุณก็คือว่า...; their daughter is such a terrible ~ to them ลูกสาวสร้างปัญหาให้พวกเขามากมาย; Ⓔ *(inconvenience)* ปัญหา, ความลำบาก, ความเดือดร้อน; it's more ~ than it's worth มันลำบากอย่างไม่คุ้มค่า; dishwashers are more ~ than they are worth เครื่องล้างจานก่อปัญหามากกว่าประโยชน์; I don't want to put you to any ~: ฉันไม่อยากจะรบกวนคุณ; not worth the ~: ไม่คุ้มค่ากับความลำบาก; give sb. no ~: ไม่สร้างความลำบากให้กับ *ค.น.*; take the ~ to do sth., go to the ~ of doing sth. อุตส่าห์ที่จะทำ *ส.น.*; go to *or* take a lot of/some ~: ใช้ความพยายามมาก/บ้าง; please don't go to a lot of ~: ได้โปรดอย่าเดือดร้อนมากเลย *ฯลฯ*; of course I'll help you – [it's] no ~ at all แน่นอน ฉันจะช่วยเหลือคุณ [มัน] ไม่ลำบากเลย; nothing was too much ~ for her ไม่มีสิ่งใดเป็นความยากลำบากเกินไปสำหรับเธอ; Ⓕ *(source of inconvenience)* be a ~ [to sb.] สร้างความลำบาก [สำหรับ *ค.น.*]; he won't be any ~: เขาจะไม่สร้างความเดือดร้อนเลย; the children are no ~: เด็ก ๆ ไม่รบกวนเลย; Ⓖ *in sing. or pl. (unrest)* ความไม่สงบ; Ⓗ ~ and strife *(Brit. sl.: wife)* ภรรยา ❷ *v.t.* Ⓐ *(agitate)* ทำให้วิตกกังวล; don't let it ~ you อย่าปล่อยให้มันทำให้คุณวิตกกังวล; be ~d about money matters วิตกกังวลเกี่ยวกับเรื่องเงิน ๆ ทอง ๆ; Ⓑ *(inconvenience)* รบกวน; [I'm] sorry to ~ you [ฉัน] ขอโทษที่ต้องรบกวนคุณ; can I ~ you with one more question? ฉันขอรบกวนถามคุณอีกคำถามหนึ่งได้ไหม; my back ~s me some times หลังจะรบกวนฉันเป็นบางครั้งบางคราว; Ⓒ *(in request)* may I ~ you to shut the door? คุณช่วยปิดประตูหน่อยได้ไหม; may I ~ you to mind your own business? *(iron.)* ขอความกรุณาอย่าเสือกเลยนะ *(ภ.พ.)*; I'll ~ you to wipe your feet *(iron.)* ช่วยเช็ดเท้าด้วยนะ *(สำเนียงคำสั่ง)* ❸ *v.i.* Ⓐ *(be disturbed)* ถูกรบกวน (over เกี่ยวกับ); don't ~ about it อย่าลำบากใจกับมันเลย; Ⓑ *(make an effort)* เดือดร้อน; don't ~ to explain/to get up/to see me out ไม่ต้องเดือดร้อนอธิบายหรอก/ลุกขึ้น/มาส่งฉันหรอก

troubled /ˈtrʌbld/ˈทรับ'ลด/ *adj.* Ⓐ *(worried)* วิตกกังวล, เป็นห่วง; what are you so ~ about? คุณเป็นห่วงอะไรมากมายนัก; Ⓑ *(restless) (การนอนหลับ)* กระสับกระส่าย; นั่งไม่ติด Ⓒ *(agitated) (ประวัติ, เรื่อง)* ที่มีปัญหาตลอด; *(วันเวลา)* ที่ไม่สงบ; ➡ + pour 1 A

trouble: ~-free *adj.* ปราศจากปัญหา *(การแต่งงานราบรื่น)*; ~maker *n.* ผู้สร้างความเดือดร้อน; ผู้ก่อปัญหา; ~shooter *n.* ผู้ค้นพบและจัดการกับปัญหา; *(in disputes)* ผู้ไกล่เกลี่ยในกรณีพิพาท; ~shooting *n.* การค้นพบและจัดการกับปัญหา; *(in disputes)* การไกล่เกลี่ยกรณีพิพาท

troublesome /ˈtrʌblsəm/ˈทรับ'ลเซิม/ *adj.* ก่อปัญหา; *(โรค)* รบกวน

'trouble spot *n.* Ⓐ จุดที่เป็นปัญหา, จุดล่อแหลม, จัดอันตราย; Ⓑ *(in machine)* จุดขัดข้อง

trough /trɒf/ทรอฟ/ *n.* Ⓐ ราง, ท่อ; a drinking ~: รางน้ำดื่ม; Ⓑ *(between waves)* ร่องระหว่างคลื่นสองลูก; Ⓒ *(Meteorol.)* บริเวณยาวแคบ ๆ ของบรรยากาศความกดดันต่ำ; a ~ of low pressure บริเวณเขตที่มีความกดดันต่ำ; Ⓓ *(Econ., on graph)* ช่วงต่ำสุด

trounce /traʊns/ทราวนฺซฺ/ *v.t.* Ⓐ *(defeat)* ทำให้พ่ายแพ้อย่างราบคาบ; Ⓑ *(beat severely)* เฆี่ยน, โบย, ตีอย่างรุนแรง

troupe /tru:p/ทรูพ/ *n.* คณะนักแสดง/นักกายกรรม

trouper /ˈtru:pə(r)/ˈทรูเพอะ(ร)/ *n.* นักแสดง; an old ~ *(fig.)* ผู้มีประสบการณ์สูง; sb. is a good ~: *ค.น.* เป็นผู้ร่วมงานที่ดี

trouser /ˈtraʊzə/ˈเทราเซอะ(ร)/: ~ leg *n.* ขากางเกงขายาว; ~ pocket *n.* กระเป๋ากางเกง; ~ press *n.* เครื่องอัดกางเกงให้รักษาทรง

trousers /ˈtraʊzəz/ˈเทราเซิซ/ *n. pl.* [pair of] ~: กางเกงขายาว [หนึ่งตัว]; catch sb. with his ~ down *(fig. coll.)* จับ *ค.น.* ได้ในขณะที่ไม่ได้เตรียมตัว; wear the ~ *(fig.)* เป็นคู่สมรสที่คอยบงการ

'trouser suit *n. (Brit.)* สูทผู้หญิงที่มีกางเกงขายาวและเสื้อแจ็กเก็ต

trousseau /ˈtru:səʊ/ˈทรูโซ/ *n., pl.* ~s *or* ~x /ˈtru:səʊz/ˈทรูโซซ/ *เสื้อผ้าและสิ่งที่เจ้าสาวรวบรวมไว้เพื่อใช้ในชีวิตแต่งงาน*

trout /traʊt/เทราท/ *n., pl. same* ปลาเทราท์ *(ท.ศ.)* ปลาน้ำจืดในสกุล *Salmo* ใช้เป็นอาหาร

trout: ~ farm *n.* ฟาร์มปลาเทราท์; ~-fishing *n.* การตกปลาเทราท์

trowel /ˈtraʊəl/ˈโทรฺเอิล/ *n.* Ⓐ เกรียง หรือเหล็กโบกปูน; lay it on with a ~ *(fig.)* พูด/ทำเกินความเป็นจริง; Ⓑ *(Hort.)* เสียมเล็กมากใช้แซะต้นไม้

Troy /trɔɪ/ทรอย/ *pr. n.* กรุงทรอย *(เมืองโบราณในมหากาพย์อิเลียดของโฮเมอร์)*

troy *n.* ~ [weight] หน่วยระบบน้ำหนักอัญมณีและโลหะมีค่า

truancy /ˈtru:ənsɪ/ˈทรูเอินซิ/ *n.* การหนีเรียน; การละทิ้งหน้าที่; be expelled for ~: ถูกไล่ออกเพราะหนีเรียน

truant /ˈtru:ənt/ทรูเอินทฺ/ ❶ *n.* เด็กหนีเรียน, คนที่ละทิ้งหน้าที่การงาน; play ~: *(เด็กนักเรียน)* หนีเรียน ❷ *adj. (บุคคล, ความประพฤติ)* เถลไถลหนีหน้าที่ ❸ *v.i.* หนีเรียน, ละทิ้งการงาน

truce /tru:s/ทรูซ/ *n.* สัญญาสงบศึก; call a ~: ประกาศสัญญาสงบศึก; ➡ + ˈflag 1

¹truck /trʌk/ทรัค/ ❶ *n.* Ⓐ *(road vehicle)* รถบรรทุก; Ⓑ *(Brit. Railw.: wagon)* รถเปิดบรรทุกสินค้า; Ⓒ *(porter's barrow)* รถเข็นของ; Ⓓ *(Railw.: bogie)* รถตู้ในขบวนรถไฟ; Ⓔ *(wheeled stand)* โครงเหล็กมีล้อสำหรับขนย้ายของ ❷ *v.t.* บรรทุกบนรถบรรทุก ❸ *v.i. (Amer.)* ขับรถบรรทุก

²truck *n.* Ⓐ have no ~ with sb./sth. *(fig.)* ไม่มีการเกี่ยวข้องกับ *ค.น./ส.น.*; Ⓑ *(Amer.: produce)* พืชผัก; ~ farm ไร่ปลูกผักไว้ขาย

'truck driver *n.* ➤ 489 คนขับรถบรรทุก; *(long-distance)* คนขับรถระยะทางไกล

trucker /ˈtrʌkə(r)/ˈทรัคเคอะ(ร)/ *n.* ➤ 489 *(Amer.)* Ⓐ *(market gardener)* ชาวสวนที่ปลูกพืชผักขายตลาด; Ⓑ ➡ truck driver

trucking /ˈtrʌkɪŋ/ˈทรัคคิง/ *n. (Amer.)* การส่งสินค้าโดยใช้รถบรรทุก; *(as business)* ธุรกิจขนส่งโดยรถบรรทุก

truckle /ˈtrʌkl/ˈทรัค'ล/ *v.i.* ~ [to sb.] ยินยอม [ต่อ *ค.น.*]; *(fawn)* ประจบสอพลอ [*ค.น.*]

'truckle bed *n.* เตียงมีล้อเลื่อนเข้าออกใต้เตียงขนาดใหญ่

'truck: ~load *n.* ปริมาณเต็มคันรถบรรทุก; sand by the ~: ทรายปริมาณเต็มคันรถบรรทุก; ~ stop *(Amer.)* ➡ transport café

truculence /ˈtrʌkjʊləns/ˈทรัคิวเลินซฺ/

truculency /ˈtrʌkjʊlənsɪ/ˈทรัคิวเลินซิ/ *ns., no pl.* การฝ่าฝืน, ความก้าวร้าว, ความดุร้าย

truculent /ˈtrʌkjʊlənt/ˈทรัคิวเลินทฺ/ *adj.* ที่ฝ่าฝืน, ก้าวร้าว, โหดร้าย, ดุร้าย

truculently /ˈtrʌkjʊləntlɪ/ˈทรัคิวเลินทลิ/ *adv.* อย่างฝ่าฝืน, อย่างก้าวร้าว, อย่างดุร้าย

trudge /trʌdʒ/ทรัจ/ ❶ *v.i.* เดินย่ำไปอย่างยากลำบาก ❷ *v.t.* เดินย่ำฝ่า ❸ *n.* การเดินย่ำอย่างเหน็ดเหนื่อย

true /tru:/ทรู/ ❶ *adj.*, ~r /ˈtru:ə(r)/ˈทรูเออะ(ร)/ ~st /ˈtru:ɪst/ˈทรูอิซทฺ/ Ⓐ *(in accordance with fact)* จริง; is it ~ that ...? มันเป็นจริงหรือเปล่าที่ว่า...; [only] too ~: จริงจนเกินไป; that is too good to be ~: นั่นมันดีอย่างไม่น่าเชื่อ; sb. is too good to be ~: *ค.น.* ดีเกินจริง; [that's] ~ [enough] มันก็จริง; ..., it is ~: ..., มันเป็นจริง; you never spoke a ~r word คุณไม่เคยพูดอะไรได้ถูกต้องกว่านี้; he is so rude, it isn't ~ *(coll.)* เขาหยาบคายอย่างไม่น่าเชื่อ; come ~ *(ความหวัง, คำทำนายความฝัน ฯลฯ)* เป็นความจริง; Ⓑ จริง, แท้; *(rightly so called)* อย่างแท้จริง; the frog is not a ~ reptile กบไม่ใช่สัตว์เลื้อยคลานที่แท้จริง; Ⓒ *(not sham) (ความรัก, ความเป็นเพื่อน)* แท้จริง, ไม่ปลอม; that's not a ~ antique นั่นไม่ใช่ของเก่าที่แท้จริง; Ⓓ *(accurately conforming) (การรายงาน)* ถูกต้อง, เที่ยงตรง; be ~ to sth. ยึดมั่นกับ *ส.น.*; ~ to type ตามแบบทุกอย่าง; ~ to life เหมือนจริง; Ⓔ *(loyal)* ซื่อสัตย์, จริงใจ; remain ~ to sth. ซื่อสัตย์ต่อ *ส.น.* ตลอด; ~ to one's word *or* promise รักษาคำพูดของตน; Ⓕ *(in correct position)* ถูกที่; Ⓖ *(Geog.)* ~ north ทิศเหนือตามแกนของโลก; ➡ + colour 1 E, H; form 1 G
❷ *n.* out of [the] ~: ไม่อยู่ในตำแหน่งที่ถูกต้อง ❸ *adv.* Ⓐ *(truthfully)* อย่างสัตย์จริง; speak ~: พูดอย่างสัตย์จริง; tell me ~: บอกฉันอย่างสัตย์จริง; Ⓑ *(accurately)* อย่างถูกต้อง, อย่าง

t

แน่นอน; Ⓒ *(without variation)* ปราศจากการเปลี่ยนแปลง

❹ *v.t.* ~ **[up]** ทำ/ปรับให้อยู่ในตำแหน่งถูกต้อง

true: ~-blue ❶ *adj.* *(คน)* ที่ยึดมั่นกับ *ส.น.*; **~-blue Tory** เป็นฝ่ายจารีตนิยมอย่างแท้จริง ❷ *n.* คนที่ยึดมั่นกับหลักการ; **~-born** *adj.* จริง, ของแท้; **~-life** *adj.* *(นิยาย, ละคร)* ตามชีวิตจริง; **this is a ~-life story** นี่เป็นเรื่องชีวิตจริง; **~ love** *n.* รักแท้; **~-love knot** *n.* ปมเชือกที่มีสองโบว์พันกัน

trueness /ˈtruːnɪs/ˈทรูนิซ/ *n., no pl.* Ⓐ *(loyalty)* ความจงรักภักดี; Ⓑ *(conformity)* ความเหมือนจริง; **~ to life** ความเหมือนกับชีวิตจริง; Ⓒ *(correctness)* ความถูกต้อง; *(of wheel)* ล้อตั้งตรงถูกต้อง

truffle /ˈtrʌfl/ˈทรัฟ ˈล/ *n.* เห็ดโตใต้ดินในวงศ์ Tuberales ใช้ปรุงอาหาร; *(cake)* ขนมช็อกโกแลต

truism /ˈtruːɪzm/ˈทรูอิซ่ม/ *n.* คำพูดที่เป็นจริงอย่างเด่นชัด

truly /ˈtruːlɪ/ˈทรูลิ/ *adv.* Ⓐ *(genuinely)* อย่างแท้จริง; **be ~ grateful** ซาบซึ้งอย่างแท้จริง; **he was first, ~ he was!** เขาเป็นคนแรกจริง ๆ; **~, I don't think he will make it** จริง ๆ ฉันคิดว่าเขาจะมาไม่ได้; Ⓑ *(accurately)* อย่างถูกต้อง, อย่างแน่นอน; Ⓒ *(faithfully)* อย่างซื่อสัตย์; ➡ + **really; ²well** 2 B; **yours** C

¹trump /trʌmp/ทรัมพฺ/ ❶ *n.* *(Cards)* เป็นต่อ, ทรัมพ์ *(ท.ศ.)*; **play a ~** *(lit. or fig.)* โยนไพ่ได้เปรียบ; **turn up ~s** *(Brit. coll.)* *(turn out better than expected)* ปรากฏออกมาดีกว่าที่คาดคิดไว้; *(do the right thing)* ทำในสิ่งที่ถูกต้อง; ทำสำเร็จ; **as usual Bertha turned up ~s** เบอร์ธาทำสำเร็จตามเคย; **hold all the ~s** *(fig.)* ถือไพ่เหนือกว่า ❷ *v.t.* เล่นไพ่ได้เปรียบมืออื่น ❸ *v.i.* เล่นทรัมพ์

~ up *v.t.* *(coll.)* กุเรื่อง, เสกสรรปั้นแต่ง *(ข้อกล่าวหา, ข้อแก้ตัว ฯลฯ)* ขึ้นมา; **~ed up charge** ข้อกล่าวหาที่กุขึ้น

²trump *n.* *(arch./poet.: trumpet)* แตร

ˈtrump card *n.* *(lit. or fig.)* ไพ่ที่เป็นต่อ; **play one's ~** *(lit. or fig.)* เล่นไพ่ในชุดที่เป็นต่อที่สุด

trumpery /ˈtrʌmpərɪ/ˈทรัมเพอะริ/ *(dated)* ❶ *n.* Ⓐ *(worthless articles)* สิ่งของที่ไร้ค่า; Ⓑ *(rubbish)* ขยะ; **trumperies** ขยะ; Ⓒ *(worthless finery)* สิ่งหรูหราที่ไม่มีคุณค่า ❷ *adj.* *(showy but worthless)* ดูหรูหราแต่ไม่มีคุณค่า

trumpet /ˈtrʌmpɪt/ˈทรัมพิท/ ❶ *n.* *(Mus.)* ทรัมเปต *(ท.ศ.)*, แตรทองเหลือง; *(Bot.)* ดอกที่มีทรงเหมือนปากแตร; **~ blast** เสียงเป่าแตร; ➡ + **blow** 2 D ❷ *v.t. & i.* Ⓐ เป่าแตร; Ⓑ ป่าวร้อง, โฆษณา

ˈtrumpet call *n.* เป่าแตรเรียกปฏิบัติการ; *(fig.)* การเรียกร้องให้ทำหน้าที่

trumpeter /ˈtrʌmpɪtə(r)/ˈทรัมพิเทอะ(ร)/ ➤ **489** *n.* คนเป่าแตรทองเหลือง

truncate /trʌŋˈkeɪt/ทรังˈเคท/ *v.t.* Ⓐ ตัดส่วนบนหรือส่วนท้ายออก *(ต้นไม้, งานเขียน ฯลฯ)*; **~d cone/pyramid** กรวย/ปิรามิดที่ตัดส่วนยอดออก; Ⓑ *(fig.)* ตัดบท

truncheon /ˈtrʌnʃn/ˈทรันช่น/ *n.* กระบองสั้น, กระบองตำรวจ

trundle /ˈtrʌndl/ˈทรันด่ล/ *v.t. & i.* เข็นไปมาอย่างเสียงดัง

trunk /trʌŋk/ทรังคฺ/ *n.* Ⓐ *(of elephant etc.)* งวง; Ⓑ *(large box)* หีบขนาดใหญ่; Ⓒ *(of tree)* ลำต้น; Ⓓ *(of human or animal body)* ลำตัว; Ⓔ *(Amer.: of car)* ที่ใส่ของท้ายรถ; Ⓕ *in pl.* *(Brit.: shorts)* กางเกงขาสั้นผู้ชาย; **[swimming] ~s** กางเกงว่ายน้ำ; Ⓖ *(of nerve, artery etc.)* เส้นใหญ่, เส้นหลัก

ˈtrunk: ~ call *n.* โทรศัพท์ทางไกล; **~ line** *(Railw.)* *n.* เส้นทางสายหลัก; *(Teleph.)* สายหลัก; **~ road** *n.* *(Brit.)* ถนนสายหลัก

truss /trʌs/ทรัซ/ ❶ *n.* Ⓐ *(of roof etc.)* โครงยึดหลังคา ฯลฯ; *(of bridge)* โครงสะพาน; **~ joint** รอย/ข้อต่อของโครง; **~ post** เสาค้ำคาน; Ⓑ *(of flowers etc.)* ช่อดอกไม้ ฯลฯ; *(of tomatoes)* พวง; Ⓒ *(Med.: belt)* เข็มขัดสำหรับคนที่เป็นไส้เลื่อน; Ⓓ *(Brit.: of hay)* มัด *(ในอัตราน้ำหนักฟางเก่า 56 ปอนด์/ฟางใหม่ 60 ปอนด์)* ❷ *v.t.* Ⓐ *(tie up before cooking)* มัด *(เป็ด, ไก่ ฯลฯ)* ก่อนนำไปปรุง; Ⓑ **~ [up]** มัดมือไพล่หลัง

trust /trʌst/ทรัซทฺ/ ❶ *n.* Ⓐ *(firm belief)* ความเชื่อถือ, ความไว้ใจ; **place *or* put one's ~ in sb./sth.** ฝากความเชื่อถือไว้กับ *ค.น./ส.น.*; **have [every] ~ in sb./sth.** มีความเชื่อถือ [ทุกประการ] ใน *ค.น./ส.น.*; **our ~ is in God** พวกเราเชื่อในพระเจ้า; **I don't have any ~ in him** ฉันไม่ไว้ใจเขาเลย; Ⓑ *(reliance)* **take sth. on ~:** ยอมรับ *ส.น.* โดยไม่มีหลักฐาน; Ⓒ *(organization managed by trustees)* องค์กรที่บริหารโดยกรรมการ; **[charitable] ~:** องค์กร [การกุศล]; Ⓓ *(body of trustees)* คณะกรรมการ; *(of charitable ~)* คณะกรรมการ; Ⓔ *(organized association of companies)* บริษัทใหญ่ที่รวมกับบริษัทเล็ก ๆ *(เช่น เพื่อจุดประสงค์ของการลดการแข่งขัน ฯลฯ)*; Ⓕ *(commercial credit)* **on ~:** แบบผ่อนส่ง; Ⓖ *(responsibility)* ความไว้วางใจ; **he failed in his ~:** เขาผิดต่อความไว้วางใจที่มีในตัวเขา *หรือ* เขาไม่ซื่อสัตย์; **position of ~:** ตำแหน่งของความรับผิดชอบ; Ⓗ *(obligation)* หน้าที่; **public ~:** หน้าที่ต่อสาธารณชน; Ⓘ *(Law)* เงินที่ดูแลให้ผู้อื่น; *(property)* กองมรดก; **hold in ~:** อยู่ในความดูแลของทรัสตี; ➡ + **brains trust; investment** A; **unit trust**
❷ *v.t.* Ⓐ *(rely on)* ไว้ใจ, เชื่อใจ; **not ~ sb. an inch** ไม่ไว้ใจ *ค.น.* แม้แต่น้อย; **you can ~ him to do his best** คุณเชื่อใจได้ว่าเขาจะทำสุดความสามารถ; **a ~ed servant/friend** คนรับใช้/เพื่อนที่ไว้ใจได้ [คนหนึ่ง]; **he was widely ~ed by them** เขาเป็นที่เชื่อใจของพวกเขามาก; **he/what he says is not to be ~ed** เขา/ที่เขาพูดไว้ใจไม่ได้; **~ sb. with sth.** ไว้ใจ *ค.น.* กับ *ส.น.*; **~ ˈyou /ˈhim!** *etc.* *(coll. iron.)* นึกแล้วว่าคุณ/เขาต้อง; **~ ˈhim to get it wrong!** เชื่อได้เลยว่าเขาต้องทำผิดแน่; Ⓑ *(hope)* หวัง; **I ~ he is not hurt?** ฉันหวังว่าเขาไม่ได้รับบาดเจ็บ; Ⓒ *(entrust)* มอบ *(บางสิ่ง)* เพื่อการปกป้องดูแล **(to** แก่) ❸ *v.i.* Ⓐ **~ to** *(ทรัพย์สินที่ดินหรือเงิน)* มอบไว้ในการดูแลของผู้ได้รับมอบหมาย; Ⓑ *(believe)* **~ in sb./sth.** เชื่อมั่นใน *ค.น./ส.น.*

trust: ~buster *n.* *ผู้ที่พยายามทำลายการที่บริษัทใหญ่รวมหัวกันค้ากำไร*; **~ company** *n.* *บริษัทเงินทุนที่รับดูแลทรัพย์สมบัติของผู้อื่น*; **~ deed** *n.* เอกสารข้อตกลงเกี่ยวกับบริษัทเงินทุน

trustee /trʌˈstiː/ทรัซˈตี/ *n.* Ⓐ *(person holding property in trust; also fig.)* ทรัสตี *(ท.ศ.)*, ผู้ได้รับมอบหมายให้เป็นผู้ดูแล *(ทรัพย์สินของคนอื่น)*; **the Public T~** *(Brit.)* ทรัสตีที่รัฐแต่งตั้ง; Ⓑ *(one appointed to manage institution)* ผู้ที่ได้รับการแต่งตั้งให้บริหารสถาบัน, กรรมการ; **Board of T~s** คณะกรรมการบริหาร; Ⓒ *(country supervising territory)* ประเทศที่ได้รับมอบหมายให้อารักขาดินแดน

trusteeship /trʌˈstiːʃɪp/ทรัซˈตีชิพ/ *n.* Ⓐ *(office)* ตำแหน่งผู้ได้รับมอบหมายให้เป็นผู้ดูแล; Ⓑ *(supervision of trust territory)* การจัดการบริหารเขตแดนภายใต้การมอบหมายขององค์การสหประชาชาติ

trustful /ˈtrʌstfl/ˈทรัซทฺฟ'ล/ *adj.*, **trustfully** /ˈtrʌstfəlɪ/ˈทรัซทฺเฟอะลิ/ *adv.* [อย่าง] มีความไว้วางใจ, เชื่อใจ *(คนอื่น)*, ไม่สงสัย

ˈtrust fund *n.* เงินที่อยู่ในความดูแลของผู้ได้รับมอบหมาย

trusting /ˈtrʌstɪŋ/ˈทรัซทิง/ *adj.*, **trustingly** /ˈtrʌstɪŋlɪ/ˈทรัซทิงลิ/ [อย่าง] ไว้วางใจคนอื่น, [อย่าง] ให้ความเชื่อถือ

trustworthiness /ˈtrʌstwɜːðɪnɪs/ˈทรัซทฺเวอทินิซ/ *n., no pl.* ความไว้ใจได้, ความน่าไว้ใจ

trustworthy /ˈtrʌstwɜːðɪ/ˈทรัซทฺเวอทิ/ *adj.* ไว้ใจได้, น่าเชื่อถือ

trusty /ˈtrʌstɪ/ˈทรัซติ/ ❶ *adj.* *(arch./joc.)* ซื่อสัตย์, ไว้ใจได้, จงรักภักดี *(ต่อกษัตริย์)* ❷ *n.* *นักโทษประพฤติดีที่ได้รับสิทธิพิเศษ*

truth /truːθ/ทรูธ/ *n., pl.* **~s** /truːðz, truːθs/ ทรูทซฺ, ทรูธซฺ/ Ⓐ *no pl.* ความจริง, ความสัตย์; **the ~ of that is open to question** ความจริงของสิ่งนั้นเป็นที่น่าสงสัย; **there is some/not a word of *or* no ~ in that** มีความจริงบ้าง/ไม่มีความจริงเลยในสิ่งนั้น; **in ~** *(literary)*, **of a ~** *(arch.)* อย่างแท้จริง, ในความสัตย์จริง; Ⓑ *(what is true)* สิ่งที่เป็นจริง, ความเป็นจริง; *(principle)* ความจริง; **tell the [whole] ~:** เล่าความเป็นจริง [ทั้งหมด]; **the ~ is that I forgot** ความจริงก็คือว่าฉันลืมไป; **to tell the ~, ~ to tell** จริง ๆ แล้ว; ➡ + **moment** A; **out** 1 H

ˈtruth drug *n.* ยาที่ทำให้คนพูดความจริง/เผยความลับ

truthful /ˈtruːθfl/ˈทรูธฟ'ล/ *adj.* *(คน)* พูดจริง, ซื่อสัตย์, เปิดเผย; **be ~ about sth.** พูดความจริงเกี่ยวกับ *ส.น.*

truthfully /ˈtruːθfəlɪ/ˈทรูธเฟอะลิ/ *adv.* อย่างซื่อสัตย์, อย่างเป็นจริง

truthfulness /ˈtruːθflnɪs/ˈทรูธฟ'ลนิซ/ *n., no pl.* ความซื่อสัตย์, ความเป็นจริง

try /traɪ/ทราย/ ❶ *n.* Ⓐ *(attempt)* การลองดู, การพยายาม; **have a ~ at sth./doing sth.** พยายามทำ *ส.น.*; **at least he had a good ~:** อย่างน้อยเขาก็ได้พยายาม/ลองทำเต็มที่; **give sb./sth. a ~:** ให้โอกาส *ค.น./ส.น.*; **I'll give him another ~** *(ask him again for help, a favour etc.)* ฉันจะลองถามเขาดูอีกครั้งหนึ่ง; *(give him another chance)* ฉันจะให้โอกาสเขาอีกครั้งหนึ่ง; *(on telephone)* ฉันจะลองโทรศัพท์หาเขาอีกครั้งหนึ่ง; **give it a ~:** ให้โอกาส *หรือ* ลองทำมันสักครั้งหนึ่ง; Ⓑ *(Rugby)* การวางไทร; **score two tries** วางทรัยได้สองครั้ง; Ⓒ *(Amer. Footb.)* การทำคะแนนเพิ่มหลังได้วางบอลในเขตแดนฝั่งตรงกันข้าม
❷ *v.t.* Ⓐ *(attempt, make effort)* พยายาม; **it's ~ing to rain** ฝนทำท่าจะตก; **the sun is ~ing to come out *or* shine** ดวงอาทิตย์กำลังพยายามโผล่ออกมา; **do ~ to be on time** พยายามมาให้ตรงเวลา; **it's no use ~ing to do sth.** มันไม่มีประโยชน์ที่จะแค่พยายามทำ *ส.น.*; **I've given up ~ing to do sth.** ฉันได้เลิกพยายามที่จะทำ *ส.น.*; **~ one's best** พยายามทำให้ดีที่สุด/สุดความสามารถ; **don't ~ anything!** อย่าลองอะไร

t

บ้าๆ นะ; **don't even ~ to excuse yourself** ไม่ต้องพยายามแก้ตัวของคุณหรอก; Ⓑ *(test usefulness of)* ลองใช้, ทดลอง; **if the stain is difficult to remove, ~ soap and water** ถ้ารอยเปื้อนล้างออกยากให้ลองใช้สบู่และน้ำ; **I've tried all the bookshops for this book** ฉันได้ลองไปหาหนังสือเล่มนี้ในร้านขายหนังสือทุกแห่งแล้ว; **you can always ~ the supermarket** คุณลองไปหาซื้อที่ซุปเปอร์มาร์เก็ตก็ได้; **if you can't find it, ~ the top shelf** ถ้าคุณหาไม่พบลองหาที่หิ้งชั้นบนสุดซิ; **~ one's hand at sth.** พยายามทำ *ส.น.* เป็นครั้งแรก; **~ shaking it!** ลองเขย่ามันดูซิ; **I'll ~ anything once** ฉันพร้อมที่จะลองทุกสิ่งอย่างน้อยครั้งหนึ่ง; Ⓒ *(test)* ลอง, ทดสอบ; **~ the rope** ทดสอบเชือก; **~ the door/window [to see if it's locked]** ลองประตู/หน้าต่าง [ดูว่ามันล็อกหรือเปล่า]; **~ sb. in Sales** ลองให้ *ค.น.* ทำงานในฝ่ายขาย; **be tried and found wanting** ถูกทดสอบและพบว่าไม่เป็นที่ต้องการ; **these** *or* **such things are sent to ~ us** สิ่งเหล่านี้ถูกส่งมาเพื่อทดสอบพวกเรา; Ⓓ *(Law.: take to trial)* นำไปพิจารณาคดีในศาล; **~ a case** พิจารณาคดีในศาล; **~ sb. [for sth.]** นำ *ค.น.* ไปพิจารณาในศาล [ในข้อหา *ส.น.*]; **he was tried for murder** เขาถูกนำส่งศาลพิจารณาคดีฆาตกรรม; **he was tried before a jury** เขาถูกนำส่งศาลพิจารณาคดีต่อหน้าลูกขุน; ➡ + **fall** 1 I; **'size** 1 A
❸ *v.i.* พยายาม; **she wasn't even ~ing** เธอไม่พยายามเลยแม้แต่นิด; **it was not for want of ~ing** ไม่ใช่เพราะไม่ได้พยายาม; **if at first you don't succeed, ~, ~, ~ again** ถ้าในตอนแรกคุณทำไม่สำเร็จก็ต้องหมั่นพยายามต่อไป; **you can't say I didn't ~:** คุณจะมาหาว่าฉันมิได้พยายามไม่ได้; **~ and do sth.** *(coll.)* พยายามทำอะไรสักอย่างซิ; **~ hard/harder** พยายามอย่างมาก/ยิ่งพยายามมากขึ้นไป

~ for *v.t.* Ⓐ *(compete for)* แข่งขันสำหรับ *(ทุน, ตำแหน่ง)*; **~ for gold** แข่งขันชิงเหรียญทอง; Ⓑ *(seek to reach)* **~ for the summit** พยายามไปให้ถึงจุดสูงสุด; **he had been ~ing so hard for it** เขาได้พยายามอย่างมากเพื่อให้สำเร็จ

~ 'on *v.t.* Ⓐ ลอง *(เสื้อผ้า, รองเท้า)*; Ⓑ *(Brit. coll.)* **~ it on** ลองดี, ลองของ; **don't ~ anything/it on with me** อย่ามาลองดีกับฉันนะ; ➡ + **try-on**

~ 'out *v.t.* **~ sth./sb. out** ลอง *ส.น.*/ให้โอกาส *ค.น.*; **let's ~ him out in Sales** ลองให้เขาทำงานในฝ่ายขายซิ; ➡ + **try-out**

trying /'traɪɪŋ/'ทรายอิง/ *adj.* Ⓐ *(testing)* เป็นการทดสอบ; Ⓑ *(difficult to endure)* ยากที่จะทน; **be ~ for sb./sth.** ยากที่จะอดทนสำหรับ *ค.น./ส.น.*

try: ~-on *n. (coll.)* Ⓐ *(Brit. joke)* ความพยายามที่จะหลอกลวง *(ผู้อื่น)*; *(lie)* การพูดเท็จ; **it's just a ~-on** *(to discover whether sth. will be tolerated)* มันเป็นแค่การลองของ; Ⓑ *(of clothes)* การลอง; **~-out** *n.* การทดสอบ, การทดลอง *(ความมีประสิทธิภาพ, ความนิยมชมชอบ ฯลฯ)*; **give sth. a ~-out** ทดลอง *ส.น.*; **have a ~-out** ทดสอบ/ทดลอง; **would you like [to have] a ~-out?** คุณต้องการลองก่อนไหม; *(of vehicle)* คุณต้องการลองขับดูไหม; **~sail** /'traɪsl/'ไทรฺซ'ล/ *n. (Naut.)* ใบเรือขนาดเล็กที่ใช้กางในเวลามีลมแรง; **~ square** *n.* ไม้วัดฉาก

tryst /trɪst/ทริซทฺ/ *n. (arch./literary)* การนัดพบ *(ของคู่รัก)*; **keep/break ~:** ไปตาม/ไม่ไปตามที่นัดพบ; **make a ~:** กำหนดนัดพบ

tsar /zɑː(r)/ซา(ร)/ *n. (Hist.)* จักรพรรดิซาร์แห่งประเทศรัสเซีย; **drugs ~** บุคคลที่ได้รับมอบหมายให้ดูแลปราบปรามเรื่องยาเสพติดโดยเฉพาะ

tsarevitch /'zɑːrəvɪtʃ/'ซาเรอะวิฉ/ *n.* มกุฎราชกุมารรัสเซีย

tsarina /zɑː'riːnə/ซา'รีเนอะ/ *n. (Hist.)* *(empress)* จักรพรรดินีแห่งรัสเซีย; *(tsar's wife)* พระมเหสีของจักรพรรดิแห่งรัสเซีย

tsarism /'zɑːrɪzm/'ซาริซ'ม/ *n. (Hist.)* ลัทธินิยมพระเจ้าซาร์

tsarist /'zɑːrɪst/'ซาริซทฺ/ *(Hist.)* ❶ *adj.* ที่นิยมพระเจ้าซาร์ ❷ *n.* ผู้นิยมพระเจ้าซาร์

tsetse [fly] /'tsetsɪ (flaɪ)/'เซ็ทซิ (ฟลาย)/ *n.* แมลงวันดูดเลือดที่แพร่โรคนอนหลับ

T-shirt *n.* เสื้อทีเชิ้ต *(ท.ศ.)*

tsp., *pl.* **tsps** *abbr.* **teaspoon[s]**

T-square ➡ **square** J

tsunami /tsuː'nɑːmɪ/ซู'นามิ/ *n.* คลื่นสุนามิ *(ท.ศ.)*, คลื่นทะเลขนาดใหญ่ผิดปกติ *(จากแผ่นดินไหวใต้ทะเล)*

TT *abbr.* Ⓐ **teetotal**; Ⓑ **Tourist Trophy** รางวัลแข่งรถหรือจักรยานยนต์ที่ไอส์ออฟแมน

TU *abbr.* **Trade Union**

Tu. *abbr.* ➤ **233 Tuesday** อ.

tub /tʌb/ทับ/ *n.* Ⓐ ถัง; Ⓑ *(for ice cream etc.)* ถังใส่ไอศกรีม; Ⓒ *(Brit. coll.: bath)* อ่างอาบน้ำ; Ⓓ *(derog./joc.: boat)* เรือที่แล่นอืดอาด

tuba /'tjuːbə/'ทิวเบอะ/ *n. (Mus.)* แตรใหญ่ทูบา *(ท.ศ.)*

tubbiness /'tʌbɪnɪs/'ทับบินิซ/ *n.* ความอ้วนเตี้ย

tubby /'tʌbɪ/'ทับบิ/ *adj. (คน)* อ้วนเตี้ย

tube /tjuːb/ทิวบฺ/ *n.* Ⓐ *(for conveying liquids etc.)* หลอด, ท่อ; **be down the tube[s]** *(coll.)* ล้มเหลว, เสียหายหมด; **he was down the ~[s] to the tune of £270,000** *(coll.)* เขาทำย่อยยับไปเป็นวงเงินถึง 270,000 ปอนด์; **go down the ~[s]** *(coll.)* เสียหายหมด; Ⓑ *(small cylinder)* กระบอก/หลอดขนาดเล็ก; *(for sweets, tablets)* หลอด; Ⓒ *(Anat., Zool.)* เส้น; หลอดท่อในร่างกาย; Ⓓ *(cathode-ray ~)* หลอดในโทรทัศน์; *(coll.: television)* **watch the ~:** ดูหรือชมโทรทัศน์; **be on the ~:** ออกโทรทัศน์; Ⓔ *(Amer.: thermionic valve)* หลอดสุญญากาศที่ทำให้อิเล็กตรอนไหลทางเดียว; Ⓕ *(Brit. coll.: underground railway)* รถไฟใต้ดิน; Ⓖ ➡ **inner ~**

tubeless /'tjuːblɪs/'ทิวบฺลิซ/ *adj. (ยางรถ)* ไม่มียางใน

tuber /'tjuːbə(r)/'ทิวเบอะ(ร)/ *n. (Bot.)* พืชชนิดหัวในดิน *(เช่น มันฝรั่ง)*

tubercle /'tjuːbɜkl/'ทิวเบอะค'ล/ *n. (Med.)* ตุ่มเล็กๆ ที่เกิดจากการติดเชื้อวัณโรค

tubercular /tjuː'bɜːkjʊlə(r)/ทิว'เบอคิวเลอะ(ร)/ *adj. (Med.)* เกี่ยวกับวัณโรค

tuberculin /tjuː'bɜːkjʊlɪn/ทิว'เบอคิวลิน/ *n.* ของเหลวจากการเพาะเชื้อวัณโรค

tuberculin-'tested *adj. (น้ำนมวัว)* ที่ได้ผ่านการตรวจสอบเชื้อวัณโรค

tuberculosis /tjuːbɜːkjʊ'ləʊsɪs/ทิวเบอคิว'โลซิซ/ *n., no pl.* ➤ **453** *(Med.)* วัณโรค; **pulmonary ~:** วัณโรคปอด

tuberose /'tjuːbərəʊz/'ทิวเบอะโรซ/ *n. (Bot.)* ดอกซ่อนกลิ่น

tube: ~ station *n. (Brit. coll.)* สถานีรถไฟใต้ดิน; **~ train** *n. (Brit. coll.)* รถไฟใต้ดิน

tubful /'tʌbfʊl/'ทับฟุล/ *n.* ปริมาณเต็มอ่าง/เต็มถัง/อ่าง; **a ~ of water** น้ำปริมาณหนึ่งอ่าง

tubing /'tjuːbɪŋ/'ทิวบิง/ *n.* ท่อ

'tub-thumper *n.* นักเทศน์ที่ทุบโต๊ะเน้น

tubular /'tjuːbjʊlə(r)/'ทิวบิวเลอะ(ร)/ *adj.* Ⓐ *(tube-shaped)* มีรูปร่างเป็นหลอด/ท่อ; Ⓑ *(made of ~ pieces) (เครื่องเรือน ฯลฯ)* ที่ทำมาจากชิ้นส่วนที่เป็นหลอด/ท่อ

tubular 'bells *n. pl.* เครื่องดนตรี ซึ่งเป็นแถวท่อโลหะแขวนตีด้วยไม้

TUC *abbr. (Brit.)* **Trades Union Congress**

tuck /tʌk/ทัค/ ❶ *v.t.* Ⓐ พับเข้าไป; **he ~ed his legs under him** เขานั่งพับเพียบ; Ⓑ *(put ~s in)* เหน็บผ้า ❷ *n.* Ⓐ *(in fabric) (for decoration)* เหน็บในผ้า; *(to shorten or tighten)* การพับชายให้สั้น; การเหน็บให้กระชับขึ้น; Ⓑ *no pl., no indef. art. (Brit. Sch. coll.: food)* ขนมเค้กหรือขนมหวานสำหรับนักเรียน

~ a'way *v.t.* Ⓐ บดบัง, ซ่อนตัว; **the house is ~ed away behind the trees** บ้านซ่อนตัวอยู่หลังแมกไม้; Ⓑ *(coll.: eat)* กิน *(อาหาร)* ปริมาณมาก; **she can certainly ~ it away** เธอกินจุจังเลย

~ 'in ❶ *v.t.* ห่มผ้าเก็บชาย; **~ in the blankets** เก็บชายผ้าห่มให้มิดชิด; **~ your shirt in!** ใส่ชายเสื้อเชิ้ตเข้าในกางเกง ❷ *v.i. (coll.)* กินอาหารปริมาณมาก; ➡ + **tuck-in**

~ into *v.i. (coll.: eat)* **~ into sth.** เริ่มกิน *ส.น.* อย่างอร่อย

~ 'up *v.t.* Ⓐ ห่มผ้าห่ม; ถก *(กระโปรง)* ขึ้น; Ⓑ *(cover snugly)* ห่มผ้าอย่างอุ่นสบาย; **be ~ed up [in bed]** ห่มผ้าอยู่สบายบนเตียง

'tuck box *n. (Brit. Sch.)* กล่องใส่อาหารเด็กนักเรียน

[1]**tucker** /'tʌkə(r)/'ทัคเคอะ(ร)/ *n. (Austral. coll.: food)* อาหาร; **some ~:** อาหารจำนวนหนึ่ง

[2]**tucker** *v.t. (Amer.)* **~ [out]** *(coll.)* ทำให้หมดแรง; **be ~ed [out]** เหนื่อยอ่อน, หมดแรง

tuck: ~-in *n. (Brit. coll.)* อาหารมื้อใหญ่; **they had a really good ~-in** พวกเขารับประทานอาหารมื้อใหญ่ที่อร่อยมาก; **~ shop** *n. (Brit. Sch.)* ร้านขายขนมในโรงเรียน

Tudor /'tjuːdə(r)/'ทิวเดอะ(ร)/ *(Brit. Hist.)* ❶ *n.* สมาชิกราชวงศ์ทิวเดอร์ *(ที่ปกครองประเทศอังกฤษในช่วงปี ค.ศ. 1485-1603)* ❷ *attrib. adj.* เกี่ยวกับราชวงศ์ทิวเดอร์

Tudor: ~ 'rose *n.* ดอกกุหลาบที่มีห้ากลีบ *(สัญลักษณ์ของราชวงศ์ทิวเดอร์)*; **~ style** *n.* สถาปัตยกรรม/รูปแบบทิวเดอร์

Tue., Tues *abbrs.* ➤ **233 Tuesday** อ.

Tuesday /'tjuːzdeɪ, 'tjuːzdɪ/'ทิวซเด, 'ทิวซดิ/ ❶ *n.* วันอังคาร ❷ *adv. (coll.)* ในวันอังคาร; **she comes ~s** เธอมาทุกวันอังคาร; ➡ + **Friday**

tufa /'tjuːfə/'ทิวเฟอะ/ *n. (Geol.)* หินเป็นรูพรุน *(ประกอบด้วยหินปูนและซิลิกอน พบตามบริเวณน้ำพุที่เป็นน้ำแร่)*

tuff /tʌf/ทัฟ/ *n. (Geol.)* หินที่เกิดจากการแข็งตัวของเถ้าถ่านจากภูเขาไฟ

tuft /tʌft/ทัฟทฺ/ *n.* กระจุก, ปอย *(เชือก, ผม, หญ้า)*; **~ of grass/hair** กระจุกของหญ้า/ผม

tufted /'tʌftɪd/'ทัฟทิด/ *adj.* Ⓐ *(having tufts) (ผม, เชือก, หญ้า ฯลฯ)* เป็นกระจุก, เป็นปอย; **~ carpet** พรมที่ถักเป็นกระจุก; Ⓑ *(with tuft of feathers on head) (นก)* ที่มีปอยขนบนหัว; **~ duck** เป็ดที่มีปอยขนบนหัว; **~ puffin** นกพัฟฟินมีปอยขนบนหัว

tug /tʌg/ทัก/ ❶ *n.* Ⓐ การกระตุก; **he felt a ~ on the fishingline** เขารู้สึกมีแรงกระตุกสายเบ็ด; **he gave the rope a ~:** เขากระตุกเชือกอย่างแรงครั้งหนึ่ง; **~ of love [battle]** *(coll.)* การช่วงชิง

เด็กระหว่างพ่อแม่; ~ **of war** (lit.) การชักเย่อ; (fig.) การแข่งขันต่อสู้กันอย่างรุนแรง; ⓑ ~ [**boat**] เรือขนาดเล็กใช้ลากเรือใหญ่; ⓒ (fig.: emotional pain) **it was a ~**: มันเป็นความปวดร้าวทางจิตใจ; **she felt a big ~ at parting** เธอรู้สึกปวดร้าวจิตใจมากในการจากกัน ❷ v.t., -**gg**- ดึงกระตุกอย่างรุนแรง; **be ~ged this way and that** (fig.) ถูกดึงไปทางโน้นทางนี้ ❸ v.i., -**gg**- ออกแรงดึง (**at**); **~ at sb.'s heartstrings** (fig.) โน้มน้าว ค.น.

tuition /tjuːˈɪʃn/ทิวˈอิชˈน/ n. การสอน; **extra ~**: การสอนพิเศษ; **~ fees** (Sch.) ค่าสอน; (Univ.) ค่าเล่าเรียน

tulip /ˈtjuːlɪp/ทิวลิพ/ n. ดอกทิวลิป (ท.ศ.)

'tulip tree n. ต้นไม้ใหญ่ โดยเฉพาะในสกุล Liriodendron มีดอกเหมือนทิวลิป

tulle /tjuːl/ทิวล/ n. (Textiles) ไหมอ่อนนุ่มเนื้อละเอียด

tum /tʌm/ทัม/ n. (joc.) ท้อง, พุง

tumble /ˈtʌmbl/ทัมˈบัล/ ❶ v.i. ⓐ (fall suddenly) หกคะเมน; **~ off sth.** หกคะเมนลงจาก ส.น.; ⓑ (move in headlong fashion) หกคะเมนตก; **~ into/out of sth.** หกคะเมนเข้าไปใน/ลงมาจาก ส.น.; **~ into bed** โยนตัวลงบนเตียง; ⓒ (ราคา ฯลฯ) ตกลงอย่างมาก; (sharply) ตกอย่างรวดเร็ว ❷ v.t. ⓐ (fling headlong) เหวี่ยงหัวทิ่มไป; ⓑ (rumple) ทำให้ยุ่งเหยิง (ผม) ❸ n. การหกคะเมนหัวทิ่ม; **she's taken [a bit of] a ~**: เธอได้ตกหกคะเมนลงมา
~ on v.t. (chance on) พบโดยบังเอิญ
~ over v.i. เสียหลักหกล้ม
~ to v.t. (Brit. coll.) เข้าใจ (สถานการณ์)

tumble-: ~bug n. แมลงปีกแข็งที่มักอาศัยในมูลสัตว์; **~down** adj. พังทลาย; **~-drier** n. เครื่องปั่นผ้าให้แห้ง; **~-dry** v.t. ปั่น (ผ้าเปียก) ในเครื่องปั่นแห้ง

tumbler /ˈtʌmblə(r)/ทัมˈเบลอะ(ร)/ n. ⓐ (glass) (short) แก้ว, แก้วเหล้าทรงตรง; (long) แก้วยาวตรง; ⓑ (in lock) ส่วนที่เป็นแกนหมุนในล็อคที่ยึดกลอนเอาไว้; ⓒ ➡ **tumble-drier**; ⓓ (acrobat) นักกายกรรม; ⓔ (pigeon) นกพิราบที่ตีลังกาเวลาบิน

tumblerful /ˈtʌmblfʊl/ทัมˈเบลอะฟˈล/ n. หนึ่งแก้วเต็ม; **a ~ of water** น้ำหนึ่งแก้วเต็ม

'tumbler switch n. สวิตซ์ไฟฟ้าชนิดใช้กดปุ่ม

'tumbleweed n. (Amer.) พืชแห้งที่เกาะเป็นก้อนกลมกลิ้งไปตามลม

tumbrel /ˈtʌmbrəl/ทัมˈเบรล/, **tumbril** /ˈtʌmbrɪl/ทัมˈบริล/ n. (Hist.) รถนำนักโทษไปประหารชีวิตด้วยกิโยตินในสมัยการปฏิวัติฝรั่งเศส

tumescence /tjuːˈmesəns/ทิวˈเม็สเซนซ/ n. (อวัยวะเพศชาย) การบวมใหญ่ขึ้น

tumescent /tjuːˈmesənt/ทิวˈเม็สเซนท/ adj. (อวัยวะชาย) ที่บวมตัวใหญ่ขึ้น; **make ~**: ทำให้บวมใหญ่ขึ้น

tummy /ˈtʌmɪ/ทัมˈมิ/ n. (child lang/coll.) ท้อง; **I've got an upset ~**: ฉันปวดท้อง

tummy: ~ ache n. (child lang/coll.) อาการปวดท้อง; **~ button** n. (child lang/coll.) สะดือ; **~ tuck** n. ศัลยกรรมตกแต่งหน้าท้อง; **~ upset** n. (child lang/coll.) ท้องเสีย

tumour (Brit.; Amer.: **tumor**) /ˈtjuːmə(r)/ทิวˈเมอะ(ร)/ n. เนื้องอก

tumult /ˈtjuːmʌlt/ทิวˈมัลท/ n. ⓐ (commotion, uproar) ความอึกทึกครึกโครม, ความโกลาหล; **be in ~**: อยู่ในความโกลาหล;

ⓑ (confused state of mind) ความวุ่นวายสับสน; **his mind was in a ~**: จิตใจเขาวุ่นวายสับสน

tumultuous /tjuːˈmʌltjʊəs/ทิวˈมัลทิวเอิส/ adj. ⓐ อึกทึกครึกโครม, เสียงดัง; ⓑ โกลาหล, ยุ่งเหยิง, วุ่นวายสับสน

tumulus /ˈtjuːmjʊləs/ทิวˈมิวเลิส/ n., pl. **tumuli** /ˈtjuːmjʊlaɪ/ทิวˈมิวลาย/ เนินสุสานโบราณ

tun /tʌn/ทัน/ n. ถัง (เบียร์, เหล้าองุ่น) ขนาดใหญ่

tuna /ˈtjuːnə/ทิวˈเนอะ/ n., pl. same or **~s** ⓐ (fish) ปลาทูน่า (ท.ศ.); ⓑ (as food) **~[fish]** เนื้อปลาทูน่า

tundra /ˈtʌndrə/ทันˈเดรอะ/ n. (Geog.) พื้นที่กว้างราบในเขตอาร์คติก ไม่มีต้นไม้ อากาศหนาว

tune /tjuːn/ทิวน/ ❶ n. ⓐ (melody) เพลง, ทำนอง; **change one's ~**, **sing another or a different ~** (fig.) (behave differently) ประพฤติตนต่างจากเดิม; (assume different tone) เปลี่ยนทำนอง; **call the ~** (fig.) ควบคุมสถานการณ์; ⓑ (correct pitch) **sing in/out of ~**: ร้องเสียงเพี้ยน/ไม่เพี้ยน (เพลง); **be in/out of ~**: (ดนตรี) เสียงเพี้ยน/ไม่เพี้ยน; ⓒ (fig.: agreement) **be in/out of ~ with sth.** เข้ากันได้/ไม่ได้กับ ส.น.; **he doesn't feel in ~ with their attitudes/ideas** เขารู้สึกไม่เห็นด้วยกับทัศนะ/ความคิดของพวกเขา; ⓓ (amount) **to the ~ of [£50,000]** เป็นจำนวนถึง [50,000 ปอนด์] ❷ v.t. ⓐ (Mus.: put in ~) ปรับให้ระดับเสียงถูกต้อง; ⓑ (Radio, Telev.) ปรับหมุนคลื่น (วิทยุ, โทรทัศน์) (**to** ไปที่); **stay ~d!** โปรดอย่าหมุนคลื่นไปที่อื่น, โปรดติดตามต่อไป; ⓒ ปรับตั้งเครื่องยนต์; (for more power) ปรับกำลังเครื่องให้แรงขึ้น
~ in v.i. (Radio, Telev.) **~ in to a station** ปรับไปยังสถานี (วิทยุ, โทรทัศน์) แห่งหนึ่ง; **~ in at five o'clock to hear the details!** โปรดเปิด (วิทยุ, โทรทัศน์) ตอน 5 โมง เพื่อฟังรายละเอียด; **~ in to** (fig.) ปรับเข้ากับ
~ up ❶ v.i. (วงออเคสตรา) ปรับเครื่องดนตรีให้อยู่ในระดับเสียงที่ถูกต้อง ❷ v.t. เริ่มต้นร้องหรือบรรเลง

tuneful /ˈtjuːnfl/ทิวˈนุฟˈล/ adj., **tunefully** /ˈtjuːnfəlɪ/ทิวˈนุเฟอะลิ/ adv. มีท่วงทำนองที่ไพเราะ, [อย่าง] เพราะพริ้ง

tunefulness /ˈtjuːnflnɪs/ทิวˈนุฟˈลนิซ/ n., no pl. ความไพเราะ, ความเพราะพริ้ง

tuneless /ˈtjuːnlɪs/ทิวˈนุลิซ/ adj., **tunelessly** /ˈtjuːnlɪslɪ/ทิวˈนุลิซลิ/ adv. ไม่ไพเราะ, ไม่เพราะ, ไม่มีทำนองอะไร

tunelessness /ˈtjuːnlɪsnɪs/ทิวˈนุลิซนิซ/ n., no pl. ความไม่ไพเราะ, ความไม่เพราะ, ความไม่มีทำนอง

tuner /ˈtjuːnə(r)/ทิวˈเนอะ(ร)/ n. ⓐ ➤ 489 (Mus.) ผู้ตั้ง หรือ ปรับเครื่องดนตรี; ⓑ (knob etc.) ปุ่มปรับ; ⓒ (radio) ปุ่มหมุน

tungsten /ˈtʌŋstən/ทังˈสเตน/ n. แร่โลหะสีเทาเข้มใช้ทำหลอดไฟ, ทังสเตน (ท.ศ.)

tunic /ˈtjuːnɪk/ทิวˈนิค/ n. ⓐ (part of uniform) (of soldier, policeman) เสื้อชั้นนอกสั้นกระชับ; (of schoolgirl) เสื้อกระโปรงชุดสวมทับเสื้อเชิร์ต; ⓑ (Fashion) ชุดสตรีอัดกลีบหลวม ๆ รวบเข้าไว้ที่เอวด้วยเชือกหรือเข็มขัด; ⓒ (body garment) (in ancient Greece) ชุดหลวมไม่แขนยาวถึงเข่า

tuning /ˈtjuːnɪŋ/ทิวˈนิง/ n. ⓐ (Mus.) การปรับระดับเสียงให้ถูกต้อง; ⓑ (Radio) การปรับหาคลื่นสถานี; ⓒ (Motor Veh.) การปรับตั้ง

เครื่องยนต์; (to increase power) การปรับแต่งเครื่องยนต์; **the engine needs ~**: เครื่องยนต์จำเป็นต้องปรับตั้งเครื่อง

tuning: ~ fork n. (Mus.) อุปกรณ์เหล็กสองง่ามที่ให้ระดับเสียงคงที่; **~ peg**, **~ pin** ns. (Mus.) หมุดปรับเปลี่ยนระดับเสียงของเครื่องสาย

Tunis /ˈtjuːnɪs/ทิวˈนิซ/ pr. n. เมืองตูนิส (เมืองหลวงของประเทศตูนิเซีย)

Tunisia /tjuːˈnɪzɪə/ทิวˈนิซเซีย/ pr. n. ประเทศตูนิเซีย (ด้านเหนือของทวีปแอฟริกา)

Tunisian /tjuːˈnɪzɪən/ทิวˈนิซเซียน/ ❶ adj. แห่งตูนิเซีย; **sb. is ~**: ค.น. เป็นชาวตูนิเซีย ❷ n. ชาวตูนิเซีย

tunnel /ˈtʌnl/ทันˈล/ ❶ n. ⓐ อุโมงค์; (dug by animal) โพรงใต้ดิน; ⓑ (Motor Veh.) [transmission] **~**: เพลารถ; ⓒ **wind ~**: อุโมงค์ลม ❷ v.i. (Brit.) -**ll**- ขุดอุโมงค์; **~ under sth.** ขุดอุโมงค์ใต้ ส.น.; **~ through sth.** ขุดอุโมงค์ทะลุ ส.น. ❸ v.t. (Brit.) -**ll**-: **~ one's way out** หาทางออกโดยการขุดอุโมงค์

'tunnel vision n. (Med.) อาการที่มองเห็นแต่สิ่งที่อยู่ตรงกลางบริเวณที่ตามองเห็น; (fig.) วิสัยทัศน์แคบ

tunny /ˈtʌnɪ/ทันˈนิ/ n. (Zool.) ปลาทูน่า

tup /tʌp/ทัพ/ n. (Brit.) แกะตัวผู้

tuppence /ˈtʌpəns/ทัพˈเพินซ/ ➡ **twopence**

tuppenny /ˈtʌpənɪ/ทัพˈเพอะนิ/ ➡ **twopenny**

turban /ˈtɜːbən/เทอˈเบิน/ n. ผ้าโพกศีรษะ

turbaned /ˈtɜːbənd/เทอˈเบินดฺ/ adj. ที่สวมผ้าโพกหมวกหรือศีรษะ

turbid /ˈtɜːbɪd/เทอˈบิด/ adj. ⓐ (muddy) (ของเหลว, สี) ขุ่นข้น, ไม่ใส; ⓑ (fig.: confused) (รูปแบบ ฯลฯ) สับสน

turbidity /tɜːˈbɪdɪtɪ/เทอˈบิดดิทิ/ n., no pl. ⓐ (muddiness) ลักษณะขุ่นข้น, ความไม่ใส; ⓑ (fig.: confusion) ความสับสน

turbine /ˈtɜːbaɪn/เทอˈบายนฺ/ n. กังหันเพื่อผลิตกระแสไฟฟ้า

turbo /ˈtɜːbəʊ/เทอˈโบ/ n. (coll.) เครื่องเทอร์โบ (ท.ศ.)

turbo: ~charged adj. (เครื่องยนต์) ใช้กังหัน (ใบพัด) อัดลมเข้าไปในลูกสูบ; **~charger** n. เครื่องเพิ่มความดันโดยเอาไอเสียกลับเข้ามาใหม่; **~jet** n. เครื่องบินไอพ่นแบบกังหัน; **~jet engine** n. เครื่องบินไอพ่นแบบกังหัน; **~prop** n. เครื่องยนต์ที่ขับเคลื่อนด้วยกังหัน; **~prop engine** เครื่องยนต์ที่ขับเคลื่อนด้วยกังหัน

turbot /ˈtɜːbət/เทอˈเบิท/ n. (Zool.) ปลาทะเลตัวแบน Scophthalmus maximus

turbulence /ˈtɜːbjʊləns/เทอˈบิวเลินซ/ n., no pl. ⓐ (agitation) ความปั่นป่วนวุ่นวาย, ความสับสนอลหม่าน; (fig.) ความวุ่นวาย; (unruliness) ความไร้ระเบียบ, ความอลหม่าน; ⓑ (Phys.) การเคลื่อนไหวที่ไม่สม่ำเสมอ (ของน้ำ, อากาศ)

turbulent /ˈtɜːbjʊlənt/เทอˈบิวเลินทฺ/ adj. ⓐ ปั่นป่วนวุ่นวาย, สับสนอลหม่าน, ปกครองยากลำบาก; ⓑ (Phys.) (อากาศ, น้ำ) แปรปรวน

turd /tɜːd/เทิด/ n. (coarse) ⓐ (lump of excrement) กองมูล, กองขี้; ⓑ (contemptible, person) บุคคลที่น่าดูถูกดูแคลน

tureen /tjʊəˈriːn/ทิวอะˈรีน/ n. ภาชนะบรรจุซุปก่อนเสิร์ฟ มักลึกมีฝาปิด

turf /tɜːf/เทิฟ/ ❶ n., pl. **~s** or **turves** /tɜːvz/เทิวซ/ ⓐ no pl. (covering of grass etc.) พื้นที่ปกคลุมด้วยหญ้า; ⓑ (cut patch of grass) แผ่นหญ้าที่ตัดออกเป็นชิ้น ๆ; **lay ~**: ปูแผ่นหญ้าเป็นสนาม; ⓒ **the ~**: racecourse

ทางวิ่งม้าแข่ง; *(horseracing)* การแข่งม้า ❷ *v.t.* ปูแผ่นหญ้า *(ทำสนาม)*

~ **'out** *v.t. (coll.)* ไล่ออกไป; **~ sb. out of sth.** ขับไล่ *ค.น.* ออกไปจาก *ส.น.*

~ **'over** *v.t.* ปูแผ่นหญ้าทับลงไป

'turf: ~ accountant *n.* ➤ 489 คนรับการพนันต่าง ๆ; **~ war** *n.* การแช่งอิทธิพลระหว่างกลุ่มอาชญากร

turgid /ˈtɜːdʒɪd/ˈเทอจิด/ *adj.* Ⓐ *(inflated)* บวม, โต, พอง; Ⓑ *(fig.) (ภาษา ฯลฯ)* โอ้อวด

turgidly /ˈtɜːdʒɪdlɪ/ˈเทอจิดลิ/ *adv.* อย่างบวม, อย่างพองโต; *(พูด)* อย่างโอ้อวด

Turk /tɜːk/เทิค/ *n.* ชาวตุรกี, ชาวเติร์ก

turkey /ˈtɜːkɪ/ˈเทอคิ/ *n.* Ⓐ *(fowl)* ไก่งวง; Ⓑ *(coll. derog.: stupid person)* คนโง่; Ⓒ *(Amer. coll.: flop)* ความล้มเหลว; Ⓓ **talk ~** *(Amer. coll.)* พูดอย่างตรงไปตรงมา

Turkey /ˈtɜːkɪ/ˈเทอคิ/ *pr. n.* ประเทศตุรกี

turkey: ~ buzzard *n.* อีแร้งอเมริกัน; **~cock** *n.* ไก่งวงตัวผู้; *(fig.)* คนที่หยิ่งโอหัง; **red as a ~cock** *(from heat or exertion)* หน้าแดงเจ๋; **~ vulture** ➡ **~ buzzard**

Turkish /ˈtɜːkɪʃ/ˈเทอคิช/ ❶ *adj.* แห่งประเทศตุรกี; **sb. is ~:** *ค.น.* เป็นชาวตุรกี; ➡ + **English** 1 ❷ *n.* ชาวตุรกี; ➡ + **English** 2 A

Turkish : ~'bath *n.* การอบไอน้ำตามด้วยการนวด; **~ delight** *n.* ขนมหวานหอมคล้ายวุ้น; **~ 'towel** *n.* ผ้าเช็ดตัว ผ้าฝ้ายหยาบ

Turk : ~'s cap *n. (Bot.)* ดอกไม้ *Lilium martagon* รูปร่างเหมือนผ้าพันหัว; **~'s head** *n. (knot)* ปมคล้ายผ้าโผกหัว

turmeric /ˈtɜːmərɪk/ˈเทอเมอะริค/ *n.* ต้นขมิ้น; *(spice)* ขมิ้น

turmoil /ˈtɜːmɔɪl/ˈเทอมอยล/ *n.* ความยุ่งเหยิง, ความสับสนอลหม่าน; **everything /her mind was in [a] ~:** ทุกสิ่ง/จิตใจของเธอวุ่นวายสับสนไปหมด

turn /tɜːn/เทิน/ ❶ *n.* Ⓐ **it is sb.'s ~ to do sth.** มันเป็นคราวของ *ค.น.* ที่จะทำ *ส.น.*; **it's your ~ [next]** [ต่อไป] เป็นตาของคุณ; **wait one's ~:** รอคอยคราวของตน; **your ~ will come** เดี๋ยวคราวของคุณจะมา; **by ~s** เป็นผลัด, เป็นเที่ยว; **each of us in ~ had to give his name** พวกเราแต่ละคนต้องผลัดกันบอกชื่อของตน; **he gave it to her, and she in ~ passed it on to me** เขาส่งให้เธอ แล้วเธอก็ส่งต่อมาให้ฉัน; **in one's ~:** เมื่อคราวของตนมาถึง; **out of ~** *(before or after one's ~)* ก่อน/หลังคราวของตน; *(fig.) (ยิ้ม, พูด)* อย่างไม่เหมาะสม *หรือ* อย่างผิดกาลเทศะ; **she tried to throw the dice out of ~:** เธอพยายามโยนลูกเต๋า ทั้ง ๆ ที่ไม่ใช่ตาของเธอ; **excuse me if I'm talking out of ~** *(fig.)* ขอโทษด้วยถ้าฉันพูดไม่ถูกจังหวะ; **your remark was out of ~** *(fig.)* คำพูดของคุณไม่เหมาะสม; **take a ~ at the wheel** ผลัดกันขับรถ; **take [it in] ~s** ผลัดกันทำ; **take ~s at doing sth., take it in ~s to do sth.** ผลัดกันทำ *ส.น.*; **she was unhappy and cheerful, in ~s** เธอเป็นประเภทเดี๋ยวสุขเดี๋ยวทุกข์; ➡ + **about** 1 F, G; **serve** 1 C; Ⓑ *(rotary motion)* การหัน, การหมุน; **give the handle a ~:** บิดมือจับ; **have/show a good ~ of speed** วิ่งเร็ว; **put on a ~ of speed** ไปให้เร็ว; **[done] to a ~:** *(เนื้อ ฯลฯ)* ต้มสุกพอดี; Ⓒ ➤ 998 *(change of direction)* การเปลี่ยนทิศทาง; **take a ~ to the right/left, do** *or* **make** *or* **take a right/left ~:** เลี้ยวขวา/ซ้าย; **'no left/right ~'** 'ห้ามเลี้ยวซ้าย/ขวา'; **make a ~ to port/starboard** เลี้ยวไปทางกราบซ้าย/ทางกราบขวาเรือ; **the tide was on the ~:** กระแสน้ำกำลังเปลี่ยน; **the ~ of the year/century** ช่วงขึ้นปี/ศตวรรษใหม่; **be on the ~** *(be about to change)* กำลังจะเปลี่ยนแปลง; *(be about to go sour) (นม)* กำลังจะเปรี้ยว/เสีย; **a ~ of fortune** การเปลี่ยนแปลงของโชคชะตา; **take a favourable ~** *(fig.)* เปลี่ยนไปในทางที่ดี; **take a ~ for the better/worse** ➡ **take** 1 K; Ⓓ *(deflection)* การเบน, การเห; Ⓔ *(bend)* โค้ง, หัวเลี้ยว; *(corner)* หัวมุม, มุม; **at every ~** *(fig.) (constantly)* เสมอ, ตลอดเวลา; *(wherever one goes)* ในทุกทิศ; Ⓕ *(short performance on stage etc.)* การแสดงสั้น ๆ; **do one's ~:** ทำการแสดงสั้น ๆ ของตน; Ⓖ *(change of tide)* **~ of the tide** ช่วงเปลี่ยนขึ้นลงของระดับน้ำ; **there will be a ~ of the tide** *(fig.)* จะมีการเปลี่ยนกระแสของ *(ส.น.)*; Ⓗ *(character)* **be of a mechanical/humorous/speculative ~:** มีอุปนิสัยชอบเครื่องยนต์/อารมณ์ขัน/ชอบคาดเดา; **a child with a more enquiring ~ of mind than his brother** เด็กที่ชอบอยากรู้อยากเห็นมากกว่าพี่/น้องชายของเขา; **those of a democratic ~ of mind** ผู้คนที่มีความคิดเป็นประชาธิปไตย; Ⓘ *(literary: formation)* รูปร่าง, รูปทรง; **the graceful ~ of her ankle** รูปทรงที่งดงามของข้อเท้าเธอ; Ⓙ *(form of expression)* **an elegant ~ of speech/phrase** สำนวนคำพูด/วลีที่ไพเราะงดงาม; Ⓚ *(service)* **do sb. a good/bad ~:** ทำความดี/ไม่ดีแก่ *ค.น.*; **do good ~s** ทำความดี; **one good ~ deserves another** *(prov.)* พฤติกรรมที่ดีงามควรได้รับการตอบสนอง; Ⓛ *(each round in coil of rope etc.)* ขดหนึ่งของเชือก ฯลฯ; Ⓜ *(coll.: fright)* **give sb. quite a ~:** ทำให้ *ค.น.* ตกใจพอสมควร; Ⓝ *(coll.: spell of illness etc.)* **have a nasty ~:** ป่วยอยู่พักหนึ่ง; **I just had a little ~:** ฉันไม่สบายนิดหน่อยอยู่พักหนึ่ง; Ⓞ *(short walk)* **take a ~:** ไปเดินเล่นในระยะทางสั้น ๆ; Ⓟ *(short ride)* การขี่ *(ม้า, จักรยาน ฯลฯ)* ในระยะทางสั้น ๆ; **go out for a ~ on one's bicycle** ออกไปขี่จักรยานเล่นสักครู่หนึ่ง; Ⓠ *(Mus.)* การแสดงสั้น ๆ ที่ประกอบเพลง; Ⓡ *(Brit. St. Exch.: jobber's profit margin)* ผลประโยชน์ของนายหน้าขายหุ้น; ➡ + **about~; three-point**

❷ *v.t.* Ⓐ *(make revolve)* หมุน, บิด; **~ the tap** บิดก๊อกน้ำ; **~ the key in the lock** บิดกุญแจในล็อก; **he ~ed the wheel sharply [to the right]** เขาบิดพวงมาลัยรถ [ไปทางขวามือ] อย่างกะทันหัน; Ⓑ *(reverse)* หันกลับ; กลับ *(รถ)*; พลิก *(หน้าดิน, พรม, ผ้า)*; **~ sth. upside down** *or* **on its head** *(lit. or fig.)* พลิกคว่ำ *ส.น.* กลับหัวกลับหาง; **~ a record** พลิกแผ่นเสียง; **~ sth. back to front** พลิก *ส.น.* ให้กลับหน้ากลับหลัง; **~ the page** พลิกหน้าหนังสือ; **~ sth. inside out** กลับให้ข้างในมาอยู่ข้างนอก; Ⓒ *(give new direction to)* เปลี่ยนทิศทางใหม่, หัน; **she could still ~ heads** เธอยังสามารถทำให้คนเหลียวมองได้; **~ a hose/gun on sb./sth.** ชี้สายยางฉีดน้ำ/ปืนไปที่ *ค.น./ส.น.*; **~ one's chair to face the window** หันเก้าอี้ของตนไปทางหน้าต่าง; **~ one's attention/mind to sth.** เล็งความสนใจ/ความคิดของตนไปที่ *ส.น.*; **~ one's thoughts to a subject** หันเหความคิดของตนไปยังเรื่องหนึ่ง; **~ a car into a road** เลี้ยวรถเข้าถนน; **~ the course of history** เปลี่ยนทิศทางของประวัติศาสตร์; **~ one's eyes on sb.** เบนสายตาไปยัง *ค.น.*; **he ~ed his steps homeward** เขาหันเท้ากลับบ้าน; **~ the tide [of sth.]** เบี่ยงเบนกระแส [ของ *ส.น.*]; **this incident ~ed the tide of opinion in her favour** เหตุการณ์นี้เบี่ยงเบนกระแสความคิดไปเข้าข้างเธอ; **~ sb. from his purpose** ทำให้ *ค.น.* หันเหจากจุดมุ่งหมาย; Ⓓ *(send)* **~ sb. loose on sb./sth.** ปล่อย *ค.น.* ให้ดำเนินการกับ *ค.น./ส.น.* อย่างไม่ยับยั้ง; **~ sb. from one's door/off one's land** ไล่ *ค.น.* ออกจากหน้าบ้าน/ออกไปจากที่ของตน; **~ a dog on sb.** ปล่อยสุนัขใส่ *ค.น.*; Ⓔ *(put)* เท *ส.น.* ออกมา; คว่ำ *(ขนมอบ, เยลลี่)* ออกมา **(on, to** บน**)**; Ⓕ *(cause to become)* ทำให้; **the cigarette smoke has ~ed the walls yellow** ควันบุหรี่ทำให้ผนังกลายเป็นสีเหลือง; **~ the lights low** หรี่ไฟลง; **~ a play/book into a film** แปลงบทละคร/หนังสือเป็นภาพยนตร์; **~ water into electricity/a church into a theatre** แปลงน้ำเป็นกระแสไฟฟ้า/ทำให้โบสถ์กลายเป็นโรงละคร; **the thought ~ed him pale** ความคิดนั้นทำให้เขาหน้าซีด; Ⓖ *(make sour)* ทำให้ *(นม)* เสีย; Ⓗ *(translate)* แปล **(in** เป็น**)**; Ⓘ **~ sb.'s stomach** ทำให้ *ค.น.* รู้สึกคลื่นไส้; Ⓙ *(make conceited)* **~ sb.'s head** ทำให้หลงตัวเอง; **~ sb.'s brain** ล้างสมอง *ค.น.*; Ⓚ *(shape in lathe)* กลึง *(วัตถุ)* ในเครื่องกลึงโลหะ; Ⓛ หมุนตัวไปรอบ; ปั่น *(จักรยาน)*; ตีลังกา; Ⓜ ➤ 47 *(reach the age of)* **~ 40** อายุ 40 ปี; **she has not ~ed 30 yet** เธอมีอายุยังไม่ถึง 30 ปี; Ⓝ ➤ 177 **it's just ~ed 12 o'clock/quarter past 4** มันเพิ่งจะ 12 นาฬิกา/4 โมง 15 นาที; **it's not yet ~ed 4 o'clock** มันยังไม่ถึง 4 โมงเย็น; Ⓞ *(gain)* **~ a penny/profit** ได้รับ 1 เพนนี/กำไร; **~ a quick penny** หมุนเงินได้อย่างรวดเร็ว; Ⓟ พับ *(คอเสื้อ, เสื้อนอก)* ออก; Ⓠ *(resist and divert)* หันเหไปทางอื่น; **the bullet was ~ed by the door** ประตูทำให้ลูกกระสุนหันเหไปทางอื่น; Ⓡ *(blunt)* ทำให้น้อยลง; **~ the edge of criticism** *(fig.)* เบี่ยงเบนการวิจารณ์; Ⓢ *(go round)* อ้อมรอบ *(แหลม, ภูเขา)*; **~ the flank of an army** ไปโอบรอบกองทัพ; Ⓣ *(give elegant form to)* **he knows how to ~ a compliment** เขารู้ว่าจะกล่าวคำชมอย่างไร; **~ verses** เขียนร้อยกรอง; ➡ + **account** 3 H; **back** 1 A; **coat** 1 A; **corner** 1 A; **deaf** 1 B; **evidence** 1 B; **hair** A; **hand** 1 A; **honest** E; **phrase** 2 A; **table** 1 A; **tail** 1 C; **turtle** C

❸ *v.i.* Ⓐ *(revolve)* หมุนตัว, หมุนรอบ; **the earth ~s on its axis** โลกหมุนรอบแกนของมัน; **he couldn't get the key to ~:** เขาไขกุญแจไม่ได้; Ⓑ *(reverse direction)* *(บุคคล)* หันกลับอีกทาง; *(รถยนต์)* พลิกคว่ำ; **the car ~ed upside down** รถพลิกคว่ำ; **~ back to front** กลับหน้ากลับหลัง; Ⓒ ➤ 998 *(take new direction)* เปลี่ยนทิศทางใหม่, เลี้ยว; *(turn round)* หมุนรอบ, หันกลับ; **heads ~ed when she ...:** ทุกคนหันมองตามเมื่อเธอ...; **his thoughts/attention ~ed to her** ความคิด/ความสนใจของเขาหันไปที่เธอ; **left/right ~!** *(Mil.)* ซ้าย/ขวาหัน; **he ~ed to the man standing next to him** เขาหันไปยังชายที่ยืนข้างขวา; **~ into a road/away from the river** เลี้ยวเข้าถนน/หันไปจากแม่น้ำ; **~ to the left** เลี้ยว/หันไปทางซ้าย; **~ up/down a street** เลี้ยวขึ้น/ลงไปตามถนน; **~ towards home** หันกลับบ้าน; **profits are ~ing upward** กำไรกำลังพุ่งสูงขึ้น; **everywhere the eye ~s ...:** มองไปตรงไหนก็ตาม...; **when the tide ~s** เมื่อกระแส

น้ำเปลี่ยน; (fig.) เมื่อความนิยมเปลี่ยนไป; **not know where** or **which way to ~** (fig.) ไม่รู้จะหันหน้าไปพึ่งใคร; **my luck has ~ed** (fig.) โชคของฉันเปลี่ยนแล้ว; Ⓓ (become) กลายเป็น; **~ traitor/statesman/Muslim** กลายเป็นคนทรยศ/รัฐบุรุษ/ชาวมุสลิม; **~ [in]to sth.** กลายเป็น ส.น.; (be transformed) เปลี่ยนแปลง; **her face ~ed green** ใบหน้าของเธอกลายเป็นสีเขียว; Ⓔ (change colour) (ผม, ใบไม้) เปลี่ยนสี; Ⓕ (become sour) (นม) เปรี้ยวหรือเสีย; Ⓖ **my stomach ~s** ฉันคลื่นไส้; Ⓗ (become giddy) **sb.'s head is ~ing** ค.น. กำลังวิงเวียนศีรษะ; ➡ + ˈgrave; ˈheel 1 B; toss 2 A; worm 1 A

~ aˈbout ❶ v.i. หมุนตัวกลับ; กลับหลังหัน; (fig.) เปลี่ยนแปลง ❷ v.t. กลับ (รถ, ลำ); ➡ + ~about

~ against v.t. Ⓐ **~ against sb.** เลิกเป็นมิตรกับ ค.น.; **~ sb. against sb.** ทำให้ ค.น. เป็นศัตรูกับ ค.น.; Ⓑ **they ~ed his own argument against him** พวกเขานำข้อโต้แย้งของเขามาใช้กับเขาเอง

~ aˈround ➡ ~ round

~ aˈway ❶ v.i. หันหน้าไป; **~ away from sth.** (fig.) ปฏิเสธไม่ยอมรับ ส.น. ❷ v.t. Ⓐ (avert) เบือนหัน (สายตา); Ⓑ (send away) ส่งไปที่อื่น, ไล่ไป; (refuse admittance also) ไม่ให้เข้า

~ ˈback ❶ v.i. Ⓐ (retreat, lit. or fig.) ถอยกลับ; **there can be no ~ing back** ไม่มีวันถอยกลับ; Ⓑ (in book etc.) พลิกกลับ ❷ v.t. Ⓐ (cause to retreat) ทำให้ถอยกลับ; Ⓑ (fold back) พับกลับ (ผ้าปูที่นอน, คอเสื้อ); **don't ~ back the corner of the page** อย่าพับมุมของหน้าหนังสือ

~ ˈdown v.t. Ⓐ (fold down) พับลง (คอเสื้อ, ปีกหมวก); พับ (มุมหน้าหนังสือ); Ⓑ (reduce level of) ลดลง (วิทยุ, พัดลม ฯลฯ); หรี่ (ไฟ, เสียง); Ⓒ (reject, refuse) ปฏิเสธ (ผู้สมัคร, คำขอร้อง); ➡ + turn-down

~ ˈin ❶ v.t. Ⓐ (fold inwards) พับเข้า; Ⓑ (hand in) ส่ง, มอบ; Ⓒ (surrender) ยอมแพ้, ยอมจำนน (ให้ตำรวจจับ); **~ oneself in** ยอมมอบตัวกับตำรวจ; Ⓓ (register) ทำ (การแสดง); Ⓔ (coll.: give up) ยกเลิก (การทำงาน, การรับใช้); Ⓕ **~ it in!** (coll.: stop that) พอที ❷ v.i. Ⓐ (incline inwards) หันเข้าข้างใน; (narrow) เลี้ยววงแคบ; Ⓑ (enter) เข้าไป/มา; Ⓒ (coll.: go to bed) ไปนอน; Ⓓ **~ in on oneself** หมกมุ่นอยู่กับปัญหาของตนและหยุดสนใจคนอื่น

~ ˈoff ❶ v.t. Ⓐ ปิด (น้ำ, ก๊าซ, วิทยุ, โทรทัศน์ ฯลฯ); Ⓑ (coll.: cause to lose interest) ทำให้เบื่อ, ทำให้ไม่สนใจ; **~ sb. off sth.** ทำให้ ค.น. เบื่อ ส.น. ❷ v.i. เลี้ยวจากถนน; ➡ + ~-off

~ on ❶ v.t. Ⓐ /-ˈ-/ เปิด (วิทยุ, โทรทัศน์ ฯลฯ); (fig.: start showing) เริ่มแสดง (ท่าที); Ⓑ /-ˈ-/ (coll.: cause to take interest) ทำให้สนใจ; (ยาเสพติด) ทำให้มีอารมณ์; **whatever ~s you on!** สุดแล้วแต่ว่าใครจะชอบอะไร; ➡ + ~-on; Ⓒ /ˈ--/ (be based on) (การอภิปราย) ขึ้นอยู่กับ; Ⓓ /-ˈ-/ (become hostile towards) กลายเป็นศัตรู; (attack) โจมตี, ตะหวัดใส่; **there's no need to ~ on me like that** ไม่จำเป็นที่จะต้องโจมตีฉันแบบนั้น
❷ /-ˈ-/ v.i. (switch on) เปิด (วิทยุ, โทรทัศน์ ฯลฯ) ให้ทำงาน

~ ˈout ❶ v.t. Ⓐ (expel) ไล่, ขับไล่ออกไป; **~ sb. out of a room/out into the street** ไล่ ค.น. ออกไปจากห้อง/ออกไปในถนน; **~ sb. out of his office** (temporarily) ย้าย ค.น. ออกจากที่ทำงานของเขาชั่วคราว; Ⓑ (switch off) ปิด (ไฟ ฯลฯ); Ⓒ (incline outwards) งอออก (เท้า); Ⓓ (equip) ติดตั้งอุปกรณ์, จัดเตรียม; Ⓔ (produce) สร้าง (นักเขียน, ผู้เชี่ยวชาญ); (in great quantities) ผลิต; Ⓕ (Brit.) (empty) รื้อ (กระเป๋า); (clean) ทำความสะอาด; (get rid of) ขจัด, โยนทิ้ง; **~ out one's pockets** ล้วงกระเป๋าของตนออกมา; **~ sth. inside out** รื้อดู ส.น. อย่างละเอียด; Ⓖ (Mil.) **~ out [the guard]** เรียกยาม; **~ out the guard!** เรียกยามเดี๋ยวนี้ ❷ v.i. Ⓐ (prove to be) **sb./sth. ~s out to be sth.** ค.น./ส.น. ปรากฏว่าเป็น ส.น.; **it ~s out that ...:** มันปรากฏว่า...; **as it ~ed out, as things ~ed out** ดังที่มันปรากฏ; Ⓑ (come to be eventually) **the day ~ed out wet** ในที่สุดฝนก็ตกวันนั้น; **see how things ~ out** ดูว่าสิ่งต่าง ๆ จะออกมาเป็นอย่างไรบ้าง; **~ out to be sth.** ออกมาเป็น ส.น. ในที่สุด; **everything ~ed out well/all right in the end** ทุกสิ่งทุกอย่างออกมาดีในที่สุด; **she didn't ~ out well** ในที่สุดเธอเป็นคนไม่ได้เรื่อง; Ⓒ (end) **the story ~ed out happily** เรื่องราวจบอย่างดี; **the expedition ~ed out well** การออกสำรวจจบลงด้วยดี; Ⓓ (appear) ปรากฏ, มา; **he ~s out every Saturday to watch his team** เขามาดูทีมของเขาทุกเสาร์; Ⓔ (coll.: get out of bed) ตื่นนอน; Ⓕ (coll.: go out of doors) ออกไปข้างนอก; Ⓖ (play) **~ out for a team** เล่นสำหรับทีม; Ⓗ (point outwards) ชี้ออก; ➡ + ~-out

~ ˈover ❶ v.t. Ⓐ (cause to fall over) ทำให้พลิกคว่ำ; **the car was ~ed over on to its roof** รถถูกพลิกคว่ำบนหลังคา; Ⓑ (expose the other side of) พลิก (หน้ากระดาษ, หน้าหนังสือ, หน้าดิน); **~ a page over** พลิกหน้า; **~ over two pages at once** พลิกทีเดียวสองหน้า; Ⓒ (เครื่องยนต์) เดินเครื่อง; Ⓓ **~ sth. over [in one's mind]** พิจารณา ส.น. อย่างถี่ถ้วน [ในใจของตน]; Ⓔ (hand over) มอบให้ (to กับ); Ⓕ (Commerc.) ดำเนินธุรกิจในวงเงินถึง; **~ over £150,000 a month** ดำเนินธุรกิจในวงเงินกว่า 150,000 ปอนด์ต่อเดือน ❷ v.i. Ⓐ (tip over) (รถยนต์, เรือ) พลิกคว่ำ; Ⓑ (from one side to the other) พลิก, กลับ, หงายคว่ำไปอีกด้านหนึ่ง; **~ over on to one's back** พลิกเป็นนอนหงาย; Ⓒ (เครื่องยนต์) เดินเครื่อง, หมุน; Ⓓ (feel moved by fear, nausea) **my stomach ~ed over at the thought of it** คิดถึงเรื่องนี้แล้วฉันรู้สึกคลื่นไส้; Ⓔ (~ a page) พลิกหน้า; ➡ + turnover

~ ˈround ❶ v.i. Ⓐ หันกลับไปอีกทาง; **~ round and go back the same way** หันกลับและไปทางเดิม; **[not] have time to ~ round** (fig.) [ไม่] มีเวลา; Ⓑ (rotate) หมุนตัว, หมุนรอบ; Ⓒ **~ round and do sth.** (fig.) ลุกขึ้นทำ ส.น.; **they cannot ~ round and blame us** พวกเขาจะหันมาโทษพวกเราไม่ได้; Ⓓ (change for better) เปลี่ยนไปในทางที่ดีขึ้น ❷ v.t. Ⓐ (unload and reload) (เรือ, เครื่องบิน) ขนถ่ายสินค้าลงแล้วรับสินค้าใหม่ขึ้น; Ⓑ ➡ ~ about 2; Ⓒ (reverse) หันไปในทางกลับกัน; พลิกคว่ำ (ทฤษฎี, นโยบาย); **~ a company round** (Commerc.) ปรับเปลี่ยนบริษัทให้ธุรกิจดีขึ้น; ➡ + ~-round

~ to ❶ /ˈ--/ v.t. Ⓐ (set about) **~ to work** เริ่มต้นทำงาน; Ⓑ (go to for help etc.) **~ to sb./sth.** ไปหา ค.น./ส.น. เพื่อขอความช่วยเหลือ; **~ to God** หันเข้าหาพระเจ้า; **~ to sb. for money** ไปหา ค.น. เพื่อขอยืมเงิน; **~ to a book** หันไปหาหนังสือ; **~ to sb. for comfort/help/advice** ไปหา ค.น. เพื่อความปลอบใจ/ขอความช่วยเหลือ/คำแนะนำ; **~ to drugs** หันไปพึ่งยาเสพติด; **~ to drink/one's work** (seeking consolation) หันไปพึ่งการดื่มเหล้า/หมกหมุ่นกับงาน; **make sb. ~ to drink** ทำให้ ค.น. หันไปพึ่งการดื่มเหล้า; Ⓒ (go on to consider next) **~ to a subject/topic** พิจารณาเรื่องราว/หัวข้อถัดไป; ➡ + ~ 2 A, C
❷ /-ˈ-/ v.i. ลงมือทำงาน

~ ˈup ❶ v.i. Ⓐ (make one's appearance) (คน) ปรากฏตัว, มาถึง; Ⓑ (happen) เกิดขึ้น; Ⓒ (present itself) (สิ่งของ) ปรากฏ; (โอกาส) โผล่ขึ้นมา; **something is sure to ~ up** ส.น. จะปรากฏแน่นอน; Ⓓ (be found) ส.น. ปรากฏตัว (โดยบังเอิญ) ❷ v.t. Ⓐ (dig up) ค้นพบ (ข้อมูลข่าวสาร); เปิดเผย (ส.น.); **I ~ed up a lot of interesting information** ฉันค้นพบข้อมูลที่น่าสนใจมากมาย; Ⓑ โค้ง/งอขึ้น; **her nose is ~ed up** จมูกของเธอโค้งขึ้น; Ⓒ เร่ง (เสียง, ความร้อน ฯลฯ); เปิด (ไฟ) ให้สว่างขึ้น; Ⓓ (Brit.: find and refer to) ค้นพบและอ้างอิงถึง (หนังสือ, นิตยสาร); Ⓔ **~ it up!** (Brit. coll.) เปิดให้ดังขึ้นหน่อยซิ; ➡ + nose 1 A; toe 1 A

~ upon ➡ ~ on 1 C, D

turn: ~about n. (~ing about) การกลับหลังหัน; (fig.) การเปลี่ยนแปลง (นโยบาย ฯลฯ) อย่างกะทันหัน; **a welcome ~about in her fortunes** การเปลี่ยนแปลงอย่างกะทันหันที่น่ายินดีในโชคลาภของเธอ; **~around** n. Ⓐ (change) การเปลี่ยนแปลง (โชคชะตา, ทัศนคติ ฯลฯ) อย่างไม่คาดคิด; Ⓑ (processing, time needed) เวลาทำงาน; Ⓒ (of aircraft, ship, vehicle) การหยุดถ่าย (ผู้โดยสาร, สินค้า) ก่อนเดินทางใหม่; **~coat** n. คนทรยศ; **~-down** attrib. adj. **~-down collar** ปกเสื้อที่พับลง

turned-up /ˈtɜːndʌp/ˈเทินดัพ/ adj. **~ nose** จมูกที่งอนขึ้น

turner /ˈtɜːnə(r)/ˈเทอเนอะ(ร)/ n. ช่างกลึง

turning /ˈtɜːnɪŋ/ˈเทอนิ่ง/ n. Ⓐ ➤ 998 (off road) ทางเลี้ยว; (fig.) หัวเลี้ยวหัวต่อ; **take the second ~ to the left** เลี้ยวซ้ายตรงหัวเลี้ยวที่สอง; Ⓑ (use of lathe) การกลึง; Ⓒ in pl. (shavings) เศษจากเครื่องกลึง

turning: ~ circle n. (Motor Veh.) วงเลี้ยว; **~ point** n. จุดหัวเลี้ยวหัวต่อ

turnip /ˈtɜːnɪp/ˈเทอนิพ/ n. ต้นหัวผักกาด, หัวผักกาด

ˈturnip top n. ใบต้นหัวผักกาด

turn: ~key ❶ n. (Hist.) ผู้คุมนักโทษ, คนไขกุญแจห้องขัง ❷ adj. (สัญญา ฯลฯ) ที่ผู้รับเหมารายเดียวติดตั้งอุปกรณ์ทั้งหมดพร้อมใช้งาน; **a ~key contract** สัญญาจ้างเหมาที่รวมอุปกรณ์พร้อมใช้งานทั้งหมด; **~-off** n. Ⓐ (~ing) ทางเลี้ยว; (off motorway) ถนนแยกออกจากทางด่วน; **the Leicester ~-off** หัวเลี้ยวไปเลสเตอร์; Ⓑ (coll.: repellent person or thing) **be a ~-off** เป็นคน/สิ่งที่น่ารังเกียจ; **be a ~-off for sb.** เป็นสิ่งที่น่ารังเกียจสำหรับ ค.น.; **~-on** n. (coll.) **be a ~-on [for sb.]** เป็นสิ่งกระตุ้นทางเพศ [สำหรับ ค.น.]; **~out** n. Ⓐ (~ing out for duty) เตรียมพร้อมสำหรับปฏิบัติงาน; Ⓑ (number voting) **~out [of voters]** จำนวนผู้ออกเสียงเลือกตั้ง; Ⓒ (number assembled) จำนวนคนที่มารวมกัน (for สำหรับ); **there was a large ~out of fans at the airport** มีแฟนจำนวนมากมายมารวมกันที่สนามบิน; Ⓓ ➡ output 1 A; Ⓔ ➡ clear-out; **~over** n. Ⓐ (tart etc.) **apple/apricot ~over** เทิร์นโอเวอร์ไส้แอปเปิ้ล/แอปปริคอต (ท.ศ.); **meat ~over** เทิร์นโอเวอร์ไส้เนื้อ; Ⓑ (Commerc.)

(of business, money) จำนวนรายรับที่ได้ในการดำเนินธุรกิจการค้า; *(of stock)* การหมุนเวียนของสต๊อก; Ⓒ *(of staff)* จำนวนของพนักงานที่เข้าและออก; *(of patients in hospital)* จำนวนเข้าออกของคนไข้; **~pike** *n.* Ⓐ *(Brit. Hist.: toll road)* ถนนที่เก็บค่าธรรมเนียมทางผ่าน; Ⓑ *(Amer.: expressway)* ทางด่วนที่เก็บค่าธรรมเนียม; **~round** *n.* Ⓐ *(adoption of new policy)* การรับนโยบายใหม่; Ⓑ *(of ship, aircraft, people)* การขนถ่ายคน/สินค้าลงและรับคนใหม่ขึ้น; *(of material)* ระยะเวลาการแปรรูปสินค้า; **~stile** *n.* ประตูหมุน *(เข้าหรือออกทางเดียว)*; **~table** *n.* Ⓐ *(for gramophone record)* จานหมุนเครื่องเล่นแผ่นเสียง; Ⓑ *(for reversing locomotive etc.)* แท่นหมุนหัวรถจักร; **~-up** *n.* Ⓐ *(Brit. Fashion)* ปลายขากางเกง *(ขายาว)* ที่พับขึ้น; **with ~-ups** *(กางเกงขายาว)* ปลายขาพับขึ้น; Ⓑ *(Brit. coll.: unexpected event)* **a ~-up [for the book]** เหตุการณ์ที่ไม่คาดคิด

turpentine /ˈtɜːpntaɪn/ˈเทอพ'นทายน/ *n.* Ⓐ *(resin)* ยางต้นสน; Ⓑ **[oil of] ~:** น้ำมันสน; **~ substitute** น้ำมันสนเทียม

turpitude /ˈtɜːpɪtjuːd/ˈเทอพิทิวดฺ/ *n.* ความต่ำช้า, ความเลวทราม

turps /tɜːps/เทิพซฺ/ *n. (coll.)* น้ำมันสน

turquoise /ˈtɜːkwɔɪz/ˈเทอควฺอยซฺ/ ❶ *n.* Ⓐ หินเทอร์คอยซ์ *(ท.ศ.)* มีสีเขียวหรือสีฟ้า; Ⓑ *(colour)* สีฟ้าออกเขียว ❷ *adj.* Ⓐ มีสีฟ้าออกเขียว; Ⓑ **~ ring** แหวนเทอร์คอยซ์

turquoise: ~ ˈblue *n.* สีฟ้าเทอร์คอยซ์; **~ ˈgreen** *n.* สีเขียวเทอร์คอยซ์

turret /ˈtʌrɪt/ˈทะริท/ *n.* Ⓐ *(Archit.)* หอคอยประดับเล็ก ๆ; Ⓑ *(of tank etc.)* ป้อมปืน; Ⓒ *(Mech. Engin.)* ที่หมุนจับเครื่องมือของเครื่องกลึง ฯลฯ

turreted /ˈtʌrɪtɪd/ˈทะริทิด/ *adj. (กำแพงของตึกอาคาร)* มีหอคอยเล็ก ๆ ตกแต่ง

ˈturret lathe *n.* แท่นกลึงที่ติดตั้งแท่นหมุนหกมุม

turtle /ˈtɜːtl/ˈเทอท'ล/ *n.* Ⓐ *(marine reptile)* เต่าทะเล; Ⓑ *(Amer.: freshwater reptile)* เต่าน้ำจืด; Ⓒ **turn ~** *(เรือ, รถ)* พลิกคว่ำ

turtle: ~ dove *n.* นกเขาขนาดเล็กในสกุล *Streptopelia* มีเสียงร้องไพเราะ; **~neck** *n.* เสื้อที่มีคอปกสูงรัดรอบคอ; **~neck pullover** เสื้อยืดที่มีคอปกสูงรัดรอบคอ

turves ➡ turf 1 B

Tuscan /ˈtʌskən/ˈทัซเกิน/ ❶ *adj.* Ⓐ *(of Tuscany)* แห่งทัสคานี; Ⓑ *(Archit.)* **~ order** ลักษณะรูปแบบคลาสสิคที่เรียบง่ายที่สุด ❷ *n.* Ⓐ *(language)* ภาษาอิตาเลียนที่ใช้กันในทัสคานี; Ⓑ *(person)* ชาวทัสคานี

Tuscany /ˈtʌskənɪ/ˈทัซเกอะนิ/ *pr. n.* แคว้นทัสคานี *(ในภาคกลางของอิตาลี)*

tush /tʌʃ/ทัช/ *int. (arch.)* ฮึ

tusk /tʌsk/ทัซคฺ/ *n. (of elephant) (of boar, walrus)* เขี้ยว

tussle /ˈtʌsl/ˈทัซ'ล/ ❶ *n.* การดิ้นรน, การต่อสู้; **they had a ~ over the project** *(fig.)* พวกเขาทะเลาะกันเกี่ยวกับโครงการ ❷ *v.i.* ดิ้นรน, ต่อสู้; *(fig.)* ทะเลาะเบาะแว้ง (**about** เกี่ยวกับ)

tussock /ˈtʌsək/ˈทัซเซิค/ *n. (clump of grass etc.)* กอง/พุ่มหญ้า

tutelage /ˈtjuːtɪlɪdʒ/ˈทิวทิลิจ/ *n. (guardianship)* การปกครอง; *(tuition)* การอบรมสั่งสอน; **a child in ~:** เด็กในการปกครอง; **be under sb.'s ~:** อยู่ภายใต้การอบรมสั่งสอนของ *ค.น.*

tutelar /ˈtjuːtɪlə(r)/ˈทิวทิเลอะ(ร)/, **tutelary** /ˈtjuːtɪlərɪ/ˈทิวทิเลอะริ/ *adj.* Ⓐ *(protective)* ให้การปกป้อง; Ⓑ *(of a guardian)* **~y authority** อำนาจของผู้ปกครอง

tutor /ˈtjuːtə(r)/ˈทิวเทอะ(ร)/ ❶ *n.* ➤ **489** Ⓐ *(private teacher)* **[private] ~:** ครูที่จ้างมาสอนส่วนตัว; *(for extra help)* ครูสอนพิเศษ; **piano ~:** ครูสอนเปียโนส่วนตัว; *(book)* หนังสือเรียนเปียโน; Ⓑ *(Brit. Univ.)* อาจารย์ที่ดูแลด้านการเรียนและทุกข์สุขของนักศึกษา; Ⓒ *(Amer.: college teacher)* อาจารย์ ❷ *v.t.* Ⓐ **~ sb.** *(teach privately)* สอน *ค.น.* เป็นการส่วนตัว; *(give extra lesson to)* สอนพิเศษให้ *ค.น.*; **~ sb. in French/the piano** สอนภาษาฝรั่งเศสเพิ่มเติม/เปียโนให้กับ *ค.น.*; Ⓑ *(arch./literary)* ยับยั้ง, กำหนด; *(discipline)* ฝึกให้มีระเบียบวินัย

tutorial /tjuːˈtɔːrɪəl/ทิวˈทอเรียล/ ❶ *adj.* ที่เป็นการสอน [พิเศษ] ❷ *n. (Brit. Univ.) (for less advanced students)* การสอนเป็นกลุ่ม; *(for more advanced students)* การสอนแบบสัมมนา

tutti-frutti /tʊtɪˈfruːtɪ/ทุทิˈฟรุทิ/ *n. (Gastr.)* ขนมหวานผลไม้รวม

tut[-tut] /tʌt(ˈtʌt)/ทัท(ˈทัท)/ ❶ *int.* จุ๊จุ๊ ❷ *v.i.* **-tt-: ~ [with disapproval]** ส่งเสียงจุ๊จุ๊ [ด้วยความไม่พอใจ]

tutu /ˈtuːtuː/ˈทูทู/ *n.* กระโปรงสั้นของนักเต้นบัลเลต์

tu-whit tu-whoo /tʊwɪt tʊˈwuː/ทุวิท ทุˈวู/ *int.* เสียงร้องของนกเค้าแมว

tux /tʌks/ทัคซฺ/ *n. (Amer. coll.),* **tuxedo** /tʌkˈsiːdəʊ/ทัคˈซีโด/ *n., pl.* **~edos** *or* **~edoes** *(Amer.)* ชุดทักซิโด *(ท.ศ.) (เสื้อออกงานราตรีสำหรับผู้ชาย)*

TV /tiːˈviː/ทีˈวี/ *n.* Ⓐ *(television)* ทีวี; **TV dinner** อาหารสำเร็จรูปทานหน้าทีวี; **on TV** ในโทรทัศน์; Ⓑ *(television set)* เครื่องรับโทรทัศน์

twaddle /ˈtwɒdl/ˈทวอด'ล/ *n.* ถ้อยคำ/เรื่องไร้สาระ; **talk utter ~:** พูดจนเหลวไหลไร้สาระ; **don't talk such ~!** อย่าพูดจาเหลวไหลไร้สาระแบบนั้น

twain /tweɪn/เทวน/ *(arch./poet) n.* **cut/split in ~:** ตัด/แยกเป็นสองส่วน; **never the ~ shall meet** ทั้งสองฝ่ายจะไม่มีวันพบกัน

twang /twæŋ/แทวง/ ❶ *v.i.* เกิดเสียงดีดสาย; **hear the guitar ~ing away** ได้ยินเสียงดีดกีตาร์ ❷ *v.t.* ทำให้ *(สาย)* ส่งเสียง; **~ a guitar** ดีดสายกีตาร์ ❸ *n.* Ⓐ *(nasal tone of voice)* **[nasal] ~:** เสียงที่ออกทางจมูก; **speak with a ~:** พูดมีเสียงที่ออกทางจมูก; Ⓑ *(of bowstring, string of musical instrument)* เสียงดีด

ˈtwas /twɒz/ทวอซ/ *(arch./poet.)* = **it was**

twat /twæt, twɒt/แทวท, ทวอท/ *n.* Ⓐ *(coarse: vagina)* จิ๋ม, หม้อ, หี *(ภ.ย.)*; Ⓑ *(derog. sl.: idiot)* ไอ้โง่

tweak /twiːk/ทวีค/ ❶ *v.t.* หยิก, บิด; **~ sb. in the arm, ~ sb.'s arm** หยิกแขน *ค.น.*; **~ sb.'s ear** บิดหู *ค.น.* ❷ *n.* การหยิก, การบิด; **give sb./sth. a ~:** หยิก *ค.น.*/บิด *ส.น.*

twee /twiː/ทวี/ *adj.,* **tweer** /ˈtwiːə(r)/ˈทวีเออะ(ร)/, **tweest** /ˈtwiːɪst/ˈทวีอิซท/ *(Brit. derog.) (รูปแบบ, เสื้อผ้า)* น่าเอ็นดูหรือจุ๋มจิ๋มเกินไป; *(หมู่บ้าน)* สวยเหมือนในโปสการ์ด

tweed /twiːd/ทวีด/ *n.* Ⓐ *(fabric)* ผ้าสักหลาดเส้นใหญ่; Ⓑ *in pl. (clothes)* เสื้อผ้าที่ทำมาจากผ้าสักหลาดเส้นใหญ่

tweedy /ˈtwiːdɪ/ˈทวีดิ/ *adj.* Ⓐ *(coll.: dressed in tweeds)* ใส่ชุดที่ทำมาจากผ้าสักหลาดเส้นใหญ่; Ⓑ *(fig.: heartily informal)* มีลักษณะเป็นกันเองอย่างเต็มใจ

ˈtween-deck[s] *n. (Naut.)* พื้นที่ระหว่างชั้นต่าง ๆ ของเรือ

tweenie /ˈtwiːnɪ/ˈทวีนิ/ *n.* วัยรุ่นระหว่างอายุ 15 ถึง 18 ปี

tweet /twiːt/ทวีท/ ❶ *n.* เสียงร้องของนกตัวเล็ก ๆ ❷ *v.i.* นกส่งเสียงร้องแหลม ๆ เบา ๆ

tweeter /ˈtwiːtə(r)/ˈทวีเทอะ(ร)/ *n.* เครื่องขยายเสียงขนาดใหญ่ที่ให้ความถี่สูง

tweezers /ˈtwiːzəz/ˈทวีเซิซ/ *n., pl.* **[pair of] ~:** คีมหนีบเล็ก ๆ [อันหนึ่ง]

twelfth /twelfθ/เทวิ้ลฟธฺ/ ➤ **231** ❶ *adj.* ➤ **602** *(อันดับ)* ที่สิบสอง; ➡ **+ eighth 1** ❷ *n.* Ⓐ *(fraction)* หนึ่งส่วนสิบสอง; Ⓑ *(Mus.)* ช่องห่างระหว่างโน้ต 12 ตัว; ➡ **+ eighth 2**

Twelfth: ~ Day *n.* วันที่ 6 มกราคม *(วันที่สิบสองหลังวันคริสต์มาส)*; **t~ ˈman** *n. (Cricket)* ผู้เล่นสำรองในทีมคริกเกต; **~ Night** *n.* ตอนเย็นของวันที่ 6 มกราคม *(คืนก่อนการเฉลิมฉลองการปรากฏพระองค์ของพระเยซูเจ้าต่อนักปราชญ์ทั้งสาม)*

twelve /twelv/เทวิ้ลว/ ➤ **47,** ➤ **177,** ➤ **602** ❶ *adj.* สิบสอง; **~ noon** เที่ยงวัน; **~ midnight** เที่ยงคืน; ➡ **+ eight 1** ❷ *n. (number, symbol)* เลขสิบสอง; **the T~:** สาวกสิบสองคนของพระเยซูคริสต์; ➡ **+ eight 2 A, D**

twelve: ~month *n. (literary)* **a ~month** หนึ่งปี; **~-ˈnote, ~-ˈtone** *adjs. (Mus.)* ที่ใช้โน้ตทั้งสิบสองตัวของอ๊อกเทฟ โดยไม่ต้องอาศัยระบบของคีย์

twentieth /ˈtwentɪɪθ/ˈเทวฺ็นทิอิธ/ ➤ **231** ❶ *adj.* ➤ **602** *(อันดับ)* ที่ยี่สิบ; ➡ **+ eighth 1** ❷ *n. (fraction)* หนึ่งส่วนยี่สิบ; ➡ **+ eighth 2**

twenty /ˈtwentɪ/ˈเทวฺ็นทิ/ ➤ **47,** ➤ **177,** ➤ **602** ❶ *adj.* ยี่สิบ; **one-and-~** *(arch.)* ➡ **twenty-one 1**; ➡ **+ eight 1** ❷ *n.* จำนวนยี่สิบ, เลขยี่สิบ; **one-and-~** *(arch.)* ➡ **twenty-one 2**; ➡ **+ eight 2 A; eighty 2**

twenty: ~-first *etc. adj.* ➤ **231,** ➤ **602** ที่ยี่สิบเอ็ด ฯลฯ; ➡ **+ eighth 1**; **~-four-hour** ➡ **hour A**; **~-one** *etc.* ❶ *adj.* ยี่สิบเอ็ด ฯลฯ; ➡ **+ eight 1** ❷ *n.* ➤ **602** จำนวนยี่สิบเอ็ด, เลขยี่สิบเอ็ด; ➡ **+ eight 2 A**

ˈtwere /twə(r)/เทวอะ(ร)/ *(arch./poet.)* = **it were**

twerp /twɜːp/เทวิพ/ *n. (coll.) (person)* คนที่โง่เขลาหรือน่ารังเกียจ

twice /twaɪs/ไทวซฺ/ *adv.* Ⓐ *(two times)* สองครั้ง, สองหน; **she didn't have to be asked ~!** แน่นอนว่าไม่ต้องชวนเธอเป็นครั้งที่สอง; **~ a year** ปีละสองครั้ง; **~ weekly** อาทิตย์ละสองครั้ง; **his ~-weekly visit** การมาเยี่ยมสองครั้งในหนึ่งอาทิตย์ของเขา; Ⓑ *(doubly)* สองเท่า; **~ as strong** *etc.* แรง ฯลฯ กว่าเป็นสองเท่า; **he's ~ her age** เขาอายุมากกว่าเธอเป็นสองเท่า; **have ~ the strength** มีความแข็งแรงเป็นสองเท่า; **he is ~ the man he was** เขาเป็นลูกผู้ชายเพิ่มขึ้นกว่าเดิมเป็นสองเท่า; **fly at ~ the speed of sound** บินด้วยความเร็วเป็นสองเท่าของความเร็วเสียง; **sell sth. at ~ the price** *(coll.)* ขาย *ส.น.* ในราคาสองเท่า; ➡ **+ think 2 A**

twiddle /ˈtwɪdl/ˈทวิด'ล/ ❶ *v.t.* บิด, ควง, หมุนเล่น ๆ; **~ one's cigar** หมุนซิการ์ของตนเล่น; **~ one's thumbs** *(lit. or fig.)* นั่งกระดิกนิ้ว ❷ *v.i.* **~ with sth.** หมุน *ส.น.* เล่น ๆ; **~ one's moustache** หมุนหนวดของตนเล่น ❸ *n.* การบิด, การหมุน, การควง; **give sth. a ~:** ควง/หมุน *ส.น.*

[1]twig /twɪɡ/ทวิก/ *n.* Ⓐ *(small branch)* กิ่งก้านไม้เล็ก ๆ; Ⓑ *(divining rod)* ไม้ศักดิ์สิทธิ์ที่ใช้หาน้ำใต้ดิน

[2]twig *(coll.)* ❶ *v.t.* **-gg-**: Ⓐ *(understand)* เข้าใจ; Ⓑ *(notice)* สังเกตเห็น ❷ *v.i.* **-gg-**: Ⓐ *(understand)* เข้าใจ; Ⓑ *(notice)* สังเกตเห็น

twilight /ˈtwaɪlaɪt/ˈทวายไลท/ *n.* Ⓐ *(evening light)* แสงเวลาย่ำค่ำ, แสงขมุกขมัวใกล้ค่ำ; Ⓑ *(period of half-light)* ช่วงโพล้เพล้; **in the ~ of his career** *(fig.)* ในช่วงบั้นปลายชีวิตการทำงานของเขา; Ⓒ *(fig.: intermediate state)* ภาวะไม่ชัดเจน, ช่วงรอยต่อ; **his ~ years** วัยชรา

twilight: ~ 'sleep *n. (Med.)* *ภาวะสะลึมสะลือเพื่อลดความเจ็บปวดในการคลอดบุตร;* **~ zone** *n.* Ⓐ สภาพคลุมเครือไม่ชัดเจน; Ⓑ *(decaying urban area)* บริเวณแหล่งเสื่อมโทรมของเมือง

twill /twɪl/ทวิล/ *n. (Textiles)* Ⓐ *(weave)* การทอผ้าให้เป็นลายทแยง; Ⓑ *(fabric)* ผ้าลายทแยง

'twill /twɪl/ทวิล/ *(arch./poet.)* = **it will**

twin /twɪn/ทวิน/ ❶ *attrib. adj.* Ⓐ ฝาแฝด; **~ brother/sister** พี่/น้องชาย/หญิงฝาแฝด; Ⓑ *(forming a pair)* เป็นคู่; **the ~ threats of war and inflation** การคุกคามเป็นคู่ของสงครามและภาวะเงินเฟ้อ; Ⓒ *(Bot.)* *(ต้นไม้ ฯลฯ)* ที่ขึ้นโตเป็นคู่ ๆ; Ⓓ เป็นคู่ ❷ *n.* Ⓐ ฝาแฝดคนใดคนหนึ่ง; **his ~**: ฝาแฝดของเขา; Ⓑ *(Astrol.)* **the T~s** สัญลักษณ์ของราศีเมถุน; ➡ **+ Aries**; Ⓒ *(exact counterpart)* คู่, ฝาแฝด *(ของ ค.น.)* ❸ *v.t.* **-nn-** เข้าคู่; **Bottrop is ~ned with Blackpool** บอททรอพเป็นเมืองคู่แฝดกับแบล็คพูล

twin: ~ 'bed *n.* เตียงคู่; **~ beds** เตียงคู่; **~-bedded** *adj.* **a ~-bedded room** ห้องที่มีเตียงคู่

twine /twaɪn/ทวายนฺ/ ❶ *n.* ด้ายที่พันเป็นเกลียว; *(thicker)* เชือกพันให้หนา; *(for nets)* เชือกสำหรับตาข่าย ❷ *v.t.* Ⓑ *(form by twisting strands together)* พันเข้าด้วยกัน *(ด้าย, เชือก)*; Ⓑ *(form by interlacing)* ร้อย/ถักเข้าด้วยกัน; Ⓒ *(coil)* ขดรอบ; **~ sth. round [and round] sth.** ขด *ส.น.* รอบ *ส.น.* [หลายครั้ง]; **~ the flowers round the pole** พันดอกไม้รอบต้นเสา ❸ *v.i.* พัน, ขด **(about, around** รอบ**)**

twin-engined /ˈtwɪnendʒɪnd/ˈทวินเอ็นจินดฺ/ *adj.* มีสองเครื่องยนต์, มีเครื่องยนต์คู่

twinge /twɪndʒ/ทวินจฺ/ *n.* ความเจ็บปวดเป็นพัก ๆ; **a ~ of toothache/rheumatism** การปวดฟัน/การปวดตามข้อเป็นพัก ๆ; **he suffers from ~s in wet weather** เขาจะเจ็บปวดเป็นพัก ๆ เมื่ออากาศชื้น; **~[s] of remorse/conscience** *(fig.)* ทรมานจากการสำนึกผิดเป็นครั้งคราว

twinkle /ˈtwɪŋkl/ˈทวิงค'ล/ ❶ *v.i.* Ⓐ *(sparkle)* ส่องแสงระยิบระยับ; *(ดวงตา)* เป็นประกาย **(with** ด้วย**)**; Ⓑ *(move rapidly)* ขยับอย่างรวดเร็วชั่วพริบตา ❷ *v.t.* **~ one's eyes** กะพริบตาของตน ❸ *n.* Ⓐ **in a ~**: ในทันทีทันใด; Ⓑ *(sparkle of the eyes)* ประกายของดวงตา; **'...', she said with a ~ in her eye** เธอกล่าว '...' ในขณะที่ดวงตาเป็นประกาย; **you were just a ~ in your father's eye then** ตอนนั้นพ่อแม่ของคุณยังไม่ทราบเลยว่าจะมีลูก; **the project is still only a ~ in his eye** โครงการยังอยู่ในขั้นเริ่มต้นแท้ ๆ; **with a mischievous ~**: พร้อมกับนัยน์ตาที่ซุกซน

twinkling /ˈtwɪŋklɪŋ/ˈทวิงคลิ้ง/ *n.* **in a ~, in the ~ of an eye** ในชั่วพริบตา, ในทันทีทันใด

twin: ~set *n. (Brit.)* *ชุดเสื้อสเวตเตอร์กับเสื้อยาวแค่เอวของผู้หญิงที่เข้าชุดกัน;* **~ town** *n. (Brit.)* *เมืองแฝด (ซึ่งมักอยู่คนละประเทศ);* **~-tub** *n.* *เครื่องซักผ้าที่แยกระบบซักและอบ แต่ให้อยู่ในเครื่องเดียวกัน*

twirl /twɜːl/เทวิล/ ❶ *v.t.* Ⓐ *(spin)* ปั่น, หมุนเร็ว ๆ; **he ~ed his partner around the dance-floor** เขาหมุนคู่เต้นของเขาไปรอบเวทีเต้นรำ; Ⓑ *(twiddle)* บิด, หมุน, ควงเล่น ๆ ❷ *v.i.* หมุน, ปั่น, ควง **(around** ไปรอบ**)**; **sb. ~s around** *ค.น.* หมุนตัวไปรอบ ๆ ❸ *n.* Ⓐ *(~ing)* การปั่น, การหมุน, การควง; **give one's moustache a ~**: หมุนหนวดของตนเล่น; **have a ~ on the dance floor** มีการหมุนบนเวทีเต้นรำ; Ⓑ *(flourish made in writing)* การวาดหางของตัวหนังสือ

twirly /ˈtwɜːlɪ/ˈเทวอลิ/ *adj.* ที่หมุน; *(ลายมือ)* ที่มีหางขด

twist /twɪst/ทวิซท/ ❶ *v.t.* Ⓐ *(distort)* บิดเบือน *(ความหมาย, คำ)*; **~ out of shape** บิดจนผิดรูปผิดร่างไป; **~ one's ankle** ข้อเท้าแพลง; **her face was ~ed with pain** ใบหน้าของเธอบิดเบี้ยวด้วยความเจ็บปวด; **~ sb.'s arm** บิดแขนของ *ค.น.*; *(fig.)* ชักจูงเชิงบังคับ *ค.น.* ให้ทำ *ส.น.*; **I didn't have to ~ his arm** ฉันไม่ต้องบังคับเขาให้ทำ *ส.น.*; Ⓑ *(wind about one another)* พันกัน *(ดอกไม้, ผม)* **(into** เป็น**)**; Ⓒ *(rotate)* หมุน *(เชือก)*; *(back and forth)* หมุนไปมา; ➡ **+ knife 1**; Ⓓ *(interweave)* ทอ, สาน, ถัก, ร้อยเข้าด้วยกัน; Ⓔ *(give spiral form to)* ม้วน *(ลวด, เชือก ฯลฯ)* ให้เป็นเกลียว **(into)**; Ⓕ *(Brit. coll.: cheat)* หลอก, โกง; **~ sb. out of sth.** โกง *ส.น.* จาก *ค.น.*; Ⓖ *(wrench)* **~ sth. from sb.'s grasp** บิด *ส.น.* ออกจากมือ *ค.น.*; ➡ **+ little finger**

❷ *v.i.* Ⓐ บิด, หมุน; **~ and turn** บิดไปบิดมา; **~ around sth.** บิด/หมุนรอบ ๆ *ส.น.*; **~ from sb.'s grasp** กระชากจากมือ *ค.น.*; Ⓑ *(take twisted position)* หมุนตัว; **he ~ed round in his chair** เขาหมุนตัวในเก้าอี้ของเขา; Ⓒ *(dance)* เต้นรำจังหวะทวิสต์

❸ *n.* Ⓐ *(thread etc.)* เชือก/ด้ายที่พันเข้าด้วยกัน; *(loosely twisted)* เชือก/ด้ายที่ม้วนเป็นเกลียวหลวม ๆ; Ⓑ **~ of lemon/orange** มะนาว/ส้มฝานปรุงรส; Ⓒ *(~ing)* การบิด, การพัน, การม้วน; **give sth. a ~**: บิด *ส.น.*; **full of ~s and turns** เต็มไปด้วยความคดเคี้ยว; Ⓓ *(unexpected occurrence)* สิ่งที่ไม่ได้คาดคิด; **~ of fate** โชคชะตาที่เกิดขึ้นโดยไม่คาดคิด; Ⓔ *(peculiar tendency)* **give a ~ to sth.** ให้ความรู้สึกที่แปลกพิกลแก่ *ส.น.*; **he has an odd ~ to his character** นิสัยเขามีอะไรแปลก ๆ; **a criminal ~**: ลักษณะของอาชญากร; Ⓕ **round the ~** = **round the bend** ➡ **[1]bend 1 B**; Ⓖ *(swindle)* การฉ้อโกง; Ⓗ *(Amer.: change of procedure)* การเปลี่ยนแปลงระเบียบข้อกำหนด; Ⓘ *(dance)* การเต้นรำในจังหวะทวิสต์; **do the ~**: เต้นรำในจังหวะทวิสต์

~ 'off ❶ *v.t.* บิดออก, บิดให้เปิดออก ❷ *v.i.* **the cap ~s off** ฝาขวดบิดออก

~ to'gether *v.t.* พันเข้าด้วยกัน

twisted /ˈtwɪstɪd/ˈทวิซติด/ *adj.* *(จิตใจ/อารมณ์)* ไม่ปกติ; *(fig.)* *(การพูดตลก)* ลักษณะกวน

twister /ˈtwɪstə(r)/ˈทวิซเตอะ(ร)/ *n.* Ⓐ คนโกง, คนหลอกลวง; Ⓑ *(Amer.: tornado)* ลมสลาตัน, พายุหมุนทอร์นาโด

twisty /ˈtwɪstɪ/ˈทวิซติ/ *adj.* บิด, งอ, คดเคี้ยว

twit /twɪt/ทวิท/ ❶ *v.t.*, **-tt-** ➡ **taunt 1** ❷ *n. (Brit. coll.)* คนโง่

[1]twitch /twɪtʃ/ทวิฉ/ ❶ *v.t.* Ⓐ กระตุก; Ⓑ ย่น *(จมูก)*; *(แมว, วัว)* กระดิก *(หู, หาง)* ❷ *v.i.* Ⓐ *(pull sharply)* ดึง, กระตุก, กระชาก **(at** กับ**)**; Ⓑ *(ใบหน้า, กล้ามเนื้อ, แขนขา ฯลฯ)* กระตุก ❸ *n.* การกระตุก, การกระชาก

[2]twitch [grass] ➡ **[2]couch**

twitchy /ˈtwɪtʃɪ/ˈทวิฉฉิ/ *adj. (nervy)* วิตกกังวล; *(irritable)* หงุดหงิด

twitter /ˈtwɪtə(r)/ˈทวิทเทอะ(ร)/ ❶ *n.* Ⓐ *(coll.: excited state)* **be in a ~, be all of a ~**: อยู่ในสภาพตื่นเต้น; Ⓑ *(chirping)* การส่งเสียงร้องของนก ❷ *v.i.* *(นก)* ส่งเสียงร้องจิ๊บ ๆ

twittish /ˈtwɪtɪʃ/ˈทวิทฑิช/ *adj. (Brit. coll.)* *(คน)* โง่เขลา

'twixt /twɪkst/ทวิคซฺท/ *prep. (poet./arch.)* **betwixt** ในระหว่าง

two /tuː/ทู/ ➤ **47**, ➤ **177**, ➤ **602** ❶ *adj.* สอง; **a box/shirt or ~**: กล่อง/เสื้อหนึ่งหรือสองใบ/ตัว; ➡ **+ eight 1** ❷ *n. (number, symbol)* เลขสอง; **the ~**: ทั้งสอง; **just the ~ of us** แค่เราสองคน; **it's as clear as ~ and ~ make four** มันเด่นชัดเป็นที่รู้กันอยู่แล้ว; **put ~ and ~ together** *(fig.)* เดาความจริงจากสิ่งที่ตนได้รู้ได้เห็น; **cut/break in ~**: ตัด/แบ่งออกเป็นสองส่วน; **~ and ~, ~ by ~** *(~ at a time)* ทีละสอง; **that makes ~ of us** *(coll.)* ฉันเห็นด้วยกับเธอ; **~ can play at that game** คุณมีมือ ฉันก็มีมือ; ➡ **+ cheer 1 A; eight 2 A, C, D; [1]game 1 A; penny C**

two: ~-bit *adj. (Amer.)* Ⓐ *(costing 25 cents)* *(สิ่งของ)* ที่มีราคา 25 เซนต์; Ⓑ *(of poor quality)* มีคุณภาพต่ำ; **~-by-'four** ❶ *n. (piece of wood)* ขนาด 4x2 นิ้ว ❷ *adj. (Amer. fig.)* ไร้ค่า; **~-dimensional** *adj.* สองมิติ; *(fig.)* ไม่มีความหยั่งลึก, ผิวเผิน; **~-door** *attrib. adj.* *(รถยนต์)* สองประตู; **~-edged** *adj. (lit. or fig.)* *(มีด, ดาบ ฯลฯ)* สองคม; **~-faced** *adj. (fig.)* หน้าไหว้หลังหลอก; **be ~-faced** *(คน)* หน้าไหว้หลังหลอก; **~-'fisted** *adj.* Ⓐ *(Brit.: clumsy)* งุ่มง่าม, ซุ่มซ่าม; **be ~-fisted** เป็นคนงุ่มง่าม; Ⓑ *(Amer.: vigorous)* แข็งแรง, กระฉับกระเฉง

twofold /ˈtuːfəʊld/ˈทูโฟลดฺ/ *adj., adv.* Ⓐ สองเท่า; มีสองส่วน; **be ~**: เป็นสองส่วน; Ⓑ *(double)* สองเท่า; **a ~ increase** การเพิ่มขึ้นเป็นสองเท่า; **increase ~**: เพิ่มขึ้นเป็นสองเท่า

two: ~-four time *n. (Mus.)* จังหวะสองสี่; **~-'handed** *adj.* Ⓐ *(having ~ hands)* มีสองมือ; Ⓑ *(requiring both hands)* ต้องใช้สองมือ; Ⓒ *(requiring ~ persons)* **~-handed poker** *(Cards)* ไพ่โป๊กเกอร์ที่มีผู้เล่นสองคน; **~-party system** *n.* ระบบการเมืองที่มีสองพรรคการเมือง; **~pence** /ˈtʌpəns/ˈทัพเพินซฺ/ *n. (Brit.)* สองเพนซ์; ➡ **+ care 2 C**; **~penny** /ˈtʌpənɪ/ˈทัพเพอะนิ/ *attrib. adj. (Brit.)* มีราคาสองเพนนี; **~penny-halfpenny** /tʌpnɪˈheɪpnɪ/ทัพนิˈเฮพนิ/ *attrib. adj. (Brit. dated)* ไม่สลักสำคัญ, น่าดูถูก; *(of poor quality)* ไม่มีคุณภาพ, คุณภาพไม่ดี; **~penny-halfpenny novel** นวนิยายที่ไม่มีคุณค่า; **~-piece** ❶ *n.* *(ชุด ฯลฯ)* ที่มีสองส่วน ❷ *adj.* มีสองส่วน; **~-pin** ➡ **pin 1 C**; **~-ply** *adj.* *(ผ้าขนสัตว์, ไหม)* สองเส้น; *(ไม้อัด)* สองชั้น; **~-seater** ❶ /-ˈ--/ *n.* รถยนต์/เครื่องบินสองที่นั่ง ❷ /ˈ---/ *attrib. adj.* *(รถยนต์, เครื่องบิน ฯลฯ)* ที่มีสองที่นั่ง

twosome /ˈtuːsəm/ˈทูเซิม/ *n.* Ⓐ เป็นคู่; Ⓑ *(Golf)* กอล์ฟสำหรับสองคนเล่น

two: ~-star hotel *n.* โรงแรมระดับสองดาว; **~-step** *n.* การเต้นรำแบบก้าวไปด้านข้างสอง

จังหวะ; **~-storey** *adj.* *(ตึก, อาคาร)* สองชั้น; **~-stroke** *adj.* *(Mech. Engin.)* *(เครื่องจักร, เครื่องยนต์)* สองจังหวะ; **~-time** *v.t.* *(coll.)* **~-time sb.** *(be unfaithful)* มีชู้; *(cheat)* โกงหรือหลอกลวง ค.น.; **~-timing** *adj.* *(coll.)* มีชู้; **~-tone** *adj.* Ⓐ *(in colour)* สองสี; **a car in ~-tone green** รถที่มีสีเขียวสองสี; Ⓑ *(in sound)* มีสองเสียง

'twould /twʊd/ทวุด/ *(arch./poet)* = **it would**

two: ~-up ~-down *n.* บ้านเล็ก ๆ ที่มีสองชั้น; **~-way** *adj.* Ⓐ *(in both directions)* ในสองทิศทาง; **'~-way traffic ahead'** 'การจราจรข้างหน้ามีรถสวน'; Ⓑ *(involving an exchange between ~ parties)* ระหว่างสองฝ่าย, แบบแลกเปลี่ยน; **~-way scholarship programme** โครงการทุนการศึกษาแบบแลกเปลี่ยนนักศึกษา; **~-way radio** วิทยุที่รับและส่งสัญญาณออกได้; Ⓒ *(Electr.)* **~-way switch** สวิตช์ไฟฟ้าที่เปิด-ปิดได้สองจุด; Ⓓ **~-way tap** ก๊อกน้ำที่มีทั้งน้ำร้อนน้ำเย็น; Ⓔ **~-way mirror** กระจกสองด้าน; **~-'wheeler** *n.* ยานพาหนะสองล้อ

tycoon /taɪ'ku:n/ไท'คูน/ *n.* นักธุรกิจที่ร่ำรวยและมีอิทธิพลมาก

tying ➡ **tie** 1, 2

tyke /taɪk/ไทค/ *n.* Ⓐ *(dog)* สุนัข; Ⓑ *(Brit.: churlish person)* คนที่หยาบคายหรือน่ารังเกียจ; Ⓒ *(Yorkshireman)* **[Yorkshire] ~:** ชาวยอร์กเชียร์; Ⓓ *(child)* เด็กเล็ก ๆ

tympani ➡ **timpani**

tympanist ➡ **timpanist**

type /taɪp/ไทพ/ ❶ *n.* Ⓐ แบบ, ชนิด, ประเภท; *(person)* บุคคล; **what ~ of car ...?** รถยนต์แบบไหน...; **her beauty is of another ~:** ความงดงามของเธอเป็นอีกแบบไปเลย; **she dislikes men of that ~:** เธอไม่ชอบผู้ชายประเภทนั้น; **she's not my ~:** เธอไม่ตรงสเปกของฉัน; **he's not the ~ to let people down** เขาไม่ใช่ประเภทที่ทำให้คนผิดหวัง; **books of this ~:** หนังสือประเภทนี้; **true to ~:** ตรงเหมือนที่คิดไว้; Ⓑ *(coll.: character)* บุคลิก, อุปนิสัย; Ⓒ *(Printing)* ตัวพิมพ์; **be in small/italic ~:** เป็นตัวพิมพ์เล็ก/เอน; **in ~:** ที่ได้ตีพิมพ์
❷ *v.t.* Ⓐ *(do typing of)* พิมพ์; **~d letter** จดหมายที่พิมพ์; Ⓑ *(classify)* แบ่งแยกประเภท
❸ *v.i.* พิมพ์ดีด

~ 'in *v.t.* พิมพ์เพิ่มเติม; พิมพ์ลงไป

~ 'out *v.t.* พิมพ์ออกมา

~ 'up *v.t.* พิมพ์ให้เสร็จทั้งหมด

-type /taɪp/ไทพ/ *in comb.* แบบ, ประเภท; **ceramic-~ materials** วัตถุดิบประเภทเซรามิค; **Cheddar-~ cheese** เนยแข็งแบบเช็ดดา

type: ~cast *v.t.* ให้ *(นักแสดง)* เล่นบทบาทเดิมที่ประสบความสำเร็จมาก่อน; **be ~cast as the devoted wife** ได้รับบทบาทเป็นภรรยาที่เสียสละตลอดเวลา; **~face** *n.* แบบตัวอักษร; **~script** ❶ *n.* เอกสารที่ได้รับการพิมพ์; **in ~script** เอกสาร; **be still in ~script** ยังคงเป็นแค่เอกสารที่ได้รับการพิมพ์ ❷ *adj.* ➡ **typewritten**; **~set** *v.t.* *(Printing)* เรียงพิมพ์; **~setter** *n.* *(person)* คนเรียงพิมพ์; **~setting** *n.* การเรียงพิมพ์; **~setting machine** เครื่องเรียงพิมพ์; **~ size** *n.* ขนาดตัวพิมพ์; **~ wheel** ➡ **daisy-wheel**

'typewriter *n.* เครื่องพิมพ์ดีด; **~ ribbon** ผ้าหมึกพิมพ์ดีด

'typewritten *adj.* *(เอกสาร ฯลฯ)* ที่พิมพ์ดีดไว้

typhoid /'taɪfɔɪd/'ไทฟอยด/ *n.* ➤ **453** *(Med.)* **~ [fever]** โรคไข้ไทฟอยด์, โรคไข้รากสาดน้อย

typhoon /taɪ'fu:n/ไท'ฟูน/ *n.* พายุไต้ฝุ่น

typhus /'taɪfəs/'ไทเฟิซ/ *n.* ➤ **453** *(Med.)* โรคไข้รากสาดใหญ่

typical /'tɪpɪkl/'ทิพพิค'ล/ *adj.* เป็นแบบฉบับ, เป็นตัวอย่าง **(of** ของ**)**; **that's just ~!** นั่นเป็นแบบฉบับเลยล่ะ

typically /'tɪpɪklɪ/'ทิพพิคลิ/ *adv.* อย่างเป็นแบบฉบับ, ตามเคย; **~, she turned up late** เธอมาช้าตามแบบของเธอ

typify /'tɪpɪfaɪ/'ทิพพิฟาย/ *v.t.* Ⓐ *(represent)* เป็นแบบฉบับ, เป็นตัวแทน; Ⓑ *(be an example of)* **~ sth.** เป็นตัวอย่างของ ส.น.

typing /'taɪpɪŋ/'ไทพิง/ *n.* การพิมพ์ดีด; **his ~ is excellent** การพิมพ์ดีดของเขาดีเยี่ยม; **how is your ~?** คุณพิมพ์ดีดเก่งหรือเปล่า; **can you do this piece of ~ for me?** คุณจะช่วยพิมพ์ดีดสิ่งนี้ให้ฉันได้ไหม

typing: ~ error *n.* ข้อผิด/คำผิดในการพิมพ์; **~ pool** *n.* กลุ่มของนักพิมพ์ดีดในสำนักงานขนาดใหญ่

typist /'taɪpɪst/'ไทพิซทฺ/ *n.* ➤ **489** นักพิมพ์ดีด; **shorthand ~:** ผู้พิมพ์ดีดชวเลข; **she is [not] a good ~:** เธอพิมพ์ดีด [ไม่] เก่ง

typo /'taɪpəʊ/'ไทโพ/ *n., pl.* **~s** *(coll.)* คำผิดในการพิมพ์

typographer /taɪ'pɒgrəfə(r)/ไท'พอเกฺรอะเฟอะ(ร)/ *n.* ➤ **489** ช่างเรียงพิมพ์

typographic /taɪpə'græfɪk/ไทเพอะ'แกฺรฟิค/, **typographical** /taɪpə'græfɪkl/ไทเพอะ'แกฺรฟิค'ล/ *adj.* เกี่ยวกับการเรียงพิมพ์; **~ error** ข้อผิดพลาดในการเรียงพิมพ์

typography /taɪ'pɒgrəfɪ/ไท'พอเกฺรอะฟิ/ *n.* การเรียงพิมพ์

typology /taɪ'pɒlədʒɪ/ไท'พอเลอะจิ/ *n.* การศึกษาและการตีความ *(โดยเฉพาะข้อความในคัมภีร์ไบเบิล)*

tyrannical /tɪ'rænɪkl, taɪ'rænɪkl/ทิ'แรนิค'ล, ไท'แรนิค'ล/ *adj.* เป็นการกดขี่, โหดร้าย, ทรราช

tyrannically /tɪ'rænɪkəlɪ, taɪ'rænɪkəlɪ/ทิ'แรนิเคอะลิ, ไท'แรนิเคอะลิ/ *adv.* อย่างเป็นการกดขี่, อย่างโหดร้ายกับ; **behave ~ to sb.** ประพฤติตนอย่างโหดร้ายกับ ค.น.

tyrannize (tyrannise) /'tɪrənaɪz/'ทิเรอะนายซ/ ❶ *v.i.* ปฏิบัติอย่างโหดร้าย; **~ over sb.** ปฏิบัติอย่างโหดร้ายต่อ ค.น. ❷ *v.t.* ปกครองแบบกดขี่, ปกครองแบบทรราช

tyrannous /'tɪrənəs/'ทิเรอะเนิซ/ *adj.* เป็นการกดขี่, โหดร้าย

tyranny /'tɪrənɪ/'ทิเรอะนิ/ *n.* การปกครองแบบกดขี่, ระบบทรราช *(ร.บ.)*

tyranosaurus /tɪrænə'sɔ:rəs/ทิแรเนอะ'ซอเริซ/ *n.* ไดโนเสาร์พันธุ์ไทรานอซอรัส

tyrant /'taɪrənt/'ไทเรินทฺ/ *n.* *(lit. or fig.)* ผู้ปกครองแบบกดขี่, ผู้เผด็จการ, ทรราช *(ร.บ.)*

tyre /'taɪə(r)/'ทายเออะ(ร)/ *n.* ยางล้อรถ

tyre: ~ chain *n.* โซ่ใช้คล้องยางรถยนต์ *(กันลื่นเวลาหิมะตก)*; **~ gauge** *n.* ที่วัดลมยางรถ; **~ lever** *n.* แม่แรงสำหรับเปลี่ยนยาง; **~ pressure** *n.* แรงกดดันอากาศในยางรถ

tyro ➡ **tiro**

Tyrol /tɪ'rəʊl/ทิ'โรล/ *pr. n.* จังหวัดไทโรล *(บนเทือกเขาแอลป์ทางตะวันตกของประเทศออสเตรีย)*

Tyrolean /tɪrə'li:ən/ทิเรอะ'ลีเอิน/ *adj.* แห่งเมืองไทโรล

tzar *etc.* ➡ **tsar** *etc.*

tzarina ➡ **tsarina**

U u

¹U, u /ju:/ยู/ *n., pl.* **Us** *or* **U's U, u,** ยู, พยัญชนะตัวที่ 21 ของภาษาอังกฤษ

²U *adj. (Brit. coll.)* เป็นบุคลิกลักษณะของชนชั้นสูง; **be U** มีบุคลิกลักษณะของชนชั้นสูง

³U *abbr.* Ⓐ *(Brit.)* **universal** *(ภาพยนตร์)* เข้าได้ทั้งครอบครัว; Ⓑ **University** ม.

UAE *abbr.* **United Arab Emirates**

UB 40 /ju:bi: 'fɔ:tɪ/ยูบี 'ฟอทิ/ *n. (Brit.)* Ⓐ *(card)* บัตรคนว่างงาน; Ⓑ *(coll.)* คนว่างงาน

'U-bend *n.* โค้งรูปตัวยู

ubiquitous /ju:'bɪkwɪtəs/ยู'บิเควอะเทิซ/ *adj.* มีอยู่ทั่วทุกหนทุกแห่ง

'U-boat *n. (Hist.)* เรือดำน้ำของประเทศเยอรมนี

UDA *abbr.* **Ulster Defence Association** *กองกำลังป้องกันไอร์แลนด์เหนือ*

udder /'ʌdə(r)/'อัดเดอะ(ร)/ *n.* เต้านมสัตว์ประเภทวัว แกะ ฯลฯ

UDI *abbr.* **Unilateral Declaration of Independence** คำประกาศเอกราชฝ่ายเดียว

UEFA /ju:'eɪfə/ยู'เอเฟอะ/ *abbr.* **Union of European Football Associations** สหภาพฟุตบอลยุโรป

UFO /'ju:efəʊ/'ยูเอ็ฟโอ/ *n., pl.* **~s** วัตถุแปลกปลอมจากนอกพิภพ, จานบิน *(ของมนุษย์ต่างดาว)*

Uganda /ju:'gændə/ยู'แกนเดอะ/ *pr. n.* ประเทศยูกันดา

Ugandan /ju:'gændən/ยู'แกนเดิน/ ❶ *adj.* แห่งประเทศยูกันดา; **sb. is ~:** *ค.น.* เป็นชาวยูกันดา ❷ *n.* ชาวยูกันดา

ugh /ʌh/เออ/ *int.* อี๋

ugli /'ʌglɪ/'อักกลิ/ *n.* **~ [fruit]** ส้มจาไมก้าเป็นส้มพันธุ์ผสม

ugliness /'ʌglɪnɪs/'อักกลินิซ/ *n., no pl.* ความน่าเกลียด, ความไม่น่ายินดี

ugly /'ʌglɪ/'อักกลิ/ *adj.* Ⓐ *(in appearance, morally)* น่าเกลียด, ไร้ศีลธรรม, เป็นอันตราย; **~ duckling** *(fig.)* ลูกเป็ดขี้เหร่; **as ~ as sin** *(coll.)* น่าเกลียดมาก Ⓑ *(nasty)* น่ารังเกียจ; *(อารมณ์, บาดแผล)* เลวร้าย; **~ customer** *(fig. coll.)* คนที่ไม่น่าคบหา, คนที่น่าเกรงกลัว; **have an ~ temper** มีอารมณ์รุนแรง; Ⓒ *(stormy)* *(อากาศ, ค่ำคืน)* เลวร้าย; *(ท้องฟ้า)* ขรึม

UHF *abbr.* **ultra-high frequency** ความถี่สูงยิ่ง

UHT *abbr.* **ultra heat treated** ความร้อนสูงยิ่ง; **UHT milk** นมยูเอชที *(ท.ศ.)*

UK *abbr.* **United Kingdom**

ukase /ju:'keɪz/ยู'เคซ/ *n.* ประกาศหรือคำสั่งที่มีผลชั่วคราวของทางราชการ

Ukraine /ju:'kreɪn/ยู'เครน/ *pr. n.* ประเทศยูเครน

Ukrainian /ju:'kreɪnən/ยู'เครเนียน/ ❶ *adj.* แห่งประเทศยูเครน; **sb. is ~:** *ค.น.* เป็นชาวยูเครน; ➡ **+ English 1** ❷ *n.* Ⓐ *(person)* ชาวยูเครน; Ⓑ *(language)* ภาษายูเครน; ➡ **+ English 2 A**

ukulele /ju:kə'leɪlɪ/ยูเคอะ'เลลิ/ *n. (Mus.)* กีตาร์ฮาวายขนาดเล็กมีสี่สาย

ulcer /'ʌlsə(r)/'อัลเซอะ(ร)/ *n.* ➤ **453** ฝี, แผลมีหนอง; *(fig.)* มลทิน, จุดด่างพร้อย; **mouth ~[s]** แผลในปาก, ปากเปื่อย

ulcerate /'ʌlsəreɪt/'อัลเซอะเรท/ ❶ *v.i. (Med.)* เป็นแผลมีหนอง ❷ *v.t.* ทำให้เป็นแผลมีหนอง; **an ~d stomach** กระเพาะที่มีแผล

ulceration /ʌlsə'reɪʃn/อัลเซอะ'เรช'น/ *n.* Ⓐ *(process)* กระบวนการที่ทำให้แผลเป็นหนอง; Ⓑ *(ulcers)* ฝี, แผลมีหนอง

ulcerous /'ʌlsərəs/'อัลเซอะเริซ/ *adj. (Med.)* เป็นแผลมีหนอง; *(fig.)* **racism is an ~ growth in society** การเหยียดผิวเป็นเรื่องที่ก่อความเสื่อมเสียในสังคม

ulna /'ʌlnə/'อัลเนอะ/ *n., pl.* **ulnae** /'ʌlni:/'อัลนี/ *(Anat.)* กระดูกแขนส่วนหน้า *(มนุษย์)*; กระดูก/เขา *(สัตว์)*; กระดูกปีก *(นก)*

Ulster /'ʌlstə(r)/'อัลซฺเตอะ(ร)/ *pr. n.* แคว้นอัลสเตอร์ *(ทางภาคเหนือของไอร์แลนด์เหนือ)*

ulster *n. (coat)* เสื้อคลุมผู้ชายหลวมยาว

Ulster: ~man /'ʌlstəmən/'อัลซเตอะเมิน/ *n., pl.* **~men** /'ʌlstəmən/'อัลซเตอะเมิน/ *(inhabitant)* ชายที่อาศัยอยู่ในแคว้นอัลสเตอร์; *(native)* ชายพื้นเมืองอัลสเตอร์; **~woman** *n. (inhabitant)* หญิงที่อาศัยอยู่ในแคว้นอัลสเตอร์; *(native)* หญิงพื้นเมืองอัลสเตอร์

ult. /ʌlt/อัลท/ *abbr. (Commerc.)* **ultimo**

ulterior /ʌl'tɪərɪə(r)/อัล'ทิริเออะ/ *adj.* เบื้องหลัง, ซ่อนเร้น; **~ motive/thought** แรงจูงใจ/ความคิดที่ซ่อนเร้น

ultimate /'ʌltɪmət/'อัลทิเมิท/ ❶ *attrib. adj.* Ⓐ *(final)* สุดท้าย; *(eventual)* ที่สุด, สูงสุด, ปรมัตถะ *(ร.บ.)*; **~ result/goal/decision** ผลลัพธ์/เป้าหมาย/การตัดสินใจขั้นสุดท้าย; **in the ~ analysis** ในการวิเคราะห์ขั้นสุดท้าย; **he exercises ~ jurisdiction/authority** เขามีอำนาจศาล/อำนาจเด็ดขาด; **the ~ deterrent** สิ่งกีดกั้นท้ายสุด; Ⓑ *(fundamental)* *(ความจริง, หลักการ)* พื้นฐาน; **~ principles** หลักการพื้นฐาน; **the ~ particles of matter** องค์ประกอบหลักของวัตถุ; **the ~ origin** แหล่งกำเนิดขั้นพื้นฐาน; Ⓒ *(maximum)* สูงสุด; **~ speed** ความเร็วสูงสุด; Ⓓ *(best/greatest conceivable)* **the ~ washing machine** เครื่องซักผ้าที่ดีที่สุดที่พบได้; **this is the ~ luxury** นี่คือความหรูหราฟุ่มเฟือยสุดยอดเท่าที่พบเห็นได้
❷ *n.* **the ~** *(maximum)* ระดับสูงสุด; *(minimum)* ระดับต่ำสุด; **the ~ in comfort/luxury/style/fashion** ความสะดวกสบาย/ความหรูหราฟุ่มเฟือย/รูปแบบ/แฟชั่นชั้นเยี่ยม

ultimately /'ʌltɪmətlɪ/'อัลทิเมิทลิ/ *adv.* Ⓐ *(in the end)* ในสุดท้าย, ในตอนจบ; Ⓑ *(in the last analysis)* ในการวิเคราะห์ขั้นสุดท้าย; *(basically)* ในขั้นพื้นฐาน

ultimatum /ʌltɪ'meɪtəm/อัลทิ'เมเทิม/ *n., pl.* **~s** *or* **ultimata** /ʌltɪ'meɪtə/อัลทิ'เมเทอะ/ คำขาด; **give sb. an ~:** ยื่นคำขาดกับ *ค.น.*

ultimo /'ʌltɪməʊ/'อัลทิโม/ *adj. (Commerc.)* ของเดือนสุดท้าย

ultra /'ʌltrə/'อัลเทรอะ/ ❶ *n.* คนที่มีความคิดเห็นประเภทสุดโต่ง *(ภาษาการเมือง)* ❷ *adj.* ที่นิยมความรุนแรง *(ด้านการเมือง, ศาสนา)*

ultra- /'ʌltrə/'อัลเทรอะ/ *pref.* เกิน, อย่างรุนแรง

ultrama'rine /ʌltrəmə'ri:n/อัลเทรอะเมอะ'รีน/ *n.* สีน้ำเงินเข้ม

ultra'sonic /ʌltrə'sɒnɪk/อัลเทรอะ'ซอนิค/ *adj.* เป็นคลื่นเสียงความถี่สูงสุด *(เกินสมรรถนะการรับรู้ของมนุษย์)*

ultra'sonically *adv.* โดยคลื่นเสียงความถี่สูง

ultra'sonics *n., no pl.* Ⓐ ➡ **ultrasound;** Ⓑ *(science)* ศาสตร์ว่าด้วยการใช้คลื่นเสียงความถี่สูงเกินสมรรถนะการรับรู้ของมนุษย์

ultra'sound *n., no pl.* เสียงที่มีความถี่เกินสมรรถนะการรับรู้ของมนุษย์

ultra'violet *adj. (Phys.)* *(รังสี)* อัลตราไวโอเลต *(ท.ศ.)*, *(ที่มีความยาวคลื่นเหนือปลายแถบสีม่วงของสเปคตรัมที่มองเห็นได้)*; *(using ~ radiation)* ที่ใช้รังสียูวี; **~ treatment** การรักษาโดยใช้รังสีอัลตราไวโอเลต

ululate /'ju:ljʊleɪt/'ยูลิวเลท/ *v.i. (literary)* หอน หรือ ร้องเสียงโหยหวน; *(with grief)* พร่ำรำพันด้วยความโศกเศร้า

Ulysses /'ju:lɪsi:z/'ยูลิซีซฺ/ *pr. n.* ยูลิซิส *(วีรบุรุษในตำนานกรีก)*

um /m, əm, ʌm/อัม/ ❶ *int.* อืม *(ความลังเลหรือช่วงหยุดในระหว่างการพูด)* ❷ /ʌm/อัม/ *v.i.* **-mm-** *(coll.)* **~ and ah** เอ้อ ๆ อ้า ๆ

umbel /'ʌmbl/'อัมบ'ล/ *n. (Bot.)* ต้นไม้ที่มีดอกหลายดอกรวมเป็นช่อแผ่กระจายจากก้านใหญ่ในลักษณะคล้ายซี่ร่ม

umber /'ʌmbə(r)/'อัมเบอะ(ร)/ *n.* **[raw/burnt] ~:** สีน้ำตาล [อมแดง/เข้ม]

umbilical cord /ʌm'bɪlɪkl kɔ:d/อัม'บิลิค'ล คอรดฺ/ *n.* สายสะดือ

umbra /'ʌmbrə/'อัมเบรอะ/ *n., pl.* **~e** /'ʌmbr/'อัมบ'ร/ *or* **~s** *(Astron.)* Ⓐ *(in eclipse)* เงามืดของดวงจันทร์/อาทิตย์ที่ปกคลุมโลกในช่วงสุริยคราส; Ⓑ *(in sunspot)* ใจกลางของจุดมืดบนดวงอาทิตย์

umbrage /'ʌmbrɪdʒ/'อัมบริจ/ *n., no pl., no indef. art.* **take ~ [at or over sth.]** รู้สึกขุ่นเคืองเกี่ยวกับ *ส.น.*

umbrella /ʌm'brelə/อัม'เบรฺลเลอะ/ *n.* Ⓐ ร่ม; **telescopic ~:** ร่มที่ยนเข้าได้; **put up an ~:** กางร่ม; Ⓑ *(fig.: protection)* ความคุ้มครอง, สิ่งปกป้อง; *(Mil.) (barrage)* การระดมปืนยิงข้าศึกเพื่อตัดโอกาสมิให้ขัดขวางการเคลื่อนกำลัง; *(air cover)* ฝูงบินที่ส่งขึ้นไปเพื่อคุ้มกันกอง; **the ~ of the Welfare State** ภายใต้ความคุ้มครองของรัฐสงเคราะห์; Ⓒ *(fig.: unifying agency)* **company X comes under the ~ of company Y** บริษัทเอ็กซ์อยู่ภายใต้ความควบคุมของบริษัทวาย; **an ~ organization/group** องค์การ/กลุ่มที่ควบคุม

um'brella stand *n.* ที่วางร่ม

umlaut /'ʊmlaʊt/'อุมเลาท/ *n.* Ⓐ *(vowel change)* การเปลี่ยนเสียงสระโดยเครื่องหมายเหนือตัวสระในภาษาเยอรมัน; Ⓑ *(mark)* เครื่องหมายเหนือสระเพื่อเปลี่ยนเสียง

umpire /'ʌmpaɪə(r)/'อัมไพเออะ(ร)/ ❶ *n.* ➤ **489** กรรมการตัดสิน ❷ *v.i.* ทำหน้าที่เป็น

กรรมการตัดสิน ❸ *v.t.* ทำหน้าที่เป็นกรรมการตัดสิน *(ในการแข่งขันฟุตบอล ฯลฯ)*

umpteen /ʌmp'ti:n/อัมพฺ'ทีน/ *adj. (coll.)* มากมาย, นับไม่ถ้วน

umpteenth /ʌmp'ti:nθ/อัมพฺ'ทีนธฺ/ *adj. (coll.)* *(ครั้ง)* ที่นับไม่ถ้วน; **for the ~ time** เป็นครั้งที่นับไม่ถ้วน

UN *abbr.* **United Nations**

'un /ən/เอิน/ *pron. (coll.)* Ⓐ *(person)* คน, บุคคล; **he's a tough/bad ~:** เขาเป็นคนเข้มแข็ง/ไม่ดี; Ⓑ *(thing)* **a big ~:** ของชิ้นใหญ่; **big ~s and little ~s** ทั้งใหญ่และเล็ก; ➡ **+ wrong 'un**

unabashed /ʌnə'bæʃt/อันเออะ'แบชทฺ/ *adj.* ไม่อับอาย, ไม่สะทกสะท้าน; *(without shame)* ไม่ละอายใจ; *(undaunted)* ไม่ท้อถอย

unabated /ʌnə'beɪtɪd/อันเออะ'เบทิด/ *adj.* ไม่ลดน้อยลง, *(พายุ)* ไม่อ่อนลง

unable /ʌn'eɪbl/อัน'เอบ'ล/ *pred. adj.* **be ~ to do sth.** ทำ *ส.น.* ไม่ได้ *หรือ* ไม่สามารถทำ *ส.น.* ได้; **he wanted to attend but was ~ to** เขาอยากจะเข้าร่วม แต่ไม่สามารถมาได้

unabridged /ʌnə'brɪdʒd/อันเออะ'บริจดฺ/ *adj.* *(ฉบับ)* สมบูรณ์, ไม่ตัดตอน

unaccented /ʌnək'sentɪd/อันเอิค'เซ็นทิด/ *adj.* ไม่เน้น, ไม่มีสำเนียง

unacceptable /ʌnək'septəbl/อันเอิค'เซ็พเทอะบ'ล/ *adj.* ไม่อาจรับได้ *หรือ* รับไม่ได้; **[be] not ~:** [เป็นที่] ยอมรับได้; **the ~ face of capitalism** โฉมหน้าอันสุดที่จะทนทานได้ของระบบทุนนิยม

unaccommodating /ʌnə'kɒmədeɪtɪŋ/อันเออะ'คอเมอะเดทิง/ *adj.* ไม่ช่วยเหลือ, ไม่ประนีประนอม; *(inflexible)* ไม่โอนอ่อนผ่อนตาม

unaccompanied /ʌnə'kʌmpənɪd/อันเออะ'คัมเพอะนิด/ *adj.* ไม่มีผู้ติดตาม, มาตามลำพัง; *(เด็ก)* ที่เดินทางคนเดียว; *(กลุ่มนักร้อง)* ที่ไม่มีเพลงประกอบ; *(on aircraft etc.)* **~ minor** ผู้เยาว์เดินทางโดยลำพัง; **~ by sth.** ไม่มี *ส.น.* ติดตาม; **pieces for ~ horn/violin** เพลงสำหรับเป่าแตรเดี่ยว/ไวโอลินเดี่ยว

unaccountable /ʌnə'kaʊntəbl/อันเออะ'คาวนฺเทอะบ'ล/ *adj.* ไม่สามารถอธิบายได้

unaccountably /ʌnə'kaʊntəblɪ/อันเออะ'เคาวนฺเทอะบลิ/ *adv.* โดยอธิบายไม่ได้

unaccounted /ʌnə'kaʊntɪd/อันเออะ'ควนฺทิด/ *adj.* **~ for** ไม่รวมอยู่ด้วยในบัญชี, ไม่มีใครรับผิดชอบ; **several passengers are still ~ for** มีผู้โดยสารหลายคนที่ยังตามตัวไม่ได้; **the discrepancy remains ~ for** ความผิดเพี้ยนยังอธิบายไม่ได้

unaccustomed /ʌnə'kʌstəmd/อันเออะ'คัสเติมดฺ/ *adj.* ไม่เคยชิน; **be ~ to sth.** ไม่เคยชินกับ *ส.น.*; **~ as I am to public speaking ...** เนื่องจากข้าพเจ้าไม่เคยชินกับการพูดในที่สาธารณะ...

unacquainted /ʌnə'kweɪntɪd/อันเออะ'เควนฺทิด/ *adj.* **be [completely] ~ with sth.** ไม่รู้จัก *ส.น.* [เลย]

unadopted /ʌnə'dɒptɪd/อันเออะ'ดอพทิด/ *adj. (Brit.)* *(ถนน)* ที่ไม่ได้ส่งมอบให้เจ้าหน้าที่ท้องถิ่นดูแล

unadorned /ʌnə'dɔ:nd/อันเออะ'ดอนดฺ/ *adj.* *(ความจริง)* ไม่ประดับตกแต่ง; *(รูปแบบ)* ราบเรียบ

unadulterated /ʌnə'dʌltəreɪtɪd/อันเออะ'ดัลเทอะเรทิด/ *adj.* Ⓐ *(pure)* *(เหล้า)* บริสุทธิ์, ไม่มีสิ่งเจือปน, เข้มข้น; Ⓑ *(utter)* สมบูรณ์, โดยแท้; **~ rubbish** ขยะโดยแท้

unadventurous /ʌnəd'ventʃərəs/อันเอิด'เว็นเฉอะเริซ/ *adj.* *(บุคคล)* ไม่ชอบการผจญภัย; *(ชีวิต)* ปราศจากความตื่นเต้น; *(lacking ideas)* *(หนังสือ ฯลฯ)* ขาดความคิดสร้างสรรค์; **he is an ~ cook** เขาเป็นพ่อครัวที่ขาดความคิดสร้างสรรค์

unaffected /ʌnə'fektɪd/อันเออะ'เฟ็คทิด/ *adj.* Ⓐ *(not affected)* ไม่ได้รับผลกระทบ; **the area was ~ by the strike** บริเวณนี้ไม่ได้รับผลกระทบจากการประท้วง; **she seems to have been ~ by the experience** ดูเหมือนว่าประสบการณ์ที่ผ่านมาไม่ได้ส่งผลกระทบต่อเธอ; Ⓑ *(natural)* เป็นธรรมชาติ, ไม่เสแสร้ง; **~ astonishment** ความประหลาดใจโดยมิได้เสแสร้ง

unaffectedly /ʌnə'fektɪdlɪ/อันเออะ'เฟ็คทิดลิ/ *adv.* อย่างเป็นธรรมชาติ, โดยมิได้แสร้งทำ

unafraid /ʌnə'freɪd/อันเออะ'เฟรด/ *adj.* **be ~ [of sb./sth.]** ไม่เกรงกลัว [*ค.น./ส.น.*]

unaided /ʌn'eɪdɪd/อัน'เอดิด/ *adj.* ไม่ได้รับการช่วยเหลือ; **by one's own ~ efforts** ด้วยความพยายามของตนเองเท่านั้น; **walk ~:** เดินไปเองไม่มีใครช่วย

unalike /ʌnə'laɪk/อันเออะ'ไลคฺ/ *pred. adj.* ไม่เหมือนกัน; **they are so ~:** พวกเขาไม่เหมือนกันเลย

unalloyed /ʌnæ'lɔɪd/อันแน'ลอยดฺ, อันเนอะ'ลอย-ดฺ/ *adj.* ไม่เจือหรือผสมโลหะอื่น; *(fig.)* *(ความสุข)* สมบูรณ์, เต็มที่

unalterable /ʌn'ɔ:ltərəbl/อัน'ออลเทอะเรอะบ'ล/ *adj.* *(กฎหมาย, โชคชะตา)* เปลี่ยนแปลงไม่ได้

unaltered /ʌn'ɔ:ltəd/อัน'ออลเทิด/ *adj.* ไม่ได้เปลี่ยนแปลง

unambiguous /ʌnæm'bɪgjʊəs/อันแอม'บิกิวเอิซ/ *adj.* ไม่คลุมเครือ, กระจ่างชัด

unambitious /ʌnæm'bɪʃəs/อันแอม'บิเชิซ/ *adj.* *(บุคคล)* ไม่มีความทะเยอทะยาน; **be ~/a bit ~:** ไม่มี/ค่อนข้างจะขาดความทะเยอทะยาน

un-American /ʌnə'merɪkn/อันเออะ'เมะริค'น/ *adj.* Ⓐ *(not typically American)* ไม่เป็นไปตามแบบฉบับคนอเมริกัน; Ⓑ *(contrary to US interests)* ที่ขัดกับผลประโยชน์ของอเมริกา; **~ activities** การกระทำที่ขัดกับผลประโยชน์ของอเมริกา

unanimity /ju:nə'nɪmɪtɪ/ยูเนอะ'นิมมิทิ/ *n., no pl.* ความเป็นเอกฉันท์; **be in perfect ~ over sth.** เห็นพ้องกันเป็นเอกฉันท์เกี่ยวกับ *ส.น.*

unanimous /ju:'nænɪməs/ยู'แนนิเมิซ/ *adj.* เป็นเอกฉันท์; **be ~ in doing sth.** เห็นพ้องกันเป็นเอกฉันท์ในการทำ *ส.น.*; **be ~ in rejecting** *or* **in their** *etc.* **rejection of sth.** ร่วมกันปฏิเสธ *ส.น.* อย่างเป็นเอกฉันท์; **the meeting was ~ as to ...:** ที่ประชุมมีมติเป็นเอกฉันท์ที่จะ...

unanimously /ju:'nænɪməslɪ/ยู'แนนิเมิซลิ/ *adv.* อย่างเป็นเอกฉันท์

unannounced /ʌnə'naʊnst/อันเออะ'นาวซฺตฺ/ *adj.* ไม่ได้รับการประกาศ, ไม่ได้บอกล่วงหน้า

unanswerable /ʌn'ɑ:nsərəbl, US ʌn'æn-/อัน'อานเซอะเรอะบ'ล, อัน'แอน-/ *adj.* *(คำถาม)* ตอบไม่ได้; *(การโต้แย้ง)* ปฏิเสธไม่ได้

unanswered /ʌn'ɑ:nsəd, US ʌn'ænsəd/อัน'อานเซิด, อัน'แอนเซิด/ *adj.* ไม่มีการตอบรับ; **go ~, be left ~:** ไม่มีการตอบ

unapologetic /ʌnəpɒlə'dʒetɪk/อันเออะพอเลอะ'เจ็ทติค/ *adj.* **he was quite ~ about it** เขาไม่รู้สึกเสียใจเกี่ยวกับมันเลยสักนิด

unappealing /ʌnə'pi:lɪŋ/อันเออะ'พีลิง/ *adj.* *(บุคคล)* ไม่น่าสนใจ; *(หน้าตา, ลักษณะภายนอก)* ไม่ดึงดูดใจ

unappetizing /ʌn'æpɪtaɪzɪŋ/อัน'แอพิทายซิง/ *adj.* ไม่น่าทาน; *(หน้าตา)* ไม่น่าพึงปรารถนา

unappreciative /ʌnə'pri:ʃətɪv/อันเออะ'พรีชิเอทิว/ *adj.* ไม่รู้ซึ้งในบุญคุณ, ไม่เห็นคุณค่า; **be ~ of sth.** ไม่เห็นคุณค่าของ *ส.น.*

unapproachable /ʌnə'prəʊtʃəbl/อันเออะ'โพรฺเฉอะบ'ล/ *adj.* เข้าไปไม่ถึง, ไม่น่าคบ

unarguable /ʌn'ɑ:gjʊəbl/อัน'อากูเออะบ'ล/ *adj.* แน่นอน, โต้แย้งไม่ได้

unarm /ʌn'ɑ:m/อัน'อาม/ ➡ **disarm 1**

unarmed /ʌn'ɑ:md/อัน'อารมดฺ/ *adj.* ไม่ติดอาวุธ, ปลอดอาวุธ; **~ combat** การรบที่ปลอดอาวุธ

unartistic /ʌnɑ:'tɪstɪk/อันอา'ทิซติค/ *adj.* ไม่มีศิลปะ, ไม่มีอารมณ์ทางศิลปะ; **be ~:** ไม่มีศิลปะ

unashamed /ʌnə'ʃeɪmd/อันเออะ'เชมดฺ/ *adj.* ไม่ละอายใจ; *(not embarrassed)* ไม่อับอาย; **naked and ~:** เปลือยและไม่อาย

unashamedly /ʌnə'ʃeɪmɪdlɪ/อันเออะ'เชมิดลิ/ *adv.* อย่างไม่ละอายใจ, อย่างไม่อับอาย

unasked /ʌn'ɑ:skt/อัน'อาซกทฺ/ *adj.* Ⓐ *(uninvited)* ไม่ได้รับเชิญ; Ⓑ *(not asked for)* **~ for** ไม่ได้มีการขอ

unassailable /ʌnə'seɪləbl/อันเออะ'เซเลอะบ'ล/ *adj.* Ⓐ *(not open to assault)* โจมตีไม่ได้; **an ~ lead** การนำหน้าจนใครเข้าใกล้ไม่ได้; Ⓑ *(irrefutable)* ปฏิเสธไม่ได้, หักล้างไม่ได้

unassisted /ʌnə'sɪstɪd/อันเออะ'ซิซติด/ ➡ **unaided**

unassuming /ʌnə'sju:mɪŋ, US ʌnə'su:-/อันเออะ'ซิวมิง, อันเออะ'ซู-/ *adj.* ไม่เย่อหยิ่ง, ถ่อมตน

unattached /ʌnə'tætʃt/อันเออะ'แทฉทฺ/ *adj.* Ⓐ *(not fixed)* ไม่ยึดติด; Ⓑ *(without a partner)* ยังไม่มีคู่, ยังโสด

unattainable /ʌnə'teɪnəbl/อันเออะ'เทเนอะบ'ล/ *adj.* ไม่สามารถทำได้, ไม่สามารถเข้าถึงได้

unattempted /ʌnə'temptɪd/อันเออะ'เท็มพทิด/ *adj.* **the climb remains ~:** ยังไม่มีใครพยายามปีนเขานี้

unattended /ʌnə'tendɪd/อันเออะ'เท็นดิด/ *adj.* Ⓐ **~ to** *(not dealt with)* *(ปัญหา)* ไม่มีการจัดการ; *(แผล, คนไข้, ลูกค้า)* ไม่มีใครดูแล; **leave a customer/patient ~ to** ปล่อยลูกค้า/คนป่วยไว้โดยไม่มีคนคอยบริการ; **he left the faults ~ to** เขาไม่พยายามแก้ไขข้อผิดพลาด; Ⓑ *(not supervised)* *(เด็ก)* ไม่มีการดูแล; *(กระเป๋า, ที่จอดรถ)* ไม่มีใครคอยเฝ้า; **leave a patient ~:** ปล่อยคนป่วยไว้ลำพังไม่ดูแล; **travel ~:** ท่องเที่ยวไปตามลำพัง

unattractive /ʌnə'træktɪv/อันเออะ'แทรคทิว/ *adj.* ไม่ดึงดูดใจ, ไม่สวย; **not ~:** น่าสนใจ, สวยพอใช้

unauthorized /ʌn'ɔ:θəraɪzd/อัน'ออเธอะรายซฺดฺ/ *adj.* *(ชีวประวัติ)* ไม่ได้รับอนุญาต; *(การเข้าไป)* ไม่มีสิทธิ; **no entry for ~ persons** บุคคลไม่มีสิทธิห้ามเข้า

unavailable /ʌnə'veɪləbl/อันเออะ'เวเลอะบ'ล/ *adj.* *(สินค้า)* ไม่มี, หาไม่ได้; **be ~ for comment** หาคนมาวิจารณ์ไม่ได้; **the manager is ~:** ผู้จัดการไม่สามารถพบได้

unavailing /ʌnə'veɪlɪŋ/อันเออะ'เวลิง/ *adj.* ไม่ได้ผล

unavoidable /ʌnə'vɔɪdəbl/อันเออะ'วอยเดอะบ'ล/ *adj.* ที่หลีกเลี่ยงไม่ได้; **~ delays** ความล่าช้าอย่างช่วยไม่ได้

unavoidably /ʌnəˈvɔɪdəblɪ/อันเออะ'วอยเดอะบลิ/ *adv.* อย่างหลีกเลี่ยงไม่ได้; **we were ~ delayed** เราต้องล่าช้าอย่างหลีกเลี่ยงไม่ได้; **he has been ~ detained** เขาถูกหน่วงเหนี่ยวไว้โดยทำอะไรไม่ได้

unaware /ʌnəˈweə(r)/อันเออะ'แว(ร)/ *adj.* **be ~ of sth.** ไม่ทราบเกี่ยวกับ *ส.น.*; **he was not ~ of this fact** เขาทราบเรื่องนี้ดี

unawares /ʌnəˈweəz/อันเออะ'แวซ/ *adv.* อย่างไม่คาดคิดมาก่อน, อย่างไม่รู้ตัว; **come upon sb./catch sb. ~:** ขึ้นมาหา *ค.น.* โดยที่เขาไม่รู้ตัว/ทำ *ค.น.* ตกใจ; **take sb. ~:** ทำให้ *ค.น.* ตกใจ

unbalanced /ʌnˈbælənst/อัน'แบเลินซฺท/ *adj.* (A) เอนเอียง, ไม่มีสมดุล; (B) *(mentally ~)* สติฟั่นเฟือน

unbar /ʌnˈbɑː(r)/อัน'บา(ร)/ *v.t.*, **-rr-** ถอดกลอนออก, ถอดสลัก

unbearable /ʌnˈbeərəbl/อัน'แบเรอะบ'ล/ *adj.*, **unbearably** /ʌnˈbeərəblɪ/อัน'แบเรอะบลิ/ *adv.* อย่างไม่สามารถทนทานได้, อย่างเหลือทน

unbeatable /ʌnˈbiːtəbl/อัน'บีเทอะบ'ล/ *adj.* เอาชนะไม่ได้

unbeaten /ʌnˈbiːtn/อัน'บีท'น/ *adj.* (A) *(not defeated)* ไม่เคยพ่ายแพ้; **they lost their ~ record** พวกเขาแพ้เป็นหนแรก; (B) *(not surpassed)* ไม่มีใครเหนือกว่า, ไม่มีใครเก่งกว่า; **this record is still ~:** สถิตินี้ยังคงไม่มีใครทำลายได้

unbecoming /ʌnbɪˈkʌmɪŋ/อันบิ'คัมมิง/ *adj.* (A) *(improper)* ไม่เหมาะสม; **conduct ~ to a soldier** ความประพฤติที่ไม่เหมาะสมสำหรับทหาร; (B) *(not attractive)* *(เสื้อผ้า)* ไม่เข้ากับบุคลิก, ไม่สวย

unbeknown /ʌnbɪˈnəʊn/อันบิ'โนน/ *adj.* *(coll.)* **~ to me/her/her boss** โดยที่ฉัน/เธอ/เจ้านายเธอเขาไม่รู้เรื่อง

unbelievable /ʌnbɪˈliːvəbl/อันบิ'ลีเวอะบ'ล/ *adj.* (A) *(hardly believable)* ไม่น่าเชื่อ, เหลือเชื่อ; (B) *(tremendous)* *(ความหิวโหย)* เต็มที่

unbelievably /ʌnbɪˈliːvəblɪ/อันบิ'ลีเวอะบลิ/ *adv.* (A) *as intensifier* อย่างไม่น่าเชื่อ; (B) *as sentence-modifier (not believably)* **~, the rider managed to stay on the horse** ที่ไม่น่าเชื่อก็คือคนขี่สามารถเกาะอยู่บนหลังม้าได้

unbeliever /ʌnbɪˈliːvə(r)/อันบิ'ลีเวอะ(ร)/ *n.* คนไม่เชื่อในอะไร; คนที่ไม่ศรัทธา *(ในพระเจ้า)*

unbelieving /ʌnbɪˈliːvɪŋ/อันบิ'ลีวิง/ *adj.* ไม่เชื่อ, สงสัย

unbend /ʌnˈbend/อัน'เบ็นดฺ/ ❶ *v.t.* **unbent** /ʌnˈbent/อัน'เบ็นทฺ/ ทำให้ยืดตรง *(เหล็ก, ลวด)*; ดัดให้ตรง *(ที่หนีบกระดาษ)*; **~ one's body** *or* **oneself** ยืดตัวให้ตรงขึ้น ❷ *v.i.*, **unbent** (A) *(sit/stand up)* นั่ง/ยืนตัวตรง; (B) *(become affable)* โอนอ่อน, คลายความเครียด

unbending /ʌnˈbendɪŋ/อัน'เบ็นดิง/ *adj.* *(inflexible)* ไม่โอนอ่อน, เข้มงวด

unbiased, unbiassed /ʌnˈbaɪəst/อัน'บายเอิซทฺ/ *adj.* ไม่มีอคติ

unbidden /ʌnˈbɪdn/อัน'บิด'น/ *adj.* ไม่ได้สั่ง; *(uninvited)* ไม่ได้เชื้อเชิญ

unbind /ʌnˈbaɪnd/อัน'บายนดฺ/ *v.t., forms as* **bind** 1 ปลดปล่อย *(คน, สัตว์)*; ปล่อย *(ผม)*

unbirthday /ʌnˈbɜːθdeɪ/อัน'เบิธเด/ *adj.* *(Brit. coll.)* **~ present** ของขวัญในวันที่มิใช่วันเกิด

unbleached /ʌnˈbliːtʃt/อัน'บลีฉทฺ/ *adj.* ไม่ได้ฟอก

unblemished /ʌnˈblemɪʃt/อัน'เบลิ็มมิชทฺ/ *adj.* ไม่มีตำหนิ, ไม่มีมลทิน

unblinking /ʌnˈblɪŋkɪŋ/อัน'บลิงคิง/ *adj.* *(การมอง)* ไม่กะพริบตา; *(ความตั้งใจ)* แน่วแน่

unblock /ʌnˈblɒk/อัน'บลอค/ *v.t.* กำจัดสิ่งกีดขวาง; **remain ~ed** ยังไม่มีสิ่งใดมากีดขวางอีก; *(น้ำ, การจราจร)* ไหลคล่อง

unblushing /ʌnˈblʌʃɪŋ/อัน'บลัชชิง/ *adj. (fig.)* ไม่ละอายใจ, ไม่เก้อเขิน

unbolt /ʌnˈbəʊlt/อัน'โบลทฺ/ *v.t.* ปลดกลอน, ถอดสลัก

unborn /ʌnˈbɔːn/อัน'บอน/ *attrib.* /ˈʌnbɔːn/'อันบอรนฺ/ *adj.* ที่ยังไม่เกิด; **generations [yet] ~:** คนรุ่นหลังที่ยังไม่เกิด

unbosom /ʌnˈbʊzəm/อัน'บูเซิม/ *v. refl.* **~ oneself [to sb.]** เปิดอก [กับ *ค.น.*]

unbound /ʌnˈbaʊnd/อัน'บาวนดฺ/ *adj.* (A) *(not tied)* เป็นอิสระ, ไม่มีสิ่งใดผูกผัน; (B) *(หนังสือ)* ยังไม่ได้เข้าเล่ม

unbounded /ʌnˈbaʊndɪd/อัน'บาวนดิด/ *adj.* (A) *(unchecked)* ไม่ได้รับการตรวจสอบ; (B) *(unlimited)* ไม่มีข้อกำหนด, ไม่มีขอบเขต

unbowed /ʌnˈbaʊd/อัน'บาวดฺ/ *adj.* ไม่ยอมแพ้; **bloody but ~:** บาดเจ็บแต่ยังไม่ยอมแพ้

unbreakable /ʌnˈbreɪkəbl/อัน'เบรเคอะบ'ล/ *adj.* ที่แตกไม่ได้

unbridled /ʌnˈbraɪdld/อัน'บรายด'ลดฺ/ *adj.* *(fig.)* *(ความหิวอำนาจ)* ไม่ถูกควบคุม; *(ความกระตือรือร้น)* ไม่ได้ยับยั้ง

un-British /ʌnˈbrɪtɪʃ/อัน'บริทิช/ *adj.* ไม่ใช่แบบอังกฤษ, ไม่เหมาะกับคนอังกฤษ

unbroken /ʌnˈbrəʊkn/อัน'โบรค'น/ *adj.* (A) *(undamaged)* ไม่เสียหาย, ไม่แตกหัก; (B) *(not interrupted)* ไม่ถูกรบกวน, ที่ต่อเนื่อง; **~ sleep/peace/silence** การนอนหลับ/สันติภาพ/ความเงียบสงบที่ต่อเนื่อง; **have a night's ~ sleep** นอนหลับตลอดคืน; (C) *(not surpassed)* ไม่มี *(ใคร/สิ่งใด)* เหนือกว่า; (D) *(Equit.)* *(ม้า)* ยังไม่เชื่อง, ยังไม่ได้ฝึกหัด

unbuckle /ʌnˈbʌkl/อัน'บัค'ล/ *v.t.* ปลด, ถอดเข็มขัด

unbuilt /ʌnˈbɪlt/อัน'บิลทฺ/ *adj.* ยังไม่ได้สร้าง, ยังไม่มีสิ่งปลูกสร้าง, ว่างเปล่า; **~ on** *(not occupied by a building)* ยังไม่มีสิ่งปลูกสร้าง

unburden /ʌnˈbɜːdn/อัน'เบอด'น/ *v.t.* *(literary)* ปลดเปลื้องภาระ; *(fig.)* แสดงความในใจ; **~ oneself/one's heart [to sb.]** เปิดเผยความในใจ [ให้ *ค.น.*]; **~ oneself of sth.** วางมือจาก *ส.น.*; **to her he could ~ himself of all his anxieties** เขาสามารถเล่าเรื่องที่เป็นกังวลให้เธอฟังได้ทุกอย่าง

unbusinesslike /ʌnˈbɪznɪslaɪk/อัน'บิซนิซไลคฺ/ *adj.* **he is ~, he has an ~ approach** เขาไม่ใช่มืออาชีพในด้านธุรกิจ, เขามีวิธีการที่ไม่เป็นระบบ

unbutton /ʌnˈbʌtn/อัน'บัท'น/ *v.t.* ปลด/แกะกระดุมออก

unbuttoned /ʌnˈbʌtnd/อัน'บัท'นดฺ/ *adj.* *(lit.)* ที่ปลดกระดุมออก; *(fig.)* เป็นอิสระจากพิธีรีตอง, สบาย ๆ

uncalled-for /ʌnˈkɔːldfɔː(r)/อัน'คอลดฺฟอ(ร)/ *adj.* ไม่จำเป็น, ไม่เป็นที่ต้องการ

uncannily /ʌnˈkænɪlɪ/อัน'แคนนิลิ/ *adv.* อย่างเหนือธรรมชาติ, อย่างแปลกประหลาด

uncanny /ʌnˈkænɪ/อัน'แคนิ/ *adj.* (A) *(seemingly supernatural)* ที่ดูเหนือธรรมชาติ, แปลกประหลาด; (B) *(mysterious)* ลึกลับ

uncap /ʌnˈkæp/อัน'แคพ/ *v.t.* เปิดจุก/ฝาขวด

uncared-for /ʌnˈkeədfɔː(r)/อัน'แคดฟอ(ร)/ *adj.* ไม่ได้รับการดูแล, ถูกเพิกเฉยไม่สนใจ

uncaring /ʌnˈkeərɪŋ/อัน'แคริง/ *adj.* ไม่สนใจดูแล, ละเลย, เพิกเฉย

uncarpeted /ʌnˈkɑːpɪtɪd/อัน'คาพิทิด/ *adj.* ไม่ปูพรม

unceasing /ʌnˈsiːsɪŋ/อัน'ซีซิง/ *adj.* ไม่หยุด, ไม่รู้จบ; **the rain was ~:** ฝนตกไม่หยุด

unceasingly /ʌnˈsiːsɪŋlɪ/อัน'ซีซิงลิ/ *adv.* อย่างไม่หยุด, อย่างไม่รู้จบ, อย่างต่อเนื่อง

uncensored /ʌnˈsensəd/อัน'เซ็นเซิด/ *adj.* ไม่ได้ผ่านการตรวจสอบ, ไม่ผ่านเซ็นเซอร์

unceremonious /ʌnˈserɪməʊnɪəs/อัน'เซอะริโมเนียซ/ *adj.* (A) *(informal)* ไม่เป็นทางการ, ไม่มีพิธีรีตอง, ตามสบาย; (B) *(abrupt)* ไม่สุภาพ, รีบเร่ง

unceremoniously /ʌnserɪˈməʊnɪəslɪ/อันเซะริ'โมเนียซลิ/ *adv.* อย่างไม่สุภาพ, อย่างเร่งรีบ

uncertain /ʌnˈsɜːtn/อัน'เซอท'น/ *adj.* (A) *(not sure)* **be ~ [whether ...]** ไม่แน่ใจ [ว่า...หรือไม่]; **I am ~ of his loyalty** ฉันไม่แน่ใจว่าเขาจะจงรักภักดีหรือไม่; (B) *(not clear)* ไม่แน่ชัด, ไม่แน่นอน; **of ~ age/origin** อายุ/ต้นกำเนิดไม่แน่นอน *(รางวัล)*; **a play of ~ authorship** บทละครที่ไม่แน่ว่าผู้แต่งคือใคร; **it is still ~ whether ...:** ยังไม่แน่ชัดว่า...หรือไม่; **it is ~ who was the inventor** ยังไม่รู้แน่ว่าใครเป็นคนประดิษฐ์; (C) *(unsteady)* ไม่มั่นคง; (D) *(changeable)* *(อากาศ)* เปลี่ยนแปลงตลอด; *(ชีวิต)* ไม่แน่นอน; (E) *(ambiguous)* กำกวม, คลุมเครือ; **in no ~ terms** อย่างชัดเจน

uncertainly /ʌnˈsɜːtnlɪ/อัน'เซอท'นลิ/ *adv.* (A) *(without definite aim)* โดยไม่มีจุดหมายที่แน่นอน; (B) *(without confidence)* โดยขาดความมั่นใจ

uncertainty /ʌnˈsɜːtntɪ/อัน'เซอท'นทิ/ *n.* (A) *no p.* *(doubtfulness)* ความสงสัย, ความไม่แน่นอน; **there is some ~ about it** สิ่งนี้ยังไม่ค่อยแน่นอน; **any ~ about it was dispelled** ความสงสัยเกี่ยวกับสิ่งนี้หมดไปโดยสิ้นเชิง; (B) *(doubtful point)* ประเด็นที่น่าสงสัย, สิ่งที่ยังไม่แน่ใจ; (C) *no pl.* *(hesitation)* ความลังเล; **the ~ of his touch** เขาแตะ/สัมผัสอย่างไม่มั่นใจ

un'certainty principle *n.* *(Phys.)* *หลักการที่ว่าไม่สามารถกำหนดทั้งโมเมนตัมและตำแหน่งของวัตถุให้แน่นอนได้ในเวลาเดียวกัน*

unchallenged /ʌnˈtʃælɪndʒd/อัน'แฉลินจฺดฺ/ *adj.* ไม่มีใครกล้าท้าทาย, ไม่มีใครกล้าโจมตี; **go ~:** *(ตำแหน่ง, อำนาจ)* ที่ไม่มีใครกล้าท้าทาย; **let a statement go ~:** ปล่อยให้คำกล่าวผ่านไปโดยไม่โต้แย้ง

unchangeable /ʌnˈtʃeɪndʒəbl/อัน'เฉนเจอะบ'ล/ *adj.* เปลี่ยนแปลงไม่ได้

unchanged /ʌnˈtʃeɪndʒd/อัน'เฉนจฺดฺ/ *adj.* ที่ไม่ได้เปลี่ยนแปลง, คงเดิม

unchanging /ʌnˈtʃeɪndʒɪŋ/อัน'เฉนจิง/ *adj.* ที่ไม่เปลี่ยนแปลง, ยังเหมือนเดิม; **~ monotony** ความซ้ำซากที่ไม่มีวันเปลี่ยนแปลง

uncharacteristic /ʌnkærɪktəˈrɪstɪk/อันแคริคเทอะ'ริซติค/ *adj.* ไม่เหมือนนิสัยประจำ, แปลกไปจากที่เคยเป็น

uncharged /ʌnˈtʃɑːdʒd/อัน'ฉาจดฺ/ *adj.* ไม่มีการกล่าวหาอย่างเป็นทางการ; ยังไม่ได้อัดประจุไฟฟ้า; ไม่มีลูกกระสุน

uncharitable /ʌnˈtʃærɪtəbl/อัน'แฉริเทอะบ'ล/ *adj.*, **uncharitably** /ʌnˈtʃærɪtəblɪ/อัน'แฉริเทบลิ/ *adv.* [อย่าง] ไร้ความเมตตาปรานี

uncharted /ʌn'tʃɑ:tɪd/อัน'ฉาทิด/ *adj.* ยังไม่ปรากฏในแผนที่, ยังไม่ได้สำรวจ; *(fig.)* **the ~ regions of the psyche** จิตส่วนที่ยังไม่ได้ศึกษาทำความเข้าใจ

unchecked /ʌn'tʃekt/อัน'เช็คทฺ/ *adj.* Ⓐ *(not examined)* ไม่ได้ผ่านการตรวจสอบ; Ⓑ *(unrestrained)* ไม่มีการยับยั้ง; **sth. goes ~:** *ส.น.* ดำเนินไปโดยไม่มีใครยับยั้ง

unchivalrous /ʌn'ʃɪvlrəs/อัน'ชีว'ลเริซ/ *adj.* ไม่เป็นสภาพบุรุษ

unchristian /ʌn'krɪstjən/อัน'คริซเฉิน/ *adj.* ไม่เป็นคริสเตียน

uncivil /ʌn'sɪvɪl/อัน'ซิวิล/ *adj.* ไม่สุภาพ, หยาบคาย, มารยาทไม่ดี

uncivilized /ʌn'sɪvɪlaɪzd/อัร'ซิวิลายซฺด/ *adj.* อนารยะ, ไม่มีอารยธรรม, ป่าเถื่อน; **an ~ hour** ในเวลาที่ไม่มีใครมาเยี่ยม, เช้าตรู่, ดึกมาก

unclaimed /ʌn'kleɪmd/อัน'เคลมดฺ/ *adj.* ไม่มีใครอ้างสิทธิ, ไม่มีใครเรียกร้อง; **the money is still ~:** ยังไม่มีใครมาอ้างสิทธิเป็นเจ้าของเงิน

unclassified /ʌn'klæsɪfaɪd/อัน'แคลฺซิฟายดฺ/ *adj.* ไม่ได้แบ่งแยก, ไม่ได้จัดแบ่ง; *(not subject to security classification)* ไม่ถือเป็นความลับ

uncle /'ʌŋkl/'อังค'ล/ *n.* Ⓐ *(father's/mother's older brother)* ลุง; *(father's younger brother)* อา; *(mother's younger brother)* น้าชาย; Ⓑ *(coll.: pawnbroker)* เจ้าของโรงรับจำนำ; Ⓒ **cry ~** *(Amer. coll.: surrender)* ยอมแพ้

unclean /ʌn'kli:n/อัน'คลีน/ *adj.* ไม่สะอาด, ไม่บริสุทธิ์

Uncle: **~ 'Sam** *n. (coll.)* รัฐบาลหรือประชาชนชาวอเมริกัน; **~ 'Tom** *n. (Amer.)* คนผิวดำที่ยินยอมทำตามความพอใจของคนผิวขาว

unclothed /ʌn'kləʊðd/อัน'โคลฑฺดฺ/ *adj.* เปลื้องเสื้อผ้าออก, ไม่ได้แต่งตัว

unclouded /ʌn'klaʊdɪd/อัน'คลาวดิด/ *adj.* ไม่มีเมฆ, สดใส; *(fig.)* **~ mind/happiness** จิตใจ/ความสุขที่ไร้มลทิน

uncluttered /ʌn'klʌtəd/อัน'คลัทเทิด/ *adj.* เรียบง่าย, ไม่วุ่นวายยุ่งเหยิง

uncoil /ʌn'kɔɪl/อัน'คอยลฺ/ ❶ *v.t.* แก้ออก, คลี่ออก ❷ *v. refl.* (งู) คลายตัวออก

uncoloured *(Amer.:* **uncolored***)* /ʌn'kʌləd/อัน'คัลเลิด/ *adj. (lit.)* ไม่มีสี; *(fig.)* ไม่ลำเอียง; **~ by prejudice** ไม่ถูกอคติครอบงำ

uncomfortable /ʌn'kʌmfətəbl/อัน'คัมเฟอะเทอะบ'ล/ *adj.* Ⓐ *(causing physical discomfort)* ไม่สบาย; Ⓑ *(feeling discomfort)* รู้สึกไม่สบาย; **be ~:** ไม่สบาย; **the heat made me ~:** ความร้อนทำให้ฉันรู้สึกไม่สบาย; Ⓒ *(uneasy, disconcerting)* กระวนกระวาย, ไม่สบายใจ; **his gaze made me ~:** การจ้องมองของเขาทำให้ฉันกระสับกระส่าย; **if you feel ~ about it** ถ้าคุณรู้สึกไม่ค่อยสบายใจเกี่ยวกับเรื่องนี้; **sb. has an ~ awareness of sth.** *ค.น.* รู้สึกว่า *ส.น.* ไม่ค่อยชอบมาพากล/ไม่เข้าที

uncomfortably /ʌn'kʌmftəblɪ/อัน'คัมเฟอะเทอะบลิ/ *adv.* Ⓐ *(with physical discomfort)* ด้วยความไม่สบายกาย; **~ oppressive** กดขี่อย่างรู้สึกไม่สบาย; Ⓑ *(with mental discomfort)* อย่างไม่สะดวกใจ; Ⓒ *(uneasily* อย่างกระวนกระวาย, อย่างกระสับกระส่าย; **be** *or* **feel ~ aware of sth.** รู้สึกกระวนกระวายเกี่ยวกับ *ส.น.*

uncommitted /ʌnkə'mɪtɪd/อันเคอะ'มิททิด/ *adj.* ไม่มีข้อผูกมัด, ไม่มีพันธะ, เป็นอิสระ

uncommon /ʌn'kɒmən/อัน'คอเมิน/ *adj.* ไม่ธรรมดา, ไม่ปกติ; **it is not ~ for him to be found there** ไม่แปลกอะไรที่เขาจะอยู่ที่นั่น

uncommonly /ʌn'kɒmənlɪ/อัน'คอเมินลิ/ *adv.* อย่างไม่ธรรมดา, อย่างไม่ปกติ

uncommunicative /ʌnkə'mju:nɪkətɪv/อันเคอะ'มิวนิเคอะทิวฺ/ *adj.* เงียบขรึม, พูดน้อย

uncompetitive /ʌnkəm'petɪtɪv/อันเคิม'เพ็ททิทิวฺ/ *adj.* ไม่ชอบการแข่งขัน, สู้ไม่ได้; **prices were ~:** ราคาสู้คู่แข่งไม่ได้เลย; **this makes the salaries even more ~:** สิ่งนี้ทำให้ค่าจ้างยิ่งสู้บริษัทอื่นไม่ได้

uncomplaining /ʌnkəm'pleɪnɪŋ/อันคอม'เพลนิง/ *adj.*, **uncomplainingly** /ʌnkəm'pleɪnɪŋlɪ/อันคอม'เพลนิงลิ/ *adv.* โดยไม่บ่น, โดยไม่ปริปาก

uncompleted /ʌnkəm'pli:tɪd/อันเคิม'พลีทิด/ *adj.* ยังไม่เสร็จ, ไม่บรรลุผล, ค้าง ๆ อยู่

uncomplicated /ʌn'kɒmplɪkeɪtɪd/อัน'คอมพลิเคทิด/ *adj.* ไม่ยุ่งยากสับสน, เรียบง่าย, ตรงไปตรงมา

uncomplimentary /ʌnkɒmplɪ'mentərɪ/อันคอมพลิ'เม็นเทอะริ/ *adj.* ไม่เป็นการชมสรรเสริญ, เป็นการดูถูก; **be ~ about sb./sth.** ดูถูก *ค.น./ส.น.*

uncomprehending /ʌnkɒmprɪ'hendɪŋ/อันคอมพริ'เฮ็นดิง/ *adj.* ไม่เข้าใจ

uncompromising /ʌn'kɒmprəmaɪzɪŋ/อัน'คอมเพรอะไมซิง/ *adj.*, **uncompromisingly** /ʌn'kɒmprəmaɪzɪŋlɪ/อัน'คอมเพรอะไมซิงลิ/ *adv.* [อย่าง] ไม่ประนีประนอม

unconcealed /ʌnkən'si:ld/อันเคิน'ซีลดฺ/ *adj.* ไม่มีสิ่งปิดบัง, เด่นชัด

unconcern /ʌnkən'sɜ:n/อันเคิน'เซิน/ *n., no pl.* ความไม่สนใจ, ความไม่เป็นห่วง

unconcerned /ʌnkən'sɜ:nd/อันเคิน'เซินดฺ/ *adj.* ไม่สนใจ, ไม่เป็นห่วง, เฉยเมย; *(free from anxiety)* ไม่วิตกกังวล; **sb. is ~ about sb./sth.** *ค.น.* ไม่ใส่ใจเกี่ยวกับ *ค.น./ส.น.*; **she seemed ~ as to the outcome** เธอดูเหมือนไม่สนใจว่าผลลัพธ์จะเป็นอย่างไร; **he is ~ with** *or* **about style** เขาไม่สนใจเรื่องรูปแบบ

unconcernedly /ʌnkən'sɜ:nɪdlɪ/อันเคิน'เซอนิดลิ/ *adv.* อย่างไม่สนใจ, อย่างไม่เป็นห่วง, อย่างเฉยเมย; *(free from anxiety)* อย่างไร้กังวล

unconditional /ʌnkən'dɪʃənl/อันเคิน'ดิชเชอะน'ล/ *adj.* (การยินยอม) ไม่มีเงื่อนไข, สมบูรณ์แบบ

unconditionally /ʌnkən'dɪʃənəlɪ/อันเคิน'ดิชเชอะเนอะลิ/ *adv.* อย่างไม่มีเงื่อนไข, อย่างสมบูรณ์แบบ

unconfirmed /ʌnkən'fɜ:md/อันเคิน'เฟิมดฺ/ *adj.* ยังไม่ยืนยัน, ยังไม่แน่นอน

uncongenial /ʌnkən'di:nɪəl/อันเคิน'จีเนียล/ *adj.* (บุคคล) ไม่ถูกใจ, ไม่ชื่นชอบ; **I find him/the work ~:** ฉันพบว่าเขา/งานไม่เหมาะสม; **an ~ atmosphere** บรรยากาศที่ไม่ชื่นชอบ

unconnected /ʌnkə'nektɪd/อันเคอะ'เน็คทิด/ *adj.* Ⓐ ไม่เกี่ยวข้อง, ไม่สัมพันธ์กับ; **~ with any party** ไม่เกี่ยวข้องกับพรรคใด ๆ *หรือ* ฝ่ายใด ๆ; Ⓑ *(disjointed, isolated)* ไม่เชื่อมโยงกัน, โดดเดี่ยว

unconquerable /ʌn'kɒŋkərəbl/อัน'คองเคอะเรอะบ'ล/ *adj.* ไม่สามารถเอาชนะได้, ไม่แพ้ใคร

unconquered /ʌn'kɒŋkəd/อัน'คองเคิด/ *adj.* ไม่แพ้ใครเลย

unconscionable /ʌn'kɒnʃənəbl/อัน'คอนเชอะเนอะบ'ล/ *adj.* ไม่มีสติ; (การให้รอนาน) ไม่มีข้ออ้าง

unconscionably /ʌn'kɒnʃənəblɪ/อัน'คอนเชอะเนอะบลิ/ *adv.* อย่างไม่มีสติ, อย่างไม่มีเหตุผล, อย่างทนไม่ได้

unconscious /ʌn'kɒnʃəs/อัน'คอนเชิซ/ ❶ *adj.* Ⓐ *(Med.: senseless)* สลบ, สิ้นสติ; Ⓑ *(unaware)* **be ~ of sth.** ไม่ตระหนักใน *ส.น.*; **I was ~ of what was going on around me** ฉันไม่ทราบว่าเกิดอะไรขึ้นรอบ ๆ ตัว; **she was ~ of the tragedy** เธอไม่ทราบถึงเรื่องร้ายที่ได้เกิดขึ้น; **he was ~ of the change in her** เขาไม่รู้ถึงความเปลี่ยนแปลงในตัวเธอ; Ⓒ *(not intended; Psych.)* ไม่ได้ตั้งใจ, ไม่รู้ตัว; **an ~ act** การกระทำที่ไม่ได้ตั้งใจ ❷ *n.* จิตใต้สำนึก

unconsciously /ʌn'kɒnʃəslɪ/อัน'คอนเชิซลิ/ *adv.* อย่างไม่ตระหนัก, โดยไม่รู้ตัว; **~, he was falling under her spell** เขาตกอยู่ใต้แรงเสน่ห์เธอโดยไม่รู้ตัว

unconsciousness /ʌn'kɒnʃəsnɪs/อัน'คอนเชิซนิซ/ *n., no pl.* Ⓐ *(loss of consciousness)* การสลบ, การสิ้นสติ; Ⓑ *(unawareness)* ความไม่ตระหนัก, ความไม่รู้ตัว

unconsidered /ʌnkən'sɪdəd/อันเคิน'ซิดเดิด/ *adj.* Ⓐ *(disregarded)* ไม่ได้ใส่ใจ; Ⓑ *(not based on consideration)* การพูด, การกระทำที่ไม่ได้ไตร่ตรอง

unconstitutional /ʌnkɒnstɪ'tju:ʃənl/อันคอนซติ'ทิวเชอะน'ล/ *adj.*, **unconstitutionally** /ʌnkɒnstɪ'tju:ʃənəlɪ/อันคอนซติ'ทิวเชอะเนอะลิ/ *adv. (in State)* ขัดต่อรัฐธรรมนูญ; *(in other organization)* ขัดต่อระเบียบการ

unconstrained /ʌnkən'streɪnd/อันเคิน'ซเตฺรนดฺ/ *adj.* ไม่ถูกบังคับ, ไม่ถูกยับยั้ง

uncontaminated /ʌnkən'tæmɪneɪtɪd/อันเคิน'แทมิเนทิด/ *adj.* ไม่เจือปน (**with** ด้วย); *(fig.)* ไม่มีมลทิน, บริสุทธิ์ (**with** จาก)

uncontested /ʌnkən'testɪd/อันเคิน'เทซติด/ *adj.* ไม่มีการแข่งขัน; **go ~:** ดำเนินไปโดยไม่มีการแข่งขัน; **it was an ~ election** การเลือกตั้งครั้งนี้ไม่มีคู่แข่งสมัคร

uncontrollable /ʌnkən'trəʊləbl/อันเคิน'โทรฺเลอะบ'ล/ *adj.* บังคับควบคุมไม่ได้; **become ~:** ควบคุมไม่ได้เสียแล้ว; **the child is ~:** เด็กดื้อจนคุมไม่อยู่

uncontrollably /ʌnkən'trəʊləblɪ/อันเคิน'โทรฺเลอะบลิ/ *adv.* อย่างบังคับควบคุมไม่ได้

uncontrolled /ʌnkən'trəʊld/อันเคิน'โทรลดฺ/ *adj.* ไม่บังคับควบคุม; **leave ~:** ปล่อยไว้โดยไม่บังคับควบคุม; **~ dogs/children** สุนัข/เด็ก ๆ ที่ถูกปล่อยปละละเลย

uncontroversial /ʌnkɒntrə'vɜ:ʃl/อันคอนเทรอะ'เวอช'ล/ *adj.* ไม่เป็นที่โต้แย้งถกเถียงได้; **be ~:** ไม่เป็นที่โต้แย้งถกเถียงได้; **he is an ~ figure** เขาเป็นคนที่ทุกคนรับได้/ไม่สร้างความโต้แย้ง

unconventional /ʌnkən'venʃənl/อันเคิน'เว็นเชอะน'ล/ *adj.*, **unconventionally** /ʌnkən'venʃənəlɪ/อันเคิน'เว็นเชอะเนอะลิ/ *adv.* [อย่าง] ไม่ตามประเพณี

unconverted /ʌnkən'vɜ:tɪd/อันเคิน'เวอทิด/ *adj.* Ⓐ *(not rebuilt)* ไม่ถูกสร้างใหม่; Ⓑ *(Relig.)* ไม่เปลี่ยนไปนับถือศาสนาอื่น; **he is** *or* **remains ~ [to sth.]** เขายังไม่เปลี่ยนไปเชื่อถือ *ส.น.*

unconvinced /ʌnkən'vɪnst/อันเคิน'วินซฺทฺ/ *adj.* ไม่เชื่อ, ไม่ถูกจูงใจ; **remain ~:** ยังคงไม่เชื่อ; **his arguments left her ~:** เธอยังไม่เชื่อตามข้อโต้แย้งของเขา

unconvincing /ʌnkən'vɪnsɪŋ/อันเคิน'วินซิง/ *adj.* ไม่น่าเชื่อ

u

unconvincingly /ʌnkən'vɪnsɪŋlɪ/อันเคินวินซิงลิ/ *adv.* อย่างไม่น่าเชื่อถือ; **he argues very ~:** เขาให้เหตุผลอย่างไม่น่าเชื่อถือ

uncooked /ʌn'kʊkt/อัน'คุคทฺ/ *adj.* ยังไม่ได้ปรุง, ไม่สุก, ยังดิบ; **the cake was still ~ in the centre** ตรงกลางขนมเค้กยังไม่สุก

uncooperative /ʌnkəʊ'ɒpərətɪv/อันโค'ออเพอะเรอะทิว/ *adj.* ไม่ให้ความร่วมมือ; *(unhelpful)* ไม่ช่วยเหลือ; **a bit less ~:** ให้ความช่วยเหลือมากขึ้นนิดหน่อย

uncoordinated /ʌnkəʊ'ɔ:dɪneɪtɪd/อันโค'ออดิเนทิด/ *adj.* ไม่ประสานกัน, งุ่มง่าม, ซุ่มซ่าม; **very ~** ซุ่มซ่ามมาก

uncork /ʌn'kɔ:k/อัน'คอค/ *v.t.* ดึงจุกออก

uncorroborated /ʌnkə'rɒbəreɪtɪd/อันเคอะ'รอเบอะเรทิด/ *adj.* ไม่มีการยืนยัน

uncountable /ʌn'kaʊntəbl/อัน'คาวนเทอะบ'ล/ *adj. (Ling.) (คำนาม)* ที่นับจำนวนไม่ได้

uncounted /ʌn'kaʊntɪd/อัน'คาวนุทิด/ *adj.* ไม่ได้นับ, นับไม่ถ้วน

uncouple /ʌn'kʌpl/อัน'คัพ'ล/ *v.t.* ปล่อย *(ข้อต่อตู้รถไฟ)*; แยก *(สุนัข)* ออกจากคู่

uncouth /ʌn'ku:θ/อัน'คูธ/ *adj.* Ⓐ *(lacking refinement)* ไร้มารยาท; Ⓑ *(boorish)* หยาบช้า, กักขฬะ

uncouthness /ʌn'ku:θnɪs/อัน'คูธนิซ/ *n., no pl.* Ⓐ *(lack of refinement)* ความไร้มารยาท; *(of remark, language)* ความหยาบคาย, ความห้วน; Ⓑ *(boorishness)* ความหยาบช้า, ความกักขฬะ

uncover /ʌn'kʌvə(r)/อัน'คัเวอะ(ร)/ *v.t.* Ⓐ *(remove cover from)* เปิดออก; **~ one's head** เปิดศีรษะ; Ⓑ *(disclose)* เปิดเผย, เปิดโปง *(ความจริง, เรื่องอื้อฉาว)*

uncovered /ʌn'kʌvəd/อัน'คัเวิด/ *adj.* เปิด, ไม่มีสิ่งปกคลุม; **[with head] ~:** [ที่ศีรษะ] ไม่ได้สวมหมวก, ศีรษะเปล่า

uncritical /ʌn'krɪtɪkl/อัน'คริทิค'ล/ *adj.* ไม่วิพากษ์วิจารณ์, ที่ยอมรับอย่างพึงพอใจ; **be ~ of sth.** ยอมรับ *ส.น.* อย่างพึงพอใจ

uncritically /ʌn'krɪtɪklɪ/อัน'คริทิคลิ/ *adv.* อย่างไม่วิพากษ์วิจารณ์, อย่างยอมรับด้วยความพึงพอใจ

uncross /ʌn'krɒs/อัน'ครอซ/ *v.t.* **~ one's legs** เลิกนั่งไขว่ห้าง

uncrossed /ʌn'krɒst/อัน'ครอซทฺ/ *adj. (Brit.)* **an ~ cheque/postal order** เช็ค/ธนาณัติที่ไม่ขีดคร่อม

uncrowded /ʌn'kraʊdɪd/อัน'คราวนุดิด/ *adj.* ไม่มีคนมาก, ไม่แออัด

uncrowned /ʌn'kraʊnd/อัน'คราวนุด/ *adj. (lit. or fig.)* ยังไม่ได้สวมมงกุฎ, ยังไม่ได้รับสถาปนา, ยังไม่มีสิทธิเต็มตามตำแหน่ง

UNCTAD /'ʌŋktæd/'อังคุแทด/ *abbr.* **United Nations Conference on Trade and Development** การประชุมสหประชาชาติว่าด้วยการค้าและการพัฒนา

unction /'ʌŋkʃn/'อังคฺช'น/ ➡ **extreme** 1 D

unctuous /'ʌŋktjʊəs/'อังคฺฉุเอิซ/ *adj.* ประจบประแจงอย่างน่าคลื่นไส้, ลื่นกะล่อน

uncultivated /ʌn'kʌltɪveɪtɪd/อัน'คัลทิเวทิด/ *adj.* Ⓐ *(Agric.) (ที่ดิน)* ไม่มีการเพาะปลูก, รกร้าง; Ⓑ ไม่ได้รับการอบรมสั่งสอน, ป่าเถื่อน

uncultured /ʌn'kʌltʃəd/อัน'คัลเฉิด/ *adj.* ไร้วัฒนธรรม

uncured /ʌn'kjʊəd/อัน'คิวเอิด/ *adj.* Ⓐ *(not made healthy)* ไม่ได้รับการรักษาให้หาย; Ⓑ *(not prepared for keeping) (เนื้อ)* ไม่ได้ผ่านกระบวนการถนอมอาหาร/เพื่อเก็บรักษา; *(ใบชา, หนังสัตว์)* ยังไม่ได้ตากแห้ง

uncurl /ʌn'kɜ:l/อัน'เคิล/ ❶ *v.t.* ทำให้เหยียดตรง, คลี่ออก ❷ *v.i.* เหยียดตรง, คลี่ออก

uncurtained /ʌn'kɜ:tənd/อัน'เคอเทินดฺ/ *adj.* ไม่มีม่าน; **be ~:** ไม่มีม่านบัง

uncut /ʌn'kʌt/อัน'คัท/ *adj.* Ⓐ *(not cut) (หญ้า, ผม ฯลฯ)* ไม่ได้ตัด; Ⓑ *(with pages not trimmed) (หนังสือ)* ไม่ได้เจียนขอบกระดาษ; *(not slit open)* ไม่ได้กรีดตรงรอยพับ; Ⓒ *(not shaped by cutting)* ยังไม่ได้เจียระไน; Ⓓ *(not shortened) (หนังสือ, ภาพยนตร์)* ไม่ได้ตัดตอน, ยังสมบูรณ์แบบ

undamaged /ʌn'dæmɪdʒd/อัน'แดมิจดฺ/ *adj.* ไม่ได้รับความเสียหาย

undated /ʌn'deɪtɪd/อัน'เดทิด/ *adj.* ไม่ระบุวันที่

undaunted /ʌn'dɔ:ntɪd/อัน'ดอนทิด/ *adj.* ไม่สะทกสะท้าน, ไม่พรั่นพรึง; **~ by threats** ไม่พรั่นพรึงต่อการข่มขู่

undecided /ʌndɪ'saɪdɪd/อันดิ'ซายดิด/ *adj.* Ⓐ *(not settled)* ยังไม่ตกลงใจ, ยังไม่ตัดสินใจ; Ⓑ *(hesitant)* ลังเลใจ; **be ~ whether to do sth.** ยังลังเลใจว่าน่าจะทำ *ส.น.* หรือไม่

undecipherable /ʌndɪ'saɪfərəbl/อันดิ'ไซเฟอะเรอะบ'ล/ *adj.* **be ~:** อ่านไม่ออก, ถอดความไม่ได้

undeclared /ʌndɪ'kleəd/อันดิ'แคลุด/ *adj.* Ⓐ ไม่ได้ประกาศ; Ⓑ *(สินค้าที่มีภาษี)* ไม่แจ้ง; **~ income** *(for tax)* รายได้ที่ไม่ได้แจ้ง

undefeated /ʌndɪ'fi:tɪd/อันดิ'ฟีทิด/ *adj.* ไม่พ่ายแพ้, ไม่มีใครเอาชนะได้

undefended /ʌndɪ'fendɪd/อันดิ'เฟ็นดิด/ *adj.* Ⓐ ไม่ได้ป้องกัน; *(not protected)* ไม่มีผู้คุ้มครอง; Ⓑ *(Law)* ไม่มีการแก้ต่าง; **be ~:** ไม่มีทนายแก้ต่าง; **the case was ~:** คดีนี้จำเลยไม่แก้ต่าง

undefiled /ʌndɪ'faɪld/อันดิ'ฟายลดฺ/ *adj.* ไม่ได้ทำสกปรก, บริสุทธิ์; *(not desecrated)* ไม่ได้ทำให้เสื่อมเสีย, ไม่ได้ดูหมิ่น

undefined /ʌndɪ'faɪnd/อันดิ'ฟายนดฺ/ *adj.* ไม่ได้จำกัดความ, ไม่มีคำนิยาม, อนิยตศัพท์ *(ร.บ.)*; *(indefinite)* ไม่แน่ชัด, คลุมเครือ

'undelete *v.t. (Computing)* แก้คำสั่งลบออก

undelivered /ʌndɪ'lɪvəd/อันดิ'ลิเวิด/ *adj. (จดหมาย)* ไม่ได้ส่ง; *(on letter)* **if ~:** ถ้าส่งไม่ถึง/ไม่มีผู้รับ

undemanding /ʌndɪ'mɑ:ndɪŋ/อันดิ'มานดิง/ *adj.* ไม่เรียกร้อง, ที่เอาใจง่าย

undemocratic /ʌndemə'krætɪk/อันเดะเมอะ'แครทิค/ *adj.* ไม่เป็นประชาธิปไตย

undemonstrative /ʌndɪ'mɒnstrətɪv/อันดิ'มอนซเตรอะทิว/ *adj.* ไม่แสดงออก, ไม่เปิดเผยความรู้สึก

undeniable /ʌndɪ'naɪəbl/อันดิ'นายเออะบ'ล/ *adj.* ปฏิเสธไม่ได้; **it is ~ that ...:** ปฏิเสธไม่ได้ที่ว่า...; **produce ~ evidence** ให้หลักฐานที่ปฏิเสธไม่ได้/แน่ชัด

undeniably /ʌndɪ'naɪəblɪ/อันดิ'ไนเออะบลิ/ *adv.* อย่างปฏิเสธไม่ได้

undependable /ʌndɪ'pendəbl/อันดิ'เพ็นเดอะบ'ล/ *adj.* พึ่งพาอาศัยไม่ได้, ไว้ใจไม่ได้

under /'ʌndə(r)/'อันเดอะ(ร)/ ❶ *prep.* Ⓐ *(underneath, below)* ใต้, ข้างล่าง; **from ~ the table/bed** จากใต้โต๊ะ/เตียง; Ⓑ *(undergoing)* **~ treatment** กำลังรักษา; **~ repair** กำลังซ่อมแซม; **~ construction** กำลังก่อสร้าง; **be ~ investigation** อยู่ระหว่างการสืบสวน; **fields ~ cultivation** พื้นที่ที่กำลังเพาะปลูก; **~ threat of extinction** อยู่ภายใต้การเสี่ยงที่จะสูญพันธุ์; **~ sentence of death** ถูกพิพากษาประหารชีวิต; ➡ **+ discussion** B; **influence** 1; **pain**; Ⓒ *(in conditions of)* อยู่ในสภาพ; Ⓓ *(subject to)* ขึ้นอยู่กับ, อยู่ในอำนาจ, ภายใต้; **bring a country ~ one's rule** ทำให้ประเทศอยู่ใต้การปกครองของตน; **~ the doctor, ~ doctor's orders** อยู่ใต้การควบคุมของแพทย์; ➡ **+ delusion; illusion** B; **impression** G; **misapprehension**; Ⓔ *(in accordance with)* **~ the circumstances** ตามเงื่อนไข *หรือ* สถานการณ์; **~ the terms of the will/contract/agreement** ตามข้อความในพินัยกรรม/สัญญา/ข้อตกลง; Ⓕ *(with the use of)* **~ an assumed name** *or* **alias/a pen-name** โดยใช้นามสมมติ *หรือ* นามแฝง/นามปากกา; Ⓖ *(less than)* น้อยกว่า, ด้อยกว่า; *(esp. with time, amount)* น้อยกว่า; **no one ~ a bishop** ไม่มีใครที่ยศต่ำกว่าสังฆนายก; **the mile was run in ~ four minutes** ระยะหนึ่งไมล์ใช้เวลาวิ่งน้อยกว่าสี่นาที; **for ~ five pounds** ในราคาน้อยกว่าห้าปอนด์; ➡ **+ age** 1 A; Ⓗ *(at foot of)* **~ the hill/walls** ที่ตีนเขา/ที่เชิงกำแพง; Ⓘ *(Naut.: in the lee of)* **close ~ the island** ใกล้เกาะทางด้านที่กำบังลม; Ⓙ *(planted with)* **field ~ corn/rice/beans** ทุ่งนาที่ปลูกข้าวสาลี/ข้าว/ถั่ว ❷ *adv.* Ⓐ *(in or to a lower or subordinate position)* ใต้, ข้างใต้; **stay ~ (~ water)** อยู่ใต้น้ำ; ➡ **+ go under**; Ⓑ *(in/into a state of unconsciousness)* **be ~/put sb. ~:** สลบ/ทำให้ *ค.น.* สิ้นสติไป

under: ~a'chieve *v.i.* ทำคะแนน/ประสบความสำเร็จน้อยกว่าที่คาดหวังไว้; **~achiever** /ʌndərə'tʃi:və(r)/อันเดอะเรอะ'ฉีเวอะ(ร)/ *n.* คนที่ทำได้ไม่ดีอย่างที่คาดหวังไว้; **be an ~achiever** ➡ **~achieve**; **~'act** *v.t. & i.* แสดง *(บทบาท)* ได้ไม่เต็มที่; **~-age** *adj.* ยังไม่บรรลุนิติภาวะ; **~-age childen** เด็กที่ยังไม่บรรลุนิติภาวะ; **~-age drinking/smoking** การดื่มเหล้า/สูบบุหรี่ก่อนอายุที่อนุญาต; **~-age sex** การร่วมเพศก่อนอายุที่กำหนดทางกฎหมาย; **~arm** ❶ *adj.* Ⓐ *(Tennis, Cricket, etc.)* ที่โยนโดยแขนอยู่ต่ำกว่าระดับไหล่; Ⓑ *(in armpit) (ขน, เหงื่อ)* ในรักแร้ ❷ *adv.* โดยโยนจากระดับต่ำกว่าไหล่; **~belly** *n. (Zool.)* บริเวณช่องท้องส่วนล่าง; *(of aircraft)* บริเวณใต้ท้อง; **[soft] ~belly** *(fig.)* จุดอ่อน, บริเวณที่ถูกโจมตีโดยง่าย; **~body** *n.* บริเวณใต้ท้อง; **~brush** *n. (Amer.)* ไม้พุ่มในป่า; **~carriage** *n.* โครงล่างติดล้อของเครื่องบิน; **~'charge** *v.t.* **~charge sb. [by several pounds]** คิดเงิน *ค.น.* น้อยเกินไป [หลายปอนด์]; **~clothes** *n. pl.*, **~clothing** ➡ **underwear**; **~coat** *n.* Ⓐ *(layer of paint)* ชั้นสีรองพื้น; Ⓑ *(paint)* สีรองพื้น; Ⓒ *(of animal)* ผิวหนังสัตว์ชั้นใน *หรือ* ขนอ่อน; **~'cooked** *adj.* ยังไม่สุกดี; **~cover** *adj. (disguised)* ปลอมตัว; *(secret)* ปกปิด, ลึกลับ; *(engaged in international spying)* เป็นสายลับ *หรือ* จารชนระหว่างประเทศ; **~cover agent** ➤ **489** เจ้าหน้าที่สืบราชการลับ; **~croft** *n. (Eccl.)* ห้องใต้ดินในโบสถ์; **~current** *n.* กระแสน้ำข้างใต้พื้นน้ำ; *(fig.: ~lying feeling)* ความรู้สึกภายใน; **he sensed an ~current of resentment** เขารู้สึกว่ามีความขุ่นเคืองแฝงอยู่; **~'cut** *v.t.*, **~cut** ขายตัดราคา; **~'developed** *adj.* ยังไม่เจริญเติบโตเต็มที่, ด้อยพัฒนา; **~'development** *n., no pl.* การด้อยพัฒนา; **~dog** *n.* Ⓐ *(in fight, match)* ผู้ที่เป็นรอง; Ⓑ *(fig.: disadvantaged person)* คนที่เสียเปรียบ, คนที่ด้อยกว่า; **the ~dogs of society** คนที่เสีย

เปรียบ *หรือ* ด้อยโอกาสในสังคม; ~'**done** *adj.* *(อาหาร)* ที่ไม่สุกเกินไป; ~'**emphasis** *n.* การเน้นไม่เพียงพอ; **there is an ~emphasis on it** เรื่องนั้นยังเน้นไม่พอ; ~'**emphasize** *v.t.* เน้นน้อยไป; ~**em'ployed** *adj.* ไม่ได้ใช้งานอย่างเต็มที่, มีงานทำน้อยเกินไป; ~**em'ployment** *n.* สภาพที่มีการจ้างงานน้อยกว่าที่ควร; การทำงานที่ต่ำกว่าความสามารถของตน; ~**estimate** /ʌndər'estɪmeɪt/อันเดอะ'เอ็ชทิเมท/ ❶ *v.t.* ประเมินค่าต่ำเกินไป ❷ *n.* ประเมินค่าต่ำเกินไป; **that figure is a considerable ~estimate** ตัวเลขนั้นประเมินค่าต่ำเกินไปมาก; ~**ex'posure** *n.* *(Photog.)* การเปิดให้ฟิล์มได้รับแสงน้อยเกินไป; ~**fed** *adj.* ได้รับอาหารไม่เพียงพอ; ~**felt** *n.* ผ้าสักหลาดสำหรับปูใต้พรม; ~-'**fives** *n. pl.* เด็กที่มีอายุต่ำกว่าห้าขวบ; ~'**floor heating** *n.* ท่อทำความร้อนใต้พื้น; ~'**foot** *adv.* อยู่ใต้เท้า, บนพื้น; **it's rough/muddy ~foot** พื้นขรุขระ/เป็นโคลน; **be trodden/trampled ~foot** ถูกขยี้/เหยียบอยู่ใต้เท้า; *(fig.: be maltreated)* ได้รับการปฏิบัติอย่างไม่ดี; ~**garment** *ns.* ชุดชั้นใน; ~**garments** เสื้อผ้าชั้นในหลายชิ้น; ~'**go** *v.t. forms as* '**go** 1 ได้ประสบ, ได้รับ; **~go treatment/an operation** กำลังรับการรักษา/ได้ผ่านการผ่าตัด; **~go a change** กำลังเปลี่ยนแปลง; **~go repairs** กำลังซ่อมแซม; ~**grad** /ʌndə'græd/อันเดอะ'แกรฺด/ *(coll.)*, ~'**graduate** *ns.* **~graduate [student]** นิสิตนักศึกษาระดับปริญญาตรี; **~graduate course** หลักสูตรระดับปริญญาตรี; ~**ground** ❶ /--'-/ *adv.* (A) *(beneath surface of ground)* ใต้ดิน; **an explosion ~ground** การระเบิดใต้ดิน; (B) *(fig.) (in hiding)* หลบซ่อนอยู่; *(into hiding)* หาที่หลบซ่อน; **go ~ground** ไปหลบซ่อน ❷ /'---/ *adj.* (A) *(ทะเลสาบ)* ใต้ดิน; **~ground railway** รถไฟใต้ดิน; **~ground car park** ที่จอดรถใต้ดิน; (B) *(fig.: secret)* **~ground activity** กิจกรรมที่เป็นความลับ; **~ground organization/movement/press** องค์การ/ขบวนการ/สิ่งตีพิมพ์ลับ ❸ *n.* (A) *(railway)* รถไฟใต้ดิน; (B) *(clandestine movement)* ขบวนการลับ, ขบวนการใต้ดิน; ~**growth** *n.* พุ่มไม้เตี้ย ๆ ที่ขึ้นหนาแน่นใต้ต้นไม้ใหญ่; ~**hand**, ~**handed** ❶ *adjs.* (A) *(secret)* ลับ, เป็นความลับ; (B) *(crafty)* มีเล่ห์เพทุบาย ❷ *adv.* อย่างลับ ๆ, อย่างมีเล่ห์เพทุบาย; ~**hung** *adj.* *(คางล่าง)* ยื่นเกินคางด้านบน; ~**in'sured** *adj.* ที่ประกันต่ำเกินไป; ~'**[1]lay** ➡ ~**lie**; ~'**[2]lay** ❶ /--'-/ *v.t., forms as* '**[2]lay** 2 วาง/ปูลงก่อน/ใต้ *(อีก ส.น.)* ❷ /'---/ *n.* วัสดุที่ปูข้างใต้; ~'**lie** *v.t., forms as* '**[2]lie** 2: (A) *(lie ~)* **~lie sth.** รอง/อยู่ใต้ *ส.น.*; (B) *(fig.: be [at] the basis of)* **~lie sth.** เป็นรากฐานของ *ส.น.*; **~lying cause of sth.** สาเหตุที่เป็นรากฐานของ *ส.น.*; ~**line** ❶ /--'-/ *v.t. (lit. or fig.)* ขีดเส้นใต้ ❷ /'---/ *n.* เส้นที่อยู่ข้างใต้

underling /'ʌndəlɪŋ/'อันเดอะลิง/ *n. (derog.)* ผู้อยู่ใต้บังคับบัญชา, ลูกน้อง

under: ~'**lining** *n.* การขีดเส้นใต้; **there is too much ~lining** มีการขีดเส้นใต้มากเกินไป; ~'**lying** ➡ **underlie**; ~'**manned** *adj.* มีพนักงาน/บุคลากรน้อยเกินไป; **~manned industries** อุตสาหกรรมที่มีบุคลากรน้อยเกินไป; ~'**manning** *n.* การที่มีพนักงาน/บุคลากรน้อยเกินไป; ~'**mentioned** *adj. (Brit.)* ที่ระบุ/กล่าวถึงไว้ข้างใต้นี้; ~'**mine** *v.t.* (A) ขุดอุโมงค์; *(น้ำ)* เซาะฐานรากให้กร่อน; (B) *(fig.) (weaken)* ทำให้อ่อนลง *(อำนาจ)*; ทำลาย *(ความเชื่อมั่น)*; ประทุษร้าย *(ด้วยวิธีการลับ ๆ)*

underneath /ʌndə'niθ/อันเดอะ'นีธ/ ❶ *prep.* *(indicating position)* ข้างใต้, ข้างล่าง; **from ~ the bed** จากใต้เตียงนอน ❷ *adv.* ข้างใต้, ข้างล่าง ❸ *n.* ส่วนล่างสุด, พื้นผิวส่วนล่าง

under: ~'**nourished** *adj.* ได้รับอาหารไม่เพียงพอ, อดอยาก; ~'**paid** *adj.* ได้ค่าจ้างน้อยเกินไป; ~**pants** *n. pl.* กางเกงใน; ~**part** *n.* ส่วนล่าง; ~**pass** *n.* ถนน/ทางลอดใต้ดิน, อุโมงค์เชื่อมถนน; ~'**pay** *v.t., forms as* **pay** 2 จ่ายเงินให้น้อยเกินไป; ~'**payment** *n.* การจ่ายน้อยเกินไป; ~'**pin** *v.t.* หนุน/ค้ำจากด้านล่าง; *(fig.)* ทำให้มั่นคงแข็งแรงขึ้น, สนับสนุน; **~pin a social system** สนับสนุนระบบสังคม; ~'**play** *v.t.* (A) *(Theatre)* แสดงบทบาทไม่เต็มที่; (B) *(play down)* ลดความสำคัญ *(ของ ส.น.)*; ~'**privileged** *adj.* ด้อยโอกาส; ~**pro'duction** *n., no pl., no indef. art.* การผลิตน้อยเกินไป; ~'**rate** *v.t.* ประมาณค่าต่ำเกินไป; **be ~rated** ถูกประมาณค่าต่ำเกินไป; ~**ripe** *adj.* ยังไม่สุกพอ; ~'**score** ➡ **underline** 1; ~**score** ➡ ~**line** 2; ~**sea** *attrib. adj.* ใต้ทะเล; ~**seal** ❶ *v.t.* ปิดหรือผนึกส่วนล่าง *(ของยานพาหนะเพื่อกันสนิม ฯลฯ)*; **be ~sealed** ถูกผนึกส่วนล่าง *(เพื่อป้องกันสนิม)* ❷ *n.* การเคลือบช่วงล่างเพื่อกันสนิม; ~**secretary** *n.* ➤ 489 (A) *(esp. Amer.: assistant to secretary)* ผู้ช่วยเลขานุการ; (B) *(Brit.)* **[Parliamentary] U~secretary** รัฐมนตรีช่วยว่าการกระทรวง, ผู้ช่วยเลขาธิการรัฐสภา; ~'**sell** *v.t., forms as* **sell** 1; (A) *(sell at lower price than)* ขายตัดราคา; (D) *(present inadequately)* โฆษณาชักชวนน้อยกว่าปกติ; **~selling actually boosted her business** การโฆษณาน้อยกว่าคนอื่นกลับทำให้ธุรกิจของเธอกระเตื้องขึ้น; ~'**sexed** *adj.* มีความต้องการทางเพศน้อยกว่าปกติ; ~**shirt** *n.* *(Amer.)* เสื้อชั้นในแนบตัวของผู้ชาย; ~'**shoot** *v.t., forms as* **shot** 1, 2; **~shoot the runway** *(เครื่องบิน)* ลงจอดก่อนถึงลานบิน; ~**shorts** *n. pl. (Amer.)* กางเกงในขาสั้น; ~**shot** ➡ ~**hung**; ~**side** *n.* ด้านใต้, ด้านล่าง; ~**signed** *adj.* *(esp. Law)* **the ~signed** ผู้ลงนามท้ายเอกสารฉบับนี้; ~**sized** *adj.* เล็กกว่าขนาดมาตรฐาน; ~**skirt** *n.* กระโปรงชั้นใน; ~**slung** *adj. (Motor Veh.)* ที่แขวนอยู่ใต้เพลาหลัง; ~'**spend** ❶ *v.t., forms as* **spend**: **~spend a budget/an allowance** ใช้จ่ายน้อยกว่างบประมาณ/เบี้ยเลี้ยง ❷ *v.i., forms as* **spend**: **~spend by £500,000** ใช้จ่ายน้อยกว่ากำหนดในวงเงิน 500,000 ปอนด์; **~spend on sth.** ใช้จ่ายใน *ส.น.* น้อยเกินไป; *(save)* ~'**spent** ➡ ~**spend**; ~'**staffed** *adj.* มีบุคลากรน้อยเกินไป; **be ~staffed** มีบุคลากรน้อยเกินไป

understand /ʌndə'stænd/อันเดอะ'ซแตนด/ ❶ *v.t.*, **understood** /ʌndə'stʊd/อันเดอะ'ซตุด/ (A) เข้าใจ; **~ sth. by sth.** เข้าใจ *ส.น.* ด้วยอีก *ส.น.*; **~ mathematics** เข้าใจคณิตศาสตร์; **~ carpentry** เข้าใจงานช่างไม้; **I cannot ~ his doing it** ฉันไม่เข้าใจว่าเขาทำมันได้อย่างไร; **is that understood?** เข้าใจหรือเปล่า; **make oneself understood** ทำให้ตนเองเป็นที่เข้าใจ; (B) *(have heard)* ได้ยิน, ได้ข่าว; **I ~ him to be a distant relation** ฉันได้ยินว่าเขาเป็นญาติกันห่าง ๆ; (C) *(take as implied)* **~ sth. from sb.'s words** เข้าใจนัยของ *ส.น.* จากคำบอกเล่าของ *ค.น.*; **I understood [that] we were to be paid expenses** ฉันเข้าใจว่าพวกเราจะได้รับค่าใช้จ่าย; **it was understood that ...:** เป็นที่เข้าใจกันว่า ...; **do I ~ that ...?** ฉันควรจะเข้าใจว่า...ใช่ไหม; **am I to ~ that you refuse my offer?** นี่จะให้ฉันเข้าใจว่าคุณปฏิเสธข้อเสนอของฉันหรือ; **it was understood between them that ...** เป็นที่เข้าใจกันระหว่างพวกเขาสองคนว่า...; (D) *(supply mentally)* นึกเติมความในฐานที่เข้าใจได้; **be understood** *(Gram.)* ละไว้ในฐานที่เข้าใจ; **he is seething ('with rage' understood)** เขาอารมณ์ร้อนมาก ('ด้วยความโกรธ' เป็นที่เข้าใจ); ➡ + **give** 1 E; **make** 1 F ❷ *v.i.*, **understood** (A) *(have understanding)* เข้าใจ; **~ about sth.** เข้าใจเกี่ยวกับ *ส.น.*; **he doesn't ~ about it [being my job]** เขาไม่เข้าใจ [ว่ามันเป็นงานของฉัน]; **now I ~!** ตอนนี้ฉันเข้าใจแล้ว; **I quite ~:** ฉันเข้าใจดีทีเดียว; (B) *(gather, hear)* **if I ~ correctly** ถ้าฉันได้ยินมาถูกต้อง; **your offer is, I ~, still open** เท่าที่ฉันเข้าใจ ข้อเสนอของคุณยังเหมือนเดิม; **he is, I ~, no longer here** ฉันได้ข่าวว่า เขาไม่อยู่ที่นี่แล้ว

understandable /ʌndə'stændəbl/อันเดอะ'ซแตนเดอะบ'ล/ *adj.* เป็นที่เข้าใจได้

understandably /ʌndə'stændəblɪ/อันเดอะ'ซแตนเดอะบลิ/ *adv.* อย่างเป็นที่เข้าใจได้

understanding /ʌndə'stændɪŋ/อันเดอะ'ซแตนดิง/ ❶ *adj.* *(able to sympathize)* มีความเห็นอกเห็นใจคนอื่น; **you could be a bit more ~:** คุณน่าจะเห็นอกเห็นใจคนอื่นมากกว่านี้ ❷ *n.* (A) *(agreement)* การตกลงยินยอม, ข้อตกลง; **reach an ~ with sb.** ตกลงกับ *ค.น.* ได้; **the good ~ between them** ความเข้าใจอันดีระหว่างพวกเขา; **have a secret ~ with sb.** มีข้อตกลงลับ ๆ กับ *ค.น.*; **on the ~ that ...** ภายใต้การเข้าใจ/เงื่อนไขที่ว่า...; **on the clear** *or* **distinct ~ that ...** *(condition)* ตามเงื่อนไขข้อตกลงที่ชัดเจนว่า...; **there has never been much ~ between them** พวกเขาไม่เคยเข้าใจกันดีเท่าใด; (B) *(intelligence)* ความฉลาด; (C) *(insight, comprehension)* ความตระหนักรู้, ความเข้าใจ (**of, for** ใน); **a person of great ~:** บุคคลที่มีความรู้ความเข้าใจมาก; **beyond ~:** เกินกว่าที่จะเข้าใจได้; **my ~ of the matter is that she has won** ฉันเข้าใจว่าเธอชนะ

understandingly /ʌndə'stændɪŋlɪ/อันเดอะ'ซแตนดิงลิ/ *adv.* อย่างมีความเห็นอกเห็นใจผู้อื่น

under: ~'**state** *v.t.* (A) บรรยาย/แถลงไม่เต็มที่; **~state the case** บรรยายกรณีน้อยกว่าที่ควร; (B) *(represent inadequately)* เสนอผลน้อยกว่าที่เป็นจริง; ~'**statement** *n.* *(avoidance of emphasis)* คำกล่าวที่ไม่เน้นประเด็นเฉพาะ; ~**steer** *(Motor Veh.)* ❶ /--'-/ *v.i.* ไม่สามารถหักเลี้ยวได้แรงเท่าที่ต้องการ ❷ /'---/ *n.* อาการดื้อโค้ง; ~'**stocked** *adj.* *(สินค้า)* ที่จัดหาไว้ไม่เพียงพอ; *(ปศุสัตว์)* ที่เลี้ยงไว้ไม่เพียงพอ; **the shops were ~stocked** ร้านค้ามีสินค้าน้อยเกินไป; ~'**stood** ➡ **understand**; ~**study** ❶ *n.* นักแสดงสำรอง ❷ *v.t.* **~study sb.** ศึกษาบทละครของ *ค.น.* เพื่อเป็นตัวสำรอง; ~**sub'scribed** *adj. (St. Exch.)* มีคนซื้อหุ้นน้อยไป; ~**surface** *n.* ด้านใต้, ด้านล่าง; ~'**take** *v.t., forms as* **take** 1 (A) *(set about)* ลงมือทำ, เข้ารับผิดชอบ; **~take a task** เข้ารับทำ/รับผิดชอบงาน; **~take to do sth.** รับที่จะดำเนินการ *ส.น.*; (B) *(guarantee)* **~take sth./that ...** รับประกัน *ส.น.*/ว่า...; ~**taker** *n.* ➤ 489 สัปเหร่อ; **[firm of] ~takers** [บริษัท] สัปเหร่อ; ~'**taking** *n.* (A) *no pl. (taking on) (of task)* การดำเนินการ, การลงมือทำ, การเข้ารับผิดชอบ; *(of journey etc.)* การเริ่มเดินทาง ฯลฯ; (B) *(task)* ภาระหน้าที่; **a dangerous ~taking** ภาระหน้าที่ที่เป็นอันตราย;

U

Ⓒ *(business)* ธุรกิจ, กิจการ; Ⓓ *(pledge)* คำสัญญา, การรับประกัน; **give an ~taking that ... /to do sth.** ให้คำสัญญาว่า.../ที่จะทำ *ส.น.*; **I'll need an ~taking from you that ...** ฉันต้องการให้คุณสัญญาว่า...; **~tone** *n.* Ⓐ *(low voice)* **in ~tones** *or* **an ~tone** ด้วยเสียงเบา/เสียงต่ำ; Ⓑ *(~current)* **~tone of criticism** นัยแฝงเชิงวิพากษ์วิจารณ์; Ⓒ *(subdued colour)* สีอ่อน, สีจาง; **~tow** *n.* กระแสใต้น้ำ *(ที่ไหลทวนกระแสบนผิวน้ำ)*; **~'used** *adj.* ที่ใช้น้อยเกินไป; **~valu'ation** *n.* การให้ค่าน้อยเกินไป, การประเมินราคาต่ำเกินไป; **~'value** *v.t.* ให้ค่าน้อยเกินไป, ประเมินราคาต่ำเกินไป; **~vest** *n.* เสื้อชั้นในแนบตัวของผู้ชาย; **~water** ❶ /'----/ *attrib. adj.* ใต้น้ำ ❷ /--'--/ *adv.* ใต้น้ำ; **~wear** *n., no pl., no indef. art.* เสื้อกางเกงชั้นใน, ชุดชั้นใน; **~'weight** *adj.* มีน้ำหนักน้อยเกินไป; **be ~weight** มีน้ำหนักน้อยกว่าปกติ/เกินไป; **~whelm** /ʌndə'welm/อันเดอะ'เวิ่ลม/ *v.t. (joc.)* ไม่ทำให้ประทับใจ; **~world** *n. (lit.)* สถานที่ใต้โลกซึ่งวิญญาณของคนตายอาศัยอยู่; *(fig.)* สังคมชั้นต่ำ, โลกมิจฉาชีพ; **~'write** *v.t., forms as* **write 1** Ⓐ *(accept liability for)* ยอมรับผิดชอบ; **~write a risk** ยอมรับประกันความเสี่ยง; **~write a share issue** รับซื้อหุ้นทั้งหมด *(ในบริษัท)* หลังขายคนอื่น; Ⓑ *(finance)* ยอมอุดหนุนเงิน; **~writer** *n.* ➤ 489 *(of insurance policy)* ผู้รับประกัน, ผู้ค้ำประกัน; *(of stock issue)* ผู้รับประกันซื้อหุ้นที่เหลือ

undeserved /ʌndɪ'zɜːvd/อันดิ'เซิวด/ *adj.* ไม่สมควรได้รับ, ไม่ยุติธรรม

undeservedly /ʌndɪ'zɜːvɪdlɪ/อันดิ'เซอวิดลิ/ *adv.* อย่างไม่สมควรได้รับ, อย่างไม่ยุติธรรม

undeserving /ʌndɪ'zɜːvɪŋ/อันดิ'เซอวิ่ง/ *adj.* ไม่สมควร; **not ~ of attention** สมควรได้รับความสนใจ

undesigned /ʌndɪ'zaɪnd/อันดิ'ซายนฺด/ *adj.* ไม่ได้วางแผนไว้ก่อน

undesirability /ʌndɪzaɪərə'bɪlɪtɪ/อันดิไซเรอะ'บิลลิที/ *n., no pl.* ความไม่เป็นที่พึงปรารถนา

undesirable /ʌndɪ'zaɪərəbl/อันดิ'ซายเรอะบ'ล/ ❶ *adj.* ไม่เป็นที่พึงปรารถนา; **it is ~ that ...:** ที่ว่า...นั้นไม่เป็นที่พึงปรารถนา ❷ *n.* บุคคลที่ไม่เป็นที่พึงปรารถนา, บุคคลที่ไม่น่าคบ

undesirably /ʌndɪ'zaɪərəblɪ/อันดิ'ซายเรอะบลิ/ *adv.* อย่างไม่เป็นที่พึงปรารถนา

undesired /ʌndɪ'zaɪəd/อันดิ'ซายเอิด/ *adj.* ไม่เป็นที่พึงปรารถนา, ไม่มีความต้องการ

undetectable /ʌndɪ'tektəbl/อันดิ'เท็คเทอะบ'ล/ *adj.* ที่ตรวจไม่พบ, สังเกตไม่ได้

undetected /ʌndɪ'tektɪd/อันดิ'เท็คทิด/ *adj.* ที่ตรวจไม่พบ; **go** *or* **pass ~:** ผ่านไปโดยไม่มีการตรวจพบ/สังเกต

undeterred /ʌndɪ'tɜːd/อันดิ'เทิด/ *adj.* ไม่ถูกกีดขวาง, ไม่ถูกขัดขวาง (**by** โดย); **remain ~:** ยังไม่ท้อถอย; **continue ~:** ดำเนินต่อไปโดยไม่ล่าถอย

undeveloped /ʌndɪ'veləpt/อันดิ'เว็ลเลิพทฺ/ *adj.* Ⓐ *(immature)* ยังไม่เจริญเติบโตเต็มที่; Ⓑ *(Photog.)* *(ฟิล์ม)* ยังไม่ได้ล้าง; Ⓒ *(not built on)* ยังไม่มีสิ่งปลูกสร้าง

undiagnosed /ʌndaɪəg'nəʊzd/อันไดเอิก'โนซฺด/ *adj.* *(โรค)* ยังไม่ได้รับการวินิจฉัย; **die of an ~ brain tumor** ตายจากเนื้องอกในสมองที่ไม่ได้มีการวินิจฉัย

undid ➡ **undo**

undies /'ʌndɪz/'อันดายซฺ/ *n. pl. (coll.)* เสื้อชั้นในผู้หญิง

undifferentiated /ʌndɪfə'renʃɪeɪtɪd/อันดิเฟอะ'เร็นชิเอทิด/ *adj.* ไม่มีข้อแตกต่างกัน

undigested /ʌndɪ'dʒestɪd, ʌndaɪ'dʒestɪd/อันดิ'เจ็ซติด, อันได'เจ็ซติด/ *adj. (lit.)* ยังไม่ได้ย่อยให้ละเอียด; ยังไม่ได้พิจารณาเท่าที่ควร

undignified /ʌn'dɪgnɪfaɪd/อัน'ดิกนิฟายดฺ/ *adj.* ไร้เกียรติ, ไม่มีศักดิ์ศรี; **consider it ~ to do sth.** เห็นว่าการทำ *ส.น.* จะเสื่อมศักดิ์ศรี

undiluted /ʌndaɪ'ljuːtɪd/อันได'ลิวทิด/ *adj.* ไม่มีการเจือปน, บริสุทธิ์; **~ pleasure/nonsense** ความเพลิดเพลิน/เรื่องไร้สาระโดยแท้

undiminished /ʌndɪ'mɪnɪʃt/อันดิ'มินนิชทฺ/ *adj.* ไม่ลดน้อยลงไป; **her enthusiasm remained ~:** ความกระตือรือร้นของเธอยังคงไม่ลดน้อยลงเลย

undimmed /ʌn'dɪmd/อัน'ดิมดฺ/ *adj.* ยังไม่อ่อนจางลง; *(นัยน์ตา)* ยังแจ่มกระจ่างอยู่

undiplomatic /ʌndɪplə'mætɪk/อันดิเพลอะ'แมทิค/ *adj.* ไม่เป็นแบบของการทูต, โผงผาง, ไม่ละเอียดอ่อน

undipped /ʌn'dɪpt/อัน'ดิพทฺ/ *adj.* ไฟหน้ารถ

undischarged /ʌndɪs'tʃɑːdʒd/อันดิซ'ฉาจดฺ/ *adj.* Ⓐ *(Finance)* *(หนี้สิน)* ที่ยังไม่จ่าย; Ⓑ *(not unloaded)* *(เรือ)* ไม่ได้ขนถ่าย *(สินค้า)*; Ⓒ *(not fired off)* *(ลูกปืน)* ยังไม่ได้ยิง

undisciplined /ʌn'dɪsɪplɪnd/อัน'ดิซซิพลินดฺ/ *adj.* ไม่มีระเบียบวินัย

undisclosed /ʌndɪs'kləʊzd/อันดิซ'โคลซฺดฺ/ *adj.* ไม่เปิดเผย; **an ~ sum** จำนวนเงินที่ไม่เปิดเผย

undiscoverable /ʌndɪ'skʌvərəbl/อันดิ'ซกัฺเวอะเรอะบ'ล/ *adj.* ไม่สามารถค้นพบได้

undiscovered /ʌndɪs'kʌvəd/อันดิซ'คัวเวิด/ *adj.* ยังไม่มีผู้ค้นพบ

undiscriminating /ʌndɪ'skrɪmɪneɪtɪŋ/อันดิ'ซกฺริมมิเนทิง/ *adj.* เสมอภาค, ไม่แบ่ง, ไม่แยกแยะ; *(undemanding)* ไม่เรียกร้องมาก

undisguised /ʌndɪs'gaɪzd/อันดิซ'กายซฺด/ *adj.* ไม่ได้ปลอม *(กาย)*; ไม่ได้ปิดบัง

undismayed /ʌndɪs'meɪd/อันดิซ'เมด/ *adj.* ➡ **undeterred**

undisputed /ʌndɪ'spjuːtɪd/อันดิ'ซปิวทิด/ *adj.* ไม่มีการโต้แย้ง, ไม่มีการคัดค้าน

undistinguished /ʌndɪ'stɪŋgwɪʃt/อันดิ'ซทิงกฺวิชทฺ/ *adj.* ไม่มีอะไรพิเศษ, ไม่ได้ทำให้แตกต่าง; *(ordinary)* ธรรมดา, ไม่มีจุดเด่น

undisturbed /ʌndɪ'stɜːbd/อันดิ'ซเทิบดฺ/ *adj.* Ⓐ *(untouched)* ไม่ถูกแตะต้อง; Ⓑ *(not interrupted)* ไม่ถูกขัดจังหวะ, ไม่ถูกรบกวน; Ⓒ *(not worried)* ไม่วิตกกังวล

undivided /ʌndɪ'vaɪdɪd/อันดิ'วายดิด/ *adj.* ไม่ได้แบ่งแยก, ทั้งหมด

undo /ʌn'duː/อัน'ดู/ ❶ *v.t.,* **undoes** /ʌn'dʌz/อัน'ดัซ/, **undoing** /ʌn'duːɪŋ/อัน'ดูอิง/, **undid** /ʌn'dɪd/อัน'ดิด/, **undone** /ʌn'dʌn/อัน'ดัน/ Ⓐ *(unfasten)* ปลด, ปล่อยไว้; Ⓑ *(cancel)* ยกเลิก, แก้ไขเปลี่ยนแปลง; **his successor undid all his work** ผู้สืบทอดตำแหน่งของเขายกเลิกงานของเขาทั้งหมด ❷ *v.i. (dress etc.:)* **~ at the back** เปิดด้านหลัง

undoing /ʌn'duːɪŋ/อัน'ดูอิง/ *n., no pl., no indef. art.* **be sb.'s ~:** เป็นความหายนะของ *ค.น.*

undone /ʌn'dʌn/อัน'ดัน/ *adj.* Ⓐ *(not accomplished)* ไม่สำเร็จสมบูรณ์; **leave the work** *or* **job ~:** ทิ้งงานไว้ไม่เสร็จ; Ⓑ *(not fastened)* ไม่ติด/ปิด, เปิดอ้า, ปล่อยไว้ *(ไม่ผูก)*; **he went out with his shoelaces ~:** เขาออกไปข้างนอกโดยไม่ได้ผูกเชือกรองเท้า

undoubted /ʌn'daʊtɪd/อัน'เดาทิด/ *adj.* ไม่ต้องสงสัย, แน่นอน

undoubtedly /ʌn'daʊtɪdlɪ/อัน'เดาทิดลิ/ *adv.* อย่างไม่ต้องสงสัย, อย่างแน่นอน

undraw /ʌn'drɔː/อัน'ดรอ/ *v.t., forms as* **draw 1** เปิด *(ผ้าม่าน)*

undreamed-of /ʌn'driːmdɒv/อัน'ดรีมดฺออว/, **undreamt-of** /ʌn'dremtɒv/อัน'เดร็มทฺออว/ *adj. (unheard of)* ไม่เคยได้ยินมาก่อน; *(unimaginable)* ไม่เคยคาดคิด, นึกไม่ถึง; **such a thing was ~:** ของอย่างนั้นไม่มีใครเคยคาดคิดมาก่อน

undress /ʌn'dres/อัน'เดร็ซ/ ❶ *v.t.* ถอดเสื้อผ้า; **get ~ed** ถอดเสื้อผ้า; **can he ~ himself?** เขาถอดเสื้อผ้าเองได้ไหม ❷ *v.i.* ถอดเสื้อผ้า ❸ *n.* Ⓐ **~ [uniform]** ชุดเสื้อผ้าที่ใส่ลำลองไม่เป็นพิธีการ; *(Mil.)* ชุดลำลอง; Ⓑ *no pl., no art.* **in a state of ~:** ยังแต่งตัวไม่เสร็จ

undressed /ʌn'drest/อัน'เดร็ซทฺ/ *adj.* Ⓐ *(not clothed)* ไม่ใส่เสื้อผ้า, เปลือยเปล่า; *(no longer clothed)* ที่ถอดเสื้อผ้าออกแล้ว; *(not yet clothed)* ยังไม่ได้ใส่เสื้อผ้า; Ⓑ *(unfinished)* *(ไม้, หนัง, หิน)* ไม่ได้ผ่านกระบวนการ; Ⓒ *(not bandaged etc.)* ยังไม่ได้พันแผล; **leave a wound ~:** ปล่อยบาดแผลไว้โดยยังไม่ได้พัน

undrinkable /ʌn'drɪŋkəbl/อัน'ดริงเคอะบ'ล/ *adj.* ไม่ควรดื่ม; ไม่น่าดื่ม, ที่ดื่มไม่ได้

undue /ʌn'djuː/อัน'ดิว/ *attrib. adj.* มากเกินไป, ไม่สมดุล, ไม่เหมาะสม; **~ influence** *(Law)* การเหนี่ยวโน้มชักจูงให้กระทำ *(ทั้งที่ไม่ใช่เจตจำนงอิสระ)*; **attract ~ attention** ดึงดูดความสนใจมากเกินไป; **there is no ~ hurry** ไม่ต้องรีบเร่งเท่าไร

undulate /'ʌndjʊleɪt/'อันดิวเลท/ *v.t.* Ⓐ *(move with wavelike motion)* เคลื่อนไหวเหมือนลูกคลื่น; Ⓑ *(have wavelike form)* มีรูปร่างเป็นลูกคลื่น; **the hills ~ southwards** เนินเขาสลับลอนราวลูกคลื่นไปทางใต้

undulating /'ʌndjʊleɪtɪŋ/'อันดิวเลทิง/ *adj.* เป็นลูกคลื่น, เป็นลอนขึ้น ๆ ลง ๆ; **~ country/hills** ภูมิประเทศ/เนินเขาสลับซับซ้อนราวกับลูกคลื่น; **~ road** ถนนที่ขึ้นลงเป็นลูกคลื่น

undulation /ʌndjʊ'leɪʃn/อันดิว'เลช'น/ *n.* Ⓐ *(wavy motion)* การขึ้นลงเป็นลูกคลื่น; Ⓑ *(wavy line)* เส้นโค้งขึ้นลงเป็นลูกคลื่น

unduly /ʌn'djuːlɪ, US -'duːlɪ/อัน'ดิวลิ, -'ดูลิ/ *adv.* อย่างมากเกินไป, อย่างไม่สมดุล, อย่างไม่เหมาะสม; **in an ~ hurried manner** ในอาการรีบเร่งมากเกินไป

undying /ʌn'daɪɪŋ/อัน'ดายอิง/ *adj.* ไม่มีวันตาย, เป็นอมตะ, ไม่มีวันสิ้นสุด

unearned /ʌn'ɜːnd/อัน'เอินดฺ/ *adj.* ซึ่งได้มาโดยไม่ต้องทำงาน; **~ income** รายได้พิเศษ *(นอกเหนือจากงานประจำ)*

unearth /ʌn'ɜːθ/อัน'เอิธ/ *v.t.* Ⓐ *(dig up)* ขุดขึ้นมาจากดิน; Ⓑ *(fig.: discover)* ค้นพบ

unearthly /ʌn'ɜːθlɪ/อัน'เอิธลิ/ *adj.* Ⓐ *(mysterious)* มหัศจรรย์, ลึกลับ, เหนือธรรมชาติ; Ⓑ *(coll.: terrible)* **~ din** เสียงอึกทึกโกลาหลผิดปกติ; **at an ~ hour** ในยามวิกาล, ผิดเวลา

unease /ʌn'iːz/อัน'อีซ/ ➡ **uneasiness**

uneasily /ʌn'iːzɪlɪ/อัน'อีซิลิ/ *adv.* Ⓐ *(anxiously)* อย่างวิตกกังวล, อย่างไม่สบายใจ; Ⓑ *(with embarrassment)* ด้วยความขวยเขินกระดากอาย; **be ~ aware of sth.** รู้สึกไม่สบายเกี่ยวกับ *ส.น.*; Ⓒ *(restlessly)* อย่างกระวนกระวายใจ; *(นอนหลับ)* อย่างกระสับกระส่าย

uneasiness | unfashionable 968

uneasiness /ʌn'i:zɪnɪs/อัน'อีซินิซ/ *n., no pl.* Ⓐ *(anxiety)* ความวิตกกังวล; Ⓑ *(restlessness)* ความเป็นทุกข์, ความกระวนกระวายใจ

uneasy /ʌn'i:zɪ/อัน'อีซิ/ *adj.* Ⓐ *(anxious)* วิตกกังวล; **be ~ about sth.** วิตกกังวลเกี่ยวกับ *ส.น.*; **he felt ~:** เขารู้สึกวิตกกังวล; Ⓑ *(restless)* กระวนกระวายใจ; *(นอนหลับ)* กระสับกระส่าย; Ⓒ *(disturbing) (ความสงสัย)* ที่รบกวนจิตใจ; **~ conscience** ความไม่สบายใจจากมีจิตสำนึกผิด

uneatable /ʌn'i:təbl/อัน'อีเทอะบ'ล/ *adj.* กินไม่ได้, กินไม่ลง, ไม่น่ากิน

uneaten /ʌn'i:tn/อัน'อีท'น/ *adj.* ไม่มีใครกิน

uneconomic /ʌni:kə'nɒmɪk/อันอีเคอะ'นอมิค/ *adj.* ไม่ให้ผลกำไร; **the mine is ~ to run** เหมืองนี้ไม่ให้ผลกำไร

uneconomical /ʌni:kə'nɒmɪkl, -ekə-/อันอีเคอะ'นอมิค'ล, -เอ็คเคอะ-/ *adj.* ไม่ทำกำไร, สิ้นเปลือง; **~ [to run]** สิ้นเปลือง [ที่จะใช้งาน]

uneconomically /ʌni:kə'nɒmɪkəlɪ/อันอีเคอะ'นอมิเคอะลิ/ *adv.* อย่างไม่ให้กำไร, อย่างสิ้นเปลือง

unedifying /ʌn'edɪfaɪɪŋ/อัน'เอ็ดดิไฟอิง/ *adj.* Ⓐ *(uninformative)* ไม่กระจ่างชัด; Ⓑ *(not uplifting)* ไม่ทำให้ดีขึ้น, ไม่ให้อะไร

unedited /ʌn'edɪtɪd/อัน'เอ็ดดิทิด/ *adj. (งานเขียน)* ที่ยังไม่ได้ตรวจทาน

uneducated /ʌn'edʒʊkeɪtɪd/อัน'เอ็จจุเคทิด/ *adj.* ที่ไม่ได้รับการศึกษา

unemotional /ʌnɪ'məʊʃənl/อันอิ'โมเชอะน'ล/ *adj.* ไม่มีอารมณ์, ไม่สะเทือนใจง่าย

unemphatic /ʌnɪm'fætɪk/อันอิม'แฟทิค/ *adj.* ไม่เน้น

unemployable /ʌnɪm'plɔɪəbl/อันอิม'พลอยเออะบ'ล/ *adj.* ไม่เหมาะสมที่จะว่าจ้าง; **his behaviour makes him ~:** ความประพฤติของเขาทำให้ไม่มีใครเห็นควรว่าจ้าง

unemployed /ʌnɪm'plɔɪd/อันอิม'พลอยดฺ/ ❶ *adj.* Ⓐ *(out of work)* ว่างงาน, ไม่มีงานทำ; Ⓑ *(with nothing to do)* ไม่มีอะไรทำ ❷ *n. pl.* **the ~:** ผู้ว่างงาน

unemployment /ʌnɪm'plɔɪmənt/อันอิม'พลอยเมินทฺ/ *n., no pl., no indef. art.* การว่างงาน, การไม่มีงานทำ; *(number unemployed)* จำนวนคนที่ว่างงาน

unemployment: ~ benefit *n.* เงินที่รัฐจัดให้กับคนว่างงาน; **~ figures** *n. pl.* สถิติการว่างงานของรัฐ

unencumbered /ʌnɪn'kʌmbəd/อันอิน'คัมเบิด/ *adj.* Ⓐ *(unburdened)* ไม่มีภาระ, เป็นอิสระ, เบาเนื้อเบาตัว; **travel ~ by baggage** เดินทางโดยไม่มีกระเป๋าสัมภาระ; Ⓐ *(free from mortgage etc.)* ไม่มีพันธะผูกพันทางกฎหมาย

unending /ʌn'endɪŋ/อัน'เอ็นดิง/ *adj.* ไม่จบ; *(ความก้าวหน้า)* ไม่มีที่สิ้นสุด; **her ordeal seemed ~:** ความทุกข์ยากของเธอดูเหมือนไม่มีที่สิ้นสุด

unendingly /ʌn'endɪŋlɪ/อัน'เอ็นดิงลิ/ *adv.* อย่างไม่รู้จบ, อย่างไม่มีที่สิ้นสุด

unendurable /ʌnɪn'djʊərəbl/อันอิน'ดิวเรอะบ'ล/ *adj.* เหลืออดเหลือทน

unenforceable /ʌnɪn'fɔ:səbl/อันอิน'ฟอเซอะบ'ล/ *adj.* ที่บังคับใช้ไม่ได้

un-English /ʌn'ɪŋglɪʃ/อัน'อิงกลิช/ *adj.* ไม่ใช่บุคลิกลักษณะของคนอังกฤษ

unenlightened /ʌnɪn'laɪtnd/อันอิน'ไลท'นดฺ/ *adj.* ยังไม่เข้าใจชัด; *(ประเทศ, บุคคล)* ที่ยังไม่ได้รับการพัฒนา; **leave sb. ~:** ปล่อยให้ *ค.น.* ไม่รู้เรื่องอย่างนั้น

unenterprising /ʌn'entəpraɪzɪŋ/อัน'เอ็นเทอะไพรซิง/ *adj.* ไม่กล้าได้กล้าเสีย, ไม่มีจิตใจที่สร้างสรรค์; **an ~ person** บุคคลที่ไม่กล้าได้กล้าเสีย

unenthusiastic /ʌnɪnθju:zɪ'æstɪk, US -θu:z-/อันอินธิวซิ'แอชติค, -ธูซ-/ *adj.* ไม่กระตือรือร้น (**about** เกี่ยวกับ)

unenviable /ʌn'envɪəbl/อัน'เอ็นเวียบ'ล/ *adj.* ไม่น่าอิจฉา

unequal /ʌn'i:kwəl/อัน'อีเควิล/ *adj.* Ⓐ *(not equal) (การต่อสู้)* ไม่เท่าเทียมกัน; Ⓑ *(inadequate)* **be ~ or show oneself ~ to sth.** ไม่มีความสามารถพอสำหรับ *ส.น.*; **be ~ to the strain** *(วัตถุ)* ไม่แข็งแรงพอที่จะทนความใช้งานได้; Ⓑ *(of varying quality)* ไม่สม่ำเสมอ

unequalled (*Amer.:* **unequaled**) /ʌn'i:kwld/อัน'อีเควิลดฺ/ *adj.* สุดจะเปรียบปาน, หาที่เปรียบมิได้, ดีกว่าคน/สิ่งอื่นทั้งหมด; *(in negative sense)* เหลือเกิน; **~ for beauty** งดงามจนไม่มีที่เปรียบ

unequally /ʌn'i:kwəlɪ/อัน'อีเควอะลิ/ *adv.* อย่างไม่เท่าเทียมกัน, อย่างไม่คู่ควร

unequivocal /ʌnɪ'kwɪvəkl/อันอิ'ควิเวอะค'ล/ *adj.*, **unequivocally** /ʌnɪ'kwɪvəkəlɪ/อันอิ'ควิเวอะเคอะลิ/ *adv.* [อย่าง] ไม่คลุมเครือ, [อย่าง] กระจ่างชัด

unerring /ʌn'ɜ:rɪŋ/อัน'เออริง/ *adj. (สันดาน)* ไม่ผิดพลาด; *(การยิง)* แม่นยำ; *(การคำนวณ)* ไม่คลาดเคลื่อน; *(ความทนทาน)* เชื่อถือได้

unerringly /ʌn'ɜ:rɪŋlɪ/อัน'เออริงลิ/ *adv.* อย่างไม่ผิดพลาด, อย่างไม่คลาดเคลื่อน, อย่างแน่นอน, อย่างเชื่อถือได้

UNESCO /ju:'neskəʊ/ยู'เน็ซโก/ *abbr.* **United Nations Educational, Scientific and Cultural Organization** ยูเนสโก

unessential /ʌnɪ'senʃl/อันอิ'เซ็นช'ล/ ➡ **inessential**

unethical /ʌn'eθɪkl/อัน'เอ็ธธิค'ล/ *adj.*, **unethically** /ʌn'eθɪklɪ/อัน'เอ็ธธิคลิ/ *adv.* [อย่าง] ไร้ศีลธรรมจรรยา

uneven /ʌn'i:vn/อัน'อีว'น/ *adj.* Ⓐ *(not smooth)* ไม่ราบเรียบ; Ⓑ *(not uniform) (ชีพจร)* ไม่สม่ำเสมอ; *(นิสัย)* เดี๋ยวดีเดี๋ยวร้าย; **an ~ performance** การแสดงที่ไม่พร้อมเพรียงกัน; Ⓒ *(odd) (เลข)* คี่

unevenly /ʌn'i:vnlɪ/อัน'อีว'นลิ/ *adv.* อย่างไม่ราบเรียบ, อย่างไม่สม่ำเสมอ

unevenness /ʌn'i:vnnɪs/อัน'อีว'นนิซ/ *n.* Ⓐ *(roughness)* ความหยาบ; Ⓑ *(irregularity)* ความไม่ราบเรียบ; *(of pulse)* ความไม่สม่ำเสมอ *(ชีพจร)*; *(of temperament)* ความไม่ราบรื่น; **the ~ of the essays** ความแตกต่างทางคุณภาพของการเรียงความ

uneventful /ʌnɪ'ventfl/อันอิ'เว็นทฟ'ล/ *adj.* Ⓐ *(quiet)* เงียบสงบ, ไม่มีอะไรเกิดขึ้น; Ⓑ *(normal)* เป็นปกติ; **be ~:** *(การเดินทาง ฯลฯ)* เป็นปกติ, ไม่มีอะไรน่าตื่นเต้นเป็นพิเศษ

uneventfully /ʌnɪ'ventfəlɪ/อันอิ'เว็นทฟเฟอะลิ/ *adv.* อย่างเงียบสงบ, อย่างเป็นปกติ, อย่างไม่น่าตื่นเต้น

unexampled /ʌnɪg'zɑ:mpld/อันอิก'ซามพ'ลดฺ/ *adj.* ไม่มีตัวอย่างมาก่อน

unexceptionable /ʌnɪk'sepʃənəbl/อันอิค'เซ็พเชอะเนอะบ'ล/ *adj. (งาน)* หาที่ติมิได้, ปราศจากข้อผิดพลาด

unexceptional /ʌnɪk'sepʃənl/อันอิค'เซ็พเชอะน'ล/ *adj.* ปกติ, ธรรมดา; *(average)* ทั่ว ๆ ไป

unexciting /ʌnɪk'saɪtɪŋ/อันอิค'ไซทิง/ *adj.* ไม่น่าตื่นเต้น; *(boring)* น่าเบื่อ

unexpected /ʌnɪk'spektɪd/อันอิค'ซเป็คทิด/ *adj.* ไม่คาดคิดมาก่อน, นึกไม่ถึง; **this news was entirely ~:** ข่าวนี้ไม่มีใครเคยคาดคิดมาก่อน

unexpectedly /ʌnɪk'spektɪdlɪ/อันอิค'ซเป็คทิดลิ/ *adv.* อย่างไม่คาดคิดมาก่อน, อย่างนึกไม่ถึง

unexpired /ʌnɪk'spaɪəd/อันอิค'ซปายดฺ/ *adj.* ยังไม่หมดอายุ

unexplainable /ʌnɪk'spleɪnəbl/อันอิค'ซเพลเนอะบ'ล/ *adj.* ไม่สามารถอธิบายได้

unexplained /ʌnɪk'spleɪnd/อันอิค'ซเพลนดฺ/ *adj.* ไม่มีผู้อธิบาย; *(การหายตัวไป)* ไม่มีข้อแก้ตัว

unexploded /ʌnɪk'spləʊdɪd/อันอิค'ซโปลดิด/ *adj.* ยังไม่ระเบิด, ด้าน

unexplored /ʌnɪk'splɔ:d/อันอิค'ซปลอดฺ/ *adj.* ยังไม่ได้สำรวจ

unexposed /ʌnɪk'spəʊzd/อันอิค'ซโพซดฺ/ *adj.* Ⓐ *(not brought to light)* ยังไม่ได้เปิดเผย; Ⓑ *(Photog.)* ยังไม่ได้เปิดรับแสง

unexpressed /ʌnɪk'sprest/อันอิค'ซเพร็ซทฺ/ *adj.* ยังไม่ได้พูดออกมา

unexpressive /ʌnɪk'spresɪv/อันอิค'ซเพร็ซซิว/ *adj.* ไม่แสดงออก

unexpurgated /ʌn'ekspəgeɪtɪd/อัน'เอ็คซเพอะเกทิด/ *adj.* ไม่ถูกตัดออก, สมบูรณ์

unfading /ʌn'feɪdɪŋ/อัน'เฟดิง/ *adj.* ไม่จางไป, ไม่ลบเลือน

unfailing /ʌn'feɪlɪŋ/อัน'เฟลิง/ *adj.* ไม่ผิดพลาด; *(อารมณ์ดี)* ตลอด; *(ยา)* เชื่อถือไว้ใจได้; **with ~ regularity** *(iron.)* อย่างสม่ำเสมอคงเส้นคงวา

unfailingly /ʌn'feɪlɪŋlɪ/อัน'เฟลิงลิ/ *adv.* อย่างไม่ผิดพลาด, อย่างมั่นคง, อย่างเชื่อถือได้

unfair /ʌn'feə(r)/อัน'แฟ(ร)/ *adj.* ไม่ยุติธรรม; **an ~ share** ส่วนแบ่ง [มากกว่า] ที่ไม่ยุติธรรม; **be ~ to sb.** ไม่ยุติธรรมต่อ *ค.น.*

unfairly /ʌn'feəlɪ/อัน'แฟลิ/ *adv.* Ⓐ *(unjustly)* อย่างไม่ยุติธรรม; Ⓑ *(unreasonably)* อย่างไม่มีเหตุผล

unfairness /ʌn'feənɪs/อัน'แฟนิซ/ *n., no pl.* ความไม่ยุติธรรม, ความไม่เป็นธรรม; *(Sport)* ความลำเอียง *(ในการตัดสิน)*

unfaithful /ʌn'feɪθfl/อัน'เฟธฟ'ล/ *adj.* ไม่ซื่อสัตย์, นอกใจ; **~ to sb./sth.** นอกใจ *ค.น./*ไม่ซื่อต่อ *ส.น.*

unfaithfulness /ʌn'feɪθflnɪs/อัน'เฟธฟ'ลนิซ/ *n., no pl.* ความไม่ซื่อสัตย์, การนอกใจ

unfaltering /ʌn'fɔ:ltərɪŋ/อัน'ฟอลเทอะริง/ *adj.* หนักแน่น, แน่วแน่, เด็ดเดี่ยวมั่นคง

unfamiliar /ʌnfə'mɪljə(r)/อันเฟอะ'มิลเลีย(ร)/ *adj.* Ⓐ *(strange)* แปลกประหลาด; Ⓑ *(not well acquainted)* ไม่คุ้นเคย; **be ~ with sth.** ไม่คุ้นเคยกับ *ส.น.*; **workers ~ with this type of machine** คนงานที่ไม่คุ้นเคยกับเครื่องจักรชนิดนี้; **he is not ~ with Thai** เขาคุ้นเคยกับภาษาไทย

unfamiliarity /ʌnfəmɪlɪ'ærɪtɪ/อันเฟอะมิลิ'แอริทิ/ *n., no pl.* Ⓐ *(strangeness)* ความแปลกประหลาด; *(of activity)* ความไม่เคยชิน; Ⓑ **~ with sth.** *(poor knowledge of)* ความไม่คุ้นเคยกับ *ส.น.*; **his ~ with computers** ความที่เขาไม่คุ้นเคยกับเครื่องคอมพิวเตอร์

unfashionable /ʌn'fæʃənəbl/อัน'แฟเชอะเนอะบ'ล/ *adj.* ไม่ทันสมัย, ล้าสมัย; **become ~:** กลายเป็นของล้าสมัย; **a view now ~:** ความคิดที่ล้าสมัยในตอนนี้

u

unfasten /ʌn'fɑːsn/อัน'ฟาซ'น/ ❶ *v.t.* Ⓐ แกะออก, เปิด; Ⓑ *(detach)* ปลดออก, ปล่อยออก ❷ *v.i.* **~ at the back** เกาะออก/เปิดข้างหลัง

unfastened /ʌn'fɑːsnd/อัน'ฟาซ'นดฺ/ *adj.* *(ประตู)* ที่ปิดไม่สนิท; *(กระดุม)* ถูกปลดออก

unfathomable /ʌn'fæðəməbl/อัน'แฟเทอะเมอะบ'ล/ *adj.* Ⓐ *(incomprehensible)* ไม่สามารถเข้าใจได้; Ⓑ *(immeasurable)* *(ระดับน้ำ)* ที่ไม่สามารถวัดได้

unfathomed /ʌn'fæðəmd/อัน'แฟเทิมดฺ/ *adj.* ไม่เป็นที่เข้าใจ, ยังไม่เคยหยั่งวัด

unfavorable, unfavorably *(Amer.)* ➡ **unfavourable, unfavourably**

unfavourable *(Amer.:* **unfavorable**) /ʌn'feɪvərəbl/อัน'เฟเวอะเรอะบ'ล/ *adj.* Ⓐ *(negative)* ไม่เป็นที่ชื่นชอบ; *(คำวิพากษ์วิจารณ์)* ในแง่ลบ; **my suggestion got an ~ response** คำแนะนำของฉันไม่เป็นที่ชอบใจผู้รับฟังเลย; **be ~ to a proposal** ไม่เห็นชอบกับข้อเสนอ; Ⓑ *(tending to make difficult)* ที่ทำให้ยากลำบาก, ไม่เหมาะ, ไม่อำนวย (**to, for** ต่อ, สำหรับ); **an atmosphere ~ to calm discussion** บรรยากาศที่ไม่อำนวยให้การอภิปรายอย่างสงบ; **a climate ~ to growth** อากาศที่ทำให้การเจริญเติบโตช้าลง

unfavourably *(Amer.:* **unfavorably**) /ʌn'feɪvərəblɪ/อัน'เฟเวอะเรอะบลิ/ *adv.* อย่างไม่เป็นที่ชื่นชอบ, อย่างไม่อำนวย, อย่างไม่เหมาะ; **be ~ disposed towards sb./sth.** ไม่เป็นมิตรต่อ *ค.น.*/ไม่ชื่นชอบ *ส.น.*; **react ~ to a suggestion** มีปฏิกิริยาต่อต้านคำแนะนำ

unfeeling /ʌn'fiːlɪŋ/อัน'ฟีลิง/ *adj (unsympathetic)* ไม่เห็นอกเห็นใจ

unfeelingly /ʌn'fiːlɪŋlɪ/อัน'ฟีลิงลิ/ *adv.* อย่างไม่เห็นอกเห็นใจ

unfeigned /ʌn'feɪnd/อัน'เฟนดฺ/ *adj.* ไม่เสแสร้ง, จริงใจ, ของแท้

unfenced /ʌn'fenst/อัน'เฟ็นซฺทฺ/ *adj.* ไม่ได้ล้อมรั้ว

unfettered /ʌn'fetəd/อัน'เฟ็ทเทิด/ *adj.* ไม่มีสิ่งเหนี่ยวรั้ง; **~ by scruples** ไม่ได้คำนึงถึงศีลธรรมจรรยา

unfilled /ʌn'fɪld/อัน'ฟิลดฺ/ *adj.* *(ตำแหน่ง)* ว่าง; ไม่ได้บรรจุ; *(empty)* ว่างเปล่า, พร่อง

unfinished /ʌn'fɪnɪʃt/อัน'ฟินิชทฺ/ *adj.* Ⓐ *(not completed)* *(งาน, หนังสือ ฯลฯ)* ไม่เสร็จสมบูรณ์; **the U~ [Symphony]** ซิมโฟนีสุดท้ายของชูเบิร์ต; Ⓑ *(in rough state)* ที่ยังไม่ได้ขัดเกลา

unfit /ʌn'fɪt/อัน'ฟิท/ ❶ *adj.* Ⓐ *(unsuitable)* ไม่เหมาะสม; **~ for human consumption** ไม่เหมาะสมสำหรับการบริโภคโดยมนุษย์; **~ for vehicles** ไม่เหมาะสมสำหรับยานพาหนะ; Ⓑ *(not physically fit)* *(สุขภาพ)* ไม่แข็งแรง; **she hates to be ~:** เธอเกลียดที่จะมีสุขภาพไม่แข็งแรง; **~ for military service** สุขภาพไม่แข็งแรงพอที่จะเป็นทหาร ❷ *v.t.*, **-tt-** ทำให้ไม่เหมาะสม; ➡ + **unfitted**

unfitness /ʌn'fɪtnɪs/อัน'ฟิทนิซ/ *n., no pl.* Ⓐ *(unsuitability)* ความไม่เหมาะสม; Ⓑ *(poor physical condition)* ความมีสุขภาพไม่แข็งแรง; **[state of] ~:** [ภาวะ] ความไม่แข็งแรงสมบูรณ์ของร่างกาย

unfitted /ʌn'fɪtɪd/อัน'ฟิททิด/ *adj. (unsuited)* ไม่เหมาะสม

unflagging /ʌn'flægɪŋ/อัน'แฟลกิง/ *adj.* ไม่เหนื่อยหน่าย, ไม่ท้อถอย

unflappable /ʌn'flæpəbl/อัน'แฟลเพอะบ'ล/ *adj. (coll.)* ไม่วิตกกังวลง่าย ๆ, ไม่หวั่นไหว; **an ~ person** บุคคลที่มั่นคงไม่หวั่นไหว

unflattering /ʌn'flætərɪŋ/อัน'แฟลเทอะริง/ *adj.* ไม่เยินยอ; *(เสื้อผ้า, แสง)* ที่ไม่ทำให้ดูดี, ไม่รับกับบุคลิก; **very ~:** ทำให้ดูไม่ดีเลย

unfledged /ʌn'fledʒd/อัน'เฟล็จดฺ/ *adj.* Ⓐ *(unfeathered)* *(นก)* ที่ขนยังไม่งอกเต็มที่; Ⓑ *(fig.: inexperienced)* *(คน)* ที่ด้อยประสบการณ์

unflinching /ʌn'flɪntʃɪŋ/อัน'ฟลินฉิง/ *adj.* ไม่แสดงความเกรงกลัว, ยืนหยัด; **remain ~:** ยังคงยืนหยัด

unfold /ʌn'fəʊld/อัน'โฟลดฺ/ ❶ *v.t.* Ⓐ *(open folds of)* พับออก, คลี่ออก *(แผนที่, หนังสือพิมพ์)*; **~ one's arms** อ้าแขนออก; Ⓑ *(fig.: reveal)* **~ sth. to sb.** เปิดเผย *ส.น.* กับ *ค.น.* ❷ *v.i.* Ⓐ *(open out)* *(ดอกตูม)* แผ่ขยาย; *(ปีกนก)* กางออก; **the landscape ~ed before us** *(fig.)* แผ่นภูมิทัศน์แผ่ขยายอยู่ต่อหน้าเรา; Ⓑ *(develop)* ดำเนินไป; *(ความลับ)* ค่อย ๆ เปิดเผย; **as the story ~ed** ตามที่เรื่องราวค่อยปรากฏ

unforeseeable /ʌnfɔ'siːəbl/อันฟอ'ซีเออะบ'ล/ *adj.* ไม่สามารถคาดเดาได้; **be ~:** ไม่สามารถทำนายได้

unforeseen /ʌnfɔː'sɪːn/อันฟอ'ซีน/ *adj.* ไม่มีใครคาดเดา/ทำนายไว้ก่อน

unforgettable /ʌnfə'getəbl/อันเฟอะ'เก็ทเทอะบ'ล/ *adj.* ไม่สามารถลืมเลือนได้, ไม่มีวันลืม

unforgivable /ʌnfə'gɪvəbl/อันเฟอะ'กิวเวอะบ'ล/ *adj.* ไม่อาจยกโทษ/ให้อภัยได้

unforgiving /ʌnfə'gɪvɪŋ/อันเฟอะ'กิววิง/ *adj.* ไม่ยกโทษ, ไม่ให้อภัย

unformed /ʌn'fɔːmd/อัน'ฟอมดฺ/ *adj.* ยังไม่เป็นรูปแบบ/เป็นรูปเป็นร่าง, ยังไม่พัฒนา

unforthcoming /ʌnfɔːθ'kʌmɪŋ/อันฟอธ'คัมมิง/ *adj.* ไม่ให้ข้อมูล, ไม่เปิดเผย

unfortified /ʌn'fɔːtɪfaɪd/อัน'ฟอทิฟายดฺ/ *adj.* Ⓐ *(without fortification)* ไม่มีป้อมปราการ, ไม่ได้เสริมกำลัง; Ⓑ *(not enriched)* ไม่ได้ปรุงให้เข้มข้นขึ้น

unfortunate /ʌn'fɔːtʃʊnət, ʌn'fɔːtʃənət/อัน'ฟอฉุเนิท, อัน'ฟอเฉอะเนิท/ ❶ *adj.* Ⓐ *(unlucky)* โชคไม่ดี, โชคร้าย; *(unfavourable)* ไม่เป็นที่พึงปรารถนา; **the poor ~ woman** หญิงโชคร้ายที่น่าสงสาร; **be ~ [enough] to do sth.** โชคร้าย [ถึงขนาด] ที่จะต้องทำ *ส.น.*; Ⓑ *(regrettable)* น่าเสียดาย ❷ *n.* คนโชคร้าย, คนเคราะห์ร้าย

unfortunately /ʌn'fɔːtʃʊnətlɪ, ʌn'fɔːtʃənətlɪ/อัน'ฟอฉุเนิทลิ, อัน'ฟอเฉอะเนิทลิ/ *adv.* อย่างโชคไม่ดี, อย่างโชคร้าย, อย่างน่าเสียใจ

unfounded /ʌn'faʊndɪd/อัน'ฟาวนฺดิด/ *adj.* *(fig.)* ไม่มีที่มา, ไม่มีพื้นฐาน; **the rumours are totally ~:** ข่าวลือไม่มีมูลอย่างสิ้นเชิง

unfreeze /ʌn'friːz/อัน'ฟรีซฺ/ *v.t. & i.*, **unfroze** /ʌn'frəʊz/อัน'โฟรซฺ/, **unfrozen** /ʌn'frəʊzn/อัน'โฟรซ'น/ ละลาย

unfrequented /ʌnfrɪ'kwentɪd/อันฟริ'เคว็นทิด/ *adj.* *(สถานที่)* ที่มีคนไปเยี่ยมชมน้อย

unfriendly /ʌn'frendlɪ/อัน'เฟร็นดฺลิ/ *adj.* ไม่เป็นมิตร, ไม่ใจดี, ไม่ต้อนรับ; **the bull looked ~ to him** เขามองว่าวัวกระทิงดูดุมาก

unfrock /ʌn'frɒk/อัน'ฟรอค/ *v.t.* **~ sb.** จับ *ค.น.* สึก

unfruitful /ʌn'fruːtfl/อัน'ฟรูทฟ'ล/ *adj.* Ⓐ *(sterile)* ไม่มีลูก, ไม่เป็นผล, เป็นหมัน; Ⓑ *(unprofitable)* ไม่เกิดผลกำไร

unfulfilled /ʌnfʊl'fɪld/อันฟุล'ฟิลดฺ/ *adj.* Ⓐ *(บุคคล)* ที่ไม่ประสบความสำเร็จเท่าที่ตนต้องการ; Ⓑ *(not carried out)* ไม่ได้ปฏิบัติ

unfunny /ʌn'fʌnɪ/อัน'ฟันนิ/ *adj.* **[distinctly/decidedly] ~:** ไม่ตลก [สักนิด/เลย]

unfurl /ʌn'fɜːl/อัน'เฟิล/ ❶ *v.t.* คลี่/กาง *(ใบเรือ, ร่ม ฯลฯ)* ออก ❷ *v.i.* *(ธง, ใบเรือ)* กาง/คลี่ออก

unfurnished /ʌn'fɜːnɪʃt/อัน'เฟอนิชทฺ/ *adj.* ไม่มีเครื่องเรือน

ungainly /ʌn'geɪnlɪ/อัน'เกนลิ/ *adj.* งุ่มง่าม, ซุ่มซ่าม, เคอะเขิน

ungallant /ʌn'gælənt/อัน'แกเลินทฺ/ *adj.* ไม่เป็นสุภาพบุรุษ

ungenerous /ʌn'dʒenərəs/อัน'เจ็นเนอะเริซ/ *adj.* Ⓐ *(petty)* ใจแคบ, ไม่เอื้อเฟื้อเผื่อแผ่; Ⓑ *(mean)* ขี้เหนียว

ungentlemanly /ʌn'dʒentlmənlɪ/อัน'เจ็นท'ลเมินลิ/ *adj.* ไม่เป็นสุภาพบุรุษ; *(impolite)* ไม่สุภาพ, หยาบคาย; **it is ~:** มันไม่สุภาพ

unget-at-able /ʌnget'ætəbl/อันเก็ท'แอเทอะบ'ล/ *adj.* เข้าไม่ถึง, หยิบไม่ได้; *(เงินฝาก)* แตะต้องไม่ได้

unglazed /ʌn'gleɪzd/อัน'เกลซดฺ/ *adj.* Ⓐ ไม่ได้เคลือบมัน; Ⓑ *(หน้าต่าง)* ไม่ได้ใส่กระจก

ungodliness /ʌn'gɒdlɪnɪs/อัน'กอดลินิซ/ *n., no pl.* การไม่เคารพนับถือพระเจ้า, ความเป็นบาป, ความชั่วร้าย

ungodly /ʌn'gɒdlɪ/อัน'กอดลิ/ *adj.* Ⓐ *(impious)* ไม่เคารพนับถือพระเจ้า, ชั่วร้าย; Ⓑ *(coll.: outrageous)* ผิดศีลธรรม

ungovernable /ʌn'gʌvənəbl/อัน'กัวเวอะเนอะบ'ล/ *adj.* ปกครองไม่ได้, ควบคุมไม่ได้

ungracious /ʌn'greɪʃəs/อัน'เกรเชิซ/ *adj.* ไม่กรุณา, ไม่งดงาม; *(tactless)* ไม่มีมารยาท, ไม่รู้จักกาลเทศะ

ungraciously /ʌn'greɪʃəslɪ/อัน'เกรเชิซลิ/ *adv.* อย่างไม่กรุณา, อย่างไม่งดงาม; *(tactlessly)* อย่างไม่มีมารยาท, อย่างไม่รู้จักกาลเทศะ

ungrammatical /ʌngrə'mætɪkl/อันเกรอะ'แมทิค'ล/ *adj.*, **ungrammatically** /ʌngrə'mætɪklɪ/อันเกรอะ'แมทิคลิ/ *adv.* [อย่าง] ผิดไวยากรณ์

ungrateful /ʌn'greɪtfl/อัน'เกรทฟ'ล/ *adj.* อกตัญญู, ไม่สำนึกในบุญคุณ

ungrounded /ʌn'graʊndɪd/อัน'กราวนฺดิด/ *adj.* Ⓐ ➡ **unfounded**; Ⓑ *(Amer. Electr.)* *(สายไฟ)* ไม่ต่อลงดิน

ungrudging /ʌn'grʌdʒɪŋ/อัน'กรัจจิง/ *adj.* เต็มใจ, ยินดี; *(generous)* ใจกว้าง

unguarded /ʌn'gɑːdɪd/อัน'กาดิด/ *adj.* Ⓐ *(not guarded)* ไม่มีการป้องกัน; Ⓑ *(incautious)* ไม่เฝ้าระวัง; **in an ~ moment he gave away some vital information** เขาเผลอหลุดข้อมูลสำคัญสุดยอดในขณะที่ไม่ระวังตัว

unguardedly /ʌn'gɑːdɪdlɪ/อัน'กาดิดลิ/ *adv.* อย่างไม่มีการป้องกัน, อย่างไม่เฝ้าระวัง

ungulate /'ʌŋgjʊlət/'อังกิวเลท/ *n. (Zool.)* สัตว์เลี้ยงลูกด้วยนมที่มีกีบเท้า

unhampered /ʌn'hæmpəd/อัน'แฮมเพิด/ *adj.* ไม่ถูกขัดขวาง; **~ by conscience** ไม่ถูกขัดขวางด้วยมโนธรรม, ไม่มีมโนธรรม

unhappily /ʌn'hæpɪlɪ/อัน'แฮพิลิ/ *adv.* Ⓐ *(unfortunately)* อย่างเคราะห์ร้าย, อย่างโชคไม่ดี; Ⓑ *(without happiness)* อย่างไม่มีความสุข

unhappiness /ʌn'hæpɪnɪs/อัน'แฮพินิซ/ *n., no pl.* ความทุกข์, การไม่มีความสุข; **despite his ~ about the consequences** แม้ว่าเขาจะไม่พอใจผลลัพธ์; **she spent ten years of ~ with him** เธอได้ผ่านสิบปีแห่งความทุกข์กับเขา; **he has been the cause of much ~ to her** เขาเป็นเหตุที่ทำให้เธอเป็นทุกข์มากมาย

unhappy /ʌn'hæpɪ/อัน'แฮพิ/ *adj.* Ⓐ *(sad, causing misfortune)* เศร้า, เป็นทุกข์, เคราะห์ร้าย; *(not content)* ไม่มีความสุข, ไม่ยินดี; **be or feel ~ about doing sth.** ไม่สบายใจที่ต้องทำ *ส.น.*; Ⓑ *(unfortunate)* โชคไม่ดี, เคราะห์ร้าย

unharmed /ʌn'hɑ:md/อัน'ฮามดฺ/ *adj.* ไม่ได้รับอันตราย; *(uninjured)* ไม่ได้รับบาดเจ็บ

unharness /ʌn'hɑ:nɪs/อัน'ฮานิซ/ *v.t.* ปลดบังเหียนออก

unhealthily /ʌn'helθɪlɪ/อัน'เฮ็ลธิลิ/ *adv.* อย่างไม่แข็งแรง, อย่างเป็นอันตรายต่อสุขภาพ

unhealthiness /ʌn'helθɪnɪs/อัน'เฮ็ลธินิซ/ *n., no pl.* ความมีสุขภาพไม่แข็งแรง; *(of place, habit)* ความเป็นอันตรายต่อสุขภาพ, การทำลายสุขภาพ

unhealthy /ʌn'helθɪ/อัน'เฮ็ลธิ/ *adj.* Ⓐ *(not in good health, harmful to health)* ไม่ดีต่อสุขภาพ; Ⓑ *(unwholesome) (อิทธิพล, สิ่งแวดล้อม)* ไม่ดี; Ⓒ *(coll.: risky)* เสี่ยง

unheard /ʌn'hɜ:d/อัน'เฮิด/ *adj.* Ⓐ **~-of** *(unknown)* ไม่เป็นที่รู้จัก; *(unprecedented)* ไม่เคยมี, ไม่เคยปรากฏมาก่อน; *(outrageous)* ไม่เคยได้ยินมาก่อน; **that's ~ of** มันเหลือเชื่อ; **this was an ~-of achievement fifty years ago** นี่นับเป็นความสำเร็จที่ไม่มีทางเกิดขึ้นได้เมื่อห้าสิบปีที่แล้ว; Ⓑ *(not heard)* **go ~:** ผ่านไปโดยไม่มีใครได้ยิน

unheeded /ʌn'hi:dɪd/อัน'ฮีดิด/ *adj.* ไม่ได้รับความสนใจ, ถูกมองข้าม; **go ~:** ถูกมองข้าม

unheedful /ʌn'hi:dfʊl/อัน'ฮีดฟุ่ล/ *adj.* **~ of** ไม่สนใจ [*ส.น.*]

unhelpful /ʌn'helpfl/อัน'เฮ็ลพฟ'ล/ *adj. (บุคคล)* ไม่ช่วยเหลือ; *(ข้อเสนอ)* ไม่เป็นประโยชน์

unhelpfully /ʌn'helpfəlɪ/อัน'เฮ็ลพเฟอะลิ/ *adv.* โดยไม่ช่วยเหลือ, โดยไม่เป็นประโยชน์

unhesitating /ʌn'hezɪteɪtɪŋ/อัน'เฮ็ซซิเทททิง/ *adj.* ไม่ลังเล; **she was ~ in her support for him** เธอไม่ลังเลเลยที่จะสนับสนุนเขา

unhesitatingly /ʌn'hezɪteɪtɪŋlɪ/อัน'เฮ็ซซิเททิงลิ/ *adv.* อย่างไม่ลังเล

unhinged /ʌn'hɪndʒd/อัน'ฮินจฺดฺ/ *adj.* **his/her mind is ~:** จิตใจของเขา/เธอวุ่นวายสับสน

unhitch /ʌn'hɪtʃ/อัน'ฮิฉ/ *v.t.* แก้ออก, ปลดออก

unholy /ʌn'həʊlɪ/อัน'โฮลิ/ *adj.* Ⓐ *(wicked)* เลวร้าย, ชั่วร้าย; Ⓑ *(coll.: dreadful)* น่ากลัว, น่าขยะแขยง

unhook /ʌn'hʊk/อัน'ฮุค/ *v.t.* Ⓐ *(detach from hook)* ปลดตะขอ; Ⓑ *(unfasten by releasing hook)* ปลดตะขอ (ประตู, เสื้อผ้า)

unhoped-for /ʌn'həʊptfɔ:(r)/อัน'โฮพทฟอ(ร)/ *adj.* ไม่ได้คาดหวัง

unhurried /ʌn'hʌrɪd/อัน'เฮอริด/ *adj.*, **unhurriedly** /ʌn'hʌrɪdlɪ/อัน'เฮอริดลิ/ *adv.* [อย่าง] ไม่รีบเร่ง, [โดย] ไม่รีบร้อน

unhurt /ʌn'hɜ:t/อัน'เฮิท/ *adj.* ไม่ได้รับบาดเจ็บ

unhygienic /ʌnhaɪ'dʒi:nɪk/อันไฮ'จีนิค/ *adj.* ไม่ปลอดจากเชื้อโรค, ไม่ถูกสุขลักษณะ

unhyphenated /ʌn'haɪfəneɪtɪd/อัน'ไฮเฟอะเนทิด/ *adj., adv.* ไม่มีขีดแบ่งคำ

UNICEF /'ju:nɪsef/'ยูนิเซ็ฟ/ *abbr.* **United Nations Children's Fund** ยูนิเซฟ

unicorn /'ju:nɪkɔ:n/'ยูนิคอน/ *n. (Mythol.)* ม้าในเทพนิยายที่มีเขาเดี่ยวตรงกลางหน้าผาก; ยูนิคอร์น *(ท.ศ.)*

unicycle /'ju:nɪsaɪkl/'ยูนิไซค'ล/ *n.* จักรยานล้อเดียว

unidentified /ʌnaɪ'dentɪfaɪd/อันไอ'เด็นทิฟายดฺ/ *adj.* ไม่ปรากฏชื่อ, ไม่ได้ระบุชื่อ; **~ flying object** จานบินลึกลับ

unidiomatic /ʌnɪdɪə'mætɪk/อันอิเดีย'แมทิค/ *adj.*, **unidiomatically** /ʌnɪdɪə'mætɪkəlɪ/อันอิเดีย'แมทิเคอะลิ/ *adv.* [อย่าง] ไม่ใช่โวหาร

unification /ju:nɪfɪ'keɪʃn/ยูนิฟิ'เคช'น/ *n.* การรวมเข้าเป็นเอกภาพ; *(of system)* การสร้างเอกภาพ

uniform /'ju:nɪfɔ:m/'ยูนิฟอม/ ❶ *adj. (the same for all)* เหมือนกันหมด, เป็นแบบเดียวกันหมด; *(unvarying) (คุณภาพ, อุณหภูมิ)* ไม่แตกต่าง; **be of ~ shape/size/appearance, be ~ in shape/size/appearance** มีรูปร่าง/ขนาด/โฉมหน้าเหมือนกัน; **~ rows of houses** บ้านทรงเดียวกันเป็นแถว ๆ ❷ *n.* เครื่องแบบ; **in/out of ~:** ใน/นอกเครื่องแบบ; **be in/out of ~:** แต่ง/ไม่ได้แต่งเครื่องแบบ

uniformed /'ju:nɪfɔ:md/'ยูนิฟอมดฺ/ *adj.* ที่สวมเครื่องแบบ

uniformity /ju:nɪ'fɔ:mɪtɪ/ยูนิ'ฟอมิทิ/ *n.* ความเหมือนกัน, ความเป็นแบบเดียวกัน; *(constant nature)* ภาวะเอกรูป (ร.บ.), ความสม่ำเสมอ; **impose ~ of belief on ...:** พยายามทำให้มีความเชื่อเหมือนกัน

uniformly /'ju:nɪfɔ:mlɪ/'ยูนิฟอมลิ/ *adv.* Ⓐ *(unvaryingly)* อย่างไม่แตกต่าง; Ⓑ *(equally)* อย่างเท่าเทียมกัน

unify /'ju:nɪfaɪ/'ยูนิฟาย/ *v.t.* ทำให้รวมเป็นอันหนึ่งอันเดียวกัน, ทำให้เป็นเอกภาพ

unilateral /ju:nɪ'lætərl/ยูนิ'แลเทอระ'ล/ *adj.* ที่ทำโดยฝ่ายเดียว

unilateralist /ju:nɪ'lætərəlɪst/ยูนิ'แลเทอะเรอะลิซท/ *n.* ผู้สนับสนุนการประกาศสงบศึกฝ่ายเดียว หรือ ดำเนินนโยบายระหว่างประเทศโดยไม่มีพันธมิตร

unilaterally /ju:nɪ'lætərəlɪ/ยูนิ'แลเทอะเรอะลิ/ *adv.* โดยฝ่ายเดียว

unilingual /ju:nɪ'kɪŋgwəl/ยูนิ'ลิงเกวิล/ *adj.* พูดได้ภาษาเดียว

unimaginable /ʌnɪ'mædʒɪnəbl/อันอิ'แมจิเนอะบ'ล/ *adj.* ที่ไม่สามารถจินตนาการได้

unimaginative /ʌnɪ'mædʒɪnətɪv/อันอิ'แมจิเนอะทิว/ *adj.*, **unimaginatively** /ʌnɪ'mædʒɪnətɪvlɪ/อันอิ'แมจิเนอะทิวลิ/ *adv.* อย่างไร้จินตนาการ

unimpaired /ʌnɪm'peəd/อันอิม'แพด/ *adj.* ไม่เสื่อมสภาพ; **he emerged from the trial with ~ prestige** เขาหลุดพ้นจากคดีโดยมิได้เสื่อมเกียรติลงเลย

unimpeachable /ʌnɪm'pi:tʃəbl/อันอิม'พีเฉอะบ'ล/ *adj.* Ⓐ *(blameless)* ไม่มีที่ติ, ตำหนิ; Ⓑ *(beyond question)* ไม่น่าสงสัย, ไม่ควรที่จะสงสัย

unimpeded /ʌnɪm'pi:dɪd/อันอิม'พีดิด/ *adj.* ไม่ถูกกีดกั้นขัดขวาง

unimportance /ʌnɪm'pɔ:təns/อันอิม'พอเทินซฺ/ *n., no pl.* ความไม่สำคัญ

unimportant /ʌnɪm'pɔ:tənt/อันอิม'พอเทินทฺ/ *adj.* ไม่สำคัญ

unimpressed /ʌnɪm'prest/อันอิม'เพร็ซทฺ/ *adj.* ไม่รู้สึกประทับใจ

unimpressive /ʌnɪm'presɪv/อันอิม'เพร็ซซีว/ *adj.* ไม่น่าประทับใจ; *(unconvincing)* ไม่น่าเชื่อถือ

uninfluenced /ʌn'ɪnflʊənst/อัน'อินฟลุเอินซทฺ/ *adj.* ไม่ได้รับอิทธิพล, ไม่อยู่ภายใต้อิทธิพล

uninformative /ʌnɪn'fɔ:mətɪv/อันอิน'ฟอเมอะทิว/ *adj.* ไม่ให้ข้อมูล; **he is ~ about his plans** เขาไม่ให้ข้อมูลเกี่ยวกับแผนการของเขา

uninformed /ʌnɪn'fɔ:md/อันอิน'ฟอมดฺ/ *adj.* Ⓑ *(not informed)* ไม่ได้รับรู้, ไม่รู้เห็น; **be [entirely] ~ about the development** ไม่ได้รับแจ้งเกี่ยวกับการพัฒนา [ใด ๆ ทั้งสิ้น]; Ⓑ *(based on ignorance)* ไม่มีความรู้; **~ guess** การเดาสุ่ม

uninhabitable /ʌnɪn'hæbɪtəbl/อันอิน'แฮบิเทอะบ'ล/ *adj.* ไม่สามารถใช้เป็นที่อยู่อาศัยได้

uninhabited /ʌnɪn'hæbɪtɪd/อันอิน'แฮบิทิด/ *adj.* ไม่มีคนอยู่อาศัย; **an ~ island** เกาะร้าง

uninhibited /ʌnɪn'hɪbɪtɪd/อันอิน'ฮิบบิทิด/ *adj.* ไม่ถูกห้ามปราม, ไม่ถูกยับยั้ง

uninitiated /ʌnɪ'nɪʃɪeɪtɪd/อันอิ'นิชชิเอทิด/ *adj.* ไม่ได้รับเข้าเป็นสมาชิกของสโมสร, ไม่ได้รับการให้ข้อมูลข่าวสาร; **~ in the mysteries** ไม่ล่วงรู้ความลี้ลับ; **the ~:** คนนอกกลุ่มที่ไม่รู้เรื่องราว

uninjured /ʌn'ɪndʒəd/อัน'อินเจิด/ *adj.* ไม่ได้รับบาดเจ็บ

uninspired /ʌnɪn'spaɪəd/อันอิน'ซปายเอิดฺ/ *adj.* ไม่ถูกดลใจ, ไม่ได้รับแรงบันดาลใจ; **I am/feel ~:** ฉัน/รู้สึกไม่มีแรงบันดาลใจ

uninspiring /ʌnɪn'spaɪərɪŋ/อันอิน'ซปายริง/ *adj.* ไม่มีแรงดลใจ, ไม่ให้แรงบันดาลใจ

uninsured /ʌnɪn'ʃʊəd/อันอิน'ชัวดฺ/ *adj.* ไม่ได้ทำประกันภัยเอาไว้

unintelligent /ʌnɪn'telɪdʒənt/อันอิน'เท็ลลิเจินทฺ/ *adj.* ไม่ฉลาด, โง่; **pretty ~:** โง่น่าดู

unintelligible /ʌnɪn'telɪdʒəbl/อันอิน'เท็ลลิเจอะบ'ล/ *adj.* ไม่เป็นที่เข้าใจได้, ฟัง/อ่านไม่รู้เรื่อง

unintended /ʌnɪn'tendɪd/อันอิน'เท็นดิด/ *adj.* ไม่ตั้งใจ

unintentional /ʌnɪn'tenʃənl/อันอิน'เท็นเชอะน'ล/ *adj.*, **unintentionally** /ʌnɪn'tenʃənəlɪ/อันอิน'เท็นเชอะเนอะลิ/ *adv.* โดยมิได้ตั้งใจ; *(Law)* โดยไม่มีเจตนา

uninterested /ʌn'ɪntrestɪd/อัน'อินเทร็ซติด/ *adj.* ไม่สนใจ (**in** ใน)

uninteresting /ʌn'ɪntrəstɪŋ/อัน'อินเทริซติง/ *adj.* ไม่น่าสนใจ

uninterrupted /ʌnɪntə'rʌptɪd/อันอินเทอะ'รัพทิด/ *adj.* Ⓐ *(continuous)* ต่อเนื่องกันไป; Ⓑ *(not disturbed)* ไม่ถูกรบกวน, ไม่ขาดตอน

uninvited /ʌnɪn'vaɪtɪd/อันอิน'ไวทิด/ *adj.* ไม่ได้เชื้อเชิญ, ไม่ได้รับเชิญ

uninviting /ʌnɪn'vaɪtɪŋ/อันอิน'ไวทิง/ *adj.* ไม่ดึงดูดความสนใจ, ไม่เชื้อเชิญ

uninvolved /ʌnɪn'vɒlvd/อันอิน'วอลวดฺ/ *adj.* ไม่เกี่ยวข้อง, ไม่พัวพัน (**in** ใน); **be or remain ~:** ยังคงไม่เข้าไปเกี่ยวข้อง

union /'ju:nɪən, 'ju:njən/'ยูเนียน/ *n.* Ⓐ *(trade ~)* สหภาพ (แรงงาน); Ⓑ *(political unit)* องค์กรทางการเมือง; **'State of the U~' message** *(Amer. Polit.)* แถลงการณ์ของประธานาธิบดีประจำปี; Ⓒ **[Students'] U~:** องค์การนักศึกษา; Ⓓ *(marriage)* การสมรส; Ⓔ *(concord)* ความปรองดองกัน, ความสามัคคีกัน; **they lived together in perfect ~:** พวกเขาอาศัยอยู่ด้วยกันอย่างสามัคคี; Ⓕ *(uniting)* การรวมเข้าด้วยกัน

unionism /'ju:nɪənɪzm, 'ju:njənɪzm/'ยูเนียนิซ'ม/ *n.* Ⓐ *(of trade unions)* หลักการของสหภาพแรงงาน; Ⓑ *(Brit. Polit.)* การสนับสนุนการรวมเป็นสหราชอาณาจักรของไอร์แลนด์เหนือ

unionist /'ju:nɪənɪst, 'ju:njənɪst/'ยูเนียนิซทฺ/ *n.* Ⓐ *(member of trade union)* สมาชิกสหภาพ

แรงงาน; *(advocate of trade unions)* ผู้สนับสนุนสหภาพแรงงาน; **B** **U~** *(Polit.)* ผู้สนับสนุนการรวมกันของอังกฤษและไอร์แลนด์เหนือ

unionize (**unionise**) /ˈjuːnɪənaɪz, ˈjuːnjənaɪz/ˈยูเนียนายซฺ/ *v.t.* **~ a company** ตั้งสหภาพในบริษัท; **~d labour** สหภาพแรงงาน

Union: **~ Jack** *n. (Brit.)* ธงชาติสหราชอาณาจักร; **~ member** *n.* สมาชิกสหภาพแรงงาน; **~ of Soviet Socialist Republics** *n. (Hist.)* สหภาพสาธารณรัฐสังคมนิยมโซเวียต; **u~ suit** *n. (Amer.)* เสื้อชั้นในผู้ชายที่เย็บติดเป็นชุด

unique /juːˈniːk/ยูˈนีค/ *adj.* **A** *(unparalleled)* ไม่มีเหมือน; *(not repeated)* มีลักษณะเฉพาะ, เป็นอันหนึ่งอันเดียว; **this vase is ~:** แจกันนี้เป็นหนึ่งเดียวไม่มีใบอื่นเหมือน; **this problem is ~ to our society** ปัญหานี้มีเฉพาะในสังคมของพวกเรา; **these animals are ~ to Australia** สัตว์เหล่านี้มีเฉพาะในออสเตรเลีย; **B** *(coll.: remarkable)* โดดเด่น, น่าจับตา

uniquely /juːˈniklɪ/ยูˈนีคลิ/ *adv.* **A** *(exclusively)* อย่างเฉพาะ, อย่างที่ไม่มีใครเหมือน; **that distinction is ~ his** ความโดดเด่นนั้นเป็นลักษณะของเขาโดยเฉพาะ; **B** *(to a unique degree)* ไม่มีใครเหมือน, ไม่มีใครเทียบเท่า

uniqueness /juːˈniːknɪs/ยูˈนีคนิซ/ *n., no pl.* เอกภูมิ, ความเป็นหนึ่งเดียว

unisex /ˈjuːnɪseks/ˈยูนิเซ็คซฺ/ *adj.* ใช้ได้ทั้งสองเพศ; *(เสื้อผ้า, ทรงผม ฯลฯ)* ที่เหมาะสมทั้งชายและหญิง; **~ hairdresser** ช่างทำผมทั้งชายหญิง

unison /ˈjuːnɪsən/ˈยูนิเซิน/ ❶ *n.* **A** *(Mus.)* ความสอดคล้องเข้ากัน, การประสานเสียงหรือเครื่องดนตรี; **in ~:** โดยประสานเสียง/ดนตรี; **act in ~** *(fig.)* ปฏิบัติพร้อมเพรียงกัน; **act in ~ with sb.** ปฏิบัติพร้อมกันกับ *ค.น.*; **B** *(concord)* ความสามัคคี, ความปรองดอง ❷ *adj. (Mus.)* ที่ประสานเข้ากัน

unit /ˈjuːnɪt/ˈยูนิท/ *n.* **A** *(element, group, regarded as complete; also Mil.)* หน่วย; *(in complex mechanism)* ส่วนประกอบ; **x-ray ~:** หน่วยเอกซเรย์; **armoured ~** *(Mil.)* หน่วยยานเกราะ; **motor ~** *(Railw.)* หัวรถจักร; **B** *(in adding numbers by columns) (Math.)* **the ~s column** เลขหลักหน่วย; **C** *(quantity chosen as standard)* หน่วยมาตรฐาน; *(of gas, electricity)* หน่วยนับ/ปริมาณ; **~ of length/monetary ~:** หน่วยวัดความยาว/หน่วยเงินตรา; **D** *(piece of furniture)* ชิ้นประกอบชุดเรือน; **kitchen ~:** ตู้ในครัว; **wall ~:** ตู้ติดผนัง; **E** *(esp. electrical device)* อุปกรณ์ที่มีหน้าที่เฉพาะ; **F** *(building)* **shop ~:** ร้านค้าหนึ่งห้อง; **residential ~:** ห้องชุดที่อยู่อาศัย; **factory ~:** โรงงานหนึ่งโรง; **G** *(Brit. Finance)* ส่วนแบ่ง *(ในสถาบันที่รับเงินจากมหาชนมาลงทุนหากำไร)*

Unitarian /juːnɪˈteərɪən/ยูนิˈแทเรียน/ *(Relig.)* ❶ *n.* บุคคลที่เชื่อว่าพระเจ้าเป็นเอกภาวะ มิใช่ตรีเอกานุภาพ ❷ *adj. เกี่ยวข้องกับบุคคลกลุ่มนี้*

unitary /ˈjuːnɪterɪ/ˈยูนิเทริ/ *adj.* เกี่ยวกับหน่วย; มีลักษณะเดียวกัน

unite /juːˈnaɪt/ยูˈไนท/ ❶ *v.t.* รวมกัน, ร่วมกัน ❷ *v.i.* **A** *(join together)* ร่วมกัน *(เพื่อจุดประสงค์หรือการกระทำอย่างเดียวกัน)*; **B** *(join forces)* รวมกำลังกัน; *(form merger)* ควบรวมกิจการเข้าด้วยกัน; **~ in doing sth.** ร่วมกันทำ *ส.น.*

united /juːˈnaɪtɪd/ยูˈไนติด/ *adj.* **A** *(harmonious)* เป็นอันหนึ่งอันเดียวกัน, สามัคคีปรองดองกัน; **a ~ front** แนวร่วม *(พรรคการเมือง)*; **~ we stand, divided we fall** รวมกันเราอยู่ แยกกันเราตาย; **B** *(combined)* รวมกัน, ร่วมกัน; **their ~ efforts found the solution** แนวร่วมแรงของพวกเขาช่วยหาทางแก้ไขจนได้

United: **~ Arab ˈEmirates** *pr. n. pl.* ประเทศสหรัฐอาหรับเอมิเรตส์; **~ ˈKingdom** *pr. n.* ประเทศสหราชอาณาจักร; **~ ˈNations** *pr. n. sing.* สหประชาชาติ; **~ Reˈformed Church** *n.* คริสต์ศาสนาสหนิกายของอังกฤษ; **~ ˈStates** *n.* ➡ **state** 1 E; **~ States of Aˈmerica** *n. sing.* ประเทศสหรัฐอเมริกา

unit: **~ ˈfurniture** *n.* เครื่องเรือนที่เป็นชุด; **~ ˈprice** *n. (Commerc.)* ราคาต่อหน่วย, ราคาสินค้าแยกแต่ละชิ้น; **~ ˈtrust** *n. (Brit. Finance)* หน่วยลงทุน, *สถาบันที่รับเงินลงทุนจากมหาชนมาจัดการหากำไร แล้วจ่ายปันผล*

unity /ˈjuːnɪtɪ/ˈยูนิทิ/ *n.* **A** *(state of being united)* ความเป็นเอกภาพ, การรวบรวมเข้าด้วยกัน; *(of work of art, idea)* เอกภาพ; **their ~ of purpose** การที่เขามีจุดประสงค์ร่วมกันเป็นหนึ่งเดียว; **the dramatic unities** *กฎเอกภาพในการละครที่จำกัดให้เหตุการณ์ในเรื่องเกิดขึ้น ณ สถานที่เดียวและมีโครงเรื่องเดียว*; **B** *(Math.)* จำนวน ‘1’ ที่ไม่ทำให้ปริมาณเปลี่ยนแปลง; **C** *(harmony)* ความสามัคคี

universal /juːnɪˈvɜːsl/ยูนิˈเวอซ่ล/ *adj.* **A** *(prevailing everywhere)* มีอยู่ทุกหนทุกแห่ง, สากล, ครอบจักรวาล; **less ~:** ไม่เป็นสากล; **there was ~ terror** คนพากันหวาดกลัวทุกหนทุกแห่ง; **become ~:** กลายเป็นสิ่งสากล; **B** *(involving or versed in all fields of knowledge)* มีความรู้ในทุกแขนง; **~ genius** อัจฉริยบุคคลในทุกแขนงวิชา; **C** *(common to all members of a class)* ธรรมดาสามัญทั่วชนชั้นหนึ่ง; **D** *(meeting varied requirements)* เอนกประสงค์; **~ remedy** การรักษาแบบครอบจักรวาล, ยาที่รักษาได้ทุกโรค

universality /juːnɪvɜːˈsælɪtɪ/ยูนิเวอˈแซลิทิ/ *n., no pl.* **A** *(universal prevalence)* ความมีอยู่ทั่วไปทุกหนทุกแห่ง, ความเป็นสากล; **B** *(universal comprehensiveness)* ภาวะที่ครอบคลุมทั่วไปทั้งหมด

universal: **~ ˈjoint** *n.* ข้อต่อเพลาที่หักหมุนได้รอบตัว; **~ language** *n.* ภาษาสากล; **~ suffrage** *n.* สิทธิออกเสียงเลือกตั้งทั่วไป

universally /juːnɪˈvɜːsəlɪ/ยูนิˈเวอเซอะลิ/ *adv.* โดยทั่วไป, อย่างสากล; **~ opposed to these politics/hostile to foreigners** ร่วมกันคัดค้านความคิดเห็นทางการเมืองเหล่านี้/เป็นศัตรูกับคนต่างชาติโดยทั่วไป

universe /ˈjuːnɪvɜːs/ˈยูนิเวิซ/ *n.* **A** จักรวาล; *(world; fig.: mankind)* มนุษยชาติ; **B** ➡ **cosmos** B

university /juːnɪˈvɜːsɪtɪ/ยูนิˈเวอซิทิ/ *n.* มหาวิทยาลัย; *attrib.* มหาวิทยาลัย; **go to ~:** เข้ามหาวิทยาลัย; **at ~:** อยู่มหาวิทยาลัย

unjust /ʌnˈdʒʌst/อันˈจัซทฺ/ *adj.* ไม่ยุติธรรม, อยุติธรรม (**to** ต่อ); **it would be ~ not to refer to X** ถ้าไม่เอ่ยถึงเอ็กซ์เสียเลยก็นับว่าไม่ยุติธรรม

unjustifiable /ʌnˈdʒʌstɪfaɪəbl/อันˈจัซติไฟเออะบ'ล/ *adj.* แก้ตัวไม่ได้, ไม่สามารถอ้างได้, ฟังไม่ขึ้น; **be ~:** ฟังไม่ขึ้น

unjustifiably /ʌnˈdʒʌstɪfaɪəblɪ/อันˈจัซติไฟเออะบลิ/ *adv.* อย่างไม่ถูกต้อง, อย่างไม่ยุติธรรม, อย่างอ้างไม่ได้

unjustified /ʌnˈdʒʌstɪfaɪd/อันˈจัซติฟายดฺ/ *adj.* ไม่มีเหตุมีผลที่น่าเชื่อถือ, ไม่ยุติธรรม; **you are entirely ~ in thinking ...:** คุณไม่มีเหตุผลเลยที่จะคิดว่า...

unjustly /ʌnˈdʒʌstlɪ/อันˈจัซทฺลิ/ *adv.* อย่างไม่ยุติธรรม, อย่างลำเอียง

unkempt /ʌnˈkempt/อันˈเค็มทฺ/ *adj.* **A** *(dishevelled) (ผม)* ยุ่งเหยิง; *(คน)* สกปรกเปรอะเปื้อน; **B** *(untidy)* ไม่เรียบร้อย, รกรุงรัง

unkind /ʌnˈkaɪnd/อันˈคายนฺดฺ/ *adj.* ไม่เมตตา, ไม่กรุณา, ใจร้าย; **be ~ to sb./animals** ไม่เมตตา *ค.น./สัตว์*

unkindly /ʌnˈkaɪndlɪ/อันˈคายนฺดฺลิ/ *adv.* อย่างไร้เมตตา, อย่างไร้ความกรุณา, อย่างใจร้าย; **fate treated her ~:** โชคชะตาทำกับเธออย่างไร้เมตตา

unkindness /ʌnˈkaɪndnɪs/อันˈคายนฺดฺนิซ/ *n.* การไร้ความเมตตา, ความใจร้าย

unknot /ʌnˈnɒt/อันˈนอท/ *v.t.,* **-tt-** แก้ปม/เงื่อน, คลายปม/เงื่อน

unknowing /ʌnˈnəʊɪŋ/อันˈโนอิง/ ➡ **unwitting**

unknowingly /ʌnˈnəʊɪŋlɪ/อันˈโนอิงลิ/ ➡ **unwittingly**

unknown /ʌnˈnəʊn/อันˈโนน/ ❶ *adj.* ไม่รู้, ไม่ทราบ, ไม่รู้จัก; **an ~ number of people died in the accident** มีผู้เสียชีวิตจากอุบัติเหตุไม่ทราบจำนวน; **sb./sth. is ~ to sb.** *ค.น./ส.น.* ไม่เป็นที่รู้จักแก่ *ค.น.*; **a drug ~ to us** ยาที่พวกเราไม่รู้จัก; **it is ~/not ~ for him to do such a thing** เขาไม่เคย/เคยทำสิ่งนั้นมาก่อน; **~ territory** *(lit. or fig.)* ดินแดนที่ไม่เป็นที่รู้จัก; **the U~ Soldier** *or* **Warrior** ทหารนิรนาม; **murder by person** *or* **persons ~:** การฆาตกรรมโดยบุคคลหรือกลุ่มบุคคลที่ไม่ทราบนาม; **~ strengths/reserves** *(unsuspected)* พละกำลัง/ทุนสำรองที่ไม่อาจคาดคะเนได้; ➡ **+ country** A; **quantity** E ❷ *adv.* **~ to sb.** โดยที่ *ค.น.* ไม่รู้ ❸ *n.* **A** **the ~:** สิ่งที่ไม่เป็นที่รู้จัก; **fear of the ~:** ความกลัวสิ่งที่ไม่รู้จัก/คุ้นเคย; **journey/voyage into the ~** *(lit. or fig.)* การเดินทางไปยังสิ่งที่ไม่รู้จัก, เริ่มทำ *ส.น.* ที่ไม่มีประสบการณ์; **B** *(person)* **an ~:** ผู้ที่ไม่มีชื่อเสียง; **C** *(Math.: quantity)* จำนวนที่ไม่ทราบค่า; **an equation with two ~s** สมการที่มีจำนวนที่ไม่ทราบค่าสองจำนวน; **D** *(factor)* ปัจจัยที่ยังไม่รู้

unlabelled (*Amer.:* **unlabeled**) /ʌnˈleɪbld/อันˈเลบ'ลดฺ/ *adj.* ไม่มีฉลากติดไว้

unlace /ʌnˈleɪs/อันˈเลซ/ *v.t.* แก้เชือกที่ร้อยไว้

unladen /ʌnˈleɪdn/อันˈเลด'น/ *adj.* **~ weight** น้ำหนัก *(ของยานพาหนะ)* ที่ยังไม่ได้บรรทุกของ

unladylike /ʌnˈleɪdɪlaɪk/อันˈเลดิไลค/ *adj.* ไม่ใช่ลักษณะสุภาพสตรี; **very ~:** ไม่เป็นสุภาพสตรีเลย

unlatch /ʌnˈlætʃ/อันˈแลฉ/ ❶ *v.t.* ถอดกลอน, ถอดสลัก ❷ *v.i.* ไม่ได้ใส่กลอนไว้

unlawful /ʌnˈlɔːfl/อันˈลอฟ'ล/ *adj.* ที่ผิดกฎหมาย; **~ possession of firearms/drugs** การครอบครองอาวุธปืน/ยาเสพติดที่ผิดกฎหมาย; **~ assembly** การชุมนุมที่ผิดกฎหมาย

unlawfully /ʌnˈlɔːfəlɪ/อันˈลอเฟอะลิ/ *adv.* อย่างผิดกฎหมาย

unleaded /ʌnˈledɪd/อันˈเล็ดดิด/ *adv.* ไร้สารตะกั่ว

unlearn /ʌnˈlɜːn/อันˈเลิน/ *v.t., forms as* **learn** 1: ลืม *(ความรู้)*; ทิ้ง *(นิสัยที่ไม่ดี)*

unleash /ʌnˈliːʃ/อันˈลีช/ *v.t.* แก้, ปลดเชือกผูกคอ *(สุนัข)*; *(fig.)* ปล่อย *(ความรู้สึก)* ให้เป็นอิสระ; **~ sth. [up]on sb.** ปล่อย *ส.น.* ไปสู่ *ค.น.*; **~ violence/[a] war on a country** ก่อความรุนแรง/สงครามกับประเทศหนึ่ง

unleavened /ʌnˈlevnd/อันˈเล็ว'นดฺ/ *adj.* ไม่ได้ใส่เชื้อฟู

unless /ʌn'les, ən'les/อัน'เล็ซ, เอิน'เล็ซ/ *conj.* นอกจาก, เว้นแต่; **I shall not do it ~ I am paid for it** ฉันจะไม่ทำมันนอกจากจะได้รับค่าตอบแทน; **I shall expect you tomorrow ~ I hear from you/hear to the contrary** ฉันจะรอพบคุณพรุ่งนี้ นอกจากว่าคุณจะแจ้ง/โทรมาบอกว่าจะไม่มา; **I might go, but not ~ I'm asked to** ฉันอาจจะไป แต่เฉพาะเมื่อได้รับเชิญเท่านั้น; **~ I'm [very much] mistaken** ถ้าหากว่า ฉันไม่ได้เข้าใจผิด [อย่างมาก]; **~ he comes soon, I shall leave** ถ้าหากเขาไม่มาเร็ว ๆ นี้ ฉันก็จะไปละ; **~ otherwise indicated** *or* **stated** ยกเว้นว่าระบุเป็นอย่างอื่น

unlettered /ʌn'letəd/อัน'เล็ทเทิด/ *adj.* Ⓐ *(illiterate)* ที่อ่านหนังสือไม่ออก, ไม่รู้หนังสือ; Ⓑ *(uneducated)* ไม่ได้รับการศึกษา

unliberated /ʌn'lɪbəreɪtɪd/อัน'ลิเบอะเรทิด/ *adj.* ไม่เป็นอิสระ

unlicensed /ʌn'laɪsənst/อัน'ไลเซินซุท/ *adj.* *(นักบิน, พ่อ/แม่ค้า)* ที่ไม่มีใบอนุญาต, ไม่ได้รับอนุญาต, ไม่มีการควบคุม/บังคับ; **~ premises** สถานที่/บริเวณที่ไม่มีใบอนุญาต *(ให้ดื่มสุรา)*

unlighted /ʌn'laɪtɪd/อัน'ไลทิด/ ➡ **unlit**

unlike /ʌn'laɪk/อัน'ไลค/ ❶ *adj.* ไม่เหมือนกัน, แตกต่างกัน; *(unequal)* **~ signs** *(Math.)* เครื่องหมายไม่เท่ากัน; **~ poles** *(Phys.)* ขั้วที่ไม่เท่ากัน; **they are ~**: พวกเขาไม่เหมือนกัน ❷ *prep.* **be ~ sb./sth.** ไม่เหมือน *ค.น./ส.น.*; **those people are ~ us** ผู้คนเหล่านั้นแตกต่างจากพวกเรา; **be not ~ sb./sth.** ไม่ต่างจาก *ค.น./ส.น.*; **his new novel is ~ his previous ones** นวนิยายเรื่องใหม่ของเขาไม่เหมือนเรื่องก่อน ๆ; **sth. is ~ sb.** *(not characteristic of)* *ส.น.* ไม่ใช่วิสัยของ *ค.น.*; **it is ~ him to be late** ไม่ใช่วิสัยของเขาที่จะมาสาย; **~ her brother, she likes walking** เธอต่างจากน้องชายตรงที่เธอชอบเดิน; **she sings quite ~ other singers** เธอร้องเพลงไม่เหมือนนักร้องคนอื่น ๆ เลย

unlikelihood /ʌn'laɪklɪhʊd/อัน'ไลคลิฮุด/ *n., no pl.* ความไม่น่าจะเป็นไปได้; **despite the ~ of the player's being fit** ถึงแม้ว่าโอกาสที่นักกีฬาจะแข็งแรงพอที่จะเล่นมีน้อย

unlikely /ʌn'laɪklɪ/อัน'ไลคลิ/ *adj.* Ⓐ ไม่น่าจะเป็นไปได้; **be ~ to do sth.** ไม่น่าจะทำ *ส.น.*; **in the ~ event that ...:** ในเหตุการณ์ที่ไม่น่าจะเกิดขึ้นที่ว่า...; **he's ~ to be chosen for the part/post** เขาไม่น่าจะได้รับเลือกให้แสดงบทนั้น/สำหรับตำแหน่งนั้น; Ⓑ *(unsuitable)* **an ~ candidate/man for the job** ผู้สมัคร/บุคคลที่ไม่เหมาะกับตำแหน่ง; **she looked in every likely and ~ place to find her key** เธอหากุญแจของเธอทุกแห่ง ทั้งที่น่าจะเจอและที่ไม่น่าเจอ

unlimited /ʌn'lɪmɪtɪd/อัน'ลิมมิทิด/ *adj.* ไม่จำกัด, ไม่มีขอบเขต; **~ drinks** เครื่องดื่มต่าง ๆ ไม่จำกัดปริมาณ; **~ liability** *(Commerc.)* หนี้สินที่ไม่จำกัด; **~ company** *(Commerc.)* บริษัทไม่จำกัด; **~ mileage** ระยะการเดินทางไม่จำกัด *(ระบุในสัญญาเช่ารถยนต์)*

[1]**unlined** /ʌn'laɪnd/อัน'ลายนุด/ *adj.* *(without lining)* *(เสื้อผ้า)* ไม่มีซับใน

[2]**unlined** *adj.* *(without lines)* ไม่มีเส้นบรรทัด

unlisted /ʌn'lɪstɪd/อัน'ลิซติด/ *adj.* ที่ไม่ได้อยู่ในรายชื่อ/ที่ไม่ได้เข้าตลาดหลักทรัพย์; **~ stock/securities** *(Finance)* หุ้นที่ไม่ได้เข้าตลาดหลักทรัพย์; **~ [telephone] number** หมายเลข [โทรศัพท์] ที่ไม่ปรากฏในสมุดโทรศัพท์

unlit /ʌn'lɪt/อัน'ลิท/ *adj.* *(ถนน, ทาง)* ไม่ได้จุดไฟ; *(โคมไฟ)* ที่ยังไม่เปิด

unload /ʌn'ləʊd/อัน'โลด/ ❶ *v.t.* Ⓐ ขน *(สินค้า)* ลง; ถ่ายของออก *(จากเรือ, เครื่องบิน ฯลฯ)*; **~ a donkey** ยกสัมภาระลงจากหลังลา; **the bus/ship ~ed its passengers** รถประจำทาง/เรือปล่อยผู้โดยสารลง; Ⓑ *(dispose of; Commerc.: sell off, dump)* ทิ้ง, เทขาย; **~ goods on the market** เทขายสินค้าในตลาด; **~ sb./sth. on[to] sb.** *(fig.)* โยนภาระสำหรับ *ค.น./ส.น.* มาให้ *ค.น.*; **~ one's job/responsibility on[to] sb. else** โอนงาน/ความรับผิดชอบของตนให้อีก *ค.น.*; Ⓒ ถอดออก, ปลดออก; **~ [the film from] a camera** ถอด [ฟิล์ม] ออกจากกล้อง ❷ *v.i.* *(เรือ)* ถูกขนสินค้าลง, ถ่ายสินค้าลง; **start ~ing** เริ่มขนถ่ายสินค้าลง

unloaded /ʌn'ləʊdɪd/อัน'โลดดิด/ *adj.* Ⓐ *(รถยนต์, เรือ)* ที่ขนถ่ายสินค้าลงแล้ว; Ⓑ ที่ปลดกระสุนออกแล้ว

unlock /ʌn'lɒk/อัน'ลอค/ *v.t.* Ⓐ ถอดกลอน, ไขกุญแจ; **~ed** ไม่ได้ใส่กุญแจ; **leave the door ~ed when you go out** ไม่ต้องใส่กุญแจประตูนะเวลาคุณออกไปข้างนอก; **the gate was left ~**: ประตูบ้านไม่ได้ใส่กุญแจ; *(fig.)* **~ a secret/puzzle** ไขความลับ/ปริศนา; **this book has ~ed the world of literature for him** หนังสือเล่มนี้ได้เปิดโลกแห่งวรรณกรรมให้แก่เขา; Ⓑ *(fig.: release)* ปล่อยออกมา, ปลดปล่อย

unlooked-for /ʌn'lʊktfɔ:(r)/อัน'ลุคทฺฟอ(ร)/ *adj.* ไม่ได้คาดคิดมาก่อน; **a virtue perhaps ~ in him** คุณความดีที่อาจไม่ได้คาดคิดจะพบในตัวเขา

unloose /ʌn'lu:s/อัน'ลูซ/ ➡ **loose 2**

unlovable /ʌn'lʌvəbl/อัน'ลัฺวเวอะบ'ล/ *adj.* ไม่น่ารัก

unloved /ʌn'lʌvd/อัน'ลัฺวดฺ/ *adj.* ไม่เป็นที่รัก

unlovely /ʌn'lʌvlɪ/อัน'ลัฺวลิ/ *adj.* ไม่สวย/ไม่น่าดู; *(in character)* ไม่น่ารัก

unluckily /ʌn'lʌkɪlɪ/อัน'ลัคคิลิ/ *adv.* อย่างโชคร้าย, อย่างไม่มีโชค; **~ for him/her** โชคไม่ดีสำหรับเขา/เธอ

unlucky /ʌn'lʌkɪ/อัน'ลัคคิ/ *adj.* Ⓐ โชคร้าย; *(not successful)* ไม่ประสบความสำเร็จ; **be [very/really] ~**: ช่างอับโชคเหลือเกิน/จริง ๆ; **lucky at cards, ~ in love** โชคดีในเรื่องการพนัน โชคร้ายในเรื่องความรัก; Ⓑ *(bringing bad luck)* **an ~ date/number** วันที่/ตัวเลขที่นำโชคร้ายมาให้ *หรือ* เป็นกาลกิณี; **an ~ sign/omen** สัญญาณ/ลางร้าย; **be born under an ~ star** เกิดใต้ดาวเคราะห์ร้าย, เกิดมาดวงไม่ดี; **be ~**: เคราะห์ร้าย; **it was ~ [for him] that he couldn't come** โชคร้าย [สำหรับเขา] ที่เขามาไม่ได้

unmade /ʌn'meɪd/อัน'เมด/ *adj.* *(เตียง)* ไม่ได้ทำ; *(ถนน)* ที่ไม่ได้ราดยาง

unmade-up /ʌnmeɪd'ʌp/อันเมด'อัพ/ *adj.* ไม่ได้แต่งหน้า/ใช้เครื่องสำอาง

unmake /ʌn'meɪk/อัน'เมค/ *v.t.*, **unmade** /ʌn' meɪd/อัน'เมด/ ถอดถอน *(ข้อตกลง)*; เปลี่ยนแปลง *(การตัดสินใจ)*; ทำลาย *(แผนการ, ชื่อเสียง)*

unman /ʌn'mæn/อัน'แมน/, *v.t.*, **-nn-** Ⓐ **~ sb.** *(deprive of strength)* ทำให้ *ค.น.* ไม่มีเรี่ยวแรง; *(deprive of courage)* ทำให้ขาดความกล้า; **~ned by grief** หมดกำลังใจจากความเศร้าโศก; Ⓑ *(emasculate, castrate)* ทำให้หมดความเป็นชาย, ถูกตอน

unmanageable /ʌn'mænɪdʒəbl/อัน'แมนิเจอะบ'ล/ *adj.* Ⓐ *(difficult to control)* ควบคุม/บังคับยาก; **the car/boat became ~**: รถ/เรือเกิดควบคุมไม่ได้; Ⓑ *(unwieldy)* เก้งก้าง, เกะกะ

unmanly /ʌn'mænlɪ/อัน'แมนลิ/ *adj.* ไม่เป็นลูกผู้ชาย, อ่อนแอ/ขี้ขลาด

unmanned /ʌn'mænd/อัน'แมนดฺ/ *adj.* *(ยานอวกาศ, เรือ)* ไม่มีมนุษย์, ไร้คนขับ; *(with nobody in attendance)* *(ตู้ยาม)* ไม่มีคนเฝ้าดูแล

unmannerly /ʌn'mænəlɪ/อัน'แมเนอะลิ/ *adj.* ไม่มีมารยาท, ไม่สุภาพ, หยาบคาย; **it is ~ to do that** ไม่สุภาพที่ทำเช่นนั้น

unmarked /ʌn'mɑ:kt/อัน'มาคทฺ/ *adj.* Ⓐ *(without markings)* *(กล่อง, ลูกกระสุน)* ที่ไม่มีเครื่องหมาย; *(หลุมฝังศพ)* ที่ไม่ระบุชื่อ; **an ~ police car** รถตำรวจที่ไม่มีเครื่องหมาย; Ⓑ *(not spoilt by marks)* *(หนังสือ)* ไม่มีรอย, ไม่มีริ้วรอย; *(ผลไม้)* ไม่มีรอยช้ำ; **after ten rounds, the boxer was still ~**: หลังจากสิบยกผ่านไปแล้ว นักมวยยังไม่มีรอยฟกช้ำดำเขียว; **his face was ~ by the accident** ใบหน้าของเขาไม่มีริ้วรอยขีดข่วนจากอุบัติเหตุ; Ⓒ *(not corrected)* *(การบ้าน)* ไม่ได้รับการตรวจ Ⓓ *(not noticed)* ไม่มีใครสังเกต; Ⓔ *(Sport)* *(ผู้เล่น)* ที่ไม่ได้ถูกประกบ; Ⓕ *(Ling.)* ไม่มีเครื่องหมายแสดงไวยากรณ์

unmarketable /ʌn'mɑ:kɪtəbl/อัน'มาคิเทอะบ'ล/ *adj.* ขายไม่ออก

unmarriageable /ʌn'mærɪdʒəbl/อัน'แมริเจอะบ'ล/ *adj.* **be ~**: แต่งงานไม่ได้, ไม่มีใครอยากแต่งงานด้วย

unmarried /ʌn'mærɪd/อัน'แมริด/ *adj.* ที่ไม่ได้แต่งงาน; **~ mother/couple** มารดา/คู่ที่ไม่ได้แต่งงาน

unmask /ʌn'mɑ:sk, US -'mæsk/อัน'มาซคฺ, -'แมซคฺ/ *v.t.* **~ sb.** ถอดหน้ากากของ *ค.น.* ออก; *(fig.)* เปิดโปง *ค.น.*/กระชากหน้ากากของ *ค.น.* (**as** ว่าเป็น); **~ a plot/sb.'s intentions** *etc.* เปิดโปงแผนการ/ความตั้งใจของ *ค.น. ฯลฯ*

unmasking /ʌn'mɑ:skɪŋ/อัน'มาซกิ้ง/ *n.* การถอดหน้ากาก, การเปิดเผยอุปนิสัยที่แท้จริง

unmatched /ʌn'mætʃt/อัน'แมชทฺ/ *adj.* **be ~ [for sth.]** เทียบไม่ได้, สู้ไม่ได้ [ใน *ส.น.*]

unmentionable /ʌn'menʃənəbl/อัน'เม็นเชอะเนอะบ'ล/ *adj.* *(บาป, อาชญากรรม)* เลวจนไม่อาจกล่าวถึงได้; **an ~ topic/subject** หัวข้อ/เรื่องที่ไม่อาจจะกล่าวถึงได้

unmerciful /ʌn'mɜ:sɪfl/อัน'เมอซิฟ'ล/ *adj.* ไร้เมตตา, โหดร้าย

unmercifully /ʌn'mɜ:sɪfəlɪ/อัน'เมอซิเฟอะลิ/ *adv.* อย่างไร้เมตตา, อย่างโหดร้าย, **treat sb. ~**: ปฏิบัติต่อ *ค.น.* อย่างไร้เมตตา/โหดร้าย

unmerited /ʌn'merɪtɪd/อัน'เมะริทิด/ *adj.* ไม่คู่ควร

unmetalled /ʌn'metld/อัน'เม็ท'ลด/ *adj.* *(Brit.)* *(ถนน)* ที่ไม่ได้ราดยาง

unmethodical /ʌnmɪ'θɒdɪkl/อันมิ'ธอดิค'ล/ *adj.* ไม่มีระเบียบ, ยุ่งเหยิง

unmindful /ʌn'maɪndfl/อัน'มายนฺดฟ'ล/ *adj.* **be ~ of sth.** ไม่เอาใจใส่ *ส.น.*

unmistakable /ʌnmɪ'steɪkəbl/อันมิ'ซเตเคอะบ'ล/ *adj.* ที่ไม่มีทางผิดพลาดได้, ชัดเจน; *(เสียง)* เฉพาะบุคคล; **an ~ sign of sth.** สัญญาณที่ชัดเจนของ *ส.น.*; **there was ~ fear/relief in his voice** ความหวาดกลัว/ความโล่งใจปรากฏอย่างชัดเจนในน้ำเสียงของเขา

unmistakably /ʌnmɪ'steɪkəblɪ/อันมิ'ซเตเคอะบลิ/ *adv.* อย่างไม่ผิดพลาด, อย่างชัดเจน

unmitigated /ʌn'mɪtɪgeɪtɪd/อัน'มิททิเกทิด/ *adj.* ไม่ลดน้อยลง, ที่สุด, เต็มที่; **an ~**

U

scoundrel คนสารเลวที่สุด; **be an ~ disaster** *(coll.)* เป็นความหายนะแท้ ๆ

unmixed /ʌn'mɪkst/อัน'มิคซฺทฺ/ *adj.* ไม่ผสม, บริสุทธิ์; **his joy was not ~ with sadness** ความสุขของเขาระคนไปด้วยความเศร้า

unmolested /ʌnmɒ'lestɪd/อันมอ'เล็ซติด/ *adj.* ไม่ถูกรบกวน, ไม่มีใครมายุ่งด้วย

unmoor /ʌn'mʊə(r), ʌn'mɔː(r)/อัน'มัว(ร), อัน'มอ(ร)/ *v.t. & i.* ปลดโซ่ผูกเรือ, ถอนสมอเรือ

unmotivated /ʌn'məʊtɪveɪtɪd/อัน'โมทิเวฺทิด/ *adj.* ไม่ได้รับแรงกระตุ้น, ไม่มุ่งมั่น

unmounted /ʌn'maʊntɪd/อัน'มาวนฺทิด/ *adj.* *(เพชร)* ที่ไม่มีเรือน; *(รูป/ภาพ)* ที่ไม่ได้ใส่กรอบ

unmoved /ʌn'muːvd/อัน'มูวดฺ/ *adj.* ไม่เคลื่อนไหว, ไม่ขยับเขยื้อน, ไม่หวั่นไหว, ไม่สะทกสะท้าน; **be/remain ~ by sb.'s pleas** ไม่หวั่นไหวต่อคำขอร้องของ *ค.น.*; **he was ~ by the accusations** เขาไม่สะทกสะท้านต่อข้อกล่าวหาเหล่านั้น; **remain ~ by an argument** ยังคงไม่เปลี่ยนใจเนื่องจากข้อโต้แย้ง

unmusical /ʌn'mjuːzɪkl/อัน'มิวซิค'ล/ *adj.* *(ร้องเพลง)* ไม่เข้าทำนอง/ไม่ไพเราะ; *(บุคคล)* ไม่ชอบดนตรี, เล่นดนตรีไม่เป็น

unnameable /ʌn'neɪməbl/อัน'เนเมอะบ'ล/ *adj.* ไม่สามารถจะกล่าวชื่อได้

unnamed /ʌn'neɪmd/อัน'เนมดฺ/ *adj.* Ⓐ *(unidentified)* ไม่ได้ระบุชื่อ; Ⓑ *(having no name)* ที่ไม่มีชื่อ; **an ~ island/lake/mountain** เกาะ/ทะเลสาบ/ภูเขาที่ไม่มีชื่อ; **a species so far ~:** สายพันธุ์/ชนิดที่จนถึงขณะนี้ยังไม่ได้ตั้งชื่อ

unnatural /ʌn'nætʃrəl/อัน'แนเฉริล/ *adj.* Ⓐ ไม่เป็นธรรมชาติ; *(abnormal)* ผิดปกติ; *(perverted)* ผิดธรรมชาติ; *(uncaring)* *(แม่, ลูก)* ไม่ห่วงใย/ไม่เอาใจใส่; **not ~:** เป็นธรรมชาติ; **a mother who is cruel to her children is ~:** แม่ที่ทารุณกับลูก ๆ ของตนนั้นผิดธรรมชาติ; Ⓑ *(affected)* เสแสร้ง

unnaturally /ʌn'nætʃrəlɪ/อัน'แนเฉริอะลิ/ *adv.* Ⓐ อย่างไม่เป็นธรรมชาติ; **not ~:** อย่างเป็นธรรมชาติ; **he expected, not ~, that his father would help him** เป็นธรรมดาอยู่ที่เขาคาดว่าพ่อคงจะช่วยเขา; Ⓑ *(affectedly)* อย่างเสแสร้ง

unnavigable /ʌn'nævɪgəbl/อัน'แนวิเกอะบ'ล/ *adj.* *(แม่น้ำ, คลอง)* ไม่สามารถใช้เดินเรือได้

unnecessarily /ʌn'nesɪsərɪlɪ, US ʌnnesə'serəlɪ/อัน'เน็ซซิเซอะริลิ, อันเนะเซอะ'เซะลิ/ *adv.* Ⓐ อย่างไม่จำเป็น; **spend money/time ~:** ใช้เงิน/เวลาโดยไม่จำเป็น; Ⓑ *(excessively)* อย่างเกินไป; **be ~ high/long** สูง/ยาวเกินไป

unnecessary /ʌn'nesəsərɪ, US -serɪ/อัน'เน็ซเซอะเซอะริ, -เซะริ/ *adj.* ไม่จำเป็น; **it is ~ for sb. to do sth.** ไม่จำเป็นที่ *ค.น.* ต้องทำ *ส.น.*; **no, thank you, that's quite ~:** ไม่ ขอบคุณ นั่นไม่จำเป็นเลย

unneighbourly /ʌn'neɪbəlɪ/อัน'เนเบอะลิ/ *adj.* ไม่เป็นมิตร; **they are ~:** พวกเขาไม่เป็นเพื่อนบ้านที่ดี

unnerve /ʌn'nɜːv/อัน'เนิวฺ/ *v.t.* ทำให้เสียขวัญ, ทำให้ตกใจ, ทำให้ขยาด

unnerving /ʌn'nɜːvɪŋ/อัน'เนอวิง/ *adj.* ที่ทำให้เสียขวัญ, น่าเข็ดขยาด, น่าตกใจ; **be [too] ~:** น่าตกใจ/กลัว [เกินไป]; **an ~ reaction/incident** การตอบโต้/เหตุการณ์ที่ทำให้เสียขวัญ

unnoticed /ʌn'nəʊtɪst/อัน'โนทิซทฺ/ *adj.* ไม่มีใครสังเกต; **~ by her, he came in** เขาเข้ามาโดยที่เธอไม่ได้สังเกต; **pass** *or* **go ~:** ผ่านไปโดยไม่มีใครสังเกตเห็น

unnumbered /ʌn'nʌmbəd/อัน'นัมเบิด/ *adj.* *(without numbers)* *(หนังสือ)* ไม่มีเลขหน้า; *(บ้าน)* ไม่มีหมายเลข

UNO /'juːnəʊ/'ยูโน/ *abbr.* **United Nations Organization** องค์การสหประชาชาติ

unobjectionable /ʌnəb'dʒekʃənəbl/อันเอิบ'เจ็คเชอะเนอะบ'ล/ *adj.* ไม่น่ารังเกียจ; **sth./sb. is ~:** *ส.น./ค.น.* ไม่น่ารังเกียจ

unobservant /ʌnəb'zɜːvənt/อันเอิบ'เซอเวินทฺ/ *adj.* ไม่ช่างสังเกต; **be an ~ person** เป็นคนที่ไม่ช่างสังเกต

unobserved /ʌnəb'zɜːvd/อันเอิบ'เซิวดฺ/ *adj.* ไม่มีใครสังเกต

unobstructed /ʌnəb'strʌktɪd/อันเอิบ'ซตรัคทิด/ *adj.* *(ถนน, ล้อ)* ไม่มีอะไรกีดขวาง

unobtainable /ʌnəb'teɪnəbl/อันเอิบ'เทเนอะบ'ล/ *adj.* ที่ไม่อาจ/สามารถจะได้มา; **number ~** *(Teleph.)* เลขหมายที่ต่อไม่ติด; **the 'number ~' tone** สัญญาณแสดงว่าต่อไม่ได้ในขณะนี้

unobtrusive /ʌnəb'truːsɪv/อันเอิบ'ทรูซิวฺ/ *adj.* *(ท่าทาง, คำพูด)* ไม่ดึงดูดความสนใจสู่ตนเอง; *(รอยเปื้อน, แผล)* ที่ไม่เป็นที่สังเกต; **make oneself ~:** ทำตัวสงบเสงี่ยม

unobtrusively /ʌnəb'truːsɪvlɪ/อันเอิบ'ทรูซิวลิ/ *adv.* โดยไม่ดึงดูดความสนใจ, อย่างสงบเสงี่ยม

unoccupied /ʌn'ɒkjʊpaɪd/อัน'ออคิวพายดฺ/ *adj.* Ⓐ *(empty)* *(ห้อง)* ที่ว่าง; *(บ้าน)* ไม่มีคนอยู่; Ⓑ *(not busy)* ว่าง; **~ moments** เวลาชั่วขณะที่ว่าง

unoffending /ʌnə'fendɪŋ/อันเออะ'เฟ็นดิง/ *adj.* ไม่ก้าวร้าว; *(innocent)* ไม่มีผิด

unofficial /ʌnə'fɪʃl/อันเออะ'ฟิช'ล/ *adj.* ที่ไม่เป็นทางการ; **an ~ strike** การประท้วงนัดหยุดงานที่ไม่เป็นทางการ; **take ~ action** จัดการ/ลงมืออย่างไม่เป็นทางการ

unofficially /ʌnə'fɪʃəlɪ/อันเออะ'ฟิเชอะลิ/ *adv.* อย่างไม่เป็นทางการ

unopened /ʌn'əʊpnd/อัน'โอพ'นดฺ/ *adj.* ไม่ได้เปิด; *(ดอกไม้ตูม)* ที่ยังไม่บาน

unopposed /ʌnə'pəʊzd/อันเออะ'โพซดฺ/ *adj.* *(ผู้สมัคร)* ไม่มีคู่แข่ง; *(ข้อเสนอ)* ไม่มีการคัดค้าน; **the bill was given an ~ second reading** *(Parl.)* พระราชบัญญัติผ่านการพิจารณาวาระที่สอง โดยไม่มีผู้ใดขัดขวาง

unorganized /ʌn'ɔːgənaɪzd/อัน'ออเกอะนายซดฺ/ *adj.* Ⓐ *(untidy)* *(ชีวิต)* ไม่เป็นระเบียบเรียบร้อย; *(เรียงความ)* สับสน; Ⓑ *(not belonging to a union)* ไม่เป็นสมาชิกสหภาพแรงงาน

unoriginal /ʌnə'rɪdʒɪnl/อันเออะ'ริจจิน'ล/ *adj.* ไม่ได้คิดขึ้นเอง, ไม่มีความคิดริเริ่ม

unoriginality /ʌnərɪdʒɪ'nælɪtɪ/อันเออะริจิ'แนลิทิ/ *n., no pl.* การไม่มีความคิดของตนเอง, การที่ไม่มีความริเริ่ม

unorthodox /ʌn'ɔːθədɒks/อัน'ออเธอะดอคซฺ/ *adj.* ไม่เป็นไปตามแบบแผน/ธรรมเนียม, นอกรีต, นอกคัมภีร์/ตำรา

unostentatious /ʌnɒsten'teɪʃəs/อันออซเต็น'เทเชิซ/ *adj.* ไม่โอ้อวด, ไม่หยิ่งยโส

unpack /ʌn'pæk/อัน'แพค/ *v.t. & i.* รื้อ *(ห่อ, หีบ, กระเป๋า)*; **do one's ~ing** รื้อกระเป๋าของตน

unpaid /ʌn'peɪd/อัน'เพด/ *adj.* Ⓐ *(not yet paid)* ยังไม่ได้จ่าย; **~ for** ยังไม่ได้ชำระ; **the workmen/troops have been ~ for months** คนงาน/กองทหารไม่ได้รับเงินมาหลายเดือนแล้ว; Ⓑ *(not providing or receiving a salary)* ไม่ได้รับเงินเดือน; *(honorary)* ไม่มีค่าจ้าง; **~ leave** การลาพักโดยไม่ได้รับเงินเดือน

unpalatable /ʌn'pælətəbl/อัน'แพเลอะเทอะบ'ล/ *adj.* ไม่อร่อย; *(fig.)* *(งาน)* น่ารังเกียจ

unparalleled /ʌn'pærəleld/อัน'แพเรอะเล็ลดฺ/ *adj.* หาที่เปรียบไม่ได้, ไม่มีคู่แข่ง

unpardonable /ʌn'pɑːdənəbl/อัน'พาเดอะเนอะบ'ล/ *adj.* ที่ไม่สามารถให้อภัยได้; **~ sin** *(Relig.; also fig.)* บาปที่ไม่สามารถให้อภัยได้

unparliamentary /ʌnpɑːlə'mentərɪ, US -terɪ/อันพาเลอะ'เม็นเทอะริ, -เทะริ/ *adj.* ที่ไม่ถูกระเบียบรัฐสภา; **~ expression** คำพูดที่ไม่ถูกระเบียบรัฐสภา

unpatriotic /ʌnpætrɪ'ɒtɪk, US ʌnpeɪt-/อันแพทริ'ออทิค, อันเพ-/ *adj.* ไม่รักชาติ

unpaved /ʌn'peɪvd/อัน'เพวดฺ/ *adj.* ไม่ได้ปูพื้น, ไม่ได้ราดยาง

unpeeled /ʌn'piːld/อัน'พีลดฺ/ *adj.* ไม่ได้ปอก

unpeg /ʌn'peg/อัน'เพ็ก/ *v.t.,* **-gg-** เอาออกจากราว *(เสื้อผ้าที่ตากอยู่)*; **~ a tent** ถอนเสาเต็นท์

unperceptive /ʌnpə'septɪv/อันเพอะ'เซ็พทิวฺ/ *adj.* ไม่สำนึก, ไม่สำเหนียก

unperfumed /ʌn'pɜːfjuːmd/อัน'เพอฟิวมฺดฺ/ *adj.* ไม่มีกลิ่นหอม

unperson /'ʌnpɜːsn/'อันเพอซ'น/ *n.* ผู้ที่ไม่ได้รับการยอมรับ

unperturbed /ʌnpə'tɜːbd/อันเพอ'เทิบดฺ/ *adj.* **he was ~ by the prospect of ...:** เขาไม่หวาดหวั่นเมื่อคิดถึง...; **remain ~:** ไม่สะทกสะท้าน; **they were ~ by my presence** พวกเขาไม่สะทกสะท้านที่ฉันอยู่ ณ ที่นั้น; **the minister seemed ~ by the developments** รัฐมนตรีดูไม่ประหวั่นพรั่นพรึงกับการพัฒนาต่าง ๆ

unpick /ʌn'pɪk/อัน'พิค/ *v.t.* เลาะตะเข็บออก

unpin /ʌn'pɪn/อัน'พิน/ *v.t.,* **-nn-** ปลด/ดึง/แกะ/ปลดออก *(เข็มกลัด)*; **~ sb.'s/one's hair** ดึงปิ่นปักผมของ *ค.น.*/ของตนออก; **~ the seam** ดึงเข็มออกจากตะเข็บ

unplaced /ʌn'pleɪst/อัน'เพลซทฺ/ *adj.* *(Sport)* ไม่ได้ที่หนึ่ง/ที่สอง/ที่สาม, ไม่มีตำแหน่ง

unplanned /ʌn'plænd/อัน'แพลนดฺ/ *adj.* ไม่ได้วางแผน

unplayable /ʌn'pleɪəbl/อัน'เพลเออะบ'ล/ *adj.* Ⓐ *(Sport)* *(สนามกีฬา)* เล่นไม่ได้; *(ลูก)* ที่ตีไม่ได้; Ⓑ *(Music)* เล่นไม่ได้; Ⓒ *(too damaged to be played)* *(แผ่นเสียง)* เสียหายเกินกว่าจะเล่นได้

unpleasant /ʌn'pleznt/อัน'เพล็ซ'นทฺ/ *adj.* ไม่น่ารัก, ไม่ราบรื่น, ไม่เป็นมิตร; **she can be really ~:** บางทีเธอช่างไม่น่ารักเลย; **be ~ with sb.** ไม่เป็นมิตรกับ *ค.น.*

unpleasantly /ʌn'plezntlɪ/อัน'เพล็ซ'นทฺลิ/ *adv.* อย่างไม่น่าพอใจ, อย่างไม่สนุก, อย่างไม่เป็นมิตร

unpleasantness /ʌn'plezntnɪs/อัน'เพล็ซ'นทฺนิซ/ *n.* Ⓐ *no pl.* *(unpleasant nature)* ความไม่สนุก, ความไม่น่าพอใจ; *(of person)* ความไม่เป็นมิตร; **the ~ of a taste/smell** ความไม่อร่อยของรสอาหาร/ความไม่น่าพิสมัยของกลิ่น; **the ~ of the weather/one's neighbour** ความเลวร้ายของอากาศ/ความไม่เป็นมิตรของเพื่อนบ้าน; Ⓑ *(bad feeling, quarrel)* ความระหองระแหง, การทะเลาะ; **there has been a lot of ~ between them** มีการทะเลาะเบาะแว้งบ่อยครั้งระหว่างพวกเขา

unpleasing /ʌn'pliːzɪŋ/อัน'พลีซิง/ *adj.* ไม่น่าดู, ไม่ให้ความพอใจ; **not ~ to the eye** ไม่น่าดู

unplug /ʌn'plʌg/อัน'พลัก/ *v.t.,* **-gg-** Ⓐ *(Electr.: disconnect)* **~ a radio/a television set** ถอดปลั๊กวิทยุ/โทรทัศน์; **always ~ electrical appliances when you go away** ควรถอดปลั๊กเครื่องใช้ไฟฟ้าเมื่อจากบ้านไปนาน ๆ; Ⓑ *(take plug out of)* **~ sth.** เอาจุกออกจาก *ส.น.*

unplumbed /ʌn'plʌmd/อัน'พลัมดฺ/ *adj.* ไม่ได้ใช้ลูกดิ่งวัด; *(fig.)* ไม่ได้หยั่ง *(ความลึกลับ)*; **~ depths [of the sea/*(fig.)* of the human mind]** ความลึก [ของทะเล/จิตมนุษย์] ที่ไม่ได้วัด/ไม่ได้หยั่ง

unpolished /ʌn'pɒlɪʃt/อัน'พอลิชทฺ/ *adj.* *(ไม้, หินอ่อน, รองเท้า)* ไม่ได้ขัด, ไม่ได้ชักเงา; *(fig.)* *(บุคคล, สำนวน)* กระด้าง, หยาบ

unpolluted /ʌnpə'lu:tɪd/อันเพอะ'ลูทิด/ *adj.* ไม่มีมลพิษ

unpopular /ʌn'pɒpjʊlə(r)/อัน'พอพิวเลอะ(ร)/ *adj.* *(หนังสือ)* ไม่เป็นที่นิยม; *(นโยบาย, มาตรการ)* ไม่เป็นที่ชื่นชอบ; **be ~ with sb.** *(not liked)* ไม่เป็นที่ชื่นชอบของ *ค.น.*; *(out of favour)* **I'm rather ~ with my wife at the moment** ขณะนี้ผมค่อนข้างจะไม่เป็นที่โปรดปรานของภรรยาผมเท่าไหร่; **if I don't finish it today, I shall be very ~ with my boss** ถ้าฉันทำไม่เสร็จวันนี้ละก็นายฉันจะต้องไม่พอใจอย่างยิ่ง

unpopularity /ʌnpɒpjʊ'lærɪtɪ/อันพอพิว'แลริทิ/ *n., no pl.* ➡ **unpopular**: ความไม่เป็นที่นิยม (**with** ของ)

unposted /ʌn'pəʊstɪd/อัน'โพซทิด/ *adj.* ไม่ได้ส่ง *(จดหมาย)*

unpractical /ʌn'præktɪkl/อัน'แพรคทิค'ล/ *adj.* นำไปปฏิบัติ/ใช้ได้ยาก

unpractised (*Amer.*: **unpracticed**) /ʌn'præktɪst/อัน'แพรคทิซทฺ/ *adj.* Ⓐ *(not skilled)* ไม่ชำนาญ/เชี่ยวชาญ; **be ~ in sth./in doing sth.** ไม่ชำนาญใน *ส.น.*/ในการทำ *ส.น.*; Ⓑ *(not put into practice)* ไม่ได้ปฏิบัติ

unprecedented /ʌn'presɪdentɪd/อัน'เพร็ซซิเด็นทิด/ *adj.* ไม่เคยมีมาก่อน; **it is ~ for the Queen to comment publicly** ไม่เคยมีมาก่อนที่พระราชินีจะทรงถูกวิพากษ์วิจารณ์ในที่สาธารณะ

unprecedentedly /ʌn'presɪdentɪdlɪ/อัน'เพร็ซซิเด็นทิดลิ/ *adv.* อย่างไม่เคยมีมาก่อน

unpredictable /ʌnprɪ'dɪktəbl/อันพริ'ดิคเทอะบ'ล/ *adj.* ทายไม่ถูก, ไม่อาจพยากรณ์ได้; **the outcome of the election is quite ~**: ผลการเลือกตั้งคาดเดาไม่ถูกจริง ๆ

unprejudiced /ʌn'predʒʊdɪst/อัน'เพร็จจุดิชทฺ/ *adj.* ไม่มีอคติ

unpremeditated /ʌnpri:'medɪteɪtɪd/อันพรี'เม็ดดิเทติด/ *adj.* *(อาชญากรรม)* ไม่ได้วางแผนไว้ล่วงหน้า; *(ฆาตกรรม)* ไม่ได้เจตนา

unprepared /ʌnprɪ'peəd/อันพริ'แพด/ *adj.* Ⓐ *(not yet prepared)* ยังไม่ได้เตรียมตัว; Ⓑ *(improvised)* ไม่ได้เตรียมการมาก่อน

unpreparedness /ʌnprɪ'peədnɪs/อันพริ'แพดนิซ/ *n., no pl.* ➡ **unreadiness**

unprepossessing /ʌnpri:pə'zesɪŋ/อันพรีเพอะ'เซ็ซซิง/ *adj.* ไม่มีเสน่ห์, ไม่ดึงดูดใจ

unpresentable /ʌnprɪ'zentəbl/อันพริ'เซ็นเทอะบ'ล/ *adj.* **sb. is ~**: *ค.น.* ไม่สมควรแสดงตัว/ไม่สามารถพาออกสังคมได้; **your clothes are ~**: เสื้อผ้าของคุณไม่เรียบร้อยเลย

unpresuming /ʌnprɪ'zju:mɪŋ, US -zu:m-/เอินพริ'ซิวมิง, -ซูม-/ *adj.* *(บุคคล)* ถ่อมตัว, เรียบง่าย

unpretentious /ʌnprɪ'tenʃəs/อันพริ'เท็นเชิซ/ *adj.* ไม่เสแสร้ง, ไม่โอ้อวด, ไม่หรูหรา

unpriced /ʌn'praɪst/อัน'ไพรซทฺ/ *adj.* ไม่ได้กำหนด/แจ้งราคา, ไม่ได้ติดราคา

unprincipled /ʌn'prɪnsɪpld/อัน'พรินซิพ'ลดฺ/ *adj.* ไม่มีหลักการ; **be ~**: ไม่มีหลักการ

unprintable /ʌn'prɪntəbl/อัน'พรินเทอะบ'ล/ *adj.* *(lit. or fig.)* ไม่สามารถตีพิมพ์ได้

unproductive /ʌnprə'dʌktɪv/อันเพรอะ'ดัคทิว/ *adj.* ไม่เป็นผล, ไม่ได้ผล, เปล่าประโยชน์

unprofessional /ʌnprə'feʃənl/อันเพรอะ'เฟ็ชเชิน'ล/ *adj.* Ⓐ *(contrary to standards)* ไม่ใช่มืออาชีพ, ไม่ชำนาญ; Ⓑ *(amateurish)* สมัครเล่น

unprofitable /ʌn'prɒfɪtəbl/อัน'พรอฟิเทอะบ'ล/ *adj.* *(การลงทุน)* ไม่ได้กำไร; *(งาน, กิจกรรม)* ไม่ได้ผลประโยชน์

unpromising /ʌn'prɒmɪsɪŋ/อัน'พรอมิซิง/ *adj.* มีท่าว่าจะไม่ดี/ไม่ประสบความสำเร็จ

unprompted /ʌn'prɒmptɪd/อัน'พรอมพฺทิด/ *adj.* ไม่ได้กระตุ้น/เร่งเร้า, เกิดขึ้นเอง

unpronounceable /ʌnprə'naʊnsəbl/อันเพรอะ'นาวนฺเซอะบ'ล/ *adj.* ออกเสียงไม่ได้

unpropitious /ʌnprə'pɪʃəs/อันเพรอะ'พิเชิซ/ *adj.* ไม่เป็นมงคล, เป็นลางไม่ดี

unprotected /ʌnprə'tektɪd/อันเพรอะ'เท็คทิด/ *adj.* ไม่ได้ป้องกัน/คุ้มกัน (**against** ต่อ); **an ~ machine** เครื่องจักรที่ไม่มีเครื่องป้องกัน; **hands ~ by gloves** มือที่ไม่ได้ใส่ถุงมือ; **employees/buildings ~ by legislation** พนักงาน/อาคารที่กฎหมายไม่ได้คุ้มครอง; **~ sex** การร่วมเพศโดยไม่สวมถุงยางอนามัย

unprovable /ʌn'pru:vəbl/เอิน'พรูเวอะบ'ล/ *adj.* ไม่สามารถพิสูจน์ได้

unproved /ʌn'pru:vd/อัน'พรูวดฺ/, **unproven** /ʌn'pru:vn/อัน'พรูว'น/ *adj.* Ⓐ *(not proved)* ไม่ได้พิสูจน์; Ⓑ *(untested)* ไม่ได้ทดสอบ; **his courage/ability is still ~**: ยังไม่ได้มีการทดสอบความกล้าหาญ/ความสามารถของเขา; **he is ~ as an administrator** ความสามารถของเขาในแง่การบริหารยังไม่ได้รับการพิสูจน์

unprovided /ʌnprə'vaɪdɪd/อันเพรอะ'วายดิด/ *pred. adj.* Ⓐ **~ for** *(แม่ม่าย, เด็ก, อนาคต)* ไม่ได้เตรียมไว้ให้; Ⓑ **~ with sth.** ไม่ได้จัด *ส.น.* ให้

unprovoked /ʌnprə'vəʊkt/อันเพรอะ'โวคทฺ/ *adj.* ไม่ได้กระตุ้น/ยั่วยุ; **do sth. ~**: ทำ *ส.น.* โดยไม่ได้ถูกยั่วยุ

unpublished /ʌn'pʌblɪʃt/อัน'พับบลิชทฺ/ *adj.* ที่ยังไม่ได้ตีพิมพ์

unpunctual /ʌn'pʌŋktʃʊəl/อัน'พังคฺฉวล/ *adj.* ไม่ตรงต่อเวลา

unpunished /ʌn'pʌnɪʃt/อัน'พันนิชทฺ/ *adj.* ไม่ถูกลงโทษ

unpurified /ʌn'pjʊərɪfaɪd/อัน'พิวริฟายดฺ/ *adj.* ไม่บริสุทธิ์, ไม่ได้ผ่านกระบวนการทำให้บริสุทธิ์

unputdownable /ʌnpʊt'daʊnəbl/อันพุท'ดาวเนอะบ'ล/ *adj.* *(coll.)* **an ~ book** หนังสือที่ *(อ่านแล้ว)* วางไม่ลง; **this novel is ~**: นวนิยายเรื่องนี้อ่านแล้ววางไม่ลง

unqualified /ʌn'kwɒlɪfaɪd/อัน'ควอลิฟายดฺ/ *adj.* Ⓐ *(lacking qualifications)* ไม่มีคุณสมบัติ/คุณวุฒิเพียงพอ; *(แพทย์)* ที่ยังเรียนไม่จบ; **be ~ for sth.** ไม่มีคุณสมบัติพอสำหรับ *ส.น.*; **be ~ to do sth.** ไม่มีคุณสมบัติ/คุณวุฒิที่จะทำ *ส.น.*; **he is ~ to be president** เขาไม่มีคุณสมบัติที่จะเป็นประธานาธิบดี; Ⓑ *(absolute)* *(ความสุข, ความสำเร็จ)* เต็มที่, บริบูรณ์; Ⓒ *(Ling.: not qualified)* ไม่ได้แต่งความ/ประกอบ/ขยาย

unquenchable /ʌn'kwentʃəbl/อัน'เคว็นเชอะบ'ล/ *adj.* ไม่อาจดับ/ระงับ/ยับยั้งได้ *(ความหิวโหย)*

unquestionable /ʌn'kwestʃənəbl/อัน'เคว็ซเฉอะเนอะบ'ล/ *adj.* คัดค้านไม่ได้, ไม่ต้องสงสัย; *(อำนาจ)* เด็ดขาด; **an ~ decision/ruling/judgement** การตัดสินใจ/การชี้ขาด/คำวินิจฉัยที่ไม่สามารถคัดค้านได้

unquestionably /ʌn'kwestʃənəblɪ/อัน'เคว็ซเฉอะเนอะบลิ/ *adv.* อย่างไม่ต้องสงสัย

unquestioned /ʌn'kwestʃənd/อัน'เคว็ซเฉินดฺ/ *adj.* *(ความสามารถ, อำนาจ)* ไม่มีใครโต้แย้ง, ไม่ต้องสงสัย; *(ความถูกต้อง)* ไม่ได้สอบถาม/สอบสวน; **his abilily/loyalty is ~**: ไม่มีใครสงสัยถึงความสามารถ/ความจงรักภักดีของเขา

unquestioning /ʌn'kwestʃənɪŋ/อัน'เคว็ซเฉอะนิง/ *adj.*, **unquestioningly** *adv.* [อย่าง] ไม่สงสัย

unquiet /ʌn'kwaɪət/อัน'ควายเอิท/ *adj.* ว้าวุ่น, ไม่สงบ

unquotable /ʌn'kwəʊtəbl/อัน'โควเทอะบ'ล/ *adj.* ไม่สามารถนำมากล่าวอ้างได้

unquote /ʌn'kwəʊt/อัน'โควทฺ/ *v.i.* **..., quote, ..., ~**: ... เริ่มการอ้างอิง ... จบการอ้างอิง

unquoted /ʌn'kwəʊtɪd/อัน'โควทิด/ *adj.* *(Commerc.)* *(บริษัท)* ที่ไม่ได้เข้าตลาดหลักทรัพย์

unravel /ʌn'rævl/อัน'แรว'ล/ ❶ *v.t.* *(Brit.)* **-ll-** แก้; *(undo)* ปลด, แกะออก; *(fig.)* **~ a mystery/the truth/a plot** คลี่คลายความลึกลับ/ความจริง/แผนการ ❷ *v.i.* *(Brit.)* **-ll-** คลี่คลาย

unread /ʌn'red/อัน'เร็ด/ *adj.* ไม่ได้อ่าน

unreadable /ʌn'ri:dəbl/อัน'รีเดอะบ'ล/ *adj.* Ⓐ *(illegible)* อ่านไม่ออก; *(fig.: unfathomable)* ดูไม่ออก, เข้าใจยาก; Ⓑ *(too difficult, boring, etc.)* อ่านยาก, น่าเบื่อ

unreadiness /ʌn'redɪnɪs/อัน'เร็ดดินิซ/ *n., no pl.* [**state of**] **~**: [ภาวะ] ความไม่พร้อม; **~ to do sth.** ความไม่พร้อมที่จะทำ *ส.น.*

unready /ʌn'redɪ/อัน'เร็ดดิ/ *adj.* ไม่พร้อม, ไม่ได้เตรียมตัว; **the country is ~ for war** ประเทศไม่พร้อมที่จะมีสงคราม; **he is ~ for that position** เขาไม่พร้อมสำหรับตำแหน่งนั้น

unreal /ʌn'rɪəl/อัน'เรียล/ *adj.* ไม่จริง, ไม่แท้, ลวงตา

unrealistic /ʌnrɪə'lɪstɪk/อันเรีย'ลิซติค/ *adj.* ที่ดูไม่สมจริง

unreality /ʌnrɪ'ælɪtɪ/อันริ'แอลิทิ/ *n., no pl.* ความไม่จริง, ความเพ้อฝัน

unrealizable /ʌn'rɪəlaɪzbl/อัน'เรียไลเซอะบ'ล/ *adj.* ไม่สามารถทำให้เป็นจริงได้

unrealized /ʌn'rɪəlaɪzd/อัน'เรียลายซฺดฺ/ *adj.* Ⓐ *(not achieved)* *(แผน)* ไม่สำเร็จ; *(ความหวัง)* ไม่สมปรารถนา; *(ศักยภาพ)* ไม่บรรลุผล; **~ assets/profits** *(Commerc.)* สินทรัพย์/กำไรที่ไม่เกิดขึ้นจริง; Ⓑ *(not recognized or known)* *(ความสามารถ)* ยังไม่ปรากฏ; *(แรง)* ที่ไม่รู้ว่ามี

unreasonable /ʌn'ri:zənəbl/อัน'รีเซอะเนอะบ'ล/ *adj.* ไม่มีเหตุผล, เกินสมควร, ไม่เหมาะสม; **I am not an ~ man, but ...**: ผมไม่ใช่ผู้ชายที่ไม่มีเหตุผล แต่...; **spend an ~ length of time on sth.** ใช้เวลาเกินควรในการทำ *ส.น.*; **arrive at an ~ hour** มาถึงในช่วงเวลาที่ไม่เหมาะสม; **I'm only asking you to spare me half an hour of your time – is that [so] ~?** ฉันเพียงแต่จะขอเวลาคุณสักครึ่งชั่วโมง นั่นมันมากเกินไปหรือ

unreasonableness /ʌn'ri:zənəblnɪs/อัน'รีเซอะเนอะบ'ลนิซ/ *n., no pl.* ความไม่มีเหตุผล; **the ~ of these prices/costs** ความไม่มีเหตุผลของราคา/ต้นทุนเหล่านี้

unreasonably /ʌn'ri:zənəblɪ/อัน'รีเซอะเนอะบลิ/ *adv.* อย่างไร้เหตุผล; *(excessively)* อย่างเกินควร; **this – not ~ – he refused to do ~** สิ่งนี้เขาปฏิเสธโดยมีเหตุผล

unreasoning /ʌn'ri:zənɪŋ/อัน'รีเซอะนิง/ *adj.* ไม่ใช้เหตุผล, ไม่มีเหตุผล

unreceptive /ʌnrɪˈseptɪv/อันริ'เซ็พทิว/ *adj.* ไม่รับ *(แนวคิดใหม่ ๆ)* (to, for ต่อ)

unrecognizable /ʌnˈrekəgnaɪzəbl/อัน'เร็คเคินายเซอะบ'ล/ *adj.* **be [absolutely** *or* **quite] ~:** จำไม่ได้ *(จริง ๆ)*; **the disguise/beard made him ~:** เครื่องแต่งกายที่ปลอมแปลงตัว/เครา ทำให้คนจำเขาไม่ได้

unrecognized /ʌnˈrekəgnaɪzd/อัน'เร็คเคินายซฺด/ *adj.* Ⓐ *(not identified)* จำไม่ได้; **be ~ by sb.** *ค.น.* จำไม่ได้; Ⓑ *(not officially recognized)* ไม่เป็นที่ยอมรับ; Ⓒ *(not appreciated)* ไม่ได้รับความยอมรับ

unrecorded /ʌnrɪˈkɔːdɪd/อันริ'คอดิด/ *adj.* Ⓐ *(not documented)* ไม่ได้บันทึกไว้; Ⓑ *(not recorded)* ไม่ได้บันทึกเสียงไว้

unreel /ʌnˈriːl/อัน'รีล/ ❶ *v.t.* แก้ม้วน, คลี่, คลาย *(ม้วนเทป)* ❷ *v.i. (เทป)* แก้ออก, คลี่, คลายออก

unrefined /ʌnrɪˈfaɪnd/อันริ'ฟายนฺด/ *adj.* Ⓐ *(not refined) (แป้ง, น้ำตาล)* ไม่ได้ฟอก/กลั่น; Ⓑ *(fig.)* หยาบ, กระด้าง

unreflecting /ʌnrɪˈflektɪŋ/อันริ'เฟล็คทิง/ *adj.* ไม่ไตร่ตรอง/ยั้งคิด

unregenerate /ʌnrɪˈdʒenərət/อันริ'เจ็นเนอะเริท/ *adj. (unrepentant, obstinate)* ไม่สำนึกผิด, ดื้อรั้น; *(wicked)* ชั่วร้าย

unregistered /ʌnˈredʒɪstəd/อัน'เร็จจิซเติด/ *adj. (พยาบาล, รถยนต์, นายบ่อน, จดหมาย)* ลงทะเบียนไว้; *(ยี่ห้อ)* ไม่ได้บันทึก

unregulated /ʌnˈregjʊleɪtɪd/อัน'เร็กกิวเลทิด/ *adj.* ไม่ได้บังคับ, ไม่ได้ควบคุม

unrehearsed /ʌnrɪˈhɜːst/อันริ'เฮิซทฺ/ *adj.* Ⓐ *(performed without rehearsal)* ไม่ได้ซ้อมก่อน; **perform a play ~:** แสดงละครโดยไม่ได้ซ้อมมาก่อน; Ⓑ *(not planned)* ไม่ได้วางแผนมาก่อน; Ⓒ *(spontaneous)* เกิดขึ้นเองโดยธรรมชาติ

unrelated /ʌnrɪˈleɪtɪd/อันริ'เลทิด/ *adj.* ไม่เกี่ยวข้องกัน; **be ~** *(not connected)* ไม่เกี่ยวดองกัน; *(not related by family)* ไม่ได้เป็นญาติกัน; **be ~ to sth.** ไม่เกี่ยวข้องกับ *ส.น.*

unrelenting /ʌnrɪˈlentɪŋ/อันริ'เล็นทิง/ *adj. (ความร้อน)* ที่ไม่ลด; *(ฝน)* ที่ไม่หยุดตก; *(ความเกลียด)* ไม่อ่อนข้อ; *(การต่อต้าน)* ไม่ยอม, ไม่ผ่อนผัน; **be ~ in one's determination to do sth.** ยึดมั่นในความตั้งใจจริงที่จะทำ *ส.น.*; **be ~ in one's battle** *or* **fight against sth.** ไม่ลดละในการต่อสู้กับ *ส.น.*; **remain ~:** ยังคงไม่อ่อนข้อ/ผ่อนผัน

unreliability /ʌnrɪlaɪəˈbɪlɪtɪ/อันริลายเออะ'บิลลิทิ/ *n., no. pl.* ความไม่น่าไว้วางใจ, ความไม่น่าเชื่อถือ

unreliable /ʌnrɪˈlaɪəbl/อันริ'ลายเออะบ'ล/ *adj.* ไม่น่าไว้วางใจ, ไม่น่าเชื่อถือ

unrelieved /ʌnrɪˈliːvd/อันริ'ลีวฺด/ *adj. (ความเจ็บปวด)* ไม่ลดละ; *(ฝน, น้ำตา)* ไม่มีวันหยุด; **~ by sth.** ไม่มี *ส.น.* ทำให้น้อยลง; **a forbidding landscape, ~ by vegetation of any kind** ภูมิประเทศน่ากลัวที่ไม่มีพันธุ์ไม้ใดช่วยให้ดูอันตรายน้อยลง; **a gloomy film, ~ by even the slightest touch of humour** ภาพยนตร์ที่น่ากลุ้มใจและไม่มีฉากมุขตลกแทรกแม้แต่ฉากเดียว

unremarkable /ʌnrɪˈmɑːkəbl/อันริ'มาเคอะบ'ล/ *adj.* ไม่เด่น, ธรรมดา, ไม่น่าสนใจ; **totally /pretty ~:** ไม่น่าสนใจโดยสิ้นเชิง/ค่อนข้างไม่น่าสนใจ

unremitting /ʌnrɪˈmɪtɪŋ/อันริ'มิททิง/ *adj.* ไม่ลดน้อยลง, ไม่ว่างเว้น, ต่อเนื่อง; **he was ~ in his efforts to help him** เขาพยายามอย่างต่อเนื่องที่จะช่วยเขา

unremittingly /ʌnrɪˈmɪtɪŋlɪ/อันริ'มิททิงลิ/ *adv. (ต่อสู้, พยายาม)* โดยไม่ลดน้อยลง, อย่างต่อเนื่อง

unremunerative /ʌnrɪˈmjuːnərətɪv/อันริ'มิวเนอะเรอะทิว/ *adj.* มีผลประโยชน์/ค่าตอบแทนน้อย

unrepeatable /ʌnrɪˈpiːtəbl/อันริ'พีเทอะบ'ล/ *adj.* Ⓐ *(unique)* มีลักษณะเฉพาะ; Ⓑ *(not fit to be repeated)* **sth. is ~:** *ส.น.* ไม่สมควรที่จะเล่าซ้ำ; **an ~ remark/story/joke** ข้อสังเกต/เรื่อง/เรื่องตลกที่ไม่สมควรเล่าซ้ำ

unrepentant /ʌnrɪˈpentənt/อันริ'เพ็นเทินทฺ/ *adj.* Ⓐ *(impenitent)* ไม่สำนึกผิด; **die ~:** ตายโดยไม่สำนึกผิด; **be ~:** ไม่แสดงความสำนึกผิด; **be ~ about sth.** ไม่สำนึกผิดใน *ส.น.*; Ⓑ *(unreformed, obstinate)* ดื้อรั้น

unreported /ʌnrɪˈpɔːtɪd/อันริ'พอทิด/ *adj.* ไม่ได้ถูกรายงาน; **it went ~:** ไม่ได้มีการรายงาน

unrepresentative /ʌnreprɪˈzentətɪv/อันเระพริ'เซ็นเทอะทิว/ *adj.* ไม่ได้เป็นตัวอย่าง (of ของ); *(Polit.) (ผู้นำ)* ที่ไม่ได้ถูกเลือกตามระบบประชาธิปไตย; **be ~ of sth.** ไม่ได้เป็นตัวอย่างของ *ส.น.*

unrepresented /ʌnreprɪˈzentɪd/อันเระพริ'เซ็นทิด/ *adj.* ไม่มีผู้แทน

unrequited /ʌnrɪˈkwaɪtɪd/อันริ'ควายทิด/ *adj. (ความรัก)* ไม่ได้รับการตอบสนอง

unreserved /ʌnrɪˈzɜːvd/อันริ'เซิวฺด/ *adj.* Ⓐ *(not booked)* ไม่ได้จองไว้ล่วงหน้า; Ⓑ ➤ 64 *(full, without any reservations) (การขอโทษ, การชื่นชม)* เต็มที่; **he was ~ in his praise** เขาไม่สงวนท่าทีในการยกย่อง/สรรเสริญ; Ⓒ *(free from reserve) (บุคคล)* เปิดเผย

unreservedly /ʌnrɪˈzɜːvɪdlɪ/อันริ'เซิวดิลิ/ *adv.* Ⓐ ➤ 64 *(fully, without any reservations)* อย่างเต็มที่, ทั้งหมด; **he ~ withdrew the allegation** เขาถอนข้อกล่าวหาทั้งหมด; Ⓑ *(frankly, openly)* อย่างเปิดเผย, อย่างตรงไปตรงมา

unresolved /ʌnrɪˈzɒlvd/อันริ'ซอลวฺด/ *adj.* Ⓐ *(not solved)* ไม่ได้แก้ไข; Ⓑ *(undecided)* **be ~:** ไม่มีข้อยุติ, ไม่ได้ตัดสินใจ

unresponsive /ʌnrɪˈspɒnsɪv/อันริ'ซปอนซิว/ *adj.* **be ~:** ไม่ตอบสนอง (to ต่อ); **an ~ audience** ผู้ชมที่ไม่กระตือรือร้น

unrest /ʌnˈrest/อัน'เร็ซทฺ/ *n.* ความไม่สงบ, ความวุ่นวาย; **there is widespread ~ among the population** มีความไม่สงบ/ความวุ่นวายอยู่ทั่วไปในหมู่ประชากร

unrestrained /ʌnrɪˈstreɪnd/อันริ'ซเตรนดฺ/ *adj.* ไม่ได้ถูกควบคุม/บังคับ, เหนี่ยวรั้ง, เตลิดเปิดเปิง

unrestricted /ʌnrɪˈstrɪktɪd/อันริ'ซตฺริคทิด/ *adj.* ไม่ถูกควบคุม/บังคับ; **have ~ use of sth.** ใช้ *ส.น.* ได้อย่างเต็มที่

unrevealed /ʌnrɪˈviːld/อันริ'วีลดฺ/ *adj.* ไม่เปิดเผย, ลึกลับ

unrewarded /ʌnrɪˈwɔːdɪd/อันริ'วอดิด/ *adj.* **go ~:** ไม่ได้รับรางวัล; *(งาน, ความพยายาม)* ไม่ได้รับผลตอบแทน; *(งาน)* ที่ไม่ให้ความพอใจ

unrewarding /ʌnrɪˈwɔːdɪŋ/อันริ'วอดิง/ *adj. (งาน)* ที่ไม่ได้รับการขอบคุณ; **financially ~:** ไม่ได้ผลตอบแทนทางการเงิน

unrighteous /ʌnˈraɪtʃəs/อัน'ไรทเฉิซ/ *adj.* Ⓐ *(wicked)* ชั่วร้าย; Ⓑ *(unjust)* ไม่ยุติธรรม

unripe /ʌnˈraɪp/อัน'ไรพ/ *adj.* ไม่สุก

unrivalled (*Amer.:* **unrivaled**) /ʌnˈraɪvld/อัน'รายว'ลด/ *adj.* ไม่มีคู่แข่ง, ไร้เทียมทาน; **our goods are ~ in** *or* **for quality** สินค้าของเราไม่มีใครเทียบได้ในแง่คุณภาพ; **a landscape ~ for beauty** *or* **of ~ beauty** ภูมิประเทศที่งดงามหาที่เปรียบมิได้

unroadworthy /ʌnˈrəʊdwɜːðɪ/อัน'โรดเวอทิ/ *adj. (รถยนต์)* ไม่ปลอดภัยที่จะขับบนถนน

unroll /ʌnˈrəʊl/อัน'โรล/ ❶ *v.t.* คลี่ออก, ม้วนออก ❷ *v.i. (เรื่องราว, เหตุการณ์)* ปรากฏออกมา; **he watched the landscape ~ before his eyes** เขามองภูมิประเทศที่ปรากฏแก่สายตาเขา

unromantic /ʌnrəˈmæntɪk/อันเรอะ'แมนทิค/ *adj.* ไม่แสดงความรัก, ไม่เพ้อฝัน

unruffled /ʌnˈrʌfld/อัน'รัฟ'ลด/ *adj.* ไม่กระเพื่อม, ไม่สะเทือน; *(น้ำ)* นิ่งสงบ; *(ผม, ขน)* เรียบ; **listen with ~ calm/composure** ฟังด้วยความสงบ/อารมณ์สงบนิ่ง; **he was/remained ~ by all the fuss/criticism** เขาไม่สะเทือนกับความวุ่นวาย/การวิพากษ์วิจารณ์ทั้งหมด

unruled /ʌnˈruːld/อัน'รูลดฺ/ *adj. (กระดาษ)* ที่ไม่ขีดเส้น

unruliness /ʌnˈruːlɪnɪs/อัน'รูลินิซ/ *n.* การควบคุมยาก, ความเกกมะเหรก/เกเร

unruly /ʌnˈruːlɪ/อัน'รูลิ/ *adj.* เกเร, ควบคุมไม่อยู่

unsaddle /ʌnˈsædl/อัน'แซด'ล/ *v.t.* Ⓐ ปลดอาน *(จากม้า)*; Ⓑ สลัด *(คนขี่)* ตกจากอาน

unsafe /ʌnˈseɪf/อัน'เซฟ/ *adj.* Ⓐ *(ตึก, สถานการณ์)* ไม่ปลอดภัย; *(รถยนต์, เครื่องยนต์, ของเล่น)* อันตราย; **the food is ~ to eat** อาหารนี้ไม่ปลอดภัย; **he looked ~ on top of the ladder** เขาดูไม่ปลอดภัยเมื่ออยู่บนยอดบันได; **feel ~:** รู้สึกไม่ปลอดภัย; **it is ~ to do that** ไม่ปลอดภัยที่จะทำสิ่งนั้น; Ⓑ *(untenable)* ต้านทานไว้ไม่ได้; **the conviction was ~:** การลงโทษนั้นไม่อาจต้านทานได้

unsaid /ʌnˈsed/อัน'เซ็ด/ *adj.* ไม่ได้พูด/กล่าว/เอ่ย; **leave sth. ~:** ตัดสินใจไม่พูด *ส.น.*; **some things are better left ~:** เรื่องบางเรื่องไม่พูดจะดีกว่า

unsaleable /ʌnˈseɪləbl/อัน'เซเลอะบ'ล/ *adj.* ขายไม่ออก

unsalted /ʌnˈsɔːltɪd/อัน'ซอลทิด/ *adj.* ไม่ใส่เกลือ

unsanitary /ʌnˈsænɪtərɪ/อัน'แซนิเทะริ/ *adj.* ไม่ถูกหลักอนามัย, สกปรก

unsatisfactorily /ʌnsætɪsˈfæktərɪlɪ/อันแซทิซ'แฟคเทอะริลิ/ *adv.* อย่างไม่เป็นที่พอใจ; **perform one's tasks ~:** ทำงานของตนอย่างไม่เป็นที่พอใจ; **end ~:** จบอย่างไม่เป็นที่พอใจ

unsatisfactory /ʌnsætɪsˈfæktərɪ/อันแซทิซ'แฟคเทอะริ/ *adj.* ไม่เป็นที่พอใจ

unsatisfied /ʌnˈsætɪsfaɪd/อัน'แซทิซฟายดฺ/ *adj.* ไม่พอใจ, ไม่อิ่ม; *(ความฝัน)* ไม่สมหวัง; *(ความอยากรู้)* ไม่ได้รับการตอบสนอง; **sexually ~:** ไม่อิ่มในกามารมณ์; **leave sb. ~:** ปล่อย *ค.น.* ให้อยู่ในสภาพไม่พอใจ

unsatisfying /ʌnˈsætɪsfaɪɪŋ/อัน'แซทิซฟายอิง/ *adj.* ไม่น่าพอใจ

unsaturated /ʌnˈsætʃəreɪtɪd/อัน'แซเฉอะเรทิด/ *adj.* ไม่เต็ม, ไม่อิ่ม, ไม่ชุ่ม

unsavoury (*Amer.:* **unsavory**) /ʌnˈseɪvərɪ/อัน'เซเวอะริ/ *adj. (อาหาร)* ไม่น่ารับประทาน; *(รสชาติ)* ไม่อร่อย; *(บุคคล, สิ่ง)* น่ารังเกียจ

unscalable /ʌnˈskeɪləbl/อัน'ซเกเลอะบ'ล/ *adj. (ภูเขา)* ไต่ไม่ไหว

unscaled /ʌn'skeɪld/อัน'ซเกลดฺ/ *adj.* *(ภูเขา)* ยังไม่ได้ปีนไต่

unscathed /ʌn'skeɪðd/อัน'ซเกทดฺ/ *adj.* *(บุคคล)* ไม่ได้รับบาดเจ็บ, ไม่เสียหาย; *(fig.)* **he emerged from the scandal ~/with his reputation ~:** เขาพ้นจากเรื่องอื้อฉาวโดยไม่เสียหาย/โดยไม่เสื่อมเสียชื่อเสียง

unscented /ʌn'sentɪd/อัน'เซ็นทิด/ *adj.* ไม่มีกลิ่นหอม

unscheduled /ʌn'ʃedju:ld/อัน'เช็ดดวลดฺ/ *adj.* ไม่ได้กำหนด/วางแผนไว้

unscholarly /ʌn'skɒləlɪ/อัน'ซกอเลอะลิ/ *adj.* ไม่คงแก่เรียน; *(หนังสือ, วิธีการ)* ไม่เป็นวิชาการ; **be ~:** *(บุคคล)* ไม่คงแก่เรียน

unschooled /ʌn'sku:ld/อัน'ซกูลดฺ/ *adj.* *(without education)* ไม่ได้รับการศึกษา; *(without training)* ไม่ได้รับการฝึกหัด

unscientific /ʌnsaɪən'tɪfɪk/อันซายเอิน'ทิฟฟิค/ *adj.* ไม่ถูกต้องตามหลักวิทยาศาสตร์, ไม่มีหลัก/วิธี

unscientifically /ʌnsaɪən'tɪfɪkəlɪ/อันซายเอิน'ทิฟฟิเคอะลิ/ *adv.* โดยไม่ถูกต้องตามหลักวิทยาศาสตร์

unscramble /ʌn'skræmbl/อัน'ซแกรมบฺ'ลฺ/ *v.t.* *(lit. or fig.)* ทำให้เรียบร้อย; *(Teleph.: decode)* ถอดรหัส

unscratched /ʌn'skrætʃt/อัน'ซแกรฺฉทฺ/ *adj.* *(unhurt)* ไม่ได้รับบาดเจ็บ

unscrew /ʌn'skru:/อัน'ซกรู/ ❶ *v.t.* ไข/คลายเกลียว ❷ *v.i.* *(เกลียว)* คลาย

unscripted /ʌn'skrɪptɪd/อัน'ซกริพทิด/ *adj.* *(สุนทรพจน์)* ไม่มีบท, ไม่ได้เขียนไว้ล่วงหน้า; **an ~ play** ละครที่ไม่มีบท

unscrupulous /ʌn'skru:pjʊləs/อัน'ซกรูพิวเลิซ/ *adj.* ไม่มีหลักธรรม, ปราศจากความละอายต่อบาป; **be ~ about money** ไม่ซื่อสัตย์ในเรื่องเงิน ๆ ทอง ๆ

unscrupulously /ʌn'skru:pjʊləslɪ/อัน'ซกรูพิวเลิซลิ/ *adv.* โดยไม่มีหลักธรรม, โดยไม่ละอายต่อบาป

unscrupulousness /ʌn'skru:pjʊləsnɪs/อัน'ซกรูพิวเลิซนิซ/ *n., no pl.* ความไม่มีหลักธรรม, การไม่ละอายต่อบาป

unseal /ʌn'si:l/อัน'ซีล/ *v.t.* *(break seal of)* เอาตราพิมพ์ออก; *(open)* เปิด *(จดหมาย, ห้อง)*

unsealed /ʌn'si:ld/อัน'ซีลดฺ/ *adj.* ไม่ได้ปิดผนึก; *(without a seal)* ไม่ได้ประทับตรา

unseasonable /ʌn'si:zənəbl/อัน'ซีเซอะเนอะบฺ'ลฺ/ *adj.* ไม่ถูกฤดูกาล, ไม่ถูกกาลเทศะ; **the weather is ~:** อากาศไม่ถูกต้องตามฤดูกาล

unseasonably /ʌn'si:znəblɪ/อัน'ซีเซอะเนอะบลิ/ *adv.* โดยไม่ถูกฤดูกาล, อย่างไม่ถูกกาละ

unseasoned /ʌn'si:znd/อัน'ซีซฺนดฺ/ *adj.* Ⓐ *(not flavoured)* ไม่ได้ใส่เครื่องปรุง/ชูรส; Ⓑ *(not matured)* *(ไม้)* ไม่ช่ำชอง; *(ทหาร)* ไม่มีประสบการณ์

unseat /ʌn'si:t/อัน'ซีท/ *adj.* Ⓐ *(remove from office)* ปลด/ไล่ออกจากตำแหน่ง; Ⓑ *(throw)* โยนลงจากหลังม้า

unseaworthy /ʌn'si:wɜ:ðɪ/อัน'ซีเวอทิ/ *adj.* *(เรือ)* ไม่สามารถออกทะเล, ไม่ทนคลื่น

unsecured /ʌnsɪ'kjʊəd/อันซิ'คิวดฺ/ *adj.* Ⓐ *(not fixed)* ไม่แน่นหนา/มั่นคง; Ⓑ *(Finance: without security)* ไม่มีหลักประกัน

unseeded /ʌn'si:dɪd/อัน'ซีดิด/ *adj.* *(Tennis)* ไม่ได้รับการวางมือ/จัดอันดับ

unseeing /ʌn'si:ɪŋ/อัน'ซีอิง/ *adj.* มองไม่เห็น, ตาบอด

unseemly /ʌn'si:mlɪ/อัน'ซีมลิ/ *adj.* ไม่เหมาะสม, ไม่สมควร

unseen /ʌn'si:n/อัน'ซีน/ ❶ *adj.* Ⓐ *(not seen)* ไม่เคยเห็นมาก่อน; **~ translation** *(Brit. Sch., Univ.)* การแปลบทความที่ไม่เคยเห็นมาก่อน/ที่ไม่ได้เตรียม; Ⓑ *(invisible)* มองไม่เห็น, ไม่มีใครแลเห็น ❷ *n.* *(Brit. Sch., Univ.)* **Latin/French ~:** การแปลภาษาลาติน/ภาษาฝรั่งเศสโดยไม่ได้เตรียมมาก่อน

unselfconscious /ʌnself'kɒnʃəs/อันเซ็ลฟฺ'คอนเชิซ/ *adj.*, **unselfconsciously** /ʌnself'kɒnʃəslɪ/อันเซ็ลฟฺ'คอนเชิซลิ/ *adv.* อย่างไม่ประหม่า/ไม่ขวยเขิน

unselfconsciousness /ʌnself'kɒnʃəsnɪs/อันเซ็ลฟฺ'คอนเชิซนิซ/ *n.* ความไม่ประหม่า, ความไม่ขวยเขิน

unselfish /ʌn'selfɪʃ/อัน'เซ็ลฟิช/ *adj.*, **unselfishly** /ʌn'selfɪʃlɪ/อัน'เซ็ลฟิชลิ/ *adv.* [โดย] ไม่เห็นแก่ตัว

unselfishness /ʌn'selfɪʃnɪs/อัน'เซ็ลฟิชนิซ/ *n., no pl.* ความไม่เห็นแก่ตัว

unsentimental /ʌnsentɪ'mentl/อันเซ็นทิ'เม็นท'ลฺ/ *adj.* ไม่มีอารมณ์อ่อนไหว, ไม่ซาบซึ้ง; **be totally ~ about sth.** ไม่มีความรู้สึกอ่อนไหวใน *ส.น.* เลย

unserviceable /ʌn'sɜ:vɪsəbl/อัน'เซอวิเซอะบ'ลฺ/ *adj.* ใช้ไม่ได้, ไม่เป็นประโยชน์

unsettle /ʌn'setl/อัน'เซ็ท'ลฺ/ *v.t.* ทำให้หวั่นไหว *(จิตใจ)*; ทำให้กังวลไม่สงบ *(เด็ก, สัตว์)*; ทำให้ปั่นป่วน *(ตลาดหลักทรัพย์)*

unsettled /ʌn'setld/อัน'เซ็ท'ลดฺ/ *adj.* Ⓐ *(changeable)* *(อากาศ)* เปลี่ยนแปลง; *(ชีวิต)* ไม่แน่นอน; Ⓑ *(upset)* *(ท้อง)* ปั่นป่วน; *(ช่วงเวลา)* สับสน, ยุ่งเหยิง; **be/feel ~:** รู้สึกสับสน; Ⓒ *(open to further discussion)* ยังไม่ได้ตกลง; Ⓓ *(unpaid)* ยังไม่ได้ชำระ

unsettling /ʌn'setlɪŋ/อัน'เซ็ทลิง/ *adj.* ที่ทำให้ว้าวุ่น/สับสน, ที่ทำให้วุ่นวาย; **have an ~ effect on sb.** ทำให้ *ค.น.* รู้สึกสับสน; **this constant travelling is ~:** การเดินทางต่อเนื่องนี้ทำให้ว้าวุ่นใจ

unshaded /ʌn'ʃeɪdɪd/อัน'เชดิด/ *adj.* ไม่มีร่มเงา; *(ไฟ)* ไม่มีโคม; **the ~ areas of the design** ส่วนของแบบที่ไม่ได้ระบาย

unshak[e]able /ʌn'ʃeɪkəbl/อัน'เชเคอะบ'ลฺ/ *adj.* ที่ทำให้หวั่นไหวไม่ได้

unshaken /ʌn'ʃeɪkən/อัน'เชเคิน/ *adj.* **be ~:** มั่นคง, ไม่หวั่นไหว

unshaven /ʌn'ʃeɪvn/อัน'เชวฺ'น/ *adj.* ไม่ได้โกน *(หนวด)*; **go ~:** ไม่ได้โกนหนวด

unsheathe /ʌn'ʃi:ð/อัน'ชีท/ *v.t.* ชัก *(ดาบ)* ออกจากฝัก

unshed /ʌn'ʃed/อัน'เช็ด/ *adj.* *(น้ำตา)* ที่ไม่ไหลออกมา

unshockable /ʌn'ʃɒkəbl/อัน'ชอเคอะบ'ลฺ/ *adj.* **be ~:** ไม่สามารถทำให้ตกใจได้

unshrinkable /ʌn'ʃrɪŋkəbl/อัน'ชริงเคอะบ'ลฺ/ *adj.* *(Textiles)* ไม่หด; **be ~:** ไม่หด

unsighted /ʌn'saɪtɪd/อัน'ไซทิด/ *adj.* **be ~:** ไม่เห็น

unsightliness /ʌn'saɪtlɪnɪs/อัน'ไซทลินิซ/ *n., no pl.* ความไม่น่าดู, ความน่าเกลียด

unsightly /ʌn'saɪtlɪ/อัน'ไซทลิ/ *adj.* ไม่น่าดู, น่าเกลียด

unsigned /ʌn'saɪnd/อัน'ซายนดฺ/ *adj.* ไม่ได้ลงนาม

unsinkable /ʌn'sɪŋkəbl/อัน'ซิงเคอะบ'ลฺ/ *adj.* ทำให้จมไม่ได้

unsized /ʌn'saɪzd/อัน'ซายซดฺ/ *adj.* **~ paper/textiles** กระดาษ/สิ่งทอที่ไม่ได้ใส่สารทำให้มัน/แข็ง

unskilful /ʌn'skɪlfl/อัน'ซกิลฟ'ล/ *adj.* ไม่เชี่ยวชาญ, ไม่มีทักษะ; **be ~ in sth.** ไม่เชี่ยวชาญ/มีทักษะใน *ส.น.*

unskilled /ʌn'skɪld/อัน'ซกิลดฺ/ *adj.* Ⓐ *(lacking skills)* ขาดความชำนาญ/ทักษะ; Ⓑ *(without special training)* ไม่ได้ผ่านการฝึกหัดพิเศษ; **~ in sth.** ไม่ได้ฝึกให้มีทักษะใน *ส.น.*; Ⓒ *(done without skill)* ไม่ดี, เงอะงะ; Ⓓ ไม่มีฝีมือ; **~ jobs** งานที่ไม่ต้องใช้ความชำนาญ/ฝีมือ; **the work is ~:** งานไม่ต้องมีความชำนาญ

unskillful *(Amer.)* ➡ **unskilful**

unslept-in /ʌn'sleptɪn/อัน'ซเล็พทฺอิน/ *adj.* **the bed was ~:** เตียงนี้ไม่ได้มีใครนอน

unsmiling /ʌn'smaɪlɪŋ/อัน'ซมายลิง/ *adj.* ไม่ยิ้มแย้ม

unsmoked /ʌn'sməʊkt/อัน'ซโมคทฺ/ *adj.* *(ปลา, แฮม)* ไม่ได้รมควัน

unsnarl /ʌn'snɑ:l/อัน'ซนาล/ *v.t.* คลี่คลายความยุ่งเหยิง

unsociability /ʌnsəʊʃə'bɪlɪtɪ/อันโซเชอะ'บิลลิทิ/ *n.* การไม่ชอบสังคม

unsociable /ʌn'səʊʃəbl/อัน'โซเชอะบ'ล/ *adj.* ไม่ชอบสังคม, เก็บตัว

unsocial /ʌn'səʊʃl/อัน'โซช'ล/ *adj.* ไม่ชอบเข้าสังคม, ไม่เหมาะสม; **at this ~ hour** *(joc.)* ในเวลาที่ไม่มีใครออกไปไหน; **work ~ hours** ทำงานนอกเวลาทำงานปกติ

unsold /ʌn'səʊld/อัน'โซลดฺ/ *adj.* ไม่ได้ขาย, ขายไม่ได้

unsolicited /ʌnsə'lɪsɪtɪd/อันเซอะ'ลิซซิทิด/ *adj.* *(แขก)* ไม่ได้เชิญ; *(สินค้า)* ไม่ได้สั่ง; *(บทความ)* ที่ไม่ได้ขอ; **~ mail** จดหมายโฆษณา

unsolved /ʌn'sɒlvd/อัน'ซอลวฺดฺ/ *adj.* ไม่ได้แก้ไข, ยังลึกลับอยู่

unsophisticated /ʌnsə'fɪstɪkeɪtɪd/อันเซอะ'ฟิซติเคทิด/ *adj.* *(บุคคล)* ไร้เดียงสา; *(อาหาร, ชีวิต)* เรียบง่าย; *(วิธีการ, รูปแบบ)* ไม่สลับซับซ้อน; **~ food** อาหารง่าย ๆ

unsound /ʌn'saʊnd/อัน'ซาวนฺดฺ/ *adj.* Ⓐ *(diseased)* มีโรค, ไม่สบาย; **his health is ~:** สุขภาพของเขาไม่ดี; Ⓑ *(defective)* *(ตึก)* ไม่มั่นคง; *(งานก่อสร้าง)* มีข้อเสีย/ข้อบกพร่อง; **structurally ~** ไม่มั่นคงแข็งแรง; Ⓒ *(ill-founded)* *(กฎหมาย)* ร่างไม่ดี; *(วิธีการ)* ผิดหลักการ; Ⓓ *(unreliable)* ไม่น่าเชื่อถือ, ไม่น่าไว้ใจ; **the firm is financially ~:** บริษัทนี้ไม่น่าเชื่อถือทางด้านการเงิน; Ⓔ **of ~ mind** มีจิตวิปลาส; **he killed her while of ~ mind** เขาสังหารเธอขณะที่มีจิตวิปลาส/ไม่ปกติ

unsoundness /ʌn'saʊndnɪs/อัน'ซาวนฺดนิซ/ *n., no pl.* *(of health)* การที่มีสุขภาพไม่ดี; *(of structure)* ความไม่มั่นคง/ผุพัง; *(of theory, argument, decision)* การไม่ถูกต้องด้วยเหตุผล; **~ of mind** การที่จิตวิปลาส/จิตไม่ปกติ

unsparing /ʌn'speərɪŋ/อัน'ซแปริง/ *adj.* Ⓐ *(lavish)* ฟุ่มเฟือย/สุรุ่ยสุร่าย, ไม่อั้น; **work with ~ energy** ทำงานด้วยพลังงานที่ไม่อั้น; **give sb. one's ~ help/support** ให้ความช่วยเหลือ/การสนับสนุน *ค.น.* เต็มที่; **be ~ of** *or* **in sth.** ทำ *ส.น.* อย่างไม่ลดละ; **be ~ in one efforts** พยายามอย่างไม่ลดละ; Ⓑ *(merciless)* ไม่เมตตา/กรุณา

unsparingly /ʌn'speərɪŋlɪ/อัน'ซแปริงลิ/ *adv.* Ⓐ อย่างฟุ่มเฟือย, อย่างไม่อั้น; Ⓑ *(mercilessly)* อย่างไร้เมตตา

u

unspeakable /ʌn'spi:kəbl/อัน'ซปีเคอะบ'ล/ *adj.* พูดไม่ออก; *(indescribably bad)* เลวร้ายจนอธิบายไม่ถูก
unspeakably /ʌn'spi:kəblɪ/อัน'ซปีเคอะบลิ/ *adv.* โดยที่พูดไม่ออก; *(เลวร้าย)* อย่างไม่น่าเชื่อ
unspecified /ʌn'spesɪfaɪd/อัน'ซเปซิฟายดฺ/ *adj.* ไม่ได้ระบุไว้; **the job was for an ~ length of time** งานนี้ไม่ได้ระบุระยะเวลา
unspectacular /ʌnspek'tækjʊlə(r)/อันซเป็ค'แทคิวเลอะ(ร)/ *adj.* ไม่น่าตื่นเต้น/ประทับใจ
unspent /ʌn'spent/อัน'ซเป็นทฺ/ *adj.* *(เงิน)* ไม่ได้ใช้; **I still had 30 pence ~ in my pocket** ฉันยังมีเงิน 30 เพนซ์ติดกระเป๋าเสื้อ/กางเกง
unspoiled /ʌn'spɔɪld/อัน'ซปอยลุดฺ/, **unspoilt** /ʌn'spɔɪlt/อัน'ซปอยลุทฺ/ *adj.* *(อาหาร)* ไม่เสีย; ไม่ได้ถูกทำลาย *(ทิวทัศน์)*; *(เด็ก)* ที่ยังไม่เสียคน
unspoken /ʌn'spəʊkən/อัน'ซโปเคิน/ *adj.* ไม่ได้พูดออกมา; **be left ~:** ไม่ได้พูดออกมา
unsporting /ʌn'spɔ:tɪŋ/อัน'ซปอทิง/, **unsportsmanlike** /ʌn'spɔ:tsmənlaɪk/อัน'ซปอทซฺเมินไลคฺ/ *adjs.* ไม่ใช่นักกีฬา
unstable /ʌn'steɪbl/อัน'ซเตบ'ล/ *adj.* Ⓐ ไม่มั่นคง, ไม่แน่นอน, แปรปรวน; **the country is ~:** ประเทศไม่มั่นคง; **[mentally/emotionally] ~:** หวั่นไหว [ทางจิตใจ/อารมณ์]; *(Phys.)* ไม่คงที่; ➡ **+ equilibrium**
unstamped /ʌn'stæmpt/อัน'ซแตมพทฺ/ *adj.* ไม่ปิดดวงตราไปรษณียากร; *(unfranked)* ไม่ปิดอากรแสตมป์, ไม่ได้ตอก/ประทับตรา
unstated /ʌn'steɪtɪd/อัน'ซเตทิด/ *adj.* ไม่ได้กล่าว/แถลง
unstatesmanlike /ʌn'steɪtsmənlaɪk/อัน'ซเตทซฺเมินไลคฺ/ *adj.* ไม่ใช่ลักษณะของรัฐบุรุษ
unsteadily /ʌn'stedɪlɪ/อัน'ซเต็ดดิลิ/ *adv.* *(เดิน)* อย่างไม่มั่นคง; *(เผาไหม้)* อย่างไม่สม่ำเสมอ
unsteadiness /ʌn'stedɪnɪs/อัน'ซเต็ดดินิซ/ *n., no pl.* ➡ **unsteady:** ความไม่มั่นคง, ความไม่สม่ำเสมอ
unsteady /ʌn'stedɪ/อัน'ซเต็ดดิ/ *adj.* ไม่มั่นคง, สั่นคลอน, ไม่แน่วแน่; *(จังหวะ, เปลวไฟ)* ไม่สม่ำเสมอ; **be ~ on one's feet** เดินไม่มั่นคง
unstick /ʌn'stɪk/อัน'ซติ๊ค/ *v.t.,* **unstuck** /ʌn'stʌk/อัน'ซตัค/ เอากาวออก, แยกออกจากกัน; ➡ **+ unstuck**
unstinting /ʌn'stɪntɪŋ/อัน'ซตินทิง/ *adj.* ไม่จำกัด, ใจป้ำ; **be ~ in sth.** ใจป้ำใน *ส.น.*; **be ~ in one's efforts** พยายามอย่างไม่ลดละ
unstitch /ʌn'stɪtʃ/อัน'ซติฉ/ *v.t.* เลาะ *(ตะเข็บ)*; **the seam has come ~ed** รอยเย็บที่ตะเข็บหลุด
unstoppable /ʌn'stɒpəbl/อัน'ซตอเพอะบ'ล/ *adj.* หยุดยั้งไม่ได้, เอาชนะไม่ได้; **she is ~:** เธอเป็นคนที่ไม่อาจจะหยุดยั้งได้
unstrap /ʌn'stræp/อัน'ซแตรพ/ *v.t.* แก้สายรัดออก
unstreamed /ʌn'stri:md/อัน'ซตรีมดฺ/ *adj.* *(Sch.)* ที่ไม่แบ่งกลุ่มตามความสามารถ
unstressed /ʌn'strest/อัน'ซเตร็ซทฺ/ *adj.* Ⓐ *(not subjected to stress)* ไม่ตึงเครียด; Ⓑ *(Phonet.)* ไม่ลงเสียงหนัก
unstructured /ʌn'strʌktʃəd/อัน'ซตรัคเฉิด/ *adj.* ไม่มีโครงสร้าง
unstrung /ʌn'strʌŋ/อัน'ซตรัง/ *adj.* Ⓐ **come ~** *(ลูกปัด)* หลุดจากสาย; Ⓑ ทำให้ประสาท
unstuck /ʌn'stʌk/อัน'ซตัค/ *adj.* **come ~:** หลุดออก; *(fig. coll.: come to grief, fail)* ล้มเหลว **(over** เกี่ยวกับ**)**; *(แผนการ)* ล้มเหลว
unstudied /ʌn'stʌdɪd/อัน'ซตัดดิด/ *adj.* ไม่ได้เสแสร้ง
unsubsidized /ʌn'sʌbsɪdaɪzd/อัน'ซับซิดายซดฺ/ *adj.* ไม่ได้รับการช่วยเหลือ/สงเคราะห์
unsubstantial /ʌnsəb'stænʃl/อันซับ'ซแตนช'ล/ *adj.* Ⓐ ไร้แก่นสาร, เพ้อฝัน; *(ghostly)* คล้ายผี, ไม่มีตัวตน; Ⓑ *(inadequate)* ไม่เพียงพอ, ไม่มีน้ำหนัก
unsubstantiated /ʌnsəb'stænʃɪeɪtɪd/อันซับ'ซแตนชิเอทิด/ *adj.* ไม่มีหลักฐานยืนยัน
unsubtle /ʌn'sʌtl/อัน'ซัท'ล/ *adj.* ตรงไปตรงมา
unsuccessful /ʌnsək'sesfl/อันเซิค'เซ็ซฟ'ล/ *adj.* ไม่ประสบความสำเร็จ; **be ~:** ไม่ประสบผลสำเร็จ; **the operation was ~:** การผ่าตัดไม่ประสบความสำเร็จ; **be ~ in an examination/competition** ไม่ประสบผลสำเร็จในการสอบ/การแข่งขัน; **he has been ~ in his attempt to find a job** เขาหางานทำไม่สำเร็จ
unsuccessfully /ʌnsək'sesfəlɪ/อันเซิค'เซ็ซเฟอะลิ/ *adv.* อย่างไม่ประสบความสำเร็จ
unsuitability /ʌnsu:tə'bɪlɪtɪ/อันซูเทอะ'บิลลิทิ/ *n., no pl.* ความไม่เหมาะสม, ความไม่สมควร
unsuitable /ʌn'su:təbl/อัน'ซูเทอะบ'ล/ *adj.* ไม่เหมาะสม; **~ clothes** *(for weather, activity, occasion, etc.)* ที่ไม่เหมาะ; **be ~ for sb./sth.** ไม่เหมาะกับ *ค.น./ส.น.*; **this sort of behaviour is ~ for a teacher** ความประพฤติเช่นนี้ไม่ควรสำหรับครู
unsuitably /ʌn'su:təblɪ/อัน'ซูเทอะบลิ/ *adv.* อย่างไม่เหมาะสม; **she dresses ~ for her age/figure** เธอแต่งตัวไม่เหมาะกับวัย/รูปร่าง; **be ~ dressed for a hike** แต่งตัวไม่เหมาะกับการเดินทางไกล
unsuited /ʌn'su:tɪd/อัน'ซูทิด/ *adj.* ไม่เหมาะกับ; **be ~ for** *or* **to sb.** ไม่เหมาะกับ *ค.น.*; **John and Mary are ~ to each other** จอห์นกับแมรี่ไม่คู่ควรกัน; **he is ~ to be a teacher** เขาไม่เหมาะที่จะเป็นครู
unsullied /ʌn'sʌlɪd/อัน'ซัลลิด/ *adj.* *(หิมะ)* ไม่เปรอะเปื้อน; *(ชื่อเสียง)* ไม่มีรอยด่างพร้อย
unsung /ʌn'sʌŋ/อัน'ซัง/ *adj.* *(วีรบุรุษ)* ไม่ได้รับการสรรเสริญ
unsupported /ʌnsə'pɔ:tɪd/อันเซอะ'พอทิด/ *adj.* Ⓐ ไม่มีการพยุง/ค้ำจุน; **if left ~, the branches will break** ถ้าไม่พยุงเอาไว้กิ่งก็จะหัก; **the old man walked ~:** ชายชราเดินโดยไม่มีอะไรพยุง; Ⓑ *(Mil)* ที่ไม่มีกำลังหนุน; **an ~ unit** หน่วยที่ไม่มีกองกำลังหนุน; Ⓒ *(fig.)* *(ทฤษฎี)* ไม่มีผู้สนับสนุน; *(ข้อกล่าวหา)* ไม่มีหลักฐาน; **~ by sb./sth.** ไม่มี *ค.น./ส.น.* สนับสนุน; **a project ~ by funds** โครงการที่ไม่มีกองทุนสนับสนุน; **we do not accept cheques ~ by credit cards** เราไม่รับเช็คที่ไม่มีบัตรเครดิตรับรอง
unsupportive /ʌnsə'pɔ:tɪv/เอินเซอะ'พอทิว/ *adj.* **Her partner is ~:**แฟนเธอไม่ให้ความช่วยเหลือ; **his colleagues were ~:** เพื่อนร่วมงานของเขาไม่ให้ความสนับสนุน
unsure /ʌn'ʃɔ:(r), US -'ʃʊər/อัน'ชอ(ร), -'ชัวร/ *adj.* ไม่แน่ใจ; **be ~ about sb./sth.** ไม่แน่ใจเกี่ยวกับ *ค.น./ส.น.*; **be ~ whether to do sth.** ไม่แน่ใจว่าจะทำ *ส.น.* ดีหรือไม่; **be ~ of sb./sth.** ไม่แน่ใจ *ค.น./ส.น.*; **be ~ of a date/of one's facts** ไม่แน่ใจในวันที่/ข้อเท็จจริงของตน; **be ~ of oneself** ไม่มั่นใจแน่ใจในตนเอง
unsurpassable /ʌnsə'pɑ:səbl, US -'pæs-/อันเซอะ'พาเซอะบ'ล, -'แพซ-/ *adj.* ไม่มีใครขึ้นหน้า, ไม่มีใครเกิน; *(unique)* มีลักษณะเฉพาะ
unsurpassed /ʌnsə'pɑ:st, US -'pæs-/อันเซอะ'พาซทฺ, -'แพซ-/ *adj.* ไม่มีใครเกิน, เป็นเลิศ; **a landscape ~ in beauty** ภูมิประเทศสวยเป็นเลิศ; **a novel ~ for suspense** นวนิยายที่เป็นเลิศในเรื่องความตื่นเต้น; **his speeches were ~ for wit** สุนทรพจน์ของเขาไม่มีใครเกินในเรื่องของไหวพริบ/เชาวน์
unsurprising /ʌnsə'praɪzɪŋ/อันเซอะ'พรายซิง/ *adj.* ไม่น่าแปลกใจ
unsurprisingly /ʌnsə'praɪzɪŋlɪ/อันเซอะ'พรายซิงลิ/ *adv.* อย่างไม่น่าแปลกใจ
unsuspected /ʌnsə'spektɪd/อันเซอ'ซเป็คทิด/ *adj.* Ⓐ *(not known about)* ไม่คาดคิด, ไม่ทราบมาก่อน *(ความสามารถ, ความอ่อนหวาน, ฯลฯ)*; **he showed an ~ streak of ruthlessness** เขาแสดงความโหดเหี้ยมที่ไม่มีใครคาดคิดมาก่อน; Ⓑ *(not under suspicion)* **be ~:** ไม่เป็นที่สงสัย; **~ by anyone** ไม่มีใครสงสัย
unsuspecting /ʌnsə'spektɪŋ/อันเซอะ'ซเป็คทิง/ *adj.,* **unsuspectingly** /ʌnsə'spektɪŋlɪ/อันเซอะ'ซเป็คทิงลิ/ *adv.* [โดย] ไม่สงสัย
unsweetened /ʌn'swi:tnd/อัน'ซวีท'นดฺ/ *adj.* ไม่ได้ใส่น้ำตาล, ไม่หวาน
unswerving /ʌn'swɜ:vɪŋ/อัน'ซเวอวิง/ *adj.* Ⓐ *(not turning aside)* ไม่เบน, ไม่หันเห; **follow an ~ course** เดินไปตามเส้นทางที่ไม่หันเห; Ⓑ *(steady, constant)* มั่นคง, สม่ำเสมอ; **be ~ in sth.** มั่นคงใน *ส.น.*
unswervingly /ʌn'swɜ:vɪŋlɪ/อัน'ซเวอวิงลิ/ *adv.* *(ซื่อสัตย์, จริงใจ)* อย่างไม่หันเห, อย่างไม่ผันแปร
unsymmetrical /ʌnsɪ'metrɪkl/อันซิ'เม็ททริค'ล/ *adj.* ไม่ได้สัดส่วนกัน, สองด้านไม่สมดุลกัน
unsympathetic /ʌnsɪmpə'θetɪk/อันซิมเพอะ'เธ็ททิค/ *adj.* Ⓐ ไม่เห็นอกเห็นใจ; **be ~:** ไม่เห็นอกเห็นใจ; **be ~ to sth.** ไม่เห็นใจ *ส.น.* *หรือ* ไม่เห็นด้วยกับ *ส.น.*; Ⓑ *(unlikeable)* ไม่น่าชื่นชอบ
unsympathetically /ʌnsɪmpə'θetɪkəlɪ/อันซิมเพอะ'เธ็ททิเคอะลิ/ *adv.* อย่างไม่เห็นอกเห็นใจ
unsystematic /ʌnsɪstə'mætɪk/อันซิซเตอะ'แมทิค/ *adj.,* **unsystematically** /ʌnsɪstə'mætɪkəlɪ/อันซิซเตอะ'แมทิเคอะลิ/ *adv.* อย่างไม่มีระเบียบ/ระบบ
untainted /ʌn'teɪntɪd/อัน'เทนทิด/ *adj.* ไม่มีมลทิน
untalented /ʌn'tæləntɪd/อัน'แทเลินทิด/ *adj.* ไม่มีพรสวรรค์/ความสามารถพิเศษ
untameable /ʌn'teɪməbl/อัน'เทเมอะบ'ล/ *adj.* ทำให้เชื่องไม่ได้; *(fig.)* ปราบไม่ได้
untamed /ʌn'teɪmd/อัน'เทมดฺ/ *adj.* *(lit. or fig.)* ไม่ได้ถูกปราบ, ไม่ได้ทำให้เชื่อง
untangle /ʌn'tæŋgl/อัน'แทงก'ล/ *v.t.* แก้ออก, คลาย; *(fig.)* แก้ไข, ชำระสะสาง *(การเงิน, ปัญหา)*
untapped /ʌn'tæpt/อัน'แทพทฺ/ *adj.* ไม่ได้ไขเอาออกมา; *(fig.: not used)* *(ความสามารถ)* ไม่ได้นำมาใช้; *(ตลาด)* ที่ยังไม่เข้าไปค้าขาย
untarnished /ʌn'tɑ:nɪʃt/อัน'ทานิชทฺ/ *adj.* *(lit. or fig.)* ไม่มัวหมอง; *(เงิน, ชื่อเสียง)* ขาวสะอาด; **his name is ~ by corruption** ชื่อของเขาไม่มัวหมองจากการฉ้อราษฎร์บังหลวง
untasted /ʌn'teɪstɪd/อัน'เทซติด/ *adj.* ไม่ได้ลิ้มรส; **leave one's food ~:** ไม่ได้ลิ้มรส/ชิมอาหารของตน; *(fig.)* **~ pleasures/delights** ความพอใจ/ความยินดีที่ไม่ได้ลิ้มรส
untaught /ʌn'tɔ:t/อัน'ทอท/ *adj.* Ⓐ *(not instructed)* **be [completely] ~ in sth.** ไม่ได้

untaxed | unvarnished 978

รับการสอน *ส.น.* [เลย]; Ⓑ *(not acquired by teaching) (ความสามารถ)* ไม่ได้มาโดยการสอน, ที่มีโดยกำเนิด

untaxed /ʌn'tækst/อัน'แทคซฺท/ *adj.* ได้รับการยกเว้นภาษี, ไม่ถูกเก็บภาษี; **an ~ car** รถยนต์ที่ไม่ได้จ่ายภาษี/ติดป้ายวงกลม

unteachable /ʌn'ti:tʃəbl/อัน'ทีเฉอะบ'ล/ *adj.* ไม่สามารถสอนได้

untenable /ʌn'tenəbl/อัน'เท็นเนอะบ'ล/ *adj.* ไม่สามารถยึดถือได้

untenanted /ʌn'tenəntɪd/อัน'เท็นเนินทิด/ *adj.* ไม่มีผู้เช่า

untended /ʌn'tendɪd/อัน'เท็นดิด/ *adj.* ไม่มีผู้ดูแล

untested /ʌn'testɪd/อัน'เท็ซทิด/ *adj.* ไม่ได้ทดลอง; **a drug ~ on humans** ยาที่ไม่ได้ทดลองใช้กับมนุษย์

unthankful /ʌn'θæŋkfl/อัน'แธงคฺฟ'ล/ *adj.* ไม่ซาบซึ้งใจ

unthinkable /ʌn'θɪŋkəbl/อัน'ธิงเคอะบ'ล/ ❶ *adj.* คิดไม่ถึง, เป็นไปไม่ได้ ❷ *n.* **the ~:** สิ่งที่คิดไม่ถึง

unthinkably /ʌn'θɪŋkəblɪ/อัน'ธิงเคอะบลิ/ *adv.* อย่างคิดไม่ถึง

unthinking /ʌn'θɪŋkɪŋ/อัน'ธิงคิง/ *adj.*, **unthinkingly** /ʌn'θɪŋkɪŋlɪ/อัน'ธิงคิงลิ/ *adv.* โดยไม่คิด; **~, I took the key** ฉันคว้ากุญแจไปโดยไม่ทันคิด

unthought /ʌn'θɔ:t/อัน'ธอท/ *adj.* **~ of** ไม่คาดคิด; **hitherto ~-of disadvantages/objections** ข้อเสียเปรียบ/ข้อคัดค้านที่ไม่คาดคิดจนบัดนี้

unthread /ʌn'θred/อัน'เธร็ด/ *v.t.* ดึง *(ด้าย, ลูกปัด)* ออกจาก *(เข็ม/สาย)*

untidily /ʌn'taɪdɪlɪ/อัน'ทายดิลิ/ *adv.* อย่างไม่เรียบร้อย, อย่างไม่เป็นระเบียบ

untidiness /ʌn'taɪdɪnɪs/อัน'ทายดินิซ/ *n., no pl.* ➡ **untidy:** ความไม่เรียบร้อย, ความไม่เป็นระเบียบ, ความรก

untidy /ʌn'taɪdɪ/อัน'ทายดิ/ *adj.* ไม่เรียบร้อย, ไม่เป็นระเบียบ, สกปรก

untie /ʌn'taɪ/อัน'ทาย/ *v.t.*, **untying**/ʌn'taɪɪŋ/อัน'ทายอิง/ แก้ *(เชือก)*; ปล่อย *(ม้า)*; คลาย *(เงื่อน)*; **~ sb./sb.'s hands** ปล่อย *ค.น.*/มือ *ค.น.*

untied /ʌn'taɪd/อัน'ทายดฺ/ *adj.* ไม่ได้ผูก, *(เชือกรองเท้า)* หลุด; **leave sth. ~:** ไม่ได้ผูก *ส.น.*; **come ~:** *(เชือก)* หลุด

until /ən'tɪl/เอิน'ทิล/ ❶ *prep.* ➤ **177** จน; *(followed by + noun)* จนกระทั่ง; **~ [the] evening/night/the end** จนตอนเย็น/กลางคืน/ตอนสุดท้าย; **~ his death/retirement** จนกระทั่งมรณกรรม/การเกษียณของเขา; **~ next week** จนกระทั่งสัปดาห์หน้า; **~ then** *or* **that time** จนถึงตอนนั้น/เวลานั้น; **not ~** ไม่จนกว่า; **not ~ Christmas/the summer/his birthday/this morning** ไม่จนกว่าจะถึงคริสต์มาส/ฤดูร้อน/วันคล้ายวันเกิดของเขา/เช้านี้; **yes, but not ~ [then]** ใช่ แต่ต้องให้ถึง [ถึงตอนนั้นก่อน] ❷ *conj.* จนกระทั่ง, จนกว่า; **~ you find the key, we shall not be able to get in** เราจะเข้าไปข้างในไม่ได้ จนกว่าคุณจะหากุญแจพบ; **I am not coming ~ I am asked** ฉันจะไม่มาจนกว่าจะมีคนเชิญ; **I did not know ~ you told me** ฉันไม่รู้จนกระทั่งคุณบอกฉัน

untimely /ʌn'taɪmlɪ/อัน'ทายมฺลิ/ ❶ *adj.* Ⓐ *(inopportune)* ไม่ถูกจังหวะ; *(inappropriate)* ไม่เหมาะสม; **be ~:** ไม่เหมาะสม/ไม่ถูกกาลเทศะ; **an ~ frost** น้ำค้างแข็งที่มาถึงก่อนเวลา; **an ~ measure/action** มาตรการ/การปฏิบัติการที่ไม่เหมาะสม; **his joke was ~:** เรื่องตลกของเขาไม่ถูกกาลเทศะ; **not ~:** ไม่ถูกกาลเทศะ, ไม่เหมาะสม; Ⓑ *(premature) (การตาย)* ก่อนเวลา; **he came to an ~ end** เขาได้ถึงแก่กรรมก่อนเวลาอันควร ❷ *adv. (inopportunely)* อย่างไม่ถูกกาลเทศะ; *(prematurely)* ก่อนเวลาอันควร

untiring /ʌn'taɪərɪŋ/อัน'ทายเออะริง/ *adj.* ไม่เหน็ดเหนื่อย, ไม่ย่อท้อ; **be ~ in one's efforts for sb./to do sth.** พยายามอย่างไม่ย่อท้อเพื่อ *ค.น.*/ทำ *ส.น.*

untiringly /ʌn'taɪərɪŋlɪ/อัน'ทายเออะริงลิ/ *adv.* อย่างไม่เหน็ดเหนื่อย, อย่างไม่ย่อท้อ

unto /'ʌntʊ/'อันทุ/ *prep. (arch./literary)* Ⓐ ➡ **to 1**; Ⓑ *(Bibl.)* **come ~ me** มาหาข้าพเจ้า; **~ this day** จนกระทั่งวันนี้; **faithful ~ death** ซื่อสัตย์จนกระทั่งมรณกรรม

untold /ʌn'təʊld/อัน'โทลดฺ/ *adj.* Ⓐ *(immeasurable)* วัดไม่ได้; Ⓑ *(countless)* เหลือคณานับ; Ⓒ *(not related)* ไม่ได้บอกเล่า

untouchable /ʌn'tʌtʃəbl/อัน'ทัฉเฉอะบ'ล/ ❶ *adj.* Ⓐ *(beyond reach)* เอื้อม/แตะไม่ถึง; **sth. is ~:** *ส.น.* เอื้อมไม่ถึง; Ⓑ *(above criticism /reproach)* แตะต้องไม่ได้, ตำหนิไม่ได้ ❷ *n.* พวกจัณฑาล *(ในอินเดีย)*

untouched /ʌn'tʌtʃt/อัน'ทัฉทฺ/ *adj.* Ⓐ *(not handled, untasted)* ไม่ได้แตะต้อง/ลิ้มรส; **leave sth. ~:** ทิ้ง *ส.น.* โดยไม่ได้แตะต้อง; **'~ by human hand'** *(on packaged food)* 'ห่ออย่างถูกสุขลักษณะ'; **a cup of tea still ~:** ถ้วยชาที่ยังไม่มีใครแตะ; Ⓑ *(not changed)* ไม่เปลี่ยนแปลง; Ⓒ *(not affected)* ไม่ได้รับผลกระทบ; **be ~ by sth.** ไม่ได้รับผลกระทบจาก *ส.น.*; **they had left her jewellery ~:** พวกเขาไม่ได้แตะต้องเครื่องเพชรของเธอ; **a town ~ by the war/a people ~ by the pressures of modern times** เมืองที่ไม่ได้รับผลกระทบจากสงคราม/ผู้คนที่ไม่ได้รับผลกระทบจากความกดดันของสมัยปัจจุบัน; **she remained ~ by his tears** เธอยังคงเมินเฉยต่อหน้าน้ำตาของเขา; Ⓓ *(unequalled)* เหนือชั้น, ไม่มีคู่แข่ง

untoward /ʌntə'wɔ:d, US ʌn'tɔ:rd/อันเทอะ'วอด, อัน'ทอรดฺ/ *adj.* Ⓐ *(unfavourable)* เคราะห์ร้าย, ไม่ดี; **in case something ~ were to happen** ในกรณีที่มีอะไรไม่ดีเกิดขึ้น; **nothing ~ happened** ไม่มีอะไรไม่ดีเกิดขึ้น; Ⓑ *(unseemly)* ไม่เหมาะสม

untraceable /ʌn'treɪsəbl/อัน'เทรเซอะบ'ล/ *adj.* ไม่สามารถพบร่องรอยได้, หายสาบสูญ; **be ~:** หายสาบสูญ

untraced /ʌn'treɪst/อัน'เทรซทฺ/ *adj.* หาไม่พบ, ไม่พบร่องรอย

untrained /ʌn'treɪnd/อัน'เทรนดฺ/ *adj.* ไม่ได้รับการฝึกหัด; ไม่คุ้นเคย; ไม่เชี่ยวชาญ; **to the ~ eye/ear** สำหรับตา/หูที่ไม่เชี่ยวชาญ; **be ~ in sth.** ไม่ชำนาญใน *ส.น.*

untrammelled *(Amer.:* **untrammeled***)* /ʌn'træmld/อัน'แทรม'ลดฺ/ *adj. (fig.)* ไม่มีเครื่องเหนี่ยวรั้ง/ไม่ถูกจำกัด; **young people ~ by tradition/convention** คนหนุ่มสาวที่เป็นอิสระจากประเพณี/ธรรมเนียมปฏิบัติ

untranslatable /ʌntræns'leɪtəbl/อันแทรนซฺ'เลเทอะบ'ล/ *adj.* ไม่สามารถแปลได้

untravelled *(Amer.:* **untraveled***)* /ʌn'trævld/อัน'แทรฺว'ลดฺ/ *adj. (ผู้)* ที่ไม่ค่อยได้ท่องเที่ยว; *(สถานที่)* ที่ไม่ค่อยมีใครไป

untreated /ʌn'tri:tɪd/อัน'ทรีทิด/ *adj.* ไม่ได้จัดการ, ไม่ได้รักษา

untried /ʌn'traɪd/อัน'ทรายดฺ/ *adj.* Ⓐ *(not tested)* ไม่ได้ทดลอง; **a new treatment, ~ on humans** การรักษาแบบใหม่ที่ยังไม่ได้ทดลองกับมนุษย์; **leave nothing ~:** ไม่มีอะไรที่ไม่ได้ลอง; Ⓑ *(Law) (คดี)* ที่ไม่ได้พิจารณา

untrodden /ʌn'trɒdn/อัน'ทรอด'น/ *adj. (หิมะ)* ที่ไม่มีการแตะต้อง; ไม่เคยมีผู้เหยียบย่างมาก่อน

untroubled /ʌn'trʌbld/อัน'เทรอะบ'ลดฺ/ *adj. (การนอนหลับ)* ไม่ถูกรบกวน; *(น้ำ)* เรียบ; *(ชีวิต)* ไม่มีความยากลำบาก, สงบ, ราบรื่น; **he seemed ~ by the news** เขาดูเหมือนว่าไม่กระทบกระเทือนจากข่าว; **we were ~ by doubts/worries** พวกเราไม่ลังเลใจ/มีความกังวล

untrue /ʌn'tru:/อัน'ทรู/ *adj.* Ⓐ *(false)* ไม่จริง, ไม่แท้; **that's ~:** นั่นไม่จริง; Ⓑ *(unfaithful)* ไม่ซื่อสัตย์; **~ to sb./sth.** ไม่ซื่อสัตย์ต่อ *ค.น./ส.น.*; Ⓒ ไม่ถูกต้อง

untrustworthy /ʌn'trʌstwɜ:ðɪ/อัน'ทรัซทฺเวอธิ/ *adj.* ไม่น่าไว้วางใจ

untruth /ʌn'tru:θ/อัน'ทรูธ/ *n., pl.* **~s** /ʌn'tru:ðz, ʌn'tru:θs/อัน'ทรูธซฺ/ ความเท็จ, คำพูดมุสา

untruthful /ʌn'tru:θfl/อัน'ทรูธฟ'ล/ *adj.* ไม่จริง, เท็จ, โกหก; **an ~ story** เรื่องไม่จริง/เท็จ; **I am not being ~:** ฉันไม่ได้โกหก

untruthfully /ʌn'tru:θfəlɪ/อัน'ทรูธเฟอะลิ/ *adv.* อย่างไม่เป็นความจริง, อย่างโกหก

untruthfulness /ʌn'tru:θflnɪs/อัน'ทรูธฟ'ลนิซ/ *n., no pl. (of story)* ความเท็จ; *(of person)* ความโกหหก, ความไม่ซื่อสัตย์

untuneful /ʌn'tju:nfl/อัน'ทิวนฺฟ'ล/ *adj.* ไม่มีท่วงทำนอง

unturned /ʌn'tɜ:nd/อัน'เทินดฺ/ *adj.* ➡ **stone 1 A**

untutored /ʌn'tju:təd, US -'tu:-/อัน'ทิวเทิด, -'ทู-/ *adj.* ไม่ได้รับการสอน, ไม่ได้รับการศึกษา

untypical /ʌn'tɪpɪkl/อัน'ทิพพิค'ล/ *adj.* ไม่เป็นแบบฉบับ/ตัวอย่าง (of ของ)

unusable /ʌn'ju:zəbl/อัน'ยูเซอะบ'ล/ *adj.* ใช้ประโยชน์ไม่ได้

[1]**unused** /ʌn'ju:zd/อัน'ยูซดฺ/ *adj. (new fresh)* ใหม่, ยังไม่เคยใช้; *(not utilized)* ที่ยังไม่ได้ใช้; **he still had three days ~ leave** เขายังมีวันลาเหลืออีกสามวัน

[2]**unused** /ʌn'ju:sd/อัน'ยูซดฺ/ *adj. (unaccustomed)* **be ~ to sth./to doing sth.** ไม่เคยชินกับ *ส.น.*/การทำ *ส.น.*; **we are not ~ to sudden crises** พวกเราเคยชินกับวิกฤติการณ์ที่เกิดขึ้นปัจจุบันทันด่วน

unusual /ʌn'ju:ʒʊəl/อัน'ยูฌวล/ *adj.* แปลก, ไม่ธรรมดา; *(exceptional)* ผิดปกติ; **an ~ number of** จำนวน...ที่ผิดปกติ; **it is ~ for him to do that** เป็นเรื่องแปลกที่เขาจะทำเช่นนั้น; **it is not ~ for her to do that** ไม่ผิดปกติที่เธอจะทำเช่นนั้น

unusually /ʌn'ju:ʒʊəlɪ/อัน'ยูฌัวลิ/ *adv.* โดยผิดปกติ, อย่างแปลกประหลาด; *as sentence-modifier;* **~ [for him], he was late** เป็นเรื่องผิดปกติที่เขามาสาย

unusualness /ʌn'ju:ʒʊəlnɪs/อัน'ยูฌวลนิซ/ *n., no pl.* ความผิดปกติ, ความไม่ธรรมดา

unutterable /ʌn'ʌtərəbl/อัน'อัทเทอะเรอะบ'ล/ *adj.*, **unutterably** /ʌn'ʌtərəblɪ/อัน'อัทเทอะเรอะบลิ/ *adv.* [โดย] กล่าวไม่ได้

unvarnished /ʌn'vɑ:nɪʃt/อัน'วานิชทฺ/ *adj.* ไม่ได้ทาน้ำมัน; *(เครื่องถ้วย)* ไม่ได้เคลือบ; *(fig.) (ความจริง)* ไม่ได้ตกแต่ง

u

unvarying /ʌnˈveərɪŋ/อัน'แวริอิง/ *adj.* ไม่เปลี่ยนแปลง, ไม่ผันแปร

unveil /ʌnˈveɪl/อัน'เวล/ *v.t.* Ⓐ เปิดผ้าคลุมหน้า *(ผู้หญิง, อนุสาวรีย์); (fig.: introduce publicly)* เปิดเผยต่อสาธารณชน; Ⓑ *(reveal)* เปิดเผย *(แผน)*; เปิดโปง

unveiling /ʌnˈveɪlɪŋ/อัน'เวลิง/ *n.* การเปิดผ้าคลุม *(หน้า, อนุสาวรีย์); (fig.)* การเปิดเผยต่อสาธารณชน; **the ~ ceremony** พิธีเปิดแพรคลุม

unventilated /ʌnˈventɪleɪtɪd/อัน'เว็นทิเลทิด/ *adj.* ไม่มีการระบายอากาศ, ไม่มีอากาศถ่ายเท

unverifiable /ʌnˈverɪfaɪəbl/อัน'เวะริไฟเออะบ'ล/ *adj.* *(ข้อเท็จจริง)* พิสูจน์ไม่ได้

unverified /ʌnˈverɪfaɪd/อัน'เวะริฟายด/ *adj.* ยังไม่ได้พิสูจน์

unversed /ʌnˈvɜːst/อัน'เวิซท/ *adj.* ไม่มีประสบการณ์, ไม่ช่ำชอง **(in** ใน)

unvoiced /ʌnˈvɔɪst/อัน'วอยซท/ *adj.* Ⓐ *(ความรู้สึก, ความสงสัย)* ไม่ได้เอ่ย; Ⓑ *(Phonet.) (เสียง)* ที่ไม่ก้อง

unwaged /ʌnˈweɪdʒd/อัน'เวจด/ *adj.* ไม่มีงานทำ/ตกงาน

unwanted /ʌnˈwɒntɪd/อัน'วอนติด/ *adj.* ที่ไม่ต้องการ; **one's ~ clothes/books** เสื้อผ้า/หนังสือที่ไม่ต้องการแล้ว

unwarily /ʌnˈweərɪlɪ/อัน'แวริลิ/ *adv.* อย่างไม่ระมัดระวัง, โดยไม่ระวังตัว

unwarrantable /ʌnˈwɒrəntəbl, US -ˈwɔːr-/อัน'วอเรินเทอะบ'ล, -'วอร-/ *adj.* ประกันไม่ได้, ไม่มีเหตุผล, ไม่สมควร

unwarrantably /ʌnˈwɒrəntəblɪ, US -ˈwɔːr-/อัน'วอเรินเทอะบลิ, -'วอร-/ *adv.* **be ~ severe with sb.** รุนแรงกับ *ค.น.* อย่างไม่มีเหตุผล

unwarranted /ʌnˈwɒrəntɪd, US -ˈwɔːr-/อัน'วอเรินติด, -'วอร-/ *adj.* ไม่ยุติธรรม, ปราศจากเหตุผล

unwary /ʌnˈweərɪ/อัน'แวริ/ *adj.* ไม่ระมัดระวัง, ไม่ระวังตัว

unwashed /ʌnˈwɒʃt/อัน'วอชท/ *adj.* *(บุคคล)* ไม่ได้อาบน้ำ; *(เสื้อผ้า)* ไม่ได้ซัก; ไม่สะอาด, สกปรก; **the great ~** *(derog.)* ชนชั้นต่ำ

unwavering /ʌnˈweɪvərɪŋ/อัน'เวเวอะริง/ *adj.* ไม่รวนเร, ไม่แปรเปลี่ยน; *(การมอง)* ไม่กะพริบ; *(fig.: firm, resolute)* มั่นคง, แน่วแน่

unwearable /ʌnˈweərəbl/อัน'แวเรอะบ'ล/ *adj.* **sth. is ~:** *ส.น.* [สวม] ใส่ไม่ได้, *ส.น.* น่าเกลียดมาก

unwelcome /ʌnˈwelkəm/อัน'เว็ลเคิม/ *adj.* *(สิ่ง, คนมาเยี่ยม)* ไม่ต้องการ; *(ข้อเท็จจริง)* ที่ไม่อยากจะยอมรับ

unwell /ʌnˈwel/อัน'เว็ล/ *adj.* ป่วย, ไม่สบาย; **look ~:** ดูไม่สบาย; **he feels ~** *(feels poorly)* เขารู้สึกไม่สบาย; *(feels sick)* รู้สึกคลื่นไส้; **she is ~** เธอป่วย/ไม่สบาย

unwholesome /ʌnˈhəʊlsəm/อัน'โฮลเซิม/ *adj. (lit. or fig.)* เป็นอันตรายต่อร่างกาย, มีสุขภาพไม่ดี

unwieldiness /ʌnˈwiːldɪnɪs/อัน'วีลดินิซ/ *n., no pl. (of tool, weapon)* ความไม่ถนัด, ความไม่สะดวก; *(of box, shape, parcel)* ความเทอะทะ; *(fig.: complexity)* ความสลับซับซ้อน

unwieldy /ʌnˈwiːldɪ/อัน'วีลดิ/ *adj.* *(เครื่องมือ)* ไม่ถนัด; *(กล่อง)* เทอะทะ; *(fig.) (ชื่อองค์กร)* สลับซับซ้อน

unwilling /ʌnˈwɪlɪŋ/อัน'วิลลิง/ *adj.* ไม่เต็มใจ, ไม่สมัครใจ; **an achievement that commands our ~ admiration/respect** ความสำเร็จที่พวกเราจำเป็นต้องชื่นชม/เคารพแม้ไม่เต็มใจ; **be ~ to do sth.** ไม่เต็มใจที่จะทำ *ส.น.;* **we are not ~ but unable to help** เราเต็มใจช่วยเหลือ แต่ทำอะไรไม่ได้; **be ~ for sb. to do sth.** *or* **that sb. should do sth.** ไม่เต็มใจที่จะให้ *ค.น.* ทำ *ส.น.;* **be ~ for sth. to be done** *or* **that sth. should be done** ไม่เต็มใจที่จะทำ *ส.น.*

unwillingly /ʌnˈwɪlɪŋlɪ/อัน'วิลลิงลิ/ *adv.* อย่างไม่เต็มใจ

unwillingness /ʌnˈwɪlɪŋnɪs/อัน'วิลลิงนิซ/ *n., no pl.* ความไม่เต็มใจ; **~ to help/listen** ความไม่เต็มใจช่วยเหลือ/ฟัง

unwind /ʌnˈwaɪnd/อัน'วายนด/ ❶ *v.t.*, **unwound** /ʌnˈwaʊnd/อัน'วาวนด/ คลาย, ม้วนออก *(ม้วนเทป, เชือก)*; **the girl unwound her arms from around his neck** หญิงสาวปล่อยแขนที่โอบรอบคอเขา ❷ *v.i.*, **unwound** Ⓐ *(unreel)* ม้วนออกจากหลอด/แกน; Ⓑ *(fig.: unfold)* ยืดตัว; Ⓒ *(coll.: relax)* ผ่อนคลาย

unwise /ʌnˈwaɪz/อัน'วายซ/ *adj.* ไม่ฉลาด, โง่เขลา; **if you are ~ enough to ignore my advice** ถ้าคุณโง่จนไม่ฟังคำแนะนำของฉัน

unwisely /ʌnˈwaɪzlɪ/อัน'วายซลิ/ *adv.* อย่างไม่ฉลาด, อย่างโง่เขลา

unwitting /ʌnˈwɪtɪŋ/อัน'วิททิง/ *adj.* ไม่รู้ตัว; *(unintentional)* ไม่เจตนา

unwittingly /ʌnˈwɪtɪŋlɪ/อัน'วิททิงลิ/ *adv.* อย่างไม่รู้ตัว, อย่างไม่เจตนา

unwonted /ʌnˈwəʊntɪd/อัน'โวนทิด/ *adj.* ไม่เคย, ผิดปกติ

unworkable /ʌnˈwɜːkəbl/อัน'เวอเคอะบ'ล/ *adj.* ใช้การไม่ได้; *(เหมือง)* ไม่สามารถขุดออกได้; *(fig.: impracticable) (ระบบ, โครงการ)* ที่นำไปปฏิบัติไม่ได้

unworkmanlike /ʌnˈwɜːkmənlaɪk/อัน'เวิคเมินไลค/ *adj.* ที่ทำไว้ไม่ดี, ไม่มีฝีมือ

unworldly /ʌnˈwɜːldlɪ/อัน'เวิลดลิ/ *adj.* ไม่เกี่ยวกับทางโลก, มีจิตใจใฝ่ทางธรรม; *(naive, not worldly-wise)* ซื่อ, อ่อนต่อโลก

unworn /ʌnˈwɔːn/อัน'วอน/ *adj.* Ⓐ *(new) (เสื้อผ้า)* ยังไม่ได้ใส่; Ⓑ *(not damaged)* ยังไม่เสีย, ยังใช้ได้, ไม่สึกหรอ; **completely ~:** ไม่สึกหรอเลย

unworried /ʌnˈwʌrɪd/อัน'เวอะริด/ *adj.* ไม่กังวล, สงบ; **she was completely ~ by it** เธอไม่วิตกกังวลกับเรื่องนี้เลย

unworthily /ʌnˈwɜːðɪlɪ/อัน'เวอทิลิ/ *adv.* อย่างไม่คู่ควร, อย่างไม่เหมาะสม

unworthiness /ʌnˈwɜːðɪnɪs/อัน'เวอทินิซ/ *n., no pl.* ความไม่คู่ควร, ความไม่เหมาะสม

unworthy /ʌnˈwɜːðɪ/อัน'เวอทิ/ *adj.* ไม่คู่ควร/เหมาะสม; **receive ~ treatment** ได้รับการปฏิบัติที่ไม่สมควร/เหมาะสม; **be not ~ of sth.** คู่ควรกับ *ส.น.;* **an incident ~ of notice/of sb.'s attention** เหตุการณ์ที่ไม่สมควรได้รับความสนใจ/ความใส่ใจจาก *ค.น.;* **be ~ of sb./sth.** ไม่คู่ควรกับ *ค.น./ส.น.*

unwrap /ʌnˈræp/อัน'แรพ/ *v.t.*, **-pp-** แก้ออก, เปิดออก

unwritten /ʌnˈrɪtn/อัน'ริท'น/ *adj.* ไม่ได้เขียนไว้; *(กฎหมาย)* ที่ขึ้นอยู่กับธรรมเนียมปฏิบัติ; *(กระดาษ)* เปล่า, ว่าง

unyielding /ʌnˈjiːldɪŋ/อัน'ยีลดิง/ *adj.* ไม่โอนอ่อน *(ต่อความกดดัน); (fig.)* แข็งข้อ, ดื้อดึง

unyoke /ʌnˈjəʊk/อัน'โยค/ *v.t.* ปลดแอก; แยกออก *(สัตว์, ลาก)*

unzip /ʌnˈzɪp/อัน'ซิพ/ ❶ *v.t.*, **-pp-** รูดซิปออก; **~ a dress/bag** *etc.* รูดซิปเสื้อ/กระเป๋า ฯลฯ ลง; **can you ~ me, please?** คุณรูดซิปลงให้ฉันหน่อยได้ไหม; **her dress had come ~ped** ชุดของเธอซิปหลุด ❷ *v.i.*, **-pp-: the dress ~s at the back** กระโปรงรูดซิปข้างหลัง; **this bag/dress won't ~:** ซิปกระเป๋า/เสื้อรูดไม่ได้

up /ʌp/อัพ/ ❶ *adv.* Ⓐ *(to higher place)* ขึ้นไป; *(in lift)* ขึ้น; **[right] up to sth.** *(lit. or fig.)* [ตรง] ขึ้นไปสู่ *ส.น.;* **the bird flew up to the roof** นกบินขึ้นไปบนหลังคา; **up into the air** ขึ้นไปในอากาศ; **climb up on sth./climb up to the top of sth.** ปีนขึ้นไปบน *ส.น.*/ปีนขึ้นไปบนยอดของ *ส.น.;* **the lift went up to the top of the building** ลิฟต์ขึ้นไปบนชั้นสูงสุดของตึก; **the way up [to sth.]** หนทางขึ้นไป [สู่ *ส.น.*]; **on the way up** *(lit. or fig.)* ระหว่างที่กำลังไต่ขึ้นสูง; **up here/there** บนนี้/บนนั้น; **high/higher up** อยู่สูง/สูงขึ้นไปอีก; **farther up** ไกลขึ้นไป; **half-way/a long/little way up** ขึ้นไปครึ่งทาง/ไกล/นิดหน่อย; **up and up** สูงขึ้นไปเรื่อย ๆ; **up and away** ลอยละลิ่ว; **come on up!** ขึ้นมาบนนี้ซิ; **up it** *etc.* **comes/goes** มันขึ้นมา/ขึ้นไปแล้ว; **up you go!** คุณขึ้นไปซิ; ➡ **+ hand 1 A;** Ⓑ *(to upstairs)* ขึ้นไปข้างบน; Ⓒ *(to place regarded as higher)* ยังที่สูง *(ในแง่ของคนพูด)*; **go up to the shops/the end of the road** ไปร้านค้า/สุดถนน; Ⓓ *(to place regarded as more important)* **go up to Leeds from the country** ขึ้นไปที่ลีดส์จากชนบท; Ⓔ *(northwards)* ขึ้นเหนือ; **come up from London to Edinburgh** จากลอนดอนขึ้นไปยังเอดินบะระ; Ⓕ *(Brit.: to capital)* ไป/เข้าเมืองหลวง; **go up to town or London** เข้ากรุงลอนดอน; **get up to London from Reading** เข้ากรุงลอนดอนจากเมืองรีดดิ้ง; Ⓖ *(Brit.: to university)* **up to university/Oxford** ไป/เข้ามหาวิทยาลัย/ออกซฟอร์ด; Ⓗ *(Naut.: with rudder to leeward)* ไปตามลม; **put the helm up** หันหางเสือเรือไปตามลม; Ⓘ *(in higher place)* ข้างบน, สูงกว่า; **up here/there** บนนี้/บนนั้น; **[right] up at sth.** ขึ้นไปที่ *ส.น.* [พอดี]; **high up** อยู่สูง; **he is something high up in the Army** *(fig.)* เขามีตำแหน่งสูงในกองทัพ; **an order from high up** *(fig.)* คำสั่งจากเบื้องบน; **higher up in the mountains** สูงขึ้นไปอีกบนภูเขา; **the picture should be higher up** รูปภาพควรแขวนสูงกว่านี้; **10 metres up** สูงขึ้นไป 10 เมตร; **live four floors** *or* **storeys up** อาศัยอยู่สูงขึ้นไปสี่ชั้น; **his flat is on the next floor up** ห้องชุดของเขาอยู่ถัดขึ้นไปอีกชั้นหนึ่ง; Ⓙ *(erect)* ตั้งตรง; **keep your head up** ยกศีรษะของคุณให้ตั้งตรง; ➡ **+ chin;** Ⓚ *(out of bed)* **be up** ตื่นนอน หรือ ลุกแล้ว; **up and about** ลุกขึ้นทำโน่นทำนี่; Ⓛ *(in place regarded as higher; upstairs)* ข้างบน; Ⓜ *(in place regarded as more important; Brit.: in capital)* **up in town** *or* **London/Leeds** เข้าเมือง หรือ กรุงลอนดอน/ลีดส์; Ⓝ *(in north)* **up [north]** ขึ้น [เหนือ]; Ⓞ *(Brit.: at university)* **up at university/Oxford** อยู่ที่มหาวิทยาลัย/ออกซฟอร์ด; Ⓟ *(in price, value, amount)* **prices have gone/are up** ราคาได้ขึ้น; **butter is up [by ...]** เนยขึ้นราคา [...]; **the dollar is/these shares are up** ค่าเงินเหรียญสหรัฐ/ราคาหุ้นสูงขึ้น; *(at high level)* **the temperature was up in the thirties** อุณหภูมิขึ้นสูงถึงระดับ 30 องศา; Ⓠ *(including higher limit)* **up to**

U

จนถึง; **up to midday/up to £2** จนถึงเที่ยงวัน/2 ปอนด์; ◐R *(in position of gain)* **we're 300 up on last year** เราสูงขึ้น 300 ปอนด์เมื่อเทียบกับปีที่แล้ว; **the takings were 500 up on the previous month** รายได้สูงกว่าเดือนที่แล้ว 500 ปอนด์; ◐S *(ahead)* **be three points/games/goals up** *(Sport)* นำอยู่สามแต้ม/เกม/ประตู; **be three points up on sb.** มีคะแนนนำ *ค.น.* สามคะแนน; ◐T *(as far as)* **up to sth.** จนถึง *ส.น.;* **she is up to Chapter 3** เธออ่านถึงบทที่ 3; **where are you/have you got up to [now]?** *(in book)* ตอนนี้คุณอ่าน *(หนังสือ)* ไปถึงไหนแล้ว; **up to here/there** ถึงตรงนี้/ตรงนั้น; **I've had it up to here** *(coll.)* ฉันรับไม่ไหวแล้ว; **up to now/then/that time/last week** จนถึงตอนนี้/ตอนนั้น/เวลานั้น/สัปดาห์ที่แล้ว; ➡ + 'ear A; eye 1 A; neck 1 A; point 1 E; ◐U **up to** *(comparable with)* **be up to expectation[s]** เท่าความคาดหวัง; **his last opera is not up to the others he has written** อุปรากรเรื่องสุดท้ายของเขาเทียบกับเรื่องก่อน ๆ ไม่ได้; ◐V **up to** *(capable of)* **[not] be/feel up to sth.** ทำ *ส.น.* ไหว [ไม่ไหว]/รู้สึกว่าทำ *ส.น.* ไหว [ไม่ไหว]; **[not] be/feel up to doing sth.** ทำ *ส.น.* ไหว [ไม่ไหว]/รู้สึกว่าทำ *ส.น.* ไหว [ไม่ไหว]; **are you sure you're up to it?** คุณแน่ใจหรือว่าคุณทำไหว; **not be up to much** ไม่ได้เรื่อง; **my cooking isn't up to much** ฉันทำอาหารไม่ได้เรื่อง; **be up to sb.'s dodges** รู้ทันเล่ห์เหลี่ยมของ *ค.น.;* ◐W **up to** *(derog.: doing)* **be up to sth.** กำลังจะทำ *ส.น.;* **what is he up to?** เขากำลังจะทำอะไรอยู่; **what do you think you're up to?** คุณคิดว่าคุณกำลังทำอะไรอยู่; **I'm sure he's up to something** ฉันแน่ใจว่าเขากำลังมีแผนอะไรสักอย่าง; **I wonder what he's up to with it** ฉันสงสัยว่าเขากำลังทำอะไรอยู่กับเรื่องนี้; ◐X **up to** *(incumbent on)* **it is [not] up to sb. to do sth.** [ไม่ใช่] เป็นหน้าที่ของ *ค.น.* ที่จะทำ *ส.น.;* **it is up to us to help them** เป็นหน้าที่ของพวกเราที่ต้องช่วยเหลือพวกเขา; **now it's up to him to do something** ตอนนี้เป็นหน้าที่ของเขาที่จะมีบทบาท; **it's not up to me to say** ไม่ใช่หน้าที่ของฉันที่จะพูด; **the decision/choice is [not] up to me** การตัดสินใจ/การเลือก [ไม่ได้] ขึ้นกับฉัน; **it's/that's up to you** *(is for you to decide)* มัน/นั่นเป็นเรื่องที่คุณต้องตัดสินใจ; *(concerns only you)* มัน/นั่นเป็นเรื่องของคุณ; ◐Y *(close)* **up against sb./sth.** ใกล้ชิด *ค.น./ส.น.;* **sit up against the wall** นั่งติดกำแพง; **up near/by sth.** ใกล้ *ส.น.;* ◐Z *(confronted by)* **be up against a problem/difficulty** *etc. (coll.)* เผชิญหน้ากับปัญหา/ความยากลำบาก ฯลฯ; **find oneself up against the law/the authorities** มีปัญหาทางกฎหมาย/กับเจ้าหน้าที่; **be up against a tough opponent** ต้องเผชิญหน้ากับคู่ต่อสู้ที่เก่งกาจ; **they don't realize what sort of competition they will be up against** พวกเขาไม่ได้ตระหนักว่าจะต้องเผชิญหน้ากับการแข่งขันแบบใด; **be up against it** ต้องเผชิญหน้ากับปัญหาหนักมาก; ➡ + come up I; ◐AA **up and down** *(upwards and downwards)* ขึ้น ๆ ลง ๆ; *(to and fro)* ไป ๆ มา ๆ; **the children are jumping up and down on the settee** เด็ก ๆ กำลังกระโดดขึ้น ๆ ลง ๆ อยู่บนเก้าอี้นวมยาว; **be up and down** *(coll.: variable)* ขึ้น ๆ ลง ๆ; **How are you? Oh, up and down** คุณสบายดีหรือเปล่า/เป็นยังไงบ้าง โอ๊ย เดี๋ยวดีเดี๋ยวร้าย; ➡ + up-and-down ◐BB *(facing upwards)* **'this side/way up'** *(on box etc.)* ด้านนี้/ทางนี้ขึ้น; **turn sth. this/the other side/way up** หัน *ส.น.* ทางนี้/อีกด้าน/อีกทางขึ้นข้างบน; **the right/wrong way up** ตั้งถูก/ผิดทาง; **which way up is the painting supposed to be?** ภาพ [วาด] จะต้องตั้งขึ้นทางไหน; ◐CC *(finished at an end)* หมดแล้ว, เสร็จสิ้น, จบลง [แล้ว]; **time is up** เวลาหมดลงแล้ว; **it is all up with him** ทุกอย่างเป็นอันหมดสำหรับเขา; ➡ + 'game 1 B

❷ *prep.* ◐A *(upwards along)* ขึ้นไปตาม; **walk up sth.** เดินขึ้น *ส.น.;* **higher up the valley** สูงขึ้นไปทางหุบเขา; **up hill and down dale** ขึ้นเขาลงห้วย; **curse sb. up hill and down dale** สาปแช่ง/ด่า *ค.น.* ไปทั่ว; ◐B *(upwards through)* **force a liquid up a pipe** ดัน/เร่งของเหลวให้ไหลขึ้นไปตามท่อ; ◐C *(upwards over)* **up sth.** ขึ้น *ส.น.;* **ivy grew up the wall** ไม้เลื้อยขึ้นตามกำแพง; **mud was spattered up the back of his coat** โคลนกระเด็นเปื้อนด้านหลังเสื้อคลุมของเขา; ◐D *(along)* **go up the road/corridor/track** ไปตามถนน/ระเบียง/ทางเดิน; **come up the street** มาตามถนน; **turn up a side street** เลี้ยวไปตามถนนเล็ก ๆ; **I'm going up the pub** *(Brit. coll.)* ฉันจะไปผับ; **walk up and down the platform** เดินไปมาบนชานชาลา; **up and down the land** ทุกหนทุกแห่ง; ◐E *(at or in higher position in or on)* สูงขึ้นไป; **further up the ladder/coast** สูงขึ้นไปบนบันได/เหนือชายฝั่งขึ้นไป; **a house up the mountain** บ้านสูงขึ้นบนภูเขา; **live/sail up the river** อาศัยอยู่/ล่องขึ้นไปทางแม่น้ำ; ◐F **up yours/up then!** *(sl.)* ช่างแม่มึง *(ภ.ย.);* ◐G *(from bottom to top along)* **up the side of a house** ขึ้นด้านข้างของบ้าน; ➡ + country B; creek D; gum tree; 'pole A; sleeve A; spout 1 A; stage 1 A

❸ *adj.* ◐A *(directed upwards)* เหนือ, ขาขึ้น; **up train/line journey** *(Railw.)* รถไฟขาขึ้น/สายเหนือ/การเดินทางขาขึ้น; ◐B *(well informed)* **be up in a subject/on the news** มีความรู้ในวิชา/ข่าวเป็นอย่างดี; ◐C **up for** *(in line for)* **be up for a post/for promotion** มีโอกาสได้รับการพิจารณาตำแหน่ง/เลื่อนขั้น; ◐D *(coll.: ready)* **tea['s]/grub['s] up!** น้ำชา/อาหารพร้อมแล้ว; ◐E *(coll.: amiss)* **what's up?** เกิดอะไรขึ้น; **what's up with him ?** เกิดอะไรขึ้นกับเขา; **something is up** มีอะไรเกิดขึ้น

❹ *n. in pl.* **the ups and downs** *(lit. or fig.)* การขึ้นลง; *(fig.)* โชคดีและโชคร้ายที่สลับกันไป; **life is full of ups and downs** ชีวิตมีขึ้นมีลง; **we've had our ups and downs** พวกเราได้ผ่านทั้งโชคดีโชคร้าย

❺ *v.i.,* **-pp-** *(coll.)* **up and leave/resign** อยู่ดี ๆ ลุกออกไป/ลุกขึ้นลาออก; **he ups and says ...:** เขาลุกขึ้นกล่าว/พูด...

❻ *v.t.,* **-pp-** *(coll.) (increase)* เพิ่มขึ้น; *(raise up)* ยกให้สูงขึ้น

'up-and-coming *adj. (coll.) (บุคคล)* ที่มีแนวโน้มจะประสบความสำเร็จ

up-and-'down *attrib. adj.* **~ movement/motion** การเคลื่อนไหวชนิดขึ้นลง; **an ~ life/~ years** *(fig.)* ชีวิต/ปีที่ขึ้น ๆ ลง ๆ; **an ~ sort of a year** ปีที่มีทั้งขึ้นแล้วลง

up-and-'over door *n.* ประตูที่เปิดโดยยกขึ้นทางแนวขวาง

'up-and-up *n. (coll.)* **be on the ~:** กำลังพัฒนาตนอย่างรวดเร็ว

'upbeat ❶ *n. (Mus.)* จังหวะดนตรีที่ไม่เน้น ❷ *adj. (coll.) (optimistic)* ที่มองโลกในแง่ดี; *(cheerful)* ร่าเริง, แจ่มใส; **~ news/export figures** ข่าว/ตัวเลขในการส่งออกที่น่ายินดี

up'braid *v.t.* **~ sb. with sth./for [doing] sth.** ดุว่า *หรือ* ตำหนิ *ค.น.* สำหรับ *ส.น.*/ที่ทำ *ส.น.*

upbringing /'ʌpbrɪŋɪŋ/'อัพบริงงิง/ *n.* การเลี้ยงดูและอบรมสั่งสอนในวัยเด็ก

'up-country *adj* ◐A **an ~ town/region/dialect** หัวเมือง/เขตชนบท/ภาษาถิ่นในชนบท; ◐B *(countrified, unsophisticated)* **a little ~ town/place** เมือง/สถานที่เล็ก ๆ ในชนบท; **plain ~ folk/people** ชาวบ้าน/คนซื่อ ๆ ไม่มีเล่ห์เหลี่ยม

'up current *n. (in air)* ลมที่ลอย/พัดขึ้น

update ❶ /ʌp'deɪt/อัพ'เดท/ *v.t. (bring up to date)* ทำให้ทันสมัย; **an ~d version/edition** ฉบับที่ปรับปรุงให้ทันสมัย ❷ *n.* ข่าวสารล่าสุด (on เกี่ยวกับ); *(~d version)* ฉบับที่ปรับปรุงให้ทันสมัย

'up draught *n.* กระแสลมที่พัดจากล่างขึ้นบน

up-'end ❶ *v.t. (lit. or fig.)* วางกลับหัวกลับหาง; คว่ำ; *(knock down)* ทำให้ล้ม, ทำให้แพ้ ❷ *v.i.* วางกลับหัวกลับหาง, วางกลับกัน

'upfield *adv. (Sport)* ไปทางประตูของคู่แข่ง

up 'front *adv. (coll.)* ◐A *(at the front)* ด้านหน้า; ◐B *(as down payment)* โดยจ่ายเป็นเงินมัดจำ

[1]up'grade /ʌp'greɪd/อัพ'เกรด/ *v.t.* ◐A *(raise)* เลื่อน *(ตำแหน่ง ฯลฯ)* ขึ้น; ยกระดับขึ้น; **~ fees/salaries/payments in line with inflation** ขึ้นค่าธรรมเนียม/เงินเดือน/เงิน *(ค่าจ้าง)* ตามภาวะเงินเฟ้อ; ◐B *(improve)* ปรับปรุง *(อุปกรณ์, กลไก ฯลฯ)* โดยการเปลี่ยนส่วนประกอบหรืออะไหล่; **the stadium will be ~d to Olympic standards** สนามกีฬาจะได้รับการปรับปรุงเทียบเท่ามาตรฐานโอลิมปิค

[2]up'grade *n. (Amer.)* ความลาดชัน, ความเอียง *(ขึ้น);* **be on the ~** *(fig.) (สุขภาพ)* กำลังดีขึ้น, ที่กำลังก้าวหน้า; **he was on the ~:** เขากำลังก้าวหน้า

upgrade /'ʌpgreɪd/'อัพเกรด/ *v.t.* ได้เลื่อนชั้น *(ในเครื่องบิน);* การปรับชั้น *(ห้องพัก);* *(Computing)* การพัฒนา *(โปรแกรม)*

upheaval /ʌp'hi:vl/อัพ'ฮีว่ล/ *n.* การเปลี่ยนแปลงอย่างกะทันหัน; *(commotion, disturbance)* ความชุลมุนวุ่นวาย; **the ~ of moving house** ความชุลมุนของการย้ายบ้าน; **social/political ~** การเปลี่ยนแปลงทางสังคม/การเมืองขนานใหญ่

up'hill ❶ *adj. (ทาง, ถนน)* ที่ลาดชัน, ที่ขึ้นเขา; *(fig.) (การพยายาม)* ยากลำบาก; *(fig.)* **an ~ task/struggle** งาน/การต่อสู้ดิ้นรนที่ยากลำบาก ❷ *adv.* โดยขึ้นเขา; **it's ~ all the way** เป็นเส้นทางที่ขึ้นเขาตลอด; *(fig.)* เป็นสิ่งที่ยากลำบากตลอดจนจบ; **our task will be ~ all the way** งานของพวกเราจะยากลำบากตั้งแต่ต้นจนจบ

up'hold *v.t.,* **upheld** /ʌp'held/อัพ'เฮ็ลด/ ◐A *(support)* สนับสนุน *(ประเพณี);* ยกย่อง *(ชื่อเสียง);* ◐B *(confirm)* ยืนยัน *(การตัดสินใจ, ข้อโต้แย้ง)*

up'holder *n.* ผู้สนับสนุน, ผู้ยืนยัน

upholster /ʌp'həʊlstə(r)/อัพ'โฮลซเตอะ(ร)/ *v.t.* บุ *(เครื่องเรือน);* **~ sth. in** *or* **with sth.** บุ *ส.น.* ด้วย *ส.น.;* ➡ + well-upholstered

upholsterer /ʌp'həʊlstərə(r)/อัพ'โฮลซเตอะเรอะ(ร)/ *n.* ➤ 489 ช่างทำเบาะเก้าอี้

upholstery /ʌp'həʊlstərɪ/อัพ'โฮลซเตอะริ/ *n.* ◐A *(craft)* ฝีมือการบุเบาะเครื่องเรือน; ◐B *(padding)* วัสดุที่ใช้บุเครื่องเรือน; *(cover also)* ผ้า/หนังที่ใช้หุ้มเครื่องเรือน; **~ fabric** ผ้าที่ใช้เย็บหุ้ม

'upkeep *n.* การรักษาในสภาพที่ดี, รักษาให้อยู่ในสภาพดี

upland /'ʌplənd/'อัพเลินดฺ/ ❶ *n. in pl.* ที่ดอน, ที่สูง ❷ *adj.* ดอน

uplift ❶ /-'-/ *v.t.* ยกให้สูงขึ้น, ทำให้สูงขึ้น; **parts of the earth's crust were ~ed** ส่วนของผิวโลกถูกยกให้สูงขึ้น; **be/feel ~ed by sth.** *(fig.)* รู้สึกอิ่มเอิบ/อิ่มใจจาก *ส.น.; voices* **~ed in song/praise** เสียงที่เปล่งร้องเพลงสรรเสริญออกมา ❷ /'--/ *n.* การยกให้สูงขึ้น; **spiritual ~:** การยกระดับจิตใจ

up'lifting *adj. (fig.)* เป็นการยกระดับจิตใจ

'uplighter *n.* ไฟที่ส่องขึ้น

upload /'ʌpləʊd/'อัพโลด/ *v.t. (Computing)* บรรจุข้อมูลทางอินเทอร์เน็ต

'upmarket *adj. (ผลิตภัณฑ์, บริการ ฯลฯ)* ที่ดึงดูดชั้นสูงในสังคม; **an ~ magazine** นิตยสารสำหรับชนชั้นสูง; **go ~** เจาะตลาดกลุ่มชนชั้นสูงในสังคม

upon /ə'pɒn/เออะ'พอน/ *prep.* Ⓐ *(indicating direction)* บน, เหนือ; *(indicating position)* บน, เหนือ; Ⓑ ➡ **on** 1 A, B, G; **a house ~ the river bank** บ้านที่ตั้งอยู่บนฝั่งแม่น้ำ

upper /'ʌpə(r)/'อัพเพอะ(ร)/ ❶ *compar. adj.* Ⓐ *(แม่น้ำโขง)* ตอนบน; *(ริมฝีปาก)* บน; *(ระดับเสียง)* สูง; **~ circle** *(Theatre)* ที่นั่งชั้นบนในโรงละคร; **the temperatures will be in the ~ twenties** อุณหภูมิจะอยู่ระหว่าง 25-30 องศา; **have/get/gain the ~ hand [of sb./sth.]** ได้เปรียบ/ควบคุม [*ค.น./ส.น.*]; ➡ + **jaw** 1 A; **lip** A; Ⓑ *(in rank)* ระดับสูง; **the ~ ranks/echelons of the civil service/Army** ยศ/ตำแหน่งระดับสูงของข้าราชการพลเรือน/กองทัพ; **~ class[es]** ชนชั้นสูงในสังคม; **~ middle class** ชนชั้นกลางค่อนข้างสูง; **the ~ crust** *(coll.)* พวกขุนนาง ❷ *n.* Ⓐ *(of footwear)* ส่วนบนของรองเท้า; **'leather ~s'** ส่วนบนของรองเท้าที่ทำด้วยหนัง; **be [down] on one's ~s** *(coll.)* มีเงินน้อยมาก; จนตรอก; Ⓑ *(sl.: drug)* ยาม้า, ยาบ้า, ยากระตุ้น

upper: ~ case ❶ *n.* ตัวพิมพ์ใหญ่; **in ~** โดยใช้ตัวพิมพ์ใหญ่ ❷ *adj.* ที่ใช้ตัวพิมพ์ใหญ่; **U~ Chamber** *n. (Parl.)* สภาสูง; **~-class** *adj.* เป็นชนชั้นสูง; **~-class people/family/accent** คน/ครอบครัว/สำเนียงของสังคมชั้นสูง; **be very ~-class** เป็นสังคมชั้นสูงมาก; **~-crust** *adj. (coll.)* **~-crust accent/family** สำเนียง/ครอบครัวของชนชั้นขุนนาง; **be very ~-crust** เป็นชนชั้นขุนนางมาก; **~cut** *n. (Boxing)* การชกเสยขึ้นในลักษณะงอท่อนแขน; **~ 'deck** *n. (of ship, bus)* ชั้นบน; **U~ House** *n.* สภาสูง; **~most** ❶ *adj.* สูงสุด, สำคัญที่สุด; **~most aim/desire** จุดมุ่งหมาย/ความปรารถนาสูงสุด; **the questions that are ~most on the agenda** คำถามที่สำคัญที่สุดในวาระการประชุม; **be ~most in sb.'s mind** เป็นสิ่งที่สำคัญสุดในจิตใจของ *ค.น.*

❷ *adv.* ในตำแหน่งที่สูงสุด; **face ~most** โดยหันหน้าขึ้นสูง; **come ~most** *(fig.)* มาเป็นสิ่งแรกสุด; **~ 'sixth** *n. (Brit.)* ชั้นมัธยมปลาย

uppish /'ʌpɪʃ/'อัพพิช/ *adj. (coll.)* หยิ่งยโส, เชิดหน้า; **be/get ~ about sth./with sb.** อวดดีใน *ส.น./*กับ *ค.น.*

uppishness /'ʌpɪʃnɪs/'อัพพิชนิซ/ *n., no pl. (coll.)* ความหยิ่งยโส, ความอวดดี

uppity /'ʌpətɪ/'อัพเพอะทิ/ *adj. (coll.)* หยิ่งยโส, วางท่า; **get ~:** วางท่า

upright /'ʌpraɪt/'อัพไรท/ ❶ *adj.* Ⓐ ตั้งขึ้น, ตั้งตรง; **a chair with an ~ back** เก้าอี้ที่มีพนักตั้งตรง; **~ piano** เปียโนที่มีสายดีดอยู่ในแนวตั้ง; **~ freezer** ตู้แช่แนวตั้ง; **~ vacuum cleaner** เครื่องดูดฝุ่นแบบตั้งตรง; **set/stand/hold sth. ~** จัด/ตั้ง/ถือ *ส.น.* ในแนวตั้ง; **stand ~:** ยืนตรง; **sit ~:** นั่งตัวตรง; **hold oneself ~:** *(ยืน/นั่ง)* ตัวตรง; **please make sure that your seat is in the ~ position** โปรดปรับพนักเก้าอี้ของท่านให้อยู่ในระดับตรง; ➡ + **'bolt** 4; Ⓑ *(fig.: honourable)* ซื่อตรง; **be ~ in sth.** ซื่อตรงเกี่ยวกับ *ส.น.*

❷ *n.* Ⓐ *(of frame)* เสาข้างที่ตั้งตรง; *(of ladder)* ไม้ยาวสองข้างของบันไดพาด; *(of scaffolding etc.)* ส่วนที่ตั้งตรง; *(Footb.)* เสาประตูฟุตบอล; Ⓑ *(piano)* เปียโนที่มีสายดีดอยู่ในแนวตั้ง

uprightly /'ʌpraɪtlɪ/'อัพไรทลิ/ *adv.* โดยตั้งตรง/ตั้งขึ้น; *(fig.)* อย่างซื่อตรง

uprightness /'ʌpraɪtnɪs/'อัพไรทนิซ/ *n., no pl.* Ⓐ ลักษณะตั้งตรง; *(of plant)* ลักษณะขึ้นตรง; Ⓑ *(fig.)* ความซื่อตรง

'uprising *n.* การกบฏ, การจราจล

up-river ➡ **upstream**

'uproar *n.* ความอึกทึกครึกโครม, ความสับสนวุ่นวาย, ความโกลาหล; **be in [an] ~:** อยู่ในความโกลาหล

uproarious /ʌp'rɔːrɪəs/อัพ'รอเรียซ/ *adj.* *(ฝูงชน)* อึกทึกครึกโครม, เสียงดังมาก; *(ละครตลก, การพูดตลก)* ทำให้หัวเราะเสียงดัง/ก๊าก

uproariously /ʌp'rɔːrɪəslɪ/อัพ'รอเรียซลิ/ *adv.* อย่างอึกทึกครึกโครม, อย่างที่ทำให้หัวเราะก๊าก; **be ~ funny** ตลกชนิดที่ทำให้หัวเราะก๊าก

up'root *v.t.* ถอน *(ต้นไม้)* ขึ้น; *(fig.: eradicate)* กำจัด, ทำลาย *(ความชั่วร้าย)*; **~ sb.** โยกย้าย *ค.น.* จากที่อาศัยเดิม; **people were ~d by the war** ผู้คนถูกสงครามบังคับให้อพยพที่อาศัย

upsadaisy /'ʌpsədeɪzɪ/'อัพเซอะเดซิ/ *int.* อุ๊ยตาย *(ใช้กับเด็กเวลาที่หกล้มแล้วพยายามจะลุกขึ้น)*

upset ❶ /ʌp'set/อัพ'เซ็ท/ *v.t.*, **-tt-, upset** Ⓐ *(overturn)* คว่ำ; *(accidentally)* ทำให้หกใส่ *(น้ำ)*; **~ sth. over sth.** ทำ *ส.น.* หกใส่ *ส.น.*; Ⓑ *(distress)* ทำให้โศกเศร้า; *(disturb the composure or temper of)* ทำให้เสียอารมณ์; *(shock, make angry, excite)* ทำให้ตกใจ/โกรธ/ตื่นเต้น; **it ~s the children to hear their parents quarrelling** เด็ก ๆ จะตกใจที่ได้ยินพ่อแม่ทะเลาะกัน; **the smallest thing ~s her** สิ่งเล็กน้อยที่สุดทำให้เธอโกรธเคือง/หงุดหงิด; **don't let it ~ you** อย่าปล่อยให้มันทำให้คุณเสียอารมณ์; **~ oneself** ทำให้ตนเองไม่สบายใจ; Ⓒ *(make ill)* ทำให้ป่วย; **sth. ~s sb.** *ส.น.* ทำให้ *ค.น.* ป่วย/ไม่สบาย; **sth. ~s sb.'s stomach/digestion** *ส.น.* ทำให้ท้องไส้/การย่อยอาหารของ *ค.น.* ปั่นป่วน; Ⓓ *(disorganize)* ทำให้ยุ่งเหยิง, ทำให้สับสน, ทำให้ไม่เป็นระเบียบ; *(defeat)* ทำให้พ่ายแพ้; **this incident has seriously ~ our chances** เหตุการณ์นี้ทำลายโอกาสของพวกเราอย่างยิ่ง

❷ *v.i.*, **-tt-, upset** พลิกคว่ำ, หก

❸ *adj.* Ⓐ *(overturned)* ที่พลิกคว่ำ, ที่หกใส่; Ⓑ *(distressed)* ซึมเศร้า, ไม่สบายใจ; *(agitated)* ปั่นป่วน/วุ่นวาย; *(unhappy)* ไม่มีความสุข; *(put out)* ขุ่นเคือง; *(offended)* ไม่พอใจ; **be ~ [about sth.]** *(be distressed)* หดหู่ใจ *หรือ* ซึมเศร้า [เกี่ยวกับ *ส.น.*]; *(be angry)* โกรธ [*ส.น.*]; **we were very ~ to hear of his illness** พวกเราเสียใจมากที่ได้ข่าวความเจ็บป่วยของเขา; **when they get back they'll be very/so ~ to have missed you** เมื่อพวกเขากลับมาถึงก็จะเสียใจมาก/พอสมควรที่ไม่ได้พบคุณ; **get ~ [about/over sth.]** เสียใจ/โกรธเคือง [เกี่ยวกับ *ส.น.*]; **there's no point in getting ~ about it** ไม่มีประโยชน์ที่จะหงุดหงิดในเรื่องนี้; Ⓒ /'--/ *(disordered)* **an ~ stomach** ท้องไส้ที่ปั่นป่วน; **have an ~ stomach** ปวดท้อง, ท้องเสีย; Ⓓ *(disorganized)* ยุ่งเหยิง, วุ่นวาย; *(แผน, กลไก)* ไม่เป็นระเบียบ/สับสน

❹ /'ʌpset/'อัพเซ็ท/ *n.* Ⓐ *(overturning)* การทำให้พลิกคว่ำ, การพลิกคว่ำ; Ⓑ *(agitation)* ความปั่นป่วนวุ่นวาย; *(shock)* ความตกใจ; *(annoyance)* ความรำคาญ; **sth. is a great ~ for** *or* **to sb.** *ส.น.* เป็นสิ่งที่น่ารำคาญเป็นอย่างยิ่งสำหรับ *ค.น.*; **emotional ~:** ความสับสนทางอารมณ์; **have an ~:** รำคาญใจ; Ⓒ *(slight quarrel)* การทะเลาะ/มีปากเสียงกันเล็กน้อย; Ⓓ *(slight illness)* ความเจ็บป่วยเล็กน้อย; **digestive/stomach ~:** ความปั่นป่วนทางระบบย่อยอาหาร/ท้องไส้; Ⓔ *(disturbance)* การรบกวน; *(confusion, unheaval)* ความวุ่นวายสับสน; **an ~ in his plans/calculations/routine** ความวุ่นวายสับสนในแผนการ/การคำนวณ/กิจวัตรของเขา; Ⓕ *(surprising result)* ผลลัพธ์ที่น่าประหลาดใจ; **a by-election ~:** ผลการเลือกตั้งซ่อมที่ตรงข้ามกับที่คาดหวัง

up'setting *adj.* น่าหดหู่ใจ; *(sad)* เศร้าใจ; *(annoying)* น่ารำคาญ; **being mugged/sacked was a very ~ experience for her** การถูกประทุษร้ายเพื่อชิงทรัพย์/การถูกไล่ออกจากงานเป็นประสบการณ์ที่น่าเศร้าใจเป็นอย่างยิ่งสำหรับเธอ; **my mother found the obscene language ~:** แม่รู้สึกว่าภาษาหยาบโลนนั้นน่าหดหู่ใจ; **she missed her train, and what was even more ~, she was late for the opera** เธอไปไม่ทันรถไฟและที่น่าเสียใจไปกว่านั้นคือการอดดูอุปรากร; **it was/I found it ~ that X was promoted instead of me** ฉันหดหู่ใจ/ฉันเจ็บใจมากที่เอ็กซ์ได้รับการเลื่อนตำแหน่งแทนฉัน; **the constant changes have been rather ~ for the children** การเปลี่ยนแปลงอยู่ตลอดเวลาทำให้เด็ก ๆ รู้สึกปั่นป่วนสับสน; **these pictures are ~ to a child** รูปภาพเหล่านี้น่าสะเทือนใจสำหรับเด็ก

'upshot *n.* ผลสรุป, บทสรุป; **what will be the ~ of it [all]?** อะไรจะเกิดขึ้น [ของทั้งหมดนี้] ในที่สุด; **he hummed and hawed a bit and, well, the ~ of the matter/of it [all] was that ...:** เขาฮึม ๆ ฮัม ๆ และผลสรุปของเรื่อง [ทั้งหมด] ก็คือ...; **in the ~** ในบทสรุป [สุดท้าย]

upside 'down ❶ *adv.* กลับหัวกลับหาง, พลิกกลับ; **turn sth. ~** *(lit.)* ทำให้ *ส.น.* กลับหัวกลับหาง; *(fig.)* ทำให้ *ส.น.* สับสน/ยุ่ง/โอละพ่อไปหมด; **the plane flew ~:** เครื่องบินบินกลับหัวกลับหาง ❷ *adj.* *(รูปภาพ)* กลับหัวกลับหาง; **be ~:** กลับหัวกลับหาง; **the car came to rest ~:** รถมาหยุดเอาบนหลังคา; **the acrobat hung ~:** นักกายกรรมห้อยหัวลง; *(fig.)* **the whole world seems to be ~:** โลกทั้งโลกดูเหมือนจะวุ่นวายสับสนไปหมด; **an upside down world/view of the situation/logic** โลก/การมองสถานการณ์/เหตุผลที่พลิกผิดทาง

upsizing /'ʌpsaɪzɪŋ/'อัพซายซิง/ *n.* การเพิ่มจำนวนพนักงาน/คนงาน

up'stage ❶ *adv. (Theatre)* ทางด้านหลังเวที; **move ~:** ไปทางด้านหลังเวที ❷ *adj. (Theatre)* **an ~ door/entrance** ประตู/ทางเข้าทางด้านหลัง

u

upstairs | USAF 982

เวที ❸ *v.t. (Theatre)* ~ **sb.** ทำให้ *ค.น.* ต้องหันหน้าไปจากผู้ชมเพราะตนอยู่ด้านหลังเวที; *(fig. coll.)* ทำให้ตัวดูเด่นกว่า

upstairs ❶ /-'-/ *adv.* *(ไปอยู่)* ข้างบน; ➡ + **kick** 3 A ❷ /'--/ *adj.* ที่อยู่ชั้นบน ❸ /-'-/ *n.* ชั้นบน, ข้างบน

up'standing *adj.* Ⓐ *(strong and healthy)* แข็งแรงและมีสุขภาพดี; **fine ~ children** เด็ก ๆ ที่แข็งแรงและมีสุขภาพดี; Ⓑ *(honest)* ซื่อสัตย์; Ⓒ **be ~** *(stand up)* ยืนขึ้น, ยืนตรง

'upstart ❶ *n.* ผู้ที่ใหญ่โตขึ้นมาอย่างรวดเร็วและหยิ่งยโส ❷ *adj.* **an ~ landowner** เจ้าของที่ดินขี้เห่อ; **~ ideas/pretensions** ความคิด/การอ้างสิทธิที่ห้าม

'upstate *(Amer.)* ❶ *adj.* **~ New York** ทางเหนือของรัฐนิวยอร์ก; **an ~ town** เมืองทางตอนเหนือของมลรัฐ ❷ *adv.* **live ~**: อาศัยอยู่ทางตอนเหนือของมลรัฐ; **go/travel ~**: ไป/เดินทางไปทางตอนเหนือของมลรัฐ

upstream ❶ /-'-/ *adv.* ทวนน้ำ ❷ *adj.* ที่ทวนน้ำ

'up-stroke *n.* Ⓐ *(in writing)* เส้นที่ลากขึ้น; Ⓑ *(Mech.: of piston)* ขาขึ้น

'upsurge *n.* การเอ่อขึ้นมา, การเพิ่มขึ้นมา; **she felt an ~ of tenderness** จู่ ๆ เธอรู้สึกอ่อนโยนขึ้นมา

'upswept *adj.* *(ผม)* ที่หวีรวบไว้บนศีรษะ; *(เส้น)* ที่โค้งขึ้นไป

'upswing *n.* *(of pendulum, arms)* การเหวี่ยงขึ้น, การแกว่งขึ้น; *(fig.: esp. Commerc.)* การเพิ่ม/เจริญขึ้น

upsy-daisy /'ʌpsɪdeɪzɪ/'อัพซิเดซิ/ *int.* อุ๊ยตาย *(พูดกับเด็กเวลาที่หกล้ม)*

'uptake *n.* **be quick/slow on** *or* **in the ~** *(coll.)* เข้าใจอะไร ๆ ได้รวดเร็ว/ช้า

uptight /ʌp'taɪt, 'ʌptaɪt/อัพ'ไทท, 'อัพไทท/ *adj. (coll.)* Ⓐ *(tense)* เคร่งเครียด **(about** เกี่ยวกับ); **make sb. ~** ทำให้ *ค.น.* เครียด; Ⓑ *(Amer.: rigidly conventional)* **[very] ~**: ยึดมั่นในขนบธรรมเนียมประเพณีอย่างเคร่งครัด [มาก]

'uptime *n. (Computing)* ช่วงเวลาที่เครื่องคอมพิวเตอร์ทำงาน/ทำงานได้

up-to-'date *pred. adj.* **be/keep [very] ~**: ทันสมัย/คอยติดตามสิ่งใหม่ ๆ [ตลอด]; **keep/bring sth. ~**: คอยทำให้ *ส.น.* ทันสมัย; **bring sb. ~ with all the news** ทำให้ *ค.น.* ทันต่อข่าวคราวทั้งหมด

up-to-'date *attrib. adj. (current)* ปัจจุบัน; *(modern)* ทันสมัย

up-to-the-'minute *adj.* ทันสมัยอย่างยิ่ง

'upturn *n.* แนวโน้มของการเพิ่มขึ้น **(in** ใน); **an ~ in prices** แนวโน้มของราคาที่สูงขึ้น

'upturned *adj.* Ⓐ *(upside-down)* ที่พลิกคว่ำ; Ⓑ *(turned upwards)* ที่หงายขึ้น; **~ nose** จมูกที่งอนขึ้น

upward /'ʌpwəd/'อัพเวิด/ ❶ *adj.* ขึ้น, ขึ้นข้างบน, เหนือขึ้นไป; **~ movement/trend** *(lit. or fig.)* การเคลื่อนที่ขึ้นไป/แนวโน้มที่สูงขึ้น; **~ gradient** *or* **slope** ทางลาดชันที่สูงขึ้น; **move in an ~ direction** เคลื่อนขึ้น; **~ mobility** *(in social status)* การยกระดับสถานภาพทางสังคม ❷ *adv.* เหนือขึ้นไป, ข้างบน; ➡ + **face up[ward]**

upwardly /'ʌpwədlɪ/'อัพเวิดลิ/ *adv.* โดยไปในทางที่สูงขึ้น; ➡ + **mobile** 1 E

upwards /'ʌpwədz/'อัพเวิดซฺ/ *adv.* Ⓐ ➡ **upward** 2; Ⓑ **~ of** มากกว่า; **they cost £200 and ~**: ของพวกนี้ราคา 200 ปอนด์ขึ้นไป

upwind ❶ *adv.* /ʌp'wɪnd/อัพ'วินดฺ/ ต้านลม, ทวนลม ❷ *adj.* /'ʌpwɪnd/'อัพวินดฺ/ **approach from the ~ side** เข้ามาทางด้านที่ต้านลม/ทวนลม

Urals /'jʊərlz/'ยัวร์ลซฺ/ *pr. n. pl.* เทือกเขายูราลในประเทศรัสเซีย

uranium /jʊə'reɪnɪəm/ยัว'เรเนียม/ *n. (Chem.)* ธาตุยูเรเนียม *(ท.ศ.)*

Uranus /'jʊərənəs, jʊə'reɪnəs/'ยัวเรอะเนิซ, ยัว'เรเนิซ/ *pr. n. (Astron.)* ดาวมฤตยู

urban /'ɜ:bən/'เออเบิน/ *adj.* *(ชาว)* กรุง; *(ผัง)* เมือง; **~ life** ชีวิตในเมือง; **~ decay** ความเสื่อมโทรมในเมือง; **~ sociology** สังคมวิทยาของเมือง; **~ district** *(Brit. Hist.)* ชุมชนเมืองที่ปกครองโดยสภาที่เลือกตั้งเข้ามา; **~ sprawl** การขยายตัวเมืองอย่างไม่ควบคุม; ➡ + **renewal** B

urbane /ɜ:'beɪn/เออ'เบน/ *adj.*, **urbanely** /ɜ:'beɪnlɪ/เออ'เบนลิ/ *adv.* [อย่าง] สุภาพอ่อนโยน/มีมารยาทดี

urbanise ➡ **urbanize**

urbanity /ɜ:'bænɪtɪ/เออ'แบนิทิ/ *n.* ความสุภาพอ่อนโยน, ความมีมารยาท; **urbanities** ความสุภาพอ่อนโยน

urbanize /'ɜ:bənaɪz/'เออเบอะนายซฺ/ *v.t.* ทำให้เป็นเมือง, ทำลายลักษณะชนบท; **become ~d** กลายสภาพเป็นเมือง

urchin /'ɜ:tʃɪn/'เออฉิน/ *n.* Ⓐ *(child)* เด็กซน ๆ, เด็กมอมแมม; *(boy)* เด็กชายมอมแมม; ➡ + **street urchin**; Ⓑ ➡ **sea urchin**

Urdu /'ʊədu:/'อัวดู/ ❶ *n.* ภาษาอูรดู *(พบในประเทศอินเดีย เป็นภาษาราชการของประเทศปากีสถาน)*; ➡ + **English** 1 ❷ *adj.* เป็นภาษาอูรดู; ➡ + **English** 2 A

urea /jʊə'rɪə, US 'jʊrɪə/ยัว'เรีย, 'ยุเรีย/ *n. (Chem.)* ยูเรีย *(ท.ศ.)* *(สารประกอบไม่มีสี พบในปัสสาวะ)*

ureter /jʊə'ri:tə(r)/ยัว'รีเทอะ(ร)/ *n. (Anat.)* ท่อไต

urethra /jʊə'ri:θrə/ยัว'รีธรฺอะ/ *n. pl.* **~e** /jʊə'ri:θri:/ยุ'รีธรี/ *or* **~s** *(Anat.)* หลอดปัสสาวะ

urge /ɜ:dʒ/เอิจ/ ❶ *v.t.* Ⓐ **~ sb. to do sth.** รบเร้า *ค.น.* ให้ทำ *ส.น.*; **~ sb. to sth.** เร่ง *ค.น.* ให้ทำ *ส.น.*; **we ~d him to reconsider** พวกเรารบเร้าให้เขาพิจารณาอีกครั้งหนึ่ง; **~ sth. [on** *or* **upon sb.]** แนะนำ *ส.น.* [แก่ *ค.น.*]; **~ caution/vigilance/patience [on** *or* **upon sb.]** แนะนำ [*ค.น.*] ให้ระวัง/รอบคอบ/อดทน; **~ on** *or* **upon sb. the need for sth./for doing sth.** เน้นกับ *ค.น.* ความจำเป็นของ *ส.น.*/ที่จะทำ *ส.น.*; **~ that sth. [should] be done** รบเร้าว่าควรจะทำ *ส.น.*; **the leaders ~ acceptance of the offer** บรรดาผู้นำต่างเร่งเร้าให้รับข้อเสนอ; Ⓑ *(drive on)* เร่ง, กระตุ้น; **~ forward/onward** เร่ง/กระตุ้นให้ไปข้างหน้า; Ⓒ *(put forward)* เสนอ, อ้างถึง; **~ sb.'s youth/inexperience/the difficulty of sth.** อ้างความอ่อนอาวุโส/ด้อยประสบการณ์ของ *ค.น.*/ยากลำบากของ *ส.น.*; **~ sth. on sb.** พยายามเสนอ *ส.น.* แก่ *ค.น.* ❷ *n.* ความต้องการมาก, การเร่งเร้า/กระตุ้น; **have/feel an/the ~ to do sth.** มี/รู้สึกอยากทำ *ส.น.* มาก; **resist the ~ to do sth.** อดกลั้นความปรารถนาอย่างแรงกล้าที่จะทำ *ส.น.*

~ 'on *v.t.* กระตุ้น; *(hasten)* เร่งเร้า; *(encourage)* สนับสนุน; **~d on by hunger/ambition** ที่ถูกกระตุ้นด้วยความหิวโหย/ความทะเยอทะยาน

urgency /'ɜ:dʒənsɪ/'เออเจินซิ/ *n., no pl.* ความรีบเร่ง, ความเร่งด่วน; *(earnestness)* ความจริงจัง, ความตั้งใจจริง; **there is no ~**: ไม่มีความเร่งด่วน; **be of the utmost ~**: เป็นความเร่งด่วนที่สุด; **a matter of great ~**: เรื่องที่เร่งด่วนมาก

urgent /'ɜ:dʒənt/'เออเจินทฺ/ *adj.* Ⓐ *(pressing)* เร่งด่วน, ด่วน; *(to be dealt with immediately)* ที่ต้องจัดการทันที; **be in ~ need of sth.** ต้องการ *ส.น.* อย่างเร่งด่วน; **give ~ consideration to sth.** พิจารณา *ส.น.* ในทันที; **matters/problems of an ~ nature** เรื่องราว/ปัญหาเร่งด่วน; **on ~ business** ในธุรกิจเร่งด่วน; **at sb.'s ~ request** ด้วยคำขอร้องเร่งด่วนของ *ค.น.*; **it is ~**: เป็นเรื่องเร่งด่วน; **it is ~ that sb. should do sth.** *or* **does sth.** เป็นเรื่องเร่งด่วนที่ *ค.น.* ควรจะทำ *ส.น.*; **if it's ~, call a doctor** ถ้าเป็นเรื่องเร่งด่วนละก็ เรียกหมอซิ; Ⓑ *(earnest and persistent)* ตั้งใจจริง, ไม่ลดละ, ยืนกราน; **be ~ in one's demand/plea for sth.** เรียกร้อง/วิงวอน *ส.น.* อย่างไม่ลดละ

urgently /'ɜ:dʒəntlɪ/'เออเจินทลิ/ *adv.* Ⓐ *(pressingly)* อย่างเร่งด่วน; *(without delay)* โดยไม่ชักช้า; **he had to leave ~ for London on business** เขาต้องเดินทางไปทำธุรกิจที่กรุงลอนดอนอย่างเร่งด่วน; Ⓑ *(earnestly)* อย่างจริงจัง, ไม่ลดละ

uric /'jʊərɪk/'ยุริค/ *adj.* **~ acid** *(Chem.)* กรดยูริค *(ท.ศ.)*

urinal /jʊə'raɪnl, 'jʊərɪnl/ยัว'รายน'ล, 'ยัวริน'ล/ *n. (fitting)* โถปัสสาวะ; **[public] ~** ห้องส้วมสาธารณะผู้ชาย

urinary /'jʊərɪnərɪ US -nerɪ/'ยัวริเนอะริ, -เนะริ/ *adj.* เกี่ยวกับปัสสาวะ, มีผลทางระบบทางเดินปัสสาวะ; **~ diseases** โรคเกี่ยวกับระบบทางเดินปัสสาวะ

urinate /'jʊərɪneɪt/'ยัวริเนท/ *v.t.* ถ่ายปัสสาวะ

urination /jʊərɪ'neɪʃn/ยัวริ'เนช'น/ *n.* การถ่ายปัสสาวะ

urine /'jʊərɪn/'ยัวริน/ *n.* ปัสสาวะ

URL *abbr. (Computing)* **uniform resource locator** เอิร์ล *(ท.ศ.)*

urn /ɜ:n/เอิน/ *n.* Ⓐ **tea/coffee ~**: หม้อขนาดใหญ่อุ่นชา/กาแฟ; Ⓑ *(vessel)* โกศศพหรืออัฐิ

urogenital /jʊərə'dʒenɪtl/ยัวเรอะ'เจ็นนิท'ล/ *adj. (Anat., Med.)* ที่เกี่ยวกับอวัยวะสืบพันธุ์และทางเดินปัสสาวะ; **~ disease/infection** โรค/การติดเชื้อที่เกี่ยวกับอวัยวะสืบพันธุ์และทางเดินปัสสาวะ

urologist /jʊər'ɒlədʒɪst/ยัวร์'รอเลอะจิซทฺ/ *n.* ➤ **489** ศัลยแพทย์ระบบทางเดินปัสสาวะ

urology /jʊə'rɒlədʒɪ/ยัว'รอเลอะจิ/ *n.* ยูโรวิทยา

Ursa /'ɜ:sə/'เออเซอะ/ *pr. n. (Astron.)* **~ Major/Minor** ดาวหมีใหญ่/เล็ก

Uruguay /'jʊərəgwaɪ/'ยัวเรอะกฺวาย/ *pr. n.* ประเทศอุรุกวัย อยู่ในทวีปอเมริกาใต้

Uruguayan /jʊərə'gwaɪən/ยัวเรอะ'กฺวายเอิน/ ❶ *adj.* แห่งประเทศอุรุกวัย; **sb. is ~**: *ค.น.* เป็นชาวอุรุกวัย ❷ *n.* ชาวอุรุกวัย

us /əs, *stressed* ʌs/อัซ/ *pron.* Ⓐ พวกเรา; **it's us** พวกเราเอง; **one of us** หนึ่งในพวกเรา, พวกเราคนหนึ่ง; Ⓑ *(coll.: me)* **give us a clue/kiss!** ให้เบาะแสฉันหน่อยซิ/ขอจูบหน่อยซิ

u/s *abbr.* **unserviceable** ใช้ไม่ได้, ไม่เป็นประโยชน์

US *abbr.* **United States** ยูเอส

USA *abbr.* **United States of America** สหรัฐอเมริกา

usable /'ju:zəbl/'ยูเซอะบ'ล/ *adj.* ใช้ได้; **this nail is no longer ~**: ตะปูตัวนี้ใช้ไม่ได้อีกแล้ว

USAF *abbr.* **United States Air Force** กองทัพอากาศสหรัฐอเมริกา

usage /ˈju:sɪdʒ, ˈju:zɪdʒ/ˈยูซิจ, ˈยูซิจ/ *n.* Ⓐ การใช้, ธรรมเนียมปฏิบัติ, การปฏิบัติ; **~s and customs** การปฏิบัติและธรรมเนียม; **commercial ~:** ธรรมเนียมปฏิบัติด้านการค้าขาย; **sanctified by ~:** มีความศักดิ์สิทธิ์ด้วยการปฏิบัติมานาน; **a custom sanctified by ~:** ธรรมเนียมที่มีความศักดิ์สิทธิ์ด้วยการปฏิบัติมานาน; **be in common ~:** ได้มีการใช้โดยทั่วไป; Ⓑ *(Ling.: use of language)* การใช้ภาษา; **~ [of a word]** การใช้ [คำ]; **in American** *etc.* **~:** ในการใช้ภาษาแบบอเมริกัน ฯลฯ; **in common ~:** ในการใช้ภาษาโดยทั่วไป; Ⓒ *(treatment)* การใช้, วิธีการใช้; **have rough ~:** มีการใช้ *(งาน)* ที่สมบุกสมบัน

usance /ˈju:zəns/ˈยูเซินซฺ/ *n. (Commerc.)* ระยะเวลาที่กำหนดให้ชำระตั๋วเงินต่างประเทศ

USB *n. abbr.* **Universal Serial Bus** *(Computing)* ช่องเสียบอุปกรณ์ต่อพ่วงสากล

use ❶ /ju:s/ยูซ/ *n.* Ⓐ การใช้; *(of dictionary)* การเปิด; *(of alcohol)* การดื่มเหล้า; *(of drugs)* การเสพ; **the ~ of brutal means/methods/of trickery** การใช้วิธี/วิธีการ/กลวิธีที่โหดร้าย; **the ~ of troops/teargas/arms/violence** การใช้กำลังกองทัพ/ก๊าซน้ำตา/อาวุธ/ความรุนแรง; **achieve sth. by the ~ of deception** ได้ *ส.น.* มาโดยวิธีการหลอกลวง; **constant/rough ~:** การใช้อย่างต่อเนื่อง/สมบุกสมบัน; **[not] be in ~:** [ไม่ได้] ใช้ [งาน]; **be no longer in ~:** ไม่ได้ใช้อีกต่อไปแล้ว; **be in daily** *etc.* **~:** ใช้ทุกวัน ฯลฯ; **the word is [not] in everyday ~:** คำนี้ [ไม่ค่อยได้] ใช้เป็นประจำ; **bring into ~:** นำมาใช้; **come into ~:** เริ่มใช้; **[be] out of ~:** ไม่ใช้แล้ว; **go/fall/pass/drop out of ~:** ถูกเลิกใช้; **instructions/direction for ~:** คำสั่งวิธีใช้; **ready for [immediate] ~:** พร้อมที่จะใช้ได้ [ทันที]; **instruments for ~ by doctors/dentists** เครื่องมือสำหรับแพทย์/ทันตแพทย์ใช้; **batteries for use in** *or* **with watches** ถ่านสำหรับนาฬิกาข้อมือ; **a course for ~ in schools** หลักสูตรสำหรับใช้ในโรงเรียน; **for the ~ of sb.** สำหรับ *ค.น.* ใช้; **for personal/private ~:** ที่จะใช้ส่วนตัว; **these computers are intended for home/office ~:** เครื่องคอมพิวเตอร์เหล่านี้มีไว้ใช้ในบ้าน/สำนักงาน; **for external ~ only** สำหรับใช้ภายนอกเท่านั้น; **for ~ in an emergency/only in case of fire** สำหรับใช้ในกรณีฉุกเฉิน/เกิดเพลิงไหม้เท่านั้น; **with ~:** ด้วยการใช้; **with constant ~:** ด้วยการใช้อย่างต่อเนื่อง; **with careful** *etc.* **~:** ด้วยการใช้อย่างระมัดระวัง ฯลฯ; **make ~ of sb./sth.** ใช้ประโยชน์จาก *ค.น./ส.น.*; *(exploit)* เอาเปรียบ *ค.น./ส.น.*; **a good cook will make ~ of any leftovers** พ่อ/แม่ครัวที่ดีจะใช้เศษอาหารที่เหลือให้เป็นประโยชน์; **make ~ of one's connections/friendship with sb.** ใช้ความเกี่ยวพัน/มิตรภาพที่มีกับ *ค.น.* ให้เป็นประโยชน์; **make the best ~ of sth./it** ใช้ *ส.น.*/มันให้เป็นประโยชน์ที่สุด; **make good ~ of, turn or put to good ~:** ใช้ *(เวลา, ความสามารถ)* ให้เป็นประโยชน์; **put sth. to ~:** นำ *ส.น.* ไปใช้; **put sth. to effective ~:** นำ *ส.น.* ไปใช้อย่างได้ผล; Ⓑ *(utility, usefulness)* ประโยชน์; **these tools/clothes will be of ~ to sb.** เครื่องมือ/เสื้อผ้าเหล่านี้จะเป็นประโยชน์กับ *ค.น.*; **is it of [any] ~?** มันมีประโยชน์ [บ้าง] ไหม; **these addresses might be of ~ to you** ที่อยู่เหล่านี้อาจมีประโยชน์สำหรับคุณ; **be of ~ to the enemy/police** เป็นประโยชน์ต่อศัตรู/ตำรวจ; **can I be of any ~ to you?** ฉันช่วยเหลืออะไรคุณได้บ้างไหม; **it is of [great] ~ for this work** มีประโยชน์ [มาก] สำหรับงานนี้; **I did not find the book of any practical ~:** ฉันไม่พบว่าหนังสือเล่มนี้มีประโยชน์ในทางปฏิบัติ; **be [of] no ~ [to sb.]** ไม่มีประโยชน์ [ต่อ *ค.น.*]; **I wouldn't be [of] any ~ to you** ฉันจะช่วยเหลืออะไรคุณไม่ได้; **he is [of] no ~ in a crisis/as a manager** เขาใช้ไม่ได้เลยในยามวิกฤติ/ในฐานะผู้จัดการ; **it's no ~ [doing that]** ไม่มีประโยชน์ [ที่ทำเช่นนั้น]; **it wouldn't be any ~:** มันจะไม่มี/ไม่เป็นประโยชน์อะไรเลย; **I have an umbrella at home. – That's no/not much ~ [to us] now** ฉันมีร่มอยู่ที่บ้าน แต่มันไม่มีประโยชน์/มีประโยชน์ไม่มากนัก [สำหรับเรา] ในเวลานี้; **you're/that's a fat lot of ~** *(coll. iron.)* คุณ/นั่นไม่เห็นมีประโยชน์อะไร; **what's the ~ of that/of doing that?** นั่นมีประโยชน์อะไร/การทำเช่นนั้นได้ประโยชน์อะไร; **what's the ~?** มีประโยชน์อะไร; **oh well, what's the ~!** เออ ก็คงไม่มีประโยชน์อะไร; Ⓒ *(purpose)* การใช้ประโยชน์; **a tool with many ~s** เครื่องมือที่ใช้ประโยชน์ได้หลายอย่าง; **have its/one's ~s** มีประโยชน์ใช้สอยของมัน; **have/find a ~ for sth./sb.** ใช้/หาทางใช้ *ส.น./ค.น.* ให้เกิดประโยชน์; **have no/not much ~ for sth./sb.** ไม่ได้ใช้/ไม่ค่อยได้ใช้ *ส.น./ค.น.* เท่าไร; *(fig.: dislike)* ไม่ชอบ/ไม่ค่อยชอบ *ส.น./ค.น.*; **have no further ~ for sb./sth.** ไม่ต้องการคบ *ค.น.*/ใช้ *ส.น.* อีกต่อไป; Ⓓ *(right or power of using)* **have the ~ of sth.** ใช้ *ส.น.* ได้; **[have the] ~ of kitchen and bathroom** สามารถใช้ห้องครัวและห้องน้ำได้; **can I have the ~ of your car while you are away?** ขอฉันใช้รถของคุณตอนที่คุณไม่อยู่ได้ไหม; **let sb. have** *or* **allow sb.** *or* **give sb. the ~ of sth.** อนุญาตให้ *ค.น.* ใช้ *ส.น.* ได้; **he has [the] full/only restricted ~ of his arm** เขาใช้แขนได้เต็มที่/ได้ไม่ถนัดนัก; **he has lost the ~ of an arm/eye** แขน/ตาข้างหนึ่งของเขาใช้ไม่ได้แล้ว; Ⓔ *(custom, familiarity)* ธรรมเนียมปฏิบัติ, ความคุ้นเคย; **~s and customs** ธรรมเนียมปฏิบัติ; **long ~ has reconciled me to it** ความคุ้นเคยมานานทำให้ฉันยอมรับมันได้; Ⓕ *(Eccl.: ritual)* พิธีทางศาสนา; Ⓖ *(Law)* ผลประโยชน์จากที่ดินที่อยู่ในความดูแลของอีกคนหนึ่ง

❷ [ju:z/ยูซ] *v.t.* Ⓐ ใช้; **do you know how to ~ this tool?** คุณรู้วิธีใช้เครื่องมือนี้ไหม; **the swindler/actor ~s the name John Smith** นักต้มตุ๋น/นักแสดงใช้ชื่อจอห์น สมิธ; **anything you say may be ~d in evidence** สิ่งใดที่คุณพูดอาจใช้เป็นหลักฐานได้; **~ sb.'s name [as a reference]** ใช้ชื่อ *ค.น.* [เป็นบุคคลอ้างอิง]; **I could ~ the money/a drink** *(coll.)* ฉันอยากได้เงิน/เครื่องดื่มมาก; **the door could ~ a coat of paint** *(coll.)* ประตูจำเป็นต้องทาสี; **~ one's money [to do sth.]** ใช้เงินของตน [ทำ *ส.น.*]; **the money is there to be ~d** เงินมีไว้ใช้; **~ one's time to do sth.** ใช้เวลาของตนเพื่อทำ *ส.น.*; Ⓑ *(consume as material)* ใช้, บริโภค; **~ gas/oil for heating** ใช้ก๊าซ/น้ำมันในการให้ความร้อน; **the camera ~s 35 mm film** กล้องถ่ายรูปใช้ฟิล์มขนาด 35 มิลลิเมตร; **'~sparingly'** 'ใช้อย่างประหยัด'; Ⓒ *(finish consuming)* ใช้หมด; **she has ~d the last of the milk** เธอใช้นมหมดแล้ว; Ⓓ *(take habitually)* เสพ, ใช้เป็นประจำ; **~ drugs/heroin** *etc.* เสพยาเสพติด/เฮโรอีน; **~ alcohol** ดื่มเหล้าเป็นนิสัย; Ⓔ *(employ in speaking or writing)* ใช้; **~ strong language** ใช้ภาษารุนแรง; Ⓕ *(exercise, apply)* ใช้ *(อำนาจ, การตัดสินใจ)*; ประยุกต์ใช้; **~ diplomacy/tact [in one's dealings** *etc.* **with sb.]** ใช้การทูต/ไหวพริบ [ในการติดต่อเจรจา ฯลฯ กับ *ค.น.*]; **~ care** ใช้ความระมัดระวัง; **~ care in doing sth.** ทำ *ส.น.* อย่างระมัดระวัง; **he ~d all his strength** เขาใช้แรงทั้งหมดของเขา; **~ a method/system/tactics** ใช้วิธีการ/ระบบ/กลยุทธ์; **~ other/stronger methods/tactics** ใช้วิธี/กลยุทธ์อื่น/ที่รุนแรงกว่านี้; **~ every means at one's disposal to do sth.** ใช้ทุกวิถีทางที่มีอยู่เพื่อทำ *ส.น.*; Ⓖ *(take advantage of)* **~ sb.** หลอกใช้ *ค.น.*; **don't let them ~ you** อย่าให้พวกเขาหลอกใช้คุณ; Ⓗ *(treat)* ปฏิบัติต่อ; **~ sb./sth. well/badly** ปฏิบัติต่อ *ค.น./ส.น.* อย่างดี/อย่างไม่ดี; Ⓘ **~d to** /ˈju:st tə/ˈยูซฺดฺ/ *(formerly)* **I ~d to live in London/work in a factory** สมัยก่อนฉันอาศัยอยู่ในกรุงลอนดอน/ทำงานในโรงงาน; **he ~d to be very shy** เมื่อก่อนเขาเป็นคนขี้อายมาก; **before I started taking these vitamins, I ~d to be tired all the time** ก่อนที่ฉันเริ่มกินวิตามินเหล่านี้ฉันจะรู้สึกอ่อนเพลียตลอดเวลา; **my mother always ~d to say ...:** แม่ของฉันจะคอยพูดเสมอว่า...; **life ~d to be much more leisurely [than it is now]** เมื่อสมัยก่อนชีวิตจะสบาย [กว่าที่เป็นอยู่ในเวลานี้] มาก; **this ~d to be my room** นี่เคยเป็นห้องของฉัน; **it ~d to be thought** เคยมีการคิดว่า; **things aren't what they ~d to be** สิ่งต่าง ๆ ไม่เป็นอย่างที่เคยเป็น; **he smokes much more than he ~d to** เขาสูบบุหรี่จัดกว่าที่เคยสูบมาก; **there ~d to be** เคยมี; **I ~d not** *or* **I did not ~** *or (coll.)* **I didn't ~** *or (coll.)* **I ~[d]n't to smoke** เมื่อก่อนฉันไม่เคยสูบบุหรี่; **didn't he ~ to work here?** *(coll.)* เมื่อก่อนเขาเคยทำงานที่นี่ไม่ใช่หรือ; **~[d]n't there to be a shop here?** *(dated coll.)* เคยมีร้านอยู่ตรงนี้ไม่ใช่หรือ; **Does he smoke? He ~d not to** *or (coll.)* **He didn't ~ to** เขาสูบบุหรี่หรือเปล่า เมื่อก่อนเขาไม่เคยสูบ; **there never ~d to be all this violence** เมื่อก่อนไม่เคยมีความรุนแรงแบบนี้

~ ˈup *v.t.* ใช้ *(เงิน, แรง)* จนหมด; **~ up a dozen eggs** ใช้ไข่โหลหนึ่งหมด

ˈuse-by date วันสุดท้ายที่บริโภคอาหารได้

used ❶ *adj.* Ⓐ [ju:zd/ยูซดฺ] *(no longer new)* ใช้แล้ว; **~ car** รถใช้แล้ว *หรือ* รถมือสอง; **~-car salesman** พนักงาน/คนขายรถใช้แล้ว; Ⓑ [ju:st/ยูซทฺ] *(accustomed)* **~ to sth.** เคยชินกับ *ส.น.*; **be/get ~ to sb./sth.** เคยชิน/เกิดความเคยชินกับ *ค.น./ส.น.*; **I'm not ~ to this kind of treatment** *or* **to being treated this way** ฉันไม่ชินกับการได้รับการปฏิบัติเช่นนี้; **you'll soon be ~ to it** อีกไม่นานคุณก็จะชินกับมันไปเอง; **[not] be ~ to sb. doing sth./to having sb. do sth.** [ไม่] คุ้นกับการที่ *ค.น.* ทำ *ส.น.*/กับการที่ให้ *ค.น.* ทำ *ส.น.*; **she was ~ to getting up early** เธอชินกับการตื่นแต่เช้า; **she is not ~ to drinking alcohol** เธอไม่เคยชินกับการดื่มเครื่องดื่มที่มีแอลกอฮอล์

❷ [ju:st/ยูซต] ➡ **use** 2 I

useful /ˈju:sfl/ˈยูซฟ่ล/ *adj.* Ⓐ มีประโยชน์, น่าใช้; **~ life** ชีวิตที่ใช้งานได้ *(เครื่องยนต์)*; **~ load** น้ำหนักที่เครื่องบิน ฯลฯ บรรทุก; **he is a ~ person to know** เขาเป็นคนที่น่ารู้จัก; **English is the most ~ language** ภาษาอังกฤษเป็นภาษาที่มีประโยชน์ที่สุด; **this is ~ to know** สิ่งนี้น่ารู้;

u

this would be ~ to have สิ่งนี้มีไว้จะเป็นประโยชน์; the guide was most ~ for finding our way about มัคคุเทศก์มีประโยชน์มากที่สุดในการหาหนทาง; the chest would be very ~ for storing my books หีบใบนี้จะมีประโยชน์มากสำหรับเก็บหนังสือของฉัน; it would be ~ to have a tap in the garden จะมีประโยชน์ถ้ามีก๊อกน้ำไว้ในสวน; sb. finds sth. ~: *ค.น.* เห็นว่า *ส.น.* มีประโยชน์; those screws will come in ~ for my woodwork ตะปูควงเหล่านั้นจะมีประโยชน์สำหรับงานไม้ของฉัน; make oneself ~: ทำตัวให้มีประโยชน์; serve no ~ purpose ไม่มีประโยชน์ใด; Ⓑ *(coll.: worthwhile)* คุ้มค่า

usefully /ˈjuːsfəlɪ/ˈยูซเฟอะลิ/ *adv.* a course one might ~ follow แนวทางที่น่ายึดถือ; a book you could ~ read หนังสือที่คุณน่าอ่าน; is there anything we can ~ do? มีอะไรที่พวกเราทำได้ให้เป็นประโยชน์ไหม; ~ spend an evening doing sth. ใช้เวลาตอนเย็นอย่างเป็นประโยชน์ในการทำ *ส.น.*; everybody should be ~ employed [in some work] ทุกคนควรจะทำงาน [ประเภทหนึ่ง] ให้เป็นประโยชน์

usefulness /ˈjuːsflnɪs/ˈยูซฟ่ลนิซ/ *n., no pl.* ประโยชน์, ความมีประโยชน์; limit the ~ of sth. กำหนดประโยชน์ของ *ส.น.*; have outlived one's/its ~: ไม่มีประโยชน์ *หรือ* ใช้ไม่ได้อีกต่อไปแล้ว

useless /ˈjuːslɪs/ˈยูซลิซ/ *adj. (การต่อสู้, การต่อต้าน, คำแนะนำ ฯลฯ)* ไม่มีประโยชน์; be ~ to sb. ไม่มีประโยชน์กับ *ค.น.*; credit cards are ~ there ที่นั่นบัตรเครดิตไม่มีประโยชน์; be ~ at sth. ไม่เก่ง/ไม่ชำนาญใน *ส.น.*; oh, you're ~! โอ คุณใช้ไม่ได้เลย; feel ~: รู้สึกไร้ประโยชน์; it's ~ to do that *or* doing that ไม่มีประโยชน์ที่จะทำสิ่งนั้น; he's worse than ~: เขาใช้ไม่ได้เลยจริง ๆ

uselessly /ˈjuːslɪslɪ/ˈยูซลิซลิ/ *adv.* อย่างไร้ประโยชน์, อย่างไม่มีประโยชน์, อย่างเปล่าประโยชน์; throw away one's life ~: ปล่อยชีวิตล่องลอยไปอย่างไร้ประโยชน์

uselessness /ˈjuːslɪsnɪs/ˈยูซลิซนิซ/ *n., no pl. (of tool, device, advice, informatim, suggestion, material)* ความไร้ประโยชน์, ความใช้ไม่ได้; *(of protest, effort, struggle)* ความไร้ประโยชน์

user /ˈjuːzə(r)/ˈยูเซอะ/ *n.* ผู้ใช้; *(of drugs)* ผู้เสพ; *(of alcohol)* ผู้ดื่ม; *(of coal, electricity etc.)* ผู้บริโภค; *(of telephone)* ลูกค้า

user: ~friendly *adj. (เครื่องจักร, ระบบ)* ที่ออกแบบให้ใช้ได้ง่าย; explain sth. in ~friendly terms อธิบาย *ส.น.* โดยใช้คำที่เข้าใจได้ง่าย; **~ group** *n.* กลุ่มผู้ใช้; **~ interface** *n. (Computing) โปรแกรมที่ออกแบบให้ผู้ใช้เครื่องสะดวกในการโต้ตอบกับเครื่องคอมพิวเตอร์*; **~ name** *n. (Computing)* ชื่อผู้ใช้เครื่องคอมพิวเตอร์

usher /ˈʌʃə(r)/ˈอัชเชอะ(ร)/ ➤ 489 ❶ *n. (in court)* เจ้าหน้าที่/พนักงานเฝ้าประตู; *(at cinema, theatre, church)* พนักงานนำแขกไปยังที่นั่ง ❷ *v.t.* นำแขกไปยังที่นั่ง; ~ sb. into sb.'s presence นำ *ค.น.* ไปเข้าพบ *ค.น.*; ~ sb. to his seat นำ/พา *ค.น.* ไปยังที่นั่งของเขา

~ **'in** *v.t.* ~ sb. in นำ *ค.น.* เข้ามาข้างใน; ~ sth. in เป็นการเริ่มต้นของ *ส.น.*, นำเข้ามาสู่

~ **'out** *v.t.* นำ *(ค.น.)* ออกไป

usherette /ʌʃəˈret/อะเชอะ'เร็ท/ *n.* ➤ 489 พนักงานผู้หญิงที่นำแขกไปยังที่นั่ง

USN *abbr.* United States Navy กองทัพเรือสหรัฐอเมริกา

USS *abbr.* United States Ship เรือสหรัฐอเมริกา

USSR *abbr. (Hist.)* Union of Soviet Socialist Republics สหภาพโซเวียต

usual /ˈjuːʒʊəl/ˈยูฌวล/ *adj.* เป็นปกติ, เป็นธรรมดา; be ~ for sb. เป็นปกติสำหรับ *ค.น.*; it is ~ for sb. to do sth. เป็นเรื่องปกติ/ธรรมดาสำหรับ *ค.น.* ที่จะทำ *ส.น.*; [no] better/bigger/more *etc.* than ~: [ไม่ได้] ดีกว่า/ใหญ่กว่า/มากกว่า ฯลฯ ปกติ; as [is] ~, *(coll.)* as per ~: อย่างเคย, ตามเคย; as is ~ in such cases ตามที่เป็นปกติในกรณีเช่นนี้; the/your ~, sir? *(เครื่องดื่ม)* เหมือนทุกครั้ง *หรือ* ปกติไหมคะ/ครับ; ➡ + business B

usually /ˈjuːʒʊəlɪ/ˈยูเฌอะลิ/ *adv.* ตามปกติ, ตามธรรมดา; more than ~ tired *etc.* เหนื่อย ฯลฯ กว่าปกติ; this time we were more than ~ careful คราวนี้พวกเราระวังมากกว่าปกติ

usufruct /ˈjuːzjʊfrʌkt/ˈยูซิวฟรัคทฺ/ *n. (Law) สิทธิในการเก็บทรัพย์สินหรือผลประโยชน์จากทรัพย์สินของผู้อื่นในทางใดก็ตาม ที่จะไม่ทำให้ทรัพย์สินนั้นได้รับความเสียหาย*

usurer /ˈjuːʒərə(r)/ˈยูเฌอะเรอะ/ *n.* ผู้ให้กู้ยืมเงิน *(โดยคิดอัตราดอกเบี้ยขูดเลือดขูดเนื้อ)*

usurp /juːˈzɜːp/ยู'เซิพ/ *v.t.* แย่งชิง *(บัลลังก์, อำนาจ)*; ~ the leading role in the enterprise แย่งชิงความเป็นผู้นำ/ความเป็นใหญ่ในโครงการ; the man who had ~d his place in his wife's affections ชายผู้ได้แย่งชิงความรักของภรรยาของเขา

usurpation /juːzəˈpeɪʃn/ยูเซอะ'เพช'น/ *n. (of right, title, position, authority)* การแย่งชิง

usurper /juːˈzɜːpə(r)/ยู'เซอเพอะ(ร)/ *n.* ผู้แย่งชิง, ผู้แย่งชิงราชบัลลังก์

usury /ˈjuːʒərɪ/ˈยูเฌอะริ/ *n.* การให้กู้ยืมเงิน *(โดยคิดดอกเบี้ยสูงเกินอัตราที่กฎหมายกำหนด)*; practise ~: ปล่อยเงินกู้ในอัตราดอกเบี้ยสูงมาก

utensil /juːˈtensɪl/ยู'เท็นซิล/ *n.* เครื่องมือ, เครื่องใช้ *(ภายในบ้าน)*; writing ~s เครื่องเขียน

uterine /ˈjuːtəraɪn/ˈยูเทอะรายน/ *adj. (Anat., Med.)* เกี่ยวกับมดลูก, เกิดจากแม่เดียวกัน *(แต่คนละพ่อ)*

uterus /ˈjuːtərəs/ˈยูเทอะเริซ/ *n., pl.* **uteri** /ˈjuːtəraɪ/ˈยูเทอะราย/ *(Anat.)* มดลูก

utilisable, utilisation, utilise ➡ utiliz-

utilitarian /juːtɪlɪˈteərɪən/ยูทิเลอะ'เทเรียน/ ❶ *adj.* Ⓐ *(functional)* ที่มุ่งใช้ประโยชน์ *(มากกว่าความสวยงาม)*; Ⓑ *(Philos.)* เกี่ยวกับลัทธิประโยชน์นิยม ❷ *n. (Philos.)* ผู้ที่ยึดถือแนวคิด/ลัทธิประโยชน์นิยม

utilitarianism /juːtɪlɪˈteərɪənɪzm/ยูทิลิ'แทเรียนิซ'ม/ *n.* ลัทธิประโยชน์นิยม

utility /juːˈtɪlɪtɪ/ยู'ทิลิทิ/ ❶ *n.* Ⓐ ประโยชน์, สิ่งที่มีประโยชน์; of great ~: มีประโยชน์อย่างยิ่ง; total ~ *(Econ.)* ประโยชน์รวมของสิ่งของ *(ทั้งในแง่เวลาและสถานที่ปริมาณการครอบครอง)*; Ⓑ ➡ public utility ❷ *adj.* ใช้ประโยชน์ได้หลายอย่าง, เอนกประสงค์; *(functional)* เน้นประโยชน์ *(มากกว่าความสวยงาม)*; ~ goods/furniture สินค้า/เครื่องเรือนที่มุ่งการใช้ประโยชน์

utility /juːˈtɪlɪtɪ/ยู'ทิลลิทิ/ *n. (รถยนต์)* เอนกประสงค์

utility: ~ man *n. (Amer.)* Ⓐ *(Theatre)* ตัวละครที่แสดงเป็นตัวประกอบ; Ⓑ *(Sport.)* ผู้เล่น *(ฟุตบอล)* ที่เล่นได้หลายตำแหน่ง; Ⓒ *(odd-job man)* ผู้ที่ทำงานเล็ก ๆ น้อย ๆ; **~ program** *n. (Computing)* โปรแกรมซอฟต์แวร์ที่ใช้ทำงานมาตรฐานทั่ว ๆ ไป, โปรแกรมอรรถประโยชน์; **~ room** *n.* ห้องที่มีอุปกรณ์เครื่องใช้ในงานบ้าน; **~ routine** ➡ ~ program

utilizable /ˈjuːtɪlaɪzəbl/ˈยูทิไลเซอะบ'ล/ *adj.* ใช้ให้เป็นประโยชน์ได้

utilization /juːtɪlaɪˈzeɪʃn/ยูทิไล'เซช'น/ *n.* การใช้ให้เป็นประโยชน์

utilize /ˈjuːtɪlaɪz/ˈยูทิลายซฺ/ *v.t.* ใช้ให้เป็นประโยชน์, ทำให้เป็นประโยชน์

utmost /ˈʌtməʊst/ˈอัทโมซทฺ/ ❶ *adj.* สูงสุด, ต่ำสุด, มากที่สุด; of [the] ~ importance สำคัญที่สุด; with the ~ caution ด้วยความระมัดระวังสูงสุด; with the ~ ease/care/reluctance ด้วยความเอาใจใส่/ความไม่เต็มใจอย่างยิ่ง; to the ~ degree ในระดับสูงสุด ❷ *n.* ระดับสูงสุด; do *or* try one's ~ to do sth. พยายามทำ *ส.น.* สุดความสามารถ; to the ~: ถึงจุด/ระดับสูงสุด; to the ~ of one's ability/strength จนสุดความสามารถ/สุดกำลังของตน; try sb.'s patience to the ~: ทำให้ *ค.น.* เกือบจะหมดความอดทน

Utopia /juːˈtəʊpɪə/ยู'โทเปีย/ *n. (place)* สถานที่สมบูรณ์แบบที่ถูกจินตนาการขึ้นมา *(เป็นชื่อหนังสือของเซอร์โทมัส มอร์)*; *(impractical scheme)* แผนการที่นำไปใช้ปฏิบัติไม่ได้

Utopian /juːˈtəʊpɪən/ยู'โทเปียน/ ❶ *adj.* มีลักษณะของความเพ้อฝัน, เป็นอุดมคติ ❷ *n.* นักปฏิรูปที่มีอุดมคติ

¹utter /ˈʌtə(r)/ˈอัทเทอะ(ร)/ *attrib. adj.* สิ้นเชิง, ทั้งหมด, สมบูรณ์; be in ~ despair/misery อยู่ในความสิ้นหวัง/ความทุกข์ระทมอย่างเต็มที่; be an ~ mystery เป็นความลึกลับโดยสิ้นเชิง; be an ~ stranger to sb. เป็นคนแปลกหน้าโดยสิ้นเชิงสำหรับ *ค.น.*; ~ fool *(คน)* โง่อย่างที่สุด

²utter *v.t.* Ⓐ เปล่งเสียง; Ⓑ *(say)* พูด; the last words he ~ed คำสุดท้ายที่เขาพูดออกมา; she never ~ed a sound เธอไม่เคยพูดสักคำ; this word/her name must not be ~ed in his presence ต้องไม่พูดคำนี้/เอ่ยชื่อเธอต่อหน้าเขา; Ⓒ ~ a libel กล่าวโทษ/ใส่ร้าย

utterance /ˈʌtərəns/ˈอัทเทอะเรินซฺ/ *n.* Ⓐ การเปล่งเสียงออกมา; ~ of a sigh/groan การเปล่งเสียงถอนหายใจ/ร้องครวญคราง; give ~ to sth. พูด *ส.น.*; Ⓑ *(spoken words)* คำพูด; *(Ling.)* การพูดออกมา *(โดยไม่จำเป็นต้องสอดคล้องกับไวยากรณ์)*; *(sentence)* ประโยค; Ⓒ *(power of speech)* ความสามารถพูดได้; วจนะ *(ร.บ.)*

utterly /ˈʌtəlɪ/ˈอัทเทอะลิ/ *adv.* โดยสิ้นเชิง, อย่างสมบูรณ์

uttermost /ˈʌtəməʊst/ˈอัทเทอะโมซทฺ/ *adj.* Ⓐ ➡ utmost 1, 2; Ⓑ *(most distant)* ไกลที่สุด; to the ~ ends of the earth สุดขอบโลก

'U-turn *n.* การเลี้ยวรถกลับเป็นรูปตัวยู, การกลับรถ; the driver/car made a ~: คนขับรถ/รถเลี้ยวกลับ; 'No U~s' 'ห้ามกลับรถ'; make a ~ [on sth.] *(fig.)* กลับนโยบาย [เกี่ยวกับ *ส.น.*]

UV *abbr.* ultraviolet รังสียูวี *(ท.ศ.)*, รังสีเหนือม่วง

uvula /ˈjuːvjʊlə(r)/ˈอูวิวเลอะ(ร)/ *n., pl.* ~e /ˈjuːvjʊli/ˈอูโวลิ/ *(Anat.)* ลิ้นไก่

uvular /ˈjuːvjʊlə(r)/ˈอูวิวเลอะ(ร)/ *adj. (Anat.)* เกี่ยวกับลิ้นไก่; *(Ling.) (เสียง) ที่เกิดจากโคนลิ้นแตะลิ้นไก่ เช่น เสียง r ในภาษาฝรั่งเศส*; the ~ 'r' เสียง r ที่ออกเสียงโดยใช้โคนลิ้นแตะลิ้นไก่

V v

[1]V, [1]v /viː/วี/ *n., pl.* **Vs** *or* **V's** Ⓐ *(letter)* V, v, พยัญชนะตัวที่ 22 ของภาษาอังกฤษ; Ⓑ *(Roman numeral)* V เลขห้าของโรมัน; Ⓒ *(V-shaped thing)* สิ่งของรูปตัววี; Ⓓ **V1/V2** *(Hist.) V1 คือ ระเบิดเครื่องบินเล็กไร้นักบินที่เยอรมันส่งมาโจมตีกรุงลอนดอนในสงครามโลกครั้งที่ 2, V2 เป็นจรวดวิถีไกลรุ่นหลัง V1 และยิงโจมตีอังกฤษ;* ➡ + **V-neck; V-necked; V-sign**

[2]V, [2]v *abbr.* **volt[s]**

v. *abbr.* Ⓐ /ˈvɜːsəs, viː/เวอเซิซ, วี/ เปรียบเทียบกับ, ต่อสู้กับ/ **versus**; Ⓑ **very**; Ⓒ **verse**

vac /væk/แวค/ *n. (Brit. Univ. coll.)* การปิดภาคเรียน; **the long ~:** ช่วงปิดภาคใหญ่ประจำปี

vacancy /ˈveɪkənsɪ/เวเคินซิ/ *n.* Ⓐ *(job)* ตำแหน่งว่าง; **fill a ~:** เข้าทำงานในตำแหน่งว่าง; **have a ~ [on one's staff]** มีตำแหน่งว่างหนึ่งตำแหน่ง; **'vacancies'** *(notice outside factory)* 'รับสมัครงาน'; *(in newspaper)* 'ตำแหน่งงานว่าง'; Ⓑ *(unoccupied room)* ห้องว่าง; **have a ~:** มีห้องว่างหนึ่งห้อง; **'vacancies'** 'มีห้องว่าง'; **'no vacancies'** 'ห้องเต็ม'; Ⓒ *no pl. (of look, mind, etc.)* ความเหม่อลอย

vacant /ˈveɪkənt/เวเคินทฺ/ *adj.* Ⓐ *(not occupied)* ว่าง; **'~'** *(on door of toilet)* 'ว่าง'; **'situations ~'** 'รับสมัครงานหลายตำแหน่ง'; **a house with ~ possession** ขายบ้านที่ผู้อยู่เดิมย้ายออกไปแล้ว; Ⓑ *(mentally inactive)* ใจลอย, เหม่อ

vacantly /ˈveɪkəntlɪ/เวเคินทฺลิ/ *adv.* อย่างเหม่อลอย; **stare/gaze ~ at sb./into space** จ้อง *ค.น.*/มองดูรอบ ๆ อย่างเหม่อลอย

vacate /vəˈkeɪt, US ˈveɪkeɪt/เวอะเคท, ˈเวเคท/ *v.t.* ย้ายออกไปจาก *(บ้าน, ห้อง ฯลฯ)*; พ้นตำแหน่ง, ลาออก

vacation /vəˈkeɪʃn, US veɪ-/เวอะ'เคช'น, เว-/ ❶ *n.* Ⓐ *(Brit. Law)* ช่วงเวลาที่หยุดงาน; *(Univ.: recess)* การปิดภาคเรียน; Ⓑ *(Amer.)* ➡ **holiday** 1 B; Ⓒ *(vacating) (of a room, building)* การย้ายออก; *(of a post)* การพ้นจากตำแหน่ง; *(of an office)* การลาออก ❷ *v.i. (Amer.)* **~ [at/in a place]** ไปพักผ่อน [ณ สถานที่ใดที่หนึ่ง]

vacationer /vəˈkeɪʃənə(r), US veɪ-/เวอะ'เคเชอะเนอะ(ร), เว-/ **vacationist** /vəˈkeɪʃənɪst/เวอะ'เคเชอะนิซทฺ/ *ns. (Amer.)* ผู้ไปเที่ยวพักผ่อน, นักท่องเที่ยว

vaccinate /ˈvæksɪneɪt/แวคซิเนท/ *v.t. (Med.)* ฉีดวัคซีนปลูกฝี

vaccination /væksɪˈneɪʃn/แวคซิ'เนช'น/ *n.* ➤ **453** *(Med.)* การฉีดวัคซีน, การปลูกฝี; **have a ~:** ฉีดวัคซีน, ปลูกฝี

vaccine /ˈvæksiːn, US vækˈsiːn/แวคซีน, แวค'ซีน/ *n.* ➤ **453** วัคซีน *(ท.ศ.)*

vaccinology /væksɪˈnɒlədʒɪ/แวคซิ'นอเลอะจิ/ *n. (Med.)* วิชาว่าด้วยเรื่องวัคซีน

vacillate /ˈvæsɪleɪt/แวซิเลท/ *v.t. (lit. or fig.)* โลเล, โอนเอนไปมา; **~ about doing sth.** ไม่มั่นใจว่าควรทำ *ส.น.* หรือไม่; **~ on sth.** โลเลใน *ส.น.*

vacillating *adj.* โลเล, ลังเล, โอนเอนไปมา

vacillation /væsɪˈleɪʃn/แวซิ'เลช'น/ *n.* การโลเล, การลังเลใจ, การโอนเอนไปมา

vacua *pl. of* **vacuum** 1 A

vacuity /vəˈkjuːətɪ/เวอะ'คิวเออะทิ/ *n.* ความว่างเปล่า; *(of book, play)* ความไร้สาระ

vacuous /ˈvækjʊəs/แวคิวเอิซ/ *adj.* ว่างเปล่า; เหม่อ; *(หนังสือ, ละคร)* ที่ไร้ความหมาย, ที่ไร้สาระ

vacuously /ˈvækjʊəslɪ/แวคิวเอิซลิ/ *adv.* อย่างว่างเปล่า, อย่างเหม่อลอย, อย่างไร้ความหมาย

vacuum /ˈvækjʊəm/แวคิวเอิม/ ❶ *n.* Ⓐ *pl.* **vacua** /ˈvækjʊə/แวคิวเออะ/ *or* **~s** *(Phys.)* สภาพปลอดอากาศ, สุญญากาศ; *(fig.)* ความว่างเปล่า; **perfect/partial ~:** สุญญากาศสมบูรณ์/สุญญากาศบางส่วน; *(fig.)* **her death has left a ~ in our lives** ความตายของเธอทำให้พวกเรารู้สึกว้าเหว่; **live in a ~** *(lit.)* มีชีวิตในสุญญากาศ; *(fig.)* มีชีวิตที่ไม่สนใจสิ่งแวดล้อมใด ๆ; Ⓑ *pl.* **~s** *(coll.: ~ cleaner)* เครื่องดูดฝุ่น ❷ *v.t. & i.* ดูดฝุ่นทำความสะอาด

vacuum: ~ bottle *(Amer.)* ➡ **~ flask; ~ brake** *n. (Railw.)* ห้ามล้อโดยการดูดอากาศออก; **~-clean** *v.t. & i.* ดูดฝุ่นทำความสะอาด; **~ cleaner** *n.* เครื่องดูดฝุ่น; **~ flask** *n. (Brit.)* กระติกเก็บความร้อน หรือ ความเย็น; **~ gauge** *n. (Physics) เครื่องวัดความดันหลังจากสูบอากาศออกแล้ว;* **~-packed** *adj.* ปิดผนึกหลังจากสูบอากาศออกบ้าง; **~ pump** *n.* เครื่องสูบอากาศ; **~ tube** *n. (Electronics) หลอดที่สูบอากาศออกเกือบหมด เพื่อให้กระแสไฟฟ้าวิ่งผ่านได้สะดวก*

vade mecum /vɑːdi ˈmeɪkʊm, veɪdɪ ˈmiːkəm/วาดิ 'เมคุม, เวดิ 'มีเคิม/ *n.* หนังสือคู่มือ ฯลฯ ที่พกติดตัวไว้ใช้ตลอด

vagabond /ˈvægəbɒnd/แวเกอะบอนดฺ/ ❶ *n.* คนจรจัด, คนเร่ร่อน, คนเหลวไหล ❷ *adj.* จรจัด, เร่ร่อน; **~ life** ชีวิตแบบคนจรจัด

vagaries /ˈveɪgərɪz/เวเกอะริซ/ *n. pl. (lit. or fig.)* ความไม่แน่นอน; **the ~ of life/politics** ความไม่แน่นอนของชีวิต/การเมือง

vagina /vəˈdʒaɪnə/เวอะ'จายเนอะ/ *n., pl.* **~e** /-niː/-นี/ *or* **~s** ➤ **118** *(Anat.)* ช่องสังวาส, ช่องคลอด

vaginal /vəˈdʒaɪnl/เวอะ'จายน'ล/ *adj.* เกี่ยวกับช่องสังวาส, ทางช่องคลอด

vagrancy /ˈveɪgrənsɪ/เวเกริ้นซิ/ *n., no indef. art., no pl.* ภาวะจรจัด, การเร่ร่อน; *(in cities)* การไม่มีที่อยู่, การนอนข้างถนน

vagrant /ˈveɪgrənt/เวเกริ้นทฺ/ ❶ *adj. (คน)* จรจัด; **~ life** ชีวิตคนจรจัด ❷ *n.* คนจรจัด, คนเร่ร่อน

vague /veɪg/เวก/ *adj. (แผน)* คลุมเครือ; *(รูปร่าง)* ไม่แน่นอน; *(absent-minded)* ใจลอย; *(inattentive)* ไม่เอาใจใส่; **describe sth. in ~ terms** อธิบาย *ส.น.* อย่างไม่ชัดเจน; **not have the ~st idea** *or* **notion** ไม่รู้เรื่องเลยสักนิด; **be ~ about sth.** ไม่แน่ใจใน *ส.น.*; *(in understanding)* ไม่ค่อยเข้าใจ *ส.น.*

vaguely /ˈveɪglɪ/เวกลิ/ *adv. (มองเห็น)* อย่างเลือนๆ; *(จำได้)* นิดหน่อย; *(รู้สึกหนึ่ง)* อย่างไม่แน่ใจ; **he was ~ alarmed/sad/disappointed** เขาตกใจ/เสียใจ/ผิดหวังนิดหน่อย; **look/taste ~ like sth.** มีลักษณะ/รสชาติคล้าย *ส.น.* บ้าง; **understand sth. ~:** เข้าใจ *ส.น.* นิดหน่อย; **she looked at me ~** *(uncertainly)* เธอมองดูฉันอย่างไม่แน่ใจ

vagueness /ˈveɪgnɪs/เวกนิซ/ *n., no pl.* ความคลุมเครือ, ความไม่แน่นอน; *(of outline, shape)* ความเลือนลาง, ความไม่ชัดเจน; *(of policy)* ความไม่ชัดเจน; *(absent-mindedness)* ใจลอย; *(uncertainty)* ความไม่แน่นอน

vain /veɪn/เวน/ *adj.* Ⓐ *(conceited)* หยิ่งยโส, ภูมิใจ; **be ~ about sth.** รู้สึกภูมิใจใน *ส.น.*; Ⓑ *(useless) (การพยายาม, คำพูด)* ไร้ประโยชน์; ไม่ประสบผลสำเร็จ; **in ~:** โดยไร้ประโยชน์, โดยไม่สำเร็จ; ➡ + **take** 1 E

vainglorious /veɪnˈglɔːrɪəs/เวน'กลอเรียซ/ *adj. (formal/literary)* โอ้อวด

vainly /ˈveɪnlɪ/เวนลิ/ *adv.* Ⓐ *(uselessly)* อย่างไร้ประโยชน์; Ⓑ *(in a conceited way)* อย่างโอ้อวด

valance /ˈvæləns/แวเลินซฺ/ *n.* ผ้าระบายตกแต่ง *(รอบเตียงนอน, หน้าต่าง ฯลฯ)*

vale /veɪl/เวล/ *n. (arch./poet.)* หุบเขา; **this ~ of tears** *(fig.)* ห้วงทุกข์ของมนุษย์

valediction /vælɪˈdɪkʃn/แวลิ'ดิคช'น/ *n. (act)* การอำลา; *(words)* คำอำลา

valedictory /vælɪˈdɪktərɪ/แวลิ'ดิคเทอะริ/ *adj.* อำลา; **~ remarks** การกล่าวคำอำลา; **~ speech/address** *(Amer.)* คำพูด/คำปราศรัยในการอำลา

valence /ˈveɪləns/เวเลินซฺ/ *(esp. Amer.)*, **valency** /ˈveɪlənsɪ/เวเลินซิ/ *ns. (Chem., Phys.) (unit)* หน่วยวัดพลังโยงยึดของปรมาณู; **~ bond** ธาตุปรมาณู

valentine /ˈvæləntaɪn/แวเลินทายนฺ/ *n.* Ⓐ คนที่บุคคลหนึ่งส่งการ์ดวาเลนไทน์ไปหา; Ⓑ **~ [card]** การ์ดวาเลนไทน์ *(ท.ศ.)*; Ⓒ **St. V~'s Day** วันวาเลนไทน์ (วันที่ 14 กุมภาพันธ์)

valerian /vəˈlɪərɪən/เวอะ'เลียเรียน/ *n. (Bot., Pharm.)* พันธุ์ไม้มีดอกในวงศ์ Valerianaceae รากใช้ทำยาระงับประสาท

valet /ˈvælɪt, -leɪ/แวลิท, -เล/ *n.* ➤ **489** Ⓐ คนรับใช้ส่วนตัวนายผู้ชาย; Ⓑ *(hotel employee)* พนักงานโรงแรมที่ซัก/รีดเสื้อผ้า; **~ service** บริการเกี่ยวกับเครื่องแต่งตัวและดูแลเสื้อผ้า

'valet parking *n.* บริการนำรถไปจอดให้

valetudinarian /vælɪtjuːdɪˈneərɪən/แวลิทิวดิ'แนเรียน/ ❶ *adj.* Ⓐ *(sickly) (ป่วย)* ออดแอด, กระเสาะกระแสะ; Ⓑ *(anxious about health)* ช่างสำออย ❷ *n.* Ⓐ *(sickly person)* คนป่วยกระเสาะกระแสะ; Ⓑ *(hypochondriac)* คนช่างสำออย

Valhalla /vælˈhælə/แวล'แฮเลอะ/ *n. (Mythol.) ปราสาทที่สถิตของวิญญาณวีรบุรุษผู้ล่วงลับไปแล้วตามลัทธิของชาวยุโรปเหนือ*

valiant /ˈvæljənt/ˈแวเลียนทฺ/ *adj.* กล้าหาญ, องอาจ; **he made a ~ effort to disguise his disappointment** เขาพยายามซ่อนความผิดหวังเอาไว้อย่างองอาจ; **it was a ~ try/effort** มันเป็นความพยายามที่กล้าหาญเสียจริง ๆ

valiantly /ˈvæljəntlɪ/ˈแวเลียนทฺลิ/ *adv.* อย่างกล้าหาญ, อย่างองอาจ

valid /ˈvælɪd/ˈแวลิด/ *adj.* **A** *(legally acceptable)* ที่ถูกต้อง, ยอมรับได้ในทางกฎหมาย; *(having legal force)* มีผลบังคับใช้ตามกฎหมาย, ยังไม่หมดอายุ; **a ~ claim** คำร้องที่มีสิทธิทางกฎหมาย; **B** *(justifiable)* สมเหตุสมผล, มีเหตุผล *(การถกเถียง, ทฤษฎี)*

validate /ˈvælɪdeɪt/ˈแวลิเดท/ *v.t.* ทำให้ถูกต้อง, บังคับใช้ได้ตามกฎหมาย *(พินัยกรรม, คำร้อง)*; ยืนยัน *(ทฤษฎี)*; ทำให้ *(สัญญา)* มีผลบังคับใช้

validation /vælɪˈdeɪʃn/แวลิˈเดช'น/ *n.* *(of claim, contract, etc.)* ความถูกต้องตามกฎหมาย; *(of theory, hypothesis)* การยืนยัน

validity /vəˈlɪdɪtɪ/เวอะˈลิดดิทิ/ *n., no pl.* **A** *(of ticket, document)* ความถูกต้อง; *(of claim, contract, marriage, etc.)* ความถูกต้องตามกฎหมาย; **~ check** *(Computing)* การตรวจสอบว่าเครื่องคอมพิวเตอร์มีสมรรถนะสมบูรณ์; **B** *(of argument, excuse, objection, theory)* ความมีเหตุมีผล; *(of reason)* ความฟังขึ้น; *(of method)* ความเป็นไปได้

validly /ˈvælɪdlɪ/ˈแวลิดลิ/ *adv.* *(lawfully)* อย่างถูกต้องตามกฎหมาย; *(properly)* อย่างถูกต้องสมควร

valise /vəˈliːz, US vəˈliːs/เวอะˈลีซ, เวอะˈลีซ/ *n. (esp. Amer.)* กระเป๋าหิ้วขนาดเล็ก

Valkyrie /vælˈkɪərɪ, ˈvælkɪrɪ/แวลˈเคียริ, ˈแวลคิริ/ *n. (Mythol.)* *เทพีบริวารของเทพเจ้าโอดินมีหน้าที่เลือกวีรบุรุษที่จะต้องตายในสงคราม*

valley /ˈvælɪ/ˈแวลิ/ *n.* **A** *(lit. or fig.)* หุบเขา; **~ bottom** ตีนเขา; **B** *(of roof)* ร่องระหว่างหลังคาสองแห่งที่มาชนกัน; **U-shaped/V-shaped ~:** หุบเขารูปตัวยู/ตัววี *(Geog.)*; ➡ + **hanging valley; rift valley; river valley**

valor *(Amer.)* ➡ **valour**

valorous /ˈvælərəs/ˈแวเลอะเริซ/ *adj.* *(literary)* กล้าหาญ

valour /ˈvælə(r)/ˈแวเลอะ(ร)/ *n.* ความกล้าหาญ; **fight with ~:** ต่อสู้ด้วยความกล้าหาญ; ➡ + **discretion A**

valuable /ˈvæljʊəbl/ˈแวลิวเออะบ'ล/ ❶ *adj.* มีค่า, มีประโยชน์, มีราคาสูง; **be ~ to sb.** มีค่าสำหรับ *ค.น.* ❷ *n., in pl.* ของมีค่า

valuation /væljʊˈeɪʃn/แวลิวˈเอช'น/ *n.* การประเมินค่า, การตีราคา; **make/get a ~ of sth.** ประเมิน/ได้รับการประเมินค่า *ส.น.*; **what is the ~?** สิ่งนั้นมีค่าเท่าไร; **set a high/low *etc.* ~ on sth.** ตีราคา *ส.น.* สูง/ต่ำ ฯลฯ; **accept sb. at his/her own ~:** ยอมรับการประเมินค่าตัวเองของ *ค.น.*

value /ˈvæljuː/ˈแวลิว/ ❶ *n.* **A** คุณค่า, ประโยชน์; **be of great/little/some/no ~ [to sb.]** มีคุณค่ายิ่งใหญ่/เล็กน้อย/พอสมควร/ไม่มีคุณค่า [ต่อ *ค.น.*]; **they are taught too few things of real ~ for their future** พวกเขาได้รับการสั่งสอนที่จะเป็นประโยชน์ในอนาคตน้อยเกินไป; **information that is of great ~ to scientists** ข้อมูลที่มีคุณค่าอย่างใหญ่หลวงสำหรับนักวิทยาศาสตร์; **this drug has been of some ~ in the treatment of cancer** ยาขนานนี้ได้มีประโยชน์บ้างในการรักษาโรคมะเร็ง; **be of [no] practical ~ to sb.** [ไม่] มีประโยชน์ในทางนำมาปฏิบัติใช้สำหรับ *ค.น.*; **set *or* put a high/low ~ on sth.** ประเมินค่า *ส.น.* สูง/ต่ำ; **attach great ~ to sth.** ให้ความสำคัญกับ *ส.น.* อย่างมาก; **B** *(monetary worth)* ค่า, ราคา; **it has a ~ of one pound** มันมีราคาหนึ่งปอนด์; **what would be the ~ of it?** สิ่งนี้ราคาสักเท่าไร?; **know the ~ of sth.** รู้ราคาของ *ส.น.*; **sth./nothing of ~:** สิ่งที่มี/ไม่มีค่า; **an object of ~:** สิ่งมีค่า; **items of great/little/no ~:** สิ่งที่มีค่ามาก/น้อย/ไม่มีค่า; **be of great/little/no *etc.* ~:** มีค่ามาก/น้อย/ไม่มีค่า ฯลฯ; **increase *or* go up in ~:** ค่าที่เพิ่มขึ้น *หรือ* สูงขึ้น; **decline *or* decrease *or* fall *or* go down in ~:** ค่าที่ลด *หรือ* น้อยลง; **an increase/decrease in ~:** ค่าที่เพิ่มขึ้น/ลดลง; **put a ~ on sth.** กำหนดราคา *ส.น.*; **sth. to the ~ of ...:** *ส.น.* ที่มีราคาเท่ากับ...; **C** *(equivalent)* คุณค่า; **he offered less than the ~ of the house** เขาเสนอราคาบ้านที่ต่ำกว่าค่าจริง; **be good/poor *etc.* ~ [for money]** เป็นของที่สมราคา/ไม่สมราคา; **customers want [good] ~ for money** ลูกค้าต้องการได้ของดีที่คุ้มค่า; **£5 for a tiny steak – do you call that good ~?** สเต็กชิ้นเล็กจิ๊ดราคาถึง 5 ปอนด์ นี่คุณถือว่าสมราคาหรือ; **this handbook is excellent/very good ~ at £10** หนังสือคู่มือเล่มนี้คุ้มค่า 10 ปอนด์; **get good/poor ~ [for money]** ได้ของที่คุ้ม/ไม่คุ้มค่า; **give sb. poor ~ for money** ให้ *ค.น.* ของ/การบริการที่ไม่คุ้มค่า; **D** *in pl. (principles)* หลักการ, หลักมาตรฐานจริยธรรม; **E** *(rank, significance)* ความสำคัญ, ลำดับความสำคัญ; **[time] ~** *(Mus.)* ค่าทางจังหวะ; **~ of a colour, colour ~:** ระดับของสี; **F** *(numerical quantity) (Math.)* ค่า, จำนวน; *(Phys.)* ค่า; **give x *or* let x have the ~ 3** ให้เอ็กซ์มีค่าเท่ากับสาม

❷ *v.t.* **A** *(appreciate)* เห็นคุณค่า; **his work has been ~d highly by experts** งานของเขาได้รับการยกย่องโดยผู้เชี่ยวชาญ; **if you ~ your life** ถ้าคุณอยากมีชีวิตอยู่ต่อ; **B** *(put price on)* ตีราคา, ประเมินค่า

value added 'tax *n.* ➤ 572 *(Brit.)* ภาษีมูลค่าเพิ่ม

valued /ˈvæljuːd/ˈแวลูด/ *adj.* *(เพื่อน)* รัก; *(เพื่อนร่วมงาน)* มีค่า; **thank you for your ~ order** *(Commerc. dated)* ขอขอบคุณท่านที่ได้กรุณาซื้อสินค้าของเรา

value: **~ date** *n.* วันครบกำหนด *(ตั๋วแลกเงิน, ใบหุ้น)*; **~-free** *adj.* มีความเป็นกลาง; **~ judgement** *n.* การวินิจฉัยค่านิยม; **~-laden** *adj.* แสดงความคิดเห็น; **valueless** /ˈvæljʊlɪs/ˈแวลิวเลิซ/ *adj.* ไม่มีค่า, ไร้ค่า; **~ pack** *n.* การซื้อจำนวนมากที่คุ้มค่ากว่า

valuer /ˈvæljʊə(r)/ˈแวลิวเออะ(ร)/ *n.* ➤ 489 คนประเมินราคา, คนประเมินคุณค่า

valve /vælv/แวลว/ *n.* **A** ลิ้นปิดเปิดสำหรับควบคุมของเหลว, วาลว์ *(ท.ศ.)*; ➡ + **safety valve**; **B** *(Anat., Zool.)* แผ่นเยื่อที่ควบคุมให้เลือด ฯลฯ ไหลไปในทางเดียว; **C** *(Brit.: thermionic ~)* หลอดวิทยุ

vamoose /vəˈmuːs/เวอะˈมูซ/ *v.i. (Amer. coll.)* จากไปอย่างรวดเร็ว

¹vamp /væmp/แวมพฺ/ ❶ *n.* *(of shoe)* รองเท้าส่วนหน้าตอนบน ❷ *v.t. (Mus.)* เล่นดนตรีประกอบตามอำเภอใจ ❸ *v.i. (Mus.)* เล่นดนตรีคลอเสียง **~ 'up** *v.t.* *(put together)* ปะติดปะต่อ; *(renovate)* ซ่อมแซมใหม่

²vamp *n. (woman)* ผู้หญิงเจ้าชู้

vampire /ˈvæmpaɪə(r)/ˈแวมไพเออะ(ร)/ *n.* แวมไพร์ *(ท.ศ.)*, ผีที่สูบเลือดคน; *(fig.)* นักต้มตุ๋น

'vampire bat *n. (Zool.)* ค้างคาวในวงศ์ Desmodontidae ที่ดูดเลือดสัตว์อื่น

¹van /væn/แวน/ *n.* **A** **[delivery] ~:** รถตู้ [ขนส่งสินค้า]; **baker's/laundry ~:** รถส่งขนมปัง/ส่งเสื้อผ้าซักแห้ง; **B** *(Brit. Railw.)* รถตู้ขนส่ง; **C** *(Brit.: caravan)* **[camping] ~:** ขบวนรถพักแรม

²van *n. (foremost part)* ส่วนหน้า, กองหน้า, แนวหน้า; *(fig.: leaders of movement, opinion)* ผู้นำ; **be in the ~ of a movement/the attack** อยู่ในต้นขบวนของการเคลื่อนไหว/อยู่ในกองหน้าที่เข้าจู่โจม

³van *n. (Tennis)* แต้มได้เปรียบ

vanadium /vəˈneɪdɪəm/เวอะˈเนเดียม/ *n.* *(Chem.)* ธาตุวาเนเดียม *(ท.ศ.)* *(เป็นโลหะสีเทาเข้มในจำพวกฟอสฟอรัส ใช้ผสมกับเหล็กเพื่อเพิ่มความแข็งแกร่ง)*

vandal /ˈvændl/ˈแวนด'ล/ *n.* **A** *(fig.)* คนป่าเถื่อนที่ทำลายทรัพย์สินผู้อื่น; **~-proof** ที่คงทนต่อการถูกทำลาย; **B** *(Hist.)* **V~:** กลุ่มเชื้อสายเยอรมันโบราณ *(ที่บุกรุกเข้าไปในภาคใต้ของยุโรปในศตวรรษที่ 4-5)*

vandalise ➡ **vandalize**

vandalism /ˈvændəlɪzm/ˈแวนเดอะลิซ'ม/ *n.* การทำลายทรัพย์สินผู้อื่นอย่างป่าเถื่อน; **act of ~** *(destruction)* การทำลายทรัพย์สินผู้อื่น; *(damaging)* การทำให้เสียหาย; **to demolish this beautiful old building would be an act of ~:** การทำลายอาคารเก่าแก่ที่สวยงามนี้ ถือว่าเป็นการกระทำที่ป่าเถื่อน

vandalize /ˈvændəlaɪz/ˈแวนเดอะลายซฺ/ *v.t.* *(destroy)* ทำลายอย่างป่าเถื่อน; *(damage)* ทำให้เสียหายด้วยความป่าเถื่อน

Vandyke /vænˈdaɪk/แวนˈไดค/: **~ beard** *n.* เคราปลายแหลม; **~ brown** *n.* สีน้ำตาลเข้ม

vane /veɪn/เวน/ *n.* **A** *(weathercock) (in shape of arrow)* ลูกศรชี้ทางลม; *(in shape of cock)* เครื่องชี้ทางลมรูปไก่; **B** *(blade)* ใบจักร, ใบพัด; *(of windmill, of watermill, turbine)* ใบพัด

vanguard /ˈvæŋɡɑːd/ˈแวนกาด/ *n.* **A** *(Mil., Navy)* กองทัพหน้า; **B** *(fig.: leaders)* ผู้นำ; *(of literary, artistic, etc. movement)* ผู้นำขบวนการเคลื่อนไหว; **in the ~ of [public] opinion** เป็นคนนำความคิดของสาธารณชน; **be in the ~ of progress/a movement** อยู่ในแนวนำของความก้าวหน้า/การเคลื่อนไหว

vanilla /vəˈnɪlə/เวอะˈนิลเลอะ/ ❶ *n.* **A** วานิลลา *(ท.ศ.)* กล้วยไม้ในสกุล *Vanilla* มีดอกหอมหวาน; **B** ➡ **vanilla pod** ❷ *adj.* รสวานิลลา

va'nilla pod *n. (Bot.)* ฝักวานิลลา

vanish /ˈvænɪʃ/ˈแวนิช/ *v.i.* **A** *(disappear; coll.: leave quickly)* อันตรธาน, หายวับไป; **~ from sight [behind sth.]** หายไปจากสายตา [หลัง *ส.น.*]; **~ into the distance** หายไปจนลับสายตา; **the smile ~ed from his face** รอยยิ้มเลือนหายไปจากใบหน้าของเขา; **~ off the face of the earth** หายไปจากพื้นผิวโลก; ➡ + **thin 1 D**; **B** *(cease to exist)* *(ตึก)* ถูกทำลายหายไป; *(ประเพณี)* สูญเสียไป; *(ความเครียด)* คลายไป; สิ้นสภาพ, อันตรธานไป; **C** *(Math.)* กลายเป็นศูนย์

vanishing /ˈvænɪʃɪŋ/ˈแวนิชิง/: **~ act** ➡ **~ trick**; **~ cream** *n.* ครีมทาผิวที่ซึมซาบเข้าไปอย่างรวดเร็ว; **~ point** *n. (Art, Math.)* จุดในภาพที่เส้นขนานดูประหนึ่งว่าเข้าไปบรรจบกัน; *(fig.)* การสูญสิ้นสภาวะทั้งมวล; **dwindle to**

~ **point** หายไปจนไม่เหลือร่องรอย; ~ **trick** *n.* การเล่นกลหายตัว; **do** *or* **perform a ~ trick with sth.** เล่น *หรือ* แสดงกลทำ *ส.น.* ให้อันตรธานไป; **he did his [usual] ~ trick** *(fig. coll.)* แล้วเขาก็หายตัวไปอย่างเคย

vanity /ˈvænɪtɪ/ˈแวนิที/ *n.* Ⓐ *(pride, conceit)* ความภูมิใจ, ความทะนง; Ⓑ *(worthlessness)* ความไร้สาระ, ความไร้ประโยชน์; *(of efforts, hopes, dreams)* ความสิ้นหวัง; **all is ~:** ทุกสิ่งล้วนปราศจากแก่นสาร; Ⓒ *(worthless thing)* **these things are vanities** สิ่งเหล่านี้หาประโยชน์อะไรไม่ได้; Ⓓ *(Amer.: dressing table)* โต๊ะเครื่องแป้ง

vanity: ~ bag *n.* กระเป๋าเครื่องสำอาง; **~ case** *n.* หีบเครื่องสำอาง; **V~ 'Fair** *n.* โลกแห่งความไร้สาระในเรื่อง *Pilgrim's Progress* ของจอห์น บันยัน

vanquish /ˈvæŋkwɪʃ/ˈแวงควิช/ *v.t. (literary)* ปราบ, ได้ชัยชนะ

vantage /ˈvɑːntɪdʒ, US ˈvæn-/ˈวานทิจ, ˈแวน-/ *n.* Ⓐ *(position of superiority)* ความได้เปรียบ, ความเป็นต่อ; Ⓑ ➡ **advantage** C

vantage: ~ ground *n. (Mil.)* ที่มั่น *(ที่ได้เปรียบ)*; **~ point** *n.* ที่มั่น, มุมมองที่ได้เปรียบ; *(fig.)* **his ~ point as director** มุมมองที่ได้เปรียบของเขาในฐานะผู้อำนวยการ

vapid /ˈvæpɪd/ˈแวพิด/ *adj.* *(รสชาติ, การแสดง)* จืดชืด; *(สีหน้า)* ว่างเปล่า; *(การพูด, การยิ้ม)* เฉื่อยชา; *(บุคคล, เหตุการณ์)* น่าเบื่อ

vapidity /vəˈpɪdɪtɪ/เวอะˈพิดดิที/ *n.* ความจืดชืด, ความไม่มีรสชาติ; *(of conversation, remark, book, speech, etc.)* ความเฉื่อยชา; **the ~ of his smile/expression** สีหน้า/รอยยิ้มที่ว่างเปล่า

vapor *(Amer.)* ➡ **vapour**

vaporize, vaporise /ˈveɪpəraɪz/ˈเวเพอะรายซฺ/ *v.t. & i.* ทำให้เป็นไอ, ระเหย

vaporizer /ˈveɪpəraɪzə(r)/ˈเวเพอะไรเซอะ(ร)/ *n.* Ⓐ เครื่องทำให้เป็นไอ; Ⓑ *(atomizer)* เครื่องฉีดให้เป็นละออง

vapour /ˈveɪpə(r)/ˈเวเพอะ(ร)/ *n. (Brit.)* Ⓐ ไอน้ำ; *(mist)* หมอก, ควัน; **~s** *(rising from the ground)* ไอน้ำระเหย; *(arch.: melancholy)* ความเศร้าโศกใจลอย; Ⓑ *(Phys.)* ไอ; **turn into [a] ~:** กลายเป็นไอ; Ⓒ *(Med.: inhalant)* ยาไอระเหย

vapour: ~ bath *n. (Med.)* การอบไอน้ำ; **~ trail** *n. (Aeronaut.)* ควันไอพ่นเครื่องบิน

variability /veərɪəˈbɪlɪtɪ/แวริเออะˈบิลลิที/ *n.* Ⓐ *(ability to be altered)* ความดัดแปลงได้; Ⓑ *(inconsistency, changeability)* ความผันแปร; ความไม่แน่นอน; *(of health, balance)* ความเปลี่ยนแปลง

variable /ˈveərɪəbl/ˈแวริเออะบ'ล/ ❶ *adj.* Ⓐ *(alterable)* เปลี่ยนแปลง *หรือ* ปรับได้; **be ~:** เปลี่ยนแปลงได้; Ⓑ *(inconsistent, changeable)* *(กระแสไฟฟ้า)* ผันแปร; *(อากาศ, ลม, โชคชะตา)* ไม่แน่นอน; **How's your health? – Oh, ~:** สุขภาพคุณเป็นอย่างไรบ้าง เดี๋ยวดีเดี๋ยวร้าย; **with ~ success** ประสบความสำเร็จบ้าง; Ⓒ *(Math.)* ที่ค่าแปรผันได้; *(Astron.)* *(แสงดาว)* แรงขึ้นอ่อนลงเป็นช่วง

❷ *n.* Ⓐ *(Math.)* ตัวแปร; Ⓑ *(Astron.)* ดาวที่มีพลังแสงไม่สม่ำเสมอ; Ⓒ *(fig.: varying factor)* ปัจจัยที่เปลี่ยนแปลงได้

'variable star *n.* ดาวแสงกะพริบ

variably /ˈveərɪəblɪ/ˈแวริเออะบลิ/ *adv.* อย่างไม่มีคงที่, โดยเปลี่ยนแปลงตลอด, อย่างไม่แน่นอน

variance /ˈveərɪəns/ˈแวเรียนซฺ/ *n.* Ⓐ ความเห็นที่แตกต่างกัน, ความไม่ลงรอยกัน, การวิวาท; *(between philosophies, ideologies)* ที่ขัดแย้งกัน; **be at ~:** มีความเห็นแตกต่างกัน (**on** เกี่ยวกับ); **be at ~ with sb./sth.** มีความเห็นแตกต่างกับ *ค.น.*/เกี่ยวกับ *ส.น.*; **this development has set the team at ~:** เหตุการณ์นี้ทำให้คณะทำงานเกิดไม่ลงรอยกัน; Ⓑ *(Statistics)* ความแปรปรวน, จำนวนที่เท่ากับกำลังสองของค่าแปรผันมาตรฐาน

variant /ˈveərɪənt/ˈแวเรียนท/ ❶ *attrib. adj.* แตกต่างจากปกติ, แปรเปลี่ยนได้; **three ~ spellings/readings** ตัวสะกด/การอ่านที่แตกต่างกันสามแบบ; **~ type** *(Biol.)* ❷ *n.* สิ่งที่แตกต่างไปจากรูปแบบปกติ

variation /veərɪˈeɪʃn/แวริˈเอช'น/ *n.* Ⓐ *(varying)* การเปลี่ยนแปลง; *(in style, diet, routine, programme)* การเปลี่ยนแปลง, การสับเปลี่ยน; *(difference)* ความแตกต่าง; **be subject to ~** *(อัตราแลกเปลี่ยนเงินตรา)* ที่เปลี่ยนแปลงอยู่เสมอ, ที่สามารถเปลี่ยนแปลงได้; **~s in weather conditions** การเปลี่ยนแปลงของสภาพอากาศ; **no ~ of the rules is allowed** ไม่อนุญาตให้มีการเปลี่ยนแปลงกฎเกณฑ์ใด ๆ; **~ in price/colour** การเปลี่ยนแปลงในราคา/สี; **the ~s of light and shade** การเปลี่ยนแปลงแสงเงา; **~s from earlier editions** ความแตกต่างจากฉบับก่อน ๆ; Ⓑ *(variant)* สิ่งที่แตกต่างไปจากรูปแบบปกติ; Ⓒ *(Mus.)* การนำเพลงเดิมมาเล่นซ้ำ โดยดัดแปลงให้มีลูกเล่นมากขึ้น; Ⓓ *(Biol., Ballet, Math.)* ความแปรผัน; Ⓔ *(Ballet)* การเต้นเดี่ยว

variational /veərɪˈeɪʃənl/แวริˈเอเชินน'ล/ *attrib. adj. (Mus., Math.)* ที่มีการแปรผัน, ที่แปรผันได้

varicoloured *(Brit.; Amer.:* **varicolored***)* /ˈveərɪkʌləd/ˈเวริคัลเลิด/ *adj.* หลากสี, พรายพร้อย

varicose vein /værɪkəʊs ˈveɪn/แวริโคซ ˈเวน/ *n. (Med.)* หลอดเลือดดำโป่ง, เส้นเลือดขอด

varied /ˈveərɪd/ˈแวริด/ *adj. (differing)* *(เพื่อน, รสชาติ)* แตกต่างกัน, หลากหลาย; *(marked by variation)* *(ทิวทัศน์, ชีวิต)* ที่เปลี่ยนแปลงอยู่ตลอด; *(ฝูงชน)* ที่หลากหลาย

variegate /ˈveərɪgeɪt/ˈแวริเกท, ˈแวเรียเกท/ *v.t.* ทำให้มีสีที่เป็นลายแตกต่างกัน, ทำให้หลากสี

variegated /ˈveərɪgeɪtɪd/ˈแวริเกทิด/ *adj.* *(Bot.)* มีสีแตกต่างกัน, มีสีหลากหลาย; **~ leaves** ใบไม้สีด่าง

variegation /veərɪˈgeɪʃn/แวริˈเกช'น/ *n.* Ⓐ การมีลายสีแตกต่างกัน, การมีหลายสี; Ⓑ *(Bot.)* ลักษณะด่าง; *(on green leaves)* การมีหลายสีบนใบ

variety /vəˈraɪətɪ/เวอะˈรายเออะทิ/ *n.* Ⓐ *(diversity)* ความหลากหลาย; *(in style, diet, routine, programme)* ความสับเปลี่ยน; **add** *or* **give ~ to sth.** ทำให้ *ส.น.* มีความหลากหลาย; **for the sake of ~:** เพื่อให้เกิดความหลากหลาย; **~ is the spice of life** *(prov.)* ความหลากหลายช่วยเพิ่มรสชาติของชีวิต; Ⓑ *(assortment)* ชนิด/ประเภทต่าง ๆ (**of** ของ); **in a ~ of sizes/ways** ในหลายขนาด/รูปแบบ; **for a ~ of reasons** ด้วยเหตุผลหลายประการ; **a wide ~ of birds/flowers** นก/ดอกไม้นานาชนิด; Ⓒ *(Theatre)* วิพิธทัศนา *(การแสดงที่มีรูปแบบหลากหลายต่อเนื่องในคราวเดียวกัน)*; Ⓓ *(form)* ประเภท; *(of fruit, vegetable, cigarette)* ชนิด/ประเภท; **rare varieties of butterflies** ผีเสื้อชนิดหายาก; Ⓔ *(Biol.) (subspecies)* จำพวกย่อย

variety: ~ act *n.* การแสดงแต่ละชุด; **~ artist** *n. (Theatre)* นักแสดงละคร; *(Telev.)* นักแสดงวาไรตี้โชว์ *(ท.ศ.)*; **~ entertainment** ➡ **~ show**; **~ meat** *n. (Amer.)* เครื่องในสัตว์ที่รับประทานได้; **~ show** *n.* Ⓐ *(Theatre)* วิพิธทัศนา; *(single performance)* การแสดงที่มีหลากหลายรูปแบบ; Ⓑ *(Telev.)* รายการโทรทัศน์ที่มีหลากหลายรูปแบบ; **~ store** *n. (Amer.)* ร้านชำที่ขายสินค้าราคาถูกนานาชนิด; **~ theatre** *n.* โรงละครวิพิธทัศนา

variola /vəˈraɪələ/เวอะˈรายเออะเลอะ/ *n.* *(Med.)* อีสุกอีใส, ฝีดาษ

various /ˈveərɪəs/ˈแวริเอิซ/ *adj.* Ⓐ *pred.* *(different)* ต่าง ๆ กัน; *(manifold)* หลากหลาย; **the causes of this are many and ~:** สาเหตุของเรื่องนี้มีหลายประการต่าง ๆ กัน; Ⓑ *attrib.* *(several)* หลาย, นานา; **for ~ reasons** ด้วยเหตุผลนานาประการ; **at ~ times** ในหลายเวลา

variously /ˈveərɪəslɪ/ˈแวริเอิซลิ/ *adv.* แตกต่างกันไปแล้วแต่กรณี; **she has been ~ described as a liar and a paragon of virtue** เธอถูกขนานนามว่าเป็นทั้งผู้โกหกและผู้ที่เคร่งในศีลธรรม

varlet /ˈvɑːlɪt/ˈวาลิท/ *n.* Ⓐ *(Hist.: page)* คนรับใช้อัศวิน; Ⓑ *(arch./joc.: rascal)* อันธพาล, ลูกน้องนักเลงหัวไม้

varmint /ˈvɑːmɪnt/ˈวามินท/ *n. (Amer./dial.)* *(animal)* สัตว์ที่ก่อความเสียหายแก่เกษตรกรรม; *(person)* คนเหลวไหล

varnish /ˈvɑːnɪʃ/ˈวานิช/ ❶ *n.* Ⓐ *(transparent)* น้ำมันชักเงา/ขัดเงา; **clear ~:** น้ำมันชักเงาใส; ➡ **+ nail varnish**; Ⓑ *(Art)* น้ำยาเคลือบสี; Ⓒ *(Ceramics)* น้ำเคลือบ; Ⓓ *(glossiness, lit. or fig.)* ความเป็นมันเงางาม; **high ~:** ความเป็นมันเงามาก ❷ *v.t.* Ⓐ ทาน้ำมันชักเงา; *(with transparent ~)* ลงน้ำมันชักเงาใส; Ⓑ *(Art)* ลงน้ำยาเคลือบสี; Ⓒ *(Ceramics)* ชุบน้ำเคลือบ; Ⓓ *(fig.: gloss over)* ผ่านไปอย่างเร็ว, ปิดบัง *(ความผิดพลาด, อาชญากรรม)*

varsity /ˈvɑːsɪtɪ/ˈวาซิทิ/ *n. (Brit. Univ. coll.)* มหา'ลัย *(ภ.พ.)*

vary /ˈveərɪ/ˈแวริ/ ❶ *v.t.* เปลี่ยนแปลง, ทำให้หลากหลาย, สับเปลี่ยน *(วิธี, รูปแบบ, ทางเดิน)*; *(add variety to)* เพิ่มความหลากหลาย; **~ one's diet** เปลี่ยนชนิดอาหารที่รับประทานให้หลากหลาย; **~ one's tone to suit the situation** ปรับระดับเสียงให้เข้ากับสถานการณ์

❷ *v.i.* Ⓐ *(become different)* *(อากาศ, ราคา, คุณภาพ)* เปลี่ยนไป; *(be different)* มีความแตกต่าง; *(deviate)* เบี่ยงเบน; **Are you busy? – Oh, it varies** คุณมีงานมากไหม ก็เอาแน่ไม่ได้; **~ between A and B** *or* **from A to B** เปลี่ยนแปลงระหว่างเอกับบี *หรือ* เปลี่ยนแปลงจากเอไปเป็นบี; **~ in weight/size/shape/colour** *etc.* แตกต่างกันในเรื่องน้ำหนัก/ขนาด/รูปร่าง/สี ฯลฯ (**from ... to ..:** ระหว่าง...ถึง...); **these items ~ in size/price** สิ่งเหล่านี้มีขนาด/ราคาต่างกัน; **they ~ in their opinions/in character** พวกเขามีความคิดเห็น/บุคลิกลักษณะแตกต่างกัน; **the two books ~ on this matter** หนังสือสองเล่มนี้เห็นต่างกันในเรื่องนี้; **opinions ~ on this point** ในประเด็นนี้มีความคิดเห็นที่หลากหลาย; Ⓑ *(be in proportion to)* **~ directly/inversely as sth.** แปรไปตาม/ผกผันกับ *ส.น.*

varying /ˈveərɪɪŋ/ˈแวริอิง/ *attrib. adj.* *(อากาศ)* ที่เปลี่ยนแปลงเสมอ; *(different)* ต่างกัน; **in ~ colours** หลากสี; **at ~ prices** มีหลายราคา; **continually ~ prices** ราคาที่เปลี่ยนแปลงอยู่เสมอ

V

vascular | veil 988
V

vascular /ˈvæskjʊlə(r)/ˈแวซกิวเลอะ(ร)/ *adj.* *(Anat., Bot.)* ที่มีหลอดเลือด/ท่อน้ำเลี้ยง; **~ plant** พืชที่มีท่อน้ำเลี้ยง

vase /vɑːz, US veɪs, veɪz/วาซ, เวซ, เวซ/ *n.* แจกัน

vasectomize /vəˈsektəmaɪz/เวอะˈเซ็คเทอะมายซ/ *v.t.* *(Med.)* ตัดท่ออสุจิในลูกอัณฑะ, ทำหมันชาย

vasectomy /vəˈsektəmɪ/เวอะˈเซ็คเทอะมิ/ *n.* *(Med.)* การตัดท่ออสุจิในลูกอัณฑะ, การทำหมันชาย

Vaseline ® /ˈvæsəliːn/ˈแวเซอะลีน/ *n., no pl., no indef. art.* วาสลีน *(ท.ศ.)*, *(ชื่อการค้าของขี้ผึ้ง, สารหล่อลื่นยี่ห้อหนึ่ง ซึ่งเป็นผลิตภัณฑ์จากปิโตรเลียม)*

vasopressor /veɪzəʊˈpresə(r)/เวโซˈเพร็ซเซอะ(ร)/ *n.* *(Med.)* *สารที่เพิ่มความดันในหลอดเลือด เนื่องมาจากเส้นโลหิตแดงถูกบีบรัด*

vassal /ˈvæsl/ˈแวซˈล/ *n.* Ⓐ *(Hist.)* ผู้ถือครองที่ดินตามระบบศักดินา; Ⓑ *(rhet.: slave)* ผู้รับใช้, ข้าราชบริพาร

vast /vɑːst, US væst/วาซทฺ, แวซทฺ/ *adj.* Ⓐ *(huge)* *(เมฆ, ภูเขา)* ใหญ่มหึมา; *(ทะเลสาบ, ภูมิประเทศ)* กว้างขวาง; Ⓑ *(coll.: great)* มากมาย, มหาศาล; **a ~ amount of time/money** เวลานานแสนนาน/เงินจำนวนมากมาย; **a ~ number of things** สิ่งของมากมายล้นเหลือ; **to a ~ extent** อย่างกว้างมาก; **he has done a ~ amount of work in this field** เขาได้ทำงานมามากมายในด้านนี้

vastly /ˈvɑːstlɪ, US væstlɪ/ˈวาซทฺลิ, แวซทฺลิ/ *adv.* *(coll.)* อย่างมากมาย, อย่างยิ่ง, อย่างมหาศาล; **in a ~ different sense** ในความหมายที่แตกต่างอย่างมาก

vastness /ˈvɑːstnɪs, US ˈvæstnɪs/ˈวาซทฺนิซ, ˈแวซทฺนิซ/ *n., no pl.* Ⓐ *(hugeness)* กว้างใหญ่ไพศาล; *(of building, crowd, army)* ความใหญ่โต, ความมหึมา; *(of collection etc.)* ความหลากหลาย; Ⓑ *(greatness)* ความยิ่งใหญ่; *(of knowledge)* ความกว้างขวาง

vat /væt/แวท/ *n.* แท็งก์, ถัง; *(in papermaking)* ถังเก็บเยื่อกระดาษ

VAT /viːeɪˈtiː, væt/วีเอˈที, แวท/ *abbr.* ➤ 572 **value added tax** แวต *(ท.ศ.)*

Vatican /ˈvætɪkən/ˈแวทิเคิน/ *pr. n.* สำนักวาติกัน

Vatican: **~ 'City** *pr. n.* นครวาติกัน; **~ 'Council** *n.* *(Hist.)* สภาวาติกัน

vaudeville /ˈvɔːdəvɪl/ˈวอเดอะวิล, ˈโว-/ *n.* *(Theatre, Mus.)* การแสดงแบบวิพิธทัศนา, เพลงร้องที่มีทำนองเสียดสี; **a ~ show** การแสดงแบบวิพิธทัศนา

¹**vault** /vɔːlt/วอลทฺ/ ❶ *n.* Ⓐ *(Archit.)* หลังคาโค้ง; **the ~ of heaven** *(poet.)* ท้องฟ้า, โค้งฟ้า; Ⓑ *(cellar)* ห้องใต้ดิน, ห้องใต้ถุน; ➡ **+ wine vault**; Ⓒ *(in bank)* ห้องนิรภัยใต้ดิน; Ⓓ *(tomb)* สุสานใต้ดิน ❷ *v.t.* *(Archit.)* ทำเป็นรูปหลังคาโค้ง

²**vault** ❶ *v.i.* *(leap)* กระโดดโดยใช้มือช่วยยัน; กระโดดค้ำถ่อ, ค้ำยัน ❷ *v.t.* กระโดดข้าม; *(Gymnastics)* กระโดดข้ามม้าขวาง ❸ *n.* การกระโดด; **straddle/side ~:** การกระโดดม้าขวางในแนวยาว/จากด้านข้าง

vaulted /ˈvɔːltɪd/ˈวอลทิด/ *adj.* *(Archit.)* ที่มีหลังคาโค้ง; **a ~ chamber** ห้องที่มีเพดานโค้ง

vaulting /ˈvɔːltɪŋ/ˈวอลทิง/ *n.* *(Archit.)* หลังคารูปโค้ง, เพดานโค้ง

'vaulting horse *n.* *(Gymnastics)* ม้าหมอน, ม้าขวาง

vaunt /vɔːnt/วอนทฺ/ *(literary)* *v.t.* โอ้อวด; **~ that ...:** โอ้อวดว่า...; **~ sth. as sth.** โอ้อวดว่า *ส.น.* เป็น *ส.น.*; **much ~ed** ที่ได้รับการยกย่องมาก; **vaunting her wealth for all to see** โอ้อวดความร่ำรวยของเธอให้ใคร ๆ ได้รู้เห็น

VC *abbr.* **Victoria Cross**

VCD *abbr.* **Video Compact Dics** แผ่นวีซีดี *(ท.ศ.)*

VD /viːˈdiː/วีˈดี/ *n.* ➤ 453 กามโรค; **get** *or* **catch ~:** ติดเชื้อกามโรค

VDU *abbr.* **visual display unit**

've /v/ว/ *(coll.)* ... **have**

veal /viːl/วีล/ *n., no pl.* เนื้อลูกวัว; *attrib.* **roast ~:** เนื้อลูกวัวย่าง

veal 'cutlet *n.* เนื้อลูกวัวคลุกขนมปังป่นชุบไข่ทอด

vector /ˈvektə(r)/ˈเว็คเทอะ(ร)/ *n.* Ⓐ *(Math.)* เวกเตอร์ *(ท.ศ.)*, เส้นสมมติแสดงปริมาณและทิศทาง; Ⓑ *(Aeronaut.)* ทิศทางของเครื่องบิน, แนวบิน; Ⓒ *(Biol.)* สัตว์ที่เป็นพาหะนำโรค

vectorial /vekˈtɔːrɪəl/เว็คˈทอเรียล/ *adj.* *(Math.)* เกี่ยวกับเวกเตอร์

Veda /ˈveɪdə, ˈviːdə/ˈเวเดอะ, ˈวี-/ *n.* *(Hindu Relig.)* คัมภีร์พระเวทของศาสนาฮินดู

VE day *n.* วันที่ 8 พฤษภาคม ค.ศ. 1945 *(เป็นวันที่กองทัพสัมพันธมิตรประสบชัยชนะในยุโรประหว่างสงครามโลกครั้งที่ 2)*

¹**veer** /vɪə(r)/เวีย(ร)/ ❶ *v.i.* Ⓐ *(ลม)* หมุนตามเข็มนาฬิกา; *(เรือ, เครื่องบิน)* หันเหออกไป, เปลี่ยนทิศทาง; *(รถยนต์)* เบนออก; **~ to the north** *(ลม, เรือ)* เปลี่ยนทิศทางไปทางเหนือ; **~ off course/off the road** *(unintentionally)* เหออกไปนอกทาง/ไปจากถนน; *(intentionally)* หักหลบ/หักออกไปนอกถนน; **the driver had to ~ to avoid the sheep** คนขับรถต้องเบนรถหลบฝูงแกะ; **~ gently/sharply to the right** ค่อย ๆ เบนไป/รีบหักไปทางขวาอย่างรวดเร็ว; Ⓑ *(fig.: change)* เปลี่ยนแปลง (**from ... to ...:** จาก... เป็น...); **~ from one extreme to the other** *(บุคคล)* เปลี่ยนจากหน้ามือเป็นหลังมือ, กลับตาลปัตร; **~ to the left** *(in politics)* เปลี่ยนเป็นฝ่ายซ้าย
❷ *v.t.* Ⓐ **~ the car to the left/right** เบนรถไปทางซ้าย/ขวา; Ⓑ *(fig.)* ทำให้หันเหไป
❸ *n.* การหันเห, การเบนไป; **the driver struggled to control the ~:** คนขับรถพยายามยึดพวงมาลัยไม่ให้หันเหไป

~ a'way, ~ 'off *v.i.* Ⓐ *(เรือ, เครื่องบิน)* เปลี่ยนทิศทาง; *(รถยนต์)* เหไป, เบนไป; Ⓑ *(fig.: change)* **~ away** *or* **off from sth.** เปลี่ยนจาก *ส.น.*

~ 'round ❶ *v.i.* หมุน; *(through 180°)* หักกลับไปอีกทาง; **skid and ~ [right] round** ลื่นไถลและหมุนรอบไปเลย ❷ *v.t.* หมุนรอบ, หมุนกลับ

²**veer** *v.i.* *(Naut.)* **~ and haul** คลายเชือกออกแล้วดึงเข้าใหม่

veg /vedʒ/เว็จ/ *n., pl. same (coll.)* ผัก; **meat and two ~:** เนื้อสัตว์และผักสองชนิด

vegan /ˈviːgən/ˈวีเกิน/ ❶ *n.* ผู้ที่รับประทานอาหารมังสวิรัติ ❷ *adj.* ที่เป็นอาหารมังสวิรัติ; **~ restaurant** ภัตตาคารอาหารมังสวิรัติ

vegetable /ˈvedʒɪtəbl/ˈเว็จเทอะบˈล, ˈเว็จเทอะบˈล/ ❶ *n.* Ⓐ ผัก, พืชผัก; **spring/summer/winter ~:** ผักฤดูใบไม้ผลิ/ฤดูร้อน/ฤดูหนาว; **fresh ~s** ผักสด; **green ~s** ผักใบเขียว; **do you want ~s/a ~ with your steak?** คุณจะรับผักพร้อมกับสเต็กด้วยไหมครับ/คะ; **meat and two ~s** เนื้อสัตว์และผักสองชนิด; ➡ **+ kingdom** D; Ⓑ *(fig.)* **become/be a ~** *(as result of injury or illness)* กลายเป็น/เป็นคนที่สมองและร่างกายเฉื่อยขาดปฏิกิริยาตอบโต้ต่อสิ่งเร้า; **you're just a ~/you'll turn into a ~** *(as result of dull routine, lack of ambition, etc.)* คุณจะกลายเป็นคนเฉื่อยชา
❷ *adj.* ที่ทำด้วยผัก, เป็นผัก; **~ butter** ไขมันพืช; **~ matter** ที่เป็นพืช

vegetable: **~ dish** *n.* Ⓐ *(food)* อาหารที่เป็นผัก; Ⓑ *(bowl)* ชามใส่ผัก, ชามสลัด; **~ dye** *n.* สารย้อมสีที่สกัดจากพืช; **~ garden** *n.* สวนผัก, สวนครัว; **~ knife** *n.* มีดหั่นผัก; **~ 'marrow** ➡ **marrow** A; **~ oil** *n.* *(Cookery)* น้ำมันพืช

vegetarian /vedʒɪˈteərɪən/เวะจิˈแทเรียน/ ❶ *n.* ผู้ที่รับประทานอาหารมังสวิรัติ, คนกินเจ *(ภ.พ.)* ❷ *adj.* แบบมังสวิรัติ, เจ; **sb. is ~** *ค.น.* เป็นผู้รับประทานอาหารมังสวิรัติ; **a ~ restaurant** ภัตตาคารมังสวิรัติ

vegetarianism /vedʒɪˈteərɪənɪzm/เวะจิˈแทเรียนิซˈม/ *n., no pl.* การรับประทานอาหารมังสวิรัติ

vegetate /ˈvedʒɪteɪt/ˈเว็จจิเทท/ *v.i.* Ⓐ *(Bot.)* เจริญเติบโตอย่างพืช; Ⓑ *(fig.)* *(as result of injury or illness)* เฉื่อยชา, ไม่รู้ตัว; *(as result of dull routine, lack of ambition, etc.)* มีชีวิตที่น่าเบื่อจำเจ

vegetation /vedʒɪˈteɪʃn/เวะจิˈเทซˈน/ *n., no pl.* Ⓐ *(plants)* พืชพันธุ์; Ⓑ *(fig.)* *(as result of injury or illness)* ความมีสมองและร่างกายเฉื่อยขาดปฏิกิริยาตอบโต้สิ่งเร้า; *(as result of dull routine, lack of ambition, etc.)* ความเฉื่อยชา/เฉยเมย

vegetative /ˈvedʒɪtətɪv/ˈเว็จจิเทอะทิว/ *adj.* *(Bot.)* ซึ่งเป็นผัก; *(Biol.,)* ซึ่งมีสภาพเฉื่อยขาดปฏิกิริยาตอบโต้ต่อสิ่งเร้า

veggie /ˈvedʒɪ/ˈเว็จจิ/ *(coll.)* ❶ *adj.* เป็นผัก; **~ burger** เบอร์เกอร์ที่ทำจากผัก ❷ *n.* Ⓐ *(vegetarian)* คนที่กินเจ; Ⓑ *(vegetable)* ผัก

veg out *n.* นอนแผ่

vehemence /ˈviːəməns/ˈวีเออะเมินซฺ/ *n., no pl.* ความรุนแรง, ความแรงกล้า; **with ~:** ด้วยความรุนแรง

vehement /ˈviːəmənt/ˈวีเออะเมินทฺ/ *adj.* *(การโจมตี, ความรู้สึก)* ที่รุนแรง; *(ความต้องการ)* ที่แรงกล้า; *(การอภิปราย)* ที่เผ็ดร้อน, ดุเดือด

vehemently /ˈviːəməntlɪ/ˈวีเออะเมินทฺลิ/ *adv.* อย่างรุนแรง, อย่างแรงกล้า; **hate each other ~:** เกลียดกันอย่างเข้ากระดูกดำ; **dislike each other ~:** ไม่ชอบกันอย่างแรง

vehicle /ˈviːɪkl/ˈวีอิคˈล/ *n.* Ⓐ ยานพาหนะ; Ⓑ *(fig.: medium)* สื่อ; **this newspaper is their ~:** หนังสือพิมพ์นี้เป็นกระบอกเสียงของพวกเขา; Ⓒ *(Art)* สิ่งที่ใช้สื่อความหมาย; Ⓓ *(Pharm.)* น้ำกระสาย

vehicular /vɪˈhɪkjʊlə(r) US viː-/วิˈฮิคิวเลอะ(ร), วี-/ *adj.* เกี่ยวกับยวดยานพาหนะ

veil /veɪl/เวล/ ❶ *n.* Ⓐ ผ้าคลุมศีรษะ/หน้าผู้หญิง; **take the ~** *(Relig.)* บวชเป็นชีในคริสต์ศาสนา; Ⓑ *(Jewish Relig. Hist.)* ม่านกั้นแท่นบูชาในโบสถ์ของชาวยิว; **beyond the ~** *(fig.)* ชีวิตในปรโลก; Ⓒ *(fig.: obscuring medium)* สิ่งปกคลุม, สิ่งปิดบัง; **~ of mist/clouds** เมฆ/หมอกที่ปกคลุม; **draw a ~ over sth.** หลีกเลี่ยงไม่พูดถึง *ส.น.* ❷ *v.t.* Ⓐ คลุมด้วยผ้า; Ⓑ *(fig.: cover)* ปกคลุม; *(conceal)* ปกปิด, ซ่อนเร้น; **~ sth. in secrecy** *or* **mystery** ปกปิด *ส.น.* ไว้เป็นความลับ

veiled /veɪld/เวลดฺ/ *adj.* Ⓐ มีผ้าคลุมศีรษะ; **a ~ Muslim woman** หญิงชาวมุสลิมที่คลุมหน้า; Ⓑ *(fig.: covert)* ไม่เปิดเผย, ปิดบัง; *(การบอก, การขู่)* เป็นนัย

vein /veɪn/เวน/ *n.* Ⓐ เส้นเลือดที่นำโลหิตไปสู่หัวใจ; *(in popular use: any blood vessel)* หลอดเลือด, เส้นเลือด, สายเลือด; Ⓑ *(Geol., Mining, Zool.)* สารแร่; Ⓒ *(Bot.)* เส้นลายใบ; Ⓓ *(streak)* ลายริ้ว; **~s** *(in wood, marble)* ลายริ้ว; Ⓔ *(fig.: character, tendency)* นิสัยเฉพาะ; *(of truth, of superstition, aggression)* ส่วนประกอบ; **a rich ~ of humour** มีอารมณ์ขันเป็นคุณลักษณะเด่น; **have a poetic ~:** มีลักษณะเด่นเป็นนักกวี; Ⓕ *(fig.) (mood)* อารมณ์, ความรู้สึก; *(style)* รูปแบบ, แนวทาง; **be in a happy/sad ~:** อารมณ์ดี/เศร้าโศก; **be in the [right] ~ for doing sth.** มีอารมณ์ที่จะทำ *ส.น.*; **in a similar ~:** ในแนวทางที่คล้ายคลึงกัน

veined /veɪnd/เวนดฺ/ *adj.* ที่มีลายเป็นริ้ว ๆ *หรือ* เป็นเส้น; **red marble ~ with white** หินอ่อนสีแดงที่มีลายริ้วสีขาว

velar /ˈviːlə(r)/วีเลอะ(ร)/ *adj. (Phonet.)* *(เสียง)* ที่มีฐานเกิดที่เพดานอ่อน

Velcro ® /ˈvelkrəʊ/เว็ลโครฺ/ แถบผ้าตีนตุ๊กแก *(ภ.พ.)*, *(ผ้าที่ด้านหนึ่งเป็นแผ่นไนลอน อีกด้านหนึ่งเป็นวัสดุหยาบที่ยึดติด)*

veld, veldt /velt/เว็ลทฺ/ *n. (S. Afr.)* ทุ่งหญ้าแห้งแล้งในแอฟริกาใต้

vellum /ˈveləm/เว็ลเลิม/ *n.* Ⓐ *(parchment)* *แผ่นหนัง (ลูกวัว) ที่ใช้เขียนในสมัยโบราณ*; *(manuscript also)* *ต้นฉบับลายมือที่เขียนบนแผ่นหนัง*; Ⓑ *(writing paper)* กระดาษคุณภาพหนาที่เลียนแบบหนัง

velocity /vɪˈlɒsɪtɪ/วิลอซิทิ/ *n.* ความเร็ว, อัตราความเร็ว; **at** *or* **with a ~ of ...:** ด้วยความเร็ว...; **~ of the wind, wind ~:** ความเร็วลม; **~ of light** *(Phys.)* ความเร็วแสง

velour[s] /vəˈlʊə(r)/เวอะลัว(ร)/ *n. (Textiles)* ผ้าทอเนื้อนุ่มคล้ายกำมะหยี่

velum /ˈviːləm/วีเลิม/ *n., pl.* **vela** /ˈviːlə/วีเลอะ/ *(Bot., Zool.)* เนื้อเยื่อ; *(Anat.)* เพดานอ่อน

velvet /ˈvelvɪt/เว็ลวิท/ ❶ *n.* Ⓐ กำมะหยี่; **[as] smooth as ~:** เรียบเหมือนกำมะหยี่; **a ~ jacket** แจ็กเก็ตกำมะหยี่; Ⓑ *(Zool.)* ขนปุยบนเขากวางที่เพิ่งงอก ❷ *adj.* เป็นกำมะหยี่; *(soft as ~)* นุ่มเหมือนกำมะหยี่; **he operates with an iron hand in a ~ glove** เขาดำเนินการในลักษณะอ่อนนอกแข็งใน

velveteen /velvɪˈtiːn/เว็ลวิทีน/ ❶ *n.* ผ้าฝ้ายที่นุ่มคล้ายผ้ากำมะหยี่ ❷ *adj.* เป็นผ้าฝ้ายนุ่มคล้ายกำมะหยี่

velvety /ˈvelvɪtɪ/เว็ลวิทิ/ *adj.* *(having the feel of velvet)* เนียนนุ่มเหมือนกำมะหยี่; *(characteristic of velvet; also fig.)* เหมือนกำมะหยี่; **smooth** *or* **soft and ~:** เรียบนุ่มเหมือนกำมะหยี่

Ven. *abbr.* Venerable

venal /ˈviːnl/วีน'ล/ *adj.* ที่ติดสินบนได้ง่าย, ที่รับสินบน; **~ politician** นักการเมืองที่ชอบกินสินบน

venality /viːˈnælɪtɪ/วีแนลิทิ/ *n., no pl.* ➡ **venal:** การรับสินบน, คอร์รัปชั่น

vend /vend/เว็นดฺ/ *v.t.* Ⓐ *(Law)* ขาย; *(as a business)* จำหน่าย; Ⓑ *(offer for sale)* ขาย

vendee /venˈdiː/เว็นดี/ *n. (Law)* ผู้ซื้อ

vender /ˈvendə(r)/เว็นเดอะ/ ➡ **vendor** A

vendetta /venˈdetə/เว็นเด็ทเทอะ/ *n.* Ⓐ การอาฆาต; *(feud)* การทะเลาะเบาะแว้งที่ยืดเยื้อ; **conduct a ~ against sb./sth.** ดำเนินการใส่ร้ายป้ายสี *ค.น.*/ต่อต้าน *ส.น.* อย่างต่อเนื่อง; Ⓑ *(killings)* การฆ่าล้างแค้นกันระหว่างตระกูล/แก๊งผู้ร้าย

'vending machine *n.* เครื่องจำหน่ายสินค้าอัตโนมัติ

vendor /ˈvendə(r), -dɔː(r)/เว็นเดอะ(ร), -ดอ(ร)/ *n.* Ⓐ ➤ 489 *(esp. Law)* ผู้ขาย; **street ~:** หาบเร่ข้างถนน; **newspaper ~:** คนขายหนังสือพิมพ์; Ⓑ ➡ **vending machine**

veneer /vɪˈnɪə(r)/วิเนีย(ร)/ ❶ *n.* Ⓐ *(thin covering of wood)* แผ่นไม้บางเรียบใช้ปิดไม้เนื้อหยาบที่รองล่าง; *(layer in plywood)* ชั้นไม้อัด; Ⓑ *(fig.: disguise)* เปลือกนอก, สิ่งผิวเผิน; **beneath a ~ of respectability/civilization** ภายใต้การแสร้งเป็นคนมีฐานะ/มีวัฒนธรรม; **have only a ~ of education** ได้รับการศึกษามาเพียงผิวเผินเท่านั้น; **it's just a ~:** มันเป็นแค่เปลือกนอกเท่านั้นเอง ❷ *v.t.* แต่งหน้าด้วยไม้เนื้อดี, เคลือบผิว

venerable /ˈvenərəbl/เว็นเนอะเรอะบ'ล/ *adj.* Ⓐ น่าเลื่อมใส, น่าเคารพยกย่อง; Ⓑ *(Eccl.)* **the V~ A. M. Morgan** สาธุคุณเอ. เอ็ม. มอร์แกน

venerate /ˈvenəreɪt/เว็นเนอะเรท/ *v.t.* เลื่อมใส, เคารพยกย่อง *(ผู้ใหญ่, พระ)*

veneration /venəˈreɪʃn/เวะเนอะเรช'น/ *n.* Ⓐ *(reverence)* ความเลื่อมใส, ความเคารพบูชา **(of, for** ใน**)**; **in ~ of** ด้วยความเลื่อมใส; **hold sb./sth. in ~:** ให้ความเคารพยกย่อง *ค.น./ส.น.*; **hold sb.'s memory in ~:** เลื่อมใสในความจำของ *ค.น.*; **the relics were objects of ~:** สิ่งที่ตกทอดมาเป็นวัตถุที่ผู้คนเคารพเลื่อมใส; Ⓑ *(venerating, being venerated)* ความเคารพและยึดมั่น; **the community's ~ of its traditions** ชุมชนมีความเคารพและยึดมั่นในขนบธรรมเนียมประเพณี

venereal /vɪˈnɪərɪəl/วิเนียเรียล/ *adj.* ➤ 453 *(Med.)* เกี่ยวกับกามโรค; **~ clinic** คลินิกกามโรค; **~ virus** เชื้อไวรัสกามโรค

ve'nereal disease *n. (Med.)* กามโรค

Venetian /vɪˈniːʃn/วินีช'น/ ❶ *adj.* แห่งเวนิส; **sb. is ~:** *ค.น.* เป็นชาวเวนิส; **~ glass** เครื่องแก้วเวนิส ❷ *n.* Ⓐ *(person)* ชาวเวนิส; Ⓑ *(dialect)* ภาษาถิ่นของชาวเวนิส

venetian 'blind *n.* บานเกล็ดหน้าต่างที่ปรับได้

Venezuela /venɪˈzweɪlə/เวะนิซเวเลอะ/ *pr. n.* ประเทศเวเนซูเอลา

Venezuelan /venɪˈzweɪlən/เวะนิซเวเลิน/ ❶ *adj.* แห่งเวเนซูเอลา; **sb. is ~:** *ค.น.* เป็นชาวเวเนซูเอลา ❷ *n.* ชาวเวเนซูเอลา

vengeance /ˈvendʒəns/เว็นเจินซฺ/ *n.* Ⓐ การแก้แค้น, การล้างแค้น; **he wrought a cruel ~ on his enemies** เขาแก้แค้นศัตรูของเขาอย่างโหดเหี้ยม; **take ~ [up]on sb. [for sth.]** แก้แค้น *ค.น.* [ในเรื่อง *ส.น.*]; Ⓑ **with a ~:** อย่างมาก, อย่างแรง, อย่างหนัก; **go to work with a ~:** ลงมือทำงานด้วยความกระตือรือร้น

vengeful /ˈvendʒfl/เว็นจฟ'ล/ *adj.* ที่ต้องการแก้แค้น, มุ่งล้างแค้น

venial /ˈviːnɪəl/วีเนียล/ *adj.* Ⓐ *(pardonable)* *(ความผิด)* พอให้อภัยได้, พอยกโทษให้ได้; Ⓑ *(Theol.)* *(บาป)* ที่ไม่รุนแรง

veniality /viːnɪˈælɪtɪ/วีนิแอลิทิ/ *n., no pl.* Ⓐ การให้อภัยได้; Ⓑ *(Theol.)* การทำบาปที่ไม่รุนแรง

Venice /ˈvenɪs/เว็นนิซ/ *pr. n.* เมืองเวนิสในประเทศอิตาลี

venison /ˈvenɪsn, -zn/เว็นนิซ'น, -ซ'น/ *n., no pl.* เนื้อกวาง; **roast ~:** เนื้อกวางย่าง; **~ steak** สเต็กเนื้อกวาง

venom /ˈvenəm/เว็นเนิม/ *n.* Ⓐ *(Zool.)* พิษ *(แมงป่อง, งูพิษ)*; Ⓑ *(fig.)* พิษร้าย, เจตนาร้าย; **unleash one's ~ on sb.** พ่นพิษ *หรือ* ด่าใส่ *ค.น.*; **the ~ of her hatred** ความเกลียดชังของเธอที่เหมือนพิษร้าย; **say sth. with great** *or* **real ~:** พูด *ส.น.* ด้วยความเกลียดชัง; **there was much ~ in his criticism** คำวิพากษ์วิจารณ์ของเขาแสบร้อนมาก

venomous /ˈvenəməs/เว็นเนอะเมิซ/ *adj.* Ⓐ *(Zool.)* มีพิษร้าย; Ⓑ *(fig.)* มีพิษสง, มุ่งร้าย; **~ look** สายตามองอย่างมุ่งร้าย

venomously /ˈvenəməslɪ/เว็นเนอะเมิซลิ/ *adv. (fig.)* อย่างมีพิษสง, อย่างมุ่งร้าย

venous /ˈviːnəs/วีเนิซ/ *adj.* Ⓐ *(Anat., Zool.)* เกี่ยวกับหลอดเลือด, อยู่ในหลอดเลือด; Ⓑ *(Bot.)* ที่มีเส้นลายใบ

¹vent /vent/เว็นทฺ/ ❶ *n.* Ⓐ *(for gas, liquid to escape)* ท่อ/ช่อง/รูระบาย; Ⓑ *(of gun, cannon, etc.)* ช่องปิดที่ด้านหลังของปืน, รูชนวนของปืนใหญ่โบราณ; Ⓒ *(Mus.)* ช่องปิดเปิดลมในเครื่องดนตรีจำพวกเครื่องเป่า; Ⓓ *(flue, also Geol.)* ปล่องควัน; Ⓔ *(fig.: for emotions)* การระบายความรู้สึกอย่างเต็มที่; **give ~ to** ระบายความรู้สึกออกมาอย่างเต็มที่; Ⓕ ทวารหนักของสัตว์เลื้อยคลาน, ปลา ❷ *v.t. (fig.)* ระบายออก, แสดงออก; **~ one's anger on sb.** ระบายความโกรธใส่ *ค.น.*; ➡ + **spleen** B

²vent *n. (in garment)* รอยผ่าแหวก; **a jacket with a ~:** แจ็กเก็ตที่มีรอยผ่าแหวกด้านหลัง

'vent hole ➡ **¹vent** 1 A

ventilate /ˈventɪleɪt/เว็นทิเลท/ *v.t.* Ⓐ ระบายอากาศ; *(by permanent installation)* ติดตั้งระบบระบายอากาศ; Ⓑ *(fig.) (submit to public consideration)* เปิดให้สาธารณชนพิจารณา; Ⓒ *(Physiol.)* ทำให้เลือดได้รับออกซิเจนจากการหายใจ

ventilation /ventɪˈleɪʃn/เว็นทิเลช'น/ *n.* Ⓐ *no pl.* การระบายอากาศ; **the rooms need regular ~:** ห้องเหล่านี้ต้องมีการระบายอากาศอย่างสม่ำเสมอ; **this room has inadequate ~:** ห้องนี้ระบายอากาศไม่ดี; Ⓑ *no pl. (installation)* การติดตั้งระบบระบายอากาศ; Ⓒ *(fig.) (open discussion)* การเผยแพร่ให้รู้กันโดยทั่วไป; *(voicing) (of opinion)* การเอ่ยขึ้นมา; *(of grievances)* การเปิดเผย; Ⓓ *no pl., no art. (Physiol.)* การทำให้เลือดได้รับออกซิเจนจากการหายใจ

venti'lation shaft *n. (Mining)* ปล่องระบายอากาศ, ช่องลม

ventilator /ˈventɪleɪtə(r)/เว็นทิเลเทอะ(ร)/ *n.* Ⓐ เครื่องระบายอากาศ; Ⓑ *(Med.)* เครื่องช่วยหายใจ; **be put on a ~:** ใส่เครื่องช่วยหายใจ

ventral /ˈventrl/เว็นทรฺ'ล/ *adj.* Ⓐ *(Anat., Zool.)* เกี่ยวกับส่วนท้อง; Ⓑ *(Bot.)* ด้านท้องใบ

ventricle /ˈventrɪkl/เว็นทริค'ล/ *n. (Anat.)* ช่องโพรงในร่างกาย

ventriloquism /venˈtrɪləkwɪzm/เว็นทริลิควิซ'ม/ *n., no pl.* การเปล่งเสียงพูดให้ฟังเหมือนมาจากที่อื่น

ventriloquist /venˈtrɪləkwɪst/เว็นทริเลอะควิซทฺ/ *n.* ผู้ที่เปล่งเสียงพูดโดยไม่ขยับริมฝีปาก

V

venture /ˈventʃə(r)/ˈเว็นเฉอะ(ร)/ ❶ *n.* Ⓐ การเสี่ยง, การผจญภัย; **their ~ into space/the unknown** การผจญภัยในห้วงอวกาศ/ในที่ที่ไม่เป็นที่รู้จักของพวกเขา; **a new ~ in sth.** การลองเสี่ยงทำ *ส.น.* ใหม่; **her latest ~ is surfing** สิ่งที่เธอลองใหม่ล่าสุดคือ การเล่นกระดานโต้คลื่น; **sth. is quite a** *or* **some ~:** *ส.น.* เป็นเรื่องที่ค่อนข้างท้าทาย; **I can't lose much by the ~:** ในการทำกิจการใหม่ครั้งนี้ ฉันก็ไม่ได้เสี่ยงเท่าไหร่; Ⓑ *(Commerc.)* การลงทุน, กิจการใหม่; **a successful ~:** การลงทุนที่ประสบความสำเร็จ; **a new publishing ~:** กิจการใหม่ในด้านการพิมพ์หนังสือ; **join a ~:** ร่วมลงทุน, ร่วมในกิจการใหม่; ➡ + joint 2 A
❷ *v.i.* Ⓐ *(dare)* กล้าเสี่ยง, ลองดู; **if I might ~ to suggest ...:** ถ้าจะให้ฉันลองเสนอดูละก็; **may I ~ to ask ...:** ขอให้ฉันลองถามดูได้ไหม; **I would even ~ say ...:** ฉันยอมเสี่ยงพูดไปว่า...; Ⓑ *(dare to go)* กล้าไป; **dare to ~:** กล้าที่จะไป; **~ further into the cave** กล้าเดินลึกเข้าไปในถ้ำ; **~ [away] from home** กล้าทิ้งบ้านไปไกล; **~ abroad/into society** เสี่ยงที่จะไปต่างประเทศ/เข้าสังคม; **~ out of doors** ออกไปข้างนอก; **~ into a new area of research** *(fig.)* ลองศึกษาค้นคว้าการวิจัยในสาขาใหม่ ๆ; **he would never ~ too far** *(fig.)* เขาไม่กล้าเดินทางไกลมากนัก
❸ *v.t.* Ⓐ กล้าเสนอ, กล้าพูด, เสี่ยงพูด; **~ an explanation for sth.** กล้าให้คำอธิบายเกี่ยวกับ *ส.น.*; **if I might ~ a suggestion** ถ้าฉันกล้าแนะนำ; **'How about ...?', he ~d** 'จะว่าอย่างไรเกี่ยวกับ...', เขาเอ่ยขึ้นมา; **I ~ to disagree** ฉันขอแสดงความไม่เห็นด้วย; Ⓑ *(risk, stake)* เสี่ยง, ลองเสี่ยง; ➡ + nothing 1 A
~ **'forth** *(literary)* ➡ ~ out
~ **on** *v.t.* กล้าที่จะเสี่ยง *(การเดินทาง, สิ่งท้าทาย)*
~ **'out** *v.i.* เสี่ยงออกไป; **~ out on to the sea** เสี่ยงออกไปในทะเล
~ **upon** ➡ ~ on

venture capital *n.* เงินลงทุนในกิจการที่มีความเสี่ยงสูง

venturer /ˈventʃərə(r)/ˈเว็นเฉอะเรอะ(ร)/ *n.* Ⓐ *(Commerc. Hist.)* ผู้ร่วมลงทุน; Ⓑ *(adventurer)* นักผจญภัย, ผู้เสี่ยงภัย

'Venture Scout *n. (Brit.)* สมาชิกลูกเสือที่มีอายุระหว่าง 16-20 ปี

venturesome /ˈventʃəsəm/ˈเว็นเฉอะเซิม/ *adj. (คน)* ที่กล้าเสี่ยง, ที่พร้อมจะลองเสี่ยง; *(hazardous) (การเดินทาง, การกระทำ)* เสี่ยงอันตราย

venue /ˈvenjuː/ˈเว็นนิว/ *n. (Sport)* สถานที่แข่งขัน; *(Mus., Theatre)* สถานที่เปิดการแสดง; *(meeting place)* สถานที่ชุมนุม, ที่นัดหมาย

Venus /ˈviːnəs/ˈวีเนิซ/ *pr. n.* Ⓐ *(Astron.)* ดาวศุกร์; Ⓑ *(Roman Mythol.)* เทพธิดาวีนัส *(ท.ศ.)*

Venusian /viˈnjuːzɪən/วิˈนิวเซียน/ ❶ *adj. (Astron.)* เกี่ยวกับดาวศุกร์ ❷ *n.* ประชากรของดาวศุกร์

Venus['s] 'fly-trap *n. (Bot.)* ต้นหยาดน้ำค้าง *(พืชกินแมลงชนิดหนึ่ง)*

veracious /vəˈreɪʃəs/เวอะˈเรเชิซ/ *adj. (formal)* Ⓐ *(บุคคล)* ที่พูดแต่ความจริง; **assume sb. to be ~:** ถือว่า *ค.น.* เป็นผู้ที่พูดแต่ความจริง; Ⓑ *(true)* เป็นความจริง, จริงแท้

veraciously *adv.* ตามความจริง, โดยสัตย์จริง; **speak ~:** พูดโดยสัตย์จริง

veracity /vəˈræsɪtɪ/เวอะˈแรซิทิ/ *n., no pl.* Ⓐ *(of person)* ความซื่อตรง, ความสัตย์จริง; Ⓑ *(of statement etc.)* ความเป็นจริง; **have ~:** เป็นความจริง

veranda[h] /vəˈrændə/เวอะˈแรนเดอะ/ *n.* ระเบียง, เฉลียง

verb /vɜːb/เวิบ/ *n. (Ling.)* คำกริยา

verbal /ˈvɜːbl/ˈเวอบ'ล/ *adj.* Ⓐ *(relating to words)* เกี่ยวกับเรื่องคำ, เกี่ยวกับการพูด; **~ memory** ความจำในเรื่องคำพูด; **his skills are ~:** ทักษะของเขาเป็นเรื่องการใช้คำพูด; **the distinction is purely ~:** ความแตกต่างอยู่ในด้านคำพูดเท่านั้น; Ⓑ *(oral) (การยื่นคำร้อง, การสารภาพ)* ที่กล่าวด้วยวาจา, ไม่เป็นลายลักษณ์อักษร; Ⓒ *(Ling.)* เกี่ยวกับคำกริยา; **~ inflections** การลงวิภัตติปัจจัยที่คำกริยาเพื่อแสดงพจน์และกาล; **a ~ group** กลุ่มคำกริยา

verbal diarrhoea *n.* การพูดน้ำไหลไฟดับ

verbalize (verbalise) /ˈvɜːbəlaɪz/ˈเวอเบอะลายซฺ/ *v.t.* Ⓐ *(express)* แสดงออกด้วยวาจา *(ความรู้สึก)*; Ⓑ *(Ling.: make into verb)* แปลงเป็นคำกริยา

verbally /ˈvɜːbəlɪ/ˈเวอเบอะลิ/ *adv.* Ⓐ *(regarding words)* โดยวาจา; Ⓑ *(orally)* โดยวาจา; Ⓒ *(Ling.)* โดยเป็นคำกริยา

verbal 'noun *n. (Ling.)* คำนามซึ่งมาจากคำกริยา

verbatim /vɜːˈbeɪtɪm/เวอˈเบทิม/ ❶ *adv. (เขียน, เอ่ย)* อย่างคำต่อคำ, ตามตัวอักษร ❷ *adj. (การรายงาน)* คำต่อคำ, ตามตัวอักษร

verbena /vəˈbiːnə/เวอะˈบีเนอะ/ *n. (Bot.)* พืชในสกุล *Verbena* ออกดอกเป็นช่อ มีกลิ่นหอม

verbiage /ˈvɜːbɪɪdʒ/ˈเวอบิอิจ/ *n., no pl., no indef. art.* Ⓐ *(wordiness)* การใช้คำฟุ่มเฟือย; Ⓑ *(words)* ถ้อยคำพล่ามเพ้อ

verbose /vəˈbəʊs/เวอะˈโบซ/ *adj. (สุนทรพจน์, การเขียน)* ที่ใช้คำฟุ่มเฟือย; *(การพูด)* พล่าม; **he is too ~:** เขาใช้คำฟุ่มเฟือยเกินไป

verbosely /vəˈbəʊslɪ/เวอะˈโบซลิ/ *adv.* โดยใช้คำฟุ่มเฟือย, พล่าม

verboseness /vəˈbəʊsnɪs/เวอะˈโบซนิซ/, **verbosity** /vəˈbɒsɪtɪ/เวอะˈบอซิทิ/ *ns.* Ⓐ *(wordiness)* การใช้คำฟุ่มเฟือย; Ⓑ *(words)* ถ้อยคำพล่าม

verdant /ˈvɜːdənt/ˈเวอเดินทฺ/ *adj. (literary)* เขียวชอุ่ม

verdict /ˈvɜːdɪkt/ˈเวอดิคทฺ/ *n.* Ⓐ *(Law)* คำตัดสิน [ของคณะลูกขุน]; **open ~** *คำตัดสินที่ยืนยันว่าเกิดอาชญากรรม แต่ไม่สามารถระบุผู้กระทำได้*; **the jury announced their ~** คณะลูกขุนประกาศคำตัดสิน; **~ of guilty/not guilty** คำตัดสินว่ามีความผิด/ไม่มีความผิด; **reach a ~:** ตกลงในคำตัดสิน; ➡ + bring in D; return 2 H; Ⓑ *(judgement)* คำตัดสิน; *(decision)* การตัดสินใจ, การลงความเห็น; **the ~ of the electors** การตัดสินใจของผู้มีสิทธิออกเสียง; **what's your ~ on the affair/novel?** คุณเห็นว่าเรื่อง/นวนิยายนี้เป็นอย่างไร; **give** *or* **pass a/one's ~ [on sb./sth.]** ลงความเห็นเกี่ยวกับ *ค.น./ส.น.*

verdigris /ˈvɜːdɪgrɪs, -griːs/ˈเวอดิกริซ, -กรีซ/ *n.* Ⓐ *(Chem.)* สารสีเขียวบนผิวทองแดง; Ⓑ *(rust on metal)* สนิมเขียวบนผิวทองเหลืองหรือทองแดง

verdure /ˈvɜːdʒə(r)/ˈเวอเจอะ(ร)/ *n. (literary)* Ⓐ *(greenness)* ความเขียวสด *(ของพืชผัก)*; Ⓑ *(green vegetation)* พืชใบเขียว

¹verge /vɜːdʒ/เวิจ/ *n.* Ⓐ *(grass edging)* ขอบสนามหญ้า; *(on road)* บริเวณที่ปลูกหญ้าขอบถนน; **'keep off the ~'** 'อย่าเหยียบขอบหญ้า'; ➡ + soft verge; Ⓑ *(brink, border, lit. or fig.)* ริม, ขอบ; *(fig.: point at which something begins)* จุดที่ใกล้จะเกิดขึ้น, จุดเริ่มต้น; **be on the ~ of economic collapse/of war/of death** ใกล้จะถึงความวิบัติทางเศรษฐกิจ/สงคราม/ความตาย; **be on the ~ of despair/tears/a breakthrough/a breakdown** ใกล้จะสิ้นหวัง/ร้องไห้/ค้นพบสิ่งใหม่/พังพินาศ; **be on the ~ of doing sth.** กำลังจะลงมือทำ *ส.น.*; **bring sb./sth. to the ~ of sth.** นำ *ค.น./ส.น.* มาถึงจุดเริ่มต้น *ส.น.*

²verge *v.i. (ที่ดิน, ระดับ)* ลาดลง, เอียงไป; **~ to[wards] sth.** *(fig.)* โน้มเอียงไปทาง *ส.น.*; **~ towards old age** กำลังจะล่วงเข้าสู่วัยชรา
~ **on** *v.t.* เกือบจะ, ใกล้จะ; **be verging on 70** เกือบจะอายุ 70 แล้ว; **an estate verging on four acres** *(fig.)* ที่ดินที่เกือบจะสี่เอเคอร์; **be verging on tears/madness** ใกล้จะร้องไห้/เป็นบ้า; **blue verging on grey** *(fig.)* สีฟ้าที่เกือบจะเป็นสีเทา; **be verging on bankruptcy** ใกล้จะล้มละลาย

verger /ˈvɜːdʒə(r)/ˈเวอเจอะ(ร)/ *n. (Eccl.)* ผู้ถือคทา *(ในโบสถ์)*, ผู้ดูแลกิจการในโบสถ์

Vergil ➡ Virgil

verifiable /ˈverɪfaɪəbl/ˈเวะริไฟเออะบ'ล/ *adj.* ซึ่งสามารถพิสูจน์ได้ว่าเป็นจริง; **this is an easily ~ statement** นี่เป็นคำกล่าวที่พิสูจน์ได้ง่าย

verification /verɪfɪˈkeɪʃn/เวะริฟิˈเคช'น/ *n.* Ⓐ *(check)* การตรวจสอบ; **~ of the accounts** การตรวจสอบบัญชี; **be open to ~:** เปิดให้ตรวจสอบได้; Ⓑ ➡ verify B: การยืนยัน; **I'll need some ~ of your identity** ฉันจะต้องมีการยืนยันว่าคุณเป็นใคร; Ⓒ *(bearing out)* การเป็นพยานยืนยัน; **a ~ of their prediction** เป็นการสนับสนุนการคาดการณ์ของเขา

verify /ˈverɪfaɪ/ˈเวะริฟาย/ *v.t.* Ⓐ *(check)* ตรวจสอบ, ยืนยันว่าจริง; **ring sb. up to ~ the news** โทรไปหา *ค.น.* เพื่อยืนยันว่าข่าวเป็นจริงหรือไม่; Ⓑ *(confirm)* ยืนยัน; การวินิจฉัย *(ทฤษฎี, ว่าเป็นคนที่บอกจริง)*; Ⓒ *(bear out)* เป็นพยาน, ยืนยัน

verily /ˈverɪlɪ/ˈเวะริลิ/ *adv. (arch.)* โดยแท้ที่จริง; **no** *or* **nay, ~:** ไม่ใช่อย่างแน่นอน

verisimilitude /verɪsɪˈmɪlɪtjuːd, US -tuːd/เวะริซิˈมิลลิทิวดฺ, -ทูด/ *n., no. pl.* ลักษณะที่ดูเหมือนจริง; **sth. is designed to add** *or* **give ~ to a story** *ส.น.* ที่ช่วยให้เรื่องราวมีลักษณะที่ดูเหมือนจริง

veritable /ˈverɪtəbl/ˈเวะริเทอะบ'ล/ *adj. (literary)* จริง, ถูกต้องเหมาะสม, อาจเทียบได้กับ; **a ~ feast** มื้ออาหารที่เหมือนงานเลี้ยง

veritably *adv. (literary)* อย่างแท้จริง, อย่างที่สุด; **it was ~ miraculous** เป็นเรื่องมหัศจรรย์อย่างที่สุด; **a ~ suicidal thing to do** เป็นการกระทำที่เหมือนจะฆ่าตัวตายแท้ ๆ; **the place ~ swam with wine** ที่นั่นมีแต่ไวน์นองเนืองไปหมด

verity /ˈverɪtɪ/ˈเวะริทิ/ *n. (literary)* ข้อเท็จจริง, ความจริง, สิ่งที่มีอยู่จริง

vermicelli /vɜːmɪˈselɪ, -ˈtʃelɪ/เวอมิˈเซ็ลลิ, -ˈเฉ็ลลิ/ *n. (Gastr.)* วุ้นเส้น, อาหารแป้งประเภทเส้น

vermicide /ˈvɜːmɪsaɪd/ˈเวอมิซายดฺ/ *n. (Med.)* ยากำจัดพยาธิ

vermiform /ˈvɜːmɪfɔːm/ˈเวอมิฟอม/ *adj.* มีรูปร่างเหมือนหนอน; ➡ + appendix B

vermifuge /ˈvɜːmɪfjuːdʒ/ˈเวอมิฟิวจฺ/ *(Med.)* *n.* ยาขับพยาธิ

V

vermilion /vəˈmɪljən/เวอะ'มิเลียน/ ❶ *n. (substance)* ปรอทลักษณะกำมะถัน, เกล็ดหินแดง; *(colour)* สีแดงสด ❷ *adj.* มีสีแดงสด

vermin /ˈvɜːmɪn/ˈเวอมิน/ *n., no pl., no indef. art.* สัตว์จำพวกนกและแมลงที่เป็นศัตรูต่อพืชผล; *(fig. derog.)* คนที่เป็นกาฝากสังคม

verminous /ˈvɜːmɪnəs/ˈเวอมิเนิซ/ *adj.* ซึ่งเต็มไปด้วยสัตว์ที่กัดกินพืช; *(fig. derog.)* เลวทรามน่ารังเกียจขยะแขยง

vermouth /ˈvɜːməθ, US vərˈmuːθ/ˈเวอเมิธ, เวอ'มูธ/ *n.* ไวน์ที่แต่งกลิ่นสมุนไพร

vernacular /vəˈnækjʊlə(r)/เวอะ'แนคิวเลอะ(ร)/ ❶ *adj.* Ⓐ *(native) (ภาษา)* แห่งชาติของตนโดยแท้; *(not learned or technical)* แบบธรรมดา ๆ, *(ภาษา)* พื้น ๆ; **~ language** ภาษาประจำชาติ; **the ~ dialect** ภาษาท้องถิ่น; Ⓑ **~ architecture** สถาปัตยกรรมอาคารทั่วไป ❷ *n.* Ⓐ *(native language)* ภาษาประจำชาติ; *(dialect)* ภาษาถิ่น; Ⓑ *(jargon) (of a profession or group)* ภาษาเฉพาะกลุ่ม; **scientific/legal ~:** ภาษาทางวิทยาศาสตร์/กฎหมาย; **thieves' ~:** ภาษาของพวกโจร; **~ of youth** ภาษาวัยรุ่น; Ⓒ *(homely speech)* ภาษาพื้น ๆ; **if you'll excuse the ~** *(joc.)* ต้องขออนุญาตใช้ภาษาง่าย ๆ

vernal /ˈvɜːnl/ˈเวอน'ล/ *adj.* แห่งฤดูใบไม้ผลิ; ➡ + **equinox** A

vernier /ˈvɜːnɪə(r)/ˈเวอเนีย(ร)/ *n. (Mech. Engin.)* เครื่องยนต์สำรอง

veronica /vəˈrɒnɪkə/เวอะ'รอนิเคอะ/ *n. (Bot.)* ต้นไม้ต่าง ๆ ในสกุล *Hebe หรือ Veronica*

verruca /vəˈruːkə/เวอะ'รูเคอะ/ *n., pl.* **~e** /veˈruːsiː, -kiː/เวอะ'รูซี, -คี/ *or* **~s** *(Med.)* เนื้องอกประเภทหูด

versatile /ˈvɜːsətaɪl/ˈเวอเซอะทายลฺ/ *adj. (having many uses)* เอนกประสงค์, มีประโยชน์สารพัด

versatility /vɜːsəˈtɪlɪtɪ/เวอเซอะ'ทิลลิทิ/ *n., no pl. (variety of uses)* ความใช้ได้เอนกประสงค์, ลักษณะสารพัดประโยชน์

verse /vɜːs/เวิซ/ *n.* Ⓐ *(line)* หนึ่งบรรทัดของคำประพันธ์; Ⓑ *(stanza)* บาท *(ในคำประพันธ์)*; **of** *or* **in** *or* **with five ~s** ซึ่งประกอบด้วยคำประพันธ์ห้าบท; Ⓒ *no pl., no indef. art. (poetry)* คำประพันธ์, โคลงกลอน; **write some ~:** แต่งโคลงกลอน; **piece of ~:** งานประพันธ์โคลงกลอนหนึ่งชิ้น; **written in ~:** ประพันธ์เป็นโคลงกลอน; **put sth. into ~:** เขียน *ส.น.* ให้เป็นโคลงกลอน; Ⓓ *(in Bible)* ตอนหนึ่ง ๆ ในบทต่าง ๆ ของพระคัมภีร์ซึ่งมีตัวเลขกำกับไว้; ➡ + **blank verse; chapter** A

versed /vɜːst/เวิซทฺ/ *adj.* **be [well] ~ in sth.** เชี่ยวชาญ/มีความรู้อย่างดีใน *ส.น.*; **he's [well] ~ in such matters** เขาชำนาญในเรื่องนี้

verse: **~ drama** *n.* ละครที่เขียนเป็นบทกวี; **~ translation** *n.* การแปลบทกวี

versification /vɜːsɪfɪˈkeɪʃn/เวอซิฟิ'เคช'น/ *n.* Ⓐ *(composing of verse)* การประพันธ์โคลงกลอน; Ⓑ *(metrical form)* รูปแบบทางฉันทลักษณ์; Ⓒ *(poetical version)* รูปแบบที่เป็นโคลงกลอน

versifier /ˈvɜːsɪfaɪə(r)/ˈเวอซิไฟเออะ(ร)/ *n.* ผู้ประพันธ์โคลงกลอน, กวี

versify /ˈvɜːsɪfaɪ/ˈเวอซิฟาย/ ❶ *v.t.* เปลี่ยนให้เป็นโคลงกลอน ❷ *v.i.* แต่งคำประพันธ์

version /ˈvɜːʃn, US -ʒn/ˈเวอช'น, -ฌ'น/ *n. (in another language)* ฉบับภาษาต่าง ๆ; *(in another form also)* รูปแบบต่างกัน; *(of vehicle, machine, tool)* รุ่น, แบบ, เวอร์ชัน *(ท.ศ.)*; ➡ + **authorize** B; **revise** 1 A

verso /ˈvɜːsəʊ/ˈเวอโซ/ *n., pl.* **~s** Ⓐ *(Printing, Bibliog.) (left-hand page)* หน้าซ้ายมือ; *(back of leaf)* ด้านหลังของแผ่นกระดาษ; Ⓑ *(Num.)* ด้านหลังของเหรียญ

versus /ˈvɜːsəs/ˈเวอเซิซ/ *prep.* ประชันกับ, เปรียบเทียบกับ

vert /vɜːt/เวิท/ *(Her.)* ❶ *n.* สีเขียว *(ในตราประจำตระกูล ฯลฯ)* ❷ *adj.* สีเขียว

vertebra /ˈvɜːtɪbrə/ˈเวอทิเบรอะ/ *n., pl.* **~e** *(Anat.) (backbone)* กระดูกสันหลัง

vertebral /ˈvɜːtɪbrəl/ˈเวอทิเบริล/ *adj. (Anat.)* เกี่ยวกับกระดูกสันหลัง; **~ column/muscles** กล้ามเนื้อกระดูกสันหลัง

vertebrate /ˈvɜːtɪbret, -breɪt/ˈเวอทิเบริท, -เบรท/ *(Zool.)* ❶ *adj. (สัตว์)* ที่มีกระดูกสันหลัง ❷ *n.* สัตว์มีกระดูกสันหลัง

vertex /ˈvɜːteks/ˈเวอเท็คซฺ/ *n., pl.* **vertices** /ˈvɜːtɪsiːz/ˈเวอทิซีซ/ *or* **~es** Ⓐ *(highest point)* จุดสูงสุด; *(of tower, turret)* ยอด; *(Archit.: of dome, arch)* ยอดอาคาร; Ⓑ *(Geom.) (of curve, surface, angle, triangle, polygon)* จุดสูงสุด, ยอด, จุดตัดของเส้นที่ก่อให้เกิดมุม

vertical /ˈvɜːtɪkl/ˈเวอทิค'ล/ ❶ *adj.* Ⓐ แนวตั้ง; **be ~:** อยู่ในแนวตั้ง; Ⓑ *(esp. Econ., Sociol.: combining levels, stages, etc.)* เกี่ยวกับลำดับชั้น; ➡ + **integration** D ❷ *n.* เส้นแนวตั้ง; **be out of [the] ~:** ไม่อยู่ในแนวตั้ง

vertically /ˈvɜːtɪklɪ/ˈเวอทิคลิ/ *adv.* Ⓐ ในแนวตั้ง; Ⓑ *(esp. Econ., Sociol.: so as to combine levels, stages, etc.)* โดยที่เป็นขั้นตอน

vertical: **~ 'plane** *n. (Geom.)* ระนาบตั้งฉาก; **~ 'take-off** *n. (Aeronaut.)* การทะยานขึ้นในแนวตั้ง; **~ 'take-off aircraft** *n. (Aeronaut.)* เครื่องบินประเภทบินขึ้นในแนวตั้ง

vertices *pl. of* **vertex**

vertiginous /vəˈtɪdʒɪnəs/เวอะ'ทิจิเนิซ/ *adj. (ความสูง, หน้าผา)* ที่ทำให้รู้สึกมึนศีรษะ

vertigo /ˈvɜːtɪgəʊ/ˈเวอทิโก/ *n., pl.* **~s** ความรู้สึกมึนงงหรือหวิว ๆ; **give sb. ~:** ทำให้ *ค.น.* รู้สึกหวิว ๆ; **she got ~:** เธอรู้สึกหวิว ๆ; **attack of ~:** การเกิดอาการหวิว ๆ

vervain /ˈvɜːveɪn/ˈเวอเวน/ *n.* ต้นไม้ในสกุล *Verbena* มีดอกเล็กสีต่าง ๆ

verve /vɜːv/เวิว/ *n.* ความกระตือรือร้น, ความมีไฟ; *(of artist, orchestra's playing)* ความรู้สึกกระตือรือร้น, ความมีไฟ, ความมีพลัง

very /ˈverɪ/ˈเวะริ/ ❶ *attrib. adj.* Ⓐ *(precise, exact)* ที่เดียว, พอดี; **you must do it this ~ day** คุณต้องทำวันนี้ที่เดียว; **on the ~ day when ...:** ในวันเดียวกันกับที่...; **you're the ~ person I wanted to see** คุณนี่แหละเป็นคนที่ฉันอยากจะพบพอดี; **at the ~ moment when ...:** ในนาทีเดียวกันกับที่...; **just this ~ moment ...:** นาทีนี้พอดี; **in the ~ centre** ในใจกลางพอดี; **the ~ opposite** ในทางตรงกันข้ามที่เดียว; **the ~ thing** สิ่งนั้นพอดี; **the ~ stones cry out** มันชัดเจนเหลือเกินจนทุกคนเห็นได้; Ⓑ *(extreme)* **at the ~ back/front** หลัง/หน้าสุด; **at the ~ edge of the cliff** ที่สุดริมหน้าผานั้นพอดี; **at the ~ end/beginning** ณ จุดจบ/จุดตั้งต้นเลยที่เดียว; **from the ~ beginning** ตั้งแต่เริ่มแรกเลย; **go to the ~ end of the street** ไปจนสุดถนนที่เดียว; **climb to the ~ top of the hill** ไต่ขึ้นไปจนถึงจุดสุดยอดเลย; **a ~ little more** อีกนิดเดียวจริง ๆ; **only a ~ little** นิดเดียวเท่านั้น; Ⓒ *(mere)* เท่านั้น, เพียง; **at the ~ thought** เพียงแค่คิดถึงเรื่อง...; **the ~ fact of his presence** แค่รู้ว่ามีตัวเขาอยู่; **the ~ mention** แค่การเอ่ยถึง; Ⓓ *(absolute)* อย่างยิ่ง, เต็มที่; **do one's ~ best** *or* **utmost** ทำอย่างดีที่สุดเท่าที่ทำได้; **the ~ most I can offer is ...:** มากที่สุดจริง ๆ ที่ฉันจะเสนอได้คือ...; **it's the ~ least** น้อยที่สุด; **£50 at the ~ most** 50 ปอนด์อย่างเต็มที่; **they should at the ~ least consider the proposal** อย่างน้อยที่สุดพวกเขาควรจะพิจารณาข้อเสนอนี้ก่อน; **be the ~ first to arrive** เป็นคนแรกสุดที่มาถึง; **for the ~ last time** เป็นครั้งสุดท้ายจริง ๆ; Ⓔ *(used as emphatic or intensive)* **his ~ mother** แม่เขาเองนั่นแหละ; **before their ~ eyes** ต่อหน้าต่อตาเขาจริง ๆ; **be caught in the ~ act** ถูกจับได้คาหนังคาเขาจริง ๆ; **be the ~ picture of health** ดูมีสุขภาพดีแท้ ๆ เลย; **under sb.'s ~ nose** *(fig. coll.)* อยู่ตรงหน้าเลย; Ⓕ *(arch.: real) (คนบ้า, ความสบายใจ)* จริง ๆ, ที่แท้จริง ❷ *adv.* Ⓐ *(extremely)* อย่างยิ่ง, อย่างมาก; **it's ~ near** ใกล้มาก; **in the ~ near future** ในอนาคตอันใกล้นี้แล้ว; **it's ~ possible that ...:** เป็นไปได้อย่างยิ่งว่า...; **~ probably** มีหนทางจะเป็นไปได้อย่างยิ่ง; **she's ~/so ~ thin** เธอผอมเสียเหลือเกิน; **how ~ rude [of him]!** [เขา] ช่างหยาบคายอะไรเช่นนี้; **[yes,] ~ much [so]** [ใช่แล้ว] อย่างยิ่ง; **~ much prettier/better** สวยกว่า/ดีกว่าอย่างมาก; **not ~ much** ไม่มากเท่าไร; **~ little** น้อยมาก; **there's ~ little reason to do it** แทบจะไม่มีเหตุผลอะไรเลยที่จะทำเช่นนั้น; **thank you [~,] ~ much** ขอบคุณ [มาก] มากเลย; **[no,] thank you ~ much** ไม่ค่ะ/ครับ ขอบคุณมาก; **you are [~,] ~ kind** *(thanking)* คุณใจดีมากเลย; **not ~ big** *(not extremely big)* ไม่ใหญ่โตมากนัก; *(not at all big)* ไม่ใหญ่เลย; ➡ + **reverend** 1; **¹so** 1 A, 2; Ⓑ *(absolutely)* อย่างยิ่ง, ที่สุด; **at the ~ latest** อย่างช้าที่สุด; **the ~ last thing I expected** เป็นสิ่งสุดท้ายจริง ๆ ที่ฉันคิดว่าจะเกิด; **keep sth. for one's ~ own** เก็บ *ส.น.* ไว้สำหรับตัวเองเท่านั้น; **have sth. of one's ~ own** มี *ส.น.* เป็นของตัวเองจริง ๆ; Ⓒ *(precisely)* **the ~ same one** สิ่งเดียวกันแท้ ๆ; **that is the ~ word he used** นั่นคือคำเดียวกับที่เขาใช้พอดี; **meet the ~ next day** พบกันในวันรุ่งขึ้นนั่นเอง; **in his ~ next sentence/breath** ในประโยค/อึดใจต่อมานั้นเอง; Ⓓ **~ good** *(accepting)* ดีมาก; *(agreeing)* ดีจริง ๆ; **~ well** *expr. reluctant consent* ก็ได้; **that's all ~ well, but ...:** นั่นก็ฟังดูดีนะ แต่ว่า...

very high 'frequency *n. (Radio)* คลื่นความถี่สูงมาก *(30-300 เมกกะเฮิรตซ์)*

Very light /ˈverɪ laɪt, ˈvɪərɪ laɪt/ˈเวะริ ไลท, ˈเวียริ ไลท/ *n. (Mil.)* พลุที่ยิงเป็นสัญญาณหรือดูสิ่งแวดล้อม

vesicle /ˈvesɪkl/ˈเว็ซซิค'ล/ *n.* Ⓐ *(Anat., Zoo., Bot., Med.)* ถุงน้ำเล็ก ๆ, ตุ่มพุพอง; Ⓑ *(Geol.)* รูพรุนในแร่หิน *(เนื่องจากมีอากาศหรือก๊าซขังอยู่)*

vespers /ˈvespəz/ˈเว็ซเพิซ/ *n., constr. as sing. or pl. (Eccl.)* เพลงสวดสรรเสริญในยามเย็น

vessel /ˈvesl/ˈเว็ซ'ล/ *n.* Ⓐ *(receptacle)* ภาชนะ; *(Anat., Bot.)* ท่อส่ง *(เลือด, ของเหลว)*; **[drinking]~:** แก้วน้ำ; ➡ + **blood vessel;** Ⓑ *(Naut.)* เรือ; Ⓒ *(Bibl./joc.: person)* บุคคลที่มีลักษณะเฉพาะบางประการ; **weak ~:** บุคคลที่อ่อนแอ; **the weaker ~:** เพศหญิง

vest /vest/เว็ชทฺ/ ❶ *n.* Ⓐ *(Brit.: undergarment)* เสื้อกล้าม; *(woman's)* เสื้อชั้นใน; Ⓑ *(Amer.: waistcoat)* เสื้อกั๊ก ❷ *v.t.* **~ sb. with sth., ~ sth. in sb.** ให้ *หรือ* มอบหมาย *ส.น. (สิทธิ, ความรับผิดชอบ)* แก่ *ค.น.*; **be ~ed with the power to do sth.** ได้รับอำนาจให้กระทำ *ส.น.*; **~ sb. with [rights in] sth.** มอบหมาย *ค.น.* [ให้มีสิทธิ] ใน *ส.น.*; **be ~ed in sb.** *ค.น.* ได้รับมอบหมาย; **by the authority ~ed in me** ด้วยอำนาจที่ข้าพเจ้าได้รับมอบหมาย; ➡ **+ vested** ❸ *v.i.* **~ in sb.** มอบหมาย *(หน้าที่, อำนาจ)* ให้แก่ *ค.น.*

vestal /'vestl/'เว็ซต'ล/ *(Roman Mythol.)* ❶ *adj.* บริสุทธิ์ผุดผ่อง, แห่งเทพีเวสต้า, เทพีแห่งเหย้าเรือน ❷ *n.* ➡ **vestal virgin**

vestal 'virgin *n.* สาวพรหมจารีที่ทำพิธีบูชาเทพีเวสต้า

vested /'vestɪd/'เว็ซติด/ *adj.* **~ interest/right** ผลประโยชน์/สิทธิเฉพาะตนที่พึงได้; *(established by law)* สิทธิทางกฎหมายในทรัพย์สินใด ๆ; **~ interests** *(groups of persons)* กลุ่มผู้มีส่วนได้ส่วนเสีย; **have a ~ interest in sth.** *(fig.)* มีผลประโยชน์ใน *ส.น.*

vestibule /'vestɪbju:l/'เว็ซติบิวลฺ/ *n.* Ⓐ *(indoors)* ห้องทางเข้าอาคาร; Ⓑ *(external porch)* เฉลียงด้านนอก; Ⓒ *(Amer. Railw.)* ทางเข้ารถตู้โดยสารที่ปิดสนิทได้; Ⓑ *(Anat.)* โพรงในหูส่วนใน

vestige /'vestɪdʒ/'เว็ซติจ/ *n.* Ⓐ ร่องรอย, ชิ้นส่วนเล็กน้อย; **not the slightest** *or* **least ~** *or* **not a single ~ [of sth. remains]** ไม่มี [เหลือ] ร่องรอยแม้สักเล็กน้อย; **not a ~ of truth/honour** ไม่มีมูลความจริง/เกียรติเลยแม้แต่น้อย; Ⓑ *(Biol.) ส่วนของอวัยวะซึ่งไม่มีหน้าที่แล้ว แม้ว่าจะจำเป็นในอดีต*

vestigial /ve'stɪdʒɪəl/เวะ'ซติจเจียล, -จ'ล/ *adj.* เป็นหลักฐาน, เป็นร่องรอย; *(Biol.)* ไม่มีหน้าที่ใด ๆ แล้ว

vestment /'vestmənt/'เว็ชทเมินทฺ/ *n.* เครื่องแต่งกายในพิธี *(โดยเฉพาะทางศาสนา)*

'vest-pocket *attrib. adj. (Amer.)* ที่ใส่กระเป๋าเสื้อได้; *(fig.: very small)* เล็กมาก, ขนาดพกพา

vestry /'vestrɪ/'เว็ชทริ/ *n. (Eccl.)* ห้อง หรือ *อาคารในโบสถ์ที่ใช้เก็บเครื่องแต่งกายในพิธี*

Vesuvius /vɪ'su:vɪəs/วิ'ซูเวียซ/ *pr. n.* ภูเขาไฟวิซูเวียส ใกล้เมืองเนเปิลส์ในอิตาลี

[1]**vet** /vet/เว็ท/ ❶ *n.* ➤ 489 สัตวแพทย์ ❷ *v.t.*, **-tt-** ตรวจสอบโดยละเอียด; **~ an article for errors** ตรวจสอบบทความเพื่อหาคำที่ผิด

[2]**vet** *(Amer. coll.)* ➡ **veteran** 1

vetch /vetʃ/เว็ฉ/ *n. (Bot.)* พืชจำพวกถั่วในสกุล *Vicia* ใช้เป็นอาหารสัตว์

veteran /'vetərən/'เว็ทเทอะเริน/ ❶ *n.* ทหารผ่านศึก; ผู้ที่มีประสบการณ์สูง; **V~s' Day** วันทหารผ่านศึกในประเทศอเมริกา ❷ *attrib. adj.* อดีต *(นักการเมือง, ทหาร)* ที่มีประสบการณ์สูง

veteran 'car *n. (Brit.)* รถซึ่งผลิตก่อนปี 1916

veterinarian /vetərɪ'neərɪən/เวะเทอะริ'แนเรียน/ ➤ 489 *(Amer.)* ➡ **veterinary surgeon**

veterinary /'vetrɪnrɪ, US 'vetərɪnerɪ/'เว็ททรินริ, 'เว็ทเทอะริเนอะริ/ *attrib. adj.* เกี่ยวกับการรักษาสัตว์; **~ science/medicine** สัตวแพทยศาสตร์; **~ practice** การประกอบอาชีพสัตวแพทย์; **course of ~ training** การฝึกอบรมสัตวแพทย์; **~ college** สถาบันการศึกษา/คณะสัตวแพทย์

veterinary 'surgeon *n.* ➤ 489 *(Brit.)* สัตวแพทย์

veto /'vi:təʊ/'วีโท/ ❶ *n., pl.* **~es** Ⓐ **[power or right of] ~:** อำนาจ *หรือ* สิทธิในการยับยั้ง; ➡ **+ pocket veto**; Ⓑ *(rejection, prohibition)* การยับยั้ง, การปฏิเสธ, การคัดค้าน; **has there been a ~ of the bill?** พระราชบัญญัตินี้ถูกยับยั้งไปหรือเปล่า; **put a** *or* **one's ~ on sth.** ยับยั้ง *หรือ* คัดค้าน *ส.น.* ❷ *v.t.* ห้าม, สั่งยับยั้ง

vex /veks/เว็คซฺ/ *v.t.* ทำให้โกรธ; *(cause to worry)* รบกวน, ทำให้กังวล; *(dissatisfy, disappoint)* ทำให้ผิดหวัง; **[be enough to] ~ a saint** [น่ารำคาญ] จนแม้นักบุญก็จะเกิดโมโหได้; **be ~ed about** *or* **at sth.** โมโหเรื่อง *ส.น.*; **be ~ed that ...:** โมโหว่า...; **I am ~ed that ...:** ฉันโมโหว่า...; **be ~ed with sb.** โมโห *ค.น.*

vexation /vek'seɪʃn/เว็ค'เซช'น/ *n.* Ⓐ *(act of harassing)* การรบกวน, การทำให้โมโห; **take pleasure in the ~ of sb.** ชอบอกชอบใจที่ทำให้ *ค.น.* โมโห; Ⓑ *(state of irritation)* ความโมโห, ความรำคาญ; *(state of worry)* ความกังวล; *(dissatisfaction, disappointment)* ความผิดหวัง; **suffer [much] ~:** รู้สึกไม่พอใจ [อย่างยิ่ง]; **cause sb. ~:** *(irritate)* ทำให้ *ค.น.* โมโห; *(worry)* ทำให้ *ค.น.* กังวล; *(disappoint)* ทำให้ *ค.น.* ผิดหวัง; **have the ~ of seeing sth. happen** รู้สึกผิดหวัง/โมโหที่เห็น *ส.น.* เกิดขึ้น; Ⓒ *(annoying thing)* สิ่งที่น่ารำคาญ; **constant ~s from sb.** ความรบกวนจาก *ค.น.* ตลอด; Ⓓ *(Law) การไม่มีเหตุผลเพียงพอ แต่ฟ้องจำเลยเพื่อหาเรื่องเท่านั้น*

vexatious /vek'seɪʃəs/เว็ค'เซเชิซ/ *adj.* Ⓐ น่ารำคาญ, น่ากังวล; **it is ~ that .../to ...:** น่ารำคาญมากที่จะ..; Ⓑ *(Law)* เป็นการหาเรื่องจำเลย

vexatiously /vek'seɪʃəslɪ/เว็ค'เซเชิซลิ/ *adv.* Ⓐ อย่างน่าโมโห, อย่างน่ารำคาญ; **he said, rather ~, that ...:** เขากล่าวอย่างน่ารำคาญว่า...; **~ complicated** ซับซ้อนอย่างน่ารำคาญ; Ⓑ *(Law)* โดยเป็นการหาเรื่องจำเลย

vexed /vekst/เว็คซฺทฺ/ *adj.* Ⓐ *(annoyed)* โมโห, รำคาญ **(by** โดย**)**; *(distressed)* หดหู่ใจ **(by** โดย**)**; Ⓑ **~ question** ปัญหาที่ต้องขบคิดและโต้เถียงกัน

VFR *abbr. (Aeronaut.)* **visual flight rules** การบินโดยใช้สายตา

VG *abbr.* **very good**

VHF *abbr.* **very high frequency**

via /'vaɪə/'วายเออะ/ *prep.* โดยผ่าน, ผ่านทาง; **London to Rome ~ Paris** จากลอนดอนไปยังโรมโดยผ่านทางปารีสทาง *(ไปรษณีย์, รถไฟ)*

viability /vaɪə'bɪlɪtɪ/วายเออะ'บิลลิทิ/ *n., no pl.* Ⓐ *(of foetus, animal, plant)* การที่จะมีชีวิตหรือเจริญเติบโตต่อไปได้; Ⓑ *(fig.) (of state, company)* ศักยภาพในการอยู่รอดได้; *(feasibility)* ความสำเร็จในเชิงปฏิบัติ

viable /'vaɪəbl/'วายเออะบ'ล/ *adj.* Ⓐ *(capable of maintaining life)* ซึ่งอยู่รอด; **be more ~ than ...:** อยู่รอดได้มากกว่า...; Ⓑ *(fig.) (บริษัท)* ที่น่าจะอยู่รอดได้; *(feasible)* นำไปปฏิบัติได้

viaduct /'vaɪədʌkt/'วายเออะดัคทฺ/ *n.* สะพานที่เชื่อมถนน, ทางรถไฟข้ามหุบเขา

Viagra ® /vaɪ'ægrə/ไว'แอเกรอะ/ *n.* ยาไวอะกร้า *(เพื่อเพิ่มสมรรถนะทางเพศชาย)*

viands /'vaɪəndz/'วายเอินซฺ/ *n. pl. (formal)* อาหาร; *(for journey)* เสบียง

vibes /vaɪbz/วายบซฺ/ *n. pl. (coll.)* Ⓐ *(Mus.) เครื่องดนตรีชนิดหนึ่งคล้ายระนาด แต่ใช้แท่งเหล็กแทนไม้*; Ⓑ *(vibrations)* ความรู้สึกต่อกัน, บรรยากาศ; **I get good ~ from him** ฉันรู้สึกได้ว่าเขาเป็นคนดี; **give sb. bad ~:** ทำให้ *ค.น.* รู้สึกไม่ดี

vibrant /'vaɪbrənt/'วายเบรินทฺ/ *adj.* Ⓐ *(vibrating)* สั่นระรัว, สั่นสะเทือน; *(สี)* สดใส; Ⓑ *(thrilling)* ระทึกใจ, ตื่นเต้น; **be ~ with activity/life** เต็มไปด้วยกิจกรรม/ชีวิตชีวา; **a painting ~ with colour** ภาพวาดซึ่งมีสีเจิดจ้า; Ⓒ *(resonant) (เสียง)* กึกก้อง, กังวาน

vibraphone /'vaɪbrəfəʊn/'วายเบรอะโฟน/ *n. (Mus.) เครื่องดนตรีคล้ายระนาดแต่ใช้แท่งเหล็กแทนไม้*

vibrate /vaɪ'breɪt, US 'vaɪbreɪt/ไว'เบรฺท, 'วายเบรฺท/ ❶ *v.i.* สั่นสะเทือน; Ⓐ *(under strong impact)* สั่น; Ⓑ *(resound)* ก้อง, สะท้อน; **the sound of the anvil ~d in the streets** เสียงทั่งตีเหล็กดังก้องไปทั่วถนน; Ⓒ *(Phys.)* กระฉอก, กระเพื่อม, ระริก, เด้งตัว; Ⓓ *(thrill)* เร้าใจ, ตื่นเต้น **(with** ด้วย**)** ❷ *v.t.* สั่น, เขย่าให้สะเทือน, ทำให้สั่นสะเทือน *(เส้นดนตรี)*

vibration /vaɪ'breɪʃn/ไว'เบรช'น/ *n.* Ⓐ *(vibrating)* การสั่นสะเทือน, การแกว่งไกว; *(visible)* ภาพลาง ๆ ที่เห็นได้; *(under strong impact)* การสั่น; **send ~s** *or* **a ~ through sth.** ส่งคลื่นหรือการสั่นสะเทือนผ่านเข้าไปใน *ส.น.*; Ⓑ *(Phys.)* การกระฉอก, การกระเพื่อม; Ⓒ *in pl. (fig.)* **get some ~s** รู้สึกอะไรบางอย่าง; **his presence gives me bad ~s** เวลาเขาอยู่ใกล้ฉันมีความรู้สึกไม่ดีเลย; **I get good ~s from this place/music** สถานที่/ดนตรีนี้ทำให้ฉันรู้สึกดี

vibrational /vaɪ'breɪʃənl/ไว'เบรเชอะน'ล/ *adj. (Phys.)* ที่ส่งคลื่นสั่น, ที่สะเทือน

vibrato /vɪ'brɑ:təʊ/วิ'บราโท/ *n., pl.* **~s** *(Mus.) การเปลี่ยนระดับเสียงเล็กน้อยอย่างรวดเร็วจนเหมือนเสียงสั่น*

vibrator /vaɪ'breɪtə(r)/ไว'เบรเทอะ(ร)/ *n.* Ⓐ อุปกรณ์ที่ส่งกระแสสั่น *(ใช้ในการนวดหรือใช้ในเรื่องเพศ)*; Ⓑ *(Electr.) แท่งไม้หรือเหล็กกลวงในเครื่องดนตรีประเภทออร์แกนปาก*

viburnum /vaɪ'bɜ:nəm/ไว'เบอเนิม, วิ-/ *n. (Bot.)* ไม้พุ่มในสกุล *Viburnum* ดอกสีขาว

vicar /'vɪkə(r)/'วิคเคอะ(ร)/ *n.* บาทหลวงระดับเจ้าคณะตำบล; **lay ~:** *นักร้องประสานเสียงที่ร้องเพลงบางช่วงในพิธีกรรม*

vicarage /'vɪkərɪdʒ/'วิคเคอะริจ/ *n.* สำนัก*หรือทรัพย์สินของบาทหลวงระดับเจ้าคณะตำบล*

vicar apos'tolic *n. (RC Ch.)* มิชชันนารีโรมันคาทอลิก

vicarious /vɪ'keərɪəs, US vaɪ'k-/วิ'แคเรียซ, ไว'เค-/ *adj.* Ⓐ *(delegated)* ได้รับแต่งตั้ง, ได้รับมอบหมาย; **his authority** *or* **power is ~:** อำนาจของเขาได้รับมอบมา; Ⓑ *(done for another)* ทำแทนผู้อื่น; **perform ~ work/tasks** ทำงานแทนผู้อื่น; **~ suffering[s]** *(Theol.)* การรับทุกข์ทรมานแทนผู้อื่น; Ⓒ *(experienced through another)* รู้สึกได้โดยจินตนาการเมื่อฟังจากผู้อื่น; **~ [sexual] satisfaction** ความพอใจทางเพศโดยจินตนาการผ่านอีกคนหนึ่ง; **take a ~ delight in sb.'s success** รู้สึกยินดีร่วมในความสำเร็จของ *ค.น.*

vicariously /'vɪkeərɪəslɪ, US vaɪ'k-/'วิแคเรียซลิ, ไว'เค-/ *adv.* Ⓐ *(as a substitute for another)* ในฐานะที่แทนผู้อื่น; Ⓑ *(by means of a substitute)* โดยการแทนของผู้อื่น

vicariousness /'vɪkeərɪəsnɪs/'วิแคเรียซนิซ/ *n., no pl.* การมีความรู้สึกร่วมกับผู้อื่นโดยจินตนาการ; **the ~ of this experience** การมีประสบการณ์ในจินตนาการ

¹vice /vaɪs/ไวซ/ *n.* Ⓐ ความชั่วร้าย, ความผิดศีลธรรม; **a life/den of ~:** ชีวิต/แหล่งซ่องสุมอันเต็มไปด้วยความชั่วร้าย; Ⓑ *(defect)* ความบกพร่อง, จุดด่างพร้อย, ข้อเสีย; **he has no redeeming ~:** เขาแทบจะไม่มีข้อบกพร่องใด ๆ
²vice *n. (Brit.: tool)* คีมจับ
³vice *n. (coll.: deputy)* รอง, ผู้ช่วย
vice- *pref.* รอง, ผู้ช่วย
vice: ~-'admiral *n. (Navy)* พลเรือโท; **~-'chairman** *n.* รองประธาน; **~-'chairmanship** *n.* การมีตำแหน่งเป็นรองประธาน; **~-'chancellor** *n.* ➤ **489** *(Univ.)* รองอธิการบดี
'vicelike *adj.* เหมือนคีมจับ, จับหรือยึดแน่น
vice: ~-'presidency *n.* การมีตำแหน่งเป็นรองประธานาธิบดี; **~-'president** *n.* รองประธานาธิบดี; **~-'principal** *n. (Educ.)* รองอาจารย์ใหญ่; **~'regal** *adj.* เกี่ยวกับผู้ว่าการ
viceroy /'vaɪsrɔɪ/ไวซรอย/ *n.* ผู้ว่าการ, ผู้สำเร็จราชการ
viceroyship *n.* การมีตำแหน่งเป็นผู้ว่าการ
'vice squad *n. (Police)* หน่วยปราบปรามการค้าประเวณีและยาเสพติด
vice versa /vaɪsɪ 'vɜ:sə, vaɪs/ไวซิ 'เวอเซอะ, ไวซ/ *adv.* และในทางกลับกัน
vicinity /vɪ'sɪnɪtɪ/วิ'ซินนิที/ *n.* Ⓐ *(neighbourhood)* ละแวกบ้าน, ย่านใกล้เคียง; **from London or its ~:** จากลอนดอนหรือย่านใกล้เคียง; **in our ~:** ในละแวกบ้านของเรา; **in the immediate ~:** ในบริเวณใกล้เคียงกันนี้; **in the ~ [of a place]** ใกล้ ๆ กัน [กับที่ใดที่หนึ่ง]; **in the ~ of 50** *(fig.)* ในราว 50; Ⓑ *no pl. (nearness)* ความใกล้เคียง, การอยู่ในระยะใกล้เคียง; **in close ~ to the church** อยู่ใกล้โบสถ์
vicious /'vɪʃəs/'วิชเชิซ/ *adj.* Ⓐ *(malicious, spiteful) (การพูด)* ที่เจ็บแสบ; *(ความประพฤติ)* ใจดำ; *(สัตว์, บุคคล)* ดุร้าย; *(นักวิจารณ์)* ดุเดือด; Ⓑ *(depraved) (นิสัย, พฤติกรรม)* เลวทราม, ชั่วร้าย; *(wicked) (โจร, บุคคล)* ชั่วร้าย; Ⓒ *(violent, severe)* โหดร้าย; *(อากาศ, การบาดเจ็บ)* รุนแรง
vicious 'circle *n.* วัฏจักรแห่งความชั่วร้าย
viciously /'vɪʃəslɪ/'วิชเชิซลิ/ *adv.* Ⓐ *(maliciously, spitefully)* อย่างใจร้าย, อย่างเลวทราม; Ⓑ *(violently, severely)* อย่างโหดร้าย, อย่างรุนแรง
viciousness /'vɪʃəsnɪs/'วิชเชิซนิซ/ *n., no pl.* Ⓐ *(maliciousness, spitefulness)* ความทิ่มแทง *(ของคำพูด)*; ความเจ็บแสบ *(ของคำวิจารณ์)*; ความเลวทราม; *(of animal)* ความดุร้าย; Ⓑ *(depravity)* ความเลวทราม; *(of tyrant, criminal, government)* ความชั่วร้าย; Ⓒ *(violence, severity, of weather, pain)* ความรุนแรง, ความโหดร้าย
vicious 'spiral *n.* วัฏจักรแห่งการเพิ่มขึ้นอย่างต่อเนื่อง; **the ~ of wage increases and price rises** วัฏจักรที่ทำให้ค่าจ้างและราคาสูงขึ้น
vicissitude /vɪ'sɪsɪtju:d, US -tu:d/วิ'ซิซซิทิวด, -ทูด/ *n.* การเปลี่ยนแปร, การพลิกผัน *(ของชะตากรรม)*; **~s** *(fickleness)* ความไม่มั่นคง, ความเปลี่ยนแปลง; **the ~s of life** ความรุ่งเรืองและตกอับในชีวิต
victim /'vɪktɪm/'วิคทิม/ *n.* Ⓐ เหยื่อ, ผู้เคราะห์ร้าย; **be the ~ of sb.'s anger/envy/policy** เป็นเหยื่อของความโกรธ/ความอิจฉา/นโยบายของ *ค.น.*; **be one's own ~:** เป็นเหยื่อของตนเอง; **be a ~ of fortune** เป็นเหยื่อของโชคชะตา; **fall [a] ~ to sth.** ตกเป็นเหยื่อของ *ส.น.*; **fall ~ to the plague/to drought/famine** ตกเป็นเหยื่อของกาฬโรค/ภัยแล้ง/ภาวะขาดแคลนอาหาร; **fall a ~ to love/sb.'s charms** ตกเป็นเหยื่อของความรัก/ของเสน่ห์ของ *ค.น.*; Ⓑ *(dupe)* ผู้ถูกโกง, ผู้ถูกหลอก; **I refuse to be made his ~:** ฉันไม่ยอมให้เขาหลอก; Ⓒ *(Relig.)* สิ่งมีชีวิตที่ถูกใช้บูชายัญ; *(animal)* สัตว์ที่ถูกใช้บูชายัญ; **human sacrificial ~s** คนที่ถูกใช้บูชายัญ
victimisation, victimise ➡ **victimiz-**
victimization /vɪktɪmaɪ'zeɪʃn/วิคทิไม'เซช'น/ *n. (selective punishment)* การกลั่นแกล้งผู้อื่นอย่างไม่ชอบธรรม
victimize /'vɪktɪmaɪz/'วิคทิมายซ/ *v.t.* Ⓐ *(make a victim)* ทำให้เป็นเหยื่อ; **be ~d [by sb.]** ถูกทำให้ตกเป็นเหยื่อ *(โดย ค.น.)*; Ⓑ *(punish selectively)* ทำโทษอย่างไม่เป็นธรรม
victor /'vɪktə(r)/'วิคเทอะ(ร)/ *n.* ผู้ชนะ, ผู้มีชัย
victoria /vɪk'tɔ:rɪə/วิค'ทอเรีย/ *n.* **~ [plum]** ผลพลัมพันธุ์ที่มีรสดี ผลแดงใหญ่
Victoria /vɪk'tɔ:rɪə/วิค'ทอเรีย/ *pr. n.* วิคตอเรีย *(ท.ศ.)*; Ⓐ *(Hist., as name of ruler etc.)* พระนามของสมเด็จพระราชินีนาถของอังกฤษในสมัยศตวรรษที่ 19; Ⓑ *(Geog.)* ชื่อรัฐในภาคตะวันออกเฉียงใต้ของออสเตรเลีย; ชื่อเมืองท่าในแคนาดา; ชื่อเมืองในตอนใต้ของมลรัฐเท็กซัส
Victoria: ~ 'Cross *n. (Brit.)* *เครื่องราชอิสริยาภรณ์สถาปนาโดยพระนางเจ้าวิคตอเรียใน พ.ศ. 2399*; **~ 'Falls** *n.* น้ำตกในทวีปแอฟริกาใต้
Victorian /vɪk'tɔ:rɪən/วิค'ทอเรียน/ ❶ *adj.* เกี่ยวกับสมัยของสมเด็จพระนางเจ้าวิคตอเรีย ❷ *n.* *บุคคลในสมัยสมเด็จพระนางเจ้าวิคตอเรียโดยเฉพาะนักประพันธ์*
Victoriana /vɪktɔ:rɪ'ɑ:nə/วิคทอริ'อาเนอะ/ *n. pl.* ของเก่าสมัยวิคตอเรีย
victorious /vɪk'tɔ:rɪəs/วิค'ทอเรียซ/ *adj.* Ⓐ มีชัย; **be ~ over sb./sth.** มีชัยเหนือ *ค.น./ส.น.*; **be ~ in one's struggle** มีชัยในการดิ้นรนต่อสู้; Ⓑ *(marked by victory) (สงคราม, การโจมตี)* มีชัยชนะอย่างเด่นชัด; *(การรณรงค์)* ที่สำเร็จตามเป้าหมาย; **~ procession** ขบวนแห่ฉลองชัยชนะ
victoriously /vɪk'tɔ:rɪəslɪ/วิค'ทอเรียซลิ/ *adv. (โจมตี, กลับมา)* อย่างมีชัยชนะ
victory /'vɪktərɪ/'วิคเทอะริ/ *n.* ชัยชนะ (over เหนือ); **achieve ~:** ได้รับชัยชนะ; **be sure of ~:** มั่นใจในชัยชนะ; **lead one's troops to ~:** นำกองทัพไปสู่ชัยชนะ; **~ will be ours** ชัยชนะจะเป็นของเรา; **gain** *or* **win a ~ over sb./sth.** ได้รับชัยชนะเหนือ *ค.น./ส.น.*
victual /'vɪtl/'วิท'ล/ *(formal)* ❶ *n. in pl.* อาหาร; *(of fort, ship, for journey)* เสบียงอาหาร ❷ *v.t., (Brit.)* **-ll-** จัดหาเสบียงอาหาร
victualler /'vɪtələ(r)/'วิทเทอะเลอะ(ร)/ *n.* ➤ **489 licensed ~** *(Brit.)* โรงแรม *หรือ* ร้านที่ได้รับอนุญาตให้จำหน่ายสุรา
vide /'vɪdeɪ, 'vaɪdi:/'วิเด, 'วายดี/ *v.t. imper.* ดู, เห็น
video /'vɪdɪəʊ/'วิดดิโอ/ ❶ *adj.* วิดีโอ *(ท.ศ.)*, *(เทป, เครื่องอัด)* วีดิทัศน์ ❷ *n., pl.* **~s** Ⓐ *(~ recorder)* เครื่องบันทึกภาพ, วีดิทัศน์; *(~ film, ~ tape, ~ recording)* เทปบันทึกภาพ, ภาพอัดวิดีโอ; **have sth. on ~:** มี *ส.น.* อัดเก็บไว้เป็นวีดิทัศน์ *หรือ* อัด *ส.น.* ไว้เป็นวิดีโอ; Ⓑ *(visual element of TV broadcasts)* ภาพโทรทัศน์ ❸ *v.t.* ➡ **videotape** 2
video: ~ camera *n.* กล้องถ่ายวิดีโอ; **~ cas'sette** *n.* ตลับเทปวิดีโอ; **~ clip** *n.* วิดีโอสั้น ๆ; **~conference** *n.* การประชุมทางวีดิทัศน์; **~ disc** *n.* แผ่นดิสก์ที่ใช้กับวิดีโอ; **~ film** *n.* ภาพยนตร์วีดีโอ; **~ frequency** *n.* ความถี่ในระดับที่ใช้สำหรับสัญญาณวิดีโอ; **~ game** *n.* เกมที่เห็นบนจอโทรทัศน์; **~gram** /'vɪdɪəʊgræm/'วิดดิโอแกรม/ *n.* *ตลับเทปที่สงวนลิขสิทธิ์ไม่อนุญาตให้อัดสำเนาหรือเผยแพร่สัญญาณภาพทางโทรทัศน์*; **~ library** *n.* ห้องเก็บวีดิทัศน์; **~ 'nasty** *n.* ภาพยนตร์วีดีโอที่น่ากลัวอย่างโจ่งแจ้ง; **~-on-demand** *n., no pl.* วิดีโอที่สั่งทางโทรศัพท์เมื่อต้องการชม; **~phone** *n.* โทรศัพท์ที่ถ่ายทอดทั้งสัญญาณภาพและเสียง; **~ recorder** *n.* เครื่องอัดและเล่นวิดีโอเทป; **~ recording** *n.* การบันทึกเทปวิดีโอ; **~ signal** *n.* สัญญาณวีดิทัศน์; **~tape** ❶ *n.* เทปวิดีโอ/วีดิทัศน์ ❷ *v.t.* บันทึกโดยใช้เทปวิดีโอ/วีดิทัศน์; **~ telephone** *n.* โทรศัพท์ที่ถ่ายทอดทั้งสัญญาณภาพและเสียง; **~tex** /'vɪdɪəʊteks/'วิดดิโอเท็คซ/, **~text** *n.* ระบบส่งข่าวสารอิเล็กทรอนิกส์
vie /vaɪ/วาย/ *v.i.*, **vying** /'vaɪɪŋ/'วายอิง/ **~ [with sb.] for sth.** แข่งขัน *(กับ ค.น.)* เพื่อ *ส.น.*; **~ with sb. in sth.** แข่งขันกับ *ค.น.* ใน *ส.น.*
Vienna /vɪ'enə/วิ'เอนเนอะ/ ❶ *pr. n.* เมืองเวียนนา ❷ *attrib. adj.* แห่งเมืองเวียนนา
Viennese /vɪə'ni:z/เวีย'นีซ/ ❶ *adj.* แห่งเมืองเวียนนา; **sb. is ~:** *ค.น.* เป็นชาวเมืองเวียนนา ❷ *n. pl. same* ชาวเมืองเวียนนา
Vietnam /vɪet'næm/วิเอ็ต'แนม/ *pr. n.* Ⓐ ประเทศเวียดนาม; Ⓑ **~ [War]** สงครามเวียดนาม
Vietnamese /vɪetnə'mi:z/วิเอ็ทเนอะ'มีซ/ ❶ *adj.* แห่งเวียดนาม ❷ *n., pl. same* Ⓐ *(person)* ชาวเวียดนาม; Ⓑ *(language)* ภาษาเวียดนาม
view /vju:/วิว/ ❶ *n.* Ⓐ *(range of vision)* วิว *(ท.ศ.)*, การมองเห็น; **get a good ~ of sth.** สามารถเห็น *ส.น.* ได้ดี; **have** *or* **get one's first ~ of sth.** ได้เห็น *ส.น.* เป็นครั้งแรก; **have a clear/distant ~ of sth.** เห็น *ส.น.* ได้ชัดเจน/ในระยะไกล; **be out of/in ~:** ไม่เห็น/เห็น; **come into ~:** ปรากฏแก่สายตา; **be lost to ~:** ไม่เห็นอีกต่อไป; **disappear from ~:** หายไปจากสายตา; **leave the back exposed to [the] ~:** เปิดด้านหลัง; **our hotel has a good ~ of the sea** จากโรงแรมของเราสามารถเห็นทะเลได้เป็นอย่างดี; **in full ~ of everyone in the street** ท่ามกลางสายตาของผู้คนบนถนน; ➡ + **'full** 1 D; **'hide** 1 C; Ⓑ *(what is seen)* สิ่งที่เห็น, ทิวทัศน์; **the ~s from here** ทิวทัศน์จากที่นี่; **a house with fine ~s** บ้านที่มีทิวทัศน์ดี; **a room with a ~:** ห้องที่มีทิวทัศน์ดี; **just for the ~/views** เพียงเพื่อเพลิดเพลินกับทิวทัศน์เท่านั้น; Ⓒ *(picture)* ภาพ; **photographic ~:** ภาพถ่าย; **take a ~ of sth.** ถ่ายรูป *ส.น.*; Ⓓ *(opinion)* ความคิดเห็น; **what is your ~** *or* **are your ~s on this?** คุณมีความคิดเห็นเกี่ยวกับเรื่องนี้อย่างไร; **what is your ~ of him?** คุณมีความคิดเห็นเกี่ยวกับเขาอย่างไร; **be grateful for sb.'s ~ of** *or* **~s on sth.** ดีใจที่ได้ความคิดเห็นของ *ค.น.* *หรือ* ความคิดเห็นเกี่ยวกับ *ส.น.*; **don't you have any ~[s] about it?** คุณไม่มีความคิดเห็นอะไรเกี่ยวกับสิ่งนั้นบ้างหรือ; **the ~s of the public** มติมหาชน; **the general/majority ~ is that ...:** ความคิดเห็นของคนส่วนใหญ่คือว่า...; **take a favourable ~ of sth.** มีทัศนคติที่ดีต่อ *ส.น.*; **have** *or* **hold ~s about** *or* **on sth.** มีความคิดเห็นเกี่ยวกับ *ส.น.*; **hold** *or* **take the ~ that ...:** มีความเห็นว่า...; **in my ~:** ในความคิดเห็นของฉัน; **in sb.'s ~:** ในความคิดเห็นของ *ค.น.*; **I take a different ~:** ฉันมีข้อคิดเห็นที่แตกต่าง; **take a critical/**

V

grave/optimistic ~ of sth. มีทัศนคติที่เข้มงวด/เป็นห่วง/เชื่อมั่นในทางบวกต่อ *ส.น.* *หรือ* มอง *ส.น.* อย่างวิพากษ์วิจารณ์/เป็นห่วง/ในแง่บวก; ➡ + dim 1 E; 'long 1 A; poor 1 I; Ⓔ **be on ~:** *(สินค้า, บ้าน)* วาง/เปิดให้ชม; **have sth. in ~** *(fig.)* กำลังพิจารณา *ส.น.*; **in ~ of sth.** *(fig.)* เนื่องจาก *ส.น.*; **keep sth. in ~** *(fig.)* รับ *ส.น.* ไว้พิจารณา; **with a ~ to** *or* **with a** *or* **the ~ of doing sth.** โดยประสงค์ที่จะทำ *ส.น.*; **with a ~ to sth.** *(fig.)* โดยมีเจตนาที่จะทำ *ส.น.*; **with this in ~:** ด้วยเรื่องนี้อยู่ในดุลยพินิจ; ➡ + point 1 K; Ⓕ *(survey)* การตรวจสอบ; *(of house, site)* การสำรวจ; **on taking a closer ~:** เมื่อได้พิจารณาอย่างใกล้ชิดขึ้น; **if we take a broad** *or* **general ~ of the problem** ถ้าเรามองปัญหาในภาพกว้าง; **give a ~ of sth.** สรุปข้อใหญ่ใจความของ *ส.น.*; ➡ + private view[ing]
❷ *v.t.* Ⓐ *(look at)* มองที่; Ⓑ *(consider)* พิจารณา *(สถานการณ์, ปัญหา)*; **~ed in this light ...:** พิจารณาในแง่มุมนี้...; **~ed ethically** พิจารณาจากแง่มุมศีลธรรมจรรยา; **I ~ the matter differently** ฉันมีมุมมองที่แตกต่างไปจากนี้; Ⓒ *(inspect)* ตรวจสอบ; **ask to ~ sth.** ขอตรวจสอบ *ส.น.*
❸ *v.i.* *(Telev.)* ดูโทรทัศน์

viewdata /'vju:deɪtə/'วิวเดเทอะ/ *n.* *(Teleph.)* การบริการข้อมูลทางโทรทัศน์

viewer /'vju:ə(r)/'วิวเออะ(ร)/ *n.* Ⓐ *(Telev.)* ผู้ชม; Ⓑ *(Photog.)* *(for cine film)* เครื่องส่องดูภาพยนตร์ *(for slides)* เครื่องส่องภาพนิ่ง

'viewfinder /'vju:faɪndə(r)/'วิวฟายนฺเดอะ(ร)/ *n.* *(Photog.)* ช่องมองภาพในกล้องถ่ายรูป

viewing /'vju:ɪŋ/'วิวอิง/ *n.* Ⓐ *(Telev.)* การดูโทรทัศน์; **~ has decreased** การดูโทรทัศน์ลดน้อยลง; **~ figures** ตัวเลขผู้ชมโทรทัศน์; **at peak ~ time** เวลาที่มีผู้ชมโทรทัศน์สูงสุด; Ⓑ *(of house, at auction, etc.)* การตรวจดู; ➡ + private view[ing]

viewpoint /'vju:pɔɪnt/'วิวพอยนฺท/ *n.* มุมมอง, แง่คิด, ทัศนคติ; **from a general/the political/the social ~:** จากมุมมองทั่วไป/ทางการเมือง/ทางสังคม; **seen from that ~:** มองจากแง่มุมนั้น; **see sth. from sb.'s ~:** มอง *ส.น.* จากมุมมองของ *ค.น.*

vigil /'vɪdʒɪl/'วิจจิล/ *n.* Ⓐ การไม่นอนในเวลาที่ปกติจะนอน; **nocturnal ~:** การเฝ้าอยู่ตอนกลางคืน; **keep ~ [over sb.]** คอยเฝ้า [*ค.น.*]; Ⓑ *(Relig.)* การไม่นอนตลอดคืนเพื่อสวดภาวนา

vigilance /'vɪdʒɪləns/'วิจจิเลินซฺ/ *n., no pl.* ความระมัดระวัง; **exercise ~ lest sb. escape** ระมัดระวังเพื่อไม่ให้ *ค.น.* หลบหนีไปได้; **escape sb.'s ~:** หลบหนีจากการเฝ้าของ *ค.น.*

'vigilance committee *n.* *(Amer.)* *กลุ่มที่ตั้งตนขึ้นเองเพื่อรักษาความสงบเรียบร้อย*

vigilant /'vɪdʒɪlənt/'วิจจิเลินทฺ/ *adj.* ระมัดระวัง, ตื่นตัว; **be ~ for sth.** คอยระมัดระวัง *ส.น.*

vigilante /vɪdʒɪ'læntɪ/วิจิ'แลนทิ/ *n.* สมาชิกของกลุ่มที่ตั้งตนขึ้นเองเพื่อรักษาความสงบเรียบร้อย; **~ group** *กลุ่มที่ตั้งตนขึ้นเองเพื่อรักษาความสงบเรียบร้อย*

vigilantly /'vɪdʒɪləntlɪ/'วิจจิเลินทฺลิ/ *adv.* อย่างระมัดระวัง, อย่างตื่นตัว

vignette /vi:'njet/วี'นฺเย็ท/ *n.* Ⓐ *(Lit.)* *การบรรยายลักษณะตัวละครหรือบทพรรณนาอย่างสั้น*; Ⓑ *(Art, Photog.)* *ภาพถ่ายหรือรูปเหมือนแสดงเพียงหน้าและไหล่*

vigor *(Amer.)* ➡ **vigour**

vigorous /'vɪgərəs/'วิกเกอะเริซ/ *adj.* *(บุคคล)* แข็งแรงและกระฉับกระเฉง; *(ต้นไม้, พืช)* เจริญเติบโตได้ดี; *(สัตว์)* มีพลัง; *(การโจมตี)* แรง; **be too ~ for sb.** *(การเล่นกายกรรม)* ที่ใช้พลังมากเกินไป, หนักเกินไปสำหรับ *ค.น.*

vigorously /'vɪgərəslɪ/'วิกเกอะเริซลิ/ *adv.* อย่างแข็งแรง, อย่างกระฉับกระเฉง, อย่างเจริญเติบโตได้ดี, อย่างมีพลัง, อย่างแรง

vigour /'vɪgə(r)/'วิกเกอะ(ร)/ *n.* *(Brit.)* Ⓐ *(of person, animal, sexuality)* ความมีพลัง; *(of limbs, body; of health also)* ความแข็งแรง; *(of debate, argument, struggle, protest, denial, attack, criticism)* ความรุนแรง, ความเข้มข้น; *(of performance, speech, words, style, mind, intellect)* ความมีชีวิตชีวา; **with ~:** *(พูด, คุย, ร้องเพลง, แสดง)* อย่างมีชีวิตชีวา; *(ถู, ผลัก, ดึง, ขัด)* อย่างมีพลัง; Ⓑ *(Bot.)* การเจริญเติบโตได้ดี

Viking /'vaɪkɪŋ/'ไวคิง/ *n.* *(Hist.)* *โจรสลัดสแกนดิเนเวียนที่รุกรานฝั่งทะเลยุโรปในศตวรรษที่ 8-11*

vile /vaɪl/วายล/ *adj.* Ⓐ *(base)* ต่ำช้า, เลว, น่าละอาย; *(repulsive)* น่ารังเกียจ, น่าขยะแขยง; **don't be so ~!** อย่าทำตัวน่ารังเกียจเช่นนั้น; **be ~ to sb.** ประพฤติตัวเลวทรามต่อ *ค.น.*; Ⓑ *(coll.: very unpleasant)* เลว, แย่มาก, น่ากลัว

vilely /'vaɪllɪ/'วายลิ/ *adv.* Ⓐ อย่างต่ำช้า, อย่างหยาบคาย; **act/behave ~:** ประพฤติตัวชั่วช้า; **speak ~ of sb.** พูดจาหยาบช้าถึง *ค.น.*; Ⓑ *(coll.: very unpleasantly)* อย่างเลวมาก

vileness /'vaɪlnɪs/'วายลุนิซ/ *n. no. pl.* ➡ **vile:** Ⓐ ความชั่วช้า, ความต่ำทราม, ความหยาบคาย; Ⓑ ความเลวทราม

vilification /vɪlɪfɪ'keɪʃn/วิลิฟิ'เคชั่น/ *n.* การทำให้เสียชื่อเสียง, การพูดให้ร้าย

vilify /'vɪlɪfaɪ/'วิลลิฟาย/ *v.t.* ทำให้เสียชื่อเสียง, พูดให้ร้าย

villa /'vɪlə/'วิลเลอะ/ *n.* Ⓐ *(holiday house)* **[holiday] ~** บ้านพักตากอากาศ; Ⓑ *(country house)* บ้านพักในชนบท; **[country] ~:** บ้านพัก [ในชนบท]; Ⓒ *(Brit.: suburban house)* บ้านพักแถบชานเมืองมีบริเวณกว้าง

village /'vɪlɪdʒ/'วิลลิจ/ *n.* หมู่บ้าน

village: ~ 'green *n.* สนามหญ้ากลางหมู่บ้าน; **~ hall** *n.* หอประชุมประจำหมู่บ้าน; **~ 'idiot** *n.* คนโง่ประจำหมู่บ้าน

villager /'vɪlɪdʒə(r)/'วิลลิจเจอะ(ร)/ *n.* ชาวบ้าน

villain /'vɪlən/'วิลเลิน/ *n.* Ⓐ *(scoundrel)* อาชญากร; *(arch. derog.)* คนบ้านนอก, คนหยาบคาย; Ⓑ **~ [of the piece]** *(Theatre)* ตัวโกง, ตัววายร้าย *(ในละคร, นวนิยาย)*; *(fig.)* ตัวการ; Ⓒ *(coll.: rascal)* คนอันธพาล, คนชั่วช้า

villainous /'vɪlənəs/'วิลเลอะเนิซ/ *adj.* Ⓐ ชั่วช้า, เลวทราม, น่ารังเกียจมาก; Ⓑ *(coll.: very bad)* เลวร้ายมาก

villainously /'vɪlənəslɪ/'วิลเลอะเนิซลิ/ *adv.* อย่างชั่วช้า, อย่างเลวทราม

villainy /'vɪlənɪ/'วิลเลอะนิ/ *n.* ความเลวทราม, ความชั่วร้าย; **forsake ~:** ละทิ้งความชั่วร้าย

villein /'vɪlɪn/'วิลลิน/ *n.* *(Hist.)* *ข้ารับใช้ซึ่งเช่าที่ดินของเจ้านายและรับใช้ด้วยแรงงาน*

vim /vɪm/วิม/ *n., no pl.* *(coll.)* ความขยันขันแข็ง; ความกระฉับกระเฉง; **put some [more] ~ into it!** ใช้ความขยันขันแข็ง [มากกว่านี้] หน่อยซิ

vinaigrette /vɪnɪ'gret/วินิ'เกร็ท/ *n.* Ⓐ *(smelling bottle)* ขวดยาดม; Ⓑ **~ [sauce]** *(Cookery)* *น้ำสลัดประกอบด้วยน้ำมัน น้ำส้มสายชูและเครื่องปรุงรส*

vindicate /'vɪndɪkeɪt/'วินดิเคท/ *v.t.* Ⓐ *(justify, establish)* พิสูจน์ให้เห็นว่าถูกต้อง; *(บุคคล, จุดยืน, นโยบาย)* ทำให้เป็นที่ยอมรับ; *(confirm)* ยืนยัน *(สิทธิ, ทฤษฎี)*; Ⓑ *(exonerate)* กู้ชื่อเสียง, ทำให้พ้นจากข้อกล่าวหา

vindication /vɪndɪ'keɪʃn/วินดิ'เคชั่น/ *n.* ➡ **vindicate:** Ⓐ การพิสูจน์ให้เห็นว่าถูกต้อง, การทำให้เป็นที่ยอมรับ; *(confirm)* การยืนยัน; **be a ~ of sth.** เป็นการพิสูจน์ *ส.น.* ให้เห็นว่าถูกต้อง; **in ~ of his claim/conduct** *etc.* เป็นการพิสูจน์ข้อกล่าวอ้าง/ความประพฤติ ฯลฯ ของเขาว่าถูกต้อง; Ⓑ การกู้ชื่อเสียง, การกู้ฐานะ; **be a full ~ of sb.** เป็นการกู้ชื่อเสียงของ *ค.น.* กลับคืนมาอย่างเต็มที่

vindictive /vɪn'dɪktɪv/วิน'ดิคทิว/ *adj.* *(บุคคล)* พยาบาท, อาฆาต; *(น้ำเสียง)* มุ่งร้าย; **~ act/move/attack** การกระทำ/การเดินหมาก/การจู่โจมที่อาฆาต; **feel ~** *or* **be in a ~ mood [towards sb.]** อยู่ในอารมณ์ที่อาฆาตพยาบาท [*ค.น.*]; **make sb. [feel] ~:** ทำให้ *ค.น.* [รู้สึก] พยาบาท; **be purely ~:** *(การกระทำ)* ที่อาฆาตพยาบาทอย่างเต็มที่

vindictively /vɪn'dɪktɪvlɪ/วิน'ดิคทิวลิ/ *adv.* อย่างพยาบาท, อย่างอาฆาต, อย่างมุ่งร้าย; **act** *or* **behave ~ [towards sb.]** ประพฤติอย่างอาฆาต [ต่อ *ค.น.*]

vindictiveness /vɪn'dɪktɪvnɪs/วิน'ดิคทิวนิซ/ *n., no pl.* ความอาฆาต, ความพยาบาท, ความมีเจตนาร้าย; **the ~ of sb.'s nature/mood** ความอาฆาตพยาบาทในนิสัยใจคอ/อารมณ์ของ *ค.น.*; **feel ~ towards sb.** รู้สึกอาฆาตพยาบาทต่อ *ค.น.*; **an attitude of ~:** ทัศนคติที่จ้องจะทำลาย

vine /vaɪn/วายนฺ/ *n.* Ⓐ ต้นองุ่น; Ⓑ *(stem of trailer or climber)* ลำต้นของไม้เลื้อย; Ⓒ *(Amer.: trailing or climbing plant)* พืชไม้เลื้อย

vinegar /'vɪnɪgə(r)/'วินนิเกอะ(ร)/ *n.* น้ำส้มสายชู; **[as] sour as ~:** เปรี้ยวมาก; *(fig.)* *(บุคคล)* มีหน้าตาบอกบุญไม่รับ

vinegary /'vɪnɪgərɪ/'วินนิเกอะริ/ *adj.* เปรี้ยว; *(fig.)* ที่ไม่เป็นสับปะรด; **have a ~ taste** มีรสเปรี้ยวเหมือนน้ำส้มสายชู

'vine leaf *n.* ใบองุ่น; **stuffed vine leaves** *(Gastr.)* ใบองุ่นยัดไส้

vineyard /'vɪnjɑ:d, 'vɪnjəd/'วินยาด, -เยิด/ *n.* ไร่องุ่น, สวนองุ่น

vintage /'vɪntɪdʒ/'วินทิจ/ ❶ *n.* Ⓐ *(season's wine)* เหล้าองุ่นประจำฤดูใดฤดูหนึ่ง; **last/this year's ~:** เหล้าองุ่นของปีที่แล้ว/ปีนี้; **the 1981 ~/a 1983 ~:** เหล้าองุ่นที่ผลิตในปี พ.ศ. 2524/พ.ศ. 2526; Ⓑ *(fig.: particular period)* เวลาเฉพาะ; *(of car, machine)* ยุค; **a car of rather ancient ~/1955 ~:** รถของยุคค่อนข้างโบราณ/สมัยปี พ.ศ. 2498; **music of '60s/1940s ~:** ดนตรียุคซิกตี้/ไนน์ทีนฟอร์ที; **of modern ~:** สมัยใหม่; Ⓒ *(grape harvest; season)* การเก็บผลองุ่น; ฤดูเก็บผลองุ่น; Ⓓ เหล้าองุ่นที่มีคุณภาพ
❷ *adj.* *(ไวน์, วิสกี้)* มีคุณภาพดี, ยอดเยี่ยม; *(เสื้อผ้า, เพลง, รถยนต์)* สมัยก่อน; **this year has been a ~ year for port** ปีนี้เป็นปีที่ดีมากสำหรับเหล้าองุ่นพอร์ท; **this play is ~ Pinter** ละครเรื่องนี้เป็นละครแบบอย่างของผลงานพินเตอร์

vintage 'car *n.* *(Brit.)* รถยนต์โบราณ *(ที่ผลิตในระหว่างปี พ.ศ. 2460 ถึง 2473)*

vintner /'vɪntnə(r)/'วินทฺเนอะ(ร)/ *n.* ➤ 489 ผู้ขายเหล้าองุ่น

vinyl /ˈvaɪnɪl/ˈวายนิล/ *n.* Ⓐ พลาสติกชนิดหนึ่ง, ไวนีล *(ท.ศ.)*; Ⓑ *(polyvinyl chloride)* สารโพลีไวนีลคลอไรด์, พี.วี.ซี

viol /ˈvaɪəl/ˈวายเอิล/ *n. (Mus.)* ซอในสมัยกลางชนิดหนึ่ง ที่หนีบไว้ระหว่างขา มี 6 สาย

[1]**viola** /vɪˈəʊlə/วิโอเลอะ/ *n. (Mus.)* *เครื่องดนตรีประเภทไวโอลินที่มีขนาดใหญ่กว่าและมีเสียงต่ำกว่า;* **~ player** ผู้เล่นเครื่องดนตรีไวโอลา

[2]**viola** /ˈvaɪələ/ˈวายเออะเลอะ/ *n. (Bot.)* Ⓐ พืชในสกุล *Viola;* Ⓑ *(hybrid)* ลูกผสมของพันธุ์นี้

viola da gamba /vɪəʊlə də ˈgæmbə/วิโอเลอะ เดอะ ˈแกมเบอะ/ *n. (Mus.)* *ซอสมัยกลางชนิดหนึ่งที่คล้ายเชลโลของสมัยนี้*

violate /ˈvaɪəleɪt/ˈวายเออะเลท/ *v.t.* Ⓐ ฝ่าฝืน, ละเมิด *(กฎหมาย, กฎระเบียบ)*; ทำลาย *(ประเพณี)*; Ⓑ *(profane)* ดูหมิ่น; Ⓒ *(rape)* ข่มขืน

violation /vaɪəˈleɪʃn/วายเออะˈเลช'น/ *n.* ➡ **violate:** Ⓐ การฝ่าฝืน, การละเมิด; **traffic ~:** การฝ่าฝืนกฎจราจร; **be/act in ~ of** ฝ่าฝืน; **do sth. in ~ of one's promise/oath** ทำ *ส.น.* ที่ละเมิดคำสัญญา/คำสาบานของตน; **they tested nuclear weapons in ~ of the treaty** พวกเขาทดลองอาวุธนิวเคลียร์ซึ่งเป็นการละเมิดสนธิสัญญา; Ⓑ การดูหมิ่น; Ⓒ การข่มขืน

violence /ˈvaɪələns/ˈวายเออะเลินซฺ/ *n., no pl.* Ⓐ *(intensity, force)* ความรุนแรง; *(of temper)* ความดุเดือด; Ⓑ *(brutality)* ความโหดร้ายทารุณ; **psychological ~:** การทำร้ายจิตใจอย่างทารุณ; **by** *or* **with ~:** โดย *หรือ* ด้วยความโหดร้าย; **a man of ~:** ชายที่โหดร้าย; **resort to** *or* **use ~:** ใช้ความโหดร้าย; **commit ~:** กระทำการโหดร้าย; **do ~ to sth.** *(fig.)* สร้างผลเสียต่อ *ส.น.*; Ⓒ *(Law)* การใช้พละกำลัง *หรือ* บังคับโดยมิชอบด้วยกฎหมาย; **threaten sb. with ~:** ขู่ *ค.น.* ด้วยการใช้กำลัง; **threat of ~:** การข่มขู่ว่าจะใช้กำลัง; **act/crime of ~:** การกระทำ/อาชญากรรมข้อหาการใช้กำลัง; **robbery with ~:** การปล้นโดยการใช้กำลัง

violent /ˈvaɪələnt/ˈวายเออะเลินทฺ/ *adj.* *(การโจมตี, การเจ็บปวด, ผลกระทบ, อากาศ, ความแตกต่าง)* รุนแรง; *(บุคคล)* โหดร้าย; *(ความร้อน, เผ็ด)* จัด; *(สี)* ฉูดฉาดมาก; *(อารมณ์)* ดุเดือด; *(เสียงดัง)* ลั่น; **don't be so ~:** อย่าโหดร้ายอย่างนั้นเลย; **he has a ~ temper, his character** *or* **temper is ~:** เขามีอารมณ์รุนแรง, เขาเป็นคนดุเดือด; **by ~ means** โดยวิธีรุนแรง; **~ death** การตายจากเหตุประทุษร้ายหรือเพราะได้รับบาดเจ็บ

violently /ˈvaɪələntlɪ/ˈวายเออะเลินทฺลิ/ *adv.* *(by means of violence)* โดยวิธีรุนแรง; *(with great vigour, intensity)* ด้วยพละกำลังมหาศาล; *(to a high degree)* อย่างมาก; **live/die ~:** ใช้ชีวิตอย่างโชกโชนโหดร้าย/ตายโหงอย่างทารุณ; **discourage sb. from acting/behaving ~:** ยับยั้ง *ค.น.* ไม่ให้กระทำ/ประพฤติตัวอย่างโหดร้ายทารุณ; **I dislike him ~:** ฉันเกลียดเขาอย่างมาก; **I was ~ ill** ฉันป่วยหนัก; **contrast ~:** ตรงข้ามกันอย่างมาก; **the colours clash ~:** สีขัดกันอย่างมาก

violet /ˈvaɪələt/ˈวายเออะเลิท/ ❶ *n.* Ⓐ พืชไม้ดอกในสกุล *Viola;* **sweet ~:** ไม้พันธุ์นี้ที่มีดอกสีม่วงและกลิ่นหอม; **shrinking ~** *(fig.)* คนที่ขี้อายอย่างมาก, นางอาย; **don't be such a shrinking ~:** อย่าทำตัวเป็นนางอายนักเลย; Ⓑ *(colour)* สีม่วง; **dressed in ~:** แต่งชุดสีม่วง ❷ *adj.* สีม่วง

violin /vaɪəˈlɪn/ไวเออะˈลิน/ *n. (Mus.)* ไวโอลิน *(ท.ศ.)*

violin: ~ case *n.* หีบไวโอลิน; **~ concerto** เพลงที่ออเคสตราเล่นประสานเสียงกับไวโอลิน

violinist /vaɪəˈlɪnɪst/วายเออะˈลินิซทฺ/ *n.* ➤ **489** *(Mus.)* นักไวโอลิน

violin: ~-maker *n.* คนทำไวโอลิน; **~ player** *n.* นักไวโอลิน; **~ sonata** *n.* เพลงโซนาตาสำหรับไวโอลิน; **~ teacher** *n.* ครูสอนไวโอลิน

violoncello /vaɪələnˈtʃeləʊ/ไวเออะเลินˈเจ็ลโล/ *n., pl.* **~s** *(Mus. formal)* ซอขนาดใหญ่ที่หนีบไว้ระหว่างเข่า, เชลโล *(ท.ศ.)*

VIP /viːaɪˈpiː/วีไอˈพี/ *n.* วีไอพี *(ท.ศ.)*; บุคคลสำคัญมาก; **the ~s** พวกวีไอพี, คนใหญ่คนโต

viper /ˈvaɪpə(r)/ˈไวเพอะ(ร)/ *n.* Ⓐ *(Zool.)* งูพิษในวงศ์ Viperidae; Ⓑ *(fig.)* คนทรยศ; **nourish** *or* **nurse a ~ in one's bosom** เลี้ยงคนทรยศ; ชาวนาเลี้ยงงูเห่า

viperish /ˈvaɪpərɪʃ/ˈไวเพอะริช/ *adj. (fig.)* *(บุคคล)* เหมือนงูพิษ; ชั่วร้าย; *(การกระทำ)* มุ่งร้าย; *(สำเนียง)* ปากจัด

VIP: ~ lounge *n.* ห้องวีไอพี; **~ treatment** *n.* การดูแลอย่างดีเยี่ยม; **give sb. ~ treatment** ดูแล *ค.น.* อย่างดีเยี่ยม

virago /vɪˈrɑːgəʊ/วิˈราโก, -ˈเรโก/ *n., pl.* **~s** หญิงดุร้าย, หญิงที่มีอารมณ์ร้าย

viral /ˈvaɪərl/ˈวายเออะร'ล/ *adj. (Med.)* เป็น *หรือ* เกิดจากเชื้อไวรัส

Virgil /ˈvɜːdʒɪl/ˈเวอจิล/ *pr. n.* เวอร์จิล *(กวีที่มีชื่อของโรมันสมัยก่อนคริสตกาล ประพันธ์มหากาพย์เรื่อง อีเนอิด)*

virgin /ˈvɜːdʒɪn/ˈเวอจิน/ ❶ *n.* Ⓐ หญิงพรหมจารี; บุคคลที่ยังไม่เคยร่วมเพศ; **she/he is still a ~:** เขา/เธอยังไม่เคยร่วมเพศ; Ⓑ **the [Blessed] V~ [Mary]** *(Relig.)* พระแม่มารีนิรมล; Ⓒ *(Astrol.)* **the V~:** ราศีกันย์; ➡ + **archer** B ❷ *adj.* Ⓐ *(chaste)* บริสุทธิ์; Ⓑ *(untouched, unspoiled)* *(หิมะ)* ไม่มีมลทิน; *(ธรรมชาติ)* ไม่มีร่องรอยของมนุษย์; *(ป่า)* ดิบ; **~ soil** ดินที่ยังไม่มีการใช้สอย; *(fig.)* ยังไม่มีใครแตะต้อง; **~ olive oil** น้ำมันมะกอกบริสุทธิ์

virginal /ˈvɜːdʒɪnl/ˈเวอจิน'ล/ ❶ *adj.* เหมือนหญิงพรหมจารี, บริสุทธิ์ ❷ *n. in pl. (Mus. Hist.)* *เครื่องดนตรีโบราณลักษณะคล้ายเปียโน*

virgin 'birth *n.* Ⓐ *(Biol.)* *การแพร่พันธุ์โดยไม่ต้องอาศัยเชื้อสืบพันธุ์จากเพศตรงข้าม;* Ⓑ *(Relig.)* *ความเชื่อว่าพระเยซูประสูติโดยปราศจากบิดา*

Virginia /vəˈdʒɪnɪə/เวอˈจินเนีย/ ❶ *pr. n.* มลรัฐเวอร์จิเนียในสหรัฐอเมริกา ❷ *n.* **~ [tobacco]** ยาสูบจากมลรัฐเวอร์จิเนีย; **~ cigarettes** บุหรี่ที่ใช้ยาสูบจากมลรัฐเวอร์จิเนีย

Virginia 'creeper *n. (Bot.)* เถาไม้เลื้อย *Parthenocissus quinquefolia* จากทวีปอเมริกาเหนือ

Virginian /vəˈdʒɪnɪən/เวอะˈจินเนียน/ ❶ *adj.* แห่งมลรัฐเวอร์จิเนีย ❷ *n.* ชาวมลรัฐเวอร์จิเนีย

Virgin 'Islands *pr. n. pl.* หมู่เกาะเวอร์จิน *(ในทะเลแคริบเบียน โดยอังกฤษและสหรัฐอเมริกาเป็นเจ้าของร่วมกัน)*

virginity /vəˈdʒɪnɪtɪ/เวอˈจินนิทิ/ *n.* ความบริสุทธิ์, ความไม่มีราคี, ความเป็นหญิงพรหมจารี

Virgo /ˈvɜːgəʊ/ˈเวอโก/ *n., pl.* **~s** *(Astron.)* กลุ่มดาวพระเคราะห์; *(Astrol.)* ราศีกันย์; ➡ + **Aries**

Virgoan /ˈvɜːgəʊən/ˈเวอโกเอิน/ *n. (Astrol.)* ชาวราศีกันย์

virile /ˈvɪraɪl, US ˈvɪrəl/ˈวิรายลฺ, ˈวิเริล/ *adj.* Ⓐ *(masculine)* มีลักษณะเป็นลูกผู้ชาย; Ⓑ *(sexually potent)* มีสมรรถนะทางเพศ; Ⓒ *(fig.: forceful, vigorous)* มีกำลังวังชา

virility /vɪˈrɪlɪtɪ/วิˈริลลิทิ/ *n.* Ⓐ ความเป็นลูกผู้ชาย; Ⓑ *(sexual potency)* ความมีสมรรถนะทางเพศ; Ⓒ *(fig.)* ความแข็งแรง

virologist /vaɪəˈrɒlədʒɪst/ไวเออะˈรอเลอะจิซทฺ/ *n.* ➤ **489** ผู้ที่ศึกษาเกี่ยวกับไวรัสและโรคที่เกิดจากไวรัส

virology /vaɪəˈrɒlədʒɪ/ไวเออะˈรอเลอะจิ/ *n.* การศึกษาเกี่ยวกับไวรัสและโรคที่เกิดจากไวรัส

virtual /ˈvɜːtʃʊəl/ˈเวอฉุเอิล/ *adj.* Ⓐ **a ~ ...:** เกือบจะเป็น...; เหมือนกับ...; ราวกับว่า...; **he is the ~ head of the business** เขาเสมือนเป็นหัวหน้าธุรกิจ; **the whole day was a ~ disaster** ทั้งวันเป็นเสมือนความวิบัติ; **the traffic came to a ~ standstill** การจราจรเกือบจะหยุดนิ่ง; Ⓑ *(Optics, Mech.)* *เกี่ยวกับจุดที่มาบรรจบเมื่อรังสีถูกส่องย้อนกลับ*, เกี่ยวกับการเคลื่อนเสมือน

virtually /ˈvɜːtʃʊəlɪ/ˈเวอฉุเอิลิ/ *adv.* โดยเสมือนจริง

virtual: office *n.* การทำงานทางอินเทอร์เน็ต; **~ pet** *n.* สัตว์เนรมิตในคอมพิวเตอร์; **~ re'ality** *n. (Computing)* การสร้างบรรยากาศที่เหมือนจริง

virtue /ˈvɜːtʃuː/ˈเวอฉู/ *n.* Ⓐ *(moral excellence)* ความประเสริฐทางศีลธรรม; *(chastity)* ความบริสุทธิ์; **~ is its own reward** *(prov.)* ทำความดีมีแต่อิ่มใจ; ➡ + **easy** 1 C; Ⓑ *(advantage)* ประโยชน์, ข้อได้เปรียบ, คุณ, ข้อดี; **what is the ~ in that?** มีประโยชน์อะไรในสิ่งนั้น; **there's no ~ in doing that** ไม่มีประโยชน์ในการทำอย่างนั้น; Ⓒ **by ~ of** โดยอาศัย, เนื่องมาจาก; ➡ + **necessity** A

virtuosity /vɜːtʃʊˈɒsɪtɪ/เวอฉุˈออซิทิ/ *n., no pl.* ความสามารถพิเศษ, ฝีมือพิเศษ; **perform with ~:** แสดงด้วยความสามารถพิเศษ

virtuoso /vɜːtjʊˈəʊsəʊ, -zəʊ/เวอะทิวˈโอโซ, -โซ/ *n., pl.* **virtuosi** /vɜːtjʊˈəʊziː/เวอะทิวˈโอซี/ *or* **~s** นักแสดง *(ดนตรี)* ที่มีความสามารถพิเศษ; *attrib.* การแสดงที่มีความชำนาญทางประณีตศิลป์; **a ~ performer** นักแสดงที่มีความสามารถพิเศษ

virtuous /ˈvɜːtʃʊəs/ˈเวอฉุเอิซ/ *adj.* Ⓐ *(possessing moral rectitude)* มีคุณธรรม; **if you're feeling ~ you can ...** *(iron.)* ถ้าคุณอยากจะน่ารักจริง ๆ คุณก็อาจจะ...; **that was ~ of you** *(iron.)* ช่างธรรมะธัมโมจริงนะ; Ⓑ *(chaste)* บริสุทธิ์

virtuously /ˈvɜːtʃʊəslɪ/ˈเวอฉุเอิซลิ/ *adv.* อย่างมีคุณธรรม; **live ~:** มีชีวิตอยู่ตามหลักศีลธรรม; **we ~ went to bed at ten** *(joc.)* เราเป็นเด็กดีมาก และเข้านอนเวลาสี่ทุ่ม

virtuousness /ˈvɜːtʃʊəsnɪs/ˈเวอฉุเอิซนิซ/ *n., no pl.* ความมีคุณธรรม, ความเที่ยงตรง, ความบริสุทธิ์

virulence /ˈvɪrʊləns/ˈวิรุเลินซฺ/ *n., no. pl.* Ⓐ *(Med.)* ความเป็นพิษ; *(of poison)* ความร้ายแรง; Ⓑ *(fig.: malignancy)* ความมุ่งร้าย

virulent /ˈvɪrʊlənt, ˈvɪrjʊlənt/ˈวิรุเลินทฺ, ˈวิริวเลินทฺ/ *adj.* Ⓐ *(Med.)* มีพิษร้ายแรง; *(พิษ)* รุนแรง; Ⓑ *(fig.: malignant)* มุ่งร้าย

virulently /ˈvɪrʊləntlɪ/ˈวิรุเลินทฺลิ/ *adv.* อย่างมุ่งร้าย; **be ~ anticommunist** ต่อต้านลัทธิคอมมิวนิสต์อย่างรุนแรงสุดขีด

virus /ˈvaɪərəs/ˈวายเออะเริซ/ *n.* Ⓐ ➤ **453** เชื้อไวรัส; **a ~ infection** การติดเชื้อไวรัส; Ⓑ *(Computing)* ไวรัสทำลายข้อมูลในคอมพิวเตอร์

virus checker *n. (Computing)* โปรแกรมตรวจสอบไวรัสในเครื่องคอมพิวเตอร์

V

visa | vitreous 996

visa /ˈviːzə/วีเซอะ/ *n.* วีซา *(ท.ศ.), (เอกสารประทับตราเข้าออกประเทศบนหนังสือเดินทาง)*

visage /ˈvɪzɪdʒ/วิซิจ/ *n. (literary)* หน้าตา, ใบหน้า; *(ugly)* หน้าตาน่าเกลียด

vis-à-vis /viːzɑːˈviː/วีซาวี/ ❶ *prep.* Ⓐ เกี่ยวกับ; Ⓑ *(facing)* โดยเผชิญหน้า; *(compared with)* เปรียบเทียบกับ ❷ *adv.* **stand ~:** ยืนหันหน้าเข้าหากัน ❸ *n., pl. same* Ⓐ *(person facing another)* การเผชิญหน้ากัน; Ⓑ *(Amer.: social partner)* คู่ขาทางสังคม

viscera /ˈvɪsərə/วิซเซอะเรอะ/ *n. pl. (Anat.)* อวัยวะภายในโพรงร่างกาย

visceral /ˈvɪsərl/วิซเซอะร'ล/ *adj. (Anat.)* เกี่ยวกับอวัยวะภายในร่างกาย

viscid /ˈvɪsɪd/วิซซิด/ *adj.* เหนียว, หนืด, ข้น

viscose /ˈvɪskəʊz, -kəʊs/วิซโคซ, -โคซ/ *n.* *ธาตุที่เป็นส่วนสำคัญของเนื้อเยื่อของไม้และฝ้ายซึ่งถูกปรุงแต่งให้เหนียวเพื่อผลิตเป็นแพรเทียม, แพรเทียมทำจากธาตุนี้*

viscosity /vɪsˈkɒsɪtɪ/วิซ'คอซิทิ/ *n.* Ⓐ *no pl. (quality)* ระดับความเหนียว; Ⓑ *(Phys.: of oil etc.)* ความเหนียวหนืด

viscount /ˈvaɪkaʊnt/ไวเคานทฺ/ *n.* ขุนนางอังกฤษตำแหน่งไวส์เคานท์ *(ท.ศ.)*

viscountcy /ˈvaɪkaʊntsɪ/ไวเคานทฺซิ/ *n.* ตำแหน่งไวส์เคานท์

viscountess /ˈvaɪkaʊntɪs/ไวเคานทิซ/ *n.* *ภริยาหรือภริยาม่ายของไวส์เคานท์, หญิงที่อยู่ในตำแหน่งไวส์เคานท์ด้วยสิทธิของตนเอง*

viscous /ˈvɪskəs/วิซเคิซ/ *adj.* เหนียว, หนืด, ข้น

vise *(Amer.)* ➡ ²**vice**

visibility /vɪzɪˈbɪlɪtɪ/วิซิ'บิลลิทิ/ *n., no pl.* Ⓐ *(being visible)* การมองเห็นได้; Ⓑ *(range of vision)* ระยะที่มองเห็น; *(Meteorol.)* ทัศนวิสัย; **reduce ~ to ten metres** ทำให้ทัศนวิสัยลดเหลือสิบเมตร

visible /ˈvɪzɪbl/วิซซิบ'ล/ *adj.* Ⓐ *(also Econ.)* สามารถมองเห็นได้; **be ~ to the naked eye** สามารถมองเห็นได้ด้วยตาเปล่า; **~ to observers in X** ผู้สังเกตการณ์ในเอ็กซ์สามารถมองเห็นได้; **highly ~** *(fig.)* เห็นได้ทั่ว; Ⓑ *(apparent)* เด่นชัด, ชัดเจน; **with ~ impatience** ด้วยความหงุดหงิดอย่างเห็นได้ชัด

visible panty line การเห็นขอบกางเกงในผู้หญิง

visibly /ˈvɪzɪblɪ/วิซซิบลิ/ *adv.* โดยมองเห็นได้, อย่างแจ่มแจ้ง

Visigoth /ˈvɪzɪgɒθ/วิซซิกอธ/ *n. (Hist.)* *พวกกอธตะวันตกที่ตั้งถิ่นฐานในฝรั่งเศสและสเปนในศตวรรษที่ 5 และปกครองหลายพื้นที่ของสเปนจนถึง ค.ศ. 1254*

vision /ˈvɪʒn/วิฌ'น/ *n.* Ⓐ *(sight)* การมองเห็น, วิทัศน์ *(ร.บ.)*, **[range of] ~:** [ระยะ] การมองเห็น; **[field of] ~:** ภาพทั้งหมดที่มองเห็น; ➡ + ˈ**line** 1 C; Ⓑ *(dream)* ภาพฝัน; *(person seen in dream)* บุคคลที่เห็นในความฝัน; **a ~ in white** *(fig.)* กุลสตรีในชุดขาวที่เหมือนเทพธิดา; **be a [real] ~:** งดงามเหมือนภาพเนรมิตร [จริง ๆ]; Ⓒ *usu. pl. (imaginings)* การจินตนาการ; **have ~s of sth.** มีการจินตนาการถึง *ส.น.;* **have ~s of having to do sth.** คิดภาพว่าจำเป็นต้องทำ *ส.น.;* Ⓓ *(insight, foresight)* วิสัยทัศน์ *(ร.บ.)*, การมองการไกล; **a man/woman of ~:** ชาย/หญิงที่มีวิสัยทัศน์; Ⓔ *(Telev.)* ภาพโทรทัศน์; **in sound and ~:** มีพร้อมทั้งเสียงและภาพ; **the programme will continue in ~ only until sound is restored** รายการจะดำเนินต่อเฉพาะภาพจนกว่าเสียงจะกลับสู่สภาพปกติ

visionary /ˈvɪʒənərɪ, US ˈvɪʒənerɪ/วิฌเฌอะเนอะริ, วิฌเฌอะเนะริ/ ❶ *adj.* Ⓐ *(imaginative)* เต็มด้วยจินตนาการ; *(fanciful)* ซึ่งนึกฝัน; Ⓑ *(imagined)* ถูกจินตนาการขึ้น; Ⓒ *(seeing visions)* ซึ่งมองเห็นการณ์ไกล; **~ power** มีความสามารถมองเห็นการณ์ไกล ❷ *n.* ผู้ที่มีวิสัยทัศน์; คนที่ช่างคิดฝัน

visit /ˈvɪzɪt/วิซซิท/ ❶ *v.t.* Ⓐ เยี่ยม; ไปหา *(หมอ);* **~ the sick** ไปเยี่ยมคนป่วย; Ⓑ *(dated: afflict)* ทำให้เดือดร้อน; **be ~ed with sth.** ได้รับความเดือดร้อนจาก *ส.น.;* Ⓒ *(Bibl.: inflict punishment for)* **~ the iniquity of the fathers upon the children** ลงโทษลูก ๆ สำหรับความชั่วของพ่อ
❷ *v.i.* Ⓐ ไปเยี่ยม; **be ~ing in a town** มาพักอยู่ในเมืองชั่วคราว; **I'm only ~ing** ฉันมาพักอยู่ชั่วคราวเท่านั้น; **spend the afternoon ~ing** ไปเยี่ยมเยียนญาติมิตรในช่วงบ่าย; **~ at a hotel** *(Amer.)* พักอยู่ที่โรงแรม; **be ~ing with sb.** *(Amer.)* ไปเยี่ยม *ค.น.;* Ⓑ *(Amer.: chat)* คุยเล่น
❸ *n.* Ⓐ การไปเยี่ยม; **pay** *or* **make a ~ to sb.** ไปเยี่ยม *ค.น.;* **pay a ~** *(coll.: go to the toilet)* ไปเข้าห้องน้ำ; **she was in London on a ~ to some friends** เธอมาลอนดอนเพื่อเยี่ยมเพื่อนบางคน; **have** *or* **receive a ~ [from sb.]** ได้รับการมาเยือน [จาก *ค.น.*]; **we shall be honoured to receive a ~ from you** พวกเราจะรู้สึกเป็นเกียรติ ถ้าคุณจะมาเยี่ยมพวกเรา; **we had a ~ from the police** ตำรวจได้มาหาเรา; **a ~ to a** *or* **the theatre/a museum** การไปชมละคร/พิพิธภัณฑ์; **a ~ to the British Museum** การไปเยี่ยมชมบริติชมิวเซียม; **a ~ to Rome/the USA** การไปเที่ยวกรุงโรม/สหรัฐอเมริกา; **I'm going on a two-day ~ to Athens** ฉันกำลังจะไปเที่ยวกรุงเอเธนส์สองวัน; **a ~ to the dentist['s]** การไปหาทันตแพทย์; **a home ~ by the doctor [to sb.]** การที่แพทย์มาตรวจอาการ [*ค.น.*] ที่บ้าน; Ⓑ *(Amer.: chat)* การคุยเล่น

visitation /vɪzɪˈteɪʃn/วิซิ'เทช'น/ *n.* Ⓐ *(official inspection by bishop etc.)* การตรวจตราอย่างเป็นทางการ; **a ~ of the sick** การไปเยี่ยมคนป่วย; Ⓑ *(coll. joc.: protracted visit)* การไปเยี่ยมที่ยืดเยื้อ; **we had a ~ from the director today** วันนี้เราถูกผู้อำนวยการมาเยี่ยมเยียนอย่างยืดเยื้อ; Ⓒ *(dated: punishment)* การลงโทษ; **a ~ of the plague** *(arch.)* การถูกสวรรค์ลงทัณฑ์โดยการระบาดของกาฬโรค

visiting /ˈvɪzɪtɪŋ/วิซซิทิง/ *n.* การไปเยี่ยม; **she does prison ~:** เธอไปเยี่ยมนักโทษในเรือนจำเป็นประจำ

visiting: ~ card *n.* บัตรเยี่ยม *(ที่ฝากไว้เมื่อผู้ไปเยี่ยมไม่อยู่);* **~ hours** *n. pl.* เวลาให้เยี่ยม; **what are the ~ hours in this hospital?** เวลาให้เยี่ยมในโรงพยาบาลนี้คืออะไร; **~ proˈfessor** *n.* ศาสตราจารย์ที่ได้รับเชิญมาบรรยายพิเศษ; **~ team** *n. (Sport)* นักกีฬาทีมเยือน

visitor /ˈvɪzɪtə(r)/วิซซิเทอะ(ร)/ *n.* Ⓐ ผู้มาเยี่ยม, แขก, ผู้มาติดต่อ; **have ~s/a ~:** มีแขกมาเยี่ยม; **we've got a ~ staying for a fortnight** เรามีแขกมาพักสองอาทิตย์; **the ~s** *(Sport)* ทีมเยือน; ➡ + **prison visitor;** Ⓑ *(Ornith.)* นกที่อพยพ; **summer ~s** นกอพยพช่วงหน้าร้อน

ˈvisitors' book *n.* สมุดเยี่ยม; **sign the ~:** ลงชื่อในสมุดเยี่ยม

visor /ˈvaɪzə(r)/วายเซอะ(ร)/ *n.* Ⓐ *(of helmet)* ส่วนที่ปิดเปิดได้ของหมวกกันน็อก; Ⓑ *(eyeshade, peak of cap)* ที่กำบังตาจากแสงแดด, ปีกหมวก; Ⓒ *(Motor Veh.)* **[sun] ~:** แผ่นกันแดดหน้าที่นั่งรถยนต์

vista /ˈvɪstə/วิซเตอะ/ *n.* Ⓐ *(view)* ทิวทัศน์ (of ของ); Ⓑ *(fig.)* **open up new ~s** เปิดมุมมองใหม่

visual /ˈvɪʒʊəl/วิฌฉุเอิล/ *adj.* Ⓐ *(related to vision)* เกี่ยวกับการมองเห็น; **~ sense** ประสาททางการมองเห็น; Ⓑ *(attained by sight)* รับรู้ได้โดยสายตา; **the ~ arts** ทัศนศิลป์; **a ~ landing** การบินลงโดยใช้สายตากะเอา; **~ display** *(Computing)* จอภาพ

visual: ~ aids *n. pl.* สื่อช่วยเรียนรู้; **~ disˈplay unit** *n.* จอภาพและเป็นพิมพ์

visualisation, visualise ➡ **visualiz-**

visualization /vɪzjʊəlaɪˈzeɪʃn, vɪʒʊəlaɪˈzeɪʃn/วิซิวเออะไล'เซช'น, วิฌัวไล'เซช'น/ *n.* *(making visual)* การทำให้มองเห็นได้; *(imagining)* การจินตนาการ

visualize /ˈvɪʒʊəlaɪz/วิฌฉุเอิลลายซฺ/ *v.t.* Ⓐ *(imagine)* จินตนาการ, นึกภาพออก; **I can't ~ myself in retirement** ฉันไม่สามารถนึกภาพตัวเองตอนเกษียณ; Ⓑ *(envisage, foresee)* คิด, มองเห็น, มองไกล; **I do not ~ many changes** ฉันไม่คิดว่าจะมีการเปลี่ยนแปลงมากนัก

visually /ˈvɪʒʊəlɪ/วิฌฉุเอิลลิ/ *adv.* Ⓐ *(with regard to vision)* โดยมองเห็น; Ⓑ *(by visual means)* โดยสายตา, ทางสายตา, อย่างเป็นภาพ; **record sth. ~:** บันทึก *ส.น.* ไว้เป็นภาพ

vital /ˈvaɪtl/ไวท'ล/ ❶ *adj.* Ⓐ *(essential to life)* จำเป็นต่อชีวิต; **~ functions** การทำงานของอวัยวะที่จำเป็นต่อชีวิต; Ⓑ *(essential)* จำเป็น; *(crucial)* สำคัญมาก (**to** สำหรับ); **it is of ~ importance** *or* **~ that you ...:** มันสำคัญอย่างยิ่ง/จำเป็นอย่างยิ่งที่คุณ...; **is it ~ for you to go?** คุณจำเป็นต้องไปหรือ; **your cooperation is ~ to** *or* **for the success of the plan** ความร่วมมือของคุณจำเป็นสำหรับความสำเร็จของแผนการ; Ⓒ *(full of life)* มีชีวิตชีวา
❷ *n. pl.* ➡ **vital parts**

vitality /vaɪˈtælɪtɪ/ไว'แทลิทิ/ *n., no pl.* Ⓐ *(ability to sustain life)* ความสามารถดำรงชีวิตอยู่ได้; Ⓑ *(liveliness)* ชีวิตชีวา; *(of prose, style, language)* ความมีชีวิตชีวา, พลัง; Ⓒ *(fig.: of institution, organization, etc.)* ความสามารถที่จะดำรงอยู่ได้

vitally /ˈvaɪtəlɪ/ไวเทอะลิ/ *adv. (crucial)* อย่างจำเป็น; **~ important** จำเป็นที่สุด; สำคัญอย่างยิ่ง

vital ˈparts *n. pl.* **the ~** *(dated or joc.)* อวัยวะสำคัญของร่างกาย; *(genitals)* อวัยวะเพศ

vital staˈtistics *n. pl.* Ⓐ *(data)* สถิติสำคัญประจำตัว; Ⓑ *(coll.: woman's body measurements)* ส่วนสัด; **her ~ are 34-26-34** ส่วนสัดของเธอเท่ากับ 34-26-34

vitamin /ˈvɪtəmɪn, US ˈvaɪt-/วิทเทอะมิน, ไวเทอะ-/ *n.* วิตามิน *(ท.ศ.);* **~ C** วิตามินซี

vitamin: ~ deficiency *n.* ภาวะขาดวิตามิน; **~ pill** *n.* ยาเม็ดวิตามิน

vitiate /ˈvɪʃɪeɪt/วิชชิเอท/ *v.t.* Ⓐ *(impair quality of, corrupt)* ทำให้คุณภาพลดลง, ทำให้เสื่อมเสีย; Ⓑ *(invalidate)* ทำให้เป็นโมฆะ

viticulture /ˈvɪtɪkʌltʃə(r)/วิททิคัลเฉอะ(ร)/ *n.* การเพาะเลี้ยงองุ่น

vitreous /ˈvɪtrɪəs/วิททริเอิซ/ *adj.* Ⓐ *(glass-like)* เหมือนแก้ว; **~ china** เครื่องกระเบื้องถ้วยชามที่เหมือนแก้ว; **~ enamel** เครื่องเคลือบที่เหมือนแก้ว; Ⓑ *(Anat.)* **~ body** *or* **humour** เยื่ออ่อนใสเหมือนวุ้นที่ลูกตา

V

vitrification /vɪtrɪfɪ'keɪʃn/วิทริฟิ'เคช่น/ *n.* การกลายสภาพเป็นแก้ว

vitrify /'vɪtrɪfaɪ/'วิททริฟาย/ *v.t. & i.* เปลี่ยนเป็นแก้ว

vitriol /'vɪtrɪəl/'วิททริเอิล/ *n.* Ⓐ *(Chem.)* กรดกำมะถัน; Ⓑ *(fig.: virulence)* การวิจารณ์ หรือ ถ้อยคำที่รุนแรง/ถากถาง

vitriolic /vɪtrɪ'ɒlɪk/วิทริ'ออลิค/ *adj.* *(คำพูด)* รุนแรง, ถากถาง, ที่เจ็บปวด

vituperate /vɪ'tju:pəreɪt, US vaɪ'tu:-/วิ'ทิวเพอะเรท, ไว'ทู-/ *v.i. (literary)* ด่าว่า, ประณาม, สาปแช่ง

vituperation /vɪtju:pə'reɪʃn, US vaɪtu:-/วิทิวเพอะ'เรช'น, ไวทู-/ *n. (literary)* การด่าว่า, การประณาม

vituperative /vɪ'tju:pərətɪv, US vaɪ'tu:-/วิ'ทิวเพอะเรอะทิว, ไว'ทู-/ *adj. (literary)* ที่ด่าว่า, ที่ประณามอย่างรุนแรง; **~ language** *or* **speech** ภาษา/คำพูดด่าว่า; **~ attack on sb.** การโจมตีด่าว่า *ค.น.* อย่างรุนแรง

viva /'vaɪvə/'วายเวอะ/ *(Brit. Univ. coll.)* ❶ *n.* การสอบปากเปล่า ❷ *v.t.* สอบปากเปล่า

vivacious /vɪ'veɪʃəs/วิ'เวเชิซ/ *adj.* มีชีวิตชีวา, ร่าเริง, กระฉับกระเฉง, เบิกบาน

vivaciously /vɪ'veɪʃəslɪ/วิ'เวเชิซลิ/ *adv.* อย่างมีชีวิตชีวา, อย่างรื่นเริง, อย่างเบิกบาน

vivacity /vɪ'væsɪtɪ/วิ'แวซิทิ/ *n., no pl.* ความมีชีวิตชีวา, ความร่าเริง, ความกระฉับกระเฉง

vivarium /vaɪ'veərɪəm, vɪ-/ไว'แวเรียม, วิ-/ *n., pl.* **vivaria** /raɪ'veaərɪə/ไว'เวเออะเรีย/ ที่เลี้ยงสัตว์ในสภาพธรรมชาติ

viva voce /vaɪvə 'vəʊtsɪ, 'vəʊsɪ/ไวเวอะ 'โวชิ, 'โวซิ/ *(Univ.)* ❶ *adv., adj.* ปากเปล่า ❷ *n.* การสอบปากเปล่า

vivid /'vɪvɪd/'วิววิด/ *adj.* Ⓐ *(bright)* *(สี)* สดใส; *(แสง)* สว่าง; Ⓑ *(animated)* มีชีวิตชีวา; Ⓒ *(clear, lifelike)* *(ภาพ)* ชัดเจน; *(บุคคลในนิยาย)* เหมือนมีชีวิต; Ⓓ *(intense)* แรงกล้า

vividly /'vɪvɪdlɪ/'วิววิดลิ/ *adv.* Ⓐ *(brightly)* อย่างสดใส, อย่างสว่าง; **a ~ coloured dress** ชุดที่มีสีสันสดใส; Ⓑ *(clearly)* อย่างชัดเจน; **remember sth. ~:** จำ *ส.น.* ได้อย่างชัดเจน

vividness /'vɪvɪdnɪs/'วิววิดนิซ/ *n., no pl.* Ⓐ *(brightness)* ความสดใส, ความสว่าง; Ⓑ *(liveliness, realism)* ความมีชีวิตชีวา, ความเหมือนจริง; *(of description)* ความชัดเจน

viviparous /vɪ'vɪpərəs, US vaɪ-/วิ'วิพเพอะเริซ, ไว-/ *adj. (Zool.)* ออกลูกเป็นตัว

vivisect /'vɪvɪsekt/'วิววิเซ็คท/ *v.t.* ผ่าตัดสัตว์เพื่อการศึกษา

vivisection /vɪvɪ'sekʃn/วิวิ'เซ็คช'น/ *n.* การผ่าตัดสัตว์เพื่อการศึกษา

vivisectionist /vɪvɪ'sekʃənɪst/วิวิ'เซ็คเชอะนิซท/ *n.* ผู้ผ่าตัดสัตว์เพื่อการศึกษา

vixen /'vɪksn/'วิคซ'น/ *n.* Ⓐ *(Zool.)* สุนัขจิ้งจอกตัวเมีย; Ⓑ *(fig.: woman)* หญิงที่ชอบทะเลาะวิวาท

viz /vɪz/วิซ/ *adv.* หมายถึง, คือว่า

vizier /vɪ'zɪə(r)/วิ'เซีย(ร), วิซเซีย(ร)/ *n.* *ข้าราชการชั้นสูงในประเทศมุสลิม โดยเฉพาะตุรกีในสมัยก่อน*

vizor ➡ **visor**

'V-neck *n.* คอเสื้อเป็นรูปตัววี

'V-necked *adj.* เป็นคอวี

vocabulary /və'kæbjʊlərɪ, US -lerɪ/เวอะ'แคบิวเลอะริ, -เละริ/ *n.* Ⓐ *(list)* ประมวลคำศัพท์; **learn ~:** ท่องศัพท์; **~ book** สมุดรวบรวมคำศัพท์; Ⓑ *(language of particular field)* ศัพท์เฉพาะวิชา; Ⓒ *(range of language)* คำศัพท์ทั้งหมดที่มีอยู่ในภาษาหนึ่ง

vocal /'vəʊkl/'โวค'ล/ ❶ *adj.* Ⓐ *(concerned with voice)* เกี่ยวกับเสียง; **a ~ organ** อวัยวะเปล่งเสียง; Ⓑ *(expressing oneself freely)* พูดออกมา, แสดงความรู้สึกด้วยวาจา; **he was very ~ about his rights** เขาพูดอย่างหนักแน่นเกี่ยวกับสิทธิของเขา ❷ *n. (Mus.)* ดนตรีที่มีการร้อง

'vocal cords *n. pl.* เส้นเสียงในกล่องเสียง, สายเสียง

vocalic /və'kælɪk/เวอะ'แคลิค/ *(Phonet.) adj.* แห่ง หรือ ประกอบด้วยสระ

vocalise ➡ **vocalize**

vocalist /'vəʊkəlɪst/'โวเคอะลิซท/ *n.* นักร้อง

vocalize /'vəʊkəlaɪz/'โวเคอะลายซ/ *v.t. & i.* เปล่งเสียง, ออกเสียง, พูดออกมา

vocal: ~ music *n.* ดนตรีสำหรับร้อง; **~ score** *n. (Mus.)* โน้ตเพลงของคำร้อง

vocation /vəʊ'keɪʃn/โว'เคช'น/ *n.* Ⓐ *(call to career; also Relig.)* ความรู้สึกว่าเหมาะกับอาชีพใด ๆ; **he felt no ~ for the ministry** เขารู้สึกว่าไม่เหมาะกับการเป็นพระ; **teaching is a ~ as well as a profession** การสอนเป็นทั้งงานและสิ่งที่ต้องทำด้วยใจรัก; Ⓑ *(special aptitude)* ความสามารถพิเศษ; Ⓒ *(profession)* อาชีพ

vocational /və'keɪʃənl/เวอะ'เคเชอะน'ล/ *adj.* เกี่ยวกับอาชีพ

vocational: ~ college *n.* วิทยาลัยอาชีวะศึกษา; **~ guidance** *n.* การแนะแนวอาชีพ; **~ training** *n.* การฝึกอบรมอาชีพ

vocative /'vɒkətɪv/'วอเคอะทิว/ *(Ling.)* ❶ *adj.* เกี่ยวกับการที่เป็นนามเรียกขาน; **~ case** การที่เป็นนามเรียกขาน ❷ *n.* การที่เป็นนามเรียกขาน

vociferate /və'sɪfəreɪt, US vəʊ-/เวอะ'ซิฟเฟอะเรท, โว-/ ❶ *v.i.* ตะโกน, ร้องเสียงดัง ❷ *v.t.* พูดเสียงดังหนวกหู

vociferation /vəsɪfə'reɪʃn/เวอะซิเฟอะ'เรช'น/ *n.* การส่งเสียงอึกทึก; *(of opinions)* การแสดงออกอย่างเด่นชัด

vociferous /və'sɪfərəs, US vəʊ-/เวอะ'ซิฟเฟอะเริซ, โว-/ *adj. (noisy)* ดังหนวกหู; *(insistent)* *(การประท้วง)* แสดงออกอย่างแรงไม่ลดละ

vociferously /və'sɪfərəslɪ, US vəʊ-/เวอะ'ซิฟเฟอะเรซลิ, โว-/ *adv.* อย่างเสียงดังหนวกหู; *(ออกความคิด)* อย่างแรงไม่ลดละ

vociferousness /və'sɪfərəsnɪs/เวอะ'ซิฟเฟอะเริซนิซ/ *n., no pl.* การส่งเสียงเอะอะ, การแสดงความคิดเห็นอย่างไม่ยอมลดราวาศอก

vodka /'vɒdkə/'วอดเคอะ/ *n.* วอดก้า *(ท.ศ.)* *(สุราที่กลั่นจากข้าวไรย์ โดยเฉพาะในรัสเซีย)*

vogue /vəʊg/โวก/ *n.* ความนิยม; **the ~ for large hats** ความนิยมหมวกใบใหญ่; **there is a ~ for holidays on canal boats** มีการนิยมที่จะไปพักผ่อนล่องเรือตามคลอง; **be in/come into ~:** กำลังอยู่ในความนิยมของประชาชน; **go out of ~:** หมดสมัยไปแล้ว; **have** *or* **enjoy a ~:** ได้รับความนิยมมาก

'vogue word *n.* คำที่กำลังเป็นที่นิยม

voice /vɔɪs/วอยซ/ ❶ *n.* Ⓐ *(lit. or fig.)* เสียง; **in a firm/loud ~:** ด้วยเสียงหนักแน่น/ดัง; **like the sound of one's own ~:** พูดมากเกินไปจนคนอื่นไม่มีโอกาสพูด; **lose one's ~:** ไม่มีเสียง, เสียงหาย; **be in good/bad ~:** เสียงอยู่ในสภาพปกติ/ไม่อยู่ในสภาพปกติ; **make one's ~ heard** ทำให้เสียงของตนเป็นที่ได้ยิน; *(fig.)* ทำให้ผู้อื่นเข้าใจจุดยืนของตนเอง; Ⓑ *(expression)* **give ~ to sth.** พูด *ส.น.* ออกมา; Ⓒ *(expressed opinion)* ความคิดเห็นที่แสดงออกมา; **with one ~:** เป็นเอกฉันท์; **lend one's ~ to sth.** สนับสนุน *ส.น.*; **have a/no ~ in the matter** ไม่/มีสิทธิออกความคิดเห็นต่อเรื่อง; Ⓓ *(Mus.)* เสียงร้อง; **[singing] ~:** เสียงร้อง; **study ~:** เรียนการร้องเพลง; **setting for five ~s** ดนตรีที่มีบทขับร้องห้าส่วน; Ⓔ *(Phonet.)* *เสียงที่เปล่งออกมาจากการสั่นสะเทือนของเส้นเสียง*; Ⓕ *(Ling.)* วาจกในไวยากรณ์; **the active/passive ~:** กรรตุวาจก/กรรมวาจก ❷ *v.t.* Ⓐ *(express)* แสดงความคิดออกมา; Ⓑ *esp. in p.p. (Phonet.)* ออกเสียงโดยการสั่นสะเทือนของเส้นเสียง; **a ~d consonant** พยัญชนะที่ออกเสียงโดยการสั่นสะเทือนของเส้นเสียง

'voice box *n.* กล่องเสียง

voiceless /'vɔɪslɪs/'วอยซลิซ/ *adj.* Ⓐ ใบ้, ไร้เสียง, ไม่พูด; Ⓑ *(Phonet.)* ที่ออกเสียงโดยไม่มีการสั่นสะเทือนของเส้นเสียง

voice: ~ mail *n.* วอยซ์เมล์ *(ท.ศ.)*; **~-over** *n.* บทบรรยายในภาพยนตร์; **~ print** *n.* การบันทึกเสียงพูดเพื่อศึกษาลักษณะต่าง ๆ; **~ teacher** *n.* ครูสอนร้องเพลง; **~ vote** *n. (Amer.)* *การตัดสินโดยการประมาณว่าเสียงรับหรือเสียงปฏิเสธแรงกว่ากัน*

void /vɔɪd/วอยด/ ❶ *adj.* Ⓐ *(empty)* ว่างเปล่า; Ⓑ *(invalid)* โมฆะ, ไม่มีผลทางกฎหมาย; **his efforts were rendered ~:** ความพยายามของเขาถูกทำให้ไร้ผล; ➡ **+ null**; Ⓒ *(Cards)* **my hand was ~ in hearts** ฉันไม่มีไพ่รูปหัวใจ; Ⓓ *(lacking)* **~ of** ขาดแคลน; **a proposal wholly ~ of sense** ข้อเสนอแนะที่ปราศจากเหตุผลโดยสิ้นเชิง ❷ *n.* Ⓐ *(empty space)* ความว่างเปล่า; **the vast desert ~s** ทะเลทรายกว้างใหญ่ที่ว่างเปล่า; Ⓑ *(fig.)* **nobody can fill the ~ left by his death** ไม่มีใครแทนที่เขาได้หลังจากที่เขาตายจากไป; **there was an aching ~ in her heart** หัวใจของเธอปวดแปลบด้วยความสูญเสีย; Ⓒ *(Cards)* **have a ~ in spades** ไม่มีไพ่โพดำ ❸ *v.t.* Ⓐ *(render invalid)* ทำให้เป็นโมฆะ; *(Law)* ทำให้ไม่มีผลทางกฎหมาย, โมฆียะ; Ⓑ *(empty)* ถ่ายออกมา *(อุจจาระ, ปัสสาวะ)*

voile /vɔɪl/วอยล/ *n. (Textiles)* ผ้าที่โปร่งใสบางมาก

vol. /vɒl/วอล/ *abbr.* **volume** ล., ฉ.

volatile /'vɒlətaɪl, US -tl/'วอเลอะทายล, -ท'ล/ *adj.* Ⓐ *(Chem.)* ระเหยได้อย่างรวดเร็ว; **~ oil** ➡ **ethereal oil**; Ⓑ *(fig.) (lively)* มีชีวิตชีวา; *(changeable)* เปลี่ยนแปลงได้ง่าย; *(บุคคล, อารมณ์)* หุนหันพลันแล่น; *(likely to erupt)* *(บุคคล)* โกรธง่าย; *(สถานการณ์)* ระเบิดได้ง่าย

volatilise ➡ **volatilize**

volatility /vɒlə'tɪlɪtɪ/วอเลอะ'ทิลิทิ/ *n., no pl.* Ⓐ *(Chem.)* ความไวในการระเหย; Ⓑ *(fig.)* ➡ **volatile** B: ความมีชีวิตชีวา, การเปลี่ยนแปลงได้ง่าย, การระเบิดได้ง่าย, การปะทุได้ง่าย

volatilize /və'lætɪlaɪz/เวอะ'แลทิลายซ/ ❶ *v.t.* *(Chem.)* ทำให้ระเหย ❷ *v.i.* ระเหย

vol-au-vent /'vɒləʊvɒ̃/'วอโลวอง/ *n. (Gastr.)* แป้งพายฟูก้อนกลมยัดไส้; **chicken ~:** แป้งพายก้อนกลมพองใส่เนื้อไก่และซอสครีมข้น

volcanic /vɒl'kænɪk/วอล'แคนิค/ *adj.* Ⓐ แห่งภูเขาไฟ, เกิดจากภูเขาไฟ; **~ eruption** การปะทุของภูเขาไฟ; **~ in origin** มาจากภูเขาไฟ; Ⓑ *(fig.: violent)* รุนแรง

Volume (ปริมาตรชั่งตวงวัด)

Cubic measure (การวัดเป็นลูกบาศก์)

1 cubic inch (cu. in.) ลูกบาศก์นิ้ว	=	16.4 cm^3 ลูกบาศก์เซนติเมตร		
1,728 cubic inches ลูกบาศก์นิ้ว	=	1 cubic foot (cu. ft) ลูกบาศก์ฟุต	=	0.03 m^3 ลูกบาศก์เมตร
27 cubic feet ลูกบาศก์ฟุต	=	1 cubic yard (cu. yd) ลูกบาศก์หลา	=	0.76 m^3 ลูกบาศก์เมตร

Liquid measure (การตวงของเหลว)

BRITISH: (แบบอังกฤษ)

20 fluid ounces (fl. oz) ออนซ์	=	1 pint (pt) ไพนท์	=	0.57 litre ลิตร
2 pints ไพนท์	=	1 quart (qt) ควอร์ท	=	1.14 litre ลิตร
4 quarts ควอร์ท	=	1 gallon (gal.) แกลลอน	=	4.55 litre ลิตร

AMERICAN: (แบบอเมริกัน)

16 fluid ounces (fl. oz) ออนซ์	=	1 pint (pt) ไพนท์	=	0.47 litre ลิตร
2 pints ไพนท์	=	1 quart (qt) ควอร์ท	=	0.94 litre ลิตร
4 quarts ควอร์ท	=	1 US gallon (gal.) แกลลอนสหรัฐ	=	3.78 litre ลิตร

What is its volume?
= มันมีปริมาตรเท่าไร

Its volume is 200 cubic feet
= ปริมาตรของมันคือ 200 ลูกบาศก์ฟุต

What is the capacity of the tank? How much does the tank hold?
= ถังน้ำมีความจุเท่าไร

The tank holds 10 UK/US gallons
= ถังน้ำจุได้ 10 แกลลอนอังกฤษ/อเมริกัน, ถังน้ำจุได้ 45 ลิตร/38 ลิตรโดยประมาณ

My car does 28 (UK) or ***23 (US) miles per gallon (m.p.g.)***
= รถของฉันวิ่งได้ 28 (อังกฤษ) หรือ 23 (อเมริกัน) ไมล์ต่อแกลลอน

The two tanks have the same capacity
= ถังน้ำสองใบมีความจุเท่ากัน

20 litres of petrol
= น้ำมันเชื้อเพลิง 20 ลิตร

It's sold by the litre
= ขายเป็นลิตร

What is the capacity of the engine?
= เครื่องยนต์มีปริมาตรกี่ซีซี

It's a 1600 cc or ***1.6 litre engine*** (Brit.)
It's a 96 cu. in (Amer.) ***motor***
= เป็นเครื่องยนต์ 1.6 ลิตร *หรือ* เป็นเครื่องยนต์ 96 ลูกบาศก์นิ้ว

volcano /vɒl'keɪnəʊ/วอล'เคโน/ *n., pl.* **~es** ภูเขาไฟ

vole /vəʊl/โวล/ *n.* หนูกินพืชในวงศ์ Cricetidae; **field ~:** หนูนา; ➡ **+ water vole**

Volga /'vɒlgə/'วอลเกอะ/ *pr. n.* แม่น้ำวอลกา *(ที่ไหลผ่านตะวันตกของรัสเซียลงสู่ทะเลแคสเปียน)*

volition /və'lɪʃn, US vəʊ-/เวอะ'ลิช'น, โว-/ *n.* ความตั้งใจ, ความต้องการ, เจตนา *(ร.บ.)*; **of one's own ~:** โดยความสมัครใจ

volley /'vɒlɪ/'วอลิ/ ❶ *n.* Ⓐ *(discharge of missiles)* การระดมยิง; **a ~ of stones/arrows** การระดมโยนก้อนหิน/ยิงลูกศร; Ⓑ *(fig.)* **a ~ of oaths/ curses** การเปล่งคำสาบาน/คำสาปแช่งมากมาย; **direct a ~ of questions at sb.** ถามคำถาม *ค.น.* อย่างไม่หยุดยั้ง; Ⓒ *(Tennis)* การตีลูกกลับก่อนที่ลูกจะตกพื้น; *(Football)* การเตะลูกฟุตบอลก่อนที่ลูกจะกระทบพื้น; **half ~:** การตีลูกเทนนิสหรือการเตะลูกฟุตบอลขณะที่ลูกกำลังกระเด้งขึ้นจากพื้น ❷ *v.t. (Tennis, Football)* ตี/เตะลูกกลับก่อนที่ลูกตกพื้น, ลูกวอลเลย์ *(ท.ศ.)*

'volleyball /'vɒlɪbɔːl/'วอลิบอล/ *n.* กีฬาวอลเลย์บอล *(ท.ศ.)*

vols. *abbr.* **volumes** ล., ฉ.

volt /vəʊlt/วอลทฺ/ *n. (Electr.)* โวลต์ *(ท.ศ.)*, หน่วยแรงดันไฟฟ้า

voltage /'vəʊltɪdʒ/'โวลทิจ/ *n. (Electr.)* แรงดันไฟฟ้า; **high/low ~:** แรงดันไฟฟ้าสูง/ต่ำ; **what's the ~ here?** แรงดันไฟฟ้าที่นี่มีค่าเท่าไร

'voltage regulator *n. (Electr.)* เครื่องควบคุมแรงดันไฟฟ้า

volte-face /vɒlt'feɪs/วอลท'เฟซ/ *n. (fig.)* การพลิกกลับจุดยืนโดยสิ้นเชิง, การเปลี่ยนหน้ามือเป็นหลังมือ

voltmeter /'vəʊltmiːtə(r)/'โวลทฺมีเทอะ(ร)/ *n. (Electr.)* เครื่องวัดกระแสไฟฟ้าเป็นโวลต์

volubility /vɒljʊ'bɪlɪtɪ/วอลิว'บิลลิทิ/ *n., no pl. (of speech)* การพูดเก่ง, การพูดไม่หยุด

voluble /'vɒljʊbl/'วอลิวบ'ล/ *adj.* พูดเก่ง, พูดไม่หยุด; **be ~ in sb.'s defence** พูดแก้ข้อกล่าวหาให้ *ค.น.* อย่างเก่ง

volubly /'vɒljʊblɪ/'วอลิวบลิ/ *adv.* โดยพูดเก่ง, โดยพูดไม่หยุด

volume /'vɒljuːm, US -jəm/'วอลิวมฺ, -เลียม/ *n.* Ⓐ วอลุ่ม *(ท.ศ.)*, หนังสือเล่มหนึ่ง, หนังสือรวมเล่ม; **a two-~ edition** ฉบับพิมพ์สองเล่มจบ; *(on periodical)* **V~ II no. 3** เล่มสองทับสาม; ➡ **+ speak** 2 C; Ⓑ *(loudness)* ความดัง; *(of voice)* ความดัง; **turn the ~ up/down** เพิ่มความดังขึ้น/ลดเสียงลง; **~ of sound** ความดังของเสียง; Ⓒ ➤ 998 *(amount of space)* ปริมาตร; *(amount of substance)* จำนวนสสาร; **two ~s of hydrogen to one of oxygen** ไฮโดรเจนสองส่วนต่อออกซิเจนหนึ่งส่วน; Ⓓ *(amount, quantity) (of sales etc.)* จำนวน, ปริมาณ; **~ of traffic/passenger travel** ปริมาณการจราจร/ผู้โดยสาร; **he produced a considerable ~ of church music** เขาแต่งดนตรีสำหรับบรรเลงในโบสถ์ไว้ค่อนข้างมาก; Ⓔ *in pl. (mass)* **~s of black smoke** กลุ่มควันดำ; **I've got ~s of work to do** ฉันมีงานต้องทำมากมาย

volume: ~ control *n.* การควบคุมความดังของเสียง; *(device)* เครื่องควบคุมความดังของเสียง; **~ production** *n.* การผลิตเป็นจำนวนมาก; **~ sales** *n. pl.* ปริมาณที่ขายได้

voluminous /və'ljuːmɪnəs, və'luː/เวอะ'ลิวมิเนิซ, เวอะ'ลู-/ *adj.* Ⓐ *(great in quantity)* ซึ่งมีปริมาณมาก; *(prolific)* ที่มีผลงานมาก; Ⓑ *(bulky, loose)* หลวม; *(เสื้อผ้า)* ค่อนข้างใหญ่และเทอะทะ; **~ garment** เสื้อผ้าที่หลวม

voluntarily /'vɒləntərɪlɪ/'วอเลินเทอะริลิ/ *adv.* โดยสมัครใจ

voluntary /'vɒləntərɪ, US -terɪ/'วอเลินเทอะริ, -เทะริ/ ❶ *adj.* Ⓐ สมัครใจ; **~ army** กองทัพที่ประกอบด้วยอาสาสมัคร; **~ organizations** องค์การอาสาสมัคร; **V~ Service Overseas** *(Brit.)* องค์การที่ส่งเสริมงานอาสาสมัครในประเทศด้อยพัฒนา; Ⓑ *(controlled by will) (กล้ามเนื้อ, การเคลื่อนไหว)* อยู่ภายใต้การควบคุมของจิตใจ ❷ *n. (Mus.)* การบรรเลงเดี่ยวออร์แกนในพิธีในโบสถ์

volunteer /vɒlən'tɪə(r)/วอเลิน'เทีย(ร)/ ❶ *n.* อาสาสมัคร; **any ~s?** มีอาสาสมัครบ้างไหม; **as a ~:** เป็นอาสาสมัคร; *attrib.* **~ army/force** กองทัพอาสาสมัคร ❷ *v.t. (offer)* เสนอขึ้นมา, อาสาสมัคร; **~ advice** เสนอคำแนะนำโดยไม่มีการขอ ❸ *v.i.* อาสา; **~ to do** *or* **for the shopping** อาสาไปซื้อของให้

voluptuary /və'lʌptjʊərɪ/เวอะ'ลัพทิวเออะริ/ *n.* ผู้ที่ปล่อยตนไปกับความสำราญและกามกิเลส

voluptuous /və'lʌptjʊəs/เวอะ'ลัพทิวเอิซ/ *adj.* Ⓐ *(sexually alluring)* ล่อใจให้ใฝ่กามารมณ์, มี

V

เสน่ห์ยั่วยวน; Ⓑ *(concerned with pleasures)* เกี่ยวกับความสำราญ; *(ความรู้สึก)* ที่ทำให้พึงพอใจทางกาย

voluptuously /və'lʌptjʊəslɪ/เวอะ'ลัพทิวเอิซลิ/ *adv.* อย่างล่อใจให้ใฝ่กามารมณ์

voluptuousness /və'lʌptjʊəsnɪs/เวอะ'ลัพทิวเอิซนิซ/ *n. (sexual allure)* การล่อใจให้ใฝ่กามารมณ์; เสน่ห์

volute /və'lju:t/เวอะ'ลิวทฺ/ *n. (Archit.)* วงม้วนขด, วงก้นหอย

vomit /'vɒmɪt/'วอมิท/ ❶ *v.t.* Ⓐ อาเจียน, สำรอก, อ้วก; Ⓑ *(fig.: send out)* พ่นออกมา; **~ [out]** พ่น ❷ *v.i.* อาเจียน, สำรอก ❸ *n.* สิ่งที่อาเจียนออกมา

voodoo /'vu:du:/'วูดู/ *n.* Ⓐ *(witchcraft)* การใช้เวทมนตร์คาถา; Ⓑ *(spell)* เวทมนตร์, คาถา

voracious /və'reɪʃəs/เวอะ'เรเชิซ/ *adj.* Ⓐ *(ravenous)* ตะกละ, กินไม่รู้จักอิ่ม; Ⓑ *(fig.: insatiable) (ความต้องการ)* ไม่รู้จักพอ, โลภ

voraciously /və'reɪʃəslɪ/เวอะ'เรเชิซลิ/ *adv. (lit. or fig.)* อย่างตะกละ, อย่างไม่รู้จักพอ; **be ~ hungry** หิวมากและรับประทานได้เป็นพายุบุแคม

voracity /və'ræsɪtɪ/เวอะ'แรซิทิ/ *n., no pl.* ความตะกละ, ความเห็นแก่กิน; *(fig.: insatiability)* ความโลภ, ความไม่รู้จักพอ

vortex /'vɔ:teks/'วอเท็คซ/ *n., pl.* **vortices** /'vɔ:sɪsi:z/'วอทิซีซ/ *or* **~es** *(whirlpool, whirlwind)* กระแสน้ำวน, สิ่งวนเวียน; *(fig.: whirl)* แรงดึงดูด

Vosges /vəʊʒ/โวฌ/ *n. pl. เทือกเขาในแถบตะวันออกเฉียงเหนือของประเทศฝรั่งเศส*

votary /'vəʊtərɪ/'โวเทอะริ/ *n.* Ⓐ *(Relig.)* ผู้ที่อุทิศตัวต่อศาสนา; Ⓑ *(literary: ardent follower)* ผู้ติดตามอย่างใจจดใจจ่อ, ผู้สนับสนุนด้วยศรัทธาแรงกล้า

vote /vəʊt/โวท/ ❶ *n.* Ⓐ *(individual ~)* โหวต *(ท.ศ.)*, คะแนนเสียง; **a majority of ~s** เสียงส่วนใหญ่; **my ~ goes to X, X has my ~** *(fig. coll.)* ฉันลงเสียงให้เอ็กซ์; Ⓑ *(act of voting)* การออกเสียง, การลงคะแนนเสียงเลือกตั้ง; **take a ~ on sth.** ออกเสียงเพื่อตัดสิน *ส.น.*; ➡ + 'put 1 E; Ⓒ *(right to ~)* **have/be given** *or* **get the ~:** มี/ได้รับสิทธิในการออกเสียง; Ⓓ *(collective)* จำนวนคะแนนเสียง; *(result)* มติ; **the ~ in favour of capital punishment** การมีมติให้มีการลงโทษประหารชีวิต; **the Irish/Black/Labour /Conservative ~:** กลุ่มผู้มีสิทธิลงคะแนนเสียงชาวไอริช/ชาวผิวดำ/กรรมกร/สมาชิกพรรคอนุรักษ์นิยม; Ⓔ *(expression of opinion)* การแสดงความคิดเห็น; **give sb. a ~ of confidence/ no confidence** แสดงการสนับสนุน/ไม่สนับสนุน *ค.น.*; **~ of confidence/no confidence** การออกเสียงลงมติไว้วางใจรัฐบาล/ไม่ไว้วางใจรัฐบาล; **propose a ~ of thanks** กล่าวสุนทรพจน์ขอบคุณอย่างเป็นทางการ; Ⓕ *(Brit. Parl.: money granted)* เงินที่สภามีมติให้อนุมัติ

❷ *v.i.* ออกเสียง; *(in election)* ออกเสียงเลือกตั้ง; **~ for/against** ออกเสียงให้กับ/ต้าน; **~ for Smith** ลงคะแนนเสียงให้กับสมิธ; **~ on a motion** ออกเสียงเรื่องญัตติว่าจะให้ผ่านหรือไม่ให้ผ่าน; **~ to do sth.** ออกเสียงเพื่อที่จะทำ *ส.น.*; **~ by acclamation/ballot/[a] show of hands** ออกเสียงด้วยการขานออกเสียง/บัตรลงคะแนนเสียง/การยกมือขึ้น; **~ with one's feet** *(fig.)* แสดงความคิดเห็นโดยการปรากฏตัวหรือไม่ปรากฏตัว; **~ Conservative/Labour** *etc.* ออกเสียงให้กับพรรคอนุรักษ์นิยม/พรรคแรงงาน ฯลฯ ❸ *v.t.* Ⓐ *(elect)* **~ sb. Chairman/President** *etc.* เลือก *ค.น.* เป็นประธาน ฯลฯ; **~ sb. on to a committee** เลือก *ค.น.* เป็นคณะกรรมการ; *(approve)* **~ a sum of money for sth.** อนุมัติเงินก้อนหนึ่งเพื่อ *ส.น.*; Ⓑ *(coll.: pronounce)* แถลง, ประกาศ, ตัดสิน; **~ sth. a success/ failure** ตัดสิน *ส.น.* เป็นความสำเร็จ/ความล้มเหลว; Ⓒ *(coll.: suggest)* แนะนำ; **I ~ [that] we go home** ฉันแนะนำ [ว่า] เราควรจะกลับบ้าน

~ 'down *v.t.* ลงมติด้วยคะแนนเสียงให้ยกเลิก, ลงมติให้ญัตติตกไป

~ 'in *v.t.* ลงคะแนนเสียงให้ชนะ

~ 'out *v.t.* ลงคะแนนเสียงให้ฝ่ายตรงข้ามชนะ, ไม่ลงคะแนนเสียงให้พอ

~ 'through *v.t.* ลงมติให้ญัตติผ่าน

'vote-catching *n.* การดึงดูดคะแนนเสียง; **~ concessions** การยินยอมที่ดึงดูดคะแนนเสียง

voter /'vəʊtə(r)/'โวเทอะ(ร)/ *n.* ผู้ออกเสียง, ผู้มีสิทธิออกเสียง; **the turnout of ~s** จำนวนประชากรที่ออกเสียงเลือกตั้ง

voting /'vəʊtɪŋ/'โวทิง/ *n.* การออกเสียง; *(in election)* การลงคะแนนเสียงเลือกตั้ง; **the ~ was 220 for, 165 against** ผลของการลงคะแนนเสียงคือเสียงสนับสนุน 220 เสียง เสียงคัดค้าน 165 เสียง

voting: ~ age *n.* อายุที่มีสิทธิลงคะแนนเสียง; **~ paper** *n.* บัตรคะแนนเสียง; **~ slip** *n.* บัตรลงคะแนนเสียง; **~ system** *n.* ระบบการลงคะแนนเสียง

votive /'vəʊtɪv/'โวทิว/ *adj.* ซึ่งถวาย, ซึ่งอุทิศตามที่ได้บนบานไว้

vouch /vaʊtʃ/เวาฉ/ ❶ *v.t.* **~ that ...:** สนับสนุนยืนยันว่า... ❷ *v.i.* **~ for sb./sth.** รับรองรับประกัน *ค.น./ส.น.*

voucher /'vaʊtʃə(r)/'เวาเฉอะ(ร)/ *n.* Ⓐ บัตรกำนัล; Ⓑ *(proof of payment)* หลักฐานของการจ่ายเงิน, ใบสำคัญจ่าย

vouchsafe /vaʊtʃ'seɪf/เวาฉ'เซฟ/ *v.t. (dated, formal)* กรุณา, ยอมสละ; **~ to do sth.** สู้อุตส่าห์ลดตัวลงมาทำ *ส.น.*

vow /vaʊ/วาว/ ❶ *n. (Relig.)* คำปฏิญาณ, คำมั่นสัญญา, การสาบาน, ปฏิญญาสาบาน *(ร.บ.)*, **make** *or* **take a ~ of loyalty to sb.** ให้คำปฏิญาณว่าจะจงรักภักดีต่อ *ค.น.*; **lover's ~s** ปฏิญาณของคู่รักในการครองรัก; **be under a ~:** ได้ให้คำมั่นสัญญาไว้แล้ว; **be under a ~ of silence** ได้ให้คำมั่นสัญญาว่าจะไม่ปริปาก ❷ *v.t.* **~ sth./to do sth.** ปฏิญาณ *ส.น.*/ว่าจะทำ *ส.น.*; **~ to take revenge on sb.** ปฏิญาณว่าจะแก้แค้น *ค.น.*

vowel /'vaʊəl/'วาวเอิล/ *n.* สระ; **~ sound** เสียงสระ

vox populi /vɒks 'pɒpjʊlɪ/วอคซ 'พอพิวลิ/ *n.* ประชามติ, คำตัดสินของคนส่วนใหญ่

voyage /'vɔɪɪdʒ/'วอยอิจ/ ❶ *n.* การเดินทางไกล; *(sea ~)* การเดินทางทางทะเล; **outward /homeward ~, ~ out/home** การเดินทางสู่ภายนอก *หรือ* จากบ้าน/กลับบ้าน; **a ~ to the moon** การเดินทางไปยังดวงจันทร์; **he was on a ~ of discovery** *(lit. or fig.)* เขาอยู่ในระหว่างการเดินทางค้นคว้า ❷ *v.i. (literary)* เดินทาง ❸ *v.t.* เดินทางข้าม *(ทวีป, ทะเล)*

voyager /'vɔɪɪdʒə(r)/'วอยอิจเจอะ(ร)/ *n. (literary)* ผู้เดินทาง; *(sea ~)* ผู้เดินทางทางทะเล

voyeur /vwa:'jɜ:(r)/วอย'เยอ(ร)/ *n.* Ⓐ *(sexual)* คนที่เกิดความใคร่จากการมองดูกามกิจของผู้อื่น; Ⓑ *(prying observer)* ผู้ที่สอดรู้สอดเห็นเรื่องของคนอื่น

voyeurism /vwa:'jɜ:rɪzm/วอย'เยอริซ'ม/ *n. no pl.* ความใคร่ที่เกิดจากการมองดูกามกิจของผู้อื่น

VP *abbr.* **Vice-President** รองประธาน, รองประธานาธิบดี

vroom /vru:m/วฺรูม/ *int.* เสียงเร่งเครื่องรถจักรยานยนต์

vs *abbr.* **versus**

'V-shaped *adj.* เป็นตัว V

'V-sign *n.* Ⓐ *(sign for victory)* สัญลักษณ์ของชัยชนะ *(โดยหันหลังมือเข้าหาตัวเอง)*; Ⓑ *(gesture of abuse, contempt)* อากัปกิริยาของการกระทำชำเรา *(โดยหันหลังมือเข้าหาผู้อื่น)*

VSO *abbr.* **Voluntary Service Overseas**

VTO[L] *abbr. (Aeronaut.)* **vertical take-off [and landing]** การบินขึ้นในแนวดิ่ง [และการลงจอด]

vulcanise ➡ **vulcanize**

vulcanite /'vʌlkənaɪt/'วัลเคอะไนท/ *n.* วัตถุที่ใช้เป็นฐานในการทำเฝือกหรือทางทันตกรรม

vulcanize /'vʌlkənaɪz/'วัลเคอะนายซฺ/ *v.t.* อบ *(ยาง)* ด้วยกำมะถันให้แข็งขึ้น

vulgar /'vʌlgə(r)/'วัลเกอะ(ร)/ *adj.* Ⓐ ธรรมดาสามัญ, หยาบ, ต่ำช้า; Ⓑ **the ~ tongue** *(dated)* ภาษาประจำชาติ, ภาษาท้องถิ่น

vulgarise ➡ **vulgarize**

vulgarism /'vʌlgərɪzm/'วัลเกอะริซ'ม/ *n. (Ling.)* คำ *หรือ* สำนวนหยาบคาย

vulgarity /vʌl'gærɪtɪ/วัล'แกริทิ/ *n., no pl.* ความหยาบคาย, ความต่ำช้า; **her ~ puts me off** ความกักขฬะของเธอทำให้ฉันถอยห่าง

vulgarize /'vʌlgəraɪz/'วัลเกอะรายซฺ/ *v.t.* ทำให้หยาบคาย, ทำให้ต่ำช้า, ทำให้มีลักษณะธรรมดา ๆ

vulgarly /'vʌlgəlɪ/'วัลเกอะลิ/ *adv.* อย่างธรรมดา, อย่างหยาบคาย, อย่างต่ำช้า

Vulgate /'vʌlgeɪt/'วัลเกท, -เกิท/ *n. (Bibl.)* *บทแปลคัมภีร์ไบเบิลเป็นภาษาลาตินโดยนักบุญเจโรมในสมัยปลายศตวรรษที่ 4*

vulnerability /vʌlnərə'bɪlɪtɪ/วัลเนอะเรอะ'บิลลิทิ/ *n., no pl.* Ⓐ *(to criticism, temptation)* ความอ่อนไหว, ความอ่อนแอ; Ⓑ *(to injury)* การบาดเจ็บได้; *(emotional)* ความไม่มั่นคง, ความอ่อนไหวง่าย

vulnerable /'vʌlnərəbl/'วัลเนอะเรอะบ'ล/ *adj.* Ⓐ *(exposed to danger)* การเสี่ยงอันตราย; **a ~ spot/point** จุดอ่อน; **be ~ to sth.** อ่อนไหว *หรือ* ล่อแหลมต่อ *ส.น.*; **be ~ to attack/in a ~ position** เป็นเป้าในการโจมตี/อยู่ในตำแหน่งที่เสี่ยงอันตราย; **be economically ~:** เศรษฐกิจยังซวนเซ; **~ to criticism** เป็นเป้าอันง่ายดายของการวิพากษ์วิจารณ์; Ⓑ *(susceptible to injury)* อ่อนแอ, เจ็บง่าย; *(without protection)* ปราศจากการป้องกัน; **~ to infection** อาจติดเชื้อได้ง่าย; **look young and ~:** ดูยังอ่อนเยาว์และเปราะบาง; **emotionally ~:** อารมณ์อ่อนไหวง่าย

vulture /'vʌltʃə(r)/'วัลเฉอะ(ร)/ *n. (lit.)* อีแร้ง; *(fig.)* คนโลภ, คนที่เอาเปรียบผู้อื่น

vulva /'vʌlvə/'วัลเวอะ/ *n. (Anat.)* อวัยวะเพศภายนอกของหญิง

vying ➡ **vie**

V

Ww

[1]**W, w** /ˈdʌbljuː/ˈดับบลิว/ *n., pl.* **Ws** *or* **W's** พยัญชนะตัวที่ 23 ของภาษาอังกฤษ

[2]**W.** *abbr.* Ⓐ watt[s] วัตต์ *(ท.ศ.)*; Ⓑ ➤ **191 west**; Ⓒ ➤ **191 western**

w. *abbr.* with

WAAF *abbr. (Brit. Hist.)* Ⓐ Women's Auxiliary Air Force; Ⓑ /wæf/แวฟ/ สมาชิกสตรีของกองกำลังสนับสนุนทางอากาศ

WAC *abbr. (Amer.)* Ⓐ Women's Army Corps; Ⓑ /wæk/แวค/ สมาชิกของหน่วยทหารหญิง

wacky /ˈwækɪ/ˈแวคิ/ *adj. (coll.)* ชอบทำอะไรบ๊องๆ แผลงๆ

wad /wɒd/วอด/ ❶ *n.* Ⓐ *(material)* ผ้าอ่อนนุ่มแผ่นหนา *(ที่ใช้โปะแผล, อุดรู ฯลฯ)*; *(smaller)* ผ้ากระจุกเล็ก; **a ~ of cotton wool** สำลีกระจุกหนึ่ง; Ⓑ *(of papers)* ปึกหนึ่ง, มัดหนึ่ง; **~s of money** ธนบัตรเป็นปึกๆ; **he earns ~s of money** *(fig.)* เขามีรายได้มากมายมหาศาล ❷ *v.t.*, **-dd-** Ⓐ *(form into ~)* ผ้าพับเป็นแผ่นหนา; Ⓑ *(line)* บุ *(เสื้อผ้า, ผ้าคลุมเตียง)* ด้วยวัสดุอ่อนนุ่ม; *(stuff)* ยัด *(ช่องว่าง)* ด้วยวัสดุอ่อนนุ่ม; Ⓒ *(protect with cotton wool)* เอาสำลีหุ้ม

wadding /ˈwɒdɪŋ/ˈวอดิง/ *n. (lining)* เครื่องบุอ่อนนุ่ม; *(for packing)* วัสดุอุดช่องว่างในหีบ; **cotton ~:** วัสดุห่อหุ้มที่ทำจากสำลี

waddle /ˈwɒdl/ˈวอด'ล/ ❶ *v.i.* เดินขาโก่ง, เดินส่ายไปส่ายมา ❷ *n.* ท่าเดินขาโก่ง

wade /weɪd/เวด/ ❶ *v.i.* เดินย่ำไป; เดินลุย *(น้ำ, โคลน, ทราย ฯลฯ)* ❷ *v.t.* เดินลุยข้าม *(ลำธาร ฯลฯ)*

~ 'in *v.i. (fig. coll.)* เข้าไปโจมตี **หรือ** เข้าไปมีบทบาท; *(tackle task)* ลงมือสะสางงานภาระ

~ into *v.t. (fig. coll.)* จู่โจมอย่างแข็งขัน; **~ into the meal** ตั้งหน้าตั้งตารับประทาน

~ through *v.t.* Ⓐ เดินฝ่า; เดินลุย *(หิมะ, ดงหญ้า)*; Ⓑ *(fig. coll.)* ฝืนอ่าน *(ตำรา, รายงาน)* ให้หมด

wader /ˈweɪdə(r)/ˈเวเดอะ(ร)/ *n.* Ⓐ *(Ornith.)* นกในอันดับ Charadriiformes ซึ่งหาอาหารในเขตน้ำตื้น; Ⓑ *in pl. (boots)* รองเท้าบูทกันน้ำสูงถึงสะโพก

wadi /ˈwɒdɪ/ˈวอดิ/ *n. (Geog.)* *ทางน้ำที่เป็นหินแถบแอฟริกาเหนือที่แห้งขอด*

wading bird /ˈweɪdɪŋ bɜːd/ˈเวดิง เบิด/ ➡ **wader A**

wafer /ˈweɪfə(r)/ˈเวเฟอะ(ร)/ *n.* Ⓐ เวเฟอร์ *(ท.ศ.)* ขนมปังกรอบรสหวาน; *(very thin)* ขนมปังกรอบบางเฉียบ; Ⓑ *(Eccl.)* แผ่นศีล *(ที่รับในพิธีมิซซาในคริสต์ศาสนา)*; Ⓒ *(Electronics)* *(วิทยุ)* แผ่นผลึกใสกึ่งตัวนำที่บางมาก *(ใช้เป็นฐานของวงจรทรานซิสเตอร์)*

'wafer-thin *adj.* บางมาก

[1]**waffle** /ˈwɒfl/ˈวอฟ'ล/ *n. (Gastr.)* ขนมวัฟเฟิล *(ท.ศ.)*, *(ขนมที่ทำจากไข่ นม แป้งและอบในกระทะเป็นหลุมๆ)*

[2]**waffle** *(Brit. coll.: talk)* ❶ *v.i.* พูดเรื่อยเปื่อยอย่างไร้สาระ ❷ *n.* การพูดไร้สาระ

'waffle iron *n.* เครื่องทำขนมวัฟเฟิล

waft /wɒft, US wæft/วอฟทฺ, แวฟทฺ/ ❶ *v.t.* พัดพาไป/มา ❷ *v.i.* ลอยไป; *(with perceptible air movement)* กระพือไป ❸ *n. (กลิ่น, เสียง)* ที่ลอยไปตามสายลม

[1]**wag** /wæg/แวกฺ/ ❶ *v.t.*, **-gg-** *(สุนัข)* กระดิก *(หาง)*; *(คน)* พยัก *(หน้า)*; *(นก)* กระดก *(หาง)*; **it was a case of the tail ~ging the dog** *(fig.)* มันเป็นเรื่องที่บุคคลที่ด้อยที่สุดขึ้นมามีอิทธิพล; **~ one's finger at sb.** กระดิกนิ้วใส่ *ค.น.* ❷ *v.i.*, **-gg-** *(หาง)* กระดิก/*(นก)* กระดก; **her tongue never stops ~ging** เธอพูดไม่หยุด; **set people's tongues ~ging** ทำให้คนมีเรื่องซุบซิบนินทา ❸ *n. (of dog's tail)* การกระดิก; *(of bird's tail)* การกระดก; *(of person's head)* การพยักหน้า; **with a ~ of its tail/his head** พลางกระดิกหางครั้งหนึ่ง/พลางพยักหน้าครั้งหนึ่ง

[2]**wag** *n. (facetious person)* คนที่มีอารมณ์ขัน, คนขี้ล้อ

wage /weɪdʒ/เวจ/ ❶ *n. in sing. or pl.* ค่าจ้าง, ค่าตอบแทน, เงินเดือน; **sb's weekly ~[s]** ค่าจ้างรายสัปดาห์ของ *ค.น.*; **a job at a reasonable ~/with reasonable ~s** งานที่มีค่าตอบแทนพอประมาณ; **~s of sin** *(fig.)* เงินที่ได้จากความชั่ว ❷ *v.t.* ดำเนินต่อไป *(สงคราม, การรณรงค์)*; **~ war on** *or* **against crime** *(fig.)* ดำเนินการต่อต้านอาชญากรรม

wage: ~ claim *n.* การเรียกร้องค่าจ้างที่สูงขึ้น; **~ earner** *n.* คนที่ได้รับค่าจ้าง; **be the ~ earner of the family** เป็นคนทำงานหาเลี้ยงครอบครัว; **~ freeze** *n.* การระงับการเพิ่มค่าจ้าง; **~ increase** *n.* การเพิ่มค่าจ้าง; **~ packet** *n.* จำนวนค่าจ้าง; **the size of his ~ packet** จำนวนรายได้ประจำสัปดาห์ของเขา

wager /ˈweɪdʒə(r)/ˈเวเจอะ(ร)/ *(dated, formal)* ❶ *n.* การพนัน; **a ~ of £50** การพนัน 50 ปอนด์ ❷ *v.t.* ท้าพนัน; *(on a horse)* พนันม้า; **~ one's life/one's whole fortune on sth.** เดิมพันชีวิตของตน/ทรัพย์สินทั้งหมดกับ *ส.น.*; **I ~ you £10 that ...:** ฉันท้าพนันคุณ 10 ปอนด์เลยว่า... ❸ *v.i.* กล้าพนัน; **he's there by now, I'll ~:** ตอนนี้เขาอยู่ที่นั่นแล้ว ฉันกล้าพนันได้เลย

wage: ~rise *n.* การขึ้นค่าจ้าง; **~ scale** *n.* อัตราของค่าจ้าง; **~ slave** *n.* บุคคลที่ทำงานอย่างทาสเพื่อค่าจ้างน้อย

waggish /ˈwægɪʃ/ˈแวกิช/ *adj.* ขี้เล่น, หยอกล้อ *(คำพูด)*; **be in a ~ mood** อยู่ในอารมณ์ที่จะหยอกเล่น

waggle /ˈwægl/แวก'ล/ *(coll.)* ❶ *v.t.* **~ its tail** *(สุนัข)* กระดิกหาง; *(นก)* กระดกหาง; **~ a loose tooth** โยกฟันที่ใกล้จะหลุด ❷ *v.i.* ส่าย/แกว่งไปมา; **the dog's tail ~d** หางสุนัขกระดิกไปมา ❸ *n.* การส่าย/แกว่ง/กระดิก ฯลฯ ไปมา; *(of tail)* การกระดิก

waggon *(Brit.)* ➡ **wagon**

Wagnerian /vɑːgˈnɪərɪən/วากฺˈเนียเรียน/ ❶ *n.* ผู้ที่ชื่นชมในตัวและผลงานของริชาร์ด แวกเนอร์ ❷ *adj.* เกี่ยวข้อง **หรือ** เป็นดนตรีของริชาร์ด แวกเนอร์; **~ singer** นักร้องที่ร้องงานของริชาร์ด แวกเนอร์ *(1813–83)*

wagon /ˈwægən/ˈแวเกิน/ *n.* Ⓐ *(horse-drawn)* รถม้าบรรทุกสี่ล้อ, เกวียนเทียมม้า; **covered ~:** รถม้าบรรทุกสี่ล้อที่มีผ้าคลุม; **hitch one's ~ to a star** *(fig.)* ติดสอยห้อยตามคนมีชื่อเสียงเพื่อประโยชน์ของตนเอง; Ⓑ *(Amer.: motor vehicle)* รถยนต์แบบรถตรวจการ; Ⓒ **[water]~:** รถบรรทุกน้ำ; Ⓓ **go/be on the ~** *(go/be teetotal)* เลิกดื่มสุรา; Ⓔ *(trolley)* รถเข็นที่ใช้ในบ้าน; Ⓕ *(Brit. Railw.)* ตู้บรรทุกสินค้าเปิดโล่ง

wagoner /ˈwægənə(r)/ˈแวเกอะเนอะ(ร)/ *n.* คนขับรถม้าบรรทุกสี่ล้อ

'wagonload *n.* ปริมาณหนึ่งเกวียนเต็ม

'wagtail *n. (Ornith.)* นกขนาดเล็กในสกุล *Motacilla* นกกางเขน

waif /weɪf/เวฟ/ *n.* คนที่ไม่มีบ้านอยู่อาศัย; *(child)* เด็กที่ถูกทอดทิ้ง; *(animal)* สัตว์ที่ไม่มีเจ้าของ; **~s and strays** *(children)* เด็กเร่ร่อน **หรือ** เด็กที่ถูกทอดทิ้ง; *(animals)* สัตว์ที่ไม่มีเจ้าของ **หรือ** สัตว์จรจัด

wail /weɪl/เวล/ ❶ *v.i.* Ⓐ *(lament)* คร่ำครวญ; *(เด็ก)* ที่ร้องไห้; **stop ~ing!** หยุดโอดครวญเสียที; Ⓑ *(fig.)* *(ลม)* พัดโหยหวน ❷ *n.* Ⓐ *(cry)* เสียงร้องครางโหยหวน; *(esp. fig.: complaints)* การร้องทุกข์; **~s of protest** เสียงร้องประท้วง; **a ~ of pain** เสียงร้องด้วยความเจ็บปวด; Ⓑ *(fig.: of wind etc.)* เสียงโหยหวน

Wailing 'Wall *n.* *กำแพงสูงในกรุงเยรูซาเล็ม ซึ่งชาวยิวจะไปสวดมนต์และคร่ำครวญโศกเศร้ากันในทุกวันศุกร์ตามประเพณี*

wainscot /ˈweɪnskət/ˈเวนซเกิท/, **wainscoting** /ˈweɪnskətɪŋ/ˈเวนซเกิททิง/ *ns.* แผ่นไม้บัวพื้นที่วิ่งรอบผนัง

waist /weɪst/เวซทฺ/ *n.* Ⓐ *(part of body or garment)* ส่วนเอว; **tight round the ~:** คับตรงเอว; ➡ + **'strip 1 A**; Ⓑ *(Amer.) (blouse)* เสื้อเชิ้ตสำหรับสตรี; *(bodice)* ท่อนบนของเสื้อกระโปรงชุด; Ⓒ *(narrow part)* ส่วนคอดตรงกลาง; *(of violin)* ส่วนแคบเว้าเข้า; *(Naut.: of ship)* ส่วนตรงกลาง

'waistband *n.* แถบผ้ารอบเอว; *(of trousers, skirt)* แถบผ้ารอบเอว

waistcoat /ˈweɪskəʊt, ˈweɪstkəʊt/ˈเวซโคท, ˈเวซทฺโคท/ *n. (Brit.)* เสื้อกั๊ก

'waist-deep ❶ *adj.* สูง/ลึกถึงเอว; **be ~:** ลงไปลึกถึงเอว ❷ *adv.* สูง/ลึกถึงเอว

waisted /ˈweɪstɪd/ˈเวซทิด/ *adj.* *(เสื้อผ้า)* มีเอว

waist: ~-'high ➡ **waist-deep**; **~line** *n.* รอบเอว

wait /weɪt/เวท/ ❶ *v.i.* Ⓐ รอคอย; **~ [for] an hour** รอ [เป็นเวลา] ชั่วโมงหนึ่ง; **~ a moment** รอชั่วขณะหนึ่ง; **keep sb. ~ing, make sb. ~:** ทำให้ *ค.น.* ต้องคอย; **how long have you been ~ing?** คุณรอมานานเท่าไรแล้ว; **~ to see sth. happen** รอคอยที่จะดู *ส.น.* เกิดขึ้น; **'repairs [done]/keys cut while you ~'** 'รับซ่อม/รับทำกุญแจรอรับได้'; **she ~ed to see what would happen if ...:** เธอคอยดูว่าอะไรจะเกิดขึ้นถ้า...;

W

sth. is still ~ing to be done *ส.น.* ยังรอที่จะทำต่อ; ~ and see รอดูสถานการณ์; [just] ~ and see! คอยดูก็แล้วกัน; sth. can/can't *or* won't ~: *ส.น.* รอได้/ไม่ได้; this bill can't ~: บัญชีนี้รอจ่ายไม่ได้; I can't ~ to do sth. *(am eager)* ฉันอยากทำ *ส.น.* ใจจะขาด; I can hardly ~ *(lit. or iron.)* ฉันแทบจะรอไม่ไหว; I can't ~ *(for lavatory)* ฉันต้องเข้าห้องน้ำเดี๋ยวนี้; [just] you ~! คอยดูก็แล้วกัน; *(as threat)* คอยระวังให้ดี; Ⓑ ~ at *or (Amer.)* on table บริการอาหารและเครื่องดื่ม

❷ *v.t.* Ⓐ *(await)* รอคอย; ~ one's chance/opportunity รอคอยโอกาสของตน; ~ one's turn รอคอยตาของตน; ~ sb.'s convenience รอจน *ค.น.* จะสะดวก; Ⓑ *(delay)* ~ lunch/supper [for sb.] เลื่อนเวลาอาหารกลางวัน/อาหารเย็นออกไป [เพื่อคอย *ค.น.*]

❸ *n.* Ⓐ *(act, time)* after a long/short ~: หลังจากการรอคอยเป็นเวลายาวนาน/เพียงชั่วครู่; there is quite a ~ for appointments ต้องรอนัดนาน; have a long/short ~ for sth. รอคอย *ส.น.* เป็นเวลานาน/ไม่นาน; Ⓑ *(watching for enemy)* lie in ~: หลบซ่อนรอโจมตี; lie in ~ for sb./sth. เฝ้าจ้องหาโอกาสเข้าโจมตี *ค.น./ส.น.*; Ⓒ *in pl. (Brit.: carol singers)* นักร้องเพลงสวดประจำเทศกาลคริสต์มาสที่เดินไปตามถนน

~ **a'bout**, ~ **a'round** *v.i.* รอคอยเป็นเวลานาน

~ **be'hind** *v.i.* อยู่ต่อ *(หลังจากที่คนอื่นไปแล้ว)*; ~ behind for sb. คอยอยู่หลังจากที่คนอื่นไปหมดแล้วเพื่อทำธุระกับ *ค.น.*

~ **for** *v.t.* รอให้; ~ for the rain to stop รอให้ฝนหยุดตก; we'll ~ for a fine day พวกเราจะรอวันที่อากาศแจ่มใส; I can hardly ~ for the day when ฉันแทบจะรอวันที่...ไม่ได้; it was worth ~ing for มันคุ้มค่าที่ได้รอ; ~ for it! รอก่อน; *(to create suspense before saying something surprising)* รอฟังนี่ซิ

~ **'in** *v.i.* รออยู่บ้าน (for สำหรับ)

~ **on** *v.t.* Ⓐ *(serve)* บริการรับใช้; Ⓑ *(await)* รอไปเรื่อย ๆ

~ **'out** *v.t.* ~ out a storm รอจนพายุสงบลง

~ **'up** *v.i.* ไม่ไปนอนเพราะรอคอย

waiter /'weɪtə(r)/'เวเทอะ(ร)/ *n.* ➤ 489 บริกรชาย, บ๋อย; ~! น้อง, คุณ

waiting /'weɪtɪŋ/'เวทิง/ *n.* Ⓐ การรอคอย; 'no ~' 'ห้ามจอดรถรอ'; Ⓑ *no pl., no art. (working as waiter)* การทำงานเป็นบริกร

waiting: ~ **game** *n.* ยุทธวิธีหยั่งเชิง; play a ~ game ใช้ยุทธวิธีคอยดูท่าทีเพื่อเลือกจังหวะ; ~ **list** *n.* รายชื่อผู้เข้าคิวรอ; a five-year ~list รายชื่อผู้รอคอยที่ยาวห้าปี; ~ **room** *n.* ห้องรอ *(แพทย์, ทันตแพทย์ ฯลฯ)*; *(at railway or bus station)* ห้องพักผู้โดยสาร; *(larger)* ห้องโถงรอขนาดใหญ่

waitress /'weɪtrɪs/'เวทริซ/ *n.* ➤ 489 บริกรหญิง; there is ~ service in the ground floor restaurant มีพนักงานเสิร์ฟบริการที่ภัตตาคารชั้นล่าง

waive /weɪv/เวว/ *v.t.* ละเว้น *(การลงโทษ)*; สละ *(สิทธิ)*; ยกเลิก *(การบังคับใช้)*

waiver /'weɪvə(r)/'เวเวอะ(ร)/ *n. (Law)* การละเว้น, การสละสิทธิ

¹wake /weɪk/เวค/ ❶ *v.i.*, **woke** /wəʊk/โวค/ *or (arch.)* **waked**, **woken** /'wəʊkn/'โวเคิน/ *or (arch.)* **waked** Ⓐ *(cease sleeping)* ตื่นนอน; *(fig.) (ธรรมชาติ)* ฟื้นฟูขึ้นมา *(หลังหน้าหนาว)*; *(ความรู้สึก)* รื้อฟื้นขึ้น; we woke to a bright, cold morning เราตื่นขึ้นมาในเช้าที่อากาศเย็นและมีแสงแดดเจิดจ้า; I woke to the sound of soft music ฉันตื่นขึ้นมาก็ได้ยินเสียงดนตรีบรรเลงเบา ๆ; Ⓑ ~ to sth. *(fig.: realize)* รู้, ตระหนัก

❷ *v.t.* **woke** *or (arch.)* **waked**, **woken** *or (arch.)* **waked** Ⓐ ปลุกให้ตื่นนอน; *(fig.)* ทำให้ตื่นตัว, ปลุกเร้า *(ความทรงจำ)*; be quiet, you'll ~ your baby brother เงียบ ๆ ไม่งั้นคุณจะปลุกน้องชาย; ~ the dead *(เสียง)* ดังหนวกหู; ~ the country to the danger of war *(fig.)* ทำให้ประเทศตื่นตัวตระหนักถึงอันตรายของสงคราม; Ⓑ *(cause)* ทำให้เสียงกังวาน

❸ *n.* Ⓐ *(Ir.: watch by corpse)* การนั่งเฝ้าศพก่อนที่จะนำไปฝัง; Ⓑ *usu. pl. (N. Engl.)* ~s week, the ~s เทศกาลวันหยุดประจำปี

~ **'up** ❶ *v.i. (lit. or fig.)* ตื่นขึ้นมา; ~ up! ตื่นได้แล้ว; *(fig.: pay attention)* ให้ความสนใจ *(กับ ส.น.)*; ~ up to sth. *(fig.: realize)* ตระหนักถึง *ส.น.* ❷ *v.t.* Ⓐ *(rouse from sleep)* ปลุกให้ตื่นนอน; Ⓑ *(fig.: enliven)* ทำให้สดใส, ทำให้มีชีวิตชีวา; you need to ~ your ideas up a bit คุณจำเป็นต้องปรับปรุงความคิดบ้าง

²wake *n.* Ⓐ *(water)* ลูกคลื่นท้ายเรือ; Ⓑ *(air)* อากาศที่หมุนปั่นป่วนท้ายเครื่องบิน; Ⓒ *(fig.)* in the ~ of sth./sb. ที่เป็นผลตามหลังของ *ส.น./ค.น.*; follow in the ~ of sb./sth. เจริญรอยตามเยี่ยงอย่าง *ค.น./ส.น.*; bring sth. in its ~: นำ *ส.น.* มาเป็นผลพวง; leave a cloud of dust/trail of destruction in its ~: ทิ้งฝุ่นตลบ/ร่องรอยของการทำลายล้างให้ดูต่างหน้า

wakeful /'weɪkfl/'เวคฟ'ล/ *adj.* Ⓐ *(sleepless)* นอนไม่หลับ; a ~ child เด็กที่นอนไม่ค่อยหลับ; Ⓑ *(vigilant)* ระวังระไว, คอยเฝ้าระวัง

wakefulness /'weɪkflnɪs/'เวคฟ'ลนิซ/ *n., no pl.* Ⓐ *(sleeplessness)* การนอนไม่หลับ; Ⓑ *(vigilance)* การระวังระไว, การเฝ้าระวัง

waken /'weɪkn/'เวค'น/ ❶ *v.t.* Ⓐ ปลุกให้ตื่นนอน; Ⓑ *(fig.: arouse)* กระตุ้น *(ความสนใจ, ความรู้สึก)* ❷ *v.i.* ➡ 'wake 1

'wake-up call *(esp. Amer.)* ➡ alarm call

waking /'weɪkɪŋ/'เวคิง/ *adj.* in one's ~ hours ตลอดเวลาที่ลืมตาตื่น; spend all one's ~ hours [on] doing sth. ใช้เวลาทั้งหมดที่มีเพื่อทำ *ส.น.*; ~ dream ฝันกลางวัน

Wales /weɪlz/เวลซ/ *pr. n.* เวลส์ *(แคว้นหนึ่งของสหราชอาณาจักรอังกฤษ)*; ➡ + prince B

walk /wɔːk/วอค/ ❶ *v.i.* Ⓐ เดิน; you can ~ there in five minutes คุณสามารถเดินไปถึงที่นั่นภายในห้านาที; '~'/'don't ~' *(Amer.: at pedestrian lights)* 'ข้ามถนนได้/ห้ามข้ามถนน'; ~ on crutches/with a stick เดินโดยใช้ไม้ยันรักแร้ช่วย/ใช้ไม้เท้าช่วย; learn to ~: หัดเดิน; can the child ~ yet? เด็กเดินได้หรือยัง; be ~ing on air *(fig.)* เป็นสุขเหมือนได้ขึ้นสวรรค์; ~ tall *(fig.)* รู้สึกภาคภูมิใจ, ไม่อายใคร/มั่นใจ; Ⓑ *(exercise)* เดินออกกำลังกาย; Ⓒ *(appear) (ผี)* ปรากฏตัว; Ⓓ *(do with slow gait) (ม้า)* เดินก้าวย่างไปช้า ๆ; Ⓔ *(Cricket coll.)* เดินออกจากสนามก่อนที่ผู้ตัดสินจะสั่งให้ออก; Ⓕ *(coll.: go missing)* หายไป

❷ *v.t.* Ⓐ เดินไปบน *(ทาง, ถนน)*; เดินไปรอบ *(แปลงที่ดิน)*; ~ the course *(Sport)* ตรวจตราสถานที่แข่งขันล่วงหน้า *(นักขี่ม้าข้ามสิ่งกีดขวาง)*; ~ the *or* his beat *(ตำรวจ)* เดินรักษาการณ์ในเขตรับผิดชอบ; ~ the streets เดินไปตามท้องถนน; *(aimlessly)* เดินเตร่ไปเตร่มา; *(as prostitute)* คอยเดินหาลูกค้า; ~ the boards *(be actor)* เป็นนักแสดง; ~ it *(coll.)* เดินไป; he ~ed it *(fig. coll.: won easily)* เขาชนะอย่างง่ายดาย; ➡ + plank 1 A; Ⓑ *(cause to ~; lead)* ทำให้เดิน; พาไปเดิน *(สุนัข)*; ~ sb. round the room พา *ค.น.* เดินรอบห้อง; ~ sb. off his/her feet พา *ค.น.* ไปเดินจนคนนั้นเหนื่อยอ่อน; Ⓒ *(accompany)* เดินไปเป็นเพื่อน; he ~ed his girlfriend home เขาเดินพาแฟนกลับบ้าน; Ⓓ *(push)* เดินเข็น *(รถจักรยาน, รถจักรยานยนต์)*

❸ *n.* Ⓐ การเดิน; go [out] for *or* take *or* have a ~: ออกไปเดินเล่น; take sb./the dog for a ~: พา *ค.น.*/สุนัขออกไปเดินเล่น; a ten-mile ~: การเดินเป็นระยะทางสิบไมล์; *(distance)* ten minutes' ~ from here เดินจากที่นี่ไปใช้เวลาสิบนาที; ➡ + space walk; Ⓑ *(gait)* จังหวะของการเดิน; *(characteristic)* ลักษณะของการเดิน; I know her by her ~: ฉันจำฝีเท้าของเธอได้; Ⓒ *(walking speed)* ระดับความเร็วของฝีเท้า; his horse/she slowed to a ~: ม้าของเขา/เธอชะลอฝีเท้าลงจนเดินธรรมดา; Ⓓ *(Sport: race)* การเดินแข่งขัน; the 10,000 metres ~: การเดินแข่งขันระยะทาง 10,000 เมตร; Ⓔ *(path, route)* ทางเดิน, เส้นทาง; a milkman's/postman's ~: เส้นทางของคนส่งนม/บุรุษไปรษณีย์; Ⓕ people from all ~s of life ผู้คนจากทุกวงการทุกอาชีพ

~ **a'bout** *v.i.* เดินไปมา, เดินเล่น; ➡ + walkabout

~ **a'way** *v.i.* Ⓐ เดินจากไป; she was lucky to ~ away from the accident เธอโชคดีที่รอดจากอุบัติเหตุได้; Ⓑ *(fig.)* ~ away from the opposition *or* competition *(coll.: defeat)* มีชัยเหนือฝ่ายตรงข้าม *หรือ* ชนะการแข่งขันอย่างง่ายดาย; he tried to ~ away from the problem *(ignore it)* เขาพยายามจะหลบหลีกปัญหา; ~ away with sth. *(coll.) (win easily)* ชนะ *ส.น.* อย่างง่ายดาย; *(steal)* ขโมย *ส.น.*; ~ away with all the prizes ชนะได้รางวัลทั้งหมดอย่างง่ายดาย

~ **'in** *v.i.* Ⓐ *(enter)* เดินเข้าไปข้างใน; 'please ~ in' 'โปรดเดินเข้ามา'; Ⓑ *(enter without permission)* เดินเข้าไปเลย; ~ in on sb./sth. จู่ ๆ เดินเข้าไปเจอ *ค.น./ส.น.* โดยบังเอิญ

~ **into** *v.t.* Ⓐ *(enter)* เดินเข้าไปข้างใน, เดินเหยียบ *(สิ่งสกปรก)*; *(without permission)* เข้าไปโดยไม่ได้รับอนุญาต *(ในบ้าน)*; Ⓑ *(hit by accident)* เดินชน *(เสา, เก้าอี้)*; ~ into sb. เดินชน *ค.น.*; ~ into a trap *(lit. or fig.)* ตกหลุมพราง; the boxer ~ed straight into a right hook นักมวยเดินทื่อเข้าไปรับฮุคขวาของคู่ต่อสู้; you ~ed straight into that one! คุณเดินเข้าไปติดกับดักของเขาอย่างซื่อ ๆ เลย; Ⓒ *(coll.: come easily into)* she ~ed into the top job เธอก้าวขึ้นสู่ตำแหน่งสูงสุดอย่างง่ายดาย

~ **'off** ❶ *v.i.* Ⓐ *(leave)* เดินจากไป; หายตัวไป; he has ~ed off with another woman เขาทิ้งภรรยาไปอยู่กับผู้หญิงคนใหม่; Ⓑ ~ off with sth. *(coll.)* ขโมย *ส.น.*; ~ off with all the prizes กวาดรางวัลไปหมดเกลี้ยง; he ~ed off with the fight เขาชนะการต่อยมวยอย่างสบายมาก ❷ *v.t.* I'll have to ~ off some of this fat ฉันจะต้องเดินเพื่อลดน้ำหนัก; ~ off a hangover เดินเพื่อขจัดอาการเมาค้าง

~ **'on** *v.i.* Ⓐ *(go further)* เดินต่อไป; ~ on! *(to horse)* เดินต่อไป; Ⓑ *(go on stage)* เข้าเวที; ~ on as the policeman or the butler แสดงละครเป็นตำรวจหรือหัวหน้าคนรับใช้ *(ในฐานะตัวประกอบ)*

~ **'out** *v.i.* Ⓐ *(leave)* เดินออกไป; Ⓑ *(Mil.: leave barracks)* ลาออกไป; Ⓒ *(leave in protest)* เดินออกกลางคันเพื่อประท้วง, วอล์คเอาท์ *(ท.ศ.)*; *(leave organization)* เดินผละออกจากงาน; Ⓓ *(go on strike)* นัดหยุดงานประท้วง; Ⓔ *(Brit. dated: be courting)* เกี้ยวพาราสี; **~ out with sb.** ติดพันกับ *ค.น.*; ➡ + **walkout**

~ **'out of** *v.t.* Ⓐ *(leave)* เดินออกจาก; Ⓑ *(leave in protest)* เดินออกไปกลางคันเป็นการประท้วง

~ **'out on** *v.t. (coll.)* ละทิ้ง, ทอดทิ้ง *(คู่รัก)*; ลาออกจาก *(งาน)*

~ **'over** *v.t.* **~ [all] over sb.** เอาเปรียบ *ค.น.*; ➡ + **walkover**

~ **'up** *v.i.* Ⓐ *(approach)* เข้าไปใกล้; **~ up to sb.** เข้าไปตีสนิทกับ *ค.น.*; **he ~ed up to me** เขาเดินมาหาฉัน; **~ up to the door** เดินไปใกล้ประตู; **~ up! ~ up!** *(said by showman)* เร่เข้ามา ๆ; Ⓑ *(ascend)* เดินขึ้นไป *(ข้างบน)*; ➡ + **walk-up**

'walkabout *n.* Ⓐ *(through crowds)* การเดินไปพบปะทักทายประชาชน *(ของบุคคลมีเกียรติ)*; **go on a ~:** เดินไปพบปะทักทายผู้คนรอบ ๆ; Ⓑ *(Austral.: in bush)* การเดินท่องไปในป่า

walkathon /ˈwɔːkəθɒn/ˈวอเคอะธอน/ *n.* การเดินทน

walker /ˈwɔːkə(r)/ˈวอเคอะ(ร)/ *n.* Ⓐ คนที่เดิน, นักเดิน; *(in race)* นักกีฬาแข่งเดิน; *(rambler, hiker)* คนเดินเตร็ดเตร่, คนช่างเดิน; **sb. is a good ~:** *ค.น.* เดินเก่ง; Ⓑ *(frame)* อุปกรณ์ช่วยเดิน; *(baby-~)* โครงหัดเดิน

walkies /ˈwɔːkɪz/ˈวอคิซฺ/ *n. pl. (coll.)* **go ~:** ไปเดินเล่น, จูงหมาไปเดินเล่น; **~!** *(said to dog)* ไปเดินเล่นได้แล้ว

walkie-talkie /wɔːkɪˈtɔːkɪ/วอคิˈทอคิ/ *n.* วอกกี้ทอกกี้ *(ท.ศ.)*, เครื่องส่งและรับวิทยุ

walking /ˈwɔːkɪŋ/ˈวอคิง/ ❶ *attrib. adj.* **a ~ dictionary/encyclopaedia** *(joc.)* พจนานุกรม/สารานุกรมเคลื่อนที่ *(หมายถึงเป็นคนที่มีความรอบรู้)*; **the ~ wounded** *(ทหาร ฯลฯ)* ผู้บาดเจ็บที่ยังเดินได้ ❷ *n., no pl., no art.* การเดิน; **you ought to do more ~:** คุณควรเดินให้มากกว่านี้; *attrib.* **at ~ pace** ในระดับความเร็วขนาดเดิน; **be within ~ distance** ใกล้พอที่จะเดินไปได้; **we are within ~ distance [of it]** เราอยู่ใกล้พอเดินถึง [ที่ใดที่หนึ่ง]

walking: ~ **frame** *n.* โครงช่วยเดิน; ~ **holiday** *n.* การไปท่องเที่ยวที่เน้นการเดินเป็นหลัก; ~ **shoe** *n.* รองเท้าเดิน; ~ **stick** *n.* ไม้เท้า; **she cannot manage now without a ~ stick** เดี๋ยวนี้เธอไม่สามารถเดินโดยปราศจากไม้เท้า; ~ **tour** *n.* *การท่องเที่ยวพักผ่อนด้วยการเดินจากหมู่บ้านหนึ่งไปยังอีกหมู่บ้านหนึ่ง*

Walkman ® /ˈwɔːkmən/ˈวอคเมิน/ *n., pl.* **Walkmans** ซาวน์ดอะเบาท์ *(ท.ศ.)* *(วิทยุ/เครื่องเล่นเทปหรือซีดีขนาดเล็กมีหูฟังและพกติดตัวได้)*

walk: **~-on part** *n. (Theatre)* บทแสดงประกอบละครโดยไม่มีบทพูด; **~out** *n.* การเดินออกจากงาน; **~over** *n. (fig.: easy victory)* ชัยชนะอย่างง่ายดาย; **~-up** *n. (Amer.)* ตึกอาคารที่ไม่มีลิฟต์; **~way** *n.* ทางเดิน, สะพานเดินข้าม

wall /wɔːl/วอล/ ❶ *n.* Ⓐ *(of buildings, part of structure)* กำแพง; *(inside surface of wall)* ผนัง; *(external, also freestanding)* กำแพง; **town/garden ~:** กำแพงเมือง/สวน; **the south ~ of the house** กำแพงบ้านด้านทิศใต้; **a concrete ~:** กำแพงคอนกรีต; **the Great W~ of China** กำแพงเมืองจีน; **the Berlin W~** *(Hist.)* กำแพงเบอร์ลิน *(ที่เคยแบ่งกรุงเบอร์ลินออกเป็นส่วนตะวันออกและตะวันตก)*; Ⓑ *(internal)* ผนัง, ฝาห้อง; **be hanging on the ~:** แขวนอยู่บนผนัง; **hang a picture on the ~:** แขวนภาพบนผนัง; **within these four ~s** *(fig.)* ห้ามแพร่งพรายออกไป; **I'm tired of [staring at] my own four ~s** ฉันรู้สึกเบื่อ/อึดอัด/เซ็งเหลือเกิน; **~s have ears** หน้าต่างมีหูประตูมีช่อง; **drive** *or* **send sb. up the ~** *(fig. coll.)* ทำให้ *ค.น.* โกรธจัดเป็นฟืนเป็นไฟ; **go up the ~** *(fig. coll.)* คลุ้มคลั่ง *หรือ* โกรธจัด; **go to the ~** *(fig.)* พ่ายแพ้ *หรือ* ชิดซ้ายตกขอบ; ➡ + **back** 1 A; Ⓒ *(Mount., Min.)* หน้าผา; *(fig.)* ปราการ *หรือ* สิ่งขวางกั้น; **a ~ of water/fire** น้ำท่วมขวางทางไว้/ไฟที่ขวางหน้า; **the North W~ of the Eiger** หน้าผาด้านเหนือของภูเขาไอเกอร์; **a ~ of silence/prejudice** *(fig.)* ความไม่ยอมพูดคุย/ความที่ไม่สามารถจะเอาชนะได้; Ⓓ *(esp. Footb.: protective row)* แถวหน้ากระดานเพื่อป้องกันประตู; **a ~ of troops/policemen/tanks** แถวทหาร/ตำรวจ/รถถังป้องกัน; Ⓔ *(Anat., Zool., Bot.: outer layer)* ชั้นหรือผนังด้านนอก; **abdominal ~:** เยื่อบุช่องท้อง ❷ *v.t.* **[be] ~ed** *(ถูก)* ล้อมรอบด้วยกำแพง; **X is a ~ed city/town** เมืองเอ็กซ์เป็นนคร/เมืองที่มีกำแพงล้อมรอบ

~ **'in** *v.t.* ล้อมรอบด้วยกำแพง

~ **'off** *v.t.* ปิดกั้นบริเวณโดยกำแพง

~ **'up** *v.t.* กักขังไว้ในที่ที่มีกำแพงล้อมรอบ

wallaby /ˈwɒləbɪ/ˈวอเลอะบิ/ *n. (Zool.)* จิงโจ้ขนาดเล็ก มีขาหลังขนาดใหญ่และหางยาว

wallah /ˈwɒlə/ˈวอเลอะ/ *n. (dated coll.)* **television/advertising ~:** ผู้ที่เกี่ยวข้องกับวงการโทรทัศน์/การโฆษณา

wall: ~ **bars** *n. pl.* บาร์ขนานใช้ออกกำลังกายติดฝาผนังในโรงยิมเนเซียม; **~board** *n.* แผ่นไม้อัดติดฝาผนัง; **~chart** *n.* แผนภูมิหรือโปสเตอร์สำหรับติดบนผนัง; ~ **covering** *n.* *(~paper)* กระดาษติดฝาผนัง; ~ **cupboard** *n.* ตู้แขวนติดผนัง

wallet /ˈwɒlɪt/ˈวอลิท/ *n.* กระเป๋าธนบัตร; *(for cheque card etc.)* กระเป๋าใส่บัตรเครดิต

wall-eyed /ˈwɔːlaɪd/ˈวอลายดฺ/ *adj.* ที่มีนัยน์ตาขาวมากกว่านัยน์ตาดำ

wall: **~flower** *n.* Ⓐ *(Bot.)* ดอกไม้ *Cheiranthus cheiri* มีกลิ่นหอม มีสีน้ำตาลเหลืองหรือแดงเข้ม; Ⓑ *(coll.: person)* *สตรีที่ต้องนั่งคนเดียวในงานราตรี เนื่องจากไร้คู่เต้นรำ*; ~ **hanging** *n.* ผ้าปักแขวนผนัง; ~ **light** *n.* ไฟผนัง, ไฟกิ่ง; ~ **map** *n.* แผนที่ที่ติดบนผนัง

Walloon /wɒˈluːn/วอˈลูน/ ❶ *n.* Ⓐ *(person)* *คนที่พูดภาษาฝรั่งเศสอาศัยอยู่ทางภาคตะวันออกและภาคใต้ของเบลเยียม*; Ⓑ *(dialect)* ภาษาฝรั่งเศสของชาวเบลเยียม; ➡ + **English** 2 A ❷ *adj.* เกี่ยวกับชาวเบลเยียม ผู้พูดภาษาฝรั่งเศส; ➡ + **English** 1

wallop /ˈwɒləp/ˈวอเลิพ/ *(coll.)* ❶ *v.t. (hit)* ตี, ฟาดอย่างแรง; *(with repeated blows)* เฆี่ยน, หวดซ้ำ; **he ~ed him one over the head** *(coll.)* เขาใช้มือฟาดศีรษะเขาอีกคนอย่างแรง ❷ *n.* การชก, การตี, การฟาด, การทุบอย่างรุนแรง; **give sb./sth. a ~:** ตี *ค.น.*/ฟาด *ส.น.* อย่างรุนแรง; **he fell down with a ~:** เขาล้มฟาดลงกับพื้นอย่างแรงเสียงดังตึง

walloping /ˈwɒləpɪŋ/ˈวอเลอะพิง/ *(coll.)* ❶ *n.* Ⓐ *(thrashing)* การเฆี่ยน, การตี, การชกอย่างรุนแรง; **a ~:** การตีอย่างแรง; Ⓑ *(defeat)* การพ่ายแพ้อย่างสิ้นท่า; **get a ~:** แพ้อย่างหมดรูป ❷ *adj.* ใหญ่มหึมา, มากโข

wallow /ˈwɒləʊ/ˈวอโล/ ❶ *v.i.* Ⓐ *(roll around)* *(สัตว์)* เกลือกกลิ้งตัวไปในน้ำ, ฝุ่น, ทราย ฯลฯ; *(in mud also)* เกลือกกลิ้งในโคลน; Ⓑ *(fig.: take delight)* มีความสุขอย่างเต็มที่ *(กับ ส.น.)*; **be ~ing in money** *(coll.)* เสวยสุขอยู่บนกองเงินกองทอง; **~ in luxury** เต็มไปด้วยความฟุ้มเฟือย ❷ *n.* Ⓐ *(mudbath)* การอาบโคลน *(ของสัตว์)*; **like a good ~ in the mud** ชอบอาบโคลน; Ⓑ *(fig.: indulgence)* การปล่อยตน, การทำอะไรตามใจตน; **he likes to have a good ~ [in sentiment]** เขาชอบปล่อยตัวปล่อยใจ [ไปกับอารมณ์]

wall: ~ **painting** *n.* จิตรกรรมฝาผนัง; **~paper** ❶ *n.* กระดาษปิดฝาผนัง ❷ *v.t.* ติดกระดาษบนฝาผนัง; ~ **socket** *n. (Electr.)* เต้าเสียบปลั๊กไฟบนผนังห้อง; **W~ Street** *n.* ถนนวอลสตรีทในกรุงนิวยอร์ก *(ที่เป็นศูนย์กลางด้านการเงินและธุรกิจของสหรัฐอเมริกา)*; **~-to-~** *adj. (covering floor)* *(พรม)* ปูทั้งห้อง; **~-to-~ carpeting** พรมปูตลอดทั้งห้อง; ~ **unit** *n.* ชั้น *หรือ* ตู้เก็บของติดฝาผนัง

wally /ˈwɒlɪ/ˈวอลิ/ *n. (Brit. coll.)* คนโง่เด่อด่า, เจ้าทึ่ม

walnut /ˈwɔːlnʌt/ˈวอลนัท/ *n.* Ⓐ *(nut)* ผลวอลนัท *(ท.ศ.)*; Ⓑ *(tree)* ต้นถั่ววอลนัท; Ⓒ *(wood)* ไม้วอลนัท

walrus /ˈwɔːlrəs, ˈwɒlrəs/ˈวอลเริซ/ *n.* ช้างน้ำ; **~ moustache** หนวดยาวหนา

Walter Mitty /wɒltə ˈmɪtɪ/วอลเทอะ ˈมิททิ/ ➡ **Mitty**

waltz /wɔːlts, wɔːls, wɒlts, wɒls/วอลทฺซฺ, วอลซฺ/ ❶ *n.* การเต้นรำจังหวะวอลทซ *(ท.ศ.)*; **can you dance the ~?** คุณเต้นรำจังหวะวอลทซได้ไหม ❷ *v.i.* เต้นรำจังหวะวอลทซ; **~ round the room** เต้นรำจังหวะวอลทซไปรอบห้อง

~ **'in** *v.i. (fig. coll.)* เดินลอยหน้าลอยตาเข้ามา

~ **'off**, ~ **'out** *v.i. (fig. coll.)* พาเชิดไปโดยทำเป็นทองไม่รู้ร้อน

wampum /ˈwɒmpəm/ˈวอมเพิม/ *n.* Ⓐ ลูกปัดที่ทำด้วยเปลือกหอย; Ⓑ เปลือกหอยที่ชาวอินเดียนแดงใช้แทนเงิน

wan /wɒn/วอน/ *adj.* ซีด, เหนื่อยอ่อน; **~ smile** ยิ้มอย่างเหนื่อยอ่อน

wand /wɒnd/วอนดฺ/ *n.* ไม้ถือ; *(magician's ~)* ไม้ของนักมายากล

wander /ˈwɒndə(r)/ˈวอนเดอะ(ร)/ ❶ *v.i.* Ⓐ *(go aimlessly)* เดินไปโดยไม่มีจุดหมายที่แน่นอน, สะเปะสะปะ; *(walk slowly)* เดินเตร็ดเตร่อย่างช้า ๆ, เดินเอื่อย; **she ~ed over to me** เธอเดินเตร่มาหาฉัน; **I must be ~ing** *(coll.)* ฉันคงเลอะเลือนหง่าเหงอะแล้ว; Ⓑ *(stray)* *(คน, สัตว์)* หลงฝูงออกนอกเส้นทาง; **~ from the trail** เดินหลงไปจากรอยทาง; **~ from the path of righteousness**, **~ from the straight and narrow** *(fig.)* ออกนอกลู่นอกทาง, เห็นกงจักรเป็นดอกบัว; **the car ~s badly** รถเกาะถนนไม่ดีเลย; Ⓒ *(fig.: stray from subject)* ออกนอกเรื่อง *หรือ* นอกประเด็น; **his thoughts ~ed back to his childhood** ความคิดของเขาหวนกลับไปถึงวัยเด็ก; *(Buddhism)* จาริก ❷ *v.t.* เดินทางท่องเที่ยวไปทั่วโดยไม่มีจุดหมาย; **~ the world** ท่องโลก ❸ *n. (coll.: walk)* การเดินเล่น; **let's go for a ~:** พวกเราไปเดินเล่นกันเถอะ; **I'll go for** *or* **take a ~ round** *or* **through the town** ฉันจะไปเดินเล่นรอบ ๆ เมือง

W

~ a'bout *v.i.* ตุหรัดตุเหร่ไปทั่ว
~ a'long *v.i.* แวะเวียนไปที่โน่นบ้างที่นี่บ้าง
~ 'in *v.i.* เถลไถลแวะเข้ามา; *(towards speaker)* เดินเร่เข้ามาหา
~ 'off *v.i.* Ⓐ *(stray)* หันเหออกจากเส้นทาง, หลงฝูง; Ⓑ *(coll.: go away)* จากไป/เดินห่างไป

wanderer /ˈwɒndərə(r)/ˈวอนเดอะเรอะ(ร)/ *n.* คนพเนจร; *(traveller)* คนที่เดินทางไปเรื่อย ๆ

wandering /ˈwɒndərɪŋ/ˈวอนเดอะริง/ ❶ *adj.* Ⓐ *(nomadic)* ที่เดินทางย้ายถิ่นฐานไปเรื่อยโดยไม่มีจุดหมาย; **~ minstrel** *(Hist.)* กวีสัญจร *(มักเร่ร่อนจากราชสำนักหนึ่งไปสู่อีกราชสำนักหนึ่งในยุโรปยุคกลาง)*; Ⓑ *(meandering)* *(ถนน, กระแสน้ำ ฯลฯ)* วกวนไปมา; *(fig.: disjointed)* *(การพูด, การเขียน)* กระท่อนกระแท่น, ไม่ปะติดปะต่อ ❷ *n. in pl.* Ⓐ *(travels)* การเดินทางท่องเที่ยวไปเรื่อยโดยไม่มีจุดหมาย; **in** *or* **on his ~s** ในระหว่างการเดินทางไปเรื่อยของเขา; Ⓑ *(straying)* การออกนอกเรื่อง หรือ ออกนอกประเด็น; **the ~s of his mind/thoughts** จิตใจ/ความคิดที่ฟุ้งซ่านของเขา; *(Buddhism)* การจาริก, การเวียนว่ายตายเกิด

Wandering 'Jew *n.* **the ~:** *บุคคลในตำนานที่กล่าวว่าถูกพระเยซูคริสต์สาปให้เดินทางเร่ร่อนไปอย่างไม่มีจุดหมาย; (fig.)* **a ~:** บุคคลที่เดินทางไปโดยยังไม่ได้ลงหลักปักฐานที่ใดที่หนึ่งแน่นอน

wanderlust /ˈwɒndəlʌst/ˈวอนเดอะลัซท/ *n.* ความทะยานอยาก หรือ ความต้องการที่จะเดินทาง; *(related to distant places)* ความอยากที่จะเดินทางไปให้ไกล

wane /weɪn/เวน/ ❶ *v.i.* *(ดวงจันทร์)* เป็นจันทร์ข้างแรม, อยู่ระหว่างข้างแรม; *(แสง)* ลดแรง, ลดกำลังลง; **the light is waning** แสงอ่อนกำลังลง ❷ *n.* **be on the ~:** *(พระจันทร์)* เป็นจันทร์ข้างแรม; *(fig.)* การเสื่อมลง, การลดกำลังลง

wangle /ˈwæŋgl/ˈแวงก'ล/ *(coll.)* ❶ *v.t. (get by devious means)* ได้รับ *(ส.น.)* โดยอุบาย; **~ sth. out of sb.** หลอกล่อเอา *ส.น.* จาก *ค.น.*; **can you ~ it for me?** คุณสามารถหลอกล่อเอามันให้ฉันได้หรือไม่ ❷ *n.* การได้รับ *(ส.น.)* โดยใช้อุบาย; **by a ~:** ด้วยการหลอกล่อ หรือ เพทุบาย

wank /wæŋk/แวงค/ *(Brit. coarse)* ❶ *v.i.* ชักว่าว *(ภ.ย.)* ❷ *v.t.* **~ sb. off** ชักว่าวให้ *ค.น.* *(ภ.ย.)* ❸ *n.* **have a ~:** ชักว่าว *(ภ.ย.)*

wanker /ˈwæŋkə(r)/ˈแวงเคอะ(ร)/ *n. (Brit. coarse)* คนที่น่าดูถูกเหยียดหยาม, คนไม่เอาไหน

wanly /ˈwɒnlɪ/ˈวอนลิ/ *adv.* อย่างละห้อยละเหี่ย

wanna /ˈwɒnə/ˈวอเนอะ/ *(coll.)* = **want to; want a**

wannabe(e) /ˈwɒnəbi:/ˈวอเนอะบี/ *n.* ผู้ที่อยากมีชื่อเสียง; **~ star** คนที่อยากเป็นดาราที่มีชื่อเสียง

want /wɒnt/วอนท/ ❶ *v.t.* Ⓐ *(desire)* อยากได้ *(ภ.พ.)* ต้องการ; **I ~ my mummy** ฉันต้องการหาแม่ของฉัน; **I ~ it done by tonight** ฉันต้องการให้งานชิ้นนี้เสร็จภายในคืนนี้; **I don't ~ there to be any misunderstanding** ฉันไม่อยากให้มีความเข้าใจผิดกัน; **I don't ~ you to get the idea that I am stingy** ฉันไม่อยากให้คุณคิดว่าฉันเป็นคนขี้เหนียว; Ⓑ *(require, need)* เรียกร้อง, ควรต้อง, จำต้อง; **'W~ed – cook for small family'** 'ต้องการแม่ครัวสำหรับครอบครัวเล็ก ๆ'; **you're ~ed on the phone** มีคนต้องการพูดโทรศัพท์กับคุณ; **feel ~ed** รู้สึกว่าเป็นที่ต้องการ; **what you ~ is a good holiday** คุณควรจะหยุดงานไปเที่ยวเสีย; **the windows ~ painting** หน้าต่างจำเป็นต้องทาสี; **what that naughty girl ~s is a good wallop** เด็กหญิงซุกซนคนนั้นน่าตบมาก; **you ~ to be [more] careful** *(ought to be)* คุณควรที่จะระวัง [มากกว่านี้]; **you ~ to see a solicitor about that** คุณควรไปพบทนายความเกี่ยวกับเรื่องนั้น; Ⓒ **~ed [by the police]** *(ฆาตกร)* กำลังถูกเจ้าหน้าที่ตำรวจตามจับ; **he is a ~ed man** เขาคือชายที่ตำรวจต้องการตัว; Ⓓ *(lack)* **sb./sth. ~s sth.** *ค.น./ส.น.* ขาด *ส.น.*; **all the soup ~s is some salt** สิ่งเดียวที่น้ำซุปขาดคือเกลือนิดหน่อย ❷ *n.* Ⓐ *no pl. (lack)* การขาด, ความไม่มี; **there is no ~ of ...;** ...ไม่ขาดเลย; **for ~ of sth.** เนื่องจากขาด *ส.น.* ไม่ได้; **for ~ of a better word** เนื่องจากคิดคำที่ดีกว่านี้ไม่ได้; **he took the flat for ~ of anything better** เขาซื้อ/เช่าแฟลตนั้น เพราะหาที่ดีกว่านั้นไม่ได้แล้ว; Ⓑ *no pl. (need)* ความยากไร้; **suffer ~:** ลำบากเพราะยากไร้; **be in ~ of sth.** *(dated literary)* ไร้ซึ่ง หรือ อัตคัด *ส.น.*; Ⓒ *(desire)* ความปรารถนา, ความต้องการ; **we can supply all your ~s** เราสามารถหาสิ่งที่คุณต้องการได้ทุกประการ ❸ *v.i.* Ⓐ *(arch.: be in ~)* อัตคัด, มีสภาพเป็นผู้ยากไร้; Ⓑ *(esp. Amer. coll.)* **~ in/out** อยากจะเข้าร่วม/อยากจะถอนตัว

~ for *v.t. (dated)* **sb. ~s for nothing** *or* **doesn't ~ for anything** *ค.น.* ไม่ขาดแคลนอะไรทั้งสิ้น; **~ for money** ขาดแคลนเงิน

wanted list *n.* รายชื่อผู้ต้องสงสัยที่ตำรวจต้องการตัว

wanting /ˈwɒntɪŋ/ˈวอนทิง/ *adj.* **be ~:** ไม่ดีพอ, ไม่เพียงพอ; **sb./sth. is ~ in sth.** *ค.น./ส.น.* ขาด *ส.น.*; **be found ~:** มีคุณสมบัติไม่ครบถ้วน

wanton /ˈwɒntən/ˈวอนเท็น/ ❶ *adj.* Ⓐ *(dated: licentious)* เจ้าชู้; *(บุคคล)* มีอารมณ์ทางเพศสูง; ไม่ระวังตัว; Ⓑ *(wilful)* เอาแต่ใจตนเอง; Ⓒ *(luxuriant, wild)* *(ต้นไม้, ความหลากหลาย)* มีมาก, ดกทึบ, ขึ้นรกรุงรัง; Ⓓ *(capricious)* เปลี่ยนใจง่าย, ใจโลเล ❷ *n. (dated) (woman)* หญิงเจ้าชู้; *(man)* ชายเจ้าชู้

wantonly /ˈwɒntənlɪ/ˈวอนเทินลิ/ *adv.* Ⓐ *(dated: licentiously)* อย่างส่ำส่อนทางเพศ; Ⓑ *(wilfully)* อย่างเอาแต่ใจตนเอง

wantonness /ˈwɒntənnɪs/ˈวอนเทินนิซ/ *n., no pl.* Ⓐ *(dated: licentiousness)* ความเจ้าชู้; Ⓑ *(wilfulness)* ความเอาแต่ใจตนเอง

WAP *n. abbr.* **Wireless Application Protocol** แวป *(ท.ศ.)* สัญญาณไร้สาย

war /wɔ:(r)/วอ(ร)/ *n.* Ⓐ สงคราม; **between the ~s** ระหว่างสงครามโลกครั้งที่ 1 และ 2; **declare ~:** ประกาศสงคราม; **an act of ~:** การรุกรานถือเป็นการทำสงคราม; **a ~ of conquest/aggression** การทำสงครามเพื่อขยายดินแดน/ที่รุกราน; **be at ~:** อยู่ในภาวะสงคราม; **make ~:** ทำสงคราม; **go to ~:** เข้าสู่สมรภูมิรบ, ประกาศสงคราม; **carry the ~ into the enemy's camp** *(fig.)* เป็นฝ่ายรุก; **look as though one/it has been in the ~s** *ค.น./ส.น.* ดูเหมือนได้ผ่านอะไรมามากมาย; Ⓑ *(science)* วิชายุทธศาสตร์; **the art of ~:** ตำราพิชัยสงคราม; **laws of ~:** กฎกติกาในการทำสงคราม; **rights of ~:** สิทธิในการทำสงคราม; Ⓒ *(fig.: conflict)* ความขัดแย้ง, การแข่งขัน; **price ~:** การแข่งขันด้านราคา; **~ of nerves** สงครามประสาท; **~ of words** การทะเลาะกันอย่างดุเดือด; Ⓓ *(fig.: fight, campaign)* การต่อต้าน, การรณรงค์; **declare ~ on poverty** การรณรงค์ต่อสู้กับความยากจน

'war baby *n.* เด็กที่เกิดในระหว่างสงคราม

warble /ˈwɔ:bl/ˈวอบ'ล/ *v.t. & i.* ร้องเสียงรัวในลำคอ

warbler /ˈwɔ:blə(r)/ˈวอเบลอะ(ร)/ *n. (Ornith.)* นกกินแมลงตัวเล็กในวงศ์ Sylviidae นกกระจิบ

war: ~ bride *n.* หญิงที่แต่งงานกับทหารในยามสงคราม; **~ correspondent** *n.* ผู้สื่อข่าวที่รายงานข่าวจากสมรภูมิรบ; **~ crime** *n.* อาชญากรรมสงคราม; **~ criminal** *n.* อาชญากรสงคราม; **~ cry** *n.* Ⓐ *(battlecry)* เสียงโห่ร้องในเวลาออกศึกสงคราม; Ⓑ *(slogan)* คำขวัญ *(เช่น ของพรรคการเมือง)*

ward /wɔ:d/วอด/ *n.* Ⓐ *(in hospital)* แผนกในโรงพยาบาล; *(single room)* ห้องคนไข้เดี่ยว; **geriatric/maternity ~:** แผนกคนไข้สูงอายุ/แผนกสูติกรรม; **she's in W~ 3** เธออยู่ในแผนก 3; Ⓑ *(minor)* *ผู้เยาว์ที่อยู่ใต้การดูแลของผู้แทนโดยชอบที่ศาลหรือบิดามารดาแต่งตั้งขึ้น*; **~ [of court]** *(Law)* *ผู้เยาว์หรือคนปัญญาอ่อนที่อยู่ภายใต้การคุ้มครองของศาล*; Ⓒ *(electoral division)* เขตเลือกตั้ง; Ⓓ *(Hist.: bailey)* กำแพงชั้นนอกของปราสาท

~ 'off *v.t.* Ⓐ *(prevent)* ขวางกั้น, ปกป้อง *(อันตราย)*; ป้องกัน *(ไข้หวัด)*; Ⓑ *(keep at distance)* ขจัดปัดเป่า *(คนที่จะจับ)*; ให้อยู่ห่าง ๆ

war: ~ damage *n.* ความเสียหายที่เกิดจากสงคราม; **~ dance** *n.* *การเต้นรำของเผ่าบางเผ่าก่อนหรือหลังสงคราม*

warden /ˈwɔ:dn/ˈวอด'น/ *n.* ➤ **489** Ⓐ *(president, governor)* ประธาน, ผู้อำนวยการ; *(of college, school)* คณบดี, อาจารย์ใหญ่; *(of hostel, sheltered housing)* ผู้ดูแลหอพัก; *(of youth hostel)* ผู้ปกครอง; Ⓑ *(supervisor)* ผู้ควบคุม, ผู้ดูแล; **[air-raid] ~:** ผู้ดูแลพลเรือนในยามที่ถูกโจมตีทางอากาศ; ➡ + **churchwarden**

warder /ˈwɔ:də(r)/ˈวอเดอะ(ร)/ *n. (Brit.)* พัสดีเรือนจำชาย

wardress /ˈwɔ:drɪs/ˈวอดริซ/ *n.* พัสดีเรือนจำหญิง

wardrobe /ˈwɔ:drəʊb/ˈวอดโรบ/ *n.* Ⓐ *(piece of furniture)* ตู้เสื้อผ้า; **folding ~:** ตู้เสื้อผ้าชนิดที่เป็นพลาสติกที่พับได้; Ⓑ *(stock of clothes)* เสื้อผ้าทั้งหมดที่มีอยู่; *(in theatre)* เครื่องแต่งกายละครทั้งหมด

wardrobe: ~ master/mistress *ns. (Theatre)* ผู้ดูแลเครื่องแต่งกายของคณะละคร; **~ trunk** *n.* หีบขนาดใหญ่ที่ตั้งให้เป็นตู้แขวนเสื้อผ้าได้

'wardroom *n. (Navy)* ห้องสำหรับนายทหารเรือชั้นสัญญาบัตร

-wards /wədz/เวิดซ/ *adv. suff.* ไปทาง, ไปสู่

wardship /ˈwɔ:dʃɪp/ˈวอดชิพ/ *n.* การดูแลของผู้พิทักษ์

'ward sister *n.* พยาบาลประจำวอร์ดคนไข้

ware /weə(r)/แว(ร)/ *n.* Ⓐ *(pottery)* เครื่องปั้นถ้วยโถโอชาม; **Delft ~:** เครื่องปั้นดินเผาจากเมืองเด็ลฟ์ในฮอลแลนด์; Ⓑ *in pl. (goods)* สินค้า

warehouse ❶ /ˈweəhaʊs/ˈแวเฮาซ/ *n. (repository)* คลังสินค้า; *(part of building)* ห้องเก็บพัสดุ; *(Brit.: retail or wholesale store)* โกดังขายสินค้าราคาส่ง ❷ /ˈweəhaʊs, ˈweəhaʊz/ˈแวเฮาซ, ˈแวเฮาซ/ *v.t.* เก็บของไว้ในคลังสินค้า

warehouseman /ˈweəhaʊsmən/ˈแวเฮาซเมิน/ *n., pl.* **warehousemen** /ˈweəhaʊsmən/ˈแวเฮาซเมิน/ ➤ **489** คนดูแลคลังสินค้า

warfare /ˈwɔːfeə(r)/ˈวอแฟ(ร)/ *n.* *(lit. or fig.)* การสงคราม, การทำสงคราม; **in modern ~:** ในการทำสงครามสมัยใหม่; **economic ~:** สงครามเศรษฐกิจ; ➡ + **open** 1 H

war: ~ game *n.* การซ้อมรบ; **~ gaming** *n.* *(Mil.)* การซ้อมรบ; *(as hobby)* การเล่นเกมทำสงครามที่ใช้ตุ๊กตาทหาร; **~ god** *n.* เทพเจ้าแห่งสงคราม; **~ grave** *n.* หลุมฝังศพของทหารที่ตายในสงคราม; **~head** *n.* ส่วนหัวรบของขีปนาวุธ; **~horse** *n.* *(Hist., fig.)* ม้าของอัศวินหรือทหารม้า; *(fig.)* ทหารผ่านศึกเจนสงคราม, นักการเมืองที่จัดเจนเวทีการเมือง

warily /ˈweərɪlɪ/ˈแวริลิ/ *adv.* อย่างระวังตัว; *(suspiciously)* อย่างเคลือบแคลงสงสัย; **tread ~** *(lit. or fig.)* ระมัดระวังเป็นพิเศษ

wariness /ˈweərɪnɪs/ˈแวรินิซ/ *n., no pl.* ความระวังตัว, ความไม่ประมาท; **~ of strangers** ความไม่ไว้ใจคนแปลกหน้า

ˈwarlike *adj.* Ⓐ *(bellicose)* ชอบต่อสู้, กระหายสงคราม; Ⓑ *(military)* เชิงสงคราม, แบบทหาร

warlock /ˈwɔːlɒk/ˈวอลอค/ *n.* พ่อมด

ˈwarlord *n.* ผู้บัญชาการรบ, ผู้บัญชาการทหารสูงสุด, แม่ทัพ

warm /wɔːm/วอม/ ❶ *adj.* Ⓐ อุ่น, อบอุ่น, ร้อน; **come inside and get ~:** เข้ามาข้างในซิจะได้อุ่น; **I am very ~ from running** ฉันรู้สึกร้อนมากเพราะวิ่งมา; **it's ~ work** มันเป็นงานที่ทำให้ร้อนเพราะต้องออกแรง; **keep sb.'s food ~:** รักษาอาหารของ *ค.น.* ให้อุ่น; **keep a seat/job ~ for sb.** *(fig.)* รักษาที่นั่ง/ตำแหน่งเอาไว้ให้กับ *ค.น.*; Ⓑ *(enthusiastic)* *(การทักทาย, การขอบคุณ)* ที่เต็มใจ; *(ความเป็นเพื่อน)* ที่อบอุ่น; *(การปรบมือ)* ที่คึกคัก; ➡ + **reception** A; **welcome** 2 B; Ⓒ *(cordial, sympathetic)* *(การพูดคุย)* มีมิตรไมตรี; *(การยิ้มต้อนรับ, การฟังปัญหา)* ที่เห็นอกเห็นใจ; **the thought of her kindness gives me a ~ feeling** เมื่อคิดถึงความมีน้ำใจของเธอฉันจะรู้สึกอบอุ่น; Ⓓ *(passionate)* แสดงความรักใคร่, มีความต้องการทางเพศ; Ⓔ *(animated)* มีชีวิตชีวา, ร่าเริง; Ⓕ *(unpleasant)* มีปัญหา, ไม่สนุก; **he left when things began to get too ~ for him** เขาจากไปเมื่อสถานการณ์รอบด้านเริ่มตึงเครียดเกินทนได้; Ⓖ *(recent)* *(ร่องรอยของเหยื่อ)* ยังใหม่อยู่; Ⓗ *(in game: close)* **you're getting ~!** ใกล้จะถูกแล้ว ❷ *v.t.* ทำให้อบอุ่น; **~ one's hands** ทำให้มืออบอุ่น; **the thought [of ...] ~ed [the cockles of] his heart** พอคิด [ถึง...] เขารู้สึกชื่นใจ ❸ *v.i.* Ⓐ **~ to sb./sth.** *(come to like)* เริ่มชอบ *ค.น./ส.น.*; **my heart ~ed to her** ใจของฉันชอบเธอเข้าให้แล้ว; **the speaker ~ed to his subject** ผู้พูดยิ่งพูดก็ยิ่งออกรสชาติ; Ⓑ *(get ~er)* อบอุ่นมากขึ้น, อุณหภูมิสูงขึ้น ❹ *n.* Ⓐ *(~ing)* **give the food a ~:** อุ่นอาหารให้ร้อน; **have a ~ by the fire** อุ่นตัวใกล้ไฟ; Ⓑ *(warmth)* **the ~:** ความอบอุ่น

~ ˈup ❶ *v.i.* Ⓐ *(get ~)* อุ่นขึ้น, ร้อนขึ้น; *(เครื่องยนต์)* ถูกอุ่นไว้; Ⓑ *(prepare)* อุ่นร่างกาย *(ก่อนแข่ง)*; ฝึกเปล่งเสียง *(ก่อนการร้อง, แสดง)*; Ⓒ *(fig.: become animated)* *(งานเลี้ยง)* ร่าเริงมีชีวิตชีวาขึ้น; *(ผู้ชมการแสดง)* กระตือรือร้น ❷ *v.t.* อุ่น *(อาหาร)*; ทำให้อุ่น *(ห้องนอน)*; อุ่น *(เครื่องยนต์)*; *(fig.)* ทำให้ผู้ชมกระตือรือร้น; ➡ + **warm-up**

warm-blooded /ˈwɔːmblʌdɪd/ˈวอมบลัดดิด/ *adj.* Ⓐ เลือดอุ่น; **~-blooded animals** สัตว์เลือดอุ่น; Ⓑ *(fig.: passionate)* มีอารมณ์เร่าร้อนรุนแรง

warmed-over /ˈwɔːmdəʊvə(r)/ˈวอมโดเวอะ(ร)/, *(Amer.)* **warmed-up** /ˈwɔːmdʌp/ˈวอมดัพ/ *adjs.* *(อาหาร)* ที่อุ่นให้ร้อนอีก

ˈwar memorial *n.* อนุสาวรีย์ทหารที่เสียชีวิตในระหว่างสงคราม

warm ˈfront *n.* *(Meteorol.)* แนวอากาศร้อนที่เคลื่อนเข้ามา

ˈwarm-hearted *adj.* ใจดี, เป็นมิตร

ˈwarming pan *n.* *(Hist.)* *กระทะทองแดงใส่ถ่านมีฝาปิด ใช้ทำให้ที่นอนอบอุ่น*

warmish /ˈwɔːmɪʃ/ˈวอมิช/ *adj.* ค่อนข้างอุ่น

warmly /ˈwɔːmlɪ/ˈวอมลิ/ *adv.* Ⓐ *(to maintain warmth)* *(แต่งตัว)* ให้อุ่นไว้; Ⓑ *(enthusiastically)* *(การต้อนรับ, ปรบมือ, ขอบคุณ ฯลฯ)* อย่างกระตือรือร้น; Ⓒ *(animatedly)* อย่างมีชีวิตชีวา

warmonger /ˈwɔːmʌŋgə(r)/ˈวอมังเกอะ(ร)/ *n.* คนที่สนับสนุนสงคราม

warmongering /ˈwɔːmʌŋgərɪŋ/ˈวอมังเกอะริง/ *n.* การกระพือเรื่องเพื่อให้เกิดสงคราม

warmth /wɔːmθ/ˈวอมธ/ *n.* Ⓐ *(state of being warm; also of colour)* ความอบอุ่น; Ⓑ *(enthusiasm, affection, cordiality)* ความอบอุ่น; **the ~ of her temperament** ความมีไมตรีจิตของเธอ; Ⓒ *(animation)* ความมีชีวิตชีวา, ความร่าเริง; *(indignation)* ความขัดเคือง; **in the ~ of the debate** ระหว่างที่กำลังโต้เถียงกันอย่างเผ็ดร้อน

ˈwarm-up *n.* **have a ~** *(lit., Sport)* การอบอุ่นร่างกาย; **give a meal a ~:** อุ่นอาหารให้ร้อน; **~ [lap]** *(Motor Racing)* รอบการขับเพื่ออุ่นเครื่องยนต์

warn /wɔːn/วอน/ *v.t.* Ⓐ *(inform, give notice)* บอกเตือน **(against of, about** เกี่ยวกับ); **~ sb. that ...:** บอกเตือน *ค.น.* ว่า...; **you can't say I didn't ~ you** แล้วคุณจะมาบอกไม่ได้นะ ว่าฉันไม่ได้เตือน; **you have been ~ed!** ถ้าไม่เชื่อเป็นได้เห็นดีแน่; **~ sb. not to do sth.** เตือน *ค.น.* ไม่ให้ทำ *ส.น.*; **you might have ~ed us you were going to be late** คุณน่าจะบอกพวกเราล่วงหน้าว่าคุณจะมาสาย; Ⓑ *(admonish)* ต่อว่า; *(officially)* เรียกมาตำหนิอย่างเป็นทางการ

~ ˈoff *v.t.* Ⓐ บอกเตือนให้ละเว้นไม่ทำ; **~ sb. off doing sth.** บอกเตือน *ค.น.* ไม่ให้ทำ *ส.น.*; Ⓑ *(Racing)* ห้ามไม่ให้ไปสนามแข่งม้า

warning /ˈwɔːnɪŋ/ˈวอนิง/ ❶ *n.* Ⓐ *(advance notice)* การบอกเตือน, การแจ้งให้รู้ล่วงหน้า; **he gave me no ~ of his intentions** เขาไม่ได้แจ้งความตั้งใจของเขาล่วงหน้า; **we had no ~ of their arrival** เราไม่ได้รับแจ้งล่วงหน้าว่าพวกเขาจะมา; **give sb. plenty of/a few day's ~:** บอกแจ้งให้ *ค.น.* ทราบล่วงหน้าพอสมควร/สองสามวัน; **health ~** คำเตือนด้านสุขภาพ; **flood/gale ~** การเตือนอุทกภัย/พายุ; Ⓑ *(lesson)* บทเรียน, เครื่องเตือนใจ; **let that be a ~ to you** ขอให้สิ่งนั้นเป็นบทเรียนสำหรับคุณ; Ⓒ *(caution)* หมายเตือนจากตำรวจห้ามไม่ให้ทำผิดอีกเป็นครั้งที่สอง; *(less official)* จดหมายเตือน *(จากที่ทำงาน)* ❷ *attrib. adj.* *(สัญญาณไฟ)* เตือนภัย; **~ light/shot** ไฟเตือนภัย/การยิงขู่; **~ notice** การแจ้งให้รู้ล่วงหน้า; **a ~ look/gesture** การเหลือบมอง/การให้สัญญาณที่เป็นการปราม

ˈWar Office *n.* *(Brit. Hist.)* กระทรวงที่ควบคุมกำลังทหารของอังกฤษ

War of Independence *n.* *(Amer.)* *(Hist.)* *สงครามประกาศอิสรภาพจากอังกฤษของชาวอเมริกันระหว่างปี ค.ศ. 1775–1783*

warp /wɔːp/วอพ/ ❶ *v.i.* *(become bent)* *(ไม้, แผ่นเสียง)* โค้งขึ้นมา, งอ ❷ *v.t.* Ⓐ *(cause to become bent)* ทำให้โค้ง, ทำให้งอ; **the sun had ~ed the boards** แสงแดดทำให้ไม้กระดานโค้งงอ; Ⓑ *(fig.: pervert)* ปรวนแปรไป; **~ed** ถูกทำให้ปรวนแปรไป, วิปริต *(ความคิด, พฤติกรรม)*; **a ~ed sense of humour** อารมณ์ขันที่ผิดปกติ ❸ *n.* Ⓐ *(weaving)* ด้ายตามยาวในหูกทอผ้า, ด้ายยืน; Ⓑ *(bent state)* สภาพของความโค้ง, งอ; *(bend in a board etc.)* ส่วนโค้งงอ; **there is a ~ in the record** มีรอยโค้งงอบนแผ่นเสียง; Ⓒ *(fig.: perversion)* *(ของจิตใจ, พฤติกรรม)* ความวิปริต; ➡ + **time warp**

war: ~paint *n.* *(lit.)* สีที่ชาวอินเดียนแดงใช้วาดตามตัวก่อนออกไปทำสงคราม; *(fig. coll. joc.)* การแต่งหน้า *(ของผู้หญิง)*; **~path** *n.* เส้นทางการออกรบ; **be on the ~path** *(ชาวอินเดียนแดง)* กำลังทำการรบ; *(fig.)* กำลังมุ่งร้าย, กำลังจะหาเรื่อง; **~plane** *n.* เครื่องบินรบ; **~ poet** *n.* กวีที่เขียนโคลงเกี่ยวกับสงคราม

warrant /ˈwɒrənt/ˈวอเรินทฺ/ ❶ *n.* Ⓐ *(written order) (for sb.'s arrest)* หมายจับ; **[search] ~:** หมาย; Ⓑ *(authority)* อำนาจที่ได้รับมอบหมาย; *(justification)* ความชอบธรรม; Ⓒ *(dividend voucher)* หนังสือรับเงินปันผล; Ⓓ *(Law)* หมาย, ใบอนุญาต; **~ of attorney** หนังสือมอบอำนาจให้ทนายทำการแทนในศาล ❷ *v.t.* Ⓐ *(justify)* ทำให้ถูกต้อง, ยืนยันความสมควร, เป็นเหตุผลที่ดี; **her small income does not ~ such expenditure** รายได้เล็กน้อยของเธอไม่สมควรกับรายจ่าย [สูง] เช่นนั้น; Ⓑ *(guarantee)* **we ~ [you] the diamond is genuine** เรารับประกัน [ต่อคุณ] ว่าเพชรเป็นของแท้; **you'll like it, I** *or* **I'll ~ you** ฉันยืนยันได้เลยว่า คุณจะต้องชอบมัน

warrantable /ˈwɒrəntəbl/ˈวอเรินเทอะบ'ล/ *adj.* ยืนยันว่าถูกต้องได้, รับประกันได้; **be ~:** รับรอง *หรือ* รับประกันได้

ˈwarrant officer *n.* *นายทหารที่มียศสูงสุดของชั้นประทวน แต่ยังต่ำกว่าชั้นสัญญาบัตร*

warranty /ˈwɒrəntɪ/ˈวอเรินทิ/ *n.* Ⓐ *(Law)* ใบรับประกันสินค้า; **it is still under ~:** มันยังอยู่ภายในระยะเวลาของการรับประกันสินค้าอยู่; ➡ + **guarantee** 2 A; Ⓑ *(justification)* ความชอบธรรม *(ของการกระทำ ส.น.)*

warren /ˈwɒrn/ˈวอร'น/ *n.* Ⓐ ➡ **rabbit warren**; Ⓑ *(fig.: densely populated area)* พื้นที่ที่มีประชากรอาศัยอยู่อย่างหนาแน่น; *(fig.)* *(maze)* ทางที่คดเคี้ยวชวนให้หลงทาง

warring /ˈwɔːrɪŋ/ˈวอริง/ *adj.* ที่ทำสงครามสู้รบกัน; *(fig.)* กำลังวิวาทกัน

warrior /ˈwɒrɪə(r)/ˈวอเรีย(ร)/ *n.* Ⓐ *(esp. literary)* นักรบ; Ⓑ *attrib.* *(martial)* แห่งนักรบ, แห่งสงคราม; **a ~ nation/race** ชาติ/เชื้อชาตินักรบ

Warsaw /ˈwɔːsɔː/ˈวอซอ/ ❶ *pr. n.* วอร์ซอ เมืองหลวงของประเทศโปแลนด์ ❷ *attrib. adj.* แห่งวอร์ซอ; **~ Pact** *(Hist.)* สนธิสัญญาแห่งกรุงวอร์ซอ

ˈwarship *n.* เรือรบ

wart /wɔːt/วอท/ *n.* หูด; **~s and all** *(fig.)* โดยไม่พยายามปิดบังความอัปลักษณ์

ˈwarthog *n.* หมูป่าแอฟริกามีหัวใหญ่และเขี้ยวโค้งงอ

war: ~time *n.* Ⓐ ยามสงคราม; **in** *or* **during ~time** ระหว่างสงคราม; Ⓑ *attrib.* เป็นช่วงสงคราม; **~time England** ประเทศอังกฤษในช่วงสงคราม; **a ~time love affair** ความรักระหว่างสงคราม; **~-weary** *adj.* เหนื่อยอ่อนจากสงคราม; **~ widow** *n.* หญิงม่ายที่สามีเสียชีวิตระหว่างสงคราม

W

wary /ˈweərɪ/ˈแวริ/ *adj.* ระมัดระวัง; *(suspicious)* เคลือบแคลงสงสัย, ระแวง; **be ~ of** *or* **about doing sth.** ระแวงที่จะทำ *ส.น.;* **be ~ of sb./sth.** สงสัย *ค.น./ส.น.;* **keep a ~ eye on sb.** จับตามอง *ค.น.* อย่างจะคอยจับพิรุธ

ˈwar zone *n.* เขตสงคราม

was ➡ **be**

wash /wɒʃ/วอช/ ❶ *v.t.* Ⓐ ซัก, ล้าง, ทำความสะอาด; **~ oneself** อาบร่างกายของตน; **~ one's hands** ล้างมือ; *(also euphem.)* เข้าห้องน้ำ; **~ one's face/hair** ล้างหน้า/สระผมของตน; **~ the clothes** ซักเสื้อผ้า; **~ the dishes** ล้างจาน; **~ the floor** ล้างพื้น; **~ one's hands of sb./sth.** ไม่อยากจะเกี่ยวข้องกับ *ค.น./ส.น.;* **I don't wish to have anything more to do with the whole business, I ~ my hands of it** ฉันไม่ต้องการจะเกี่ยวข้องกับเรื่องทั้งหมดนั้นอีกต่อไป ฉันขอวางมือ; Ⓑ *(remove)* ชำระออกไป **(from** จาก); Ⓒ *(by licking)* *(สัตว์)* ทำความสะอาดโดยใช้ลิ้นเลีย; **the cat ~ed its face** แมวเลียหน้าของมัน; **the cat ~ed its fur** แมวเลียทำความสะอาดขนของมัน; Ⓓ *(carry along)* *(น้ำ)* พัดพาไป; **be ~ed overboard/ashore** ถูกพัดตกจากเรือ/ขึ้นฝั่ง; **be ~ed downstream** ถูกพัดพาล่องไปตามกระแสน้ำ; Ⓔ *(คลื่นในทะเล)* เซาะ *(ตลิ่ง);* ➡ **+ linen** 1 B

❷ *v.i.* Ⓐ ชำระล้าง/อาบตนเอง; Ⓑ *(clean clothes)* ซัก; Ⓒ *(ผ้าเช็ดตัว, เสื้อผ้า)* ถูกซัก; **that won't ~** *(fig. coll.)* นั่นฟังไม่ขึ้น; **an interesting theory, but it won't ~:** เป็นทฤษฎีที่น่าสนใจแต่จะไม่มีใครยอมรับ; Ⓓ *(sweep)* *(คลื่น)* สาด; **~ over/against sth.** พัดสาดท่วม/เข้าปะทะกับ *ส.น.*

❸ *n.* Ⓐ **give sb./sth. a [good] ~:** ชำระล้าง *ค.น./ส.น.* [อย่างทั่วถึง]; **the baby/car needs a ~** *or (coll.)* **could do with a ~:** จะต้องอาบน้ำให้เด็กทารก/ล้างรถ; **I must have a ~ before lunch** ฉันต้องล้างมือก่อนรับประทานอาหารกลางวัน; Ⓑ *(laundering)* การซักผ้า; **it is in the ~:** มันกำลังซักอยู่; **it'll all come out in the ~** *(fig. coll.)* แล้วปัญหาก็จะคลี่คลายไปเอง; **the week's ~:** ปริมาณเสื้อผ้าที่ต้องซักในแต่ละสัปดาห์; Ⓒ *(of ship, aircraft, etc.)* ความปั่นป่วนของน้ำ/อากาศที่หางเสือเรือ/เครื่องบิน; Ⓓ *(lotion)* น้ำยา *(บ้วนปาก, ล้างหน้า); **a ~ for disinfecting the mouth** น้ำยาบ้วนปากฆ่าเชื้อโรค; ➡ **+ eyewash; mouthwash;** Ⓔ *(pig food)* อาหารหมู

~ aˈway *v.t.* Ⓐ ล้างให้สะอาด; สาดน้ำให้หายเปื้อน; Ⓑ **~ a stain/the mud away** ล้างรอยเปื้อน/คราบโคลนออก

~ ˈdown *v.t.* Ⓐ *(clean dirt from) (with a hose)* ใช้สายยางฉีดล้าง *(รถยนต์, พื้น); (with soap and water)* ขัดล้างด้วยสบู่และน้ำ; Ⓑ *(help to go down)* *(ทานยา)* ตามด้วยน้ำ; **we lunched on beef ~ed down with beer** อาหารกลางวันเราทานเนื้อและดื่มเบียร์

~ ˈoff *v.t.* **~ sth. off** ชำระล้าง *ส.น.* ออก; *(from fabric etc.)* ซักออก

~ ˈout *v.t.* Ⓐ *(clean)* ชำระล้างให้สะอาด *(หม้อ, ปาก);* **~ dirt/marks out of clothes** ซักคราบสกปรก/รอยเปื้อนออกจากเสื้อผ้า; Ⓑ *(stop; prevent from taking place)* ถูกยกเลิกเพราะฝนตกหนัก; **several matches have been ~ed out** การแข่งหลายนัดถูกยกเลิกเพราะฝนตก; Ⓒ *(damage)* *(สะพาน, ถนน)* ถูกชะล้าง; ➡ **+ washed-out; washout**

~ ˈover *v.t.* Ⓐ *(fig. coll.: not affect)* **~ over sb.** ไม่มีผลกระทบต่อ *ค.น.;* **she just sat back and let everything/the criticism ~ over her** เธอนั่งอยู่อย่างเฉยเมยและปล่อยให้ทุกสิ่งทุกอย่าง/คำวิพากษ์วิจารณ์ข้ามหัวเธอไป; Ⓑ *(sweep over)* สาดเข้ามา, พัดข้ามเข้ามา

~ ˈup *v.t.* Ⓐ *(Brit.: clean)* **~ the dishes up** ล้างจาน; Ⓑ *(carry to shore)* *(ท่อนไม้, ศพ)* พัดเข้าฝั่ง ❷ *v.i.* Ⓐ ล้างจานชาม; **who's going to help me ~ up?** ใครจะช่วยฉันล้างชามล่ะ; Ⓑ *(Amer.)* ล้างหน้า หรือ ล้างมือ; ➡ **+ washed-up; washing-up**

washable /ˈwɒʃəbl/ˈวอเชอะบ'ล/ *adj.* *(เสื้อผ้า, พรม)* ที่ซักได้; *(สี)* ที่ล้างออกได้

wash: ~-and-ˈwear *adj.* *(เนื้อผ้า, เสื้อผ้า)* ไม่ต้องรีด; **~basin** *n.* อ่างล้างหน้า; **~board** *n.* กระดานซักผ้า; **~ bowl** ➡ **~basin; ~cloth** *n.* Ⓐ *(Brit.: dishcloth)* ผ้าเช็ดจาน; Ⓑ *(Amer.: facecloth)* ผ้าล้างหน้า; **~day** *n.* วันซักเสื้อผ้า

washed-ˈout *adj.* Ⓐ *attrib.* *(faded by washing)* *(เสื้อผ้า, สี)* ซีดจากการซัก; Ⓑ *(fig.: exhausted)* เหนื่อยอ่อน, หมดแรง; **I was** *or* **felt limp and ~:** ฉันรู้สึกเหนื่อยอ่อน

washed-ˈup *adj.* *(coll.)* พ่ายแพ้, ล้มเหลว

washer /ˈwɒʃə(r)/ˈวอเชอะ(ร)/ *n.* *(Mech. Engin.)* เครื่องซักล้าง; *(of tap)* แหวนรองสกรู

ˈwasherwoman *n.* ➤ **489** หญิงรับจ้างซักผ้า

ˈwash-hand basin *n.* อ่างล้างมือ

washing /ˈwɒʃɪŋ/ˈวอชิง/ *n., no pl., no indef. art.* Ⓐ *(clothes to be washed)* เสื้อผ้าที่ต้องซัก; **take in ~:** รับจ้างซักเสื้อผ้า; Ⓑ *(cleansing)* การซักผ้า; **do the ~:** ซักผ้า; **children often don't like ~:** เด็ก ๆ มักไม่ชอบอาบน้ำ; **the car needs a good ~:** ต้องล้างรถจริง ๆ

washing: ~ day *n.* วันซักผ้า; **~ machine** *n.* เครื่องซักผ้า; **~ powder** *n.* ผงซักฟอก; **~ soda** *n.* โซเดียมคาร์บอเนตที่ละลายเพื่อใช้ซักล้าง; **~-ˈup** *n.* *(Brit.)* การล้างชาม; **do the ~-up** ล้างชาม; **there was ~-up everywhere** มีจานชามสกปรกกองเต็มไปหมด; **the ~-up took him hours** เขาใช้เวลาล้างจานชามเป็นชั่วโมง ๆ; **~-ˈup liquid** *n.* น้ำยาล้างจาน; **~-ˈup machine** ➡ **dishwasher** A

wash: ~ leather *n.* หนังชามัวร์ที่ใช้ในการทำความสะอาด; **~out** *n.* Ⓐ *(coll.: failure)* ความล้มเหลว; Ⓑ *(coll.: useless person)* คนที่ไร้ค่า; Ⓒ *(breach in road etc.)* รอยแตกร้าว; **~room** *n.* *(Amer.)* ห้องน้ำ; **~stand** *n.* ขาอ่างล้างหน้า; **~symbol** *n.* เครื่องหมายที่บอกวิธีการซักเสื้อผ้า; **~tub** *n.* อ่างซักเสื้อผ้า; **~woman** *(Amer.)* ➡ **washerwoman**

washy /ˈwɒʃɪ/ˈวอชิ/ *adj.* Ⓐ *(too watery)* *(อาหารเหลว)* มีน้ำมากเกินไป, ใสเกินไป; Ⓑ *(faded-looking)* *(สี)* ซีดไป; Ⓒ *(feeble)* *(รูปแบบ, ท่าทาง)* จืดชืดไร้น้ำยา; *(การแปล, การจัดฉาก)* ไม่ได้รสชาติ, ไม่มีพลัง

wasn't /ˈwɒznt/ˈวอซ'นท/ *(coll.)* = **was not;** ➡ **be**

Wasp /wɒsp/วอชพ/ *n.* *(Amer. derog.)* ชาวอเมริกันผิวขาวชนชั้นกลาง นับถือนิกายโปรเตสแตนต์ที่สืบเชื้อสายมาจากชาวอังกฤษ

wasp *n.* ตัวต่อ

waspish /ˈwɒspɪʃ/ˈวอชปิช/ *adj.,* **waspishly** /ˈwɒspɪʃlɪ/ˈวอชปิชลิ/ *adv.* [อย่าง] ขี้โมโห, [อย่าง] อารมณ์ฉุนเฉียว

waspishness /ˈwɒspɪʃnɪs/ˈวอชปิชนิช/ *n., no pl.* ความขี้โมโห, ความมีอารมณ์ฉุนเฉียว

ˈwasp waist *n.* เอวบางมาก

wassail /ˈwɒseɪl, ˈwɒsl/ˈวอเซล, ˈวอซ'ล/ *(arch.)* ❶ *n.* Ⓐ *(festivity)* งานเฉลิมฉลองที่มีการดื่มสุราอย่างไม่อั้น; Ⓑ *(liquor)* ไวน์หรือเบียร์ที่เติมเครื่องปรุงรส ❷ *v.i.* เลี้ยงฉลองด้วยการดื่มสุราไม่อั้น

wastage /ˈweɪstɪdʒ/ˈเวชติจ/ *n.* Ⓐ *(loss by wear etc.)* ความสูญเสียที่เกิดจากการใช้งาน; Ⓑ **[natural] ~** *(Admin.)* การเหลือลูกจ้างน้อยลงเนื่องจากการเกษียณ

waste /weɪst/เวชท/ ❶ *n.* Ⓐ *(useless remains)* ของเหลือ, เศษขยะ, กาก; **disposal of ~:** การกำจัดของเสีย; **kitchen ~, ~ from the kitchen** เศษของเหลือจากครัว; Ⓑ *(extravagant use)* การใช้อย่างสิ้นเปลือง; **it's a ~ of time/money/energy** มันเป็นการสูญเสียเวลา/เงินทอง/พลังงานโดยใช่เหตุ; **it would be a ~ of effort** มันเป็นความพยายามที่ไร้ผล; **it's a ~ of your time and mine** มันเป็นการสูญเสียเวลาของคุณและฉันโดยไม่เกิดประโยชน์; **go** *or* **run to ~:** เสียเปล่า; Ⓒ ➡ **waste pipe;** Ⓓ *(desert)* ทะเลทราย; ➡ **+ cotton waste**

❷ *v.t.* Ⓐ *(squander)* ใช้อย่างสิ้นเปลือง; **he is ~d on an audience like that** เขาเปลืองตัวเปล่า ๆ กับกลุ่มผู้ฟังพวกนั้น; **all his efforts were ~d** ความพยายามของเขาทั้งหมดได้หมดไปอย่างสิ้นเปลือง; **don't ~ my time!** อย่าทำให้ฉันเสียเวลา; **you didn't ~ much time, did you?** คุณรวดเร็วปานกามนิตหนุ่มเลยนะ; **~ one's life** ใช้ชีวิตอย่างไม่เกิดประโยชน์; **you're wasting your breath** *or* **words!** คุณไม่ต้องเสียแรงพูดหรอก; **~ not, want not** *(prov.)* มีสลึงพึงบรรจบให้ครบบาท; Ⓑ **be ~d** *(reduced)* *(สต็อก, เสบียง)* ลดลง; Ⓒ *(cause to shrink)* ทำให้หดลง; **a ~d arm** แขนที่ผอมเหลือแต่หนังหุ้มกระดูก; Ⓓ *(ravage)* ทำลายล้าง, ทำให้เสียหาย *(พื้นที่);* Ⓔ *(treat as ~ paper)* ถือเป็นกระดาษที่พิมพ์เสีย; Ⓕ *(sl.: murder)* ฆ่าทิ้ง

❸ *v.i.* เสื่อมสลาย, บางลงไป, อ่อนแอ, เหี่ยวลง; *(gradually)* ค่อย ๆ เสื่อมเสีย

❹ *adj.* Ⓐ *(not wanted)* **~ material** วัตถุเหลือใช้; **~ food** อาหารเหลือทิ้ง; **~ product** ของเสีย *(จากกระบวนการผลิต);* **~ water** น้ำเสีย; Ⓑ *(uncultivated)* *(ที่ดิน)* ว่างเปล่า; **lie ~:** *(ที่ดิน)* ว่างเปล่าไม่ได้ทำการเพาะปลูก; Ⓒ **lay sth. ~, lay ~ sth.** ทำลายล้าง *ส.น.* อย่างสิ้นเชิง

~ aˈway *v.i.* *(คน)* ผ่ายผอมลงไปเรื่อย ๆ

waste: ~basket ➡ **waste-paper basket; ~ disposal** *n.* การกำจัดขยะ หรือ ของเสีย; **~ diˈsposal unit** *n.* อุปกรณ์กำจัดขยะจากครัว

wasted /ˈweɪstɪd/ˈเวชทิด/ *(coll.) adj.* เมาเละ *(ภ.พ.)*

wasteful /ˈweɪstfl/ˈเวชทฟ'ล/ *adj.* Ⓐ *(extravagant)* สิ้นเปลือง, สุรุ่ยสุร่าย; **too much ~ expenditure** ค่าใช้จ่ายที่ฟุ่มเฟือยมากเกินไป; Ⓑ *(causing waste)* ที่สร้างความสิ้นเปลือง; **be ~ of sth.** ใช้ *ส.น.* แบบทิ้ง ๆ ขว้าง ๆ โดยไม่คุ้ม

wastefully /ˈweɪstfəlɪ/ˈเวชทุเฟอะลิ/ *adv.* อย่างสิ้นเปลือง; **sth. is ~ thrown away** *ส.น.* ถูกโยนทิ้งไปอย่างสิ้นเปลือง; **he's ~ extravagant with money** เขาใช้จ่ายเงินอย่างสุรุ่ยสุร่าย

wastefulness /ˈweɪstflnɪs/ˈเวชทฟ'ลนิช/ *n., no pl.* Ⓐ *(extravagance)* ความสุรุ่ยสุร่าย, การใช้จ่ายอย่างสิ้นเปลือง; *(character trait)* ลักษณะนิสัยสุรุ่ยสุร่าย, มือเติบ; **~ in the use of public funds** การใช้จ่ายเงินกองทุนสาธารณะอย่างสิ้นเปลือง; Ⓑ *(of manufacturing process)* ความสิ้นเปลืองในกระบวนการผลิต

waste: ~land *n. (not cultivated)* ที่ดินที่ทิ้งว่างเปล่า; *(not built on)* ที่ดินรกร้างว่างเปล่าที่ยังไม่มีสิ่งปลูกสร้าง; *(fig.)* แดนร้าง; **~ management** *n.* การบริหารกากอุตสาหกรรม; **~ 'paper** *n.* เศษกระดาษ; **~-'paper basket** *n.* ตะกร้าทิ้งขยะ; **~ pipe** *n.* ท่อน้ำทิ้ง; **~ processor** *n.* เครื่องย่อยขยะ

waster /'weɪstə(r)/'เวซเตอะ(ร)/ *n.* คนสุรุ่ยสุร่าย, คนใช้จ่ายอย่างสิ้นเปลือง

wasting /'weɪstɪŋ/'เวซติง/ *adj.* Ⓐ *(diminishing) (กล้ามเนื้อ)* ที่ค่อย ๆ ลดน้อยลง; Ⓑ *(reducing vitality, robustness)* **a ~ disease** โรคที่ทำให้สุขภาพค่อย ๆ ทรุดโทรมลง

wastrel /'weɪstrl/'เวซตรุ'ล/ *n.* Ⓐ *(good-for-nothing)* คนที่ไม่เอาไหน; Ⓑ *(wasteful person)* คนสุรุ่ยสุร่าย

watch /wɒtʃ/วอฉ/ ❶ *n.* Ⓐ ➤ 177 **wrist-/pocket ~:** นาฬิกาข้อมือ/พก; Ⓑ *(constant attention)* การเฝ้ามอง; **keep ~:** เฝ้าเวร; **keep [a] ~ for sb./sth.** เฝ้ามอง *ค.น./ส.น.;* **keep a [good *or* close] ~ on sb./sth.** เฝ้าดู *ค.น./ส.น.* [อย่างใกล้ชิด]; **keep [a] ~ for enemy aircraft** คอยเฝ้ามองหาเครื่องบินของข้าศึก; **keep a close ~ on the time** คอยรักษาเวลาอย่างเคร่งครัด; **they kept a ~ on all his activities** พวกเขาคอยเฝ้าดูพฤติกรรมทุกอย่างของเขาอยู่ตลอดเวลา; **the police were on the ~ for car thieves** ตำรวจกำลังคอยเฝ้าจับกุมพวกขโมยรถอยู่; Ⓒ *(Naut.)* การอยู่เวรยามกะละสี่ชั่วโมง; **starboard /port ~:** การเข้าเวรรักษาการณ์ทางกราบขวา/ซ้ายของเรือ; **the officer of the ~:** นายทหารที่เข้าเวร; ➡ + **dogwatch; set** 1 M; Ⓓ *(Hist.: street guard)* ยามลาดตระเวนบนท้องถนนในตอนกลางคืน; Ⓔ *(period of wakefulness at night)* ช่วงเวลานอนไม่หลับ; **in the ~es of the night** ในช่วงเวลาที่นอนไม่หลับกลางคืน

❷ *v.i.* Ⓐ *(wait)* **~ for sb./sth.** เฝ้ารอคอย *ค.น./ส.น.;* **~ for signs of improvement** เฝ้ารอให้อาการไข้กระเตื้องขึ้น; Ⓑ *(keep watch)* จับตาเฝ้ามองอยู่ตลอดเวลา

❸ *v.t.* Ⓐ *(observe)* มอง, ดู; **~ [the] television *or* TV** ดูโทรทัศน์ *หรือ* ทีวี; **~ sth. [on television *or* TV]** ดูรายการ [โทรทัศน์]; **~ sb. do *or* doing sth.** ดู *ค.น.* ทำ *ส.น.;* **he just ~ed her drown** เขาแค่เฝ้าดูเธอจมน้ำตายโดยไม่ช่วยเหลือ; **we are being ~ed** พวกเรากำลังถูกเฝ้ามองอยู่; **she had him ~ed** เธอให้คนติดตามเฝ้าดูเขา; **the police were ~ing the house** ตำรวจคอยจับตาเฝ้าบ้านหลังนั้น; **I want all of you to ~ this closely** ฉันอยากให้พวกคุณทุกคนดูสิ่งนี้อย่างใกล้ชิด; **I shall ~ your career with interest** ฉันจะติดตามความก้าวหน้าในการงานของคุณด้วยความสนใจ; **~ one's weight** คอยควบคุมน้ำหนักของตน; **~ sheep/goats *etc.*** คอยเฝ้าดูแลแกะ/แพะ ฯลฯ; **just ~ me!** *(coll.)* คอยดูฉันก็แล้วกัน; **~ this space** *(fig.)* คอยดูก็แล้วกัน; **a ~ed pot never boils** *(prov.)* ยิ่งอยากให้เร็ว ก็ยิ่งช้า; ➡ + **clock** 1 A; Ⓑ *(be careful of, look after)* คอยระวัง, คอยดูแล; **~ your manners!** *(coll.)* รักษามารยาทหน่อย; **~ your language!** *(coll.)* อย่าพูดหยาบคาย; **~ him, he's an awkward customer** *(coll.)* ระวังเขาให้ดี คนนี้แหละตัวแสบทีเดียว; **~ how you go/drive** เดิน/ขับรถดี ๆ หน่อย; **~ it *or* oneself** ระวังตัวหน่อย; **[just] ~ it [or you'll be in trouble]!** ระวังให้ดี [มิฉะนั้นคุณจะมีปัญหา]; ➡ + **step** 1 A; Ⓒ *(look out for)* คอยมองหา; **~ one's chance** รอคอยจังหวะ

~ 'out *v.i.* Ⓐ *(be careful)* ระมัดระวัง; **~ out! There's a car coming!** ระวัง มีรถมา; Ⓑ *(look out)* **~ out for sb./sth.** คอยระวังให้ *ค.น./ส.น.; (wait)* รอคอยว่า *ค.น./ส.น.* มาหรือยัง

~ 'over *v.t.* เฝ้าดูแล; **she ~ed over the children as they played in the garden** เธอคอยเฝ้าดูแลเด็ก ๆ ขณะที่พวกเขาเล่นกันอยู่ในสวน

watch: ~ case *n.* กล่องโลหะของนาฬิกา; **~dog** *n.* สุนัขเฝ้าบ้าน; *(fig.)* ผู้คอยตรวจสอบพฤติกรรม *หรือ* ความถูกต้อง; **the ~dog function of the press** *(fig.)* หน้าที่ของนักหนังสือพิมพ์ที่จะต้องคอยตรวจสอบพฤติกรรมของสังคม

watcher /'wɒtʃə(r)/'วอเฉอะ(ร)/ *n.* ผู้เฝ้าดู, ผู้สังเกตการณ์; **sky-~s** นักดูดาว; **television-~s** ผู้ชมรายการโทรทัศน์; **royalty-~s** ผู้เฝ้าติดตามข่าวคราวของพระราชวงศ์

watchful /'wɒtʃfl/'วอฉฟ'ล/ *adj.* คอยตั้งตาระวังระไว; **be ~ for *or* against sth.** เฝ้าจับตาดู *ส.น.;* **keep ~ guard** เฝ้ารักษาการณ์; **spend a ~ night** คอยเฝ้าระวังกันทั้งคืน; **keep a ~ eye on sb./sth.** คอยเฝ้าจับตาดู *ค.น./ส.น.*

watchfully /'wɒtʃfəlɪ/'วอฉเฟอะลิ/ *adv.* อย่างระมัดระวัง, อย่างเฝ้ามอง

watchfulness /'wɒtʃflnɪs/'วอฉฟ'ลนิซ/ *n., no pl.* การเฝ้าคอยระแวดระวัง

'watch glass *n.* กระจกหน้าปัดนาฬิกา

watching brief /'wɒtʃɪŋ bri:f/'วอฉิง บรีฟ/ *n.* ทนายที่เข้าไปฟังคดี เพื่อหาข้อมูลที่เป็นประโยชน์ต่อลูกความภายหลัง

watch: ~maker *n.* ➤ 489 ช่างทำ *หรือ* ซ่อมนาฬิกา; **~man** /'wɒtʃmən/'วอฉเมิน/ *n., pl.* **~men** /'wɒtʃmən/'วอฉเมิน/ ➤ 489 ยามรักษาการณ์; **~ strap** *n.* สายนาฬิกา; **~tower** *n.* หอคอยสังเกตการณ์; **~word** *n.* คำสัญญาณผ่านยาม; คำขวัญ

water /'wɔ:tə(r)/'วอเทอะ(ร)/ ❶ *n.* Ⓐ น้ำ; **this fruit is 80 percent ~:** ผลไม้นี้มีน้ำเป็นส่วนประกอบ 80%; **be under ~:** จมอยู่ใต้น้ำ; **the island across *or* over the ~:** เกาะที่อยู่อีกฟาก; **the upper ~s of a river** ต้นน้ำของแม่น้ำ; **send/carry sth. by ~:** ส่ง/นำพา *ส.น.* ไปทางเรือ; **be in deep ~[s]** *(fig.)* ตกที่นั่งลำบาก; **get [oneself] into deep ~** *(fig.)* ทำให้ [ตนเอง] ตกที่นั่งลำบาก; **make ~** *(urinate)* ถ่ายปัสสาวะ; *(Naut.: leak) (เรือ)* รั่ว; **on the ~** *(in boat etc.)* อยู่ในเรือ ฯลฯ; **pour *or* throw cold ~ on sth.** *(fig.)* วิจารณ์ *ส.น. หรือ* แสดงออกว่าไม่แยแส *ส.น.;* **~ under the bridge *or* over the dam** *(fig.)* ปล่อยสิ่งที่แล้วให้แล้วไป; **a lot of ~ has flowed under the bridge since then** นับตั้งแต่นั้นมาสถานการณ์ได้เปลี่ยนมากมายแล้ว; ➡ + **high water; ²hold** 1 F; **low water; spend** A; Ⓑ *in pl. (part of the sea etc.)* น่านน้ำที่อยู่รอบประเทศใดประเทศหนึ่ง; **cross the ~s** ข้ามน้ำข้ามทะเล; **cast one's bread upon the ~s** ทำความดีโดยไม่หวังสิ่งตอบแทน; Ⓒ *in pl. (mineral ~ at spa etc.)* น้ำแร่; **take *or* drink the ~s** ดื่มน้ำแร่; Ⓓ *(brilliance of gem)* น้ำ *(เพชร, พลอย);* **of the first ~** *(lit. or fig.) (เพชร)* น้ำหนึ่ง *หรือ* ที่มีความสดใสแวววาวเป็นประกายมากที่สุด; **a fool of the first ~:** คนโง่ที่สุด; **a genius of the first ~:** ชั้นหัวกะทิ

❷ *v.t.* Ⓐ รดน้ำ *(ต้นไม้, พื้นที่);* **~ the flowers** รดน้ำดอกไม้; **tears ~ed the ground** คนทั้งแผ่นดินร้องไห้กันไปหมด; Ⓑ *(adulterate)* ผสมด้วยน้ำ *(ไวน์, เบียร์);* Ⓒ *(แม่น้ำ)* หล่อเลี้ยง *(แผ่นดิน);* Ⓓ *(give drink of ~ to)* ให้น้ำดื่มแก่ *(สัตว์)*

❸ *v.i.* Ⓐ *(ตา)* น้ำตาไหล; **her eyes were ~ing from the smoke** เธอน้ำตาไหลเพราะควัน; Ⓑ *(run with saliva)* **my mouth was ~ing as ...:** ฉันน้ำลายไหลเมื่อ...; **the very thought of it *or* just to think of it made my mouth ~:** เพียงคิดถึงมันก็ทำให้ฉันน้ำลายไหล; ➡ + **mouth-watering;** Ⓒ *(take in supply of ~) (เรือ, เครื่องยนต์)* รับเติมน้ำ; Ⓓ *(go to drink) (สัตว์)* ไปดื่มน้ำ; **lions ~ing at dusk** สิงโตที่จะมาดื่มน้ำตอนโพล้เพล้

~ 'down *v.t. (lit. or fig.)* เจือจางด้วยน้ำ, ทำให้อ่อนลง

water: ~ authority *n.* การประปา; **~bed** *n.* เตียงน้ำ; **~bird** *n.* นกน้ำ; **~ birth** *n.* การทำคลอดในน้ำ; **~ biscuit** *n.* ขนมปังแครกเกอร์ *(ท.ศ.);* **~ boatman** *n. (Zool.)* แมลงในสกุล *Notonectidae* หรือ *Corixidae* สามารถเดินบนผิวน้ำ; **~borne** *adj.* Ⓐ *(transported)* ขนส่งทางน้ำ, ขนส่งทางเรือ; **~-borne traffic** การจราจรขนส่งทางน้ำ; Ⓑ *(transmitted) (โรค)* แพร่กระจายทางน้ำ; Ⓒ *(afloat) (เรือ)* ที่ลอยอยู่; **~ bottle** *n.* ขวดใส่น้ำ; **~ buffalo** *n.* ควาย; **~ bus** *n.* เรือโดยสารประจำทาง; **~ butt** *n.* ถังน้ำ; **~ cannon** *n.* เครื่องฉีดน้ำกำลังแรงสูง; **W~ carrier** *n. (Astrol.)* ราศีกุมภ์; ➡ + **archer** B; **~ cart** *n.* รถบรรทุกน้ำ; *(for sprinkling roads)* รถสำหรับรดน้ำถนน; **~ chestnut** *n.* แห้ว; **~ closet** *n.* ห้องส้วมประเภทมีชักโครก; **~colour** *n.* Ⓐ *(paint)* สีน้ำ; Ⓑ *(picture)* ภาพสีน้ำ; Ⓒ *no pl., no indef. art. (Art)* การวาดภาพสีน้ำ; **~colourist** *n.* ช่างวาดภาพสีน้ำ; **~-cooled** *adj. (เครื่องยนต์)* ที่เย็นจากการไหลเวียนของน้ำ; **~ cooler** *n.* ถังหรือกระติกน้ำดื่มแช่เย็น; **~course** *n. (stream etc.)* ทางน้ำ; *(bed)* พื้นใต้ลำน้ำ; **~cress** *n.* พืช *Nasturtium officinale* ขึ้นในน้ำ ใช้รับประทานเป็นผักสลัด; **~ diviner** *n.* ค้นหาน้ำโดยวิธีต่าง ๆ

watered /'wɔ:təd/'วอเทิด/ *adj.* **~ silk** ผ้าไหมผิวมันเงาที่มีลายผ้าโค้งงอไม่เป็นระเบียบ

water: ~fall *n.* น้ำตก; **~fowl** *n.* นกเป็ดน้ำ; **~front** *n.* ส่วนของเมืองที่อยู่ริมน้ำ; **down on the ~front** อยู่ริมน้ำ; **a ~front location/restaurant** ที่ตั้ง/ภัตตาคารที่อยู่ริมน้ำ; **W~gate** *n. (fig.)* การใช้วิธีสกปรกหรือผิดกฎหมายในการหาเสียงทางการเมือง; **~ glass** *n. (Chem.)* สารละลายของโซเดียมหรือโปรแตสเซียมซิลิเคตที่ใช้ในการถนอมรักษาไข่หรือทำหินเทียมให้แข็ง; **~ heater** *n.* เครื่องทำน้ำร้อน; **~hole** *n.* แอ่งน้ำ; **~ ice** *n.* หวานเย็น

wateriness /'wɔ:tərɪnɪs/'วอเทอะรินิซ/ *n., no pl.* ความเป็นน้ำ, ความมีน้ำมากไป

watering /'wɔ:tərɪŋ/'วอเทอะริง/ *n. (of flowers, house plants)* การรดน้ำ; **give the plants a thorough ~:** รดน้ำต้นไม้ให้ทั่วถึง

watering: ~ can *n.* ฝักบัว *(รดน้ำ);* **~ hole** *n.* Ⓐ ➡ **waterhole;** Ⓑ *(coll.: bar)* บาร์ขายเหล้า; **~ place** *n.* Ⓐ *(for animals)* แหล่งน้ำที่สัตว์ใช้ดื่ม; Ⓑ *(seaside resort)* สถานที่ตากอากาศชายทะเล; *(spa)* เมืองตากอากาศที่มีน้ำแร่

water: ~ jacket *n.* ปลอกนอกที่มีน้ำไหลรอบเพื่อรักษาความเย็นของส่วนใน; **~ jump** *n.* น้ำกีดขวางในการแข่งกระโดดม้า

waterless /'wɔ:təlɪs/'วอเทอะลิซ/ *adj.* แห้งแล้ง, ไม่มีน้ำ

water: ~ level *n.* Ⓐ *(in reservoir etc.)* ระดับน้ำ; Ⓑ *(below which ground is saturated)* ระดับน้ำใต้ดิน; Ⓒ *(to determine horizontal)*

อุปกรณ์แสดงมาตรฐาน; **~lily** *n.* ดอกบัว; **~line** *n. (Naut.)* เส้นระดับน้ำที่ข้างเรือ; **~logged** /ˈwɔːtəlɒgd/ˈวอเทอะลอกด/ *adj. (ไม้)* ชุ่มไปด้วยน้ำ; *(เรือ ฯลฯ)* ใกล้จมจากที่มีน้ำเข้ามามาก; *(พื้นดิน)* ที่มีน้ำนอง; **a ~logged ship** เรือที่มีน้ำเข้ามามาก

Waterloo /wɔːtəˈluː/วอเทอˈลู/ *n.* **the Battle of ~:** ศึกวอเตอร์ลู *(ที่นโปเลียนประสบความปราชัยเมื่อวันที่ 18 มิถุนายน ค.ศ. 1815);* **meet one's ~:** ถึงจุดพ่ายแพ้อย่างยับเยิน

water: ~ main *n.* ท่อน้ำประธาน, ท่อน้ำหลัก; **a burst ~ main** ท่อน้ำประธานแตก; **~man** /ˈwɔːtəmən/ˈวอเทอะเมิน/ *n., pl.* **~men** /ˈwɔːtəmən/ˈวอเทอะเมิน/ *(plying for hire)* คนพายเรือรับจ้าง; *(oarsman)* มือพาย; **~mark** ❶ *n.* เส้นลายน้ำจาง ๆ ในกระดาษ ❷ *v.t.* ทำเส้นลายน้ำเช่นนี้บนกระดาษ; **~marked paper** กระดาษที่มีเส้นลายน้ำ; **~ meadow** *n.* ทุ่งหญ้าริมน้ำที่จะท่วมเป็นระยะ ๆ; **~melon** *n.* แตงโม; **~ meter** *n.* มาตรวัดและบันทึกปริมาณน้ำที่ใช้; **~mill** *n.* โรงสีที่ใช้พลังน้ำบดข้าว; **~ pipe** *n.* Ⓐ ท่อจ่ายน้ำ; Ⓑ *(hookah)* กล้องสูบยาที่ผ่านหม้อน้ำ; **~ pistol** *n.* ปืนฉีดน้ำเด็กเล่น; **~ polo** *n.* โปโลน้ำ; **~ polo ball** ลูกบอลสำหรับโปโลน้ำ; **~ power** *n.* พลังงานน้ำ; **~proof** ❶ *adj. (วัตถุ)* ที่ป้องกันน้ำเข้า; *(สี)* ทนน้ำได้ ❷ *n.* เสื้อผ้ากันน้ำเข้า; *(raincoat)* เสื้อฝน ❸ *v.t.* ทำให้ทนน้ำ; **~ rat** *n.* หนูตัวใหญ่ว่ายน้ำได้และอาศัยอยู่ในรูใกล้แม่น้ำ; **~ rate** *n.* อัตราค่าบริการใช้น้ำประปา; **the ~ rates** ค่าบริการใช้น้ำประปา; **~-repellent** *adj.* ไม่ซึมน้ำ, กันน้ำ; **~-resistant** *adj.* กันน้ำได้; **~shed** *n.* Ⓐ *(fig.: turning point)* จุดหัวเลี้ยวหัวต่อ; Ⓑ *(Geog.)* สันปันน้ำ; **~side** *n.* ชายน้ำ, ริมน้ำ; *attrib.* **a ~side restaurant** ภัตตาคารที่ตั้งอยู่ริมน้ำ; **~ski** ❶ *n.* แผ่นกระดานสกีน้ำ ❷ *v.i.* เล่นสกีน้ำ; **~skiing** *n., no pl., no art.* การเล่นสกีน้ำ; **~ softener** *n.* ยา/สารที่ทำให้น้ำหายกระด้าง; **~-soluble** *adj.* ละลายได้ในน้ำ; **~spout** *n.* Ⓐ *(Meteorol.)* ปรากฏการณ์ลมหมุนที่ดูดน้ำทะเลขึ้นเป็นลำระหว่างเมฆกับทะเล; Ⓑ *(pipe)* รางน้ำฝนที่ชายคา; **~ supply** *n.* Ⓐ *no pl., no indef. art. (providing)* การบริการน้ำประปา; Ⓑ *(stored drinking ~)* น้ำดื่มที่กักเก็บ; *(amount)* ปริมาณน้ำดื่มที่กักเก็บไว้; **~ table** *n.* ระดับน้ำใต้ดิน; **~ tap** *n.* ก๊อกน้ำ; **~tight** *adj. (lit.)* ปิดแน่น หรือ ขันแน่นไม่มีน้ำซึมผ่าน; *(fig.) (การให้เหตุผล)* ที่แย้งไม่ได้; **~tight compartment** ช่องที่ปิดแน่นน้ำซึมผ่านเข้ามาไม่ได้; **you can't treat these topics as if they were a series of ~tight compartments** คุณจะไปเห็นว่าประเด็นเหล่านี้ เป็นคนละเรื่องต่างหากจากกันไม่ได้; **~ torture** *n.* การทรมานโดยการให้น้ำหยดใส่บนศีรษะตลอดเวลา; **~ tower** *n.* หอน้ำ; **~ vapour** *n.* ไอน้ำ; **~ vole** *n.* หนูน้ำ; **~ wagon** ➡ **wagon** C; **~way** *n.* ทางสัญจรทางน้ำ; **inland ~ways** ทางสัญจรทางน้ำภายในประเทศ; **~weed** *n., no pl., no indef art.* วัชพืชน้ำ; **~wheel** *n.* ล้อหมุนที่ใช้พลังงานน้ำ; *(used to raise ~)* กังหันที่ตักน้ำ; **~ wings** *n. pl.* ห่วงยางใส่แขนเพื่อหัดว่ายน้ำ; **~works** *n.* Ⓐ *sing., pl. same (system)* ระบบน้ำประปา; *(establishment)* โรงจ่ายน้ำประปา; Ⓑ *pl. (coll.: tears)* **turn on the ~works** ร้องไห้สะอึกสะอื้น; Ⓒ *pl. (coll.: urinary system)* ระบบขับถ่ายปัสสาวะ; **he's got something wrong with his ~works** เขามีปัญหาเกี่ยวกับระบบขับถ่ายปัสสาวะของเขา

watery /ˈwɔːtərɪ/ˈวอเทอะริ/ *adj. (อาหาร, ซุป)* มีน้ำมากเกินไป; *(ตา)* น้ำตาคลอ; *(เครื่องดื่ม)* เจือจางไป; *(fig.: insipid) (รูปแบบ)* อ่อนแอ; *(การยิ้ม)* ที่ไม่จริงใจ; *(fig.: pale) (สี)* ซีด; **a ~ grave** กันทะเลที่ฝังศพของคนที่จมน้ำตาย

watt /wɒt/วอท/ *n. (Electr., Phys.)* วัตต์ *(ท.ศ.)*; **how many ~s is this bulb?** หลอดไฟนี้มีกี่วัตต์

wattage /ˈwɒtɪdʒ/ˈวอทิจ/ *n. (Electr.)* กำลังไฟฟ้าเป็นวัตต์; **what ~ is this bulb?** หลอดไฟนี้มีกี่วัตต์

ˈwatt-hour *n. (Electr.)* พลังงานที่ได้จากหน่วยกำลังไฟฟ้า 1 วัตต์ในหนึ่งชั่วโมง

[1]wattle /ˈwɒtl/ˈวอท'ล/ *n.* Ⓐ *(material)* โครงขัดแตะ; **a ~ fence** รั้วที่ทำมาจากโครงขัดแตะ; **~ and daub** โครงขัดแตะเคลือบดินเหนียว; *in sing. or pl. (twigs)* กิ่งไม้ขัดแตะ; *(Bot.)* ต้นไม้ Acacia ชนิดหนึ่งของออสเตรเลีย มีดอกสีเหลือง

[2]wattle *n. (Ornith.)* เหนียงคอของไก่, ไก่งวง ฯลฯ

wave /weɪv/เวว/ ❶ *n.* Ⓐ *(lit. or fig.)* ลูกคลื่น, ระลอกคลื่น; *(in hair)* ลอนผม; *(Phys.)* คลื่น; **rule the ~s** เป็นเจ้าทะเล; **his hair has a natural ~ in it** ผมของเขาหยักศก; **a ~ of enthusiasm/prosperity/pain** คลื่นอารมณ์ชั่วคราวที่เปี่ยมไปด้วยความกระตือรือร้น/ความเจริญมั่งคั่ง/ความเจ็บปวด; **a ~ of depression overtook him** ระลอกแห่งความหดหู่โศกเศร้าเข้าครอบงำเขา; **~s of immigrants** การหลั่งไหลเป็นระลอกของพวกผู้อพยพ; **~s of attackers** ผู้กลุ้มรุมทำร้ายมาเป็นระลอก ๆ; ➡ + **cold wave; heat wave; permanent wave;** Ⓑ *(gesture)* การโบกมือ; **give sb. a ~:** โบกมือให้ กับ *ค.น.*; **with a ~ of one's hand** ด้วยการโบกมือเพียงครั้งเดียว ❷ *v.i.* Ⓐ *(ธง)* โบกสะบัด; *(ใบไม้, นาข้าว)* ปลิวไหวไปตามลม; Ⓑ *(gesture with hand)* โบกมือ; **~ at** *or* **to sb.** โบกมือให้ *ค.น.* ❸ *v.t.* Ⓐ โบก *(มือ ฯลฯ)*; *(brandish)* กวัดแกว่ง *(ดาบ, มีด)*; **~ one's hand at** *or* **to sb.** โบกมือให้ *ค.น.*; **~ one's handkerchief [in the air]** โบกผ้าเช็ดหน้า; **they ~d their arms in exultation** พวกเขาโบกแขนด้วยความยินดีอย่างยิ่ง; **she ~d her umbrella angrily at him** เธอกวัดแกว่งร่มอย่างโกรธเคืองใส่หน้าเขา; **stop waving that rifle/those scissors around** หยุดแกว่งปืนไรเฟิลกระบอกนั้น/กรรไกรเล่มนั้นไปมาซักที; **~ sb. on/over** โบกมือให้ *ค.น.* ตรงมา/ให้ไปต่อ; **~ sb. to do sth.** โบกมือบอก *ค.น.* ให้ทำ *ส.น.*; **~ goodbye to sb.** โบกมือลา *ค.น.*; **she ~d acknowledgement to him** เธอโบกมือให้เขาเป็นเชิงทักทาย; Ⓑ *(make wavy)* ทำผมให้เป็นลอน

~ aˈside *v.t.* Ⓐ *(refuse to accept)* ไม่ยอมรับ; **he refused the dish, waving it aside** เขาปฏิเสธอาหารจานนั้นโดยโบกมือ; Ⓑ *(signal to move aside)* **I tried to speak but she ~d me aside** ฉันพยายามที่จะพูด แต่เธอโบกมือไล่ฉัน

~ aˈway *v.t.* โบกมือไล่

~ ˈdown *v.t.* โบกมือให้หยุด, โบก *(รถ)*

~ ˈoff *v.t.* **~ sb. off** โบกมือส่ง *ค.น.*

wave: ~band *n.* ระยะความถี่ของคลื่นวิทยุช่วงหนึ่ง; **~ equation** *n. (Phys.)* สมการที่แสดงคุณสมบัติของพลังขับเคลื่อนของคลื่น; **~ form** *n.* ส่วนโค้งที่แสดงลักษณะของลูกคลื่น; **~ front** *n.* หน้าคลื่น, หน้าสนามคลื่น; **~length** *n. (Radio, Telev., Phys.; also fig.)* ความยาวของคลื่นวิทยุ; **be on sb.'s ~length** *(fig.)* มีแนวคิดสอดคล้องกับ *ค.น.*; **be on the same ~length [as sb.]** *(fig.)* คิดเหมือน [*ค.น.*]; **~ power** *n.* พลังคลื่น

waver /ˈweɪvə(r)/ˈเวเวอะ(ร)/ *v.i.* Ⓐ *(begin to give way)* กวัดแกว่งไปมา, โซเซโอนเอนไปมา; **start** *or* **begin to ~:** เริ่มที่จะเดินโซเซ; Ⓑ *(be irresolute)* ลังเล, รักพี่เสียดายน้อง; Ⓒ *(flicker) (แสง)* ริบหรี่; *(เงา)* กระโดดไปมา; Ⓓ *(tremble)* ไหวระริก

waverer /ˈweɪvərə(r)/ˈเวเวอะเรอะ(ร)/ *n.* คนโลเล, คนที่ยังลังเล

wavering /ˈweɪvərɪŋ/ˈเวฟเวอะริง/ *adj.* Ⓐ ที่กวัดแกว่งโอนเอียงไปมา; *(การสนับสนุน)* ไม่มั่นคง; Ⓑ *(flickering) (แสง)* ที่ริบหรี่; *(เสียงพูด)* ที่อ่อนแอ

wavy /ˈweɪvɪ/ˈเววิ/ *adj.* Ⓐ *(undulating)* ที่เป็นลูกคลื่น; Ⓑ *(forming wavelike curves)* ที่เหมือนลูกคลื่น; **~ line** เส้นที่ขึ้นลงเป็นลูกคลื่น; **~ pattern** ลวดลายที่เหมือนลูกคลื่น

[1]wax /wæks/แวคซฺ/ ❶ *n.* Ⓐ ขี้ผึ้ง; **be [like] ~ in sb.'s hands** ตกอยู่ใต้อำนาจของ *ค.น.*; Ⓑ *(in ear)* ขี้หู; Ⓒ ➡ **sealing wax** ➡ + **paraffin wax** ❷ *adj.* ที่เป็นขี้ผึ้ง ❸ *v.t.* ทา หรือ ขัดถูด้วยขี้ผึ้ง

[2]wax *v.i.* Ⓐ *(increase) (พระจันทร์)* อยู่ข้างขึ้น; **~ and wane** *(fig.)* ขึ้นแล้วลงสลับกันไป; **the political parties may ~ and wane, but he ...:** พรรคการเมืองอาจจะเรืองอำนาจเสื่อมอำนาจสลับกันไป แต่เขา...; Ⓑ *(become)* กลับกลายสวมวิญญาณ; **~ enthusiastic about sth.** สวมวิญญาณกระตือรือร้นเกี่ยวกับ *ส.น.*; **she ~ed indignant about the rudeness of the officials** เธอขุ่นเคืองขึ้นมาเพราะความหยาบคายของเจ้าหน้าที่

wax ˈcrayon *n.* ดินสอสีเทียน

waxed /ˈwækst/ˈแวคซฺท/ *adj.* ทาขี้ผึ้ง; ทาไขเพื่อกันความชื้น; **~ paper** กระดาษไข

waxen /ˈwæksn/ˈแวคซ'น/ *adj.* Ⓐ *(pale, smooth) (หน้า)* ซีดเหลืองเหมือนขี้ผึ้ง; Ⓑ *(arch.: made of wax)* ที่ทำจากขี้ผึ้ง

waxing /ˈwæksɪŋ/ˈแวคซิง/ ❶ *adj. (increasing)* ที่เพิ่มขึ้น ❷ *n., no pl. (increase)* การเพิ่มขึ้น; *(of enthusiasm, indignation)* การทวีขึ้น

wax: ~ museum *n.* พิพิธภัณฑ์หุ่นขี้ผึ้ง; **~work** *n.* รูปปั้นขี้ผึ้ง, หุ่นขี้ผึ้ง; **~works** *n. sing., pl. same* นิทรรศการหุ่นขี้ผึ้ง

waxy /ˈwæksɪ/ˈแวคซิ/ *adj.* Ⓐ *(easily moulded)* ที่ปั้น หรือ หลอมง่าย; Ⓑ *(pale, smooth)* ซีดเหมือนขี้ผึ้ง *(หน้า, ผิว)*

way /weɪ/เว/ ❶ *n.* Ⓐ *(road etc., lit. or fig.)* ทาง, หนทาง; **across** *or* **over the ~:** ตรงข้าม; **go the ~ of all good things** สูญหายไปอย่างหลีกเลี่ยงไม่ได้; **the W~ of the Cross** ชุดภาพเขียนแสดงเหตุการณ์ตอนที่พระเยซูต้องแบกไม้กางเขนไปตามทางก่อนที่จะถูกตรึงขึ้น; ➡ + **flesh** 1 C; Ⓑ ➤ **1008** *(route)* เส้นทาง; **ask the** *or* **one's ~:** ถามทาง; **ask the ~ to ...:** ถามเส้นทางไป...; **pick one's ~:** เลือกเส้นทางของตน; **he picked his ~ through the mud** เขาค่อย ๆ ก้าวผ่านโคลนไม่ให้เปื้อน; **show sb. the way** ชี้ [เส้น] ทางให้ *ค.น.*; **show the ~** *(fig.)* เป็นตัวอย่างแก่ *ค.น.*; **lead the ~:** นำทาง; *(fig.: show how to do sth.)* แสดงวิธีทำ *ส.น.*; **point the ~ to a new solution to the problem** ชี้ทางแก้ปัญหาใหม่; **find the** *or* **one's ~ in/out** หาทางเข้า/ออก; **find a ~ out** *(fig.)* ค้นพบวิธีแก้ไข; **I'll take the letter to the post office – it's on my ~:** เดี๋ยวฉันจะส่งจดหมายที่ทำการไปรษณีย์ให้ เป็นทางผ่านของฉันพอดี; **how did your cigarettes find their way into my coat**

W

Asking the way (การถามทาง)

The questions (คำถาม)

1. How do I get to the station?
= ฉันจะไปสถานีได้อย่างไร

2. Which is the best way to the museum?
= ไปพิพิธภัณฑ์ด้วยทางไหนดีที่สุด

3. Am I right for the Oriental Hotel
= ฉันมาถูกทางที่จะไปโรงแรมโอเรียนเต็ลหรือไม่

4. Where is the nearest bank?
= ธนาคารที่ใกล้ที่สุดอยู่ที่ไหน

5. Is there a chemist's near here?
= มีร้านขายยาอยู่ใกล้ ๆ ที่นี่หรือไม่

6. How far is it to the hospital?
= โรงพยาบาลอยู่ไกลแค่ไหน

7. Can you direct me to a good restaurant?
= คุณช่วยบอกทางไปร้านอาหารดี ๆ สักแห่งได้ไหม

Possible replies (คำตอบที่อาจเป็นไปได้)

1. Take the first turning on the right, then the second on the left, then go straight on as far as the junction. Turn right and you will see the station in front of you
= เลี้ยวขวาที่แยกแรก แล้วเลี้ยวซ้ายที่แยกที่สอง จากนั้นเดินตรงไปจนถึงสี่แยก เลี้ยวขวา แล้วคุณจะเห็นสถานีอยู่ตรงหน้าของคุณ

2. The best way is to cross over here at the lights and go down the alleyway along the left side of the theatre. You will come out opposite the museum
= ทางที่ดีที่สุดคือ ข้ามถนนที่สัญญาณไฟจราจรและเดินไปตามซอยที่อยู่ด้านซ้ายของโรงละคร คุณจะออกมาตรงข้ามกับพิพิธภัณฑ์พอดี

3. No, you've come too far. Go back to the crossroads and turn left, you'll find the hotel about a hundred yards further on the right
= ไม่ใช่ คุณเลยมาแล้ว เดินกลับไปที่สี่แยกและเลี้ยวซ้าย คุณจะเห็นโรงแรมอยู่ห่างประมาณอีกหนึ่งร้อยเมตรทางด้านขวามือ

4. There is a branch of the Bangkok Bank on the market place, which is a couple of hundred metres along that turning over there on the right
= มีสาขาธนาคารกรุงเทพอยู่ที่ตลาด ซึ่งห่างจากที่นี่ประมาณสองถึงสามร้อยเมตรทางด้านขวา

5. There's one in the next street on the left, but it's only small. If you want a bigger one you'll have to take the number 11 bus into the centre
= มีอยู่แห่งหนึ่งที่ด้านซ้ายของถนนถัดไป แต่เป็นร้านเล็ก ๆ ถ้าต้องการไปร้านที่ใหญ่กว่า คุณต้องขึ้นรถเมล์สาย 11 เข้าไปในเมือง

6. It's about a mile and a half from here on the main Suphanburi road. You'd best take a taxi as the buses aren't very frequent
= มันอยู่บนถนนใหญ่ทางไปสุพรรณบุรี ซึ่งห่างประมาณหนึ่งไมล์ครึ่งจากที่นี่ ทางที่ดีที่สุดคุณควรนั่งแท็กซี่ เพราะรถเมล์มาไม่บ่อยนัก

7. Sorry, I'm a stranger here myself
= ขอโทษด้วย ฉันไม่ใช่คนแถวนี้

pocket? บุหรี่ของคุณมาอยู่ในกระเป๋าเสื้อคลุมของฉันได้อย่างไร; **'W~ In/Out'** 'ทางเข้า/ออก'; **go to Italy by ~ of Switzerland** ไปอิตาลีโดยผ่านทางสวิตเซอร์แลนด์; **there's no ~ out** *(fig.)* ไม่มีทางออก; **the ~ back/down/up** ทางกลับ/ลง/ขึ้น; **go one's ~:** ไปตามทางของตน; **go one's own ~/their separate ~s** *(fig.)* ไปตามทาง/ที่ตน/พวกเขาเลือก; **be going sb.'s ~** *(coll.)* ไปทางเดียวกับ *ค.น.*; **things are really going my ~ at the moment** *(fig.)* ตอนนี้สิ่งต่าง ๆ กำลังเป็นประโยชน์สำหรับฉัน; **things could have gone the other ~:** สิ่งต่าง ๆ อาจจะดำเนินไปอีกทางหนึ่งก็ได้; **money came his ~:** เงินทองหลั่งไหลเข้ามาหาเขา; **many offers came his ~:** มีข้อเสนอมากมายมาให้เขา; **he worked at any job that came his ~:** เขาทำงานอะไรก็ตามที่หาได้/ผ่านเข้ามา; **I wish some better luck would come my ~:** ฉันหวังว่าจะมีโชคดีกว่านี้บ้าง; **I feel as though nothing nice has come my ~ for ages** ฉันรู้สึกราวกับว่าไม่มีสิ่งดี ๆ เกิดขึ้นกับฉันมานานแล้ว; **when a girl like that comes your ~:** เมื่อมีหญิงสาวแบบนั้นเข้ามาในชีวิตคุณ; **be [a bit] out of sb.'s ~:** อยู่นอกเส้นทางของ *ค.น.* [ไปเล็กน้อย]; **go out of one's ~ to collect sth. for sb.** ไปทางอ้อมเพื่อจะไปรับ *ส.น.* ให้ *ค.น.*; **go out of one's ~ to be helpful** พยายามที่จะช่วยเหลืออย่างเต็มที่; **out of the ~:** จัดการไปแล้ว; ห่างไกล; **nothing out of the ~** *(fig.)* ไม่มีอะไรเป็นพิเศษ; ➡ + find 1 I; go 1 B, P, Q; go down B; keep out of B; lose 1 C; out-of-the-way; take 1 T; way-out; ❰C❱ *(method)* วิธีการ, วิธี, แบบ; **there is a right ~ and a wrong ~ of doing it** มีวิธีที่ถูกและวิธีที่ผิดในการทำสิ่งนี้; **that is not the ~ to do it** นั่นไม่ใช่วิธีที่จะทำมัน; **do it this ~:** ทำแบบนี้/วิธีนี้; **do it my ~:** ทำตามแบบ/วิธีของฉัน; **I did it my ~:** ฉันทำตามแบบ/วิธีของฉัน; **it's awful the ~ he swears** การที่เขาสบถสาบานนั้นแย่มาก; **I don't like the ~ she smiles** ฉันไม่ชอบวิธียิ้มของเธอ; **I don't like the ~ it gets dark so early** ฉันไม่ชอบการที่มืดเร็วมาก; **I object to** *or* **don't like the ~ he looks at me** ฉันไม่ชอบวิธีที่เขามองฉัน; **that's no ~ to speak to a lady** นั่นไม่ใช่วิธีที่จะพูดกับสุภาพสตรี; **it was his ~ of working** เป็นวิธีการทำงานของเขา; **he has a strange ~ of talking** เขามีวิธีพูดที่แปลก; **from** *or* **by the ~ [that] she looked at me, I knew that there was something wrong** จากวิธีที่เธอมองฉัน ฉันรู้ว่ามีบางอย่างผิดปกติ; **she has a strange ~ of behaving** เธอประพฤติตัวแปลกประหลาด; **what a ~ to behave!** ใครบ้างจะประพฤติตัวแบบนี้; **she has a very original ~ of saying/seeing things** เธอมีวิธีพูด/มองสิ่งต่าง ๆ ที่แหวกแนวมาก; **find a** *or* **some ~ of doing sth.** หาวิธีที่ทำ *ส.น.*; **find a ~:** หาวิธี/ทาง; **there are no two ~s about it** เรื่องนี้มีทางเดียวที่ถูกต้องและเหมาะสม; **Are you going to give me that money? – No ~!** *(coll.)* คุณจะให้เงินนั่นกับฉันไหม ไม่มีทาง; **there was no ~ he would change his stand** ไม่มีทางที่เขาจะเปลี่ยนจุดยืน; **no ~ is he coming with us** เขาไม่มีทางมากับพวกเรา; **one ~ or another** ไม่ทางใดก็ทางหนึ่ง; **~s and means [to do sth.** *or* **of doing sth.]** วิธีการที่จะทำ *ส.น.*; **be built** *or* **made that ~** *(fig. coll.)* ถูกสร้างมาอย่างนั้น; **be that ~** *(coll.)* เป็นอย่างนั้น; **better that ~:** อย่าง/แบบนั้นดีกว่า; **either ~:** ทาง *หรือ* วิธีใดก็ได้; **that ~, we can ...:** แบบนั้นพวกเราสามารถ ...; ➡ + hard 1 B; mend 1 B; ❰D❱ *(desired course of action)* แนวทางที่ต้องการ/ปรารถนา; **get** *or* **have one's [own] ~, have it one's [own] ~:** ได้รับสิ่งที่ตนต้องการ, ได้ดั่งใจ; **all right, have it your own ~[, then]!** ตกลงว่า ตามใจคุณก็แล้วกัน; ❰E❱ ➤ 263 *in sing. or (Amer. coll.) pl. (distance between two points)* ระยะทางระหว่างสองจุด; **a little ~:** ระยะทางไม่ไกล; *(fig.)* อีกไม่นาน; **it's a long ~ off** *or* **a long ~ from here** *etc.* เป็นระยะทางไกลจากที่นี่ *ฯลฯ*; **the summer holidays are only a little ~ away** วันหยุดฤดูร้อนอีกไม่นานก็ถึง; **we went a little/a long/some ~ with him** เราไปกับเขาได้ไม่ไกล/ไกล/ระยะหนึ่ง; **there's [still] some ~ to go yet** ยังต้องเดินทางต่อไปอีก; **I went a little/a long/some ~ to meet him** ฉัน [เดินทาง] ไปไม่ไกล/ไกล/ระยะหนึ่งเพื่อที่จะพบเขา; **it is still a long ~ off perfection** *or* **from being perfect** ยังห่างไกลจากความสมบูรณ์แบบ; **India is a long ~ away** *or* **off** อินเดียอยู่ห่างไกล *หรือ* ไกลโพ้น; **by a long ~** *(fig.)* ห่างกันมาก; **your work isn't good enough yet – not by a long ~:** งานของคุณยังไม่ดีพอ ยังห่างไกลที่เดียว; **have gone/come a long ~** *(fig.)* ประสบความสำเร็จมาก; **go a long ~ toward sth./doing sth.** ดำเนินการไปสู่ *ส.น.*/การทำ *ส.น.* ได้ไกล; **a little kindness/politeness goes a long ~:** ความเมตตา/สุภาพเล็กน้อยช่วยได้มาก; **all the ~:** ตลอดทาง; **go all the ~ [with sb.]** *(fig.)* ไป [กับ *ค.น.*] ในทุกแง่ทุกมุม; *(coll.: have full sexual intercourse)* ได้เสียกับ *ค.น.*; ❰F❱ *(room for progress)* ทางสู่ความก้าวหน้า; **block the ~:** ขวางทาง; **his ~ to promotion was blocked by a jealous rival** หนทางที่เขาจะได้เลื่อนตำแหน่ง ถูกคู่แข่งที่อิจฉาขัดขวาง; **leave the ~ open for sth.** *(fig.)* เปิดทางให้ *ส.น.*; **clear the ~ [for sth.]** *(lit. or fig.)* ขจัดอุปสรรค

W

[ให้ *ส.น.*]; **be in sb.'s** *or* **the ~:** เป็นอุปสรรคกับ *หรือ* กีดขวาง *ค.น.*; **you are in my ~:** คุณขวางทางฉัน; **get in sb.'s ~** *(lit. or fig.)* ขวางทาง *ค.น.*; **put difficulties/obstacles in sb.'s ~** *(fig.)* นำปัญหา/อุปสรรคมาขวางทาง *ค.น.*; **make ~ for sth.** *(lit. or fig.)* หลีกทางให้ *ส.น.*; **make ~ for sb.** หลีกทางให้ *ค.น.*; **make ~ for the Mayor!** โปรดหลีกทางให้นายกเทศมนตรี; **[get] out of the/my ~!** หลีกทางให้ฉัน; **move one's car out of the ~:** เลื่อนรถหลีกไปหน่อย; **can you get your books out of the ~?** คุณช่วยย้ายหนังสือออกไปหน่อยได้ไหม; **I must put that pile of old newspapers out of the ~:** ฉันต้องย้ายกองหนังสือพิมพ์เก่านั้นออกไป; **please get the children out of the ~ while I do this painting** กรุณานำเด็ก ๆ ออกไปห่าง ๆ ในช่วงที่ฉันทาสีตรงนี้; **get sth. out of the ~** *(settle sth.)* จัดการ *ส.น.* ให้เรียบร้อย; **let's get the awkward questions out of the ~ first** เรามาจัดการกับปัญหายุ่งยากก่อนดีกว่า; **he'll be out of the ~ for a very long time** *(in prison)* เขาจะติดคุกเป็นเวลานานมาก; **he wanted this troublesome rival out of the ~ [for good]** เขาต้องการให้คู่แข่งขันเจ้าปัญหาผู้นี้ไปให้พ้น [ตลอดไป]; ➡ + ¹**bar** 2 C; **give way; keep out of** B; ¹**see** 1 A; **stand** 1 H; **G** *(journey)* **on his ~ to the office/London** ระหว่างที่เขาเดินทางไปสำนักงาน/กรุงลอนดอน; **on the ~ out to Singapore** ระหว่างการเดินทางไปประเทศสิงคโปร์; **on the ~ back from Nigeria** ระหว่างการเดินทางกลับจากไนจีเรีย; **she is just on the** *or* **her ~ in/out** เธอกำลังเดินทางเข้ามา/ออกไป; **be on the ~ in** *(fig. coll.)* *(นักร้อง, แฟชั่น)* กำลังดัง/เป็นที่นิยมชมชอบ; **be on the ~ out** *(fig. coll.)* *(be losing popularity)* กำลังตก/ไม่เป็นที่นิยมชมชอบ; *(be reaching end of life)* *(สุนัข, สัตว์เลี้ยง)* ใกล้จะตาย; *(รถยนต์)* ใกล้จะหมดสภาพ; **we stopped on the ~ to have lunch** เราหยุดระหว่างทางเพื่อรับประทานอาหารกลางวัน; **on her ~ home** ระหว่างที่เธอกำลังกลับบ้าน; **they're on their ~:** พวกเขากำลังเดินทาง; **on the ~ there** ระหว่างทางไปที่นั่น; **be well on the ~ to becoming an alcoholic/a top-class player** ใกล้จะเป็นคนติดเหล้า/ผู้เล่นชั้นเยี่ยม; **the book is well on the** *or* **its ~ to completion** หนังสือใกล้จะเสร็จสมบูรณ์; **be on the ~** *(coll.)* *(เด็ก)* ใกล้จะคลอดแล้ว; **[be] on your ~!** ไปได้แล้ว; **by the ~:** เอ้อ, เออนี่; **I saw your mother, by the ~:** เออนี่ ฉันก็พบแม่คุณนะ; **all this is by the ~:** สิ่งเหล่านี้ไม่สำคัญหรอก; **H** *(specific direction)* ทิศทาง; **she went this/that/the other ~:** เธอไปทางนี้/ทางนั้น/อีกทางหนึ่ง; **look this ~, please** กรุณามองทางนี้; **he wouldn't look my ~:** เขาไม่ยอมมองมาทางฉัน; **which ~ is he looking/going?** เขากำลังมองไป/ไปทางไหน; **I will call next time I'm [down] your ~:** คราวหน้าที่ฉันมาแถวนี้ก็จะแวะมาหา; **she lives Brighton ~** *(coll.)* เธออาศัยอยู่ใกล้กับ/แถวไบรตัน; **out Hendon ~** *(coll.)* ออกไปทางเฮนดอน; **look the other ~** *(lit. or fig.)* มองไปอีกทางหนึ่ง; **the other ~ about** *or* **round** ในทางกลับกัน; **this/which ~ round** ทางนี้/ไหน; **stand sth. the right/wrong ~ up** ตั้ง *ส.น.* ขึ้นถูก/ผิดทาง; **turn sth. the right ~ round** หมุน *ส.น.* ให้ถูกทาง; **'this ~ up'** 'ขึ้นทางนี้'; ➡ + **look** 1 A; **wrong** 1 C; **I** *(advance)* การไปข้างหน้า; **fight/push** *etc.* **one's ~ through** ดิ้นรน/ดันทะลุ ฯลฯ ไปจนได้; **be under ~:** กำลังมา, กำลังเกิดขึ้น; *(fig.: be in progress)* *(การประชุม, การอภิปราย)* อยู่ระหว่างการดำเนินการ; **get sth. under ~** *(fig.)* ริเริ่มทำ *ส.น.*; **get under ~:** ออกไป, เริ่มต้น; **make one's ~ to Oxford/the station** ไปที่ออกซฟอร์ด/สถานี; **Do you need a lift? – No, I'll make my own ~:** คุณต้องการให้ไปส่งไหม ไม่ ฉันจะไปเอง; **make one's [own] ~ in the world** หาทางให้ตนเอง; **make** *or* **pay its ~:** *(ธุรกิจ)* เลี้ยงตัวเองได้; **pay one's ~:** จ่ายในส่วนของตน; **J** *(aspect)* ด้าน, แง่, ประการ; **in [exactly] the same ~:** ในแง่/ลักษณะเดียวกัน [ทีเดียว]; **in some ~s** ในบางแง่; **in one ~:** ในด้านหนึ่ง; **not in any ~:** ไม่ว่าในแง่ใดก็ตาม; **in every ~:** ในทุกด้าน; **in a ~:** ในแง่หนึ่ง; **in more ~s than one** ในหลายแง่; **in no ~:** ไม่เลย; **one ~ and** *or* **or another** ไม่วิธี/ทางใดก็วิธี/ทางหนึ่ง; **K** *(state)* สภาพ, สถานะ; **in a bad ~:** ในสภาพที่ย่ำแย่; **they are in a very bad ~:** พวกเขาอยู่ในสภาพที่แย่มาก; **the ~ things are, we shall never manage to get out of debt** ตามสภาพที่เป็นอยู่ เราคงไม่มีวันใช้หนี้ได้หมด; **we are all in the same ~ here** เราทั้งหมดอยู่ในสภาพเดียวกัน *หรือ* ลงเรือลำเดียวกัน; **and she stayed that ~:** และเธอก็ยังอยู่ในสภาพนั้นต่อไป; **either ~:** ไม่ว่าทางไหน; **in a small ~:** โดยไม่ใหญ่โตอะไรนัก; **by ~ of** *(as a kind of)* ในฐานะ, ในรูปแบบของ; *(for the purpose of)* เพื่อเป็น; **by ~ of illustration/greeting/apology/introduction** เพื่อเป็นการอธิบาย/ทักทาย/ขอโทษ/แนะนำ; **by ~ of business** โดยวัตถุประสงค์ทางธุรกิจ; **he is by ~ of being a humorist** เขาค่อนข้างจะมีอารมณ์ขัน; **offer something in the ~ of a concession** เสนอ *ส.น.* เพื่อเป็นการยินยอม; ➡ + **family** A; **L** *(custom)* ธรรมเนียม, นิสัย; **get into/out of the ~ of doing sth.** เริ่ม/เลิกทำ *ส.น.* เป็นนิสัย; **he has a ~ of leaving his bills unpaid** เขาติดนิสัยไม่จ่ายหนี้สินของเขา; **these bright ideas have a ~ of turning out badly** ความคิดเก๋ไก๋แบบนี้มักจะออกมาแย่เสมอ; **in its ~:** ใน/ตามแบบของมัน; **~ of life** วิถีชีวิต; **change one's ~s** เปลี่ยนความเคยชิน/นิสัย; **~ of thinking** วิธีการคิด, ความคิดเห็น; **to my ~ of thinking** ตามความคิดเห็นของฉัน; **that's just the ~ of the world** นั่นก็เป็นวิถีทางของโลก; **that's the ~ it goes** นั่นเป็นสิ่งที่ย่อมเกิดขึ้นปกติ; **M** *(normal course of events)* **be the ~:** มันก็เป็นอย่างนั้นแหละ; **that is always the ~:** มันก็เป็นอย่างนั้นตลอด; **N** *(ability to charm sb. or attain one's object)* **he has a ~ with him** เขามีเสน่ห์; **she has a ~ with children/animals** เธอจะเข้ากับเด็ก ๆ/สัตว์ได้เก่งมาก; **O** *(specific manner)* ลักษณะ, อาการ; **I soon got into his ~s** ในไม่ช้าฉันก็คุ้นกับวิธีการของเขา; **fall into bad ~s** ติดนิสัยไม่ดี; **I soon got into the ~ of it** *or* **of things** ฉันชินกับวิธีการในไม่ช้า; **it's only his ~:** เป็นลักษณะของเขาเท่านั้น; **P** *(sphere)* วง, วงการ; **he is in the grocery ~:** เขาอยู่ในแวดวงการค้าของชำ; **a few things in the stationery ~:** เครื่องเขียนสองสามอย่าง; **Q** *(ordinary course)* แนวทาง, เส้นทาง; **in the ~ of business** ในทางธุรกิจ; **in the ordinary ~ [of things] there would be no problem** ในสถานการณ์ปกติก็จะไม่มีปัญหาอะไร; **R** *(movement of ship etc.)* การเคลื่อนที่ของเรือ; **gather ~:** *(เรือ)* เริ่มแล่นเร็วขึ้น; **lose ~:** แล่นช้าลง; **the vessel has ~ on [her]** เรือกำลังแล่นอยู่; **S** *in pl. (parts)* ส่วน; **split sth. [in] three ~s** แบ่ง *ส.น.* ออกเป็นสามส่วน; **T** *in pl. (down which ship is launched)* ทางลาดปล่อยเรือ; **U** *as name of road* ตั้งเป็นชื่อถนน ❷ *adv.* ไกลออกไป; **~ off/ahead/above** ห่างออกไปมาก/ไกลไปข้างหน้ามาก/สูงขึ้นไปมาก; **~ back** *(coll.)* นานมาแล้ว; **~ back in the early fifties/before the war** นานมาแล้วในยุคทศวรรษที่ 1950 ตอนต้น/ก่อนสงคราม; **~ up in the clouds** สูงขึ้นไปในเมฆ; **he was ~ out with his guess, his guess was ~ out** เขาทายผิดไปมาก; **~ down south/in the valley** ไกลลงไปทางใต้/ลึกลงไปในหุบเขา

way: ~bill *n.* รายชื่อ *(ผู้โดยสาร, สินค้า)* ที่ขนส่งไปในยานพาหนะ; **~farer** /'weɪfeərə(r)/'เวแฟเรอะ(ร)/ *n.* นักเดินทาง, ผู้เดินเท้า; **~faring** /'weɪfeərɪŋ/'เวแฟริง/ *adj.* **a ~-faring man/woman** ชาย/หญิงที่เดินทางไปด้วยเท้า; **~'lay** *v.t., forms as* ²**lay** 1 **A** *(ambush)* ซุ่มโจมตี, ดักทำร้าย; **B** *(stop for conversation)* หยุดเพื่อจะพูดคุย/สนทนา; **~mark** *n.* เครื่องหมายบอกทาง; **~-'out** *adj. (coll.)* แปลก, ประหลาด; **~side** *n.* ข้างทาง, ข้าง *หรือ* ริมถนน; **fall by the ~side** *(fig.)* ล้มเหลว/ไม่ประสบความสำเร็จในชีวิต; **~side flowers/inns** ดอกไม้ริมทาง/โรงแรมข้างทาง; **~station** *n. (Amer. Railw.)* สถานีย่อย

wayward /'weɪwəd/'เวเวิด/ *adj.* ดื้อดึง, เอาแต่ใจตนเอง, เปลี่ยนแปลงง่าย

waywardly /'weɪwədlɪ/'เวเวิดลิ/ *adv.* อย่างดื้อดึง, โดยเอาแต่ใจตัว, โดยเปลี่ยนใจง่าย

waywardness /'weɪwədnɪs/'เวเวิดนิซ/ *n., no pl.* ความดื้อดึง, การเอาแต่ใจตัว, ความเปลี่ยนใจง่าย

WC *abbr.* **Water Closet**

we /wɪ, *stressed* wiː/วี/ *pl. pron.* พวกเรา; **how are we feeling today?** *(coll.)* วันนี้พวกเราเป็นอย่างไรบ้าง; **the royal 'we'** 'เรา', *สรรพนามแทนพระองค์ของพระมหากษัตริย์หรือพระราชินี;* ➡ + **our; ours; ourselves; us**

weak /wiːk/วีค/ *adj.* **A** *(lit. or fig.)* อ่อนแอ; *(คาง)* ที่เอนไปข้างหลัง; *(การยินยอม)* ง่ายเกินไป; *(easily led)* ที่ถูกชักจูงง่าย; ขี้ใจอ่อน; **go/feel ~ at the knees** เข่าอ่อน; **the ~er sex** สตรีเพศ; **~ with hunger/excitement** อ่อนแรงด้วยความหิวโหย/ตื่นเต้น; **~ eyes** *or* **sight** ตา *หรือ* สายตาไม่ดี; **have a ~ chest** มีหน้าอกที่ไม่แข็งแรง; **be ~ in the head** ปัญญาอ่อน; **his French/maths is rather ~, he's rather ~ in French/maths** เขาค่อนข้างอ่อนในวิชาภาษาฝรั่งเศส/คณิตศาสตร์; **a ~ hand** *(Cards)* ไพ่มืออ่อน; **in a ~ moment** ช่วงเวลาที่ใจอ่อน; **sb.'s ~ side** *or* **point** จุดอ่อนของ *ค.น.*; **his logic is a bit ~:** เหตุผลของเขาค่อนข้างอ่อน; **he has only a ~ case** เขามีแค่เหตุผล/ข้อโต้แย้งที่อ่อน; ➡ + **vessel** C; **B** *(watery)* ใส, มีน้ำมากเกินไป *(ซุป)*; เจือจางเกินไป *(กาแฟ, ชา)*; **C** *(Ling.)* *(คำกริยา)* ที่ผันด้วยการเติม -ed; *(พยางค์)* ที่ไม่ลงเสียงหนัก

weaken /'wiːkn/'วีค'น/ ❶ *v.t.* ทำให้อ่อนแอ; **be ~ed by stress/too much work** อ่อนแรงจากความเครียด/การทำงานมากเกินไป; **the foundations of the house had been ~ed by the earthquake** รากฐานของบ้านถูกแผ่นดินไหวทำให้ไม่มั่นคง/ไม่แข็งแรง ❷ *v.i.* อ่อนแอลง;

W

the patient was visibly ~ing คนไข้กำลังอ่อนแอลงอย่างเห็นได้ชัด; **the pound ~ed against the dollar** ค่าเงินปอนด์อ่อนตัวลงเมื่อเทียบกับเงินดอลลาร์; **~ in one's resolve** ไม่แน่วแน่ในความมั่นใจของตน; **his hold on power was ~ing** อำนาจในมือของเขากำลังสั่นคลอน

weak-kneed /ˈwiːkniːd/วีคนีด/ *adj.* Ⓐ **be ~:** เข่าอ่อน; Ⓑ *(fig.)* ขาดความเด็ดเดี่ยว

weakling /ˈwiːklɪŋ/วีคลิ้ง/ *n.* คน หรือ สัตว์ที่อ่อนแอ

weakly /ˈwiːklɪ/วีคลิ/ ❶ *adv.* อย่างอ่อนแอ; **be ~ indulgent** คอยเอาใจคนอื่น หรือ ตนเอง ❷ *adj.* อ่อนแอ, ไม่แข็งแรง, ขี้ใจอ่อน

ˈweak-minded *adj.* Ⓐ *(lacking strength of purpose)* ขี้ใจอ่อน, ไม่เด็ดเดี่ยว; Ⓑ *(mentally deficient)* ปัญญาอ่อน

weakness /ˈwiːknɪs/วีคนิซ/ *n.* ความอ่อนแอ; *(in argument defence)* จุดอ่อน, ข้อบกพร่อง; **the ~ of her character** ความอ่อนแอของบุคลิกเธอ; **I have a ~ for sweet things** ฉันอดไม่ได้ที่จะรับประทานขนมหวาน

ˈweak-willed *adj.* ใจเสาะ, ไม่เข้มแข็ง

¹weal /wiːl/วีล/ *n. (literary: welfare)* สวัสดิภาพ; **for the public** *or* **general ~:** เพื่อสวัสดิภาพของส่วนรวม; **~ and woe, ~ or woe** สุขและทุกข์, สุขหรือทุกข์

²weal *n. (ridge on flesh)* รอยหวาย หรือ รอยแส้บนผิวหนัง

wealth /welθ/เว็ลธฺ/ *n., no pl.* Ⓐ *(abundance)* จำนวนมากมาย; **a great ~ of detail** รายละเอียดมากมาย; **~ of words** คำพูดมากมาย; Ⓑ *(riches, being rich)* ความร่ำรวย, ความมั่งคั่ง; โภคะ, ธนะ *(ร.บ.)*

ˈwealth tax *n.* ภาษีรายได้ส่วนบุคคล

wealthy /ˈwelθɪ/เว็ลธิ/ *adj.* ร่ำรวย, มั่งคั่ง; **the ~:** พวกคนร่ำรวย, คนรวย

wean /wiːn/วีน/ *v.t.* ทำให้หย่านม; **~ sb. [away] from sth.** *(fig.)* พราก ค.น. ไปจาก ส.น., ทำให้ ค.น. เลิกนิสัยทำ ส.น.

weapon /ˈwepən/เว็พเพิน/ *n. (lit. or fig.)* อาวุธ; **use sth. as a ~:** ใช้ ส.น. เป็นอาวุธ

weaponry /ˈwepənrɪ/เว็พเพินริ/ *n.* สรรพาวุธ, อาวุธยุทโธปกรณ์

wear /weə(r)/แว(ร)/ ❶ *n., no pl., no indef. art.* Ⓐ *(rubbing)* **~ [and tear]** การสึกหรอ; **show signs of ~:** แสดงร่องรอยการสึกหรอ; **the ~ and tear on sb.'s nerves** *(fig.)* การทำให้ประสาทของ ค.น. เสื่อม; **the worse for ~:** *(เสื้อผ้า)* เก่า; *(อาคาร)* ชำรุด; *(พรม)* ที่ขาดลุ่ย; **feel the worse for ~:** รู้สึกเหนื่อยอ่อน/อ่อนเพลีย; Ⓑ *(clothes, use of clothes)* เสื้อผ้า, การใส่เสื้อผ้า; **clothes for everyday ~:** เสื้อผ้าสำหรับสวมใส่ทุกวัน, เสื้อผ้าธรรมดา; **a jacket for casual ~:** เสื้อแจ็กเก็ตสำหรับใส่ตามสบาย; **chidren's/ladies' ~:** เสื้อผ้าเด็ก/สตรี; Ⓒ *(capacity for enduring rubbing)* **there is a great deal of/no ~ [left] in it** มันยังใช้งานได้อีกนาน/ใช้งานอีกไม่ได้เลย; **there's a great** *or* **good deal of ~ still in those shoes** รองเท้าคู่นั้นยังใส่ได้อีกนาน

❷ *v.t.*, **wore** /wɔː(r)/วอ(ร)/, **worn** /wɔːn/วอน/ Ⓐ สวมใส่ *(เสื้อผ้า, หมวก, แว่นตา, วิก ฯลฯ)*; **I haven't a thing to ~:** ฉันไม่มีอะไรจะใส่สักอย่างหนึ่ง; **what am I going to ~ tonight?** แล้วคืนนี้ฉันจะใส่อะไรไปล่ะ; **what size shoes do you ~?** คุณใส่รองเท้าเบอร์อะไร; **~ the crown** *(fig.)* ครองราชสมบัติ; **~ one's hair long** ไว้ผมยาว; **always ~ a smile** ยิ้มแย้มอยู่เสมอ; **~ a joyful smile** ยิ้มแย้มอย่างเบิกบาน; **~ a frown** ขมวดคิ้ว, นิ่วหน้า; **~ a sour look** สีหน้าบูดบึ้ง; **~ one's years well** ดูเด็กกว่าวัย; ➡ + heart 1 B; trousers; Ⓑ ทำให้สึกหรอ; ใส่จนเก่า *(เสื้อผ้า)*; ใช้จนขาด *(พรม)*; **be worn [smooth]** สึกกร่อน [จนเรียบ]; **the old coat was badly worn** เสื้อคลุมตัวเก่าขาดวิ่น; **a [badly] worn tyre** ยางที่สึก [มาก]; **he had worn his trousers into holes** เขาใส่กางเกงขายาวจนขาดเป็นรู; Ⓒ *(make by rubbing)* กัดกร่อน, กัดเซาะ; **the water had worn a channel in the rock** น้ำกัดเซาะหินเป็นโพรง; Ⓓ *(exhaust)* ทำให้เหนื่อยอ่อน; Ⓕ *(coll.: accept)* **I won't ~ that!** ฉันไม่ยอมรับสิ่งนั้น

❸ *v.i.*, **wore, worn** Ⓐ สึกกร่อน; บางไปเลย *(พรม)*; **~ thin** *(fig.) (อุดมคติ)* เสื่อมลง; *(ความสนุกสนาน)* แทบไม่เหลือแล้ว; **my patience is ~ing thin** ความอดทนของฉันกำลังจะหมดลง; Ⓑ *(endure rubbing) (วัตถุ)* ทนทานต่อการใช้งาน/สวมใส่; *(เครื่องยนต์)* ใช้งานได้นาน; *(fig.)* ดูอ่อนกว่าวัย, ดูเด็ก; **~ well/badly** ทนทาน/ไม่ทน

~ aˈway ❶ *v.t.* ทำให้สึกกร่อน; *(กระดูก)* สีไปมาจนสึกกร่อน; **be worn away** ใช้จนสึก/กร่อน; **she has been worn away to a shadow** เธอซูบผอมจนเหลือแต่กระดูก ❷ *v.i. (หิน, ที่ถูพื้น, แปรงขัดรองเท้า)* สึกกร่อน; *(fig.: weaken, lessen)* อ่อนแอลง, ลดน้อยลง

~ ˈdown ❶ *v.t.* Ⓐ **be worn down** *(วัตถุ)* เล็กลง/บางลงทีละน้อย; *(ยางล้อรถ, ส้นรองเท้า)* สึกกร่อน; Ⓑ *(fig.)* **~ sb. down** ทำให้ ค.น. ต้องยอมในที่สุด; *(fig.)* **~ down sb.'s resistance/defence/opposition** ค่อย ๆ ทำให้การต่อต้าน/การปกป้อง/การคัดค้านของ ค.น. อ่อนลง; **worn down with hard work** เหนื่อยอ่อนจากการทำงานหนัก; **having to do this for hours at a stretch can ~ one down** การที่ต้องทำสิ่งนี้อยู่เป็นชั่วโมง ๆ โดยไม่หยุดพัก ทำให้คนเราเหนื่อยอ่อนได้ ❷ *v.i.* เล็กลง, บางลงทีละน้อย; **the stick/tooth had worn down to a stump** ท่อนไม้หัก/ฟันผุเสียดสีไปจนเหลือแต่ตอ

~ ˈoff ❶ *v.i. (ลาย, น้ำยาเคลือบ)* หายไป; *(fig.: pass away gradually)* หายไปทีละน้อย; **the sheen had long since worn off the material** ความเป็นเงามันของวัตถุได้ค่อย ๆ เลือนไป ❷ *v.t.* **be worn off** *(รอยสัก, ลาย)* ลบเลือนไปทีละน้อย

~ ˈon *v.i. (เวลา, หน้าหนาว)* ล่วงไป, ผ่านไป; **as the day/evening wore on** เมื่อวัน/ยามเย็นค่อย ๆ ผ่านไป

~ ˈout ❶ *v.t.* Ⓐ *(make useless) (เครื่อง, อุปกรณ์)* หมดสภาพ; Ⓑ *(fig.: exhaust) (รองเท้า, เสื้อผ้า)* เก่าเกินไปที่จะใส่ได้; ทำให้เหนื่อยอ่อน, ทำให้หมดแรง; **his patience was worn out** ความอดทนของเขาหมดไป; **~ oneself out** ทำให้ตนเองหมดแรง; **be worn out** หมดแรง ❷ *v.i. (become unusable)* ใช้การไม่ได้อีกต่อไป; **his patience finally wore out** ในที่สุดความอดทนของเขาก็หมดไป

~ ˈthrough ❶ *v.i.* ขาดเป็นรู; **my trousers have worn through at the knee** กางเกงของฉันขาดเป็นรูที่หัวเข่า ❷ *v.t.* ทำให้ขาดเป็นรู

wearable /ˈweərəbl/แวเรอะบ'ล/ *adj.* **sth. that is still/not ~:** ส.น. ที่ยังใส่ได้/ไม่ได้

wearer /ˈweərə(r)/แวเรอะ(ร)/ *n.* ผู้สวมใส่

wearily /ˈwɪərɪlɪ/เวียริลิ/ *adv.* อย่างเหนื่อยอ่อน, อย่างอ่อนล้า, อย่างเบื่อหน่าย

weariness /ˈwɪərɪnɪs/เวียรินิซ/ *n., no pl.* Ⓐ *(tiredness)* ความเหนื่อยอ่อน, ความอ่อนล้า; Ⓑ *(boredom)* ความเบื่อหน่าย

wearing /ˈweərɪŋ/แวริง/ *adj.* Ⓐ *(tiring)* น่าเหน็ดเหนื่อย; Ⓑ *(boring)* น่าเบื่อหน่าย

ˈwearing apparel *n. (formal)* เสื้อผ้า

wearisome /ˈwɪərɪsəm/เวียริเซิม/ *adj.*, **wearisomely** /ˈwɪərɪsəmlɪ/เวียริเซิมลิ/ *adv. (lit. or fig.)* น่าเบื่อ, อย่างน่าเบื่อหน่าย

weary /ˈwɪərɪ/เวียริ/ ❶ *adj.* Ⓐ *(tired)* เหนื่อย, อ่อนล้า; **~ to death** เหนื่อยจะตาย; Ⓑ *(bored, impatient)* เบื่อหน่าย, ไม่อดทน; **be ~ of sth.** เบื่อหน่าย ส.น.; Ⓒ *(tiring)* น่าเหน็ดเหนื่อย

❷ *v.t.* **be wearied by sth.** เหน็ดเหนื่อยจาก ส.น.; **a ~ing day** วันที่เหน็ดเหนื่อย; **all this bickering was beginning to ~ me** การทะเลาะวิวาทกันอยู่เรื่อยทำให้ฉันเหนื่อยหน่าย ❸ *v.i.* **~ of sth./sb.** เบื่อหน่ายกับ ส.น./ค.น.

weasel /ˈwiːzl/วีซ'ล/ ❶ *n.* สัตว์กินเนื้อตัวเล็กเรียว *Mustela nivalis* ❷ *v.i. (Amer.)* Ⓐ *(quibble)* ถกเถียงจุกจิกทำเรื่อง; Ⓑ *(default)* หลีกเลี่ยงหน้าที่, ผิดสัญญา; **~ on an obligation** หลีกเลี่ยงการปฏิบัติหน้าที่

weasel: ~-faced *adj.* **be ~-faced** มีใบหน้าแหลมเล็ก; **a ~-faced little man** ชายร่างเล็กมีใบหน้าแหลมเล็ก; **~ word** *n.* คำพูดที่ตั้งใจให้กำกวม

weather /ˈweðə(r)/เว็ทเทอะ(ร)/ ❶ *n.* อากาศ, สภาพบรรยากาศ; **what's the ~ like?** อากาศเป็นอย่างไรบ้าง; **the ~ has turned cooler** อากาศกลับเย็นลง; **he goes out in all ~s** เขาออกไปในทุกสภาพอากาศ; **he is feeling under the ~** *(fig.)* เขากำลังรู้สึกไม่สบาย/หดหู่; **make heavy ~ of sth.** *(fig.)* ทำให้งาน ส.น. ยากลำบากกว่าที่เป็นจริง

❷ *attrib. adj.* Ⓐ **keep a** *or* **one's ~ eye open [for sth.]** คอยระมัดระวัง [สำหรับ ส.น.]; **keep a ~ eye on sth.** คอยระมัดระวัง ส.น.; Ⓑ *(Naut.)* ด้าน/ทางที่ลมพัด; **the ~ side** ด้านที่ถูกลม/ลมพัด; ➡ + gauge 1 C

❸ *v.t.* Ⓐ *(expose to open air)* ตากแดดตากลม; Ⓑ **be ~ed** *(หน้า)* ย่นจากการตากแดดตากลม; Ⓒ *(wear away) (หิน)* แตกจากการโดนแดดตากฝน; **rocks ~ed by wind and water** หินที่สึกกร่อนจากดินฟ้าอากาศ; Ⓓ *(come safely through)* ฝ่า *(พายุ)* มาได้อย่างปลอดภัย; *(fig.)* ผ่านพ้น *(ช่วงวิกฤติ)*

❹ *v.i.* Ⓐ *(be discoloured) (ไม้, สี)* ซีดจาง; *(wear away)* **~ [away]** *(หิน)* สึกกร่อน, ร่วน; Ⓑ *(survive exposure)* ทนแดดทนฝน; **a paint that ~s very well** สีที่ทนแดดทนฝนได้ดีมาก

weather: ~-beaten *adj. (ผิว)* ที่หยาบกร้านจากการตากแดดตากลม; **~board** *n.* แผ่นไม้สำหรับกันฝนที่เชิงประตู; **~boarding** *n., no pl., no indef. art.*, **~boards** *n. pl.* แผ่นไม้กันสาดที่ซ้อนกัน; **~chart** *n.* แผนภูมิ, แผนที่แสดงสภาพอากาศ; **~cock** *n.* สัญลักษณ์แสดงทิศทางลมรูปไก่บนหลังคาบ้าน; *(fig.)* คนที่เปลี่ยนแปลงไปตามสถานการณ์; **~ conditions** *n. pl.* สภาพอากาศ; **what are the ~ conditions at the moment?** สภาพอากาศตอนนี้เป็นอย่างไรบ้าง; **~ forecast** *n.* การพยากรณ์อากาศ

weathering /ˈweðərɪŋ/เว็ทเทอะริง/ *n., no pl., no indef. art.* ปฏิกิริยาของสภาพอากาศต่อวัตถุ/สิ่งต่าง ๆ ที่ตากแดดตากลม

weather: ~man *n.* ➤ 489 เจ้าหน้าที่กรมอุตุนิยมวิทยา, ผู้รายงาน/พยากรณ์สภาพอากาศ; **~ map** *n.* แผนที่แสดงสภาพอากาศในบริเวณกว้าง; **~proof** ❶ *adj.* ที่ทนต่อลมฟ้าอากาศ ❷ *v.t.* ทำให้ทนต่อลมฟ้าอากาศ; **~ report** *n.* รายงานสภาพอากาศ; **~ satellite** *n.* ดาวเทียมที่บันทึกสภาพอากาศ; **~ ship** *n.* เรือที่ศึกษาสภาพอากาศ; **~ station** *n.* สถานีบันทึกข้อมูลของสภาพดินฟ้าอากาศ; **~strip** *n.* แผ่นวัตถุที่ติดไว้เพื่อกันฝนสาด; **~vane** *n.* เครื่องแสดงทางลมซึ่งติดอยู่ตามยอดหลังคา; **~wise** *adj.* **be ~wise** พยากรณ์อากาศได้ถูกต้อง

[1]**weave** /ˈwiːv/วีฟ/ ❶ *n.* *(Textiles)* การทอผ้า ❷ *v.t.*, **wove** /wəʊv/โววฟ/ **woven** /ˈwəʊvn/โววฟ่น/ Ⓐ *(intertwine)* ร้อย *(ดอกไม้)* เข้าไปพันกัน; **~ sth. into sth.** ร้อย *ส.น.* เข้ากับ *ส.น.*; **~ threads together** ร้อยด้ายเข้าด้วยกัน; **~ flowers into wreaths** ร้อยดอกไม้เป็นมาลัย; Ⓑ *(make by weaving)* ทอผ้า; สาน *(หวาย, ตะกร้า)*; Ⓒ *(fig.)* ปะติดปะต่อเรื่องราว; Ⓓ *(fig.: contrive)* แต่งขึ้นมา *(เรื่องราว)*; **~ a story around an idea** แต่งเรื่องขึ้นมาครอบความคิดอันใดอันหนึ่ง ❸ *v.i.*, **wove, woven** *(make fabric by weaving)* ทอผ้า

[2]**weave** *v.i.* Ⓐ *(move repeatedly from side to side)* วกไปวกมา, แกว่งไกว, โซเซ; Ⓑ *(take devious course)* หลบหลีก, ใช้เส้นทางหลบหลีก; **~ between the obstacles** หลบหลีกอุปสรรค; Ⓒ **get weaving** *(coll.)* เริ่มทำงาน, ลงมืออย่างเร่งรีบ; **get weaving!** ลงมือทำได้แล้ว, เร็ว ๆ เข้า

weaver /ˈwiːvə(r)/วีเวอะ(ร)/ *n.* Ⓐ ➤ 489 คนทอผ้า, ช่างสาน; Ⓑ *(Ornith.)* ➡ **weaver bird**

ˈweaver bird *n.* นกกระจาบ

weaving /ˈwiːvɪŋ/วีวิง/ *n.* การทอ *(ผ้า)*; การสาน *(ตะกร้า)*; **an intricate piece of ~:** *(ชิ้น)* ผ้าทอที่มีลวดลายซับซ้อน

web /web/เว็บ/ *n.* Ⓐ ใย; **spider's ~:** ใยแมงมุม; Ⓑ *(woven fabric)* ผ้าทอที่บางมาก; *(fig.)* สิ่งที่ร้อยกรอง, แต่งขึ้น; **a ~ of lies/intrigue** คำโกหก/อุบายที่ถูกขึ้นมา; Ⓒ *(membrane)* เนื้อเยื่อ; *(of duck, goose etc.)* พังผืดระหว่างนิ้วเท้าของนกเป็ดน้ำ; Ⓓ *(gossamer etc.)* เส้นใยแมงมุม; Ⓔ *(vane of feather)* ใบขนนก; Ⓕ *(endless wire mesh)* โลหะบาง ๆ ที่ต่อกับชิ้นส่วนอื่น; *(paper roll)* ม้วนกระดาษใหญ่มากที่ใช้พิมพ์นิตยสาร; Ⓖ **the Web** *(Computing)* เครือข่ายเว็บ *(ท.ศ.)*

Web address *n.* ที่อยู่ของเว็บไซต์

webbed /webd/เว็บด/ *adj.* **~ feet/toes** ตีน/นิ้วเท้าที่มีพังผืดยึดติดกัน

webbing /ˈwebɪŋ/เว็บบิง/ *n.* ผ้าทอเนื้อหนาใช้สำหรับบุเก้าอี้ *หรือ* ทำเข็มขัด

web: ~ browser *n.* *(Computing)* โปรแกรมที่ช่วยค้นหาเว็บไซต์; **~cam** *n.* *(Computing)* *การถ่ายภาพและเผยแพร่สดทางอินเทอร์เน็ต*; **~ cast** *n.* การแพร่กระจายของภาพถ่ายทางอินเทอร์เน็ต; **~ designer** *n.* ผู้ออกแบบเว็บไซต์; **web-enable** *vtr.* *(Computing)* ช่วยให้บริษัทใช้อินเทอร์เน็ตได้อย่างมีประสิทธิภาพ; **~ foot** *n.* *(Zool.)* เท้าที่นิ้วเท้าติดกันเป็นพังผืด; **~-footed** *adj.* *(สัตว์)* ที่มีนิ้วเท้าติดกันเป็นพังผืด; **~ hosting** *n.* *(Computing)* การให้เช่าพื้นที่สำหรับเว็บไซต์; **~master** *n.* *(Computing)* ผู้ดูแลควบคุมเว็บไซต์เฉพาะ; **~ ˈoffset** *n.* *(Printing)* การพิมพ์ระบบออฟเซต; **~ page** *n.* หน้าของเว็บไซต์; **~ search** *n.* การค้นข้อมูลทางอินเทอร์เน็ต; **~ server** *n.* เครื่องแม่ข่ายที่ทำหน้าที่บริหารการส่งผ่านข้อมูลบนเว็บ; ผู้ให้บริการอินเทอร์เน็ต; **~ site** *n.* เว็บไซต์ *(ท.ศ.)*; **~ toe** ➡ **~ foot**; **~-toed** ➡ **~-footed**; **~ zine** *n.* นิตยสารอินเทอร์เน็ต

wed /wed/เว็ด/ ❶ *v.t.*, **-dd-** Ⓐ *(rhet.: marry)* แต่งงาน; *(perform wedding ceremony for)* ประกอบพิธีสมรสให้ *(คู่บ่าวสาว)*; Ⓑ *(fig.: unite)* ประสาน **(to** กับ**)** ❷ *v.i.* *(rhet.)* แต่งงาน, สมรส

we'd /wɪd, *stressed* wiːd/วิด, วีด/ Ⓐ **= we had**; Ⓑ **= we would**

Wed. *abbr.* ➤ 233 **Wednesday** พ.

wedded /ˈwedɪd/เว็ดดิด/ *adj.* Ⓐ *(married)* ที่แต่งงาน; **a ~ couple** คู่สมรส; ➡ **+ wife**; Ⓑ *(of marriage)* **~ life** ชีวิตสมรส; **~ love** ความรักในการแต่งงาน; **~ bliss** ความสุขในการแต่งงาน; Ⓒ *(fig.: devoted)* **be ~ to an idea/a dogma/a party** อุทิศ/ทุ่มเทให้กับความคิด/ความเชื่อ/พรรค; **be ~ to the view that ...:** ยึดมั่นกับความคิดที่ว่า...; **he's ~ to his work** เขาอุทิศตนให้กับงานของเขา; Ⓓ *(fig.: united)* ที่ประสานเข้าด้วยกัน **(to** กับ**)**

wedding /ˈwedɪŋ/เว็ดดิง/ *n.* การแต่งงาน, การสมรส; **have a registry office/a church ~:** มีการแต่งงานที่สำนักทะเบียน/ในโบสถ์; ➡ **+ diamond wedding; golden wedding; ruby wedding; shotgun; silver wedding**

wedding: ~ anniversary *n.* วันครบรอบแต่งงาน; **~ breakfast** *n.* มื้ออาหารที่รับประทานหลังพิธีแต่งงาน; **~ cake** *n.* ขนมเค้กในพิธีแต่งงาน; **~ day** *n.* วันแต่งงาน; **~ dress** *n.* ชุดแต่งงาน; **~ march** *n.* *(Mus.)* เพลงที่ใช้บรรเลงในพิธีแต่งงาน; **~ night** *n.* คืนแต่งงาน; **~ present** *n.* ของขวัญแต่งงาน; **~ ring** *n.* แหวนแต่งงาน

wedge /wedʒ/เว็จ/ ❶ *n.* Ⓐ ลิ่ม; **it's the thin end of the ~** *(fig.)* เป็นการเริ่มต้นเล็ก ๆ ที่มีผลใหญ่โตในอนาคต; **be careful that it isn't the thin end of the ~** *(fig.)* ระวังว่าสิ่งนี้อาจเป็นลางของสถานการณ์ที่จะเลวร้ายขึ้นเรื่อย ๆ; **these disturbances proved to be just the thin end of the ~:** การจราจลเหล่านี้ปรากฏว่าเป็นเพียงขั้นต้นเท่านั้น; Ⓑ **a ~ of cake** ขนมเค้กชิ้นหนึ่ง; **a ~ of cheese** เนยแข็งก้อนหนึ่ง; **the seats were arranged in ~s** ที่นั่ง/เก้าอี้จัดเป็นรูปลิ่ม; Ⓒ *(heel)* ส้นรองเท้าที่มีลักษณะคล้ายลิ่ม; Ⓓ *(shoe)* รองเท้าที่มีส้นเป็นรูปลิ่ม; Ⓔ *(Golf)* ไม้กอล์ฟที่มีหัวเป็นรูปลิ่ม

❷ *v.t.* *(fasten)* ตอก *(ลิ่ม)* ให้แน่น; **~ a door/window open** อัดลิ่มเปิดประตู/หน้าต่างไว้; **there were five of them ~d together in the back of the car** พวกเขาห้าคนอัดกันแน่นอยู่หลังรถ; **the book had got ~d in behind the cupboard** หนังสือถูกอัดแน่นอยู่หลังตู้

ˈwedge-shaped *adj.* มีลักษณะเป็นลิ่ม

Wedgwood /ˈwedʒwʊd/เว็จวูด/ *n.* Ⓐ *(pottery)* เครื่องปั้นดินเผาของโจไซห์ เวดจ์วูด ชาวอังกฤษ (1730–1785) Ⓑ *no pl.* *(colour)* สีฟ้าอ่อนของเครื่องเคลือบดินเผาชนิดนี้

wedlock /ˈwedlɒk/เว็ดลอค/ *n.* *(literary)* สถานภาพสมรส; **born in/out of ~:** *(เด็ก)* เกิดในการสมรส/นอกสมรส

Wednesday /ˈwenzdeɪ, ˈwenzdɪ/เว็นซเด, เว็นซดิ/ ➤ 233 ❶ *n.* วันพุธ; ➡ **+ Ash Wednesday** ❷ *adv.* *(coll.)* **she comes ~s** เธอมาทุกวันพุธ; ➡ **+ Friday**

[1]**wee** /wiː/วี/ *adj.* Ⓐ *(child lang./Scot.)* เล็กน้อย, เล็กมาก; Ⓑ *(coll.: extremely small)* **a ~ bit** น้อยนิด

[2]**wee** ➡ **wee-wee**

weed /wiːd/วีด/ ❶ *n.* Ⓐ วัชพืช; **~s** วัชพืช; **it's only a ~:** มันเป็นแค่วัชพืชเท่านั้นเอง; **a garden overgrown with ~s** สวนที่มีวัชพืชขึ้นเต็ม; Ⓑ *(coll./arch.: tobacco)* **the ~:** ยาสูบ; Ⓒ *(sl.: marijuana)* กัญชา; **the ~:** กัญชา; Ⓓ *(weakly person)* คนผอมกะหร่อง/ดูอ่อนแอ; ➡ **+ weeds** ❷ *v.t.* ถอน/ถางวัชพืช, กำจัดวัชพืช ❸ *v.i.* ถอน/ถางวัชพืช

~ ˈout *v.t.* *(fig.)* แยกออก

weeding /ˈwiːdɪŋ/วีดิง/ *n., no pl., no indef. art.* การกำจัดวัชพืช; **do the/some ~:** กำจัด/ถอนวัชพืช

ˈweedkiller *n.* ยาฆ่าวัชพืช

weeds /wiːdz/วีดซ/ *n. pl.* **widow's ~:** ชุดไว้ทุกข์ของหญิงม่าย

weedy /ˈwiːdɪ/วีดิ/ *adj.* Ⓐ มีวัชพืชขึ้นรก; Ⓑ *(coll.: scrawny)* ผอมกะหร่อง

week /wiːk/วีค/ *n.* ➤ 233 สัปดาห์, อาทิตย์; **what day of the ~ is it today?** วันนี้เป็นวันอะไร; **can you come to see us for a ~?** คุณมาเยี่ยมพวกเราสักอาทิตย์หนึ่งได้ไหม; **he was away for a ~:** เขาไม่อยู่หนึ่งสัปดาห์; **I haven't seen you for ~s** ฉันไม่เห็นคุณมาหลายอาทิตย์แล้ว; **~s ago** หลายสัปดาห์ที่ผ่านมา; **it will be finished in a ~:** มันจะเสร็จในหนึ่งอาทิตย์; **three times a ~:** สัปดาห์/อาทิตย์ละสามครั้ง; **£40 a** *or* **per ~:** 40 ปอนด์ต่อสัปดาห์; **a ~'s leave/rest** การลา/การพักผ่อน *(เป็นเวลา)* หนึ่งสัปดาห์; **the other ~:** อาทิตย์ก่อน; **for several ~s** เป็นเวลาหลายสัปดาห์; **come every ~:** มาทุกอาทิตย์; **once a ~** *or* **every ~:** สัปดาห์ละครั้ง *หรือ* หนึ่งครั้งทุกสัปดาห์; **~ in ~ out** ทุกอาทิตย์ไม่มีเว้น; **in a ~ ['s time]** ในเวลาหนึ่งสัปดาห์; **in two ~s[' time]** ในเวลาสองสัปดาห์; **take a ~'s holiday** ไปเที่ยวพักผ่อนเป็นเวลาหนึ่งสัปดาห์; **from ~ to ~, ~ by ~:** เวลาผ่านไปแต่ละอาทิตย์; **a three-~ period** ระยะเวลาสามสัปดาห์; **at six-~ intervals** ทุกหกสัปดาห์; **a two-~ visit** การมาเยือนเป็นเวลาสองสัปดาห์; **a six-~[s]-old baby** ทารกวัยหกสัปดาห์; **a ~ [from] today/from** *or* **on Monday, today/Monday ~:** หนึ่งอาทิตย์จากวันนี้/วันจันทร์; **a ~ ago today/Sunday** หนึ่งอาทิตย์ก่อนพอดี/วันอาทิตย์; **tomorrow ~:** จากพรุ่งนี้ไปอีกอาทิตย์หนึ่ง; **in** *or* **during the ~:** ใน/ระหว่างอาทิตย์; **42-hour/five-day ~:** 42 ชั่วโมง/ห้าวันต่ออาทิตย์; ➡ **+ knock 1 C; next 1 B, 3 B**

week: ~day *n.* วันธรรมดา, จันทร์ถึงศุกร์; **on ~days** ในวันธรรมดา; **~day opening times** เวลาเปิดในวันธรรมดา; **~day timetable** ตารางวิ่งรถโดยสารในวันธรรมดา; **~end** /-ˈ-, ˈ--/ *n.* วันหยุดสุดสัปดาห์; **at the ~end** ในวันหยุดสุดสัปดาห์; **at** *or (Amer.)* **on ~ends** ในวันสุดสัปดาห์; **a long ~end** วันหยุดสุดสัปดาห์ยาวที่พ่วงวันศุกร์/จันทร์; **go/be away for the ~end** ไป/ไม่อยู่ในช่วงวันสุดสัปดาห์; **~-long** เป็นเวลาหนึ่งอาทิตย์

weekly /ˈwiːklɪ/วีคลิ/ ❶ *adj.* อาทิตย์ละครั้ง, ทุกสัปดาห์; **~ wages** ค่าแรงที่จ่ายสัปดาห์ละครั้ง; **a ~ season ticket/magazine** ตั๋ว/นิตยสารรายสัปดาห์; **on a ~ basis** ทุกสัปดาห์/อาทิตย์; **at ~ intervals** สัปดาห์ละครั้ง; **three-~:** ทุกสามสัปดาห์; **at three-~ intervals** สามสัปดาห์ครั้ง ❷ *adv.* ทุกสัปดาห์, สัปดาห์ละครั้ง ❸ *n.* *(newspaper)* รายสัปดาห์; *(magazine)* นิตยสารรายสัปดาห์

weekly re'turn *n.* ~ **[ticket]** ตั๋วไป-กลับช่วงหนึ่งสัปดาห์

'week night *n.* **on a ~**: ในคืนวันธรรมดา; **on ~s** ทุกคืนวันธรรมดา

weeny /'wi:nɪ/'วีนิ/ *adj. (child lang./coll.)* เล็กนิดเดียว, เล็กกระจ้อยร่อย

weeny-bopper *n. (coll.)* เด็กสาว/เด็กหญิง (ระหว่าง 8-12 ปี) ตามแฟชั่นอย่างไม่พลาด

weep /wi:p/วีพ/ ❶ *v.i.*, **wept** /wept/เว็พทฺ/ Ⓐ ร้องไห้, น้ำตาไหล; ~ **with** *or* **for joy/rage** ร้องไห้ด้วยความดีใจ/ความโกรธเคือง; ~ **for sb./sth.** ร้องไห้สำหรับ *ค.น./ส.น.*; **the child was ~ing for his mother** เด็กกำลังร้องไห้หาแม่; **it makes you want to ~**: มันน่าร้องไห้จริง ๆ; Ⓑ *(แผล)* มีหนองไหล ❷ *v.t.*, **wept** Ⓐ ร้องไห้, หลั่งน้ำตา; Ⓑ *(lament over)* โศกเศร้า, เสียใจ; Ⓒ ~ **one's eyes** *or* **heart out** ร้องไห้จนหมดน้ำตา; Ⓓ *(exude)* *(แผล)* ไหล, ซึมออกมา *(หนอง)* ❸ *n.* **have a ~**: ร้องไห้; **I had a little ~**: ฉันร้องไห้นิดหน่อย

weepie /'wi:pɪ/'วีพิ/ *n. (coll.)* ภาพยนตร์, ละคร ฯลฯ ที่สะเทือนอารมณ์

weeping 'willow *n.* ต้นหลิวที่มีกิ่งลู่ลงมา

weepy /'wi:pɪ/'วีพิ/ ❶ *adj.* ที่ร้องไห้ ❷ *n.* ➡ **weepie**

weevil /'wi:vɪl/'วีวิล/ *n.* ตัวด้วง

'wee-wee *(coll.)* ❶ *n.* ฉี่ *(ภ.พ.)*; **do a ~**: ไปฉี่ ❷ *v.i.* ฉี่

weft /weft/เว็ฟทฺ/ *n.* Ⓐ *(set of threads)* ด้ายขวาง *หรือ* ด้ายพุ่งในเนื้อผ้า; Ⓑ *(yarn)* เส้นด้ายสำหรับทอผ้าตามขวาง

weigh /weɪ/เว/ ❶ *v.t.* Ⓐ ➤ **1013** *(find weight of)* ชั่ง *(น้ำหนัก)*; **the shop assistant was ~ing the fruit for her** ผู้ช่วยในร้านกำลังชั่งผลไม้ให้เธออยู่; Ⓑ *(estimate value of)* ประเมินคุณค่า; ~ **sb. and find him/her wanting** ประเมิน *ค.น.* และพบว่ายังบกพร่อง; Ⓒ *(consider)* พิจารณา, ชั่งใจ; ~ **in one's mind whether ...**: ชั่งใจว่า...หรือไม่; ~ **the consequences of one's actions** พิจารณาผลที่จะตามมาจากการกระทำของตน; ~ **the fact that ...**: พิจารณาข้อเท็จจริงที่ว่า...; ~ **one's words** เลือกใช้ถ้อยคำอย่างระมัดระวัง; Ⓓ *(balance in one's hand)* ชั่งดู *(ของ)* ในมือ; Ⓔ *(have the weight of)* มีน้ำหนัก; **it ~s very little** มันมีน้ำหนักน้อยมาก; **a steak ~ing two pounds** สเต็กที่มีน้ำหนักสองปอนด์; ➡ + **anchor** 1; **ton** C
❷ *v.i.* Ⓐ ~ **[very] heavy/light** หนัก/เบา [มาก]; Ⓑ *(be important)* ~ **with sb.** มีความสำคัญกับ *ค.น.*; ~ **in sb.'s favour** มีน้ำหนักเข้าข้าง *ค.น.* ❸ *n.* **under ~** = **under way** ➡ **way** 1 I

~ **a'gainst** *v.t. (fig.)* เป็นข้อลบ; ~ **heavily against sb.** เป็นข้อลบอย่างมากของ *ค.น.*

~ **'down** *v.t.* Ⓐ *(cause to sag)* **fruit ~ed down the branches of the tree** ผลไม้ถ่วงกิ่งห้อยลงมา; **be ~ed down by packages** ถูกถ่วงด้วยพัสดุภัณฑ์; Ⓑ *(cause to be anxious or depressed)* ทำให้กังวล *หรือ* เศร้าใจ; **~ed down with cares** กังวลกับปัญหา; **~ed down with sorrow** เศร้าโศกเพราะความทุกข์

~ **'in** *v.i.* Ⓐ *(Sport)* *(นักมวย, คนขี่ม้าแข่ง)* มีน้ำหนัก, หนัก; ~ **in at 200 kg.** หนัก 200 กิโลกรัม; ➡ + **weigh-in**; Ⓑ *(coll.: lend one's support)* เข้ามาให้การสนับสนุน

~ **on** *v.t.* ทำให้หนักใจ; ~ **[heavily] on sb.'s mind** หนักใจ *ค.น.* [มาก]

~ **'out** *v.t.* ชั่งน้ำหนัก *(คนขี่ม้า)* ก่อนการแข่งขัน

~ **'up** *v.t.* พิจารณา/ชั่งใจอย่างระมัดระวัง

~ **upon** ➡ ~ **on**

weigh: ~bridge *n.* เครื่องชั่งน้ำหนักยานพาหนะ; **~-in** *n. (Sport)* การชั่งน้ำหนัก *(นักมวย)*, นักขี่ม้า *(แข่ง)*; **at the ~-in** ในการชั่งน้ำหนักนักมวย

'weighing machine *n.* เครื่องชั่งน้ำหนัก

weight /weɪt/เวท/ ❶ *n.* Ⓐ ➤ **1013** *(heaviness)* ความหนัก, น้ำหนัก; **she is twice your ~**: เธอหนักเป็นสองเท่าของคุณ *หรือ* เธอหนักกว่าคุณสองเท่า; **what is your ~?** คุณหนักเท่าไร; **be under/over ~**: มีน้ำหนักน้อย/มากเกินไป; **throw one's ~ about** *or* **around** *(fig.)* ทำตัวหยิ่งยโส/โอหัง; ➡ + **gold** 1 A; Ⓑ *(scale of heaviness)* หน่วยน้ำหนัก; **~s and measures** หน่วยชั่งตวงวัด; **avoirdupois/troy ~**: หน่วยน้ำหนักในอังกฤษและสหรัฐอเมริกา/หน่วยน้ำหนักทรอย *(ทองคำ, เงิน, เพชรพลอย)*; Ⓒ *(heavy body)* วัตถุ/ของหนัก; **lift ~s** ยกน้ำหนัก; Ⓓ *(piece of metal used in weighing)* ลูกตุ้มขนาดต่าง ๆ สำหรับใช้ชั่ง; Ⓔ *(Athletics)* ลูกเหล็กที่ใช้ในกีฬายกน้ำหนัก; Ⓕ *(load to be supported)* น้ำหนักที่ต้องรองรับ/แบกรับ; Ⓖ *(surface density of cloth etc.)* ความหนา/หนักของเนื้อผ้า; Ⓗ *(fig.: heavy burden)* ภาระหนัก; **it would be a ~ off my mind if ...**: จะเป็นการยกภูเขาออกจากอกของฉันถ้า...; Ⓘ *(importance)* ความสำคัญ; **men of ~**: บุคคลสำคัญ; **give due ~ to sth.** ให้ความสำคัญที่เหมาะควรแก่ *ส.น.*; **carry ~**: มีน้ำหนัก, มีอิทธิพล; **his opinion carries no ~ with me** ความคิดเห็นของเขาไม่มีความสำคัญกับฉัน; Ⓙ *(preponderance)* ความสำคัญส่วนใหญ่ที่มีมากกว่า; **the ~ of evidence is against him** หลักฐานส่วนใหญ่ไม่ได้เข้าข้างเขา; ~ **of numbers** จำนวนที่มากกว่า; ➡ + **atomic weight; dead weight; pull** 1 G
❷ *v.t.* Ⓐ *(add ~ to)* เพิ่มน้ำหนักให้; **circumstances are rather ~ed in his favour/against him** *(fig.)* สถานการณ์ค่อนข้างจะเข้า/ไม่เข้าข้างเขา; Ⓑ *(hold with ~)* ~ **[down]** ถ่วง; *(fig.)* เป็นภาระ *(ให้กับ ค.น.)*; Ⓒ *(Statistics)* เพิ่มน้ำหนักทางสถิติแก่

weighting /'weɪtɪŋ/'เวทิง/ *n. (Admin.)* เงินค่าใช้จ่ายที่จ่ายเพิ่มเป็นกรณีพิเศษ; **London ~**: เงินค่าใช้จ่ายพิเศษที่จ่ายให้กับผู้ที่ทำงานอยู่ในลอนดอน

weightless /'weɪtlɪs/'เวทลิซ/ *adj.* ไม่มีน้ำหนัก, ไร้น้ำหนัก

weightlessness /'weɪtlɪsnɪs/'เวทลิซนิซ/ *n.* ความไม่มีน้ำหนัก, ความไร้น้ำหนัก

weight: ~lifter *n.* นักยกน้ำหนัก; **~lifting** *n., no pl., no indef. art.* การยกน้ำหนัก; **~-train** *v.i.* ออกกำลังกายโดยยกน้ำหนัก; ~ **training** *n., no pl., no indef. art.* การออกกำลังกายโดยยกน้ำหนัก; **~-watcher** *n.* ผู้ที่ควบคุม/ระวังน้ำหนัก

weighty /'weɪtɪ/'เวทิ/ *adj.* Ⓐ *(heavy)* หนัก; Ⓑ *(important)* สำคัญ

weir /wɪə(r)/เวีย(ร)/ *n.* ทำนบ, ฝาย

weird /wɪəd/เวียด/ *adj.* Ⓐ *(coll.: odd)* แปลก, ประหลาด; Ⓑ *(uncanny)* ผิดธรรมชาติ

weirdie /'wɪədɪ/'เวียดิ/ *n. (coll.)* คนแปลกพิกล

weirdly /'wɪədlɪ/'เวียดลิ/ *adv.* ➡ **weird**: อย่างแปลก, อย่างประหลาด

weirdness /'wɪədnɪs/'เวียดนิซ/ *n., no pl.* Ⓐ *(coll.: oddness)* ความแปลก, ความประหลาด; Ⓑ *(uncanniness)* ความผิดธรรมชาติ

weirdo /'wɪədəʊ/'เวียโด/ *n., pl.* **~s** ➡ **weirdie**

welcome /'welkəm/'เว็ลเคิม/ ❶ *int.* ยินดีต้อนรับ; ~ **home/to England** ยินดีต้อนรับกลับบ้าน/สู่ประเทศอังกฤษ; ~ **aboard!** ยินดี/ขอต้อนรับขึ้นเครื่องบิน/เรือ/รถ
❷ *n.* Ⓐ การต้อนรับ; **a gesture of ~**: ท่าแสดงการต้อนรับ; **outstay** *or* **overstay one's ~**: พักอยู่ *(ในฐานะแขก)* นานเกินไป; **bid sb. ~**: กล่าวต้อนรับ *ค.น.*; **give sb. a warm ~**: ให้การต้อนรับ *ค.น.* อย่างอบอุ่น; Ⓑ *(reception)* การต้อนรับ/รับ *(บุคคล, ความคิด)*; **give a proposal a warm ~**: รับข้อเสนออย่างดี; **the committee gave her proposals a rather cool ~**: คณะกรรมการรับข้อเสนอของเธออย่างค่อนข้างเย็นชา; **give sb. a warm ~** *(iron.)* ให้การต้อนรับ *ค.น.* อย่างอบอุ่น; **we got a really hot ~ from the enemy artillery** *(iron.)* เราได้รับการต้อนรับที่ร้อนแรงจริง ๆ จากปืนใหญ่ของศัตรู; **receive a rather cool ~**: ได้รับการต้อนรับที่ค่อนข้างเย็นชา
❸ *v.t.* Ⓐ *(greet with pleasure)* ทักทายด้วยความยินดี; ~ **sb. with open arms** ทักทาย *ค.น.* ด้วยความรัก/ความกระตือรือร้น; Ⓑ *(receive)* รับ *(ความคิดเห็น, บุคคล)* ด้วยความยินดี
❹ *adj.* Ⓐ ที่ต้อนรับอย่างอบอุ่น, ยินดี; **make sb. [feel] ~**: ทำให้ *ค.น.* รู้สึกอบอุ่น; Ⓑ *pred.* **you are ~ to take it** คุณเอามันไปได้เลยด้วยความยินดี; **you may have it and ~**: คุณเอา *(มัน)* ไปได้ตามสบาย; **no one's ever managed to do it, but you're ~ to have a go** ไม่มีใครเคยทำได้มาก่อน แต่เชิญคุณลองทำได้เลย; **you are ~** *(it was no trouble to me)* ไม่เป็นไรค่ะ/ครับ; **if you want to stay here for the night you are more than ~**: ถ้าคุณอยากจะค้างคืนที่นี่ก็เชิญเลย/ตามสบาย

welcoming /'welkəmɪŋ/'เว็ลเคอะมิง/ *adj.* เป็นการต้อนรับด้วยความยินดี, ที่อบอุ่น; **a ~ cup of tea awaited us** มีน้ำชาคอยต้อนรับพวกเราอยู่; **the crowd burst into ~ applause** ฝูงชนปรบมือต้อนรับ

weld /weld/เว็ลดฺ/ ❶ *v.t.* Ⓐ *(unite)* เชื่อม, ประสาน; *(repair, make, or attach by ~ing)* เชื่อม *(โลหะ)*, บัดกรี (**[on]** **to** เข้ากับ); ~ **two pipes together** เชื่อมท่อสองท่อเข้าด้วยกัน; Ⓑ *(fig.: unite closely)* รวมเข้าด้วยกันอย่างแน่นแฟ้น; ~ **two elements together** รวมธาตุทั้งสองธาตุเข้าด้วยกัน ❷ *n.* ข้อต่อที่เชื่อมเข้าด้วยกัน

welder /'weldə(r)/'เว็ลเดอะ(ร)/ *n.* Ⓐ ➤ **489** *(person)* ช่างเชื่อมโลหะ; Ⓑ *(machine)* เครื่องเชื่อมโลหะ

welding /'weldɪŋ/'เว็ลดิง/ *n., no pl. no indef. art.* การเชื่อมเข้าเป็นเนื้อเดียวกัน

welfare /'welfeə(r)/'เว็ลแฟ(ร)/ *n.* Ⓐ *(health and prosperity)* สวัสดิภาพ, ความสุขสบาย; Ⓑ *(social work, payments etc.)* งานสวัสดิการ, เงินสวัสดิการ; **the ~ people** เจ้าหน้าที่สวัสดิการ; **be on ~** *(Amer.)* รับเงินสวัสดิการ

welfare: W~ 'State *n.* รัฐที่รับผิดชอบในการให้สวัสดิการด้านต่าง ๆ แก่ประชาชน; ~ **work** *n.* งานสังคมสงเคราะห์; **do ~ work** ทำงานสังคมสงเคราะห์; ~ **worker** *n.* ➤ **489** เจ้าหน้าที่สังคมสงเคราะห์

welkin /'welkɪn/'เว็ลคิน/ *n. (poet./literary)* ท้องฟ้า, อากาศเบื้องบน

'well /wel/เว็ล/ ❶ *n.* Ⓐ *(water ~, mineral spring)* บ่อน้ำ, บ่อแร่; Ⓑ ➡ **oil well**; Ⓒ *(Brit.: of lawcourt)* คอกหน้าบัลลังก์ศาล; Ⓓ *(Archit.)*

Weight (น้ำหนัก)

		1 ounce (oz) ออนซ์	=	28.35 g. กรัม
16 ounces ออนซ์	=	1 pound (lb) ปอนด์	=	454 g. กรัม
14 pounds ปอนด์	=	1 stone (st) สโตน	=	6.35 kg. กิโลกรัม
112 pounds ปอนด์	=	1 hundredweight ฮันเดรดเวต	=	50.8 kg. กิโลกรัม
20 hundredweight ฮันเดรดเวต	=	1 ton ตัน	=	1016 kg. กิโลกรัม

Note: in popular usage the word **kilogram** is shortened to **kilo**

People (น้ำหนักตัว)

What's your weight?, How much do you weigh?
= คุณหนักเท่าไร หรือ คุณมีน้ำหนักเท่าไร

I weigh 12 stone (Brit.) or ***168 pounds*** (Amer.)
= ฉันหนัก 12 สโตน (อังกฤษ) *หรือ* 168 ปอนด์ (อเมริกัน) *หรือ* ประมาณ 76.2 กิโลกรัม

He has put on weight
= เขาอ้วนขึ้น

She has lost a lot of weight
= เธอลดน้ำหนัก *หรือ* เธอผอมลงมาก

At over 18 stone (Brit.) or ***250 pounds*** (Amer.) ***he is overweight***
= ด้วยน้ำหนัก 18 สโตน (อังกฤษ) *หรือ* 250 ปอนด์ (อเมริกัน) เขามีหนักมากเกินไป

Things (น้ำหนักสิ่งของ)

What's the weight of the parcel? How much does the parcel weigh?
= พัสดุหนักเท่าไร

Is it very heavy?
= มันหนักมากไหม

It weighs about four pounds
= มันหนักประมาณสี่ปอนด์

My baggage is ten pounds over weight
= กระเป๋าเดินทางของฉันหนักเกินไปสิบปอนด์

A is the same weight as B
= เอมีน้ำหนักเท่ากับบี

1 kilo of raw pork sausage
= แหนมหนึ่งกิโล

6 lbs of potatoes
= มันฝรั่งหนักหกปอนด์

They are sold by the kilo
= ขายเป็นกิโล

Boxing category and weight limits (น้ำหนักนักมวยแต่ละรุ่น)

flyweight	Under 50 Kg.	Under 112 lbs
super flyweight	50.5-52 Kg.	112-115 lbs
bantamweight	52-53.5 Kg.	115-118 lbs
super bantamweight	53.5-55 Kg.	118-122 lbs
featherweight	55-57 Kg.	122-126 lbs
super featherweight	57-59 Kg.	126-130 lbs
lightweight	59-61.5 Kg.	130-135 lbs
super lightweight	61.5-63.5 Kg.	135-140 lbs
welterweight	63-5-67 Kg.	140-147 lbs
super welterweight	67-70 Kg.	147-154 lbs
middleweight	70-72.5 Kg.	154-160 lbs
super middleweight	72.5-76 Kg.	160-167 lbs
light heavyweight	76-79 Kg.	167-174 lbs
super light heavyweight	79-83 Kg.	174-183 lbs
cruiserweight	83-86 Kg.	183-189 lbs
super cruiserweight	86-90 Kg.	189-198 lbs
heavyweight	90-95 Kg.	198-209 lbs
super heavyweight	Over 95 Kg.	Over 209 lbs

ช่องลม, ช่องลิฟต์; *(of staircase)* ช่องบันได; **[E]** *(fig.: source)* แหล่ง, ที่มา, บ่อเกิด; ➡ + **artesian**
❷ *v.i. (literary)* ไหล, เอ่อ, พุ่ง

~ '**up** *v.i. (น้ำพุ)* พุ่งขึ้นมา; *(น้ำตา)* ไหลออกมา; *(ความรู้สึก)* ดันขึ้นมา

[2]**well** ❶ *int.* **[A]** *expr. astonishment* โอโห้, ตายจริง; ~, ~! โอ้; ➡ + **never** C; **[B]** *expr. relief* เออ, ค่อยยังชั่ว; **[C]** *expr. concession* เอาละ, เอาเถอะ, ตกลง; **~ then, let's say no more about it** ถ้าหยั่งงั้น อย่าพูดถึงเรื่องนี้กันอีกดีกว่า; **[D]** *expr. resumption* เอ้อ; **~ [then], who was it?** เอ้อ แล้วนั่นใคร; **[E]** *expr. qualified recognition of point* **~[, but] ..:** เออใช่ [แต่]; **[F]** *expr. resignation* **[oh] ~:** เฮ้อ; **ah ~:** เฮ้อ; **[G]** *expr. expectation* **~ [then]?** แล้วไงอีก, แล้วไงละ

❷ *adv.*, **better** /'betə(r)/'เบ็ทเทอะ(ร)/, **best** /best/เบ็ซทฺ/ **[A]** *(satisfactorily)* ด้วยดี; **the business is doing ~:** ธุรกิจกำลังดำเนินไปด้วยดี; **do ~ for oneself** ประสบความสำเร็จ; **do ~ out of sth.** ได้กำไร/เงินจาก *ส.น.;* **the patient is doing ~:** คนไข้อาการดีขึ้นเรื่อย ๆ; **a ~ situated house** บ้านที่มีทำเลดี; **you did ~ to come** คุณทำถูกแล้วที่มา; **~ begun is half done** *(prov.)* เริ่มต้นด้วยดี มีชัยไปกว่าครึ่ง; **didn't he do ~!** เขาทำได้ดีจริง ๆ; **you would do ~ to ...:** คุณควรจะ...; **come off ~:** ได้ผลดี, ออกมาดี; **you're ~ out of it** คุณโชคดีที่ไม่ต้องเกี่ยวข้องกับเรื่องนี้; **we're ~ rid of them** เราโชคดีที่พ้นจากเขา; ➡ + '**do** 2 D; **[B]** *(thoroughly)* โดยตลอด; *(แห้ง)* สนิท; *(สังเกต, ขัดมัน)* อย่างทั่วถึง; **be ~ able to do sth.** ทำ *ส.น.* ได้ง่าย; **sb. is ~ aware that ...:** *ค.น.* รู้ดีว่า...; **I'm ~ aware of what has been going on** ฉันทราบดีว่าเกิดอะไรขึ้น; **let** *or* **leave ~ alone** ปล่อยไว้เฉย ๆ; **the translator could not leave ~ alone** ผู้แปลไม่สามารถจะปล่อยเฉยไว้; **be ~ worth it/a visit/the effort** คุ้มค่ามาก/คุ้มที่จะไปเยือน/ความพยายาม; **he ~ deserved the honour** เขาสมควรได้รับเกียรติอย่างยิ่ง; **be ~ pleased** ยินดีอย่างยิ่ง; **she was not so ~ pleased** เธอไม่ค่อยพอใจ; **~ out of sight** *(very far off)* ไกลออกไปมาก; **make sure you keep the child ~ out of sight** คอยระวัง อย่าให้เด็กเข้าใกล้; **~ past the minimum age** ผ่านอายุขั้นต่ำไปนานแล้ว; **we arrived ~ before the performance began** เรามาถึงงานก่อนที่การแสดงจะเริ่มพอสมควร; **be ~ in with sb.** เข้ากันได้ดีมากกับ *ค.น.;* **~ and truly** โดยสิ้นเชิง, โดยตลอด; **I know only too ~ how/what** *etc.* **...:** ฉันรู้ดีว่า...เป็นอย่างไร/อะไร ฯลฯ; **[C]** *(considerably)* ค่อนข้าง, มาก; **he is ~ up in the list** ชื่อของเขาในบัญชีอยู่ค่อนข้างสูง; **she is ~ on in years** เธอค่อนข้างจะอายุมากแล้ว; **it was ~ on into the afternoon** เป็นเวลาบ่ายคล้อยแล้ว; **he is ~ past** *or* **over retiring age** เขาพ้นวัย [ปลด] เกษียณมานานแล้ว; **he is ~ past** *or* **over forty** เขาอายุเกิน 40 ปีไปมากแล้ว; **be ~ away** *(lit. or fig.)* ก้าวหน้าไปด้วยดี; *(coll.: be drunk)* เมา; **[D]** *(approvingly, kindly)* อย่างดี, อย่างเห็นด้วย, อย่างกรุณา; **like sb. ~ [enough]** ชอบ *ค.น.* มาก [พอใช้]; **think ~ of sb./sth.** มอง *ค.น./ส.น.* ในแง่ดี; **speak ~ of sb./sth.** พูดถึง *ค.น./ส.น.* อย่างดี; **wish sb. ~:** อวยพรให้ *ค.น.* โชคดี; **stand ~ with sb.** เป็นที่โปรดปรานของ *ค.น.;* **[E]** *(in all likelihood)* อย่างเป็นไปได้มาก; **[F]** *(easily)* อย่างง่ายดาย; **you cannot very ~ refuse their help** คุณปฏิเสธความช่วยเหลือของเขาไม่ได้ง่าย ๆ; **[G]** **as ~** *(in addition)* อีกด้วย; *(as much, not less truly)* เท่ากัน, ไม่น้อยกว่า; *(with equal reason)* ดีพอ ๆ กัน; *(advisable)* ลอง...ดีกว่า; *(equally well)* ดีเท่ากัน; **Coming for a drink? – I might as ~:** ไปดื่มเหล้ากันไหม ก็ได้; **you might as ~ go** คุณจะไปด้วยก็ได้;

that is [just] as ~ *(not regrettable)* โชคดีที่เป็นเช่นนั้น; it was just as ~ that I had ...: โชคดีที่ฉันได้...; as ~ as *(in addition to)* นอกเหนือจาก, เช่นเดียวกันกับ, อีกด้วย; A as ~ as B เอพร้อมทั้งบี; she can sing as ~ as dance เธอทั้งร้องเพลงและเต้นรำได้ด้วย; as ~ as helping *or (coll.)* help me, she continued her own work นอกเหนือจากช่วยฉันแล้ว เธอยังทำงานของตัวเองด้วย; ➡ + best 2; better 2; ¹do 1 U; ²live 1 A; may A; pertty 2; speak 1 A

❸ *adj.* Ⓐ ➤ 403 *(in good health)* มีสุขภาพดี; How are you feeling now? – Quite ~, thank you ตอนนี้คุณรู้สึกเป็นอย่างไรบ้าง สบายดีที่เดียวขอบคุณ; look ~: ดูสบายดี; I am perfectly ~: ฉันสบายดีจริง ๆ; get ~ soon! ขอให้หายป่วยเร็ว ๆ; he hasn't been very ~ lately หมู่นี้เขาสุขภาพไม่ค่อยดี; feel ~: รู้สึกสบาย; she wanted to come, but she isn't ~ enough เธออยากจะมา แต่เธอสุขภาพไม่ค่อยดี; make sb. ~: ทำให้ ค.น. มีสุขภาพแข็งแรงสมบูรณ์; Ⓑ *pred. (satisfactory)* I am very ~ where I am ฉันอยู่ตรงนี้ก็พอใจแล้ว; all's ~: ทุกอย่างเรียบร้อย; all's ~ that ends ~ *(prov.)* ถ้าทุกอย่างดี ผลที่ออกมาก็ต้องดีด้วย; all is not ~ with sb./sth. ทุกสิ่งทุกอย่างไม่เรียบร้อยสำหรับ ค.น./ส.น.; [that's all] ~ and good นั่นก็เป็นสิ่งที่ดีในระดับหนึ่ง; all being ~: ถ้าทุกสิ่งทุกอย่างเรียบร้อย; Ⓒ *pred. (advisable)* ควรที่จะ; ➡ + all 2 D; very 2 D

we'll /wɪl, *stressed* wi:l/วิล, วีล/ = we will

well: ~-advised ➡ advised; **~-aimed** *adj.* ที่เล็งดี, ตรงที่หมาย; **~-appointed** *adj.* มีอุปกรณ์/เครื่องมือ/เครื่องเรือนครบ; **~-balanced** *adj.* Ⓐ *(sensible)* (คน) ที่มีเหตุผล; Ⓑ *(equally matched)* เหมาะสมกันดี; **~-behaved** *n.* ประพฤติตัวดี; ➡ behave 1 A; **~-being** *n.* ความผาสุก, ความมีพลานามัยสมบูรณ์; she felt a sense of ~-being เธอรู้สึกมีความสุข; **~-bred** *adj.* Ⓒ *(having good manners)* มีมารยาทดี; Ⓓ *(of good stock)* (ม้า) พันธุ์ดี; **~-built** *adj.* มีร่างกายแข็งแรง/สมส่วน, หุ่นดี; be ~ built มีร่างกายแข็งแรง, หุ่นดี; **~-chosen** *adj.* (คำพูด) ที่เลือกสรรมาอย่างดี; a few ~-chosen words คำพูดสองสามคำที่เลือกสรรมาอย่างดี; *(reprimand)* คำพูดตำหนิ/ว่ากล่าวที่เหมาะเจาะ; **~-conducted** *adj.* (การประชุม) ที่ดำเนินการอย่างดี; **~-connected** *adj.* (คน) ที่มีเส้นสายดี; **~-defined** *adj.* แน่นอน, เฉียบขาด, ชัดเจน; **~-deserved** *adj.* ที่สมควรได้รับ; **~-disposed** ➡ disposed; **~ done** *adj. (Cookery)* (เนื้อ ฯลฯ) ที่สุกมาก; order a steak ~ done สั่งเนื้อสเต็กสุกมาก; **~-dressed** *adj.* ที่แต่งตัวดี; **~-earned** *adj.* ที่สมควรได้รับอย่างเต็มที่; **~-educated** *adj.* มีการศึกษาดี; **~-equipped** *adj.* มีอุปกรณ์พร้อมสรรพ; **~-established** *adj.* ที่มีรากมีฐาน, ที่มั่นคง; **~-fed** *adj.* ได้อาหารดี; **~-founded** *adj.* มีเหตุผลดี; **~-groomed** *adj.* ที่แต่งตัวเรียบร้อย/พิถีพิถัน; **~ 'grounded** *adj.* Ⓐ *(trained)* be ~ grounded in a subject ได้รับการฝึกในเรื่องหนึ่งมาเป็นอย่างดี; Ⓑ ➡ ~-founded; **~-heeled** *adj. (coll.)* ร่ำรวย

wellies /'welɪz/'เว็ลลิซฺ/ *n. pl. (Brit. coll.)* รองเท้าบูทยางสำหรับลุยน้ำ

well: ~-informed *adj.* Ⓐ she is one of the most ~ informed people I have ever met เธอเป็นคนที่มีความรู้มากที่สุดคนหนึ่งเท่าที่ฉันเคยพบมา; Ⓑ *(having access to reliable information)* มีลู่ทางได้รับข้อมูลที่เชื่อถือได้

wellington /'welɪŋtən/'เว็ลลิงเทิน/ *n.* ~ [boot] รองเท้าบูทยางกันน้ำได้

well: ~-intentioned /'welɪntenʃənd/'เว็ลอินเท็นเชินดฺ/ *adj.* มีเจตนาดี; **~-judged** *adj.* ที่ทำอย่างเหมาะเจาะ; **~-kept** *adj.* ได้รับการดูแลอย่างดี; **~-knit** *adj.* (คน) กะทัดรัด, เปรียว, กระฉับกระเฉง; **~-known** *adj.* Ⓐ *(known to many)* เป็นที่รู้จักทั่วไป; Ⓑ *(known thoroughly)* มีชื่อเสียง, เป็นที่รู้จักดี; **~-loved** *adj.* เป็นที่รัก; **~ made** *adj.* Ⓐ *(skilfully manufactured)* ที่ผลิตขึ้นมาอย่างดี; Ⓑ *(having good build)* มีรูปร่าง/ทรวดทรงดี; **~-mannered** ➡ mannered; **~ marked** *adj.* (ทางเดิน, ป้ายถนน) เด่นชัด, ชัดเจน; **~-matched** *adj.* ที่เหมาะสมกันดี; they are a ~-matched couple เขาเป็นคู่ที่เหมาะสมกันดี; **~-meaning** *adj.* มีเจตนาดี; be ~-meaning มีเจตนาดี; **~-meant** *adj.* ที่ทำด้วยเจตนาดี; **~-nigh** *adv. (rhet.)* ใกล้มาก, เกือบจะ; **~ off** *adj.* Ⓐ *(rich)* ร่ำรวย; sb. is ~ off ค.น. ร่ำรวย; Ⓑ be ~ off for sth. *(provided with)* มี ส.น. ครบถ้วน; Ⓒ *(favourably situated)* she is perfectly ~ off เธอโชคดีทีเดียว; **~ oiled** *adj. (fig. coll.: drunk)* เมาเหล้า; **~ paid** *adj.* (งาน) ที่จ่ายดี, (คน) ที่ได้ค่าตอบแทนสูง; he's ~ paid enough เขามีรายได้สูงพอสมควร; **~-preserved** *adj.* (คน) ที่ยังดูเด็ก/ไม่แก่; (มัมมี่) ที่อยู่ในสภาพดี; **~-read** /'welred/'เวลเร็ด/ *adj.* ได้อ่านอย่างกว้างขวาง; **~-rounded** *adj.* Ⓐ *(complete and symmetrical)* มีส่วนสัดรับกัน, สมดุล; Ⓑ *(complete and ~ expressed)* (วลี ฯลฯ) ที่สมบูรณ์และสละสลวย; **~-spent** *adj.* (เงิน, เวลา) ที่ใช้ไปอย่างคุ้มค่า; **~-spoken** *adj.* พูดได้เพราะ; **~-stocked** *adj.* (ตู้เย็น) ที่เต็มไปด้วยอาหาร; (ห้องสมุด) ที่มีหนังสือมาก; their shop is ~-stocked ร้านของพวกเขามีสินค้ามากมาย; **~-thought-out** *adj.* ประดิษฐ์/คิดขึ้นอย่างรอบคอบ; **~-thumbed** *adj.* (หนังสือ) มีร่องรอยการอ่านมาก; **~-timed** *adj.* จังหวะเหมาะ; **~-to-do** *adj.* เจริญรุ่งเรือง, ร่ำรวย; **~-tried** *adj.* ได้ทดลองใช้แล้วและได้ผลดี, เชื่อถือได้; **~-trodden** *adj. (lit. or fig.)* (เส้นทาง) ที่มีคนเดินมามากแล้ว; **~-turned** *adj.* (วลี) สละสลวย; (เรียวขา) ที่สวยได้รูป; **~-upholstered** *adj. (fig. joc.)* (คน) อ้วน; **~-wisher** *n.* ผู้ปรารถนาดี; cards and gifts from ~-wishers บัตรอวยพรและของขวัญจากผู้ปรารถนาดี; **~-worn** *adj.* (คำพูด, วลี) ที่ใช้กันมากจนซ้ำซาก; (เสื้อผ้า, รองเท้า) เก่า/ชำรุดทรุดโทรม; (หนังสือ) ที่อ่านหลายครั้ง

welsh /welʃ/เว็ลชฺ/ *v.i. (leave without paying)* หนีไปโดยไม่จ่ายเงิน

~ on *v.t. (coll.)* ~ on sb./sth. ผิดสัญญาที่ทำไว้กับ ค.น./ส.น.

Welsh /welʃ/เว็ลชฺ/ ❶ *adj.* แห่งเวลส์; sb. is ~: ค.น. เป็นชาวเวลส์; ➡ + corgi; English 1 ❷ *n.* Ⓐ *(language)* ภาษาเคลติกที่ใช้ในเวลส์; ➡ + English 2 A; Ⓑ *pl.* the ~: ชาวเวลส์

Welsh: ~man /'welʃmən/'เว็ลชฺเมิน/ *n., pl.* **~men** /'welʃmən/'เว็ลชเมิน/ ชายชาวเวลส์; **~ 'rabbit, ~ 'rarebit** *ns.* ขนมปังโปะเนยแข็งปิ้งให้ละลาย; **~woman** *n.* หญิงชาวเวลส์

welt /welt/เว็ลทฺ/ *n.* Ⓐ *(of shoe)* ส่วนของรองเท้าด้านบนที่ใช้ติดกับพื้นรองเท้า; Ⓑ *(heavy blow)* การเฆี่ยนตีอย่างรุนแรง; Ⓒ *(trimming)* ผ้าขลิบริม; Ⓓ ➡ ²weal

Weltanschauung /veltan'ʃaʊʊŋ/เว็ลทาน'เชาอุง/ *n.* Ⓐ *(philosophy of life)* ปรัชญาชีวิต; Ⓑ *(conception of the world)* โลกทรรศน์

welter /'weltə(r)/'เว็ลเทอะ(ร)/ ❶ *v.i.* กลิ้งเกลือก, โคลงเคลง ❷ *n.* ความยุ่งเหยิง, ความโกลาหล; a ~ of foam ฟองที่ไหลเต็มไปหมด; a ~ of emotions ความสับสนทางอารมณ์

'welterweight *n. (Boxing etc.)* น้ำหนักของนักมวยที่อยู่ระหว่าง 63.5–67 กิโลกรัม; *(person also)* นักกีฬาที่มีน้ำหนักในเกณฑ์ข้างต้น

wench /wentʃ/เว็นฉฺ/ *n. (arch./joc.)* เด็กหญิง, เด็กสาว; *(arch.: maidservant)* สาวใช้

wend /wend/เว็นดฺ/ *v.t.* ~ one's way homewards บ่ายหน้า/เดินทางไปบ้าน; they ~ed their way back towards the village พวกเขาบ่ายหน้า/เดินทางกลับไปยังหมู่บ้าน

Wendy house /'wendi haʊs/'เว็นดิ เฮาซฺ/ *n.* บ้านจำลองให้เด็กเล่น

went ➡ ¹go 1, 2

wept ➡ weep 1,2

were ➡ be

we're /wɪə(r)/วิเออะ(ร)/ = we are

weren't *(coll.)* = were not; ➡ be

werewolf /'wɪəwʊlf, 'weəwʊlf/'เวียวุลฟฺ, 'แววุลฟฺ/ *n., pl.* **werewolves** /'wɜ:wʊlvz/'แววุลวซฺ/, **werwolf** /'wɜ:wʊlf/'แววุลฟฺ/ *n., pl.* **werwolves** /'wɜ:wʊlvz/'แววุลวซฺ/ *(Mythol.)* มนุษย์หมาป่า

west /west/เว็ซทฺ/ ➤ 191 ❶ *n.* Ⓐ ทิศตะวันตก; the ~: ทิศตะวันตก; *(Amer.: western part of US)* ภาคตะวันตก; in/to[wards]/from the ~: ใน/ไปทาง/จากทิศตะวันตก; to the ~ of ทางทิศตะวันตกของ; Ⓑ *(European civilization)* อารยธรรมยุโรป/ตะวันตก; Ⓒ *(Cards)* ผู้เล่นบริดจ์ที่นั่งในตำแหน่งทิศตะวันตก; ➡ + east 1; Far West; Middle West; Wild West ❷ *adj.* (ชายแดน, ชายฝั่ง) ทางทิศตะวันตก; (ลม) จากทิศตะวันตก ❸ *adv.* ทางตะวันตก; ~ of ทางตะวันตกของ; go ~ *(fig. coll.: be killed or wrecked or lost)* ตาย, สูญหายไป; ~ by north/south ➡ ¹by 1 D; ➡ + east 3

West: ~ 'Africa *pr. n.* แอฟริกาตะวันตก; **~ 'Bank** *pr. n.* the ~ Bank *(of the Jordan)* ดินแดนทางตะวันตกของแม่น้ำจอร์แดน; **~ Ber'lin** *pr. n. (Hist.)* เบอร์ลินตะวันตก; **w~bound** *adj.* ➤ 191 ที่เดินทาง *หรือ* ที่ไปสู่ทิศตะวันตก; **~ Country** *n. (Brit.)* มณฑลทางตะวันตกเฉียงใต้ของประเทศอังกฤษ; **~ 'End** *n. (Brit.)* เวสท์เอนด์ *(ย่านการค้าและแหล่งบันเทิงในกรุงลอนดอนตั้งอยู่ทางทิศตะวันตกของเมือง)*; the ~ End theatres โรงละครในย่านเวสท์เอนด์

westering /'westərɪŋ/'เว็ซเตอะริง/ *attrib. adj.* (ดวงอาทิตย์) ที่กำลังเคลื่อนที่ทางทิศตะวันตก

westerly /'westəlɪ/'เว็ซเตอะลิ/ ➤ 191 ❶ *adj.* Ⓐ *(in position or direction)* ทางทิศตะวันตก; in a ~ direction ไปทางทิศตะวันตก; Ⓑ *(from the west)* (ลม) จากทิศตะวันตก; the wind was ~: ลมพัดมาจากทิศตะวันตก ❷ *adv.* Ⓐ *(in position)* (ตำแหน่ง) ทางทิศตะวันตก; *(in direction)* ไปทางทิศตะวันตก; Ⓑ *(from the west)* จากทางทิศตะวันตก ❸ *n.* ลมที่พัดมาจากทิศตะวันตก

western /'westən/'เว็ซเทิน/ ❶ ➤ 191 *adj.* (เขตแดน) ทางทิศตะวันตก; (หน้าต่าง, ประตู) ทางทิศตะวันตก; ➡ + bloc; Middle Western ❷ *n.* (ภาพยนตร์, นวนิยาย) เกี่ยวกับโคบาลทางตะวันตกของอเมริกาเหนือ

westerner /'westənə(r)/'เว็ซเตอะเนอะ(ร)/ *n.* ชาวตะวันตก

Western: ~ **'Europe** *pr. n.* ยุโรปตะวันตก; ~ **Euro'pean** ❶ *adj.* แห่งยุโรปตะวันตก ❷ *n.* ชาวยุโรปตะวันตก, ฝรั่ง *(ภ.พ.)*

westernization /westənaɪ'zeɪʃn/เว็ซเตอะไน 'เซช่น/ *n.* การเผยแพร่อารยธรรมตะวันตก, การทำให้เป็นฝรั่ง *(ภ.พ.)*

westernize /'westənaɪz/'เว็ซเตอะนายซฺ/ *v.t.* ทำให้เป็นแบบตะวันตก

westernmost /'westənməʊst/'เว็ซเตินโมซทฺ/ *adj.* ➤ **191** ที่อยู่ทางตะวันตกสุด

West: ~ **'German** *(Hist.)* ❶ *adj.* เกี่ยวกับชาวเยอรมันตะวันตก ❷ *n.* ชาวเยอรมันตะวันตก; ~ **'Germany** *pr. n. (Hist.)* ประเทศเยอรมันตะวันตก; ~ **'Indian** ❶ *adj.* เกี่ยวกับหมู่เกาะเวสท์อินดีส ❷ *n.* ชนพื้นเมืองในหมู่เกาะเวสท์อินดีส; ~ **'Indies** ➡ **Indies** B

Westminster /'westmɪnstə(r)/'เว็ซทฺมินซฺเตอะ(ร)/ *n. (Brit.: Parliament)* รัฐสภาอังกฤษ

west: ~**-north-'**~ ➤ **191** ❶ *n.* จุดระหว่างทิศตะวันตกกับทิศตะวันตกเฉียงเหนือ ❷ *adj.* ที่อยู่ระหว่างทิศตะวันตกกับทิศตะวันตกเฉียงเหนือ ❸ *adv.* ระหว่างทิศตะวันตกกับทิศตะวันตกเฉียงเหนือ; **w**~ **of 'England** *n.* ทางตะวันตกของประเทศอังกฤษ

West: ~ **Side** *n. (Amer.)* ฝั่งตะวันตกของแมนฮัตตัน; **W**~**-south-'w**~ ➤ **191** ❶ *n.* จุดกึ่งกลางระหว่างทิศตะวันตกกับทิศตะวันตกเฉียงใต้ ❷ *adj.* ที่อยู่กึ่งกลางระหว่างทิศตะวันตกกับทิศตะวันตกเฉียงใต้ ❸ *adv.* ตรงกลางระหว่างทิศตะวันตกกับทิศตะวันตกเฉียงใต้

westward /'westwəd/'เว็ซทฺเวิด/ ➤ **191** ❶ *adj.* ไปทางทิศตะวันตก; *(situated towards the west)* ตั้งอยู่ทางทิศตะวันตก; **in a** ~ **direction** ไปทางทิศตะวันตก ❷ *adv.* ทางทิศตะวันตก; **they are** ~ **bound** พวกเขามุ่งหน้าไปทางทิศตะวันตก ❸ *n.* ทิศตะวันตก

westwards /'westwədz/'เว็ซทฺเวิดซฺ/ ➤ **191** ➡ **westward** 2

wet /wet/เว็ท/ ❶ *adj.* Ⓐ เปียก; ~ **with tears** เปียกไปด้วยน้ำตา; ~ **behind the ears** *(fig.)* ยังไม่เป็นผู้ใหญ่, อ่อนประสบการณ์; ~ **to the skin,** ~ **through** *(เสื้อผ้า)* เปียกโชก; Ⓑ *(rainy)* ที่ฝนตกชุก; Ⓒ *(recently applied)* *(สี, หมึก ฯลฯ)* ที่ยังไม่แห้ง; **'**~ **paint'** 'สียังไม่แห้ง'; Ⓓ *(coll.: feeble)* อ่อนแอ, อ่อนปวกเปียก; Ⓔ *(Brit. Polit. coll.)* *เป็นพวกอนุรักษ์นิยมที่มีแนวโน้มจะเป็นเสรีนิยม;* ➡ + **blanket** 1 A; **'rag** A ❷ *v.t.,* **-tt-, wet** *or* **wetted** Ⓐ ทำให้เปียก; ➡ + **whistle** 3 C; Ⓑ *(urinate on)* ~ **one's bed/pants** ปัสสาวะราดที่นอน/กางเกง ❸ *n.* Ⓐ *(moisture)* ความชื้น; Ⓑ *(rainy weather)* สภาพอากาศที่มีฝนตกชุก; *(rainy conditions)* สภาพที่มีฝนตกชุก; **in the** ~**:** ขณะมีฝนตก; Ⓒ *(coll.: feeble person)* คนอ่อนแอ/อ่อนปวกเปียก; Ⓓ *(Brit. Polit. coll.)* *ผู้ที่เป็นพวกอนุรักษ์นิยมที่มีแนวโน้มจะเป็นพวกเสรีนิยม*

wet: ~**back** *n. (Amer. coll.)* กรรมกรชาวเม็กซิกันที่เข้าไปทำงานในสหรัฐอเมริกาอย่างผิดกฎหมาย; ~ **blanket** *n.* คนที่ขัดความสุขของผู้อื่น; ~ **cell** *n.* แบตเตอรี่แบบที่อิเล็กทรอไลท์เป็นของเหลว; ~ **'dream** *n.* ฝันเปียก

wether /'weðə(r)/'เว็ทเทอะ(ร)/ *n. (Zool.)* แกะตัวผู้ที่ตอนแล้ว

wet: ~**lands** *n. pl.* หนองน้ำ, บริเวณบึงหรือที่ชื้นแฉะ; ~ **look** *n.* เนื้อผ้าที่เป็นมันวาว; *(of hair)* การแต่งผมให้ดูมันวาว

wetness /'wetnɪs/'เว็ทนิซ/ *n., no pl.* Ⓐ *(being wet)* ความเปียก; **a patch of** ~**:** รอยเปียก; Ⓑ *(being rainy)* การที่ฝนตกชุก

wet: ~ **nurse** ❶ *n.* แม่นม ❷ *v.t. (fig. derog.)* พะเน้าพะนอ/เอาอกเอาใจมากเกินไป; ~**suit** *n.* ชุดที่นักดำน้ำใส่

wetting /'wetɪŋ/'เว็ททิง/ *n.* **get a** ~**:** เปียก; **give sb. a** ~**:** ทำให้ *ค.น.* เปียก

'wetting agent *n.* น้ำยาที่ช่วยให้การเปียกกระจายไป, ตัวที่ทำให้เปียกชื้น

we've /wɪv, *stressed* wi:v/วิว, วี้ว/ = **we have**

WFTU *abbr.* **World Federation of Trade Unions**

whack /wæk/แวค/ ❶ *v.t. (coll.: strike heavily)* ฟาด, ตีอย่างแรง ❷ *n.* Ⓐ *(coll.: heavy blow)* การฟาด, การตีเต็มแรง; **give sb. a** ~ **on the bottom** ตี/ฟาดก้น *ค.น.* เต็มแรง; Ⓑ *(coll.: share)* ส่วนแบ่ง; Ⓒ *(coll.: attempt)* **have a** ~ **at sth./ at doing sth.** พยายามทำ *ส.น.*; Ⓓ **out of** ~ *(Amer.)* เสีย, ใช้การไม่ได้; Ⓔ **top** ~ *(coll.)* อัตราสูงสุด

whacked /wækt/แวคทฺ/ *adj. (Brit. coll.: tired out)* หมดแรง, เหนื่อยอ่อน

whacking /'wækɪŋ/'แวคิง/ ❶ *adj. (coll.)* ใหญ่มาก ❷ *adv. (coll.)* มาก; ~ **great lies** การโกหก/พูดเท็จอย่างมาก ❸ *n. (coll.)* การเฆี่ยน, การตี

whacko /'wækəʊ/'แวโค/ *int. (Brit. dated coll.)* ดีจังเลย

whacky /'wækɪ, US 'hwækɪ/'แวคิ, 'ฮแวคิ/ *adj. (Amer.)* ประหลาด, บ้า ๆ บอ ๆ

whale /weɪl/เวล/ *n., pl.* ~**s** *or same* Ⓐ *(Zool.)* ปลาวาฬ; **right** ~**:** ปลาวาฬชนิดหนึ่งที่ถูกฆ่าเพื่อเอาน้ำมัน; Ⓑ *no pl. (coll.)* **we had a** ~ **of a [good] time** พวกเราสนุกสนานกันมาก; **it made a** ~ **of a difference** มันช่วยให้แตกต่างมาก

'whalebone *n.* กระดูกในปากปลาวาฬ

whaler /'weɪlə(r)/'เวเลอะ(ร)/ *n.* ➤ **489** นักล่าปลาวาฬ

whaling /'weɪlɪŋ/'เวลิง/ *n., no pl., no indef. art.* การล่าปลาวาฬ

wham /'wæm/'แวม/ ❶ *int.* เสียงดังจากการกระแทก ❷ *n.* การกระแทก ❸ *v.t.,* **-mm-:** ~ **sb.** เฆี่ยน/ตี *ค.น.* อย่างแรง ❹ *v.i.,* **-mm-** ทำเสียงกระทบ/กระแทก

whammy ➡ **double whammy**

whang /wæŋ, US hwæŋ/แวง, ฮแวง/ ❶ *n.* เสียงกระแทก ❷ *v.t.* กระแทก

wharf /wɔ:f/วอฟ/ *n., pl.* **wharves** /wɔ:vz/วอวซฺ/ *or* ~**s** ท่าเรือ

what /wɒt/วอท/ ❶ *interrog. adj.* Ⓐ *asking for selection* อะไร, อัน ฯลฯ ไหน; ~ **book did you choose?** คุณเลือกหนังสืออะไร; Ⓑ *asking for statement of amount* อะไร, เท่าไร; ~ **men/money has he?** เขามีคน/เงินอยู่เท่าไร; **I know** ~ **time it starts** ฉันรู้ว่ามันเริ่มกี่โมง; ~ **more can I do/say?** ฉันจะทำ/พูดอะไรได้อีก; ~ **more do you want?** คุณต้องการอะไรอีก; Ⓒ *asking for statement of kind* อะไร, แบบไหน, ประเภทไหน; ~ **kind of man is he?** เขาเป็นผู้ชายแบบไหน; ~ **good** *or* **use is it?** มันดีอย่างไร/มีประโยชน์อะไร; ➡ + **price** 1 D ❷ *excl. adj.* Ⓐ *(how great)* เหลือเกิน, จริง ๆ; ~ **a fool you are!** คุณช่างโง่จริง ๆ/อะไรอย่างนี้; ~ **impudence** *or* **cheek/luck!** ช่างทะลึ่งจังเลย *หรือ* โชคดีจังเลย; Ⓑ *(to what extent)* ขนาดไหน, แค่ไหน ❸ *rel. adj.* **we can dispose of** ~ **difficulties there are remaining** เราสามารถจัดการกับความยากลำบาก/ปัญหาอะไรก็ตามที่ยังหลงเหลืออยู่ได้; **lend me** ~ **money you can** ให้ฉันยืมเงินเท่าที่จะได้หน่อย; **I will give you** ~ **help I can** ฉันจะช่วยเหลือคุณเท่าที่ฉันจะช่วยได้ ❹ *adv.* Ⓐ *(to what extent)* ~ **do I care?** ฉันจะต้องสนใจทำไม; ~ **does it matter?** มันจะสำคัญอะไร; Ⓑ ~ **with ...:** เนื่องจาก...; ~ **with changing jobs and moving house, I haven't had time to do any studying** เนื่องจากฉันต้องเปลี่ยนงานและย้ายบ้าน ฉันเลยไม่มีเวลาดูหนังสือ; ~ **with one thing and another** ด้วยสาเหตุต่าง ๆ ❺ *interrog. pron.* Ⓐ *(~ thing)* อะไร; ~ **is your name?** คุณชื่ออะไร; ~ **about ...?** *(is there any news of ...?, ~ will become of ...?)* เรื่อง...ว่าอย่างไร *หรือ* มีข่าวคราวเกี่ยวกับ...บ้างไหม; ~ **about a game of chess?** เล่นหมากรุกกันสักตาไหม; ~ **to do?** แล้วจะให้ทำอย่างไร; ~**d'you-[ma-] call-him/-her/-it,** ~**'s-his/-her/-its-name** อะไรนั่น, ไอ้หมอนั่น/อียัยนั่นชื่ออะไร; ~ **for?** เพื่ออะไร, ทำไม; ~ **do you want the money for?** คุณต้องการเงินไปทำไม; ~ **if ...?** อะไรจะเกิดขึ้นถ้า..., แล้วถ้า...; ~ **is he?** เขามีอาชีพอะไร/ทำงานอะไร; ~ **is it** *etc.* **like?** มัน ฯลฯ เป็นอย่างไร; **I've lost a pen here somewhere – Well,** ~ **is it like?** ฉันทำปากกาหายแถว ๆ นี้ เอ่อ แล้วมันหน้าตาเป็นอย่างไร; ~ **next?** *(fig.)* แล้วยังไงอีก; ~**not** [และ] สิ่งอื่น ๆ ด้วยที่คล้ายกัน; ~ **'of him/her?** มีข่าวอะไรเกี่ยวกับเขา/เธอ; ~ **'of it?** แล้วยังไงล่ะ; ~ **do you say** *or (Amer.)* ~ **say we have a rest?** คุณจะว่ายังไงถ้าเราหยุดพัก; ~ **will people say?** ผู้คนเขาจะว่าอย่างไร; **all she ever thinks about is** ~ **people will say** เธอคิดแต่ว่าผู้คนเขาจะว่าอย่างไรกัน; **[I'll] tell you** ~**:** *(ฉัน)* จะบอกอะไรให้; **[and]** ~ **then?** [และ] แล้วอย่างไรต่อ; **and/or** ~ **have you** และ/หรืออื่น ๆ ที่คล้ายกัน; **or** ~**?** หรืออะไร; **so** ~**?** แล้วอย่างไร/จะทำไม; Ⓑ *asking for confirmation* ~**?** ~**?** อะไรนะ; **you did** ~**?** คุณทำอะไรนะ; **nice day,** ~**?** *(Brit. coll.)* อากาศดีนะ; Ⓒ *in rhet. questions equivalent to neg. statement* ~ **is the use in trying/the point of going on?** จะมีประโยชน์อะไรที่จะพยายาม/ทำต่อไป; ➡ + **give** 2 C; **know** 1 C ❻ *rel. pron.* Ⓐ *(that which)* อะไรซึ่ง, สิ่งที่, อะไรที่; **do** ~ **I tell you** ทำอย่างที่ฉันบอกคุณ *หรือ* ทำตามที่ฉันบอก; ~ **little I know/ remember** สิ่งเล็ก ๆ น้อย ๆ ที่ฉันรู้/จำได้; **this is** ~ **I mean** นี่คือสิ่งที่ฉันหมายถึง; **give me** ~ **you can** ให้เท่าที่ให้ได้; **I disagree with** ~ **you are saying** ฉันไม่เห็นด้วยกับสิ่งที่คุณกำลังพูด; **tell sb.** ~ **to do** *or* ~ **he can do with sth.** *(coll. iron.)* บอก *ค.น.* ว่าเขาสามารถเอา *ส.น.* ไปยัดที่ไหน; ~ **is more** ยิ่งไปกว่านั้น; **the weather being** ~ **it is ...:** สภาพอากาศอย่างที่เป็นอยู่; **for** ~ **it is** สำหรับของแบบนี้; Ⓑ *(uneducated: who, which)* ที่, ซึ่ง; **it's the poor** ~ **gets the blame** เป็นคนจนที่จะต้องถูกตำหนิ/กล่าวโทษ; ➡ + **but** 1 B; **come** M ❼ *excl. pron.* มากมาย; ~ **she must have suffered!** เธอคงได้รับความทุกข์ทรมานมากมาย

whate'er /wɒt'eə(r)/วอท'แอ(ร)/ *(poet.),*

whatever /wɒt'evə(r)/วอท'เอ็วเวอะ(ร)/ ❶ *adj.* Ⓐ *rel. adj.* ~ **measures we take** มาตรการอะไรก็ตามที่เราใช้; ~ **materials you will need** วัสดุอะไรก็ตามที่คุณต้องการ; Ⓑ

(notwithstanding which) [สิ่ง] ใดก็ตาม, อะไรก็ตาม; ~ **problems you encounter** ปัญหาอะไรก็ตามที่คุณประสบ; Ⓒ *(at all)* เลย; **I can't see anyone ~:** ฉันไม่เห็นใครเลย

❷ *pron.* Ⓐ *rel. pron.* อะไรก็ตาม; ~ **you do to complain, they will take no notice** ไม่ว่าคุณจะบ่นแค่ไหนก็ตาม พวกเขาจะไม่สนใจหรอก; **do ~ you like** ทำอะไรก็ได้ตามใจคุณชอบ; Ⓑ *(notwithstanding anything)* อะไรก็ตาม; **~ happens, ...:** ไม่ว่าอะไรจะเกิดขึ้น...; Ⓒ **or ~:** หรืออะไรก็ได้; Ⓓ *(coll.)* **what ever** ➡ **ever** E

'whatnot *n.* Ⓐ *(coll.: indefinite thing)* อะไรไม่รู้, สิ่งที่ไม่สำคัญ; Ⓑ *(stand with shelves)* หิ้ง

whatsit /ˈwɒtsɪt/ˈวอทซิท/ *n. (coll.) (thing)* สิ่งนั้น, ไอ้นั่น *(เมื่อจำชื่อไม่ได้)*; *(person)* เจ้านั่น *(คนที่จำชื่อไม่ได้)*

whatsoe'er /wɒtsəʊˈeə(r)/วอทโซ'แอ(ร)/ *(poet.)*, **whatsoever** /wɒtsəʊˈevə(r)/วอทโซ'เอ๊ฟเวอะ(ร)/ ➡ **whatever**

wheat /wiːt/วีท/ *n., no pl., no indef. art.* ข้าวสาลี; **sort out** *or* **separate the ~ from the chaff** *(fig.)* แยกแยะคน/สิ่งของที่มีคุณค่าจากคน/สิ่งที่ไร้ค่า

'wheat belt *n. (Geog.)* พื้นที่ที่มีข้าวสาลีเป็นผลผลิตหลัก

wheaten /ˈwiːtn/ˈวีท'น/ *adj.* ที่ทำจากข้าวสาลี

wheat: ~ germ ➡ **germ**; **~meal** *n. (Brit.)* แป้งที่ทำจากข้าวสาลี

whee /wiː/วี/ *int.* คำอุทานแสดงความตื่นเต้น

wheedle /ˈwiːdl/ˈวีด'ล/ *v.t.* Ⓐ *(coax)* ~ **sb.** หลอกล่อ/โอ้โลม *ค.น.* ด้วยคำหวาน; ~ **sb. into doing sth.** เกลี้ยกล่อมให้ *ค.น.* ทำ *ส.น.*; Ⓑ *(get by cajoling)* ได้มาโดยการล่อลวง; ~ **sth. out of sb.** หลอกล่อเอา *ส.น.* มาจาก *ค.น.*

wheel /wiːl/วีล/ ❶ *n.* Ⓐ ล้อ; **[potter's] ~:** จานหมุน; **[roulette] ~:** วงล้อรูเล็ตต์; **reinvent the ~** *(fig.)* หมกมุ่นกับปัญหาที่แก้มานานแล้ว; **get oneself some ~s** *(coll.)* หารถมาขับ; **put** *or* **set the ~s in motion** *(fig.)* เริ่มดำเนินการ; **the ~s of bureaucracy turn slowly** *(fig.)* กงล้อของระบบราชการหมุนไปอย่างเชื่องช้า; **there are ~s within ~s** *(fig.)* มีเหตุการณ์/สิ่งที่ลึกลับสลับซับซ้อน; **break sb. on the ~** *(Hist.)* การทรมานที่ผูกคนไว้กับล้อและหมุนไปเรื่อย ๆ; ➡ + **butterfly** A; **oil** 2 A; **shoulder** 1 A; **'spoke** A; Ⓑ *(for steering) (Motor Veh., Naut.)* พวงมาลัย; **at** *or* **behind the ~** *(of car)* กำลังขับรถ; *(of ship)* กำลังขับเรือ; *(fig.)* ควบคุม *ส.น.*; Ⓒ *(movement in a circle)* การเคลื่อนที่เป็นวงกลม, การหมุน; **the ~[s] of the vultures** การบินว่อนของแร้ง; Ⓓ *(Mil.: drill movement)* การหมุน, การหมุนรอบ; **left/right ~:** การหันซ้าย/ขวา

❷ *v.t.* Ⓐ *(turn round)* หันมา; Ⓑ *(Mil.)* เลี้ยว; Ⓒ *(push)* ผลัก, เข็น; ~ **oneself** *(in a wheelchair)* ผลักล้อรถเข็นไป

❸ *v.i.* Ⓐ *(turn round)* หัน; Ⓑ *(circle)* หมุนเป็นวงกลม; Ⓒ *(Mil.)* หัน, เลี้ยว; **left/right ~!** ซ้าย/ขวาหัน

~ a'bout, ~ a'round ❶ *v.t.* หมุนกลับ; หันไปทางอื่น *(ม้า)* ❷ *v.i.* เปลี่ยนทิศทาง; *(face the other way)* หันหน้าไปทางอื่น; *(fig.) (นักเต้นระบำ)* หมุนไปรอบ

~ 'in *v.t.* เข็นเข้ามา

~ 'out *v.t.* เข็นออกไป; ~ **sb. out** *(fig. derog.)* นำ *ค.น.* ออกมาปรากฏตัวเป็นพิธี

~ 'round ➡ **~ about**

wheel: ~ and 'deal *v.i.* การวางแผนหลังฉาก, การเล่นอุบาย *(ในการเมือง, ธุรกิจ)*; **~barrow** *n.* รถเข็นที่มีล้อเดียวและมือจับสองข้าง; **~barrow race** *n.* การแข่งรถเข็นล้อเดียว; **~base** *n. (Motor Veh., Railw.)* ระยะห่างระหว่างล้อหน้ากับล้อหลัง; **~ brace** *n.* เครื่องขันเกลียวล้อรถยนต์; **~chair** *n.* เก้าอี้รถเข็น; **~ clamp** *n.* ตัวล็อกล้อ

wheeled /wiːld/วีลดฺ/ *adj.* ที่มีล้อ; ~ **vehicle** พาหนะที่มีล้อ

-wheeled *adj. in comb.* *(สี่, หก, สิบ)* ล้อ

wheeler-dealer /wiːləˈdiːlə(r)/วีเลอะ(ร)'ดีเลอะ(ร)/ *n.* ผู้เจรจาตกลงแกมโกง; ผู้มีแผนมากมาย; *(financial)* มีแผนทางการเงินตลอด

'wheelhouse *n. (Naut.)* ห้องถือท้าย

wheelie /ˈwiːlɪ/ˈวีลิ/ *n. (coll.)* การขี่จักรยาน/จักรยานยนต์ผาดโผน; **do a ~/do ~s** ขี่จักรยาน/จักรยานยนต์ผาดโผน

'wheelie bin *n. (Brit. coll.)* ถังขยะใหญ่มีล้อเข็น

wheeling /ˈwiːlɪŋ/ˈวีลิง/ *n., no pl., no indef. art.* การหมุนรอบ, การเข็น

wheeling and 'dealing *n.* การเจรจาต่อรองอย่างชาญฉลาด *(แต่มักจะแกมโกง)*; *(shady deals)* การติดต่อธุรกิจแบบลับ ๆ; **there is a lot of ~ going on** มีการติดต่อธุรกิจมืดมากมาย

wheel: ~ of 'fortune *n.* โชคชะตา; **~ of 'life** *n.* การหมุนเวียนของชีวิต; วัฏสงสาร *(ร.บ.)*; **~ reflector** *n.* แผ่นพลาสติกสะท้อนแสงที่ล้อจักรยาน; **~spin** *n. (Motor Veh., Railw.)* การหมุนของล้อรถยนต์โดยไม่เกาะถนน; **because of ~spin** เนื่องจากการหมุนของล้อรถยนต์โดยไม่เกาะถนน; **~wright** /ˈwiːlraɪt/ˈวีลไรท/ *n.* คนทำหรือซ่อมแซมล้อเกวียน

wheeze /wiːz/วีซฺ/ ❶ *v.i.* หายใจฮืดฮาด ❷ *n.* Ⓐ การหายใจเสียงฮืดฮาด; **give a [loud] ~:** หายใจดังฮืดฮาด; Ⓑ *(coll.) (trick)* เล่ห์, กลอุบาย; *(plan)* แผนการ; **think up a ~:** คิดแผนการขึ้นมาอย่างหนึ่ง; **a good ~ for making money** แผนหาเงินที่ดี

~ 'out *v.t.* หายใจเสียงฮืดฮาด

wheezy /ˈwiːzɪ/ˈวิซิ/ *adj. (coll.)* หายใจดังฮืดฮาด; **be ~:** หายใจดังฮืดฮาด

whelk /welk/เว็ลคฺ/ *n. (Zool.)* หอยทะเลใช้รับประทานได้ในสกุล *Baccinum*

whelp /welp/เว็ลพฺ/ ❶ *n.* ลูกสุนัข ❷ *v.i. (also derog.)* ให้กำเนิด

when /wen/เว็น/ ❶ *adv.* Ⓐ *(at what time)* เมื่อไร; **say ~** *(coll.: pouring drink)* บอกด้วยว่าให้รินแค่ไหน; **that was ~ I intervened** นั่นเป็นจังหวะที่ฉันเข้ามามีบทบาท; **the best part of the film was ~ the car exploded** ตอนที่สนุกที่สุดของภาพยนตร์เรื่องนี้ คือตอนที่รถยนต์ระเบิด; Ⓑ *(at which)* **the time ~ ...:** ครั้งที่...; **the day ~ ...:** วันที่...; *(with past tense)* เมื่อ, ตอนที่; **do you remember [the time] ~ we ...:** คุณจำได้ไหมตอนที่เรา...

❷ *conj.* Ⓐ *(at the time that)* ตอนที่, เวลาที่, เมื่อ; **~ [I was] young** ตอน [ที่ฉัน] เป็นเด็ก; **~ in doubt** เวลาที่สงสัย; *(with gerund)* **~ cleaning the gun** เวลาที่ทำความสะอาดปืน; **~ speaking French** เวลาที่พูดภาษาฝรั่งเศส; Ⓑ *(whereas)* **why do you go abroad ~ it's cheaper here?** ทำไมคุณถึงไปต่างประเทศ ในเมื่อที่นี่ถูกกว่า; **I received only £5 ~ I should have got £10** ฉันได้รับเงินแค่ 5 ปอนด์เท่านั้น ขณะที่ควรจะได้ 10 ปอนด์; Ⓒ *(considering that)* ถ้าหาก, ในเมื่อ; **how can I finish it ~ you won't help?** ฉันจะทำเสร็จได้อย่างไรในเมื่อคุณไม่ช่วย; Ⓓ *(and at that moment)* และในขณะนั้น

❸ *pron.* **by/till ~...?** จนกระทั่งเมื่อไร; **from/since ~ ...?** จาก/ตั้งแต่เมื่อไร...; **~ are we invited for?** เราได้รับเชิญเมื่อไร; **but that was yesterday, since ~ things have changed** แต่นั่นเป็นเมื่อวานนี้ นับแต่นั้นมาสิ่งต่าง ๆ ก็ได้เปลี่ยนแปลงไป

❹ *n.* วันเวลา; ➡ + **where** 4

whence /wens/เว็นซฺ/ *(arch./literary)* ❶ *adv.* จากที่ไหน; **~ did you learn the news?** คุณรู้ข่าวนี้มาจากไหน; **the village ~ comes the famous cheese** หมู่บ้านซึ่งเป็นที่มา/แหล่งของเนยแข็งอันลือชื่อ; **the source ~ these evils spring** แหล่งที่มาของความชั่วร้ายเหล่านี้; **these are the facts, ~ we can conclude that ...:** นี่คือข้อเท็จจริงซึ่งเราสามารถใช้สรุปได้ว่า...; **~ my doubts about his abilities** เหตุของความไม่มั่นใจในความสามารถของเขา ❷ *conj. (to the place from which)* ไปยังที่ซึ่ง...; **he returned it ~ it came** เขาคืนมันกลับไปยังที่เดิมของมัน ❸ *pron.* **from ~:** ➡ 1

whene'er /wenˈeə(r)/เว็น'แอ(ร)/ *(poet.)*, **whenever** /wenˈevə(r)/เว็น'เอ๊ฟเวอะ(ร)/ ❶ *adv.* Ⓐ เมื่อไรก็ตาม; **or ~:** หรือเมื่อไรก็ตาม; Ⓑ *(coll.)* = **when ever** ➡ **ever** E ❷ *conj.* เมื่อไรก็ตาม, ทุกครั้งที่

whensoe'er /wensəʊˈeə(r)/เว็นโซ'แอ(ร)/ *(poet.)*, **whensoever** /wensəʊˈevə(r)/เว็นโซ'เอ๊ฟเวอะ(ร)/ *adv.* เมื่อไรก็ตาม

where /weə(r), US hweər/แว(ร), ฮแวร/ ❶ *adv.* Ⓐ *(in or at what place)* ที่ไหน, ตรงไหน; **~ shall we sit?** เราจะนั่งที่ไหน; **~ was I?** *(fig.)* ฉันพูดถึงตรงไหนแล้ว; **~ did Orwell say/write that?** ออร์เวลล์พูด/เขียนสิ่งนั้นไว้ตรงไหน; **~ is the harm in it/the sense of it?** *(rhet.)* มันผิดตรงไหน/มันมีประโยชน์อะไร; **this is ~ I was born** นี่คือที่ที่ฉันเกิด; Ⓑ *(from what place)* จากที่ไหน; **~ did you get that information?** คุณได้ข้อมูลนั้นมาจากไหน; Ⓒ *(to what place, to which)* ไปที่ไหน, ไปที่ซึ่ง; **she's going ~ she's wanted** เธอกำลังไปในที่ที่ต้องการตัวเธอ; **~ shall I put it?** ฉันจะวางมันไว้ที่ไหนดี *หรือ* จะให้ฉันวางมันไว้ตรงไหน; **the town ~ they were going** เมืองที่พวกเขากำลังไป; **~ do we go from here?** *(fig.)* พวกเราจะทำอะไรต่อไป; **I know ~ I'm going** *(fig.)* ฉันรู้ว่าฉันกำลังทำอะไรอยู่; Ⓓ *(in what respect)* ในแง่มุม/ตรงไหน/ด้านไหน; **I don't know ~ they differ/I've gone wrong** ฉันไม่รู้ว่ามันต่างกันตรงไหน/ฉันทำผิดตรงไหน; **~ he is weakest is in maths** จุดอ่อนที่สุดของเขาคือคณิตศาสตร์; **that is ~ you are wrong** นั่นคือจุดที่คุณผิด; Ⓔ *(in which)* ในที่; **in the box ~ I keep my tools** ในกล่องที่ฉันเก็บเครื่องมือของฉัน; Ⓕ *(in what situation)* ในสถานการณ์อะไร; **~ will/would they be if ...?** พวกเขาจะเป็นอย่างไรถ้า...; **~ would I be without you?** ฉันจะเป็นอย่างไรถ้าไม่มีคุณ; **~ will it all end?** ทั้งหมดจะจบลงตรงไหน

❷ *conj.* ตรงไหน; **~ uncertain, leave blank** ตรงไหนที่ไม่แน่ใจ ให้ปล่อยว่างเอาไว้; **delete ~ inapplicable** ขีดตรงไหนที่ไม่เกี่ยวข้อง

❸ *pron.* ในสถานที่ซึ่ง; **near/not far from ~ it happened** ใกล้/ไม่ไกลจากที่ที่มันเกิดขึ้น *หรือ* ใกล้/ไม่ไกลจากจุดเกิดเหตุ; **from ~ I'm**

standing จากมุมมองของฉัน; **they continued from ~ they left off** พวกเขาทำต่อจากที่ได้ทำค้างไว้; **to Oxford, from ~ we took a train to London** ไปออกซฟอร์ด แล้วจากที่นั่นเราขึ้นรถไฟต่อไปยังลอนดอน; **within ten metres of ~ we stood** ภายในระยะห่าง 10 เมตรจากที่ ๆ เรายืนอยู่; **we drove out to ~ the air was fresh and clean** เราขับรถออกไปสู่สถานที่ซึ่งอากาศสดชื่นและบริสุทธิ์; **~ [...] from?** จากที่ไหน; **~ do/have you come from?** คุณมาจากที่ไหน; **he is never sure ~ his next meal is coming from** เขาไม่เคยแน่ใจว่าอาหารมื้อต่อไปของเขาจะมาจากที่ไหน; **~ [...] to?** จะไปไหน; **~ are you going to?** คุณกำลังไปไหน; **~ have you got to [in the book]?** คุณอ่าน [หนังสือ] ไปถึงตรงไหนแล้ว

❹ *n.* สถานที่; **I can't recall the ~ and when [of it]** ฉันจำสถานที่และเวลา [เกิดเหตุ] ไม่ได้

whereabouts ❶ /ˈweərəbaʊts, US ˈhweər-/ˈแวเรอะเบาทซฺ, ˈฮแวร-/ *adv. (in what place)* ในสถานที่ไหน, แถวไหน; *(to what place)* ไปที่ไหน ❷ /weərəˈbaʊts/แวเรอะˈเบาทซฺ/ *pron.* **~ are you from** คุณมาจากที่ไหน ❸ /ˈweərəbaʊts/ˈแวเรอะเบาทซฺ/ *n., constr. as sing. or pl. (of thing)* สถานที่ตั้งคร่าว ๆ ของ *ส.น.*; *(of person)* ที่อยู่; **her/its present ~ is** *or* **are unknown** ที่อยู่/ตั้งปัจจุบันของเธอ/มันไม่เป็นที่รับรู้

where: ~ˈas *conj.* Ⓐ ในขณะที่; **he is very quiet, ~ she is an extrovert** เขาเงียบมากในขณะที่เธอชอบสังคม; Ⓑ *(Law: considering that)* ในการพิจารณาข้อเท็จจริงที่ว่า; **~ˈby** *adv.* Ⓐ *(by which)* โดยอาศัย, ด้วยวิธีใด; Ⓑ *(dated/literary: by what means?)* ด้วย *หรือ* โดยวิธีใด; **~by shall I know this?** ฉันจะรู้สิ่งนี้ได้อย่างไร

whereˈer /weərˈeə(r)/แวรˈแอ(ร)/ *(poet.)* ➡ **wherever**

wherefore /ˈweəfɔː, US ˈhweər-/ˈแวฟอ(ร), ˈฮแวร-/ ❶ *adv. (arch./literary)* ด้วยเหตุผลอะไร ❷ *n.* **the whys and ~s** ➡ **why** 3

where: ~ˈin *adv. (formal)* Ⓐ *(in which)* ซึ่ง; Ⓑ *(in what respect)* ในแง่มุมไหน, ในด้านใด; **~ˈof** *adv. (formal) (of which)* ซึ่ง; **the house ~ he is the owner** บ้านซึ่งเขาเป็นเจ้าของ

wheresoeˈer /weəsəʊˈeə(r)/แวโซˈแอ(ร)/ *(poet.),* **wheresoever** /weəsəʊˈevə(r)/แวโซˈเอ็ฺเวอะ(ร)/ *adv., conj.* ในที่ไหน ๆ ก็ตาม

whereupon /weərəˈpɒn/แวเรอะˈพอน/ *adv.* อันเป็นผลซึ่ง

wherever /weərˈevə(r)/แวˈเร็ฺเวอะ(ร)/ ❶ *adv.* Ⓐ *(in whatever place)* ในที่ไหนก็ได้/ตาม; **sit ~ you like** คุณนั่งที่ไหนก็ได้; **I'll find him, ~ he lives** ฉันจะหาเขาจนเจอ ไม่ว่าเขาจะอยู่ที่ไหนก็ตาม; **or ~:** หรือที่ไหนก็ได้; Ⓑ *(to whatever place)* ไปยังที่ไหนก็ตาม; **I shall go ~ I like** ฉันจะไปที่ไหนก็ตามที่ฉันชอบ; **I shall go ~ there is work** ฉันจะไปที่ไหนก็ตามที่มีงาน; **or ~:** หรือในที่ไหนก็ได้; Ⓒ *(coll.)* = **where ever**; ➡ **ever** E

❷ *conj.* Ⓐ *(in every place that)* ในที่ไหนก็ตามที่, ในทุกที่; **~ security is involved** ในที่ไหนก็ตามที่มีเรื่องความมั่นคงเข้ามาเกี่ยวข้อง; **do it ~ possible** ทำมันในทุกหนทุกแห่งที่เป็นไปได้; Ⓑ *(to every place that)* ไปที่ไหนก็ตาม, ทุกหนทุกแห่ง; **~ he went** ที่ไหนก็ตามที่เขาไป

❸ *pron.* ที่ไหนก็ตาม; **~ you're going to** ที่ไหนก็ตามที่คุณจะไป; **~ it/he comes from** มัน/เขามาจากที่ไหนก็ตาม; **carry on reading from ~ you've got to** อ่านต่อจากตรงไหนก็ได้ที่คุณหยุดไว้

wherewithal /ˈweəwɪðɔːl/ˈแววิทอล/ *n. (coll.)* **the ~:** เงิน ฯลฯ ที่ต้องการ

wherry /ˈwerɪ/ˈเวะริ/ *n.* Ⓐ *(rowing boat)* เรือพายสำหรับรับส่งผู้โดยสาร; Ⓑ *(Brit.: barge)* เรือท้องแบนขนาดใหญ่ใช้ในการขนส่ง

whet /wet, US hwet/เว็ท, ฮเว็ท/ *v.t.,* **-tt-** Ⓐ *(sharpen)* ลับให้คม; Ⓑ *(fig.: stimulate)* กระตุ้น *(ความเจริญอาหาร, ความปรารถนา, ความสนใจ ฯลฯ)*

whether /ˈweðə(r), US ˈhweðər/ˈเว็ทเทอะ(ร), ˈฮเว็ทเทอะ(ร)/ *conj.* หรือไม่; **I don't know ~ to go [or not]** ฉันไม่รู้ว่าจะไปดีหรือไม่; **the question [of] ~ to do it [or not]** คำถามที่ควรจะทำหรือไม่; **~ you like it or not, I'm going** ไม่ว่าคุณจะชอบหรือไม่ ฉันก็จะไป; ➡ + **doubt** 1 A, 3; **no** 2 C

ˈwhetstone /ˈwetstəʊn, US ˈhwet-/ˈเว็ทซโตน, ˈฮเว็ท-/ *n. (lit. or fig.)* หินลับมีด

whew /fjuː/ฟิว/ *int. expr. surprise* โอ้โห; *expr. consternation* โอ๊ย; *expr. relief* เฮ้อ

whey /weɪ, US hweɪ/เว, ฮเว/ *n., no pl., no indef. art.* หางนมภายหลังจากเอาครีมไปทำเนยแข็ง

which /wɪtʃ, US hwɪtʃ/วิฉ, ฮวิฉ/ ❶ *adj.* Ⓐ *interrog.* อัน/คน/สิ่ง/ฯลฯ ไหน; **~ one** สิ่งไหน; **~ ones** อันไหน; **~ one of you did it?** คุณคนไหนเป็นคนทำ; **~ way** *(how)* อย่างไร; *(in ~ direction)* ในทิศทางไหน; Ⓑ *rel.* ซึ่ง; **I told him to go to the doctor, ~ advice he took** ฉันบอกเขาให้ไปพบแพทย์ ซึ่งเป็นคำแนะนำที่เขาทำตาม; **he usually comes at one o'clock, at ~ time I'm having lunch/by ~ time I've finished** เขามักจะมาตอนบ่ายโมง ซึ่งเป็นเวลาที่ฉันกำลังรับประทานอาหารกลางวัน/เป็นเวลาที่ฉันรับประทานเสร็จแล้ว

❷ *pron.* Ⓐ *interrog.* อัน/คน/สิ่ง ฯลฯ ไหน; **~ of you?** คุณคนไหน; **~ is ~?** อัน/คน/สิ่งไหนเป็นอัน/คน/สิ่งไหน; **I can't tell ~ is ~:** ฉันแยกออกจากกันไม่ได้; Ⓑ *rel.* ซึ่ง, ที่; *referring to a clause* ซึ่ง, ที่; **of ~:** ซึ่ง; **everything ~ I predicted** ทุกสิ่งทุกอย่างที่ฉันได้ทำนายไว้; **the crime of ~ you accuse him** อาชญากรรมที่คุณกล่าวหาเขา; **the house of ~ I am speaking** บ้านที่ฉันกำลังพูดถึง; **the bed on ~ she lay** เตียงที่เธอนอน; **he grinned, from ~ I gathered he wasn't serious** เขายิ้ม ซึ่งทำให้ฉันเข้าใจว่าเขาไม่ได้จริงจังอะไร; **the shop opposite/near ~ we parked** ร้านซึ่งอยู่ตรงกันข้าม/ใกล้ ๆ ที่จอดของเรา; **I have received your kind gift, for ~ many thanks** ฉันได้รับของขวัญของคุณและขอขอบคุณมาก; **I intervened, after ~ they calmed down** ฉันเข้าไปแทรกแซงแล้ว หลังจากนั้นพวกเขาก็สงบลง; **Our Father, ~ art in Heaven** *(Rel.)* คุณพ่อผู้อยู่บนสวรรค์

whichever /wɪtʃˈevə(r), US hwɪtʃ-/วิฉˈเอ็ฺเวอะ(ร), ฮวิฉ-/ ❶ *adj.* Ⓐ *(any ... that)* อัน/คน/สิ่ง ฯลฯ ไหนก็ตาม/ก็ได้; **go ~ way you want** ไปทางไหนก็ได้; **take ~ apple/apples you wish** หยิบแอปเปิ้ลลูกไหนก็ได้ตามที่คุณต้องการ; **..., ~ period is the longer** ...ช่วงไหนจะนานกว่า; Ⓑ *(no matter which/who/whom)* ไม่ว่าเรื่องไหน/ใครก็ตาม; **~ way you go** ไม่ว่าคุณจะไปทางไหนก็ตาม; Ⓒ *(coll.)* = **which ever** ➡ **ever** E

❷ *pron.* Ⓐ *(any one[s] that)* อัน/คน/สิ่ง ฯลฯ ไหนซึ่ง; **~ of you/the children wins will get a prize** คุณ/เด็กคนไหนก็ตามที่ชนะจะได้รับรางวัล; **a list of ~ of the children want to come** รายชื่อของเด็กคนไหนก็ตามที่ต้องการมา; **at a walk, trot, or gallop, ~ you please** จะเดิน วิ่งเหยาะ ๆ หรือควบ ก็แล้วแต่ที่คุณจะพอใจ; **to dinner or supper, ~ it ought to be called** มาทานอาหารเย็นหรืออาหารค่ำ สุดแล้วแต่จะเรียกอย่างไร; Ⓑ *(no matter which one[s])* ไม่ว่าอัน/สิ่ง/คน ฯลฯ ไหนก็ตาม; **~ of them comes/come** ไม่ว่าคนไหน/ใครจะมาก็ตาม; Ⓒ *(coll.)* = **which ever** ➡ **ever** E

whichsoever /wɪtʃsəʊˈevə(r)/วิฉโซˈเอ็ฺเวอะ(ร)/ *(arch.)* ➡ **whichever** 1 A, B, 2 A, B

whiff /wɪf, US hwɪf/วิฟ, ฮวิฟ/ *n.* Ⓐ *(smell)* กลิ่นผ่าน ๆ; *(puff, breath)* ลมเบา ๆ ฮือหนึ่ง; **~s of smoke** กลิ่นควัน; **a ~ of honeysuckle** กลิ่นดอกฮันนี่ซัคเกิลวูบหนึ่ง; **the ~ from his smelly feet** กลิ่นจากเท้าเหม็นของเขา; **give her another ~ of chloroform** ให้เธอดมคลอโรฟอร์ม *(ยาสลบ)* อีกอึดใจหนึ่ง; **catch a ~ of sth.** ได้กลิ่น *ส.น.* วูบหนึ่ง; Ⓑ *(fig.: trace)* ร่องรอย; **the faintest ~ of sentiment** ร่องรอยจาง ๆ ของความรู้สึกที่ซาบซึ้ง

Whig /wɪg, US hwɪg/วิก, ฮวิก/ *(Hist.)* ❶ *n. พรรคการเมืองของอังกฤษที่เน้นการปฏิรูปเปลี่ยนแปลงในศตวรรษที่ 18 และ 19,* สมาชิกพรรคดังกล่าว ❷ *attrib. adj.* เกี่ยวข้องกับพรรคการเมืองของอังกฤษที่เน้นการปฏิรูป

while /waɪl, US hwaɪl/วายล, ฮวายล/ ❶ *n.* ช่วงระยะเวลาหนึ่ง; **quite a** *or* **quite some ~, a good ~:** เป็นเวลานาน; **it takes a ~:** มันใช้เวลาระยะหนึ่ง; **[for] a ~:** [เป็น] ระยะเวลาหนึ่ง; **where have you been all the** *or* **this ~?** ช่วงที่ผ่านมาคุณหายไปไหน; **[only] a little** *or* **short ~ ago** แค่ไม่นานมานี้เอง; **stay a little ~ [longer]** อยู่ต่ออีกหน่อย; **I haven't seen him for a long ~:** ฉันไม่ได้พบเขานานแล้ว; **in a little** *or* **short ~:** ในไม่ช้า; **be worth [sb.'s] ~:** คุ้มค่ากับเวลา *หรือ* ความพยายามของ *ค.น.*; **make sth. worth sb.'s ~:** ทำให้ *ส.น.* คุ้มค่าสำหรับ *ค.น.*; **I'll make it worth your ~:** ฉันจะทำให้มันคุ้มค่าสำหรับคุณ; **once in a ~:** นาน ๆ ครั้ง, ไม่บ่อยนัก; **he read the newspaper smoking a cigar the ~:** เขาอ่านหนังสือพิมพ์ไปพลาง สูบซิการ์ไปพลาง

❷ *conj.* Ⓐ ขณะ, ในระหว่างที่; *(as long as)* ตราบใดที่; **~ in London, he took piano lessons** ในระหว่างที่อยู่ลอนดอน เขาเรียนเปียโน; **don't smoke ~ in bed** อย่าสูบบุหรี่ขณะอยู่บนเตียง; **could you get me a paper as well ~ you are about it?** คุณช่วยซื้อหนังสือพิมพ์ให้ฉันด้วยในขณะที่คุณอยู่แถวนั้น; Ⓑ *(although)* แม้ว่า; Ⓒ *(whereas)* ในขณะที่

❸ *v.t.* **~ away the time** ใช้เวลา; **~ away the evening/an hour** ใช้เวลาช่วงเย็น/หนึ่งชั่วโมง

whilst /waɪlst, US hwaɪlst/วายลซฺท, ฮวายลซฺท/ *(Brit.)* ➡ **while** 2

whim /wɪm, US hwɪm/วิม, ฮวิม/ *n. (mood)* อารมณ์ที่เกิดขึ้นในทันทีทันใด; *(idea)* ความคิดที่เกิดขึ้นในทันทีทันใด; **he acts as the ~ takes him** เขาทำไปตามอารมณ์

whimper /ˈwɪmpə(r), US ˈhwɪm-/ˈวิมเพอะ(ร), ˈฮวิม-/ ❶ *n.* **~[s]** เสียงร้องแผ่วเบา; *(of dog etc.)* เสียงร้องครางหงิง ๆ; **with a ~:** ด้วยการร้องครางเบา ๆ; **he gave a ~ of pain** เขาร้อง

W

whimsical | whirligig 1018

ครางเบา ๆ ด้วยความเจ็บปวด; **not with a bang but a ~** *(fig.)* ที่ขาดความรุนแรง, อ่อนแอ ❷ *v.i.* ร้องเสียงแผ่วเบา; *(สุนัข)* ร้องครางเบา ๆ ❸ *v.t.* ออกเสียงอย่างร้องไห้ **'...', he ~ed '...'** เขาเปล่งเสียงอย่างแผ่วเบา

whimsical /ˈwɪmzɪkl, US ˈhwɪm-/วิมซิค'ล, 'ฮวิม-/ *adj.* Ⓐ *(frivolous)* ทำเป็นเล่น, ทำตามอารมณ์; *(odd, fanciful)* แปลก, ประหลาด; *(tinged with humour)* มีอารมณ์ขันปนอยู่; *(teasing)* หยอกล้อ; Ⓑ *(odd-looking)* ดูแปลกประหลาด

whimsicality /wɪmzɪˈkælɪtɪ, US ˈhwɪm-/วิมซิ'แคลิทิ, 'ฮวิม-/ *n., no pl.* ➡ **whimsical:** Ⓐ ความทำตามอารมณ์, ความตลกขบขัน; Ⓑ ลักษณะท่าทางพิกล

whimsically /ˈwɪmzɪklɪ, US ˈhwɪm-/วิมซิคลิ, 'ฮวิม-/ *adv.* อย่างตามอารมณ์; *(teasingly)* อย่างหยอกล้อ; **he said ~ that ...:** เขาพูดอย่างหยอกล้อเล่นว่า...

whimsy /ˈwɪmzɪ, US ˈhwɪm-/วิมซิ, 'ฮวิม-/ *n.* Ⓐ *no pl.* ➡ **whimsicality** A; Ⓑ *(idea)* ความคิดแปลกประหลาด

whine /waɪn, US hwaɪn/วายนฺ, ฮวายนฺ/ ❶ *v.i.* Ⓐ *(make moaning sound)* ทำเสียงร้องคร่ำครวญ; **~ for mercy/alms** ร้องคร่ำครวญขอความเมตตา/ทาน; Ⓑ *(complain)* พร่ำบ่น; **he's been whining to the boss about it** เขาได้พร่ำบ่นให้เจ้านายฟังเรื่องนี้ ❷ *n.* Ⓐ *(sound)* เสียงร้องคร่ำครวญ; *(esp. of dog)* เสียงร้องครางหงิง ๆ; **the ~ in his voice** อาการคร่ำครวญในเสียงของเขา; **the baby's ~s** เสียงร้องคร่ำครวญของทารก; Ⓑ *(complaint)* **~[s]** การพร่ำบ่น

whiner /ˈwaɪnə(r)/วายเนอะ(ร)/ *n.* คนขี้บ่น; **be a ~:** เป็นคนขี้บ่น

whinge /wɪndʒ/วินจฺ/ *(coll.)* ❶ *v.i.*, **~ing** ➡ **whine** 1 B ❷ *n.* ➡ **whine** 2 B

whinny /ˈwɪnɪ, US ˈhwɪnɪ/วินนิ, 'ฮวินนิ/ ❶ *v.i.* *(ม้า)* ส่งเสียงร้องเบา ๆ ❷ *n.* เสียงร้องดีใจของม้า

whip /wɪp, US hwɪp/วิพ, ฮวิพ/ ❶ *n.* Ⓐ แส้; **use one's ~ on** *or* **take one's ~ to sb./a horse** ใช้ *หรือ* ลงแส้ของตนกับ *ค.น.*/ม้า; ➡ **+ crack** 1 A, 3 C; Ⓑ *(Brit. Parl.: official)* วิป *(ท.ศ.)* *(ผู้ควบคุมเสียงสมาชิกพรรคการเมืองในสภา)*; **chief ~:** ประธานวิปในสภา; Ⓒ *(Brit. Parl.: notice)* **[three-line] ~:** *คำสั่งลายลักษณ์อักษรเพื่อรวบรวมเสียงสมาชิกของพรรคเพื่อไปลงคะแนน;* **issue a three-line ~:** ออกคำสั่งลายลักษณ์อักษรรวบรวมเสียงสมาชิกพรรคการเมือง; **take/be deprived of/resign the ~:** เข้ารับระเบียบของพรรคในสภา/ถูกไล่ออกจากพรรค/ถอนตัวจากพรรคในสภา; Ⓓ *(Hunting.: whipper-in)* ผู้ช่วยนักล่าสัตว์ควบคุมสุนัขล่าเนื้อ; Ⓔ *(Cookery)* การตี *(ครีม, ไข่ ฯลฯ)* จนขึ้นฟู ❷ *v.t.*, **-pp-:** Ⓐ *(lash)* ตี, เฆี่ยน ฯลฯ ด้วยแส้; **the rider ~ped his horse** คนขี่ม้าลงแส้ม้า; **he was ~ped in public** เขาถูกเฆี่ยนด้วยแส้ในที่สาธารณะ; **the rain ~ped the window panes** ฝนตกกระทบบานหน้าต่างเสียงดัง; Ⓑ *(Cookery)* ตีจนขึ้นฟู *(ครีม, ไข่ขาว)*; **~ sth. until stiff/to a froth** ตีจนแข็ง/ขึ้นเป็นฟอง; Ⓒ *(move quickly)* คว้า, ย้ายที่อย่างรวดเร็ว; **she ~ped it out of my hand** เธอคว้ามันจากมือฉันอย่างรวดเร็ว; **he quickly ~ped it out of sight** เขารีบเอามันไปหลบซ่อน; **~ sth. from one's pocket** หยิบ *ส.น.* ออกจากกระเป๋าอย่างรวดเร็ว; **~ sb. into hospital** นำ *ค.น.* ไปส่งโรงพยาบาลอย่างรวดเร็ว; **she was ~ped through customs** เธอผ่านด่านศุลกากรอย่างรวดเร็ว; Ⓓ *(coll.: defeat)* ชนะ, มีชัยเหนือ; Ⓔ *(coll.: steal)* ขโมย; Ⓕ *(bind)* ผูก *(เชือก ฯลฯ)* ด้วยการร้อยหรือพันกัน; *(Sewing: overcast)* เย็บหุ้ม *(ขอบผ้า ฯลฯ)* เพื่อกันลุ่ย; Ⓖ *(fig.: reprove, criticize)* **~ sb./sth.** ตำหนิ *หรือ* วิพากษ์วิจารณ์ *ค.น./ส.น.*; Ⓗ **~ a top** ปั่นลูกข่าง
❸ *v.i.*, **-pp-:** Ⓐ *(move quickly)* เคลื่อนที่อย่างรวดเร็ว; **he ~ped down the stairs** เขาลงบันไดอย่างรวดเร็ว; **~ through a book in no time** อ่านหนังสือจบอย่างรวดเร็ว; Ⓑ *(lash)* ลงแส้

~ a'way *v.t.* คว้าไปอย่างรวดเร็ว, กระชาก, กระตุก

~ 'back *v.i.* Ⓐ *(spring back)* กระเด้งกลับมา; Ⓑ *(return quickly)* กลับมาอย่างรวดเร็ว

~ 'in ❶ *v.i.* พัดกรรโชก; **the wind came ~ping in** ลมพัดกรรโชกมาวูบหนึ่ง ❷ *v.t.* *(Hunting)* ใช้แส้รวมสุนัขเข้าไว้ด้วยกันในฝูง

~ 'off *v.t.* Ⓐ *(snatch off)* *(ลม)* ฉวย/คว้าไป; **~ one's clothes off** รีบถอดเสื้อผ้าของตน; **~ off one's hat** รีบยก/ถอดหมวกของตน; **~ sb. off to hospital/France** รีบพา *ค.น.* ไปยังโรงพยาบาล/อยู่ดี ๆ พา *ค.น.* ไปเที่ยวฝรั่งเศส; Ⓑ *(Hunting)* ใช้แส้ไล่ให้ *(สุนัขไล่เนื้อ)* กระจายออกไป

~ 'on *v.t.* Ⓐ *(put on quickly)* ใส่อย่างรวดเร็ว; **~ one's coat/clothes on** รีบใส่เสื้อคลุม/เสื้อผ้าของตน; **~ one's hat on** รีบใส่หมวกของตน; Ⓑ *(urge on)* เร่งให้วิ่งเร็วโดยใช้แส้

~ 'out ❶ *v.t.* รีบเอาออก; **~ sb.'s appendix/tonsils out** ตัดไส้ติ่ง/ต่อมทอนซิลของ *ค.น.* ออกไปอย่างเร่งด่วน ❷ *v.i.* รีบออกไปข้างนอก

~ 'round *v.i.* Ⓐ *(turn quickly)* หัน *หรือ* หมุนตัวอย่างรวดเร็ว; Ⓑ *(go quickly)* **~ round to see sb.** *or* **to sb.'s place** รีบไปพบ *ค.น.* *หรือ* ไปบ้านของ *ค.น.*; **I'm just ~ping round to my neighbour's/to the shops** ฉันกำลังจะแวบไปหาเพื่อนบ้านของฉัน/ไปร้านขายของ; ➡ **+ whip-round**

~ 'up *v.t.* Ⓐ *(snatch up)* ฉวย, กระชากขึ้นมา; Ⓑ *(Cookery)* ตี *(ครีม, ไข่)* จนขึ้นฟู; Ⓒ *(arouse)* ตีให้สูง *(คลื่น)*; *(fig.)* กระตุ้น *(ความสนใจ)*; เร่งเร้า *(อารมณ์)*; **he knows how to ~ up enthusiasm in his pupils** เขาทราบวิธีกระตุ้นความกระตือรือร้นของนักเรียน; **~ up trouble/a riot** กระตุ้นให้เกิดปัญหา/การก่อจลาจล; Ⓓ *(coll.: make quickly)* ทำอย่างรวดเร็ว *(อาหาร)*

whip: ~cord *n.* Ⓐ *(cord)* ผ้าใช้ถักเป็นแส้; Ⓑ *(fabric)* ผ้าชนิดหนึ่งที่ทอด้วยด้ายจากขนสัตว์; **~ hand** *n.* **have** *or* **hold the ~ hand [of** *or* **over sb.]** *(fig.)* อยู่ในฐานะที่มีอำนาจบงการ *หรือ* ควบคุม *ค.น.* ได้; **~lash** *n.* Ⓐ เชือกแส้ปลายสั้น; Ⓑ *(Med.)* **~lash [injury]** บาดเจ็บที่คอ *(เนื่องจากการกระตุกของศีรษะในอุบัติเหตุทางรถยนต์)*

whipped 'cream *n.* ครีมที่ตีจนข้น

whipper-in /wɪpərˈɪn/วิเพอะ'ริน/ *n.* *(Hunting)* ผู้ช่วยนักล่าสัตว์ควบคุมสุนัขล่าเนื้อ

whippersnapper /ˈwɪpəsnæpə(r)/วิพเพอะชแนเพอะ(ร)/ *n.* *(dated)* เด็กหนุ่มที่ไม่สำคัญ; *(cheeky)* เด็กตัวเล็ก ๆ ทะลึ่ง ๆ

whippet /ˈwɪpɪt, US ˈhwɪpɪt/วิพพิท/ *n.* สุนัขผอมบางคล้ายเกรย์ฮาวน์ตัวเล็ก

whipping /ˈwɪpɪŋ, US ˈhwɪp-/วิพพิง, 'ฮวิพ-/ *n.* Ⓐ *(flogging)* การเฆี่ยน *หรือ* การลงแส้; *(as form of punishment)* การลงโทษด้วยการเฆี่ยน; *(flagellation)* การเฆี่ยน; **give sb. a ~:** เฆี่ยน *ค.น.*; *(with stick etc.)* เฆี่ยนด้วยไม้เรียว ฯลฯ; *(coll.: defeat)* ความพ่ายแพ้; **get** *or* **take** *or* **be given a ~:** ได้รับความพ่ายแพ้; *(coll.: be defeated)* พ่ายแพ้; Ⓑ *(cord)* เชือก

whipping: ~ boy *n.* *(Hist.)* เด็กที่เรียนหนังสือกับเจ้าชายและจะถูกลงโทษแทน; *(fig.)* แพะรับบาป; **~ cream** *n.* วิปปิ้งครีม *(ท.ศ.)*, ครีมที่ตีให้แข็งตัวได้ง่าย; **~ top** *n.* ลูกข่างที่ปั่นด้วยเชือก

whippoorwill /ˈwɪpʊəwɪl, US ˈhwɪp-/วิพพัววิล, 'ฮวิพ-/ *n.* *(Ornith.)* นกกลางคืน *Caprimulgus vociferus* พบในทวีปอเมริกา

whippy /ˈwɪpɪ/วิพพิ/ *adj.* ยืดหยุ่น

whip: ~-round *n.* *(Brit. coll.)* การเรี่ยไรให้บริจาคเงิน; **have** *or* **hold a ~-round [for sb./sth.]** มีการเรียกร้องให้บริจาคเงิน [สำหรับ *ค.น./ส.น.*]; **~-saw** *v.t.* *(Amer. fig.)* ร่วมกันโกงคนอื่น; **~stock** *n.* ที่จับแส้

whir /wɜː(r)/เวอ(ร)/ ❶ *v.i.*, **-rr-** ➡ **whirr** 1 ❷ *n.* ➡ **whirr** 2

whirl /wɜːl, US hwɜːl/เวิล, ฮเวิล/ ❶ *v.t.* Ⓐ *(rotate)* ทำให้ควง *หรือ* หมุน; Ⓑ *(fling)* เหวี่ยง; *(with circling motion)* หมุนเป็นวงกลม *(ใบไม้ร่วง, เกล็ดหิมะ)*; Ⓒ *(convey rapidly)* ขนส่งอย่างรวดเร็ว; **the train ~ed us to our destination** รถไฟนำเราไปยังจุดหมายปลายทางอย่างรวดเร็ว
❷ *v.i.* Ⓐ *(rotate)* ควง, หมุนรอบ; **the ice skaters ~ed at a tremendous speed** นักสเกตน้ำแข็งหมุนตัวอย่างรวดเร็วมาก; **~ing dervish** *ชาวมุสลิมเคร่งศาสนาที่มีการเต้นรำหมุนในการประกอบศาสนกิจ;* Ⓑ *(move swiftly)* เคลื่อนที่อย่างรวดเร็ว; *(with circling motion)* หมุนรอบ; **I could see the leaves ~ing in the wind** ฉันเห็นใบไม้หมุนติ้วในสายลม; Ⓓ *(fig.: reel)* **everything/the room ~ed about me** รู้สึกว่าทุกสิ่งทุกอย่าง/ห้องกำลังหมุนรอบตัวฉัน; **the excitements of the city made her head ~:** ความวุ่นวายสับสนของเมืองทำให้เธอวิงเวียนศีรษะ
❸ *n.* Ⓐ การหมุนวน; **the wind threw up a ~ of leaves/sand** ลมพัดใบไม้/ทรายหมุนวนขึ้นมา; **she was** *or* **her thoughts were** *or* **her head was in a ~** *(fig.)* เธอ *หรือ* ความคิดของเธอกำลังสับสนมาก; Ⓑ *(bustle)* ความอึกทึกครึกโครม, ความสับสนวุ่นวาย; **her dull life suddenly became a ~ of activity** ชีวิตที่น่าเบื่อหน่ายของเธอกลายเป็นความวุ่นวายโดยไม่ทันรู้เนื้อรู้ตัว; **the social ~:** ความวุ่นวายของชีวิตในสังคม; Ⓒ *(coll.: attempt)* **give sb./sth. a ~:** ทดลองดูกับ *ค.น./ส.น.*

~ a'bout ❶ *v.t.* ทำให้หมุนวนไปรอบ ๆ ❷ *v.i.* หมุนไปรอบ ๆ

~ a'long ❶ *v.t.* *(แม่น้ำ)* ไหลไปอย่างรวดเร็ว; **~ sb. along** พา *ค.น.* ไปอย่างรวดเร็ว ❷ *v.i.* *(รถ)* วิ่งไปอย่างรวดเร็ว

~ a'round ➡ **~ about**

~ a'way, ~'off ❶ *v.t.* ปลิวว่อนไปตามลม; **~ sb. off** *or* **away somewhere** นำ *ค.น.* ไปที่ใดที่หนึ่งอย่างรีบร้อน ❷ *v.i.* ออกไปอย่างรวดเร็ว

~ 'round ❶ *v.t.* ทำให้หมุนอย่างรวดเร็ว ❷ *v.i.* หมุนคว้าง; *(ล้อจักรยาน)* หมุนเร็วจี๋; **the leaf ~ed round as it fell** ใบไม้หมุนคว้างขณะที่ร่วงลงมา

~ 'up *v.t.* หมุนขึ้นไป

whirligig /ˈwɜːlɪgɪg, US ˈhwɜːl-/เวอลิกิก, 'ฮเวอลิ-/ *n.* Ⓐ *(top)* ลูกข่าง *(ที่หมุนปั่นได้)*;

W

(toy windmill) กังหันหมุนของเด็กเล่น; Ⓑ *(Zool.)* แมลงน้ำปีกแข็งในวงศ์ Gyrinidae ที่ชอบว่ายวนอยู่บนผิวน้ำ

whirl: ~pool *n.* น้ำวน; *(bathing pool)* อ่างอาบน้ำวน; **~wind** *n.* Ⓐ ลมหมุน; *(stronger)* ลมบ้าหมู; **sow the wind and reap the ~wind** *(prov.)* เมื่อกระทำความผิดก็จะได้รับโทษตามมา; Ⓑ *(fig.: tumult)* สภาพสับสนอลหม่าน, ความโกลาหล; **I've been caught up all week in a ~wind of activity** ฉันมีอะไรต่ออะไรต้องทำวุ่นวายไปหมดตลอดทั้งอาทิตย์; **~wind romance** เรื่องรักใคร่ที่เกิดขึ้นในเวลาอันรวดเร็ว

whirlybird /ˈwɜːlɪbɜːd, US ˈhwɜːl-/เวอลิเบิด, ˈฮเวอลิ-/ *n. (coll.: helicopter)* เฮลิคอปเตอร์

whirr /wɜː(r), US hwɜːr/เวอ(ร), ฮเวอร/ ❶ *v.i.* ทำเสียงหวือ; *(เฟือง ฯลฯ)* ทำเสียงหึ่ง; *(นกกระพือปีก)* ทำเสียงพรึ่บ ๆ ❷ *n.* ➡ 1: การทำเสียงหวือ, เสียงหึ่ง ๆ; เสียงพรึ่บ ๆ

whisk /wɪsk, US hwɪsk/วิซค, ฮวิซค/ ❶ *n.* Ⓐ ไม้ปัดฝุ่น, แส้ไล่แมลง; Ⓑ *(Cookery)* เครื่องตีไข่ ปั่นครีม ฯลฯ; *(part of mixer)* ด้ามปั่นหรือตีไข่; Ⓒ *(movement)* การสะบัด, การแกว่ง, การโบก, การปัด; **a few ~s of the broom** การปัดไม้กวาดสองสามที; **the horse gave a ~ of its tail** ม้าสะบัดหางของมัน ❷ *v.t.* Ⓐ *(Cookery)* ตี *(ไข่, ครีม ฯลฯ)* ขึ้นฟู; Ⓑ *(convey rapidly)* ขนส่งไปอย่างรวดเร็ว; **the taxi will ~ you to town in no time** รถแท็กซี่จะนำคุณเข้าไปส่งในเมืองอย่างรวดเร็ว; Ⓒ *(flip)* *(ม้า)* สะบัด *(หาง)* ❸ *v.i.* ไปอย่างรวดเร็ว

~ aˈway *v.t.* Ⓐ *(flap away)* โบกไล่ *(แมลงวัน)*; โบกสะบัดไปมา; Ⓑ *(remove suddenly)* **~ sth. away [from sb.]** รีบคว้า *ส.น.* [ออกไปจาก *ค.น.*]; Ⓒ *(convey rapidly)* ขนส่งไปอย่างรวดเร็ว; **~ sb. away to the station** นำ *ค.น.* ไปส่งที่สถานีอย่างรวดเร็ว

~ ˈoff *v.t.* Ⓐ *(flap off)* ➡ **~ away** A; Ⓑ *(remove suddenly)* รีบถอด; **~ one's coat off** ถอดเสื้อโค้ตของตนออกในทันทีทันใด; **~ off one's hat** รีบถอดหมวกของตนออก; Ⓒ ➡ **~ away** C

~ ˈup ➡ **~** 2 A

whisker /ˈwɪskə(r), US ˈhwɪ-/วิซเกอะ(ร), ˈฮวิ-/ *n.* Ⓐ *in pl. (hair on man's cheek)* เครา; Ⓑ *(Zool.) (of cat, mouse, rat, walrus)* หนวด; **a walrus's ~s** หนวดช้างน้ำ; ➡ + **cat's whiskers**; Ⓒ *(fig. coll.: small distance)* **be within a ~ of sth./doing sth.** อยู่ในระยะกระชั้นชิดกับ *ส.น./*ที่จะทำ *ส.น.*; **win by a ~:** ชนะอย่างหวุดหวิด

whiskered /ˈwɪskəd/วิซเกิด/ *adj.* *(ผู้ชาย)* ที่มีเครา; *(สัตว์)* ที่มีหนวด

whiskery /ˈwɪskərɪ, US ˈhwɪ-/วิซเกอะริ, ˈฮวิ-/ *adj.* *(ผู้ชาย)* ที่มีเครา; **be ~:** มีเครา

whiskey *(Amer., Ir.)*, **whisky** /ˈwɪskɪ, US ˈhwɪ-/วิซกิ, ˈฮวิ-/ *n.* เหล้าวิสกี้ *(ท.ศ.)*

whisper /ˈwɪspə(r), US ˈhwɪs-/วิซเปอะ(ร), ˈฮวิซ-/ ❶ *v.i.* Ⓐ กระซิบ; **~ to sb.** กระซิบกับ *ค.น.*; **~ to me so that no one else will hear** กระซิบกับฉันซิ เพื่อว่าคนอื่นจะได้ไม่ได้ยิน; **~ to each other** กระซิบ; Ⓑ *(speak secretly)* พูดเป็นความลับ, พูดอย่างลับ ๆ; **~ against sb.** พูดว่า *ค.น.* อย่างลับ ๆ; Ⓒ *(rustle)* ส่งเสียงกรอบแกรบ

❷ *v.t.* Ⓐ พูดกระซิบ; **~ sth. to sb./in sb.'s ear** พูดกระซิบ *ส.น.* กับ *ค.น./*ในหูของ *ค.น.*; **~ it to me so that no one else will hear** พูดกระซิบให้ฉันฟังซิ เพื่อว่าคนอื่นจะได้ไม่ได้ยิน; **~ sb. to do sth./that ...:** พูดกระซิบ *ค.น.* ให้ทำ *ส.น./*ว่า...; Ⓑ *(rumour)* เป็นข่าวลือ; **the story is being ~ed about the village that ...:** เรื่องราวกำลังเป็นข่าวลือไปทั่วหมู่บ้านว่า...; **it is ~ed that ...:** มันเป็นข่าวลือว่า...

❸ *n.* Ⓐ *(~ed speech)* การกระซิบ; **in a ~, in ~s** โดยกระซิบ; Ⓑ *(~ed remark)* **their ~s** คำกล่าวที่กระซิบของพวกเขา; ➡ + **stage whisper**; Ⓒ *(rumour)* ข่าวลือ; **there were ~s that ...:** มีข่าวลือว่า...; Ⓓ *(rustle)* เสียงกรอบแกรบของใบไม้

whispering: ~ campaign *n.* การทำลายชื่อเสียงโดยการพูดใส่ร้ายต่อ ๆ กัน; **~ gallery** *n. ห้องที่มีระบบเสียงที่ทำให้เสียงกระซิบสามารถได้ยินไปทั่วทั้งห้องได้*

whist /wɪst, US hwɪst/วิซทฺ, ฮวิซทฺ/ *n.* *(Cards)* การเล่นไพ่วิสท์ *(ท.ศ.)*; ➡ + **drive** 1 K

whistle /ˈwɪsl, US ˈhwɪ-/วิซ'ล, ˈฮวิ-/ ❶ *v.i.* ผิวปาก, เป่าปาก, เป่านกหวีด *(ให้สัญญาณ)*; **~ at a girl** ผิวปากใส่เด็กสาว; **the spectators ~d at the referee** คนดูเป่าปากให้กับกรรมการ; **he ~d loudly when he heard how valuable it was** เขาเป่าปากออกมาดัง ๆ เมื่อได้ยินว่ามันมีค่ามากแค่ไหน; **~ to sb.** ผิวปากให้ *ค.น.*; **the policeman ~d for help/reinforcement** ตำรวจเป่านกหวีดขอความช่วยเหลือ/กำลังเสริม; **the referee ~d for half-time** กรรมการเป่านกหวีดให้สัญญาณพักครึ่งเวลา; **~ in the dark** *(fig.)* แสร้งทำเป็นไม่กลัว; **you can ~ for it!** *(fig. coll.)* คุณก็รอไปเถอะ

❷ *v.t.* Ⓐ ผิวปาก, เป่านกหวีด *(ให้สัญญาณ)*; Ⓑ *(summon)* ผิวปากเรียกตัว; **he ~d his dog and it came running** เขาผิวปากเรียกสุนัขและมันก็รีบวิ่งมา

❸ *n.* Ⓐ *(sound)* เสียงผิวปาก, เสียงเป่านกหวีด; *(whistling)* การผิวปาก, การเป่านกหวีด; **the joyful ~s of the birds** เสียงร้องอย่างเริงร่าของนก; **give a [brief] ~:** ผิวปาก [สั้น ๆ]; **he gave a ~ of surprise** เขาผิวปากด้วยความประหลาดใจ; Ⓑ *(instrument)* นกหวีด; **penny or tin ~:** นกหวีดของเล่นราคาถูก; **the referee blew his ~:** กรรมการเป่านกหวีด; **[as] clean/clear as a ~** *(fig.)* สะอาดมาก/แห้งสนิท; **get away [as] clean as a ~:** รอดพ้นไปโดยไม่มีใครรบกวน; **blow the ~ on sb./sth.** *(fig.)* เปิดเผยความผิด/ไม่ถูกต้องของ *ค.น./ส.น.*; Ⓒ *(coll.: throat)* **wet one's ~** *(coll.)* ดื่มให้ชุ่มคอ, ดื่มสุรา

~ ˈback *v.t.* ผิวปาก/เป่านกหวีดกลับ

~ ˈup *v.t.* ผิวปาก/เป่านกหวีดเรียกตัว

whistle: ~-blower *n. (fig.) ผู้ที่แฉความผิดของผู้ที่มีอำนาจกว่า*; **~-stop** *n. (Amer.)* Ⓐ *(Railw.) (small town)* เมืองเล็ก ๆ ที่อยู่ตามทางรถไฟ; *(station)* สถานีรถไฟในชนบท; Ⓑ *(Polit.) การหยุดแวะชั่วประเดี๋ยวตามที่ต่าง ๆ ระหว่างการหาเสียง*; *(rapid visit)* การหยุดเยี่ยมชั่วประเดี๋ยว; **~-stop tour/campaign** การเดินทาง/การรณรงค์หาเสียงที่หยุดแวะตามเมืองต่าง ๆ เป็นระยะเวลาสั้น ๆ

whistling: ~ buoy *n. (Naut.)* ทุ่นลอยเตือนภัยที่ส่งเสียงหวีด; **~ ˈkettle** *n.* กาต้มน้ำที่ส่งเสียงหวีดเมื่อน้ำเดือด

whit /wɪt, US hwɪt/วิท, ฮวิท/ *n., no pl., no def. art. (arch./literary)* **no ~, not a ~:** ไม่แม้แต่น้อย; **it matters not a ~:** มันไม่มีความสำคัญอะไรแม้แต่น้อย; **not a ~ of sense** ไม่มีเหตุผลเลยแม้แต่น้อย

white /waɪt, US hwaɪt/ไวท, ฮไวท/ ❶ *adj.* Ⓐ ขาว; **[as] ~ as snow** ขาวเหมือนหิมะ; **he prefers his coffee ~** *(Brit.)* เขาชอบดื่มกาแฟใส่นม หรือ ครีม; Ⓑ *(pale)* *(หน้า)* ซีด; *(through illness, fear or rage)* ซีด; **[as] ~ as chalk** *or* **a sheet** ซีดเป็นไก่ต้มเลย; **go** *or* **turn ~:** *(หน้า)* ซีดไปเลย; **he was ~ with rage** เขาหน้าซีดด้วยความโกรธจัด; ➡ + **bleed** 2 A; Ⓒ **~r than ~** *(fig.: morally pure)* มีจิตใจสะอาดบริสุทธิ์, ขาวสะอาด; Ⓓ *(light-skinned)* มีผิวขาว; **~ people** คนผิวขาว; **~ oppression** การกดขี่โดยคนผิวขาว

❷ *n.* Ⓐ *(colour)* สีขาว; Ⓑ *(of egg)* ไข่ขาว; Ⓒ *(of eye)* ตาขาว; **the ~s of their eyes** ลูกตาขาวในตาพวกเขา; Ⓓ **W~** *(person)* ชนผิวขาว *(ชาวตะวันตก)*; Ⓔ *(~ clothes)* **dressed in ~:** แต่งชุดขาว; **~s** เสื้อผ้าสีขาว; *(laundry)* ผ้าสีขาวที่ต้องซักด้วยกัน; Ⓕ *(Printing)* ช่องว่าง; Ⓖ *(butterfly)* ผีเสื้อสีขาว; Ⓗ *(Snooker)* ลูกขาว

white: ~ ˈant *n.* ปลวก; **~bait** *n., pl. same* ปลาแฮร์ริ่งตัวเล็กชุบแป้งทอด; **~beam** *n. (Bot.)* พืชชนิด *Sorbus aria* จำพวกกุหลาบ ใต้ใบเป็นสีขาว; **~ ˈbread** *n.* ขนมปังขาว; **~ cell** *n. (Anat., Zool.)* เม็ดโลหิตขาว; **~ ˈChristmas** *n.* วันคริสต์มาสที่มีหิมะปกคลุมพื้นดิน; **~ ˈcoffee** *n. (Brit.)* กาแฟใส่นม *หรือ* ครีม; **~-ˈcollar** *adj.* **~-collar worker** คนทำงานในสำนักงาน *(ไม่ใช่ทำงานใช้แรงงาน)*; **~-collar union** สหภาพสำหรับผู้ทำงาน; **~ corpuscle** ➡ **cell**; **~ ˈcurrant** *n.* ผลไม้ขนาดเล็ก สีเหลืองอ่อนรับประทานได้; **~ ˈdwarf** *n. (Astron.)* ดาวที่มีขนาดเล็กมาก; **~ ˈelephant** ➡ **elephant**; **~-faced** *adj.* หน้าซีด; **~ fish** *n.* Ⓐ *(light coloured fish)* ปลาที่มีเนื้อสีขาว; Ⓑ *(lake fish)* ปลาในทะเลสาบ; **~ ˈflag** *n.* ธงขาว *(สัญลักษณ์ของความพ่ายแพ้)*; **W~ ˈFriar** *n.* พระในนิกาย Carmelite *(ใส่ชุดสีขาว)*; **~ ˈfrost** *n.* น้ำค้างแข็งที่ทำให้ทุกอย่างดูขาว; **~ ˈgold** *n.* ทองคำขาว *หรือ* แพลตินั่ม; **~ goods** *n. pl. (Commerc.)* Ⓐ *(fabrics)* ผ้าลินินที่ใช้ในบ้าน; Ⓑ *(appliances)* อุปกรณ์ เช่น ตู้เย็น, เครื่องล้างชาม/ซักผ้า *(ซึ่งเดิมทีมักเป็นสีขาว)*; **W~hall** *pr. n. (Brit. Polit.: Government)* รัฐบาลอังกฤษ; **~ heat** *n.* Ⓐ *(Phys.)* อุณหภูมิที่สูงจนโลหะดูเป็นสีขาว; **to a ~ heat** ถึงอุณหภูมิสูงจนโลหะดูเป็นสีขาว; **at [a] ~ heat** ในระดับอุณหภูมิที่สูงจนโลหะกลายเป็นสีขาว; Ⓑ *(fig.)* การทำสุดความสามารถ, การทุ่มเทจิตใจเต็มที่; **work at ~ heat** ทำงานด้วยความลุ่มหลงอย่างรุนแรง; **~ ˈhope** *n.* คนที่คาดกันว่าจะประสบความสำเร็จ; **~ ˈhorse** *n.* Ⓐ ม้าขาว; Ⓑ *in pl. (on waves)* ลูกคลื่นที่แตกเป็นฟองเกลียวสีขาว; **~-ˈhot** *adj.* Ⓐ *(Phys.)* ในระดับอุณหภูมิที่โลหะกลายเป็นสีขาว, ร้อนจัด; Ⓑ *(fig.)* ความลุ่มหลง/ความตื่นเต้น/ความโกรธอย่างเร่าร้อนรุนแรง; **W~ House** *pr. n. (Amer. Polit.)* **the W~ House** ทำเนียบขาว; **~ ˈknight** *n. (fig.)* อัศวินม้าขาว; **~-knuckle ride** *n.* ยานในสวนสนุกหวาดเสียวเต็มที่; **~ ˈlead** *n.* ตะกั่วขาว; **~ ˈlie** ➡ **ˈlie** 1 A; **~ ˈlight** *n. (Phys.)* แสงสีขาว, แสงที่ดูว่าไม่มีสี; **~ ˈline** *n. (in middle of road)* เส้นสีขาวแบ่งกลางถนน; *(at side of road)* เส้นขอบถนนสีขาว; **~-lipped** /ˈwaɪtlɪpt/ˈไวทลิพทฺ/ *n.* ริมฝีปากซีดเนื่องจากความกลัว; **~ ˈmagic** *n.* มนต์มายาที่ใช้ในทางที่ดี; **~ man** *n. (Anthrop.)* ชนชาติผิวขาว *(โดยเฉพาะชาวยุโรปที่เข้ายึดครองชนชาติอื่น)*; **the ~ man** *(~ people)* คนผิวขาว; **~ ˈmeat** *n.* เนื้อสัตว์ปีก, หมู, กระต่ายหรือลูกวัว; **~ ˈmetal** *n.* โลหะผสมสีเงิน; **W~ ˈMonk** *n.* พระในนิกาย Cistercian

whiten /ˈwaɪtn, US ˈhwaɪtn/ˈไวท'น, ˈฮไวท'น/ ❶ *v.t.* ทำให้เป็นสีขาว ❷ *v.i.* Ⓐ *(become white)* กลายเป็นสีขาว; Ⓑ *(turn pale) (หน้า)* ซีดขาว

whitener /ˈwaɪtnə(r), US ˈhwaɪt-/ˈไวเทอะ เนอะ(ร), ˈฮไวท-/ *n. (for shoes)* น้ำยาทารองเท้าให้เป็นสีขาว; *(bleaching agent)* ผงฟอกขาว, น้ำยาซักผ้าขาว; *(for coffee)* ครีม/ผงใส่กาแฟ

whiteness /ˈwaɪtnɪs, US ˈhwaɪt-/ˈไวทนิซ, ˈฮไวท-/ *n., no pl.* Ⓐ ความขาว; Ⓑ *(paleness)* ความซีด

white: ~ **ˈnight** *n.* คืนที่นอนไม่หลับ; ~ **ˈnoise** *n. (Phys.)* *เสียงซึ่งประกอบด้วยความถี่หลากหลายมาก แต่มีความแรงเท่ากัน;* **~-out** *n. (Meteorol.)* พายุหิมะที่ทำให้มองอะไรไม่ออก; **W~ ˈPaper** *n. (Brit.)* สมุดปกขาว; **W~ ˈRussia** *pr. n.* เบโลรัสเซีย; **W~ ˈRussian** ❶ *adj.* แห่งเบโลรัสเซีย; **sb. is W~ Russian** *ค.น.* เป็นชาวเบโลรัสเซีย ❷ *n.* ชาวเบโลรัสเซีย; **~ ˈsale** *n. (Commerc.)* การลดราคาสินค้าพวกตู้เย็น, เครื่องซักผ้า ฯลฯ; **~ ˈsauce** *n.* ซอสที่ทำมาจากแป้ง เนยและนม; **W~ ˈSea** *pr. n.* *ส่วนของมหาสมุทรอาร์กติกที่ยื่นเข้าไปในประเทศรัสเซีย;* **~ ˈslave** *n.* หญิงที่ถูกบังคับให้เป็นโสเภณีในต่างประเทศ; **~ slave trade** *or* **traffic** การค้าหญิงที่ถูกบังคับให้เป็นโสเภณี; **~ ˈspirit** *n. (Chem.)* ปิโตรเลียมที่ใช้เป็นตัวละลายสี; **~ ˈstick** *n.* ไม้เท้าของคนตาบอด; **~ ˈsugar** *n.* น้ำตาลบริสุทธิ์, น้ำตาลฟอกขาว; **~ suˈpremacy** *n.* *ความเชื่อหรือทฤษฎีที่ว่า ชนผิวขาวเหนือกว่าคนผิวดำ;* **~thorn** *n. (Bot.)* ไม้พุ่มขนาดเล็กมีหนามแหลมดอกสีขาว; **~throat** *n. (Ornith.)* Ⓐ *(warbler)* นกที่ร้องในสกุล *Sylvia;* Ⓑ *(Amer.: sparrow)* นกกระจอก; **~ ˈtie** *n.* Ⓐ *(bow tie)* โบว์สีขาวของผู้ชาย; Ⓑ *(evening dress)* เครื่องแต่งกายชุดราตรี/สูทหางยาวของผู้ชาย; **is it dinner jacket or ~ tie?** มันเป็นงานที่ใส่ชุดทักซิโด *หรือ* ชุดสูทหางยาว; **~ ˈtrash** ➡ **trash** 1 D; **~wall ˈtyre** *n.* ยางรถยนต์ที่มีแถบสีขาวด้านข้าง; **~wash** ❶ *n.* Ⓐ น้ำปูนขาวสำหรับทาฝาผนัง; *(fig.)* วิธีการปิดบังความผิด *หรือ* ข้อเท็จจริง; **the report is a ~wash of the Government** รายงานเป็นการปิดบังความผิดของรัฐบาล; Ⓑ *(defeat)* ความมีชัยชนะ ❷ *v.t.* Ⓐ ปิดบังความผิด; **the report ~washes the Government** *(fig.)* รายงานปิดบังความผิดของรัฐบาล; **be ~washed** *(Finance)* การเริ่มต้นใหม่หลังจากผ่านศาลล้มละลาย; Ⓑ *(defeat)* มีชัยเหนือ *(ค.น./ส.น.);* **~ ˈwater** *n. (foamy)* สายน้ำที่มีคลื่นแตกเป็นฟองสีขาว; *(shallow)* สายน้ำที่ตื้นเขินมีเกาะแก่ง; **~-water canoeing** การล่องแก่งด้วยเรือแคนู; **~ ˈwedding** *n.* การแต่งงานที่เจ้าสาวใส่ชุดสีขาว; **have a ~ wedding** มีการแต่งงานที่เจ้าสาวใส่ชุดสีขาว; **~ ˈwhale** *n. (Zool.)* ปลาวาฬชนิด *Delphinapterus leucas* มีหัวกลมและเป็นสีขาวเมื่อโตขึ้น; **~ ˈwine** *n.* ไวน์ขาว; **~ woman** *n. (Anthrop.)* หญิงผิวขาว; **~wood** *n.* ไม้สีอ่อน

Whitey /ˈwaɪtɪ, US ˈhwaɪtɪ/ˈไวทิ, ˈฮไวทิ/ *n. (coll. derog.)* ไอ้ผิวขาว

whither /ˈwɪðə(r), US ˈhwɪðər/ˈวิทเทอะ(ร), ˈฮวิทเทอะ(ร)/ *(arch./rhet.)* ❶ *adv.* ไปที่ไหน, ไปทางไหน; **~ democracy/Ulster?** *(fig. rhet.)* อนาคตของประชาธิปไตย/อัลสเตอร์น่าจะเป็นอย่างไร; **the town ~ he was sent** เมืองที่เขาถูกส่งตัวไป ❷ *conj.* ไปในที่ซึ่ง; *(to wherever)* ไปที่ใดก็ตาม; **I shall go ~ she goes** ฉันจะไปที่ใดก็ตามที่เธอไป

whiting /ˈwaɪtɪŋ, US ˈhwaɪt-/ˈไวทิง, ˈฮไวทิง/ *n. pl. same (Zool.)* ปลาตัวเล็ก ๆ ชนิด *Merlangus merlangus* มีเนื้อสีขาว

whitish /ˈwaɪtɪʃ, US ˈhwaɪt-/ˈไวทิช, ˈฮไว-/ *adj.* ค่อนข้างขาว

Whit Monday /wɪt ˈmʌndeɪ, wɪt ˈmʌndɪ/ วิท ˈมันเด, วิท ˈมันดิ/ *n.* วันจันทร์หลังวัน Whit Sunday

Whitsun /ˈwɪtsn, US hwɪ-/ˈวิทซ'น, ฮวิ-/ *n.* *วันอาทิตย์ของสัปดาห์ที่เจ็ดหลังวันอีสเตอร์เป็นวันระลึกถึงวันเสด็จลงมาจุติของพระจิตเจ้า*

Whitsunday, Whit Sunday /wɪtˈsʌndeɪ, wɪtˈsʌndɪ/วิทˈซันเด, วิทˈซันดิ/ *n.* วันอาทิตย์ที่เจ็ดหลังวันอีสเตอร์

Whitsuntide /ˈwɪtsəntaɪd/ˈวิทเซินทายดฺ/ *n.* สัปดาห์ที่รวมวันอาทิตย์ที่เจ็ดหลังวันอีสเตอร์

whittle /ˈwɪtl, US ˈhwɪt-/ˈวิท'ล, ˈฮวิท-/ ❶ *v.t.* เกลา, เจียน, เฉือน, เหลา, เสี้ยม *(ไม้ ฯลฯ)* โดยใช้มีด; **~ a stick to a point** เหลาไม้เป็นปลายแหลม ❷ *v.i.* **~ at sth.** เกลา, เจียน, เหลา, เสี้ยม *ส.น.* โดยใช้มีด

~ aˈway, ~ ˈdown *v.t. (fig.)* Ⓐ *(completely)* ทำให้ค่อย ๆ ลดน้อยลงจนไม่เหลือ *(เงินทอง);* **~ away sb.'s rights/power** ค่อย ๆ ลดสิทธิ/อำนาจของ *ค.น.* ลงอย่างสิ้นเชิง; Ⓑ *(partly)* ทำให้ลดน้อยลงบ้าง *(อำนาจ, เงินทอง, ทีมงาน)*

Whit /wɪt/วิท/: **~ week** *n.* สัปดาห์ที่เจ็ดหลังจากวันอีสเตอร์; **~ weekˈend** *n.* วันหยุดปลายสัปดาห์ที่เจ็ดหลังอีสเตอร์

whiz, whizz /wɪz, US hwɪz/วิซ, ฮวิซ/ ❶ *v.i.,* **-zz-** ทำเสียงหวือ; **we could hear the arrows/shells whizzing above our heads** เราได้ยินเสียงลูกศร/ลูกระเบิดแหวกผ่านอากาศเหนือศีรษะไป ❷ *n.* เสียงหวือ; **with a ~** ด้วยเสียงหวือ; **~ ˈpast, whizz ˈpast** *v.i.* ทำเสียงหวือผ่านไป

ˈwhiz[z]-kid *n. (coll.)* *คนหนุ่มสาวที่ประสบความสำเร็จอย่างรวดเร็ว;* **he is a financial ~:** เขาประสบความสำเร็จอย่างมากในวงการเงิน

who /huː/ฮู/ *pron.* Ⓐ *interrog.* ใคร; *(coll.: whom)* ใคร; **~ are you talking about?** *(coll.)* คุณกำลังพูดถึงใคร; **~ did you give it to?** *(coll.)* คุณให้มันกับใครไป; **it was John – ~ else?** คือจอห์นนั่นแหละ จะใครอื่นอีกล่ะ; **it was Mr ~?** มันเป็นใครนะ *หรือ* คุณอะไรนะ; **I don't know ~'s ~ in the firm yet** ฉันยังไม่รู้เลยว่า ใครเป็นใครในบริษัท; **he knows ~'s ~ in the publishing world** เขารู้ว่าใครเป็นใครในวงการการพิมพ์; **~ am I to object/argue** *etc.*? ฉันเป็นใครที่จะมาคัดค้าน/โต้เถียง ฯลฯ; **~ would have thought it?** *(rhet.)* โอโห ใครจะคิดได้; Ⓑ *rel.* ใคร, ผู้ที่, คนที่; **any person/he/those ~ ...:** ใครก็ตาม/ใคร/คนพวกที่...; **they ~ ...:** พวกเขาทั้งหลายผู้ซึ่ง...; **everybody ~ ...:** ทุก ๆ คนซึ่ง...; **I/you ~ ...:** ฉัน/คุณซึ่ง...; **the man ~ I met last week/~ you were speaking to** *(coll.)* ชายคนที่ฉันพบเมื่ออาทิตย์ที่แล้ว/คนที่คุณกำลังพูดด้วย; Ⓒ *(arch.: whoever)* ใครก็ตาม

WHO *abbr.* **World Health Organization**

whoa /wəʊ/โว/ *int.* หยุด

who'd /huːd/ฮูด/ Ⓐ = **who had;** Ⓑ = **who would**

whodun[n]it /huːˈdʌnɪt/ฮูˈดันนิท/ *n. (coll.)* นิยายลึกลับซับซ้อน

whoe'er /huːˈeə(r)/ฮูˈแอ(ร)/ *(poet.),*

whoever /huːˈevə(r)/ฮูˈเอ็วเวอะ(ร)/ *pron.* Ⓐ ใครก็ตาม; **whoever comes will be welcome** ใครก็ตามที่มาจะได้รับการต้อนรับ; **marry/give it to whoever you like** แต่งงานกับ/ให้มันกับใครก็ได้ตามใจคุณ; Ⓑ *(no matter who)* ไม่ว่าใครก็ตาม; **whoever you may be** ไม่ว่าคุณเป็นใครก็ตาม; **whoever you saw, it was not John** ใครก็ตามที่คุณเห็น มันไม่ใช่จอห์น; Ⓒ *(coll.)* = **who ever** ➡ **ever** E

whole /həʊl/โฮล/ ❶ *adj.* Ⓐ ทั้งหมด, ทั้งสิ้น, สมบูรณ์; **give me your ~ attention, please** กรุณาให้ความสนใจฉันอย่างเต็มที่; **that's the ~ point [of the exercise]** นั่นคือจุดสำคัญทั้งหมด [ของการกระทำ]; **the ~ lot [of them]** [พวกเขา] ทั้งหมด; **a ~ lot of people** ผู้คนจำนวนมาก; ➡ **+ hog** 1 A; Ⓑ *(intact)* สมบูรณ์; **roast sth. ~:** ปิ้ง/ย่าง *ส.น.* ทั้งตัว; Ⓒ *(undiminished)* ครบถ้วน, เต็มสมบูรณ์; **three ~ hours** สามชั่วโมงเต็ม ❷ *n.* Ⓐ **the ~:** ทั้งหมด, ทั้งสิ้น; **the ~ of my money/the village/London** เงินทั้งหมดของฉัน/หมู่บ้าน/ทั่วกรุงลอนดอน; **he spent the ~ of that year abroad** เขาใช้เวลาตลอดทั้งปีนั้นอยู่ต่างประเทศ; **the ~ of Shakespeare** *or* **of Shakespeare's works** ผลงานทั้งหมดของเชคสเปียร์; **until he had completed the ~ of it** จนกระทั่งเขาทำมันเสร็จสมบูรณ์; Ⓑ *(total of parts)* ส่วนประกอบทั้งหมด; **as a ~:** รวมด้วยกันทั้งหมด; **sell sth. as a ~:** ขาย *ส.น.* รวมเป็นชุด; **on the ~:** โดยรวม, โดยทั่วไป; **on the ~ I am against it** โดยส่วนรวม ฉันไม่เห็นด้วย [กับมัน]

whole: ~ **ˈcloth** *n.* ผ้าทั้งผืนตามที่ผลิตไว้; **[made up] out of ~ cloth** *(Amer. fig.)* เรื่องที่กุขึ้นมาทั้งหมด; **~food** *n.* อาหารชีวจิต; **~hearted** /həʊlˈhɑːtɪd/โฮลˈฮาทิด/ *adj. (การทำงาน, การยินยอม)* ที่เต็มใจ; *(ความพยายาม)* ที่ทุ่มเท; **with ~hearted devotion/dedication** ด้วยการอุทิศ/การทุ่มเทอย่างเต็มที่; **~heartedly** /həʊlˈhɑːtɪdlɪ/โฮลˈฮาทิดลิ/ *adv.* อย่างทุ่มเท, อย่างเต็มใจ, อย่างจริงใจ; **~ ˈholiday** *n.* วันหยุดเต็มวัน; **~-length** ➡ **full-length; ~ ˈlife insurance** *n.* การประกันชีวิตแบบตลอดชีพ; **~ meal** *n.* แป้งหมี่หยาบ; **~meal** *adj. (ขนมปัง, เค้ก)* ที่ใช้แป้งหมี่หยาบ; **~ ˈmilk** *n.* นมที่ไม่ได้เอาไขมันออกเลย

wholeness /ˈhəʊlnɪs/ˈโฮลนิซ/ *n., no pl.* ความสมบูรณ์, ทั้งหมด; *(completeness)* ความสมบูรณ์

whole: ~ **note** *n. (Amer. Mus.)* โน้ตตัวกลม *หรือ* โน้ตที่มีค่าสูงสุด; **~ ˈnumber** *n. (Math.)* เลขจำนวนเต็ม *(ที่ไม่มีเศษส่วน);* **~sale** ❶ *adj.* Ⓐ *(Commerc.)* ที่ขายส่ง; **~sale dealer** *or* **merchant** ผู้/พ่อค้าขายส่ง; **~sale grocer** คนขายของชำประเภทขายส่ง; **the ~sale trade** การค้าประเภทขายส่ง; **our business is ~sale only** ธุรกิจของเราเป็นประเภทขายส่งเท่านั้น; **these prices are ~sale** ราคาเหล่านี้เป็นราคาขายส่ง; Ⓑ *(fig.: on a large scale)* เป็นจำนวนมาก, ใหญ่โต; **in a ~sale way** อย่างใหญ่โต; Ⓒ *(fig.: indiscriminate)* ไม่มีการเลือก ❷ *adv.* Ⓐ *(Commerc.) (ซื้อ, ขาย)* อย่าง/แบบขายส่ง; *(at wholesale price)* ในราคาขายส่ง; Ⓑ *(fig.: on a large scale)* เป็นจำนวนมาก, อย่างใหญ่โต; Ⓒ *(fig.: indiscriminately)* อย่างไม่เลือก; **he punished them ~sale** เขาลงโทษพวกเขาอย่างไม่เลือก ❸ *n. (Commerc.)* การขายส่ง ❹ *v.t. (Commerc.)* ขายส่ง

wholesaler /ˈhəʊlseɪlə(r)/ˈโฮลเซเลอะ(ร)/ *n. (Commerc.)* ผู้ขายส่ง

wholesome /ˈhəʊlsəm/ˈโฮลเซิม/ *adj.* *(หน้าตา)* สมบูรณ์, สุขภาพดี; *(อาหาร)* เสริมสุขภาพ; *(อิทธิพล)* ดีงาม

wholesomely /ˈhəʊlsəmlɪ/ˈโฮลเซิมลิ/ *adv.* ~ **cooked food** อาหารที่ปรุงมาเพื่อส่งเสริมสุขภาพ

wholesomeness /ˈhəʊlsəmnɪs/ˈโฮลเซิมนิซ/ *n., no pl.* การส่งเสริมสุขภาพ; *(fig.: of reading, subject etc.)* การส่งเสริมคุณงามความดี

whole: ~-time ➡ **full-time**; ~ **tone** *n. (Mus.)* เสียงเต็ม; ~ **ˈwheat** *n.* ข้าวสาลีที่ไม่ได้เอาเปลือกหรือจมูกข้าวออก

who'll /hʊl, stressed huːl/ฮุล, ฮูล/ = **who will**

wholly /ˈhəʊllɪ/ˈโฮลลิ/ *adv.* ทั้งหมด, อย่างสิ้นเชิง; **a ~ bad example** ตัวอย่างที่เลวอย่างสิ้นเชิง

ˈwholly-owned *adj. (Commerc.)* ~ **subsidiary** บริษัทสาขาที่บริษัทแม่เป็นเจ้าของ

whom /huːm/ฮูม/ *pron.* Ⓐ *interrog.* ใคร; *(as indirect object)* กับใคร; **to ~/of ~ did you speak?** คุณพูดกับ/ถึงใคร; Ⓑ *rel.* ที่, ซึ่ง; **five children, all of ~ are coming** เด็กห้าคนซึ่งกำลังมากันทั้งหมด; **ten candidates only the best of ~...:** ผู้สมัครสิบคน ซึ่งเฉพาะคนที่ดีที่สุดเท่านั้น..; Ⓒ *(arch.: whomever)* ใครก็ตาม

whomever /huːmˈevə(r)/ฮูมˈเอ็วเวอะ(ร)/, **whomsoever** /huːmsəʊˈevə(r)/ฮูมโซˈเอ็วเวอะ(ร)/ *pron.* Ⓐ ใครก็ตาม; Ⓑ *(no matter whom)* ไม่ว่าใครก็ตาม

whoop /wuːp, US hwuːp/ วูพ, ฮวูพ/ ❶ *v.i.* เปล่งเสียงดังออกมา *(ด้วยความยินดี, ความตื่นเต้น)* ❷ *v.t.* ~ **it up** *(coll.)* เฉลิมฉลองอย่างสนุกสนาน, เอะอะ; *(Amer.: stir up enthusiasm)* ปลุกเร้าความกระตือรือร้น ❸ *n.* การร้องเสียงดัง; **with loud ~s** ด้วยเสียงร้องดัง ๆ; ~ **of joy** การร้องเสียงดังด้วยความยินดี

whoopee /ˈwʊpiː, US ˈhwʊ-/ˈวุพพี, ˈฮวุพ-/ ❶ *int.* ไชโย ❷ *n.* **make ~** *(coll.)* สนุกสนานอย่างเอะอะเสียงดัง

whooping /ˈhuːpɪŋ/ˈฮูพิง/: ~ **cough** *n.* ➤ **453** *(Med.)* ไอกรน; ~ **swan** *n. (Ornith.)* หงส์ชนิดหนึ่งมีติ่งเนื้อที่จมูก

whoops /wʊps, US hwʊps/วุพซฺ, ฮวุพซฺ/ *int.* อุ๊ยตาย

whoosh /wʊʃ, US hwʊʃ/วุช, ฮวุช/ ❶ *v.i.* เคลื่อนที่ไปด้วยเสียงหวือ; **a train ~ed past** รถไฟผ่านไปอย่างเร็ว ❷ *n.* การส่งเสียงดังในขณะผ่านไปอย่างเร็ว; *(of rocket, projectile)* เสียงหวือ; **with a [loud] ~:** ด้วยเสียงกรึ๊ด [ดัง ๆ]

whop /wɒp, US hwɒp/วอพ, ฮวอพ/ *v.t.*, **-pp-** *(coll.)* ฟาด, หวด; *(fig.: defeat)* เอาชนะ

whopper /ˈwɒpə(r), US ˈhwɒpər/ˈวอเพอะ(ร), ˈฮวอเพอะ(ร)/ *n. (coll.)* Ⓐ สิ่งที่ใหญ่โตผิดปกติ; **a ~ of a marrow/fish** น้ำเต้า/ปลาขนาดใหญ่ผิดปกติ; Ⓑ *(lie)* โกหกคำโต; **tell a ~:** บอกโกหกคำโต

whopping /ˈwɒpɪŋ, US ˈhwɒpɪŋ/ˈวอพิง, ˈฮวอพิง/ *(coll.)* ❶ *adj.* ใหญ่มหึมา ❷ *adv.* ~ **big** *or* **great** ➡ **1**

whore /hɔː(r)/ฮอ(ร)/ *(derog.)* ❶ *n.* Ⓐ *(prostitute)* โสเภณี, กะหรี่ *(ภ.พ.)*; Ⓑ *(loose woman)* หญิงสำส่อน, หญิงแพศยา ❷ *v.i.* ~ **[around]** *(ผู้ชาย)* ไล่ล่าหาโสเภณี

ˈwhorehouse *n. (derog.)* ซ่องโสเภณี

whorl /wɜːl, US hwɜːl/เวิล, ฮเวิล/ *n.* Ⓐ *(Bot.)* ใบไม้ในรูปวงก้นหอยรอบลำต้นต้นไม้; Ⓑ *(circle in fingerprint)* วงก้นหอย; Ⓒ *(turn of spiral)* รอบหนึ่งของขดวงกลม

whortleberry /ˈwɜːtlberɪ, US ˈhwɜːrtlberɪ/ˈเวอท'ลเบะริ, ˈฮเวอรท'ลเบะริ/ ➡ **bilberry**

who's /huːz/ฮูซ/ Ⓐ = **who is**; Ⓑ = **who has**

whose /huːz/ฮูซ/ *pron.* Ⓐ *interrog.* ของใคร; Ⓑ *rel.* ซึ่งเป็นของ; **the people ~ house this is** คนที่เป็นเจ้าของบ้านหลังนี้คือ...

whosesoever /huːzsəʊˈevə(r)/ฮูซโซˈเอ็วเวอะ(ร)/, **whosever** /huːzˈevə(r)/ฮูซˈเอ็วเวอะ(ร)/ *pron.* เป็นของใครก็ตาม; ~ **it is, ...:** เป็นของใครก็ตาม...

whosoe'er /huːsəʊˈə(r)/ฮูโซˈเออะ(ร)/ *(poet.)*, **whosoever** /huːsəʊˈevə(r)/ฮูโซˈเอ็วเวอะ(ร)/ *pron.* เป็นของใครก็ตาม

Who's Who /huːz ˈhuː/ฮูซ ˈฮู/ *n.* พจนานุกรมรายนามบุคคลสำคัญในสหราชอาณาจักร

who've /hʊv, *stressed* huːv/ฮุว, ฮูว/ *(coll.)* = **who have**

why /waɪ, US hwaɪ/วาย, ฮวาย/ ❶ *adv.* Ⓐ *(for what reason)* ทำไม; *(for what purpose)* ด้วยเหตุใด; ~ **is that?** ทำไมเป็นอย่างนั้น; **and this/that is ~ I believe ...:** และนี่/นั่นคือเหตุที่ฉันจึงเชื่อ...; ~ **not buy it, if you like it?** ถ้าคุณชอบมัน ทำไมไม่ซื้อละ; ~ **do we need another car?** ทำไมพวกเราต้องการรถอีกคัน; Ⓑ *(on account of which)* **the reason ~ he did it** เหตุที่เขาทำสิ่งนั้น; **I can see no reason ~ not** ฉันไม่เห็นเหตุผลใดที่จะห้ามไม่ให้ทำ ❷ *int.* ~, **certainly/of course!** อ๋อ แน่นอนละ; ~, **if it isn't Jack?** อ้าว นี่มันแจ็กไม่ใช่หรือ; **What should I do? – W ~, pay up** ฉันควรจะทำอย่างไร ก็จ่ายซิ; ~, **yes, I think so** ก็ใช่ซิ ฉันก็ว่าอย่างนั้น ❸ *n.* **the ~s and wherefores** เหตุผลต่าง ๆ นานา

WI *abbr.* Ⓐ **West Indies**; Ⓑ *(Brit.)* **Women's Institute**

wick /wɪk/วิค/ *n.* ไส้ตะเกียง, ไส้เทียน; **get on sb.'s ~** *(fig. sl.)* ทำให้ ค.น. รำคาญ

wicked /ˈwɪkɪd/ˈวิคคิด/ ❶ *adj.* Ⓐ *(evil)* *(แผน, อุบาย)* ชั่วร้าย; *(คน)* ร้ายกาจ; **the ~ villain** คนชั่วร้าย; **it was ~ of you to torment the poor cat** คุณใจดำที่ไปทรมานแมวที่น่าสงสาร; **torture is ~:** การทรมานเป็นสิ่งชั่วร้าย; Ⓑ *(vicious)* *(อารมณ์)* ร้าย; *(ปาก)* จัด; **have a ~ temper** มีอารมณ์ร้าย; Ⓒ *(coll.: scandalous)* เลวร้าย, อื้อฉาว; **it's ~ how he's been treated** การปฏิบัติที่เขาได้รับนั้นเป็นเรื่องอื้อฉาว; **it's a ~ shame** เป็นเรื่องน่าอับอายเต็มที่; Ⓓ *(mischievous)* *(ความประพฤติ, คน)* ซุกซน; **a ~ little fellow** เด็กตัวเล็กที่ซุกซน; **there was a ~ gleam in his eye** ในตาของเขามีแววซุกซน; **suddenly a ~ idea came to him** ความคิดซุกซนเกิดขึ้นกับเขาในทันทีทันใด ❷ *n. pl.* **the ~:** พวกคนชั่วร้าย

wickedly /ˈwɪkɪdlɪ/ˈวิคคิดลิ/ *adv.* Ⓐ *(evilly)* อย่างชั่วร้าย; ~ **acquired gains** สิ่งที่ได้มาอย่างชั่วร้าย; Ⓑ *(viciously)* อย่างเลวร้าย, อย่างดุเดือด; ~ **accurate** *(การแสดงล้อเลียน, การแซว)* ที่เลียนแบบได้เหมือนอย่างร้ายกาจ; Ⓒ *(coll.: scandalously)* อย่างอื้อฉาว; Ⓓ *(mischievously)* อย่างซุกซน; **a ~ playful look** การมองอย่างขี้เล่นซุกซน

wickedness /ˈwɪkɪdnɪs/ˈวิคคิดนิซ/ *n.* Ⓐ *no pl.* ➡ **wicked A**: ความชั่วร้าย, ความร้ายกาจ, ความผิดศีลธรรม; Ⓑ *(evil act)* การกระทำที่เลวร้าย; **the greatest ~ that anyone can commit** การกระทำที่เลวร้ายที่สุดที่คน ๆ หนึ่งกระทำได้; Ⓒ *no pl. (viciousness)* ความเลวร้าย; Ⓓ *no pl. (coll.: scandalousness)* ความอื้อฉาว; **the ~ of this waste** ความอื้อฉาวของความสิ้นเปลืองเช่นนี้; **the ~ of the prices** ความอื้อฉาวของราคา; Ⓔ *no pl. (mischievousness)* ความซุกซน; **the ~ in her sense of humour** ความซุกซนในอารมณ์ตลกของเธอ

wicker /ˈwɪkə(r)/ˈวิคเคอะ(ร)/ *n.* หวาย; ~ **fence** รั้วหวาย

ˈwickerwork *n.* Ⓐ *(material)* หวาย; Ⓑ *(articles)* เครื่องจักสาน

wicket /ˈwɪkɪt/ˈวิคคิท/ *n.* Ⓐ *(Cricket)* *(stumps)* เสาสามต้นที่เป็นตำแหน่งของผู้ตีลูก; *(part of innings)* ส่วนหนึ่งของเกม *(ซึ่งจบเมื่อผู้ตีถูกออกจากสนาม)*; *(central area of pitch)* บริเวณกลางสนามคริกเกต; **another ~ has fallen** *or* **is down** คนตีลูกถูกออกไปแล้วอีกคนหนึ่ง; **at the ~:** *(ผู้ตีลูก)* ยืนในตำแหน่งเตรียมรับลูก; **keep ~:** คอยยืนรับลูกหลังตำแหน่งผู้ตี; **lose one's ~** *(ผู้ตีลูก)* ถูกออกจากสนาม; **they lost four ~s** พวกเขาเสียคนตีไปสี่คน; **take a ~:** ได้ทำให้ผู้ตีลูกต้องออกหนึ่งคน; **third** *etc.* **~:** การเล่นคู่กันระหว่างผู้ตีที่สองกับที่สาม; **win by two ~s** ชนะโดยผู้ตีถูกออกจากสนาม; ➡ + **sticky wicket**; Ⓑ *(gate)* ประตูเล็กที่อยู่ภายในประตูบานใหญ่; Ⓒ *(Amer.: window-like opening)* ช่องในกำแพง, หน้าต่าง; Ⓓ *(Amer.: croquet hoop)* ห่วงเหล็กซึ่งลูกต้องผ่าน

wicket: ~ gate *n.* ประตูเล็ก, ประตูเล็กที่เจาะในประตูบานใหญ่; **~keeper** *n. (Cricket)* ผู้คอยรับลูกหลังตำแหน่งผู้ตี

widdle /ˈwɪdl/ˈวิด'ล/ *(coll./child lang.)* ➡ **pee**

wide /waɪd/วายดฺ/ ❶ *adj.* Ⓐ ➤ **517** *(broad)* กว้าง [ขวาง]; **allow** *or* **leave a ~ margin** *(fig.)* ปล่อยโอกาสอย่างกว้างขวาง; **three feet ~:** กว้างสามฟุต; Ⓑ *(extensive)* *(ความรู้, การอ่าน, อิทธิพล)* กว้างขวาง; *(ข่าว, การซุบซิบ)* แพร่กระจาย; **have ~ appeal** มีความดึงดูดใจมาก; **it has now achieved ~ acceptance** ตอนนี้มันได้รับการยอมรับอย่างกว้างขวาง; **a species of ~ distribution** สายพันธุ์ที่แพร่กระจายไปอย่างกว้างขวาง; **the ~ world** โลกอันกว้างใหญ่ไพศาล; **I'll search the ~ world over** ฉันจะค้นหาตลอดทั่วทั้งโลก; Ⓒ *(liberal)* เป็นอิสระ, มีความเสรี; Ⓓ *(fully open)* เปิดกว้าง; Ⓔ *(off target)* **be ~ of sth.** พลาด *ส.น.*; **be ~ of the mark** *(fig.)* *(คำปรารภ, ข้อสังเกต)* ไม่แม่นยำ หรือ ไกลเป้ามาก; **you're ~ of the mark** *(fig.)* คุณห่างไกลจากเป้าหมายที่เล็งเอาไว้; ➡ + **berth 1 A**; Ⓕ *(Brit. coll.)* ~ **boy** หนุ่มกะล่อน ❷ *adv.* Ⓐ *(fully)* อย่างเต็มที่, กว้าง ๆ; **open ~!** อ้า *(ปาก)* กว้าง ๆ หน่อย; ~ **awake** ตื่นเต็มตา; *(fig. coll.)* ระมัดระวัง, รู้ว่าอะไรเป็นอะไร; **I'm ~ awake to your tricks** ฉันทันต่อเล่ห์กลของคุณ; ➡ + **wide open**; Ⓑ *(off target)* **shoot ~:** ยิงห่างไกลจากเป้า; **fall ~ of the target, go ~:** ตกห่างไกลจากเป้าหมาย/ไปไกลจากเป้าหมาย; **aim ~/~ of sth.** เล็งห่างจากเป้าหมาย/ห่างจาก *ส.น.*; Ⓒ *(~ly)* อย่างกว้างขวาง; ➡ + **far 1 D** ❸ *n.* Ⓐ *(Cricket)* ลูกบอลที่โยนห่างเกินไปที่คนตีจะตีถึง; Ⓑ **dead to the ~:** เสร็จสิ้น

-wide *in comb.* **city-/county-~:** ทั่วทั้งเมือง; **Europe-~:** ทั่วทั้งยุโรป; ➡ + **countrywide; worldwide** *etc.*

wide: ~-angle ˈlens *n. (Photog.)* เลนส์มุมกว้าง; **~-eyed** *adj. (surprised)* ลืมตาโพลงประหลาดใจ; **gaze with ~-eyed innocence** จ้องมองอย่างบริสุทธิ์ด้วยดวงตากลมโต

widely /ˈwaɪdlɪ/ˈวายดลิ/ *adv.* Ⓐ *(over a wide area)* อย่างกว้างขวาง; **a ~ distributed species** สายพันธุ์ที่แพร่กระจายไปอย่างกว้างขวาง; **he has travelled ~ in Europe** เขาได้ท่องเที่ยวไปทั่วยุโรป; **advertise a product ~:** โฆษณาผลิตภัณฑ์อย่างกว้างขวาง; **a ~ travelled man** ชายที่ได้เดินทางไปทั่วทุกหนทุกแห่ง; **a ~ read man** ชายที่อ่านหนังสือหลากประเภทอย่างมากมาย; Ⓑ *(by many people) (เป็นที่ยอมรับ)* โดยคนจำนวนมาก, ที่แพร่หลาย; **a ~ held view** ความคิดที่แพร่หลาย; **it is ~ rumoured that ...:** คนจำนวนมากลือกันว่า...; **it is not ~ understood why ...:** คนส่วนมากไม่เข้าใจว่าทำไม...; Ⓒ *(in a wide sense)* อย่างกว้างขวาง; Ⓓ *(greatly) (มีความแตกต่าง)* อย่างมาก; *(คิด)* ต่างกันมาก

widen /ˈwaɪdn/ˈวายด'น/ ❶ *v.t.* ทำให้กว้างขึ้น; *(fig.)* ขยาย; **let's ~ our campaign to include young people** เรามาขยายการรณรงค์ของเราให้รวมถึงคนหนุ่มสาวกันเถิด ❷ *v.i.* เปิดกว้างออกไป; *(fig.)* ขยายออกไป; **the valley ~s into a plain** หุบเขาเปิดกว้างออกไปเป็นพื้นที่ราบ

~ 'out *v.i.* เปิดกว้างออกไป; **~ out into sth.** เปิดกว้างออกไปสู่/ใน *ส.น.*

²**wide:** **~-open** *attrib. adj.*, **~ 'open** *pred. adj.* *(หน้าต่าง, ประตู, ทิวทัศน์)* เปิดกว้างออกไป; *(ปาก)* ที่อ้ากว้าง; *(ขา)* ที่กาง *หรือ* ถ่างกว้าง; **the ~-open spaces of North America** พื้นที่กว้างขวางในอเมริกาเหนือ; **be ~ open** *(หน้าต่าง, ประตู)* เปิดกว้าง; *(ปาก)* จัดจ้าน; *(ตา)* โต; **be ~ open to attack/criticism/immoral influences** เปิดกว้างต่อการถูกโจมตี/การวิพากษ์วิจารณ์/อิทธิพลอกุศล; **be ~ open to exploitation** ง่ายที่จะโดนเอาเปรียบ; **lay** *or* **leave oneself/sb. ~ open to sth.** ทำให้ตนเอง/*ค.น.* เปิดกว้างให้กับ *ส.น.*; **the contest is still ~ open** การแข่งขันยังคงเปิดกว้างอยู่; **a ~ open town** *(Amer.)* เมืองที่ทุกคนทำอะไรก็ได้; **~-ranging** /ˈwaɪdreɪndʒɪŋ/ˈไวดเรนจิง/ *adj.* *(มาตรการ, การอภิปราย)* กว้างขวาง; **~ 'screen** *n. (Cinemat.)* จอภาพแบบกว้าง; **~ screen television, ~ screen TV** *ns.* โทรทัศน์จอกว้าง; **~spread** *adj.* แพร่กระจาย *หรือ* แพร่หลายทั่วไป; **become ~spread** แพร่กระจายอย่างกว้างขวาง; **there was a ~spread demand for reform** มีการเรียกร้องการปฏิรูปที่แพร่กระจายไปอย่างกว้างขวาง

widgeon /ˈwɪdʒən/ˈวิจเจิน/ *n. (Ornith.)* เป็ดป่าโดยเฉพาะ *Anas penelope* หรือ *Anas americana*

widget /ˈwɪdʒɪt/ˈวิจจิท/ *n.* เครื่องมือเล็ก ๆ, ของกระจุกกระจิก

widow /ˈwɪdəʊ/ˈวิดโด/ ❶ *n.* Ⓐ หญิงม่าย, แม่ม่าย; **be left/made a ~:** ถูกปล่อย/ทำให้เป็นม่าย; **golf ~** *(joc.)* ผู้หญิงที่สามีทิ้งบ่อย ๆ เพื่อไปตีกอล์ฟ; ➡ **+ black widow; grass widow;** Ⓑ *(Cards)* ไพ่เพิ่มเติมสำหรับผู้ที่เดิมพันสูงสุด; Ⓒ *(Printing)* บรรทัดสุดท้ายสั้น ๆ ของย่อหน้าบนสุดของหน้า ❷ *v.t.* ทำให้เป็นม่าย; **be ~ed** ถูกทำให้เป็นม่าย

widowed /ˈwɪdəʊd/ˈวิดโดด/ *adj.* เป็นม่าย

widower /ˈwɪdəʊə(r)/ˈวิดโดเออะ(ร)/ *n.* พ่อม่าย

widowhood /ˈwɪdəʊhʊd/ˈวิดโดฮุด/ *n.* ความเป็นม่าย; **[the state of] ~:** [ภาวะ] ความเป็นม่าย; **during her ~:** ในช่วงการเป็นม่ายของเขา

widow's: **~ 'peak** *n.* การที่เส้นผมขึ้นเป็นรูปตัว 'V' ในบริเวณกลางหน้าผาก; **~ 'pension** *n.* เงินบำนาญของหญิงม่าย; **~ 'weeds** ➡ **weeds**

width /wɪdθ, wɪtθ/วิดธ, วิทธ/ *n.* Ⓐ ➤ 517 *(measurement)* ความกว้าง; **what is the ~ of ...?** ...กว้างเท่าไร; **be half a metre in ~:** กว้างครึ่งเมตร; Ⓑ *(large scope)* ขอบเขตกว้างขวาง; *(of definition)* ขอบเขต; *(of interests)* ความกว้างขวาง; Ⓒ *(piece of material)* ความกว้าง

widthways /ˈwɪdθweɪz, ˈwɪtθ-/ˈวิดธุเวซ, ˈวิทธุ-/, **widthwise** /ˈwɪdθwaɪz, ˈwɪtθ-/ˈวิดธุไวซ, ˈวิทธุ-/ *adv.* ในแนวกว้าง; **insert the card ~ into the machine** ใส่บัตรไปในเครื่องตามแนวกว้าง

wield /wiːld/วีลดฺ/ *v.t. (literary)* ถือ, จับและใช้ *(อาวุธ, อุปกรณ์)*; *(fig.)* ควบคุม *(อำนาจ, หน้าที่ ฯลฯ)*; **~ a stick/sword** เหวี่ยงไม้เท้า/ดาบ

wiener /ˈviːnə(r)/ˈวีเนอะ(ร)/ *n. (Amer.)* ไส้กรอกรมควันขนาดเล็ก ๆ

wife /waɪf/ไวฟ/ *n., pl.* **wives** /waɪvz/วายวซ/ ภรรยา; เมีย *(ภ.พ.)*; แฟน *(ภ.พ.)*; **give my regards to your** *or (coll.)* **the ~:** ฝากความระลึกถึงภรรยาของคุณด้วย; **make sb. one's ~:** ทำให้ *ค.น.* เป็นภรรยาของตน; **lawful wedded ~** *(Eccl.)* ภรรยาที่แต่งงานถูกต้องตามกฎหมาย; **old wives' tale** ความเชื่องมงายที่มักเล่าต่อ ๆ กันมา

wife-swapping /ˈwaɪfswɒpɪŋ/ˈไวฟซวอพิง/ *n. (coll.)* การสลับคู่สามีภรรยากันในการมีเพศสัมพันธ์

wifely /ˈwaɪflɪ/ˈไวฟลิ/ *adj.* ที่แสดงความเป็นภรรยาที่ดี

wig /wɪɡ/วิก/ *n.* วิก *(ท.ศ.)*, ผมปลอม

wigging /ˈwɪɡɪŋ/ˈวิกกิง/ *n.* การดุด่าอย่างรุนแรง

wiggle /ˈwɪɡl/ˈวิก'ล/ *(coll.)* ❶ *v.t.* ทำให้ส่ายไปส่ายมา; สะบัดไปสะบัดมา; **~ one's ears/bottom** กระดิกหู/ส่ายก้นของตนไปมา ❷ *v.i.* *(move)* ส่ายไปมา, สะบัดไปมา, กระดิกไปมา; **make one's ears ~:** ทำให้หูของตนกระดิกไปมา; **~ into sth.** บีบตัวเข้าไปใน *ส.น.*; **~ out of sth.** ดิ้นออกมาจาก *ส.น.*; *(fig.)* หลีกเลี่ยงการทำ *ส.น.* ❸ *n.* การกระดิก, การส่าย *(สะโพก)*; **get a ~ on** *(Amer. coll.)* เร่งให้เร็วขึ้น

wiggly /ˈwɪɡlɪ/ˈวิกกลิ/ *adj.* ไม่ตรง, โค้งขึ้นลง, คดไปคดมา; **~ line** เส้นโค้งขึ้นลง

wigwam /ˈwɪɡwæm, US -wɑːm/ˈวิกแวม, -วาม/ *n.* กระโจมอินเดียนแดง

wild /waɪld/วายลดฺ/ ❶ *adj.* Ⓐ *(undomesticated) (สัตว์, นก)* ไม่เชื่อง, ป่า; *(uncultivated) (ต้นไม้)* ที่ขึ้นตามธรรมชาติ, ป่า; **an animal in its ~ state** สัตว์ในสภาพตามธรรมชาติ; **grow ~:** เติบโตตามธรรมชาติของป่า; **~ beast** สัตว์ป่า; Ⓑ *(rough) (คน, เผ่าชน ฯลฯ)* ไม่มีอารยธรรม, ป่าเถื่อน; *(bleak) (บริเวณพื้นที่, ทัศนียภาพ)* ว่างเปล่า, เปลี่ยว; Ⓒ *(unrestrained)* ไม่ควบคุมอารมณ์รุนแรง; **he was a little ~:** เขาเป็นคนที่ไม่อยู่กับร่องกับรอย; **~ and woolly** *(coll.) (หน้าตา)* ไม่เรียบร้อย; *(ความคิด)* ที่ไม่ได้รับการขัดเกลา; **run ~** *(สุนัข, เด็ก)* วิ่งไปไหนมาไหนตามใจชอบ; *(เด็ก)* เกเรไม่อยู่ใต้การควบคุม; *(ต้นไม้)* ขึ้นรกเต็มไปหมด; **let one's imagination run ~:** ปล่อยให้จินตนาการของตนโลดแล่นไปอย่างอิสระเต็มที่; Ⓓ *(stormy)* มีพายุจัด; *(ทะเล)* มีคลื่นลูกใหญ่โต; Ⓔ *(excited) (คน)* ตื่นเต้น; *(การอภิปราย)* ที่ดุเดือด; *(ความกังวล, ความสุข, ความโกรธ)* ที่ควบคุมไม่ได้; **be/become ~ [with sth.]** ตื่นเต้น [กับ *ส.น.*]; **send** *or* **drive sb. ~:** ทำให้ *ค.น.* โกรธมาก; Ⓕ *(coll.: very keen)* **be ~ about sb./sth.** ติดใจ *หรือ* หลง *ค.น./ส.น.* มาก; **be ~ to do sth.** กระตือรือร้นที่จะทำ *ส.น.* มาก; Ⓖ *(coll.: angry)* โกรธ; **be ~ with** *or* **at sb.** โกรธ *ค.น.* มาก; **make** *or* **drive sb. ~:** ทำให้ *ค.น.* โกรธมาก; **I was ~ when I heard ...:** ฉันโกรธมากเมื่อฉันได้ยินว่า...; Ⓗ *(reckless)* ไม่ระมัดระวัง, ใจเร็ว, หุนหันพลันแล่น; **he made a ~ guess** เขาเดาอย่างหุนหันพลันแล่น; ➡ **+ dream** 1 C ❷ *n.* **the ~[s]** ดินแดนห่างไกล, สภาพความเป็นป่า *(ตามธรรมชาติ)*; **see an animal in the ~:** เห็นสัตว์ในสภาพตามธรรมชาติ; **in the ~s** *(coll.)* บริเวณห่างไกลและเปล่าเปลี่ยว; **[out] in the ~s of Yorkshire** *(coll.)* อยู่ลึกในยอร์กเชียร์; **the call of the ~:** เสียงเรียกร้องจากธรรมชาติ, เสียงเพรียกจากพงไพร ❸ *adv.* อย่างไม่ได้ไตร่ตรอง, อย่างไม่ได้คิดหน้าคิดหลัง; **shoot ~** *(randomly)* ยิงกราดไม่เลือกที่

wild: **~ 'boar** *n. (Zool.)* หมูป่า; **~ card** *n.* Ⓐ *(Cards)* ไพ่ใบที่ผู้เล่นกำหนดค่าให้; Ⓑ *(Tennis)* ผู้เล่นสำรอง; **~ 'cat** *n. (Zool.)* แมวป่า; **~cat** *attrib. adj.* เสี่ยง, ไม่รอบคอบ, หุนหันพลันแล่น; **~cat strike** การหยุดประท้วงงานอย่างกะทันหัน; **~cat well** บ่อน้ำมันที่กำลังถูกสำรองอยู่

wilderness /ˈwɪldənɪs/ˈวิลเดอะนิซ/ *n.* บริเวณพื้นที่ไม่มีการเพาะปลูก *หรือ* ไม่มีคนอยู่อาศัย; *(desert)* ทะเลทราย; **cry in the ~** *(fig.)* การเรียกร้องที่ไม่ได้รับการตอบสนอง; **a voice [crying] in the ~** *(fig.)* ผู้เรียกร้องการปฏิรูปที่ไม่ได้รับการตอบสนอง; **be in the ~** *(Polit.)* ออกจากตำแหน่งทางการเมือง

wild: **~-eyed** *adj.* ที่จ้องมองด้วยความตกใจกลัว; **~fire** *n. (Mil. Hist.)* ของเหลวชนิดหนึ่งที่ไวไฟ ในสมัยก่อนใช้ในการสงคราม; ➡ **+ spread** 2 A; **~fowl** *n., pl. same* สัตว์ปีกป่า; *(Cookery)* นก [เป็ดน้ำ] ป่า; **~ 'goose chase** *n. (fig.: hopeless quest)* การสืบแสวงหาที่สิ้นหวัง; **send sb. on a ~ goose chase** ส่ง *ค.น.* ไปแสวงหาสิ่งที่ไม่มีวันพบ; **~ 'horse** *n.* ม้าป่า; **~ horses would not drag it from me** *(fig.)* ไม่มีสิ่งใดในโลกนี้ที่จะทำให้ฉันคายความลับนี้ออกมา; **~life** *n. no pl., no indef. art.* สัตว์ป่า; **~life park/reserve/sanctuary** วนอุทยาน/พื้นที่สงวนพันธุ์/สถานที่คุ้มครองสัตว์ป่า

wildly /ˈwaɪldlɪ/ˈวายลดลิ/ *adv.* Ⓐ *(unrestrainedly)* อย่างไม่ยับยั้งอารมณ์; **run ~ all over the house** วิ่งไปรอบบ้านอย่างตาลีตาเหลือก; Ⓑ *(stormily)* เป็นพายุ; **the wind blew ~:** ลมพัดจัดเป็นพายุ; Ⓒ *(excitedly)* อย่างตื่นเต้น; *(อภิปราย)* อย่างดุเดือด; *(ตะโกน)* อย่างตกใจ; *(ปรบมือ)* อย่างเต็มที่; **I'm not ~ interested in it** *(iron.)* ฉันไม่ค่อยจะสนใจอะไรกับมันเท่าไร; **be ~ excited about sth.** ตื่นเต้นกับ *ส.น.* มาก; **he looked ~ about him** เขามองไปรอบ ๆ ตัวอย่างเลิกลั่ก; Ⓓ *(recklessly)* อย่างไม่ระมัดระวัง, อย่างใจเร็ว, อย่างหุนหันพลันแล่น; **hit out ~:** ตีออกไปอย่างไม่ระมัดระวัง; **~ inaccurate** ไม่ถูกต้องแม่นยำอย่างที่สุด

'wild man *n.* Ⓐ *(Anthrop.)* ลิงอุรังอุตัง; Ⓑ *(Polit.)* คนที่ก่อความวุ่นวาย

wildness /ˈwaɪldnɪs/ˈวายลดุนิซ/ *n., no pl.* Ⓐ *(bleakness)* ความว่างเปล่า; Ⓑ *(lack of restraint) (อารมณ์)* ดุเดือด, รุนแรง; **I was frightened by the ~ of the mob** ฉันตกใจกับความรุนแรงดุเดือดของฝูงชน; **after the ~ of his youth** หลังจากความไม่ยับยั้งอารมณ์ในวัยเยาว์ของเขา; Ⓒ *(storminess)* **the ~ of the weather/sea** ความเป็นพายุจัดของสภาพอากาศ/ทะเล; **the ~ of the waves/storm** คลื่น/พายุที่ปั่นป่วนรุนแรง; Ⓓ *(excitement)* **the ~ of her**

joy ความยินดีอันแรงกล้าของเธอ; **the ~ of her jealousy** ความอิจฉาอย่างรุนแรงของเธอ; **the ~ of their cheers/applause** ความกระตือรือร้นของการเชียร์/การปรบมือของพวกเขา; Ⓔ *(of blow, shot)* ความไร้การเล็ง; *(of promise, words)* ความไม่มีทางเป็นไปได้; *(of scheme, attempt, idea, hope, quest)* ความเพ้อฝัน; Ⓕ *(distractedness)* **the ~ of his look/eyes** ความเลิกลั่กในการมอง/นัยน์ตาของเขา; **there was a dangerous ~ in his eyes** นัยน์ตาของเขาแสดงความดุเดือดที่น่าอันตราย

wild: ~ **'oat** ➡ **oat** B; ~ **'rice** *n. (Bot.)* *ต้นหญ้าที่ให้เมล็ดรับประทานได้;* ~ **'silk** *n.* ไหมดิบ; ~ **'thyme** ➡ **thyme**; **W~ 'West** *pr. n.* *พื้นที่ทางทิศตะวันตกของสหรัฐอเมริกาในศตวรรษที่ 19 ที่ยังไม่ได้พัฒนา, ไวด์เวสท์ (ท.ศ.)*

wile /waɪl/วายล/ *n.* อุบาย, เล่ห์กล

wilful /'wɪlfl/'วิลฟ'ล/ *adj.* Ⓐ *(deliberate)* *(การกระทำ)* ที่ตั้งใจ, มีเจตนา; Ⓑ *(obstinate)* *(คน)* ดื้อรั้น

wilfully /'wɪlfəlɪ/'วิลเฟอะลิ/ *adv.* Ⓐ *(deliberately)* อย่างตั้งใจ, อย่างมีเจตนา; Ⓑ *(obstinately)* อย่างดื้อรั้น

wilfulness /'wɪlflnɪs/'วิลฟ'ลนิซ/ *n., no pl.* Ⓐ *(deliberateness)* ความตั้งใจ, เจตนา; Ⓑ *(obstinacy)* ความดื้อรั้น; **out of ~:** จากความดื้อรั้น

wiliness /'waɪlɪnɪs/'วายลินิซ/ *n., no pl.* ➡ **wily:** ความเจ้าเล่ห์; **the ~ of a fox** ความมีเล่ห์ของสุนัขจิ้งจอก

[1]**will** /wɪl, wəl/วิล, เวิล/ ❶ *v.t., only in pres.* ~, *neg. (coll.)* **won't** /wəʊnt/โวนทฺ/, *past* **would** /wʊd/วุด/, *neg. (coll.)* **wouldn't** /wʊdnt/วุด'นทฺ/ Ⓐ *(consent to)* ยินยอม; **They won't help me. W~/Would you?** พวกเขาไม่ยอมช่วยฉัน คุณจะช่วยได้ไหม; **you ~ help her, won't you?** คุณจะช่วยเธอใช่ไหม; **the car won't start** รถยนต์สตาร์ทไม่ติด; **if you ~:** ถ้าคุณยินยอม; *(in request)* ช่วย, กรุณา; **~/would you pass that salt, please?** ช่วยส่งเกลือให้หน่อยได้ไหม; **~/would you come in?** เชิญเข้ามาข้างใน; **now just listen, ~ you!** ขอให้ตั้งใจฟังหน่อย; **~ you be quiet!** พวกคุณเงียบ ๆ หน่อย; **well, if you '~ go rock climbing, ...:** ก็ถ้าคุณจำเป็นต้องไปปีนเขาเช่นนี้...; Ⓑ *(be accustomed to)* คอย, มักจะ; **the car ~ occasionally break down** รถยนต์จะเสียเป็นครั้งเป็นคราว; **he ~ sit there hour after hour** เขามักจะนั่งตรงนั้นเป็นชั่วโมง; *(emphatic)* **children '~ make a noise** เด็ก ๆ ก็จะส่งเสียงดัง; **as young people '~:** อย่างที่คนหนุ่มสาวเป็นกัน; **he '~ insist on doing it** เขาจะยืนกรานที่จะทำมัน; **it 'would have to rain** มันก็แน่นอนอยู่แล้วว่า ฝนจะต้องตก; Ⓒ *(wish)* ปรารถนา, ต้องการ, อยากได้; **~ you have some more cake?** คุณอยากได้ขนมเค้กอีกไหม; **it shall be as you ~:** มันจะเป็นดังที่คุณปรารถนา; **do as/what you ~:** ทำดัง/อะไรที่คุณต้องการ; **call it what [ever] you ~:** เรียกมันว่าอะไรก็ได้ที่คุณอยากจะเรียก; **would to God that ...:** ถ้าพระเจ้าจะโปรด...; Ⓓ *(be able to)* **the box ~ hold 5 lb. of tea** กล่องบรรจุชาได้ 5 ปอนด์; **the theatre ~ seat 800** โรงละครจุคนดูได้ 800 ที่นั่ง

❷ *v. aux., form as* 1 Ⓐ *expr. simple future* จะ; **this time tomorrow he ~ be in Oxford** เขาจะอยู่ออกซฟอร์ดพรุ่งนี้เวลานี้; **tomorrow he ~ have been here a month** เขาจะอยู่ที่นี่มาเป็นเวลา 1 เดือนในวันพรุ่งนี้; **one more cherry, and I ~ have eaten a pound** แค่อีกลูกเดียวแล้วฉันก็จะกินเชอร์รี่หมดไป 1 ปอนด์; **if today is Monday, tomorrow ~ be Tuesday** ถ้าวันนี้เป็นวันจันทร์ วันพรุ่งนี้ก็จะเป็นวันอังคาร; Ⓑ *expr. intention* **I promise I won't do it again** ฉันสัญญาว่าฉันจะไม่ทำมันอีก; **You won't do that, ~ you? – Oh yes, I ~!** คุณคงจะไม่ทำสิ่งนั้นใช่ไหม ใช่ซิ ฉันจะทำแน่เลย; **~ do** *(coll.)* ตกลง; Ⓒ *in conditional clause* **if he tried, he would succeed** ถ้าเขาพยายาม เขาก็จะประสบผลสำเร็จ; **he would like/would have liked to see her** เขาอยากจะพบเธอ/ถ้าเขาได้พบเธอ เขาก็จะดีใจ; Ⓓ *(request)* **~ you please tidy up** คุณกรุณาจัดให้เรียบร้อยได้ไหม

[2]**will** ❶ *n.* Ⓐ *(faculty)* เจตนารมณ์, เจตจำนง *(ร.บ.)*; **freedom of the ~:** ความอิสระของเจตนารมณ์; **have a ~ of one's own** มีเจตนารมณ์เป็นของตนเอง; **an iron ~, a ~ of iron** เจตนารมณ์ที่มุ่งมั่นจริงจัง; **strength of ~:** ความเข้มแข็งของเจตนารมณ์; Ⓑ *(Law.: testament)* พินัยกรรม; **under his father's ~:** ภายใต้พินัยกรรมของพ่อเขา; ➡ **+ remember** D; Ⓒ *(desire)* **at ~:** ตามความปรารถนา; **~ to live** ความปรารถนาที่จะมีชีวิตอยู่; **you must have the ~ to win** คุณต้องมีความปรารถนาที่จะชนะ; **~ to** *or* **for peace** ความปรารถนาในสันติภาพ; **he has the power to do it, but lacks the ~:** เขามีอำนาจที่จะทำมัน แต่ไม่มีความเข้มแข็งพอ; **against one's/sb.'s ~:** ขัดกับความต้องการของตน/*ค.น.*; **of one's own [free] ~:** ตามความปรารถนาของตน; **clash of ~s** ความขัดแย้งของความต้องการ/ความปรารถนา; **do sth. with a ~:** ทำ *ส.น.* ด้วยความตั้งใจสูง; **where there's a ~ there's a way** *(prov.)* ถ้ามีความปรารถนาจริงก็จะหาหนทางปฏิบัติได้; **Thy ~ be done** *(Bibl.)* จงเป็นไปตามพระประสงค์ของพระผู้เป็นเจ้า; ➡ **+ free will**; Ⓓ *(disposition)* **with the best ~ in the world** ไม่ว่าความตั้งใจของคนจะดีสักแค่ไหน; ➡ **+ good will; ill will**

❷ *v.t.* Ⓐ *(intend)* ตั้งใจ, มีความประสงค์; **God has ~ed it so** พระเจ้าทรงมีพระประสงค์ให้มันเป็นดังนั้น; Ⓑ *(compel by ~)* บังคับ; **~ oneself to do sth.** บังคับตนเองให้ทำ *ส.น.*; **~ sb. to do sth.** *(นักสะกดจิต, หมอโรคจิต)* แนะนำ/สะกดจิต *ค.น.* ให้ทำ *ส.น.*; **~ sb. to win** เอาใจช่วยให้ *ค.น.* เอาชนะ

❸ *v.i.* มีความประสงค์; **if God so ~s, God ~ing** ถ้าพระเจ้าจะประสงค์ดังนั้น

-willed /wɪld/วิลดฺ/ *adj. in comb.* **strong-/weak-~:** ใจแข็ง/อ่อน; **be iron-~:** มีจิตใจแข็งแกร่ง

willful *(Amer.)* ➡ **wilful** *etc.*

William /'wɪlɪəm/'วิลเลียม/ *pr. n. (Hist., as name of ruler etc.)* ชื่อผู้ปกครองในประวัติศาสตร์

willies /'wɪlɪz/'วิลลิซ/ *n. pl. (coll.)* **sb. gets the ~:** *ค.น.* ประสาทเสีย; **it gives me the ~:** มันทำให้ฉันประสาทเสีย

willing /'wɪlɪŋ/'วิลลิง/ ❶ *adj.* Ⓐ *(ready)* เต็มใจ, พร้อม; **ready and ~:** พร้อมและเต็มใจ; **be ~ to do sth.** พร้อมที่จะทำ *ส.น.*; **I'm ~ to believe you're right** ฉันพร้อมที่จะเชื่อว่าคุณถูก; **she'd be more ~ to do it/to help if ...:** เธอจะเต็มใจทำมัน/ช่วยมากกว่านี้ถ้า ...; **he was ~ to be converted** เขาพร้อมที่จะเปลี่ยนใจ; **if my daughter is ~, then you may marry her** ถ้าลูกสาวของฉันเต็มใจ คุณก็แต่งงานกับเธอได้; Ⓑ *attrib. (readily offered)* ที่ทำให้ด้วยความเต็มใจ; **she gave ~ assistance/help** เธอให้ความช่วยเหลือด้วยความเต็มใจ; **lend a ~ hand** ช่วยเหลือด้วยความเต็มใจ

❷ *n.* **show ~:** แสดงความเต็มใจ

willingly /'wɪlɪŋlɪ/'วิลลิงลิ/ *adv.* Ⓐ *(with pleasure)* ด้วยความยินดี; **their ~ offered services** การบริการด้วยความเต็มใจของพวกเขา; Ⓑ *(voluntarily)* อย่างเต็มอกเต็มใจ; **they did not come ~:** พวกเขาทั้งหลายไม่ได้มาอย่างเต็มใจ

willingness /'wɪlɪŋnɪs/'วิลลิงนิซ/ *n., no pl.* ความเต็มใจ; **eager ~:** ความเต็มใจอย่างกระตือรือร้น; **he always shows ~ to help** เขาแสดงความเต็มใจที่จะช่วยเหลือเสมอ

will-o'-the-wisp /wɪləðə'wɪsp/วิลเลอะเทอะ'วิซพฺ/ *n.* Ⓐ ผีกระสือ; Ⓑ *(fig.)* คน *หรือ* สิ่งของที่จับต้องไม่ได้ *หรือ* ที่หลบหนีตลอด

willow /'wɪləʊ/'วิลโล/ *n.* ไม้จำพวกต้นสนุ่น *หรือ* ตะไคร้บก, ต้นหลิว

willow: **~herb** *n. (Bot.)* ต้นไม้ที่มีใบเหมือนต้นหลิวในสกุล *Epilobium* ดอกชมพูอมม่วง; **~ pattern** *n.* เครื่องถ้วยลายครามแบบจีน *(มักมีต้นหลิว)*; **~ warbler** *n. (Ornith.)* นกขนาดเล็ก *Phylloscopus trochilus* ร้องเพราะ

willowy /'wɪləʊɪ/'วิลโลอิ/ *adj.* ผอมเรียว, สะโอดสะอง

'will power *n.* กำลังใจ; **her ~ has cracked** กำลังใจของเธอพังทลายลง

willy /'wɪlɪ/'วิลลิ/ *n. (coll./child lang.)* เจี๊ยว *(ภ.พ.)*

willy-nilly /wɪlɪ'nɪlɪ/วิลิ'นิลลิ/ *adv.* ไม่ว่าจะชอบหรือไม่ก็ตาม; **it will happen ~:** มันจะเกิดขึ้นไม่ว่าจะชอบหรือไม่ก็ตาม

wilt /wɪlt/วิลทฺ/ ❶ *v.i.* Ⓐ *(Bot.: wither)* เหี่ยวเฉา; Ⓑ *(fig.: lose vigour)* *(คน)* สูญเสียกำลังวังชา, เสียพลังงาน ❷ *v.t. (Bot.)* ทำให้เหี่ยวเฉา; **the drought has ~ed the plants** ความแห้งแล้งทำให้ต้นไม้เหี่ยวเฉา

Wilton /'wɪltən/'วิลเทิน/ *n.* พรมชนิดหนา

wily /'waɪlɪ/'ไวลิ/ *adj.* เจ้าเล่ห์, มีเล่ห์กล

wimp /wɪmp/วิมพฺ/ *n. (coll. derog.)* คนอ่อนแอ, คนไม่เอาไหน

wimpish /'wɪmpɪʃ/'วิมพิช/ *adj. (coll. derog.)* *(พฤติกรรม)* อ่อนแอไม่เอาไหน

win /wɪn/วิน/ ❶ *v.t.*, **-nn-, won** /wʌn/วัน/ Ⓐ ชนะ *(การแข่งขัน, การถกเถียง)*; ได้รับ *(การขอบคุณ, การชมเชย)*; **~ the long jump** ชนะการกระโดดไกล; **~ an argument/debate** ชนะการโต้เถียง/การโต้วาที; **~ promotion** ได้รับการเลื่อนตำแหน่ง; **~ sb. sth.** ได้ *ส.น.* มาให้ *ค.น.*; **~ sb.'s friendship** ได้เป็นเพื่อนของ *ค.น.*; **her sad story won his sympathy** เรื่องเศร้าของเธอทำให้เธอได้รับความเห็นอกเห็นใจจากเขา; **~ a reputation [for oneself]** สร้างชื่อเสียง [ให้ตนเอง]; **~ sth. from** *or* **off sb.** ได้ *ส.น.* มาจาก *ค.น.*; **you can't ~ them all** *(coll.)*, **you ~ some, you lose some** *(coll.)* คุณต้องยอมได้อย่างเสียอย่าง; ➡ **+ spur** 1 A; **toss** 3 A; Ⓑ *(coll.: steal)* ขโมย; Ⓒ **~ one's way to the top** *(fig.)* ไต่เต้าจนขึ้นไปถึงตำแหน่งสูงสุด; **~ one's way to a scholarship** ได้รับทุนการศึกษา; **~ oneself a place in the history books** ประสบความสำเร็จจนมีชื่อจารึกไว้ในประวัติศาสตร์; **~ one's way into sb.'s heart/affections** ชนะใจ/ได้รับความรักใคร่จาก *ค.น.*; Ⓓ *(Mining)* ได้รับ *(สินแร่)* จากเหมือง

❷ *v.i.*, **-nn-, won** Ⓐ ชนะ; *(in battle)* ชนะการต่อสู้; **you ~** *(have defeated me)* คุณเป็นผู้ชนะ; **those who ~:** บุคคลซึ่งเป็นผู้ชนะ; **~ or lose** ไม่ว่าจะชนะหรือแพ้; **you can't ~** *(lit. or fig.) (coll.)* ไม่มีทางประสบผลสำเร็จ; *(you can't satisfy everyone)* คุณไม่สามารถทำให้ทุกคนพึงพอใจได้; ➡ + **canter** 1; **hand** 1 G; **head** 1 A; Ⓑ **~ clear/free** ชนะด้วยความพยายาม
❸ *n.* ชัยชนะ; **have a ~:** มีชัยชนะ

~ 'back *v.t.* ชิงคืนมา

~ 'out *v.i. (coll.)* **~ out [over sb./sth.]** เอาชนะ [ค.น./ส.น.]

~ 'over, ~ 'round *v.t.* เอาชนะใจ/ชักจูงใจ; *(to one's side)* ชักจูงให้เป็นพวกเดียวกัน; *(convince)* ชักจูงให้เชื่อ; **~ sb. over** *or* **round a plan/to a faith/to one's point of view** ชักจูง ค.น. ให้คล้อยตามไปกับแผน/ความศรัทธา/ทัศนะความคิดเห็นของตน

~ 'through *v.i.* ฝ่าฟันอุปสรรค; **~ through to the next round** ชนะไปถึงรอบต่อไป

wince /wɪns/วินซฺ/ ❶ *v.i.* สะดุ้ง *หรือ* ไหวกายด้วยความเจ็บปวด; **she did not ~ when the dentist started drilling** เธอไม่แสดงอาการเจ็บเมื่อทันตแพทย์เริ่มต้นกรอฟัน; **he ~d under the pain/the insult** เขาแสดงความสะเทือนใจจากความเจ็บปวด/การดูหมิ่น ❷ *n.* การแสดงอารมณ์เจ็บปวด; **give a ~ [of pain]** แสดงอาการเจ็บปวด; **without a ~:** ปราศจากการสะดุ้งสะเทือน

winceyette /wɪnsɪ'et/วินซิ'เอ็ท/ *n. (Brit. Textiles)* ผ้าสักหลาดที่ใช้ตัดชุดนอน

winch /wɪntʃ/วินฉฺ/ ❶ *n.* Ⓐ *(crank)* มือ *หรือ* แกนหมุน; Ⓑ *(Brit. Fishing)* รอกของคันเบ็ดตกปลา; Ⓒ *(windlass)* เครื่องกว้าน ❷ *v.t.* ยก *หรือ* กว้านขึ้นด้วยแกนหมุน; **~ up** ยก *หรือ* กว้านขึ้นด้วยแกนหมุน

[1]**wind** /wɪnd/วินดฺ/ ❶ *n.* Ⓐ ลม; **before the ~** *(Naut.)* (เรือ) ที่แล่นไปตามลม; **be in the ~** *(fig.)* กำลังจะเกิดขึ้น; **down the ~:** ไปตามลม; **see how** *or* **which way the ~ blows** *or* **lies** *(fig.)* รอดูลาดเลาของสถานการณ์; **into the ~** *(Naut.)* สู้ลม, ต้านลม, ฝ่าลม; **off the ~** *(Naut.)* ให้กราบท้ายถูกลม (ตามลมเฉียง ๆ); **like the ~:** รวดเร็วปานสายลม; **sail close to** *or* **near the ~:** แล่นเรือเข้าต้านแรงลม; *(fig.)* การประพฤติที่เป็นอันตราย *หรือ* เกือบจะผิดกฎหมาย; **sail too close to** *or* **near the ~** *(fig.)* แมลงเม่าบินเข้ากองไฟ, แกว่งเท้าหาเสี้ยน; **take the ~ out of sb.'s sails** *(fig.)* ทำให้ ค.น. เสียแผนเพราะทันอุบายเขา; **throw sb.'s advice to the ~s** ไม่สนใจคำแนะนำของ ค.น.; **throw caution/discretion/one's principles to the ~s** เลิกสนใจข้อควรระวัง/ข้อระมัดระวัง/หลักการของตน; **to the [four] ~s** ไปทุกทิศทุกทาง; **the ~[s] of change** สิ่งที่ทำให้เกิดการเปลี่ยนแปลง; ➡ + **whirlwind** A; Ⓑ *no pl. (Mus.) (stream of air) (in organ)* ลมที่เป่าเข้าไปให้เกิดเสียง; *(in other instruments)* ลมที่เป่าเข้าไป; *(instruments)* อุปกรณ์ดนตรีประเภทเครื่องเป่า; Ⓒ *no pl. (blast of air)* ระเบิดออกของลมหรืออากาศ; *(of missile)* แรงลมจากขีปนาวุธ; Ⓓ *(Hunting)* ได้กลิ่น (เหยื่อ); **get ~ of sth.** *(fig.)* ได้ยินข่าวลือเกี่ยวกับ ส.น.; Ⓔ *no pl., no indef. art. (flatulence)* มีลมในท้อง; **break ~:** ผายลม; **get/have the ~ up** *(coll.)* ตกใจ, ประสาท; **put the ~ up sb.** *(coll.)* ทำให้ ค.น. ตกใจกลัว; Ⓕ *(breath)* **lose/have lost one's ~** หอบ, เหนื่อย; **recover** *or* **get one's ~:** หายใจปกติอีกครั้ง, หายเหนื่อย; **you need a lot of ~ to run such a long distance** คุณต้องใช้แรงมากในการวิ่งระยะไกลเช่นนั้น; **get one's second ~** *(lit.)* กลับมาหายใจเป็นปกติหลังจากการหอบ; *(fig.)* ฟื้นตัว; **pause to get one's second ~** *(fig.)* หยุดพักเพื่อให้ฟื้นตัว; Ⓖ *no pl., no art. (empty words)* คำพูดที่ไม่มีความหมาย
❷ *v.t.* Ⓐ *(make breathless)* ทำให้หายใจไม่ออก; **the blow ~ed him** หมัดชกทำให้เขาหายใจไม่ออก; **be ~ed** หายใจไม่ออก; **he was ~ed by the blow to his stomach** การถูกชกท้องทำให้เขาหายใจไม่ออก; Ⓑ *(burp)* ทำให้เด็กทารกเรอ

[2]**wind** /waɪnd/วายนฺดฺ/ ❶ *v.i.*, **wound** /waʊnd/วาวนฺดฺ/ Ⓐ *(curve)* เป็นทางคดเคี้ยว; *(move)* เคลื่อนที่เป็นเส้นทางโค้ง, คดไปเคี้ยวมา; **the road wound through/among the hills** ถนนคดเคี้ยวไปมาระหว่างเนินเขา; Ⓑ *(coil)* หมุนพันเป็นก้อนกลม ❷ *v.t.*, **wound** Ⓐ *(coil)* ขด, พัน, ม้วน; *(on to reel)* พัน (ด้าย, เชือก ฯลฯ); **~ wool into a ball** ม้วนผ้าขนสัตว์เป็นก้อนกลม; **~ sth. off sth./on [to] sth.** คลาย ส.น. ออกจาก ส.น.; พัน ส.น. รอบ ส.น.; **~ sb. round one's finger** ทำให้ ค.น. ทำตามอย่างง่ายดาย; Ⓑ *(with key etc.)* ไขลาน (นาฬิกา ฯลฯ); Ⓒ **~ one's/it's way** เดินคดเคี้ยวไปตามทาง/คดไปเคี้ยวมา; **a road ~ing its way among the mountains** ถนนที่คดเคี้ยวไปท่ามกลางภูเขา; Ⓓ *(coil into ball)* ขดม้วน (เชือก, ด้าย, ผ้า, ขนสัตว์) เป็นก้อนกลม; Ⓔ *(surround)* พันรอบ; *(cover with coil)* พันรอบ; **he wound the injured arm in a piece of cloth** เขาใช้ผ้าพันรอบแขนที่บาดเจ็บ; Ⓕ *(winch)* กว้านขึ้น ❸ *n.* Ⓐ *(curve)* ทางโค้ง; Ⓑ *(turn)* รอบหนึ่งของการม้วน/ไข/พัน; **give sth. a ~:** หมุน/ไข ส.น. หนึ่งรอบ; **give the clock one more ~:** ไขนาฬิกาอีกรอบหนึ่ง

~ 'back *v.t. & i.* หมุน/ไขกลับ

~ 'down ❶ *v.t.* Ⓐ *(lower)* หมุนลง (มู่ลี่, หน้าต่างรถยนต์); Ⓑ *(fig.: reduce gradually)* ค่อย ๆ ลดน้อยลง; *(and cease)* ค่อย ๆ หยุดไป ❷ *v.i. (lose momentum)* สูญเสียพลังผลักดัน; *(fig.)* (การผลิต) ลดลง; *(cease)* หยุด, เลิก

~ 'forward ➡ **~ on**

~ 'in *v.t.* ม้วนเข้ามา (สายเบ็ดตกปลา)

~ 'on *v.t. & i.* หมุน/กรอ (ฟิล์ม) ไปข้างหน้า

~ 'up ❶ *v.t.* Ⓐ *(raise)* หมุนให้สูงขึ้น; *(winch up)* ใช้เครื่องกว้านยกให้สูง; Ⓑ *(coil)* ม้วน, พัน (เส้นเชือก, ด้าย); Ⓒ *(with key etc.)* ไขลาน (นาฬิกา); Ⓓ *(make tense)* ทำให้เครียด; **get wound up** มีอารมณ์ตึงเครียด; **she was wound up to a fury** เธอถูกยั่วยุจนโกรธจัด; Ⓔ *(coll.: annoy deliberately)* มีเจตนากวนใจ; Ⓕ *(conclude)* สรุป (การอภิปราย); Ⓖ *(Finance, Law)* ชำระสะสางเรื่องราวและยุบ (บริษัท), ชำระบัญชีบริษัท; **~ up one's affairs** สะสางเรื่องของตนให้เรียบร้อย
❷ *v.i.* Ⓐ *(conclude)* สรุป; **he wound up for the Government** เขาเป็นคนแถลง/สรุปคนสุดท้ายของฝ่ายรัฐบาล; **he said, ~ing up: ...** เขากล่าวสรุป; **~ up with ice cream** ตบท้ายด้วยไอศกรีม; Ⓑ *(Commerc.)* (บริษัท) เลิกกิจการและชำระบัญชี; Ⓒ *(coll.: end up)* **~ up in prison/hospital** สิ้นสุดด้วยการจำคุก/อยู่ในโรงพยาบาล; **~ up with a broken leg** จบลงด้วยการขาหัก; ➡ + **wind-up**

wind /wɪnd/วินดฺ/: **~bag** *n. (derog.)* คนพูดมากแต่ไร้สาระ; **~ band** *n. (Mus.)* วงดนตรีประเภทเครื่องเป่า; *(section of orchestra)* ส่วนเครื่องเป่าของวงออเคสตรา; **~-blown** *adj.* ที่ถูกลมพัด; (ผม) ยุ่งเหยิงเพราะโดนลม; **~break** *n.* แนวป้องกันลม (ต้นไม้, รั้ว); **~breaker** *(Amer.)*, **~cheater** *(Brit.) ns.* เสื้อแจ็กเก็ตกันลม; **~chest** *n. (Mus.)* หีบอัดลมในเครื่องดนตรี; **~ chill** *n. (Meteorol.)* **~ chill [factor** *or* **index]** การที่อุณหภูมิลดลงอีกจากการโดนลม; **~ cone** ➡ **windsock**

winded /'wɪndɪd/'วินดิด/ *adj.* หายใจหอบ; **be ~:** หายใจหอบ *หรือ* หายใจไม่ออก (เพราะโดนชก)

winder /'waɪndə(r)/'วายนฺเดอะ(ร)/ *n. (of watch)* ปุ่มไขลาน; *(of clock, toy)* ลานไข; *(key)* กุญแจไขลาน

wind /wɪnd/วินดฺ/: **~fall** *n.* Ⓐ ผลไม้ที่ถูกลมพัดหล่นจากต้น; *(apple)* แอปเปิ้ลที่ถูกลมพัดหล่นจากต้น; Ⓑ *(fig.)* ลาภลอย; **repeated ~falls** โชคดีที่ไม่ได้คาดหวังและเกิดขึ้นซ้ำ, โชคสองชั้น; **~ farm** *n.* กลุ่มกังหันลมที่ผลิตพลังงาน; **~flower** *n. (Bot.)* พันธุ์ไม้ดอกสีขาวในสกุล *Anemone*; **~ force** *n. (Meteorol.)* แรงลม; **~ gauge** *n. (Meteorol.)* เครื่องวัดความเร็วของลม; **~hover** *n. (Ornith.)* เหยี่ยวขนาดเล็กชนิด *Falo tinnunculus*

winding /'waɪndɪŋ/'วายนฺดิง/ ❶ *attrib. adj.* คดเคี้ยว, วกวน, เป็นขด; **the ~ procession** แถวขบวนที่คดเคี้ยว ❷ *n.* Ⓐ *in pl. (of road, river)* การคดไปเคี้ยวมา; Ⓑ *(Electr.)* ขดลวดที่เป็นตัวนำพันรอบ

winding: ~ sheet *n.* ผ้าห่อศพ; **~ 'staircase** *n.* บันไดเวียน

wind /wɪnd/วินดฺ/: **~ instrument** *n. (Mus.)* เครื่องดนตรีประเภทเป่า; **~jammer** /'wɪnddʒæmə(r)/'วินดฺแจเมอะ(ร)/ *n. (Naut.)* เรือใบพาณิชย์ขนาดใหญ่

windlass /'wɪndləs/'วินดฺเลิซ/ *n.* เครื่องกว้าน

windless /'wɪndlɪs/'วินดฺลิซ/ *adj.* ไม่มีลม

windmill /'wɪndmɪl/'วินมิล/ *n.* Ⓐ กังหันลม; **tilt at** *or* **fight ~s** *(fig.)* ต่อสู้กับศัตรูที่ไม่มีตัวตน; Ⓑ *(toy)* กังหันลมของเล่น

window /'wɪndəʊ/'วินโด/ *n.* Ⓐ หน้าต่าง; **break a ~:** ทำกระจกแตก; (ขโมย) ทุบกระจกเข้ามา; **go out of the ~** *(fig. coll.)* ไม่นำมาพิจารณาอีกต่อไป; Ⓑ *(fig.: means of observation)* **a ~ on the West/world** การสังเกตโลกตะวันตก/โลกภายนอก; **a ~ on life** การสังเกต *หรือ* เรียนรู้ชีวิต; Ⓒ *(for display of goods)* หน้าต่างแสดงสินค้า; Ⓓ *(for issue of tickets etc.)* ช่องหน้าต่าง; Ⓔ *(Astronaut.: time when launch is possible)* ช่วงเวลาที่มีโอกาส; Ⓕ *(Computing)* วินโดว์ (ท.ศ.), หน้าต่าง

window: ~ box *n.* กระถางต้นไม้ยาวแคบบนริมหน้าต่าง; **~ cleaner** *n.* ➤ 489 คนรับจ้างทำความสะอาดหน้าต่าง; **~ cleaning** *n.* การทำความสะอาดหน้าต่าง; **~ display** *n.* การจัดแสดงสินค้าทางหน้าต่างร้าน; **~ dresser** *n.* ➤ 489 คนจัดตกแต่งหน้าต่างแสดงสินค้า; **~ dressing** *n.* การจัดตกแต่งหน้าต่างแสดงสินค้า; *(fig.)* การแสดงข้อเท็จจริงให้ดูดีกว่าความเป็นจริง; **~ envelope** *n.* ซองจดหมายแบบมีช่องใส; **~ frame** *n.* กรอบหน้าต่าง; **~ ledge** *n. (inside)* ธรณีหน้าต่างด้านใน; *(outside)* ธรณีหน้าต่างด้านนอก; **~ pane** *n.* กระจกหน้าต่าง; **~ seat** *n. (in building)* ม้านั่งติดหน้าต่าง; *(in*

1025 **windowshopper | wipe**

train etc.) ที่นั่งริมหน้าต่าง; **~shopper** *n.* คนที่ชอบเดินดูของตามหน้าร้าน; **~ shopping** *n.* การเดินดูของตามหน้าร้าน; **go ~ shopping** เดินดูของตามหน้าร้าน; **~ sill** ➡ **~ ledge**

wind /wɪnd/วินดฺ/: **~pipe** *n. (Anat.)* หลอดลม; **~ power** *n.* แรงลม; **~ proof** *adj.* ป้องกันลม; **~proof jacket** เสื้อแจ็กเก็ตกันลม; **~ pump** *n.* เครื่องสูบลม; **~ rose** *n. (Meteorol.)* แผนภูมิแสดงความแรงของลม; **~screen,** *(Amer.)* **~shield** *ns. (Motor Veh.)* กระจกหน้ารถยนต์; **~screen/shield wiper** ที่ปัดน้ำฝน; **~ sleeve, ~sock** *ns. (Aeronaut.)* ถุงผ้าใบเปิดรูไว้ทั้งสองด้านผูกติดไว้บนยอดเสาเพื่อแสดงทิศทางลม; **~surfer** *n.* คนเล่นกระดานโต้คลื่น, คนเล่นวินด์เซิร์ฟ *(ท.ศ.)*; **~surfing** *n. (Sport.)* การเล่นกระดานโต้คลื่น, การเล่นวินด์เซิร์ฟ *(ท.ศ.)*; **~swept** *adj. (สถานที่)* ถูกลมพัดแรง; *(ผม)* ยุ่งเหยิงจากถูกลมพัด; **the ~swept lake** ทะเลสาบที่มีลมพัดแรง; **~ tunnel** *n. (Aeronaut.)* อุโมงค์ทดสอบลม

wind-up /'waɪndʌp/'วายนฺดัพ/ *n.* Ⓐ *(end)* การจบ, การลงเอย; Ⓑ *(coll.: attempt to annoy)* ความพยายามก่อกวน; **is this a ~?** นี่เป็นการก่อกวนหรือเปล่า

windward /'wɪndwəd/'วินดฺเวิด/ ❶ *adj.* **~ side** ด้านลมพัด; **in a ~ direction** ในทิศทางที่ต้านลม; **W~ Islands** *pr. n. pl.* หมู่เกาะวินด์เวิร์ด *(ท.ศ.) (เป็นส่วนหนึ่งของหมู่เกาะเวสท์อินดีส)* ❷ *adv.* ด้านลมพัด, ทางลมพัด ❸ *n.* ด้านหรือทิศทางที่ลมพัด; **sail to ~:** แล่นเรือต้านลม; **get to ~ of sth.** ไปอยู่ใกล้ทิศทางลมมากกว่า *ส.น.*

windy /'wɪndɪ/'วินดิ/ *adj.* Ⓐ *(เมือง, จุด)* ที่มีลมแรง; Ⓑ *(wordy, empty) (คำพูด, การพูด)* น้ำท่วมทุ่ง, ไม่มีสาระ; **he is ~ and ineffectual** เขาเป็นคนพูดมากแต่ทำไม่เคยสำเร็จ; Ⓒ *(coll.: frightened)* **be/get ~:** ตื่นตกใจ

Windy City *pr. n. (Amer.)* เมืองชิคาโก

wine /waɪn/วายนฺ/ *n.* Ⓐ เหล้าองุ่น, เหล้าไวน์ *(ท.ศ.)*; **~, women, and song** ดื่มเหล้าไวน์เคล้านารีและฟังดนตรี; **put new ~ in old bottles** *(fig.)* เหล้าใหม่ในขวดเก่า, เนื้อหาใหม่ในรูปแบบเก่า; ➡ + **spirit** 1 K; Ⓑ *(colour)* สีแดงเข้ม

wine: ~ and 'dine *v.t.* เลี้ยงอย่างหรูหรา; **be ~d and dined at sb.'s expense** ได้รับการพาไปเลี้ยงดูแลอย่างหรูหราโดย *ค.น.*; **~ bar** *n.* บาร์ที่บริการไวน์; **~ bottle** *n.* ขวดไวน์; **~ cellar** *n.* ห้องเก็บไวน์; **~ cooler** *n.* เครื่องแช่ไวน์ให้เย็น; **~glass** *n.* แก้วไวน์; **~grower** *n.* ➤ 489 เกษตรกรที่ปลูกองุ่นไว้ผลิตไวน์; **~growing** ❶ *n.* การปลูกองุ่นไว้ผลิตไวน์ ❷ *adj.* **~growing area** พื้นที่ปลูกองุ่น; **~ list** *n.* รายการไวน์; **~-making** *n.* การผลิตไวน์; **~ merchant** *n.* ➤ 489 พ่อค้าไวน์; **~ 'red** *adj.* สีแดงเข้ม

winery /'waɪnərɪ/'วายเนอริ/ *n.* โรงกลั่นไวน์, สถานที่ผลิตไวน์

wine: ~ taster *n.* ➤ 489 คนชิมไวน์; **~ tasting** /'waɪnteɪstɪŋ/'วายนฺเทซทิง/ *n.* การชิมไวน์; **~ vault** *n.* อุโมงค์เก็บไวน์; **~ 'vinegar** *n.* น้ำส้มที่ทำจากไวน์; **~ waiter** *n.* ➤ 489 บริกรที่แนะนำและเสิร์ฟไวน์

wing /wɪŋ/วิง/ ❶ *n.* Ⓐ *(Ornith., Archit., Sport)* ปีก; **take ~:** บินไป; **on the ~:** ในขณะกำลังบิน; **spread** *or* **stretch one's ~s** *(fig.)* พัฒนากำลังอำนาจของตนอย่างเต็มที่; **take sb. under one's ~:** นำ *ค.น.* มาอยู่ภายใต้การดูแลคุ้มครอง; **lend sb. ~s/lend ~s to sb.'s feet** เร่ง *ค.น.* ให้ก้าวหน้าเร็วขึ้น; **on a ~ and a prayer** *(fig.)* โดยมีโอกาสสำเร็จน้อยมาก; Ⓑ *(Aeronaut.)* ปีก; **~s** *(badge)* ปีกตราหรือเหรียญตราของนักบิน; **get/have [got] one's ~s** *(นักบิน)* ได้ติดเหรียญตราประดับยศแล้ว; Ⓒ *in pl. (Theatre)* ปีกด้านข้างของเวทีละคร *(ที่คนดูมองไม่เห็น)*; **wait in the ~s** *(fig.)* รอโอกาสของตน; Ⓓ *(Brit. Motor Veh.)* แผ่นบังโคลนของรถยนต์; Ⓔ *(Air Force)* หน่วยบัญชาการกองทัพอากาศ ❷ *v.t.* Ⓐ *(wound)* ทำให้ *(ปีกหรือแขน)* ได้รับบาดเจ็บ; Ⓑ *(fig.: speed)* เร่งให้เร็วขึ้น; Ⓒ *(fly)* **~ one's way** บินไป ❸ *v.i.* บิน

wing: ~ case *n. (Zool.)* ปีกหน้าแข็งของแมลงบางชนิด; **~ chair** *n.* เก้าอี้มีปีกตรงพนักสองข้าง; **~ 'collar** *n.* คอปกเสื้อตั้งตรงของผู้ชายมีมุมพับลง; **~ commander** *n. (Brit. Air Force)* นาวาอากาศโท

wingding /'wɪŋdɪŋ/'วิงดิง/ *n. (Amer. coll.)* Ⓐ *(party)* งานเลี้ยงที่รื่นเริงอย่างเต็มที่; Ⓑ *(seizure)* การแสร้งชักดิ้นชักงอ; **throw a ~:** แสร้งทำเป็นชักดิ้นชักงอ

winged /wɪŋd/วิงดฺ/ *adj.* Ⓐ *(having wings)* มีปีก; Ⓑ *(wounded) (ปีกหรือแขน)* ได้รับบาดเจ็บ

-winged *adj. in comb.* มีปีก *(ในลักษณะใดลักษณะหนึ่ง)*; **white-/black-/short-/long-~:** มีปีกสีขาว/ดำ/สั้น/ยาว

winger /'wɪŋə(r)/'วิงเงอะ(ร)/ *n. (Sport)* ผู้เล่นในตำแหน่งปีก

wing: ~ mirror *n. (Brit. Motor Veh.)* กระจกมองข้าง; **~ nut** *n.* แป้นเกลียวมีปีกสองข้าง; **~-span, ~spread** *ns.* ระยะช่วงปีก; **~ tip** *n.* ปลายปีก

wink /wɪŋk/วิงคฺ/ ❶ *v.i.* Ⓐ *(blink)* กะพริบตา *(ข้างเดียว)*; *(as signal)* ส่งสัญญาณโดยกะพริบตา; **~ at sb.** กะพริบตาข้างเดียวให้ *ค.น.*; **be as easy as ~ing** ง่ายเหมือนปอกกล้วย; **do sth. as easy as ~ing** *(coll.)* ทำ *ส.น.* อย่างง่ายมาก; Ⓑ *(twinkle, flash) (แสงไฟ ฯลฯ)* ส่องแสงระยิบระยับ, กะพริบ; Ⓒ **~ at sth.** *(fig.: ignore)* เพิกเฉย หรือ เมินเฉย *ส.น.* ❷ *v.t.* Ⓐ **~ one's eye/eyes** กะพริบตา; *(as signal)* ส่งสัญญาณโดยกะพริบ; Ⓑ *(flash)* ส่อง *(แสงไฟ, สัญญาณ)* เป็นจังหวะ ❸ *n.* Ⓐ การกะพริบตา; *(signal)* การส่งสัญญาณ; **give sb. a [secret/sly/knowing** *etc.***] ~:** กะพริบตาอย่างส่งสัญญาณ [ลับ/เล่ห์กล/รู้กัน ฯลฯ] ให้กับ *ค.น.*; ➡ + ²**tip** 2 D; Ⓑ **not get a ~ of sleep, not sleep a ~:** ไม่ได้นอนหลับเลยแม้แต่ชั่วขณะเดียว

winker /'wɪŋkə(r)/'วิงเคอะ(ร)/ *n. (Motor Veh.)* ไฟเลี้ยวกะพริบ

winkle /'wɪŋkl/'วิงค'ล/ ❶ *n.* หอยโข่งทะเลที่รับประทานได้ ❷ *v.t.* **~ out** คุ้ยออกมา; **~ sth. out of sb.** *(fig.)* คุ้ยข้อมูล *ส.น.* จาก *ค.น.* อย่างยากเย็น

'winkle-picker *n. (coll.)* รองเท้าปลายแหลม

winner /'wɪnə(r)/'วินเนอะ(ร)/ *n.* Ⓐ ผู้ชนะ; *(of competition or prize)* ผู้ชนะ, ผู้ได้รับรางวัล; *(winning goal)* ประตูที่ให้ชัยชนะ; **who is the ~ in this deal?** ใครเป็นผู้ได้เปรียบในการต่อรองนี้; Ⓑ *(successful thing)* สิ่งที่ประสบความสำเร็จ; **you're on [to] a ~ with this idea/book** *(coll.)* คุณจะประสบความสำเร็จด้วยความคิด/หนังสือเล่มนี้

winning /'wɪnɪŋ/'วินนิง/ *adj.* Ⓐ *attrib.* มีชัยชนะ; **~ team** ทีมชนะ; **the ~ captain** กัปตันที่มีชัยชนะ; Ⓑ *attrib. (bringing victory)* ที่นำพาชัยชนะ; **~ number** ตัวเลขที่นำพาชัยชนะ; **the ~ entry** ใบสมัคร/บัตร/ข้อเสนอที่นำพาชัยชนะ; Ⓒ *(charming)* มีเสน่ห์, ดึงดูดความสนใจ

winningly /'wɪnɪŋlɪ/'วินนิงลิ/ *adv. (การยิ้ม)* อย่างมีเสน่ห์, อย่างดึงดูดความสนใจ

'winning post *n. (Sport)* หลักชัย

winnings /'wɪnɪŋz/'วินนิงซฺ/ *n. pl.* เงินที่ได้ชนะมา (จากการเล่นการพนัน)

winnow /'wɪnəʊ/'วินโน/ *v.t. (Agric.)* ฝัดแกลบข้าวออก, ร่อนข้าว; *(fig.)* คัดสิ่งไม่ดีออก

~ 'out *v.t. (Agric.)* ร่อน *(แกลบ ฯลฯ)* ออกจากเมล็ด

wino /'waɪnəʊ/'วายโน/ *n., pl.* **~s** *(coll.)* ขี้เมา, คนขี้เหล้า

winsome /'wɪnsəm/'วินเซิม/ *adj.* ดึงดูดใจ, มีเสน่ห์; **a ~ couple** คู่สามีภรรยาที่ดูมีเสน่ห์; **look ~:** ดูน่าดึงดูดใจ

winter /'wɪntə(r)/'วินเทอะ(ร)/ ❶ *n.* ➤ 789 ฤดูหนาว, หน้าหนาว; **in [the] ~:** ในฤดูหนาว; **last/next ~:** ฤดูหนาวที่แล้ว/ในปีหน้า; **the ~ of 1947-8** *or* **of 1947** ฤดูหนาวของปี 1947-8 หรือ ปี 1947; **~'s day** วันในฤดูหนาว ❷ *attrib. adj. (เสื้อ)* หนาว; *(อากาศ)* หน้าหนาว ❸ *v.i. (สัตว์)* ผ่านหน้าหนาว *(ข้างใน)*

winter: ~ garden *n.* สวนไม้ฤดูหนาว; สวนในเรือนกระจก; **~green** *n. (Bot.) (Pyrola)* พันธุ์ไม้ที่ออกดอกสีขาวทรงระฆัง

winterize (**winterise**) /'wɪntəraɪz/'วินเทอะรายซฺ/ *v.t.* ปรับให้ทนต่อ/ทำงานในสภาพอากาศหนาวได้

winter: ~ 'jasmine ➡ **jasmin[e]**; **W~ O'lympics** ➡ **Olympics**; **~ 'quarters** *n. pl. (Mil.)* ค่ายประจำฤดูหนาว; **~ 'sleep** *n.* การจำศีล *(ของสัตว์บางชนิด)*; **~ 'solstice** ➡ **solstice** A; **~ 'sport** *n.* Ⓐ *usu. in pl.* กีฬาฤดูหนาว *(เช่น สกี, สเกตน้ำแข็ง)*; Ⓑ *(particular sport)* กีฬาฤดูหนาวอันใดอันหนึ่ง; **~time** *n.* ช่วงฤดูหนาว; **in [the] ~time** ในฤดูหนาว; **~-weight** *adj. (Textiles)* หนา; **the coat is ~-weight** เสื้อโค้ตตัวนี้หนาพอที่จะกันหนาวได้

wintry /'wɪntrɪ/'วินทริ/ *adj.* Ⓐ เป็นลักษณะของฤดูหนาว; *(ลม)* เยือกเย็น; **~ shower** หิมะที่ตกเป็นช่วงสั้น; **cold and ~:** หนาวและมีหิมะตก; Ⓑ *(fig.) (การยิ้ม, การทักทาย)* ที่เย็นชา

win-win /wɪn wɪn/วิน วิน/ *adj.* **to be in a ~ situation** อยู่ในสถานการณ์ที่ทุกคนได้ผลประโยชน์เท่าเทียมกัน

wipe /waɪp/ไวพฺ/ ❶ *v.t.* Ⓐ เช็ดถูทำความสะอาด; *(dry)* เช็ดให้แห้ง; **~ one's mouth** เช็ดปาก; **~ one's brow/eyes/nose** เช็ดคิ้ว/ตา/จมูก; **~ one's feet/shoes** เช็ดเท้า/รองเท้าของตน; **~ sb./sth. clean/dry** เช็ด *ค.น./ส.น.* ให้สะอาด/แห้ง; ➡ + **floor** 1 A; Ⓑ *(get rid of)* กำจัดออก; ลบ *(เทป)*; ล้าง *(ข้อมูล)*; **~ one's/sb.'s tears/the tears from one's/sb.'s eyes** เช็ดน้ำตาจากตาของตน/*ค.น.*; **~ sb./sth. off the face of the earth** กำจัด *ค.น./ส.น.* ให้พ้นจากโลก; **~ that smile off your face!** เลิกยิ้มอย่างนั้นเสียที; **I'll soon ~ the smile off your face** เดี๋ยวฉันจะทำให้คุณเลิกยิ้มแน่; ➡ + **map** 1 B ❷ *n.* Ⓐ การเช็ดถู; **give sth. a ~:** เช็ดถู *ส.น.* ให้สะอาดแห้ง; **this glass/your face needs a ~:** น่าจะเช็ดแก้วใบนี้/หน้าของคุณสักหน่อย; Ⓑ *(tissue)* ผ้า/กระดาษเช็ดหน้า

~ a'way *v.t.* เช็ด/ถูออก; **~ away a tear/one's tears** เช็ดน้ำตา

~ 'down *v.t.* เช็ดให้สะอาด; *(dry)* เช็ดให้แห้ง

W

~ **'off** *v.t.* Ⓐ *(remove)* เช็ดออก; ลบ *(เทป)*; *(pay off)* จ่ายให้หมด *(หนี้สิน)*

~ **'out** *v.t.* Ⓐ *(clean)* เช็ดให้สะอาด; Ⓑ *(remove)* กำจัด; *(erase)* ลบทิ้งไป; Ⓒ *(cancel)* ยกเลิก; Ⓓ *(destroy, abolish)* ทำลาย *(ผู้ก่อการร้าย)*; ลบล้าง *(การทุจริต, คนกลุ่มหนึ่ง)*; Ⓔ *(coll.: murder)* ฆาตกรรม

~ **'over** *v.t.* เช็ด, ถู

~ **'up** ❶ *v.t.* Ⓐ เช็ด; Ⓑ *(dry)* เช็ด (จาน ฯลฯ) ให้แห้ง ❷ *v.i.* เช็ดให้แห้ง

wiper /'waɪpə(r)/'ไวเพอะ(ร)/ *n.* Ⓐ *(Motor Veh.)* ที่ปัดน้ำฝน; Ⓑ *(Electr.)* *ส่วนประกอบที่หมุนหรือเลื่อน เพื่อให้เกิดวงจรไฟฟ้าระหว่างขั้วไฟฟ้าต่าง ๆ*

'wiper blade *n. (Motor Veh.)* ใบปัดน้ำฝน

wire /waɪə(r)/วายเออะ(ร)/ ❶ *n.* Ⓐ ลวด; **go down to the ~** *(fig.)* ผลลัพท์ที่ยังไม่แน่นอนจนวินาทีสุดท้าย; **this test of nerves will go down to the ~:** การทดสอบความกล้า จะต้องทนถึงจุดสุดท้าย; **pull ~s** *(fig.)* = **pull strings** ➡ **string** 1 A; Ⓑ *(barrier)* ลวดกีดขวาง; *(fence)* ตาข่ายลวด; ➡ + **mesh** 1 B; Ⓒ *(Electr., Teleph.)* สายไฟ; **a piece** *or* **length of ~:** สาย *(ไฟ, โทรศัพท์)* จำนวนหนึ่ง; **telephone/telegraph ~:** สายโทรศัพท์/โทรเลข; **the ~s were humming** สายโทรศัพท์กำลังดัง; **get one's** *or* **the ~s crossed** *(fig.)* สับสนและเข้าใจผิด; ➡ + **live wire**; Ⓓ *(coll.: telegram)* โทรเลข

❷ *v.t.* Ⓐ *(fasten with ~)* ผูกมัดด้วยลวด; *(stiffen with ~)* เสริมลวดให้แข็ง; **~ sth. together** มัด *ส.น.* เข้าด้วยกันด้วยลวด; Ⓑ *(Electr.)* **~ sth. to sth.** ติดตั้งวงจรไฟฟ้า *ส.น.* เข้ากับ *ส.น.*; **~ a house** *(lay wiring circuits)* ติดตั้งวงจรไฟฟ้าในบ้าน; **is the house ~d for a telephone?** ที่บ้านติดตั้งสายโทรศัพท์หรือเปล่า; **~ a studio for sound** ติดตั้งสายเครื่องเสียงในห้องบันทึก; Ⓒ *(coll.: telegraph)* **~ sb.** ส่งโทรเลขถึง *ค.น.*; **~ money** ส่งเงินไปทางโทรเลข

❸ *v.i. (coll.)* ส่งโทรเลข; **she ~d for him to come** เธอส่งโทรเลขเรียกเขามา

~ **'up** *v.t. (Electr.)* ติดตั้งวงจรไฟฟ้า

wire: ~ **'brush** *n.* แปรงลวด *(สำหรับทำความสะอาดพื้นผิวแข็ง เช่น โลหะ)*; ~ **cutters** *n. pl.* คีมตัดลวด

wired /waɪəd/วายเอิด/ *(coll.) adj.* ❶ เครียด, ประสาท ❷ เมายามาก ❸ *(Computing)* เชื่อมต่อได้

wire: ~ **gauge** *n.* Ⓐ *(instrument)* เครื่องวัดเส้นผ่าศูนย์กลางของเส้นลวด; Ⓑ *(series of sizes)* ชุดขนาดมาตรฐานต่าง ๆ ของเส้นลวด; **~-haired** *adj. (Zool.)* *(สุนัข)* มีขนแข็งหยาบ

wireless /'waɪəlɪs/'วายเออะลิซ/ ❶ *adj. (Brit.)* ➡ **radio** 2 A ❷ *n.* Ⓐ *(Brit.)* เครื่องวิทยุ; Ⓑ *(telegraphy)* วิทยุโทรเลข; **by ~:** โดยวิทยุโทรเลข

wireless: ~ **set** *n. (Brit. dated)* เครื่องรับวิทยุ; ~ **te'legraphy** *n.* วิทยุโทรทัศน์

wire: ~ **'netting** ➡ **netting** B; ~ **'rope** *n.* ลวดเกลียว; ~ **strippers** *n. pl.* คีมปอกสายไฟ; **~tapping** ➡ **phonetapping**; ~ **'wheel** *n. (Motor Veh.)* ล้อรถยนต์ที่มีซี่ลวด; ~ **'wool** *n.* ก้อนเส้นลวดเล็ก ๆ ใช้ทำความสะอาด; **~worm** *n. (Zool.)* ตัวอ่อนของแมลงปีกแข็งในวงศ์ Elateridae ที่เป็นอันตรายต่อพืช

wiring /'waɪərɪŋ/'วายเออะริง/ *n., no pl., no indef. art. (Electr.)* ระบบวงจรไฟฟ้า

'wiring diagram *n. (Electr.)* ผังเดินสายไฟ

wiry /'waɪərɪ/'วายเออะริ/ *adj.* *(ไม้)* เหนียวแข็งและดัดไปมาได้; *(คน)* ผอมแต่แข็งแรง

wisdom /'wɪzdəm/'วิซเดิม/ *n., no pl.* Ⓐ สติปัญญา, ความรู้ถ่องแท้; **worldly ~:** ความมีประสบการณ์ความรู้ทางโลก; Ⓑ *(prudence)* ความเฉลียวฉลาด; **where is the ~ of such a move/in doing that?** การกระทำเช่นนั้นฉลาดตรงไหน; **her words are always full of ~:** คำพูดของเธอเต็มไปด้วยสติปัญญาเสมอ; **words of ~:** คำพูดที่ชาญฉลาด; *(advice)* คำแนะนำที่มีเหตุผล

'wisdom tooth *n.* ฟันกราม

¹wise /waɪz/วายซฺ/ *adj.* Ⓐ มีสติปัญญา, ฉลาด; **be ~ after the event** รู้ดีหลังเกิดสถานการณ์; Ⓑ *(prudent)* เฉลียวฉลาดรอบคอบ; **the ~ thing to do would be to ...:** ถ้าจะให้ฉลาดก็จะต้อง...; **you'd be ~ to ignore it** ถ้าคุณทำเฉย ๆ เสียจะฉลาดกว่า; Ⓒ *(informed)* **be none the** *or* **no/not much ~r** ไม่มี/ไม่ค่อยมีข้อมูลมากไปกว่าเดิม; **without anyone's being any the ~r** โดยไม่มีใครสังเกตอะไร; Ⓓ *(coll.: aware)* **be ~ to sb./sth.** รู้ทัน *ค.น./ส.น.*; **be ~ to what's going on** รู้ว่ากำลังมีอะไรเกิดขึ้น; **she was ~ to the fact that ...:** เธอรู้ความจริงว่า...; **get ~ to sb./sb.'s tricks** รู้เรื่อง *ค.น.*/เล่ห์กลของ *ค.น.*; **get ~ to sth.** เข้าใจ *ส.น.*; **get ~ to sb.'s plans** รู้เกี่ยวกับแผนการของ *ค.น.*; **put sb. ~ to sth.** เปิดหูเปิดตา *ค.น.* เกี่ยวกับ *ส.น.*; **put sb. ~ to sb.** ทำให้ *ค.น.* รู้นิสัยแท้จริงของ *ค.น.*

~ **'up** *(Amer. coll.)* ❶ *v.t.* **~ sb. up [to sth.]** ทำให้ *ค.น.* เข้าใจ [เกี่ยวกับ *ส.น.*]; **I'd like to ~ you up to him** ฉันอยากจะให้คุณรู้นิสัยแท้จริงของเขา ❷ *v.i.* **~ up to sth.** รู้เกี่ยวกับ *ส.น.*; **~ up to sb./sb.'s tricks** รู้นิสัยแท้จริงของ *ค.น.*/รู้ทันเล่ห์กลของ *ค.น.*

²wise *n. (arch.: manner)* วิถีทาง, ท่าทาง

-wise *adv. in comb.* Ⓐ *(in the direction of)* ไปตามทาง; **length~:** ตามทางยาว; **clock~:** ตามเข็มนาฬิกา; Ⓑ *(coll.: as regards)* ในแง่ของ; **weather~:** ในแง่ของสภาพอากาศ; **health~:** ในแง่ของสุขภาพ

wise: **~acre** *n.* คนอวดรู้; **~crack** *(coll.)* ❶ *n.* คำพูดหลักแหลมคมคาย; **make a ~crack** พูดอะไรที่หลักแหลมคมคาย ❷ *v.i.* พูดตลก (**about** เกี่ยวกับ); ~ **guy** *n. (coll.)* คนรู้มาก, ผู้สันทัดกรณี

wisely /'waɪzlɪ/'วายซฺลิ/ *adv.* Ⓐ อย่างมีสติปัญญา; **live ~:** มีชีวิตอย่างมีสติปัญญา; Ⓑ *(prudently)* อย่างเฉลียวฉลาด

wise 'man *n.* พ่อมด; *(arch.: magician)* นักมายากล; **the Three Wise Men** *(Bibl.)* กษัตริย์ทั้งสามที่มาเฝ้าพระเยซูเมื่อแรกประสูติ

wish /wɪʃ/วิช/ ❶ *v.t.* Ⓐ ➤ **403** *(desire, hope)* ปรารถนา, อยาก, หวัง; **I ~ I was** *or* **were rich** ฉันอยากจะเป็นคนรวย; **I do ~ he would come** ฉันอยากให้เขามามาก; **I ~ you would shut up** ฉันอยากให้คุณหุบปากเสียที; **it is to be ~ed that ...** *(formal)* ใคร ๆ ก็มุ่งหวังว่า...; **'~ you were here'** *(on postcard)* 'อยากให้คุณอยู่ที่นี่ด้วยเหลือเกิน'; Ⓑ *with inf. (want)* อยาก, ต้องการ; **do you really ~ me to go?** คุณต้องการให้ฉันไปจริง ๆ หรือ; **I ~ to go** ฉันอยากไป; **I ~ you to stay** ฉันต้องการให้คุณอยู่; **I ~ it [to be] done** ฉันต้องการให้มันเสร็จลุล่วง; Ⓒ ➤ **403** *(say that one hopes sb. will have sth.)* ขอให้ *ค.น.* โชคดี; **~ sb. luck/success** ขอให้ *ค.น.* โชคดี/ประสบความสำเร็จ; **~ sb. good morning/a happy birthday** กล่าวสวัสดีกับ *ค.น.*/สุขสันต์วันเกิด *ค.น.*; **~ sb. ill/well** หวังร้าย/ดีกับ *ค.น.*; **I ~ him no harm** ฉันไม่ได้หวังร้ายอะไรกับเขา; Ⓓ *(foist)* **~ sb./sth. on sb.** *(coll.)* ฝากภาระ *ค.น./ส.น.* ให้กับ *ค.น.* ❷ *v.i.* ภาวนา, อธิษฐาน; **come on, ~!** เอาเลย อธิษฐาน; **~ for sth.** ภาวนาที่จะได้ *ส.น.*; **or is that too much to ~ for?** *(iron.)* หรือว่านั่นเป็นการหวังมากเกินไปหรือเปล่า; **what more could one ~ for?** คนเราจะปรารถนาอะไรมากไปกว่านี้; **they have everything they could possibly ~ for** พวกเขามีทุกสิ่งทุกอย่างที่น่าพึงปรารถนา; **she ~ed for something to happen** เธออธิษฐานให้ *ส.น.* เกิดขึ้น

❸ *n.* Ⓐ ➤ **519** ความปรารถนา, ความหวัง; **her ~ is that ...:** ความปรารถนาของเธอก็คือว่า...; **I have no [great/particular] ~ to go** ฉันไม่ได้อยากไป [เท่าไหร่/เป็นพิเศษ]; **I have no ~ for fame/anything** ฉันไม่ต้องการชื่อเสียง/สิ่งใด ๆ ทั้งสิ้น; **make a ~:** อธิษฐาน; **the ~ is father to the thought** *(prov.)* คนเราเชื่อเรื่องบางเรื่องเพราะเราอยากให้เรื่องนั้น ๆ เป็นจริง; **your ~ is my command** *(joc.)* ฉันจะทำตามที่คุณปรารถนาทุกประการ; **send sb. one's best ~es for a speedy recovery** ส่งความปรารถนาดีให้ *ค.น.* หายป่วยเร็ว ๆ; **she sends you her good/best ~es** เธอส่งความปรารถนาดีมาให้คุณ; **with best/[all] good ~es, with every good ~:** ด้วยความปรารถนาดี; Ⓑ *(thing desired)* **get** *or* **have one's ~:** ได้รับสิ่งที่ตนปรารถนา; **at last he has [got] his ~:** ในที่สุดเขาก็ได้สิ่งที่เขาปรารถนา

~ **a'way** *v.t.* อยากให้ *ส.น.* หายไปจนสิ้น

'wishbone *n. (Ornith.)* กระดูกรูปแฉกระหว่างคอและอกของนก

wishful /'wɪʃfl/'วิชฟ'ล/ *adj.* ที่ปรารถนา; **~ thinking** ความหวังที่ไม่น่าจะเป็นไปได้

'wish-fulfilment *n. (Psych.)* *การเพ้อฝันเพื่อตอบสนองความปรารถนาของจิตใต้สำนึก*

'wishing well *n.* *บ่อน้ำเพื่อโยนเหรียญลงไปและอธิษฐาน*

wishy-washy /'wɪʃɪwɒʃɪ/'วิชชิวอชิ/ *adj.* *(น้ำชา, น้ำซุป)* เจือจาง, มีน้ำมากเกินไป; *(fig.)* *(คุณภาพ, บุคลิกลักษณะ)* อ่อนแอ, อ่อนปวกเปียก

wisp /wɪsp/วิซพฺ/ *n. (of straw)* ฟางสองสามเส้น; **~ of hair** ผมปอยเล็ก ๆ; **~ of cloud/smoke** เปลวเมฆ/ควันเบาบาง; **she is just a ~ of a girl** เธอเป็นเด็กหญิงผ่ายผอมตัวเล็ก ๆ

wispy /'wɪspɪ/'วิซพิ/ *adj.* เบาบาง, ไม่กี่เส้น; **~ clouds/smoke** เปลวเมฆ/ควันจาง ๆ

wistaria /wɪ'steərɪə/วิ'ซเตเรีย/, **wisteria** /wɪ'stɪərɪə/วิ'ซเตียเรีย/ *n. (Bot.)* พันธุ์ไม้เลื้อยที่มีดอกเป็นพวงสีม่วงอ่อน

wistful /'wɪstfl/'วิซทฟ'ล/ *adj.* *(คน, บุคลิกท่าทาง ฯลฯ)* ที่เต็มไปด้วยความโศกเศร้า, ที่ว้าเหว่

wistfully /'wɪstfəlɪ/'วิซทุเฟอะลิ/ *adv.* เต็มไปด้วยความโศกเศร้า, อย่างว้าเหว่

wistfulness /'wɪstflnɪs/'วิซทฟ'ลนิซ/ *n., no pl.* ความโศกเศร้า, ความว้าเหว่; **a look/an expression full of ~:** ท่าทาง/สีหน้าที่เต็มไปด้วยความโศกเศร้า

¹wit /wɪt/วิท/ *n.* Ⓐ *(humour)* การมีอารมณ์ขบขัน; **have a ready ~:** เป็นคนอารมณ์ขัน; Ⓑ *(intelligence)* สติปัญญา, ความเฉลียวฉลาด; **battle of ~s** การท้าทายกันทางสติปัญญา; **be at one's ~'s** *or* **~s' end** จนปัญญา; **he was at his ~'s** *or* **~s' end to know what to do next** เขา

จนปัญญาไม่รู้ว่าจะทำอะไรต่อไปดี; **collect** *or* **gather one's ~s** รวบรวมสติปัญญา, สงบสติอารมณ์; **drive sb. out of his/her ~s** ทำให้ *ค.น.* ขาดสติ; **frighten** *or* **scare sb. out of his/her ~s** ทำให้ *ค.น.* กลัวแทบตาย; **be frightened** *or* **scared out of one's ~s** กลัวแทบตาย; **have/keep one's ~s about one** เตรียมพร้อมสำหรับทุกอย่างที่จะลงมือกระทำ; **live by one's ~s** อยู่ได้ด้วยวิธีที่ชาญฉลาด; Ⓒ *(person)* บุคคลที่ตลกขบขันอย่างฉลาด

²wit *v.i.* **to ~:** เช่น, ดังรายชื่อต่อไป

witch /wɪtʃ/วิฉ/ *n. (lit. or fig.)* แม่มด; ➡ + **sabbath** C

witch: ~craft *n., no pl.* การใช้เวทมนตร์คาถา; **~ doctor** *n.* หมอผี, หมอที่รักษาคนป่วยด้วยเวทมนตร์คาถา; **~ hazel** ➡ **wych hazel**; **~-hunt** *n. (lit.)* การล่าหญิงที่เชื่อว่าเป็นแม่มด; *(fig.)* การรณรงค์ต่อต้านกลุ่มที่มีความคิดที่แหวกแนวหรือต่อต้านกระแสสังคม

witching /ˈwɪtʃɪŋ/วิฉฉิง/ *adj.* **the ~ hour** ตอนเที่ยงคืน *(เวลาที่เคยเชื่อว่าแม่มดออกหาเหยื่อ)*

with /wɪð/วิท/ *prep.* Ⓐ ด้วย, กับ; **put sth. ~ sth.** วาง *ส.น.* ร่วมกับ *ส.น.*; **have no pen to write ~:** ไม่มีปากกาเขียน; **I'll be ~ you in a minute** เดี๋ยวอีกแป๊ปเดียวฉันก็จะมา; **a frontier ~ a country** พรมแดนของประเทศใดประเทศหนึ่ง; **be ~ it** *(coll.)* ทันสมัย; **not be ~ sb.** *(coll.: fail to understand)* ไม่เข้าใจ *ค.น.*; **I'm not ~ you** *(coll.)* ฉันไม่เข้าใจคุณ; **he that is not ~ me is against me** ใครที่ไม่ได้เป็นพวกเดียวกับฉัน ถือว่าเป็นฝ่ายตรงข้าม; **be one ~ sb./sth.** เห็นด้วยกับ *ค.น./ส.น.*; Ⓑ *(in the care or possession of)* มี, ติดตัว; **I have no money ~ me** ฉันไม่มีเงินติดตัวเลย; Ⓒ *(owing to)* เนื่องจาก, ด้วย; **tremble ~ fear** สั่นเทาด้วยความกลัว; Ⓓ *(displaying)* ด้วย; **~ courage** ด้วยความกล้าหาญ; **handle ~ care** ระวัง ของแตกได้ Ⓔ *(while having)* ในขณะที่; **sleep ~ the window open** นอนเปิดหน้าต่าง; **speak ~ one's mouth full** พูดในขณะที่ยังมีอาหารเต็มปาก; Ⓕ *(in regard to)* **be patient ~ sb.** อดทนกับ *ค.น.*; **have influence ~ sb.** มีอิทธิพลกับ *ค.น.*; **what do you want ~ me?** คุณต้องการอะไรกับฉัน; **how are things ~ you?** คุณเป็นอย่างไรบ้าง; **what can he want ~ it?** เขาจะเอามันไปทำอะไร; Ⓖ *(at the same time as, in the same way as)* พร้อม; **~ that** พร้อมกันนั้น; Ⓗ *(employed by)* ทำงานที่; Ⓘ *(despite)* แม้ว่า; ➡ + **²will** 1 D

withal /wɪˈðɔːl/วิˈทอล/ *(arch.) adv.* ยิ่งไปกว่านั้น, ในเวลาเดียวกัน

with'draw ❶ *v.t., forms as* **draw** 1: Ⓐ *(pull back, retract)* ดึงกลับ, ถอนกลับ; Ⓑ *(remove)* ย้ายออก, ถอนออก; *(fig.)* ถอน *(กำลัง)* **(from** จาก); **~ sth. from circulation/an account** ดึง/ถอน *ส.น.* ออกจากการหมุนเวียน/ถอนเงินจากบัญชี ❷ *v.i., forms as* **draw** 1, 2 ถอนตัว

withdrawal /wɪðˈdrɔːəl/วิทˈดรอเอิล/ *n.* Ⓐ การดึงกลับ, การถอนกลับ; Ⓑ *(removal) (of privilege)* การเพิกถอน; *(of troops, money)* การถอน; **make a ~ from the bank** ถอนเงินจากธนาคาร; Ⓒ *(from drugs)* การอด; **~ symptoms** อาการอยากยา

with'drawal slip *n.* ใบถอนเงิน

with'drawn *adj. (unsociable)* ไม่ชอบเข้าสังคม

withe /wɪθ, wɪð, waɪð/วิธ, วิท, วายทฺ/ *n.* กิ่งไม้เหนียว *(โดยเฉพาะจำพวกหลิว)*

wither /ˈwɪðə(r)/วิทเทอะ(ร)/ ❶ *v.t.* Ⓐ *(shrivel)* ทำให้แห้งเหี่ยว; **the plants had been ~ed by the heat** ต้นไม้ถูกความร้อนทำให้เหี่ยวเฉา; **age cannot ~ her** *(literary)* อายุไม่ได้ทำให้เธอดูร่วงโรย; Ⓑ *(overwhelm with scorn)* ลบหลู่ดูหมิ่น ❷ *v.i.* แห้งเหี่ยว, เหี่ยวเฉา

~ a'way *v.i. (lit. or fig.)* เสื่อมลง, ผุพัง

~ 'up ➡ ~ 2

withered /ˈwɪðəd/วิทเทิด/ *adj. (ใบไม้, ดอกไม้)* แห้งเหี่ยว, เหี่ยวเฉา

withering /ˈwɪðərɪŋ/วิทเทอะริง/ *adj.* ซึ่งลบหลู่ดูหมิ่น

witheringly /ˈwɪðərɪŋlɪ/วิทเทอะริงลิ/ *adv.* อย่างลบหลู่ดูหมิ่น

withers /ˈwɪðəz/วิทเทิซ/ *n. pl.* สันระหว่างกระดูกสะบักของม้า

with'hold *v.t. forms as* **²hold** Ⓐ *(refuse to grant)* ปฏิเสธที่จะให้; Ⓑ *(hold back)* ยึดหน่วง, เหนี่ยวรั้ง; ปิดบัง *(ความจริง)*; **~ sth. from sb.** ยึดหน่วง *ส.น.* จาก *ค.น.*

with'holding tax *n. (Amer.)* ภาษีหัก ณ ที่จ่าย

within /wɪˈðɪn/วิˈทิน/ ❶ *prep.* Ⓐ *(on the inside of)* ภายใน; **~ myself/yourself** *etc.* ภายในตัวของฉัน/คุณ *ฯลฯ*; **~ doors** ข้างในบ้าน; **her heart sank ~ her** *(literary)* เธอหมดกำลังใจ; ➡ + **wheel** 1 A; Ⓑ *(not beyond)* ภายใน; **~ the meaning of the Act** *etc.* ภายในความหมายแห่งพระราชบัญญัติ *ฯลฯ*; **stay/be ~ the law** อยู่ภายใต้กฎหมาย; **~ oneself** ไม่เกินความสามารถของตน; ➡ + **'bound** 1 A; **means** B; **reason** 1 B; Ⓒ *(not farther off than)* **~ eight miles of sth.** ภายในระยะทางแปดไมล์ของ *ส.น.*; **we were ~ eight miles of our destination when ...:** เราอยู่ภายในระยะทางแปดไมล์จากจุดหมายปลายทางเมื่อ...; ➡ + **sight** 1 F; Ⓓ *(subject to)* ภายใต้; **work ~ certain conditions** ทำงานภายใต้เงื่อนไขบางอย่าง; Ⓔ *(in a time no longer than)* ภายใน, ไม่เกิน; **~ an/the hour** ภายในหนึ่งชั่วโมง ❷ *adv. (arch./literary)* Ⓐ *(inside)* ภายใน; Ⓑ *(in spirit)* ในจิตใจ, ในตัวเอง

without /wɪˈðaʊt/วิˈเทาท/ ❶ *prep.* Ⓐ ปราศจาก, โดยมิได้; **~ doing sth.** โดยไม่ได้ทำ *ส.น.*; **can you do it ~ his knowing?** คุณสามารถทำโดยที่เขาไม่รู้ได้ไหม; **~ end** โดยไม่มีที่สิ้นสุด, โดยไม่จบ; Ⓑ *(arch.: outside)* ข้างนอก ❷ *adv. (arch./literary)* Ⓐ *(outside)* ข้างนอก; Ⓑ *(in outward appearance)* ภายนอก ❸ *conj. (arch./coll.)* **you're not coming in here ~ you've been invited** คุณห้ามเข้ามาโดยไม่ได้รับเชิญ

with'stand *v.t., forms as* **stand** 1, 2: ทนทาน *(ความร้อนจัด)*; ยืนกราน *(การร้องเรียน)*

withy /ˈwɪðɪ/วิทธิ/ ➡ **withe**

witless /ˈwɪtlɪs/วิทลิซ/ *adj.* Ⓐ *(foolish)* โง่เขลา; Ⓑ *(insane)* บ้าคลั่ง; Ⓒ *(dull-witted)* ไร้ปัญญา

witness /ˈwɪtnɪs/วิทนิซ/ ❶ *n.* Ⓐ พยาน **(of,** to ต่อ, แห่ง); **be a ~ against oneself** เป็นพยานให้การปรักปรำตัวเอง; **as God is my ~** *(fig.)* ขอให้พระเจ้าเป็นสักขีพยาน; Ⓑ ➡ **eyewitness**; Ⓒ *no pl. (evidence)* หลักฐาน; **bear ~ to** *or* **of sth.** *(บุคคล)* เป็นหลักฐานพิสูจน์ *ส.น.*; *(fig.)* เป็นหลักฐานของ *ส.น.*; Ⓓ *no pl. (confirmation)* **in ~ of sth.** ในการยืนยัน *ส.น.*; **call sb. to ~:** เรียก *ค.น.* เพื่อการยืนยัน; Ⓔ *no pl. (proof)* **~ to** *or* **of sth.** การพิสูจน์ *ส.น.* ❷ *v.t.* Ⓐ *(see)* **~ sth.** เป็นพยานของ *ส.น.*; **sth. is ~ed by sb.** *ค.น.* เห็นเป็นพยาน *ส.น.*; **~ scenes of brutality** เป็นพยานของเหตุการณ์ความโหดร้าย; **they have ~ed many changes** พวกเขาได้ผ่านการเปลี่ยนแปลงต่าง ๆ มากมาย; Ⓑ *(attest genuineness of)* เป็นพยานยืนยัน *(ลายเซ็น, เอกสาร, ความถูกต้อง)*; ➡ + **hand** 1 L ❸ *v.i.* **~ against/to sth.** เป็นพยานคัดค้าน/ยืนยัน *ส.น.*

witness: ~ box *(Brit.)*, **~ stand** *(Amer.) ns.* คอกพยาน

witter /ˈwɪtə(r)/วิทเทอะ(ร)/ *v.i. (Brit. coll.)* **~ [on]** พูดเรื่อยเปื่อยโดยไม่หุบปาก

witticism /ˈwɪtɪsɪzm/วิททิซิซฺ'ม/ *n.* คำคม, คำพูดหลักแหลม, คำพูดตลก

wittily /ˈwɪtɪlɪ/วิททิลิ/ *adv.* อย่างมีไหวพริบ, อย่างหลักแหลม

wittiness /ˈwɪtɪnɪs/วิททินิซ/ *n., no pl.* ความมีไหวพริบ, ความเฉลียวฉลาด

witting /ˈwɪtɪŋ/วิททิง/ *adj.* ตั้งใจ, ชี้ตัว

wittingly /ˈwɪtɪŋlɪ/วิททิงลิ/ *adv.* อย่างตั้งใจ, อย่างรู้ตัว

witty /ˈwɪtɪ/วิททิ/ *adj.* Ⓐ ที่แสดงไหวพริบ; Ⓑ *(possessing wit)* ตลกขบขัน

wives *pl. of* **wife**

wizard /ˈwɪzəd/วิซเชิด/ ❶ *n.* Ⓐ *(sorcerer)* พ่อมด; Ⓑ *(very skilled person)* คนที่มีทักษะความชำนาญมาก **(at** ใน); **she's a ~ with a computer** เธอมีทักษะความชำนาญมากในเรื่องคอมพิวเตอร์ ❷ *adj. (dated coll.)* วิเศษ

wizardry /ˈwɪzədrɪ/วิซเซอะดริ/ *n.* Ⓐ *(sorcery)* เวทมนตร์คาถา; Ⓑ *(seemingly magical technique)* เทคนิคที่ดูเหมือนเป็นมายา; **footballing ~:** เทคนิคการเล่นฟุตบอลที่ยอดเยี่ยม

wizened /ˈwɪzənd/วิซเซินดฺ/ *adj. (คน, ใบหน้า)* ดูเหี่ยวย่น

wk. *abbr.* **week**

WNW /westnɔːθˈwest/เว็ซทนอธˈเว็ซทฺ/ *abbr.* ➤ **191 west-north-west**

woad /wəʊd/โวด/ *n.* ต้นไม้ชนิด *Isatis tinctorina* สามารถสกัดทำสีย้อมสีน้ำเงิน

wobble /ˈwɒbl/วอบ'ล/ ❶ *v.i.* Ⓐ *(rock)* สั่นโยกเยก; *(เข็มทิศ)* แกว่งไปมา; **I was wobbling like a jelly** ฉันมือไม้สั่นไปหมด; Ⓑ *(go unsteadily)* เคลื่อนไปอย่างสั่นคลอน; Ⓒ *(fig.: waver)* กวัดแกว่งไปมา; Ⓓ *(quaver) (เสียง)* สั่น ❷ *n.* Ⓐ *(unequal motion)* การสั่นสะเทือน; **walk with a ~:** เดินไปด้วยการกะเผลก ๆ; **the front wheel has developed a ~:** ล้อหน้ามีอาการส่ายไปมา; Ⓑ *(change of direction, piece of vacillation)* การเปลี่ยนทิศทาง, การหันเห; Ⓒ *(quaver)* การสั่น; *(in voice)* การสั่นสะเทือน

wobbly /ˈwɒblɪ/วอบลิ/ *adj.* สั่นสะเทือน, กวัดแกว่งไปมา, โยกเยก

wodge /wɒdʒ/วอจ/ *n. (Brit. coll.)* **a ~ of press cuttings** ข่าวที่ตัดจากหนังสือพิมพ์ปึ๊งใหญ่; **a great ~ of cake/butter** ขนมเค้ก/เนยก้อนใหญ่

woe /wəʊ/โว/ *n. (arch./literary/joc.)* Ⓐ *(distress)* ความโศกเศร้าเสียใจ, ความสลดหดหู่; **a scene of ~ greeted her** เธอต้องเผชิญหน้ากับภาพแห่งความโศกเศร้า; **a tale of ~:** เรื่องราวของความสลดหดหู่; **~ is me!** ฉันแย่แล้ว; **~ betide you!** คุณระวังตัวให้ดีก็แล้วกัน; Ⓑ *in pl. (troubles)* ความยากลำบาก; **pour out one's ~s [to sb.]** เล่าความลำบาก [ให้ *ค.น.*]

woebegone /ˈwəʊbɪgɒn/โวบิกอน/ *adj.* ดูโศกเศร้าเสียใจ, ดูสลดหดหู่

woeful /ˈwəʊfl/โวฟ ˈล/ *adj.* Ⓐ *(deplorable)* แย่มาก, เลวร้ายมาก; Ⓑ *(distressed)* โศกเศร้าเสียใจ, สลดหดหู่

woefully /ˈwəʊfəlɪ/โวเฟอะลิ/ *adv.* Ⓐ *(deplorably)* อย่างแย่มาก, อย่างเลวร้ายมาก; Ⓑ *(in a distressed manner)* ด้วยความโศกเศร้าเสียใจ, ด้วยความสลดหดหู่

wog /wɒg/วอก/ *n. (sl. derog.)* ไอ้แขก, ไอ้มืด

wok /wɒk/วอค/ *n. (Cookery)* กระทะ

woke, woken ➡ ˈwake 1, 2

wold /wəʊld/โวลดฺ/ *n. (Geog.)* ที่ราบสูง, ที่ว่างเปล่า; **the Yorkshire W~s** ที่ราบสูงในยอร์กเชียร์

wolf /wʊlf/วุลฟฺ/ ❶ *n., pl.* **wolves** /wʊlvz/วุลวฺซฺ/ Ⓐ *(Zool.)* หมาป่า; **cry ~ [too often]** *(fig.)* พูดโกหก [มากเกินไป]; **keep the ~ from the door** *(fig.)* มีเงินพอเลี้ยงตัว; **be a ~ in sheep's clothing** *(fig.)* นักบุญใจบาป, คนปากปราศรัยน้ำใจเชือดคอ; **throw sb. to the wolves** *(fig.)* ปล่อยให้ ค.น. ถูกวิจารณ์โดยไม่สนใจ; Ⓑ *(coll.: sexually aggressive man)* ชายเจ้าเล่ห์; ➡ + lone wolf ❷ *v.t.* **~ [down]** กินอย่างตะกละตะกลาม

wolf: ~ cub *n.* Ⓐ *(Zool.)* ลูกหมาป่า; Ⓑ *(Brit. Hist.: Cub Scout)* ชื่อเดิมของ Cub Scout; **~ hound** *n.* สุนัขพันธุ์ใหญ่มากเดิมใช้ล่าหมาป่า

wolfish /ˈwʊlfɪʃ/ˈวุลฟิช/ *adj.* เหมือนหมาป่า; **a ~ hunger/appetite** ความหิวโหยแบบหมาป่า

ˈwolf pack *n. (Navy, Air Force)* กองเรือหรือกองบินประจัญบาน

wolfsbane /ˈwʊlfsbeɪn/ˈวุลฟฺซฺเบน/ *n. (Bot.)* ดอกไม้เล็ก ๆ สีเหลือง *Aconitum lycoctonum*

ˈwolf-whistle ❶ *n. เสียงผิวปากเพื่อชื่นชมว่าเซ็กซี่* ❷ *v.i.* ผิวปากใส่ผู้หญิง

wolverine (**wolverene**) /ˈwʊlvəri:n/ˈวุลเวอะรีน/ *n. (Zool.)* สัตว์ประเภทอีเห็น; *(fig.)* คนตะกละ

wolves *pl. of* **wolf 1**

woman /ˈwʊmən/ˈวุเมิน/ *n., pl.* **women** /ˈwɪmɪn/ˈวิมิน/ Ⓐ ผู้หญิง; *(more formal)* สตรี; **women and children first** ผู้หญิงและเด็กก่อน; **shut up, ~!** *(derog.)* อย่าพูดมากอีแก่; **a ~'s work is never done** งานของผู้หญิงไม่มีที่สิ้นสุด; **that ~'s work** นั่นเป็นงานของผู้หญิง; **women's page** หน้าสตรี *(ในหนังสือพิมพ์)*; **women's [toilet]** ห้องน้ำ/สุขาหญิง; **the shop sells women's clothing** ร้านจำหน่ายเสื้อผ้าสตรี; **he wears women's clothing** เขาชอบใส่เสื้อผ้าผู้หญิง; **the other ~:** ผู้หญิงที่เป็นชู้สาว; **~ of the streets** หญิงโสเภณี; ➡ + honest D; house 1 A; little 1A; old woman; past 2 B; world A; Ⓑ *attrib. (female)* หญิง; **~ friend** เพื่อนหญิง; **~ doctor** แพทย์หญิง; **a ~ driver** คนขับรถที่เป็นผู้หญิง; Ⓒ *no pl.* **[the] ~** *(an average ~)* พวกผู้หญิง; Ⓓ *(coll.: char~)* หญิงทำความสะอาด; Ⓔ *(arch.: female attendant)* นางสนม, ข้ารับใช้ของราชินี ฯลฯ; Ⓕ *(feminine emotions)* **the ~ in her** ความเป็นผู้หญิงของเธอ

ˈwoman-hater *n.* คนที่เกลียดผู้หญิง

womanhood /ˈwʊmənhʊd/ˈวุเมินฮุด/ *n., no pl.* ความเป็นผู้หญิง; **reach ~:** บรรลุความเป็นผู้หญิง, เป็นผู้หญิงอย่างแท้จริง

womanise, womaniser ➡ womanize, womanizer

womanish /ˈwʊmənɪʃ/ˈวุเมอะนิช/ *adj. (derog.) (ชาย)* กระตุ้งกระติ้งเหมือนผู้หญิง

womanize /ˈwʊmənaɪz/ˈวุเมอะนายซฺ/ *v.i. (ชาย)* เป็นเสือผู้หญิง; **with all his womanizing** ด้วยความเป็นเสือผู้หญิงของเขา

womanizer /ˈwʊmənaɪzə(r)/ˈวุเมอะไนเซอะ(ร)/ *n.* เสือผู้หญิง

woman: ~kind *n., no pl., no indef. art.* สตรีเพศ, ผู้หญิงโดยทั่วไป; **the whole of ~kind** สตรีเพศทั้งหมด; **~like** *adj.* เหมือนผู้หญิง

womanliness /ˈwʊmənlɪnɪs/ˈวุเมินลินิซ/ *n., no pl.* คุณสมบัติความเป็นกุลสตรี

womanly /ˈwʊmənlɪ/ˈวุเมินลิ/ *adj.* มีความเป็นกุลสตรี

woman's rights ➡ women's rights

womb /wu:m/วูม/ *n.* Ⓐ *(Anat.)* มดลูก; **the child in the ~:** เด็กในมดลูก; **in her ~:** ในมดลูกของเธอ; ➡ + fruit 1 D; Ⓑ *(fig.: place of development)* แหล่งของการพัฒนาปรับปรุง

wombat /ˈwɒmbæt/ˈวอมแบท/ *n. (Zool.)* สัตว์มีกระเป๋าหน้าท้อง คล้ายหมี มีขาสั้น พบในออสเตรเลีย

women *pl. of* **woman**

women: ~folk *n. pl.* พวกผู้หญิง, ผู้หญิงในครอบครัว; **~kind** ➡ womankind; **W~'s ˈInstitute** *n. (Brit.)* สภาสตรีแห่งสหราชอาณาจักร; **W~'s Lib** *(coll.)* ➡ W~'s Liberation; **W~'s Libber** /ˈwɪmɪnz ˈlɪbə(r)/วิมินซฺ ˈลิบเบอะ(ร)/ *n. (coll.) ผู้สนับสนุนให้สตรีมีสิทธิเท่าเทียมกับผู้ชาย;* **W~'s Libeˈration** *n.* การเคลื่อนไหวให้สตรีมีสิทธิเท่าเทียมกับผู้ชาย; **~'s movement** *n.* ขบวนการเพื่อเรียกร้องสิทธิสตรี; **~'s ˈrefuge** *n. บ้านพักฉุกเฉินสำหรับสตรีที่ถูกทำร้ายร่างกาย;* **~'s rights** *n.* สิทธิสตรี

won ➡ win 1, 2

wonder /ˈwʌndə(r)/ˈวันเดอะ(ร)/ ❶ *n.* Ⓐ *(extraordinary thing)* สิ่งมหัศจรรย์; **do** *or* **work ~s** ทำสิ่งมหัศจรรย์; *(fig.)* ประสบความสำเร็จอย่างงดงาม; **~s will never cease** *(iron.)* โอโห ไม่น่าเชื่อเลย *หรือ* มหัศจรรย์แท้ ๆ; **small** *or* **what** *or* **[it is] no ~ [that] ...:** ไม่ต้องประหลาดใจเลยว่า...; **the ~ is, ...:** สิ่งมหัศจรรย์คือ...; Ⓑ *(marvellously successful person)* คนที่ประสบความสำเร็จอย่างงดงาม; *(marvellously successful thing)* สิ่งที่สุดยอด; **boy/girl ~:** เด็กชาย/เด็กหญิงมหัศจรรย์; **the seven ~s of the world** สิ่งมหัศจรรย์ทั้งเจ็ดของโลก; Ⓒ *no pl. (feeling)* ความรู้สึกมหัศจรรย์; **a feeling of ~:** ความรู้สึกมหัศจรรย์; **be lost in ~:** หลงจมอยู่ในความพิศวง; **look at sb. in open-mouthed ~:** มองดู ค.น. ด้วยความพิศวงจนอ้าปากค้าง; ➡ + nine 1
❷ *adj.* มหัศจรรย์
❸ *v.i.* รู้สึกพิศวง, ประหลาดใจ; **that's not to be ~ed at** นั่นไม่ใช่สิ่งที่น่าประหลาดใจ; **I shouldn't ~ [if...]** *(coll.)* ฉันคิดว่ามันเป็นไปได้ [ถ้า...]; **Why do you ask? – Oh, I was ~ing** คุณถามทำไม อ๋อ ฉันแค่สงสัย; **I ~** *expr. agreement with another's doubts* เออ ฉันก็สงสัยเหมือนกัน; *expr. disagreement with another's assertion* ใช่หรือ; **I don't think we'll see him again. – I ~:** ฉันคิดว่าเราคงไม่เจอเขาอีก ฉันไม่แน่ใจหรอก
❹ *v.t.* Ⓐ สงสัย, อยากรู้; **I ~ what the time is** ฉันอยากรู้ว่ากี่โมงแล้ว; **I was ~ing what to do** ฉันไม่แน่ใจว่าควรทำอะไร; **I ~ whether I might open the window** ฉันจะเปิดหน้าต่างได้ไหม; **she ~ed if ...** *(enquired)* เธอถามว่า...; **I ~ if you'd mind if ...?** คุณจะรังเกียจไหมถ้า...; Ⓑ *(be surprised to find)* **~ [that] ...:** รู้สึกประหลาดใจ [ที่ว่า]...

wonderful /ˈwʌndəfl/ˈวันเดอะฟ ˈล/ *adj.* โดดเด่น, วิเศษ, มหัศจรรย์

wonderfully /ˈwʌndəfəlɪ/ˈวันเดอะเฟอะลิ/ *adv.* อย่างโดดเด่น, อย่างมหัศจรรย์; **~ beautiful** สวยงามอย่างน่าชื่นชมมาก; **~ charming** มีเสน่ห์มากมาย

wondering /ˈwʌndərɪŋ/ˈวันเดอะริง/ *adj.*, **wonderingly** /ˈwʌndərɪŋlɪ/ˈวันเดอะริงลิ/ *adv.* [อย่าง] น่าพิศวง, [อย่าง] น่าประหลาดใจ

ˈwonderland *n.* Ⓐ *(wonderful place)* แดนเนรมิต; Ⓑ *(fairyland)* สวรรค์

wonderment /ˈwʌndəmənt/ˈวันเดอะเมินทฺ/ *n., no pl.* ความประหลาดใจ, ความพิศวง; **say sth. in ~:** พูด ส.น. ด้วยความประหลาดใจ; **in ~ at** ด้วยความพิศวง; **her mouth was open in ~:** ปากของเธออ้าค้างด้วยความพิศวง

ˈwonder-worker *n.* ผู้สร้างความมหัศจรรย์

wondrous /ˈwʌndrəs/ˈวันเดริซ/ *adj.*, **wondrously** /ˈwʌndrəslɪ/ˈวันเดริซลิ/ *adv. (poet.)* [อย่าง] น่ามหัศจรรย์, [อย่าง] วิเศษ, [อย่าง] ดีเยี่ยม

wonky /ˈwɒŋkɪ/ˈวองคิ/ *adj. (Brit. coll.)* ไม่แข็งแรง, ไม่มั่นคง; *(crooked)* โค้งงอ; **a bit ~ [on one's legs]** เดินกะเผลกเล็กน้อย

wont /wəʊnt/โวนทฺ/ ❶ *pred. adj. (arch./literary)* มักจะ, เคยชิน; **as he was ~ to say** ดังที่เขามักจะกล่าว ❷ *n. (literary)* ความเคยชิน, กิจวัตร, ธรรมเนียม; **as was her ~:** ดังที่เป็นความเคยชินของเธอ

won't /wəʊnt/โวนทฺ/ *(coll.)* = will not; ➡ ˈwill

wonted /ˈwəʊntɪd/ˈโวนทิด/ *attrib. adj. (literary)* ที่เคยชินเป็นนิสัย, เป็นปกติวิสัย; **with one's ~ courtesy** ด้วยความสุภาพปกติของคน

woo /wu:/วู/ *v.t.* Ⓐ *(literary: court)* **~ sb.** เกี้ยวพาราสี ค.น.; Ⓑ *(seek to win)* แสวงหา *(ลูกค้า, ผู้ลงคะแนนเสียง)*; **~ away** *v.i.* ล่อมา; Ⓒ *(coax)* เกลี้ยกล่อม, คะยั้นคะยอ

wood /wʊd/วุด/ *n.* Ⓐ *in sing. or pl. (area with trees)* ป่าไม้; **sb. cannot see the ~ for the trees** *(fig.)* ค.น. ไม่สามารถเห็นประเด็นหลักเพราะหมกมุ่นกับรายละเอียด; **be out of the ~** *(Brit.) or (Amer.)* **~s** *(fig.)* รอดพ้นจากความยากลำบาก; Ⓑ *(substance, material)* ไม้; **touch ~** *(Brit.)*, **knock [on] ~** *(Amer.)* *เคาะไม้เพื่อหลีกเลี่ยงโชคร้าย;* **you'd better touch ~ when you say that** คุณควรจะแตะไม้ เมื่อคุณหลุดปากพูดออกไป; Ⓒ *(cask for beer, wine, etc.)* **from the ~:** จากถังไม้; **matured in the ~:** หมักจนได้ที่ในถังไม้; Ⓓ *(Bowls)* ลูกโบว์ลิ่งหนักที่ทำด้วยไม้; Ⓔ *(Golf)* ไม้กอล์ฟหัวไม้

wood: ~ anemone *n. (Bot.)* พันธุ์ไม้ชนิด *Anemone nemorosa* ที่มีดอกบานในฤดูใบไม้ผลิ; **~bind** /ˈwʊdbaɪnd/ˈวุดบายนุด/, **~bine** /ˈwʊdbaɪn/ˈวุดบายน/ *n. (Bot.)* Ⓐ *(wild honeysuckle)* ไม้เลื้อยดอกสีเหลืองหอม; Ⓑ *(Amer.: Virginia creeper)* ไม้เลื้อยที่เปลี่ยนใบเป็นสีแดงในฤดูใบไม้ร่วง; **ˈwood-burning** *attrib. adj.* ที่ใช้ไม้เป็นเชื้อเพลิง

wood: ~ carving *n. (craft, object)* การแกะสลักไม้, ไม้แกะสลัก; **~chuck** *n. (Zool.)* สัตว์

ชนิด *Marmota monax* ในทวีปอเมริกา; **~cock** *n. pl. same (Ornith.)* นกในสกุล *Scolopax* อาศัยในป่า ล่าเป็นอาหาร; **~craft** *n., no pl.* Ⓐ *(knowledge of forest conditions)* ความรู้เกี่ยวกับป่าไม้; Ⓑ *(skill in ~ work)* ทักษะในงานไม้; **~cut** *n. (Art)* ภาพพิมพ์ที่ใช้ไม้แกะเป็นแม่พิมพ์; **~cutter** *n.* ➤ **489** Ⓐ คนตัดไม้; Ⓑ *(Art)* คนแกะแม่พิมพ์ไม้

wooded /ˈwʊdɪd/ˈวุดดิด/ *adj.* เป็นป่า, มีต้นไม้มาก

wooden /ˈwʊdn/ˈวุด'น/ *adj.* Ⓐ ทำด้วยไม้; Ⓑ *(fig.: stiff)* แข็งทื่อ

wooden: ~head *n. (derog.)* คนโง่; **~headed** *adj. (derog.) (คน)* โง่; **~ 'horse** *n. (fig.)* ม้าไม้, ม้าไม้แห่งสงครามทรอย

woodenly /ˈwʊdnlɪ/ˈวุด'นลิ/ *adv. (การแสดง)* อย่างแข็งทื่อ; *(การมอง)* อย่างเฉยเมย

woodenness /ˈwʊdnnɪs/ˈวุด'นนิซ/ *n., no pl.* การทำด้วยไม้

wooden 'spoon ➡ **¹spoon 1 A**

wood: ~ hyacinth ➡ **hyacinth A**; **~land** /ˈwʊdlənd/ˈวุดเลินดฺ/ *n.* ป่าไม้; **~louse** *n. (Zool.)* แมลงตัวเล็ก ๆ ในสกุล *Oniscus* กัดกินไม้ผุ; **~man** /ˈwʊdmən/ˈวุดเมิน/ *n., pl.* **~men** /ˈwʊdmən/ˈวุดเมิน/ ➤ **489** คนดูแลและตัดป่าไม้; **~pecker** *n.* นกหัวขวาน; **~pigeon** *n.* นกเขาชนิด *Columba palumbas;* **~pile** *n.* กองไม้; **~pulp** *n.* เยื่อไม้ที่ใช้ทำกระดาษ; **~ruff** *n. (Bot.)* **[sweet] ~ruff** พันธุ์ไม้ในสกุล *Galium* มีดอกสีขาว; **~ screw** *n.* ตะปูควง; **~shed** *n.* โรงเก็บฟืน; **~ sorrel** *n. (Bot.)* ดอกไม้ชนิด *Oxalis acetosella* มีดอกขาวทางม่วง

woodsy /ˈwʊdzɪ/ˈวุดซิ/ *adj. (Amer.)* เหมือนหรือ เป็นป่าไม้

wood: ~wind *n. (Mus.)* เครื่องดนตรีประเภทเป่า; **the ~wind [section]** ส่วนของเครื่องเป่า *(ในวงออเคสตรา);* **~wind instrument** เครื่องดนตรีประเภทเป่า; **~work** *n., no pl.* Ⓐ *(making things out of ~)* งานไม้; **~work and metalwork** *(Sch.)* การสอนหัตถกรรม; Ⓑ *(things made of ~)* ผลิตภัณฑ์จากไม้; **crawl out of the ~work** *(coll.)* การปรากฎของสิ่งที่ไม่ต้องการ; **~worm** *n., no pl., no art.* มอด; **it's got ~worm** มอดขึ้น

woody /ˈwʊdɪ/ˈวุดดิ/ *adj.* Ⓐ *(well-wooded)* มีป่าอุดมสมบูรณ์; Ⓑ *(consisting of wood)* ที่เป็นไม้; Ⓒ *(resembling wood)* เหมือนไม้; ➡ **+ nightshade**

wooer /ˈwuːə(r)/ˈวูเออะ(ร)/ *n.* ผู้ขอแต่งงานด้วย

¹woof /wuːf/วูฟ/ ➡ **weft**

²woof /wʊf/วูฟ/ ❶ *n.* เสียงสุนัขเห่า; **at the sound of the dog's ~:** เมื่อได้ยินเสียงสุนัขเห่า; **give a short ~:** *(สุนัข)* เห่าสั้น ❷ *v.i. (สุนัข)* เห่า; **~ at sb.** เห่าใส่ *ค.น.*

woofer /ˈwʊfə(r)/ˈวุฟเฟอะ(ร)/ *n.* ลำโพงเสียงทุ้ม

wool /wʊl/วุล/ *n.* Ⓐ ขนสัตว์; **pull the ~ over sb.'s eyes** หลอกลวง *ค.น.;* Ⓑ *(garments)* เสื้อผ้าขนสัตว์, เสื้อสักหลาด, เสื้อไหมพรม; ➡ **+ cotton wool; dye 2; glass wool; steel wool; wire wool**

woolen *(Amer.)* ➡ **woollen**

'wool-gathering ❶ *n., no pl.* การใจลอย, เพ้อฝัน ❷ *adj.* ใจลอย; **she's ~ again** เธอใจลอยอีกแล้ว

woollen /ˈwʊlən/ˈวุลเลิน/ ❶ *adj.* ที่ทำมาจากขนสัตว์; **~ goods** ผ้า/เสื้อผ้าที่ทำมาจากขนสัตว์, ไหมพรม ❷ *n.* Ⓐ *in pl. (garments)* เสื้อผ้าขนสัตว์; Ⓑ *(fabric)* ผ้าที่ทอมาจากขนสัตว์, ผ้าสักหลาด

woolliness /ˈwʊlɪnɪs/ˈวุลลินิซ/ *n., no pl.* ความไม่ชัดเจน

woolly /ˈwʊlɪ/ˈวุลลิ/ ❶ *adj.* Ⓐ มีขนขึ้นดก; Ⓑ *(confused) (ความคิด)* สับสน; Ⓒ *(indistinct) (เสียง)* ไม่คมชัด; ➡ **+ wild 1 C** ❷ *n. (coll.)* Ⓐ *(Brit.: knitted garment)* **[winter] woollies** เสื้อผ้าถักขนสัตว์; **a ~:** เสื้อถักขนสัตว์; Ⓑ *in pl. (Amer.: undergarment)* ชุดชั้นใน

wool: ~pack *n.* กระสอบใส่ขนแกะ; **W~sack** *n. (Brit. Parl.)* ที่นั่งของประธานรัฐสภาที่บุด้วยขนแกะ

woozy /ˈwuːzɪ/ˈวูซิ/ *adj. (coll.)* Ⓐ *(dizzy)* เวียนศีรษะ; Ⓑ *(slightly drunk)* เมาเล็กน้อย

wop /wɒp/วอพ/ *n. (sl. derog.)* ไอ้เลี่ยน

Worcester[shire] sauce /wʊstə(ʃɪə) ˈsɔːs/วุซเตอะ(เชีย) ˈซอซ/ *n.* ซอสปรุงอาหารสีน้ำตาลแก่ รสจัด

word /wɜːd/เวิด/ ❶ *n.* Ⓐ คำ, คำพูด, ถ้อยคำ; **have no ~s for sth.** หาคำไม่ถูกสำหรับ *ส.น.;* **be beyond ~s** เกินคำบรรยาย; **~s cannot describe it** ไม่มีคำพูดใดที่จะพรรณนาบรรยายได้; **in a** *or* **one ~** *(fig.)* อย่างสั้น ๆ, ถ้าจะให้พูดคำเดียว; **[not] in so many ~s** มันก็ไม่เชิง ถ้าจะพูดตรงไปตรงมา; **in other ~s** ถ้าจะมองอีกนัยหนึ่ง; **not a ~ of sth.** ไม่มีข่าว *ส.น.* เลย; **bad luck/drunk is not the ~ for it** คำว่าโชคไม่ดี/เมาไม่เพียงพอที่จะอธิบายมัน; **that's not the ~ I would have used** นั่นไม่ใช่คำที่ฉันจะใช้; **put sth. into ~s** แสดง *ส.น.* ออกด้วยการพูด *หรือ* เขียน; **'rude' would be a better ~ for it** 'หยาบคาย' น่าจะเป็นคำที่เหมาะกว่า; **~ for ~:** คำต่อคำ; **without a** *or* **one/another ~:** โดยไม่กล่าวอีกเลย/สักคำ; **too funny** *etc.* **for ~s** ตลก ฯลฯ เกินกว่าที่จะบรรยายได้; **the written ~:** ถ้อยคำที่เขียนออกมา; ➡ **+ fail 2 E; play 1 B, 2 A;** Ⓑ *(thing said)* คำพูด; **hard ~s** คำพูดรุนแรง; **exchange** *or* **have ~s** ทะเลาะ, โต้เถียง; **a man of few ~s** ชายที่เงียบขรึม; **have a ~ [with sb.] about sth.** คุยสั้น ๆ [กับ *ค.น.*] เกี่ยวกับ *ส.น.;* **could I have a ~ [with you]?** ฉันขอคุย [กับคุณ] สักครู่ได้ไหม; **have ~s with sb.** ทะเลาะกับ *ค.น.;* **say a few ~s** พูดจาสองสามคำ; **suit the action to the ~:** ทำตามที่ลั่นวาจาไว้; **it's his ~ against mine** ต้องเลือกระหว่างคำพูดของเขาหรือฉัน; **take sb. at his/her ~:** ตีความตามถ้อยคำของเขา/เธอ; **~ of command/advice** คำสั่ง/แนะนำ; **don't say** *or* **breathe a ~ to anyone** อย่าพูดกับใครเป็นอันขาด; **at a ~ of command** เมื่อมีคำสั่ง; **the W~ [of God]** *(Bible)* คัมภีร์ไบเบิล; **in the ~s of Shakespeare ...:** ดังที่เชคสเปียร์ได้กล่าว...; **put in a good ~ for sb. [with sb.]** พูดชม *ค.น.* [กับ *ค.น.*]; **never have a good ~ to say about anybody** ไม่เคยพูดดีเกี่ยวกับใครก็ตาม; **never say a bad ~ about anybody** ไม่เคยพูดจาว่าร้ายใคร; **[it's] all ~s** มันเป็นแค่คำพูดที่ว่างเปล่า; Ⓒ *(promise)* คำสัญญา; **doubt sb.'s ~:** ไม่เชื่อคำพูดของ *ค.น.;* **give [sb.] one's ~:** ให้คำสัญญา [กับ *ค.น.*]; **keep/break one's ~:** รักษา/ไม่รักษาคำพูดของตน; **I give you my ~ for it** ฉันให้สัญญากับคุณได้เลย; **upon my ~** *(dated)* ฉันสาบานได้; **my ~!** ตายจริง; **my** *etc.* **~ of honour** คำมั่นสัญญาของฉัน ฯลฯ; **a man of his ~:** ชายที่รักษาสัจจะ; **be as good as/better than one's ~:** รักษาคำพูด/ยิ่งกว่ารักษาคำพูด; **sb.'s ~ is [as good as] his/her bond** คำพูดของ *ค.น.* มั่นคงเหมือนเป็นสัญญาผูกมัด; ➡ **+ take 1 V;** Ⓓ *no pl. (speaking)* การพูด, วาจา; **by ~ of mouth** โดยวาจา; Ⓔ *in pl. (text of song)* เนื้อ; *(spoken by actor)* บทละคร; Ⓕ *no pl., no indef. art. (news)* ข่าว; **~ had just reached them** ข่าวเพิ่งไปถึงพวกเขา; **~ has it** *or* **the ~ is [that] ...:** ข่าวมีอยู่ว่า...; **~ went round that ...:** ข่าวเวียนไปรอบ ๆ ว่า...; **send/leave ~ that/of when ...:** ส่ง/ปล่อยข่าวว่า/ว่าเมื่อไร...; **is there any ~ from her?** มีข่าวคราวอะไรจากเธอไหม; Ⓖ *(command)* คำสั่ง; **just say the ~:** เพียงแต่ออกคำสั่ง; **at the ~ 'run' you run!** เมื่อได้ยินคำว่า 'วิ่ง' คุณก็ต้องวิ่ง; Ⓗ *(pass~)* คำที่เป็นรหัสหรือสัญญาณลับ; **give the ~:** ให้รหัสลับ; ➡ **+ sharp 1 F;** Ⓘ *(Computing)* หน่วยข้อมูล ❷ *v.t.* กล่าวเป็นคำ

wordage /ˈwɜːdɪdʒ/ˈเวอดิจ/ *n.* จำนวนคำ

word: ~ association *n.* การโยงคำ; **~-blind** *adj. (Med.) ไม่สามารถอ่านแยกแยะคำได้ เนื่องจากความบกพร่องของสมอง;* **~ break** *n.* การแยกคำเมื่อขึ้นบรรทัดใหม่; **~ count** *n.* การนับจำนวนคำ; **~-deaf** *adj. ไม่สามารถแยกแยะคำที่พูดได้ เนื่องจากความบกพร่องของสมอง;* **~ division** *n.* การแบ่งคำ; **~ formation** *n. (Ling.)* การสร้างคำศัพท์; **~ game** *n.* เกมการค้นหาผสมคำ

wordiness /ˈwɜːdɪnɪs/ˈเวอดินิซ/ *n., no pl.* การใช้คำมากเกินไป

wording /ˈwɜːdɪŋ/ˈเวอดิง/ *n.* รูปแบบของการใช้คำ; **the exact ~ of the contract** รูปแบบของการเขียนสัญญา

wordless /ˈwɜːdlɪs/ˈเวิดลิซ/ *adj.* Ⓐ *(not expressed in words)* ที่ไม่มีการสื่อสารโดยถ้อยคำ; *(ความโศกเศร้า, ความเจ็บปวด)* ไม่อาจกล่าวได้ Ⓑ *(not accompanied by words)* ไม่มีถ้อยคำประกอบ

word: ~ list *n.* รายการคำ; **~ order** *n. (Ling.)* การลำดับคำ, การเรียงคำ; **~-'perfect** *adj.* **be ~-perfect** จำบทที่จะพูดได้ขึ้นใจ; **~ picture** *n.* อักษรภาพ; **~play** *n., no pl., no indef. art.* เล่นลิ้น, เล่นสำนวน; **~ processing** *n.* การประมวลผลคำ; **~ processor** *n.* โปรแกรมประมวลคำ; **~smith** *n.* ผู้ที่มีความชำนาญในการใช้ถ้อยคำ

wordy /ˈwɜːdɪ/ˈเวอดิ/ *adj.* ใช้คำมากเกินไป

wore ➡ **wear 2, 3**

work /wɜːk/เวิค/ ❶ *n.* Ⓐ *no pl., no indef. art.* การงาน; **at ~** *(engaged in working)* กำลังทำงาน; *(fig.: operating)* กำลังทำงาน (➡ **+ E**); **be at ~ on sth.** กำลังทำงาน *ส.น.; (fig.)* กำลังมีผลต่อ *ส.น.;* **set to ~:** เริ่มทำงาน, เริ่มต้น *(ส.น.);* **set sb. to ~:** จับให้ *ค.น.* เริ่มงาน; **get to ~ on sb./sth.** เริ่มใช้อิทธิพลกับ *ค.น./ส.น.;* **all ~ and no play** ทำงานอย่างจริงจัง; **have one's ~ cut out** มีงานมาก; เผชิญหน้ากับภาระยุ่งยาก; **the ~ of a moment** *etc.* งานที่เสร็จในประเดี๋ยวเดียว; **that's too much like hard ~:** นั่นดูเหมือนจะเป็นงานที่หนักเกินไป; **make light ~ of sth.** ทำให้ *ส.น.* ดูเป็นงานง่ายดาย; ➡ **+ day A; short 1 A; thirsty B;** Ⓑ *(thing made or achieved)* ผลงาน; **a good day's ~:** วันที่ทำงานได้ลุล่วงดี; **do a good day's ~:** ทำงานได้ลุล่วงดี; **is that all your own ~?** นั่นคืองานของคุณทั้งหมด

W

ไหม; ~ **of art** ผลงานทางศิลปะ; ➡ + **good** 1 G; **C** *(book, piece of music)* งาน; **a ~ of reference/literature/art** งานอ้างอิง/วรรณกรรม/ศิลปะ; **D** *in pl. (all compositions of author or composer)* ผลงานทั้งหมด; **E** *(employment)* การว่าจ้างงาน; **out of ~:** ตกงาน; **be in ~:** มีงานทำ; **go out to ~:** ออกไปทำงาน; **put people out of ~:** ทำให้คนตกงาน; **at ~** *(place of employment)* ที่สถานที่ทำงาน; **from ~:** จากที่ทำงาน; **the conditions at ~:** สภาพของสถานที่ทำงาน; **F** *in pl., usu. constr. as sing. (factory)* โรงงาน; **G** *in pl. (Mil.)* คันป้องกัน; **H** *in pl. (operations of building etc.)* งานก่อสร้าง, ซ่อมแซม; ➡ + **clerk** C; **public works; I** *in pl. (machine's operative parts)* ส่วนที่เคลื่อนไหวของเครื่องยนต์; **J** *in pl. (coll.: all that can be included)* **the [whole/full] ~s** สารพัดงาน, ทั้งปวง; **give sb. the ~s** *(fig.) (give sb. the best possible treatment)* ปฏิบัติอย่างดีที่สุดแก่ *ค.น.*; *(tell sb. everything)* บอกทุกสิ่งทุกอย่างแก่ *ค.น.*; *(give sb. the worst possible treatment)* ปฏิบัติแก่ *ค.น.* อย่างเลวสุด ๆ; **K** *no pl. (ornamentation)* งานประดับ; *(ornamented or ornamental article[s])* สิ่งที่มีลวดลาย; **L** *no pl., no indef. art. (knitting, needle~)* งานเย็บปักถักร้อย; **M** *(Phys.)* การแปลงเป็นพลัง; ➡ + **nasty** 1 A; **piece** 1 D

❷ *v.i.*, **~ed** *or (arch./literary)* **wrought** /rɔ:t/รอท/ **A** ทำงาน; **be ~ing all morning over a hot oven** ทำงานทั้งเช้าหน้าเตาไฟ; **~ with sb.** ทำงานกับ *ค.น.*; **~ to rule** *ทำงานตามกฎระเบียบอย่างเคร่งครัด เพื่อเป็นการร้องเรียน;* **~ for a cause** *etc.* ทำการณรงค์เพื่อสิ่งหนึ่ง ฯลฯ; **~ against sth.** *(impede)* ขัดขวาง *ส.น.*; ➡ + **work-to-rule; B** *(function effectively, have intended effect)* ทำงานอย่างมีประสิทธิภาพ; *(เสน่ห์)* ได้ผล (**on** กับ); **make the washing machine/television ~:** ทำให้เครื่องซักผ้า/โทรทัศน์ทำงาน; **make a relationship/an arrangement ~:** ทำให้ความสัมพันธ์/การจัดเตรียมได้ผลตามที่คาดหมายไว้; **it doesn't ~ like that** *(fig.)* มันไม่ได้เป็นแบบนั้น; **C** *(ล้อ, สายพาน)* หมุน; *(เกียร์)* ทำงาน; **D** *(be craftsman)* **~ in a material** ทำงานกับวัตถุใด ๆ; **E** *(ปัจจัย, อิทธิพล)* เกิดผล; **~ to do sth.** ผลักดันที่จะทำ *ส.น.*; **~ against** พยายามขัดขวาง; ➡ + **work on; F** *(make its/one's way)* หมุน, เคลื่อนไหว; **~ loose** คอยหมุนหลวม ๆ; **~ round** *(กระโปรง)* หมุนไปรอบ; *(ลม)* เปลี่ยนทิศทาง; **be ~ing upstream** *(นักตกปลา)* ตกปลาเหนือน้ำ; **~ round to a question** *(fig.)* เข้าถึงคำถามทีละเล็กละน้อย; **start at the end and ~ back** เริ่มตอนจบและค่อย ๆ กลับมาที่จุดเริ่มต้น; **G** *(be agitated) (ใบหน้า)* กระตุก; **H** *(Naut.: sail)* แล่นเรือต้านแรงลม; **I** *(ferment, lit. or fig.) (เครื่องหมัก)* ทำงาน, มีปฏิกิริยา

❸ *v.t.*, **~ed** *or (arch./literary)* **wrought A** *(operate)* ทำให้ *(เครื่องยนต์)* ทำงาน; **a pump that is ~ed by hand/by a wind wheel** เครื่องสูบน้ำที่เดินเครื่องด้วยมือหมุน/กังหันวิดน้ำ; **~ed by electricity** ที่ทำงานด้วยไฟฟ้า; ➡ + **oracle** D; **B** *(get labour from)* ใช้ให้ทำงาน; **~ horses/oxen to death** ใช้ม้า/วัวทำงานหนักจนตาย; **he ~s his employees hard** เขาให้ลูกจ้างทำงานหนัก; ➡ + **bone** 1 A; **death** A; **C** *(get material from)* ได้วัตถุดิบจาก *(แหล่งหิน)*; **D** *(operate in or on)* ทำงานใน *(สถานที่บางแห่ง)*; **beggars ~ing the main street** คนจนที่ขอทานตามถนนสายหลัก; **E** *(control)* บังคับ, ควบคุม; **F** *(effect)* ทำให้เกิดขึ้น; **~ one's mischief** ใช้อุบายสร้างความยุ่งเหยิง; **~ one's will [upon sb./sth.]** ใช้อิทธิพล [กับ *ค.น./ส.น.*]; **I'll ~ it if I can** *(coll.)* ฉันจะจัดการทำ ถ้าเป็นไปได้; **~ it** *or* **things so that ...** *(coll.)* จัดการเพื่อให้...; **G** *(cause to go gradually)* ค่อย ๆ ทำ, ทำทีละเล็กละน้อย; **~ a key/rod into sth.** สอดกุญแจ/ท่อนไม้เข้าไปใน *ส.น.* ทีละน้อย; **~ one's way up/into sth.** ค่อย ๆ เลื่อนตำแหน่งขึ้น/เข้าไปใน *ส.น.* ทีละนิด ๆ; **H** *(get gradually)* ได้ทีละเล็กทีละน้อย; **~ oneself out of sth./into a position** ค่อย ๆ ถอนตัวจาก *ส.น.*/ค่อย ๆ ไต่เต้าจนได้อยู่ในตำแหน่ง; **I** *(knead, stir)* **~ sth. into sth.** ค่อย ๆ ผสม/คลุกเคล้า *ส.น.* เข้ากับ *ส.น.*; *(mix in)* ค่อย ๆ ผสม *ส.น.* เข้ากับ *ส.น.*; **J** *(gradually excite)* **~ oneself into a state/a rage** ค่อย ๆ ทำให้ตนอยู่ในอารมณ์ร้าย; **~ sb. into a state** ทำให้ *ค.น.* อารมณ์เสีย; **K** *(make by needle~ etc.)* ทำงานเย็บปักถักร้อย ฯลฯ; **L** *(purchase, obtain with labour)* ได้มาด้วยการแลกแรงงาน, ทำงานหาเงิน; *(fig.)* **~ one's keep** หาเงินเลี้ยงตัวเอง; **she ~ed her way through college** เธอทำงานส่งเสียตัวเองจนเรียนจบวิทยาลัย; **he ~ed his way up from office boy to company chairman** เขาทำงานไต่เต้าจากเด็กในสำนักงานจนได้เป็นประธานบริษัท; ➡ + **passage** F; **M** *(Math.)* คำนวณ, แก้ *(โจทย์เลข)*

~ a'way *v.i.* **~ away [at sth.]** ทำงาน [*ส.น.*] อย่างตั้งหน้าตั้งตา

~ 'in *v.t. (include)* รวมเข้าไปด้วย; *(mix in)* ผสมเข้าไป; *(rub in)* ถูเข้าไป; ➡ + **work-in**

~ 'off *v.t.* **A** *(get rid of)* ทำงาน/กิจกรรมเพื่อให้ *ส.น.* หมดไป; **~ sth. off on sb./sth.** ขจัด/ระบายปัญหา *ส.น.* กับ *ค.น./ส.น.*; **~ off some excess energy** ขจัดพลังงานส่วนเกินออกไป; **B** *(pay off)* ทำงานใช้หนี้

~ on ❶ /'--/ *v.t.* **A** *(expend effort on)* **on sth.** ใช้ความพยายามกับ *ส.น.*; **B** *(use as basis)* **~ on sth.** ใช้ *ส.น.* เป็นพื้นฐาน; **C** *(try to persuade)* **~ on sb.** พยายามชักจูงใจ *ค.น.* ❷ /-'-/ *v.i.* ทำงานต่อเรื่อย ๆ

~ 'out ❶ *v.t.* **A** *(find by calculation)* คำนวณหา; **B** *(solve)* แก้ไข *(ปัญหา)*; **C** *(resolve)* **~ things out with sb./for oneself** จัดการสิ่งต่าง ๆ กับ *ค.น.*/เพื่อตนเอง; **things ~ themselves out** สิ่งต่าง ๆ มักจะคลี่คลายไป; **D** *(devise)* ประดิษฐ์, วางแผนการ; **E** *(make out)* ดูออก; *(understand)* เข้าใจ; **I can't ~ him out** ฉันไม่เข้าใจเขา; **F** *(Mining: exhaust)* แร่ธาตุถูกใช้หมด ❷ *v.i.* **A** *(be calculated)* คิดคำนวณออกมา; **sth. ~s out at £250/[an increase of] 22%** *ส.น.* คำนวณแล้วเป็น 250 ปอนด์/[การเพิ่ม] 22%; **it will ~ out more expensive to buy the car on h.p.** การซื้อรถยนต์แบบผ่อนชำระจะแพงกว่า; **B** *(give definite result) (การคำนวณ)* ให้ผลที่แน่นอน; **C** *(have result)* มีผลลัพธ์ออกมา; **things ~ed out [well] in the end** สิ่งต่าง ๆ ได้ผลลัพธ์ที่ดีในที่สุด; **things didn't ~ out the way we planned** สิ่งต่าง ๆ ไม่ได้ผลออกมาอย่างที่เราวางแผนการไว้; **how are the new arrangements ~ing out?** ระบบใหม่ใช้ได้ไหม; **D** *(train)* ออกกำลังกาย; ➡ + **workout**

~ 'over *v.t.* **A** *(examine thoroughly)* พิจารณาตรวจสอบอย่างละเอียดถี่ถ้วน; **B** *(coll.: beat up)* ทุบตี

~ through *v.t.* ทำให้สำเร็จ, ผ่านงานให้เสร็จ

~ towards *v.t. (lit. or fig.)* ก้าวหน้าไปสู่

~ 'up ❶ *v.t.* **A** *(develop)* พัฒนา (**into** จนเป็น); *(create)* สร้างสรรค์; **B** *(excite by degrees)* ค่อย ๆ ทำให้ตื่นเต้น *(ฝูงชน)*; **get ~ed up** *(อารมณ์)* แรงขึ้นทีละน้อย; **~ oneself up into a rage/fury** ทำตนเองให้โกรธจัด; **C** *(acquire familiarity with)* **~ up one's French/maths/history** พัฒนาความรู้ด้านภาษาฝรั่งเศส/คณิตศาสตร์/ประวัติศาสตร์ (**into** เข้าไป); **D** *(mix)* ผสม ❷ *v.i.* **A** *(advance gradually)* **~ up to sth.** *(เพลง)* ดำเนินไปสู่จุดสำคัญทีละเล็กละน้อย; **I'll have to ~ up to it** ฉันจะต้องค่อย ๆ ก้าวไปสู่สิ่งนั้น; **B** *(หิน)* ดันขึ้นมาทีละน้อย

workable /'wɜ:kəbl/'เวอเคอะบ'ล/ *adj.* **A** *(capable of being worked) (ที่ดิน)* ใช้การได้; *(เหมือง)* มีศักยภาพ; **be ~:** ใช้การได้; **B** *(feasible)* นำไปปฏิบัติได้จริง

workaday /'wɜ:kədeɪ/'เวอเคอะเด/ *adj.* ธรรมดา, เป็นปกติทุกวัน

workaholic /wɜ:kə'hɒlɪk/เวอเคอะ'ฮอลิค/ *n. (coll.)* คนบ้างาน, คนที่ทำงานหนักมาก

work: ~-bag *n.* ถุงใส่เครื่องเย็บปักถักร้อย; **~-basket** *n.* ตะกร้าใส่เครื่องเย็บปักถักร้อย; **~bench** *n.* โต๊ะใช้ในการทำงานไม้; *(of tailor, glazier)* โต๊ะทำงาน; **~box** *n.* กล่องใส่อุปกรณ์เครื่องมือ; **~ camp** *n.* ค่ายที่อาสาสมัครไปทำงานสังคมสงเคราะห์; *(labour camp)* ค่ายทำงานของนักโทษ; **~day** *n.* วันทำงาน

worker /'wɜ:kə(r)/'เวอเคอะ(ร)/ *n.* **A** คนงาน, กรรมกร; **he's not one of the world's ~s** *(coll.)* เขาไม่ใช่คนทำงาน; **~ of miracles** ผู้สามารถทำสิ่งมหัศจรรย์ได้; **B** *(Zool.)* มด/ผึ้ง/ปลวก ฯลฯ งาน

worker: ~ bee *n. (Zool.)* ผึ้งงาน; **~ 'priest** *n. (Eccl.)* บาทหลวงที่รับงานนอกบ้างเพื่อเลี้ยงชีพ

work: ~ ethic *n., no pl.* จรรยาบรรณของการทำงาน; **~ experience** *n.* ประสบการณ์ในการทำงาน; **~force** *n.* *(จำนวน)* คนงานที่ทำงานในอุตสาหกรรมใด ๆ; **~horse** *n. (lit.)* ม้าที่ใช้งานหนัก; *(fig.)* คนหรือเครื่องยนต์ที่ถูกใช้งานตลอด; **~house** *n. (Brit. Hist., Amer.) (ในอังกฤษ)* สถานสงเคราะห์คนจนที่กินอยู่กับการทำงาน; *(ในอเมริกา)* สถานที่ดัดสันดาน; **~-in** *n. การประท้วงของคนงานโดยเข้าควบคุมพื้นที่โรงงานและทำงานต่อไป;* **work-life** *adj.* **the ~ balance** ความสมดุลระหว่างชีวิตการงานและชีวิตส่วนตัว

working /'wɜ:kɪŋ/'เวิคคิง/ ❶ *n.* **A** การทำงาน; **forbid sb.'s ~:** ห้ามการทำงานของ *ค.น.*; **B** *(way sth. works)* วิธีทำงาน; **I cannot follow the ~s of his mind** ฉันตามวิธีคิดของเขาไม่ทัน; **the ~s of fate** ความเป็นไปของโชคชะตา; **C** *(Mining)* ส่วนของเหมืองแร่ที่ได้ขุดแล้ว ❷ *adj.* **A** ที่สามารถทำงานได้; ที่ทำงาน; ที่กำลังพัฒนา *(ฉบับร่าง)*; **B** *(in employment)* มีงานทำ, มีการว่าจ้าง; **~ man** *(labourer)* กรรมกร

working: ~ 'breakfast *n.* การเจรจาธุรกิจขณะทานอาหารเช้า; **~ 'capital** *n. (Commerc.)* ทุนที่ใช้ประกอบธุรกิจ, ทุนหมุนเวียน; **~ 'class** *n.* ชนชั้นกรรมาชีพ; **~-class** *adj.* ที่เป็นชั้นกรรมาชีพ; **sb. is ~-class** *ค.น.* เป็นคนชนชั้นกรรมาชีพ; **~ clothes** *n. pl.* ชุดทำงาน, เครื่องแบบ; **~ 'day** *n.* **A** *(portion of the day)* ช่วง

ของวันที่ทำงาน; Ⓑ *(day when work is done)* ➡ **workday**; **~ 'drawing** *n.* ภาพโครงสร้างที่ใช้เป็นแบบนำในการผลิต; *(for building)* พิมพ์เขียวการก่อสร้าง; **~ girl** *n.* หญิงทำงาน; **she's a ~ girl** *(coll.: euphem.)* เธอเป็นหญิงหากิน; **~ group** *n.* คณะทำงาน; **~ 'hours** *n. pl.* ชั่วโมงทำงาน; **~ hy'pothesis** *n.* *สมมติฐานที่ใช้เป็นพื้นฐานของการดำเนินการ*; **~ 'knowledge** *n.* ความรู้ในระดับที่พอใช้ได้ *(ภาษา)*; **sb. with a ~ knowledge of these machines** *ค.น.* ที่พอจะมีความรู้บ้างเกี่ยวกับเครื่องยนต์เหล่านี้; **~ 'lunch** *n.* อาหารมื้อกลางวันเจรจาธุรกิจควบคู่ไปด้วย; **~ 'model** *n.* สิ่งจำลองที่เคลื่อนไหวได้; **~ 'mother** *n.* แม่ที่ทำงาน; **~ 'order** *n.* สภาพที่ใช้งานได้; **be in good ~ order** อยู่ในสภาพที่ใช้งานได้ดี; **~-'out** *n.* Ⓐ *(calculation of results)* การคำนวณ; Ⓑ *(elaboration of details)* การคิดในรายละเอียด; **~-'over** /wɜːkɪŋ'əʊvə(r)/เวิคคิง'โอเว่อะ(ร)/ *n.* *(sl.)* การทุบตี; **~ party** *n.* *(Brit.)* คณะทำงาน; **~ 'title** *n.* ตำแหน่งงาน; **~ 'week** *n.* สัปดาห์ทำงาน; **a 35-hour ~ week** สัปดาห์ทำงานที่มี 35 ชั่วโมง; **~ 'wife** *n.* ภรรยาที่ทำงาน; **~ 'woman** *n.* หญิงทำงาน

work: ~load *n.* ภาระงาน; **increase sb.'s ~load** เพิ่มภาระงานให้กับ *ค.น.*; **~man** /'wɜːkmən/'เวิคเมิน/ *n., pl.* **~men** /'wɜːkmən/'เวิคเมิน/ คนงาน, กรรมกร; **council ~man** คนงานของเทศบาล; **a bad ~man quarrels with** *or* **blames his tools** *(prov.)* รำไม่ดีโทษปี่โทษกลอง; **~manlike** /'wɜːkmənlaɪk/'เวิคเมินไลค/ *adj.* มีฝีมือ, มีทักษะความชำนาญ; **do a ~manlike job** ทำงานที่มีฝีมือชิ้นหนึ่ง; **~manship** /'wɜːkmənʃɪp/'เวิคเมินชิพ/ *n., no pl.* Ⓐ *(person's skill)* ทักษะความชำนาญ, ฝีมือ; Ⓑ *(quality of execution)* คุณภาพงาน; Ⓒ *no indef. art. (thing made)* ผลงานศิลปะ; **~mate** *n.* *(Brit.)* เพื่อนร่วมงาน; **~out** *n.* การออกกำลังกาย; **have a good ~out** ออกกำลังกายอย่างเต็มที่; **go for a ~out** ออกไปออกกำลังกาย; **~people** *n. pl.* คนทำงาน; **~ permit** *n.* ใบอนุญาตให้ทำงานได้; **~piece** *n.* ชิ้นงาน; **~place** *n.* สถานที่ทำงาน; **~room** *n.* ห้องทำงาน; **~-sharing** *n.* การแบ่งตำแหน่งงานระหว่างสองคน; **~sheet** *n.* Ⓐ *(recording ~ done etc.)* ตารางบันทึกความคืบหน้าของงาน; Ⓑ *(for student)* แบบฟอร์มทำรายงาน; **~shop** *n.* Ⓐ *(place) (room)* ห้องผลิตสิ่งของขนาดเล็ก; *(building)* ตึกอาคารที่ผลิตสินค้า; Ⓑ *(meeting)* การประชุมเชิงปฏิบัติการ; **drama ~shop** การประชุมร่วมกันเพื่อกิจกรรมการละคร; **~-shy** *adj.* หลบงาน, ไม่ยอมทำงาน; **~space** *n.* พื้นที่ทำงาน; **~station** *n.* Ⓐ *(in manufacturing)* สถานีหรือกระบวนการผลิต; Ⓑ *(Computing)* สถานีงาน; **~ study** *n.* การศึกษาเกี่ยวกับงาน; **~ 'surface** ➡ **~top**; **~ table** *n.* โต๊ะทำงาน; **~top** *n.* พื้นผิวเรียบเพื่อทำงาน *หรือ* เตรียมอาหาร; **~-to-'rule** *n.* การปฏิบัติตามกฎข้อบังคับทุกประการเพื่อให้งานช้า

world /wɜːld/เวิลฺด/ *n.* Ⓐ โลก; **the ~'s worst novel** นวนิยายที่เลวที่สุดในโลก; **the biggest aspidistra in the ~:** ต้นแอสพิดิสตราที่ใหญ่ที่สุดในโลก; **go/sail round the ~:** ไป/แล่นเรือรอบโลก; **money makes the ~ go round** เงินทำให้โลกหมุนไป; **that's what/it's love that makes the ~ go round** นั่นคือสิ่งที่/ความรักทำให้โลกหมุนไป; **it's the same the ~ over** ทั่วทั้งโลกเหมือนกันหมด; **the eyes of the ~ are on them** ทั้งโลกกำลังจับตาเฝ้ามองพวกเขาอยู่; **all the ~** *or* **the whole ~ knows** โลกทั้งโลกรู้; **[all] the ~ over, all over the ~:** ทั่วทั้งโลก; **it's the same the whole ~ over** มันเหมือนกันทั่วทั้งโลก; **people from all over the ~ wrote to him** คนทั่วโลกเขียนจดหมายถึงเขา; **give sth. to the ~:** ให้ *ส.น.* แก่โลก; **lead the ~ [in sth.]** นำโลก [ใน *ส.น.*]; **the Old/New W~:** โลกเก่า *(ทวีปยุโรป)*/โลกใหม่ *(ทวีปอเมริกา)*; **the Roman ~:** โลกสมัยโรมัน; **she had the ~ at her feet** เธอควบคุมทุกอย่างได้; **who/what in the ~ was it?** มันเป็นใคร/อะไรกัน; **how in the ~ was it that ...?** มันเป็นไปได้อย่างไรกันที่...; **nothing in the ~ would persuade me** ไม่มีสิ่งใดในโลกนี้ที่จะชักจูงใจฉันได้; **not for anything in the ~:** ไม่มีอะไรก็ตามในโลกนี้; **look for all the ~ as if** มองดูเหมือนว่า; **in a ~ of one's own** มีชีวิตอยู่ในโลกของความเพ้อฝัน; **the external ~:** โลกภายนอก; **the ~ of dreams** โลกแห่งความฝัน; **not do sth. for the** *or* **to gain the whole ~:** ไม่ทำแม้ว่าจะได้สิ่งใดเป็นค่าตอบแทนก็ตาม; **be all the ~ to sb.** เป็นทุกสิ่งทุกอย่างสำหรับ *ค.น.*; **think the ~ of sb.** ยกย่องชื่นชม *ค.น.* อย่างสูงส่ง; **I would give the ~ to know why ...:** ฉันจะให้ทุกสิ่งทุกอย่างเพื่อที่จะรู้ว่าทำไม...; **all alone in the ~:** อยู่ตัวคนเดียวในโลก; **the Napoleons of this ~:** ผู้คนที่เหมือนกับนโปเลียน; **sb. is not long for this ~:** *ค.น.* จะอยู่ได้อีกไม่นาน; **out of this ~** *(fig. coll.)* ดีมาก, วิเศษ, ยอดเยี่ยม; **the other** *or* **next ~, the ~ to come** โลกหน้า, ชาติหน้า; **bring into the ~** *(possess at one's birth)* มีตั้งแต่กำเนิด; *(deliver at birth)* ทำคลอด; *(beget)* ก่อให้เกิด *(ส.น.)*; *(give birth to)* ให้กำเนิด; **come into the ~:** มาสู่โลก; **the best of all possible ~s** สิ่งที่ดีที่สุดเท่าที่จะหาได้; **get the best of both ~s** ได้ส่วนที่ดีจากสองฝ่ายที่แตกต่างกัน; **the ~'s end, the end of the ~:** ความสูญเสียหายนะ; **it's not the end of the ~** *(iron.)* แหม ไม่ถึงกับตายหรอก; **~ without end** ตลอดไป, ชั่วนิรันดร์; **known/have seen a lot of the ~:** รู้/เห็นโลกมามาก; **see the ~:** ท่องเที่ยวอย่างกว้างขวาง; ได้รับประสบการณ์อย่างกว้างขวาง; **a man/woman of the ~:** คนที่มีประสบการณ์ชีวิตมาก; **think that all's right with the ~:** คิดว่าทุกสิ่งทุกอย่างกำลังไปได้ดี; **take the ~ as it is** *or* **as one finds it** ยอมรับสภาพอย่างที่เป็น; **what is the ~ coming to** โลกนี้เป็นอะไรก็ไม่รู้; **how goes the ~ with you?** ชีวิตคุณเป็นอย่างไรบ้าง; **all the ~ and his wife** ผู้คนทั้งปวง; **go up/come down in the ~:** ประสบความสำเร็จ/ตกอับ; **~ politics** การเมืองโลก; ➡ **+ oyster**; Ⓑ *(domain)* **the literary/scientific/ancient/sporting/animal ~:** โลกของวรรณคดี/วิทยาศาสตร์/โบราณ/กีฬา/สัตว์; **the ~ of letters/art/sport** โลกของวรรณคดี/ศิลปะ/กีฬา; Ⓒ *(vast amount)* **a ~ of meaning/trouble** ความหมาย/ปัญหามากมาย; **it will do him a** *or* **the ~ of good** สิ่งนั้นจะเป็นประโยชน์มากมายสำหรับตัวเขา; **a ~ of difference** แตกต่างมากมายกันราวฟ้ากับดิน; **a ~ away from sth.** ห่างไกลจาก *ส.น.* มาก; **they are ~s apart in their views** พวกเขามีความคิดเห็นที่แตกต่างกันอย่างมาก

world: W~ 'Bank *n.* ธนาคารโลก; **~-beater** *n.* **be a ~-beater** เป็น *(คน, สิ่ง)* ที่มีคุณภาพนำระดับโลก; **~ 'champion** *n.* แชมเปี้ยนโลก; **W~ 'Cup** *n.* *(Sport)* การแข่งกีฬาระดับโลก; **~-famous** *adj.* มีชื่อเสียงทั่วโลก; **~ 'language** *n.* ภาษาสากล, ภาษาที่ใช้พูดในหลายประเทศ

worldliness /'wɜːldlɪnɪs/'เวิลดฺลินิซ/ *n., no pl.* การพัวพันทางโลก *หรือ* โลกีย์วิสัย, การมีประสบการณ์มาก, การรู้โลก

worldly /'wɜːldlɪ/'เวิลดฺลิ/ *adj.* *(เรื่องราว)* ที่เป็นโลกีย์วิสัย; *(บุคคล)* มีประสบการณ์ชีวิต

worldly: ~ 'goods *n. pl.* ทรัพย์สิน; **~ 'wisdom** *n.* ความรอบรู้เกี่ยวกับโลกมนุษย์; **~ 'wise** *adj.* จัดเจนในวิถีทางของโลก; **W~ Music** *n.* *ดนตรีของโลกที่ไม่ใช่แบบตะวันตก เช่น ดนตรีแบบลาตินหรือแอฟริกัน*

world: ~ 'power *n.* ประเทศที่มีอำนาจ; **~ 'record** *n.* สถิติโลก; **~-record holder** ผู้ทำสถิติโลก; **W~ Series** *n.* *(Amer. Sport)* *การแข่งขันเบสบอลประจำปีในฤดูใบไม้ร่วงระหว่างทีมที่ดีที่สุดสองทีม*; **W~ Service** *n.* *สถานีวิทยุบีบีซีของอังกฤษที่มีรายการออกอากาศทั่วโลก*; **~-shaking** *adj.* มีผลกระทบไปทั่วโลก; **~ view** *n.* การมองโลก; **~ 'war** *n.* สงครามโลก; **the First/Second W~ War, W~ War I/II** สงครามโลกครั้งที่หนึ่ง/สอง; **~-weary** *adj.* เบื่อชีวิต, เบื่อโลก; **~wide** ❶ /'--/ *adj.* ทั่วโลก ❷ /-'-/ *adv.* โดยทั่วโลก; **W~ wide 'web** *n.* *(Computing)* เวิลด์ไวด์เว็บ *(ท.ศ.)*

worm /wɜːm/เวิม/ ❶ *n.* Ⓐ หนอน, ไส้เดือน; **[even] a ~ will turn** *(prov.)* ถ้าถูกบีบคั้นมากเกินไป ในที่สุดแม้แต่คนอ่อนแอก็จะไม่ยอม; Ⓑ *in pl. (intestinal parasites)* พยาธิลำไส้; Ⓒ *(fig.: contemptible person)* คนที่น่ารังเกียจ; **feel like a ~:** รู้สึกว่าได้ทำตัวเป็นคนน่ารังเกียจ; **he's a real ~:** เขาเป็นคนที่น่าดูถูกจริง ๆ ❷ *v.t.* Ⓐ **he ~ed his hand into his trouser pocket** เขาค่อย ๆ ใช้มือเข้าไปในกระเป๋ากางเกงของเขา; **~ one's way through sth.** คืบคลานผ่าน *ส.น.* อย่างช้า ๆ; **~ oneself** *or* **one's way into sth.** *(fig.)* ค่อย ๆ เอาตนเข้าไปเกี่ยวข้องกับ *ส.น.*; **~ oneself into sb.'s favour** ทำตนให้เป็นที่รักของ *ค.น.*; Ⓑ *(draw by crafty persistence)* **~ sth. out of sb.** หลอกลวง *ส.น.* จาก *ค.น.*; Ⓒ *(rid of ~s)* กำจัดพยาธิ ❸ *v.i.* ขยับ, คลานไปอย่างช้า ๆ

worm: ~ cast *n.* มูลหนอน, มูลไส้เดือน; **~-eaten** *adj.* เต็มไปด้วยรูหนอน; *(fig.)* เสื่อมเสีย, เสื่อมโทรม; **~ gear** *n.* เฟืองเกลียวตัวหนอน; **~hole** *n.* รูหนอน; **~ powder** *n.* ยาถ่ายพยาธิ; **~'s-eye 'view** *n.* ภาพที่มองจากที่ต่ำ

'wormwood *n.* พันธุ์ไม้ขมใช้ทำยาและเครื่องดื่มในสกุล *Artemisia*

wormy /'wɜːmɪ/'เวอมิ/ *adj.* *(ผลไม้)* เต็มไปด้วยหนอน; *(พื้นไม้)* เต็มไปด้วยรูหนอน; *(สัตว์)* เป็นพยาธิ

worn ➡ **wear** 2, 3

'worn-out *attrib. adj.* *(เสื้อผ้า)* เก่าจนใส่ไม่ได้; *(หน้าตา)* เหน็ดเหนื่อย; *(เครื่องยนต์)* หมดสภาพ

worried /'wʌrɪd/'เวอริด/ *adj.* วิตกกังวล; **give sb. a ~ look** มองไปที่ *ค.น.* ด้วยสีหน้าวิตกกังวล; **you had me ~:** คุณทำให้ฉันวิตกกังวล; **don't look so ~!** อย่าทำหน้าวิตกกังวลอย่างนั้นซิ; **~ sick** วิตกกังวลจนไม่สบาย; **be much** *or* **very ~:** วิตกกังวลมาก

worrier /'wʌrɪə(r)/'เวอเรีย(ร)/ *n.* **be too much of a ~:** เป็นคนช่างวิตกกังวลมากเกินไป; **he's a [real] ~:** เขาเป็นคนวิตกกังวล [มาก], เขาเป็นคนวิตกจริต

worrisome /ˈwʌrɪsəm/ˈเวอริเซิม/ *adj.* ที่น่ากังวล, ที่น่าเป็นห่วง

worry /ˈwʌrɪ/ˈเวอริ/ ❶ *v.t.* Ⓐ วิตกกังวล, กังวลใจ; **it worries me to death to think that ...:** ฉันกังวลใจมากที่จะคิดว่า...; **~ oneself about sth.** เป็นห่วงกังวล *ส.น.*; **~ oneself sick about sb./sth.** เกิดวิตกกังวลเกี่ยวกับ *ค.น./ส.น.* มากจนเกือบจะไม่สบาย; Ⓑ *(bother)* รบกวน; Ⓒ **~ a bone** *(สุนัข, หนู)* คอยแทะกระดูกอยู่; Ⓓ *(attack)* *(สุนัข)* ไล่กัด *(ฝูงแกะ)* ❷ *v.i.* วิตกกังวล; **~ about sth.** วิตกกังวลเกี่ยวกับ *ส.น.*; **don't ~ about it** ไม่ต้องไปกังวลกับสิ่งนั้น; **'I should ~** *(coll. iron.)* ฉันไม่เดือดร้อนอะไรเลย, ทำไมฉันต้องไปสน; **not to ~** *(coll.)* ไม่จำเป็นต้องไปวิตกกังวล
❸ *n.* ความวิตกกังวล; **sth. is the least of sb.'s worries** *ส.น.* เป็นสิ่งที่ *ค.น.* ควรจะใส่ใจน้อยที่สุด; **it must be a great ~ to you** มันน่าจะทำให้คุณเป็นห่วงมาก

'worry beads *n. pl.* สายลูกประคำเพื่อคลายความเครียด

worrying /ˈwʌrɪɪŋ/เวอริอิง/ ❶ *adj.* Ⓐ *(causing worry)* น่าวิตกกังวล, น่าเป็นห่วง; **sth. is very ~ for sb.** *ส.น.* ก่อให้ *ค.น.* เกิดความกังวลใจมาก; Ⓑ *(full of worry)* *(ช่วงเวลา)* ที่น่าวิตกกังวลมาก; **it is a ~ time for her** ช่วงเวลานี้เธอกังวลใจมาก ❷ *n.* **~ only makes everything worse** ความวิตกกังวลทำให้ทุกอย่างเลวร้ายลงไปอีก

worse /wɜːs/เวิซ/ ❶ *adj. compar. of* **bad** 1 เลวกว่า, เลวลง, แย่ลง; **things could not/could be ~:** ทุกสิ่งทุกอย่างไม่สามารถจะเลวร้ายไปกว่านี้/ไม่เลวร้ายเท่าไร; **the food is bad, and the service ~:** นอกจากอาหารจะไม่ดีแล้ว การบริการก็ยิ่งแย่ลงไปอีก; **his manners are ~ than a pig's** กิริยามารยาทของเขาเลวยิ่งกว่าหมู; **he's getting ~:** เขาคอยเลวลงเรื่อย ๆ; *(his health)* สุขภาพของเขากำลังทรุดลงเรื่อย ๆ; **be ~ than useless** จะบอกว่าไม่มีประโยชน์เลยก็จะดีเกิน; **be [none] the ~ for sth.** *ส.น.* ไม่ได้ทำให้อยู่ในสภาพเลวลง; **sb. is [none] the ~ for sth.** *ค.น.* [ไม่] เลวลงเพราะ *ส.น.*; **~ and ~:** แย่ลงเรื่อย ๆ, เลวร้ายไปเรื่อย ๆ; **to make matters ~, ...:** ที่ยิ่งร้ายไปกว่านั้นก็คือ; **it could have been ~:** จริง ๆ แล้วจะยิ่งแย่ลงไปกว่านั้นก็ได้; **~ luck!** โชคร้าย; ➡ + **drink** 1 D; **liquor** A; **wear** 1 A
❷ *adv. compar. of* **badly** อย่างเลวกว่า, อย่างแย่ลง; **~ and ~:** อย่างเลวลงไปเรื่อย ๆ; ➡ + **better** 3 A; **off** 1 I
❸ *n.* สิ่งที่เลวกว่า; **she might do ~ than settle for that job** ถ้าเธอจะรับงานนั้นก็จะถือว่าไม่เลวทีเดียว; **go from bad to ~:** เลวร้ายลงไปกว่าเดิม; **or ~:** หรือยิ่งเลวร้ายลงไปอีก; **~ still** ที่ยิ่งแย่กว่าเดิม; **a change for the ~:** การเปลี่ยนแปลงไปในทางที่แย่ลงกว่าเดิม; **take a turn for the ~:** เลวลงไปอีก; **nobody will think any the ~ of you** จะไม่มีใครมองคุณในทางที่เลวลงหรอก; **there is ~ to come** เดี๋ยวจะมีสิ่งที่ยิ่งแย่กว่านี้; ➡ + **worst** 3

worsen /ˈwɜːsn/ˈเวิซ'น/ ❶ *v.t.* ทำให้เลว *หรือ* แย่ลง *(ความขาดแคลน)* ❷ *v.i.* เลวลง, แย่ลง; **she ~ed in the night** เธออาการแย่ลงในตอนกลางคืน

worship /ˈwɜːʃɪp/ˈเวอชิพ/ ❶ *v.t., (Brit.)* **-pp-:** Ⓐ นับถือ, บูชา *(เทพเจ้า, พระมหากษัตริย์)*; Ⓑ *(idolize)* ยกย่องเต็มที่; **he ~s the ground she walks on** เขาบูชาธรณีที่เธอเหยียบย่ำ
❷ *v.i., (Brit.)* **-pp-** Ⓐ เข้าไปสักการะบูชา; Ⓑ *(be full of adoration)* เปี่ยมล้นด้วยความเคารพรัก
❸ *n.* Ⓐ การเคารพบูชา; *(service)* พิธีการสักการะบูชา; **public ~:** พิธีกรรมทางศาสนาในศาสนสถาน; **dedicated as a place of ~:** ให้เป็นปูชนียสถาน; **gather for ~:** เข้ามาร่วมกันเพื่อพิธีการสักการะ; **freedom of ~:** อิสรภาพในการเคารพสักการะ; Ⓑ *(adoration)* การยกย่องเคารพรัก; **an object of ~:** ปูชนียวัตถุ; **the ~ of wealth/intellect** การบูชาทรัพย์สินเงินทอง/สติปัญญา; Ⓒ *(form of address)* **Your/His W~:** ท่านเทศมนตรี/ท่านผู้พิพากษา

worshiper *(Amer.)* ➡ **worshipper**

worshipful /ˈwɜːʃɪpfl/ˈเวอชิพฟ'ล/ *adj.* *(Brit.)* *ตำแหน่งที่เรียกผู้พิพากษาระดับต่ำหรือเจ้าหน้าที่บริษัทในอดีต*

worshipper /ˈwɜːʃɪpə(r)/ˈเวอชิเพอะ(ร)/ *n.* Ⓐ *(in church etc.)* ผู้นับถือบูชาในโบสถ์ ฯลฯ; Ⓑ *(of deity)* ผู้เคารพนับถือ; Ⓒ *(of person, money etc.)* ผู้เคารพนับถือคน; **be a ~ of sth.** เป็นผู้นับถือบูชา *ส.น.*

worst /wɜːst/เวิซทฺ/ ❶ *adj. superl. of* **bad** 1 Ⓐ ➡ **worse** 1: เลวร้ายที่สุด, แย่ที่สุด; **be ~:** เลวร้ายที่สุด; **the ~ thing about it was ...:** สิ่งที่เลวร้ายที่สุดเกี่ยวกับเรื่องนั้นก็คือ...; **the ~ thing you could do** สิ่งที่เลวร้ายที่สุดที่คุณสามารถทำได้; Ⓑ *(least efficient, of poorest quality)* มีประสิทธิภาพน้อยที่สุด, มีคุณภาพแย่ที่สุด
❷ *adv. superl. of* **badly** อย่างเลว/แย่ที่สุด
❸ *n.* Ⓐ **[the] ~:** สิ่งที่เลวร้ายที่สุด; **you saw him at his ~:** คุณเห็นเขาในสภาพที่แย่ที่สุด; **prepare for the ~:** เตรียมพร้อมที่จะรับสิ่งที่เลวร้ายที่สุด; **at ~, at the [very] ~:** มองในแง่ร้ายที่สุด; **get** *or* **have the ~ of it** *(be defeated)* พ่ายแพ้; *(suffer the most)* ทนทุกข์ทรมานมากที่สุด; **if the ~** *or* **it comes to the ~** *(Brit.)*, **if worse comes to ~** *(Amer.)* ถ้าสิ่งที่เลวร้ายที่สุดเกิดขึ้น; **do your ~:** เออ คุณอยากจะทำอะไรก็ทำไปเถอะ; **let him do his ~:** ปล่อยให้เขาทำในสิ่งใดก็ตามที่เขาอยากทำ; Ⓑ *(what is of poorest quality)* สิ่งที่มีคุณภาพเลวที่สุด
❹ *v.t.* ชนะการต่อสู้; **be ~ed in argument** แพ้ในการโต้เถียง

worsted /ˈwʊstɪd/ˈวุซติด/ *n.* *(Textiles)* ด้ายขนสัตว์ที่ใช้ทอเนื้อผ้าละเอียด

wort /wɜːt/เวิท/ *n.* *น้ำที่ออกจากข้าวมอลท์ก่อนที่จะหมักเป็นเบียร์*

worth /wɜːθ/เวิธ/ ❶ *adj.* Ⓐ ➤ 572 *(of value equivalent to)* คุ้มค่า; **it's ~/not ~ £80** [มัน] คุ้มค่า/ไม่คุ้มค่า 80 ปอนด์; **it is not ~ much** *or* **a lot [to sb.]** มันไม่มีคุณค่าอะไรมาก [ต่อ *ค.น.*]; **be ~ the money** คุ้มค่าที่จ่ายไป; **not ~ a penny** ไม่มีค่าแม้แต่เพนนีเดียว; **it's ~ a lot to me that ...:** มันมีคุณค่าสำหรับฉันมากที่ว่า...; **he's ~ the lot of you put together** เขามีคุณค่ามากกว่าพวกคุณทั้งหมด; **for what it is ~:** โดยไม่รับรองคุณค่า *หรือ* ความจริง; ➡ + **gold** 1 A; Ⓑ *(worthy of)* **is it ~ hearing/the effort?** สิ่งนั้นคุ้มค่าการฟัง/ความพยายามหรือไม่ *หรือ* มันน่าฟัง/คุ้มกับการเหนื่อยหรือเปล่า; **is it ~ doing?** มันคุ้มค่ากับการทำหรือไม่; **if it's ~ doing, it's ~ doing well** ถ้ามันคุ้มค่าที่จะทำก็ต้องทำให้ดี; **it isn't ~ it** มันไม่คุ้มหรอก; **an experience ~ having** ประสบการณ์ที่คุ้มค่า; **it's ~ a try** มันก็น่าลองทำดู; **it would be [well] ~ it** *(coll.)* มันจะคุ้มค่า [มาก]; **be well ~ sth.** คุ้มค่า *ส.น.* มาก; **you can have my opinion for what it's ~:** ฉันบอกความคิดเห็นของฉันก็ได้ *(จะมีประโยชน์หรือไม่ก็อีกเรื่อง)*; **it's more than my job's ~:** มันเสี่ยงต่อการทำงานของฉัน; Ⓒ **be ~ sth.** *(possess)* มีค่าเท่ากับ *ส.น.*; **run/cycle for all one is ~** *(coll.)* วิ่ง/ปั่นจักรยานสุดความสามารถ; ➡ + **salt** 1 A; **while** 1
❷ *n.* Ⓐ ➤ 572 *(equivalent of money etc. in commodity)* **ten pounds' ~ of petrol** น้ำมัน 10 ปอนด์; *(more formal)* น้ำมันเบนซินในราคา 10 ปอนด์; Ⓑ *(value, excellence)* คุณค่า, ความดีเยี่ยม; **of great/little/no ~:** มีคุณค่ามาก/น้อย/ไม่มีคุณค่าเลย; ➡ + **money'sworth; pennyworth**

worthily /ˈwɜːðɪlɪ/ˈเวอธิลิ/ *adv.* อย่างคุ้มค่า, อย่างดีงาม

worthiness /ˈwɜːθɪnɪs/ˈเวอธินิซ/ *n., no pl.* ความมีคุณค่า; *(of cause, charity)* ความดีเลิศ, ความน่ายกย่อง

worthless /ˈwɜːθlɪs/ˈเวิธลิซ/ *adj.* Ⓐ *(valueless)* ไม่มีคุณค่า, ไร้ค่า; Ⓑ *(despicable)* น่าดูถูกเหยียดหยาม

'worthwhile *attrib. adj.* มีค่า, มีความสำคัญคุ้มค่า; ➡ + **while** 1

worthy /ˈwɜːðɪ/ˈเวอธิ/ ❶ *adj.* Ⓐ *(adequate, estimable)* เหมาะสม, มีค่า; **~ of the occasion** เหมาะสมกับโอกาส; Ⓑ *(deserving)* สมควร; **be ~ of the name** สมควรกับชื่อ; **~ of note/mention** สมควรกับการสังเกต/การกล่าวถึง; **is he ~ of her?** เขาคู่ควรกับเธอหรือไม่
❷ *n.* Ⓐ *(person of distinction)* บุคคลมีเกียรติ; Ⓑ **local worthies** *(joc.)* ผู้ยิ่งใหญ่ในท้องถิ่น

wotcher /ˈwɒtʃə(r)/ˈวอเฉอะ(ร)/ *int.* *(Brit coll.)* ว่าไง

would ➡ ¹**will**

would-be /ˈwʊdbiː/ˈวุดบี/ *attrib. adj.* **a ~ philosopher** ผู้ที่ต้องการเป็นนักปรัชญาเมธี; **a ~ aggressor** คนที่มีท่าทีจะโจมตี

wouldn't /ˈwʊdnt/ˈวุด'นทฺ/ *(coll.)* = **would not**; ➡ ¹**will**

¹**wound** /wuːnd/วูนดฺ/ ❶ *n.* *(lit. or fig.)* บาดแผล; **a war ~:** บาดแผลจากสงคราม; **receive a ~ in the chest/leg** ได้รับบาดแผลในบริเวณหน้าอก/ที่ขา; **a knife-~ across the palm** แผลมีดบาดกลางฝ่ามือ; **this was a great ~ to her pride** *(fig.)* นี่เป็นสิ่งที่ทำลายความภูมิใจของเธออย่างมาก ❷ *v.t.* ทำให้เป็นแผลบาดเจ็บ; *(fig.)* มีผลกระทบ, ทำลาย; **be ~ed in the thigh/arm** บาดเจ็บที่ต้นขา/แขน

²**wound** ➡ ²**wind** 1, 2

wove, woven ➡ ¹**weave** 2, 3

¹**wow** /waʊ/วาว/ ❶ *int.* โอ้โห, ว้าว *(ท.ศ.)* ❷ *n.* *(coll.)* **be a ~:** เป็นความสำเร็จที่สุดยอด ❸ *v.t.* *(coll.)* ทำให้ประทับใจ, ทำให้ตื่นเต้นมาก

²**wow** *n.* *(Electronics)* *ความคลาดเคลื่อนเนื่องจากการเปลี่ยนอัตราความเร็วในขณะบันทึกเสียง*

WP *abbr.* **Word Processor**

w.p.b *abbr.* **waste-paper basket**

WPC *abbr.* **woman police constable** ตำรวจหญิง

w.p.m. *abbr.* **words per minute**

wraith /reɪθ/เรธ/ *n.* วิญญาณ, เจตภูติ

'wraithlike *adj.* เหมือนวิญญาณ

wrangle /ˈræŋgl/ˈแรงก'ล/ ❶ *v.i.* ทะเลาะวิวาทกัน ❷ *n.* การทะเลาะวิวาทกัน; **what are those two having such a ~ about?** สองคนนั้นกำลังทะเลาะกันเสียงดังเรื่องอะไรกัน

wrap /ræp/แรพ/ ❶ *v.t.*, **-pp-** Ⓐ พัน, ห่อ, ห่อหุ้ม; *(fig.)* ปิดบัง, อำพราง; **~ped** ถูกห่อหุ้ม; **~ sth. in paper/cotton wool** ใช้กระดาษ/ผ้าสำลีห่อ *ส.น.*; **~ sth. [a]round sth.** *(lit. or fig.)* พัน/ห่อ *ส.น.* รอบ *ส.น.*; **~ one's arms around sb.** โอบกอด *ค.น.*; Ⓑ *(arrange)* ห่ม หรือ พัน *(ผ้าคลุม)* **(about, round** รอบ**)**; **she ~ped her motorcycle round a tree** *(coll.)* เธอขับรถจักรยานยนต์ชนต้นไม้
❷ *n.* ผ้าพันคอ, ผ้าคลุม, สิ่งที่ใช้ห่อหุ้ม; **take the ~s off sth.** *(fig.)* เปิดเผย *ส.น.*; **under ~s** *(fig.)* เก็บเป็นความลับ; **keep sth. under ~s** เก็บรักษา *ส.น.* เป็นความลับ

~ 'up ❶ *v.t.* Ⓐ ➡ **wrap 1; wrapped up**; Ⓑ *(fig.: conclude)* สรุป; **that just about ~s it up for today** นั่นก็ถือว่าจบสำหรับวันนี้ ❷ *v.i.* Ⓐ *(put on warm clothing)* ใส่เสื้อผ้าที่อบอุ่น; **mind you ~ up well** สวมเสื้อผ้าให้อบอุ่นนะ; Ⓑ *(sl.: be quiet)* เงียบ

'wraparound ❶ *adj.* Ⓐ *(เสื้อผ้า)* แบบพันตัว; Ⓑ *(แว่นตากันแดด, กระจกหน้ารถ, รถ)* เป็นรูปโค้งโอบรอบ ❷ *n.* *(กระโปรง)* ที่พันรอบ

wrap around sunglasses *n. pl.* แว่นกันแดดที่ปิดถึงหู

wrapped up /ræpt 'ʌp/แรพทฺ 'อัพ/ *adj.* **be ~ in one's work** หมกมุ่นอยู่กับงานของตน; **she is very ~ in her family** เธอสาละวนอยู่กับครอบครัวของเธอ; **be too ~ in one's problems** หมกมุ่นอยู่กับปัญหาของตนมากเกินไป; **a country whose prosperity is ~ in its shipping** ประเทศที่มีความมั่งคั่งพัวพันอยู่กับธุรกิจการเดินเรือ

wrapper /'ræpə(r)/'แรเพอะ(ร)/ *n.* Ⓐ *(around newspaper etc.)* กระดาษห่อหนังสือพิมพ์; Ⓑ *(around sweet etc.)* **sweet/toffee ~[s]** กระดาษห่อขนม; Ⓒ *(of book)* ➡ **jacket C**

wrapping /'ræpɪŋ/'แรพิง/ *n.* การห่อ, การพัน; *(fig.)* การปิดบัง, การอำพราง

'wrapping paper *n. (strong paper)* กระดาษห่อพัสดุ; *(decorative paper)* กระดาษห่อของขวัญ

wrasse /ræs/แรซ/ *n. (Zool.)* ปลาทะเลในวงศ์ Labridae มีสีสดใส

wrath /rɒθ/รอธ/ *n. (poet./rhet.)* ความโกรธจัด

wrathful /'rɒθfl/'รอธฟ'ล/ *adj. (poet./rhet.)* โกรธจัด

wreak /ri:k/รีค/ *v.t.* Ⓐ *(inflict)* **~ vengeance on sb.** แก้แค้น *ค.น.*; Ⓑ *(vent)* ระบายความโกรธ, บันดาลโทสะ **(on** กับ**)**; Ⓒ *(cause)* ก่อให้เกิด *(ความหายนะ, ภัยพิบัติ)*

wreath /ri:θ/รีธ/ *n., pl.* **wreaths** /ri:ðz, ri:θs/รีทฺซ, รีธฺซ/ พวงมาลัย, พวงหรีด; **a ~ of smoke** ควันที่ลอยขึ้นเป็นวง

wreathe /ri:ð/รีท/ ❶ *v.t.* Ⓐ *(encircle)* คล้องรอบ; **her face was ~d in smiles** หน้าเธอยิ้มแป้น; Ⓑ *(form into wreath)* จัดพวงหรีด *(ดอกไม้)*; Ⓒ *(make by interweaving)* ถักทอ ❷ *v.i.* *(ควัน ฯลฯ)* ลอยเป็นวง ๆ

wreck /rek/เร็ค/ ❶ *n.* Ⓐ *(destruction)* การอับปาง *(ของเรือ)*; *(fig.)* ความเสียหายอย่างร้ายแรง; Ⓑ *(ship)* เรือที่อับปาง; Ⓒ *(broken remains, lit. or fig.)* ซากหลงเหลือ; **she was a physical/mental ~:** เธอทรุดโทรมทางร่างกายมาก/มีจิตใจถูกกระทบกระเทือนมาก; **I feel/you look a ~** *(coll.)* ฉันรู้สึก/คุณดูโทรมมาก ❷ *v.t.* Ⓐ *(destroy)* ทำลาย *(รถยนต์)*; **be ~ed** *(shipwrecked)* *(เรือ)* อับปาง; **a ~ed ship/aircraft** เรือ/เครื่องบินที่อับปาง; Ⓑ *(fig.: ruin)* ทำลาย *(ความหวัง, การไปพักร้อน, งานเลี้ยง, การสมรส)*; สร้างความเสียหาย

wreckage /'rekɪdʒ/'เร็คคิจ/ *n.* ซากที่เหลือจากการอับปาง

wrecker /'rekə(r)/'เร็คเคอะ(ร)/ *n.* Ⓐ *(who disrupts deliberately)* ผู้ชอบทำลาย/สร้างความเสียหาย; Ⓑ *(who brings about shipwreck for profit)* คนที่ล่อให้เรืออับปาง; Ⓒ *(employed in demolition)* ผู้รื้อถอนอาคารสิ่งปลูกสร้าง; Ⓓ *(who recovers wrecked ship)* คนกู้เรืออับปาง; Ⓔ *(Amer.: breakdown vehicle)* รถลากรถที่เสียข้างถนน; Ⓕ *(Amer.: train)* รถไฟลากเครื่องจักรที่เสีย

'wrecking bar *n.* ชะแลง

Wren /ren/เร็น/ *n. (Brit.)* สมาชิกของอดีตราชนาวีหญิงในประเทศอังกฤษ

wren *n.* นกตัวเล็ก มีเสียงเพราะ ในวงศ์ Troglodytidae

wrench /rentʃ/เร็นฉฺ/ ❶ *n.* Ⓐ *(tool)* ประแจ, การไขคลายเกลียว; **pipe ~:** ประแจไขท่อน้ำ; **screw ~:** ประแจไขเกลียว; Ⓑ *(esp. Amer.)* ➡ **spanner**; Ⓒ *(violent twist)* การบิด/หมุนอย่างเต็มแรง; **give one's ankle/shoulder a ~:** ทำข้อเท้าแพลง/ทำไหล่ร้าว; **give a ~ at the door handle** กระชากมือจับประตูอย่างเต็มแรง; Ⓓ *(fig.)* **be a great ~ [for sb.]** สร้างความปวดร้าวทางจิตใจมาก [สำหรับ *ค.น.*]; **what a ~ it must have been for her** มันต้องสร้างความปวดร้าวใจมากสำหรับเธอ
❷ *v.t.* Ⓐ *(tug violently)* ขัน/กระชาก/ไขอย่างเต็มแรง; **~ at sth.** ขัน/กระชาก *ส.น.* เต็มแรง; **~ sth. round/off/open** ขัน/คลาย *ส.น.* ให้หมุน/ออก/เปิดอย่างเต็มแรง; **~ sth. from sb.** กระชาก *ส.น.* ออกจาก *ค.น.*; Ⓑ *(injure by twisting)* **~ one's ankle** *etc.* ทำข้อเท้าแพลง

wrest /rest/เร็ซทฺ/ *v.t.* **~ sth. from sb./sb.'s grasp** *(lit. or fig.)* ดึง *ส.น.* จาก *ค.น.*; **~ a confession from sb.** บังคับให้ *ค.น.* สารภาพ; **~ sth. from sth.** บิด *ส.น.* ออกจาก *ส.น.*

wrestle /'resl/'เร็ซ'ล/ ❶ *n.* Ⓐ *(hard struggle)* การต่อสู้ดิ้นรนอย่างหนัก; Ⓑ *(wrestling match)* การแข่งขันมวยปล้ำ; **have a ~:** มีการแข่งขันมวยปล้ำ ❷ *v.i.* Ⓐ สู้กับ *ค.น.* ในกีฬามวยปล้ำ; Ⓑ *(fig.: grapple)* ต่อสู้ดิ้นรน; **~ with one's conscience** ต่อสู้กับจิตสำนึกของตน; **~ with the controls of the aircraft** ต่อสู้เพื่อจะบังคับเครื่องบินได้ ❸ *v.t.* **~ sth. from sth.** ใช้ความรุนแรงเพื่อดึง *ส.น.* จาก *ส.น.*

wrestler /'reslə(r)/'เร็ซเลอะ(ร)/ *n.* นักมวยปล้ำ

wrestling /'reslɪŋ/'เร็ซลิง/ *n., no pl., no indef. art.* กีฬามวยปล้ำ; **~ match** นัดการแข่งขันมวยปล้ำ

wretch /retʃ/เร็ฉ/ *n.* ผู้เคราะห์ร้าย, ผู้ที่น่าสงสารเวทนา

wretched /'retʃɪd/'เร็ฉฉิด/ *adj.* Ⓐ *(miserable)* มีความทุกข์, เป็นทุกข์; **feel ~ about sb./sth.** *(be embarrassed)* รู้สึกอับอายเกี่ยวกับ *ค.น./ส.น.*; **feel ~** *(be very unwell)* รู้สึกป่วยหนัก; Ⓑ *(coll.: damned)* ที่น่ารำคาญ; **I wish he could control that ~ dog of his!** ฉันอยากให้เขาควบคุมไอ้หมาวายร้ายของเขาให้ได้; Ⓒ *(very bad)* แย่มาก, เลวมาก; **she's had a bout of ~ health** เธอได้ผ่านช่วงที่มีสุขภาพไม่ดีเลย; Ⓓ *(causing discomfort)* *(การเดินทาง, ช่วงเวลา)* ที่สร้างความเดือดร้อนมาก

wretchedly /'retʃɪdlɪ/'เร็ฉฉิดลิ/ *adv.* Ⓐ *(in misery)* *(ร้อง)* ด้วยความทุกข์ทรมาน; Ⓑ *(very badly)* อย่างแย่มาก, อย่างเลวมาก

wretchedness /'retʃɪdnɪs/'เร็ฉฉิดนิซ/ *n., no pl.* Ⓐ *(misery)* ความทุกข์ทรมาน; Ⓑ *(badness)* ความเลวทราม

wrick ➡ **²rick**

wriggle /'rɪgl/'ริก'ล/ ❶ *v.i.* Ⓐ บิดตัวไปมา; **~ [about] on one's chair** นั่งบิดไปบิดมา; Ⓑ *(make one's/its way by wriggling)* เลื้อยไป; **a worm ~d across the lawn** หนอนเลื้อยข้ามสนามไป; **~ free of the ropes** ปลดตัวออกจากเชือกที่ผูกมัด; **~ out of a difficulty** *etc. (fig.)* สามารถเอาตัวรอดจากความยากลำบาก ฯลฯ
❷ *v.t.* Ⓐ **~ one's way** *(lit. or fig.)* เลื้อยไปตามทางของตน; **~ one's way out of a difficulty** *etc.* หาทางออกจากความยากลำบาก ฯลฯ; Ⓑ *(move)* **~ one's hips** ส่ายสะโพกไปมา ❸ *n.* การเลื้อย, การบิดส่าย/สะบัดสะโพก

wriggly /'rɪglɪ/'ริกลิ/ *adj.* ที่บิดไปบิดมา

wring /rɪŋ/ริง/ *v.t.*, **wrung** /rʌŋ/รัง/ Ⓐ บิดรัด; **~ out** บิดออก; **~ the water out of the towels** บิดน้ำออกจากผ้าเช็ดตัว; Ⓑ *(squeeze forcibly)* บีบอย่างเต็มแรง; **~ sb.'s hand** บีบมือ *ค.น.* อย่างแรง; *(twist forcibly)* **~ one's hands** บิดมืออย่างเต็มแรง; **~ the neck of an animal** ฆ่าโดยบีบคอสัตว์; **I could have wrung his neck** *(fig.)* ฉันอยากจะบีบคอเขา; Ⓒ *(extract)* สกัดออกโดยการบีบ; **~ sth. from** *or* **out of sb.** *(fig.)* บีบบังคับเอา *ส.น.* จาก *ค.น.*; Ⓓ *(distress)* **~ the heart** ทำให้จิตใจโศกเศร้าหดหู่

wringer /'rɪŋə(r)/'ริงเงอะ(ร)/ *n.* เครื่องบิดผ้าให้แห้ง

wringing wet /rɪŋɪŋ 'wet/ริงงิง 'เว็ท/ *adj.* เปียกโชก; **our clothes were ~:** เสื้อผ้าของพวกเราเปียกโชก

wrinkle /'rɪŋkl/'ริงค'ล/ ❶ *n.* รอยเหี่ยวย่น, ตีนกา; *(in paper)* รอยยับ ❷ *v.t.* ทำให้ย่น ❸ *v.i.* *(หน้า, เสื้อผ้า, กระดาษ)* ยับ/ย่น

wrinkled /'rɪŋkld/'ริงค'ลดฺ/ *adj.* เหี่ยวย่น, มีรอยยับ; **~ with age** เหี่ยวย่นตามวัย

wrinklie /'rɪŋklɪ/'ริงคลิ/ *n. pl. (older people)* ➡ **wrinkly 2**

wrinkly /'rɪŋklɪ/'ริงคลิ/ ❶ *adj.* เหี่ยวย่น ❷ *n.* *(coll.)* ตา/ยายแก่

wrist /rɪst/ริซทฺ/ *n.* ➤ **118** ข้อมือ; **slash one's ~s** กรีดข้อมือของตน; **the glove was too tight at the ~:** ถุงมือคับเกินไปตรงข้อมือ

wrist: ~band *n.* Ⓐ *(cuff)* ปลอกข้อมือเสื้อ; Ⓑ ➡ **sweatband**; **~watch** *n.* นาฬิกาข้อมือ; **~ guard** *n.* ปลอกข้อมือนิรภัย *(ในการเล่นโรลเลอร์เบลด)*

¹writ /rɪt/ริท/ *n. (Law)* Ⓐ หมายศาล; **serve a ~ on sb.** ออกหมายศาลให้กับ *ค.น.*; **sb.'s ~ runs in ...** *(fig.)* อำนาจของ *ค.น.* ครอบคลุมถึง...; Ⓑ *(Crown document)* พระราชกฤษฎีกา, พระราชกำหนด; Ⓒ *(Relig.)* **Holy W~:** คัมภีร์ของศาสนาคริสต์

²writ ➡ **write 2 A**

writable /'raɪtəbl/'ไรเทอะบ'ล/ *adj.* *(Computing)* *(แผ่นซีดี)* ที่บันทึกได้

write /raɪt/ไรทฺ/ ❶ *v.i.*, **wrote** /rəʊt/โรทฺ/, **written** /'rɪtn/'ริทท'น/ เขียน; **~ to sb./a firm** เขียนถึง *ค.น.*/บริษัท; **~ for a fresh supply** เขียนสั่งเสบียงเพิ่ม; **she ~s for a living** เธอมีอาชีพเป็นนักเขียน; ➡ **+ home**
❷ *v.t.*, **wrote, written** Ⓐ เขียน; **the written language** ภาษาเขียน; **~ it, don't print it** ใช้ลายมือเขียน อย่าใช้ตัวพิมพ์; **written applications** ใบสมัครที่เขียนโดยลายมือ; **the**

paper had been written all over เอกสารมีการเขียนเต็มหน้า; **it is written that ...:** เขียนไว้ว่า...; **be written into the contract** ระบุในสัญญาเป็นลายลักษณ์อักษร; **writ large** *(fig.)* เขียนเด่นชัดมาก; Ⓑ *(Amer./Commerc./coll.: ~ letter to)* เขียนจดหมายถึง; Ⓒ *in pass. (fig.: be apparent)* **sb. has sth. written in his face** *ค.น.* แสดงอารมณ์ที่หน้าอย่างเด่นชัด; **she had 'career woman' written all over her** เธอมีลักษณะเป็นผู้หญิงทำงานที่เห็นได้ชัดเจน; Ⓓ *(Computing)* เขียน *(ข้อมูล)*; **~ in** *or* **into** *or* **on** *or* **to a disc** เขียนใส่แผ่นดิสก์; Ⓔ ➡ **underwrite**

~ a'way *v.i.* **~ away for sth.** เขียนไปสั่งซื้อ *ส.น.*

~ 'back *v.i.* เขียนตอบ

~ 'down *v.t.* Ⓐ *(record)* บันทึกไว้; Ⓑ *(Commerc.: reduce nominal value of)* ลดมูลค่า *(สินค้า, ทรัพย์สิน)* ในบัญชี

~ 'in ❶ *v.i. (include)* รวมไว้, ลงไว้ ❷ *v.t. (Amer. Polit.)* เพิ่ม *(ชื่อของผู้สมัคร)* ในรายชื่อเมื่อลงคะแนนเสียง; ➡ + **write-in**

~ 'off ❶ *v.t.* Ⓐ *(compose with ease)* เขียน/ประพันธ์อย่างง่ายดาย; Ⓑ *(cancel)* ยกเลิก *(หนี้สิน, ส่วนที่ขาดทุน)*; *(fig.)* ลดมูลค่าทางบัญชี; **~ sb. off [as a failure** *etc.***]** ประณามว่า *ส.น.* ล้มเหลว; Ⓒ *(destroy)* ทำลาย *(รถยนต์ ฯลฯ)* ❷ *v.i.* ➡ **~ away** ➡ + **write-off**

~ 'out *v.t.* Ⓐ เขียน *(เช็ค, ใบเสร็จ)*; Ⓑ *(~ in final form)* เขียนเป็นฉบับสมบูรณ์; *(~ in full)* เขียนโดยไม่ใช้ตัวย่อ; Ⓒ *(from serial)* เขียนตัวละครออกจากบทละคร

~ 'up *v.t.* Ⓐ *(praise)* เขียนยกย่องสรรเสริญ; Ⓑ *(~ account of)* เขียนบรรยาย *(เหตุการณ์)*; *(~ in full)* เขียนบรรยายอย่างครบถ้วน; Ⓒ *(bring up to date)* เขียนให้ทันเวลาปัจจุบัน *(สมุดรายวัน)*; ➡ + **write-up**

write: ~-in *n. (Amer.)* ผู้สมัครเลือกตั้งที่ไม่อยู่ในรายชื่อของพรรค แต่ได้คะแนนจากผู้เลือกตั้ง; **he received 10,000 ~-in votes** เขาได้รับคะแนนเสียง 10,000 คะแนน; **~-off** *n. (person)* คนที่ใช้ไม่ได้; *(event)* งานที่ล้มเหลว; *(vehicle)* ยานพาหนะที่พังยับเยินจนซ่อมไม่ได้

writer /ˈraɪtə(r)/ˈไรเทอะ(ร)/ *n.* Ⓐ ➤ 489 *(author)* นักเขียน, นักประพันธ์; *(of letter, article)* ผู้เขียน; *(of lyrics, advertisements)* คนเขียน; *(of music)* นักแต่งเพลง; **be a ~:** เป็นนักเขียน; **the present ~:** ผู้เขียน [ของบทความนี้]; **a ~ of historical fiction** นักเขียนนิยายอิงประวัติศาสตร์; Ⓑ **be a good/bad ~** *(as to handwriting)* ลายมือสวย/ไม่สวย

writer's 'cramp *n. (Med.)* อาการกล้ามเนื้อในมือเกร็ง *(เนื่องจากเขียนมากเกินไป)*

'write-up *n.* ข้อเขียน, บทความ; *(by critic)* บทวิจารณ์; **get a good ~:** ได้รับการวิจารณ์ที่ดี

writhe /raɪð/รายทฺ/ *v.i. (lit. or fig.)* บิดตัวไปมาด้วยความเจ็บปวด; **he/it makes me ~** *(with embarrassment)* เขา/มันทำให้ฉันอายจนม้วนต้วน; *(with disgust)* เขา/มันทำให้ฉันขยะแขยงเต็มที

writing /ˈraɪtɪŋ/ˈไรทิง/ *n.* Ⓐ การเขียน; **at the time of ~:** ณ เวลาที่เขียน; **put sth. in ~:** เขียน *ส.น.*; ➡ + **commit** D; Ⓑ *(handwriting)* ลายมือ; Ⓒ *(composing)* การเขียน, การแต่ง, การประพันธ์; **creative-~ course** หลักสูตรการเขียนสร้างสรรค์; **earn sth. from one's ~:** ได้รับ *ส.น.* จากงานเขียน; **this poem is a lovely piece of ~:** บทกวีนี้เป็นงานเขียนที่ไพเราะ; Ⓓ *(something written)* สิ่งที่เขียนไว้; **the ~s of Plato** งานเขียนของเพลโต; **the ~ on the wall** *(fig.)* สิ่งที่เป็นลางแห่งความล้มเหลว; **she's seen the ~ on the wall** เธออ่านลางร้ายออก; **the ~ is on the wall for this department** แผนกนี้ไม่มีอนาคต

writing: ~ case *n.* กระเป๋าเครื่องเขียน; **~ desk** *n.* โต๊ะเขียนหนังสือ; **~ pad** *n.* ปึกกระดาษเขียน; **~ paper** *n.* กระดาษเขียนจดหมาย

written ➡ **write**

wrong /rɒŋ/รอง/ ❶ *adj.* Ⓐ *(morally bad)* ผิดศีลธรรม; *(unfair)* ไม่ยุติธรรม; **you were ~ to be so angry** คุณผิดที่โกรธมาก; **what's ~ with sth./that?** *ส.น.*/สิ่งนั้นผิดตรงไหน; **what's ~ with having a drink?** การดื่มสุราผิดตรงไหน; Ⓑ *(mistaken)* เข้าใจผิด; **be ~:** เข้าใจผิด; **I was ~ about you** ฉันเข้าใจคุณผิด; **the clock is ~:** นาฬิกาเดินไม่ตรงเวลา; **the clock is ~ by ten minutes** นาฬิกาเดินเร็ว/ช้าสิบนาที; **how ~ can you be** *or* **get!** คุณช่างเข้าใจผิดจริง ๆ; Ⓒ *(not suitable)* ไม่เหมาะสม, ผิด; **give the ~ answer** ให้คำตอบผิด ๆ; **that was the ~ move to make** นั่นเป็นการกระทำที่ไม่เหมาะสม; **say/do the ~ thing** พูด/ทำสิ่งที่ผิด; **you've come to the ~ person** คุณมาหาคนผิด; **be the ~ person for the job** เป็นคนที่ไม่เหมาะสมกับงาน; **take the ~ turning** เลี้ยวผิด; **get hold of the ~ end of the stick** *(fig.)* เข้าใจผิดทั้งหมด; **[the] ~ way round** กลับหัวกลับหาง; ➡ + **go down** B; **number** 1 A; Ⓓ *(out of order)* ผิดปกติ; **there's something ~ here/with him** มีอะไรผิดปกติที่นี่/กับเขา; **there's nothing ~:** ไม่มีอะไรผิดปกติ; **what's ~?** มีอะไรผิดปกติหรือ, เป็นอะไรหรือ; ➡ + **wrong side**

❷ *adv.* ผิด; **get it ~:** ทำผิด; *(misunderstand)* เข้าใจผิด; **I got the answer ~ again** ฉันตอบผิดอีกแล้ว; **get sb. ~:** เข้าใจ *ค.น.* ผิด หรือ ประเมิน *ค.น.* อย่างผิดพลาด; **go ~** *(take ~ path)* ไปผิดทาง; *(fig.) (คน)* ไปในเส้นทางที่ผิด; *(เครื่องจักร, เครื่องยนต์)* ไม่ทำงาน, เสีย; *(เรื่องราว)* ผิดพลาดไป; **you can't go ~ if you study engineering** คุณจะไม่มีทางพลาด ถ้าคุณเรียนวิศวกรรม; **the television/dishwasher has gone ~:** โทรทัศน์/เครื่องล้างจานเสีย

❸ *n.* Ⓐ *(what is morally bad)* สิ่งผิด, สิ่งไม่ดี, สิ่งที่ไม่ถูกต้อง; **know the difference between right and ~:** รู้ความแตกต่างระหว่างสิ่งที่ถูกต้องกับสิ่งที่ผิด; **two ~s don't make a right** ถ้าผิดกันทั้งคู่ก็ยิ่งผิดไปใหญ่; **do ~:** ทำผิด; **she can do no ~:** เธอจะไม่มีวันผิด; **be in the ~:** เป็นฝ่ายที่ผิด; **put sb. in the ~:** ทำให้ *ค.น.* เป็นฝ่ายผิด; Ⓑ *(injustice)* ความไม่ยุติธรรม, อยุติธรรม; **suffer a ~/many ~s** ได้รับความเดือดร้อนจากความอยุติธรรม; **do ~ to sb., do sb. a ~:** ทำสิ่งที่ผิดต่อ *ค.น.*

❹ *v.t. (treat unjustly)* **~ sb.** ปฏิบัติอย่างไม่ยุติธรรมต่อ *ค.น.*; *(mistakenly discredit)* ใส่ร้ายป้ายสี *ค.น.*

wrong: ~doer *n.* ผู้กระทำผิด; **~doing** *n.* Ⓐ *no pl., no indef. art.* การกระทำผิด; Ⓑ *(instance)* สิ่งผิด; **~-'foot** *v.t.* Ⓐ *(Sport)* **~-foot sb.** *(ในเทนนิส, ฟุตบอล ฯลฯ)* เล่นเพื่อให้ *(คู่ต่อสู้)* *ค.น.* เสียสมดุล หรือ เสียการทรงตัว; Ⓑ *(fig. coll.)* ทำให้เสียหลัก; **he was ~-footed by that** สิ่งนั้นทำให้เขาตั้งหลักไม่ทัน

wrongful /ˈrɒŋfl/ˈรองฟ'ล/ *adj.* Ⓐ *(unfair)* ไม่ยุติธรรม; Ⓑ *(unlawful)* ผิดกฎหมาย

wrongfully /ˈrɒŋfəlɪ/ˈรองเฟอะลิ/ *adv.* Ⓐ *(unfairly)* อย่างไม่ยุติธรรม; Ⓑ *(unlawfully)* อย่างผิดกฎหมาย

'wrong-headed *adj.* หัวดื้อ, หัวแข็ง, หัวรั้น

wrongly /ˈrɒŋlɪ/ˈรองลิ/ *adv.* Ⓐ *(inappropriately, incorrectly)* อย่างผิด, อย่างไม่เหมาะสม, อย่างไม่ถูกต้อง; Ⓑ *(mistakenly)* อย่างผิดพลาด; **I believed, ~, that ...:** ฉันเชื่ออย่างผิด ๆ ว่า...; Ⓒ ➡ **wrongfully** A

wrongness /ˈrɒŋnɪs/ˈรองนิซ/ *n., no pl.* Ⓐ *(moral ~)* ความผิดศีลธรรม; Ⓑ *(inappropriateness, mistakenness)* ความไม่เหมาะสม, ความผิดพลาด

wrong: ~ side *n.* Ⓐ *(of fabric)* ด้านกลับ; **[the] ~ side out/up** โดยกลับออก; Ⓑ **be on the ~ side of thirty** ผ่านอายุ 30 ไปแล้ว; **get on the ~ side of sb./the law** *(fig.)* ทำให้ *ค.น.* โกรธ/มีปัญหากับเจ้าหน้าที่ตำรวจ; ➡ + **bed** 1 A; **blanket** 1 A; **~ 'un** *n. (coll.: person)* คนนิสัยไม่ดี

wrote ➡ **write**

wrought ➡ **work** 2

wrought 'iron *n.* เหล็กเหนียว

wrung ➡ **wring**

WRVS *abbr. (Brit.)* **Women's Royal Voluntary Service** กองอาสาสมัครสตรีที่ช่วยเหลือผู้ที่ตกอับ

wry /raɪ/ราย/ *adj.*, **~er** *or* **wrier** /ˈraɪə(r)/ˈรายเออะ(ร)/, **~est** *or* **wriest** /ˈraɪɪst/ˈรายอิซทฺ/ เบ้, ในเชิงแซว; **a ~ smile** ยิ้มเบ้; **make** *or* **pull a ~ face** ทำหน้าบูดเบี้ยว

wryly /ˈraɪlɪ/ˈรายลิ/ *adv.* อย่างเบ้, โดยเป็นการแซว

WSW /westsaʊθˈwest/เวซทฺเซาธ'เวซทฺ/ *abbr.* ➤ 191 **west-south-west**

wt. *abbr.* **weight**

WW *abbr. (Amer.)* **World War**

www. *abbr.* **World Wide Web**

wych hazel /ˈwɪtʃheɪzl/ˈวิฉเฮซ'ล/ *n.* Ⓐ *(shrub)* ต้นไม้พุ่มในสกุล *Hamamelis*; Ⓑ *(lotion)* น้ำมันที่สกัดจากต้นไม้ดังกล่าว

WYSIWYG /ˈwɪzɪwɪg/ˈวีซซิวิก/ *(Computing) abbr.* **What You See Is What You Get** เห็นอย่างไร ก็เป็นอย่างนั้น

X x

[1]X, x /eks/เอ็คซฺ/ *n., pl.* **Xs** *or* **X's** /'eksɪz/ 'เอ็คซิซ/ Ⓐ *(letter)* พยัญชนะตัวที่ 24 ของภาษาอังกฤษ; Ⓑ *(Math.)* ค่า x ในการคำนวณ; Ⓒ *(unknown person or number)* **Mr X** นายเอ็กซ์; **x tons of cement** ปูนซีเมนต์จำนวน x ตัน; **x number of ...** *(coll.)* จำนวน x ของ...; Ⓓ *(Roman numeral)* เลขโรมันมีค่าเท่ากับ 10; Ⓔ *(cross-shaped symbol)* สัญลักษณ์กากบาท; **x marks the spot** สัญลักษณ์กากบาทแสดงจุดที่ตั้ง

[2]X *symb. (Brit. Hist.)* ภาพยนตร์ระดับที่เหมาะกับผู้ใหญ่เท่านั้น *(นับตั้งแต่ ค.ศ. 1983 ได้เปลี่ยนใช้เลข 18 แทน แต่สัญลักษณ์นี้ยังคงใช้ในสหรัฐฯ)*

X certificate *n.* **the film was given an ~:** ภาพยนตร์ถูกจัดอยู่ในประเภทเป็นภาพยนตร์ที่เหมาะกับผู้ใหญ่เท่านั้น

xenograft /'zenəgrɑːft, US -græft/'เซ็นเนอะกราฟทฺ, -แกรฺฟทฺ/ *n.* การต่อเนื้อเยื่อต่างพันธุ์

xenon /'zenɒn/'เซ็นนอน/ *n. (Chem.)* ธาตุซีนอน *(ท.ศ.) (เป็นก๊าซเฉื่อย ไร้สีไร้กลิ่น ใช้ในหลอดไฟฟลูออเรสเซนซ์)*

xenophobe /'zenəfəʊb/'เซ็นเนอะโฟบ/ *n.* บุคคลที่รังเกียจชาวต่างชาติ

xenophobia /zenə'fəʊbɪə/เซ็นเนอะ'โฟเบีย/ *n.* ความรังเกียจชาวต่างชาติ

xenotransplantation /zenəʊtrænsplɑːn'teɪʃn, US -plænt-/เซะโนแทรฺนซฺพลฺาน'เทช'น, -ซแพลฺนทฺ-/ *n.* การปลูกถ่ายเนื้อเยื่อข้ามสายพันธุ์

xerography /zɪə'rɒgrəfɪ, ze'rɒgrəfɪ/เซีย'รอเกฺรฺอะฟิ, เซะ'รอเกฺรฺอะฟิ/ *n.* การอัดสำเนา, การถ่ายสำเนา, การถ่ายซีรอกซ์

Xerox ®, **xerox** /'zɪərɒks, 'zerɒks/'เซียรอคซฺ, 'เซะรอคซฺ/ ❶ *n.* Ⓐ *(process)* ซีรอกซ์ *(ท.ศ.)*, ขบวนการถ่ายสำเนา; Ⓑ *(copy)* สำเนาถ่ายเอกสาร ❷ **xerox** *v.t.* ถ่ายสำเนา, ถ่ายซีรอกซ์

Xian *n.* เมืองซีอาน *(อยู่ทางใต้ของประเทศจีน เคยเป็นเมืองหลวงในหลายรัชกาล)*

Xmas /'krɪsməs, 'eksməs/'ครฺิซเมิซ, 'เอ็คซฺเมิซ/ *n. (coll.)* **Christmas** เทศกาลคริสต์มาส *(ท.ศ.)*

XML *n. abbr.* **Extensible Mark-up Language** ภาษาเขียนอินเทอร์เน็ตที่ใหม่และดีกว่า HTML

X-rated /'eksreɪtɪd/'เอ็คซฺเรทิด/ *adj. (Brit. Hist.) (ภาพยนตร์)* ที่ไม่อนุญาตให้ผู้มีอายุต่ำกว่า 18 ปีเข้าชม

'X-ray /'eksreɪ/'เอ็คซฺเร/ ❶ *n.* Ⓐ *in pl.* รังสีเอกซเรย์ *(ท.ศ.)*; Ⓑ *(picture)* ภาพเอกซเรย์; Ⓒ *attrib.* เกี่ยวกับรังสีเอกซเรย์ ❷ *v.t.* ฉาย/ตรวจ/รักษาด้วยรังสีเอกซเรย์

xylophone /'zaɪləfəʊn/'ซายเลอะโฟน/ *n. (Mus.)* ระนาด

Y y

[1]Y, y /waɪ/วาย/ *n., pl.* **Ys** *or* **Y's** Ⓐ *(letter)* พยัญชนะตัวที่ 25 ของภาษาอังกฤษ; Ⓑ *(Math.)* ค่า y ในการคำนวณ

[2]Y *abbr.* Ⓐ *(Amer.)* **YMCA/YWCA** สมาคม YMCA/YWCA; Ⓑ **yen**

y. *abbr.* **year[s]** ป.

yacht /jɒt/ยอท/ ❶ *n.* Ⓐ *(for racing)* เรือใบ *(สำหรับการแข่งขัน)*; Ⓑ *(for pleasure travel etc.)* เรือยอร์ช *(ท.ศ.)*, เรือสำราญ ❷ *v.i.* แข่งขันเรือใบ, แล่นเรือท่องเที่ยว; **let's go yachting** ไปแล่นเรือท่องเที่ยวกัน

'yacht club *n.* สโมสรนักเล่นเรือใบ

yachting /'jɒtɪŋ/'ยอทิง/ *n., no pl., no art.* การแข่งขันเรือใบ, การแล่นเรือสำราญท่องเที่ยว

yachtsman /'jɒtsmən/'ยอทซุเมิน/ *n., pl.* **yachtsmen** /'jɒtsmən/'ยอทซุเมิน/ นักแข่งเรือใบ, ผู้แล่นเรือเพื่อความสำราญ

yack /jæk/แย็ค/, **yackety-yack** /jækətɪ'jæk/แยเคอทิ'แย็ค/ *(coll. derog.)* ❶ *ns.* การคุยจ้อ, การพูดเพ้อเจ้อ ❷ *v.i.* คุยจ้อ, เพ้อเจ้อ

yah /jɑː/ยา/ *int.* ~ **[boo sucks]** เฮ้อ, *(คำอุทานแสดงความรำคาญหรือเบื่อหน่าย)*

yahoo /jə'huː/เยอะ'ฮู/ *n. (fig.)* คนที่หยาบกระด้างประดุจสัตว์

yak /jæk/แย็ค/ *n. (Zool.)* ตัวจามรี

Yakuza /jə'kuːzə/เยอะ'คูเซอ/ *n.* มาเฟียญี่ปุ่น, ยากูซ่า *(ท.ศ.)*

Yale ® /jeɪl/เยล/: ~ **key** *n.* ลูกกุญแจเยล *(ท.ศ.)*; ~ **lock** *n.* แม่กุญแจเยล

Yalta /'jeltə/'เย็ลตา/ *pr. n.* เยลตา เมืองท่าของรัสเซีย

yam /jæm/แยม/ *n.* Ⓐ *(plant, tuber)* มันแกว; Ⓑ *(Amer.)* หัวมันเทศ

yammer /'jæmə(r)/'แยเมอะ(ร)/ *(coll./dial.)* ❶ *v.i.* คร่ำครวญ, บ่น, พูดมากจนน้ำลายแตกฟอง; **he's always ~ing on about sth.** เขามักคร่ำครวญ/บ่นถึง *ส.น.* เสมอ ❷ *n.* การคร่ำครวญ, การบ่น, การพูดจนน้ำลายแตกฟอง

yang /jæŋ/แยง/ *n., no pl., no indef. art. (Chinese Philos.)* หยาง *(ท.ศ.)* *(หลักฝ่ายชายที่เต็มไปด้วยพลังในจักรวาล)*

yank *(coll.)* ❶ *v.t.* กระชาก; ~ **sth. off/out** กระชาก *ส.น.* ออกมา ❷ *n.* การกระชาก; **give a ~ at sth.** กระชาก *ส.น.*

Yank /jæŋk/แยงค/ ❶ *n.* Ⓐ *(Brit. coll.: American)* พลเมืองสหรัฐ, ชาวอเมริกัน; Ⓑ *(Amer.: inhabitant of New England or northern States)* พวกแยงกี้ *(ซึ่งอาศัยอยู่ในแคว้นนิวอิงแลนด์หรือมลรัฐทางเหนือของสหรัฐ)* ❷ *adj.* Ⓐ *(Brit. coll.: American)* แห่งชาวอเมริกัน; Ⓑ *(Amer.: of New England or northern States)* แห่งพวกแยงกี้, แห่งชาวนิวอิงแลนด์หรือมลรัฐทางเหนือของสหรัฐฯ

Yankee /'jæŋkɪ/'แยงคิ/ ➡ **Yank**

yap /jæp/แย็พ/ ❶ *v.i.*, **-pp-** Ⓐ *(bark shrilly)* เห่าเสียงแหลม, เห่าบ็อก ๆ *(เช่น ลูกสุนัข)*; Ⓑ *(coll.: talk)* พูดเสียงดังเอะอะ; *(complainingly)* บ่นคร่ำครวญ ❷ *n.* เสียงเห่า; **give a ~:** ส่งเสียงเห่า

yarborough /'jɑːbrə/'ยาเบรอะ/ *n. (Cards)* มือไพ่ที่ไม่มีไพ่แต้มสูงกว่า 9 แต้ม

[1]yard /jɑːd/ยาด/ *n.* Ⓐ ➤ 69, ➤ 263, ➤ 517 หลา; **by the ~:** เป็นหลา; *(fig.)* อย่างยืดยาว, อย่างไม่หยุด; **sell books by the ~** *(fig.)* ขายหนังสือเป็นจำนวนมาก; **have a face a ~ long** หน้าบึ้งยังกับตะหลิว; Ⓑ *in pl. (coll.: great amount)* **have/get** *etc.* **~s of sth.** มี/ได้ ฯลฯ *ส.น.* เป็นจำนวนมาก; **~s of toilet paper** กระดาษชำระจำนวนมาก; Ⓒ *(Naut.)* *เสาทรงกลมปลาย 2 ข้างเรียวผูกขวางเสากระโดงเพื่อใช้แขวนใบเรือ;* Ⓓ **~ of ale** *(Brit.)* *แก้วเบียร์ทรงสูงชะลูดประมาณ 1 หลา ใส่เบียร์ได้ 2-3 ไพนท์;* Ⓔ ➡ **square** 2 B; Ⓕ ➡ **cubic** B

[2]yard *n.* Ⓐ *(attached to building)* ลาน; **in the ~:** ในลาน; Ⓑ *(for manufacture)* โกดัง, โรงเก็บของ; *(for storage)* **ship~** โรงเก็บเรือ, อู่ต่อเรือ; **builder's ~:** ที่เก็บอุปกรณ์ก่อสร้าง; Ⓒ *(Amer.: garden)* สนามหญ้าในบ้าน; Ⓓ **the Y~** *(Brit. coll.)* ➡ **Scotland Yard**; ➡ **+ back yard; goods yard**

yard: ~arm *n. (Naut.)* ปลายของเสาขวางกระโดงบนเรือ; **~stick** *n.* Ⓐ ไม้หลา; Ⓑ *(fig.: standard)* เกณฑ์, มาตรฐาน; **use sth. as a ~stick** ใช้ *ส.น.* เป็นเกณฑ์

yarn /jɑːn/ยาน/ ❶ *n.* Ⓐ *(thread)* เชือก, ไหมพรม; Ⓑ *(coll.: story)* นิทาน, เรื่องที่แต่งขึ้นอย่างยืดยาวและวกวนจนเกินความจริง; **have a ~ with sb.** *(chat)* คุยกับ *ค.น.*; ➡ **+ spin** 1 A ❷ *v.i. (coll.)* คุยกัน, เล่า *(นิทาน)* สู่กันฟัง

yarrow /'jærəʊ/'แยโร/ *n. (Bot.)* สมุนไพรยืนต้นในสกุล *Achillea*

yashmak /'jæʃmæk/'แยชแม็ค/ *n.* ผ้าคลุมศีรษะและหน้าสำหรับสตรี ยกเว้นตา *(โดยเฉพาะสตรีมุสลิม)*

yaw /jɔː/ยอ/ *(Naut., Aeronaut.)* ❶ *v.i.* ไม่สามารถรักษาทิศทางตรงได้, โคลงเคลง ❷ *n.* การโคลงเคลง

yawl /jɔːl/ยอล/ *n. (Naut.)* *เรือใบที่มี 2 เสากระโดง เสาหนึ่งที่หัวเรือ อีกเสาหนึ่งที่ท้ายเรือ*

yawn /jɔːn/ยอน/ ❶ *n.* Ⓐ การหาว; **give a [long] ~:** หาวค้างเป็นเวลานาน; **there were a few ~s** มีการหาวอยู่ประปราย; Ⓑ **be a ~** *(coll.: be boring)* เป็นสิ่งที่น่าเบื่อ ❷ *v.i.* Ⓐ หาว; **~ with exhaustion** หาวด้วยความอ่อนเพลีย; Ⓑ *(fig.)* *(รอยร้าว)* อ้ากว้าง

yawning /'jɔːnɪŋ/'ยอนิง/ *adj.* ที่เปิดกว้าง; **~ gap** ช่องที่เปิดกว้าง

yawp /jɔːp/ยอพ/ *(Amer.)* ❶ *v.i.* Ⓐ *(squawk)* ร้องเสียงแหบห้าว; Ⓑ *(talk foolishly)* พูดไม่มีสาระ ❷ *n.* Ⓐ *(squawk)* เสียงร้องที่แหบห้าว; Ⓑ *(foolish talk)* การพูดอย่างไร้สาระ

yaws /jɔːz/ยอซ/ *n. sing. (Med.)* โรคคุดทะราด, โรคกุฎฐัง

yd[s]. *abbr.* ➤ 69, ➤ 263, ➤ 517 **yard[s]**

[1]ye /jiː/ยี/ *pron. (arch./poet./dial./joc.)* ท่าน *(คำสรรพนามบุรุษที่สอง พหูพจน์ของ thou)*

[2]ye *adj. (pseudo-arch.)* หมายถึง the; **~ olde teashoppe** ร้านน้ำชาเก่าแก่แห่งนั้น *(ใช้เมื่อต้องการให้ฟังดูเป็นภาษาโบราณ)*

yea /jeɪ/เย/ *(arch.)* ❶ *adv.* ใช่ ❷ *n.* การตอบรับ; **~s and nays** เสียงที่แสดงความเห็นด้วยและไม่เห็นด้วย *(พหูพจน์)*; **~ and nay** เสียงที่แสดงความเห็นด้วยและไม่เห็นด้วย *(เอกพจน์)*

yeah /jeə/แย/ *adv. (coll.)* ใช่, เออ; **[oh] ~?** อย่างนั้นเชียวหรือ

year /jɪə(r), jɜː(r)/เยีย(ร), เยอ(ร)/ *n.* Ⓐ ➤ 47, ➤ 231 ปี, ศักราช, ขวบ; **he is 10 ~s old** เขาอายุ 10 ปี/ขวบ; **in the ~ 2004** ในปี 2004; **solar ~:** ปีทางสุริยคติ; **sidereal ~:** ระยะเวลาที่โลกโคจรรอบดวงอาทิตย์ครบหนึ่งรอบ; **she gets £10,000 a ~:** เธอได้รับเงิน 10,000 ปอนด์ต่อปี; **~ in ~ out** ทุกปีไม่ขาด; **~ after ~:** ปีแล้วปีเล่า; **all [the] ~ round** ตลอดปี; **in a ~['s time]** ในระยะเวลา 1 ปี; **once a ~, once every ~:** ปีละครั้ง; **Christian/Church/ecclesiastical ~** *(Eccl.)* คริสต์ศักราช; **a ten -~-old** เด็กอายุสิบขวบ; **a ten-~[s]-old child/animal/thing** เด็ก/สัตว์/สิ่งของที่มีอายุสิบปี; **in her thirtieth ~:** ในปีที่เธอมีอายุ 30 ปี; **financial** *or* **fiscal ~:** ปีงบประมาณ; **tax ~:** ปีภาษี; **calendar** *or* **civil ~:** ปีปฏิทิน; **school ~:** ปีการศึกษา; **for a ~ and a day** หนึ่งปีกับอีกหนึ่งวัน *(ที่ระบุไว้ในบางสัญญาทางกฎหมายเพื่อให้แน่ใจว่าครบ 1 ปี)*; **a ~ [from] today** *etc.* หนึ่งปีจากวันนี้ ฯลฯ; **a ~ [ago] today** *etc.* วันนี้ ฯลฯ เมื่อปีที่แล้ว; **... of the ~** *(best)* ดีที่สุดในรอบปี/แห่งปี; ➡ **+ 'by** 1 M; **dot** 1 C; **from** B; **grace** 1 E; **leap year; lord** 1 B; **sabbatical** 1; Ⓑ *(group of students)* รุ่นหนึ่ง; **first-~ student** นักเรียน/นิสิตนักศึกษาชั้นปีที่หนึ่ง; Ⓒ *in pl. (age)* **he doesn't look his ~s** เขาดูอ่อนกว่าวัย; **be old for** *or* **beyond one's ~s** *(unexpectedly mature)* เป็นผู้ใหญ่กว่าวัย, มีวุฒิภาวะกว่าอายุ; *(looking older than one is)* ดูแก่กว่าวัย; **be young for one's ~s** เด็กกว่าวัย; **be getting on/be well on in ~s** มีอายุพอสมควร; Ⓓ *in pl. (very long time)* เวลานานมาก; **it's ~s since we last met** เราไม่ได้พบกันหลายปีแล้ว

'yearbook *n.* หนังสือประจำปี, รายงานประจำปี, หนังสือรุ่น

yearling /'jɪəlɪŋ, 'jɜː-/'เยียลิง, 'เยอ-/ ❶ *n. (Zool., Agric.)* ลูกสัตว์ *(อายุระหว่าง 1-2 ปี)* ❷ *adj. (a year old)* ที่มีอายุ 1 ปี; **a ~ filly** ลูกม้าตัวเมียที่มีอายุ 1 ปี

'year-long *adj. (lasting a year)* ใช้เวลาหนึ่งปี; *(lasting the whole year)* ตลอดทั้งปี

yearly /'jɪəlɪ, 'jɜː-/'เยียลิ, 'เยอ-/ ❶ *adj.* Ⓐ *(annual)* ปีละครั้ง; **at twice-~ intervals** ปีละ 2 ครั้ง; Ⓑ *(lasting a year)* ใช้เวลา 1 ปี ❷ *adv.* ปีละครั้ง, ปีต่อปี

yearn /jɜːn/เยิน/ *v.i.* **~ for** *or* **after sth./for sb./to do sth.** โหยหา *ส.น./ค.น./*เพื่อที่จะทำ *ส.น.*

yearning /'jɜːnɪŋ/'เยอนิง/ ❶ *n.* ความโหยหา, ความถวิลหา ❷ *adj. (การมอง, ความต้องการ)* ที่โหยหา

'year-round *adj.* ตลอดปี

yeast /ji:st/ยีซทฺ/ *n.* ยีสต์ *(ท.ศ.)*, เห็ดรา

yeast: ~ cake *n.* Ⓐ *(mass of ~)* ยีสต์/เห็ดรา 1 กลุ่ม; Ⓑ *(cake made with ~)* ขนมเค้กที่ใช้ยีสต์เป็นส่วนผสม; **~ pastry** *n.* ขนมที่ทำจากแป้งอบใช้ยีสต์เป็นส่วนผสม

yeasty /ˈji:stɪ/ˈยีซติ/ *adj.* มีรสชาติ *หรือ* กลิ่นเหมือนยีสต์

yell /jel/เย็ล/ ❶ *n.* Ⓐ เสียงร้อง, เสียงตะโกน; **let out a ~:** ส่งเสียงร้องดัง; **when supper's ready, I'll give you a ~** *(coll.)* เมื่ออาหารค่ำเสร็จเรียบร้อย ฉันจะตะโกนบอกคุณ; Ⓑ *(Amer.: students' cry)* เสียงเชียร์กีฬา ❷ *v.i.* ส่งเสียงร้อง, ตะโกน; **~ with rage/laughter** ตะโกนด้วยความโกรธ/ระเบิดด้วยเสียงหัวเราะ; **~ at each other** ตะโกนใส่กัน ❸ *v.t.* ร้องเสียงดัง

yellow /ˈjeləʊ/ˈเย็ลโล/ ❶ *adj.* Ⓐ สีเหลือง; *(ผม)* ทอง; Ⓑ *(fig. coll.: cowardly)* ขี้ขลาด, ตาขาว; **have got/show a ~ streak** เป็นคนขี้ขลาด/แสดงอาการขี้ขลาด; ➡ + **'flag** 1 ❷ *n.* Ⓐ *(colour)* สีเหลือง; Ⓑ *(pigment)* รงควัตถุสีเหลือง; Ⓒ *(~ clothes)* เสื้อผ้าสีเหลือง; **dressed in ~:** แต่งกายด้วยเสื้อผ้าสีเหลือง; Ⓓ *(Snooker)* ลูกเหลือง; Ⓔ *(butterfly)* ผีเสื้อ/มอดสีเหลือง; *(brimstone)* ก้อนกำมะถัน; **clouded ~:** สีเหลืองขุ่น ❸ *v.t. & i.* ทำให้เป็นสีเหลือง, กลายเป็นสีเหลือง; **the manuscript had ~ed/was ~ed with age** ต้นฉบับกลายเป็นสีเหลืองเพราะเก่าเก็บ

yellow: ~-belly *n. (sl. derog.)* คนขี้ขลาด; **~ 'card** *(Footb.)* ใบเหลือง; **~ 'fever** *n.* ➤ **453** *(Med.)* โรคไข้เหลือง; **~hammer** *n. (Ornith.)* นกฟินช์ประเภทหนึ่งมีขนตามลำตัวสีเหลือง

yellowish /ˈjeləʊwɪʃ/ˈเย็ลโลวิช/ *adj.* มีสีมเหลือง, มีสีออกเหลือง

yellow 'line *n. (Brit.)* เส้นสีเหลืองตามขอบถนน *(เป็นสัญลักษณ์แสดงว่าห้ามจอด)*; **I'm on double ~s** ฉันจอดรถอยู่บนเส้นสีเหลืองคู่ *(ซึ่งห้ามจอดอย่างเด็ดขาด)*

yellowness /ˈjeləʊnɪs/ˈเย็ลโลนิซ/ *n., no pl.* ความเป็นสีเหลือง

Yellow 'Pages ® *n. pl.* สมุดโทรศัพท์หน้าเหลือง

yelp /jelp/เย็ลพฺ/ ❶ *v.i.* ร้องออกด้วยความเจ็บปวด, ส่งเสียงร้องดังเอ๋ง ❷ *n.* เสียงร้องอย่างเจ็บปวด; *(of dog)* เสียงร้องดังเอ๋ง; **the child/dog gave a ~:** เด็ก/สุนัขส่งเสียงร้องด้วยความเจ็บปวด

yelping /ˈjelpɪŋ/ˈเย็ลพิง/ *n.* การร้องด้วยความเจ็บปวด; *(of dog)* การร้องดังเอ๋ง

Yemen /ˈjemən/ˈเย็มเมิน/ *pr. n.* **[the] ~:** ประเทศเยเมน *(ในตะวันออกกลาง)*

Yemeni /ˈjemənɪ/ˈเย็มเมอะนิ/ ❶ *adj.* แห่งประเทศ/ชาวเยเมน ❷ *n.* ชาวเยเมน

Yemenite /ˈjemənaɪt/ˈเย็มเมอะไนท/ *n.* ➡ **Yemeni** 2

¹yen /jen/เย็น/ *n., pl. same* ➤ **572** *(Japanese currency)* เงินเยน *(ท.ศ.)*

²yen *n. (coll.: longing)* ความปรารถนาอย่างแรงกล้า; **sb. has a ~ to do sth.** *ค.น.* อยากจะทำ *ส.น.* มาก

yeoman /ˈjəʊmən/ˈโยเมิน/ *n. pl.* **yeomen** /ˈjəʊmən/ˈโยเมิน/ Ⓐ *(with small estate)* เจ้าของที่ดินแปลงเล็ก; Ⓑ *(Hist.: freeholder)* เจ้าของที่ดิน, ผู้ถือกรรมสิทธิ์เด็ดขาดในที่ดิน; Ⓒ *(Brit. Mil. Hist.)* *คนอังกฤษผู้ถือกรรมสิทธิ์ที่ดินมูลค่า 40 ชิลลิง สามารถเป็นลูกขุนหรือคนรับใช้ในราชสำนักหรือราชตระกูลได้*; Ⓓ **~ [of signals]** *(Brit. Navy)* จ่าทหารเรือมีหน้าที่ส่งสัญญาณ; Ⓔ *(Amer. Navy)* จ่าทหารเรือมีหน้าที่ด้านธุรการบนเรือ

Yeoman of the 'Guard *n. (Brit. Mil.)* ทหารรักษาพระองค์ของราชสำนักอังกฤษ, ยามเฝ้าหอคอยแห่งลอนดอน

yeomanry /ˈjəʊmənrɪ/ˈโยเมินริ/ *n., no pl.* *กลุ่มเจ้าของที่ดินรายเล็กที่ทำกินบนที่ดินของตน*

'yeoman['s] service *n.* **give sb. ~:** ให้ความช่วยเหลือ *ค.น.* อย่างดี; **do ~:** บริการ/ช่วยเหลืออย่างมีประสิทธิภาพ

yep /jep/เย็พ/ *(Amer. coll.)* ใช่, เออ

yes /jes/เย็ซ/ ❶ *adv.* ใช่, แน่นอน; *(in contradiction)* อย่างนั้นหรือ, มีอะไรหรือ; **~, sir** ครับผม; **I didn't do it! Oh ~ you did!** ฉันไม่ได้ทำนะ คุณทำแน่เลย; **~?** *(indeed?)* แน่หรือ, เป็นอย่างนั้นหรือ; *(to customer) (what do you want?)* คุณต้องการอะไรหรือ; **say '~':** พูดอนุญาต *หรือ* ตอบรับ; **say ~ to a proposal** ตอบรับข้อเสนอ; **she'll say ~ to anything** เธอจะตอบรับทุกสิ่งทุกอย่าง; **~ and no** สิ่งที่ถูกครึ่งไม่ถูกครึ่ง, ไม่แน่นอน; ➡ + **'oh** ❷ *n., pl.* **~es** คำตอบที่เห็นพ้องด้วยหรือยอมรับ ฯลฯ

'yes-man *n. (coll. derog.)* คนที่โอนอ่อนผ่อนตามผู้อื่น, ลูกขุนพลอยพยัก

yesterday /ˈjestədeɪ, -dɪ/ˈเย็ซเตอะเด, -ดิ/ ➤ **233** ❶ *n.* Ⓐ เมื่อวาน; **the day before ~:** เมื่อวานซืน; **~'s paper** หนังสือพิมพ์ฉบับเมื่อวาน; **~ morning/afternoon/evening/night** เช้า/บ่าย/เย็น/ค่ำวานนี้; **a week [from] ~:** หนึ่งสัปดาห์นับจากเมื่อวานนี้; **a year [ago] ~:** หนึ่งปีนับจากเมื่อวานนี้; **~ evening's concert** คอนเสิร์ตเมื่อเย็นวานนี้; Ⓑ *(recent time)* เมื่อวาน; **of ~:** แห่งเมื่อวาน; **all our ~s** อดีตต่าง ๆ ของเรา; **be ~'s men** เป็นผู้ที่พ้นยุค ❷ *adv.* Ⓐ เมื่อวาน; **the day before ~:** เมื่อวานซืน; Ⓑ *(in the recent past)* เมื่อวาน; ➡ + **born** 1

yet /jet/เย็ท/ ❶ *adv.* Ⓐ *(still)* ยังคง; **have ~ to reach sth.** ยังคงต้องไปให้ถึง *ส.น.*; **have a few days free ~:** ยังคงมีวันว่างอยู่บ้าง; **much ~ remains to be done** ยังคงมีอะไรเหลือให้สะสางอีกมากมาย; ➡ + **as** 4; Ⓑ *(hitherto)* จนบัดนี้, เท่าที่เคยมี/ถึงปัจจุบัน; **the play is his best ~:** ละครเรื่องนี้เป็นเรื่องที่ดีที่สุดของเขาเท่าที่เคยมีมา; Ⓒ *neg. or interrog. (so soon as now/then)* **not [just] ~:** ยังไม่ถึงเวลา [ในขณะนี้/นั้น]; **never ~:** ยังไม่เคย; **need you go just ~?** คุณต้องไปเดี๋ยวนี้หรือ; **is he dead ~?** เขาตายแล้วหรือยัง; **you haven't seen anything** *or (coll.)* **ain't seen nothing ~:** คุณยังไม่เคยเห็นอะไรเลย; Ⓓ *(before all is over)* ยัง; **he could win ~:** เขายังมีโอกาสที่จะชนะ; Ⓔ *with compar. (even)* ยิ่งขึ้นอีก; **a ~ more difficult task** งานที่ยากขึ้นไปอีก; Ⓕ *(nevertheless)* ถึงกระนั้นก็ตาม, แต่ก็; **it is strange, and ~ it is true** มันเป็นเรื่องแปลก แต่ก็เป็นความจริง; Ⓖ *(again)* อีก, เพิ่มขึ้น; **~ again** *or* **once more** อีกครั้ง; **more and ~ more** มากขึ้นและมากขึ้นอีก; **nor ~:** และก็ยังไม่; **she has never voted for that party, nor ~ intends to** เธอไม่เคยลงคะแนนเสียงให้แก่พรรคนั้นและก็ยังไม่ประสงค์ที่จะลงอยู่ดี ❷ *conj.* แต่ขณะเดียวกัน, แต่อย่างไรก็ตาม; **a faint ~ unmistakable smell** เป็นกลิ่นอ่อน ๆ ก็จริง แต่ขณะเดียวกันก็มีลักษณะเฉพาะตัว

yeti /ˈjetɪ/ˈเย็ททิ/ *n.* ตัวเยติ *(ท.ศ.)*, มนุษย์หิมะทิเบต

yew /ju:/ยู/ *n.* Ⓐ *(tree)* ต้นไม้ประเภทสน ใบสีเขียวเข้มในสกุล *Taxus*; Ⓑ *(wood)* เนื้อไม้ของสนประเภทนี้

'yew tree ➡ **yew** A

'Y-fronts ® *n. pl.* กางเกงชั้นในของผู้ชายที่มีตะเข็บหน้าเป็นรูปตัว *Y*

YHA *abbr. (Brit.)* **Youth Hostels Association** สมาคมที่พักแรมสำหรับเยาวชน

Yid /jɪd/ยิด/ *n. (sl. derog.)* คนยิว

Yiddish /ˈjɪdɪʃ/ˈยิดดิช/ ❶ *adj.* เป็นภาษาชาวยิว; ➡ + **English** 1 ❷ *n.* ภาษาของคนยิวภาคกลางหรือภาคตะวันออกของยุโรป; ➡ + **English** 2 A

yield /ji:ld/ยีลดฺ/ ❶ *v.t.* Ⓐ *(give)* ให้ *(ผลตอบแทน/ผลประโยชน์)*; ได้ *(ผล)*; **the land ~s crops** ผืนดินให้พืชผล; **the investment ~s 15%** การลงทุนให้ผลประโยชน์ร้อยละ 15; Ⓑ *(surrender)* ยกเลิก, ยอมแพ้, ยินยอม; **~ the point** ยอมรับความคิดในเรื่องนั้น ๆ; **~ a point to sb.** ยอมตามความเห็นของ *ค.น.*; **~ ground to the enemy** เสียพื้นที่ให้แก่ข้าศึก; **~ right of way** ยอมให้ทางถนนสายหลัก ❷ *v.i.* Ⓐ *(surrender)* ยอมแพ้, ยอมจำนน; **~ to threats/temptation** ยอมจำนนต่อการคุกคาม/กิเลสยั่วใจ; **~ to persuasion/sb.'s entreaties** ยอมตามการชักชวน/คำอ้อนวอนของ *ค.น.*; **the girl had ~ed to the wily seducer** หญิงสาวได้ยอมตนให้แก่ผู้ล่อลวงที่มีเล่ห์เหลี่ยม; Ⓑ *(be or feel inferior)* **~ to none in sth.** ไม่รู้สึกว่าด้อยกว่าใคร ๆ ใน *ส.น.*; Ⓒ *(give right of way)* หยุดให้ทาง; Ⓓ *(Amer.: allow another the right to speak)* **~ to sb.** อนุญาตให้ *ค.น.* มีสิทธิพูด ❸ *n.* Ⓐ จำนวนผลผลิต/ผลตอบแทน; **what is the ~ per acre?** ผลผลิตต่อหนึ่งเอเคอร์เป็นเท่าใด; Ⓑ *(revenue from tax etc.)* รายได้; Ⓒ *(return on investment)* ผลตอบแทน; **a 10% ~:** ผลตอบแทนร้อยละ 10; **the ~ on this bond** รายได้จากพันธบัตรนี้

~ 'up *v.t.* Ⓐ *(surrender)* ยอมแพ้ *(ต่อศัตรู)*; ยอมยกให้ *(เมือง)*; Ⓑ *(reveal)* เผยออกมา *(ความลับ)*; ให้ *(พืชผล)*

'yield point *n. (Phys.)* จุดอ่อนตัวของโลหะ

yin /jɪn/ยิน/ *n., no pl., no indef. art. (Chinese Philos.)* หยิน *(ท.ศ.)* *(หลักการฝ่ายหญิงที่ถือว่าเป็นแรงเฉื่อยของจักรวาล)*

yip /jɪp/ยิพ/ *(Amer.)* ❶ *v.i.,* **-pp-** ➡ **yelp** 1 ❷ *n.* ➡ **yelp** 2

yippee /ˈjɪpi:/ˈยิพพี/ *int.* ไชโย

YMCA *abbr.* **Young Men's Christian Association** สมาคมยุวชนชายคริสเตียน

yob /ˈjɒb/ˈย็อบ/, **yobbo** /ˈjɒbəʊ/ˈย็อบโบ/ *ns., pl.* **~s** *(Brit. coll.)* อันธพาล

yobbish /ˈjɒbɪ/ˈย็อบบิช/ *adj. (Brit. coll.)* เซ่อซ่า, เป็นอันธพาล

yodel /ˈjəʊdl/ˈโยด'ล/ ❶ *v.i. & t., (Brit.)* **-ll-** *ส่งเสียงร้องเป็นทำนองดนตรีตามแบบผู้อาศัยอยู่ตามแถบภูเขาในสวิตเซอร์แลนด์* ❷ *n.* การร้องเพลงในลักษณะนี้

yoga /ˈjəʊgə/ˈโยเกอะ/ *n.* โยคะ *(ท.ศ.)*

yoghurt /ˈjɒgət, US ˈjəʊgərt/ˈยอกเกิท, ˈโยเกิรท/ *n.* โยเกิร์ต *(ท.ศ.)*, นมเปรี้ยว

yogi /ˈjəʊgɪ/ˈโยกิ/ *n. (Hindu Philos.)* โยคี *(ท.ศ.)*, นักพรต

yogurt ➡ **yoghurt**

yo-heave-ho /ˈjəʊhi:vhəʊ/ˈโยฮีวโฮ/ = **heave ho** ➡ **heave** 2 B

yo[-ho]-ho /jəʊ(həʊ)ˈhəʊ/โย(โฮ)ˈโฮ/ *int.* Ⓐ *(to attract attention)* เฮ้ย; Ⓑ = **heave ho** ➡ **heave** 2 B

yoke /jəʊk/โยค/ ❶ *n.* Ⓐ *(for animal)* แอก; Ⓑ *(for person)* ไม้คาน; Ⓒ *(of garment)* เส้น

ต่อไหล่หรือเส้นต่อสะโพก; Ⓓ *(fig.: bond, oppressive control)* พันธะ, การควบคุมอย่างกดขี่ข่มเหง, แอก; Ⓔ *(pair of oxen etc.)* คู่ *(ใช้กับวัว ฯลฯ)* ❷ *v.t.* Ⓐ เทียมสัตว์; **~ an animal to sth.** เทียมสัตว์เข้ากับ *ส.น.*; Ⓑ *(fig.: couple)* เข้าคู่, ประสาน *(เป็นคู่)*

yokel /ˈjəʊkl/ˈโยค'ล/ *n. (derog.)* คนเซ่อซ่า, คนบ้านนอก

yolk /jəʊk/โยค/ *n.* ไข่แดง

'yolk sac *n. (Zool.)* เยื่อหุ้มไข่แดง

Yom Kippur /jɒm ˈkɪpə(r)/ยอม ˈคิพเพอะ(ร)/ = **Day of Atonement** ➡ **atonement** B

yomp /jɒmp/ยอมพฺ/ *(coll.) v.i. & t.* บุกไปในที่ทุรกันดาร *(โดยเฉพาะแบกสัมภาระหนักไปด้วย)*

yon /jɒn/ยอน/ *(arch./poet./dial.)* ❶ *adj.* ไกลออกไป, ทางโน้น; **~ mountain/field** ภูเขา/ท้องทุ่งทางโน้น ❷ *adv.* ไกลออกไป, ทางโน้น; ➡ + **hither**

yonder /ˈjɒndə(r)/ˈยอนเดอะ(ร)/ *(literary)* ❶ *adj.* **~ tree** ต้นไม้ต้นโน้น; **~ peasant** ชาวนาคนโน้น ❷ *adv.* ทางโน้น

yoof /juːf/ยูฟ/ *(coll.) n.* วัยสะรุ่น

yoo-hoo /ˈjuːhuː/ˈยูฮู/ *int.* ยู้ฮู้ มีใครอยู่มั้ย

yore /jɔː(r)/ยอ(ร)/ *n. (literary)* **of ~:** แต่เก่าก่อน, ในอดีต, แห่งสมัยโบราณ; **customs of ~:** ขนบธรรมเนียมสมัยโบราณ; **in days of ~:** ในวันแห่งอดีต

yorker /ˈjɔːkə(r)/ˈยอเคอะ(ร)/ *n. (Cricket)* ลูกคริกเกตที่ขว้างตรงไม้คนตีพอดี

Yorkist /ˈjɔːkɪst/ˈยอคิซทฺ/ *(Hist.)* ❶ *adj.* แห่งตระกูลยอร์ก ❷ *n.* พวกตระกูลยอร์ก *(แห่งอังกฤษในศตวรรษที่ 15)*

Yorkshire /ˈjɔːkʃɪə(r), ˈjɔːkʃə(r)/ˈยอคเชีย(ร), ˈยอคเชอะ(ร)/ *n.* **~man** *n., pl.* **~men** ชายชาวยอร์กเชียร์; **~ ˈpudding** *n. (Gastr.)* ขนมพุดดิ้งทำจากแป้งอบ *(มักรับประทานกับเนื้ออบ)*; **~ ˈterrier** *n.* สุนัขพันธุ์เทอร์เรียขนยาวตัวเล็ก; **~ tyke** ➡ **tyke** C; **~woman** *n.* สตรีชาวยอร์กเชียร์

you /jʊ, *stressed* ˈjuː/ยุ, ˈยู/ *pron.* Ⓐ *sing./pl. (intimate)* [พวก] เธอ; *(sl.)* มึง; *(general)* [พวก] คุณ; *as polite address sing. or pl.* ท่าน, ท่านทั้งหลาย, คุณ; **it was ~:** คุณนั่นแหละ; **~'re another** *(coll.)* คุณก็เป็นเช่นนั้นเหมือนกัน; **~-know-what/-who** สิ่ง/คนนั้นแหละ; **that hat is not quite ~:** หมวกใบนั้นดูไม่เหมาะสำหรับคุณ; Ⓑ *(one)* คนเรา *(ที่ไม่เจาะจง)*; **smoking is bad for you** การสูบบุหรี่ไม่ดีสำหรับสุขภาพ; ➡ + **¹he; ¹her; your; yours; yourself; yourselves**

'you-all *pron. (Amer. coll.)* ท่านทั้งหลาย, พวกคุณ

you'd /jʊd, *stressed* juːd/ยุด, ยูด/ Ⓐ = **you had**; Ⓑ = **you would**

you'll /jʊl, *stressed* juːl/ยุล, ยูล/ Ⓐ = **you will**; Ⓑ = **you shall**

young /jʌŋ/ยัง/ ❶ *adj.,* **~er** /ˈjʌŋgə(r)/ˈยังเกอะ(ร)/, **~est** /ˈjʌŋgɪst/ˈยังกิซทฺ/ Ⓐ ➤ **47** *(lit. or fig.)* *(บุคคล)* หนุ่มสาว, เยาว์วัย, เด็ก; *(ไวน์)* ใหม่; **a very ~ child** เด็กที่เยาว์วัยมาก; **the ~ boys** เด็กหนุ่ม; **~ at heart** หัวใจยังกระชุ่มกระชวยเหมือนเด็ก; **sb. is not getting any ~er** *ค.น.* เริ่มจะแก่ลงแล้ว; **you ~ rascal** ไอ้เด็กเวร; **you're only ~ once** คนเราจะเป็นหนุ่มสาวได้เพียงครั้งเดียว; **she's a ~ sixty** เธอเป็นหญิงวัย 60 ที่ยังดูสาว; **the night is still ~:** ยังหัวค่ำอยู่เลย; **~ Jones** หนุ่มน้อยโจนส์; **at a ~ age** เมื่ออายุยังน้อย; **he's not as ~ as he used to be** เขาไม่หนุ่มแน่นเหมือนแต่ก่อนแล้ว; Ⓑ ➤ **47** *in compar. (of two namesakes)* ผู้มาทีหลัง, ผู้อ่อนกว่า, ผู้เป็นลูก ฯลฯ; **Teniers the Y~er** เท็นเนียร์สผู้ลูก; Ⓒ *(characteristic of youth)* ดูหนุ่ม/สาว, เป็นวัยรุ่น; **~ love/fashion** ความรัก/แฟชั่นแบบหนุ่มสาว; Ⓓ *(Polit.)* กลุ่มคนวัยรุ่นในพรรค; **Y~ Conservatives/Liberals** *etc.* นักอนุรักษ์นิยม/นักเสรีนิยม *ฯลฯ* กลุ่มวัยรุ่น; ➡ + **hopeful** 2; **married** 2; **shoulder** 1 B; **year** C ❷ *n. pl. (of animals)* ลูกอ่อน; *(of humans)* เด็กเล็ก; **with ~:** *(สัตว์)* มีท้อง; **the ~** *(~ people)* คนหนุ่มสาว; **~ and old** คนหนุ่มสาวและคนแก่

young: ~ 'blood ➡ **blood** 1 C; **~ day[s]** *n. pl.* ช่วงเวลาเยาว์วัย; **in my ~ days** เมื่อครั้งที่ฉันยังเยาว์วัย; **~ 'family** *n.* ครอบครัวคนหนุ่มสาว; **have a ~ family** มีลูกเล็ก; **~ 'fogey** *n. คนหนุ่มที่มีหัวอนุรักษ์มากเกินไป*

youngish /ˈjʌŋɪʃ/ˈยังงิช/ *adj.* ค่อนข้างเยาว์วัย, เป็นหนุ่มสาว, ค่อนข้างเด็ก

young: ~ 'lady *n.* Ⓐ หญิงสาว; Ⓑ *(girlfriend)* คู่รัก *(ฝ่ายหญิง)*; **~ 'man** *n.* Ⓒ ชายหนุ่ม; Ⓓ *(boyfriend)* คู่รัก *(ฝ่ายชาย)*; **Y~ Pretender** ➡ **pretender**

youngster /ˈjʌŋstə(r)/ˈยังซฺเตอะ(ร)/ *n.* Ⓐ *(child)* เด็กเล็ก; Ⓑ *(young person)* ผู้เยาว์วัย; **you're just a ~ compared with me** เมื่อเทียบกับฉันคุณก็เป็นเด็ก; **come on, you ~s!** เร็วเข้าเด็ก ๆ

young: ~ thing *n.* สาวน้อย/หนุ่มน้อย; **~ 'un** *n. (coll.)* **he's only a ~ 'un** เขาเป็นแค่วัยรุ่นเท่านั้น; **all the ~ 'uns** กลุ่มวัยรุ่นทั้งปวง; **~ 'woman** *n.* Ⓐ สาวน้อย; Ⓑ *(girlfriend)* คู่รัก *(ฝ่ายหญิง)*

your /jə(r), *stressed* jʊə(r), jɔː(r)/เยอะ(ร), ยุเออะ(ร), ยอ(ร)/ *poss. pron. attrib.* Ⓐ *(of you, sing./pl.)* ของคุณ, ของคุณทั้งหลาย; **open ~ books** เปิดหนังสือของคุณ; Ⓑ *(one's)* **it's bad for ~ health/eyesight** มันไม่ดีต่อสุขภาพ/สายตาของคุณ; ➡ + **²her; our** A

you're /jə(r), jʊə(r), jɔː(r)/ยอ(ร), ยุเออะ(ร), ยอ(ร)/ = **you are**

yours /jʊəz, jɔːz US jʊərz,/ยุเอิซ, ยอซ, ยูเออ(ร)ซ, ยัวซ/ *poss. pron. pred.* Ⓐ *(to or of you, sing.)* ของ/ที่เกี่ยวข้องกับคุณ; *(to or of you, pl.)* ของ/ที่เกี่ยวข้องกับคุณทั้งหลาย; **you and ~:** คุณและครอบครัวของคุณ; **what's ~?** *(coll.)* คุณจะรับอะไร *(เครื่องดื่ม ฯลฯ)*; ➡ + **her; ours**; Ⓑ *(your letter)* จดหมายของคุณ; Ⓒ ➤ **519** *(ending letter)* **~ [respectfully]** ด้วยความเคารพ; *(in business letter)* ขอแสดงความนับถือ; ➡ + **ever** A; **faithfully; sincerely** C; **up** 2 F

yourself /jəˈself, jʊəˈself, jɔːˈself/เยอะ ˈเซ็ลฟฺ, ยัว ˈเซ็ลฟฺ, ยอ ˈเซ็ลฟฺ/ *pron.* Ⓐ *emphat.* คุณเอง; **for ~:** สำหรับตัวคุณเอง; **you must do sth. for ~:** คุณต้องทำ *ส.น.* เพื่อตัวคุณเอง; **how's ~?** *(coll.)* คุณล่ะ เป็นอย่างไรบ้าง; **relax and be ~:** ทำใจสบาย ๆ และเป็นตัวของคุณเอง; Ⓑ *refl.* ➡ + **herself; myself**

yourselves /jəˈselvz, jʊəˈselvz, jɔːˈselvz/เยอะˈเซ็ลวฺซ, ยัวˈเซ็ลวฺซ, ยอˈเซ็ลวฺซ/ *pron.* Ⓐ *emphat.* พวกคุณเอง; Ⓑ *refl.* พวกคุณเอง; **for ~:** สำหรับพวกคุณเอง; ➡ + **herself; ourselves**

youth /juːθ/ยูธ/ *n.* Ⓐ *no pl., no art.* ความเป็นหนุ่มเป็นสาว; **she has kept her ~:** เธอได้รักษาความสาวของเธอ; Ⓑ *pl.* **~s** *(young man)* ชายหนุ่ม, วัยรุ่น *(ผู้ชาย)*; Ⓒ *constr. as pl. (young people)* เยาวชน; Ⓓ *no. pl., no art. (fig.: early stage of development etc.)* ระยะเริ่มต้นของการพัฒนา; **in its [early] ~:** ในระยะเริ่มต้นของการพัฒนาของมัน

youth: ~ centre *n.* ศูนย์เยาวชน; **~ club** *n.* สโมสรเยาวชน; **~ 'custody** *n. (Brit.)* การกักกันเยาวชน; **~ 'custody centre** *n. (Brit.)* ศูนย์กักกันเยาวชน

youthful /ˈjuːθfl/ˈยูธฟ'ล/ *adj.* เป็นหนุ่มสาว, เหมือนหนุ่มสาว

youthfulness /ˈjuːθfəlnɪs/ˈยูธฟ'ลนิซ/ *n., no pl.* Ⓐ *(being young)* ความเป็นหนุ่มเป็นสาว; Ⓑ *(having freshness of youth)* การมีความสดชื่น, ความกระฉับกระเฉงแบบคนหนุ่มสาว

youth: ~ hostel *n.* สถานที่พักแรมสำหรับเยาวชน; **~ hosteller** *n.* ผู้ใช้บริการที่พักแรมสำหรับเยาวชน

you've /jʊv, *stressed* juːv/ยุว, ยูว/ = **you have**

yowl /jaʊl/ยาวล/ ❶ *n.* **~[s]** เสียงร้องโหยหวน; *(of cat)* เสียงร้องกรี๊ดจากความเจ็บ; *(of wolf)* การหอน; **give a ~:** ส่งเสียงโหยหวน ❷ *v.i.* ส่งเสียงร้องโหยหวน

Yo-Yo ® /ˈjəʊjəʊ/ˈโยโย/ *n., pl.* **~s** ลูกดิ่ง, โยโย่ *(ท.ศ.)*

yo-yo dieting *n.* การเพิ่มและลดน้ำหนักตลอดเวลา

yr. *abbr.* Ⓐ **year[s]**; Ⓑ **your**

yrs *abbr.* Ⓐ **years**; Ⓑ **yours**

'Y-shaped *adj.* มีรูปร่างตัว Y

yucca /ˈjʌkə/ˈยัคเคอะ/ *n. (Bot.)* ต้นโคมขาวพบในอเมริกา ดอกสีขาว ใบรูปร่างคล้ายดาบ

yuck ➡ **yuk**

yucky ➡ **yukky**

Yugoslav /ˈjuːgəʊslɑːv/ˈยูโกซลาว/ ➡ **Yugoslavian**

Yugoslavia /juːgəʊˈslɑːvɪə/ยูโกˈซลาเวีย/ *pr. n. (Hist.)* ประเทศยูโกสลาเวีย

Yugoslavian /juːgəʊˈslɑːvɪən/ยูโกˈซลาเวียน/ ❶ *adj.* Ⓐ แห่งประเทศยูโกสลาเวีย; **sb. is ~:** *ค.น.* เป็นชาวยูโกสลาเวีย; Ⓑ *(Ling.)* ➡ **Serbo-Croat** 2 ❷ *n.* Ⓐ *(person)* ชาวยูโกสลาเวีย; Ⓑ *(Ling.)* ➡ **Serbo-Croat** 1

yuk /jʌk/ยัค/ *int. (coll.)* อี๋

yukky /ˈjʌkɪ/ˈยัคคิ/ *adj. (coll.)* น่าขยะแขยง, น่ารังเกียจ

yule /juːl/ยูล/ ➡ **Yuletide**

yule: ~ log *n.* Ⓐ *(log)* ไม้ฟืนท่อนใหญ่ใช้เผาในเตาผิงในคืนก่อนวันคริสต์มาส; Ⓑ *(cake)* ขนมเค้กช็อกโกแลตรูปเหมือนขอนไม้ รับประทานกันในเทศกาลคริสต์มาส; **Y~tide** *n. (arch.)* เทศกาลคริสต์มาส

yummy /ˈjʌmɪ/ˈยัมมิ/ *(coll.)* ❶ *adj.* อร่อย ❷ *int. (child lang.)* อร่อยจังเลย; *(not referring to food)* ยอดเยี่ยม, ดี, มันมาก; **it's ~** เยี่ยมไปเลย

yum-yum /jʌmˈjʌm/ยัมˈยัม/ *int.* อร่อยจัง

yuppie /ˈjʌpɪ/ˈยัพพิ/ *n. (coll.)* *คนหนุ่มสาวชนชั้นกลางมีอาชีพทำงานในเมือง มีความเป็นอยู่และรสนิยมค่อนข้างหรู*

YWCA *abbr.* **Young Women's Christian Association** สมาคมยุวชนหญิงคริสเตียน

y

Z z

Z, z /zed, US zi:/เซ็ด, ซี/ *n., pl.* **Zs** *or* **Z's** Ⓐ *(letter)* พยัญชนะตัวสุดท้ายของภาษาอังกฤษ; Ⓑ *(Math.)* ค่า z ในการคำนวณ

zabaglione /zabaˈljəʊnɪ/ซาบาˈลิโอนิ/ *n. (Gastr.) ของหวานที่ทำจากไข่แดง น้ำตาลและเหล้าองุ่น*

Zaire /zɑ:ˈɪə/ซาˈเอีย(ร)/ *pr. n.* ประเทศซาอีร์ *(ปัจจุบันเป็นสาธารณรัฐประชาธิปไตยคองโก)*

Zambezi /zæmˈbi:zɪ/แซมˈบีซิ/ *pr. n.* แม่น้ำแซมเบซี *(ในทวีปแอฟริกาตะวันออก)*

Zambia /ˈzæmbɪə/ˈแซมเบีย/ *pr. n.* ประเทศแซมเบีย *(ทางใต้ของทวีปแอฟริกา)*

Zambian /ˈzæmbɪən/ˈแซมเบียน/ ❶ *adj.* แห่งประเทศแซมเบีย ❷ *n.* ชาวแซมเบีย

zany /ˈzeɪnɪ/ˈเซนิ/ ❶ *adj.* ตลกอย่างแปลกประหลาด, พิลึกกึกกือ ❷ *n.* ตัวตลก, จำอวด

Zanzibar /zænzɪˈbɑ:/แซนซิˈบา/ *pr. n.* เกาะแซนซิบาร์ *(เข้าร่วมกับแทงกานิกาเป็นแทนซาเนีย)*

Zanzibari /zænzɪˈbɑ:rɪ/แซนซิˈบาริ/ ❶ *adj.* แห่งแซนซิบาร์ ❷ *n.* ชาวแซนซิบาร์

zap /zæp/แซ็พ/ *(sl.)* ❶ *int.* เสียงวัตถุแหวกอากาศอย่างรวดเร็ว ❷ *v.t.,* **-pp-:** Ⓐ ตบอย่างรุนแรง, แจกหมัด; **~ sb. [one]** ตบ ค.น. อย่างรุนแรง; Ⓑ *(do away with kill)* ฆ่าทิ้ง ❸ *v.i.* **-pp-** *(Telev. coll.)* เปลี่ยนช่องอย่างรวดเร็ว

zapper /ˈzæpə(r)/ˈแซ็พเพอะ(ร)/ *n. (Telev. coll.)* รีโมทคอนโทรล *(ท.ศ.)* ของโทรทัศน์ ฯลฯ

zappy /ˈzæpɪ/ˈแซพิ/ *adj.* เต็มไปด้วยความคึกคักและพลัง

zeal /zi:l/ซีล/ *n., no pl.* Ⓐ *(fervour)* ความตั้งใจจริง, ความมุ่งมั่น; Ⓑ *(hearty endeavour)* ความศรัทธา; ฉันทะ *(ร.บ.)*

zealot /ˈzelət/ˈเซ็ลเลิท/ *n.* Ⓐ *(zealous person)* คนที่มุ่งมั่น, คนที่กระตือรือร้น; Ⓑ *(fanatic)* คนที่บ้าคลั่ง, คนที่รุนแรง

zealous /ˈzeləs/ˈเซ็ลเลิซ/ *adj.* Ⓐ *(fervent)* ตั้งใจมั่น, เต็มไปด้วยศรัทธา; Ⓑ *(eager)* กระตือรือร้น

zealously /ˈzeləslɪ/ˈเซ็ลเลิซลิ/ *adv.* Ⓐ *(fervently)* อย่างตั้งใจมั่น, อย่างเต็มไปด้วยศรัทธา; Ⓑ *(eagerly)* อย่างกระตือรือร้น

zebra /ˈzebrə, ˈzi:-/ˈเซ็บเบรอะ, ˈซี-/ *n.* ม้าลาย

zebra: ~ **ˈcrossing** *n. (Brit.)* ทางม้าลาย; ~ **finch** *(Ornith.) n.* นกฟินช์พันธุ์หนึ่ง ขนมีลายสลับเป็นลายทาง

zebu /ˈzi:bju:/ˈซีบิว/ *n. (Zool.)* วัวมีหนอกอาศัยอยู่ในอินเดีย เอเชียตะวันออกและแอฟริกา

zed /zed/เซ็ด/ *(Brit.),* **zee** /zi:/ซี/ *(Amer.) ns.* พยัญชนะ Z

Zen /zen/เซ็น/ *n., no pl., no art. (Relig.)* ลัทธิเซน *(ท.ศ.) (แขนงหนึ่งของศาสนาพุทธนิกายมหายาน)*

zenith /ˈzenɪθ/ˈเซ็นนิธ/ *n. (lit.)* จุดสูงสุดของวงโค้งท้องฟ้า; *(fig.)* จุดสุดยอดในชีวิต

zephyr /ˈzefə(r)/ˈเซ็ฟเฟอะ(ร)/ *n. (literary)* ลมโชย, ลมอ่อน ๆ, ลมตะวันตก

Zeppelin /ˈzepəlɪn/ˈเซ็พเพอะลิน/ *n.* เรือเหาะของประเทศเยอรมนี

zero /ˈzɪərəʊ/ˈเซียโร/ ❶ *n., pl.* **~s** ➤ **602** Ⓐ *(nought)* เลขศูนย์; Ⓑ *(fig.: nil)* ศูนย์, ไม่มีอะไรเลย; **her chances are ~:** โอกาสของเธอเป็นศูนย์; Ⓒ *(starting point of scale; of temperature)* จุดศูนย์บนเครื่องวัด; **in ~ gravity** ในที่ที่เป็นสุญญากาศ, แรงดึงดูดเป็นศูนย์; **absolute ~** *(Phys.)* อุณหภูมิต่ำสุดของสสาร, อุณหภูมิที่อยู่ใต้องศาเซลเซียส 273 องศา; Ⓓ **~ [hour]** เวลาเริ่มปฏิบัติการ *(ทางทหาร);* ➡ **+ ground zero**
❷ *v.i.* **~ in on sth.** *(take aim at sth.)* มุ่ง, เล็งไปที่ *ส.น.; (focus one's attention on sth.)* มุ่งความสนใจไปยัง *ส.น.*

zero: ~ **emission vehicle** รถยนต์ไร้มลพิษ; ~ **gravity** *n.* ไร้แรงโน้มถ่วง; ~ **option** *n. (Polit.)* ข้อเสนอการลดอาวุธเพื่อการกำจัดอาวุธบางชนิดของทั้งสองฝ่าย; **~-ˈrated** *adj.* ซึ่งไม่มีการเก็บภาษีมูลค่าเพิ่ม; **~-rated goods** สินค้าที่ไม่มีการเก็บภาษีมูลค่าเพิ่ม; ~ **ˈtolerance** *n. นโยบายการใช้กฎหมายลงโทษอย่างเข้มงวดแม้มีความผิดเล็กน้อย*

zest /zest/เซ็ซทฺ/ *n.* Ⓐ *(lit.)* รสชาติ, เครื่องปรุงรส; *(fig.)* ความเบิกบาน, ความกระตือรือร้น; **add a ~ to the dish** เติมรสชาติให้แก่อาหาร; **add ~ and life to sth.** เติมรสชาติและชีวิตชีวาให้แก่ *ส.น.;* Ⓑ *(gusto)* ความกระตือรือร้น; **~ for living** ความกระตือรือร้นในการดำรงชีวิต; Ⓒ *(peel)* ผิวส้มหรือผิวมะนาวใช้เป็นเครื่องปรุงรส

zestful /ˈzestfl/ˈเซ็ซทฺฟ'ล/ *adj.* ที่ช่วยปรุงรส; *(person)* กระตือรือร้น, เบิกบาน

zeugma /ˈzju:gmə/ˈซิวกฺเมอะ/ *n. (Ling., Lit) ชนิดของคำที่ใช้คำกริยาหรือคำคุณศัพท์หนึ่งคำเพื่อขยายคำนามสองคำ*

Zeus /zju:s/ซิวซฺ/ *pr. n. (Greek Mythol.)* เทพบดีซูสในเทพปกรณัมกรีก

zigzag /ˈzɪgzæg/ˈซิกแซก/ ❶ *adj.* หยักไปหยักมา, คดเคี้ยว; **~ line** เส้นหยักไปหยักมา; **steer a ~ course** ขับรถไปตามเส้นทางคดเคี้ยว ❷ *adv.* อย่างหยักไปหยักมา, อย่างคดเคี้ยว ❸ *n.* เส้นหยักไปหยักมา, เส้นคดเคี้ยว ❹ *v.i.,* **-gg-** เคลื่อนที่ไปอย่างคดเคี้ยว

zilch /zɪltʃ/ซิลฉฺ/ *n., no pl., no art. (Amer. coll.)* ไม่มีอะไร, ศูนย์; **be ~:** เป็นศูนย์

zillion /ˈzɪlɪən/ˈซิลเลียน/ *n. (coll.)* จำนวนมากเหลือคณานับ; **a ~ mosquitoes** ยุงเป็นล้าน ๆ ตัว; **~s of dollars** หลายล้านดอลลาร์

Zimbabwe /zɪmˈbɑ:bwɪ, -weɪ/ซิมˈบาบวิ, -เว/ *pr. n.* ประเทศซิมบับเว

Zimbabwean /zɪmˈbɑ:bwɪən/ซิมˈบาบเวียน/ ❶ *adj.* แห่งประเทศซิมบับเว ❷ *n.* ชาวซิมบับเว

zinc /zɪŋk/ซิงคฺ/ *n.* สังกะสี

zing /zɪŋ/ซิง/ *(coll.)* ❶ *n.* ความกระปรี้กระเปร่า, พละกำลัง ❷ *v.i.* เคลื่อนไหวอย่างรวดเร็วพร้อมส่งเสียงแหลม

zinnia /ˈzɪnɪə/ˈซินเนีย/ *n. (Bot.)* ดอกบานชื่น

Zion /ˈzaɪən/ˈซายเอิน/ *n., no. pl.* Ⓐ *(place) เนินเขาแห่งกรุงเยรูซาเล็ม ซึ่งเป็นที่สร้างนครของเดวิด;* Ⓑ *(people)* ชาว/ศาสนายิว; Ⓒ *(heaven) อาณาจักรของพระผู้เป็นเจ้าบนสวรรค์*

Zionism /ˈzaɪənɪzəm/ˈซายเอินนิเซิม/ *n., no pl. ทฤษฎี/แนวความคิด/การเคลื่อนไหวเพื่อจัดตั้งและพัฒนาชนชาติยิวในประเทศอิสราเอล*

Zionist /ˈzaɪənɪst/ˈซายเออะนิซทฺ/ *n.* ผู้สนับสนุนประเทศชาติยิว

zip /zɪp/ซิพ/ ❶ *n.* Ⓐ ซิป *(ท.ศ.);* Ⓑ *(fig.: energy, vigour)* พลัง, ความแคล่วคล่อง, ความว่องไว; Ⓒ *(sound)* เสียงหวิว *(เช่นเสียงลูกปืนแหวกอากาศ)*
❷ *v.t.,* **-pp-:** Ⓐ *(close)* **~ [up] sth.** รูดซิปปิด *ส.น.;* **I put on the jacket and ~ped it up** ฉันสวมเสื้อนอกและรูดซิป; **~ sb. up** รูดซิปให้ *ค.น.;* Ⓑ **~ [up]** *(enclose)* รูดซิปให้สนิท; **he was ~ped [up] into his sleeping bag** เขานอนในถุงนอนและรูดซิปให้สนิท
❸ *v.i.,* **-pp-:** Ⓐ *(fasten)* รูดซิป; **the dress ~s up [at the back/side]** กระโปรงชุดรูดซิป [ข้างหลัง/ข้าง ๆ]; **the lining ~s in easily** ซับในนี้รูดซิปให้ติดกับชิ้นนอกได้ง่าย; **it won't ~ up** รูดซิปไม่ขึ้น; Ⓑ *(move fast)* เคลื่อนไหวอย่างรวดเร็ว

ˈzip bag *n.* กระเป๋า/ถุงที่มีซิปรูดเปิดปิดได้

ˈZip code *n. (Amer.)* รหัสไปรษณีย์

zip: ~ **fastener** ➡ **zip** 1 A; ~ **gun** *n. (Amer.)* ปืนพกทำเอง ใช้กระสุนลูกกรดหรือ .22

zipper /ˈzɪpə(r)/ˈซิพเพอะ(ร)/ ➡ **zip** 1 A

zippy /ˈzɪpɪ/ˈซิพพิ/ *adj. (coll.)* สว่างไสว, มีชีวิตชีวา, รวดเร็ว

zirconium /zəˈkəʊnɪəm/เซอะˈโคเนียม/ *n. (Chem.)* ธาตุเซอร์โคเนียม *(ท.ศ.) (มีสีเทาใช้ในอุตสาหกรรมต่าง ๆ)*

zit /zɪt/ซิท/ *n. (coll.)* สิว

zither /ˈzɪðə(r)/ˈซิทเธอะ(ร)/ *n. (Mus.)* ซิเธอร์ *(ท.ศ.) (ดนตรีเครื่องสายคล้ายกีตาร์)*

zodiac /ˈzəʊdɪæk/ˈโซดิแอค/ *n. (Astron.)* จักรราศี; **sign of the ~:** *(Astrol.)* ราศีต่าง ๆ ในจักรราศี

zodiacal /zəʊˈdaɪəkl/โซˈดายเออะค'ล/ *adj. (Astron., Astrol.)* ซึ่งครบวงจร, แห่ง/ในจักรราศี

zodiacal ˈlight *n. (Astron.)* แสงสว่างรูปสามเหลี่ยมทรงสูงในท้องฟ้า *(มักจะเห็นทางทิศตะวันออกก่อนรุ่งอรุณหรือทางทิศตะวันตกหลังอาทิตย์อัสดง)*

zombie /ˈzɒmbɪ/ˈซอมบิ/ *(Amer.:* **zombi**) *n. (lit.)* ผีดิบ/ซากศพที่ปลุกวิญญาณโดยพ่อมด/หมอผี; *(fig.)* คนน่าเบื่อ, คนเชื่องซึม

zonal /ˈzəʊnl/ˈโซน'ล/ *adj.* แห่งเขต, แห่งแถบ, แห่งบริเวณ; **~ tariff** พิกัดอัตราภาษีศุลกากรแต่ละเขต

zone /zəʊn/โซน/ ❶ *n.* เขต, แถบ, บริเวณ; **[-time] ~:** เขตแบ่งเวลา; **Temperate Z~:** เขตอากาศแบบอบอุ่น ❷ *v.t.* แบ่ง/กระจายออกเป็นเขต

zoning /ˈzəʊnɪŋ/ˈโซนิง/ *n.* การกำหนดเขตการใช้ที่ดิน

zonked /zɒŋkt/ซองคฺทฺ/ *adj. (coll.)* **be ~** *(by drugs)* เมายาเสพติด; *(by alcohol)* เมาเหล้า; *(be tired)* อ่อนเพลีย

zoo /zu:/ซู/ *n.* สวนสัตว์

'zookeeper *n.* ➤ **489** เจ้าหน้าที่ดูแลสวนสัตว์

zoological /zu:ə'lɒdʒɪkl/ซูเออะ'ลอจิค'ล/ *adj.* แห่งสัตววิทยา

zoological 'garden[s] *n.* สวนสัตว์

zoologist /zu:'ɒlədʒɪst/ซู'ออเลอะจิซทฺ/ *n.* ➤ **489** นักสัตววิทยา

zoology /zu:'ɒlədʒɪ/ซู'ออเลอะจิ/ *n.* สัตววิทยา

zoom /zu:m/ซูม/ ❶ *v.i.* Ⓐ *(move quickly)* เคลื่อนไหวอย่างรวดเร็ว; **we ~ed along on our bicycles** เราปั่นจักรยานไปอย่างรวดเร็ว; **~ through a script** อ่านบทอย่างเร็ว ๆ; Ⓑ *(Aeronaut.)* บินไต่เพดานที่ชันอย่างรวดเร็ว; Ⓒ *(Photog.)* ถ่ายภาพระยะไกลโดยใช้เลนส์ดึงภาพเข้ามา ❷ *n.* ➡ **zoom lens**

~ 'in *v.i.* Ⓐ *(Cinemat., Telev.)* ดึงภาพให้เข้ามาใกล้โดยใช้เลนส์ซูม; **~ in on sth.** ถ่ายภาพ *ส.น.* โดยใช้เลนส์ซูม; Ⓑ **~ in on sth.** *(fig.)* เพ่งเล็ง *ส.น.*

'zoom lens *n. (Photog.)* เลนส์ดึงภาพระยะไกลให้เข้ามาใกล้, เลนส์ซูม *(ท.ศ.)*

zooplankton /'zu:ɒplæŋktən/'ซูออแพลฺงคฺเทิน/ *n.* สัตว์ทะเลขนาดเล็กจนต้องใช้กล้องจุลทรรศน์

zoot suit /'zu:t su:t/'ซูท ซูท/ *n. เครื่องแต่งกายที่ตัวเสื้อยาวถึงเข่า แต่กางเกงเล็กแคบ*

Zoroastrianism /zɒrəʊ'astrɪənɪzm/ซอโร'แอซตริฺเออนิซ'ม/ *n. (Relig.)* ลัทธิโซโรแอสเตรียน *(ก่อตั้งโดยโซโรแอสเตอร์ คำสอนตั้งอยู่บนพื้นฐานของความคิดที่เกี่ยวกับความขัดแย้งระหว่างวิญญาณแห่งแสงสว่าง (ความดี) และวิญญาณแห่งความมืด (ความชั่วร้าย))*

zucchini /zʊ'ki:nɪ/ซุ'คีนิ/ *n., pl. same or* **~s** *(esp. Amer.)* ซุกคินิ *(ท.ศ.)* แตงชนิดหนึ่งคล้ายแตงกวา

Zulu /'zu:lu:/'ซูลู/ ❶ *n.* Ⓐ *(person)* ชนเผ่าซูลู; Ⓑ *(language)* ภาษาซูลู ❷ *adj.* แห่งเผ่า/ภาษาซูลู

Zurich /'zjʊərɪk/'ซัวริค/ ❶ *pr. n.* เมืองซูริคในประเทศสวิตเซอร์แลนด์ ❷ *attrib. adj.* Ⓐ *(of canton)* แห่งรัฐซูริค; Ⓑ *(of city)* แห่งเมืองซูริค

zygomatic bone /zaɪgə'matɪk bəʊn/ไซเกอะ'แม็ททิค โบน/ *n. (Anat.)* กระดูกโหนกแก้ม

zygote /'zaɪgəʊt/'ซายโกท/ *n. (Biol.)* เซลล์ไซกอท *(เซลล์ที่เกิดขึ้นจากการรวมตัวของเซลล์สืบพันธุ์ตัวผู้และเซลล์ตัวเมีย)*

Characteristics of the Thai Language
ลักษณะของภาษาไทย

The Thai language belongs to the Tai-Kadai group. While there are various regional dialects, the official language of Thailand is exemplified by the standard Thai spoken in Bangkok, the capital city.

ภาษาไทยเป็นภาษาในกลุ่มไท-กะได โดยทั่วไปเมื่อกล่าวถึงภาษาไทย จะหมายถึงภาษาที่ใช้เป็นภาษาราชการของประเทศไทย โดยถือภาษาไทยสำเนียงกรุงเทพฯ ซึ่งเป็นเมืองหลวงของประเทศไทยเป็นสำเนียงมาตรฐาน

Phonological Features and Characters
ลักษณะทางเสียงและอักษรแทนเสียง

There are three (significant) types of phonemes – consonants, vowels and tones.

ภาษาไทยประกอบด้วยหน่วยเสียงสำคัญ 3 ประเภท ได้แก่ หน่วยเสียงพยัญชนะ หน่วยเสียงสระ และหน่วยเสียงวรรณยุกต์

Thai has 21 consonant phonemes. They are:

หน่วยเสียงพยัญชนะมี 21 หน่วย ได้แก่

/p, t, c, k, ph, th, ch, kh, b, d, ʔ, m, n, ŋ, w, j, l, r, s, f, h/

as found in:

ดังในคำว่า

ปา /paa/, ตา /taa/, จ่า /càa/, กา /kaa/, พา /phaa/, ทา /thaa/, ชา /chaa/, คา /khaa/, บ่า /bàa/, ด่า /dàa/, อา /ʔaa/, มา /maa/, นา /naa/, งา /ŋaa/, วา /waa/, ยา /jaa/, รา /raa/, ลา /laa/, ส่า /sàa/, ฝา /făa/ and หา /hăa/

The /r/, however, is gradually disappearing from present Thai as it is usually pronounced as /l/. Of all the consonant phonemes, only nine occur as either an initial sound or final sound of a syllable:

อย่างไรก็ตาม หน่วยเสียง /r/ เริ่มสูญไปจากภาษาไทย โดยกลายไปรวมเป็นหน่วยเสียงเดียวกับหน่วยเสียง /l/ หน่วยเสียงในหน่วยเสียงพยัญชนะมีเพียงเก้าหน่วยเสียงเท่านั้น ที่ปรากฏได้ทั้งต้นพยางค์และท้ายพยางค์:

/p, t, k, ʔ, m, n, ŋ, w, j/

The following are examples of syllables in which these phonemes occur as a final sound:

คำดังต่อไปนี้ เป็นตัวอย่างคำที่มีหน่วยเสียงดังกล่าวปรากฏในตำแหน่งท้ายพยางค์

ราบ /râap/, สาด /sàat/, ยาก /jâak/, ปะ /pàʔ/, ชาม /chaam/, จาน /caan/, บาง /baaŋ/, ราว /raaw/ and หาย /hăaj/

The following can occur only as an initial sound of a syllable:

ส่วนหน่วยเสียงพยัญชนะที่เหลือ สามารถปรากฏได้แต่เฉพาะตำแหน่งต้นพยางค์เท่านั้น

/c, ph, th, ch, kh, b, d, l, r, s, f, h/

Native Thai speakers who have a good command of English may be able to pronounce final /-l/, /-s/, and /-f/ as in such English loan words as:

ผู้พูดภาษาไทยที่มีความรู้ภาษาอังกฤษดี อาจออกเสียงคำยืมภาษาอังกฤษบางคำในภาษาไทยด้วยเสียงพยัญชนะท้ายพยางค์ /-l/, /-s/ และ /-f/ ได้ ดังในคำว่า

บอล /bɔɔl/ (ball), แก๊ส /kɛ́ɛs/ (gas) and กราฟ /kráaf/ (graph)

whereas Thai people in general would pronounce /-l/ as /-n/, /-s/ as /-t/ and /-f/ as /-p/. As a result, the number of initial consonant phonemes and final consonant phonemes may vary according to the education and language competence of the speaker. The same may also apply when calculating the number of Thai consonant clusters.

แต่โดยทั่วไป คนไทยมักออกเสียงคำยืมดังกล่าวเป็นเสียง /-n/, /-t/ และ /-p/ แทนเสียง /-l/, /-s/ และ /-f/ ตามลำดับ จำนวนที่แน่นอนของหน่วยเสียงพยัญชนะต้นพยางค์และท้ายพยางค์ของภาษาไทยจึงแปรไปตามกลุ่มผู้พูดที่ได้รับการศึกษาอบรมมาแตกต่างกัน กรณีเช่นเดียวกันนี้เกิดกับการนับจำนวนหน่วยเสียงพยัญชนะประสมในภาษาไทยเช่นกัน

All 21 consonant phonemes are divided into 3 groups according to language evolution and classes of consonant characteristics (High consonant class, Middle consonant class and Low consonant class) which relate to the tone system and types of syllables (Dead syllables and Live syllables).

หน่วยเสียงพยัญชนะไทยทั้ง 21 หน่วย ซึ่งสามารถใช้เป็นหน่วยเสียงพยัญชนะต้นได้ทั้งหมดนั้น จำแนกได้เป็น 3 กลุ่ม เกณฑ์การจำแนกสัมพันธ์กับวิวัฒนาการของจำนวนหน่วยเสียงพยัญชนะต้นจากภาษาไทยดั้งเดิมมาเป็นภาษาไทยปัจจุบัน และสัมพันธ์กับการจำแนกประเภทของอักษรแทนเสียงพยัญชนะ (อักษรสูง-อักษรกลาง-อักษรต่ำ) ซึ่งสัมพันธ์กับระบบเสียงวรรณยุกต์ในพยางค์ทั้ง 2 แบบ (พยางค์เป็น-พยางค์ตาย) ของภาษาไทย

There are 44 consonant characters:

อักษรแทนเสียงพยัญชนะต้นของภาษาไทยมี 44 ตัว ได้แก่

ก ข ฃ ค ฅ ฆ ง จ ฉ ช ซ ฌ ญ ฎ ฏ ฐ ฑ ฒ ณ ด ต ถ
ท ธ น บ ป ผ ฝ พ ฟ ภ ม ย ร ล ว ศ ษ ส ห ฬ อ ฮ

Of these ฃ and ฅ are obsolete in contemporary Thai. Like consonant phonemes, all 44 characters are classified into 3 classes, High consonants, Middle consonants and Low consonants:

ในจำนวนนี้ ฃ กับ ฅ เลิกใช้เขียนคำไทยปัจจุบัน อักษรแทนเสียงพยัญชนะต้นทั้ง 44 ตัว สามารถจำแนกได้เป็น 3 กลุ่ม ได้แก่ อักษรสูง อักษรกลาง และอักษรต่ำ

High consonant class/อักษรสูง	ข (ฃ) ฉ ฐ ถ ผ ฝ ศ ษ ส ห
Middle consonant class/อักษรกลาง	ก จ ฎ ฏ ด ต บ ป อ
Low consonant class/อักษรต่ำ	ค (ฅ) ฆ ง ช ซ ฌ ญ ฑ ฒ ณ ท ธ น พ ฟ ภ ม ย ร ล ว ฬ ฮ

There are two sub-divisions in the Low consonant class:

อักษรต่ำยังสามารถแบ่งประเภทย่อยได้อีก 2 กลุ่ม คือ

Low consonant class 1/อักษรต่ำเดี่ยว	ง ญ ณ น ม ย ร ล ว ฬ
Low consonant class 2/อักษรต่ำคู่	ค (ฅ) ฆ ช ซ ฌ ฑ ฒ ท ธ พ ฟ ภ ฮ

The consonants in Low class 2 have the same sound as those in High class. All the consonants in Low class 1 except ณ and ฬ can be written with ห in front and pronounced the same as when written without ห.

Taking phonological features of the 3 classes into account, we can divide the consonants into 3 groups, each consisting of 7 phonemes, as follows:

อักษรต่ำคู่ เป็นกลุ่มอักษรที่มีเสียงพยัญชนะต้นซ้ำกับอักษรสูง ในขณะที่อักษรต่ำเดี่ยวเกือบทั้งหมด (ยกเว้น ณ กับ ฬ) สามารถใช้ ห นำหน้าได้ อักษรต่ำเดี่ยวที่มี ห นำหน้า กับที่ไม่มี ห นำหน้า มีเสียงพยัญชนะต้นเหมือนกัน

เมื่อพิจารณาอักษรสูง กลาง ต่ำเดี่ยว ต่ำคู่ และที่มี ห นำหน้าร่วมกับหน่วยเสียงพยัญชนะต้น จะสามารถแบ่งหน่วยเสียงพยัญชนะต้นออกเป็นกลุ่มๆ กลุ่มละ 7 หน่วยเสียง ดังนี้

Group 1 High class and Low class 2 consonants which consist of aspirated stop consonants and fricative consonants.

กลุ่มที่ 1 อักษรสูงกับอักษรต่ำคู่ (เป็นกลุ่มอักษรที่ใช้แทนเสียงพยัญชนะต้นประเภทเสียงกักที่มีลมหายใจตามกลุ่มหนึ่ง กับกลุ่มอักษรที่ใช้แทนเสียงเสียดแทรกอีกกลุ่มหนึ่ง)

High class/อักษรสูง	Low class 2/อักษรต่ำคู่	Phoneme/หน่วยเสียง
1. ข-, (ฃ-)	ค-, (ฅ-), ฆ-	/kh-/
2. ฉ-	ช-, ฌ-	/ch-/
3. ฐ-, ถ-	ฑ-, ฒ-, ท-, ธ-	/th-/
4. ผ-	พ-, ภ-	/ph-/
5. ฝ-	ฟ-	/f-/
6. ศ-, ษ-, ส-	ซ-	/s-/
7. ห-	ฮ-	/h-/

Group 2 Middle class consonants which are all unaspirated stop consonants.

กลุ่มที่ 2 อักษรกลาง (เป็นกลุ่มอักษรที่ใช้แทนเสียงพยัญชนะต้นประเภทเสียงกักที่ไม่มีลมหายใจตาม)

Middle class/อักษรกลาง	Phoneme/หน่วยเสียง
1. ก-	/k-/
2. จ-	/c-/
3. ฎ-, ด-	/d-/
4. ฏ-, ต-	/t-/
5. บ-	/b-/
6. ป-	/p-/
7. อ-	/ʔ-/

Group 3 Low class 1 consonants which consist of nasal consonants and liquid consonants, no matter whether they are written with ห in the front or not.

กลุ่มที่ 3 อักษรต่ำเดี่ยวที่มี ห นำหน้าและไม่มี ห นำหน้า (เป็นกลุ่มอักษรที่ใช้แทนเสียงพยัญชนะประเภทเสียงนาสิกกลุ่มหนึ่งและเสียงพยัญชนะเหลวอีกกลุ่มหนึ่ง)

Low class 1 written with ห in front อักษรต่ำเดี่ยวที่ ห นำหน้า	Low class 1 written without ห in front อักษรต่ำเดี่ยวที่ไม่มี ห นำหน้า	Phoneme หน่วยเสียง
1. หง-	ง-	/ŋ-/
2. หน-	ณ-, น-	/n-/
3. หม-	ม-	/m-/
4. หญ-, หย-	ญ-,ย-	/j-/
5. หร-	ร-	/r-/
6. หล-	ล-, ฬ-	/l-/
7. หว-	ว-	/w-/

When all these consonants are combined with a vowel or vowel-like form or/and a tone marker, three different groups of tones are pronounced according to class of consonant and tone marker.

อักษรกลุ่มไหนก็ตาม เมื่อประสมกับรูปสระ / รูปแทนพยางค์ หรือประสมกับรูปสระ / รูปแทนพยางค์ ร่วมกับรูปวรรณยุกต์ จะมีรูปแบบความสัมพันธ์ของเสียงพยัญชนะ เสียงสระและเสียงวรรณยุกต์แตกต่างกันเป็น 3 ลักษณะ ซึ่งจำแนกตามประเภทของอักษรกับรูปวรรณยุกต์ที่เกิดร่วม

1. High and Low class 1 consonants written with ห in front **อักษรสูงกับอักษรต่ำเดี่ยวที่มี ห นำหน้า**	**Tone** **เสียงวรรณยุกต์**	**High class** **อักษรสูง**	**ห +Low class 1** **อักษรต่ำเดี่ยวที่มี ห นำหน้า**
- with a vowel or vowel-like form, without tone marker rising tone ประสมกับรูปสระ/รูปแทนพยางค์ (ไม่มีรูปวรรณยุกต์)	จัตวา /èattawaa/	เขา /khǎw/	เหลา /lǎw/
- with a vowel or vowel-like form and low tone marker low tone ประสมกับรูปสระ/รูปแทนพยางค์ มีรูปวรรณยุกต์เอก	เอก /eék/	เข่า /khàw/	เหล่า /làw/
- with a vowel or vowel-like form and falling tone marker falling tone ประสมกับสระ/รูปแทนพยางค์ มีรูปวรรณยุกต์โท	โท /thoo/	เข้า /khâw/	เหล้า /lâw/

2. Middle consonants อักษรกลาง	Tone เสียงวรรณยุกต์	Middle class อักษรกลาง
- with a vowel or vowel-like form, without tone marker: middle tone ประสมกับรูปสระ/รูปแทนพยางค์ (ไม่มีรูปวรรณยุกต์)	สามัญ /samaan/	เตา /taw/
- with a vowel or vowel-like form and low tone marker: low tone ประสมกับรูปสระ/รูปแทนพยางค์ มีรูปวรรณยุกต์เอก	เอก /eék/	เต่า /tàw/
- with a vowel or vowel-like form and falling tone marker: falling tone ประสมกับสระ/รูปแทนพยางค์ มีรูปวรรณยุกต์โท	โท /thoo/	เต้า /tâw/

3. Low class 1 consonants written without ห in the front and Low class 2 consonants อักษรต่ำเดี่ยวที่ไม่มี ห นำหน้ากับอักษรต่ำคู่	Tone เสียงวรรณยุกต์	Low class 2 อักษรต่ำคู่	Low class 1 without ห อักษรต่ำเดี่ยว ที่ไม่มี ห นำหน้า
- with a vowel or vowel-like form, without tone marker: middle tone ประสมกับรูปสระ/รูปแทนพยางค์ (ไม่มีรูปวรรณยุกต์)	สามัญ/samaan/	เคา /khaw/	เลา /law/
- with a vowel or vowel-like form and low tone marker: falling tone ประสมกับรูปสระ/รูปแทนพยางค์ มีรูปวรรณยุกต์เอก	โท /thoo/	เค่า /khâw/	เล่า /lâw/
- with a vowel or vowel-like form and falling tone marker: rising tone ประสมกับสระ/รูปแทนพยางค์ มีรูปวรรณยุกต์โท	ตรี /trii/	เค้า /kháw/	เล้า /láw/

Of all 9 final consonant phonemes, /-ʔ/ can occur only in stressed syllables with a short vowel such as in ละ /laʔ/, เกาะ /kɔʔ/ and เตะ /teʔ/. The others can occur freely in any syllables.

There are two groups of final consonant phonemes related to types of syllables and tone system.

Group 1 The stop final consonants

/-p, -t, -k, -ʔ/

which occur in words such as:

สาบ /sàap/, สาด /sàat/, สาก /sàak/, สะ /sàʔ/

Group 2 The nasal and semi-vowel final consonants

/-m, -n, -ŋ, -w, -j/

which occur in words such as:

สาม /sǎam/, สาน /sǎan/, สาง /sǎaŋ/, สาว /sǎaw/, สาย /sǎaj/

In Thai, consonant cluster phonemes occur only in the initial position of the syllable and each consists of only two consonant phonemes. The first consonant clusters may be any of the stop consonants /p, t, k, ph, th, kh/ while the second can only be /r/, /l/

ในบรรดาหน่วยเสียงพยัญชนะท้ายของภาษาไทยทั้ง 9 หน่วยนั้น หน่วยเสียง /-ʔ/ จะปรากฏกับพยางค์ที่ใช้สระเสียงสั้นและมีการลงน้ำหนักเสียงเท่านั้น ดังในคำว่า ละ, เกาะ, เตะ ส่วนหน่วยเสียงพยัญชนะท้ายอื่น ๆ ปรากฏท้ายสระได้อย่างอิสระ

หน่วยเสียงพยัญชนะท้าย แบ่งได้เป็น 2 กลุ่ม ซึ่งสัมพันธ์กับลักษณะของพยางค์และระบบวรรณยุกต์ หน่วยเสียงพยัญชนะท้าย

หน่วยเสียงพยัญชนะท้ายกลุ่มที่ 1 เกิดกับพยางค์ตาย ได้แก่ กลุ่มพยัญชนะกัก

ดังในคำว่า

หน่วยเสียงพยัญชนะท้ายกลุ่มที่ 2 เกิดกับพยางค์เป็น ได้แก่ พยัญชนะนาสิกและพยัญชนะกึ่งสระ

ดังในคำว่า

หน่วยเสียงพยัญชนะประสมในภาษาไทย ปรากฏได้แต่เฉพาะในตำแหน่งต้นพยางค์เท่านั้น หน่วยเสียงพยัญชนะประสมมีเพียงหน่วยเสียงพยัญชนะประสม 2 เสียง หน่วยเสียงที่อยู่ในตำแหน่งแรกเป็นเสียงกักหน่วยใดหน่วยหนึ่ง ได้แก่ /p, t, k, ph, th, kh/

or /w/. The co-occurrence of these consonants are restricted to just 12 cluster phonemes. They are:

หน่วยเสียงในตำแหน่งที่ 2 เป็น /r, l, w/ หน่วยใดหน่วยหนึ่ง การจับคู่ระหว่างเสียงในตำแหน่งที่ 1 กับเสียงตำแหน่งที่ 2 จะปรากฏในตำแหน่งต้นพยางค์ได้เพียง 12 หน่วย ได้แก่

/pr-, pl-, phr-, phl-, tr-, thr-, kr-, kl-, kw-, khr-, khl-, khw-/

as found in:

ดังในคำว่า

ปราย /praaj/, ปลาย /plaaj/, พราย /phraaj/, พลาย /phlaaj/, ตรี /trii/, จันทรา /canthraa/, กราย /kraaj/, กลาย /klaaj/, กวาด /kwàat/, คราง /khraaŋ/, คลาน /khlaan/, ความ /khwaam/

While many native Thai speakers may have difficulty pronouncing these clusters, those who are competent in English would be able to pronounce these twelve, as well as others that occur in loan words from English such as:

ในปัจจุบันมีพยัญชนะประสมในตำแหน่งต้นพยางค์แบบอื่นๆ อีก ซึ่งเกิดจากคำยืมภาษาอังกฤษ ผู้ที่มีความรู้ภาษาอังกฤษดี จะออกเสียงพยัญชนะประสมที่เกิดกับคำยืมภาษาอังกฤษ เช่น

/br-, bl-, fr-, fl-, dr-/

as found in:

ดังในคำว่า

เบรก /brèek/ (brake), บล็อก /blɔ́k/ (block), ฟรี /frii/ (free), แฟลต /flɛ̀t/ (flat) and ดราฟต์ /draáp/ (draft).

ผู้พูดภาษาไทยปัจจุบันจำนวนมาก ไม่สามารถออกเสียงพยัญชนะประสมเหล่านี้ได้เลย

Thai has 21 vowel phonemes comprising 18 single vowels and 3 diphthongs. The 18 single vowels consist of 9 short vowels:

ภาษาไทยมีหน่วยเสียงสระจำนวน 21 หน่วย แบ่งเป็นสระแท้ 18 หน่วยและสระประสม 3 หน่วย หน่วยเสียงสระแท้ทั้ง 18 หน่วย แบ่งเป็นสระเสียงสั้น 9 หน่วย

/i, e, ɛ, ɨ, ə, a, u, o, ɔ/

and 9 long vowels:

และสระเสียงยาว 9 หน่วย

/ii, ee, ɛɛ, ɨɨ, əə, aa, uu, oo, ɔɔ/

The three diphthongs are:

ส่วนสระประสม 3 หน่วยได้แก่

/ia, ɨa, ua/

Vowel characters representing these vowel phonemes are divided into 2 groups – monoform vowels and polyform vowels.

รูปที่ใช้แทนสระทั้ง 21 หน่วย แบ่งออกเป็น 2 กลุ่ม คือ กลุ่มสระเอกรูปกับกลุ่มสระพหุรูป

Monoform vowels/กลุ่มสระเอกรูป		
Phoneme/เสียง	**Form/รูป**	**Example/ตัวอย่าง**
/i/	-ิ	ติ /tìʔ/
/ii/	-ี	ตี /tii/
/ee/	เ-	เซ /see/
/ɛɛ/	แ-	แห /hɛ̌ɛ/
/ɨ/	-ึ	ครึ /khrɨ́ʔ/
/ə/	เ-อะ	เลอะ /lə́ʔ/
/aa/	-า	มา /maa/
/u/	-ุ	ยุ /júʔ/
/uu/	-ู	หู /huu/
/oo/	โ-	โต /too/
/ia/	เ-ีย	เสีย /sǐa/
/ɨa/	เ-ือ	เรือ /rɨa/

Polyform vowels/กลุ่มสระพหุรูป		
Phoneme/เสียง	**Form/รูป**	**Example/ตัวอย่าง**
/e/	เ–ะ, เ–็	เละ /léʔ/, เห็น /hěn/
/ɛ/	แ–ะ, แ–็	แพะ /phɛ́ʔ/, แกร็น /krɛn/
/ɨɨ/	–ือ, –ื	มือ /mɨɨ/, มืด /mɨ̂ɨt/
/əə/	เ–อ, เ–ิ, เ–(ย)	เจอ /cəə/, เชิญ /chəən/, เลย /ləəj/
/a/	–ะ, –ั, (not written) (ไม่มีรูป)	จะ /càʔ/, จับ /càp/, ตลาด /talàat/
/o/	โ–ะ, (not written) (ไม่มีรูป)	โต๊ะ /tóʔ/, หด /hòt/
/ɔ/	เ–าะ, –็อ–	เกาะ /kɔʔ/, ม็อบ /mɔp/
/ɔɔ/	–อ, –อ–, (not written) (ไม่มีรูป)	คอ /khɔɔ/, คอน /khɔɔn/, จร /cɔɔn/
/ua/	–ัว, –ว–	หัว /hǔa/, หวน /hǔan/

Tones are an outstanding phoneme of Thai language. There are 5 tones – mid tone, low tone, falling tone, high tone and rising tone and 4 tone markers – อ่ *(máaj ʔeèk)*, อ้ *(máaj thoo)*, อ๊ *(máaj trii)* and อ๋ *(máaj càttawaa)*. *máaj ʔèek* and *máǎj thoo* are commonly used whereas *máaj trii* and *máaj càttawaa* are usually used in the words with initial Middle consonants such as:

ภาษาไทยหน่วยเสียงวรรณยุกต์ 5 หน่วยเสียง ได้แก่ วรรณยุกต์สามัญ, วรรณยุกต์เอก, วรรณยุกต์โท, วรรณยุกต์ตรี, วรรณยุกต์จัตวา มีรูปแทนหน่วยเสียงวรรณยุกต์ 4 รูป ได้แก่ –่ (ไม้เอก), –้ (ไม้โท), –๊ (ไม้ตรี), –๋ (ไม้จัตวา) ไม้เอก กับ ไม้โท ใช้เขียนคำได้ทั่วไป ส่วนไม้ตรี กับ ไม้จัตวา ส่วนใหญ่ใช้กับคำที่ใช้อักษรกลาง เช่น

ปิ๊ง /píŋ/, กุ๊ก /kúk/, ตั๋ว /tua/, จิ๋ว /ciw/

Nevertheless, we can find Thai words with any one of the 5 tones without any form of tone marker:

อย่างไรก็ตาม คำภาษาไทยอาจมีเสียงวรรณยุกต์ครบทั้ง 5 หน่วยเสียงโดยไม่จำเป็นต้องใช้เครื่องหมายวรรณยุกต์ประกอบเลย ดังนี้

ปลา (fish)	pronouced with mid tone */plaa/* มีเสียง วรรณยุกต์สามัญ
ตัด (to cut)	pronouced with low tone */tàt/* มีเสียง วรรณยุกต์เอก
มาก (many)	pronouced with falling tone */mâak/* มีเสียง วรรณยุกต์โท
คัด (to select)	pronouced with high tone */khát/* มีเสียง วรรณยุกต์ตรี
หมี (bear)	pronouced with rising tone */mǐi/* มีเสียง วรรณยุกต์จัตวา

Even though syllable stress occurs in Thai, it is not as significant a feature as in English. That means stress in Thai cannot help differentiate meanings of the words as it might do in English. However, pronoucing a word with the correct stress pattern is important in making your speech sound fluent. Most mono-syllabic words are stressed and each poly-syllabic word has a particular stress pattern.

ภาษาไทยมีระบบการลงน้ำหนักเสียง ซึ่งมีบทบาทในลักษณะที่แตกต่างกับระบบการน้ำหนักเสียงของภาษาอังกฤษ การลงน้ำหนักเสียงของพยางค์ที่ปรากฏในคำภาษาไทยไม่มีหน้าที่ช่วยจำแนกความหมายอย่างกรณีของภาษาอังกฤษ ส่วนใหญ่คำพยางค์เดียวมักลงน้ำหนักเสียง ส่วนคำหลายพยางค์จะมีรูปแบบการลงน้ำหนักเสียงเฉพาะ การลงน้ำหนักเสียงในแต่ละพยางค์ได้อย่างถูกต้องจะช่วยให้ออกเสียงคำหลายพยางค์ได้อย่างถูกต้องเหมาะสม เช่น

Word/ตัวอย่างคำ	**Stress pattern/แบบลงน้ำหนักเสียง**
สนาม /sanǎam/, แมลง /malɛɛŋ/, กระดาษ /kradàat/	unstressed – stressed/เบา-หนัก
พ'ยา'ยาม /phajaajaam/, ประชาชน /prachaachon/, ธนาคาร /thanaakhaan/	unstressed – stressed – stressed/เบา-หนัก-หนัก
กร'รมกา'ร /kammakaan/, ผลไม้ /phonlamáaj/, จักรพรรดิ /càkkraphát/	stressed – unstressed – stressed/หนัก-เบา-หนัก
ระ'มัดระ'วัง /ramátrawaŋ/, กระดี๊กระด๊า /kradíikradáa/	unstressed – stressed – unstressed – stressed/เบา-หนัก-เบา-หนัก

A stressed syllable may be pronounced with a different tone when it is unstressed:

นอกจากนี้ พยางค์ที่ไม่ลงน้ำหนักเสียง มักมีเสียงวรรณยุกต์ที่แตกต่างกับพยางค์ที่ลงน้ำหนักเสียง เช่น

Word/ตัวอย่างคำ	**Stress Pattern/แบบลงน้ำหนักเสียง**	**Tone/เสียงวรรณยุกต์**
ระวัง /rawǎŋ/ (to be careful) ชะลอ /chalɔɔ/ (to slow)	unstressed – stressed เบา-หนัก	mid – mid /สามัญ-สามัญ/
ระราน /ráʔraan/ (to bully) ชะล้าง /cháʔlaáŋ/ (to rinse)	stressed – stressed หนัก-หนัก	high – mid high – high /ตรี-สามัญ/

Syllables in Thai are classified as live syllables and dead syllables. A live syllable can be an open syllable with a long vowel or a closed syllable with final:

พยางค์ในภาษาไทยจำแนกเป็น 2 ประเภท คือ พยางค์เป็นกับพยางค์ตาย พยางค์เป็น ได้แก่ พยางค์เปิดที่ใช้สระเสียงยาวหรือพยางค์ปิดที่ใช้เสียงพยัญชนะท้ายกลุ่มที่ 2 คือเสียง

/-m, -n, -ŋ, -w, -j/

such as in the words:

ดังพยางค์ของคำว่า

มี /mii/, ตา /taa/, ดู /duu/, หนาม /nǎam/, ปีน /piin/, สูง /sǔuŋ/, ลาว /laaw/, ชัย /chaj/

A dead syllable is a closed syllable with final

พยางค์ตาย ได้แก่ พยางค์ปิดที่ใช้เสียงพยัญชนะท้ายกลุ่มที่ 1 คือ

/-p, -t, -k, -ʔ/

such as in the words:

ดังพยางค์ของคำว่า

กราบ /kràap/, หยุด /jùt/, สัก /sàk/, แกะ /kὲʔ/

There is a relationship between the types of syllable and the tone system. Normally, dead syllables are not written with any tone markers.

พยางค์เป็นและพยางค์ตายจะมีความสัมพันธ์กับระบบวรรณยุกต์ในลักษณะต่าง ๆ เช่น พยางค์ตายมักไม่ใช้ร่วมกับรูปวรรณยุกต์

แรด /rɛ̂ɛt/, ลอกแลก /lɔ̂klɛ̂k/

Dead syllables with an initial low consonant and short vowel have different tones from their counterpart long vowel syllables.

พยางค์ตายของคำที่ใช้อักษรต่ำจะมีเสียงวรรณยุกต์ที่แตกต่างกันระหว่างคำที่ใช้สระเสียงสั้นกับคำที่ใช้สระเสียงยาว

มัก /mák/ – มาก /mâak/, รุด /rút/ – รูด /rûut/

Syllables in Thai are a combination of an initial consonant and vowel or initial consonant, vowel and final consonant. Such a syllable may or may not have a tone marker as discussed above. Moreover, Thai has another 8 special forms used to represent a syllable as follows:

รูปพยางค์ภาษาไทยเกิดจากการประสมกันระหว่างรูปพยัญชนะต้นกับรูปสระ หรือ รูปพยัญชนะต้นกับรูปสระและรูปพยัญชนะท้าย อาจมีเครื่องหมายวรรณยุกต์ประกอบหรือไม่ก็ได้ ดังที่ได้กล่าวมาแล้ว อย่างไรก็ตาม ภาษาไทยยังมีรูปพิเศษอีก 8 รูป ซึ่งใช้แทนพยางค์ ได้แก่

1. Syllable-like forms which are composed of an initial consonant phoneme and vowel phoneme.

1. รูปแทนพยางค์ ซึ่งประกอบด้วยหน่วยเสียงพยัญชนะต้นกับหน่วยเสียงสระ ได้แก่

ฤ- represents/แทนเสียง	/ r- + i / / r- + ɨ / / r- + əə /	ฤทธิ์ /rít/ (supernatural power) ฤดู /rɨ́duu/ (season) ฤกษ์ /rə̂ək/ (time for doing something)
ฤๅ-	/ r- + ɨɨ /	ฤๅษี /rɨɨsii/ (hermit)
ฦ-	/ l- + ɨ /	ระฦก /ralɨ́k/ (to recall)
ฦๅ-	/ l- + ɨɨ /	ฦๅสาย /lɨɨsǎaj/ (address term used to call royalty)

2. Syllable-like forms which are composed of a vowel phoneme and final consonant phoneme.

2. รูปแทนพยางค์ ซึ่งประกอบด้วยหน่วยเสียงสระกับหน่วยเสียงพยัญชนะท้าย ได้แก่

-ำ represents/แทนเสียง	/ a + -m / / aa + -m /	นำ /nam/ (to bring, to lead) น้ำ /náam/ (water)
ไ-	/ a + -j / / aa + -j /	กระได /kradaj/ (stairs) ได้ /dâay/ (to get, to be able to)
ใ-	/ a + -j / / aa + -j /	ให้ /hâj/ (to give) ใต้ /tâaj/ (South, under)
เ-า	/ a + -w / / aa + -w /	เทา /thaw/ (grey) เท้า /tháaw/ (foot)

Characteristics of Thai words

ลักษณะของคำ

A large majority of Thai words are monosyllabic such as:

คำภาษาไทยส่วนใหญ่มีลักษณะเป็นพยางค์เดี่ยว เช่น

ตา /taa/ (eye, mother's father), กิน /kin/ (to eat), ใจ /cay/ (heart, mind)

Most polysyllabic words have their origin in a foreign language, for example:

คำที่มีหน่วยคำเดียว แต่มีพยางค์มากกว่า 1 พยางค์ ส่วนใหญ่เป็นคำที่ยืมมาจากภาษาต่างประเทศ เช่น

ขนม /khanǒm/ (dessert) which is borrowed from Khmer/ยืมจากภาษาเขมร
จักรพรรดิ /càkkraphát/ (emperor) from Sanskrit/ยืมจากภาษาสันสกฤต
ปฐพี /pàthaphii/ (earth) from Pali/ยืมจากภาษาบาลี
ไมโครโฟน /majkhroofoon/ from English/ยืมจากภาษาอังกฤษ

Quite a few words have distribution restrictions. These words may just occur as part of a compound word or as a modifier:

ภาษาไทยมีคำจำนวนมากที่ต้องปรากฏร่วมกับคำอื่น คำเหล่านี้อาจปรากฏเพียงครั้งเดียวในฐานะที่เป็นส่วนหนึ่งของคำประสมหรือในฐานะที่เป็นคำขยาย

Examples of words that just occur as part of a compound are: ตัวอย่างของคำที่ปรากฏเพียงครั้งเดียวในฐานะที่เป็นส่วนหนึ่งของคำประสม

     ปลาร้า /plaa ráa/ (fermented fish)
     แตงโม /tɛɛŋ moo/ (watermelon)
     ต้มโคล้ง /tôm khlóoŋ/ (name of a Thai soup)
     เหม็นหืน /měn hɨ̌ɨn/ (to have a rancid smell)

Examples of words that just occur as modifiers: คำที่ปรากฏเพียงครั้งเดียวในฐานะที่เป็นคำขยาย

     ดำปี๋ /dam pǐi/ (really black)
     เหลืองอ๋อย /lɨ̌aŋ ʔɔ̌ɔj/ (really bright yellow)
     หอบแฮ่กๆ /hɔ̀ɔp hɛ̂k hɛ̂k/ (to pant loudly)
     เปรี้ยวจี๊ด /prîaw cíit/ (extremely sour)
     เสียวแปล๊บ /sǐaw plɛ́ɛp/ (to feel a great sudden piercing pain).

Word formation in Thai relies mainly on compounds whose features vary depending on the words combined.   การเพิ่มจำนวนคำในภาษาไทยมีวิธีการประสมคำเป็นหลัก คำประสมจะมีลักษณะแตกต่างกันตามองค์ประกอบของคำที่มาประสมกัน เช่น

Compounds that repeat the same word: คำประสมที่มีใช้คำซ้ำกัน เช่น

     พี่ๆ /phîi phîi/ (elder sibling - elder sibling) = elder siblings
     หิวๆ /hǐw hǐw/ (hungry - hungry) = very hungry
     ข้างๆ คูๆ /khâaŋ khâaŋ khuu khuu/ = (beside - beside + ditch - ditch) = (to argue) senselessly

Compounds that have synonyms as components: คำประสมที่ใช้คำพ้องความหมาย เช่น

     นึกคิด /nɨ́k khít/ (to think - to think) = to think
     ปิดกั้น /pìt kân/ (to close - to bar) = to block
     สั่นสะเทือน /sàn sathɨan/ (to shake - to vibrate) = to vibrate

Compounds that have antonyms as components: คำประสมที่ใช้คำแย้งความหมาย เช่น

     ขาวดำ /khǎaw dam/ (white - black) = black and white (television)
     เท็จจริง /thét ciŋ/ (false - true) = fact
     เป็นตายร้ายดี /pen taaj ráaj dii/ = (to be alive - die + evil - good) no matter whatever will happen

Compounds that have words referring to the same type of thing as components: คำประสมใช้คำที่อยู่ในกลุ่มหรือในประเภทเดียวกัน เช่น

     วัวควาย /wua khwaay/ (cow - buffalo) = cattle
     หมาแมว /mǎa mɛɛw/ (dog - cat) = dogs and cats, pet
     เป็ดไก่ /pèt kàj/ (duck - chicken) = poultry

Compounds that have words with related meanings as components: คำประสมที่ใช้คำที่มีความหมายเกี่ยวเนื่องกัน เช่น

     นอนหลับ /nɔɔn làp/ (to lie - to fall asleep) = to sleep
     ตัดขาด /tàt khàat/ (to cut - to be torn) = to disown
     เดือดร้อน /dɨ̀at rɔ́ɔn/ (to boil - hot) = in trouble, agitated

In addition, one or more meaningless syllables may often be added at the front or after a word, or in between words. Such syllables have some phonological relations with the root word:

นอกจากนี้ ภาษาไทยยังนิยมสร้างคำโดยเพิ่มพยางค์ไร้ความหมายเข้าไปที่ต้นคำ กลางคำหรือท้ายคำ พยางค์ไร้ความหมายที่เพิ่มเข้าไปนี้ จะมีความสัมพันธ์ทางเสียงกับคำเดิม เช่น

ยุ่ง becomes/กลายเป็น ยุ่งเหยิง /jûŋ jɔ̌ɔŋ/ = to be in confusion
มาก becomes/กลายเป็น มากมาย /mâak maaj/ = a large number
สี + วรรณะ becomes/กลายเป็น สีสันวรรณะ /sǐi sǎn wanná?/ = colours
จมูก + ปาก becomes/กลายเป็น จมูกจปาก /camùuk capàak/ = nose and mouth
ภรรยา becomes/กลายเป็น ภรรยงภรรยา /phanrayoŋ phanrayaa/ = wife
นักร้อง becomes/กลายเป็น นักร้งนักร้อง /nák róŋ nák rɔ́ɔŋ/ = singer

There are a large number of loan words from foreign languages, most of which come from Pali and Sanskrit. Others come from Khmer, Chinese and English. Examples are:

ภาษาไทยยืมคำจากภาษาต่างประเทศมาใช้มาก คำภาษาต่างประเทศที่ยืมมาใช้ในภาษาไทยมากที่สุด ได้แก่ คำบาลีและสันสกฤต คำเขมร คำจีน และคำภาษาอังกฤษ เช่น

Pali loan words/ยืมมาจากภาษาบาลี	กริยา (verb), บุคคล (person), วิชา (subject)
Sanskrit loan words/ยืมมาจากภาษาสันสกฤต	ภาษา (language), ศีรษะ (head), ธรรมะ (Dharma)
Khmer loan words/ ยืมมาจากภาษาเขมร	เดิน (to walk), จมูก (nose), กระหาย (to be thirsty)
Chinese loan words/ยืมมาจากภาษาจีน	แขก (guest), ป้าย (sign), ห้าง (store)
English loan words/ยืมมาจากภาษาอังกฤษ	ฟรี (free), คอมพิวเตอร์ (computer), ลิฟต์ (lift)

Of all the loan words, those from Pali and Sanskrit form the greatest number and have the greatest influence on Thai. They are usually used in poetry such as:

ในบรรดาคำภาษาต่างประเทศทั้งหมดที่ภาษาไทยยืมเข้ามาใช้นี้ คำภาษาบาลีและสันสกฤตมีจำนวนและมีอิทธิพลต่อภาษาไทยอย่างมาก คำยืมภาษาบาลีและสันกฤตเป็นคำที่นิยมใช้ในการแต่งบทร้อยกรอง เช่น

ทิฆัมพร (sky), นิรมล (flawless), บุษบา (flower)

They are also used to form words used with royalty such as:

ใช้สร้างคำราชาศัพท์ เช่น

พระหัตถ์ (hand), พระราโชวาท (royal teachings), สวรรคต (to pass away)

In addition, some are used as polite language:

ใช้เป็นภาษาสุภาพ เช่น

โค = cow, สุนัข = dog, ศีรษะ = head

as names:

ใช้เป็นชื่อเฉพาะของบุคคล เช่น

ธนา, ศรัณย์, ปกรณ์

and as root words in compounds when there is a need for new words to refer to Western concepts and technology. Such compounds are commonly found in the Thai language, and many do not occur even in Pali and Sanskrit themselves:

และใช้เป็นวัตถุดิบในการนำมาประสมกัน เพื่อสร้างคำศัพท์ใหม่ๆ โดยเฉพาะอย่างยิ่ง คำศัพท์ที่ใช้สื่อความคิดและวิทยาการของตะวันตก คำประสมที่สร้างจากคำยืมภาษาบาลีและสันสกฤตกลุ่มหลังนี้ มีจำนวนดาษดื่น ที่สำคัญแม้ในภาษาบาลีและสันสกฤตเองก็ไม่ได้ใช้ในรูปประสมอย่างที่ใช้ในภาษาไทย เช่น

ประดิษฐกรรม (invention), อัคคีภัย (fire incident), รัฐสภา (parliament)
ฆาตกร (murderer), ผลิตภัณฑ์ (product), วรรณคดี (literature)

Grammatical Features

Thai words do not change their forms to show grammatical function and relation. Therefore, word order plays a great role in indicating grammatical relation. Words, phrases, clauses, sentences or statements that are formed with different word orders convey different meanings.

ลักษณะทางไวยากรณ์

ภาษาไทยเป็นภาษาประเภทที่คำไม่เปลี่ยนรูปทางไวยากรณ์ เพื่อบอกหน้าที่และความสัมพันธ์ที่มีต่อคำอื่นในประโยค ดังนั้นการแสดงความสัมพันธ์ทางวากยสัมพันธ์ อาศัยวิธีการเรียงคำและลำดับของคำเป็นสำคัญ คำ วลี ประโยค หรือข้อความที่เรียงลำดับต่างกัน จะมีความหมายจะแตกต่างกัน เช่น

อยู่กิน /yùu kin/ (to live together as couple) but/มีความหมายแตกต่างกับ กินอยู่ /kin yùu/ (to eat, to take board and lodging)
ใจเสีย /caj sǐa/ (to be disheartened) but/มีความหมายแตกต่างกับ เสียใจ /sǐa caj/ (to be sad, to regret)
นาดำ /naa dam/ (a farm where transplanting of paddy seedlings is practised) but/มีความหมายแตกต่างกับ ดำนา /dam naa/ (to transplant paddy seedlings)
ไปไล่หมา /paj lâj mǎa/ (go to drive the dog away) but/มีความหมายแตกต่างกับ ไล่หมาไป /lâj mǎa paj/ (to drive the dog away)
ทำงานนี้ได้ /tham ŋaan níi dâay/ (to be able to do this job) but/มีความหมายแตกต่างกับ งานนี้ได้ทำ /ŋaan níi dâay tham/ (as for this job, one gets the chance to do / one managed to do)
เขาชอบฉัน / khǎw chɔ̂ɔp chǎn/ (He likes me) but/มีความหมายแตกต่างกับ ฉันชอบเขา /chǎn chɔ̂ɔp khǎw/ (I like him)

Since there are not any forms to show grammatical relations, one has to interpret syntactic relation oneself, something which is not difficult for native speakers. Thus, a verb can be used with different nouns and show different syntactic and semantic relations, though nouns all occur in the same position.

เนื่องจากภาษาไทยไม่มีรูปแสดงความสัมพันธ์ทางไวยากรณ์ของคำ ทำให้ผู้ใช้ภาษาต้องตีความสัมพันธ์ทางวากยสัมพันธ์ระหว่างคำเอง เกณฑ์การตีความ อาศัยการตกลงร่วมรู้ของผู้ใช้ภาษาเป็นสำคัญ ดังเช่น คำกริยาแม้จะเป็นคำเดียวกัน เมื่อใช้ร่วมกับคำนามที่แตกต่างกันและอยู่ในตำแหน่งเดียวกัน ก็จะมีความสัมพันธ์ทางวากยสัมพันธ์และทางอรรถศาสตร์กับกริยาแตกต่างกัน

Thai has Subject – Verb – Object sentence structure as follows:

โครงสร้างประโยคเน้นประธานของภาษาไทย จะเรียงลำดับคำแบบประธาน-กริยา-กรรม เช่น

พ่อซื้อรถใหม่ /phɔɔ sɨ́ɨ rót màj/ (father - to buy - car - new) = Dad bought a new car.
ชาวบ้านประท้วงเจ้าของโรงงาน /chaawbâan - prathúaŋ - câawkhɔɔŋ - rooŋŋaan/ (villager - to protest - owner - factory) = Villagers protested against the factory owner.
คุณยายกระเดียดกระจาดไปตลาด /khun jaaj - kradìat - kracàat - paj - talàat/ (mother's mother - to carry on one's hip - basket - go - market) = Grandmother carried a basket (on her hip) to the market.

Passive sentences have the Object – Subject – Verb structure and sometimes the Subject is omitted:

ส่วนโครงสร้างประโยคเน้นกรรม จะเรียงแบบ กรรม-ประธาน-กริยา แต่ประธานอาจไม่ปรากฏในประโยค เช่น

กับข้าวพวกนี้ฉันทำเอง /kàpkhâaw - phuâknı́i - chan tham - ʔeeŋ/ (food eaten with rice - these - I - to do - by oneself) = These dishes were cooked by me myself.
รถของฉันพ่อขายให้เพื่อนไป /rót - khɔ̌ɔŋ - chǎn - phɔ̂ɔ - khaaj - hây - phɨ̂an - paj/ (car - to belong to - I - father - to sell - to give - friend - go) = My car was sold by my father to his friend.
โจรปล้นธนาคารถูก (ตำรวจ) จับได้หมดแล้ว /coon - plôn - thanaakhaan - thùuk - (tamruàt) - càp - dâaj - mòt - lɛ́ɛw/ (robber - to rob - bank - *passive marker* - (police) - arrested - can - all - already) = The bank robbers were all arrested (by the police).

For this reason, just the position and the order of the words in a noun – verb – noun structure cannot help identify whether the structure is active voice or passive voice. One needs to interpret the meaning of the structure:

ในภาษาไทย คำนาม–คำกริยา–คำนามที่เรียงต่อกัน อาศัยแต่เพียงตำแหน่งและลำดับของคำ จะไม่สามารถระบุได้ว่าคำนาม–คำกริยา–คำนาม ที่เรียงต่อกันนั้น มีความสัมพันธ์แบบกัตตุวาจกหรือกรรมวาจก การจำแนกความสัมพันธ์ดังกล่าว ต้องอาศัยการตีความเป็นสำคัญ

กระดาษห่อของขวัญ /kradaàt - hɔ̀ɔ - kɔ̌ɔŋkhwǎn/ (paper - to wrap - gift) = paper for wrapping a gift. is an active voice structure/มีความสัมพันธ์แบบกัตตุวาจก
สมชายทาสีบ้าน /Somchai thaa - sǐi - bâan/ (to paint - colour - house) = Somchai paint the house. is an active voice structure/มีความสัมพันธ์แบบกัตตุวาจก
ข้าวห่อใบบัว /khâaw - hɔɔ - baj bua / (rice - to wrap - lotus leaf) = rice wrapped with a lotus leaf. is a passive voice structure./มีความสัมพันธ์แบบกรรมวาจก
ผัดไทยห่อไข่ /phàtthaj - hɔɔ - khàj/ (fried noodle - to wrap - egg) = fried noodles wrapped in an omelette. is a passive voice structure./มีความสัมพันธ์แบบกรรมวาจก

Normally, a modifier in Thai is placed right after the word it modifies:

โดยปกติ ภาษาไทยจะเรียงลำดับส่วนขยายไว้หลังและอยู่ชิดส่วนที่ถูกขยายโดยตรง เช่น

เหล้าเก่าในขวดใหม่ /lâw - kàw - naj - khùat - màj/ (liquor-old-in-bottle-new) *เก่า* ขยาย *เหล้า*, *ใหม่* ขยาย *ขวด* = old liquor in a new bottle.
ยิ้มแห้ง ๆ /jím - hɛ̂ɛŋ hɛ̂ɛŋ/ (to smile-dry) *แห้ง ๆ* ขยาย *ยิ้ม* = to smile wryly.

Where there is an object, the verb modifier comes after the object:

ส่วนขยายกริยาจะเรียงลำดับไว้หลังส่วนกรรม

เปิดประตูช้า ๆ /pə̀ət - pratuu - cháa cháa/ (to open - door - slowly) = to open the door slowly (*cháa cháa* modifies *pə̀ət*) *ช้า ๆ* ขยาย *เปิด*
ขับรถเร็ว /khàp - rót - rew/ (to drive - car - fast) = to drive fast (*rew* modifies *khàp*) *เร็ว* ขยาย *ขับ*

In addition, a lot of particles are found in Thai. They are usually put at the end of a sentence and suggest various connotations. A few examples are given below:

ภาษาไทยมีอนุภาคอยู่เป็นจำนวนมาก อนุภาคเหล่านี้จะใช้ท้ายประโยคเพื่อสื่อความหมายแตกต่างกันไป ซึ่งขึ้นอยู่กับบริบทการใช้เป็นสำคัญ ดังนั้น จึงขอยกตัวอย่างให้เห็นพอเป็นสังเขป ดังนี้

ค่ะ /khâʔ/a polite suffix indicating a female speaker/แสดงความสุภาพและเพศของผู้พูดว่าเป็นเพศหญิง เช่น สวัสดีค่ะ /sawàtdii – khâʔ/ (hello - *particle*) = Good morning / afternoon / evening.
เถอะ /thə̀ʔ/connoting an invitation/แสดงการชักชวน เช่น ไปกันเถอะ /paj – kan - thə̀ʔ/ (to go – together - *particle*) = Let's go.
โว้ย /woój/connoting rudeness/แสดงความไม่สุภาพ เช่น ไม่ชอบโว้ย /mâj - chɔ̂ɔp – wóoj/ (not – to like - *particle*) = I don't like it.

A particle can have different connotations such as:

อนุภาคบางคำอาจสื่อความหมายได้หลายความหมาย เช่น

สิ /sìʔ/ in แบมือมาสิ /bɛɛ - mɨɨ - maa sìʔ/
(to open (hand) - hand - to come - *particle*)/connoting emphasis/แสดงน้ำเสียงจริงจังและไม่พอใจ
= come on, open your hand.

Some may connote either seriousness or dissatisfaction:

ในขณะที่คำว่า

นะ /náʔ/ can connote either threatening / forbidding as in/อาจใช้ขู่หรือห้ามปราม
อย่าเข้ามานะ /jàa - khâwmaa - náʔ/ (don't - to enter - *particle*)
= Don't come in.

Or may be reinforce the meaning:

หรือเพื่อการยืนยัน

รักมากนะ /rák - mâak - náʔ/
(to love - much - *particle*)
= I love you very much.

Another noticeable grammatical feature in the Thai language is the verb series – the use of several verbs successively one after another.

ลักษณะด้านไวยากรณ์ที่น่าสนใจอีกประการหนึ่งของภาษาไทย คือมักใช้โครงสร้างกริยาหลายคำเรียงกัน

เขาตั้งใจจะไปเดินเที่ยวเลือกซื้อของ
/khǎw - tâŋcaj - càʔ - paj - thiâw - dɔɔn - lɨâk - sɨ́ɨ - khɔɔŋ/
(he - to intend - will - to go - to go sightseeing - to walk - to choose - to buy - thing)
= He intends to go (there) and walk around to choose things to buy.

Pragmatic features

ลักษณะด้านการใช้

A number of Thai words are classed into different ranks. Therefore, each may have variants showing different word ranks. Some have only 2 variant forms showing low rank (rude / impolite form and informal form) and high rank (polite form and formal form).

ลักษณะเด่นของภาษาไทยในด้านการใช้ภาษาคือ คำภาษาไทยจำนวนมาก มีศักดิ์สูง-ต่ำแตกต่างกัน คำแต่ละคำจะมีจำนวนศัพท์ที่แปรเพื่อบอกศักดิ์สูง-ต่ำของคำไม่เท่ากัน บางหน่วยอรรถอาจใช้ศัพท์เพียง 2 รูป คือ รูปศักดิ์ต่ำ (รูปหยาบหรือไม่สุภาพและไม่เป็นทางการ) กับรูปศักดิ์สูง (รูปสุภาพและเป็นทางการ)

	rude and informal หยาบ, ไม่เป็นทางการ	impolite and informal ไม่สุภาพ, ไม่เป็นทางการ	polite and formal สุภาพ, เป็นทางการ
foot	ตีน /tiin/		เท้า /tháaw/
husband		ผัว /phua/	สามี /sǎamii/
buffalo		ควาย /khwaay/	กระบือ /krabɨɨ/

Other words may have a lot of variant forms showing different levels of politeness and formality.

แต่บางหน่วยอรรถอาจมีคำศัพท์แปรออกไปหลายคำ เพื่อแสดงความสุภาพ-ไม่สุภาพหรือความเป็นทางการ-ไม่เป็นทางการ

	'to eat'
rude and informal/หยาบ, ไม่เป็นทางการ	แดก /dɛɛk/
common/คำทั่วไป	กิน /kin/
polite but informal/สุภาพ, ไม่เป็นทางการ	ทาน /thaan/
polite and informal/สุภาพ, เป็นทางการ	รับประทาน /rápprathaan/

The most outstanding word rank in Thai language is royal words which effectively create a royal language.

ลักษณะแสดงศักดิ์ของภาษาไทยที่สำคัญที่สุดและมีลักษณะเฉพาะคือ การใช้ภาษากับพระราชาและพระราชวงศ์ที่เรียกว่าราชาศัพท์

The sentence structure of royal word language is not different from that of official Thai. The difference lies in the vocabulary. Some royal words have only 2 variant forms while others have several variants. Each variant is used with royalty of different ranks.

โครงสร้างประโยคที่ใช้คำราชาศัพท์ไม่แตกต่างกับโครงสร้างประโยคของภาษาทางการ แต่ลักษณะที่แตกต่างออกไปมากคือคำราชาศัพท์บางคำอาจมีรูปแปรของศัพท์เพียง 2 รูป แต่บางคำก็มีรูปแปรของศัพท์หลายรูป รูปแปรของศัพท์แต่ละรูปจะใช้กับพระราชวงศ์ที่แตกต่างกันไป

Dual-variant-royal words:

คำราชาศัพท์ที่มีรูปแปรของศัพท์ 2 รูป

hand	**heart, mind**	**used with/ใช้แก่**
พระหัตถ์ /phráʔ hàt/	พระหทัย /phráʔ hataj/	the King, the Queen, Crown Prince, Crown Princess, Princes and Princesses (the King's children and grandchildren) พระบาทสมเด็จพระเจ้าอยู่หัว สมเด็จพระบรมราชินี (นาถ) สมเด็จพระบรมโอรสาธิราช สมเด็จพระบรมราชกุมารี สมเด็จ...เจ้าฟ้า, พระองค์เจ้า
หัตถ์ /hàt/	หทัย /hataj/	Princes and Princesses (the King's great-grandchildren) หม่อมเจ้า

Multi-variant-royal words:

คำราชาศัพท์ที่มีรูปแปรของศัพท์หลายรูป

teachings	**used with/ใช้แก่**
พระบรมราโชวาท /phráʔ bɔɔrom ma raachoowâat/ พระราโชวาท /phráʔ raachoowâat/	the King the Queen, Crown Prince, Crown Princess พระบาทสมเด็จพระเจ้าอยู่หัว สมเด็จพระบรมราชินี (นาถ) สมเด็จพระบรมโอรสาธิราช สมเด็จพระบรมราชกุมารี
พระโอวาท /phráʔ ʔoowâat/	Princes and Princesses (the King's children and grandchildren) สมเด็จ...เจ้าฟ้า, พระองค์เจ้า
โอวาท /ʔoowâat/	Princes and Princesses (the King's great-grandchildren) หม่อมเจ้า

Royal words range from nouns, classifiers, pronouns, verbs and modifiers, to conventional introductions and endings of the speech made to royalty.

หมวดหมู่ของคำราชาศัพท์ครอบคลุมตั้งแต่นาม ลักษณนาม สรรพนาม กริยา ส่วนขยายและคำขึ้นต้นและลงท้ายในการกราบบังคมทูล

Nouns/นาม	พระอัยกา /phráʔ ʔajjakaa/ (grandfather), พระศอ /phráʔ sɔ̌ɔ/ (neck), พระนิพนธ์ /phráʔ níʔphon/ (literary work written by royalty)
Classifiers/ลักษณนาม	องค์ /ʔoŋ/, พระองค์ /phráʔ ʔoŋ/
Pronouns/สรรพนาม	ใต้ฝ่าละอองธุลีพระบาท /tâaj fàa laʔɔɔŋ thúʔlii phráʔ bàat/ (You : the King and the Queen), ข้าพระพุทธเจ้า /khâa phráʔ phútthacaâw/ (I : commoner)
Verbs/กริยา	เสวย /sawə̌əj/ (to eat), ทอดพระเนตร /thɔ̂ɔt phráʔ nêet/ (to see, to have a look), เสด็จพระราชดำเนิน /sadèt phrá/ râat cha damnəən/ (to go)
Modifiers/ส่วนขยาย	เป็นล้นเกล้าล้นกระหม่อม /pen lón klâaw lón kramɔ̀m/ (overwhelming), เป็นที่ยิ่ง /pen thîi jîŋ/ (extremely), อย่างหาที่สุดมิได้ /jaàŋ hǎa thîisùt míʔ dâaj/ (incomparably)
Sentence endings/ คำลงท้ายประโยค	พระพุทธเจ้าข้า /phráʔ phútthacâawkhâa/ (used by male when talking to royalty)
Speech introductions/ คำขึ้นต้นในการกราบบังคมทูล	ขอเดชะ ฝ่าละอองธุลีพระบาทปกเกล้าปกกระหม่อม /khɔ̌ɔ deecháʔ fàa laʔɔɔŋ thúʔlii phráʔ bàat pòk klâaw pòk kramɔ̀m/ [used when talking to the King or the Queen]
Speech endings คำลงท้ายในการกราบบังคมทูล	ควรมิควรแล้วแต่จะทรงพระกรุณาโปรดเกล้าโปรดกระหม่อม ขอเดชะ /khuan míʔ khuan lέεwtὲε càʔ soŋ phráʔ karúʔnaa pròot klâaw pròot kramɔ̀m khɔ̌ɔ deecháʔ/ (up to your Majesty's kindness)

However, the majority of royal words are nouns and verbs.

คำราชาศัพท์ส่วนใหญ่มักอยู่ในหมวดหมู่นาม (ราชาศัพท์นาม) และกริยา (ราชาศัพท์กริยา)

Some noticeable characteristics of royal nouns

ลักษณะบางประการของราชาศัพท์นาม

1. The word

1. คำว่า

พระ /phráʔ/, พระราช /phráʔ râat/ or พระบรมราช /phráʔ bɔɔrom ma râat/

is put in front of Pali or Sanskrit loan words to form kinship terms.

จะใช้หน้าคำยืมภาษาบาลีและสันสกฤตที่เป็นคำหมวดเครือญาติ

Royal word/ราชาศัพท์	Standard Thai	Meaning/ความหมาย
พระอัยกา /phráʔ ʔajjakaa/	ปู่ /puu/, ตา /taa/	grandfather
พระราชอนุชา /phráʔ râat cha ʔanúʔchaa/	น้องชาย /nɔɔŋ chaaj/	younger brother
พระบรมราชชนก /phráʔ bɔɔromma râat cha chanók/	พ่อ /phɔɔ/	father

2. The word พระ /phráʔ/ is put in front of Pali or Sanskrit or Khmer loan words to form terms used for organs and body parts.

2. มีคำว่า พระ อยู่หน้าคำยืมภาษาบาลีและสันสกฤตหรือคำยืมภาษาเขมรที่เป็นคำหมวดอวัยวะ เช่น

Royal word/ราชาศัพท์	Standard Thai	Meaning/ความหมาย
พระนลาฏ /phráʔ nalâat/	หน้าผาก /nâa phàak/	forehead
พระนาสิก /phráʔ naasik/	จมูก /camùuk/	nose
พระอุทร /phráʔ ʔuthɔɔn/	ท้อง /thɔ́ɔŋ/	stomach
พระขนง /phráʔ khanoŋ/	คิ้ว /khíw/	eyebrow
พระขนอง /phráʔ khanɔɔŋ/	หลัง /laŋ/	back

3. The word พระ /phráʔ/ is put in front of common words.

3. ใช้คำว่า พระ นำหน้าคำสามัญ เช่น

Royal word/ราชาศัพท์	Standard Thai	Meaning/ความหมาย
พระอาจารย์ /phráʔ ʔaacaan /	อาจารย์ /ʔaacaan/	teacher
พระสหาย /phráʔsahǎaj/	เพื่อน /phɨân/	friend
พระพี่เลี้ยง /phráʔ phîiliáŋ/	พี่เลี้ยง /phîiliáŋ/	nanny
พระเก้าอี้ /phráʔ kâwʔîi /	เก้าอี้ /kâwʔîi/	chair

4. Common words are put in front of royal nouns.

4. ใช้คำสามัญนำหน้าราชาศัพท์นาม เช่น

Royal word/ราชาศัพท์	Standard Thai	Meaning/ความหมาย
นิ้วพระบาท /níw phráʔ bàat/	นิ้วเท้า /níw tháaw/	toe
ผิวพระพักตร์ /phiw phráʔ phák/	ผิวหน้า /phiw nâa/	facial skin
ถ้วยพระสุธารส /thuâj phráʔ sùʔthaarót/	ถ้วยน้ำ /thuâj náam/	cup, glass
รัดพระองค์ /rát phráʔ ʔoŋ/	เข็มขัด /khěmkhàt/	belt

5. The word พระที่นั่ง /phráʔ thîi nâŋ/ or ทรง /soŋ/ is put after common nouns.

5. ใช้คำว่า พระที่นั่ง หรือ ทรง หลังคำสามัญ เช่น

Royal word/ราชาศัพท์	Standard Thai	Meaning/ความหมาย
รถยนต์พระที่นั่ง /rótyon phráʔ thîinâŋ/, รถทรง /rót soŋ/	รถยนต์ที่โดยสาร /rótyon thîi doojsǎan/	(royal) car
เรือพระที่นั่ง /rɨa phráʔ thîinâŋ/, เรือทรง /rɨa soŋ/	เรือที่โดยสาร /rɨa thîi doojsǎan/	(royal) boat / barge
ม้าทรง /máa soŋ/	ม้าที่ขี่ /máa thîi khìi/	(royal) horse

6. The word พระแสง /phráʔ sɛɛŋ/ is put in front of common words that refer to weapons.

6. ใช้คำว่า พระแสง หน้าคำสามัญหมวดอาวุธ เช่น

Royal word/ราชาศัพท์	Standard Thai	Meaning/ความหมาย
พระแสงปืน /phráʔ sɛɛŋ pɨɨn/	ปืน /pɨɨn/	(royal) gun
พระแสงกระบี่ /phráʔ sɛ̌ɛŋ krabìi/	กระบี่ /krabìi/	(royal) sword

7. Some particular nouns are only used as royal nouns.

7. มีคำนามบางคำที่ใช้เป็นคำราชาศัพท์นามเสมอ

Royal word/ราชาศัพท์	Standard Thai	Meaning/ความหมาย
คันฉ่อง /khanchɔŋ/	กระจกเงาแบบมีด้ามถือ /kracòkŋaw bɛ̀ɛp mii dâam thɨ̌ɨ/	handled mirror
นารายณ์หัตถ์ /naaraaj hàt/	ไม้เกาหลัง /máaj kaw lǎŋ/	back-scratcher
ฉลองได /chalɔɔŋ daj/, พาหุรัด /phaahurát/	กำไลต้นแขน /kamlaj tôn khɛɛn/	upper arm bangle

Some noticeable characteristics of royal verbs

ลักษณะบางประการของราชาศัพท์กริยา

1. Some particular verbs are always used as royal verbs.

1. มีบางคำที่ใช้เป็นราชาศัพท์เสมอ

Royal word/ราชาศัพท์	Standard Thai	Meaning/ความหมาย
เสด็จ /sadèt/	ไป /paj/	to go
กริ้ว /krîw/	โกรธ /kròot/	to be angry
บรรทม /banthom/	นอน /nɔɔn/	to sleep
ประทับ /práʔtháp/	นั่ง /nâŋ/	to be sitdown
เสวย /sawə̌əj/	กิน /kin/	to eat

2. The word มี /mii/ is put in front of royal nouns that begin with พระ /phráʔ/, พระราช /phráʔ raât/ and พระบรมราช /phráʔ bɔɔrom ma râat/

2. ใช้คำว่า *มี* นำหน้าราชาศัพท์นามที่ขึ้นต้นด้วยคำว่า

Royal word/ราชาศัพท์	Standard Thai	Meaning/ความหมาย
มีพระราชปุจฉา /mii phráʔ râat cha pùtchǎa/, มีพระปุจฉา /mii phráʔ pùtchǎa/	ถาม /thǎam/	to ask
มีพระบรมราชโองการ /mii phráʔ bɔɔrom ma râat cha ʔooŋkaan/, มีพระราชเสาวนีย์ /mii phráʔ râat cha sǎwwánii/	สั่ง /sàŋ/	to order to command (queen)
มีพระราชกระแส /mii phráʔ râat cha krasɛ̌ɛ/, มีพระดำรัส /mii phráʔ damràt/	พูด /phûut/	to speak

3. Common verbs can be put in front of royal nouns.

3. คำกริยาสามัญสามารถนำหน้าราชาศัพท์นาม

Royal word/ราชาศัพท์	Standard Thai	Meaning/ความหมาย
ออกพระโอษฐ์ /ʔɔ̀ɔk phráʔ ʔòot/	ออกปาก /ʔɔ̀ɔk pàak/	to say
ซูบพระองค์ /sûup phráʔ ʔoŋ/	ผอม /phɔ̌ɔm/	to be thin
คุกพระชงฆ์ /khúk phráʔ choŋ/	คุกเข่า /khúk khàw/	to kneel
หายพระทัย /hǎaj phráʔ thaj/	หายใจ /hǎaj caj/	to breathe

4. The word ทรง /soŋ/ can be put in front of common nouns.

4. สามารถใช้ *ทรง* นำหน้าคำนามสามัญ เช่น

Royal word/ราชาศัพท์	Standard Thai	Meaning/ความหมาย
ทรงบาตร /soŋ bàat/	ใส่บาตร /sàj bàat/	to give food to a monk
ทรงเบ็ด /soŋ bèt/	ตกปลา /tòk plaa/	to fish with fishing rod
ทรงม้า /soŋ máa/	ขี่ม้า /khìi máa/	to ride a horse
ทรงกีฬา /soŋ kiilaa/	เล่นกีฬา /lên kiilaa/	to play sports
ทรงศีล /soŋ sìin/	รับศีล /ráp sǐin/, ถือศีล /thɨ̌ɨ sǐn/	to observe religious precepts

5. The word ทรง /soŋ/ can be put in front of royal nouns that begin with พระ /phráʔ/

5. สามารถใช้ *ทรง* นำหน้าราชาศัพท์นามที่ขึ้นต้นด้วย พระ

Royal word/ราชาศัพท์	Standard Thai	Meaning/ความหมาย
ทรงพระอุตสาหะ /soŋ phráʔ ʔùtsǎahàʔ/	บากบั่น /bàakbàn/	to make an attempt
ทรงพระสุบิน /soŋ phráʔ subin/	ฝัน /fan/	to dream
ทรงพระครรภ์ /soŋ phráʔ khan/	ตั้งครรภ์ /tâŋ khan/	to be pregnant
ทรงพระอักษร /soŋ phráʔ ʔàksɔ̌ɔn/	เรียนหนังสือ /rian nǎŋsɨ̌ɨ/, เขียนหนังสือ /khǐan nǎŋsɨ̌ɨ/, อ่านหนังสือ /ʔàan nǎŋsɨ̌ɨ/	to study, to write, to read

6. The word ทรง /soŋ/ can be put in front of common verbs.

6. สามารถใช้ *ทรง* นำหน้าคำกริยาสามัญ เช่น

Royal word/ราชาศัพท์	Standard Thai	Meaning/ความหมาย
ทรงถือ /soŋ thɨ̌ɨ/	ถือ /thɨ̌ɨ/	to hold
ทรงจาม /soŋ caam/	จาม /caam/	to sneeze
ทรงเจิม /soŋ cɔɔm/	เจิม /cɔɔm/	to anoint
ทรงอาเจียน /soŋ ʔaacian/	อาเจียน /ʔaacian/	to vomit
ทรงกราบ /soŋ kràap/	กราบ /kràap/	to prostrate oneself
ทรงกระแอม /soŋ kràʔɛɛm/	กระแอม /kràʔɛɛm/	to clear one's throat

บรรณานุกรม

คณะอนุกรรมการเฉพาะกิจพิจารณาจัดทำหนังสือ "ราชาศัพท์". **ราชาศัพท์ : วัฒนธรรมทางภาษาของชาติ.** กรุงเทพฯ : สำนักงานเอกลักษณ์ของชาติ สำนักเลขาธิการนายกรัฐมนตรี, 2537.

กาญจนา นาคสกุล. **ระบบเสียงภาษาไทย.** พิมพ์ครั้งที่ 5. กรุงเทพฯ : โครงการเผยแพร่ผลงานวิชาการ คณะอักษรศาสตร์ จุฬาฯ, 2545.

อุปกิตศิลปสาร, พระยา. **หลักภาษาไทย.** กรุงเทพฯ : ไทยวัฒนาพานิช. 2541.

Noss, Richard B. 1964. **Thai Reference Grammar.** Bangkok : Foreign Service Institute.

The International Phonetic Association. 2000. **Handbook of the International Phonetic Association : a Guide to the Use of the International Phonetic Alphabet.** Cambridge : Cambridge University Press.

Useful phrases according to function
วลีที่เป็นประโยชน์สำหรับโอกาสต่าง ๆ

1. Saying thank you — การกล่าวขอบคุณ
2. Greetings — การอวยพร
3. Congratulations — การแสดงความยินดี
4. Apologizing, expressing regret — การขอโทษ การแสดงความเสียใจ
5. Cancelling a visit — การยกเลิกการเยี่ยมเยียน
6. Expressing sympathy — การแสดงความเห็นใจ
7. Condolences — การแสดงความเสียใจ
8. Invitations — การเชิญ
9. Requests — การร้องขอ
10. Explaining — การอธิบาย
11. Advice, suggestions — คำปรึกษา คำแนะนำ
12. Instructions, need, compulsion — คำสั่ง ข้อกำหนด ข้อบังคับ
13. Approval/disapproval — การเห็นด้วย/การไม่เห็นด้วย
14. Permitting/forbidding — การอนุญาต/การห้าม
15. Desires, intentions — ความประสงค์ ความตั้งใจ
16. Opinions — ความคิดเห็น
17. Right/wrong — ความถูกต้อง/ความผิด
18. Doubt/certainty — ข้อสงสัย/ความแน่นอน
19. Expressions of feeling — การแสดงความรู้สึก

เนื่องจากภาษาไทยและภาษาอังกฤษมีความแตกต่างกันในการใช้ภาษาในโอกาสต่าง ๆ ข้างต้น คำแปลภาษาไทยของวลีต่าง ๆ ในภาษาอังกฤษในบางกรณีอาจจะฟังดูไม่เป็นธรรมชาติสำหรับคนไทยนัก เพราะเหตุมุ่งที่จะให้ผู้ใช้พจนานุกรมเล่มนี้เข้าใจความหมายของวลีภาษาอังกฤษเป็นหลัก

1. Saying thank you

1. การกล่าวขอบคุณ

For a letter

สำหรับจดหมาย

Personal letter: Many thanks / Thanks for your letter.

Thank you for your letter.

จดหมายส่วนตัว: ขอบใจมาก/ขอบใจสำหรับจดหมายของเธอ

Fairly formal letter: We thank you for your letter of 16 September 2003

จดหมายค่อนข้างทางการ: เราขอขอบคุณสำหรับจดหมายของท่าน ลงวันที่ 16 กันยายน 2546

Formal business letter: We acknowledge with thanks your letter of the 26.9.2004.

จดหมายธุรกิจทางการ: หนังสือของท่านลงวันที่ 26 ก.ย. 2547 ได้รับแล้ว ด้วยความขอบคุณยิ่ง

For an invitation

สำหรับคำเชิญ

Many thanks for the invitation [to dinner / to your party]. I'd love to come and I'm really looking forward to it. / Unfortunately I can't come because ... *(coll.)*

ขอบคุณมากสำหรับการเชิญ [ไปรับประทานอาหารค่ำ/ไปงานเลี้ยงของคุณ] ฉันอยากไปร่วมงานจริง ๆ/ฉันเสียใจจริง ๆ ที่ไปไม่ได้เนื่องจาก ... *(ภ.พ.)*

Richard Edwards has [great] pleasure in accepting / [greatly] regrets he is unable to accept Susan Stewart's kind invitation to dinner / the kind invitation of the Cultural Attaché to a reception / Mr and Mrs David Banks' kind invitation to the wedding of their daughter *(formal)*.

ริชาร์ด เอ็ดเวิร์ดมีความยินดี (อย่างยิ่ง) ที่จะตอบรับ/เสียใจ [อย่างยิ่ง] ที่ไม่สามารถไปตามคำเชิญรับประทานอาหารค่ำของซูซาน สจ๊วตได้/คำเชิญไปงานเลี้ยงต้อนรับของทูตวัฒนธรรมได้/คำเชิญไปร่วมพิธีมงคลสมรสของบุตรสาวของนายและนางเดวิด แบงส์ได้ *(ทางการ)*

หรือ

Richard Edwards thanks ... for his / her / their kind invitation to ..., which he has pleasure in accepting / which he regrets he is unable to accept [due to a previous engagement] *(formal)*.

ริชาร์ด เอ็ดเวิร์ดขอขอบคุณ ... สำหรับคำเชิญไป ... ของ ... ซึ่งมีความยินดีที่จะตอบรับ/ซึ่งเสียใจที่ไม่สามารถไปได้ [เนื่องจากมีนัดหมายอื่นอยู่ก่อนแล้ว] *(ทางการ)*

For a gift

สำหรับของขวัญ

Thank you very much / *(coll.)* Many thanks / Thank you [ever *(coll.)*] so much for the delightful present / for the lovely flowers.

ขอบคุณมาก/*(ภ.พ.)* ขอบใจมาก/ขอบใจ *(ภ.พ.)* มากเลยสำหรับของขวัญที่ถูกใจ/สำหรับดอกไม้สวยที่อุตส่าห์ไปหามา

You really shouldn't have [bothered] *(coll.)*. / It was really sweet / kind of you. It's just what I wanted.

เธอช่างน่ารัก *(ภ.พ.)*/ใจดีจริง ๆ เป็นของขวัญที่ฉันกำลังอยากได้อยู่พอดี

For help/donations

สำหรับความช่วยเหลือ/การบริจาค

I am most grateful for / I greatly appreciate all the trouble you have taken [on my behalf].

ข้าพเจ้ารู้สึกซาบซึ้งเป็นที่สุด/ผม (ดิฉัน) สำนึกในความกรุณาของคุณอย่างยิ่ง

Jim and I cannot thank you enough for helping us out.

จิมและฉันไม่ทราบจะขอบคุณอย่างไรที่คุณได้ช่วยเหลือพวกเรา

Please accept / May I offer you our warmest thanks for your valuable assistance *(formal)*.

โปรดรับคำขอบคุณ/ขอให้ดิฉันได้มีโอกาสกล่าวคำขอบคุณอย่างยิ่งสำหรับความช่วยเหลืออันมีค่าของคุณ *(ทางการ)*

I would like to offer you on behalf of the department / my colleagues our most sincere *or* grateful thanks for your generous donation *(formal)*.

กระผมขอเป็นตัวแทนของแผนก/เพื่อนร่วมงานในการกล่าวขอบคุณอย่างยิ่งสำหรับเงินที่คุณได้กรุณาบริจาค *(ทางการ)*

2. Greetings
On a postcard

Greetings / Best wishes from Jim Brown

Wish you were here!

All best wishes [from] Helen and Norman

For a birthday

Many happy returns [of the day]

Happy Birthday

All good *or* best wishes for your birthday

For Christmas [and the New Year]

[Best wishes for] a Merry *or* Happy Christmas and a Prosperous New Year

Christmas Greetings

For Easter

[Best wishes for a] Happy Easter

For a wedding

Every good wish to the happy couple / to the bride and bridegroom on their wedding day [and in the years to come]

For an exam

Every success in your [forthcoming] exams

For a house move

Every happiness in your new home

For an illness

Get well soon!

All best wishes for a speedy recovery

3. Congratulations

Congratulations / Many congratulations / I / We congratulate you [most sincerely] on the [arrival of the] new baby / on passing the Exam/on the new job / on your promotion / on your engagement.

I was delighted to hear of your success in the exam. Well done!

I / We have just heard the wonderful news of your forthcoming marriage and offer you my / our sincerest *or* heartiest congratulations and best wishes for your future happiness.

2. การอวยพร
บนโปสการ์ด

ด้วยความปรารถนาดีจากจิม บราวน์

อยากให้คุณมาอยู่ที่นี่ด้วยจัง

ด้วยความปรารถนาดี [จาก] เฮเลนและนอร์แมน

สำหรับวันเกิด

ขอให้มีความสุขมาก ๆ

สุขสันต์วันเกิด

ขอให้มีความสุขในวันเกิด

สำหรับคริสต์มาส [และปีใหม่]

ขอให้มีความสุขในวันคริสต์มาสและประสบแต่ความรุ่งเรืองตลอดปีใหม่

สุขสันต์วันคริสต์มาส

สำหรับเทศกาลอีสเตอร์

สุขสันต์วันอีสเตอร์

สำหรับงานแต่งงาน

ขอให้คู่บ่าวสาวมีความสุขสมหวังทุกประการ/ขอให้เจ้าบ่าวและเจ้าสาวมีความสุขในวันแต่งงาน [และตลอดไป]

สำหรับการสอบ

ขอให้ประสบความสำเร็จในการสอบ [ที่จะมาถึง]

สำหรับการย้ายบ้าน

ขอให้อยู่กันอย่างมีความสุขในบ้านหลังใหม่

สำหรับอาการป่วย

ขอให้หายเร็ว ๆ

ขอให้หายวันหายคืนกลับมาแข็งแรงเหมือนเดิม

3. การแสดงความยินดี

ขอแสดงความยินดี/ขอแสดงความยินดีอย่างยิ่ง/ฉัน/เราขอแสดงความยินดีกับคุณ (อย่างจริงใจ) ที่ได้ลูกคนใหม่/ที่ผ่านการสอบ/ที่ได้งานใหม่/ในโอกาสที่ได้เลื่อนตำแหน่ง/ในการหมั้นของคุณ

ฉันยินดีที่ได้ข่าวว่าคุณประสบความสำเร็จในการสอบ เก่งมาก

ดิฉัน/พวกเราเพิ่งได้ข่าวดีว่า คุณกำลังจะแต่งงานและขอแสดงความยินดีอย่างยิ่งและขอให้ประสบแต่ความสุขตลอดไป

4. Apologizing, expressing regret

I am really *or* genuinely sorry / I greatly *or* very much regret that I have caused you so much trouble.

I owe you an apology / Please accept my humble apology for the wrongful accusation.

I take back all that I said and apologize unreservedly.

Sorry not to have written earlier. / *(joc.)* I'm sorry you've had to wait such a long time for any sign of life.

I must apologize for the delay in replying to your letter / for being so late with these birthday wishes.

I beg you to / I must ask you to forgive / excuse my mistake *(formal)*.

Please excuse me oversight.

Sorry! It was all a stupid misunderstanding.

We regret to have to inform you / To our regret we must inform you that we no longer stock this item *(formal)*.

Unfortunately we cannot supply this part separately.

5. Cancelling a visit

Unfortunately / *(coll.)* I'm afraid I can't come to see you as arranged at Christmas / we can't accept your invitation for the 9th owing to unforeseen circumstances. My mother is seriously ill. / I have broken my leg. / I have to go away on urgent business. Please tell your sister from me how sorry I am / *(formal)* convey my apologies to your sister. It is a great disappointment to me. / I shall really miss seeing you.

6. Expressing sympathy

You poor thing! I am sorry to hear that you have to have this operation *(coll.)*

Francis told me of your accident. I feel really sorry for you / I feel for you / I sympathize with you having to go through such an experience, and I hope you will soon be on the mend.

4. การขอโทษ การแสดงความเสียใจ

ฉันเสียใจจริง ๆ/ผมรู้สึกเสียใจเป็นอย่างยิ่งที่ทำให้คุณต้องลำบาก

ฉันต้องขอโทษคุณ/ฉันต้องขออภัยเป็นอย่างยิ่งที่กล่าวหาคุณผิด ๆ

ผมขอถอนคำพูดทั้งหมดและขอโทษอย่างยิ่ง

ขออภัยที่ไม่ได้เขียนมาก่อนหน้านี้/ขอโทษที่หายหน้าหายตาไปนาน

ดิฉันต้องขอโทษที่ตอบจดหมายของคุณช้า/ที่ส่งคำอวยพรวันเกิดมาช้า

ขออภัย/โปรดให้อภัยในความผิดของผม *(ทางการ)*

โปรดยกโทษในความผิดพลาดของฉัน

ขอโทษ! ทั้งหมดเป็นแค่เรื่องเข้าใจผิด

เราเสียใจที่ต้องแจ้งให้คุณทราบว่า/เราขออภัยที่ต้องเรียนให้ท่านทราบว่า ทางบริษัทไม่มีสินค้ารายการนี้แล้ว *(ทางการ)*

ขออภัยที่เราไม่สามารถจัดส่งชิ้นส่วนนี้แยกต่างหากได้

5. การยกเลิกการเยี่ยมเยียน

น่าเสียดาย/*(ภ.พ.)* ผมมาเยี่ยมคุณในช่วงคริสต์มาสตามที่ตกลงไม่ได้/เราไม่สามารถตอบรับคำเชิญในวันที่ 9 ของคุณได้ เนื่องจากแม่ของดิฉันป่วยหนักอย่างกะทันหัน/ดิฉันขาหัก/ดิฉันมีธุระที่ต้องเดินทางอย่างกะทันหัน โปรดแจ้งให้พี่สาวของคุณทราบด้วยว่าดิฉันรู้สึกเสียใจอย่างมาก/*(ทางการ)* กรุณาขออภัยพี่สาวคุณแทนดิฉันด้วย ดิฉันเสียดายมากที่เราจะไม่ได้พบกัน

6. การแสดงความเห็นใจ

โธ่ [...] เอ๋ย! ฉันเสียใจที่ได้ยินว่าเธอต้องผ่าตัด *(ภ.พ.)*

ฟรานซิสเล่าให้ผมฟังเรื่องที่คุณประสบอุบัติเหตุ ผมรู้สึกเสียใจด้วยจริง ๆ/ผมรู้สึกเสียใจ/ผมเห็นใจที่คุณต้องประสบเรื่องเช่นนี้ และหวังว่าคุณจะหายในเร็ววัน

7. Condolences

I was / We were deeply saddened / It was a great shock to read / hear of the death of your husband.

I would like to assure you of our deepest sympathy in your tragic loss (*formal*). / You have all my / our sympathy in this great loss. / I / We would like to say how sorry I am/we are. / I / We would like to express my/our sincere condolences (*formal*).

I am / We are all thinking of you at this time / You are very much in my / our thoughts. Please let me know if there is anything I / we can do.

7. การแสดงความเสียใจ

ฉัน/เรารู้สึกเสียใจอย่างยิ่ง/เป็นเรื่องที่น่าตกใจมากที่ได้อ่านข่าวเรื่อง/ทราบถึงการเสียชีวิตของสามีของคุณ

ผมขอแสดงความเสียใจอย่างยิ่งในการสูญเสียอย่างใหญ่หลวงของคุณ (*ทางการ*)/ดิฉัน/เราขอร่วมแสดงความเสียใจในการสูญเสียอันใหญ่หลวงครั้งนี้/ผม/เราขอแสดงความเสียใจ/ผม/เราขอแสดงความเสียใจด้วยอย่างมาก (*ทางการ*)

ฉัน/เราทุกคนคิดถึงคุณในขณะนี้/เราระลึกถึงคุณเสมอ/โปรดบอกให้เราทราบ หากมีสิ่งใดที่ฉัน/เราสามารถช่วยคุณได้บ้าง

8. Invitations

I wonder if you and Betty could make it / Would you and Betty be free for dinner on the 14th? We are having our new neighbours, the Wilsons round, and I'm sure you'd like to meet them (*coll.*)

We would be very pleased if you and your wife could come to dinner / join us for dinner on the evening of the 14th. We have also invited our new neighbours, Bill and Angela Wilson.

Please come to Jennifer's 40th birthday party from 8 o'clock on 23rd September at 12 Maharaj Road, Bangkok

Buffet and disco   RSVP 0181-323 1279

More formal style:

Mr and Mrs James Smith request the pleasure of your company at the wedding of their daughter Jane to Timothy Wade at Assumption Church, Bangkok, on Saturday June 26th 1999 at 3 p.m. [and afterwards at the Oriental Hotel]

8. การเชิญ

ไม่ทราบว่าคุณและเบตตี้ สามารถมาร่วมงานได้หรือไม่/คุณและเบตตี้ว่างที่จะมารับประทานอาหารค่ำในวันที่ 14 หรือไม่ เราเชิญครอบครัววิลสัน ที่เป็นเพื่อนบ้านใหม่ของเรามาร่วมรับประทานด้วยและฉันแน่ใจว่า คุณต้องอยากพบพวกเขา (*ภ.พ.*)

เราจะดีใจมากถ้าคุณและภรรยาสามารถมาร่วมรับประทานอาหารค่ำได้/สามารถมาร่วมรับประทานอาหารค่ำในเย็นวันที่ 14 ได้ ในงานนี้เราได้เชิญเพื่อนบ้านคนใหม่ของเราคือ บิลและแองเจล่า วิลสันมาด้วย

ขอเชิญร่วมงานฉลองวันเกิดครบ 40 ปีของเจนนิเฟอร์ ในวันที่ 23 กันยายน ตั้งแต่เวลา 8 นาฬิกา ณ 12 ถนนมหาราช กรุงเทพฯ

บุฟเฟ่ต์และดิสโก้ โปรดตอบรับ....................

รูปแบบทางการ:

นายและนางเจมส์ สมิธ มีความยินดีขอเรียนเชิญร่วมเป็นเกียรติในงานพิธีมงคลสมรสของบุตรสาว เจนและทีโมธี เวด ที่โบสถ์อัสสัมชัญ กรุงเทพฯ ในวันเสาร์ที่ 26 มิถุนายน ค.ศ. 2542 เวลา 15.00 น. [หลังพิธีขอเรียนเชิญร่วมงานเลี้ยงที่โรงแรมโอเรียนเต็ล]

9. Requests

Please could you give me a ring on Thursday.

Would you be so good *or* kind as to telephone me on Thursday?

I would be grateful if you could send me a sample.

I would be grateful for *or* would appreciate your help in this matter.

Would you please confirm this in writing?

Would you mind confirming this in writing?

Could you possibly / Would it be possible for you to organize the reception for us?

9. การร้องขอ

กรุณาโทรหาดิฉันวันพฤหัสนะคะ

คุณช่วยกรุณาโทรศัพท์หาผมวันพฤหัสได้ไหมครับ

ผมจะขอบคุณมาก ถ้าคุณสามารถส่งตัวอย่างมาให้ผมได้

ดิฉันจะขอบคุณมาก หากคุณจะกรุณาช่วยเหลือในเรื่องนี้

โปรดยืนยันเรื่องนี้เป็นลายลักษณ์อักษร

หวังว่าคุณจะไม่ขัดข้องที่จะยืนยันเรื่องนี้เป็นลายลักษณ์อักษร

คุณจะกรุณาจัดงานต้อนรับให้เราได้ไหม

Useful phrases according to function / วลีที่เป็นประโยชน์สำหรับโอกาสต่างๆ

I must ask you to let us have / Kindly let us have your payment by return of post. | ผมต้องขอให้คุณ/โปรดชำระเงินทันทีทางไปรษณีย์

Requesting information / การขอข้อมูล

Please could you tell me / let me know the prices / send me details of your range of electric cookers. | โปรดแจ้งราคาให้ผมทราบ/ส่งรายละเอียดเกี่ยวกับรายการหม้อหุงข้าวไฟฟ้ามาให้ด้วย

I don't wish to seem inquisitive, but I'd love to know where you bought that dress. | ฉันไม่ตั้งใจจะละลาบละล้วงนะ แต่ขอถามหน่อยได้ไหมว่า คุณซื้อเสื้อชุดนั้นที่ไหน

I would be very grateful for any information you can give me on the availability of spare parts. | ดิฉันจะขอบคุณมาก ถ้าคุณจะแจ้งรายละเอียดเรื่องอะไหล่ให้กับดิฉันได้

Do not forget to inform us of *(formal)* / let us know your new address. | อย่าลืมแจ้งให้เราทราบถึง *(ทางการ)*/แจ้งให้เราทราบที่อยู่ใหม่ของคุณ

Requesting clarification / การขอข้อมูลเพิ่มเติม

Please could you give the reason for your departure / explain the reason for your departure *or* why you have left. | โปรดให้เหตุผลที่คุณลาออก/อธิบายเหตุผลที่ทำให้คุณลาออก หรือ สาเหตุที่คุณลาออก

I would be grateful if you could clarify the second paragraph in your letter. | ฉันจะขอบคุณมาก ถ้าคุณจะกรุณาอธิบายความหมายของย่อหน้าที่สองในจดหมายของคุณให้ด้วย

May I ask you why you no longer want the goods? | ผมขอทราบเหตุผลที่ทำให้คุณไม่ต้องการสินค้านี้แล้ว

10. Explaining / 10. การอธิบาย

You must understand / You will appreciate that I have had no time to prepare a speech. | คุณต้องเข้าใจ/หวังว่าคุณคงเข้าใจว่าฉันไม่มีเวลาเตรียมสุนทรพจน์

The reason why he left *(coll.)* / The reason for his departure was the lack of prospects. / He left because of *or* on account of the lack of prospects / because there were no prospects of promotion. | เหตุผลที่เขาลาออกคือ เขาไม่มีโอกาสก้าวหน้า/เขาลาออกเนื่องจากไม่มีโอกาสก้าวหน้า/เพราะไม่มีหวังที่จะได้เลื่อนตำแหน่งที่สูงขึ้น

In view of *or* In the light of *or* Given his uncooperative attitude, I am not giving him any more work. | เมื่อพิจารณาจากการที่เขาไม่ให้ความร่วมมือแล้ว ฉันคงไม่ให้งานเขาทำอีก

The delay in delivery is due to circumstances beyond our control. | การจัดส่งที่ล่าช้าเกิดจากสาเหตุที่อยู่นอกเหนือการควบคุมของเรา

11. Advice, suggestions / 11. คำปรึกษา คำแนะนำ

I think you should *or* ought to let your father do it. | ฉันคิดว่าคุณควรจะปล่อยให้พ่อของคุณทำ

[If I may make a suggestion -]why don't you ask Mrs Smith? | [ถ้าจะให้ฉันแนะนำ] ทำไมคุณไม่ถามคุณสมิธล่ะ

I suggest we take the train. / Might I suggest we take the train? | ผมแนะนำว่าเราควรจะไปทางรถไฟ/ผมขอแนะนำให้เราไปทางรถไฟ

My advice would be / I would advise you not to go. | คำแนะนำของฉันคือ/ฉันไม่แนะนำให้คุณไป

My idea would be to invite them all at once. / If you ask me or ask my opinion or want my advice, I would invite them all at once.

ฉันคิดว่าเชิญพวกเขาทั้งหมดพร้อมกันในครั้งเดียว / ถ้าคุณจะถามดิฉัน หรือ ต้องการคำปรึกษาของดิฉัน ดิฉันจะเชิญพวกเขาทุกคนพร้อมกัน

If I were you I would just take the money.

ถ้าฉันเป็นเธอ ฉันก็จะรับเงินนะ

[If I were] given the chance, I wouldn't hesitate.

หากมีโอกาส ผมจะไม่ลังเลเลย

Be sure to take / Whatever you do, take warm clothes with you.

อย่าลืมเอาเสื้อผ้าที่อบอุ่นไปด้วย [เป็นอันขาด]

Under no circumstances let him have the money.

ไม่ว่าจะเป็นกรณีใดก็ตาม อย่าให้เงินกับเขา

Make sure you have enough food in the house.

ต้องคอยดูว่าคุณมีอาหารในบ้านเพียงพอ

It might be / would be a good idea / wise / advisable / as well to tell your wife about it.

น่าจะดี / จะเป็นสิ่งที่ดี ถ้าคุณจะบอกให้ภรรยาของคุณทราบเกี่ยวกับเรื่องนั้น

It is always a good idea / wise / advisable / as well to have spare fuses handy.

น่าจะเป็นสิ่งที่ดี / ที่ฉลาด / ที่ควรทำเสมอ ถ้าจะมีฟิวส์สำรองไว้

There is something / a lot to be said for doing the job oneself.

จริง ๆ แล้ว ถ้าอยากจะให้ดี ก็ต้องลงมือเอง

You should consider [the possibility of] having the baby at home.

คุณเคยคิดจะเลือกคลอดที่บ้านหรือไม่

What if or Suppose I were to lend you the money?

แล้วถ้า หรือ หากฉันให้คุณยืมเงินล่ะ?

You might like / care to visit your uncle. / (coll.) How about going to see your uncle while you are here?

คุณอยากไปเยี่ยมคุณลุงของคุณไหม / คุณไปเยี่ยมคุณลุงตอนที่คุณอยู่ที่นี่จะดีไหม

12. Instruction, need, compulsion

12. คำสั่ง ข้อกำหนด ข้อบังคับ

[You should] place both hands on the bar and push hard.

(โปรด) วางมือทั้งสองข้างบนราวและผลักแรง ๆ

The paper is inserted in the machine as follows: ...

สอดกระดาษในเครื่องดังต่อไปนี้ ...

Please or Kindly ensure that / see to it that you are here by 7 a.m.

กรุณามาถึงที่นี่ไม่ช้ากว่า 7 โมงเช้า

You must / You are to / You will report to the duty sergeant on arrival.

คุณต้อง / คุณจำเป็นต้องรายงานตัวกับจ่าเมื่อไปถึง

You have [got] to do as I say, there are no two ways about it.

คุณต้องทำตามที่ผมบอก ไม่มีทางเลือกอื่น

You have to have or You need a teaching qualification in order to be considered / A teaching qualification is a requirement for this post.

คุณต้องมีคุณวุฒิในการสอนจึงจะได้รับการพิจารณา / คุณวุฒิในการสอนเป็นข้อกำหนดสำหรับตำแหน่งนี้

It is essential / necessary / indispensable / obligatory or compulsory to wear protective clothing.

เป็นสิ่งจำเป็น / ความจำเป็น / สิ่งที่ขาดไม่ได้ / ข้อกำหนดหรือข้อบังคับที่ต้องสวมเสื้อป้องกัน

Everyone is obliged / required to sign this declaration.

เป็นข้อกำหนด / ข้อบังคับที่ทุกคนต้องลงนามในคำประกาศนี้

He was forced by the thieves to open the safe.

เขาถูกโจรบังคับให้เปิดเซฟ

Do I really / Surely I don't have to come now?

จริงหรือที่ฉันต้องมาตอนนี้ / ฉันไม่น่าจะต้องมาตอนนี้

Under no circumstances or On no account must you drink alcohol after taking these pills.

ห้ามดื่มสุราเป็นอันขาด หลังรับประทานยานี้

13. Approval / disapproval

I like / don't like or object to the way he looks at me.

I love / hate or (coll.) can't stand this music.

This is just what I want / what I don't want.

I am keen on jazz or a jazz enthusiast or a jazz fan. / I dislike jazz.

I approve of or endorse or am in favour of this policy. / I disapprove of or am against or opposed to this policy.

She supports or backs this plan. / She opposes this plan.

He is a supporter / opponent of animal experiments.

I admire or have a high regard for or a high opinion of him. / I have little regard for or a low opinion of him.

They view your application favourable / unfavourably or take a favourable / unfavourable view of your application.

13. การเห็นด้วย/การไม่เห็นด้วย

ฉันชอบ/ไม่ชอบ หรือ เกลียดวิธีที่เขามองฉัน

ฉันชอบ/เกลียดเพลงนี้ หรือ (ภ.พ.) ฉันทนเพลงนี้ไม่ได้

นี่เป็นสิ่งที่ฉันต้องการจริง ๆ/สิ่งที่ฉันไม่ต้องการเลย

ฉันชอบเพลงแจ๊ส หรือ เป็นแฟนเพลงแจ๊ส/ฉันไม่ชอบเพลงแจ๊ส

ผมสนับสนุน หรือ เห็นด้วย หรือ เห็นชอบกับนโยบายนี้/ผมไม่สนับสนุน หรือ ไม่เห็นด้วย หรือ คัดค้านนโยบายนี้

เธอสนับสนุนหรือ หรือ ด้วยกับแผนนี้/เธอคัดค้านแผนนี้

เขาเป็นผู้สนับสนุน/คัดค้านการใช้สัตว์ในการทดลอง

ผมชื่นชม หรือ เห็นคุณค่าในตัวเขา/ผมไม่ค่อยชอบ หรือ ไม่เห็นคุณค่าของเขา

พวกเขาพอใจ/ไม่พอใจใบสมัครของคุณ

14. Permitting / forbidding

You may tell him [if you wish] / may not or must not tell him.

We are allowed or permitted / not allowed or permitted to visit the prisoners.

Smoking is allowed or permitted / forbidden or prohibited in here.

I have no objection to or nothing against your taking the day off. / I [expressly] forbid you to take / I cannot agree to your taking any more time off work.

14. การอนุญาต/การห้าม

คุณบอกเขาก็ได้/คุณอย่า หรือ ห้ามบอกเขา

พวกเราได้รับอนุญาต/ไม่ได้รับอนุญาตให้เยี่ยมนักโทษ

ในนี้สูบบุหรี่ได้/ห้ามสูบบุหรี่

ผมไม่ขัดข้อง หรือ ไม่ว่าอะไรที่คุณจะลาหยุด/ผมห้ามคุณลาหยุด/ผมอนุญาตให้คุณหยุดงานมากกว่านี้ไม่ได้แล้ว

15. Desires, intentions

What do you want to be when you grow up?

I would like to be a pilot, but my health is not good enough.

I want to go / I would like to go to Italy.

I have a great desire / longing to take a trip on the Nile.

You can go if you wish or want.

She has set her heart on studying or wants above all else to study archaeology.

I mean or intend or propose to make him confess, come what may.

Please let me know your intentions / what your plans are or what you have in mind.

15. ความประสงค์ ความตั้งใจ

โตขึ้นหนูอยากจะเป็นอะไร

ฉันอยากเป็นนักบิน แต่สุขภาพของฉันไม่ดีพอ

ผมอยากไปอิตาลี

ดิฉันอยากล่องแม่น้ำไนล์มาก

คุณจะไปก็ได้ ถ้าคุณอยากไป

เธอตั้งใจจะเรียน หรือ ต้องการศึกษาโบราณคดีมากกว่าอะไรทั้งสิ้น

ฉันต้องการ หรือ ตั้งใจ หรือ กะจะทำให้เขาสารภาพไม่ว่าอย่างไรก็ตาม

โปรดแจ้งความตั้งใจ/แผนของคุณ หรือ ความต้องการของคุณด้วย

Do you think she really intended or meant to encourage him?

คุณคิดว่าเธอตั้งใจให้ท่าเขาหรือไม่

Yes, she had every intention of leading him on.

ใช่ เธอต้องการให้ความหวังเขาแน่ๆ

My intention or What I have in mind is to / I am planning to merge the two companies.

ความตั้งใจของฉัน หรือ สิ่งที่ฉันต้องการคือ/ฉันวางแผนที่จะรวมสองบริษัทเข้าด้วยกัน

His aim or object is to build a factory here.

เป้าหมาย หรือ วัตถุประสงค์ของเขาคือ สร้างโรงงานที่นี่

My sole aim or purpose is to better the workers' lot.

เป้าหมาย หรือ จุดมุ่งหมายเพียงอย่างเดียวของฉันคือ ทำให้สภาพความเป็นอยู่ของคนงานดีขึ้น

I have no intention of dismissing you.

ผมไม่ได้คิดที่จะให้คุณออกเลย

16. Opinions

16. ความคิดเห็น

I think she is / In my opinion she is / I believe her to be the greatest living blues singer.

ฉันคิดว่าเธอเป็น/ในความคิดของฉันเธอเป็น/ฉันเชื่อว่าเธอเป็นนักร้องเพลงบลูส์ที่ดีที่สุดในตอนนี้

To my mind / In my opinion / As I see it, further legislation is not the answer.

ใจฉันคิดว่า/ในความเห็นของฉัน/ตามที่ฉันคิด การออกกฎหมายเพิ่มเติมไม่ใช่ทางออก

[Personally] I find or reckon / have the impression that young people are generally politer nowadays.

[โดยส่วนตัว] ดิฉันคิดว่า หรือ เห็นว่า/มีความรู้สึกว่าในปัจจุบันนี้ คนหนุ่มสาวสุภาพมากขึ้น

I feel we are being pushed into accepting the deal.

ผมรู้สึกว่าเรากำลังถูกกดดันให้ยอมรับข้อตกลง

My view [of the matter] / My opinion is that women are still underprivileged.

มุมมองของฉัน [เกี่ยวกับเรื่องนี้] คือ/ความคิดเห็นของฉันคือ ผู้หญิงยังคงมีสิทธิด้อยกว่า

My feelings / thoughts on the matter are evidently of no importance to you.

เห็นได้ชัดว่าความรู้สึก/ความคิดของฉันเกี่ยวกับเรื่องนี้ ไม่มีความสำคัญสำหรับคุณ

His reaction to the proposal was quite unexpected.

ปฏิกิริยาของเขาต่อข้อเสนอค่อนข้างจะคาดไม่ถึง

He sees the future of the company as lying in food manufacturing.

เขาเห็นว่า อนาคตของบริษัทจะขึ้นอยู่กับอุตสาหกรรมอาหาร

What is your opinion on this / your view of the matter?

ความคิดเห็นของคุณเกี่ยวกับสิ่งนี้/มุมมองของคุณเกี่ยวกับเรื่องนี้เป็นอย่างไร

I share your opinion or point of view. / I agree entirely with what you say.

ฉันเห็นด้วยกับความเห็นของคุณ/สิ่งที่คุณพูดทั้งหมด

We are in complete / partial / broad agreement / thinking on the same lines.

พวกเรามีความคิดเห็นเหมือนกันทั้งหมด/เป็นบางส่วน/โดยรวม/ไปในแนวเดียวกัน

The results of the investigation do not agree with or are not consistent with / do not bear out or corroborate your claims.

ผลการสืบสวนไม่ตรงกับ หรือ ไม่สอดคล้องกับ/ไม่แสดงถึง หรือ ยืนยันคำอ้างอิงของคุณ

I completely disagree or cannot agree at all with your view / with what you say. / I cannot accept your view / what you say.

ดิฉันไม่เห็นด้วย หรือ ไม่อาจเห็นชอบกับมุมมองของคุณทั้งหมด/กับสิ่งที่คุณพูด/ผมไม่สามารถยอมรับมุมมองของคุณ/สิ่งที่คุณพูด

We must agree to differ on this.

พวกเราต้องยอมรับว่าในเรื่องนี้ เราเห็นต่างกัน

17. Right / wrong

I see now you were right and I was wrong.

You were quite right to query this assertion.

It is indeed incorrect.

They were wrong *or* It was wrong of them to dismiss him. / They should not have dismissed him.

Challenging his position was the wrong thing to do, even though it seemed the right thing at the time.

You are correct / wrong in your assumption that ... *or* Your assumption that ... is correct / wrong.

To say this is flying in the face of the facts *or* contrary to the facts as we know them.

17. ความถูกต้อง/ความผิด

ตอนนี้ฉันรู้แล้วว่าคุณเป็นฝ่ายถูกและฉันเป็นฝ่ายผิด

คุณทำถูกแล้วที่แย้งการยืนยันครั้งนี้ขึ้นมา

มันไม่ถูกต้องจริง ๆ

พวกเขาผิด หรือ เป็นความผิดของพวกเขาที่ไล่เขาออก/พวกเขาไม่น่าไล่เขาออก

การท้าทายแนวคิดเขาเป็นสิ่งที่ไม่เหมาะสม แม้ว่าในตอนนั้นดูเหมือนจะเป็นสิ่งที่ถูกต้องก็ตาม

คุณคิดถูก/ผิดในข้อสมมติฐานที่ว่า... หรือ สมมติฐานของคุณที่ว่า ... ถูกต้อง/ผิด

การพูดเช่นนี้ ขัดกับข้อเท็จจริงที่รู้ ๆ กันอยู่

18. Doubt / certainty

I'm not sure *or* certain / I don't know [for sure] / I cannot say with any certainty whether he will come.

He is still uncertain *or* undecided as to what action to take. / He is still wondering what to do.

There is still considerable doubt about *or* as to the feasibility of the plan / surrounding the future of the project.

It is a matter for debate *or* debatable / doubtful whether we will gain anything by this.

I have my doubts [about his competence].

One can hardly expect him to agree to such terms, but you never know.

I'm [quite *or* absolutely] certain *or* sure / positive *or* convinced that she did it.

We are [quietly] confident that we will win.

There can be no doubt *or* question / It is beyond doubt *or* question *or* dispute / It is indisputable *or* undeniable that she is the best boss we have had.

Nobody can deny that he has great experience in this field.

There is bound to be a period of unrest.

18. ข้อสงสัย/ความแน่นอน

ฉันไม่มั่นใจ หรือ แน่ใจ/ดิฉันไม่ทราบ [แน่นอน]/ผมไม่สามารถพูดได้เต็มปากว่าเขาจะมาหรือไม่

เขายังคงไม่แน่ใจ หรือ ไม่ได้ตัดสินใจว่าจะดำเนินการอย่างไร/เขายังลังเลว่าจะทำอย่างไรดี

ยังคงมีข้อสงสัยอย่างมากเกี่ยวกับ/ความเป็นไปได้ของแผน/อนาคตของโครงการ

เป็นเรื่องของการโต้แย้งหรือสิ่งที่โต้แย้งได้/ที่น่าสงสัยว่าเราจะได้รับประโยชน์ใด ๆ จากสิ่งนี้หรือไม่

ผมมีข้อสงสัย [เกี่ยวกับความสามารถของเขา]

เราไม่น่าคาดหวังว่าเขาจะตกลงกับข้อเสนอเช่นนี้ แต่ก็ไม่แน่หรอก

ฉัน [ค่อนข้าง] แน่ใจ [เต็มที่] หรือ มั่นใจ/รับรองได้ว่าเธอเป็นคนทำ

พวกเราแอบมั่นใจ [อยู่เงียบ ๆ] ว่า พวกเราจะชนะ

ไม่มีข้อสงสัย หรือ คำถาม/หรือ ข้อโต้แย้ง/เป็นสิ่งที่ไม่สามารถโต้แย้ง หรือ ไม่มีข้อสงสัยเลย ว่าเธอเป็นเจ้านายที่ดีที่สุดที่เราเคยมี

ไม่มีใครปฏิเสธได้ว่า เขามีประสบการณ์อย่างสูงในสาขานี้

จะต้องมีช่วงหนึ่งที่ไม่สงบแน่นอน

19. Expressions of feeling

19. การแสดงความรู้สึก

Amazement

ความแปลกใจ

I was surprised / *(stronger)* amazed *or* astonished to hear that you had left Chiang Mai.

ฉันประหลาดใจ/*(เน้น)* แปลกใจ *หรือ* ตกใจที่ได้ยินข่าวว่าคุณได้ออกจากเชียงใหม่แล้ว

To my surprise / *(stronger)* amazement *or* astonishment she agreed without a murmur.

การที่เธอตกลงโดยง่ายทำให้ฉันแปลกใจ/*(เน้น)* ประหลาดใจ

He was thunderstruck *or* flabbergasted *or* dumbfounded when he discovered his best friend had tricked him.

เขาตกตะลึง *หรือ* ฉงนเมื่อพบว่าเพื่อนรักหลอกลวงเขา

I was stunned / *(stronger)* shattered by the news.

ข่าวนั้นทำให้ฉันตะลึง/*(เน้น)* ใจสลาย

The news was quite a shock / a bombshell / a bolt from the blue / took us all by surprise.

ข่าวนั้นทำให้เราช็อก/เหมือนลูกระเบิดลง/เหมือนฟ้าผ่า/ทำให้เราประหลาดใจ

The building of this ship was a staggering *or* an astounding achievement for its time.

การสร้างเรือนี้ได้สำเร็จ เป็นสิ่งที่น่าอัศจรรย์ใจในยุคนั้น

The combination of a yellow shirt and pink trousers was rather startling.

เสื้อเชิ้ตสีเหลืองกับกางเกงสีชมพูเป็นการแต่งตัวที่ค่อนข้างจะฉูดฉาด

Disappointment

ความผิดหวัง

The failure of the project was a bitter disappointment / a heavy blow / a serious setback for him.

การที่โครงการล้มเหลวเป็นสิ่งที่น่าผิดหวัง/เป็นความหายนะอย่างใหญ่หลวง/เป็นตัวฉุดที่ร้ายแรงสำหรับเขา

His hopes were dashed when his request was refused.

ความหวังของเขาพังทลายเมื่อถูกปฏิเสธคำขอ

We were bitterly disappointed *or* sick with disappointment/ dismayed/[completely] disenchanted.

พวกเราผิดหวัง/ตกใจ/ท้อแท้ [อย่างที่สุด]

I felt [badly] let down / betrayed when he went back on his promise.

ผมรู้สึกผิดหวัง [อย่างมาก]/ถูกหักหลังเมื่อเขาผิดคำสัญญา

Our annual profits have not come up to *or* have fallen short of expectations.

ผลกำไรประจำปีของเราไม่เป็นไปตามเป้า *หรือ* น้อยกว่าที่คาดไว้

They all looked dejected / crestfallen / *(coll.)* down in the dumps after their defeat.

พวกเขาทุกคนดูเศร้าซึม/เศร้าสลด/*(ภ.พ.)* ผิดหวังหลังจากที่พ่ายแพ้

All our attempts to combat environmental pollution have been frustrated.

ความพยายามทั้งหมดของเราที่จะเอาชนะมลภาวะสิ่งแวดล้อมไม่เป็นผลสำเร็จ

Thailand's Governmental Structure
โครงสร้างส่วนราชการของไทย

Office of the Prime Minister	สำนักนายกรัฐมนตรี (นร)
Office of the Permanent Secretary	สำนักงานปลัดสำนักนายกรัฐมนตรี
Secretariat of the Prime Minister	สำนักเลขาธิการนายกรัฐมนตรี (สลน)
Secretariat of the Cabinet	สำนักเลขาธิการคณะรัฐมนตรี (สลค)
National Intelligence Agency (NIA)	สำนักข่าวกรองแห่งชาติ (สขช)
Bureau of the Budget	สำนักงบประมาณ
Office of the National Security Council (NSC)	สำนักงานสภาความมั่นคงแห่งชาติ (สมช)
Office of the Council of State	สำนักงานคณะกรรมการกฤษฎีกา
Office of the Civil Service Commission	สำนักงานคณะกรรมการข้าราชการพลเรือน (กพ)
Office of the National Economic and Social Development Board	สำนักงานคณะกรรมการพัฒนาการเศรษฐกิจและสังคมแห่งชาติ
Public Relations Department (PRD)	กรมประชาสัมพันธ์ (กปส)
Office of the Consumer Protection Board (OCBP)	สำนักคณะกรรมการคุ้มครองผู้บริโภค (สคบ)
State Enterprises	รัฐวิสาหกิจ
Mass Communication Organization of Thailand (MCOT)	องค์การสื่อสารมวลชนแห่งประเทศไทย (อสมท)
Thailand Research Fund (TRF)	สำนักงานกองทุนสนับสนุนการวิจัย (สกว)
Public Organization	องค์การมหาชน
National Village Funds and Urban Communities	สำนักงานคณะกรรมการกองทุนหมู่บ้านและชุมชนเมืองแห่งชาติ

Ministry of Defence (MOD)	กระทรวงกลาโหม (กห)
Office of the Permanent Secretary	สำนักงานปลัดกระทรวง
War Veterans Organization of Thailand (WVO)	องค์การสงเคราะห์ทหารผ่านศึก (อผศ)
Supreme Command Headquarters	กองบัญชาการทหารสูงสุด
Royal Thai Army	กองทัพบก
Royal Thai Navy	กองทัพเรือ
Royal Thai Air Force	กองทัพอากาศ
State Enterprises	รัฐวิสาหกิจ
Battery Organization	องค์การแบตเตอรี่
Tanning Organization	องค์การฟอกหนัง

Ministry of Finance	**กระทรวงการคลัง (กค)**
Office of the Permanent Secretary	สำนักงานปลัดกระทรวง
Fiscal Policy Office	สำนักงานเศรษฐกิจการคลัง
Comptroller General's Department	กรมบัญชีกลาง
Treasury Department	กรมธนารักษ์
Office of the State Enterprise Policy Office	สำนักงานคณะกรรมการนโยบายรัฐวิสาหกิจ
Office of the Public Debt Administration	สำนักงานบริหารหนี้สาธารณะ
Revenue Department	กรมสรรพากร
Excise Department	กรมสรรพสามิต
Customs Department	กรมศุลกากร
State Enterprises	**รัฐวิสาหกิจ**
Government Lottery Office	สำนักงานสลากกินแบ่งรัฐบาล
Thailand Tobacco Monopoly	โรงงานยาสูบ
Liquor Distillery Organization Excise Department	องค์การสุรา (กรมสรรพสามิต)
Playing Card Factory	โรงงานไพ่
KrungThai Bank Public	ธนาคารกรุงไทย จำกัด (มหาชน)
Government Savings Bank	ธนาคารออมสิน
Bank for Agriculture and Agricultural Cooperatives (BAAC)	ธนาคารเพื่อการเกษตรและสหกรณ์การเกษตร (ธกส)
Export-Import Bank of Thailand	ธนาคารเพื่อการส่งออกและนำเข้าแห่งประเทศไทย
Government Housing Bank	ธนาคารอาคารสงเคราะห์

Ministry of Foreign Affairs	**กระทรวงการต่างประเทศ (กต)**
Office of the Permanent Secretary	สำนักงานปลัดกระทรวง
Department of Protocol	กรมพิธีการทูต
Department of Information	กรมสารนิเทศ
Department of Treaties and Legal Affairs	กรมสนธิสัญญาและกฎหมาย
Department of Consular Affairs	กรมการกงสุล
Department of International Economic Affairs	กรมเศรษฐกิจระหว่างประเทศ
Department of East Asian Affairs	กรมเอเชียตะวันออก
Department of South Asian, Middle East and African Affairs	กรมเอเชียใต้ ตะวันออกกลางและแอฟริกา
Department of International Organizations	กรมองค์การระหว่างประเทศ
Department of Asean Affairs	กรมอาเซียน
Diplomatic Missions	**ความสัมพันธ์ทางการทูต**
72 embassies	สถานเอกอัครราชทูต 72 แห่ง
22 consulates-general	สถานกงศุล 22 แห่ง
Two permanently accredited missions to the United Nations	หน่วยงานคณะทูตถาวรประจำองค์การสหประชาชาติ ประจำ ณ กรุงนิวยอร์ก และกรุงเจนีวา

Ministry of Social Development and Human Security	กระทรวงการพัฒนาสังคมและความมั่นคงของมนุษย์
Office of the Permanent Secretary	สำนักงานปลัดกระทรวง
Department of Social Development and Welfare	กรมพัฒนาสังคมและสวัสดิการ
Office for Women's Affairs and Family Institutions	สำนักงานกิจการสตรีและสถาบันครอบครัว
Bureau of Welfare Promotion and Protection of Children, Youth, the Disadvantaged, Persons with Disabilities and Older Persons	สำนักงานส่งเสริมสวัสดิภาพและพิทักษ์เด็ก เยาวชน ผู้ด้อยโอกาส คนพิการและผู้สูงอายุ
State Enterprises	รัฐวิสาหกิจ
National Housing Authority (NHA)	การเคหะแห่งชาติ (กคช)
Office of Government-run pawnshops	สำนักงานสถานธนานุบาล

Ministry of Agriculture and Cooperatives	กระทรวงเกษตรและสหกรณ์ (กษ)
Office of the Permanent Secretary	สำนักงานปลัดกระทรวง
Land Development Department	กรมพัฒนาที่ดิน
Cooperative Promotion Department	กรมส่งเสริมสหกรณ์
Office of Agricultural Economics	สำนักงานเศรษฐกิจการเกษตร
Department of Livestock Development	กรมปศุสัตว์
Agricultural Land Reform Office	สำนักงานการปฏิรูปที่ดินเพื่อเกษตรกรรม (สปก)
National Goods Standards Office	สำนักงานมาตรฐานสินค้าเกษตรและอาหารแห่งชาติ
Department of Agriculture	กรมวิชาการเกษตร
Department of Fisheries	กรมประมง
Department of Agriculture Extension	กรมส่งเสริมการเกษตร
Royal Irrigation Department	กรมชลประทาน
Royal Forestry Department	กรมป่าไม้
State Enterprises	รัฐวิสาหกิจ
Marketing Organization for Farmers (MOF)	องค์การตลาดเพื่อเกษตรกร (อตก)
Rubber Estate Organization	องค์การสวนยาง
Dairy Farming Promotion Organization of Thailand (DPO)	องค์การส่งเสริมกิจการโคนมแห่งประเทศไทย (อสค)
Office of Rubber Replanting Aid Fund	สำนักงานกองทุนสงเคราะห์การทำสวนยาง (สกย)
Fish Marketing Organization	องค์การสะพานปลา
Forest Industry Organization	องค์การอุตสาหกรรมป่าไม้
Thai Plywood Co., Ltd.	บริษัท ไม้อัดไทย จำกัด

Ministry of Tourism and Sports	กระทรวงการท่องเที่ยวและกีฬา
Office of the Permanent Secretary	สำนักงานปลัดกระทรวง
Office of Sports and Recreation Development	สำนักงานพัฒนาการกีฬาและนันทนาการ
Office of Tourism Development	สำนักงานพัฒนาการท่องเที่ยว
State Enterprises	รัฐวิสาหกิจ
Sports Authority of Thailand (SAT)	การกีฬาแห่งประเทศไทย (กกท)
Tourism Authority of Thailand (TAT)	การท่องเที่ยวแห่งประเทศไทย (ททท)

Ministry of Transport / กระทรวงคมนาคม (คค)

- Office of the Permanent Secretary — สำนักงานปลัดกระทรวง
- Department of Land Transport — กรมการขนส่งทางบก
- Department of Waterway Transport and Merchant Marine — กรมการขนส่งทางน้ำและพาณิชยนาวี
- Department of Highways — กรมทางหลวง
- Department of Airway Transport — กรมการขนส่งทางอากาศ
- Office of Transport and Traffic Policy and Planning — สำนักงานนโยบายและแผนการขนส่งและจราจร

State Enterprises / รัฐวิสาหกิจ

- Port Authority of Thailand (PAT) — การท่าเรือแห่งประเทศไทย (กทท)
- Thai Maritime Navigation Co., Ltd. (TMN) — บริษัท ไทยเดินเรือทะเล จำกัด (บทด)
- State Railway of Thailand — การรถไฟแห่งประเทศไทย (รฟท)
- The Transport Co., Ltd. — บริษัท ขนส่ง จำกัด
- Bangkok Mass Transit Authority — องค์การขนส่งมวลชนกรุงเทพ (ขสมก)
- Express Transportation Organization of Thailand — องค์การรับส่งสินค้าและพัสดุภัณฑ์ (รสพ)
- Expressway and Rapid Transit Authority of Thailand (ETA) — การทางพิเศษแห่งประเทศไทย (กทพ)
- Mass Rapid Transit Authority of Thailand — การรถไฟฟ้าขนส่งมวลชนแห่งประเทศไทย (รฟม)
- Airports Authority of Thailand — การท่าอากาศยานแห่งประเทศไทย (ทอท)
- Thai Airways International Plc. — บริษัท การบินไทย จำกัด (มหาชน)
- Aeronautical Radio of Thailand Co., Ltd. (AEROTHAI) — บริษัท วิทยุการบินแห่งประเทศไทย จำกัด (บวท)
- New Bangkok International Airport Co., Ltd. — บริษัท ท่าอากาศยานสากลกรุงเทพแห่งใหม่ จำกัด (บทม)
- Civil Aviation Training Center — สถาบันการบินพลเรือน

Ministry of Natural Resources and the Environment / กระทรวงทรัพยากรธรรมชาติและสิ่งแวดล้อม

- Office of the Permanent Secretary — สำนักงานปลัดกระทรวง
- Department of Seaborne and Coastal Mineral Resources — กรมทรัพยากรทางทะเลและชายฝั่ง
- Pollution Control Department — กรมควบคุมมลพิษ
- Natural Resources and the Environment Policy and Planning Office — สำนักงานนโยบายและแผนทรัพยากรธรรมชาติและสิ่งแวดล้อม
- Department of Mineral Resources (DMR) — กรมทรัพยากรธรณี (ทธ)
- Department of Environmental Quality Promotion — กรมส่งเสริมคุณภาพสิ่งแวดล้อม
- Department of Water Resources — กรมทรัพยากรน้ำ
- Department of Groundwater Resources — กรมทรัพยากรน้ำบาดาล
- Department of National Parks, Wild Animals and Plant Species — กรมอุทยานแห่งชาติ สัตว์ป่าและพันธุ์พืช

State Enterprises / รัฐวิสาหกิจ

- Zoological Park Organization Under the Royal Patronage of HM the King — องค์การสวนสัตว์ในพระบรมราชูปถัมภ์
- Botanical Garden Organization (BGO) — องค์การสวนพฤกษศาสตร์
- Water Pollution Treatment Organization — องค์การจัดการน้ำเสีย

Ministry of Information and Communications Technology — กระทรวงเทคโนโลยีสารสนเทศและการสื่อสาร

Office of the Permanent Secretary — สำนักงานปลัดกระทรวง
Department of Information Technology — กรมเทคโนโลยีสารสนเทศ
Meteorological Department (MET) — กรมอุตุนิยมวิทยา
National Statistical Office (NSO) — สำนักงานสถิติแห่งชาติ
The Post and Telegraph Department — กรมไปรษณีย์โทรเลข

State Enterprises — รัฐวิสาหกิจ
TOT Corp Plc. — บริษัท ทศท คอร์ปอเรชั่น จำกัด (มหาชน)
Communications Authority of Thailand (CAT) — การสื่อสารแห่งประเทศไทย (กสท)

Ministry of Energy — กระทรวงพลังงาน

Office of the Permanent Secretary — สำนักงานปลัดกระทรวง
Department of Mineral Fuels — กรมเชื้อเพลิงธรรมชาติ
Department of Energy Business — กรมธุรกิจพลังงาน
Department of Solar and Recyclable Energy — กรมพัฒนาพลังงานทดแทนและอนุรักษ์พลังงาน
Department of Energy Planning and Policy — สำนักงานนโยบายและแผนพลังงาน

State Enterprises — รัฐวิสาหกิจ
Electricity Generating Authority of Thailand (EGAT) — การไฟฟ้าฝ่ายผลิตแห่งประเทศไทย (กฟผ)
PTT Plc. (PTT) — บริษัท ปตท. จำกัด (มหาชน) (ปตท)
Bangchak Petroleum Public Company — บริษัท บางจากปิโตรเลียม จำกัด (มหาชน)

Public Organizations — องค์การมหาชน
Office of the Energy Fund Commission — สำนักงานกองทุนพลังงาน
Office of the National Energy Regulatory Commission — สำนักงานคณะกรรมการการกำกับกิจการไฟฟ้า

Ministry of Education — กระทรวงศึกษาธิการ (ศธ)

Office of the Permanent Secretary — สำนักงานปลัดกระทรวง
Office of the Fundamental Education Commission — สำนักงานคณะกรรมการการศึกษาขั้นพื้นฐาน
Office of Vocational Education — สำนักงานคณะกรรมการอาชีวศึกษา
Secretariat of the Education Council — สำนักงานเลขาธิการสภาการศึกษา
Office of the Higher Education Commission — สำนักงานคณะกรรมการอุดมศึกษา

Independent Organizations — องค์กรในกำกับ
Institute of Technology for Education — สถาบันเทคโนโลยีเพื่อการศึกษาแห่งชาติ
Institute of Translation — สถาบันภาษามหาวิทยาลัย/สถาบันอุดมศึกษาในกำกับของรัฐ
Teachers Council of Thailand — คุรุสภา

Public Organizations — องค์การมหาชน
Institute of Education Evaluation — สถาบันทดสอบทางการศึกษาแห่งชาติ
International Institute for Trade and Development — สถาบันระหว่างประเทศเพื่อการค้าและการพัฒนา

Ministry of Commerce	**กระทรวงพาณิชย์ (พน)**
Office of the Permanent Secretary	สำนักงานปลัดกระทรวง
Department of Internal Trade	กรมการค้าภายใน
Department of Foreign Trade	กรมการค้าต่างประเทศ
Department of Insurance	กรมการประกันภัย
Department of International Trade Negotiation	กรมเจรจาการค้าระหว่างประเทศ
Department of Intellectual Property	กรมทรัพย์สินทางปัญญา
Department of Export Promotion	กรมส่งเสริมการส่งออก
Department of Business and Trade Development	กรมพัฒนาธุรกิจการค้า
State Enterprises	**รัฐวิสาหกิจ**
Public Warehouse Organization (PWO)	องค์การคลังสินค้า (อคส)

Ministry of Interior	**กระทรวงมหาดไทย (มท)**
Office of the Permanent Secretary	สำนักงานปลัดกระทรวง
Department of Local Administration	กรมการปกครอง
Community Development Department	กรมการพัฒนาชุมชน (พช)
Department of Public Works and Town and Country Planning	กรมโยธาธิการและผังเมือง (ยธ)
Department of Land	กรมที่ดิน
Department of Local Administration (DOLA)	กรมส่งเสริมการปกครองท้องถิ่น
Department of Disaster Prevention and Rescue	กรมป้องกันและบรรเทาสาธารณภัย
State Enterprises	**รัฐวิสาหกิจ**
Provincial Waterworks Authority (PWA)	การประปาส่วนภูมิภาค (กปภ)
Metropolitan Waterworks Authority (MWA)	การประปานครหลวง (กปน)
Market Organization (MO)	องค์การตลาด (อต)
Metropolitan Electricity Authority	การไฟฟ้านครหลวง (กฟน)
Provincial Electricity Generating Authority	การไฟฟ้าส่วนภูมิภาค (กฟภ)

Ministry of Justice	**กระทรวงยุติธรรม (ยธ)**
Office of the Permanent Secretary	สำนักงานปลัดกระทรวง
Department of Human Rights and Liberty Protection	กรมคุ้มครองสิทธิและเสรีภาพ
Department of Probation	กรมคุมประพฤติ
Legal Execution Department	กรมบังคับคดี
Special Investigation Department (SID)	กรมสอบสวนคดีพิเศษ
Department of Corrections	กรมราชทัณฑ์
Office of Justice Affairs	สำนักงานกิจการยุติธรรม
Forensic Science Institute	สถาบันนิติวิทยาศาสตร์
Department of Juvenile Observation and Protection	กรมพินิจและคุ้มครองเด็กและเยาวชน
Office of the Narcotics Control Board (ONCB)	สำนักงานคณะกรรมการป้องกันและปราบปรามยาเสพติด (ปปส)

Ministry of Labour — กระทรวงแรงงาน
Office of the Permanent Secretary — สำนักงานปลัดกระทรวง
Department of Employment — กรมการจัดหางาน
Department of Skill Development — กรมพัฒนาฝีมือแรงงาน (กพร)
Department of Labour Protection and Welfare — กรมสวัสดิการและคุ้มครองแรงงาน (กสร)
Social Security Office (SSO) — สำนักงานประกันสังคม (สปส)

Ministry of Culture — กระทรวงวัฒนธรรม (วธ)
Office of the Permanent Secretary — สำนักงานปลัดกระทรวง
Fine Arts Department — กรมศิลปากร
Religious Affairs Department — กรมการศาสนา
Office of the National Culture Commission — สำนักงานคณะกรรมการวัฒนธรรมแห่งชาติ
Office of Commission on Contemporary Arts — สำนักงานศิลปวัฒนธรรมร่วมสมัย

Public Organizations — องค์การมหาชน
Princess Maha Chakri Sirindhorn Anthropology Centre — ศูนย์มานุษยวิทยาสิรินธร

Ministry of Science and Technology — กระทรวงวิทยาศาสตร์และเทคโนโลยี (วท)
Office of the Permanent Secretary — สำนักงานปลัดกระทรวง
Department of Science Service — กรมวิทยาศาสตร์บริการ
Office of Atomic Energy for Peace (OAEP) — สำนักงานพลังงานปรมาณูเพื่อสันติ (พป)
National Institute of Metrology — สถาบันมาตรวิทยาแห่งชาติ

State Enterprises — รัฐวิสาหกิจ
Thai Institute for Scientific and Technological Research (TISTR) — สถาบันวิจัยวิทยาศาสตร์และเทคโนโลยีแห่งประเทศไทย
Organization of National Science Museums — องค์การพิพิธภัณฑ์วิทยาศาสตร์แห่งชาติ

Ministry of Public Health — กระทรวงสาธารณสุข (สธ)
Office of the Permanent Secretary — สำนักงานปลัดกระทรวง
Department of Medical Services — กรมการแพทย์
Department of Medical Sciences — กรมวิทยาศาสตร์การแพทย์
Department of Communicable Disease Control — กรมควบคุมโรค
Department of Health Care Promotion — กรมสนับสนุนบริการสุขภาพ
Department of Thai Traditional and Alternative Medicine Development — กรมพัฒนาการแพทย์แผนไทยและการแพทย์ทางเลือก
Food and Drug Administration — สำนักงานคณะกรรมการอาหารและยา
Department of Mental Health — กรมสุขภาพจิต
Department of Health — กรมอนามัย

State Enterprises — รัฐวิสาหกิจ
Government Pharmaceutical Organization — องค์การเภสัชกรรม

Ministry of Industry	กระทรวงอุตสาหกรรม (อก)
Office of the Permanent Secretary	สำนักงานปลัดกระทรวง
Department of Industrial Works	กรมโรงงานอุตสาหกรรม
Department of Industrial Promotion	กรมส่งเสริมอุตสาหกรรม
Office of Industrial Economics	สำนักงานเศรษฐกิจอุตสาหกรรม
Department of Basic Industry and Mining	กรมอุตสาหกรรมพื้นฐานและการเหมืองแร่
Thai Industrial Standards Institute	สถาบันมาตรฐานผลิตภัณฑ์อุตสาหกรรม
Office of the Cane and Suger Commission	สำนักงานคณะกรรมการอ้อยและน้ำตาล
Office of Small and Medium Enterprises Promotion	สำนักงานส่งเสริมวิสาหกิจขนาดกลางและขนาดย่อม
Office of the Board of Investment Thailand (BOI)	สำนักงานคณะกรรมการส่งเสริมการลงทุน
State Enterprises	รัฐวิสาหกิจ
Industrial Estate Authority of Thailand	การนิคมอุตสาหกรรมแห่งประเทศไทย
Naraiphand Co., Ltd.	บริษัท นารายณ์ภัณฑ์ จำกัด

Independent Public Agencies	หน่วยราชการอิสระ
Office of His Majesty's Principal Private Secretary	สำนักราชเลขาธิการ
Bureau of the Royal Household	สำนักพระราชวัง
Office of the Special Commission for Royal Project Coordination	สำนักงานคณะกรรมการพิเศษเพื่อประสานงานโครงงานอันเนื่องมาจากพระราชดำริ (กปร)
Office of the National Research Council of Thailand (NRCT)	สำนักงานคณะกรรมการวิจัยแห่งชาติ (สกว)
The Royal Institute	ราชบัณฑิตยสถาน
The Office of the National Counter Corruption Commission (NCCC)	สำนักงานคณะกรรมการป้องกันและปราบปรามการทุจริตแห่งชาติ (ปปช)
Office of the Attorney General	สำนักงานอัยการสูงสุด (อส)
The Administrative Court	ศาลปกครอง
Anti-Money Laundering Office (AMLO)	สำนักงานป้องกันและปราบปรามการฟอกเงิน (ปปง)
National Office of Buddhism	สำนักงานพระพุทธศาสนาแห่งชาติ
Office of the Commissioner-General Royal Thai Police	สำนักงานผู้บัญชาการตำรวจแห่งชาติ
Bureau of the Crown Property	สำนักงานทรัพย์สินส่วนพระมหากษัตริย์
Office of the Auditor General of Thailand	สำนักงานการตรวจเงินแผ่นดิน (สตง)
The Secretariat of the House of Representatives	สำนักงานเลขาธิการสภาผู้แทนราษฎร
The Secretariat of the House of the Senate	สำนักงานเลขาธิการวุฒิสภา
The Bank of Thailand	ธนาคารแห่งประเทศไทย
Bangkok Metropolitan Administration Office	ศาลาว่าการกรุงเทพมหานคร (กทม)

English Irregular Verbs

คำกริยาภาษาอังกฤษที่รูปกริยาช่อง 2 และ 3 ไม่เป็นไปตามกฎ

ตารางข้างล่างนี้แสดงคำกริยาภาษาอังกฤษที่มีรูปกริยาช่อง 2 และ 3 ที่ไม่เป็นไปตามกฎ คำกริยาที่มีหมายเลขกำกับอยู่หลังคำด้านบนจะตรงกับคำกริยาในพจนานุกรม ซึ่งมีตัวเลขเดียวกันกำกับอยู่ ส่วนคำกริยาที่มีเครื่องหมายดอกจันกำกับอยู่นั้น การใช้กริยารูปใดจะขึ้นอยู่กับความหมายของคำกริยานั้นในบริบทต่าง ๆ

Infinitive	Past Tense	Past Participle
abide	abided, abode	abided, abode
arise	arose	arisen
awake	awoke	awoken
be	was *sing.*, were *pl.*	been
bear	bore	borne
beat	beat	beaten
beget	begot, *(arch.)* begat	begotten
begin	began	begun
behold	beheld	beheld
bend	bent	bent
beseech	besought, beseeched	besought, beseeched
bet	bet, betted	bet, betted
bid	* bade, bid	* bidden, bid
bind	bound	bound
bite	bit	bitten
bleed	bled	bled
bless	blessed, blest	blessed, blest
blow	* blew, blowed	* blown, blowed
break	broke	broken
breed	bred	bred
bring	brought	brought
broadcast	broadcast, broadcasted	broadcast, broadcasted
build	built	built
burn	burnt, burned	burnt, burned
burst	burst	burst
bust	bust, busted	bust, busted
buy	bought	bought
cast	cast	cast
catch	caught	caught
chide	chided, chid	chided, chid, chidden
choose	chose	chosen
cleave[1]	cleaved, clove, cleft	cleaved, cloven, cleft
cling	clung	clung
come	came	come
cost	* cost, costed	* cost, costed
countersink	countersunk	countersunk
creep	crept	crept
cut	cut	cut
deal	dealt	dealt
dig	dug	dug
dive	dived, *(Amer.)* dove	dived
do[1]	did	done
draw	drew	drawn
dream	dreamt, dreamed	dreamt, dreamed
drink	drank	drunk
drive	drove	driven
dwell	dwelt	dwelt
eat	ate	eaten
fall	fell	fallen
feed	fed	fed
feel	felt	felt
fight	fought	fought
find	found	found
flee	fled	fled
fling	flung	flung
floodlight	floodlit	floodlit
fly	flew	flown
forbear	forbore	forborne
forbid	forbade, forbad	forbidden
forecast	forecast, forecasted	forecast, forecasted
foretell	foretold	foretold
forget	forgot	forgotten
forgive	forgave	forgiven
forsake	forsook	forsaken
freeze	froze	frozen
gainsay	gainsaid	gainsaid
get	got	* got, *(Amer.)* gotten
gird	girded, girt	girded, girt
give	gave	given
go	went	gone
grind	ground	ground
grow	grew	grown
hamstring	hamstrung, hamstringed	hamstrung, hamstringed
hang	* hung, hanged	* hung, hanged
have	had	had
hear	heard	heard
heave	* heaved, hove	* heaved, hove
hew	hewed	hewn, hewed
hide	hid	hidden
hit	hit	hit
hold	held	held
hurt	hurt	hurt
inlay	inlaid	inlaid
input	input, inputted	input, inputted
inset	inset, insetted	inset, insetted
interweave	interwove	interwoven
keep	kept	kept
ken	kenned, kent	kenned, kent
kneel	knelt, *(esp. Amer.)* kneeled	knelt, *(esp. Amer.)* kneeled

English Irregular Verbs / คำกริยาภาษาอังกฤษที่รูปกริยาช่อง 2 และ 3 ไม่เป็นไปตามกฎ

Infinitive	Past Tense	Past Participle	Infinitive	Past Tense	Past Participle
knit	* knitted, knit	* knitted, knit	sleep	slept	slept
know	knew	known	slide	slid	slid
lay	laid	laid	sling	slung	slung
lead	led	led	slink	slunk	slunk
lean	leanded, *(Brit.)* leant	leanded, *(Brit.)* leant	sit	slit	slit
			smell	smelt, smelled	smelt, smelled
leap	leapt, leaped	leapt, leaped	smite	smote	smitten
learn	learnt, learned	learnt, learned	sow	sowed	sown, sowed
leave	left	left	speak	spoke	spoken
lend	lent	lent	speed	* sped, speeded	* sped, speeded
let	let	let	spell	spelled, *(Brit.)* spelt	spelled, *(Brit.)* spelt
lie²	lay	lain			
light	lit, lighted	lit, lighted	spend	spent	spent
lose	lost	lost	spill	spilt, spilled	spilt, spilled
make	made	made	spin	spun	spun
mean	meant	meant	spit	spat, spit	spat, spit
meet	met	met	split	split	split
mow	mowed	mown, mowed	spoil	spoilt, spoiled	spoilt, spoiled
output	output, outputted	output, outputted	spread	spread	spread
			spring	sprang, *(Amer.)* sprung	sprung
outshine	outshone	outshone	stand	stood	stood
overhang	overhung	overhung	stave	* staved, stove	* staved, stove
pay	paid	paid	steal	stole	stolen
plead	pleaded, *(esp. Amer., Scot., dial.)* pled	pleaded, *(esp. Amer., Scot., dial.)* pled	stick	stuck	stuck
			sting	stung	stung
prove	proved	* proved, *(esp. Amer., Scot., dial.)* proven	stink	stank, stunk	stunk
			strew	strewed	strewed, strewn
			stride	strode	stridden
put	put	put	strike	struck	struck, *(arch.)* stricken
quit	quitted, *(Amer.)* quit	quitted, *(Amer.)* quit	string	strung	strung
read [ri:d]	read [red]	read [red]	strive	strove	striven
reeve	rove, reeved	rove, reeved	sublet	sublet	sublet
rend	rent	rent	swear	swore	sworn
rid	rid	rid	sweep	swept	swept
ride	rode	ridden	swell	swelled	swollen, swelled
ring²	rang	rung	swim	swam	swum
rise	rose	risen	swing	swung	swung
run	ran	run	take	took	taken
saw	sawed	sawn, sawed	teach	taught	taught
say	said	said	tear	tore	torn
see	saw	seen	tell	told	told
seek	sought	sought	think	thought	thought
sell	sold	sold	thrive	thrived, throve	thrived, thriven
send	sent	sent	throw	throw	thrown
set	set	set	thrust	thrust	thrust
sew	sewed	sewn, sewed	tread	trod	trodden, trod
shake	shook	shaken, *(arch./coll.)* shook	unbend	unbent	unbent
			understand	understood	understood
shear	sheared	shorn, sheared	undo	undid	undone
shed	shed	shed	wake	woke, *(arch.)* waked	woken, *(arch.)* waked
shine	* shone, shined	* shone, shined			
shit	shitted, shit, shat	shitted, shit, shat	wear	wore	worn
			weave¹	wove	woven
shoe	shod	shod	weep	wept	wept
shoot	shot	shot	wet	wet, wetted	wet, wetted
show	showed	shown, showed	win	won	won
shrink	shrank	shrunk	wind² [waɪnd]	wound [waʊnd]	wound [waʊnd]
shrive	shrove	shriven	work	worked, *(arch., literary)* wrought	worked, *(arch., literary)* wrought
shut	shut	shut			
sing	sang	sung			
sink	sank, sunk	sunk	wring	wrung	wrung
sit	sat	sat	write	wrote	written
slay	* slew, slayed	* slain, slayed			